Oxford
ENGLISH-ENGLISH-TAMIL Dictionary

ஆங்கிலம்–ஆங்கிலம் தமிழ்

அகராதி

Oxford
ENGLISH-ENGLISH-TAMIL Dictionary

ஆங்கிலம்—ஆங்கிலம் தமிழ் அகராதி

Editor
Dr V. Murugan

Consultant Editor
Dr V. Jayadevan

YMCA Library Building, Jai Singh Road, New Delhi 110001

Oxford University Press is a department of the University of Oxford. It furthers the University's objective of excellence in research, scholarship, and education by publishing worldwide in

Oxford New York
Auckland Cape Town Dar es Salaam Hong Kong Karachi
Kuala Lumpur Madrid Melbourne Mexico City Nairobi
New Delhi Shanghai Taipei Toronto

With offices in
Argentina Austria Brazil Chile Czech Republic France Greece
Guatemala Hungary Italy Japan Poland Portugal Singapore
South Korea Switzerland Thailand Turkey Ukraine Vietnam

Published in India
by Oxford University Press

First published 2009
This edition is published by arrangement with Oxford University Press, Oxford for sale throughout the world

ISBN-13: 978-0-19-567005-9
ISBN-10: 0-19-567005-1

Illustrations by Agantuk

Typeset by Krishtel eMaging Solutions Pvt. Ltd, Chennai 600017
Printed in India by Canara Traders and Printers (P) Ltd, Chennai 600041
and published by Oxford University Press
YMCA Library Building, Jai Singh Road, New Delhi 110001

Contents

பொருளடக்கம்

முகவுரை

ஆங்கில மொழித் திறன்களை எய்த உதவும் வழக்காற்று அடிப்படையிலான இருமொழி அகராதிகளின் தேவை இந்தியாவில் நீண்ட காலமாக உணரப்பட்டு வருகிறது. இதனையும், கற்கும் மாணவர்கள், கற்பிக்கும் ஆசிரியர்கள், மொழிபெயர்ப்பாளர்கள் மற்றும் பொதுநிலைப் பயனாளிகளின் தனிவகைத் தேவைகளையும் கருத்தில் கொண்டு இந்த ***English-English-Tamil Dictionary*** (ஆங்கிலம்-ஆங்கிலம்-தமிழ் அகராதி)யை உருவாக்க ஆக்ஸ்ஃபோர்டு யூனிவர்சிடி பிரஸ் (இந்தியா) முடிவு செய்தது. உலகளாவிய அளவில் நம்பகத்தன்மை மிக்க அகராதிகளைப் படைத்தளிக்கும் ஆக்ஸ்ஃபோர்டு யூனிவர்சிடி பிரஸ்ஸின் மரபுத் தளத்திலிருந்து உருவாகியுள்ள இந்த அகராதி பயன்மிகு நோக்கீட்டுக் கருவியாக இதன் பயனாளிகளுக்குப் பயன்பட வல்லது.

சொற்பொருள், பொருள் வரையறை, இணைப்பொருட்சொல், உச்சரிப்பு முறை, இலக்கணக் கூறுகள், வழக்காறு, சொல்வளம் பெருக்கிக்கொள்ள உதவும் துணைக் குறிப்புகள், தலைச்சொல் விளக்கத்திற்குப் படங்கள் ஆகியவற்றை இந்த அகராதி கொண்டுள்ளது. இதன் பதிவில் பொதுவாகப் பின்வரும் கூறுகள் இடம்பெற்றுள்ளன:

(i) தலைச்சொல் (எழுத்துநிலையில் அதன் மாற்று வடிவம் இருப்பின், அவ்வடிவமும்)
(ii) தலைச்சொல்லின் ஒலிப்புமுறை (ஒலியன் பெயர்ப்பில்)
(iii) தலைச்சொல்லிற்கு அமெரிக்க ஆங்கில வழக்கில் மாற்று வடிவம் இருப்பின் அதன் ஒலிப்பு/ஒலியழுத்த முறை
(iv) தலைச்சொல்லின் இலக்கணக்குறிப்பு
(v) சொல்லியல் நோக்கில்: தலைச்சொல்லின் திரிபுகள்
(vi) தொடரியல் நோக்கில்: தலைச்சொல்லின் தகைமையும் பயன்பாட்டு வரன்முறையும்
(vii) தலைச்சொல்லின் பல்வேறு பொருள்களின் விளக்கம்
(viii) சார்ந்துவரும் சொற்கள், மரபுத்தொடர்கள் உள்ளிட்ட நிலையில் தலைச்சொல்லின் பயன்பாட்டு வழக்காற்றைப் புலப்படுத்த எடுத்துக்காட்டு விளக்கம்
(ix) தலைச்சொல்லின் ஆக்க வடிவங்கள் (தேவையான இடங்களில் எடுத்துக் காட்டுகளுடன்)
(x) மொழிநடை, துறைக் குறிப்புகள்
(xi) தேவையான இடங்களில் இணைப்பொருட்சொற்களின் வழக்காற்று விளக்கம்
(xii) தலைச்சொல்லோடு தொடர்புடைய வினைத்தொடர்கள் மற்றும் மரபு வழக்குகள்
(xiii) சொற்களைப் புரிந்து கொள்ள உதவும், குறிப்பாகத் துறைசிறப்புச் சொற்களை விளக்கும், படங்கள்

பொது வழக்குச் சொற்றொகை மட்டுமன்றிக் கணினியல், தொழிலியல், அறிவியல், புவியியல், கணிதவியல், இலக்கியல், கலைகள்,

வேளாண்மையியல், சட்டவியல், அரசியல் முதலிய பல்வேறு துறைகள் சார்ந்த பரந்த சொற்றொகையை இந்த அகராதியில் காணலாம். மேலும், இந்தியத் துணைக்கண்டத்தின் பண்பாட்டுச் சூழலோடு தொடர்புடைய சொற்களும், ஆங்கிலத்திற்கு இந்திய மொழிகளின் கொடையாக அமைந்து, அம்மொழியின் இக்கால வழக்காற்றில் ஒரு பகுதியாக ஆகிவிட்ட இந்திய ஆங்கிலச் சொற்களும் இந்த அகராதியில் இடம்-பெற்றுள்ளன.

தமிழில் பொருள்வரையறைகள் ஆங்கிலப் பொருள்வரையறைகளுக்கு ஒத்திசைவாகவும் பெரும்பாலும் இக்காலத் தமிழ் வழக்கிலும் அமைந்-துள்ளன. இப்பொருள்வரையறையைத் தொடர்ந்து ஒன்றுக்கும் மேற்பட்ட நிகரன்கள்/இணைப்பொருட் சொற்கள் தரப்பட்டுள்ளன. இது மொழி-பெயர்ப்பாளர்களுக்கும் பொதுப்பயனாளிகளுக்கும் இந்த அகராதியின் கூடுதலான பயன்பாட்டுக்கு வழிகோலும். அன்றியும், இவை வெவ்வேறு மொழிக் குடும்பங்களையும் வெவ்வேறு பண்பாடுகளையும் சார்ந்த மொழிகளாக இருப்பதால் ஒன்றின் சொற்களுக்கு முற்றிலும் நேரிணைச் சொற்கள் மற்றொன்றில் அருகியே காணப்படுவது இயல்பு. இதனைக் கருத்தில் கொண்டும் முன்னர் கூறியவாறு ஒன்றுக்கும் மேற்பட்ட நிகரன்கள்/இணைப்பொருட் சொற்கள் தரப்பட்டுள்ளன.

மாணவர்களுக்கு மேலும் உதவியாக அமையும் பொருட்டு இலக்கணம் மற்றும் தொடரமைப்பு நுணுக்கங்கள், குழப்பம் தரத் தக்க ஒத்த வடிவச் சொற்கள் முதலியவை சார்ந்த வழக்காறுகளின் தமிழ் மொழிபெயர்ப்பு சாம்பல் நிறப்பெட்டியுள் ஆங்காங்கே தலைச்சொல்லின் அடியிலோ உரிய பொருளை ஒட்டியோ தரப்பட்டுள்ளது.

தெளிவான ஆனால் மணிச்சுருக்கமான ஆங்கில இலக்கண அடிப்படைகள் **Quick Grammar Reference** என்னும் பகுதியில் பின்னிணைப்பில் இடம்-பெற்றுள்ளன. இதுவும், மற்றுமொரு பின்னிணைப்பான 'முன்னொட்டுகள் மற்றும் பின்னொட்டுகள்' பகுதியும் இந்த அகராதியின் பயனாளிகள் எளிதில் பயன்கொள்ளத் தக்க நோக்கு தரவுகள் ஆகும். இத்தரவுகள் பயனாளிகளின் ஆங்கில மொழிப் பயன்பாட்டுக்குத் துணைசெய்ய வல்லன.

வெ. முருகன் வ. ஜெயதேவன்

Guide to the Dictionary/பயன்பாட்டு வழிகாட்டி

தலைச்சொற்கள்
ஆங்கிலத்தில் முனைப்பான எழுத்துகளில் தரப்பட்டுள்ளன.

அமெரிக்க எழுத்தாக்க
மாறுபட்டதாக இருக்கும் சொற்களில் அடைப்புக் குறிகளுக்கிடையே *AmE* என்ற குறிப்புக்குப் பின் அமெரிக்க எழுத்துவடிவம் தரப்பட்டுள்ளது.

paediatrics (*AmE* **pediatrics**) /ˌpi:diˈætrɪks/ *noun* [U] the area of medicine connected with the diseases of children குழந்தை நோய்கள் தொடர்பான மருத்துவ இயல்; குழந்தை மருத்துவ இயல் ▶ **paediatric** (*AmE* **pediatric**) *adj.*

பொதுவாக, **தலைச்சொல்** சிறிய எழுத்தில் தொடங்கும். ஆனால் சிறப்புப்பெயர்ச்சொற்கள் தலைச்சொற்களாக வரும்போது அவை முகட்டெழுத்தில் தொடங்கும்.

Parkinson's disease /ˈpɑ:kɪnsnz dɪzi:z/ *noun* [U] a disease that gets worse over a period of time and causes the muscles to become weak and the arms and legs to shake நாளடைவில் கடுமை மிகுந்து தசைத் தளர்ச்சியும் கைகால் நடுக்கமும் உண்டுபண்ணும் நோய் வகை

சில தலைச்சொற்கள் பல **இலக்கணவகைப்பாடு**களில் காணப்படுகின்றன. இவற்றைப் பொருள் படுத்துவதில் சொற்பதிவு மிகையாக விரிவடையுமாதலால் இவை தனித்தனிப் பதிவுகளாக எண் குறியீடுகளுடன் கொடுக்கப்பட்டிருக்கின்றன.

page[1] /peɪdʒ/ *noun* [C] **1** (*abbr.* **p**) one or both sides of a piece of paper in a book, magazine, etc. நூல், பருவ இதழ் முதலியவற்றிலுள்ள தாளின் ஒருபுறம் அல்லது இருபுறங்களும்; பக்கம் *The letter was three pages long.* • ***the front page*** *of a newspaper* **2** (*computing*) a section of data or information that can be shown on a computer screen at any one time ஒரு சமயத்தில் கணினித் திரையில் காட்டுதற்குரிய தரவு அல்லது தகவல் பகுதி; கணினிப் பக்கம் ⇨ **home page** பார்க்க.

சில **தலைச்சொற்களுக்கு** மேல் 1, 2 முதலிய எண்கள் குறிக்கப்பட்டுள்ளன. இவ்வாறு குறியிடப்பட்ட சொற்கள் எழுத்து வடிவில் முழுதும் ஒத்திருந்தாலும் உச்சரிப்பு அல்லது/மற்றும் பொருளில் மாறுபட்டவை.

page[2] /peɪdʒ/ *verb* [T] to call sb by sending a message to a small machine (**a pager**) that he/she carries, or by calling his/her name publicly through a device fixed to the wall (**a loudspeaker**) ஒருவர் உடன் வைத்துள்ள மின்னணு ஒலிப்பானுக்குச் செய்தி அனுப்பி, அல்லது சுவரில் பொருத்தப்பட்டுள்ள ஒலிபெருக்கியில் வெளிப்படையாகக் கூவி, அவரை அழை

சில ஆங்கிலச்சொற்களுக்கு ஒன்றுக்கு மேற்பட்ட **வடிவம்** அல்லது **வழக்கு** இருக்கலாம். பொதுப்படையாகப் பயன்படுத்தப்படும் வடிவம்/வழக்கு தலைச்சொல்லாகவும், கூடுதலான வடிவம்/வழக்கு அடைப்புக்குறிகளுடனும் தரப்பட்டிருக்கின்றன.

postbox /ˈpəʊstbɒks/ (*also* **letter box**, *AmE* **mailbox**) *noun* [C] a box in a public place where you put letters, etc. that you want to send அஞ்சல் வழி அனுப்புதற்குரிய கடிதங்கள் முதலியவற்றைப் போடுவதற்கான பொது இடத்தில் வைக்கப்பட்டுள்ள பெட்டி; அஞ்சல் பெட்டி

தலைச்சொல்லை அடுத்து இரு சாய்கோடுகளுக்கு இடையே ஆங்கிலத்தில் **உச்சரிப்பு** முறை கொடுக்கப்பட்டுள்ளது.

postman /ˈpəʊstmən/ (*AmE* **mailman**) *noun* [C] (*pl.* **-men** /-mən/) a person whose job is to collect letters, packages, etc. and take them to people's houses கடிதங்கள், கட்டுகள் முதலியவற்றைத் திரட்டி எடுத்துச் சென்று அவற்றை முகவரியாளர்களது வீடுகளில் வழங்குபவர்; கடிதப் பட்டுவாடா செய்யும் அஞ்சல் துறைப் பணியாளர்; தபால்காரர்

உச்சரிப்பின் வேறுபட்ட வகைகள் அடைப்புக்குறியிட்டுக் காட்டப்பட்டுள்ளன. உச்சரிப்பு முறையில் காணப்படும் குறியீடுகளின் முழுப்பட்டியல் xii–xiii பக்கங்களில் உள்ளது.

டச்சரிப்பை அடுத்து, இலக்கணவகைப் பாகுபாடு *noun, adj., prep.* முதலியவை) ஆங்கிலத்தில் சாய்வெழுத்துகளில் தரப்பட்டுள்ளது.

patriarchy /ˈpeɪtriɑːki/ *noun* [C, U] (*pl.* **patriarchies**) a social system that gives power and control to men rather than women பெண்களுக்கல்லாது ஆண்களுக்கு அதிகாரம் மற்றும் ஆளுமை வழங்கும் சமுதாய அமைப்பு; ஆணாதிக்கச் சமுதாய அமைப்பு ➪ **matriarchy** பார்க்க.

பெயர்ச்சொல்லின் எண்ணுதற்குரிய அல்லது எண்ண இயலாத் தன்மையை [C], [U] என்ற குறியீடுகள் சுட்டும்.

பொதுமுறையில் இல்லாத பெயர்ச்சொல் வடிவங்கள் அடைப்புக்குறியிட்டுக் காட்டப்பட்டுள்ளன.

ஆங்காங்கு பெயர்ச்சொல்லுக்குப்பின் [*sing.*] அல்லது [*pl.*] என்ற குறிப்புக் காணப்படும். இது அப்பெயர்ச்சொல் ஒருமையில் அல்லது பன்மையில் மட்டுமே பயன்படுத்தத் தக்கது என்பதைக் குறிக்கும்.

fiancé (*feminine* **fiancée**) /fiˈɒnseɪ/ *noun* [C] a person who has promised to marry sb ஒருவரைத் திருமணம் செய்துகொள்வதாக உறுதியளித்துள்ள ஒரு நபர்; மண உறுதி அளித்துள்ளவர் *This is my fiancé Prem. We got engaged a few weeks ago.*

சில பெயர்ச்சொற்களின் பால் ஆண்/பெண் என்று அடைப்புக்குறிகளில் குறிப்பிடப்பட்டுள்ளது.

the Roman alphabet *noun* [*sing.*] the letters A to Z, used especially in Western European languages குறிப்பாக மேற்கத்திய ஐரோப்பிய மொழிகளில் பயன்படுத்தப்படும், (A முதல் Z வரையிலான எழுத்துகள் அடங்கிய) நெடுங்கணக்கு

வினைச்சொல்லின் செயப்படுபொருள் குன்றா/குன்றிய வடிவம் அடைப்புக்குறிகளில் [T], [I] என்று காட்டப்பட்டுள்ளது.

இறுதி மெய்யெழுத்து **இரட்டையாகும் வினைச்சொல் வடிவங்கள்** அடைப்புக்குறியிட்டுக் காட்டப்பட்டுள்ளன.

run[1] /rʌn/ *verb* [I, T] (*pres. part.* **running**; *pt* **ran** /ræn/; *pp* **run**) **1** [I, T] to move using your legs, going faster than a walk நடையை விட விரைவாகச் செல்; ஓடு *I had to run to catch the bus.* • *I often* ***go running*** *in the evenings* (= as a hobby). • *I ran nearly ten kilometres this morning.*

வினையின் காலம் சுட்டும் வடிவங்கள் ஆங்கில உச்சரிப்புடன் அடைப்புக்குறிகளில் *pres. part., pt, pp* முதலிய குறுக்கங்களுக்குப்பின் கொடுக்கப்பட்டுள்ளன.

சொல் வகைகளில் சிலவற்றின் **சுருக்க வடிவங்கள்** தரப்பட்டுள்ளன. இவற்றின் விரிவாக்கம் பக்கம் xvi-இல் சுருக்கக் குறியீடுகளின் பட்டியலில் உள்ளது.

rosy /ˈrəʊzi/ *adj.* (**rosier; rosiest**) **1** pink and pleasant in appearance இளஞ்சிவப்பான இனிய தோற்றமுடைய; மனங்கொள்ளத்தக்க இளஞ்சிவப்பு நிறமுள்ள *rosy cheeks* **2** full of good possibilities மிகப்பல நல்வாய்ப்புகள் கூடுநிலையான; வாய்ப்புவள நம்பிக்கையூட்டுகிற; இன்னல வாய்ப்புக்கூறுகள் நிறைந்த *The future was looking rosy.*

பெயரடையின் ஒப்பளவு மற்றும் மீயளவு வடிவங்கள் அடைப்புக்குறிகளில் தரப்பட்டுள்ளன.

இலக்கணம் தொடர்பான கூடுதல் விவரங்கள் இலக்கணவகைக் குறிப்பிற்குப்பின் சாய்வெழுத்துகளில் அடைப்புக்குறியிட்டுத் தரப்பட்டுள்ளன.

rogue /rəʊg/ *adj.* (*only before a noun*) behaving differently from other similar people or things, often causing damage தன்னையொத்த பிற ஆட்கள் அல்லது பொருள்களிலிருந்து மாறுபட்டுப் பெரும்பாலும் ஊறு விளைவிக்கும் முறையில் நடந்துகொள்கிற; அழும்பு செய்கிற; மூர்க்கத் தன்மையுள்ள; கட்டுமீறிய *a rogue gene/program*

வழக்குக் குறிப்பு சொல்லின் சிறப்புப் பொருள் பயன்பாடு அல்லது அது வழங்கும் இடப் பரப்பைத் தெரிவிக்கும். இக்குறிப்பு முதன்மைப்பொருளுக்கு முன் சுருக்க அல்லது முழுமையான வடிவில் சாய்வெழுத்துகளில் அடைப்புக்குறியிட்டுக் கொடுக்கப்பட்டுள்ளது. வழக்குக் குறிப்புகளை முழுமையாகக்காண xiv-ஆம் பக்கம் பார்க்க.

modular /ˈmɒdjələ(r)/ *adj.* (*technical*) (used about machines, buildings, etc.) consisting of separate parts or units that can be joined together (விசைப் பொறிகள், கட்டடங்கள் முதலியவை வகையில்) ஒருங்கிணைத்துக் கொள்ளத்தக்க தனித்தனிப் பகுதிகளை உள்ளடக்கியுள்ள; ஒரு முழுமையின் உறுப்புகளாக அமையத்தக்க கூறுகளைக் கொண்டுள்ள

ஆங்கிலத்திலும் தமிழிலும் பல சொற்களை அல்லது வாக்கியங்களைப் பயன்படுத்திச் சொல்லின் **பொருள்** தெளிவாக்கப்பட்டுள்ளது.

rosary /ˈrəʊzəri/ *noun* [C] (*pl.* **rosaries**) a string of small round pieces of wood, etc. used by some Roman Catholics for counting prayers வழிபாட்டு எண்ணிக்கையைக் கணக்கிடுவதற்காகச் சிலவகை ரோமன் கத்தோலிக்கப் பிரிவினரால் பயன்படுத்தப்படும் (சிறு மரக் குண்டுகள் முதலியவை கோக்கப்பட்ட) சரம்; ஜெபமாலை

பெரும்பாலும் பொருளை மேலும் தெளிவுபடுத்துவதற்கு, அடைப்புக்குறிகளில் மிகைப்படியான தகவல் கொடுக்கப்பட்டுள்ளது.

தமிழ்ப்பொருள் ஆங்கிலப் பொருளுடன் முழுமையாக ஒத்திருக்கும்போது மட்டுமே பொருள் ஒரே சொல்லால் விளக்கப்பட்டுள்ளது.

ஒரு சொல்லுக்கு ஒன்றுக்கு மேற்பட்ட பொருள்கள் இருந்தால், அப்பொருள்கள் 1, 2, 3 முதலிய எண்களைக் கொண்டு தனித்தனியே விளக்கப்பட்டுள்ளன.

mixture /ˈmɪkstʃə(r)/ *noun* **1** [*sing.*] a combination of different things வெவ்வேறு பொருள்களின் தொகுதி; தனிப்பண்பு மாறா இயற்கூட்டு; கலவை *Monkeys eat a mixture of leaves and fruit.* **2** [C, U] a substance that is made by mixing other substances together பிற பொருள்களை ஒன்று கலந்து தயாரிக்கப்படும் பொருள்; கூட்டு; கலவை *cake mixture* • *a mixture of eggs, flour and milk*

தக்க ஆங்கில **எடுத்துக்காட்டுகளால்** பொருள் தெளிவுபடுத்தப்பட்டுள்ளது. எடுத்துக்காட்டு வாக்கியங்கள் சாய்வெழுத்துகளில் இருக்கும். இரண்டு அல்லது இரண்டுக்கு மேற்பட்ட எடுத்துக்காட்டுகள் • குறியிட்டுப் பிரிக்கப்பட்டுள்ளன.

root² /ru:t/ *verb*

PHR V **root about/around (for sth)** to search for sth by moving things பொருள்களை நகர்த்தி ஒன்றைக் கவனமாகத் தேடு; கிண்டிக்கிளறித் தேடு *What are you rooting around in my desk for?*

parentheses /pəˈrenθəsi:z/ (*AmE*) = **bracket¹1**

parenthesis /pəˈrenθəsɪs/ *noun*

IDM **in parenthesis** as an extra comment or piece of information மிகைப்படியான குறிப்புரையாக அல்லது தகவலாக

தலைச்சொல் சார்ந்த **துணை வாக்கியங்கள், மரபுச்சேர்க்கை வினைத் தொடர்கள், மரபுவழக்குகள்** முதலியவை PHR V, IDM முதலிய குறிப்புக்குப்பின் முனைப்பெழுத்தில் காணப்படும்.

rot /rɒt/ *verb* [I, T] (**rotting; rotted**) to go bad or make sth go bad as part of a natural process இயற்கையான மாற்றவினையின் பகுதியாகக் கெட்டுப்போ அல்லது ஒன்றைக் கெடச் செய்; அழுகு; அழுகச் செய் *Too many sweets will rot your teeth!* ✪ SYN **decay** ▶ **rot** *noun* [U]

தலைச்சொல்லுடன் **தொடர்புள்ள எதிர்** மற்றும் **இணைபொருட் சொல்**லை ✪ என்னும் குறியீட்டுக்குப்பின் முனைப்பெழுத்துகளில் காணலாம்.

patriot /ˈpeɪtriət; ˈpæt-/ *noun* [C] a person who loves his/her country and is ready to defend it against an enemy தனது நாட்டை நேசிப்பவரும் பகைவரிடமிருந்து நாட்டைக் காக்க ஆயத்தமாக உள்ளவருமான ஒருவர்; நாட்டுப் பற்றுடையவர்; தேசாபிமானி ▶ **patriotism** /ˈpeɪtriətɪzəm; ˈpæt-/ *noun* [U]

தலைச்சொல்லில் இருந்து வருவிக்கப்படும் சொல் அல்லது கூட்டுச்சொல் **துணைத்தலைச்சொல்**லாக ▶ குறியீட்டுக்குப்பின் முனைப்பெழுத்துகளில் கொடுக்கப்பட்டுள்ளது.

patriotic /ˌpeɪtriˈɒtɪk; ˌpæt-/ *adj.* having or showing great love for your country தனது நாட்டின் மீது பேரன்பு கொண்டுள்ள அல்லது பேரன்பை வெளிப்படுத்துகிற; நாட்டுப்பற்றுள்ள ▶ **patriotically** /-kli/ *adv.*

தேவைப்படும் இடங்களில் **துணைத் தலைச்சொல்**லின் உச்சரிப்பு, உச்சரிப்பின் வேறுபாடு, வழக்கு வேறுபாடு, இலக்கணம், பயன்பாட்டுப் பரப்பு முதலிய விவரங்கள் தலைச்சொல்லுடனேயே கொடுக்கப்பட்டுள்ளன.

patio /ˈpætiəʊ/ *noun* [C] (*pl.* **patios** /-əʊz/) a flat, hard area, usually behind a house, where people can sit, eat, etc. outside வெளியில் அமர்ந்துகொள்ளுதல், உண்ணுதல் முதலியவற்றுக்குப் பயன்படுத்துதற்கு ஏற்ற, வழக்கமாக வீட்டின் பின்புறமுள்ள கெட்டியான சமதளப் பகுதி; உள்முற்றம் ➪ **balcony, verandah** மற்றும் **terrace** பார்க்க.

தலைச்சொல்லைச் சார்ந்த, **ஒத்த பொருளை** உடைய சொற்கள் ➪ குறியிடப்பட்டு முனைப்பெழுத்துகளில் கொடுக்கப்பட்டுள்ளன.

pain[1] /peɪn/ *noun* **1** [C, U] the unpleasant feeling that you have when a part of your body has been hurt or when you are ill உடற்பகுதி ஒன்றுக்கு ஊறுபாடு அல்லது உடல்நலக் கேடு காரண-மாக உண்டாகும் இன்னாத உணர்வு; நோவு; வலி *to* ***be in pain*** • *He screamed with pain.* • *chest pains*

இக்குறிப்புகளில் தலைச்-சொல்லுடன் தொடர்புள்ள சொற்களின் பல்வேறு மற்றும் சரியான பயன்-பாடுகள் விளக்கப்-பட்டுள்ளன.

தலைச்சொல்லுடன் தொடர்புள்ள வேறு பல சொற்களைப் பற்றிய **குறிப்புகள்** NOTE என்னும் அறிக்கையை அடுத்து காம்பல்நிறத் திரையில் தரப்பட்டுள்ளன.

NOTE **Ache** என்ற சொல் நீண்ட நேர, தொடர்ந்த வலியையும், **pain** என்பது திடீ-ரெனத் தோன்றி சிறிது நேரமே நீடிக்கும் கடுமையான வலியையும் குறிப்பன. எனவே பொதுவாகக் கீழ்க்கண்ட முறைகளில் நாம் பேசுகிறோம்—*I've got earache/backache/toothache/a headache.* • *He was admitted to hospital with pains in his chest.*

possess /pəˈzes/ *verb* [T] (*not used in the continuous tenses*) **1** (*formal*) to have or own sth ஒன்றை உடைமையாகப் பெற்றிரு; உடையவராயிரு; உடையதாயிரு *They lost everything they possessed in the fire.* • *Neetu possesses a natural ability to make people laugh.* **2** to influence sb or to make sb do sth ஒருவர் மீது தாக்கம் ஏற்படுத்து; மாற்ற விளைவு உண்டுபண்ணு; ஒருவர் ஒரு செயலைச் செய்யச் செய் *What possessed you to say a thing like that!*

இலக்கணம் சார்ந்த தகவல்களும் இக்குறிப்பு-களில் விவரமாகத் தரப்-பட்டுள்ளன.

இலக்கணக் குறிப்புகளில் சொற்களின் சரியான பயன்-பாடு சாய்வெழுத்துகளில் உள்ள எடுத்துக்காட்டு-களின் மூலம் காட்டப்-பட்டுள்ளது.

NOTE இவ்வினை தொடர்வினையாக வரா-விடினும் இதன் நிகழ்கால வினையெச்ச வடிவம் (= -ing வடிவம்) பொதுவழக்காகும்—*Any student possessing the necessary qualifications will be considered for the course.*

இந்த அகராதியில் 200-க்கு மேற்பட்ட, பெயர் குறிப்பு-களுடன் கூடிய படங்கள் உள்ளன.

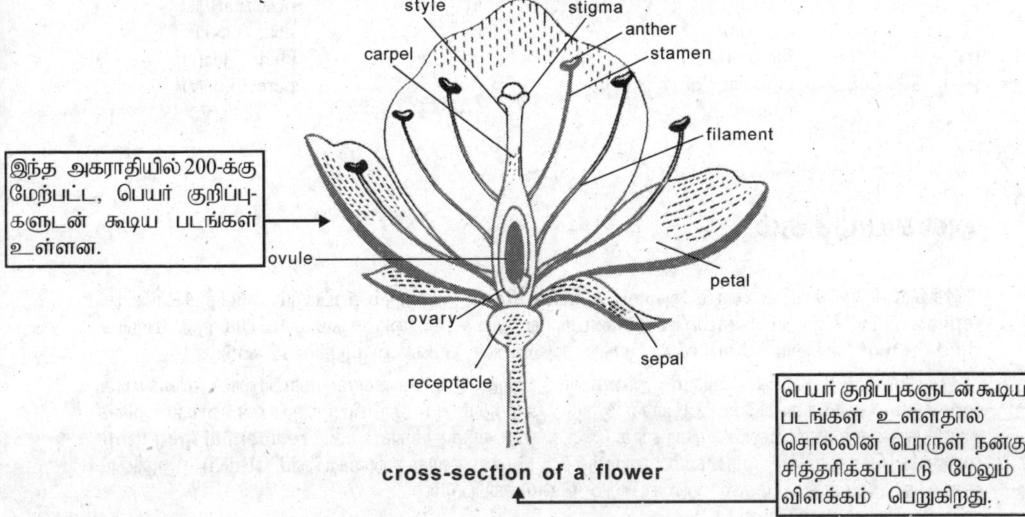

cross-section of a flower

பெயர் குறிப்புகளுடன்கூடிய படங்கள் உள்ளதால் சொல்லின் பொருள் நன்கு சித்தரிக்கப்பட்டு மேலும் விளக்கம் பெறுகிறது.

Pronunciation Guide/உச்சரிப்பு முறை

இவ்வகராதியில் கொடுக்கப்பட்டுள்ள உச்சரிப்பு முறை International Phonetic Alphabet (IPA) முறையை ஆதாரமாகக் கொண்டுள்ளது. இம்முறையில் ஒவ்வொரு ஒலிப்புக்கும் ஒரு தனிக் குறியீடு உள்ளது. ஒலிப்பு வகைகள் கீழ்க்கண்டவாறு (எடுத்துக்காட்டுச் சொற்களுடன்) விளக்கப்பட்டுள்ளன.

Consonants

IPA symbol	Usage
p	cap /kæp/
b	rub /rʌb/
t	fit /fɪt/
d	red /red/
k	break /breɪk/
g	flag /flæg/
tʃ	rich /rɪtʃ/
dʒ	badge /bædʒ/
f	life /laɪf/
v	wave /weɪv/
θ	myth /mɪθ/
ð	bathe /beɪð/
s	fuss /fʌs/
z	railings /ˈraɪlɪŋz/
ʃ	fish /fɪʃ/
ʒ	vision /ˈvɪʒn/
h	hat /hæt/
m	fame /feɪm/
n	fin /fɪn/
ŋ	ring /rɪŋ/
l	file /faɪl/
r	run /rʌn/
(r)	for /fɔː(r)/
j	granular /ˈgrænjələ(r)/
w	won /wʌn/

Vowels and diphthongs

IPA symbol	Usage
i	happy /ˈhæpi/
ɪ	fig /fɪg/
iː	see /siː/
e	ten /ten/
æ	cat /kæt/
ɑː	far /fɑː(r)/
ɒ	lot /lɒt/
ɒ̃	croissant /ˈkrwæsɒ̃/
ɔː	saw /sɔː/
ʊ	put /pʊt/
u	actual /ˈæktʃuəl/
uː	too /tuː/
ʌ	cut /kʌt/
ɜː	bird /bɜːd/
ə	about; paper /əˈbaʊt; ˈpeɪpə(r)/
eɪ	fade /feɪd/
əʊ	go /gəʊ/
aɪ	five /faɪv/
ɔɪ	boy /bɔɪ/
aʊ	now /naʊ/
ɪə	near /nɪə(r)/
eə	chair /tʃeə(r)/
ʊə	pure /pjʊə(r)/

அசையழுத்தம்

|ˈ| இக்குறியீட்டுக்குப்பின் வரும் அசையின் மேல் மிகை அழுத்தம் தரப்படும். எடுத்துக்காட்டாக, **repeat** /rɪˈpiːt/ என்னும் சொல்லில் இரண்டாவது அசையில் அழுத்தம் தரப்படுகிறது. மாறாக, **rigid** /ˈrɪdʒɪd/ என்னும் சொல்லில் முதல் அசையின் மேல் அழுத்தம் உண்டு.

|ˌ| இக்குறியீட்டுக்குப்பின் வரும் அசையில் மற்ற அசைகளைக் காட்டிலும் மிகையான அழுத்தம் கொடுக்கப்படும். ஆனால் இந்த அழுத்தம் |ˈ| குறியீட்டுக்குப்பின் வரும் அசை அழுத்தத்தைக் காட்டிலும் குறைவாக இருக்கும். எடுத்துக்காட்டாக, **residential** /ˌrezɪˈdenʃl/ என்னும் சொல்லில் முதன்மை அழுத்தம் இரண்டாவது அசையிலும் (ˈden), அதிலும் குறைந்த அழுத்தம் முதல் அசையிலும் கொடுக்கப்படும்.

List of Labels/வழக்குக்குறிப்புப்பட்டியல்

also	மேலும்
abbr.	சுருக்கம்/குறுக்கம்
chemistry	வேதியியல்
compound words	கூட்டுச்சொற்கள்
computing	கணினிப் பயன்பாடு
exclamation	உணர்ச்சிக்குறிப்பு
feminine	பெண்பால்
figurative	உருவக வழக்கு
formal	முறைசார் வழக்கு
geography	புவியியல்
geology	புவி அமைப்பியல்
geometry	வடிவியல்
grammar	இலக்கணம்
humorous	நகைக்குறிப்பு
informal	முறைசாரா வழக்கு
law	சட்டம்
literary	இலக்கிய வழக்கு
mathematics	கணிதம்
medical	மருத்துவம்
music	இசை
official	அலுவல்/பணி முறை வழக்கு
philosophy	தத்துவம்/மெய்ப்பொருளியல்
slang	கொச்சை வழக்கு
spoken	பேச்சு வழக்கு
symbol	குறியீடு
technical	புல/கலைச்சொல் வழக்கு
written	எழுத்து வழக்கு
IDM (idiom)	மரபு வழக்கு
NOTE	வழக்குக் குறிப்பு/குறிப்பு
PHR V (phrasal verb)	மரபுச்சேர்க்கை வினைத் தொடர்

Grammatical Categories/இலக்கண வகைப்பாடுகள்

active	செய்வினை
adjective	பெயரடை
adverb	வினையடை
auxiliary verb	துணைவினை
comparative	ஒப்பு அளவு
conjunction	இணைப்புக் கிளவி
continuous tense	தொடர் காலம்
countable noun	பன்மை ஏற்புப்பெயர், எண்ணுதற்குரிய பெயர்
definite article	குறிப்புடைச் சார்படை
determiner	பெயர்க்குறிப்பி
direct object	நேர் செயப்படுபொருள்
indefinite article	குறிப்பிலாச் சார்படை
indirect object	அயல் செயப்படுபொருள்
infinitive	வினையெச்சம், வினையடி
intransitive verb	செயப்படுபொருள் குன்றிய வினை
linking verb	இணைப்பு வினை
modal verb	வினைநோக்கத் துணைவினை
negative	எதிர்மறை
noun	பெயர்ச்சொல்
passive	செயப்பாட்டு வினை
past participle	இறந்தகால வினையெச்சம்
perfect tense	வினை முடிவுறு காலம்
past tense	இறந்த காலம்
plural	பன்மை
preposition	முன்னுருபு
present participle	நிகழ்கால வினையெச்சம்
positive	நேரளவு
short form	சுருக்க வடிவம்
singular	ஒருமை
strong form	வல்வடிவம்
superlative	மீயளவு
third person singular	படர்க்கை ஒருமை
uncountable noun	பன்மை ஏலாப் பெயர், எண்ணுதற்கியலாப் பெயர்
verb	வினைச்சொல்

Abbreviations/சுருக்கக் குறியீடுகள்

abbr.	abbreviation	சுருக்கம்/குறுக்கம்
adj.	adjective	பெயரடை
adv.	adverb	வினையடை
AmE	American English	அமெரிக்க வழக்கு
BrE	British English	பிரிட்டன் வழக்கு
[C]	countable noun	எண்ணுதற்கு உரிய பெயர்ச்சொல்/ பன்மை ஏற்புப் பெயர்
conj.	conjunction	இணைப்புக் கிளவி
det.	determiner	பெயர்க்குறிப்பி
[I]	intransitive verb	செயப்படுபொருள் குன்றிய வினை
IndE	Indian English	இந்திய வழக்கு
pl.	plural	பன்மை
pp	past participle	இறந்தகால வினையெச்சம்
pres. part.	present participle	நிகழ்கால வினையெச்சம்
pt	past tense	இறந்த காலம்
prep.	preposition	முன்னுருபு
sb	somebody	ஒருவர்
sth	something	ஒன்று
3rd person sing.	third person singular	படர்க்கை ஒருமை
sing.	singular	ஒருமை
[T]	transitive verb	செயப்படுபொருள் குன்றா வினை
TM	trade mark	வாணிகப் பெயர்/சின்னம்
[U]	uncountable noun	எண்ணுதற்கு ஏலாப் பெயர்ச்சொல்/ பன்மை ஏலாப் பெயர்

A a

A, a[1] /eɪ/ *noun* [C, U] (*pl.* **A's; a's** /eɪz/) **1** the first letter of the English alphabet ஆங்கில நெடுங்கணக்கின் முதல் எழுத்து *'Africa' begins with (an) 'A'.* **2** the highest mark given for an exam or a piece of work பாடத்தேர்வு அல்லது கட்டுரை போன்ற ஒன்றுக்கு வழங்கப்படும் உச்ச உயர் அளவான தர மதிப்பீட்டுக் குறி; முதல் தர மதிப்பீட்டுக் குறி *I got an 'A' for my essay.*

IDM from A to B from one place to another ஓரிடத்திலிருந்து மற்றோர் இடத்திற்கு *All I need is a car that gets me from A to B.*

a[2] /ə; *strong form* eɪ/ (*also* **an** /ən; *strong form* æn/) *indefinite article*

NOTE An என்னும் வடிவம் உயிர் ஒலிகளுக்கு (vowel sounds) முன் பயன்படுத்தப்படுவது.

1 one ஒரு; ஓர் *A cup of coffee, please.* • *We've got an apple, a banana and two oranges.* **2** used when you talk about one example of sth for the first time ஓரினப் பொருள்களுள் ஒன்றை முதல் முறையாகக் குறிப்பிடும்போது பயன்படுத்தப்படுவது; ஒரு *I saw a dog chasing a cat this morning.* • *Have you got a dictionary* (= any dictionary)*?* **3** used for saying what kind of person or thing sb/sth is ஒருவரை அல்லது ஒன்றை இனம்/அடையாளம் காட்டப் பயன்படுத்தப்படுவது *He's a doctor.* • *'Is that an eagle?' 'No, it's a falcon.'* **4** (used with prices, rates, measurements) each (விலை, வீதம் மற்றும் அளவுகளுடன் பயன்படுத்தப்படுவது) ஒவ்வொரு *I usually drink two litres of water a day.* • *twice a week* • *80 kilometres an hour* **5** used with some expressions of quantity எண்ணிக்கை, தொகை அல்லது மதிப்பளவுகள் சிலவற்றைக் குறிப்பிடப் பயன்படுத்தப்படுவது *a lot of money* • *a few cars* **6** used when you are talking about a typical example of sth ஓரினத்தின் அல்லது ஒரு வகையின் மாதிரி எடுத்துக்காட்டாக ஒரு பொருளைச் சுட்டும் போது பயன்படுத்தப்படுவது *An elephant can live for up to eighty years.* **NOTE** பன்மை வடிவத்தையும் பயன்படுத்தலாம்—*Elephants can live for up to eighty years.*

NOTE பொதுநிலைச் சார்படை (indefinite article) பற்றி மேலும் அறிய அகராதிப் பகுதியை அடுத்துள்ள **Quick Grammar Reference** பிரிவைப் பார்க்க.

a- /eɪ/ *prefix* (*in nouns, adjectives and adverbs*) not; without அல்லாத; இன்றி *atheist* • *amoral*

aback /əˈbæk/ *adv.*

PHR V take sb aback ⇨ **take** பார்க்க.

abacus /ˈæbəkəs/ *noun* [C] (*pl.* **abacuses**) a frame containing wires with small balls that move along them. It is used for counting ஊடாக நகரும் சிறு குண்டுகள் இணைந்த கம்பிகளை உடைய, எண்ணுவதற்குப் பயன்படுத்தப்படும் சட்டம்; மணிச்சட்டம்; பரற்கட்டை

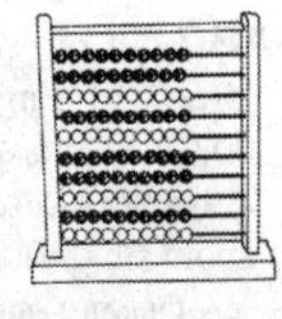

abandon /əˈbændən/ *verb* [T] **1** to leave sb/sth that you are responsible for, usually permanently தனது பொறுப்பில் உள்ள ஒருவரை/ஒன்றை பெரும்பாலும் நிரந்தரமாகக் கைவிடு; துற *The bank robbers abandoned the car just outside the city.* **2** to stop doing sth without finishing it or without achieving what you wanted to do ஒன்றை நிறைவுசெய்யாமல் அல்லது எண்ணியதை நிறைவேற்றாமல் நிறுத்திவிடு; கைவிடு *The search for the missing sailors was abandoned after two days.* ▶ **abandonment** *noun* [U]

abashed /əˈbæʃt/ *adj.* feeling guilty and embarrassed because of sth that you have done செய்த ஒன்றுக்காகக் குற்ற உணர்வும், வெட்கமும் அடைகிற; மன உளைச்சல் கொள்கிற *'I'm sorry,' said Ali,* ***looking abashed.***

abate /əˈbeɪt/ *verb* [I, T] to become less strong; to make sth less strong வலுவிழ; உறுதி குறை; ஒன்றை வலுவிழக்கச் செய்; உறுதி குறையச் செய்

abattoir /ˈæbətwɑː(r)/ (*BrE*) = **slaughterhouse**

abbess /ˈæbes/ *noun* [C] a woman who is the head of a religious community for **nuns** (கிறிஸ்தவப்) பெண் துறவிகள் குழு ஒன்றன் தலைவி; கன்னிமடத் தலைவி

abbey /ˈæbi/ *noun* [C] a large church together with a group of buildings where religious communities of **monks** or **nuns** live or used to live பாதிரிமார்கள் அல்லது பெண் துறவிகள் வாழும் அல்லது கடந்த காலத்தில் வாழ்ந்த ஒரு மனைத்தொகுதி உள்ளடங்கிய கிறிஸ்தவப் பேராலயம்; துறவிமடம்; கன்னிமடம்

abbot /ˈæbət/ *noun* [C] a man who is the head of a religious community for **monks** (கிறிஸ்தவச்) சமய மடம் ஒன்றன் தலைவர்; குருமடத் தலைவர்

abbr. (*also* **abbrev.**) *abbr.* = **abbreviation**

abbreviate /əˈbriːvieɪt/ *verb* [T] to make sth shorter, especially a word or phrase (குறிப்பாக ஒரு சொல் அல்லது தொடரைச்) சுருக்கு *'Kilometre' is usually abbreviated to 'km'.* ⇨ **abridge** பார்க்க.

abbreviation /əˌbriːviˈeɪʃn/ *noun* [C] a short form of a word or phrase ஒரு சொல் அல்லது தொடரின் குறுக்க வடிவம்; சுருக்கக் குறியீடு *In this dictionary 'sth' is the abbreviation for 'something'.*

ABC /ˌeɪ biː ˈsiː/ *noun* [*sing.*] **1** the alphabet; the letters of English from A to Z மொழியின் நெடுங்கணக்கு; ஆங்கில மொழியின் A முதல் Z வரையிலான எழுத்துகள் **2** the simple facts about sth ஒன்றைப் பற்றிய சாதாரண அல்லது அடிப்படை விவரங்கள் *the ABC of Gardening*

abdicate /ˈæbdɪkeɪt/ *verb* **1** [I] to give up being King or Queen அரசப் பதவியைத் துற; முடி துற *The Queen abdicated in favour of her son* (= her son became king). **2** [T] to give sth up, especially power or a position ஒன்றை, குறிப்பாக பதவியை அல்லது அதிகாரப் பொறுப்பைத் துற *to **abdicate responsibility*** (= to refuse to be responsible for sth) ▶ **abdication** /ˌæbdɪˈkeɪʃn/ *noun* [C, U]

abdomen /ˈæbdəmən/ *noun* [C] **1** a part of your body below the chest that contains the stomach, **bowels**, etc. இரைப்பையைத் தன்னுள் கொண்டதும் மார்புக்குக் கீழ் உள்ளதுமான உடலுறுப்பு; அடிவயிறு **2** the end part of an insect's body பூச்சி உடலின் ஈற்றுப்பகுதி ➪ **thorax** பார்க்க. ▶ **abdominal** /æbˈdɒmɪnl/ *adj.*

abduct /æbˈdʌkt/ *verb* [T] to take hold of sb and take him/her away illegally சட்டத்திற்கு மாறாக ஒருவரைப் பிடித்துக் கொண்டு செல்; கடத்து; கடத்திச் செல் ▶ **abduction** *noun* [C, U]

aberration /ˌæbəˈreɪʃn/ *noun* [C, U] (*formal*) a fact, an action or a way of behaving that is not typical, and that may be unacceptable பொது வழக்காக இல்லாத, ஏற்பின்றிப் போகக்கூடிய, ஒரு மெய்ம்மை, செயல் அல்லது நடத்தை முறை; பிறழ்ச்சி

abet /əˈbet/ *verb* [T] (**abetting; abetted**)
IDM **aid and abet** ➪ **aid**[2] பார்க்க.

abhinaya *noun* [U] (in Indian classical dance) the presentation of dramatic action silently through gestures and expressions (இந்தியச் செவ்வியல் நாட்டிய வழக்கு) சீரொழுங்குடன் கூடிய உடல் உறுப்புகளின் அசைவியக்கம் மற்றும் முக பாவங்கள் வழியாக மௌனமாக நாடகக் காட்சிகளை நிகழ்த்துதல்; அபிநயம் *Even after so many years of performance his abhinaya lacks maturity.*

abhor /əbˈhɔː(r)/ *verb* [T] (**abhorring; abhorred**) to hate sth very much ஒன்றன்மீது மிகு வெறுப்புக்கொள்; அருவரு

abhorrence /əbˈhɒrəns/ *noun* [U] a strong feeling of hate; disgust கடும் வெறுப்பு; அருவருப்பு

abhorrent /əbˈhɒrənt/ *adj.* that makes you feel hate or disgust பெரு வெறுப்புக்குரிய; அருவருக்கத்தக்க *The idea of slavery is **abhorrent to** us nowadays.*

abide /əˈbaɪd/ *verb*
IDM **can't/couldn't abide sb/sth/doing sth** to hate sb/sth; to not like sb/sth at all வெறுத்தொதுக்கு; ஒருவர் அல்லது ஒன்றன் மீது அறவே பிடிப்பு இல்லாது போ
PHR V **abide by sth** to obey a law, etc; to do what sb has decided சட்டம் முதலியவற்றுக்குக் கீழ்ப்படி; ஒத்துப்போ; பின்பற்று

ability /əˈbɪləti/ *noun* [C, U] (*pl.* **abilities**) **(an) ability to do sth** the mental or physical power or skill that makes it possible to do sth ஒன்றைச் செய்வதற்குறிய அறிவாற்றல், உடல் வலிமை அல்லது பயிற்சித் திறன்; திறமை; ஆற்றல்; வல்லமை *an ability to make decisions*

abject /ˈæbdʒekt/ *adj.* **1** terrible and without hope முழுமோசமான; நம்பிக்கைக்கு இடமில்லாத *abject poverty/misery/failure* **2** without any pride or respect for yourself மானக்கேடான; தன்மானமற்ற *an abject apology*

ablation /æbˈleɪʃn/ *noun* [U] (*technical*) the loss of material from a large mass of ice, snow or rock as a result of the action of the sun, wind or rain சூரிய ஒளி, காற்று அல்லது மழையின் தாக்கத்தால் பனிக்கட்டி, பாறை போன்றவற்றில் ஏற்படும் தேய்மானம் அல்லது கரைவு

ablaze /əˈbleɪz/ *adj.* (*not before a noun*) burning strongly; completely on fire கொழுந்துவிட்டு எரிகிற; முழுதும் நெருப்பால் சூழப்பட்ட *Soldiers used petrol to set the building **ablaze**.*

able /ˈeɪbl/ *adj.* **1 able to do sth** (*used as a modal verb*) to have the ability, power, opportunity, time, etc. to do sth ஒன்றைச் செய்வதற்கு வேண்டிய செயல் திறன், ஆற்றல், வாய்ப்பு நிலை போன்றவை கைவரப்பெற்ற; இயலுகிற *Will you be able to come to a meeting next week?* • *I was able to solve the problem quickly.*

> **NOTE** செயப்பாட்டு வினைத் (passive verb) தொடர்களில் **be able** பயன்படுத்தப்படுவதில்லை. **Can/could** மட்டுமே அங்கு வரும்—*The arrangement can't be changed.* வினைநோக்கத் துணைவினை (modal verb) பற்றி மேலும் அறிய, அகராதிப் பகுதியை அடுத்துள்ள **Quick Grammar Reference** பிரிவைப் பார்க்க.

2 (**abler** /ˈeɪblə(r)/; **ablest** /ˈeɪblɪst/) clever; doing your job well அறிவுத்திறன் அல்லது செயல் தேர்ச்சி உடைய; பயில்திறன் மிக்க *one of the ablest students in the class* • *an able politician* ▶ **ably** /ˈeɪbli/ *adv.*

able-bodied *adj.* physically healthy and strong; having full use of your body உடல் நலமும் வலிமையும் கொண்ட; திடமான உடலுடைய

abnormal /æb'nɔ:ml/ *adj.* different from what is normal or usual, in a way that worries you or that is unpleasant (இன்னாத வகையில்) இயல்பு நிலைக்கு மாறான; வழக்கத்திற்கு ஒவ்வாத ✪ **OPP normal** ▶ **abnormally** *adv.* *abnormally high temperatures*

abnormality /ˌæbnɔ:'mæləti/ *noun* [C, U] (*pl.* **abnormalities**) something that is not normal, especially in a person's body குறிப்பாக ஒருவர் உடலில் காணப்படும் இயல்பு திரிந்த ஒரு கூறு; அசாதாரணமான ஒன்று; பிறழ்வு *He was born with an abnormality of the heart.*

aboard /ə'bɔ:d/ *adv., prep.* on or onto a train, ship, aircraft or bus தொடர்வண்டி, கப்பல், விமானம் அல்லது பேருந்தில் அல்லது அதன் மீது *We climbed aboard the train and found a seat.* • *Welcome aboard this flight to Bengaluru.*

abode /ə'bəʊd/ *noun* [*sing.*] (*written*) the place where you live இருப்பிடம்; வாழிடம்
IDM **(of) no fixed abode/address** ➪ **fixed** பார்க்க.

abolish /ə'bɒlɪʃ/ *verb* [T] to end a law or system officially (சட்டம், முறைமை, வழக்கு போன்றவற்றை) நீக்கு; ஒழித்துக்கட்டு *When was capital punishment abolished here?*

abolition /ˌæbə'lɪʃn/ *noun* [U] the act of ending a law or system officially (சட்டம், முறைமை, வழக்கு போன்றவற்றின்) ஒழிப்பு; நீக்கம் *the abolition of slavery*

abominable /ə'bɒmɪnəbl/ *adj.* very bad; shocking மிக மோசமான; அருவருப்பான; அதிர்ச்சியூட்டுகிற ▶ **abominably** /ə'bɒminəbli/ *adv.*

Aborigine /ˌæbə'rɪdʒəni/ *noun* [C] **1** (*usually pl.*) a member of the race of people who were the original inhabitants of a country or region ஒரு நாட்டின் அல்லது வட்டாரத்தின் முதற்குடி இனத்தைச் சேர்ந்தவர் **2** a member of the race of people who were the original inhabitants of Australia ஆஸ்திரேலியாவின் முதற்குடி இனத்தினருள் ஒருவர் ▶ **aboriginal** /ˌæbə'rɪdʒənl/ *adj.* *aboriginal traditions*

abort /ə'bɔ:t/ *verb* [T] **1** to end sth before it is complete முழுமை அடையும் முன் ஒன்றை அழி அல்லது இல்லாமல் செய் *The company aborted the project suddenly.* **2** to end a pregnancy early in order to prevent a baby from developing and being born alive கருப்பத்தில் குழந்தை வளர்ச்சியடைந்து உயிருடன் பிறப்பதைத் தடுக்க முன்னதாகவே கருவைச் சிதை, அழி அல்லது கலை

abortion /ə'bɔ:ʃn/ *noun* [C, U] a medical operation that ends a pregnancy at an early stage கரு முழு வளர்ச்சி அடையும் முன் அதைக் கலைத்து விடும் அறுவை மருத்துவம்; கருக்கலைப்பு; கருச்சிதைவு *to have an abortion* ➪ **miscarriage** பார்க்க.

abortionist /ə'bɔ:ʃənɪst/ *noun* [C] a person who performs a medical operation, especially illegally, that causes a pregnancy to end earlier குறிப்பாகச் சட்டத்திற்கு மாறாகக் கருச்சிதைவு அறுவை மருத்துவம் செய்பவர்

abortive /ə'bɔ:tɪv/ *adj.* not completed successfully; failed நிறைவு பெறாத; தோல்வியுற்ற; பயன்விளையாத *He made two abortive attempts to escape from prison.*

abound /ə'baʊnd/ *verb* [I] **1** to exist in large numbers மிகுந்திரு; பெருகியிரு; பேரளவில் காணப்படு *Animals abound in the forest.* **2** **abound with sth** to contain large numbers of sth ஒன்றினை ஏராளமாகக் கொண்டிரு *The lake abounds with fish.*

about¹ /ə'baʊt/ *adv.* **1** (*AmE* **around**) a little more or less than; approximately ஏறத்தாழ; கிட்டத்தட்ட; சுமாராக • *It's about three kilometres from here to the city.* • *I got home at about half past seven.* **2** (*informal*) almost; nearly பெரும்பாலும்; நெருங்கிய அளவில் *Dinner's just about ready.* **3** (*also* **around**) in many directions or places இங்குமங்குமாக; சிதறலாக; பல திசைகளிலும் அல்லது இடங்களிலும் *I could hear people moving about upstairs.* • *Don't leave your clothes lying about all over the floor.* **4** (*also* **around**) (*used after certain verbs*) without doing anything in particular ஒன்றிலும் கருத்தூன்றாமல் அல்லது ஈடுபாடு இன்றி *The kids spend most evenings* ***sitting about****, bored.* **5** (*also* **around**) present in a place; existing ஓரிடத்தில் காணப்படுவதாக; உளதாக *It was very late and there were few people about.* • *There isn't much good music about these days.*
IDM **be about to do sth** to be going to do sth very soon விரைவில் ஒன்றைச் செய்ய இரு; ஆயத்த நிலையில் இரு *The film's about to start.* • *I was just about to explain when she interrupted me.*

about² /ə'baʊt/ *prep.* **1** on the subject of குறித்து; பற்றி; தொடர்பாக *Let's talk about something else.* • *He told me* ***all about*** *his family.* **2** (*also* **around**) in many directions or places; in different parts of sth பல திசைகளில் அல்லது இடங்களில்; இங்குமங்குமாய்; ஒன்றன் வெவ்வேறு பகுதிகளிலும் *We wandered about the town for an hour or two.* • *Lots of old newspapers were scattered about the room.* **3** in the character of sb/sth ஒருவரது/ஒன்றன் பண்பில் அல்லது குணத்தில் *There's something about him that I don't quite trust.*

IDM how/what about...? **1** (used when asking for information about sb/sth or for sb's opinion or wish) (ஒருவரை/ஒன்றைப் பற்றி அறியும் நோக்கத்தோடு அல்லது ஒருவருடைய கருத்தை/விருப்பத்தைக் கேட்கும் போது பயன்படுத்தப்படுவது) *How about Rekha? Have you heard from her lately?* • *I'm going to have chicken. What about you?* **2** (used when making a suggestion) (தன் யோசனையை/கருத்தை முன்வைக்கும்போது பயன்படுத்தப்படுவது) *What about going to a film tonight?*

about-turn (*AmE* **about-face**) *noun* [C] a complete change of opinion, plan or behaviour எண்ணம், செயல் திட்டம், நடத்தை போன்றவற்றில் நிகழும் தலைகீழ் மாற்றம்; நேரெதிர் நிலைப்பாடு *The government did an about-turn over tax.* ➪ **U-turn** பார்க்க.

above /ə'bʌv/ *prep. adj., adv.* **1** in a higher place உயரிடத்தில்; மேல் தளத்தில்; மேலே *The people in the flat above make a lot of noise.* • *The coffee is in the cupboard above the sink.* **2** in an earlier part (of sth written) (எழுதப்பட்ட ஒன்றில்) மேற்சொன்ன; மேலே கண்ட *Contact me at the above address* (= the address above). ✪ **OPP below** **NOTE** பெயர்ச்சொல்லுக்கு முன் **below** வருவதில்லை—*Contact me at the address below.* **3** more than a number, amount, price, etc. குறிப்பிட்ட எண்ணிக்கை, தொகை, விலை முதலியவற்றிற்கு மேற்பட்ட அல்லது அதிகமான *You must get above 50% to pass the exam.* • *above-average temperatures* ✪ **OPP below** ➪ **over** பார்க்க. **4** with a higher position in an organization, etc. ஒரு நிறுவனம் முதலியவற்றில் மேல் நிலையில் உள்ள; உயர் படிநிலையில் உள்ள *The person above me is the department manager.* ✪ **OPP below** **5** too proud to do sth ஒன்றைத் தன் மதிப்புக்குக் கீழானதாகக் கருதும்; மட்டுமீறிய தற்பெருமை கொண்டு; மிகையான உயர்வு மனப்பான்மையில் *He seems to think he's above helping with the cleaning.*

IDM above all (used to emphasize the main point) most importantly மிக முக்கியமாக; இன்றியமையாத நிலையில்; அனைத்துக்கும் மேலாக *Above all, stay calm!*

(be) above board (used especially about a business deal, etc.) honest and open (குறிப்பாக வணிகப் பரிமாற்றம் முதலியவற்றில் பயன்படுத்தப்படுவது) நேர்மையான மற்றும் வெளிப்படையான; களங்கமற்ற

above-mentioned *adj.* (*only before a noun*) mentioned or named earlier in the same letter, book, etc. (ஒரு கடிதம், நூல் முதலியவற்றில்) மேற்குறிப்பிடப்பட்ட; மேலே கண்ட

abrasion /ə'breɪʒn/ *noun* (*technical*) **1** [C] a damaged area of the skin where it has been rubbed against sth hard and rough மென்மையற்ற/கரடுமுரடான ஒன்றன் மீது உரசிச் சேதமுற்ற தோல் பகுதி; சிராய்ப்புக்கு உள்ளான தோல் பகுதி **2** [U] damage to a surface caused by rubbing sth very hard against it ஒன்றன் வன்மையான உராய்வினால் உண்டான காயம் அல்லது ஊறுபாடு; உராய்வு; சிராய்ப்பு

abrasive /ə'breɪsɪv/ *adj.* **1** rough and likely to scratch சொரசொரப்பான; கரடுமுரடான; உராய்கிற; கீறல் ஏற்படுத்தக்கூடிய *Do not use abrasive cleaners on the basin.* **2** (used about a person) rude and rather aggressive (ஒருவரைப் பற்றிக் கூறும்போது) முரட்டுத்தனமான முனைப்புடைய; சண்டையிடும் தன்மையுள்ள

abreast /ə'brest/ *adv.* **abreast (of sb/sth)** next to or level with sb/sth and going in the same direction (ஒருவருடன்/ஒன்றனுடன் ஒரே திசையில் செல்வதில்) அடுத்து; இணையாக; தோளோடு தோளாக; சேர்ந்தாற்போல் *The soldiers marched two abreast.*

IDM be/keep abreast of sth to have all the most recent information about sth ஒன்றைப் பற்றிய மிக அண்மைக் காலத் தகவல்கள் அனைத்தையும் அடைந்திரு; ஒன்றைப் பற்றிய அறிவில் பின்னடையாதிரு

abridge /ə'brɪdʒ/ *verb* [T] to make sth (usually a book) shorter by removing parts of it ஒன்றன் (வழக்கமாக ஒரு நூலின்) பகுதிகள் சிலவற்றை நீக்கிவிட்டு அதனைச் சுருக்கு ➪ **abbreviate** பார்க்க.

abroad /ə'brɔːd/ *adv.* **1** in or to another country or countries வேறு நாட்டிற்கு/நாடுகளுக்கு; வெளிநாட்டில்/வெளிநாடுகளில் *They found it difficult to get used to living abroad.* • *She often **goes abroad** on business.*

abrupt /ə'brʌpt/ *adj.* **1** sudden and unexpected எதிர்பாராததும் திடீரென நிகழ்வதுமான *an abrupt change of plan* **2** seeming rude and unfriendly முரட்டுத்தனமாக மற்றும் நட்பிணக்கமற்றுத் தோன்றுகிற ▶**abruptly** *adv.* ▶**abruptness** *noun* [U]

abscess /'æbses/ *noun* [C] a swelling on or in the body, containing a thick yellow liquid (**pus**) சீழ்க்கட்டு; கட்டி

abscond /əb'skɒnd/ *verb* [I] (*formal*) **abscond (from sth) (with sth)** to run away from a place where you should stay, sometimes with sth that you should not take (ஒரு பொருளைக் களவாடிக் கொண்டு) ஓடிவிடு; தலைமறைவாகு *to abscond from prison* • *She absconded with all the company's money.*

abseil /ˈæbseɪl/ (*AmE* **rappel**) *verb* [I] to go down a steep cliff or rock while you are fastened to a rope, pushing against the rock with your feet கயிற்றால் பிணைக்கப்பட்டுச் செங்குத்தான மலைப் பகுதியில் அல்லது பாறையில் காலை உந்திக் கீழிறங்கு

absence /ˈæbsəns/ *noun* **1** [C, U] a time when sb is away from somewhere; the fact of being away from somewhere (ஓரிடத்தில் ஒருவர்) இல்லாத சமயம்; (ஓரிடத்தில்) இல்லாமை; (ஓரிடத்திற்கு) வராமை *Frequent absences due to illness meant he was behind with his work.* • *I have to make all the decisions in my boss's absence.* **2** [U] the fact of sth/sb not being there; lack (ஒன்று/ஒருவர்) இல்லாத நிலை; இன்மை ***In the absence of** a doctor, try to help the injured person yourself.* ✪ OPP **presence**

absent /ˈæbsənt/ *adj.* **1 absent (from sth)** not present somewhere ஓரிடத்தில் இல்லாத அல்லது காணப்படாத *He was absent from work because of illness.* ✪ OPP **present 2** showing that you are not really looking at or thinking about what is happening around you தன்னைச் சுற்றி நிகழ்வனவற்றில் கவனமோ நாட்டமோ இல்லாமல் காணப்படுகிற *an absent expression/stare* ▶ **absently** *adv.*

absentee /ˌæbsənˈtiː/ *noun* [C] a person who is not in the place where he/she should be வரவேண்டிய இடத்திற்கு வரத்தவறியவர்; வராதவர்

absenteeism /ˌæbsənˈtiːɪzəm/ *noun* [U] the problem of workers or students often not going to work or school தொழிலாளர்கள் பணிக்கு அல்லது மாணவர்கள் பள்ளிக்கு ஒழுங்காகச் செல்லாத பிரச்சினை; கடமையினின்று விலகியிருத்தல்

absent-minded *adj.* often forgetting or not noticing things, because you are thinking about sth else (வேறொன்றின் மீதான கவனத்தில்) ஒன்றில் கவனக்குறைவாக அல்லது மறதியாக உள்ள ▶ **absent-mindedly** *adv.*

absolute /ˈæbsəluːt/ *adj.* **1** complete; total முழுமையான; மொத்தமான; முற்றிலுமான *The trip was an absolute disaster.* **2** not measured in comparison with sth else பிறவற்றோடு ஒப்பு நோக்கப்படாத; தனிப்பட்ட *Spending on the health service has increased **in absolute terms**.*

absolutely *adv.* **1** /ˈæbsəluːtli/ completely; totally முழுமையாக; முழுவதும்; முற்றிலுமாக *It's absolutely freezing outside!* • *He made absolutely no effort* (= no effort at all) *to help me.* **2** /ˌæbsəˈluːtli/ (used when you are agreeing with sb) yes; certainly (ஒருவருடன் உடன்படுவதைக் குறிக்கும் போது)ஆம்; நிச்சயமாக; ஐயத்துக்கிடமின்றி *'It is a good idea, isn't it?' 'Oh, absolutely!'.*

absolute majority *noun* [C] (in an election) more than half of the total number of votes or winners (ஒரு தேர்தலில்) சரிபாதிக்கு அதிகமான வாக்குகள் அல்லது வெற்றி பெற்றவர்கள்; அறுதிப் பெரும்பான்மை *an absolute majority in the elections*

absolute zero *noun* [U] the lowest temperature that is thought to be possible அடிமட்ட நிலையாகக் கருதப்படும் வெப்பநிலை; குறைந்தபட்ச/குறும வெப்பநிலை

absolution /ˌæbsəˈluːʃn/ *noun* [U] (especially in the Christian Church) a formal statement that a person is forgiven for what he or she has done wrong (குறிப்பாகத் தேவாலயங்களில்) செய்த குற்றங்களுக்காக ஒருவர் மன்னிக்கப்படுகிறார் என்னும் முறையான அறிவிப்பு; குற்றப் பொறுப்பிலிருந்து விடுவிப்பு; மன்னிப்பு

absolve /əbˈzɒlv/ *verb* [T] **absolve sb (from/of sth)** to say formally that sb does not have to take responsibility for sth ஒன்றற்கான (பழி/குற்றப்) பொறுப்பிலிருந்து ஒருவர் விடுவிக்கப்படுவதாக முறையாக அறிவி; பழி நீக்கு *The driver was absolved of any blame for the train crash.*

absorb /əbˈzɔːb; əbˈsɔːb/ *verb* [T] **1 absorb sth (into sth)** to take in and hold sth (a liquid, heat, etc.) (திரவம், வெப்பம் போன்றவற்றைத்) தன்னுள் ஈர்த்துக்கொள்; உறிஞ்சு *a drug that is quickly absorbed into the bloodstream* **2** to take sth into the mind and understamd it ஒன்றை மனதில் வாங்கிப் புரிந்துகொள் *I found it impossible to absorb so much information so quickly.* **3 absorb sth (into sth)** to take sth into sth larger, so that it becomes part of it பெரிதான ஒன்றன் பகுதியாக ஆகுமாறு உள்ளடக்கு; தன்னுள் இணைத்துக்கொள் *Over the years many villages have been absorbed into the city.* **4** to hold sb's attention completely or interest sb very much ஒருவருடைய கவனத்தை முழுமையாக ஈர்த்துக்கொள்; முழு ஈடுபாடு கொள்ளச்செய் *History is a subject that absorbs her.* **5** to reduce the effect of a sudden violent knock, hit, etc. வன்மையான இடிப்பு, அடி போன்றவற்றின் தாக்கத்தைக் குறை அல்லது மட்டுப்படுத்து *The front of the car is designed to absorb most of the impact of a crash.*

absorbed /əbˈzɔːbd; əbˈsɔːbd/ *adj.* **absorbed (in sth)** giving all your attention to sth முழு ஈடுபாடு கொண்ட; மனம் ஒன்றிய *He was absorbed in his work and didn't hear me come in.*

absorbent /əbˈzɔːbənt; əbˈsɔːbənt/ *adj.* able to take in and hold liquid திரவத்தை உறிஞ்சக்கூடிய அல்லது தன்னுள் ஈர்த்துக்கொள்ளக்கூடிய *an absorbent cloth*

absorbing /əbˈzɔːbɪŋ; əbˈsɔːbɪŋ/ *adj.* holding all your interest and attention மனதைத் தன்வசப்படுத்தக் கூடிய; கருத்தைக் கவர்கிற *an absorbing book*

absorption /əbˈsɔːpʃn; -zɔːpʃn/ *noun* [U] **1** the process of a liquid, gas or other substance being taken in திரவம், வாயு அல்லது மற்ற பொருள்கள் உறிஞ்சப்படும் செயற்பாடு; ஈர்த்துக்கொள்ளப்படுதல் *Vitamin D is necessary to aid the absorption of calcium from food.* **2** the process of a smaller group, country, etc., becoming part of a larger group or country சிறிய குழு, நாடு முதலியன பெரிய குழு, நாடு முதலியவற்றில் உள்ளடங்குதல்; ஒன்றிணைதல்; ஒன்றன் கூறாதல் *the absorption of immigrants into the host country* **3 absorption (in sth)** the fact of sb being very interested in sth so that it takes all his/her attention முழு ஈடுபாடு; ஒரு பொருளில் மனம் ஒன்றி நிலைத்தல் *His work suffered because of his total absorption in sport.*

abstain /əbˈsteɪn/ *verb* [I] **1** (*formal*) **abstain (from sth/doing sth)** to stop yourself from doing sth that you enjoy விருப்பமான ஒன்றைத் தவிர் அல்லது செய்யாது விடு; விலகி நில் *The doctor said I should abstain from smoking.* ➪ **abstinence** noun பார்க்க. **2** (in a vote) to say that you are not voting either for or against sth வாக்களிப்பில் கலந்துகொள்ளப் போவதில்லை எனக் கூறு; புறக்கணி; தவிர் *Two people voted in favour, two voted against and one abstained.* ➪ **abstention** noun பார்க்க.

abstainer /əbˈsteɪnə(r)/ *noun* [C] **1** a person who chooses not to vote either in favour of or against sth வாக்களிப்பில் கலந்து கொள்ளாதவர்; வாக்கைச் செலுத்தாதவர் **2** a person who never drinks alcohol ஒரு போதும் மது அருந்தாதவர்; மதுப்பழக்கம் இல்லாதவர்

abstention /əbˈstenʃn/ *noun* [C, U] an act of choosing not to vote either for or against sth ஆதரவாகவோ எதிராகவோ வாக்களிப்பதில்லை என்னும் முடிவினால் வாக்கெடுப்பில் கலந்து கொள்ளாமை

abstinence /ˈæbstɪnəns/ *noun* [U] (*formal*) stopping yourself from having or doing sth that you enjoy விருப்பமான ஒன்றை விலக்கல் அல்லது செய்யாது விடுதல் *The doctor advised total abstinence from alcohol.* ▶ **abstain** *verb*

abstract¹ /ˈæbstrækt/ *adj.* existing only as an idea, not as a physical thing (பருப்பொருள் அல்லாத) கருத்துருவான; பண்பியலான *It is hard to imagine an abstract idea like 'eternity'.* ✪ **OPP concrete**

abstract² /ˈæbstrækt/ *noun* [C] **1** an example of abstract art புனைவியல்/கருத்தியல் கலைப்படைப்பு **2** a short piece of writing that tells you the main contents of a book, speech, etc. (நூல், உரை போன்றவற்றின்) சுருக்கம்; சாரம் **IDM in the abstract** only as an idea, not in real life இயல்பான வாழ்க்கை சாராது கருத்தியலான; கோட்பாட்டளவில் மட்டுமே உள்ள

abstract art *noun* [U] art that does not show people or things as they really look, but which shows the artist's feelings about them மனிதர்களை/பொருள்களை இயல்நிலையில் காட்டாது, அவர்கள்/அவற்றின் மீது கலைஞன் தன் உணர்வுகளை ஏற்றிக் கூறும் படைப்புக் கலை கருத்தியல் கலை

abstraction /æbˈstrækʃn/ *noun* **1** [C, U] (*formal*) a general idea not based on any particular real person, thing or situation இயல்நிலையை/மெய்ம்மையை அடிப்படையாகக் கொள்ளாத, பொதுநிலையான கருத்துப்பொருள்; அருவப்பொருள்; மனக்கண் தோற்றம் **2** [U] (*formal*) the state of thinking deeply about sth and not paying attention to what is around you சூழலை மறந்து ஆழ்ந்த சிந்தனை வயப்பட்ட நிலை; ஒன்றின் மீது கருத்தூன்றிய நிலை **3** [U, C] (*technical*) the act of removing sth from sth else ஒன்றிலிருந்து இன்னொன்றைப் பிரித்தெடுத்தல்; பிரித்துவைத்தல் *water abstraction from rivers*

abstract noun *noun* [C] (*grammar*) a noun, for example 'goodness' or 'freedom', that refers to an idea or a general quality, not to a physical object (நன்மை, சுதந்திரம் போன்ற பருப்பொருள் அல்லாத) பண்பியற் பெயர்ச்சொல்; நுண்மைப் பெயர்ச்சொல்

absurd /əbˈsɜːd/ *adj.* not at all logical or sensible; ridiculous பகுத்தறிவுக்குப் பொருந்தாத; பொருளற்ற; அபத்தமான *It would be absurd to spend all your money on one book.* ▶ **absurdity** *noun* [C, U] (*pl.* **absurdities**) ▶ **absurdly** *adv.*

abundance /əˈbʌndəns/ *noun* [U, C, *sing.*] a very large quantity of sth மிகுதி; ஏராளம்; பேரளவு *These flowers grow here* ***in abundance***. • *There is an abundance of wildlife in the forest.*

abundant /əˈbʌndənt/ *adj.* existing in very large quantities; more than enough ஏராளமான; பேரளவான; பெருவளமான ▶ **abundantly** *adv.*

abuse¹ /əˈbjuːz/ *verb* [T] **1** to use sth in a bad or dishonest way தவறான அல்லது நேர்மையற்ற

முறையில் ஒன்றைப் பயன்படுத்து *The politician was accused of abusing his position in order to enrich himself.* **2** to say rude things to sb திட்டு; வன்சொல் கூறு; வசைபாடு. **3** to treat sb badly, often violently (வன்முறையைக் கைக்கொண்டு) ஒருவரிடம் மோசமான/தகாத முறையில் நடந்துகொள் *The girl had been physically abused.*

abuse² /ə'bju:s/ *noun* **1** [C, U] using sth in a bad or dishonest way தவறான அல்லது நேர்மையற்ற முறையில் ஒன்றைப் பயன்படுத்துதல்; முறைகேடான பயன்பாடு *an abuse of power • the dangers of drug abuse* **2** [U] rude words, used to insult another person வசவு; அவமானப்படுத்தும் வன்சொல்; வசைமொழி *The other driver leaned out of the car and **hurled abuse** at me. • racial abuse* **3** [U] bad, usually violent treatment of sb வழக்கமாக வன்முறையைக் கைக்கொண்டு, ஒருவரை மோசமாக நடத்துதல்; முறைகேடான நடத்துமுறை *He subjected his children to verbal and physical abuse. • a victim of sexual abuse*

abusive /ə'bju:sɪv/ *adj.* using rude language to insult sb: வன்சொற்களால் அவமதிக்கிற; பழிதூற்றுகிற *an abusive remark*

abysmal /ə'bɪzməl/ *adj.* very bad; of very poor quality மிக மோசமான; அடிமட்டமான; மிகவும் தரம் தாழ்ந்த ▶ **abysmally** *adv.*

abyss /ə'bɪs/ *noun* [C] a very deep hole that seems to have no bottom படுகுழி; படுபாதாளம்; ஆழம் காண முடியாத கெவி

abyssal /ə'bɪsəl/ *adj.* (in geography) connected with the deepest parts of the ocean or the ocean floor கடலின் அடிமட்டத்தை அல்லது அடிப்பரப்பைச் சார்ந்த; கடல் அடிமட்டத்திற்கு உரிய

AC /ˌeɪ 'si:/ *abbr.* **1** = **air conditioning** **2** = **alternating current**

a/c *abbr.* **1** = **account** **2** = **air conditioning**

acacia /ə'keɪʃə/ (*also* **acacia tree**) *noun* [C] a tree with yellow or white flowers. There are several types of acacia tree, some of which produce a sticky liquid மஞ்சள் அல்லது வெண்மை நிறப் பூக்களை உடையதும், பல வகைகளில் காணப்படுவதும், அவற்றுள் சில பிசின் தருவதுமான மர வகை; வேல மரம்

academic¹ /ˌækə'demɪk/ *adj.* **1** connected with education, especially in schools and universities கல்வி/கல்விப் பயிற்சி சார்ந்த; கல்விக்குரிய; குறிப்பாகப் பள்ளி மற்றும் பல்கலைக்கழகக் கல்வி சார்ந்த *The academic year begins in April.* **2** connected with subjects of interest to the mind rather than technical or practical subjects செயல் முறை அல்லது தொழில் நுட்பப் பாடங்கள் அல்லாது, அறிவுத் துறைகள் சார்ந்த *academic subjects such as History* ✪ OPP **non-academic** **3** not connected with reality; not affecting the facts of a situation இயல்நிலையோடு சேராத; நடைமுறை மெய்ம்மைகளோடு ஒட்டாத *It's academic which one I prefer because I can't have either of them.* ▶ **academically** /ˌækə'demɪkli/ *adv.*

academic² /ˌækə'demɪk/ *noun* [C] a person who teaches and/or does research at a university or college கல்லூரி/பல்கலைக்கழக ஆசிரியர் மற்றும்/அல்லது ஆய்வாளர்

academician /əˌkædə'mɪʃn/ *noun* [C] a member of an official group of people who are important in art, science or literature கலை, அறிவியல், இலக்கியம் சார்ந்த பணிமுறைக்குழுவின் உறுப்பினர்; கலைக்கழக உறுப்பினர்; கல்விப் பணியாளர்

academy /ə'kædəmi/ *noun* [C] (*pl.* **academies**) **1** a school for special training சிறப்பு நிலைக் கல்விப் பயிற்சி நிறுவனம்; தனிப் பயிற்சிக் கழகம் *a military academy* **2** (*also* **Academy**) an official group of people who are important in art, science or literature கலை, அறிவியல் அல்லது இலக்கியத்தில் ஆர்வமுள்ளவர்களைக் கொண்ட அதிகாரபூர்வமான குழு *the Indian Academy of Sciences*

accede /ək'si:d/ *verb* [I] **accede (to sth)** (*formal*) **1** to agree to a request, demand, etc. வேண்டுகோள், கோரிக்கை, முதலியவற்றுக்கு இணங்கு; உடன்படு; ஒப்புக்கொள் *He acceded to demands for his resignation.* **2** to achieve a high position, especially to become king or queen (அரசன், அரசி போன்ற) உயர் பதவி அடையப்பெறு; உயர்நிலை எட்டு ⇨ **accession** noun பார்க்க.

accelerate /ək'seləreɪt/ *verb* [I, T] to go faster; to make sth go faster or happen more quickly விரைந்து செல்; விரைவுபடுத்து; துரிதப்படுத்து *The driver slowed down for the bend then accelerated away. • The government plans to accelerate the pace of reform.* ▶ **acceleration** /əkˌselə'reɪʃn/ *noun* [U]

accelerator /ək'seləreɪtə(r)/ *noun* [C] the control in a vehicle that you press with your foot in order to make it go faster ஊர்தியின் காலால் அழுத்தி இயக்கும் முடுக்குப் பொறி ⇨ **car** பதிவில் படம் பார்க்க.

accent /'æksənt; -sent/ *noun* **1** [C, U] a particular way of pronouncing words that is connected with the country, area or social class that you come from ஒருவருடைய நாடு, நாட்டின் பகுதி, சமுதாயப் பிரிவு ஆகியவை சார்ந்து அமையும் மொழி உச்சரிப்பு முறை *He speaks with a* *strong Bengali accent.* **2** [C] the greater force that you give to a particular word or part of a word when you speak உச்சரிப்பில் சொல் அல்லது சொல்லின் பகுதிக்குத் தரப்படும் அசையழுத்தம் *In the word 'because' the accent is on the second syllable.* **3** [C] (in writing) a mark, usually above a letter, that shows that it has to be pronounced in a certain way சொற்களில் குறிப்பிட்ட எழுத்தின் மேல் இடப்படும் அசையழுத்தக் குறி **4** [C] the particular importance that is given to sth ஒன்றிற்குத் தரப்படும் சிறப்புக் கவனம்; முக்கியத்துவம் *In all our products the accent is on quality.*

accentuate /ək'sentʃueɪt/ *verb* [T] to **emphasize** sth or make sth easier to notice ஒன்றை அழுத்தமாகக் கூறு, வலியுறுத்து அல்லது ஒன்று கவனத்தை எளிதாகக் கவரச்செய்; கருத்தை ஈர்க்கச் செய் *She uses make-up to accentuate her beautiful eyes.*

accept /ək'sept/ *verb* **1** [I, T] to agree to take sth that sb offers you ஒருவர் தர முன்வரும் ஒன்றை ஏற்றுக்கொள்; ஒன்றை ஒப்புக்கொள் *Please accept this small gift.* • *Do I have to pay in cash or will you accept a cheque?* **2** [I, T] to say yes to sth or to agree to sth (ஒன்றனுக்கு) இசைவு தெரிவி; ஒப்புதல் அளி; (ஒன்றனை) ஏற்றுக்கொள் *Thank you for your invitation. I am happy to accept.* • *She has accepted the job.* **3** [I, T] to admit or recognize that sth unpleasant is true இன்னாத ஒன்றன் மெய்ம்மைத் தன்மையை ஒப்புக்கொள் அல்லது அங்கீகரி *They refused to accept responsibility for the accident.* **4** [T] to allow sb to join a group, etc. ஒரு குழு, பாடப்பிரிவு முதலியவற்றில் ஒருவரைச் சேர்த்துக்கொள்ள இணங்கு; இடமளி *The university has accepted me on the course.*

acceptable /ək'septəbl/ *adj.* **1** that can be allowed ஒத்துக்கொள்ளத்தக்க; ஏற்புக்கு உரிய *One or two mistakes are acceptable but no more than that.* **2** good enough; satisfactory விரும்பத்தக்க; மனநிறைவு அளிக்கக்கூடிய; வேண்டிய அளவு நிறைவான *We hope that you will consider our offer acceptable.* ✪ OPP **unacceptable** ▶ **acceptability** /əkˌseptə'bɪləti/ *noun* [U] ▶ **acceptably** /-bli/ *adv.*

acceptance /ək'septəns/ *noun* [C, U] the act of accepting or being accepted ஏற்றுக்கொள்ளுதல்; ஏற்றுக்கொள்ளப்படுதல்; ஏற்பு *His ready acceptance of the offer surprised me.* • *He quickly* ***gained acceptance*** *in the group* (= the other people thought of him as equal to them).

access[1] /ækses/ *noun* [U] **1 access (to sth)** a way of entering or reaching a place ஓரிடத்தினுள் நுழைவதற்கான அல்லது ஓரிடத்தை அடைவதற்கான வழி; நுழைவாயில் *Access to the garden is through the kitchen.* **2 access (to sth)** the chance or right to use or have sth ஒன்றைப் பயன்படுத்துவதற்கான அல்லது கைக்கொள்வதற்கான வாய்ப்பு அல்லது உரிமை *Do you have access to a computer?* **3 access (to sb)** permission, especially legal or official, to see sb ஒருவரைக் காண்பதற்கான (சட்டப்படியான அல்லது அதிகாரபூர்வமான) இசைவு; அனுமதி *They are divorced, but he has regular access to the children.*

access[2] /ækses/ *verb* [T] to find information on a computer கணினியில் (வேண்டிய) தகவலைக் கண்டுபிடி அல்லது தேடி எடு *Click on the icon to access a file.*

accessible /ək'sesəbl/ *adj.* **1** possible to be reached or entered சென்று சேர்வதற்கு அல்லது உட்செல்வதற்கு ஏதுவான *The island is only accessible by boat.* **2** easy to get, use or understand அடைய, பயன்படுத்த அல்லது உணர்ந்துகொள்ள எளிதான *This television programme aims to make history more accessible to children.* ✪ OPP **inaccessible** ▶ **accessibility** /əkˌsesə'bɪləti/ *noun* [U] *Computers have given people greater accessibility to information.*

accession /æk'seʃn/ *noun* [U] the act of taking a very high position, especially as ruler of a country or head of sth ஆட்சிப் பொறுப்பு அல்லது ஒன்றன் தலைமைப் பொறுப்பேற்பு *the accession of Queen Elizabeth to the throne in 1952* ⇨ **accede** verb பார்க்க.

accessory /ək'sesəri/ *noun* [C] (*pl.* **accessories**) **1** an extra item that is added to sth and is useful or attractive but not of great importance மிகவும் முக்கியமானதல்லாத, ஆனால் பயன்படக்கூடிய அல்லது கவர்ச்சியூட்டக்கூடிய மிகைப்பொருள்; துணைக்கருவி *The car has accessories such as an electronic alarm.* **2** [*usually pl.*] a thing that you wear or carry that matches your clothes, for example a piece of jewellery, a bag, etc. (அணிகலன், பை போன்ற) உடைக்குப் பொருத்தமாக அணிந்து கொள்ளும் அல்லது கையில் எடுத்துச் செல்லும் துணைப்பொருள் **3 an accessory (to sth)** (in law) a person who helps sb to do sth illegal (சட்டவியலில்) குற்றம் செய்யத் துணை புரிபவர்; குற்றவாளியின் உடந்தை *He was charged with being an accessory to murder.*

accident /'æksɪdənt/ *noun* [C] an unpleasant event that happens unexpectedly and causes damage, injury or death சேதம், காயம் அல்லது இறப்பு நிகழக் காரணமான எதிர்பாராத தீய நிகழ்வு; விபத்து *I hope they haven't* ***had an accident*** • *a car accident* • *a fatal accident* (= when sb is killed)

IDM **by accident** by chance; without intending to தற்செயலாக; முன்கருதாது; உள்நோக்கம் இல்லாமல் *I knocked the vase over by accident as I was cleaning.*

accidental /ˌæksɪˈdentl/ *adj.* happening by chance; not planned தற்செயலாக அல்லது எதிர்பாராது நிகழ்கிற; திட்டமிட்டுச் செய்யப்படாத *Police do not know if the explosion was accidental or caused by a bomb.* ▶ **accidentally** /-təli/ *adv. She accidentally took the wrong coat.*

accident-prone *adj.* often having accidents அடிக்கடி விபத்துகளுக்கு உட்படுகிற

acclaim /əˈkleɪm/ *verb* [T] to express a very high opinion of sth/sb ஒன்று அல்லது ஒருவர் பற்றி உயர்வாகப் பேசு; பாராட்டு; போற்று *a **highly acclaimed** new film* • *The novel has been **acclaimed as** a modern classic.* ▶ **acclaim** *noun* [U]

acclamation /ˌækləˈmeɪʃn/ *noun* [U] (*formal*) loud and enthusiastic approval or welcome உணர்ச்சியார்வம் கலந்த ஆரவார அங்கீகாரம் அல்லது வரவேற்பு

acclimatize (*also* **-ise**) /əˈklaɪmətaɪz/ *verb* [I, T] **acclimatize (yourself/sb/sth) (to sth)** to get used to a new climate, a new situation, etc. so that it is not a problem any more புதிய சூழலுக்குப் பழக்கப்படுத்திக்கொள்; வேற்றிடவயமாகு ▶ **acclimatization** (*also* **-isation**) /əˌklaɪmətaɪˈzeɪʃn/ *noun* [U] ▶ **acclimatized** (*also* **-ised**) *adj.*

accolade /ˈækəleɪd/ *noun* [C] a comment, prize, etc. that you receive that shows people's high opinion of sth that you have done ஒருவரது சிறப்பான செயலுக்கு வழங்கப்படும் மதிப்புரை, பரிசு, முதலியன; பாராட்டு

accommodate /əˈkɒmədeɪt/ *verb* [T] **1** to have enough space for sb/sth, especially for a certain number of people ஒருவருக்கு/ஒரு பொருளுக்கு (குறிப்பாக, குறிப்பிட்ட எண்ணிக்கையிலானவர்களுக்கு) இடம் போதுமானதாக இரு; இடவசதி கொண்டிரு *Each apartment can accommodate up to six people.* **2** to provide sb with a place to stay, live or work ஒருவருக்குத் தங்க, வசிக்க அல்லது பணிபுரிய இடவசதி செய் *During the conference, you will be accommodated in a nearby hotel.* **3** (*formal*) to do or provide what sb wants or needs ஒருவர் விரும்புவதை அல்லது ஒருவருக்கு வேண்டியவற்றைக் கொடு அல்லது செய்

accommodating /əˈkɒmədeɪtɪŋ/ *adj.* (used about a person) agreeing to do or provide what sb wants (ஆள் வகையில்) ஒருவர் விரும்புவதை அளிக்க அல்லது செய்துகொடுக்க உடன்படுகிற; உதவும் மனப்பான்மை கொண்ட

accommodation /əˌkɒməˈdeɪʃn/ *noun* **1** [U] (*BrE*) a place for sb to live or stay வாழ்விடம்; குடியிருப்பு; தங்குமிடம் *We lived in rented accommodation before buying this house.* • *The price of the holiday includes flights and accommodation.*

NOTE பிரிட்டானிய வழக்கில் **accommodation** எண்ண இயலாதது. 'I will help you to find an accommodation' என நாம் கூறுவதில்லை மாறாக,—'*I will help you to find somewhere to live.*' என்பதே வழக்காகும்.

2 accommodations [*pl.*] (*AmE*) somewhere to live or stay, often also providing food or other services (உணவு அல்லது பிற சேவைகளை வழங்கும்) தங்குமிடம் அல்லது குடியிருப்பு. **3** [U] (*technical*) the way in which part of your eye (**the lens**) automatically becomes flatter or thicker in order to create a clear image of the object that you want to look at காணும் பொருளின் தெளிவான உருவைத் தோற்றுவிக்க, கண்ணின் ஒளிக்கதிர் சிதறுவிக்கும் பகுதி தானாகவே தட்டையாகவோ தடிமனாகவோ ஆதல் ➪ **eye** பதிவில் படம் பார்க்க.

accompaniment /əˈkʌmpənimənt/ *noun* [C] something that goes together with another more important thing தன்னை விட முக்கியமான ஒன்றுடனிருப்பது; துணைப்பொருள்; துணைக்கருவி

accompanist /əˈkʌmpənɪst/ *noun* [C] a person who plays the piano, or another instrument, while sb else plays or sings the main part of the music இசையின் முக்கியமான பகுதியை வேறொருவர் வாசிக்கும்போது அல்லது பாடும்போது கின்னரப்பெட்டி (பியானோ) அல்லது வேறொரு கருவியை வாசிப்பவர்; பக்க வாத்தியக்காரர்

accompany /əˈkʌmpəni/ *verb* [T] (*pres. part.* **accompanying**; *3rd person sing. pres.* **accompanies**; *pt, pp* **accompanied**) **1** to go together with sb/sth உடன் செல்; சேர்ந்து போ; இணைசேர் *Massive publicity accompanied the film's release.* **2 accompany sb (on sth)** to play music for a singer or another instrument ஒரு பாடகருக்கு இசையோ ஓர் இசைக்கருவிக்கு ஒத்திசையோ வழங்கு *She accompanied him on the guitar.*

accomplice /əˈkʌmplɪs/ *noun* [C] **an accomplice (to/in sth)** a person who helps sb to do sth bad, especially a crime ஒரு தீய செயலுக்கு (குறிப்பாகக் குற்றம் புரிவதற்கு) உடந்தையாக இருப்பவர்; கையாள்

accomplish /əˈkʌmplɪʃ/ *verb* [T] to succeed in doing sth difficult that you planned to do திட்டமிட்ட ஒரு கடினமான செயலைச் செய்து முடி; நிறைவேற்று; சாதி *I managed to* *accomplish my goal of writing ten letters a day.*

accomplished /əˈkʌmplɪʃt/ *adj.* highly skilled at sth செயல் திறமை வாய்ந்த; செயலாற்றல் கைவரப்பெற்ற *an accomplished actor*

accomplishment /əˈkʌmplɪʃmənt/ *noun* **1** [U] the act of completing sth successfully செயல் நிறைவேற்றல்; சாதனை; செயல் வெற்றி *the accomplishment of a plan* **2** [C] something difficult that sb has succeeded in doing or learning நிறைவேற்றிய அரும்செயல் அல்லது கற்றறிந்த அருங்கலை; சாதனை

accord¹ /əˈkɔ:d/ *noun* [C] an agreement, especially between countries (குறிப்பாக நாடுகளுக்கு இடையேயான) ஒப்பந்தம்; உடன்படிக்கை *the Helsinki accords on human rights*

IDM **in accord** in agreement about sth ஒத்து; இயைந்து; உடன்பட்டு; ஒத்திசைவுடன்

of your own accord without being forced or asked தானாக; கேட்கவோ பலவந்தப்படுத்தப்படவோ அல்லாது *He wasn't sacked from his job—he left of his own accord.*

accord² /əˈkɔ:d/ *verb* (*formal*) **1** [T] to give sth to sb கொடு; வழங்கு; அளி **2** [I] **accord (with sth)** to match; to agree with ஒத்துப்போ; உடன்படு; ஒத்திரு; இயைந்திரு

accordance /əˈkɔ:dns/ *noun*

IDM **in accordance with sth** in a way that follows or obeys sth ஒன்றின் வழியில்; ஒன்றை அடியொற்றி; பின்பற்றி *to act in accordance with instructions*

accordingly /əˈkɔ:dɪŋli/ *adv.* **1** in a way that is suitable கூறப்பட்டதற்கு ஏற்ப; அவ்வண்ணமே; பொருந்தி அமையுமாறு *I realized that I was in danger and acted accordingly.* **2** (*formal*) therefore; for that reason அதன் விளைவாக; அக்காரணத்தால்; ஆகையால்

according to /əˈkɔ:dɪŋ tə; *before vowels* tu/ *prep.* **1** as stated by sb; as shown by sth ஒருவர் கூறியபடி; ஒன்றில் குறிப்பிட்டவாறு; காட்டியபடி *According to Mani, it's a brilliant film.* • *More people now have a high standard of living, according to the statistics.* **2** in a way that matches, follows or depends on sth ஒன்றற்கு இணங்க; ஒத்து; பொருந்துமாறு; சார்ந்து *Everything went off* ***according to plan*** (= as we had planned it). • *The salary will be fixed according to age and experience.*

accordion /əˈkɔ:diən/ *noun* [C] a musical instrument that you hold in both hands and play by pulling the two sides apart and then pushing them together, while pressing the keys and/or buttons with your fingers இரு பக்கங்களையும் அப்பால் இழுத்தும், ஒன்றுசேர்த்தும், விரல்களால் விசைக்கட்டைகளையும், குமிழ்களையும் அமுக்கியும் வாசிக்கும் இசைக்கருவி. ➪ **music** பதிவில் படம் பார்க்க.

accost /əˈkɒst/ *verb* [T] to go up and talk to a stranger in a way that is rude or frightening பழக்கமற்ற ஒருவரை அணுகி மிரட்டல் தொனியில் பேசு

account¹ /əˈkaʊnt/ *noun* [C] **1** somebody's report or description of sth that has happened அறிக்கை; தகவல் தொகுப்பு; விவரம் *She gave the police a full account of the robbery.* **2** (*abbr.* **a/c**) the arrangement by which a bank looks after your money for you ஒருவருடைய பணத்தை வங்கி தன் பொறுப்பில் வைத்திருக்கும் ஏற்பாடு; வங்கிக் கணக்கு *to open/close an account* • *I paid the cheque into my bank account.* **3** [*usually pl.*] a record of all the money that a person or business has received or paid out தனி மனிதர் அல்லது ஒரு வணிக அமைப்பின் வரவு செலவுக் கணக்கு *If you are self-employed you have to keep your own accounts.* **4** an arrangement with a shop, etc. that allows you to pay for goods or services at a later date பற்று வரவுக் கணக்கு; சலுகைக்கடன் விற்பனைக் கணக்கு *Most customers settle/pay their account in full at the end of each month.*

IDM **by all accounts** according to what everyone says அனைவரது கூற்றின் படி; பலரும் கூறுவதன் அடிப்படையில் *By all accounts, she's a very good doctor.*

by your own account according to what you say yourself உங்களுடைய கூற்றின் படியே; நீங்களே கூறுவதன் அடிப்படையில் *By his own account, Prakash was not very good at his job.*

on account of because of (ஒன்றன்) பொருட்டு; காரணமாக *Our flight was delayed on account of bad weather.*

on no account; not on any account not for any reason எக்காரணத்தை முன்னிட்டும் அல்லது எந்த ஒன்றைக் காரணமாகக் கொண்டும் இல்லை; செய்யவேண்டாம் *On no account should you walk home by yourself.*

take account of sth; take sth into account to consider sth, especially when deciding or judging sth ஒரு பொருள் மீதான முடிவு எடுக்கும்போது குறிப்பிட்ட ஒன்றைக் கவனத்தில் கொள்; கருத்தில் எடுத்துக்கொள் *We'll take account of your comments.* • *We'll take your comments into account.*

account² /əˈkaʊnt/ *verb*

PHR V **account for sth** **1** to explain or give a reason for sth (குறிப்பிட்ட ஒன்றிற்கான) காரணம் கூறு; பதில் சொல்; விளக்கம் அளி

How can we account for these changes? **2** to form the amount that is mentioned குறிப்பிடப்பட்ட அளவாக அல்லது தொகையாக ஆகு *Sales to Europe accounted for 80% of our total sales last year.*

accountable /ə'kaʊntəbl/ *adj.* expected to give an explanation of your actions, etc.; responsible தன் செயலுக்கான பதில்சொல்லும் அல்லது விளக்கம் கூறும் பொறுப்புள்ள அல்லது கடமைப்பட்ட *She is too young to* ***be held accountable*** *for what she did.* ▶ **accountability** /ə'kaʊntə'bɪləti/ *noun* [U]

accountancy/ə'kaʊntənsi/ *noun* [U] the work or profession of an accountant கணக்கீட்டுப்பணி; கணக்கர் பணி அல்லது தொழில்

accountant /ə'kaʊntənt/ *noun* [C] a person whose job is to keep or examine the financial accounts of a business, etc. ஒரு வணிக நிறுவனம் முதலியவற்றின் வரவு செலவுக் கணக்குகளைக் கவனித்துக்கொள்ளும் அல்லது ஆய்வு செய்யும் பணியாளர்; கணக்கீட்டாளர்; கணக்கர்; கணக்காய்வாளர்

accreditation /əˌkredɪ'teɪʃn/ *noun* [U] official approval given by an organization when sb/sth achieves a certain standard குறிப்பிட்ட படித்தரம் அடையப்பெற்ற ஒருவருக்கு/ஒன்றனுக்கு வழங்கப்படும் முறையார்ந்த ஒப்புதல் அல்லது சான்றுறுதி; தரமதிப்பீட்டுச் சான்று

accrue /ə'kru:/ *verb* (*formal*) **1** [I] **accrue (to sb) (from sth)** to increase over a period of time குறிப்பிட்ட கால அளவில் படிப்படியாகப் பெருகு *interest accruing to savers from their bank accounts* **2** [T] to allow a sum of money or debts to grow over a period of time பணத்தை அல்லது கடன் தொகையைக் குறிப்பிட்ட கால அளவில் படிப்படியாகப் பெருகவிடு; ஏறவிடு ✪ SYN **accumulate**

accumulate /ə'kju:mjəleɪt/ *verb* **1** [T] to collect a number or quantity of sth over a period of time (ஒரு கால அளவில் ஓரளவிலான பொருள்களைத்) திரட்டு; தொகு; ஒருங்கு சேர் *Over the years, I've accumulated hundreds of books.* **2** [I] to increase over a period of time (ஒரு கால அளவில்) பெருகு; வளர்; மிகு ▶ **accumulation** /əˌkju:mjə'leɪʃn/ *noun* [C, U] ▶ **accumulative** /ə'kju:mjələtɪv/ *adj.*

accurate /'ækjərət/ *adj.* exact and correct; without mistakes திருத்தமான; மிகவும் சரியான; துல்லியமான; கொஞ்சமும் தவறாத; பிழையற்ற *He managed to give the police an accurate description of the robbers.* ✪ OPP **inaccurate** ▶ **accuracy** /'ækjərəsi/ *noun* [U] ▶ **accurately** *adv.*

accusation /ˌækju'zeɪʃn/ *noun* [C, U] a statement saying that sb has done sth wrong ஒருவர் மீது குற்றப்பொறுப்பு ஏற்றுதல்; குற்றச்சாட்டு; பழிசுமத்தல்

accusative /ə'kju:zətɪv/ *noun* [C] (*grammar*) the form of a noun, a pronoun, or an adjective in some languages when it is, or is connected with, the **direct object** of a verb (சில மொழிகளில்) பெயர்ச்சொல், மாற்றுப்பெயர் பெயரடை ஆகியவற்றின் இரண்டாம் வேற்றுமை வடிவம்; செயப்படுபொருள் வேற்றுமை *In the sentence 'I bought them.', 'them' is in the accusative.* ➪ **dative**, **genitive**, **nominative** மற்றும் **vocative** பார்க்க. ▶ **accusative** *adj.*

accuse /ə'kju:z/ *verb* [T] **accuse sb (of sth/doing sth)** to say that sb has done sth wrong or broken the law ஒருவர் தவறு செய்துவிட்டதாக அல்லது சட்டத்தை மீறியதாகக் கூறு; குற்றம் சாட்டு; பழி சுமத்து ▶ **accuser** *noun* [C]

the accused /ə'kju:zd/ *noun* [C] (*pl.* **the accused**) (used in a court of law) the person who is said to have broken the law (நீதிமன்ற வழக்கு) குற்றம் சாட்டப்பட்டவர்; சட்டத்தை மீறியதாகக் கூறப்படுபவர் *The jury found the accused not guilty of murder.*

accusing /ə'kju:zɪŋ/ *adj.* showing that you think sb has done sth wrong குற்றம் சாட்டுகிற; ஒருவர் தவறு செய்துவிட்டதாகத் தான் எண்ணுவதை வெளிப்படுத்துகிற *He gave me an accusing look.* ▶ **accusingly** *adv.*

accustom /ə'kʌstəm/ *verb* [T] **accustom yourself/sb/sth to sth** to make yourself/sb/sth get used to sth (ஒரு சூழல் அல்லது நிலைப்பாட்டுக்குத்) தன்னை/ஒருவரை/ஒன்றைப் பழக்கப்படுத்து *It took me a while to accustom myself to working nights.*

accustomed /ə'kʌstəmd/ *adj.* **1 accustomed to sth** if you are accustomed to sth, you are used to it and it is not strange for you பழக்கப்படுத்திக் கொண்ட; பழக்கப்பட்டுவிட்ட *She's accustomed to travelling a lot in her job.* **2** (*formal*) usual; regular வழக்கமான; ஒழுங்குமுறையில் நிகழ்கிற; முறையான

ace /eɪs/ *noun* [C] **1** a playing card which has a single shape on it. An ace has either the lowest or the highest value in a game of cards ஒற்றை உருவரைவு கொண்டதும் கீழ்மட்ட அல்லது உச்ச மதிப்பு உடையதுமான சீட்டாட்ட அட்டை *the ace of spades* **2** (in tennis) a **service** that the person playing against you cannot hit back (டென்னிஸ் ஆட்டத்தில்) எதிராளியால் அடித்துத் திருப்ப முடியாத முதல் பந்தடி *to serve an ace*

acetate /'æsɪteɪt/ *noun* [U] **1** a chemical compound that is made from a type of acid (**acetic acid**) and that is used in making plastics

பிளாஸ்டிக் பொருள்கள் செய்வதில் பயன்படுவதும் ஒருவகை அமிலத்திலிருந்து தயாரிக்கப்படுவதுமான ஒரு வேதியியல் கூட்டுப்பொருள்; புளிங்காடிச் சேர்மானம் **2** a smooth type of artificial cloth மென்மையான செயற்கை இழை ஆடை வகை

acetic acid /əˌsi:tɪk ˈæsɪd/ *noun* [U] a type of acid that is in **vinegar** புளிங்காடியில் உள்ள முனைப்பான புளிப்புச் சுவை உடையதும் உணவுக்கு மணமூட்டப் பயன்படுவதுமாகிய அமிலம்

acetone /ˈæsɪtəʊn/ *noun* [U] a colourless liquid with a strong smell used for cleaning things, making paint thinner and producing various chemicals பொருள்களின் அழுக்கை நீக்கவும், சாயத்தின் அடர்த்தியைக் குறைக்கவும் பல்வேறு வேதியியற் பொருள்கள் தயாரிக்கவும் பயன்படும் தீவிர மணமுள்ள நிறமற்ற திரவம்

acetylene /əˈsetəli:n/ *noun* [U] (*symbol* C_2H_2) a gas that burns with a very hot bright flame, used for cutting or joining metal உலோகங்களைத் துண்டாக்கவும் இணைக்கவும் பயன்படும் அனற்கொழுந்துடன் எரியும் வாயு அல்லது ஆவிப்பொருள்; ஒள்வளி

ache[1] /eɪk/ *noun* [C] a pain that lasts for a long time நீடித்த வலி; நோவு *to have toothache/earache/stomach-ache*

> **NOTE** **Ache** பெரும்பளவில் கூட்டுச்சொற்களிலேயே பயின்று வருகிறது. பிரிட்டானிய வழக்கில் இச்சொல்லுக்கு முன் வழக்கமாக 'a' அல்லது 'an' பயன்படுத்தப்படுவதில்லை—*I have got toothache.* ஆனால் 'headache' என்னும் சொல்லுக்கு முன் எப்போதும் 'a' பயன்படுத்தப்படும்—*I have got a bad headache.* அமெரிக்க வழக்கில் 'ache'க்கிற்கு முன், முக்கியமாகக் குறிப்பிட்ட உடல் வலியைச் சுட்ட, 'a' அல்லது 'an' பயன்படுத்தப்படுகிறது—*I have an awful toothache.*

ache[2] /eɪk/ *verb* [I] to feel a continuous pain தொடர்ந்து நோவுறு; நோவு உணர்; நோ *His legs ached after playing football.*

achieve /əˈtʃi:v/ *verb* [T] **1** to complete sth by hard work and skill கடின உழைப்பாலும் திறமையாலும் ஒரு செயலைச் செய்துமுடி; நிறைவேற்று; சாதி *They have achieved a lot in a short time.* **2** to gain sth, usually by effort or skill முயற்சி அல்லது செயல்திறனால் ஒன்றை அடை; முயன்று பெறு *You have achieved the success you deserve.* ▶ **achievable** *adj. Profits of Rs 10 lakh look achievable.*

achievement /əˈtʃi:vmənt/ *noun* [C, U] something that you have done successfully, especially through hard work or skill உழைப்பு அல்லது ஆற்றல் வழி செய்த அருஞ்செயல்; சாதனை • *He enjoys climbing mountains because it gives him* ***a sense of achievement.***

Achilles heel /əˌkɪli:z ˈhi:l/ *noun* [C] a weak point or fault in sb/sth ஒருவருடைய/ஒன்றினுடைய குறைபாடு அல்லது பலவீனம்

Achilles tendon /əˌkɪli:z ˈtendən/ *noun* [C] the strong thin material inside your leg that connects the muscles at the back of the lower part of your leg (**calf**) to the back part of your foot (**heel**) குதிகாலைப் பின்கால் தசையுடன் இணைக்கும் தசைநார்

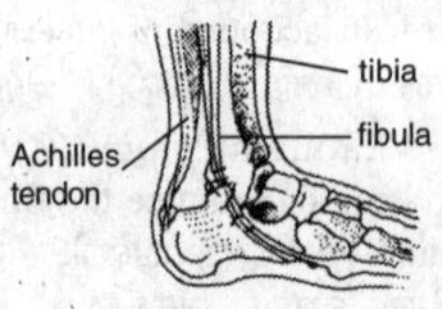

Achilles tendon

acid[1] /ˈæsɪd/ *noun* [C, U] (in chemistry) a liquid substance that can dissolve metal and may burn your skin or clothes. Acids have a pH value of less than 7 உலோகங்களைக் கரையச் செய்யக்கூடியதும், தோலை அல்லது துணிகளை அரிக்கக் கூடியதுமான திரவப்பொருள்; அமிலம். அமிலங்கள் 7-க்குக் குறைந்த pH மதிப்புள்ளவை *sulphuric acid* ➪ **alkali** மற்றும் **base** பார்க்க. மேலும் **pH** பதிவில் படம் பார்க்க.

acid[2] /ˈæsɪd/ *adj.* **1** (used about a fruit, etc.) with a sour taste புளிப்புச் சுவையுடைய; காடிப்புளிப்பான **2** (*also* **acidic** /əˈsɪdɪk/) containing an acid அமிலப் பொருளை உள்ளடக்கிய *an acid solution* ➪ **alkaline** பார்க்க; மேலும் **pH** பதிவில் படம் பார்க்க.

acidity /əˈsɪdəti/ *noun* [U] the quality of being acid அமிலத்தன்மை; காடித்தன்மை *to measure the acidity of soil*

acid rain *noun* [U] rain that has chemicals in it from factories, etc. and that causes damage to trees, buildings and rivers தொழிற்சாலைகள் முதலியவற்றிலிருந்து கழிவாக வரும் வேதியியல் பொருள்கள் கலந்துள்ள, மரங்கள், கட்டடங்கள் மற்றும் நதிகளுக்குச் சேதம் விளைவிக்கும் மழை; அமில மழை

acknowledge /əkˈnɒlɪdʒ/ *verb* [T] **1** to accept or admit that sth is true or exists ஒன்றின் உண்மைத்தன்மையை அல்லது ஒன்று உளதாயிருப்பதை ஏற்றுக்கொள்; ஒப்புக்கொள் *He* ***acknowledged (the fact) that*** *he had made a mistake.* • *He is acknowledged to be the country's greatest writer.* **2** to show that you have seen or noticed sb/sth or received sth ஒருவரை/

ஒன்றைக் கண்டதை அல்லது கவனத்தில் கொண்டதை வெளிப்படுத்து; ஒன்றைப் பெற்றுக்கொண்டதைத் தெரிவி *The manager sent a card to all the staff to acknowledge their hard work.*

acknowledgement /əkˈnɒlɪdʒmənt/ *noun* **1** [U] the act of showing that you have seen or noticed sb/sth ஒருவரை/ஒன்றைக் கண்டதை அல்லது கவனத்தில் கொண்டதை வெளிப்படுத்துதல் *The president gave a smile of acknowledgement to the photographers.* **2** [C, U] a letter, etc. that says that sth has been received or noticed ஒன்றைப் பெற்றுக்கொண்டதற்கான அல்லது கவனத்தில் கொண்டதற்கான ஒப்புதல் கடிதம்; பற்றுச்சீட்டு முதலியன *I haven't received (an) acknowledgement of my job application yet.* **3** [C, *usually pl.*] a few words of thanks that an author writes at the beginning or end of a book to the people who have helped him/her ஒரு நூல் ஆக்கத்தில் துணை புரிந்தவர்களுக்கு நூலின் தொடக்கத்திலோ இறுதியிலோ அதன் ஆசிரியர் கூறும் நன்றியுரை

acne /ˈækni/ *noun* [U] a skin disease that usually affects young people. When you have acne you get a lot of spots on your face (வழக்கமாக இளம் வயதினருக்குத் தோன்றும்) முகப்பரு

acorn /ˈeɪkɔːn/ *noun* [C] the small nut of the **oak** tree, that grows in a base shaped like a cup கிண்ணம் போன்ற அடிப்பகுதியிலிருந்து காய்க்கும் ஓக் (கருவாலி) மரக்கொட்டை

acoustic /əˈkuːstɪk/ *adj.* **1** connected with sound or the sense of hearing ஒலி தொடர்பான; செவிப்புலன் சார்ந்த **2** (of a musical instrument) not electric மின் ஆற்றலால் இயக்கப்படாத *an acoustic guitar* ⇨ **music** பதிவில் படம் பார்க்க.

acoustics /əˈkuːstɪks/ *noun* [*pl.*] the qualities of a room, etc. that make it good or bad for you to hear music, etc. in இசை முதலியன கேட்பதற்கு வகைசெய்யும் அல்லது பொருத்தமற்ற, அறை முதலியவற்றின் தன்மைகள்; ஒலி இயைபுப் பண்பு *The theatre has excellent acoustics.*

acquaint /əˈkweɪnt/ *verb* [T] **acquaint sb/yourself with sth** (*formal*) to make sb or yourself become familiar with sth ஒருவரை அல்லது தன்னை ஒன்றுக்குப் பழக்கப்படுத்து அல்லது நன்கு அறிமுகமாக்கு *I spent several hours acquainting myself with the new computer system.*

acquaintance /əˈkweɪntəns/ *noun* **1** [C] a person that you know but who is not a close friend அறிமுகமான, நெருங்கிய நண்பரல்லாத, ஒருவர்; அறிமுகமானவர்; தெரிந்தவர் **2** [U] **acquaintance with sb/sth** a slight knowledge of sb/sth ஒருவருடைய அல்லது ஒன்றின் அறிமுகம்; பரிச்சயம்; ஓரளவுப் பழக்கம்

acquainted /əˈkweɪntɪd/ *adj.* (*formal*) **1 acquainted with sth** knowing sth ஒன்றினை அறிந்த; ஒன்றுக்குப் பழக்கப்பட்ட *I went for a walk to* ***get acquainted*** *with my new neighbourhood.* **2 acquainted (with sb)** knowing sb, but usually not very closely ஒருவருடன் அறிமுகமான, ஓரளவு பழக்கமான

acquiesce /ˌækwiˈes/ *verb* [I] (*written*) **acquiesce in/to sth** to accept sth without argument, although you may not agree with it ஒன்றுடன் உடன்பாடு இல்லாதபோதும் அதனை மறுப்பின்றி ஏற்றுக்கொள்; தடைசொல்லாது ஒன்றுடன் இணங்கிப்போ ▶ **acquiescence** /ˌækwiˈesns/ *noun* [U]

acquire /əˈkwaɪə(r)/ *verb* [T] (*formal*) to obtain or buy sth அடை, பெறு அல்லது விலைக்கு வாங்கு *The company has acquired shares in a rival business.*

acquisition /ˌækwɪˈzɪʃn/ *noun* (*formal*) **1** [U] the act of obtaining or buying sth ஒன்றைப் பெறுதல், ஈட்டுதல் அல்லது விலைக்கு வாங்குதல் *a study of language acquisition in children* **2** [C] something that you have obtained or bought பெற்ற அல்லது ஈட்டிய பொருள்; விலைக்கு வாங்கியது *This sculpture is the museum's latest acquisition.*

acquit /əˈkwɪt/ *verb* [T] (**acqui<u>tt</u>ing; acqui<u>tt</u>ed**) **1 acquit sb (of sth)** to state formally that a person is not guilty of a crime ஒருவரைக் குற்றச்சாட்டிலிருந்து விடுவி; ஒருவர் குற்றவாளியல்ல என முறையாக அறிவி *The jury acquitted her of murder.* ✪ OPP **convict 2** (*formal*) **acquit yourself....** to behave in the way that is mentioned கூறப்பட்டவாறு நடந்துகொள்; நிறைவேற்று ***He acquitted himself well in his first match.*** ▶ **acquittal** /-tl/ *noun* [C, U]

acre /ˈeɪkə(r)/ *noun* [C] a measure of land; 0.405 of a hectare ஹெக்டேரில் 0.405 பரப்பளவு கொண்ட ஒரு நில அளவுக் கூறு; ஏக்கர் *a farm of 20 acres/a 20-acre farm*

acrid /ˈækrɪd/ *adj.* having a strong and bitter smell or taste that is unpleasant மனம் ஒவ்வாத உறைப்பான கசப்புச்சுவை அல்லது மணம் உடைய *acrid smoke from the factory*

acrimony /ˈækrɪməni/ *noun* [U] (*formal*) angry and bitter feelings or words வெறுப்புணர்ச்சி; காழ்ப்பு; சினம் கலந்த கடுஞ்சொற்கள் *The dispute was settled without acrimony.* ▶ **acrimonious** /ˌækrɪˈməʊniəs/ *adj.* (*formal*) *an acrimonious divorce*

acrobat /ˈækrəbæt/ *noun* [C] a person who performs difficult movements of the body, especially in a **circus** வட்டரங்கு ஆட்டம் முதலியவற்றில் உடலை இயக்கி அரும் செயல்கள் நிகழ்த்துபவர்; கழைக்கூத்தாடி

acrobatic /ˌækrəˈbætɪk/ *adj.* performing or involving difficult movements of the body உடலை இயக்கி அரும் செயல்கள் நிகழ்த்துகிற; கழைக்கூத்துச் சார்ந்த *an acrobatic dancer* • *an acrobatic leap* ▶ **acrobatically** /-kli/ *adv.*

acrobatics /ˌækrəˈbætɪks/ *noun* [U] (the art of performing) difficult movements of the body உடலை இயக்கி அரும்செயல்கள் நிகழ்த்தும் கலை; களரி விளையாட்டு; கழைக்கூத்து

acronym /ˈækrənɪm/ *noun* [C] **an acronym (for sth)** a short word that is made from the first letters of a group of words ஒரு தொடரிலுள்ள சொற்களின் முதல் எழுத்துகளைச் சேர்த்து உருவாக்கப்படும் புதுச்சொல்; தலைப்பெழுத்துச் சொல் *AIDS is an acronym for 'Aquired Immune Deficiency Syndrome'.*

across /əˈkrɒs/ *adv., prep.* **1** from one side of sth to the other ஒன்றன் குறுக்காக; ஒரு பக்கத்திலிருந்து மறுபக்கம் வரை *A smile spread across his face.* • *The bank has 800 branches across* (= in all parts of) *the country.* **2** on the other side of sth மறுபக்கத்தில்; எதிர்ப்பக்கத்தில் *There's a bank just across the road.*

> **NOTE** 'மறுபக்கத்தில்' அல்லது 'மறுபக்கத்திற்கு' என்று பொருள்பட **across, over** ஆகிய இரண்டில் ஒன்றைப் பயன்படுத்தலாம்—*I ran across/over the road.* ஆனால் உயரமான ஒன்றை ஏறிக் கடப்பதைப் பற்றிக் கூறும்போது, நாம் வழக்கமாகப் பயன்படுத்துவது **over** என்ற சொல்லாகும்—*I can't climb over the hill.* 'Room' என்ற சொல்லுடன் வழக்கமாக இணைவது **across** ஆகும்—*I walked across the room to the door.*

IDM **across the board** involving or affecting all groups, members, cases, etc. அனைவரையும்/அனைத்தையும் உள்ளடக்கிய; அனைவருக்கும்/அனைத்திற்கும் தொடர்புடைய அல்லது விளைவு ஏற்படுத்துகிற

acrylic /əˈkrɪlɪk/ *noun* [C, U] an artificial material that is used in making clothes and paint ஆடைகள் மற்றும் சாயம் தயாரிப்பதில் பயன்படுத்தப்படும் ஒரு செயற்கைப் பொருள்

act[1] /ækt/ *verb* **1** [I] **act (on sth)** to do sth; to take action செய்; நடவடிக்கை எடு *The doctor knew he had to act quickly to save the child.* **2** [I] **act as sth** to perform a particular function குறிப்பிட்ட செயலில் ஈடுபடு *The man we met on the plane to Tokyo was kind enough to act as our guide.* **3** [I] to behave in the way that is mentioned குறிப்பிடப்பட்ட முறையில் நடந்துகொள் *Stop **acting like** a child!* • *Although she was trying to act cool, I could see she was really upset.* **4** [I, T] to perform in a play or film நாடகம், திரைப்படம் போன்றவற்றில் வேடம் ஏற்று நடி *I acted in a play at school.*

act[2] /ækt/ *noun* [C] **1** a thing that you do செயல் *In a typical act of generosity they refused to accept any money.* • *to commit a violent act* **2** (*often* **Act**) one of the main divisions of a play or opera நாடகத்தின் அல்லது இசை நாடகத்தின் பெரும் காட்சிப்பிரிவு; அங்கம் *How many scenes are there in Act 4?* **3** a short piece of entertainment, especially as part of a show (குறுகிய நேர) வேடிக்கைக்காட்சி; காட்சியின் பகுதி *Did you enjoy the clowns' act?* **4** (*often* **Act**) a law made by a government ஓர் அரசால் இயற்றப்பட்ட சட்டம் *The government **passed an act** forbidding the keeping of guns.* **5** behaviour that hides your true feelings பாசாங்கு; நடிப்பு; போலி வேடம் *She seems very happy but she's just **putting on an act**.*

IDM **a hard act to follow** ⇨ **hard**[1] பார்க்க.

be/get in on the act become involved in an activity that is becoming popular செல்வாக்கு அடைந்துவரும் ஒரு செயலில் ஈடுபடு அல்லது இணைத்துக்கொள்

get your act together to organize yourself so that you can do sth properly ஒரு செயலைச் சரியாகச் செய்வதற்குத் தன்னைத் தயார் செய்துகொள் *If he doesn't get his act together he's going to lose his job.*

in the act (of doing sth) while doing sth, especially sth wrong (தவறான ஒன்றைச்) செய்யும் பொழுதே; கையும் மெய்யுமாக *He was looking through the papers on her desk and she caught him in the act.*

acting[1] /ˈæktɪŋ/ *adj.* doing the job mentioned for a short time குறிப்பிடப்பட்ட பணியைச் சிறிது காலம் வரை செய்கிற; மாற்றாள் முறையில் பணியாற்றுகிற *Jayant will be the acting director while Harsha is away.*

acting[2] /ˈæktɪŋ/ *noun* [U] the art or profession of performing in plays or films நடிப்புக்கலை; நடிப்புத்தொழில்

action /ˈækʃn/ *noun* **1** [U] doing things, often for a particular purpose நடவடிக்கை; குறிப்பிட்ட நோக்கத்துடன் வினையாற்றுதல் *If we don't **take action** quickly it'll be too late!* ✪ **OPP inaction** **2** [C] something that you do செயல்; செயல்பாடு *The doctor's quick action saved the child's life.* • *They should be judged by their actions, not by what they say.* **3** [*sing.*] the most important events in a story or play ஒரு

கதையின் அல்லது நாடகத்தின் முதன்மையான நிகழ்வுகள் *The action takes place in Chennai.* **4** [U] exciting things that happen பரபரப்பு ஊட்டும் நிகழ்வுகள் *There's not much action in this boring town.* • *I like films with lots of action.* • *an* ***action-packed*** *film* **5** [U] fighting in a war போர்க்களத்தில் செயலாற்றுதல்; போர்வினை *Their son was* ***killed in action.*** **6** [*sing.*] the effect that one substance has on another ஒரு பொருள் மற்றொன்றின் மீது ஏற்படுத்தும் தாக்க விளைவு அல்லது மாறுதல் *They're studying the* ***action of*** *alcohol on the brain.* **7** [C, U] the process of settling an argument in a court of law நீதிமன்ற வழக்கு நடவடிக்கை *He is going to* ***take legal action*** *against the hospital.*

IDM **in action** in operation; while working or doing sth செயலில் ஈடுபட்டுள்ளபோது; பணியாற்றும்போது; வினைசெயல் நிலையில் *We shall have a chance to see their new team in action next week.*

into action into operation செயற்பாட்டில்; செயலாக்கத்தில்; தொழிற்பாட்டில் *We'll put the plan into action immediately.*

out of action not able to do the usual things; not working இயல்பான செயற்பாடு இன்றி; செயல் முடங்கிய நிலையில் *The coffee machine's out of action again.*

activate /'æktɪveɪt/ *verb* [T] to make sth start working செயற்படுத்து; செயல் தூண்டு; இயக்கம் உண்டுபண்ணு *A slight movement can activate the car alarm.*

active /'æktɪv/ *adj.* **1** involved in activity; lively செயல் ஈடுபாடு உடைய; சுறுசுறுப்பான *My grandfather is very active for his age.* • *I was at the meeting but I didn't* ***take an active part*** *in the discussion.* ✪ OPP **inactive** **2** that produces an effect; that is in operation செயற்பாட்டு நிலையிலுள்ள; செயல்விளைவை ஏற்படுத்துகிற *an active volcano* (= one that can still erupt) **3** used about the form of a verb or a sentence when the subject of the sentence performs the action of the verb எழுவாய் செயல்முதலாக உள்ள தொடரின் வினை வடிவான; செய்வினை வடிவான *In the sentence 'The dog bit him', the verb is active.* NOTE 'The verb is in the active' என்றும் கூறலாம். ⇨ **passive** பார்க்க. ▶ **actively** *adv. She was actively looking for a job.*

activist /'æktɪvɪst/ *noun* [C] a person who takes action to cause political or social change, usually as a member of a group (ஒரு குழுவின் உறுப்பினராக இருந்து) அரசியல் அல்லது சமுதாய மாற்றத்திற்கான நடவடிக்கைகளில் ஈடுபடுபவர்; செயல்வீரர்

activity /æk'tɪvəti/ *noun* (*pl.* **activities**) **1** [U] a situation in which there is a lot of action or movement மிகுதியான செயல் அல்லது செயல் இயக்கம் காணப்படும் நிலை *The house was full of activity on the morning of the wedding.* ✪ OPP **inactivity** **2** [C] something that you do, usually regularly and for enjoyment (வழக்கமாகவும், இன்ப நுகர்ச்சிக்காகவும் செய்யப்படும்) செயல் *The hotel offers a range of leisure activities.*

actor /'æktə(r)/ *noun* [C] a man or woman whose job is to act in a play or film or on television நடிகர் அல்லது நடிகை NOTE இன்றைய மொழிப் பயன்பாட்டில் நடிகர், நடிகை இருவரையுமே **actor** என்னும் சொல் குறிக்கிறது.

actress /'æktrəs/ *noun* (*old-fashioned*) [C] a woman whose job is to act in a play or film or on television நாடக, திரைப்பட அல்லது தொலைக்காட்சி நடிகை

actual /'æktʃuəl/ *adj.* real; that happened உண்மையான; உண்மையாக உள்ள; உண்மையாக நிகழ்ந்த அல்லது நேரிட்ட *They seemed to hate each other professionally but* ***in actual fact*** *they were very good friends.*

actually /'æktʃuəli/ *adv.* **1** really; in fact உண்மையாக; உண்மையில்; மெய்யாக *I can't believe that I'm actually going to America!* **2** although it may seem strange விசித்திரமானதாக அல்லது வழக்கம் மீறியதாக இருந்தபோதும் *He actually expected me to cook his meal for him!*

NOTE ஒருவருடைய கவனத்தை ஈர்க்க அல்லது ஒருவருடைய பிழையை நயமுடன் திருத்த உரையாடல்களில் **actually** பெரிதும் பயன்படுத்தப்படுகிறது—*Actually, I wanted to show you something. Have you got a minute?* • *I don't agree about the book. I think it's rather good, actually.* 'தற்பொழுது' என்ற பொருளில் **actually** பயன்படுத்தப்படுவதில்லை. மாறாக, **currently, at present, at the moment** முதலியன இப்பொருளில் பயன்படுத்தப்படுகின்றன—*He's currently working on an article about China.* • *I'm studying for my exams at present.*

actuary /'æktʃuəri/ *noun* [C] (*pl.* **actuaries**) a person whose job involves calculating insurance risks and payments for insurance companies by studying how frequently accidents, fires, deaths, etc. happen விபத்துக்குள்ளாதல், தீயினால் பாதிக்கப்படுதல், இறப்புக்குள்ளாதல் முதலியன எவ்வளவு கால இடைவெளியில் நிகழ்கின்றன என்பதை ஆய்ந்து இடர்களையும் அவற்றுக்குரிய காப்பீட்டுத் தொகையையும் கணக்கிடுபவர்; காப்பீட்டுக் கணிப்பாளர்

acumen /'ækjəmən/ *noun* [U] the ability to understand and judge things quickly and clearly விரைவாகவும் தடுமாற்றம் இன்றியும் ஒன்றைப்

புரிந்துகொண்டு மதிப்பிடும் ஆற்றல்; மதிநுட்பம் *business/financial acumen*

acupuncture /ˈækjupʌŋktʃə(r)/ *noun* [U] a way of treating an illness or stopping pain by putting thin needles at specific points in the body உடலின் குறிப்பிட்ட இடங்களில் மெல்லிய ஊசிகளைப் பொருத்தி நோய் தணிக்கும் மருத்துவ முறை; துளையீட்டு மருத்துவ முறை

acupuncturist /ˈækjupʌŋktʃərɪst/ *noun* [C] a person who is trained to perform acupuncture துளையீட்டு மருத்துவ நிபுணர்

acute /əˈkju:t/ *adj.* **1** very serious; very great கடுமையான; மிகப்பெரிய அளவிலான; கவலைக்குரிய *an acute shortage of food* • *acute pain* **2** (used about an illness) becoming dangerous very quickly (நோய் வகையில்) அபாய எல்லைக்கு விரைந்து செல்லுகிற; ஆபத்தான *acute appendicitis* ⇨ **chronic** பார்க்க. **3** (used about feelings or the senses) very strong (உணர்வு/உணர்ச்சி வகையில் முனைப்பான; தீவிரமான *Dogs have an acute sense of smell.* **4** showing that you are able to understand things easily ஒன்றை எளிதாகப் புரிந்துகொள்ளும் ஆற்றலை வெளிப்படுத்துகிற *The report contains some acute observations on the situation.* ▶ **acutely** *adv.*

acute angle *noun* [C] (*mathematics*) an angle of less than 90° குறுங்கோணம்; 90°-க்கும் குறைந்த கோணம் ⇨ **obtuse angle, reflex angle** மற்றும் **right angle** பார்க்க.

AD /ˌeɪ ˈdi:/ *abbr.* from the Latin 'anno domini'; used in dates for showing the number of years after the time when Jesus Christ was born இலத்தீன் மொழியிலுள்ள 'anno domini' என்பதன் சுருக்கம்; ஏசுநாதர் பிறப்பிற்குப் பின் உள்ள கால அளவைக் குறிக்க ஆண்டு எண்களுக்கு முன் இடப்படுவது; கி.பி. *AD 44* ⇨ **BC** பார்க்க.

ad /æd/ *noun* (*informal*) = **advertisement** *I saw your ad in the local paper.*

adage /ˈædɪdʒ/ *noun* [C] a well-known phrase expressing sth that is always true about people or the world பழமொழி; முதுமொழி

adamant /ˈædəmənt/ *adj.* (*formal*) very sure; refusing to change your mind மிகை உறுதியான நிலைப்பாடுடைய; தன் நிலைப்பாட்டை மாற்றிக்கொள்ள மறுக்கிற; பிடிவாதமான ▶ **adamantly** *adv.*

Adam's apple /ˌædəmz ˈæpl/ *noun* [C] the part at the front of the throat which moves up and down when a man talks or swallows (உணவை விழுங்கும்போதும் பேசும்போதும் மேலும் கீழும் இயங்கும்) தொண்டையின் முன்னுள்ள உறுப்பு; குரல்வளை

adapt /əˈdæpt/ *verb* **1** [I, T] **adapt (yourself) (to sth)** to become familiar with a new situation and to change your behaviour, etc. accordingly புதிய சூழ்நிலைக்குத் தன்னைப் பழக்கப்படுத்திக்கொள்; புதிய சூழ்நிலைக்குத் தக்கவாறு நடந்துகொள் *He was quick to adapt (himself) to the new system.* **2** [T] **adapt sth (for sth)** to change sth so that you can use it in a different situation வேறொரு பயன்பாட்டுச் சூழலுக்குத் தக்கவாறு ஒன்றை மாற்றியமை *The bus was adapted for disabled people.*

adaptable /əˈdæptəbl/ *adj.* able to change to suit new situations புதிய சூழ்நிலைக்குத் தக்கவாறு மாறும் திறன் உள்ள/மாற்றத்தக்க ▶ **adaptability** /əˌdæptəˈbɪləti/ *noun* [U]

adaptation /ˌædæpˈteɪʃn/ *noun* **1** [C] a play or film that is based on a novel, etc. புனை கதை (புதினம்) போன்றவற்றைத் தழுவி உருவாக்கப்பட்ட நாடகம் அல்லது திரைப்படம்; தழுவல் **2** [U] the state or process of changing to suit a new situation புதிய சூழ்நிலைக்குத் தக்கவாறு மாற்றம் அடைதல் அல்லது மாற்றம் அடைந்த நிலை

adaptor (*also* **adapter**) /əˈdæptə(r)/ *noun* [C] **1** a device that allows you to connect more than one piece of electrical equipment to an electricity supply point (**socket**) ஒன்றுக்கும் மேற்பட்ட மின் சாதனங்களை ஒரு மின்தாங்கி முனையில் இணைக்க ஏதுவான பன்முனைப்பொறி; மின்பகிர்வுப் பொறி **2** a device for connecting pieces of electrical equipment that were not designed to be fitted together ஒன்றாகப் பொருத்துமாறு வடிவமைக்கப்படாத மின்சாதனக் கூறுகளை ஒன்றிணைக்கும் பொறியமைப்பு

add /æd/ *verb* **1 add (sth) (to sth)** to put sth together with sth else, so that you increase the size, number, value, etc. ஒன்றின் அளவு, எண்ணிக்கை, மதிப்புப் போன்றன மிகுமாறு அதனுடன் மற்றொன்றைச் சேர்; இணை; கூட்டு *I added a couple more items to the list.* • *The juice contains no added sugar.* **2** [I, T] to put numbers or amounts together so that you get a total (முழு மதிப்பளவு வருமாறு) எண்களை அல்லது தொகைகளைச் சேர்த்துக் கூட்டு *If you **add** 3 **and** 3 **together**, you get 6.* ✪ OPP **subtract** **3** [T] to say sth more தொடர்ந்து கூறு; மேலும் சொல் *'By the way, please don't tell anyone I phoned you,' she added.*

PHR V **add sth on (to sth)** to include sth சேர்த்துக்கொள்; உள்ளடக்கு *10% will be added on to your bill as a service charge.*

add up to seem to be a true explanation உண்மையான அல்லது சரியான விளக்கமாகக் காணப்படு *I'm sorry, but your story just doesn't add up.*

add (sth) up to find the total of several numbers பல எண்களின் மொத்த மதிப்பைக் கண்டுபிடி
add up to sth to have as a total மொத்த தொகையாக அல்லது மதிப்பளவாக ஆக்கு *How much does all the shopping add up to?*

added to *prep.* in addition to sth; as well as ஒன்றுடன் சேர்த்து; மேலும்; உடனொத்து

addendum /ə'dendəm/ *noun* [C] (*pl.* **addenda** /-də/) (*formal*) an item of extra information that is added to sth, especially to a book (நூல் முதலியவற்றின் கூடுதல் தகவல்களைக் கொண்ட) பின் இணைப்பு

adder /'ædə(r)/ *noun* [C] a small poisonous snake சிறு நச்சுப்பாம்பு வகை

addict /'ædɪkt/ *noun* [C] a person who cannot stop taking or doing sth harmful தீயதான ஒன்றிலிருந்து விடுபட முடியாதவர்; கெட்ட பழக்கத்திற்கு அடிமையானவர் *a drug addict*
▶ **addicted** /ə'dɪktɪd/ *adj.* **addicted (to sth)** *He is addicted to drugs.* ✪ SYN **hooked on**
▶ **addiction** *noun* [C, U] *the problem of teenage drug addiction*

addictive /ə'dɪktɪv/ *adj.* difficult to stop taking or doing ஒன்றை உட்கொள்வதிலிருந்து அல்லது செய்வதிலிருந்து விடுபட முடியாத/ ஒன்றிற்கு அடிமையான *a highly addictive drug • an addictive game*

addition /ə'dɪʃn/ *noun* **1** [U] adding sth, especially two or more numbers குறிப்பாக, இரண்டு அல்லது இரண்டுக்கு மேற்பட்ட எண்களைக் கூட்டுதல்; கூட்டல் ⇨ **subtraction** பார்க்க. **2** [C] **an addition (to sth)** a person or thing that is added to sth கூடுதலாகச் சேர்க்கப்பட்ட ஒரு நபர் அல்லது பொருள்; உடனிணைப்பு IDM **in addition (to sth)** as well as கூறப்பட்டதுடன்; கூறப்பட்டதோடு கூட; உடனாக *She speaks five foreign languages in addition to English.*

additional /ə'dɪʃənl/ *adj.* added; extra கூடுதலான; மிகைப்படியான; துணைச்சேர்க்கையான *a small additional charge for the use of the swimming pool* ▶ **additionally** /-ʃənəli/ *adv.*

additive /'ædətɪv/ *noun* [C] a substance that is added to sth in small amounts for a special purpose குறிப்பிட்ட பயன்பாட்டிற்காக ஒன்றுடன் குறைந்த அளவில் சேர்க்கப்படும் துணைப்பொருள் *food additives* (= to add colour or flavour)

address¹ /ə'dres/ *noun* [C] **1** the number of the building and the name of the street and place where sb lives or works (மனை எண், தெருப்பெயர் ஆகியவை அடங்கிய, ஒருவர் வாழும் அல்லது பணியாற்றும் இடத்தின்) முகவரி; விலாசம் *my home/business address • Please inform the office of any* ***change of address***. **2** a series of words and/or numbers that tells you where you can find sb/sth using a computer (எழுத்துகள் மற்றும்/அல்லது எண்கள் வரிசை முறையில் அமைந்த, கணினியின் வழியாகத் தொடர்பு கொள்ளக்கூடிய) மின்அஞ்சல் முகவரி *What's your email address?* **3** a formal speech that is given to an audience (ஒரு குழு அல்லது கூட்டத்தினரிடையே நிகழ்த்தும்) முறையார்ந்த உரை; சொற்பொழிவு

address² /ə'dres/ *verb* [T] **1 address sth (to sb/sth)** to write the name and address of the person you are sending a letter, etc. to கடிதம் முதலியவற்றைப் பெறுபவரின் முகவரியை எழுது *The parcel was returned because it had been wrongly addressed.* **2** to make an important speech to an audience உரை நிகழ்த்து; சொற்பொழிவாற்று **3** (*formal*) **address (yourself to) sth** to try to deal with a problem, etc. ஒரு பிரச்சினை போன்றவற்றின் மீது நடவடிக்கை மேற்கொள் அல்லது அவற்றைக் கையாள முயல் *The government is finally addressing the question of corruption.* **4 address sb as sth** to talk or write to sb using a particular name or title குறிப்பிட்ட அடைமொழி அல்லது சிறப்புப் பெயரிட்டு ஒருவரிடம் பேசு அல்லது ஒருவருக்கு எழுது *She prefers to be addressed as 'Ms'.* **5** (*formal*) **address sth to sb** make a comment, etc. to sb கருத்துரை, விளக்கம் போன்றவற்றை ஒருவரிடம் கூறு *Would you kindly address any complaints you have to the manager.*

adenoids /'ædənɔɪdz/ *noun* [*pl.*] soft areas at the back of the nose and throat that can swell up and cause breathing difficulties, especially in children குறிப்பாகக் குழந்தைகளுக்கு, வீக்கம் ஏற்பட்டு, மூச்சுத்திணறலை உண்டாக்கக் கூடிய, மூக்கின் அடியிலும் தொண்டையிலும் உள்ள மென்மையான தசைப் பகுதிகள்

adept /ə'dept/ *adj.* **adept (at sth)** very good or skilful at sth செயல் திறன் மிக்க; கைதேர்ந்த ✪ OPP **inept**

adequate /'ædɪkwət/ *adj.* **1** enough for what you need ஒருவர் தேவைக்குப் போதுமான *Make sure you take an adequate supply of water with you.* **2** just good enough; acceptable போதுமான அளவு நல்லதான; ஏற்புக்குரியதான; மனநிறைவு அளிக்கிற *Your work is adequate but I'm sure you could do better.* ✪ OPP **inadequate** ▶ **adequacy** /'ædɪkwəsi/ *noun* [U] ▶ **adequately** *adv. The mystery has never been adequately explained.*

adhere /əd'hɪə(r)/ *verb* [I] (*formal*) **1 adhere (to sth)** to stick firmly to sth ஒன்றை உறுதியாகப்

பற்றிக்கொள் அல்லது ஒன்றில் ஒட்டிக்கொள் *Make sure that the paper adheres firmly to the wall.* **2 adhere to sth** to continue to support an idea, etc.; to follow a rule ஒரு கருத்து போன்றவற்றுக்குத் தொடர்ந்து ஆதரவாக இரு; ஒரு சட்ட விதியை அல்லது நெறிமுறையைக் கடைப்பிடி அல்லது பின்பற்று

adherent /əd'hɪərənt/ *noun* [C] somebody who supports a particular idea குறிப்பிட்ட ஒரு கருத்தின் ஆதரவாளர் ▶ **adherence** *noun* [U]

adhesion /əd'hi:ʒn/ *noun* [U] (*technical*) the process of sticking or the ability to stick to sth பற்றிக்கொள்ளுதல்/ஒட்டிக்கொள்ளுதல் அல்லது பற்றிக்கொள்ளும் திறன்

adhesive[1] /əd'hi:sɪv/ *noun* [C] a substance that makes things stick together பசை; பிசின்

adhesive[2] /əd'hi:sɪv/ *adj.* that can stick, or can cause two things to stick together ஒட்டிக்கொள்கிற அல்லது இருபொருள்களை ஒன்றோடொன்று ஒட்டச்செய்கிற *He sealed the parcel with adhesive tape.* ✪ SYN **sticky**

ad hoc /ˌæd'hɒk/ *adj.* made or done suddenly for a particular purpose குறிப்பிட்ட ஒரு நோக்கத்திற்காகத் திடீரென உருவாக்கப்படுகிற அல்லது செய்யப்படுகிற *They set up an ad hoc committee to discuss the matter.* • *Staff training takes place occasionally* ***on an ad hoc basis****.*

ad infinitum /ˌæd ˌɪnfɪ'naɪtəm/ *adv.* for ever; again and again என்றென்றைக்கும்; மீண்டும் மீண்டும் *We can't stay ad infinitum.* • *and so on, ad infinitum*

adjacent /ə'dʒeɪsnt/ *adj.* **adjacent (to sth)** situated next to or close to sth அடுத்துள்ள அல்லது அருகில் உள்ள; பக்கமான *She works in the office adjacent to mine.*

adjectival /ˌædʒek'taɪvl/ *adj.* that contains or is used like an adjective பெயரடையைக் கொண்டுள்ள அல்லது பெயரடையைப் போன்று பயன்படுத்தப்படுகிற *The adjectival form of 'smell' is 'smelly'.*

adjective /'ædʒɪktɪv/ *noun* [C] (*grammar*) a word that tells you more about a noun பெயர்ச்சொல்லை மேலும் விவரிக்கும் சொல்; பெயரடை *The adjective 'reserved' is often applied to British people.* • *What adjective would you use to describe my sister?*

adjoining /ə'dʒɔɪnɪŋ/ *adj.* next to, nearest to or joined to sth அடுத்துள்ள; மிக அருகில் உள்ள அல்லது இணைந்துள்ள; ஒட்டியுள்ள *adjoining room/wall table*

adjourn /ə'dʒɜ:n/ *verb* [I, T] to stop a meeting, a trial, etc. for a short time and start it again later (ஒரு வழக்கு, கூட்ட நிகழ்வு போன்றவற்றை) ஒத்திவை; வேறொரு நாளுக்கு அல்லது வேறொரு நேரத்திற்குத் தள்ளிவை *The meeting adjourned for lunch.* • *The trial was adjourned until the following week.* ▶ **adjournment** *noun* [C]

adjudicate /ə'dʒu:dɪkeɪt/ *verb* [I, T] (*written*) to act as an official judge in a competition or to decide who is right when two people or groups disagree about sth ஒரு போட்டியில் நடுவராகச் செயல்படு அல்லது இருவரிடையே/இரு குழுக்களிடையே தோன்றும் முரண்பட்ட நிலைப்பாடுகளின் மீது தீர்ப்பளி

adjudicator /ə'dʒu:dɪkeɪtə(r)/ *noun* [C] a person who acts as a judge, especially in a competition (குறிப்பாக ஒரு போட்டியின்) நடுவர்

adjunct /'ædʒʌŋkt/ *noun* [C] **1** (*grammar*) an adverb or a phrase that adds meaning to the verb in a sentence or part of a sentence ஒரு வாக்கியத்தில் அல்லது ஒரு தொடரில் வினையின் பொருளை நிறைவு செய்யும் வினையடை அல்லது சொற்றொடர்; அடை *In the sentence 'He ran away in a panic', 'in a panic' is an adjunct.* **2** (*formal*) a thing that is added or joined to sth larger or more important மேலும் பெரிதான அல்லது முக்கியமான வேறொன்றுடன் சேர்க்கப்படும்/இணைக்கப்படும் பொருள்; துணைப்பொருள்

adjust /ə'dʒʌst/ *verb* **1** [T] to change sth slightly, especially because it is not in the right position (தக்கவாறு இல்லாத ஒன்றைச்) சற்று மாற்றியமை; சரிப்படுத்து; ஒழுங்காக்கு *The seat can be adjusted to different positions.* **2** [I] **adjust (to sth)** to get used to new conditions or a new situation புதிய சூழ்நிலைக்குப் பழக்கப்படுத்திக் கொள் அல்லது இயைந்துபோ *She found it hard to adjust to working at night.* ▶ **adjustment** *noun* [C, U] *We'll just* ***make*** *a few* ***minor adjustments*** *and the room will look perfect.*

adjustable /ə'dʒʌstəbl/ *adj.* that can be adjusted தக்கவாறு மாற்றி அமைத்துக்கொள்ளக்கூடிய; சரிப்படுத்துதற்கு ஏற்ற *an adjustable mirror*

adjustable spanner (*BrE*) (*AmE* **monkey wrench**) *noun* [C] a tool that can be adjusted to hold and turn things of different widths பல்வேறு அகலங்களையுடைய பொருள்களையும் பற்றிப் பிடிக்குமாறு செய்யக்கூடிய திருகு முடுக்கி ⇨ **spanner** மற்றும் **wrench** பார்க்க, மேலும் **tool** பதிவில் படம் பார்க்க.

ad lib /ˌæd'lɪb/ *adj., adv.* done or spoken without preparation முன்பயிற்சி/ஆயத்தம் இன்றிச் செய்யப்படுகிற அல்லது உரையாற்றப்படுகிற; முன்தயாரிப்பு இல்லாத *She had to speak ad lib because she hadn't prepared notes.* ▶ **ad lib**

verb [I] (**ad libbing**; **ad libbed**) *He forgot his notes so he had to ad lib.*

admin = **administration**

administer /ədˈmɪnɪstə(r)/ *verb* [T] (*formal*) **1** to control or manage sth ஒன்றை மேலாட்சி செய்; நிருவகி **2** to give sb sth, especially medicine ஒருவருக்கு ஒரு பொருளைக் கொடு; குறிப்பாக மருந்துக் கொடு

administration /ədˌmɪnɪˈstreɪʃn/ *noun* **1** (*also* **admin** /ˈædmɪn/) *noun* [U] the control or the act of managing sth, for example a system, an organization or a business (ஓர் அமைப்பு, ஒரு நிறுவனம், வணிக அமைப்பு முதலியவற்றை) நிருவகித்தல்; செயலாட்சி; மேலாண்மை *The administration of a large project like this is very complicated.* • *A lot of the teachers' time is taken up by admin.* **2** (*also* **admin** /ˈædmɪn/) [*sing.*] the group of people or part of a company that organizes or controls sth நிருவாகக்குழு; ஆட்சிக்குழு; மேலாட்சியினர் *the hospital administration* • *She works in admin, on the second floor.* **3 the Administration** [C] the government of a country, especially the US ஒரு நாட்டின் அரசு; ஆட்சி; குறிப்பாக அமெரிக்க அரசு *the Bush Administration*

administrative /ədˈmɪnɪstrətɪv/ *adj.* connected with the organization of a country, business, etc., and the way in which it is managed ஓர் அமைப்பின் அல்லது ஒரு நாட்டின் நிருவாகம்/மேலாண்மை தொடர்பான அல்லது அதற்குரிய

administrator /ədˈmɪnɪstreɪtə(r)/ *noun* [C] a person whose job is to organize or manage a system, a business, etc. (ஓர் அமைப்பு, ஒரு வணிக நிறுவனம் போன்றவற்றின்) நிருவாகி; செயலாட்சியர்; ஆட்சிப்பொறுப்பாளர்

admirable /ˈædmərəbl/ *adj.* (*formal*) that you admire; excellent பாராட்டத்தக்க; மிகச் சிறந்த ▶ **admirably** /-əbli/ *adv. She dealt with the problem admirably.*

admiral /ˈædmərəl/ *noun* [C] the most important officer in the navy கடற்படையின் முதன்மை அலுவலர்; கடற்படைத் தலைவர்

admiration /ˌædməˈreɪʃn/ *noun* [U] **admiration (for/of sb/sth)** a feeling of liking and respecting sb/sth very much ஒருவரை/ஒன்றைப் பெரிதும் விரும்புதலும் மதித்தலுமான உணர்வு; போற்றுதல்; மெச்சுதல் *I have great admiration for what he's done.*

admire /ədˈmaɪə(r)/ *verb* [T] **admire sb/sth (for sth/doing sth)** to respect or like sb/sth very much; to look at sb/sth with pleasure (ஒருவரை/ஒன்றினை) மெச்சு; பாராட்டு; போற்று; மகிழ்ந்து நோக்கு *I've always admired her for being such a wonderful mother.* • *We stopped at the top of the hill to admire the view.*

admirer /ədˈmaɪərə(r)/ *noun* [C] a person who admires sb/sth மெச்சுபவர்; போற்றுபவர் *I've always been a great admirer of her work.*

admiring /ədˈmaɪərɪŋ/ *adj.* feeling or expressing admiration பாராட்டுகிற; போற்றுகிற; மதிப்பார்ந்த விருப்பம் கொண்ட ▶ **admiringly** *adv.*

admissible /ədˈmɪsəbl/ *adj.* that can be allowed or accepted, especially in a court of law (குறிப்பாக நீதிமன்றத்தில்) அனுமதிக்கத்தக்க; ஏற்புக்கு உரிய *The judge ruled the tapes to be admissible as evidence.*

admission /ədˈmɪʃn/ *noun* **1** [C, U] **admission (to sth)** the act of allowing sb to enter a school, club, public place, etc. பள்ளி, தனிமுறைக்கழகம், பொது இடம் போன்றவற்றில் இடம் பெற/நுழைய அனுமதித்தல்; சேர்க்கை *Admissions to universities have increased by 15% this year.* ➪ **entrance** பார்க்க. **2** [U] the amount of money that you have to pay to enter a place நுழைவுக் கட்டணம்; சேர்க்கைக் கட்டணம் *The museum charges half-price admission on Mondays.* **3** [C] a statement that admits that sth is true ஒன்று உண்மை என ஒப்புக்கொள்ளும் கூற்று

admit /ədˈmɪt/ *verb* (**admitting; admitted**) [I, T] **1 admit sth/admit to sth/doing sth/ admit (that...)** to agree that sth unpleasant is true or that you have done sth wrong நல்லதல்லாத ஒன்று உண்மையாக நிகழ்ந்தது என்றோ தான் செய்த ஒன்று தவறு என்றோ ஒப்புக்கொள் *After trying four times to pass the exam, I finally **admitted defeat*** • *I have to admit (that) I was wrong.* ✪ OPP **deny** **2** [T] **admit sb/sth (into/to sth)** to allow sb/sth to enter; to take sb into a place (பள்ளி போன்றவற்றில்) இடம் அளி; சேர்த்துக்கொள்; ஒருவரை/ஒன்றினை உள்ளே வர அனுமதி *He was admitted to hospital with suspected appendicitis.*

admittance /ədˈmɪtns/ *noun* [U] (*formal*) being allowed to enter a place; the right to enter ஓரிடத்தினுள் செல்ல அனுமதிக்கப்படுதல்; நுழைவு உரிமை *The journalist tried to gain admittance to the minister's office.*

admittedly /ədˈmɪtɪdli/ *adv.* it must be admitted (that...) (...என்பது) ஒப்புக்கொள்ள வேண்டியதாக; மறுப்புக்கு இடமற்ற வகையில் *The work is very interesting. Admittedly, I do get rather tired.*

admonish /ədˈmɒnɪʃ/ *verb* [T] (*formal*) **1 admonish sb (for sth/for doing sth)** to tell sb firmly that you do not approve of sth that he/she has done ஒருவருடைய செயல் ஏற்புடையதன்று என உறுதிபடக் கூறு, ஒருவர் செய்த ஒன்றுக்காக அவரைக் கடிந்துரை *He was admonished for arriving late at work.* **2** to strongly advise sb to do sth ஒன்றைச் செய்யுமாறு ஒருவரைக் கடுமையாக அறிவுறுத்து; எச்சரிக்கை செய் *She admonished the staff to call off the strike.*

ad nauseam /ˌæd ˈnɔːziæm/ *adv.* if a person does or says sth **ad nauseam** he/she does or says it again and again until it becomes boring and annoying மீண்டும் மீண்டும், சலிப்பும் எரிச்சலும் உண்டாகும்படித் தொடர்ந்து

ado /əˈduː/ *noun* (*old-fashioned*)

IDM **without further/more ado** without delaying; immediately தாமதம் இன்றி; உடனடியாக; இக்கணமே

adobe /əˈdəʊbi/ *noun* [U] mud that is dried in the sun and used as a building material கட்டுமானப் பொருளாகப் பயன்படும், வெயிலில் காயவிட்ட பச்சைமண்; உணக்கிய செங்கல்

adolescence /ˌædəˈlesns/ *noun* [U] the period of a person's life between being a child and becoming an adult, between the age of 13 and 17 ஒருவருடைய குழந்தைப் பருவத்திற்கும் வயதுவந்த நிலைக்கும் இடைப்பட்ட வளர்ச்சிக்காலம்; 13-க்கும் 17-க்கும் இடைப்பட்ட வளரிளமைப் பருவம் ➪ **puberty** பார்க்க.

adolescent /ˌædəˈlesnt/ *noun* [C] a young person who is no longer a child and not yet an adult, between the ages of 13 and 17 குழந்தைப் பருவம் கடந்து, வயதுவந்த பருவம் அடையாத இளம் வயதினர்; 13-க்கும் 17-க்கும் இடைப்பட்ட வளரிளமைப் பருவத்தவர் *the problems of adolescents • an adolescent daughter* ➪ **teenager** பார்க்க.

adopt /əˈdɒpt/ *verb* **1** [I, T] to take a child into your family and treat him/her as your own child by law ஒரு குழந்தையைத் தத்து எடு; சட்ட அங்கீகாரத்துடன் அதைத் தன் சொந்தக் குழந்தையாகவே நடத்து *They couldn't have children so they adopted. • They're hoping to adopt a child.* **2** [T] to take and use sth ஒன்றை ஏற்றுப் பயன்கொள்; மேற்கொள் *What approach did you adopt when dealing with the problem?* ▶ **adopted** *adj. an adopted child* ▶ **adoption** *noun* [C, U] *The number of adoptions has risen in the past year* (= the number of children being adopted).

adoptive /əˈdɒptɪv/ *adj.* (used about parents) having legally taken a child to live with them as part of their family (பெற்றோரைப் பற்றிக் குறிப்பிடுகையில்) தத்தெடுத்துக் கொண்ட *the baby's adoptive parents*

adorable /əˈdɔːrəbl/ *adj.* (used about children or animals) very attractive and easy to feel love for (குழந்தைகள் அல்லது விலங்குகள் வகையில்) கவர்ச்சியான மற்றும் எளிதில் நேசம் கொள்ளத்தக்க; அழகிய ✪ SYN **lovely**

adore /əˈdɔː(r)/ *verb* [T] **1** to love and admire sb/sth very much ஒருவரை/ஒன்றைப் போற்று; மனம் கனிந்து பாராட்டு; மிகு நேசம் கொள் *Latha adores her older sister.* **2** to like sth very much ஒன்றைப் பெரிதும் விரும்பு; ஒன்றின் மீது நிலைத்த ஆர்வம் கொள் *She adores chocolates.* ▶ **adoration** /ˌædəˈreɪʃn/ *noun* [U] ▶ **adoring** *adj. his adoring fans*

adorn /əˈdɔːn/ *verb* [T] **adorn sth (with sth)** to add sth in order to make a thing or person more attractive or beautiful ஒருவருக்கு/ஒன்றுக்கு அழகு சேர்; அணிசெய்; ஒப்பனை செய் ▶ **adornment** *noun* [C, U]

adrenal /əˈdriːnl/ *adj.* connected with the production of **adrenalin** உடல் 'அட்ரினெலின்' சுரப்புநீரின் உற்பத்தி தொடர்பான

adrenalin /əˈdrenəlɪn/ *noun* [U] a substance that your body produces when you are very angry, frightened or excited and that makes your heart go faster சினம், அச்சம், பரபரப்பு போன்றவற்றின் போது இதயத்துடிப்பு மிகுந்து உடலில் சுரக்கும் திரவப்பொருள்; அட்ரினெலின்

adrift /əˈdrɪft/ *adj.* (*not before a noun*) (used about a boat) not tied to anything or controlled by anyone (படகு வகையில்) எதனோடும் பிணைக்கப்படாத அல்லது யாராலும் இயக்கி கட்டுப்பாட்டுக்குள் வைக்கப்படாத; அலைப்புண்ட

adroit /əˈdrɔɪt/ *adj.* (*written*) **adroit (at sth)** skilful and clever, especially in dealing with people (ஆட்களுடன் செயல் தொடர்பு கொள்வதில் அல்லது கையாளுவதில்) வினைத்திறனும் சாதுரியமும் கொண்ட; கைதேர்ந்த *She is adroit at avoiding awkward questions.*

adulation /ˌædjuˈleɪʃn/ *noun* [U] (*formal*) extreme admiration மிகை மதிப்பு; மட்டுமீறிய பாராட்டு அல்லது போற்றுதல் *The band learned to deal with the adulation of their fans.*

adult /ˈædʌlt; əˈdʌlt/ *noun* [C] a person or an animal that is fully grown வயது வந்தவர்; முழு வளர்ச்சி அடைந்த ஆள்/விலங்கு *This film is suitable for both adults and children.* ▶ **adult** *adj.*

adult education (*also* **continuing education**) *noun* [U] education for adults that is available outside the formal education system, for example at evening classes (முறைசார் கல்விமுறை அல்லாத) வயது வந்தோருக்கான கல்வி; முதியோர் கல்வி

adulterate /əˈdʌltəreɪt/ *verb* [T] (*often passive*) **adulterate sth (with sth)** to make food or drink less pure or of lower quality by adding sth to it (உணவுப் பொருள்களில்) கலப்படம் செய்; ஒன்றைக் கலந்து உணவு அல்லது குடிநீர்-மங்களின் தூய்மையைக் கெடு அல்லது தரம் தாழ்த்து

adulterer /ə'dʌltərə(r)/ *noun* [C] (*formal*) a person who commits adultery முறை-கேடான பாலியல் ஒழுக்கம் உடையவர்; பிறர் மனைவியை விரும்பும் ஆண்; பிறர் கணவனை விரும்பும் பெண்

adultery /ə'dʌltəri/ *noun* [U] (*formal*) sex between a married person and sb who is not his/her wife/husband திருமணமான ஒருவருக்கும் அவருடைய மனைவி/கணவன் அல்லாத மற்றொருவருக்கும் இடையேயான பாலியல் உறவு *to commit adultery* ▶ **adulterous** /ə'dʌltərəs/ *adj. an adulterous relationship*

adulthood /'ædʌlthʊd/ *noun* [U] the time in your life when you are an adult வயதுவந்த பருவம்

Advaita *noun* [U] (*IndE*) a branch of Hindu philosophy that emphasizes the unity of the individual and God ஆன்மாவும் இறைவனும் இரண்டல்ல, ஒன்றே என வலியுறுத்தும் வேதாந்தப் பிரிவு; அத்வைதம்

advance[1] /əd'vɑːns/ *verb* **1** [I] to move forward முன்னோக்கிச் செல்; முன்னேறு *The army advanced towards the city.* ✪ **OPP retreat** **2** [I, T] to make progress or help sth make progress முன்னேற்றம் அடை; ஒன்றை முன்னேற்றம் அடையச்செய் *Our research has not advanced much recently.*

advance[2] /əd'vɑːns/ *noun* **1** [C, *usually sing.*] forward movement முன்னோக்கிய இயக்கம்; முன்னேற்றம் *the army's advance towards the border* ✪ **OPP retreat** **2** [C, U] progress in sth முன்னேற்றம்; வளர்ச்சி; மேம்பாடு *advances in computer technology* **3** [C] an amount of money that is paid to sb before the time when it is usually paid முன்பணம்; அச்சாரம்

IDM **in advance (of sth)** before a particular time or event (குறிப்பிட்ட நேரத்திற்கு அல்லது நிகழ்வுக்கு) முன்னதாக; முன்கூட்டியே *You should book tickets for the film well in advance.*

advance[3] /əd'vɑːns/ *adj.* (*only before a noun*) that happens before sth ஒன்றுக்கு முன்பாக நிகழ்கிற; முன்கூட்டிய; முன்னீடான *There was no advance warning of the earthquake.*

advanced /əd'vɑːnst/ *adj.* **1** of a high level உயர்தரமான; மேல்நிலையான; உயர்படி நிலைக்கு உரிய *an advanced English class* **2** highly developed முன்னேற்றம் அடைந்த; பெரிதும் சிறப்பான வளர்ச்சி அடைந்த *a country that is not very advanced industrially*

advancement /əd'vɑːnsmənt/ *noun* (*formal*) **1** [U, C] the process of helping sth to make progress and succeed முன்னேற்றுதல்; மேம்படுத்துதல்; வளர்ச்சிக்குத் துணைபுரிதல் *the advancement of knowledge/science* **2** [U] progress in a job, social class, etc. (பணி, சமூக-நிலை முதலியவற்றில்) வளர்ச்சி; முன்னேற்றம் *There is good opportunity for advancement if you have the right skills.*

advantage /əd'vɑːntɪdʒ/ *noun* **1** [C] **an advantage (over sb)** something that may help you to do better than other people (மற்றவர்களுக்கு உள்ளதைக் காட்டிலும் அதிகமான) வாய்ப்பு நலம்; அனுகூலம் *Her experience gave her a big advantage over the other people applying for the job.* • *Some runners try to gain an unfair advantage by taking drugs.* **2** [C, U] something that helps you or that will bring you a good result நன்மை; பலன்; பயன் *the advantages and disadvantages of a plan* ✪ **OPP disadvantage**

IDM **take advantage of sb/sth** **1** to make good or full use of sth ஒன்றை நன்கு அல்லது முழு அளவில் பயன்படுத்திக்கொள் *We should take full advantage of these low prices while they last.* **2** to make unfair use of sb or of sb's kindness, etc. in order to get what you want ஒருவரை அல்லது ஒருவருடைய அன்பு முதலியவற்றை நேர்மையற்ற முறையில் சொந்த நன்மைக்குப் பயன்படுத்திக்கொள் *Don't let him take advantage of you like this.*

turn sth to your advantage to use or change a bad situation so that it helps you ஒரு மோசமான சூழ்நிலையைத் தனக்குச் சாதகமாகப் பயன்-படுத்து அல்லது மாற்றிக்கொள்

advantageous /ˌædvən'teɪdʒəs/ *adj.* that will help you or bring you a good result பயன் தருகிற; அனுகூலமான; வாய்ப்பு வளம் கொண்ட

advent /'ædvent/ *noun* [*sing.*] **1** (*formal*) the fact of sb/sth arriving ஒருவர்/ஒன்று வந்தடைதல்; வருகை **2 Advent** (in the Christian year) the four weeks before Christmas (கிறிஸ்தவ ஆண்டில்) கிறிஸ்துமஸ் பண்டிகைக்கு முன்புள்ள நான்கு வார காலம்

adventure /əd'ventʃə(r)/ *noun* [C, U] an experience or event that is very unusual, exciting or dangerous வழக்கத்திற்கு மாறான, கிளர்ச்சி ஊட்டக்கூடிய அல்லது ஆபத்தான ஓர் அனு-பவம் அல்லது ஒரு நிகழ்வு *Our journey through the jungle was quite an adventure!*

adventurer /əd'ventʃərə(r)/ *noun* [C] **1** a person who enjoys exciting new experiences, especially going to unusual places புதுமையான, கிளர்ச்சி-ஊட்டும் செயல்களில், முக்கியமாக அசாதாரண-மான இடங்களுக்குத் துணிந்து செல்வதில் மகிழ்ந்து ஈடுபடுபவர் **2** a person who is capable of taking risks and perhaps acting dishonestly in order to gain money or power பணத்தை அல்லது அதிகாரத்தை விரும்பித் துணிச்சலான (ஒருக்கால் நேர்மையற்ற) முயற்சிகளில் ஈடுபடக்கூடியவர்; துணிச்சல் வாணிபம் செய்பவர்

adventurous /əd'ventʃərəs/ *adj.* **1** liking to try new things or have adventures (ஆட்கள் வகையில்) புதியனவற்றில் ஈடுபாடுள்ள அல்லது துணிச்சலான செயல்களை மேற்கொள்கிற **2** involving adventure புதுமையான, மனக்கிளர்ச்சியூட்டும் அனுபவங்களைக் கொண்ட *For a more adventurous holiday try mountain climbing.*

adverb /'ædvɜ:b/ *noun* [C] (*grammar*) a word that adds more information about place, time, manner, cause or degree to a verb, an adjective, a phrase or another adverb ஒரு வினை, பெயரடை, சொற்றொடர் அல்லது வேறொரு வினையடைக்கு இடம், காலம், முறை, காரணம் அல்லது அளவு தொடர்பான கூடுதல் தகவலைச் சேர்க்கும் சொல்; வினையடை *In 'speak slowly', 'extremely funny', 'arrive late' and 'I know her well', 'slowly', 'extremely', 'late' and 'well' are adverbs.* ▶ **adverbial** /æd'vɜ:biəl/ *adj.*

adversary /'ædvəsəri/ *noun* [C] (*pl.* **adversaries**) (*formal*) an enemy, or an opponent in a competition பகைவர்; எதிராளி; போட்டியாளர்

adverse /'ædvɜ:s/ *adj.* (*formal*) making sth difficult for sb இடர் விளைவிக்கிற; பாதகமான; எதிரான *Our flight was cancelled because of adverse weather conditions.* ✪ OPP **favourable** ⇨ மேலும் **unfavourable** பார்க்க. ▶ **adversely** *adv.*

adversity /əd'vɜ:səti/ *noun* [C, U] (*pl.* **adversities**) (*formal*) difficulties or problems இன்னல்கள்; இடர்ப்பாடுகள்; சிக்கல்கள்

advertise /'ædvətaɪz/ *verb* **1** [I, T] to put information in a newspaper, on television, on a picture on the wall, etc. in order to persuade people to buy sth, to interest them in a new job, etc. பத்திரிகை, தொலைக்காட்சி, சுவரொட்டி போன்றவை வாயிலாக விற்பனைப் பொருள்களை விளம்பரப்படுத்து அல்லது ஒரு புதுவேலை மீது ஆர்வத்தைத் தூண்டு *a poster advertising a new car* • *The job was advertised in the local newspapers.* **2** [I] **advertise for sb/sth** to say publicly in a newspaper, on a sign, etc. that you need sb to do a particular job, want to buy sth, etc. பத்திரிகை, அறிவிப்புப் பலகை போன்றவை வாயிலாக பணியாளர் தேவை, பொருள்கள் வாங்க வேண்டியிருப்பது ஆகியவற்றைப் பொது அறிவிப்புச் செய் *The shop is advertising for a sales assistant.* ▶ **advertising** *noun* [U] *The magazine gets a lot of money from advertising.* • *an advertising campaign*

advertisement /əd'vɜ:tɪsmənt/ (*informal* **ad**) *noun* [C] a piece of information in a newspaper, on television, a picture on a wall, etc. that tries to persuade people to buy sth, to interest them in a new job, etc. பத்திரிகை, தொலைக்காட்சி, சுவரொட்டி போன்றவற்றில் செய்யும் வணிக விளம்பரம், மக்களுடைய விருப்பார்வத்தைத் தூண்டும் வேலை வாய்ப்பு அறிவிப்பு முதலியன *an advertisement for a new brand of washing powder*

advertiser /'ædvətaɪzə(r)/ *noun* [C] a person or company that pays to put an advertisement in a newspaper, etc. பத்திரிகை முதலியவற்றில் கட்டணம் செலுத்தி விளம்பரம் அல்லது பொது அறிவிப்புச் செய்யும் ஒருவர் அல்லது ஒரு நிறுவனம்; விளம்பரதாரர்

advice /əd'vaɪs/ *noun* [U] an opinion that you give sb about what he/she should do ஒருவர் செய்ய வேண்டியது பற்றி அவருக்கு வழங்கப்படும் கருத்து; அறிவுரை *She* ***took*** *her doctor's* ***advice*** *and gave up smoking.*

> **NOTE Advice** பன்மை வடிவம் ஏற்காத சொல்லாகும். எனவே, நாம் 'an advice' என்றோ 'some advice' என்றோ கூறுவதில்லை. '*a piece of advice*', '*a lot of advice*' என்பதே சரியானதாகும்.

advisable /əd'vaɪzəbl/ *adj.* (*formal*) that is a good thing to do; sensible செய்யத்தக்க; உசிதமான; அறிவார்ந்த *It is advisable to reserve a seat.* ✪ OPP **inadvisable**

advise /əd'vaɪz/ *verb* **1** [I, T] **advise sb (to do sth); advise (sb) (against sth/against doing sth); advise (sb) on sth** to tell sb what you think he/she should do ஒருவர் செய்யத்தக்கது என்னவென்று கூறு; அறிவுரை வழங்கு *He did what the doctor advised.* • *She advises the Government on economic affairs.* **2** [T] (*formal*) **advise sb (of sth)** to officially tell sb sth; to inform sb முறைப்பட ஒருவருக்கு ஒன்றை அறிவி; தெரிவி

adviser /əd'vaɪzə(r)/ (*AmE* **advisor**) *noun* [C] a person who gives advice to a company, government, etc. வணிக நிறுவனம், அரசு முதலியவற்றுக்கு அறிவுரை வழங்குபவர்; ஆலோசகர் *an adviser on economic affairs*

advisory /əd'vaɪzəri/ *adj.* giving advice only; not having the power to make decisions ஆலோசனை மட்டுமே வழங்குகிற; முடிவெடுக்கும் அதிகாரம் இல்லாத

advocacy /'ædvəkəsi/ *noun* [U] **1 advocacy (of sth)** (*formal*) the giving of public support to an idea, a course of action or a belief ஒரு கருத்து, செயல்பாடு, நம்பிக்கை போன்றவற்றை வெளிப்படையாகப் பரிந்து பேசுதல் அல்லது ஆதரித்தல் **2** (*technical*) the work of lawyers who speak about cases in courts of law நீதிமன்றத்தில் வழக்கின் மீது வாதாடுவதாகிய வழக்கறிஞர் பணி

advocate[1] /ˈædvəkeɪt/ *verb* [T] (*formal*) to recommend or say that you support a particular plan or action குறிப்பிட்ட திட்டத்தை அல்லது செயலைப் பரிந்துரை அல்லது அதற்கு ஆதரவாகப் பேசு

advocate[2] /ˈædvəkət/ *noun* [C] **1 an advocate (of/for sth/sb)** a person who supports or speaks in favour of sb or of a public plan or action ஒருவரை அல்லது ஒரு பொதுத் திட்டத்தை/நடவடிக்கையை ஆதரித்துப் பேசுபவர் **2** a lawyer who defends sb in a court of law வழக்கறிஞர்; நீதிமன்றத்தில் வழக்காடுபவர்

adze (*AmE* **adz**) /ædz/ *noun* [C] a heavy tool with a curved edge at 90° to the handle, used for cutting or shaping large pieces of wood பெரும் மரத்துண்டுகளை வெட்ட அல்லது சீவப் பயன்படுத்தும், கைப்பிடியிலிருந்து 90° வளைந்த கனமான வெட்டுப்பகுதியைக் கொண்ட கருவி; வாய்ச்சி ➪ **tools** பதிவில் படம் பார்க்க.

aeolian (*AmE* **eolian**) /iˈəʊliən/ *adj.* (*technical*) connected with or caused by the action of the wind காற்றுக்குரிய; காற்றால் இயக்கப்படுகிற

aeon (*BrE*) (*also* **eon**) /iːən/ *noun* [C] (*formal*) an extremely long period of time; thousands of years ஆயிரக்கணக்கான ஆண்டுகளைக் கொண்ட காலப்பிரிவு; யுகம்; ஊழி

aerate /ˈeəreɪt/ *verb* [T] **1** to make it possible for air to become mixed with soil, water, etc. (மண், நீர் போன்றவை) காற்றூட்டப்படு **2** to add a gas to a liquid under pressure அழுத்த நிலையில் ஒரு திரவத்தில் ஒரு வாயுவைச் செலுத்து *Soda is water that has been aerated.* ▶ **aerated** *adj. aerated water*

aerial[1] /ˈeəriəl/ (*AmE* **antenna**) *noun* [C] a long metal stick on a building, car, etc. that receives radio or television signals கட்டடங்களில்/ஊர்திகளில் பொருத்தப்பட்டு வானொலி அல்லது தொலைக்காட்சிச் சமிக்ஞைகளைப் பெற்றுத்தரும் நீண்ட உலோகக்கம்பி; வானொலி/தொலைக்காட்சி அலைவாங்கி

aerial[2] /ˈeəriəl/ *adj.* from or in the air காற்று வெளியில்/வானில் உள்ள; காற்று வெளியில்/வானில் இருந்து பெறப்படுகிற *an aerial view of the town*

aerobic /eəˈrəʊbɪk/ *adj.* **1** connected with or needing **oxygen** ஆக்சிஜன் தொடர்பான அல்லது ஆக்சிஜன் வேண்டுகிற ➪ **respiration** பதிவில் படம் பார்க்க. **2** (used about physical exercise) that we do to improve the way our bodies use oxygen (உடற்பயிற்சி வகையில்) உடலின் ஆக்சிஜன் பயன்பாட்டுத் திறனை மேம்படுத்துகிற ➪ **anaerobic** பார்க்க.

aerobics /eəˈrəʊbɪks/ *noun* [U] physical exercises that people do to music இசைக்கு இயையச் செய்யப்படும் உடற்பயிற்சிகள்

aerodrome /ˈeərədrəʊm/ (*AmE* **airdrome**) *noun* [C] a small airport, used mainly by private planes பெரும்பாலும் தனியார் விமானங்களுக்குரிய சிறு விமான நிலையம்

aerodynamics /ˌeərəʊdaɪˈnæmɪks/ *noun* [U] the scientific study of the way things move through the air பொருள்களின் காற்றினூடான இயக்கம் பற்றிய அறிவியல் ▶ **aerodynamic** *adj. the aerodynamic design of a racing car* ▶ **aerodynamically** /-kli/ *adv.*

aeronautics /ˌeərəˈnɔːtɪks/ *noun* [U] the science or practice of building and flying aircraft விமானத்தின் கட்டுமானம் மற்றும் இயக்கம் பற்றிய அறிவியல் அல்லது செயல்முறை ▶ **aeronautical** /-ˈnɔːtɪkl/ *adj. an aeronautical engineer*

aeroplane /ˈeərəpleɪn/ (*also* **plane**; *AmE* **airplane**) *noun* [C] a vehicle that can fly through the air, with wings and one or more engines விமானம்; வானூர்தி ➪ **plane** பதிவில் படம் பார்க்க.

aerosol /ˈeərəsɒl/ *noun* [C] a container in which a liquid substance is kept under pressure. When you press a button the liquid comes out in a fine spray (விற்குமிழை அழுத்தும்போது சிதறு நுண்துளிகளாக வெளிப்படுமாறு) அழுத்த நிலையில் ஒரு திரவப்பொருள் வைக்கப்பட்டுள்ள கொள்கலன்

aerospace /ˈeərəʊspeɪs/ *noun* [U] (*often used as an adjective*) the industry of building aircraft, and vehicles and equipment to be sent into space விமானங்களும் மற்றும் பிற விண்கலன்களும், விண்ணில் செலுத்தும் சாதனங்களும் கட்டமைக்கும் தொழில்

aesthete (*AmE* **esthete**) /ˈiːsθiːt/ *noun* [C] (*formal*) a person who has a love and understanding of art and beautiful things கலை மற்றும் அழகுப் பொருள்களில் பற்றார்வமும் புரிதிறனும் கொண்டவர்; அழகியல் உணர்வுடையவர்

aesthetic /iːsˈθetɪk/ (*AmE* **esthetic**) /esˈθetɪk/ *adj.* concerned with beauty or art அழகுணர்ச்சி அல்லது கலைநயம் தொடர்பான; அழகியல் சார்ந்த *The columns are there for purely aesthetic reasons* (= only to look beautiful). ▶ **aesthetically** (*AmE* **esthetically**) /-kli/ *adv. The design is **aesthetically pleasing** as well as practical.*

aesthetics /iːsˈθetɪks/ (*AmE* **esthetics**) *noun* [U] the study of beauty, especially in art குறிப்பாகக் கலைகளில் காணப்படும், அழகு வெளிப்பாடு பற்றிய ஆய்வு; அழகியல்

aetiology (*AmE* **etiology**) /ˌiːtiˈɒlədʒi/ *noun* [U] the scientific study of the causes of disease நோய்க் காரண அறிவியல்

afar /əˈfɑː(r)/ *adv.* (*written*)
IDM **from afar** from a long distance away தொலை தூரத்திலிருந்து; நெடுந்தொலைவிலிருந்து

affable /ˈæfəbl/ *adj.* pleasant, friendly and easy to talk to இனிமையான; நட்புணர்வுடைய; பழகுதற்கு எளிய ▶ **affability** /ˌæfəˈbɪləti/ *noun* [U] ▶ **affably** /ˈæfəbli/ *adv.*

affair /əˈfeə(r)/ *noun* **1** [C] an event or a situation நிகழ்ச்சி; சூழல்; நிலை *The whole affair has been extremely unpleasant.* **2 affairs** [*pl.*] important personal, business, national, etc. matters முக்கியமான (தனிப்பட்ட, வாணிக, நாட்டு) நடப்பு; விவகாரம்; அலுவல் *the minister for foreign affairs* • *current affairs* (= the political and social events that are happening at the present time) **3** [*sing.*] something private that you do not want other people to know about பிறருடன் பகிர்ந்துகொள்ள விரும்பாத தனிமுறை அலுவல்; அந்தரங்கம் *What happened between us is my affair. I don't want to discuss it.*
IDM **state of affairs** ⇨ **state** பார்க்க.

affect /əˈfekt/ *verb* [T] **1** make sb/sth change in a particular way; to influence sb/sth ஒருவரிடம்/ஒன்றில் குறிப்பிட்ட மாற்றம் ஏற்படச்செய்; பாதிப்பு உண்டாக்கு *Her personal problems seem to be affecting her work.* • *This disease affects the brain.* ⇨ **influence** பதிவிலுள்ள குறிப்பைப் பார்க்க. **2** to make sb feel very sad, angry, etc. ஒருவரை வருத்தம், சினம் முதலிய உணர்வுகளுக்கு ஆட்படுத்து *The whole community was affected by the terrible tragedy.*

NOTE **Affect** வினையாகவும் **effect** பெயர்ச்சொல்லாகவும் வழங்குவது அறியவும்—*Smoking can affect your health.* • *Smoking can have a bad effect on your health.*

affected /əˈfektɪd/ *adj.* (used about a person or his/her behaviour) not natural or sincere (ஒருவரைப் பற்றி அல்லது அவருடைய நடத்தையைப் பற்றிக் கூறுகையில்) இயல்பாக அல்லது உண்மையாக இல்லாத; பாவனையான; பகட்டான ✪ OPP **unaffected** ▶ **affectation** /æfekˈteɪʃn/ *noun* [C, U]

affection /əˈfekʃn/ *noun* [C, U] **(an) affection (for/towards sb/sth)** a feeling of loving or liking sb/sth ஒருவர் அல்லது ஒன்றன் மீதான அன்புணர்வு; பாசம்; நேசம்; விருப்பம்

affectionate /əˈfekʃənət/ *adj.* showing that you love or like sb very much மிக்க அன்புடைய; பாசமுள்ள ▶ **affectionately** *adv.*

affidavit /ˌæfəˈdeɪvɪt/ *noun* [C] (*technical*) a written statement that what you say officially is true, and that can be used as evidence in a court of law (நீதிமன்றத்தில் சான்றாதாரமாகப் பயன்படுத்தக்கூடிய) தான் சொல்வது உண்மை என்ற எழுத்து வடிவ வாக்குமூலம் *to make/swear/sign an affidavit*

affiliate /əˈfɪlieɪt/ *verb* [T] (*usually passive*) **affiliate sth (to sth)** to connect an organization to a larger organization ஒரு நிறுவனத்தை அதனினும் பெரியதான ஒன்றுடன் இணை *Our local club is affiliated to the national association.* ▶ **affiliated** *adj.* ▶ **affiliation** /əˌfɪliˈeɪʃn/ *noun* [C, U]

affinity /əˈfɪnəti/ *noun* [C, U] (*pl.* **affinities**) **1 (an) affinity (for/with sb/sth)** a strong feeling that you like and understand sb/sth, usually because you feel similar to him/her/it in some way (ஒருவர் அல்லது ஒன்றின் மீதான) ஒட்டுறவு; ஒத்துணர்வு *He had always had an affinity for wild and lonely places.* **2 (an) affinity (with sb/sth); (an) affinity (between A and B)** a similar quality in two or more people or things இரண்டு அல்லது இரண்டுக்கு மேற்பட்ட ஆட்களுக்கு/பொருள்களுக்கு இடையே உள்ள பொதுச்சாயல்

affirm /əˈfɜːm/ *verb* [T] (*formal*) to say formally or clearly that sth is true or that you support sth strongly ஒன்று உண்மையானது என்பதை அல்லது ஒன்றற்கான உறுதியான ஆதரவை முறைப்படி அல்லது தெளிவுபடக் கூறு ▶ **affirmation** /ˌæfəˈmeɪʃn/ *noun* [C, U]

affirmative /əˈfɜːmətɪv/ *adj.* (*formal*) meaning 'yes' 'ஆம்' என்னும் உடன்பாட்டுப் பொருள் தருகிற *an affirmative answer* NOTE ***an answer in the affirmative*** என்றும் கூறலாம் ✪ OPP **negative**

affix¹ /əˈfɪks/ *verb* [T] (*often passive*) (*formal*) **affix sth (to sth)** to stick or join sth to sth else ஒன்றை மற்றொன்றுடன் ஒட்டவை, பொருத்து அல்லது இணை *The label should be firmly affixed to the package.*

affix² /ˈæfɪks/ *noun* [C] (*grammar*) a letter or group of letters that are added to the beginning or end of a word and that change its meaning (ஒரு சொல்லின் முதலிலோ முடிவிலோ சேர்க்கப்பட்டுப் பொருள் மாற்றத்தைத் தரக்கூடிய) ஓரெழுத்தாலோ பல எழுத்துகளாலோ ஆன ஒட்டு; ஒட்டிடைச் சொல் *The 'un-' in 'unhappy' and the '-less' in 'painless' are affixes.* ⇨ **prefix** மற்றும் **suffix** பார்க்க.

afflict /əˈflɪkt/ *verb* [T] (*usually passive*) (*formal*) **afflict sb/sth (with sth)** to cause sb/sth to suffer pain, sadness, etc. ஒருவரை/ஒன்றை வருத்து; துன்புறுத்து; தொல்லைப்படுத்து ▶ **affliction** *noun* [C, U]

affluent /ˈæfluənt/ *adj.* having a lot of money பணம் படைத்த; செல்வமிக்க ▶ **affluence** *noun* [U] *Increased exports have brought new affluence.*

afford /əˈfɔːd/ *verb* [T] (*usually after can, could, or be able to*) **afford sth/to do sth 1** to have enough money or time to be able to do sth ஒன்றைச் செய்வதற்கு வேண்டிய போதுமான பணம் அல்லது நேரம் வைத்திரு *We couldn't afford a television in those days.* • *I've spent more money than I can afford.* **2** to not be able to do sth or let sth happen because it would have a bad result for you ஒன்று தனக்குத் தீங்காக அமையக் கூடுமாதலால் அதனைச் செய்ய முடியாத அல்லது அதனை நடக்கவிடாத நிலையில் இரு *The other team was very good so we couldn't afford to make any mistakes.* ▶ **affordable** *adj. affordable prices.*

afforestation /əˌfɒrɪˈsteɪʃn/ *noun* [U] planting trees on an area of land in order to form a forest காடு வளர்ப்பு ✪ OPP **deforestation**

affront /əˈfrʌnt/ *noun* [C] **an affront (to sb/sth)** something that you say or do that is insulting to sb/sth அவமதிப்பு; இகழ்ச்சி

afield /əˈfiːld/ *adv.*

IDM **far afield** ➪ **far** பார்க்க.

afloat /əˈfləʊt/ *adj.* (*not before a noun*) **1** on the surface of the water; not sinking மிதந்து கொண்டு உள்ள; மூழ்கிவிடாத *A life jacket helps you* ***stay afloat*** *if you fall in the water.* **2** (used about a business, an economy, etc.) having enough money to survive (வாணிபம், பொருளாதாரம் முதலியன பற்றிப் பேசும்போது) நிலைத்திருப்பதற்குப் போதுமான பணமுடைய

afoot /əˈfʊt/ *adj.* (*not before a noun*) being planned or prepared திட்டமிடப்படுகிற; ஆயத்தமான

aforementioned /əˌfɔːˈmenʃənd/ (*also* **aforesaid** /əˈfɔːsed/) *adj.* (*only before a noun*) (*formal*) or (*law*) mentioned before, in an earlier sentence (மேலுள்ள வாக்கியத்தில்) முன் குறிப்பிடப்பட்ட; மேற்கண்ட *The aforementioned person was seen acting suspiciously.*

aforethought /əˈfɔːθɔːt/ *adj.*

IDM **with malice aforethought** ➪ **malice** பார்க்க.

afraid /əˈfreɪd/ *adj.* (*not before a noun*) **1 afraid (of sb/sth); afraid (of doing sth/to do sth)** having or showing fear; frightened அச்சமுற்ற அல்லது அஞ்சுகிற; பயம் கொண்ட *Are you afraid of dogs?* • *Brinda is afraid of going out after dark.* **2 afraid (that....); afraid (of doing sth)** worried about sth ஒன்று பற்றிக் கவலையுற்ற; சஞ்சலப்படுகிற *We were afraid that you would be angry.* • *to be afraid of offending sb* **3 afraid for sb/sth** worried that sb/sth will be harmed, lost, etc. (ஒருவருக்கு/ஒன்றுக்கு வர இருக்கும் தீங்கு, இழப்பு முதலியவற்றை எண்ணிக்) கலங்குகிற; சஞ்சலப்படுகிற *When I saw the gun I was afraid for my life.*

NOTE **Afraid, frightened** இரண்டையும் ஒப்பிடுக; **afraid** பெயர்ச்சொற்களுக்குப் பின்பு மட்டுமே வரும்; ஆனால் **frightened** பெயர்ச்சொற்களுக்கு முன்பு அல்லது பின்பு வரும்—*a frightened animal* • *The animal was afraid/frightened.*

IDM **I'm afraid (that...)** used for saying politely that you are sorry about sth ஒன்றிற்காகத் தான் வருந்துவதாகப் பண்பட்ட முறையில் கூறப்பயன்படுத்துவது *I'm afraid I can't come on Sunday.* • *'Is this seat free?' 'I'm afraid not/it isn't.'*

afresh /əˈfreʃ/ *adv.* (*formal*) again, in a new way மறுபடியும்; புதிதாக; புதிய முறையில் *to start afresh*

aft /ɑːft/ *adv; adj.* (*technical*) at, near or towards the back of a ship or an aircraft கப்பல் அல்லது விமானத்தின் பின்பகுதியில், பின்பகுதிக்கு அருகில் அல்லது பின்புறமாக ➪ **fore** பார்க்க.

after /ˈɑːftə(r)/ *prep.; conj.; adv.* **1** later than sth; at a later time ஒன்றுக்குப் பிந்திய; பின்னர்; பின்பு; பிறகு *the week after next* • *I went out yesterday morning, and* ***after that*** *I was at home all day.*

NOTE பெரும்பாலும் **afterwards** வாக்கியத்தின் இறுதியில் வரும்—*We played tennis and went to Anjali's house afterwards.*

2 ... after ... repeated many times or continuing for a long time பலமுறை நிகழ்கிற/செய்யப்படுகிற அல்லது நெடுநேரம்/நெடுங்காலம் தொடர்கிற ***day after day*** *of hot weather* • *I've told them* ***time after time*** *not to do that.* **3** following or behind sb/sth (ஒருவரை/ஒன்றைப்) பின்தொடர்ந்து; அடுத்து; பின்னால் *Shut the door after you.* • *C comes after B in the alphabet.* **4** looking for or trying to catch or get sb/sth (ஒருவரை/ஒன்றைத்) தேடிக்கொண்டு அல்லது பிடிக்க/கண்டுபிடிக்க முயற்சி செய்துகொண்டு *The police were after him.* • *Nikhil is after a job in advertising.* **5** because of sth ஒன்றின் காரணமாக அல்லது விளைவாக *After the way he behaved I won't invite him here again.* **6** used when sb/sth is given the name of another person or thing ஒருவருக்கு/ஒன்றுக்கு வேறொருவருடைய/வேறொன்றினுடைய பெயரைச் சூட்டும்போது பயன்படுத்தப்படுவது *We called our son Basudev after his grandfather.*

IDM **after all 1** used when sth is different in reality to what sb expected or thought நினைத்ததற்கு அல்லது எதிர்பார்த்ததற்கு மாறாக ஒன்று

அமையும்பொழுது பயன்படுத்தப்படுவது *So you decided to come after all* (= I thought you weren't going to come)*!* **2** used for reminding sb of a certain fact குறிப்பிட்ட உண்மையை ஒருவருக்கு நினைவூட்டப் பயன்படுத்தப்படுவது: ...தானே; ...தான் அல்லவா *She can't understand. After all, she's only two.*

after-effect *noun* [C] an unpleasant result of sth that comes some time later ஒன்றன் இன்னாத விளைவாகச் சிறிது காலம் கழித்து வருவது; நல்லதல்லாத பின்விளைவு ➪ **effect** மற்றும் **side effect** பார்க்க.

afterlife /ˈɑːftəlaɪf/ *noun* [*sing.*] a life that some people believe exists after death (சிலரால் நம்பப்படும்) மரணத்திற்குப்பின் உள்ள வாழ்வு

aftermath /ˈɑːftəmæθ/ *noun* [*sing.*] a situation that is the result of an important or unpleasant event ஒரு முக்கியமான அல்லது ஓர் இனியதல்லாத நிகழ்ச்சியின் விளைவாகத் தோன்றும் சூழ்நிலை

afternoon /ˌɑːftəˈnuːn/ *noun* [C,U] the part of a day between midday and about six o'clock நண்பகலுக்கும் மாலை ஆறு மணியளவிற்கும் இடைப்பட்ட நேரம்; பிற்பகல் *I usually go for a walk* ***in the afternoon***. • *She arrived at four o'clock* ***in the afternoon***. • *Are you busy* ***on Friday afternoon?***

NOTE ஒரு குறிப்பிட்ட நாளின் பிற்பகலைக் குறிக்கும்போது—**on Monday, Tuesday, Wednesday etc. afternoon** என்றும் பொதுவாகப் பிற்பகல் நேரத்தில் ஒரு செயலில் ஈடுபட்டிருப்பதைக் குறிக்கும்போது **in the afternoon** என்றும் கூறுகிறோம்.

good afternoon exclamation used when you see sb for the first time in the afternoon பிற்பகலில் ஒருவரை முதன்முறையாகப் பார்க்கும்போது கூறப் பயன்படும் வணக்கவுரை **NOTE** பலமுறை 'Afternoon' என்று மட்டுமே கூறுகிறோம்—*'Good afternoon, Mrs Mitra.' 'Afternoon, Raju.'* ➪ **morning** பதிவிலுள்ள குறிப்பைப் பார்க்க.

aftershave /ˈɑːftəʃeɪv/ *noun* [C,U] a liquid with a pleasant smell that men put on their faces after shaving முகமழிப்புக்குப் பின் ஆண்கள் முகத்தில் பூசிக்கொள்ளும் இனிய மணமுள்ள ஒரு திரவம்

aftershock /ˈɑːftəʃɒk/ *noun* [C] a smaller **earthquake** that happens after a bigger one பெரும் நிலநடுக்கத்தை அடுத்து ஏற்படும் சிறிய அளவிலான நில அதிர்ச்சி

aftertaste /ˈɑːftəteɪst/ *noun* [*sing.*] a taste (usually an unpleasant one) that stays in your mouth after you have eaten or drunk sth ஒரு பொருளை உண்ட/அருந்திய பின்னும் வாயினுள் நிலைத்திருக்கும் (வழக்கமாக இனியதல்லாத) சுவையுணர்வு; பின்சுவை

afterthought /ˈɑːftəθɔːt/ *noun* [C, *usually sing.*] something that you think of or add to sth else at a later time ஒரு செயலுக்குப்பின் அல்லது ஒன்றை எண்ணித் துணிந்தபின் சேர்க்கப்படுவது/எண்ணப்படுவது; பின்யோசனை

afterwards /ˈɑːftəwədz/ (*AmE* **afterward**) at a later time பிற்பாடு; பின்னர் *Afterwards, I realized I'd made a terrible mistake.*

again /əˈgen; əˈgeɪn/ *adv.* **1** once more; another time மீண்டும்; மறுபடியும்; திரும்பவும் *Could you say that again, please?* • *Don't ever do that again!* **2** in the place or condition that sb/sth was in before (ஒருவர்/ஒன்று) முன்பு இருந்த இடத்திற்கே அல்லது நிலைக்கே *It's great to be home again.* • *I hope you'll soon be well again.* **3** in addition to sth ஒன்றுடன் சேர்த்து; கூடுதலாக; மேலும் *'Is that enough?' 'No, I'd like half as much again, please.'* (= one-and-a-half times the original amount)

IDM again and again many times பலமுறை; மீண்டும் மீண்டும் *He said he was sorry again and again, but she wouldn't listen.*

then/there again used to say that sth you have just said may not happen or be true தான் சற்றுமுன் கூறியது நடைபெறாமல் போகலாம் அல்லது உண்மையாக இல்லாது போகலாம் என்ற நிலையில் பயன்படுத்தப்படுவது *She might pass her test, but then again she might not.*

yet again ➪ **yet** பார்க்க.

against /əˈgenst; əˈgeɪnst/ *prep.* **1** being an opponent to sb/sth in a game, competition, etc., or an enemy of sb/sth in a war or fight விளையாட்டு, போட்டி போன்றவற்றில் எதிரணியாக; சண்டை அல்லது போரில் பகைமையுடன்/பகைவராக *We played football against a school from another district.* **2** not agreeing with or supporting sb/sth இணக்கம், உடன்பாடு அல்லது ஆதரவு தருதல் இன்றி; முரண்பட்டு; எதிராக *Are you for or against the plan?* • *She felt that everybody was against her.* **3** what a law, rule, etc. says you must not do சட்டம், விதி போன்றவற்றிற்கு எதிராக அல்லது கீழ்ப்படியாமல்: *It's* ***against the law*** *to buy cigarettes before you are sixteen.* **4** to protect yourself from sb/sth ஒருவர் அல்லது ஒன்றிடமிருந்து பாதுகாப்பாக; இடர்காப்பாக *Take these pills as a precaution against malaria.* **5** in the opposite direction to sth ஒன்றன் எதிர்த்திசையில் *We had to cycle against the wind.* **6** touching sb/sth for support ஒன்றை/ஒருவரை ஆதரவாக அல்லது ஆதாரமாகச் சார்ந்து/தொட்டு *I put the ladder against the wall.*

agate /ˈægət/ *noun* [U, C] a hard stone with bands or areas of colour, used in jewellery (நகைகளில்

பயன்படுத்தும்) வண்ணப் பட்டைகளை அல்லது பகுதிகளை உடைய ஓர் உறுதியான மணிக்கல்

age¹ /eɪdʒ/ *noun* **1** [C, U] the length of time that sb has lived or that sth has existed ஒருவருடைய/ஒன்றினுடைய வயது; ஆயுள் *Ali is 17 **years of age**. • Children of all ages will enjoy this film.*

NOTE ஒருவருடைய வயதைக் கேட்கும் போது நாம் வழக்கமாய்க் கூறுவது—*How old is she?* இதற்கு பதில் *She's eighteen* அல்லது *She's eighteen years old.* ஆனால் *She's eighteen years* என்று வராது. வயதைப் பற்றிக் கூறுவதற்கான மேலும் சில எடுத்துக்காட்டுகள்—*I'm nearly nineteen. • a girl of eighteen • an eighteen-year-old girl.*

2 [C, U] a particular period in sb's life ஒருவருடைய வாழ்க்கையின் குறிப்பிட்ட கட்டம்; பருவம் ***middle age/old age***. **3** [U] the state of being old வயது முதிர்ச்சி; முதுமை *a face lined with age • The doctor said she **died of old age**.* ➪ **youth** பார்க்க. **4** [C] a particular period of history வரலாற்றின் குறிப்பிட்ட காலப்பிரிவு; யுகம்; காலம் *the computer age* **5 ages** [*pl.*] (*informal*) a very long time நீண்ட நேரம்; நெடுங்காலம் *We had to wait (for) ages at the hospital. • It's ages since I've seen her.*

IDM come of age to become an adult in law சட்டப்படி வயதுவந்த பருவம் அடை

feel your age ➪ **feel** பார்க்க.

under age not old enough by law to do sth சட்டப்படி வயதுவந்த பருவத்தை அடையாத

age² /eɪdʒ/ *verb* [I, T] (*pres. part.* **ageing** or **aging**; *pt, pp* **aged** /eɪdʒd/) to become or look old; to cause sb to look old முதுமையடை அல்லது முதுமையாகக் காணப்படு; ஒருவரை முதுமையாகத் தோன்றச் செய் *I could see her illness had aged her. • an ageing aunt*

aged 1 /eɪdʒd/ *adj.* (*not before a noun*) of the age mentioned குறிப்பிடப்பட்ட வயதுள்ள *The woman, aged 26, was last seen at Victoria Station.* **2 the aged** /ˈeɪdʒɪd/ *noun* [*pl.*] very old people முதியவர்கள்; வயதானவர்கள் **NOTE** இதைக் காட்டிலும் ஏற்புக்குரிய பொதுச்சொல் **senior citizen** என்பதாகும்.

age group *noun* [C] people of about the same age or within a particular range of ages ஏறக்குறைய ஒத்த வயதுடையவர்கள் அல்லது குறிப்பிட்ட சில வயதுகளில் உள்ளவர்கள் *This club is very popular with the 20–30 age group.*

ageism (*also* **agism**) /ˈeɪdʒɪzəm/ *noun* [U] unfair treatment of people because they are considered too old ஆட்களை முதுமையுற்றவர்களாகக் கருதி அவர்களை ஓரகமாக நடத்துதல் ▶ **ageist** /ˈeɪdʒɪst/ *adj.* ▶ **ageist** *noun*

ageless /ˈeɪdʒləs/ *adj.* (*written*) **1** never seeming to grow old தோற்றத்தில் மூவாத; இளமை மாறாது காணப்படுகிற **2** existing for ever; impossible to give an age to காலத்தை வென்று நிற்கிற; எக்காலத்தது என்று அறிய இயலாத *the ageless mystery of the universe*

age limit *noun* [C] the oldest or youngest age at which you are allowed to do sth ஒன்றைச் செய்வதற்கு அனுமதிக்கப்படும் வயதின் மேல்எல்லை அல்லது கீழ்எல்லை; வயது வரம்பு *to be over/under the age limit*

agency /ˈeɪdʒənsi/ *noun* [C] (*pl.* **agencies**) **1** a business that provides a particular service குறிப்பிட்ட சேவையை வழங்கும் வணிக அமைப்பு; முகமை *an advertising agency* **2** (*AmE*) a government department அரசுத்துறை

agenda /əˈdʒendə/ *noun* [C] a list of matters that need to be discussed or dealt with கலந்தாய்வுக்கான அல்லது நடவடிக்கை மேற்கொள்வதற்கான விவரங்களின் பட்டியல்; நிகழ்ச்சி நிரல் *The first item **on the agenda** at the meeting will be security. • The government have **set an agenda** for reform over the next ten years.*

agent /ˈeɪdʒənt/ *noun* [C] **1** a person whose job is to do business for a company or for another person ஒரு வணிக நிறுவனத்தின் அல்லது வேறொருவரின் வணிக முகவர்; விற்பனைப் பிரதிநிதி *a travel agent • an estate agent* **2** = **secret agent**

age-old *adj.* that has existed for a very long time பன்னெடுங்காலமாகக் காணப்படுகிற; தொல்வழக்கான *an age-old custom/problem*

aggravate /ˈæɡrəveɪt/ *verb* [T] **1** to make sth worse or more serious ஒன்றை மேலும் மோசமானதாக அல்லது கவலைக்குரியதாக ஆக்கு **2** (*informal*) to make sb angry or annoyed சினமூட்டு; எரிச்சல் உண்டாக்கு ▶ **aggravation** /ˌæɡrəˈveɪʃn/ *noun* [C, U]

aggregate /ˈæɡrɪɡət/ *noun*

IDM on aggregate in total மொத்தத்தில்; ஒருங்கிணைந்த நிலையில்; கூட்டாக *Our team won 3-1 on aggregate.*

aggression /əˈɡreʃn/ *noun* [U] **1** angry feelings or behaviour that make you want to attack other people பிறரை வலியத் தாக்கும் முனைப்பைத் தூண்டும் சின உணர்வு அல்லது நடத்தை *People often react to this kind of situation with fear or aggression.* **2** the act of starting a fight or war without reasonable cause வலுச்சண்டைக்குப் போதல்

aggressive /əˈɡresɪv/ *adj.* **1** ready or likely to fight or argue வலுச்சண்டைக்கு/வாதத்திற்கு முனைகிற; வலியச்சென்று தாக்கும் இயல்புள்ள *an aggressive dog • Some people get* *aggressive after drinking alcohol.* **2** using or showing force or pressure in order to succeed விரும்பிய ஒன்றை நிறைவேற்றிக்கொள்ள வலிமையைப் பயன்படுத்துகிற அல்லது நெருக்கடி கொடுக்கிற *an aggressive salesman* ▶ **aggressively** *adv. The boys responded aggressively when I asked them to make less noise.*

aggressor /ə'gresə(r)/ *noun* [C] a person or country that attacks sb/sth or starts fighting first வலியச் சென்று சண்டையைத் தொடங்கும் ஒருவர் அல்லது ஒரு நாடு; ஆக்கிரமிப்பாளர்

aggrieved /ə'gri:vd/ *adj.* (*formal*) upset or angry at being treated unfairly நியாயமற்ற முறையில் நடத்தப்படுவதால் மன அமைதி கெட்ட, சினமுற்ற

aghast /ə'gɑ:st/ *adj.* (*not before a noun*) (*written*) **aghast (at sth)** filled with horror and surprise when you see or hear sth (ஒன்றைக் கண்டு அல்லது கேட்டு) திகிலடைந்து; திடுக்கிட்டு; பேரச்சமும் திகைப்பும் அடைந்து *He stood aghast at the sight of so much blood.*

agile /'ædʒaɪl/ *adj.* able to move quickly and easily விரைவூக்கம் கைவரப்பெற்ற; விரைவாகவும் சுலபமாகவும் செல்லக்கூடிய; சுறுசுறுப்புடைய ▶ **agility** /ə'dʒɪləti/ *noun* [U] *This sport is a test of both physical and mental agility.*

agitate /'ædʒɪteɪt/ *verb* [I] **agitate (for/against sth) 1** to make other people feel very strongly about sth so that they want to help you achieve it பிறருடைய உணர்வுகளைத் தன் எண்ண நிறைவேற்றத்திற்கு ஆதரவாக அமையுமாறு செயல்புரி; தான் விரும்பும் ஒன்றை முன்னிருத்தி முனைப்புடன் செயல்படு; கிளர்ச்சி செய் *to agitate for reform* **2** to incite the public against someone or something பொது மக்களை ஒருவருக்கு அல்லது ஒன்றற்கு எதிராகத் தூண்டு **3** to shake a liquid or liquids in a container ஒரு திரவத்தை அல்லது திரவங்களைக் கொள்கலனில் இட்டுக் குலுக்கு

agitated /'ædʒɪteɪtɪd/ *adj.* worried or excited கவலையுற்ற; மனக்கிளர்ச்சியுற்ற; பரபரப்புற்ற ▶ **agitation** /ˌædʒɪ'teɪʃn/ *noun* [U]

agitator /'ædʒɪteɪtə(r)/ *noun* [C] a person who tries to persuade people to take part in political protest அரசியல் தொடர்புடைய எதிர்ப்பில்/கண்டனத்தில் மக்களைப் பங்கேற்கச் செய்ய முயல்பவர்; கிளர்ச்சியாளர்

aglow /ə'gləʊ/ *adj.* (*written*) shining with warmth or happiness நட்புணர்வு அல்லது மகிழ்ச்சி ஒளிவிடுகிற அல்லது சிறப்பாகத் தோன்றுகிற *The children's faces were aglow with excitement.*

agnostic /æg'nɒstɪk/ *noun* [C] a person who is not sure if God exists or not கடவுள் உண்டு அல்லது கடவுள் இல்லை என்பதில் உறுதியான நிலைப்பாடற்றவர்

ago /ə'gəʊ/ *adv.* in the past; back in time from now கடந்த காலத்தில்; முற்பட்டு; முன்னால் *Pavan left ten minutes ago* (= if it is twelve o'clock now, he left at ten to twelve). • *That was a long time ago.* **NOTE Ago** இறந்தகால வினையுடன் வரும். முடிவுற்ற நிகழ்கால வினையுடன் வராது—*I arrived in Nepal three months ago.*

agog /ə'gɒg/ *adj.* (*not before a noun*) very excited while waiting to hear sth கூறப்படும் ஒன்றைக் கேட்கப் பேரார்வத்துடன், பரபரப்புடன் அல்லது உணர்ச்சி மிகுந்த எதிர்பார்ப்புடன் உள்ள *We were all agog when she said she had good news.*

agonize /'ægənaɪz/ *verb* [I] to worry or think for a long time about a difficult problem or situation ஒரு சிக்கலை அல்லது ஓர் இடரார்ந்த நிலையை எண்ணி நீடித்த மனக்கலக்கம் கொள்; சஞ்சலப்படு; ஒன்றைப் பற்றிய நினைவில் ஆழ்ந்திரு *to agonize over a difficult decision*

agonized /'ægənaɪzd/ *adj.* showing extreme pain or worry பெரும் மன உளைச்சலை அல்லது வேதனையை வெளிப்படுத்துகிற *an agonized cry*

agonizing (*also* **-ising**) /'ægənaɪzɪŋ/ *adj.* causing extreme worry or pain பெரும் தொல்லையான; பெரிதும் வேதனை அளிக்கிற *an agonizing choice* • *an agonizing headache*

agony /'ægəni/ *noun* [C, U] (*pl.* **agonies**) great pain or suffering பெரும் துன்பம்; மன உளைச்சல்; வேதனை *to be/scream in agony*

agoraphobia /ˌægərə'fəʊbiə/ *noun* [U] fear of being in public places where there are a lot of people மக்கள் நிறைந்த பொது இடங்களில் இருக்க அஞ்சுதல்; கூட்ட மருட்சி ▶ **agoraphobic** *adj.*

agrarian /ə'greəriən/ *adj.* (*formal*) connected with farming and the use of land for farming பயிர்த்தொழில் தொடர்பான; நிலச்சாகுபடி பற்றிய; வேளாண்மைக்குரிய

agree /ə'gri:/ *verb* **1** [I] **agree (with sb/sth); agree (that....)** to have the same opinion as sb/sth ஒருவருடன்/ஒன்றுடன் உடன்படு; ஒத்துப்போ; ஒருமனப்படு *I think we should leave now. Yes, I agree.* • *I agree with Priya.* ✪ OPP **disagree 2** [I] **agree (to sth/to do sth)** to say yes to sth இசைவு தெரிவி; இணங்கு; ஒப்புதல் அளி *I asked my boss if I could go home early and she agreed.* ✪ OPP **refuse 3** [I, T] **agree (to do sth); agree (on sth)** to make an arrangement or decide sth with sb ஒரு பொருள் பற்றி ஒருவருடன் ஒத்திசைவு கொள் அல்லது

ஒருவருடன் சேர்ந்து ஒரு பொருள் மீதான முடிவு எடு *They agreed to meet again the following day.* • *Can we agree on a price?* **4** [I] **agree with sth** to think that sth is right ஒன்றைச் சரி என ஏற்றுக்கொள்; உடன்படு *I don't agree with experiments on animals.* **5** [I] to be the same as sth ஒன்று மற்றொன்றோடு ஒத்திரு *The two accounts of the accident do not agree.*

agreeable /ə'gri:əbl/ *adj.* **1** pleasant; nice மனத்துக்குகந்த; பிடித்தமான; இனிய ✪ OPP **disagreeable** **2** (*formal*) ready to agree ஒத்துக்கொள்ளத் தயாராக இருக்கிற; இசைந்துபோகிற *If you are agreeable, we would like to visit your offices on 21 May.* ▶ **agreeably** /-əbli/ *adv. I was agreeably surprised by the film.*

agreement /ə'gri:mənt/ *noun* **1** [U] the state of agreeing with sb/sth ஒத்திசைவு; உடன்பாடு; கருத்தொற்றுமை *We **are totally in agreement** with what you have said.* ✪ OPP **disagreement** **2** [C] a contract or decision that two or more people have made together இருவர் அல்லது இரண்டுக்கு மேற்பட்டவர்கள் செய்துகொள்ளும் ஒப்பந்தம்; உடன்படிக்கை *The leaders **reached an agreement** after five days of talks.*

agriculture /'ægrɪkʌltʃə(r)/ *noun* [U] keeping animals and growing crops for food; farming கால்நடையைப் பராமரித்தலும், உணவுக்காகப் பயிர் விளைவித்தலும்; உழவுத்தொழில்; வேளாண்மை *the Minister of Agriculture* ▶ **agricultural** /ˌægrɪ'kʌltʃərəl/ *adj.*

agrochemical /'ægrəʊkemɪkl/ *noun* [C] a chemical used in farming, especially for killing insects or for making plants grow better பயிர் உரமாக அல்லது பூச்சிக்கொல்லியாகப் பயன்படும் வேதியியல் பொருள்; வேளாண் வேதியியல் பொருள்

agronomist /ə'grɒnəmɪst/ *noun* [C] a scientist who studies the relationship between the plants that farmers grow and the environment பயிர்களுக்கும் சுற்றுச்சூழலுக்கும் இடையேயான தொடர்புமுறையை ஆராயும் விஞ்ஞானி ▶ **agronomy** *noun* [U]

aground /ə'graʊnd/ *adv.* if a ship **runs/goes aground**, it touches the ground in water that is not deep enough and it cannot move (ஆழம் குறைந்த நீரில்) கப்பல் அடி நிலத்தில் பட்டு; தரைதட்டி *The oil tanker ran/went aground off the Spanish coast.* ▶ **aground** *adj.*

ah /ɑ:/ *exclamation* used for expressing surprise, pleasure, understanding, etc. வியப்பு, மகிழ்ச்சி, அறிதல் போன்றவற்றை வெளிப்படுத்தும் உணர்ச்சிக் குறிப்பு *Ah, there you are.*

aha /ɑ:'hɑ:/ *exclamation* used when you suddenly find or understand sth ஒன்றைத் திடீரெனக் காணும்போது அல்லது உணர்ந்தறியும்போது எழுப்பும் ஒலிக்குறிப்புச் சொல் *Aha! Now I understand.*

ahead /ə'hed/ *adv.; adj.* **ahead (of sb/sth)** **1** in front of sb/sth (இட வகையில்) முன்னால்; முன்னிலையில் உள்ள *The path ahead looked narrow and steep.* • *Look **straight ahead** and don't turn round!* **2** before or more advanced than sb/sth ஒருவருக்கு/ஒன்றற்கு முன்பாக; முந்திய நிலையில் *Inba and Nila arrived a few minutes ahead of us.* • *The Japanese are **way ahead** of us in their research.* **3** into the future எதிர்காலத்தில் அல்லது எதிர்கால; வருங்காலத்தை உட்படுத்தி *He's got a difficult time ahead of him.* • *We must **think ahead** and make a plan.* **4** winning in a game, competition, etc. (விளையாட்டு, போட்டி முதலியவற்றில்) வெற்றி பெறுகிற நிலையில்; முன்னணியில் *The goal put Italy 2-1 **ahead** at half-time.* ➪ **behind** பார்க்க.

IDM **ahead of your time** so modern that people do not understand you மக்களால் புரிந்துகொள்ள முடியாதவாறு அல்லது புதுமைப்பாங்குடன் தன் காலத்தை முந்தி நிற்கிற
streets ahead ➪ **street** பார்க்க.

ahimsa *noun* [U] (*IndE*) the belief in non-violence வன்முறைச் செயல்களில் நம்பிக்கையின்மை; அகிம்சை *Mahatma Gandhi believed in ahimsa.*

aid[1] /eɪd/ *noun* **1** [U] help உதவி; துணை; ஒத்தாசை *to walk **with the aid** of a stick* • *He had to **go to the aid** of a child in the river.* ➪ **first aid** பார்க்க. **2** [C] a person or thing that helps you உதவுபவர்; துணைவர்; துணை; உதவும் பொருள்; துணைக்கருவி *a hearing aid* • *dictionaries and other study aids* **3** [U] money, food, etc. that is sent to a country or to people in order to help them உதவி வேண்டும் நாட்டிற்கு அல்லது மக்களுக்கு அனுப்பப்படும் பொருள் அல்லது பண உதவி *We sent aid to the earthquake victims.* • *economic aid*

IDM **in aid of sb/sth** in order to collect money for sb/sth, especially for a charity அறக்கொடைச் செயல்களுக்காகப் பணம் திரட்டும் நோக்குடன் *a concert in aid of children in need*

aid[2] /eɪd/ *verb* [T] (*formal*) to help sb/sth (ஒருவருக்கு/ஒன்றனுக்கு) உதவு; துணை நில்; கைகொடு *Sleep aids recovery from illness.*

IDM **aid and abet** to help sb to do sth that is not allowed by law சட்டத்திற்குப் புறம்பான ஒரு செயலைச் செய்ய ஒருவருக்குத் துணைபுரி; உடந்தையாக இரு

aide /eɪd/ *noun* [C] a person who helps sb important in the government, etc.; an assistant ஓர் உயர்நிலை அரசு அலுவலரின் உதவியாளர்

AIDS (*also* **Aids**) /eɪdz/ *noun* [U] an illness which destroys the body's ability to fight infection உடலின் நோய் எதிர்ப்புத் திறனை அழிக்கும் ஒரு பிணி; எய்ட்ஸ் *to contract AIDS*

NOTE **AIDS** என்ற சொல் **Acquired Immune Deficiency Syndrome** என்பதன் தலைப்பெழுத்துகளால் ஆன சுருக்க வடிவமாகும்.

ailing /ˈeɪlɪŋ/ *adj.* not in good health; weak உடல் நலம் குன்றிய; உடல் மெலிவுற்ற; நோயால் வாடுகிற *an ailing economy*

ailment /ˈeɪlmənt/ *noun* [C] (*formal*) any illness that is not very serious கடுமையானதல்லாத (ஏதாவதொரு) நோய்

aim[1] /eɪm/ *noun* **1** [C] something that you intend to do; a purpose செயல் நோக்கம்; குறிக்கோள்; இலட்சியம் *Our aim is to open offices in Mumbai and Chennai before the end of the year.* **2** [U] the act of pointing sth at sb/sth before trying to hit him/her/it with it ஒருவர்மீது/ஒன்றின்மீது ஒரு பொருளை எறிந்து/செலுத்தித் தாக்கக் குறிபார்த்தல்; இலக்கு வைத்தல் *She picked up the gun, **took aim** and fired.* • *Jyoti's aim was good and she hit the target.*

aim[2] /eɪm/ *verb* **1** [I] **aim to do sth; aim at/for sth** to intend to do or achieve sth ஒரு செயலைச் செய்வதை/நிறைவேற்றுவதை நோக்கமாகக் கொள்; இலக்குவை *The company is aiming at a 25% increase in profit.* **2** [T] **aim sth at sb/sth** to direct sth at a particular person or group ஒருவரை/ஒரு பிரிவினரை முன்னிட்டு அல்லது இலக்காகக் கொண்டு செயல்புரி *The advertising campaign is aimed at young people.* **3** [I, T] **aim (sth) (at sb/sth)** to point sth at sb/sth before trying to hit him/her/it with it ஒருவர் மீது/ஒன்றன் மீது ஒரு பொருளை எறிந்து/செலுத்தித் தாக்கக் குறிபார்; இலக்குவை *She aimed (the gun) at the target and fired.*

IDM **be aimed at sth/doing sth** to be intended to achieve sth ஒரு செயல் நிறைவேற்ற இலக்காக/நோக்கமாகக் கொள்ளப்பட்டிரு *The new laws are aimed at reducing heavy traffic in cities.*

aimless /ˈeɪmləs/ *adj.* having no purpose குறிக்கோள் இல்லாத; இலக்கற்ற *an aimless discussion* ▶ **aimlessly** *adv.*

ain't /eɪnt/ (*informal*) **am not, is not, are not, has not, have not** என்பதன் குறுக்க வடிவம்

NOTE **Ain't** தவறான வழக்காகக் கருதப்படுகிறது.

AIR /ˌeɪ aɪ ˈɑː(r)/ *abbr* All India Radio. It is the radio broadcaster of India அகில இந்திய வானொலி

air[1] /eə(r)/ *noun* **1** [U] the mixture of gases that surrounds the earth and that people, animals and plants breathe மனிதர்கள், விலங்குகள் மற்றும் தாவரங்கள் சுவாசிப்பதும் பூமியை சூழ்ந்துள்ளதுமான வாயுக்களின் கலவை; காற்று ***fresh air*** • *The air was polluted by smoke from the factory.* **2** [U] the space around and above things பொருள்களைச் சுற்றியும் அவற்றின் மேலும் உள்ள இடம்; வளி மண்டலம் *to throw a ball **high into the air*** • *in the open air* (= outside) **3** [U] travel or transport in an aircraft விமானப் பயணம் அல்லது விமானப் போக்குவரத்து *to travel **by air*** • *an air ticket* **4** [*sing.*] **an air (of sth)** the particular feeling or impression that is given by sb/sth ஒருவர்/ஒரு பொருள் வெளிப்படுத்தும் குறிப்பிட்ட உணர்வுத் தோற்றம்; பாவனை *She has a confident air.*

IDM **a breath of fresh air** ➪ **breath** பார்க்க.

clear the air ➪ **clear**[3] பார்க்க.

in the air probably going to happen soon விரைவில் நிகழும் வாய்ப்புள்ள நிலையில்; குறுகிய கால அளவில் நடைபெறக் கூடியதாக *A feeling of change was in the air.*

in the open air ➪ **open**[1] பார்க்க.

on (the) air sending out programmes on the radio or television வானொலி அல்லது தொலைக்காட்சியில் ஒலி/ஒளி பரப்பிக் கொண்டு; ஒலி/ஒளிபரப்பில் *This radio station is on the air 24 hours a day.*

vanish, etc. into thin air ➪ **thin**[1] பார்க்க.

air[2] /eə(r)/ *verb* **1** [I, T] to put clothes, etc. in a warm place or outside in the fresh air to make sure they are completely dry; to become dry in this way ஆடைகள் முதலியவற்றை ஒரு வெப்பமான இடத்தில் அல்லது மாசுபடாத காற்றுள்ள வெளியில் உலரவிடு; உலர்; ஈரப்பற்று நீங்கு **2** [I, T] to make a room, etc. fresh by letting air into it; to become fresh in this way அறை முதலியவற்றைக் காற்றோட்டம் உடையதாக்கு; அறை முதலியவை காற்றோட்டமாக இரு **3** [T] to tell people what you think about sth ஒன்றைப் பற்றிய தனது கருத்தைப் பிறரிடம் கூறு *The discussion gave people a chance to air their views.*

airbase /ˈeəbeɪs/ *noun* [C] an airport for military aircraft படைவிமானங்களுக்கான விமானத் தளம்

airborne /ˈeəbɔːn/ *adj.* **1** (used about a plane or passengers) flying in the air (விமானம் அல்லது விமானப் பயணிகள் வகையில்) விண்ணில்/காற்றுவெளியில் பறக்கிற; காற்றூடான *Five minutes after getting on the plane we were airborne.* **2** (*only before a noun*) carried through the air காற்றில் கொண்டு செல்லப்படுகிற ➪ **water-borne** பார்க்க.

airbrush[1] /ˈeəbrʌʃ/ *noun* [C] an artist's tool for spraying paint onto a surface, that works by air pressure வண்ணக் கலவையை ஒரு பரப்பின்

மீது நுண்துளிகளாகத் தெளிப்பதற்கான, காற்றழுத்தத்தில் இயங்கும் ஓவியர்களின் செயற்கருவி; காற்றழுத்தத் தூரிகை

airbrush² /'eəbrʌʃ/ *verb* [T] **airbrush sth (out)** to paint sth with an airbrush; to change a detail in a photograph using this tool நுண்துளிகளாக வண்ணம் தெளிக்கும் தூரிகை கொண்டு வண்ணம் தீட்டு; வண்ணம் தெளிக்கும் தூரிகை கொண்டு ஒரு நிழற்படத்தின் காட்சிக் கூறுகளை மாற்றியமை *Somebody had been airbrushed out of the picture.*

air conditioner *noun* [C] a machine that cools and dries air காற்றுக்குக் குளிர்ச்சியும் உலர் தன்மையும் ஊட்டும் பொறி; காற்றுப் பதனி

air conditioning *noun* [U] (*abbr.* **a/c**) the system that keeps the air in a room, building, etc. cool and dry தங்கும் அறை, கட்டடம் போன்றவற்றில் காற்றை உலர்நிலையிலும் குளிர்ச்சியாகவும் வைத்திருக்கும் பொறி அமைப்பு; காற்றுப் பதன அமைப்பு ▶ **air-conditioned** *adj. air-conditioned offices*

air-cooler (*also* **room-cooler**) *noun* [C] (*IndE*) a device used for cooling and reducing the temperature inside buildings. It works on the principle of air being passed over water நீர் மீது காற்றைச் செலுத்தும் கோட்பாட்டைக் கொண்டு கட்டடங்களின் உட்பகுதியில் வெப்பத்தைத் தணிவிக்கப் பயன்படுத்தப்படும் சாதனம்; காற்றுக் குளிரூட்டி

aircraft /'eəkrɑːft/ *noun* [C] (*pl.* **aircraft**) any vehicle that can fly in the air, for example a plane காற்று மண்டலத்தில் செல்லக்கூடிய ஊர்தி; வானூர்தி; விமானம்

aircraft carrier *noun* [C] a ship that carries military aircraft and that has a long flat area where they can take off and land (போர்விமானங்கள் மேலெழும்பவும் தரையிறங்கவும் வசதியான நீண்ட தளப்பரப்பையுடையதும் அவ்விமானங்களை ஏற்றிச் செல்வதுமாகிய) விமானந்தாங்கிக் கப்பல்

aircrew /'eəkruː/ *noun* [C, *with sing. or pl. verb*] the pilot and other people who fly a plane, especially in the air force (குறிப்பாக விமானப்படையைச் சேர்ந்த) விமான ஓட்டி மற்றும் விமானத்தை இயக்கும் பணியாளர்கள்; விமான அகப்பணியாளர்கள்

airdrome /'eədrəʊm/ (*AmE*) = **aerodrome**

airdrop /'eədrɒp/ *noun* [C] the act of dropping supplies, equipment, soldiers, etc. from an aircraft using a **parachute** பாரசூட் மூலம் உணவுப்பொருள்கள், படைக்கலன்கள், போர்வீரர்கள் முதலியவற்றை விமானத்திலிருந்து தரைக்கு இறக்குதல்

airfield /'eəfiːld/ *noun* [C] an area of land where aircraft can land or take off. An airfield is smaller than an airport (விமானத்தளத்தைவிடச் சிறியதான) விமானங்கள் தரை இறங்கவோ எழும்பிச் செல்லவோ பயன்படுத்தும் விமானத்தளம்

air force *noun* [C, *with sing. or pl. verb*] the part of a country's military organization that fights in the air வான்வழிப்போரில் ஈடுபடும் ஒரு நாட்டின் படைப்பிரிவு; விமானப்படை ➪ **army** மற்றும் **navy** பார்க்க.

air gun (*also* **air rifle**) *noun* [C] a gun that uses air pressure to fire small metal balls (**pellets**) காற்றழுத்தத்தின் உந்துவிசையால் இரவைக் குண்டுகளை வீசியடிக்கும் துப்பாக்கி வகை

air hostess *noun* [C] a woman who looks after the passengers on a plane (விமானத்திலுள்ள பயணிகளுக்கு உதவும்) விமானப் பணிப்பெண் ✪ SYN **stewardess** ➪ **steward** பார்க்க.

airless /'eələs/ *adj.* not having enough fresh air போதுமான தூய காற்று இல்லாத; காற்றோட்டமற்ற *The room was hot and airless.*

airlift /'eəlɪft/ *noun* [C] an operation to take people, soldiers, food, etc. to or from an area by plane, especially in an emergency or when roads are closed or dangerous ஓர் அவசர நிலையில் அல்லது நிலவழி அடைபட்ட நிலையில் அல்லது ஓர் ஆபத்தான சமயத்தில் பயணிகள், படைவீரர்கள், உணவுப் பொருள்கள் முதலியவற்றை ஒரு பகுதிக்கு/பகுதியிலிருந்து விமானம் மூலம் எடுத்துச்செல்லும் நடவடிக்கை ▶ **airlift** *verb* [T] *The survivors **were airlifted to safety**.*

airline /'eəlaɪn/ *noun* [C] a company that provides regular flights for people or goods in aircraft பயணிகள் அல்லது சரக்குப் போக்குவரத்துக்கான விமானப் போக்குவரத்து நிறுவனம்

airliner /'eəlaɪnə(r)/ *noun* [C] a large plane that carries passengers அளவில் பெரிய பயணிகள் விமானம்

airlock /'eəlɒk/ *noun* [C] **1** a small room with a tightly closed door at each end, which you go through to reach another area at a different air pressure, for example on a spacecraft or **submarine** (விண்கலம், நீர்மூழ்கிக் கப்பல் முதலியவற்றில் உள்ளதைப் போன்ற) மாறுபட்ட காற்றழுத்தம் உடைய வேறொரு பகுதிக்குச் செல்லும் வழியாக உள்ள, இருபக்கங்களிலும் இறுக மூடிய சிறு அறை **2** a bubble of air that blocks the flow of liquid in a pipe or **pump** குழாயில் நீர்ம ஓட்டத்தைத் தடுக்கும் நீர்க்குமிழ்

airmail /'eəmeɪl/ *noun* [U] the system for sending letters, packages, etc. by plane (விமானம் வழியாகக் கடிதம், பொருள் கட்டுகள்

முதலியவற்றை அனுப்பும்) விமான அஞ்சல் முறை *I sent the parcel (by) airmail.*

airplane /ˈeəpleɪn/ (*AmE*) = **aeroplane**

air pocket *noun* [C] **1** a closed area that becomes filled with air காற்று நிரம்பிவிடும் அடைப்பான பகுதி *Make sure there are no air pockets around the roots of the plant.* **2** an area of low air pressure that makes a plane suddenly drop while flying பறந்து கொண்டிருக்கும் விமானத்தைச் சட்டென்று கீழே தாழ்த்தும் காற்றழுத்தம் குறைவான விண்வெளிப்பகுதி

airport /ˈeəpɔːt/ *noun* [C] a place where aircraft can land and take off and that has buildings for passengers to wait in விமானங்கள் இறங்கவும் மேலெழும்பவும் பயன்படுத்தும் (ஓடு பாதைகளும், பயணிகள் காத்திருப்பதற்கான மனைகளும் கொண்ட) இடம்; விமான நிலையம்

air raid *noun* [C] an attack by military aircraft படை விமானத் தாக்குதல்

air rifle = **air gun**

airship /ˈeəʃɪp/ *noun* [C] a large aircraft without wings, filled with gas that is lighter than air, and driven by engines இயந்திரப் பொறிகளால் இயக்கப்படும், காற்றை விட இலேசான வாயுவால் நிரப்பப்பட்ட, இறக்கைகள் இல்லாத, பெரிய விமானம்; விண்வெளிக்கப்பல்

airsick /ˈeəsɪk/ *adj.* feeling sick or vomiting as a result of travelling on a plane விமானப் பயணத்தின் போது குமட்டலுக்கு அல்லது குமட்டல் உணர்வுக்கு உள்ளாகிற ▶ **airsickness** *noun* [U] ⇨ **carsick, seasick, travelsick** பார்க்க.

airspace /ˈeəspeɪs/ *noun* [U] the part of the sky that is above a country and that belongs to that country by law ஒரு நாட்டின் மேலே உள்ள, சட்டப்படி அந்த நாட்டிற்குச் சொந்தமான வான் எல்லை

airstrip /ˈeəstrɪp/ (*also* **landing strip**) *noun* [C] a narrow piece of land where aircraft can take off and land விமானத்தின் ஓடுபாதையாகப் பயன்படுத்தப்படும் குறுகிய நிலப்பகுதி

airtight /ˈeətaɪt/ *adj.* that air cannot get into or out of காற்று உட்செல்லவோ வெளிவரவோ முடியாத; காற்று புகாத; காற்று இறுக்கமான

airtime /ˈeətaɪm/ *noun* [U] **1** the amount of time that is given to a subject on radio or television வானொலியில் அல்லது தொலைக்காட்சியில் ஒரு நிகழ்ச்சிக்கு வழங்கப்படும் நேர அளவு **2** the amount of time that is paid for when you use a **mobile phone** கைப்பேசியின் (செல்பேசியின்) பயன்பாட்டிற்குக் கட்டணம் செலுத்திப் பெற்ற நேர அளவு *This deal gives you 90 minutes free airtime a week.*

air-to-air *adj.* (*usually before a noun*) from one aircraft to another while they are both flying பறந்து கொண்டிருக்கும் ஒரு விமானத்திலிருந்து மற்றொரு விமானத்திற்கு *an air-to-air missile*

air traffic controller *noun* [C] a person whose job is to organize routes for aircraft, and to tell pilots by radio when they can land and take off (விமான வழித்தடங்களை ஒழுங்கமைத்தல், வானொலி மூலம் விமான ஓட்டிகளுக்குப் புறப்படும் மற்றும் வந்திறங்கும் நேரம் அறிவித்தல் ஆகியவற்றுக்குப் பொறுப்பான) விமானப் போக்குவரத்துக் கட்டுப்பாட்டு அலுவலர்

airwaves /ˈeəweɪvz/ *noun* [*pl.*] radio waves that are used in sending out radio and television programmes வானொலி, தொலைக்காட்சி நிகழ்ச்சிகளை வான்வழியாகச் செலுத்தப் பயன்படுத்தப்படும் மின் அலைகள் *A well-known voice came* ***over the airwaves.***

airway /ˈeəweɪ/ *noun* [C] (*medical*) the passage from your nose and throat down into your lungs, through which you breathe மூக்கு மற்றும் தொண்டை வழியாக மூச்சுக்காற்று நுரையீரலுக்குச் செல்லும் வழி; மூச்சுக் குழாய்

airworthy /ˈeəwɜːði/ *adj.* (used about aircraft) safe to fly (வானூர்தி வகையில்) பத்திரமாகப் பறக்கும் நிலையிலுள்ள; பாதுகாப்பாகப் பறக்கத் தகுதியுள்ள ▶ **airworthiness** *noun* [U]

airy /ˈeəri/ *adj.* having a lot of fresh air inside (அறை முதலியவை) நல்ல காற்றோட்டமான

aisle /aɪl/ *noun* [C] a passage between the rows of seats in a church, theatre, etc. (தேவாலயம், கலையரங்கம் முதலியவற்றிலுள்ள) இருக்கை நீள்வரிசைகளுக்கு இடையில் உள்ள வழி

ajar /əˈdʒɑː(r)/ *adj.* (*not before a noun*) (used about a door) slightly open (கதவைக் குறிப்பிடும்போது) சிறிதாக/ஓரளவுக்குத் திறந்துள்ள

akin /əˈkɪn/ *adj.* **akin to sth** similar to sth ஒத்த இயல்புள்ள; பண்பொத்த

à la carte /ˌɑː lɑː ˈkɑːt/ *adj.*, *adv.* (used about a meal in a restaurant) where each dish on the list of available dishes (**menu**) has a separate price and there is not a fixed price for a complete meal (உணவகங்களில் உணவுக் கட்டணம் குறித்து) உண்ணும் உணவுக்கு மொத்தமாக ஒரு கட்டணம் என்று இல்லாது, உணவுப் பட்டியலில் உள்ள ஒவ்வொரு உணவு வகைக்கும் தனித்தனியாகக் கட்டணம் வைத்துள்ள/தனித்தனிக் கட்டணமாக

alap (*also* **alaap**) *noun* [U] (*IndE*) the improvised opening section of a Hindustani classical music performance that starts at a low tempo

இந்துஸ்தானியச் செவ்வியல் இசை நிகழ்ச்சியில் பாடகர் தன் கற்பனையைப் பயன்படுத்தி ஒரு இராகத்தை விவரிக்கும் பாடலின் தொடக்கப்பகுதி; ஆலாபனை

alarippu *noun* [C, U] (*IndE*) a short opening prayer with which a **Bharatanatyam** performance usually begins. It is an introductory piece in which the dancer pays respect to the **guru**, the gods and the spectators பரத நாட்டிய ஆடலின் தொடக்கத்தில் நடனக்கலைஞர் தன் குருவையும் கடவுள்களையும் அவையோரையும் வணங்கும் நடன நிகழ்ச்சி; அலாரிப்பு

alarm[1] /ə'lɑːm/ *noun* **1** [U] a sudden feeling of fear or worry திடீரெனத் தோன்றும் அச்ச உணர்வு அல்லது மனக்கலக்கம்; பீதி; கிலி *She jumped up* ***in alarm***. **2** [*sing.*] a warning of danger அபாய எச்சரிக்கை *A small boy saw the smoke and* ***raised the alarm***. **3** [C] a machine that warns you of danger, for example by ringing a loud bell அபாய அறிவிப்பு ஒலி எழுப்பும் ஓர் இயந்திரப் பொறி *The burglars* ***set off the alarm*** *when they broke the window.* • *The fire/burglar* ***alarm went off*** *in the middle of the night.* **4** [C] = **alarm clock**

IDM **a false alarm** ⇨ **false** பார்க்க.

alarm[2] /ə'lɑːm/ *verb* [T] to make sb/sth feel suddenly frightened or worried ஒருவர் அல்லது ஒன்று திடீரென அச்சம் அல்லது மனக்கலக்கம் அடையச்செய்; பீதிகொள்ளச்செய்

alarm clock (*also* **alarm**) *noun* [C] a clock that you can set to make a noise at a particular time to wake you up உறக்கத்திலிருந்து விழிக்கச் செய்யக் குறிப்பிட்ட நேரத்தில் ஒலி எழுப்புமாறு விசை ஒழுங்கமைவு செய்யப்பட்ட கடிகாரம்; எழுப்பு மணிப்பொறி *She set the alarm clock for half past six.*

alarmed /ə'lɑːmd/ *adj.* **alarmed (at/by sth)** feeling frightened or worried மனக்கலவரம் அடைந்த; பீதி அடைந்த; திகிலுற்ற

alarming /ə'lɑːmɪŋ/ *adj.* that makes you frightened or worried மனக்கலவரம் அடையச்செய்கிற; திடீரென அச்சமூட்டுகிற; திகிலடையச்செய்கிற ► **alarmingly** *adv.*

alarmist /ə'lɑːmɪst/ *adj.* causing unnecessary fear and worry தேவையற்ற அச்ச உணர்வை உண்டாக்குகிற; வீண் பீதியைப் பரப்புகிற *The reports of a flu epidemic were alarmist.* ► **alarmist** *noun* [C]

alas /ə'læs/ *exclamation* (*formal*) used for expressing sadness about sth ஒன்றின் மீதான இரக்க உணர்வை அல்லது ஒன்று பற்றிய வருத்தத்தைக் குறிக்கும் உணர்ச்சியிடைச் சொல்: ஐயோ! அச்சோ! *I love cricket, but alas, I have no talent.*

albatross /'ælbətrɒs/ *noun* [C] **1** a very large white seabird with long wings that lives in the Pacific and Southern Oceans பசிபிக் கடல் மற்றும் தென்கடல்களில் வாழும் நீண்ட இறக்கைகளை உடைய, அளவில் மிகப்பெரிய வெண்ணிறக் கடற்பறவை ⇨ **seabird** பதிவில் படம் பார்க்க. **2** [*usually sing.*] (*written*) a thing that causes problems or that prevents you from doing sth சிக்கல்களை ஏற்படுத்தக் கூடிய அல்லது ஒரு செயலுக்குத் தடையாக அமையும் ஒன்று *The national debt is an albatross around the government's neck.*

albeit /ˌɔːl'biːɪt/ *conj.* (*formal*) although இருந்தபோதிலும்; எனினும்; என்றபோதிலும்; என்றிருப்பினும் *He finally agreed to come, albeit unwillingly.*

albino /æl'biːnəʊ/ *noun* [C] (*pl.* **albinos**) a person or animal with very white skin, white hair and pink eyes வெளிறிய தோலையும், வெண்ணிற முடியையும், இளஞ்சிவப்பு நிறக் கண்களையும் உடைய மனிதர் அல்லது விலங்கு

album /'ælbəm/ *noun* [C] **1** a collection of songs on one CD, cassette, etc. குறுவட்டு, ஒலிநாடா முதலியவற்றில் பதிவுசெய்யப்பட்ட பாடல்களின் தொகுதி *The band are about to release their third album.* ⇨ **single** பார்க்க. **2** a book in which you can keep stamps, photographs, etc. that you have collected அஞ்சல் தலைகள், நிழற்படங்கள் முதலியவற்றைச் சேர்த்து வைப்பதற்குரிய செருகேடு

albumen /'ælbjumɪn/ *noun* [U] the clear inside part of an egg that turns white when you cook it உணவாகச் சமைக்கும்போது வெண்ணிறமாக மாறும் முட்டையின் கலங்கல் இல்லாத உட்பகுதி; முட்டையின் வெண்கரு

alchemist /'ælkəmɪst/ *noun* [C] a person who studied alchemy இரசவாதத்தைக் கற்றறிந்தவர்; இரசவாதி

alchemy /'ælkəmi/ *noun* [U] **1** a form of chemistry in the Middle Ages which involved trying to discover how to change ordinary metals into gold மட்டமான உலோகங்களைப் பொன்னாக்கும் முறையைக் கண்டறிய முயன்ற இடைக்கால வேதியியல்; இரசவாதம் **2** (*written*) magic power that can change things பொருள்களை மாற்றக் கூடிய மந்திரச் சக்தி

alcohol /'ælkəhɒl/ *noun* **1** [U] drinks such as beer, wine, etc. that contain alcohol போதையூட்டும் பியர், ஒயின் போன்ற மதுபான வகைகள் **2** [U, C] the colourless liquid that is found in drinks such as beer, wine, etc. and is used in medicines, cleaning products, etc. மருந்து, அழுக்கு நீக்கும் பொருள்கள் முதலியவற்றில் பயன்படுத்தப்படுவதும், மதுபானங்களில் உள்ளதுமான நிறமற்ற நீர்மப்பொருள்

alcoholic[1] /ˌælkəˈhɒlɪk/ *adj.* containing alcohol போதைப்பொருள் உள்ளடங்கிய; வெறியம் கலந்த *alcoholic drinks* ✪ OPP **non-alcoholic**
NOTE **Alcohol** இல்லாத பானங்கள் **soft drinks** எனப்படும்.

alcoholic[2] /ˌælkəˈhɒlɪk/ *noun* [C] a person who cannot stop drinking large amounts of alcohol மட்டுமீறி மது அருந்துபவர்; குடிகாரன்

alcoholism /ˈælkəhɒlɪzəm/ *noun* [U] a medical condition that is caused by regularly drinking a large amount of alcohol and not being able to stop விடமுடியாத பெருங்குடிப்பழக்கத்தால் உண்டாகும் நோய்த்தன்மை

alcove /ˈælkəʊv/ *noun* [C] a small area in a room where one part of the wall is further back than the rest of the wall சுவரின் ஒரு பகுதி மற்ற-வற்றைவிடப் பின்நீண்டு அமைந்துள்ள சிறு அறைப்பகுதி; அறையின் ஒதுக்குப்புறம்; மாடக்குழி

ale /eɪl/ *noun* [U, C] a type of beer ஒருவகை பியர்

alert[1] /əˈlɜːt/ *adj.* **alert (to sth)** watching, listening, etc. for sth with all your attention இடையறாத விழிப்புணர்வு கொண்ட; கவனித்தல், கேட்டல் முதலியவற்றில் உன்னிப்பான *Security guards must be alert at all times.*

alert[2] /əˈlɜːt/ *noun* [C] a warning of possible danger நிகழும் வாய்ப்புள்ள அபாயத்திற்கான எச்சரிக்கை அறிவிப்பு *a bomb alert*
IDM **on the alert (for sth)** ready or prepared for danger or an attack நிகழ வாய்ப்புள்ள ஓர் அபாயம் அல்லது ஒரு தாக்குதலை எதிர்-கொள்ள முன்னேற்பாடான அல்லது ஆயத்த நிலையிலுள்ள

alert[3] /əˈlɜːt/ *verb* [T] **alert sb (to sth)** to warn sb of danger or a problem நிகழ வாய்ப்புள்ள ஓர் அபாயம் அல்லது ஒரு சிக்கல் பற்றி ஒருவரை எச்சரி; விழிப்புடன் இருக்கச்செய்

alfalfa /ælˈfælfə/ *noun* [U] a plant with small divided leaves and purple flowers, grown as food for farm animals and as a salad vegetable பண்ணை விலங்குகளுக்கு உணவாகவும், இலையமுது (சாலட்) கறிகாயாகவும் பயன்-படும், இரண்டாகப் பிரிந்த சிறு இலைகளையும் ஊதா நிறப் பூக்களையும் கொண்ட தாவரம்; ஒரு வகை மணப்புல்

algae /ˈældʒiː; ˈælgiː/ *noun* [*pl., with sing. or plural verb*] very simple plants that grow mainly in water தண்ணீரில் படர்ந்து வளரும் சாதாரண செடிவகை; பாசி வகை

algebra /ˈældʒɪbrə/ *noun* [U] (*mathematics*) a type of mathematics in which letters and symbols are used to represent numbers (கணிதத்தில்) எண்களுக்குப் பதிலாக எழுத்துகளையும் குறியீடுகளையும் பயன்படுத்தும் கணிதம்; குறிக்கணக்கியல்; இயற்கணிதம் ▶ **algebraic** /ˌældʒɪˈbreɪɪk/ *adj. an algebraic equation*

algorithm /ˈælgərɪðəm/ *noun* [C] (*mathematics, computing*) a set of rules that must be followed when solving a particular problem குறிப்-பிட்ட வினா வகையின் தீர்வுக்குப் பின்பற்ற வேண்டிய கட்டளை விதிகளின் தொகுதி

alias[1] /ˈeɪliəs/ *noun* [C] a false name, for example one that is used by a criminal குற்ற-வாளிகள் முதலியோர் இட்டுக்கொள்ளும் போலியான பெயர்; மறுபெயர்

alias[2] /ˈeɪliəs/ *adv.* used for giving sb's false name ஒருவருடைய மறுபெயரைக் குறிப்பிடும் முறை: ...என்ற புனைபெயரை உடையவராக அல்லது புனைபெயருடன் *Ravi Chander, alias Akshay Kumar.*

alibi /ˈæləbaɪ/ *noun* [C] (*pl.* **alibis**) **an alibi (for sth)** a statement by sb that says you were in a different place at the time of a crime and so cannot be guilty of the crime குற்றம் சாட்டப்-பட்டவர் குற்றம் நிகழ்ந்த இடத்தில் இல்லாமல் பிறிதோர் இடத்தில் இருந்தார் எனவும், அவர் குற்றத்திற்குப் பொறுப்பாகமாட்டார் எனவும் அமையும் கூற்று; பிறிதிடமிருப்பு வாதம்

alien[1] /ˈeɪliən/ *noun* [C] **1** a creature that comes from another planet வேறோர் கோளிலிருந்து வந்த உயிரினம் **2** (*formal*) a person who comes from another country வேறோர் நாட்டிலிருந்து வந்தவர்; அயல் நாட்டவர்; அந்நியர்

alien[2] /ˈeɪliən/ *adj.* **1** of another country; foreign வேறு நாட்டைச் சேர்ந்த; அயல் நாட்டுக்குரிய *an alien land* **2 alien (to sb)** very strange and completely different from your normal experience அந்நியமான; முற்றிலும் வேறுபட்ட; புதுவரவான

alienate /ˈeɪliəneɪt/ *verb* [T] **1** to make people feel that they cannot share your opinions any more பிறரைத் தன்னிடமிருந்து கருத்து நிலையில் விலகிப் போகச்செய்; மன முறிவு கொள்ளச் செய்; அந்நியமாக்கு *The Prime Minister's new policies on defence have alienated many of his supporters.* **2 alienate sb (from sb/sth)** to make sb feel that he/she does not belong somewhere or is not part of sth ஓரிடத்திலிருந்து அல்லது ஒன்றிலிருந்து ஒருவரை அந்நியப்-படுத்து அல்லது ஒருவருக்குத் தொடர்-பின்மை/உரிமையின்மை உணர்வை ஏற்படுத்து ▶ **alienation** /ˌeɪliəˈneɪʃn/ *noun* [U]

alight[1] /əˈlaɪt/ *adj.* on fire; burning தீ வைக்கப்-பட்ட; எரிந்து கொண்டிருக்கிற *A cigarette set the petrol **alight**.*

NOTE பெயர்ச்சொல்லை அடுத்து மட்டுமே **alight** வரும். ஆனால் **burning** பெயர்ச்சொல்லுக்கு முன்பும் வரும்—*The whole building was alight.* • *a burning building*

alight² /ə'laɪt/ *verb* [I] (*written*) **alight (from sth)** to get off a bus, train, etc. (பேருந்து, தொடர் வண்டி முதலியவற்றிலிருந்து) கீழிறங்கு

align /ə'laɪn/ *verb* [T] **1 align sth (with sth)** to arrange things in a straight line or so that they are parallel to sth else ஒரு நேர்கோட்டு வரிசையிலோ வேறொரு பொருளுக்கு இணை வரிசையிலோ இருக்குமாறு பொருள்களை ஒழுங்கமைவு செய் *to align the wheels of a car* **2 align yourself with sb** to say that you support the opinions of a particular group, country, etc. குறிப்பிட்ட குழு, நாடு முதலியவற்றின் கருத்துகளுக்கு ஆதரவாக இருப்பதாகக் கூறு அல்லது ஆதரவைத் தெரிவி

alignment /ə'laɪnmənt/ *noun* **1** [U] arrangement in a straight line or parallel to sth else ஒரு நேர்கோட்டிலோ வேறொரு பொருளுக்கு இணையாகவோ பொருள்களை வரிசைப்படுத்துதல் **2** [C, U] an agreement between political parties, countries, etc. to support the same thing குறிப்பிட்ட ஒன்றினுக்கு இணைந்து ஆதரவு தருவதாக அரசியல் கட்சிகள், நாடுகள் முதலியவை தங்களுக்கு இடையே செய்து கொள்ளும் ஒப்பந்தம்/உடன்படிக்கை

alike /ə'laɪk/ *adj., adv.* (*not before a noun*) **1** very similar ஒன்றுடனொன்று ஒத்ததாக; *The two boys are very alike.* **2** in the same way சரியொப்பான/சரியொப்பாக; ஒரே முறையில் அல்லது தன்மையில் *We try to treat women and men alike in this company.* • *The book is popular with adults and children alike.*

alimentary canal /ˌælɪmentəri kə'næl/ *noun* [*sing.*] the long passage inside your body in which food moves along, from the mouth to the opening where it leaves your body as waste (உடலில் வாயிலிருந்து மலத்துளை வரை நீண்டு அமைந்துள்ள) உணவுக் குழாய்

alimony /'ælɪməni/ *noun* [U] money that you have to pay by law to your former wife or husband after getting divorced விவாகரத்துக்குப் பின் தன் முன்னாள் மனைவிக்கு/கணவருக்கு ஒருவர் சட்டப்படி தரவேண்டிய வாழ்க்கைப்படி; ஜீவனாம்சம்

alive /ə'laɪv/ *adj.* **1** not dead; living உயிரோடுள்ள; வாழ்ந்து கொண்டிருக்கிற *The young woman was still alive when the ambulance reached the hospital.*

NOTE **'Alive'** பெயர்ச்சொல்லுக்குப் பின் மட்டுமே வரும். பெயர்ச்சொல்லுக்கு முன்னர் **living** என்ற சொல்லைப் பயன்படுத்தலாம்—*Are her parents still alive?* • *Does she have any living relatives?*

2 continuing to exist நடைமுறையில் உள்ளதான; உளதான தன்மையில்; மறைந்து விடாத நிலையில் *Many old traditions are very much alive in this area of the country.* **3** full of life உயிரோட்டமான; உயிர்த்துடிப்புள்ள; செயல் ஊக்கம் நிறைந்த *In the evening the town really **comes alive**.*

alkali /'ælkəlaɪ/ *noun* [C, U] a chemical substance that reacts with acid to form a salt has a pH value of more than 7 அமிலத்துடன் எதிர்வினை புரிந்து ஓர் உப்பை உண்டாக்குவதும் ஏழுக்கு மேற்பட்ட pH மதிப்பு உள்ளதுமான ஒரு வேதிப்பொருள்; காரம் ➪ **acid** மற்றும் **base** பார்க்க; மேலும் **pH** பதிவில் படம் பார்க்க. ▶ **alkaline** *adj.*

alkaloid /'ælkəlɔɪd/ *noun* [C] a poisonous substance that is found in some plants. Some alkaloids are used in drugs சில தாவர வகைகளில் காணப்படும் நச்சுப்பொருள். இவற்றுள் சில மருந்துகளில் பயன்படுத்தப்படுகின்றன

alkane /'ælkeɪn/ *noun* [C] any of a series of gases that contain **hydrogen** and **carbon** ஹைட்ரஜனையும் கார்பனையும் தம்முள் கொண்டுள்ள வாயுப்பொருள்களின் தொகுதியுள் ஒரு வாயு *Methane and propane are alkanes.*

alkene /'ælkiːn/ *noun* [C] any of a series of gases that contain hydrogen and carbon and that have a double **bond** ஹைட்ரஜனையும் கார்பனையும் தம்முள் கொண்டுள்ளவையும் அணுக்களை ஒன்றாக நிறுத்தும் இரட்டை ஈர்ப்புத் திறன் கொண்டவையுமான வாயுப் பொருள்களின் தொகுதியுள் ஒரு வாயு

all¹ /ɔːl/ *det., pronoun* **1** the whole of a thing or of a period of time ஒரு பொருளின் அல்லது காலப் பகுதியின் முழுமை; எல்லா; அனைத்து; முழு; மொத்தம்; முழுவதும்; எல்லாமும் *All (of) the food has gone.* • *all week/month/year* • *He worked hard all his life.* **2** every one of a group ஒரு குழுவின் ஒவ்வொருவரும்; ஒரு தொகுதியின் ஒவ்வொன்றும் *She's read all (of) these books.* • *She's read them all.* • *All of them voted against the plan.* **3** everything that; the only thing that (கூறப்பட்ட) ஒவ்வொன்றையும்; (கூறப்பட்ட) ஒன்றே மட்டும் *I wrote down all I could remember.* • *All I've eaten today is one banana.*

IDM **above all** ➪ **above** பார்க்க.

after all ➪ **after** பார்க்க.

for all 1 in spite of (ஒரு பண்பு/நிலை/பொருள்) இருந்தும்; இருந்த போதிலும்; கொண்டிருந்தும் *For all her wealth and beauty, she was never very happy.* **2** used to show that sth is not important or of no interest or value to you ஒன்று தன் வரையில் முக்கியமற்றது அல்லது ஒன்றில் தனக்கு அக்கறை இல்லை என்பதை

வெளிப்படுத்தப் பயன்படுத்தப்படுவது *For all I know he's probably remarried by now.*

in all in total மொத்தத்தில் *There were ten of us in all.*

not all that... not very (ஒரு பண்பு அல்லது பொருள்) பெரிய அளவில் இல்லாமல்; மிகுதி-யாக அல்லது முழு நிறைவாக இல்லாமல் *The film wasn't all that good.*

(not) at all (not) in any way முற்றிலுமாக அல்லது அறவே (இல்லாமல்/செய்யப்படாமல்) *I didn't enjoy it at all.*

not at all used as a polite reply when sb thanks you for something தான் செய்த ஒன்றனுக்கு ஒருவர் நன்றி தெரிவிக்கும்போது அவருக்கு அடக்கமாகக் கூறப்படும் மறுமொழி

all² /ɔ:l/ *adv.* **1** completely; very முற்றிலும்; முழுவதும்; பேரளவில் *He has lived all alone since his wife died.* • *I didn't watch that programme—I forgot all about it.* **2** (in sport) for each side (விளையாட்டில்) ஒவ்வொரு பக்கத்திற்கும்/அணிக்கும் *The score was two all.*

IDM **all along** from the beginning தொடக்கத்தி-லிருந்து *I knew you were joking all along.*

all the better, harder, etc. even better, harder, etc. than before முன்னர் இருந்ததைவிட மேலும் நல்ல, கடினமான முதலியன *It will be all the more difficult with two people missing.*

all- /ɔ:l/ *prefix* (*used in adjectives and adverbs*) **1** completely முழுமையாக; முற்றிலும்; அனைத்து; எல்லாம் *an all-American show* • *an all-inclusive price* **2** in the highest degree (தரம், படிநிலை போன்றவற்றில்) உச்ச நிலையில் *all-important* • *all-powerful*

Allah *noun* [*sing.*] the name for God in Islam (இஸ்லாமிய வழக்கு) கடவுள்; இறைவன்

allay /ə'leɪ/ *verb* [T] (*formal*) to make sth less strong (முனைப்பு, தீவிரம், கடுமை முதலிய-வற்றைக்) குறை; தணி; மட்டுப்படுத்து

the all-clear *noun* [*sing.*] a signal telling you that a situation is no longer dangerous அபாயகர-மான சூழ்நிலை கடந்துவிட்டதை உணர்த்தும் அறிவிப்புக் குறி

allege /ə'ledʒ/ *verb* [T] (*formal*) to say that sb has done sth wrong, but without having any proof that this is true ஆதாரம் இன்றி ஒருவர் மீது குற்றம் சாட்டு; பழி சுமத்து *The woman alleged that Vasu had attacked her with a knife.* ▶ **allegation** /ˌælə'geɪʃn/ *noun* [C] *to make* ***allegations*** *of police corruption* ▶ **alleged** /ə'ledʒd/ *adj.* (*only before a noun*) ▶ **allegedly** /ə'ledʒɪdli/ *adv. The man was allegedly shot while trying to escape.*

allegiance /ə'li:dʒəns/ *noun* [U, C] (*formal*) support for a leader, government, belief, etc. ஒரு தலைவர், அரசு, கோட்பாடு முதலியவற்றுக்கு அளிக்கப்படும் ஆதரவு; விசுவாசம் *Many people* ***switched allegiance*** *and voted against the government.*

allegory /'æləgəri/ *noun* [C, U] (*pl.* **allegories**) a story, play, picture, etc. in which each character or event is a symbol representing an idea or a quality, such as truth, evil, death, etc.; the use of such symbols குறிப்பிட்ட கருத்துகளின் அல்லது உண்மை, தீமை, இறப்பு முதலிய மெய்ம்மைகளின் சின்னங்களாக ஒவ்வொரு பாத்திரமும் அல்லது நிகழ்ச்சியும் அமையும் ஒரு புனைகதை, நாடகம், வரைபடம் முதலியன; இவ்வாறு சின்னங்களைப் பயன்படுத்துதல்; உருவகக் கதை ▶ **allegorical** /ˌælə'gɒrɪkl/ *adj.*

allele /ə'li:l/ *noun* [C] (*technical*) one of two or more possible forms of a **gene** that are found at the same place on a **chromosome** உயிரினங்-களின் உயிரணுக்களில் இணைந்து காணப்-படும் இரண்டு அல்லது இரண்டுக்கு மேற்பட்ட மரபணுக்கூறுகளுள் ஒன்று

allergen /'ælədʒən/ *noun* [C] any substance that makes some people ill when they eat, touch or breathe it உட்கொள்வதால், தொடுவதால் அல்லது சுவாசிப்பதால் உடல் நலத்திற்குக் கெடுதல் விளைவிக்கக்கூடிய அயற்பொருள்

allergic /ə'lɜ:dʒɪk/ *adj.* **1 allergic (to sth)** having an allergy உடலில் அயற்பொருள் நுழைவ-தால் உடல்நலம் பாதிக்கப்படுகிற *I'm allergic to pepper.* **2** caused by an allergy (உடல்-நலத்தைப் பாதிக்கும்) அயற்பொருள் நுழை-வால் உண்டாகிற *an allergic reaction to dust*

allergy /'ælədʒi/ *noun* [C] (*pl.* **allergies**) **an allergy (to sth)** a medical condition that makes you ill when you eat, touch or breathe sth that does not normally make other people ill அயற்-பொருள் ஒன்றை உட்கொள்வதால்/தொடு-வதால்/சுவாசிப்பதால் உடல்நலத்திற்குக் கெடுதல் ஏற்படும் பிணி நிலை

alleviate /ə'li:vieɪt/ *verb* [T] to make sth less strong or bad ஒன்றின் கடுமையை/வீரியத்தை/ செயல் முனைப்பை மட்டுப்படுத்து; குறை; தணிவி *The doctor gave me an injection to alleviate the pain.* ▶ **alleviation** /əˌli:vi'eɪʃn/ *noun* [U]

alley /'æli/ (*also* **alleyway** /'æliweɪ/) *noun* [C] a narrow passage between buildings கட்டடங்-களுக்கு இடையே உள்ள குறுகலான வழி; சந்து

alliance /ə'laɪəns/ *noun* [C] an agreement between groups, countries, etc. to work together and support each other குழுக்கள், நாடுகள் போன்றவை தம்முள் செயல் ஒற்றுமையும் உதவிப் பரிமாற்றமும் கொள்வதாக செய்து கொள்ளும் ஒப்பந்தம்; செயலுறவு உடன்பாடு

The two parties ***formed an alliance***. ➪ **ally** பார்க்க.

allied *adj.* **1** /ˈælaɪd/ (used about organizations, countries, etc.) having an agreement to work together and support each other (நிறுவனங்கள், நாடுகள் முதலியவை வகையில்) உதவிப்பரிமாற்ற மற்றும் செயலிணக்க ஒப்பந்தம் செய்துகொண்ட **2** /əˈlaɪd/ **allied (to sth)** connected with; existing together with தொடர்புடைய; இணைந்து நிற்கிற *The newspaper is closely allied to the government.*

alligator /ˈælɪgeɪtə(r)/ *noun* [C] a large reptile with a long tail and a big mouth with sharp teeth. Alligators live in the lakes and rivers in America and China (அமெரிக்காவிலும் சீனாவிலும்) ஏரிகளிலும், நதிகளிலும் வாழும் நீண்ட வாலும், பெரிய தலையும், கூர்மையான பற்களும் கொண்ட அளவில் பெரிய முதலை வகை ➪ **crocodile** பார்க்க.

all-in *adj.* including everything அனைத்தையும் உள்ளடக்கிய; பலவும் உள்ளடங்கலான *an all-in price*

alliteration /əˌlɪtəˈreɪʃn/ *noun* [U] (*technical*) the use of the same letter or sound at the beginning of words that are close together, as in '*he built a big boat*' முதல் எழுத்து/ஒலி ஒன்றிவரும் ஓசை இயைபு; மோனை *Suman saw the sun set.*

allocate /ˈæləkeɪt/ *verb* [T] **allocate sth (to/for sb/sth)** to give sth to sb as his/her share or to decide to use sth for a particular purpose (ஒருவருடைய பங்காக அல்லது குறிப்பிட்ட பயன்பாட்டிற்காக) ஒரு பொருளை ஒதுக்கிக்கொடு; பங்கீடு செய் *The government has allocated half the budget for education.* ▶ **allocation** /ˌæləˈkeɪʃn/ *noun* [C, U]

allot /əˈlɒt/ *verb* [T] (**allo<u>tt</u>ing; allo<u>tt</u>ed**) **allot sth (to sb/sth)** to give a share of work, time, etc. to sb/sth (பணி, நேரம் போன்றவற்றில்) ஒருவருக்கு/ஒன்றுக்குப் பங்கிட்டளி; ஒதுக்கிக் கொடு; கூறுகளாகப் பிரித்துக் கொடு *Different tasks were allotted to each member of the class.* • *the allotted time*

allotment /əˈlɒtmənt/ *noun* [C, U] (*formal*) an amount of sth that sb is given or is allowed to have; the process of giving sth to sb ஒருவருக்குக் கொடுக்கப்படும் அல்லது ஒருவர் பெற்றுக்கொள்ள அனுமதிக்கப்படும் ஒரு பொருளின் அளவு; ஒருவருக்கு ஒன்றைக் கொடுக்கும் செயல்பாடு; ஒதுக்கீடு

allotropy /əˈlɒtrəpi/ *noun* [U] (in chemistry) the ability that certain substances have to exist in more than one physical form (வேதியியலில்) சில பொருள்கள் ஒன்றுக்கும் மேற்பட்ட இயல் வடிவங்களை ஏற்கும் திறன்

all-out *adj.* using all your strength, etc. தன்னுடைய முழுத்திறனையும் பயன்படுத்தி/பயன்படுத்துகிற; முழுச் செயல் முனைப்புடன் *an all-out effort* ▶ **all out** *adv.*

allow /əˈlaʊ/ *verb* [T] **1 allow sb/sth to do sth; allow sth** to give permission for sb/sth to do sth or for sth to happen (ஒருவர்/ஒன்று ஒரு செயலைச் செய்ய அல்லது ஒன்று நிகழ) அனுமதி கொடு; இடங்கொடு *Photography is not allowed inside the temple.*

> **NOTE** **Allow, permit, let**, ஆகிய மூன்றையும் ஒப்பிடுக. முறைசார் வழக்கு, முறைசாரா வழக்கு (formal, informal) இரண்டிலும் **allow** பயன்படுத்தப்படும். குறிப்பாக **be allowed to** என்ற செயப்பாட்டு வினை வடிவம் பெருவழக்கு உடையது. **Permit** பொதுவாக எழுத்து மொழியில் பயின்றுவரும் முறைசார் வழக்கு. **Let** பேச்சு மொழியில் பெரிதும் பயன்படுத்தப்படும் முறைசாரா வழக்கு. **Allow to do sth**; ஆனால் **'to'** இல்லாமல் *let sb do sth* என்று வரும். செயப்பாட்டு வினை வடிவில் **let** வராது—*Visitors are not permitted to smoke in this area.* • *Smoking is not allowed/permitted.*

2 to give permission for sb/sth to be or go somewhere ஓரிடத்தில் இருக்க அல்லது ஓரிடத்திற்குப் போக ஒருவருக்கு/ஒன்றுக்கு அனுமதி கொடு; இசைவளி *No dogs allowed.* • *I'm only allowed out on Friday and Saturday nights.* **3 allow sb sth** to let sb have sth ஒருவர் ஒன்றினைப் பெற்றுக்கொள்ள/அடைய இணங்கு; சம்மதி *My contract allows me four weeks' holiday a year.* **4 allow sb/sth to do sth** to make it possible for sb/sth to do sth ஒருவர்/ஒன்று ஒரு செயலைச் செய்வதற்கு வாய்ப்பு ஏற்படுத்து; இடங்கொடு; சாத்தியமாக்கு *Working part-time would allow me to spend more time with my family.* **5 allow sth (for sb/sth)** to provide money, time, etc. for sb/sth ஒருவருக்கு/ஒன்றுக்குப் பணம், கால அவகாசம் முதலியவற்றை வழங்கு; கொடுத்துதவு *You should allow about 30 minutes for each question.*

PHR V **allow for sb/sth** to think about possible problems when you are planning sth and include extra time, money, etc. for them ஒரு செயலைத் திட்டமிடும்பொழுது நேரக்கூடிய சிக்கல்கள், கூடுதலான பணம், நேரம் போன்றவற்றைக் கவனத்தில் கொள்; கணக்கில் எடுத்துக்கொள் *The journey should take about two hours, allowing for heavy traffic.*

allowable /əˈlaʊəbl/ *adj.* that is allowed, especially by law or by the rules குறிப்பாக, சட்டத்தால் அல்லது விதிமுறைகளால் அனுமதிக்கப்படுகிற; ஏற்றுக்கொள்ளத்தக்க

allowance /ə'laʊəns/ *noun* [C] **1** an amount of sth that you are allowed ஒருவருக்கு அனுமதிக்கப்படும் ஒரு பொருளின் அளவு *Most flights have a 20 kg baggage allowance.* **2** an amount of money that you receive regularly to help you pay for sth that you need தொடர்ந்து ஒருவருக்கு வழங்கப்படும் உதவித்தொகை; படி; செலவுத் தொகை

IDM make allowances for sb/sth to judge a person or his/her actions in a kinder way than usual because he/she has a particular problem or disadvantage ஒருவருடைய சிக்கல்களை அல்லது இடர்ப்பாடுகளைக் கருத்தில் கொண்டு பரிவுடன் அவரை அல்லது அவருடைய செயல்களை மதிப்பீடு செய் *She made allowances for him as he has been severely ill for the past few weeks.*

alloy /'ælɔɪ/ *noun* [C, U] a metal made by mixing two types of metal together இரண்டு வகையான உலோகங்களைச் சேர்த்து உருவாக்கப்பட்ட உலோகம்; உலோகக் கலப்பு *Brass is an alloy of copper and zinc.*

all right (*informal* **alright**) *exclamation, adv., adj.* (*not before a noun*) **1** good enough; OK திருப்திகரமாக *Is everything all right?* **2** safe; not hurt; well; OK பாதுகாப்பாக; தீங்கின்றி; நலமுடன் *I hope the children are all right.* • *Do you feel all right?* **3** showing you agree to do what sb has asked; OK (இசைவை அல்லது உடன்பாட்டைத் தெரிவிக்கும் முறையில்) ஆகட்டும்; சரி *'Can you get me some stamps?' 'Yes, all right.'*

NOTE ஒருவர் நன்றியைத் தெரிவிக்கும்பொழுதோ, அவர் செய்த ஒன்றுக்கு வருத்தம் தெரிவிக்கும் பொழுதோ, நாம் That's all right என்று கூறுகிறோம்—*'Thanks for the lift home'. 'That's (quite) all right'.* • *'I'm so sorry I'm late.' 'That's all right. We haven't started yet anyway.'*

all-round *adj.* (*only before a noun*) able to do many different things well; good in many different ways வேறுவேறான பல செயல்களையும் செய்யவல்ல; பன்முகத் திறமை உடைய; பல வகைகளிலும் சிறப்பான *a superb all-round athlete* • *The school aims at the all-round development of the child.*

all-rounder *noun* [C] a person who can do many different things well பல துறைகளிலும் திறமையானவர்; பன்முக ஆற்றலுடையவர்

all-time *adj.* (*only before a noun*) (used when you are comparing things or saying how good or bad sb/sth is) of any time (பொருள்களை ஒப்பிடும்போது அல்லது ஒன்றின்/ஒருவருடைய தரநிலையைப் பற்றிக் குறிப்பிடும்போது) எக்காலத்திற்கும் உரிய; குறிப்பிட்ட கால எல்லைக்கு உட்பட்டிராத *It's my all-time favourite song.* • *Unemployment is at an all-time high.*

allude /ə'lu:d/ *verb* [I] (*formal*) **allude to sb/sth** to speak about sb/sth in an indirect way ஒருவரை/ஒன்றைப் பற்றி மறைமுகமாக அல்லது குறிப்பாகப் பேசு அல்லது மறைபொருள் தோன்றக் குறிப்பிடு ▶ **allusion** /ə'lu:ʒn/ *noun* [C, U] *He likes to* ***make allusions to*** *the size of his salary.*

allure /ə'lʊə(r)/ *noun* [U] (*written*) the quality of being attractive and exciting கவர்ச்சித் தன்மை; கிளர்ச்சியூட்டும் அல்லது வயப்படுத்தும் பண்பு; ஈர்ப்பு *the allure of the big city*

alluring /ə'lʊərɪŋ/ *adj.* attractive and exciting in a way that is not easy to understand or explain உணர்ந்தறிய அல்லது விளக்கிக் கூற இயலாத முறையில் மயக்குகிற; தன்வயப்படுத்துகிற *an alluring smile* ▶ **alluringly** *adv.*

alluvial /ə'lu:viəl/ *adj.* (in geography) made of sand and earth that is left by rivers or floods (புவியியலில்) ஆறு அல்லது வெள்ளம் அடித்து ஒதுக்கிய மண்ணும் மணலும் கலந்த; வண்டலான; வண்டல் சார்ந்த *alluvial deposits/soil/plains.*

alluvium /ə'lu:viəm/ *noun* [U] (in geography) sand and earth that is left by rivers or floods (புவியியலில்) (ஆறு அல்லது வெள்ளம் அடித்து ஒதுக்கிய மணலும் மண்ணும் கலந்த) வண்டல் மண்

ally /'ælaɪ/ *noun* [C] (*pl.* **allies**) **1** a country that has an agreement to support another country, especially in a war குறிப்பாக ஒரு போரின் போது, வேறொரு நாட்டிற்குத் துணை நிற்பதாக ஒப்பந்தம் செய்துகொண்டுள்ள நாடு; நட்பு நாடு *India and its Asian allies* ⇨ **alliance** பார்க்க. **2** a person who helps and supports you, especially when other people are against you (தனிமைப்படுத்தப்பட்ட) ஒருவருக்குத் துணைநிற்பவர் *the Prime Minister's political allies*

almighty /ɔ:l'maɪti/ *adj.* **1** having the power to do anything தனிப் பேராற்றல் வாய்ந்த; எல்லாம் வல்ல *Almighty God* **2** (*only before noun*) (*informal*) very great மிகப் பெரிய; பெரிதும் மேம்பட்ட அல்லது உயர்ந்த *Suddenly we heard the most almighty crash.* **3 the Almighty** *noun* [*sing.*] God இறைவன்

almirah *noun* [C] (*IndE*) a cupboard; a wardrobe பொருள்களை வைப்பதற்கு வசதியாக அடுக்குப் பலகைகள் அமைக்கப்பட்டுள்ள அல்லது ஆடைகளை மாட்டிவைப்பதற்கு ஏற்ற அமைப்புள்ள, பெரும்பாலும் கதவுடன் கூடிய, நிலையடுக்கு; அலமாரி *a wooden almirah*

almond /ˈɑːmənd/ *noun* [C] a flat pale oval-shaped nut தட்டையான முட்டை வடிவக் கொட்டை வகை; வாதுமைக் கொட்டை ➪ **nut** பதிவில் படம் பார்க்க.

almost /ˈɔːlməʊst/ *adv.* very nearly; not quite பெரும்பாலும்; கிட்டத்தட்ட; அநேகமாக; சற்றேறக்குறைய *By nine o'clock almost everybody had arrived.* • *The film has almost finished.*

alms /ɑːmz/ *noun* [*pl.*] (*old-fashioned*) money, clothes and food that are given to poor people ஏழைகளுக்கு அல்லது இரவலர்களுக்கு வழங்கப்படும் பணம், ஆடைகள் மற்றும் உணவு; பிச்சை; நன்கொடை *She believes in giving alms to beggars every week.*

alone /əˈləʊn/ *adj.*, *adv.* **1** without any other person தன்னந்தனியாக; துணையின்றி *The old man lives alone.*

> NOTE **Alone, lonely** இரண்டுமே பிறர் பக்கத்தில் இல்லாமல் ஒருவர் தனியாக இருப்பதைக் குறிப்பன. **Lonely** (*AmE* **lonesome**) தனித்து இருப்பதுபற்றி ஒருவர் மகிழ்ச்சி அடையவில்லை என்பதை உணர்த்தும்; ஆனால் மகிழ்ச்சி அல்லது மகிழ்ச்சியின்மைக் குறிப்பைப் பெரும்பாலும் **alone** வெளிப்படுத்தாது. **Alone** பெயர்ச்சொற்களுக்கு முன்னர் வருவதில்லை. **'Alone'** என்னும் பொருள்பட **'on your own', 'by yourself'** ஆகிய இரண்டையும் பயன்படுத்தலாம். இந்தச் சொற்கள் பெரும்பான்மை முறைசாரா வழக்குகள்; இவை பேச்சு மொழியில் மிகுதியாகப் பயன்படுத்தப்படுகின்றன.

2 (*after a noun or pronoun*) only மட்டும்; மட்டுமே *You alone can help us.* • *The rent alone takes up most of my salary.*

IDM **go it alone** to start working on your own without the usual help வழக்கமான துணையின்றித் தான் மட்டும் செயலாற்றத் தொடங்கு

leave sb/sth alone ➪ **leave** பார்க்க.

let alone ➪ **let** பார்க்க.

along /əˈlɒŋ/ *prep.*, *adv.* **1** from one end to or towards the other end of sth ஒன்றினுடைய ஒரு முனையிலிருந்து மறுமுனைக்கு அல்லது மறுமுனையை நோக்கி; நெடுநீளவாக்கில் *I walked slowly along the road.* **2** on or beside sth long ஒன்றின் நெடுகிலும்; நீளமான ஒன்றை ஒட்டி *Wild flowers grew along both sides of the river.* **3** forward முன்னோக்கி; முன்னேறிக் கொண்டு; முன்னாக *We moved along slowly with the crowd.* **4** (*informal*) with sb உடன் சேர்ந்து; ஒருவருடன் துணையாக *We're going for a walk. Why don't you* ***come along*** *too?*

IDM **all along** ➪ **all**[2] பார்க்க.

along with sb/sth together with sb/sth ஒருவருடன்/ஒன்றுடன் இணைந்து/ஒன்று சேர்ந்து; கூட்டாக

go along with sb/sth to agree with sb's ideas or plans (ஒருவருடைய கருத்துடன் அல்லது செயல்திட்டத்துடன்) உடன்படு; இயைந்து-போ

alongside /əˌlɒŋˈsaɪd/ *adv.*, *prep.* **1** next to sb/sth or at the side of sth (ஒருவரை/ஒன்றை) அடுத்து; பக்கமாக; ஓரமாக **2** together with sb/sth (ஒருவருடன்/ஒன்றுடன்) இணைந்து; கூடி; ஒன்றுசேர்ந்து *the opportunity to work alongside experienced musicians*

aloof /əˈluːf/ *adj.* **1** not friendly to other people; distant பிறருடன் ஒட்டுதல் இல்லாத; பிறரிடமிருந்து விலகி நிற்கிற; நட்புணர்வு அற்ற *Her shyness made her seem aloof.* **2 aloof (from sb/sth)** not involved in sth; apart ஒன்றில் ஈடுபாடு கொள்ளாத; ஒன்றுடன் சேராமல் பிரிந்து நிற்கிற

aloud /əˈlaʊd/ (*also* **out loud**) *adv.* in a normal speaking voice that other people can hear; not silently பிறர் கேட்கும்படியான இயல்பான குரலோசையுடன்; உரக்க; குரல் உள்ளடங்கியபடி அல்லாமல் *to read aloud from a book*

alpaca /ælˈpækə/ *noun* **1** [C] a South American animal whose long hair makes good quality wool தரமான கம்பளி இழையாகப் பயன்படும் நீண்ட மயிரை உடைய தென் அமெரிக்க விலங்கு வகை **2** [U] the wool of the alpaca அந்த விலங்கின் மயிரிலிருந்து பெறப்படும் கம்பளி இழை

alpaca

alpha /ˈælfə/ *noun* [C] the first letter of the Greek alphabet (α) கிரேக்க மொழி நெடுங்கணக்கின் முதல் எழுத்து

alphabet /ˈælfəbet/ *noun* [C] a set of letters in a fixed order that you use when you are writing a language (எழுத்துருவில்) குறிப்பிட்ட வரிசை முறையில் அமைந்த ஒரு மொழியின் எழுத்துத்தொகுதி; ஒரு மொழியின் நெடுங்கணக்கு *There are 26 letters in the English alphabet.*

alphabetical /ˌælfəˈbetɪkl/ *adj.* arranged in the same order as the letters of the alphabet (எழுத்துருவில்) ஒரு மொழியின் எழுத்துத்தொகுதி அமைந்துள்ள அதே வரிசை முறையில்

அமைக்கப்பட்ட; நெடுங்கணக்கு வரிசை-முறையான *The names are listed* ***in alphabetical order****.* ▶ **alphabetically** /-kli/ *adv.*

alphanumeric /ˌælfənju:ˈmerɪk/ *adj.* (*technical*) containing or using both numbers and letters எண், எழுத்து இரண்டையும் கொண்ட அல்லது இரண்டையும் பயன்படுத்துகிற *alphanumeric data*

alpha particle *noun* [C] a very small piece of matter with a positive electric charge passing through it, that is produced in a nuclear reaction அணுக்களின் எதிர்விளைவுச் செயலில் உண்டாக்கப்படுகிற, நேர்மின் ஆற்றல் கொண்ட நுண்ணிய பருப்பொருட் கூறு

alpine /ˈælpaɪn/ *adj.* of or found in high mountains உயரமான மலைப்பகுதி சார்ந்த அல்லது உயரமான மலைகளில் காணப்படுகிற *alpine flowers*

already /ɔ:lˈredi/ *adv.* **1** used for talking about sth that has happened before now or before a particular time in the past (தற்போதைக்கு முன்பு அல்லது கடந்த காலத்தின் ஒரு குறிப்பிட்ட சமயத்தில் நிகழ்ந்த ஒன்றைப் பற்றிக் குறிப்பிடப் பயன்படுவது) ஏற்கனவே; முன்னதாகவே *'Would you like some lunch?' • 'No, I've already eaten, thanks.' • Sita was already awake when I went into her room.* **2** (*used in negative sentences and questions for expressing surprise*) so early; as soon as this (வியப்புக் குறிப்பாக எதிர்மறை மற்றும் வினாத்தொடர்களில் பயன்படுத்தப்படுவது) இவ்வளவு முன்னதாக! இத்துணை விரைவாக! *Have you finished already?*

alright /ɔ:lˈraɪt/ (*informal*) = **all right**

Alsatian /ælˈseɪʃn/ (*also* **German shepherd**) *noun* [C] a large dog, often trained to help the police or to guard buildings காவல்துறையினருக்கு உதவ அல்லது கட்டடங்களின் காவலுக்காகப் பயிற்சி அளிக்கப்பட்ட, உருவத்தில் பெரிய வளர்ப்பின நாய் வகை

also /ˈɔ:lsəʊ/ *adv.* (*not with negative verbs*) in addition; too மேலும்; கூடுதலாக; கூட; தவிர; அதுவன்றியும் *Bring summer clothing and also something warm to wear in the evenings. • The food is wonderful, and also very cheap.*

> NOTE **Too, as well** ஆகியவை also-வை விட நடைவிறைப்புக் குறைந்தவை; பேச்சுவழக்கில் பெருமளவு பயன்படுத்தப்படுபவை. வழக்கமாக, முதன்மை வினைக்கு (main verb) முன்பாகவோ, 'is', 'are', 'were' போன்றவற்றுக்குப் பின்போ **'also'** வரும்—*He also enjoys reading. • He has also been to Australia. • He is also intelligent.* **Too, as well** இரண்டும் வழக்கமாகத் தொடர்களின் பின் அமையும்—*I really love this song, and I liked the first one too/as well.*

IDM **not only ... but also** ➪ **only** பார்க்க.

also-ran *noun* [C] a person who is not successful, especially in a competition or an election குறிப்பாக ஒரு போட்டியில் அல்லது தேர்தலில், வெற்றிபெறாதவர்

altar /ˈɔ:ltə(r)/ *noun* [C] a high table that is the centre of a religious ceremony சமய வழிபாட்டுத் திருவினைக்குரிய மேடை/பீடம்

alter /ˈɔ:ltə(r)/ *verb* [I, T] to make sth different in some way, but without changing it completely; to become different (ஒரு பொருளில் முற்றிலுமாக இல்லாமல்) மாற்றங்கள் செய்; திருத்தியமை; மாற்றமடை; வேறுமாதிரியானதாக்கு *We've altered our plan, and will now arrive at 7.00 p.m. instead of 8.00 a.m. • The village seems to have altered very little in the last twenty years.*

alteration /ˌɔ:ltəˈreɪʃn/ *noun* [C, U] **(an) alteration (to/in sth)** a small change in sb/sth சிறு மாற்றம் அல்லது உரு வேறுபாடு; திருத்தி அமைத்தல் *We want to* ***make*** *a few* ***alterations*** *to the house before we move in.*

altercation /ˌɔ:ltəˈkeɪʃn/ *noun* [C, U] (*formal*) a noisy argument or disagreement பூசல்; சச்சரவு; வாக்குவாதம்

alternate[1] /ɔ:lˈtɜ:nət/ *adj.* **1** (used about two types of events, things, etc.) happening or following regularly one after the other (இரு வகையான நிகழ்ச்சிகள், பொருள்கள் போன்றவற்றைப் பற்றிக் கூறும்போது) முறையாக மாறிமாறி நிகழ்கிற; ஒன்று விட்டு ஒன்றாக ஒழுங்கமைவுடன் தொடர்கிற *alternate periods of sun and showers* **2** one of every two ஒவ்வொரு இரண்டிலும் ஒன்றாக; ஒன்று விட்டு ஒன்றாக *He works alternate weeks* (= he works the first week, he doesn't work the second week, he works again the third week, etc). ▶ **alternately** *adv. The bricks were painted alternately white and red.*

alternate[2] /ˈɔ:ltəneɪt/ *verb* [I] **1 alternate with sth; alternate between A and B** (used about two types of events, things, etc.) to happen or follow regularly one after the other (இரு வகையான நிகழ்ச்சிகள், பொருள்கள் போன்றவை பற்றிக் கூறும்போது) முறையாக மாறிமாறி நிகழ் அல்லது ஒன்று விட்டு ஒன்றாகத் தொடர் *Busy periods at work alternate with times when there is not much to do.* **2** [T] **alternate A with B** to cause two types of events or things to happen or follow regularly one after the other இரு வகையான நிகழ்ச்சிகள் அல்லது பொருள்கள் முறையாக மாறிமாறி அல்லது ஒன்றைத் தொடர்ந்து மற்றொன்றாக நிகழுமாறு/அமையுமாறு செய் *He alternated periods*

of work with periods of rest. ▶ **alternation** /ˌɔːltəˈneɪʃn/ *noun* [C, U]

alternate angles *noun* [*pl.*] two angles, formed on opposite sides of a line that crosses two other lines. If the two lines that are crossed are parallel the alternate angles are equal வேறிரண்டு கோடுகளைக் குறுக்காக வெட்டிச் செல்லும் கோட்டின் எதிரெதிர்ப் பக்கங்களில் அமையும் இரண்டு கோணங்கள். வெட்டிச் செல்லப்படுபவை இணை கோடுகளாயின், இரு கோணங்களும் சரியளவாக இருக்கும்; மாற்றெதிர் கோணங்கள் ➪ **angle** பதிவில் படம் பார்க்க.

alternating current *noun* [C, U] (*abbr.* **AC**) a flow of electricity that changes direction regularly many times a second வினாடிக்குப் பல முறை கால அளவு ஒழுங்குடன் தன் ஓட்டத்திசையை மாற்றிக்கொள்ளும் மின்னோட்டம்; மாற்று மின்னோட்டம் ➪ **direct current** பார்க்க.

alternative¹ /ɔːlˈtɜːnətɪv/ *adj.* (*only before a noun*) **1** that you can use, do, etc. instead of sth else வேறொன்றுக்குப் பதிலாகப் பயன்படுத்தக் கூடிய அல்லது செய்யக் கூடிய; மாற்றான; மாற்று *The highway was closed so we had to find an alternative route.* **2** different to what is usual or traditional வழக்கமான அல்லது மரபு வழியிலான ஒன்றிலிருந்து மாறுபட்ட; வேறான *alternative medicine* ▶ **alternatively** *adv.*

alternative² /ɔːlˈtɜːnətɪv/ *noun* [C] **an alternative (to sth)** one of two or more things that you can choose between இரண்டு அல்லது இரண்டுக்கு மேற்பட்டவற்றுள் தேர்ந்தெடுக்கக்கூடிய ஒன்று; மாற்று *What can I eat as an alternative to meat?*

alternator /ˈɔːltəneɪtə(r)/ *noun* [C] a device, used especially in a car, that produces electrical current that moves in different directions (குறிப்பாக, சீருந்தில் பயன்படுத்தப்படும்) மாறுபட்ட திசைகளில் பாயக்கூடிய மின்சாரம் உண்டுபண்ணும் கருவி

although /ɔːlˈðəʊ/ *conj.* **1** in spite of the fact that இருந்தாலும்; இருந்தபோதிலும்; என்றாலும் *Although she was tired, she stayed up studying for exams.* **2** and yet; but எனினும்; ஆனால் *I love dogs, although I wouldn't have one as a pet.*

> **NOTE** **Though, although** இரண்டும் ஒரே பொருளுடையவை ஆயினும் ஒரு தொடரின் இறுதியில் **though**-வை மட்டுமே பயன்படுத்த முடியும்—*She knew all her friends would be at the party. She did'nt want to go though.* ஒரு பொருளுக்கு அழுத்தம் தர வேண்டி **even though**-வைப் பயன்படுத்தலாம்—*She didn't want to go although/though/even though she knew all her friends, would be there.*

altimeter /ˈæltɪmiːtə(r)/ *noun* [C] an instrument for showing height above sea level, used especially in an aircraft (குறிப்பாக விமானத்தில் பயன்படுத்தப்படும்) கடல் மட்டத்திலிருந்து ஓரிடத்தின் உயரத்தைக் காட்டும் கருவி; உயரமானி ➪ **meter** பதிவில் படம் பார்க்க.

altitude /ˈæltɪtjuːd/ *noun* **1** [*sing.*] the height of sth above sea level கடல் மட்டத்திற்கு மேலிருந்து ஒன்றின் உயரம் *The plane climbed to an altitude of 10,000 metres.* **2** [C, *usually pl.*] a place that is high above sea level கடல் மட்டத்திலிருந்து உயரமாக அமைந்த இடம் *You need to carry oxygen when you are climbing at high altitudes.*

alto /ˈæltəʊ/ *noun* [C] (*pl.* **altos**) the lowest normal singing voice for a woman, the highest for a man; a woman or man with this voice ஒரு பெண்ணின் குரல் இயல்புநிலையில் அடியெல்லையான மெய்க்குரல்; ஓர் ஆணின் உச்ச எல்லையுடைய மெய்க்குரல்; இத்தன்மையான மெய்க்குரலை உடைய பெண் அல்லது ஆண்

altogether /ˌɔːltəˈgeðə(r)/ *adv.* **1** completely முற்றிலும்; மொத்தமாக; முழுவதும் *I don't altogether agree with you.* • *This time the situation is altogether different.* **2** including everything; in total அனைத்தையும் உள்ளடக்கி; மொத்தத்தில் *How much money will I need altogether?* • *Altogether there were six of us.* **3** when you consider everything; generally பலவற்றையும் கருத்தில் கொண்ட நிலையில்; பொதுவாகப் பார்க்கும்போது *Altogether, this town is a pleasant place to live.*

> **NOTE** **Altogether** மற்றும் **all together** இரண்டும் ஒன்றல்ல. **All together** அனைத்தையும்/அனைவரையும் ஒருங்கு திரட்டி அல்லது ஒன்று சேர்த்து எனும் பொருள்படுவது—*Put your books all together on the table.* • *Let's sing. All together now!*

altostratus /ˌæltəʊˈstrɑːtəs; -ˈstreɪtəs/ *noun* [U] (*technical*) a layer of cloud of equal thickness that is formed at a height of between 2 and 7 kilometres இரண்டுக்கும் ஏழுக்கும் இடைப்பட்ட கிலோமீட்டர் உயரத்தில் காணப்படும் ஒரே சீரான அடர்த்தியுடைய மேகத்திரள்

altruism /ˈæltruɪzəm/ *noun* [U] (*formal*) the fact of caring about the needs and happiness of other people more than your own தன்னுடையதை விடப் பிறர் தேவைகளிலும் மகிழ்ச்சியிலும் அக்கறை கொள்ளுதல்; பொதுநலப் பண்பு ▶ **altruistic** /ˌæltruˈɪstɪk/ *adj. altruistic behaviour*

aluminium /ˌæləˈmɪniəm/ (*AmE* **aluminum** /əˈluːmɪnəm/) (*symbol* **Al**), *noun* [U] a light silver-coloured metal that is used for making cooking equipment, etc. சமையல் பாத்திரங்கள்

முதலியன செய்யப்பயன்படும், இலேசான வெள்ளி நிறமுள்ள உலோகம்; அலுமினியம் *aluminium foil*

alumna /ə'lʌmnə/ *noun* [C] (*pl.* **alumnae**) /-ni/ (*especially AmE formal*) a former female student of a school, college or university பள்ளி, கல்லூரி அல்லது பல்கலைக்கழகத்தின் முன்னாள் மாணவி; பழைய மாணவி

alumnus /ə'lʌmnəs/ *noun* [C] (*pl.* **alumni** /-naɪ/) (*AmE formal*) a former male student of a school, college or university பள்ளி, கல்லூரி அல்லது பல்கலைக்கழகத்தின் முன்னாள் மாணவன்; பழைய மாணவன்

alveolar /æl'vi:ələ(r); *BrE* ælvi'əʊlə(r)/ *noun* [C] a speech sound made with your tongue touching the part of your mouth behind your upper front teeth for example /d/ or /t/ in *tie* and *die* நா அண்பல்லைத் தொடப் பிறக்கும் (/t/, /d/ முதலிய) பேச்சொலி ▶ **alveolar** *adj.*

always /'ɔ:lweɪz/ *adv.* **1** at all times; regularly எப்போதும்; எல்லாக் காலங்களிலும்; வழக்கமாக; மாறுபாடு இல்லாமல் *I always get up at 6.30 a.m.* • *Why is the train always late when I'm in a hurry?* **2** all through the past until now இப்பொழுது வரையிலான கடந்தகாலம் முழுவதும் **3** for ever எக்காலத்திலும்; என்றென்றைக்கும்; என்றும் *I shall always remember this moment.* **4** (*only with the continuous tenses*) again and again, usually in an annoying way எரிச்சலூட்டும் முறையில், மீண்டும் மீண்டும்; இடைவிடாது *She's always complaining about something.* **5** used with 'can' or 'could' for suggesting sth that sb could do, especially if nothing else is possible வேறெந்த வாய்ப்பும் இல்லாத நிலையில், ஒருவர் செய்யக்கூடிய ஒன்றுள்ளது என்பதை உணர்த்த 'can' அல்லது 'could'-உடன் சேர்த்துப் பயன்படுத்தப்படுவது *If you haven't got enough money, I could always lend you some.*

NOTE வழக்கமாக, ஒரு தொடரின் முதற்சொல்லாக **always** பயன்படுத்தப்படுவதில்லை; முதன்மை வினை (main verb)க்கு முன்னர் அல்லது 'is', 'are', 'were' போன்றவற்றிற்குப் பின்னர் **always** அமையும்—*He always wears those shoes.* • *Nisha is always late.* எனினும் ஒருவரைச் செயலைச் செய்யுமாறு கூறும்பொழுது **always** ஒரு தொடரின் முதற்சொல்லாக வரலாம்—*Always stop and look before you cross the road.*

Alzheimer's disease /'æltshaɪməz dɪzi:z/ *noun* [*sing.*] a disease that affects the brain and makes some people become more and more confused as they get older மூளைக்கு ஊறுவிளைவித்து முதுமையில் சிலருக்கு அறிவுத்தெளிவைப் பாதிக்கும் நோய்வகை

AM /ˌeɪ'em/ *abbr.* amplitude magnification; one of the systems of sending out radio signals வானொலிச் சமிக்கைகளைச் செலுத்தும் முறைகளுள் ஒன்று; ஒலி அதிர்வலைகளின் வீச்சுப்பரப்பு

am ➪ **be**[1] பார்க்க.

a.m. /ˌeɪ 'em/ *abbr.* (*AmE* **A.M.**) before midday நண்பகலுக்கு முன் *10 a.m.* (= 10 o'clock in the morning)

amalgam /ə'mælgəm/ *noun* **1** [C, *usually sing.*] (*formal*) a mixture or combination of things பொருள்களின் கலவை; சேர்க்கை; கூட்டு **2** [U] a mixture of **mercury** and another metal, used especially to fill holes in teeth (குறிப்பாகப் பற்களில் தோன்றும் சந்துகளை அடைக்கப் பயன்படுத்தும்) பாதரசமும் மற்றோர் உலோகமும் சேர்ந்த கலவை

amalgamate /ə'mælgəmeɪt/ *verb* [I, T] (used especially about organizations, groups, etc.) to join together to form a single organization, group, etc. (குறிப்பாக நிறுவனங்கள், குழுக்கள் முதலியவை குறித்துப் பயன்படுத்தப்படுவது) இணை; இணைந்து ஒன்றாகு ▶ **amalgamation** /əˌmælgə'meɪʃn/ *noun* [C, U]

amass /ə'mæs/ *verb* [T] to collect or put together a large quantity of sth ஒரு பொருளைப் பெருமளவில் திரட்டு; பெருந்திரளாகக் குவி *We've amassed a lot of information on the subject.*

amateur[1] /'æmətə(r)/ *noun* [C] **1** a person who takes part in a sport or an activity for pleasure, not for money as a job ஒரு விளையாட்டில் அல்லது ஒரு செயலில் ஊதியத்திற்கான தொழில் முறையில் இல்லாமல் மனமகிழ்ச்சிக்காக ஈடுபடுபவர்; பொழுதுபோக்குக் கலைஞர் ✪ OPP **professional** **2** (usually used when being critical) a person who does not have skill or experience when doing sth (குறை காணும் எண்ணத்தில்) ஈடுபடும் செயலில் பயிற்சி அல்லது அனுபவம் இல்லாதவர்; கற்றுக்குட்டி

amateur[2] /'æmətə(r)/ *adj.* **1** done, or doing sth, for pleasure (not for money as a job) (ஊதியத்திற்கான பணியாக அன்றி) மனமகிழ்ச்சிக்காகச் செய்த அல்லது செய்யப்படுகிற *an amateur production of a play* • *an amateur photographer* ✪ OPP **professional** **2** (*also* **amateurish** /-rɪʃ/) done without skill or experience செயல்திறன் அல்லது அனுபவம் இல்லாது செய்யப்படுகிற; கற்றுக்குட்டித் தனமான *The painting was an amateurish fake.*

amaze /ə'meɪz/ *verb* [T] to surprise sb very much; to be difficult for sb to believe ஒருவரைப் பெரிதும் வியப்பில் ஆழ்த்து; திகைக்கவை *Sometimes your behaviour amazes me!*

amazed /əˈmeɪzd/ *adj.* **amazed (at/by sb/sth); amazed (to do sth/that...)** very surprised பெரிதும் வியப்புற்ற; திகைப்படைந்த

amazement /əˈmeɪzmənt/ *noun* [U] a feeling of great surprise பெரு வியப்பு; மலைப்பு *He looked at me **in amazement**. • **To my amazement**, I passed the test easily.*

amazing /əˈmeɪzɪŋ/ *adj.* very surprising and difficult to believe; incredible பெரு வியப்புக்குரிய; திகைக்கவைக்கிற; நம்புவதற்குக் கடினமான *She has shown amazing courage.* ▶ **amazingly** *adv.*

ambassador /æmˈbæsədə(r)/ *noun* [C] an important person who represents his/her country in a foreign country ஒரு நாட்டின் பிரதிநிதியாக வேற்றுநாட்டில் இருக்கும் முக்கியத்துவம் வாய்ந்த ஒருவர்; அரசுத் தூதர் *the Spanish Ambassador to India* **NOTE** **Ambassador embassy**-இல் (தூதரகத்தில்) தங்கியிருந்துகொண்டு பணியாற்றுகிறார். ➪ மேலும் **consul** பார்க்க.

amber /ˈæmbə(r)/ *noun* [U] **1** a hard clear yellow-brown substance used for making jewellery or objects for decoration அணிகலன்கள் அல்லது ஒப்பனைப் பொருள்கள் செய்வதற்குப் பயன்படும் மஞ்சளும் பழுப்பும் கலந்த நிறமுடைய கடினத்தன்மையுடைய பொருள்; அம்பர் **2** a yellow-brown colour மஞ்சளும் பழுப்பும் கலந்த நிறம் *The three colours in traffic lights are red, amber and green.* ▶ **amber** *adj.*

ambi- /ˈæmbi/ *prefix* (*in nouns adjectives and adverbs*) referring to both of two இரண்டையுமே குறிக்கிற *ambivalent*

ambidextrous /ˌæmbiˈdekstrəs/ *adj.* able to use the left hand and the right hand equally well இடதுகை, வலதுகை இரண்டையுமே நன்றாகப் பயன்படுத்தும் திறனுடைய

ambience (*also* **ambiance**) /ˈæmbiəns/ *noun* [*sing.*] the character and atmosphere of a place ஓரிடத்தின் தன்மையும் இயலமைதியும்; சூழல்

ambient /ˈæmbiənt/ *adj.* (*only before a noun*) **1** (*technical*) of the area around; on all sides சூழ்ந்துள்ள; எல்லாப் பக்கங்களிலுமுள்ள *ambient temperature/conditions* **2** (used especially about music) creating a relaxed atmosphere (குறிப்பாக இசை பற்றிப் புயன்படுத்தப்படுவது) கடுமை தணித்து இதமான சூழலை உருவாக்குகிற *ambient music/lighting*

ambiguity /ˌæmbɪˈgjuːəti/ *noun* [C, U] (*pl.* **ambiguities**) the possibility of being understood in more than one way; sth that can be understood in more than one way ஒன்றுக்கு மேற்பட்ட பொருளுக்கு இடந்தருதல்/இடம் தரும் ஒன்று; பன்மைப் பொருண்மை

ambiguous /æmˈbɪgjuəs/ *adj.* having more than one possible meaning ஒன்றுக்கு மேற்பட்ட பொருளுக்கு இடந்தரக்கூடிய; பன்மைப் பொருண்மையுடைய ▶ **ambiguously** *adv.*

ambition /æmˈbɪʃn/ *noun* **1** [C] **ambition (to do/be sth); ambition (of doing sth)** something that you very much want to have or do (பெறவேண்டும் அல்லது செய்யவேண்டும் என்று பெரிதும் விரும்பும் ஒன்று; குறிக்கோள் *He finally **achieved his ambition** of becoming a doctor.* **2** [U] a strong desire to be successful, to have power, etc. வெற்றி, அதிகாரம் முதலியவற்றைப் பெறவேண்டுமென்ற ஆழ்ந்த விருப்பம்; உயரவா *One problem of Arun today is his lack of ambition.*

ambitious /æmˈbɪʃəs/ *adj.* **1 ambitious (to be/do sth)** having a strong desire to be successful, to have power, etc. வெற்றி, அதிகாரம் போன்றவை மீது உயரவா கொண்டுள்ள; ஆழ்ந்த விருப்பமுள்ள *We are ambitious to succeed.* **2** difficult to achieve or do because it takes a lot of work or effort பேரளவிலான உழைப்பு அல்லது முயற்சி வேண்டப்படுவதால் செய்து முடிப்பதற்கு அரியதான; அருஞ்செயல் தன்மையிலான *The company have announced ambitious plans for expansion.*

ambivalent /æmˈbɪvələnt/ *adj.* having or showing a mixture of feelings or opinions about sth or sb ஒருவரை/ஒன்றைப் பற்றிக் கலப்பான உணர்வுகளை அல்லது எண்ணங்களை உடைய அல்லது வெளிப்படுத்துகிற; இருமுக உணர்ச்சி அல்லது எண்ணப் போக்குடைய ▶ **ambivalence** *noun* [C, U]

amble /ˈæmbl/ *verb* [I] to walk at a slow relaxed speed கவலையின்றி மெல்ல நட; தளர் நடையில் செல் *We ambled down to the beach.*

ambulance /ˈæmbjələns/ *noun* [C] a special vehicle for taking ill or injured people to and from hospital நோயாளிகளையும், அடிபட்டவர்களையும் மருத்துவமனைக்கு/மருத்துவமனையிலிருந்து எடுத்துச் செல்லும் சிறப்பு ஊர்தி; நோயாளர் வண்டி

ambush /ˈæmbʊʃ/ *noun* [C, U] a surprise attack from a hidden position ஒளிந்திருந்து நடத்தும் எதிர்பாராத தாக்குதல் *He was killed in an enemy ambush. • The robbers were waiting **in ambush**.* ▶ **ambush** *verb* [T]

ameba (*AmE*) = **amoeba**

ameliorate /əˈmiːliəreɪt/ *verb* [T] (*formal*) to make sth better ஒன்றைச் சீர்செய்; மேம்பாடு அடையச்செய் *Steps have been taken to ameliorate the situation.*

amen /ɑːˈmen; eɪˈmen/ *exclamation* a word used at the end of prayers by Christians and Jews

கிறிஸ்தவர்களும் யூதர்களும் வழிபாட்டின் இறுதியில் கூறும் சொல்: 'அங்ஙனமே ஆகுக'

amenable /ə'mi:nəbl/ *adj.* happy to accept sth; willing to be influenced by sb/sth மகிழ்ச்சியுடன் ஒன்றை ஏற்கிற; இணங்கிப்போகும் தன்மையுள்ள; *I'm amenable to any suggestions you may have.*

amend /ə'mend/ *verb* [T] to change sth slightly in order to make it better ஒன்றைச் செப்பம் செய்யவேண்டி, சிறிய அளவில் மாற்றம் செய்; திருத்து; சீர்படுத்து

amendment /ə'mendmənt/ *noun* **1** [C] a part that is added or a small change that is made to a piece of writing, especially to a law எழுத்து வடிவில் உள்ள ஒன்றில், (குறிப்பாகச் சட்டத்தில்), செய்யப்படும் சேர்க்கை அல்லது சிறிய அளவிலான மாற்றம்; திருத்தம் **2** [U] an act of amending sth எழுத்து வடிவிலான ஒன்றில் திருத்தம் செய்தல்/ஒன்றைச் சீர்படுத்துதல்

amends /ə'mendz/ *noun* [*pl.*]

IDM **make amends** to do sth for sb, that shows that you are sorry for sth bad that you have done before ஒருவருக்குச் செய்த தீங்கிற்கு வருந்துவதன் அறிகுறியாக ஒரு செயலைச் செய்; பரிகாரம் செய்

amenity /ə'mi:nəti/ *noun* [C] (*pl.* **amenities**) something that makes a place pleasant or easy to live in ஓரிடத்தை மனத்திற்கு மகிழ்வூட்டுவதாக அல்லது வாழ்வதற்கு வசதியானதாகச் செய்யும் ஒன்று; வசதி; துணை நலப்பொருள் *Among the town's amenities are two cinemas and a sports centre.*

American /ə'merɪkən/ *adj.* from or connected with the US அமெரிக்க ஐக்கிய நாட்டுக்குரிய; அமெரிக்க ஐக்கிய நாட்டைச் சார்ந்த *Have you met Bob? He's American.* • *an American accent* ▶ **American** *noun* [C] *American movie/tourists.*

American football (*AmE* **football**) *noun* [U] a game played in the US by two teams of eleven players with a ball that is not round. The players wear hard hats (**helmets**) and other protective clothing and try to carry the ball to the end of the field அமெரிக்க ஐக்கிய நாட்டில் பதினோரு பேரைக் கொண்ட இரு அணிகளால் விளையாடப்படும் பந்தாட்டம்; உருண்டை வடிவமற்ற பந்தைத் தலைக்கவசமும் காப்பு உடையும் அணிந்த விளையாட்டு வீரர்கள் விளையாட்டுக்களத்தின் முனைக்குக் கொண்டு செல்ல முயலும் ஆட்டவகை

Americanism /ə'merɪkənɪzəm/ *noun* [C] a word, phrase or spelling that is typical of American English, used in another variety of English ஆங்கில மொழியின் பயன்பாட்டு வகைகளுள் ஒன்றான, அமெரிக்க நாட்டினருக்கே உரிய, சொல், தொடர் அல்லது சொல்லின் எழுத்துத் தொகுதி சார்ந்த அமெரிக்க மொழி வழக்கு

Americanize (*also* **-ise**) /ə'merɪkənaɪz/ *verb* [T] to make sb/sth American in character ஒருவரை அமெரிக்கப் பண்புடையவராக்கு; ஒன்றை அமெரிக்கத்தன்மை பெறச்செய்

amethyst /'æməθɪst/ *noun* [C, U] a purple precious stone, used in making jewellery அணிகலன்களில் பயன்படுத்தும் நீலம் கலந்த சிவப்பு (ஊதா) நிற மணிக்கல்; செவ்வந்திக்கல்

amiable /'eɪmiəbl/ *adj.* friendly and pleasant நட்பிணக்கம் உடைய; மனத்துக்கு இனிய ▶ **amiably** /-əbli/ *adv.*

amicable /'æmɪkəbl/ *adj.* made or done in a friendly way, without argument விவாதமின்றி நட்பிணக்கத்துடன் செய்யப்படுகிற ▶ **amicably** /-əbli/ *adv.*

amid /ə'mɪd/ (*also* **amidst** /ə'mɪdst/) *prep.* (*written*) in the middle of; among இடையில்; மத்தியில்; இடையே

amino acid /əˌmi:nəʊ 'æsɪd/ *noun* [C] any of the substances that are found in animals and plants and that combine to form a substance (**protein**) that is necessary for a healthy body and for growth விலங்குகள் மற்றும் தாவரங்களில் காணப்படுவதும் உடல் நலத்திற்கும் வளர்ச்சிக்கும் தேவையான புரதச்சத்தை இணைந்து உருவாக்குவதுமான பொருள்களில் ஒன்று

amir = **emir**

amiss /ə'mɪs/ *adj.*, *adv.* wrong; not as it should be தவறாக; ஒழுங்கின்றி; முறை தவறி *When I walked into the room I could sense that something was amiss.*

IDM **not come/go amiss** to be useful or pleasant பயனுடையதாகு அல்லது மனம் கொள்ளும்படி இரு அல்லது ஆகு *Things are fine, although a bit more money wouldn't come amiss.*

take sth amiss to be upset by sth, perhaps because you have understood it in the wrong way ஒன்றைத் தவறுதலாக உணர்ந்ததால்; மன உளைச்சல் கொள்; மனம் கலங்கு *Please don't take my remarks amiss.*

ammeter /'æmi:tə(r)/ *noun* [C] an instrument for measuring the strength of an electric current மின்னோட்டத்திறனை அளக்க உதவும் கருவி; மின்னாற்றல்மானி ➪ **meter** பதிவில் படம் பார்க்க.

ammonia /ə'məʊniə/ *noun* [U] (*symbol* **NH_3**) a colourless gas with a strong smell; a clear liquid containing ammonia used for cleaning நெடித்தன்மை உடைய நிறமற்ற வாயு; வளி; நவச்சார ஆவி; (பொருள்களின் அழுக்கு நீக்கப்பயன்படுத்தும்) நவச்சார ஆவி கலந்த தெள்ளிய கரைசல்

ammonite /ˈæmənaɪt/ *noun* [C] a type of **fossil** (பல்லாயிரம் ஆண்டுகளுக்கு முன்னர் வாழ்ந்து பாறையாக மாறியிருக்கும் ஒரு விலங்கின்) புதை வடிவம்

ammonium /əˈməʊniəm/ *noun* [*sing.*] (*symbol* **NH_4**) a chemical substance with a positive electrical charge that is found in liquids and salts that contain ammonia நவச்சார ஆவி உள்ளடங்கிய உப்புகளிலும் திரவங்களிலும் காணப்படும் நேர் மின்னோட்டத் திறனுடைய ஒரு வேதிப்பொருள்; நவச்சியம்; அமோனியம்

ammunition /ˌæmjuˈnɪʃn/ *noun* [U] **1** the supply of bullets, etc. that you need to fire from a weapon படைக்கருவிகளில் இருந்து செலுத்துவதற்கான துப்பாக்கிக் குண்டு முதலிய துணைக்கலப் பொருள்கள் *The troops surrendered because they had run out of ammunition.* **2** facts or information that can be used against sb/sth ஒருவருக்கு/ஒன்றுக்கு எதிராகப் பயன்படுத்துவதற்குரிய செய்திகள் அல்லது தகவல்கள்

amnesia /æmˈniːziə/ *noun* [U] loss of memory நினைவுத்திறன் இழப்பு; மறதி

amnesty /ˈæmnəsti/ *noun* [C] (*pl.* **amnesties**) **1** a time when a government forgives political crimes அரசியல் குற்றங்களுக்கு அரசு மன்னிப்பு வழங்கும் காலம் **2** a time when people can give in illegal weapons or admit to crimes without being arrested சட்டத்திற்குப் புறம்பாகப் படைக்கலங்கள் வைத்துள்ளவர் கைது செய்யப்படுதல் இன்றி அவற்றை ஒப்படைக்கக் கூடிய அல்லது குற்றங்களை ஒப்புக்கொள்ளக் கூடிய காலம்

amniocentesis /ˌæmniəʊsenˈtiːsɪs/ *noun* [U, *sing.*] a medical test in which some liquid is taken from a pregnant woman's **womb** to find out if the baby has particular illnesses or health problems கருவில் இருக்கும் குழந்தைக்கு உடல்நலச் சிக்கல்களோ குறிப்பிட்ட நோய்களோ உள்ளதா என்பதைக் கண்டறியத் தாயின் கருப்பையில் இருந்து சிறிது திரவத்தை எடுத்துச் செய்யும் மருத்துவச்சோதனை

amniotic fluid /ˌæmniɒtɪk ˈfluːɪd/ *noun* [U] the liquid that is around a baby when it is inside its mother's body கருவிலிருக்கும் குழந்தையைச் சுற்றிக் காணப்படும் திரவப்பொருள்

amoeba (*AmE* **ameba**) /əˈmiːbə/ *noun* [C] (*pl.* **amoebas** or **amoebae** /-biː/) a very small living creature that consists of only one cell ஒற்றை உயிரணுவைக் கொண்ட மிகச்சிறிய உயிரினம்

amok /əˈmɒk/ *adv.*

IDM **run amok** to suddenly start behaving violently, especially in a public place (குறிப்பாக ஒரு பொது இடத்தில்) திடீரெனக் கட்டுமீறிய செயலில் இறங்கு *Football fans ran amok in the centre of the playground after the match ended.*

among /əˈmʌŋ/ (*also* **amongst** /əˈmʌŋst/) *prep.* **1** surrounded by; in the middle of சூழப்பட்டு; மத்தியில் *I often feel nervous when I'm among strangers.* **2** in or concerning a particular group of people or things குறிப்பிட்ட குழுவினுள் அல்லது குழுவைச் சார்ந்து; குறிப்பிட்ட பொருள்களுள் அல்லது பொருட்களைச் சார்ந்து *Discuss it* ***amongst yourselves*** *and let me know your decision.* • ***Among other things****, the drug can cause headaches and sweating.* **3** to each one (of a group) (ஒரு குழுவில் உள்ள) ஒவ்வொருவருக்கும் *On his death, his money will be divided among his children.*

amoral /ˌeɪˈmɒrəl/ *adj.* (used about people or their behaviour) not following any moral rules; not caring about right or wrong (ஆட்களை அல்லது அவர்களுடைய நடத்தையைப் பற்றியது) ஒழுக்க நெறிமுறைகளைப் பின்பற்றாத; நல்லது கெட்டது பற்றிக் கவலைப்படாத ⇨ **moral** மற்றும் **immoral** பார்க்க.

amorous /ˈæmərəs/ *adj.* showing sexual desire and love for sb ஒருவர் மீது காதற்காம உணர்வை அல்லது மோகத்தை வெளிப்படுத்துகிற *She rejected his amorous advances.*
▶ **amorously** *adv.*

amorphous /əˈmɔːfəs/ *adj.* (*technical*) having no definite shape, form or structure வரையறுக்கப்பட்ட உருவம், வடிவம் அல்லது கட்டமைப்பு இல்லாத

amount¹ /əˈmaʊnt/ *noun* [C] **1** the amount of sth is how much of it there is; a quantity of sth ஒரு பொருளின் (மதிப்பு/பருமன்/எண்ணிக்கை) அளவு; தொகை *I have a certain amount of sympathy with her.* • ***a large amount*** *of money* **2** total or sum of money பணத்தின் மொத்தம் அல்லது பணத்தொகை *You are requested to pay the full amount within seven days.*

amount² /əˈmaʊnt/ *verb*

PHR V **amount to sth 1** to add up to sth; to make sth as a total மொத்தத்தில் ஓரளவாக ஆகு; ஒன்றை மொத்த அளவாக ஆக்கு *The cost of the repairs amounted to Rs 5,000.* **2** to be equal to or the same as sth சரிநிகராக அல்லது ஒரே தன்மையுடையதாக இரு *Whether I tell her today or tomorrow, it amounts to the same thing.*

amp /ˈæmp/ *noun* [C] **1** (*formal* **ampere** /ˈæmpeə(r)/) a unit for measuring electric current மின்னோட்டத்தை அளவிடப் பயன்படுத்தும் ஓர் அலகு **2** (*informal*) = **amplifier**

ampersand /ˈæmpəsænd/ *noun* [C] (*symbol* **&**) the symbol used to mean 'and' உம்மைக்குறி; 'And' என்பதன் குறியீடாகப் பயன்படுத்தப்படுவது

amphetamine /æmˈfetəmiːn/ *noun* [C, U] an illegal drug that makes you feel excited and full of energy சட்டத்திற்குப் புறம்பான (மனக்கிளர்ச்சியும் வீரியமும் ஊட்டக்கூடிய) ஊக்க மருந்து வகை

amphibian /æmˈfɪbiən/ *noun* [C] an animal that can live both on land and in water நிலம், நீர் இரண்டிலும் வாழக்கூடிய விலங்கு; நில நீர்வாழ் உயிரினம் *frogs, toads and other amphibians*

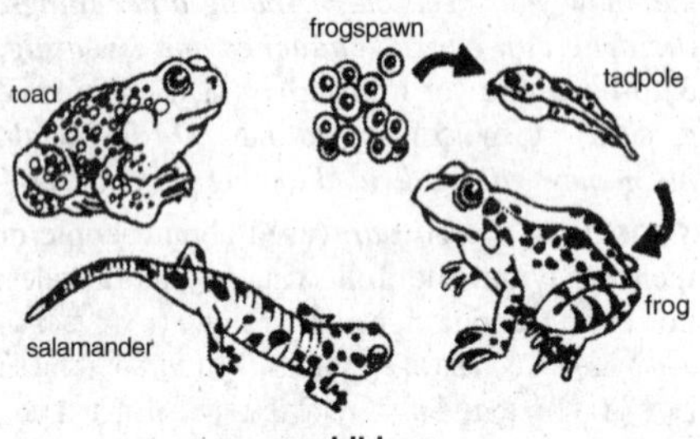

amphibians

amphibious /æmˈfɪbiəs/ *adj.* able to live or be used both on land and in water நீர், நிலம் இரண்டிலும் வாழக்கூடிய அல்லது நீர், நிலம் இரண்டிலும் பயன்படுத்தக்கூடிய *Frogs are amphibious.* • *amphibious vehicles*

amphitheatre (*AmE* **amphitheater**) /ˈæmfɪθɪətə(r)/ *noun* [C] a circular building without a roof and with rows of seats that rise in steps around an open space. Amphitheatres were used in ancient Greece and Rome திறந்த வெளியான நடுவிடத்தைச் சுற்றிப் படியடுக்கு இருக்கை வரிசைகள் கொண்ட வட்ட வடிவ, மேற்கூரை இல்லாத கட்டடம்; வட்டரங்கம். இவ்வகை அரங்கங்கள் பண்டைக்கால கிரீஸிலும் ரோமிலும் இருந்தன

ample /ˈæmpl/ *adj.* **1** enough or more than enough போதுமான அளவில் உள்ள; தேவையான; தேவைக்கும் மிகுதியான; மிகையளவான *We've got ample time to make a decision.* **2** large பரந்தகன்ற; பெரிதான; அகலமான *There is space for an ample car park.* ▶ **amply** /ˈæmpli/ *adv.*

amplifier /ˈæmplɪfaɪə(r)/ (*informal* **amp**) *noun* [C] a piece of electrical equipment for making sounds louder or signals stronger ஒலியின் அளவை மிகுதிப்படுத்த அல்லது (கம்பியில்லாத் தந்தியின்) சுட்டுக்குறிச் செய்தி ஏற்பாற்றலை வலிவுபடுத்தப் பயன்படுத்தும் மின்கருவி; ஒலிபெருக்கி

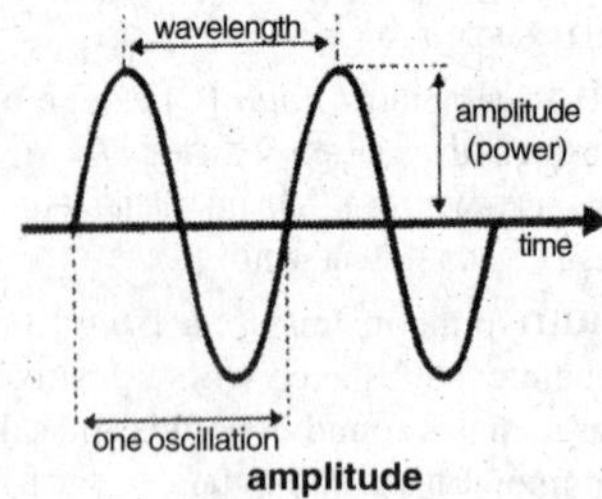

amplitude

amplify /ˈæmplɪfaɪ/ *verb* [T] (*pres. part.* **amplifying;** *3rd person sing. pres.* **amplifies** *pt. pp* **amplified**) **1** to increase the strength of a sound, using electrical equipment மின்கருவியைப் பயன்படுத்தி ஒலியளவைப் பெருக்கு **2** to add details to sth in order to explain it more fully நிறைவான விளக்கத்திற்காக விவரங்களைக் கூட்டிச்சேர் ▶ **amplification** /ˌæmplɪfɪˈkeɪʃn/ *noun* [U]

amplitude /ˈæmplɪtjuːd/ *noun* [U, C] (*technical*) the greatest distance that a wave, especially a sound or radio wave, moves up and down ஓர் ஒலியலையின்/அதிர்வலையின் ஏற்ற இறக்கத்தின் உச்ச வீச்சளவு

ampoule /ˈæmpuːl/ *noun* [C] a small container, usually made of glass, containing a drug that will be **injected** into sb உடலுள் செலுத்துவதற்குரிய ஊசி மருந்தினை உடைய (கண்ணாடிச்) சிமிழ்

amputate /ˈæmpjuteɪt/ *verb* [I, T] to cut off a person's arm, leg, etc. for medical reasons ஒருவருடைய கை, கால் முதலிய உறுப்பை மருத்துவக் காரணங்களுக்காக வெட்டியெடு ▶ **amputation** /ˌæmpjuˈteɪʃn/ *noun* [C, U]

amputee /ˌæmpjuˈtiː/ *noun* [C] a person who has had an arm or a leg amputated மருத்துவக் காரணங்களுக்காக ஒரு கை அல்லது கால் துண்டிக்கப்பட்டவர்

amulet /ˈæmjʊlət/ *noun* [C] a piece of jewellery that some people wear because they think it protects them from bad luck, illness, etc. (தீநேர்வு, நோய் போன்றவற்றுக்கு எதிரான காப்பாக எண்ணிச் சிலர் கட்டிக்கொள்ளும்) தாயத்து

amuse /əˈmjuːz/ *verb* [T] **1** to make sb laugh or smile; to seem funny to sb (ஒருவருக்குச்) சிரிப்பூட்டு; வேடிக்கை காட்டு *Everybody laughed but I couldn't understand what had amused them.* **2** to make time pass pleasantly for sb; to stop sb from getting bored ஒருவரை மகிழ்ந்து பொழுதுபோக்கச் செய்; ஒருவர்

சலிப்படையாமல் இருக்கச் செய் *I did some crosswords to amuse myself on the journey.*

amused /ə'mju:zd/ *adj.* thinking that sth is funny and wanting to laugh or smile (வேடிக்கையான ஒன்றால்) சிரிப்பூட்டப்படுகிற; களிப்புணர்ச்சிக் கொள்கிற *I was amused to hear his account of what happened.*

IDM keep sb/yourself amused to do sth in order to pass time pleasantly and stop sb/yourself getting bored மகிழ்ந்து பொழுதுபோக்குவதற்கானவற்றை அல்லது சலிப்படையாமல் இருப்பதற்கானவற்றைச் செய்

amusement /ə'mju:zmənt/ *noun* **1** [U] the feeling caused by sth that makes you laugh or smile, or by sth that entertains you சிரிப்பூட்டக் கூடிய அல்லது மனத்திற்கு மகிழ்வளிக்கும் ஒன்றால் தோன்றும் உணர்ச்சி அல்லது மன எழுச்சி; களிப்புணர்வு *Much to the pupils' amusement, the teacher fell off his chair.* **2** [C] something that makes time pass pleasantly; an entertainment மகிழ்ந்து பொழுதுபோக்க உதவுவது; பொழுதுபோக்குக் காட்சி அல்லது செயல் *The holiday centre offers a wide range of amusements, including golf and tennis.*

amusement arcade = **arcade 2**

amusing /ə'mju:zɪŋ/ *adj.* causing you to laugh or smile சிரிப்பூட்டுகிற; வேடிக்கையான *He's a very amusing person. • The story was quite amusing.*

amylase /'æmɪleɪz/ *noun* [U] an **enzyme** that allows the body to change some substances into simple sugars சிலவகைப் பொருள்களை உடல் சர்க்கரைச் சத்தாக மாற்ற உதவும் நொதி

an ➪ **a²** பார்க்க.

anabolic steroid /ˌænəbɒlɪk 'sterɔɪd/ *noun* [C] a chemical substance that increases the size of the muscles. It is sometimes taken illegally by people who play sports (சில சமயங்களில் விளையாட்டு வீரர்கள் சட்டத்திற்குப் புறம்பாக உட்கொள்ளும்) தசைகளின் அளவைப் பெருக்கவைக்கும் ஒரு வேதியியல் பொருள்

anachronism /ə'nækrənɪzəm/ *noun* [C] **1** a person, a custom, etc. that seems old-fashioned and does not belong in the present இக்காலத்திற்குப் பொருந்தாத, பழமைப்பட்டுப்போனதாகத் தோன்றும் ஒருவர், ஒரு வழக்கம் முதலியன **2** something that does not belong in the period of history in which it appears, for example in a book or a film (ஒரு நூல், திரைப்படம் போன்றவற்றில் காணப்படும்) அதற்குரியதான வரலாற்றுக் காலப்பகுதிக்குப் பொருந்தாத ஒன்று; கால முரண்பாடு உடைய ஒன்று *The movie, which is set in ancient India, is full of anachronisms and inaccuracies.* ▶ **anachronistic** /əˌnækrə'nɪstɪk/ *adj.*

anaemia (*AmE* **anemia**) /ə'ni:miə/ *noun* [U] a medical condition in which there are not enough red cells in the blood குருதியில் சிவப்பு உயிரணுக்கள் போதுமான அளவு இல்லாத நிலை; இரத்தச்சோகை ▶ **anaemic** (*AmE* **anemic**) *adj.*

anaerobic /ˌæneə'rəʊbɪk/ *adj.* **1** not needing **oxygen** ஆக்சிஜன் வேண்டாத; ஆக்சிஜன் இல்லாமல் வாழக்கூடிய *anaerobic bacteria* ➪ **respiration** பதிவில் படம் பார்க்க. **2** (used about physical exercise) that is not intended to improve the way our bodies use oxygen (உடற்பயிற்சி வகையில்) உடலின் ஆக்சிஜன் ஏற்புத்தன்மையை மேம்படுத்துவதை நோக்கமாகக் கொள்ளாத ➪ **aerobic** பார்க்க.

anaesthesia (*AmE* **anesthesia**) /ˌænəs'θi:ziə/ *noun* [U] the use of drugs that make you unable to feel pain during medical operations அறுவைச் சிகிச்சையின் போது வலியை உணராதிருக்கச் செய்யும் மருந்துகளைப் பயன்படுத்துதல்; உணர்விழப்பு/மயக்க மருந்தை அறுவை மருத்துவம் செய்யப்படும் நோயாளிக்குக் கொடுத்தல்

anaesthetic (*AmE* **anesthetic**) /ˌænəs'θetɪk/ *noun* [C, U] a substance that makes you unconscious or makes specific body parts numb so that you don't feel pain, for example when a doctor is performing a medical operation அறுவைச் சிகிச்சையின் போது நோவை உணராதிருக்கும் பொருட்டு ஒருவரை மயக்கமடையச்செய்யும் அல்லது குறிப்பிட்ட உடல் பகுதியை உணர்விழக்கச் செய்யும் பொருள் *You'll need to be **under anaesthetic** for the operation.*

anaesthetist (*AmE* **anesthetist**) /ə'ni:sθətɪst/ *noun* [C] a person with the medical training necessary to give an **anaesthetic** to patients நோயாளிகளுக்கு மயக்க மருந்து கொடுப்பதற்கான பயிற்சி பெற்ற ஒருவர்

anaesthetize (*also* **-ise**; *AmE* **anesthetize**) /ə'ni:sθətaɪz/ *verb* [T] to give an anaesthetic to sb ஒருவருக்கு மயக்க மருந்து கொடு

anagram /'ænəgræm/ *noun* [C] a word or phrase that is made by arranging the letters of another word or phrase in a different order ஒரு சொல்லின் எழுத்துகளை முறைமாற்றி அமைத்து உருவாக்கும் வேறொரு சொல் *'Worth' is an anagram of 'throw'.*

anal /'eɪnl/ ➪ **anus** பார்க்க.

analgesia /ˌænəl'dʒi:ziə/ *noun* [U] (*medical*) the loss of the ability to feel pain while still conscious உணர்வு நிலையில் இருக்கும் போதே (மருந்துகளை உட்கொண்டதால் அல்லது

சேதமுற்ற நரம்பின் உயிரணுக்களால்) வலியை உணரமுடியாது போதல்

analgesic /ˌænəlˈdʒiːzɪk/ *noun* [C] a substance that reduces pain வலியை/நோவைத் தணிக்கும் பொருள் ▶ **analgesic** *adj.*

analogous /əˈnæləɡəs/ *adj.* (*formal*) **analogous (to/with sth)** similar in some way; that you can compare ஒப்புமை உடைய; ஒத்த; ஒப்பிடக்கூடிய

analogue (*AmE* **analog**) /ˈænəlɒɡ/ *adj.* (*technical*) **1** using an electronic system that uses continuously changing physical quantities to measure or store data தகவல்களை அளவிட்டு அறிய அல்லது தொகுத்துவைக்க, தொடர்ந்து மாறிக்கொண்டிருக்கும் இயற்பொருள் அளவுகளைப் பயன்படுத்தும் ஒரு மின்னியல் அமைப்பைப் பயன்படுத்துகின்ற *an analogue circuit/computer/signal* **2** (used about a clock or watch) showing information using hands that move around a **dial** (நிலைக்கடிகார அல்லது கைக்கடிகார வகையில்) முகப்பு வட்டைச் சுற்றி நகரும் முட்களைப் பயன்படுத்தித் தகவலைக் காட்டுகிற ➪ **digital** பார்க்க.

analogy /əˈnælədʒi/ *noun* [C] (*pl.* **analogies**) **an analogy (between A and B)** a comparison between two things that shows a way in which they are similar இருபொருள்களுக்கு இடையே உள்ள ஒப்புமைத் தன்மைகளை வெளிப்படுத்துதல்; ஒப்பீடு *You could make an analogy between the human body and a car engine.*
IDM **by analogy** by comparing sth to sth else and showing how they are similar ஒன்றை மற்றொன்றுடன் ஒப்பிட்டு அவை ஒத்திருக்கும் முறையைக் காட்டுவதன் வழியாக

analyse (*AmE* **analyze**) /ˈænəlaɪz/ *verb* [T] to look at or think about the different parts or details of sth carefully in order to understand or explain it (ஒன்றை அறிந்துகொள்ளும் அல்லது விளக்கி உரைக்கும் நோக்கத்தோடு) ஒன்றின் பல்வேறு கூறுகளைக் கூர்ந்து நோக்கு; கூறுபடுத்தி ஆராய் *The water samples are now being analysed in a laboratory.* • *to analyse a situation*

analysis /əˈnæləsɪs/ *noun* (*pl.* **analyses** /-siːz/) **1** [C, U] the careful examination of the different parts or details of sth ஒரு பொருளின் பல்வேறு கூறுகளையும்/வகை நுணுக்கங்களையும் கூர்ந்து ஆராய்தல்; பகுப்பாய்வு *Some samples of the water were sent to a laboratory **for analysis**.* **2** [C] the result of a careful examination of sth பகுப்பாய்வின் முடிவுகள் *Your analysis of the situation is different from mine.*

analyst /ˈænəlɪst/ *noun* [C] a person whose job is to examine sth carefully as an expert பகுப்பாய்வு வல்லுநர்; கூறுபாட்டாராய்ச்சி நிபுணர் *a food analyst* • *a political analyst*

analytical /ˌænəˈlɪtɪkl/ (*also* **analytic** /ˌænəˈlɪtɪk/) *adj.* using careful examination in order to understand or explain sth (ஒன்றை உணர்ந்தறியும் பொருட்டு அல்லது விளக்கி உரைப்பதற்காக) நுணுகி ஆராய்கிற; பகுப்பாய்வு முறையைப் பயன்படுத்துகிற

anarchic /əˈnɑːkɪk/ *adj.* without rules or laws சட்டங்களுக்கோ விதிமுறைகளுக்கோ உட்படுத்தப்படாத; சட்ட ஒழுங்கற்ற

anarchism /ˈænəkɪzəm/ *noun* [U] the political belief that there should be no government or laws in a country ஒரு நாட்டிற்கு அரசோ சட்டங்களோ கூடாது என்னும் அரசியல் கொள்கை; அரசு வேண்டாக் கொள்கை ▶ **anarchist** *noun* [C]

anarchy /ˈænəki/ *noun* [U] a situation in which people do not obey rules and laws; a situation in which there is no government in a country சட்டங்களுக்கும் விதிமுறைகளுக்கும் மக்கள் கட்டுப்படாத நிலை; ஒரு நாட்டில் அரசு இல்லாத நிலை

anathema /əˈnæθəmə/ *noun* [U, C, *usually sing.*] (*formal*) a thing or an idea which you hate because it is the opposite of what you believe (தன் கொள்கைக்கு எதிரான) வெறுப்புக்குரிய ஒரு பொருள் அல்லது கருத்து *Racial prejudice is (an) anathema to me.*

anatomy /əˈnætəmi/ *noun* (*pl.* **anatomies**) **1** [U] the scientific study of the structure of human or animal bodies மனித அல்லது விலங்குகளின் உடலமைப்புகளை அறிவியல் முறையில் ஆய்தல்; உடற் கூற்றியல் ஆய்வு **2** [C] the structure of a living thing உயிரினங்களுடைய உடல் உறுப்புகளின் அமைப்பியல்; உடற்கூற்றமைப்பியல் *the anatomy of the frog* ▶ **anatomical** /ˌænəˈtɒmɪkl/ *adj.* ▶ **anatomist** /əˈnætəmɪst/ *noun* [C]

ancestor /ˈænsestə(r)/ *noun* [C] a person in your family who lived a long time before you மூதாதை; குல முன்னவர் *My ancestors settled in this country a hundred years ago.* ➪ **descendant** பார்க்க. ✪ SYN **forebear** ▶ **ancestral** /ænˈsestrəl/ *adj.* *her ancestral home* (= that had belonged to her ancestors)

ancestry /ˈænsestri/ *noun* [C, U] (*pl.* **ancestries**) all of a person's ancestors மூதாதையர் மரபு அல்லது வம்சம் *He is of royal ancestry.*

anchor[1] /ˈæŋkə(r)/ *noun* [C] **1** a heavy metal object at the end of a chain that you drop into the water from a boat in order to stop the boat moving படகின் இயக்கத்தை நிறுத்த அதிலிருந்து ஒரு சங்கிலியில் இணைத்து

நீரில் இறக்கி விடப்படும் கனமான உலோகப் பொருள்; நங்கூரம் **2 -anchorman, anchorwoman**

anchor² /ˈæŋkə(r)/ *verb* **1** [I, T] to drop an anchor; to stop a boat moving by using an anchor நங்கூரமிடு; நங்கூரமிட்டுப் படகை நிறுத்து **2** [T] to fix sth firmly so that it cannot move ஒன்று இயங்காத வண்ணம் உறுதியாக நிலைநிறுத்து **3** to present radio or television programmes and introduce reports by other people வானொலி அல்லது தொலைக்காட்சி நிகழ்ச்சிகளை அளி, மற்றும் பிறர் தயாரித்த அறிக்கைகளுக்கு அறிமுகக் குறிப்பு வழங்கு

anchorage /ˈæŋkərɪdʒ/ *noun* [C, U] **1** a place where boats or ships can **anchor** படகுகள் அல்லது கப்பல்கள் நங்கூரமிட்டுத் தங்கும் இடம் **2** a place where sth can be fastened to sth else வேறொன்றுடன் ஒரு பொருள் பிணைக்கப்படும் இடம் *anchorage points for a baby's car seat*

anchorman /ˈæŋkəmæn/ *noun* [C] (*pl.* **-men** /-men/) (*AmE* **anchor**) a man who presents a radio or television programme and introduces reports by other people வானொலி அல்லது தொலைக்காட்சி நிகழ்ச்சியை வழங்குபவர் மற்றும் பிறருடைய அறிக்கைகளுக்கு அறிமுகக் குறிப்பு வழங்குபவர்

anchorwoman /ˈæŋkəwʊmən/ *noun* [C] (*pl.* **-women** /-wimin/) (*AmE* **anchor**) a woman who presents a radio or television programme and introduces reports by other people வானொலி அல்லது தொலைக்காட்சி நிகழ்ச்சியை வழங்கும் மற்றும் பிறருடைய அறிக்கைகளுக்கு அறிமுகக் குறிப்பு வழங்கும் பெண்

anchovy /ˈæntʃəvi/ *noun* [C, U] (*pl.* **anchovies**) a small fish with a strong salty flavour உறைப்பான உப்புச்சுவையுடைய சிறு மீன் வகை

ancient /ˈeɪnʃənt/ *adj.* **1** belonging to a period of history that is thousands of years in the past ஆயிரக்கணக்கான ஆண்டுகளுக்கு முற்பட்ட; பண்டைய; தொன்மையான *ancient history/civilization* **2** very old மிகவும் வயதான; முதுமையடைந்த *I can't believe he's only 30—he looks ancient!*

ancillary /ænˈsɪləri/ *adj.* **ancillary (to sth) 1** providing necessary support to the main work or activities of an organization ஒரு நிறுவனத்தின் முதன்மைப் பணியில் அல்லது செயற்பாடுகளில் உதவிபுரிகிற; பக்கத்துணையாக அமைகிற *Ancillary hospital staff such as cleaners are often badly paid.* **2** in addition to sth else but not as important ஒன்றன் (சரிநிகர் முக்கியமல்லாத) கூடுதலான; துணைச் சேர்க்கையான

and /ənd; ən; *strong form* ænd/ *conj.* **1** (used to connect words or parts of sentences) also; in addition to (சொற்களை அல்லது சொற்றொடர்களை இணைக்கப் பயன்படுவது) உம்; மற்றும்; அத்துடன் *a boy and a girl • Do it slowly and carefully. • We were singing and dancing all evening.* **NOTE** நெருங்கிய தொடர்புடைய பொருள்களை இணைக்கும் பொழுது '**a**' முதலியவற்றை மீண்டும் மீண்டும் பயன்படுத்தத் தேவையில்லை—*a knife and fork • My father and mother* **2** (used when you are saying numbers in sums) in addition to; plus (கூட்டிச் சேர்ப்பதற்குரிய எண்களைக் குறிப்பிடும்போது) உம்; உடன்; ஓடு *Twelve and six is eighteen.* **NOTE** பெரும் மதிப்புடைய எண்களைக் குறிப்பிடும் 'hundred' என்ற சொல்லை அடுத்து *and* பயன்படுத்தப்படுகிறது—2264 என்ற எண்ணை *two thousand, two hundred and sixty four* என்று கூறுகிறோம் **3** used between repeated words to show that sth is increasing or continuing ஒன்று மிகுவதை அல்லது தொடர்வதைக் குறிக்க இரட்டித்து வரும் சொற்களுக்கு இடையில் பயன்படுத்தப்படுவது *The situation is getting worse and worse. • I shouted and shouted but nobody answered.* **4** used instead of 'to' after certain verbs, for example 'go', 'come', 'try', 'go', 'come', 'try' போன்ற சில வினைச்சொற்களுக்குப் பின்னர் 'to'க்குப் பதிலாகப் பயன்படுத்தப்படுவது *Go and answer the door for me, will you? • I'll try and find out what's going on.*

androgynous /ænˈdrɒdʒənəs/ *adj.* having both male and female characteristics; looking neither very male nor very female ஆண், பெண் இருபால் கூறுகளையும் உடைய; ஆண் தன்மையோ பெண் தன்மையோ முனைப்பாகக் காணப்படாத

android /ˈændrɔɪd/ *noun* [C] a type of machine that looks like a real person உண்மையான மனிதன் போலத் தோன்றும் இயந்திர வகை; மனிதத் தோற்றமுள்ள இயந்திரம் ✪ SYN **robot**

anecdotal /ˌænɪkˈdəʊtl/ *adj.* based on **anecdotes** and possibly not true or accurate அநேகமாக உண்மையாக அல்லது துல்லியமாகத் தோன்றாத நிகழ்ச்சிக் குறிப்புகளைச் சார்ந்த அல்லது நிகழ்ச்சிக் குறிப்புகளை அடிப்படையாகக் கொண்ட *The newspaper's 'monster shark' story was based on anecdotal evidence.*

anecdote /ˈænɪkdəʊt/ *noun* [C] a short interesting story about a real person or event மெய்யான ஒருவரை அல்லது ஒரு நிகழ்ச்சியைப் பற்றிய ஆர்வமூட்டும் அல்லது கருத்தை ஈர்க்கும் நொடிக்கதை; துணுக்கு

anemia, anemic = **anaemia, anaemic**

anemometer /ænɪˈmɒmɪtə(r)/ *noun* [C] (*technical*) an instrument for measuring the speed of wind காற்றின் வேகத்தை அளவிட உதவும் கருவி; காற்று வேகமானி ➪ **meter** பதிவில் படம் பார்க்க.

anemone /əˈneməni/ *noun* [C] **1** a small plant with white, red, blue or purple flowers that are shaped like cups and have dark centres கிண்ணம் போன்ற வடிவும் கருமையான மையப்பகுதியும் வெண்மை, சிவப்பு, நீலம் அல்லது ஊதா நிறம் கொண்ட பூக்களும் உடைய சிறு செடி ➪ **sea anemone** பார்க்க. **2** short for **sea anemone** sea anemone (கடற் பஞ்சு) என்பதன் சுருக்கம்

anesthesia, anesthetic = **anaesthesia, anaesthetic**

anesthetist, anesthetize = **anaesthetist, anaesthetize**

anew /əˈnjuː/ *adv.* (*written*) again; in a new or different way மறுபடியும்; புதிதாக; வேறு முறையில்

angel /ˈeɪndʒl/ *noun* [C] **1** a spirit who is believed to live in heaven with God. In pictures angels are usually dressed in white, and have wings உருவரை படங்களில் வழக்கமாக வெண்மையான உடையும் இறக்கைகளும் உடையவராகச் சித்திரிக்கப்படும், வானுலகில் வாழும் தெய்வ உரு; தேவ தூதர்; தேவதை **2** a person who is very kind அன்புள்ளம் கொண்ட ஒருவர்; இரக்கப்பண்பு உடையவர்

angelic /ænˈdʒelɪk/ *adj.* looking or acting like an angel தேவதை போன்று தோன்றுகிற; தேவதைக்குரிய ▶ **angelically** /-kli/ *adv.*

anger[1] /ˈæŋɡə(r)/ *noun* [U] the strong feeling that you have when sth has happened or sb has done sth that you do not like விரும்பாத நிகழ்ச்சி அல்லது பிறர் செயல் ஒன்று விளைவிக்கும் உணர்ச்சிக் கடுமை; சினம்; கோபம் *She was shaking with anger.*

anger[2] /ˈæŋɡə(r)/ *verb* [T] to make sb become angry சினமூட்டு; கோபப்படுத்து

angina /ænˈdʒaɪnə/ *noun* [U] very bad pain in the chest caused by not enough blood going to the heart during exercise தொழில் ஈடுபாட்டின் போது அல்லது உடற்பயிற்சியின்போது போதுமான இரத்தம் இதயத்துக்குச் செல்லாமையால் ஏற்படும் மிகுதியான மார்பு வலி

angle[1] /ˈæŋɡl/ *noun* [C] **1** the space between two lines or surfaces that meet, measured in degrees (பாகை அலகுகளால் அளவிடப்படும்) ஒன்றிணையும் இரு கோடுகளுக்கு அல்லது இரு தளங்களுக்கு இடையே உள்ள சாய்வளவு; கோணம் *a **right angle*** (= an angle of 90°) • *The three angles of a triangle add up to 180°.* **2** the direction from which you look at sth ஒன்றைப் பார்க்கும் திசை; நோக்கு; கோணம் *Viewed from this angle, the building looks bigger than it really is.* **3** a particular way of presenting or thinking about a situation, etc. ஒரு சூழ்நிலை குறித்த கருத்து, எண்ணப்போக்கு *looking at the issue from the financial angle*

IDM **at an angle** not straight நேராக இல்லாத; சாய்வான

angle[2] /ˈæŋɡl/ *verb* **1** [I, T] to put sth in a position that is not straight; to be in this position (ஒரு பொருளைச்) சாய்வான நிலையில் வை; (ஒரு பொருள்) சாய்ந்த நிலையில் இரு *Angle the lamp towards the desk.* **2** [T] **angle sth (at/to/towards sb)** to show sth from a particular point of view; to aim sth at a particular person or group குறிப்பிட்ட கருத்து நிலையைச் சார்ந்து ஒன்றை வெளிப்படுத்து; குறிப்பிட்ட ஒருவரை அல்லது ஒரு குழுவை இலக்காகக் கொள் *The new magazine is angled at young professional people.*

PHR V **angle for sth** to try to make sb give you sth, without asking for it in a direct way நேரடியாகக் கேட்காமல், ஒருவர் ஒரு பொருளைத் தரச்செய்ய முயல் *She was angling for an invitation to our party.*

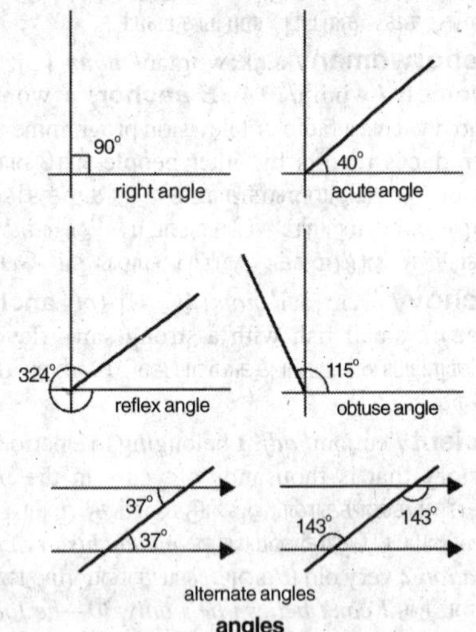

angles

angler /ˈæŋɡlə(r)/ *noun* [C] a person who catches fish as a hobby ஓய்வுநேர விருப்பார்வத் தொழிலாக (தூண்டிலிட்டு) மீன் பிடிப்பவர் ➪ **fisherman** பார்க்க.

Anglican /ˈæŋɡlɪkən/ *noun* [C] a member of the Church of England or of a related church in another English-speaking country இங்கிலாந்து திருச்சபையின் அல்லது அதன் மரபு சார்ந்த ஆங்கில மொழி வழங்கும் வேறொரு நாட்டுத் திருச்சபையின் உறுப்பினர் ▶ **Anglican** *adj.*

Anglicism /ˈæŋglɪsɪzm/ *noun* [C] a word, phrase or spelling that is typical of British English, used in another variety of English or another language (ஆங்கிலத்தின் ஒரு கிளைமொழியில் அல்லது வேறொரு மொழியில் வழங்கும்) பிரிட்டானிய வழக்கிற்குரிய சொல், தொடர் அல்லது சொல்லின் எழுத்துத் தொகுதி; ஆங்கில மொழி மரபு

anglicize (*also* **-ise**) /ˈæŋglɪsaɪz/ *verb* [T] to make sb/sth English in character ஒருவரை/ ஒன்றை ஆங்கிலப் பண்புக்கிசைய மாற்றியமை; ஆங்கில மரபுப்படுத்து *Hariprasad anglicized his name to Harry.*

angling /ˈæŋglɪŋ/ *noun* [U] fishing as a sport or hobby with a fishing rod, usually in rivers and lakes பொழுதுபோக்காக அல்லது ஓய்வுநேர விருப்பார்வத் தொழிலாகத் தூண்டில் கொண்டு ஆறுகளிலும், ஏரிகளிலும் மீன்பிடித்தல் *He goes **angling** at weekends.* ⇨ **fishing** பார்க்க.

Anglo- /ˈæŋgləʊ/ (*in compounds*) connected with England or Britain (and another country or countries) (வேறொரு நாடு அல்லது நாடுகள் உடன் சேர்ந்து) இங்கிலாந்து அல்லது பிரிட்டன் தொடர்பான/சார்ந்த *Anglo-American relations*

Anglo-Indian *adj.* **1** of or relating to both Britain and India பிரிட்டன் மற்றும் இந்தியாவுக்குரிய அல்லது அவற்றைச் சார்ந்த *Anglo-Indian trade cooperation* **2** of mixed British and Indian parentage ஆங்கிலேய-இந்தியக் கலப்பு வழிமரபைச் சேர்ந்த *an Anglo-Indian writer*

anglophone /ˈæŋgləʊfəʊn/ *noun* [C] a person who speaks English, especially in countries where English is not the only language spoken குறிப்பாக ஆங்கிலத்தோடு வேறு மொழிகளும் வழங்கும் நாடுகளில், ஆங்கில மொழி பேசுபவர் ▶ **anglophone** *adj. anglophone communities*

angora /æŋˈgɔːrə/ *noun* [U] a type of soft wool or cloth மென்மையான கம்பளி இழை அல்லது துணி வகை

angry /ˈæŋgri/ *adj.* **(angrier; angriest) angry (with sb) (at/about sth)** feeling or showing anger சினம் கொண்ட அல்லது சினத்தை வெளிப்படுத்துகிற; கோபமான *Calm down, there's no need to get angry.* • *My parents will be angry with me if I get home late.* ▶ **angrily** *adv.*

angst /æŋst/ *noun* [U] a feeling of anxiety and worry about a situation or about your life (ஒரு சூழ்நிலையைப் பற்றிய அல்லது தன் வாழ்க்கையைப் பற்றிய) கவலை; மன அமைதியின்மை; சஞ்சல உணர்வு *songs full of teenage angst*

anguish /ˈæŋgwɪʃ/ *noun* [U] (*written*) great mental pain or suffering கடுமையான மனத்துயரம்; வேதனை *In his anguish he forgot about the exams completely.* ▶ **anguished** *adj. an anguished cry*

angular /ˈæŋgjələ(r)/ *adj.* with sharp points or corners கூரிய முனைகளை அல்லது விளிம்புகளை உடைய

anicut *noun* [C] (*IndE*) a dam built across a stream or river in order to supply water to the fields in the neighbouring area சுற்றுப்பகுதியிலுள்ள வயல்களுக்கு நீர் வழங்கவேண்டி ஓர் ஆறு அல்லது ஓடையின் குறுக்கே கட்டப்படும் அணை; அணைக்கட்டு

animal /ˈænɪml/ *noun* [C] **1** a creature that is not a bird, a fish, an insect or a human பறவை, மீன், பூச்சி அல்லது மனிதன் அல்லாத உயிரினம்; விலங்கு *domestic animals* **2** any living creature (including humans) that is not plant தாவரங்கள் அல்லாத, மனிதர்கள் உட்பட்ட ஏதாவதொரு உயிரினம் *the animal kingdom* • *farm animals* **3** a person who behaves in a cruel, violent or an unpleasant way or is very dirty கொடூரமான, வன்முறையான அல்லது அருவருக்கத்தக்க முறையில் நடந்து கொள்பவர் அல்லது துப்புரவற்றிருப்பவர்

animate¹ /ˈænɪmeɪt/ *verb* [T] **1** to make sth have more life and energy ஒரு பொருளுக்கு உயிர்ப்பும் கிளர்ச்சியும் அளி; எழுச்சியூட்டு *Her enthusiasm animated the whole room.* **2** (*usually passive*) to make a model, toy, etc. seem to move by taking a series of pictures of it in very slightly different positions and then showing the pictures as a continuous film உருமாதிரிப் படிவங்களையும் பொம்மைகளையும் சிறிதே வேறுபட்ட நிலைகளில் வரிசையாகப் படமாக்கி அப்படங்கள் உயிரியக்கம் உடையவை போலத் தோன்றச்செய்

animate² /ˈænɪmət/ *adj.* (*formal*) living; having life உயிருள்ள; உயிரியக்கமுள்ள; உயிர்த்துடிப்புள்ள *animate beings* ✪ OPP **inanimate**

animated /ˈænɪmeɪtɪd/ *adj.* **1** interesting and full of energy ஆர்வக் கிளர்ச்சியூட்டுகிற; உற்சாகமான; உயிர்த்துடிப்பும் ஊக்கமும் உடைய *an animated discussion* **2** (used about films) using a process or method which makes pictures or models appear to move (திரைப்படங்கள் வகையில்) படங்களை அல்லது (கணினியில் தயாரிக்கப்படும்) உருமாதிரிப் படிமங்களை உயிரியக்கம் உடையவை போலத் தோன்றச் செய்யும் முறையிலான *an animated cartoon*

animation /ˌænɪˈmeɪʃn/ *noun* [U] **1** the state of being full of energy and enthusiasm உயிர்த்துடிப்புள்ள, ஊக்கமும் உற்சாகமும் கொண்ட அல்லது மன எழுச்சியுடைய நிலை **2** the method of making films, computer games, etc. with pictures or models that appear to move

(கணினியில் தயாரிக்கும்) உருமாதிரிப் படங்களை உயிரியக்கம் உடையவை போலத் தோன்றச்செய்யுமாறு திரைப்படங்கள், கணினி விளையாட்டுகள் போன்றவற்றை உருவாக்கும் முறை *computer animation*

animosity /ˌænɪˈmɒsəti/ *noun* [U, C] (*pl.* **animosities**) **animosity (toward(s) sb/sth); animosity (between A and B)** a strong feeling of anger and of not liking sb/sth கடுவெறுப்பு; பகைமை; காழ்ப்புணர்ச்சி *There is still animosity between these two teams after last year's match.* ✪ SYN **hostility**

anion /ˈænaɪən/ *noun* [C] (in chemistry) an **ion** with a negative electrical charge (வேதியியலில்) எதிர்மின் ஆற்றல் ஊட்டப்பட்ட அயனி அல்லது மின்மயத்துகள்; எதிர் மின்மம் ⇨ **cation** பார்க்க.

aniseed /ˈænəsiːd/ *noun* [U] the dried seeds of a plant that are used to give flavour to sweets and alcoholic drinks இனிப்புப் பண்டங்களுக்கும் மது வகைகளுக்கும் நறுமணச் சுவையூட்டப் பயன்படும் பெருஞ்சீரக விதை; சோம்பு

ankle /ˈæŋkl/ *noun* [C] the part of your body where your foot joins your leg கணுக்கால் *The water only came up to my ankles.* ⇨ **body** பதிவில் படம் பார்க்க.

anklet /ˈæŋklət/ *noun* [C] a piece of jewellery worn around the top of your foot (**ankle**) கணுக்கால் வளை; சிலம்பு; கொலுசு; கால்காப்பு

annals /ˈænlz/ *noun* [*pl.*] an official record of events or activities year by year; historical records ஆண்டுவாரியான நிகழ்ச்சிகளின் அல்லது செயல்பாடுகளின் அதிகாரபூர்வமான தொகுப்புப் பதிவேடு; ஆண்டுத் தொகுப்பேடு; வரலாற்றுப் பதிவேடுகள் *The battle went down* ***in the annals*** *of Indian history.*

annex /əˈneks/ *verb* [T] to take control of another country or region by force வேற்று நாட்டை அல்லது வேற்று நாட்டுப் பகுதியை வலிமையால் கைப்பற்று ▶ **annexation** /ˌænekˈseɪʃn/ *noun* [C, U]

annexe (*AmE* **annex**) /ˈæneks/ *noun* [C] a building that is joined to a larger one துணைக்கட்டடம்; இணைவகம்

annihilate /əˈnaɪəleɪt/ *verb* [T] to destroy or defeat sb/sth completely ஒருவரை/ஒன்றை முற்றிலுமாக அழி; நிர்மூலமாக்கு ▶ **annihilation** /əˌnaɪəˈleɪʃn/ *noun* [U]

anniversary /ˌænɪˈvɜːsəri/ *noun* [C] (*pl.* **anniversaries**) a day that is exactly a year or a number of years after a special or important event ஒரு சிறப்பான அல்லது முக்கியத்துவம் வாய்ந்த நிகழ்ச்சியின் ஓராண்டு அல்லது குறிப்பிட்ட எண்ணிக்கை உடைய ஆண்டுகள் கழித்து வரும் முதல் நாள்; ஆண்டு நிறைவு நாள் *the hundredth anniversary of the country's independence • a wedding anniversary* ⇨ **birthday** பார்க்க.

annotate /ˈænəteɪt/ *verb* [T] to add notes to a book or text, giving explanations or comments ஒரு நூலுக்கு அல்லது பாடத்திற்கு (பொருள் விளக்கம் அல்லது கருத்துரை அடங்கிய) குறிப்புரை/உரை விளக்கக் குறிப்பு எழுதிச் சேர்; உரை விளக்கங்கொடு ▶ **annotated** *adj.* ▶ **annotation** /ˌænəˈteɪʃn/ *noun* [C, U]

announce /əˈnaʊns/ *verb* [T] **1** to make sth known publicly and officially பொது அறிவிப்புச் செய்; அறிவி; அதிகாரபூர்வமாகத் தெரிவி *They announced that our train had been delayed.* • *The winners will be announced in next week's paper.* **2** to say sth in a firm or serious way ஒன்றை உறுதியாக அல்லது உணர்ச்சி முனைப்புடன் கூறு *She stormed into my office and announced that she was leaving.*

announcement /əˈnaʊnsmənt/ *noun* **1** [C] a statement that tells people about sth பொது அறிக்கை; அறிவிப்பு *Ladies and gentlemen, I'd like to* ***make an announcement***. **2** [U] the act of telling people about sth ஒன்று பற்றிப் பொது அறிவிப்புச் செய்தல்; சாற்றுதல்

announcer /əˈnaʊnsə(r)/ *noun* [C] a person who introduces or gives information about programmes on radio or television வானொலி அல்லது தொலைக்காட்சியில் நிகழ்ச்சிகளை அறிமுகப்படுத்துபவர் அல்லது நிகழ்ச்சிகளைப் பற்றிய தகவல்களைத் தருபவர்; அறிவிப்பாளர்

annoy /əˈnɔɪ/ *verb* [T] to make sb angry or slightly angry ஒருவரைச் சினம் கொள்ளச்செய்; எரிச்சலூட்டு *Close the door if the noise is annoying you.*

annoyance /əˈnɔɪəns/ *noun* **1** [U] the feeling of being annoyed சினவுணர்வு; எரிச்சல் **2** [C] something that annoys sb சினமூட்டும் அல்லது எரிச்சலூட்டும் ஒன்று

annoyed /əˈnɔɪd/ *adj.* feeling angry or slightly angry சினம் கொண்ட; எரிச்சலுற்ற *I shall be extremely annoyed if he turns up late again.*

annoying /əˈnɔɪɪŋ/ *adj.* making you feel angry or slightly angry சினம் கொள்ளச்செய்கிற; எரிச்சல் தருகிற *His most annoying habit is always arriving late.*

annual[1] /ˈænjuəl/ *adj.* **1** happening or done once a year or every year ஆண்டுக்கொரு முறை அல்லது ஆண்டுதோறும் நிகழ்கிற அல்லது செய்யப்படுகிற *the company's annual report* • *an annual festival* **2** for the period of one year ஓர் ஆண்டுக் காலத்திற்கான அல்லது ஓர் ஆண்டுக் காலத்திற்குரிய *a person's annual* *salary* • *the annual sales figures* ▶ **annually** *adv.*

annual² /ˈænjuəl/ *noun* [C] a book, especially one for children, that is published once each year ஆண்டுக்கு ஒரு முறை வெளியிடப்படும் நூல், குறிப்பாகச் சிறுவர்களுக்கான நூல்; ஆண்டு மலர்

annuity /əˈnjuːəti/ *noun* [C] (*pl.* **annuities**) a fixed amount of money that is paid to sb each year, usually for the rest of his/her life ஒருவருக்கு ஆண்டுதோறும், வழக்கமாக அவரது எஞ்சிய வாழ்நாள் முழுவதும், வழங்கப்படும் குறிப்பிட்ட பணத்தொகை; ஆண்டுத்தொகை

annul /əˈnʌl/ *verb* [T] (*pres. part.* **annulling**; *pt, pp* **annulled**) (*usually passive*) to state officially that sth is no longer legally valid or recognized ஒன்று சட்டப்படி இனி செல்லாது அல்லது அங்கீகரிக்கப்படாது என அதிகாரபூர்வமாகக் கூறு; சட்டப்படி ஏற்புக்குரியதல்ல என அறிவி *Their marriage was annulled after just six months.* ▶ **annulment** *noun* [C, U]

anode /ˈænəʊd/ *noun* [C] the place on a battery or other electrical device where the electric current enters மின்கலத்தில் அல்லது பிற மின்கருவியில் மின்னோட்டம் உட்செல்லும் முனை; நேர்மின்வாய் ➪ **cathode** பார்க்க.

anoint /əˈnɔɪnt/ *verb* [T] **anoint sb (with sth)** to put oil or water on sb's head as part of a religious ceremony சமயச் சடங்கின் ஒரு பகுதியாக ஒருவர் தலையில் எண்ணெய் அல்லது தண்ணீர் விடு; நறுநெய்யாட்டு; திருநீராட்டு

anomalous /əˈnɒmələs/ *adj.* different from what is normal இயல்பு நிலைக்கு மாறான; பொதுநிலை திரிந்த; வழக்கமீறிய

anomaly /əˈnɒməli/ *noun* [C] (*pl.* **anomalies**) something that is different from what is normal or usual இயல்புக்கு அல்லது வழக்கத்திற்கு மாறான ஒன்று; முறைகேடு *We discovered an anomaly in the sales figures for August.*

anon /əˈnɒn/ *abbr.* anonymous; used to show that the writer's name is not known பெயர் தெரியாத; பெயர் அறியப்படாத; எழுதியவர் பெயர் தெரியாத

anonymity /ˌænəˈnɪməti/ *noun* [U] the situation where a person's name is not known ஒருவருடைய பெயர் அறியப்படாத நிலை; பெயர் மறைவுநிலை

anonymous /əˈnɒnɪməs/ *adj.* **1** (used about a person) whose name is not known or made public (ஒருவரைப் பற்றிக் குறிப்பிடும்போது) பெயர் அறியப்படாத அல்லது பெயர் வெளிப்படுத்தப்படாத *An anonymous caller told the police that a robbery was being planned.* **2** done, written, etc. by sb whose name is not known or made public பெயர் அறியப்படாத அல்லது பெயர் வெளிப்படுத்தப்படாத ஒருவரால் செய்யப்பட்ட/எழுதப்பட்ட *He received an anonymous letter.* ▶ **anonymously** *adv.*

anorak /ˈænəræk/ *noun* [C] (*BrE*) **1** a short coat with a covering for your head that protects you from rain, wind and cold மழை, காற்று மற்றும் குளிரிலிருந்து காப்பதற்கான தலை மூடாக்கோடு கூடிய குட்டையான மேற்சட்டை வகை **2** (*slang*) a person who enjoys learning boring facts சலிப்பூட்டும் தகவல்களைத் தெரிந்து கொள்வதில் இன்ப நாட்டம் உடையவர் அல்லது மகிழ்ச்சி அடைபவர்

anorexia /ˌænəˈreksiə/ (*also* **anorexia nervosa** /ˌænəˌreksiə nɜːˈvəʊsə/) *noun* [U] an illness, especially affecting young women. It makes them afraid of being fat and so they do not eat குறிப்பாக இளம் பெண்கள் உடல் பருமனாகிவிடும் என்ற அச்சம் காரணமாக உணவைத் தவிர்த்து அதனால் பெரிதும் உடல் இளைத்து வருந்தும் நோய் வகை ➪ **bulimia** பார்க்க. ▶ **anorexic** *adj.*, *noun* [C]

another /əˈnʌðə(r)/ *det.*, *pronoun* **1** one more person or thing of the same kind ஒரே வகையைச் சார்ந்த மேலும் ஒருவர் அல்லது ஒன்று; இன்னொருவர்; இன்னொன்று *Would you like another drink?* **2** a different thing or person மாறுபட்ட ஒன்று அல்லது ஒருவர்; வேறொன்று; வேறொருவர் *I'm afraid I can't see you tomorrow. Could we arrange another day?*

IDM **one after another/the other** ➪ **one** பார்க்க.

yet another ➪ **yet** பார்க்க.

answer¹ /ˈɑːnsə(r)/ *verb* [I, T] **1** to say or write sth back to sb who has asked you sth or written to you ஒருவர் கேட்ட அல்லது எழுதிய ஒன்றன்மீது அவருக்கு மறுமொழி கூறு அல்லது எழுது; பதில் அளி *I asked her what the matter was but she didn't answer.* • *Answer all the questions on the form.*

NOTE வினாக்கள், கடிதங்கள் முதலியவற்றுக்கு மறுமொழி கூற அல்லது எழுத, **answer, reply** ஆகிய வினைகள் பெருவழக்காகப் பயன்படுத்தப்படுகின்றன—*I asked him a question but he didn't answer.* • *I sent my application but they haven't replied yet.* மறுமொழி தருவதைக் குறிக்கும்போது, **answer** என்ற வினையை அடுத்து **to** வராது; ஆனால் **reply**-உடன் **to** சேர்க்கப்படும். இப்பொருளில் **respond** என்ற வினை வழக்குக் குறைந்ததாகவும் பெரும்பான்மை முறைசார்பு உடையதாகவும் அமையும்—*Applicants must respond within seven days.* வேண்டப்படும் முறையில் எதிர்ச்செயல் அமைதல் என்ற பொருளில் இச்சொல்

பெருவழக்காகப் பயன்படுத்தப்படுகிறது—*Despite all the doctor's efforts, the patient did not respond to treatment.*

2 to do sth as a reply பதிலாக அல்லது மறுவினையாக ஒன்றைச் செய் *Can you answer the phone for me, please?* • *I rang their doorbell but nobody answered.*

PHR V **answer back** to defend yourself against sth bad that has been written or said about you மோசமாக எழுதப்பட்ட அல்லது சொல்லப்பட்ட ஒன்றற்கு எதிர்விளக்கமளி; தற்காப்பு வாதம் செய்

answer (sb) back to reply rudely to sb ஒருவருக்குக் கடுமையாகப் பதில் கூறு; பதிலடி கொடு

answer for sb/sth 1 to accept responsibility for sth/sb ஒன்றிற்கான/ஒருவருக்கான பொறுப்பேற்றுக்கொள்; விளைவு ஏற்றுக்கொள்; உத்தரவாதமாயிரு *Somebody will have to answer for all the damage that has been caused.* **2** to speak in support of sb/sth ஒருவருக்கு/ஒன்றுக்கு ஆதரவாகப் பேசு; பரிந்து பேசு.

answer² /ˈɑːnsə(r)/ *noun* [C] **an answer (to sb/sth) 1** something that you say, write or do as a reply பதிலாகக் கூறப்படும், எழுதப்படும் அல்லது செய்யப்படும் ஒன்று; மறுமொழி; விடை *They've made me an offer and I have to **give an answer** by Friday.* • *I wrote to them two weeks ago and I'm still waiting for an answer.* **2** a solution to a problem ஒரு சிக்கலுக்குரிய தீர்வு *I didn't have any money so the only answer was to borrow some.* **3** a reply to a question in a test or exam தேர்வில் ஒரு வினாவுக்குரிய விடை; பதில் *My answer to question 5 was wrong.* **4** the correct reply to a question in a test or exam தேர்வில் வினா ஒன்றிற்குரிய சரியான விடை *What was the answer to question 4?*

IDM **in answer (to sth)** as a reply (to sth) ஒன்றுக்கு மறுமொழியாக; பதிலாக

answerable /ˈɑːnsərəbl/ *adj.* **answerable to sb (for sth)** having to explain and give good reasons for your actions to sb; responsible to sb தனது செயல்களுக்கு விளக்கமும் பொருத்தமான காரணங்களும் ஒருவருக்கு அளிக்க வேண்டியிருக்கிற; ஒருவருக்குப் பதில் சொல்லக் கடமைப்பட்ட

answering machine (*BrE* **answerphone** /ˈɑːnsəfəʊn/) *noun* [C] a machine that you connect to your telephone when you are away to answer the calls and record messages from the people who call ஒருவர் வெளியே சென்றுள்ள போது தொலைபேசி அழைப்புக்கு மறுமொழி கூறுவதும் அழைப்பாளர் தரும் தகவலைப் பதிவுசெய்வதுமான தொலைபேசித் துணைப் பொறி

ant /ænt/ *noun* [C] a very small insect that lives in large groups and works very hard கூட்டங்கூட்டமாக வாழ்வதும் மிகக் கடினமாக உழைப்பதுமான மிகச் சிறிய பூச்சி வகை; எறும்பு ➪ **insect** பதிவில் படம் பார்க்க.

antagonism /ænˈtæɡənɪzəm/ *noun* [C, U] **antagonism (towards sb/sth); antagonism (between A and B)** a feeling of hate and of being against sb/sth ஒருவர்/ஒன்றன் மீதான வெறுப்பும் எதிர்ப்புணர்வும்; பகைமை உணர்வு ▶ **antagonistic** /ænˌtæɡəˈnɪstɪk/ *adj.*

antagonist /ænˈtæɡənɪst/ *noun* [C] (*formal*) a person who is strongly against sb/sth ஒருவருடைய/ஒன்றின் கடுமையான எதிர்ப்பாளர்; எதிரி; எதிராளி

antagonize (*also* **-ise**) /ænˈtæɡənaɪz/ *verb* [T] to make sb angry or to annoy sb ஒருவருக்குச் சினமூட்டு; கோபம் கொள்ளச் செய்; வெறுப்பூட்டு

Antarctic /ænˈtɑːktɪk/ *adj.* connected with the coldest, most southern parts of the world உலகின் குளிர்மிக்க தென்கோடிப் பகுதிகளைச் சார்ந்த; தென்துருவப் பகுதிகளுக்குரிய *an Antarctic expedition* ➪ **Arctic** பார்க்க.

the Antarctic /ænˈtɑːktɪk/ *noun* [*sing.*] the most southern part of the world உலகின் தென்கோடிப் பகுதி; தென்துருவப் பகுதி ➪ **the Arctic** பார்க்க; மேலும் **earth** பதிவில் படம் பார்க்க.

the Antarctic Circle *noun* (*sing.*) the line of **latitude** 66° 30'S நில நடுக்கோட்டிலிருந்து 66° 30'S பாகை அளவுள்ள தென்துருவ வளையம் ➪ **The Arctic Circle** பார்க்க; மேலும் **earth** பதிவில் படம் பார்க்க.

ante- /ˈænti/ *prefix* (*in nouns, adjectives and verbs*) before; in front of முன்; முன்னர்; முந்திய *antenatal* • *ante-room* ➪ **post-** மற்றும் **pre-** பார்க்க.

anteater /ˈæntiːtə(r)/ *noun* [C] an animal with a long nose and tongue that eats **ants** நீண்ட மூக்கும் நாக்கும் கொண்டதும் எறும்புகளை உண்ணுவதுமான விலங்கு வகை; எறும்புத்தின்னி

antecedent /ˌæntɪˈsiːdnt/ *noun* [C] **1** (*formal*) a thing or an event that exists or comes before another, and may have influenced it மற்றொன்றற்கு முன் இருந்ததும் அல்லது முன் நிகழ்ந்ததும் அதன் மீது தாக்கத்தை ஏற்படுத்தியிருக்கக் கூடியதுமான ஒன்று; முன்னோடி **2 antecedents** [*pl.*] the people in sb's family who lived a long time ago நீண்ட காலத்திற்கு முன்னர் வாழ்ந்த, ஒருவருடைய குடி முன்னோர்கள்; மூதாதையர் ✪ SYN **ancestors 3** (*grammar*) a word or phrase to which the following word, especially a pronoun, refers அடுத்து வரும் சொல்லால், குறிப்பாக ஒரு மாற்றுப்பெயரால், சுட்டப்படும் ஒரு சொல் அல்லது தொடர்; பொருள் முதற்சொல்; முன்வரு கிளவி *In the sentence 'He grabbed the ball and threw it in the air', 'ball' is the antecedent of 'it'.*

antelope /ˈæntɪləʊp/ *noun* [C] (*pl.* **antelope** or **antelopes**) an African animal with horns and long, thin legs that can run very fast கொம்பு-களையும் நீண்டு மெலிதான கால்களையும் உடைய, மிகுந்த விரைவுடன் ஓடக்கூடிய ஆப்பிரிக்க விலங்கு வகை; மறிமான்

antenatal /ˌæntiˈneɪtl/ *adj.* connected with the care of pregnant women பேறுகாலத்திற்கு முன்பு மகளிர் நலம் பேணுதல் தொடர்பான; கருவுற்ற பெண்களைக் கவனித்துப் பேணுதல் சார்ந்த *an antenatal clinic • antenatal care* ➪ **post-natal** பார்க்க.

antenna /ænˈtenə/ *noun* [C] **1** (*pl.* **antennae** /-niː/) one of the two long thin parts on the heads of insects and some animals that live in shells. Antennae are used for feeling things with பூச்சிகள் மற்றும் மேல் தோடுடைய சில விலங்கு-களின் தலையில் அமைந்துள்ள இரண்டு நீண்டு மெலிதான உணர்வு உறுப்புகளில் ஒன்று; உணர்கொம்பு; உணர்ச்சி உறுப்பு ✪ SYN **feelers** ➪ **insect** பதிவில் படம் பார்க்க. **2** (*pl.* **antennas**) (*AmE*) = **aerial**[1]

anterior /ænˈtɪəriə(r)/ *adj.* (*only before a noun*) (*technical*) (used about a part of the body) at or near the front (ஓர் உடலுறுப்பைப் பற்றிக் குறிப்பிடுகையில்) முன்பக்கத்தில் அல்லது முன்பக்கத்தை ஒட்டி அமைந்துள்ள; முன்-புறமான

anthem /ˈænθəm/ *noun* [C] a song which has special importance for a country, organization, school, etc. and is sung on special occasions ஒரு நாட்டிற்கு, நிறுவனத்திற்கு, பள்ளி, கல்லூரி முதலியவற்றுக்குத் தனி முக்கியத்துவம் உள்ள, சிறப்பு நிகழ்ச்சிகளின் போது பாடப்-படும் பாட்டு *the national anthem*

anther /ˈænθə(r)/ *noun* [C] (*technical*) the part of a flower at the top of a **stamen** that produces **pollen** தனது ஆணுறுப்பின் மேல் பகுதியில் அமைந்துள்ள, மகரந்தத்தூளை உண்டாக்கும் மலரின் பகுதி; மகரந்தப்பை; பூந்தாதுப்பை ➪ **flower** பதிவில் படம் பார்க்க.

anthology /ænˈθɒlədʒi/ *noun* [C] (*pl.* **anthologies**) a book that contains pieces of writing or poems, often on the same subject, by different authors பெரும்பாலும் ஒரே பொருள் குறித்த, பலரது எழுத்துப் படைப்புகள் அல்லது கவிதைகள் உள்ளடங்கிய நூல்; தொகை நூல்; திரட்டு

anthracite /ˈænθrəsaɪt/ *noun* [U] a very hard type of coal that burns slowly without producing a lot of smoke or flames பெருமளவு புகையோ தீக்கொழுந்துகளோ இல்லாமல் மந்தமாக எரியும் கடினத்தன்மை மிகுந்த நிலக்கரி வகை; மட்கரி

anthrax /ˈænθræks/ *noun* [U] a serious disease that affects sheep and cattle and sometimes people, and can cause death ஆடுமாடுகளையும், சிலசமயம் மனிதர்களையும், தாக்கக்கூடியதும் உயிரழிவை ஏற்படுத்தக்கூடியதுமான நோய்-வகை; ஓர் உயிர்க்கொல்லி நோய்

anthropo- /ˈænθrəpəʊ/ *prefix* (*in nouns, adjectives and adverbs*) connected with human beings மனிதர்கள் தொடர்பான; மனித இனம் சார்ந்த

anthropology /ˌænθrəˈpɒlədʒi/ *noun* [U] the study of human beings, especially of their origin, development, customs and beliefs மனிதர்கள் பற்றிய, குறிப்பாக அவர்களது தோற்றம், வளர்ச்சி, பழக்க வழக்கங்கள் மற்றும் நம்பிக்-கைகள் பற்றிய, ஆராய்ச்சி அல்லது அறிவுத்-துறை; மானிடவியல் ▶ **anthropological** /ˌænθrəpəˈlɒdʒɪkl/ *adj.* ▶ **anthropologist** /ˌænθrəˈpɒlədʒɪst/ *noun* [C]

anti- /ˈænti/ *prefix* (*in nouns, adjectives and adverbs*) **1** against எதிரான; எதிர்ப்பான; எதிரிடை-யான *anti-war • antiperspirant • anticlockwise* **2** the opposite of எதிர்மாறான; எதிர்நிலையான *anticlimax*

anti-aircraft *adj.* (*only before a noun*) designed to destroy enemy aircraft பகைவர் விமானங்களை அழிக்கும் முறையில் வடிவமைக்கப்பட்ட; விமானத் தாக்குதலுக்குரிய *anti-aircraft fire/guns/missiles*

antibacterial /ˌæntibækˈtɪəriəl/ *adj.* that fights against bacteria that can cause disease நோய் உண்டாக்கும் நுண்ணியிரிகளை எதிர்க்கிற/விலக்க முயல்கிற

antibiotic /ˌæntibaɪˈɒtɪk/ *noun* [C] a medicine which is used for destroying bacteria and curing infections (நோய் தரும்) நுண்ணுயிரிகளை அழிக்கவும் நோய்த்தொற்றுகளைக் குணப்-படுத்தவும் பயன்படுத்தப்படும் மருந்து வகை

antibody /ˈæntibɒdi/ *noun* [C] (*pl.* **antibodies**) a substance that the body produces in the blood to fight disease உடல் குருதியில் உண்டாக்கும் நோய் எதிர்ப்புப் பொருள்; உயிரின் தற்காப்புப் பொருள்

anticipate /ænˈtɪsɪpeɪt/ *verb* [T] to expect sth to happen (and prepare for it) (ஆயத்த நிலையில் அல்லது முன்னேற்பாட்டுடன்) ஒன்றை எதிர்-பார்; முன்கருதலாயிரு *to anticipate a problem • I anticipate that the situation will get worse.*

anticipation /æn,tɪsɪˈpeɪʃn/ *noun* [U] **1** the state of expecting sth to happen (and preparing for it) (எதிர்கொள்ளத் தயாராக அல்லது முன்னேற்பாட்டுடன்) ஒன்று நிகழ இருப்பதை எதிர்பார்த்திருக்கும் நிலை; முன்கருதுதல் *The government has reduced tax* ***in anticipation of*** *an early general election.* **2** excited feelings about sth that is going to happen நிகழவிருக்கும் ஒன்றைப் பற்றிய பரபரப்பு உணர்வு அல்லது ஆர்வக் கிளர்ச்சி; முற்பாவனை *They queued outside the stadium* ***in excited anticipation****.*

anticlimax /ˌæntiˈklaɪmæks/ *noun* [C, U] an event, etc. that is less exciting than you had expected or than what has already happened எதிர்பார்த்ததை விட அல்லது முன்னிகழ்ந்ததை விடப் பரபரப்புக் குறைந்த அல்லது உணர்ச்சி முனைப்புக் குன்றிய ஒரு நிகழ்ச்சி முதலியன; சுவையிறக்கம்

anticline /ˈæntiklaɪn/ *noun* [C] (*technical*) (in geology) an area of ground where layers of rock in the earth's surface have been folded into an arch (புவியமைப்பியலில்) பூமியின் மேற்பரப்பில் பாறை அடுக்குகள் வளைமடிப்பாக அமைந்துள்ள நிலப்பகுதி ➪ **syncline** பார்க்க.

anticlockwise /ˌæntiˈklɒkwaɪz/ (*AmE* **counterclockwise**) *adv., adj.* in the opposite direction to the movement of the hands of a clock கடிகாரத்தின் முட்கள் நகரும் திசைக்கு எதிராக/எதிரான; இடஞ்சுழித்து/இடஞ்சுழித்த *Turn the lid anticlockwise/in an anticlockwise direction.* ✪ OPP **clockwise**

anticoagulant /ˌæntikəʊˈægjələnt/ *noun* [C] (*medical*) a substance that stops the blood from becoming thick and forming lumps (**clots**) குருதி இறுகிக் கட்டிகளாவதைத் தடுக்கும் பொருள்; இரத்த உறைவெதிர்ப்பி

antics /ˈæntɪks/ *noun* [*pl.*] funny, strange or silly ways of behaving வேடிக்கையான, வினோதமான அல்லது சிறுபிள்ளைத்தனமான செயற்பாங்கு; கோணங்கித்தனமான செயல்கள்

anticyclone /ˌæntiˈsaɪkləʊn/ *noun* [C] an area of high air pressure that produces calm weather conditions with clear skies தெளிந்த வானத்துடன் கூடிய அமைதியான வானிலைக்குக் காரணமான உயர் காற்றழுத்தப் பகுதி ➪ **depression** பார்க்க.

antidepressant /ˌæntidɪˈpresnt/ *noun* [C] (*medical*) a drug that is used to treat **depression** மனத்தளர்ச்சி நோய்க்கு/உளச்சோர்வுக்கு மருத்துவம் செய்யப் பயன்படுத்தப்படும் மருந்து வகை; மன அழுத்த நோய் நிவாரணி

antidote /ˈæntidəʊt/ *noun* [C] **1** a medical substance that is used to prevent a poison or a disease from having an effect நஞ்சு அல்லது ஒரு பிணியின் தாக்கத்தைத் தடுக்கப் பயன்படுத்தப்படும் மருந்துப்பொருள்; நஞ்சுமுறிவு அல்லது நோய்மாற்று மருந்து **2** anything that helps you to deal with sth unpleasant இனியதல்லாத ஒன்றை எதிர்கொள்ள/சமாளிக்கத் துணைபுரியும் ஒரு பொருள்; இன்னாத ஒன்றற்கான மாற்று

antifreeze /ˈæntifriːz/ *noun* [U] a chemical that is added to the water in the **radiator** of cars and other vehicles to stop it from freezing சீருந்து மற்றும் பிற வாகனங்களின் வெப்பாற்றுக்கலனிலுள்ள நீர் உறையாமல் தடுக்கும்பொருட்டு அதனோடு சேர்க்கப்படும் ஒரு வேதியியற்பொருள்

antigen /ˈæntɪdʒən/ *noun* [C] (*medical*) a substance that enters the body and starts a process that can cause disease. The body then usually produces substances (**antibodies**) to fight the antigens உடலினுள் நுழைந்து நோயை விளைவிக்கும் பொருள். இப்பொருளை எதிர்ப்பதற்கான தற்காப்புப் பொருள்களை வழக்கமாக உடல் தன்னுள் உண்டுபண்ணுகிறது

anti-hero *noun* [C] the main character in a film, story or play who does not have the qualities that a main character (**hero**) normally has, such as courage. An anti-hero is more like an ordinary person or is very unpleasant திரைப்படம், புனைகதை அல்லது நாடகத்தில் அதன் தலைமைப் பாத்திரத்திடம் காணப்படும் துணிவு முதலிய பண்புகள் கொண்டிராத, சராசரி மனிதரைப் போன்ற அல்லது விரும்பத்தகாத நடத்தையுடைய முக்கிய கதை மாந்தர் ➪ **hero** மற்றும் **villain** பார்க்க.

antihistamine /ˌæntiˈhɪstəmiːn/ *noun* [C, U] a drug used to treat an **allergy** (ஒன்றைத் தொடும்போது, உண்ணும்போது அல்லது முகரும்போது நோய்க்காளாகும் நிலையாகிய) அயற்பொருள் ஒவ்வாமைக்கு மருத்துவம் செய்யப் பயன்படுத்தப்படும் மருந்து வகை ➪ **histamine** பார்க்க.

antimony /ˈæntɪməni/ *noun* [U] (*symbol* **Sb**) a silver-white metal that breaks easily எளிதில் உடையக்கூடிய வெள்ளி நிற உலோக வகை; அஞ்சனக்கல்; ஆன்டிமனி

antipathy /ænˈtɪpəθi/ *noun* [C, U] **antipathy (to/towards sb/sth)** a strong feeling of not liking sb/sth; dislike ஒருவர்/ஒன்றின் மீதான கடுமையான வெறுப்புணர்ச்சி; பகைமை

antiperspirant /ˌæntiˈpɜːspərənt/ *noun* [C, U] a liquid that you use to reduce sweating, especially under your arms வியர்வையை, குறிப்பாக அக்குள் வியர்வையைக் குறைக்கப் பயன்படுத்தப்படும் திரவம்

the Antipodes /ænˈtɪpədiːz/ *noun* [*pl.*] (*BrE*) a way of referring to Australia and New Zealand

ஆஸ்திரேலியாவையும் நியூசிலாந்தையும் குறிக்கும் வழக்குச்சொல் ▶ **Antipodean** /ˌæntɪpəˈdiːən/ *adj.*

antiquated /ˈæntɪkweɪtɪd/ *adj.* old-fashioned and not suitable for the modern world நவீன உலகத்திற்குப் பொருந்தாததும் பழமையானதுமான; பழமைப்பட்டுப்போன; காலங்கடந்த

antique /ænˈtiːk/ *adj.* very old and therefore unusual and valuable மிகவும் பழமை வாய்ந்ததும் அதன் காரணமாக அபூர்வமானதும் விலைமதிப்பற்றதுமான; தொல்பழமையும் அருமையும் வாய்ந்த *an antique vase/table • antique furniture/jewellery* ▶ **antique** *noun* [C] *an antique shop • That vase is an antique.*

antiquity /ænˈtɪkwəti/ *noun* (*pl.* **antiquities**) **1** [U] the ancient past, especially the times of the Ancient Greeks and Romans தொல்பழங்காலம், குறிப்பாகப் பண்டைய கிரேக்கர் மற்றும் ரோமானியர் காலம்; பண்டைக் காலம் **2** [C, *usually pl.*] a building or object from ancient times பண்டைக்காலத்தைச் சார்ந்த கட்டடம் அல்லது பொருள்; தொல்பழமைச் சின்னம் *Greek/Roman antiquities* **3** [U] the state of being very old or ancient தொல்பழமை; தொன்மைநிலை

anti-Semitism /ˌænti ˈsemətɪzəm/ *noun* [U] unfair treatment of Jewish people யூதர்களை ஓரவஞ்சனையாக நடத்தும் போக்கு; யூதர் எதிர்ப்பு ▶ **anti-Semitic** /ˌænti səˈmɪtɪk/ *adj.*

antiseptic /ˌæntiˈseptɪk/ *noun* [C, U] a liquid or cream that prevents a cut, etc. from becoming infected வெட்டுக்காயம் முதலியவற்றை நோய் நுண்மங்கள் நச்சுப்படுத்தாதபடித் தடுக்கும் திரவம் அல்லது களிம்பு; நோய்த்தொற்றுக் காப்புப்பொருள் *Put an antiseptic/some antiseptic on that scratch.* ▶ **antiseptic** *adj. antiseptic cream*

antisocial /ˌæntiˈsəʊʃl/ *adj.* **1** harmful or annoying to other people பிறருக்குத் தீங்கு விளைவிக்கிற அல்லது தொல்லை தருகிற; சமூக விரோதமான *antisocial behaviour* **2** not liking to be with other people பிறரோடு சேர்ந்து பழகாத; பிறரோடு ஒட்டாத; சமூக நேச உணர்வற்ற

antithesis /ænˈtɪθəsɪs/ *noun* [C, U] (*pl.* **antitheses** /ænˈtɪθəsiːz/) (*formal*) **1** the opposite of sth ஒன்றனுக்கு எதிராக இருத்தல்; நேர்மாறு; முரண் *Love is the antithesis of hate.* **2** a difference between two things இரண்டு பொருள்களுக்கு இடையே உள்ள வேறுபாடு

antler /ˈæntlə(r)/ *noun* [C, *usually pl.*] a horn on the head of a **stag** ஆண்மானின் தலையில் உள்ள கொம்பு; மான் கொம்பு *a pair of antlers*

antonym /ˈæntənɪm/ *noun* [C] (*grammar*) a word that means the opposite of another word வேறொரு சொல்லின் பொருளுக்கு எதிரான பொருளைக் கொண்ட சொல்; எதிர்ப்பொருட்சொல்; எதிர்ப்பதம் ➪ **synonym** பார்க்க.

anus /ˈeɪnəs/ *noun* [C] the hole through which solid waste substances leave the body உடலின் திடக்கழிவுகள் வெளியேறும் துளை; மலத்துளை; ஆசனவாய் ➪ **body** பதிவில் படம் பார்க்க. ▶ **anal** /ˈeɪnl/ *adj.*

anvil /ˈænvɪl/ *noun* [C] **1** an iron block on which a **blacksmith** puts hot pieces of metal before shaping them with a hammer கொல்லர் உலைக்களத்தில் பழுக்கக் காய்ச்சிய இரும்புத் துண்டுகளைச் சம்மட்டியால் அடித்து உருப்படுத்துவதற்காக அவற்றை இடும் இரும்பாலான பட்டறைக்கல்; அடைகல் **2** a very small bone inside the ear காதின் உட்புறத்தில் உள்ள ஒரு மிகச்சிறிய எலும்பு; செவியெலும்பு

anxiety /æŋˈzaɪəti/ *noun* [C, U] (*pl.* **anxieties**) a feeling of worry or fear, especially about the future குறிப்பாக, எதிர்காலம் பற்றிய கவலை அல்லது அச்சவுணர்வு *a feeling/state of anxiety • There are anxieties over the effects of unemployment.*

anxious /ˈæŋkʃəs/ *adj.* **1 anxious (about/for sb/sth)** worried and afraid கவலையும் அச்சவுணர்வும் கொண்ட; மனக்கலக்கமுற்ற *I began to get anxious when they still hadn't arrived at 9 o'clock. • an anxious look/expression* **2** causing worry and fear கவலையையும் அச்சத்தையும் தோற்றுவிக்கிற; மனக்கலக்கத்திற்கு இடமான *For a few anxious moments we thought we'd missed the train.* **3 anxious to do sth; anxious for sth** wanting sth very much ஒன்றைப் பெரிதும் விரும்புகிற; பற்றார்வம் மிக்க ▶ **anxiously** *adv.*

any /ˈeni/ *det., pronoun, adv.* **1** used instead of **some** in negative sentences and in questions எதிர்மறை வாக்கியங்களிலும் வினாக்களிலும் 'some' (சில) என்ற சொல்லுக்குப் பதிலாகப் பயன்படுத்தப்படுவது: யாராவது; எவராவது; ஒருவராவது; ஏதாவது; கொஞ்சமாவது; எவ்வளவாவது *We didn't have any lunch. • Do you have any questions?* ➪ **some** பதிவிலுள்ள குறிப்பைப் பார்க்க. **2** used for saying that it does not matter which thing or person you choose ஏதேனும் ஒன்றை, யாராவது ஒருவரைத் தேர்ந்தெடுக்கலாம் எனக் கூறப் பயன்படுத்தப்படுவது *Take any book you want. • Come round any time—I'm usually in.* **3** (*used in negative sentences and questions*) at all; to any degree அறவே; எந்த அளவிலாவது; சிறிதேனும் *I can't run any faster. • Is your father any better?*

IDM any moment/second/minute/day (now) very soon மிக விரைவில்; (எந்த நிமிடத்திலும்; வினாடியிலும்; நாளிலும்) *She should be home any minute now.*

anybody /ˈenibɒdi/ (*also* **anyone**) *pronoun* **1** (*usually in questions or negative statements*) any person எவரேனும் ஒருவர்; யாராவது ஒரு நபர் *I didn't know anybody at the party.* • *Would* ***anybody else*** (= any other person) *like to come with me?*

> **NOTE** **Somebody, anybody** ஆகிய இரண்டுக்கும் இடையே உள்ள வேறுபாடு, **some, any** ஆகியவற்றுக்கு இடையே உள்ள வேறுபாட்டைப் போன்றதேயாகும் ➪ **some, somebody** பதிவுகளிலுள்ள குறிப்பைப் பார்க்க.

2 any person, it does not matter who எவரும்; யாரும் *Anybody can learn to swim.* • *Can anybody come, or are there special invitations?*

anyhow /ˈenihaʊ/ *adv.* **1** = **anyway 2** in a careless way; not arranged in any order பொறுப்பற்ற முறையில்; ஒழுங்குமுறை எதுவும் இன்றி; அலங்கோலமான நிலையில் *She threw the clothes down onto the bed, just anyhow.*

anyone /ˈeniwʌn/ = **anybody**

anyplace /ˈenipleɪs/ (*AmE*) = **anywhere**

anything /ˈeniθɪŋ/ *pronoun* **1** (*usually in negative sentences and in questions*) one thing (of any kind) ஏதேனும் ஒன்று; எந்த ஒரு வகையிலும் ஒன்று *It was so dark that I couldn't see anything at all.* • *There isn't anything interesting in the newspaper today.* • *'I'd like a kilo of apples please.' 'Anything else'* (= any other thing)?

> **NOTE** **Something, anything** ஆகியவற்றுக்கு இடையே உள்ள வேறுபாடும், **some, any** ஆகியவற்றுக்கு இடையே உள்ள வேறுபாடும் ஒன்றே ஆகும். ➪ **some** பதிவில் உள்ள குறிப்பைப் பார்க்க.

2 any thing or things: it does not matter what ஏதாவது ஒன்று; எவையேனும் சில; எதுவும்; எவையும் *I'm very hungry—I'll eat anything!* • *I'll do anything you say.*

IDM anything but not at all அறவே/சிறிதும்/முற்றிலும் இல்லை *Their explanation was anything but clear.*

anything like sb/sth at all similar to sb/sth; nearly சிறிதளவாவது/கொஞ்சமாவது ஒத்த நிலையில்; ஏறக்குறையவாவது; கிட்டத்தட்ட *She isn't anything like her sister, is she?* • *This car isn't anything like as fast as mine.*

as happy, quick, etc. as anything (*spoken*) very happy, quick, etc. மிகவும் மகிழ்ச்சியாக, விரைவாக...

like anything ➪ **like[1]** பார்க்க.

not come to anything ➪ **come** பார்க்க.

anyway /ˈeniweɪ/ (*also* **anyhow**) *adv.* **1** (used to add an extra point or reason) in any case (கூடுதலாக ஒரு கருத்தை அல்லது காரணத்தைக் கூறப் பயன்படுத்தப்படுவது) எப்படியும்; எப்படியோ ஒரு வகையில்; எவ்வாறாயினும் *It's too late now, anyway.* • *I don't want to go out tonight, and anyway I haven't got any money.* ✪ SYN **besides 2** in spite of sth; even so இருப்பினும்; எனினும்; இருந்துங்கூட *I'm afraid I can't come to your party, but thanks anyway.* **3** used after a pause in order to change the subject or go back to a subject being discussed before பேசும் பொருளிலிருந்து வேறு பொருளுக்கு மாறும் பொருட்டு அல்லது முன்னர் விவாதித்த பொருளுக்கு மீண்டும் செல்லும் பொருட்டு ஓர் இடைவெளி விட்ட பின் பயன்படுத்தப்படும் சொல்: நிற்க; சரி; போகட்டும்; அடுத்து *Anyhow, that's enough about my problems. How are you?* **4** used to correct or slightly change what you have said தனது கூற்றில் திருத்தம் அல்லது சிறு மாற்றம் செய்யப் பயன்படுத்தப்படுவது *He works in a bank. He did when I last saw him, anyway.*

anywhere /ˈeniweə(r)/ (*AmE* **anyplace**) *adv.* **1** (*usually in negative sentences or in questions*) in, at or to any place எந்த இடத்திலும்; எங்கும்; எங்காவது; எந்த இடத்திற்கும் *I can't find my keys anywhere.* • *Is there a post office anywhere near here?*

> **NOTE** **Somewhere, anywhere** ஆகிய இரண்டிற்கும் இடையே உள்ள வேறுபாடும், **some, any** ஆகிய இரண்டிற்கும் இடையே உள்ள வேறுபாட்டைப் போன்றதே ஆகும். ➪ **some** பதிவிலுள்ள குறிப்பைப் பார்க்க.

2 any place; it does not matter where எந்த இடத்திலாவது; எங்கே இருந்தாலும் பரவாயில்லை *You can sit anywhere you like.*

aorta /eɪˈɔːtə/ *noun* [C] the main **artery** that carries blood from the heart to the rest of the body இதயத்திலிருந்து உடலின் பிற பகுதிகளுக்கு இரத்தத்தைக் கொண்டு செல்லும் முக்கியமான இரத்தக்குழாய் ➪ **heart** பதிவில் படம் பார்க்க.

apart /əˈpɑːt/ *adv.* **1** away from sb/sth or each other; not together ஒருவரிடமிருந்து/ஒன்றிலிருந்து விலகி; பிரிந்து; ஒருவருடன்/ஒன்றுடன் ஒட்டாமல்; ஒன்றுசேராது; தனித்தனியாக *The houses are ten metres apart.* • *I'm afraid our ideas are too far apart.* **2** into pieces துண்டுகளாக; கூறுகூறாக *The material was so old that it just* ***fell/came apart*** *in my hands.*

IDM take sth apart to separate sth into pieces ஒன்றைத் துண்டுதுண்டாக/கூறுகூறாகப் பிரி; தனித்தனிப் பகுதிகளாகப் பிரி *He took the whole bicycle apart.*

tell A and B apart to see the difference between A and B ஒன்றிலிருந்து மற்றொன்றை வேறுபடுத்திக்காண்; வேறுபாட்டை/வித்தியாசத்தைக் காண் *It's very difficult to tell the twins apart.*

apart from (*AmE* **aside from**) *prep.* **1** except for தவிர; நீங்கலாக; விடுத்து *I've answered all the questions apart from the last one.* • *There's nobody here apart from me.* **2** as well as; in addition to மேலும்; உடனொத்ததாக; தவிரவும் *Apart from music, she also loves sport and reading.*

apartheid /ə'pɑ:thaɪt/ *noun* [U] the former official government policy in South Africa of separating people of different races and making them live apart பல்வேறு இன மக்களையும் பிரித்துத் தனித்தனியாக வாழச் செய்த தென் ஆப்பிரிக்க அரசின் முந்தையக் கொள்கை

apartment /ə'pɑ:tmənt/ *noun* [C] **1** (*AmE*) = **flat²** **1** **2** a set of rooms rented for a holiday விடுமுறைப் பொழுதுபோக்கிற்காக வாடகைக்கு எடுக்கப்படும் அறைத்தொகுதி/அறைக்கட்டு *a self-catering apartment*

apartment block *noun* [C] (*AmE*) a large building containing several apartments பல அறைத்தொகுதிகளை/அறைக்கட்டுகளை உள்ளடக்கிய பெரிய கட்டடம்; அடுக்குமாடி வீடுகளைக் கொண்ட மனை

apathetic /ˌæpə'θetɪk/ *adj.* lacking interest or desire to act செயல் ஈடுபாடு அல்லது செயலார்வம் இல்லாத; மெத்தனமான

apathy /'æpəθi/ *noun* [U] the feeling of not being interested in or enthusiastic about anything ஈடுபாடு, ஆர்வம், நாட்டம் அல்லது பற்று இல்லாமை; உணர்ச்சியின்மை

ape¹ /eɪp/ *noun* [C] a type of animal like a large monkey with no tail or only a very short tail வாலில்லாத அல்லது சிறுவால் உடைய பெருங்குரங்கு போன்ற விலங்கு வகை; (வாலில்லாக்) குரங்கினம் *Chimpanzees and gorillas are apes.*

ape² /eɪp/ *verb* [T] to copy sb/sth, especially in order to make fun of them குறிப்பாக ஏளன நோக்கில், ஒருவரை/ஒன்றைப் பின்பற்று அல்லது போலச் செய் *The children were aping the teacher's way of walking.*

aperitif /əˌperə'ti:f/ *noun* [C] an alcoholic drink that you have before a meal உணவுக்கு முன் அருந்தும் மது வகை

aperture /'æpətʃə(r)/ *noun* [C] **1** (*formal*) a small opening in sth ஒன்றில் காணப்படும் சிறு துளை; இடைவெளி; திறப்பு **2** (*technical*) a small opening that allows light to reach a **lens** நிழற்படக் கருவியின் வளைந்த கண்ணாடி/பிளாஸ்டிக் வில்லையை அடையுமாறு ஒளி ஊடுருவிச் செல்லவிடும் சிறு புழை அல்லது திறப்பு ➪ **camera** பதிவில் படம் பார்க்க.

apex /'eɪpeks/ *noun* [C, *usually sing.*] (*pl.* **apexes**) the top or highest part of sth ஒன்றன் மேல்பகுதி அல்லது உச்சி; முகடு *the apex of a roof/triangle*

aphid /'eɪfɪd/ *noun* [C] a very small insect that is harmful to plants. There are several different types of aphids தாவரங்களுக்கு ஊறு விளைவிக்கும் சிறு பூச்சி வகை; பயிர்க்கொல்லிப் பூச்சி. இதில் பல்வேறு வகைகள் உள்ளன

aphorism /'æfərɪzəm/ *noun* [C] (*formal*) a short phrase that expresses in a clever way sth that is true ஓர் உண்மையை அறிவார்ந்த முறையில் புலப்படுத்தும் சிறு தொடர்; மணிமொழி

apiary /'eipiəri/ *noun* (*pl.* **apiaries**) a place where bees are kept தேனீக்கள் வளர்க்கப்படும் இடம்; தேனீப் பண்ணை

apiece /ə'pi:s/ *adv.* each ஒவ்வொன்றும்; ஒவ்வொருவரும்; தனித்தனியாக *Dhanraj and Chandran scored a goal apiece.*

apocalypse /ə'pɒkəlɪps/ *noun* **1** [*sing.*, U] the total destruction of the world உலகின் முழு அழிவு; ஊழி முடிவு **2 the Apocalypse** [*sing.*] the end of the world, as described in the Bible விவிலிய நூல் விவரிக்கும் உலக முடிவு; ஊழியிறுதி **3** [*sing.*] a situation causing very serious damage and destruction பெருஞ்சேதத்திற்கும் பேரழிவிற்கும் காரணமான சூழ்நிலை ► **apocalyptic** /əˌpɒkə'lɪptɪk/ *adj.*

apolitical /ˌeɪpə'lɪtɪkl/ *adj.* **1** (used about a person) not interested in politics; not thinking politics are important அரசியலில் ஈடுபாடு இல்லாத; அரசியல் முக்கியமானது என்று எண்ணாத **2** not connected with a political party அரசியல் கட்சிச் சார்பற்ற; ஓர் அரசியல் கட்சியோடு தொடர்புகொண்டிராத *an apolitical organization* **3** of no political significance, relevance or importance அரசியல் முக்கியத்துவம் அல்லது தொடர்பு அற்ற *His upcoming trip is purely apolitical.*

apologetic /əˌpɒlə'dʒetɪk/ *adj.* feeling or showing that you are sorry for sth you have done செய்த ஒன்றிற்காக வருந்துகிற அல்லது வருத்தம் தெரிவிக்கிற *He was most apologetic about his son's bad behaviour.* • *I wrote him an apologetic letter.* ► **apologetically** /-kli/ *adv.*

apologize (*also*-**ise**) /ə'pɒlədʒaɪz/ *verb* [I] **apologize (to sb) (for sth)** to say that you are sorry for sth that you have done செய்த ஒன்றிற்காக வருத்தம் தெரிவி; இரங்கியுரை *You'll have to apologize to your teacher for being late.*

apology /ə'pɒlədʒi/ *noun* [C, U] (*pl.* **apologies**) **(an) apology (to sb) (for sth)** a spoken or written statement that you are sorry for sth you have done, etc. ஒருவர் தான் செய்த ஒரு செயல் முதலியவற்றுக்காகப் பேச்சு அல்லது எழுத்து வாயிலாக வருத்தம் தெரிவிக்கும் கூற்று *Please accept our apologies for the delay.* • *a letter of apology*

apostle /ə'pɒsl/ *noun* [C] one of the twelve men chosen by Christ to spread his teachings தனது போதனைகளைப் பரப்புவதற்காக இயேசு கிறிஸ்துவால் தேர்ந்தெடுக்கப்பட்ட பன்னிருவருள் ஒருவர்; திருத்தூதர்

apostrophe /ə'pɒstrəfi/ *noun* [C] **1** the sign (') used for showing that you have left a letter or letters out of a word as in 'I'm', 'can't' or 'we'll' 'I'm', 'can't', 'we'll' முதலியவற்றில் ஓர் எழுத்தோ பல எழுத்துகளோ விடுபட்டுள்ளதைச் சுட்டும் (') என்னும் குறி; எழுத்தெச்சக்குறி **2** the sign (') used for showing who or what sth belongs to as in 'John's chair', 'the boys' room' or 'Russia's President' ஒருவருக்கு, ஒன்று உடைமையானது என்பதைச் சுட்டும், 'John's chair' முதலியவற்றில் உள்ள (') என்னும் குறி; உடைமைப்பொருட்குறி

appal (*AmE* **appall**) /ə'pɔ:l/ *verb* [T] (**appalling**; **appalled**) (*usually passive*) to shock sb very much ஒருவரைப் பெரிதும் அதிர்ச்சிக்குள்ளாக்கு; திகைக்கவை ▶ **appalling** /ə'pɔ:lɪŋ/ *adj.* ▶ **appallingly** *adv.*

appalled /ə'pɔ:ld/ *adj.* **appalled (at sth)** feeling disgust at sth unpleasant or wrong நலமற்ற அல்லது தீயதான ஒன்றைக் கண்டு அருவருப்பு அல்லது வெறுப்புணர்ச்சி கொள்கிற

appam *noun* [C] (*IndE*) a South Indian fermented rice pancake with a soft spongy middle and crispy edges பொங்க வைத்த அரிசி மாவினால் ஆன, நடுவில் மிருதுவாகவும் ஓரங்களில் முறுகலாகவும் உள்ள தென்னிந்தியத் தோசை வகை; ஆப்பம்

apparatus /ˌæpə'reɪtəs/ *noun* [U] the set of tools, instruments or equipment used for doing a job or an activity ஒரு பணி அல்லது செயல் செய்வதற்காகப் பயன்படுத்தப்படும் கருவிகள் அல்லது சாதனங்களின் தொகுதி; செயற்கருவிகள்; துணைபொருட் சாதனங்கள் ➪ **laboratory** பதிவில் படம் பார்க்க.

apparent /ə'pærənt/ *adj.* **1** (*only before a noun*) that seems to be real or true but may not be உண்மையானதாக அல்லது மெய்யானதாகத் தோன்றுகிற; போலத் தோன்றுகிற; உறுதிப்படுத்தப்படாத **2 apparent (to sb)** clear; easy to see தெளிவாகத் தெரிகிற; எளிதாகக் காணத்தக்க; வெளிப்படையான *It quickly became apparent to us that our teacher could not speak French.*

apparently /ə'pærəntli/ *adv.* according to what people say or to how sth appears, but perhaps not true பிறர் கூற்றுப்படி; தோற்றத்தில்; உண்மையென்று உறுதிப்படுத்தப்படாத நிலையில் *Apparently, he's already been married twice.*

apparition /ˌæpə'rɪʃn/ *noun* [C] a ghost or an image of a person who is dead இறந்தவர் ஆவி அல்லது உருத்தோற்றம்; ஆவியுரு

appeal[1] /ə'pi:l/ *verb* [I] **1 appeal to sb (for sth); appeal for sth** to make a serious request for sth you need or want very much மிகவும் தேவைப்படும் அல்லது மிகவும் விரும்பும் ஒன்றை வேண்டிக்கேள்; வருந்தி வேண்டு; ஒன்றிற்காக முறையிடு *Relief workers in the disaster area are appealing for more supplies.* • *She appealed to the kidnappers to let her son go.* **2 appeal (to sb)** to be attractive or interesting to sb ஒருவருக்குக் கவர்ச்சியூட்டுவதாக அல்லது ஈடுபாடு கொள்ளச் செய்வதாக இரு; ஈர்க்கும் இயல்புடையதாக அமைந்திரு *The idea of living in the country doesn't appeal to me at all.* **3 appeal to sth** to influence sb's feelings or thoughts so that he/she will do sth you want விரும்பும் ஒன்றைச் செய்யுமாறு ஒருவரது உணர்வில் அல்லது எண்ணத்தில் மாறுதல் உண்டுபண்ணு; விரும்பும் ஒன்றுக்கு ஆதரவாக ஒருவரைக் கருத்திசைவு கொள்ளச்செய் *We aim to appeal to people's generosity.* **4 appeal (against/for sth)** to ask sb in authority to make or change a decision ஒரு முடிவை எடுக்க அல்லது மாற்ற அதிகாரத்தில் உள்ள ஒருவரிடம் கோரு அல்லது முறையிடு *He decided to appeal against his conviction.* • *The player fell down and appealed for a penalty.*

appeal[2] /ə'pi:l/ *noun* **1** [C] a serious request for sth you need or want very much மிகவும் விரும்புகிற அல்லது பெரிதும் தேவைப்படுகிற ஒன்றிற்கான மனமார்ந்த வேண்டுகோள்; முறையீடு *The police have made an urgent appeal for witnesses to come forward.* **2** [C] **an appeal to sth** a suggestion that tries to influence sb's feelings or thoughts so that he/she will do what you want ஒருவரது உணர்வுகளை அல்லது எண்ணங்களைத் தான் விரும்பும் ஒன்றுக்கு ஆதரவாகக் கொள்ள முயலும் யோசனை **3** [C] a formal request to sb in authority to change a decision ஒரு முடிவை மாற்றவேண்டி அதிகாரத்தில் உள்ள ஒருவர்முன் வைக்கப்படும் முறையான கோரிக்கை அல்லது வேண்டுகோள் **4** [U] the attraction or interesting quality of sth/sb ஒன்றின்/ஒருவருடைய ஈர்ப்புத்திறன்

அல்லது ஆர்வத்தைத் தூண்டும் இயற்பண்பு; கவர்ச்சி

appealing /ə'pi:lɪŋ/ *adj.* **1** attractive or interesting கவர்ச்சி மிகுந்த; ஆர்வத்தைத் தூண்டுகிற; தன்பால் ஈர்க்கிற *The idea of going to the beach sounds very appealing!* **2** showing that you need help, etc. உதவி முதலியவை தேவை என்பதைப் புலப்படுத்துகிற; வேண்டுகோள் தன்மையிலான *an appealing look* ▶ **appealingly** *adv.*

appear /ə'pɪə(r)/ *verb* **1** *linking verb* **appear to be/do sth; appear (that)...** to seem தோன்று; காணப்படு; தோற்றமளி; போலிரு *She appears to be very happy in her job.* • *It appears that you were given the wrong information.* ➪ **apparent** adjective பார்க்க. **2** [I] to suddenly be seen; to come into sight திடீரெனத் தென்படு அல்லது பார்வையில் படு; வெளிப்படு *The bus appeared from round the corner.* ✪ **OPP disappear** **3** [I] to begin to exist தோன்றத் தொடங்கு; தலைகாட்டு; நிலைகொள்ளத் தொடங்கு *The disease is thought to have appeared in Africa.* **4** [I] to be published or printed வெளியிடப்படு அல்லது அச்சிடப்படு *The article appeared in this morning's paper.* **5** [I] to perform or speak where you are seen by a lot of people பலரும் காணும் வகையில் (நாடகம், விளையாட்டு முதலியவற்றில்) தோன்று அல்லது பேசு; பலர்முன் காட்சியளி *to appear on television/in a play*

appearance /ə'pɪərəns/ *noun* **1** [U] the way that sb/sth looks or seems ஒருவர்/ஒன்று காணப்படும் அல்லது தோன்றும் முறை; தோற்றம் *A different hairstyle can completely change your appearance.* • *He gives the appearance of being extremely confident.* **2** [*sing.*] the coming of sb/sth ஒருவரது/ஒன்றனது வருகை *the appearance of television in the home in the 1950s* **3** [C] an act of appearing in public, especially on stage, television, etc. நாடகம், தொலைக்காட்சி முதலியவற்றில் மக்கள் முன் தோன்றுதல்; பொது மேடைத் தோற்றம்

appease /ə'pi:z/ *verb* [T] (*formal*) **1** to make sb calmer or less angry by agreeing to what he/she wants ஒருவருடைய விருப்பத்திற்கு இசைந்து அவரை அமைதிப்படுத்து அல்லது அவரது சினத்தைத் தணி; சமாதானப்படுத்து **2** to give a country what it wants in order to avoid war போரைத் தவிர்க்க வேண்டி ஒரு நாடு விரும்புவதை இசைந்தளி ▶ **appeasement** *noun* [U]

appendage /ə'pendɪdʒ/ *noun* [C] (*formal*) a smaller or less important part of sth larger பெரிதான ஒன்றின் சிறிய அல்லது முக்கியமல்லாத பகுதி; துணையுறுப்பு; ஒட்டு; இணைப்பு

appendicitis /əˌpendə'saɪtɪs/ *noun* [U] an illness in which your appendix becomes extremely painful and usually has to be removed குடல்முளை மிகுந்த வலியை உண்டாக்கி, அது பெரும்பாலும் அகற்றப்பட வேண்டியதான உடல் நலக்கேடு; குடல்முளை அழற்சி

appendix /ə'pendɪks/ *noun* [C] **1** (*pl.* **appendixes**) a small organ inside your body near your stomach. In humans, the appendix has no real function உடலினுள் இரைப்பையை ஒட்டியுள்ள சிறு உறுப்பு; குடல்முளை; மனித உடலில் குடல்முளைக்கு உண்மையான செயற்பாடு எதுவும் இல்லை ➪ **body** பதிவில் படம் பார்க்க. **2** (*pl.* **appendices** /-dɪsi:z/) a section at the end of a book, etc. that gives extra information புத்தகம் முதலியவற்றின் இறுதியில் அமைந்து, கூடுதலான தகவலைத் தரும் பகுதி; இணைப்பு; பிற்சேர்க்கை

appertain /ˌæpə'teɪn/ *verb*

PHR V **appertain to sb/sth** (*formal*) to belong or refer to sb/sth ஒருவருக்கு/ஒன்றனுக்கு உரியதாக/தொடர்புடையதாக இரு; ஒருவரை/ஒன்றைக் குறி *These figures appertain to last year's sales.*

appetite /'æpɪtaɪt/ *noun* [C, U] a strong desire for sth, especially food ஒன்றன் மீதான, குறிப்பாக உணவின் மீதான, பெருநாட்டம்; பசியார்வம் *Some fresh air and exercise should give you an appetite* (= make you hungry). • *He has a great **appetite for** work/life.* • *loss of appetite*

IDM **whet sb's appetite** ➪ **whet** பார்க்க.

appetizer (*also* **-iser**) /'æpɪtaɪzə(r)/ (*AmE*) = **starter**

appetizing (*also* **-ising**) /'æpɪtaɪzɪŋ/ *adj.* (used about food, etc.) that looks or smells attractive; making you feel hungry (உணவு முதலியவை வகையில்) கவர்ச்சியாகத் தோன்றுகிற அல்லது வாசம் உடைய; பசியுணர்வைத் தூண்டுகிற

applaud /ə'plɔ:d/ *verb* **1** [I, T] to hit your hands together noisily (**clap**) in order to show that you like sb/sth ஒருவரை/ஒன்றை விரும்புவதைக் காட்ட அல்லது பாராட்டும் முறையில் கைகளைத் தட்டி ஒலி எழுப்பு; கைதட்டு; கரவொலி செய் *The audience applauded loudly.* • *The team was applauded as it left the field.* **2** [T] (*usually passive*) to express approval of sth ஒன்றுக்கு ஒப்புதலைத் தெரிவி; இசைவளி; உடன்பாட்டினை வெளிப்படுத்து *The decision was applauded by everybody.*

applause /ə'plɔ:z/ *noun* [U] the noise made by a group of people hitting their hands together (**clapping**) to show their approval and enjoyment ஒன்றுக்குப் பாராட்டையும்

ஒத்திசைவையும் அதன்மீதான மகிழ்வுணர்வையும் வெளிப்படுத்தும் முறையில் ஒரு குழுவினர் எழுப்பும் கைதட்டல் ஒலி; கரவொலி *Let's all give a big* ***round of applause*** *to the cook!*

apple /ˈæpl/ *noun* [C, U] a hard, round fruit with a smooth green, red or yellow skin பச்சை, சிவப்பு அல்லது மஞ்சள் நிறத்திலான மிருதுவான தோலைக் கொண்ட கெட்டியான உருண்டை வடிவப் பழம்; ஆப்பிள் பழம் *apple juice* ➪ **fruit** பதிவில் படம் பார்க்க.

applet /ˈæplət/ *noun* [C] (*computing*) a simple program that can make one thing or a few simple things happen, for example on a page on the Internet (ஓர் இணையப் பக்கம் போன்றவற்றில்) ஒரு செயல்பாட்டை அல்லது எளிதான சில செயற்பாடுகளை நிகழச் செய்யும் ஓர் எளிய கட்டளை நிரல்

appliance /əˈplaɪəns/ *noun* [C] a piece of equipment for a particular purpose in the house குறிப்பிட்ட வீட்டுப் பயன்பாட்டிற்கான துணைக்கருவி; வீட்டுச் சாதனம் *washing machines and other domestic appliances*

applicable /ˈæplɪkəbl/ *adj.* (*not before a noun*) **applicable (to sb/sth)** that concerns sb/sth; relevant to sb/sth ஒருவருக்கு/ஒன்றுக்குத் தொடர்புடைய; பொருத்திக் காட்டக்கூடிய; பயன்படத்தக்க *This part of the form is only applicable to married women.*

applicant /ˈæplɪkənt/ *noun* [C] a person who makes a formal request for sth (**applies for sth**), especially for a job, a place at a college, university, etc. குறிப்பாக ஒரு பணி, கல்லூரி, பல்கலைக்கழகம் முதலியவற்றில் இடம் ஆகியவற்றுக்காக முறையான வேண்டுகோள் விடுப்பவர்; விண்ணப்பிப்பவர்; விண்ணப்பதாரர் *There were over 200 applicants for the job.*

application /ˌæplɪˈkeɪʃn/ *noun* **1** [C, U] **(an) application (to sb) (for sth)** a formal written request, especially for a job or a place in a school, club, etc. குறிப்பாக ஒரு பணி, பள்ளி, தனிமுறைக் கழகம் முதலியவற்றில் இடம் ஆகியவற்றுக்கான முறையான எழுத்து வடிவிலான வேண்டுகோள்; விண்ணப்பம் *Applications for the job should be made to the Personnel Manager.* • *To become a member, fill in the* ***application form***. **2** [C, U] the practical use (of sth) (ஒன்றின்) நடைமுறைப் பயன்பாடு; செயற்பாடு **3** [U] hard work; effort கடின உழைப்பு; இடைவிடாத முயற்சி; ஊக்கம் **4** [C] (*computing*) a program that is designed to do a particular job குறிப்பிட்ட பயன்பாட்டுக்காக வடிவமைக்கப்பட்ட கட்டளை நிரல் *a database application*

applied /əˈplaɪd/ *adj.* (used about a subject) studied in a way that has a practical use (ஓர் அறிவுத்துறை பற்றிக் குறிப்பிடுகையில்) நடைமுறைப் பயன்பாட்டுக்கு ஏற்ற முறையில் கற்கப்படுகிற/ஆராயப்படுகிற; பயன்முறை சார்ந்த *You have to study applied mathematics as part of the engineering course.* ✪ **OPP pure**

apply /əˈplaɪ/ *verb* (*pres. part.* **applying**; *3rd person sing. pres.* **applies**; *pt, pp* **applied**) **1** [I] **apply (to sb) (for sth)** to ask for sth in writing எழுத்து வடிவில் ஒன்றைக் கேள்; கோரு; விண்ணப்பி *I've applied to that company for a job.* • *She's applying for a place at university.* **2** [I] **apply (to sb/sth)** to concern or involve sb/sth ஒருவருக்கு/ஒன்றுக்குப் பொருந்து; தொடர்புடையதாக இரு; ஒருவரை/ஒன்றை உள்ளடக்கு *This information applies to all children born after 1997.* **3** [T] **apply sth (to sth)** to make practical use of sth செயல்முறைப் பயன்பாட்டுக்கு உரியதாகச் செய்; நடைமுறையில் பயன்படுத்து *new technology which can be applied to solving problems in industry* **4** [T] (*usually passive*) to use a word, a name, etc. to describe sb/sth ஒருவரை/ஒன்றை விவரிப்பதற்காக ஒரு சொல், பெயர் முதலியவற்றைப் பயன்படுத்து *I don't think the term 'music' can be applied to that awful noise.* **5** [T] **apply sth (to sth)** to put or spread sth onto sth ஒன்றின்மேல் ஒரு பொருளை இடு; இட்டுப் பரப்பு *Apply the cream to the infected area twice a day.* **6** [T] **apply yourself/sth (to sth/doing sth)** to make yourself give all your attention to sth தனது முழு கவனமும் ஒன்றன்மீது செல்லுமாறு செய்; கருத்தூன்று; ஒன்றில் தன்னை முழுவதுமாக ஈடுபடுத்திக்கொள் *to apply your mind to sth*

appoint /əˈpɔɪnt/ *verb* [T] **1 appoint sb (to sth)** to choose sb for a job or position ஒரு பணிக்கு அல்லது பதவிக்கு ஒருவரைத் தேர்ந்தெடு; நியமி *The committee have appointed a new chairperson.* • *He's been appointed (as) assistant to Dr Murugan.* **2** (*formal*) **appoint sth (for sth)** to arrange or decide on sth ஒன்றற்கான நேரம், இடம் முதலியவற்றைத் திட்டப்படுத்து, குறி அல்லது அறுதிசெய்

appointment /əˈpɔɪntmənt/ *noun* **1** [C, U] **an appointment (with sb)** an arrangement to see sb at a particular time குறிப்பிட்ட நேரத்தில் ஒருவரைப் பார்ப்பதற்கான ஏற்பாடு; சந்திப்புத் திட்டம் *I have an appointment with Dr Sulekha at 3 o'clock.* • *I'd like to* ***make an appointment*** *to see the manager.* **2** [C] a job or a position of responsibility பணிப்பொறுப்பு; பதவி; வேலை *a temporary/permanent appointment* **3** [C, U] **appointment (to sth)** the act of choosing sb for a job ஒரு பணிக்கு ஒருவரைத் தேர்ந்தெடுத்தல்; வேலையில் அமர்த்தல்; பணி நியமனம்

apportion /ə'pɔ:ʃn/ *verb* [T] (*written*) **apportion sth (among/between/to sb)** to divide sth among people; to give a share of sth to sb ஒன்றைப் பலருக்கும் பகிர்ந்தளி; ஒருவருக்குரிய பங்காக ஒரு தொகுதியிலிருந்து பிரித்துக் கொடு; பங்கீடு செய் *The land was apportioned between members of the family.* • *The programme gives the facts but does not **apportion blame**.*

appraisal /ə'preɪzl/ *noun* [C, U] (*formal*) a judgement about the value or quality of sb/sth ஒருவருடைய/ஒன்றன் தகுதி அல்லது தரம் பற்றிய மதிப்பீடு; கணிப்பு

appraise /ə'preɪz/ *verb* [T] (*formal*) to judge the value or quality of sb/sth ஒருவருடைய/ஒன்றன் தகுதிப்பாட்டை அல்லது தரத்தை மதிப்பிடு; கணி

appreciable /ə'pri:ʃəbl/ *adj.* large enough to be noticed or thought important கவனிக்கத்தக்க அல்லது முக்கியமானதாகக் கருதும் வகையில் பெரிதான; கணிசமான

appreciate /ə'pri:ʃieɪt/ *verb* **1** [T] to enjoy sth or to understand the value of sb/sth ஒன்றை உணர்ந்து மகிழ் அல்லது நுகர்; ஒருவருடைய/ஒன்றன் மதிப்பைப் புரிந்துகொள்; பாராட்டு *My boss doesn't appreciate me.* • *I don't appreciate good coffee—it all tastes the same to me.* **2** [T] to understand a problem, situation, etc. ஒரு சிக்கல், சூழ்நிலை முதலியவற்றைப் புரிந்துகொள்; உணர்ந்தறி *I appreciate your problem but I'm afraid I can't help you.* **3** [T] to be grateful for sth ஒன்றற்காக நன்றியுடன் இரு; நன்றி பாராட்டு *Thanks very much. I really appreciate your help.* **4** [I] to increase in value மதிப்பில் கூடு/உயர்

appreciation /əˌpri:ʃi'eɪʃn/ *noun* **1** [U] understanding and enjoyment of the value of sth ஒன்றன் மதிப்பை அறிந்து நுகர்தல்; ஒன்றன் நலம் அறிதலும் அதனைத் துய்த்தலும் *I'm afraid I have little appreciation of modern architecture.* **2** [U] the feeling of being grateful for sth ஒன்றற்கான நன்றியுணர்வு; நன்றி பாராட்டுதல் *We bought him a present to show our appreciation for all the work he had done.* **3** [U, *sing.*] understanding of a situation, person, problem, etc. ஒரு சூழ்நிலை, சிக்கல் முதலியவற்றைப் புரிந்துகொள்ளல் **4** [U, *sing.*] an increase in value மதிப்பில் மிகுதல்; மதிப்புயர்வு

appreciative /ə'pri:ʃətɪv/ *adj.* **1** feeling or showing pleasure or admiration மகிழ்ச்சி அல்லது பாராட்டு உணர்வு கொள்கிற; மன மகிழ்ச்சியை அல்லது பாராட்டை வெளிப்படுத்துகிற *an appreciative audience* **2 appreciative (of sth)** grateful for sth ஒன்றிற்காக நன்றியுணர்வு கொள்கிற; நன்றி பாராட்டுகிற *He was very appreciative of our efforts to help.*

apprehend /ˌæprɪ'hend/ *verb* [T] (*formal*) (used about the police) to catch sb and arrest him/her (காவல் துறையினர் வகையில்) ஒருவரைப் பிடித்துக் கைது செய்

apprehensive /ˌæprɪ'hensɪv/ *adj.* worried or afraid that sth unpleasant may happen விரும்பத்தகாத ஒன்று நிகழக்கூடும் என எண்ணிக் கவலைகொள்கிற அல்லது அச்சப்படுகிற; ஐயுற்று அஞ்சுகிற *I'm feeling apprehensive about tomorrow's exam.* ▶ **apprehension** /-ʃn/ *noun* [C, U]

apprentice /ə'prentɪs/ *noun* [C] a person who works for low pay, in order to learn the skills needed in a particular job குறிப்பிட்ட பணியில் திறனை வளர்த்துக்கொள்வதற்காகக் குறைந்த ஊதியத்தில் பணிபுரிபவர்; பயிற்சித் தொழிலாளர்; பணிப் பயிற்சியர் *an apprentice electrician/chef/plumber*

apprenticeship /ə'prentɪsʃɪp/ *noun* [C, U] the state or time of being an apprentice பணிப் பயிற்சி நிலை அல்லது பணிப் பயிற்சிக் காலம்

approach¹ /ə'prəʊtʃ/ *verb* **1** [I, T] to come near or nearer to sb/sth ஒருவருக்கு/ஒன்றனுக்குப் பக்கத்தில் வா; நெருங்கிவா; அணுகு *The day of the exam approached.* **2** [T] to begin to deal with a problem, a situation, etc. ஒரு சிக்கல், நிலைமை முதலியவற்றை எதிர்கொள்/கையாளத் தொடங்கு *What is the best way to approach this problem?* **3** [T] to speak to sb usually in order to ask for sth ஒன்றைக் கோருவதற்காக ஒருவரைக் கண்டு பேசு; ஒரு வேண்டுகோளை முன்னிருத்தி ஒருவரை அணுகு *I'm going to approach them about a loan.*

approach² /ə'prəʊtʃ/ *noun* **1** [C] a way of dealing with sb/sth ஒருவரை/ஒன்றைக் கையாளுவதற்கான அல்லது ஒன்றன்மீது செயல்படுவதற்கான அணுகுமுறை; நோக்கு *Parents don't always know what approach to take with teenage children.* **2** [*sing.*] the act of coming nearer (to sb/sth) (ஒருவரை/ஒன்றை) நெருங்கி வருதல்; அணுகுதல் *the approach of winter* **3** [C] a request for sth ஒன்றற்கான கோரிக்கை; வேண்டுகோள்; விண்ணப்பம் *The company has **made an approach to** us for financial assistance.* **4** [C] a road or path leading to sth ஒன்றற்கு இட்டுச்செல்லும் சாலை அல்லது பாதை; செல்வழி *the approach to the village*

approachable /ə'prəʊtʃəbl/ *adj.* **1** friendly and easy to talk to எளிதில் கண்டு பேசுவதற்கு உகந்த; அணுகுதற்கு இனிய **2** (*not before a noun*) that can be reached சென்றடையக் கூடிய; சென்று சேரக்கூடிய ✪ SYN **accessible**

appropriate[1] /ə'prəʊpriət/ *adj.* **appropriate (for/to sth)** suitable or right for a particular situation, person, use, etc. குறிப்பிட்ட சூழல், நபர், பயன்பாடு முதலியவற்றுக்கு ஏற்ற; உரிய; பொருத்தமான; உகந்த *The matter will be dealt with by the appropriate authorities.* • *I don't think this film is appropriate for children.* ✪ OPP **inappropriate** ▶ **appropriately** *adv.*

appropriate[2] /ə'prəʊprieɪt/ *verb* [T] (*formal*) to take sth to use for yourself, usually without permission பெரும்பாலும் உரியவர் அனுமதி இன்றி ஒன்றைத் தன் பயன்பாட்டுக்கு எடுத்துக்கொள்; முறை பிறழ்ந்து ஒன்றைத் தனதாக்கிக்கொள்/உரிமைப்படுத்திக்கொள் *He appropriated the money from the company's pension fund.* ▶ **appropriation** /əˌprəʊpri'eɪʃn/ *noun* [U, *sing.*]

approval /ə'pru:vl/ *noun* [U] feeling, showing or saying that you think sth is good; agreement நலமானதாக அல்லது விரும்பத்தக்கதாக ஒன்றைக் கருதுதல், தெளிவுபடுத்துதல் அல்லது கூறுதல்; ஏற்பு; அங்கீகாரம் *Everybody **gave their approval to** the proposal.*

approve /ə'pru:v/ *verb* **1** [I] **approve (of sb/sth)** to be pleased about sth; to like sb/sth ஒன்று குறித்து மகிழ்; மனத்துக்கு உகந்ததாகக் கொள்; ஒருவரை/ஒன்றை ஏற்புடையவராக/ஏற்புடையதாகக் கருது *His father didn't approve of him becoming a dancer.* • *Her parents don't approve of her friends.* ✪ OPP **disapprove** **2** [T] to agree formally to sth or to say that sth is correct ஒன்றை முறையாக ஏற்றுக்கொள் அல்லது அங்கீகரி; ஒன்றுக்கு இணங்கு அல்லது இசைவு தெரிவி *We need to get an accountant to approve these figures.*

approving /ə'pru:vɪŋ/ *adj.* showing support or admiration for sth ஒன்றுக்கு ஆதரவு தெரிவிக்கிற அல்லது ஒன்றைப் பாராட்டும் தன்மையிலான *'Good,' he said with an approving smile.* ▶ **approvingly** *adv.*

approx. *abbr.* (*written*) approximate; approximately பெரிதும் ஒத்திருக்கிற; ஏறத்தாழ; கிட்டத்தட்ட

approximate /ə'prɒksɪmət/ *adj.* almost correct but not completely accurate முழுவதுமாக அல்லாது பெரும்பாலும் சரியாக இருக்கிற; ஏறத்தாழச் சரிநுட்பமான; பெரிதும் ஒத்திருக்கிற *The approximate time of arrival is 3 o'clock.* • *I can only give you an approximate idea of the cost.*

approximately /ə'prɒksɪmətli/ *adv.* about; roughly சுமாராக; ஏறக்குறைய; கிட்டத்தட்ட *It's approximately fifty kilometres from here.*

approximation /əˌprɒksɪ'meɪʃn/ *noun* [C] a number, answer, etc. which is nearly, but not exactly, right சரிநுட்பமாக இல்லாது ஏறத்தாழச் சரியாக உள்ள ஓர் எண், ஒரு விடை முதலியன; நெருங்கிய அளவீடு

Apr. *abbr.* April ஏப்ரல் மாதத்தைக் குறிக்கும் April என்பதன் குறுக்கம் *2 Apr. 1993*

apricot /'eɪprɪkɒt/ *noun* [C] a small, round, yellow or orange fruit with a large seed (**stone**) inside பெரிய கொட்டையை உடைய, சிறிய உருண்டை வடிவ மஞ்சள் அல்லது செம்மஞ்சள் நிறக் கனி; வாதுமை போன்ற கொட்டைப் பழ வகை

April /'eɪprəl/ *noun* [U, C] (*abbr.* **Apr.**) the fourth month of the year, coming after March ஆங்கில மாதங்களில் நான்காவதும் மார்ச்சு மாதத்தை அடுத்து வருவதுமான மாதம்; ஏப்ரல்

> **NOTE** வாக்கியங்களில் மாதங்கள் எவ்வாறு பயன்படுத்தப்படுகின்றன என்பதைத் தெரிந்துகொள்ள, **January** பதிவில் உள்ள குறிப்பைப் பார்க்க.

April Fool's Day *noun* [*sing.*] 1 April ஏப்ரல் முதல் நாள் (முட்டாள்கள் தினம்)

> **NOTE** இந்த நாளில் கற்பனையான, முட்டாள்தனமான செய்திகளை அல்லது நிகழ்ச்சிகளைக் கூறி, அவற்றை உண்மையெனப் பிறரை நம்பச்செய்ய முயலும் குறும்புச் செயல்களில் மக்கள் ஈடுபடுவது மரபார்ந்த வழக்கமாகும். இத்தகைய கதைகளை நம்புகிறவர் **April Fool** என அழைக்கப்படுவார்.

apron /'eɪprən/ *noun* [C] a piece of clothing that you wear over the front of your usual clothes in order to keep them clean, especially when cooking குறிப்பாகச் சமைக்கும்போது, ஆடையின் முன்பக்கம் அழுக்காகாதபடி அதன்மேல் அணிந்து கொள்ளப்படும் உடுப்பு வகை; அழுக்குக் காப்பு உடை

apropos /ˌæprə'pəʊ/ (*also* **apropos of**) *prep.* on the subject of sth/sb ஒருவரைப் பற்றிய செய்தி குறித்த; ஒருவரை/ஒன்றைச் சார்ந்த பொருள் தொடர்பான *Apropos (of) what you were just saying...*

apt /æpt/ *adj.* **1** suitable in a particular situation குறிப்பிட்ட சூழ்நிலையில் பொருத்தமானதாக உள்ள; இசைவான; ஏற்புடைய; தக்க *I thought 'complex' was an apt description of the book.* **2 apt to do sth** often likely to do sth பெரும்பாலும் ஒன்றைச் செய்யும் வாய்ப்புள்ள; (ஒருவர்) ஒன்றைச் செய்வதற்கான சாத்தியமுள்ள

aptitude /'æptɪtju:d/ *noun* [U, C] **aptitude (for sth/for doing sth)** natural ability or skill

இயற்கையான ஆற்றல் அல்லது செயல்திறன் *She has an aptitude for learning languages.* • *an* ***aptitude test***

aptly /'æptli/ *adv.* in an appropriate way; suitably பொருத்தமான முறையில்; தக்கவாறு *the aptly named Grand Hotel*

aqualung /'ækwəlʌŋ/ *noun* [C] a container of air that a person carries on his or her back when swimming under the surface of the sea, a lake etc. (**diving**) and which provides air through a tube for the person to breathe கடல், ஏரி முதலியவற்றில் நீரினுள் நீந்தும்போது ஒருவர் முதுகின்மீது பொருத்திக்கொள்ளும் காற்றுக் கொள்கலன். நீந்துபவருக்கு மூச்சுக்காற்றை ஒரு குழாய் வழியே இக்கலன் வழங்கும்

aquamarine /ˌækwəmə'riːn/ *noun* **1** [C, U] a pale greenish-blue precious stone வெளிறிய பச்சை கலந்த நீல நிறமுடைய மணிக்கல் வகை; கடல் வண்ண மணிக்கல் **2** [U] a pale greenish-blue colour வெளிறிய பச்சை கலந்த நீல நிறம்; நீர்ப்பச்சை நிறம் ▶ **aquamarine** *adj.*

aquarium /ə'kweəriəm/ *noun* [C] (*pl.* **aquariums** or **aquaria**) /-riə/ **1** a glass container filled with water, in which fish and water animals can be kept மீன்கள் மற்றும் நீர்வாழ் விலங்குகள் உள்ளிடப்படக்கூடிய, நீரால் நிரப்பப்பட்ட கண்ணாடிக் கொள்கலன்; நீர்வாழினக் காட்சிக் கலன் **2** a building where people can go to see fish and other water animals மீன்கள் மற்றும் பிற நீர்வாழ் விலங்குகள் காட்சிக்காக வைக்கப்பட்டுள்ள மனை; நீர்வாழினக் காட்சியகம்

Aquarius /ə'kweəriəs/ *noun* [U] the eleventh sign of the **zodiac**, the Water Carrier பன்னிரு இராசிகளுள் பதினோராவதும் குடத்தைக் குறியீடாக உடையதுமான இராசி; கும்பராசி

aquatic /ə'kwætɪk/ *adj.* living or taking place in, on or near water நீரில், நீர் மேல் அல்லது நீருக்குப் பக்கத்தில் வாழ்கிற அல்லது நிகழ்கிற *aquatic plants and animals • windsurfing and other aquatic sports*

aqueduct /'ækwɪdʌkt/ *noun* [C] a structure like a bridge for carrying water across a valley or low ground பள்ளத்தாக்கு அல்லது தாழ்வான நிலப்பகுதியின் குறுக்கே நீரைக் கொண்டு செல்ல உதவும் பாலம் போன்ற கட்டமைப்பு; கால்வாய்ப் பாலம்

aqueous /'eɪkwiəs/ *adj.* (*technical*) containing water; like water நீரைக் கொண்டுள்ள; நீர் போன்ற; நீர் கலந்த

aquifer /'ækwɪfə(r)/ *noun* [C] (in geology) a layer of rock or soil that can take in and hold water (புவிஅமைப்பியலில்) நீரைத் தன்னுள் ஏற்று வைத்திருக்கக் கூடிய பாறை அடுக்கு அல்லது மண் படுகை ➪ **water** பதிவில் படம் பார்க்க.

Arab /'ærəb/ *noun* [C] a member of a people who lived originally in Arabia and who now live in many parts of the Middle East and North Africa தொடக்கத்தில் அரேபியாவில் வாழ்ந்து, தற்பொழுது மையக் கிழக்கு மற்றும் வட ஆப்பிரிக்காவின் பல பகுதிகளில் வாழும் மக்கள் இனத்தைச் சார்ந்தவர்; அராபியர் ▶ **Arab** *adj. Arab countries*

Arabic /'ærəbɪk/ *noun* [*sing.*] the language of Arab people அராபிய மக்களின் மொழி; அரபுமொழி

arable /'ærəbl/ *adj.* (in farming) connected with growing crops for sale, not keeping animals (வேளாண்மையில்) (கால்நடைப் பராமரிப்பு அல்லாத) விற்பனைக்கான பயிர்கள் பயிரிடுதல் தொடர்பான; பயிரிடுதற்குரிய *arable land/ farmer*

arachnid /ə'ræknɪd/ *noun* [C] any of the **class** of small creatures with eight legs that includes spiders சிலந்தி உள்ளிட்ட எண்கால் பூச்சியினத்தைச் சேர்ந்த உயிரினம்

arbitrage /'ɑːbɪtrɑːʒ; -trɪdʒ/ *noun* [U] (in business) the practice of buying sth, for example foreign money, in one place and selling it in another place where the price is higher (வணிகத் தொழிலில்) அந்நியப் பணம் முதலியவற்றை ஓரிடத்தில் வாங்கி அதிக விலை கிடைக்கும் வேறிடத்தில் விற்கும் நடைமுறை; வேறுவேறு சந்தைகளில் நிலவும் விலை வேற்றுமையைப் பயன்படுத்தி ஆதாயம் பெறும் வணிக வழக்கம்

arbitrageur /ˌɑːbɪtrɑː'ʒɜː(r)/ (*also* **arbitrager**) /'ɑːbɪtrɪdʒə(r)/ *noun* [C] a person whose job is to buy sth, for example foreign money, in one place and sell it in another place where the price is higher அந்நியப் பணம் முதலியவற்றை ஓரிடத்தில் வாங்கி அதிக விலை கிடைக்கும் வேறிடத்தில் விற்பவர்; விலை வேற்றுமை வணிகர்

arbitrary /'ɑːbɪtrəri/ *adj.* not seeming to be based on any reason or plan and sometimes seeming unfair காரண அடிப்படையோ திட்ட ஒழுங்கோ கொண்டிராத மற்றும் சில சமயங்களில் நியாயமில்லாதது போலத் தோன்றுகிற ▶ **arbitrarily** *adv.*

arbitrate /'ɑːbɪtreɪt/ *verb* [I, T] to settle an argument between two people or groups by finding a solution that both can accept இருவருக்கிடையே அல்லது இரு குழுக்களுக்கு இடையே நிலவும் ஒரு சிக்கலுக்கு அல்லது வாதப்பொருளாக உள்ள ஒன்றுக்கு இரு சாராரும் ஏற்றுக்கொள்ளக்கூடிய வகையில் சமரசத் தீர்வுகாண்; நடுவராக இருந்து சமரசத் தீர்ப்பு வழங்கு;

மத்தியஸ்தம் செய் ▶ **arbitration** /ˌɑ:bɪˈtreɪʃn/ *noun* [U] *The union and the management decided to* ***go to arbitration***.

arbitrator /ˈɑ:bɪtreɪtə(r)/ *noun* [C] a person who is chosen to settle an argument between two people or two groups of people இருவருக்கிடையே அல்லது இரு குழுக்களுக்கிடையே நிலவும் வாதப்பொருளாக உள்ள ஒன்றுக்கு இரு சாராரும் ஏற்றுக்கொள்ளும் வகையில் சமரசத் தீர்வு காண்பவர்; மத்தியஸ்தர்

arc /ɑ:k/ *noun* [C] a curved line, part of a circle வட்ட வரையின் ஒரு பகுதி; வளைகோடு; வில் ➪ **circle**இல் படம் பார்க்க.

arcade /ɑ:ˈkeɪd/ *noun* [C] **1** a large covered passage or area with shops along one or both sides ஒரு புறமோ இரு மருங்கிலுமோ கடைகளைக் கொண்ட, விசாலமான மேற்கவிகையுடைய பாதை அல்லது இடப்பகுதி *a shopping arcade* **2** (*also* **amusement arcade**) a large room with machines and games that you put coins into to play நாணயங்களை இட்டு விளையாடும் பொறிகளையும் விளையாட்டுத் துணைக்கருவிகளையும் உடைய பெரிய அறை

arcane /ɑ:ˈkeɪn/ *adj.* (*formal*) known to very few people and therefore difficult to understand மிகச் சிலருக்கே தெரிந்துள்ளதால் எளிதில் புரியாத மறைபொருளான *the arcane rules of cricket*

arch[1] /ɑ:tʃ/ *noun* [C] **1** a curved structure that supports the weight of sth above it, such as a bridge or the upper part of a building பாலம், கட்டடத்தின் மேற்பகுதி போன்றவற்றில் உள்ளதும், மேலே உள்ள ஒன்றன் பளுவைத் தாங்கக்கூடியதுமான வில்வளைவான கட்டமைப்பு ➪ **archway** பார்க்க. **2** a structure with a curved top that is supported by straight sides, sometimes forming an entrance or built as a **monument** நினைவகம் போலவோ நுழைவாயிலாகவோ அமையும், நேர்க்குத்தான பக்கங்களால் தாங்கப்படும் வில்வளைவான உச்சியைக் கொண்ட கட்டமைப்பு; கட்டட வில்வளைவு அமைப்பு **3** the curved part of the bottom of your foot காலடியின் வில்வளைவான பகுதி

arch[2] /ɑ:tʃ/ *verb* [I, T] to make a curve வில்வளைவு அமை; வில் போல் வளை

arch- /ɑ:tʃ/ *prefix* (*in nouns*) main, most important or most extreme முதன்மையான; மிக முக்கியமான; மிகத் தீவிரமான; கடுமுனைப்பான *archbishop* • *arch-rival*

archaeological (*AmE* **archeological**) /ˌɑ:kiəˈlɒdʒɪkl/ *adj.* connected with archaeology பழமைச் சின்னங்களை ஆராய்தல் தொடர்பான; தொல்பொருளியல் சார்ந்த

archaeologist (*AmE* **archeologist**) /ˌɑ:kiˈɒlədʒɪst/ *noun* [C] an expert in archaeology தொல்பொருளியல் வல்லுநர்; தொல்பொருள் ஆராய்ச்சியாளர்

archaeology (*AmE* **archeology**) /ˌɑ:kiˈɒlədʒi/ *noun* [U] the study of the past, based on objects or parts of buildings that are found in the ground நிலத்தடியில் புதையுண்டிருந்து கண்டெடுக்கப்பட்ட பொருள்கள் அல்லது கட்டடப் பகுதிகளின் அடிப்படையில் கடந்த காலம் பற்றி ஆராயும் அறிவுத் துறை; தொல்பொருளியல்

archaic /ɑ:ˈkeɪɪk/ *adj.* very old-fashioned; no longer used பழமைப்பட்டுப்போன; தொல்வழக்கான; தற்போது வழக்கில் இல்லாத

archbishop /ˌɑ:tʃˈbɪʃəp/ *noun* [C] a priest with a very high position, in some branches of the Christian Church, who is responsible for all the churches in a large area of a country கிறிஸ்தவத் திருச்சபையின் சில பிரிவுகளில், ஒரு நாட்டின் பெரும் பகுதியை உள்ளடக்கிய தேவாலயங்களுக்குப் பொறுப்பான, உயர்படிநிலையில் உள்ள பாதிரியார்; பேராயர் *the Archbishop of Canterbury* (= the head of the Church of England) ➪ **bishop** பார்க்க.

archer /ˈɑ:tʃə(r)/ *noun* [C] a person who shoots **arrows** through the air by pulling back a tight string on a curved piece of wood (**a bow**) and letting go. In past times this was done in order to kill people, but it is now done as a sport (வில்லின் நாணில் பொருத்தி) அம்பு எய்பவர்; வில்லாளர். அம்பு எய்தல் முற்காலத்தில் பிறரைக் கொல்வதற்காகவும், தற்போது ஒரு விளையாட்டாகவும் நிகழ்த்தப்படுகிறது.

archery /ˈɑ:tʃəri/ *noun* [U] the sport of shooting arrows அம்பு எய்யும் விளையாட்டு; வில் வித்தை

archetypal /ˌɑ:kiˈtaɪpl/ *adj.* (*written*) having all the qualities that make sb/sth a typical example of a particular kind of person or thing குறிப்பிட்ட வகையான ஆள் அல்லது பொருளின் மாதிரி எடுத்துக்காட்டாகும்படியான எல்லா இயல்புகளையும் கொண்ட; வகைமாதிரியான ஒருவருடைய/ஒன்றன் அனைத்துப் பண்பியல்புகளையும் கொண்ட *He lived an archetypal rock star's lifestyle*.

archetype /ˈɑ:kitaɪp/ *noun* [C] (*written*) the most typical example of a particular kind of person or thing குறிப்பிட்ட வகை ஆள் அல்லது பொருளின் மாதிரி எடுத்துக்காட்டு; வகைமாதிரி

archipelago /ˌɑ:kɪˈpeləgəʊ/ *noun* [C] (*pl.* **archipelagos** or **archipelagoes**) (in geography) a group of islands and the sea around them (புவியியலில்) தீவுகளின் கூட்டமும் அவற்றைச்

சூழ்ந்துள்ள கடலும்; தீவுகள் செறிந்த கடற்பகுதி

architect /ˈɑːkɪtekt/ *noun* [C] a person whose job is to design buildings கட்டடங்களை வடிவமைப்பவர்; கட்டடக் கலைஞர்

architectural /ˌɑːkɪˈtektʃərəl/ *adj*. connected with the design of buildings கட்டட வடிவமைப்புச் சார்ந்த; கட்டடக்கலை தொடர்பான

architecture /ˈɑːkɪtektʃə(r)/ *noun* [U] **1** the study of designing and making buildings கட்டட வடிவமைப்பும் உருவாக்கமும் குறித்த அறிவுத் துறை; கட்டடக்கலை **2** the style or design of a building or buildings ஒரு கட்டடத்தின் அல்லது கட்டடங்களின் கட்டடப்பாணி அல்லது வடிவமைப்பு *modern architecture*

archives /ˈɑːkaɪvz/ *noun* [*pl*.] (*also* **archive**) [C] a collection of historical documents, etc. which show the history of a place or an organization; the place where they are kept ஓரிடத்தின் அல்லது ஒரு நிறுவன அமைப்பின் வரலாற்றைப் புலப்படுத்தும் வரலாற்று ஆவணங்களின் தொகுப்பு; வரலாற்று ஆவணங்கள் தொகுத்து வைக்கப்பட்டுள்ள இடம்; ஆவணக் காப்பகம் *archive material on the struggle for India's freedom*

archway /ˈɑːtʃweɪ/ *noun* [C] a passage or entrance with an arch over it வில்வளைவு விதானம் கொண்ட நடைவழி அல்லது நுழைவாயில்

Arctic /ˈɑːktɪk/ *adj*. **1** connected with the region around the **North Pole** உலகின் வடகோடியான வடதுருவப் பகுதி சார்ந்த ➪ **Antarctic** பார்க்க. **2 arctic** extremely cold குளிர் மிக்க; கடுங்குளிரான

the Arctic /ˈɑːktɪk/ *noun* [*sing*.] the area around the North Pole வடதுருவத்தைச் சுற்றியுள்ள பகுதி ➪ **the Antarctic** பார்க்க.

the Arctic Circle *noun* [*sing*.] the line of **latitude** 66° 30' N நில நடுக்கோட்டிலிருந்து 66° 30' N பாகை அளவுள்ள வடதுருவ வளையம் ➪ **the Antarctic Circle** பார்க்க; மற்றும் **earth** பதிவில் படம் பார்க்க.

ardent /ˈɑːdnt/ *adj*. showing strong feelings, especially a strong liking for sb/sth தீவிரமான உணர்ச்சிகளை வெளிப்படுத்துகிற; உணர்ச்சி முனைப்புள்ள; குறிப்பாக ஒருவர்/ஒன்றன் மீது உள்ளார்ந்த விருப்பம் கொண்ட *He was an ardent supporter of the Government*. ▶ **ardently** *adv*.

ardour (*AmE* **ardor**) /ˈɑːdə(r)/ *noun* [U] (*formal*) very strong feelings of love; very strong feelings of admiration or excitement ஆழ்ந்த நேசம்; தீவிரம் மிக்க பாராட்டுணர்ச்சி அல்லது உள்ளக்கிளர்ச்சி

arduous /ˈɑːdjuəs; -dʒu-/ *adj*. full of difficulties; needing a lot of effort தொல்லை மிக்க; இடரார்ந்த; கடும் முயற்சி வேண்டப்படுகிற *an arduous journey • arduous work*

are ➪ **be** பார்க்க.

area /ˈeəriə/ *noun* **1** [C] a part of a town, a country or the world ஒரு நகரத்தின், நாட்டின் அல்லது உலகத்தின் ஒரு பகுதி *The wettest areas are in the west of the country. • Forests cover a large area of the country.* ➪ **district** பதிவிலுள்ள குறிப்பைப் பார்க்க. **2** [C, U] the size of a surface, that you can calculate by multiplying the length by the width நீளத்தை அகலத்தால் பெருக்கிக் கணக்கிடப்படும் ஓர் இடப்பரப்பின் அளவு; பரப்பளவு *The area of the office is 35 square metres. • The office is 35 square metres in area.* ➪ **volume** பார்க்க. **3** [C] a space used for a particular activity குறிப்பிட்ட ஒரு செயல்பாட்டுக்குப் பயன்படுத்தப்படும் இடப்பரப்பு; இடப்பகுதி *The restaurant has a non-smoking area*. **4** [C] a particular part of a subject or activity ஒரு துறை/பொருள் அல்லது செயல்பாட்டின் குறிப்பிட்ட பகுதி அல்லது கூறு *Training is one area of the business that we could improve*.

areca /əˈrikə/ *noun* [C] a kind of palm tree that produces hard nuts; betel nut கெட்டியான துவர்ப்புச் சுவையுள்ள பாக்குக்கொட்டைகள் விளையும் பனை வகை; பாக்கு மரம்; பாக்கு

arena /əˈriːnə/ *noun* [C] **1** an area with seats around it where public entertainments (sporting events, concerts, etc.) are held (விளையாட்டு, இசை நிகழ்ச்சி போன்ற) பொதுப் பொழுதுபோக்கு நிகழ்ச்சிகள் நடைபெறும், சுற்றிலும் இருக்கைகள் அமைக்கப்பட்ட இடப்பரப்பு; வட்டரங்கு; களரி **2** an area of activity that concerns the public பொதுமக்கள் பங்கேற்பதற்கு அல்லது கருத்து வழங்குவதற்கு உரிய செயற்களம் அல்லது கருத்துமேடை

aren't ➪ **are not** என்பதன் குறுகிய வடிவம்

arête /əˈret/ *noun* [C] (in geography) a long sharp piece of high land (**a ridge**) along the top of mountains (புவியியலில்) மலைகளின் உச்சிப் பகுதியில் நெடுநீள வாக்கில் அமைந்துள்ள மேல்வரை; மலைகளின் மேட்டுவரை ➪ **glacial**-இல் படம் பார்க்க.

argon /ˈɑːɡɒn/ *noun* [U] (*symbol* **Ar**) a colourless gas that does not react with chemicals and is used in electric lights வேதியியற் பொருள்களோடு எதிர்வினையாற்றாததும் மின்விளக்குகளில் பயன்படுத்தப்படுவதுமான ஒரு நிறமற்ற வாயு; மடியம்; ஆர்கான் வாயு **NOTE** **Argon** (பிற வேதியியற் பொருள்களோடு எதிர்வினையாற்றாத) **noble gas** வகையைச் சேர்ந்ததாகும்.

argot /ˈɑːɡəʊ/ *noun* [U] (*informal*) words and phrases that are used by a particular group of people and that other people do not easily understand ஒரு குறிப்பிட்ட குழுவினர் பிறர் எளிதில் புரிந்துகொள்ளாதவாறு தங்களுக்குள் பயன்படுத்திக்கொள்கிற முறைசாரா வழக்குச் சொற்களும் தொடர்களும்; குழூஉமொழி

arguable /ˈɑːgjuəbl/ *adj.* **1** probably true; that you can give reasons for உண்மையாக இருக்கும் வாய்ப்புள்ள; நிலைநாட்டுவதற்குக் காரணங்கள் உள்ளதான *It is arguable that all hospital treatment should be free.* **2** probably not true; that you can give reasons against உண்மையாக இல்லாதிருக்கக்கூடிய; மெய்ப்பிக்கும் தன்மையற்றதாக இருக்கக் கூடிய; எதிரான காரணங்கள் கூறத்தக்க; எதிர்வாதத்திற்குரிய ▶ **arguably** /-əbli/ *adv.* *'King Lear' is arguably Shakespeare's best play.*

argue /ˈɑːgjuː/ *verb* **1** [I] **argue (with sb) (about/over sth)** to say things, often angrily, that show that you do not agree with sb about sth ஒரு பொருள் பற்றி ஒருவருடன் உடன்படாமையை, பெரும்பாலும் கடுமொழியால், வன்மையாக எடுத்துரை; வாதம் செய்; ஒத்திசைவற்ற சொல்லாடலில் ஈடுபடு *The couple next door are always arguing.* ➪ **fight**[1] **4 quarrel**[2] இரண்டையும் பார்க்க. **2** [I, T] **argue that...; argue (for/against sth)** to give reasons that support your opinion about sth தன் நிலைப்பாட்டுக்கு/கருத்திற்கு ஆதரவாகக் காரணங்கள் கூறு; வாதிடு *He argued against buying a new computer.*

argument /ˈɑːgjumənt/ *noun* **1** [C, U] **an argument (with sb) (about/over sth)** an angry discussion between two or more people who disagree with each other தங்களுக்குள் முரண்படுகிற அல்லது ஒத்திசைவற்ற இருவர் அல்லது இருவருக்கு மேற்பட்டவரிடையே நிகழும் கடுமொழியாலான விவாதம்; சொற்போர் *Shobha **had an argument** with her father about politics.* • *He accepted the decision without argument.* **2** [C] the reason(s) that you give to support your opinion about sth ஒன்றைப் பற்றிய தனது கருத்துக்கு ஆதரவாக ஒருவர் முன்வைக்கும் காரணங்கள் அல்லது சான்றாதாரங்கள் *What are the **arguments for/against** lower taxes?*

argumentative /ˌɑːgjuˈmentətɪv/ *adj.* often involved in or enjoying arguments வாதிடுவதில் பெரிதும் ஈடுபாடு அல்லது நாட்டம் கொண்ட அல்லது மகிழ்ச்சியடைகிற

arid /ˈærɪd/ *adj.* (used about land or climate) very dry; with little or no rain (நிலம் அல்லது வானிலை வகையில்) மிகவும் வறண்ட: மழையற்ற

Aries /ˈeəriːz/ *noun* [U] the first of the twelve signs of the **zodiac**, the Ram பன்னிரு இராசிகளுள் ஆண் ஆட்டைக் குறியீடாகக் கொண்ட முதலாவது இராசி; மேட ராசி

arise /əˈraɪz/ *verb* [I] (*pt* **arose** /əˈrəʊz/, *pp* **arisen** /əˈrɪzn/) to begin to exist; to appear தோன்று; நிலைகொள்ளத் தொடங்கு; தலைகாட்டு; வெளிப்படு *If any problems arise, let me know.*

aristocracy /ˌærɪˈstɒkrəsi/ *noun* [C], (*pl.* **aristocracies**) the people of the highest social class who often have special titles பெரும்பாலும் சிறப்புப் பட்டங்கள்/அடைகள் பெற்றுச் சமூகத்தின் மேல் படிநிலையில் இருப்பவர்கள்; மேல் வகுப்பினர்; மேற்குடி மக்கள் ✪ SYN **nobility**

aristocrat /ˈærɪstəkræt/ *noun* [C] a member of the highest social class, often with a special title பெரும்பாலும் சிறப்புப் பட்டப்பெயர் வழங்கப்பெற்று, சமூகத்தின் மேல் படிநிலையில் உள்ள வகுப்பைச் சார்ந்தவர்; மேற்குடி மக்களுள் ஒருவர் ▶ **aristocratic** /ˌærɪstəˈkrætɪk/ *adj.*

arithmetic /əˈrɪθmətɪk/ *noun* [U] (*mathematics*) the kind of mathematics which involves counting with numbers (adding, subtracting, multiplying and dividing) (கூட்டல், கழித்தல், பெருக்கல், வகுத்தல் ஆகிய) எண்களைக் கொண்டு கணக்கிடும்/தொகைப்படுத்தும் கணித வகை; எண்கணிதம் *I'm not very good at **mental arithmetic**.*

arithmetic progression (*also* **arithmetical progression**) *noun* [C] (*mathematics*) a series of numbers that decrease or increase by the same amount each time, for example 2, 4, 6, 8, (2, 4, 6, 8 போன்று) ஒவ்வொரு முறையும் ஒரே அளவில் கூடிக்கொண்டோ குறைந்துகொண்டோ செல்லும் எண்களின் வரிசை; எண்களின் ஏற்ற/இறக்கப் படிமுறைப் பாங்கு ➪ **geometric progression** பார்க்க.

the ark /ɑːk/ *noun* [*sing.*] (in the Bible) a large boat which Noah built to save his family and two of every type of animal from the flood (விவிலிய நூலில்) ஊழி வெள்ளத்திலிருந்து தன் குடும்பத்தையும் விலங்கினம் ஒவ்வொன்றிலிருந்தும் இரு உயிர்களையும் காப்பாற்ற நோவா கட்டிய பெரிய படகு

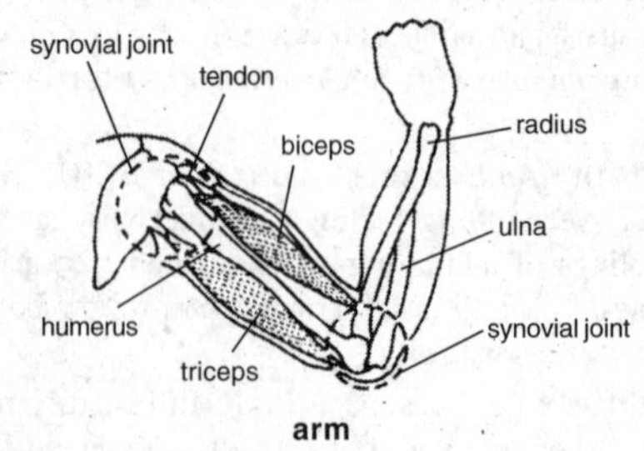

arm

arm[1] /ɑːm/ *noun* [C] **1** the long part at each side of your body connecting your shoulder to your hand மேல் கை *He was carrying a newspaper under his arm.* **2** the part of a piece of clothing that covers your arm; a sleeve மேல் கையை மறைத்திருக்கும் சட்டைப் பகுதி; சட்டைக்கை **3** the part of a chair where you rest your arms அமர்பவர் மேல்கையை ஆதாரமாகக் கிடத்தும் நாற்காலியின் பகுதி; நாற்காலிக்கை

IDM **arm in arm** with your arm folded around sb else's arm இன்னொருவர் கையோடு தன் கையை இணைத்தபடி; கை கோத்துக் கொண்டு *The two friends walked arm in arm.*

cross/fold your arms to cross your arms in front of your chest மார்பின் முன் கைகளைக் குறுக்காக வை; கைகட்டு *She folded her arms and waited.* • *James was sitting with his arms crossed.*

IDM **twist sb's arm** ➪ **twist**[1] பார்க்க.

with open arms ➪ **open**[1] பார்க்க.

arm[2] /ɑːm/ *verb* [I, T] to prepare sb/yourself to fight by supplying or getting weapons ஒருவருக்குப் படைக்கலங்கள் வழங்கிச் சண்டைக்கு ஆயத்தப்படுத்து; படைக்கலங்கள் பெற்றுச் சண்டைக்குத் தயாராகு; போர்க்கோலம் கொள்ளச்செய் ➪ **armed** மற்றும் **arms** பார்க்க.

armadillo /ˌɑːməˈdɪləʊ/ *noun* [C] an American animal with a hard shell, that eats insects and rolls into a ball if sth attacks it பூச்சிகளை உண்பதும், தாக்கப்படும்போது பந்து வடிவில் சுருண்டுகொள்வதுமான, கெட்டியான மேல் தோடுள்ள அமெரிக்க விலங்கு வகை

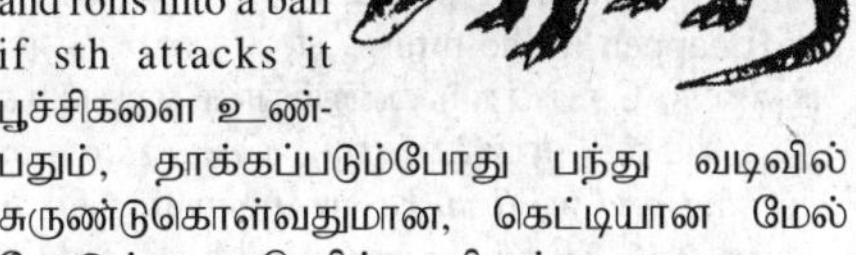

armament /ˈɑːməmənt/ *noun* [U] **1** (*also* **armaments**) [*pl.*] weapons, especially large guns, bombs, **tanks**, etc. படைக்கலங்கள்; போர்க்கருவிகள்; இராணுவத் தளவாடங்கள்; குறிப்பாகப் பெரிய வகைத் துப்பாக்கிகள், வெடி குண்டுகள், பீரங்கி வண்டிகள் முதலியன **2** the process of increasing the amount of weapons an army or a country has, especially to prepare for war ஓர் இராணுவம்/ஒரு நாடு தனது படைக்கலங்களைப் பெருக்கிக்கொண்டிருக்கும் (போர் ஆயத்த) நடவடிக்கை/செயல்பாடு ➪ **disarmament** பார்க்க.

armaments /ˈɑːməmənts/ *noun* [*pl.*] weapons and military equipment போர்க்கருவிகள்; படைக்கலங்கள்; இராணுவத் தளவாடங்கள்

armband /ˈɑːmbænd/ *noun* [C] **1** a piece of material that you wear around your arm மேல்கையில் கட்டிக்கொள்ளும் சுற்றுப்பட்டை *The captain of the team wears an armband.* **2** a plastic ring filled with air which you can wear on each of your arms when you are learning to swim நீச்சல் பழகும்போது கைகள் ஒவ்வொன்றிலும் அணிந்துகொள்ளும் காற்றடைத்த பிளாஸ்டிக் வளையம்

armchair /ˈɑːmtʃeə(r)/ *noun* [C] a soft comfortable chair with sides which support your arms கைகளை வைத்துக்கொள்வதற்கான பக்க அமைப்புடைய, வசதியான மெத்தை போன்ற நாற்காலி; கைநாற்காலி

armed /ɑːmd/ *adj.* carrying a gun or other weapon; involving weapons துப்பாக்கி அல்லது பிற படைக்கருவிகளை உடன் கொண்டு செல்கிற; ஆயுதந்தாங்கிய; ஆயுதங்கள் உள்ளடங்கிய அல்லது ஆயுதங்களைப் பயன்படுத்துகிற *All the terrorists were armed.* • *armed robbery* ✪ OPP **unarmed**

the armed forces (*BrE* **the armed services**) *noun* [*pl.*] a country's army, navy and air force ஒரு நாட்டின் தரைப்படை, கடற்படை, விமானப்படை (ஆகிய முப்படைகள்)

armful /ˈɑːmfʊl/ *noun* [C] the amount that you can carry in your arms கைகளில் கொண்டுசெல்லக்கூடிய அளவு; கையளவு

armhole /ˈɑːmhəʊl/ *noun* [C] the opening in a piece of clothing where your arm goes through சட்டையில் கை விடுவதற்கென்று அமைந்துள்ள திறப்பு/துளை

armistice /ˈɑːmɪstɪs/ *noun* [C] an agreement between two countries who are at war that they will stop fighting இரு நாடுகளுக்கு இடையேயான போர் நிறுத்த ஒப்பந்தம்/உடன்பாடு

armour (*also AmE* **armor**) /ˈɑːmə(r)/ *noun* [U] clothing, often made of metal, that soldiers wore in earlier times to protect themselves முற்காலத்தில் போர் வீரர்கள் காப்பாக அணிந்து கொண்ட பெரும்பாலும் உலோகத்தால் ஆன உடுப்பு; போர்க் கவசம் *a suit of armour*

armoured (*AmE* **armored**) /ˈɑːməd/ *adj.* (used about a vehicle) covered with metal to protect it in an attack (ஒரு வாகனத்தைப் பற்றிக் குறிப்பிடுகையில்) தாக்குதலிலிருந்து பாதுகாத்துக் கொள்வதற்கான உலோக மூடாக்குடைய; கவசப் பாதுகாப்புடைய

armpit /ˈɑːmpɪt/ *noun* [C] the part of the body under the arm at the point where it joins the shoulder மேல்கை தோளுடன் பொருந்தும் உடற்பகுதியின் அடிப்பாகம்; அக்குள் ➪ **body** பதிவில் படம் பார்க்க.

arms /ɑːmz/ *noun* [*pl.*] **1** weapons, especially those that are used in war ஆயுதங்கள்; குறிப்பாகப்

போர்க்கருவிகள்/போர்த் தளவாடங்கள் **2 = coat of arms**

IDM up in arms protesting angrily about sth ஒன்று பற்றிச் சினத்துடன் எதிர்ப்புத் தெரிவிக்கிற *The workers were up in arms over the news that the factory was going to close.*

army /ˈɑːmi/ *noun* [C, *with sing. or pl. verb*] (*pl.* **armies**) **1** the military forces of a country which are trained to fight on land நிலத்தில் போரிடப் பயிற்சி பெற்ற ஒரு நாட்டின் படை; தரைப்படை *the Indian Army • an army officer* ➪ **air force** மற்றும் **navy** பார்க்க. **2** a large number of people, especially when involved in an activity together குறிப்பாக ஒன்றுசேர்ந்து குறிப்பிட்ட ஒரு செயலில் ஈடுபட்டுள்ள, பெருமளவிலான ஆட்களின் தொகுதி; செயல் ஒருமையுடைய ஆட்கள் திரள்

aroma /əˈrəʊmə/ *noun* [C] a smell, especially a pleasant one மணம்; வாசனை; குறிப்பாக இனிமையான மணம்; நறுமணம் ▶ **aromatic** /ˌærəˈmætɪk/ *adj.*

aromatherapy /əˌrəʊməˈθerəpi/ *noun* [U] the use of natural oils that smell pleasant for controlling pain or for **massage** வலியைக் கட்டுப்படுத்துவதற்கு அல்லது உடலை அமுக்கிப் பிடித்துவிடுவதற்கு நறுமணமுள்ள இயற்கை எண்ணெய்களை உபயோகப்படுத்தும் மருத்துவமுறை

aromatic /ˌærəˈmætɪk/ *adj.* having a pleasant noticeable smell முனைப்பான இனிய வாசனையுடைய; நறுமணமுள்ள ✪ SYN **fragrant**

arose ➪ **arise** என்பதன் இறந்தகால வடிவம்

around /əˈraʊnd/ *adv., prep.* **1** (*also* **about**) in or to various places or directions பல்வேறு இடங்களில் அல்லது திசைகளில்; பல்வேறு இடங்களுக்கு அல்லது திசைகளுக்கு; எல்லாப் பக்கங்களிலும்; சுற்றிலும் *They wandered around the town, looking at the shops.* **2** moving so as to face in the opposite direction எதிர்த்திசையை நோக்குமாறு திரும்பி *Turn around and go back the way you came.* **3** on all sides; forming a circle எல்லாப் பக்கங்களிலும்; சுற்றிலும்; வட்டமாக *The park has a wall all around.* **NOTE** மேற்குறித்த மூன்று பொருள்களிலும் **round** என்ற சொல்லும் பயன்படுத்துதற்குரியது. **4** near a place ஓரிடத்திற்குப் பக்கத்தில்; அண்மையில்; சமீபத்தில் *Is there a bank around here?* **5** (*also* **about**) present or available உள்ளதாக; இருப்பதாக; கிடைக்கக்கூடியதாக *I went to the house but there was nobody around.* **6** (*also* **about**) approximately ஏறத்தாழ; கிட்டத்தட்ட; சுமாராக *I'll see you around seven.* **7** (*also* **about**) used for activities with no real purpose உண்மையான செயல்நோக்கம் இல்லாமையைக் குறிக்கப் பயன்படுத்தப்படுவது: சும்மா; வெறுமனே *'What are you doing?' 'Nothing, just lazing around.'*

arouse /əˈraʊz/ *verb* [T] to cause a particular reaction in people குறிப்பிட்ட விளைவைப் பிறரிடம் உண்டாக்கு; குறிப்பிட்ட உணர்ச்சி அல்லது கருத்துத் தூண்டுதல் அளி *to arouse sb's curiosity/interest* ▶ **arousal** *noun* [U]

arraign /əˈreɪn/ *verb* [T] (*usually passive*) **arraign sb (for sth)** to bring a person to a court of law in order to formally accuse him/her of a crime ஒருவர் மீது முறைப்படி குற்றம் சாட்ட வேண்டி அவரை நீதிமன்றத்தில் நிறுத்து ▶ **arraignment** *noun* [C, U]

arrange /əˈreɪndʒ/ *verb* **1** [T] to put sth in order or in a particular pattern ஒன்றை ஒழுங்குபடுத்து அல்லது குறிப்பிட்ட வகைமுறையில் அமை; சீராக அமை; வரிசைப்படுத்து *The books were arranged in alphabetical order. • Arrange the chairs in a circle.* **2** [I, T] **arrange (for) sth; arrange to do sth; arrange (sth) with sb** to make plans and preparations so that sth can happen in the future ஓர் எதிர்காலச் செயலுக்கான முன்னேற்பாடாக ஏற்பாடுகள் செய்; திட்டப்படுத்து; ஆயத்தம் செய் *We're arranging a surprise party for Aisha.*

arranged marriage *noun* [C] a marriage in which the parents choose the husband or wife for their daughter or son பெற்றோரால் ஏற்பாடு செய்யப்பட்ட திருமணம்

arrangement /əˈreɪndʒmənt/ *noun* **1** [C, *usually pl.*] plans or preparations for sth that will happen in the future எதிர்கால நிகழ்வு அல்லது செயல்பாடு ஒன்றற்கான ஏற்பாடுகள், திட்டங்கள்; முன்னேற்பாடு *Come round this evening and we'll **make arrangements** for the party.* **2** [C, U] an agreement with sb to do sth ஒரு செயல் வகையில் ஒருவருடன் செய்துகொள்ளப்படும் உடன்பாடு அல்லது ஒப்பந்தம் *We both need to use the computer so we'll have to **come to some arrangement**.* **3** [C] a group of things that have been placed in a particular pattern குறிப்பிட்ட முறையில் அமைக்கப்பட்ட/வைக்கப்பட்ட பொருள் தொகுதி; ஒழுங்கமைவு செய்யப்பட்ட பொருள்கள் *a flower arrangement*

array /əˈreɪ/ *noun* [C] a large collection of things, especially one that is impressive and is seen by other people குறிப்பாகப் பிறர் மனங்கொள்ளும் வகையில் காட்சிப்படுத்தப்பட்ட பொருள்களின் பெருந்தொகுதி; அணிவரிசை

arrears /əˈrɪəz/ *noun* [*pl.*] money that sb owes that he/she should have paid earlier ஒருவருக்கு உரிமையுடைய முன்னரே செலுத்தப்பட்டிருக்க வேண்டிய பணம்; நிலுவைப் பணம்

IDM **be in arrears**; **fall/get into arrears** to be late in paying money that you owe பணம் செலுத்த வேண்டியதில் தாமதம் செய்; கடன் தவணை முதலியவற்றைத் தள்ளிப்போடு **be paid in arrears** to be paid for work after you have done the work பணி செய்து முடித்தபின் அதற்கான ஊதியம் அளிக்கப்படு

arrest[1] /ə'rest/ *verb* [T] when the police arrest sb, they take him/her prisoner in order to question him/her about a crime (காவல் துறையினர்) ஒருவரை விசாரணைசெய்யக் கைதுசெய்

arrest[2] /ə'rest/ *noun* [C, U] the act of arresting sb காவல்துறையினர் ஒரு குற்றம் பற்றிய விசாரணைக்காக ஒருவரைக் கைதுசெய்தல்; கைது *The police* ***made*** *ten* ***arrests*** *after the riot.* • *The wanted man is now* ***under arrest****.*

arrival /ə'raɪvl/ *noun* **1** [C, U] reaching the place to which you were travelling பயண இலக்கைச் சென்றடைதல்; வந்து சேர்க்கை; வருகை *On our arrival we were told that our rooms had not been reserved.* **2** [C] people or things that have arrived பயண இலக்குக்கு வந்து சேர்ந்த ஆட்கள் அல்லது பொருள்கள்; வருகையர்; வருபொருள் *We brought in extra chairs for the late arrivals.*

arrive /ə'raɪv/ *verb* [I] **1 arrive (at/in...)** to reach the place to which you were travelling பயண இலக்கை அடை; பயண முடிவிடம் சென்று-சேர் *We arrived home at about midnight.* • *What time does the train arrive in Chennai?* **2** to come or happen நிகழ்; நேர் *The day of the wedding had finally arrived.*

PHR V **arrive at** to reach sth ஒன்றை அடை; எட்டு *We finally arrived at a decision.*

arrogant /'ærəgənt/ *adj.* thinking that you are better and more important than other people பிறரைவிடத் தன்னை மேலாகவும் முக்கியமானவராகவும் கருதுகிற; தற்பெருமை கொண்ட; செருக்கான; திமிரான ▶ **arrogance** *noun* [U] ▶ **arrogantly** *adv.*

arrow /'ærəʊ/ *noun* [C] **1** a thin piece of wood or metal, with one pointed end and feathers at the other end, that is shot by pulling back the string on a curved piece of wood (**a bow**) and letting go அம்பு; பாணம் ➪ **archer** பார்க்க. **2** the sign (→) which is used to show direction ஒரு திசையைக் குறித்துக்காட்டப் பயன்படுத்தப்-படும் (→) வடிவுடையக் குறி; அம்புக்குறி

arsenal /'ɑ:sənl/ *noun* [C] **1** a collection of weapons such as guns and explosives துப்பாக்கிகள், வெடிபொருள் போன்றவை அடங்கிய படைக்-கலத் தொகுதி **2** a building where military weapons and explosives are made or stored போர்க்கருவிகள் மற்றும் வெடிபொருள்கள் தயாரிக்கப்படும் அல்லது இருப்புவைக்கப்-படும் இடம்

arsenic /'ɑ:snɪk/ *noun* [U] (*symbol* **As**) a type of very strong poison கடும் நஞ்சு வகை; உள்ளியம்; ஆர்செனிக்

arson /'ɑ:sn/ *noun* [U] the crime of setting fire to a building on purpose வேண்டுமென்றே ஒரு கட்டடத்துக்குத் தீவைப்பதாகிய குற்றம்; தீவைப்பு

arsonist /'ɑ:sənɪst/ *noun* [C] a person who deliberately sets fire to a building வேண்டுமென்றே ஒரு கட்டடத்துக்குத் தீவைப்பவர்

art /ɑ:t/ *noun* **1** [U] the activity or skill of producing things such as paintings, designs, etc.; the objects that are thus produced ஓவியங்கள், முதனிலை உருமாதிரிப் படங்கள் முதலிய-வற்றை உருவாக்குதல் அல்லது உருவாக்கும் தனித்திறன்; கலை; கலைத்தொழில்; கலைப்-பொருள்கள் *an art class* • *modern art* ➪ **work of art** பார்க்க. **2** [U] a skill or sth that needs skill பயின்று பெற்ற திறமை; செயல்திறன்; செயல்-திறன் வேண்டப்படும் ஒன்று *There's an art to writing a good letter.* **3 the arts** [*pl.*] activities which involve creating things such as paintings, literature or music ஓவியங்கள், இலக்கியம் அல்லது இசை போன்றவற்றை உருவாக்கு-தலை உள்ளடக்கிய செயல்பாடுகள்; கலைப்-படைப்பு **4 arts** [*pl.*] subjects such as history or languages that you study at school or university பள்ளி அல்லது பல்கலைக்கழகத்தில் பயிலப்-படும் வரலாறு, மொழி முதலிய பாடங்கள்; கலைப் பாடங்கள்; கலைத் துறைகள்; கலையியல் பாடங்கள் ➪ **sciences** பார்க்க.

artefact /'ɑ:tɪfækt/ *noun* [C] an object that is made by a person ஒருவரால் உருவாக்கப்பட்ட/ படைக்கப்பட்ட பொருள்; படைப்பு; கலைப் பொருள்

arteriosclerosis /ɑ:ˌtɪəriəʊsklə'rəʊsɪs/ *noun* [U] (*medical*) a condition in which the walls of the **arteries** become thick and hard, making it difficult for blood to flow இதயத்திலிருந்து செல்லும் குருதிக் குழாய்கள் தடித்துக் கெட்டிப்பட்டு இரத்தம் சீராகப் பாயாத நிலை; இரத்தக் குழாய்களின் இறுக்கம்

artery /'ɑ:təri/ *noun* [C] (*pl.* **arteries**) one of the tubes which take blood from the heart to other parts of the body இதயத்திலிருந்து உடலின் பிற பகுதிகளுக்குக் குருதியைக் கொண்டு செல்லும் குழாய்களில் ஒன்று; குருதிக்குழாய்; நாடி ➪ **carotid artery** மற்றும் **vein** பார்க்க; மேலும் **heart** பகுதியில் படம் பார்க்க. ▶ **arterial** /ɑ:'tɪəriəl/ *adj. arterial blood*

artesian well /ɑ:ˌti:ziən 'wel/ *noun* [C] a hole made in the ground through which water rises to the surface by natural pressure இயற்கையான அழுத்தத்தினால் நீர் வெளிப்படுமாறு நிலப்பரப்பில் அமைக்கப்படும் துளை; நீர்பொங்கு கேணி

artful /ˈɑːtfl/ *adj.* clever at getting what you want, perhaps by not telling the truth (உண்மையை மறைத்து) விரும்பியதை அடையும் அறிவுத் திறமுடைய; சூழ்ச்சித் திறன் வாய்ந்த; தந்திரமான

arthritis /ɑːˈθraɪtɪs/ *noun* [U] a disease which causes swelling and pain in the places where your bones are connected (**joints**), where you bend your arms, fingers, etc. எலும்பு மூட்டுகளில் வீக்கமும் வலியும் தோன்றச் செய்யும் நோய் வகை; கீல்வாத நோய்; மூட்டு வீக்கம் ▶ **arthritic** /ɑːˈθrɪtɪk/ *adj.*

arthropod /ˈɑːθrəpɒd/ *noun* [C] any of the **phylum** of animals that have a hard body without a **backbone** in it. Arthropods have legs that are made of more than one part and that can bend where the parts join together முதுகெலும்பற்ற கெட்டியான உடலும், இணைப்புகளில் வளையக்கூடிய ஒன்றுக்கு மேற்பட்ட கால்பகுதிகளும் கொண்ட விலங்கு வகை; ஒட்டுத்தோலுடைய இணைப்புடலி விலங்கு வகை *Spiders, insects and crustaceans are arthropods.*

artichoke /ˈɑːtɪtʃəʊk/ *noun* [C] a green vegetable with a lot of thick pointed leaves. You can eat the bottom part of the leaves and its centre கூர் முனைகளையுடைய தடித்த இலைகள் நிறைந்த பச்சைக் காய்கறி வகை. இவ்விலைகளின் அடிப்பகுதியும் காயின் மையப் பகுதியும் உண்ணத்தக்கவை

article /ˈɑːtɪkl/ *noun* [C] **1** an object, especially one of a set பொருள், குறிப்பாக ஓரினத் தொகுதியில் உள்ள ஒரு பொருள்; உருப்படி *articles of clothing* **2** a piece of writing in a newspaper or magazine செய்தித்தாள் அல்லது பருவ இதழிலுள்ள கட்டுரை **3** (*grammar*) the words 'a/an' (**the indefinite article**) or 'the' (**the definite article**) பொதுநிலைச் சார்படையான 'a/an' அல்லது குறிப்புடைச் சார்படையான 'the'

> NOTE **Article** குறித்து மேலும் அறிய, அகராதிப் பகுதியை அடுத்துள்ள **Quick Grammar Reference** பகுதியைப் பார்க்க.

articled /ˈɑːtɪkld/ *adj.* employed by a group of lawyers or other professional people while being trained in a job வழக்குரைஞர் குழு போன்ற ஒரு திறத்தொழிலர்க் குழுவினரிடம் பணிப்பயிற்சியின்போதே பணிபுரிகிற *an articled clerk in a firm of lawyers*

articulate[1] /ɑːˈtɪkjələt/ *adj.* good at expressing your ideas clearly தனது எண்ணங்களை/கருத்துகளைத் தெளிவாகப் புலப்படுத்த வல்ல; தெளிவாகப் பேசும் திறன் கொண்ட ✪ OPP **inarticulate**

articulate[2] /ɑːˈtɪkjuleɪt/ *verb* [I, T] to say sth clearly or to express your ideas or feelings ஒன்றைத் தெளிவாகக் கூறு; தன் கருத்துகளை அல்லது உணர்வுகளைத் தெளிவுபட எடுத்துரை ▶ **articulation** /ɑːˌtɪkjuˈleɪʃn/ *noun* [U]

artifice /ˈɑːtɪfɪs/ *noun* [U, C] (*formal*) the use of clever methods to trick sb ஒருவரை ஏமாற்ற அறிவார்ந்த/சூழ்ச்சித் திறன் கொண்ட முறைகளைக் கையாளுதல்; சூழ்ச்சி; தந்திரம்

artificial /ˌɑːtɪˈfɪʃl/ *adj.* **1** not genuine or natural but made by people இயற்கையானதல்லாத; உண்மையானதல்லாத; செய்பொருளான; செயற்கையான *artificial flowers* **2** not what it appears to be ஒன்று தோன்றுவது போல் இல்லாத; போலியான *artifical concern for the poor* ▶ **artificially** /-ʃəli/ *adv.*

artificial insemination *noun* [U] the scientific process of making a woman or a female animal pregnant by putting male **sperm** inside her so that babies or young can be produced without sexual activity உடற்சேர்க்கையின்றி ஆண் விந்துவைப் பெண்ணின்/பெண் விலங்கின் உடலினுள் செலுத்திக் கருத்தரிக்கச் செய்யும் அறிவியல் செயல்முறை; செயற்கைக் கருத்தரிப்பு முறை

artificial intelligence *noun* [U] (the study of) the way in which computers can be made to copy the way humans think மனிதர்கள் சிந்தனை ஆற்றலைக் கணினிகள் பின்பற்றச் செய்யும் முறை; கணினிகளுக்குச் செயற்கை அறிவூட்டல் முறை அல்லது அது பற்றிய ஆய்வு

artificial respiration *noun* [U] the process of helping a person who has stopped breathing begin to breathe again, usually by blowing into his/her mouth or nose சுவாசம் நின்றுபோன ஒருவருக்கு, வழக்கமாக வாய் அல்லது மூக்கு வழியே காற்றை ஊதி மீண்டும் சுவாசிக்கச் செய்யும் செயல்முறை; செயற்கை உயிர்ப்பூட்டல்

artillery /ɑːˈtɪləri/ *noun* [U] large, heavy guns that are moved on wheels; the part of the army that uses them ஊர்தியில் பொருத்தப்பட்ட பெரிய கனரகத் துப்பாக்கிகள்; இவைகளைப் பயன்படுத்தும் படைப்பிரிவு

artisan /ˌɑːtɪˈzæn/ *noun* [C] a person who makes things skilfully, especially with his/her hands குறிப்பாகக் கைகளால், பொருள்களைத் திறம்பட உருவாக்குபவர்; கைவினைஞர் ✪ SYN **craftsman**

artist /ˈɑːtɪst/ *noun* [C] somebody who produces art, especially paintings or drawings கலைப்பொருள்கள் படைப்பவர்; குறிப்பாக வரை-

படம் அல்லது ஓவியம் தீட்டுபவர்; கலைஞர்; ஓவியர்

artiste /ɑ:'ti:st/ *noun* [C] a person whose job is to entertain people, by singing, dancing, etc. ஆடல், பாடல் முதலிய மக்களுக்கான பொழுதுபோக்குக் கலைகள் நிகழ்த்துதலைத் தொழிலாகக் கொண்டவர்; கலைத் தொழிலர்; கலைஞர்

artistic /ɑ:'tɪstɪk/ *adj.* **1** connected with art கலை சார்ந்த; கலைக்குரிய *the artistic director of the theatre* **2** showing a skill in art கலைத்திறனை வெளிப்படுத்துகிற; கலைத்திறனோடு செய்யப்பட்ட ▶ **artistically** /-kli/ *adv.*

artistry /'ɑ:tɪstri/ *noun* [U] the skill of an artist கலைஞனின் பயில்திறன்; கலைத்திறன்

artwork /'ɑ:twɜ:k/ *noun* **1** [U] photographs, drawings, etc. that have been prepared for a book or magazine ஒரு புத்தகம் அல்லது பருவ இதழுக்காகத் தயாரிக்கப்படும் நிழற்படங்கள், வரைபடங்கள் முதலியன; கலை வேலைப்பாடு *a piece of artwork* **2** [C] a work of art, especially one in a museum or an **exhibition** கலைப்படைப்பு; குறிப்பாக அருங்காட்சியகம் அல்லது பொருட்காட்சியில் இடம்பெறும் கலைப்பொருள்

arty /'ɑ:ti/ *adj.* (*informal*) pretending or wanting to be very artistic or interested in the arts கலைத்திறன், கலைச்சுவை அல்லது கலையார்வம் கொண்டுள்ளதைப் போலப் பாவனை செய்கிற அல்லது அதனைக் கைக்கொள்ள விரும்புகிற *He can't really like all those boring arty films.*

Aryan *noun* [C] **1** a member of a group of people who spoke an Indo-European language and invaded northern India in the 2nd millennium BC இயேசு கிறிஸ்துவிற்கு இரண்டாயிரம் ஆண்டுகள் முன்னர் வட இந்தியாவின் மேல் படையெடுத்த, இந்திய-ஐரோப்பிய மொழிகளில் ஒன்றைப் பேசிய கூட்டத்தினில் ஒருவர்; ஆரிய இனத்தவர் **2** a person who spoke any of the Indo-European languages இந்திய-ஐரோப்பிய மொழிகளில் ஏதாவதொரு மொழியைப் பேசிய ஒருவர் **3** (according to the Nazi doctrine) a member of a non-Jewish **Caucasian** race of people usually having **Nordic** features (நாஜிக்களின் கோட்பாட்டில்) பொதுவாக வெளிர்நிறத் தலைமுடி, நீல விழிகள் முதலிய நார்டிக் தோற்றச்சாயல்கள் உள்ள யூதரல்லாத வெள்ளை இனத்தவரில் ஒருவர்

Arya Samaj *noun* [U] a Hindu reform movement in India that was founded by Swami Dayanand Saraswati in 1875 with the purpose of taking the Hindu religion back from superstitious beliefs to the teachings of the Vedas இந்து தர்மத்தை மூட நம்பிக்கைகளிலிருந்து விடுவித்து மீண்டும் வேதங்களின் போதனைகளை ஆதாரமாகக் கொள்ள 1875-இல் தயானந்த சரஸ்வதியால் தோற்றுவிக்கப்பட்ட சீர்திருத்த இயக்கம்; ஆரிய சமாஜம்

as /əz: *strong form* æz/ *conj., prep., adv.* **1** while sth else is happening வேறொன்று நிகழ்கையில்; வேறொரு நிகழ்வின்போது *The phone rang just as I was leaving the house.* • *As she walked along the road, she thought about her father.* **2 as … as** used for comparing people or things (ஆட்களையோ பொருள்களையோ ஒப்பிடுகையில்) போல; ஒப்பாக *Latha's almost as tall as I am.* • ***as soon as possible*** • ***twice as much as*** **3** used for talking about sb/sth's job, role or function (ஒருவருடைய/ஒன்றன் பணி, செயல், செயற்பாடு முதலியன பற்றிக் குறிப்பிடுகையில்) குறிப்பிடப்படும் பணியில்; செயற்பாட்டில் *He works as a train driver.* **4** in a particular way, state, etc.; like குறிப்பிட்ட முறையில், நிலையில் அல்லது தன்மையில்; அவ்வாறு; அப்படி; அத்தன்மையில் *Please do as I tell you.* • *Leave the room **as it is**. Don't move anything.* **5** used at the beginning of a comment about what you are saying ஒருவர், தான் கூறப்போகும் ஒன்று பற்றிய கருத்துரையின் தொடக்கத்தில் பயன்படுத்தப்படுவது ***As you know**, I've decided to leave at the end of the month.* **6** because காரணமாக; காரணத்தால் *I didn't buy the dress, as I decided it was too expensive.*

IDM **as for** used when you are starting to talk about a different person or thing வேறொரு ஆள் அல்லது பொருள் பற்றிப் பேசத் தொடங்குகையில் பயன்படுத்தப்படுவது: அவரை/அதனைப் பொறுத்தவரை *Rahul's upstairs. As for Rajesh, I've no idea where he is.*

as if; as though used for saying how sb/sth appears (ஒருவர்/ஒன்று எவ்வாறு தோன்றுகிறார்/தோன்றுகிறது என்பதைக் குறிப்பிடுகையில்) மாதிரி; போல; தன்மையில் *She looks as if/though she's just got out of bed.*

as it were used for saying that sth is only true in a certain way ஒருவகையில் பார்க்கும்பொழுது; ஒருவிதத்தில் மட்டும் உண்மையான *She felt, as it were, a stranger in her own house.*

as of; as from starting from a particular time குறிப்பிட்ட காலம்/நேரம் தொடங்கி; குறிப்பிட்ட காலத்திலிருந்து அல்லது நேரத்திலிருந்து *As from next week, Savitha will be managing this department.*

as to about a particular thing; concerning குறிப்பிட்ட ஒன்று பற்றி; தொடர்பாக; குறித்து *I was given no instructions as to how to begin.*

asana *noun* [C] (*IndE*) a special way of sitting or standing while practising yoga யோகப் பயிற்சிக்குரிய உடல் அமர்வு அல்லது நிற்கும் நிலை; யோகாசனம்

asap /ˌeɪ es eɪ ˈpiː/ *abbr*. as soon as possible எவ்வளவு விரைவில் முடியுமோ அவ்வளவு விரைவில்; இயன்ற அளவு விரைந்து

asbestos /æsˈbestəs/ *noun* [U] a soft grey material that does not burn and is used to protect against heat தீப்பிடிக்காததும் வெப்பத்திலிருந்து பாதுகாத்துக்கொள்ளப் பயன்படுத்தப்படுவதுமான மென்மையான சாம்பல் நிறப் பொருள்; கல்நார்

ascend /əˈsend/ *verb* [I, T] (*formal*) to go up உயர்நிலையை நோக்கிச் செல்; மேலேறு ✪ OPP **descend** ▶ **ascending** *adj*. *The questions are arranged* ***in ascending order*** *of difficulty* (= the most difficult ones are at the end).

Ascension Day /əˈsenʃn deɪ/ *noun* the 40th day after Easter when Christians remember Christ leaving the earth and going to heaven இயேசு கிறிஸ்து நிலவுலகை விட்டு விண்ணுலகத்திற்குச் சென்ற நாளாகக் கிறிஸ்தவர்களால் நினைவுகூரப்படும், உயிர்த்தெழுந்த பண்டிகைக்குப் பிந்தைய நாற்பதாவது நாள்; இயேசுநாதரின் விண்ணேற்ற நாள்

ascent /əˈsent/ *noun* [C] **1** the act of climbing or going up மேலேறுதல்; மேற்செல்லுதல்; ஏற்றம்; உயர்வு *the ascent of Mt Everest* **2** a path or hill leading upwards மேலே இட்டுச் செல்லும் பாதை அல்லது குன்று; ஏறுபாதை; ஏறுகுன்று *There was a steep ascent before the path became flat again.* ✪ OPP **descent**

ascertain /ˌæsəˈteɪn/ *verb* [T] (*formal*) to find sth out ஒன்றின் உண்மை நிலையைக் கண்டறி; கண்டுபிடி

ascetic /əˈsetɪk/ *adj*. not allowing yourself physical pleasures, especially for religious reasons குறிப்பாகச் சமயக் காரணங்களுக்காக, புலன்வழி இன்பங்களிலிருந்து ஒதுங்கி வாழ்கிற; துறவு நிலை மேற்கொண்ட ▶ **ascetic** *noun* [C]

ascorbic acid /əˌskɔːbɪk ˈæsɪd/ (*also* **vitamin C**) *noun* [U] a natural substance that is found in fruit such as lemons and oranges and in green vegetables. Humans and animals need ascorbic acid in order to stay healthy மனிதர்கள் மற்றும் விலங்குகளின் உடல்நலத்திற்கு வேண்டப்படுகிற, எலுமிச்சம் பழம், கிச்சிலிப்பழம், பச்சைக் காய்கறிகள் முதலியவற்றில் காணப்படும் ஓர் இயற்கைப் பொருள்; 'சி' ஊட்டம்

ascribe /əˈskraɪb/ *verb* [T] **ascribe sth to sb/sth** to say that sth was written by or belonged to sb; to say what caused sth ஒன்று ஒருவரால் எழுதப்பட்டதாக அல்லது ஒருவருக்கு உரிமை உடையதாகக் கூறு; ஒன்று எக்காரணத்தால் நிகழ்ந்தது என்று கூறு; ஏற்றிச் சொல்; சாட்டி உரை; காரணமாகக் குறிப்பிடு *Many people ascribe this play to Kalidasa.*

ASEAN /ˈæsiæn/ *abbr*. Association of South East Asian Nations தென் கிழக்கு ஆசிய நாடுகளின் கூட்டமைப்பு

aseptic /ˌeɪˈseptɪk/ *adj*. (*medical*) not having any harmful bacteria தீங்கு விளைவிக்கும் நுண்ணுயிரிகளைக் கொண்டிராத

asexual /ˌeɪˈsekʃuəl/ *adj*. **1** not involving sex; not having sexual organs பாற்சேர்க்கை இல்லாத; பாலியக்கமற்ற; பாலுறுப்புகள் அற்ற *asexual reproduction* **2** not having sexual qualities; not interested in sex பாற்பண்பற்ற; பாலுணர்ச்சியற்ற; பாற்சேர்க்கையில் ஈடுபாடு இல்லாத

ash /æʃ/ *noun* **1** [U] (*also* **ashes** [*pl*.]) the grey or black powder which is left after sth has burned ஒரு பொருள் எரிந்தபின் எஞ்சிநிற்கும் சாம்பல்; நீறு *cigarette ash* • *the ashes of a fire* ➪ **volcano** பதிவில் படம் பார்க்க. **2 ashes** [*pl*.] what is left after a dead person has been burned பிணம் எரிந்தபின் அவ்விடத்தில் மிஞ்சுவது; சுடலை நீறு; சாம்பல் **3** [C] a type of forest tree that grows in cool countries குளிர் நாடுகளில் வளரும் காட்டு மர வகை

ashamed /əˈʃeɪmd/ *adj*. (*not before a noun*) **ashamed (of sth/sb/yourself); ashamed (that...); ashamed (to do sth)** feeling guilty or embarrassed about sb/sth or because of sth you have done செய்த செயலுக்காகக் குற்றவுணர்வு கொள்கிற; ஒன்று அல்லது ஒருவர் பற்றி வெட்கப்படுகிற/நாணுகிற *She was ashamed of her old clothes.* • *She felt ashamed that she hadn't helped him.* ✪ OPP **unashamed**

ashen /ˈæʃn/ *adj*. (used about sb's face) very pale; without colour because of illness or fear (ஒருவருடைய முகம் பற்றிக் குறிப்பிடுகையில்) மிகவும் வெளிறிய; உடல்நலக் குறைவாலோ அச்சத்தாலோ ஒளி இழந்த

Ashoka tree *noun* [C] a small evergreen tree with orange or red flowers. It is sacred to the Buddhists and Hindus பௌத்தர்களாலும் இந்துக்களாலும் புனிதமானதாகக் கருதப்படுவதும் செம்மஞ்சள் அல்லது செந்நிற மலர்களை உடையதுமான பசுமை மாறா சிறு மர வகை; அசோக மரம்

ashore /əˈʃɔː(r)/ *adv*. onto the land from the sea, a river, etc. கடல், ஆறு முதலியவற்றிலிருந்து நிலத்திற்கு; கரைமீது; கரையில் *The passengers went ashore for an hour while the ship was in port.* ➪ **shore** பார்க்க.

ashram *noun* [C] (*IndE*) **1** a place, often in a forest, where people who have withdrawn from society can live apart as a group; a religious retreat; a **hermitage** சமுதாயத்திலிருந்து பிரிந்து வந்துள்ளவர்கள் ஒரு சமூகமாகக் கூடி ஒதுங்கி வாழக்கூடிய, பெரும்பாலும் காட்டிலுள்ள, இடம்; சமயம் சார்ந்த தங்கிடம்; துறவிகள் வாழ்விடம்; ஆசிரமம் **2** any of the four stages in the life of a person through which he/she will ideally pass according to Hindu philosophy இந்து சமயக் கோட்பாட்டின்படி ஒவ்வொருவரும் கடந்தாக வேண்டிய, வாழ்க்கையின் நான்கு படிநிலைகளில் ஒன்று *grihastha ashram • vanaprastha ashram*

ashtray /ˈæʃtreɪ/ *noun* [C] a small dish for collecting the powder (**ash**) made when a cigarette burns சிகரெட்டு சாம்பலைத் தட்டும் சிறுவட்டில்; படிகலத் தட்டு; சாம்பல் கலன்

Asian /ˈeɪʒn; ˈeɪʃn/ *noun* [C] a person from Asia or whose family was originally from Asia ஆசியாக் கண்டத்தைச் சார்ந்தவர் அல்லது ஆசிய வம்சாவழியினர்; ஆசியர் ▶ **Asian** *adj*.

aside[1] /əˈsaɪd/ *adv*. **1** on or to one side; out of the way ஒரு பக்கத்தில் அல்லது ஒரு பக்கத்திற்கு; வழியிலிருந்து விலகி அல்லது தள்ளி; ஒருபக்கமாக; ஒதுங்கி *We stood aside to let the man go past*. **2** to be kept separately, for a special purpose ஒரு தனி/சிறப்புப் பயன்பாட்டிற்காக, தனியே ஒதுக்கி; தனிவேறாக வைத்து *I try to* ***set aside*** *a little money each month*.

aside[2] /əˈsaɪd/ *noun* [C] (in a play) **1** words spoken by an actor to the audience which the other characters on the stage are not intended to hear (நாடகத்தில்) ஒரு நடிகர் மேடையிலிருக்கும் மற்ற பாத்திரங்களுக்கல்லாது அவையோர் கேட்பதற்காகப் பேசும் சொற்கள்; தனிமொழி **2** a remark made in a low voice that is intended to be heard only by certain people குறிப்பிட்ட ஒரு சிலர் மட்டும் கேட்குமாறு செய்யப்படும் ஒரு விமரிசனம் அல்லது கூற்று **3** a remark that is not directly connected with the main subject (விவாதிக்கப்படும்) முக்கியப் பொருளுடன் தொடர்பற்ற ஒரு கூற்று

aside from *prep*. = **apart from**

ask /ɑːsk/ *verb* **1** [I, T] **ask (sb) (about sb/sth); ask sb sth** to put a question to sb in order to find out some information தகவல் பெறும் நோக்கத்துடன் கேள்வி எழுப்பு; வினவு; செய்தி கேட்டறி *We need to ask about tickets*. • *'What's the time?' he asked*. **2** [I, T] **ask (sb) for sth; ask sth (of sb); ask sb to do sth** to request that sb give you sth or do sth for you ஒன்றைத் தருமாறு அல்லது ஒன்றைச் செய்யுமாறு ஒருவரிடம் வேண்டிக்கொள்; கோரு *She sat down and asked for a cup of coffee*. • *Ring this number and ask for Mrs Khan*. **3** [I, T] to request permission to do sth ஒன்றைச் செய்ய அனுமதி தருமாறு வேண்டிக்கொள்; ஒப்புதல் கோரு; இசைவு வேண்டு *He asked to use our phone*. **4** [T] **ask sb (to sth)** to invite sb ஒருவரை வருமாறு வேண்டு; அழை **5** [T] to say the price that you want for sth ஒரு பொருளுக்கு விரும்பும் விலை கூறு; விலை சொல் *How much are they asking for their car?*

IDM **ask for trouble/it** to behave in a way that will almost certainly cause you problems பெரும்பாலும் உறுதியாகத் தனக்குச் சிக்கல்கள் ஏற்படும் முறையில் நடந்துகொள்; வம்பை விலைக்கு வாங்கு *Driving when you're tired is just asking for trouble*.

if you ask me if you want my opinion எனது கருத்தைக் கேட்பீர்களானால்; என்னைக் கேட்டால்

PHR V **ask after sb** to ask about sb's health or to ask for news of sb ஒருவருடைய நலத்தைப் பற்றி விசாரி அல்லது ஒருவரைப் பற்றிய தகவல் குறித்து வினவு; ஒருவர் நலம் கேள் *Tina asked after you today*.

askew /əˈskjuː/ *adv., adj*. (*not before a noun*) not in a straight or level position நேர்நிலையில் அல்லது சமதள நிலையில் இல்லாது/இல்லாத; ஒருச்சாய்த்து/ஒருச்சாய்த்த; சிறிது கோணிய

asking price *noun* [C] the price that sb wants to sell sth for ஒருபொருளை விற்பவர் அப்பொருளுக்குக் கூறும் விலை; பகர்வு விலை ➪ **cost price** மற்றும் **selling price** பார்க்க.

asleep /əˈsliːp/ *adj*. (*not before a noun*) not awake; sleeping விழித்துக்கொண்டு இல்லாத; தூங்குகிற *The baby is fast/sound asleep*. • *to fall asleep*

> **NOTE** பெயர்ச்சொல்லுக்குப் பின்னரே **asleep** என்ற சொல்லைப் பயன்படுத்த முடியும். **Sleeping** என்ற சொல் பெயர்ச்சொல்லுக்கு முன்னர் வரும்—*a sleeping child* ➪ **sleep**[2] பார்க்க.

asp /æsp/ *noun* [C] a small poisonous snake found especially in North Africa பெரும்பாலும் வட ஆப்பிரிக்காவில் காணப்படும், சிறு நச்சுப் பாம்பு வகை

asparagus /əˈspærəgəs/ *noun* [U] a plant with long green or white **stems** that you can cook and eat as a vegetable சமைத்துக் காய்கறியாக உண்ணக்கூடிய நீண்ட பச்சை அல்லது வெள்ளை நிறத் தண்டுகளையுடைய தாவரவகை

aspect /ˈæspekt/ *noun* [C] one of the qualities or parts of a situation, idea, problem, etc.

சூழ்நிலை, கருத்து, சிக்கல் முதலியவற்றின் பண்புகளில் அல்லது கூறுகளில் ஒன்று; அம்சம்

asphalt /ˈæsfælt/ *noun* [U] a thick black substance that is used for making the surface of roads சாலைகளின் மேற்பரப்பை அமைக்கப் பயன்படுத்தப்படும் கெட்டியான கருநிறப்பொருள்; புகைக்கீல்

asphyxia /æsˈfɪksiə/ *noun* [U] the state of being unable to breathe, which causes sb to die or to become unconscious மரணம் அல்லது உணர்விழப்பை ஏற்படுத்தக்கூடிய, மூச்சுத் தடையுறும் நிலை; மூச்சுத் திணறல்

asphyxiate /əsˈfɪksieɪt/ *verb* [T] to make sb become unconscious or die by preventing him/her from breathing ஒருவர் மூச்சுத்திணறி உணர்விழக்க அல்லது இறக்கச் செய் *to be asphyxiated by smoke* ▶ **asphyxiation** /əsˌfɪksiˈeɪʃn/ *noun* [U]

aspic /ˈæspɪk/ *noun* [U] clear **jelly** which food is sometimes put into when it is being served cold குளிர்ந்த நிலையில் பரிமாறப்படுவதற்கான உணவை சிலசமயங்களில் இட்டுவைக்கும் தெளிந்த மிருதுவான குழைவற்ற பொருள்

aspire /əˈspaɪə(r)/ *verb* [I] (*formal*) **aspire to sth/to do sth** to have a strong desire to have or do sth ஒன்றைப் பெறவேண்டும் அல்லது ஒன்றைச் செய்ய வேண்டும் என்ற அழுத்தமான/முனைப்பான விருப்பம் கொள்; விழை *an aspiring actor* ▶ **aspiration** /ˌæspəˈreɪʃn/ *noun* [C, U]

aspirin /ˈæsprɪn; ˈæspərɪn/ *noun* [C, U] a drug used to reduce pain and a high temperature வலி, காய்ச்சல் ஆகியவற்றைத் தணிக்கும் மருந்து; வலி மற்றும் காய்ச்சல் நிவாரணி

ass /æs/ = **donkey**

assailant /əˈseɪlənt/ *noun* [C] (*formal*) a person who attacks sb ஒருவரைத் தாக்குபவர்

assassin /əˈsæsɪn/ *noun* [C] a person who kills a famous or important person for money or for political reasons பணத்திற்காகவோ அரசியல் காரணங்களுக்காகவோ புகழ்பெற்ற அல்லது முக்கியமான ஒருவரைக் கொலை செய்பவர் ▶ **assassinate** /əˈsæsɪneɪt/ *verb* [T] ⇨ **kill** பதிவில் உள்ள குறிப்பைப் பார்க்க. ▶ **assassination** /əˌsæsɪˈneɪʃn/ *noun* [C, U]

assault /əˈsɔːlt/ *noun* [C,U] **assault (on sb/sth)** a sudden attack on sb/sth ஒருவர்/ஒன்றன் மீதான திடீர்த்தாக்குதல்; எதிர்பாராத தாக்குதல் ▶ **assault** *verb* [T] *He was charged with assaulting a police officer.*

assault course (*AmE* **obstacle course**) *noun* [C] an area of land with many objects that are difficult to climb, jump over or go through, which is used, especially by soldiers, for improving physical skills and strength குறிப்பாகப் படைவீரர்கள், உடல் திறனையும் வலிமையையும் மேம்படுத்திக் கொள்வதற்கான மேலே ஏறியும், குதித்துத் தாண்டியும், உட்புகுந்து கடந்தும் செல்லவேண்டிய கடினமான தடைப்பொருள்கள் நிறைந்த நிலப்பகுதி; இராணுவப் பயிற்சிக்களம்

assemble /əˈsembl/ *verb* **1** [I, T] to come together or bring sb/sth together in a group ஒன்றுகூடு; ஒன்றுசேர்; ஒன்றுகூட்டு; திரட்டு; கூட்டிச்சேர் *I've assembled all the information I need for my essay.* **2** [T] to fit the parts of sth together ஒன்றன் பகுதிகளை/உறுப்புகளை/ஆக்கக் கூறுகளை ஒன்றுசேர்த்துப் பொருத்து *We spent hours trying to assemble our new bookshelves.*

assembly /əˈsembli/ *noun* (*pl.* **assemblies**) **1** [C, U] a large group of people who come together for a particular purpose குறிப்பிட்ட நோக்கத்திற்காக ஒன்றுகூடும் பெருமளவிலான ஆட்கள்; அவை; மன்றம்; கூட்டம் *school assembly* **2** [U] the action of fitting the parts of sth together ஒன்றன் பகுதிகளை/உறுப்புகளை ஒன்றுசேர்த்துப் பொருத்துதல்

assembly line *noun* [C] a line of people and machines in a factory that fit the parts of sth together in a fixed order தொழிற்சாலையில் ஒன்றன் பகுதிகளை/உறுப்புகளைக் குறிப்பிட்ட முறையில் சேர்த்துப் பொருத்தும் ஆட்கள் மற்றும் பொறிகளின் வரிசை

assent /əˈsent/ *noun* [U] (*formal*) **assent (to sth)** official agreement to sth ஒன்றுக்குத் தரப்படும் பணிமுறையிலான அல்லது அதிகாரபூர்வமான ஒப்புதல்; இசைவு *The committee gave their **assent** to the proposed changes.* ▶ **assent** *verb* [I] *Nobody would assent to the terms he proposed.*

assert /əˈsɜːt/ *verb* [T] **1** to say sth clearly and firmly தெளிவாகவும் உறுதியாகவும் ஒன்றைக் கூறு; அழுத்தந்திருத்தமாகக் கூறு **2** to behave in a determined and confident way to make people listen to you or to get what you want பிறர் கவனத்தை அல்லது கருத்தை ஈர்க்க அல்லது விரும்புவதை அடைய மன உறுதியுடனும் தன்னம்பிக்கையுடனும் நடந்துகொள் *You ought to assert yourself more.* • *to assert your authority*

assertion /əˈsɜːʃn/ *noun* **1** [C] a statement that says you strongly believe that sth is true ஒன்று உண்மையென ஒருவர் உறுதியாக நம்புவதைக் குறிக்கும் வாசகம்/அறிவிப்பு; துணிபுரை **2** [U] the action of showing, using or stating sth strongly ஒன்றை உறுதியாகக்காட்டுதல், பயன்படுத்துதல் அல்லது தெரிவித்தல்

assertive /ə'sɜːtɪv/ *adj.* expressing your opinion clearly and firmly so that people listen to you or do what you want பிறர் கருத்தை ஈர்க்கும் பொருட்டு அல்லது பிறர் தன் விருப்பத்தை நிறைவேற்றச் செய்யும் பொருட்டு, தனது கருத்தைத் தெளிவாகவும் உறுதியாகவும் கூறுகிற அல்லது அழுத்தம் திருத்தமாக எடுத்துரைக்கிற ▶ **assertively** *adv.* ▶ **assertiveness** *noun* [U]

assess /ə'ses/ *verb* [T] **1** to judge or form an opinion about sth ஒன்றை மதிப்பிடு; ஒன்று பற்றி ஒரு கருத்துக் கொள் *It's too early to assess the effects of the price rises.* **2 assess sth (at sth)** to guess or decide the amount or value of sth ஒன்றின் அளவை/தொகையை அல்லது மதிப்பை ஊகி அல்லது அறுதிசெய்; மதிப்பிடு *to assess the cost of repairs* ▶ **assessment** *noun* [C, U] *I made a careful assessment of the risks involved.*

assessor /ə'sesə(r)/ *noun* [C] **1** an expert in a particular subject who is asked by a court of law or other official group to give advice நீதிமன்றத்தால் அல்லது பிற பணித்துறைக் குழுவால் ஆலோசனை கோரப்படும் துறை வல்லுநர்; மதிப்பீட்டாளர் **2** a person who calculates the value or cost of sth or the amount of money to be paid ஒன்றின் மதிப்பை அல்லது விலையை அல்லது ஒன்றுக்குச் செலுத்தவேண்டிய பணத்தொகையைக் கணக்கிடுபவர்; கணக்கீட்டாளர்; மதிப்பீட்டாளர் *an insurance/a tax assessor* **3** a person who judges how well sb has done in an exam, a competition, etc. தேர்வு, போட்டி முதலியவற்றில் ஒருவருடைய திறனை மதிப்பிடுபவர்; தேர்வாளர் *Marks are awarded by an external assessor.*

asset /'æset/ *noun* [C] **1 an asset (to sb/sth)** a person or thing that is useful to sb/sth ஒருவருக்கு/ஒன்றுக்குப் பயன்படக்கூடிய ஆள் அல்லது பொருள்; சொத்து *She's a great asset to the organization.* **2** (*usually pl.*) something of value that a person, company, etc. owns ஒரு நபர், நிறுவனம் முதலியன தன் உடைமையாகக் கொண்டுள்ள மதிப்பு வாய்ந்த ஒன்று; சொத்து; செல்வம்

assiduous /ə'sɪdjuəs/ *adj.* (*formal*) working very hard and taking great care that everything is done as well as it can be ஒவ்வொன்றும் சிறப்பான முறையில் செய்யப்பட வேண்டும் என்பதற்காகக் கருத்தூன்றிக் கடினமாக உழைக்கிற; விடாமுயற்சியும் ஆழ்ந்த செயல் ஈடுபாடும் கொண்ட ✪ SYN **diligent** ▶ **assiduously** *adv.*

assign /ə'saɪn/ *verb* [T] **1 assign sth to sb/sth** to give sth to sb for a particular purpose குறிப்பிட்ட நோக்கத்திற்காக ஒருவருக்கு ஒன்றை அளி; ஒதுக்கிக்கொடு; வழங்கு *We have assigned 20% of our budget to the project.* **2 assign sb to sth** to give sb a particular job to do ஒருவருக்குக் குறிப்பிட்ட பணியை அளி; பணி ஒதுக்கீடு செய்

assignment /ə'saɪnmənt/ *noun* [C, U] a job or type of work that you are given to do ஒருவருக்கு ஒதுக்கப்பட்ட வேலை அல்லது தனிமுறைப் பணி; ஒப்படைக்கப்பட்ட வேலை அல்லது பணி *The reporter disappeared while on (an) assignment in the war zone.*

assimilate /ə'sɪməleɪt/ *verb* **1** [I, T] **assimilate (sb/sth) (into sth)** to become or allow sb/sth to become part of a country, a social group, etc. ஒரு நாடு, சமுதாயக் குழு முதலியவற்றில் அங்கமாகு அல்லது ஒருவரை/ஒன்றை அங்கமாகச் சேர்த்துக்கொள்; ஒருங்கிணை **2** [T] to learn and understand sth ஒன்றைக் கற்றறி; பயின்று உள்வாங்கிக்கொள் *to assimilate new facts/information/ideas* ▶ **assimilation** /əˌsɪmə'leɪʃn/ *noun* [U]

assist /ə'sɪst/ *verb* [I, T] (*formal*) **assist (sb) in/with sth; assist (sb) in doing sth** to help உதவு; துணைபுரி; கைகொடு *Volunteers assisted in searching for the boy.*

assistance /ə'sɪstəns/ *noun* [U] (*formal*) help or support உதவி; துணை; ஆதரவு *financial assistance for poorer families • She shouted for help but nobody came to her assistance.*

assistant /ə'sɪstənt/ *noun* [C] **1** a person who helps sb in a more important position தன்னைவிட முக்கியமானப் பணிநிலையில் உள்ள ஒருவருக்குத் துணைசெய்பவர்; உதவியாளர் *the assistant manager* **2** (*AmE* **clerk**) a person who sells things to people in a shop கடையில் விற்பனை செய்பவர்; அங்காடி விற்பனைப் பணியாளர் *a shop/sales assistant*

Assoc. *abbr.* = **association**

associate¹ /ə'səʊsiət/ *noun* [C] a person that you meet and get to know through your work பணிமுறையில் சந்தித்து அறிந்த ஒருவர்; உடனுழைப்பாளர்; தோழர் *a business associate*

associate² /ə'səʊʃieɪt/ *verb* **1** [T] **associate sb/sth (with sb/sth)** to make a connection between people or things in your mind ஆட்களை அல்லது பொருள்களை மனத்தில் தொடர்புபடுத்திப் பார்; இணைத்தெண்ணு *I always associate the smell of the sea with my childhood.* **2** [I] **associate with sb** to spend time with sb ஒருவரோடு சேர்ந்து நேரத்தைச் செலவழி **3** [T] **associate yourself with sth** to say that you support sth or agree with sth ஒன்றை ஆதரிப்பதாக அல்லது ஒன்றுக்கு உடன்படுவதாகக் கூறு ✪ OPP **disassociate**

association /əˌsəʊsiˈeɪʃn/ *noun* **1** [U] joining or working with another person or group வேறொரு நபர் அல்லது குழுவுடன் இணைந்திருத்தல் அல்லது உடன் பணிபுரிதல்/உடன் செயலாற்றுதல்; கூட்டு; தோழமை *We work **in association with** our New Delhi office.* **2** [C] a group of people or organizations who work together for a particular purpose குறிப்பிட்ட நோக்கத்திற்காக ஒருங்கிணைந்து செயல்படும் பலர் சேர்ந்த குழு அல்லது பல அமைப்புகள்; சங்கம்; கழகம்; மன்றம் *the National Association of Language Teachers* **3** [C, U] the act of connecting one person or thing with another in your mind ஆட்களை அல்லது பொருள்களை மனத்தில் தொடர்புபடுத்திப் பார்த்தல்; இணைத்தெண்ணுதல்

assonance /ˈæsənəns/ *noun* [U] (*technical*) the effect created when two syllables in words that are close together have the same vowel sound, but different consonants, or the same consonants but different vowels, for example, 'seen' and 'beat' or 'cold' and 'killed' ஒரே உயிரெழுத்தும் வெவ்வேறான மெய்யெழுத்துகளும் அல்லது ஒரே மெய்யெழுத்தும் வெவ்வேறான உயிரெழுத்துகளும் ஒன்றுக்கொன்று அண்மையில் உள்ள சொற்களின் இரண்டு அசைகளில் அமையும்போது விளையும் ஒலியியைவு; எடுத்துக்காட்டாக: 'seen', 'beat' அல்லது 'cold' மற்றும் 'killed'

assorted /əˈsɔːtɪd/ *adj.* of different types; mixed வெவ்வேறு வகையான; கலவையான; பலவகைக் கலப்புடைய

assortment /əˈsɔːtmənt/ *noun* [C] a group of different things or of different types of the same thing; a mixture பல்வேறு பொருள்களின் அல்லது ஒரே பொருளின் பல்வேறு வகைகளின் தொகுதி; கூட்டு; கலவை

Asst (*also* **asst**) *abbr.* = **assistant**

assuage /əˈsweɪdʒ/ *verb* [T] (*formal*) to make an unpleasant feeling less strong இன்னாத உணர்வு ஒன்றன் கடுமையை/முனைப்பைக் குறை; உணர்ச்சியை மட்டுப்படுத்து; தணிவுறச் செய் *He hoped that by confessing he could assuage his guilt.*

assume /əˈsjuːm/ *verb* [T] **1** to accept or believe that sth is true even though you have no proof; to expect sth to be true ஆதாரம் இல்லாத நிலையிலும் ஒன்றை ஏற்றுக்கொள் அல்லது நம்பு; ஒன்று உண்மையாக இருக்குமெனக் கருது *I assume that you have the necessary documents.* • *Everyone assumed Ramesh to be guilty.* **2** to pretend to have or be sb/sth ஒருவரை/ஒன்றைக் கொண்டிருப்பதாக அல்லது ஒருவராக/ஒன்றாகத் தான் இருப்பதாகப் பாவனை செய்; புனைந்து கொள் ***to assume a false name*** **3** to begin to use power or to have a powerful position அதிகாரத்தை/ஆட்சி உரிமையைப் பயன்படுத்தத் தொடங்கு அல்லது அதிகார மேலாண்மைப் பொறுப்பு நிலையைப் பெற்றிரு அல்லது மேற்கொள் *to assume control of sth*

assumption /əˈsʌmpʃn/ *noun* **1** [C] something that you accept is true even though you have no proof ஆதாரமில்லாத நிலையிலும் உண்மை என ஏற்றுக்கொள்ளப்படும் ஒன்று *It's unfair to **make assumptions about a** person's character before you know them.* • *a reasonable/false assumption* **2** [U] **the assumption of sth** the act of taking power or of starting an important job அதிகாரப் பொறுப்பு ஏற்றல் அல்லது முக்கியமான ஒரு வேலையைத் தொடங்குதல்

assurance /əˈʃɔːrəns/ *noun* **1** [C] a promise that sth will certainly happen or be true ஒன்று உறுதியாக நிகழும் அல்லது ஒன்று மெய்யானது என்னும் உறுதிமொழி; காப்புறுதி; வாக்கு *They **gave me an assurance that** the work would be finished by Friday.* **2** (*also* **self-assurance**) [U] the belief that you can do or succeed at sth; confidence தன்னால் ஒன்றைச் செய்ய முடியும் அல்லது ஒன்றில் வெற்றிகாண முடியும் என்னும் நம்பிக்கை; தன்னம்பிக்கை

assure /əˈʃɔː(r)/ *verb* [T] **1** to promise sb that sth will certainly happen or be true, especially if he/she is worried குறிப்பாக ஒருவர் கவலைப்படும் நிலையில், ஒன்று உறுதியாக நிகழும் அல்லது ஒன்று மெய்யானது என உறுதி கூறு; நம்பிக்கையூட்டு *I assure you that it is perfectly safe.* **2** to make sth sure or certain ஒன்றை உறுதிப்படுத்து; காப்புறுதியளி *The success of the new product assured the survival of the company.*

assured /əˈʃɔːd/ (*also* **self-assured**) *adj.* believing that you can do sth or succeed at sth; confident தன்னால் ஒன்றைச் செய்யமுடியும் அல்லது ஒன்றில் வெற்றிகாண முடியும் என்று நம்புகிற; தன்னம்பிக்கை உள்ள; தன்னுறுதி கொண்ட

asterisk /ˈæstərɪsk/ *noun* [C] the sign (∗) that you use as a reference mark to make people notice sth in a piece of writing பிறருடைய கவனத்தை ஈர்க்க அடையாளக்குறியாக கட்டுரை முதலியவற்றில் இடப்படும், (∗) வடிவுடைய விண்மீன் குறி

asteroid /ˈæstərɔɪd/ *noun* [C] any of the many small planets that go around the sun. They are also called minor planets சூரியனைச் சுற்றி வரும் சிறு கோள்கள் பலவற்றில் ஒன்று; குறுங்கோள். இவ்வகைக் கோள்கள் துணைக்கோள்கள் எனப்படுவன

asthma /ˈæsmə/ *noun* [U] a medical condition that makes breathing difficult மூச்சுத் திணறல் ஏற்படுத்தும் உடல்நலக்கேடு; ஆஸ்துமா

asthmatic /æsˈmætɪk/ *noun* [C] a person who has asthma ஆஸ்துமா நோயுற்றவர்; ஈளை நோயர் ▶ **asthmatic** *adj.*

astigmatism /əˈstɪgmətɪzəm/ *noun* [C] a fault in the shape of a person's eye that prevents him/her from seeing clearly தெளிவான பார்வைக்குத் தடையாக உள்ள, கண்ணின் வடிவமைப்பில் காணப்படும் குறை; பார்வை முனைப்பமைதிக் கேடு

astonish /əˈstɒnɪʃ/ *verb* [T] to surprise sb very much ஒருவரைப் பெரிதும் வியப்பில் ஆழ்த்து; திகைக்க வை; மலைப்பூட்டு *She astonished everybody by announcing her engagement.* ▶ **astonished** *adj. I was astonished by the decision.*

astonishing /əˈstɒnɪʃɪŋ/ *adj.* very surprising பெரிதும் வியப்பூட்டுகிற; திகைக்க வைக்கிற; மலைப்பூட்டுகிற ▶ **astonishingly** *adv.*

astonishment /əˈstɒnɪʃmənt/ *noun* [U] very great surprise பெரு வியப்பு; திகைப்பு *He dropped his book **in astonishment**.*

astound /əˈstaʊnd/ *verb* [T] (*usually passive*) to surprise sb very much ஒருவரைப் பெரிதும் வியப்பில் ஆழ்த்து; திகைப்படையச் செய் *We were astounded by how well he performed.*

astounded /əˈstaʊndɪd/ *adj.* feeling or showing great surprise பெரு வியப்பில் ஆழ்ந்துள்ள அல்லது பெரு வியப்பை வெளிப்படுத்துகிற

astounding /əˈstaʊndɪŋ/ *adj.* causing sb to feel extremely surprised பெருவியப்பூட்டுகிற; பெரிதும் ஆச்சரியப்பட வைக்கிற

astray /əˈstreɪ/ *adv.*

IDM **go astray 1** to become lost or be stolen தொலைந்துபோ அல்லது திருடப்படு; காணாமல் போ **2** to go in the wrong direction தவறான திசையில்/பாதையில் செல்

lead sb astray ➪ **lead**[1] பார்க்க.

astride /əˈstraɪd/ *adv., prep.* with one leg on each side of sth ஒன்றின் இருபுறமும் கால் போட்டு; ஒன்றின் ஒவ்வொரு பக்கமும் ஒரு கால் போட்டு *to sit astride a horse*

astringent /əˈstrɪndʒənt/ *adj., noun* (*technical*) **1** (used about a liquid or a cream) able to stop a cut from bleeding, or to make the skin tighter so that it feels less **oily** (ஒரு திரவம் அல்லது களிம்பு/பசை பற்றிக் குறிப்பிடுகையில்) வெட்டுக் காயத்திலிருந்து குருதி கசிவதை நிறுத்தக்கூடிய அல்லது என்ணெய்ப்பசை காணப்படாதவாறு தோலை இறுக்கமாக்குகிற *an astringent cream* **2** (*formal*) critical in a harsh or clever way கடுமையான அல்லது அறிவார்ந்த கண்டன முறையிலான *astringent comments* **3** slightly bitter but fresh in taste or smell சற்றே கசப்பாகவும் சுவை அல்லது மணத்தில் புத்துணர்ச்சி ஊட்டுவதாகவும் உள்ள; துவர்ப்பான

astrologer /əˈstrɒlədʒə(r)/ *noun* [C] a person who is an expert in astrology சோதிடக் கலையில் வல்லவர்; சோதிட நிபுணர்

astrology /əˈstrɒlədʒi/ *noun* [U] the study of the positions and movements of the stars and planets and the way that some people believe they affect people and events விண்மீன்கள் மற்றும் கோள்களின் நிலைகளும் இயக்கங்களும் மற்றும் அவை மனிதர்களையும் நிகழ்வுகளையும் பாதிப்பதாக நம்பப்படும் முறையும் குறித்த ஆய்வு; சோதிடம் ➪ **horoscope** மற்றும் **zodiac** பார்க்க.

astronaut /ˈæstrənɔːt/ *noun* [C] a person who travels in a spacecraft விண்கலத்தில் பயணம் செய்பவர்; வான் புறவெளிப் பயணம் மேற்கொள்பவர்; விண்பயணி

astronomer /əˈstrɒnəmə(r)/ *noun* [C] a person who studies astronomy வானியல் ஆய்வாளர்; வான் கணிப்பாளர்

astronomical /ˌæstrəˈnɒmɪkl/ *adj.* **1** connected with astronomy வானியல் சார்ந்த **2** extremely high பேரளவு உயர்ந்த; உச்ச அளவான *astronomical house prices*

astronomy /əˈstrɒnəmi/ *noun* [U] the scientific study of the sun, moon, stars, etc. சூரியன், நிலா, விண்மீன்கள் முதலியன குறித்த அறிவியல் முறையிலான ஆய்வு; வானியல்

astrophysics /ˌæstrəʊˈfɪzɪks/ *noun* [U] the scientific study of the physical and chemical structure of the stars, planets, etc. விண்மீன்கள், கோள்கள் முதலியவற்றின் இயற்பியல் மற்றும் வேதியியல் அமைப்புக் குறித்த அறிவியல் ஆய்வு

astute /əˈstjuːt/ *adj.* very clever; good at judging people or situations கூர்ந்த அறிவுடைய; மதிநலம் மிக்க; மனிதர்களை அல்லது சூழ்நிலைகளைச் சீர்தூக்கிக் காண்பதில் திறனுடைய

asylum /əˈsaɪləm/ *noun* **1** [U] (*also* **political asylum**) protection that a government gives to people who have left their own country, usually because they were in danger for political reasons வழக்கமாக அரசியல் காரணங்களால் இடருக்கு உட்பட்டு, சொந்த நாட்டிலிருந்து வெளியேறி வந்தவர்களுக்கு அரசு தரும் பாதுகாப்பு; அடைக்கலம்; புகலிடம் *to seek/apply for/be granted asylum* • *the rights of **asylum seekers*** (= people asking for political asylum) **2** [C] (*old-fashioned*) a hospital where people who were mentally ill could be cared for, often for a long time மனநலம் குன்றியவர்கள் பெரும்பாலும் நீண்ட காலம் கவனித்துப் பேணப்படும் மருத்துவமனை; மனநோயாளிகள் காப்புமனை

asymmetric /ˌeɪsɪˈmetrɪk/ (*also* **asymmetrical** /ˌeɪsɪˈmetrɪkl/) *adj.* having two sides or parts that are not the same in size or shape அளவிலோ வடிவிலோ ஒத்திராத இரு பக்கங்களை அல்லது பாகங்களைக் கொண்ட; சமச்சீர் அற்ற பக்கங்களை அல்லது பகுதிகளைக் கொண்ட ✪ OPP **symmetrical** ▶ **asymmetrically** /-ɪkli/ *adv.* ▶ **asymmetry** /ˌeɪˈsɪmətri/ *noun* [U]

at /ət; *strong form* æt/ *prep.* **1** used to show where sb/sth is or where sth happens (ஒருவர்/ஒன்று உள்ள இடத்தை அல்லது ஒன்று நிகழும் இடத்தைச் சுட்டப் பயன்படுத்தப்படுவது) இல்; இடத்தில் *at the bottom/top of the page* • *He was standing at the door.* **2** used to show when sth happens ஒன்று நிகழும் காலத்தை/ நேரத்தைக் குறிப்பிடப் பயன்படுத்தப்படுவது *I start work at 9 o'clock.* • *at the weekend* • *at night* **3** in the direction of sb/sth ஒருவர்/ஒன்று உள்ள திசையில் *He pointed a gun at the policeman.* • *Don't shout at me!* **4** because of sth ஒன்றின் காரணமாக; ஒன்று குறித்து *I was surprised at her behaviour.* • *We laughed at his jokes.* **5** used to show what sb is doing or what is happening ஒருவர் செய்து கொண்டிருக்கும் ஒன்றை அல்லது ஒரு நிகழ்வைச் சுட்டப் பயன்படுத்தப்படுவது *They were* ***hard at work***. • *The two countries were* ***at war***. **6** used to show the price, rate, speed, etc. of sth ஒன்றின் விலை, கணிப்பு வீதம், வேகம் முதலியவற்றைச் சுட்டப் பயன்படுத்தப்படுவது *We were travelling at about 50 kilometres per hour.* **7** used with adjectives that show how well sb/sth does sth ஒருவருடைய/ஒன்றன் செயல்நலத்தைச் சுட்டும் பெயரடைகளுடன் இணைந்து வருவது *She's not very* ***good at*** *English.*

ate ➪ **eat** என்பதன் இறந்தகால வடிவம்

atheism /ˈeɪθiɪzəm/ *noun* [U] the belief that there is no God கடவுள் இல்லை என்னும் கொள்கை; இறைமறுப்புக் கோட்பாடு; நாத்திகம் ▶ **atheist** *noun* [C]

athlete /ˈæθliːt/ *noun* [C] a person who can run, jump, etc. very well, especially one who takes part in sports competitions, etc. ஓடுதல், தாண்டுதல் முதலியவற்றைச் சிறப்பாகச் செய்யக்கூடியவர்; குறிப்பாக உடற்பயிற்சி சார்ந்த விளையாட்டுப் போட்டிகள் முதலியவற்றில் பங்கு பெறுபவர்; உடற்பயிற்சி விளையாட்டு வீரர்

athletic /æθˈletɪk/ *adj.* **1** connected with athletes or athletics உடற்பயிற்சி விளையாட்டு வீரர்கள் அல்லது உடற்பயிற்சி விளையாட்டுகள் தொடர்பான *athletic ability* **2** (used about a person) having a fit, strong, and healthy body (ஒரு நபர் பற்றிக் குறிப்பிடுகையில்) நன்னிலையில் உள்ள, வலுவான மற்றும் நலமார்ந்த உடலை உடைய; உடல் வளமுடைய

athletics /æθˈletɪks/ *noun* [U] sports such as running, jumping, throwing, etc. ஓடுதல், தாண்டுதல், எறிதல் முதலிய விளையாட்டுகள்; உடற்பயிற்சி விளையாட்டுகள்

atishoo /əˈtɪʃuː/ *exclamation* used to represent the sound that you make when you **sneeze** தும்மல் ஒலியைக் குறிக்கப் பயன்படுத்தப்படும் சொல்; தும்மல் ஒலி

atlas /ˈætləs/ *noun* [C] (*pl.* **atlases**) a book of maps நிலப்பட ஏடு *a school atlas*

ATM /ˌeɪ tiː ˈem/ *abbr.* Automated Teller Machine – a machine in which you insert a special kind of plastic card to take out money from your bank account ஒரு குறிப்பிட்ட வகை பிளாஸ்டிக் அட்டையை உள்ளிட்டு ஒருவர் தன் வங்கிச் சேமிப்பிலிருந்து பணம் எடுக்கக்கூடிய பொறி

atmosphere /ˈætməsfɪə(r)/ *noun* **1** [C, *usually sing.*] the mixture of gases that surrounds the earth or any other star, planet, etc. நிலவுலகு அல்லது பிற விண்மீன், கோள் முதலியவற்றைச் சூழ்ந்துள்ள வளிக் கலவை; வாயுமண்டலம் *the earth's atmosphere* **2** [*sing.*] the air in a place ஓரிடத்தில் உள்ள காற்று *a smoky atmosphere* **3** [*sing.*] the mood or feeling of a place or situation ஓரிடத்தின் அல்லது ஓர் அமைவுநிலையின் மனப்பாங்கு அல்லது மனப்போக்கு; சூழிட அமைதி; உணர்வு/ எண்ணச் சூழல் *The atmosphere of the meeting was relaxed.* **4** [C] (*technical*) a measurement of pressure காற்றழுத்தத்தின் அளவீடு

atmospheric /ˌætməsˈferɪk/ *adj.* **1** connected with the earth's atmosphere நிலவுலகைச் சூழ்ந்துள்ள வாயுமண்டலம் சார்ந்த **2** creating a particular feeling or emotion குறிப்பிட்ட உணர்வை அல்லது உணர்ச்சியை எழுப்புகிற/தோற்றுவிக்கிற *atmospheric music*

atoll /ˈætɒl/ *noun* [C] an island shaped like a ring with a lake of salt water (**a lagoon**) in the middle வளை வடிவான, மையத்தில் உப்புநீர் ஏரியைக் கொண்ட தீவு

atom /ˈætəm/ *noun* [C] the smallest part into which an element can be divided ஒரு தனிமத்தின் நுண்மையான கூறு; அணு ➪ **molecule** பார்க்க.

atomic /əˈtɒmɪk/ *adj.* of or concerning an atom or atoms அணு அல்லது அணுக்களுக்குரிய

அல்லது அணு/அணுக்கள் சார்ந்த *atomic physics* ⇨ **nuclear** பார்க்க.

atomic bomb (*also* **atom bomb**) *noun* [C] a bomb that explodes using the energy that is produced when an atom or atoms are split ஓர் அணு அல்லது அணுக்கள் பிளவுறும்போது உண்டாகும் ஆற்றலால் வெடிக்கக்கூடிய குண்டு; அணுகுண்டு

atomic energy *noun* [U] the energy that is produced when an atom or atoms are split ஓர் அணு அல்லது அணுக்கள் பிளவுறும்போது உண்டாகும் ஆற்றல்; அணுசக்தி

atomic mass *noun* [C] the mass of an atom of a particular chemical substance குறிப்பிட்ட வேதியியற் பொருளினுடைய அணுவின் செறிதொகுதி; அணுத்திரள் *Oxygen has an atomic mass of 16.*

atomic number *noun* [C] the number of **protons** that a chemical element has in its centre (**nucleus**) ஒரு வேதியியற் தனிமத்தின் கருவுளில் காணப்படும் நேர்மின்மங்களின் எண்ணிக்கை

NOTE வேதியியற் தனிமங்களின் பட்டியலில் (**periodic table**), atomic number-இன் அடிப்படையில் தனிமங்கள் வரிசைப்படுத்தப்பட்டுள்ளன.

atone /əˈtəʊn/ *verb* [I] (*formal*) **atone (for sth)** to show that you are sorry for doing sth wrong செய்த தவற்றுக்கு வருத்தம் தெரிவி; கழுவாய் செய் *to atone for your crimes* ▶ **atonement** *noun* [U]

atrium /ˈeɪtriəm/ *noun* [C] **1** a large high open space in the centre of a modern building ஒரு நவீன கட்டடத்தின் மையத்தில் உயர்மட்டத்தில் உள்ள அகல்விரிவான திறந்தவெளி; முற்றம் **2** either of the two upper spaces in the heart இதய மேலறைகள் இரண்டினுள் ஒன்று ⇨ **heart** பதிவில் படம் பார்க்க.

atrocious /əˈtrəʊʃəs/ *adj.* **1** extremely bad or unpleasant படுமோசமான அல்லது வெறுப்பூட்டுகிற; அடாத *atrocious weather* **2** very cruel and shocking மிகக்கொடுமையான மற்றும் அதிர்ச்சியூட்டுகிற ▶ **atrociously** *adv.*

atrocity /əˈtrɒsəti/ *noun* [C, U] (*pl.* **atrocities**) (an act of) very cruel treatment of sb/sth ஒருவரை/ஒன்றைச் சிறிதும் இரக்கமற்ற முறையில் நடத்துதல்; அட்டூழியம் *Both sides were accused of committing atrocities during the war.*

atrophy /ˈætrəfi/ *noun* [U] (*medical*) the medical condition of losing flesh, muscle, strength, etc. in a part of the body because it does not have enough blood போதிய இரத்தம் இல்லாமையால், உடற்பகுதி ஒன்றில் ஊண், தசை, வலிமை முதலியவற்றில் இழப்பு ஏற்படும் உடல் நலக்கேடு; உடல் நலிவு; சரீரத் தேய்வு

attach /əˈtætʃ/ *verb* [T] **1 attach sth (to sth)** to fasten or join sth to sth ஒன்றோடு ஒன்றைச் சேர்த்துக்கட்டு; பிணை; பொருத்து *I attached a label to each bag.* ✪ OPP **detach 2** (*usually passive*) **attach sb/sth to sb/sth** to make sb/sth join or belong to sb/sth ஒருவரை/ஒன்றை இன்னொருவரோடு/இன்னொன்றோடு இணையச்செய்; உரித்தாக்கு; இணைபகுதியாக்கு *The research centre is attached to the university.* **3 attach sth to sb/sth** to think that sth has a particular quality ஒன்று குறிப்பிட்ட பண்புடையது எனக் கருது *Don't attach too much importance to what they say.*

IDM **(with) no strings attached; without strings** ⇨ **string**[1] பார்க்க.

attaché /əˈtæʃeɪ/ *noun* [C] a person who works in an **embassy** and who usually has special responsibility for a particular area of activity தூதரகத்தில் பணிபுரிபவரும் குறிப்பிட்ட செயல்துறை சார்ந்த தனிப்பொறுப்பு உடையவருமான ஒருவர் *a cultural/military attaché*

attached /əˈtætʃt/ *adj.* **attached to sb/sth** liking sb/sth very much ஒருவரை/ஒன்றைப் பெரிதும் விரும்புகிற; பற்றுதலுள்ள; ஈடுபாடு கொண்ட

attachment /əˈtætʃmənt/ *noun* **1** [C] something that you can fit on sth else to make it do a different job வேறான ஒரு செயற்பாட்டுக்காக வேறொரு பொருளுடன் பொருத்தி இணைக்கக்கூடிய ஒன்று; இணைப்பு *an electric drill with a range of attachments* **2** [C, U] **attachment (to/for sb/sth)** the feeling of liking sb/sth very much ஒன்று/ஒருவர் மீதான பெரு விருப்புணர்வு; பற்று; ஈடுபாடு *emotional attachment* **3** [C] (*computing*) a document that you send to sb using **email** மின்னஞ்சலில் இணைத்து அனுப்பப்படும் ஆவணம்; இணைப்பு ஆவணம்

attack[1] /əˈtæk/ *noun* **1** [C, U] **(an) attack (on sb/sth)** trying to hurt or defeat sb/sth by using force வலிமையைப் பயன்படுத்தி ஒருவருக்கு/ஒன்றுக்கு ஊறுவிளைவிக்க அல்லது அவரை/அதனைத் தோற்கடிக்க முயல்தல்; தாக்குதல் *The town was* ***under attack from*** *all sides.* **2** [C, U] **(an) attack (on sb/sth)** an act of saying strongly that you do not like or agree with sb/sth ஒன்றை/ஒருவரைத் தான் விரும்பாமையை அல்லது அதனுடன்/அவருடன் உடன்படாமையைக் கடுமையாகக் கூறுதல்; கடுமையான கண்டனம்; எதிர்ப்பு *an outspoken attack on government policy* **3** [C] a short period when you suffer badly from a disease, medical condition, etc. நோய், உடல்நலச் சீர்கேடு முதலியவற்றின் கடுமையான தாக்குதலுக்கு ஆட்பட்ட

சிறிது கால அளவு; நோய்த்தாக்கு *an attack of asthma/flu/nerves* **4** [C] the act of trying to score a point in a game of sport விளையாட்டில் ஓர் ஆட்டப்புள்ளியை ஈட்ட முயலும் செயல்

attack² /əˈtæk/ *verb* **1** [I, T] to try to hurt or defeat sb/sth by using force உடல் வலிமையை அல்லது தாக்குவிசையைப் பயன்படுத்தி ஒருவருக்கு/ஒன்றுக்கு ஊறுசெய்ய அல்லது அவரை/அதனைத் தோற்கடிக்க முயல்; தாக்கு *The child was attacked by a dog.* **2** [T] to say strongly that you do not like or agree with sb/sth ஒருவரை/ஒன்றைத் தான் விரும்பாமையை அல்லது அவருடன்/அதனுடன் உடன்படாமையைக் கடுமையாகக் கூறு; கண்டனம் செய் **3** [T] to damage or harm sb/sth ஒருவருக்கு/ஒன்றுக்குக் கேடு விளைவி; ஊறுசெய் *a virus that attacks the nervous system* **4** [I, T] to try to score a point in a game of sport விளையாட்டில் ஓர் ஆட்டப்புள்ளியை ஈட்ட முயல் *This team attacks better than it defends.*

attacker /əˈtækə(r)/ *noun* [C] a person who tries to hurt sb using force வலிமையைப் பயன்படுத்தி ஒருவருக்கு ஊறு விளைவிக்க/ஒருவரைக் காயப்படுத்த முயல்பவர்; தாக்குபவர் *The victim of the assault didn't recognize his attackers.*

attain /əˈteɪn/ *verb* [T] to succeed in getting or achieving sth, especially after a lot of effort குறிப்பாகக் கடும் முயற்சிக்குப் பின், ஒன்றை அடைவதில் அல்லது ஒன்றைச் செய்து முடிப்பதில் வெற்றிகாண்; ஒன்றை முயன்று பெறு அல்லது நிறைவேற்று

attainable /əˈteɪnəbl/ *adj.* that can be achieved முயன்று பெறக்கூடிய; வெற்றியுடன் நிறைவேற்றக்கூடிய *realistically attainable targets*

attainment /əˈteɪnmənt/ *noun* **1** [U] the act of achieving sth ஒன்றை முயன்று அடைதல்; செய்து முடித்தல் *the attainment of the government's objectives* **2** [C] a skill or sth you have achieved ஒருவர் முயற்சியால் கைக்கொண்ட திறமை அல்லது முயன்று பெற்ற ஒன்று

attempt¹ /əˈtempt/ *verb* [T] **attempt (to do) sth** to try to do sth that is difficult கடினமான ஒன்றைச் செய்ய முயல்; முயற்சி செய் *She was accused of attempted murder* (= she tried to murder sb but did not succeed). • *Don't attempt to make him change his mind.*

attempt² /əˈtempt/ *noun* [C] **1 an attempt (to do sth/at doing sth)** an act of trying to do sth ஒன்றைச் செய்ய முயல்தல்; முயற்சி *The thief **made no attempt** to run away.* • *I failed the exam once but passed at the second attempt.* • *They failed in their attempt to reach the North Pole.* **2 an attempt (on sb/sth)** trying to attack or beat sb/sth ஒருவரை/ஒன்றைத் தாக்க அல்லது அடிக்க முயல்தல் *an attempt on somebody's life*

IDM **a last-ditch attempt** ⇨ **last¹** பார்க்க.

attend /əˈtend/ *verb* **1** [T] to go to or be present at a place ஓரிடத்திற்குச் செல் அல்லது ஓரிடத்தில் இரு *The children attend the local school.* **2** [I] (*formal*) **attend to sb/sth** to give your care, thought or attention to sb/sth or look after sb/sth ஒன்றில் கவனம் செலுத்து; கருத்தூன்று; ஒருவரை/ஒன்றைக் கவனித்துக்கொள் *Please attend to this matter immediately.*

attendance /əˈtendəns/ *noun* **1** [U] being present somewhere ஓரிடத்திற்கு வந்திருத்தல்; ஓரிடத்தில் இருத்தல் *Attendance at lectures is compulsory.* **2** [C, U] the number of people who go to or are present at a place ஓரிடத்திற்குச் செல்பவர்களின் அல்லது ஓரிடத்தில் உள்ளவர்களின் எண்ணிக்கை *There was a poor attendance at the meeting.*

attendant¹ /əˈtendənt/ *noun* [C] a person whose job is to serve or help people in a public place ஒரு பொதுவிடத்தில் மற்றவர்களுக்கு ஊழியம் செய்யும் அல்லது துணைபுரியும் பணியாளர்; ஊழியர் *a car park attendant*

attendant² /əˈtendənt/ *adj.* (*only before a noun*) (*formal*) that goes together with or results from sth ஒன்றுடன் இணைந்து செல்கிற அல்லது ஒன்றன் விளைபயனாக அமைகிற; ஒருங்கிணைந்த; பின்விளைவான *unemployment and all its attendant social problems*

attention¹ /əˈtenʃn/ *noun* [U] **1** watching, listening to or thinking about sb/sth carefully ஒருவரை/ஒன்றை உன்னிப்பாகக் கவனித்தல், உற்றுக்கேட்டல், அல்லது ஒருவர்/ஒன்று பற்றிக் கவனமாகச் சிந்தித்தல்; கவனம்; கருத்து *Shy people hate to be **the centre of attention**.* • *to hold sb's attention* **2** special care or action தனிமுறைக் கவனம்; சிறப்பு நடவடிக்கை *The hole in the roof needs urgent attention.* • *to require **medical attention*** **3** a position in which a soldier stands up straight and still படைவீரர் அசையாமல் நிமிர்ந்து நிற்கும் நிலை *to stand/come to attention*

IDM **catch sb's attention/eye** ⇨ **catch¹** பார்க்க.

draw (sb's) attention to sth ⇨ **draw¹** பார்க்க.

pay attention ⇨ **pay¹** பார்க்க.

attention² /əˈtenʃn/ *exclamation* used for asking people to listen to sth carefully சுற்றியுள்ளவர்களை ஒன்றைக் கவனமாகக் கேட்கும்படி கூறப் பயன்படுத்தப்படும் சொல்

attentive /əˈtentɪv/ *adj.* **attentive (to sb/sth)** watching, listening to or thinking about sb/sth carefully ஒருவரை/ஒன்றை உன்னிப்பாகக்

கவனிக்கிற, உற்றுக்கேட்கிற, அல்லது ஒரு-வர்/ஒன்று பற்றிக் கவனமாகச் சிந்திக்கிற ✪ OPP **inattentive** ▶ **attentively** *adv. to listen attentively to something*

attest /ə'test/ *verb* [I, T] (*formal*) **1 attest (to sth)** to show that sth is true ஒன்றன் உண்மைத்-தன்மையை வெளிப்படுத்து; ஒன்று மெய்யானது என்பதைச் சுட்டிக்காட்டு *Her long fight against cancer attested to her courage.* **2** to state that you believe that sth is true or genuine, for example in a court of law நீதிமன்றம் போன்ற ஒன்றில், ஒன்று மெய்யானது அல்லது போலியல்லாதது எனத் தான் நம்புவதாகத் தெரிவி; ஒன்றன் உண்மைத் தன்மைக்கு உறுதியளி *The signature was attested by two witnesses.*

attic /'ætɪk/ *noun* [C] the space or room under the roof of a house, often used for storing things வீட்டின் உட்கூரையின் கீழ் உள்ள இடப்பரப்பு அல்லது அறை ➪ **loft** பார்க்க.

attire /ə'taɪə(r)/ *noun* [U] (*formal*) clothes ஆடைகள்; உடுப்பு

attitude /'ætɪtju:d/ *noun* [C] **an attitude (to/towards sb/sth)** the way that you think, feel or behave ஒருவர் சிந்திக்கிற, எண்ணுகிற அல்லது நடந்துகொள்கிற முறை; மனப்-பான்மை; எண்ணப்போக்கு; நடத்தைமுறை *She has a very positive attitude to her work.*

attn (*abbr.*) (used in writing) 'for the attention of' (ஒருவர்) கவனத்திற்கு அல்லது பார்வைக்கு *Sales Dept, attn Mr C. Kumar.*

attorney /ə'tɜ:ni/ (*AmE*) = **lawyer**

attract /ə'trækt/ *verb* [T] **1** to cause sb/sth to go to sth or give attention to sth ஒருவரை/ஒன்றை ஒன்றிற்குச் செல்லத்தூண்டு அல்லது ஒன்றில் கவனம் செலுத்த/கருத்தூன்றச் செய்; ஈர்; கவர் *Moths are attracted to light.* • *The new film has attracted a lot of publicity.* **2** (*usually passive*) to cause sb to like sb/sth ஒருவர் ஒரு-வரை/ஒன்றை விரும்பச் செய்; ஆசையைத் தூண்டு; மயக்கு *Small children are attracted to bright colours.*

attraction /ə'trækʃn/ *noun* **1** [U] a feeling of liking sb/sth ஒருவர்/ஒன்றன் மீதான விருப்பம்; ஆசை; நாட்டம்; ஈர்ப்பு *tourist attraction* **2** [C] sth that is interesting or enjoyable ஆர்வத்தைத் தூண்டும் அல்லது அனுபவித்து மகிழத்தக்க ஒன்று; கவர்ச்சிப்பொருள் *The city offers all kinds of tourist attractions.* **3** [U] a force which pulls things towards each other ஒன்றன்பால் ஒன்றை ஈர்க்கும் விசை; ஈர்ப்பு விசை. *gravitational/magnetic attraction* ➪ **repulsion** பார்க்க; மேலும் **magnet** பதிவில் படம் பார்க்க.

attractive /ə'træktɪv/ *adj.* **1** that pleases or interests you; that you like மகிழ்வூட்டுகிற அல்லது ஆர்வத்தைத் தூண்டுகிற; ஈடுபாடு அல்லது பற்றார்வம் கொள்ளச் செய்கிற; விருப்பத்திற்-குரிய *an attractive part of the country* **2** (used about a person) beautiful or nice to look at அழகான; காட்சிக்கு இனிய; வனப்பார்ந்த ▶ **attractively** *adv.* ▶ **attractiveness** *noun* [U]

attributable /ə'trɪbjətəbl/ *adj.* (*not before a noun*) (*written*) **attributable to sb/sth** probably caused by the thing mentioned குறித்த பொருளால் விளைந்திருக்க வாய்ப்புள்ள; குறிப்பிடப்பட்ட ஒன்றன் பின்விளைவாக அமையக்கூடிய *Their illnesses are attributable to poor diet.*

attribute¹ /ə'trɪbju:t/ *verb* [T] **attribute sth to sb/sth** to believe that sth was caused or done by sb/sth ஒருவரால்/ஒன்றால் ஒன்று நடந்தது அல்லது செய்யப்பட்டது என்று நம்பு *Mustafa attributes his success to hard work.* • *a poem attributed to Shakespeare*

attribute² /'ætrɪbju:t/ *noun* [C] a quality of sb/sth; a feature ஒருவருடைய/ஒன்றின் பண்பு; இயல்பு; தன்மை; இயற்பண்பு *physical attributes*

attributive /ə'trɪbjətɪv/ *adj.* (*grammar*) (*used about adjectives or nouns*) used before a noun to describe it ஒரு பெயர்ச்சொல்லை விவரிக்க/பெயர்ச்சொல் குறிக்கும் ஒருவரது/ஒன்றின் பண்புகளை எடுத்துரைக்க அதன் முன் பயன்-படுத்தப்படுகிற; அடைமொழியாக வருகிற *In 'the blue sky' and 'a family business', 'blue' and 'family' are attributive.* ➪ **predicative** பார்க்க. ▶ **attributively** *adv.*

attrition /ə'trɪʃn/ *noun* [U] **1** (*formal*) a process of making sb/sth, especially your enemy, weaker by attacking him/her/it or causing problems for him/her/it over a period of time ஒரு கால அளவில் தொடர்ந்து ஒருவரை/ஒன்றை, குறிப்-பாக எதிரியை, தாக்குவதன் மூலம் அல்லது அவருக்கு/அதற்குச் சிக்கல்கள் ஏற்படுத்து-வதன் மூலம், அவரை/அதனைப் பலவீனப்-படுத்தும் செயல்முறை *It was **a war of attrition**.* **2** (*technical*) the gradual removal of material from a mass by moving against it over a long period of time ஒரு பிண்டப்பொருளை/செறி-தொகுதியைத் தொடர் உராய்வினால் காலப்-போக்கில் படிப்படியாகத் தேய்வுறச் செய்தல்; தேய்மானம் *The teeth show signs of attrition.* ➪ **erode** பதிவில் படம் பார்க்க.

atypical /ˌeɪ'tɪpɪkl/ *adj.* (*formal*) not typical of a particular type, group, etc. குறிப்பிட்ட வகை, குழு முதலியவற்றின் மாதிரி எடுத்துக்காட்டாக அல்லது வகைமாதிரியாக அமையாத ✪ OPP **typical** ➪ **untypical** பார்க்க.

aubergine /'əʊbəʒi:n/ (*AmE* **eggplant**) *noun* [C, U] a round or long vegetable with dark purple skin கத்தரிக்காய் ➪ **vegetable** பதிவில் படம் பார்க்க.

auburn /ˈɔːbən/ *adj.* (used about hair) reddish-brown (முடி வகையில்) செம்பழுப்பு நிறமான

auction[1] /ˈɔːkʃn/ *noun* [C, U] a public sale at which items are sold to the person who offers to pay the most money மற்ற அனைவரையும் விட அதிக விலைதர முன்வருபவருக்குப் பொருள்கள் விற்கப்படும் பொது விற்பனை; ஏலம் *The house was sold* ***at/by auction****.*

auction[2] /ˈɔːkʃn/ *verb* [T] **auction sth (off)** to sell sth at an auction ஒரு பொருளை ஏல விற்பனை முறையில் விற்பனை செய்; ஏலம் விடு

auctioneer /ˌɔːkʃəˈnɪə(r)/ *noun* [C] a person who organizes the selling at an auction ஏல விற்பனையை ஏற்பாடு செய்பவர்; ஏல விற்பனை நடத்துபவர்

audacious /ɔːˈdeɪʃəs/ *adj.* (*written*) willing to take risks or do sth shocking இடர்களை எதிர்கொள்ள அல்லது அதிர்ச்சிதரும் ஒன்றைச் செய்ய விரும்புகிற; முரட்டுத் துணிச்சல் கொண்ட; துடுக்குமிக்க *an audacious decision* ▶ **audaciously** *adv.*

audacity /ɔːˈdæsəti/ *noun* [U] behaviour that risks being shocking தகாத அல்லது அதிர்ச்சிதரும் நடத்தை; முரட்டுத் துணிச்சல் *He had* ***the audacity to*** *tell me I was rude!*

audible /ˈɔːdəbl/ *adj.* that can be heard காதில் விழும்படியான; கேட்கக்கூடிய *Her speech was barely audible.* ✪ OPP **inaudible** ▶ **audibly** /-əbli/ *adv.*

audience /ˈɔːdiəns/ *noun* [C] **1** all the people who are watching or listening to a play, concert, speech, the television, etc. நாடகம், இசைநிகழ்ச்சி, மேடைப்பேச்சு, தொலைக்காட்சி முதலியவற்றைப் பார்ப்போர் அல்லது கேட்போர்; பார்ப்போர்/கேட்போர் கூட்டம்; அவையோர் *The audience was/were wild with excitement.* • *There were only about 200 people in the audience.* **2** a formal meeting with a very important person மிக முக்கியமான ஒருவருடனான முறைசார் சந்திப்பு; பேட்டி *He was granted an audience with the President.*

audio /ˈɔːdiəʊ/ *adj.* connected with the recording of sound ஒலிப்பதிவுத் தொடர்பான; ஒலிப்பதிவுக்குரிய *audio equipment* • *audio tape*

audio- /ˈɔːdiəʊ/ *prefix* (*in nouns, adjectives and adverbs*) connected with hearing or sound செவியுணர்வு/கேட்டல் அல்லது ஒலி சார்ந்த *audio-visual* • *an audio book* (= a recording of a book that has been read aloud)

audio-visual *adj.* using both sound and pictures ஒலி, படங்கள் ஆகிய இரண்டையும் பயன்படுத்துகிற; ஒலி-ஒளி சார்ந்த

audit /ˈɔːdɪt/ *noun* [C] an official examination of the present state of sth, especially of a company's financial records ஒன்றின் இப்போதைய நிலையை, குறிப்பாக ஒரு நிறுவனத்தின் நிதி தொடர்பான ஆவணங்களை, அதிகார முறையில் ஆய்வுசெய்தல்; தணிக்கை *to carry out an audit*

audition[1] /ɔːˈdɪʃn/ *noun* [C] a short performance by a singer, actor, etc. to find out if he/she is good enough to be in a play, show, etc. நாடகம், இசைக்கச்சேரி முதலியவற்றை மேடையில் நிகழ்த்துவதற்கு முன் பாடகர்களை/பாத்திரங்களைத் தேர்வு செய்யச் சுருக்கமான அளவில் நடத்தும் பயிற்சி

audition[2] /ɔːˈdɪʃn/ *verb* [I, T] **audition (sb) (for sth)** to do or to watch sb do an audition நாடகம், இசைநிகழ்ச்சி முதலியவற்றில் தேர்வு செய்ய ஒருவரை ஒத்திகைபார் அல்லது ஒரு ஒத்திகை நிகழ்ச்சியைப் பார் *I auditioned for a part in the play.*

auditor /ˈɔːdɪtə(r)/ *noun* [C] a person whose job is to examine a company's financial records ஒரு நிறுவனத்தின் நிதி தொடர்பான ஆவணங்களை ஆய்பவர்; தணிக்கையாளர்

auditorium /ˌɔːdɪˈtɔːriəm/ *noun* [C] (*pl.* **auditoriums** or **auditoria** /-riə/) the part of a theatre, concert hall, etc. where the audience sits நாடக அரங்கு, இசையரங்கு முதலியவற்றில் பார்வையாளர்கள் அமரும் பகுதி; அவைக்களம்

au fait /ˌəʊ ˈfeɪ/ *adj.* (*not before a noun*) completely familiar with sth ஒன்றில் முற்றிலும் பழக்கமான; நன்கு தெரிந்த *Are you au fait with this type of computer system?*

Aug. *abbr.* August ஆகஸ்டு மாதத்தைக் குறிக்கும் August என்பதன் குறுக்கம் *10 Aug. 1957*

augment /ɔːgˈment/ *verb* [T] (*formal*) to increase the amount, value, size, etc. of sth ஒன்றின் தொகை, மதிப்பு, அளவு முதலியவற்றை மிகுதியாக்கு; அதிகப்படுத்து; பெருக்கு

augur /ˈɔːgə(r)/ *verb*

IDM **augur well/ill for sb/sth** (*formal*) to be a good/bad sign of what will happen in the future வருங்கால நிகழ்வுக்கான நல்ல/தீய அறிகுறியாக அல்லது நிமித்தமாக இரு

August /ˈɔːgəst/ *noun* [U, C] (*abbr.* **Aug.**) the eighth month of the year, coming after July ஆங்கில ஆண்டின் எட்டாவதும், ஜூலைக்கு அடுத்து வருவதுமான மாதம்; ஆகஸ்டு

NOTE வாக்கியங்களில் மாதங்கள் எவ்வாறு பயின்று வருகின்றன என்பதை அறிய **January** பதிவிலுள்ள எடுத்துக்காட்டுகளையும் வழக்குக்குறிப்பையும் பார்க்க.

aunt /ɑːnt/ (*informal* **auntie; aunty** /ˈɑːnti/) *noun* [C] the sister of your father or mother; the wife of your uncle தந்தை அல்லது தாயின் சகோதரி; தந்தை அல்லது தாயுடன் பிறந்தாரின் மனைவி; அத்தை; மாமி; சிற்றன்னை *Aunt Sheila*

aura /ˈɔːrə/ *noun* [C] (*formal*) the distinct quality that seems to surround or come from somebody or something ஒருவரை/ஒன்றைச் சூழ்ந்துள்ள அல்லது ஒருவரிடம்/ஒன்றிடம் இருப்பதாகத் தோன்றும் தனிப்பட்ட பண்பு அல்லது குணம் *These hills have a magical aura.*

aural /ˈɔːrəl/ *adj.* connected with hearing and listening கேட்டல் மற்றும் கவனித்தல் தொடர்பான; கேள்வியறிவு சார்ந்த *an aural comprehension test* ➪ **oral** பார்க்க. ▶ **aurally** *adv.*

auricle /ˈɔːrɪkl/ *noun* [C] (*technical*) **1** either of the two upper spaces in the heart used to send blood around the body உடல் முழுவதற்கும் குருதியைச் செலுத்தும் இதயத்தின் இரு மேலறைகளுள் ஒன்று **2** the outer part of the ear காதின் வெளிப்பகுதி; செவி மடல்

auspices /ˈɔːspɪsɪz/ *noun* [*pl.*]

IDM **under the auspices of sb/sth** with the help and support of sb/sth ஒருவரின்/ஒன்றின் உதவியோடும் ஆதரவோடும்; ஒருவரை/ஒன்றைச் சார்ந்து

auspicious /ɔːˈspɪʃəs/ *adj.* that seems likely to be successful in the future எதிர்காலத்தில் வெற்றிகரமாக இருப்பதற்கு வாய்ப்புள்ளதாகத் தோன்றுகிற; நற்குறியுள்ள ✪ OPP **inauspicious**

austere /ɒˈstɪə(r)/ *adj.* **1** very simple; without decoration மிகவும் எளிமையான; ஆடம்பரமில்லாத **2** (used about a person) very strict and serious (ஒருவர் பற்றிக் குறிப்பிடுகையில்) பெரிதும் கண்டிப்பும் கடுமையும் உடைய; ஒழுங்குமுறை/விதிமுறை பிசகாத **3** not having anything that makes your life more comfortable வசதியான வாழ்க்கைக்கு வேண்டிய எதுவும் கொண்டிராத; மிக்க எளிமை வாய்ந்த *The nuns lead simple and austere lives.* ▶ **austerity** /ɒˈsterəti/ *noun* [U]

Australasian /ˌɒstrəˈleɪʒn; -ˈleɪʃn/ *adj.* of or from Australia and the islands of the south-west Pacific ஆஸ்திரேலியாவையும் தென்மேற்கு பசிபிக் தீவுகளையும் சார்ந்த அல்லது அவற்றிலிருந்து வந்த

authentic /ɔːˈθentɪk/ *adj.* **1** that you know is real or genuine மெய்யானதாக அல்லது போலியல்லாததாக அறியப்பட்ட *an authentic painting* **2** true or accurate மெய்யான அல்லது துல்லியமான; சரி நுட்பமான; உண்மையான *an authentic model of the building* ▶ **authenticity** /ˌɔːθenˈtɪsəti/ *noun* [U]

authenticate /ɔːˈθentɪkeɪt/ *verb* [T] to produce evidence to show that sth is genuine, real or true ஒன்று மெய்யானது, உண்மையானது அல்லது போலியல்லாதது என்பதற்கான ஆதாரம் காட்டு *The picture has been authenticated as a genuine Hussain.*

author /ˈɔːθə(r)/ *noun* [C] a person who writes a book, play, etc. நூல், நாடகம் முதலியவற்றை எழுதுபவர்; நூலாசிரியர் *a well-known author of detective novels* ▶ **authorship** *noun* [U]

authoritarian /ɔːˌθɒrɪˈteəriən/ *adj.* not allowing people the freedom to decide things for themselves தாங்களாகவே முடிவெடுக்கும் உரிமையைப் பிறருக்கு அளிக்காத; ஆதிக்கப் போக்குடைய *authoritarian parents*

authoritative /ɔːˈθɒrətətɪv/ *adj.* **1** having authority; demanding or expecting that people obey you அதிகாரத்தைக் கைக்கொண்ட; அதிகாரம் பெற்ற; பிறர் தனக்குக் கீழ்ப்படிதலை அதிகாரத்துடன் கோருகிற அல்லது எதிர்பார்க்கிற *an authoritative tone of voice* **2** that you can trust because it/he/she has a lot of knowledge and information பெருமளவு அறிவும் நிறைவான தகவல்களும் ஒருவர்/ஒன்று தன்னிடம் கொண்டிருப்பதால், அவர்/அது நம்பகத்தன்மை பெற்றிருக்கிற; நம்பகமான *They will be able to give you authoritative advice on the problem.*

authority /ɔːˈθɒrəti/ *noun* (*pl.* **authorities**) **1** [U] the power and right to give orders and make others obey கட்டளையிடுவதற்கான மற்றும் பிறரைத் தனக்குக் கீழ்ப்படியச் செய்வதற்கான அதிகாரமும் உரிமையும் *You must get this signed by a person* ***in authority*** (= who has a position of power). **2** [U] **authority (to do sth)** the right or permission to do sth ஒன்றைச் செய்வதற்கான உரிமை அல்லது அனுமதி *The police* ***have the authority*** *to question anyone they wish.* **3** [C] (*usually pl.*) a person, group or government department that has the power to give orders, make official decisions, etc. ஆணை பிறப்பித்தல், அதிகாரபூர்வமான முடிவுகள் எடுத்தல் முதலியவற்றுக்கான அதிகாரம் பெற்ற ஆள், குழு அல்லது அரசுத் துறை; அதிகாரமுடையவர்; அதிகாரக்குழு *I have to report this to the authorities.* **4** [U] a quality that sb has which makes it possible to influence and control other people பிறர் மீது செல்வாக்குச் செலுத்தி அவர்களைக் கட்டுப்படுத்தக் கூடிய ஒருவரது பண்பு; ஆளுமைப் பண்பு *He spoke with authority and everybody listened.* **5** [C] **an authority (on sth)** a person with special knowledge சிறப்பு அறிவு பெற்றவர்; வல்லுநர்; நிபுணர் *He's an authority on criminal law.*

authorize (*also* **-ise**) /ˈɔːθəraɪz/ *verb* [T] to give official permission for sth or for sb to do sth ஒருவர் அல்லது ஒன்று ஒன்றைச் செய்வதற்கான அதிகாரபூர்வமான/பணிமுறை சார்ந்த அனுமதி அளி; ஒன்றற்கான அதிகாரம் கொடு *He authorized his secretary to sign letters in his absence.* ▶ **authorization** (*also* **-isation**) /ˌɔːθəraɪˈzeɪʃn/ *noun* [U]

autism /ˈɔːtɪzəm/ *noun* [U] a mental condition in which a person finds it difficult to communicate or form relationships with other people பிறரோடு உறவாடுதலையோ கருத்துப் பரிமாற்றம் செய்துகொள்ளுதலையோ சிரமமானதாக உணரும் ஒருவரது மனநிலை ▶ **autistic** /ɔːˈtɪstɪk/ *adj. autistic behaviour/children*

auto- /ˈɔːtəʊ/ (*also* **aut-**) *prefix* (*in nouns, adjectives and adverbs*) **1** about or by yourself தன்னைப்பற்றி; தன்னால் *an autobiography* **2** by itself without a person to operate it ஒருவரால் இயக்கப்படாமல் தானாக; தானியங்கியாக *automatic*

autobiography /ˌɔːtəbaɪˈɒɡrəfi/ *noun* [C, U] (*pl.* **autobiographies**) the story of a person's life written by that person ஒருவரால் எழுதப்பட்ட அவரது வாழ்க்கை வரலாறு; தன்வரலாறு ⇨ **biography** பார்க்க. ▶ **autobiographical** /ˌɔːtəˌbaɪəˈɡræfɪkl/ *adj.*

autocracy /ɔːˈtɒkrəsi/ *noun* **1** [U] a system of government of a country in which one person has complete power ஒரு நாட்டின் முழு அதிகாரமும் ஒருவரிடமே உள்ள அரசுமுறை; ஏகாதிபத்தியம் **2** [C] (*pl.* **autocracies**) a country that is ruled by one person who has complete power முழு அதிகாரமும் தன்னிடமே உள்ள ஒருவரால் ஆளப்படும் நாடு; ஏகாதிபத்திய நாடு

autocrat /ˈɔːtəkræt/ *noun* [C] **1** a ruler who has complete power முழு அதிகாரத்தையும் கைக்கொண்டுள்ள ஆட்சியாளர்; ஏகாதிபதி ⇨ **despot** பார்க்க. **2** a person who expects to be obeyed by other people and does not care about their opinions or feelings பிறர் கீழ்ப்படிதலை எதிர்பார்ப்பவரும் அவர்களுடைய கருத்துகளை அல்லது உணர்வுகளைப் பொருட்படுத்தாதவருமான ஒருவர்; தன்முனைப்பாளர் ▶ **autocratic** /ˌɔːtəˈkrætɪk/ *adj.*

autograph /ˈɔːtəɡrɑːf/ *noun* [C] the signature of a famous person புகழ்பெற்ற ஒருவரின் கையொப்பம் *The players stopped outside the stadium to* ***sign autographs****.* ▶ **autograph** *verb* [T] *The whole team have autographed the football.*

autoimmune /ˌɔːtəʊɪˈmjuːn/ *adj.* (*only before a noun*) (*medical*) an **autoimmune** disease or medical condition is one which is caused by substances that usually prevent illness (நோய் வகையில்) வழக்கமாக நோய்த் தடுப்புக்கு உரியதான பொருள்களினால் உண்டாகிற

automate /ˈɔːtəmeɪt/ *verb* [T] (*usually passive*) to make sth operate by machine, without needing people ஆட்களின் உதவியின்றி ஒன்று இயந்திரத்தால் இயக்கப்படச் செய்; முழுதும் இயந்திரங்கள் உதவியால் ஒன்றை இயங்கச்செய்

automatic[1] /ˌɔːtəˈmætɪk/ *adj.* **1** (used about a machine) that can work by itself without direct human control (இயந்திர வகையில்) நேரடியான மனிதக் கட்டுப்பாடு இன்றித் தானே இயங்கவல்ல *an automatic washing machine* **2** done without thinking சிந்திக்காமல் செய்யப்பட்ட **3** always happening as a result of a particular action or situation குறிப்பிட்ட செயல் அல்லது சூழ்நிலையின் விளைபயனாக மாறாது நிகழ்கிற *All the staff have an automatic right to a space in the car park.* ▶ **automatically** /-kli/ *adv. The lights will come on automatically when it gets dark.*

automatic[2] /ˌɔːtəˈmætɪk/ *noun* [C] an automatic machine, gun or car தானியங்கிப் பொறி, துப்பாக்கி அல்லது சீருந்து *This car is an automatic.*

automation /ˌɔːtəˈmeɪʃn/ *noun* [U] the use of machines instead of people to do work செயற்பணிகளில் மனிதர்களுக்குப் பதிலாக இயந்திரங்களைப் பயன்படுத்துதல்; இயந்திரமயமாக்கம்

automobile /ˈɔːtəməbiːl/ (*AmE*) = **car**[1]

autonomy /ɔːˈtɒnəmi/ *noun* [U] the right of a person, an organization, a region, etc. to govern or control his/her/its own affairs ஒரு நபர், நிறுவன அமைப்பு, நாட்டுப்பகுதி முதலியன தனது விவகாரங்களைத் தானே கவனித்துக்கொள்ளும் அல்லது ஆட்சி செய்யும் உரிமை; தன்னாட்சி உரிமை; தன்னுரிமை ▶ **autonomous** /ɔːˈtɒnəməs/ *adj.*

autopsy /ˈɔːtɒpsi/ *noun* [C] (*pl.* **autopsies**) an examination of a dead body to find out the cause of death இறப்புக்கான காரணத்தைக் கண்டறிய செய்யப்படும் பிணப் பரிசோதனை

auto-rickshaw (*also* **scooter, auto**) *noun* [C] (*IndE*) a covered motor vehicle that has three wheels, a driver's seat in front and a long seat for passengers at the back முன்புறத்தில் ஓட்டுநர் இருக்கையும் பின்புறத்தில் பயணிகளுக்கான நீண்ட இருக்கையும் உடையதும் மேல் மூடாக்கு இடப்பட்டதுமான மூன்று சக்கர விசையூர்தி; ஆட்டோரிக்ஷா

autotroph /ˈɔːtətrəʊf/ *noun* [C] (*technical*) a living thing that is able to feed itself using simple chemical substances such as **carbon dioxide** கார்பன்டையாக்சைட் போன்ற ஒரே மூலக்கூறுடைய வேதியியற் பொருள்களைப் பயன்படுத்தித் தனக்கு வேண்டிய உணவை ஆக்கிக் கொள்ளவல்ல உயிர்ப்பொருள்

autumn /ˈɔːtəm/ (*AmE* **fall**) *noun* [C, U] the season of the year that comes between summer and winter கோடைக்காலத்திற்கும் கடுங்குளிர்காலத்திற்கும் இடைப்பட்ட பருவம்; இலையுதிர் காலம் *In autumn the leaves on the trees begin to fall.* ➪ **season** பதிவில் படம் பார்க்க. ▶ **autumnal** /ɔːˈtʌmnəl/ *adj.*

auxiliary /ɔːgˈzɪliəri/ *adj.* (*usually before a noun*) giving extra help கூடுதல் உதவிபுரிகிற; உடனுதவியான *auxiliary nurses/troops/staff*

auxiliary verb *noun* [C] (*grammar*) a verb (for example *be*, *do* or *have*) that is used with a main verb to show tense, etc. or to form questions காலம் முதலியவற்றைக் குறிக்க அல்லது வினாக்கள் அமைக்க முதன்மை வினையுடன் பயன்படுத்தப்படும் (*be, do* அல்லது *have* போன்ற) வினை; துணைவினை

auxin /ˈɔːksɪn/ *noun* [U] a chemical substance in plants that helps control their growth தாவரங்களில் காணப்படுவதும் அவற்றின் வளர்ச்சியைக் கட்டுப்படுத்த உதவுவதுமான ஒரு வேதியியற் பொருள்

avail /əˈveɪl/ *noun* [U]

IDM **of little/no avail** not helpful; having little or no effect உதவியற்ற; சிறிதளவே தாக்கத்தை அல்லது பயன்விளைவைக் கொண்டுள்ள; தாக்கத்தை ஏற்படுத்தாத; பயனற்ற

to little/no avail without success வெற்றி பெறாது; வெற்றியின்றி *They searched everywhere, but to no avail.*

availability /əˌveɪləˈbɪləti/ *noun* [U] the state of being available (ஒன்று) கிடைக்கக்கூடிய நிலை *You will receive the colour you order, subject to availability* (= if it is available).

available /əˈveɪləbl/ *adj.* **1 available (to sb)** (used about things) that you can get, buy, use, etc. (பொருள்கள் வகையில்) கிடைக்கக்கூடிய *This information is easily available to everyone at the local library.* • *Refreshments are available at the snack bar.* **2** (used about people) free to be seen, talked to, etc. (ஆட்கள் வகையில்) எளிதில் காணக்கூடிய; பேசக்கூடிய *The minister was not available for comment.*

avalanche /ˈævəlɑːnʃ/ *noun* [C] a very large amount of snow that slides quickly down the side of a mountain மலைச்சாரல்களில் விரைவாகச் சரிந்து இறங்கும் பெரும் பனித்திரள்

the avant-garde /ˌævɒ̃ ˈgɑːd/ *noun* [*sing.*] extremely modern works of art, music or literature, or the artists who create these அதிநவீனக் கலை, இசை அல்லது இலக்கியப் படைப்புகள் அல்லது அதிநவீனப் படைப்பாளிகள் ▶ **avant-garde** *adj.*

avarice /ˈævərɪs/ *noun* [U] (*formal*) extreme desire for money பணப் பேராசை, பண வெறி ✪ SYN **greed** ▶ **avaricious** /ˌævəˈrɪʃəs/ *adj.*

Ave. *abbr.* Avenue இருபுறமும் மரங்களுள்ள அகன்ற சாலை *26 Central Ave.*

avenge /əˈvendʒ/ *verb* [T] **avenge sth; avenge yourself on sb** to punish sb for hurting you, your family, etc. in some way ஏதோ ஒருவகையில் தன்னை, தன் குடும்பம் முதலியவற்றைத் துன்பத்திற்கு உள்ளாக்கியதற்காக ஒருவரைத் தண்டி; பழிவாங்கு *He wanted to avenge his father's murder.* • *He wanted to avenge himself on his father's murderer.* ➪ **revenge** பார்க்க.

avenue /ˈævənjuː/ *noun* [C] **1** (**Ave.** *abbr.*) a wide street, especially one with trees or tall buildings on each side குறிப்பாக இருமருங்கிலும் மரங்கள் அல்லது உயர்ந்த கட்டடங்கள் கொண்ட, அகன்ற சாலை; அகல்கவின் சாலை *I live on Tagore Avenue.* ➪ **road** பதிவிலுள்ள குறிப்பைப் பார்க்க. **2** a way of doing or getting sth ஒன்றைச் செய்யும் அல்லது அடையும் வழி; வினைசெயல் வகை *We must explore every avenue open to us* (= try every possibility).

average[1] /ˈævərɪdʒ/ *noun* **1** [C] the number you get when you add two or more figures together and then divide the total by the number of figures you added இரண்டு அல்லது இரண்டுக்கு மேற்பட்ட எண் இலக்கங்களைச் சேர்த்துக் கூட்டி, அக்கூட்டுத் தொகையை கூட்டுவதற்கு எடுத்துக்கொள்ளப்பட்ட இலக்கங்களின் எண்ணிக்கையால் வகுக்கக் கிடைக்கும் எண்; சராசரி *The average of 14, 3 and 1 is 6.* • *He has scored 93 goals* ***at an average of*** *1·55 per game.* **2** [*sing.*, U] the normal standard, amount or quality பொதுப்படையான/வழக்கமான படித்தரம், தொகை அல்லது பண்பு ***On average****, I buy a newspaper about twice a week.*

average[2] /ˈævərɪdʒ/ *adj.* **1** (*only before a noun*) (used about a number) found by calculating the **average[1] 1** (ஓர் எண் வகையில்) சராசரியைக் கணக்கிட்டுப் பெறுகிற; சராசரியான *What's the average age of your students?* **2** normal or typical பொதுப்படையான; வழக்கமான *children of* ***above/below average*** *intelligence*

average[3] /ˈævərɪdʒ/ *verb* [T] to do, get, etc. a certain amount as an average சராசரியைக் கணக்கிடு; சராசரியாகக் குறிப்பிட்ட ஒரு தொகையைப் பெறு *If we average 50 kilometres an hour we should arrive at about 4 o'clock.*

PHR V **average out (at sth)** to result in an average (of sth) (ஒரு கால அளவில் அல்லது பலவற்றைக் கணக்கில் கொள்ளும்போது) ஒரு சராசரித்தொகை கிடைக்கப்பெறு

averse /ə'vɜːs/ *adj.* (*formal*) **averse to sth** (*often with a negative*) against or not in favour of sth எதிரான; ஒன்றுக்கு ஆதரவாக அல்லது சாதகமாக இல்லாத; விருப்பமில்லாத *He is not averse to trying out new ideas.*

aversion /ə'vɜːʃn/ *noun* [C] **1** [*usually sing.*] **an aversion (to sb/sth)** a strong feeling of not liking sb/sth ஒருவர்/ஒன்றின் மீதான கடுவெறுப்புணர்ச்சி; அருவருப்பு *Some people **have an aversion** to spiders.* **2** a thing that you do not like விருப்பத்திற்குரியதல்லாத ஒன்று; அருவருப்பான ஒரு பொருள்

avert /ə'vɜːt/ *verb* [T] to prevent sth unpleasant இன்னாத ஒன்றைத் தடு; விலக்கு அல்லது தடைசெய் *The accident could have been averted.*

aviary /'eɪviəri/ *noun* [C] (*pl.* **aviaries**) a large cage or area in which birds are kept பறவைகள் இட்டுப் பராமரிக்கப்படும் பெரிய கூண்டு அல்லது இடப்பகுதி; பறவைக் கூண்டு அல்லது பறவைப் பண்ணை

aviation /ˌeɪvi'eɪʃn/ *noun* [U] the designing, building and flying of aircraft விமானத்தை வடிவமைத்தல், கட்டுதல் மற்றும் செலுத்துதல்

avid /'ævɪd/ *adj.* **1** very enthusiastic about sth (usually a hobby) ஒன்றில் (வழக்கமாக ஓய்வுநேர விருப்பார்வத் தொழிலில்) மிகுந்த பற்றார்வம் அல்லது ஆர்வ ஈடுபாடு கொண்ட *an avid collector of antiques* **2 avid for sth** wanting to get sth very much ஒன்றைப் பெரிதும் நாடுகிற; ஒன்றை அடைய மிகுதியான ஆவல் கொண்டுள்ள *Journalists crowded round the entrance, avid for news.* ▶ **avidly** *adv. He read avidly as a child.*

avocado /ˌævə'kɑːdəʊ/ *noun* [C] (*pl.* **avocados**) a tropical fruit that is wider at one end than the other, with a hard green skin and a large seed (**stone**) inside ஒரு முனையில் மறுமுனையை விட அகன்றுள்ளதும், கெட்டியான பசுமை நிறத் தோலை உடையதும் உள்ளே பெரிய கொட்டையைக் கொண்டதுமான வெப்ப நிலத்துக் கனி வகை

avoid /ə'vɔɪd/ *verb* [T] **1 avoid sth/doing sth** to prevent sth happening or to try not to do sth ஒன்று நிகழாமல் தடு அல்லது ஒன்றைச் செய்யாமலிருக்க முயல்; தவிர்; விலக்கு *He always tried to avoid an argument if possible.* • *She has to avoid eating fatty food.* **2** to keep away from sb/sth ஒருவரிடமிருந்து/ஒன்றிலிருந்து விலகியிரு; ஒன்றைத் தவிர் *I leave home at 7 o'clock in order to avoid the rush hour.* ▶ **avoidance** *noun* [U]

avoidable /ə'vɔɪdəbl/ *adj.* that can be prevented; unnecessary தவிர்க்கக் கூடிய; தடுக்கத்தக்க; தேவையற்ற ✪ **OPP unavoidable**

avow /ə'vaʊ/ *verb* [I, T] (*formal*) to say firmly and often publicly what your opinion is, what you think is true, etc. தனது கருத்து, தான் உண்மை எனக் கருதுவது முதலியவற்றை உறுதியாகவும், பெரும்பாலும் வெளிப்படையாகவும் தெரிவி ▶ **avowal** /ə'vaʊəl/ *noun* [C] (*formal*)

await /ə'weɪt/ *verb* [T] (*formal*) to wait for sb/sth ஒருவருக்காக/ஒன்றுக்காகக் காத்திரு; ஒருவரை/ஒன்றை எதிர்நோக்கியிரு *We sat down to await the arrival of the guests.*

awake[1] /ə'weɪk/ *verb* (*pt.* **awoke** /ə'wəʊk/; *pp* **awoken** /ə'wəʊkən/) [I, T] to wake up; to make sb/sth wake up தூக்கத்திலிருந்து எழுந்திரு; விழி; ஒருவரை/ஒன்றைத் தூக்கத்திலிருந்து எழுப்பு *I awoke to find that it was already 9 o'clock.* • *A sudden loud noise awoke us.* **NOTE** **Awake** என்பதை விட **wake up** என்பதே மிகுதியான வழக்குடையதாகும்.

awake[2] /ə'weɪk/ *adj.* (*not before a noun*) not sleeping உறக்கத்தில் இல்லாத; விழித்திருக்கிற *I was sleepy this morning but I'm **wide awake** now.* • *to **stay awake*** • *I hope our singing didn't **keep you awake** last night.* ✪ **OPP asleep**

awaken /ə'weɪkən/ *verb* **1** [I, T] (*written*) to wake up; to make sb/sth wake up தூக்கத்திலிருந்து எழுந்திரு; விழி; ஒருவரை/ஒன்றைத் தூக்கத்திலிருந்து எழுப்பு *We were awakened by a loud knock at the door.* **NOTE** **Awaken** என்ற சொல்லை விட **wake up** என்பதே மிகுதியான வழக்குடையதாகும் **2** [T] (*formal*) to produce a particular feeling, attitude, etc. in sb குறிப்பிட்ட உணர்ச்சி, எண்ணப்போக்கு முதலியவற்றை ஒருவரிடம் தோற்றுவி அல்லது எழுப்பு *The film awakened memories of her childhood.*

PHR V **awaken sb to sth** to make sb notice or realize sth for the first time முதல் முறையாக ஒருவர் ஒன்றைக் கவனிக்க அல்லது தெளிவாக உணரச்செய்

awakening /ə'weɪkənɪŋ/ *noun* [*sing.*] **1** the act of starting to feel or understand sth; the start of a feeling, etc. ஒன்றை உணர அல்லது புரிந்துகொள்ளத் தொடங்குதல்; ஓர் உணர்ச்சி முதலியவற்றின் தொடக்கம் *the awakening of an interest in economic issues* **2** a moment when sb notices or realizes sth for the first time முதல் முறையாக ஒருவர் ஒன்றில் கவனம் செலுத்தும் அல்லது தெளிவாக

உணர்ந்துகொள்ளும் தருணம் *It was a rude* (= unpleasant) *awakening when I suddenly found myself unemployed.*

award[1] /ə'wɔːd/ *noun* [C] **1** a prize, etc. that sb gets for doing sth well ஒன்றைச் சிறப்பாகச் செய்ததற்காக ஒருவருக்கு அளிக்கப்படும் பரிசு, விருது முதலியன *This year the awards for best actor and actress went to two Americans.* **2** an amount of money given to sb as the result of a court decision நீதிமன்றத் தீர்ப்பின்படி ஒருவருக்கு வழங்கப்படும் பணத்தொகை *She **received an award of** Rs 50,000 for damages.*

award[2] /ə'wɔːd/ *verb* [T] **award sth (to sb)** to give sth to sb as a prize, payment, etc. ஒருவருக்கு ஒன்றைப் பரிசு, பணத்தொகை முதலிய ஒன்றாக அளி; பரிசளி *She was awarded first prize in the gymnastics competition.*

aware /ə'weə(r)/ *adj.* **1 aware (of sb/sth); aware (that)** knowing about or realizing sth; conscious of sb/sth ஒன்றைப் பற்றி அறிந்துகொள்கிற அல்லது தெளிவாக உணர்ந்துகொள்கிற; ஒருவர்/ஒன்று குறித்து உணர்வுத் தெளிவுடன் உள்ள *I am **well aware** of the problems you face.* • *There is no other entrance, **as far as I am aware**.* ✪ OPP **unaware 2** interested and informed பற்றார்வமும் தகவலறிவும் கொண்டுள்ள; ஈடுபாடும் கல்வி/கேள்வி அறிவும் வாய்க்கப்பெற்ற *Many young people are very politically aware.*

awareness /ə'weənəs/ *noun* [U] knowledge, consciousness or interest அறிவு, விழிப்புணர்வு அல்லது பற்றார்வம் *People's awareness of healthy eating has increased in recent years.*

awash /ə'wɒʃ/ *adj.* (*not before a noun*) **awash (with sth)** covered with water; flooded நீரால் சூழப்பட்ட; வெள்ளம் சூழ்ந்த (*figurative*) *The city was awash with rumours.*

away /ə'weɪ/*adv., adj.* **1 away (from sb/sth)** to a different place or in a different direction வேறிடத்திற்கு அல்லது வேறு திசையில்; அப்பால்; வேறுபக்கமாக *Go away! I'm busy!* • *I asked him a question, but he just looked away.* **2 away (from sth)** at a particular distance from a place ஓரிடத்திலிருந்து குறிப்பிட்ட தொலைவில் *The village is two kilometres away from the sea.* • *My parents live five minutes away.* **3 away (from sth)** (used about people) not present; absent (ஆட்கள் வகையில்) வந்திராது; இல்லாது *My neighbours are away on holiday at the moment.* **4** in the future எதிர்காலத்தில் *Our summer holiday is only three weeks away.* **5** into a place where sth is usually kept ஒன்று வழக்கமாக வைக்கப்படும் இடத்தில் *Put your books away now.* ➪ **throw sth away** என்ற தொடரை வேறுபடுத்திப் பார்க்க. **6** continuously, without stopping தொடர்ந்து; நிறுத்தாமல்; இடையறாது *They chatted away for hours.* **7** (used about a football, etc. match) on the other team's ground (கால்பந்தாட்டம் முதலிய விளையாட்டுப் போட்டிகளைப் பற்றிக் குறிப்பிடும் போது) எதிரணியின் ஆட்டக்களத்தில் *an away match/game* ✪ OPP **(at) home 8** until sth disappears ஒன்று மறையும் வரை *The crash of thunder slowly died away.* NOTE மேலும் **give away, take away** பார்க்க.

IDM **do away with sb/sth** to get rid of sb/sth ஒருவரை/ஒன்றை விட்டொழி; தொலைத்தொழி *The government are going to do away with the tax on fuel.*

right/straight away immediately; without any delay உடனடியாக; சிறிதும் தாமதியாமல் *I'll phone the doctor right away.*

awe /ɔː/ *noun* [U] feelings of respect and either fear or admiration அச்சவுணர்வு அல்லது பாராட்டுணர்வுடன் கூடிய மதிப்புணர்ச்சி; பயபக்தி *As a young boy he was very much in awe of his uncle.*

IDM **be in awe of sb/sth** to admire sb/sth and be slightly frightened of him/her/it ஒருவரை/ஒன்றைப் போற்று மற்றும் அவரிடம்/அதனிடம் சிறிது அச்சவுணர்வு கொண்டிரு; பயபக்தி கொள்

awe-inspiring *adj.* causing a feeling of respect and fear or admiration அச்சவுணர்வு அல்லது பாராட்டுணர்வுடன் கூடிய மதிப்புணர்ச்சியை ஏற்படுத்துகிற; பயபக்தி கொள்ளச் செய்கிற

awesome /'ɔːsəm/*adj.* **1** impressive and sometimes frightening மனத்தில் பதியத்தக்கதான மற்றும் சிலசமயங்களில் அச்ச உணர்வை உண்டாக்குகிற; பாராட்டுணர்வையும் சில சமயங்களில் அச்ச உணர்வையும் தோற்றுவிக்கிற *an awesome task* **2** (*AmE slang*) very good; excellent சிறப்பு மிக்க; உன்னதமான; மிகச் சிறந்த; முதல் தரமான

awful /'ɔːfl/ *adj.* **1** very bad or unpleasant மிக மோசமான; வெறுப்பூட்டுகிற; கேடான *We had an awful holiday. It rained every day.* • *What an awful thing to say!* **2** terrible; very serious பயங்கரமான; கவலைக்குரிய; பெரிதும் இடரார்ந்த *I'm afraid there's been some awful news.* **3** (*only before a noun*) (*informal*) very great பெரிய அளவிலான; பெரும்படியான; மிகுதிப்பாடுடைய; மட்டுமீறிய *We've got **an awful lot** of work to do.*

awfully /'ɔːfli/ *adv.* (*informal*) very; very much மிகவும்; மிகமிக; பெரிதும் *I'm awfully sorry.*

awhile /ə'waɪl/ *adv.* for a short time சிறிது நேரம்; சற்று

awkward /ˈɔːkwəd/ *adj.* **1** difficult to deal with எதிர்கொள்வதற்கு, கையாளுவதற்கு, அல்லது (அதன்மீது) செயல்படுவதற்குக் கடினமான *an awkward question • an awkward customer • The box isn't heavy but it's awkward to carry.* **2** not convenient, difficult வசதியாக அல்லது ஏற்புடையதாக இல்லாத; இடைஞ்சலான; தொல்லையான *My mother always phones at an awkward time. • This tin-opener is very awkward to clean.* **3** embarrassed or embarrassing சங்கட நிலைக்கு ஆளான அல்லது சங்கடத்தை உண்டாக்குகிற *I often feel awkward in a group of people. • There was an awkward silence.* **4** not using the body in the best way; not elegant or comfortable உடலைச் சீரான முறையில் பயன்படுத்தாத; நேர்த்தியற்ற; அலங்கோலமான *I was sitting in an awkward position.* ▶ **awkwardly** *adv.* ▶ **awkwardness** *noun* [U]

awning /ˈɔːnɪŋ/ *noun* [C] a sheet of cloth or other material that stretches out from above a door or window to keep off the sun or rain வெயில் அல்லது மழையிலிருந்து காப்பாக, கதவு அல்லது சன்னலின் மேல்பகுதியிலிருந்து வெளிப்பக்கம் நீண்டிருக்குமாறு பொருத்தப்பட்ட துணி அல்லது பிற பொருளாலான தகடு; மேற்கவிகை; மேற்கட்டி

awoke ⇨ **awake**[1] என்பதன் இறந்தகால வடிவம்

awoken ⇨ **awake**[1] என்பதன் இறந்தகால வினையெச்ச வடிவம்

AWOL /ˈeɪwɒl/ *abbr.* absent without leave (used especially when sb in the army, etc. has left his/her group without permission) விடுப்புப் பெறாது பணிக்கு வராமை (குறிப்பாகப் படைத்துறை, முதலியவற்றில் பணிபுரிபவர்கள் அனுமதிபெறாது பணிக்கு வராதிருத்தலைக் குறிக்கப் பயன்படுத்தப்படுவது) *He's **gone AWOL** from his base.*

awry /əˈraɪ/ *adv., adj.* (*not before a noun*) wrong, not in the way that was planned; untidy திட்டமிட்டபடி இல்லாத; சீரமைவற்ற; தவறான

axe[1] (*AmE* **ax**) /æks/ *noun* [C] a tool with a wooden handle and a heavy metal head with a sharp edge, used for cutting wood, etc. கோடாரி ⇨ **gardening** பதிவில் படம் பார்க்க.

axe[2] (*AmE* **ax**) /æks/ *verb* [T] **1** to remove sb/sth ஒருவரை/ஒன்றை நீக்கு; விலக்கு; ஒழி *Hundreds of jobs have been axed.* **2** to reduce sth by a great amount ஒன்றைக் கணிசமாகக் குறை; வெட்டு *School budgets are to be axed.*

NOTE குறிப்பாகப் பத்திரிகை தலைப்புச் செய்திகளில் இந்த வினை பெருவழக்காகப் பயன்படுத்தப்படுகிறது.

axiom /ˈæksiəm/ *noun* [C] a rule or principle that most people believe to be true பெரும்பாலானோரால் உண்மை என நம்பப்படும் ஒரு விதி அல்லது கோட்பாடு; அடிவழக்கு; மூதுரை

axiomatic /ˌæksiəˈmætɪk/ *adj.* (*formal*) true in such an obvious way that you do not need evidence to show that it is true ஆதாரம் காட்டி நிரூபிக்க வேண்டாது வெளிப்படையாக உண்மையாக உள்ள; தானே விளங்குகிற மெய்ம்மையான

axis /ˈæksɪs/ *noun* [C] (*pl.* **axes** /ˈæksiːz/) **1** a line we imagine through the middle of an object, around which the object turns கோளம் முதலியவை சுற்றி வருவதாகக் கொள்ளப்படும் கற்பனையான நடு ஊடுவரை; ஊடச்சு *The earth rotates on its axis.* **2** a fixed line used for marking measurements on a **graph** வரைபடத்தில் அளவுகளைக் குறிப்பதற்கு உதவும் நிலைக்கோடு *the horizontal/vertical axis*

axle /ˈæksl/ *noun* [C] a bar that connects a pair of wheels on a vehicle ஒரு வாகனத்தின் இணை உருளைகளை அல்லது சக்கரங்களை இணைக்கும் ஊடச்சு; இருசு

ayacut *noun* [C] (*IndE*) the entire extent of land irrigated by a canal, dam or a tank ஓர் ஏரி முதலியவற்றிலிருந்து பாசன வசதி பெறும் முழுநிலப்பரப்பு; ஆயக்கட்டு

ayatollah *noun* [C] a religious leader of Shiite Muslims in Iran ஈரானில் உள்ள ஷியா முஸ்லிம்களின் சமயத்தலைவர்

Ayurveda *noun* [U] (*IndE*) the traditional Hindu system of medicine that uses a combination of diet, herbal treatment, and yogic breathing to treat illnesses திட்ட உணவு, மூலிகை மருத்துவம், யோக உயிர்ப்பு முறை ஆகியவற்றைக் கலந்து பயன்படுத்தும் மரபுவழி இந்து மருத்துவ முறை; ஆயுர்வேதம் *an ayurvedic remedy/medicine*

azalea /əˈzeɪliə/ *noun* [C] a plant or bush with large flowers that may be pink, purple, white or yellow இளஞ்சிவப்பு, ஊதா, வெள்ளை அல்லது மஞ்சள் நிறத்திலான பெரிய பூக்களை உடைய செடிவகை அல்லது தாழ்ந்த கிளைகளைக் கொண்ட சிறு மரவகை

azure /ˈæʒə(r); ˈæzjʊə(r)/ *adj.* (*written*) bright blue in colour like the sky வானத்தைப் போன்ற ஒளிர் நீலவண்ணம் உடைய; ஒளிர் நீல நிறமான; **azure** *noun* [U]

B b

B, b /biː/ *noun* [C, U] (*pl.* **B's; b's** /biːz/) the second letter of the English alphabet ஆங்கில நெடுங்கணக்கின் இரண்டாவது எழுத்து *'Bengal' begins with (a) 'B'.*

b. *abbr.* born பிறந்த; பிறப்பு *J S Bhupathi, b. 1928*

BA /ˌbiː ˈeɪ/ *abbr.* Bachelor of Arts; the degree that you receive when you complete a university or college course in an arts subject இளங்கலைஞர்; பல்கலைக்கழகத்தில் அல்லது கல்லூரியில் ஒரு கலைத்துறைப் பாடப்பிரிவைப் பயின்று நிறைவு செய்யும் ஒருவருக்குத் தரப்படும் பட்டம் ➪ **BSc** மற்றும் **MA** பார்க்க.

baa /bɑː/ *noun* [*sing.*] the sound that a sheep makes ஆட்டின் கத்துதல் ஒலி

babble¹ /ˈbæbl/ *noun* [*sing.*] **1** the sound of many voices talking at the same time ஒரே சமயத்தில் பலர் பேசும்போது எழும் ஒலி; பல குரல் இணைந்த கலவை ஒலி **2** the sound of water running over stones கற்கள் மீது நீர் ஓடும்போது எழும் ஓசை; நீரோட்டத்தின் மென்மையான சலசலப்பு

babble² /ˈbæbl/ *verb* [I] **1** to talk quickly or in a way that is difficult to understand வேகமாக அல்லது புரிந்துகொள்வதற்குச் சிரமமான முறையில் பேசு; தெளிவற்றுப் பேசு; உளறு **2** to make the sound of water running over stones கற்கள் மீது நீர் ஓடும் ஒலி செய்; சலசல ஒலி எழுப்பு

babe /beɪb/ *noun* [C] **1** (*AmE slang*) used when talking to sb, especially a girl or young woman ஒருவரிடம், குறிப்பாக ஒரு சிறுமி அல்லது ஓர் இளம்பெண்ணிடம், பேசும்பொழுது பயன்படுத்தப்படும் சொல் *It's OK, babe.* **2** (*slang*) an attractive young woman கவர்ச்சியான இளம்பெண் **3** (*old-fashioned*) a baby குழந்தை

baboon /bəˈbuːn/ *noun* [C] a large African or Asian monkey with a long face like a dog's நாயினுடையதைப் போன்ற நீண்ட முகத்தையுடைய, பெரிய ஆப்பிரிக்க அல்லது ஆசியக் குரங்கு வகை

baby /ˈbeɪbi/ *noun* [C] (*pl.* **babies**) **1** a very young child இளங்குழந்தை; மதலை; மழலை *I'm going to have a baby.* • *She's* ***expecting a baby*** *early next year.* • *a baby boy/girl* **2** a very young animal or bird (விலங்கு அல்லது பறவையின்) பிள்ளை; கன்று; குட்டி; குஞ்சு **3** (*AmE slang*) a person, especially a girl or young woman, that you like or love தனது விருப்பத்திற்கு அல்லது அன்புக்கு உரிய ஒரு நபர், குறிப்பாக ஒரு சிறுமி அல்லது ஓர் இளம்பெண்

baby boom *noun* [C, *usually sing.*] a time when more babies are born than usual, for example after a war (ஒரு போரை அடுத்துள்ள காலம் போன்ற) வழக்கமானதை விட மிகுதியாகக் குழந்தைகள் பிறக்கும் காலம்; குழந்தைப் பெருக்கக் காலம்

baby boomer *noun* [C] a person born during a baby boom குழந்தைப் பெருக்கக் காலத்தில் பிறந்தவர்

baby carriage (*AmE*) = **pram**

babyhood /ˈbeɪbihʊd/ *noun* [U] the time of your life when you are a baby குழந்தைப் பருவம்; மழலைப் பருவம்

babyish /ˈbeɪbiɪʃ/ *adj.* suitable for or behaving like a baby குழந்தை போன்று நடந்துகொள்கிற; குழந்தைக்கு ஏற்ற; குழந்தை இயல்புடைய

babysit /ˈbeɪbisɪt/ *verb* [I] (**babysitting;** *pt, pp* **babysat**) to look after a child for a short time while the parents are out பெற்றோர் வெளியில் செல்லும் சமயத்தில் குழந்தையைக் கவனித்துக்கொள் ▶ **babysitter** *noun* [C]

bachelor /ˈbætʃələ(r)/ *noun* [C] **1** a man who has not yet married திருமணமாகாத ஆண் **NOTE** தற்பொழுது **single** என்ற சொல் திருமணமாகாத ஆண் அல்லது பெண்ணைக் குறிக்கப் பெருவழக்காகப் பயன்படுத்தப்படுகிறது—*a single man/woman* **2** a person who has a first university degree பல்கலைக்கழக முதனிலை/அடிப்படைப் பட்டம் பெற்றவர்; இளங்கலை/இளம் அறிவியல் பட்டதாரி *a Bachelor of Arts/Science*

bacillus /bəˈsɪləs/ *noun* [C] (*pl.* **bacilli** /bəˈsɪlaɪ/) a type of very small living creature (**bacterium**). There are several types of bacillus, some of which cause diseases நுண்ணுயிரி வகை. இவை பல வகைகளாக உள்ளன. இவற்றில் சிலவகை நோய் தருவன

back¹ /bæk/ *noun* **1** [C] the part of a person's or animal's body between the neck and the bottom மனித அல்லது விலங்கு உடலில் கழுத்துக்கும் பிட்டத்திற்கும் இடைப்பட்ட பகுதி; மனித உடலின் பின்புறம்; விலங்குடலின் மேற்பகுதி; முதுகு *Do you sleep* ***on your back*** *or on your side?* • *She was standing* ***with her back to*** *me so I couldn't see her face* **2** (*usually sing.*) the part or side of sth that is furthest from the front ஒன்றன் முன்பக்கத்திலிருந்து கடைக்கோடியிலுள்ள பகுதி அல்லது பக்கம்; பின்பகுதி; பின்பக்கம்; அடிப்புறம் *I sat **at the back of** the class. • The answers are **in the back of** the book. • Write your address **on the back of** the cheque.* **3** [C] the part of a chair that supports your upper body when you sit down உட்கார்ந்த நிலையில் உடலின் மேற்பகுதியைத் தாங்கும் நாற்காலிப் பகுதி; நாற்காலிச் சாய்பகுதி

IDM **at/in the back of your mind** if sth is at the back of your mind, it is in your thoughts but is not the main thing that you are thinking about கருத்தில் உள்ள ஆனால் முதன்மையானதல்லாததாக; மனத்தின் அடிப்பகுதியில்

back to front with the back where the front should be முன்பகுதி இருக்கவேண்டிய இடத்தில் பின்பகுதி வந்தமைந்து; முன்பின்னாக *Wait a minute—you've got your jumper on back to front.* ➪ **way¹ 3** பார்க்க.

behind sb's back without sb's knowledge or agreement ஒருவருக்குத் தெரியாமல் அல்லது ஒருவருடைய இசைவின்றி; மறைவாக; முதுகுக்குப் பின்னால் *They criticized her behind her back.* ✪ OPP **to sb's face**

get off sb's back (*informal*) to stop annoying sb, for example when you keep asking him/her to do sth (ஒன்றைச் செய்யுமாறு ஒருவரிடம் விடாது வற்புறுத்துதல் போன்று) ஒருவருக்கு எரிச்சலூட்டுவதை நிறுத்து; தொல்லைப்படுத்தாது விட்டுவிடு *I've told her I'll do the job by Monday, so I wish she'd get off my back!*

know sth like the back of your hand ➪ **know¹** பார்க்க.

a pat on the back ➪ **pat²** பார்க்க.

turn your back on sb/sth to refuse to be involved with sb/sth ஒருவருடன்/ஒன்றுடன் சேர்ந்திணைந்திருக்கவோ தொடர்புற்றிருக்கவோ மறுத்துவிடு

back² /bæk/ *adj.* (*only before a noun*) **1** furthest from the front முன்பகுதியிலிருந்து கடைக்கோடியான; பின்னாலுள்ள *Have you locked the back door? • the back row of the theatre • back teeth* **2** owed from a time in the past கடந்த காலத்தின் ஒரு கட்டத்திலிருந்து செலுத்தப்படவேண்டிய; கடந்த கால நிலுவையான *back pay/rent/taxes*

IDM **on the back burner** (*informal*) (used about an idea, a plan, etc.) left for the present time, to be done or considered later (ஒரு கருத்து, திட்டம் முதலியவற்றைப் பற்றிக் குறிப்பிடுகையில்) பின்னர் செய்வதற்காக அல்லது கருதிப்பார்ப்பதற்காகத் தற்பொழுது விட்டுவைக்கப்பட்டதாக அல்லது நிறுத்திவைக்கப்பட்டதாக

take a back seat to allow sb to play a more important or active role than you do in a particular situation குறிப்பிட்ட ஒரு சூழ்நிலையில் வேறொருவர் தன்னைவிட முக்கியமான அல்லது முனைப்பான செயல் ஈடுபாடு கொள்ள விடு

back³ /bæk/ *adv.* **1** in or to a place or state that sb/sth was in before ஒருவர்/ஒன்று முன்பு இருந்த இடத்தில் அல்லது இடத்திற்கு; முன்பு இருந்த நிலையில் அல்லது நிலைக்கு; திரும்பி; மீண்டும் *I'm going out now—I'll **be back** about six o'clock. • It started to rain so I **came back** home. • **Go back** to sleep.* **2** away from the direction you are facing or moving in தான் நோக்கியுள்ள அல்லது சென்று கொண்டிருக்கும் திசைக்கு அப்பால், திசையிலிருந்து தள்ளி *She walked away without **looking back**. • Could everyone **move back** a bit, please?* ✪ OPP **forward** **3** away from sth; under control ஒன்றிலிருந்து ஒதுக்கமாக, விலகி அல்லது பின்னடைந்து; கட்டுப்பாட்டுக்குள் *The police were unable to **keep** the crowds **back**. • She tried to **hold back** her tears.* **4** in return or in reply எதிர்ச்செயலாக; மறுமொழியாக; பதிலாக *He said he'd **phone** me **back** in half an hour.* **5** in or into the past; ago முன்னால்; கடந்த காலத்தில்; காலத்தால் பின்னடைந்து; பின்னோக்கி *I met him a few years back, in Madurai. • **Think back** to your first day at school.*

IDM **back and forth** from one place to another and back again, all the time ஒழிவின்றி ஓரிடத்திலிருந்து மற்றோர் இடத்துக்குச் சென்று திரும்பி; போவதும் வருவதுமாக *Travelling back and forth to work takes up quite a bit of time.*

back⁴ /bæk/ *verb* **1** [I, T] to move backwards or to make sth move backwards பின்னோக்கிச் செல் அல்லது பின்னோக்கிச் செலுத்து; எதிர்மறையான திசையில் செல்; பின்புறமாகத் தள்ளு *I'll have to back into that parking space. • He backed the car into the garage.* **2** [I] to face sth at the back பின்புறமாக உள்ள ஒன்றை நோக்கியிரு *Many of the colleges back onto the river.* **3** [T] to give help or support to sb/sth ஒருவருக்கு/ஒன்றற்கு உதவு அல்லது ஆதரவளி; துணைசெய் *We can go ahead with the scheme if the bank will agree to back us.* **4** [T] to bet money that a particular horse, team, etc. will win in a race, sports, elections, etc. ஒரு பந்தயத்தில், விளையாட்டுப் போட்டியில் அல்லது தேர்தலில் குறிப்பிட்ட ஒரு குதிரை, ஓர் அணி, முதலியவற்றுக்கு ஆதரவாகப் பந்தயம் கட்டு *Which horse are you backing in the 2 o'clock race?*

PHR V **back away (from sb/sth)** to move backwards because you are afraid, shocked, etc. அச்சம், அதிர்ச்சி முதலியவை காரணமாகப் பின்னோக்கிச் செல்; பின்வாங்கு; பின்னடை

back down to stop saying that you are right தன்பக்கம் நியாயம் இருப்பதாகக் கூறுவதை நிறுத்து; ஒரு கோரிக்கை, கருத்து முதலியவற்றைக் கைவிடு; ஒரு நிலையிலிருந்து பின்வாங்கு *I think you are right to demand an apology. Don't back down now.*

back out (of sth) to decide not to do sth that you had promised to do செய்வதாக வாக்களித்திருந்த ஒன்றைச் செய்ய வேண்டாமென முடிவுசெய்; வாக்குறுதியிலிருந்து பின்வாங்கு *You promised you would come with me. You can't back out of it now!*

back sb/sth up to support sb; to say or show that sth is true ஒருவருக்கு ஆதரவளி; உதவியாக இரு; ஒன்று மெய்யானதெனக் கூறு அல்லது தெளிவுபடுத்து *I'm going to say exactly what I think at the meeting. Will you back me up?* • *All the evidence backed up what the woman had said.*

back (sth) up to move backwards, especially in a vehicle குறிப்பாக ஓர் ஊர்தியில், பின்னோக்கிச் செல் *Back up a little so that the other cars can get past.*

back sth up (*computing*) to make a copy of a computer program, etc. in case the original one is lost or damaged கணினி நிரல் முதலியவற்றின் மூலப்படி காணாமல்போகும் அல்லது சேதமடையும் சந்தர்ப்பத்தை முன்னிட்டு அதன் நகலைத் தயார் செய் அல்லது காப்புநகல் எடு

backache /ˈbækeɪk/ *noun* [U] a pain in your back முதுகில் ஏற்படும் வலி; முதுகுவலி ➪ **ache** பதிவிலுள்ள குறிப்பைப் பார்க்க.

backbone /ˈbækbəʊn/ *noun* **1** [C] the row of small bones that are connected together down the middle of your back முதுகு நடுப்பகுதி நெடுகிலும் வரிசையாக ஒன்றிணைந்து அமைந்துள்ள சிறு எலும்புகளின் தொகுதி; முதுகெலும்பு ✪ SYN **spine** ➪ **body** பதிவில் படம் பார்க்க. **2** [*sing.*] the most important part of sth ஒன்றன் மிக முக்கியமான, தலையாய அல்லது இன்றியமையாத பகுதி; முதன்மைக் கூறு; ஆதாரப் பகுதி *Agriculture is the backbone of the country's economy.*

back-breaking *adj.* (used about physical work) very hard and tiring (உடல் உழைப்புச் சார்ந்த பணியைக் குறிப்பிடுகையில்) பெரிதும் கடினமானதும் களைப்பூட்டுவதுமான; துன்பப்படுத்துகிற; கடும் உழைப்புக்கு ஆட்படுத்துகிற

backcloth /ˈbækklɒθ/ = **backdrop**

backdate /ˌbækˈdeɪt/ *verb* [T] to make a document, cheque or payment take effect from an earlier date ஓர் ஆவணம், ஒரு காசோலை அல்லது பணம் செலுத்துகை முந்திய ஒரு தேதியிலிருந்து விளைபயன் கொள்ளுமாறு செய்; முன்தேதியிடு *The pay rise will be backdated to 1 April.*

backdrop /ˈbækdrɒp/ (*also* **backcloth**) *noun* [C] a painted piece of material that is hung behind the stage in a theatre as part of the scenery நாடக அரங்கில் காட்சித்திரைத் தொகுதியின் பகுதியாக மேடைக்குப் பின்னால் தொங்கவிடப்பட்டிருக்கும் வண்ணச் சீலை; நாடக மேடைப் பின்புற ஓவியத்திரை

backer /ˈbækə(r)/ *noun* [C] a person, organization or company that gives support to sb, especially financial support ஒருவருக்கு ஆதரவளிக்கும், குறிப்பாக நிதியுதவி செய்யும் நபர், அமைப்பு அல்லது நிறுவனம்; ஆதரவாளர்; துணைநிற்பவர்

backfire /ˌbækˈfaɪə(r)/ *verb* [I] to have an unexpected and unpleasant result, often the opposite of what was intended பெரும்பாலும் தான் கருதியதற்கு எதிரான, எதிர்பாராத தீய பின் விளைவை அடையப்பெறு; எதிர்மாறான சாதகமற்றப் பின்விளைவுக்கு உள்ளாகு

background /ˈbækgraʊnd/ *noun* **1** [*sing.*] the part of a view, scene, picture, etc. which is furthest away from the person looking at it பார்த்துக் கொண்டிருப்பவரிடமிருந்து மிகுதொலைவு தள்ளி அல்லது கடைக்கோடியில் காணப்படும் ஒரு காட்சி, சூழலமைவு, வரைபடம் முதலியவற்றின் பகுதி; பின்னணி *You can see the mountains **in the background** of the photo.* ✪ OPP **foreground** **2** [*sing.*] a position where sb/sth can be seen/heard, etc. but is not the centre of attention ஒருவர்/ஒன்று காணக்கூடிய அல்லது கேட்கக்கூடிய, ஆனால் கருத்து மையமாக அமையாத முறையில் இருக்கும் நிலை; பின்னணி நிலை *The film star's husband prefers to stay in the background.* • *I like to have **background music** when I'm studying.* **3** [*sing.*] [U] the facts or events that are connected with a situation குறிப்பிட்ட சூழ்நிலை தொடர்பான மெய்ம்மைக் கூறுகள் அல்லது நிகழ்வுகள்; பின்னணிச் சூழல் *The talks are taking place against a background of increasing tension.* • *I need some background information.* **4** [C] the type of family and social class you come from and the education and experience you have ஒருவர் சார்ந்துள்ள குடி, சமூக வகுப்பு மற்றும் அவரது கல்வி, அனுபவம் ஆகியவற்றின் தொகுதி; தனி ஒருவர் பின்னணி *We get on very well together in spite of our different backgrounds.*

backhand /ˈbækhænd/ *noun* [*sing.*] a way of hitting the ball in tennis, etc. that is made with the back of your hand facing forward வரிப்பந்தாட்டம் முதலியவற்றில் பின்கை முன்னோக்கியவாறு பந்தை அடிக்கும் முறை; பின்கை முன்னோக்கிய பந்தடிப் பாங்கு ✪ OPP **forehand**

backing /ˈbækɪŋ/ *noun* [U] help or support to do sth, especially financial support ஒரு செயலுக்கு அளிக்கப்படும் உதவி அல்லது ஆதரவு, குறிப்பாக நிதியுதவி

backlash /ˈbæklæʃ/ *noun* [*sing.*] a strong reaction against a political or social event or development ஓர் அரசியல் அல்லது ஒரு சமூக நிகழ்வுக்கு அல்லது மாற்ற நிலைக்கு எதிரான தீவிரமான எதிர்ச்செயல்; கடுமுனைப்பான எதிர்விளைவு; எதிரலை

backlog /ˈbæklɒg/ *noun* [C] (*usually sing.*) an amount of work, etc. that has not yet been done and should have been done already ஏற்கனவே செய்து முடிக்கப்பட்டிருக்க வேண்டிய, ஆனால் முடிக்கப்படாது எஞ்சிநிற்கும் பணித்தொகுதி முதலியன; எச்சம்; நிலுவை

backpack¹ /ˈbækpæk/ *noun* [C] a large bag, often on a metal frame, that you carry on your back when travelling பயணத்தின்போது முதுகின் மீதிட்டு உடன் கொண்டுசெல்லும், பெரும்பாலும் உலோகச் சட்டம் பொருத்தப்பட்ட, பெரிய பை வகை; பயண முதுகுப்பை ✪ SYN **rucksack**

backpack² /ˈbækpæk/ *verb* [I] to go walking or travelling with your clothes, etc. in a backpack முதுகுப்பையில் உடுப்பு முதலியவற்றை வைத்துக்கொண்டு நடந்து செல் அல்லது பயணம் மேற்கொள் *We went backpacking round Karnataka last summer.* ▶ **backpacker** *noun* [C]

back-pedal *verb* [I] (*pres. part.* **back-pedalling;** *pt, pp* **back-pedalled** *AmE* **back-pedaling; back-pedaled**) **1 back-pedal (on sth)** to change an earlier statement or opinion; to not do sth that you promised to do முந்திய கூற்றை அல்லது கருத்தை மாற்றிக்கொள்; செய்வதாக வாக்களித்த ஒன்றைச் செய்யாது விடு; பின்வாங்கு; சொன்ன சொல் மாறு *The protests have forced the government to back-pedal on plans to introduce a new tax.* **2** to move your feet backwards when you are riding a bicycle in order to go backwards or slow down மிதிவண்டியில் செல்லும்பொழுது வண்டியைப் பின்னோக்கிச் செலுத்துவதற்காக அல்லது வேகம் குறைப்பதற்காகக் கால்களை பின்னோக்கி இயக்கு; மிதிவண்டியைப் பின்னோக்கி மிதி

backside /ˈbæksaɪd/ *noun* [C] (*informal*) the part of your body that you sit on; your bottom உட்காரும்பொழுது ஒரு பரப்பின்மீது படிந்தமையும் உடற்பகுதி; பிட்டம்

backslash /ˈbækslæʃ/ *noun* [C] a mark (\) used in computer **commands** கணினிக் கட்டளைக் குறிப்புகளில் பயன்படுத்தப்படும் (\) வடிவக்குறி ⇨ **slash² 3** பார்க்க.

backstage /ˌbækˈsteɪdʒ/ *adv.* in the part of a theatre where the actors get dressed, wait to perform, etc. நடிகர்கள் உடை புனைதல், காட்சியில் தோன்றுவதற்குமுன் காத்திருத்தல், முதலியவற்றுக்கான நாடக அரங்குப் பகுதியில்; நாடக உள்ளரங்கில்

backstroke /ˈbækstrəʊk/ *noun* [U] a style of swimming that you do on your back முதுகுப்புறம் நீர்ப்பரப்பில் படும்படியான நீச்சல் பாணி; மல்லாந்து நீந்துதல் *Can you do* ***backstroke****?* ⇨ **swim** பதிவில் படம் பார்க்க.

backtrack /ˈbæktræk/ *verb* [I] **1** to go back the same way you came வந்த வழியிலேயே திரும்பிச் செல்; பின்னோக்கிச் செல் **2 backtrack (on sth)** to change your mind about a plan, promise, etc. that you have made உருவாக்கப்பட்ட திட்டம், கொடுக்கப்பட்ட வாக்கு முதலியவை வகையில் மனம் மாறு; பின்வாங்கு *The union forced the company to backtrack on its plans to close the factory.*

back-up *noun* **1** [U] extra help or support that you can get if necessary தேவைப்படும் நிலையில் கிடைக்கக்கூடிய அல்லது பயன்படுத்தக்கூடிய மிகைப்படியான உதவி அல்லது ஆதரவு; பக்கத் துணை; துணையாதரவு **2** [C] (*computing*) a copy of a computer disk that you can use if the original one is lost or damaged மூலப்படி காணாமல் போகும்போதோ சேதம் அடையும் நிலையிலோ பயன்படுத்துவதற்குரிய குறுவட்டு நகல்; காப்பு நகல் *Always make a back-up of your files.*

backward /ˈbækwəd/ *adj.* **1** (*only before a noun*) directed towards the back பின்னோக்கிச் செலுத்தப்படுகிற; பின்னோக்கிய *a backward step/glance* ✪ OPP **forward 2** slow to develop or learn வளர்ச்சியில் அல்லது கற்பதில் மந்தமான; பின்தங்கியுள்ள; பிற்பட்ட *Our teaching methods are backward compared to some countries.*

backwards /ˈbækwədz/ (*also* **backward**) *adv.* **1** towards a place or a position that is behind பின்புறமாக உள்ள ஓரிடத்தை அல்லது பிற்பட்ட ஒரு நிலையை நோக்கி; பின்னோக்கி; பின்பக்கமாக *Could everybody take a step backwards?* **2** in the opposite direction to usual வழக்கமுறைக்கு எதிர்த்திசையில் அல்லது எதிர்ப்போக்காக; பின்னோக்கி *Can you say the alphabet backwards?* ✪ OPP **forwards**

IDM **backward(s) and forward(s)** first in one direction and then in the other, all the time ஒரு திசையிலும் மறுதிசையிலுமாகத் தொடர்ந்து; விடாது முன்னும் பின்னுமாக *The dog ran backwards and forwards, barking loudly.*

backwash /ˈbækwɒʃ/ *noun* [U] (in geography) the movement of water back into the sea after a wave has hit the beach (புவியியலில்) ஓர் அலையாகக் கடற்கரையில் சென்று மோதிப் பின்னடைந்து கடலுக்குள் செல்லும் நீரின் இயக்கம்; கடல் நீரோட்டப் பின்னடைவு இயக்கம் ➪ **swash** பார்க்க; மேலும் **wave** பதிவில் படம் பார்க்க.

backwater /ˈbækwɔːtə(r)/ *noun* [C] **1** (*also* **backwaters**) a body of water or a part of a river pushed back by currents of the sea and separated from it by large areas of sand கடல் நீரோட்டத்தால் பின்தள்ளப்பட்டுப் பெரிய மணற்பகுதிகளால் கடலிலிருந்து பிரிக்கப்பட்டுள்ள நீர்/நதியின் பகுதி; உப்பங்கழி; காயல் **2** a place that is away from where most things happen and so it is not affected by new ideas or outside events பெரும்பான்மையான நிகழ்வுகள் சம்பவிக்கும் பகுதியிலிருந்து ஒதுங்கி அமைந்து, புதிய கருத்துகளின் அல்லது வெளியுலகச் சம்பவங்களின் தாக்கம் நிகழாத இடம்; நாகரிகத்தில் பின்தங்கிய இடம்

backyard /ˌbækˈjɑːd/ *noun* [C] **1** (*BrE*) an area behind a house, usually with a hard surface made of stone or **concrete**, with a wall or fence around it பெரும்பாலும் கற்கள் பாவிய அல்லது காரைக்கட்டாக அமைந்த கெட்டியான தரையை உடையதும், சுற்றிலும் சுவர் அல்லது வேலி அமைக்கப்பட்டதுமான வீட்டின் பின்புறப் பகுதி; புழக்கடை **2** (*AmE*) the whole area behind the house including the grass area and the garden புல்வெளியும் தோட்டமும் உள்ளடங்கிய வீட்டின் பின்பகுதி; கொல்லைப்புறம்

bacon /ˈbeɪkən/ *noun* [U] thin pieces of salted or smoked meat from the back or sides of a pig உப்பிடப்பட்ட அல்லது புகைப்பதனமிடப்பட்ட பன்றியின் மேற்புற அல்லது பக்க இறைச்சித் துண்டங்கள்; பன்றியின் பதனப்படுத்தப்பட்ட விலா இறைச்சி

bacteria /bækˈtɪəriə/ *noun* [*pl.*] (*technical*) (*sing.* **bacterium** /-iəm/) very small living things that can only be seen with special equipment (**a microscope**). Bacteria exist in large numbers in air, water, soil, plants and the bodies of people and animals. Some bacteria cause disease காற்று, நீர், மண், தாவரங்கள், மனித மற்றும் விலங்கு உடல்கள் ஆகியவற்றில் பேரளவில் காணப்படுவனவும், நுண்ணோக்காடி வழி மட்டுமே பார்க்கக்கூடியனவுமான மிகச் சிறு உயிர்ப்பொருள்கள். இவற்றுள் சில வகை நோய் தரவல்லன; நுண்ணுயிரிகள்; நுண்மங்கள்; ➪ **germ**[1] மற்றும் **virus** பார்க்க. ▶ **bacterial** /-riəl/ *adj. bacterial infection/growth*

bad /bæd/ *adj.* (**worse** /wɜːs/, **worst** /wɜːst/) **1** not good; unpleasant நல்லதல்லாத; இனியதல்லாத; கெட்ட; மோசமான *Our family's had a bad time recently.* • *bad weather* **2** of poor quality; of a low standard கீழ்த்தரமான; தரம் தாழ்ந்த; மட்டமான *Many accidents are caused by bad driving.* • *Some of the company's problems are the result of bad management.* **3 bad (at sth/at doing sth)** not able to do sth well or easily; not skilful ஒரு செயலைத் திருத்தமாக அல்லது எளிதாகச் செய்ய இயலாத; செயல் திறம் அற்ற; திறமையற்ற; பயிற்சி ஆற்றல் இல்லாத *a bad teacher/driver/cook* • *I've always been bad at sport.* **4** serious; severe கடுமையான; தீவிரமான; மோசமான *The traffic was very bad on the way to work.* • *She went home with a bad headache.* **5** (used about food) not fresh or fit to eat; rotten (உணவு வகையில்) புதிதாகவோ உண்ணுவதற்கு ஏற்றதாகவோ இல்லாத; கெட்டுப்போன; பதனழிவுற்ற *These eggs will* ***go bad*** *if we don't eat them soon.* **6** (used about parts of the body) not healthy; painful (உடல் உறுப்புகள் வகையில்) நலம் குன்றிய; வலி உள்ள; நோவுற்ற *He's always had a bad heart.* • *Kannan's off work with a bad back.* **7** (used about a person or behaviour) not good; morally wrong (ஒரு நபர் அல்லது நடத்தை பற்றிக் குறிப்பிடுகையில்) நல்லதல்லாத; தீய; கெட்ட; ஒழுக்கமில்லாத *He was not a bad man, just rather weak.* **8** (*not before a noun*) **bad for sb/sth** likely to damage or hurt sb/sth ஒருவருக்கு/ஒன்றற்கு ஊறு விளைவிக்கக் கூடிய; தீங்காக அல்லது பாதகமாக அமையும் வாய்ப்புள்ள; கெடுதல் செய்யக்கூடிய *Sugar is bad for your teeth.* **9 bad (for sth/to do sth)** difficult or not suitable கடினமான; ஏற்றதல்லாத *This is a bad time to phone—everyone's out to lunch.*

IDM **not bad** (*informal*) quite **good** ஓரளவு நலமானதாக; மோசமானதல்லாததாக *'What was the film like?' 'Not bad.'*

too bad (*informal*) used to show that nothing can be done to change a situation ஒரு சூழ்நிலை சீர்படுத்தவே முடியாத நிலையில் உள்ளது என்பதைத் தெளிவுபடுத்தப் பயன்படுத்தப்படும் தொடர்; படுமோசமான *'I'd much rather stay at home.' 'Well that's just too bad. We've said we'll go.'*

badam *noun* (*IndE*) almond வாதுமைக்கொட்டை ➪ **nut** பதிவில் படம் பார்க்க.

baddy (*also* **baddie**) /ˈbædi/ *noun* [C] (*pl.* **baddies**) (*informal*) a bad person in a film, book, etc. திரைப்படம், நூல் முதலியவற்றில்

தோன்றும் தீய பாத்திரம்; பாதகன்; கெட்டவன் ✪ OPP **goody**

badge /bædʒ/ *noun* [C] a small piece of metal, cloth or plastic with a design or words on it that you wear on your clothing உடையில் பொருத்தி அணிந்துகொள்ளும், ஓர் உருவரைபடம் அல்லது ஒரு வாசகம் பொறிக்கப்பட்ட சிறு உலோக, துணி அல்லது பிளாஸ்டிக் பொருள்; அடையாள வில்லை; சின்னம் *The players all have jackets with the club badge on.*

badger /ˈbædʒə(r)/ *noun* [C] an animal with black and white lines on its head that lives in holes in the ground and comes out at night வளைகளில் வாழ்வதும் இரவில் வெளிவருவதுமான, தலையில் கறுப்பு மற்றும் வெண்மை நிற வரிகளைக் கொண்ட விலங்கு வகை; வளைக்கரடி

bad language *noun* [U] words that are used for swearing நயமற்ற மோசமான சொற்கள்; வசைமொழி

badly /ˈbædli/ *adv.* (**worse** /wɜːs/, **worst** /wɜːst/) **1** in a way that is not good enough; not well மோசமான, திருந்தாத அல்லது சீரற்ற முறையில்; நலமற்றதாக; குறைபாட்டுடன் *She did badly in the exams.* **2** seriously; severely கவலை அளிக்கத்தக்கதாக; கடுமையாக; மோசமாக *He was badly hurt in the accident.* **3** very much மிக அவசியமாக; இன்றியமையாது *He badly needed a holiday.*

IDM **badly off** poor; not having enough of sth வறுமைப்பட்ட; ஏழ்மையான; போதாமைக்கு/பற்றாக்குறைக்கு ஆட்பட்ட ✪ OPP **well off**

badminton /ˈbædmɪntən/ *noun* [U] a game for two or four people in which players hit a type of light ball with feathers (**a shuttlecock**) over a high net, using a piece of equipment (**a racket**), which is held in the hand கனமற்ற, இறகுகள் இணைக்கப்பட்ட ஒரு வகை நெட்டிப்பந்தை உயரமான வலைக்கு மேல் மட்டையால் அடித்து இருவர் அல்லது நால்வர் ஆடும் ஆட்டம்; பூப்பந்தாட்டம்; பேட்மின்டென்

badshah (*also* **Badshah**) *noun* [C] (*IndE*) the ruler of an empire; an emperor ஒரு பேரரசின் ஆட்சியாளர்; பேரரசர் *Akbar, the Mughal Badshah, was a great patron of art and architecture.*

bad-tempered *adj.* often angry or impatient அடிக்கடி சினம் கொள்கிற, எரிச்சலடைகிற அல்லது ஆத்திரப்படுகிற

baffle /ˈbæfl/ *verb* [T] to be impossible to understand; to confuse sb very much புரிந்துகொள்ள முடியாதிரு; மனத்தைப் பெரிதும் குழப்பு; மலைப்பூட்டு *His illness baffled the doctors.* ▶ **baffled** *adj. His face had a baffled look as he read the instructions.* ▶ **baffling** *adj.*

bag¹ /bæg/ *noun* **1** [C] a container made of paper or thin plastic that opens at the top மேற்பக்கம் திறப்புள்ள, காகிதத்தால் அல்லது மெலிதான பிளாஸ்டிக்கால் செய்யப்பட்ட பொதியுறை; பை *She brought some sandwiches in a plastic bag.* **2** [C] a strong container made from cloth, plastic, leather, etc., usually with one or two handles, used to carry things in when travelling, shopping, etc. துணி, பிளாஸ்டிக், தோல் முதலியவற்றால் செய்யப்பட்டதும், பெரும்பாலும் ஒன்று அல்லது இரண்டு கைப்பிடிகள் கொண்டதும், தொலைப் பயணம், கடைக்குச் செல்லல் முதலியவற்றின்போது பொருள்களை உள்ளிட்டுக் கொண்டு செல்லப் பயன்படுத்தப்படுவதுமான உறுதியான பொதியுறை; பயணப்பை *a shopping bag* • *Have you packed your bags yet?* • *She took her purse out of her bag* (= handbag). **3** [C] the amount contained in a bag ஒரு பை கொள்ளும் அளவு; பையளவு *She's eaten a whole bag of sweets!* • *a bag of crisps/sugar/flour* **4 bags** [*pl.*] folds of skin under the eyes, often caused by lack of sleep பெரும்பாலும் தூக்கமின்மை காரணமாகக் கண்களின் அடிப்பகுதியில் தோன்றும் சுருக்கங்கள் **5 bags** [*pl.*] (*BrE informal*) **bags (of sth)** a lot (of sth); plenty (of sth) ஒன்றன் மிகுதி; ஏராளம்; திரள் *There's no hurry, we've got bags of time.*

bag² /bæg/ *verb* [T] (**bagging; bagged**) (*informal*) to try to get sth for yourself so that other people cannot have it ஒன்று பிறருக்குக் கிடைக்க வாய்ப்பில்லாதவாறு, தனக்கே கிட்டச்செய்ய முயல்; ஒன்றைத் தனி ஒருவராகத் தானே பெற முயல் *Somebody's bagged the seats by the pool!*

bagel /ˈbeɪgl/ *noun* [C] a type of bread roll in the shape of a ring வளை வடிவான ரொட்டிச்சுருள் வகை

baggage /ˈbægɪdʒ/ *noun* [U] bags, suitcases, etc. used for carrying a person's clothes and things on a journey பயணத்தின்போது உடுப்பு மற்றும் பிற பொருள்களை எடுத்துச்செல்வதற்கான பைகள், பெட்டிகள் முதலியவற்றின் தொகுதி; மூட்டைமுடிச்சுகள் ***excess baggage*** (= baggage weighing more than the airline's permitted limit) • *I went to wait for my suitcase at* ***baggage reclaim*** (= the area in an airport where luggage goes after being taken off a plane). ✪ SYN **luggage**

baggy /ˈbægi/ *adj.* (used about a piece of clothing) big; hanging loosely on the body (ஓர் உடுப்பைக் குறிப்பிடும்போது) அளவில் பெரிய; தளர்ச்சியாகத் தொங்குகிற

bagh *noun* [C] (*IndE*) a large garden பெரிய பூந்தோட்டம் *Shalimar Bagh*

bagpipes /ˈbægpaɪps/ *noun* [*pl.*] a musical instrument, popular in Scotland, that is played by blowing air through a pipe into a bag and then pressing the bag so that the air comes out of other pipes ஒரு குழல் வழியாக ஒரு பையினுள் காற்றை ஊதிப் பின்னர் மற்ற குழல்கள் வழியாகக் காற்று வெளிப்படுமாறு அப்பையை அமுக்கி வாசிக்கப்படும் இசைக்கருவி வகை; பைக்குழல் இசைக்கருவி. இக்கருவி ஸ்காட்லாந்தில் பிரபலமானது. ➪ **piano** பதிவிலுள்ள குறிப்பைப் பார்க்க.

bail[1] /beɪl/ *noun* [U] money that sb agrees to pay if a person accused of a crime does not appear in front of the court on the day he/she is called. When bail has been arranged, the accused person can go free until that day குற்றம் சாட்டப்பட்ட ஒரு நபர் அழைக்கப்படும் தேதியில் நீதிமன்றத்திற்கு வராவிடில் ஒருவர் தான் செலுத்துவதாக ஒப்புக்கொள்ளும் பணம்; பிணையத் தொகை. இத்தகைய ஏற்பாடு செய்யப்பட்ட பின், அத்தேதிவரை குற்றம் சாட்டப்பட்டவர் சுதந்திரமாக உலாவலாம் *She was **released on bail** of Rs 20,000. • The judge felt that he was a dangerous man and **refused** him **bail**.*

bail[2] /beɪl/ *verb* [T] to let sb go free on bail பிணையத்தின் மீது ஒருவரை விடுவி

PHR V **bail sb out 1** to obtain sb's freedom by paying money to the court நீதிமன்றத்தில் பிணையத்தொகையைச் செலுத்திக் குற்றம் சாட்டப்பட்ட ஒருவரை விடுதலை பெறச்செய் *Her parents went to the police station and bailed her out.* **2** to rescue sb from a difficult situation (especially by providing money) குறிப்பாக பணம் அளித்து, ஓர் இக்கட்டிலிருந்து ஒருவரைக் காப்பாற்று

bailiff /ˈbeɪlɪf/ *noun* [C] an officer whose job is to take the possessions and property of people who cannot pay their debts தங்கள் கடன்களை அடைக்க முடியாதவர்களின் உடைமைகளையும் சொத்தையும் பறிமுதல் செய்யும் அதிகாரி; கடன் பற்றீட்டாளர்

bait /beɪt/ *noun* [U] **1** food or sth that looks like food that is put onto a hook to catch fish, animals or birds மீன்கள், விலங்குகள் அல்லது பறவைகளைப் பிடிப்பதற்காக ஒரு வளைக்கம்பியில் மாட்டி வைக்கப்படும் உணவு அல்லது உணவு போலத் தோன்றும் ஒரு பொருள்; தூண்டில் இரை **2** something that is used for persuading or attracting sb ஒருவரை (ஒன்றற்கு) இணங்கச்செய்வதற்காக அல்லது கவர்ந்திழுப்பதற்காகப் பயன்படுத்தப்படும் ஒன்று; கவர்ச்சிப் பொருள் *Free offers are often used as bait to attract customers.*

bajra *noun* [U] **1** a type of millet commonly grown in north-western India which can be made into flour; pearl millet வடமேற்கு இந்தியாவில் பயிரிடப்படும், பொதுவாக மாவாக அரைக்கக்கூடிய தினை வகை **2** the plant which produces a type of millet called pearl millet இத்தினை விளையும் பயிர்

bake /beɪk/ *verb* [I, T] **1** to cook or be cooked in an oven in dry heat வெப்ப உலையடுப்பில் சமை அல்லது சமைக்கப்படு *I could smell bread baking in the oven. • On his birthday she baked him a cake.* ➪ **cook** பார்க்க. **2** to become or to make sth hard by heating it வெப்பத்தில் வாட்டப்பட்டுக் கெட்டியாகு அல்லது வெப்பத்தில் வாட்டிக் கெட்டியாக்கு *The hot sun baked the earth.*

baked beans *noun* [*pl.*] small white beans, usually cooked in a sauce and sold in cans பெரும்பாலும் சுவைச்சாற்றில் பதப்படுத்தப்பட்டுத் தகரக் கலங்களில் அடைத்து விற்கப்படும் சிறு வெண்ணிற அவரை வகை

baker /ˈbeɪkə(r)/ *noun* **1** [C] a person who bakes bread, cakes, etc. to sell in a shop அங்காடி விற்பனைக்காக ரொட்டி, அப்ப வகைகள் முதலியவற்றைச் சுட்டுத் தயாரிப்பவர்; அடுமனைஞர் **2 the baker's** [*sing.*] a shop that sells bread, cakes, etc. ரொட்டி, கேக் வகைகள் முதலியவை விற்கப்படும் கடை; ரொட்டிக்கடை; அடுமனை *Get a loaf at the baker's.*

bakery /ˈbeɪkəri/ *noun* [C] (*pl.* **bakeries**) a place where bread, cakes, etc. are baked to be sold ரொட்டி, கேக் முதலியவை விற்பனைக்காகச் சுட்டுத் தயாரிக்கப்படும் இடம்; அடுமனை

baking /ˈbeɪkɪŋ/ *adj.* very hot மிகவும் வெப்பமான; கடும் வெம்மையான; மிகு சூடான *The workers complained of the baking heat in the office in the summer.*

baking powder *noun* [U] a mixture of powders used to make cakes rise and become light as they are baked சுடும்பொழுது கேக்குகள் உப்பி மென்மையாகுதற்குப் பயன்படுத்தப்படும் பொடிகளின் கலவை

baking soda = sodium bicarbonate

balance[1] /ˈbæləns/ *noun* **1** [*sing.*] **(a) balance (between A and B)** a situation in which different or opposite things are of equal importance, size, etc. வேறுபட்ட அல்லது எதிர்மாறான பொருள்கள் சரிசமமான முக்கியத்துவம், உருவளவு முதலியவற்றுடன் காணப்படும் நிலை; சமநிலை; சரியீடு; ஒப்பமைவு *The course provides a good balance between academic and practical work. • Tourism has upset **the** delicate **balance of nature** on the island.* **2** [U] the ability to keep steady with an equal amount of weight on each side of the body உடலின் இரு பக்கமும் சம அளவான

அழுத்தபளு இருக்குமாறு ஊன்றி அமையும் திறன்; நிலையுறுதி *to lose your* ***balance*** • *You need a good* ***sense of balance*** *to ride a motorbike*. **3** [C] [*sing.*] the amount that still has to be paid; the amount that is left after some has been used, taken, etc. மேலும் செலுத்தப்பட வேண்டிய தொகை; மீதித்தொகை; பயன்பாடு, எடுப்பு முதலியவற்றுக்குப்பின் எஞ்சியுள்ள தொகை; மிச்சக் கையிருப்பு *You can pay a 10% deposit now, with* ***the balance*** *due in one month.* • *to check your* ***bank balance*** **4** [C] (*technical*) an instrument used for weighing things பொருள்களை நிறுத்து எடைகாணப் பயன்படுத்தப்படும் கருவி; துலாக்கோல்; தராசு

IDM in the balance uncertain உறுதியற்ற நிலையில்; ஐயப்பாட்டுக்குரியதாக *Following poor results, the company's future hangs in the balance*.

(catch/throw sb) off balance (to find or put sb) in a position that is not safe and from which it is easy to fall பாதுகாப்பற்ற, எளிதில் விழுந்துவிடக்கூடிய நிலையில் (ஒருவர் இருக்கக் காண் அல்லது ஒருவரை அமர்த்து)

on balance having considered all sides, facts, etc. அனைத்துக் கூறுகள், நேர்வுகள் முதலியவற்றைக் கருதிப் பார்த்துவிட்ட நிலையில்; தொடர்புடைய எல்லாவற்றையும் ஆராய்ந்து காண்கையில் *On balance, I've had a pretty good year*.

strike a balance (between A and B) ⇨ **strike²** பார்க்க.

balance² /ˈbæləns/ *verb* **1** [I, T] to be or to put sb/sth in a steady position so that the weight of him/her/it is not heavier on one side than on the other உடல் பளு ஒரு பக்கத்தைவிட மறுபக்கத்தில் அதிகமாக அழுந்தாதவாறு ஊன்றியிரு; இரு பக்கமும் சரிசமமான பளு இருக்குமாறு நிலையுறுதி கொள்; ஒருவருடைய/ஒன்றன் பளு இருபக்கமும் சமநிலையில் இருக்குமாறு அமை *I had to balance on the top step of the ladder to paint the ceiling.* • *Carefully, she balanced a glass on top of the pile of plates.* **2** [I, T] to have equal totals of money spent and money received வரவு மற்றும் செலவினங்களின் மொத்தத் தொகைகள் சமமாக இரு அல்லது சமநிலை அடையச் செய்; சரியீடு செய் *I must have made a mistake—the accounts don't balance.* **3** [I, T] **balance (sth) (out) (with sth)** to have or give sth equal value, importance, etc. in relation to other parts மற்றக் கூறுகளோடு ஒப்பிடுகையில் ஒன்று சரிசமமான மதிப்பு, முக்கியத்துவம் முதலியவற்றைப் பெற்றிரு அல்லது சரிசமமான முக்கியத்துவம் முதலியவற்றைக் கொடு; சரியீடாக்கு *The loss in the first half of the year was balanced out by the profit in the second half.* **4** [T] **balance sth against sth** to consider and compare one matter in relation to another ஒன்றை மற்றொன்றோடு தொடர்புபடுத்திக் கருதிப்பார்; ஒப்பிடு *In planning the new road, we have to balance the benefit to motorists against the damage to the environment.*

balanced /ˈbælənst/ *adj.* keeping or showing a balance so that different things, or different parts of things exist in equal or correct amounts வெவ்வேறான பொருள்கள் அல்லது பொருள்களின் வெவ்வேறான கூறுகள் ஒத்த அல்லது சரியான அளவுகளில் அமையுமாறு சமநிலை காக்கிற அல்லது சமநிலை தோற்றுவிக்கிற *I like this newspaper because it gives a balanced view.* • *A* ***balanced diet*** *plays an important part in good health.* ✪ **OPP unbalanced**

balance of payments *noun* [*sing.*] the difference between the amount of money one country receives from other countries from exports, etc. and the amount it pays to them for imports and services in a particular period of time குறிப்பிட்ட காலப் பகுதியில் ஒரு நாடு ஏற்றுமதி முதலியவற்றின் வழியாகப் பிற நாடுகளிலிருந்து பெறும் பணத்தொகைக்கும் இறக்குமதி மற்றும் சேவைகளுக்காகப் பிற நாடுகளுக்குச் செலுத்தும் பணத்தொகைக்கும் இடையே உள்ள வேறுபாட்டளவு

balance of power *noun* [*sing.*] **1** a situation in which political power or military strength is divided between two countries or groups of countries இரண்டு நாடுகள் அல்லது இரண்டு குழுக்களாக உள்ள நாடுகளுக்கிடையே அரசியல் அதிகாரம் அல்லது படைபலம் சமநிலைப் பங்கீடாக அல்லது கூறுபாடாகக் காணப்படும் நிலை; அரசுகளின் சமநிலை வலிமை **2** the power that a smaller political party has when the larger parties need its support because they do not have enough votes on their own பெரிய அரசியல் கட்சிகள், தாம் போதுமான வாக்குகளைப் பெற்றிராத நிலையில், ஒரு சிறு கட்சியின் ஆதரவு வேண்டி நாடும் பொழுது அக்கட்சி தன்னிடம் கொண்டிருக்கும் வலிமை நிலை

balance of trade (*also* **trade balance**) *noun* [*sing.*] the difference in value between the amount that a country buys from other countries (**imports**) and the amount that it sells to them (**exports**) ஒரு நாட்டின் ஏற்றுமதி, இறக்குமதி அளவுகளுக்கு இடையே உள்ள மதிப்பீட்டு வேறுபாடு; வேறுபாட்டு மிகை

balance sheet *noun* [C] a written statement showing the amount of money and property that a company has, and how much has been received and paid out ஒரு நிறுவனத்தின்/அமைப்பின்

வசமுள்ள பண இருப்பு, சொத்து மற்றும் அதன் வரவு செலவுத் தொகைகள் குறித்த எழுத்து வடிவ அறிக்கை; ஐந்தொகை

balcony /'bælkəni/ *noun* [C] (*pl.* **balconies**) **1** a platform built on an upstairs outside wall of a building, with a wall or rail around it ஒரு கட்டடத்தில் மேல்தளத்தின் வெளிப்புறச் சுவர்மீது சுற்றுச்சுவர் அல்லது கம்பிவலைக் காப்புடன் எழுப்பப்படும் மேடை அமைப்பு; மாடி முகப்பு ➪ **patio, terrace** மற்றும் **veranda** பார்க்க. **2** an area of seats upstairs in a theatre காட்சியரங்கின் மாடி இருக்கைப் பகுதி

bald /bɔ:ld/ *adj.* **1** (used about people) having little or no hair on your head (மனிதர்கள் வகையில்) தலையில் மயிர் அரிதாக உள்ள அல்லது மயிரற்ற; வழுக்கைத் தலையான; மொட்டையான *I hope I don't* ***go bald*** *like my father did.* • *He has a* ***bald patch*** *on the top of his head.* **2** (used about sth that is said) simple; without extra words (கூற்று வகையில்) எளிய; ஒப்பனையற்ற; புனைவற்ற; மிகைச் சொற்கள் இல்லாத *the bald truth*

balding /'bɔ:ldɪŋ/ *adj.* starting to lose the hair on your head தலைமயிர் உதிரத் தொடங்குகிற; தலை வழுக்கையாகத் தொடங்குகிற *a balding man in his fifties*

baldly /'bɔ:ldli/ *adv.* in a few words with nothing extra or unnecessary மிகைப்படியாகவோ தேவையற்றோ எதுவும் இன்றி சிலவாகிய சொற்களில்; சொல் ஒப்பனை இல்லாமல் *He told us baldly that he was leaving.*

bale /beɪl/ *noun* [C] a large quantity of sth pressed tightly together and tied up ஒன்றுசேர்த்து இறுக்கிக் கட்டாகக் கட்டப்பட்டுள்ள பெருமளவிலான ஒரு பொருள்; ஒரு பொருளின் பெருங்கட்டு *a bale of hay/cloth/paper*

balk = **baulk**

ball /bɔ:l/ *noun* [C] **1** a round object that you hit, kick, throw, etc. in games and sports பந்து *a tennis/golf/rugby ball* • *a football* **2** a round object or a thing that has been formed into a round shape உருண்டை வடிவப் பொருள்; குண்டு; கோளம் *a ball of wool* • *The children threw* ***snowballs*** *at each other.* **3** one throw, kick, etc. of the ball in some sports சிலவகை விளையாட்டுகளில், ஓர் எறி, உதை முதலியன *That was a great ball from the defender.* **4** a large formal party at which people dance வினைமுறையாக ஏற்பாடு செய்யப்பட்ட, குழு நடனம் உள்ளடங்கிய விருந்து நிகழ்ச்சி

IDM **be on the ball** (*informal*) to always know what is happening and be able to react to or deal with it quickly உடனுக்குடன் ஒன்றற்கு எதிர்ச்செயல் ஆற்றக்கூடிய அல்லது ஒன்றன்மீது செயல்படக்கூடிய நிலையில் எப்பொழுதும் இரு; நிலைமையைச் சமாளிக்கும் அறிவுணர்வும் திறனும் கொண்டிரு

set/start the ball rolling to start sth (an activity, conversation, etc.) that involves or is done by a group குழுவாகப் பலர் சேர்ந்த அல்லது பலரால் நிகழ்த்தப்படும் ஒரு செயல், ஓர் உரையாடல், முதலியவற்றைத் தொடங்கு

ballad /'bæləd/ *noun* [C] a long song or poem that tells a story, often about love பெரும்பாலும் காதல் பற்றிய கதையை உள்ளடக்கமாகக் கொண்ட நீண்ட பாட்டு அல்லது கவிதை; கதைப்பாடல்

ballast /'bæləst/ *noun* [U] heavy material placed in a ship or **hot-air balloon** to make it heavier and keep it steady கப்பல் அல்லது வெப்ப ஆவிக் கூண்டில், அதன் எடைப்பாரத்தைக் கூட்டி நிலைப்படுத்துவதற்காக, வைக்கப்படும் கனமான பொருள்; எடைப்பாரம்; அடிச்சுமை

ball bearing *noun* [C] one of a number of metal balls put between parts of a machine to make them move smoothly இயந்திர உறுப்புகள் உராய்வின்றி எளிதாக இயங்க வேண்டி அவற்றினிடையே உள்ளிடப்படும் பல உலோகக் குண்டுகளில் ஒன்று; இயந்திர உருள்குண்டு

ballerina /ˌbælə'ri:nə/ *noun* [C] a woman who dances in ballets நாட்டிய நாடகத்தில் நடன்மாடும் பெண்; ஆடல் நங்கை

ballet /'bæleɪ/ *noun* **1** [U] a style of dancing that tells a story with music but without words சொற்கள்/வசனம் கலவாது கதை கூறும், இசையுடன் கூடிய நாட்டியப்பாணி; நாட்டிய நாடகம் *He wants to be a* ***ballet dancer.*** **2** [C] a performance or work that consists of this type of dancing நாட்டிய நாடக நிகழ்ச்சி அல்லது நாட்டிய நாடகப் படைப்பு

ballet dancer *noun* [C] a person who dances in ballets நாட்டிய நாடகத்தில் நடனமாடுபவர்

ball game *noun* [C] **1** any game played with a ball பந்து விளையாட்டு **2** (*AmE*) a baseball match தளக்கட்டுப் பந்தாட்டப் போட்டி விளையாட்டு

IDM **a (whole) new/different ball game** something completely new or different முற்றிலும் புதிதான அல்லது வேறான ஒன்று

ballistics /bə'lɪstɪks/ *noun* [U] the scientific study of things that are shot or fired through the air, for example bullets வானில் சுட்டு அல்லது வெடித்துச் செலுத்தப்படும், துப்பாக்கிக் குண்டு போன்றவற்றைப் பற்றிய அறிவியல் ஆய்வு; எறிபடை ஆய்வியல்; எறிபொறியியல்

balloon /bə'lu:n/ *noun* [C] **1** a small coloured object that you blow air into and use as a toy or for decoration காற்றை உட்செலுத்தி உப்பவைத்து விளையாட்டுப் பொருளாக அல்லது

அலங்காரம் செய்வதற்காகப் பயன்படுத்தப்படும் சிறு வண்ணப் பொருள்; ஊதற்பை; பலூன் *to blow up/burst/pop a balloon* **2** (*also* **hot-air balloon**) a large balloon made of material that is filled with gas or hot air so that it can fly through the sky, carrying people in a basket underneath it கீழ்ப்பகுதியில் இணைக்கப்பட்டுள்ள கூடையில் ஆட்களை ஏற்றிக்கொண்டு வானில் பறக்கக்கூடியதும், வாயுப்பொருள் அல்லது வெப்பக்காற்று அடைக்கப்பட்டதுமான பெரிய பலூன்

ballot /ˈbælət/ *noun* **1** [U, C] a secret written vote இரகசிய முறையிலான எழுத்து வடிவ வாக்கு *The union will **hold a ballot** on the new pay offer.* • *The committee are elected by ballot every year.* **2** (*BrE also* **ballot paper**) [C] the piece of paper on which sb marks who he/she is voting for வாக்களிப்பதற்குப் பயன்படுத்தும் தாள்; வாக்குச் சீட்டு *What percentage of eligible voters **cast their ballots**?* ▶ **ballot** *verb* [T] **ballot sb (on sth)** *The union is balloting its members on strike action.*

ballot box *noun* **1** [C] the box into which people put the piece of paper with their vote on வாக்குச்சீட்டுப் போடப்படும் பெட்டி; வாக்குச்சீட்டுப் பெட்டி **2 the ballot box** [*sing.*] the system of voting in an election தேர்தல் வாக்களிப்பு முறை; இரகசிய வாக்களிப்பு *People will express their opinion through the ballot box.*

ballot paper (*BrE*) = **ballot 2**

ballpoint /ˈbɔːlpɔɪnt/ (*also* **ballpoint pen**) *noun* [C] a pen with a very small metal ball at the end that rolls ink onto paper தாளில் மையைப் படிவிக்கும் சிறு உலோக உருள் முனையைக் கொண்ட எழுதுகோல் வகை; உருள் குழை-முனைப்பேனா ➪ **stationery** பதிவில் படம் பார்க்க.

ballroom /ˈbɔːlruːm; -rʊm/ *noun* [C] a large room used for dancing on formal occasions ஏற்பாடு செய்யப்பட்ட இணைக்குழு நடன நிகழ்ச்சிகளுக்கான பெரிய அறை; இணைக்குழு நடன அரங்கு

ballroom dancing *noun* [U] a formal type of dance in which couples dance together using particular steps and movements குறிப்பிட்ட பாணியிலான காலடி வைப்புகளுடனும் அசைவுகளுடனும் ஆண் பெண் இணையர் சேர்ந்து நடனமாடும் வினைமுறை நடன வகை; இணைக்குழு நடனம்

balm /bɑːm/ *noun* [U, C] cream that is used to make your skin feel better if you have hurt it or if it is very dry காயம், தோல் வறட்சி ஆகியவற்றின் கடுமையை மட்டுப்படுத்த தோல்மீது இடப்படும் களிம்பு

balustrade /ˌbæləˈstreɪd/ *noun* [C] a row of posts, joined together at the top, built along the edge of a bridge, etc. பாலம் முதலியவற்றின் விளிம்பில் அமைக்கப்படும், மேற்பகுதியில் ஒன்றோடொன்று இணைக்கப்பட்ட கம்பங்களின் வரிசை; சிறு தூண் வரிசைத் தொகுதி

balwadi *noun* [C] (in India) a centre for looking after young children, while their mothers are away on work. These centres are usually run by social workers (இந்தியாவில்) தாய்மார்கள் வேலைக்குச் சென்றிருக்கும்போது அவர்களுடைய சிறுகுழந்தைகளைக் கவனித்துப் பராமரிக்கப் பெரும்பாலும் சமுதாய நலப் பணியாளர்களால்/தொண்டு நிறுவனங்களால் நடத்தப்படும் மையம்; பால்வாடி

bamboo /ˌbæmˈbuː/ *noun* [C,U] (*pl.* **bamboos**) a tall tropical plant of the grass family. Young bamboo plants can be eaten and the hard parts of the plant are used for making furniture, etc. புல் பேரினத்தைச் சார்ந்த உயரமாக வளரக்கூடிய வெப்ப மண்டலத் தாவர வகை; மூங்கில். மூங்கில் தளிர்கள் உண்ணக்கூடியவை. மூங்கிலின் உறுதியான பகுதிகள் அறைக்கலன் முதலியவை செய்யப் பயன்படுத்தப்படுகின்றன *a bamboo chair* ➪ **plant** பதிவில் படம் பார்க்க.

ban /bæn/ *verb* [T] (**banning; banned**) **ban sth; ban sb (from sth/from doing sth)** to officially say that sth is not allowed, often by law பெரும்பாலும் சட்டமுறைப்படி ஒன்று தடைசெய்யப்படுவதாக அறிவி; அதிகார முறையில் தடைப்படுத்து; தடையாணை இடு *The government has banned the import of products from that country.* • *He was fined Rs 10,000 and banned from driving for a year.* ▶ **ban** *noun* [C] **a ban (on sth)** *There is a ban on smoking in this office.* • *to impose/lift a ban*

banal /bəˈnɑːl/ *adj.* not original or interesting முதலானதாயிராத அல்லது ஆர்வத்தைத் தூண்டாத; சிறப்பற்ற; அற்பமான *a banal comment*

banana /bəˈnɑːnə/ *noun* [C] a curved fruit with yellow skin that grows in hot countries வாழைப்பழம் *a bunch of bananas* ➪ **fruit** பதிவில் படம் பார்க்க.

band /bænd/ *noun* [C] **1** (*with sing. or pl. verb*) a small group of musicians who play popular music together, often with a singer or singers பெரும்பாலும் ஒரு பாடகர் அல்லது பாடகர்கள் உடனிணைந்த, பொதுமக்கள் அவைக்கேற்ற இசை வழங்கும் சிறு இசைக்கலைஞர் குழு *a rock/jazz band* • *He plays the drums in a band.* • *The band has/have released a new CD.* **2** (*with sing. or pl. verb*) a group of people who do sth together or have the same ideas ஒன்றிணைந்து

செயல்புரியும் அல்லது ஒத்த கருத்துகளை-யுடைய நபர்களின் குழு; கூட்டணி; குழாம் *A small band of rebels is/are hiding in the hills.* **3** a thin, flat, narrow piece of material used for fastening sth, or to put round sth ஒன்றைக் கட்டுவதற்கு அல்லது சுற்றி மேலிடுவதற்குப் பயன்படுத்தப்படும் மெல்லிய, தட்டையான, அகலமற்ற பொருள்; சுற்று வரிப்பட்டை; இணைப்புப்பட்டை *She rolled up the papers and put an* ***elastic band*** *round them.* **4** a line of colour or material on sth that is different from what is around it ஒன்றன் சுற்றுப்பரப்பில் உள்ளவற்றி-லிருந்து மாறுபட்ட அதன் வண்ணக்கரை அல்லது பிறபொருள் வரிக்கோடு *She wore a red pullover with a green band across the middle.* **5** = **waveband**

bandage /ˈbændɪdʒ/ *noun* [C] a long piece of soft white material that you tie round a wound or an injury புண் அல்லது காயத்தைச் சுற்றிக் கட்டப்படும் நீளமான மிருதுவான, வெள்ளை நிறத்துணி; புண்கட்டுத் துணி ▶ **bandage** *verb* [T] **bandage sth (up)** *The nurse bandaged my hand up.*

bandh *noun* [C] (*IndE*) a general strike பொது வேலை நிறுத்தம் *Shopkeepers in Delhi declared a two-day bandh to protest against VAT.*

bandicoot rat *noun* [C] a large Indian rat with a pointed nose and a long tail, which is very destructive to crops இந்தியாவில் காணப்படும் கூர்மையான மூக்கும் நீண்ட வாலும் உள்ள, பயிர்களுக்குப் பெரும் சேதம் விளைவிக்கும் பெரிய எலி வகை; பெருச்சாளி

bandit /ˈbændɪt/ *noun* [C] a member of an armed group of thieves, who attack travellers பயணம் செய்வோரைத் தாக்கும் ஆயுதமேந்திய திருடர் கூட்டத்தைச் சார்ந்த ஒருவன்; வழிப்பறிக் கொள்ளைக்காரன்

bandobast = **bundobust**

bandwagon /ˈbændwæɡən/ *noun*

IDM **climb/jump on the bandwagon** to copy what other people are doing because it is fashionable or successful மற்றவர்கள் செய்வது கால நடைமுறைக்கு ஏற்றதாக அல்லது வெற்றி ஈட்டித்தருவதாக இருப்பதால் தானும் அவர்-களை அப்படியே பின்பற்று

bandwidth /ˈbændwɪdθ; -wɪtθ/ *noun* [C, U] **1** (*technical*) a band of **frequencies** used for sending electronic signals மின்னணுச் சமிக்ஞை-களைச் செலுத்துவதற்குப் பயன்படுத்தப்படும் ஒத்த அதிர்வியக்க அலைகளின் தொகுதி **2** (*computing*) a measurement of the amount of information that a particular computer **network** or Internet connection can send in a particular time. It is often measured in **bits** per second குறிப்பிட்ட நேர அளவில் ஒரு கணினி வலை-யமைப்பு அல்லது ஓர் இணையம் அனுப்பக்-கூடிய தகவல் தொகுப்பின் அளவீடு. இத்-தகவல் தொகுப்பு வினாடிக்கு இத்தனைச் சிற்றலகு என்ற முறையில் அளவிடப்படுகிறது

bandy¹ /ˈbændi/ *adj.* (used about a person's legs) curving towards the outside so that the knees are wide apart (ஒரு நபரின் கால்களைப் பற்றிக் குறிப்பிடும்போது) முழங்கால் பகுதிகள் விரிந்து நிற்குமாறு வெளிப்புறம் நோக்கி வளைந்துள்ள; வளைகாலான

bandy² /ˈbændi/ *verb* (*pres. part.* **bandying;** *3rd person sing. pres.* **bandies;** *pt, pp* **bandied**)

PHR V **bandy sth about/around** (*usually passive*) (used about a name, word, story, etc.) to mention sth frequently (ஒரு பெயர், சொல், கதை முதலியவற்றைப் பற்றிக் கூறுகையில்) அடிக்கடிக் குறிப்பிடு

bang¹ /bæŋ/ *verb* [I, T] **1** to make a loud noise by hitting sth hard; to close sth or to be closed with a loud noise ஒன்றைப் பலமாக அடித்து/தாக்கி ஓங்கிய ஒலி எழுப்பு; உரத்த ஒலியுடன் ஒன்றை மூடு அல்லது ஒன்று மூடப்படு *Somewhere in the house, I heard a door bang.* • *He banged his fist on the table and started shouting.* **2** to knock against sth by accident; to hit a part of the body against sth by accident தற்செய-லாக ஒன்றன் மீது இடி அல்லது மோது; ஓர் உடலுறுப்பை ஒன்றன் மீது தற்செயலாக மோது *As I was crossing the room in the dark I banged into a table.*

bang² /bæŋ/ *noun* [C] **1** a sudden, short, very loud noise திடீரென எழும் குறுகிய நேரப் பேரோசை; திடீர் பேரொலி *There was an enormous bang when the bomb exploded.* **2** a short, strong knock or hit, especially one that causes pain and injury குறிப்பாக வலியும் காயமும் உண்டாக்கும், வன்மையான திடீர் இடிப்பு, மோதல் அல்லது தாக்கு *a nasty bang on the head*

IDM **with a bang** in a successful or exciting way வெற்றியுடன்; செயல் நிறைவுடன்; எழுச்சி-யூட்டும் முறையில் *Our team's season started with a bang when we won our first five matches.*

bang³ /bæŋ/ *adv.* (*BrE informal*) exactly; directly; right சரி நுட்பமாக; துல்லியமாக; நேர்முகமாக; நேராக *Our computers are* ***bang up to date.*** • *The shot was bang on target.*

IDM **bang goes sth** (*informal*) used for expressing the idea that sth is now impossible தற்-பொழுது ஒன்று சாத்தியமற்றது அல்லது இயலாதது எனும் கருத்துத் தோன்றுமாறு பயன்படுத்தப்படும் தொடர் *'It's raining!' 'Ah well, bang goes our picnic!'*

bang⁴ /bæŋ/ *exclamation* used to sound like the noise of a gun, etc. வெடியோசை போன்ற ஒலி செய்யப் பயன்படுத்தப்படும் சொல்

bangle /ˈbæŋgl / *noun* [C] a circular glass, metal or plastic band that is worn round the arm or wrist for decoration ஆபரணமாக மேற்கையில் அல்லது மணிக்கட்டில் அணிந்து கொள்ளப்படும் வட்ட வடிவக் கண்ணாடி, உலோக அல்லது பிளாஸ்டிக் காப்பு; வளையல்

bangs /bæŋz/ (*AmE*) = **fringe[1] 1**

banish /ˈbænɪʃ/ *verb* [T] (*formal*) **1** to send sb away (especially out of the country), usually as a punishment பெரும்பாலும் தண்டனையாக (குறிப்பாக நாட்டை விட்டு) வெளியே அனுப்பு; நாடு கடத்து **2** to make sb/sth go away; to get rid of sb/sth ஒருவரை/ஒன்றை அப்பால் போகச்செய்; வெளியேற்று; துரத்து *She banished all hope of winning from her mind.*

banister (*also* **bannister**) /ˈbænɪstə(r)/ *noun* [C, *usually pl.*] the posts and rail at the side of a staircase படிக்கட்டின் பக்கத்தில் அமைக்கப்படும் ஆதாரக் கால்களும் கைப்பிடிக் கம்பியும் *The children loved sliding down the banister at the old house.*

banjo /ˈbændʒəʊ/ *noun* [C] (*pl.* **banjos**) a musical instrument like a guitar, with a long thin neck, a round body and four or more strings நீண்டு ஒடுங்கிய கழுத்து, உருள் வடிவ உடற்பகுதி மற்றும் நான்கு அல்லது அதற்கு மேற்பட்ட நரம்புகள் ஆகியவற்றைக் கொண்ட, கிதாரை ஒத்த இசைக்கருவி வகை ➪ **piano** பதிவிலுள்ள குறிப்பைப் பார்க்க; மேலும் **music** பதிவில் படம் பார்க்க.

bank[1] /bæŋk/ *noun* [C] **1** an organization which keeps money safely for its customers; the office or building of such an organization. You can take money out, save, borrow or exchange money at a bank வாடிக்கையாளர்கள் பணம் சேமித்து வைத்தல், பணம் எடுத்தல், கடன் பெறுதல், நாணயப் பரிவர்த்தனை முதலியவற்றுக்கான பாதுகாப்பான நிதி அமைப்பு; இவ்வமைப்புக்குரிய அலுவலகம் அல்லது கட்டடம்; வங்கி *a bank account/loan* **2** a store of things, which you keep to use later வருங்காலப் பயன்பாட்டுக்காகச் சேமித்து வைக்கப்படும் பொருள்கள் *a databank • a blood bank in a hospital* **3** the ground along the side of a river or canal நதி அல்லது கால்வாய்ப் பக்கத்தின் நெடுக அமைந்துள்ள தரைப்பகுதி; கரை; வரப்பு *People were fishing along the banks of the river.* **4** a higher area of ground that goes down or up at an angle, often at the edge of sth or dividing sth பெரும்பாலும் ஒன்றன் விளிம்பில் அல்லது பிரிவினையாக, மேற்சரிவுடன் அல்லது கீழ்சரிவுடன், உயர்மட்ட அளவில் அமைந்துள்ள தரைப்பகுதி; (பாதையோர) உயர்வரம்பு அல்லது பிரிவினை வரம்பு *There were grassy banks on either side of the road.* **5** a mass of cloud, snow, etc. மேகம், பனி முதலியவற்றின் திரள் அல்லது செறிதொகுதி *The sun disappeared behind a bank of clouds.*

bank[2] /bæŋk/ *verb* [I] **1 bank (with/at)** to have an account with a particular bank குறிப்பிட்ட ஒரு வங்கியில் கணக்கு வைத்திரு *I've banked with the State Bank of India for years.*

PHR V **bank on sb/sth** to expect and trust sb to do sth, or sth to happen ஒருவர் ஒன்றைச் செய்வார் என்ற அல்லது ஒன்று நிகழும் என்ற எதிர்பார்ப்பும் நம்பிக்கையும் கொள்; ஒன்றை நம்பிக்கையுடன் எதிர்நோக்கியிரு *Our boss might let you have the morning off but I wouldn't bank on it.*

banker /ˈbæŋkə(r)/ *noun* [C] a person who owns or has an important job in a bank வங்கி உடைமையாளர் அல்லது வங்கியில் முக்கியமான பதவிப்பொறுப்பில் உள்ளவர்; வங்கியாளர்

bank holiday *noun* [C] (*BrE*) a public holiday (not a Saturday or Sunday) (சனிக்கிழமை அல்லது ஞாயிற்றுக்கிழமை அல்லாத) பொது விடுமுறை நாள்

banking /ˈbæŋkɪŋ/ *noun* [U] the type of business done by banks வங்கிகளில் செய்யப்பெறும் பணி வகை; வங்கி அலுவல்; வங்கித் தொழில் *a career in banking*

banknote /ˈbæŋknəʊt/ = **note[1] 4**

bankrupt /ˈbæŋkrʌpt/ *adj.* not having enough money to pay your debts தனது கடன்களை அடைப்பதற்குப் போதுமான பணம் இல்லாத; கடன் தீர்க்க வகையற்ற; நொடித்துப்போன *The company must cut its costs or it will* ***go bankrupt****.* ▶ **bankrupt** *verb* [T] *The failure of the new product almost bankrupted the firm.*

bankruptcy /ˈbæŋkrʌptsi/ *noun* [C, U] (*pl.* **bankruptcies**) the state of being bankrupt கடன் தீர்க்க வகையற்ற நிலை; நொடிப்பு; பொருளக முறிவு *The company* ***filed for bankruptcy*** (= asked to be officially declared bankrupt) *in 2001.*

bank statement (*also* **statement**) *noun* [C] a printed list of all the money going into or out of your bank account during a certain period குறிப்பிட்ட காலப்பகுதியில் தனது வங்கிக் கணக்கில் போடப்பட்ட மற்றும் வங்கிக் கணக்கிலிருந்து எடுக்கப்பட்ட பணம் பற்றிய விவரம் முழுமையும் அடங்கிய அச்சிடப்பட்ட பட்டியல்; வாடிக்கையாளர் வங்கிக் கணக்கு விவரப்பட்டி

banner /ˈbænə(r)/ *noun* [C] a long piece of cloth with words or signs on it, which can be hung up or carried on two poles இரு கம்புகளில் கட்டி ஓரிடத்தில் தொங்கவிடக்கூடிய அல்லது எடுத்துச் செல்லக்கூடிய, வாசகங்கள் அல்லது குறியீடுகள் எழுதப்பட்ட/வரையப்பட்ட நீண்ட

துணி; அறிவிப்பு/விளம்பரத் துகிற்கொடி *The demonstrators carried banners saying 'Stop the War'.*

bannister = **banister**

banquet /ˈbæŋkwɪt/ *noun* [C] a formal dinner for a large number of people, usually as a special event at which speeches are made பெரும்பாலும் சொற்பொழிவுகள் அடங்கிய சிறப்பு நிகழ்ச்சியாக நடைபெறும், பணிமுறையிலான விருந்து நிகழ்ச்சி

banter /ˈbæntə(r)/ *noun* [U] friendly comments and jokes நட்பு முறையிலான குறிப்புரையும் கேலிப்பேச்சும்; பரிகாசம்; கிண்டல் ▶ **banter** *verb* [I]

banyan /ˈbænjən/ (*also* **banyan tree**) *noun* [C] an Indian tree with branches that put out roots which grow downwards till they reach the ground. These then form new trunks that help to support the main trunk of the tree கிளைகளிலிருந்து விழுதுகள் கீழ்நோக்கி வளர்ந்து பூமியில் வேர்விடும் பெரும் மர வகை. இவ்விழுதுகள் அடி மரத்தைத் தாங்கும் துணை அடிமரங்களாகின்றன; ஆலமரம்

baptism /ˈbæptɪzəm/ *noun* [C, U] a ceremony in which a person becomes a member of the Christian Church by being held under water for a short time or having drops of water put onto his/her head. Often he/she is also formally given a name ஒருவர் நீர் முழுக்கு செய்யப்பட்டு அல்லது நீர்த்துளிகள் தலைமீது விடப்பட்டு கிறிஸ்தவத் திருச்சபையின் உறுப்பினராகும் வினைமுறை நிகழ்ச்சி; ஞானஸ்நானம்; பெரும்பாலும் இந்நிகழ்ச்சியின்போது அவருக்கு முறைப்படியான பெயர் சூட்டுதலும் நடைபெறும். ➪ **christening** பார்க்க. ▶ **baptize** (*also* **-ise**) /bæpˈtaɪz/ *verb* [T] ➪ **christen** பார்க்க.

bar¹ /bɑː(r)/ *noun* [C] **1** a place where you can buy and drink (especially alcoholic) drinks and sometimes have sth to eat பானங்களை (குறிப்பாக மது வகைகளை) வாங்கி அருந்துதற்கானதும், சில வேளைகளில் உண்ணுவதற்கும் ஏதாவது வழங்குவதுமான இடம்; அருந்தகம் *a wine/coffee/snack bar* **2** a long, narrow, high surface where drinks are served பானங்கள் பரிமாறப்படும் நீண்ட, குறுகலான, உயர்மேடையமைப்பு *We sat on stools* ***at the bar****.* **3 a bar (of sth)** a small block of solid material, longer than it is wide ஒரு கெட்டிப் பொருளின், அகலத்தைவிட நீளம் அதிகமான, சிறு கட்டி அல்லது பாளம்; நீள்கட்டி *a bar of soap/chocolate* **4** a long, thin, straight piece of metal, often placed across a window or door, etc. to stop sb from getting through it ஒருவர் நுழையாமல் தடுக்கும் முறையில், பெரும்பாலும் சன்னல், கதவு முதலியவற்றின் குறுக்காகப் பொருத்தப்படும், நீண்டு மெலிதான வளைவற்ற உலோகக் கம்பி; காப்புக்கம்பி; தடைக்கம்பி **5 a bar (to sth)** a thing that prevents you from doing sth ஒன்றைச் செய்யவிடாது தடுப்பது; தடை; தடுப்பு; இடையீடு *Lack of education is not always a bar to success in business.* **6** (in geography) a line of sand or mud that forms in the sea parallel to the beach (புவியியலில்) கடற்கரைக்கு இணையாகக் கடலில் படிவுறும் மணல் அல்லது மண் நீள்வரைத் திட்டு **7** (*technical*) a measurement of pressure in the atmosphere வளி மண்டலத்தின் ஓர் அழுத்த அளவை

IDM **behind bars** (*informal*) in prison சிறையில்; சிறைக் காவலில் *The criminals are now safely behind bars.*

bar² /bɑː(r)/ *verb* [T] (**barring; barred**) **1** (*usually passive*) to close sth with a bar or bars¹ **4** குறுக்குக் கம்பி/காப்புக் கம்பி அல்லது காப்புக்கம்பிகள் இட்டு ஒன்றை மூடு; காப்புத் தடுப்பு அமை *All the windows were barred.* **2** to block a road, path, etc. so that nobody can pass (சாலை, நடைபாதை முதலியவை வகையில்) வழியடை; வழித்தடை செய் *A line of police officers barred the entrance to the embassy.* **3 bar sb from sth/from doing sth** to say officially that sb is not allowed to do, use or enter sth ஒருவர் ஒன்றைச் செய்ய, ஒன்றைப் பயன்படுத்த அல்லது ஒன்றினுள் நுழைய அனுமதி இல்லை என முறைப்படக் கூறு; நுழைவு தடு; அனுமதி மறு *He was barred from the club for fighting.*

bar³ /bɑː(r)/ *prep.* except தவிர்த்து; நீங்கலாக; விடுத்து; ஒழிய *All the seats were taken, bar one.*

barb /bɑːb/ *noun* [C] **1** the point of an arrow or a hook that is curved backwards to make it difficult to pull out தைக்கப்பட்ட ஒன்றிலிருந்து வெளியே இழுப்பதற்குச் சிரமமானதாக இருக்குமாறு பின்னோக்கி வளைந்த அம்பு முனை அல்லது கொக்கி நுனி; அம்பு அல்லது கொளுவியின் வளைநுனி **2** something that sb says that is intended to hurt another person's feelings மற்றொருவருடைய உணர்வுகளைப் புண்படுத்தும் நோக்கத்தில் கூறப்படும் ஒன்று; குத்தல் மொழி

barbarian /bɑːˈbeəriən/ *noun* [C] a wild person with no culture, who behaves very badly மிக மோசமான நடத்தையுடைய, பண்பு நயமில்லாத, கட்டுப்பாடற்ற ஒருவர்; காட்டுமிராண்டி

barbaric /bɑːˈbærɪk/ *adj.* very cruel and violent கடின சித்தமும் வன்னடத்தையும் உடைய; நாகரிக நயமற்ற *barbaric treatment of prisoners* ▶ **barbarism** /ˈbɑːbərɪzəm/ *noun* [U] *acts of barbarism committed in war*

barbarity /bɑːˈbærəti/ *noun* [U, C] (*pl.* **barbarities**) extremely cruel and violent behaviour கொடுமை மிகுந்த வன்னடத்தை; இரக்கமற்ற முரட்டுத்தனம்; காட்டுமிராண்டி நடத்தை

barbecue /ˈbɑːbɪkjuː/ (*abbr.* **BBQ**) *noun* [C] **1** a metal frame on which food is cooked outdoors over an open fire வெளியிடங்களில் தீ மூட்டி அதன்மேல் வைத்து உணவு சமைப்பதற்கான உலோகச் சட்டம் **2** an outdoor party at which food is cooked in this way தீ மூட்டி உணவைச் சுட்டு உண்ணும் திறந்தவெளி விருந்து *Let's **have a barbecue** on the beach.* ➪ **roast² 2** பார்க்க. ▶ **barbecue** *verb* [T] *barbecued fish*

barbed wire /ˌbɑːbdˈwaɪə(r)/ *noun* [U] strong wire with sharp points on it கூர்முனைகளை உடைய உறுதியான கம்பி; வரிமுட்கம்பி *a barbed wire fence*

barber /ˈbɑːbə(r)/ *noun* **1** [C] a person whose job is to cut men's hair and sometimes to shave them ஆண்களுக்கு முடி வெட்டுதலும் சில சமயங்களில் சவரஞ் செய்தலுமாகிய தொழில் செய்பவர்; முடிதிருத்துபவர்; நாவிதர் ➪ **hairdresser** பார்க்க. **2 the barber's** [*sing.*] (*BrE*) a shop where men go to have their hair cut ஆண்கள் முடிதிருத்திக் கொள்ளச் செல்லும் நிலையம்; முடிதிருத்தகம்

barbiturate /bɑːˈbɪtʃʊrət/ *noun* [C] a powerful drug that makes people sleep or become calmer ஆற்றல் மிக்க தூக்க மருந்து அல்லது அமைதிப்படுத்தும் மருந்து

bar chart (*also* **bar graph**) *noun* [C] a diagram that uses narrow bands of different heights to show different amounts so that they can be compared வெவ்வேறான தொகைகளை/மதிப்பளவுகளை ஒப்பிட்டு நோக்குவதற்கு ஏதுவாக, அவைகளைக் குறிக்க மாறுபட்ட உயரங்களையுடைய ஒடுக்கமான பட்டைக்கோடுகளைப் பயன்படுத்தும் வரைபடம்; பட்டை வரைபடம் ➪ **chart** பதிவில் படம் பார்க்க.

bar code *noun* [C] a pattern of thick and thin lines that is printed on things you buy. It contains information that a computer can read விலைபொருள்களில் அச்சிடப்பட்டிருக்கும் தடிப்பான மற்றும் மெலிதான கோடுகளைக் கொண்ட எடுத்துவரிச் சட்டம்; பட்டைக் குறிமுறை; இக்கோடுகள் கணினியால் உணர்ந்தறியக்கூடிய குறிப்பிட்ட தகவலை உள்ளடக்கியவை

bard /bɑːd/ *noun* [C] (*literary*) a person who writes poems; a poet செய்யுள் இயற்றுபவர்; புலவர்; கவிஞர் *Shakespeare is known as the Bard of Avon.*

bare /beə(r)/ *adj.* **1** (used about a part of the body) not covered by clothing (உடலுறுப்பு வகையில்) ஆடையால் மறைக்கப்படாத; உடுப்பற்ற; வெற்றுடம்பான *bare arms/feet/shoulders* ➪ **naked** மற்றும் **nude** பார்க்க. **2** without anything covering it or in it மூடப்படாத; மேற்போர்வையற்ற; உறையற்ற; ஒன்றையும் உள்ளடக்கியிராத; வெறுமையான *They had taken the painting down, so the walls were all bare.* **3** just enough; the most basic or simple போதும் போதாத; அடிமட்ட அளவான; மிகமிக எளிய; அடிப்படையான *You won't get good marks if you just do **the bare minimum**.* • *I don't take much luggage when I travel, just **the bare essentials**.*

IDM **with your bare hands** without weapons or tools படைக்கலங்கள் அல்லது செய்கருவிகளைப் பயன்படுத்தாது; வெறுங்கையால் *He killed the tiger with his bare hands.*

bareback /ˈbeəbæk/ *adj., adv.* riding a horse without a seat (**saddle**) இருக்கை அமைப்பு (சேணம்) இல்லாத குதிரையில் சவாரி செய்கிற/சவாரி செய்துகொண்டு *bareback riders in the circus*

barefoot /ˈbeəfʊt/ (*also* **barefooted**) *adj., adv.* not wearing anything on your feet காலில் செருப்பு முதலியவை இல்லாத/இல்லாது; வெறுங்காலுடைய/வெறுங்காலில் *We walked barefoot along the beach.*

bareheaded /ˌbeəˈhedɪd/ *adj., adv.* not wearing anything to cover your head தலையில் தொப்பி முதலியவை அணியாத/அணியாது; வெறுந்தலையான/வெறுந்தலையாக

barely /ˈbeəli/ *adv.* (used especially after 'can' and 'could' to emphasize that sth is difficult to do) only just; almost not (ஒரு செயலின் கடுமையை/அருமைப்பாட்டை வலியுறுத்தும் முறையில், குறிப்பாக 'can', 'could' ஆகிய சொற்களை அடுத்துப் பயன்படுத்தப்படுவது) ஓரளவுதான்; பெரும்பாலும் முடியாத நிலையில் *I was so tired I could barely stand up.* • *I earn barely enough money to pay my rent.* ➪ **hardly** பார்க்க.

bargain¹ /ˈbɑːgən/ *noun* [C] **1** something that is cheaper or at a lower price than usual வழக்கத்தைவிட மலிவான அல்லது குறைந்த விலையில் பெறப்படும் பொருள்; நயவிலைப்பொருள் *At that price, it's an absolute bargain!* • *I found a lot of bargains in the sale.* **2** an agreement between people or groups about what each of them will do for the other or others ஒருவர் மற்றொருவருக்கு அல்லது மற்றவர்களுக்குச் செய்ய இருப்பது குறித்து தனி நபர்களுக்கு அல்லது குழுக்களுக்கு இடையே செய்து கொள்ளப்படும் ஒப்பந்தம்; கொடுக்கல் வாங்கல் ஒப்பந்தம்; பேரம் *Let's **make a***

bargain—I'll lend you the money if you'll help me with my work.

IDM **into the bargain** (used for emphasizing sth) as well; in addition; also (ஒன்றற்கு அழுத்தம் தரப் பயன்படுத்தப்படுவது) கூட; அதற்கு மேலும்; மற்றும் *They gave me free tickets and a free meal into the bargain.*

bargain² /ˈbɑːɡən/ *verb* [I] **bargain (with sb) (about/over/for sth)** to discuss prices, conditions, etc. with sb in order to reach an agreement that suits each person ஒவ்வொருவருக்கும் ஏற்புடையதாக உள்ள ஓர் ஒப்பந்தத்தைச் செய்யும் பொருட்டு ஒருவருடன் விலைகள், நிபந்தனைகள் முதலியவை குறித்து விவாதி; பேரம் பேசு *They bargained over the price.*

PHR V **bargain for/on sth** (*usually in negative sentences*) to expect sth to happen and be ready for it (வழக்கமாக எதிர்மறை வாக்கியங்களில்) ஒன்று நடக்கும் என்று எதிர்பார்த்து அதற்குத்-தயாராய் இரு *When I agreed to help him I didn't bargain for how much it would cost me.*

barge¹ /bɑːdʒ/ *noun* [C] a long narrow boat with a flat bottom that is used for carrying goods or people on a canal or river கால்வாய் அல்லது நதி வழியாகச் சரக்குகளை அல்லது ஆட்-களை ஏற்றிச்செல்லப் பயன்படுத்தப்படும் தட்டையான அடிப்பகுதியை உடைய நீண்டு ஒடுங்கிய படகு வகை ⇨ **boat** பதிவில் படம் பார்க்க.

barge² /bɑːdʒ/ *verb* [I, T] to push people out of the way in order to get past them முந்திச் செல்லும் பொருட்டு ஆட்களை வழியிலிருந்து உந்தித்-தள்ளு; தள்ளிக்கொண்டு முன்செல்; நெருக்கி-யடித்து முன்னேறு *He barged (his way) angrily through the crowd.*

bar graph = **bar chart**

baritone /ˈbærɪtəʊn/ *noun* [C] a male singing voice that is fairly low; a man with this voice மட்டான அளவில் தாழ்ந்து ஒலிக்கும் ஆணின் இசைக்குரல்; இவ்வகை இசைக்குரலையுடைய ஆண் NOTE Baritone இசைக்குரல் **tenor** (உச்சநிலை இசைக்குரல்)-க்கும் **bass** (அடி-நிலை இசைக்குரல்)-க்கும் இடைப்பட்டதாகும்.

barium /ˈbeəriəm/ *noun* [U] (*symbol* **Ba**) a soft silver-white metal மெல்லிழைவான ஒளிர் சாம்பல் நிற உலோக வகை; பேரியம்

bark¹ /bɑːk/ *noun* **1** [U] the hard outer covering of a tree மரத்தின் கெட்டியான புறத்தோல்; மரப்பட்டை **2** [C] the short, loud noise that a dog makes நாயின் உரத்த குற்றொலி; நாய் குரைப்பொலி

bark² /bɑːk/ *verb* **1** [I] **bark (at sb/sth)** (used about dogs) to make a loud, short noise or noises (நாய்கள் வகையில்) உரத்த குற்றொலி அல்லது குற்றொலிகள் எழுப்பு; குரை **2** [T] **bark sth (out) (at sb)** to give orders, ask questions, etc. in a loud unfriendly way நட்பினிமை-யற்ற உரத்த குரலில் கட்டளையிடு, கேள்வி கேள், அதிகாரமாகப் பேசு *The boss came in, barked out some orders and left again.*

barley /ˈbɑːli/ *noun* [U] **1** a plant that produces grain that is used for food or for making beer and other drinks உணவுப்பொருளாக அல்லது பியர் மற்றும் பிற பானங்கள் தயாரிக்கப் பயன்-படுத்தப்படும் தானியம் விளையும் தாவர வகை; வாற்கோதுமை **2** the grain produced by this plant வாற்கோதுமை மணி ⇨ **cereal** பதிவில் படம் பார்க்க.

barmaid /ˈbɑːmeɪd/ *noun* [C] (*AmE* **bartender**) a woman who serves drinks from behind a bar in a pub, etc. பொது விடுதி, முதலியவற்றில் உயர் மேடைக்குப் பின்னின்று பானங்களைப் பரி-மாறும் பெண்; அருந்தகப் பணிப்பெண்

barman /ˈbɑːmən/ *noun* [C] (*pl.* **-men** /-mən/) (*AmE* **bartender**) a man who serves drinks from behind a bar in a pub, etc. பொது விடுதி, முதலியவற்றில் உயர் மேடைக்குப் பின்னின்று பானங்களைப் பரிமாறும் ஆண்; அருந்தக ஆண் பணியாளர்

barn /bɑːn/ *noun* [C] a large building on a farm in which crops or animals are kept தானியங்கள் இட்டுவைக்கும் அல்லது விலங்குகள் பராமரிக்கப்படும் பெரிய பண்ணைக் கட்டடம்; கூல அல்லது கால்நடை மனை; களஞ்சியம்

barometer /bəˈrɒmɪtə(r)/ *noun* [C] **1** an instrument that measures air pressure and indicates changes in weather காற்றின் அழுத்தத்தை அளவிடுவதும் வானிலை மாற்றங்களைத் தெரிவிப்பதுமான கருவி; காற்றழுத்தமானி; பாரமானி **2** something that indicates the state of sth (a situation, a feeling, etc.) (ஒரு சூழ்நிலை, ஓர் உணர்வு போன்ற) ஒன்றன் நிலையைக் காட்டுவது *Results of local elections are often a barometer of the government's popularity.*

baron /ˈbærən/ *noun* [C] **1** a man of a high social position in Britain; a nobleman பிரிட்டனில் சமுதாய உயர் படிநிலையைச் சார்ந்த ஓர் ஆண்; பெருங்குடி மகன்; கோமான் **2** a person who controls a large part of a particular industry or type of business குறிப்பிட்ட தொழிலின் அல்லது வாணிகத்தின் பெரும்பகுதியைத் தன் கட்டுப்பாட்டில் வைத்திருப்பவர்; பெருந்-தொழில் அதிபர் *drug/oil barons*

baroness /ˈbærənəs/ *noun* [C] a woman of a high social position; the wife of a baron சமுதாய உயர் படிநிலையைச் சார்ந்த பெண்; கோமான் மனைவி; கோமகள்

baroque (*also* **Baroque**) /bəˈrɒk/ *adj.* used to describe a highly decorated style of European architecture, art and music of the 17th and early 18th centuries பதினேழாம் நூற்றாண்டு மற்றும் பதினெட்டாம் நூற்றாண்டின் முற்பகுதியைச் சார்ந்த ஐரோப்பிய கட்டடக்கலை, கலை மற்றும் இசையின் மேம்பட்ட ஒப்பனைப் பாணிக்குரிய

barracks /ˈbærəks/ *noun* [C, *with sing. or pl. verb*] (*pl.* **barracks**) a building or group of buildings in which soldiers live படைவீரர் குடியிருப்பு மனை அல்லது வளாகம் *Guards were on duty at the gate of the barracks.*

barrage /ˈbærɑːʒ/ *noun* [C] **1** a continuous attack on a place with a large number of guns பெரும் எண்ணிக்கையிலான துப்பாக்கிகளை/பீரங்கிகளைக் கொண்டு ஓரிடத்தின்மீது நடத்தப்படும் தொடர் தாக்குதல்; குண்டுமாரி **2** a large number of questions, comments, etc., directed at a person very quickly ஒருவரை நோக்கி அடுத்தடுத்து விரைவாக எழுப்பப்படும் வினாக்கள், கூறப்படும் கருத்துரைகள் முதலியன; கேள்விமாரி, சொல்மாரி முதலியன *The minister faced a barrage of questions from reporters.*

barrel /ˈbærəl/ *noun* [C] **1** a large, round, wooden, plastic or metal container for liquids, that has a flat top and bottom and is wider in the middle மேல்பகுதியும் அடிப்பகுதியும் தட்டையாகவும் இடையில் அகல்விரிவாகவும் உள்ள, மரம், பிளாஸ்டிக் அல்லது உலோகத்தால் செய்யப்பட்ட, பெரிய உருள் தொட்டி; பீப்பாய்; மிடா *a beer/wine barrel* **2** a unit of measurement in the oil industry equal to approximately 159 litres எண்ணெய்த் தொழிலில் வழக்கில் உள்ள, ஏறத்தாழ 159 லிட்டர் கொள்ளளவுக்கு இணையான ஓர் அடிப்படை அலகு; பீப்பாய் அளவு *The price of oil is usually given per barrel.* **3** the long metal part of a gun like a tube through which the bullets are fired வெடித்து குண்டுகளைச் செலுத்துவதற்குரிய, துப்பாக்கியின் நீண்ட குழல் வடிவ உலோகப்பகுதி; துப்பாக்கி/பீரங்கிக் குழல்

barren /ˈbærən/ *adj.* **1** (used about land or soil) not good enough for plants to grow on (நிலம் அல்லது மண் வகையில்) தாவர வளர்ச்சிக்குப் போதுமான வளமற்ற; செழிப்பில்லாத; வெறுமையான; தரிசான **2** (used about trees or plants) not producing fruit or seeds (மரங்கள் அல்லது செடிகள் வகையில்) பழங்கள் அல்லது விதைகள் உருவாகாத; பலன் தராத

barricade /ˌbærɪˈkeɪd/ *noun* [C] an object or a line of objects that is placed across a road, an entrance, etc. to stop people getting through ஆட்கள் மேற்செல்லாமல் தடுப்பதற்காகச் சாலை, நுழைவாயில் முதலியவற்றின் குறுக்கே இடப்படும் ஒரு பொருள் அல்லது பொருள்களின் நீள்வரிசைத் தொகுதி; வழியடைப்பு; தடையரண் *The demonstrators **put up barricades** to keep the police away.* ▶ **barricade** *verb* [T]

PHR V **barricade yourself in** to defend yourself by putting up a barricade தடையரண் அமைத்துத் தனக்குப் பாதுகாப்புச் செய்துகொள் *Demonstrators took over the building and barricaded themselves in.*

barrier /ˈbæriə(r)/ *noun* [C] **1** an object that keeps people or things separate or prevents them moving from one place to another ஆட்களை அல்லது பொருள்களைப் பிரித்து வைக்கும் அல்லது ஓரிடத்திலிருந்து மற்றோர் இடத்துக்குச் செல்லாமல் தடுக்கும் பொருள்; தடை; தடைவேலி *The crowd were all kept behind barriers.* • *The mountains form a natural barrier between the two countries.* ➪ **crash barrier** பார்க்க. **2 a barrier (to sth)** something that causes problems or makes it impossible for sth to happen ஒன்றற்குச் சிக்கல் அல்லது இடர் உண்டாக்குவது அல்லது ஒன்று நிகழ முடியாத நிலையை ஏற்படுத்துவது; தடை; தடங்கல்; இடையூறு *When you live in a foreign country, the **language barrier** is often the most difficult problem to overcome.*

barring /ˈbɑːrɪŋ/ *prep.* except for; unless there is/are தவிர்த்து; தவிர; நீங்கலாக; இல்லாது; அன்றி; ஒழிய *Barring any unforeseen problems, we'll be moving house in a month.*

barrister /ˈbærɪstə(r)/ *noun* [C] (in English law) a lawyer who is trained to speak for you in the higher courts (இங்கிலாந்து சட்ட வழக்கில்) உயர்நிலை நீதிமன்றங்களில் வழக்காடுவதற்கான பயிற்சித் தகுதி பெற்ற வழக்கறிஞர்; மாவழக்கறிஞர் ➪ **lawyer** பதிவிலுள்ள குறிப்பைப் பார்க்க.

barrow /ˈbærəʊ/ *noun* [C] **1** (*BrE*) a small thing on two wheels on which fruit, vegetables, etc. are moved or sold in the street, especially in markets தெருக்களில், பெரும்பாலும் அங்காடிப் பகுதிகளில், பழங்கள், காய்கறிகள் முதலியவற்றை இட்டுத் தள்ளிச்செல்வதற்கான அல்லது விற்பனை செய்வதற்கான சிறு இரு சக்கர வண்டி; (அங்காடிக்) கைவண்டி; தள்ளுவண்டி **2** = **wheelbarrow**

bar staff *noun* [U, *with pl. verb*] the people who serve drinks from behind a bar in a pub, etc. பொது விடுதி, முதலியவற்றில் உயர் மேடைக்குப் பின்னின்று குடி நீர்மங்களைப் பரிமாறும் பணியாளர்; அருந்தகப் பணியாளர் *The bar staff are very friendly here.* ➪ **barmaid** மற்றும் **barman** பார்க்க.

bartender /ˈbɑːtendə(r)/ (*AmE*) = **barmaid** or **barman**

barter /ˈbɑːtə(r)/ *verb* [I, T] **barter sth (for sth); barter (with sb) (for sth)** to exchange goods, services, property, etc. for other goods, etc., without using money பணத்தைப் பயன்படுத்தாமல் பொருள்கள், சேவைகள், சொத்து முதலியவற்றைப் பிற பொருள்கள், சேவைகள் முதலியவற்றுடன் பரிமாறிக்கொள்; கொடுத்து வாங்கு; பண்டமாற்றுச் செய் *The farmer bartered his surplus grain for machinery.* • *The prisoners bartered with the guards for writing paper and books.* ▶ **barter** *noun* [U]

basalt /ˈbæsɔːlt/ *noun* [U] (in geology) a type of dark rock that comes from **volcanoes** (புவி அமைப்பியலில்) எரிமலையிலிருந்து வெளிவரும் கரும் பாறை வகை; எரிமலைப் பாறை

base[1] /beɪs/ *noun* [C] **1** the lowest part of sth, especially the part on which it stands or at which it is fixed or connected to sth ஒன்றன் அடிப்பகுதி, குறிப்பாக ஒன்றைத் தாங்கி நிற்கும் அல்லது ஒன்று ஊன்றி வைக்கப்பட்டிருக்கும் அல்லது இணைக்கப்பட்டிருக்கும் பகுதி; ஆதாரப் பகுதி; அடித்தளம் *the base of a column/glass/box* • *I felt a terrible pain* ***at the base of*** *my spine.* **2** an idea, a fact, etc. from which sth develops or is made ஒன்று உருவாவதற்கு அல்லது உருவாக்கப்படுவதற்கு மூலமான கருத்து, மெய்ம்மைக் கூறு முதலியன; அடிப்படை; மூலம் *The country needs a strong economic base.* **3** a place used as a centre from which activities are done or controlled செயல்கள் நிகழ்த்துவதற்கான அல்லது இயக்கப்படுவதற்கான மையமாகப் பயன்படுத்தப்படும் இடம்; செயல் மையம்; தலைமையிடம் *This hotel is an ideal base for touring the region.* **4** a military centre from which the armed forces operate படைத்துறையினரின் செயல்பாட்டு மையம்; படைத்தளம்; மூலத்தளம் *an army base* **5** (in baseball) one of the four points that a runner must touch (பேஸ்பால் விளையாட்டில்) ஓட்டக்காரர் தொட்டுச் செல்லவேண்டிய நான்கு நிலைத்தளங்களில் ஒன்று **6** a chemical substance with a pH value of more than 7 கார/காடிப்பொருள் அளவைக் குறிக்கும் pH மதிப்பு ஏழுக்குமேல் உள்ள ஒரு வேதியியல் பொருள் ➪ **acid** மற்றும் **alkali** பார்க்க; மேலும் **pH** பதிவில் படம் பார்க்க.

base[2] /beɪs/ *verb* [T] (*usually passive*) **base sb/sth in** to make one place the centre from which sb/sth can work or move around ஒருவருடைய/ஒன்றன் செயல்பாட்டிற்கு அல்லது இயக்கத்திற்கு ஓரிடத்தை மையமாக அமை; நிலைத்தளம் அமை *I'm based in Hyderabad, although my job involves a great deal of travel.* • *a Kolkata-based company*

PHR V **base sth on sth** to form or develop sth from a particular starting point or source குறிப்பிட்ட ஒரு தொடக்கத்திலிருந்து அல்லது மூலத்திலிருந்து ஒன்றை உருவாக்கு அல்லது வளர்ச்சியுறச் செய்; ஓர் அடிப்படை மீதெழுப்பு; ஒன்றை ஆதாரமாகக் கொள் *This film is based on a true story.*

baseball /ˈbeɪsbɔːl/ *noun* [U] a team game that is popular in the US in which players hit the ball with a bat and run round four points (**bases**). They have to touch all four bases in order to score a point (**run**) மட்டையால் பந்தை அடித்துவிட்டு நான்கு நிலைத்தளங்களையும் சுற்றி ஓடும், அமெரிக்காவில் பிரபலமாக உள்ள, ஓர் அணி விளையாட்டு (ஓர் ஓட்டப்புள்ளியைப் பெற ஒருவர் நான்கு நிலைத்தளங்களையும் தொட்டுச் செல்ல வேண்டும்); தளக்கட்டுப் பந்தாட்டம்; பேஸ்பால்

baseline /ˈbeɪslaɪn/ *noun* [*usually sing.*] **1** (*sport*) a line that marks each end of the court in games such as tennis or the edge of the area where a player can run in baseball டென்னிஸ் போன்ற விளையாட்டுக்களில் ஆட்டக் களத்தின் ஒவ்வொரு எல்லைமுனையையும் குறிக்கும் கோடு; பேஸ்பால் விளையாட்டில் விளையாட்டு வீரர் ஓடும் பரப்பின் விளிம்புப் பகுதி **2** (*technical*) a line or measurement that is used as a starting-point when comparing facts ஆதாரத் தகவல்களை ஒப்பிடும்பொழுது தொடக்க நிலையாகப் பயன்படுத்தப்படும் ஒரு வரிசைத் தொகுதி அல்லது ஓர் அளவீடு

basement /ˈbeɪsmənt/ *noun* [C] a room or rooms in a building, partly or completely below ground level ஒரு கட்டடத்தில் பகுதியாக அல்லது முழுமையாகத் தரைதளத்தின் கீழ் அமைந்துள்ள ஓர் அறை அல்லது அறைத்தொகுதி; அடித்தளம்; நில அறை *a basement flat* ➪ **cellar** பார்க்க.

base metal *noun* [C] a metal that is not a precious metal such as gold பொன் போன்று மதிப்பு மிக்கதல்லாத உலோக வகை; மதிப்புக் குறைந்த உலோகம்

base rate *noun* [C] a rate of interest, set by a central bank, that all banks in Britain use when calculating the amount of interest that they charge on the money they lend பிரிட்டனில் மைய வங்கியால் தீர்மானிக்கப்படுவதும், அனைத்து வங்கிகளாலும் தாம் வழங்கும் கடனுக்கு வட்டியைக் கணக்கிட அடிப்படையாகக் கொள்ளப்படுவதுமான வட்டி விகிதம்; மூல/அடிப்படை வட்டி விகிதம்

bases ➪ **1 basis** என்பதன் பன்மை வடிவம் **2 base[1]** என்பதன் பன்மை வடிவம்

bash[1] /bæʃ/ *verb* (*informal*) **1** [I, T] to hit sb/sth very hard ஒருவரை/ஒன்றை வன்மையாக அடி;

மிகுந்த பலத்துடன் மோது *I didn't stop in time and bashed into the car in front.* **2** [T] to criticize sb/sth strongly ஒருவரை/ஒன்றைக் கடுமையாக விமர்சனம் செய்; வன்மையாகக் கண்டி அல்லது குறை கூறு *The candidate continued to bash her opponent's policies.*

bash² /bæʃ/ *noun* [C] (*informal*) **1** a hard hit வன்மையான அல்லது விசையார்ந்த அடி அல்லது தாக்கு; செம்மையான அடி *He gave Amit a bash on the nose.* **2** a large party or celebration பேரளவிலான விருந்து அல்லது கொண்டாட்டம்; பெருவிழா

IDM have a bash (at sth/at doing sth) (*BrE spoken*) to try முயல்; முயற்சி செய்; முயன்று பார் *I'll get a screwdriver and have a bash at mending the light.*

bashful /ˈbæʃfl/ *adj.* shy and embarrassed கூச்ச உணர்வும் வெட்கமும் கொண்ட; நாணுகிற; நாணிக் கோணுகிற

basic /ˈbeɪsɪk/ *adj.* **1** forming the part of sth that is most necessary and from which other things develop ஒன்றன் இன்றியமையாத மூலக்கூறாகவும் அதிலிருந்து மற்றவை உருவாவதாகவும் அமைகிற; மூல முதலான; அடிப்படையான; ஆதாரப் பொருளான *The basic question is, can we afford it?* • *basic information/facts/ideas* **2** of the simplest kind or level; including only what is necessary without anything extra மிகச் சாதாரணமான; தேவையானவற்றைத் தவிர கூடுதலாக எதுவும் உள்ளடங்கியிராத; அடிநிலையான; முதற்படியான; அடிப்படையான *This course teaches basic computer skills.* • *The **basic pay** is Rs 6000 a month—with extra for overtime.*

basically /ˈbeɪsɪkli/ *adv.* used to say what the most important or most basic aspect of sb/sth is ஒருவருடைய/ஒன்றன் மிக முக்கியமான அல்லது அடிப்படையான நிலை/பண்புக்கூறு பற்றிக் கூறப் பயன்படுத்தும் சொல்; அடிப்படையில் *The new design is basically the same as the old one.*

basics /ˈbeɪsɪks/ *noun* [*pl.*] the simplest or most important facts or aspects of sth; things that you need the most ஒன்றன் அடிப்படையான அல்லது இன்றியமையாத மெய்ம்மைகள்/இயற்கூறுகள் *So far, I've only learnt the basics of computing.*

basil /ˈbæzəl/ *noun* [U] an aromatic annual plant native to tropical Asia with a strong, pungent sweet smell. It is used as a flavouring agent in cooking and is also considered sacred by the **Hindus** ஆசியாவின் வெப்ப மண்டலங்களில் வருடாந்தரமாக வளரும், முனைப்பான, இனிய மணமுள்ள தாவரம்; துளசி; உணவுக்கு நறுமணச்சுவையூட்டப் பயன்படுத்தப்படும் இத்தாவரம் இந்துக்களால் புனிதமானதாகக் கருதப்படுகிறது

basin /ˈbeɪsn/ *noun* [C] **1** = **washbasin** **2** a round open bowl often used for mixing or cooking food பெரும்பாலும் உணவைக் கலப்பதற்கு அல்லது சமைப்பதற்குப் பயன்படுத்தப்படும் மூடியில்லாத வட்ட வடிவக் கிண்ணம்; தட்டம் **3** an area of land from which water flows into a river ஒரு நதிக்குள் கலக்கும் நீரோட்டமுள்ள நிலப்பகுதி; வடிநிலம் *the Kaveri Basin*

basis /ˈbeɪsɪs/ *noun* (*pl.* **bases** /ˈbeɪsiːz/) **1** [*sing.*] the principle or reason which lies behind sth ஒன்றன் மூலக் கோட்பாடு அல்லது முகாந்தரம்; செயற்காரணம்; அடிப்படை *We made our decision **on the basis of** the reports which you sent us.* **2** [*sing.*] the way sth is done or organized ஒன்றன் செயல்முறை/ஆக்கமுறை அல்லது ஒழுங்கமைப்பு முறை *They meet **on a regular basis**.* • *to employ sb **on a** temporary/voluntary/part-time **basis*** **3** [C] a starting point, from which sth can develop ஒன்றன் வளர்ச்சியின் தொடக்க நிலை; அடிநிலை; அடிப்படை *She used her diaries as a basis for her book.*

bask /bɑːsk/ *verb* [I] **bask (in sth)** **1** to sit or lie in a place where you can enjoy the warmth வெதுவெதுப்பை/கதகதப்பைப் பெற்று மகிழ்வதற்குரிய ஓரிடத்தில் அமர் அல்லது படு; குளிர்காய் *The snake basked in the sunshine on the rock.* **2** to enjoy the good feelings you have when other people admire you, give you a lot of attention, etc. மற்றவர்களுடைய பாராட்டு, தன்மீதான கவன ஈடுபாடு முதலியவற்றால் கிடைக்கும் இன்ப உணர்வில் திளை அல்லது மகிழ்வுறு *The team was still **basking in the glory** of winning the cup.*

basket /ˈbɑːskɪt/ *noun* [C] **1** a container for carrying or holding things, made of thin pieces of material such as wood, plastic or wire that bends easily எளிதாக வளையக்கூடிய மரம், பிளாஸ்டிக் அல்லது கம்பி போன்றவற்றின் மெல்லிய கூறுகளால் செய்யப்பட்ட, பொருள்களை எடுத்துச் செல்வதற்கு அல்லது இட்டு வைப்பதற்குப் பயன்படுத்தப்படும் கூடை *a waste-paper basket* • *a shopping basket* • *a clothes/laundry basket* **2** a net that hangs from a metal ring high up at each end of a basketball court கூடைப்பந்தாட்டக் களத்தின் இரு முனைகளிலும் உயரத்தில் உலோக வளையத்தில் பொருத்தப்பட்டிருக்கும் வலை **3** a score of one, two or three points in basketball, made by throwing the ball through one of the nets கூடைப்பந்தாட்டத்தில் வலையின் ஊடே பந்தை எறிந்து பெறும், ஆட்டக்கணிப்புக்குரியதாகிய ஒன்று, இரண்டு அல்லது மூன்று புள்ளிகள்

IDM **put all your eggs in one basket** ➪ **egg**[1] பார்க்க.

basketball /ˈbɑːskɪtbɔːl/ *noun* [U] a game for two teams of five players. There is a net (**basket**) fixed to a metal ring high up at each end of the court and the players try to throw a ball through the other team's net in order to score points (**baskets**) ஐவர் கொண்ட இரு அணியினரால் விளையாடப்படும் பந்தாட்டம். ஆட்டக் களத்தில் இரு முனைகளிலும் உயரத்தில் உலோக வளையத்தில் வலைகள் பொருத்தப்பட்டிருக்கும். ஒவ்வொரு அணியினரும் எதிர் அணியினர் வலையின் ஊடே பந்தை எறிந்து ஆட்டக் கணிப்புப் புள்ளிகளைப் பெற முயல்வர். கூடைப் பந்தாட்டம்

basmati *noun* [U] a kind of long-grained rice grown in India and Pakistan. It is known for its delicate flavour நீண்ட மணிகளையுடைய, நறுமணச் சுவை கொண்ட உயர் ரக இந்திய மற்றும் பாக்கிஸ்தானிய அரிசி வகை

bass /beɪs/ *noun* **1** [U] the lowest part in music இசையின் அடிநிலைக் கூறு **2** [C] the lowest male singing voice; a singer with this kind of voice அடிநிலையாகத் தாழ்ந்து ஒலிக்கும் ஆண் இசைக்குரல்; இவ்விசைக்குரலில் பாடும் பாடகன் ➪ **tenor** மற்றும் **baritone** பார்க்க. **3** = **double bass 4** [C] (*also* **bass guitar**) an electric guitar which plays very low notes தாழ் சுரத்தில் இசைப்பதற்குரிய, மின்னாற்றலால் இயக்கப்படும் கிதார் என்ற நரம்பிசைக் கருவி ➪ **piano** பதிவிலுள்ள குறிப்பைப் பார்க்க.
▶ **bass** *adj.* (*only before a noun*) *a bass drum • Can you sing the bass part in this song?*

bassoon /bəˈsuːn/ *noun* [C] a musical instrument that you blow which makes a very deep sound மிகத் தாழ்ந்த/உள்ளடங்கிய ஓசை எழுப்பும் துளையிசைக் கருவி வகை ➪ **piano** பதிவிலுள்ள குறிப்பைப் பார்க்க.

bastard /ˈbɑːstəd; ˈbæs-/ *noun* [C] (*old-fashioned*) a person whose parents were not married to each other when he/she was born ஒருவரையொருவர் திருமணம் செய்து கொள்ளாத பெற்றோருக்குப் பிறந்தவர்; சோரப்பிள்ளை

baste /beɪst/ *verb* [T] to pour liquid fat or juices over meat, etc. while it is cooking இறைச்சி முதலியவை வெந்து பக்குவமாகிக் கொண்டிருக்கும்பொழுது அதன்மீது தாவர/விலங்கு நெய்யை அல்லது சாறுகளை ஊற்று

bat[1] /bæt/ *noun* [C] **1** a piece of wood for hitting the ball in sports such as table tennis, cricket or baseball மேசை டென்னிஸ், கிரிக்கெட் அல்லது பேஸ்பால் போன்ற விளையாட்டுகளில் பந்து அடிப்பதற்கான மட்டை *a cricket bat* ➪ **club, racket** மற்றும் **stick** பார்க்க. **2** a small animal, like a mouse with wings, which flies and hunts at night வௌவால்

IDM **off your own bat** without anyone asking you or helping you பிறர் ஊக்குவிப்போ உதவியோ இல்லாமல்; தன்னந் தனியாக

bat[2] /bæt/ *verb* [I] (**batting; batted**) (used about one player or a whole team) to have a turn hitting the ball in sports such as cricket or baseball (ஒரு விளையாட்டு வீரர் அல்லது ஓரணியைப் பற்றிக் குறிப்பிடுகையில்) கிரிக்கெட் அல்லது பேஸ்பால் போன்ற விளையாட்டுகளில், மட்டையால் பந்தை அடி

IDM **not bat an eyelid;** (*AmE*) **not bat an eye** to show no surprise or embarrassment when sth unusual happens வழக்கத்திற்கு மாறான ஒன்று நிகழும்போது வியப்போ மனத்தடுமாற்றமோ காட்டாமலிரு

batch /bætʃ/ *noun* [C] **1** a number of things or people which belong together as a group குழுவாக அல்லது தொகுதியாக ஒன்றிணைந்த பலர் அல்லது பல; ஈடு; அணி; தொகுதி *The bus returned to the airport for the next batch of tourists.* **2** (*computing*) a set of jobs that are done together on a computer ஒரு கணினியில் ஒருசேர செய்யப்படும் பணிகளின் தொகுதி அல்லது ஈடு *to process a batch job • a batch file/program*

bated /ˈbeɪtɪd/ *adj.*

IDM **with bated breath** excited or afraid, because you are waiting for sth to happen ஒன்று நிகழ இருப்பதை எதிர்நோக்கிய நிலையில், பரபரப்புடன்; அச்சத்துடன்; மூச்சை அடக்கிக்கொண்டு

bath[1] /bɑːθ/ *noun* (*pl.* **baths** /bɑːðz/) **1** [C] (*also* **bathtub**) a large container for water in which you sit to wash your body உள்ளமர்ந்து குளிப்பதற்கான பெரிய நீர்த்தொட்டி; குளியல் தொட்டி *Can you answer the phone? I'm in the bath!* **2** [*sing.*] an act of washing the whole of your body உடம்பு முழுவதையும் நீரால் தூய்மை செய்தல்; குளிப்பு; முழுக்கு *to* ***have a bath*** **3** [C, *usually pl.*] a public place where people went in past times to wash or have a bath முற்காலங்களில் நீராடலுக்கு அல்லது குளியலுக்குப் பயன்படுத்தப்பட்ட பொதுவிடம்; பொதுக் குளிப்பகம்; நீர்த்துறை *Roman baths*

bath[2] /bɑːθ/ *verb* **1** [T] to give sb a bath ஒருவரைக் குளிப்பாட்டு; நீராட்டு *bath the baby* **2** [I] (*old-fashioned*) to have a bath குளி; நீராடு

bathe /beɪð/ *verb* **1** [T] to wash or put part of the body in water, often for medical reasons பெரும்பாலும் மருத்துவக் காரணங்களுக்காக, உடலின் ஒரு பகுதியை நீரில் கழுவு; நனை; அலம்பு *She bathed the wound with antiseptic.* **2** [I] (*old-fashioned*) to swim in the sea or in a lake or river

கடலில் அல்லது ஏரியில் அல்லது நதியில் நீந்து ➪ **sunbathe** பார்க்க.

bathed /beɪðd/ *adj.* (*written*) **bathed in sth** (*not before a noun*) covered with sth ஒன்றினால் இடங்கொள்ளப்பட்ட; சூழப்பெற்ற; போர்த்தப்பட்ட *The room was bathed in moonlight.*

bathing /ˈbeɪðɪŋ/ *noun* [U] the act of swimming in the sea, a river or a lake (not in a swimming pool) (நீச்சல் குளத்தில் அல்லாது) கடல், நதி அல்லது ஏரியில் நீந்துதல்

bathos /ˈbeɪθɒs/ *noun* [U] (*formal*) (in literature) a sudden change, which is not usually deliberate, from a serious subject or feeling to sth ridiculous or unimportant (இலக்கியத்தில்) பெரும்பாலும் திட்டமிட்டு நிகழ்த்தப்படாத, கருத்தார்ந்த ஒரு பொருள் அல்லது ஓர் உணர்ச்சியிலிருந்து கேலிக்குரிய/அற்பமான ஒன்றறக்கு வந்தடையும் திடீர் மாற்றம்; உணர்வுச்சரிவு அல்லது சுவை இறக்கம்

bathrobe/ˈbɑːθrəʊb/ = **dressing gown**

bathroom /ˈbɑːθruːm; -rʊm/ *noun* [C] **1** a room where there is a bath, a place to wash your hands (**a washbasin**), and sometimes a toilet குளியல் தொட்டி, கையலம்பு தட்டம், சிலசமயங்களில் கழிப்புக் கலம் ஆகியவை கொண்ட அறை; குளியல் அறை **2** a room with a toilet கழிப்புக் கலம் கொண்ட அறை; கழிப்பறை ➪ **toilet** பதிவிலுள்ள குறிப்பைப் பார்க்க.

bathtub /ˈbɑːθtʌb/ = **bath[1] 1**

batik *noun* [U, C] a method of printing patterns on cloth by putting **wax** on the parts of the cloth that will not have any colour; a piece of cloth that is printed in this way நிறமூட்ட வேண்டியிராத துணிப்பகுதியின் மீது மெழுகு பூசி, எஞ்சிய பாகங்களில் ஒப்பனை உருவரைச் சட்டங்களை அச்சிடும் முறை; ஒப்பனை உருவரைச் சட்டங்கள் அச்சிடப்பட்ட துணி

baton /ˈbætɒn/ *noun* [C] **1** = **truncheon** **2** a short thin stick used by the leader of an orchestra பல்லிய (இசை) நிகழ்ச்சி இயக்குநர் கையிலுள்ள ஒடிசலான சிறு கோல் **3** a stick which a runner in a race (**a relay race**) passes to the next person in the team இடைமாற்று ஓட்டப்பந்தயத்தில் ஓர் ஓட்டக்காரர் அணியில் ஓட இருக்கும் அடுத்தவரிடம் தரும் கோல்

batsman /ˈbætsmən/ *noun* [C] (*pl.* **-men** /-mən/) (in cricket) one of the two players who hit the ball to score points (**runs**) கிரிக்கெட் ஆட்டத்தில் பந்தை அடித்து ஓட்டப் புள்ளிகளை ஈட்டும் இருவரில் ஒருவர்; பந்தடிப்பவர்

battalion /bəˈtæliən/ *noun* [C] a large unit of soldiers that forms part of a larger unit in the army பெரும்படைத்தொகுதி ஒன்றில் அடங்கிய பெரிய படைப்பிரிவு; படையணி

batter[1] /ˈbætə(r)/ *verb* [I, T] to hit sb/sth hard, many times ஒருவரை/ஒன்றைப் பலமுறை விசையுடன் அடி; தொடர்ந்து வன்மையாகத் தாக்கு; நை; நொறுக்கு *The wind battered against the window.* • *He battered the door down.*

batter[2] /ˈbætə(r)/ *noun* [U] a mixture of flour, eggs and milk used to cover food such as fish, vegetables, etc. before frying them, or to make **pancakes** மீன், காய்கறிகள் முதலியவற்றை வறுப்பதற்கு முன் அவற்றின்மீது இட்டு பரப்பப்படுவதற்கும் அடைவகைகள் தயாரிப்பதற்கும் பயன்படுத்தப்படும் மாப்பொருள், முட்டைகள், பால் ஆகியவற்றின் கூட்டு

battered /ˈbætəd/ *adj.* no longer looking new; damaged or out of shape புதுத் தோற்றத்தை இழந்த; பழுதுபட்ட; உருக்குலைந்த *a battered old hat*

battery *noun* (*pl.* **batteries**)

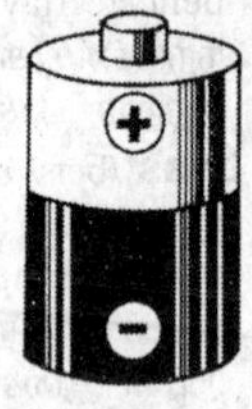

1 /ˈbætri/ [C] a device which provides electricity for a toy, radio, car, etc. விளையாட்டுப் பொருள், வானொலிப் பெட்டி, சீருந்து முதலியவற்றுக்கு மின்னாற்றல் வழங்கும் சாதனம்; மின்கலம் *to recharge* ***a flat battery*** **2** /ˈbætri/ [C] (*BrE*) (*often used as an adjective*) a large number of very small cages in which chickens, etc. are kept on a farm பண்ணையில் கோழிகள் முதலியன வைத்துப் பேணப்படும் சிறு கூண்டுகளின் தொகுதி; கூண்டுப் பெட்டி வரிசை *a battery hen/farm* ➪ **free-range** பார்க்க. **3** /ˈbætəri/ [U] the crime of attacking sb physically உடல்மீது தாக்குதலாகிய குற்றம்; அடி, குத்து முதலியன *He was charged with* ***assault and battery***.

battle[1] /ˈbætl/ *noun* **1** [C, U] a fight, especially between armies in a war குறிப்பாக படைகளுக்கு இடையிலான, சண்டை; போர் *the battle of Panipat* • *to die/be killed* ***in battle*** **2** [C] **a battle (with sb) (for sth)** a competition, an argument or a fight between people or groups of people trying to win power or control அதிகாரம் அல்லது மேலாட்சியைக் கைக்கொள்ளுவதற்காக ஆட்களுக்கு அல்லது குழுக்களுக்கு இடையே நிகழும் போட்டி, விவாதம் அல்லது சண்டை *a legal battle for custody of the children* **3** [C, *usually sing.*] **a battle (against/for sth)** a determined effort to solve a difficult problem or to succeed in a difficult situation ஒரு கடுமையான சிக்கலைத் தீர்ப்பதற்காக அல்லது ஓர் இடரார்ந்த சூழ்நிலையில் வெற்றி காண்பதற்காக மேற்கொள்ளப்படும் உறுதியான முயற்சி *After three years she lost her battle against cancer.*

IDM **a losing battle** ➪ **lose** பார்க்க.

battle[2] /ˈbætl/ *verb* [I] **battle (with/against sb/sth) (for sth); battle (on)** to try very hard to achieve sth difficult or to deal with sth unpleasant or dangerous கடினமான ஒன்றை நிறைவேற்ற, அல்லது இன்னாத அல்லது ஆபத்தான ஒன்றைக் கையாளக் கடுமுயற்சி செய்; போராடு; எதிர்த்து மல்லாடு *The two brothers were battling for control of the family business.* • *Life is hard at the moment but we're battling on.*

battlefield /ˈbætlfi:ld/ (*also* **battleground** /ˈbætlgraʊnd/) *noun* [C] the place where a battle is fought போர் நடைபெறும் இடம்; போர்க்களம்

battlements /ˈbætlmənts/ *noun* [*pl.*] a low wall around the top of a castle with spaces in it that people inside could shoot through உள்ளிருந்து அம்பெறிவதற்கு அல்லது துப்பாக்கியால் சுடுவதற்கு வேண்டிய இடைவெளிகளுடன், காவற் கோட்டையின் மேற்பகுதியைச் சுற்றி அமைந்துள்ள தாழ்வான சுவர்; பீரங்கியேற்றும் கொத்தளம்

battleship /ˈbætlʃɪp/ *noun* [C] the largest type of ship used in war போரில் பயன்படுத்தப்படும் பெருங்கப்பல் வகை; போர்க்கப்பல்

bauble /ˈbɔ:bl/ *noun* [C] **1** a piece of cheap jewellery விலை மதிப்புக் குறைந்த/மலிவான அணிமணி வகை **2** a decoration in the shape of a ball that is hung on a Christmas tree இயேசுநாதர் திருப்பிறப்பு விழா மரத்தில் தொங்கவிடப்படும் பந்து வடிவ அலங்கார அமைப்பு

baulk (*AmE* **balk**) /bɔ:k/ *verb* [I] **baulk (at sth)** to not want to do or agree to sth because it seems too difficult, dangerous or unpleasant ஒன்று மிகையளவில் கடினமானதாக, ஆபத்தானதாக அல்லது இன்னாததாகத் தோன்றுவதால் அதனைச் செய்ய விரும்பாதிரு அல்லது உடன்படாதிரு; பின்வாங்கு; தவிர்

bauxite /ˈbɔ:ksaɪt/ *noun* [U] a soft rock from which we get a light metal (**aluminium**) அலுமினியம் பிரித்தெடுக்கப்படும் மென்பாறை வகை

bawl /bɔ:l/ *verb* [I, T] to shout or cry loudly கத்து; கூச்சலிடு; உரக்க அழு

bay /beɪ/ *noun* [C] **1** a part of the coast where the land goes in to form a curve நிலம் உட்சென்று வளைவாக அமைந்திருக்கும் கடற்கரைப் பகுதி; விரிகுடா *the Bay of Bengal* • *The harbour was in a sheltered bay.* **2** a part of a building, an aircraft or area which has a particular purpose குறிப்பிட்ட பயன்பாட்டிற்கான கட்டடப் பகுதி, விமானப் பகுதி அல்லது இடப்பகுதி; ஒதுக்கிடம்; இடவெளி *a parking/loading bay*

IDM **hold/keep sb/sth at bay** to stop sb/sth dangerous from getting near you; to prevent a situation or problem from getting worse ஆபத்தான ஒருவர்/ஒன்று தன்னை நெருங்கவிடாமல் தடு; ஒரு சூழ்நிலை அல்லது சிக்கல் மேலும் மோசமாகாமல் தடு

bayonet /ˈbeɪənət/ *noun* [C] a knife that can be fixed to the end of a gun துப்பாக்கி முனையில் பொருத்தக்கூடிய கத்தி; துப்பாக்கி முனை ஈட்டி

bay window *noun* [C] a window in a part of a room that sticks out from the wall of a house சுவரிலிருந்து முன்னால் துருத்திக் கொண்டிருக்கும் அறைச் சன்னல்

bazaar *noun* [C] **1** (in some Eastern countries) a market (சில கீழை நாடுகளில்) கடைத்தெரு; சந்தை **2** a sale where the money that is made goes to charity அதிலிருந்து கிடைக்கும் பணம் அறக் கொடையாகப் பயன்படுத்தப்படும் விற்பனை

bazooka /bəˈzu:kə/ *noun* [C] a long gun, shaped like a tube, which is held on the shoulder and used to fire **rockets** தோளில் தாங்கி ஏவுகணைகளைச் செலுத்துவதற்குப் பயன்படுத்தப்படும் நீண்ட குழல் வடிவத் துப்பாக்கி

BBQ *abbr.* = **barbecue**

BC /ˌbi:ˈsi:/ *abbr.* before Christ; used in dates to show the number of years before the time when Christians believe Jesus Christ was born கிறிஸ்துவுக்கு முன்னால் (கிமு); கால வரையறைகளில் இயேசு கிறிஸ்து பிறந்ததாக நம்பப்படும் ஆண்டுக்கு முற்பட்ட கால அளவைக் குறிக்கப் பயன்படுத்தப்படுவது *300 BC* ⇨ **AD** பார்க்க.

BDO /ˌbi: di: ˈəʊ/ *abbr.* Block Development Officer; (in India) a government official responsible for the local administration of a **block 6** (இந்தியாவில்) ஓர் ஊராட்சி ஒன்றியத்தின் நிருவாகத்திற்குப் பொறுப்பான அரசு அதிகாரியைக் குறிக்கும் Block Development Officer என்பதன் குறுக்கம்

be[1] /bi/ (*strong form* /bi:/) *verb* **1** *linking verb* **there is/are** to exist; to be present இரு; உளதாயிரு; உளதாகு; காணப்பெறு *I tried phoning them but there was no answer.* • *There are some people outside.* • *There are a lot of trees in our garden.* **2** [I] used to give the position of sb/sth or the place where sb/sth is situated ஒருவருடைய/ஒன்றன் இருப்பு நிலையை/அமைவு நிலையை அல்லது இருப்பிடத்தை/அமைவிடத்தைக் குறிக்கப் பயன்படுத்தப்படுவது: இரு; அமைவுறு; நிலைகொள்; தங்கியிரு *Katrina's in her office.* • *Rameswaram is on the south coast.* **3** (*linking verb*) used to give the date or age of sb/sth or to talk about time ஒருவருடைய/ஒன்றன் தேதியை/நாளை அல்லது வயதைக் குறிக்க அல்லது நேரத்தைக் குறிப்பிடப் பயன்படுத்தப்படுவது *My birthday is on 24 April.* • *It's 6 o'clock.* • *It was Tuesday yesterday.* • *He's older than Manjula.*

• *It's ages since I last saw him.* **4** (*linking verb*) used when you are giving the name of people or things, describing them or giving more information about them ஆட்களின் அல்லது பொருள்களின் பெயரைக் குறிப்பிடும்பொழுது, அவர்களை/அவைகளை விவரிக்கும்பொழுது, அல்லது அவர்களை/அவைகளைப் பற்றிக் கூடுதல் தகவல் தரும்பொழுது பயன்படுத்தப்படுவது *I'm Aruna.* • *'What colour is your car?' 'It's green.'* **5** [I] (*used only in the perfect tenses*) to go to a place (and return) ஓரிடத்திற்குச் செல் (சென்று திரும்பு) *Have you ever **been** to Japan?*

NOTE இதனுடன் **has/have gone** என்ற வினைத்தொடரை ஒப்பிட்டுப் பார்க்க— *Madhu's gone to the doctor's* (= she hasn't returned yet). • *Madhu's been to the doctor's today* (= she has returned).

IDM **be yourself** to act naturally இயல்பாக இரு; இயல்பாக அல்லது தன் வழக்கப்படி நடந்துகொள் *Don't be nervous; just be yourself and the interview will be fine*.

to-be (*used to form compound nouns*) future வருங்கால; எதிர்கால வாய்ப்பான *his bride-to-be* • *mothers-to-be* (= pregnant women)

be² /bi; *strong form* biː/ *auxiliary verb* **1** used with a past participle to form the passive; used with a present participle to form the continuous tenses இறந்தகால வினையெச்சத்துடன் இணைந்து செயப்பாட்டு வினை ஆக்கப் பயன்படுத்தப்படுவது; நிகழ்கால வினையெச்சத்துடன் இணைந்து தொடர்நிலை வினை ஆக்கப் பயன்படுத்தப்படுவது ➪ அகராதிப் பகுதியை அடுத்துள்ள **Quick Grammar Reference** பகுதியைப் பார்க்க. **2 be to do sth** used to show that sth must happen or that sth has been arranged ஒரு செயல் நிகழவேண்டும் அல்லது ஒன்று ஏற்பாடு செய்யப்பட்டுள்ளது என்பதைக் குறிக்கப் பயன்படுத்தப்படுவது *You are to leave here at 10 o'clock at the latest.* **3 if sb/sth were to do sth** used to show that sth is possible but not very likely ஒன்றற்கு வாய்ப்புள்ளது ஆனால் உறுதியாகக் கூற முடியாது என்பதைக் குறிக்கப் பயன்படுத்தப்படுவது *If they were to offer me the job, I'd probably take it.*

be- /bi/ *prefix* **1** (*in verbs*) to make or treat sb/sth as ஒருவரை/ஒன்றைக் குறிப்பிட்டவாறு ஆக்கு/செய் அல்லது நடத்து *They befriended him.* **2** (in adjectives ending in -ed) wearing or covered with அணிந்துள்ள; உடுத்துள்ள; சூடியுள்ள; மூடப்பெற்றுள்ள; மறைக்கப்பட்டுள்ள *bejewelled*

beach /biːtʃ/ *noun* [C] an area of sand or small stones beside the sea கடலை அடுத்துள்ள மணல் அல்லது நுண்கற்கள் பரப்பு; கடற்கரை *to sit **on the beach***

beacon /ˈbiːkən/ *noun* [C] a fire or light on a hill or tower, often near the coast, which is used as a signal பெரும்பாலும் கடற்கரையை ஒட்டி ஒரு குன்றின் அல்லது கோபுர அமைப்பின் மீது உள்ளதும், அடையாளக் குறியாகப் பயன்படுத்தப்படுவதுமான நெருப்பு அல்லது விளக்கு; தொலை அடையாளக் குறி; கலங்கரை விளக்கம்

bead /biːd/ *noun* [C] **1** a small round piece of wood, glass or plastic with a hole in the middle for putting a string through to make jewellery, etc. அணிமணி முதலியவையாகத் தொடுப்பதற்கான மையத் துளையை உடைய, சிறு உருண்டையான மர, கண்ணாடி அல்லது பிளாஸ்டிக் பொருள்; உருள்மணி; குமிழ்மணி **2 beads** [*pl.*] a circular piece of jewellery (**a necklace**) made of beads உருள்மணிகளால் தொடுக்கப்பட்ட கழுத்து மாலை/ஆரம்; மணிமாலை **3** a drop of liquid திரவத் துளி; குமிழி *There were **beads of sweat** on his forehead.*

beady /ˈbiːdi/ *adj.* (used about a person's eyes) small, round and bright; watching everything closely or with suspicion (ஒருவருடைய கண்களைப் பற்றிக் குறிப்பிடும்போது) சிறிய உருண்டையான மற்றும் ஒளிர்கிற; ஒவ்வொரு பொருளையும் உன்னிப்பாக அல்லது ஐய உணர்வுடன் நோக்குகிற

beak /biːk/ *noun* [C] the hard pointed part of a bird's mouth பறவையின் கெட்டியான, கூர்மையான வாய்ப்பகுதி; அலகு

beaker /ˈbiːkə(r)/ *noun* [C] **1** a plastic or paper drinking cup, usually without a handle பெரும்பாலும் கைப்பிடி இல்லாத, பிளாஸ்டிக் அல்லது காகிதத்தாலான குடிகலம்; பருகு கோப்பை **2** a glass container used in scientific experiments, etc. for pouring liquids திரவங்களை ஊற்றுவதற்கு அறிவியல் ஆய்வுக்கூடங்கள் முதலியவற்றில் பயன்படுத்தப்படும் கண்ணாடிக் கொள்கலம்; ஆய்கள ஊற்றுகலம் ➪ **laboratory** பதிவில் படம் பார்க்க.

beam¹ /biːm/ *noun* [C] **1** a line of light ஒளிக்கோடு; ஒளிக்கீற்று *the beam of a torch* (= giving the most light possible and not directed downwards) • *a laser beam* **2** a long piece of wood, metal, etc. that is used to support weight, for example in the floor or ceiling of a building கட்டடத்தின் தளத்தில் அல்லது கூரையில் அமைக்கப்படுவதைப் போன்ற, பளுவைத் தாங்குவதற்கான மரம், உலோகம் முதலியவற்றின் துண்டு; உத்தரம் **3** a happy smile உவகைச் சிரிப்பு; இன்னகை; முறுவல்

beam² /biːm/ *verb* **1** [I] **beam (at sb)** to smile happily உவகைப் புன்னகை செய்; முறுவலி

I looked at Shyam and he beamed back at me. **2** [T] to send out radio or television signals வானொலி அல்லது தொலைக்காட்சி சமிக்கைகளைப் பரவலாக அனுப்பு *The programme was beamed live by satellite to many different countries.* **3** [I] to send out light and warmth ஒளி மற்றும் வெம்மையைச் செலுத்து; ஒளிவீசு; கதிருமிழ் *The sun beamed down on them.*

bean /biːn/ *noun* [C] **1** the seeds or seed containers (**pods**) from a climbing plant which are eaten as vegetables தழுவு கொடியில் காய்க்கும், காய்கறியாக உண்ணுவதற்குரிய விதைகள் அல்லது விதையுறைகள்; அவரைக்காய், மொச்சைக்காய், அவரைக்கொட்டை முதலியன *soya beans • a tin of baked beans* (= beans in a tomato sauce) • *green beans* ➪ **vegetable** பதிவில் படம் பார்க்க. **2** similar seeds from some other plants பிற தாவரங்களில் விளையும் இத்தகைய கொட்டைகள் *coffee beans*

IDM **full of beans/life** ➪ **full**[1] பார்க்க.

spill the beans ➪ **spill** பார்க்க.

bean sprouts *noun* [*pl.*] bean seeds that are just beginning to grow, often eaten without being cooked பெரும்பாலும் சமைக்காமல் உண்ணப்படும் பயிற்றினங்களின் தளிர் விதைகள்

bear[1] /beə(r)/ *noun* [C] **1** a large, heavy wild animal with thick fur and sharp teeth கரடி *a polar/grizzly/brown bear* ➪ **teddy** பார்க்க. **2** (in business) a person who sells shares in a company, hoping to buy them back later at a lower price (வாணிகத் தொழிலில்) இறங்கிய விலையில் மீண்டும் வாங்கிக்கொள்ளும் எண்ணத்தில் ஒரு நிறுவனத்திலுள்ள பங்குகளை விற்பவர்; பங்குக் கள விலையிறக்கச் சூதாடி *a bear market* (= in which prices are falling) ➪ **bull** பார்க்க.

bear[2] /beə(r)/ *verb* (*pt* **bore** /bɔː(r)/; *pp* **borne** /bɔːn/) **1** [T] (*used with can/could in negative sentences or in questions*) to be able to accept and deal with sth unpleasant (எதிர்மறை வாக்கியங்களில் அல்லது வினாக்களில் *can/could*-உடன் பயன்படுத்தப்படுவது) இன்னாத ஒன்றை ஏற்றுக்கொண்டு அதனைச் சமாளிக்கும்/கையாளும் திறன் கொள்; பொறுத்துக்கொள்; தாங்கிக்கொள் *How can you bear to listen to that music? • The pain was almost more than he could bear.* ✪ SYN **stand** or **endure 2** [T] **not bear sth/doing sth** to not be suitable for sth; to not allow sth ஒன்றற்கு ஏற்றதாக அல்லது உகந்ததாக இல்லாதிரு; பொருந்தி அமையாதிரு; ஒன்றற்கு இடமளிக்காதிரு *These figures won't bear close examination* (= when you look closely you will find mistakes). • *What I would do if I lost my job* ***doesn't bear thinking about*** (= is too unpleasant to think about). **3** [T] (*formal*) to take responsibility for sth ஒன்றற்கான பொறுப்பை ஏற்றுக்கொள் *Customers will bear the full cost of the improvements.* **4** [T] to have a feeling, especially a negative feeling குறிப்பிட்ட, பெரும்பாலும் எதிர்மறையான, ஓர் உணர்வு கொள்; ஓர் உணர்ச்சிக்கு ஆட்படு *Despite what they did, she* ***bears no resentment*** *towards them.* • *He's not the type to* ***bear a grudge*** *against anyone.* **5** [T] to support the weight of sth ஒன்றன் பளுவை/பாரத்தைத் தாங்கு; ஏந்தி நில்; ஒரு பளுவுக்கு ஆதாரமாயிரு *Twelve pillars bear the weight of the roof.* **6** [T] (*formal*) to show sth; to carry sth so that it can be seen வெளிக்காட்டு; தெரியச்செய்; கண்ணில் படுமாறு ஒன்றை எடுத்துச்செல் *The waiters came in bearing trays of food.* • *He still* ***bears the scars*** *of his accident.* **7** [T] (*written*) to give birth to children குழந்தை பெறு; பெற்றளி *She bore him four children, all sons.*

> **NOTE** *'She had four children'* என்பது மேற்கூறியதை விடப் பெருவழக்காகும். தனிப்பட ஒருவர் பிறப்பைப் பற்றிக் கூறும்போது பயன்படுத்தப்படும் தொடர் **be born** என்பதாகும்—*Zahira was born in 2000.*

8 [I] to turn or go in the direction that is mentioned குறிப்பிடப்பட்ட திசையில் திரும்பு அல்லது செல் *Where the road forks, bear left.*

IDM **bear the brunt of sth** to suffer the main force of sth ஒரு தாக்குவிசையின் அல்லது மோதுவலியின் பெரும்பகுதிக்கு ஆளாகு; ஒன்றன் பெரும்படியான பாதிப்புக்கு உட்படு *Her sons usually bore the brunt of her anger.*

bear fruit to be successful; to produce results நற்பயன் அளி; செயல் நிறைவேறு; விளைபயன் உண்டுபண்ணு

bear in mind (that); bear/keep sb/sth in mind ➪ **mind**[1] பார்க்க.

bear witness (to sth) to show evidence of sth ஒன்றற்குச் சான்று அல்லது ஆதாரம் காண்பி; சான்று பகர் *The burning buildings and empty streets bore witness to a recent attack.*

PHR V **bear down (on sb/sth) 1** to move closer to sb/sth in a frightening way அச்சுறுத்தும் முறையில் ஒருவரை/ஒன்றை நெருங்கு *We could see the hurricane bearing down on the town.* **2** to push down hard on sb/sth ஒருவரை/ஒன்றை நெருக்கித் தள்ளு; அழுத்து

bear sb/sth out to show that sb is correct or that sth is true ஒருவர் கூறுவது சரியானது அல்லது ஒன்று மெய்யானது என்பதைத் தெரியச்செய்/வெளிப்படுத்து

bear up to be strong enough to continue at a difficult time ஓர் இடரார்ந்த/இக்கட்டான வேளையில் செயல் தொடர்வதற்கு வேண்டிய

உறுதியை/மன திடத்தைப் பெற்றிரு *How is he bearing up after his accident?*

bear with sb/sth to be patient with பொறுத்துக்கொள்; ஏற்றுத் தாங்கு *Bear with me—I won't be much longer.*

bearable /ˈbeərəbl/ *adj.* that you can accept or deal with, although unpleasant இன்னாததாயினும், ஏற்றுக்கொள்ள முடிந்ததாக இருக்கிற; சமாளிக்க/கையாளக்கூடியதாக உள்ள; பொறுத்துக்கொள்ளத்தக்க *It was extremely hot but the breeze made it more bearable.* ✪ OPP **unbearable**

beard /bɪəd/ *noun* [C, U] the hair which grows on a man's cheeks and chin தாடி *I'm going to **grow a beard**.* • *a week's growth of beard* ➪ **goatee** மற்றும் **moustache** பார்க்க.

bearded /ˈbɪədɪd/ *adj.* with a beard தாடியுள்ள

bearer /ˈbeərə(r)/ *noun* [C] a person who carries or brings sth ஒன்றை எடுத்துச்செல்பவர் அல்லது கொண்டுவருபவர் *I'm sorry to be the bearer of bad news.*

bearing /ˈbeərɪŋ/ *noun* **1** [U] (*sing.*) **(a) bearing on sth** a relation or connection to the subject being discussed ஆய்வுக்கு/விவாதத்திற்கு எடுத்துக்கொண்ட பொருளுடனான உறவு அல்லது தொடர்பு *Her comments **had no bearing** on our decision.* **2** [U] (*sing.*) the way in which sb stands, moves or behaves ஒருவருடைய கோலம், இயக்கம் அல்லது நடத்தை முறை *a man of dignified bearing* **3** [C] a direction measured from a fixed point using a special instrument (**a compass**) திசையறி கருவியைப் பயன்படுத்தி ஒரு நிலைப்புள்ளியிலிருந்து அளக்கப்படும் திசை; திசைநிலை

IDM **get/find your bearings** to become familiar with where you are இருக்குமிடத்தை நன்கு அறிந்துகொள்; இருக்குமிடத்திற்குப் பழக்கப்படுத்திக்கொள்

lose your bearings ➪ **lose** பார்க்க.

beast /biːst/ *noun* [C] (*formal*) an animal, especially a large one விலங்கு, குறிப்பாக பெரு விலங்கு *a wild beast*

beat[1] /biːt/ *verb* (*pt* **beat** /biːt/; *pp* **beaten** /ˈbiːtn/) **1** [T] **beat sb (at sth); beat sth** to defeat sb; to be better than sth ஒருவரைத் தோற்கடி; வெற்றிகொள்; ஒன்றைவிட மேம்பட்டதாகு; விஞ்சு *He always beats me at tennis.* • *We're hoping to beat the world record.* **2** [I, T] to hit sb/sth many times, usually very hard பெரும்பாலும் மிக வன்மையாக ஒருவரை/ஒன்றைப் பலமுறை அடி; புடை *The man was beating the donkey with a stick.* • *The rain was beating on the roof of the car.* **3** [I, T] to make a regular sound or movement தொடர்ந்து ஒழுங்குமுறையுடன் ஒலி அல்லது இயங்கு *Her **heart beat** faster as she ran to pick up her child.* • *We could hear the drums beating in the distance.* • *The bird beat its wings* (= moved them up and down quickly). **4** [T] to mix sth quickly with a fork, etc. கவைக்கோல் முதலியவற்றைப் பயன்படுத்தி ஒன்றை விரைவாகக் கலக்கு; கடை அல்லது கிண்டு *Beat the eggs and sugar together.*

IDM **beat about the bush** to talk about sth for a long time without mentioning the main point ஒன்றன் முக்கியமான கூறினை விடுத்து அது பற்றி நெடுநேரம் பேசு; சுற்றி வளைத்துப் பேசு

(it) beats me (*spoken*) I do not know எனக்குத் தெரியாது; நான் அறிந்திருக்கவில்லை *It beats me where he's gone.* • *'Why is she angry?' 'Beats me!'*

off the beaten track in a place where people do not often go அதிகமான ஆள் நடமாட்டம் இல்லாத இடத்தில்

PHR V **beat sb/sth off** to fight until sb/sth goes away ஒருவர்/ஒன்று அப்பால் செல்லும் வரை/விட்டகலும் வரை சண்டையிடு அல்லது போராடு *The thieves tried to take his wallet but he beat them off.*

beat sb to sth to get somewhere or do sth before sb else வேறொருவருக்கு முன்னர் ஓரிடத்தைச் சென்றடை அல்லது ஒரு செயலைச் செய்துமுடி; வேறொருவரை விஞ்சு *She beat me back to the house.* • *I wanted to get there first but Aisha beat me to it.*

beat sb up to attack sb by hitting or kicking him/her many times ஒருவரைப் பலமுறை அடித்து அல்லது உதைத்துத் தாக்கு; நையப்புடை; மொத்து

beat[2] /biːt/ *noun* **1** [C] a single hit on sth such as a drum or the movement of sth, such as your heart; the sound that this makes பறை முதலியவற்றின் மீது படும் ஒரு தட்டு/அடி; நெஞ்சு முதலியவை ஒரு தடவை இயங்கும் இயக்கம்; அடி/துடிப்பு; ஒரு தடவை அடித்து அல்லது துடித்து எழுப்பப்படும் ஓசை *Her heart skipped a beat when she saw him.* **2** [*sing.*] a series of regular hits on sth such as a drum, or of movements of sth; the sound that this makes பறை முதலியவற்றின் மீது படும் அடுத்தடுத்த ஒழுங்கு முறையிலான அடிகளின் தொகுதி; நெஞ்சு முதலியவற்றின் அடுத்தடுத்த ஒழுங்கு முறையிலான துடிப்பு; ஒழுங்குமுறையிலான அடிப்பால் அல்லது துடிப்பால் எழும் ஓசை *the beat of the drums* ➪ **heartbeat** பார்க்க. **3** [C] the strong rhythm that a piece of music has ஓர் இசைக்கூறு தோற்றுவிக்கும் முனைப்பான அல்லது செறிவார்ந்த சந்தம்; தாளம் **4** [*sing.*] the route along which a police officer regularly walks ஒரு காவல்துறை அலுவலர் வழக்கமாகச் செல்லும் பாதை; காவலர் கடமைச்

சுற்று; முறைகாவல் *Having more policemen on the beat helps reduce crime.*

beating /ˈbiːtɪŋ/ *noun* [C] **1** a punishment that you give to sb by hitting him/her தண்டனையாக ஒருவரை அடித்தல் **2** (used in sport) a defeat (விளையாட்டில்) தோல்வி; ஆட்ட இழப்பு IDM **take a lot of/some beating** to be so good that it would be difficult to find sth better விஞ்சக்கூடிய அல்லது மேம்பட்ட ஒன்றைக் காணுதல் அரிதாகுமாறு சிறப்பாக இரு; விஞ்சி நில் *Maya's cooking takes some beating.*

the Beaufort scale /ˈbəʊfət skeɪl/ *noun* [*sing.*] a scale used to measure the speed of the wind, from **Force 0** (= calm) to **Force 12** (= a very strong wind) (**a hurricane**) அசைவற்ற காற்றின் உந்துவலி 0-த்தில் இருந்து சூறாவளியின் உந்துவலி 12 வரையிலான காற்றின் வேகத்தை அளவிடப் பயன்படுத்தப்படும் ஓர் அளவுத்திட்டம்

beautician /bjuːˈtɪʃn/ *noun* [C] a person whose job is to improve the way people look with beauty treatments, etc. ஒப்பனைச் செயல்முறை முதலியவற்றால் ஒருவருடைய தோற்ற நலத்தைச் செம்மைப்படுத்துபவர்; ஒப்பனைக் கலைஞர்; அழகுக் கலைஞர்

beautiful /ˈbjuːtɪfl/ *adj.* very pretty or attractive; giving pleasure to the senses கவர்ச்சி வாய்ந்த; தோற்றப் பொலிவுடைய; புலன்களுக்கு மகிழ்வூட்டுகிற; அழகான *The view from the top of the hill was really beautiful.* • *A beautiful perfume filled the air.* • *a beautiful woman*

> NOTE **Beautiful, pretty** ஆகிய இரு சொற்களும் பெரும்பாலும் பெண்கள், சிறுமிகள் மற்றும் குழந்தைகளைப் பற்றிப் பேசும்போது பயன்படுத்தப்படுகின்றன. எனினும் **pretty** என்ற சொல்லைவிட **beautiful** அழுத்தமும் செறிவும் கொண்டது. **Handsome** அல்லது **good-looking** என்ற சொல் ஆண்கள் பற்றியதாகும்

▶ **beautifully** /-fli/ *adv. He plays the piano beautifully.* • *She was beautifully dressed.*

beauty /ˈbjuːti/ *noun* (*pl.* **beauties**) **1** [U] the quality which gives pleasure to the senses; the state of being beautiful புலன்களுக்கு இனிமையூட்டும் இயல் நலம் அல்லது நலக்கூறு; கவர்ச்சித் தன்மை; வனப்பு; அழகு *I was amazed by the beauty of the mountains.* • *music of great beauty* **2** [C] a beautiful woman அழகான பெண் *She grew up to be a beauty.* **3** [C] a particularly good example of sth ஒன்றன் சிறப்பான எடுத்துக்காட்டு; நேர்த்தியான மாதிரி *Look at this tomato—it's a beauty!*

beauty contest (*AmE* **pageant**) *noun* [C] a competition to choose the most beautiful from a group of women பெண்கள் குழு ஒன்றிலிருந்து அக்குழுவில் உள்ள மற்ற அனைவரையும் விஞ்சிய அழகுடைய பெண்ணைத் தேர்வு செய்யும் போட்டி; அழகுப்போட்டி

beauty queen *noun* [C] a woman who is judged to be the most beautiful in a competition (**a beauty contest**) ஓர் அழகுப் போட்டியில் நிறைபேரழகியாக மதிப்பீடு செய்யப்பட்ட பெண்; எழிலரசி

beauty salon (*also* **beauty parlour**, *AmE* **beauty shop**) *noun* [C] a place where you can pay for treatment to your face, hair, nails, etc., which is intended to make you more beautiful தோற்ற நலத்தை மிகுவித்துக் காட்டும் பொருட்டு முகம், முடி, நகங்கள் முதலியவற்றுக்குக் கட்டணம் செலுத்தி ஒப்பனை செய்துகொள்ளப்படும் இடம்; ஒப்பனை மனை; அழகு நிலையம்

beauty spot *noun* [C] (*BrE*) **1** a place in the countryside which is famous for its attractive scenery புலன்களுக்கு இனிமையூட்டும் இயற்கைக் காட்சிகளுக்குப் பெயர்பெற்ற நாட்டுப்புற இடம் **2** a small dark mark on a woman's face. It is considered to make her more attractive ஒரு பெண்ணின் முகத்திற்குக் கவர்ச்சியூட்டும் கருநிறக் குறி/மச்சம்; அழகுத் தேமல்

beaver /ˈbiːvə(r)/ *noun* [C] an animal with brown fur, a wide, flat tail and sharp teeth. It lives in water and on land and uses branches to build walls across rivers to hold back the water (**dams**) பழுப்பு நிற மென்மயிரும் அகன்ற தட்டையான வாலும் கூர்மையான பற்களும் உடையதும், நிலம், நீர் இரண்டிலும் வாழ்வதும், ஆறுகளின் குறுக்கே மரக்கிளைகளைக் கொண்டு அணையிடுவதுமாகிய விலங்கு வகை; நீர் நாய் வகை

became ⇨ **become** என்பதன் இறந்த கால வடிவம்

because /bɪˈkɒz/ *conj.* for the reason that குறிப்பிட்ட காரணத்தினால்; நிமித்தமாக *They didn't go for a walk because it was raining.*

because of *prep.* as a result of; on account of விளைவாக; காரணமாக; பொருட்டு; முன்னிட்டு *They didn't go for a walk because of the rain.*

beck /bek/ *noun*
IDM **at sb's beck and call** always ready to obey sb's orders ஒருவருடைய கட்டளைக்குக் கீழ்ப்படிவதற்கு எந்நேரமும் ஆயத்த நிலையில்; ஒருவருடைய ஆணையைத் தலைமேற் கொண்டு

beckon /ˈbekən/ *verb* [I, T] to show sb with a movement of your finger or hand that you want him/her to come closer ஒருவர் தன்னருகில் வரவேண்டுமெனத் தான் விரும்புவதை விரல் அல்லது கை அசைவால் அவருக்குத் தெரியச் செய்; விரல் அல்லது கை அசைத்துக் கூப்பிடு *She beckoned me over to speak to her.*

become /bɪˈkʌm/ *linking verb* (*pt* **became** /bɪˈkeɪm/; *pp* **become**) to begin to be sth குறிப்பிட்ட ஒன்றாக ஆகத் தொடங்கு; ஆகு *She wants to become a pilot.* • *They became friends.* • *She became nervous as the exam date came closer.* • *He is becoming more like you every day.*

NOTE இப்பொருளில், **get** என்ற வினையும் பெயரடைகளுடன் பயன்படுத்தப்படுகிறது—*She got nervous as the exam date came closer.* • *He's getting more like you every day.* **Get** உரையாடலில் பெருவழக்காகவும் **become**-ஐ விட முறைசார்பு குறைந்ததாகவும் காணப்படுகிறது.

PHR V **become of sb/sth** to happen to sb/sth ஒருவருக்கு/ஒன்றற்கு நேர்; நிகழ்; சம்பவி *What became of Shraddha? I haven't seen her for years!*

BEd /ˌbiː ˈed/ *abbr.* Bachelor of Education; a degree in education for people who want to be teachers கல்வியியல் இளங்கலைஞர்; ஆசிரியப் பணிக்குச் செல்ல விரும்புபவர்களுக்கான கல்வியியல் பாட முதல்நிலைப் பட்டம்

bed[1] /bed/ *noun* **1** [C, U] a piece of furniture that you lie on when you sleep படுத்து உறங்குவதற்கான அறைக்கலன்; படுக்கை *to* ***make the bed*** (= to arrange the sheets, etc. so that the bed is tidy and ready for sb to sleep in) • *What time do you usually* ***go to bed****?* • *It's late. It's time for bed.* • *to get into/out of bed* **2 -bedded** having the type or number of beds mentioned குறிப்பிடப்பட்ட வகையான அல்லது குறிப்பிடப்பட்ட எண்ணிக்கையுள்ள படுக்கைகளைக் கொண்ட *a twin-bedded room* (= a room having two single beds next to each other) **3** [C] the ground at the bottom of a river or the sea நதி அல்லது கடலின் அடிப்பகுதியிலுள்ள தரை; படுகை; அடிப்பரப்பு *the seabed* **4** = **flower bed** **5** [C] a layer of rock in the earth's surface பூமியின் மேற்பரப்பில் காணப்படும் பாறை அடுக்கு

bed[2] /bed/ *verb* [T] (**bedding, bedded**) to fix sth firmly in sth ஒன்றில் ஒரு பொருளை உறுதியாகப் பொருத்து; பதித்துவை; அசையாது நிலைநிறுத்து

bedclothes /ˈbedkləʊðz/ (*BrE* **bedcovers**) *noun* [*pl.*] the sheets, covers, etc. that you put on a bed படுக்கையின் மீது பரப்பப்படும் மேல்விரிப்பு முதலியன; படுக்கை விரிப்புகள்

bedding /ˈbedɪŋ/ *noun* [U] everything that you put on a bed and need for sleeping படுக்கை விரிப்பு முதலிய உறங்குவதற்குத் தேவையான அனைத்தும்; படுக்கைப் பொருள்கள்; படுக்கை வசதி

bedpan /ˈbedpæn/ *noun* [C] a container used as a toilet by sb in hospital who is too ill to get out of bed மருத்துவமனையில் படுத்த படுக்கையாக உள்ள ஒருவருக்கான கழிப்புக்கலம்; நோயாளி கழிகலம்

bedraggled /bɪˈdræɡld/ *adj.* very wet and untidy or dirty மிகுதியான ஈரத்தோய்வுடன் மாசு படிந்த; நனைந்து அழுக்கடைந்த *bedraggled hair*

bedridden /ˈbedrɪdn/ *adj.* being too old or ill to get out of bed முதுமையால் அல்லது நோயுற்று படுத்த படுக்கையாய் உள்ள

bedrock /ˈbedrɒk/ *noun* **1** [*sing.*] a strong base for sth, especially the facts or principles on which it is based ஒன்றன் உறுதியான அடித்தளம்; குறிப்பாக, ஒன்றன் ஆதாரமாக அமையும் மெய்ம்மைக் கூறுகள் அல்லது கோட்பாடுகள் *The poor suburbs traditionally* ***formed the bedrock of*** *the party's support.* **2** [U] the solid rock in the ground below the soil and sand தரையில் மண் மற்றும் மணலுக்கு அடியில் உள்ள கெட்டியான பாறை; அடிநிலப் பாறை ⇨ **flood plain** பதிவில் படம் பார்க்க.

bedroom /ˈbedruːm; -rʊm/ *noun* [C] a room which is used for sleeping in உறங்குவதற்கான அறை; படுக்கையறை; பள்ளியறை *You can sleep in the* ***spare bedroom****.* • *a three-bedroom house*

bed-sheet /ˈbedʃiːt/ *noun* [C] (*IndE*) = **sheet[1]**

bedside /ˈbedsaɪd/ *noun* [*sing.*] the area that is next to a bed படுக்கையை அடுத்துள்ள பகுதி; படுக்கையின் பக்கம் *She sat* ***at his bedside*** *all night long.* • *A book lay open on the* ***bedside table****.*

bedsore /ˈbedsɔː(r)/ *noun* [C] a painful place on a person's skin that is caused by lying in bed for a long time நீண்ட காலம் படுக்கையில் கிடப்பதால் உண்டாகும், வலி ஏற்படுத்தக் கூடிய தோல் பகுதி; படுக்கைப் புண்

bedspread /ˈbedspred/ *noun* [C] an attractive cover for a bed that you put on top of the sheets and other covers கவர்ச்சியான படுக்கை மேல்விரிப்பு

bed-tea /ˈbediː/ *noun* [U, C] (*IndE*) an early morning cup of tea, usually taken in bed before breakfast விடியற்காலைத் தேநீர். படுக்கையில், காலை உணவுக்கு முன் குடிப்பது *Some people can't get out of bed before having their bed-tea.*

bedtime /ˈbedtaɪm/ *noun* [U] the time that you normally go to bed வழக்கமாகப் படுக்கைக்குச் செல்லும் நேரம்; படுக்கும் வேளை

bee /biː/ *noun* [C] a black and yellow insect that lives in large groups and that makes a sweet substance that we eat (**honey**) கருமையும் மஞ்சளும் கலந்த நிறமுடையதும் கூட்டங்கூட்டமாக வாழ்வதும் தேன் உண்டுபண்ணுவதுமாகிய பூச்சி வகை; தேனீ

> NOTE பெரும் எண்ணிக்கையில் ஒன்றுசேர்ந்துள்ள தேனீக்களின் கூட்டம் **swarm** எனப்படும். தேனீக்கள் எழுப்பும் முரல் ஒலி **buzz** அல்லது **hum** எனப்படும். சினம் கொண்ட நிலையில் தேனீக்கள் கொட்டும் (**sting**). மேலும் **beehive, bumblebee** பார்க்க.

beech /biːtʃ/ *noun* **1** (*also* **beech tree**) [C] a large tree that produces small three-sided nuts சிறு முப்பட்டை வடிவ வித்துகளையுடைய பெரிய மர வகை; புங்க மரம் **2** [U] the wood from this tree இம்மரத்தின் கட்டை

beedi (*also* **bidi**) *noun* [C] (*IndE*) a type of cheap strong cigarette made from tobacco rolled in **tendu** leaf பீடி

beef /biːf/ *noun* [U] the meat from a cow மாட்டிறைச்சி

beefy /ˈbiːfi/ *adj.* having a strong body with big muscles பெரும் தசைகளுடன் கூடிய உறுதியான உடலை உடைய; தசை வலிமை மிக்க

beehive /ˈbiːhaɪv/ (*also* **hive**) *noun* [C] a type of box that people use for keeping bees in தேனீக்கள் வளர்ப்புக்கான ஒரு வகைப் பெட்டி; தேன்கூடு

bee-keeper *noun* [C] a person who owns and takes care of bees தேனீக்களைச் சொந்தமாக வைத்துப் பராமரிப்பவர்; தேனீ வளர்ப்பவர்

bee-keeping *noun* [U] owning and taking care of bees தேனீ வளர்ப்பு

been /biːn/ ➪ **be, go[1]** ஆகியவற்றின் இறந்தகால வினையெச்ச வடிவம்

> NOTE **Be, go** ஆகிய இரண்டின் இறந்தகால வினையெச்சமாக **been** பயன்படுத்தப்படுகிறது—*I've never been seriously ill.* • *I've never been to Delhi.* **Gone** என்ற சொல்லும் **go**-இன் இறந்தகால வினையெச்சமாக வரும். இரண்டுக்கும் உள்ள பொருள் வேறுபாட்டைக் கூர்ந்து நோக்குக—*I'm cold because I've just been outside* (= I am here now). • *Jim's not here, I'm afraid—he's just gone out* (= he's not here now).

beep[1] /biːp/ *noun* [C] a short high noise, for example made by the horn of a car சீருந்து ஒலிப்பான் எழுப்புவதைப் போன்ற ஓங்கி ஒலிக்கும் குற்றோசை; 'பீப்' ஒலி

beep[2] /biːp/ *verb* **1** [I] (used about an electronic machine) to make a short high noise (மின்னணுப் பொறி ஒன்றைப் பற்றிக் குறிப்பிடும்போது) ஓங்கி ஒலிக்கும் குற்றோசை செய்; 'பீப்' ஒலி எழுப்பு *The washing machine beeps when the clothes are completely washed and dried.* **2** [I, T] when a car horn beeps, or when you beep it, it makes a short noise சீருந்து ஒலிப்பான் 'பீப்' ஒலி எழுப்பு அல்லது எழுப்பச்செய் *I beeped my horn at the dog, but it wouldn't get off the road.* **3** [T] (*AmE*) = **bleep[2] 2**

beeper /ˈbiːpə(r)/ (*AmE*) = **bleeper**

beer /bɪə(r)/ *noun* **1** [U] a type of alcoholic drink that is made from grain தானிய மணியிலிருந்து தயாரிக்கப்படும் மது வகை; பியர் **2** [C] a type or glass of beer மேற்கண்ட மதுவின் ஒரு வகை அல்லது அம்மதுவின் ஒரு கண்ணாடிக் குவளை அளவு

beeswax /ˈbiːzwæks/ *noun* [U] a yellow sticky substance that is produced by bees. We use it to make candles and polish for wood மெழுகுவர்த்தி; மரச் சாமான்களுக்கு மெருகிடும் பொருள் ஆகியவை தயாரிக்கப் பயன்படுவதும், தேனீக்களால் உண்டாக்கப்படுவதுமான மஞ்சள் நிற ஒட்டுந் தன்மையுள்ள பொருள்; தேன் மெழுகு

beet /biːt/ *noun* **1** (*BrE*) = **sugar beet 2** (*AmE*) = **beetroot**

beetle /ˈbiːtl/ *noun* [C] an insect, often large, shiny and black, with a hard case on its back covering its wings. There are many different types of beetles இறகுகளை உள்ளடக்கிய கடினமான மேல்தோடு உடையதும் பெரும்பாலும் அளவில் பெரியதுமான மினுமினுப்பான கருநிறப் பூச்சி; வண்டு; வண்டுகளில் பல இனங்கள் உள்ளன ➪ **insect** பதிவில் படம் பார்க்க.

beetroot /ˈbiːtruːt/ (*AmE* **beet**) *noun* [C, U] a dark red vegetable which is the root of a plant. Beetroot is cooked and can be eaten hot or cold சமைத்துச் சூடாகவோ குளிரவைத்தோ உண்ணுவதற்குரிய, ஒருவகைத் தாவரத்தின் வேர்ப் பகுதியாக அமையும் கருஞ்சிவப்பு நிறக் காய்கறி; அக்காரக்கிழங்கு வகை; பீட்ரூட் ➪ **vegetable** பதிவில் படம் பார்க்க.

befall /bɪˈfɔːl/ *verb* [T] (*pt* **befell** /bɪˈfel/, *pp* **befallen** /bɪˈfɔːlən/) (*written*) (used about sth bad) to happen to sb (இன்னாத ஒன்று வகையில்) ஒருவருக்கு நேர்; நிகழ்

before[1] /bɪˈfɔː(r)/ *prep.*, *conj.* **1** earlier than sb/sth; earlier than the time that ஒருவருக்கு/ஒன்றற்கு முன்பு; முற்பட; குறிப்பிட்ட நேரத்திற்கு அல்லது காலத்திற்கு முன்னதாக; முன்பாக *You can call me any time before 10 o'clock.* • *the week before last* **2** in front of sb/sth (in an order) (ஓர் ஒழுங்கமைவில் அல்லது ஒரு

வரிசை முறையில்) ஒருவருக்கு/ஒன்றற்கு முன்னால்; முன்பாக; எதிரில் *A very difficult task lies before us.* • *a company that puts profit before safety* (= thinks profit is more important than safety) **3** (*formal*) in a position in front of sb/sth ஒருவருடைய/ஒன்றன் முன்னிலையில்; முன்பாக *You will appear before the judge tomorrow.* **4** rather than (ஒன்றைவிட மற்றொன்று) முன்னுரிமை உடையதாக; விரும்பத்தக்கதாக *I'd die before I apologized to him!*

before² /bɪˈfɔː(r)/ *adv.* at an earlier time; already முன்பு ஒரு சமயம்; முன்னதாக; ஏற்கனவே *It was fine yesterday but it rained the day before.*

beforehand /bɪˈfɔː hænd/ *adv.* at an earlier time than sth ஒன்றற்கு முன்னதாக; முன்னரே *If you visit us, phone beforehand to make sure we're in.*

befriend /bɪˈfrend/ *verb* [T] (*written*) to become sb's friend; to be kind to sb ஒருவருடைய நண்பராகு; நட்புக் காட்டு; நேசங்கொள்

beg /beg/ *verb* [I, T] (**begging; begged**) **1 beg (sb) for sth; beg sth (of/from sb); beg (sb) to do sth** to ask sb for sth strongly, or with great emotion ஒன்றைத் தருமாறு ஒருவரிடம் அழுத்தமாக அல்லது உணர்ச்சி வேகத்துடன் கேள்; வேண்டு; கெஞ்சு *He begged for forgiveness.* ✪ SYN **entreat** or **implore** **2 beg (for) sth (from sb)** to ask people for food, money, etc. because you are very poor வறுமை காரணமாகப் பிறரிடம் உணவு, பணம் முதலியவற்றைத் தருமாறு கேள்; பிச்சை கேள்; இர *There are people begging for food in the streets.*

IDM **I beg your pardon** (*formal*) **1** I am sorry வருந்துகிறேன்; பொருத்தருள்க *I beg your pardon. I picked up your bag by mistake.* **2** used for asking sb to repeat sth because you did not hear it properly ஒருவர் கூறியது தனக்குச் சரியாக கேட்காததால் மீண்டும் கூறுமாறு வேண்டப் பயன்படுத்தப்படும் தொடர்

began ⇨ **begin** என்பதன் இறந்தகால வடிவம்

beggar /ˈbegə(r)/ *noun* [C] a person who lives by asking people for money, food, etc. on the streets தெருக்களில் பணம், உணவு முதலியவற்றைப் பிறரிடம் இரந்து பெற்று வாழ்க்கை நடத்துபவர்; பிச்சைக்காரர்

begin /bɪˈgɪn/ *verb* (*pres. part.* **beginning**; *pt* **began** /bɪˈgæn/; *pp* **begun** /bɪˈgʌn/) **1** [I, T] to start doing sth; to do the first part of sth ஒரு செயலைச் செய்யத் தொடங்கு; ஒரு செயலின் முதற்பகுதியைச் செய் *Shall I begin or will you?* • *I began reading this novel last month and I still haven't finished it.* **2** [I] to start to happen or exist, especially from a particular time பெரும்பாலும் குறிப்பிட்ட நேரத்திலிருந்து, ஒரு செயல் நிகழத் தொடங்கு; ஒன்று தோன்றத் தொடங்கு; காணப்பெறும் தோற்றங்கொள்; பிறப்புறு *What time does the movie begin?* **3** [I] **begin (with sth)** to start in a particular way, with a particular event, or in a particular place குறிப்பிட்ட முறையில், குறிப்பிட்ட நிகழ்வுடன் அல்லது குறிப்பிட்ட இடத்தில் ஒன்று தொடங்கு அல்லது தோற்றங்கொள் *My name begins with 'W' not 'V'.* • *This is where the footpath begins.*

> NOTE **Begin, start** இரண்டும் மிக நெருங்கிய பொருள்கள் உடையவை; எனினும் முறைசாரா வழக்குகளில் **start** பெருமளவு பயன்படுத்தப்படுகிறது. 'To' அல்லது வினையின் '-ing' வடிவம் மேற்கூறிய இரண்டு வினைச்சொற்களையும் அடுத்து வரலாம்—*The baby began/started crying/to cry.* **Begin** அல்லது **start** *-ing* வடிவில் அமையும்போது அதனைத் தொடர்ந்து 'to' வரவேண்டும்—*The baby was just beginning/starting to cry.* சில பொருள் வழக்குகளில் **start** மட்டுமே பயன்படுத்தப்படும்—*I couldn't start the car.* • *We'll have to start* (= leave) *early if we want to be in Dehradun by 2 o'clock.*

IDM **to begin with 1** at first முதலில்; முதன்முதலில்; தொடக்கத்தில் *To begin with, they were very happy.* **2** used for giving your first reason for sth or to introduce your first point ஒன்றற்கான தனது முதற்காரணத்தைக் கூறுவதற்கு அல்லது தனது பொருளின் முதற்கூறினை அறிமுகம் செய்வதற்குப் பயன்படுத்தப்படும் தொடர்; முதலாவதாக *We can't possibly go. To begin with, it's too far and we can't afford it either.* ▶ **beginner** *noun* [C]

beginning /bɪˈgɪnɪŋ/ *noun* [C] the first part of sth; the time when or the place where sth starts ஒன்றன் முதற்பகுதி; ஒரு செயல் அல்லது நிகழ்வு தொடங்கும் நேரம் அல்லது இடம்; தொடக்கம்; மூலம் *I've read the article **from beginning to end**.* • *We're going away **at the beginning of** the school holidays.*

begrudge /bɪˈgrʌdʒ/ *verb* [T] **begrudge (sb) sth 1** to feel angry or upset because sb has sth that you think that he/she should not have ஒருவரிடம் இருக்கக் கூடாது எனத் தான் எண்ணும் ஒன்று அவரிடம் இருப்பதைக் கண்டு சின உணர்வு கொள் அல்லது வருத்தமும் பொறாமையும் கொள் *He's worked hard. I don't begrudge him his success.* **2** to be unhappy that you have to do sth ஒன்றைச் செய்ய வேண்டியிருப்பதற்காக வருந்து; குறைபட்டுக்கொள் *I begrudge paying so much money in tax each month.*

Begum (*also* **begaum**) *noun* [C] **1** a Muslim queen or a woman of high rank முஸ்லிம் அரசி அல்லது உயர் நிலையிலுள்ள முஸ்லிம் பெண்;

பேகம் **2** the title of a married Muslim woman, equivalent to Mrs திருமணமான முஸ்லிம் பெண்ணுக்கு வழங்கும் ('திருமதி'யை ஒத்த) மதிப்புப் பெயரடை; பேகம்

behalf /bɪˈhɑːf/ *noun*

IDM on behalf of sb; on sb's behalf for sb; as the representative of sb ஒருவருக்காக; ஒருவர் சார்பாக; ஒருவருடைய பிரதிநிதியாக/பதிலாளாக *I would like to thank you all on behalf of my colleagues and myself.*

behave /bɪˈheɪv/ *verb* **1** [I] **behave well, badly, etc. (towards sb)** to act in a particular way குறிப்பிட்ட முறையில் செயல்படு; நடந்துகொள் *He* ***behaves as if/though*** *he was the boss.* **2** [I, T] **behave (yourself)** to act in the correct or appropriate way சரியான, விரும்பத்தக்க அல்லது ஏற்புடைய முறையில் நடந்துகொள்; ஒழுகு *I want you to behave yourselves while we're away.* ✪ **OPP misbehave 3 -behaved** (*used to form compound adjectives*) behaving in the way mentioned குறிப்பிடப்பட்ட முறையில் நடந்து கொள்கிற/ஒழுகுகிற *a well-behaved child* • *a badly-behaved class*

behaviour (*AmE* **behavior**) /bɪˈheɪvjə(r)/ *noun* [U] the way that you act or behave செயல்படும் அல்லது நடந்துகொள்ளும் முறை; ஒழுக்கம்; நடத்தை *He was sent out of the class for bad behaviour.*

behead /bɪˈhed/ *verb* [T] to cut off sb's head, especially as a punishment குறிப்பாகத் தண்டனையாக, ஒருவர் தலையை வெட்டு; தலைவாங்கு

behind /bɪˈhaɪnd/ *prep., adv.* **1** in, at or to the back of sb/sth ஒருவருடைய/ஒன்றன் பின்னால்; பின்பக்கமாக அல்லது பின்பக்கத்திற்கு *The sun went behind a cloud.* • *He ran off but the police were close behind.* **2 behind (in/with) (sth)** later or less good than sb/sth; making less progress than sb/sth ஒருவரை/ஒன்றைவிடப் பிந்தி; பிற்பட்டு; பின்னடைந்து; தாழ்ந்து; கீழ்ப்படிநிலையில் *The train is twenty minutes behind schedule.* • *We are a month behind with the rent.* ➪ **ahead** பார்க்க. **3** supporting or agreeing with sb/sth ஒருவருக்கு/ஒன்றுக்கு ஆதரவாக; துணையாக; பக்கபலமாக; ஒத்திசைவுடன் *Whatever she decides, her family will be behind her.* **4** responsible for causing or starting sth ஒன்றைச் செய்வித்ததற்கு அல்லது தொடங்கியதற்குப் பொறுப்பாக; ஒன்றன் பின்னணியில்; தூண்டுதலாக *What is the reason behind his sudden change of opinion?* **5** used to say that sth is in sb's past ஒருவருடைய கடந்த காலத்திற்கு உரியதாக; கழிந்ததாக *It's time you put your problems* ***behind you*** (= forgot about them). **6** in the place where sb/sth is or was ஒருவர்/ஒன்று இருக்கிற அல்லது இருந்த இடத்தில் *Oh no! I've* ***left*** *the tickets* ***behind*** (= at home).

beige /beɪʒ/ *adj., noun* [U] (of) a light brown colour வெண்மை கலந்த பழுப்பு நிறமான/நிறம்

being[1] ➪ **be** பார்க்க.

being[2] /ˈbiːɪŋ/ *noun* **1** [U] the state of existing; existence உளதாயிருத்தல்; உளதாயிருக்கும் நிலை; தோற்றம் *When did the organization* ***come into being****?* **2** [C] a living person or thing வாழும் ஒருவர் அல்லது ஒன்று; உயிர்ப்பொருள்; உயிருரு *a human being*

belated /bɪˈleɪtɪd/ *adj.* coming late காலங்கடந்த; தாமதமான; நேரம் தாழ்ந்து வருகிற *a belated apology* ▶ **belatedly** *adv. They have realized, rather belatedly, that they have made a mistake.*

belch /beltʃ/ *verb* **1** [I] to let gas out from your stomach through your mouth with a sudden noise ஏப்பமிடு **2** [T] to send out a lot of smoke, etc. பெருமளவான புகை முதலியவற்றை வெளிவிடு; கக்கு *The volcano belched smoke and ashes.* ▶ **belch** *noun* [C]

belie /bɪˈlaɪ/ *verb* [T] (*pres. part.* **belying**; *3rd person sing. pres.* **belies**; *pt, pp* **belied**) (*formal*) to give an idea of sth that is false or not true ஒன்றைப் பற்றிப் பொய்யான அல்லது தவறான கருத்துத் தெரிவி; பொய்யாக்கு *His smiling face belied his true feelings.*

belief /bɪˈliːf/ *noun* **1** [*sing.*, U] **belief in sb/sth** a feeling that sb/sth is true, morally good or right, or that sb/sth really exists ஒருவர் உண்மையானவர், ஒழுக்கமுடையவர், நேர்மையானவர் அல்லது ஒன்று மெய்யானது, நியாயமானது, சரியானது அல்லது ஒருவர்/ஒன்று உண்மையில் காணப்படுபவர்/காணப்படுவது என்ற உணர்வு; ஒருவரது/ஒன்றன் மெய்ம்மையில்/உண்மைத் தன்மையில் கொண்டுள்ள நம்பிக்கை *She has lost her belief in God.* ➪ **disbelief** பார்க்க. **2** [*sing.*, U] (*formal*) **belief (that...)** something you accept as true; what you believe மெய்யானது எனத் தான் ஏற்றுக்கொள்ளும் ஒன்று; நம்பிக்கை வைத்துள்ள பொருள் *It's my belief that people are basically good.* • ***Contrary to popular belief*** (= in spite of what many people think)*, the north of the country is not poorer than the south.* **3** [C] an idea about religion, politics, etc. சமயம், அரசியல் முதலியவை பற்றிய ஒரு கருத்து; நம்பிக்கை; கோட்பாடு *Divorce is contrary to their religious beliefs.*

IDM beyond belief (in a way that is) too great, difficult, etc. to be believed நம்ப முடியாத அளவுக்குப் பெரிதான, கடினமான

believable /bɪˈliːvəbl/ *adj.* that can be believed நம்பக்கூடிய ✪ **OPP unbelievable**

believe /bɪˈliːv/ *verb* (*not used in the continuous tenses*) **1** [T] to feel sure that sth is true or that sb is telling the truth ஒன்று மெய்யானது அல்லது ஒருவர் சொல்வது உண்மை என உறுதியாக நம்பு; ஒருவரிடம் நம்பிக்கை கொள்; ஒன்றில் நம்பிக்கை வை *He said he hadn't taken any money but I didn't believe him.* • *Nobody believes a word she says.* ✪ OPP **disbelieve** **2** [T] **believe (that)...** to think that sth is true or possible, although you are not certain தனக்கு உறுதியாகத் தெரியாத போதிலும், ஒன்று மெய்யானது அல்லது நடக்கக்கூடியது என்று கருது; ஒன்றை நம்பு *The escaped prisoner is believed to be in this area.* • *Four people are still missing, believed drowned.* **3 don't/can't believe sth** used to show anger or surprise at sth ஒன்று பற்றிய தனது சினத்தை அல்லது வியப்பை வெளிப்படுத்தப் பயன்படுத்தப்படும் தொடர் *I can't believe (that) you're telling me to do it again!* **4** [I] to have religious beliefs சமய நம்பிக்கைகள்/கோட்பாடுகள் கொண்டிரு

NOTE **Believe** தொடர்நிலை வினையாகப் பயன்படுத்தப்படாவிடினும், இதன் நிகழ்கால வினையெச்சப் பயன்பாடு (**-ing** வடிவம்) பொது வழக்கானது—*Believing the house to be empty, she quietly let herself in.*

IDM **believe it or not** it may be surprising but it is true (ஒன்று) வியப்பூட்டுவதாகத் தோன்றினும் மெய்யானதே *Believe it or not, this small restaurant often serves very good food.*

give sb to believe/understand (that) (*usually passive*) to give sb the impression or idea that sth is true ஒன்று மெய்யானது என்ற உணர்வை அல்லது எண்ணத்தை ஏற்படுத்து *I was given to believe that I had got the job.*

PHR V **believe in sb/sth** to be sure that sb/sth exists ஒருவர்/ஒன்று உளதாயிருத்தலை அல்லது ஒருவருடைய/ஒன்றன் மெய்ம்மைத் தன்மையை உறுதியாக நம்பு அல்லது அந்நிலைப்பாட்டில் உறுதியாக இரு *Do you believe in God?* • *Most young children believe in Santa Claus.*

believe in sb/sth; believe in doing sth to think that sb/sth is good or right ஒருவர் நல்லவர் அல்லது நேர்மையானவர், அல்லது ஒன்று நலமானது அல்லது சரியானது எனக் கருது; ஒருவரிடம்/ஒன்றில் நம்பிக்கை வை *They need a leader they can believe in.*

believer /bɪˈliːvə(r)/ *noun* [C] a person who has religious beliefs மத நம்பிக்கைகள் கொண்டுள்ளவர்; சமய ஏற்பாளர்; மெய்க்கோட்பாட்டாளர்

IDM **be a (great/firm) believer in sth** to think that sth is good or right ஒன்று நல்லது அல்லது சரியானது எனக் கருது *He is a great believer in getting things done on time.*

belittle /bɪˈlɪtl/ *verb* [T] to make sb or the things he/she does, seem unimportant or not very good ஒருவர் முக்கியமற்றவராக அல்லது சிறப்பற்றவராக அல்லது அவரது செயல்கள் முக்கியமற்றவையாக அல்லது சிறப்பற்றவையாகத் தோன்றச் செய்; சிறுமைப்படுத்து

bell /bel/ *noun* [C] **1** a metal object, often shaped like a cup, that makes a ringing sound when it is hit by a small piece of metal inside it பெரும்பாலும் குவளை வடிவானதும், உள்ளமைந்துள்ள சிறு உலோக அடிப்புக்கோல் மோதும் போது அதிர்வொலி எழுப்புவதுமான ஓர் உலோகப் பொருள்; மணி *the sound of church bells* • *Her voice came back* ***clear as a bell***. ➪ **bicyle** பதிவில் படம் பார்க்க. **2** an electrical device that makes a ringing sound when the button on it is pushed; the sound that it makes விற்குமிழை அழுத்தும்பொழுது அதிர்வொலி எழுப்பும் மின் சாதன வகை; மின்சார மணி; மின்சார மணியின் ஒலி *Ring the doorbell and see if they're in.*

IDM **ring a bell** ➪ **ring²** பார்க்க.

belligerent /bəˈlɪdʒərənt/ *adj.* **1** unfriendly and aggressive பகைமையும் எதிர்ப்புணர்ச்சியும் கொண்ட; வன்னெஞ்சமுடைய ✪ SYN **hostile** **2** (*only before a noun*) (*formal*) (used about a country) fighting a war (ஒரு நாட்டைப் பற்றிக் குறிப்பிடுகையில்) போரில் ஈடுபட்டுள்ள; போரிடுகிற

bellow /ˈbeləʊ/ *verb* **1** [I, T] to shout in a loud deep voice, especially because you are angry குறிப்பாகச் சினம் காரணமாக, உரத்த, ஆழ்ந்த குரலில் கூச்சலிடு/கத்து; வயிற்றிலிருந்து ஆழ்ந்த ஒலி எழுப்பு **2** [I] to make a deep low sound, like a **bull** எருதைப் போன்று, ஆழ்ந்த தாழ் குரலில் ஒலி செய்; உக்காரமிடு; உறுமு ▶ **bellow** *noun* [C]

belly /ˈbeli/ *noun* [C] (*pl.* **bellies**) the stomach or the front part of your body between your chest and your legs வயிறு; மார்புக்கும் கால்களுக்கும் இடைப்பட்ட உடல் முன்பகுதி

belly button (*informal*) = **navel**

belong /bɪˈlɒŋ/ *verb* [I] **1 belong to sb** to be owned by sb ஒருவருக்கு உரியதாகு; உடைமையாயிரு *Who does this pen belong to?* • *Don't take anything that doesn't belong to you.* **2 belong to sth** to be a member of a group or an organization ஒரு குழுவின் அல்லது ஓர் அமைப்பின் உறுப்பினராயிரு *Do you belong to any political party?* **3** to have a right or usual place ஏற்புடைய அல்லது வழக்கமான ஓரிடத்திற்கு உரியவராக/உரியதாக இரு *It took quite a long time before we felt we belonged in the village* (= until we felt comfortable).

belongings /bɪˈlɒŋɪŋz/ *noun* [*pl.*] the things that you own that can be moved, that is, not land and buildings நிலம், கட்டடங்கள் முதலியவை அல்லாத, அசைக்கக்கூடிய பொருள்களான ஒருவரது உடைமைகள்

beloved /bɪˈlʌvd; bɪˈlʌvɪd/ *adj.* (*formal*) much loved பெரு விருப்புக்குரிய; பெரிதும் நேசிக்கப்படுகிற; அருமையான *They had always intended to return to their beloved India.*

NOTE இச்சொல் ஒரு பெயர்ச்சொல்லுக்கு முன் வரும்போது இதன் ஒலிப்பு /bɪˈlʌvɪd/ என்பதாகும்.

below /bɪˈləʊ/ *prep., adv.* at or to a lower position or level than sb/sth ஒருவரை/ஒன்றை விடக் கீழ் நிலையில்; கீழ்ப்படி நிலையில்; கீழ் மட்டத்தில்; தாழ்வாக *The temperature fell below freezing during the night.* • *Her marks in the exam were below average.* ➪ **under** பதிவில் உள்ள குறிப்பைப் பார்க்க. ✪ OPP **above**

belt[1] /belt/ *noun* [C] **1** a thin piece of cloth, leather, etc. that you wear around your waist இடுப்பைச் சுற்றி அணிந்து கொள்ளும், துணி, தோல் முதலியவற்றாலான மெலிதான பட்டை; அரைக்கச்சை; இடுப்புப்பட்டை *I need a belt to keep these trousers up.* ➪ **seat belt** பார்க்க. **2** a long narrow piece of rubber, cloth, etc. in a circle, that is used for carrying things along or for making parts of a machine move பொருள்களைக் கொண்டுசெல்ல அல்லது இயந்திர உறுப்புகளை இயக்கப் பயன்படுத்தப்படும், சுற்றுவரையாக அமைந்த நீண்டு குறுகலான இரப்பர், துணி முதலியவற்றாலான பட்டை *The suitcases were carried round on a* ***conveyor belt***. **3** an area of land that has a particular quality or where a particular group of people live குறிப்பிட்ட தன்மையுள்ள அல்லது குறிப்பிட்ட மக்கட் பிரிவினர் வாழும் நிலப்பகுதி ***the green belt*** *in Delhi* (= an area of countryside where you are not allowed to build houses, factories, etc.) • *the commuter belt*

IDM **below the belt** (*informal*) unfair or cruel முறைகேடான அல்லது இரக்கமற்ற *That remark was rather below the belt.*

tighten your belt ➪ **tighten** பார்க்க.

under your belt (*informal*) that you have already done or achieved தன்னால் ஏற்கனவே செய்து முடிக்கப்பட்டு அல்லது அடையப்பெற்று *She's already got four tournament wins under her belt.*

belt[2] /belt/ *verb* (*informal*) **1** [T] to hit sb hard ஒருவரைக் கடுமையாக அடி; நையப் புடை **2** [I] to run or go somewhere very fast ஓரிடத்திற்கு மிகு விரைவாக ஓடு அல்லது செல் *I was belting along on my bicycle.*

PHR V **belt sth out** to sing, shout or play sth loudly உரத்த குரலில் பாடு, கத்து அல்லது ஓர் இசைக்கருவியை உரக்க வாசி

belt up (*slang*) used to tell sb rudely to be quiet அமைதியாக இருக்குமாறு ஒருவரிடம் நயமற்ற முறையில்/கடுகடுப்பாகக் கூறப் பயன்படுத்தப்படும் தொடர் *Belt up! I can't think with all this noise.*

bemused /bɪˈmjuːzd/ *adj.* confused and unable to think clearly குழப்பமுற்றுத் தெளிவாகச் சிந்திக்க முடியாத; மனங்குழம்பிய

benami *adj.* (*IndE*) a term applied for those **transactions** (usually illegal) where the real owner or buyer remains **anonymous** and his place is taken by a **substitute** who doesn't actually make the payments but merely lends his name அசல் சொந்தக்காரர்/வாங்குபவர் மறைவாக இருந்து, பணம் கொடுக்காமல் தன் பெயரை மட்டும் வழங்கும் மாற்றாள் ஈடுபடும் கொடுக்கல், வாங்கலைக் குறிக்கும் சொல்; பினாமி

bench /bentʃ/ *noun* [C] **1** a long wooden or metal seat for two or more people, often outdoors பெரும்பாலும் வெளியிடத்தில், இருவர் அல்லது அதற்கு மேற்பட்டவர்கள் அமர்வதற்கான, மரம் அல்லது உலோகத்தால் செய்யப்பட்ட நீண்ட இருக்கை; நீள் இருக்கை *a park bench* **2** (in parliament) the seats where a particular group of politicians sit (நாடாளுமன்றத்தில்) உறுப்பினர்களில் குறிப்பிட்ட பிரிவினர் அமரும் இருக்கைகள் *the Opposition* ***bench*** **3 the bench** [*sing.*] (law) a judge in court or the seat where he/she sits; the position of being a judge or magistrate நீதிமன்றத்தில் தீர்ப்பளிக்கும் நீதிபதி அல்லது அவர் உட்காரும் ஆசனம்; நீதிபதியின் பதவி

benchmark /ˈbentʃmɑːk/ *noun* [C] a standard that other things can be compared to மற்ற பொருள்களை அதனுடன் ஒப்பிட்டுக் காண்பதற்கான ஒரு கட்டளைமாதிரி; பொதுத்திட்ட அளவை; வரையளவு; கட்டளைப்படியளவு *These new safety features set a benchmark for other manufacturers to follow.*

bend[1] /bend/ *verb* (*pt, pp* **bent** /bent/) **1** [T] to make sth that was straight into a curved shape நேராக இருந்த ஒன்றை வளைவானதாக்கு; வளை; கோணச்செய் *to bend a piece of wire into an S shape* • *It hurts when I bend my knee.* **2** [I] to be or become curved வளைந்திரு; வளைவாகு *The road bends to the left here.* **3** [I] to move your body forwards and downwards உடலை முன்புறமாகக் கீழ்நோக்கிச் செலுத்து; குனி *He* ***bent down*** *to tie up his shoelaces.*

IDM **bend the rules** to do sth that is not normally allowed by the rules சாதாரணமாக

விதிகள் இடமளிக்காத ஒன்றைச் செய்; விதிகளை வளை

bend² /bend/ *noun* [C] a curve or turn, for example in a road சாலை போன்றவற்றில் காணப்படும் வளைவு அல்லது திருப்பம் *a sharp bend in the road*

IDM **round the bend** (*informal*) crazy; mad எரிச்சலூட்டுவதாக; பைத்தியமாக *His behaviour is **driving me round the bend*** (= annoying me very much).

beneath /bɪˈniːθ/ *prep., adv.* **1** in, at or to a lower position than sb/sth; under ஒருவரை/ஒன்றை விடக் கீழ்நிலையில் அல்லது கீழ்நிலைக்கு; கீழே; கீழாக; அடியில்; அடிப்புறத்தில் *The ship disappeared beneath the waves.* • *He seemed a nice person but there was a lot of anger beneath the surface*. ➪ **under** பதிவிலுள்ள குறிப்பைப் பார்க்க. **2** not good enough for sb ஒருவர் பெருமைக்குத் தக்கதாக இல்லாது; தகுதிக்குக் கீழானதாக *She felt that cleaning for other people was beneath her.*

benefactor /ˈbenɪfæktə(r)/ *noun* [C] a person who helps or gives money to a person or an organization ஒரு தனி நபருக்கு அல்லது ஓர் அமைப்புக்கு உதவி செய்பவர் அல்லது பணக்கொடை அளிப்பவர்; கொடையாளர்

beneficial /ˌbenɪˈfɪʃl/ *adj.* **beneficial (to sb/sth)** having a good or useful effect நன்மை அல்லது பயன் விளைவிக்கிற; நலம் பயக்கிற; அனுகூலமான

beneficiary /ˌbenɪˈfɪʃəri/ *noun* [C] (*pl.* **beneficiaries**) a person who gains as a result of sth, especially money or property when sb dies ஒன்றன் பின்விளைவாக/விளைபயனாக ஆதாயம் அடைபவர்; பயனாளி; குறிப்பாக ஒருவர் இறப்புக்குப் பின் பணம் அல்லது சொத்து அடையப்பெறுபவர்; அனுபவப் பாத்தியத்திற்கு/சொத்து நுகர்வாட்சிக்கு உரிமையுடையவர்

benefit¹ /ˈbenɪfɪt/ *noun* **1** [U, C] an advantage or a useful effect that sth has ஒன்றிலிருந்து கிடைக்கும் ஆதாயம் அல்லது பயன்விளைவு; அனுகூலம்; பலன் *A change in the law would be **to** everyone's **benefit**.* • *the benefits of modern technology* **2** [U] money that the government gives to people who are ill, poor, unemployed, etc. நோயுற்றோர், வறியோர், வேலையில்லாதோர் முதலியவர்களுக்கு அரசு வழங்கும் பணக்கொடை; உதவித்தொகை; படி ***below poverty line/housing benefit*** **3** [C, *usually pl.*] advantages that you get from your company in addition to the money you earn தனது பணி நிறுவனத்திலிருந்து ஊதியமல்லாத மிகைப்பலனாக ஒருவர் பெறும் பலன்கள்; மிகை ஆதாயம்; மிகைப்படி *a company car and other benefits*

IDM **for sb's benefit** especially to help, please, etc. sb குறிப்பாக ஒருவருக்கு உதவிசெய்வதற்காக, ஒருவரை மகிழ்விப்பதற்காக முதலியன *For the benefit of the newcomers, I will start again.*

give sb the benefit of the doubt to believe what sb says although there is no proof that it is true ஒருவர் கூறுவது உண்மை என்பதற்கு ஆதாரம் இல்லாதபோதும், அதனை நம்பு; ஐயநிலையின் பயனை ஒருவருக்கு வழங்கு

benefit² /ˈbenɪfɪt/ *verb* (**benefiting**; **benefited** or **benefitting**; **benefitted**) **1** [T] to produce a good or useful effect மனநிறைவளிக்கிற அல்லது அனுகூலமான விளைபயனை உண்டாக்கு; நன்மை விளைவி *The new tax laws will benefit people in the lower income group.* **2** [I] **benefit (from sth)** to receive an advantage from sth ஒன்றிலிருந்து நன்மை அடை; பயன்பெறு; ஆதாயம் கொள் *Small businesses have benefited from the changes in the law.*

benevolent /bəˈnevələnt/ *adj.* (*formal*) kind, friendly and helpful to others நட்பிணக்கமும் உதவி மனப்பான்மையும் கொண்ட; அன்பாதரவான ▶ **benevolence** *noun* [U]

benign /bɪˈnaɪn/ *adj.* **1** (used about people) kind or gentle (ஆட்கள் வகையில்) அன்புள்ள; கனிவான; இன்னியல்பு வாய்ந்த **2** (used about a disease, etc.) not dangerous (நோய் முதலியவை வகையில்) ஆபத்தானதல்லாத; கடுமையாயிராத *a benign tumour* ✪ OPP **malignant**

bent¹ ➪ **bend** என்பதன் இறந்தகால மற்றும் இறந்தகால வினையெச்ச வடிவம்

bent² /bent/ *adj.* **1** not straight நேராயிராத; வளைவான; கோணலான *It was so funny we were **bent double** with laughter.* **2** (*BrE informal*) (used about a person in authority) dishonest; corrupt (அதிகாரத்தில் உள்ள ஒருவரைப் பற்றிக் குறிப்பிடும்போது) நேர்மையில்லாத; கையூட்டு வாங்குகிற *a bent policeman*

IDM **bent on sth/on doing sth** wanting to do sth very much; determined ஒன்றைச் செய்வதற்குப் பெருவிருப்பம் கொண்டுள்ள; உறுதிபூண்ட

bent³ /bent/ *noun* [*sing.*] **a bent for sth/for doing sth** a natural skill at sth or interest in sth ஒன்றில் இயல்பாக அமையப்பெற்ற செயலாற்றல்; உள்ளார்ந்த செயல்திறன்; ஆர்வ ஈடுபாடு *She has a bent for music.*

benzene /ˈbenziːn/ *noun* [U] a colourless liquid obtained from **petroleum** and used in making plastics and many chemical products பெட்ரோலியத்திலிருந்து பெறப்படுவதும், பிளாஸ்டிக்

மற்றும் பலவகையான வேதியியல் விளை-பொருள்கள் தயாரிக்கப் பயன்படுத்தப்படுவது-மான நிறமற்ற திரவம்; பென்ஸீன்

benzene ring *noun* [C] a ring of six **carbon** atoms in benzene and many other compounds பென்ஸீன் மற்றும் பல வேதியியல் சேர்மங்-களில் உள்ள ஆறு கார்பன் அணுக்களாலான வளை

bequeath /bɪˈkwiːð/ *verb* [T] (*formal*) **bequeath sth (to sb)** to arrange for sth to be given to sb after you have died ஒரு பொருளைத் தனது இறப்புக்குப்பின் ஒருவருக்கு வழங்கப்படு-வதற்கான ஏற்பாடு செய்; விருப்பாவணம்/ உயில் வழி அளி *He bequeathed one lakh rupees to charity.*

NOTE **Leave** என்ற சொல் **bequeath**-ஐ விடப் பரவலான வழக்குடையதாகும்.

bequest /bɪˈkwest/ *noun* [C] (*formal*) something that you arrange to be given to sb after you have died தனது இறப்புக்குப் பின் ஒருவருக்கு வழங்கப்படுமாறு ஏற்பாடு செய்யப்பட்ட பொருள்; விருப்பாவண வழிக் கொடை *He left a bequest to each of his grandchildren.*

bereaved /bɪˈriːvd/ *adj.* (*formal*) **1** having lost a relative or close friend who has recently died ஓர் உறவினரையோ ஒரு நெருங்கிய நண்பரையோ (அவரது இறப்பினால்) அண்மையில் இழந்து-விட்ட; மரண இழப்புக்கு ஆளான **2 the bereaved** *noun* [*pl.*] the people whose relative or close friend has died recently ஓர் உறவினரை-யோ ஒரு நெருங்கிய நண்பரையோ (அவரது இறப்பினால்) அண்மையில் இழந்துவிட்டவர்கள்

bereavement /bɪˈriːvmənt/ *noun* (*formal*) **1** [U] the state of having lost a relative or close friend who has recently died ஓர் உறவினரையோ ஒரு நெருங்கிய நண்பரையோ (அவரது இறப்பால்) அண்மையில் இழந்துவிட்ட நிலை; கையறு-நிலை **2** [C] the death of a relative or close friend ஓர் உறவினர் அல்லது ஒரு நெருங்கிய நண்பருடைய இறப்பு *There has been a bereavement in the family.*

bereft /bɪˈreft/ *adj.* (*not before a noun*) (*formal*) **1 bereft of sth** completely lacking sth; having lost sth ஒன்று முற்றிலும் இல்லாதுபோன; ஒன்றை இழந்துவிட்ட *bereft of ideas/hope* **2** (used about a person) sad and lonely because you have lost sb/sth (ஒரு நபரைப் பற்றிக் குறிப்பிடும்போது) ஒருவரை/ஒன்றை இழந்து-விட்டதன் காரணமாக, வருத்தத்திற்கும் தனிமைக்கும் ஆட்பட்ட; இழப்பால் தனிமை-யுற்று துயரப்படுகிற *He was utterly bereft when his wife died.*

beret /ˈbereɪ/ *noun* [C] a soft flat round hat மென்மையான வட்டவடிவ தட்டைத் தொப்பி

berry /ˈberi/ *noun* [C] (*pl.* **berries**) a small soft fruit with seeds விதைகளை உள்ளடக்கிய சிறு சதைக் கனி *Those berries are poisonous.* • *a raspberry/strawberry/blueberry* ➪ **fruit** பதிவில் படம் பார்க்க.

berserk /bəˈzɜːk/ *adj.* (*not before a noun*) very angry; crazy கடுஞ்சினம் கொள்கிற; சீற்ற-மடைகிற *If the teacher finds out what you've done he'll **go berserk**.*

berth /bɜːθ/ *noun* [C] **1** a place for sleeping on a ship or train கப்பலில் அல்லது தொடர் வண்டியில் உள்ள துயிலிடம் *a cabin with four berths* **2** a place where a ship can stop and stay கப்பல் இடைத்தங்கலுக்கான இடம்; இடைத்துறை

beryllium /bəˈrɪliəm/ *noun* [U] (*symbol* **Be**) a hard white metal that is used in making mixtures of other metals (**alloys**) உலோகக் கலவைகள் தயாரிக்கப் பயன்படுத்தப்படும் உறுதியான வெண்ணிற உலோக வகை; பெரிலியம்

beseech /bɪˈsiːtʃ/ *verb* [T] (*pt, pp* **besought** /bɪˈsɔːt/ or **beseeched**) (*formal*) to ask sb for sth in a worried way because you want or need it very much ஒரு பொருளைத் தான் பெரிதும் விரும்புவதால் அல்லது ஒரு பொருள் தனக்கு மிக அவசியமாகத் தேவைப்படுவதால், ஒரு-வரிடம் அதைத் தரும்படி கெஞ்சிக் கேள் அல்லது மன்றாடு

beset /bɪˈset/ *verb* (*pres. part.* **besetting**; *pt, pp* **beset**) [T] (*written*) to affect sb/sth in a bad way மோசமான முறையில் ஒருவரை/ஒன்றை பாதிப்புக்கு உள்ளாக்கு; பாதகமான தாக்கத்தை ஏற்படுத்து *The team has been beset by injuries all season.*

beside /bɪˈsaɪd/ *prep.* at the side of, or next to sb/sth ஒருவருக்கு/ஒன்றுக்குப் பக்கத்தில்; ஒரு-வரை/ஒன்றை அடுத்து *Come and sit beside me.* • *He kept his bag close beside him at all times.*

IDM **beside the point** not connected with the subject you are discussing எடுத்துக்கொண்ட பொருளோடு தொடர்பில்லாத

beside yourself (with sth) not able to control yourself because of a very strong emotion கடுமை-யான ஓர் உணர்ச்சிக்கு ஆட்பட்ட நிலையில் தன்னைக் கட்டுப்படுத்திக்கொள்ள முடியாது; பெரிதும் உணர்ச்சி வசப்பட்டு *Selvi was almost beside herself with grief.*

besides /bɪˈsaɪdz/ *prep., adv.* in addition to or as well as sb/sth; also மேலும்; அல்லாமலும்; மேற்கொண்டு; தவிரவும் *There will be six people coming, besides you and Dilip.*

besiege /bɪˈsiːdʒ/ *verb* [T] **1** to surround a place with an army படையுடன் ஓரிடத்தைச் சூழ்ந்து-கொள்; சுற்றி வளை; முற்றுகையிடு **2** (*usually* *passive*) (used about sth unpleasant or annoying) to surround sb/sth in large numbers (இன்னாத அல்லது எரிச்சல் படுத்துகிற ஒன்றைப் பற்றிக் கூறும்போது) பெரும் எண்ணிக்கையில் ஒருவரை/ஒன்றைச் சூழ்ந்துகொள்; திரண்டு வளைத்துக்கொள் *The actor was besieged by fans and reporters.*

besotted /bɪˈsɒtɪd/ *adj.* (*not before a noun*) **besotted (with/by sb/sth)** so much in love with sb/sth that you cannot think or behave normally இயல்பான முறையில் சிந்திக்கவோ நடந்துகொள்ளவோ முடியாத அளவுக்கு ஒருவர்/ஒன்றன் மீது அன்பு கொண்ட; வெறியார்வம் கொண்ட; கண்மூடிப் பற்று கொண்ட

besought ⇨ **beseech** என்பதன் இறந்தகால மற்றும் இறந்தகால வினையெச்ச வடிவம்

bespectacled /bɪˈspektəkld/ *adj.* (*formal*) wearing **glasses** மூக்குக்கண்ணாடி அணிந்துள்ள

best[1] /best/ *adj.* (*superlative of* **good**) of the highest quality or level; most suitable உச்ச உயர்தரமுடைய; உச்ச உயர்நிலையிலான; மிகச் சிறந்த; முதன்மையான; மிகமிகப் பொருத்தமான *Who in the class is **best at** maths?* • ***It's best to** arrive early if you want a good seat.*

IDM your best bet (*informal*) the most sensible or appropriate thing for you to do in a particular situation குறிப்பிட்ட சூழ்நிலையில் ஒருவர் செய்வதற்குரிய மிகவும் அறிவார்ந்த அல்லது மிகச் சரியான செயல் *There's nowhere to park in the city centre. Your best bet is to go in by bus.*

the best/better part of sth ⇨ **part[1]** பார்க்க.

best[2] /best/ *adv.* (*superlative of* **well**) to the greatest degree; most உச்ச உயர் அளவில் அல்லது நிலையில்; மிகச் சிறந்த முறையில்; முழுநிறைவாக *He works best in the morning.* • *Which of these dresses do you like best?*

IDM as best you can as well as you can even if it is not perfectly முழு நிறைவாக இல்லாவிடினும் தன்னால் முடிந்த அளவுக்கு நேர்த்தியாக/சிறப்பாக

best[3] /best/ *noun* [*sing.*] **the best** the person or thing that is of the highest quality or level or better than all others உச்ச உயர்தரமுடைய அல்லது மற்ற அனைத்தையும் விடச் சிறந்த ஒன்று; உச்ச உயர்சிறப்பு வாய்ந்த ஒருவர்; மற்ற அனைவரையும் விட மேலானவர்; முதன்மைச் சிறப்புடையவர் *Even the best of us make mistakes sometimes.* ⇨ **second-best[1]** பார்க்க.

IDM all the best (*informal*) used when you are saying goodbye to sb and wishing him/her success ஒருவரிடமிருந்து விடைபெற்று அவரது வெற்றிக்கு வாழ்த்துக் கூறும் முறையில் பயன்படுத்தப்படும் தொடர் *All the best! Keep in touch, won't you?*

at best if everything goes as well as possible; taking the most hopeful view முடிந்த அளவுக்கு அனைத்தும் சரியாக இருக்குமானால்; உயரளவு நம்பிக்கையுடன் நோக்கும்பொழுது *We won't be able to deliver the goods before March, or, at best, the last week in February.*

at its/your best in its/your best state or condition ஒன்றன்/ஒருவரது உயர்தனிச் சிறப்பான நிலையில், முழுநிறைவான மதிப்பு நிலையில் அல்லது படித்தர நிலையில் *This is an example of Ramesh's work at its best.* • *No one is at their best first thing in the morning.*

be (all) for the best to be good in the end even if it does not seem good at first தொடக்கத்தில் சிறந்ததாகக் காணப்படாவிடினும் இறுதியில் மனநிறைவளிப்பதாக இரு *I didn't get the job, but I'm sure it's all for the best.*

bring out the best/worst in sb to show sb's best/worst qualities ஒருவருடைய நிறைவான/மிக மோசமான பண்புகளை வெளிப்படுத்து *The crisis really brought out the best in Tina.*

do/try your best to do all or the most that you can தன்னால் இயன்ற அனைத்தையும் அல்லது பெரும்பாலானவற்றைச் செய்

look your best to look as beautiful or attractive as possible கூடிய அளவில் அழகாக அல்லது கவர்ச்சியாகத் தோன்று

make the best of sth/a bad job to accept a difficult situation and try to be as happy as possible ஓர் இடரார்ந்த சூழ்நிலையை ஏற்றமைந்து, முடிந்த அளவுக்கு மகிழ்ச்சியாக இருக்க முயல்; இன்னாத ஒன்றில் இனிமைகாண்

best man *noun* [*sing.*] a man who helps and supports the man who is getting married (**the bridegroom**) at a wedding திருமணத்தின்போது மணமகனுக்கு ஆதரவாக உடனிருந்து உதவுபவர்; மாப்பிள்ளைத் தோழன்

bestow /bɪˈstəʊ/ *verb* [T] **bestow sth (on/upon sb)** (*formal*) to give sth to sb, especially to show how much he/she is respected குறிப்பாக ஒருவருடைய நன்மதிப்பைப் போற்றும் முறையில் அவருக்கு ஒன்றை வழங்கு; சிறப்புச்செய்யும் அல்லது பெருமைப்படுத்தும் முறையில் ஒருவருக்கு ஒன்றை அளி *The title was bestowed on him by the president.*

best-seller *noun* [C] a book or other product that is bought by large numbers of people பெரும் எண்ணிக்கையில் விற்பனையாகும் நூல் அல்லது விளைபொருள் ▶ **best-selling** *adj.* *a best-selling novel.*

bet[1] /bet/ *verb* [I, T] (*pres. part.* **betting;** *pt, pp* **bet** or **betted**) **1 bet (sth) (on sth)** to risk money on a race or an event by trying to predict the result. If you are right, you win money ஒரு பந்தயத்தில் அல்லது போட்டி நிகழ்ச்சியில்

அதன் முடிவைக் கணிக்கும் முயற்சியாகத் துணிந்து பணம் வை; பந்தயம் கட்டு *I wouldn't bet on them winning the next election.* ✪ SYN **gamble** or **put money on sth** 2 (*spoken*) used to say that you are almost certain that sth is true or that sth will happen ஒன்று மெய்யானது அல்லது ஒன்று நிகழும் எனத் தான் பெரும்பாலும் உறுதியாக நம்புவதைத் தெரிவிக்கப் பயன்படுத்தப்படும் சொல் *I bet he arrives late—he always does.* • *I bet you're worried about your exam, aren't you?*

IDM **you bet** (*spoken*) a way of saying 'Yes, of course!' 'ஆம், உறுதியாக' எனக் கூறும் வழக்கு *'Are you coming too?' 'You bet (I am)!'*

bet² /bet/ *noun* [C] **1** an act of betting பந்தயம் கட்டுதல் *to win/lose a bet* **2** an opinion தனிப்பட்ட கருத்து; நம்பிக்கை *My bet is that he's missed the train.*

IDM **your best bet** ➪ **best¹** பார்க்க.
hedge your bets ➪ **hedge²** பார்க்க.

beta /ˈbiːtə/ *noun* the second letter of the Greek alphabet (β) கிரேக்க மொழி நெடுங்கணக்கின் இரண்டாவது எழுத்து (β)

beta particle *noun* [C] a fast-moving **electron** that is given off when an atom breaks up அணுப்பிளப்பின் போது வெளித்தள்ளப்படும் விரைசெலவுடைய எதிர்மின்மம்

betel /ˈbiːtl/ *noun* [C] (*also* **betel leaf**) the heart-shaped leaves of a climbing plant, commonly called **paan**, chewed by people in Asia ஆசியாவில் மக்கள் மென்று தின்னும், கொடியில் விளையும் இதய வடிவ இலைகள்; வெற்றிலை

betide /bɪˈtaɪd/ *verb*

IDM **woe betide sb** ➪ **woe** பார்க்க.

betray /bɪˈtreɪ/ *verb* [T] **1** to give information about sb/sth to an enemy; to make a secret known ஒருவர்/ஒன்று பற்றிய தகவலைப் பகைவருக்குக் கொடு; காட்டிக்கொடு; மறை வெளியிடு *She betrayed all the members of the group to the secret police.* • *to betray your country* ➪ **traitor** பதிவிலுள்ள குறிப்பைப் பார்க்க. **2** to hurt sb who trusts you, especially by not being loyal or faithful to him/her குறிப்பாக விசுவாசம் அல்லது நட்புறுதி இல்லாது, தன்னிடம் நம்பிக்கை கொண்டுள்ள ஒருவருக்குக் கெடுதல் செய்; நம்பிக்கை கெடு; நம்பினவரை ஏமாற்று *If you take the money you'll **betray** her **trust**.* • *When parents get divorced the children often **feel betrayed**.* **3** to show a feeling or quality that you would like to keep hidden மறைபொருளாகத் தான் வைத்திருக்க விரும்பும் ஓர் உணர்ச்சியை அல்லது ஒரு பண்பை வெளிக்காட்டு *Her steady voice did not betray the emotion she was feeling.* ▶ **betrayal** /bɪˈtreɪəl/ *noun* [C, U]

better¹ /ˈbetə(r)/ *adj.* **1** (*comparative of* **good**) **better than sb/sth** of a higher quality or level or more suitable than sb/sth ஒருவரை/ஒன்றை விட உயர்தரமான, உயர் படிநிலையில் உள்ள அல்லது பொருத்தமான/ஏற்புக்குரிய; விஞ்சிய; மேம்பட்ட *I think her second novel was much better than her first.* • *He's far better at English than me.* **2** (*comparative of* **well**) less ill; fully recovered from an illness நோய் தணிந்த; உடல்நலம் சீர்பட்ட; முற்றிலும் குணமடைந்த *You can't go swimming until you're better.*

better² /ˈbetə(r)/ *adv.* (*comparative of* **well**) in a better way; to a greater or higher degree முன்னிலும் மேம்பட்ட முறையில்; முன்னிலும் திருத்தமாக அல்லது சிறப்பாக *I think you could have done this better.* • *Sri speaks English better than I do.*

IDM **(be) better off 1** to be in a more pleasant or suitable situation (குறிப்பிட்டதை விட) நலமார்ந்த அல்லது மனத்திற்குகந்த நிலையில் இரு; மேம்பட்ட நிலையில் இரு *You look terrible. You'd be better off at home in bed.* **2** (*comparative of* **well off**) with more money முன்னிலும் மிகுதியான பணம் அடையப்பெற்று *We're much better off now that I go out to work too.*

IDM **the best/better part of sth** ➪ **part¹** பார்க்க.

you, etc. had better you should; you ought to (நீ) (செய்ய) வேண்டும்; (செய்வது) தேவையானது; (செய்ய வேண்டிய) கடமை பொறுப்புள்ளது *I think we'd better go before it gets dark.*

know better (than that/than to do sth) ➪ **know¹** பார்க்க.

think better of (doing) sth ➪ **think** பார்க்க.

better³ /ˈbetə(r)/ *noun* [*sing.*, U] something that is of higher quality உயர்தரமான அல்லது தரத்தில் மேம்பட்ட ஒன்று *The hotel wasn't very good. I must say we'd expected better.*

IDM **get the better of sb/sth** to defeat or be stronger than sb/sth ஒருவரை/ஒன்றை வெற்றிகொள் அல்லது வலிமையில்/ஆற்றலில் விஞ்சி நில் *When we have an argument she always gets the better of me.*

between /bɪˈtwiːn/ *prep., adv.* **1 between A and B; in between** in the space in the middle of two things, people, places etc. இரண்டு பொருள்கள், நபர்கள், இடங்கள் முதலியவற்றுக்கு மத்தியில் உள்ள இடத்தில்; இடைப்பட்ட இடத்தில்; இருவர்/இரண்டின் நடுவில் *I was sitting between Shyam and Raja.* • *a village between Chennai and Tirupati* **2 between A and B; in between** (used about two amounts, distances, ages, times, etc.) at a point that is greater or later than the first and smaller or earlier than the second; somewhere in the middle (இரண்டு தொகைகள், தூர அளவுகள், வயதுகள், கால அளவுகள் முதலியவற்றைப் பற்றிக் குறிப்பிடுகையில்) முதலாவதைவிட அதிகமானதும் அல்லது பிந்தியதும் இரண்டாவதை விடக் குறைந்ததும் அல்லது முந்தியதுமான நிலையில்/கட்டத்தில்; முதலாவதற்கும் இரண்டாவதற்கும் இடைப்பட்ட நிலையில்/கட்டத்தில் *They said they would arrive between 4 and 5 o'clock.* • *They've got this shirt in size 38 and size 42, but nothing in between.* **3** from one place to another and back again ஓரிடத்திலிருந்து மற்றோர் இடத்திற்குச் சென்று திரும்புமாறு; போகவர *There aren't any direct trains between here and Mahabalipuram.* **4** involving or connecting two people, groups or things இரு நபர்கள், குழுக்கள் அல்லது பொருள்கள் உள்ளடங்கி அல்லது தொடர்புற்று; ஒருவருக்கொருவர்; ஒன்றற்கொன்று *There may be a connection between the two crimes.* **5** choosing one and not the other (of two things) (இரண்டு பொருட்களில்) ஒன்றைத் தேர்ந்தெடுத்து மற்றதை விடுத்து; ஏற்புக்குரிய ஒன்றுக்கும் வேண்டாத மற்றொன்றுக்கும் இடையே *to choose between two jobs* • *What's the difference between 'some' and 'any'?* **6** by putting together the actions, efforts, etc. of two or more people இருவர் அல்லது இரண்டுக்கு மேற்பட்டவர்களின் செயல்கள், முயற்சி முதலியவற்றை ஒருங்கிணைத்து; ஒருங்கிணைந்த செயலால் *Between us we saved up enough money to buy a car.* **7** giving each person a share ஒவ்வொருவருக்கும் ஒரு பங்காக *We ate all the chocolates between us.*

NOTE பெரும்பாலும் இரண்டு நபர்கள் அல்லது பொருட்களைப்பற்றிப் பேசும்போது **between** பயன்படுத்தப்படுகிறது—*sitting between her mother and father* • *between the ages of 12 and 14.* எனினும் இரண்டுக்கு மேற்பட்ட நபர்கள் அல்லது பொருட்களை, குறிப்பாக பொருள் 7-இல் உள்ளது போன்று, தனித்தனியாகக் கருதும்பொழுது சில சமயங்களில் **between** என்ற சொல்லைப் பயன்படுத்த முடியும்—*We drank a bottle of cold drink between the three of us.* தனித்தனியாக அல்லது குழுவாக/தொகுதியாகக் கருதப்படும் இரண்டுக்கு மேற்பட்ட நபர்களை அல்லது பொருள்களைப் பற்றிய வழக்கில் **among** என்ற சொல்லே எப்பொழுதும் பயன்படுத்தப்படுகிறது—*You're among friends here.*

bevel /ˈbevl/ *noun* [C] **1** an edge or a surface that is cut at an angle, for example at the side of a picture frame or sheet of glass படச்சட்டம், கண்ணாடித் தகடு போன்ற ஒன்றன் பக்கத்தில் கோணச் சரிவாக வெட்டப்பட்ட விளிம்பு அல்லது முகப்புப் பகுதி **2** a tool for cutting edges or surfaces at an angle on wood or stone மரத்தில் அல்லது கல்லில் கோணச் சாய்வான விளிம்புகள் அல்லது முகப்புப் பகுதிகள் வெட்டப் பயன்படுத்தப்படும் கருவி

beverage /ˈbevərɪdʒ/ *noun* [C] (*written*) a drink பருகு நீர்மம்; பானம்

beware /bɪˈweə(r)/ *verb* [I] (*only in the imperative or infinitive form*) **beware (of sb/sth)** (used for giving a warning) to be careful (எச்சரிக்கை செய்வதற்காகப் பயன்படுத்தப்படுவது) கவனமாயிரு; எச்சரிக்கையாயிரு *Beware of the dog!* (= written on a sign)

bewilder /bɪˈwɪldə(r)/ *verb* [T] to confuse and surprise மனம் தடுமாறச் செய்; குழப்பு; திகைப்பூட்டு *I was completely bewildered by his sudden change of mood.* ▶ **bewildered** *adj. a bewildered expression* ▶ **bewildering** *adj. a bewildering experience* ▶ **bewilderment** *noun* [U] *to stare at sb **in bewilderment***

bewitch /bɪˈwɪtʃ/ *verb* [T] to attract and interest sb very much பெரிதும் கவர் மற்றும் ஆர்வமூட்டு; தன்வசப்படுத்து; மயக்கு

beyond /bɪˈjɒnd/ *prep., adv.* **1** on or to the other side of மறுபக்கத்தில் அல்லது மறுபக்கத்துக்கு; மறுபுறம்; அப்பால் *beyond the distant mountains* • *We could see the mountains and the sea beyond.* **2** further than; later than இன்னும் தொலைவாக; ஒன்றற்கு மேலும்; அப்பால் *Does the highway continue beyond Bengaluru?* • *Most people don't go on working beyond the age of 65.* **3** more than sth ஒன்றைவிட மிகுதியாக; ஒன்றற்கு மேம்பட்டு; கூடுதலாக *The house was **far beyond** what I could afford.* • *I haven't heard anything beyond a few rumours.* **4** used to say that sth is not possible ஒரு செயல் செய்து முடிக்க முடியாதது, ஒன்றற்கான வாய்ப்பில்லை, ஒன்று சாத்தியமற்றது என்பதைக் குறிப்பிடப் பயன்படுத்தப்படுவது *The situation is **beyond my control**.* **5** too far or too advanced for sb/sth ஒருவருடைய/ஒன்றன் செயலாற்றலுக்கு அல்லது இயல்திறனுக்கு எட்டாததாக, அப்பாற்பட்டதாக, மேம்பட்டதாக அல்லது விஞ்சியதாக *The activity was beyond the students' abilities.*

IDM **be beyond sb** (*informal*) to be impossible for sb to understand or imagine புரிந்துகொள்ள அல்லது ஊகித்தறிய முடியாததாயிரு; ஒருவருடைய உணர்திறனுக்கு அப்பாற்பட்டிரு *Why she wants to go and live there is quite beyond me.*

Bharatanatyam *noun* [U] (*IndE*) a classical dance form of southern India தென்னிந்தியாவின் செவ்வியல் நடனக்கலை; பரத நாட்டியம்; பரதம்

bhelpuri *noun* [C] (*IndE*) a popular Indian snack made with puffed rice, onions, spices, etc. and a hot, sweet and sour **chutney** பொரி, வெங்காய நறுக்குகள், நறுமணப் பொருள்கள் ஆகியவற்றுடன் இனிப்பும் புளிப்பும் சேர்ந்த காரச் சட்னி சேர்த்த இந்திய சிற்றுண்டி வகை

bi- /baɪ/ *prefix* (*in nouns and adjectives*) two; twice; double இரண்டு; இருமுறை; இருமடங்கு; இரட்டிப்பு; இரட்டை *bicentenary* • *bilingual*

bias[1] /ˈbaɪəs/ *noun* (*pl.* **biases**) **1** [U, C, *usually sing.*] a strong feeling of favour towards or against one group of people, or on one side in an argument, often not based on fair judgement or facts பெரும்பாலும் நடுநிலையிலான மதிப்பீட்டின் அல்லது ஆதாரத் தகவல்களின் அடிப்படையிலல்லாது, ஒரு பிரிவினருக்கு அல்லது ஒரு விவாதத்தில் ஒரு தரப்பினருக்கு ஆதரவாக அல்லது எதிராகக் கொள்ளப்படும் அழுத்தமான/முனைப்பான ஓர் உணர்ச்சி; ஒரு சார்பு; ஒருபுறச் சாய்வு *a bias against women drivers* **2** [C, *usually sing.*] an interest in one thing more than others; a special ability மற்றவற்றை விட ஒன்றன்மேல் கொண்டுள்ள மிகுதியான ஆர்வ ஈடுபாடு; தனித்திறன்; சிறப்பாற்றல் *a course with a strong scientific bias*

bias[2] /ˈbaɪəs/ *verb* [T] (**biasing, biased** or **biassing, biassed**) to influence sb/sth, especially unfairly; to give an advantage to one group, etc. பெரும்பாலும் நெறிமுறை/நடுநிலை தவறி ஒருவர்/ஒன்றன் மீது செல்வாக்கு செலுத்து; தாக்கம் ஏற்படுத்து; ஒரு பிரிவினருக்குச் சாதகம் செய்; ஒருசார்பு காட்டு *Good newspapers should not be biased towards a particular political party.* ▶ **biased** *adj. a biased report*

bib /bɪb/ *noun* [C] a piece of cloth or plastic that a baby or small child wears under the chin to protect its clothes while it is eating சாப்பிடும் பொழுது உடைகளுக்குக் காப்பாக முகவாய்க்கட்டைக்குக் கீழ் ஒரு குழந்தைக்கு அல்லது ஓர் இளம்பிள்ளைக்கு அணிவிக்கப்படும் சிறு துணி அல்லது பிளாஸ்டிக் பொருள்; அணையாடை

the Bible /ˈbaɪbl/ *noun* [*sing.*] **1** the book of great religious importance to Christian and Jewish people கிறிஸ்தவர்கள் மற்றும் யூதர்களின் திருமறை; விவிலிய நூல் **2** a book, magazine, etc. that gives important information on a particular subject குறிப்பிட்ட ஒரு துறை பற்றிய முக்கியத் தகவல்களைத் தரும் புத்தகம், வார/மாத இதழ் முதலியன ▶ **biblical** /ˈbɪblɪkl/ *adj.*

bibliography /ˌbɪbliˈɒɡrəfi/ *noun* [C] (*pl.* **bibliographies**) **1** a list of the books and articles that a writer used when he/she was writing a particular book or article குறிப்பிட்ட ஒரு நூல் அல்லது கட்டுரை எழுதுவதற்கு அதன் ஆசிரியரால் பயன்படுத்தப்பட்ட நூல்கள் மற்றும் கட்டுரைகளின் பட்டியல்; துணை நூற்பட்டியல் **2** a book, a magazine, etc. that gives important information on a particular subject குறிப்பிட்ட துறை சார்ந்த முக்கியமான விவரங்களைத் தரும் நூல், பருவ இதழ் முதலியன **3** a list of books on a particular subject குறிப்பிட்ட துறை சார்ந்த புத்தகங்களின் பட்டியல்

bicarbonate /ˌbaɪˈkɑːbənət/ *noun* [U] a salt containing a double amount of **carbon dioxide** இரு மடங்கு கார்பன்டையாக்சைடை உள்ளடக்கிய உப்பு வகை ➪ **sodium bicarbonate** பார்க்க.

bicarbonate of soda = **sodium bicarbonate**

bicentenary /ˌbaɪsenˈtiːnəri/ *noun* [C] (*pl.* **bicentenaries**) (*AmE* **bicentennial** /ˌbaɪsenˈteniəl/) the day or the year two hundred years after sth happened or began ஒன்று நிகழ்ந்து அல்லது ஒன்று தொடங்கி இருநூறு ஆண்டுகளுக்குப் பின்வரும் நாள் அல்லது ஆண்டு; இருநூறாம் ஆண்டு/ஆண்டுவிழா *bicentenary of Tipu Sultan's death*

bicentennial /ˌbaɪsenˈteniəl/ = **bicentenary**

biceps /ˈbaɪseps/ *noun* [C] (*pl.* **biceps**) the large muscle at the front of the top part of your arm மேற்கையினுடைய மேற்பகுதியின் முன்புறத்திலுள்ள பெரிய தசை; மேற்கை முன்தசை ➪ **triceps** பார்க்க; மேலும் **arm** பதிவில் படம் பார்க்க.

bicker /ˈbɪkə(r)/ *verb* [I] to argue about unimportant things முக்கியமல்லாதவற்றைப் பற்றி வாதிடு; பூசலில் ஈடுபடு *Ramesh is always bickering about pocket money with his parents.*

bicycle /ˈbaɪsɪkl/ (*also* **bike**) *noun* [C] a vehicle with two wheels, which you sit on and ride by moving your legs மேலமர்ந்து கால்களால்

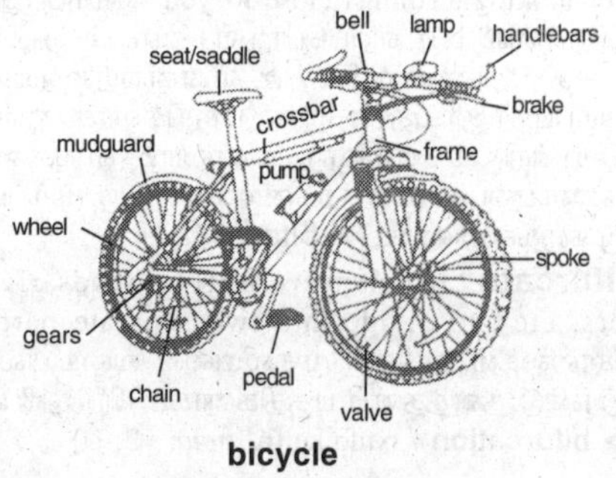

bicycle

மிதித்தியக்கி ஓட்டிச் செல்லும் இரு சக்கர-வண்டி; மிதிவண்டி **NOTE** மிதிவண்டியில் அமர்ந்து ஓட்டிச்செல்பவர் **cyclist** எனப்படுவார்.

bid[1] /bɪd/ *verb* (**bidding**; *pt, pp* **bid**) [I, T] **bid (sth) (for sth)** to offer to pay a particular price for sth, especially at a public sale where things are sold to the person who offers most money (**an auction**) குறிப்பாக அதிகபட்ச விலை தருவோருக்குப் பொருள்கள் விற்கப்படும் பொது விற்பனையில், ஒரு பொருளுக்கு குறிப்பிட்ட விலை தர முன்வா; ஏல விற்பனையில் விலை கேள்; ஏலம் கோரு *I wanted to buy the vase but another man was* ***bidding against*** *me.*

bid[2] /bɪd/ *noun* [C] **1 a bid (for sth); a bid (to do sth)** an effort to do, obtain, etc. sth; an attempt ஒன்றைச் செய்தல், பெறுதல், முதலிய-வற்றுக்கான செயல் முனைப்பு; முயற்சி; முனைப்பான செயல் ஈடுபாடு *His bid for freedom had failed.* • *Tonight the Ethiopian athlete will* ***make a bid*** *to break the world record.* **2** an offer by a person or a business company to pay a certain amount of money for sth ஒரு நபர் அல்லது வாணிக நிறுவனம் ஒன்றைக் கைக்-கொள்ளுவதற்காகக் குறிப்பிட்ட பணத்-தொகையைச் செலுத்த முன்வருதல்; விலைக் குறிப்பீடு; ஏலக் கோரிக்கை *At the auction we* ***made a bid*** *of Rs 5000 for the bed.* **3** (*AmE*) = **tender**[2] ▶ **bidder** *noun* [C] *The house was sold to the highest bidder* (= the person who offered the most money).

bide /baɪd/ *verb*

IDM **bide your time** to wait for a good opportunity நல்ல வாய்ப்பை எதிர்நோக்கிக் காத்திரு *I'll bide my time until the situation improves.*

bidi = **beedi**

biennial /baɪˈeniəl/ *adj.* happening once every two years இரண்டாண்டிற்கு ஒரு முறை நிகழ்கிற

bifocals /ˌbaɪˈfəʊklz/ *noun* [*pl.*] a pair of glasses with each piece of glass (**lens**) made in two parts. The top part is for looking at things at a distance, and the bottom part is for reading or for looking at things close to you மேற்பகுதி தொலைவில் உள்ள பொருள்களையும் அடிப்-பகுதி அண்மையில் உள்ளனவற்றையும் பார்ப்பதற்குரியதாக இரு பகுதிகளாக ஒவ்-வொன்றிலும் அமைந்த கண்ணாடி வில்லை-களையுடைய மூக்குக்கண்ணாடி; இரு முகப்பு மூக்குக்கண்ணாடி ▶ **bifocal** *adj.*

bifurcate /ˈbaɪfəkeɪt/ *verb* [I] (of roads, rivers, etc.) to divide into two separate parts (சாலைகள், நதிகள் முதலியவை வகையில்) இரண்டு தனித்தனிப் பகுதிகளாகப் பிரிந்துபோ ▶ **bifurcation** /ˌbaɪfəˈkeɪʃn/ *noun* [C, U]

big /bɪg/ *adj.* (**bigger, biggest**) **1** large; not small பெரிய; சிறியதல்லாத *a big house/town/salary* **2** great or important பெரும்படியான; பேரள-வான; உயரிய; சிறந்த; முக்கியமான *They had a big argument yesterday.* • *some of the big names in Bollywood* **3** (*only before a noun*) (*informal*) older மூத்த; வயதில் பெரிய *a big brother/sister*

NOTE உருவளவை அல்லது எண்ணிக்கை-யைப் பற்றிப் பேசும்போது **big**, **large** இரண்டையும் பயன்படுத்தலாம். இரண்டில், **large** முறைசார் வழக்கு மிகுந்ததாகும். இது பெரும்பாலும் ஆட்களைப் பற்றிப் பேசும்-போது பயன்படுத்தப்படுவதில்லை—*a big/large house* • *a big baby.* ஒருவருடைய/ஒன்றன் முக்கியத்துவம், பண்பு முதலிய-வற்றைக் குறிப்பிடும்போது, **great** பேரளவில் பயன்படுத்தப்படுகிறது—*a great occasion/musician.* 'பேரளவான' அல்லது 'மிகப்-பெரிய' என்ற பொருளில் எண்ணுவதற்கு இயலாத பெயர்ச்சொற்களோடும் **great** பயன்படுத்தப்படுகிறது—*great happiness/care/sorrow.* உரு, தொகை முதலிய-வற்றைக் குறிக்கும் பெயரடைக்கு முதன்மை தருவதற்கும் **great** பயன்படுத்தப்படுகிறது ➪ **great**[1] **4** பார்க்க.

IDM **Big deal** (*informal*) used to say that you think sth is not important or interesting ஒன்று முக்கியமற்றது அல்லது கருத்தை ஈர்க்காதது எனத் தான் கருதுவதைக் குறிப்பிடப் பயன்-படுத்தப்படும் தொடர் *'Look at my new bike!' 'Big deal! It's not as nice as mine.'*

a big deal/no big deal (*informal*) something that is (not) very important or exciting மிக முக்கியமான அல்லது பெரிதும் எழுச்சியூட்டும் ஒன்று/(முக்கியமற்ற அல்லது மனக்கிளர்ச்சி-யூட்டாத ஒன்று *Birthday celebrations are a big deal in our family.* • *We may lose, I suppose, but it's no big deal.*

give sb a big hand ➪ **hand**[1] பார்க்க.

bigamy /ˈbɪgəmi/ *noun* [U] the state of being married to two people at the same time ஒரே காலத்தில் இருவரை மணந்திருத்தல்; இரு மனைவி/இரு கணவர் உடையதாகிய நிலை ➪ **monogamy** மற்றும் **polygamy** பார்க்க. ▶ **bigamist** *noun* [C]

the big bang *noun* [*sing.*] the single large explosion that some scientists believe created the universe பிரபஞ்சத்தின் தோற்றத்திற்குக் காரண-மானதாகச் சில அறிவியல் அறிஞர்களால் நம்பப்படும் பெரும் ஒற்றை வெடி

big-head (*informal*) *noun* [C] a person who thinks he/she is very important or clever because of sth he/she has done தான் செய்த செயல் ஒன்றை முன்னிருத்தி தான் மிகவும்

முக்கியமானவர் அல்லது அறிவில் சிறந்தவர் எனக் கருதும் ஒருவர்; பெருந்தலை

big toe *noun* [C] the largest toe on a person's foot மனிதர்கள் காலில் உள்ள, மற்ற விரல்களைவிடத் தடியான விரல்; பெருவிரல்; கால் கட்டைவிரல் ➪ **body** பதிவில் படம் பார்க்க.

bike /baɪk/ *noun* [C] a bicycle or a motorbike மிதிவண்டி அல்லது விசைமிதி வண்டி *Hasan's just learnt to* ***ride a bike***. • *We went* ***by bike***. • *He came* ***on his bike***. ➪ **bicycle** பதிவில் படம் பார்க்க.

bikini /bɪˈkiːni/ *noun* [C] a piece of clothing, in two pieces, that women wear for swimming இரு கூறுகளைக் கொண்ட பெண்கள் நீச்சல் உடை

bilateral /ˌbaɪˈlætərəl/ *adj.* **1** involving two groups of people or two countries இரு குழுக்கள் அல்லது இரு நாடுகள் உள்ளடங்கிய; ஈரிணை சார்பான *bilateral trade/talks* **2** (*medical*) involving both sides of the body or brain உடலின் அல்லது மூளையின் இரு பக்கங்களையும் உள்ளடக்கிய ▶ **bilaterally** *adv.*

bile /baɪl/ *noun* [U] the greenish-brown liquid with a bitter unpleasant taste that comes into your mouth when you vomit with an empty stomach வெறும் வயிற்றுடன் வாந்தியெடுக்கும் பொழுது வாயினுள் வரும் அருவருப்பான கசப்புச் சுவையுடைய பச்சை கலந்த பழுப்பு நிற திரவப் பொருள்; பித்த நீர்

bilge /bɪldʒ/ *noun* **1** [C] (*also* **bilges**) [*pl.*] the almost flat part of the bottom of a boat or a ship, inside or outside படகு அல்லது கப்பல் அடிப்பகுதியின் ஏறத்தாழ தட்டை வடிவான உட்புற அல்லது வெளிப்புறப் பகுதி; அடி அகடு **2** (*also* **bilge water**) [U] dirty water that collects in a ship's bilge கப்பல் அடி அகட்டில் திரண்டு நிற்கும் அழுக்கு நீர்

bilingual /ˌbaɪˈlɪŋgwəl/ *adj.* **1** having or using two languages இரு மொழிகளைக் கொண்டிருக்கிற அல்லது இரு மொழிகளைப் பயன்படுத்துகிற *a bilingual dictionary* ➪ **monolingual** பார்க்க. **2** able to speak two languages equally well இரு மொழிகளை சம அளவு ஆற்றலுடன் பேசக்கூடிய; இரு மொழி பேசும் திறனுடைய *Our children are bilingual in English and Tamil.*

bill¹ /bɪl/ *noun* [C] **1** a piece of paper that shows how much money you owe sb for goods or services தனக்கு வழங்கப்பட்ட பொருள்களுக்கு அல்லது சேவைகளுக்குத் தான் செலுத்த வேண்டிய பணத்தொகை குறிப்பிடப்பட்டுள்ள தாள்; விலை விவரச் சீட்டு; விலைப்பட்டி *the electricity/gas/telephone bill* • *to pay a bill* **2** (*AmE* **check**) a piece of paper that shows how much you have to pay for the food and drinks that you have had in a restaurant ஓர் உணவகத்தில் தான் சாப்பிட்டவற்றுக்குச் செலுத்த வேண்டிய பணத்தொகை குறிப்பிடப்பட்ட தாள்; உணவுக் கட்டணச் சீட்டு *Can I have the bill, please?* **3** = **note¹ 4** *a ten-rupee bill* **4** a plan for a possible new law கருது நிலையிலான புதிய சட்டத்தின் வரைவு; மசோதா *The bill was passed/defeated.* **5** a programme of entertainment offered in a show, concert, etc. பொழுதுபோக்குக் காட்சி, இசை நிகழ்ச்சி முதலியவற்றில் வழங்கப்படும் நிகழ்ச்சிகளின் வரிசைத் தொகுப்பு; நிகழ்ச்சி நிரல் ***Topping the bill*** (= the most important performer) *is Kamal Haasan.* **6** a bird's beak பறவையின் அலகு

IDM **foot the bill** ➪ **foot²** பார்க்க.

bill² /bɪl/ *verb* [T] (*usually passive*) **bill sb/sth as sth** to describe sb/sth to the public in an advertisement, etc. ஒருவர்/ஒன்று பற்றி விளம்பரம் செய் *This young player is being billed as 'the new Tendulkar'.*

billboard /ˈbɪlbɔːd/ (*BrE* **hoarding**) *noun* [C] a large board near a road where advertisements are put சாலையோரத்தில் வைக்கப்படும் பெரிய விளம்பரப் பலகை

billet /ˈbɪlɪt/ *noun* [C] a place, often in a private house, where soldiers live temporarily தற்காலிகமாகப் படை வீரர்கள் இருப்பிடமாகக் கொள்ளும், பெரும்பாலும் தனியார் மனையிலுள்ள, இடம்; படைவீரர் தங்கிடம் ▶ **billet** *verb* [T] (*usually passive*) *The troops were billeted in the town with local families.*

billiards /ˈbɪliədz/ *noun* [U] a game played on a big table covered with cloth. You use a long stick (**a cue**) to hit three balls against each other and into pockets at the corners and sides of the table துணி விரிப்புள்ள பெரிய மேசையின் மீது விளையாடும் விளையாட்டு வகை. இது ஒரு நீண்ட கழியைக் கொண்டு மூன்று பந்துகள் ஒன்றன் மீது ஒன்றாக மோதி மேசை மூலைகளிலும் பக்கங்களிலும் தொங்கும் பைகளில் விழுமாறு அடித்து ஆடப்படுகிறது; மேசைக்கோல் பந்தாட்டம் *to have a game of/play billiards*

NOTE வேறொரு பெயர்ச்சொல்லுக்கு முன் **billiard** என்ற சொல் வரும்போது **'s'** சேர்க்கப்படுவதில்லை—*a billiard table* ➪ **snooker** மற்றும் **pool¹ 5** பார்க்க.

billion /ˈbɪljən/ *number* 1,000,000,000 நூறு கோடி என்ற எண்

NOTE எண்ணிக்கையைக் கணக்கிடும்போது **billion**-உடன் **'s'** சேர்க்கப்படுவதில்லை. **'s'** சேர்க்கும்பொழுது இச்சொல் 'பெருமளவான', 'ஏராளமான' எனப் பொருள்படும்—*three billion rupees* • *billions of dollars*

முன்னாட்களில் *billion* என்ற சொல் நூறாயிரங் கோடியைக் குறிக்கப் பயன்படுத்தப்பட்டது. தற்பொழுது இந்த எண்ணிக்கை **trillion** என்ற சொல்லால் குறிக்கப்படுகிறது. அகராதிப் பகுதியை அடுத்துள்ள சிறப்புப் பகுதியில் எண்ணிக்கைகள் பற்றிய விரிவான தகவல் தரப்பட்டுள்ளது.

bill of exchange *noun* [C] (*pl.* **bills of exchange**) a written order to pay a sum of money to a particular person on a particular date குறிப்பிட்ட தேதியில் குறிப்பிட்ட ஒருவருக்கு ஒரு பணத்தொகையை செலுத்துமாறு கூறும் எழுத்து வடிவ ஆணை; பணமாற்று முறி

bill of lading /ˌbɪl əv ˈleɪdɪŋ/ *noun* [C] (*pl.* **bills of lading**) a list giving details of the goods that a ship, etc. is carrying கப்பல் முதலியவற்றில் ஏற்றிச் செல்லப்படும் சரக்குகளின் விவரப் பட்டி

billow /ˈbɪləʊ/ *verb* [I] **1** to fill with air and move in the wind காற்று புகுந்து காற்றடிப்பில் ஆடு/அசை *curtains billowing in the breeze* **2** to move in large clouds through the air பெரும் ஆவிப் படலங்களாக அல்லது பெருந்திரளாகக் காற்றுவெளியில் செல் *Smoke billowed from the chimneys.*

billy goat /ˈbɪli ˈgəʊt/ *noun* [C] a male **goat** வெள்ளாட்டின் ஆண்; வெள்ளாட்டுக் கடா ➪ **nanny goat** பார்க்க.

bin /bɪn/ *noun* [C] **1** a container that you put rubbish in குப்பை கொட்டிவைக்கும் கொள்கலம்; குப்பைக்கூடை; குப்பைத்தொட்டி *to throw sth in the bin • a litter bin* **2** a container, usually with a lid, for storing bread, flour, etc. ரொட்டி, மாவு முதலியவற்றை இருப்பு வைப்பதற்கான, வழக்கமாக மேல்மூடி உள்ள, கொள்கலம்; சம்புடம் *a bread bin*

binary /ˈbaɪnəri / *adj.* **1** (*computing, mathematics*) using only 0 and 1 as a system of numbers எண்ணிக்கை முறையாக 0 மற்றும் 1 ஆகிய இரு எண்களை மட்டுமே பயன்படுத்துகிற; இரும எண்ணிக்கை முறையிலான; இரும *the **binary system** • binary arithmetic* **2** (*technical*) based on only two numbers; consisting of two parts இரு எண்களை மட்டுமே அடிப்படையாகக் கொண்ட; இரு பகுதிகளை உள்ளடக்கிய; இருமத்தைப் பொதுக்கூறாக/மூலக்கூறாகக் கொண்ட ▶ **binary** *noun* [U] *The computer performs calculations in binary and converts the results to decimal.*

bind /baɪnd/ *verb* [T] (*pt, pp* **bound** /baʊnd/) **1 bind sb/sth (to sb/sth); bind A and B (together)** to tie or fasten with string or rope மென்கயிற்றால் அல்லது வடக்கயிற்றால் கட்டு; சேர்த்துப் பிணை *They bound the prisoner's hands behind his back.* **2 bind A to B; bind A and B (together)** to unite people, organizations, etc. so that they live or work together more happily or with better effect முன்பைவிட மேம்பட்ட மன நிறைவுடன் அல்லது பயன் முனைப்புடன் வாழ்வதற்கு அல்லது செயலாற்றுவதற்கு வாய்ப்பாக ஆட்கள், நிறுவன அமைப்புகள் முதலியவற்றை ஒற்றுமைப்படுத்து; கூட்டி இணை *The two countries are bound together by a common language.* **3 bind sb (to sth)** to force sb to do sth by making him/her promise to do it or by making it his/her duty to do it ஒரு செயலைச் செய்வதாக ஒருவரை வாக்களிக்கச் செய்து அல்லது அச்செயலைச் செய்வதை அவரது கடமையாக ஆக்கி, அச்செயலைச் செய்யுமாறு அவரைக் கட்டாயப்படுத்து/வற்புறுத்து; கட்டுப்படுத்து *to be bound by a law/an agreement • The contract binds you to completion of the work within two years.* **4** (*usually passive*) to fasten sheets of paper into a cover to form a book புத்தகமாக அமையுமாறு தாள்களைப் புற அட்டையினுள் பிணைத்துக் கட்டு; புத்தகக் கட்டடமிடு; ஏடு கட்டு *The book was bound in leather.*

binder /ˈbaɪndə(r)/ *noun* [C] a hardcover for holding loose sheets of paper together தனித்தனித் தாள்களைக் கட்டில் வைத்திருப்பதற்கான கெட்டியான மேலட்டை; ஏடு கட்டும் அட்டை *a ring binder*

binding[1] /ˈbaɪndɪŋ/ *adj.* making it necessary for sb to do sth he/she has promised or to obey a law, etc. வாக்களித்த ஒன்றைச் செய்தலை அல்லது சட்டம் முதலியவற்றுக்குக் கீழ்ப்படிதலை ஒருவர் தவிர்க்க முடியாததாகச் செய்கிற அல்லது செய்து தீர வேண்டியதாக ஆக்குகிற; கட்டுப்படுத்துகிற *This contract is **legally binding**.*

binding[2] /ˈbaɪndɪŋ/ *noun* **1** [C] a cover that holds the pages of a book together தனித்தனித் தாள்களை ஒன்றுசேர்த்துக் கட்டில் வைத்திருக்கும் மேலட்டை; ஏட்டின் மேலட்டை **2** [C, U] material that you fasten to the edge of sth to protect or decorate it ஒரு பொருளுக்குக் காப்பாக அல்லது அணியாக அதன் விளிம்பில் கட்டப்படுவது; குஞ்சம் **3 bindings** [*pl.*] (used in skiing) a device that fastens your boot to your **ski** (பனிச்சறுக்கு விளையாட்டில்) பனி நடைக்கட்டையைப் புதை மிதியடியுடன் இறுகப் பிணைக்கும் கருவி

binge[1] /bɪndʒ/ *noun* [C] (*informal*) a period of eating or drinking too much மிகையளவாக உண்ணும் அல்லது அருந்தும் காலப்பகுதி; பெருந்தீனி தின்னும் காலம் *to **go on a binge***

binge[2] /bɪndʒ/ *verb* [I] (*pres. part.* **bingeing** *informal*) **binge (on sth)** to eat or drink too much, especially without being able to control yourself குறிப்பாகத் தன்னைக் கட்டுப்படுத்திக்கொள்ள முடியாமல், மிகையளவாக உண் அல்லது அருந்து; பெருந்தீனி தின்னு

bingo /ˈbɪŋgəʊ/ *noun* [U] a game in which each player has a different card with numbers on it. The person in charge of the game calls numbers out and the winner is the first player to have all the numbers on his card called out ஒரு வகை விளையாட்டு. ஆட்டக்காரர் ஒவ்வொருவரும் எண்கள் அச்சிடப்பட்ட ஒரு சீட்டை வைத்திருப்பர். ஆட்டத்தின் பொறுப்பாளர் எண்களை உரக்கக் கூறும்போது, முதலில் யாருடைய சீட்டில் கூறப்படும் எண்கள் அனைத்தும் காணப்படுகிறதோ அவர் வெற்றி பெற்றவராவார்.

binoculars /bɪˈnɒkjələz/ *noun* (*pl.*) an instrument with two glass parts (**lenses**) which you look through in order to make objects in the distance seem nearer தொலைவில் உள்ள பொருள்களைத் தெளிவாகக் காட்டும் இரு கண்ணாடி வில்லைகளைக் கொண்ட ஒரு கருவி; இரட்டைத் தொலைநோக்காடி; இரு கண் நுண்ணோக்காடி ***a pair of binoculars*** ➪ **telescope** பார்க்க.

binomial /baɪˈnəʊmiəl/ *noun* [C] an expression in mathematics that has two groups of numbers or letters, joined by the sign + or −; + அல்லது − குறியால் இணைக்கப்பட்ட, எண்கள் அல்லது எழுத்துகளின் இரு தொகுதிகளைக் கொண்ட தொடர்; ஈருறுப்புத் தொடர்; இருதொகைத் தொடர் ▶ **binomial** *adj.*

bio- /ˈbaɪəʊ/ *prefix* (*in nouns, adjectives and adverbs*) connected with living things or human life உயிர்ப்பொருள்கள் அல்லது மனித வாழ்க்கை சார்ந்த/தொடர்பான *biology • biodegradable*

biochemist /ˌbaɪəʊˈkemɪst/ *noun* [C] a scientist who studies the chemistry of living things உயிரினங்களின் உடல் அமைப்பையும் அதில் நிகழும் வேதியியல் மாற்றங்களையும் ஆய்வு செய்யும் அறிவியல் அறிஞர்; உயிர்வேதியியல் வல்லுநர்

biochemistry /ˌbaɪəʊˈkemɪstri/ *noun* **1** [U] the scientific study of the chemistry of living things உயிரினங்களின் உடல் அமைப்பையும் அதில் நிகழும் வேதியியல் மாற்றங்களையும் பற்றிய அறிவியல் ஆய்வு; உயிர்வேதியியல் **2** [C, U] the chemical structure of a living thing ஓர் உயிர்ப்பொருளின் வேதியியல் மாற்றங்களை உள்ளடக்கிய உடல் அமைப்பு ▶ **biochemical** /ˌbaɪəʊˈkemɪkl/ *adj.*

biodegradable /ˌbaɪəʊdɪˈgreɪdəbl/ *adj.* that can be taken back into the earth naturally and so not harm the environment (உயிர்ப் பொருள்கள்) இயற்கையாகவே மீண்டும் மண்ணுடன் கலந்து சுற்றுச்சூழலுக்குத் தீங்கு விளைவிக்கக்கூடியதல்லாத; இயற்சிதைவுத் திறன் கொண்ட ✪ OPP **non-biodegradable**

biodiversity /ˌbaɪəʊdaɪˈvɜːsəti/ *noun* [U] the existence of a number of different kinds of animals and plants which together make a good and healthy environment நலம் பயக்கவல்ல சுற்றுச்சூழலை உருவாக்குகிற முறையில் பல்வேறு வகைப்பட்ட விலங்குகளும் தாவரங்களும் பூமியில் ஒருசேரக் காணப்படுதல்; உயிரினப் பல்வகைமை

biogas /ˈbaɪəʊgæs/ *noun* [U] a mixture of **methane** and **carbon dioxide** produced by the decomposition of plant and animal waste, that is used as fuel மக்கிய தாவரங்களிலிருந்தும் விலங்குகளின் கழிவுகளிலிருந்தும் உண்டாகுவதும் எரிபொருளாகப்பயன்படுவதுமான மீதேன் மற்றும் கார்பன்டையாக்சைடின் கலவை

biographer /baɪˈɒgrəfə(r)/ *noun* [C] a person who writes the story of sb else's life வேறொருவருடைய வாழ்க்கை வரலாற்றை எழுதுபவர்; (வேறொருவர்) வாழ்க்கை வரலாற்றாசிரியர்

biography /baɪˈɒgrəfi/ *noun* [C, U] (*pl.* **biographies**) the story of a person's life written by sb else வேறொருவரால் எழுதப்பட்ட ஒருவருடைய வாழ்க்கை வரலாறு *a biography of Mahatma Gandhi • I enjoy reading science fiction and biography.* ➪ **autobiography** பார்க்க. ▶ **biographical** /ˌbaɪəˈgræfɪkl/ *adj.*

biological /ˌbaɪəˈlɒdʒɪkl/ *adj.* **1** connected with the scientific study of animals, plants and other living things விலங்குகள், தாவரங்கள் மற்றும் பிற உயிரினங்கள் பற்றிய அறிவியல் ஆய்வு சார்ந்த; உயிரியல் சார்ந்த *biological research* **2** involving the use of living things to destroy or damage other living things பிற உயிரினங்களை அழிக்க அல்லது அவற்றுக்குக் கேடு விளைவிக்க உயிரினங்களைப் பயன்படுத்துதலை உள்ளடக்கிய *biological weapons*

biological warfare (*also* **germ warfare**) *noun* [U] the use of harmful bacteria as weapons of war தீங்கிழைக்கும் நுண்மங்களைப் படைக்கலங்களாகப் பயன்படுத்துதல்

biologist /baɪˈɒlədʒɪst/ *noun* [C] a scientist who studies biology உயிரியல் விஞ்ஞானி; உயிர்நூல் அறிஞர்

biology /baɪˈɒlədʒi/ *noun* [U] the scientific study of living things உயிர்ப்பொருள்கள் பற்றிய அறிவியல் ஆய்வு; உயிரியல் ➪ **botany** மற்றும் **zoology** பார்க்க.

biomass /ˈbaɪəʊmæs/ *noun* [U, *sing.*] (*technical*) the total quantity or weight of plants and animals in a particular area or volume குறிப்பிட்ட பகுதியில் அல்லது தொகுப்பில் காணப்படும் தாவரங்கள் மற்றும் விலங்குகளின் மொத்த எண்ணிக்கை அல்லது நிறையளவு; உயிரினப் பல்திரள் அளவு

biophysicist /ˌbaɪəʊˈfɪzɪsɪst/ *noun* [C] a scientist who uses the laws and methods of **physics** to study **biology** உயிரியல் ஆய்வில் இயற்பியல் விதிகளையும் முறைகளையும் பயன்படுத்தும் விஞ்ஞானி; உயிர் இயற்பியல் வல்லுநர்

biophysics /ˌbaɪəʊˈfɪzɪks/ *noun* [U] the science which uses the laws and methods of **physics** to study **biology** உயிரியல் ஆய்வில் இயற்பியல் விதிகளையும் முறைகளையும் பயன்படுத்தும் அறிவியல் துறை; உயிர் இயற்பியல் ▶ **biophysical** /ˌbaɪəʊˈfɪzɪkl/ *adj.*

biopsy /ˈbaɪɒpsi/ *noun* [C] (*pl.* **biopsies**) the removal of some cells from sb's body in order to find out about a disease that he/she may have ஒருவருக்கு இருப்பதற்கான வாய்ப்புள்ள ஒரு நோயைப்பற்றிக் கண்டறிவதற்காக அவருடைய உடலிலிருந்து சில உயிரணுக்களை அகற்றி எடுத்தல்; உடல் திசு ஆய்வு

biorhythm /ˈbaɪəʊrɪðəm/ *noun* [C, *usually pl.*] a regular series of changes in the life of a living creature, for example sleeping and waking ஓர் உயிர்ப்பொருளின் வாழ்க்கையில் தூங்குதல், விழித்தல் போன்று மாறாது வழக்கமாக நிகழும் செயல்/இயக்க மாற்றங்களின் தொடரமைப்பு; உயிரின இயக்க ஒழுங்கு

biosphere /ˈbaɪəʊsfɪə(r)/ *noun* [*sing.*] (*technical*) the part of the earth's surface and atmosphere in which plants and animals can live தாவரங்களும் விலங்குகளும் உயிர்வாழ்வதற்குரிய பூமி மற்றும் வளி மண்டலப் பகுதி; உயிரினக் கோளப்பரப்பு

biped /ˈbaɪped/ *noun* [C] any creature with two feet இருகால் உயிரினம் ⇨ **quadruped** பார்க்க.

birch /bɜːtʃ/ *noun* **1** (*also* **birch tree**) [C] a type of tree with smooth thin branches வழவழப்பான, ஒடிசலான கிளைகளையுடைய மர வகை; பூர்ச்சமரம் **2** [U] the wood from this tree இம்மரத்தின் கட்டை

bird /bɜːd/ *noun* [C] a creature with feathers and wings which can (usually) fly பறவை; புள் *I could hear the birds singing outside. • There was a bird's nest in the hedge.*

IDM **kill two birds with one stone** ⇨ **kill**[1] பார்க்க.

bird of prey *noun* [C] (*pl.* **birds of prey**) a bird that kills and eats other animals and birds பிற விலங்குகளையும் பறவைகளையும் கொன்று தின்னும் பறவை

birdwatcher /ˈbɜːdwɒtʃə(r)/ *noun* [C] a person who studies birds in their natural surroundings இயற்கையான சூழல்களில் பறவைகளைக் கண்டு அவற்றைப்பற்றி அறிய முயல்பவர்/ஆய்பவர்; பறவை நோக்கர்/ஆய்வாளர் NOTE இச்சொல்லின் முறைசார் வழக்கு **ornithologist** என்பதாகும். ▶ **birdwatching** *noun* [U]

birth /bɜːθ/ *noun* **1** [C, U] being born; coming out of a mother's body பிறத்தல்; பிறப்பு; தாயின் உடலிலிருந்து வெளிவருதல் *What's your **date of birth*** (= the date on which you were born)*?* **2** [U] the country you belong to சொந்த நாடு; தாய்நாடு *She's lived in England since she was four but she's Indian **by birth**.* **3** [*sing.*] the beginning of sth ஒன்றன் தொடக்கம்; தோற்றம்; மூலம் *the birth of an idea*

IDM **give birth (to sb)** to produce a baby குழந்தையை ஈன்றெடு; குழந்தை பெறு *She gave birth to her second child when she was 35.*

birth certificate *noun* [C] an official document that states the date and place of a person's birth and the names of his/her parents ஒருவர் பிறந்த தேதி, இடம் மற்றும் பெற்றோர் பெயர்கள் ஆகியவை குறிக்கப்பட்ட அதிகார முறையிலான ஆவணம்; பிறப்புச் சான்றிதழ்

birth control *noun* [U] ways of limiting the number of children you have ஒருவர் பெறும் குழந்தைகளின் எண்ணிக்கையைக் கட்டுப்படுத்துவதற்கான வழிமுறைகள்; குடும்பக் கட்டுப்பாடு ⇨ **contraception** மற்றும் **family planning** பார்க்க.

birthday /ˈbɜːθdeɪ/ *noun* [C] the day in each year which is the same date as the one when you were born ஒவ்வொரு ஆண்டும் வரும் ஒருவர் பிறந்த தேதிக்குச் சரி ஒப்பான அதே தேதி; பிறந்தநாள் *My birthday's on November 15th. • a birthday present/card/cake*

NOTE **Anniversary, birthday** இரண்டும் ஒன்றல்ல. **Anniversary** என்பது ஒவ்வொரு ஆண்டிலும் வரும் ஒரு முக்கியமான கடந்த கால நிகழ்வின் தேதிக்குச் சரி ஒப்பான அதே தேதியாகும்—*our wedding anniversary • the anniversary of the end of the war.* ஒருவருடைய பிறந்தநாளின்போது **Happy Birthday!** என்ற தொடரால் வாழ்த்து கூறுகிறோம். அந்த நபர் நமக்கு நன்கு அறிமுகமானவராக இருப்பின், அவருக்கு ஒரு சிறப்பு வாழ்த்து அட்டை அல்லது பரிசு அனுப்புகிறோம். ஒருவரது பதினெட்டாம் பிறந்தநாள் அவர் சட்டப்படி வயதுவந்த நிலையைக் குறிப்பதால் அந்நாள் முக்கியமான ஒன்றாகும்.

birthmark /ˈbɜːθmɑːk/ *noun* [C] a red or brown mark on a person's body that has been there since he/she was born பிறந்த போதிருந்தே ஒருவர் உடலில் காணப்படும் சிவப்பு அல்லது பழுப்பு நிறக் குறி; பிறவிக்குறி; மச்சம்

birthplace /ˈbɜːθpleɪs/ *noun* **1** [C] the house or town where a person was born ஒருவர் பிறந்த வீடு அல்லது ஊர்; பிறப்பிடம் **2** [*sing.*] the place where sth began ஒன்று தொடங்கப்பட்ட அல்லது தோன்றிய இடம்; பிறப்பிடம் *India is the birthplace of yoga.*

birth rate *noun* [C] the number of babies born in a particular group of people during a particular period of time குறிப்பிட்ட காலப்பகுதியில் குறிப்பிட்ட மக்கட் தொகுதிக்குள் பிறந்த குழந்தைகளின் எண்ணிக்கை; பிறப்பு விகிதம்

biryani (*also* **biriyani, biriani**) *noun* [C, U] an Indian dish made with highly **seasoned** rice and meat or fish and vegetables பிரியாணி

biscuit /ˈbɪskɪt/ *noun* [C] **1** (*AmE* **cookie**) a type of small cake that is thin, hard and usually sweet மெலிதான, குழைவற்ற, வழக்கமாக இனிப்புச் சுவையுடைய, சிறு கேக் வகை; மாச்சில்லு; பிஸ்கோத்து *a chocolate biscuit* • *a packet of biscuits* **2** (*AmE*) a type of small simple cake that is not sweet இனிப்பில்லாத எளிய சிறு கேக் வகை

bisect /baɪˈsekt/ *verb* [T] (*technical*) to divide sth into two equal parts ஒன்றை ஒத்த இரு பகுதிகளாகப் பிரி; இரு சம கூறாக்கு ▶ **bisection** /-ˈsekʃn/ *noun* [C, U]

bishop /ˈbɪʃəp/ *noun* [C] **1** a priest with a high position in some branches of the Christian Church, who is responsible for all the churches in a city or a district ஒரு மாநகரத்தில் அல்லது மாவட்டத்தில் உள்ள அனைத்து திருச்சபைகளுக்கும் பொறுப்பானவரும், கிறிஸ்தவ திருச்சபையின் சில பிரிவுகளில் உயர் படிநிலையில் உள்ளவருமான சமயகுரு; ஆயர் ➪ **archbishop** பார்க்க. **2** a piece used in the game of **chess** that can move any number of squares in a **diagonal** line சதுரங்க ஆட்டத்தில் மூலைச்சாய்வு வரிசையில் எத்தனைக் கட்டங்களையும் கடந்து செல்லக்கூடிய காய்

bison /ˈbaɪsn/ *noun* [C] a large wild animal that looks like a cow with long curved horns. There are two types of bison, the North American (also called buffalo) and the European நீண்டு வளைந்த கொம்புகளைக் கொண்ட பசு போன்றத் தோற்றமுடைய பெரிய காட்டு விலங்கு வகை; காட்டெருது. வட அமெரிக்கக் காட்டெருது (எருமை என்றும் இது அழைக்கப்படும்), ஐரோப்பியக் காட்டெருது என இரு வகைக் காட்டெருதுகள் உண்டு.

bit¹ /bɪt/ *noun* **1 a bit** [*sing.*] slightly, a little ஒரு சிறிது; சிறிதளவு; கொஞ்சம் *I was a bit annoyed with him.* • *Could you be a bit quieter, please?* **2 a bit** [*sing.*] a short time or distance குறுகிய நேரப்பகுதி அல்லது தூரம்; சிறிது நேரம்/சிறிது தூரம் *Could you move forward a bit?* • *I'm just going out for a bit.* **3 a bit** [*sing.*] (*informal*) a lot ஏராளம்; பெருமளவு *It must have rained* ***quite a bit*** *during the night.* **4** [C] **a bit of sth** a small piece, amount or part of sth ஒன்றன் சிறு துண்டு, சிறு தொகை அல்லது சிறு கூறு; துணுக்கு *There were bits of broken glass all over the floor.* • *Could you give me a bit of advice?* **5** [C] (*computing*) the smallest unit of information that is stored in a computer's memory கணினி நினைவகத்தில் தொகுத்து வைக்கப்பட்டுள்ள தகவலின் மிகச் சிறிய கூறு; தகவல் துணுக்கு **6** [C] a metal bar that you put in a horse's mouth when you ride it குதிரையில் சவாரி செய்கையில் அதன் வாயில் இடப்படும் உலோகக் கம்பி; குதிரைக் கடிவாளத்தின் வாயிரும்புக் கம்பி ➪ **horse** பதிவில் படம் பார்க்க.

IDM **bit by bit** slowly or a little at a time மெல்ல மெல்ல; சிறிது சிறிதாக; படிப்படியாக *Bit by bit we managed to get the information we needed.*

a bit much (*informal*) annoying or unpleasant எரிச்சலூட்டுகிற; வெறுப்பூட்டுகிற; இனியதல்லாத *It's a bit much expecting me to work on Sundays.*

a bit of a (*informal*) rather a சற்றே மிகுதியான; விரும்பத்தக்கதல்லாத முறையில்/அளவில் *I've got a bit of a problem.*

bits and pieces (*informal*) small things of different kinds வெவ்வேறு வகையான சிறு பொருள்கள்; துண்டுத் துணுக்குகள் *I've finished packing except for a few bits and pieces.*

do your bit (*informal*) to do your share of sth; to help with sth தனது பங்குப்பணியை நிறைவேற்று; தனது பங்கைச் செலுத்து; உதவி செய் *It won't take long to finish if we all do our bit.*

not a bit not at all சிறிதுகூட இல்லை; அறவே இல்லை *The holiday was not a bit what we had expected.*

to bits 1 into small pieces சிறு துண்டுகளாக; துணுக்குகளாக *She angrily tore the letter to bits.* **2** very; very much மிக; மிகவும்; மிக்க அளவில்; நிரம்ப *I was* ***thrilled to bits*** *when I won the competition.*

bit² ➪ **bite** என்பதன் இறந்தகால வடிவம்

bitch¹ /bɪtʃ/ *noun* [C] a female dog பெண் நாய்

bitch² /bɪtʃ/ *verb* [I] (*informal*) **bitch (about sb/sth)** to say unkind and critical things about sb, especially when he/she is not there குறிப்பாக ஒருவர் இல்லாதபொழுது, அவரைப்பற்றி

நட்புக்கேடான, கண்டன முறையிலான சொற்-களைக் கூறு

bitchy /ˈbɪtʃi/ *adj.* (*informal*) talking about other people in an unkind way பிறரைப் பற்றி அன்பில்லாத, இரக்கமற்ற முறையில் பேசு-கிற; நட்பினிமையற்ற *a bitchy remark*

bite[1] /baɪt/ *verb* (*pt* **bit** /bɪt/; *pp* **bitten** /ˈbɪtn/) **1** [I, T] **bite (into sth); bite (sb/sth)** to cut or attack sb/sth with your teeth ஒருவரை/ஒன்றைப் பற்களால் வெட்டு அல்லது தாக்கு; கடி *Don't worry about the dog—she never bites.* • *He picked up the bread and bit into it hungrily.* **2** [I, T] (used about some insects and animals) to push a sharp point into your skin and cause pain (சிலவகைப் பூச்சிகள் மற்றும் விலங்குகள் பற்றிக் குறிப்பிடுகையில்) தனது கூர்மையான முனை ஒன்றைத் தோலினுள் குத்தி வலி உண்டாக்கு *He was bitten by a snake/mosquito/spider.*

NOTE குளவிகள், தேனீக்கள் மற்றும் இழுது மீன்கள் கொட்டுவதை **bite** என்ற சொல்லால் குறிப்பிடுவதில்லை. அதற்கு **sting** என்ற சொல்லைப் பயன்படுத்தவேண்டும்.

3 [I] to begin to have an unpleasant effect இன்னாத/பாதகமான விளைவுகள் கொள்ளத் தொடங்கு *In the South the job losses are starting to bite.*

IDM bite sb's head off to answer sb in a very angry way சீற்றத்துடன் ஒருவருக்கு மறுமொழி கூறு

bite[2] /baɪt/ *noun* **1** [C] a piece of food that you can put into your mouth கடிக்கும் அளவான சிறு துண்டு; ஒரு கடி உணவு *She took a big bite of the apple.* **2** [C] a painful place on the skin made by an insect, snake, dog, etc. பூச்சி, பாம்பு, நாய் முதலியவற்றால் கடிக்கப்பட்டு/கொட்டப்பட்டு வலி ஏற்படுகிற தோல் பகுதி; கடிகாயம் *I'm covered in mosquito bites.* **3** [*sing.*] (*informal*) a small meal; a snack சிற்றிடையுணவு *Would you like **a bite to eat** before you go?*

bitten ⇨ **bite** என்பதன் இறந்தகால வினையெச்ச வடிவம்

bitter /ˈbɪtə(r)/ *adj.* **1** caused by anger or hatred சினத்தால் அல்லது வெறுப்புணர்வால் உண்டாகிற; கசப்பான *a bitter quarrel* **2 bitter (about sth)** (used about a person) very unhappy or angry about sth that has happened because you feel you have been treated unfairly (ஒரு நபரைப் பற்றிக் குறிப்பிடுகையில்) ஒன்றன் வகையில் தான் முறையாக/நேர்மையான விதத்தில் நடத்தப்படவில்லை என்ற உணர்வால் பெரிதும் வருந்துகிற அல்லது சினம் கொள்கிற; கசப்புணர்வுக்கு ஆட்பட்ட *She was very bitter about not getting the job.* **3** causing unhappiness or anger for a long time; difficult to accept நீடித்த வருத்தம் அல்லது சினம் உண்டாக்குகிற; ஏற்றுக்கொள்வதற்கு எளிதல்லாத; கசப்புணர்வு உண்டாக்குகிற *Failing the exam was a **bitter disappointment** to him.* • *I've learnt from bitter experience not to trust him.* **4** having a sharp, unpleasant taste; not sweet விருப்புக்குரியதல்லாத விறுவிறுப்பான கூர்ஞ்சுவை உடைய; இனிப்பானதல்லாத; கசப்புச்சுவை கொண்ட *bitter coffee* **5** (used about the weather) very cold (வானிலை வகையில்) கடுங்குளிரான; குளிர்மிக்க *a bitter wind* ▶ **bitterness** *noun* [U] *The pay cut caused bitterness among the staff.*

bitter gourd /ˈbɪte(r) gʊəd/ *noun* [C] (*IndE*) a vegetable with a rough green skin which is bitter to taste பாகற்காய்

bitterly /ˈbɪtəli/ *adv.* **1** (used for describing strong negative feelings or cold weather) extremely (கடுமையான எதிர்மறை உணர்ச்சிகளை அல்லது குளிர் மிக்க வானிலையை விவரிக்கும் பொழுது) கடுமுனைப்பாக; அளவு கடந்து; மிகக் கடுமையாக *bitterly disappointed/resentful* • *a bitterly cold winter/wind* **2** in an angry and disappointed way கடுவெறுப்பும் ஏமாற்றமும் கலந்த முறையில்; எரிச்சலுடனும் மனக்கசப்புடனும்; மனம் முறிந்து *'I've lost everything,' he said bitterly.*

bitty /ˈbɪti/ *adj.* made up of lots of parts which do not seem to be connected ஒன்றோடொன்று தொடர்பற்றுத் தோன்றும் கூறுகள் பலவற்றைச் சேர்த்து உருவாக்கப்பட்ட; கலவையான *Your essay is rather bitty.*

bitumen /ˈbɪtʃəmən/ *noun* [U] a black substance made from petrol, used for covering roads or roofs பெட்ரோலிலிருந்து தயாரிக்கப்படுவதும் சாலைகள் அல்லது கூரைகளுக்கு மேலிட்டுப் பரப்பப் பயன்படுத்தப்படுவதுமான கருநிறப் பொருள்; நிலக்கீல்

bizarre /bɪˈzɑː(r)/ *adj.* very strange or unusual பெரிதும் விசித்திரமான; வழக்கமீறிய; இயல்பு திரிந்த *The story had a most bizarre ending.*

black[1] /blæk/ *adj.* **1** of the darkest colour, like night or coal (இருள் அல்லது நிலக்கரி போன்ற) அடர் கருமை நிற; கரிய; கறுத்த **2** belonging to a race of people with dark skins கருநிறத் தோல்கள் உடைய மக்கள் இனத்தைச் சார்ந்த; கறுப்பர் இனத்தைச் சார்ந்த *the black population of Britain* • *black culture* **3** (used about coffee or tea) without milk or cream (காப்பி அல்லது தேனீர் வகையில்) பால் அல்லது பாலேடு சேர்க்கப்படாத; கடுங்காப்பியான/கடுந்தேனீரான *black coffee with sugar* **4** very angry சினம் மிக்க; சிடுசிடுப்பான *to give sb **a black look*** **5** (used about a situation) without hope; depressing (ஒரு சூழ்நிலையைப்

பற்றிக் குறிப்பிடும்போது) நம்பிக்கை ஏற்படுத்தாத; மனச் சோர்வூட்டுகிற; இருண்ட *The economic outlook for the coming year is rather black.* **6** funny in a cruel or an unpleasant way கனிவற்ற அல்லது வெறுப்பு உண்டாக்குகிற முறையில் நகைச்சுவை கொண்ட *The film was a black comedy.*

IDM **black and blue** covered with blue, brown or purple marks on the body (**bruises**) because you have been hit by sb/sth அடிபட்டு உடலில் நீல, பழுப்பு அல்லது கருஞ்சிவப்பு நிறத்தழும்புகள் நிறைந்து; தோல் கன்றிப்போய்
black and white (used about television, photographs, etc.) showing no colours except black, white and grey (தொலைக்காட்சி, நிழற்படங்கள் முதலியவை வகையில்) கருமை, வெண்மை மற்றும் சாம்பல் நிறங்கள் தவிர்த்து வேறு நிறங்கள் காட்டாத; கறுப்பு வெள்ளை நிறமான

black[2] /blæk/ *noun* **1** [U] the darkest colour, like night or coal இருள் அல்லது நிலக்கரி போன்ற, அடர் கருமை நிறம்; கறுப்பு; இருள் நிறம் *People often* ***wear black*** (= black clothes) *at funerals.* **2** (*usually* **Black**) [C] a person who belongs to a race of people with dark skin கரு நிற அல்லது கரும்பழுப்பு நிறத் தோல்களையுடைய மக்கள் இனத்தைச் சார்ந்தவர்; கறுப்பர் ▶ **blackness** *noun* [U]

IDM **be in the black** to have some money in the bank வங்கிக் கணக்கில் ஓரளவு/கொஞ்சம் பணம் வைத்திரு ✪ OPP **be in the red**
in black and white in writing or in print எழுத்து வடிவில் அல்லது அச்சில் *I won't believe we've got the contract till I see it in black and white.*

black[3] /blæk/ *verb*

PHR V **black out** to lose consciousness for a short time சிறிது நேரம் உணர்வு நிலை/மன விழிப்பு நிலை இழந்துபோ

black belt *noun* [C] **1** a belt that you can earn in some fighting sports such as **judo** or **karate** which shows that you have reached a very high standard ஜுடோ அல்லது கராத்தே போன்ற வீர விளையாட்டுகளில் உயர் தகுதிநிலை அடைந்த ஒருவருக்கு வழங்கப்படும் பட்டை; கறுப்புப்பட்டை **2** a person who has gained a black belt கறுப்புப்பட்டை அடையப்பெற்ற ஒருவர்

blackberry /ˈblækbəri/ *noun* [C] (*pl.* **blackberries**) a small black fruit that grows wild on bushes தானே வளரும் குத்துச்செடிகளில் விளையும் சிறு கருமை நிறக் கனி வகை

blackbird /ˈblækbɜːd/ *noun* [C] a common European bird. The male is black with a yellow beak and the female is brown ஐரோப்பாவில் பரவலாகக் காணப்படும் பறவை வகை; கருங்குருவி. இதன் ஆண் மஞ்சள் நிற அலகுடன் கருமை நிறமும் பெண் பழுப்பு நிறமும் கொண்டவை

blackboard /ˈblækbɔːd/ (*AmE* **chalkboard**) *noun* [C] a piece of dark board used for writing on with chalk, which is used in a class வகுப்பறையில் சுண்ண எழுதுகோல் கொண்டு எழுதுவதற்குப் பயன்படுத்தப்படும் கரு நிறப் பலகை; கரும்பலகை

black cotton soil *noun* [U] (*also* **Regur**) a dark soil containing clay that is good for growing cotton. It is typical of the Deccan region in India பருத்தி விளைவிப்பதற்கு ஏற்ற, களிமண் சேர்ந்த கறுப்பு மண்; கரிசல் மண். இது இந்தியாவின் தக்கிண (டெக்கான்) நிலப்பகுதிக்குரியது.

blackcurrant /ˌblækˈkʌrənt/ *noun* [C] a small round black fruit that grows on bushes புதர்ச் செடிகளில் விளையும் சிறு உருண்டை வடிவக் கருநிறக் கனி வகை

blacken /ˈblækən/ *verb* [T] **1** to make sth black ஒரு பொருளைக் கறுப்பாக்கு; கருமை நிறமூட்டு **2** to make sth seem bad, by saying unpleasant things about it ஒன்றைப் பற்றி இன்னாதவற்றைக் கூறி அது மோசமானதாகத் தோன்றச் செய்; களங்கப்படுத்து; பெயர் கெடுத்து விடு *to blacken sb's name*

black eye *noun* [C] an area of dark-coloured skin around sb's eye where he/she has been hit அடிபட்டுக் கன்றிய கண்ணைச் சுற்றியுள்ள தோல் பகுதி *He got a black eye in the fight.*

blackhead /ˈblækhed/ *noun* [C] a small spot on the skin, especially on the face, with a black top சருமத்தில், குறிப்பாக முகத்தில் காணப்படும் கருநிற மையம் உடைய பரு வகை

black hole *noun* [C] (*technical*) an area in space that nothing, not even light, can escape from, because the force that pulls objects in space towards each other (**gravity**) is so strong there அங்கு நிலவும் ஆற்றல் மிக்க ஈர்ப்பு விசை காரணமாக, ஒளி உட்பட ஒன்றும் வெளியேற முடியாத வான்வெளிப் பகுதி

black ice *noun* [U] ice in a thin layer on the surface of a road சாலையின் மேற்பரப்பில் காணப்படும் அடர்த்தியற்ற பனிப் படிவு

blacklist /ˈblæklɪst/ *noun* [C] a list of people, companies, etc. who are considered unacceptable by some organization, country, etc. சில அமைப்புகள் அல்லது நாடுகளால் ஏற்கத்தகாதவர்களாக/ஏற்கத்தகாதவையாகக் கருதப்படும் நபர்கள், நிறுவனங்கள் முதலியவற்றின் பட்டியல்; கரும்பட்டியல் ▶ **blacklist** *verb* [T] *She was blacklisted by all the major theatre groups.*

black magic *noun* [U] a type of magic that is used for evil purposes தீய நோக்கங்களுக்-காகப் பயன்படுத்தப்படும் மாய மந்திர வகை; பில்லிசூனியம்

blackmail /ˈblækmeɪl/ *noun* [U] the crime of forcing a person to give you money or do sth for you, usually by threatening to make known sth which he/she wants to keep secret பெரும்பாலும் ஒருவர் இரகசியமாக வைத்திருக்க விரும்பு-வதை வெளிப்படுத்தி விடுவதாக அச்சுறுத்தி அவரைத் தனக்குப் பணம் தருமாறு அல்லது தனக்காக ஒன்றைச் செய்யுமாறு கட்டாயப்-படுத்துவதாகிய குற்றம் ▶ **blackmail** *verb* [T] **blackmail sb (into doing sth)** ▶ **blackmailer** *noun* [C]

black mark *noun* [C] a note, either in writing on an official record, or in sb's mind, of sth you have done or said that makes people think badly of you மற்றவர்களுக்குத் தன்மீது தாழ்ந்த எண்ணத்தை ஏற்படுத்தக்கூடிய வகையில் தான் செய்த அல்லது கூறிய ஒன்றைப் பற்றிய, பணித்துறைப் பதிவேட்டில் எழுதப்பட்ட அல்லது ஒருவர் மனத்தில் பதிய வைத்துக்-கொண்ட, குறிப்பு; கறுப்புப்புள்ளி *He earned a black mark for turning up late to the meeting.*

black market *noun* [C, *usually sing.*] the buying and selling of goods or foreign money in a way that is not legal சட்டத்துக்கு மாறான முறையில் பொருள்களை அல்லது வெளி-நாட்டுப் பணத்தை வாங்கலும் விற்றலும்; கறுப்புச் சந்தை; கள்ள வாணிகம் *to buy/sell sth **on the black market***

blackout /ˈblækaʊt/ *noun* [C] **1** a period of time during a war, when all lights must be turned off or covered so that the enemy cannot see them போரின்போது பகைவர் காணமுடியாதவாறு அனைத்து விளக்குகளையும் அணைத்துவிட வேண்டிய அல்லது தெரியாமல் மறைத்துவிட வேண்டிய காலப்பகுதி; இருட்டடிப்பு நேரம் **2** a period when you lose consciousness for a short time ஒரு குறுகிய கால அளவுக்கு ஒருவர் உணர்வுநிலையை இழந்துவிடும் காலப்பகுதி; உணர்விழப்பு நேரம் *to have a blackout*

blacksmith /ˈblæksmɪθ/ *noun* [C] a person whose job is to make and repair things made of iron இரும்பால் பொருள்களைச் செய்தலும் அவற்றைப் பழுதுபார்ப்பதுமாகிய தொழில் செய்பவர்; கருமான்; கொல்லன்

bladder /ˈblædə(r)/ *noun* [C] the part of your body where waste liquid (**urine**) collects before leaving your body சிறுநீர் உடலிலிருந்து வெளியேறுவதற்கு முன் வந்து தங்கும் இடம்; சிறுநீர்ப் பை ➪ **body** பதிவில் படம் பார்க்க.

blade /bleɪd/ *noun* [C] **1** the flat, sharp part of a knife, etc. கத்தி முதலியவற்றின் தட்டையான கூர்விளிம்புடைய பகுதி; வெட்டுவாய்; அலகு ➪ **scythe** பதிவில் படம் பார்க்க. **2** one of the flat, wide parts that turn round very quickly on an aircraft, etc. விமானம், முதலியவற்றில் மிக விரைவாகத் திசை திரும்பும் தட்டையான அகன்ற உறுப்புகளில் ஒன்று; அலகு **3** a long, thin leaf of grass புல்லின் நீண்டு ஒடிச-லான இலை; புல்லின் இதழ்; நீளிலை *a blade of grass*

blame[1] /bleɪm/ *verb* [T] **1 blame sb (for sth); blame sth on sb/sth** to think or say that a certain person or thing is responsible for sth bad that has happened நடந்துள்ள ஒரு தவற்றுக்குக் குறிப்பிட்ட ஒருவர் அல்லது ஒன்று பொறுப்பு எனக் கருது அல்லது கூறு; தவற்றுக்கு பொறுப்பேற்று; குற்றம் சாட்டு; பழி சுமத்து *Some people blame the changes in the climate on pollution.* **2 not blame sb (for sth)** to think that sb is not wrong to do sth; to understand sb's reason for doing sth ஒருவர் ஒன்றைச் செய்வதில் தவறில்லை எனக் கருது; ஒருவர் ஒன்றைச் செய்வதில் உள்ள நியாயத்தை அல்லது செய்வதற்கான காரணத்தைப் புரிந்து-கொள் *I don't blame you for feeling fed up.*

IDM **be to blame (for sth)** to be responsible for sth bad ஒரு தவற்றுக்குப் பொறுப்பேற்றுக்-கொள் *The police say that careless driving was to blame for the accident.*

shift the blame/responsibility (for sth) (onto sb) ➪ **shift**[1] பார்க்க.

blame[2] /bleɪm/ *noun* [U] **blame (for sth)** responsibility for sth bad ஒரு தவற்றுக்கான, சீர்கேட்டிற்கான அல்லது குறைபாட்டுக்கான பொறுப்பு; குற்றப் பொறுப்பு; பழி *The government must **take the blame** for the economic crisis.* • *The report **put the blame** on rising prices.*

blameless /ˈbleɪmləs/ *adj.* (*written*) not guilty; that should not be blamed குற்றமற்ற; தீங்கறி-யாத; பழி சுமத்தக்கூடாத *He insisted that his wife was blameless and hadn't known about his crimes.*

blanch /blɑːntʃ/ *verb* **1** [I] (*written*) **blanch (at sth)** to become pale because you are shocked or frightened திகைப்பு அல்லது திகில் காரணமாக உடல் வெளுப்பாகு; வெளிறிப்போ **2** [T] to prepare food, especially vegetables, by putting it into boiling water for a short time சிறிது நேரம் கொதிநீரில் போட்டு உணவு, குறிப்பாகக் காய்கறி, தயார் செய்

bland /blænd/ *adj.* **1** ordinary or not very interesting சாதாரணமான; எளிமையான; ஆர்வத்தைத் தூண்டாத *a rather bland style of writing* **2** (used about food) mild or lacking in taste (உணவு

வகையில்) உறைப்பாயிராத; சுவை குன்றிய **3** not showing any emotion உணர்ச்சி வெளிப்படுத்தாத; மனக்கிளர்ச்சியற்ற ▶ **blandly** *adv*.

blank¹ /blæŋk/ *adj*. **1** empty, with nothing written, printed or recorded on it ஒன்றும் எழுதப்படாது, அச்சிடப்படாது அல்லது பதிவு செய்யப்படாது உள்ள; வெறுமையான; வெற்றிடமாக உள்ள *a blank video/cassette/piece of paper/page* **2** without feelings, understanding or interest உணர்ச்சிகள், புரிந்துகொள்ளும் ஆற்றல்/அறிவுத் திறன் அல்லது ஆர்வ ஈடுபாடு அற்ற; மனம்/உள்ளம் வெறுமையான *a blank expression on his face* • *My mind* ***went blank*** *when I saw the exam questions.* ▶ **blankly** *adv. She stared at me blankly, obviously not recognizing me.*

blank² /blæŋk/ *noun* [C] an empty space காலியாக உள்ள இடம்; வெற்றிடம் ***Fill in the blanks*** *in the following exercise.* • (*figurative*) *I couldn't remember his name—my mind was a complete blank.*

IDM **draw a blank** ⇨ **draw¹** பார்க்க.

blank cheque *noun* [C] a cheque that has been signed but that has an empty space so that the amount to be paid can be written in later கையெழுத்திடப்பட்டு ஆனால் செலுத்தவேண்டிய பணத்தொகையைப் பின்னர் எழுதிக்கொள்வதற்காக வெற்றிடம் விடப்பட்ட காசோலை; வெற்றுக் காசோலை

blanket¹ /ˈblæŋkɪt/ *noun* [C] **1** a cover made of wool, etc. that is put on beds to keep people warm வெதுவெதுப்பூட்டுவதற்காகப் படுக்கைகள்மீது விரிக்கப்படும் கம்பளி, மயிர் முதலியவற்றால் செய்த போர்வை; படுக்கை மேல்விரிப்பு; கம்பளம் **2** a thick layer or covering of sth ஒன்றன் அடர்த்தியான மேல்படிவு அல்லது மேல்மறைப்பு; அடை; பாளம்; படுகை *a blanket of snow* ▶ **blanket** *verb* [T] **blanket sth (in/with sth)** *The countryside was blanketed in snow.*

IDM **a wet blanket** ⇨ **wet¹** பார்க்க.

blanket² /ˈblæŋkɪt/ *adj*. (*only before a noun*) affecting everyone or everything ஒவ்வொருவரையும் அல்லது ஒவ்வொன்றையும் பாதிக்கிற *There is a* ***blanket ban*** *on journalists reporting the case.*

blank verse *noun* [U] (*technical*) poetry that has a regular rhythm but whose lines do not end with the same sound ஒரே சீரான சந்த அமைப்புடைய ஆனால் அடிகளின் ஈற்றுப் பகுதி ஒரே வகையான ஓசையைக் கொண்டிராத செய்யுள் வகை

blare /bleə(r)/ *verb* [I, T] **blare (sth) (out)** to make a loud, unpleasant noise உரத்த இனிமையற்ற ஒலி எழுப்பு; அலறு; கத்து *Car horns were blaring in the street outside.* • *The loudspeaker blared out pop music.* ▶ **blare** *noun* [U, *sing*.] *the blare of a siren*

blasphemy /ˈblæsfəmi/ *noun* [U] writing or speaking about God in a way that shows a lack of respect மதிப்புணர்வற்ற முறையில் கடவுளைப் பற்றி எழுதுதல் அல்லது பேசுதல்; தெய்வ நிந்தனை ▶ **blasphemous** /ˈblæsfəməs/ *adj*.

blast¹ /blɑːst/ *noun* [C] **1** an explosion, especially one caused by a bomb குறிப்பாக ஒரு வெடிகுண்டு வெடித்து உண்டாக்கும், வெடிப்பொலி; படீரென்ற வெடியோசை **2** a sudden strong current of air திடு விரைவான பலத்த காற்று வீச்சு; வன்காற்று *a blast of cold air* **3** a loud sound made by a musical instrument, etc. ஓர் இசைக்கருவி, முதலியவை எழுப்பும் உரத்த ஓசை; முழக்கம் *The driver gave a few blasts on his horn.*

blast² /blɑːst/ *verb* [T] **1** to make a hole, a tunnel, etc. in sth with an explosion வெடிவைத்துத் துளை அல்லது ஊடுவழி ஏற்படுத்து *They blasted a tunnel through the mountainside.* **2** to criticize sth very strongly ஒன்றை மிகக் கடுமையாக விமரிசனம் செய்; வன்மையாகக் கண்டி

PHR V **blast off** (used about a spacecraft) to leave the ground; to take off (ஒரு விண்கலத்தைப் பற்றிக் குறிப்பிடுகையில்) தரையிலிருந்து மேலெழும்பு

blast furnace *noun* [C] a large structure like an oven in which rock containing iron (**iron ore**) is melted in order to take out the metal இரும்பைப் பிரித்தெடுக்கும் பொருட்டு இரும்புத் தாதுவைக் கொண்டுள்ள பாறையை உருக்குவதற்கான சூட்டடுப்பு போன்ற பெரும் உலையமைப்பு; வெப்பக் காற்றுலை

blast-off *noun* [U] the time when a spacecraft leaves the ground தரையிலிருந்து ஒரு விண்கலம் மேலெழும்பும் நேரம்

blatant /ˈbleɪtnt/ *adj*. very clear or obvious மிகத் தெளிவான; வெளிப்படையான; அப்பட்டமான *a blatant lie* **NOTE** இச்சொல் குற்றம் காண்கிற/கடிந்துரைக்கிற முறையில் பயன்படுத்தப்படுகிறது. ▶ **blatantly** *adv*.

blaze¹ /bleɪz/ *noun* **1** [C] a large and often dangerous fire பரந்து எரியும், பெரும்பாலும் ஆபத்து விளைவிக்கக்கூடிய, நெருப்பு; கொழுந்து விட்டெறியும் பெருந்தீ *It took firefighters four hours to put out the blaze.* **2** [*sing*.] **a blaze of sth** a very bright show of light or colour சுடரொளிக் காட்சி; பகட்டொளி; பகட்டு வண்ணம்; ஒளி வண்ணக் காட்சி *The garden was a blaze of colour.* • *The new theatre was opened in* ***a blaze of publicity***.

blaze² /bleɪz/ *verb* [I] **1** to burn with bright strong flames தீ முனைப்புடன் கொழுந்து விட்டு எரி

2 **blaze (with sth)** to be extremely bright; to shine brightly சுடர் வீசு; பேரொளியுடன் விளங்கு *I woke up to find that the room was blazing with sunshine.* • (*figurative*) *'Get out!' she shouted, her eyes blazing with anger.*

blazer /ˈbleɪzə(r)/ *noun* [C] a jacket, especially one that has the colours or sign (**badge**) of a school, club or team on it குறிப்பாக ஒரு பள்ளி, தனிமுறைக் கழகம் அல்லது ஓர் அணியின் சின்னம் அல்லது அடையாளக் குறி பொறிக்கப்பட்ட/பொருத்தப்பட்ட மேற்சட்டை *a school blazer*

bleach¹ /bliːtʃ/ *verb* [T] to make sth white or lighter in colour by using a chemical or by leaving it in the sun ஒரு வேதியியற் பொருளைப் பயன்படுத்தி அல்லது வெயிலில் காய விட்டு, ஒன்று வெண்மை அல்லது இளஞ்சாயல் நிறம் பெறச்செய்; வெண்மையாக்கு அல்லது வெளிறச் செய்

bleach² /bliːtʃ/ *noun* [C, U] a strong chemical substance used for making clothes, etc. whiter or for cleaning things ஆடைகள் முதலியவற்றுக்கு மேலும் வெண்மையூட்ட அல்லது பொருள்களைத் தூய்மைப்படுத்தப் பயன்படுத்தப்படும் வீரியத்தன்மையுடைய ஒரு வேதியியற் பொருள்; வெளுப்புக்காரம்

bleak /bliːk/ *adj.* **1** (used about a situation) bad; not encouraging or hopeful (ஒரு சூழ்நிலை பற்றிக் குறிப்பிடுகையில்) மோசமாக உள்ள; நம்பிக்கையூட்டுவதாக இல்லாத *a bleak future for the next generation* **2** (used about a place) cold, empty and grey (ஓரிடத்தைப் பற்றிக் குறிப்பிடுகையில்) குளிரும் வெறுமைத் தன்மையும் அரையிருளும் காணப்படுகிற *the bleak Arctic landscape* **3** (used about the weather) cold and grey (வானிலை வகையில்) குளிரான மற்றும் மந்தாரமான; மேகம் கவிந்து குளிரூட்டுகிற *a bleak winter's day* ▶ **bleakly** *adv.* ▶ **bleakness** *noun* [U]

bleary /ˈblɪəri/ *adj.* (used about the eyes) red, tired and unable to see clearly (கண்கள் வகையில்) சிவந்து சோர்வுற்று பார்வை மழுங்கிய *We were all rather bleary-eyed after the journey.* ▶ **blearily** *adv.*

bleat /bliːt/ *verb* **1** [I] to make the sound of a sheep ஆட்டின் குரல் எழுப்பு; கத்து **2** [I, T] to speak in a weak or complaining voice சோர்ந்த அல்லது மனக்குறையுற்ற குரலில் பேசு; தளர் குரலில் அல்லது முறையீட்டு தொனியில் பேசு ▶ **bleat** *noun* [C]

bleed /bliːd/ *verb* [I] (*pt, pp* **bled** /bled/) to lose blood குருதி இழப்பு ஏற்படு; இரத்தப் போக்கு உண்டாகு ▶ **bleeding** *noun* [U] *He wrapped a scarf around his arm to stop the bleeding.*

bleep¹ /bliːp/ *noun* [C] a short, high sound made by a piece of electronic equipment மின்னணு ஒலிப்பான் எழுப்பும் ஓங்கிய குற்றோசை

bleep² /bliːp/ *verb* **1** [I] (used about machines) to make a short high sound (இயந்திரங்கள் வகையில்) ஓங்கிய குற்றோசை எழுப்பு **2** (*AmE* **beep**) [T] to attract a person's attention using an electronic machine ஒரு மின்னணுப் பொறியை ஒலிக்கச்செய்து ஒருவரது கவனத்தை ஈர் *Please beep the doctor on duty immediately.*

bleeper /ˈbliːpə(r)/ (*AmE* **beeper**) *noun* [C] a small piece of electronic equipment that bleeps to let a person (for example a doctor) know when sb is trying to contact him/her ஒருவர் தன்னைத் தொடர்புகொள்ள முயல்வதைத் தான் (உதாரணமாக் ஒரு மருத்துவர்) அறிந்துகொள்ளும் முறையில் குற்றோசை எழுப்பும் ஒரு மின்னணுச் சாதனம்; மின் ஒலிப்பான் ✪ SYN **pager**

blemish /ˈblemɪʃ/ *noun* [C] a mark that spoils the way sth looks ஒன்றன் தோற்றத்தைக் கெடுக்கும் குறி; கறை; அழுக்கு; களங்கம் ▶ **blemish** *verb* [T] (*figurative*) *The defeat has blemished the team's perfect record.*

blend¹ /blend/ *verb* **1** [T] **blend A with B; blend A and B (together)** to mix கலக்கு; ஒன்றாகக் கூட்டு; ஒன்றுசேர் *First blend the flour and the melted butter together.* **2** [I] **blend (in) with sth** to combine with sth in an attractive or suitable way கவர்ச்சியூட்டும் முறையில் அல்லது பொருந்த அமையுமாறு ஒன்றுடன் இணைவுறு *The new room is decorated to blend in with the rest of the house.* **3** [I] **blend (into sth)** to match or be similar to the surroundings sb/sth is in (ஒருவருடைய/ஒன்றன்) சூழலுடன் இயைந்திரு அல்லது ஒத்தமைந்திரு அல்லது பொருந்தியிரு *These animals' ability to blend into their surroundings provides a natural form of defence.*

blend² /blend/ *noun* [C] a mixture கலவை; கூட்டு; கலப்பு *He had the right blend of enthusiasm and experience.*

blender /ˈblendə(r)/ (*BrE* **liquidizer**) *noun* [C] an electric machine that is used for making food into liquid உணவை திரவப்பொருளாகச் செய்யப் பயன்படுத்தப்படும் ஒரு மின் இயந்திரம் ➪ **kitchen** பதிவில் படம் பார்க்க.

bless /bles/ *verb* [T] to ask for God's help and protection for sb/sth ஒருவருக்கு/ஒன்றனுக்குக் கடவுளின் துணையும் காப்பும் வேண்டு; திருவருள் துணை நாடு

IDM **be blessed with sth/sb** to be lucky enough to have sth/sb ஒன்றை/ஒருவரை அடையும்

நற்பேறு/நல்வாய்ப்புப் பெற்றிரு *Sri Lanka is an island blessed with many fine sandy beaches.* **Bless you!** what you say to a person who has a cold and has just **sneezed** சளி காரணமாகத் தும்மிய ஒருவருக்குக் கூறப்படுவது; நலம் உண்டாகட்டும்!

blessed /ˈblesɪd/ *adj.* **1** having God's help and protection கடவுளின் துணையும் பாதுகாப்பும் கொண்டிருக்கிற; திருவருள் வாய்க்கப்பெற்ற; திருவார்ந்த **2** (in religious language) lucky; fortunate (சமய வழக்கில்) நற்பேறுடைய; நல்வாய்ப்புப் பெற்றிருக்கிற; பாக்கியஞ் செய்த *Blessed are the pure in heart.* **3** (*formal*) giving great pleasure மிகுதியான மனமகிழ்ச்சி அளிக்கிற; பேரின்பம் தருகிற *The cool breeze brought **blessed relief** from the heat.*

blessing /ˈblesɪŋ/ *noun* [C] **1** a thing that you are grateful for or that brings happiness நன்றி பாராட்டுதலுக்கு உரிய அல்லது மகிழ்ச்சி தரும் ஒன்று; நற்பேறு; நல்வாய்ப்பு *It's a great blessing that we have two healthy children.* • *Not getting that job was **a blessing in disguise*** (= something which seems unlucky but turns out to be a good thing). **2** [*usually sing.*] approval or support இசைவு; ஆதரவு; ஏற்பு; ஆசி *They got married without their parents' blessing.* **3** [*usually sing.*] (a prayer asking for) God's help and protection கடவுள் துணை அல்லது காப்பு (வேண்டும் வழிபாடு); திருவருள் வேண்டுதல்; வேண்டுதல் வழிபாடு *The priest said a blessing.*

blew ⇨ **blow** என்பதன் இறந்தகால வடிவம்

blight¹ /blaɪt/ *verb* [T] to spoil or damage sth, especially by causing a lot of problems குறிப்பாகப் பெருமளவு சிக்கல்களை/பிரச்சினைகளை ஏற்படுத்தி, ஒன்றைக் கெடு அல்லது பாழ்படுத்து; நலிவு ஏற்படுத்து; தீமைக்கு உட்படுத்து *an area blighted by unemployment*

blight² /blaɪt/ *noun* **1** [U, C] any disease that kills plants, especially crops that are grown for food பயிர்களை, குறிப்பாக உணவுப் பயிர்களை, அழிக்கும் நோய்களில் ஒன்று *potato blight* **2** [*sing.*, U] **blight (on sb/sth)** something that has a bad effect on a situation, a person's life or the environment ஒரு சூழ்நிலை, ஒருவருடைய வாழ்க்கை அல்லது சுற்றுச்சூழல் மீது தீய விளைவை ஏற்படுத்தும் ஒன்று; கேடு; அழிவு; ஊறுபாடு; நலிவு

blind¹ /blaɪnd/ *adj.* **1** unable to see பார்வையற்ற; கண்ணில்லாத; குருடான *a blind person* • *to be completely/partially blind* **NOTE** **Blind** (குருடான) என்பதை விட **partially sighted** (ஓரளவு பார்வையுள்ள) அல்லது **visually impaired** (பார்வைக் குறைபாடுள்ள) என்ற தொடர் விரும்பத்தக்கதாகக் கொள்ளப்படுகிறது. **2 blind (to sth)** not wanting to notice or understand sth ஒன்றைக் கவனிக்க அல்லது புரிந்துகொள்ள விரும்பாத; புறக்கணிப்பான; கண்மூடியாக இருக்கிற *He was completely blind to her faults.* **3** without reason or thought ஆராய்ந்து பார்க்காத; காரணம் இல்லாத; கண்மூடித்தனமான *He drove down the highway in **a blind panic**.* **4** impossible to see round சுற்றிலும் காணமுடியாத; கண்ணுக்குத் தெரியாத; மறைவான; மொட்டையான *You should never overtake on **a blind corner**.* ▶ **blindly** *adv.* ▶ **blindness** *noun* [U]

IDM **turn a blind eye (to sth)** to pretend not to notice sth bad is happening so that you do not have to do anything about it மோசமான ஒன்று நிகழ்ந்து கொண்டிருக்கும்பொழுது அதனுடன் தன்னைத் தொடர்புபடுத்திக்கொள்ளாதிருக்கும் பொருட்டு, அதைத் தான் கவனிக்காதது போல் பாவனை செய்; இன்னாத ஒன்றைக் கண்டும் காணாதது போல் பாசாங்கு செய்

blind² /blaɪnd/ *verb* [T] **1** to make sb unable to see ஒருவர் பார்வைத் திறனை இழக்கச் செய்; கண்ணைக் கெடு; குருடாக்கு *Her grandfather had been blinded in an accident* (=permanently). • *Just for a second I was blinded by the sun* (= for a short while). **2 blind sb (to sth)** to make sb unable to think clearly or behave in a sensible way ஒருவர் தெளிவாகச் சிந்திக்க முடியாமல் அல்லது நல்லறிவுடன் நடந்துகொள்ள முடியாமல் செய்; அறிவு மழுங்கவை

blind³ /blaɪnd/ *noun* **1** [C] a piece of cloth or other material that you pull down to cover a window கீழே இழுத்துவிட்டுச் சன்னலுக்குத் திரையிடும் துணி அல்லது வேறொரு பொருள்; மறைதிரை; பலகணித் திரை **2 the blind** [*pl.*] people who are unable to see கண் பார்வையற்றவர்கள்; குருடர்

blind date *noun* [C] an arranged meeting between two people who have never met before to see if they like each other enough to begin a romantic relationship முன்பின் பார்த்திராத இருவரிடையே காதல் உறவுக்கு இட்டுச்செல்லும் அளவுக்கு நட்பிணக்கம் உள்ளதா என்பதைக் கண்டறியும் முறையிலான, ஏற்பாடு செய்யப்பட்ட அவர்களது சந்திப்பு

blinders /ˈblaɪndəz/ (*AmE*) = **blinkers**

blindfold /ˈblaɪndfəʊld/ *noun* [C] a piece of cloth, etc. that is used for covering sb's eyes ஒருவருடைய கண்களைக் கட்டுவதற்காகப் பயன்படுத்தப்படும் துணி, முதலியன; கண்கட்டு ▶ **blindfold** *verb* [T]

blind spot *noun* [C] **1** the part of the road that you cannot see when driving a car சீருந்து ஓட்டிச்செல்லும்போது தன்னால் பார்க்க முடியாத சாலைப் பகுதி; ஓட்டுநருடைய பார்வை படாத சாலைப் பகுதி **2** if you have a blind spot about sth, you cannot understand or accept it புரிந்துகொள்ள முடியாத அல்லது ஏற்றுக்கொள்ள முடியாத ஒன்று

blink /blɪŋk/ *verb* **1** [I, T] to shut your eyes and open them again very quickly மிக விரைவாகக் கண்களை மூடித் திற; இமை *Oh dear! You blinked just as I took the photograph!* ➪ **wink** பார்க்க. **2** [I] (used about a light) to come on and go off again quickly (ஒரு விளக்கைப் பற்றிக் கூறும்போது) விரைவாக அணைந்து அணைந்து எரி ▶ **blink** *noun* [C]

blinkers /ˈblɪŋkəz/ (*AmE* **blinders**) *noun* [*pl.*] pieces of leather that are placed at the side of a horse's eyes to stop it from looking sideways குதிரையின் பார்வை பக்கவாட்டில் செல்வதைத் தடுக்க அதன் கண் பக்கங்களில் பொருத்தப்படும் தோல் துண்டுகள்

blip /blɪp/ *noun* [C] **1** a light flashing on the screen of a piece of equipment, sometimes with a short high sound சிலசமயங்களில் ஓங்கிய குற்றோசையுடன், ஒரு கருவியின் திரையில் பளிச்சிடும் ஒளி; தெறிப்பொளி **2** a small problem that does not last for long தொடர்ந்து வராத அல்லது தற்காலிகமான சிறு சிக்கல்/பிரச்சினை

bliss /blɪs/ *noun* [U] perfect happiness நிறைவான மகிழ்ச்சி; கலப்பற்ற இன்பம்; பேரின்பம் ▶ **blissful** /-fl/ *adj.* ▶ **blissfully** /-fəli/ *adv.*

blister[1] /ˈblɪstə(r)/ *noun* [C] a small painful area of skin that looks like a bubble and contains clear liquid. Blisters are usually caused by rubbing or burning வழக்கமாக உராய்வால் அல்லது தீப்பட்டு உண்டாவதும், முழுமையாக நீர்மத்தை உள்ளடக்கி நீர்க்குமிழி போலத் தோன்றுவதுமான வலி ஏற்படுத்தும் சிறு தோல் பரப்பு; தீக்கொப்புளம்; உராய்வுக் கொப்புளம்

blister[2] /ˈblɪstə(r)/ *verb* [I, T] **1** to get or cause blisters தீப்பட்டு அல்லது உராய்ந்து தோல் கொப்புளி; கொப்புளம் உண்டாக்கு **2** to swell and crack or to cause sth to do this உப்பிப் பிளவுறு; புடைத்து வெடி; ஒன்று புடைத்து வெடிக்கச் செய் *The paint is starting to blister.*

blistering /ˈblɪstərɪŋ/ *adj.* very strong or extreme மிகவும் கடுமையான; கடு முனைப்பான; தீவிரமான *the blistering midday heat • The runners set off at a blistering pace.*

blitz /blɪts/ *noun* [C] **a blitz (on sth)** a sudden effort or attack on sb/sth திடீர் செயல்முனைப்பு; திடீர்த் தாக்குதல்

blizzard /ˈblɪzəd/ *noun* [C] a very bad storm with strong winds and a lot of snow கடுமையான காற்று மற்றும் பனிப்பொழிவுடன் கூடிய கொடும் புயல்; மூர்க்கத்தனமான பனிச் சூறாவளி ➪ **storm** பதிவிலுள்ள குறிப்பைப் பார்க்க.

bloated /ˈbləʊtɪd/ *adj.* unusually large and uncomfortable because of liquid, food or gas inside நீர்மப்பொருள், உணவு அல்லது வளி உள் நிறைந்து வழக்கமீறிய அளவில் புடைத்துத் தொந்தரவாக இருக்கிற; ஊதிய; உப்பிய; புடைத்த *I felt a bit bloated after all that food.*

blob /blɒb/ *noun* [C] a small amount or drop of a thick liquid கெட்டியான சிறு நீர்மப்பொருள்; திரவத்துளி *a blob of paint/cream/ink*

bloc /blɒk/ *noun* [C] a group of countries that work closely together because they have the same political interests ஒத்த அரசியல் பற்று/சார்பு காரணமாக ஒருங்கிணைந்து செயல்படும் நாடுகளின் தொகுதி; குழுமம்; கூட்டுக்குழு

block[1] /blɒk/ *noun* [C] **1** a large, heavy piece of sth, usually with flat sides ஒரு பொருளின் தட்டையான பக்கங்களைக் கொண்ட பெரிய கனமான துண்டு; பாளம்; கட்டி *a block of wood • huge concrete blocks* **2** a large building that is divided into separate flats or offices தனித்தனி அறைக்கட்டுகளாக அல்லது அலுவல் மனைகளாகப் பிரிக்கப்பட்ட அகல் விரிவான கட்டடம்; தொகுப்பு மனை *a block of flats* ➪ **apartment block** மற்றும் **office block** பார்க்க. **3** a group of buildings in a town which has streets on all four sides ஒரு நகரில், நான்கு பக்கங்களிலும் தெருக்கள் அமைந்த கட்டடங்களின் தொகுதி; வளாகம்; நகர்ப்புற வட்டகைக் கூறு *The restaurant is three blocks away.* **4** a quantity of sth or an amount of time that is considered as a single unit தனி அலகாகக் கொள்ளப்படும் ஒரு தொகை அல்லது கால அளவு; தொகுப்பு; திரள் *The class is divided into two blocks of fifty minutes.* **5** [*usually sing.*] a thing that makes movement or progress difficult or impossible இயக்கத்தை அல்லது முன்னேற்றத்தைக் கடினமானதாக அல்லது முடியாததாகச் செய்யும் ஒரு பொருள்; தடை; தடங்கல்; முட்டுக்கட்டை; இடையூறு; இடைஞ்சல் *a block to further progress in the talks* ➪ **road block** பார்க்க. **6** (in India) a group of villages that form an administrative unit (இந்தியாவில்) ஒரு நிருவாகப் பிரிவாக அமையும் கிராமங்களின் தொகுதி; வட்டாரம்

IDM **have a block (about sth)** to be unable to think or understand sth properly ஒன்றைச் சரியான முறையில் எண்ணுவதற்கு அல்லது புரிந்துகொள்வதற்கு முடியாதிரு; தெளிந்த சிந்தனை தடைப்படு *I had a complete* ***mental block****. I just couldn't remember his name.*

block[2] /blɒk/ *verb* [T] **1 block sth (up)** to make it difficult or impossible for sb/sth to pass ஒருவர்/ஒன்று கடந்து செல்வதைக் கடினமாக்கு அல்லது இயலாததாக்கு; தடு; வழியடை *Many roads are completely blocked by snow.* **2** to prevent sth from being done ஒரு செயலைத் தடுத்து நிறுத்து; செயல் கட்டுப்படுத்து; முடக்கு *The management tried to block the deal.* **3** to prevent sth from being seen by sb ஒரு பொருள் பார்க்கப்படுவதைத் தடு; பார்வை மறை *Get out of the way, you're blocking the view!*

PHR V **block sth off** to separate one area from another with sth solid கெட்டியான ஒரு பொருளை இடையிட்டு ஒரு பகுதியை மற்றொன்றிலிருந்து தனிப்படுத்து; பிரிவினை செய் *This section of the motorway has been blocked off by the police.*

block sth out to try not to think about sth unpleasant இன்னாத ஒன்றை நினைக்காமல் இருக்க முயற்சி செய் அல்லது மறக்க முயல் *She tried to block out the memory of the crash.*

block³ /blɒ:k/ *noun* [C] (in India) an administrative unit comprising a group of villages (இந்தியாவில்) கிராமங்களின் தொகுதி உள்ளடங்கிய நிர்வாகப் பிரிவு; வட்டாரம்

blockade /blɒˈkeɪd/ *noun* [C] a situation in which a place is surrounded by soldiers or ships in order to prevent goods or people from reaching it ஓரிடத்திற்குப் பொருள்கள் அல்லது ஆட்கள் சென்று சேராமல் தடுக்கும் பொருட்டு அவ்விடம் படை வீரர்களால் அல்லது கப்பல்களால் சுற்றி வளைத்துக் கொள்ளப்படும் நிலை; தடை வளைப்பு; முற்றுகை ▶ **blockade** *verb* [T]

blockage /ˈblɒkɪdʒ/ *noun* [C] a thing that is preventing sth from passing; the state of being blocked ஒன்று மேற்செல்ல விடாமல் தடுக்கும் பொருள்; மேற்செல்ல விடாமல் தடை செய்தல்; வழித்தடை; அடைப்பு *a blockage in the drainpipe • There are blockages on some major roads.*

blockbuster /ˈblɒkbʌstə(r)/ *noun* [C] a book or film with an exciting story which is very successful and popular பரபரப்பூட்டும் கதையமைப்பைக் கொண்டதும், சிறப்பான வெற்றியும் பாராட்டும் பெற்றதுமான ஒரு நூல் அல்லது திரைப்படம்; வாணிக வெற்றிப் படைப்பு

block capitals *noun* [*pl.*] big letters such as 'A' (not 'a') ('a' போன்றதல்லாது) 'A' போன்ற பெரிய எழுத்துரு *Please write your name* ***in block capitals****.*

bloke /bləʊk/ *noun* [C] (*slang*) a man ஆண் ஆள்; நபர்; பேர்வழி *He's a really nice bloke.*

blonde (*also* **blond**) /blɒnd/ *noun* [C], *adj.* (a person) with fair or yellow hair ஒளிர் நிற அல்லது மஞ்சள் நிற முடியுடைய (ஒருவர்); இளம் பொன்னிற முடியுடைய (நபர்) *Most of our family have blonde hair. • a small blond boy*

NOTE பெண்களைப் பற்றிக் குறிப்பிடுகையில் **blonde** என்ற எழுத்துத் தொகுதி பயன்படுத்தப்படுகிறது—*She's tall, slim and blonde.* இச்சொல்லின் பெயர்ச்சொல் வடிவம் பெண்களைக் குறிக்க மட்டுமே பயன்படுத்தப்படுகிறது. இதன் எழுத்துரு **blonde** என்பதாகும்—*She's a blonde.* ➪ மேலும் **brunette** பார்க்க.

blood /blʌd/ *noun* [U] the red liquid that flows through your body இரத்தம்; குருதி *The heart pumps blood around the body.* ➪ **bleed** பார்க்க.

IDM **in your blood** a strong part of your character ஒருவரது பண்பின் அழுத்தமான கூறு *A love of the countryside was in his blood.*

in cold blood ➪ **cold¹** பார்க்க.

shed blood ➪ **shed²** பார்க்க.

your (own) flesh and blood ➪ **flesh** பார்க்க.

bloodbath /ˈblʌdbɑ:θ/ *noun* [*sing.*] an act of violently killing many people வன்முறையைப் பயன்படுத்திப் பலரைக் கொலைசெய்தல்; படுகொலை; கொலையாட்டம்

blood count *noun* [C] the number of red and white cells in your blood; a medical test to count these குருதியில் உள்ள சிவப்பு மற்றும் வெள்ளை உயிரணுக்களின் எண்ணிக்கை; இவ்வெண்ணிக்கையைக் கணக்கிடுவதற்கான மருத்துவ சோதனை *to have a high/low/normal blood count*

blood-curdling *adj.* very frightening பெரிதும் திகிலூட்டக்கூடிய; பேரச்சம் தருகிற; குருதி உறைய வைக்கிற *a blood-curdling scream*

blood donor *noun* [C] a person who gives some of his/her blood for use in medical operations அறுவை மருத்துவப் பயன்பாட்டிற்காகத் தனது உடலிலிருந்து சிறிதளவு குருதி தருபவர்; இரத்தக்கொடை வழங்குபவர்

blood group (*also* **blood type**) *noun* [C] any of several different types of human blood மனித இரத்தத்தின் வெவ்வேறான பல வகைகளில் ஒன்று; குருதி வகை; குருதிப் பகுப்பினம் *'What blood group are you?' 'O .'*

bloodless /ˈblʌdləs/ *adj.* **1** without killing or violence கொலை அல்லது வன்முறை இல்லாத; குருதி சிந்தாத; அமைதி வழியிலான *a bloodless coup* **2** (used about a part of the body) very pale (ஓர் உடலுறுப்பைப் பற்றிக் கூறும்போது) மிகவும் வெளிறிய; குருதிச்சோகை உடைய

blood poisoning *noun* [U] an illness in which the blood becomes infected with bacteria, especially because of a cut or an injury to the skin குறிப்பாகச் சருமத்தில் வெட்டு அல்லது காயம் ஏற்பட்டு, குருதியில் நுண்மங்கள்

தொற்றி உண்டாகும் உடல்நலக் கேடு; குருதி நச்சுப்பாடு ✪ SYN **septicaemia**

blood pressure *noun* [U] the force with which the blood travels round the body உடலினுள் சுற்றிலும் பாயும் குருதியின் உந்துவலி அல்லது அழுத்த விசை; இரத்த அழுத்தம் *to have* ***high/low blood pressure***

bloodshed /ˈblʌdʃed/ *noun* [U] the killing or harming of people மனிதர்களைக் கொல்லுதல் அல்லது மனிதர்களுக்குத் தீங்கு விளைவித்தல்; குருதி சிந்தவைத்தல் *Both sides in the war want to avoid further bloodshed.*

bloodshot /ˈblʌdʃɒt/ *adj.* (used about the white part of the eyes) full of red lines, for example when sb is tired (கண்களின் வெண்ணிறப் பகுதியைப் பற்றிக் குறிப்பிடும்போது) அசதி முதலியவற்றின்போது, செவ்வரி நிறைந்து காணப்படுகிற; குருதிச்சிவப்பான

bloodstain /ˈblʌdsteɪn/ *noun* [C] a mark or spot of blood on sth ஒன்றன் மீது படிந்துள்ள குருதிக்கறை; இரத்தக்கறை ▶ **bloodstained** *adj.*

bloodstream /ˈblʌdstriːm/ *noun* [*sing.*] the blood as it flows through the body உடலின் ஊடாகப் பாயும் குருதி; குருதி ஓட்டம்; குருதிப் பாய்வு *drugs injected straight into the bloodstream*

bloodthirsty /ˈblʌdθɜːsti/ *adj.* wanting to use violence or to watch scenes of violence வன்முறையைக் கைக்கொள்ள விரும்புகிற அல்லது வன்முறைக் காட்சிகளைக் காண விரும்புகிற; இரத்தவெறி கொண்ட

blood transfusion *noun* [C] the process of putting new blood into a person's body ஒருவர் உடலில் புது இரத்தம் செலுத்தும் செயல்முறை; இரத்த மாற்று

blood type = **blood group**

blood vessel *noun* [C] any of the tubes in your body which blood flows through உடலில் இரத்தம் பாயும் குழாய்களில் ஒன்று; குருதி நாளம்; இரத்தக் குழாய் ➪ **vein, artery** மற்றும் **capillary** பார்க்க.

bloody /ˈblʌdi/ *adj.* (**bloodier, bloodiest**) **1** involving a lot of violence and killing பெருமளவு வன்முறையும் கொலையும் உள்ளடங்கிய; இரத்தக்களரியான *a bloody war* **2** covered with blood இரத்தம் படிந்துள்ள; குருதி தோய்ந்த *a bloody knife*

bloom¹ /bluːm/ *noun* [C] a flower பூ; மலர்

IDM **in bloom** with its flowers open மலர்கள் இதழ் விரிந்து; மலர்ச்சியுற்று; அலர்ந்த நிலையில் *All the wild plants are in bloom.*

bloom² /bluːm/ *verb* [I] to produce flowers பூ, மலர் *This shrub blooms in March.*

blossom¹ /ˈblɒsəm/ *noun* [C, U] a flower or a mass of flowers, especially on a fruit tree in the spring குறிப்பாக இளவேனிற் பருவத்தில், கனி மரத்தில் காணப்படும் பூ அல்லது பூத்திரள் *The apple tree is* ***in blossom***.

blossom² /ˈblɒsəm/ *verb* [I] **1** (used especially about trees) to produce flowers (குறிப்பாக மரங்கள்) பூக்கள் தோற்றுவி; மலர் **2 blossom (into sth)** to become more healthy, confident or successful மேம்பட்ட உடல்நலம், தன்னம்பிக்கை அல்லது வெற்றிச் சிறப்பு பெறு; மலர்ச்சியுறு; வளம் பெறு *This young runner has blossomed into a top-class athlete.*

blot¹ /blɒt/ *noun* [C] **1** a spot of sth, especially one made by ink on paper; a stain குறிப்பாகத் தாள் மீது மை பட்டு ஏற்படும், கறை; பொட்டு; அழுக்குத் தடம் **2 a blot on sth** a thing that spoils your happiness or other people's opinion of you ஒருவருடைய மகிழ்ச்சியை அல்லது அவர்மீது பிறர் கொண்டுள்ள எண்ணத்தைக் கெடுப்பது; இழிசெயல்

blot² /blɒt/ *verb* [T] (**blotting; blotted**) **1** to make a spot or a mark on sth, especially ink on paper குறிப்பாகத் தாள் மீது மை படச்செய்து, அழுக்காக்கு; கறைப்படுத்து **2** to remove liquid from a surface by pressing soft paper or cloth on it மென்தாளை அல்லது துணியை ஒற்றி ஒரு பரப்பின்மீது படிந்துள்ள திரவத்தை அகற்று; ஒற்றி நீக்கு

PHR V **blot sth out** to cover or hide sth ஒன்றன் மேல் கவிந்து மூடு அல்லது மறை *Fog blotted out the view completely.* • *She tried to blot out the memory of what happened.*

blotch /blɒtʃ/ *noun* [C] a temporary mark or an area of different colour on skin, plants, material, etc. உடல் தோல், தாவரங்கள், துணி முதலியவற்றின் மீது காணப்படும் தற்காலிகமான மாறுபட்ட நிறம் உடைய கறை அல்லது சிறு பரப்பு; தழும்பு; பொட்டு *The blotches on her face showed that she had been crying.* ▶ **blotchy** (*also* **blotched**) *adj.*

blotting paper *noun* [U] soft paper that you use for drying wet ink after you have written sth on paper தாளில் எழுதியபின் மை ஈரத்தை உலர்த்தப் பயன்படுத்தும் மென்தாள்; மை ஒற்றுத்தாள்

blouse /blaʊz/ *noun* [C] a piece of clothing like a shirt, worn by women பெண்கள் அணியும் மேல்சட்டை; இரவிக்கை

blow¹ /bləʊ/ *verb* (*pt* **blew** /bluː/; *pp* **blown** /bləʊn/) **1** [I, T] (used about wind, air, etc.) to be moving or to cause sth to move (காற்று முதலியவை வகையில்) வீசு; அசையச்செய்; *A gentle breeze was blowing.* **2** [I] to move because of the wind or a current of air காற்று

அல்லது காற்றோட்டம் காரணமாக, அசை; பற *The balloons blew away.* • *My papers blew all over the garden.* **3** [I] to send air out of the mouth காற்றை வாய் வழியாக வெளியேற்று; வாய் ஊது *The policeman asked me to blow into the breathalyser.* **4** [T] to make or shape sth by blowing air out of your mouth வாய் வழியாகக் காற்றை ஊதி ஒன்றை உருவாக்கு அல்லது உருப்படுத்து *to blow bubbles* **5** [I, T] to produce sound from a musical instrument, etc. by blowing air into it ஓர் இசைக்கருவியினுள் காற்றை ஊதி இசை எழுப்பு; ஊதுகருவி ஊது *The referee's whistle blew for the end of the match.* **6** [T] (*informal*) to waste an opportunity ஒரு நல்ல வாய்ப்பை வீணாக்கு *I think I've blown my chances of promotion.* • *You had your chance and you blew it.* **7** [T] (*informal*) **blow sth (on sth)** to spend or waste a lot of money on sth ஒன்றற்காகப் பெருமளவு பணம் செலவழி அல்லது வீணடி *She blew all her savings on a trip to Egypt.* **8** [I, T] (used about a thin piece of wire (**a fuse**) in an electrical system) to stop working suddenly because the electric current is too strong; to make sth do this (மின் அமைப்பு ஒன்றில் உள்ள மின்காப்பு இழைக்கம்பியைப் பற்றிக் குறிப்பிடும்போது) மின் வலி மிகுந்து திடீரெனச் செயல்படாது போ; உருகு; இழைக்கம்பியைச் செயலிழக்கச் செய் *A fuse has blown.*

IDM **blow your nose** to clear your nose by blowing strongly through it into a piece of cloth (**handkerchief**) கைக்குட்டையைப் பிடித்து மூக்கின் வழியாக பலமாகக் காற்றை ஊதி மூக்கடைப்பைச் சரிசெய்; மூக்கு சிந்து

PHR V **blow over** to disappear without having a serious effect கடுமையான விளைவு ஏற்படுத்தாமல் மறைந்து போ *The scandal will soon blow over.*

blow up 1 to explode or to be destroyed in an explosion உரத்த ஓசையுடன் வெடி அல்லது ஒரு வெடியில் சிக்கித் தகர்ந்துபோ/அழிபடு *The car blew up when the door was opened.* **2** to start suddenly and strongly திடீரென முனைப்பாக அல்லது தீவிரமாகத் தொடங்கு *A storm blew up in the night.* • *A huge row blew up about money.* **3** (*informal*) to become very angry மிகு சினம் கொள்; சீறு *The teacher blew up when I said I'd forgotten my homework.*

blow sth up 1 to make sth explode or to destroy sth in an explosion ஒன்று உரத்த ஓசையுடன் வெடிக்கச் செய்; ஒன்றை வெடிவைத்துத் தகர் *The terrorists tried to blow up the plane.* **2** to fill sth with air or gas காற்று அல்லது வாயு உட்செலுத்தி ஒன்றை நிரப்பு; ஊதி உப்பச்செய் *to blow up a balloon* **3** to make a photograph bigger ஒரு நிழற்படத்தைப் பெரிதாக்கு

blow² /bləʊ/ *noun* [C] **1** a hard hit from sb's hand, a weapon, etc. கை, ஆயுதம் முதலியவற்றால் அடிக்கப்படும் பலமான அடி; வன்தாக்கு *She aimed a blow at me.* **2 a blow (to sb/sth)** a sudden shock or disappointment எதிர்பாராத அதிர்ச்சி அல்லது ஏமாற்றம் *It was a blow when I didn't get the job.* **3** an act of blowing வீச்சு; காற்றடிப்பு; ஊதல்; மூக்கு அல்லது வாய் வழியே காற்று வெளிப்படுத்துதல் *Give your nose a blow!*

IDM **a blow-by-blow account, description, etc. (of sth)** an account, etc. of an event that gives all the exact details of it ஒரு நிகழ்ச்சியின் முழுமையான சரிநுட்பமான விவரத் தொகுப்பு/ விளக்கம் முதலியன

come to blows (with sb) (over sth) to start fighting or arguing (about sth) ஒன்று குறித்து சண்டையில் அல்லது விவாதத்தில் இறங்கு

deal sb/sth a blow; deal a blow to sb/sth ➪ **deal¹** பார்க்க.

blow-dry *verb* [T] (*3rd person sing. pres.* **blow-dries**; *pt, pp* **blow-dried**) to dry and shape sb's hair by holding a machine that produces hot air (**a hairdryer**) in your hand, and a brush ஒரு விசைப்பொறியின் வெம்மையான காற்றால் ஒருவருடைய முடியை உலர்த்தி வாருகோல் கொண்டு படியச் செய்

blowhole /ˈbləʊhəʊl/ *noun* [C] **1** a hole in the top of the head of a large sea animal (**whale**) through which it breathes திமிங்கிலத்தின் தலை உச்சியிலுள்ள மூச்சுவிடும் புழை; திமிங்கில மூக்கு **2** a hole in a large area of ice through which sea animals, for example **seals**, breathe கடல் நாய் போன்ற கடல்வாழ் விலங்குகள் மூச்சு விடுவதற்கு வழியாக அமையும் பெரும் பனிப்பரப்பிலுள்ள துளை; பனிப் புழை

blowlamp /ˈbləʊlæmp/ (*AmE* **torch**; **blowtorch**) *noun* [C] a tool with a very hot flame that you can point at a surface, for example to remove paint சாயம் போன்றவற்றை நீக்குவதற்கு ஒரு பரப்பின்மீது காட்டப்படும், வெப்பமான தீக்கொழுந்தை வெளிவிடும் கருவி; எரிசுடர்க் கருவி

blown ➪ **blow¹** என்பதன் இறந்தகால வினையெச்ச வடிவம்

blowout /ˈbləʊaʊt/ *noun* [C] (*informal*) **1** a burst tyre வெடித்துப்போன சக்கர சுழற்பட்டை (டயர்) *We had a blowout on the way back home.* ✪ SYN **puncture 2** a very large meal at which people eat too much; a large party or social event வயிறு புடைக்க உண்ணும் பெரு விருந்து; பெரு விருந்துக் கூட்டம்; பேரளவிலான தோழமைக் கூட்டம்

blowtorch /ˈbləʊtɔːtʃ/ = **blowlamp**

blubber /ˈblʌbə(r)/ *noun* [U] the fat of large sea animals (**whales**), from which we get oil எண்ணெய் எடுக்கப் பயன்படும் திமிங்கலத்தின் கொழுப்பு

bludgeon /ˈblʌdʒən/ *verb* [T] **1** to hit sb several times with a heavy object ஒரு கனமான பொருளால் ஒருவரைப் பலமுறை அடி; குண்டாந்தடியால் தாக்கு *He was bludgeoned to death with a hammer.* **2 bludgeon sb (into sth/into doing sth)** to force sb to do sth, especially by arguing குறிப்பாக வாதிட்டு, ஒருவரை ஒரு செயலில் ஈடுபாடு கொள்ளச் செய் *They tried to bludgeon me into joining their protest.*

blue[1] /bluː/ *adj.* **1** having the colour of a clear sky when the sun shines சூரியன் ஒளிரும்போது தோன்றும் தெளிந்த வானத்தின் நிறமான; நீல நிறமான *His eyes were bright blue.* • *light/dark blue* **2** (*informal*) (often used in songs) sad (பெரும்பாலும் பாடல்களில்) சோகமான; துயரார்ந்த

IDM **black and blue** ➪ **black[1]** பார்க்க.
once in a blue moon ➪ **once** பார்க்க.

blue[2] /bluː/ *noun* **1** [C, U] the colour of a clear sky when the sun shines சூரியன் ஒளிரும்போது காணப்படும் தெளிந்த வானத்தின் நிறம்; நீல நிறம் *a deep blue* • *dressed **in blue*** (= blue clothes) **2 the blues** [*pl., with sing. or pl. verb*] a type of slow sad music மந்த கதியில் பாடப்படும் வருத்தம் தோய்ந்த பாடல் வகை; சோக கீதம் *a blues singer* **3 the blues** [*pl.*] (*informal*) a feeling of great sadness; depression பெரும் வருத்த உணர்வு; உளச் சோர்வு; மனத் தளர்ச்சி *to have the blues*

IDM **out of the blue** suddenly; unexpectedly திடீரென; எதிர்பாராத முறையில் *I didn't hear from him for years and then this letter came out of the blue.*

blue-collar *adj.* doing or involving physical work with the hands rather than office work அலுவலகப் பணியல்லாது உடலுழைப்பு சார்ந்து கைகளால் செய்யப்படுகிற; மெய்வருத்தம் சார்ந்த ➪ **white-collar** பார்க்க.

blueprint /ˈbluːprɪnt/ *noun* [C] a photographic plan or a description of how to make, build or achieve sth ஒன்றை உருவமைப்பதற்கான, கட்டுவதற்கான அல்லது செயல் நிறைவேற்றத்திற்கான நிழற்படத் திட்ட வரைவு அல்லது விளக்க வரைவு; முதனிலை பணித்திட்ட வரைவு

bluff[1] /blʌf/ *verb* [I, T] to try to make people believe that sth is true when it is not, usually by appearing very confident மெய்யல்லாத ஒன்றை, பெரும்பாலும் தன் நிலைப்பாட்டில் உறுதியாக நின்று, மெய்யெனப் பிறரை நம்பவைக்க முயல்; பொய்யான ஒன்றை மெய்யெனக் கூறி பிறரை ஏய்க்க முயல்

IDM **bluff your way in, out, through, etc. sth** to trick sb in order to get into, out of a place, etc. ஓரிடத்தினுள் செல்லுதல், ஓரிடத்தை விட்டு வெளியேறுதல் முதலியவற்றுக்காக ஒருவரை ஏமாற்று; தந்திரமாக ஏய் *We managed to bluff our way into the stadium by saying we were journalists.*

bluff[2] /blʌf/ *noun* **1** [U, C] making sb believe that you will do sth when you really have no intention of doing it, or that you know sth when, in fact, you do not know it உண்மையில் ஒரு செயலைச் செய்யும் எண்ணம் தனக்கு இல்லாத நிலையில் தான் அதைச் செய்யப்போவதாக, அல்லது ஒன்றைப் பற்றி உண்மையாகத் தனக்குத் தெரியாத நிலையில் அதைத் தான் அறிந்திருப்பதாக ஒருவரை நம்பவைத்தல்; வெற்று வேட்டு; வீம்புப் பேச்சு **2** [C] a steep cliff, especially by the sea or a river குறிப்பாகக் கடலை அல்லது நதியை ஒட்டியுள்ள செங்குத்தான பாறைப் பகுதி ➪ **flood plain** பதிவில் படம் பார்க்க.

IDM **call sb's bluff** ➪ **call[1]** பார்க்க.

bluish (*also* **blueish**) /ˈbluːɪʃ/ *adj.* (*informal*) slightly blue சற்றே நீல நிறமான; ஓரளவு நீலச் சார்பான *bluish green*

blunder[1] /ˈblʌndə(r)/ *noun* [C] a stupid mistake அறியாமையால் ஏற்படும் பிழை; முட்டாள்தனமான தவறு *I'm afraid I've **made a** terrible **blunder**.*

blunder[2] /ˈblʌndə(r)/ *verb* [I] to make a stupid mistake அறியாமை காரணமாகத் தவறு செய்; மடத்தனத்தால் செயல் இடறு/பிசகு

PHR V **blunder about, around, etc.** to move in an uncertain or a careless way, as if you cannot see where you are going செல்லும் இடம் பற்றித் தெரியாதது போலத் தோன்றும்படி உறுதியின்றி அல்லது கருத்தூன்றாது செல்; கண்மூடித்தனமாக இயங்கு, தட்டுத் தடுமாறு *We blundered about in the dark, trying to find the light switch.*

blunt /blʌnt/ *adj.* **1** (used about a knife, pencil, tool, etc.) without a sharp edge or point (கத்தி, வரைகோல், செயற்கருவி, முதலியவை வகையில்) கூரான விளிம்பு அல்லது முனை இல்லாத; கூர்/முனை மழுங்கிய ✪ **OPP sharp** **2** (used about a person, comment, etc.) very direct; saying what you think without trying to be polite (ஒரு நபர், கருத்துரை, முதலியவை வகையில்) சுற்றி வளைக்காத; நேரடியான; நயமின்றித் தான் நினைப்பதைக் கூறுகிற *I'm sorry to be so blunt, but I'm afraid you're just not good enough.* ▶ **blunt** *verb* [T] ▶ **bluntly** *adv.* ▶ **bluntness** *noun* [U]

blur[1] /blɜ:(r)/ *noun* [C, *usually sing.*] something that you cannot see clearly or remember well தெளிவாகப் பார்க்க முடியாத அல்லது நினைவில் இருத்த முடியாத ஒன்று; தெளிவற்ற அல்லது மங்கலான ஒன்று *Without my glasses, their faces were just a blur.*

blur[2] /blɜ:(r)/ *verb* [I, T] (**blurring; blurred**) to become or to make sth less clear (ஒன்று) தெளிவு குன்று; மங்கலாகு; தெளிவு குன்றச் செய்; மங்கலாக்கு *The words on the page blurred as tears filled her eyes.* ▶ **blurred** *adj.*

blurt /blɜ:t/ *verb*

PHR V **blurt sth out** to say sth suddenly or without thinking திடீரென அல்லது முன்கருதாது ஒன்று கூறு; ஆராயாது திடுமெனப் பேசு; உளறிக் கொட்டு *We didn't want to tell Madhu but Seema blurted the whole thing out.*

blush /blʌʃ/ *verb* [I] to become red in the face, especially because you are embarrassed or feel guilty குறிப்பாக வெட்கமுற்ற அல்லது குற்ற உணர்வு கொண்ட நிலையில் முகம் சிவந்து தோன்று *She blushed with shame.* ▶ **blush** *noun* [C, *usually sing.*]

blusher /ˈblʌʃə(r)/ *noun* [U, C] a coloured cream or powder that some people put on their cheeks to give them more colour கன்னங்கள் மேலும் சிவப்பாகத் தோன்றச்செய்ய வேண்டி அவற்றின்மீது சிலர் இட்டுக்கொள்ளும் வண்ணக் களிம்பு அல்லது பொடி; கன்ன நிறமூட்டி

blustery /ˈblʌstəri/ *adj.* (used to describe the weather) with strong winds (வானிலையை விவரிக்கும்போது) கடுங்காற்றுடன் கூடிய *The day was cold and blustery.*

boa /ˈbəʊə/ *noun* [C] a large snake, found in America, Africa and Asia, that kills animals for food by squeezing them விலங்குகளை உணவுக்காக நெருக்கிக் கொல்லும் இயல்புடையதும், அமெரிக்கா, ஆப்பிரிக்கா மற்றும் ஆசியாவில் காணப்படுவதுமான மலைப்பாம்பு வகை

boa constrictor /ˈbəʊə kənˈstrɪktə(r)/ *noun* [C] a large South American snake that is a type of boa தென் அமெரிக்காவில் காணப்படுவதும் விலங்குகளை இறுக்கிக் கொன்று உண்பதுமான மலைப்பாம்பு வகை

boar /bɔ:(r)/ *noun* [C] (*pl.* **boar** or **boars**) **1** a male pig ஆண் பன்றி **2** a wild pig காட்டுப் பன்றி ➪ **pig** பதிவிலுள்ள குறிப்பைப் பார்க்க.

board[1] /bɔ:d/ *noun* **1** [C] a long, thin, flat piece of wood used for making floors, walls, etc. தரைத் தளங்கள், சுவர்கள் முதலியவை அமைக்கப் பயன்டுத்தப்படும் நீண்ட, கனமற்ற மரப்பலகை; அடை பலகை *The old house needed new* ***floorboards***. **2** [C] a thin flat piece of wood, etc. used for a particular purpose குறிப்பிட்ட பயன்பாட்டுக்குரிய, கனமற்ற மரம் முதலியவற்றால் செய்யப்பட்ட பலகை; மென்பலகை; மென்தகடு *an ironing board • a surfboard • a noticeboard* **3** [C, *with sing. or pl. verb*] a group of people who control an organization, a company, etc. ஓர் அமைப்பு, ஒரு நிறுவனம் முதலியவற்றின் ஆட்சிப் பொறுப்பிலுள்ள குழுமம்; ஆட்சிக் குழு ***The board of directors*** *is/are meeting to discuss the firm's future. • a board meeting* **4** [U] the meals that are provided when you stay in a hotel, etc. உணவு விடுதி முதலியவற்றில் தங்கியுள்ளவர்களுக்கு வழங்கப்படும் உணவு; விடுதி உணவு வசதி *The prices are for a double room and* ***full board*** (= all the meals).

IDM **above board** ➪ **above** பார்க்க.

across the board ➪ **across** பார்க்க.

on board on a ship or an aircraft கப்பலில் அல்லது விமானத்தில் உள்ள *All the passengers were safely on board.*

board[2] /bɔ:d/ *verb* [I, T] to get on a plane, ship, bus, etc. விமானம், கப்பல், பேருந்து முதலியவற்றில் ஏறி உட்செல் *We said goodbye and boarded the train. • Air India flight 640 to Chennai is now boarding* (= ready to take passengers) *at Gate 2.*

PHR V **board sth up** to cover with **boards**[1] **1** பலகைகள் கொண்டு அடை; பலகைகளால் மூடு அல்லது காப்புசெய் *Nobody lives there now—it's all boarded up.*

boarder /ˈbɔ:də(r)/ *noun* [C] (*BrE*) **1** a child who lives at school and goes home for the holidays பள்ளியில் தங்கிப் படிப்பதும் விடுமுறையின்போது தன் வீட்டுக்குச் செல்வதுமான குழந்தை; தங்கல் வசதியுள்ள பள்ளியில் படிக்கும் குழந்தை **2** a person who pays to live at sb's house ஒருவருடைய வீட்டில் கட்டணம் செலுத்தித் தங்கியிருப்பவர்; கட்டண மனை விருந்தினர் ➪ **lodger** பார்க்க.

boarding card (*also* **boarding pass**) *noun* [C] a card that you must show in order to get on a plane or ship விமானத்தில் அல்லது கப்பலில் ஏறி உட்செல்வதற்கான அனுமதிச் சீட்டு; விமான/கப்பல் நுழைவு அட்டை

boarding house *noun* [C] a private house where you can pay to stay and have meals for a period of time ஒரு கால அளவுக்குக் கட்டணம் செலுத்தித் தங்குதல் மற்றும் உணவு வசதி பெறும் தனியார் இல்லம்; கட்டண உணவு - உறையுள் மனை

boarding school *noun* [C] a school that school children live at while they are studying, going home only in the holidays குழந்தைகள் விடுமுறையில் மட்டுமே தம் வீடுகளுக்குச் சென்று, படிப்பு

காலத்தில் தங்கிப் படிக்கும் வசதியுள்ள பள்ளி; தங்கல் - உணவு வசதியுள்ள பள்ளி

boardroom /ˈbɔːdruːm; -rʊm/ *noun* [C] the room where the group of people in charge of a company or an organization (**the board of directors**) meets ஒரு தொழிலகம் அல்லது நிறுவனத்தின் இயக்குநர் குழுக் கூட்டம் நடைபெறும் அறை; ஆட்சிக்குழுக் கூட்ட அறை

boast /bəʊst/ *verb* **1** [I] to talk with too much pride about sth that you have or can do தன்னிடம் உள்ள அல்லது தன்னால் செய்யமுடியும் ஒன்றைப் பற்றி மிகுதியாகப் பெருமையடித்துக்கொள்; வீண்பெருமை பேசு *I wish she wouldn't boast about her family so much.* **2** [T] (used about a place) to have sth that it can be proud of (ஓரிடத்தைப் பற்றிக் கூறும்போது) பெருமிதம் கொள்வதற்குரிய ஒன்றைப் பெற்றிரு; பெருமைப்படத்தக்க ஒன்று தன்னிடம் இருக்கப்பெறு *The town boasts over a dozen restaurants.* ▶ **boast** *noun* [C]

boastful /ˈbəʊstfl/ *adj.* (used about a person or the things that he/she says) showing too much pride (ஒருவர் பற்றி அல்லது ஒருவர் சொல்வதைப் பற்றிக் குறிப்பிடும்போது) மிகுதியாகத் தற்புகழ்ச்சி வெளிப்படுகிற; பெருமையடித்துக்கொள்கிற

boat /bəʊt/ *noun* [C] **1** a small vehicle that is used for travelling across water படகு; ஓடம்; தோணி *The cave can only be reached **by boat**/**in a** boat.* • *a rowing/fishing/motor boat* **2** any ship கப்பல்; நாவாய் *When does the next boat to Lakshadweep sail?*

IDM **rock the boat** ⇨ **rock²** பார்க்க.

bob /bɒb/ *verb* (**bobbing, bobbed**) [I, T] to move quickly up and down; to make sth do this விரைவாக மேலும் கீழும் செல்; அலைபாய்; ஒன்று மேலும் கீழும் போகச் செய்; அலைபாயச்செய் *The boats in the harbour were bobbing up and down in the water.* • *She bobbed her head down below the top of the wall.*

PHR V **bob up** to appear suddenly from behind or under sth ஒன்றன் பின்னாலிருந்து அல்லது கீழிருந்து திடீரெனத் தோன்று/வெளிப்படு *He disappeared and then bobbed up again on the other side of the pool.*

bobbin /ˈbɒbɪn/ *noun* [C] a small circular device which you put thread round and that is used, for example, in a sewing machine தையல் இயந்திரம் போன்றவற்றில் பயன்படுத்தப்படுவதும், நூல் சுற்றி வைக்கப்படுவதுமான சிறு உருளை வடிவ சாதனம்; நூல் வட்டு; நூல் இழை உருளை

bobsleigh /ˈbɒbsleɪ/ (*AmE* **bobsled** /ˈbɒbsled/) *noun* [C] a racing vehicle for two or more people that slides over snow along a track பனி படர்ந்த பந்தயத் தடத்தில் சறுக்கிச் செல்லும், இரண்டு அல்லது இரண்டுக்கு மேற்பட்ட நபர்களுக்கான பந்தய ஊர்தி; பனித்தட பந்தயச் சறுக்குவண்டி ⇨ **sleigh, sledge** மற்றும் **toboggan** பார்க்க.

bode /bəʊd/ *verb*

IDM **bode well/ill (for sb/sth)** to be a sign that sb/sth will have a good/bad future ஒருவருடைய அல்லது ஒன்றன் நலமான/தீய எதிர்காலத்தின் அறிகுறியாக இரு; எதிர்வரும் நன்மைக்கு/தீமைக்கு முன்னறிகுறியாய் அமை

bodice /ˈbɒdɪs/ *noun* [C] the top part of a woman's dress, above the waist இடுப்புப் பகுதிக்கு மேல் அணிந்துகொள்ளும் பெண்களின் மேற்சட்டை; கச்சு

bodily¹ /ˈbɒdɪli/ *adj.* of the human body; physical மனித உடல் சார்ந்த அல்லது உடலுக்குரிய; மனித உடலியல்பான *First we must attend to their bodily needs* (= make sure that they have a home, enough to eat, etc.).

bodily² /ˈbɒdɪli/ *adv.* by taking hold of the body உடலைப் பற்றித் தூக்கிக்கொண்டு; உடலோடு *She picked up the child and carried him bodily from the room.*

body /ˈbɒdi/ *noun* (*pl.* **bodies**) **1** [C] the whole physical form of a person or an animal ஒரு நபர் அல்லது விலங்கின் முழுமையான உடலுருவம்; மனித அல்லது விலங்கு உடல் *the human body* **2** [C] the part of a person that is not his/her legs, arms or head ஒரு நபரின் கால்கள், கைகள் அல்லது தலை அல்லாத உடற்பகுதி *She had injuries to her head and body.* **3** [C] a dead person இறந்துபோனவர்; பிணம் *The police have found a body in the canal.* **4** [C, *with sing. or pl. verb*] a group of people who work or act together, especially in an official way குறிப்பாகப் பணிமுறையில், ஒன்றிணைந்து தொழில்புரியும் அல்லது செயலாற்றும் ஒரு குழுவினர்; பணிக் குழுமம் *The governing body of the college meets/meet once a month.* **5** [*sing.*] the main part of sth ஒன்றன் முக்கியமான பகுதி; முதன்மைக் கூறு *We agree with the body of the report, although not with certain details.* **6** [C] (*formal*) an object பொருள்; பருப்பொருள்; பிழம்புரு *The doctor removed a foreign body from the child's ear.*

IDM **in a body** all together எல்லோரும் ஒருமித்து; ஒருசேர; ஒருங்கிணைந்து

bodybuilding /ˈbɒdibɪldɪŋ/ *noun* [U] making the muscles of the body stronger and larger by exercise உடற்பயிற்சியினால் தசைகளை உறுதியாகவும் பெரிதாகவும் ஆக்குதல் உடற்கட்டாக்கம் ▶ **bodybuilder** *noun* [C]

bodyguard /ˈbɒdigɑːd/ *noun* [C] a person or group of people whose job is to protect sb ஒருவருக்குப் பாதுகாப்பளிக்கும் பணியாளர்

boats and ships

அல்லது பணியாளர் குழு; மெய்க்காவலர்; மெய்க்காவற்படை

body language *noun* [U] showing how you feel by the way you move, stand, sit, etc., rather than by what you say தன் உணர்வுகளைச் சொற்களால் கூறுவதற்கு மாறாக, அசைதல், நிற்றல், அமர்தல் முதலிய உடல் இயக்கங்களால் வெளிப்படுத்துதல்; சைகை மொழி; உடல் மொழி *I could tell by his body language that he was scared.*

body odour *noun* [U] (*abbr.* **BO**) the unpleasant smell from a person's body, especially of

the body

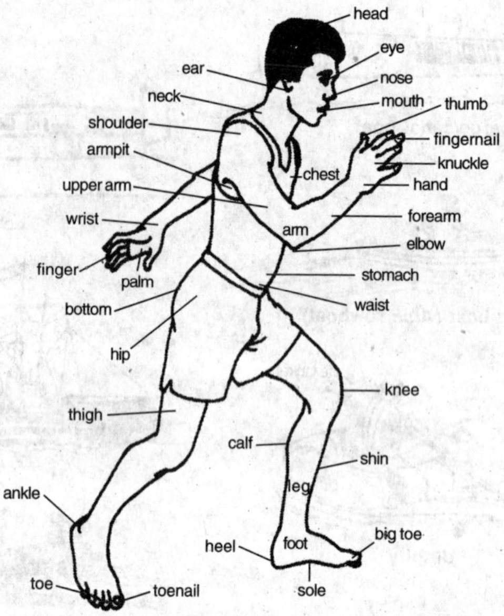

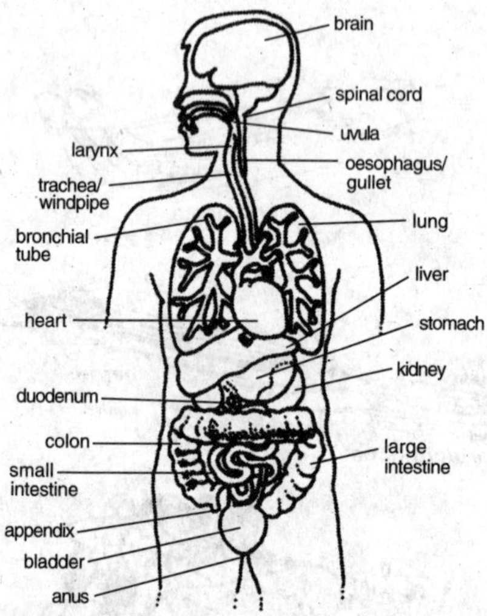

head
eye
ear
nose
neck
mouth
thumb
shoulder
fingernail
armpit
knuckle
chest
hand
upper arm
wrist
forearm
arm
elbow
finger
palm
stomach
bottom
waist
hip
knee
thigh
calf
shin
ankle
leg
heel
foot
big toe
toe
toenail
sole

brain
spinal cord
uvula
larynx
oesophagus/ gullet
trachea/ windpipe
bronchial tube
lung
liver
heart
stomach
kidney
duodenum
colon
large intestine
small intestine
appendix
bladder
anus

internal organs

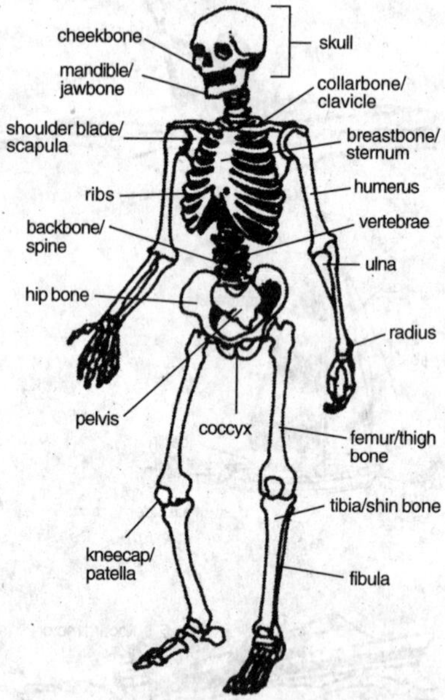

cheekbone
skull
mandible/ jawbone
collarbone/ clavicle
shoulder blade/ scapula
breastbone/ sternum
humerus
ribs
vertebrae
backbone/ spine
ulna
hip bone
radius
pelvis
coccyx
femur/thigh bone
tibia/shin bone
kneecap/ patella
fibula

the skeleton

sweat ஒருவர் உடலிலிருந்து வரும், குறிப்பாக வியர்வையினுடைய, இனியதல்லாத மணம்; உடல் வீச்சம்; வியர்வை நாற்றம்

bodywork /ˈbɒdiwɜːk/ *noun* [U] the main outside structure of a vehicle, usually made of painted metal ஓர் ஊர்தியின் உடற்பகுதியாக அமையும், வழக்கமாக வண்ணப் பூச்சுடைய உலோகத்தாலான, வெளிப்புறக் கட்டமைப்பு

bog /bɒg/ *noun* [C, U] an area of ground that is very soft and wet ஈரக்குழைவான தரை; சதுப்பு நிலம்; சேறு; சகதி *a peat bog*

bogey /ˈbəʊgi/ *noun* [C] **1** something that causes fear, often without reason பெரும்பாலும் காரணமில்லாமல் அச்சம் ஏற்படுத்தும் ஒன்று; போலியச்சப் பொருள்; பூச்சாண்டி **2** (*informal*) a piece of the sticky substance (**mucus**) that forms inside your nose மூக்கின் உட்பகுதியில் உருவாகும் ஒட்டுந்தன்மையுள்ள பொருள்; சளி

bogged down *adj.* **1** (used about a vehicle) not able to move because it has sunk into soft ground (ஊர்தி) சேற்றில் அமிழ்ந்து நகர முடியாமல் இருக்கிற **2** (used about a person) not able to make any progress (ஆள் வகையில்) முன்னேற்றம் காணமுடியாத

boggle /ˈbɒɡl/ *verb* [I] **boggle (at sth)** to be unable to imagine sth; to be impossible to imagine or believe ஒன்றைக் கற்பனை செய்ய முடியாதிரு; நம்ப இயலாதிரு; மனம் தடுமாறு *'What will happen if his plan doesn't work?' 'The mind boggles!'* ➪ **mind-boggling** பார்க்க.

boggy /ˈbɒɡi/ *adj.* (used about land) soft and wet, so that your feet sink into it (நிலம் பற்றிக் குறிப்பிடுகையில்) பாதம் உள்ளழுந்துமாறு ஈரக் குழைவான; சதுப்புத் தன்மையுள்ள; சேறான

bogus /ˈbəʊɡəs/ *adj.* pretending to be real or genuine உண்மையானவராக அல்லது மெய்ம்மைப் பண்புடையவராக பாவனை செய்கிற; போலியான; மோசடியான *a bogus policeman*

boil[1] /bɔɪl/ *verb* **1** [I] (used about a liquid) to reach a high temperature where bubbles rise to the surface and the liquid changes to a gas (ஒரு திரவப் பொருள் பற்றிக் குறிப்பிடுகையில்) மேற்பரப்பில் குமிழிகள் தோன்றி திரவம் ஆவியாக மாறும் உயர் வெப்பநிலையை அடை; கொதிநிலைக்கு வா; கொதி *Water boils at 100°C.* • *The kettle's boiling.* **2** [T] to heat a liquid until it boils and let it keep boiling ஒரு திரவம் கொதிக்கும் வரை சூடாக்கி அதைக் கொதிநிலையில் வைத்திரு; கொதிக்கவை *Boil all drinking water for five minutes.* **3** [I, T] to cook (sth) in boiling water கொதிநீரில் ஒரு பொருளைச் சமை; உணவை வேகவை *Put the potatoes on to boil, please.* • *to boil an egg* **4** [I] (used about a person) to feel very angry (ஒரு நபர் பற்றிக் குறிப்பிடும்போது) மிகுந்த சினம் கொள்; குமுறு; கொந்தளி; கொதி *She was boiling with rage.*

PHR V **boil down to sth** to have sth as the most important point மிக முக்கியமான கூறாக ஒன்று வந்தமை *What it all boils down to is that you don't want to spend too much money.*

boil over 1 (used about a liquid) to boil and flow over the sides of a pan (திரவவகையில்) கொதித்து கொதிகலத்தின் பக்கங்களில் வழிந்தோடு *See that the soup doesn't boil over.* **2** (used about an argument or sb's feelings) to become more serious or angry (ஒரு வாதம் அல்லது ஒருவருடைய உணர்வுகள் பற்றிக் குறிப்பிடும்போது) மேலும் தீவிரமாகு; சினம் மிகு; கொதிப்படை

boil[2] /bɔɪl/ *noun* **1** [*sing.*] a period of boiling; the point at which a liquid boils கொதித்துக்கொண்டிருத்தல்; கொதிப்பு; கொதிநிலை *You'll have to give those shirts a boil to get them clean.* **2** [C] a small, painful swelling under your skin, with a red or yellow top சிவப்பு அல்லது மஞ்சள் நிற மேற்பகுதியுடன் தோலின் அடியில் தோன்றும் வலியுடன் கூடிய சிறு வீக்கம்; கொப்புளம்; குருதிக்கட்டி

boiler /ˈbɔɪlə(r)/ *noun* [C] a container in which water is heated to provide hot water or heating in a building or to produce steam in an engine வெந்நீர் பெறுவதற்காக அல்லது ஒரு கட்டடத்திற்கு வெதுவெதுப்பூட்டுவதற்காக அல்லது ஓர் இயந்திரத்தில் நீராவி உண்டாக்குவதற்காக நீரைக் கொதிக்கவைக்கும் கொள்கலம்; கொதிகலம் ➪ **generator** பதிவில் படம் பார்க்க.

boiling /ˈbɔɪlɪŋ/ (*also* **boiling hot**) *adj.* (*informal*) very hot வெப்பம் மிகுந்த; மிகவும் சூடான; கொதிக்கிற *Open a window—it's boiling hot in here.* • *Can I open a window? I'm boiling.*

boiling point *noun* [C] the temperature at which a liquid starts to boil ஒரு திரவம் கொதிக்கத் தொடங்கும் வெப்ப நிலை; கொதி நிலை

boisterous /ˈbɔɪstərəs/ *adj.* (used about a person or behaviour) noisy and full of energy (ஒரு நபர் அல்லது நடத்தை பற்றிக் குறிப்பிடுகையில்) ஆரவாரமான; ஆர்வக் கிளர்ச்சியுடைய; இரைச்சலும் சுறுசுறுப்பும் காணப்படுகிற *Their children are very nice but they can get a bit too boisterous.*

bold /bəʊld/ *adj.* **1** (used about a person or his/her behaviour) confident and not afraid (ஒரு நபர் அல்லது அவருடைய நடத்தை பற்றிக் குறிப்பிடும்போது) தன்னம்பிக்கையும் துணிவும் கொண்ட; அச்சமில்லாத *Not many people are bold enough to say exactly what they think.* **2** that you can see clearly தெளிவாகக் காணக்கூடிய; எளிதில் புலப்படத்தக்க; எடுப்பான; முனைப்பான *bold, bright colours* **3** (used about printed letters) in thick, dark type (அச்செழுத்துகள் வகையில்) தடித்த அடர் நிற எழுத்துருவான *Make the important text bold.* ▶ **bold** *noun* [U] *The important words are highlighted **in bold**.* ▶ **boldly** *adv.* ▶ **boldness** *noun* [U]

bole /bəʊl/ *noun* [C] (*technical*) the main part of a tree that grows up from the ground தரையிலிருந்து வளரும் மரத்தின் முதன்மைப் பகுதி; அடிமரம் NOTE அடிமரத்தைக் குறிக்கும் மேலும் பரவலான வழக்கு **trunk** என்பதாகும்.

bollard /ˈbɒlɑːd/ *noun* [C] a short thick post that is used to stop motor vehicles from going into an area that they are not allowed to enter விசையூர்திகள் தடை செய்யப்பட்ட பகுதியில் செல்லாமல் தடுத்து நிறுத்தப் பயன்படுத்தப்படும் குட்டையான தடித்த நிலைக்கம்பம்; தடுப்புக் கம்பம்

bolster[1] /ˈbəʊlstə(r)/ *verb* [T] **bolster sb/sth (up)** to support or encourage sb/sth; to make sth stronger ஒருவருக்கு/ஒன்றற்குத் துணைநில்; ஆதரவாக இரு; ஊக்கப்படுத்து; வலுவூட்டு *His remarks did nothing to bolster my confidence.*

bolster[2] /ˈbəʊlstə(r)/ *noun* [C] a long thick pillow that is put across the top of the bed under other pillows படுக்கையின் தலைப் பகுதியில் மற்ற தலையணைகளுக்கடியில் வைக்கப்படும் நீண்ட, தடிமனான திண்டு

bolt[1] /bəʊlt/ *noun* [C] **1** a small piece of metal that is used with another piece of metal (**a nut**) for fastening things together (திருகு)மரை வழிச் செலுத்திப் பொருள்களை இணைக்கப் பயன்படுத்தும் சிறு உலோகத் துண்டு; பூட்டுக்கம்பி; பிணைத்தண்டு **2** a bar of metal that you can slide across the inside of the door in order to fasten it தாழிடும் பொருட்டு கதவு உட்பகுதியின் குறுக்காகச் செருகும் உலோகப் பட்டை; தாழ்ப்பாள் கட்டை; தாழ்ப்பாள்

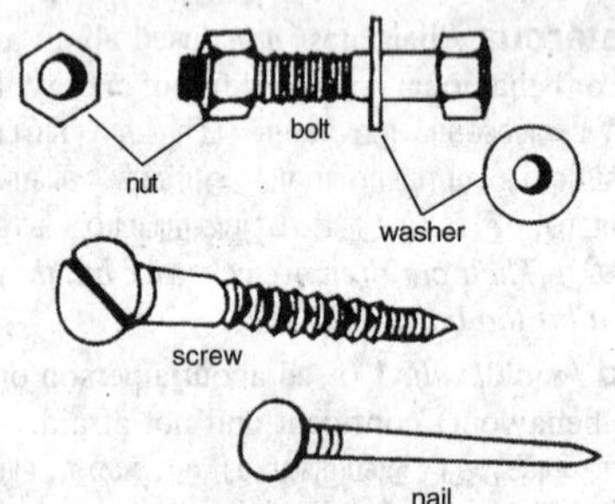

bolt[2] /bəʊlt/ *verb* **1** [I] (used especially about a horse) to run away very suddenly, usually in fear (குறிப்பாக குதிரை வகையில்) பெரும்பாலும் அச்சத்தால் திடுமென விரைந்து ஓடிப் போ; தெறித்தோடு **2** [T] **bolt sth (down)** to eat sth very quickly மிகு விரைவாக உண்; அவசர அவசரமாக விழுங்கு **3** [T] to fasten one thing to another using a **bolt**[1] **1** பிணைக்கம்பியைக் கொண்டு ஒரு பொருளை மற்றொன்றுடன் பொருத்திச் சேர்; இணை; பூட்டு; பிணைத்து இறுக்கு *All the tables have been bolted to the floor so that nobody can steal them.* **4** [T] to fasten a door, etc. with a **bolt**[1]**2** தாழ்ப்பாள் கட்டையைக் கொண்டு கதவு முதலியவற்றுக்குத் தாழ்ப்பாளிடு; தாழிட்டு அடை *Make sure that the door is locked and bolted.*

bolt[3] /bəʊlt/ *adv.*

IDM **bolt upright** sitting or standing very straight நேர்க்குத்தாக அமர்ந்துகொண்டு அல்லது நின்றுகொண்டு; செங்குத்து நிலையில்

bomb[1] /bɒm/ *noun* **1** [C] a container that is filled with material that will explode when it is thrown or dropped, or when a device inside it makes it explode எறியப்படும்போது அல்லது கீழே விழச் செய்யும்போது அல்லது உட்பகுதியில் உள்ள ஒரு பொறி அமைப்பால் தூண்டப்படும்போது வெடிக்கக்கூடிய வெடிபொருள் நிரப்பப்பட்ட கொள்கலம்; வெடிகுண்டு; எறிகுண்டு; தெறிகுண்டு *Fortunately, the car bomb failed to go off.* **2** [I] **the bomb** [*sing.*] nuclear weapons அணு ஆற்றலால் இயங்கும் படைக்கருவிகள்; அணு ஆயுதங்கள் *How many countries have the bomb now?* **3** **a bomb** [*sing.*] (*BrE informal*) a lot of money பேரளவிலான பணம்; பெரும் பணத்தொகை *That car must have cost you a bomb!*

bomb[2] /bɒm/ *verb* **1** [T] to attack a city, etc. with bombs ஒரு நகரம் முதலியவற்றைக் குண்டு வீசித் தாக்கு; வெடிகுண்டுகளால் தாக்குதல் நடத்து *Enemy forces have bombed the bridge.* **2** (*BrE informal*) **bomb along, down, up, etc.** to move along very fast in the direction mentioned, especially in a vehicle குறிப்பாக ஓர் ஊர்தியில், குறிப்பிடப்பட்ட திசையில் மிக விரைவாக முன்னேறிச் செல் *He was bombing along at 100 kilometers an hour when the police stopped him.*

bombard /bɒmˈbɑːd/ *verb* [T] to attack a place with bombs or guns வெடிகுண்டுகளை அல்லது பீரங்கிகளைப் பயன்படுத்தி ஓரிடத்தைத் தாக்கு; வெடிகுண்டு/பீரங்கித் தாக்குதல் நடத்து *They bombarded the city until the enemy surrendered.* • *(figurative) The reporters bombarded the minister with questions.* ▶ **bombardment** *noun* [C, U] *The main radio station has **come under** enemy **bombardment**.*

bomb disposal *noun* [U] the job of dealing with bombs that have been found and have not yet exploded, in order to make an area safe ஓரிடத்தை ஆபத்தற்றதாக ஆக்கும் பொருட்டு அங்குள்ள அதுவரை வெடிக்காத வெடிகுண்டுகளைச் செயலிழக்கச் செய்தல் *a bomb disposal expert*

bomber /ˈbɒmə(r)/ *noun* [C] **1** a type of plane that drops bombs வானிலிருந்து குண்டுகளை வீசும் விமான வகை; வெடிகுண்டு விமானம் **2** a person who makes a bomb explode in a public place பொது இடத்தில் குண்டு வெடிக்கச் செய்பவர்; வெடிகுண்டு வீசுபவர்/வைப்பவர்

bombshell /ˈbɒmʃel/ *noun* [C, *usually sing.*] an unexpected, shocking and usually unpleasant event or a piece of news பெரும்பாலும் மகிழ்ச்சிக்குரியதல்லாததும் அதிர்ச்சி தருவதுமான திடீர் நிகழ்வு அல்லது செய்தி *The chairman* ***dropped a bombshell*** *when he said he was resigning.*

bona fide /ˌbəʊnə ˈfaɪdi/ *adj.* real or genuine உண்மையான; மெய்யான; போலியல்லாத; நம்பகத்தன்மையுடைய *This car park is for the use of bona fide customers only.*

bond /bɒnd/ *noun* [C] **1** something that joins two or more people or groups of people together, such as a feeling of friendship இரண்டு அல்லது இரண்டுக்கு மேற்பட்ட நபர்களை அல்லது குழுக்களை இணைக்கும், நட்புணர்ச்சி போன்ற, ஒன்று; பிணைப்பு; கட்டு; தொடர்பு; பந்தம் **2** a certificate that you can buy from a government or company that promises to pay you interest on the money you have given ஓர் அரசு அல்லது ஒரு நிறுவனத்திடமிருந்து ஒருவரால் வாங்கப்படும், அவர் போட்ட பணத்திற்கு வட்டி தரும் உறுதிமொழி அடங்கிய, ஆவணம்; கடன் பத்திரம்; சேமிப்புப் பத்திரம் **3** (*technical*) (in chemistry) the way in which **atoms** are held together in a chemical compound (வேதியியலில்) ஒரு வேதியியற் கூட்டுப்பொருளில் அணுக்கள் ஒன்றிணைந்து இருக்கும் முறை; அணுக்களின் கூட்டிணைவு

bone[1] /bəʊn/ *noun* **1** [C] one of the hard parts inside the body of a person or animal that are covered with muscle, skin, etc. மனித அல்லது விலங்கு உடலில் உள்ள எலும்பு *He's broken a bone in his hand.* • *This fish has got a lot of bones in it.* ⇨ **body** பதிவில் படம் பார்க்க. **2** [U] the substance that bones are made of எலும்புகளின் ஆக்கக் கூறான பொருள்

IDM **have a bone to pick with sb** to be angry with sb about sth and want to talk about it with them நடந்த ஒன்றுக்காக ஒருவரிடம் கோபமுற்று அதைப்பற்றி அவரிடம் பேச விரும்பு

make no bones about (doing) sth to do sth in an open honest way without feeling nervous or worried about it அச்ச உணர்வோ சஞ்சலமோ இன்றி ஒரு செயலை வெளிப்படையான நேர்மையான முறையில் செய்; ஒளிவுமறைவின்றி ஒன்றைச் செய் *She made no bones about telling him exactly what she thought about him.*

bone[2] /bəʊn/ *verb* [T] to take the bones out of sth ஒன்றன் எலும்புகளை வெளியே எடு; எலும்பைப் பிரித்து எடு *to bone a fish*

bone-dry *adj.* completely dry முழுவதுமாக உலர்ந்த; சிறிதும் ஈரப்பசையற்ற

bone marrow (*also* **marrow**) *noun* [U] the soft substance that is inside the bones of a person or an animal மனித அல்லது விலங்கு எலும்பின் உட்பகுதியிலுள்ள மென்மையான பொருள்; எலும்புச்சோறு

bonemeal /ˈbəʊnmiːl/ *noun* [U] a substance made from animal bones which is used to make soil better for growing plants மண்ணுக்கு உரமாகப் பயன்படுத்தப்படும், விலங்கு எலும்புகளிலிருந்து தயாரிக்கப்படும் பொருள்; எலும்புத்தூள் உரம்

bonfire /ˈbɒnfaɪə(r)/ *noun* [C] a large fire that you build outside to burn rubbish or as part of a festival, etc. குப்பை எரிப்பதற்கோ திருவிழா முதலியவற்றின் பகுதியாகவோ வெளியிடத்தில் கொளுத்தப்படும் பெரு நெருப்பு

bonkers /ˈbɒŋkəz/ *adj.* (*slang*) crazy; mad கிறுக்கான; பித்துப் பிடித்த *I'd* ***go bonkers*** *if I worked here full-time.*

bonnet /ˈbɒnɪt/ *noun* [C] **1** (*AmE* **hood**) the front part of a car that covers the engine இயந்திரத்தை மூடியுள்ள சீருந்தின் முன் பகுதி; சீருந்து இயந்திரத்தின் கவிகை மூடாக்கு **2** a type of hat which covers the sides of the face and is fastened with strings under the chin முகத்தின் பக்கங்களை மூடிக்கொள்வதும் முகவாய்க்கட்டையின் கீழ் மென்கயிற்றால் பொருத்திக் கட்டப்படுவதுமான தொப்பி வகை; தலைக் கவிகை

bonus /ˈbəʊnəs/ *noun* [C] (*pl.* **bonuses**) **1** a payment that is added to what is usual வழக்கமான சம்பளத்துடன் கூடுதலாகத் தரப்படும் ஊதியம்; உழைப்புக்கூலி அல்லாத கொடை ஊதியம்; நல்லூதியம்; பணிக்கொடை *All our employees receive an annual bonus.* **2** something good that you get in addition to what you expect எதிர்பார்க்கப்படுவதற்கு மேலாகக் கிடைக்கும் நன்மை; மிகை ஆதாயம்; மிகைக் கொடை *I enjoy my job, and having my own office is* ***an added bonus.***

bony /ˈbəʊni/ *adj.* so thin that you can see the shape of the bones எலும்புகளின் உருவமைப்பு வெளித்தெரியும் அளவுக்கு மெலிந்த; வற்றலான; சதைப்பற்றற்ற *long bony fingers*

boo /buː/ *exclamation, noun* [C] (*pl.* **boos**) **1** a sound you make to show that you do not like sb/sth ஒருவர்/ஒன்றன் மீது விருப்பமின்மையை/வெறுப்பை வெளிப்படுத்தும் ஒலிக்குறிப்பு *The minister's speech was met with boos from the audience.* **2** a sound you make to frighten or surprise sb ஒருவரை அச்சுறுத்த அல்லது ஒருவருக்கு வியப்பூட்ட எழுப்பும் ஒலி; திகிலூட்டல்/வியப்பு ஒலிக்குறிப்பு *He jumped out from behind the door and said 'boo'.*
► **boo** *verb* [I, T]

booby trap /ˈbuːbi træp/ *noun* [C] a device that will kill, injure or surprise sb when he/she touches the object that it is connected to உடன் பொருத்தப்பட்ட பொருளைத் தொடும்பொழுது

மரணம், காயம் அல்லது திகைப்பு ஏற்படுத்தக்கூடிய பொறியமைப்பு; தொடுவெடிப் பொறியமைப்பு ▶ **booby-trap** *verb* [T] (*pres. part.* **booby-trapping**; *pt, pp* **booby-trapped**)

book¹ /bʊk/ *noun* **1** [C] a written work that is published as printed pages fastened together inside a cover, or in electronic form நூல்; புத்தகம் *I'm reading a book on astrology.* • *hardback/paperback books* **2** [C] a number of pieces of paper, fastened together inside a cover, for people to write or draw on எழுதுவதற்கு அல்லது வரைவதற்குப் பயன்படுத்தப்படும் வெற்றுத்தாள்களின் மேலட்டையுடன் கூடிய கட்டு; குறிப்பேடு *Please write down all the new vocabulary in your exercise books.* • *a notebook* • *a sketch book* **3** [C] a number of things fastened together in the form of a book புத்தக வடிவில் சேர்த்து இணைக்கப்பட்ட பொருள்களின் கட்டு *a book of stamps* • *a cheque book* **4 books** [*pl.*] the records that a company, etc., keeps of the amount of money it spends and receives ஒரு நிறுவனம் முதலியன தனது வரவு செலவுக் கணக்குகளைப் பதிவுசெய்து வைத்துக்கொள்ளும் ஆவணங்கள்; கணக்குப் பதிவுக் குறிப்பேடுகள் *We employ an accountant to **keep the books**.*

IDM **be in sb's good/bad books** (*informal*) to have sb pleased/angry with you தன்மீது ஒருவர் மகிழ்ச்சி/சினம் கொள்ளும்படி செய்; ஒருவர் நல்லெண்ணத்திற்கு/வெறுப்புக்கு உரியவராகு *He's been in his boss's bad books since he failed to complete the project on time.*

by the book exactly according to the rules விதிமுறைகளுக்குச் சரி நேர்வாக; விதிமுறைகளிலிருந்து இம்மியும் பிசகாமல் *A policeman must always do things by the book.*

(be) on sb's books (to be) on the list of an organization ஓர் அமைப்பின் அல்லது ஒரு நிறுவனத்தின் தேவைக் குறிப்புப் பட்டியலில் (இடம் பெற்றிரு) *The employment agency has hundreds of qualified secretaries on its books.*

book² /bʊk/ *verb* **1** [I, T] to arrange to have or do sth at a particular time குறிப்பிட்ட சமயத்தில்/நேரத்தில் ஒன்றைப் பெறுவதற்கு அல்லது செய்வதற்கு ஏற்பாடு செய்; ஒன்றற்கு முன்பதிவு செய் அல்லது திட்டம் செய்துவை *Have you booked a table, sir?* • *to book a seat on a plane/train/bus* **2** [T] (*informal*) to officially write down the name of a person who has done sth wrong தவறு/குற்றம் செய்த ஒருவருடைய பெயரைப் பணிமுறைப்படி எழுதி வை/அதிகாரபூர்வமாகப் பதிவுசெய் *The police booked her for* (= charged her with) *dangerous driving.* • *The player was booked for a foul and then sent off for arguing.*

PHR V **book in** to say that you have arrived at a hotel, etc., and sign your name on a list தங்கல் மனை முதலியவற்றுக்குத் தான் வந்து சேர்ந்ததைத் தெரியப்படுத்தி அங்குள்ள பதிவேட்டில் கையொப்பமிடு; வருகைப் பதிவுசெய்

book sb in to arrange a room for sb at a hotel, etc. in advance தங்கல் மனை முதலியவற்றில் ஒருவருக்கு முன்கூட்டியே அறை ஏற்பாடு செய்; முன்பதிவு செய் *I've booked you in at the Park Hotel.*

bookcase /ˈbʊkkeɪs/ *noun* [C] a piece of furniture with shelves to keep books on புத்தகங்கள் வைப்பதற்கான படித்தட்டுகளைக் கொண்ட அறைக்கலம்; புத்தக அலமாரி

bookie /ˈbʊki/ (*informal*) = **bookmaker**

booking /ˈbʊkɪŋ/ *noun* [C, U] the arrangement you make in advance to have a hotel room, a seat on a plane, etc. தங்கு விடுதி அறை, விமான இருக்கை, முதலியவற்றைப் பெற முன்கூட்டியே செய்யப்படும் ஏற்பாடு; முன்பதிவு *Did you manage to **make a booking**?* • *No advance booking is necessary.*

booking office *noun* [C] an office where you buy tickets பயணச்சீட்டு, நுழைவுச்சீட்டு முதலியவற்றின் விற்பனை அலுவலகம்

bookkeeper /ˈbʊkkiːpə(r)/ *noun* [C] a person whose job is to keep an accurate record of the accounts of a business ஒரு வணிகச் செயல்பாட்டின் வரவுசெலவுக் கணக்குகளைச் சரிநுட்பமாகப் பதிவுசெய்து பேணும் பணியாளர்; கணக்குப் பதிவாளர் ▶ **bookkeeping** *noun* [U]

booklet /ˈbʊklət/ *noun* [C] a small thin book, usually with a soft cover, that gives information about sth ஒன்று பற்றிய தகவல் தொகுப்பாக அமைவதும் வழக்கமாக மிருதுவான மேலட்டை உடையதுமான சிறு புத்தகம்; சிற்றேடு

bookmaker /ˈbʊkmeɪkə(r)/ (*informal* **bookie**) *noun* **1** [C] a person whose job is to take bets on horse races, etc. குதிரைப் பந்தயம் முதலியவற்றில் பந்தயப் பணம் வாங்குபவர்; பணயக் கணக்கர் **2 bookmaker's** [*sing.*] a shop, etc. where you can bet money on a race or an event ஒரு பந்தயம் அல்லது போட்டி நிகழ்ச்சிக்கான பந்தயப்பணம் கட்டுமிடம்

bookmark /ˈbʊkmɑːk/ *noun* [C] **1** a narrow piece of card, etc. that you put between the pages of a book so that you can find the same place again easily ஒரு புத்தகத்தில் குறிப்பிட்ட பகுதியை மீண்டும் எளிதாகக் கண்டுபிடிக்க உதவும் முறையில் அப்புத்தகத்தின் பக்கங்களுக்கு இடையே வைக்கப்படும் அகலங்

குறைந்த அட்டைத் துண்டு முதலியன; புத்தகப் பக்க அடையாள அட்டை **2** a file from the Internet that you have stored on your computer ஒருவர் கணினியில் சேமித்து வைத்திருக்கும், இணையத்திலிருந்து பெறப்பட்ட கோப்பு

bookseller /ˈbʊkselə(r)/ *noun* [C] a person whose job is selling books புத்தக விற்பனையாளர்

bookshop /ˈbʊkʃɒp/ (*AmE* **bookstore** /ˈbʊkstɔː(r)/) *noun* [C] a shop that sells books புத்தக விற்பனை அங்காடி; புத்தகக் கடை ➪ **library** பார்க்க.

bookstall /ˈbʊkstɔːl/ (*AmE* **news-stand**) *noun* [C] a type of small shop, which is open at the front, selling newspapers, magazines and books, for example on a station தொடர்வண்டி நிலையம் போன்ற இடங்களிலுள்ள, செய்தித்தாள்கள், பருவ இதழ்கள் மற்றும் புத்தகங்கள் விற்கும், முன்பக்கம் திறப்புள்ள சிறு கடை வகை; புத்தக விற்பனைச் சாவடி; இதழங்காடி

bookworm /ˈbʊkwɜːm/ *noun* [C] a person who likes reading books very much புத்தகங்கள் படிப்பதில் மிகுதியான நாட்டம் உடையவர்; புத்தகப்புழு

boom[1] /buːm/ *noun* [C] **1** a period in which sth increases or develops very quickly ஒன்றன் மிக விரைந்த பெருக்கம் அல்லது வளர்ச்சி காணப்படும் காலம்; விரை வளர்ச்சிக் காலம்; பெருக்க வள காலம் *There was a boom in car sales in the 1990s.* **2** [*usually sing.*] a loud deep sound ஆழ்ந்து ஓங்கிய ஒலி; முழக்கம் *the boom of distant guns* **3** a long pole to which the sail of a boat is fixed. You move the boom to change the position of the sail கப்பல் பாய் பொருத்திக் கட்டப்படுவதும், இடம்பெயர்த்துப் பாயின் கிடப்புநிலையை மாற்றுவதற்கு ஏதுவானதுமான நீண்ட கழி; பாய்மரம் ➪ **boat** பதிவில் படம் பார்க்க.

boom[2] /buːm/ *verb* **1** [I, T] **boom (sth) (out)** to make a loud deep sound ஆழ்ந்து ஓங்கிய ஒலி எழுப்பு; தாழ்விசை முழக்கம் செய் *The loudspeaker boomed out instructions to the crowd.* **2** [I] to grow very quickly in size or value ஒன்றன் அளவு அல்லது மதிப்பு மிக விரைவாக உயர்; விரை வளர்ச்சி/பெருக்கம்/உயர்வு காண் *Business is booming in the computer industry.*

boomerang /ˈbuːməræŋ/ *noun* [C] a curved piece of wood that returns to you when you throw it in a particular way குறிப்பிட்ட முறையில் வீச, தன்னிடமே திரும்ப வரும் ஒரு வகை வளைதடி

boon /buːn/ *noun* [C] a thing that is very helpful and that you are grateful for பெரிதும் உதவியாக இருப்பதும் நன்றி பாராட்டுதலுக்கு உரியதுமான ஒன்று; நற்பேறு; அருநலம்; வரம்

boorish /ˈbʊərɪʃ; ˈbɔːr-/ *adj.* (used about people and their behaviour) very unpleasant and rude ஆட்கள் மற்றும் அவர்களுடைய நடத்தை பற்றிக் குறிப்பிடும்போது) இன்னாத மற்றும் முரட்டுத்தனமான; வெறுப்பூட்டுகிற; நாகரிக நயமற்ற

boost[1] /buːst/ *verb* [T] to increase sth in number, value or strength ஒன்றன் எண்ணிக்கை, மதிப்பு அல்லது திறனை/வலிமையை மிகுதிப்படுத்து, உயர்த்து அல்லது மேம்படுத்து *If we lower the price, that should boost sales.* • *The good exam result boosted her confidence.*

boost[2] /buːst/ *noun* [C] something that encourages people; an increase ஊக்கமூட்டுவது; பெருக்கம்; வளர்ச்சி; மிகுதிப்பாடு *The fall in the value of the pound has led to a boost in exports.* • *The president's visit gave a boost to the soldiers' morale.*

boot[1] /buːt/ *noun* [C] **1** a type of shoe that covers your foot completely and sometimes part of your leg பாதத்தையும் சிலசமயங்களில் கால்பகுதியையும் முழுமையாக மறைத்துக்கொள்ளும் புதை மிதியடி/காலணி வகை *ski boots* • *walking/climbing boots* • *football boots* **2** (*AmE* **trunk**) the part of a car where you put luggage, usually at the back வழக்கமாகப் பின்பகுதியில் உள்ளதும் பயணக்கட்டுகளை வைப்பதற்கு உரியதுமான சீருந்துப் பகுதி; சீருந்தில் மூட்டை வைப்பிடம்

boot[2] /buːt/ *verb* (*informal*) **1** [T] to kick sth/sb hard ஒன்றைப்/ஒருவரைப் பலமாக உதை *He booted the ball over the fence.* **2** [I, T] to make a computer ready for use when it is first switched on முதலில் மின்விசைத் தொடர்புபடுத்தும்போது, கணினியைப் பயன்பாட்டு நிலைக்கு ஆயத்தப்படுத்து

PHR V **boot sb/sth out** to force sb/sth to leave a place ஒருவரை/ஒன்றை வலுக்கட்டாயமாக ஓரிடத்திலிருந்து போகச் செய்; வெளியில் தள்ளு

booth /buːð/ *noun* [C] a small enclosed place where one person can do sth privately, such as make a telephone call or vote தொலைபேசியில் பேசுவது அல்லது வாக்குச்சீட்டு போடுவது போன்ற செயல்களைத் தனியாக ஒருவர் செய்வதற்கு ஏற்ற சிறு உள்ளடைப்பான இடம்; சவுக்கை; சாவடி *a phone booth*

booth capturing *noun* [U] (*IndE*) the illegal action of gaining control of a **polling booth** in order to produce a result to a particular **candidate's** advantage தனியொரு வேட்பாளருக்குச் சாதகமாய்த் தேர்தல் முடிவு

இருக்குமாறு செய்ய சட்ட விரோதமாக வாக்குச்சாவடியைக் கைப்பற்றுதல்

booty /ˈbuːti/ *noun* [U] things that are taken by thieves or captured by soldiers in a war கள்வர்களால் கைக்கொள்ளப்பட்ட அல்லது போரில் படைவீரர்களால் கைப்பற்றப்பட்ட பொருள்கள்; திருட்டுப்பொருள்; கொள்ளைச் செல்வம்

booze[1] /buːz/ *noun* [U] (*informal*) alcohol வெறியக்குடி; மது

booze[2] /buːz/ *verb* [I] (*informal*) to drink a lot of alcohol மட்டுமீறி மது அருந்து

border[1] /ˈbɔːdə(r)/ *noun* [C] **1** a line that divides two countries, etc.; the land close to this line இரண்டு நாடுகள், முதலியவற்றைப் பிரிக்கும் கோடு; எல்லை; எல்லைக்கோடு; எல்லைக்-கோட்டை ஒட்டியுள்ள நிலப்பகுதி; எல்லைப்-புறம் *The refugees escaped* ***across/over the border****.*

NOTE இரு நாடுகள் அல்லது மாநிலங்-களைப் பிரிக்கும் கோட்டைக் குறிக்க **border, frontier** ஆகிய சொற்களைப் பயன்-படுத்துகிறோம். வழக்கமாக, **border** என்பது இயற்கையான எல்லைகளைக் குறிப்ப-தாகும்.—*The river forms the border between the two countries.* பரப்பில் குறைந்த பகுதி-களை வழக்கமாக **boundary** என்ற சொல்லால் குறிப்பிடுகிறோம்—*the county boundary*

2 a band or narrow line around the edge of sth, often for decoration பெரும்பாலும் ஒப்பனை-யாக ஒன்றன் விளிம்பைச் சுற்றி அமைந்-துள்ள பட்டை அல்லது குறுகலான கோடு; கரை; ஓரம்; பக்கம் *a white tablecloth with a blue border*

border[2] /ˈbɔːdə(r)/ *verb* [T] to form a border to an area; to be on the border of an area ஒரு பகுதிக்கு எல்லை அமை; வரம்பிடு; ஒரு பகுதியின் எல்லைப்புறத்தில் அல்லது விளிம்பில் அமைந்திரு *The road was bordered with trees.*

PHR V **border on sth 1** to be almost the same as sth ஏறத்தாழ ஒன்றைப் போலவே இரு; ஒன்றை மிகப்பெரும்பான்மை ஒத்திரு *The dictator's ideas bordered on madness.* **2** to be next to sth ஒன்றை அடுத்து அல்லது ஒட்டி அமைந்-திரு *Our garden borders on the railway line.*

borderline /ˈbɔːdəlaɪn/ *noun* [*sing.*] the line that marks a division between two different cases, conditions, etc. இரு வேறு நேர்வுகள், நிகழ்ச்சிக் கூறுகள், சூழ்நிலைகள் முதலியவற்றுக்கு இடையே உள்ள பிரிவெல்லை; எல்லைவரை; வரம்புக்கோடு *He's a* ***borderline case****—he may pass the exam or he may fail.*

bore[1] /bɔː(r)/ *verb* **1** [T] to make sb feel bored, especially by talking too much குறிப்பாக மிகையாகப் பேசி, ஒருவருக்குச் சலிப்புணர்வு ஏற்படுத்து; களைப்புணர்வும் சற்றே எரிச்சலும் உண்டாக்கு *I hope I'm not boring you.* **2** [I, T] to make a long deep hole with a tool ஒரு கருவியைப் பயன்படுத்தி நீண்ட ஆழமான துளை உண்டாக்கு; நீள்/ஆழ் துளையிடு *This drill can bore (a hole) through solid rock.* **3 bear**[2] என்பதன் இறந்தகால வடிவம்

bore[2] /bɔː(r)/ *noun* **1** [C] a person who talks a lot in a way that is not interesting ஆர்வத்தைத் தூண்டாத முறையில் மிகுதியாகப் பேசும் ஒருவர்; மிகையாகப் பேசி சலிப்பூட்டுபவர் **2** [*sing.*] (*informal*) something that you have to do that you do not find interesting தான் செய்ய-வேண்டிய ஆனால் தன்னுடைய விருப்பார்-வத்தைத் தூண்டாத ஒன்று; சலிப்புறுத்தும் ஒன்று *It's such a bore having to learn these lists of irregular verbs.*

bored /bɔːd/ *adj.* **bored (with sth)** feeling tired and perhaps slightly annoyed because sth is not interesting or because you do not have anything to do ஒன்று தனது விருப்பார்வத்தைத் தூண்டாத காரணத்தால் அல்லது தான் செய்வதற்கு ஒன்றும் இல்லாததால் சலிப்புணர்ச்சியும் ஓரளவு எரிச்சலும் அடைகிற; சோர்வுணர்வு கொள்கிற; தொந்தரவாக உணர்கிற *I'm bored with eating the same thing every day.* • *The children* ***get bored*** *on long journeys.* • *He gave a bored yawn.* • *The play was awful—we were* ***bored stiff*** (= extremely bored).

boredom /ˈbɔːdəm/ *noun* [U] the state of being bored சலிப்பு; சோர்வுணர்ச்சி; மட்டான எரிச்சல் உணர்வு

boring /ˈbɔːrɪŋ/ *adj.* not at all interesting; dull விருப்பார்வத்தை அறவே தூண்டாத; சலிப்-புணர்ச்சி ஏற்படுத்துகிற; ஊக்கக்கேடான *a boring film/job/speech/man* ⇨ **bored** பதிவி-லுள்ள குறிப்பைப் பார்க்க.

born[1] /bɔːn/ *verb* **be born** to come into the world by birth; to start existing பிறந்து உலகிற்கு வா; பிறப்புறு; உலகில் தோன்று; உளதாகு *Where were you born?* • *I was born in Tirupati, but I grew up in Chennai.* • *The idea of free education for all was born in the nineteenth century.* • *His unhappiness was* ***born out of a*** *feeling of frustration.*

born[2] /bɔːn/ *adj.* **1** (*only before a noun*) having a natural ability to do sth ஒன்றைச் செய்வதற்கு வேண்டிய இயல்பான திறன் கொண்டுள்ள; பிறவியிலேயே ஆற்றல் கைவரப்பெற்ற *She's a born leader.* **2 -born** (*used to form compound adjectives*) born in the place or state mentioned குறிப்பிடப்பட்ட இடத்தில் அல்லது நாட்டில்

பிறந்த *This India-born athlete now represents Australia.*

born-again *adj.* (*only before a noun*) having found new, strong religious belief புதிதான ஆழ்ந்த சமய நம்பிக்கையைக் கண்டுணர்ந்த அல்லது பட்டறிந்த *a born-again Christian*

borne ➪ **bear²** என்பதன் இறந்தகால வடிவம்

-borne /bɔːn/ *adj.* (*used to form compound adjectives*) carried by the thing mentioned குறிப்பிடப்பட்ட ஒரு பொருளால் உடன் கொண்டுவரப்படுகிற; இட்டுக்கொண்டு வரப்படும்; பரப்பப்படும்; நிகழ்த்தப்படுகிற *water-borne diseases*

boron /ˈbɔːrɒn/ *noun* [U] (*symbol* **B**) a brown or black substance that is used for making steel harder எஃகிரும்பிற்குக் கடினத்தன்மையூட்டப் பயன்படுத்தப்படும் பழுப்பு அல்லது கரு நிறப் பொருள்; போரான்

borough /ˈbʌrə/ *noun* [C] a town, or an area inside a large town, that has some form of local government ஏதாவதொரு வகை உள்ளாட்சி அமைப்பைக் கொண்ட ஒரு நகரம் அல்லது ஒரு பெரு நகரத்தின் உள்ளடங்கிய பகுதி; நகராண்மைப் பகுதி; நகரியம்

borrow /ˈbɒrəʊ/ *verb* [I, T] **borrow (sth) (from/off sb/sth) 1** to take or receive sth from sb/sth that you intend to give back, usually after a short time பெரும்பாலும் ஒரு குறுகிய கால அளவில் திருப்பித்தரும் நோக்கத்துடன் ஒருவரிடமிருந்து/ஒன்றிடமிருந்து ஒரு பொருளைப் பெறு அல்லது கொடுக்கப்பெறு; கடன் வாங்கு; இரவல் வாங்கு *I had to borrow from the bank to pay for my car. • He's always borrowing off his mother. • I borrowed a book from the library.*

NOTE Borrow, lend இரண்டும் எதிர்ப்பொருள் சொற்களாகும். இவற்றைப் பயன்படுத்துவதில் கவனமாக இருத்தல் வேண்டும். **2** to take words, ideas, etc. from another person and use them as your own; to copy sth இன்னொருவருடைய சொற்கள், கருத்துகள் முதலியவற்றைத் தனதாகப் பயன்படுத்திக்கொள் *That idea is borrowed from another book.*

borrower /ˈbɒrəʊə(r)/ *noun* [C] a person who borrows sth ஒன்றைக் கடனாக அல்லது இரவலாகப் பெறுபவர்; கடன் வாங்குபவர்

bosom /ˈbʊzəm/ *noun* **1** [*sing.*] (*formal*) a person's chest, especially a woman's breasts மார்பு; குறிப்பாக பெண்ணின் முலைகள் *She clutched the child to her bosom.* **2** [C] a woman's breast பெண்ணின் முலை

IDM in the bosom of sth close to; with the protection of நெருங்கி; அணுக்கமாக; பாதுகாப்பில் *He was glad to be back in the bosom of his family.*

bosom friend *noun* [C] a very close friend மிக நெருங்கிய நண்பர்; உயிர்த்தோழன்

boss¹ /bɒs/ *noun* [C] (*informal*) a person whose job is to give orders to others at work; an employer; a manager மற்றவர்களுக்குப் பணிக்கட்டளைகள் இடும் பொறுப்பில் உள்ளவர்; பணி முதல்வர்; தொழில் முதல்வர்; மேலதிகாரி *I'm going to ask the boss for a day off work. • OK. You're the boss* (= you make the decisions).

boss² /bɒs/ *verb* [T] **boss sb (about/around)** to give orders to sb, especially in an annoying way குறிப்பாக எரிச்சல்படுத்தும்/வெறுப்பூட்டும் முறையில், ஒருவருக்குக் கட்டளையிடு; அதிகாரம் செய் *I wish you'd stop bossing me around.*

bossy /ˈbɒsi/ *adj.* liking to give orders to other people, often in an annoying way பெரும்பாலும் எரிச்சல்படுத்தும் முறையில், மற்றவர்களுக்குக் கட்டளையிடுவதில் விருப்பம் கொண்டுள்ள; அதிகார மனப்போக்குடைய *Don't be so bossy!* ▶ **bossily** *adv.* ▶ **bossiness** *noun* [U]

botanist /ˈbɒtənɪst/ *noun* [C] a person who studies plants தாவரங்களைப் பற்றி ஆராய்பவர்; தாவரவியல் அறிஞர்; தாவரவியலர்

botany /ˈbɒtəni/ *noun* [U] the scientific study of plants தாவரங்கள் பற்றிய அறிவியல் முறையிலான ஆய்வு; தாவரவியல் ➪ **biology** மற்றும் **zoology** பார்க்க. ▶ **botanical** /bəˈtænɪkl/ *adj. botanical gardens* (= a type of park where plants are grown for scientific study)

botch /bɒtʃ/ *verb* [T] (*informal*) **botch sth (up)** to do sth badly; to make a mess of sth மோசமாக ஒன்றைச் செய்; அரைகுறை வேலை செய்; ஏறுமாறாகச் செய்; குளறுபடி செய் *I've completely botched up this typing, I'm afraid.*

both /bəʊθ/ *det.*; *pronoun*; *adv.* **1** the two; the one as well as the other ஒன்றும் மற்றொன்றும்; இரண்டும்; இரண்டுமாக/இருவருமாக *I liked them both. • We were both very tired. • Both of us were tired.* **NOTE** 'The both women' அல்லது 'my both sisters' எனும் வழக்கு இல்லை. **2 both ...and...** not only ... but also... ஒருவர் மட்டுமன்றி மற்றவரும்; ஒன்று மட்டுமன்றி மற்றதும்; இருவருமே; இரண்டுமே *Both he and his wife are vegetarian.*

bother¹ /ˈbɒðə(r)/ *verb* **1** [T] to disturb, annoy or worry sb ஒருவருக்கு வெறுப்பூட்டு; தொல்லைப்படுத்து; மனக்கவலை உண்டாக்கு; எரிச்சலூட்டு *I'm sorry to bother you, but could I speak to you for a moment? • Don't bother Geeta with that now—she's busy.* ✪ **SYN trouble 2** [I] **bother (to do sth/doing sth); bother (about/with sth)** (*usually negative*) to make the effort to do sth ஒன்றைச் செய்வதற்கான முயற்சி எடுத்துக்கொள்; ஒன்றைச் செய்வதில் நேரம் அல்லது ஆற்றலைச் செலவழி *He didn't even bother to say thank you. • Don't bother waiting for me—I'll catch you up later.*

IDM **can't be bothered (to do sth)** used to say that you do not want to spend time or energy doing sth ஒன்றைச் செய்து நேரத்தை அல்லது ஆற்றலைச் செலவிட விருப்பம் இல்லை எனக் கூறும் முறையில் பயன்படுத்தப்படும் தொடர் *I can't be bothered to do my homework now. I'll do it tomorrow.*

not be bothered (about sth) (*BrE informal*) to think that sth is not important ஒன்று முக்கியமானதன்று அல்லது சிறப்புக் கவனத்திற்கு உரியதன்று என எண்ணு *'What would you like to do this evening?' 'I'm not bothered really.'*

bother² /ˈbɒðə(r)/ *noun* [U] trouble or difficulty இடர்; தொந்தரவு; தொல்லை *Thanks for all your help. It's saved me a lot of bother.*

bothered /ˈbɒðəd/ *adj.* worried about sth ஒன்றைப் பற்றிக் கவலை கொள்கிற; சஞ்சலப்படுகிற *Shyam doesn't seem too bothered about losing his job.*

bottle¹ /ˈbɒtl/ *noun* [C] **1** a glass or plastic container with a narrow neck for keeping liquids in திரவப்பொருள்களை உள்ளிட்டு வைப்பதற்குப் பயன்படுத்தும் குறுகலான கழுத்துப்பகுதி உடைய கண்ணாடி அல்லது பிளாஸ்டிக் கொள்கலம்; புட்டி *a perfume bottle • an empty bottle* **2** the amount of liquid that a bottle can hold புட்டி கொள்ளும் திரவத்தின் அளவு *a bottle of milk*

bottle² /ˈbɒtl/ *verb* [T] to put sth into bottles பொருள்களைக் குப்பிகளில்/புட்டிகளில் நிரப்பு அல்லது அடை *After three or four months the wine is bottled. • bottled water* (= that you can buy in bottles)

PHR V **bottle sth up** to not allow yourself to express strong emotions தீவிரமான உணர்ச்சிகளை வெளிப்படுத்தாது உள்ளடக்கி வை *You'll make yourself ill if you keep your feelings bottled up.*

bottle gourd /ˈbɒtl gʊəd/ *noun* [C] a vegetable with a smooth light green skin and white flesh. It is also used, after drying, in the making of Indian musical instruments வெளிர் பச்சை நிறப் புறத்தோலும் வெள்ளை உள்ளீடும் கொண்ட காய்; சுரைக்காய். இந்தியாவில் இதை உலரவைத்தபின் இசைக் கருவிகள் செய்ய பயன்படுத்துகிறார்கள்.

bottleneck /ˈbɒtlnek/ *noun* [C] **1** a narrow piece of road that causes traffic to slow down or stop போக்குவரத்தைத் தாமதப்படுத்தும் அல்லது தடைசெய்யும் குறுகலான சாலைப் பகுதி; போக்குவரத்து நெருக்கடி இடம் **2** something that slows down progress, especially in business or industry குறிப்பாக வாணிகத்தில் அல்லது தொழில் துறையில் வளர்ச்சியைத் தடைசெய்யும் ஒன்று; முட்டுக்கட்டை

bottom¹ /ˈbɒtəm/ *noun* **1** [C, *usually sing.*] the lowest part of sth ஒரு பொருளின் அடிப்பகுதி; அடி; தாழ்மட்டம் *The house is* ***at the bottom*** *of a hill. • The sea is so clear that you can see the bottom.* **2** [C] the flat surface on the outside of an object, on which it stands ஒரு பொருளைத் தாங்கி அமையும் அதன் வெளிப்பகுதியிலுள்ள தட்டையான பரப்பு; அடிப்பரப்பு; அடிப்புறம் *There's a label* ***on the bottom*** *of the box.* **3** [*sing.*] the far end of sth ஒன்றன் தொலை இறுதிநிலை; தூரக்காட்சி *The bus stop is* ***at the bottom*** *of the road.* **4** [*sing.*] the lowest position in relation to other people, teams, etc. மற்ற நபர்கள், அணிகள் முதலியவற்றுடனான ஒப்பீட்டின் அடிப்படையில் தோன்றும் ஒன்றன் தாழ்நிலை அல்லது அடிநிலை அல்லது கீழ்நிலை *She started* ***at the bottom*** *and now she's the Managing Director.* **5** [C] the part of your body that you sit on உட்காருகையில் தரையில் படியும் உடலுறுப்பு; பிட்டம் *He fell over and landed on his bottom.* ➪ **body** பதிவில் படம் பார்க்க. **6 bottoms** [*pl.*] the lower part of a piece of clothing that is in two parts இரண்டு பிரிவுகளாக உள்ள உடுப்புக் கீழ்ப்பகுதி *pyjama bottoms • track suit bottoms*

IDM **be at the bottom of sth** to be the cause of sth ஒன்றன் காரணமாக இரு

from the (bottom of your) heart ➪ **heart** பார்க்க.

get to the bottom of sth to find out the real cause of sth ஒன்றன் உண்மையான காரணத்தைக் கண்டறி

bottom² /ˈbɒtəm/ *adj.* (*only before a noun*) in the lowest position அடி நிலையான; கடைப்பட்ட; கடைசியான *the bottom shelf • I live on the bottom floor.*

bottomless /ˈbɒtəmləs/ *adj.* very deep; without limit மிகவும் ஆழமான; ஆழம் காண முடியாத; எல்லை கடந்த; வரம்பற்ற *bottomless ocean*

bottom line *noun* [*sing.*] **1 the bottom line** the most important thing to consider when you are discussing or deciding sth, etc. ஒன்று பற்றிக் கலந்தாய்வு செய்தல், ஒன்றன்மீது முடிவெடுத்தல், முதலிய வேளைகளில் கருத்தில் கொள்ளவேண்டிய மிகவும் முக்கியமான ஒன்று; அடிமெய்ம்மை; அடிப்படை; ஆதாரம் *A musical instrument should look and feel good, but the bottom line is how it sounds.* **2** the final profit or loss that a company has made in a particular period of time குறிப்பிட்ட காலப்பகுதியில் ஒரு நிறுவனம் பெற்ற இறுதி இலாபம் அல்லது இழப்பு **3** the lowest price that sb will accept for sth ஒரு பொருளுக்கு ஒருவர் ஏற்க முன்வந்த அடிமட்ட விலை; குறைந்தபட்ச விற்பனை விலை

botulism /ˈbɒtjulɪzəm/ *noun* [U] a serious illness caused by **bacteria** in food that is old and has gone bad கெட்டுப்போன பழைய உணவில் உள்ள நுண் உயிரிகளால் உண்டாகும் ஒரு கடுமையான உடல்நலக் கேடு

bough /baʊ/ *noun* [C] one of the main branches of a tree மரத்தின் முதன்மையான கிளைகளில் ஒன்று; பெருங்கிளை

bought ➪ **buy**[1] என்பதன் இறந்தகால மற்றும் இறந்தகால வினையெச்ச வடிவம்

boulder /ˈbəʊldə(r)/ *noun* [C] a very large rock பெரும் பாறை வகை; கற்பாளம்

bounce /baʊns/ *verb* **1** [I, T] (used about a ball, etc.) to move away quickly after it has hit a hard surface; to make a ball do this (பந்து முதலியவை வகையில்) கெட்டியான பரப்பில் மோதி சட்டென அப்பால் செல்; எதிர்த்து எழும்பு; எதிர்த்து எழும்பச் செய் *A small boy came down the street, bouncing a ball.* **2** [I] to jump up and down continuously தொடர்ந்து துள்ளிக் குதி; எழும்பி எழும்பி குதித்துக்கொண்டிரு *The children were bouncing on their beds.* **3** [I, T] (used about a cheque) to be returned by a bank without payment because there is not enough money in the account (காசோலை வகையில்) கணக்கில் போதுமான பணம் இல்லாமையால் வங்கியால் பணம் வழங்கப்படாது திருப்பி அனுப்பப்படு/திரும்பி வா ▶ **bounce** *noun* [C, U]

PHR V **bounce back** to become healthy, successful or happy again after an illness, a failure or a disappointment ஒரு நோய், தோல்வி அல்லது ஓர் ஏமாற்றத்திற்குப் பின் மீண்டும் நன்னிலை, வெற்றி அல்லது மகிழ்ச்சி அடையப் பெறு

bouncy /ˈbaʊnsi/ *adj.* **1** that bounces well or that can make things bounce ஒரு பரப்பில் பட்டுச் சட்டென எழும்புகிற; குதித்து எழும்புகிற; துள்ளுகிற; துள்ள/எழும்பச் செய்யக் கூடிய *a bouncy ball/surface* **2** (used about a person) full of energy; lively (ஒரு நபரைப் பற்றிக் குறிப்பிடும்போது) மிகு ஊக்கமுடைய; சுறுசுறுப்பான; எழுச்சியுடைய *She's a very bouncy person.*

bound[1] /baʊnd/ *adj.* (*not before a noun*) **1 bound to do sth** certain to do sth ஒன்றை உறுதியாக/தவறாது செய்யக்கூடிய அல்லது நிகழ்த்தக்கூடிய *You've done so much work that you're bound to pass the exam.* **2** having a legal or moral duty to do sth ஒன்றைச் செய்யவேண்டிய சட்டப்படியான அல்லது அறநெறி சார்ந்த கடமைப் பொறுப்புடைய *The company is bound by employment laws.* • *She felt bound to refuse the offer.* **3 bound (for)** travelling to a particular place குறிப்பிட்ட இடத்திற்குப் பயணம் செய்கிற; குறிப்பிட்ட இடத்தைப் பயண இலக்காகக் கொண்டுள்ள *a ship bound for Australia*

IDM **bound up with sth** very closely connected with sth ஒன்றோடு மிக நெருக்கமாகத் தொடர்புகொண்டுள்ள; ஒன்றைப் பெரிதும் சார்ந்தமைந்துள்ள

bound[2] /baʊnd/ *verb* [I] to run quickly with long steps நீண்ட அடிவைத்து விரைந்து ஓடு; பாய்ந்து செல்; குதித்தோடு *She bounded out of the house to meet us.* ▶ **bound** *noun* [C] *With a couple of bounds he had crossed the room.*

bound[3] ➪ **bind**[1] என்பதன் இறந்தகால மற்றும் இறந்தகால வினையெச்ச வடிவம்

boundary /ˈbaʊndri/ *noun* [C] (*pl.* **boundaries**) a real or an imagined line that marks the limits of sth and divides it from other places or things ஒன்றன் எல்லையைக் குறிப்பதும், மற்ற இடங்கள் அல்லது பொருள்களிலிருந்து அதனைப் பிரித்து வரம்பிட்டுக் காட்டுவதுமான, உண்மையான அல்லது கற்பனையான கோடு; எல்லைக்கோடு; எல்லைவரை *The main road is the boundary between the two districts.* • *Scientists continue to push back the boundaries of human knowledge.* ➪ **border** பதிவிலுள்ள குறிப்பைப் பார்க்க.

boundless /ˈbaʊndləs/ *adj.* having no limit எல்லையற்ற, வரையறை இல்லாத; வரம்பற்ற; அளவற்ற *boundless energy*

bounds /baʊndz/ *noun* [*pl.*] limits that cannot or should not be passed கடக்க முடியாத அல்லது கடக்கக் கூடாத எல்லை/வரம்பு; கட்டுப்பாட்டெல்லை *Price rises must be kept within reasonable bounds.*

IDM **out of bounds** not to be entered by sb உள்ளே நுழையக்கூடாத; உட்செல்ல அனுமதி இல்லாத; நுழைவு தடை செய்யப்பட்ட *This area is out of bounds to all staff.*

bouquet /buˈkeɪ/ *noun* [C] a bunch of flowers that is arranged in an attractive way கவர்ச்சியான முறையில் தொடுக்கப்பட்ட மலர்க்கொத்து; பூச்செண்டு

the bourgeoisie /ˌbʊəʒwɑːˈziː/ *noun* (*sing. with sing. or pl. verb*) a class of people in society who are interested mainly in having more money and a higher social position பெரும்பாலும் செல்வப் பெருக்கிலும் சமுதாய மேனிலையிலும் நாட்டமுடைய சமுதாய வகுப்பினர் ▶ **bourgeois** /ˈbʊəʒwɑː/ *adj. bourgeois attitudes/ideas/values*

bout /baʊt/ *noun* [C] **1** a short period of great activity செயற்பாடு மிகுதியான சிறு கால அளவு; செயல் முனைப்பு அல்லது வினைத்திட்பம் செறிந்த கால கட்டம் *a bout of hard work* **2** a period of illness நோய்க் காலம்; நோய் வீச்சு *I'm just recovering from a bout of flu.*

boutique /buːˈtiːk/ *noun* [C] a small shop that sells fashionable clothes or expensive presents நவ நாகரிக ஆடைகள் மற்றும் விலைமதிப்பு வாய்ந்த பரிசுப் பொருள்கள் விற்கப்படும் சிறு அங்காடி

bovine /ˈbəʊvaɪn/ *adj.* (*technical*) connected with cows பசுக்கள் தொடர்பான; ஆவினத்திற்குரிய *bovine diseases*

bow¹ /baʊ/ *verb* **1** [I, T] **bow (sth) (to sb)** to bend your head or the upper part of your body forward and down, as a sign of respect மரியாதைக் குறிப்பாகத் தலையை அல்லது உடலின் மேற்பகுதியை முன்னோக்கி வளைத்துத் தாழ்த்து; தலை தாழ்த்து; தலைவணங்கு *The speaker bowed to the guests and left the stage.* • *He bowed his head respectfully.* **2** [I] **bow to sth** to accept sth ஒன்றை ஏற்றுக்கொள்; ஒன்றற்கு இணங்கு; தலையசை *I do not think the unions should bow to pressure from the Government.*

PHR V **bow out (of sth/as sth)** to leave an important position or stop taking part in sth ஒரு முக்கியமான செயற்பொறுப்பிலிருந்து விலகு அல்லது ஒன்றில் தனக்குள்ள ஈடுபாட்டை நிறுத்திக்கொள்; வெளியேறு; விட்டு நீங்கு *After a long and successful career, she has decided to bow out of politics.* • *He finally bowed out as chairman after ten years.*

bow² /baʊ/ *noun* [C] **1** an act of **bowing¹ 1** தலைதாழ்த்துதல்; தலைவணங்குதல்; வணக்கம் *The director of the play came on stage to* ***take a bow.*** **2** the front part of a ship கப்பல் முன்பகுதி; கப்பல் முகப்பு ➪ **stern** பார்க்க.

bow³ /bəʊ/ *noun* [C] **1** a knot with two loose roundish parts and two loose ends that you use when you are tying shoes, etc. புதை மிதியடி (காலணி) முதலியவற்றை இறுக்கிக் கட்டுவதற்குப் பயன்படுத்தப்படும் இரண்டு கட்டமைவற்ற வளை வடிவப் பகுதிகளையும் இரண்டு கட்டப்படாத முனைகளையும் கொண்ட ஒரு முடிச்சு; இரு கண்ணி வளைய முடிச்சு *He tied his laces* ***in a bow.*** **2** a weapon for shooting arrows. A bow is a curved piece of wood that is held in shape by a tight string அம்பு செலுத்துவதற்குப் பயன்படுத்தப்படும், உறுதியான மென்கயிற்றால் இறுக்கிக் கட்டப்பட்ட வளைவடிவான மரக்கழி; வில் **3** a long thin piece of wood with string stretched across it that you use for playing some musical instruments சிலவகை இசைக்கருவிகளை இசைப்பதற்குப் பயன்படுத்தப்படும், குறுக்கே நாண் ஒட்டி இறுக்கிக் கட்டப்பட்டு, நீண்டு மெலிதாக அமைந்த மரத்துண்டு; நரம்பிசைக் கருவி வகைகளை வாசிக்க உதவும் மரச் சாதனம் *a violin bow* ➪ **music** பதிவில் படம் பார்க்க.

bowel /ˈbaʊəl/ *noun* [C, *usually pl.*] one of the tubes that carries waste food away from your stomach to the place where it leaves your body இரைப்பையிலிருந்து உணவுக் கழிவை மலவாய்க்குக் கொண்டு செல்லும் குழாய்களில் ஒன்று; மலக்குடல்

bowel movement *noun* [C] (*medical*) an act of emptying waste material from the bowels; the waste material that is emptied குடலிலிருந்து கழிவுப்பொருள்களை வெளியேற்றுதல்; குடலிலிருந்து வெளியேற்றப்படும் கழிவு

bowl¹ /bəʊl/ *noun* [C] **1** a deep round dish without a lid that is used for holding food or liquid உணவு அல்லது திரவப்பொருளை இட்டு வைப்பதற்குப் பயன்படுத்தப்படும் மூடியற்ற உட்குழிவுடைய வட்ட வடிவ வட்டில்; கிண்ணம் *a soup bowl* **2** the amount of sth that is in a bowl ஒரு வட்டில் கொள்ளும் ஒரு பொருளின் அளவு *I usually have a bowl of cereal for breakfast.* **3** a large plastic container that is used for washing dishes, washing clothes, etc. உண்கலங்களைக் கழுவுதல், துணிகளை வெளுத்தல் முதலியவற்றுக்குப் பயன்படுத்தப்படும் அகல் விரிவான பிளாஸ்டிக் கொள்கலம்

bowl² /bəʊl/ *verb* [I, T] (in cricket) to throw the ball in the direction of the person with the bat (கிரிக்கெட் விளையாட்டில்) மட்டை வைத்திருப்பவரை நோக்கிப் பந்து வீசு

PHR V **bowl sb over 1** to knock sb down when you are moving quickly தான் விரைவாகச் சென்றுகொண்டிருக்கும்பொழுது, ஒருவரை இடித்துத் தள்ளு **2** to surprise sb very much in a pleasant way ஒருவருக்கு இன்ப அதிர்ச்சியூட்டு; மகிழ்ச்சி கலந்த பெருவியப்பூட்டு

bow legs /ˌbəʊ ˈlegz/ *noun* [*pl.*] legs that curve out at the knees முழங்கால்களில் வெளிப்புறமாக வளைந்த கால்கள்; வளைகால்கள் ► **bow-legged** /ˌbəʊ ˈlegɪd/ *adj.*

bowler /ˈbəʊlə(r)/ *noun* [C] **1** (*also* **bowler hat**, *AmE* **derby**) a round hard black hat, usually worn by men வழக்கமாக ஆண்கள் அணிந்துகொள்ளும் வட்ட வடிவ உறுதியான கறுப்பு நிறத் தொப்பி **2** (in cricket) the player who throws (**bowls**) the ball in the direction of the person with the bat கிரிக்கெட் ஆட்டத்தில் மட்டை வைத்திருப்பவரை நோக்கிப் பந்து வீசுபவர்

bowling /ˈbəʊlɪŋ/ *noun* [U] a game in which you roll a heavy ball down a special track (**a lane**) towards a group of wooden objects (**pins**) and try to knock them all down மர ஆணிகளின் தொகுதியை நோக்கி ஒரு கனமான பந்தை அதற்குரிய தடத்தின் வழியாக உருட்டிவிட்டு, ஆணிகள் அனைத்தையும் விழச்செய்யும் விளையாட்டு வகை; முளையடிப் பந்தாட்டம் *to go bowling*

bowls /bəʊlz/ *noun* [U] a game in which you try to roll large wooden balls as near as possible to a smaller ball ஓரிடத்தில் உள்ள சிறு பந்துக்கு எவ்வளவு அருகில் முடியுமோ அவ்வளவு அருகில் செல்லுமாறு பெரும் மரப்பந்துகளை உருட்டிவிடும் விளையாட்டு வகை *to play bowls*

bow tie /ˌbəʊ ˈtaɪ/ *noun* [C] a tie in the shape of a **bow**[3] **1**, that is worn by men, especially on formal occasions குறிப்பாக சம்பிரதாய/வினைமுறை நிகழ்ச்சிகளில் ஆண்கள் அணிந்துகொள்ளும் இரு கண்ணி வளைய முடிச்சு அமைப்பினை உடைய கழுத்துக் கச்சை (டை)

box[1] /bɒks/ *noun* **1** [C] a square or rectangular container for solid objects. A box often has a lid திடப் பொருள்களை வைப்பதற்கான, பெரும்பாலும் மூடி கொண்ட, சதுர அல்லது நீள்சதுரக் கொள்கலம்; பெட்டி *a cardboard box* • *a shoe box* **2** [C] a box and the things inside it பெட்டியும் அதில் அடங்கியுள்ள பொருள்களும் *a box of chocolates/matches/tissues* **3** [C] an empty square or rectangular space on a form in which you have to write sth உள்ளே ஒன்றை எழுதி நிரப்புவதற்காக வரையபட்ட சதுர அல்லது நீள்சதுர வடிவம்; கட்டம் *Write your name in the box below.* **4** [C] a small enclosed area that is used for a particular purpose குறிப்பிட்ட பயன்பாட்டிற்குரிய ஒடுக்கமான உள்ளடைப்பான பகுதி; பெட்டி அறை *a telephone box* • *the witness box* (= in a court of law) **5 the box** [*sing.*] (*BrE informal*) television தொலைக்காட்சி *What's on the box tonight?*

box[2] /bɒks/ *verb* **1** [I, T] to fight in the sport of boxing (குத்துச்சண்டை விளையாட்டில்) குத்துச்சண்டை போடு **2** [T] to put sth into a box பெட்டியில் ஒரு பொருளை வை *a boxed set of CDs*

PHR V **box sb/sth in** to prevent sb/sth from getting out of a small space ஓர் ஒடுக்கமான இடத்திலிருந்து ஒருவர்/ஒன்று வெளியே வரமுடியாமல் தடு *Someone parked behind us and boxed us in.*

boxer /ˈbɒksə(r)/ *noun* [C] a person who does boxing as a sport விளையாட்டு முறையில் குத்துச்சண்டை செய்பவர்

boxer shorts (*also* **boxers**) *noun* [*pl.*] shorts that men use as underwear ஆண்கள் உள்ளுடுப்பாகப் பயன்படுத்தும் குறுங்காற்சட்டை

boxing /ˈbɒksɪŋ/ *noun* [U] a sport in which two people fight by hitting each other with their hands inside large gloves பெரிய கையுறை அணிந்த கைகளால் இரண்டு வீரர்கள் ஒருவரை ஒருவர் தாக்கிச் சண்டை செய்யும் விளையாட்டு வகை; குத்துச்சண்டை விளையாட்டு *the world middleweight boxing champion* • *boxing gloves*

Boxing Day *noun* [C] the day after Christmas Day; 26 December கிறிஸ்துமஸ் நாளை அடுத்த நாள் (டிசம்பர் 26ஆம் நாள்)

box number *noun* [C] a number used as an address, especially in newspaper advertisements குறிப்பாகச் செய்தித்தாள் விளம்பரங்களில், முகவரியாகப் பயன்படுத்தப்படும் எண்; அஞ்சல் பெட்டி எண்

box office *noun* **1** [C] the place in a cinema, theatre, etc. where the tickets are sold திரைப்பட அரங்கு, நாடக சாலை முதலியவற்றில் நுழைவுச் சீட்டுகள் விற்கப்படும் இடம்; நுழைவுச் சீட்டு அலுவலகம் **2** [*sing.*] used to describe how successful a film, play, actor, etc. is by the number of people who buy tickets to see them விற்பனையாகும் நுழைவுச் சீட்டுகளின் எண்ணிக்கையைக் கொண்டு கணிக்கப்படும் ஒரு திரைப்படம், நாடகம் அல்லது நடிகர்/நடிகையின் வெற்றியின் அளவைக் குறிக்கப் பயன்படுத்தப்படும் தொடர்

boy /bɔɪ/ *noun* [C] a male child or a young man ஆண் குழந்தை; ஆண் பிள்ளை; பையன்; சிறுவன்; இளைஞன் *They've got three children—two boys and a girl.* • *I used to play here when I was a boy.*

boycott /ˈbɔɪkɒt/ *verb* [T] to refuse to buy things from a particular company, take part in an event, etc. because you strongly disapprove of it தனது கடு முனைப்பான எதிர்ப்புணர்ச்சி காரணமாக குறிப்பிட்ட நிறுவனத்தின் பொருள்களை வாங்குதல், ஒரு நிகழ்ச்சியில் பங்குகொள்ளுதல், முதலியவற்றை மறு; புறக்கணி *Several countries boycotted the Olympic Games in protest.* ▶ **boycott** *noun* [C] *a boycott of the local elections*

boyfriend /ˈbɔɪfrend/ *noun* [C] a man or boy with whom a person has a romantic and/or sexual relationship ஒருவர் காதலுறவு மற்றும்/அல்லது பாலியல் உறவு கொண்டுள்ள ஆண் அல்லது இளைஞன்

boyhood /ˈbɔɪhʊd/ *noun* [U] the time of being a boy சிறுவனாயிருக்கும் பருவம்; சிறு வயது *My father told me some of his boyhood memories.*

boyish /ˈbɔɪɪʃ/ *adj.* like a boy சிறுவனைப் போன்ற; சிறுபிள்ளைத் தன்மையிலான; சிறுபிள்ளைத்தனமான *a boyish smile*

Boy Scout = scout[1]

bra /brɑː/ *noun* [C] a piece of clothing that women wear under their other clothes to support their breasts முலைகளுக்குத் தாங்கலாகப் பெண்கள் அணியும் உள்ளாடை; பெண்டிர் மார்புக்கச்சு

brace[1] /breɪs/ *noun* **1** [C] (*AmE* **braces**) [*pl.*] a metal frame that is fixed to a child's teeth in order to make them straight பற்களை நேர்ப்படுத்துவதற்காகக் குழந்தையின் பற்களில் பொருத்தப்படும் உலோகச் சட்டம் **2 braces** (*AmE* **suspenders**) [*pl.*] a pair of straps that go over your shoulders to hold your trousers up காற்சட்டையை நிலைநிறுத்த தோள்களின்மேல் சுற்றி இறங்குமாறு அணியப்படும் இணைபட்டைகள்; காற்சட்டை தளைப்பட்டைகள்

brace[2] /breɪs/ *verb* [T] **brace sth/yourself (for sth)** to prepare yourself for sth unpleasant இன்னாத/மகிழ்வூட்டாத ஒன்றுக்குத் தன்னை ஆயத்தப்படுத்திக்கொள் *You'd better brace yourself for some bad news.*

bracelet /ˈbreɪslət/ *noun* [C] a piece of jewellery, for example a metal chain or band, that you wear around your wrist or arm மணிக்கட்டில் அல்லது மேற்கையில் அணிந்துகொள்ளும் உலோகச் சங்கிலி அல்லது சுற்றுப்பட்டை போன்ற ஓர் அணிமணி; கைவளை; கடகம்; காப்பு

bracing /ˈbreɪsɪŋ/ *adj.* making you feel healthy and full of energy நல உணர்வும் ஊக்கமும் அளிக்கிற; சுறுசுறுப்பு உண்டாக்குகிற *bracing sea air*

bracken /ˈbrækən/ *noun* [U] a type of plant (**fern**) that grows thickly on hills and in woods குன்றுகளிலும் காடுகளிலும் அடர்ந்து வளரும் தாவர வகை; காட்டுப்புதர் வகை; சூரல் ➪ **fern** பார்க்க.

bracket[1] /ˈbrækɪt/ *noun* [C], **1** [*usually pl.*] (*AmE* **parenthesis**) one of two marks, ( ) or [ ], that you put round extra information in a piece of writing கட்டுரை முதலியவற்றில் கூடுதல் தகவலைச் சுற்றி இடப்படும் ( ) அல்லது [ ] வடிவ இணைக்குறிகளில் ஒன்று; அடைப்புக்குறி *A translation of each word is given* ***in brackets***. **2 age, income, price, etc. bracket** prices, ages, etc. which are between two limits இரு எல்லைகளுக்கு அல்லது வரைமுறைகளுக்கு இடைப்பட்ட விலைகள், வயது, முதலியன *to be in a high income bracket* **3** a piece of metal or wood that is fixed to a wall and used as a support for a shelf, lamp, etc. நிலைப்பேழை, விளக்கு முதலியவற்றுக்குத் துணை வலுவாகச் சுவரில் பொருத்தப்படும் உலோக அல்லது மரத்துண்டு; ஏந்து வளை; பாரந்தாங்கி; முட்டு; ஆதார வளை

bracket[2] /ˈbrækɪt/ *verb* [T] **1** to put brackets round a word, number, etc. ஒரு சொல், ஓர் எண் முதலியவற்றுக்கு அடைப்புக்குறி இடு **2 bracket A and B (together); bracket A with B** to think of two or more people or things as similar in some way ஏதாவது ஒரு முறையில் இரண்டு அல்லது இரண்டுக்கு மேற்பட்ட நபர்கள் அல்லது பொருள்களுக்கு இடையே ஒப்புமை இருப்பதாகக் கருது; ஒப்புமைப்படுத்திப் பார்

brackish /ˈbrækɪʃ/ *adj.* (used about water) containing some salt but not as much as sea water (நீர் பற்றிக் குறிப்பிடுகையில்) கடல்நீர் அளவுக்கு அல்லாது ஓரளவு உப்பு நீரான

brag /bræg/ *verb* [I] (**bragging; bragged**) **brag (to sb) (about/of sth)** to talk too proudly about sth ஒன்று பற்றிப் பெருமையடித்துக்கொள்; வீண்பெருமை பேசு *She's always bragging to her friends about how clever she is.*

braid /breɪd/ *noun* **1** [U] thin coloured rope that is used to decorate military uniforms, etc. படைத்துறை சீருடை, முதலியவற்றுக்கு சிறப்பணியாகப் பயன்படுத்தப்படும் மெலிதான வண்ணக் கயிறு **2** [C] (*AmE*) = **plait**

Braille /breɪl/ *noun* [U] a system of printing, using little round marks that are higher than the level of the paper they are on and which blind people can read by touching them பார்வையற்றவர்கள் தொட்டுணர்ந்து படிக்கக் கூடியதான, தாளின் மட்டத்தைவிட உயர்ந்த சிறு வட்ட வடிவக் குறியீடுகளைக் கொண்ட அச்சு முறை; கண்ணற்றோர் அச்சு முறை *The signs were written* ***in Braille***.

brain /breɪn/ *noun* **1** [C] the part of your body inside your head that controls your thoughts, feelings and movements எண்ணங்கள், உணர்வுகள் மற்றும் இயக்கங்களைக் கட்டுப்படுத்தக் கூடியதான, தலையின் உட்புறத்திலுள்ள உறுப்பு; மூளை *He suffered serious brain damage in a road accident.* • *a brain surgeon* ➪ **body** பதிவில் படம் பார்க்க. **2** [C, U] the ability to think clearly; intelligence தெளிவாகச் சிந்திக்கும் ஆற்றல், சிந்தனைத் திறன்; அறிவாற்றல் *She has a very quick brain and learns fast.* • *He hasn't got the brains to be a doctor.* **3** [C] (*informal*) a very clever person அறிவாற்றலில் மேம்பட்ட ஒருவர்; கூர்மதி உடையவர் *He's one of the best brains in the country.* **4 the brains** [*sing.*] the person who plans or organizes sth ஒன்றைத் திட்டமிடுபவர் அல்லது ஒழுங்கமைவு செய்பவர்/ஒருங்கிணைப்பவர் *She's the real brains in the organization.*

IDM **have sth on the brain** (*informal*) to think about sth all the time ஒன்று பற்றி எல்லா

நேரமும் எண்ணிக்கொண்டிரு; ஒன்று பற்றிய எண்ணத்தை எப்பொழுதும் கருத்தில் இருத்து **rack your brains** ➪ **rack²** பார்க்க.

brainchild /ˈbreɪntʃaɪld/ *noun* [*sing.*] the idea or invention of a particular person குறிப்பிட்ட ஒரு நபரின் கருத்து அல்லது கண்டுபிடிப்பு

brain-dead *adj.* **1** having serious brain damage and needing a machine to stay alive கடுமையான மூளை பாதிப்பு ஏற்பட்டு உயிருடன் இருப்பதற்கு ஓர் இயந்திரத்தைப் பயன்படுத்த-வேண்டியிருக்கிற **2** (*informal*) unable to think clearly; stupid தெளிவாகச் சிந்திக்க முடியாத; அறிவுத் திறன் குன்றிய; அறிவற்ற

brain drain *noun* [*sing.*] (*informal*) the movement of highly skilled and educated people to a country where they can work in better conditions and earn more money உயர் பணித்-திறனும் கல்வித் தகுதியும் உடையவர்கள் மேம்பட்ட பணிச் சூழலும் மிகுதியான ஊதியமும் கிடைக்க வாய்ப்புள்ள நாட்டிற்கு இடம்பெயர்தல்; மூளைத் திறனுடையோர் நாடுபெயர்ச்சி

brainless /ˈbreɪnləs/ *adj.* (*informal*) very silly; stupid அறிவு முதிர்ச்சி இல்லாத; மடத்தன-மான; அறிவற்ற; மூளை இல்லாத

brainstorm¹ /ˈbreɪnstɔːm/ *noun* [C] **1** a moment of sudden confusion திடீர்க் குழப்பம்; எதிர்பாராத் திகைப்பு *I **had a brainstorm** in the exam and couldn't answer any questions.* **2** (*AmE*) = **brainwave**

brainstorm² /ˈbreɪnstɔːm/ *verb* [I, T] to solve a problem or make a decision by thinking of as many ideas as possible in a short time குறைந்த நேரத்தில் இயன்ற அளவில் கருத்துகளை மனத்தில் நிறுத்தி ஒரு சிக்கலைத் தீர் அல்லது ஒரு முடிவு எடு; மூளையைப் பெரிதும் வருத்தி ஒரு தீர்வினை எட்டு *We'll spend five minutes brainstorming ideas on how we can raise money.*

brain-teaser *noun* [C] a problem that is difficult but fun to solve கடினமானதாக இருப்பினும் விடுவிப்பதற்கு மகிழ்ச்சியூட்டுகிற, ஒரு சிக்கல் அல்லது புதிர்

brainwash /ˈbreɪnwɒʃ/ *verb* [T] **brainwash sb (into doing sth)** to force sb to believe sth by using strong mental pressure மனரீதியான கடும் நெருக்கடியை ஏற்படுத்தி ஒன்றை நம்புமாறு ஒருவரைப் பலவந்தப்படுத்து; வன்பிடி சித்தத் தாக்குதல் தொடு *Television advertisements try to brainwash people into buying things that they don't need.* ▶ **brainwashing** *noun* [U]

brainwave /ˈbreɪnweɪv/ (*also* **brainstorm**) *noun* [C] (*informal*) a sudden clever idea திடீ-ரெனத் தோன்றும் ஓர் அறிவார்ந்த கருத்து; திடீர் புதுக்கருத்தலை *If I **have a brainwave**, I'll let you know.*

brainy /ˈbreɪni/ *adj.* (*informal*) intelligent அறிவுத்திறன் உடைய; அறிவாற்றல் வாய்ந்த

braise /ˈbreɪz/ *verb* [T] to cook meat or vegetables slowly in a little liquid in a covered dish மூடப்பட்ட வட்டிலில் உள்ள சிறிதளவு திரவத்தில் இறைச்சியை அல்லது காய்-கறிகளை மென் சூட்டில் பக்குவப்படுத்து

brake¹ /breɪk/ *noun* [C] **1** the part of a vehicle that makes it go slower or stop ஊர்தியின் வேகத்தை மட்டுப்படுத்தும் அல்லது ஊர்தியை நிறுத்தும் உறுப்பு; ஊர்தி நிறுத்து கருவி; தடைப்பொறி *She put her foot on the brake and just managed to stop in time.* ➪ **car** பதிவில் படம் பார்க்க **2** something that makes sth else slow down or stop வேறொன்றன் வேகத்தைக் குறைக்கும் அல்லது அதனை நிறுத்தும் ஒன்று; வேகத்தடை; முட்டுக்கட்டை *The Government must try to **put a brake on** inflation.*

brake² /breɪk/ *verb* [I] to make a vehicle go slower or stop by using the brakes தடைப்பொறியை இயக்கி ஊர்தியின் வேகத்தை மட்டுப்படுத்து அல்லது ஊர்தியை நிறுத்து *If the driver hadn't braked in time, the car would have hit me.*

brake light (*AmE* **stop light**) *noun* [C] a red light on the back of a vehicle that comes on when the **brakes** are used தடைப்பொறியை இயக்கும்பொழுது எரியும் ஊர்தியின் பின்-புறத்திலுள்ள சிவப்பு விளக்கு; ஊர்தி நிறுத்த விளக்கு

bramble /ˈbræmbl/ *noun* [C] (*BrE*) a wild bush that has black or red berries கறுப்பு அல்லது சிவப்பு நிறச் சதைக்கனிகளையுடைய தானே வளரும் புதர் வகை

bran /bræn/ *noun* [U] the brown outer covering of grains that is left when the grain is made into flour அரவையின்போது தானிய மணிகளி-லிருந்து கழிக்கப்படும் பழுப்பு நிறப் புறத்-தோல்; தவிடு; உமி

branch¹ /brɑːntʃ/ *noun* [C] **1** one of the main parts of a tree that grows out of the thick central part (**trunk**) அடிமரத்திலிருந்து கிளைத்து வளரும் மரத்தின் முக்கியப் பகுதிகளில் ஒன்று; பெருங்கிளை **2** an office, shop, etc. that is part of a larger organization பெரும் அமைப்பு/நிறுவனம் ஒன்றின் பகுதியாக அமையும் அலுவலகம், அங்காடி, முதலியன; கிளை/பிரிவு/துணை அலுவலகம், முதலியன *The company has branches in Kochi and Chennai.* **3** a part of an academic subject ஓர் அறிவுத்துறையின் உட்பிரிவு அல்லது பகுப்பு *Psychiatry is a branch of medicine.*

branch² /brɑːntʃ/ *verb*

PHR V **branch off** (used about a road) to leave a larger road and go off in another direction (ஒரு

சாலை பற்றிக் குறிப்பிடும்போது) பெருஞ்சாலையிலிருந்து பிரிந்து வேறு திசையில் செல்; கிளைச் சாலையாகப் பிரிந்து செல் *A bit further on, the road branches off to the left.* **branch out (into sth)** to start doing sth new and different from the things you usually do வழக்கமாகச் செய்வனவற்றிலிருந்து வேறானதும் புதிதுமான ஒன்றைச் செய்யத் தொடங்கு; கிளைத்து வளர்

brand[1] /brænd/ *noun* [C] **1** the name of a product that is made by a particular company குறிப்பிட்ட நிறுவனத்தால் தயாரிக்கப்படும் ஒரு விளைபொருளின் பெயர்; வாணிக உரிமைப் பெயர் *a well-known brand of coffee* **2** a particular type of sth ஒன்றன் தனிப்பண்புடைய வகை அல்லது பிரிவு; தரவகை; பண்பு வகை அல்லது நய வகை *a strange brand of humour*

brand[2] /brænd/ *verb* [T] **1** to mark an animal with a hot iron to show who owns it ஒரு விலங்கின் உடல் மீது அதன் உடைமையாளரைக் காட்டும் முறையில் சூட்டிரும்பால் அடையாளக் குறியிடு; சூடிடு **2 brand sb (as sth)** to say that sb has a bad character so that people have a bad opinion of him/her மக்களிடம் ஒருவரைப் பற்றி மோசமான கருத்து உண்டாகுமாறு அவர் தீயகுணமுடையவர் எனக் கூறு; பழி கூறு *She was branded as a troublemaker after she complained about her long working hours.*

branding iron *noun* [C] a metal tool that is heated and used for marking farm animals to show who owns them பண்ணை விலங்குகளின் உடைமையாளரைக் குறிக்கும் முறையில் அவற்றுக்கு அடையாளக் குறியிடப் பயன்படுத்தப்படும் சூடாக்கப்பட்ட உலோகக் கருவி; சூட்டுக்கோல்

brandish /ˈbrændɪʃ/ *verb* [T] to wave sth in the air in an aggressive or excited way வன்செயல் நோக்குடன் அல்லது மன எழுச்சியைக் காட்டும் முறையில் ஒரு பொருளைக் கையில் பிடித்துச் சுழற்று, ஆட்டு அல்லது வீசு *The robber was brandishing a knife.*

brand new *adj.* completely new முற்றிலும் புதிதான; புத்தம் புதிய

brandy /ˈbrændi/ *noun* [C, U] (*pl.* **brandies**) a strong alcoholic drink that is made from wine திராட்சை மதுவிலிருந்து தயாரிக்கப்படும் வெறியத்தன்மை மிகுந்த பான வகை; பிராந்தி *a glass of brandy*

brash /bræʃ/ *adj.* too confident and direct மிகையான தன்முனைப்பும் ஒளிவுமறைவற்ற இயல்பும் கொண்ட; அமைவடக்கமற்ற *Her brash manner makes her unpopular with strangers.* ▶ **brashness** *noun* [U]

brass /brɑːs/ *noun* **1** [U] a hard yellow metal that is a mixture of two other metals (**copper** and **zinc**) செம்பும் துத்தநாகமும் கலந்த, கடினத்தன்மையுடைய மஞ்சள் நிற உலோகம்; பித்தளை *brass buttons on a uniform* **2** [*sing.*] (*with sing. or pl. verb*) the group of musical instruments that are made of brass பித்தளை இசைக் கருவிகளின் தொகுதி

brat /bræt/ *noun* [C] a child who behaves badly and annoys you மோசமான, எரிச்சலூட்டும் நடத்தையுள்ள குழந்தை; தொல்லை தரும் குழந்தை

bravado /brəˈvɑːdəʊ/ *noun* [U] a confident way of behaving that is intended to impress people, sometimes as a way of hiding a lack of confidence பிறர் மனத்தில் தன்னைப் பற்றிய நலமான கருத்துப் பதிவை ஏற்படுத்தும் எண்ணத்துடனான, சில சமயங்களில் தனது தன்னம்பிக்கையின்மையை மறைத்துக்கொள்ளும் முறையிலான, தன்முனைப்பான நடத்தை; வீறாப்பு; போலித் துணிச்சல்

brave[1] /breɪv/ *adj.* **1** ready to do things that are dangerous or difficult without showing fear அச்ச உணர்வின்றி ஆபத்தான அல்லது இடர்ப்பாடான செயல்களைச் செய்தற்கு முனைகிற; துணிச்சலான; மன உரம் கொண்ட; தைரியமான *the brave soldiers who fought in the war* • *'This may hurt a little, so try and be brave,' said the dentist.* **2** needing or showing courage துணிச்சல் வேண்டப்படுகிற அல்லது வெளிப்படுத்துகிற; அஞ்சா நெஞ்சுடைய *a brave decision* ▶ **bravely** *adv. The men bravely defended the town for three days.*

IDM put on a brave face; put a brave face on sth to pretend that you feel confident and happy when you do not தன்னம்பிக்கையும் மன நிறைவும் இல்லாத நிலையில் அவை இருப்பதாகப் பாவனை செய்; போலித் துணிச்சல் கொள்

brave[2] /breɪv/ *verb* [T] to face sth unpleasant, dangerous or difficult without showing fear அச்சமின்றி இன்னாத, ஆபத்தான அல்லது இடர்ப்பாடுடைய ஒன்றை எதிர்கொள்; துணிவுடன் எதிர்த்து நில்

bravery /ˈbreɪvəri/ *noun* [U] actions that are brave துணிச்சலான செயல்கள்; அச்ச உணர்வற்ற செயல்பாடு; வீரதீரச் செயல்கள் *After the war he received a medal for bravery.*

bravo /ˌbrɑːˈvəʊ/ *exclamation* a word that people shout to show that they have enjoyed sth that sb has done, for example a play நாடகம் முதலியவற்றில் ஒருவருடைய செயலைத் துய்த்து மகிழ்ந்ததை வெளிக்காட்டும் முறையில் உரத்த குரலில் கூறப்படும் சொல்; ஆகா! நன்று; மிக நன்று!

brawl /brɔ:l/ *noun* [C] a noisy fight among a group of people, usually in a public place வழக்கமாக ஒரு பொது இடத்தில் பலருக்கு இடையே நிகழும் இரைச்சல் மிகுந்த சண்டை; பூசல்; அமளி; சச்சரவு ▶ **brawl** *verb* [I] *We saw some football fans brawling in the street.*

brawn /brɔ:n/ *noun* [U] physical strength உடல் வலிமை; உடல் உறுதி; தசையாற்றல் *To do this kind of job you need more brawn than brain* (= you need to be strong rather than clever). ▶ **brawny** *adj.*

brazen /ˈbreɪzn/ *adj.* without embarrassment, especially in a way which shocks people குறிப்பாக மற்றவர்களுக்கு அதிர்ச்சியூட்டும் முறையில், நாணமற்ற; மனத்தயக்கமற்ற *Don't believe a word she says—she's a brazen liar!* ▶ **brazenly** *adv.*

Brazil nut /brəˈzɪl nʌt/ *noun* [C] a nut that we eat that has a very hard shell. It grows on a South-American tree of the same name மிகவும் கடினமான மேல் தோடுடைய, உண்ணக்கூடிய, கொட்டை வகை. இது தென் அமெரிக்காவிலுள்ள ஒரு வகை மரத்திலிருந்து கிடைக்கிறது ➪ **nut** பதிவில் படம் பார்க்க.

breach[1] /bri:tʃ/ *noun* **1** [C, U] **breach (of sth)** an act that breaks an agreement, a law, etc. ஓர் உடன்பாடு, ஒரு சட்டம் முதலியவற்றை மீறுதல், அல்லது அதற்கு எதிராக நடத்தல் *a breach of confidence* • *The company was found to be* ***in breach of*** *contract.* **2** [C] a break in friendly relations between people, groups, etc. தனி நபர்கள், குழுக்கள் இடையேயான உறவு முறிவு; நட்பில் ஏற்படும் பிளவு *The incident caused a breach between the two countries.* **3** [C] an opening in a wall, etc. that defends or protects sb/sth ஒருவருக்கு/ஒன்றுக்குப் பாதுகாப்பாக உள்ள சுவர் முதலியவற்றில் ஏற்படும் உடைப்பு; பிளவு *The waves made a breach in the sea wall.*

breach[2] /bri:tʃ/ *verb* [T] **1** to break an agreement, a law, etc. ஓர் உடன்பாடு, ஒரு சட்டம் முதலியவற்றை மீறு; அதற்கு எதிராகச் செயல்படு *He accused the Government of breaching international law.* **2** to make an opening in a wall, etc. that defends or protects sb/sth ஒருவருக்கு/ஒன்றனுக்குப் பாதுகாப்பாக உள்ள சுவர் முதலியவற்றில் வெடிப்பு/பிளவு உண்டாக்கு; உடைப்பு ஏற்படுத்து

bread /bred/ *noun* [U] a type of food made from flour and water mixed together and baked in an oven. **Yeast** is usually added to make the bread rise கூல மாவையும் நீரையும் கலந்துச் சூட்டடுப்பில் இட்டு வெம்மையூட்டி, கெட்டியாக்கி, அதனை உப்பவைப்பதற்காக, வழக்கமாகப் புளிப்புச் சத்தைச் சேர்த்து செய்யப்படும் உணவு வகை; ரொட்டி *a piece/slice of bread* • *a loaf of bread* • *white/brown/wholemeal bread*

breadcrumbs /ˈbredkrʌmz/ *noun* [*pl.*] very small bits of bread that are used in cooking சமையலில் பயன்படுத்தப்படும் ரொட்டித் துணுக்குகள்

breadth /bredθ/ *noun* **1** [C, U] the distance between the two sides of sth ஒன்றன் இரு பக்கங்களுக்கு இடையில் உள்ள தூரம்; அகலம் *We measured the length and breadth of the garden.* **2** [U] the wide variety of things, subjects, etc. that sth includes ஒன்றில் உள்ளடங்கியுள்ள பல்வேறு பொருள்கள், துறைகள் முதலியன; ஒன்றன் அகல் விரிவு; பரப்பெல்லை *I was amazed by the breadth of her knowledge.* ➪ **broad** adjective பார்க்க.

IDM **the length and breadth of sth** ➪ **length** பார்க்க.

breadwinner /ˈbredwɪnə(r)/ *noun* [C, *usually sing.*] the person who earns most of the money that his/her family needs தன் குடும்பத்திற்கு வேண்டிய பணத்தில் பெருமளவைச் சம்பாதித்துத் தருபவர்; குடும்பத்தின் முக்கிய பிழைப்பாதாரமாக இருப்பவர் *When his dad died, Selvam became the breadwinner.*

break[1] /breɪk/ *verb* (*pt* **broke** /brəʊk/; *pp* **broken** /ˈbrəʊkən/) **1** [I, T] to separate, or make sth separate, into two or more pieces ஒரு பொருள் இரண்டு அல்லது இரண்டுக்கு மேற்பட்ட பகுதிகளாகப் பிரிந்துபோ அல்லது பிரிந்துபோகச் செய்; துண்டாகு; துண்டாக்கு; துண்டு துண்டாக்கு; உடை *She dropped the vase onto the floor and it broke.* • *He broke his leg in a car accident.* 2 [I, T] (used about a machine, etc.) to stop working; to stop a machine, etc. working (ஓர் இயந்திரம், முதலியன வகையில்) இயக்கம் தடைப்படு; செயல்படாது போ; இயக்கத்தைத் தடைப்படுத்து *The photocopier has broken.* • *Be careful with my camera—I don't want you to break it.* **3** [T] to do sth that is against the law, or against what has been agreed or promised சட்டத்திற்கு மாறான அல்லது ஓர் உடன்பாடு அல்லது ஒரு வாக்குறுதிக்கு எதிரான ஒரு செயலைச் செய்; சட்டத்தை/உடன்பாட்டை/வாக்குறுதியை மீறு *to break the law/rules/speed limit* • *Don't worry—I never break my promises.* **4** [I, T] to stop doing sth for a short time ஒரு செயலை இடையில் நிறுத்து; இடை நிறுத்தம் செய் *Let's break for coffee now.* • *We decided to break the journey and stop for lunch.* **5** [T] to make sth end ஒன்றை முடிவுக்குக் கொண்டுவா; முடிந்திடச் செய்; நிறுத்து *Once you start smoking it's very difficult to* ***break the habit.*** • *Suddenly, the silence was broken by the sound of a bird singing.* **6** [I] to begin தொடங்கு *The day was breaking as I left the house.* • *We ran indoors when the storm broke.* • *When the story broke in the newspapers, nobody could believe it.* **7** [I] (used about a wave) to reach its highest point and begin to fall (அலை பற்றிக் குறிப்பிடுகையில்) உச்ச நிலைக்கு உயர்ந்துத் தாழத் தொடங்கு *I watched the waves breaking on the rocks.* **8** [I] (used about the voice) to change suddenly (குரல் வகையில்) திடீரென்று மாற்றம் அடை அல்லது வேறுபட்டுத் தோன்று *Most boys' voices break when they are 13 or 14 years old.* • *His voice was breaking with emotion as he spoke.*

NOTE **Break** என்ற சொல்லை உள்ளடக்கிய மரபுத் தொடர் வழக்குகளுக்கு, அவற்றிலுள்ள பெயர்ச்சொல், பெயரடை முதலிய பதிவுகளைப் பார்க்க. எடுத்துக்காட்டாக **break even** என்ற தொடர் **even** என்ற பதிவில் தரப்பட்டுள்ளது.

PHR V **break away (from sb/sth) 1** to escape suddenly from sb who is holding you பிடித்து வைத்துள்ள ஒருவரிடமிருந்துத் திடீரெனத் தப்பிச் செல்; தெறித்தோடு **2** to leave a political party, state, etc. in order to form a new one புதிதாக ஒன்றை உருவாக்கும்பொருட்டு, ஓர் அரசியல் கட்சி, ஒரு நாடு, முதலியவற்றிலிருந்து பிரிந்து செல்

break down 1 (used about a vehicle or machine) to stop working (ஓர் ஊர்தி அல்லது இயந்திர வகையில்) இயக்கம்/செயல்பாடு நின்றுபோ; தடைபடு; செயலிழ *Akram's car broke down on the way to work this morning.* **2** (used about a system, discussion, etc.) to fail (ஓர் அமைப்புமுறை, ஒரு விவாதம் முதலியவை) தோல்வியடை *Talks between the two countries have completely broken down.* **3** to lose control of your feelings and start crying உணர்ச்சிகளைக் கட்டுப்படுத்த முடியாது அழத்தொடங்கு; மனம் சிதைந்துபோ; இடிந்துபோ *He broke down in tears when he heard the news.*

break sth down 1 to destroy sth by using force வலிமையைப் பயன்படுத்தி ஒன்றை அழி அல்லது தகர் *The police had to break down the door to get into the house.* **2** to make a substance separate into parts or change into a different form in a chemical process வேதியியல் செயல்முறைக்கு உட்படுத்தி ஒரு பொருளைக் கூறுகூறாக்கு அல்லது அது வகைமாற்றம் பெறச்செய் *Food is broken down in our bodies by the digestive system.*

break in to enter a building by force, usually in order to steal sth வழக்கமாகக் களவாடும் நோக்கத்துடன் வலிமையைப் பயன்படுத்தி ஒரு மனையில் நுழை

break in (on sth) to interrupt when sb else is speaking வேறொருவர் பேசும்போது குறுக்கிடு; இடைமறித்துப் பேசு *The waiter broke in on our conversation to tell me I had a phone call.*

break into sth 1 to enter a place that is closed மூடப்பட்டுள்ள ஓரிடத்தில் உட்புகு *Thieves broke into his car and stole the radio.* • *(figurative) The company is trying to break into the Japanese market.* **2** to start doing sth suddenly ஒன்றைத் திடுமெனச் செய்யத் தொடங்கு *to break into song/a run*

break off to suddenly stop doing or saying sth செய்துகொண்டிருக்கும் அல்லது பேசிக்கொண்டிருக்கும் ஒன்றைத் திடீரென நிறுத்து *He started speaking and then broke off in the middle of a sentence.*

break (sth) off to remove a part of sth by force; to be removed in this way வலிமையைப் பயன்படுத்தி ஒன்றன் பகுதியைப் பிரித்தெடு; பிரித்தெடுக்கப்படு *Could you break off another bit of chocolate for me?*

break sth off to end a relationship suddenly திடீரென ஓர் உறவை முறித்துக்கொள் *After a bad argument, they decided to **break off** their **engagement**.*

break out (used about fighting, wars, fires, etc.) to start suddenly (பூசல், போர், தீ, முதலியவற்றைப் பற்றிக் குறிப்பிடுகையில்) திடீரெனத் தொடங்கு; முன்னெச்சரிப்பற்ற எதிர்பாராத நிகழ்வாக நேரிடு

break out in sth to suddenly have a skin problem திடீரெனச் சருமத்தில் தொந்தரவு ஏற்படு; கட்டி, முதலியன தோன்று *to break out in spots/a rash*

break out (of sth) to escape from a prison, etc. சிறைச்சாலை முதலியவற்றிலிருந்துத் தப்பிச் செல்; கட்டிலிருந்துத் தப்பு

break through (sth) to manage to get past sth that is stopping you ஒரு தடையை வெற்றிகரமாகக் கடந்து மேல்செல்; இடையூறைச் சமாளித்து செயல் முடி

break up 1 (used about events that involve a group of people) to end or finish (பலர் உள்ளடங்கிய நிகழ்ச்சிகள் பற்றிக் குறிப்பிடும்போது) முடிவுறு; நிறைவுபெறு; முடி; நிறுத்தம் செய் *The meeting broke up just before lunch.* **2** (*BrE*) to start school holidays பள்ளி விடுமுறை தொடங்கு *When do you break up for the summer holidays?*

break up (with sb) to end a relationship with a wife, husband, girlfriend or boyfriend மனைவி, கணவன், காதலி, காதலன் உறவை முறித்துக்கொள்; உறவைத் துண்டி

break (sth) up to separate into parts பகுதிகளாகப் பிரிந்துபோ; கூறுகூறாகு; துண்டுதுண்டாகு *The ship broke up on the rocks.*

break sth up to end an event by separating the people who are involved in it ஒரு நிகழ்ச்சியில்

தொடர்புடையவர்களைப் பிரித்து அந்நிகழ்ச்சியை முடிவுக்குக் கொண்டுவா; கலைந்து போகச் செய் *The police arrived and broke up the fight.*

break with sth to end a relationship or connection with sb/sth ஒருவருடன்/ஒன்றுடன் கொண்டுள்ள உறவை அல்லது தொடர்பைத் துண்டி; முறித்துக்கொள் *to break with tradition/the past*

break² /breɪk/ *noun* [C] **1** a place where sth has been broken உடைவு/பிளவு/முறிவு ஏற்பட்டுள்ள இடம் *a break in a pipe* **2** an opening or space in sth ஒன்றில் ஏற்படும் இடைவெளி, இடையீடு, செல்வழி அல்லது திறப்பு; பிளவு; இடைநிறுத்தம் *Wait for a break in the traffic before you cross the road.* **3** a short period of rest இடை ஓய்வு; இளைப்பாறுதல் *We worked all day without a break.* • *to* ***take a break*** ⇨ **interval** பதிவிலுள்ள குறிப்புப் பார்க்க. **4 break (in sth); break (with sb/sth)** a change from what usually happens or an end to sth வழக்கமான ஒன்றிலிருந்து நிகழும் மாறுதல்/மாற்றம்; ஒன்றன் இறுதி, முடிவு அல்லது நிறுத்தம்; தொடர்பு முறிவு *The incident led to a break in diplomatic relations.* • *She wanted to make a complete break with the past.* **5** (*informal*) a piece of good luck நல்வாய்ப்பு; நற்பேறு; அதிர்ஷ்டம்; யோகம் *to give sb a break* (= to help sb by giving him/her a chance to be successful)

IDM **break of day** the time when light first appears in the morning; dawn காலை முதல் ஒளி காணப்படும் நேரம்; விடிவு நேரம்; விடியல்

give sb a break 1 used to tell sb to stop saying things that are annoying or not true எரிச்சலூட்டக் கூடியனவாக அல்லது உண்மையல்லாதனவாக உள்ள, ஒருவர் கூறுவதை நிறுத்துமாறு அவரிடம் சொல்லப் பயன்படுத்தப்படுவது *Give me a break and stop nagging, OK!* **2** to be fair to sb ஒருவரிடம் நேர்மையாக/நடுநிலையுடன் நடந்துகொள்

breakage /ˈbreɪkɪdʒ/ *noun* [C, *usually pl.*] something that has been broken உடைந்துபோன/உடைவுற்ற ஒன்று *Customers must pay for any breakages.*

breakaway /ˈbreɪkəweɪ/ *adj.* (*only before a noun*) (used about a political group, an organization, or a part of a country) that has separated from a larger group or country (ஓர் அரசியல் குழு, ஒரு நிறுவன அமைப்பு அல்லது நாட்டின் ஒரு பகுதியைப் பற்றிக் குறிப்பிடும்போது) பெரிய அமைப்பு அல்லது நாட்டிலிருந்து பிரிந்து சென்ற; பிளவுபட்ட; விலகி நிற்கிற ▶ **breakaway** *noun* [C]

breakdown /ˈbreɪkdaʊn/ *noun* [C] **1** a time when a vehicle, machine, etc. stops working ஓர் ஊர்தி, இயந்திரம் முதலியவை செயல்/இயக்கம் நின்றுவிட்ட அல்லது தடைபட்ட சமயம் *I hope we don't* ***have a breakdown*** *on the highway.* **2** the failure or end of sth ஒன்றன் தோல்வி அல்லது முடிவு; நொடிப்பு *The breakdown of the talks means that a strike is likely.* **3** = **nervous breakdown 4** a list of all the details of sth ஒன்றன் முழு விவரப் பட்டியல் *I would like a full breakdown of how the money was spent.*

breakdown truck (*AmE* **tow truck**) *noun* [C] a lorry that is used to take away cars that need to be repaired பழுதுபார்க்கவேண்டியச் சீருந்துகளை எடுத்துச்செல்ல/இழுத்துச்செல்லப் பயன்படுத்தப்படும் சுமை ஊர்தி

breaker /ˈbreɪkə(r)/ *noun* [C] a large wave covered with white bubbles that is moving towards the beach கடற்கரை நோக்கி வரும் நுரை மூடிய பெரும் அலை; மோதலை

breakfast /ˈbrekfəst/ *noun* [C, U] the meal which you have when you get up in the morning காலை உணவு; முதலுண்டி *to* ***have breakfast*** • *What do you usually have* ***for breakfast****?*

break-in *noun* [C] the act of entering a building by force, especially in order to steal sth களவு நோக்கில் ஒரு மனையினுள் பலவந்தமாக நுழைதல்

breakneck /ˈbreɪknek/ *adj.* (*only before a noun*) very fast and dangerous மிக விரைவாகவும் ஆபத்து நேரக்கூடிய முறையிலுமான; இடரார்ந்த மட்டற்ற வேகத்திலான *He drove her to the hospital* ***at breakneck speed.***

breakthrough /ˈbreɪkθruː/ *noun* [C] **a breakthrough (in sth)** an important discovery or development முக்கியமான ஒரு கண்டுபிடிப்பு அல்லது வளர்ச்சிநிலை *Scientists are hoping to* ***make a breakthrough*** *in cancer research.*

break-up *noun* [C] **1** the end of a relationship between two people இருவரிடையேயான உறவு முறிவு; பிணைப்பறுதல்; துண்டிப்பு *the break-up of a marriage* **2** the separation of a group or organization into smaller parts ஒரு குழு அல்லது நிறுவன அமைப்பு சிறுசிறு பகுதிகளாக/உறுப்புகளாகப் பிரிதல்; பிரிவு; பிளவு; பிரிவினை

breakwater /ˈbreɪkwɔːtə(r)/ *noun* [C] a wall built out into the sea to protect the land from the force of the waves அலைகளின் தாக்காற்றலுக்கு எதிரான காப்பாகக் கடல் விளிம்பில் எழுப்பப்படும் சுவர்; அலைதாங்கிச் சுவர்; அலைகரை; அணைகரை

bream /briːm/ *noun* [C, U] (*pl.* **bream**) a type of fish that can live in fresh or salt water and that you can eat நன்னீர் அல்லது உப்புநீரில்

வாழ்வதும், உண்ணுவதற்கு உரியதுமான மீன் வகை

breast /brest/ *noun* [C] **1** one of the two soft round parts of a woman's body that can produce milk பெண் முலை; கொங்கை **2** a word used especially in literature for the top part of the front of your body, below the neck உடலின் முன்புற மேற்பகுதியில் கழுத்துக்குக் கீழாக உள்ள உறுப்புக்கு, குறிப்பாக இலக்கியங்களில், வழங்கும் பெயர்; முன்னுடல் மேற்பகுதி; மார்பு; நெஞ்சு **3** the front part of the body of a bird பறவை உடலின் முன்பகுதி

breastbone /ˈbrestbəʊn/ *noun* [C] the long flat bone in the middle of your chest that the seven top pairs of curved bones (**ribs**) are connected to ஏழு விலா இணை எலும்புகளும் இணைக்கப்பட்டுள்ளதும், மார்புப் பகுதியின் மையத்தில் உள்ளதுமான நீண்ட தட்டையான எலும்பு; மார்பெலும்பு **NOTE** இதன் முறைசார்பு மிக்க வழக்குச்சொல் **sternum** என்பதாகும். ➪ **body** பதிவில் படம் பார்க்க.

breastfeed /ˈbrestfiːd/ *verb* [I, T] (*pt, pp* **breastfed**) to feed a baby with milk from the breast குழந்தைக்கு முலைப்பால் ஊட்டு; தாய்ப்பால் கொடு

breaststroke /ˈbreststrəʊk/ *noun* [U] a style of swimming on your front in which you start with your hands together, push both arms forward and then move them out and back through the water நெஞ்சு நீரில் படுமாறு கைகள் இரண்டையும் ஒருசேர இயக்கத் தொடங்கி, அவற்றை முன்னோக்கி வீசி, பின்னர் வெளிப்பரப்பிலும் பின்னும் அடித்து முன்னேறும் நீச்சல் பாணி *to do (the) breaststroke* ➪ **backstroke, butterfly** மற்றும் **crawl** பார்க்க. மேலும் **swim** பதிவில் படம் பார்க்க.

breath /breθ/ *noun* **1** [U] the air that you take into and blow out of your lungs நுரையீரலுக்குள் உள்வாங்கி வெளிவிடும் காற்று; மூச்சுக்காற்று; உயிர்ப்புக் காற்று *to have bad breath* (= breath which smells unpleasant) **2** [C] an act of taking air into or blowing air out of your lungs காற்றை நுரையீரலுக்குச் செல்லுமாறு உள்ளிழுத்தல் அல்லது நுரையீரலிலிருந்து வெளிவிடுதல்; மூச்சு வாங்குதல் அல்லது மூச்சு விடுதல்; சுவாசித்தல் *Take a few deep breaths before you start running.*

IDM **a breath of fresh air** the clean air which you breathe outside, especially when compared to the air inside a room or building குறிப்பாக ஓர் அறை அல்லது ஒரு மனையினுள் உள்ள காற்றை ஒப்பிடுகையில், ஒருவர் வெளியிடத்தில் பெறும் தூய்மையான காற்று *Let's go for a walk. I need a breath of fresh air.* • *(figurative) A happy face is like a breath of fresh air in that miserable place.*

catch your breath ➪ **catch**[1] பார்க்க.

get your breath (again/back) to rest after physical exercise so that your breathing returns to normal மூச்சோட்டம் இயல்பு நிலைக்குத் திரும்ப வேண்டி, உடற்பயிற்சிக்குப்பின் ஓய்வுகொள்/இளைப்பாறு

hold your breath to stop breathing for a short time, for example when you are swimming or because of fear or excitement நீந்துதல், அச்சம், பதற்றம் முதலியவற்றுக்கு உட்பட்டிருத்தல் போன்ற சமயங்களில், சிறிது நேரம் மூச்சு அடக்கு

(be/get) out of/short of breath (to be/start) breathing very quickly, for example after physical exercise உடற்பயிற்சிக்குப் பின்னர் போன்ற சமயங்களில், மிக விரைவாக மூச்சு விடு/மூச்சு விடத் தொடங்கு; மூச்சுவாங்கு

say sth, speak, etc. under your breath to say sth very quietly, usually because you do not want people to hear you பெரும்பாலும் தான் கூறுவது மற்றவர்களுக்குக் கேட்கக் கூடாது என்ற எண்ணத்தில், ஒன்றை உள்ளடங்கிய குரலில் கூறு; மென்குரலில் பேசு

take your breath away to surprise sb very much பெரு வியப்பூட்டு; திகைக்கவை ➪ **breathtaking** adjective பார்க்க.

take a deep breath ➪ **deep**[1] பார்க்க.

with bated breath ➪ **bated** பார்க்க.

breathalyse (*AmE* **breathalyze**) /ˈbreθəlaɪz/ *verb* [T] to test the breath of a driver with a special machine (**a breathalyser**) to measure how much alcohol he/she has drunk ஊர்தி ஓட்டுநர் அருந்தியுள்ள மதுவின் அளவைக் கண்டறிய அவருடைய மூச்சுக்காற்றை ஒரு தனிவகைப் பொறியைக் கொண்டு சோதனை செய்; உயிர்ப்பளவியால் ஓர் ஓட்டுநரின் குடியளவைச் சோதி

breathe /briːð/ *verb* [I, T] to take air, etc. into your lungs and blow it out again காற்று, முதலியவற்றை நுரையீரலுக்குள் உள்வாங்கி வெளிவிடு; சுவாசி ***Breathe out*** *as you lift the weight and* ***breathe in*** *as you lower it.* • *I hate having to breathe (in) other people's cigarette smoke.* ▶ **breathing** *noun* [U] *heavy/irregular breathing* • *These deep breathing exercises will help you relax.*

IDM **not breathe a word (of/about sth) (to sb)** to not tell sb about sth that is secret மறைபொருளான ஒன்றை ஒருவரிடம் கூறாதிரு; ஓர் இரகசியத்தை உள்ளடக்கிவை

breather /ˈbriːðə(r)/ *noun* [C] (*informal*) a short rest சிறு நேர இளைப்பாறுகை; இடை ஓய்வு *to have/take a breather*

breathless /ˈbreθləs/ *adj.* **1** having difficulty in breathing மூச்சுவிடுவதில் சிரமம் உள்ள; மூச்சுத் திணறுகிற *I was hot and breathless when I got to the top of the hill.* **2** not able to breathe because you are so excited, frightened, etc. பதற்றம், திகில், முதலியவை காரணமாக அல்லது உணர்ச்சி வசப்பட்ட நிலையில், மூச்சுவிட முடியாத *to be breathless with excitement* ▶ **breathlessly** *adv.*

breathtaking /ˈbreθteɪkɪŋ/ *adj.* extremely surprising, beautiful, etc. பெரு வியப்பூட்டுகிற; பேரழகு வாய்ந்த; திகைக்கவைக்கிற *breathtaking scenery*

breath test *noun* [C] a test by the police on the breath of a driver to measure how much alcohol he/she has drunk ஓர் ஊர்தி ஓட்டுநர் அருந்தியுள்ள மதுவின் அளவைக் கண்டறிய அவரை மூச்சுவிடச் செய்து காவல்துறையினர் செய்யும் சோதனை; உயிர்ப்புக் காற்றுச் சோதனை

breed[1] /bri:d/ *verb* (*pt, pp* **bred** /bred/) **1** [I] (used about animals) to have sex and produce young animals (விலங்குகள் வகையில்) புணர்ச்சியுற்றுக் கன்று ஈனு; சினையாகிக் குட்டி போடு; கன்று/குட்டி பிறப்பி. *Many animals won't breed in zoos.* ✪ SYN **mate** **2** [T] to keep animals or plants in order to produce young from them விலங்குகளை அல்லது தாவரங்களை இனப்பெருக்கத்திற்காகப் பேணி வளர் *These cattle are bred to produce high yields of milk.* **3** [T] to cause sth ஒன்றை உண்டுபண்ணு; விளைவி; உருவாக்கு *This kind of thinking breeds intolerance.* ▶ **breeding** *noun* [U]

breed[2] /bri:d/ *noun* [C] a particular variety of an animal ஒரு விலங்கின் தனி வகை; சார்பினம் *a breed of cattle/dog*

breeder /ˈbri:də(r)/ *noun* [C] a person who breeds animals or plants விலங்குகளை அல்லது தாவரங்களை இனப்பெருக்கத்திற்காக பாதுகாத்து வளர்ப்பவர் *a dog breeder*

breeding ground *noun* [C] **1** a place where wild animals go to breed இனப்பெருக்கத்திற்காகக் காட்டு விலங்குகள் செல்லுமிடம் **2** a place where sth can develop ஒன்றன் பெருக்கம் அல்லது வளர்ச்சி நிகழும் இடம் *a breeding ground for crime*

breeze[1] /bri:z/ *noun* [C] a light wind மென்காற்று; இளங்காற்று; தென்றல் *A warm breeze was blowing.*

breeze[2] /bri:z/ *verb* [I] **breeze along, in, out, etc.** to move in a confident and relaxed way தன்னம்பிக்கையுடனும் ஓய்வமைதியுடனும் இயங்கு; உல்லாசமாகச் செல் *He just breezed in twenty minutes late without a word of apology.*

breezy /ˈbri:zi/ *adj.* **1** with a little wind சிறிது காற்று வீசுகிற; ஓரளவு காற்றோட்டம் உள்ள **2** happy and relaxed மகிழ்வும் ஓய்வமைதியும் கொண்ட; உல்லாசமான; களி உவகையுடைய *You're bright and breezy this morning!*

brevity /ˈbrevəti/ *noun* [U] the state of being short or quick சுருக்கமாக அல்லது கால அளவு குறுகியதாக இருத்தல்; சுருக்கம்; செறிவு; ➪ **brief** adjective பார்க்க.

brew /bru:/ *verb* [T] **1** to make beer பியர் மது தயாரி/காய்ச்சு **2** [T] to make a drink of tea or coffee by adding hot water வெந்நீர் கலந்து காப்பி அல்லது தேநீர் தயாரி *to brew a pot of tea* **3** [I] (used about tea) to stand in hot water before it is ready to drink (தேநீர் பற்றிக் குறிப்பிடும்போது) அருந்துதற்குரிய நிலைக்கு முன் வெந்நீரில் ஊறு; வடிப்பில் தயாராகு *Leave it to brew for a few minutes.*

IDM **be brewing** (used about sth bad) to develop or grow (மோசமான ஒன்றைப் பற்றிக் குறிப்பிடும்போது) வளர்; வளர்ச்சியுறு; உருவாகு; பெருகு *There's **trouble brewing**.*

brewery /ˈbru:əri/ *noun* [C] (*pl.* **breweries**) a place where beer is made பியர் மது தயாரிக்குமிடம்; பியர் வடிப்பாலை

bribe /braɪb/ *noun* [C] money, etc. that is given to sb such as an official to persuade him/her to do sth to help you that is wrong or dishonest தனக்கு உதவும் வகையில், தவறான அல்லது நேர்மைக்கேடான ஒன்றைச் செய்வதற்கு ஒரு பணித்துறை அலுவலர் போன்றோரை இணங்கச் செய்ய அவருக்குத் தரப்படும் பணம், முதலியன; இலஞ்சம்; கையூட்டு *to **accept/take bribes*** ▶ **bribe** *verb* [T] **bribe sb (with sth)** *They got a visa by bribing an official.* ▶ **bribery** /ˈbraɪbəri/ *noun* [U]

bric-a-brac /ˈbrɪk ə bræk/ *noun* [U] small items of little value, for decoration in a house வீட்டில் அலங்காரக் காட்சிக்காக வைக்கப்படும், ஓரளவே விலை மதிப்புடைய சிறு பொருள்கள்; பயன்மதிப்பற்றக் காட்சிப் பொருள்கள்

brick /brɪk/ *noun* [C, U] a hard block of baked clay that is used for building houses, etc. வீடு முதலியவை கட்டப் பயன்படுத்தப்படும் உறுதியான சுட்ட களிமண் கட்டி; செங்கல் *a lorry carrying bricks • a house built of red brick*

bricklayer /ˈbrɪkleɪə(r)/ *noun* [C] a person whose job is to build walls with bricks செங்கற்களால் சுவர் எழுப்பும் தொழில் செய்பவர்; கொல்லத்துக்காரர்; கொத்தனார்

brickwork /ˈbrɪkwɜ:k/ *noun* [U] the part of a building that is made of bricks ஒரு கட்டடத்தின் செங்கற்களால் கட்டப்பட்டப் பகுதி; செங்கற் கட்டுமானம்

bridal /ˈbraɪdl/ *adj.* (*only before a noun*) connected with a bride மணமகள் தொடர்பான; மணப்பெண்ணுக்கு உரிய

bride /braɪd/ *noun* [C] a woman on or just before her wedding day திருமண நாளன்று அல்லது திருமண நாளுக்குச் சற்று முன்பு ஒரு பெண் அழைக்கப்படும் முறை; மணமகள்; மணப்பெண் *a **bride-to-be*** (= a woman whose wedding is soon) ➪ **wedding** பதிவிலுள்ள குறிப்பைப் பார்க்க.

bridegroom /ˈbraɪdgruːm/ (*also* **groom**) *noun* [C] a man on or just before his wedding day திருமண நாளன்று அல்லது அதற்குச் சற்று முன்பு ஓர் ஆண் அழைக்கப்படும் முறை; மணமகன்; மாப்பிள்ளை ➪ **wedding** பதிவிலுள்ள குறிப்பைப் பார்க்க.

bridesmaid /ˈbraɪdzmeɪd/ *noun* [C] a woman or girl who helps a woman on her wedding day (**the bride**) மணப்பெண்ணுக்குத் துணைபுரியும் பெண் அல்லது சிறுமி; மணப்பெண் தோழி ➪ **wedding** பதிவிலுள்ள குறிப்பைப் பார்க்க.

bridge[1] /brɪdʒ/ *noun* **1** [C] a structure that carries a road or railway across a river, valley, road or railway ஒரு நதி, பள்ளத்தாக்கு, சாலை அல்லது ஓர் இருப்புப்பாதையின் குறுக்கே கட்டப்படும் சாலை அல்லது இருப்புப்பாதை இணைப்பு; பாலம் *a bridge over the River Damodar* **2** [*sing.*] the high part of a ship where the captain and the people who control the ship stand கப்பல் தலைவரும் கப்பல் கட்டுப்பாட்டுப் பணியாளரும் நிற்கும் கப்பலின் உயர் பகுதி **3** [U] a card game for four people நால்வர் விளையாடும் சீட்டாட்ட வகை

bridge[2] /brɪdʒ/ *verb* [T] to build a bridge over sth (நதி போன்ற) ஒன்றன் மேல் பாலம் கட்டு

IDM **bridge a/the gap** to fill a space between two people, groups or things or to bring them closer together இரு நபர்கள், குழுக்கள் அல்லது பொருள்களுக்கிடையே உள்ள இடைவெளியை நிரப்பு; நெருக்கம் ஏற்படுத்து; பிணைப்பு/இணைப்பு ஏற்படுத்து

bridle /ˈbraɪdl/ *noun* [C] the leather straps that you put on a horse's head so that you can control it when you are riding it சவாரியின்போது குதிரையைக் கட்டுப்பாட்டில் வைத்திருப்பதற்காக அதன் தலையில் இடும் தோல் பட்டை; கடிவாளம் ➪ **horse** பதிவில் படம் பார்க்க.

brief[1] /briːf/ *adj.* short or quick சுருக்கமான; குறைந்த கால அளவிலான; செறிவான *a brief description • Please be brief. We don't have much time.* ➪ **brevity** noun பார்க்க.

IDM **in brief** using only a few words சில சொற்களை மட்டுமே பயன்படுத்தி; சுருக்கமாகக் கூறுகையில் *In brief, the meeting was a disaster.*

brief[2] /briːf/ *noun* [C] instructions or information about a job or task ஒரு தொழில் அல்லது பணிப் பற்றிய அறிவுறுத்தல் அல்லது தகவற் குறிப்பு *He was given the brief of improving the image of the organization.*

brief[3] /briːf/ *verb* [T] to give sb information or instructions about sth ஒன்றுப் பற்றி ஒருவருக்குத் தகவல் அளி அல்லது அறிவுறுத்து; பணிச் செயற்கட்டளை வழங்கு; பணி விவரக் குறிப்பு அளி *The minister has been fully briefed on what questions to expect.*

briefcase /ˈbriːfkeɪs/ *noun* [C] a flat case that you use for carrying papers, etc., especially when you go to work குறிப்பாகப் பணிக்குச் செல்லும்போது முக்கியமான ஆவணங்கள் முதலியவற்றைக் கொண்டு செல்லப் பயன்படுத்தும் தட்டையான பெட்டி; கைப்பெட்டி

briefing /ˈbriːfɪŋ/ *noun* [C, U] instructions or information that you are given before sth happens ஒரு நிகழ்வுக்குமுன் வழங்கப்படும் அறிவுறுத்தல் அல்லது தகவல் குறிப்புகள் *a press/news briefing* (= where information is given to journalists)

briefly /ˈbriːfli/ *adv.* **1** for a short time; quickly குறுகிய கால அளவில்; சுருக்கமாக; விரைந்து *She glanced briefly at the letter.* **2** using only a few words குறைவான சொற்களை மட்டுமே பயன்படுத்தி; சுருக்கமாக; செறிவாக *I'd like to comment very briefly on that last statement.*

briefs /briːfs/ *noun* [*pl.*] underwear for men or women worn on the lower part of the body ஆண்கள் அல்லது பெண்கள் இடுப்பில் அணிந்துகொள்ளும் சிறிய உள்ளாடை; ஜட்டி

brigade /brɪˈgeɪd/ *noun* [C] **1** a unit of soldiers in the army தரைப்படையின் பிரிவுகளில் ஒன்று; படை அணி; படை வகுப்பு **2** a group of people who work together for a particular purpose குறிப்பிட்டச் செயல் நோக்கத்துடன் ஒன்றிணைந்து பணியாற்றும் குழுவினர்; பணிக்குழு *the fire brigade*

brigadier /ˌbrɪgəˈdɪə(r)/ *noun* [C] an important officer in the army தரைப்படையின் ஒரு முக்கியமான அலுவலர்; படை வகுப்புத் தலைவர்

bright /braɪt/ *adj.* **1** having a lot of light ஒளி மிக்க; ஒளிர்கிற; பிரகாசமான *a bright, sunny day • eyes bright with happiness* **2** (used about a colour) strong and easy to see (ஒரு நிறம் பற்றிக் குறிப்பிடுகையில்) முனைப்பாகவும் தெளிவாகவும் காணப்படுகிற; துலக்கமான; எடுப்பான *a bright yellow jumper* **3** clever, or able to learn things quickly விரைவாகக் கற்றுணரும் திறன் கொண்ட; அறிவுக் கூர்மையுள்ள;

மதிநுட்பம் வாய்ந்த *a bright child* • *a* ***bright idea*** **4** likely to be pleasant or successful மகிழ்ச்சியூட்டக் கூடிய அல்லது வெற்றி வாய்ப்புள்ள; பிரகாசமான *The future looks bright.* **5** happy; cheerful மகிழ்ச்சியான; மன எழுச்சியுடைய; உற்சாகமான ▶ **brightly** *adv. brightly-coloured clothes* ▶ **brightness** *noun* [U]

IDM **look on the bright side** ⇨ **look**[1] பார்க்க.

brighten /ˈbraɪtn/ *verb* [I, T] **brighten (sth) (up)** to become brighter or happier; to make sth brighter ஒளி மிகு; ஒளிர்; விளக்கம் பெறு; மகிழ்ச்சி பெருகு; ஒளி மிகச்செய்; விளக்கம் பெறச்செய் *His face brightened when he saw her.* • *to brighten up sb's day* (= make it happier)

brilliant /ˈbrɪliənt/ *adj.* **1** having a lot of light; very bright மிகுதியான ஒளி கொண்டிருக்கிற; மிகப் பிரகாசமான *brilliant sunshine* **2** very clever, skilful or successful அறிவுத்திறன் மிக்க; செயலாற்றல் நிறைந்த; வெற்றிச் சிறப்புடைய *a brilliant young scientist* • *That's a brilliant idea!* **3** (*informal*) very good சிறப்பு வாய்ந்த; மேம்பட்ட *That was a brilliant film!* ▶ **brilliance** *noun* [U] ▶ **brilliantly** *adv.*

brim[1] /brɪm/ *noun* [C] **1** the top edge of a cup, glass, etc. குவளை, கண்ணாடிக் குடிகலம், முதலியவற்றின் மேல் விளிம்பு; வாய்வரை *The cup was full to the brim.* **2** the bottom part of a hat that is wider than the rest தொப்பியின் மற்ற பகுதிகளைவிட அகலமான அடிப்பகுதி

brim[2] /brɪm/ *verb* [I] (**brimming**, **brimmed**) **brim (with sth)** to be full of sth ஒரு பொருள் உள்ளடங்கி நிறைந்திரு; விளிம்புவரை நிரம்பியிரு; ததும்பு *His eyes were brimming with tears.*

PHR V **brim over (with sth)** (used about a cup, glass, etc.) to have more liquid than it can hold (குவளை, கண்ணாடிக் குடிகலம் முதலியவை வகையில்) கொள்ளளவைவிட அதிகமான திரவத்தைக் கொண்டிரு; ததும்பு; நிறைந்து வழி *The bowl was brimming over with water.* • *(figurative) to be brimming over with health/ happiness*

brine /braɪn/ *noun* [U] very salty water, used especially for keeping food fresh குறிப்பாக உணவை நல்ல நிலையில் வைத்திருப்பதற்குப் பயன்படுத்தப்படும் உப்பு கரிக்கும் நீர்; உவர்நீர்

bring /brɪŋ/ *verb* [T] (*pt, pp* **brought**/brɔːt/) **1** to carry or take sb/sth to a place with you ஒருவரை/ ஒன்றை ஓரிடத்திற்கு எடுத்துச்செல்; உடன்கொண்டுசெல்; எடுத்துக்கொண்டு வா *Could you bring us some water, please?* • *(figurative) He will bring valuable skills and experience to the team.* **2** to move sth somewhere ஒன்றை இடம்பெயர்த்து; நிலைபெயர்வி; வருவி *Raju brought a photo out of his wallet and showed it to us.* **3** to cause or result in sth ஒன்றை உண்டுபண்ணு; விளைவி; உருவாக்கு; தோன்றச் செய் *The sight of her brought a smile to his face.* • *Money doesn't always bring happiness.* **4** to cause sb/sth to be in a certain place or condition குறிப்பிட்ட இடத்தில் அல்லது நிலையில் ஒருவர்/ஒன்று அமையுமாறு செய்; குறிப்பிட்ட இடத்துக்கு அல்லது நிலைக்குக் கொண்டுவா *Their screams brought people running from all directions.* • *An injury can easily* ***bring*** *an athlete's career* ***to an end***. **5 bring yourself to do sth** to force yourself to do sth ஒன்றைச் செய்யுமாறு தன்னைக் கட்டாயப்படுத்திக்கொள்; தன் விருப்பத்திற்கு எதிராக ஒன்றைச் செய்யவேண்டியிரு *The film was so horrible that I couldn't bring myself to watch it.*

NOTE **Bring** என்ற சொல்லை உள்ளடக்கிய மரபுத்தொடர்களுக்கு, அத்தொடர்களில் உள்ள பெயர்ச்சொல், பெயரடை முதலிய பதிவுகளைப் பார்க்க. எடுத்துக்காட்டாக, **bring up the rear** என்ற தொடர் **rear** பதிவில் காணப்படும்.

PHR V **bring sth about** to cause sth to happen ஒன்று நிகழச்செய்; விளைவி *to bring about changes in people's lives*

bring sth back 1 to cause sth that existed before to be introduced again முன்பு இருந்த ஒன்று மீண்டும் வழக்குக்கு வரச்செய்; திரும்ப அறிமுகப்படுத்து *Nobody wants to bring back the days of child labour.* **2** to cause sb to remember sth ஒன்றை ஒருவர் நினைவுக்குக் கொண்டுவா; நினைவூட்டு; ஞாபகப்படுத்து *The photographs brought back memories of his childhood.*

bring sb/sth down to defeat sb/sth; to make sb/ sth lose a position of power ஒருவரை/ ஒன்றைத் தோல்வியுறச் செய்; வீழ்த்து; ஒருவர்/ஒன்று தனது அதிகார நிலையை/ ஆட்சி உரிமையை இழக்கச் செய் *to bring down the government*

bring sth down to make sth lower in level ஒன்றைத் தாழ்நிலைக்குக் கொண்டுவா; தாழ்த்து; இறக்கு *to bring down the price of sth*

bring sth forward 1 to move sth to an earlier time ஒன்றை முற்பட்ட ஒரு காலத்திற்குக் கொண்டுவா; கால முன்னீடு செய் *The date of the meeting has been brought forward by two weeks.* ✪ OPP **put sth back** **2** to suggest sth for discussion கலந்தாய்வுக்கு ஒரு கருத்தை முன்வை; பிரேரணை செய்

bring sb in to ask or employ sb to do a particular job குறிப்பிட்ட பணியைச் செய்யுமாறு ஒருவரைக் கோரு; குறிப்பிட்ட வேலைக்கு

ஒருவரைப் பணியமர்த்து *A specialist was brought in to set up the new computer system.*
bring sth in to introduce sth ஒன்றை அறிமுகப்படுத்து; புதிதாகக் கொண்டுவா; புகுத்து *The government have brought in a new law on dangerous drugs.*
bring sth off to manage to do sth difficult கடினமான ஒன்றை எதிர்கொண்டு சமாளி, செய்து நிறைவேற்று அல்லது சாதி *The team brought off an amazing victory.*
bring sth on to cause sth ஒன்றை உண்டுபண்ணு; விளைவி; ஏற்படுத்து *Her headaches are brought on by stress.*
bring sth out to produce sth or cause sth to appear ஒன்றை உருவாக்கு; தயாரி; வெளிக்கொணர் *When is the company bringing out its next new model?*
bring sb round to make sb become conscious again ஒருவரை மீண்டும் உணர்வுநிலைக்குக் கொண்டுவா; மீண்டும் உணர்வு பெறச்செய் *I splashed cold water on his face to try to bring him round.*
bring sb round (to sth) to persuade sb to agree with your opinion தனது கருத்துடன் ஒத்துப்போகுமாறு ஒருவரை அறிவார்ந்த முறையில் தூண்டு; நயந்து பேசி இணங்கச் செய் *After a lot of discussion we finally brought them round to our point of view.*
bring sth round to sth to direct a conversation to a particular subject குறிப்பிட்ட கருத்து/பொருள் சார்ந்து அமையுமாறு ஓர் உரையாடலை நெறிப்படுத்து; குறிப்பிட்ட பொருளில் நிலைகொள்ளச் செய் *I finally brought the conversation round to the subject of money.*
bring sb up to look after a child until he/she is adult and to teach him/her how to behave வயதுக்கு வரும்வரை ஒரு குழந்தையைப் பேணி வளர்த்து அதற்கு நன்னடத்தை பயிற்றுவி; ஒரு குழந்தையை வளர்த்து ஆளாக்கு
bring sth up 1 to be sick so that food that you have swallowed comes back out of your mouth; to vomit விழுங்கிய உணவு மீண்டும் வெளிவருவதான நலக்கேடு அடை; ஓக்களி; வாந்தியெடு **2** to introduce sth into a discussion or conversation ஒரு விவாதத்தில் அல்லது ஓர் உரையாடலில் புதிதாக ஒன்றை அறிமுகப்படுத்து; புதிது புகுத்து *I intend to bring the matter up at the next meeting.*

brinjal /ˈbrɪndʒl/ *noun* [C] = **aubergine**

brink /brɪŋk/ *noun* [*sing.*] **the brink (of sth)** if you are on the brink of sth, you are almost in a very new, exciting or dangerous situation புதிதான, கிளர்ச்சியூட்டக்கூடிய அல்லது ஆபத்தான ஒன்றன் அண்மை நிலை; விளிம்பு; கரை *Just when the band were **on the brink** of becoming famous, they split up.*

brisk /brɪsk/ *adj.* **1** quick or using a lot of energy; busy விரைந்து செயலாற்றுகிற; சுறுசுறுப்பான; செயல் ஊக்கம் மிக்க *They set off **at a brisk pace**. • Trading has been brisk this morning.* **2** confident and practical; wanting to get things done quickly தன்னம்பிக்கையும் செயல் ஈடுபாடும் கொண்ட; வினைத்திட்பம் உடைய; முனைந்து செயல்படுகிற ▶ **briskly** *adv.* ▶ **briskness** *noun* [U]

bristle[1] /ˈbrɪsl/ *noun* [C] **1** a short thick hair குட்டையான தடித்த மயிர் *The bristles on his chin hurt the baby's face.* **2** one of the short thick hairs of a brush தூரிகையின் தடித்த மயிர்களில் ஒன்று

bristle[2] /ˈbrɪsl/ *verb* [I] **1** (used about hair or an animal's fur) to stand up straight because of fear, anger, cold, etc. (மனிதர்கள் முடி அல்லது விலங்குகள் மென்மயிர் பற்றிக் குறிப்பிடுகையில்) அச்ச உணர்வு, சினம், குளிர், முதலியவை காரணமாக நெட்டுக்குத்தாக நில்; சிலிர் **2 bristle (with sth) (at sb/sth)** to show that you are angry சினக்குறிப்புக் காட்டு
PHR V **bristle with sth** to be full of sth ஒன்று நிறைந்திரு; மிகுந்திரு

Britain /ˈbrɪtn/ = **Great Britain** ⇨ **United Kingdom** பதிவிலுள்ள குறிப்புப் பார்க்க.

brittle /ˈbrɪtl/ *adj.* hard but easily broken கெட்டியான ஆனால் எளிதில் உடைந்துவிடுகிற; நொறுங்கும் இயல்புடைய *The bones become brittle in old age.*

broach /brəʊtʃ/ *verb* [T] to start talking about a particular subject, especially one which is difficult or embarrassing குறிப்பாக தொல்லை தருகிற அல்லது சங்கடம் ஏற்படுத்துகிற, குறிப்பிட்ட ஒரு பொருள் பற்றிப் பேசத் தொடங்கு *How will you **broach the subject** of the money he owes us?*

broad /brɔːd/ *adj.* **1** wide அகலமான; பரந்த; விசாலமான *a broad street/river • broad shoulders • a broad smile*

> NOTE ஒன்றனுடைய ஒரு பக்கத்துக்கும் மறு பக்கத்துக்கும் இடையிலுள்ள தூரத்தைக் குறிக்க **broad** என்ற சொல்லைவிட **wide** அதிக அளவில் பயன்படுத்தப்படுகிறது—*The gate is four metres wide.*

✪ OPP **narrow** ⇨ **breadth** noun பார்க்க. **2** including many different people or things வெவ்வேறான பலரை அல்லது பல பொருள்களை உள்ளடக்கிய; பல்வேறு வகையான *We sell a **broad range** of products.* **3** without a lot of detail; general மிகுதியான விவரக் கூறுகள் இல்லாத; பொதுப்படையான; மொத்தப் பார்வையான *I'll explain the new system **in broad terms**.*

4 (used about the way sb speaks) very strong (ஒருவர் பேசும் முறை பற்றிக் குறிப்பிடுகையில்) பெரு முனைப்பான; அழுத்தந்திருத்தமான *She has a broad Somerset accent.*
IDM (in) broad daylight during the day, when it is easy to see எளிதாக ஒன்றைப் பார்க்கக்கூடிய பகல் நேரத்தில்; பட்டப் பகலில்

broad bean *noun* [C] a type of large flat green bean that can be cooked and eaten சமைத்து உண்ணுதற்குரிய பெரிய தட்டையான அவரை இனக் காய்; தட்டை மொச்சை வகை

broadcast /ˈbrɔːdkɑːst/ *verb* [I, T] (*pt, pp* **broadcast**) to send out radio or television programmes வானொலி அல்லது தொலைக்காட்சி நிகழ்ச்சிகளைப் பரப்பு; ஒலிபரப்பு அல்லது ஒளிபரப்பு *The Olympics are **broadcast live** around the world.* ▶ **broadcast** *noun* [C] *The next news broadcast is at 9 o'clock.*

broadcaster /ˈbrɔːdkɑːstə(r)/ *noun* [C] a person who speaks on the radio or on television வானொலியில் அல்லது தொலைக்காட்சியில் பேசுபவர்; வானொலி/தொலைக்காட்சி நிகழ்ச்சிகளை வழங்குபவர்

broaden /ˈbrɔːdn/ *verb* [I, T] **broaden (sth) (out)** to become wider; to make sth wider ஒன்று மேலும் அகலமாகு; விரிவடை; ஒன்றை மேலும் அகலப்படுத்து; விரிவாக்கு *The river broadens out beyond the bridge.* • (*figurative*) *Travel broadens the mind* (= it makes you understand other people better).

broadly /ˈbrɔːdli/ *adv.* **1** (used to describe a way of smiling) with a big, wide smile (சிரிப்பு வகையில்) பெருஞ்சிரிப்பாக; அகன்ற புன்னகையுடன் *He smiled broadly as he shook everyone's hand.* **2** generally பொதுப்படையாக; பொதுவாக; பொதுநிலையில்; மொத்தத்தில் ***Broadly speaking**, the scheme will work as follows...*

broad-minded *adj.* happy to accept beliefs and ways of life that are different from your own தனதிலிருந்து மாறுபட்டக் கோட்பாடுகளையும் பழக்க வழக்கங்களையும் மகிழ்வுடன் ஏற்றுக்கொள்கிற; பரந்த உள்ளமுடைய; விரிந்த நோக்குடைய; பெரும்போக்குடைய ✪ OPP **narrow-minded**

broccoli /ˈbrɒkəli/ *noun* [U] a thick green plant with green or purple flower heads that can be cooked and eaten சமைத்து உண்ணுவதற்கு ஏற்ற, பச்சை அல்லது ஊதா நிறத் தலைக்கொத்துப் பூக்களைக் கொண்ட அடர்பசுந் தாவரம்; பூங்கோசு வகை ➪ **vegetable** பதிவில் படம் பார்க்க.

brochure /ˈbrəʊʃə(r)/ *noun* [C] a small book with pictures and information about sth ஒன்றைப் பற்றிய படங்களும் தகவலும் அடங்கிய சிறு புத்தகம்; தகவல் குறிப்பேடு

broil /brɔɪl/ *verb* [T] (*AmE*) = **grill² 1**

broke¹ ➪ **break¹** என்பதன் இறந்தகால வடிவம்

broke² /brəʊk/ *adj.* (*not before a noun*) (*informal*) having no money பணம் வைத்திராத; பண வகையில் நொடித்த *I can't come out tonight—I'm absolutely broke.*

broken¹ ➪ **break¹** என்பதன் இறந்தகால வடிவம்

broken² /ˈbrəʊkən/ *adj.* **1** damaged or in pieces; not working பழுதடைந்த; துண்டுதுண்டான; தொழிற்பாடு கெட்ட; உடைந்த *Watch out! There's broken glass on the floor.* • *a broken leg* • *How did the window **get broken**?* **2** (used about a promise or an agreement) not kept (ஓர் உறுதிமொழி அல்லது ஒப்பந்தம் பற்றிக் கூறுகையில்) நிறைவேற்றப்படாத; பின்பற்றப்படாத; மீறப்பட்ட **3** not continuous; interrupted தொடர்ச்சியற்ற; தொடர்பறுந்த; இடையறுந்த; இடையிடையிட்ட *a broken line* • *a broken night's sleep* **4** (used about a foreign language) spoken slowly with a lot of mistakes (ஓர் அயல்மொழி வகையில்) மிகுதியான தவறுகளுடன் மெதுவாகப் பேசப்படுகிற; குறைபாடுகளுடன் கூடிய *to speak in broken English*

broken-down *adj.* **1** in a very bad condition மிக மோசமான நிலையில் உள்ள; சிதைவுற்ற; பாழ்பட்ட *a broken-down old building* **2** (used about a vehicle) not working (ஓர் ஊர்தி வகையில்) இயக்க நிலையில் இல்லாத; தொழிற்பாடு கெட்ட; பழுதுற்ற *A broken-down bus was blocking the road.*

broken-hearted = **heartbroken**

broken home *noun* [C] a family in which the parents do not live together, for example because they are divorced விவாகரத்து போன்றவை காரணமாகப் பெற்றோர்கள் இணைந்து வாழாத குடும்பம்; சிதறிய/பிளவுற்ற குடும்பம் *Many of the children came from broken homes.*

broken marriage *noun* [C] a marriage that has ended முறிந்த திருமணம்

broker /ˈbrəʊkə(r)/ *noun* [C] a person who buys and sells things, for example shares in a business, for other people மற்றவர்களுக்காகப் பங்குகள் போன்றவற்றை வாங்குதலும் விற்பதும் ஆகிய செயல்களைச் செய்பவர்; வணிக இடையீட்டாளர்; தரகர் *an insurance broker*

bromide /ˈbrəʊmaɪd/ *noun* [U] a chemical compound used in medicine to make people feel calm அமைதியூட்டும் மருத்துவப் பயன்பாட்டிற்கான ஒரு வேதியியற் கலவை; சோரிகை; புரோமைடு

bromine /ˈbrəʊmiːn/ *noun* [U] (*sym.* **Br**) a dark red, poisonous gas with a strong smell நெடியுள்ள கருஞ்சிவப்பு நிற நச்சு வளி; சோரியம்; புரோமின்

bronchial /ˈbrɒŋkiəl/ *adj.* connected with or affecting the two main branches of your **wind-pipe** (**bronchial tubes**) leading to your lungs நுரையீரலுக்குச் செல்லும் மூச்சுக்குழலின் இரு முதன்மையான பிரிவுகளோடு தொடர்புடைய அல்லது அவற்றைப் பாதிக்கிற; மூச்சுச்குழாய்கள் சார்ந்த ➪ **body** பதிவில் படம் பார்க்க.

bronchitis /brɒŋˈkaɪtɪs/ *noun* [U] an illness of the tubes leading to the lungs (**bronchial tubes**) that causes a very bad cough அதிக இருமல் உண்டாக்கும், நுரையீரலுக்குச் செல்லும் மூச்சுக்குழல்களின் மிகக் கடுமையான நலக்கேடு; மூச்சுக்குழல் அழற்சி; மார்புச் சளி நோய்

bronchus /ˈbrɒŋkəs/ *noun* [C] (*pl.* **bronchi** /ˈbrɒŋkaɪ/) one of the tubes that carry air to the lungs நுரையீரலுக்குக் காற்றைக் கொண்டு-செல்லும் குழல்களில் ஒன்று; மூச்சுக்குழல்

bronze /brɒnz/ *noun* **1** [U] a reddish-brown metal that is made by mixing tin with another metal (**copper**) வெள்ளீயத்தைச் செம்புடன் கலந்து தயாரிக்கப்படும் செம்பழுப்பு நிற உலோக வகை; வெண்கலம் **2** [U] the colour of bronze வெண்கல நிறம் **3** [C] = **bronze medal** ▶ **bronze** *adj.*

the Bronze Age *noun* [*sing.*] the period in human history between the Stone Age and the Iron Age when people used tools and weapons made of bronze மனித வரலாற்றில் கற்காலத்திற்கும் இரும்புக் காலத்திற்கும் இடைப்பட்டக் காலமான, வெண்கலத்தால் செய்யப்பட்ட செயற்கருவிகளையும் படைக்கருவிகளையும் மனிதர்கள் பயன்படுத்திய காலப் பகுதி; வெண்கலக் காலம்

bronzed /brɒnzd/ *adj.* having skin that has been turned brown, in an attractive way, by the sun சூரிய வெப்பத்தால் கவர்ச்சியூட்டும் முறையில் பழுப்பு நிறமாக மாறிய தோல் உடைய; வெண்கல நிறமடைந்த பளபளப்பான தோல் உடைய

bronze medal *noun* [C] a round piece of bronze that you get as a prize for coming third in a race or a competition ஒரு பந்தயத்தில் அல்லது போட்டியில் மூன்றாவதாக வருபவருக்குப் பரிசாகத் தரப்படும் வட்ட வடிவ வெண்கலப் பொருள்; வெண்கலப் பதக்கம் ➪ **gold** மற்றும் **silver medal** பார்க்க.

brooch /brəʊtʃ/ *noun* [C] a piece of jewellery with a pin at the back that women wear on their clothes பெண்கள் ஆடையின்மீது அணிந்து-கொள்ளும் பின்புறத்தில் பிணைப்பூசியைக்-கொண்ட அணிகலன்

brood[1] /bruːd/ *verb* [I] **1 brood (on/over/about sth)** to worry, or to think a lot about sth that makes you worried or sad தனக்குக் கவலையூட்டும் அல்லது வருத்தம் ஏற்படுத்தும் ஒன்றைப் பற்றிச் சஞ்சலப்படு அல்லது மிகுதியாக எண்ணிக்கொண்டிரு *to brood on a failure* **2** (used about a female bird) to sit on her eggs (ஒரு பெண் பறவை வகையில்) தனது முட்டைகள் மீது அமர்ந்திரு; அடைகா

brood[2] /bruːd/ *noun* [C] all the young birds that belong to one mother ஒரு தாய்ப்பறவையின் குஞ்சுகள் தொகுதி; ஓர் ஈட்டு முட்டைகளின் குஞ்சுத் தொகுதி

brook /brʊk/ *noun* [C] a small flow of water சிறு நீரோட்டம்; ஓடை ✪ SYN **stream**

broom /bruːm/ *noun* [C] a brush with a long handle that you use for removing (**sweeping**) dirt from the floor தரையைப் பெருக்கித் தூய்மைப்படுத்தப் பயன்படுத்தப்படும் நீண்ட கைப்பிடி உடைய துடைப்பம்; விளக்குமாறு; வாருகோல்

broomstick /ˈbruːmstɪk/ *noun* [C] the handle of a broom துடைப்பத்தின் கைப்பிடி

Bros (*AmE* **Bros.**) *abbr.* (used in the name of a company) Brothers (ஒரு நிறுவனத்தின் பெயரில் பயன்படுத்தப்படுவது) சகோதரர்கள் என்பதைக் குறிக்கும் 'Brothers' என்பதன் குறுக்கம் *Vasan Bros Ltd*

broth /brɒθ/ *noun* [U] soup (காய்கறி, இறைச்சி, முதலியவற்றின்) வடிசாறு *chicken broth*

brother /ˈbrʌðə(r)/ *noun* [C] **1** a man or boy who has the same parents as another person ஒரே பெற்றோருக்குப் பிறந்தவருள் ஒருவர்; உடன்பிறப்பாளர்; சகோதரர்; அண்ணன் அல்லது தம்பி *Sahil and Tarun are brothers.* • *Tarun is Sahil's brother.* • *a younger/older brother* ➪ **half-brother** மற்றும் **stepbrother** பார்க்க.

NOTE உடன்பிறந்த ஆண், பெண் இரு பாலரையும் குறிக்கும் பொதுச்சொல் ஆங்கிலமொழியில் இல்லை—*Have you got any brothers and sisters?* **Sibling** என்ற சொல் பெரிதும் சம்பிரதாயம் சார்ந்த வழக்காகும்.

2 a man who is a member of a Christian religious community கிறிஸ்தவ சமய சமூகத்தின் உறுப்பினரான ஓர் ஆண்; சகோதரர் **3** (*informal*) a man who you feel close to because he is a member of the same society, group, etc. as you தான் சார்ந்துள்ள அதே சமூகம், குழு முதலியவற்றின் உறுப்பினராக உள்ள காரணத்தால் நெருக்கமானவராகத் தான் கருதும் ஓர் ஆண்; சகோதரர்; உடன்பிறவாத் தோழன்

brotherhood /ˈbrʌðəhʊd/ *noun* **1** [U] a feeling of great friendship and understanding between people மனிதர்களுக்கிடையே காணப்படும் உயர்ந்த நட்புணர்வும் ஒத்துணர்வும்; சகோதரத்துவம் *the brotherhood of man* (= a feeling of friendship between all the people in the world) **2** [C, *with sing. or pl. verb*] an organization which is formed for a particular, often religious, purpose பெரும்பாலும் சமயம் சார்ந்த, குறிப்பிட்ட நோக்கத்திற்காக உருவாக்கப்படும் ஓர் அமைப்பு

brother-in-law *noun* [C] (*pl.* **brothers-in-law**) **1** the brother of your husband or wife கணவன் அல்லது மனைவி உடன்பிறந்தான்; மைத்துனன் **2** the husband of your sister உடன்பிறந்தாள் கணவன்

brotherly /ˈbrʌðəli/ *adj.* showing feelings of love and kindness that you would expect a brother to show உடன்பிறந்தாரிடமிருந்து ஒருவர் பெறக்கூடிய பாசத்தையும் பரிவையும் செலுத்துகிற; சகோதர வாஞ்சையுள்ள; அண்ணன் தம்பி ஒத்துணர்வுள்ள *brotherly love/advice*

brought ➪ **bring** என்பதன் இறந்தகால மற்றும் இறந்தகால வினையெச்ச வடிவம்

brow /braʊ/ *noun* **1** [C, *usually pl.*] = **eyebrow** **2** [C] = **forehead** **3** [*sing.*] the top part of a hill குன்றின் உச்சிப்பகுதி; முகடு *Suddenly a car came over the brow of the hill.*

browbeat /ˈbraʊbiːt/ *verb* [T] (*pt* **browbeat**; *pp* **browbeaten**) **browbeat sb (into doing sth)** to frighten or threaten sb in order to make him/her do sth ஒரு செயலைச் செய்யவைக்க வேண்டி ஒருவரை அச்சுறுத்து அல்லது தண்டிக்கப்போவதாக எச்சரிக்கை செய்; கொடுஞ்சொற்கள் கூறி அதட்டு *They were browbeaten into accepting the deal.*

brown[1] /braʊn/ *noun, adj.* **1** [C, U] (of) the colour of earth or wood மண் அல்லது மரத்தின் நிறம்/நிறமான; காவி அல்லது பழுப்பு நிறம்/நிறமான *brown eyes/hair • the yellows and browns of the trees in autumn • You don't look nice in brown* (= in brown clothes). **2** having skin that the sun has made darker சூரிய வெப்பத்தால் கறுத்த/வெயிலில் பழுப்பேறிய தோல்/தோலையுடைய *Although I often sunbathe, I never seem to* ***go brown****.*

brown[2] /braʊn/ *verb* [I, T] to become or make sth become brown காவி அல்லது பழுப்பு நிறமாகு; ஒன்றற்குக் காவி அல்லது பழுப்பு நிறமூட்டு *Brown the meat in a frying pan.*

brownie /ˈbraʊni/ *noun* [C] a type of heavy chocolate cake that often contains nuts பெரும்பாலும் விதைகள் உள்ளிடப்பட்ட கெட்டியான சாக்லெட் கேக் வகை

brownish /ˈbraʊnɪʃ/ *adj.* fairly brown (விரும்பத்தக்க வகையில்) சற்றே பழுப்பு நிறமான *She has brownish eyes.*

browse /braʊz/ *verb* **1** [I] to spend time pleasantly, looking round a shop, without a clear idea of what you are looking for தெளிவான நோக்கமின்றி ஒரு கடையைச் சுற்றிப் பார்த்துக்கொண்டு மகிழ்ச்சியாக நேரத்தைப் போக்கு *I spent hours browsing in the local bookshop.* **2** [I] **browse through sth** to look through a book or magazine without reading every part or studying it carefully ஒரு புத்தகத்தை அல்லது பருவ இதழை முழுமையாகவோ கவனமாகவோ படிக்காமல் ஊடாகப் பார்த்துக் கொண்டிரு; மேலெழுந்தவாரியாக அல்லது இடைவிட்டுப் படி *I enjoyed browsing through the catalogue but I didn't order anything.* **3** [T] (*computing*) to look for and read information on a computer கணினியில் தகவலைத் தேடிக் கண்டுபிடித்துப் படி *I've just been browsing the Internet for information on Lakshadweep Islands.* ▶ **browse** *noun* [*sing.*]

browser /ˈbraʊzə(r)/ *noun* [C] (*computing*) a computer program that lets you look at words and pictures from other computer systems by receiving information through telephone wires தொலைபேசிக் கம்பி வழியாகத் தகவலைப் பெற்று, பிற கணினி அமைப்புகளிலுள்ள சொற்களையும் படங்களையும் காண ஏதுவான கணினி நிரல் *an Internet browser*

bruise /bruːz/ *noun* [C] a blue, brown or purple mark that appears on the skin after sb has fallen, been hit, etc. கீழே விழுதல், அடிபடுதல் முதலியவற்றால் தோலில் ஏற்படும் நீல, பழுப்பு அல்லது ஊதா நிறத் தழும்பு; கன்றிப்போன காயம் **NOTE** கண்ணில் ஏற்படும் காயம் **black eye** எனப்படும். ▶ **bruise** *verb* [I, T] *I fell over and bruised my arm.*

brunch /brʌntʃ/ *noun* [C, U] (*informal*) a meal that you eat in the late morning as a combination of breakfast and lunch காலையில் நேரங்கடந்து உண்ணும், காலை உணவும் நண்பகல் உணவும் இணைந்த உண்டி; காலை மதியக் கூட்டுண்டி

brunette /bruːˈnet/ *noun* [C] a woman or girl with dark brown hair கரும் பழுப்பு நிற/மாநிற முடியுடைய பெண் அல்லது சிறுமி ➪ **blond** பார்க்க.

brunt /brʌnt/ *noun*

IDM **bear the brunt of sth** ➪ **bear[2]** பார்க்க.

brush[1] /brʌʃ/ *noun* **1** [C] an object that is used for cleaning things, painting, tidying your hair, etc. பொருள்கள் மீதுள்ள மாசு துடைத்தல், வண்ணம் தீட்டுதல், முடியைச் சீர்ப்படுத்துதல் முதலியவற்றுக்குப் பயன்படுத்தப்படும் பொருள்;

துடைப்பம்; தூரிகை; வாருகோல்; வண்ணந் தீட்டுக்கோல் *I took a brush and swept the snow from the path.* • *a toothbrush* • *a paintbrush* • *a hairbrush* **2** [*sing.*] an act of cleaning, tidying the hair, etc. with a brush தூரிகையை/வாருகோலைக் கொண்டு தூய்மை செய்தல், முடியைச் சீர்செய்தல், முதலியன *The floor needs a brush.*

IDM **(have) a brush with sb/sth** (to have or almost have) an unpleasant meeting with sb/sth ஒருவருடன்/ஒன்றுடன் ஒத்திசைவற்ற, நட்பிணக்கமற்ற அல்லது மகிழ்வூட்டாத சந்திப்பு (கொள்); பூசல் அல்லது சச்சரவு (நேர் அல்லது நேர இரு)

brush[2] /brʌʃ/ *verb* **1** [T] to clean, tidy, etc. sth with a brush வாருகோல் கொண்டு தூய்மைப்படுத்து, துப்புரவு செய், துலக்கு அல்லது சீர்செய் *Make sure you* ***brush*** *your* ***teeth*** *twice a day.* • ***Brush*** *your* ***hair*** *before you go out.* ➪ **clean[2]** பதிவிலுள்ள குறிப்புப் பார்க்க. **2** [I, T] to touch sb/sth lightly when passing ஒருவரை/ஒன்றைக் கடந்து செல்லும்போது இலேசாகத் தொட்டுச் செல்; தொட்டும் தொடாமலும் செல்; உரசு *Her hand brushed his cheek.* • *Leaves brushed against the car as we drove along the narrow road.*

PHR V **brush sb/sth aside 1** to refuse to pay attention to sb/sth ஒருவர்/ஒன்றன் மீது கவனம் செலுத்த மறு; பொருட்படுத்தாது போ; புறக்கணி *She brushed aside the protests and continued with the meeting.* **2** to push past sb/sth ஒருவரை/ஒன்றை ஒதுக்கித் தள்ளிவிட்டு மேல்செல் *He hurried through the crowd, brushing aside the reporters who tried to stop him.*

brush sth off (sth)/away to remove sth with a brush or with the hand, as if using a brush துடைப்பத்தால் அல்லது துடைப்பத்தைப் பயன்படுத்துவது போன்று கைகளால் ஒன்றைத் துடைத்தகற்று *I brushed the dust off my jacket.*

brush sth up/brush up on sth to study or practise sth in order to get back knowledge or skill that you had before and have lost முன்பு தனக்கிருந்து, விட்டுப்போய்விட்ட/இழந்துவிட்ட அறிவை அல்லது செயலாற்றலை மீண்டும் பெறவேண்டி (அதற்குரிய) ஒன்றைப் படி அல்லது பயிற்சி செய் *She took a course to brush up her Spanish.*

brush-off *noun*

IDM **give sb the brush-off** to refuse to be friendly to sb ஒருவருடன் நட்புறவு கொள்ள மறு; ஒருவர் நட்பை வெறுத்தொதுக்கு

brusque /bru:sk/ *adj.* using very few words and sounding rude மிகச் சுருக்கமாகவும் நயமின்றியும் பேசுகிற; கடுகடுப்பான ஓரிரண்டு சொற்களையே பயன்படுத்துகிற *He gave a brusque 'No comment!' and walked off.* ▶ **brusquely** *adv.*

brutal /ˈbru:tl/ *adj.* very cruel and/or violent கொடுமை மிக்க; சிறிதும் இரக்கமற்ற; வன்னடத்தையுடைய; மிருகத்தன்மையுடைய *a brutal murder* • *a brutal dictatorship* ▶ **brutally** /-təli/ *adv. He was brutally honest and told her that he didn't love her any more.*

brutality /bru:ˈtæləti/ *noun* [C, U] (*pl.* **brutalities**) very cruel and violent behaviour சிறிதும் இரக்கமற்ற வன்னடத்தை; மனிதப்பண்பற்ற தன்மை; விலங்கியல்பு

brute[1] /bru:t/ *noun* [C] **1** a cruel, violent man இரக்க உணர்வற்ற வன்னடத்தை உடையவர்; கொடும் வன்செயல் ஈடுபாடுடையவர்; விலங்கியல்பு கொண்டவர்; காட்டுமிராண்டி **2** a large strong animal பெரிய வலிமை வாய்ந்த விலங்கு

brute[2] /bru:t/ *adj.* (*only before a noun*) using strength to do sth rather than thinking about it ஒன்றைச் செய்வதில் சிந்தனையை விட உடல் ஆற்றலுக்கு முதன்மை தருகிற; உடல் வலிமையை முன்னிருத்துகிற; முரட்டுத்தனமான *I think you'll have to use* ***brute force*** *to get this window open.*

brutish /ˈbru:tɪʃ/ *adj.* cruel and unpleasant கொடுமனப் பண்புடைய; இன்னாச்செயல் ஈடுபாடுடைய

BSc /ˌbi: es ˈsi:/ *abbr.* Bachelor of Science; the degree that you receive when you complete a university or college course in a science subject அறிவியல் இளங்கலைஞர்; அறிவியல் பாடம் ஒன்றில் பல்கலைக்கழக அல்லது கல்லூரிப் படிப்பை நிறைவு செய்த ஒருவருக்கு வழங்கப்படும் பட்டம் ➪ **BA** மற்றும் **MSc** பார்க்க.

bubble[1] /ˈbʌbl/ *noun* [C] a ball of air or gas, in liquid or floating in the air நீரில் காணப்படும் அல்லது காற்றில் மிதந்துகொண்டிருக்கும், காற்று அல்லது வாயு நிரம்பிய உருண்டை வடிவப் பொருள்; குமிழி *We knew where there were fish because of the bubbles on the surface.*

bubble[2] /ˈbʌbl/ *verb* [I] **1** to produce bubbles or to rise with bubbles குமிழி உண்டாக்கு; குமிழியிடு; குமிழிகளுடன் மேலெழும்பு *Cook the pizza until the cheese starts to bubble.* • *The clear water bubbled up out of the ground.* **2 bubble (over) (with sth)** to be full of happy feelings இனிமையான உணர்வுகள் நிறைந்திரு; மகிழ்வுணச்சி பொங்கு

bubble bath *noun* [U] a liquid that you can add to the water in a bath to produce a mass of white bubbles வெண்குமிழிகள் திரளாகத் தோன்றச் செய்வதற்காகக் குளிப்புத் தொட்டியிலுள்ள நீரில் கலக்கப்படும் ஒரு திரவம்

bubblegum /ˈbʌblɡʌm/ *noun* [U] a sticky sweet that you eat but do not swallow and that can be blown into bubbles out of the mouth விழுங்கி-விடாமல் உண்ணப்படுவதும் வாயிலிருந்து ஊதி குமிழியிடச் செய்யக்கூடியதுமான ஒட்டுந்-தன்மையுள்ள ஓர் இனிப்புப்பொருள்; குமிழி-யிடும் மெல்லற்பசை வகை ➪ **chewing gum** பார்க்க.

bubbly /ˈbʌbli/ *adj.* **1** full of bubbles குமிழிகள் நிறைந்த; நுரை பொங்குகிற **2** (used about a person) happy and full of energy (ஒரு நபரைப் பற்றிக் குறிப்பிடுகையில்) மகிழ்ச்சியும் செய-லூக்கமும் நிறைந்த; உற்சாகம் பொங்குகிற

buck[1] /bʌk/ *noun* [C] **1** (*AmE informal*) a US dollar அமெரிக்க டாலர் நாணயம் *Could you lend me a few bucks?* **2** (*pl.* **buck** or **bucks**) the male of certain types of animal (**rabbits** and **deer**) முயல் மற்றும் மானின் ஆண் ➪ **deer** பதிவிலுள்ள குறிப்பைப் பார்க்க.

IDM **pass the buck** ➪ **pass[1]** பார்க்க.

buck[2] /bʌk/ *verb* [I] (used about a horse) to jump into the air or to kick the back legs in the air (குதிரை பற்றிக் குறிப்பிடுகையில்) உயரக் குதித்தெழும்பு அல்லது பின்கால்களை மேல்-நோக்கி உதை

PHR V **buck (sb/sth) up** (*informal*) to feel or to make sb feel better or happier இன்னல உணர்வுகொள்; உற்சாகம் கொள்; களிப்-படை; ஒருவரை உற்சாகப்படுத்து *Drink this—it'll buck you up.* • *Unless you buck your ideas up* (= become more sensible and serious), *you'll never pass the exam.*

bucket /ˈbʌkɪt/ *noun* [C] **1** a round, open container, usually made of metal or plastic, with a handle, that is used for carrying sth பொருள்களை எடுத்துச்செல்லப் பயன்படுத்தப்படும், கைப்பிடி-யுள்ள, வழக்கமாக உலோகத்தால் அல்லது பிளாஸ்டிக்கால் செய்யப்பட்ட, உருள் வடிவ, வாய் மூடப்படாத, கொள்கலம்; வாளி **2** (*also* **bucketful**) the amount that a bucket contains வாளியின் கொள்ளளவு; வாளி நிறை அளவு *How many buckets of water do you think we'll need?*

IDM **a drop in the bucket** ➪ **drop[2]** பார்க்க.

buckle[1] /ˈbʌkl/ *noun* [C] a piece of metal or plastic at the end of a belt or strap that is used for fastening it அரைக்கச்சை வாரை அல்லது தோல்பட்டையை இணைத்துப் பொருத்திக்-கொள்ளப் பயன்படுத்தப்படும், அதன் நுனியில் உள்ள உலோக அல்லது பிளாஸ்டிக் பொருள்; வார்ப்பூட்டு; கொளுவி ➪ **button** பதிவில் படம் பார்க்க.

buckle[2] /ˈbʌkl/ *verb* [I, T] **1** to fasten or be fastened with a buckle வார்ப்பூட்டால் இணைத்துப் பொருத்து அல்லது பொருத்தப்படு; மாட்டு; வார்ப்பூட்டிடு **2** to become crushed or bent because of heat, force, weakness, etc. வெப்பம், தாக்குவலி, வலுவின்மை/தளர்ச்சி, முதலிய-வற்றால் தளர்வுறு, சேதப்படு அல்லது வளைந்து போ *Some railway lines buckled in the heat.*

buckwheat /ˈbʌkwiːt/ *noun* [U] a type of grain that is small and dark and that is grown as food for animals and for making flour விலங்கு உணவுக்காகவும் மாவாகப் பயன்படுத்துவதற்-காகவும் விளைவிக்கப்படும் சிறு கரு நிற தானிய வகை; கோதுமை வகை

bud /bʌd/ *noun* [C] a small lump on a tree or plant that opens and develops into a flower or leaf மரங்களில் அல்லது செடிகளில் தோன்றும் அரும்பு; மொட்டு; முளை *rosebuds* ➪ **flower** பதிவில் படம் பார்க்க.

IDM **nip sth in the bud** ➪ **nip** பார்க்க.

Buddhism *noun* [U] an Asian religion that was started in India by Buddha கௌதம புத்தரால் இந்தியாவில் தோற்றுவிக்கப்பட்ட ஆசியக் கண்டத்தைச் சார்ந்த சமயம்; புத்த மதம்

Buddhist *noun* [C] a person whose religion is Buddhism புத்த மதத்தைச் சார்ந்தவர்; பௌத்தர் ▶ **Buddhist** *adj. a Buddhist temple*

budding /ˈbʌdɪŋ/ *adj.* (*only before a noun*) wanting or starting to develop and be successful (ஒரு துறையில்) வளர்ந்து உருவாகத் தொடங்குகிற அல்லது விரும்புகிற; முன்னுக்கு வர விரும்பு-கிற அல்லது வந்துகொண்டிருக்கிற *Have you got any tips for budding young photographers?*

buddy /ˈbʌdi/ *noun* [C] (*pl.* **buddies**) (*informal*) a friend, especially a male friend of a man நண்பர்; தோழர்; குறிப்பாக ஓர் ஆணின் ஆண் நண்பர்

budge /bʌdʒ/ *verb* [I, T] **1** to move or make sth move a little சற்று நகர் அல்லது நகர்த்து; சிறிது இடம்பெயர் அல்லது பெயர்த்து; இடம் விட்டுக்கொடு *I tried as hard as I could to loosen the screw but it simply wouldn't budge.* • *We just couldn't budge the car when it got stuck in the mud.* **2** to change or make sb change a firm opinion தான் உறுதியாகப் பற்றியுள்ள கருத்தை/ எண்ணத்தை மாற்றிக்கொள் அல்லது வேறு-பட்டக் கருத்துக்கொள்; ஒருவர் உறுதியாகப் பற்றியுள்ள கருத்தை மாற்று; நிலைமாறு; நிலைமாற்று *Neither side in the dispute is prepared to budge.*

budgerigar /ˈbʌdʒəriɡɑː(r)/ (*informal* **budgie**) *noun* [C] a small, brightly-coloured bird that people often keep as a pet in a cage பெரும்பாலும்

செல்லப்பறவையாகக் கூண்டில் வளர்க்கப்படும் சிறு ஒளிர் வண்ணப் பறவை

budget[1] /ˈbʌdʒɪt/ *noun* [C, U] **1** a plan of how to spend an amount of money over a particular period of time; the amount of money that is mentioned குறிப்பிட்ட கால அளவில் ஒரு பணத்தொகையைச் செலவிடுவதற்கான திட்டம்; செலவுத் திட்டம்; அவ்வாறு செலவிடுவதற்கான பணத்தொகை; செலவுத் திட்ட மதிப்பீட்டுத் தொகை *The work was finished on time and **within budget**.* • *The builders are already 20% **over budget**.* **2** (*also* **Budget**) a statement by a government saying how much money it plans to spend on particular things in the next year and how it plans to collect money எதிர்வரும் ஆண்டின் குறிப்பிட்டச் செலவினங்களை வரையறை செய்து அதற்குரிய பணத்தைத் திரட்டும் முறை பற்றிய அரசு அறிக்கை; அரசின் வரவுசெலவுத் திட்ட அறிக்கை *Do you think taxes will go up in this year's budget?*

budget[2] /ˈbʌdʒɪt/ *verb* [I, T] **budget (sth) (for sth)** to plan carefully how much money to spend on sth குறிப்பிட்ட ஒன்றற்குச் செலவு செய்யவேண்டிய பண அளவை கவனமாகத் திட்டமிடு; செலவுத் திட்டம் தீட்டு *The government has budgeted Rs 10 crore for education.*

budget[3] /ˈbʌdʒɪt/ *adj.* (*informal*) (used in advertisements) very cheap (விளம்பரங்களில் பயன்படுத்தப்படுவது) மிக மலிவான; பெரிதும் விலை குறைந்த; நய விலையான *budget holidays*

budgetary /ˈbʌdʒɪtəri/ *adj.* connected with plans for how to spend money during a particular period of time குறிப்பிட்ட கால அளவில் பணம் செலவு செய்ய வேண்டிய முறை பற்றித் திட்டமிடுதலைச் சார்ந்த; செலவுத் திட்டம் தொடர்பான

budgie /ˈbʌdʒi/ (*informal*) = **budgerigar**

buff /bʌf/ *noun* [C] (*informal*) a person who knows a lot about a particular subject and is very interested in it குறிப்பிட்ட துறை பற்றிய மிகை அறிவுடன் அத்துறையில் பெரிதும் ஈடுபாடு கொண்டுள்ள ஒருவர்; தனித்துறை அறிவார்வலர் *a film/computer buff*

buffalo /ˈbʌfələʊ/ *noun* [C] (*pl.* **buffalo**; **buffaloes**) **1** a large wild animal that lives in Africa and Asia that looks like a cow with long curved horns ஆப்பிரிக்க மற்றும் ஆசிய நாடுகளில் வாழும், நீண்டு வளைந்த கொம்புகளைக் கொண்ட, பசு போன்றத் தோற்றமுடைய பெரிய காட்டு விலங்கு; காட்டெருமை *a herd of buffalo* **2** = **bison** ⇨ **water buffalo** பார்க்க.

buffer /ˈbʌfə(r)/ *noun* [C] **1** a thing or person that reduces the unpleasant effects of sth or prevents violent contact between two things, people, etc. ஒன்றன் இன்னாத விளைவுகளைக் குறைக்கும் பொருள் அல்லது நபர்; பொருள்கள் அல்லது ஆட்கள் இடையேயான மோதல்களைத் தடுக்கும் பொருள் அல்லது நபர் *UN forces are acting as a buffer between the two sides in the war.* **2** a flat round piece of metal with a spring behind it that is on the front or back of a train or at the end of a railway track. Buffers reduce the shock when sth hits them தொடர்வண்டியின் முன்பக்கத்திலோ பின்பக்கத்திலோ அல்லது இருப்புப்பாதையின் முடிவிலோ எல்லை முனையிலோ அமைக்கப்படும், பின்புறத்தில் சுருள்வில்லுடன் கூடிய தட்டையான உருளை வடிவ உலோகப் பொருள். ஒன்று மோதும்போது ஏற்படும் தாக்கத்தை இவ்வில்லமைப்பு குறைக்கும்

buffet[1] /ˈbʊfeɪ/ *noun* [C] **1** a meal (usually at a party or a special occasion) at which food is placed on a long table and people serve themselves (வழக்கமாக ஒரு விருந்தில் அல்லது சிறப்பு நிகழ்ச்சியில்) நீண்ட மேசையில் உணவு வைக்கப்பட்டு, பங்குகொள்பவர்கள் தாங்களே பரிமாறிக்கொண்டு உண்ணும் உணவு; தானே எடுத்துண்ணும் தொகுப்புணவு *a buffet lunch* **2** part of a train where passengers can buy food and drinks; a cafe at a station பயணிகள் விலைக்குப் பெற்றுக்கொள்வதற்கான உணவு மற்றும் பானங்கள் உள்ள தொடர்வண்டியின் பகுதி; தொடர்வண்டியின் சிற்றுண்டி சாலை; தொடர்வண்டி நிலையச் சிற்றுண்டி சாலை

buffet[2] /ˈbʌfɪt/ *verb* [T] to knock or push sth in a rough way from side to side ஒரு பொருளைப் பக்கத்துக்குப் பக்கம் முரட்டுத்தனமாக இடி அல்லது தள்ளு; மோது; அலைக்கழி *The boat was buffeted by the rough sea.*

bug[1] /bʌg/ *noun* **1** [C] (*AmE*) any small insect சிறு பூச்சி **2** [C] an illness that is not very serious and that people get from each other ஒருவரிடமிருந்து மற்றொருவருக்குத் தொற்றிக்கொள்ளக் கூடியதும் அவ்வளவாகக் கடுமையானதல்லாததுமான நோய் வகை; சிறு தொற்றுநோய் வகை *I don't feel very well—I think I've got the bug that's going round.* **3** [C] something wrong in a system or machine, especially a computer ஒரு பொறியமைப்பில் அல்லது ஓர் இயந்திரத்தில், குறிப்பாகக் கணினியில், ஏற்படும் கோளாறு; இயந்திரப் பிழை *There's a bug in the software.* **4** (*usually* **the bug**) [*sing.*] (*informal*) a sudden interest in sth ஒன்றில் ஏற்படும் திடீர் ஆர்வம் அல்லது ஈடுபாடு *They've been bitten by the golf bug.* **5** [C] a very small device (**microphone**) that is hidden and secretly records people's conversations மறைவாக வைக்கப்பட்டு பிறர்

உரையாடல்களை இரகசியமாகப் பதிவு-செய்யும் மிகச் சிறிய பொறி; நுண் ஒலிப்-பதிவுப் பொறி

bug² /bʌg/ *verb* [T] (**bugging; bugged**) **1** to hide a very small device (**microphone**) somewhere so that people's conversations can be recorded secretly மற்றவர் உரையாடல்களை இரகசியமாகப் பதிவுசெய்வதற்காக நுண் ஒலிப்பதிவுப் பொறியை ஓரிடத்தில் மறைவாக வை *Be careful what you say. This room is bugged.* **2** (*informal*) to annoy or worry sb ஒரு-வரை வெறுப்பூட்டு அல்லது கவலைக்கு உள்ளாக்கு; தொல்லை கொடு; நச்சரி; எரிச்சல்படுத்து

build¹ /bɪld/ *verb* (*pt*, *pp* **built** /bɪlt/) **1** [T] to make sth by putting pieces, materials, etc. together தனிக்கூறுகள், மூலப்பொருள்கள் முதலியவற்றை ஒன்றிணைத்து வைத்து ஓர் அமைப்பை உருவாக்கு; கட்டி எழுப்பு; கட்டு *They've built a new bridge across the river.* • *The house is built of stone.* **2** [I] to use land for building on கட்டடம் எழுப்ப நிலத்தைப் பயன்-படுத்து *There's plenty of land to build on around here.* **3** [T] to develop or increase sth ஒன்றை வளரச் செய்; வளர்த்து உருவாக்கு; மேம்-படுத்து; பெரிதாக்கு; பெருக்கமுறச் செய் *The government is trying to build a more modern society.* • *This book claims to help people to build their self-confidence.*

PHR V **build sth in/on; build sth into/onto sth** to make sth a part of sth else ஒன்றை வேறொன்றன் பகுதியாக்கு; சார்பு அல்லது துணை அமைப்பாக உருவாக்கு *They've made sure that a large number of checks are built into the system.* • *We're planning to build two more rooms onto the back of the house.*

build on sth to use sth as a base from which you can make further progress கூடுதல் வளர்ச்சிக்கான அல்லது மேம்பாட்டுக்கான அடிப்படையாக ஒன்றைப் பயன்படுத்து *Now that we're beginning to make a profit, we must build on this success.*

build sth on sth to base sth on sth ஒன்றற்கான அடிப்படையாக வேறொன்றைக் கொள்; ஓர் அடிப்படை மீதெழுப்பு *a society built on the principle of freedom and democracy*

build up (to sth) to become greater in amount or number; to increase தொகை அல்லது எண்ணிக்கை வகையில் மேலும் அதிகமாகு; கூடு; மிகுதிப்படு *The traffic starts to build up at this time of day.*

build sth up 1 to make sth seem more important or greater than it really is ஒன்று அதன் உண்மையான நிலையை விட முக்கியமான-தாக அல்லது உயர்ந்ததாகத் தோன்றுமாறு செய்; பெரிதாக்கிக் காட்டு; மிகைப்படுத்து *I don't think it's a very serious matter, it's just been built up in the newspapers.* **2** to increase or develop sth over a period படிப்படியாக ஒன்றைப் பெருக்கு; வளர்த்து உருவாக்கு *You'll need to build up your strength again slowly after the operation.*

build² /bɪld/ *noun* [C, U] the shape and size of sb's body ஒருவருடைய உடலின் உருவமைப்பும் அளவும்; உடலமைப்பு; உடல் கட்டமைதி *She* ***has a*** *very athletic* ***build***.

NOTE **Build, figure** இரண்டையும் ஒப்பு நோக்குக. முன்னது பொதுவாக உடல் வலிமையையும் தசைகளையும் சார்ந்து உடல் அளவை விவரிக்கும். மேலும், **build** ஆண், பெண் இருபாலர்க்கும் பொதுவழக்-காகும். **Figure** வழக்கமாக உருவமைப்பை, குறிப்பாக உடலின் கவர்ச்சித் தன்மையை/ கவர்ச்சியின்மையைக் குறிப்பது. இச்சொல் வழக்கமாகப் பெண்கள் தொடர்பாக மட்டுமே பயன்படுத்தப்படுகிறது.

builder /ˈbɪldə(r)/ *noun* [C] a person whose job is to build houses and other buildings தொழில் முறையில் வீடுகள் மற்றும் பிற கட்டடங்கள் கட்டுபவர்; கட்டடத்தொழில் செய்பவர்

building /ˈbɪldɪŋ/ *noun* **1** [C] a structure, such as a house, shop or school, that has a roof and walls மேற்கூரையும் சுவர்களும் கொண்ட, வீடு, கடை, பள்ளி போன்ற, ஒரு கட்டடம்; மனை *There are a lot of very old buildings in this town.* **2** [U] the process or business of making buildings கட்டட உருவாக்கம்; கட்டடத் தொழில் *building materials* • *the building industry*

building site *noun* [C] an area of land on which a building is being built கட்டடம் எழுப்பப்படும் நிலப்பரப்பு; கட்டட மனை; மனையிடம்

building society *noun* [C] (*BrE*) an organization like a bank with which people can save money and which lends money to people who want to buy a house மக்கள் பணச் சேமிப்புக்கு உரியதும் வீடு வாங்குவோர் பணம் கடனாகப் பெறக்கூடியதுமான, வங்கி போன்ற ஒரு நிறுவன அமைப்பு; சேமிப்பு மற்றும் கட்டடக் கடனுதவிச் சங்கம்

build-up *noun* [C, *usually sing.*] **1 a build-up (of sth)** an increase of sth over a period ஒன்றன் படிப்படியான வளர்ச்சி, பெருக்கம் அல்லது மிகுதிப்பாடு *The build-up of tension in the area has made war seem more likely.* **2 a build-up (to sth)** a period of preparation or excitement before an event ஒரு நிகழ்ச்சிக்கு முந்திய ஆயத்தக்காலம் அல்லது ஒரு நிகழ்ச்சிக்கு முன் காணப்படும் பரபரப்பு *The players started to get nervous in the build-up to the big game.*

-built /bɪlt/ (*used to form compound adjectives*) having a body with the shape and size mentioned

குறிப்பிடப்பட்ட உருவமைப்பும் உருவளவும் கொண்ட உடல் உடைய *a tall well-built man*

built-in *adj.* that is a part of sth and cannot be removed பெயர்த்து அகற்ற அல்லது இட-மாற்றம் செய்ய முடியாததான; உள்ளிணை-வான; ஆக்கக் கூறான *built-in cupboards*

built-up *adj.* covered with buildings சுற்றிலும் கட்டடங்கள் உள்ள; மனைகள் சூழ்ந்த *a built-up area*

bulb /bʌlb/ *noun* [C] **1** (*also* **light bulb**) the glass part of an electric lamp that gives out light (ஒளிரும் தன்மையுள்ள) மின்விளக்கின் கண்ணாடிக் குமிழ் *The bulb's gone* (= it no longer works) *in this lamp.* **2** the round root of certain plants சிலவகைத் தாவரங்களின் உருள் வடிவ வேர்ப்பகுதி; கிழங்கு; அடிநிலைத் தண்டு; வேர்ப்பூண்டு *a tulip bulb* ➪ **flower** பதிவில் படம் பார்க்க.

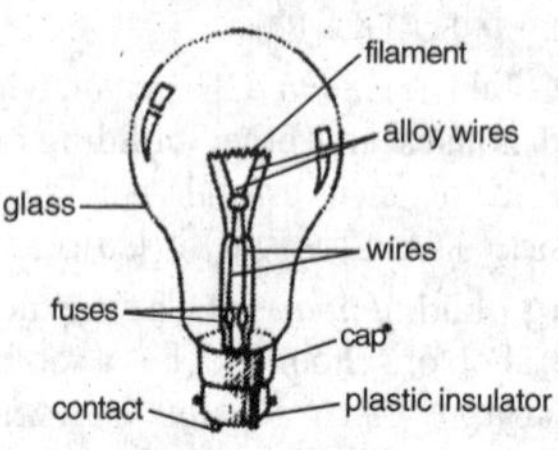

light bulb

bulbous /ˈbʌlbəs/ *adj.* fat, round and ugly தடித்து உருள் வடிவாக அழகற்றுத் தோன்று-கிற; அழகற்ற முறையில் உருண்டு திரண்ட *a bulbous red nose*

bulbul *noun* [C] a small lively tropical song-bird with a **crest** on its head that is usually found in Africa and Asia. It is also called the Indian Nightingale தலையில் கொண்டையும் இனிமையான குரலும் உடைய, ஆப்பிரிக்கா-விலும் ஆசியாவிலும் காணப்படும் சிறு, உல்லாசமான வெப்ப மண்டலப் பாடும் பறவை

bulge[1] /bʌldʒ/ *noun* [C] a round lump that sticks out on sth ஒன்றில் முன்னால் துருத்திக்-கொண்டிருக்கும் உருண்டையான புடைப்பு; வீக்கம்; பிதுக்கம்

bulge[2] /bʌldʒ/ *verb* [I] **1** to stick out in a lump from sth that is usually flat வழக்கமாகத் தட்டையான ஒன்றிலிருந்து புடைப்பாக முன்-னால் துருத்திக்கொண்டிரு; முன் பிதுங்கியிரு; புடை; வீங்கு *My stomach is starting to bulge. I must get more exercise.* **2 bulge (with sth)** to be full of sth நிரம்பிப் புடைத்திரு; நிரம்பியிரு *His bags were bulging with presents for the children.*

bulging /ˈbʌldʒɪŋ/ *adj.* **1** sticking out துருத்திக்-கொண்டிருக்கிற; முன் பிதுங்கியிருக்கிற; *He had a thin face and rather bulging eyes.* **2** very full முழுதும் நிறைந்திருக்கிற; நிரம்பிப் புடைத்திருக்கிற *She came home with bulging bags.*

bulimia /buˈlɪmiə; -ˈliːmiə/ (*also* **bulimia nervosa** /buˌlɪmiə nɜːˈvəʊsə/) *noun* [U] an illness in which a person keeps eating too much and then making himself/herself vomit in order to control his/her weight மிகையாக உண்டு பின்னர் தன் எடையைக் கட்டுப்பாட்டில் வைத்திருக்கும் பொருட்டு உண்டதை வாந்தி எடுக்கச் செய்யும் நோய் வகை ➪ **anorexia** பார்க்க. ▶ **bulimic** /buˈlɪmɪk -ˈliːmɪk/ *adj., noun* [C]

bulk /bʌlk/ *noun* **1 the bulk (of sth)** [*sing.*] the main part of sth; most of sth ஒன்றன் முதன்மைப் பகுதி; பெருமளவு; பெரும்பகுதி; பெரும்பான்மை *The bulk of the work has been done, so we should finish this week.* **2** [U] the size, quantity or weight of sth large பெரிதான ஒன்றன் உருவளவு, பரும அளவு அல்லது எடையளவு *The cupboard isn't especially heavy—it's the bulk that makes it hard to move.* • *He slowly lifted his vast bulk out of the chair.*

IDM in bulk in large quantities பெரும் எண்ணிக்-கையில்; பேரளவில்; திரளாக; தொகுதியாக *If you buy in bulk, it's 10% cheaper.*

bulky /ˈbʌlki/ *adj.* large and heavy and therefore difficult to move or carry பெரிதாகவும் கன-மாகவும் அமைந்து இடம்பெயர்ப்பதற்கு அல்லது எடுத்துச் செல்வதற்குச் சிரமமானதாக உள்ள; பருமனான; பெருத்த

bull /bʊl/ *noun* [C] **1** an adult male of the cow family மாட்டினத்தைச் சேர்ந்த ஆண் விலங்கு; ஆணேறு; விடைஎருது ➪ **cow** பதிவிலுள்ள குறிப்பைப் பார்க்க. **2** the male of the elephant, **whale** and some other large animals யானை, திமிங்கிலம் மற்றும் சில பெரு விலங்குகளின் ஆண் **3** (in business) a person who buys shares in a company, hoping to sell them soon afterwards at a higher price (வணிகத் தொழிலில்) பின்னர் குறுகிய காலத்திலேயே அதிக விலைக்கு விற்கமுடியும் என்ற நம்பிக்கையில் ஒரு நிறுவனத்தில் பங்குகள் வாங்குபவர் *a bull market* (= in which prices are rising) ➪ **bear**[1] **2** பார்க்க.

bulldog /ˈbʊldɒg/ *noun* [C] a strong dog with short legs, a large head and a short, thick neck குட்டையான கால்கள், பெரிய தலை மற்றும் குட்டையான தடித்த கழுத்து ஆகியவற்றை உடைய வலிமை வாய்ந்த நாய் வகை; வேட்டைநாய்

Bulldog clip™ *noun* [C] (*BrE*) a metal device for holding papers together தாள்களைக் கட்டாகச் சேர்த்துவைக்கப் பயன்படுத்தும் ஓர் உலோக சாதனம்; தாள்பிடிப்பு ஊக்கு; தாள்பற்று கருவி ➪ **stationery** பதிவில் படம் பார்க்க.

bulldoze /ˈbʊldəʊz/ *verb* [T] to make ground flat or knock down a building with a bulldozer நிலச்சமன் இயந்திரத்தைக் கொண்டு தரையைச் சமதளப்படுத்து/சமன்செய் அல்லது ஒரு கட்டடத்தை இடித்துத் தள்ளு *The old buildings were bulldozed and new ones were built.*

bulldozer /ˈbʊldəʊzə(r)/ *noun* [C] a large, powerful vehicle with a broad piece of metal at the front, used for clearing ground or knocking down buildings நிலத்தைத் திருத்திச் சமன்செய்ய அல்லது கட்டடங்களை இடித்துத்தள்ளப் பயன்படுத்தப்படும், முன்பகுதியில் அகலமான உலோகப் பாளத்தைக் கொண்ட, பெரிய ஆற்றல் மிக்க விசையூர்தி; நிலச்சமன் பொறி

bullet /ˈbʊlɪt/ *noun* [C] a small metal object that is fired from a gun துப்பாக்கியிலிருந்து சுட்டுச் செலுத்தப்படும் சிறு உலோகப் பொருள்; துப்பாக்கிக் குண்டு; இரவைக் குண்டு *The bullet hit her in the arm.* • *a bullet wound*

bulletin /ˈbʊlətɪn/ *noun* [C] **1** a short news report on television or radio; an official statement about a situation தொலைக்காட்சி அல்லது வானொலியில் வழங்கப்படும் சுருக்கமான செய்தி அறிக்கை; குறிப்பிட்ட சூழ்நிலை/நிலைமை பற்றிய அதிகாரப்பூர்வமான அறிக்கை *The next* ***news bulletin*** *is at nine o'clock.* **2** a short newspaper that a club or an organization produces ஒரு மன்ற அமைப்பு அல்லது நிறுவனம் தயாரித்து வெளியிடும் சிறு செய்தித்தாள்; சிற்றேடு

bulletin board (*AmE*) = **noticeboard**

bulletproof /ˈbʊlɪtpruːf/ *adj.* made of a strong material that stops bullets from passing through it துப்பாக்கிக் குண்டு துளைத்துச் செல்லமுடியாத உறுதி வாய்ந்த பொருளால் செய்யப்பட்ட; குண்டுத்தடைப் பொருளாலான

bullfight /ˈbʊlfaɪt/ *noun* [C] a traditional public entertainment, especially in Spain, Portugal and Latin America, in which a man fights and usually kills a **bull** குறிப்பாக ஸ்பெய்ன், போர்ச்சுக்கல், இலத்தின் அமெரிக்கா ஆகிய நாடுகளில் நிகழ்த்தப்படும், எருதுடன் சண்டையிட்டு, பெரும்பாலும் அதனைக் கொன்றுவிடும், மரபுவழிப் பொதுமுறைக் களியாட்டம் ▶ **bullfighter** *noun* [C] ▶ **bullfighting** *noun* [U]

bullion /ˈbʊliən/ *noun* [U] bars of gold or silver பொன் அல்லது வெள்ளிப் பாளங்கள்; பொன்/வெள்ளிக் கட்டிகள்

bullock /ˈbʊlək/ *noun* [C] a young **bull** that has been **castrated** காயடிக்கப்பட்ட இளம் எருது; மட்டக்காளை

bull's-eye *noun* [C] the centre of a round object (**target**) that you shoot or throw things at in certain sports, or a shot that hits this சில போட்டி விளையாட்டுகளில் துப்பாக்கியால் சுடப்படும் அல்லது பொருள்கள் எறியப்படும் வட்ட வடிவ இலக்கின் மையப் பகுதி; மேற்கூறிய இலக்கைத் தாக்கும் எறிவு

bully[1] /ˈbʊli/ *noun* [C] (*pl.* **bullies**) a person who uses his/her strength or power to hurt or frighten people who are weaker தன்னைவிட வலுக் குறைந்தவர்களுக்கு உடல்தீங்கு செய்ய அல்லது அவர்களை அச்சுறுத்தத் தனது வலிமையை அல்லது அதிகாரத்தைப் பயன்படுத்துபவர்; எளியவரைத் துன்புறுத்துபவர் அல்லது அவர்களுக்குத் தொல்லை கொடுப்பவர்; அடாவடியன்

bully[2] /ˈbʊli/ *verb* [T] (*pres. part.* **bullying**; *3rd person sing.* **bullies**; *pt, pp* **bullied**) **bully sb (into doing sth)** to use your strength or power to hurt or frighten sb who is weaker or to make him/her do sth தன்னைவிட வலுக் குறைந்த ஒருவருக்கு உடல் ஊறு விளைவிக்க அல்லது அவரை அச்சுறுத்த அல்லது அவரை ஒரு செயலைச் செய்யவைக்க தனது வலிமையை அல்லது அதிகாரத்தைப் பயன்படுத்து; அடாவடித்தனம் செய் *Don't try to bully me into making a decision.* ▶ **bullying** *noun* [U] *Bullying is a serious problem in many schools.*

bum /bʌm/ *noun* [C] (*informal*) **1** (*BrE*) the part of your body on which you sit; bottom உட்காரும்போது தரையில் அல்லது இருக்கையில் படியும் உடற்பகுதி; பிட்டம் **2** (*AmE*) an insulting word for a person who lives on the street வீடற்று அநாதையாகத் தெருவில் வாழ்பவரைக் குறிக்கும் ஓர் இழிசொல்; தெருப்பொறுக்கி **3** (*AmE*) a lazy or useless person சோம்பித் திரிபவன்; சோம்பேறி; உதவாக்கரை *a lazy bum*

bumblebee /ˈbʌmblbiː/ *noun* [C] a large hairy bee that makes a loud noise as it flies பறக்கும்போது உரத்த ஒலி எழுப்பும் முடியடர்ந்த, பெரிய வண்டு வகை ➪ **insect** பதிவில் படம் பார்க்க.

bump[1] /bʌmp/ *verb* **1** [I] **bump against/into sb/sth** to hit sb/sth by accident when you are moving செல்லும்போது தற்செயலாக ஒருவரை/ஒன்றை இடி; முட்டிக்கொள்; மோது *She bumped into a lamp post because she wasn't looking where she was going.* **2** [T] **bump sth (against/on sth)** to hit sth against or on sth by accident தற்செயலாக ஒன்றை வேறொன்றன் எதிரே அல்லது வேறொன்றன்மீது இடி

அல்லது மோது *I bumped my knee on the edge of the table.* **3** [I] to move along over a rough surface சமதளமற்ற அல்லது கரடுமுரடான ஒரு பரப்பின் மீது செல் *The car bumped along the track to the farm.*

PHR V **bump into sb** to meet sb by chance தற்செயலாக ஒருவரை எதிர்ப்படு; சந்தி *I bumped into an old friend on the bus today.*

bump sb off (*slang*) to murder sb ஒருவரைக் கொலை செய்

bump sth up (*informal*) to increase or make sth go up ஒன்றை மிகுதிப்படுத்து; பெருக்கு; ஒன்றன் அளவை உயர்த்து *All this publicity will bump up sales of our new product.*

bump² /bʌmp/ *noun* [C] **1** the action or sound of sth hitting a hard surface கடினமான/கெட்டியான ஒரு பரப்பின்மீது மோதுதல் அல்லது இடித்தல்; அவ்வாறு மோதி ஏற்படும் ஒலி; பொத்தென்ற மோதல் ஒலி *She fell and hit the ground with a bump.* **2** a lump on the body, often caused by a hit பெரும்பாலும் இடித்து/மோதி உடலில் உண்டாகும் வீக்கம் அல்லது புடைப்பு **3** a part of a surface that is higher than the rest of it ஒரு பரப்பின் புடைப்பான அல்லது உயர்ந்த பகுதி *There are a lot of bumps in the road, so drive carefully.*

bumper¹ /ˈbʌmpə(r)/ *noun* [C] the bar fixed to the front and back of a motor vehicle to protect it if it hits sth ஓர் இயந்திர ஊர்தி ஒன்றன்மீது மோத நேரும்போது காப்பாக, ஊர்தியின் முன்னும் பின்னும் பொருத்தப்பட்டுள்ள உலோகத் தண்டு; இயந்திர ஊர்தியின் முட்டுத்தாங்கி

bumper² /ˈbʌmpə(r)/ *adj.* larger than usual வழக்கமானதைவிட அதிக அளவிலான; மிகை அளவிலான *The unusually fine weather has produced a bumper harvest this year.*

bumpy /ˈbʌmpi/ *adj.* not flat or smooth சமதளமற்ற; மேடுபள்ளமான; உலுக்கி அலைக்கிற *a bumpy road • Because of the stormy weather, it was a very bumpy flight.* ✪ **OPP smooth**

bun /bʌn/ *noun* [C] **1** a small round sweet cake சிறிய வட்ட வடிவ இனிப்பான கேக் வகை; வறட்டிய வட்ட வடிவ மாப்பண்டம் *a currant bun* **2** a small soft round bread சிறிய மென்மையான வட்ட வடிவ ரொட்டி *a cheeseburger bun* **3** hair fastened tightly into a round shape at the back of the head தலையின் பின்பக்கத்தில் உருண்டை வடிவில் இறுக்கிக் கட்டப்படும் முடி; பின்கொண்டை *She wears her hair **in a bun**.*

bunch¹ /bʌntʃ/ *noun* **1** [C] a number of things, usually of the same type, fastened or growing together ஒன்றுசேர்த்துக் கட்டப்பட்ட அல்லது ஒருசேர வளரும், பெரும்பாலும் ஒரே வகையான, பொருள்களின் தொகுதி; கட்டு; கொத்து; குலை *He bought her a bunch of flowers for her birthday. • a bunch of bananas/grapes • a bunch of keys* **2 bunches** [*pl.*] long hair that is tied on each side of the head தலையின் இரு பக்கங்களிலும் முடிந்துக் கட்டப்படும் நீண்ட முடி **3** [C, *with sing. or pl. verb*] (*informal*) a group of people ஆட்கள் தொகுதி; குழு; கூட்டம் *My colleagues are the best bunch of people I've ever worked with.*

bunch² /bʌntʃ/ *verb* [I, T] **bunch (sth/sb) (up/together)** to stay together in a group; to form sth into a group or bunch குழுவாக/தொகுதியாக இணைந்திரு; சேர்ந்திரு; ஒன்றைத் தொகுதியாக, கட்டாக அல்லது கொத்தாக ஒன்றுசேர்; ஒன்றிணை; பிணைத்துக் கட்டமை *The runners bunched up as they came round the final bend. • He kept his papers bunched together in his hand.*

bund *noun* [C] (*IndE*) any artificial embankment, dam or a barrier made of earth built across a river or stream to prevent flooding வெள்ளப் பெருக்கைத் தடுப்பதற்காக மண்ணால் நதி அல்லது ஓடை மீது எழுப்பப்படும் செய்கரை; அணைகரை; அணை

bundle¹ /ˈbʌndl/ *noun* [C] a number of things tied or folded together ஒன்றுசேர்த்துக் கட்டப்பட்ட அல்லது மடிக்கப்பட்ட பொருள்களின் தொகுதி; கட்டு; மூட்டை; பொட்டணம்; சிப்பம் *a bundle of letters with an elastic band round them*

bundle² /ˈbʌndl/ *verb* [T] **1 bundle sth (up)** to make or tie a number of things together பலவாகிய பொருள்களை ஒன்றுசேர்த்துக் கட்டு; ஒன்றுசேர்; ஒருங்குவை; மூட்டையாகக் கட்டு *I bundled up the old newspapers and threw them away.* **2** to put or push sb or sth quickly and in a rough way in a particular direction ஒருவரை அல்லது ஒன்றைக் குறிப்பிட்ட திசையில் விரைவாகவும் முரட்டுத்தனமாகவும் செலுத்து அல்லது தள்ளு; அவசர அவசரமாக நெருக்கியடித்துத் தள்ளு *He was arrested and bundled into a police car.*

bundobust (*also* **bandobast**) *noun* [U] (*IndE*) arrangements or organization விவரமான ஏற்பாடு; ஒழுங்கமைவு; திட்டப்படுத்துதல்

bung¹ /bʌŋ/ *noun* [C] a round piece of wood or rubber that is used for closing the hole in some types of container (**a barrel** or **a jar**) பீப்பாய், ஜாடி போன்ற கொள்கலங்களின் ஓட்டையை/திறப்பை அடைப்பதற்குப் பயன்படுத்தப்படும் வட்ட வடிவ மர அல்லது இரப்பர் துண்டு; துளை அடைப்பான்; மூடி

bung² /bʌŋ/ *verb* [T] (*BrE informal*) to put or throw sth somewhere in a rough or careless way

ஒழுங்கின்றி அல்லது அசட்டையாக ஒரு பொருளை ஏதோ ஓரிடத்தில் வை அல்லது எறி

bungalow /ˈbʌŋɡələʊ/ *noun* [C] a house that is all on one level, without stairs படிக்கட்டு இல்லாத ஒற்றைத் தள வீடு; ஓரடுக்கு மனை

bungee jumping /ˈbʌndʒi dʒʌmpɪŋ/ *noun* [U] a sport in which you jump from a high place, for example a bridge, with a thick elastic rope tied round your feet (பாலம் போன்ற) உயரமான இடத்திலிருந்துக் காலைச் சுற்றித் தடிப்பான நெகிழ்திறக் கயிற்றைக் கட்டிக்கொண்டு குதிக்கும் விளையாட்டு

bungle /ˈbʌŋɡl/ *verb* [I, T] to do sth badly or fail to do sth ஒரு செயலை மோசமாகச் செய் அல்லது செய்யத்தவறு; செயலில் குளறுபடி செய்; நயமற்ற அரைகுறை வேலை செய் *a bungled robbery*

bunk /bʌŋk/ *noun* [C] **1** a bed that is fixed to a wall, for example on a ship or train கப்பல், தொடர்வண்டி, போன்றவற்றில் சுவரில் பொருத்தி அமைக்கப்பட்டத் துயிலிடம்; சுவர்ப்படுக்கை **2** (*also* **bunk bed**) one of a pair of single beds built as a unit with one above the other ஒன்றன்மேல் ஒன்றாக ஒரே அலகாக அமைக்கப்பட்ட இரண்டு படுக்கைகளில் ஒன்று; அடுக்குப் படுக்கைகளில் ஒன்று

IDM **do a bunk** (*BrE informal*) to run away or escape; to leave without telling anyone ஓடிப்போ; தப்பிச் செல்; யாரிடமும் கூறாமல் சென்றுவிடு

bunker /ˈbʌŋkə(r)/ *noun* [C] **1** a strong underground building that gives protection in a war போர்க்காலங்களில் காப்பாகத் தரைப் பரப்பின் கீழ் அமைக்கப்படும் உறுதியான கட்டடம்; நிலத்தடிக் காப்புமனை **2** a hole filled with sand on a golf course குழிப்பந்தாட்ட மைதானத்திலுள்ள மணல் நிரப்பப்பட்ட குழி; குழிப்பந்தாட்ட மணற்குழி

bunny /ˈbʌni/ *noun* [C] (*pl.* **bunnies**) (used by and to small children) a rabbit (குழந்தைகளால் மற்றும் குழந்தைகளிடம் பேசப் பயன்படுத்தப்படுவது) முயல்

Bunsen burner /ˌbʌnsn ˈbɜːnə(r)/ *noun* [C] an instrument used in scientific work that produces a hot gas flame அறிவியற் செயல்முறைகளில் பயன்படுத்தப்படும், வெப்ப மிகுந்த வளிச் சுடரை வெளிப்படுத்தும் ஒரு சாதனம்; வளி அடுப்பு வகை ⇨ **laboratory** பதிவில் படம் பார்க்க.

buoy[1] /bɔɪ/ *noun* [C] a floating object, fastened to the bottom of the sea or a river, that shows the places where it is dangerous for boats to go படகுகள்/கப்பல்கள் செல்வதற்கு ஆபத்தான இடங்களை அடையாளம் காட்டக்கூடிய, கடலின் அல்லது நதியின் அடிப்பகுதியுடன் இணைத்துக் கட்டப்பட்ட மிதப்புக் கருவி; கப்பல் இடர் எச்சரிப்பு மிதவை

buoy[2] /bɔɪ/ *verb* [T] **buoy sb/sth (up) 1** to keep sb happy and confident ஒருவருக்கு மன நிறைவும் நம்பிக்கையும் ஊட்டிவை; மன எழுச்சியும் ஊக்கமும் அளி *His encouragement buoyed her up during that difficult period.* **2** to keep sth at a high level ஒன்றை உயர்படியில்/மேல்நிலையில் வைத்திரு/வை *Share prices were buoyed by news of a takeover.*

buoyant /ˈbɔɪənt/ *adj.* **1** (used about a material) floating or able to float or able to keep things floating (பொருள் வகையில்) மிதக்கிற, மிதக்கக் கூடிய அல்லது பொருள்களை மிதக்கச் செய்ய வல்ல **2** happy and confident மகிழ்ச்சியும் தன்னம்பிக்கையும் உடைய; மன எழுச்சியும் துணிவார்வமும் கொண்ட *The team were in buoyant mood after their win.* **3** (used about prices, business activity, etc.) staying at a high level or increasing, so that people make more money (விலைகள், வணிகச் செயல்பாடு, முதலியவை வகையில்) உரியவர்கள் கூடுதலான பண ஆதாயம் பெறும் முறையில் உயர்படியில்/மேல் நிலையில் நீடித்திருக்கிற அல்லது உயர்ந்து கொண்டிருக்கிற ▶ **buoyancy** /-ənsi/ *noun* [U] *the buoyancy of the Indian economy*

burden[1] /ˈbɜːdn/ *noun* [C] **1** something that is heavy and difficult to carry கனமானதும் எடுத்துச் செல்வதற்குக் கடினமானதுமான ஒன்று; சுமை; பாரம்; பளு **2** a responsibility or difficult task that causes a lot of work or worry பணிச்சுமை அல்லது மனக்கவலைக்குக் காரணமான ஒரு பொறுப்பு/கடமை அல்லது கடின வேலை

burden[2] /ˈbɜːdn/ *verb* [T] **burden sb/yourself (with sth)** to give sb/yourself a responsibility or task that causes a lot of work or worry பணிச்சுமையாக அல்லது மனக்கவலை ஏற்படுத்தக் கூடியதாக உள்ள ஒரு பொறுப்பை அல்லது கடின வேலையை ஒருவருக்கு அளி அல்லது தான் எடுத்துக்கொள்; அழுத்துகிற பொறுப்பு சும/சுமத்து

bureau /ˈbjʊərəʊ/ *noun* [C] (*pl.* **bureaux** or **bureaus** /-rəʊz/) **1** (*AmE*) one of certain government departments குறிப்பிட்ட சில அரசுத் துறைகளில் ஒன்று *the central Bureau of Investigation* **2** an organization that provides information தகவல் கொடுத்துதவும் அல்லது சேகரித்துத் தரும் நிறுவனம்; தகவல் உதவி அமைப்பு *a tourist information bureau* **3** (*BrE*) a writing desk with drawers and a lid இழுப்பறைகளும் மேல் மூடியும் கொண்ட எழுதுமேசை; இழுப்பறை மேசை

bureaucracy /bjʊəˈrɒkrəsi/ *noun* (*pl.* **bureaucracies**) **1** [U] (often used in a critical way) the system of official rules that an organization has for doing sth, that people often think is too complicated (பெரும்பாலும் கண்டிக்கும்/குற்றங்காணும் முறையில் பயன்படுத்தப்படுவது) குறிப்பிட்ட செயல்பாட்டிற்கு ஒரு நிறுவனம் கடைபிடிக்கிற, சிக்கல் நிறைந்ததாகப் பரவலாகக் கருதப்படும், பணித்துறை விதிகளின் முறையொழுங்கு; விதிமுறைக் குவிமைய ஆட்சிமுறை *Getting a visa involves a lot of unnecessary bureaucracy.* **2** [C, U] a system of government by a large number of officials who are not elected; a country with this system தேர்ந்தெடுக்கப்படாத பணித்துறை அலுவலர்களால் நடத்தப்படும் ஆட்சி முறை; பணித்துறையினர் ஆட்சி; அதிகார இன ஆட்சி; பணித்துறையினர் ஆட்சி நடைமுறையிலுள்ள நாடு

bureaucrat /ˈbjʊərəkræt/ *noun* [C] (often used in a critical way) an official in an organization or a government department (பெரும்பாலும் கண்டிக்கும்/குற்றம் காணும் முறையில் பயன்படுத்தப்படுவது) ஒரு நிறுவனத்தில் அல்லது ஓர் அரசுத் துறையில் பணிபுரியும் அதிகாரி

bureaucratic /ˌbjʊərəˈkrætɪk/ *adj.* connected with a **bureaucracy** or **bureaucrats**, and involving complicated official rules which may seem unnecessary பணித்துறை விதிகள் அல்லது பணித்துறையினர் ஆட்சித் தொடர்பானதும் தேவையற்றதாகக் காணப்படும் விதிமுறைகளை உள்ளடக்கியதுமான; அதிகார ஆட்சிக் கட்டமைப்பு சார்ந்த அல்லது அதிகார இனத்துக்குரிய *You have to go through a complex bureaucratic procedure if you want to get your money back.*

burette (*AmE* **buret**) /bjuˈret/ *noun* [C] a glass tube with measurements marked on it and a tap at one end, used in chemistry மேற்பரப்பில் அளவீடுகள் குறிக்கப்பட்டதும், ஒரு முனையில் பாய்குழல் உடையதுமான, வேதியியல் துறைப் பயன்பாட்டுக்குரிய கண்ணாடிக் குழாய்; கண்ணாடி அளவைக் குழாய்; வடியளவைக் குழாய் ➪ **laboratory** பதிவில் படம் பார்க்க.

burger /ˈbɜːɡə(r)/ *noun* [C] **1** meat or vegetables cut into very small pieces and made into a flat round-shaped cutlet that is put between two pieces of a special kind of round bread and eaten வட்டமான தனிவகை ரொட்டியின் இரு துண்டுகளுக்கிடையே வைத்து உண்ணப்படும் வேகவைத்து/பொரித்துத் தட்டையாக வட்டவடிவில் அமுக்கப்பட்ட இறைச்சி அல்லது கறிகாய் துண்டுகள் **2** = **hamburger**

burglar /ˈbɜːɡlə(r)/ *noun* [C] a person who enters a building illegally in order to steal களவு நோக்கத்துடன், சட்டத்துக்கு மாறாக ஒரு மனையினுள் நுழைபவர்; வீடு புகுந்து திருடுபவர் ➪ **thief** பதிவிலுள்ள குறிப்புப் பார்க்க. ▶ **burgle** /ˈbɜːɡl/ *verb* [T] *Our flat was burgled while we were out.*

burglar alarm *noun* [C] a piece of equipment, usually fixed on a wall, that makes a loud noise if a burglar enters a building திருடன் மனையினுள் புகும்பொழுது உரத்த ஒலி எழுப்பும், வழக்கமாக சுவரில் பொருத்தப்பட்ட, சாதனம்; திருடர் எச்சரிப்புப் பொறி

burglary /ˈbɜːɡləri/ *noun* [C, U] (*pl.* **burglaries**) the crime of entering a building illegally in order to steal களவு நோக்கத்துடன் ஒரு மனையினுள் சட்டத்துக்கு மாறாகப் புகுவதாகிய குற்றம்; வீடு புகுந்து திருடுதல் *There was a burglary next door last week.* • *He is in prison for burglary.*

burgundy /ˈbɜːɡəndi/ *noun* **1** **Burgundy** [U, C] (*pl.* **Burgundies**) a red or white wine from the Burgundy area of eastern France கிழக்கு பிரான்ஸின் பர்கெண்டிப் பகுதியிலிருந்து பெறப்படும் சிவப்பு அல்லது வெண்மை நிற மது வகை **2** [U] a dark red colour கருஞ்சிவப்பு நிறம் ▶ **burgundy** *adj.*

burial /ˈberiəl/ *noun* [C, U] the ceremony when a dead body is put in the ground (**buried**) பிணத்தை மண்ணுக்கடியில் புதைக்கும்பொழுது நடத்தப்படும் சடங்கு; புதைவினை ➪ **funeral** பதிவிலுள்ள குறிப்புப் பார்க்க.

burn[1] /bɜːn/ *verb* (*pt, pp* **burnt** /bɜːnt/ or **burned** /bɜːnd/) **1** [T] to destroy, damage or injure sb/sth with fire or heat தீயில் அல்லது சூட்டில் இட்டு ஒருவரை/ஒன்றை அழி, சேதப்படுத்து அல்லது காயப்படுத்து; தீக்கிரையாக்கு; சுடு; பொசுக்கு; தீப்புண்படுத்து *We took all the rubbish outside and burned it.* • *It was a terrible fire and the whole building was burnt to the ground* (= completely destroyed). **2** [I] to be destroyed, damaged or injured by fire or heat தீயில் அல்லது வெப்பத்தில் அழிபடு, சேதமுறு அல்லது புண்படு; எரிந்துபோ *If you leave the cake in the oven for much longer, it will burn.* • *I can't spend too much time in the sun because I burn easily.* **3** [T] to produce a hole or mark in or on sth by burning தீயில் இட்டு அல்லது சுட்டு ஒன்றில்/ஒன்றன்மேல் துளை அல்லது தழும்பு உண்டாக்கு *He dropped his cigarette and it burned a hole in the carpet.* **4** [I] to be on fire எரி; தீப்பற்றியிரு; சுடு *Firemen raced to the burning building.* **5** [T] to use sth as fuel ஒன்றை எரிபொருளாகப் பயன்படுத்து *an oil-burning lamp* **6** [I] to produce light ஒளிவிடு; வெளிச்சம் கொடு *I don't think he went to bed at all—I could see his light burning all night.* **7** [I] to feel very hot and painful வெப்ப உணர்வும் வலியும்

கொள்; எரிவு கொள் *You have a temperature, your forehead's burning.* **8** [I] **burn (with sth)** to be filled with a very strong feeling பெரிதும் கடுமையான/தீவிரமான உணர்ச்சி ஒன்றுக்கு ஆட்படு; உணர்ச்சி வேகம் கொள்; கொதித்தெழு *She was burning with indignation.*

IDM **sb's ears are burning** ➪ **ear** பார்க்க.

PHR V **burn down** (used about a building) to be completely destroyed by fire (ஒரு கட்டடம் பற்றிக் குறிப்பிடுகையில்) எரிந்துத் தரைமட்டமாகு; முற்றிலுமாக அழிந்து போ; தீக்கிரையாகு

burn sth down to completely destroy a building by fire ஒரு கட்டடத்தை எரித்துத் தரைமட்டமாக்கு; தீக்கிரையாக்கு; முற்றிலுமாக அழி

burn (sth) off to remove sth or to be removed by burning தீயிட்டு/எரித்து அழித்தொழி; தீயில் அழிந்துபோ

burn sth out (*usually passive*) to completely destroy sth by burning ஒன்றைத் தீயிட்டு முற்றிலுமாக அழி; எரித்துத் தரைமட்டமாக்கு; தீக்கிரையாக்கு *the burnt-out wreck of a car*

burn yourself out (*usually passive*) to work, etc., until you have no more energy or strength ஆற்றல் அல்லது வலிமை தீரும்வரை செயல்புரி; உரம் அழிந்து முற்றிலும் சோர்வுறும் வரை விடாது தொழிலாற்று; கடும் உழைப்பில் ஈடுபடு

burn (sth) up to destroy or to be destroyed by fire or strong heat தீயிட்டு அல்லது கடும் வெம்மையூட்டி ஒன்றை அழி; சுட்டுப் பொசுக்கு; தீக்கிரையாக்கு; தீயில் அல்லது சூட்டில் அழிபடு; பொசுங்கு; எரிந்துபோ; தீக்கிரையாகு *The space capsule burnt up on its re-entry into the earth's atmosphere.*

burn² /bɜ:n/ *noun* [C] damage or an injury caused by fire or heat தீ அல்லது வெப்பத்தால் ஏற்பட்ட சேதம் அல்லது காயம்; எரிதாக்கம்; தீப்புண்; தீக்காயம் *He was taken to hospital with **minor burns**.* • *There's a cigarette burn on the carpet.*

burner /ˈbɜ:nə(r)/ *noun* [C] (*AmE*) the part of a cooker, etc. that produces a flame பொறியடுப்பு, முதலியவற்றின் தீச்சுடர் வெளித்தோன்றும் பகுதி; எரி பகுதி ➪ **Bunsen burner** பார்க்க.

IDM **on the back burner** ➪ **back²** பார்க்க.

burning /ˈbɜ:nɪŋ/ *adj.* (*only before a noun*) **1** (used about a feeling) extremely strong (ஓர் உணர்ச்சி வகையில்) மிகவும் கடுமையான; தீவிரமான *a burning ambition/desire* **2** very important or urgent மிகவும் முக்கியமான அல்லது அவசரமான; உடனடியாகக் கவனிக்க வேண்டிய அல்லது செய்ய வேண்டிய *a burning issue/question* **3** feeling very hot எரிகிற; காந்துகிற; எரிவுணர்ச்சி ஏற்படுத்துகிற; வெம்மையான *the burning sun*

burp /bɜ:p/ *verb* [I] to make a noise with the mouth when air rises from the stomach and is forced out (வயிற்றிலிருந்து) ஏப்பம் விடு *He sat back when he had finished his meal and burped loudly* ▶ **burp** *noun* [C]

burrow¹ /ˈbʌrəʊ/ *noun* [C] a hole in the ground made by certain animals, for example rabbits, in which they live முயல் போன்ற விலங்குகள் மண்ணில் தோண்டி வாழும் வளை; பொந்து

burrow² /ˈbʌrəʊ/ *verb* [I] to dig a hole in the ground, to make a tunnel or to look for sth சுரங்கம் தோண்டு அல்லது உட்குடைந்து ஒன்றைத் தேடு; மண்ணில் வளை தோண்டு; அடிநிலவழி அகழ் *These animals burrow for food.* • *(figurative) She burrowed in her hand bag for her keys.*

bursar /ˈbɜ:sə(r)/ *noun* [C] the person who manages the financial matters of a school, college or university பள்ளி, கல்லூரி அல்லது பல்கலைக்கழகத்தின் நிதி சார்ந்த காரியங்களை மேலாட்சி செய்பவர்; நிதியாளர்

bursary /ˈbɜ:səri/ *noun* [C] (*pl.* **bursaries**) a sum of money given to a specially chosen student to pay for his/her studies at a college or university கல்லூரி அல்லது பல்கலைக்கழகத்தில் சிறந்த மாணவருக்கு அவர் கல்விக் கட்டணம் செலுத்தத் தரப்படும் பணத் தொகை; சிறந்த மாணவருக்கான உதவித் தொகை

burst¹ /bɜ:st/ *verb* (*pt, pp* **burst**) **1** [I, T] to break open suddenly and violently, usually because there is too much pressure inside; to cause this to happen பெரும்பாலும் மிகுதியான உள்ளழுத்தம் காரணமாகக் கட்டுமீறிய முறையில் திடீரென உடைந்து திற; அவ்வாறு திறக்கச் செய்; உடைத்துத் திற; வெடி *You'll burst that tyre if you blow it up any more.* • *(figurative) If I eat any more I'll burst!* **2** [I] **burst into, out of, through, etc.** to move suddenly in a particular direction, often using force பெரும்பாலும் பலத்தைப் பயன்படுத்தி, குறிப்பிட்ட திசையில் சட்டெனச் செல்; முரட்டுத்தனமாக இயங்கு; குபீரெனப் பாய் *She burst into the manager's office and demanded to speak to him.*

IDM **be bursting (with sth)** to be very full of sth நிரம்பி வழி; பொங்கு; ததும்பு *I packed so many clothes that my suitcase was bursting.* • *She was bursting with pride when she won the race.*

be bursting to do sth to want to do sth very much ஒன்றைச் செய்ய பேரார்வம் கொண்டிரு; பெரிதும் விரும்பு; ஆவல்/ஆர்வம் பொங்கு

burst (sth) open to open or make sth open suddenly or violently சட்டென அல்லது மிகு விசையுடன் திறந்துகொள் அல்லது ஒன்று திறக்கச் செய்; படீரெனத் திற

PHR V **burst in on sb/sth** to interrupt sb/sth by arriving suddenly திடீரெனத் தோன்றி ஒருவரை/

ஒன்றை இடைமறி; எதிர்பாராது வந்து குறுக்கீடு செய்; திடுமென இடைபுகு *The police burst in on the gang as they were counting the money.*

burst into sth to start doing sth suddenly திடீரென ஒன்றைச் செய்யத் தொடங்கு *On hearing the news she* ***burst into tears*** (= started crying). • *The lorry hit a wall and* ***burst into flames*** (= started burning).

burst out 1 to start doing sth suddenly திடீரென ஒன்றைச் செய்யத் தொடங்கு *He looked so ridiculous that I* ***burst out laughing***. **2** to say sth suddenly and with strong feeling திடீரென, உணர்ச்சி வேகத்துடன் ஒன்றைக் கூறு *Finally she burst out, 'I can't stand it any more!'*

burst² /bɜːst/ *noun* [C] **1** a short period of a particular activity, that often starts suddenly பெரும்பாலும் திடீரெனத் தொடங்கிய ஒரு செயலின் குறுகிய கால அளவு; திடீர் நேர்வு *a burst of energy/enthusiasm/speed* • *a burst of applause/gunfire* • *He prefers to work* ***in short bursts***. **2** an occasion when sth bursts or explodes; a crack or hole caused by this வெடிப்பு அல்லது உடைவு நிகழ்வு; தெறிப்பு; சிதறல்; வெடித்து அல்லது உடைந்து தோன்றும் பிளவு; முறிவு; புழை/துளை/குழி *a burst in a water pipe*

bury /ˈberi/ *verb* [T] (*pres. part.* **burying**; *3rd person sing. pres.* **buries**; *pt, pp* **buried**) **1** to put a dead body in the ground பிணத்தை மண்ணுக்குள் புதை *She wants to be buried in the village graveyard.* **2** to put sth in a hole in the ground and cover it ஒரு பொருளைக் குழியிலிட்டு மூடு *Our dog always buries bones in the garden.* **3** (*usually passive*) to cover or hide sth/sb ஒன்றை/ஒருவரை மூடு அல்லது மறை; காட்சியிலிருந்து அகற்று *At last I found the photograph, buried at the bottom of a drawer.* • *(figurative) Aisha was buried in a book and didn't hear us come in.*

bus /bʌs/ *noun* [C] (*pl.* **buses**) a big public vehicle which takes passengers along a fixed route and stops regularly to let people get on and off பேருந்து *Where do you usually get on/off the bus?* • *We'll have to hurry up if we want to* ***catch*** *the 9 o'clock* ***bus***. • *We'd better run or we'll* ***miss the bus.***

bush /bʊʃ/ *noun* **1** [C] a plant like a small, thick tree with many low branches தாழ்வான பல கிளைகளையுடைய, சிறிய, தடித்த மரம் போன்ற, தாவரம்; குத்துச் செடி; புதர் *a rose bush* • *The house was surrounded by thick bushes.* **2** (*often* **the bush**) [U] wild land that has not been cleared, especially in Africa and Australia குறிப்பாக ஆப்பிரிக்காவிலும் ஆஸ்திரேலியாவிலும் காணப்படும் திருத்தப்படாத தரிசு நிலம்; குறுங்காடு; புறக்காடு

IDM beat about the bush ⇨ **beat¹** பார்க்க.

bushy /bʊʃi/ *adj.* growing thickly அடர்ந்து வளர்ந்துள்ள; புதர் போன்ற; கற்றையான *bushy hair/eyebrows*

busier, busiest, busily ⇨ **busy¹** பார்க்க.

business /ˈbɪznəs/ *noun* **1** [U] buying and selling as a way of earning money; commerce பணம் ஈட்டும் ஒரு வழியான பொருள்களை வாங்கலும் விற்றலும்; வாணிகம்; வர்த்தகம் *She's planning to* ***set up in business*** *as a hairdresser.* • *I'm going to* ***go into business*** *with my brother.* **2** [U] the work that you do as your job ஒருவர் ஈடுபட்டுள்ள தொழில்; பணி; அலுவல்; வேலை *The manager will be away* ***on business*** *next week.* • *a business trip* **3** [U] the number of customers that a person or company has had ஒரு நபர் அல்லது நிறுவனத்தின் வாடிக்கையாளர் எண்ணிக்கை *Business has been good for the time of year.* **4** [C] a firm, a shop, a factory, etc. which produces or sells goods or provides a service பொருள்களை உற்பத்தி செய்யும் அல்லது விற்கும் அல்லது ஒரு சேவையை வழங்கும் நிறுவனம்; அங்காடி, தொழிலகம், முதலியன *She aims to* ***start a business*** *of her own.* • *Small businesses are finding it hard to survive at the moment.* **5** [U] something that concerns a particular person குறிப்பிட்ட ஒரு நபர் ஈடுபாடு கொண்டுள்ள அல்லது அவர் தொடர்பான ஒன்று; அலுவல்; தொடர்பு; உறவு *The friends I choose are my business, not yours.* • *Our business is to collect the information, not to comment on it.* **6** [U] important matters that need to be dealt with or discussed நடவடிக்கை எடுக்க வேண்டிய அல்லது விவாதிக்கப்பட வேண்டிய முக்கியமான அலுவல்கள் அல்லது பொருள்கள்; கருதுபொருள்கள் *First we have some unfinished business from the last meeting to deal with.* **7** [*sing.*] a situation or an event, especially one that is strange or unpleasant இயல்பு திரிந்த, வழக்க மீறிய அல்லது இனியதல்லாத ஒரு சூழ்நிலை அல்லது நிகழ்வு *The divorce was an awful business.* • *I found the whole business very depressing.*

IDM get down to business to start the work that has to be done செய்து முடிக்கவேண்டிய அலுவலை அல்லது பணியைத் தொடங்கு

go out of business to have to close because there is no more money available மேலும் பணம் கிடைக்காத காரணத்தால், (தொழிலை) நிறுத்த/முடக்க வேண்டியிரு *The shop went out of business because it couldn't compete with the new supermarket.*

have no business to do sth/doing sth to have no right to do sth ஒன்றைச் செய்ய

உரிமை இல்லாதிரு *You have no business to read/reading my letters without asking me.*

mind your own business ➪ **mind[2]** பார்க்க.

monkey business ➪ **monkey** பார்க்க.

businesslike /ˈbɪznəslaɪk/ *adj.* dealing with matters in an efficient and practical way, and not wasting time on thinking about personal things சொந்த விவகாரங்கள் பற்றியச் சிந்தனையில் நேரத்தை வீணடிக்காமல் நடைமுறை சார்ந்துத் திறமையாகச் செயலாற்றுகிற; காரிய மனப்பான்மை உடைய; வினைத்திட்பம் கொண்ட *She has a very businesslike manner.*

businessman /ˈbɪznəsmæn; ˈbɪznəsmən/ *noun* [C] (*pl.* **-men** /-mən; -men/) **1** a man who works in business வணிகத் தொழில் செய்யும் ஆண்; வணிகர் **2** a man who is skilful at dealing with money பணத்தைக் கையாள்வதில் தேர்ச்சித்திறன் கொண்ட ஆண்; பொருளாட்சி வல்லுநர்

business studies *noun* [U] the study of how to control and manage a company ஒரு வணிக நிறுவனத்தை நிர்வகிக்கும் முறைப் பற்றிய கல்வி அல்லது ஆய்வு; நிறுவன மேலாண்மைக் கல்வி/ஆய்வு *a course in business studies*

businesswoman /ˈbɪznəswʊmən/ *noun* [C] (*pl.* **-women** /-wɪmɪn/) **1** a woman who works in business வணிகத் தொழில் செய்யும் பெண்; பெண் வணிகர் **2** a woman who is skilful at dealing with money பணத்தைக் கையாள்வதில் தேர்ச்சித்திறன் கொண்ட பெண்; பொருளாட்சி வல்லுநர்

busk /bʌsk/ *verb* [I] to sing or play music in the street so that people will give you money பணத்திற்காகத் தெருவில் நின்று பாடு அல்லது இசைக்கருவி வாசி; தெருப்பாடகராகப் பிழைப்பு நடத்து

busker /ˈbʌskə(r)/ *noun* [C] a street musician தெருப்பாடகர்; தெருக்களில் பாடி அல்லது இசைக்கருவி வாசித்துப் பிழைப்பு நடத்துபவர்

bust[1] /bʌst/ *verb* [T] (*pt, pp* **bust** or **busted**) (*informal*) **1** to break or damage sth so that it cannot be used பயன்படுத்த முடியாதபடி ஒன்றை உடை அல்லது சேதப்படுத்து; நொறுக்கு; தகர் **2** to arrest sb கைது செய்: சிறைபிடி *He was busted for possession of heroin.*

bust[2] /bʌst/ *adj.* (*not before a noun*) (*informal*) broken or not working உடைபட்ட; உடைந்த; துண்டுபட்ட; முறிவுற்ற; பயன்பாட்டு நிலையில் இல்லாத *The zip on these trousers is bust.*

IDM **go bust** (*informal*) (used about a business) to close because it has lost so much money (வணிகத் தொழில் வகையில்) பெரும் பண இழப்புக்கு உட்பட்டு மூடப்படு; இழப்புக் காரணமாக நிறுத்தம் செய்யப்படு

bust[3] /bʌst/ *noun* [C] **1** a model in stone, etc. of a person's head, shoulders and chest கல், முதலியவற்றால் செய்யப்பட்ட தலை, தோள்கள் மற்றும் மார்புப்பகுதி அடங்கிய ஒருவருடைய உருமாதிரி; மார்பளவான தலைச்சிலை **2** a woman's breasts; the measurement round a woman's chest பெண்ணின் முலைகள்; பெண் மார்புச் சுற்றளவு *This blouse is a bit too tight around the bust.* **3** (*informal*) an unexpected visit by the police in order to arrest people for doing sth illegal சட்ட விரோதமான செயலில் ஈடுபடுபவர்களைக் கைது செய்யும் நோக்கத்துடனான காவல்துறையினரின் திடீர் வருகை *a drugs bust*

bustle[1] /ˈbʌsl/ *verb* **1** [I, T] to move in a busy, noisy or excited way; to make sb move somewhere quickly சுறுசுறுப்பாக, ஆரவாரத்துடன் அல்லது பரபரப்புடன் இயங்கு; ஓடியாடிச் செயலாற்று; அமளி பண்ணு; ஒருவரை உடனே போய்விடுமாறு செய்; துரத்து *He bustled about the kitchen making tea.* • *They bustled her out of the room before she could see the body.* **2** [I] **bustle (with sth)** to be full of people, noise or activity ஆட்கள் நிறைந்து, சந்தடியாக அல்லது செயல் இயக்கம் மிகுந்து காணப்படு *The streets were bustling with shoppers.*

bustle[2] /ˈbʌsl/ *noun* [U] excited and noisy activity ஆரவார செயல் முனைப்பு; பரபரப்பு; இரைச்சல் மிகுந்தச் செயல் ஈடுபாடு *She loved the bustle of city life.*

bust-up *noun* [C] (*informal*) an argument வாதம்; தருக்கம் செய்தல்; ஒத்திசைவற்ற வன்சொல்லாடல் *He had a bust-up with his boss over working hours.*

busy[1] /ˈbɪzi/ *adj.* (**busier; busiest**) **1 busy (at/with sth); busy (doing sth)** having a lot of work or tasks to do; not free; working on sth பணி மிகுதியாக உள்ள: பெருமளவு வேலை செய்யவேண்டியிருக்கிற; ஓய்வாக இல்லாத; வேலையில் மும்முரமாக உள்ள; *Mr Khan is busy until 4 o'clock but he could see you after that.* • *Don't disturb him. He's busy.* **2** (used about a period of time) full of activity and things to do (ஒரு கால அளவைக் குறிப்பிடுகையில்) பணி மிகுதியாக உள்ள; பெருமளவு வேலை செய்யவேண்டி இருக்கிற *I've had rather a busy week.* **3** (used about a place) full of people, movement and activity (இட வகையில்) ஆட்களும், சந்தடியும் செயற்பாடும் மிகுந்து காணப்படுகிற; மிகப்பலர் சுறுசுறுப்பாக இயங்குகிற *The town centre was so busy that you could hardly move.* **4** (used about a telephone) being used (தொலைபேசி வகையில்) பயன்படுத்தப்பட்டுக்கொண்டிருக்கிற; பயன்பாட்டில் உள்ள

The line's busy at the moment. I'll try again later. ▶ **busily** *adv. When I came in she was busily writing something at her desk.*

IDM **get busy** to start working செயல் தொடங்கு *We'll have to get busy if we're going to be ready in time.*

busy² /ˈbɪzi/ *verb* [T] (*pres. part.* **busying**; *3rd person sing. pres.* **busies**; *pt, pp* **busied**) **busy yourself with sth; busy yourself doing sth** to keep yourself busy; to find sth to do மும்முரமான செயல் ஈடுபாடு கொள்; ஒரு வேலையில் தீவிரமாக இரு; ஒன்றைச் செய்ய முற்படு

busybody /ˈbɪzibɒdi/ *noun* [C] (*pl.* **busybodies**) a person who is too interested in other people's private lives பிறர் அந்தரங்க வாழ்க்கையில் ஆர்வ நாட்டம் கொண்டுள்ளவர்

but¹ /bət; *strong form* bʌt/ *conj.* **1** used for introducing an idea which contrasts with or is different from what has just been said சற்று முன்பு சொன்ன ஒன்றுக்கு எதிரான அல்லது மாறுபட்ட கருத்தைக் கூற வரும்போது பயன்படுத்தப்படும் சொல்: ஆனால்; மாறாக *The weather will be sunny but cold.* • *Theirs is not the first but the second house on the left.* **2** however; and yet இருப்பினும்; எனினும்; ஆயினும்; இருந்தபோதிலும்; என்றாலும் கூட *She's been learning Italian for five years but she doesn't speak it very well.* • *I'd love to come but I can't make it till 8 o'clock.* **3** used when you are saying sorry for sth ஒரு செயலுக்காக வருத்தம் தெரிவிக்கும்போது பயன்படுத்தப்படும் சொல் *Excuse me, but is your name Neena Nair?* • *I'm sorry, but I can't stay any longer.* **4** used for introducing a statement that shows that you are surprised or annoyed or that you disagree தனது வியப்பை அல்லது எரிச்சல் உணர்வை அல்லது உடன்பாடின்மையைக் குறிக்கும் தன்மையிலான கூற்றுக்கு முன்மொழியாக அமைவது *'Here's the book you lent me.' 'But it's all dirty and torn!'* • *'But that's not possible!'*

IDM **but then** however; on the other hand ஆனாலும்; என்றபோதிலும்; மாறாக *We could go swimming. But then perhaps it's too cold.*

but² /bət; *strong form* bʌt/ *prep.* except தவிர; ஒழிய; தவிர்த்து; விலக்கி *I've told no one but you about this.* • *We've had nothing but trouble with this washing machine!*

IDM **but for sb/sth** except for or without sb/sth அன்றி; அல்லாமல்; ஒருவர்/ஒன்று இல்லாவிடில்; அல்லாத நிலையில் *We wouldn't have managed but for your help.*

butane /ˈbjuːteɪn/ *noun* [U] a gas produced from petrol that is used in liquid form for cooking, heating, etc. பெட்ரோல் எண்ணெய்யிலிருந்து தயாரிக்கப்பட்டுத் திரவ வடிவில் சமையல், சூடாக்குதல், முதலியவற்றுக்குப் பயன்படுத்தும் எரிவாயு வகை; பெட்ரோலின் நீரக எரிவாயு

butcher¹ /ˈbʊtʃə(r)/ *noun* **1** [C] a person who sells meat இறைச்சி விற்பவர் *The butcher cut me four lamb chops.* **2 the butcher's** [*sing.*] a shop that sells meat இறைச்சிக் கடை *She went to the butcher's for some chicken.* **3** [C] a person who kills a lot of people in a cruel way கொடுமையான முறையில் பலரைக் கொலை செய்பவர்; வன்கொலைஞன்

butcher² /ˈbʊtʃə(r)/ *verb* [T] to kill a lot of people in a cruel way இரக்கமின்றிப் பலரைக் கொல்; வன்கொலைத் தொழிலில் ஈடுபடு

butchery /ˈbʊtʃəri/ *noun* [U] cruel killing இரக்கமற்ற கொலைச் செயல்; படுகொலை

butler /ˈbʌtlə(r)/ *noun* [C] a man who works in a very large house, whose main duty is to organize and serve food and wine பெரும்போக்கான வீடுகளில் உணவு மற்றும் மதுவுக்கான ஏற்பாடுகள் செய்து பரிமாறும் பணி செய்பவர்; பெரும் இல்லங்களின் உணவுமேடைப் பணியாளர்

butt¹ /bʌt/ *verb* [T] to hit sb/sth with the head ஒருவரைத் தலையால் முட்டு, இடி அல்லது தாக்கு

PHR V **butt in (on sb/sth)** to interrupt sb/sth or to join in sth without being asked ஒருவரை இடைமறி; ஒன்றில் குறுக்கிடு; தலையிடு; அழைப்பின்றித் தன்னை இணைத்துக்கொள் *I'm sorry to butt in but could I speak to you urgently for a minute?*

butt² /bʌt/ *noun* [C] **1** the thicker, heavier end of a weapon or tool ஒரு படைக்கலத்தின் அல்லது செயற்கருவியின் தடித்த கனமான முனை *the butt of a rifle* **2** a short piece of a cigarette which is left when it has been smoked புகைத்து முடித்த சிகரெட்டின் எஞ்சிய பகுதி; அடித்துண்டு அல்லது கடைக்காம்பு **3** (*informal*) the part of your body that you sit on; your bottom உட்காரும்போதுத் தரையில்/இருக்கையில் படியும் உடற்பகுதி; பிட்டம் *Get up off your butt and do some work!* **4** a person who is often laughed at or talked about in an unkind way நகைப்புக்கு, ஏளனத்திற்கு அல்லது வன்சொல்லுக்கு உட்படுத்தப்பட்ட ஒருவர்; மற்றவர் கேலிக்கு இலக்கானவர்; ஏளனப் பொருளானவர் *Fat children are often the butt of other children's jokes.* **5** the act of hitting sb with your head ஒருவரைத் தலையால் முட்டுதல், இடித்தல் அல்லது தாக்குதல்

butter¹ /ˈbʌtə(r)/ *noun* [U] a soft yellow or white fat that is made from cream and used for spreading on bread, etc. or in cooking வெண்ணெய்

butter[2] /ˈbʌtə(r)/ *verb* [T] to spread butter on bread, etc. ரொட்டி, முதலியவற்றின் மீது வெண்ணெய் தடவு அல்லது மேலிட்டுப் பரப்பு *I'll cut the bread and you butter it.* • *hot buttered toast*

buttercup /ˈbʌtəkʌp/ *noun* [C] a wild plant with small shiny yellow flowers that look like cups கிண்ண வடிவான சிறிய பளபளப்பான மஞ்சள் நிறப் பூக்களைக் கொண்ட காட்டுச் செடி வகை

butterfly /ˈbʌtəflaɪ/ *noun* **1** [C] (*pl.* **butterflies**) an insect with a long, thin body and four brightly coloured wings நீண்ட, மெல்லிய உடலமைப்பும் நான்கு ஒளிவண்ண இறக்கைகளும் கொண்ட பூச்சி வகை; வண்ணத்துப்பூச்சி *Caterpillars develop into butterflies.* ⇨ **insect** பதிவில் படம் பார்க்க. **2** [U] a style of swimming in which both arms are brought over the head at the same time, and the legs move up and down together கைகள் இரண்டையும் தலைக்குமேல் இருத்திக் கால்களை ஒருசேர மேலும் கீழும் இயக்கிச் செல்லும் நீந்து முறை

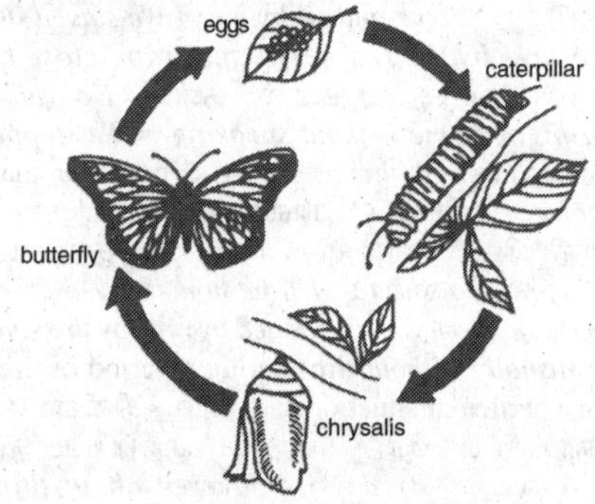

the life cycle of a butterfly

IDM **have butterflies (in your stomach)** (*informal*) to feel very nervous before doing sth ஒன்றைச் செய்ய முற்படு முன் அஞ்சி நடுங்கு அல்லது மனங்கலங்கி நில்

buttermilk /ˈbʌtəmɪlk/ *noun* [U] the liquid that is left when butter is separated from milk பாலிலிருந்து வெண்ணெய்யைப் பிரித்த பின் எஞ்சி நிற்கும் திரவப்பொருள்; மோர்

buttock /ˈbʌtək/ *noun* [C, *usually pl.*] either of the two round soft parts at the top of your legs, which you sit on உட்காரும்போதுப் பரப்பில் படிந்து அமையும், கால்களின் மேற்பகுதியில் உள்ள இரண்டு உருண்டு திரண்ட மென்மையான உறுப்புகளில் ஒன்று; பிட்டம்

button /ˈbʌtn/ *noun* [C] **1** a small, often round, piece of plastic, wood or metal that you use for fastening your clothes சட்டையை உடலில் சேர்த்துப் பொருத்தம் பயன்படும் சிறிய, பெரும்பாலும் வட்ட வடிவமான, பிளாஸ்டிக், மரம் அல்லது உலோகத்தால் செய்யப்பட்ட பொத்தான்; குமிழ்; சட்டையின் குமிழ்மாட்டி *One of the buttons on my jacket has come off.* **2** a small part of a machine, etc. that you press in order to operate sth ஒரு பொறியை இயக்குவதற்காக/செயற்படுத்துவதற்காக அழுத்தி அமுக்கும் சிறு இயந்திரப் பகுதி; இயந்திர விற்குமிழ் ***Press the button*** *to ring the bell.* • *To dial the same number again,* ***push the*** *'redial' button.* • *Double click the right mouse button.*

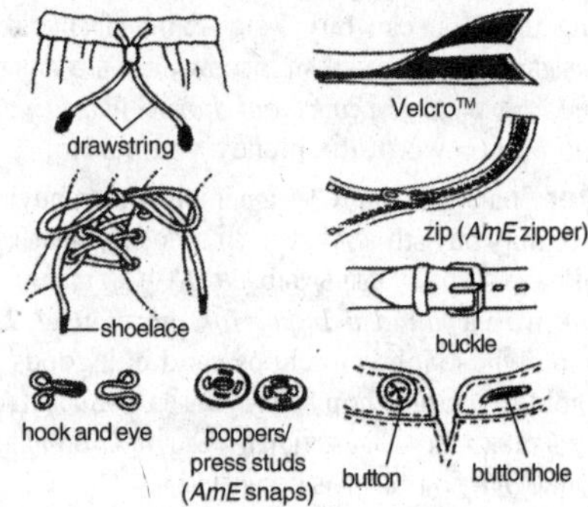

buttons and fasteners

buttonhole /ˈbʌtnhəʊl/ *noun* [C] **1** a hole in a piece of clothing that you push a button through in order to fasten it சட்டையின் குமிழ்மாட்டியை நுழைத்துப் பொருத்தும் துளை; பொத்தான் துளை **2** (*BrE*) a flower worn in the buttonhole of a coat or jacket புறச்சட்டையின் பொத்தான் துளையில் செருகிக்கொள்ளும் பூ

buttress /ˈbʌtrəs/ *noun* [C] a stone or brick structure that supports a wall or makes it stronger சுவருக்கு ஆதாரமாக அல்லது வலுச் சேர்க்கும் முறையில் அமைக்கப்படும், கற்களால் அல்லது செங்கற்களால் ஆன கட்டமைப்பு; சுவர் தாங்கி; சுவர் அணை; முட்டு *Stone buttresses support the walls of the church.*

buy[1] /baɪ/ *verb* [T] (*pt, pp* **bought** /bɔːt/) **buy sth (for sb); buy sb sth** to get sth by paying money for it ஒரு பொருளை விலைக்கு வாங்கு; பணம் செலுத்திப் பெறு *Can I buy you a coffee?* • *Did you buy your car new or second-hand?*

IDM **buy time** to do sth in order to delay an event, a decision, etc. ஒரு நிகழ்ச்சி, எடுக்கவேண்டிய ஒரு முடிவு, முதலியவற்றைத் தாமதப்படுத்தும் நோக்கில் ஒன்றைச் செய்

PHR V **buy sb off** (*informal*) to pay sb money, especially dishonestly, to stop him/her from doing sth you do not want him/her to do தான் விரும்பாத ஒன்றை ஒருவர் செய்யாமல்

தடுக்கும் பொருட்டு அவருக்கு, குறிப்பாக நேர்மையற்ற முறையில், பணம் கொடு; ஒருவரை விலைக்கு வாங்கு

buy sb out to pay sb for his/her share in a house, business, etc. in order to get full control of it yourself ஒரு வீடு, வாணிகம், முதலியவற்றைத் தன் தனி ஆளுமையின் கீழ் கொண்டுவரும் பொருட்டு அதன் பங்குதாரருக்கு உரிய பணத்தைச் செலுத்து; மற்றவர் பங்கைச் செலுத்திவிட்டு ஒன்றன் முழு உரிமையைப் பெறு

buy² /baɪ/ *noun* [C] an act of buying sth or a thing that you can buy ஒன்றை விலைக்கு வாங்குதல் அல்லது விலைக்கு வாங்குவதற்குரிய ஒன்று *I think your house was a very good buy* (= worth the money you paid).

buyer /ˈbaɪə(r)/ *noun* [C] **1** a person who is buying sth or may buy sth ஒன்றை விலைக்கு வாங்குபவர் அல்லது வாங்கும் கருத்துடையவர் *I think we've found a buyer for our house!* **2** a person whose job is to choose and buy goods to be sold in a large shop ஒரு பெரிய கடையின் விற்பனைக்கு வேண்டிய பொருள்களைத் தேர்ந்தெடுத்து வாங்கி வருபவர்

buyout /ˈbaɪaʊt/ *noun* [C] the act of buying enough or all of the shares in a company in order to get control of it ஒரு நிறுவனத்தைத் தன் கட்டுப்பாட்டில்/ஆளுமையின் கீழ் கொண்டுவரும் பொருட்டு, அதற்கு வேண்டிய பங்குகளை அல்லது எல்லாப் பங்குகளையும் விலைக்கு வாங்குதல்

buzz¹ /bʌz/ *verb* **1** [I] to make the sound that bees, etc. make when flying தேனீக்கள், முதலியவை பறக்கும்போது எழுப்புவது போன்ற ஒலி எழுப்பு; முரல் ஒலி எழுப்பு; முரல் *A large fly was buzzing against the windowpane.* **2** [I] **buzz (with sth)** to be full of excitement, activity, thoughts, etc. மன எழுச்சி, செயற்பாடு, எண்ணங்கள், முதலியவை நிறைந்து காணப்படு; பரபரப்பு, சுறுசுறுப்பு, முதலியவை நிறைந்து பரவியிரு *Her head was buzzing with questions that she wanted to ask.* • *The room was buzzing with activity.* **3** [I, T] to call sb by using an electric bell, etc. மின்சார மணி முதலியவற்றால் ஒலி எழுப்பி ஒருவரைக் கூப்பிடு *The doctor will buzz for you when he's ready.*

buzz² /bʌz/ *noun* **1** [C] the sound that a bee, etc. makes when flying தேனீ, முதலியவை பறக்கும்போது எழுப்பும் மென்மையான முரலொலி *the buzz of insects* **2** [*sing.*] the low sound made by many people talking at the same time ஒரே நேரத்தில் மென்குரலில் பலர் பேசும்போது எழும் ஒலி; அடங்கி ஒலிக்கும் கூட்டொலி; மெல்லரவம் *I could hear the buzz of conversation in the next room.* **3** [*sing.*] (*informal*) a strong feeling of excitement or pleasure அழுத்தமான மனக்கிளர்ச்சி அல்லது இன்ப உணர்ச்சி *a buzz of expectation* • *Flying first class* ***gave him a*** *real* ***buzz***. • *She* ***gets a buzz out of*** *shopping for expensive clothes.*

buzzard /ˈbʌzəd/ *noun* [C] a large European **bird of prey** பிற பறவைகளையும் விலங்குகளையும் கொன்று தின்னும் பெரிய வகை ஐரோப்பியப் பறவை; பருந்து வகை

buzzer /ˈbʌzə(r)/ *noun* [C] a piece of equipment that makes a buzzing sound (வண்டு போல) முரலொலி எழுப்பும் கருவி வகை *Press your buzzer if you know the answer to a question.*

buzzword /ˈbʌzwɜːd/ *noun* [C] a word or phrase, especially one connected with a particular subject, that has become fashionable and popular குறிப்பாகத் துறை சார்ந்ததும், புதுப்பாணியானதும், பலரும் விரும்பி வழங்குவதுமான சொல் அல்லது தொடர்; புதுப்பாணித் துறை வழக்கு

by /baɪ/ *prep., adv.* **1** beside; very near பக்கத்தில்; அருகில்; அண்மையில்; பக்கமாக; அடுத்து *Come and sit by me.* • *We stayed in a cottage by the sea.* • *The shops are close by.* **2** past கடந்து; அப்பால்; தள்ளி *He walked straight by me without speaking.* • *We stopped to let the ambulance get by.* **3** not later than; before குறிப்பிட்ட காலத்திற்குப் பிந்தாமல்; குறிப்பிட்ட நேரத்திற்கு முன்பாக; குறிப்பிட்ட நேரத்திற்குள்ளாக *I'll be home by 7 o'clock.* • *He should have telephoned by now/by this time.* **4** (*usually without* **the**) during a period of time; in a particular situation ஒரு காலத்தினிடையே; குறிப்பிட்ட நேர முழுதும்; குறிப்பிட்ட சூழ்நிலையில் *By day we covered about thirty kilometres and by night we rested.* • *The electricity went off so we had to work by candlelight.* **5** used after a passive verb for showing who or what did or caused sth ஒன்று யாரால் அல்லது எதனால் செய்யப்பட்டது, அல்லது ஒன்று நிகழக் காரணம் யார் அல்லது எது என்பதைக் காட்ட செயப்பாட்டு வினையை அடுத்து வருவது • *The event was organized by local people.* • *I was deeply shocked by the news.* • *Who was the book written by?/Who is the book by?* **6** through doing or using sth; by means of sth ஒன்றைச் செய்வதன் வழியாக; ஒன்றைப் பயன்படுத்தி அல்லது ஒன்றன் துணைகொண்டு; ஒன்றின் மூலமாக; ஒன்றின் வழியாக *Will you be paying by cheque?* • *'How do you go to work?' 'By train, usually.'* • *by bus/car/plane/bicycle* **7** as a result of sth; due to sth ஒன்றன் விளைவாக; குறிப்பிட்ட காரணத்தால்; காரணமாக *I got on the wrong bus by mistake/accident.* • *I met an old friend by* *chance*. **8** according to sth; with regard to sth ஒன்றின்படி; ஒன்றன் அடிப்படையில்; ஒன்றன் வகையில்; ஒன்று பற்றி/குறித்து *It's 8 o'clock by my watch.* • *She's French by birth.* • *He's a doctor by profession.* **9** used for multiplying or dividing பெருக்கல் அல்லது வகுத்தலைக் குறிக்கப் பயன்படுத்தப்படுவது *4 multiplied by 5 is 20.* • *6 divided by 2 is 3.* **10** used for showing the measurements of an area ஒரு பரப்பின் அளவீடுகளைக் குறிக்கப் பயன்படுத்தப்படுவது *The table is six feet by three feet* (= six feet long and three feet wide). **11** (often used with **the**) in the quantity or period mentioned குறிப்பிட்ட பரும/எண்/தொகை அளவில் அல்லது கால அளவில் *You can rent a car by the day, the week or the month.* • *Copies of the book have sold by the million.* • *They came in one by one.* • *Day by day she was getting better.* **12** to the amount mentioned குறிப்பிட்ட தொகை அளவுக்கு *Prices have gone up by 10%.* • *I missed the bus by a few minutes.* **13** (used with a part of the body or an article of clothing) holding (ஓர் உடலுறுப்புடன் அல்லது உடையுடன் தொடர்புப்படுத்திக் கூறும்போது) பிடித்து; பற்றிக்கொண்டு *He grabbed me by the arm.*

IDM by and large ➪ **large** பார்க்க.

by the way ➪ **way[1]** பார்க்க.

by- (*also* **bye-**) /baɪ/ *prefix* (*in nouns and verbs*) **1** less important குறைந்த முக்கியத்துவம் உடைய; துணை நிலையான; சார்பொருளான *a by-product* **2** near அருகில்; நெருக்கமாக; பக்கமாக *a bystander*

bye /baɪ/ (*also* **bye-bye**) *exclamation* (*informal*) goodbye போய் வா *Bye! See you tomorrow.*

by-election *noun* [C] an election to choose a new Member of Parliament for a particular town or area (**a constituency**). It is held when the former member has died or left suddenly ஒரு நாடாளுமன்ற (அல்லது சட்டமன்ற)த் தொகுதியின் உறுப்பினர் திடீரென இறந்துவிடும்போதோ பதவி விலகிவிடும்போதோ அத்தொகுதிக்குப் புதிய உறுப்பினரைத் தேர்ந்தெடுக்க நடத்தப்படும் தேர்தல்; இடைத்தேர்தல்; துணைத்தேர்தல் ➪ **general election** பார்க்க.

bygone /ˈbaɪɡɒn/ *adj.* (*only before a noun*) that happened a long time ago நீண்ட காலத்திற்கு முன் நிகழ்ந்த; கழிந்துபோன; நெடுநீள காலத்ததான *a bygone era*

bygones /ˈbaɪɡɒnz/ *noun* [*pl.*]

IDM let bygones be bygones to decide to forget disagreements or arguments that happened in the past கடந்த காலத்தின் கருத்து வேறுபாடுகளை அல்லது வாதத்திற்கிடமானவற்றை மனத்திலிருந்து நீக்கிவிட முடிவுசெய்

by-law (*also* **bye-law**) *noun* [C] (*BrE*) a law that is made by a local authority and that has to be obeyed only in that area ஒரு குறிப்பிட்ட பகுதியின் உள்ளூர் அதிகார அமைப்பால் இயற்றப்பட்டு அப்பகுதிக்கு மட்டுமே பொருந்தும் சட்டவிதி; தனிநிலைச் சட்ட விதி

bypass[1] /ˈbaɪpɑːs/ *noun* [C] **1** a road which traffic can use to go round a town, instead of through it வாகனங்கள் ஒரு நகரத்தின் ஊடே செல்லாமல் சுற்றிச் செல்ல அமைக்கப்பட்ட சாலை; புறவழிச் சாலை ➪ **ring road** பார்க்க. **2** (*medical*) an operation on the heart to send blood along a different route so that it does not go through a part which is damaged or blocked பழுதாகிவிட்ட அல்லது அடைப்பட்ட பகுதியை விட்டு வேறொரு வழியில் குருதி செல்லுமாறு செய்யப்படும் இருதய அறுவை மருத்துவம் *a triple bypass operation* • *heart bypass surgery*

bypass[2] /ˈbaɪpɑːs/ *verb* [T] to go around or to avoid sth using a bypass சுற்றுப்பாதையில் செல் அல்லது சுற்றுவழியைப் பயன்படுத்தி ஒன்றிலிருந்து விலகிச்செல் அல்லது ஒன்றைத் தவிர் *Let's try to bypass the city centre.* • (*figurative*) *It's no good trying to bypass the problem.*

by-product *noun* [C] **1** something that is formed during the making of sth else வேறொன்றை உருவாக்கும்போதுத் தோன்றும் ஒன்று; துணைப்பயன்; துணைவிளைவு **2** something that happens as the result of sth else வேறொன்றன் பின்விளைவாக நிகழும் ஒன்று; இடைநேர்வு

bystander /ˈbaɪstændə(r)/ *noun* [C] a person who is standing near and sees sth that happens, with out being involved in it ஒரு நிகழ்வில் தொடர்புறாமல் அதனை எட்ட நின்று பார்ப்பவர்; பார்வையாளர்; பக்கத்தில் நின்றுகொண்டிருப்பவர் *Several* ***innocent bystanders*** *were hurt when the two gangs attacked each other.*

byte /baɪt/ *noun* [C] (*computing*) a unit of information that can represent one item, such as a letter or a number. A byte is usually made up of a series of eight smaller units (**bits**) வழக்கமாக எட்டு சிறு கூறுகள் வரிசைமுறையில் அமைந்த, எழுத்து, எண்ணிக்கை போன்றவற்றின் ஒரு தகவல் அலகு; கணினித் தகவல் உருப்படி

byword /ˈbaɪwɜːd/ *noun* [C, *usually sing.*] **1 a byword for sth** a person or a thing that is a typical or well-known example of a particular quality குறிப்பிட்ட ஒரு பண்பின் வகை மாதிரியாக அல்லது பலர் அறிந்த எடுத்துக்காட்டாக விளங்கும் ஒரு நபர் அல்லது பொருள்; வகை மாதிரி; உருமாதிரி; உதாரணக் குறியீடு *A limousine is a byword for luxury.* **2** (*AmE*) a word or phrase that is often used பரவலான வழக்கில் உள்ள ஒரு சொல் மற்றும் சொற்றொடர்; பொது வழக்குச் சொல்

C c

C, c[1] /si:/ *noun* [C, U] (*pl.* **C's**; **c's** /si:z/) the third letter of the English alphabet ஆங்கில நெடுங்கணக்கின் மூன்றாவது எழுத்து *'Car' begins with (a) 'C'*.

c[2] /si:/ *abbr.* **1 C** Celsius; centigrade நீரின் உறைநிலையான 0º-இல் இருந்து கொதிநிலையான 100º வரையுள்ள தட்பவெப்ப நிலையைக் காட்டும் (நூற்றளவை) வெப்பமானியின் அளவுக் கூறுகளுக்கு உரியதான அல்லது அவ்வளவுக் கூறுகளைப் பயன்படுத்துகிற; செல்சியஸ்; சென்டிகிரேடு *Water freezes at 0ºC.* **2 C** coulomb(s) ஒரு நொடியில் பாயும் ஓர் ஆம்பியர் மின்னோட்ட அளவுக்கு இணையான ஒரு மின்னாற்றல் அலகு **3** (before dates) about; approximately (காலக் குறியீடுகளுக்கு முன்னர்) ஏறத்தாழ; கிட்டத்தட்ட; நெருக்கத்தில் *c 1770* ➪ **circa** பார்க்க.

cab /kæb/ *noun* [C] **1** (*AmE*) = **taxi**[1] *Let's take a cab/go by cab.* **2** the part of a lorry, train, bus, etc. where the driver sits சுமை உந்து, தொடர் வண்டி, பேருந்து முதலியவற்றில் ஓட்டுநர் இருக்கை உள்ள பகுதி; ஓட்டுநர் இருக்கையிடம்

cabaret /'kæbəreɪ/ *noun* [C, U] entertainment with singing, dancing, etc. in a restaurant or club உணவகம் அல்லது மகிழ்வகத்தில் நடைபெறும் ஆடல், பாடல் முதலியவற்றுடனான கேளிக்கை

cabbage /'kæbɪdʒ/ *noun* [C, U] a large round vegetable with thick green, dark red or white leaves அடர் பச்சை, கருஞ்சிவப்பு அல்லது வெள்ளை நிற இலைகளைக் கொண்ட பெரிய உருண்டை வடிவக் காய்கறி; முட்டைக்கோசு *Cabbages are easy to grow.* • *Do you like cabbage?* ➪ **vegetable** பதிவில் படம் பார்க்க.

cabin /'kæbɪn/ *noun* [C] **1** a small room in a ship or boat, where a passenger sleeps கப்பல் அல்லது படகில் பயணிகள் உறங்குவதற்கான சிற்றறை; கப்பலின் துயிலறை ➪ **boat** பதிவில் படம் பார்க்க. **2** the part of a plane where the passengers sit விமானத்தில் உள்ள பயணிகள் இருக்கைப் பகுதி ➪ **plane** பதிவில் படம் பார்க்க. **3** a small wooden house; a hut மரத்தால் அமைக்கப்பட்ட சிறு வீடு; மரக்குடிசை; சிறு பலகை வீடு *a log cabin*

cabin cruiser *noun* [C] = **cruiser**[2]

cabinet /'kæbɪnət/ *noun* [C] **1** a cupboard with shelves or drawers used for storing things பொருள்களை வைப்பதற்கான படித்தட்டுகள் அல்லது இழுப்பறைகள் கொண்ட நிலைப்பேழை அல்லது நிலைப்பெட்டி (அலமாரி) *a medicine cabinet* • *a filing cabinet* **2** (*also* **the Cabinet**) the most important ministers in a government, who have regular meetings with the Prime Minister பிரதமரின்/முதலமைச்சரின் தலைமையில் நடக்கும் அமைச்சரவைக் கூட்டங்களில் முறைப்படி கலந்துகொள்ளும் அரசின் முக்கிய அமைச்சர்கள்; முக்கிய அமைச்சர் குழு; அமைச்சரவை *The Cabinet is/are meeting today to discuss the crisis.*

cable /'keɪbl/ *noun* **1** [C] a thick strong metal rope தடித்த, உறுதியான உலோகக் கம்பி; கம்பிவடம் **2** [C, U] a set of wires covered with plastic, etc., for carrying electricity or signals மின்சாரம் அல்லது ஒலி/ஒளி சமிக்ஞைகள் கொண்டு செல்லுதற்கான பிளாஸ்டிக் முதலியவற்றால் உறையிடப்பட்ட கம்பித்தொகுதி; கம்பிவடம் *underground/overhead cables* • *a telephone cable* **3** [U] = **cable television**

cable car *noun* [C] a vehicle like a box that hangs on a moving metal rope (**cable**) and carries passengers up and down a mountain இயங்கு கம்பிவடத்தில் தொங்குமாறு இணைக்கப்பட்ட, மலையில் ஏறி இறங்கப் பயன்படுத்தும் பெட்டி வடிவப் பயண ஊர்தி; இயங்கு கம்பிவட ஊர்தி

cable television *noun* [U] a system of sending out television programmes along wires instead of by radio signals விண்ணில் அதிர்வலைகளாகச் செல்லுதல் அன்றிக் கம்பி மூலமாகத் தொலைக்காட்சி நிகழ்ச்சிகளை ஒளிபரப்பும் அமைப்பு; கம்பிவடத் தொலைக்காட்சி

cache /kæʃ/ *noun* [C] **1** an amount of sth, especially drugs or weapons, that has been hidden பதுக்கிவைக்கப்பட்டுள்ள பொருள் தொகுதி; குறிப்பாக பதுக்கிவைக்கப்பட்டுள்ள வெறிமயக்கப் பொருள்கள் அல்லது படைக்கருவிகள்; மறை பொருள் குவை **2** (*computing*) a part of a computer's memory that stores copies of data so that the data can be found very quickly உடனுக்குடன் தேடி எடுப்பதற்கு ஏற்ற முறையில் தகவல் படிகளைத் தேக்கித் தொகுத்துவைக்கும் கணிப்பொறி நினைவகப் பகுதி; விரைவு நினைவகம்

cackle /'kækl/ *verb* [I] to laugh in a loud, unpleasant way உரத்து இனிமையற்ற முறையில் சிரிப்பொலி எழுப்பு; கொக்கரி ▶ **cackle** *noun* [C]

cactus /'kæktəs/ *noun* [C] (*pl.* **cactuses** or **cacti** /'kæktaɪ/) a type of plant that grows in hot, dry areas, especially deserts. A cactus has a thick central part (**stem**) and sharp points (**prickles**) but no leaves வெப்பம் மிகுந்த வறண்ட பகுதிகளில், குறிப்பாக, பாலைவனங்களில் வளரும், தடித்த தண்டுகளையும் கூர்மையான பொடிமுட்களையும் கொண்ட இலைகளற்ற தாவர வகை; கற்றாழை; சப்பாத்திக்கள்ளி ➪ **plant** பதிவில் படம் பார்க்க.

CAD /kæd; ˌsi: eɪˈdi:/ *noun* [U] the abbreviation for 'computer aided design' (the use of computers to design machines, buildings, vehicles, etc.) 'கணிப்பொறி வழி வடிவமைப்பு' எனப் பொருள்படும் 'computer aided design' என்பதன் குறுக்கம் (இது கணினியின் துணையால் இயந்திரங்கள், கட்டடங்கள், ஊர்திகள் முதலியவற்றை வடிவமைப்பதை/உருமாதிரி வரைவதைக் குறிக்கும்)

cadaver /kəˈdævə(r)/ *noun* [C] (*formal*) the body of a dead person இறந்துவிட்ட ஒருவர் உடல்; உயிரற்ற உடல்; சடலம்

cadence /ˈkeɪdns/ *noun* [C] **1** (*formal*) the rise and fall of the voice in speaking பேச்சுக்குரலின் ஏற்ற இறக்கம்; ஒலிப்பின் ஏற்றத் தாழ்வு நயம் **2** the end of a musical phrase ஓர் இசைத் துணுக்கின் இறுதிப் பகுதி; இசையின் கடைநிலை அதிர்வு

cadenza /kəˈdenzə/ *noun* [C] (in classical music) a short passage that is put into a piece of music to be played by one musician alone, and that shows the skill of that musician (மரபு வழிச் செவ்விய இசையில்) இசைக் கலைஞர் ஒருவர் அவருடைய ஆற்றலை வெளிப்படுத்தும் முறையில் தனித்து இசைப்பதற்குரிய இசைத்துணுக்காக அமைக்கப்பட்ட சிறு பாடல் பகுதி

cadet /kəˈdet/ *noun* [C] a young person who is training to be in the army, navy, air force or police தரைப்படை, கடற்படை, விமானப்படை அல்லது காவல்துறைப் பணிக்குரிய பயிற்சி பெற்றுக் கொண்டிருக்கும் இள வயது ஆள்; படைப்பயிற்சியாளர்; பயிற்சிப் படைஞர்

cadge /kædʒ/ *verb* [I, T] (*informal*) **cadge (sth) (from/off sb)** to try to persuade sb to give or lend you sth ஒன்றைக் கொடுக்குமாறு அல்லது இரவலாக/கடனாகத் தருமாறு ஒருவரை இணங்கவைக்க முயல்; கெஞ்சிக் கேள் *He's always trying to cadge money off me.*

cadmium /ˈkædmiəm/ *noun* [U] (*symbol* **Cd**) a soft poisonous bluish-white metal that is used in batteries and in some industries மின்கலங்களிலும் குறிப்பிட்ட சில தொழிற்சாலைகளிலும் பயன்படுத்தப்படும் உறுதியற்ற, நச்சுத் தன்மையுடைய, வெண்ணீல உலோக வகை; காட்மியம்

cadre /ˈka:də(r)/ *noun* **1** [C, *with sing. or pl. verb*] a small group of people who are specially chosen and trained for a particular purpose குறிப்பிட்ட நோக்கத்திற்காகத் தேர்வு செய்யப்பட்டுப் பயிற்சி அளிக்கப்படும் சிறு குழு; பணிமுறைக் குழு **2** [C] a member of this kind of group மேற்கண்ட குழுவைச் சார்ந்த ஒருவர்

Caesarean (*also* **-rian**; *AmE* **cesarean**) /siˈzeəriən/ *noun* [C] a medical operation in which an opening is cut in a mother's body in order to take out the baby when a normal birth would be impossible or dangerous இயல்பான பிள்ளைப்பிறப்பு முடியாத நிலையில் அல்லது ஆபத்தானதாக இருக்கும்போது, குழந்தையை வெளிக்கொண்டு வருவதற்காகத் தாயின் உடலில் கீறிப் புழை ஏற்படுத்தும் அறுவை மருத்துவம்; வயிற்றறுப்புப் பிரசவம் *to have a Caesarean* **NOTE** வயிற்றறுப்புப் பிரசவம் **Caesarean section** அல்லது **C-section** (*AmE*) என்றும் அழைக்கப்படுகிறது.

caesium (*AmE* **cesium**) /ˈsi:ziəm/ *noun* [U] (*symbol* **Cs**) a soft silver-white metal மென்மையான வெள்ளி நிற உலோக வகை; சீசியம்

cafe /ˈkæfeɪ/ *noun* [C] a small restaurant that serves drinks and light meals இன்குடி நீர்மங்களும் சிற்றுண்டி வகைகளும் வழங்கும் சிறிய உணவகம்; சிற்றுண்டிச் சாலை

cafeteria /ˌkæfəˈtɪəriə/ *noun* [C] a restaurant, especially one for staff or workers, where people collect their meals themselves and carry them to their tables வேண்டிய உணவைத் தாமே தத்தம் மேசைகளுக்கு வாங்கிச் சென்று உண்ணும் முறையிலான, குறிப்பாக, பணியாளர்கள் அல்லது தொழிலாளர்களுக்கான உணவு விடுதி; பணியிடச் சுயசேவை உணவகம் ➪ **canteen** பார்க்க.

cafetière /ˌkæfəˈtjeə(r)/ *noun* [C] a special glass container for making coffee with a metal part (**filter**) that you push down காப்பி தயாரிக்கப் பயன்படுத்தும் உள்தள்ளும் உலோக வடிகட்டமைப்பைக் கொண்ட தனிவகைக் கண்ணாடிக் கொள்கலம் ➪ **percolator** பார்க்க.

caffeine /ˈkæfi:n/ *noun* [U] the substance found in coffee and tea that makes you feel more awake and full of energy விழிப்பும் சுறுசுறுப்பும் ஊக்கமும் பெருகும் உணர்வை உண்டுபண்ணும் காப்பி மற்றும் தேநீரில் உள்ள ஒரு பொருள்; மரவுப்புச் சத்து ➪ **decaffeinated** பார்க்க.

cage /keɪdʒ/ *noun* [C] a box made of bars or wire, or a space surrounded by wire or metal bars, in which a bird or an animal is kept so that it cannot escape பறவை அல்லது விலங்கு அடைத்துவைக்கப்படும் சலாகைகளால் அல்லது கம்பியால் செய்யப்பட்ட பெட்டி

அமைப்பு அல்லது உலோகச் சலாகைகள் அல்லது கம்பி சுற்றி அமைக்கப்பட்ட தடுப்பு; பறவை/விலங்குக் கூடு; கூண்டு; கம்பியடைப்பு *a birdcage* ▶ **cage** *verb* [T] ▶ **caged** /keɪdʒd/ *adj. He felt like a caged animal in the tiny office.*

cagey /ˈkeɪdʒi/ *adj.* (*informal*) **cagey (about sth)** not wanting to give information or to talk about sth ஒன்றைப் பற்றிய தகவலைத் தர விரும்பாத அல்லது ஒன்றைப் பற்றிப் பேச விரும்பாத; ஒளிவடக்கமான

cajole /kəˈdʒəʊl/ *verb* [T, I] **cajole (sb) (into sth/into doing sth); cajole sth out of sb** to persuade a person to do sth or give sth by being very nice to him/her ஒருவரை நயமாக/நட்புணர்வுடன் அணுகி ஒரு செயலைச் செய்ய அல்லது தனக்கு ஒன்றைத் தர உடன்படச் செய்; இன்சொல்லால் இணங்கவை *He cajoled me into agreeing to do the work.*

cake[1] /keɪk/ *noun* **1** [C, U] a sweet food made by mixing flour, eggs, butter, sugar, etc. together and baking the mixture in the oven மாவு, முட்டைகள், வெண்ணெய், சர்க்கரை முதலியவற்றைச் சேர்த்துக் கலந்து வெப்ப உலையடுப்பில் வறட்டிச் செய்யப்படும் இனிப்பான உணவுப்பண்டம்; சுட்ட அப்பம்; கேக் *to make/bake a cake* **2** [C] a mixture of other food, cooked in a round, flat shape வட்ட வடிவ, தட்டையான உணவுப்பண்டம் *fish/potato cakes*

IDM **have your cake and eat it** to enjoy the advantages of sth without its disadvantages; to have both things that are available ஒன்றன் பாதகங்களை விடுத்து அதன் அனுகூலங்களை அனுபவி; கிடைக்கக்கூடிய இரண்டையும் ஒருங்கே கைக்கொள்

a piece of cake ⇨ **piece**[1] பார்க்க.

cake[2] /keɪk/ *verb* [T] (*usually passive*) **cake sth (in/with sth)** to cover sth thickly with a substance that becomes hard when it dries உலர்ந்ததும் கெட்டியாக ஆகிவிடும் ஒரு பொருளை ஒன்றன்மீது அப்பு அல்லது பாளமாகப் பற்றச்செய் *boots caked in mud*

calamity /kəˈlæməti/ *noun* [C, U] (*pl.* **calamities**) a terrible event that causes a lot of damage or harm பெருஞ்சேதம் அல்லது பெருந்தீங்கு விளைவிக்கும் ஒரு கொடிய நிகழ்வு; பேரிடர்

calcify /ˈkælsɪfaɪ/ *verb* [I, T] (*pres. part.* **calcifying**; *3rd person sing. pres.* **calcifies;** *pt, pp* **calcified**) (*technical*) to become hard or make sth hard by adding **calcium** salts சுண்ணக உப்புச் சேர்ந்து கடினமாகு/கெட்டிப்படு; ஒன்றில் சுண்ணக உப்புச் சேர்த்து அதைக் கடினப் பொருளாகச் செய்; கெட்டியாக்கு ▶ **calcification** /ˌkælsɪfɪˈkeɪʃn/ *noun* [U]

calcium /ˈkælsiəm/ *noun* [U] (*symbol* **Ca**) a chemical element that is found in foods such as milk and cheese. It helps to make bones and teeth strong பால், பாலடைக்கட்டி முதலிய உணவுப்பொருள்களில் உள்ளதும் எலும்புகளுக்கும் பற்களுக்கும் வலுவூட்டக்கூடியதுமான ஒரு வேதியியல் தனிமம்; சுண்ணகம்; கால்சியம்

calcium carbonate *noun* [U] (*symbol* **$CaCO_3$**) a white solid that exists naturally as chalk, **limestone** and **marble** இயற்கையாக சீமைச் சுண்ணாம்பு, சுண்ணாம்புக்கல், பளிங்குக்கல் முதலிய பொருள்களாக அமைந்துள்ள ஒரு வெண்ணிறத் திடப்பொருள்

calculate /ˈkælkjuleɪt/ *verb* [T] **1** to find sth out by using mathematics; to work sth out கணிதத்தைப் பயன்படுத்தி ஒன்றைக் கண்டறி; கணக்கிடு; கணி *It's difficult to calculate how long the project will take.* **2** to consider or expect sth ஒன்றைக் கருதிப் பார்; மதிப்பிடு; ஆராய்ந்தறி; ஒன்றைப் பற்றி முன்கூட்டியே கருத்துக் கொள் *We calculated that the advantages would be greater than the disadvantages.*

IDM **be calculated to do sth** to be intended or designed to do sth முன்கருதற் பெற்றிரு; கருத்தில் கொள்ளப்பட்டிரு *His remark was clearly calculated to annoy me.*

calculating /ˈkælkjuleɪtɪŋ/ *adj.* planning things in a very careful way in order to achieve what you want, without considering other people தான் விரும்பியதை அடைய மற்றவரைப் பற்றிச் சிந்திக்காமல் மிகக் கவனமாகத் திட்டமிடுகிற; தன்னல நோக்கிலான சூழ்ச்சித் திறமுடைய *Her cold, calculating approach made her many enemies.*

calculation /ˌkælkjuˈleɪʃn/ *noun* **1** [C, U] finding an answer by using mathematics கணித முறையில் மதிப்பிட்டறிதல்; கணக்கிடுதல் *I'll have to* **do** *a few* **calculations** *before telling you how much I can afford.* • *Calculation of the exact cost is impossible.* **2** [U] (*formal*) careful planning in order to achieve what you want, without considering other people தன் எண்ணம் நிறைவேற மற்றவரைப் பற்றிக் கவலைப்படாமல் கவனமாக முன்வினையாற்றுதல்; தன்னலச் சூழ்ச்சி ஏற்பாடு *His actions were clearly the result of deliberate calculation.*

calculator /ˈkælkjuleɪtə(r)/ *noun* [C] a small electronic machine used for calculating figures கணக்கிடுதலில் பயன்படுத்தப்படும் சிறு மின்னியக்கப் பொறி; கணிப்புப் பொறி *a pocket calculator*

calculus /ˈkælkjələs/ *noun* [U] (*mathematics*) a branch of mathematics that deals with rates of change, for example the speed of a falling object உயர் மாற்ற வீதங்கள் பற்றிய கணிதப் பிரிவு; நுண்கணிதம்

calendar /ˈkælɪndə(r)/ *noun* [C] **1** a list that shows the days, weeks and months of a particular year குறிப்பிட்ட ஆண்டின் நாட்கள், வாரங்கள், மாதங்கள் முதலியவற்றின் விவரப் பட்டியல்; ஆண்டுக் குறிப்புப்பட்டி; நாட்காட்டி **2** a system for dividing time into fixed periods and for marking the beginning and end of a year காலத்தைக் குறிப்பிட்ட பகுதிகளாகப் பகுத்தமைத்து ஓராண்டின் தொடக்கத்தையும் இறுதியையும் வரையறையிட்டுக் காட்டும் முறை; காலக் கணிப்பு முறை *the Muslim calendar* **3** a list of dates and events in a year that are important in a particular area of activity குறிப்பிட்ட செயல்துறை தொடர்பான ஓராண்டின் முக்கியமான நாட்களும் நிகழ்வுகளும் அடங்கிய பட்டியல்; துறை நாட்குறிப்பேடு *Wimbledon is a major event in the sporting calendar.*

calendar month = **month 1**

calendar year = **year 1**

calf /kɑːf/ *noun* [C] (*pl.* **calves** /kɑːvz/) **1** a young cow இளம்பசு; கன்றுக்குட்டி **2** the young of some other animals, for example elephants யானை முதலிய வேறு சில விலங்குகளின் கன்று/குட்டி **3** the back of your leg, below your knee முழங்கால் மூட்டுக்குக் கீழ் உள்ள காலின் பின்பகுதி; கெண்டைப்பகுதி *I've strained a calf muscle.* ➪ **body** பதிவில் படம் பார்க்க.

calibrate /ˈkælɪbreɪt/ *verb* [T] (*technical*) to mark units of measurement on an instrument so that it can be used for measuring sth accurately ஒன்றன் நீள அகல உயரங்களைத் துல்லியமாக அளவிடுதற்குப் பயன்படுமாறு ஒரு கருவியின் மேல் அளவீட்டு அலகுகளைக் குறி அல்லது பொறி

calibration /ˌkælɪˈbreɪʃn/ *noun* (*technical*) **1** [U] the act of marking units of measurement on an instrument so that it can be used for measuring sth accurately ஒன்றன் நீள அகல உயரங்களைத் துல்லியமாக அளவிடுதற்குப் பயன்படுமாறு ஒரு கருவியின் மேல் அளவீட்டு அலகுகளைக் குறித்தல்/பொறித்தல் **2** [C] the units marked on an instrument that is used for measuring such as a **thermometer** (வெப்பமானி போன்ற) ஓர் அளவீட்டுக் கருவியின் மீது குறிக்கப்பட்ட/பொறிக்கப்பட்ட அலகுகள் அல்லது கணிப்புக் கூறுகள்

calibre (*AmE* **caliber**) /ˈkælɪbə(r)/ *noun* [*sing.*] the quality or ability of a person or thing ஒருவருடைய/ஒன்றன் இயல்நலம்; தகுதிப்பாடு; திறமை; ஆற்றல் *The company's employees are of (a) high calibre.*

caliper (*AmE*) = **calliper**

CALL /kɔːl/ *abbr.* computer assisted language learning கணினி வழி மொழிக்கல்வி எனப் பொருள்படும் computer assisted language learning என்பதன் சுருக்கம்

call[1] /kɔːl/ *verb* **1** [I, T] **call (out) to sb; call (sth) (out)** to say sth loudly or to shout in order to attract attention ஒன்றை உரத்த குரலில் கூறு; பிறர் கவனத்தை ஈர்க்குமாறு உரக்கப் பேசு *'Hello, is anybody there?' she called.* • *He called out the names and the winners stepped forward.* • *I could hear a man calling his dog.* **2** [I, T] to telephone sb ஒருவரிடம் தொலைபேசியில் பேசு *Who's calling, please?* • *I'll call you tomorrow.* 3 [T] to name or describe a person or thing in a certain way ஒருவருக்கு/ஒன்றனுக்குப் பெயரிடு; ஒருவரை/ஒன்றைக் குறிப்பிட்ட முறையில் அழை அல்லது விவரி *They called the baby Arun.* • *Are you calling me a liar?* **4** [T] to order or ask sb to come to a certain place குறிப்பிட்ட இடத்திற்கு ஒருவரை வரச்சொல்; வருமாறு கட்டளையிடு அல்லது வேண்டு; அழை *Can you call everybody in for lunch?* • *I think we had better call the doctor.* **5** [T] to arrange for sth to take place at a certain time குறிப்பிட்ட நேரத்தில் ஒன்று நிகழுமாறு திட்டம் செய்/ஏற்பாடு செய் *to call a meeting/an election/a strike* **6** [I] **call (in/round) (on sb/at...)** to make a short visit to a person or place குறுகிய காலச் செலவாக ஒருவரை/ஓரிடத்தைக் காணச்செல்; சென்று காண்; தலையைக் காட்டு *I called in on Minu on my way home.* • *We called at his house but there was nobody in.* **7** [I] **call at...** (used about a train, etc.) to stop at the places mentioned (தொடர்வண்டி முதலியவற்றைப் பற்றிக் குறிப்பிடும்போது) குறிப்பிட்ட இடங்களில் நில்; நின்று செல் *This is the express service to Chennai, calling at Raichur and Perambur.*

IDM **bring/call sb/sth to mind** ➪ **mind[1]** பார்க்க.

call it a day (*informal*) to decide to stop doing sth செய்து கொண்டிருக்கும் ஒன்றை நிறுத்த முடிவுசெய்; செயல் நிறுத்த முடிவெடு *Let's call it a day. I'm exhausted.*

call sb's bluff to tell sb to actually do what he/she is threatening to do (believing that he/she will not risk doing it) (செய்யத் துணியமாட்டார் என்ற நம்பிக்கையில்) ஒருவர் செய்யப்போவதாக அச்சுறுத்தும் ஒன்றை உண்மையாகச் செய்யுமாறு கூறு; ஒருவரது பொய்வேடத்தை வெளிப்படுத்து

call sb names to use insulting words about sb ஒருவரை இழிவுபடுத்தும் முறையிலான சொற்களைக் கூறு; வசைமொழி கூறு; அவமதிப்பாகப் பேசு

call the shots/tune (*informal*) to be in a position to control a situation and make decisions about what should be done ஒரு நிலைமையை/ நெருக்கடிநிலையைக் கட்டுப்படுத்தும் அல்லது அது குறித்து முடிவெடுக்கும் நிலையில் இரு; ஒன்றன் மீது முழுக் கட்டுப்பாடு செலுத்து

PHR V **call by** (*informal*) to make a short visit to a place or person as you pass பயண வழியில் உள்ள ஓரிடத்தை அல்லது ஒருவரைச் சிறிது நேர அளவில் சென்று காண்; கண்டு செல் *I'll call by to pick up the book on my way to work.*

call for sb (*BrE*) to collect sb in order to go somewhere together ஓரிடத்திற்கு இணைந்து செல்லும் பொருட்டு ஒருவரை உடனழைத்துக் கொள் *I'll call for you when it's time to go.*

call for sth to demand or need sth (ஒன்று) வேண்டியிரு; தேவைப்படு; ஒன்றைக் கோரு *The crisis calls for immediate action.* • *This calls for a celebration!*

call sth off to cancel sth ஒன்றை இரத்து செய்; இல்லாததாக்கு; செயல்பாடு நிறுத்து *The football match was called off because of the bad weather.*

call sb out to ask sb to come, especially to an emergency குறிப்பாக ஒரு நெருக்கடி நிலையில், ஒருவரைக் கூப்பிடு; வருமாறு அழை *We had to call out the doctor in the middle of the night.*

call sb up 1 to telephone sb ஒருவருடன் தொலைபேசி மூலம் பேசு; தொலைபேசித் தொடர்புகொள் *He called me up to tell me the good news.* **2** to order sb to join the army, navy or air force தரைப்படை, கடற்படை அல்லது விமானப்படையில் சேருமாறு ஒருவருக்குக் கட்டளையிடு

call sth up to look at sth that is stored in a computer கணிப்பொறித் தேக்கத்தில் உள்ள ஒன்றைக் காட்சிக்குக் கொண்டுவா *The bank clerk called up my account details on screen.*

call² /kɔːl/ *noun* **1** (*also* **phone call**) [C] an act of telephoning or a conversation on the telephone தொலைபேசி அழைப்பு; தொலைபேசிப் பேச்சு; தொலைபேசி உரையாடல் *Were there any calls for me while I was out?* • *I'll **give** you **a call** at the weekend.* • *to **make a** local **call*** • *a long-distance call* **2** [C] a loud sound that is made to attract attention; a shout பிறர் கவனத்தை ஈர்க்கும் முறையிலான உரத்த ஒலி; கூக்குரல்; கூப்பாடு *a call for help* • *That bird's call is easy to recognize.* **3** [C] a short visit, especially to sb's house குறிப்பாக ஒருவர் வீட்டிற்கு, குறுகிய கால வருகைதரவு; சுருங்கிய வருகை *We could pay a call on Dinesh on our way home.* • *The doctor has several calls to make this morning.* **4** [C] a request, demand for sth (ஒன்றைச் செய்யவேண்டி விடுக்கும்) வேண்டுகோள்; கோரிக்கை; முறையீடு *There have been calls for the President to resign.* **5** [C, U] **call for sth** a need for sth ஒன்றற்கான தேவை; அவசியம் *The doctor said there was no call for concern.*

IDM **at sb's beck and call** ➪ **beck** பார்க்க.

(be) on call to be ready to work if necessary தேவையானால் செயலாற்றத் தயார்நிலையில் இரு; அவசியம் நேரும்பொழுது பணியில் ஈடுபட ஆயத்தமாக இரு *Dr Raman will be on call this weekend.*

call box = **telephone box**

called /kɔːld/ *adj.* (*not before a noun*) to have a particular name குறிப்பிட்ட பெயர் கொண்டிருக்கிற அல்லது குறிப்பிட்ட பெயரால் அழைக்கப்படுகிற/வழங்கப்படுகிற *His wife is called Sarla.* • *I don't know anyone called Anil.*

caller /ˈkɔːlə(r)/ *noun* [C] a person who telephones or visits sb ஒருவரைத் தொலைபேசியில் அழைப்பவர்; ஒருவரைக் காண வருபவர்

calligraphy /kəˈlɪɡrəfi/ *noun* [U] the art of writing beautifully with a special pen or brush தனி வகை எழுதுகோலை அல்லது தூரிகையைக் கொண்டு எழுதப்படும் அழகான கையெழுத்து; கையெழுத்துக் கலை *I'm teaching myself calligraphy.* ▸ **calligrapher** *noun* [C]

calliper (*AmE* **caliper**) /ˈkælɪpə(r)/ *noun* **1** **callipers** [*pl.*] (*mathematics*) an instrument with two long thin parts joined at one end, used for measuring the **diameter** of tubes and round objects குழாய்கள் மற்றும் உருள் வடிவப் பொருள்களின் விட்டத்தை அளக்கப் பயன்படுத்தப்படும், ஒரு முனையில் இணைந்திருக்கும் இரு நீண்ட மெல்லிய இடுக்கி போன்ற பகுதிகளைக் கொண்ட கருவி; விட்டமானி **2** (*AmE* **brace**) [C, *usually pl.*] a metal support for weak or injured legs வலிமை இழந்த அல்லது அடிபட்ட கால்களில் பொருத்திக் கட்டப்படும் உலோகத்தாலான ஆதாரப் பொருள்; தளைக்கட்டு; வரிச்சல்

callous /ˈkæləs/ *adj.* not caring about the feelings or sufferings of other people பிறர் உணர்ச்சிகளைப் பற்றி அல்லது துன்பம் கண்டு கவலைப்படாத; இரக்கமற்ற; வன்னெஞ்சம் கொண்ட

callus /ˈkæləs/ *noun* [C] an area of thick hard skin on hands or feet, usually caused by rubbing பெரும்பாலும் உராய்வுற்று கையில் அல்லது காலில் உண்டாகும் தோலின் மேல்தடிப்பு; காய்ப்பு

calm¹ /kɑːm/ *adj.* **1** not excited, worried or angry; quiet மனக்கிளர்ச்சி, பரபரப்பு, மனக்கலக்கம் அல்லது சின உணர்வுக்கு ஆட்படாத; அமைதியான *Try to **keep calm**—there's no need to* *panic.* • *She spoke in a calm voice.* • *The city is calm again after last night's riots.* **2** without big waves பேரலைகள் அற்ற; கொந்தளிப்பில்லாத *a calm sea* ✪ OPP **rough 3** without much wind காற்று மிகுதியாக இராத; காற்றலைவற்ற *calm weather* ▶ **calmly** *adv.* ▶ **calmness** *noun* [U]

calm² /kɑ:m/ *verb* [I, T] **calm (sb/sth) (down)** to become or to make sb quiet or calm அமைதிப்படு; ஒருவரை அமைதிப்படுத்து; தணி *Calm down! Shouting at everybody won't help.* • *I did some breathing exercises to calm my nerves.*

calm³ /kɑ:m/ *noun* [C, U] a period of time or a state when everything is peaceful முழு அமைதியான நேரம் அல்லது முழு அமைதிநிலை; பேரமைதி *After living in the city, I enjoyed the calm of country life.*

calorie /ˈkæləri/ *noun* [C] **1** a unit for measuring how much energy food will produce உணவுப் பொருள்களிலிருந்து பெறப்படும் ஆற்றலின் அளவைக் கணக்கிடுவதற்கான ஓர் அலகு; கலோரி *A fried egg contains about 100 calories.* • *a low-calorie drink/yoghurt/diet* **2** (*technical*) a unit for measuring a quantity of heat; the amount of heat needed to increase the temperature of a gram of water by one degree Celsius வெப்ப அளவைக் கணக்கிடப் பயன்படுத்தும் ஓர் அலகு; கலோரி; ஒரு கிராம் நீரின் வெப்பநிலையை 1° செல்சியஸ் அளவுக்கு உயர்த்தத் தேவையான வெப்ப அளவு

calorific /ˌkæləˈrɪfɪk/ *adj.* (*technical*) connected with or producing heat வெப்பம் தொடர்பான அல்லது வெப்பத்தை உண்டுபண்ணுகிற *the calorific value of food* (= the amount of heat or energy produced by a particular amount of food)

calve /kɑ:v/ *verb* **1** [I] (used about a cow) to give birth to a **calf** (பசுவைப் பற்றிக் குறிப்பிடும்போது) கன்றுபோடு **2** [I, T] (*technical*) (used about a large piece of ice) to break away from an **iceberg** or a **glacier**; to lose a piece of ice in this way (பெரிய அளவிலான பனிக்கட்டியைப் பற்றிக் குறிப்பிடும்போது) கடலில் மிதக்கும் பெரும் பனிப்பாறையிலிருந்து அல்லது மலைச்சரிவில் உருளும் பனிக்கட்டிப் பாளத்திலிருந்து உடைந்து பிரிந்துபோ; இவ்வாறு பிரிந்து போவதால் பனிப்பாறையின் அளவு குறைபடு

calves ➪ **calf** என்பதன் பன்மை வடிவம்

calyx /ˈkeɪlɪks/ *noun* [C] (*pl.* **calyxes** or **calyces** /ˈkeɪlɪsi:z) (*technical*) the ring of small green leaves (**sepals**) that protect a flower before it opens மொட்டு மலர்வதற்கு முன் அதற்குப் பாதுகாப்பாக அமையும் சிறு பசும் இலைகளாலான சுற்றுவளையம்; புறவிதழ் வட்டம்; புல்லிவட்டம்

CAM /kæm/ *abbr.* computer aided manufacturing கணிப்பொறிவழிச் செய்தொழிலாக்கம்/உற்பத்தி எனப் பொருள்படும் computer aided manufacturing என்பதன் சுருக்கம்

camber /ˈkæmbə(r)/ *noun* [C] a slight downward curve from the middle of a road to each side சாலையின் மையப்பகுதியிலிருந்து இரு பக்கங்களிலும் அமையும் சற்றே சரிவான வளைபரப்பு; சாலையின் கீழ்வாட்டமான வளைவு

camcorder /ˈkæmkɔ:də(r)/ *noun* [C] a camera that you can carry around and use for recording pictures and sound on a video cassette உடன் எடுத்துச் செல்லக்கூடியதும் ஒளிநாடாவில் படங்களையும் ஒலியையும் பதிவுசெய்யப் பயன்படுத்தக்கூடியதுமான நிழற்படக் கருவி

came ➪ **come** என்பதன் இறந்த கால வடிவம்

camel /ˈkæml/ *noun* [C] an animal that lives in the desert and has a long neck and either one or two large masses of fat (**humps**) on its back. It is used for carrying people and goods பாலைவனத்தில் வாழ்வதும், நீண்ட கழுத்து மற்றும் முதுகுப் பகுதியில் ஒன்று அல்லது இரண்டு பெரிய திமில்களை உடையதும், ஆட்களையும் சுமையையும் ஏற்றிச் செல்லப் பயன்படுத்தப்படுவதுமான விலங்கு வகை; ஒட்டகம் ➪ **dromedary** பார்க்க.

cameo /ˈkæmiəʊ/ *noun* [C] (*pl.* **cameos**) **1** a small part in a film or play that is usually played by a famous actor திரைப்படம் அல்லது நாடகத்தில் வழக்கமாக புகழ்பெற்ற ஒரு நடிகர் பங்கேற்று நடிக்கும் சிறு பகுதி *Nambiar plays a cameo role in the film.* **2** a piece of jewellery that has a design in one colour and a background in a different colour வடிவமைப்பு/உருவரை ஒரு வண்ணத்திலும் பின்னணி வேறொரு வண்ணத்திலும் அமையும் ஓர் அணிமணி; வேற்று வண்ணப் பின்னணி அமையும்படி புடைப்புருவாகச் செதுக்கப்பட்ட மணி

camera /ˈkæmərə/ *noun* [C] a piece of equipment that you use for taking photographs or moving pictures (இயங்கா) நிழற்படங்கள் அல்லது இயங்குநிலைப் படங்கள் எடுக்கப் பயன்படுத்தும் கருவி; நிழற்படக் கருவி *I need*

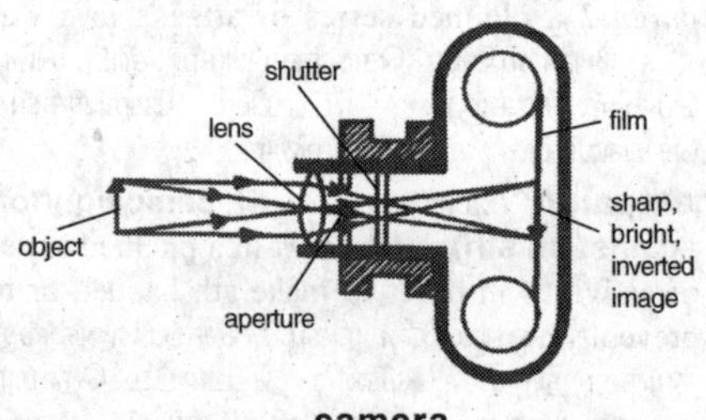

camera

a new film for my camera. • *a video/television camera*

cameraman /ˈkæmrəmən/ *noun* [C] (*pl.* **-men** /-mən/) a person whose job is to operate a camera for a film or a television company ஒரு திரைப்படத்திற்காக அல்லது தொலைக்-காட்சி நிறுவனத்திற்காக தொழில்முறையில் நிழற்படக் கருவியை இயக்கிப் படம் எடுப்-பவர்; நிழற்படப் பதிவாளர் ➪ **photographer** பார்க்க.

camouflage /ˈkæməflɑːʒ/ *noun* [U] **1** materials or colours that soldiers use to make themselves and their equipment difficult to see தாமும் தமது தளவாடங்களும் பிறர் கண்ணில் படாத-வாறு செய்யப் படைவீரர்கள் பயன்படுத்தும் பொருள்கள் அல்லது வண்ணங்கள்; உரு மறைப்புப் பொருள்கள் அல்லது வண்ணங்கள் **2** the way in which an animal's colour or shape matches its surroundings and makes it difficult to be spotted எளிதில் கண்டறிய முடியாதவாறு ஒரு விலங்கின் நிறம் அல்லது உரு அதன் சுற்றுச் சூழல்களோடு ஒத்தமையும் பாங்கு; ஒரு விலங்கின் உருமறைப்பு இயற்பாங்கு *The polar bear's white fur provides effective camouflage against the snow.* ▶ **camouflage** *verb* [T]

camp¹ /kæmp/ *noun* [C, U] a place where people live in tents or simple buildings away from their usual home தங்களது வழக்கமான வாழ்விடங்-களுக்கு அப்பால், தொலைவில் கூடாரங்கள் அல்லது எளிய மனைகள் அமைத்து ஆட்கள் தங்குமிடம்; இடைத்தங்கல் மனை; பாசறை *a refugee camp* • *The climbers set up camp at the foot of the mountain.*

camp² /kæmp/ *verb* [I] **camp (out)** to sleep without a bed, especially outside in a tent வாழ்விடத்-திற்கு அப்பால், குறிப்பாக ஒரு கூடாரத்தில் படுக்கை வசதியில்லாமல் உறங்கு; கூடார-மடித்துத் தங்கு *We camped next to a river.*

campaign¹ /kæmˈpeɪn/ *noun* [C] **1** a plan to do a number of things in order to achieve a special aim குறிப்பிட்ட ஒரு குறிக்கோளை அடைய-வேண்டி பல காரியங்களில் ஈடுபடுவதற்கான செயல்திட்டம்; முக்கியமான ஒரு செயல்நோக்-கத்தை முன்னிருத்திய வினையாளுமை ஏற்பாடு *to launch an advertising/election campaign* **2** a planned series of attacks in a war ஒரு போரில் மேற்கொள்ளப்படும் திட்டமிட்ட தொடர் தாக்குதல்; திட்டமிட்ட போர்க்களச் செயல்பாட்டு ஒழுங்குமுறை

campaign² /kæmˈpeɪn/ *verb* [I] **campaign(for/against sb/sth)** to take part in a planned series of activities in order to make sth happen or to prevent sth ஒன்றனை நிகழச் செய்ய அல்லது தடுத்து நிறுத்த வேண்டி திட்டமிட்ட தொடர்-வரிசையிலான செயல்களில் ஈடுபடு; குறிப்-பிட்ட வினை முடிக்கும் நோக்கத்துடன் அடுத்தடுத்த பல செயல்களை மேற்கொள் *Local people are campaigning for lower speed limits in the town.* ▶ **campaigner** *noun* [C] *an animal rights campaigner*

camp bed (*also* **cot**) *noun* [C] a light, narrow bed that you can fold up and carry easily மடக்கி உடன் கொண்டுசெல்ல வசதியான ஒடுக்க-மான கனமற்ற படுக்கை அமைப்பு/கட்டில்; மடக்குக் கட்டில்

camper /ˈkæmpə(r)/ *noun* [C] **1** a person who stays in a tent on holiday விடுமுறையின் போது வீட்டிலிருந்து சென்று கூடாரமடித்துத் தங்கு-பவர் **2** (**camper van**) a motor vehicle in which you can sleep, cook, etc. while on holiday விடுமுறைத் தங்கலின் போது சமைத்தல், உறங்குதல் முதலியவற்றுக்கான வசதிகள் கொண்ட விசையூர்தி; விடுமுறைத் தங்கல் ஊர்தி

camping /ˈkæmpɪŋ/ *noun* [U] sleeping or spending a holiday in a tent விடுமுறையின் போது வீட்டிற்கு அப்பால் ஒரு கூடாரத்தில் உறங்-குதல் அல்லது விடுமுறையை ஒரு கூடாரத்-தில் கழித்தல் *Camping is cheaper than staying in hotels.* • *to go on a camping holiday*

campsite /ˈkæmpsaɪt/ *noun* [C] a place where you can stay in a tent கூடாரமடித்துத் தங்கு-வதற்கான இடம்

campus /ˈkæmpəs/ *noun* [C, U] (*pl.* **campuses**) the area of land where the main buildings of a college or university are ஒரு கல்லூரி அல்லது பல்கலைக்கழகத்தின் முக்கியமான கட்டடங்கள் அமைந்திருக்கும் இடப்பரப்பு; கல்லூரி அல்ல்து பல்கலைக்கழக வளாகம் *the college campus*

can¹ /kən; *strong form* kæn/ *modal verb* (*negative* **cannot** /ˈkænɒt/ *short form* **can't** /kɑːnt/ *pt* **could** /kəd/; *strong form* /kʊd/; *negative* **could not** *short form* **couldn't** /ˈkʊdnt/) **1** used for showing that it is possible for sb/sth to do sth or that sb/sth has the ability to do sth ஒரு-வரால்/ஒன்றால் ஒரு செயலைச் செய்ய-முடியும் அல்லது ஒருவருக்கு/ஒன்றனுக்கு ஒரு செயலைச் செய்யும் திறமை/ஆற்றல் உள்ளது என்பதைக் குறிக்கப் பயன்படுத்-தப்படுவது *Can you ride a bike?* • *He can't speak French.*

> **NOTE** **Can**க்கு எச்ச (infinitive) வடிவமோ வினையெச்ச (participle) வடிவமோ கிடை-யாது. எதிர்காலத்தையும் வினை முடிவுறு காலத்தையும் குறிக்க **be able to** என்ற தொடரைப் பயன்படுத்துகிறோம்—*He's been able to swim for almost a year.* ஒருவருக்கு ஒரு செயலைச் செய்யும் ஆற்றல் இருந்து ஆனால் அதனைச் செய்யாமல் விட்டதைக்

குறிக்க **could have** என்ற தொடர் பயன்படுத்தப்படுகிறது—*She could have passed the exam but she didn't really try.*

2 used to ask for or give permission ஒன்றைச் செய்வதற்கான அனுமதி கேட்டலை அல்லது இசைவு தெரிவித்தலை/அனுமதி கொடுத்தலைக் குறிக்கப் பயன்படுத்தப்படுவது *Can I have a drink, please?* • *He asked if he could have a drink.*

NOTE கடந்த காலத்தைச் சார்ந்த பொதுநிலையிலான அனுமதி கேட்டலை/கொடுத்தலைப் பற்றிக் குறிப்பிடும் போது **could** பயன்படுத்தப்படுகிறது—*I could do anything I wanted when I stayed with my grandma.* எனினும் கடந்த காலம் சார்ந்த ஒரு குறிப்பிட்ட காரணத்திற்கான இசைவைப் பற்றிக் கூறும்போது **could** பயன்படுத்தப்படுவதில்லை—*They were allowed to visit him in hospital yesterday.*

3 used to ask sb to do sth ஒரு செயலைச் செய்யுமாறு ஒருவரைக் கேட்டுக் கொள்ளப் பயன்படுத்தப்படுவது *Can you help me carry these books?* **4** used for offering to do sth ஒன்றைச் செய்ய முன்வருவதைக் குறிக்கப் பயன்படுத்தப்படுவது *Can I help at all?*

NOTE **Modal verbs** (வினைநோக்கத் துணை வினை) பற்றிய விரிவான விளக்கத்திற்கு, இவ்வகராதியின் பின்பகுதியில் உள்ள **Quick Grammar Reference** பகுதியைப் பார்க்க.

5 used to talk about sb's typical behaviour or of a typical effect ஒருவருடைய தனிவகையான நடத்தையை அல்லது ஒரு தனிவகையான செயல்விளைவைக் குறிக்கப் பயன்படுத்தப்படுவது *Loud music can be very annoying.* • *Wasp stings can be very painful.* **6** used in the negative for saying that you are sure sth is not true ஒன்று மெய்யானது/உண்மையானது அல்ல என்னும் தனது உறுதிப்பாட்டைக் கூறும் எதிர்மறையில் பயன்படுத்தப்படுவது *That can't be Mamta—she's in Kovalam.* • *Surely you can't be hungry. You've only just had lunch.* **7** used with the verbs 'feel', 'hear', 'see', 'smell', 'taste' கீழ்க்கண்ட வினைகளுடன் பயன்படுத்தப்படுவது: 'feel', 'hear', 'see', 'smell', 'taste'

NOTE புலன் உணர்வைக் குறிக்கும் இந்த வினைச் சொற்கள் தொடர்வினை வடிவத்தில் பயன்படுத்தப்படுவதில்லை. குறிப்பிட்ட தருணத்தில் ஏற்படும் ஒரு புலன் உணர்வைக் குறிக்க **can** பயன்படுத்தப்படுகிறது—*I can smell something burning.* ஆனால் *I'm smelling something burning* என்று வராது.

can² /kæn/ *noun* [C] **1** a metal or plastic container that is used for holding or carrying liquid திரவப் பொருள்களை இட்டுவைக்க அல்லது கொண்டுசெல்லப் பயன்படுத்தப்படும் உலோக அல்லது பிளாஸ்டிக் கொள்கலம்; குவளை; கலம் *an oil can* • *a watering can* **2** a metal container in which food or drink is kept without air so that it stays fresh உணவு அல்லது பானம் கெடாமல் நன்னிலையில் இருக்கும் பொருட்டு உள்ளிட்டு வைத்திருப்பதற்கான காற்று புகாத உலோகக் கொள்கலம்; தகரப் பெட்டி; டப்பா *a can of sardines* • *a can of beer*

NOTE பிரிட்டானிய வழக்கில் பொதுவாக உணவுப்பொருளை இட்டு வைப்பது **tin** என்றும் பானங்களை வைப்பது **can** என்றும் அழைக்கப்படுகின்றன.

can³ /kæn/ *verb* [T] (**ca<u>nn</u>ing; ca<u>nn</u>ed**) to put food, drink, etc. into a can in order to keep it fresh for a long time நீண்ட நாட்கள் கெடாமல் நன்னிலையில் வைத்திருப்பதற்காக உணவு, இன்குடி முதலியவற்றைக் கொள்கலத்தில் அடைத்து வை *canned fruit*

canal /kəˈnæl/ *noun* [C] **1** a deep cut that is made through land so that boats or ships can travel along it or so that water can flow to an area where it is needed படகு அல்லது கப்பல் போக்குவரத்துக்காக அல்லது வேண்டும் பகுதிக்கு நீர் செல்வதற்காகத் தரையில் நெடுக உண்டாக்கப்படும் ஆழமான வெட்டுப்பள்ளம்; நீர்வழி; கால்வாய் *the Panama Canal* **2** one of the tubes in the body through which food, air, etc. passes உடலினுள் உணவு, காற்று முதலியவை செல்லும் குழாய்களில் ஒன்று

canary /kəˈneəri/ *noun* [C] (*pl.* **canaries**) a small yellow bird that sings and is often kept as a pet பெரும்பான்மை செல்லப்பறவையாகக் கூட்டில் வைத்திருக்கப்படும் சிறு மஞ்சள் நிறப் பாடும் பறவை வகை

cancel /ˈkænsl/ *verb* [T] (**cance<u>ll</u>ing; cance<u>ll</u>ed** *AmE* **cance<u>l</u>ing; cance<u>l</u>ed**) **1** to decide that sth that has been planned or arranged will not happen திட்டமிடப்பட்ட அல்லது ஏற்பாடு செய்யப்பட்ட ஒன்று நிகழாது என முடிவுசெய்; இரத்து செய் *All flights have been cancelled because of the bad weather.* ⇨ **postpone** பார்க்க. **2** to stop sth that you asked for or agreed to தான் கேட்ட அல்லது ஒப்பளித்த ஒன்றனை நிறுத்தும்படி செய்; தடைபடுத்து; இரத்து செய் *to cancel a reservation* • *I wish to cancel my order for these books.*

PHR V **cancel (sth) out** to be equal or have an equal effect சரிநிலையாகு; எதிரீடாக அமைவுறு; சரிநேர் விளைவை ஏற்படுத்து *What I owe you is the same as what you owe me, so our debts cancel each other out.*

cancellation /ˌkænsəˈleɪʃn/ *noun* [C, U] the act of cancelling sth நீக்கம்; விலக்கல்; இரத்து *We had to make a last-minute cancellation.*

cancer /ˈkænsə(r)/ *noun* **1** [U, C] a very serious disease in which some cells in one part of the body start growing in a way that is not natural and form lumps உடலின் ஒரு பகுதியில் சில உயிரணுக்கள் இயல்நிலைக்கு முரணான விதத்தில் வளரத் தொடங்கி கட்டிகளை உண்டாக்கும் பெரிதும் ஆபத்தான பிணி வகை; புற்றுநோய் *She has lung cancer.* • *He died of cancer.* **2** [U] **Cancer** the fourth sign of the **zodiac**, the Crab நண்டைக் குறியீட்டு வடிவமாகக் கொண்ட நான்காவது இராசி; கடக இராசி

cancerous /ˈkænsərəs/ *adj.* (used especially about a part of the body or sth growing in the body) having cancer (குறிப்பாக ஓர் உடலுறுப்பை அல்லது உடலுள் செயற்கையாக வளரும் ஒன்றைக் குறிப்பிடும்போது) புற்றுநோய் கொண்ட *a cancerous growth* • *cancerous cells*

candid /ˈkændɪd/ *adj.* saying exactly what you think எண்ணுவதை எண்ணியவாறே கூறுகிற; வெளிப்படையான ✪ SYN **frank** ➪ **candour** noun பார்க்க. ▶ **candidly** *adv.*

candidacy /ˈkændɪdəsi/ *noun* [U] being a candidate வேட்பாளராக/மனுதாரராக/தேர்வராக இருத்தல்

candidate /ˈkændɪdət/ *noun* [C] **1** a person who makes a formal request to be considered for a job or wants to be elected to a particular position ஒரு பணிக்கு/வேலைக்கு முறையாக விண்ணப்பிப்பவர்; மனுதாரர்; விண்ணப்பதாரர்; ஒரு பதவிக்கான தெரிவை நாடி நிற்பவர்; வேட்பாளர் *We have some very good candidates for the post.* **2** a person who is taking an exam ஒரு தேர்வில் கலந்துகொள்பவர்; தேர்வர்

candle /ˈkændl/ *noun* [C] a round stick of solid oil or fat (**wax**) with a piece of string (**a wick**) through the middle that you can burn to give light மெழுகுவர்த்தி *to light/blow out a candle*

candlelight /ˈkændllaɪt/ *noun* [U] light that comes from a candle எரியும் மெழுகுவர்த்தியிலிருந்து கிடைக்கும் ஒளி; மெழுகு விளக்கொளி *They had dinner **by candlelight**.*

candlestick /ˈkændlstɪk/ *noun* [C] an object for holding a candle or candles ஒன்று அல்லது ஒன்றுக்கு மேற்பட்ட மெழுகுவர்த்திகளைத் தாங்கி நிற்கும் பொருள்; மெழுகுத்திரி நிலைச்சட்டம்

candour (*AmE* **candor**) /ˈkændə(r)/ *noun* [U] the quality of being honest; saying exactly what you think கள்ளங்கபடமின்மை; எண்ணியதை எண்ணியவாறே கூறுதல்; நேர்மை ▶ **candid** adjective பார்க்க.

candy /ˈkændi/ *noun* [C, U] (*pl.* **candies**) (*AmE*) = **sweet**[2] **1** *You eat too much candy.*

cane /keɪn/ *noun* **1** [C, U] the long and hard central part of certain plants (**bamboo** or **sugar**) that is like a tube and is used as a material for making furniture, etc. அறைகலன்கள் முதலியன செய்யப் பயன்படுத்தப்படுவதும் குழல் வடிவுடையதுமான (கரும்பு, மூங்கில் போன்ற) சில தாவரங்களின் நீண்ட கடினமான நடுப்பகுதி; பிரம்பு; சூரல் *sugarcane* • *a cane chair* **2** [C] a stick that is used to help sb walk நடப்பதற்கு ஊன்றுகோலாகப் பயன்படுத்தப்படும் கழி; கைத்தடி

canine[1] /ˈkeɪnaɪn/ *adj.* connected with dogs நாய்கள் தொடர்பான/சார்ந்த

canine[2] /ˈkeɪnaɪn/ (*also* **canine tooth**) *noun* [C] one of the four pointed teeth in the front of a person's or an animal's mouth மனிதர் அல்லது விலங்கின் வாய் முன்பகுதியிலுள்ள நான்கு கூர்மையான பற்களில் ஒன்று; கோரைப்பல் ➪ **incisor** மற்றும் **molar** பார்க்க. ➪ **teeth** பகுதியில் படம் பார்க்க.

canister /ˈkænɪstə(r)/ *noun* [C] a small round metal container சிறிய கோள வடிவான உலோகக் கொள்கலம்; உலோகப் புட்டி *a gas canister*

cannabis /ˈkænəbɪs/ *noun* [U] a drug made from a plant (**hemp**) that some people smoke for pleasure, but which is considered illegal சட்டத்திற்குப் புறம்பானதாக கருதப்படுவதும், சிலரால் இன்ப நுகர்வாகப் புகைக்கப்படுவதுமான ஒரு தாவரத்திலிருந்து தயாரிக்கப்படும் வெறிமயக்கப் பொருள்

cannibal /ˈkænɪbl/ *noun* [C] **1** a person who eats other people பிற மனிதர் உயிருண்ணும் ஒருவர்; தன்னினந்தின்னி மனிதர் **2** an animal that eats the flesh of other animals of the same kind தன்னினத்தின் பிற விலங்குகளை உண்ணும் ஒரு விலங்கு ▶ **cannibalism** /ˈkænɪbəlɪzəm/ *noun* [U]

cannon /ˈkænən/ *noun* [C] (*pl.* **cannon** or **cannons**) **1** a large gun on a ship, an army vehicle, aircraft, etc. கப்பல், இராணுவ ஊர்தி, விமானம் முதலியவற்றின் மீது பொருத்தப்படும் பெரிய துப்பாக்கி வகை; பீரங்கி **2** a large, simple gun that was used in past times for firing large stone or metal balls (**cannon balls**) முற்காலங்களில் பெரும் உலோக அல்லது கற்குண்டுகளை வைத்துச் சுடப் பயன்படுத்தப்பட்ட பெரிய சாதாரணத் துப்பாக்கி வகை

cannot /ˈkænɒt/ ➪ **can**[1] பார்க்க.

canoe /kəˈnuː/ *noun* [C] a light, narrow boat for one or two people that you can move through the water using a flat piece of wood (**a paddle**) தட்டையான மரத் துடுப்பை இயக்கி செலுத்தக்கூடிய, ஒருவர் அல்லது இரண்டு பேருக்கான

கனமற்ற ஒடுக்கமான படகு வகை ➪ **kayak** பார்க்க; மேலும் **boat** பதிவில் படம் பார்க்க. ▶ **canoe** *verb* [I] (*pres. part.* **canoeing**; *3rd person sing. pres.* **canoes**; *pt, pp* **canoed**) *They canoed down the river.*

canon /'kænən/ *noun* [C] **1** (*formal*) a generally accepted rule, standard or principle by which sth is judged ஒன்றை மதிப்பீடு செய்வதற்கு அடிப்படையான பொதுவிதி; கட்டளைக் கோட்பாடு; கட்டளை நியதி; படித்தரம் *the canons of good taste* **2** a list of books or other works that are generally accepted as the genuine work of a particular writer or as being important குறிப்பிட்ட ஓர் ஆசிரியரின் மெய்யான படைப்பாக அல்லது முக்கியத்துவம் வாய்ந்தவையாகப் பெரும்பான்மையினரால் ஏற்றுக்கொள்ளப்பட்ட நூல்களின் அல்லது பிற படைப்புகளின் தொகுதி; திருமுறை; கட்டளைப் படைப்பு *the Shakespeare canon* **3** a piece of music in which singers or instruments take it in turns to repeat the tune பாடகர்கள் அல்லது இசைக் கருவிகள் ஒரு சுதியை முறைவைத்து மீண்டும் மீண்டும் இசைக்கும் ஓர் இசைக்கூறு; கட்டளை இசைப்பாட்டு

canopy /'kænəpi/ *noun* [C] (*pl.* **canopies**) a cover that hangs or spreads above sth ஒன்றன் மேற்பரப்பில் தொங்கும் அல்லது விரிக்கப்பட்ட மறைப்பு; மேற்கவிகை; விதானம் *The highest branches in the rainforest form a dense canopy.* • *a parachute canopy*

can't ➪ **cannot** என்பதன் சுருக்க வடிவம்

canteen /kæn'ti:n/ *noun* [C] the place in a school, factory, an office, etc. where the people who work there can get meals பள்ளி, தொழிற்சாலை, அலுவலகம் முதலியன சார்ந்த உணவகம்; பணியக உணவகம் *the staff canteen* ➪ **cafeteria** பார்க்க.

canter /'kæntə(r)/ *verb* [I] (used about a horse and its rider) to run fairly, fast but not very fast (குதிரை மற்றும் அதன்மீது சவாரி செய்பவரைப் பற்றிக் குறிப்பிடுகையில்) மிக விரைவாக அல்லாமல் நல்ல/மட்டான வேகத்தில் செல்; மிதமான பாய்ச்சலில் ஓடு *We cantered along the beach.* ▶ **canter** *noun* [*sing.*] ➪ **gallop** மற்றும் **trot** பார்க்க.

cantilever /'kæntɪli:və(r)/ *noun* [C] a long piece of metal or wood that extends from a wall to support the end of a bridge or any other structure பாலம் முதலிய கட்டமைப்பின் இறுதிப் பகுதியின் தாங்காதாரமாக ஒரு சுவரிலிருந்து கை போல் நீட்டிக்கொண்டிருக்கும் நீண்ட உலோக அல்லது மரத் துண்டு; பாரப் பிடிமானத் துண்டு

cantonment /kæn'tɒnmənt/ *noun* [C] a military garrison or camp (especially in the Indian subcontinent) (இந்தியத் துணைக்கண்டத்தில் உள்ள) படைவீரர் தற்காலிகக் குடியிருப்பு; படையினர் நகரம்; பாளையம்

canvas /'kænvəs/ *noun* **1** [U] a type of strong cloth that is used for making sails, bags, tents, etc. கப்பலின் பாய், பை, கூடாரம் முதலியவை செய்ய பயன்படுத்தப்படும் உறுதியான துணி வகை; கித்தான் **2** [C] a piece of strong cloth for painting a picture on படம் வரைவதற்குரிய கெட்டியான துணி வகை; சித்திரப்படாம்

canvass /'kænvəs/ *verb* **1** [I, T] **canvass (sb) (for sth)** to try to persuade people to vote for a particular person or party in an election or to support sb/sth ஒரு தேர்தலில் குறிப்பிட்ட ஒருவருக்கு அல்லது ஒரு கட்சிக்கு வாக்களிப்பதற்கு மக்களை இணங்க வைக்க முயல்; ஒருவருக்கு/ஒன்றனுக்கு மக்களின் ஆதரவு கோரு *to canvass for votes* • *The Prime Minister is trying to canvass support for the plan.* **2** [T] to find out what people's opinions are about sth ஒன்றைப் பற்றிய மக்களின் கருத்தைக் கண்டறி அல்லது உளப்பாங்கை ஆராய்

canyon /'kænjən/ *noun* [C] a deep valley with very steep sides மிகவும் செங்குத்துச் சரிவான பக்கங்களையுடைய ஆழமான பள்ளத்தாக்கு

cap[1] /kæp/ *noun* [C] **1** a soft hat that has a part sticking out at the front (**peak**) முன்பக்கம் வெளியே நீட்டிக்கொண்டிருக்கும் முனை உடைய மிருதுவான தொப்பி வகை; முன் விளிம்புள்ள குல்லாய் *a baseball cap* **2** a soft hat that is worn for a particular purpose குறிப்பிட்ட ஒரு நோக்கத்திற்காக அணியப்படும் மிருதுவான தொப்பி வகை *a shower cap* **3** a covering for the end or top of sth ஒன்றன் விளிம்பு அல்லது மேல்பகுதிக்கான மூடி *Please put the cap back on the bottle.* ➪ **top[1]** பதிவிலுள்ள குறிப்பைப் பார்க்க.

cap[2] /kæp/ *verb* [T] (**capping; capped**) **1** to cover the top of sth ஒன்றன் விளிம்புக்கு/மேல்பகுதிக்கு மூடி இடு; முகப்பு வாயினை மூடு *mountains capped with snow* **2** to limit the amount of money that can be spent on sth ஒன்றன் மீது செலவு செய்யவேண்டிய பணத்தை ஒரு வரம்புக்குள் நிறுத்து அல்லது கட்டுப்படுத்திவை **3** to follow sth with sth bigger or better முன்னைய ஒன்றை விடப் பெரிய அல்லது சிறந்த மற்றொன்றுடன் பின்தொடர்; மேம்பட்டு முந்திச் செல்

IDM **to cap it all** as a final piece of bad luck (ஒருவருடைய) தீ நேர்வின்/அதிர்ஷ்டக் கேட்டின் மேல் எல்லையாக/இறுதி நிலையாக/உச்சமாக *I had a row with my boss, my bike was stolen, and now to cap it all I've lost my keys!*

capability /ˌkeɪpə'bɪləti/ *noun* [C, U] (*pl.* **capabilities**) **capability (to do sth/of doing sth)** the quality of being able to do sth செயலாற்றல்;

செயல் வல்லமை; தனித்திறமை *I tried to fix the computer, but it was **beyond** my **capabilities**.*

capable /ˈkeɪpəbl/ *adj.* **1 capable of (doing) sth** having the ability or qualities necessary to do sth ஒன்றைச் செய்வதற்கு வேண்டிய இயல்பான ஆற்றல் அல்லது தனித்திறம் வாய்ந்த; செயல் வல்லமை கைவரப்பெற்ற; திறமையான *He's capable of passing the exam if he tries harder. • That car is capable of 120 kilometres per hour.* **2** having a lot of skill; good at doing sth பயிற்சித் திறன் மிக்க; குறிப்பிட்ட செயலில் திறமையுடைய *She's a very capable teacher.* ✪ OPP **incapable** ▶ **capably** *adv.*

capacitor /kəˈpæsɪtə(r)/ *noun* [C] (*technical*) a device used to store an electric charge மின்னாற்றலைத் தேக்கிவைக்கப் பயன்படுத்தப்படும் ஒரு சாதனம்; மின்னியல் உறைகலம்

capacity /kəˈpæsəti/ *noun* (*pl.* **capacities**) **1** [*sing.*, U] the amount that a container or space can hold ஒரு கொள்கலம் அல்லது ஓர் இடப்பரப்பு தன்னுள் கொள்ளக்கூடிய அளவு; கொள்ளளவு *The tank has a capacity of 1000 litres. • The stadium was **filled to capacity**.* **2** [*sing.*] **a capacity (for sth/for doing sth); a capacity (to do sth)** the ability to understand or do sth ஒன்றைப் புரிந்துகொள்வதற்கான அல்லது ஒன்றைச் செய்வதற்கான திறமை அல்லது ஆற்றல்; அறிவுத்திறன்; செயலாற்றல் *That book is beyond the capacity of young children. • a capacity for hard work/for learning languages* **3** [C] the official position that sb has ஒருவர் ஏற்றுள்ள பதவி அல்லது பணிப்பொறுப்பு; பணி நிலை; பணி அமர்வு நிலை ***In his capacity as** chairman of the council...* **4** [*sing.*, U] the amount that a factory or machine can produce ஒரு தொழிற்சாலை அல்லது ஓர் இயந்திரத்தின் உற்பத்தி அளவு; விளைவாக்க மதிப்பளவு *The power station is working **at full capacity**.*

cape /keɪp/ *noun* [C] **1** a piece of clothing with no sleeves that hangs from your shoulders தோள்பகுதியில் தளர்ச்சியாகத் தொங்கும் கையில்லாத தோளணி ஆடை ➪ **cloak** பார்க்க. **2** a piece of high land that sticks out into the sea கடலினுள் நீட்டிக்கொண்டிருக்கும் மேடான நிலப்பகுதி; நிலமுனை; நிலக்கோடி *the Cape of Good Hope*

capillary /kəˈpɪləri/ *noun* [C] (*pl.* **capillaries**) **1** any of the smallest tubes in the body that carry blood உடலில் குருதியைக் கொண்டுசெலுத்தும் நுண்ணிய குழாய்களில் ஒன்று; குருதி நுண்குழல் **2** a very small tube as thin as a hair உரோமத்தின் அளவு மெலிதான மிகச்சிறிய குழல்

capital¹ /ˈkæpɪtl/ *noun* **1** (*also* **capital city**) [C] the town or city where the government of a country is ஒரு நாட்டின் ஆட்சி மையமாக உள்ள மாநகரம் அல்லது நகரம்; தலைநகரம் *New Delhi is the capital of India.* **2** [U] an amount of money that you use to start a business or to put in a bank, etc. so that you earn more money (**interest**) on it ஆதாய நோக்குடன் தொழில்/வாணிகம் தொடங்குதல் அல்லது வங்கி சேமிப்பு முதலியவற்றுக்காகப் பயன்படுத்தப்படும் பணத்தொகை; முதலீடு; மூலதனம் *When she had enough capital, she bought a shop.* **3** (*also* **capital letter**) [C] the large form of a letter of the alphabet நெடுங்கணக்கின் பெருவடிவ எழுத்து; முகட்டெழுத்து *Write your name in capitals.* **4** [C] a place that is well known for a particular thing குறிப்பிட்ட ஒன்றன் பொருட்டு/ஒன்றைச் சார்ந்து பெயர்பெற்ற ஓரிடம் *Niagara Falls is the honeymoon capital of the world.*

capital² /ˈkæpɪtl/ *adj.* **1** connected with punishment by death மரண தண்டனை தொடர்பான அல்லது மரண தண்டனைக்குரிய *a capital offence* (= a crime for which sb can be sentenced to death) **2** (used about letters of the alphabet) written in the large form (நெடுங்கணக்கின் எழுத்துகளைப் பற்றிக் குறிப்பிடும் போது) பெரிய எழுத்து வடிவில் எழுதப்படுகிற; முகட்டெழுத்தாக உள்ள *'David' begins with a capital 'D'.*

capital gains *noun* [*pl.*] profits that you make from selling sth, especially property ஒரு பொருளை, குறிப்பாக, சொத்தை விற்பதன் மூலம் ஈட்டும் இலாபம் அல்லது ஆதாயம் *to pay **capital gains tax***

capital investment *noun* [U] money that a business spends on buildings, equipment, etc. ஒரு வணிக அமைப்பு கட்டடங்கள், தளவாடம் முதலியவற்றுக்காகச் செலவிடும் பணம்

capitalism /ˈkæpɪtəlɪzəm/ *noun* [U] the economic system in which businesses are owned and run for profit by individuals and not by the state தொழில்கள் அரசுடைமையாக அன்றி தனியாருக்குச் சொந்தமாக இருந்து அவர்களால் இலாப நோக்கில் நடத்தப்படுகிற பொருளாதார அமைப்பு முறை; தனியுடைமை முறை; முதலாளித்துவம் ➪ **communism, Marxism** மற்றும் **socialism** பார்க்க. ▶ **capitalist** *noun* [C], *adj.*

capitalize (*also* **-ise**) /ˈkæpɪtəlaɪz/ *verb* [T] **1** to write or print a letter of the alphabet as a **capital**; to begin a word with a capital letter நெடுங்கணக்கின் ஓர் எழுத்தை பெரிய எழுத்து வடிவில் எழுது அல்லது அச்சிடு; ஒரு சொல்லை பெரிய எழுத்துடன் தொடங்கு **2** (*technical*) to sell possessions in order to change them into money உடைமைகளைப் பணமாக மாற்றும் பொருட்டு அவற்றை விற்பனை செய்; உடைமைகளைப்

பணமாக்கு **3** (*usually passive*) (*technical*) to provide a company etc. with the money it needs to function ஒரு வணிக நிறுவனம் முதலியவற்றின் செயல்பாட்டிற்குத் தேவையான பணம் வழங்கு; முதலிடு; முதலீடளி ▶ **capitalization** (*also* **-isation**) /ˌkæpɪtəlaɪˈzeɪʃn/ *noun* [U]

PHR V **capitalize on sth** to use sth to your advantage ஒன்றைத் தனது நலனுக்காக/ ஆதாயத்திற்காகப் பயன்படுத்திக்கொள் *We can capitalize on the mistakes that our rivals have made.*

capital punishment *noun* [U] punishment by death for serious crimes கொடுங்குற்றங்களுக்கு விதிக்கப்படும் மரண தண்டனை ➪ **death penalty** மற்றும் **corporal punishment** பார்க்க.

capitulate /kəˈpɪtʃuleɪt/ *verb* [I] (*formal*) to stop fighting and accept that you have lost; to give in to sb சண்டையை நிறுத்தித் தன் தோல்வியை ஒப்புக்கொள்; பணிந்துபோ ▶ **capitulation** /kəˌpɪtjuˈleɪʃn/ *noun* [C, U]

capricious /kəˈprɪʃəs/ *adj.* changing behaviour suddenly in a way that is difficult to predict முன்னறிதற்கு எளியதல்லாதவாறு திடீரெனத் தன் நடத்தையை மாற்றிக்கொள்கிற; உறுதியற்ற மனப்பாங்குடைய; மனம் போல் நடக்கிற; ஏறுமாறான

Capricorn /ˈkæprɪkɔːn/ *noun* [U] the tenth sign of the **zodiac**, the Goat வெள்ளாட்டை (வெள்ளாட்டுருவ விண்மீன் தொகுதியை) தனது குறியீட்டு வடிவமாகக் கொண்ட பத்தாவது இராசி; மகர இராசி

capsicum /ˈkæpsɪkəm/ *noun* [C] a type of pepper which may be green, yellow or red and can be eaten cooked or not cooked சமைத்தோ பச்சையாகவோ உண்ணக்கூடியதும் பச்சை, மஞ்சள் அல்லது சிவப்பு நிறமுடையதுமான குடமிளகாய் வகை

capsize /kæpˈsaɪz/ *verb* [I, T] (used about boats) to turn over in the water (படகுகளைப் பற்றிக் குறிப்பிடும்போது) நீரில் கவிழ்; கவிழச் செய் *The canoe capsized.* • *A big wave capsized the yacht.*

capsule /ˈkæpsjuːl/ *noun* [C] **1** a very small closed tube of medicine that you swallow விழுங்கி உட்கொள்ளுதற்குரிய மருந்தடங்கிய மிகச் சிறிய மூடிய குழல்; மருந்துறை; மருந்துப் பொதியுறை **2** a container that is closed so that air, water, etc. cannot enter காற்று, நீர் முதலியன உட்புக முடியாதபடி மூடப்பட்ட ஒரு கொள்கலம்; இறுக அடைக்கப்பட்ட புட்டி

Capt. *abbr.* Captain; a position (**rank**) in the army இராணுவத்தில் உள்ள ஒரு பதவி; படைப்பிரிவுத் தளபதி

captain[1] /ˈkæptɪn/ *noun* [C] **1** the person who is in command of a ship or an aircraft கப்பல் அல்லது விமான ஆணை அதிகாரி; கப்பல் மீகான்; விமானக்குழு முதல்வர் **2** a person who is the leader of a group or team குழு முதல்வர்; அணித் தலைவர் *Who's (the) captain of the Indian team?* **3** an officer at a middle level in the army or navy தரைப்படை அல்லது கடற்படையில் உள்ள இடைநிலை அதிகாரி

captain[2] /ˈkæptɪn/ *verb* [T] to be the captain of a group or team ஒரு குழு அல்லது ஓர் அணிக்குத் தலைமை தாங்கு; தலைவராக இரு

caption /ˈkæpʃn/ *noun* [C] the words that are written above or below a picture, photograph, etc. to explain what it is about ஒரு வரைபடம், நிழற்படம் முதலியவற்றின் மேல் அல்லது கீழ்ப்பகுதியில் எழுதப்படும் அப்படம் பற்றிய விளக்கம்; ஒரு படத்தின் முகப்புரை அல்லது தலைப்பு

captivate /ˈkæptɪveɪt/ *verb* [T] to attract and hold sb's attention ஒருவருடைய கவனத்தைத் தன்பக்கம் ஈர்த்து வைத்துக்கொள்; உளங்கவர்; வசப்படுத்து ▶ **captivating** *adj.*

captive[1] /ˈkæptɪv/ *adj.* kept as a prisoner; (used about animals) kept in a cage, etc. கைதியாக வைக்கப்பட்டுள்ள; சிறைப்படுத்தப்பட்ட; (விலங்குகளைப் பற்றிக் குறிப்பிடும்போது) கூண்டு முதலியவற்றில் அடைத்து வைக்கப்பட்டுள்ள (*figurative*) ***a captive audience*** (= listening because they cannot leave)

IDM **hold sb captive** to keep sb as a prisoner and not allow him/her to escape ஒருவரைத் தப்பிச்செல்லவிடாமல் அகப்படுத்து அல்லது சிறைப்படுத்தி வைத்திரு

take sb captive to catch sb and hold him/her as your prisoner ஒருவரைப் பிடித்துத் தனது கைதியாக வைத்திரு

NOTE **Hold sb prisoner, take sb prisoner** ஆகியவையும் இப்பொருளில் பயன்படுத்துவதற்கு உரியன.

captive[2] /ˈkæptɪv/ *noun* [C] a prisoner சிறைப்பட்டவர்; கைதி

captivity /kæpˈtɪvəti/ *noun* [U] the state of being kept in a place that you cannot escape from தப்ப முடியாதபடி ஓரிடத்தில் அகப்படுத்தி வைக்கப்பட்டுள்ள நிலை; சிறைப்படுத்தப்பட்ட நிலை *Wild animals are often unhappy* ***in captivity.***

captor /ˈkæptə(r)/ *noun* [C] a person who takes or keeps a person as a prisoner ஒருவரைச் சிறைசெய்பவர் அல்லது சிறைவைத்திருப்பவர்

capture[1] /ˈkæptʃə(r)/ *verb* [T] **1** to take a person or animal prisoner ஒரு நபரை அல்லது விலங்கை அகப்படுத்து; சிறைப்படுத்து *The lion was captured and taken back to the zoo.* **2** to take control of sth ஒன்றைத் தன் கட்டுப்பாட்டுக்கு உட்படுத்து; கைக்கொள்; கைப்பற்று

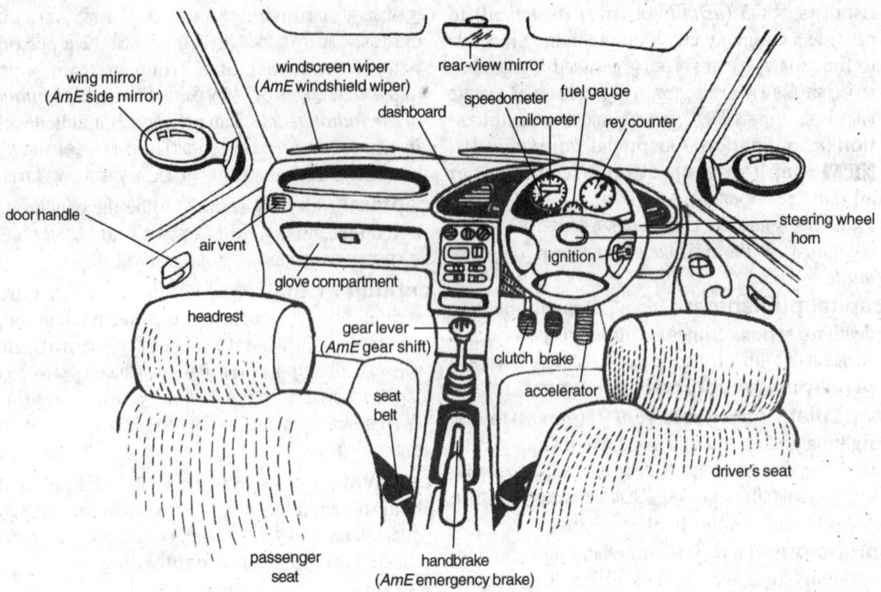

car (*AmE* automobile)

The town has been captured by the rebels. • *The company has captured 90% of the market.* **3** to make sb interested in sth ஒன்றில் ஒருவரை ஈடுபாடு அல்லது ஆர்வம் கொள்ளச்செய்; ஈர்; வசப்படுத்து *The story captured the children's imagination.* **4** to succeed in representing or recording sth in words, pictures, etc. சொற்கள், படங்கள் முதலியவற்றில் ஒன்றை உருப்படுத்து-வதில் அல்லது பதிவு செய்வதில் வெற்றி-காண்; ஒன்றைச் சொற்சித்திரமாக அல்லது படக்காட்சியாக ஆக்குவதில் வெற்றிபெறு *This poem captures the atmosphere of the carnival.* • *The robbery was captured on video.* **5** (*computing*) to put sth into a computer in a form that it can use கணினி கையாளுதற்கு ஏற்ற வடிவில் ஒன்றை உள்ளிடு

capture[2] /ˈkæptʃə(r)/ *noun* [U] the act of capturing sth or being captured கைப்பற்றுதல்; அகப்படுத்துதல்; கைப்பற்றப்படுதல்; சிறைப்-பிடிப்பு *data capture*

car /kɑː(r)/ *noun* [C] **1** (*also* **automobile**) a road vehicle with four wheels that can carry a small number of people சிலர் மட்டுமே பயணம் செய்யக்கூடிய நான்கு சக்கரச் சாலையூர்தி; சிற்றுந்து; சீருந்து *a new/second-hand car* • *Where can I park the car?* • *They had a car crash.* • *to get into/out of a car*

NOTE **In the car, by car** இரண்டுமே சரி-யான வழக்கு. **Drive** என்ற வினையையும் பயன்படுத்தலாம்—*I come to work in the car/by car.* • *I drive to work.*

2 a section of a train that is used for a particular purpose தொடர்வண்டியில் உள்ள குறிப்பிட்ட பயன்பாட்டுக்கான பகுப்பு; தனிப்பெட்டி *a dining/sleeping car* **3** (*AmE*) = **carriage1**

carafe /kəˈræf/ *noun* [C] a glass container like a bottle with a wide neck, in which wine or water is served மது அல்லது நீர் பரிமாறுதற்கான அகன்ற கழுத்துடைய புட்டி போன்ற ஒரு வகைக் கண்ணாடிக் கொள்கலம்; மது/நீர்க் குப்பி

caramel /ˈkærəmel/ *noun* **1** [U] burnt sugar that is used to add flavour and colour to food உணவுக்குச் சுவையும் நிறமும் ஊட்டப் பயன்-படுத்தப்படும் தீய்ந்த சர்க்கரை **2** [C, U] a type of sticky sweet that is made from boiled sugar, butter and milk சர்க்கரைப் பாகு, வெண்ணெய், பால் ஆகியவற்றைக் கொண்டு தயாரிக்கப்-படும் ஒட்டுப்பசையான இனிப்புப் பண்ட வகை

carapace /ˈkærəpeɪs/ *noun* [C] (*technical*) the hard shell on the back of some animals, for example **crabs**, that protects them நண்டு போன்ற சில விலங்குகளின் மேல்பகுதியில் காப்பாக அமைந்துள்ள உறுதியான ஓடு; நண்டு முதலியவற்றின் மேல்தோடு

carat (*AmE* **karat**) /ˈkærət/ *noun* [C] a unit for measuring how pure gold is or how heavy jewels are பொன்னின் தூய்மையை அல்லது அணி-மணிகளின் நிறையை அளவிடுவதற்கான ஓர் அலகு; பொன்னின் மாற்று அலகு; ஆபரணங்-களின் எடை அலகு *a 20-carat gold ring*

caravan /ˈkærəvæn/ *noun* [C] **1** (*AmE* **trailer**) a large vehicle that is pulled by a car. You can sleep, cook, etc. in a caravan when you are travelling or on holiday பயணத்தின்போது அல்லது விடுமுறைகாலச் சுற்றுலாவின்போது பயன்படுத்தப்படும் உறங்குதல், சமையல் முதலியவற்றுக்கான வசதியுள்ள, சீருந்துடன் இணைக்கப்பட்ட பெரிய வாகனம் **2** a group of people and animals that travel together, for example across a desert (பாலைவன வழி போன்றவற்றில்) ஒன்றிணைந்து கூட்டமாகப் பயணம் செய்யும் ஆட்கள் மற்றும் விலங்குகள்

carbohydrate /ˌkɑːbəʊˈhaɪdreɪt/ *noun* [C, U] one of the substances in food, for example sugar, that gives your body energy உடலுக்கு ஊக்கமளிக்கும் உணவிலுள்ள (சர்க்கரை போன்ற) பொருள்களில் ஒன்று; மாச்சத்து முதலியன *Athletes need a diet that is high in carbohydrate.*

carbon /ˈkɑːbən/ *noun* [U] (*symbol* **C**) a chemical substance that is found in all living things, and also in diamonds, coal, petrol, etc. உயிர்ப்பொருள்களிலும் வைரம், நிலக்கரி, பெட்ரோல் முதலியவற்றிலும் காணப்படும் ஒரு வேதியியற் பொருள்; கரியம்; கார்பன்

carbonate /ˈkɑːbəneɪt/ *noun* [C] (*symbol* CO_3) a salt that is often formed by the reaction of **carbon dioxide** with another chemical substance பெரும்பாலும் கார்பன் டைஆக்சைட் வேறோர் வேதியியற் பொருளுடன் எதிர்வினை புரியும்போது உண்டாகும் ஓர் உப்பு; கரியகை; கார்பனேட்

carbon copy *noun* [C] **1** a copy of a letter, etc. that was made using special paper (**carbon paper**) கரித்தாளைப் பயன்படுத்தி எடுக்கப்படும் கடிதம் முதலியவற்றின் படி; கரித்தாள் நகல் **2** an exact copy of sth ஒன்றன் சரிநுட்பமான நகல்; நிகர்படிவம்

carbon dating *noun* [U] a method of calculating the age of very old objects by measuring the amounts of different forms of **carbon** in them மிகப்பழமையான பொருள்களின் காலத்தை, அவற்றிலுள்ள பல்வேறு வகையான கார்பனின் அளவைக் கணக்கிட்டு மதிப்பிடும் முறை

carbon dioxide *noun* [U] (*symbol* CO_2) a gas that has no colour or smell that people and animals breathe out of their lungs மனிதர்களும் விலங்குகளும் நுரையீரலிலிருந்து வெளிவிடும் நிறமோ மணமோ அற்ற வாயு; கரியமில வாயு; கார்பன் டைஆக்சைட்

carbonic acid /kɑːˌbɒnɪkˈæsɪd/ *noun* [U] a very weak acid that is formed when **carbon dioxide** dissolves in water கார்பன் டைஆக்சைட் நீரில் கரையும்போது உண்டாகும் வீரியமற்ற அமில வகை; தளர்காடி வகை; கார்போனிக் அமிலம்

carboniferous /ˌkɑːbəˈnɪfərəs/ *adj.* (in geology) **1** producing or containing coal நிலக்கரியை உண்டுபண்ணுகிற அல்லது நிலக்கரியை உள்ளடக்கிய **2 Carboniferous** of the period in the earth's history when layers of coal were formed underground பூமியின் வரலாற்றில் மண்ணுக்கடியில் நிலக்கரிப் படிவுகள் உருவான காலப்பகுதிக்குரிய அல்லது அக்காலப்பகுதி சார்ந்த

carbon monoxide /ˌkɑːbən məˈnɒksaɪd/ *noun* [U] (*symbol* **CO**) a poisonous gas formed when **carbon** burns partly but not completely. It is produced when petrol is burnt in car engines (சீருந்து இயந்திரங்களில் பெட்ரோல் எரிவுற்று வெளிப்படுவதாகிய) கார்பன் முற்றிலுமாக அல்லாமல் பகுதியளவாக எரியும்போது உண்டாகும் ஒரு வகை நச்சு வாயு

carbon paper *noun* [U] thin paper with a dark substance on one side that you put between two sheets of paper to make a copy of what you are writing எழுதுவதைப் படியெடுப்பதற்காக இரண்டு தாள்களுக்கு இடையில் பொருத்தப்படும், ஒரு பக்கம் கரிப்பொருள் தோய்ந்த மெல்லிய தாள்; படியெடுக்க உதவும் கரித்தாள்; படிவுத்தாள்

carburettor (*AmE* **carburetor**) /ˌkɑːbəˈretə(r)/ *noun* [C] the piece of equipment in a car's engine that mixes petrol and air பெட்ரோலையும் காற்றையும் கலக்கச் செய்யும் சீருந்து இயந்திரப் பகுதி

carcass /ˈkɑːkəs/ *noun* [C] the dead body of an animal விலங்கின் உயிரற்ற உடல் ➪ **corpse** பார்க்க.

carcinogen /kɑːˈsɪnədʒən/ *noun* [C] a substance that can cause **cancer** புற்றுநோயை உண்டாக்கக்கூடிய ஒரு பொருள்

carcinogenic /ˌkɑːsɪnəˈdʒenɪk/ *adj.* likely to cause **cancer** புற்றுநோயை உண்டாக்கக்கூடிய

card /kɑːd/ *noun* **1** [U] thick rigid paper தடிப்பும் விறைப்பும் கொண்ட தாள்; அட்டை **2** [C] a piece of card or plastic that has information on it குறிப்பிட்ட தகவல் அடங்கிய காகித அல்லது பிளாஸ்டிக் அட்டை *Here is my business card in case you need to contact me.* • *a membership/identity/credit card* **3** [C] a piece of card with a picture on it that you use for sending a special message to sb ஒருவருக்கு ஒரு சிறப்புச் செய்தி அனுப்பப் பயன்படுத்தும் படம் பொறிக்கப்பட்ட அட்டை; வாழ்த்து/வரவேற்பு அட்டை *a Christmas/birthday card* • *a get-well card* (= one that you send to sb who is ill) **4 playing card** [C] one of a set of 52 small pieces of card with shapes or pictures on them that are used for playing games சீட்டாட்டத்தில் பயன்படுத்தப்படும்

காட்சியுருக்கள் அல்லது படங்கள் பொறிக்கப்பட்ட 52 சிறு அட்டைகளின் தொகுதியில் ஓர் அட்டை; ஆட்டச் சீட்டு *a pack of cards* **5 cards** [*pl.*] games that are played with cards சீட்டுகளைப் பயன்படுத்தி விளையாடும் விளையாட்டு வகைகள்; சீட்டாட்டம் *Let's play cards.* • *Let's have a game of cards.*

IDM **on the cards**; (*AmE*) **in the cards** (*informal*) likely to happen நிகழும் வாய்ப்புள்ள; பெரும்பாலும் வாய்க்கக்கூடிய; எதிர்பார்க்கப்படுகிற *Their marriage has been on the cards for some time now.*

cardamom /ˈkɑːdəməm/ *noun* [U] the dried seeds of a plant belonging to South and South-East Asia, that is used as a spice in cooking ஏலக்காய்

cardboard /ˈkɑːdbɔːd/ *noun* [U] very thick paper that is used for making boxes, etc. பெட்டி முதலியன செய்யப் பயன்படுத்தப்படும் தடித்த கெட்டியான தாள்; அட்டைப் பலகை; அட்டைத் தாள் *The goods were packed in cardboard boxes.*

card catalog (*AmE*) = **card index**

cardholder /ˈkɑːdhəʊldə(r)/ *noun* [C] a person who uses a card from a bank, etc. to pay for things வாங்கும் பொருள்களுக்குப் பணம் செலுத்த வங்கி அட்டை, முதலியவற்றைப் பயன்படுத்துபவர்; பண அட்டைதாரர்

cardiac /ˈkɑːdiæk/ *adj.* (*formal*) connected with the heart இதயம் தொடர்பான; இதயத்துக்குரிய *cardiac surgery*

cardiac arrest *noun* [C] (*medical*) a serious medical condition when the heart stops working இதயத்தின் செயல்பாடு நின்றுவிடும் நோய்நிலை; நெஞ்சடைப்பு

cardigan /ˈkɑːdɪgən/ *noun* [C] a piece of clothing like a woollen jacket, that fastens at the front கம்பளிச் சட்டை போன்ற முன்புறம் இணைப்புப் பொருத்து உள்ள ஆடை வகை ⇨ **sweater** பதிவிலுள்ள குறிப்பைப் பார்க்க.

cardinal /ˈkɑːdɪnl/ *noun* [C] **1** a priest at a high level in the Roman Catholic church ரோமன் கத்தோலிக்கத் திருச்சபையின் ஓர் உயர்நிலை சமயகுரு **2** (*also*) **cardinal number** a whole number, for example 1, 2, 3, that shows quantity எண் அளவைக் குறிக்கும் 1, 2, 3 போன்ற முழு எண்; இயல் எண்; செவ்வெண் ⇨ **ordinal** பார்க்க.

cardinal points *noun* [*pl.*] (*technical*) the four main points (North, South, East and West) on an instrument that shows direction (**a compass**) திசையறி கருவி காட்டும் (வடக்கு, தெற்கு, கிழக்கு, மேற்கு ஆகிய) நான்கு முதன்மைத் திசைகள்; நாற்றிசை முனைகள்

card index (*also* **index**, *AmE* **card catalog**) *noun* [C] a box of cards with information on them, arranged in the order of the alphabet அகரவரிசையில் ஒழுங்கமைவு செய்யப்பட்ட தகவல் அட்டைகளைக் கொண்ட பெட்டியமைப்பு; தகவல் அட்டைக் கூடு ⇨ **stationery** பதிவில் படம் பார்க்க.

cardio- /ˈkɑːdiəʊ/ *prefix* (*in nouns, adjectives and adverbs*) connected with the heart இதயம்/நெஞ்சு தொடர்பான; இதயத்துக்குரிய

care[1] /keə(r)/ *noun* **1** [U] **care (for sb)** looking after sb/sth so that he/she/it has what he/she/it needs for his/her/its health and protection ஒருவருடைய/ஒன்றன் நலத்திற்கும் பாதுகாப்பிற்கும் வேண்டியன கிடைக்குமாறு பார்த்துக்கொள்ளுதல்; பேணுதல்; காப்பு; ஆதரவு *All the children in their care were healthy and happy.* • *She's in intensive care* (= the part of the hospital for people who are very seriously ill). • *skin/hair care products* **2** [U] **care (over sth/in doing sth)** thinking about what you are doing so that you do it well or do not make a mistake ஒன்றைச் செம்மையாகச் செய்யவேண்டி அல்லது ஒன்றில் தவறு நேராது இருக்கும் பொருட்டு அதில் கருத்துச் செலுத்துதல்; கவனம்; நாட்டம்; எச்சரிக்கை உணர்வு; விழிப்புணர்வு *You should take more care over your homework.* • *This box contains glasses—please handle it* ***with care***. **3** [C, U] something that makes you feel worried or unhappy கவலைக்குரிய அல்லது வருத்தம் ஏற்படுத்தும் ஒன்று; வருத்தம்; சஞ்சலம் *Since Mr Venugopal retired he* ***doesn't have a care in the world***. • *It was a happy life, free from care.*

IDM **in care** (used about children) living in a home which is organized by the government or the local council, and not with their parents (குழந்தைகளைப் பற்றிக் குறிப்பிடுகையில்) பெற்றோர்களுடன் அல்லாமல், அரசால் அல்லது உள்ளாட்சி மன்றத்தால் ஏற்படுத்தப்பட்ட காப்பகத்தில் தங்கி *They were taken into care after their parents died.*

take care (that .../to do sth) to be careful கவனமாயிரு; எச்சரிக்கையாயிரு; பார்த்துக்கொள் *Goodbye and take care!* • *Take care that you don't spill your tea.*

take care of sb/sth to deal with sb/sth; to organize or arrange sth ஒருவரை/ஒன்றைக் கையாளு/சமாளி; நடவடிக்கை மேற்கொள்; ஒன்றை ஏற்பாடு செய் *I'll take care of the food for the party.*

take care of yourself/sb/sth to keep yourself/sb/sth safe from injury, illness, damage, etc.; to look after sb/sth தன்னை அல்லது ஒருவரை/ஒன்றை ஊறு, நலக்கேடு, சேதம் முதலியவற்றிலிருந்து பாதுகா; கவனித்துப் பேணு; இடர்க்காப்பு செய் *My mother took care of me* *when I was ill.* • *She always takes great care of her books.*

care² /keə(r)/ *verb* [I, T] **care (about sb/sth)** to be worried about or interested in sb/sth ஒருவரை/ஒன்றைப் பற்றிக் கவலைப்படு; ஒருவர்/ஒன்றன் மீது அக்கறை கொள் *He really cares about his staff.* • *I don't care what you do.*

IDM **I, etc. couldn't care less** (*informal*) it does not matter to me, etc. at all எனக்கு/ஒருவருக்கு (ஒன்றைப் பற்றி) அறவே அக்கறை இல்லை; (ஒன்றைச்) சிறிதும் பொருட்படுத்தவில்லை *I couldn't care less what Bina thinks.*

who cares? (*informal*) nobody is interested; it is not important to anyone ஒருவருக்கும் நாட்டமில்லை; ஒருவருக்கும் அது முக்கியமானதல்ல *'I wonder who'll win the match.' 'Who cares?'*

would you care for.../to do sth (*formal*) a polite way to ask if sb would like sth or would like to do sth ஒருவருக்கு ஒன்றன் மீதான விருப்பத்தை அல்லது ஒருவர் ஒன்றைச் செய்ய விரும்புகிறாரா என்பதை அறிந்து கொள்ளும் நோக்கில் அவரைப் பண்பு நயத்துடன் வினவும் முறை

PHR V **care for sb** to look after sb ஒருவரை அக்கறையுடன் பார்த்துக்கொள்; கவனித்துப் பேணு *Who cared for her while she was ill?*

care for sb/sth to like or love sb/sth ஒருவரை/ஒன்றை விரும்பு; அன்பு காட்டு; நேசம் கொள் *She still cares for Mohit although he married someone else.* • *I don't care for that colour very much.*

career¹ /kəˈrɪə(r)/ *noun* [C] **1** a job or profession that sb has been trained for and does for a long time; the series of jobs that sb has in a particular area of work தனித்திறப் பணி; குறிப்பிட்ட துறையில் நீண்டகாலத்திற்கு ஒருவர் மேற்கொள்ளும் ஒன்றன் பின் ஒன்றான பணிகளின் தொகுதி *Sarah is considering a career in engineering.* • *a successful career in politics* **2** the period of your life that you spend working ஒருவருடைய வாழ்க்கையின் பணிக்காலம் *She spent most of her career working in India.*

career² /kəˈrɪə(r)/ *verb* [I] to move quickly and in a dangerous way ஆபத்தான முறையில் விரைந்து செல்; இடரார்ந்த விரைபயணம் மேற்கொள் *The car careered off the road and crashed into a wall.*

carefree /ˈkeəfriː/ *adj.* with no problems or worries சிக்கல்களுக்கோ தொல்லைகளுக்கோ உட்பட்டிராத; கவலையற்ற

careful /ˈkeəfl/ *adj.* **1 careful (of/with sth); careful (to do sth)** thinking about what you are doing so that you do not have an accident or make mistakes, etc. ஒன்றைச் செய்யும்போது எதிர்பாராத தீய விளைவுகள், தவறுகள், முதலியன நேராதவாறு அச்செயலில் கருத்துச் செலுத்துகிற; எச்சரிக்கையுடன் செயல்படுகிற; கவனமுள்ள; விழிப்புணர்வுடைய *Be careful! There's a car coming.* • *Be careful with that knife—it's very sharp.* • *a careful driver* **2** giving a lot of attention to details to be sure sth is right ஒன்று திருத்தமாக அமைவதை உறுதிசெய்ய வேண்டி அதன் உட்கூறுகளில் மிகுந்த கவனம் செலுத்துகிற; ஊன்றிய கவனத்துடன் செயலாற்றுகிற *I'll need to give this matter some careful thought.* • *a careful worker* ▶ **carefully** /ˈkeəfəli/ *adv. Please listen carefully.*

careless /ˈkeələs/ *adj.* **1 careless (about/with sth)** not thinking enough about what you are doing so that you make mistakes தவற்றுக்கு இடம் கொடுக்கும் முறையில் போதிய கவனமின்றிச் செயல்படுகிற; செயலில் கருத்தூன்றாத; விழிப்புணர்வற்ற *The accident was caused by careless driving.* **2** resulting from a lack of thought or attention to detail கருத்தூன்றாமையால் அல்லது நுணுக்கக் கூறுகளை உன்னிப்பாக நோக்காமையால் விளைகிற; அசட்டைப் போக்கால் நேர்கிற *a careless mistake* ▶ **carelessly** *adv. She threw her coat carelessly on the chair.* ▶ **carelessness** *noun* [U]

carer /ˈkeərə(r)/ (*AmE* **caregiver** /ˈkeəgɪvə(r)/) *noun* [C] a person who regularly looks after sb who is unable to look after himself/herself because of age, illness, etc. வயது முதிர்ச்சி, உடல் நலமின்மை முதலியவை காரணமாகத் தன்னைக் கவனித்துக்கொள்ள முடியாத நிலையில் உள்ள ஒருவரைத் தவறாது பேணிக்காப்பவர்; பேணுநர்

caress /kəˈres/ *verb* [T] to touch sb/sth in a gentle and loving way ஒருவரை/ஒன்றை மென்மையாகவும் அன்புடனும் தொடு; தடவிக்கொடு; வருடு ▶ **caress** *noun* [C]

caretaker /ˈkeəteɪkə(r)/ (*AmE* **janitor**) *noun* [C] a person whose job is to look after a large building, for example a school or a block of flats (பள்ளி, அறைக்கட்டு மனை போன்ற) ஒரு பெரிய கட்டடத்தைப் பார்த்துக்கொள்பவர்; கட்டட வளாகப் பேணுகைப் பணியாளர்; காப்பாளர்

cargo /ˈkɑːgəʊ/ *noun* [C, U] (*pl.* **cargoes** *AmE* **cargos**) the goods that are carried in a ship or an aircraft கப்பலில் அல்லது விமானத்தில் கொண்டுசெல்லப்படும் சரக்குகள்; கப்பல்/விமானச் சரக்குகள் *Luggage is carried in the cargo hold of the plane.* • *a cargo ship*

the Caribbean /ˌkærɪˈbiːən/ *noun* [*sing.*] the area in the Caribbean Sea where the group of islands called the West Indies are situated மேற்கிந்தியத்

தீவுகள் அமைந்துள்ள கரிபிக்கடலின் பகுதி ▶ **Caribbean** *adj.*

caricature /'kærɪkətʃʊə(r)/ *noun* [C] a picture or description of sb that makes his/her appearance or behaviour funnier and more extreme than it really is ஒருவருடைய தோற்றம் அல்லது நடத்தை உண்மையில் இயல்பாக உள்ளதை விட அதிக அளவில் கேலிக்குரியதாகவும் மிகைத்தன்மை உடையதாகவும் தோன்றச் செய்யும் சித்திரம் அல்லது வருணனை; கேலிச் சித்திரம் அல்லது நையாண்டி வருணனை *Many of the people in the book are caricatures of the author's friends.*

caring /'keərɪŋ/ *adj.* showing that you care about other people பிறர் மீது அன்பு/பரிவு/அக்கறை காட்டுகிற; பிறரைக் கவனித்துப் பேணுகிற *We must work towards a more caring society.*

carnage /'kɑ:nɪdʒ/ *noun* [U] (*written*) the violent killing of a large number of people மிகப் பலரை வன்முறையில் கொலைசெய்தல்; கொன்று குவித்தல்

Carnatic music *noun* [U] the main style of music of southern India, as distinct from **Hindustani music** of the north வட இந்திய இந்துஸ்தானி இசையிலிருந்து மாறுபட்ட, தென்னிந்திய செவ்வியல் இசைப்பாணி; கர்நாடக இசை

carnation /kɑ:'neɪʃn/ *noun* [C] a white, pink or red flower with a pleasant smell இனிமையான மணமுடைய வெண்மை, இளஞ்சிவப்பு அல்லது சிவப்பு நிறப் பூ வகை

carnival /'kɑ:nɪvl/ *noun* [C] a public festival that takes place in the streets with music and dancing இசை மற்றும் நடனத்துடன் தெருக்களில் நிகழ்த்தப்படும் பொது விழா; பொதுமக்கள் பங்குகொள்ளும் கேளிக்கைக் கொண்டாட்டம்; ஆட்டபாட்டம் the *carnival in Goa*

carnivore /'kɑ:nɪvɔ:(r)/ *noun* [C] any animal that eats meat புலால் உண்ணும் விலங்கு; ஊனுண்ணி ➪ **herbivore, insectivore** மற்றும் **omnivore** பார்க்க. ▶ **carnivorous** /'kɑ:nɪvərəs/ *adj. Lions are carnivorous animals.*

carol /'kærəl/ *noun* [C] a Christian religious song that people sing at Christmas கிறிஸ்துமஸ் பண்டிகையின்போது பாடப்படும் சமயப் பாடல்; கிறிஸ்துமஸ் பாடல்

carom = **carrom**

carotid artery /kə'rɒtɪd ɑ:təri/ *noun* [C] either of the two large tubes in your neck (**arteries**) that carry blood to your head தலைக்குக் குருதி கொண்டுசெல்லும், கழுத்துப் பகுதியில் உள்ள இரு பெரிய குழாய்களில் ஒன்று; கழுத்துக் குருதி நாளம்

carousel /ˌkærə'sel/ *noun* [C] **1** (*AmE*) = **merry-go-round 2** a moving belt at an airport that carries luggage for passengers to collect பயணிகள் பெற்றுக்கொள்ளுமாறு அவர்களுடைய பயணக்கட்டுகளைக் கொண்டு செல்லும், விமான நிலையத்திலுள்ள இயங்கு பட்டை

carp /kɑ:p/ *noun* [C, U] (*pl.* **carp**) a large fish that lives in lakes and rivers ஏரிகள் மற்றும் நதிகளில் வாழும் பெரிய நன்னீர் மீன் வகை

carpal /'kɑ:pl/ *noun* [C] any of the eight small bones in the wrist மணிக்கட்டில் உள்ள எட்டு சிறு எலும்புகளில் ஒன்று; மணிக்கட்டு எலும்பு

car park (*also* **parking lot**) *noun* [C] an area or a building where you can leave your car (பொது இடங்களில்) சீருந்து விட்டுச்செல்வதற்கான இடப்பரப்பு அல்லது கட்டடம்; சீருந்து நிறுத்துமிடம் *a multi-storey car park*

carpel /'kɑ:pl/ *noun* [C] the female **reproductive** organ of a flower மலரின் பெண்பால் இனப்பெருக்க உறுப்பு; சூலறை ➪ **flower** பதிவில் படம் பார்க்க.

carpenter /'kɑ:pəntə(r)/ *noun* [C] a person whose job is to make things from wood மரவேலை செய்யும் தொழில் வினைஞர்; தச்சர் ➪ **joiner** பார்க்க.

carpentry /'kɑ:pəntri/ *noun* [U] the skill or work of a carpenter தச்சரின் பணி அல்லது தொழில் திறம்; மரவேலை; தச்சுப்பணி

carpet /'kɑ:pɪt/ *noun* **1** [C, U] (a piece of) thick material that is used for covering floors and stairs தரை மற்றும் படிக்கட்டுகளில் இட்டுப் பரப்பும் தடிப்பான துணி, முதலியன; பொருள்; தரைவிரிப்பு/கம்பளம் *a fitted carpet* (= one that is cut to the exact shape of a room) • *a square metre of carpet* ➪ **rug** பார்க்க. **2** [C] a thick layer of sth that covers the ground ஒரு தரைப்பரப்பில் அடையாகக் கவிந்து மூடியுள்ள பொருள்; அடர்ந்த மேல்படுகை; படுகை விரிப்பு *The fields were under a carpet of snow.* ▶ **carpeted** *adj. All the rooms are carpeted.*

car phone *noun* [C] a telephone that you can use in a car சீருந்தில் பயன்படுத்தக்கூடிய தனிவகை தொலைபேசி; சீருந்துத் தொலைபேசி

carriage /'kærɪdʒ/ *noun* [C] **1** (*also* **coach**; *AmE* **car**) one of the separate parts of a train where people sit தொடர்வண்டியில் பயணிகள் அமர்வதற்கான தனித்தனிப் பிரிவுகளில் ஒன்று; தொடர்வண்டியின் பயணிப் பெட்டி *a first-class carriage* **2** (*also* **coach**) a vehicle with wheels that is pulled by horses குதிரைகள் பூட்டிய சக்கர வண்டி; குதிரை வண்டி

carriageway /ˈkærɪdʒweɪ/ *noun* [C] one of the two sides of a highway or main road on which vehicles travel in one direction only இரு பக்கப் பெருவழிச்சாலையில் ஊர்திகள் ஒரு திசையில் மட்டுமே செல்வதற்கான ஒரு பக்கம் *the southbound carriageway of the highway* ⇨ **dual carriageway** பார்க்க.

carrier /ˈkæriə(r)/ *noun* [C] **1** (in business) a company that transports people or goods (வணிகத் தொழிலில்) பயணி அல்லது சரக்குப் போக்குவரத்து நிறுவனம் *the Dutch carrier, KLM* **2** a military vehicle or ship that is used for transporting soldiers, planes, weapons, etc. படைவீரர்கள், விமானங்கள், படைக்கருவிகள் முதலியவற்றை இடம்விட்டு இடம் கொண்டு செல்லப் பயன்படுத்தப்படும் படைத்துறை ஊர்தி அல்லது கப்பல்; இராணுவப் போக்குவரத்து ஊர்தி *an aircraft carrier* **3** a person or animal that can give an infectious disease to others but does not show the signs of the disease பிறருக்கு/பிற உயிரினங்களுக்கு ஒரு தொற்றுநோயைப் பரப்பக்கூடிய, ஆனால் அந்நோய் தனக்கு உள்ளதற்கான அறிகுறிகளை வெளிப்படையாகக் காட்டாத, ஆள் அல்லது விலங்கு; நோய் கடத்தி *Some insects are carriers of tropical diseases.* **4** = **carrier bag**

carrier bag (*also* **carrier**) *noun* [C] a plastic or paper bag for carrying shopping வாங்கிய கடைப்பொருள்களை எடுத்துச் செல்வதற்கான பிளாஸ்டிக் அல்லது காகிதப் பை

carrion /ˈkæriən/ *noun* [U] the decaying flesh of an animal that has been dead for some time சிறிது காலத்திற்கு முன்பே இறந்துவிட்ட ஒரு விலங்கின் அழுகும் இறைச்சி; ஊழ்த்த ஊன்தொகுதி

carrom (*also* **carom**) /ˈkærəm/ *noun* [U] a game played on a square board with coloured small discs also called coins. You use a flat disc called a **striker** to hit the small discs into the pockets at the corners of the board சதுர வடிவப் பலகையின் மீதுள்ள சிறு வண்ணவட்டுகளைத் தட்டையான பெரிய வட்டால் அடித்துப் பலகையின் மூலைகளில் உள்ள புழைகளுள் செலுத்தும் விளையாட்டு; காரெம்

carrot /ˈkærət/ *noun* **1** [C, U] a long thin orange vegetable that grows under the ground தரைக்குக் கீழ் வளரும் நீண்ட மெலிதான செம்மஞ்சள் நிறக் காய்கறி வகை; காரட் *grated carrot* ⇨ **vegetable** பதிவில் படம் பார்க்க. **2** [C] something attractive that is offered to sb in order to persuade him/her to do sth ஒன்றைச் செய்யுமாறு ஒருவரை இசைவிக்க அவருக்கு முன்வைக்கப்படும் கவர்ச்சியான ஒரு பொருள்

carry /ˈkæri/ *verb* (*pres. part.* **carrying**; *3rd person sing. pres.* **carries**; *pt, pp* **carried**) **1** [T] to hold sb/sth in your hand, arms or on your back while you are moving from one place to another ஓரிடத்திலிருந்து மற்றோர் இடத்திற்குப் போகும்போது ஒருவரை/ஒன்றைக் கையில், தோள்மீது அல்லது முதுகில் ஏந்திச்செல்; எடுத்துச் செல்; சுமந்துசெல் *Could you carry this bag for me? It's terribly heavy.* • *She was carrying a rucksack on her back.*

NOTE உடம்பின் மேலுள்ள ஆடை, அணிகலன் முதலியவற்றைக் குறிப்பிடும்போது நாம் பயன்படுத்தும் வினைச் சொல் **wear** என்பதாகும்; **carry** பயன்படுத்தப்படுவதில்லை—*He was wearing a black jacket.* **2** [T] to have sth with you as you go somewhere ஓரிடத்திற்குச் செல்லும்போது ஒரு பொருளைக் கையில் வைத்துக்கொள்; உடன்கொண்டு செல் *I never carry much money with me when I go to Mumbai.* **3** [T] to transport sb/sth from one place to another பயணிகளை/சரக்கை ஊர்தியில் ஏற்றிக்கொண்டு போ; ஒருவரை/ஒன்றை இடம்பெயர்த்துக் கொண்டுசெல் *A train carrying hundreds of passengers crashed yesterday.* **4** [T] to have an infectious disease that can be given to others, usually without showing any signs of the disease yourself பிறருக்குத் தொற்றிக் கொள்ளக் கூடிய, ஆனால் தனக்கு இருப்பதற்கான அறிகுறிகள் பெரும்பாலும் வெளிப்படையாகத் தெரியாத, ஒரு தொற்றுநோயை உடையவராயிரு **5** [T] (*usually passive*) to officially approve of sth in a meeting, etc., because the largest number of people vote for it (ஒரு தீர்மானம் போன்ற) ஒன்று ஓர் அவை முதலியவற்றில் பெரும்பான்மை வாக்குகளைப் பெற்ற நிலையில், முறையார்ந்த ஒப்புதல் அளிக்கப்பெறு; ஒன்று ஓர் அவையின் பெரும்பான்மை வாக்கால் நிறைவேற்றப்படு *The motion was carried by 12 votes to 9.* **6** [I] (used about a sound) to reach a long distance (ஓர் ஒலியைப் பற்றிக் குறிப்பிடும்போது) தொலைவில் கேட்கும்படி ஒலி; தொலை தூரத்திற்கு எட்டு *You'll have to speak louder if you want your voice to carry to the back of the room.*

IDM **be/get carried away** to be so excited that you forget what you are doing தான் செய்துகொண்டிருப்பதை மறந்துவிடும் அளவுக்கு மிகை உணர்ச்சிக்கு ஆட்படு; உணர்ச்சி வசப்படு

carry weight to have influence on the opinion of sb else மற்றொருவர் எண்ணம் அல்லது கருத்தின் மீது செல்வாக்கினைச் செலுத்து அல்லது தாக்கம் ஏற்படுத்து *Her views carry a lot of weight with the boss.*

PHR V **carry it/sth off** to succeed in doing sth difficult கடினமான ஒன்றைச் செய்வதில் வெற்றிகாண்; அரிய ஒன்றைச் செய்துமுடி

He felt nervous before he started his speech but he carried it off very well.

carry on (with sth/doing sth) to continue தொடர்ந்து செய்; மேற்செல்; முன்னேறு *She intends to carry on studying after the course has finished.*

carry on sth to do an activity ஒரு செயலைச் செய்; ஒரு செயலில் ஈடுபடு *to carry on a conversation/a business*

carry out sth 1 to do sth that you have been ordered to do இடப்பட்ட பணியைச் செய்; கட்டளையை நிறைவேற்று *The soldiers carried out their orders without question.* **2** to do a task, repair, etc. (கடமைப் பொறுப்பு, ஒன்றைப் பழுதுபார்த்தல் முதலிய) பணியைச் செய்; ஒரு வேலையில் ஈடுபடு *to carry out tests/an investigation*

carry-all = **holdall**

carrycot /ˈkærikɒt/ *noun* [C] a small bed, like a box with handles, that you can carry a baby in குழந்தையை வைத்துக் கொண்டுசெல்லக்கூடிய, கைப்பிடியுள்ள பெட்டி போன்ற, சிறு கட்டில்

carry-on *noun* [C] a small piece of luggage that you can take onto a plane with you விமானத்தில் உடன் வைத்துக்கொள்ளக்கூடிய சிறு பயணப் பெட்டி

carsick /ˈkɑ:sɪk/ *adj.* feeling sick or vomiting as a result of travelling in a car சீருந்துப் பயணத்தால் குமட்டல் உணர்ச்சி அடைகிற அல்லது வாந்தி எடுக்கிற *to get/feel/be carsick* ⇨ **airsick, seasick** மற்றும் **travel-sick** பார்க்க.

cart[1] /kɑ:t/ *noun* [C] **1** a vehicle with wheels that is used for transporting things பொருள் போக்குவரத்துக்குப் பயன்படுத்தப்படும் சக்கர வாகனம்; வண்டி

cart[2] /kɑ:t/ *verb* [T] (*informal*) to take or carry sth/sb somewhere, often with difficulty ஒன்றை/ஒருவரை ஓரிடத்திற்கு, பெரும்பாலும் சிரமப்பட்டு, அழைத்துச் செல் அல்லது எடுத்துச் செல் *We left our luggage at the station because we didn't want to cart it around all day.*

cartel /kɑ:ˈtel/ *noun* [C, *with sing. or pl. verb*] a group of separate companies that agree to increase profits by fixing prices and not competing with each other போட்டி போட்டுக்கொள்ளாமல் பொருள்களின் விலைகளை நிர்ணயித்து இலாபத்தைப் பெருக்கிக்கொள்ள உடன்படும் தனித்தனி வணிக நிறுவனங்களின் கூட்டணி; பொது ஆதாய நோக்கிலான வணிகக் குழு

cartilage /ˈkɑ:tɪlɪdʒ/ *noun* [C, U] a strong substance in the places where your bones join எலும்பு மூட்டுகளில் காணப்படும் கெட்டியான பொருள்: குருத்தெலும்பு

cartographer /kɑ:ˈtɒgrəfə(r)/ *noun* [C] a person who draws or makes maps நிலப்படங்கள்/தேசப்படங்கள் வரைபவர் அல்லது தயாரிப்பவர்

cartography /kɑ:ˈtɒgrəfi/ *noun* [U] the art or process of drawing or making maps நிலப்படங்கள்/தேசப்படங்கள் வரைதல் அல்லது தயாரித்தல்; நிலப்படங்கள் வரையும் அல்லது தயாரிக்கும் கலை ▶ **cartographic** /ˌkɑ:təˈgræfɪk/ *adj.*

carton /ˈkɑ:tn/ *noun* [C] a small container made of cardboard or plastic அட்டைத்தாளால் அல்லது பிளாஸ்டிக்கால் செய்யப்பட்ட சிறு கொள்கலம்; அட்டைப்பெட்டி; பிளாஸ்டிக் பொதிகூடு *a carton of milk/orange juice*

cartoon /kɑ:ˈtu:n/ *noun* [C] **1** a funny drawing, especially in a newspaper or magazine குறிப்பாகச் செய்தித்தாளில் அல்லது பருவ இதழில் இடம்பெறும் கேலிச்சித்திரம்; கருத்துப்படம் **2** a film that tells a story by using moving drawings instead of real people and places உண்மையான பாத்திரங்களுக்குப் பதிலாக, இயங்கு வரைபடங்களைப் பயன்படுத்தி ஒரு கதையைக் காட்சிப்படுத்தும் திரைப்படம்; வரைபடத் திரைக்காட்சி

cartoonist /kɑ:ˈtu:nɪst/ *noun* [C] a person who draws cartoons கேலிச்சித்திரங்கள் தீட்டுபவர்

cartridge /ˈkɑ:trɪdʒ/ *noun* [C] **1** a small tube that contains explosive powder and a bullet. You put a cartridge into a gun when you want to fire it சுடுதற்காகத் துப்பாக்கியில் உள்ளிடப்படும், வெடிமருந்தும் இரவைக்குண்டும் கொண்ட சிறு குழல்; துப்பாக்கியின் வெடிக்கலம் அல்லது வெடியுறை; தோட்டா **2** a closed container that holds sth that is used in a machine, for example film for a camera, ink for printing, etc. Cartridges can be removed and replaced when they are finished or empty தீர்ந்தபின் அல்லது காலியானதும் மாற்றீடு செய்யத்தக்கதும் (நிழற்படக் கருவிக்கான நிழற்படத் தகடு, அச்சுப்பொறிக்கான வண்ண மை போன்ற) இயந்திரப் பொறியில் பயன்படுத்தப்படும் ஒரு பொருள் உள்ளிடப்பட்டதுமான மூடிய கொள்கலம்

carve /kɑ:v/ *verb* **1** [I, T] **carve (sth) (out of sth)** to cut wood or stone in order to make an object or to put a pattern or writing on it ஒரு பொருளை உருப்படுத்த அல்லது ஒரு மாதிரிப் படிவத்தை அமைக்க அல்லது எழுத்தைப் பொறிக்க மரத்தில் அல்லது கல்லில் செதுக்கு; குடை *The statue is carved out of marble.* • *He carved his name on the desk.* **2** [T] to cut a piece of cooked meat into slices வேகவைக்கப்பட்ட இறைச்சித் துண்டைச் சிறு துணுக்குகளாக நறுக்கு; அரி *to carve a chicken*

carving /ˈkɑ:vɪŋ/ *noun* [C, U] an object or design that has been carved (மரம் அல்லது கல்லில்)

செதுக்கி உருவாக்கப்பட்ட ஓர் உருவம் அல்லது உருமாதிரி; சிற்பம் *There are ancient carvings on the walls of the cave.*

cascade[1] /kæ'skeɪd/ *noun* [C] **1** water that flows down the side of a mountain, etc. (**a waterfall**) மலைச்சாரல் முதலியவற்றில் கீழ்நோக்கி விழுந்தோடும் நீர்; நீர்வீழ்ச்சி; அருவி **2** a large quantity of sth that falls or hangs down மிகுதியான அளவில் விழும் அல்லது தொங்கி-நிற்கும் ஒரு பொருள்; அலையலையாக விழும் ஒன்று *a cascade of silky black hair*

cascade[2] /kæ'skeɪd/ *verb* [I] to fall or hang down, especially in large amounts or in stages குறிப்-பாக மிகுதியான அளவில் அல்லது விட்டுவிட்டு அடுக்கடுக்காக விழு அல்லது தொங்கு; அருவியாக அல்லது அலையலையாக விழு *Water cascaded from the roof.*

case /keɪs/ *noun* **1** [C] a particular situation or example of sth குறிப்பிட்ட ஒரு சூழ்நிலை; சூழல்; ஒன்றன் எடுத்துக்காட்டு ***In some cases**, people have had to wait two weeks for a doctor's appointment.* • *Cases of the disease are very unusual in this country.* **2 the case** [*sing.*] the true situation உண்மை நிலை; நடப்பு *The man said he worked in Patna, but we discovered later that this was not the case.* **3** [C] a crime or legal matter குற்றம் அல்லது நீதிமன்ற வழக்கு; சட்டப் பொருண்மை *The police deal with hundreds of murder cases a year.* • *The case will come to court in a few months.* **4** [C, *usually sing.*] the facts and reasons that support one side in a discussion or legal matter ஒரு விவாதத்தில் அல்லது நீதிமன்ற வழக்கில் ஒரு தரப்பிற்கு வலு சேர்க்கும் ஆதாரத் தகவல்களும் நியாயங்களும்; வழக்கு விவர விளக்கம் *She tried **to make a case for** shorter working hours, but the others disagreed.* **5** [C] (*especially in compounds*) a container or cover for sth கொள்-கலம்; கூடு; ஒன்றன் உறை; மூடி *a pencil case* • *a pillow case* • *a bookcase* • *She put her glasses back in the case.* **6** [C] = **suitcase** *Would you like me to carry your case?* **7** [C, U] (in the grammar of some languages) the form of a noun, an adjective or a pronoun that shows its relationship to another word (சில மொழிகளின் இலக்கண அமைப்பில்) ஒரு பெயர்ச்சொல், பெயரடை அல்லது மாற்றுப்பெயர் வேறொரு சொல்லுடனான அதன் தொடர்பைக் காட்ட ஏற்கும் வடிவம்; வேற்றுமை *The object of the verb is in the accusative case.* ⇨ **accusative, dative, genitive, nominative** மற்றும் **vocative** பார்க்க.

IDM **(be) a case of sth/doing sth** a situation in which sth is needed (ஒரு பொருள் அல்லது செயல்பாடு அல்லது பண்பு போன்ற) ஒன்று வேண்டப்படும் சூழ்நிலை *There's no secret to success in this business. It's just a case of hard work.*

in any case whatever happens or has happened; anyway எது எவ்வாறாயினும்; எப்படியும்; என்ன நேர்ந்தாலும் அல்லது நேர்ந்திருந்தாலும் *I don't know how much tickets for the match cost, but I'm going in any case.*

in case because sth might happen குறிப்பிட்ட ஒரு நேர்வை முன்னிட்டு; நிகழக்கூடும் ஒன்றன் காரணமாக; ... என்ற நிலை ஏற்படும்பொழுது *I think I'll take an umbrella in case it rains.* • *I wasn't intending to buy anything but I took my credit card **just in case**.*

in case of sth (*formal*) if sth happens குறிப்-பிட்ட ஒன்று நிகழுமானால்; குறிப்பிட்ட நிலை ஏற்பட்டால் *In case of fire, break this glass.*

in that case if that is the situation அத்தகைய நிலை ஏற்படுமானால்; அந்தச் சூழ்நிலையில்; அவ்வாறாயின்; அப்படியானால் *'I'm busy on Tuesday.' 'Oh well, in that case we'll have to meet another day.'*

prove your/the case/point ⇨ **prove** பார்க்க.

case history *noun* [C] a record of a person's background, past illnesses, etc. ஒருவருடைய பின்னணி, கடந்த கால நோய் விவரம், முதலியன அடங்கிய தகவல் குறிப்பு

case law *noun* [U] (*technical*) law based on decisions made by judges in earlier legal processes (**cases**) கடந்த கால சட்ட நடவடிக்கைகளில் நீதிபதிகள் வழங்கிய தீர்ப்புகளின் அடிப்-படையில் அமைந்த சட்டம்; தீர்ப்பு வழிச் சட்டம் ⇨ **statute law** பார்க்க.

case study *noun* [C] a detailed study of a person, group, situation, etc. over a period of time ஒரு காலப்பகுதியில் செய்யப்படும், குறிப்பிட்ட ஆள், குழு, சூழ்நிலை முதலியவற்றைப் பற்றிய முழு விவரத்துடன் கூடிய ஆய்வு

cash[1] /kæʃ/ *noun* [U] **1** money in the form of coins or notes and not cheques, plastic cards, etc. காசோலை, பிளாஸ்டிக் அட்டை முதலியன அல்லாத, உலோக நாணயம் அல்லது தாள் வடிவிலான பணம்; ரொக்கம் *Would you prefer me to pay **in cash** or by cheque?* • *How much cash have you got with/on you?*

NOTE நாணயப் பணம் மற்றும் பணத்தாளைக் குறிப்பிடும்பொழுது **cash** என்றும், நாணயப் பணத்தை மட்டும் குறிப்பிடும்பொழுது **change** என்றும் நாம் கூறுகிறோம். **2** (*informal*) money in any form (பொதுவாக, நாணயம் அல்லது தாள் வடிவிலான) பணம் *I'm a bit short of cash this month so I can't afford to go out much.*

cash[2] /kæʃ/ *verb* [T] to exchange a cheque, traveller's cheque, etc. for coins and notes ஒரு காசோலை, பயணியர் காசோலை முதலிய-வற்றைக் கொடுத்துப் பணம் பெறு; அவற்றை

நாணயப் பணமாக மாற்று *I'm just going to the bank to cash a cheque.*

PHR V **cash in (on sth)** to take advantage of a situation, especially in a way that other people think is wrong குறிப்பாக பிறருக்குத் தவறாகத் தோன்றும் முறையில், ஒரு சூழ்நிலையைத் தனக்குச் சாதகமாகப் பயன்படுத்திக்கொள்

cashback /ˈkæʃbæk/ *noun* [U] **1** an offer of money as a present that is made by some banks, companies selling cars, etc. in order to persuade customers to do business with them சில வங்கிகள், சீருந்து விற்பனை நிறுவனங்கள் முதலியன வாடிக்கையாளர்களை ஈர்க்கும் பொருட்டு அவர்களுக்கு அளிக்க முன்வரும் பணப் பரிசு **2** a system in **supermarkets** which allows the customer to take money out of his/her bank account at the same time as paying for the goods with a **cash card** ஒரு வாடிக்கையாளர் தனது பண அட்டையைப் பயன்படுத்தி வாங்கிய பொருள்களுக்குப் பணம் செலுத்தும் அதே வேளையில் தனது வங்கிக் கணக்கிலிருந்து பணம் எடுத்துக்கொள்ளவும் இடமளிக்கக் கூடியதான பல்பொருள் அங்காடிகளிலுள்ள ஒரு முறை

cash card (*AmE* **ATM card**) *noun* [C] a plastic card given by a bank to its customers so that they can get money from a special machine (**cash machine**) in or outside a bank வங்கியினுள் அல்லது வெளியில் அமைக்கப்பட்டுள்ள ஒரு தனிவகைப் பொறியிலிருந்து பணம் எடுத்துக் கொள்ள உதவக்கூடியதாக, ஒரு வங்கி தனது வாடிக்கையாளர்களுக்கு வழங்கும் பிளாஸ்டிக் அட்டை; பண அட்டை ➪ **cheque card** மற்றும் **credit card** பார்க்க.

cash crop *noun* [C] plants that people grow to sell, and not to eat or use themselves உணவுத் தேவைகளுக்கோ பிற பயன்பாட்டுக்கோ அல்லாமல் விற்பனைக்காகப் பயிரிடப்படும் தாவரங்கள்; பணப் பயிர் ➪ **subsistence crop** பார்க்க.

cash desk *noun* [C] the place in a large shop where you pay for things ஒரு பெரிய கடையில் உள்ள பணம் செலுத்துமிடம்

cashew /ˈkæʃuː; kæˈʃuː/ (*also* **cashew nut**) *noun* [C] a small kidney-shaped nut that we eat முந்திரிக் கொட்டை; முந்திரிப் பருப்பு ➪ **nut** பதிவில் படம் பார்க்க.

cash flow *noun* [*sing.*] the movement of money into and out of a business as goods are bought and sold ஒரு வணிகத் தொழிலில் வாங்கலும் விற்றலும் நடைபெற்றுப் பண வரவும் செலவும் நிகழ்தல்; பணப் புழக்கம் *The company had cash-flow problems and could not pay its bills.*

cashier /kæˈʃɪə(r)/ *noun* [C] the person in a bank, shop, etc. that customers pay money to or get money from வங்கி, கடை முதலியவற்றில் வாடிக்கையாளர்களிடமிருந்து பணம் பெறுதல் அல்லது அவர்களுக்குப் பணம் வழங்கலாகிய பணியைச் செய்பவர்; காசுக் கணக்கர்; காசாளர்

cash machine (*also* **cash dispenser; cashpoint**, *AmE* **ATM** /ˌeɪ tiː ˈem/) *noun* [C] a machine inside or outside a bank that you can get money from at any time of day by putting in a special card (**cash card**) எந்நேரத்திலும் பண அட்டையை உள்ளிட்டுப் பணம் எடுத்துக்கொள்ளும் வசதியுள்ள, வங்கியினுள் அல்லது வெளியில் அமைக்கப்பட்டிருக்கும் ஓர் இயந்திரப் பொறி; வங்கிப் பணம் வழங்கும் பொறி; பணப்பொறி

cashmere /ˈkæʃmɪə(r)/ *noun* [U] a type of wool that is very fine and soft ஆட்டு மயிரால் செய்யப்பட்ட நேர்த்தியும் மென்மையும் மிக்க ஒரு வகைக் கம்பளி இழை; காசுமீரச் சால்வை இழை

casing /ˈkeɪsɪŋ/ *noun* [C, U] a covering that protects sth பாதுகாப்பான மேலுறை; கூடு; பொதியுறை *The keyboard has a black plastic casing.* ➪ **Thermos** பதிவில் படம் பார்க்க.

casino /kəˈsiːnəʊ/ *noun* [C] (*pl.* **casinos**) a place where people play games in which you can win or lose money, such as **roulette** சுழல் மைய மேசைப் பந்தய ஆட்டம் போன்ற, பணப் பந்தயம் கட்டி ஈடுபடும் விளையாட்டுகள் நடைபெறும் இடம்; பந்தய விளையாட்டரங்கம்

cask /kɑːsk/ *noun* [C] a large wooden container in which alcoholic drinks, etc. are stored மது வகைகள், முதலியன இருப்பு வைக்கப்படும் பெரிய மரக் கொள்கலம்; தேறல் மிடா

casket /ˈkɑːskɪt/ *noun* [C] **1** a small decorated box for holding jewels or other valuable things, especially in the past குறிப்பாக கடந்த காலத்தில், அணிமணிகள் அல்லது பிற மதிப்பு வாய்ந்த பொருள்களை இட்டு வைப்பதற்குப் பயன்படுத்திய வேலைப்பாடமைந்த சிறு பெட்டி; அணிமணிப் பெட்டி; பேழை; பெட்டகம் **2** (*AmE*) = **coffin**

cassava /kəˈsɑːvə/ *noun* [U] a tropical plant that has thick roots; a type of flour that is made from these roots வெப்ப மண்டலப் பகுதிகளில் வளரும் தடிப்பான வேர்களை (கிழங்குகளை) உடைய தாவர வகை; கூவைக்கிழங்கு வகை; இக்கிழங்கின் மாவு

casserole /ˈkæsərəʊl/ *noun* **1** [C, U] a large dish of earthenware or glass with a lid for cooking and serving food சமைப்பதற்கும் சமைத்த

உணவைப் பரிமாறுவதற்கும் உதவும் மூடியுடன் கூடிய மண்ணாலோ கண்ணாடியாலோ ஆன குழிவுத்தட்டம் **2** any food cooked in such a dish மேற்கண்ட குழிவுத்தட்டத்தில் சமைத்த உணவு

cassette /kə'set/ *noun* [C] a small flat case with tape inside that you use for recording and playing music and other sounds இசை மற்றும் பிற ஒலிகளைப் பதிவுசெய்யவும் கருவியை இயக்கி அவற்றைக் கேட்கவும் பயன்படுத்தும் நீள் சுருள் இழைப்பட்டையை உள்ளடக்கிய சிறு தட்டை வடிவக் கூடு அல்லது உறை; ஒலிப்பேழை *to put on/play/listen to a cassette*

> NOTE **Cassette** என்பதன் மற்றொரு பெயர் **tape**. ஒலிப்பேழையின் தொடக்கப் பகுதிக்குப் பின்னோக்கிச் செல்வதை **rewind** என்றும் முன்னோக்கிச் செல்வதை **fast forward** என்றும் கூறுகிறோம் ⇨ **video** பார்க்க.

cassette recorder *noun* [C] a machine that you use for recording and playing cassettes ஒலிநாடாவில் இசை முதலியவற்றைப் பதிவு செய்வதற்கும் பதிவு செய்தவற்றைக் கேட்பதற்கும் பயன்படுத்தும் இயந்திரக் கருவி

cast[1] /kɑ:st/ *verb* (*pt, pp* **cast**) **1** [T] (*usually passive*) to choose an actor for a particular role in a play, film, etc. நாடகம், திரைப்படம் முதலியவற்றில் குறிப்பிட்ட பாத்திரத்திற்கான நடிகரைத் தெரிவு செய்/திட்டம் செய் *She always seems to be cast in the same sort of role.* **2** [I, T] to throw a fishing line or net into the water மீன்பிடி தூண்டிலை அல்லது வலையை நீரினுள் வீசு **3** [T] to make an object by pouring hot liquid metal into a shaped container (**a mould**) சூடேற்றிய உலோகக் குழம்பை அச்சில் வார்த்து ஒரு பொருளை உருவாக்கு *a statue cast in bronze*

IDM **cast doubt on sth** to make people less sure about sth ஒன்றன் மீதுள்ள நம்பிக்கை குறையச் செய்; ஐயப்பாடு தோன்றச் செய்; அவநம்பிக்கை ஊட்டு *The newspaper report casts doubt on the truth of the Prime Minister's statement.*

cast an eye/your eye(s) over sb/sth to look at sb/sth quickly ஒருவர்/ஒன்றன் மீது பார்வையை விரைந்து செலுத்து

cast light on sth to help to explain sth ஒன்றைத் தெளிவுபடுத்தத் துணைசெய்; விளக்குவதற்கு உதவு *Can you cast any light on the problem?*

cast your mind back to make yourself remember sth ஒன்றை மீண்டும் நினைவுக்குக் கொண்டுவா; நினைவுபடுத்திக்கொள் *She cast her mind back to the day she met her husband.*

cast a shadow (across/over sth) to cause an area of shade to appear somewhere ஓரிடத்தில் நிழற்பரப்பு தோன்றச் செய்; ஒரு பரப்பில் ஒளிமறைவை உண்டாக்கு (*figurative*) *The accident cast a shadow over the rest of the holiday* (= stopped people enjoying it fully).

cast a/your vote to vote (ஒருவரை/ஒன்றைத் தேர்ந்தெடுப்பதற்காக) வாக்குரிமையைச் செலுத்து; வாக்களி *The MPs will cast their votes in the leadership election tomorrow.*

PHR V **cast around/about for sth** to try to find sth ஒன்றைக் கண்டுபிடிக்க முயல்; தேடிப்பார் *The teacher cast around desperately for a solution to the problem.*

cast[2] /kɑ:st/ *noun* [C] all the actors in a play, film, etc. நாடகம், திரைப்படம் முதலியவற்றின் அனைத்து நடிகர்களும்; நடிகர் குழு *The entire cast was/were excellent.*

castaway /'kɑ:stəweɪ/ *noun* [C] a person who is left alone somewhere after his/her ship has sunk பயணம் செய்த கப்பல் நீரில் மூழ்கிவிட்ட பிறகு ஓரிடத்தில் தனித்து விடப்பட்ட ஒருவர்; உடைகலப் பட்டவர்

cast iron *noun* [U] a hard type of iron கடினமான, உறுதி வாய்ந்த இரும்பு வகை; வார்ப்பிரும்பு

cast-iron *adj.* made of cast iron வார்ப்பிரும்பால் செய்யப்பட்ட (*figurative*) *a cast-iron alibi* (= one that people cannot doubt)

castle /'kɑ:sl/ *noun* [C] **1** a large building with high walls and towers that was built in the past to defend people against attack பகைவர் தாக்குதலிலிருந்து காக்கும் பாதுகாப்பு அமைப்பாக முற்காலங்களில் கட்டப்பட்டிருந்த, உயரமான சுவர்களும் கோபுர அமைப்புகளும் கொண்ட பரந்தகன்ற கட்டடம்; கோட்டை; காப்பரண் *a medieval castle* **2** (in the game of **chess**) any of the four pieces placed in the corner squares of the board at the start of the game, usually made to look like a castle (சதுரங்க விளையாட்டில்) ஆட்டத்தின் தொடக்கத்தில் கோட்டை அமைப்பாகத் தோன்றுமாறு பலகையின் மூலைக் கட்டங்களில் வைக்கப்படும் நான்கு காய்களில் ஒன்று

cast-off *noun* [C, *usually pl.*] a piece of clothing that you no longer want and that you give to sb else or throw away தனக்கு வேண்டாது வேறொருவருக்குக் கொடுக்கப்பட்ட அல்லது கழித்துவிட்ட ஆடை; ஒதுக்கி எறியப்பட்ட ஆடை *When I was little I had to wear my sister's cast-offs.*

castrate /kæ'streɪt/ *verb* [T] to remove part of the sexual organs of a male animal or person so that it cannot produce young ஓர் ஆண் விலங்கின் அல்லது ஆணின் இனப்பெருக்கத் திறனை அழிக்கும் முறையில் அதன்/அவரது இனப்பெருக்க உறுப்புகளின் ஒரு பகுதியை நீக்கு; இனப்பெருக்க ஆற்றலை அழி; காயடி ⇨ **neuter**[2] பார்க்க. ▶ **castration** /kæ'streɪʃn/ *noun* [U]

casual /ˈkæʒuəl/ *adj.* **1** relaxed and not worried; without showing great effort or interest உள்ளார்ந்த அக்கறை/கவலை இல்லாத; மேற்போக்கியல்பான; கருத்தூன்றாத; செயலூக்கமோ செயலார்வமோ காட்டாத *I'm not happy about your casual attitude to your work.* • *It was only a casual remark so I don't know why he got so angry.* **2** (used about clothes) not formal (உடைகளைப் பற்றிக் குறிப்பிடுகையில்) பணிமுறை ஒழுங்கைப் பின்பற்றாத; சம்பிரதாய முறையில் அமையாத *I always change into casual clothes as soon as I get home from work.* **3** (used about work) done only for a short period; not regular or permanent (ஒரு பணி அல்லது தொழிலைப் பற்றிக் குறிப்பிடுகையில்) குறுகிய காலத்திற்குரிய; நிலையானதல்லாத; நிரந்தரமற்ற *Most of the building work was done by casual labourers.* • *a casual job* ▶ **casually** /ˈkæʒuəli/ *adv. She walked in casually and said, 'I'm not late, am I?'* • *Dress casually, it won't be a formal party.* **4** (*only before a noun*) happening by chance; doing sth by chance தற்செயலாக நடக்கிற; முன்னேற்பாடு இன்றி செய்யப்படுகிற *a casual meeting* **5** (*usually used before a noun*) (used about relationships) without deep affection (உறவுகள், தொடர்புகள் வகையில்) ஆழ்ந்த அன்பு அல்லது நேசம் இல்லாத *a casual friendship.*

casualty /ˈkæʒuəlti/ *noun* (*pl.* **casualties**) **1** [C] a person who is killed or injured in a war or an accident ஒரு போரிலோ விபத்திலோ கொல்லப்பட்டவர் அல்லது காயமுற்றவர் *After the accident the casualties were taken to hospital.* **2** [C] a person or thing that suffers as a result of sth else வேறொரு நிகழ்வின் விளைவாகப் பாதிப்புக்கு உள்ளான ஒருவர் அல்லது ஒன்று *Many small companies became casualties of the economic crisis.* **3** (*also* **casualty department**, *AmE* **emergency room**) [U] the part of a hospital where people who have been injured in accidents are taken for immediate treatment விபத்தில் அடிபட்டவர்களுக்கான, மருத்துவமனையின் உடனடி/அவசர மருத்துவச் சேவைப் பிரிவு

cat /kæt/ *noun* [C] **1** a small animal with soft fur that people often keep as a pet பூனை **2** a wild animal of the cat family பூனை இனத்தைச் சார்ந்த காட்டு விலங்கு வகை *the big cats* (= lions, tigers, etc.)

catalogue (*AmE* **catalog**) /ˈkætəlɒg/ *noun* [C] **1** a list of all the things that you can buy, see, etc. somewhere (ஓரிடத்தில் ஒருவர் விலைக்கு வாங்கும், பார்க்கும் ...) அனைத்துப் பொருள்களின் வரிசைத் தொகுப்பு; பட்டியல் **2** a series, especially of bad things ஒன்றடுத்து ஒன்றாக வரும், குறிப்பாக நலமற்ற மோசமான, பொருள்களின் அல்லது நிகழ்வுகளின் தொடர்வரிசை *a catalogue of disasters/errors/injuries* ▶ **catalogue** *verb* [T] *She started to catalogue all the new library books.*

catalyse (*also* **catalyze**) /ˈkætəlaɪz/ *verb* [T] to make a chemical reaction happen faster ஒரு வேதியியல் மாற்றவினை விரைந்து நிகழச்செய்; மாற்றவினையை விரைவுபடுத்து அல்லது ஊக்கு ▶ **catalysis** /kəˈtæləsɪs/ *noun* [U]

catalyst /ˈkætəlɪst/ *noun* [C] **1 a catalyst (for sth)** a person or a thing that causes change ஒரு மாற்றத்திற்குக் காரணமாக அமையும் ஒருவர் அல்லது ஒன்று *The scandal was the catalyst for the President's election defeat.* **2** a substance that makes a chemical reaction happen faster ஒரு வேதியியல் மாற்றவினையை விரைவுபடுத்தும் பொருள்; வேதியியல் வினையூக்கி; கிரியாவூக்கி ▶ **catalytic** /ˌkætəˈlɪtɪk/ *adj.*

catalytic converter *noun* [C] a device used in motor vehicles to reduce the damage caused to the environment by poisonous gases இயந்திர ஊர்திகளின் நச்சு வாயு சுற்றுப்புறச் சூழலுக்கு ஏற்படுத்தும் பாதிப்பைக் குறைக்க அவ்வூர்திகளில் பயன்படுத்தப்படும் கருவி

catamaran /ˌkætəməˈræn/ *noun* [C] a fast sailing boat with two **hulls** (இரண்டு படகுகள் இணைந்தது போன்ற) இரட்டைக் கட்டமைப்புக் கொண்ட, விரைவாகச் செல்லக்கூடிய படகு வகை; இரட்டுறு படகு; கட்டுமரம் ⇨ **boat** பதிவில் படம் பார்க்க.

catapult[1] /ˈkætəpʌlt/ (*AmE* **slingshot**) *noun* [C] a Y-shaped stick with a piece of elastic tied to each side that is used by children for shooting stones சிறுவர் கல்லைப் பொருத்தி ஏவுவதற்குப் பயன்படுத்தும், இரண்டு கவர் முனைகளிலும் நெகிழ்திறன் கொண்ட ஒரு நாடா கட்டப்பட்ட Y-வடிவக் கழி; கவண்; உண்டைவில்

catapult[2] /ˈkætəpʌlt/ *verb* [T] to throw sb/sth suddenly and with great force ஒருவர்/ஒன்றைத் திடீரென மிகுந்த விசையுடன் எறி; வீசு *When the car crashed the driver was catapulted through the windscreen.* • (*figurative*) *The success of his first film catapulted him to fame.*

cataract /ˈkætərækt/ *noun* [C] **1** a white area that grows over the eye as a result of disease நோயுற்ற கண்ணின் மேல் தோன்றும் வெண்ணிறப் பகுதி; கண் படலம் **2** a large **waterfall** பரந்து அகன்ற அருவி; பெரும் நீர்வீழ்ச்சி

catarrh /kəˈtɑː(r)/ *noun* [U] a condition in which a lot of thick sticky liquid (**mucus**) is produced in the nose and throat, especially due to some infection குறிப்பாக கிருமித் தொற்றலினால் மூக்கிலும் தொண்டையிலும் ஏராளமாகச் சளி உண்டாகும் நிலை

catastrophe /kəˈtæstrəfi/ *noun* [C] **1** a sudden disaster that causes great suffering or damage எதிர்பாராது, திடீரென நிகழ்ந்து பெரும் துன்பத்தை அல்லது அழிவை ஏற்படுத்தும் கொடும் நேர்வு; பெருங்கேடு; அழிசெயல் *natural catastrophes such as floods and earthquakes* **2** an event that causes great difficulty, disappointment, etc. பெரிய அளவிலான இடர்ப்பாடு, ஏமாற்றம் முதலியவற்றுக்குக் காரணமான ஒரு நிகழ்ச்சி; தீ நிகழ்வு; கேடு *It'll be a catastrophe if I fail the exam again.* ▶ **catastrophic** /ˌkætəˈstrɒfɪk/ *adj. The war had a catastrophic effect on the whole country.*

catch[1] /kætʃ/ *verb* (*pt, pp* **caught** /kɔːt/) **1** [T] to take hold of sth that is moving, usually with your hand or hands இயக்க நிலையிலுள்ள ஒன்றைப் பெரும்பாலும் கையால் அல்லது கைகளால் பற்று; பிடி *The dog caught the ball in its mouth.* **2** [T] to capture sb/sth that you have been following or looking for தான் பின்தொடர்ந்து சென்று கொண்டிருக்கிற அல்லது தேடிக்கொண்டிருக்கிற ஒருவரை/ஒன்றைப் பிடி; கைப்பற்று; அகப்படுத்து *Two policemen ran after the thief and caught him at the end of the street.* • *to catch a fish* **3** [T] to notice or see sb doing sth bad ஒருவர் தவறான ஒரு செயலில் ஈடுபடும் வேளையில் கவனி அல்லது பார்த்துவிடு *I caught her taking money from my purse.* **4** [T] to get on a bus, train, plane, etc. பேருந்து, தொடர்வண்டி, விமானம் முதலியவற்றில் ஏறிக்கொள் *I caught the bus into town.* ✪ **OPP miss** **5** [T] to be in time for sth; not to miss sb/sth உரிய நேரத்திற்குள் ஒன்றைச் செய் அல்லது ஒன்றுக்கு ஆயத்தமாக இரு; ஒருவரை/ஒன்றைத் தவறவிடாதிரு *We arrived just in time to catch the beginning of the film.* **6** [I, T] to become or cause sth to become accidentally connected to or stuck in sth ஒன்றில் தற்செயலாகப் பிணைப்புறு அல்லது சிக்கிக்கொள்/மாட்டிக்கொள்; ஒன்றைத் தற்செயலாக வேறொன்றில் சிக்கவை அல்லது மாட்டிக்கொள்ளச் செய் *His jacket caught on a nail and ripped.* • *If we leave early we won't get caught in the traffic.* **7** [T] to hit sb/sth ஒருவரை/ஒன்றை அடி; தாக்கு; ஒருவர்/ஒன்றன் மீது மோது *The branch caught him on the head.* **8** [T] to get an illness ஒரு நோய்க்கு உள்ளாகு; நோய் பற்றிக்கொள் *to catch a cold/flu/measles* **9** [T] to hear or understand sth that sb says ஒருவர் கூறுவதைக் கேள் அல்லது ஒருவர் கூறுவதைப் புரிந்துகொள்; ஒருவர் கூறுவது காதில் விழு அல்லது மனத்திற்கு எட்டு *I'm sorry, I didn't quite catch what you said. Could you repeat it?*

IDM **catch sb's attention/eye** to make sb notice sth ஒருவர் ஒன்றைப் பார்க்குமாறு அல்லது ஒருவரது கவனம் ஒன்றன்மீது படுமாறு செய் *I tried to catch the waiter's eye so that I could get the bill.*

catch your breath 1 to rest after physical exercise so that your breathing returns to normal உடற்பயிற்சிக்குப் பின் மூச்சுவிடுதல் இயல்புநிலைக்குத் திரும்பவேண்டி ஓய்வெடு; விட்டாற்றிக்கொள் **2** to breathe in suddenly because you are surprised திகைப்பால் திடீரென மூச்சை உள்ளிழு

catch your death (of cold) to get very cold கடுங்குளிர் பற்றிக்கொள்; குளிர் நடுக்கம் கொள்

catch fire to start burning, often accidentally பெரும்பாலும் தற்செயலாக, தீப்பற்று, தீப்பிடித்துக்கொள் *Nobody knows how the building caught fire.*

catch sb red-handed to find sb just as he/she is doing sth wrong தவறான ஒரு செயலை ஒருவர் செய்துகொண்டிருக்கும்போதே அவரைக் கண்டுபிடி; ஒருவரைக் கையுங்களவுமாகப் பிடி *The police caught the burglars red-handed trying to steal the jewellery.*

catch sight/a glimpse of sb/sth to see sb/sth for a moment ஒரு கணம் ஒருவரை/ஒன்றைப் பார்; கண நேரக் காட்சி பெறு *We waited outside the theatre, hoping to catch a glimpse of the actress.*

catch the sun 1 to shine brightly in the sunlight சூரிய ஒளி பட்டுப் பளபளப்பாகத் தோன்று; சூரிய ஒளியில் மின்னு *The panes of glass flashed as they caught the sun.* **2** to become burned or brown in the sun சூரிய வெப்பத்தில் கருகிப்போ; வாடிப்போ; வெயிலில் பழுப்பேறிப்போ *Your face looks red. You've really caught the sun, haven't you?*

PHR V **catch on** (*informal*) **1** to become popular or fashionable பலராலும் விரும்பப்படு/பிரபலமடை அல்லது கால நடைமுறைக்கு ஏற்றதாகு *The idea has never really caught on in this country.* **2** to understand or realize sth ஒன்றைப் புரிந்துகொள் அல்லது உணர்ந்தறி; கருத்தில் வாங்கிக்கொள் *She's sometimes a bit slow to catch on.*

catch sb out to cause sb to make a mistake by asking a clever question திறமையான கேள்வியால் ஒருவரைப் பிழைபட விடை கூறச் செய் அல்லது தவறு செய்யவை *Ask me anything you like—you won't catch me out.*

catch up (with sb); catch sb up to reach sb who is in front of you முன்னுள்ளவரை எட்டு; முன்னுள்ளவர் இடத்திற்கு அல்லது நிலைக்குச் சென்று சேர் *Go on ahead, I'll catch you up in a minute.*

catch up on sth to spend time doing sth that you have not been able to do for some time சிறிது காலமாகச் செய்ய இயலாது விட்ட ஒன்றைச் செய்வதில் ஈடுபடு; முடிக்கப்படாது விட்ட வேலையை எடுத்து செய் *I'll have to go into the office at the weekend to catch up on my work.* **be/get caught up in sth** to be or get involved in sth, usually without intending to பெரும்பாலும் முன்கருதாது, ஒன்றில் சிக்கிக்கொள் *I seem to have got caught up in a rather complicated situation.*

catch² /kætʃ/ *noun* [C] **1** an act of catching sth, for example a ball (விளையாட்டில் ஒருவரால் அடிக்கப்பட்டு வரும் பந்து முதலியவற்றைக்) கையால் பிடித்தல்; பற்றிக்கொள்ளுதல்; பற்று; பிடிப்பு **2** the amount of fish that sb has caught ஒருவர் பிடித்துள்ள மீன்களின் மொத்த அளவு *The fishermen brought their catch to the harbour.* **3** a device for fastening sth and keeping it closed ஒன்றைப் பிணைத்து மூடிவைப்பதற்கான அமைப்பு; பற்றிறுக்கி; பற்றுக்கொளுவி *I can't close my suitcase—the catch is broken.* • *a window catch* **4** a hidden disadvantage or difficulty in sth that seems attractive கவர்ச்சியாகத் தோன்றுகிற ஒன்றில் மறைந்திருக்கும் ஒரு தீங்கு அல்லது சிக்கல் *It looks like a good offer but I'm sure there must be a catch in it.*

catching /ˈkætʃɪŋ/ *adj.* (*not before a noun*) (*informal*) (used about a disease) that can easily be passed from one person to another (ஒரு நோயைப் பற்றிக் கூறுகையில்) எளிதில் தொற்றிக்கொள்ளக்கூடிய; தொற்றிப் பரவும் தன்மை வாய்ந்த **NOTE** இச்சொல்லை விட முறையார்ந்த வழக்கு **infectious** என்ற சொல்லாகும்.

catchment area /ˈkætʃmənt eəriə/ *noun* [C] (*also* **catchment**) (*technical*) the area from which rain flows into a particular river or lake ஒரு நதிக்கு அல்லது ஏரிக்கு வரும் நீருக்கான மழை பெய்யும் பகுதி; நீர்பிடிப்புப் பகுதி; நீர்வாங்கு தளம்

catchphrase /ˈkætʃfreɪz/ *noun* [C] a phrase that becomes famous for a while because it is used by a famous person புகழ்பெற்ற ஒருவரால் பயன்படுத்தப்பட்டுச் சிறிது காலம் சிறப்புற்று வழங்கும் ஒரு சொற்றொடர்; கவர்மொழி

catchy /ˈkætʃi/ *adj.* (used about a tune or song) easy to remember (ஒரு பண்/சுதி அல்லது பாடலைப் பற்றிக் குறிப்பிடும்போது) நினைவில் வைத்துக் கொள்வதற்கு எளிதான

catechism /ˈkætəkɪzəm/ *noun* [*sing.*] a set of questions and answers that are used for teaching people about the beliefs of the Christian Church கிறிஸ்தவத் திருச்சபையின் கோட்பாடுகளைப் போதிப்பதற்குப் பயன்படுத்தப்படும் வினா-விடைத் தொகுதி; கிறிஸ்தவச் சமய வினா-விடைப் பாடம்

categorical /ˌkætəˈɡɒrɪkl/ *adj.* very definite உறுதியான; ஐயத்துக்கு இடமற்ற; ஆணித்தரமான *The answer was a categorical 'no'.* ▶ **categorically** /-kli/ *adv.* *The Minister categorically denied the rumour.*

categorize (*also* **-ise**) /ˈkætəɡəraɪz/ *verb* [T] to divide people or things into groups; to say that sb/sth belongs to a particular group ஆட்களை அல்லது பொருள்களை வகைப்படுத்து; இனம் பிரி; ஒருவர்/ஒன்று சார்ந்துள்ள வகையை அல்லது இனத்தைக் குறிப்பிடு

category /ˈkætəɡəri/ *noun* [C] (*pl.* **categories**) a group of people or things that are similar to each other ஒன்றையொன்று ஒத்த ஆட்களின் அல்லது பொருள்களின் தொகுதி; வகையினம்; வகுப்பு *This painting won first prize in the junior category.* • *These books are* ***divided into categories*** *according to subject.*

cater /ˈkeɪtə(r)/ *verb* [I] **1 cater for sb/sth; cater to sth** to provide what sb/sth needs or wants ஒருவருக்கு/ஒன்றற்குத் தேவையானவற்றைக் கொடு; ஒருவர்/ஒன்று விரும்புவனவற்றை நிறைவேற்று *We need a hotel that caters for small children.* • *The menu caters to all tastes.* **2** to provide and serve food and drink at an event or in a place that a lot of people go to பலர் கூட்டமாகப் பங்குபெறும் ஒரு நிகழ்ச்சியில் அல்லது திரளாக வரும் ஓரிடத்தில் உணவு மற்றும் இன்குடி வகைகள் ஏற்பாடு செய்து அவற்றைப் பரிமாறு

caterer /ˈkeɪtərə(r)/ *noun* [C] a person or business that provides food and drink at events or in places that a lot of people go to பலர் திரளாகக் கூடும் நிகழ்ச்சிகளில் அல்லது இடங்களில் உணவு மற்றும் இன்குடி வகைகள் ஏற்பாடு செய்து வழங்கும் ஒருவர் அல்லது ஒரு வணிக அமைப்பு

catering /ˈkeɪtərɪŋ/ *noun* [U] the activity or business of providing food and drink at events or in places that a lot of people go to ஒரு விருந்து முதலியவற்றுக்கு உணவு மற்றும் இன்குடி வகைகள் ஏற்பாடு செய்து வழங்கல் அல்லது அவ்வாறு வழங்கும் வணிகத் தொழில் *the hotel and catering industry* • *Who's going to* ***do the catering*** *at the wedding?*

caterpillar /ˈkætəpɪlə(r)/ *noun* [C] a small hairy animal with a long body and a lot of legs, which eats the leaves of plants. A caterpillar later becomes an insect with large, often colourful wings (**a butterfly** or **a moth**) மயிர் அடர்ந்த நீண்ட உடலையும் ஏராளமான கால்களையும் உடையதும் தாவர இலைகளை உண்பதும், வளர்ந்து பெரிய வண்ண இறக்கைகளைக்

கொண்ட ஒரு பூச்சியாக (வண்ணத்துப்பூச்சி அல்லது விட்டில் பூச்சி) மாறக்கூடியதுமான ஒரு சிறு விலங்கின உயிரி; கம்பளிப்புழு; கம்பளிப்பூச்சி ➪ **insect** பதிவில் படம் பார்க்க.

catharsis /kə'θɑ:sɪs/ *noun* [U, C] (*pl.* **catharses** /kə'θɑ:si:z/) (*technical*) the process of expressing strong feeling, for example through plays or other artistic activities, as a way of getting rid of anger, reducing suffering, etc. நாடகங்களில் அல்லது பிற கலைச் செயல்பாடுகளில், சினத்திலிருந்து விடுபடுதல், துன்பம் குறையச் செய்தல் முதலியவற்றின் வழிமுறையாக அழுத்தமான உணர்ச்சிகளை வெளிப்படுத்தும் செயற்பாங்கு; உணர்ச்சிக் கொந்தளிப்பின் தணிவு; உணர்ச்சித் தூய்மை; உணர்வுச் செப்பம் ▶ **cathartic** /kə'θɑ:tɪk/ *adj. It was a cathartic experience.*

cathedral /kə'θi:drəl/ *noun* [C] a large church that is the most important one in a district ஒரு மாவட்டத்தின் முதன்மை நிலையிலான, அளவில் பெரிய கிறிஸ்தவத் திருக்கோயில்; மாவட்டத் தலைமைக் கிறிஸ்தவக் கோயில்

catheter /'kæθɪtə(r)/ *noun* [C] a thin tube that is put into the body in order to remove liquids திரவங்களை வெளியேற்ற உடலினுள் செலுத்தப்படும் மெல்லிய குழல்; உடல் திரவ வடிகுழல்

cathode /'kæθəʊd/ *noun* [C] the place in a battery or other electrical device where the electrical current leaves மின்கல அடுக்கு அல்லது பிற மின்சாதனங்களின் மேல் உள்ள மின்சாரம் வெளிப்பாய்வதற்கான பகுதி; எதிர்மின்வாய் ➪ **anode** பார்க்க.

cathode ray tube *noun* [C] a tube inside a television, computer screen, etc. inside which electrons produce images on the screen உள்ளே உள்ள மின்னணுக்கள் திரையில் உருக்காட்சிகளைத் தோன்றச் செய்யும், தொலைக்காட்சிப் பெட்டி, கணிப்பொறித் திரை முதலியவற்றிலுள்ள, குழல்; ஒளிப்படக் குழல்

Catholic /'kæθlɪk/ = **Roman Catholic** ▶ **Catholicism** /kə'θɒləsɪzəm/ = **Roman Catholicism**

cation /'kætaɪən/ *noun* [C] (in chemistry) an **ion** with a positive electrical charge (வேதியியலில்) நேர் மின்னூட்டம் உடைய ஓர் இயனி (மின்மயத் துகள்) ➪ **anion** பார்க்க.

catkin /'kætkɪn/ *noun* [C] a group of very small soft flowers that grows on the branches of some trees. Some catkins are long and hang down like pieces of string; others are short and stand up சில வகை மரங்களின் கிளைகளில் பூக்கும் சிறு மென்மலர்க்கொத்து. இப்பூக்களில் சில வகை நீண்டு கயிற்றிழை போன்று தொங்குவனவாகவும் வேறு சில வகை குட்டையாக நேர்க்குத்தாக நிற்பனவாகவும் இருக்கும்

cattle /'kætl/ *noun* [*pl.*] male and female cows, for example on a farm (பண்ணை, முதலியவற்றிலுள்ள) காளைகளும் பசுக்களும்; கால்நடை *a herd of cattle* ➪ **cow** பதிவில் குறிப்புப் பார்க்க.

Caucasian /kɔ:'keɪʒn/ *noun* [C], *adj.* (of) a member of a race of people who have white or light-coloured skin வெண்மையான அல்லது வெளிறிய தோலை உடைய ஓர் இனத்தைச் சார்ந்தவர்; வெள்ளை இனத்தவர்

caucus /'kɔ:kəs/ *noun* [C] **1** a meeting of the members or leaders of a political party to choose representatives (**candidates**) or to decide policy; the members or leaders of a political party as a group வேட்பாளர்களைத் தேர்வு செய்வதற்காகவோ கொள்கைகளை அறுதி செய்வதற்காகவோ கூடும் ஓர் அரசியல் கட்சியின் உறுப்பினர்கள் அல்லது தலைவர்கள் கூட்டம்; ஓர் அரசியல் கட்சியில் ஒரு குழுவாகச் செயல்படும் உறுப்பினர்கள் அல்லது தலைவர்கள் **2** a group of people with similar interests, often within a larger organization or political party பெரும்பாலும் ஒரு பெரிய நிறுவனத்தில் அல்லது அரசியல் கட்சியில் ஒத்த கருத்து/பற்றார்வம் உடையவர்களின் தனிக்குழு/உட்குழு

caught ➪ **catch**[1] என்பதன் இறந்தகால மற்றும் இறந்தகால வினையெச்ச வடிவம்

cauldron (*AmE* **caldron**) /'kɔ:ldrən/ *noun* [C] a large, deep, metal pot that is used for cooking things over a fire தீயடுப்பில் சமையல் செய்யப் பயன்படுத்தப்படும் ஓர் அகல்விரிவான, உள்நீண்ட உலோகப் பாத்திரம்; கொப்பரை; கடாரம்

cauliflower /'kɒliflaʊə(r)/ *noun* [C, U] a large vegetable with green leaves and a round white centre that you eat when it is cooked பச்சை நிற இலைகளையும், சமைத்து உண்ணக்கூடிய உருண்டையான வெண்ணிற மையப்பகுதியையும் கொண்ட காய்கறி வகை; பூக்கோசு ➪ **vegetable** பதிவில் படம் பார்க்க.

cause[1] /kɔ:z/ *noun* **1** [C] a thing or person that makes sth happen ஒரு செயலை நிகழச்செய்யும் அல்லது ஒரு விளைவை ஏற்படுத்தும் ஒரு பொருள் அல்லது ஆள்; காரணம்; நிமித்தம் *The police do not know the cause of the accident.* • *Smoking is one of the causes of heart disease.* **2** [U] **cause (for sth)** reason for feeling sth or behaving in a particular way குறிப்பிட்ட முறையில் ஒன்றை நினைப்பதற்கான அல்லது நடந்துகொள்வதற்கான காரணம்; முகாந்தரம் *The doctor assured us that there was no* ***cause for concern***. • *I don't think you have any real* ***cause for complaint***. **3** [C] an idea or organization that a group of people believe in and support ஒரு பிரிவினர் நம்பிக்கை வைத்து

ஆதரவு தரும் ஒரு கருத்து அல்லது ஓர் அமைப்பு *We are all committed to the cause of racial equality.*

IDM **a lost cause** ➪ **lost²** பார்க்க.

be for/in a good cause to be worth doing because it will help other people பிறருக்கு நலம் பயக்கக்கூடியதாகையால் ஒரு செயல் செய்யத்தக்கதாக இரு

cause² /kɔːz/ *verb* [T] to make sth happen ஒரு செயல் நிகழச்செய்; ஒரு நிகழ்வுக்குக் காரணமாக இரு; ஒன்றை விளைவி *The fire was caused by an electrical fault. • High winds caused many trees to fall during the night. • Is your leg causing you any pain?*

causeway /ˈkɔːzweɪ/ *noun* [C] a road or path that is built higher than the area around it in order to cross water or wet ground ஒரு நீர்ப்பரப்பை அல்லது ஓர் ஈரக்கசிவுடைய பகுதியைக் கடப்பதற்காக அதன் மட்டத்திலிருந்து உயர்த்தி அமைக்கப்படும் சாலை அல்லது நடைபாதை; கரைப்பாலம்; மேட்டுப்பாதை *The island is connected to the mainland by a causeway.*

caustic /ˈkɔːstɪk/ *adj.* **1** (used about a substance) able to burn or destroy things by chemical action (ஒரு பொருளைப் பற்றிக் குறிப்பிடுகையில்) வேதிவினை புரிந்து பொருள்களை அரிக்கக்கூடிய அல்லது பாழாக்கக்கூடிய; எரிவந்தம் தருகிற **2** critical in a cruel way இரக்கமற்ற கண்டன முறையிலான; மனத்தைப் புண்படுத்துகிற; சுடுசொல்லான; குத்தலான *a caustic remark*

caustic soda *noun* [U] a chemical used in making paper and soap காகிதம், சோப்பு ஆகியவை தயாரிப்பதில் பயன்படுத்தப்படும் ஒரு வேதிப்பொருள்; எரிசோடா

caution¹ /ˈkɔːʃn/ *noun* **1** [U] great care, because of possible danger நிகழும் வாய்ப்புள்ள ஓர் ஆபத்தை முன்கருதிய மிகுந்த எச்சரிக்கை உணர்வு; இடர் முற்காப்புணர்ச்சி *Any advertisement that asks you to send money should be treated* ***with caution****.* **2** [C] a spoken warning that a judge or police officer gives to sb who has committed a small crime சிறு குற்றம் புரிந்த ஒருவருக்கு ஒரு நீதிபதியோ காவல்துறை அதிகாரியோ விடுக்கும் வாய்மொழி எச்சரிக்கை

caution² /ˈkɔːʃn/ *verb* [I, T] **1 caution (sb) against sth** to warn sb not to do sth குறிப்பிட்ட ஒரு செயலைச் செய்ய வேண்டாமென ஒருவருக்கு எச்சரிக்கை செய் *The President's advisers have cautioned against calling an election too early.* **2** to give sb an official warning ஒருவரைப் பணிமுறையில் எச்சரி; பணித்துறைக் கடமையாக ஒருவரை எச்சரித்துக் கண்டி *Deepak was cautioned by the referee for wasting time.*

cautionary /ˈkɔːʃənəri/ *adj.* giving a warning எச்சரிப்பு முறையிலான; எச்சரிப்பான *The teacher told us a* ***cautionary tale*** *about a girl who cheated in her exams.*

cautious /ˈkɔːʃəs/ *adj.* taking great care to avoid possible danger or problems நிகழக்கூடிய ஓர் ஆபத்தை அல்லது தோன்றும் வாய்ப்புள்ள சிக்கல்களைத் தவிர்க்கும் பொருட்டு மிகுந்த விழிப்புணர்வுடன் இருக்கிற; எச்சரிக்கை உணர்வுடைய; முன்மதியுள்ள *I'm very cautious about expressing my opinions in public.* ▶ **cautiously** *adv.*

cavalry /ˈkævlri/ *noun* [*sing., with sing. or pl. verb*] the part of the army that fought on horses in the past; the part of the modern army that uses heavily protected vehicles முற்காலத்திய குதிரைப்படை; மிகுந்த பாதுகாப்பான ஊர்திகளைப் பயன்படுத்தும் தற்காலப் படைப்பிரிவு; ஊர்திப்படை

cave¹ /keɪv/ *noun* [C] a large hole in the side of a cliff or hill, or under the ground பாறை அல்லது குன்றின் பக்கப் பரப்பிலோ நிலத்திற்கடியிலோ அமைந்திருக்கும் அகல்விரிவான புழையமைப்பு; குகை

cave² /keɪv/ *verb*

PHR V **cave in 1** to fall in உள் விழு; இடிந்து அல்லது சரிந்து விழு *The roof of the tunnel had caved in and we could go no further.* **2** to suddenly stop arguing or being against sth வாதிடுவதைத் திடீரென நிறுத்து அல்லது ஒன்றறற்கு எதிரான போக்கைத் திடீரெனக் கைவிடு; அடங்கிப்போ *He finally caved in and agreed to the plan.*

caveman /ˈkeɪvmæn/ *noun* [C] (*pl.* **-men** /-men/) **1** a person who lived many thousands of years ago in **caves** பல்லாயிரக் கணக்கான ஆண்டுகளுக்கு முற்பட்ட காலத்தில் குகைகளில் வாழ்ந்தவர்; குகை மனிதன் **2** (*informal*) a man who behaves in an aggressive way கட்டு மீறிய வன்செயல் நடத்தையுடையவன்; தாக்கியல்பு கொண்டவன்

cavern /ˈkævən/ *noun* [C] a large, deep hole in the side of a hill or under the ground; a big cave ஒரு குன்றின் பக்கப் பரப்பிலோ பூமிக்கடியிலோ அமைந்துள்ள ஆழ்ந்தகன்ற புழை; பெருங்குகை; நிலக்குடைவு; மலை முழைஞ்சு ➪ **limestone** பதிவில் படம் பார்க்க.

caviar (*also* **caviare**) /ˈkæviɑː(r)/ *noun* [U] the eggs of a large fish (a **sturgeon**) that we eat. Caviar is usually very expensive சுறா வடிவுடைய மீன் வகையின் உண்பதற்குரிய, பொதுவாக மிகு விலையுள்ள, முட்டைகள்

cavity /ˈkævəti/ *noun* [C] (*pl.* **cavities**) an empty space inside sth solid ஒரு திடப்பொருளின்

உட்புறத்திலுள்ள வெற்றிடம்; பொள்ளல்; உட்குடைவு *a cavity in a tooth • a wall cavity*

cayenne /keɪ'en/ (*also* **cayenne pepper**) *noun* [U] a type of red pepper used in cooking to give a hot flavour to food உணவுக்குக் காரச் சுவை ஊட்டுவதற்காகச் சமையலில் பயன்படுத்தப்படும் செந்நிற மிளகாய் வகை; கடுங்காரச் சிவப்பு மிளகாய்

cc /ˌsi: 'si:/ *abbr.* cubic centimetre(s) கன சென்டிமீட்டர் அளவு *a 1200cc engine*

CCTV /ˌsi: si: ti: 'vi:/ *abbr.* closed-circuit television உட்சுற்றுத் தொலைக்காட்சி

CD /ˌsi: 'di:/ (*also* **compact disc**) *noun* [C] a small, round piece of hard plastic on which sound is recorded or information stored. You play a CD on a special machine (CD player) வட்டிசைப்புப் பொறியமைப்பில் இட்டுக் கேட்பதற்குரிய, ஒலிப் பதிவுசெய்யப்பட்ட அல்லது தகவல் தேக்கிவைக்கப்பட்ட, உறுதியான பிளாஸ்டிக் பொருளால் ஆன சிறு வட்ட வடிவத் தகடு; குறுவட்டு; குறுந்தகடு

CD-ROM /ˌsi:di:'rɒm/ *noun* [C, U] compact disc read-only memory; a CD for use on a computer, which has a lot of information recorded on it. The information cannot be changed or removed குறுவட்டு வாசிப்பு நினைவகம்; மாற்றவோ நீக்கவோ முடியாத பேரளவிலான தகவல்களை உள்ளடக்கிய, கணிப்பொறியில் இட்டுக் காண்பதற்கு/கேட்பதற்கு உரிய குறுவட்டு

cease /si:s/ *verb* [I, T] (*formal*) to stop or end முடிவுறு; நிறுத்து *Fighting in the area has now ceased. • That organization has ceased to exist.*

ceasefire /'si:sfaɪə(r)/ *noun* [C] an agreement between two groups to stop fighting each other இரு பிரிவினருக்கு இடையேயான சண்டை நிறுத்த ஒப்பந்தம்; போர் நிறுத்த உடன்பாடு ➪ **truce** பார்க்க.

ceaseless /'si:sləs/ *adj.* continuing for a long time without stopping முடிவின்றிப் பலகாலம் தொடர்கிற; இடைவிடாத ▶ **ceaselessly** *adv.*

cedar /'si:də(r)/ *noun* **1** [C] a type of large tree that never loses its leaves and has wide spreading branches பரந்து வளரும் கிளைகளையும் என்றும் உதிராத இலைகளையும் கொண்ட பெரு மர வகை; தேவதாரு மர வகை; செவ்வகில் **2** (*also* **cedarwood** /'si:dəwʊd/) [U] the hard reddish-brown wood of the cedar tree செவ்வகில் மரத்தின் கெட்டியான செம்பழுப்பு நிறக் கட்டை

cede /si:d/ *verb* [T] (*written*) to give land or control of sth to another country or person ஒரு நிலப்பகுதியை அல்லது ஒன்றன் மீதான ஆட்சி உரிமையை வேறொரு நாட்டிற்கு அல்லது ஆளுக்கு வழங்கு/விட்டுக்கொடு

ceiling /'si:lɪŋ/ *noun* [C] **1** the top surface of the inside of a room ஓர் அறையின் உட்பக்க முகட்டுப் பரப்பு; உட்கூரை *a room with a high/low ceiling* **2** a top limit மேல் எல்லை; உச்சவரம்பு *The Government has put a 10% ceiling on wage increases.*

ceiling-fan *noun* [C] (*IndE*) an electric fan that hangs from the ceiling of a room and is used to create a current of cool air கட்டடத்தின் உட்கூரையிலிருந்து தொங்குமாறு பொருத்தப்படும் மின் விசிறி; முகட்டு விசிறி

celebrate /'selɪbreɪt/ *verb* [I, T] to do sth to show that you are happy about sth that has happened or because it is a special day நிகழ்ந்த ஒன்றினைப் பற்றிய மகிழ்ச்சியின் வெளிப்பாடாக அல்லது ஒரு சிறப்பார்ந்த நாளை ஒட்டி ஒரு செயலைச் செய்; கொண்டாடு *When I got the job we celebrated by going out for a meal. • My grandmother celebrated her 90th birthday yesterday.* ▶ **celebratory** /ˌselə'breɪtəri/ *adj. We went out for a celebratory meal after the match.*

celebrated /'selɪbreɪtɪd/ *adj.* [U] (*formal*) famous பெயர் பெற்ற; புகழ் வாய்ந்த *a celebrated poet*

celebration /ˌselɪ'breɪʃn/ *noun* [C, U] the act or occasion of doing sth enjoyable because sth good has happened or because it is a special day நலமான ஒரு நிகழ்வை அல்லது சிறப்புக்குரிய ஒரு நாளைக் குறிக்க மகிழ்வூட்டும் ஒன்றைச் செய்தல் அல்லது அவ்வாறு செய்யும் நிகழ்ச்சி; விழா எடுத்தல்; விழா; கொண்டாட்டம் *Christmas celebrations • I think this is an occasion for celebration!*

celebrity /sə'lebrəti/ *noun* [C] (*pl.* **celebrities**) a famous person புகழ் பெற்ற ஒருவர்; பெயர் பெற்றவர் *a TV celebrity*

celery /'seləri/ *noun* [U] a vegetable with long green and white sticks that can be eaten without being cooked சமைக்காமலேயே உண்ணக்கூடிய நீண்ட பச்சை மற்றும் வெள்ளை நிறத் தண்டுகளையுடைய காய்கறி வகை *a stick of celery*

celestial /sə'lestiəl/ *adj.* (*usually before a noun*) (*formal* or *literary*) of the sky or of heaven வானம் அல்லது விண்ணுலகம் சார்ந்த; வானத்திற்கு அல்லது விண்ணுலகத்திற்கு உரிய *celestial bodies* (= the sun, moon, stars, etc.) • *celestial light/music* ➪ **terrestrial** பார்க்க.

celibate /'selɪbət/ *adj.* (*formal*) not having sexual relations, often because of religious beliefs பெரும்பாலும் சமய நம்பிக்கைகள் காரணமாகப் பாலியல் உறவை ஒதுக்கிவிட்டு வாழ்கிற; சமய நெறிப்பட்டு இல்லற இன்பத்தைத் துறந்த ▶ **celibacy** /'selɪbəsi/ *noun* [U]

cell /sel/ *noun* [C] **1** the smallest living part of an animal or a plant ஒரு விலங்கு அல்லது தாவரத்தின் நுண்ணிய உயிர்க்கூறு; உயிரணு; உயிர்மம் *The human body consists of millions of cells.* • *red blood cells* **2** a small room in a prison or police station in which a prisoner is locked சிறைச்சாலை அல்லது காவல் நிலையத்தில் ஒரு கைதி பூட்டிவைக்கப்படும் சிறு அறை; சிறைக்கூட அல்லது காவல் நிலையத் தனியறை **3** a device for producing an electric current, for example by the action of chemicals or light வேதிப் பொருள்கள் அல்லது ஒளி போன்றவற்றின் வினையாற்றலால் மின்சாரத்தை உற்பத்தி செய்வதற்கான கருவியமைப்பு; மின்கலம் *solar cells*

cellar /ˈselə(r)/ *noun* [C] an underground room that is used for storing things பொருள்களை இருப்பு வைப்பதற்குப் பயன்படுத்தப்படும் அடிநிலக் கிடங்கு; நிலவறை *wine cellar* ➪ **basement** பார்க்க.

cellist /ˈtʃelɪst/ *noun* [C] a person who plays the **cello** 'செலொ' இசைக்கருவி வாசிப்பவர்

cello /ˈtʃeləʊ/ *noun* [C] (*pl.* **cellos**) a large musical instrument with strings. You sit down to play it and hold it between your knees. உட்கார்ந்த நிலையில் முழங்கால்களுக்கு இடையில் வைத்து வாசிக்கப்படும் பெரிய நரம்பிசைக் கருவி வகை

Cellophane™ /ˈseləfeɪn/ *noun* [U] a transparent plastic material used for covering things பொருள்களுக்கு வெளியுறையாகப் பயன்படுத்தப்படும், உள்ளீட்டைத் தெளிவாகக் காட்டக்கூடிய ஒரு பிளாஸ்டிக் பொருள்

cellphone /ˈselfəʊn/ (*also* **cellular phone**) = **mobile phone**

cellular /ˈseljələ(r)/ *adj.* consisting of **cells 1** உயிரணுக்களை உள்ளடக்கிய; உயிர்மங்களால் ஆன *cellular tissue*

cellulose /ˈseljuləʊs/ *noun* [U] a natural substance that forms the cell walls of all plants and trees and is used in making plastics, paper, etc. அனைத்துச் செடி, மர இனங்களின் உயிர்ம வெளியுறையாக அமைவதும், பிளாஸ்டிக் பொருள்கள், காகிதம் முதலியன தயாரிக்கப் பயன்படுத்தப்படுவதுமான ஓர் இயற்கைப் பொருள்; தாவர உயிர்மங்களின் புறத்தோடு

Celsius /ˈselsiəs/ (*also* **centigrade**) *noun* [U] (*abbr.* **C**) the name of a scale for measuring temperatures, in which water freezes at 0° and boils at 100° நீரின் உறைநிலையான 0°-இல் இருந்து கொதிநிலையான 100° வரையுள்ள தட்பவெப்ப நிலையைக் காட்டும் வெப்பமானியின் அளவுக் கூறுகளுக்கு உரியதான அல்லது அவ்வளவுக் கூறுகளைப் பயன்படுத்துகிற; செல்சியஸ்; சென்டிகிரேடு *The temperature tonight will fall to 7°C.* **NOTE** இதனை நாம் 7° செல்சியஸ் என்று கூறுகிறோம். ➪ மேலும் **Fahrenheit** மற்றும் **kelvin** பார்க்க.

cement¹ /sɪˈment/ *noun* [U] a grey powder, that becomes hard after it is mixed with water and left to dry. It is used in building for sticking bricks or stones together or for making very hard surfaces கட்டடங்களில் கற்களை அல்லது செங்கற்களை ஒன்றோடொன்று பொருத்திவைக்க அல்லது உறுதியான தளங்கள் அமைக்கப் பயன்படுத்தப்படும், நீருடன் கலந்து உலரவைத்தபின் கெட்டியாக மாறிவிடக்கூடிய ஒரு வகை சாம்பல் நிறப் பொடி; சீமைக்காரை; சிமிண்டு

cement² /sɪˈment/ *verb* [T] **1** to join two things together using cement, or a strong sticky substance சீமைக்காரையை அல்லது கெட்டியான ஒட்டும் தன்மையுள்ள ஒரு பொருளைப் பயன்படுத்தி இரண்டு பொருள்களை ஒன்றாகப் பொருத்து; ஒட்டு **2** to make a relationship, agreement, etc. very strong ஓர் உறவு, ஒப்பந்தம்/உடன்பாடு முதலியவற்றை நன்கு வலுப்படுத்து; உறுதியாகப் பிணை *This agreement has cemented the relationship between our two countries.*

cement mixer (*also* **concrete mixer**) *noun* [C] a machine with a large round container (**a drum**) that holds sand, water and a grey powder (**cement**) and turns to mix them all together மணல், நீர், சீமைக்காரை ஆகியவை உள்ளிடப்பட்டு, சுழன்று அவற்றை ஒன்றாகக் கலக்கும் பெரிய உருளை வடிவக் கொள்கலத்தை உடைய ஓர் இயந்திரம்; சீமைக்காரைக் கலவை இயந்திரம்

cemetery /ˈsemətri/ *noun* [C] (*pl.* **cemeteries**) a place where dead people are buried, especially a place that does not belong to a church இறந்தவர்களைப் புதைக்கும், குறிப்பாகக் கிறிஸ்தவக் கோயிலுக்குச் சொந்தமாக இல்லாத, இடுகாடு; புதைவெளி ➪ **graveyard** மற்றும் **churchyard** பார்க்க.

censor¹ /ˈsensə(r)/ *verb* [T] to remove the parts of a book, film, etc. that might offend people or that are considered politically dangerous ஒரு நூல், திரைப்படம் முதலியவற்றின் மக்கள் உணர்வைப் புண்படுத்தும்/அவமதிக்கும் அல்லது அரசியல் ரீதியாக இடையூறு விளைவிக்கும் வாய்ப்புள்ள பகுதிகளை நீக்கு; தணிக்கைசெய் ▶ **censorship** *noun* [U] *state censorship of radio and television programmes*

censor² /ˈsensə(r)/ *noun* [C] an official who censors books, films, etc. நூல்கள், திரைப்படங்கள்

முதலிவற்றைத் தணிக்கை செய்யும் அலுவலர்; தணிக்கையாளர்

censure /ˈsenʃə(r)/ *verb* [T] (*written*) to tell sb, in a strong and formal way, that he/she has done sth wrong ஒருவர் தவறு செய்துள்ளார் என அவரிடம் முறைப்படி கடுமையாகக் கூறு; கண்டனம் செய் *The attorney was censured for not revealing the information earlier.* ▶ **censure** *noun* [U]

census /ˈsensəs/ *noun* [C] (*pl.* **censuses**) an official count of the people who live in a country, including information about their ages, jobs, etc. வயது, தொழில் முதலிய தகவல்களை உள்ளடக்கிய ஒரு நாட்டின் அதிகாரபூர்வமான மக்கள் தொகைக் கணக்கெடுப்பு

centenary /senˈtiːnəri/ *noun* [C] (*pl.* **centenaries**) (*AmE* **centennial** /senˈteniəl/) the year that comes exactly one hundred years after an important event or the beginning of sth ஒரு முக்கியமான நிகழ்வுக்கு அல்லது ஒன்றன் தொடக்கத்திற்குச் சரியாக நூறு ஆண்டுகள் கழிந்து வரும் ஆண்டு; ஒன்றன் நூற்றாண்டு நிறைவை அடுத்து வரும் ஆண்டு *We were invited to the centenary celebrations of the school.*

center (*AmE*) = **centre**

centi- /ˈsentɪ-/ *prefix* (*in nouns*) **1** one hundred நூறு *centipede* **2** (often used in units of measurement) one **hundredth** (பெரும்பாலும் அளவீட்டுக் கூறுகளில்) நூற்றில் ஒரு பகுதி *centilitre*

centigrade /ˈsentɪgreɪd/ = **Celsius**

centimetre (*AmE* **centimeter**) /ˈsentɪmiːtə(r)/ *noun* [C] (*abbr.* **cm**) a measure of length. There are 100 centimetres in a metre ஒரு மீட்டரில் நூற்றில் ஒரு கூறான நீட்டல் அளவை அலகு

centipede /ˈsentɪpiːd/ *noun* [C] a small animal like an insect, with a long thin body and very many legs நீண்ட பருமனற்ற உடலையும் ஏராளமான கால்களையும் கொண்ட பூச்சியின விலங்கு வகை; நூற்றுக்கால் பூச்சி வகை; பூரான்

central /ˈsentrəl/ *adj.* **1** in the centre of sth ஒன்றன் நடுவில் உள்ள; மையமான; மையத்தில் உள்ள *a map of central Europe • Our flat is very central* (= near the centre of the city and therefore very convenient). **2** most important; main மிகவும் முக்கியமான; முதன்மையான; தலைமையான *The film's central character is a fifteen-year-old girl.* **3** (*only before a noun*) having control over all other parts மற்ற அனைத்துப் பகுதிகள்/உறுப்புகள் மீதும் ஆளுமை செலுத்துகிற அல்லது அவற்றைத் தன் கட்டுப்பாட்டிற்குள் கொண்டுள்ள *central government* (= the government of a whole country, not local government) • *the central nervous system*

central heating *noun* [U] a system for heating a building from one main point. Air or water is heated and carried by pipes to all parts of the building ஒரு கட்டடத்தின் மையப் பகுதியில் காற்று அல்லது நீரை வெம்மைப்படுத்திக் கட்டடத்தின் அனைத்துப் பகுதிகளுக்கும் குழாய்கள் வழியாகக் கொண்டு சென்று வெம்மையூட்டுவதற்கான அமைப்பு; மைய வெம்மையூட்டல்

centralize (*also* **-ise**) /ˈsentrəlaɪz/ *verb* [T] (*often passive*) to give control of all the parts of a country or organization to a group of people in one place ஒரு நாட்டின் அல்லது நிறுவனத்தின் அனைத்துப் பகுதிகளின் மீதும் ஆளுமை/ கட்டுப்பாடு செலுத்தும் உரிமையை ஓரிடத்தில் உள்ள ஒரு குழுவினருக்கு அளி; மையக் கட்டுப்பாட்டின் கீழ்க் கொண்டுவா; ஆட்சியை மையப்படுத்து *Our educational system is becoming increasingly centralized.* ▶ **centralization** (*also* **-isation**) /ˌsentrəlaɪˈzeɪʃn/ *noun* [U]

centrally /ˈsentrəli/ *adv.* in or from the centre மையத்தில் அல்லது மையத்திலிருந்து *a centrally located hotel* (= near the centre of the town)

central processing unit *noun* [C] (*abbr.* **CPU**) (*computing*) the part of a computer that controls all the other parts of the system கணிப்பொறியமைப்பின் மற்ற அனைத்துப் பகுதிகளையும் தனது கட்டுப்பாட்டில் கொண்டுள்ள பகுதி; கணிப்பொறி மையச் செயலகம்

centre[1] (*AmE* **center**) /ˈsentə(r)/ *noun* **1** [C, *usually sing.*] the middle point or part of sth ஒன்றன் மையப் புள்ளி அல்லது மையப் பகுதி; நடு; மையம் *I work in the centre of the city. • Which way is the town centre, please? • She hit the target dead centre* (= exactly in the centre). ⇨ **middle** பதிவிலுள்ள குறிப்புப் பார்க்க; மற்றும் **circle** பதிவில் படம் பார்க்க. **2** [C] a building or place where a particular activity or service is based குறிப்பிட்ட பணி அல்லது சேவையின் ஆதாரப் பகுதியாக அமையும் கட்டடம் அல்லது இடம்; பணிமையம்; தொழில் மையம்; சேவை மையம் *a sports/health/shopping centre • This university is a centre of excellence for medical research.* **3** [C] a place where sb/sth is collected together; the point towards which sth is directed ஒருவர்/ஒன்று பலருடன்/பலவற்றுடன் ஒருங்குசேர்ந்து கூடும் இடம்; கூடுமுகம்; திரள்மையம்; ஒரு பொருள் செலுத்தப்பட்டுச் சேரும் இடம்; கவர்ச்சி மையம் *major urban/industrial centres • She always likes to be the **centre of attention**. • You should bend your legs to keep a low **centre of gravity**.* **4** [*with sing. or* *pl. verb*] a political position that is not extreme ஒருமுனைச் சார்பு அல்லது தீவிரப்போக்கு அல்லாத அரசியல் நிலைப்பாடு; நடுநிலைவாதம்; மிதவாதம் *Her views are left of centre.*

centre[2] (*AmE* **center**) /ˈsentə(r)/ *verb*

PHR V **centre on/around sb/sth** to have sb/sth as its centre ஒருவரை/ஒன்றை மையமாகக் கொண்டு அமைந்திரு அல்லது இயங்கு *The life of the village centres on the temple and the school.*

-centric /ˈsentrɪk/ *suffix* (*in compounds*) concerned with or interested in the thing mentioned குறிப்பிடப்பட்ட ஒரு பொருள் சார்ந்த/பற்றிய அல்லது அப்பொருளில் ஈடுபாடுடைய *egocentric • geocentric*

centrifugal /ˌsentrɪˈfjuːgl/ *adj.* (*technical*) moving away from a centre point ஒரு மையப் புள்ளியிலிருந்து விலகிச் செல்கிற; விரிமையப் போக்குடைய *centrifugal force*

centrifuge /ˈsentrɪfjuːdʒ/ *noun* [C] (*technical*) a machine with a part that turns round very quickly to separate substances, for example liquids from solids, by forcing the heavier substance to the outer edge (திடப்பொருள்கள், திரவங்கள் போன்ற) வெவ்வேறு எடைச்செறிவுள்ள பொருள்களைத் தனித்தனியே பிரிப்பதற்காக, செறிவு மிகுந்த பொருள்களை வெளிமுனைக்குத் தள்ளிக்கொண்டு மிக விரைவாகச் சுழலும் உறுப்பைக் கொண்ட ஓர் இயந்திரம்

centripetal /ˌsentrɪˈpiːtl/ *adj.* (*technical*) moving towards a centre point ஒரு மையப் புள்ளியை நோக்கிச் செல்கிற

century /ˈsentʃəri/ *noun* [C] (*pl.* **centuries**) **1** a particular period of 100 years that is used for giving dates (கால வரையறைகளைக் குறிக்கப் பயன்படுத்தப்படும்) நூறு ஆண்டுகள் கொண்ட குறிப்பிட்ட காலப்பகுதி; நூற்றாண்டு *We live in the 21st century* (= the period between the years 2000 and 2099). **2** any period of 100 years (பொதுவாகக் கூறுமிடத்து) நூறு ஆண்டுக் காலம்; நூற்றாண்டு *People have been making wine in this area for centuries.*

CEO /ˌsiː iː ˈəʊ/ *abbr.* the abbreviation for 'chief executive officer'; the person with the most powerful position in a company or business தலைமை ஆட்சி/நிருவாக அலுவலர் எனப் பொருள்படும் chief executive officer என்பதன் குறுக்க வடிவம். ஒரு நிறுவனத்தில் அல்லது வணிக அமைப்பில் உச்ச உயர் அதிகாரப் பொறுப்பில் உள்ள ஆள்

cephalopod /ˈsefələʊpɒd/ *noun* [C] any of the **class** of sea animals that have a large soft head, large eyes and eight or ten long thin legs (**tentacles**) பெரிய மென்மையான தலையையும், பெரிய கண்களையும், எட்டு அல்லது பத்து நீண்டு மெலிதான கால்களையும் உடைய கடல்வாழ் விலங்கு வகை *Octopus and squid are cephalopods.*

ceramic /səˈræmɪk/ *adj.* made of clay that has been baked சுட்ட களிமண்ணால் செய்யப்பட்ட *ceramic tiles* ▶ **ceramic** *noun* [C, *usually pl.*] *an exhibition of ceramics by Picasso*

cereal /ˈsɪəriəl/ *noun* [C, U] **1** any type of grain that can be eaten or made into flour, or the grass that the grain comes from உண்ணக்கூடிய அல்லது மாவாகச் செய்யக்கூடிய தானிய வகை; கூலம்; முதிரை; தானிய மணி தோன்றும் புல் *Wheat, barley and rye are cereals.* **2** a food that is made from grain, often eaten for breakfast with milk பெரும்பாலும் பாலுடன் சேர்த்துக் காலையுணவாக உண்ணும், தானியத்தைச் சமைத்து செய்த உணவு *a bowl of cereal*

cerebellum /ˌserɪˈbeləm/ *noun* [C] (*pl.* **cerebellums** or **cerebella** /-ˈbelə/) the part of the brain at the back of the head that controls the movement of the muscles தசை இயக்கத்தைக் கட்டுப்படுத்துவதும் தலையின் பின்பக்கம் உள்ளதுமான மூளைப் பகுதி; சிறுமூளை

cerebral /ˈserəbrəl/ *adj.* of the brain மூளை சார்ந்த; மூளைக்குரிய

cerebral palsy *noun* [U] a medical condition, usually caused by brain damage before or at birth, that causes the loss of control of the arms and legs பெரும்பாலும் பிறப்பிற்கு முன் அல்லது பிறப்பின்போது மூளைக்குச் சேதம் உண்டாகி, கைகால்களை செயலிழக்கச் செய்யும் உடல்நலக்கேடு; முடக்குவாதம்

ceremonial /ˌserɪˈməʊniəl/ *adj.* connected with a ceremony குறிப்பிட்ட ஒரு சடங்கு தொடர்பான அல்லது சடங்குக்குரிய; ஆசார முறையிலான *a ceremonial occasion* ▶ **ceremonially** /-niəli/ *adv.*

ceremony /ˈserəməni/ *noun* (*pl.* **ceremonies**) **1** [C] a formal public or religious event முறைசார்ந்த பொதுநிகழ்ச்சி அல்லது சமயச் சடங்கு *the opening ceremony of the Olympic Games • a wedding ceremony* **2** [U] formal behaviour, speech, actions, etc. that are expected on special occasions சிறப்பு நிகழ்ச்சிகளின்போது வேண்டப்படும் வினைமுறை சார்ந்த நடத்தை, பேச்சு, செயல்கள் முதலியன; ஒப்புக்குரிய நடைமுறை; சம்பிரதாய முறை *The new hospital was opened **with great ceremony**.*

certain /ˈsɜːtn/ *adj.* **1** (*not before a noun*) **certain (that ...); certain (of sth)** completely sure; without any doubts முழுமன உறுதிப்பாடு கொண்ட; ஐயத்திற்கு சிறிதும் இடமளிக்காத;

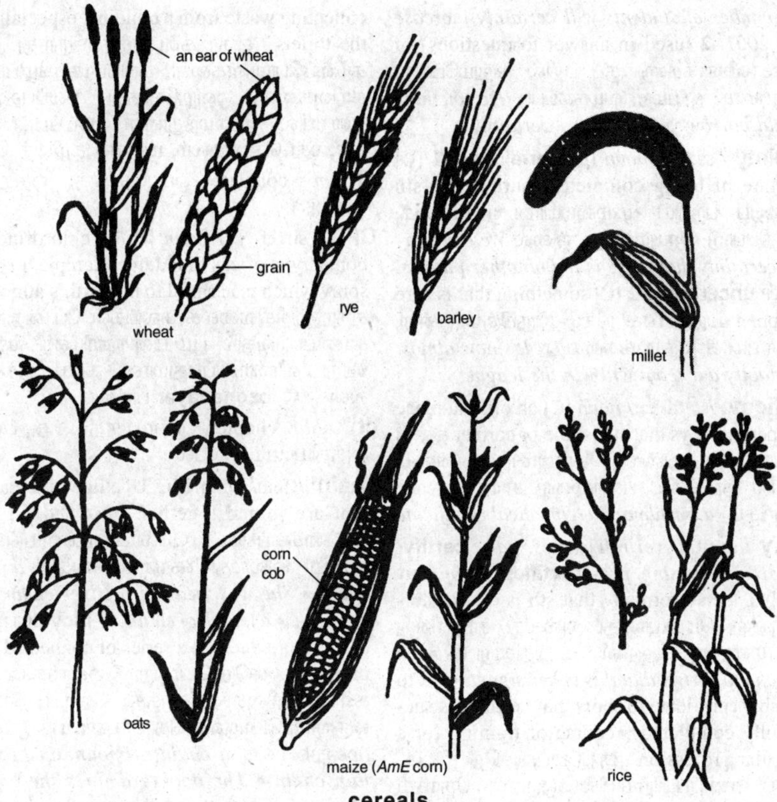

cereals

உறுதியான நம்பிக்கை உடைய *She's absolutely certain that there was somebody outside her window.* • *We're not quite certain what time the train leaves.* • *I'm certain of one thing—he didn't take the money.* 2 **certain (that ...); certain (to do sth)** sure to happen or to do sth; definite உறுதியாக நிகழக்கூடிய அல்லது ஒன்றை உறுதியாகச் செய்ய இருக்கிற; நடந்து தீரவேண்டிய அல்லது செய்தாக வேண்டிய; கட்டாயமான *It is almost certain that unemployment will increase this year.* • *The Director is certain to agree.* 3 (*only before a noun*) used for talking about a particular thing or person without naming him/her/it குறிப்பிட்ட ஒன்றை அல்லது ஒருவரைப் பற்றிப் பெயர் குறிப்பிடாமல் பேசப் பயன்படுத்தப்படுவது *You can only contact me at certain times of the day.* • *There are certain reasons why I'd prefer not to meet him again.* 4 (*only before a noun*) some, but not very much (மிகையாக அல்லது பேரளவாக இல்லாமல்) போதிய அளவான சில; குறிப்பிடத்தக்க அளவான *I suppose I have **a certain amount of** respect for Mr Narayanan.* 5 noticeable but difficult to describe கவனித்து/உணர்ந்து அறியக்கூடிய ஆனால் எளிதாக விவரிக்க முடியாத *There was a certain feeling of autumn in the air.* 6 (*formal*) used before a person's name to show that you do not know him/her தனக்கு அறிமுகமற்றவர் என ஒருவரைக் காட்டும் முறையில் அவர் பெயருக்கு முன்னர் பயன்படுத்தப்படுவது: எவரோ ஒருவரான *I received a letter from a certain Mrs Chandrababu.*

IDM **for certain** without doubt ஐயமின்றி; உறுதியாக; நிச்சயமாக *I don't know for certain what time we'll arrive.*

make certain (that ...) 1 to do sth in order to be sure that sth else happens வேறொரு நிகழ்வை உறுதிசெய்துகொள்வதற்காக ஒரு செயலைச் செய்; வேறொன்றை இலக்காக/பயன்விளைவாகக் கொண்டு ஒன்றைச் செய் *They're doing everything they can to make certain that they win.* 2 to do sth in order to be sure that sth is true (அறிந்த) ஒன்றை உறுதிப்படுத்திக்கொள்வதற்காக ஒரு செயலைச் செய் *We'd better phone Akram before we go to make certain he's expecting us.*

certainly /ˈsɜːtnli/ *adv.* 1 without doubt; definitely ஐயத்துக்கு இடமின்றி; உறுதியாக; கட்டாயமாக

The number of students will certainly increase after 2001. **2** (used in answer to questions) of course (வினாக்களுக்குப் பதில் கூறும்போது) நிச்சயமாக; ஐயமற; வழக்கப்படி *'Do you think I could borrow your notes?' 'Certainly.'*

certainty /ˈsɜːtnti/ *noun* (*pl.* **certainties**) **1** [U] the state of being completely sure about sth ஒன்றைப் பற்றிய முழுமையான நம்பிக்கை; உறுதிப்பாடு; ஐயுறவற்ற நிலை *We can't say with certainty that there is life on other planets.* ✪ OPP **uncertainty 2** [C] something that is sure to happen உறுதியாக நிகழ இருக்கும் ஒன்று; கட்டாயமாக நேரிடக்கூடியது *It's now almost a certainty our team will win the league.*

certificate /səˈtɪfɪkət/ *noun* [C] an official piece of paper that says that sth is true or correct ஒன்று மெய்யானது அல்லது சரியானது என்னும் தகவல் அடங்கிய பணிமுறை சார்ந்த தாள்; சான்றிதழ் *a birth/marriage/medical certificate*

certify /ˈsɜːtɪfaɪ/ *verb* [T] (*pres. part.* **certifying**; *3rd person sing. pres.* **certifies**; *pt, pp* **certified**) **1** to say formally that sth is true or correct ஒன்று மெய்யானது அல்லது சரியானது என முறைப்பட அறிவி; உறுதிகூறு *We need someone to certify that this is her signature.* **2** to give sb a certificate to show that he/she has successfully completed a course of training for a particular profession குறிப்பிட்ட தொழிலுக்குரிய பணிப்பயிற்சியில் ஒருவர் தேர்ச்சி பெற்றிருப்பதைக் குறிக்கும் உறுதி அத்தாட்சிச் சான்றிதழ் வழங்கு; பணித்தகுதிச் சான்றிதழ் அளி *a certified accountant*

certitude /ˈsɜːtɪtjuːd/ *noun* (*formal*) **1** [U] a feeling of being certain about sth ஒன்றைப் பற்றிய நம்பிக்கை உணர்வு; ஐயமின்மை; உறுதிப்பாடு *with a degree of certitude* **2** [C] a thing about which you are certain ஐயத்துக்கு இடமற்ற ஒன்று; உறுதியாக நம்பத்தக்க ஒன்று *the collapse of old political certitudes*

cervix /ˈsɜːvɪks/ *noun* [C] (*pl.* **cervices** /-vɪsiːz/) the narrow passage at the opening of the place where a baby grows inside a woman's body (**uterus**) கருப்பைத் திறப்பிலுள்ள ஒடுக்கமான வழி; கருப்பை கழுத்துப் பகுதி ▸ **cervical** /ˈsɜːvɪkl/ *adj.*

cesarean (*AmE*) = **Caesarean**

cesium (*AmE*) = **caesium**

cessation /seˈseɪʃn/ *noun* [U, C] (*formal*) the stopping of sth; a pause in sth ஒரு செயல்பாட்டை நிறுத்துதல்; நிறுத்தம்; இடை ஓய்வு; இடை நிறுத்தம் *The UN have demanded an immediate cessation of hostilities.*

cesspit /ˈsespɪt/ (*also* **cesspool** /ˈsespuːl/) *noun* [C] a covered hole or container in the ground for collecting waste from a building, especially from the toilets ஒரு கட்டடத்திலிருந்து வரும் கழிவுப்பொருள்களை, குறிப்பாக, கழிப்பறைக் கழிவுகளை, ஒன்றுசேர்த்து வைப்பதற்கான, தரையில் அமைந்துள்ள மூடப்பட்ட குழி அல்லது கொள்கலம்; மனைக் கழிவுத் தொட்டி

cf. *abbr.* compare ஒப்புநோக்கு; ஒத்துப்பார்; ஒப்பிடு

CFC /ˌsiː ef ˈsiː/ *noun* [C, U] chlorofluorocarbon; a type of gas found, for example, in cans of spray which is harmful to the earth's atmosphere சிதறணுத்திவலைக் கலங்கள் போன்றவற்றில் காணப்படுவதும், பூமியின் வளிமண்டலத்திற்கு ஊறு விளைவிப்பதுமான கரிய நச்சுவாயு வகை ➪ **ozone layer** பார்க்க.

ch. *abbr.* chapter நூற்பகுதி; அதிகாரம், அத்தியாயம்; இயல்

chain¹ /tʃeɪn/ *noun* **1** [C, U] a line of metal rings that are joined together ஒன்றோடொன்று பிணைக்கப்பட்ட உலோக வளையங்களின் தொடர் அல்லது கோவை; சங்கிலி *a bicycle chain* • *She was wearing a silver chain round her neck.* • *a length of chain* ➪ **bicycle** பதிவில் படம் பார்க்க. **2** [C] a series of connected things or people ஒன்றோடொன்று இணைந்த பொருள்களின் வரிசைத் தொகுதி; தொடர்; கோவை; ஒருவரோடொருவர் தொடர்புடைய ஆட்களின் முறைவரிசை *a chain of mountains/a mountain chain* • *The book examines the complex* ***chain of events*** *that led to the Russian Revolution.* • *The Managing Director is at the top of the* ***chain of command.*** **3** [C] a group of shops, hotels, etc. that are owned by the same company ஒரே நிறுவனத்திற்கு உரிமையான அங்காடிகள், உணவகங்கள் முதலியவற்றின் தொகுதி; ஓரினக் குழு *a chain of supermarkets* • *a fast-food chain*

chain² /tʃeɪn/ *verb* [T] **chain sb/sth (to sth); chain sb/sth (up)** to fasten sb/sth to sth else with a chain ஒருவரை/ஒன்றை வேறொன்றோடு அல்லது வேறொன்றால் சேர்த்துக் கட்டு; பிணை; சங்கிலியிட்டுக் கட்டு *The dog is kept chained up outside.*

chain reaction *noun* [C] **1** (in chemistry) a chemical change that forms products which themselves cause more changes and new products ஒரு மாற்றத்தால் உருவான பொருள்கள், அடுத்துப் பல மாற்றங்களையும் புதிய பொருள்களையும் விளைவிக்கச் செய்யும் வேதியியல் வினைமாற்றம்; தொடர்விளைவு வினைமாற்றம் **2** a series of events, each of which causes the next ஒவ்வொரு நிகழ்வும் அடுத்துவரும் நிகழ்வுக்குக் காரணமாக அமையும், நிகழ்வுகளின் தொடர்வரிசை; ஆக்கத் தொடர்நிகழ்வுகள்

chain-smoke *verb* [I] to smoke continuously, lighting one cigarette after another ஒன்றன் பின் ஒன்றாக, தொடர்ச்சியாகப் புகை பிடி ▶ **chain-smoker** *noun* [C]

chain store *noun* [C] one of a number of similar shops that are owned by the same company ஒரே நிறுவனத்திற்கு உரிமையான ஒரே வகையான பல கடைகளில் ஒன்று; சங்கிலித் தொடர் அங்காடி

chair¹ /tʃeə(r)/ *noun* **1** [C] a piece of furniture for one person to sit on, with a seat, a back and four legs இருக்கையும், சாய்பகுதியும், நான்கு கால்களும் கொண்ட, ஒருவர் அமர்வதற்கான ஓர் அறைக்கலம்; நாற்காலி *a kitchen chair* • *an armchair* **2** [*sing.*] the person who is controlling a meeting ஓர் அவையை அல்லது ஒரு கூட்டத்தை நடத்துபவர்/நெறிப்படுத்துபவர்; அவைத்தலைவர்; கூட்டத்தலைவர் *Please address your questions to the chair.* **3** [C] the position of being in charge of a department in a university பல்கலைக்-கழகத்தில் ஒரு துறையின் தலைமைப் பொறுப்பு; துறைமுதல்வர் பொறுப்பு; துறை இருக்கை *She holds the Chair of economics at Delhi University.*

chair² /tʃeə(r)/ *verb* [T] to be the chairman or chairwoman of a meeting கூட்டத்தலைவராக/அவைத்தலைவராக இரு *Who's chairing the meeting this evening?*

chairman /ˈtʃeəmən/ *noun* [C] (*pl.* **-men** /-men/) **1** the head of a company or other organization ஒரு நிறுவனத்தின் அல்லது பிற அமைப்பின் தலைமைப் பொறுப்பு வகிப்பவர்; நிறுவனத் தலைவர் **2** a person who controls a meeting ஒரு கூட்டத்தை/ஓர் அவையைத் தலைமை தாங்கி நடத்துபவர் அல்லது நெறிப்படுத்துபவர்; கூட்டத் தலைவர் ▶ **chairmanship** *noun* [*sing.*]

chairperson /ˈtʃeəpɜːsn/ *noun* [C] (*pl.* **-persons**) a person who controls a meeting ஒரு கூட்டத்தை/ஓர் அவையைத் தலைமை தாங்கி நடத்துபவர் அல்லது நெறிப்படுத்துபவர்; கூட்டத் தலைவர்

chairwoman /ˈtʃeəwʊmən/ *noun* [C] (*pl.* **-women** /-wɪmɪn/) a woman who controls a meeting ஒரு கூட்டத்தை/ஓர் அவையைத் தலைமை தாங்கி நடத்தும் அல்லது நெறிப்படுத்தும் பெண்; கூட்டத் தலைவி

chalet /ˈʃæleɪ/ *noun* [C] (especially in Europe) a wooden house, usually one built in a mountain area or used by people on holiday (ஐரோப்பாவில்) குறிப்பாக வழக்கமாக ஒரு மலைப் பகுதியில் கட்டப்படும் அல்லது விடுமுறைத் தங்கலுக்-காகப் பயன்படுத்தப்படும் மரத்தால் ஆன வீடு; மரக்குடில்

chalk¹ /tʃɔːk/ *noun* **1** [U] a type of soft white rock கடினமற்ற வெண்பாறை வகை; வெண்-சுதைப் பாறை *chalk cliffs* **2** [C, U] a small stick of soft white or coloured rock that is used for writing or drawing எழுத அல்லது வரை-படங்கள் தீட்டப் பயன்படுத்தப்படும் மிருது-வான வெண்மை நிற அல்லது வண்ணப் பாறைப் பொடியால் செய்யப்பட்ட சிறு குச்சி; சுண்ண எழுதுகோல்/ஓவியக்கோல்

chalk² /tʃɔːk/ *verb* [I, T] to write or draw sth with chalk சுண்ண எழுதுகோலால் எழுது அல்லது வரை *Somebody had chalked a message on the wall.*

PHR V **chalk sth up** to succeed in getting sth ஒன்றைப் பெறுவதில் வெற்றிகாண்; ஒரு செயல் முயற்சி கைகூடு *The team has chalked up five wins this summer.*

chalkboard /ˈtʃɔːkbɔːd/ (*AmE*) = **blackboard**

challan *noun* [C] (*IndE*) **1** an official **receipt** for a payment; a form that is filled in order to pay cash or deposit a cheque in a bank, with the tax department, government office, etc. பணம் கொடுத்து விட்டதை உறுதி செய்யும் சீட்டு; வங்கி, வரி விதிக்கும் பிரிவு, அரசு அலுவலகம் முதலியவற்றில் பணம் அல்லது காசோலை செலுத்துவதற்கு நிரப்ப வேண்டிய ஆவணம் **2** a **fine** for breaking traffic rules போக்கு-வரத்து விதிகளை மீறியதற்காக விதிக்கப்படும் அபராதம்

challenge¹ /ˈtʃælɪndʒ/ *noun* [C] **1** something new and difficult that forces you to make a lot of effort பெரு முயற்சி வேண்டப்படும் வழக்கமான-தல்லாத கடினமான ஒரு செயல்; சவால் *The company will have to **face** many **challenges** in the coming months.* • *How will this government **meet the challenge** of rising unemployment?* **2 a challenge (to sb) (to do sth)** an invitation from sb to fight, play, argue, etc. against him/her தனக்கு எதிராகச் சண்டை, போட்டி விளை-யாட்டு, வாதம் முதலியவற்றுக்காக ஒருவர் விடுக்கும் அழைப்பு; அறைகூவல் *The Prime Minister should accept our challenge and call a new election now.*

challenge² /ˈtʃælɪndʒ/ *verb* [T] **1 challenge sb (to sth/to do sth)** to invite sb to fight, play, argue, etc. against you தனக்கு எதிராகச் சண்டை, போட்டி விளையாட்டு, வாதம் முதலிய-வற்றுக்கு ஒருவரை அழை; அறைகூவல் விடு; சவால் விடு *They've challenged us to a football match this Saturday.* **2** to question if sth is true, right, etc., or not ஒன்றன் உண்மைத் தன்மை, செப்பம் முதலியன பற்றி வினா எழுப்பு; ஐயப்பாட்டைத் தெரிவி; தடையுரை கூறு *She hates anyone challenging her authority.*

challenger /ˈtʃælɪndʒə(r)/ *noun* [C] a person who invites you to take part in a competition, because he/she wants to win a title or position that you hold தான் வைத்துள்ள ஒரு பட்டத்தை அல்லது சிறப்பு நிலையைத் தற்பொழுது வென்று பெற-வேண்டித் தன்னைப் போட்டிக்கு அழைப்பவர்; போட்டிக்கு அறைகூவல் விடுப்பவர்

challenging /ˈtʃælɪndʒɪŋ/ *adj.* forcing you to make a lot of effort பெருமளவு ஊக்கமும் உழைப்பும் தேவையான; பெரு முயற்சி வேண்டப்படுகிற; சவாலான *a challenging job*

chamber /ˈtʃeɪmbə(r)/ *noun* [C] **1** an organization that makes important decisions, or the room or building where it meets முக்கியமான முடிவு-களை எடுக்கும் பொறுப்புள்ள ஓர் அமைப்பு அல்லது அவ்வமைப்பின் கூட்டம் நடைபெறும் அறை அல்லது கட்டடம் *a council chamber* **2** a closed space in the body, a machine, etc. உடல், இயந்திரம் முதலியவற்றில் உள்ள திறப்-பில்லாத/மூடப்பட்ட உள்ளிடம்; உள்ளறை *the four chambers of the heart* **3** a room that is used for a particular purpose குறிப்பிட்ட பயன்-பாட்டிற்கான அறை அமைப்பு *a burial chamber*

chambermaid /ˈtʃeɪmbəmeɪd/ *noun* [C] a woman whose job is to clean and tidy hotel bedrooms தங்கல்மனைப் படுக்கையறை-களைத் துப்புரவாக்கிச் சீர்ப்படுத்திவைக்கும் பணிப்பெண்; தங்கல்மனைப் பணிப்பெண்

chameleon /kəˈmiːliən/ *noun* [C] a type of small reptile that can change the colour of its skin தன் புறத்தோலின் நிறத்தை மாற்றிக்கொள்ளக்-கூடிய, ஊர்வன இனத்தைச் சேர்ந்த ஓர் உயிரி; பச்சோந்தி

champagne /ʃæmˈpeɪn/ *noun* [U, C] a French white wine which has a lot of bubbles in it and is often very expensive பெரும்பாலும் விலை அதிகமானதும், மிகுதியாக நுரைக்கக்-கூடியதுமான பிரான்ஸ் நாட்டின் வெண்ணிற (திராட்சை) மது வகை

champion¹ /ˈtʃæmpiən/ *noun* [C] **1** a person, team, etc. that has won a competition ஒரு போட்டியில் வென்ற ஒருவர், ஓர் அணி முதலியன; போட்டி வெற்றி வீரர்; வாகையர் *a world champion* • *a champion swimmer* **2** a person who speaks and fights for a particular group, idea, etc. குறிப்பிட்ட ஒரு குழு, கருத்து முதலியவற்றுக்கு ஆதர-வாகப் பேசிப் போராடுபவர்; ஒன்றன் தீவிர ஆதரவாளர் *a champion of free speech*

champion² /ˈtʃæmpiən/ *verb* [T] to support or fight for a particular group or idea குறிப்பிட்ட ஒரு குழு அல்லது கருத்துக்கு ஆதரவாக நில் அல்லது அதற்காகப் போராடு *to champion the cause of human rights*

championship /ˈtʃæmpiənʃɪp/ *noun* [C, *usually pl.*] a competition or series of competitions to find the best player or team in a sport or game ஒரு விளையாட்டில் அல்லது பந்தய ஆட்டத்தில் தனிச் சிறப்பான வீரரை அல்லது அணியைக் கண்டறிவதற்கான போட்டி அல்லது போட்டித் தொடர் *the World Hockey Championship*

chance¹ /tʃɑːns/ *noun* **1** [C] **a chance of (doing) sth; a chance (that ...)** a possibility வாய்ப்புநிலை; சாத்தியம் *I think there's a good chance that she'll be the next Prime Minister.* • *to have a slim/an outside chance of success* • *I think we **stand a** good **chance** of winning the competition.* • *Is there any chance of getting tickets for tonight's concert?* **2** [C] **chance (of doing sth/to do sth)** an opportunity நல்-வாய்ப்பு; சந்தர்ப்பம்; பாக்கியம் *If somebody invited me to America, I'd jump at the chance* (= accept enthusiastically). • *Be quiet and **give** her **a chance** to explain.* ➪ **occasion** என்ற பதிவி-லுள்ள குறிப்பைப் பார்க்க. **3** [C] a risk இடர் வாய்ப்பு நிலை; இழப்பு அல்லது தீங்கு நிகழும் சாத்தியம் *Fasten your seat belt—you shouldn't take (any) chances.* • *I didn't want to **take a chance on** anyone seeing me, so I closed the curtains.* **4** [U] luck; the way that some things happen without any cause that you can see or understand அதிர்ஷ்டம்; யோகம்; காணக்கூடிய அல்லது புரிந்துகொள்ளக்கூடிய நிமித்தம் எதுவுமின்றி சில நேர்வுகள் அமையும் முறை; தற்செயல் நிகழ்வு *We have to plan every detail—I don't want to **leave** anything **to chance**.* • *We met **by chance*** (= we had not planned to meet) *as I was walking down the street.*

IDM **by any chance** (used for asking sth politely) perhaps or possibly (ஒன்றைப்பற்றி பண்புநயத்துடன் வினவப் பயன்படுத்தப்-படுவது) ஒருவேளை; இயல்கிற நேர்வாக *Are you, by any chance, going into town this afternoon?*

the chances are (that) ... (*informal*) it is probable that ...என்பதற்கான வாய்ப்புள்ளது அல்லது சாத்தியக்கூறு உண்டு *The chances are that it will rain tomorrow.*

no chance (*informal*) there is no possibility of that happening ...என்பதற்கான வாய்ப்பு இல்லை; கூறப்படுவது நிகழ்வதற்கான சாத்தியம் இல்லை *'Perhaps your mother will give you the money.' 'No chance!'*

on the off chance in the hope that sth might happen, although it is not very likely ஒன்று நிகழ்வதற்கான வாய்ப்பு அவ்வளவாக இல்லை எனினும் அது நிகழலாம் என்ற நம்பிக்கையில்; ஒன்று நிகழும் என்ற நப்பாசையில் *I didn't think you'd be at home, but I just called in on the off chance.*

chance² /tʃɑːns/ *verb* **1** [T] (*informal*) **chance sth/doing sth** to risk sth ஒரு செயலில் ஆபத்து இருப்பினும் அதில் துணிந்து இறங்கு; இடர்வரவை எதிர்கொள் *It might be safe to leave the car here, but I'm not going to* ***chance it****.* **2** [I] (*formal*) **chance to do sth** to do sth without planning or trying to do it திட்டமிடாமல் அல்லது முன்முயற்சி இன்றி ஒன்றைச் செய்; தற்செயலாக ஒன்றில் ஈடுபடு; ஒன்று நேரப்பெறு *I chanced to see the letter on his desk.*

chance³ /tʃɑːns/ *adj.* (*only before a noun*) not planned திட்டமிடப்படாத; தற்செயல் நேர்வான *a chance meeting*

chancellor /ˈtʃɑːnsələ(r)/ *noun* [C] the head of the government in some countries சில நாடுகளில், அரசுத் தலைமைப் பொறுப்பு வகிப்பவர்; ஆட்சித் தலைவர் *the German chancellor*

chandelier /ˌʃændəˈlɪə(r)/ *noun* [C] a large round frame with many branches for lights or candles, that hangs from the ceiling and is decorated with small pieces of glass சிறு கண்ணாடிக் கூறுகளால் அணிசெய்யப்பட்டதும், உட்கூரையிலிருந்து தொங்குவதும், விளக்குகள் அல்லது மெழுகுவர்த்திகளுக்காக பல பொருத்துமுனைகளைக் கொண்டதுமான பெரிய வட்ட வடிவச் சட்டம்; தொங்கு விளக்கு/கொத்துவிளக்கு/சரவிளக்குச் சட்டம்

change¹ /tʃeɪndʒ/ *verb* **1** [I, T] to become different or to make sb/sth different மாறுபடு; மாறு; நிலை மாறு; ஒருவரை/ஒன்றை மாற்று; வேறாக்கு; நிலை மாற்று *This town has changed a lot since I was young.* • *Even after winning the lottery he has not changed at all.* ✪ SYN **alter** **2** [I, T] **change (sb/sth) to/into sth; change (from A) (to/into B)** to become a different thing; to make sb/sth take a different form வேறொன்றாக ஆகு; ஒருவரை/ஒன்றை வேறொரு வடிவம் பெறச் செய்; உரு மாற்று; திரிபடையச் செய் *The traffic lights changed from green to red.* • *The new job changed him into a more confident person.* **3** [T] **change sth (for sth)** to take, have or use sth instead of sth else வேறொன்றுக்குப் பதிலாக/மாற்றாக ஒன்றை எடு; கைக்கொள் அல்லது பயன்படுத்து; பதில் ஏற்பாடு செய் *to change jobs* • *to change a wheel on a car* • *to change direction* • *Can I change my appointment from Wednesday to Thursday?* **4** [T] **to change sth (with sb)** (*used with a plural noun*) to exchange sth with sb, so that you have what he/she had, and he/she has what you had ஒருவருடன் ஒன்றைப் பரிமாறிக்கொள்; கொடுத்து வாங்கு; கைமாற்று *The teams change ends at half-time.* • *If you want to sit by the window I'll change seats with you.* ✪ SYN **swap** **5** [I, T] **change (out of sth) (into sth)** to take off your clothes and put different ones on உடைமாற்று; வேறுடை அணிந்துகொள் *He's changed his shirt.* • *I had a shower and changed before going out.* • *She changed out of her work clothes and into a clean dress.* **6** [T] to put clean things onto sb/sth ஒருவர்/ஒன்றன் மீது தூய்மையானவற்றை இடு; தூய்மையானவற்றால் மாற்றீடு செய் *The baby's nappy needs changing.* • *to change the bed* (= to put clean sheets on) **7** [T] **change sth (for/into sth)** to give sb money and receive the same amount back in money of a different type சரியீடாக நாணயமாற்று செய்; சில்லறை மாற்று *Can you change a twenty-rupee note for two tens?* • *I'd like to change a thousand rupees into US dollars.* **8** [I, T] to get out of one bus, train, etc. and get into another ஓர் ஊர்தியிலிருந்து வேறோர் ஊர்திக்கு மாறு; ஊர்தி மாறு *Can we get to Pune direct or do we have to change (trains)?*

IDM **change hands** to pass from one owner to another ஓர் உடைமை ஒருவர் வசத்திலிருந்து மற்றொருவருக்குப் போ; உடைமை கைமாறு

change your mind to change your decision or opinion தன் முடிவை அல்லது எண்ணத்தை மாற்றிக்கொள்; மனம் மாறு *I'll have the green one. No, I've changed my mind—I want the red one.*

change/swap places (with sb) ➪ **place¹** பார்க்க.

change the subject to start talking about sth different வேறொரு பொருள் பற்றிப் பேசத் தொடங்கு

change your tune (*informal*) to change your opinion or feelings about sth ஒன்றைப் பற்றிய கருத்தை அல்லது உணர்வுகளை மாற்றிக்கொள்

change your ways to start to live or behave in a different and better way from before வாழ்க்கை முறையை அல்லது நடத்தையை முன்னதிலிருந்து மாறுபட்டதாகவும் மேம்பட்டதாகவும் அமைத்துக்கொள்; முன்னதிலிருந்து வேறுபட்ட மேலான வாழ்க்கை முறைக்கு அல்லது ஒழுக்கத்திற்கு வா

chop and change ➪ **chop¹** பார்க்க.

PHR V **change over (from sth) (to sth)** to stop doing or using one thing and start doing or using sth else ஒன்றைச் செய்வதை அல்லது பயன்படுத்துவதை விடுத்து வேறொன்றுக்கு வா அல்லது வேறொன்றைக் கைக்கொள்; புதியன புகுத்து *The theatre has changed over to a computerized booking system.*

change² /tʃeɪndʒ/ *noun* **1** [C, U] **change (in/to sth)** the process of becoming or making sth different மாற்றம் அடைதல் அல்லது ஒன்றை மாற்றம் அடையச் செய்தல்; மாறுதல்; மாற்றம்

There was little change in the patient's condition overnight. • *After two hot summers, people were talking about a change in the climate.* **2** [C] **a change (of sth)** something that you take, have or use instead of sth else வேறொன்றுக்குப் பதிலாக/மாற்றாகக் கைக்கொள்ளப்படும் அல்லது பயன்படுத்தப்படும் ஒன்று; மாற்றீடு செய்யப்பட்ட பொருள்; மாற்று *We must notify the bank of our change of address.* • *I packed my toothbrush and a change of clothes.* **3** [U] the money that you get back if you pay more than the amount sth costs ஒன்றன் விலையை விட அதிகமான தொகையைச் செலுத்தும்போது பெறும் மீதிப் பணம்; சில்லறை *If a sheet of paper costs 60 paise and you pay with a rupee coin, you will get 40 paise change.* **4** [U] coins of low value சிறு மதிப்பு நாணயம்; சில்லறை *He needs some change for the phone.* • *Have you got change for a twenty-rupee note* (= coins or notes of lower value that together make twenty rupees)*?*

IDM **a change for the better/worse** a person, thing or situation that is better/worse than the one before முன்னிலும் மேம்பட்ட/மோசமான ஒருவர், ஒரு பொருள் அல்லது சூழ்நிலை மேம்பட்ட/தாழ்வுற்ற மாற்றம்

a change of heart a change in your opinion or the way that you feel கருத்தில் அல்லது எண்ணப்போக்கில் ஏற்படும் மாற்றம்; மன மாற்றம்

for a change in order to do sth different from usual வழக்கத்திலிருந்து வேறுபட்ட ஒன்றைச் செய்வதற்காக; மாறுதலாக *I usually cycle to work, but today I decided to walk for a change.*

make a change to be enjoyable or pleasant because it is different from what you usually do ஒன்று வழக்கமாகச் செய்வதிலிருந்து மாறுபட்டதாகையால் அது மகிழ்வூட்டுவதாக அல்லது இனியதாக இரு

changeable /ˈtʃeɪndʒəbl/ *adj.* likely to change; often changing மாற்றம் அடைவதற்கான வாய்ப்புள்ள; மாறுபடக் கூடிய; மாறும் இயல்புள்ள; அடிக்கடி மாறிக் கொண்டிருக்கிற

changeover /ˈtʃeɪndʒəʊvə(r)/ *noun* [C] a change from one system to another ஒரு முறை/அமைப்பு முறையிலிருந்து மற்றொன்றுக்கு மாறுதல்; முறை மாற்றம்

changing room *noun* [C] a room for changing clothes in, for example before or after playing sport (விளையாட்டுக்கு முன்னர் அல்லது விளையாட்டு முடிந்ததும்) உடுப்பு மாற்றிக்கொள்ளும் அறை; உடைமாற்று அறை

channel¹ /ˈtʃænl/ *noun* [C] **1** a television station தொலைக்காட்சி நிலையம் *Which channel is the film on?* ➪ **station¹ 4** பார்க்க. **2** a band of radio waves used for sending out radio or television programmes வானொலி அல்லது தொலைக்காட்சி நிகழ்ச்சிகளை ஒலி/ஒளி பரப்பப் பயன்படுத்தப்படும் அலைவரிசை *terrestrial/satellite channels* **3** a way or route along which news, information, etc. is sent செய்தி, தகவல், முதலியன அனுப்பப்படும் வழி; தகவல் தடம் *a channel of communication* • *You have to order new equipment through the official channels.* **4** an open passage along which liquids can flow திரவப் பொருள்கள் ஓடும் மூடப்படாத வழி; வாய்க்கால்; கால்வாய் *a drainage channel* **5** the part of a river, sea, etc. which is deep enough for boats to pass through படகுப் போக்குவரத்துக்கு ஏற்ற அளவு ஆழமான நதி, கடல் முதலியவற்றின் பகுதி; போக்குவரத்துக்கான நதியிடை/கடலிடை வழி **6** a passage of water that connects two areas of water especially two seas இரண்டு நீர் நிலைகளை, குறிப்பாக இரு கடல்களை இணைக்கும் நீர்வழி; கால்வாய் **7 the Channel** (*also* **the English Channel**) the sea between England and France இங்கிலாந்துக்கும் பிரான்சுக்கும் இடைப்பட்ட கடலின் பெயர்; ஆங்கிலக் கடற்கால்வாய்

channel² /ˈtʃænl/ *verb* [T] (**channelling; channelled** *AmE* **channeling; channeled**) to make sth move along a particular path or route குறிப்பிட்ட பாதையில் அல்லது தடத்தில் ஒன்றைச் செலுத்து; குறிப்பிட்ட பாதையை அல்லது தடத்தை ஒன்றன் செல்வழியாக ஆக்கு *Water is channelled from the river to the fields.* • *(figurative) You should channel your energies into something constructive.*

chant¹ /tʃɑːnt/ *noun* **1** [C] a word or phrase that is sung or shouted many times பலமுறை பாடப்படும் அல்லது உரத்து ஒலிக்கப்படும் சொல் அல்லது தொடர்; முழக்கம்; இசை முழக்கம் *A chant of 'we are the champions' went round the stadium.* **2** [C, U] a usually religious song with only a few notes that are repeated many times பலமுறை திரும்பத் திரும்பப் பாடப்படும், ஒரு சில சுருதிகளை மட்டுமே உடைய, பொதுவாக சமயச் சார்புடைய பாடல்; பண்ணிசைத்துப் பாடப்படும் சமயப் பாடல்

chant² /tʃɑːnt/ *verb* [I, T] to sing or shout a word or phrase many times ஒரு சொல்லை அல்லது தொடரைப் பலமுறை பாடு அல்லது உரக்கக் கூறு *The protesters marched by, chanting slogans.*

chaos /ˈkeɪɒs/ *noun* [U] a state of great disorder; confusion பெரிதும் ஒழுங்கற்ற நிலை; குழப்பம்; அலங்கோலம் *The country was* ***in chaos*** *after the war.* • *The heavy snow has* ***caused chaos*** *on the roads.*

chaotic /keɪˈɒtɪk/ *adj.* in a state of chaos பெரிதும் ஒழுங்கற்ற நிலையிலான; குழப்பமான; தாறுமாறான *With no one in charge the situation became chaotic.*

chap /tʃæp/ *noun* [C] (*informal*) a man or boy ஆள்; பேர்வழி; பயல்; சிறுவன்; பையன்

chapatti (*also* **chapati**) *noun* [C] a type of flat round Indian bread தட்டையான வட்ட வடிவ இந்திய ரொட்டி வகை; சப்பாத்தி

chapel /ˈtʃæpl/ *noun* [C, U] a small building or room that is used by some Christians as a church or for prayer கிறிஸ்தவர்கள் சிலரால் கோயிலாக அல்லது வழிபாட்டிடமாகப் பயன்படுத்தப்படும் சிறு கட்டடம் அல்லது அறை; கிறிஸ்தவ வழிபாட்டு மனை; திருக்கோட்டம் *a Methodist chapel*

chaperone /ˈʃæpərəʊn/ *noun* [C] in the past, an older person, usually a woman, who went to public places with a young woman who was not married, to look after her and to make sure that she behaved correctly கடந்த காலத்தில், திருமணமாகாத ஓர் இளம்பெண்ணுடன் அவரைக் கவனித்துக்கொள்ளவும் அவருடைய முறையான நடத்தையை உறுதிசெய்துகொள்ளும் பொருட்டும் பொது இடங்களுக்கு உடன் சென்ற, அவரை விட வயது முதிர்ந்த (பெரும்பாலும் பெண்) துணையாள்; இளம்பெண்ணின் துணைக்காவல் பெண் ▶ **chaperone** *verb* [T]

chaplain /ˈtʃæplɪn/ *noun* [C] a priest who works in a hospital, school, prison, etc. மருத்துவமனை, பள்ளிக்கூடம், சிறைச்சாலை முதலிய இடங்களில் பணிபுரியும் சமயகுரு *an army chaplain*

chapped /tʃæpt/ *adj.* (used about the lips or skin) rough, dry and sore, especially because of wind or cold weather (உதடுகள் அல்லது தோல் பற்றிக் குறிப்பிடுகையில்) குறிப்பாகக் காற்று அல்லது குளிர் தாக்கி, உலர்ந்து சொரசொரப்பாகவும் கீறலாகவும் உள்ள; வெடிப்புடைய

chapter /ˈtʃæptə(r)/ *noun* [C] one of the parts into which a book is divided நூலின் உட்பிரிவுகளில் ஒன்று; தலைப்புப் பகுப்பு; பொருட்கூறு; இயல்; அதிகாரம்; அத்தியாயம் *Please read Chapter 2 for homework.* • (*figurative*) *The last few years have been a difficult chapter in the country's history.*

character /ˈkærəktə(r)/ *noun* **1** [C, *usually sing.*, U] the qualities that make sb/sth different from other people or things; the nature of sb/sth ஒருவரை/ஒன்றைப் பிறரிடமிருந்து/பிறவற்றிலிருந்து வேறுபடுத்திக் காட்டும் அவருடைய/அதனுடைய பண்புக்கூறுகள்; தனிப்பண்பு; சிறப்பியல்பு; இயற்பண்பு *Although they are twins, their characters are quite different.* • *These two songs are very different **in character**.* **2** [U] strong personal qualities முனைப்பாக மேலோங்கிக் காணப்படும் தனிப் பண்பியல்புகள்; உள்ளார்ந்த தனிப் பண்புக்கூறுகள் *The match developed into a test of character rather than just physical strength.* **3** [U] qualities that make sb/sth interesting பிறருடைய கவனத்தை/கருத்தை ஈர்க்கவல்ல ஒருவருடைய/ஒன்றன் இயல்நலம் அல்லது பண்புக்கூறுகள் *Modern houses often seem to lack character.* **4** [U] the good opinion that people have of you ஒருவர்மீது பிறர் கொண்டுள்ள நல்லெண்ணம்; நன்மதிப்பு; ஒருவருடைய நற்பெயர் *The article was a vicious attack on the actor's character.* **5** [C] (*informal*) an interesting, amusing, strange or unpleasant person பிறர் கருத்தைக் கவரக்கூடிய, வேடிக்கையான, விசித்திரமான அல்லது வெறுப்பூட்டும் ஒருவர் *Nikhil's quite a character—he's always making us laugh.* • *I saw a suspicious-looking character outside the bank, so I called the police.* **6** [C] a person in a book, story, etc. நூல், புனைகதை முதலியவற்றில் வரும் நபர்; கதைமாந்தர்; பாத்திரம் *The main character in the film is a boy who meets an alien.* **7** [C] a letter or sign that you use when you are writing or printing எழுத்தில் அல்லது அச்சில் பயன்படுத்தப்படும் எழுத்துரு அல்லது குறியீடு *Chinese characters*

IDM **in/out of character** typical/not typical of sb/sth ஒருவருடைய/ஒன்றன் இயல்புக்குப் பொருந்தி/பொருந்தாது; ஒத்து/முரணாக; ஒருவருடைய/ஒன்றன் பண்போடு இயைந்து/ இயையாது *Sudha's rude reply was completely out of character.*

characteristic[1] /ˌkærəktəˈrɪstɪk/ *noun* [C] **a characteristic of (sb/sth)** a quality that is typical of sb/sth and that makes him/her/it different from other people or things ஒருவரை/ஒன்றைப் பிறரிடமிருந்து வேறுபடுத்திக் காட்டும் அவருடைய/அதனுடைய தனிப் பண்புக்கூறு; சிறப்பியல்பு; தனித்தன்மை

characteristic[2] /ˌkærəktəˈrɪstɪk/ *adj.* **characteristic of (sb/sth)** very typical of sb/sth ஒருவருக்கே/ஒன்றுக்கே உரித்தான; ஒருவருடைய/ ஒன்றன் தனிச்சிறப்பான *The flat landscape is characteristic of this part of the country.* ✪ **OPP uncharacteristic** ▶ **characteristically** /-kli/ *adv. 'No,' he said, in his characteristically direct manner.*

characterization (*also* **-isation**) /ˌkærəktəraɪˈzeɪʃn/ *noun* [U, C] **1** the way that a writer makes the characters in a book or play seem real ஓர் எழுத்தாளர் தனது நூலில் அல்லது நாடகத்தில் கதைப்பாத்திரங்களை உயிரோட்டத்துடன்

படைக்கும் பாங்கு; மெய்ம்மைத் தன்மையுடனான பாத்திரப் படைப்பு **2** (*formal*) the way in which sb/sth is described ஒருவர்/ஒன்று விவரிக்கப்படும் முறை; வருணனைப் பாங்கு; வருணனை

characterize (*also* **-ise**) /ˈkærəktəraɪz/ *verb* [T] (*formal*) **1** (*usually passive*) to be typical of sb/sth ஒருவருடைய/ஒன்றன் தனிப்பண்பாக அல்லது சிறப்பியல்பாக அமைந்திரு; ஒருவருக்கே/ஒன்றனுக்கே உரித்தான இயல்பாக இரு *the tastes that characterize Bengali cooking* **2 characterize sb/sth (as sth)** to describe what sb/sth is like ஒருவருடைய/ஒன்றன் இயல்நலத்தை அல்லது பண்பை விரித்துரை; விளக்கு; வருணி *The President characterized the meeting as friendly and positive.*

charade /ʃəˈrɑːd/ *noun* **1** [C] a situation or event that is clearly false but in which people pretend to do or be sth வெளிப்படையாகவே பொய்யானதும் ஆனால் மக்கள் அதில் ஈடுபாடு கொண்டுள்ளவர்களாகக் காட்டிக்கொள்வதுமான ஒரு சூழ்நிலை அல்லது நிகழ்ச்சி; போலிமை; பாவனை *They pretend to be friends but it's all a charade. Everyone knows they hate each other.* **2 charades** [U] a party game in which people try to guess the title of a book, film, etc. that one person must represent using actions but not words சொற்களால் அன்றி உறுப்பசைவுகளால் ஒருவர் குறிப்பாகச் சுட்டுவதன் அடிப்படையில் மற்றவர்கள் ஒரு நூல், திரைப்படம் முதலியவற்றின் தலைப்பை ஊகிக்க முயலும் ஒரு குழு விளையாட்டு

charcoal /ˈtʃɑːkəʊl/ *noun* [U] a black substance that is produced from burned wood. It can be used for drawing or as a fuel மரக்கரி; கட்டைக்கரி

charge¹ /tʃɑːdʒ/ *noun* **1** [C, U] the price that you must pay for goods or services பொருள்களுக்கு அல்லது சேவைகளுக்குச் செலுத்தவேண்டிய விலை; கட்டணம்; சத்தம் *The hotel makes a small charge for changing currency.* • *We deliver* ***free of charge.*** ➪ **price** என்னும் பதிவில் உள்ள குறிப்பைப் பார்க்க. **2** [C, U] a statement that says that sb has done sth illegal or bad ஒருவர் சட்டத்திற்கு மாறான அல்லது தீங்கான ஒரு செயலைச் செய்ததாகக் கூறும் அறிக்கை; குற்றச்சாட்டு; குற்றப் பத்திரிகை *He was arrested* ***on a charge of*** *murder.* **3** [U] a position of control over sb/sth; responsibility for sb/sth ஒருவர்/ஒன்றன் மீது கட்டுப்பாடு அல்லது செயலாட்சி செலுத்தும் பணிநிலை; ஆளுகைப் பொறுப்பு; ஒருவருக்கு/ஒன்றற்குப் பொறுப்பாக இருத்தல்; பொறுப்பு நிலை *Who is* ***in charge of*** *the office while Smitha's away?* • *The assistant manager had to* ***take charge of*** *the team when the manager resigned.* **4** [C] a sudden attack where sb/sth runs straight at sb/sth else ஒருவர்/ஒன்றன் மீதான எதிர்பாராத நேருக்கு நேரான மோதல், தாக்குதல் **5** [C] the amount of electricity that is put into a battery or carried by a substance ஒரு மின்கல அடுக்கில் தேக்கிவைக்கப்படும் அல்லது ஒரு பொருள் வழியாகச் செல்லும் மின்னாற்றலின் அளவு; ஒன்றன் மின்னூட்டச் செறிவு *a positive/negative charge*

IDM **bring/press charges (against sb)** to formally accuse sb of a crime so that there can be a trial in a court of law நீதிமன்ற வழக்கு விசாரணைக்கு உரிய முறையில், ஒருவர்மீது முறையாக ஒரு குற்றச்சாட்டைக் கூறு அல்லது குற்றம் சுமத்து

reverse the charges ➪ **reverse¹** பார்க்க.

charge² /tʃɑːdʒ/ *verb* **1** [I, T] **charge (sb/sth) for sth** to ask sb to pay a particular amount of money ஒரு குறிப்பிட்ட தொகையை ஒன்றற்கான விலையாக/கட்டணமாகச் செலுத்தும்படி கேள்; கட்டணம் கூறு *We charge Rs 1100 per night for a single room.* • *They forgot to charge us for the dessert.* ➪ **overcharge** பார்க்க. **2** [T] **charge sb (with sth)** to accuse sb officially of doing sth which is against the law சட்டத்திற்கு எதிரான ஒரு செயலைச் செய்ததாக ஒருவர் மீது முறைப்படிக் குற்றம் சாட்டு *Six men have been charged with attempted robbery.* **3** [I, T] to run straight at sb/sth, or in a particular direction, in an aggressive or noisy way நேரெதிராக அல்லது குறிப்பிட்ட ஒரு பக்கத்தில் ஆரவாரத்துடன் அல்லது தாக்குதல் முனைப்புடன் ஒருவர்/ஒன்றன் மீது பாய்; மோது; முட்டு *The bull put its head down ready to charge (us).* • *The children charged into the room.* **4** [T] to put electricity into sth ஒன்றனுள் மின்சாரத்தைச் செலுத்திவை *to charge a battery* ➪ **recharge** பார்க்க.

chariot /ˈtʃæriət/ *noun* [C] an open vehicle with two wheels that was pulled by a horse or horses in ancient times குதிரை அல்லது குதிரைகள் பூட்டிய, மேற்கவிகை இல்லாத, இரு சக்கரங்கள் உடைய, பழங்கால ஊர்தி வகை; தேர்; இரதம்

charisma /kəˈrɪzmə/ *noun* [U] a powerful personal quality that some people have to attract and influence other people மற்றவர்களைத் தன்பால் ஈர்த்து அவர்கள் மீது தாக்கத்தை ஏற்படுத்தக்கூடிய, சிலரிடம் காணப்படும் ஓர் ஆற்றல் மிக்க தனிப்பண்பு; வசீகரம்; கவர்ச்சி *The leader is not very clever, but he has great charisma.* ▶ **charismatic** /ˌkærɪzˈmætɪk/ *adj.*

charitable /ˈtʃærətəbl/ *adj.* **1** kind; generous பரிவுணர்ச்சியுடைய; நட்பிணக்கமான; பரந்த மனப்பான்மை கொண்ட; பெருந்தன்மையான

Some people accused him of lying, but a more charitable explanation was that he had made a mistake. **2** connected with a charity அறக்கொடை தொடர்பான; ஈகைப் பண்பு அல்லது அறச்சிந்தனை சார்ந்த

charity /ˈtʃærəti/ *noun* (*pl.* **charities**) **1** [C, U] an organization that collects money to help people who are poor, sick, etc. or to do work that is useful to society; the money or gifts collected or given to people who are poor, sick, etc. வறியவர்கள், நோயுற்றவர்கள் முதலியோருக்கு உதவி செய்வதற்காக அல்லது சமுதாயப் பணிக்காகப் பொருள் திரட்டும் ஒரு நிறுவன அமைப்பு; வறியவர்கள், நோயாளிகள் முதலியோருக்காகத் திரட்டப்படும்/வழங்கப்படும் பணம் அல்லது பரிசில் பொருள்கள் *We went on a sponsored walk to **raise money for charity**.* **2** [U] kindness towards other people பிறர்மீதான பரிவுணர்ச்சி; நேயம்; அன்பிணக்கம் *to act out of charity*

charlatan /ˈʃɑːlətən/ *noun* [C] a person who says that he/she has knowledge or skills that he/she does not really have உண்மையில் தான் பெற்றிராத அறிவாற்றல் அல்லது செயல்திறன் தனக்கு இருப்பதாகக் கூறிக்கொள்பவர்; போலி அறிஞர்; பகடி

charm¹ /tʃɑːm/ *noun* **1** [C, U] a quality that pleases and attracts people பிறரை மகிழ்வித்துத் தன்பால் ஈர்க்கும் இயல்பு/பண்பு; கவர்ச்சி; மயக்காற்றல் *The charm of the island lies in its unspoilt beauty.* **2** [C] something that you wear because you believe it will bring you good luck நற்பேற்றை/அதிர்ஷ்டத்தை அளிக்கும் என்ற நம்பிக்கையில் ஒருவர் அணிந்துகொள்ளும் பொருள்; தாயத்து *a necklace with a lucky charm on it*

charm² /tʃɑːm/ *verb* [T] **1** to please and attract sb ஒருவரை மகிழ்வித்துத் தன்பால் ஈர்; மனத்தைக் கவர்; மயக்கு *Her drawings have charmed children all over the world.* **2** to protect sb/sth as if by magic மந்திர ஆற்றலால் என்று கூறுமாறு ஒருவருக்கு/ஒன்றனுக்குக் காப்பளி *He has led a charmed life, surviving serious illness and a plane crash.*

charming /ˈtʃɑːmɪŋ/ *adj.* very pleasing or attractive இனிமையூட்டுகிற; கவர்ச்சி மிக்க; மயக்காற்றல் கொண்ட ▶ **charmingly** *adv.*

charred /tʃɑːd/ *adj.* burnt black by fire தீப்பட்டுக் கருகிய

chart¹ /tʃɑːt/ *noun* **1** [C] a drawing which shows information in the form of a diagram, etc. குறிப்பிட்ட ஒரு தகவலை வரைபடம் முதலியவை வடிவில் காட்டும் சித்திரம்; விளக்க வரைபடம்; விவர விளக்க வரையுரு *a temperature chart* • *This chart shows the company's sales for this year.* ➪ **pie chart** மற்றும் **flow chart** பார்க்க. **2** [C] a map of the sea or the sky கடல் அல்லது வான அமைப்பு விளக்கப் படம் *navigation charts* **3 the charts** an official list of the songs or CDs, etc., that have sold the most in a particular week குறிப்பிட்ட வாரத்தில் மிகுதியான அளவில் விற்பனையான பாடல்கள், குறுவட்டுகள் முதலியவற்றின் அதிகாரபூர்வமான விவரப் பட்டியல்

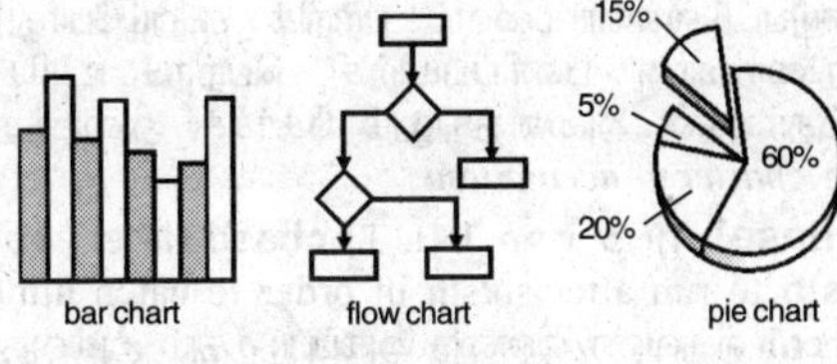

charts

chart² /tʃɑːt/ *verb* [T] **1** to follow or record the progress or development of sth carefully and in detail ஒன்றன் முன்னேற்றத்தை அல்லது வளர்ச்சியை கவனமாகவும் முழு விவரத்துடனும் தழுவி அமை அல்லது பதிவு செய் *This television series charts the history of the country since independence.* **2** to make a map of one area of the sea or sky கடற்பரப்பின் அல்லது வானவெளியின் ஒரு பகுதியை வரைபடமாக எழுது *an uncharted coastline*

charter¹ /ˈtʃɑːtə(r)/ *noun* [C, U] **1** a written statement of the rights, beliefs and purposes of an organization or a particular group of people ஒரு நிறுவனத்தின் அல்லது ஒரு குறிப்பிட்ட குழுவினரின் உரிமைகள், கோட்பாடுகள், குறிக்கோள்கள் ஆகியவை அடங்கிய எழுத்து வடிவிலான விவர வாசகம்; தனியுரிமைப் பத்திரம்; சாசனம் *The club's charter does not permit women to become members.* **2** the renting of a ship, plane, etc. for a particular purpose or for a particular group of people குறிப்பிட்ட ஒரு பயன்பாட்டு நோக்கத்திற்காக அல்லது குழுவினருக்காகக் கப்பல், விமானம் முதலிய ஊர்திகளை வாடகைக்கு எடுத்தல் *a charter airline*

charter² /ˈtʃɑːtə(r)/ *verb* [T] to rent a ship, plane, etc. for a particular purpose or for a particular group of people குறிப்பிட்ட ஒரு பயன்பாட்டு நோக்கத்திற்காக அல்லது குழுவினருக்காகக் கப்பல், விமானம் முதலிய ஊர்திகளை வாடகைக்கு எடு *As there was no regular service to the island we had to charter a boat.*

chartered /ˈtʃɑːtəd/ *adj.* (*only before a noun*) (used about people in certain professions) fully trained; having passed all the necessary exams (குறிப்பிட்ட சில தனித்திறத் தொழில்களில்

ஈடுபட்டுள்ளவர்களைப் பற்றிக் கூறும்போது) நிறைவான பணிப்பயிற்சி பெற்ற; உரிய தேர்வுகள் அனைத்திலும் தேர்ச்சி அடைந்த *a chartered accountant*

chase¹ /tʃeɪs/ *verb* **1** [I, T] **chase (after) sb/sth** to run after sb/sth in order to catch him/her/it ஒருவரை/ஒன்றை அகப்படுத்தும் அல்லது பிடித்து நிறுத்தும் நோக்கத்துடன் பின்தொடர்ந்து ஓடு; துரத்து *The dog chased the cat up a tree.* • *The police car chased after the stolen van.* **2** [I] to run somewhere fast ஓரிடத்திற்கு விரைந்து ஓடு *The kids were chasing around the park.*

chase² /tʃeɪs/ *noun* [C] the act of following sb/sth in order to catch him/her/it ஒருவரை/ஒன்றைப் பிடிப்பதற்காகப் பின்தொடர்ந்து செல்லுதல்; துரத்தல் *an exciting car chase*

IDM **give chase** to begin to run after sb/sth in order to try to catch him/her/it ஒருவரை/ஒன்றைப் பிடிக்கும் முயற்சியாக அவரை/அதனைப் பின்தொடர்ந்து ஓடத்தொடங்கு *The robber ran off and the policeman gave chase.*

chasm /ˈkæzəm/ *noun* [C] **1** a deep hole in the ground தரையில் உள்ள ஆழமான துளை **2** a wide difference of feelings, interests, etc. between two people or groups இரண்டு ஆட்களுக்கு அல்லது குழுக்களுக்கு இடையே உள்ளுணர்ச்சிகள், ஆர்வப் பற்று, முதலியவற்றில் காணப்படும் பெரும் வேறுபாடு அல்லது இடைவெளி

chassis /ˈʃæsi/ *noun* [C] (*pl*. **chassis** /ˈʃæsiz/) the metal frame of a vehicle onto which the other parts fit ஓர் ஊர்தியின் மற்ற உறுப்புகள் பொருந்தி நிற்கும் உலோக அடிச்சட்டம்; பொறிவண்டியின் அடித்தளம்

chaste /tʃeɪst/ *adj*. **1** (*formal*) never having had a sexual relationship, or only with the person sb is married to பாலியல் உறவுக்கு உட்பட்டிராத அல்லது தான் திருமணம் செய்து கொண்டிருப்பவரிடம் மட்டுமே பாலுறவு கொண்டுள்ள; கற்புள்ள **2** (of language) pure; formal (மொழி வகையில்) தூய; முறைசார்ந்த *She speaks chaste English.* ▶ **chastity** /ˈtʃæstəti/ *noun* [U]

chastise /tʃæˈstaɪz/ *verb* [T] **1 chastise sb (for sth/for doing sth)** (*formal*) to criticize sb for doing sth wrong ஒருவருடைய தவறுக்காக அவரைக் கண்டி; கடிந்துகொள் **2** (*old-fashioned*) to punish sb physically உடல் சார்ந்த தண்டனை வழங்கு ▶ **chastisement** *noun* [U]

chat¹ /tʃæt/ *verb* [I] (**chat̲ting; chat̲ted**) **chat (with/to sb) (about sth)** to talk to sb in a friendly, informal way ஒருவருடன் முறைசார்ந்ததாக அல்லாமல் நட்புமுறையில் உரையாடு; இன்னுரையாடு; அளவளாவு

chat² /tʃæt/ *noun* [C, U] a friendly informal conversation முறைசார் நிலையில் அல்லாத நட்புரையாடல்; அளவளாவுதல்; இன்னுரையாடல் *I'll* ***have a chat*** *with Jyoti about the arrangements.*

chat room *noun* [C] (*computing*) an area on the Internet where people can communicate with each other, usually about one particular topic வழக்கமாக ஒரு குறிப்பிட்ட பொருள்பற்றி ஒருவருடன் ஒருவர் தகவல் பரிமாறிக்கொள்ளும் இணையப் பகுதி; இணைய உரையாடல் களம்

chat show *noun* [C] a television or radio programme on which well-known people are invited to talk about various issues மக்களுக்கு அறிமுகமானவர்களை அழைத்து பல்வேறு பிரச்சினைகள் பற்றிப் பேசவைக்கும் தொலைக்காட்சி அல்லது வானொலி நிகழ்ச்சி

chatter /ˈtʃætə(r)/ *verb* [I] **1** to talk quickly or for a long time about sth unimportant முக்கியமல்லாத ஒன்றைப்பற்றி விரைவாக அல்லது நீண்ட நேரம் பேசு; கடகடவெனப் பொருளற்றுப் பேசு; வெற்றுரையாடு **2** (used about your teeth) to knock together because you are cold or frightened (பற்களைப் பற்றிக் கூறும்போது) குளிரால் அல்லது அச்சத்தின் காரணமாக பற்கள் மோதி ஒலி எழுப்பு; கடகட/நறநற எனப் பற்கள் தந்தியடி ▶ **chatter** *noun* [U]

chatty /ˈtʃæti/ *adj*. **1** talking a lot in a friendly way நட்புமுறையில் மிகுதியாக உரையாடுகிற; அளவளாவுகிற **2** in an informal style சம்பிரதாயமுறையில் அல்லது பணிமுறையில் அல்லாத முறைசாரா மொழிநடை உடைய *a chatty letter*

chauffeur /ˈʃəʊfə(r)/ *noun* [C] a person whose job is to drive a car for sb else வேறொருவருக்குச் சீருந்து ஓட்டும் பணி செய்பவர்; சீருந்து ஓட்டுநர் *a chauffeur-driven limousine* ▶ **chauffeur** *verb* [T]

chauvinism /ˈʃəʊvɪnɪzəm/ *noun* [U] **1** the belief that your country is better than all others தன்னுடைய நாடு மற்ற அனைத்து நாடுகளையும் விட உயர்வானது என்னும் கருத்து; மிகையான அல்லது குறுகிய நாட்டுப்பற்று; வெறியார்ந்த நாட்டுப்பற்று **2** (*also* **male chauvinism**) the belief that men are better than women பெண்களைவிட ஆண்கள் சிறந்தவர்கள் என்னும் கருத்து; ஆணாதிக்க நிலைப்பாடு ▶ **chauvinist** /ˈʃəʊvɪnɪst/ *noun* [C] *adj*.

cheap¹ /tʃiːp/ *adj*. **1** low in price, costing little money விலை குறைந்த; மலிவான *Oranges*

are cheap at the moment. • *Computers are getting cheaper all the time.* ✪ SYN **inexpensive** ✪ OPP **expensive** **2** charging low prices குறைந்த விலையில் விற்பனை செய்கிற; குறைந்த கட்டணம் வசூலிக்கிற *a cheap hotel/restaurant* **3** low in price and quality and therefore not attractive விலையிலும் தரத்திலும் குறைந்து அதனால் கவர்ச்சியற்று இருக்கிற *The clothes in that shop look cheap.*
IDM **dirt cheap** ⇨ **dirt** பார்க்க.

cheap² /tʃi:p/ *adv.* (*informal*) for a low price மலிவான விலையில்; விலை குறைவாக *I got this coat cheap in the sale.*
IDM **be going cheap** (*informal*) to be on sale at a lower price than usual வழக்கத்தைவிடக் குறைந்த விலையில் விற்பனையில் இரு

cheapen /ˈtʃi:pən/ *verb* [T] **1** to make sb lose respect for himself or herself ஒருவரை தன் மதிப்பிழக்கச் செய்; கீழ்மைப்படுத்து *She felt cheapened by his treatment of her.* ✪ SYN **degrade** **2** to make sth lower in price ஒரு பொருளின் விலை குறையச் செய்; விலை குறை; மலிவாக்கு **3** to make sth seem to have less value ஒன்றை மதிப்புக் குறைந்து காணப்படுமாறு செய்; ஒன்றன் அருமை அல்லது உயர்தகவு குன்றித் தோன்றச்செய் *The movie was accused of cheapening human life.*

cheaply /ˈtʃi:pli/ *adv.* for a low price மலிவான விலையில்; சிறு விலையில்

cheat¹ /tʃi:t/ *verb* **1** [T] to trick sb, especially when that person trusts you; to deceive sb குறிப்பாகத் தன்னை நம்பிய ஒருவரை ஏமாற்று; மோசம் செய்; வஞ்சி *The shopkeeper cheated customers by giving them too little change.* **2** [I] **cheat (at sth)** to act in a dishonest or an unfair way in order to get an advantage for yourself ஒரு பயன் அடைய வேண்டி, நேர்மையற்றோ முறையற்றோ செயல்படு; தன்னல நோக்கில் மோசடி செய் *Pawan was caught cheating in the exam.* • *to cheat at cards* **3** [I] **cheat (on sb)** to not be faithful to your husband, wife or regular partner by having a secret sexual relationship with sb else வேறொருவருடன் இரகசியமாகப் பாலுறவு வைத்துக்கொண்டு கணவனுக்கு, மனைவிக்கு அல்லது முறையான துணைவருக்கு நம்பிக்கை மோசம் செய்; துரோகம் புரி
PHR V **cheat sb (out) of sth** to take sth from sb in a dishonest or unfair way நேர்மையற்ற அல்லது முறையற்ற வழியில் ஒருவரிடமிருந்து ஒரு பொருளைக் கைக்கொள்; வஞ்சித்துப் பெறு; அபகரி

cheat² /tʃi:t/ *noun* [C] a person who cheats ஏமாற்றுபவர்; வஞ்சிப்பவர்; மோசம் செய்பவர்

check¹ /tʃek/ *verb* **1** [I, T] **check (sth) (for sth)** to examine or test sth in order to make sure that it is safe or correct, in good condition, etc. ஒன்றன் பத்திரமான நிலை, சரிநுட்பம், நன்னிலை முதலியவற்றை உறுதிப்படுத்திக்கொள்ள வேண்டி, அதனை ஆராய் அல்லது சோதனை செய்; சரிபார் *Check your work for mistakes before you hand it in.* • *The doctor X-rayed me to check for broken bones.* **2** [I, T] **check (sth) (with sb)** to make sure that sth is how you think it is நினைத்தபடி ஒன்று உள்ளதா என்பதை உறுதிப்படுத்திக்கொள் *You'd better check with Sunil that it's OK to borrow his bike.* • *I'll phone and check what time the bus leaves.* **3** [T] to stop or make sb/sth stop or go more slowly ஒருவரை/ஒன்றைத் தடு; நிறுத்து; ஒருவருடைய/ஒன்றன் வேகத்தை அல்லது தீவிரத்தைக் குறை; மட்டுப்படுத்து *Gopalan checked his pace as he didn't want to tire too early.* **4** [T] (*AmE*) = **tick¹ 2**
PHR V **check in (at ...); check into ...** to go to a desk in a hotel or an airport and tell an official that you have arrived ஒரு தங்கல்மனையின் அல்லது விமான நிலையத்தின் தகவல் மேசைக்குச் சென்று அங்குள்ள அலுவலரிடம் தான் வந்துசேர்ந்துவிட்டதைக் கூறு அல்லது தன் வருகையைப் பதிவுசெய்
check sth off to mark names or items on a list ஒரு பட்டியலிலுள்ள பெயர்களை அல்லது பதிவுக்கூறுகளைச் சரிபார்த்ததற்கு அடையாளமாக அவற்றுக்கு எதிரே குறியிடு
check (up) on sb/sth to find out how sb/sth is ஒருவருடைய/ஒன்றன் நலனைக் கண்டறி *We call my grandmother every evening to check up on her.*
check out (of ...) to pay your bill and leave a hotel தங்கல்விடுதிக்கான கட்டணத்தைச் செலுத்திவிட்டு வெளியேறு
check sb/sth out 1 to find out more information about sb/sth, especially to find out if sth is true or not குறிப்பாக ஒன்று மெய்யானதா இல்லையா என்பதைச் சரிபார்க்க, ஒருவரை/ஒன்றைப் பற்றிய கூடுதலான தகவல்களைத் தேடிக்காண்/கண்டறி *We need to check out these rumours of possible pay cuts.* **2** (*informal*) to look at sth, especially to find out if you like him/her/it குறிப்பாக ஒருவர்/ஒன்றன் மீதான தனது விருப்பத்தைக் கண்டறிய, அவரை/அதனை நேரில் பார்த்தறி *I'm going to check out that new club tonight.*
check up on sb/sth to make sure that sb/sth is working correctly, behaving well, etc., especially if you think he/she/it is not குறிப்பாக ஒருவருடைய/ஒன்றன் செயல்பாடு, நடத்தை முதலியன உரிய முறையில் அமையவில்லை

எனத் தான் கருதும் நிலையில், அவர்/அது சரியாக/செம்மையாக இருப்பதை உறுதிப்படுத்திக்கொள்

check² /tʃek/ *noun* **1** [C] **a check (on sth)** a close look at sth to make sure that it is safe, correct, in good condition, etc. ஒன்று பத்திரமாக, திருத்தமாக, நல்ல நிலையில் உள்ளதா என்பதை உறுதிப்படுத்திக்கொள்ள அதனை அணுகி நோக்குதல்; நுண்ணாய்வு *We carry out/do regular **checks** on our products to make sure that they are of high quality.* • *I don't go to games, but I like to **keep a check** on my team's results.* **2** [C] **a check (on/to sth)** (*formal*) sth that controls sth else and stops it from getting worse, etc. மற்றொன்றைக் கட்டுப்படுத்தி அது மேலும் மோசமாகாமல் தடுக்கும் ஒன்று **3** [C, U] a pattern of squares, often of different colours பெரும்பாலும் வெவ்வேறு வண்ணங்களில் அமைந்த கட்டங்கட்டமான அமைப்பு *a check jacket* • *a pattern of blue and red checks* **4** [U] the situation in a particular game (**chess**), in which a player must move to protect his/her king சதுரங்க ஆட்டத்தில் ஓர் ஆட்டக்காரர் தனது 'மன்னரைக்' காத்துக்கொள்ள காய்களை நகர்த்தவேண்டிய (நெருக்கடி) நிலை ➪ **checkmate** பார்க்க. **5** [C] (*AmE*) = **cheque 6** [C] (*AmE*) = **bill¹ 1 7** [C] (*AmE*) = **tick² 1**

IDM **hold/keep sth in check** to stop sth from advancing or increasing too quickly ஒன்று மிகை வேகத்துடன் முன்னேறுவதை அல்லது பெருகுவதைக் கட்டுப்படுத்து; தடுத்து நிறுத்து அல்லது மட்டுப்படுத்து

checkbook (*AmE*) = **chequebook**

checkbox *noun* [C] (*computing*) a square on a computer screen that allows you to choose sth by pressing (**clicking**) on it with your mouse button சுட்டிப் பொத்தானை அமுக்கி வேண்டிய ஒரு நிரலை/மென்பொருளைத் தேர்ந்தெடுத்துக்கொள்ள வகைசெய்யும், கணிப்பொறித் திரையிலுள்ள ஒரு சிறு சதுரக் கட்டம்; நிரல் தேர்வுச் சதுரக் கட்டம்

checked /tʃekt/ *adj.* with a pattern of squares கட்டங்கட்டமான வடிவமைப்பைக் கொண்ட *a red-and-white checked tablecloth*

checkers /'tʃekəz/ (*AmE*) = **draught¹ 2**

check-in *noun* [C] **1** the act of checking in at an airport விமான நிலையத்தில் ஒருவர் தான் வந்து சேர்ந்துவிட்டதைத் தெரிவித்தல் அல்லது தனது வருகையைப் பதிவுசெய்தல் *Our check-in time is 10.30 a.m.* **2** the place where you check in at an airport விமான நிலையத்தில் ஒருவர் தான் வந்து சேர்ந்துவிட்டதைத் தெரிவிக்கும் இடம்

checking account (*AmE*) = **current account**

checklist /'tʃeklɪst/ *noun* [C] a list of things that you must do or have செய்யவேண்டிய செயல்களின் அல்லது வைத்துக்கொள்ளவேண்டிய பொருள்களின் பட்டியல்; சரிபார்ப்புப் பட்டியல்

checkmate /ˌtʃek'meɪt/ *noun* [U] the situation in a particular game (**chess**), in which you cannot protect your king and so have lost the game சதுரங்க ஆட்டத்தில் ஒருவர் தனது 'மன்னரைக்' காப்பாற்ற வழியின்றித் தோல்வியுற்ற நிலை ➪ **check² 3** பார்க்க.

checkout /'tʃekaʊt/ *noun* [C] the place in a large food shop (**supermarket**) where you pay மளிகைப்பொருள் சிறப்பங்காடியில் பணம் செலுத்தும் இடம்

checkpoint /'tʃekpɔɪnt/ *noun* [C] a place where all people and vehicles must stop and be checked ஆட்கள், ஊர்திகள் அனைவரும்/அனைத்தும் நிறுத்தப்பட்டுச் சோதனை செய்யப்படவேண்டிய இடம்; தணிக்கைச் சாவடி *an army checkpoint*

check-up *noun* [C] a general medical examination to make sure that you are healthy நலமான உடல்நிலையை/உடல்நலத்தை உறுதிப்படுத்திக்கொள்வதற்காகச் செய்துகொள்ளப்படும் பொதுநிலை மருத்துவ ஆய்வு; உடற் பரிசோதனை

cheddar /'tʃedə(r)/ *noun* [U] a type of hard yellow cheese கெட்டியான மஞ்சள் நிறப் பாலடைக்கட்டி வகை

cheek /tʃiːk/ *noun* **1** [C] either side of the face below your eyes கன்னம்; கதுப்பு ➪ **body** பதிவில் படம் பார்க்க. **2** [C, U] (*BrE*) rude behaviour; lack of respect முரட்டுத்தனமான நடத்தை; மரியாதை இன்மை; துடுக்குத்தனம் *He's got a cheek, asking to borrow money again!*

IDM **(with) tongue in cheek** ➪ **tongue** பார்க்க.

cheekbone /'tʃiːkbəʊn/ *noun* [C] the bone below your eye கண்ணுக்குக் கீழ்ப்பகுதியில் உள்ள எலும்பு; கன்ன எலும்பு ➪ **body** பதிவில் படம் பார்க்க.

cheeky /'tʃiːki/ *adj.* (*BrE*) (**cheekier**; **cheekiest**) not showing respect; rude மரியாதை உணர்வற்ற; முரட்டுத்தனமான; நாகரிக நயமற்ற; துடுக்குத்தனமான *Don't be so cheeky! Of course I'm not fat!* ▶ **cheekily** *adv.*

cheer¹ /tʃɪə(r)/ *verb* **1** [I, T] to shout to show that you like sth or to encourage sb who is taking part in a competition, sport, etc. ஒன்றன்மீதுள்ள விருப்பத்தை வெளிப்படுத்தும் முறையிலோ, போட்டி, விளையாட்டு முதலியவற்றில் பங்குபெறும் ஒருவரை ஊக்குவிக்கும் முறையிலோ உரத்த ஒலி எழுப்பு; ஆர்ப்பரி *Everyone cheered the winner as he crossed the finishing line.* **2** [T] to make sb happy or more hopeful ஒருவரை மகிழ்வி அல்லது ஊக்கப்படுத்து *They were all cheered by the good news.*

PHR V **cheer sb on** to shout in order to encourage sb in a race, competition, etc. ஒரு பந்தயம், போட்டி முதலியவற்றில் ஒருவரை ஊக்குவிக்கும் முறையில் உரத்த ஒலி எழுப்பு; மேலும் விஞ்சுமாறு ஊக்கொலி எழுப்பு; கிளர்ச்சியூட்டு *As the runners started the last lap the crowd cheered them on.*

cheer (sb/sth) up to become or to make sb happier; to make sth look more attractive மேலும் மகிழ்வுறு; களிகொள்; ஒருவரை மேலும் மகிழச்செய்; இன்ப எழுச்சியூட்டு; ஒன்று மேலும் கவர்ச்சியுடையதாகத் தோன்றச் செய் *Cheer up! Things aren't that bad.* • *A few pictures would cheer this room up a bit.*

cheer[2] /tʃɪə(r)/ *noun* [C] a loud shout to show that you like sth or to encourage sb who is taking part in a competition, sport, etc. ஒன்றன் மீதுள்ள விருப்பத்தை வெளிப்படுத்தும் முறையிலோ, ஒரு போட்டி, விளையாட்டு முதலியவற்றில் பங்குபெறும் ஒருவரை ஊக்குவிக்கும் முறையிலோ எழுப்பப்படும் உரத்த ஒலி; ஊக்கொலி; ஆர்ப்பரிப்பு *The crowd* ***gave a cheer*** *when the president appeared.*

cheerful /ˈtʃɪəfl/ *adj.* feeling happy; showing that you are happy மனம் மகிழ்கிற; இன்ப உணர்ச்சி கொள்கிற; மன எழுச்சியுடைய; மகிழ்ச்சியை வெளிப்படுத்துகிற *Sunita is always very cheerful.* • *a cheerful smile* ▶ **cheerfully** /-fəli/ *adv.* ▶ **cheerfulness** *noun* [C]

cheerleader /ˈtʃɪəli:də(r)/ *noun* [C] (especially in the US) one of a group of girls or women at a sports match who wear special uniforms and shout, dance, etc. in order to encourage people to support the players (குறிப்பாக அமெரிக்காவில்) ஒரு விளையாட்டுப் போட்டியின் போது வீரர்களுக்குப் பின்பலமாக இருக்குமாறு பார்வையாளர்களை ஊக்குவிக்கும் முறையில் மகிழ்ச்சி ஆர்ப்பரிப்பு, நடனம் முதலியவற்றில் ஈடுபடும் தனிச் சீருடை அணிந்த சிறுமியர் அல்லது பெண்கள் குழுவில் உள்ள ஒருவர்

cheers /tʃɪəz/ *exclamation* (*informal*) used to express good wishes before you have an alcoholic drink மதுபானத்தை அருந்துமுன் நல்வாழ்த்து கூறப் பயன்படுத்தப்படும் சொல்: நலம் பெறுக! *'Cheers,' she said, raising her wine glass.*

cheery /ˈtʃɪəri/ *adj.* happy and smiling மகிழ்வும் இன்முகமும் கொண்ட; அகமும் புறமும் மலர்ந்த *a cheery remark/wave/smile* ▶ **cheerily** *adv.*

cheese /tʃi:z/ *noun* **1** [U] a type of food made from milk. Cheese is usually white or yellow in colour and can be soft or hard பாலிலிருந்து தயாரிக்கப்படும், பெரும்பாலும் வெண்மை அல்லது மஞ்சள் நிறமுடைய, மிருதுவாகவோ கெட்டியாகவோ உள்ள உணவு வகை, உறைபாலேடு; பாலடைக்கட்டி *a piece of cheese* • *a cheese sandwich* **2** [C] a type of cheese பாலடைக்கட்டியில் ஒரு வகை *a wide selection of cheeses*

cheesecake /ˈtʃi:zkeɪk/ *noun* [C, U] a type of cake that is made from soft cheese and sugar on a pastry or biscuit base, often with fruit on top மாவடை அல்லது பிஸ்கோத்து அடிப்பகுதியாக அமையுமாறு, மிருதுவான பாலடைக்கட்டியும் சர்க்கரையும் கலந்து செய்யப்படும் கேக் வகை. இதன் மேல் பெரும்பாலும் பழங்கள் இடப்பட்டிருக்கும்

cheetah *noun* [C] a large wild cat with black spots that can run very fast கடுவிரைவாக ஓடக்கூடியதும் உடலில் கறுப்புப் புள்ளிகளை உடையதுமான பூனையினத்தைச் சார்ந்த பெரிய காட்டு விலங்கு வகை; சிறுத்தைப்புலி வகை

chef /ʃef/ *noun* [C] a professional cook, especially the head cook in a hotel, restaurant, etc. தனித்திறச் சமையற்காரர்; குறிப்பாக தங்கல்விடுதி, உணவகம் முதலியவற்றின் தலைமைச் சமையற்காரர்

chemical[1] /ˈkemɪkl/ *adj.* connected with chemistry; involving changes to the structure of a substance வேதியியல் சார்ந்த; வேதியியலுக்கு உரிய; ஒரு பொருளின் உள்ளமைப்பில் மாற்றங்கள் நிகழ்வது தொடர்பான *a chemical reaction* ▶ **chemically** /-kli/ *adv.*

chemical[2] /ˈkemɪkl/ *noun* [C] a substance that is used or produced in a chemical process ஒரு வேதியியல் செயல் முறையில் பயன்படுத்துகிற அல்லது செயல்முறை மூலமாகப் பெறப்படுகிற பொருள்; வேதிப் பொருள் *Sulphuric acid is a dangerous chemical.* • *chemical weapons/warfare*

chemist /ˈkemɪst/ *noun* [C] **1** (*also* **pharmacist** *AmE* **druggist**) a person who prepares and sells medicines மருந்துச் சரக்குகள் செய்து அல்லது மருந்து கலந்து விற்பனை செய்பவர்; மருந்துக் கடைக்காரர் **2 the chemist's** (*AmE* **drugstore**) a shop that sells medicines, soap, cosmetics, etc. மருந்துச் சரக்குகள், சோப்பு, நிழற்படச் சுருள், முதலியன விற்கும் கடை *I got my tablets from the chemist's.* **3** a person who is a specialist in chemistry வேதியியல் வல்லுநர்

chemistry /ˈkemɪstri/ *noun* [U] **1** the scientific study of the structure of substances and what happens to them in different conditions or when mixed with each other பொருள்களின்

உள்ளமைப்பையும், பல்வேறு நிலைகளில் அல்லது ஒன்றுடன் ஒன்று சேரும்போது அவை அடையும் மாற்றங்களையும் ஆராயும் அறிவியல் துறை; வேதியியல்; இரசாயனம் **2** the structure of a particular substance குறிப்பிட்ட ஒரு பொருளிலுள்ள உட்கூறுகளின் அமைப்பு முறை; ஒரு பொருளின் உள்ளியைபு

chemotherapy /ˌkiːməʊˈθerəpi/ *noun* [U] the treatment of an illness, especially cancer using chemical substances வேதியியல் பொருள்களைப் பயன்படுத்தி நோயை (குறிப்பாக புற்றுநோயை)க் குணப்படுத்தும் மருத்துவ முறை *She was suffering from leukaemia and is undergoing chemotherapy.*

cheque (*AmE* **check**) /tʃek/ *noun* [C, U] a piece of paper printed by a bank that you sign and use to pay for things கையொப்பமிட்டுப் பொருள்களுக்கான விலையை/கட்டணத்தைச் செலுத்தப் பயன்படுத்தும் வங்கித்தாள்; காசோலை *She wrote out a cheque for Rs 1200.* • *I went to the bank to* ***cash a cheque.*** • *Can I* ***pay by cheque****?*

chequebook (*AmE* **checkbook**) /ˈtʃekbʊk/ *noun* [C] a book of cheques காசோலைத் தாள்களின் கட்டு; காசோலை ஏடு

cherish /ˈtʃerɪʃ/ *verb* [T] **1** to love sb/sth and look after him/her/it carefully ஒருவரை நேசித்துப் பரிவுடன் கவனித்துக்கொள்; அன்புடன் பேணு **2** to keep a thought, feeling, etc. in your mind and think about it often ஒரு கருத்து, ஓர் உணர்ச்சி முதலியவற்றை மனத்தில் இருத்தி அவ்வப்போது அதுபற்றி எண்ணிப் பார்; ஒன்றை நினைவில் பேணு, மனத்தில் வைத்துப் பாராட்டு *a cherished memory*

cherry /ˈtʃeri/ *noun* [C] (*pl.* **cherries**) **1** a small round black or red fruit that has a stone inside it உள்ளே விதையை/கொட்டையை உடைய, சிறிய உருண்டை வடிவக் கறுப்பு அல்லது சிவப்பு நிறப் பழ வகை ⇨ **fruit** பதிவில் படம் பார்க்க. **2** (*also* **cherry tree**) the tree that produces cherries மேற்கூறிய கனியைத் தரும் மரம்

cherub /ˈtʃerəb/ *noun* [C] a type of **angel** that looks like a fat male child with wings சிறகுகள் கொண்ட ஒரு கொழுத்த ஆண் குழந்தையைப் போலத் தோற்றமளிக்கும் ஒரு வகை வானுலக தேவதை; இளம்கொழுமை வாய்ந்த சிறகுடைய தெய்வ உரு

chess /tʃes/ *noun* [U] a game for two people that is played on a board with 64 black and white squares (**a chessboard**). Each player has 16 pieces which can be moved according to fixed rules அறுபத்து நான்கு கறுப்பு மற்றும் வெள்ளை நிறக் கட்டங்கள் உள்ள பலகையில், ஒவ்வொருவருக்கும் பதினாறு கவறுகள் எனக்கொண்டு, அக்கவறுகளை அறுதி செய்யப்பட்ட விதிமுறைகளின்படி நகர்த்தி இருவர் விளையாடும் ஆட்டம்; சதுரங்கம் *Can you* ***play chess****?*

chest /tʃest/ *noun* [C] **1** the top part of the front of your body மனித உடலின் முன்புறத்தின் மேல்பகுதி; மார்பு; நெஞ்சு ⇨ **body** பதிவில் படம் பார்க்க. **2** a large strong box that is used for storing or carrying things பொருள்களைச் சேமித்து வைப்பதற்கு அல்லது எடுத்துச் செல்வதற்குப் பயன்படுத்தப்படும் அளவில் பெரிய உறுதியான பெட்டி வகை

IDM **get sth off your chest** (*informal*) to talk about sth that you have been thinking or worrying about மனத்தில் நினைத்துக்கொண்டிருக்கிற அல்லது கவலைப்பட்டுக்கொண்டிருக்கிற ஒன்றைப் பற்றிப் பேசு; மனச்சுமையை இறக்கு

chestnut /ˈtʃesnʌt/ *noun* [C] **1** (*also* **chestnut tree**) a tree with large leaves that produces smooth brown nuts in shells with sharp points on the outside வெளிப்புறத்தில் கூர்முனைகளைக்கொண்ட தோட்டினுள் சொரசொரப்பற்ற பழுப்புநிறக் கொட்டைகளை உடையதும் அகன்ற இலைகளைக் கொண்டதுமான மர வகை **2** a smooth brown nut from the chestnut tree. You can eat some chestnuts மேற்கூறிய மரத்தின் சொரசொரப்பற்ற பழுப்பு நிறக் கொட்டை. இக்கொட்டைகளில் சிலவகை உண்ணுதற்கு உரியன *roast chestnuts* ⇨ **conker** பார்க்க; மேலும் **nut** பதிவில் படம் பார்க்க.

chest of drawers *noun* [C] a piece of furniture with drawers in it that is used for storing clothes, etc. ஆடைகள் முதலியவற்றை வைத்துக்கொள்வதற்கான, இழுப்பறைகள் உள்ள ஓர் அறைக்கலம்

chew /tʃuː/ *verb* [I, T] **1** to break up food in your mouth with your teeth before you swallow it உணவை விழுங்குவதற்கு முன் பற்களால் கடித்துத் துண்டு துண்டாக்கு; மெல்லு **2 chew (on) sth** to bite sth continuously with the back teeth ஒரு பொருளைக் கடைவாய்ப் பற்களால் தொடர்ந்து கடி, அரை; மெல்லு *The dog was chewing on a bone.*

chewing gum (*also* **gum**) *noun* [U] a sweet sticky substance that you chew in your mouth but do not swallow விழுங்கிவிடாமல் வாயில் கடித்து அதக்கும் இனிப்பான ஒட்டுந் தன்மையுள்ள ஒரு பொருள்; அதக்கும் சவ்வு ⇨ **bubblegum** பார்க்க.

chewy /ˈtʃuːi/ *adj.* (used about food) needing to be chewed a lot before it can be swallowed (உணவைப் பற்றிக் குறிப்பிடுகையில்) விழுங்குவதற்கு முன் நெடுநேரம் மெல்ல வேண்டிய;

எளிதாகக் கடித்து விழுங்க முடியாத *chewy meat/toffee*

chic /ʃi:k/ *adj.* fashionable and elegant நவநாகரிகமும் நேர்த்தியும் உடைய; நடையுடையில் நவநாகரிகப் போக்குடைய; ஒயிலான ▶ **chic** *noun* [U]

chick /tʃɪk/ *noun* [C] a baby bird, especially a young chicken பறவைக் குஞ்சு; குறிப்பாக, கோழிக்குஞ்சு

chicken[1] /ˈtʃɪkɪn/ *noun* **1** [C] a bird that people often keep for its eggs and its meat பெரும்பாலும் முட்டைகளுக்காகவும் இறைச்சிக்காகவும் வளர்க்கப்படும் பறவை வகை; கோழி **2** [U] the meat of this bird கோழி இறைச்சி *chicken soup*

NOTE கோழி, அதன் இறைச்சி இரண்டையும் குறிக்கப் பயன்படுத்தப்படும் பொதுச்சொல் **chicken** என்பதாகும். ஆண் கோழி **cock** அல்லது **rooster** என்றும், பெண் கோழி **hen** என்றும், கோழிக்குஞ்சு **chick** என்றும் அழைக்கப்படுகின்றன.

IDM **Don't count your chickens (before they're hatched)** ⇨ **count**[1] பார்க்க.

chicken[2] /ˈtʃɪkɪn/ *verb*

PHR V **chicken out (of sth)** (*informal*) to decide not to do sth because you are afraid அச்சத்தின் காரணமாக ஒரு செயலைச் செய்யாது விட முடிவுசெய்; அஞ்சி ஒரு செயலிலிருந்து பின்வாங்கு

chickenpox /ˈtʃɪkɪnpɒks/ *noun* [U] a disease, especially of children. When you have chickenpox you feel very hot and get red spots on your skin that make you want to scratch மிகுதியான வெம்மை உணர்ச்சியைத் தோற்றுவிப்பதும், நமைச்சலை ஏற்படுத்தும் செந்நிறப் புள்ளிகள் தோல்மீது தோன்றுவதும் ஆகிய, குறிப்பாக குழந்தைகளுக்கு வரும் நோய் வகை; சின்னம்மை, தட்டம்மை

chicory /ˈtʃɪkəri/ (*AmE* **endive**) *noun* [U] a small pale green plant with bitter leaves that can be eaten cooked or not cooked சமைத்து அல்லது பச்சையாக உண்ணக்கூடிய கசப்புச்சுவையுடைய இலைகளைக் கொண்ட சிறு இளம்பச்சை நிறத் தாவர வகை

chief[1] /tʃi:f/ *noun* [C] **1** the person who has command or control over an organization ஒரு நிறுவனத்தின் மேலாண்மைப் பொறுப்பிலுள்ள அல்லது அதன் செயல்பாட்டை நெறிப்படுத்தும் ஒருவர்; செயலாட்சியர்; தலைவர்; பணி முதல்வர் *the chief of police* **2** the leader of a tribe ஓர் இனக்குழுவின் தலைவர்

chief[2] /tʃi:f/ *adj.* (*only before a noun*) **1** most important; main முதன்மையான; தலைமையான; உயர் முக்கியத்துவம் உடைய *One of the chief reasons for his decision was money.* **2** of the highest level or position உச்சப் படிநிலையில் உள்ள; முதன்மை/தலைமைப் பொறுப்பு வகிக்கிற *the chief executive of a company*

chiefly /ˈtʃi:fli/ *adv.* mainly; mostly முக்கியமாக; சிறப்பாக; பேரளவில்; பெரும்பான்மையாக *His success was due chiefly to hard work.*

chieftain /ˈtʃi:ftən/ *noun* [C] the leader of a tribe ஓர் இனக்குழுவின் தலைவர்; குலமரபுத் தலைவர்; குலபதி

chiffon /ˈʃɪfɒn/ *noun* [U] a very thin, transparent type of cloth used for making clothes, etc. உடைகள், முதலியவை தைத்துக்கொள்ளப் பயன்படுத்தப்படும் மிகவும் மெலிதான கண்ணாடி போன்ற துணி வகை; ஒரு வகை மென்துகில்

chiku (*also* **chikoo**) *noun* [C] (*IndE*) **1** the sapodilla tree சப்போட்டா மரம் **2** the edible fruit of this tree with black seeds; sapota. It is also known as sapodilla plum சப்போட்டாப்பழம். கருப்பு விதைகள் உள்ள இப்பழத்திற்கு சப்போடில்லா ப்ளம் என்றும் பெயர்

chilblain /ˈtʃɪlbleɪn/ *noun* [C] a painful red area on your foot, hand, etc. that is caused by cold weather குளிர் வானிலை காரணமாகப் பாதம், கை முதலியவற்றில் உண்டாகி வலி ஏற்படுத்தும் செந்நிறப் பொட்டு; கடுங்குளிரால் ஏற்படும் கன்றிய கைகால் கொப்புளம்

child /tʃaɪld/ *noun* [C] (*pl.* **children** /ˈtʃɪldrən/) **1** a young boy or girl who is not yet an adult வயது வராத இளம் சிறுவன் அல்லது சிறுமி; குழந்தை *A group of children were playing in the park.* • *a six-year-old child* **2** a son or daughter of any age (வயது குறிப்பிடாமல்) மகவு; மகன்; மகள் *She has two children but both are married and have moved away.*

NOTE உடன்பிறப்பு இல்லாத ஒரு குழந்தையை **only child** என வழங்குகிறோம். தங்களுடையது அல்லாத (உதாரணமாக, பெற்றோரை இழந்துவிட்ட) ஒரு குழந்தையை ஓர் இணையர் **adopt** செய்யலாம் (தத்தெடுக்கலாம்). தான் பிறவாத ஒரு குடும்பத்தினரால் குறிப்பிட்ட காலத்துக்குப் பேணி வளர்க்கப்படும் குழந்தை **foster child** (வளர்ப்புக் குழந்தை) என்றழைக்கப்படுகிறது.

childbirth /ˈtʃaɪldbɜ:θ/ *noun* [U] the act of giving birth to a baby குழந்தை பெறுதல்; பிள்ளைப்பேறு; மகப்பேறு *His wife died* ***in childbirth***.

childcare /ˈtʃaɪldkeə(r)/ *noun* [U] the job of looking after children, especially while the parents are at work குறிப்பாக பெற்றோர்கள் பணிக்குச் சென்றிருக்கும் வேளைகளில், குழந்தைகளைக் கவனித்துப் பேணுதல்;

பணிசெல்வோர் குழந்தைப் பராமரிப்பு *Some employers provide childcare facilities.*

childhood /ˈtʃaɪldhʊd/ *noun* [C, U] the time when you are a child ஒருவர் குழந்தையாக இருக்கும் காலம்; குழந்தைப் பருவம் *Harish had a very unhappy childhood. • childhood memories*

childish /ˈtʃaɪldɪʃ/ *adj.* like a child குழந்தை போன்ற; சிறுபிள்ளைத்தனமான *childish handwriting* ▶ **childishly** *adv.*

> NOTE ஒருவரை அல்லது ஒருவருடைய நடத்தையை **childlike** என்று கூறும்போது, அவர் ஏதோ ஒரு முறையில் குழந்தையை ஒத்திருக்கிறார் என்று பொருள்—*His childlike enthusiasm delighted us all.* வயது வந்த ஒருவருடைய நடத்தையை **childish** என்னும்போது, அந்த நடத்தை அற்பமானது என்று கருதி, அதனைக் குறை கூறுகிறோம்—*Don't be so childish! You can't always have everything you want.*

childless /ˈtʃaɪldləs/ *adj.* having no children குழந்தைகள் இல்லாத; குழந்தைப்பேறு அற்ற

childlike /ˈtʃaɪldlaɪk/ *adj.* like a child குழந்தை போன்ற; சூதுவாதற்ற; இயல் எளிமை உடைய ➪ **childish** பார்க்க.

childminder /ˈtʃaɪldmaɪndə(r)/ *noun* [C] a person whose job is to look after a child while his/her parents are at work பெற்றோர்கள் பணிக்குச் சென்றிருக்கும் போது அவர்களுடைய குழந்தையை கவனித்துப் பேணுபவர்

childproof /ˈtʃaɪldpruːf/ *adj.* designed so that young children cannot open, use or damage it குழந்தைகளால் திறக்கவோ, பயன்படுத்தவோ சேதப்படுத்தவோ முடியாதபடி வடிவமைக்கப்பட்ட *childproof containers for medicine*

children's home *noun* [C] an institution where children live whose parents cannot look after them பெற்றோர்களால் காப்பாற்றி வளர்க்க முடியாத குழந்தைகள் தங்கி வாழும் நிறுவனம்; குழந்தைகள் காப்பகம்

chili (*AmE*) = **chilli**

chill[1] /tʃɪl/ *noun* **1** [*sing.*] an unpleasant cold feeling மனத்திற்கு ஒவ்வாத குளிருணர்ச்சி; மிகு குளிர்ச்சி *There's a chill in the air.* • (*figurative*) *A chill of fear went down my spine.* **2** [C] (*informal*) a common illness that affects your nose and throat; a cold மூக்கு, தொண்டை ஆகியவற்றைப் பாதிக்கும் பொதுவான நோய் வகை; நீர்க்கோப்பு; சளி *to catch a chill*

chill[2] /tʃɪl/ *verb* [I, T] **1** to become or to make sb/sth colder குளிர் அதிகரி; கடுங்குளிராகு; ஒருவருக்கு/ஒன்றுக்கு மிகு குளிர் ஊட்டு; கடுங்குளிருக்கு உட்படுத்து **2** (*also* **chill out**) (*informal*) to relax and not feel angry or nervous about anything எந்த ஒன்றைப் பற்றியும் சின உணர்வோ சஞ்சலமோ இன்றி அமைதிகொள்; உணர்ச்சிக் கடுமை தணிந்து அமைதிப்படு *I work hard all week so on Sundays I just chill out.*

chilli (*AmE* **chili**) /ˈtʃɪli/ *noun* [C, U] (*pl.* **chillies**; *AmE* **chilies**) a small green or red vegetable that has a very strong hot taste கடுமையான காரச்சுவை உடைய சிறு பச்சை அல்லது சிவப்பு நிறக் காய்கறி; மிளகாய் *chilli powder* ➪ **vegetable** பதிவில் படம் பார்க்க.

chilling /ˈtʃɪlɪŋ/ *adj.* frightening அச்சுறுத்துகிற; திகிலடையச் செய்கிற; கிலி உண்டாக்குகிற *a chilling ghost story*

chilly /ˈtʃɪli/ *adj.* (**chillier**; **chilliest**) (used about the weather but also about people) too cold to be comfortable (வானிலை பற்றியும் மனிதர்கள் பற்றியும் குறிப்பிடும்போது) ஒவ்வாத முறையில் குளிராக உள்ள; நட்பார்வத்தைக் காட்டாமல் மன எழுச்சியைக் கெடுக்கிற *It's a chilly morning. You need a coat on.* • *We got a very chilly* (= unfriendly) *reception.*

chime /tʃaɪm/ *verb* [I, T] (used about a bell or clock) to ring (மணி அல்லது மணிப்பொறி பற்றிக் குறிப்பிடுகையில்) அதிர்வொலி எழுப்பு; அடித்து ஓசை செய்; மணி அடித்து நேரம் காட்டு ▶ **chime** *noun* [C]

PHR V **chime in (with sth)** (*informal*) to interrupt a conversation and add your own comments ஓர் உரையாடலின் இடையில் நுழைந்து கருத்துக் கூறு; ஓர் உரையாடலில் குறுக்கிட்டுப்பேசு

chimney /ˈtʃɪmni/ *noun* [C] a pipe through which smoke or steam is carried up and out through the roof of a building புகை அல்லது நீராவியை மேல் கொண்டுசென்று கட்டடத்தின் கூரை வழியாக வெளியேற்றும் குழாய்; புகைபோக்கி

chimney sweep *noun* [C] a person whose job is to clean the inside of chimneys with long brushes நீண்ட துடைப்பக் கழியைப் பயன்படுத்திப் புகைபோக்கிகளின் உட்புறத்தைத் தூய்மை செய்பவர்; புகைபோக்கித் துப்புரவுப் பணியாளர்

chimpanzee /ˌtʃɪmpænˈziː/ (*informal* **chimp** /tʃɪmp/) *noun* [C] a small intelligent animal like a monkey but without a tail (**an ape**) which is found in Africa குரங்கு போன்ற, ஆனால் வாலில்லாத, அறிவுக்கூர்மையுள்ள சிறு ஆப்பிரிக்க விலங்கு வகை; குரங்கின விலங்கு வகை ➪ **primate** பதிவில் படம் பார்க்க.

chin /tʃɪn/ *noun* [C] the part of your face below your mouth வாய்க்குக் கீழுள்ள முகப் பகுதி; முகவாய்க்கட்டை ➪ **body** பதிவில் படம் பார்க்க.

china /ˈtʃaɪnə/ *noun* [U] **1** white clay of good quality that is used for making cups, plates, etc. குவளைகள், தட்டங்கள் முதலியன செய்யப் பயன்படுத்தப்படும் தரமான வெள்ளைக் களிமண்; பீங்கான் *a china vase* **2** cups, plates, etc. that are made from china வெள்ளைக் களிமண்ணால் செய்யப்பட்ட குவளைகள், தட்டங்கள் முதலியன; வெள்ளைக் களிமண்/ பீங்கான் பாத்திரங்கள்

china clay = **kaolin**

chink /tʃɪŋk/ *noun* [C] a small narrow opening சிறு துளை; ஓட்டை; புழை *Daylight came in through a chink between the curtains.*

chintz /tʃɪnts/ *noun* [U] a shiny cotton cloth with a printed design, usually of flowers, which is used for making curtains, covering furniture, etc. திரைச்சீலை, அறைக்கலங்களின் மேல்விரிப்பு முதலியன செய்யப் பயன்படுத்தப்படும், பெரும்பாலும் பூக்களின் படங்கள் அச்சிடப்பட்ட பளபளப்பான பருத்தித் துணி; சீட்டித் துணி

chip[1] /tʃɪp/ *noun* [C] **1** the place where a small piece of stone, glass, wood, etc. has broken off sth கல், கண்ணாடி, மரக்கட்டை, முதலியன உடைபட்டு வடுவான பகுதி; சிராய்ப்பு; வடு *This dish has a chip in it.* **2** a small piece of stone, glass, wood, etc. that has broken off sth கல், கண்ணாடி, மரக்கட்டை முதலியன உடைபட்டுப் பிரிந்த துண்டு; துணுக்கு; சில்லு **3** (*AmE* **French fry**) (*usually pl.*) a thin piece of potato that is fried in hot fat or oil சூடான கொழுப்பு நெய்யில் அல்லது எண்ணெய்யில் பொரிக்கப்பட்ட மெல்லிய உருளைக்கிழங்கு நறுக்கு; உருளைக்கிழங்கு வறுவல் **4** (*also* **potato chip**) = **crisp**[2] **5** = **microchip 6** a flat round piece of plastic that you use instead of money when you are playing some games சில போட்டி விளையாட்டுகளில் பணத்திற்குப் பதிலாகப் பயன்படுத்தப்படும் தட்டையான வட்ட வடிவ பிளாஸ்டிக் துண்டு

IDM have a chip on your shoulder (about sth) (*informal*) to feel angry about sth that happened a long time ago because you think it is unfair நீண்ட காலத்திற்கு முன் நடந்த, முறையற்றதாகக் கருதும் ஒன்றைக் குறித்துச் சினம் கொள்

chip[2] /tʃɪp/ *verb* [I, T] (**chipping**; **chipped**) **1** to break a small piece off the edge or surface of sth ஒன்றன் விளிம்பில் அல்லது மேற்பரப்பில் இருந்து ஒரு சிறு துண்டை உடைத்தெடு; சிறு சில்லாக உடை; சீவியெடு *They chipped the paint trying to get the table through the door.* **2** (in sport) to kick or hit a ball a short distance through the air (விளையாட்டில்) தரைக்கு மேல் சிறிது தொலைவு போகுமாறு பந்தை உதை அல்லது அடி

PHR V chip in (with sth) (*informal*) **1** to interrupt when sb else is talking வேறொருவர் பேசும்போது குறுக்கிடு; இடையீடு செய் **2** to give some money as part of the cost of sth ஒரு பொருள் விலையின் பகுதிப் பணம் கொடு *We all chipped in and bought him a present when he left.*

chiropodist /kɪˈrɒpədɪst/ (*AmE* **podiatrist**) *noun* [C] a person whose job is to look after people's feet மனிதர்களின் பாதங்களின் நலம்பேணும் தொழில் செய்பவர்; பாத மருத்துவர்

chiropody /kɪˈrɒpədi/ (*AmE* **podiatry**) *noun* [U] the care and treatment of people's feet மனிதர்களின் பாதங்களின் நலம் பேணலும் மருத்துவமும்

chiropractor /ˈkaɪərəʊpræktə(r)/ *noun* [C] a person whose job involves treating some diseases and physical problems by pressing and moving the bones in a person's back (**spine**) ஒருவருடைய முதுகுப் பகுதியிலுள்ள எலும்புகளை அமுக்கியும் அசைத்தும் சில நோய்களுக்கும் உடல் உபாதைகளுக்கும் மருத்துவம் செய்பவர்; வர்ம முறை மருத்துவர் ➪ **osteopath** பார்க்க.

chirp /tʃɜːp/ *verb* [I] (used about small birds and some insects) to make short high sounds (சிறு பறவைகள் மற்றும் சில பூச்சிகளைக் குறிப்பிடும்போது) முனைப்பான/செறிந்த குறுவொலி எழுப்பு; கிரீச்சொலி எழுப்பு; முரல் ஒலி செய்

chisel /ˈtʃɪzl/ *noun* [C] a tool with a sharp end that is used for cutting or shaping wood or stone மரத்தை அல்லது கல்லைத் துண்டுபடுத்துதல், செதுக்குதல், இழைத்தல், வடிவமைத்தல் முதலியவற்றுக்குப் பயன்படுத்தப்படும் கூர்முனை உடைய ஒரு கருவி; உளி; சிற்றுளி; தச்சுளி ➪ **tool** பதிவில் படம் பார்க்க.

chit /tʃɪt/ *noun* **1** *BrE* [C] a short note written on a small piece of paper or a small document; a bill ஒரு சிறிய காகிதத்துண்டில் எழுதப்பட்ட சிறு குறிப்பு அல்லது ஒரு சிறிய ஆவணம்; விலைப்பட்டி **2** (*also* **chit fund**) a kind of savings scheme practised in India which involves small and regular contributions from individuals. These contributions are collected, invested and returned in a lump sum at a profit to the contributor இந்தியாவில் நடைமுறையிலிருக்கும் ஒரு வகைச் சேமிப்பு திட்டம். இதில் பங்குதாரர்கள் சிறு தொகைகளை தவணை முறையில் காலம் தவறாது செலுத்தி வருவர். இத்தொகைகள் சேர்க்கப்பட்டு மொத்தமாக இலாபத்துடன் பங்குதாரர்களுக்கு திருப்பி அளிக்கப்படும்

chivalry /ˈʃɪvlri/ *noun* [U] polite and kind behaviour by men which shows respect towards women பெண்களிடம் மரியாதை காட்டும் முறையிலான ஆண்களின் பண்பும் பரிவும் கலந்த நடத்தை; பெண்டிரை மதித்துப் போற்றும் ஆண்டகைமை ▶ **chivalrous** /ˈʃɪvlrəs/ *adj.*

chive /tʃaɪv/ *noun* [C; *usually pl.*] a long thin green plant that tastes like onion and is used in cooking வெங்காயச் சுவையுடையதும் சமையலில் பயன்படுத்தப்படுவதுமான நீண்டு மெலிந்த பச்சை நிறத் தாவர வகை; வெங்காய இனப் பூண்டு வகை

chloride /ˈklɔːraɪd/ *noun* [U] a chemical compound of **chlorine** and another chemical குளோரினும் வேறொரு வேதிப் பொருளும் சேர்ந்த ஓர் இரசாயனக் கலவை; பாசிகை; குளோரைடு

chlorinate /ˈklɔːrɪneɪt/ *verb* [T] to put chlorine in sth, especially water ஒரு பொருளில் குறிப்பாக நீரில், குளோரினை இடு *a chlorinated swimming pool* ▶ **chlorination** /ˌklɔːrɪˈneɪʃn/ *noun* [U]

chlorine /ˈklɔːriːn/ *noun* [U] (*symbol* **Cl**) a greenish-yellow gas with a strong smell, that is used for making water safe to drink or to swim in வீரிய மணம் உடையதும், குடிப்பதற்கு அல்லது குளிப்பதற்கு/நீச்சலுக்கு ஏற்றவாறு தண்ணீரைக் காப்புச் செய்வதற்குப் பயன்படுத்தப்படுவதுமான பசுமை கலந்த மஞ்சள் நிற வாயு; பாசிகம்; குளோரின்

chloroform /ˈklɒrəfɔːm/ *noun* [U] (*symbol* **$CHCl_3$**) a colourless liquid with a strong smell used by doctors in the past to make people unconscious, for example before an operation (அறுவை மருத்துவத்திற்கு முன்) ஒருவரை உணர்விழக்கச் செய்வதற்காகக் கடந்த காலத்தில் மருத்துவர்களால் பயன்படுத்தப்பட்ட, வீரிய மணம் உடைய நிறமற்ற திரவ வகை; மயக்க மருந்து

chlorophyll /ˈklɒrəfɪl/ *noun* [U] the green substance in plants that takes in light from the sun to help them grow தம் வளர்ச்சிக்கு உதவும் சூரிய ஒளியை உள்வாங்கும், தாவரங்களிலுள்ள பச்சை நிறப் பொருள்; பாசியம்; குளோரோஃபில்

chloroplast /ˈklɒrəplɑːst/ *noun* [C] (*technical*) the part of a green plant cell that contains chlorophyll and in which **photosynthesis** takes place குளோரோபில்லைத் தன்னுள் கொண்டதும் ஒளிச்சேர்க்கை நிகழும் இடமுமான பசுந்தாவர உயிரணுவின் பகுதி; பாசணு; குளோரோப்ளாஸ்ட்

chock-a-block /ˌtʃɒkəˈblɒk/ *adj.* (*not before a noun*) completely full முழுவதும் நிறைந்துள்ள; முற்றும் நிரம்பிய; செறிந்த *The High Street was chock-a-block with shoppers.*

chocoholic /ˌtʃɒkəˈhɒlɪk/ *noun* [C] a person who loves chocolate and eats a lot of it சாக்லெட் பெரிதும் விரும்பித் தின்பவர்; சாக்லெட் பிரியர்

chocolate /ˈtʃɒklət/ *noun* **1** [U] a sweet brown substance made from seeds (**cocoa beans**) that you can eat as a sweet or use to give flavour to food and drinks இனிப்புப் பண்டமாகச் சாப்பிடக்கூடிய அல்லது உணவிலும் இன்குடிகளிலும் மணமூட்டப் பயன்படுத்தக்கூடிய, கொகோ விதைகளிலிருந்து தயாரிக்கப்படும் பழுப்பு நிற இன்சுவைப் பொருள்; சாக்லெட் *a bar of **milk/plain chocolate** • a chocolate milkshake* **2** [C] a small sweet that is made from or covered with chocolate சாக்லெட்டிலிருந்து தயாரிக்கப்படும் அல்லது சாக்லெட் மேலுறையாக அமைந்த சிறு இனிப்புப் பண்ட வகை *a box of chocolates* **3** [C, U] a drink made from powdered chocolate with hot milk or water சூடான பாலில் அல்லது நீரில் பொடியாக்கப்பட்ட சாக்லெட் கலந்து தயாரிக்கப்படும் பானம் *a mug of **hot chocolate*** **4** [U] a dark brown colour அடர் பழுப்பு நிறம்; கருந்தவிட்டு நிறம்

choice[1] /tʃɔɪs/ *noun* **1** [C] **a choice (between A and B)** an act of choosing between two or more people or things இரண்டு அல்லது இரண்டுக்கு மேற்பட்ட ஆட்களுள் அல்லது பொருள்களுள் ஒருவரை/ஒன்றைத் தேர்ந்தெடுத்தல்; தெரிவு; விருப்பத் தேர்வு *Sunil was forced to **make a choice** between moving house and losing his job.* **2** [U] the right or chance to choose தேர்ந்தெடுப்பதற்கான உரிமை அல்லது வாய்ப்பு; தேர்வுரிமை; தெரிவு வாய்ப்பு *There is a rail strike so we **have no choice** but to cancel our trip. • to have freedom of choice* ✪ SYN **option** **3** [C, U] two or more things from which you can or must choose விருப்பத் தேர்வுக்காக அல்லது தெரிவு செய்தாக வேண்டிய நிலையில் ஒருவர் முன் உள்ள இரண்டு அல்லது இரண்டுக்கு மேற்பட்ட பொருள்கள் *This cinema offers a choice of six different films every night.* **4** [C] a person or thing that is chosen தேர்ந்தெடுக்கப்பட்டவர்; தேர்ந்தெடுக்கப்பட்டது *Yeshwant Singh would be my choice as team captain.* ⇨ **choose** verb பார்க்க.

IDM **out of/from choice** because you want to; of your own free will விருப்பத்தின் பேரில்; மனம் விரும்பி; விருப்பத் தேர்வாக *I wouldn't have gone to America out of choice. I was sent there on business.*

choice[2] /tʃɔɪs/ *adj.* of very good quality உயர் தரமான; தரம் மேம்பட்ட; தரத்தில் சிறந்த *choice bananas*

choir /ˈkwaɪə(r)/ *noun* [C, *with sing. or pl. verb*] a group of people who sing together in churches, schools, etc. கிறிஸ்தவத் திருக்கோயில்கள், பள்ளிகள் முதலியவற்றில் இணைந்து பாடும் குழுவினர்; பாடகர் குழு

choke[1] /tʃəʊk/ *verb* **1** [I, T] **choke (on sth)** to be or to make sb unable to breathe because sth is stopping air getting into the lungs நுரையீரலுக்குக் காற்று செல்வது ஒரு பொருளால் தடுக்கப்பட்டு மூச்சு விடமுடியாமல் இரு; மூச்சடைக்கப்படு; மூச்சடைக்கச் செய் *She was choking on a fish bone.* • *The smoke choked us.* ➪ **strangle** பார்க்க. **2** [T] (*usually passive*) **choke sth (up) (with sth)** to fill a passage, space, etc., so that nothing can pass through ஒரு செல்வழி, ஓர் இடப்பரப்பு முதலியவற்றை அவற்றின் வழியாக எதுவும் செல்ல முடியாத-வாறு நிரப்பி அடை; வழி/இடம் நிரம்பி தடைப்படுத்து *The roads to the coast were choked with traffic.*

PHR V **choke sth back** to hide or control a strong emotion முனைப்பான/தீவிரமான ஓர் உணர்ச்சியை உள்ளடக்கு அல்லது கட்டுப்படுத்திக்கொள் *to choke back tears/anger*

choke[2] /tʃəʊk/ *noun* [C] **1** the device in the engine of vehicles like cars, etc. that controls the amount of air going into the engine and helps in starting the engine. If you pull out the choke it makes it easier to start the car சீருந்து முதலியவற்றில் உள்ள, இயந்திரத்தினுள் செல்லும் காற்றின் அளவைக் கட்டுப்படுத்தும் பொறியமைப்பு. இதனை வெளிப்பக்கம் இழுத்து எளிதாக ஊர்தியை இயக்கத்திற்குக் கொண்டுவர முடியும் **2** an act or the sound of sb choking மூச்சுத் தடை; மூச்சுத்திணறல்; மூச்சடைப்பு ஒலி

cholera /ˈkɒlərə/ *noun* [U] a serious disease that causes stomach pains and vomiting and can cause death. Cholera is most common in hot countries and is carried by water இரைப்பை சார்ந்த வலிகள், வாந்தி ஆகியவற்றை ஏற்படுத்துவதும் மரணத்திற்குக் காரணமாக அமையக்கூடியதுமான கொள்ளை நோய் வகை; காலரா; வெப்ப நாடுகளில் பெரிதும் காணப்படும் இந்நோய் நீர் வழியாகப் பரவக் கூடியது

cholesterol /kəˈlestərɒl/ *noun* [U] a substance that is found in the blood, etc. of people and animals. Too much cholesterol is thought to be a cause of heart disease மனிதர்கள் அல்லது விலங்குகளின் குருதி முதலியவற்றில் காணப்படுவதும், அதன் அளவு மிகுதியாகும்பொழுது இதய நோய்க்குக் காரணமாக அமைவதாகக் கருதப்படுவதுமான ஒரு பொருள்; கொழுப்புச் சத்து

choose /tʃuːz/ *verb* [I, T] (*pt* **chose** /tʃəʊz/; *pp* **chosen** /ˈtʃəʊzn/) **1 choose (between A and/or B); choose (A) (from B); choose sb/sth as sth** to decide which thing or person you want out of the ones that are available தன் முன்னுள்ள ஆட்களில் அல்லது பொருள்களில் தான் விரும்புபவர் எவர்/விரும்புவது எது என்பதை முடிவுசெய் *Choose carefully before you make a final decision.* • *Anjali had to choose between getting a job or going to college.* • *The viewers chose this programme as their favourite.* **2 choose (to do sth)** to decide or prefer to do sth ஒரு செயலில் ஈடுபடத் துணி/தீர்மானி; விருப்பத் தேர்வாக ஒரு செயலை மேற்கொள் *You are free to leave whenever you choose.* • *They chose to resign rather than work for the new manager.* ➪ **choice** noun பார்க்க.

IDM **pick and choose** ➪ **pick[1]** பார்க்க.

choosy /ˈtʃuːzi/ *adj.* (*informal*) (used about a person) difficult to please (ஒருவரைப்பற்றிக் குறிப்பிடும்போது) எளிதில் திருப்திப்படுத்த அல்லது மகிழ்வூட்ட முடியாத

chop[1] /tʃɒp/ *verb* [T] (**chopping, chopped**) **chop sth (up) (into sth)** to cut sth into pieces with a knife, etc. கத்தி, முதலியவற்றால் ஒரு பொருளைத் துண்டுகளாக வெட்டு; நறுக்கு; அரி *finely chopped herbs* • *Chop the onions up into small pieces.*

IDM **chop and change** to change your plans or opinions several times தன்னுடைய திட்டங்களை அல்லது கருத்துகளைப் பலமுறை மாற்று

PHR V **chop sth down** to cut a tree, etc. at the bottom so that it falls down மரம், முதலியவற்றை அடியோடு வெட்டித்தள்ளு; வெட்டிச் சாய்

chop sth off (sth) to remove sth from sth by cutting it with a knife or a sharp tool கத்தியால் அல்லது கூர்மையான ஒரு கருவியால் ஒன்றை வெட்டித் துண்டான பகுதியை அகற்று

chop[2] /tʃɒp/ *noun* [C] **1** a thick slice of meat with a piece of bone in it எலும்புடன் கூடிய தடிப்பான கறித் துண்டு; இறைச்சிக் கண்டம் ➪ **steak** பார்க்க. **2** an act of chopping sth ஒன்றை வெட்டுதல்; துண்டித்தல்; நறுக்குதல்; அரிதல் *a karate chop*

chopper /ˈtʃɒpə(r)/ *noun* [C] (*informal*) = **helicopter**

chopping board *noun* [C] a piece of wood or plastic used for cutting meat or vegetables on இறைச்சி அல்லது காய்கறிகளை வைத்து நறுக்குவதற்குப் பயன்படுத்தப்படும் மரப்பலகை அல்லது பிளாஸ்டிக்கால் ஆன தளம்; நறுக்கும் பலகை ➪ **kitchen** பதிவில் படம் பார்க்க.

choppy /ˈtʃɒpi/ *adj.* (used about the sea) having a lot of small waves, slightly rough (கடல்பற்றிக் குறிப்பிடுகையில்) சிற்றலைகள் நிறைந்து ஓரளவு கொந்தளிப்பான; சற்றே அமைதியற்ற

chopstick /ˈtʃɒpstɪk/ *noun* [C, *usually pl.*] one of the two thin pieces of wood used for eating with, especially in some Asian countries குறிப்பாகச் சில ஆசிய நாடுகளில், உணவை எடுத்து உண்ணுவதற்குப் பயன்படுத்தப்படும் மெலிதான இரண்டு குச்சிகளில் ஒன்று ➪ **pan** பதிவில் படம் பார்க்க.

choral /ˈkɔːrəl/ *adj.* (used about music) that is written for or involving a group of singers (**a choir**) (இசை வகையில்) பலர் இணைந்து பாடுவதற்காக இயற்றப்பட்ட; சேர்ந்திசைப் பாடலான; ஒரு பாடற் குழுவினருக்குரிய

chord /kɔːd/ *noun* [C] **1** two or more musical notes that are played at the same time ஒரே நேரத்தில் இசைக்கப்படும் இரண்டு அல்லது இரண்டுக்கு மேற்பட்ட சுரங்கள்/தனிக்குரலிசைக் கூறுகள்; ஒத்திசைச் சுரங்கள் **2** (*mathematics*) a straight line that joins two points on a curve ஒரு வளைகோட்டின் இரண்டு புள்ளிகளை இணைக்கும் நேர்கோடு; நாண் ➪ **circle** பதிவில் படம் பார்க்க.

chore /tʃɔː(r)/ *noun* [C] a job that is not interesting but that you must do விருப்பார்வத்தைத் தூண்டாத, ஆனால் செய்தாக வேண்டிய வேலை; சலிப்பூட்டும் செயற்பணி *household chores*

choreograph /ˈkɒriəgrɑːf/ *verb* [T] to design and arrange the movements of a dance performance ஒரு நாட்டிய நிகழ்ச்சியின் இயக்கங்களை வகுத்து செயலொழுங்கு செய்; ஒரு நடனக் காட்சியை உருப்படுத்தி இயக்கு ▶ **choreographer** /ˌkɒriˈɒgrəfə(r)/ *noun* [C]

choreography /ˌkɒriˈɒgrəfi/ *noun* [U] the arrangement of movements for a dance performance ஒரு நாட்டிய நிகழ்ச்சிக்கான உடலியக்க முறைகளை வகுத்து ஒழுங்கமைத்தல்; நடன அமைப்பு; ஆடற்காட்சி அமைப்பாண்மை

chorus¹ /ˈkɔːrəs/ *noun* **1** [C] the part of a song that is repeated at the end of each verse ஒவ்வொரு செய்யுளின் இறுதியிலும் மீண்டும் பாடுதற்கான பாடற் பகுதி; பல்லவி ✪ SYN **refrain** **2** [C] a piece of music, usually part of a larger work, that is written for a large group of people (**a choir**) to sing ஒரு பெரிய படைப்பின் பகுதியாக அமைக்கப்படும், பலர் கூடிப் பாடுதற்கான இசைப்பாடல் வகை; நூலின் குழுப்பாடல் பகுதி **3** [C, *with sing. or pl. verb*] a large group of people who sing together ஒரு பாடலை இணைந்து பாடும் பெருங்குழுவினர்; சேர்ந்திசைப் பாடற்குழு **4** [C, *with sing. or pl. verb*] the singers and dancers in a musical show who do not play the main parts ஓர் இசை நாடகத்தின் முதன்மைப் பாத்திரங்களாக அல்லாத ஆடற்பாடற் குழுவினர் **5 a chorus of sth** [*sing.*] something that a lot of people say together பலர் ஒன்றாகச் சேர்ந்து கூறும் ஒன்று; பல குரல் இணைந்த பேச்சு அல்லது ஒலி *a chorus of cheers/criticism/disapproval*

chorus² /ˈkɔːrəs/ *verb* [T] (used about a group of people) to sing or say sth together (குழுவாக உள்ள பலரைப் பற்றிக் குறிப்பிடும்போது) ஒரே குரலாக ஒன்றிணைந்து பாடு அல்லது பேசு *'That's not fair!' the children chorused.*

chose ➪ **choose** என்பதன் இறந்தகால வடிவம்

chosen ➪ **choose** என்பதன் இறந்தகால வினையெச்ச வடிவம்

Christ /kraɪst/ (*also* **Jesus**; **Jesus Christ** /ˌdʒiːzəsˈkraɪst/) *noun* the man who Christians believe is the son of God and whose teachings the Christian religion is based on இறைவனின் புதல்வராகக் கிறிஸ்தவர்களால் நம்பப்படுபவரும் கிறிஸ்தவ சமயத்தின் அடிப்படையாக அமைந்துள்ள கோட்பாடுகளைப் போதித்தவருமான இயேசு கிறிஸ்து

christen /ˈkrɪsn/ *verb* [T] **1** to give a person, usually a baby, a name during a Christian ceremony in which he/she is made a member of the Church ஒருவரை, வழக்கமாக ஒரு குழந்தையை, திருச்சபையின் உறுப்பினராக்கும் கிறிஸ்தவச் சமயச் சடங்கின்போது அவருக்குப் பெயர் சூட்டு *The baby was christened Simon Mark.* ➪ **baptize** பார்க்க. **2** to give sb/sth a name ஒருவருக்கு/ஒன்றுக்குப் பெயரிடு; பெயரிட்டழை *People drive so dangerously on this stretch of road that they've christened it 'The Mad Mile'.*

christening /ˈkrɪsnɪŋ/ *noun* [C] the church ceremony in the Christian religion in which a baby is given a name and welcomed into the Christian church ஒரு குழந்தைக்குப் பெயர் சூட்டி தேவாலயத்திற்குள் வரவேற்கும் கிறிஸ்தவச் சமயத் திருச்சபையின் சடங்கு ➪ **baptism** பார்க்க.

Christian /ˈkrɪstʃən/ *noun* [C] a person whose religion is Christianity கிறிஸ்தவ சமயத்தைச் சார்ந்த ஒருவர்; கிறிஸ்தவர் ▶ **Christian** *adj.*

Christianity /ˌkrɪstiˈænəti/ *noun* [U] the religion that is based on the teachings of Jesus Christ இயேசு கிறிஸ்து போதித்த கோட்பாடுகளை அடிப்படையாகக் கொண்ட சமயம்; கிறிஸ்தவச் சமயம்; கிறிஸ்தவம்

Christian name (*AmE* **given name**) *noun* [C] the name given to a child when he/she is born; first name குழந்தை பிறந்தவுடன் அதற்குச்

சூட்டப்படும் பெயர்; முதற்பெயர்; இயற்பெயர் ➪ **name¹** என்ற பதிவில் உள்ள குறிப்பைப் பார்க்க.

Christmas /ˈkrɪsməs/ *noun* **1** [C, U] the period of time before and after 25 December டிசம்பர் 25-ஆம் நாளை ஒட்டி முன்னும் பின்னும் உள்ள காலப் பகுதி; இயேசுநாதர் திருப்பிறப்புப் பண்டிகைக் காலம் *Where are you spending Christmas this year?* **2 Christmas Day** [C] 25 December. It is the day on which the birth of Christ is celebrated each year ஒவ்வொரு ஆண்டும் இயேசுநாதரின் பிறப்பு கொண்டாடப்படும் நாளான டிசம்பர் 25-ஆம் நாள் **NOTE** முறைசாரா வழக்கில் **Christmas** என்பது சில சமயங்களில் **Xmas** என்று எழுதப்படுகிறது.

Christmas carol = **carol**

Christmas Eve *noun* [C] 24 December, the day before Christmas Day இயேசுநாதர் திருப்பிறப்புப் பண்டிகை நாளுக்கு முந்திய நாளான டிசம்பர் 24-ஆம் நாள்

Christmas tree *noun* [C] a real or artificial tree, which people bring into their homes and cover with coloured lights and decorations at Christmas இயேசுநாதர் திருப்பிறப்புப் பண்டிகையின்போது கிறிஸ்தவர்கள் தங்கள் இல்லங்களில் நாட்டி அதன்மீது பெருமளவு வண்ண விளக்குகளையும் ஒப்பனை அமைப்புகளையும் கொண்டு அணிசெய்யும் உண்மையான அல்லது செயற்கையாக உருவாக்கப்பட்ட மரம்; திருப்பிறப்பு விழா மரம்

chromatography /ˌkrəʊməˈtɒgrəfi/ *noun* [U] (*technical*) the separation of a liquid mixture by passing it through a material through which some parts of the mixture travel further than others ஒரு திரவக் கலவையை அதன் சில பகுதிகள் மற்றவற்றிலிருந்து பிரிந்து கூடுதல் தொலைவு பயணிக்க வைக்கும் ஒரு பொருளுள் செலுத்தி, பகுதிகளாகப் பிரித்தல்; இயலீர்ப்பாற்றல் உடைய ஒரு பொருளுள் செலுத்தி ஒரு சேர்மானத்தைப் பிரிவினை செய்தல்

chrome /krəʊm/ (*also* **chromium** /ˈkrəʊmiəm/) *noun* [U] (*sym.* **Cr**) a hard shiny metal that is used for covering other metals பிற உலோகங்களுக்கு வெளியுறையாகப் பயன்படுத்தப்படும், கடினத் தன்மையும் பளபளப்பும் உடைய உலோக வகை; குருமம்; குரோம்

chromosome /ˈkrəʊməsəʊm/ *noun* [C] a part of a cell in living things that decides the sex, character, shape, etc. that a person, an animal or a plant will have ஒரு நபர், விலங்கு அல்லது தாவரம் அடைய இருக்கும் பால், இயல்பு, உருவமைப்பு முதலியவற்றை அறுதியிடக்கூடியதாக உயிரினங்களில் அமைந்துள்ள உயிரணுவின் கூறு; இன மரபுப் பண்புகளைத் தீர்மானிக்கும் உயிர்மக் கூறு; இனக்கீற்று ➪ **X chromosome** மற்றும் **Y chromosome** பார்க்க.

chronic /ˈkrɒnɪk/ *adj.* (used about a disease or a problem) that continues for a long time (ஒரு நோய் அல்லது பிரச்சினையைப் பற்றிக் குறிப்பிடுகையில்) நெடுங்காலம் தொடர்ந்து இருக்கிற; நீடித்த; நாட்பட்ட *There is a chronic shortage of housing in the city.* ➪ **acute** பார்க்க. ▶ **chronically** /-kli/ *adv.*

chronicle /ˈkrɒnɪkl/ *noun* [C, *usually pl.*] a written record of historical events describing them in the order in which they happened வரலாற்று நடப்புகளை அவை நிகழ்ந்த கால வரிசைமுறையில் விவரிக்கும் எழுத்துப் பதிவு; தொடர் வரலாறு

chronological /ˌkrɒnəˈlɒdʒɪkl/ *adj.* arranged in the order in which the events happened நடப்புகள் அவை நிகழ்ந்த கால வரிசை முறையில் அமைக்கப்பட்ட; கால வரிசைப்படுத்தப்பட்ட; வரலாற்றுமுறைத் தொகுப்பான *This book describes the main events in his life* ***in chronological order.*** ▶ **chronologically** /-kli/ *adv.*

chronology /krəˈnɒlədʒi/ *noun* [U, C] (*pl.* **chronologies**) the order in which a series of events happened; a list of these events in order ஒரு நிகழ்ச்சித் தொகுப்பின் கால வரிசை முறை; வரலாற்றுமுறைத் தொடர்வைப்பு; நிகழ்ச்சிகளின் கால வரிசை முறையிலான பட்டியல் *The exact chronology of these events is a subject for debate.* • *a chronology of Sardar Patel's life*

chrysalis /ˈkrɪsəlɪs/ *noun* (*pl.* **chrysalises**) [C] the form of an insect, **a butterfly** or **a moth**, while it is changing into an adult inside a hard case, also called a chrysalis உறுதியான கூட்டினுள் உள்ள, தன் முழுவளர்ச்சி நிலைக்கு மாறிக்கொண்டிருக்கும் ஒரு பூச்சியின் (வண்ணத்துப்பூச்சி அல்லது விட்டில் பூச்சி) வடிவம்; முட்டைப்புழு; கூட்டுப்புழு ➪ **insect** பதிவில் படம் பார்க்க.

NOTE வேறு பூச்சிகளின் முட்டைப்புழுப் பருவம் **pupa** எனப்படும்.

chrysanthemum /krɪˈsænθəməm/ *noun* [C] a large garden flower which is brightly coloured and shaped like a ball ஒளிர் நிறமும் பந்து போன்ற வடிவமும் உடைய பெரிய வீட்டுத் தோட்டப் பூ வகை

chubby /ˈtʃʌbi/ *adj.* slightly fat in a pleasant way மனம் மகிழும் முறையில் சற்று கொழுத்த/பருத்த; உருண்டு திரண்ட *a baby with chubby cheeks*

chuck /tʃʌk/ *verb* [T] (*informal*) to throw sth in a careless way அசட்டையாக அல்லது

அக்கறையின்றி ஒரு பொருளை எறி; வீசு *You can chuck those old shoes in the bin.*

PHR V **chuck sth in** to give sth up ஒன்றை விட்டுவிடு; கைவிடு; துற *He's chucked his job in because he was fed up.*

chuck sb out (of sth) to force sb to leave a place ஓரிடத்தை விட்டு ஒருவரை வெளியேற்று; அகற்று; துரத்து *They were chucked out of the cinema for making too much noise.*

chuckle /ˈtʃʌkl/ *verb* [I] to laugh quietly ஓசையின்றி நகை செய்; அமைதியாகச் சிரி *Anil chuckled to himself as he read the letter.* ▶ **chuckle** *noun* [C]

chug /tʃʌɡ/ *verb* [I] (**chugging, chugged**) **1** (used about a machine or engine) to make short repeated sounds while it is working or moving slowly (ஓர் இயந்திரத்தை அல்லது ஒரு விசைப்பொறியைப் பற்றிக் குறிப்பிடுகையில்) இயங்கும்பொழுது அல்லது மெல்ல நகரும்பொழுது அடுத்தடுத்து வெட்டி வெட்டி ஒலி **2 chug along, down, up, etc.** to move in a particular direction making this sound அடுத்தடுத்து வெட்டொலி எழுப்பி குறிப்பிட்ட திசையில் நகர்ந்து செல் *The train chugged out of the station.*

chunk /tʃʌŋk/ *noun* [C] a large or thick piece of sth ஒரு பொருளின் பெரிய அல்லது திண்மையான பகுதி; கெட்டித் துண்டு; பாளம் *chunks of bread and cheese*

chunky /ˈtʃʌŋki/ *adj.* **1** thick and heavy கெட்டித் தன்மையும் கனமும் உடைய; திண்மையான *chunky jewellery* **2** (used about a person) short and strong (ஒருவரைப் பற்றிக் குறிப்பிடுகையில்) குள்ளமாகவும் கட்டுறுதியுடனும் உள்ள **3** (used about food) containing thick pieces (உணவைப் பற்றிக் குறிப்பிடுகையில்) திண்ணிய கூறுகள் உள்ளடங்கிய; கெட்டித் துண்டுகளைக் கொண்ட *chunky banana milkshake*

church /tʃɜːtʃ/ *noun* **1** [C, U] a building where Christians go to pray, etc. கிறிஸ்தவர்கள் வழிபாடு, முதலியவற்றுக்காகச் செல்லும் கட்டடம்; கிறிஸ்தவத் திருக்கோயில்; தேவாலயம் *Do you go to church regularly?* **2 Church** [C] a particular group of Christians கிறிஸ்தவர்களில் குறிப்பிட்ட பிரிவினர்; குறிப்பிட்ட திருச்சபைப் பிரிவு *the Anglican/Catholic/Methodist Church* **3 (the) Church** [*sing.*] the ministers or the institution of the Christian religion கிறிஸ்தவச் சமயக் குருமார் அல்லது கிறிஸ்தவச் சமய அமைப்பு *the conflict between Church and State*

churchyard /ˈtʃɜːtʃjɑːd/ *noun* [C] the area of land that is around a church தேவாலயத்தைச் சுற்றி அமைந்துள்ள வெளிப்பரப்பு; திருக்கோயில் சுற்றுப்புறம் ➪ **cemetery** மற்றும் **graveyard** பார்க்க.

churn /tʃɜːn/ *verb* **1** [I, T] **churn (sth) (up)** to move, or to make water, mud, etc. move around violently வல்லியக்கத்துடன் சுழன்று செல் அல்லது நீர், சேறு முதலியவற்றைச் சுழன்று பாயச்செய் *The dark water churned beneath the huge ship.* • *Vast crowds had churned the field into a sea of mud.* **2** [I] if your stomach churns or sth makes it churn, you feel sick because you are disgusted or nervous அருவருப்பு அல்லது அச்ச நடுக்கம் காரணமாக வயிற்றைக் கலக்கு அல்லது குமட்டு *Reading about the murder in the paper made my stomach churn.* **3** [T] to make butter from milk or cream தயிர் கடை; பால்/தயிர் கடைந்து வெண்ணெய் எடு

PHR V **churn sth out** (*informal*) to produce large numbers of sth very quickly ஒரு பொருளைப் பெரும் எண்ணிக்கையில் குறைந்த காலத்தில் உற்பத்தி செய்; பெருமளவில் விரைவாக விளைவி *Modern factories can churn out cars at an amazing speed.*

chute /ʃuːt/ *noun* [C] a passage down which you can drop or slide things, so that you do not have to carry them பொருள்களைச் சுமந்துசெல்லத் தேவையின்றி, மெல்லக் கீழே விழும்படி அல்லது கீழ்நோக்கி நழுவிச் செல்லும்படி விடும் வழி அல்லது பாதை; மென்சரிவுப் பாதை; சாய் சரிவு *a laundry/rubbish chute* (= from the upper floors of a high building) • *a water chute* (= at a swimming pool)

chutney *noun* [U] a thick sweet sauce that is made from fruit or vegetables துவையல்; சட்னி

cicada /sɪˈkɑːdə/ *noun* [C] a large insect that lives in many hot countries. It makes a continuous high sound by rubbing its legs together வெப்ப நாடுகள் பலவற்றில் காணப்படுவதும், கால்களை ஒன்றிணைத்து உரசி இடைவிடாது ஓங்கிய ஒலி எழுப்புவதுமான பெரிய பூச்சி வகை; சிள்வண்டு; சுவர்க்கோழி

cider /ˈsaɪdə(r)/ *noun* [U] **1** (*BrE*) an alcoholic drink made from apples ஆப்பிள் பழங்களிலிருந்து தயாரிக்கப்படும் மது வகை *dry/sweet cider* **2** (*AmE*) a drink made from apples that does not contain alcohol ஆப்பிள் பழங்களிலிருந்து தயாரிக்கப்படும் வெறியம் கலவாத பானம்

cigar /sɪˈɡɑː(r)/ *noun* [C] a roll of dried tobacco leaves that people smoke. Cigars are larger than cigarettes சிகரெட்டை விடப் பெரிய, வன்சுருட்டாகப் புகைக்கப்படும், உலர் புகையிலைச் சுருள்; சுருட்டு வகை

cigarette /ˌsɪɡəˈret/ *noun* [C] tobacco in a tube of thin white paper that people smoke

புகைக்கப் பயன்படுத்தப்படும் மெல்லிய வெள்ளைத் தாள் குழலில் இட்ட புகையிலைத் தூள்; மென்சுருட்டு; புகைப் பூஞ்சுருள்; சிகரெட்டு *a packet of cigarettes*

cigarette lighter (*also* **lighter**) *noun* [C] an object which produces a small flame for lighting cigarettes, etc. மென்சுருட்டு, முதலியவற்றைப் பற்றவைப்பதற்கான சிறு தீக்கொழுந்தை உண்டாக்கும் கருவி; மென்சுருட்டு பற்றவைப்பான்

ciliary muscle /ˈsɪliəri mʌsl/ *noun* [C] a muscle in the eye that controls how much the **lens** curves (தன் ஊடே செல்லும் ஒளியின் திசையை நெறிப்படுத்தும்) கண் வில்லையின் (லென்ஸின்) வளைவியக்க வீச்செல்லையைக் கட்டுப்படுத்தும் கண் தசை; கண்ணின் ஒளி-வீச்சை இயக்கும் இழை உறுப்பு ➪ **eye** பதிவில் படம் பார்க்க.

cinder /ˈsɪndə(r)/ *noun* [C] a very small piece of burning coal, wood, etc. நிலக்கரி, மரத்துண்டு முதலியவற்றின் எரிந்துகொண்டிருக்கும் சிறு துண்டு; தணல்கரி; கனல்கட்டை; கங்கு; தணல்; கனல்

cinema /ˈsɪnəmə/ *noun* **1** [C] (*BrE*) a place where you go to see a film திரைப்படம் காணச் செல்லுமிடம்; திரையரங்கு; திரைப்படக் கொட்டகை *What's on at the cinema this week?* **2** [U] films in general; the film industry (பொதுவாகத்) திரைப்படங்கள்; திரைப்படத்தொழில் துறை *one of the great successes of Indian cinema*

cinnamon /ˈsɪnəmən/ *noun* [U] the bark of a tropical tree or a brown powder made from this. It is used as a spice or to flavour food உணவுக்கு நறுமணச் சுவையூட்டப் பயன்படுத்தப்படும் ஒரு வெப்ப மண்டல மரத்தின் பட்டை அல்லது அப்பட்டையிலிருந்து பெறப்படும் இனிப்பான பழுப்பு நிறத் தூள்; இலவங்கப்பட்டை; இலவங்கப் பொடி

circa /ˈsɜːkə/ *prep.* (*abbr.* **c**) (*written*) (used with dates) about; approximately (காலத்தைக் குறிப்பிடும்போது) ஏறத்தாழ; ஒட்டி; கிட்டத்தட்ட; சுமாராக *The vase was made circa 600 AD.*

circle[1] /ˈsɜːkl/ *noun* **1** [C] a round shape like a ring வளை வடிவம்; வட்டம் *The children were drawing circles and squares on a piece of paper.* • *We all stood in a circle and held hands.* **2** [C] a flat, round area தட்டையான வட்ட வடிவப் பகுதி; வளை பரப்பு *She cut out a circle of paper*. **3** [C] a group of people who are friends, or who have the same interest or profession நண்பர்கள் குழாம்; நண்பர் வட்டம்; ஒத்த கருத்துடையவர்களின் அல்லது பணித்துறையில் உள்ளவர்களின் குழு; வட்டம் *He has a large circle of friends.* • *Her name was well known in artistic circles.* **4 the (dress) circle** (*AmE* **balcony**) [*sing.*] an area of seats that is upstairs in a cinema, theatre, etc. திரைப்படக் கொட்டகை, நாடக அரங்கு முதலியவற்றிலுள்ள மாடி இருக்கைப் பகுதி

IDM **a vicious circle** ➪ **vicious** பார்க்க.

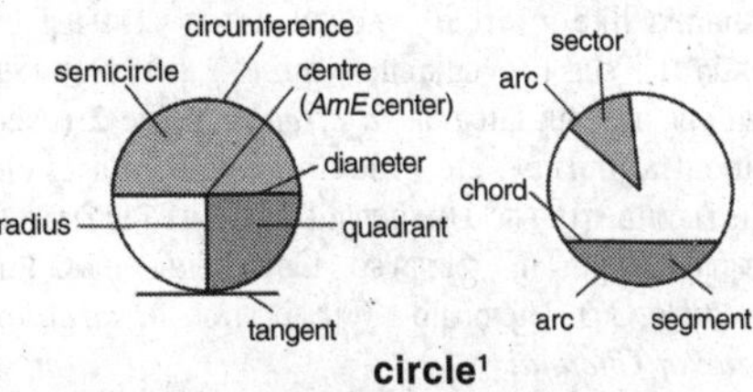

circle[1]

circle[2] /ˈsɜːkl/ *verb* **1** [I, T] to move, or to move round sth, in a circle வட்டமாகச் செல்; வட்டப் பாதையில் இயங்கு; ஒன்றைச் சுற்றிச் செல் *The plane circled the town several times before it landed.* **2** [T] to draw a circle round sth ஒன்றைச் சுற்றி வட்டம் வரை *There are three possible answers to each question. Please circle the correct one.*

circuit /ˈsɜːkɪt/ *noun* **1** [C] a circular journey or track round sth ஒன்றைச் சுற்றி வருதல்; சுற்றுப் பயணம்; சுழல் இயக்கம்; ஒன்றன் சுற்றுப்பாதை *The cars have to complete ten circuits of the track.* **2** [C] a complete circular path that an electric current can flow around மின்சாரம் பாய்ந்து செல்லக்கூடிய ஒரு முழுமையான சுற்றுப்பாதை; மின்வலி சுற்றுப்பாதை **3** [*sing.*] a series of sports competitions, meetings or other organized events that are regularly visited by the same people குறிப்பிட்டவர்களே தவறாது வருகைதரும் விளையாட்டுப் போட்டிகள், கூட்டங்கள் அல்லது மற்ற அமைப்புசார் நிகழ்ச்சிகளின் தொடர்வரிசை *She's one of the best players on the tennis circuit.*

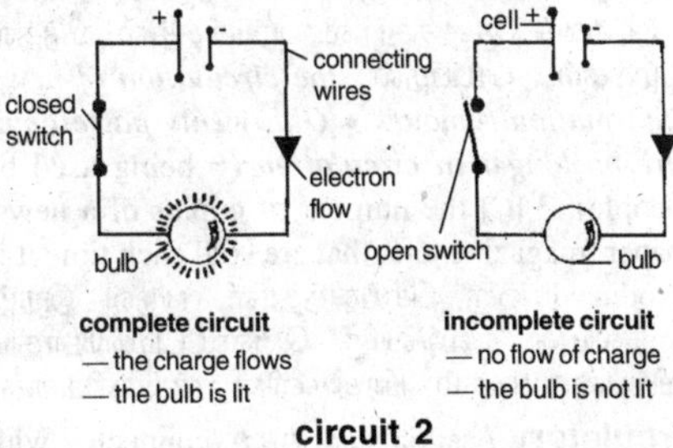

circuit 2

circuit board *noun* [C] (*technical*) a board inside a piece of electrical equipment that holds circular paths (**circuits**) around which electric currents can flow ஒரு மின்சாதனத்தில் உள்ள மின்சாரம் பாய்வதற்கான மின்சுற்றுப்பாதைகளைக் கொண்ட பலகை; மின்சுற்றுப் பலகை

circuit-breaker *noun* [C] (*technical*) a safety device that automatically stops the flow of electricity if there is danger ஆபத்து வேளைகளில் மின் ஓட்டத்தைத் தானாகவே தடுத்து நிறுத்தும் காப்புப் பொறி; தானியங்கி மின்தடைப் பொறி

circular[1] /ˈsɜːkjələ(r)/ *adj.* **1** round and flat; shaped like a circle தட்டையான பரப்புடன் கூடிய வட்ட வடிவ; வட்ட வடிவத்தை உடைய; வட்டமான *a circular table* **2** (used about a journey, etc.) moving round in a circle (பயணம், முதலியவற்றைக் குறிப்பிடும்போது) சுற்றி வருகிற; ஒன்றில் தொடங்கி மீண்டும் அதிலேயே முடியும் இயல்பான *a circular tour of Chennai*

circular[2] /ˈsɜːkjələ(r)/ *noun* [C] a printed letter, notice or advertisement that is sent to a large number of people பலர் பார்வைக்காக அனுப்பப்படும் அச்சிட்ட மடல், அறிவிப்பு அல்லது விளம்பரம்; சுற்றறிக்கை

circulate /ˈsɜːkjəleɪt/ *verb* [I, T] **1** to go or be passed from one person to another ஒருவரிடமிருந்து மற்றொருவருக்குப் போ; பரவு; சுற்றுக்கு விடு; சுற்றிச் செலுத்தப்படு *Rumours were circulating about the Minister's private life.* • *We've circulated a copy of the report to each department.* **2** (used about a substance) to move or make sth move round continuously (ஒரு பொருளைப் பற்றிக் குறிப்பிடுகையில்) தொடர்ந்து சுற்றிக்கொண்டிரு; தொடர்ந்து சுற்றிக்கொண்டிருக்கச் செய் *Blood circulates round the body.*

circulation /ˌsɜːkjəˈleɪʃn/ *noun* **1** [U] the movement of blood around the body உடலில் குருதியின் சுழற்சி; இரத்தவோட்டம் **2** [U] the passing of sth from one person or place to another ஒரு பொருள் ஒருவரிடமிருந்து மற்றொருவருக்கு அல்லது ஓரிடத்திலிருந்து மற்றோர் இடத்துக்குச் செல்லுதல், அல்லது அதனைச் செலுத்துதல்; புழக்கத்தில் விடுதல்; புழக்கம்; பரப்புதல் *the circulation of news/information/rumours* • *Old twenty paise coins are no longer* ***in circulation*** (= being used by people). **3** [C] the number of copies of a newspaper, magazine, etc. that are sold each time it is produced ஒரு செய்தித்தாள், பருவ இதழ், முதலியன ஒவ்வொரு வெளியீட்டின்போதும் விற்பனையாகும் பிரதிகளின் எண்ணிக்கை

circulatory /ˌsɜːkjəˈleɪtəri/ *adj.* connected with the movement of blood around the body குருதியோட்டம் சார்ந்த

circum- /ˈsɜːkəm/ *prefix* (*in adjectives, nouns and verbs*) around சுற்றிலும்; எல்லாப் பக்கங்களிலும்; சுற்றி; வளைத்து *to circumnavigate* (= to sail around)

circumcise /ˈsɜːkəmsaɪz/ *verb* [T] to cut off the skin at the end of a man's sexual organ (**penis**) or to remove part of a woman's sexual organs (**clitoris**), for religious or sometimes (in the case of a man) medical reasons சமயச் சடங்காகவோ, சிலசமயம் (ஆண்களுக்கு) மருத்துவக் காரணங்களுக்காகவோ, ஆண்குறியின் நுனியிலுள்ள தோலை துண்டித்து நீக்கு அல்லது பெண்குறிச் சுமரியை அகற்று; பிறப்புறுப்பு நுனித்தோல் இதழை அகற்று; (ஆண் வகையில்) சுன்னத்து செய் ▶ **circumcision** /ˌsɜːkəmˈsɪʒn/ *noun* [C, U]

circumference /səˈkʌmfərəns/ *noun* [C, U] the distance round a circle or sth circular ஒரு வட்டத்தின் அல்லது வட்ட வடிவமான ஒன்றன் சுற்றளவு; சுற்றுவரை; பரிதி *The Earth is about 40,000 kilometres* ***in circumference.*** ➪ **diameter** மற்றும் **radius** பார்க்க; மேலும் **circle** பதிவில் படம் பார்க்க.

circumnavigate /ˌsɜːkəmˈnævɪɡeɪt/ *verb* [T] (*formal*) to sail all the way around sth, especially all the way around the world கப்பலில் ஒரு பகுதியை முழுவதுமாகச் சுற்றிவா; சுற்று மண்டலக் கடற்பயணம் செய்; குறிப்பாக, கடல் வழியாக உலகைச் சுற்றிவா ▶ **circumnavigation** /ˌsɜːkəmˌnæviˈɡeɪʃn/ *noun* [U]

circumspect /ˈsɜːkəmspekt/ *adj.* (*formal*) thinking very carefully about sth before you do it because you think it may involve problems or dangers ஒரு செயலில் சிக்கல்கள் அல்லது இடர்ப்பாடுகள் உள்ளடங்கி இருக்கக்கூடும் எனக் கருதி அச்செயலில் இறங்கும் முன் அதைப்பற்றி மிகுந்த கவனத்துடன் எண்ணிப்பார்க்கிற; மிக்க எச்சரிக்கையோடு செயல்படுகிற; விழிப்புடைமை உள்ள

circumstance /ˈsɜːkəmstəns/ *noun* **1** [C, *usually pl.*] the facts and events that affect what happens in a particular situation ஒரு குறிப்பிட்ட நிலைமையில் ஒரு நடப்பின்மீது தாக்கத்தை ஏற்படுத்தும் செயல்களும் நேர்வுகளும்; சூழ்நிலை; சூழல் *Police said there were no* ***suspicious circumstances*** *surrounding the boy's death.* **2 circumstances** [*pl.*] (*formal*) the amount of money that you have கைவசம் உள்ள பணத்தொகை; நிதிநிலை *The company has promised to repay the money when its financial circumstances improve.*

IDM **in/under no circumstances** never; not for any reason ஒருபோதும்/என்றும்/எக்காரணத்திற்காகவும்/எந்தச் சூழ்நிலையிலும் இல்லாது **in/under the circumstances** as the result of a particular situation குறிப்பிட்ட ஒரு சூழ்நிலையின் விளைவாக; குறிப்பிட்ட சூழ்நிலையில்; குறிப்பிட்ட நிலைமைக்கு ஏற்ப *My father was ill at that time, so under the circumstances I decided not to go on holiday.*

circumstantial /ˌsɜːkəmˈstænʃl/ *adj.* (used in connection with the law) containing details and information that strongly suggest sth is true but are not actual proof of it (சட்டம் தொடர்பான வழக்கு) ஒன்றன் நடைமுறைச் சான்றாதாரமாக இல்லாமல், அது மெய்யாக இருக்கக் கூடும் என்பதை வலுவாக உய்த்துணரவைக்கும் விவரங்களும் தகவல்களும் அடங்கிய; சுற்றுமுக உறுதிச்சான்றான; புறச்சான்றாக அமைகிற *circumstantial evidence*

circumvent /ˌsɜːkəmˈvent/ *verb* [T] **1** to find a clever way of avoiding a difficulty or rule ஒரு சிக்கலை அல்லது சட்ட நியதியை/விதிமுறையைத் தவிர்ப்பதற்கான திறமையான ஒரு வழியைக் கண்டறி **2** to go round sth that is in your way செல்வழியில் எதிர்ப்படும் ஒன்றைச் சுற்றிச் செல்; வளைந்து மேற்செல்

circus /ˈsɜːkəs/ *noun* [C] a show performed in a large tent by a company of people and animals மனிதர்களும் விலங்குகளும் அடங்கிய ஒரு கூட்டத்தால் பரந்தகன்ற ஒரு கூடாரத்தினுள் நிகழ்த்தப்படும் வேடிக்கைக் காட்சி; சர்கஸ்

cirque /sɜːk/ = **corrie** ➪ **glacial** பதிவில் படம் பார்க்க.

cirrhosis /səˈrəʊsɪs/ *noun* [U] a serious disease of the **liver**, caused especially by drinking too much alcohol குறிப்பாக மட்டுமீறி மது அருந்துவதன் காரணமாக உண்டாகும், கடுமையான ஈரல் நோய் வகை; ஈரல் அரிப்பு

cirrostratus /ˌsɪrəʊˈstrɑːtəs; -ˈstreitəs/ *noun* [U] (*technical*) a type of cloud that forms a thin layer at a very high level விண்வெளியின் மிக உயரத்தில் ஒரு மெல்லிய அடுக்காகப் பரவியிருக்கும் மேகம்; வான்முகட்டின் மென்முகில் படலம்

cirrus /ˈsɪrəs/ *noun* [U] (*technical*) a type of light cloud that forms high in the sky விண்வெளியின் உயரத்தில் காணப்படும் செறிவற்ற மேகம்; மென்பஞ்சியல் முகில்

cistern /ˈsɪstən/ *noun* [C] a container for storing water, especially one that is connected to a toilet குறிப்பாக கழிவறைக் கப்பரையுடன் இணைக்கப்பட்டுள்ள, நீர் தேக்கிவைப்பதற்கான கொள்கலம்; நீர்த்தொட்டி

citadel /ˈsɪtədəl/ *noun* [C] (in past times) a castle on high ground in or near a city where people could go when the city was being attacked (முற்காலங்களில்) ஒரு நகரம் தாக்கப்படும்பொழுது மக்கள் பாதுகாப்பிற்காகச் செல்வதற்கான, நகரத்தில் அல்லது நகரத்தை ஒட்டி உயரமான பகுதியில் அமைக்கப்பட்டிருந்த கோட்டை; நகர்க் காப்பரண் (*figurative*) *citadels of private economic power*

cite *verb* [T] (*formal*) to mention sth or use sb's exact words as an example to support, or as proof of, what you are saying தான் சொல்வதற்குச் சான்றாதாரமாக ஒன்றைக் குறிப்பிடு அல்லது ஒருவரது சொற்களை மேற்கோளாக அப்படியே பயன்படுத்து *She cited a passage from the President's speech.* ▶ **citation** /saɪteɪsn/ *noun* [C, U]

citizen /ˈsɪtɪzn/ *noun* [C] **1** a person who is legally accepted as a member of a particular country குறிப்பிட்ட ஒரு நாட்டின் உறுப்பினராகச் சட்டப்படி ஏற்றுக்கொள்ளப்பட்டவர்; குடிமகன்; குடிமகள் *She was born in Japan, but became an American citizen in 1981.* **2** a person who lives in a town or city ஒரு நகரத்தில் அல்லது மாநகரத்தில் வாழ்பவர்; நகர் வாழ்நர்; நகரவாசி *the citizens of Kochi* ➪ **senior citizen** பார்க்க.

citizenship /ˈsɪtɪzənʃɪp/ *noun* [U] the state of being a citizen of a particular country குறிப்பிட்ட ஒரு நாட்டின் சட்டப்படியான குடிமகனாக/குடிமகளாக இருத்தல்; குடி உரிமை *After living in Spain for twenty years, he decided to apply for Spanish citizenship.*

citric acid /ˌsɪtrɪkˈæsɪd/ *noun* [U] a weak acid that is found in the juice of oranges, lemons and other similar fruits கிச்சிலிப் பழம், எலுமிச்சம்பழம் மற்றும் பிற இனமொத்த பழங்களில் உள்ள ஒரு வீரியமற்ற அமிலம்; நரந்தக்காடி

citrus /ˈsɪtrəs/ *adj.* used to describe fruit such as oranges and lemons கிச்சிலிப் பழம், எலுமிச்சம்பழம் முதலிய பழங்கள் சார்ந்த; இப்பழங்களைப் பற்றிக் குறிப்பிடப் பயன்படுத்தப்படுகிற ➪ **fruit** பதிவில் படம் பார்க்க.

city /ˈsɪti/ *noun* [C] (*pl.* **cities**) a large and important town அளவில் பெரிய முக்கியமான நகரம்; மாநகரம் *the city centre* • *Many people are worried about housing conditions in large cities.*

civic /ˈsɪvɪk/ *adj.* officially connected with a city or town சட்டப்படி ஒரு மாநகரத்தோடு அல்லது நகரத்தோடு தொடர்புடைய; மாநகரத்துக்கு அல்லது நகரத்துக்கு உரிய; நகரிய *civic pride* (= feeling proud because you belong to a particular town or city) • *civic duties* • *the civic centre* (= the area where the public buildings are in a town)

civil /ˈsɪvl/ *adj.* **1** (*only before a noun*) connected with the people who live in a country ஒரு நாட்டில் வாழும் மக்கள் தொடர்பான அல்லது மக்களுக்குரிய; குடிமக்கள் சார்ந்த *civil disorder* (= involving groups of people within the same country) **2** (*only before a noun*) connected with the state, not with the army or any religion படைத்துறை அல்லது சமயம் அல்லாது, சமுதாயத்துக்குரிய; குடிமக்கள் சார்பான; சமயம்/படைத்துறை சாராத *a civil* *wedding* (= not a religious one) **3** (*only before a noun*) (in law) connected with the personal legal matters of ordinary people, and not criminal law குற்றவியல் சட்டம் அல்லாது, பொதுமக்களின் தனிநிலை சட்டப் பிரச்சினைகள் தொடர்பான; உரிமையியல் சட்டம் சார்ந்த *civil courts* **4** polite, but not very friendly (நெருங்கிய நட்பல்லாத) பணிவடக்கமான; சமுதாய ஒத்திசைவுடைய ▶ **civility** /səˈvɪləti/ *noun* [U] *Staff members are trained to treat customers with civility at all times.* ▶ **civilly** /ˈsɪvəli/ *adv.*

civil engineering *noun* [U] the design, building and repair of roads, bridges, etc; the study of this as a subject சாலைகள், பாலங்கள் முதலிய-வற்றை வடிவமைத்தல், உருவாக்குதல் மற்றும் செப்பனிடுதல்; இவை பற்றிய அறிவுத் துறை; கட்டுமானப் பொறியியல்

civilian /səˈvɪliən/ *noun* [C] a person who is not in the army, navy, air force or police force படைத்துறை அல்லது காவல்துறைப் பணி சாராத ஒருவர் *Two soldiers and one civilian were killed when the bomb exploded.*

civilization (*also* **-isation**) /ˌsɪvəlaɪˈzeɪʃn/ *noun* **1** [C, U] a society which has its own highly developed culture and way of life பெரிதும் மேம்-பட்ட பண்பாடும் வாழ்க்கைமுறையும் உடைய மக்கள் தொகுதி; நாகரிகமடைந்த சமுதாயம் *the civilizations of ancient Greece and Rome* • *Western civilization* **2** [U] an advanced state of social and cultural development, or the process of reaching this state சமுதாய வாழ்க்கை-முறையிலும் பண்பாட்டிலும் மேம்பட்ட நிலை அல்லது இத்தகைய நிலையை அடையும் வளர்ச்சிப் போக்கு; நாகரிகம் அல்லது நாகரிகத்தை அடையப்பெறுதல் *the civilization of the human race* **3** [U] all the people in the world and the societies they live in considered as a whole உலகின் மற்றும் உலகிலுள்ள சமுதாயங்களின் முழுமைத் தொகுதி; உலக முழுமை *Global warming poses a threat to the whole of civilization.*

civilize (*also* **-ise**) /ˈsɪvəlaɪz/ *verb* [T] to make people or a society develop from a low social and cultural level to a more advanced one மக்களை அல்லது ஒரு மக்கள் தொகுதியைச் சமுதாய வாழ்க்கையின் மற்றும் பண்பாட்டின் கீழ்நிலையில் இருந்து உயர்படி நிலைக்கு வளர்ச்சி பெறச்செய்; பண்பட்ட நிலைக்கு உயர்த்து; நாகரிகப்படுத்து

civilized (*also* **-ised**) /ˈsɪvəlaɪzd/ *adj.* **1** (used about a society) well organized; having a high level of social and cultural development (ஒரு சமுதாயத்தைப் பற்றிக் குறிப்பிடும்போது) சிறந்த அமைப்பொழுங்குடைய; நன்கு ஒரு-முகப்படுத்தப்பட்ட; சமூக மற்றும் பண்பாட்டு நிலையில் உயர் வளர்ச்சி பெற்ற; நாகரிக-மடைந்துள்ள **2** polite and reasonable பண்பு நயமும் அறிவார்ந்த போக்கும் உடைய; பண்பட்ட *a civilized conversation*

civil rights (*also* **civil liberties**) *noun* [*pl.*] a person's legal right to freedom and equal treatment in society, whatever his/her sex, race or religion சமுதாயத்தில் சுதந்திரம் மற்றும் சமத்துவத்தின் மீது ஒருவருக்குள்ள, பால், இன அல்லது சமய வேறுபாட்டுக்கு அப்பாற்-பட்ட, சட்டப்படியான உரிமை; தனி மனிதச் சுதந்திரம் மற்றும் சமத்துவ உரிமை *the civil rights leader Martin Luther King*

civil servant *noun* [C] an official who works for the government's or State's own organization (**the civil service**) அரசாங்கத்தில் அல்லது அரசு நிறுவனத்தில் பணிபுரியும் அலுவலர், குடிமுறை அரசுப் பணியாளர்

the civil service *noun* [*sing.*] the government departments and the officials who work for the government, except those belonging to the armed forces (படைத்துறைகள் நீங்க-லாக) அனைத்து அரசுப்பணித்துறைகளும் அவற்றின் அனைத்து ஊழியர்களும்; குடிமைப் பணி

civil war *noun* [C, U] a war between groups of people who live in the same country ஒரே நாட்டில் வாழும் மக்கள் குழுக்களிடையே நிகழும் போர்; உள்நாட்டுக் கலகம்

CJD /ˌsiː dʒeɪ ˈdiː/ *abbr.* Creutzfeldt-Jakob disease; a disease of the brain caused by eating infected meat நோய் நுண்மங்கள் தொற்றி நச்சுப்-பட்ட இறைச்சியை உண்ணுவதால் உண்-டாகும் மூளைநோய் வகை ➪ **BSE** பார்க்க.

cl *abbr.* centilitre(s) சென்டிலிட்டர்; மெட்ரிக் முகத்தலளவையில் நூறில் ஒரு பங்கு

clad /klæd/ *adj.* (*not before a noun*) (*old-fashioned*) dressed (in); wearing a particular type of clothing ஆடை அணிந்த; குறிப்பிட்ட வகை-யான உடை அணிந்துள்ள *The children were warmly clad in coats, hats and scarves.*

claim[1] /kleɪm/ *verb* **1** [T] **claim (that); claim (to be sth)** to say that sth is true, without having any proof சான்றாதாரம் எதுவுமின்றி ஒன்று உண்மை எனக் கூறு; மெய்யென வாதிடு *Kailash claims the book belongs to him.* • *The woman claims to be the oldest person in India.* **2** [I, T] **claim (for sth)** to ask for sth from the government, a company, etc. because you think it is your legal right to have it, or it belongs to you ஒன்றன் மீது தனக்குச் சட்டப்படியான உரிமை உள்ளது அல்லது அது தனக்கு உரியது எனக் கருதி, அரசு, ஒரு நிறுவனம் முதலியவற்றிடமிருந்து அதனைக் கோரு;

உரிமைக் கோரிக்கை வை *The police are keeping the animal until somebody claims it.* • *Don't forget to claim for your travel expenses when you get back.* • (*figurative*) *No one has claimed responsibility for the bomb attack.* **3** [T] to cause death இறப்புக்குக் காரணமாகு; மரணத்தை ஏற்படுத்து *The earthquake claimed thousands of lives.*

claim² /kleɪm/ *noun* [C] **1 a claim (that)** a statement that sth is true, which does not have any proof சான்றாதாரம் எதுவுமின்றி, ஒன்று உண்மையானது/மெய்யானது என்னும் கூற்று *I do not believe the Government's claim that they can reduce unemployment by the end of the year.* **2 a claim (to sth)** the right to have sth ஒன்றன்மீது உரிமை கொண்டாடுதல்; உரிமைக் கோரிக்கை *You will have to prove your claim to the property in a court of law.* **3 a claim (for sth)** a demand for money that you think you have a right to, especially from the government, a company, etc. அதற்கு உரிமையுடையவர் என்னும் கருத்தில், குறிப்பாக அரசு, ஒரு நிறுவனம் முதலியவற்றிடம் வைக்கும் பணக் கோரிக்கை; பணத்தைக் கோரிப் பெறும் உரிமை *to make an insurance claim* • *After the accident he decided to put in a claim for compensation.*

IDM **stake a/your claim** ➪ **stake²** பார்க்க.

claimant /ˈkleɪmənt/ *noun* [C] a person who believes he/she has the right to have sth ஒன்றன்மீது உரிமை உள்ளதாக நம்பும் ஒருவர்; உரிமை கோருபவர்; உரிமை கொண்டாடுபவர் *The insurance company refused to pay the claimant any money.*

clairvoyant /kleəˈvɔɪənt/ *noun* [C] a person who some people believe has special mental powers and can see what will happen in the future தனிச் சிறப்பான அறிவாற்றலும் வருங்கால நிகழ்வுகளை உணர்ந்தறியும் திறனும் கொண்டுள்ளவராகச் சிலரால் நம்பப்படும் ஒருவர்; பொதுநிலை மீறிய நுண்ணறிவும் தொலையுணர்வுத் திறனும் உடையவராக நம்பப்படுபவர்

clam¹ /klæm/ *noun* [C] a type of shellfish that can be eaten உணவாகப் பயன்படுத்துவதற்குரிய மேல்தோடு உடைய நீர்வாழ் உயிரி வகை; நீர்வாழ் சிப்பி விலங்கு வகை ➪ **shellfish** பதிவில் படம் பார்க்க.

clam² /klæm/ *verb* (**cla<u>mm</u>ing; cla<u>mm</u>ed**)

PHR V **clam up (on sb)** (*informal*) to stop talking and refuse to speak especially when sb asks you about sth குறிப்பாக ஒருவர் ஒன்று பற்றி வினவும்போது, பேசுவதை நிறுத்திக்கொண்டு மேலும் பேச மறு; வாய் மூடிப் பேசாதிரு; மௌனம் சாதி

clamber /ˈklæmbə(r)/ *verb* [I] **clamber up, down, out etc.** to move or climb with difficulty, usually using both your hands and feet வழக்கமாகக் கைகள் கால்கள் இரண்டையும் பயன்படுத்திச் சிரமப்பட்டு நகர் அல்லது ஏறு; கைகால் பற்றிக்கொண்டு மேல் செல்; இடர்ப்பட்டுத் தவழ்ந்து செல்

clammy /ˈklæmi/ *adj.* cold, slightly wet and sticky in an unpleasant way இனிதல்லாத முறையில் குளிர்ந்த, சற்று ஈரமான மற்றும் ஒட்டும் தன்மையுள்ள *clammy hands*

clamour (*AmE* **clamor**) /ˈklæmə(r)/ *verb* [I] **clamour for sth** to demand sth in a loud or angry way உரத்த குரலில் அல்லது சினக்குறிப்புடன் ஒன்றைக் கோரு; ஆரவார வேண்டுகோள் வை *The public are clamouring for an answer to all these questions.* ▶ **clamour** (*AmE* **clamor**) *noun* [*sing.*] *the clamour of angry voices*

clamp¹ /klæmp/ *noun* [C] **1** a tool that you use for holding two things together very tightly இரண்டு பொருள்களை ஒன்றாகச் சேர்த்து இறுக்கிப் பிடிக்கப் பயன்படுத்தும் கருவி; இடுக்கி; பற்றுகருவி ➪ **laboratory** மற்றும் **vice** பதிவுகளில் படம் பார்க்க. **2** (*also* **wheel clamp**) a metal object that is fixed to the wheel of a car that has been parked illegally, so that it cannot drive away சட்டத்துக்கு மாறாக ஓரிடத்தில் நிறுத்திவைக்கப்பட்டுள்ள சீருந்து வண்டியை அங்கிருந்து சென்றுவிடாமல் நிலைநிறுத்தும் பொருட்டு அதன் சக்கரத்தில் பொருத்தப்படும் உலோகப் பொருள்; அள்ளு

clamp² /klæmp/ *verb* [T] **1 clamp A and B (together); clamp A to B** to fasten two things together with a clamp பற்றுகருவியால் இரண்டு பொருள்களை இறுகப் பிணை/பொருத்து *The metal rods were clamped together.* • *Clamp the wood to the table so that it doesn't move.* **2** to hold sth very firmly in a particular position குறிப்பிட்ட நிலையில் ஒன்றை உறுதியாக நிலைநிறுத்து அல்லது அசையாது பிடி *Her lips were clamped tightly together.*

PHR V **clamp down on sb/sth** (*informal*) to take strong action in order to stop or control sth ஒன்றைத் தடைப்படுத்தும் பொருட்டு அல்லது கட்டுப்பாட்டிற்குள் கொண்டுவருவதற்காகக் கடுமையான நடவடிக்கை எடு

clampdown /klæmpdaʊn/ *noun* [C] strong action to stop or control sth ஒன்றைத் தடைப்படுத்தும் பொருட்டு அல்லது கட்டுப்படுத்துவதற்காக எடுக்கப்படும் கடுமையான நடவடிக்கை *a clampdown on tax evasion*

clan /klæn/ *noun* [C, *with sing. or pl. verb*] a group of families who are related to each other

தமக்குள் உறவுமுறை உடைய குடும்பங்களின் தொகுதி; பொது முன்னோரை உடைய கூட்டுக்குழு; பொதுமரபுக்குழு; இனக்குழு

clandestine /klæn'destɪn/ *adj.* (*formal*) secret and often not legal இரகசியமானதும் பெரும்பாலும் சட்டத்துக்கு உட்படாததுமான; கள்ளத்தனமான; ஒளிவுமறைவான *a clandestine meeting*

clang /klæŋ/ *verb* [I, T] to make or cause sth to make a loud ringing sound like that of metal being hit உலோகப் பொருள் ஒன்றை அடிக்கும்போது ஏற்படுவது போன்ற கணீரென்ற அதிர்வொலி எழுப்பு அல்லது எழுப்பச் செய் *The iron gates clanged shut.* ▶ **clang** *noun* [C]

clank /klæŋk/ *verb* [I, T] to make or cause sth to make a loud unpleasant sound like pieces of metal hitting each other உலோகத் துண்டுகள் ஒன்றோடொன்று மோதுவது போன்ற இனிமையற்ற வல்லோசை எழுப்பு அல்லது ஒன்றை அவ்வோசை எழுப்பச் செய் *The lift clanked its way up to the seventh floor.* ▶ **clank** *noun* [C]

clap[1] /klæp/ *verb* (**clapping**; **clapped**) **1** [I, T] to hit your hands together many times, usually to show that you like sth வழக்கமாக ஒன்றன் மீதான தனது விருப்பத்தை/மகிழ்ச்சியை வெளிப்படுத்தும் முறையில் இரு கைகளையும் சேர்த்துத் தட்டு; கரவொலி செய் *The audience clapped as soon as the singer walked onto the stage.* **2** [T] to put sth onto sth quickly and firmly ஒரு பொருளின்மீது ஒன்றை விரைந்தும் உறுதியாகவும் வை; திடுமெனப் பற்று *'Oh no, I shouldn't have said that', she said, clapping a hand over her mouth.*

clap[2] /klæp/ *noun* [C] **1** a sudden loud noise திடீரென எழும் உரத்த ஒலி; தட்டொலி; வெடிப்பொலி *a clap of thunder* **2** an act of clapping கைதட்டல்; கரவொலி செய்தல்

clarification /ˌklærəfɪ'keɪʃn/ *noun* [U] an act of making sth clear and easier to understand ஒன்றைப் புரிந்துகொள்வதற்கு ஏற்ற முறையில் தெளிவும் எளிமையும் உடையதாக்குதல்; தெளிவாக்கல்; தெளிவுபடுத்தல் *We'd like some clarification of exactly what your company intends to do.* ➪ **clarity** பார்க்க.

clarify /'klærəfaɪ/ *verb* [T] (*pres. part.* **clarifying**; *3rd person sing. pres.* **clarifies**; *pt, pp* **clarified**) to make sth become clear and easier to understand ஒன்றைப் புரிந்துகொள்வதற்கு ஏற்ற முறையில் தெளிவும் எளிமையும் உடையதாக்கு; தெளிவாக்கு; தெளிவுறச் செய் *I hope that what I say will clarify the situation.* ➪ **clear** adjective பார்க்க.

clarinet /ˌklærə'net/ *noun* [C] a musical instrument that is made of wood. You play a clarinet by blowing through it ஊதி இசைக்கும் மரத்தாலான ஓர் இசைக்கருவி; ஊது துளைக்கருவி வகை ➪ **piano** பதிவிலுள்ள குறிப்பைப் பார்க்க.

clarity /'klærəti/ *noun* [U] the quality of being clear and easy to understand புரிந்துகொள்வதற்கு ஏற்ற முறையிலான தெளிவும் எளிமையும்; தெளிவு; துலக்கம் *clarity of expression* ➪ **clarification** பார்க்க.

clash[1] /klæʃ/ *verb* **1** [I] **clash (with sb) (over sth)** to fight or disagree seriously about sth ஒன்று குறித்து கடுமையான கருத்து வேற்றுமை கொள்; சண்டையிடு; மோது *A group of demonstrators clashed with police outside the Parliament*. **2** [I] **clash (with sth)** (used about two events) to happen at the same time (இரண்டு நிகழ்ச்சிகளைக் குறிப்பிடும்போது) ஒரே நேரத்தில் நிகழ்வுறு/நடைபெறு *It's a pity the two concerts clash. I wanted to go to both of them.* **3** [I] **clash (with sth)** (used about colours, etc.) to not match or look nice together (நிறங்கள், முதலியவற்றைப் பற்றிக் குறிப்பிடும்போது) ஒத்தமையாதிரு; ஒருங்குவைத்துக் காணும்போது இனியதல்லாததாகத் தோன்று *I don't think you should wear that tie—it clashes with your shirt.* **4** [I, T] (used about two metal objects) to hit together with a loud noise; to cause two metal objects to do this (இரண்டு உலோகப் பொருள்களைப் பற்றிக் குறிப்பிடும்போது) உரத்த ஓசையுடன் மோதிக்கொள்; ஒன்றோடொன்று மோதச் செய் *Their swords clashed.*

clash[2] /klæʃ/ *noun* [C] **1** a fight or serious disagreement சண்டை; மோதல்; கைகலப்பு; கடுமையான கருத்து வேற்றுமை; முரண்பாடு *a clash between police and demonstrators* **2** a big difference பெரிய அளவிலான வேறுபாடு; ஒத்திசைவின்மை; மோதல் நிலை *a clash of opinions* • *There was a personality clash between the two men* (= they did not get well on together or like each other). **3** a loud noise, made by two metal objects hitting each other இரு உலோகப் பொருள்கள் ஒன்றோடொன்று மோதி ஏற்படுத்தும் பேரொலி; கணீரென்ற மோதல் ஒலி

clasp[1] /klɑ:sp/ *noun* [C] an object, usually of metal, which fastens or holds sth together ஒன்றைப் பிணைக்கும் அல்லது சேர்த்துப் பற்றிக்கொள்ளும், பெரும்பாலும் உலோகத்தாலான, பொருள்; கொளுவி *the clasp on a necklace/brooch/handbag*

clasp[2] /klɑ:sp/ *verb* [T] to hold sb/sth tightly ஒருவரை/ஒன்றை இறுகப் பற்றிக்கொள், நெருக்கிப் பிடி *Kannan clasped the child in his arms.*

class[1] /klɑːs/ *noun* **1** [C, *with sing. or pl. verb*] a group of students who are taught together ஒருசேரக் கற்பிக்கப்படும் மாணவர் தொகுதி; வகுப்பு; பாட வகுப்பு; பள்ளி வகுப்பு *The whole class is/are going to the theatre tonight.* **2** [C, U] a lesson பயிற்றுவிக்கப்படுவது; பாடம் *Classes begin at 9 o'clock in the morning.* • *We watched an interesting video in class* (= during the lesson) *yesterday.* **3** [U, C] the way people are divided into social groups; one of these groups சமுதாயக் குழுக்களாக மக்கள் பகுக்கப்படும் முறை; சமுதாயப் பிரிவினை; அவ்வாறு பகுக்கப்பட்ட குழுக்களில் ஒன்று; சமுதாய வகுப்பு *The idea of class still divides Indian society.* • *class differences* **4** [C] (*technical*) a group of animals, plants, words, etc. of a similar type ஒத்த இனத்தைச் சார்ந்த விலங்குகள், தாவரங்கள், சொற்கள், முதலியவற்றின் தொகுதி; இன வகுப்பு, வகை அல்லது பிரிவு *There are several different classes of insects.* **NOTE** **Phylum** என்ற சொல் பேரினத்தையும், **class** என்பது அதைவிடச் சிறிய தொகுதியையும் குறிப்பன. **5** [U] (*informal*) high quality or style உயர் தரம்; மேல் படிநிலை; மேன்மை; உயர் நடை *Pele was a football player of great class.* **6** [C] (*especially in compounds*) each of several different levels of service that are available to travellers on a plane, train, etc. விமானம், தொடர்வண்டி, முதலியவற்றில் பல படிநிலைகளில் வழங்கப்படும் பயணிகள் சேவைப் பகுப்புகளில் ஒன்று; பயண வகுப்பு; இருக்கைப் படித்தரம் *a first-class carriage on a train* • *He always travels business class.* **7** [C] (*used to form compound adjectives*) a mark that you are given when you pass your final university exam பல்கலைக்கழக இறுதித் தேர்வில் தேர்ச்சிபெற்ற ஒருவருக்கு வழங்கப்படும் தரப்படி நிலை; தேர்ச்சிப்படி நிலை; (தர) வகுப்பு *a first-/second-/third-class degree*

class[2] /klɑːs/ *verb* [T] **class sb/sth (as sth)** to put sb/sth in a particular group or type ஒருவரை/ஒன்றைக் குறிப்பிட்ட ஒரு தொகுப்பில், வகையில் அல்லது பிரிவில் வை/வகைப்படுத்து; இனவாரியாகப் பிரி *Certain animals and plants are now classed as 'endangered species'.*

classic[1] /ˈklæsɪk/ *adj.* (*usually before a noun*) **1** typical வகை மாதிரியான; வகைமாதிரிக்குரிய; மாதிரி எடுத்துக்காட்டான *It was a classic case of bad management.* **2** (used about a book, play, etc.) of high quality, important and having a value that will last (ஒரு நூல், நாடகம், முதலியவற்றைப் பற்றிக் குறிப்பிடும்போது) உயர்தரமான; முக்கியத்துவமும் நீடித்த தரமதிப்பும் உடைய; உயர்தகவும் நிலைபேறும் கொண்ட *the classic film 'Mughal-e-Azam'* **3** attractive but simple and traditional in style; not affected by changes in fashion கவர்ச்சியான, ஆனால் எளிமையும் மரபு வழிநடையும் கொண்ட; நாகரிக மாறுதல்களுக்கு இடம்கொடாத

classic[2] /ˈklæsɪk/ *noun* **1** [C] a famous book, play, etc. which is of high quality and has a value that will last முக்கியத்துவமும் நிலைத்த தர மதிப்பும் கொண்ட, உயர்தரமான, புகழ்பெற்ற ஒரு நூல், நாடகம், முதலியன *All of Charles Dickens' novels are classics.* **2 Classics** [U] the study of ancient Greek and Roman language and literature பண்டைய கிரேக்க, உரோம மொழி மற்றும் இலக்கியக் கல்வி அல்லது ஆராய்ச்சி

classical /ˈklæsɪkl/ *adj.* (*usually before a noun*) **1** (used about music) serious and having a value that lasts (இசையைப் பற்றிக் குறிப்பிடுகையில்) கருத்தமைதியும் நீடித்த மதிப்பும் உடைய; சீரிய மற்றும் நிலைத்த தகுதிப்பாடு உடைய; செவ்வியல் தன்மையிலான *I prefer classical music to pop.* ➪ **jazz**, **pop** மற்றும் **rock** பார்க்க. **2** traditional, not modern பழம் மரபு சார்ந்த; வழிவழி மரபினதான; புதுப்பாணியில் அமையாத *classical ballet* **3** connected with ancient Greece or Rome பண்டைய கிரேக்க அல்லது உரோம மரபு சார்ந்த; கிரேக்க அல்லது உரோமப் பழமைக்குரிய *classical architecture* ▶ **classically** /-kli/ *adv.*

classified /ˈklæsɪfaɪd/ *adj.* officially secret பணிமுறை இரகசியமான; ஒரு பணித்துறை சார்ந்த, வெளியிடுவதற்கல்லாத *classified information*

classified advertisement (*informal* **classified ad**) *noun* [*usually pl.*] a small advertisement that you put in a newspaper if you want to buy or sell sth, employ sb, find a flat, etc. பொருள்களை வாங்கல் விற்றல், ஆட்களைப் பணித்தேர்வு செய்தல், குடியிருப்பு முதலியன தேடுதல் முதலிய நோக்கங்களுக்காக ஒரு செய்தித்தாளில் தரப்படும் சிறு விளம்பரம்; இனவாரியான துண்டு விளம்பரம்; வரி விளம்பரம்

classify /ˈklæsɪfaɪ/ *verb* [T] (*pres. part.* **classifying**; *3rd person sing. pres.* **classifies**; *pt, pp* **classified**) **classify sb/sth (as sth)** to put sb/sth into a group with other people or things of a similar type ஒருவரை/ஒன்றை இனமொத்த அல்லது வகையொத்த பிறருடன்/பிற பொருள்களுடன் சேர்; வகைப்படுத்து; இனவாரியாகப் பிரி *Would you classify it as an action film or a thriller?* ▶ **classification** /ˌklæsɪfɪˈkeɪʃn/ *noun* [C, U] *the classification of the different species of butterfly*

classless /ˈklɑːsləs/ *adj.* **1** with no division into social classes சமுதாயப் பிரிவினை அற்ற; சமூகப் பகுப்புகள் இல்லாத *It is hard to imagine a truly classless society.* **2** not clearly belonging to any particular social class வெளிப்படையாகக் குறிப்பிட்ட ஒரு சமுதாயப் பிரிவுக்கு உரியதல்லாத; தனி ஒரு வகுப்பு சாராத *a classless accent*

classmate /ˈklɑːsmeɪt/ *noun* [C] a person who is in the same class as you at school or college பள்ளி அல்லது கல்லூரியில் தன்னுடன் ஒரே வகுப்பில் பயில்பவர்; உடன் பயில்பவர்; வகுப்புத் தோழர்

classroom /ˈklɑːsruːm/ *noun* [C] a room in a school, college, etc. where lessons are taught பள்ளி, கல்லூரி முதலியவற்றில் பாடங்கள் பயிற்றுவிக்கப்படும் அறை; வகுப்பறை

classy /ˈklɑːsi/ *adj.* (**classier**; **classiest**) (*informal*) of high quality or style; expensive and fashionable உயர் தரமான; சிறந்த; நடை நயம் மிக்க; உயர் தகவுடைய; மிகு விலையும் நாகரிகப் பாணியும் கொண்ட *a classy restaurant*

clatter /ˈklætə(r)/ *verb* [I, T] to make or cause sth hard to make a series of short loud repeated sounds தொடர் வரிசையாக விட்டுவிட்டு உரத்த ஒலி எழுப்பு அல்லது கெட்டியான ஒரு பொருள் இவ்வாறு ஒலிக்குமாறு செய்; கடகட/தடதட என்று ஒலி அல்லது ஒலிக்கச் செய் *The horses clattered down the street.* ▶ **clatter** *noun* [*usually sing.*]

clause /klɔːz/ *noun* [C] **1** one of the sections of a legal document that says that sth must or must not be done ஒரு சட்ட ஆவணத்தின் கட்டளை விதியாக அமையும் பகுப்புகளில் ஒன்று; சட்ட ஆவணத்தின் கட்டளைக் கூறு; விதிக் கூறு **2** (*grammar*) a group of words that includes a subject and a verb. A clause is usually only part of a sentence பெரும்பாலும் ஒரு வாக்கியத்தின் பகுதியாக மட்டுமே அமையும், ஓர் எழுவாயும் ஒரு வினைச்சொல்லும் கொண்ட சொல் தொகுதி; தனி எழுவாய் பயனிலை உடைய வாக்கிய உறுப்பு; வாக்கியத் தொடர் *The sentence 'After we had finished eating, we watched a film on the video.' contains two clauses.*

claustrophobia /ˌklɔːstrəˈfəʊbiə/ *noun* [U] fear of being in a small or enclosed space சிறிய அல்லது அடைப்பான இடத்தில் இருப்பது குறித்துத் தோன்றும் அச்ச உணர்வு; அடைப்பிட அச்சம்

claustrophobic /ˌklɔːstrəˈfəʊbɪk/ *adj.* **1** extremely afraid of small, enclosed spaces சிறிய அடைப்பான இடங்களில் இருப்பது குறித்துப் பெரிதும் அச்சம் கொள்கிற; மிகுதியான அடைப்பிட அச்சம் உடைய *I always feel claustrophobic in lifts.* **2** used about sth that makes you feel afraid in this way அடைப்பிட அச்சத்தை ஏற்படுத்துகிற *a claustrophobic little room*

clavicle /ˈklævɪkl/ (*medical*) = **collarbone**

claw¹ /klɔː/ *noun* [C] **1** one of the long curved nails on the end of an animal's or a bird's foot விலங்கின் அல்லது பறவையின் கால் விளிம்பில் உள்ள நீண்டு வளைந்த நகங்களில் ஒன்று; விலங்கின் வளை நகம் அல்லது பறவையின் கூருகிர் ⇨ **lion** மற்றும் **shellfish** பதிவில் படம் பார்க்க. **2** one of a pair of long, sharp fingers that certain types of shellfish and some insects have. They use them for holding or picking things up சில வகை சிப்பி நண்டின நீர்வாழ் உயிரிகள் மற்றும் சில பூச்சிகள் பற்றிப் பிடிப்பதற்கும் கொத்தி எடுப்பதற்கும் பயன்படுத்தும் நீண்டு கூர்மையாக அமைந்துள்ள விரல்கள் இரண்டில் ஒன்று; சிப்பி நண்டினத்தின் கொடுக்கு; பூச்சிகளின் இடுக்கிக் கால் நுனி *the claws of a crab*

claw² /klɔː/ *verb* [I, T] **claw (at) sb/sth** to scratch or tear sb/sth with claws or with your fingernails வளை நகங்களால் அல்லது கை விரல் நகங்களால் ஒருவரை/ஒன்றைப் பிறாண்டு; கீறு; கிழி *The cat was clawing at the furniture.*

clay /kleɪ/ *noun* [U] heavy earth that is soft and sticky when it is wet and becomes hard when it is baked or dried ஈரமாக இருக்கும்பொழுது மிருதுவாகவும் ஒட்டுந் தன்மையுடனும் உள்ளதும், சுட்ட அல்லது உலர்ந்த பின் கடினமாக/கெட்டியாக ஆகிவிடுவதுமான கனமான மண் வகை; களிமண் *clay pots*

clean¹ /kliːn/ *adj.* **1** not dirty அழுக்கற்ற; மாசு இல்லாத; தூய்மையான; துப்புரவான *The whole house was beautifully clean.* • *Cats are very clean animals.* ✪ OPP **dirty** ⇨ **cleanliness** noun பார்க்க. **2** (used about humour) not about sex, etc.; not dirty (நகைச்சுவை பற்றிக் குறிப்பிடும்போது) பாலுணர்வு/இனக்கவர்ச்சி முதலியவை பற்றியதல்லாத; கீழ்த்தரமானதல்லாத; மட்டமானதல்லாத *a clean joke* ✪ OPP பொருள்கள் **1** மற்றும் **2**-க்கு **dirty** **3** having no record of offences or crimes பிறருக்குத் தீங்கோ குற்றங்களோ செய்ததாக ஆதாரக் குறிப்பு/பதிவுச்சான்று எதுவும் இல்லாத; களங்கமற்ற; தவறிழைக்காத *a clean driving licence*

IDM **a clean sweep** a complete victory in a sports competition, election, etc. that you get by winning all the different parts of it விளையாட்டுப் போட்டி, தேர்தல், முதலியவற்றில் பல்வேறு பிரிவுகளிலும்/பகுதிகளிலும் வெற்றிபெறுவதன் மூலம் ஒருவர் அடையும் முழுமையான/நிறைவான வெற்றி; ஒட்டுமொத்த வெற்றி

clean² /kliːn/ *verb* **1** [T] to remove dirt, dust and marks from sth ஒன்றன் மீதுள்ள அழுக்கு, தூசு, கறை ஆகியவற்றை நீக்கு; மாசு துடை; துப்புரவாக்கு; தூய்மைப்படுத்து *to clean the windows • Don't forget to clean your teeth!*

NOTE **Clean** என்பது ஒன்றன் மீதுள்ள அழுக்கை நீக்குதலைக் குறிக்கும் பொதுவழக்குச் சொல்லாகும். நீரும் பெரும்பாலான சமயங்களில் சோப்பும் கொண்டு அழுக்கு நீக்குதலை **wash** என்ற சொல்லால் குறிக்கிறோம். **Wipe** என்பது ஈரத்துணியால் ஒரு பரப்பைத் தேய்த்து அழுக்கு நீக்குதலைக் குறிக்கும். உலர்ந்த துணியால் ஒரு பரப்பைத் தேய்த்து அழுக்கு நீக்குதலை **dust** என்ற சொல் குறிக்கும். குட்டையான கைப்பிடி உடைய தூரிகையைக் கொண்டு அழுக்கு நீக்குதலைக் குறிக்கும் சொல் **brush** என்பதாகும். துடைப்பம் கொண்டு தரையைப் பெருக்கிச் சுத்தம் செய்தல் **sweep** என்ற சொல்லால் குறிக்கப்படும்.

2 [I, T] to make the inside of a house, office, etc. free from dust and dirt வீடு, அலுவலகம் முதலியவற்றின் உட்புறத்திலுள்ள தூசு, அழுக்கு ஆகியவற்றை நீக்கித் தூய்மைப்படுத்து; பெருக்கிச் சுத்தம் செய் *Subhash comes in to clean after office hours.* NOTE **Clean** என்ற சொல்லுக்குப் பதிலாக **do the cleaning** என்பதே பெருவழக்காகப் பயன்படுத்தப்படுகிறது—*I do the cleaning once a week.*

PHR V **clean sth out** to clean the inside of sth ஒன்றன் உட்புறத்தைத் துப்புரவாக்கு *I'm going to clean out all the cupboards next week.*

clean (sth) up to remove all the dirt from a place that is particularly dirty குறிப்பிடத்தக்க முறையில் தூய்மையற்றுள்ள ஓர் இடத்தின் தூசு, அழுக்கு முதலியவற்றை முழுவதுமாக நீக்கித் தூய்மைப்படுத்து; அழுக்கைத் துப்புரவு செய் *I'm going to clean up the kitchen before Mum and Dad get back. • Oh no, you've spilt coffee on the new carpet! Can you clean it up?* ➪ **dry-clean** மற்றும் **spring-clean** பார்க்க.

clean³ /kliːn/ *adv.* (*informal*) completely முழுமையாக; முற்றிலும்; அறவே *I clean forgot it was your birthday.*

IDM **come clean (with sb) (about sth)** (*informal*) to tell the truth about sth that you have been keeping secret இரகசியமாக வைத்துள்ள ஒன்றைப் பற்றிய உண்மையைக் கூறு

go clean out of your mind to be completely forgotten முற்றிலுமாக மறந்துபோ

clean-cut *adj.* (used especially about a young man) having a clean, tidy appearance that is attractive and socially acceptable (குறிப்பாக ஓர் இளைஞரைப் பற்றிக் கூறும்போது) கவர்ச்சியாகவும் சமுதாய ஏற்புக்குரியதாகவும் அமைந்த அப்பழுக்கற்ற தோற்ற நலம் வாய்ந்த; தூய்மையான இனிய தோற்றப் பொலிவுடைய *The girls all go for Rahul's clean-cut good looks.*

cleaner /ˈkliːnə(r)/ *noun* **1** [C] a person whose job is to clean the rooms and furniture inside a house or other building ஒரு வீட்டினுள் அல்லது கட்டடத்தினுள் உள்ள அறைகளையும் அறைக்கலங்களையும் துப்புரவு செய்யும் பணியாளர்; மனைத் துப்புரவுப் பணியாளர் *an office cleaner* **2** [C] a substance or a special machine that you use for cleaning sth ஒன்றைத் துப்புரவு செய்யப் பயன்படுத்தப்படும் பொருள் அல்லது தனிவகை இயந்திரம்; அழுக்கு நீக்கும் பொருள் அல்லது இயந்திரம் *liquid floor cleaners • a carpet cleaner* ➪ **vacuum cleaner** பார்க்க. **3 the cleaner's** = **dry-cleaner's**

cleanliness /ˈklenlinəs/ *noun* [U] being clean or keeping things clean தூய்மையாக இருத்தல் அல்லது பொருள்களைத் தூய்மையாக வைத்திருத்தல்; தூய்மை; துப்புரவு *High standards of cleanliness are important in a hotel kitchen.*

cleanly /ˈkliːnli/ *adv.* easily or smoothly in one movement ஒரே இயக்கத்தில் எளிதாக அல்லது தட்டுத்தடங்கலின்றி; ஒற்றை அசைவிலேயே சுலபமாக *The knife cut cleanly through the rope.*

cleanse /klenz/ *verb* [T] to clean your skin or a wound தோலை அல்லது ஒரு புண்ணை (கழுவித்) தூய்மையாக்கு/சுத்தப்படுத்து ➪ **ethnic cleansing** பார்க்க.

cleanser /ˈklenzə(r)/ *noun* [C] a substance that you use for cleaning your skin, especially your face தோலை, குறிப்பாக முகத்தை, தூய்மையாக்கப் பயன்படுத்தப்படும் ஒரு பொருள்

clean-shaven *adj.* (used about men) having recently shaved (ஆண்களைப் பற்றிக் குறிப்பிடுகையில்) அண்மையில் மழிக்கப்பட்ட/சவரம் செய்துவிடப்பட்ட

clean-up *noun* [C, *usually sing.*] the process of removing dirt or other bad things from a place ஓரிடத்திலுள்ள அழுக்கு அல்லது வேண்டாத பிற பொருள்களை அகற்றித் தூய்மைப்படுத்துதல்; துப்புரவு செய்தல் *The clean-up of the city centre means that tourists can now go there safely at night.*

clear¹ /klɪə(r)/ *adj.* **1** easy to see, hear or understand எளிதாகக் காணக்கூடிய, கேட்கக்கூடிய அல்லது புரிந்துகொள்ளக்கூடிய; தெளிவான *His voice wasn't very clear on the telephone. • She gave me clear directions on how to get there.* **2 clear (about/on sth)** sure or definite; without any doubts or confusion உறுதிப்பாடு உடைய; ஐயுறவு அல்லது குழப்பம் இல்லாத; உறுதியாக நம்புகிற *I'm not quite clear about the* *arrangements for tomorrow.* ⇨ **clarify** verb பார்க்க. 3 **clear (to sb)** obvious வெளிப்படையான; தெளிவான *There are clear advantages to the second plan. • It was clear to me that he was not telling the truth.* 4 easy to see through தெளிந்த; ஒளி ஊடுருவுகின்ற; பளிங்கு போன்ற; கலங்கியிராத *The water was so clear that we could see the bottom of the lake.* 5 **clear (of sth)** free from things that are blocking the way தடங்கலற்ற; இடர்ப்பாடுகள் நீங்கப்பெற்ற; தடைகள் நீங்கிய *The police say that most roads are now clear of snow.* 6 free from marks கறையற்ற; வடுவில்லாத; தூய; வெட்டவெளியான *a clear sky* (= without clouds) • *clear skin* (= without spots) 7 free from guilt குற்றம் நீங்கிய; களங்கமற்ற; கறை படாத *It wasn't your fault. You can have a completely clear conscience.*

IDM **make yourself clear; make sth clear/plain (to sb)** to speak so that there can be no doubt about what you mean தான் கூறுவதன் பொருள் பற்றி ஐயுறவு தோன்றாதவாறு பேசு; தெளிவுபடக் கூறு; தெளிவாக்கு *'I do not want you to go to that concert,' said my mother. 'Do I make myself clear?' • He made it quite clear that he was not happy with the decision.*

clear² /klɪə(r)/ *adv.* 1 = **clearly** 1 *We can hear the telephone loud and clear from here.* 2 **clear (of sth)** away from sth; not touching sth ஒன்றிலிருந்து விலகி; ஒதுங்கி; அப்பாற்பட்டு; தொட்டுக்கொண்டு இல்லாமல் *stand clear of the doors* (= on a train)

IDM **keep/stay/steer clear (of sb/sth)** to avoid sb/sth because he/she/it may cause problems ஒருவர்/ஒன்று இடையூறு அல்லது சிக்கல்கள் ஏற்படுத்தக் கூடுமாதலால் அவரை/அதனைத் தவிர்; விலக்கு

clear³ /klɪə(r)/ *verb* 1 [T] to remove sth that is not wanted or needed வேண்டாத அல்லது தேவையற்ற ஒன்றை அப்புறப்படுத்து, அகற்று அல்லது விலக்கு *to clear the roads of snow/to clear snow from the roads • It's your turn to clear the table* (= to take away the dirty plates, etc. after a meal). 2 [I] (used about smoke, etc.) to disappear (புகை, முதலியவற்றைப் பற்றிக் குறிப்பிடுகையில்) மறைந்துபோ; கண்ணுக்குத் தெரியாமல் போய்விடு *The fog slowly cleared and the sun came out.* 3 [I] (used about the sky, the weather or water) to become free of clouds, rain, or mud (வானம், பருவ நிலை அல்லது நீர் பற்றிக் குறிப்பிடுகையில்) மேகங்கள், மழை அல்லது சேறு நீங்கப்பெறு; வானம் வெட்டவெளியாகு; நீர் தெளிவுபடு; மேகங்கள் விலகிப்போ *After a cloudy start, the weather will clear during the afternoon.* 4 [T] **clear sb (of sth)** to provide proof that sb is innocent of sth ஒருவர் குற்றமற்றவர் என்பதற்கான சான்றாதாரம் அளி; ஒருவரைக் குற்றப்பொறுப்பிலிருந்து விடுவி; ஒருவர் நல்லவர் என மெய்ப்பி நிரூபி *The man has finally been cleared of murder.* 5 [T] to jump over or get past sth without touching it ஒன்றைத் தொடாமல் அதனைத் தாண்டிக் குதி அல்லது கடந்து செல் 6 [T] to give official permission for a plane, ship, etc. to enter or leave a place விமானம், கப்பல், முதலியன ஓரிடத்தினுள் நுழைய அல்லது ஓரிடத்தை விட்டுச்செல்ல அதிகார முறையிலான அனுமதி அளி; நுழைவு இசைவாணை அல்லது செலவு இசைவாணை வழங்கு *At last the plane was cleared for take-off.* 7 [T] **clear sth (with sb)** to get official approval for sth to be done ஒன்றைச் செய்வதற்கான அதிகார முறையிலான ஒப்புதல் அல்லது இசைவாணை பெறு *I'll have to clear it with the manager before I can refund your money.* 8 [I] (used about a cheque) to go through the system that moves money from one account to another (ஒரு காசோலையைப் பற்றிக் குறிப்பிடும்போது) பணத்தை ஒரு கணக்கிலிருந்து மற்றொரு கணக்குக்கு மாற்றும் முறைவழிச் செல்

IDM **clear the air** to improve a difficult or uncomfortable situation by talking honestly about worries, doubts, etc. கவலைகள், ஐயப்பாடுகள் முதலியவற்றைப் பற்றி வெளிப்படையாகப் பேசுவதன் மூலம் ஓர் இக்கட்டான அல்லது இனியதல்லாத சூழ்நிலையைச் சரிசெய்; நெருக்கடி நிலையைத் தளர்த்து; சிக்கலைத் தெளிவுக்குக் கொண்டுவா

clear your throat to cough slightly in order to make it easier to speak பேச்சு வெளிப்பாடு எளிதாகும் பொருட்டு இலேசாக இருமு; தொண்டை கட்டிய நிலை நீங்க மெலிதாகக் கனை; தொண்டையைச் சரிசெய்

PHR V **clear off** (*informal*) used to tell sb to go away ஒருவரை அப்பால் சென்றுவிடுமாறு கூறப் பயன்படுத்தப்படுவது; சென்றொழி; போய்விடு; நீங்கிச் செல்

clear sth out to tidy sth and throw away things that you do not want ஒன்றைச் சீர்ப்படுத்தி வேண்டாதனவற்றைத் தூக்கி எறி; துப்புரவாக்கிச் செப்பஞ்செய்; வேண்டாதவனவற்றை ஒழித்துத் தூய்மைப்படுத்து

clear up (used about the weather or an illness) to get better (பருவநிலை அல்லது ஒரு நோயைப் பற்றிக் குறிப்பிடும்போது) தெளிவாகு; சீர்படு; மேம்பாடு அடை

clear (sth) up to make sth tidy ஒன்றைத் துப்புரவாக்கு; சீர்படுத்து; சீரொழுங்கு செய் *Make sure you clear up properly before you leave.*

clear sth up to find the solution to a problem, cause of confusion, etc. ஒரு சிக்கலுக்குத் தீர்வுகாண்; ஒரு குழப்பத்திலிருந்து விடுவி; ஒன்றைத் தெளிவாக்கு *There's been a slight misunderstanding but we've cleared it up now.*

clearance /ˈklɪərəns/ *noun* [U] **1** the removing of sth that is old or not wanted பழமையான அல்லது வேண்டாத ஒன்றை அப்புறப்படுத்துதல்; அகற்றுதல்; நீக்குதல்; கழித்தல் *The shop is having a clearance sale* (= selling things cheaply in order to get rid of them). **2** the distance between an object and something that is passing under or beside it, for example a ship or vehicle ஒரு பொருளுக்கும் அதன் கீழ்ப்பகுதியில் அல்லது பக்கவாட்டில் அப்பொருளைக் கடந்துசெல்லும் (கப்பல், ஊர்தி போன்ற) ஒன்றுக்கும் இடையே உள்ள தூரம்/தொலைவு அல்லது இடைவெளி *There was not enough clearance for the bus to pass under the bridge safely.* **3** official permission for sb/sth to do sth ஒன்றைச் செய்வதற்காக ஒருவருக்கு/ஒன்றனுக்கு வழங்கப்படும் பணிமுறை அனுமதி; இசைவாணை

clear-cut *adj.* definite and easy to see or understand தெளிவானதும் எளிதாகக் காண அல்லது புரிந்துகொள்ளக் கூடியதுமான; திட்டவட்டமான

clear-headed *adj.* able to think clearly, especially if there is a problem (குறிப்பாக ஒரு சிக்கல் தோன்றும்போது) தெளிவாகச் சிந்திக்கும் திறன் கொண்ட; அறிவுத் தெளிவுடைய

clearing /ˈklɪərɪŋ/ *noun* [C] a small area without trees in the middle of a wood or forest ஒரு புதர் மரப் பரப்பின் அல்லது காட்டின் நடுவில் உள்ள மரங்கள் அற்ற சிறு வெளி; காட்டின் வெளியிடம்

clearly /ˈklɪəli/ *adv.* **1** in a way that is easy to see, hear or understand எளிதாகப் பார்க்க, கேட்க அல்லது புரிந்துகொள்ளக்கூடிய முறையில்; தெளிவாக; விளக்கமாக *It was so foggy that we couldn't see the road clearly.* **2** in a way that is not confused குழப்பத்திற்கு இடமற்ற முறையில்; மனமயக்கம் ஏற்படுத்தாத வகையில்; மனத்தெளிவுடன் *I'm so tired that I can't think clearly.* **3** without doubt; obviously ஐயத்துக்கிடமில்லாமல்; வெளிப்படையாக; தெளிவாக *She clearly doesn't want to speak to you any more.*

clear-sighted *adj.* able to understand situations well and to see what might happen in the future சூழ்நிலைகளை நன்கு புரிந்துகொண்டு எதிர்காலத்தில் நிகழக்கூடியதை உணர்ந்தறியும் ஆற்றலுடைய; தெளிவான பார்வையும் முன்னுணர்வும் கொண்ட

cleft /kleft/ *noun* [C] a natural opening or crack, especially in rock or in a person's chin குறிப்பாகப் பாறையில் அல்லது ஒருவருடைய முகவாய்க்கட்டையில் இயற்கையாக அமைந்துள்ள பிளவு அல்லது வெடிப்பு

clemency /ˈklemənsi/ *noun* [U] (*formal*) (in law) kindness shown to sb when he/she is being punished தண்டனைக்குரிய ஒருவர்மீது காட்டப்படும் இரக்கம்; தயுவு அல்லது கருணை

clementine /ˈkleməntiːn/ *noun* [C] a type of small orange சிறு கிச்சிலிப் பழவகை

clench /klentʃ/ *verb* [T] to close or hold tightly அழுத்தி/இறுக்கி மூடு; இறுக்கிப் பிடி; இறுகப் பற்று *She clenched her fists and looked as if she was going to hit him.*

clergy /ˈklɜːdʒi/ *noun* [*pl.*] the people who perform religious ceremonies in the Christian church கிறிஸ்தவ திருக்கோயிலில் சமயச் சடங்குகள் செய்வோர்; திருச்சபையின் குருமார் *a member of the clergy*

clergyman /ˈklɜːdʒimən/ *noun* [C] (*pl.* **-men** /-mən; -men/) a male member of the clergy கிறிஸ்தவ திருக்கோயிலில் சமயச் சடங்குகள் செய்யும் ஆண் சமயகுரு; திருச்சபையின் ஆண் குரு

clergywoman /ˈklɜːdʒiwʊmən/ *noun* [C] (*pl.* **women** /-wɪmɪn/) a female member of the clergy கிறிஸ்தவ திருக்கோயிலில் சமயச் சடங்குகள் செய்யும் பெண் சமயகுரு; திருச்சபையின் பெண் குரு

cleric /ˈklerɪk/ *noun* [C] **1** a priest in the Christian church கிறிஸ்தவ திருச்சபையின் குரு ✪ SYN **clergyman** **2** a religious leader in any religion (பொதுவாக) மதத் தலைவர்; சமயத் தலைவர் *Muslim clerics*

clerical /ˈklerɪkl/ *adj.* **1** connected with the work of a clerk in an office ஓர் அலுவலக எழுத்தர் பணி தொடர்பான; எழுத்தர் பணிக்குரிய *clerical work* **2** connected with the clergy திருச்சபையின் குருமார் சார்ந்த

clerk /klɑːk/ *noun* [C] **1** a person whose job is to do written work or look after records or accounts in an office, bank, court of law, etc. அலுவலகம், வங்கி, நீதிமன்றம், முதலியவற்றில் எழுத்துவேலை செய்தல் அல்லது பதிவேடுகளை/ஆவணங்களைப் பராமரித்தல் அல்லது கணக்கு வைத்திருத்தல் பணியைச் செய்பவர்; எழுத்தர்; எழுத்தாயர்; பதிவக அலுவலர்; கணக்கர் **2** (*also* **sales clerk**) (*AmE*) = **shop assistant**

clever /ˈklevə(r)/ *adj.* **1** able to learn, understand or do sth quickly and easily; intelligent விரைந்தும் எளிதாகவும் ஒன்றைப் பயிலும், புரிந்துகொள்ளும் அல்லது செய்யும் திறமை

உடைய; அறிவுள்ள; அறிவுத் திறம் வாய்ந்த; கூர்மதியுடைய *a clever student* • *How clever of you to mend my watch!* **2** (used about things, ideas, etc.) showing skill or intelligence (பொருள்கள், கருத்துகள் முதலியவற்றைப் பற்றிக் குறிப்பிடுகையில்) செயலாற்றல்/கைத்திறம் அல்லது அறிவுத்திறன் வெளிப்படுகிற; திறமையான; அறிவார்ந்த *a clever device* • *a clever plan* ▶ **cleverly** *adv.* ▶ **cleverness** *noun* [U]

cliché /ˈkliːʃeɪ/ *noun* [C] a phrase or idea that has been used so many times that it no longer has any real meaning or interest மிகையான பயன்பாட்டினால் உண்மையான பொருளோ ஆர்வத் தூண்டுதலோ இல்லாது போன ஒரு சொற்றொடர் அல்லது கருத்து; மிகு வழக்கால் பொருட்செறிவு அல்லது ஈர்ப்புத் திறன் குன்றிவிட்ட தொடர் அல்லது கருத்து; அடிபட்டுப் பழமைபட்டுப்போன வழக்கு

click[1] /klɪk/ *verb* **1** [I, T] to make a short sharp sound; to cause sth to do this 'கிளிக்' என்ற கூரோசை எழுப்பு; கீச்சொலி செய்; ஒரு பொருளைக் 'கிளிக்' ஒலி எழுப்பச் செய் *The door clicked shut.* • *He clicked his fingers at the waiter.* **2** [I, T] **click (on sth)** (*computing*) to press one of the buttons on a mouse கணினியில் சுட்டியின் ஒரு பொத்தானை அழுக்கி 'கிளிக்' செய் *To open a file, click on the menu.* • *Position the pointer and* ***double click*** *the left-hand mouse button* (= press it twice very quickly). **3** [I] (*informal*) (used about two people) to become friendly immediately (இரண்டு நபர்களைப் பற்றிக் குறிப்பிடும்போது) உடனடியாக நண்பர்களாகு; சட்டென நட்பு கொள் *We met at a party and just clicked.* **4** [I] (*informal*) (used about a problem, etc.) to become suddenly clear or understood (ஒரு சிக்கல், முதலியவற்றைப் பற்றிக் குறிப்பிடும்போது) திடீரெனத் தெளிவு ஏற்படு; சட்டென விளங்கு *Once I'd found the missing letter, everything* ***clicked into place.***

click[2] /klɪk/ *noun* [C] **1** a short sharp sound 'கிளிக்' என்ற குற்றொலி; கீச்சொலி; கூரோசை *the click of a switch* **2** (*computing*) the act of pressing the button on a computer mouse கணினியில் சுட்டியின் பொத்தானை அழுக்குதல்; 'கிளிக்' செய்தல்

client /ˈklaɪənt/ *noun* [C] **1** somebody who receives a service from a professional person, for example a lawyer (வழக்கறிஞர் போன்ற) ஒரு தனித்திறத் தொழிலரிடம் ஒரு சேவையைப் பெறுபவர்; கட்சிக்காரர் **2** (*computing*) one of a number of computers that is connected to a special computer (**server**) that stores shared information சேவையகக் கணிப்பொறியுடன் இணைக்கப்பட்ட பல கணிப்பொறிகளில் ஒன்று; சேவைப் பகிர்வுக் கணினி

NOTE கவனத்தில் கொள்க: அங்காடிகளுக்கு அல்லது உணவகங்களுக்குச் செல்பவர்கள் **client** (கட்சிக்காரர்) என அழைக்கப்படுவதில்லை. இவர்கள் **customers** (வாடிக்கையாளர்) என்ற சொல்லால் குறிக்கப்படுகின்றனர். **Clientele** என்ற சொல் 'கட்சிக்காரர்' 'வாடிக்கையாளர்' இரண்டையும் உள்ளடக்கிய பொதுநிலையிலான மரபு வழக்காகும்.

clientele /ˌkliːənˈtel/ *noun* [U] all the customers, guests or clients who regularly go to a particular shop, hotel, organization, etc. குறிப்பிட்ட அங்காடி, உணவகம், நிறுவனம் முதலியவற்றுக்கு வழக்கமாகச் செல்லும் அனைத்து வாடிக்கையாளர்களும், விருந்தினர்களும் அல்லது கட்சிக்காரர்களும்; வாடிக்கையாளர்/விருந்தினர்/கட்சிக்காரர் தொகுதி/பரிவாரம் NOTE **Clientele** என்ற சொல் **customers, guests** முதலிய சொற்களை விட முறைசார்ந்த ஒன்றாகும்.

cliff /klɪf/ *noun* [C] a high, very steep area of rock, especially one next to the sea குறிப்பாகக் கடலை அடுத்துள்ள, உயரமான மிகவும் செங்குத்தான பாறைப் பகுதி; கொடுஞ் சரிவுப்பாறை

cliffhanger /ˈklɪfhæŋə(r)/ *noun* [C] an exciting situation in a story, film, etc. when you cannot guess what is going to happen next and you have to wait until the next part in order to find out அடுத்து நிகழ இருப்பதை ஊகிக்க முடியாது அதுவரை காத்திருக்க வேண்டியிருக்கும் ஆர்வ எழுச்சி ஊட்டக்கூடிய புனைகதை, திரைப்படம் முதலியவற்றின் ஒரு சூழ்நிலை அல்லது கட்டம்; அடுத்த நிகழ்வின்மீது ஆர்வக் கிளர்ச்சியைத் தூண்டும் கதைச் சூழல்

climactic /klaɪˈmæktɪk/ *adj.* (*written*) (used about an event or a point in time) very exciting, most important (ஒரு நிகழ்வை அல்லது காலகட்டத்தைப் பற்றிக் குறிப்பிடும்போது) பெரிதும் ஆர்வக் கிளர்ச்சி ஊட்டுகிற; மிகமிக முக்கியமான; உணர்ச்சி ஏற்றமுடைய

climate /ˈklaɪmət/ *noun* [C] **1** the normal weather conditions of a particular region குறிப்பிட்ட பகுதியில் நிலவும் இயல்பான வானிலை *a dry/humid/tropical climate* **2** the general opinions, etc. that people have at a particular time குறிப்பிட்ட ஒரு காலப்பகுதியில் மக்களிடம் நிலவும் பொதுக் கருத்து முதலியன; குறிப்பிட்ட காலத்தின் எண்ணப்போக்கு அல்லது கருத்துச் சூழல் *What is the current* ***climate of opinion*** *regarding the death penalty?* • *the political climate*

climatic /klaɪˈmætɪk/ *adj.* connected with the **climate 1** குறிப்பிட்ட இடத்தின் வானிலை தொடர்பான

climatology /ˌklaɪməˈtɒlədʒi/ *noun* [U] the scientific study of climate வானிலை பற்றிய ஆய்வு; வானிலையியல்

climax /ˈklaɪmæks/ *noun* [C] the most important and exciting part of a book, play, piece of music, event, etc. ஒரு நூல், நாடகம், ஓர் இசைப்பகுதி, ஒரு நிகழ்ச்சி முதலியவற்றின் மிகமிக முக்கியமான, காண்பவர்/நுகர்பவர் உணர்வெழுச்சியைத் தூண்டும் பகுதி; உச்சக் கட்டம்; உணர்ச்சி ஏற்றப் பகுதி *The novel reaches a dramatic **climax** in the final chapter.* ▶ **climax** *verb* [I]

climb[1] /klaɪm/ *verb* **1** [I, T] **climb (up) (sth)** to move up towards the top of sth ஒன்றன் உச்சியை நோக்கி மேலே செல்; மேலேறு *to climb a tree/mountain/rope • She climbed the stairs to bed. • to climb up a ladder* **2** [I] to move, with difficulty or effort, in the direction mentioned சிரமப்பட்டு அல்லது செயல் முனைப்புடன் குறிப்பிட்ட திசையில் மேற்செல்; முன்னேறு *I managed to climb out of the window.* **3** [I] to go up mountains, etc. as a sport ஒரு விளையாட்டு நிகழ்ச்சியாக, மலைகள் முதலியவற்றில் ஏறு; மலையேற்றம் முதலியவற்றை மேற்கொள் **4** [I] to rise to a higher position ஓர் உயர்ந்த நிலைக்குச் செல்; மேனிலைக்கு உயர்; முன்னேறு *The plane climbed steadily. • The road climbed steeply up the side of the mountain. • (figurative) The value of the dollar climbed against the pound.*

IDM **climb/jump on the bandwagon** ➪ **bandwagon** பார்க்க.

PHR V **climb down (over sth)** (*informal*) to admit that you have made a mistake; to change your opinion about sth in an argument தவற்றை ஒப்புக்கொள்; ஒரு வாதத்தில் தன்னுடைய கருத்தை மாற்றிக்கொள்; தன் நிலையிலிருந்து பின்வாங்கு; கீழிறங்கு

climb[2] /klaɪm/ *noun* [C] an act of climbing or a journey made by climbing ஏறுதல்; ஏற்றம்; ஏற்றப் பயணம் *The monastery could only be reached by a three-hour climb.*

climbdown /ˈklaɪmdaʊn/ *noun* [C] an act of admitting you have been wrong; a change of opinion in an argument தன் தவற்றை ஒப்புக்கொள்ளுதல்; ஒரு வாதத்தில் தன் கருத்தை மாற்றிக்கொள்ளுதல்; பின்வாங்குதல்; கீழிறக்கம்

climber /ˈklaɪmə(r)/ *noun* [C] a person who climbs mountains as a sport விளையாட்டு/பொழுதுபோக்கு முயற்சியாக மலையேறுபவர்; மலையேற்றத்தை மேற்கொள்பவர் **2** a climbing plant தழுவு கொடி; பற்றி ஏறும் கொடி

clinch /klɪntʃ/ *verb* [T] (*informal*) to finally manage to get what you want in an argument or business agreement ஒரு வாதத்தில் அல்லது வணிக ஒப்பந்தத்தில் தான் விரும்புவது இறுதியாக நிறைவேற்றப்பெறு; கைகூடு *to clinch a deal*

cline /klaɪn/ *noun* [C] a continuous series of things, in which each one is only slightly different from the things next to it, but the last is very different from the first அடுத்துள்ள பொருள்களைவிட ஒவ்வொரு பொருளும் சிறிதளவே மாறுபட்டு ஆனால் இறுதியில் உள்ளது முதலில் இருப்பதைவிடப் பேரளவில் மாறுபட்டதாக அமையும் முறையிலான பொருள்களின் தொடர்வரிசை; பொருள்களின் முரணேற்றத் தொடர்வரிசை

cling /klɪŋ/ *verb* [I] (*pt, pp* **clung** /klʌŋ/) **1 cling (on) to sb/sth; cling together** to hold on tightly to sb/sth ஒருவரை/ஒன்றைக் கெட்டியாகப் பிடித்துக்கொள்; பற்றிக்கொள்; விடாது ஒட்டிக்கொள் *She clung to the rope with all her strength. • They clung together for warmth.* **2 cling (on) to sth** to continue to believe sth, often when it is not reasonable to do so பல நேரங்களில் அவ்வாறு செய்வது அறிவுக்குப் பொருந்தாத நிலையிலும் ஒன்றில் தொடர்ந்து நம்பிக்கை வை; ஒரு கருத்தை/கொள்கையை விடாப்பிடியாகப் பற்றிக்கொண்டிரு *They were still clinging to the hope that the girl would be found alive.* **3 cling to sb/sth** to stick firmly to sth ஒன்றுடன் உறுதியாக ஒட்டிக்கொள் *His wet clothes clung to him.* ▶ **clingy** *adj. a clingy child* (= that does not want to leave its parents) *• a clingy sweater*

cling film *noun* [U] thin transparent plastic used for covering food to keep it fresh உணவின் புதுநிலை கெடாதவாறு வைத்திருக்க அதன் மீது முடப்படும் மெல்லிய ஒளி ஊடுருவக்கூடிய பிளாஸ்டிக் இழைபொருள்

clinic /ˈklɪnɪk/ *noun* [C] **1** a small hospital or a part of a hospital where you go to receive special medical treatment தனிவகை அல்லது சிறப்புமுறை மருத்துவத்துக்கான சிறு மருத்துவமனை அல்லது ஒரு மருத்துவமனையின் பகுதி; தனி மருத்துவமனை *He's being treated at a private clinic. • an antenatal clinic* **2** a time when a doctor sees patients and gives special treatment or advice ஒரு மருத்துவர் நோயாளிகளைக் கவனித்துத் தனிமுறை மருத்துவச் சிகிச்சை அளிக்கும் அல்லது ஆலோசனை வழங்கும் நேரம்; தனிமுறைப் பண்டுவ நேரம்

clinical /ˈklɪnɪkl/ *adj.* **1** connected with the examination and treatment of patients at a clinic or hospital தனி மருத்துவமனையில் அல்லது பொதுமுறை மருத்துவமனையில் நோயாளிகள்

மருத்துவ சோதனையும் சிகிச்சையும் வழங்கப்படுதல் தொடர்பான; மருத்துவம் சார்ந்த *Clinical trials of the new drug have proved successful.* **2** (used about a person) cold and not emotional (ஒருவரைப் பற்றிக் கூறும்போது) உணர்ச்சியற்ற; உணர்ச்சி வயப்படாத

clinically /'klɪnɪkli/ *adv.* **1** according to medical examination மருத்துவச் சோதனையின்படி *to be clinically dead* **2** in a cold way; without showing any emotion உணர்ச்சியற்ற முறையில்; உணர்ச்சி வசப்படாது

clink /klɪŋk/ *noun* [*sing.*] the short sharp ringing sound that objects made of glass, metal, etc. make when they touch each other கண்ணாடி, உலோகம் முதலியவற்றால் ஆன பொருள்கள் ஒன்றுடன் ஒன்று படும்போது உண்டாகும் 'கண் கண்' என்னும் கூரோசை அல்லது கூரிய அதிர்வொலி *the clink of glasses* ▶ **clink** *verb* [I, T]

clip[1] /klɪp/ *noun* [C] **1** a small object, usually made of metal or plastic, used for holding things together பொருள்களை ஒன்றுசேர்த்துப் பிடிப்பதற்குப் பயன்படுத்தப்படும், பெரும்பாலும் உலோகம் அல்லது பிளாஸ்டிக்கால் செய்யப்பட்ட சிறு சாதனம்; பற்று கருவி; பிடிப்பு ஊக்கு; இணைப்பு ஊக்கு *a paper clip • a hairclip* ➪ **stationery** பதிவில் படம் பார்க்க. **2** a small section of a film that is shown so that people can see what the rest of the film is like ஒரு திரைப்படத்தின் போக்கை அல்லது தன்மையை மக்கள் உணர்ந்தறியும் பொருட்டுக் காட்டப்படும் அப்படத்தின் சிறு பகுதி; திரைப்படத் துணுக்கு ➪ **trailer** பார்க்க. **3** (*informal*) a quick hit with the hand கையை விரைந்து வீசி அடிக்கும் அடி; வீச்சடி *She gave the boy a clip round the ear.* **4** the act of cutting sth to make it shorter ஒன்றன் நீளத்தைக் குறைக்க அதனைத் தறித்தல்; வெட்டிக்குறைத்தல்; கத்தரிப்பு

clip[2] /klɪp/ *verb* (**clipping**; **clipped**) **1** [I, T] to be fastened with a clip; to fasten sth to sth else with a clip பற்று கருவி அல்லது பிடிப்பு ஊக்கால் ஒன்றை மற்றொன்றோடு பொருத்து; இணை; பற்று கருவியால் (பொருள்கள்) ஒன்றுசேர்த்து இணைக்கப்படு *Clip the photo to the letter, please.* **2** [T] to cut sth, especially by cutting small parts off ஒன்றைக் கத்தரி; துண்டுபடுத்து; குறிப்பாக ஓரத்தைச் சீவு; முனை வெட்டு *The hedge needs clipping.* **3** [T] to hit sb/sth quickly ஒருவரை/ஒன்றை விரைவியக்கத்துடன் அடி; விரைந்து சென்று இடி; சட்டென்று தாக்கு

clipboard /'klɪpbɔ:d/ *noun* [C] **1** a small board with a part that holds papers at the top, used by sb who wants to write while standing or moving around நின்ற நிலையில் அல்லது இயக்கத்தில் இருக்கும்போது எழுதப் பயன்படுத்துவதற்கான, மேல்பகுதியில் தாள்களை பற்றிப் பிடித்துக்கொள்ளும் ஊக்கு பொருத்தப்பட்ட சிறு பலகை; பிடிப்பு ஊக்கு இணைந்த எழுது பலகை ➪ **stationery** பதிவில் படம் பார்க்க. **2** (*computing*) a place where information from a computer file is stored for a short time until it is added to another file ஒரு கணினிக் கோப்பிலுள்ள தகவல் மற்றொரு கோப்பில் சேர்க்கப்படும்வரை சிறிது நேரம் தேக்கி வைக்கப்படும் இடம்; அவ்வப்போதான தகவல் சேமிப்புத் தளம்; தகவல் பிடிப்புத் தளம்

clippers /'klɪpəz/ *noun* [*pl.*] a small metal tool used for cutting things, for example hair or fingernails (மயிர், நகம் போன்ற) பொருள்களை வெட்டுவதற்குப் பயன்படுத்தப்படும் சிறு உலோகக் கருவி; கத்தரிக்கும் கருவி *a pair of nail clippers*

clipping /'klɪpɪŋ/ (*AmE*) = **cutting[1] 1**

clique /kli:k/ *noun* [C] a small group of people with the same interests who do not want others to join their group ஒத்த ஆர்வ ஈடுபாடு கொண்டதும் பிறர் தம்முள் இணைவதை விரும்பாததும் ஆன ஒரு குறுங்குழுவினர்; சுய்நலக் கும்பல்; தன்னலக் குழு

clitoris /'klɪtərɪs/ *noun* [C] the small part of the female sex organs which becomes larger when a woman is sexually excited இணைவிழைச்சுத் தூண்டலின்போது உருப்பெருக்கம் அடையும் பெண் பிறப்புறுப்புகளின் சிறு பகுதி; கந்து; பெண்சேபம்; சுமரி

cloak /kləʊk/ *noun* **1** [C] a type of loose coat without sleeves that was more common in former times முற்காலங்களில் மிகுதியாக அணியப்பட்ட, கைப்பகுதி இல்லாத தளர்ச்சியான மேற்சட்டை வகை; தளர் மேலங்கி ➪ **cape** பார்க்க. **2** [*sing.*] a thing that hides sth else வேறொன்றுக்கு மறைப்பாக அமையும் பொருள்; மூடி மறைப்பது; போர்வை *a cloak of mist*

cloakroom /'kləʊkru:m/ *noun* [C] a room near the entrance to a building where you can leave your coat, bags, etc. கட்டட நுழைவாயிலை ஒட்டி அமைந்துள்ள, புறச்சட்டை, பைகள் முதலியவற்றை வைத்துவிட்டுச் செல்வதற்கான அறை; பொருள் வைப்பறை

clobber /'klɒbə(r)/ *verb* [T] (*BrE informal*) to hit sb hard ஒருவரை வலுவாக அடி; விசையுடன் தாக்கு

clock[1] /klɒk/ *noun* [C] **1** an instrument that shows you what time it is நேரம் காட்டும் கருவி; கடிகாரம் *an alarm clock • a church clock* ➪ **watch** பார்க்க. **2** an instrument in a car that measures how far it has travelled பயணம் செய்த தொலைவை அளவிடும் சீருந்திலுள்ள ஒரு

கருவி; தொலைவு மானி *My car has only got 10,000 kilometres on the clock.*

IDM against the clock if you do sth against the clock, you do it fast in order to finish before a certain time குறிப்பிட்ட கால எல்லைக்கு முன்பாக ஒரு செயலை முடிக்க வேண்டி விரைவு இயக்கத்துடன்; விரை வேகமாக *It was a race against the clock to get the building work finished on time.*

around/round the clock all day and all night இரவு பகல் முழுதும்; நாள் முழுதும்; 24 மணி நேரமும் *They are working round the clock to repair the bridge.*

put the clock/clocks forward/back to change the time, usually by one hour, at the beginning/end of summer கோடைக்காலத்தின் தொடக்கத்தில்/இறுதியில் நேரத்தை (வழக்கமாக ஒரு மணி நேர அளவுக்கு) மாற்று

clock[2] /klɒk/ *verb* **1** to reach a particular time or speed குறிப்பிட்ட ஒரு நேரத்தை அல்லது வேகத்தை அடை *He clocked 10.09 seconds in the 100 metres final.* **2 clock sb/sth (at sth)** to measure the speed at which sb/sth is travelling ஒருவர்/ஒன்று பயணம் செய்யும் வேகத்தை அளவிடு *Wind gusts at 80 kilometres per hour were clocked at Goa.*

PHR V clock in/on; clock off to record the time that you arrive at or leave work, especially by putting a card into a type of clock குறிப்பாகத் தனிவகை மணிப்பொறி ஒன்றில் ஓர் அட்டையை உள்ளிட்டு, பணிக்கு வரும் நேரத்தை அல்லது பணி முடித்துச் செல்லும் நேரத்தைப் பதிவு செய்

clock sth up to achieve a certain number or total குறிப்பிட்ட ஓர் எண்ணிக்கையை அல்லது ஒரு மொத்தத் தொகையை எட்டு அல்லது அடையப்பெறு *Our car clocked up over 2000 kilometres while we were on holiday.*

clockwise /ˈklɒkwaɪz/ *adv., adj.* in the same direction as the hands of a clock கடிகார முட்கள் நகரும் திசையில்; இடமிருந்து வலம் செல்கிற; வலமுகமாக *Turn the handle clockwise.* • *to move in a clockwise direction* ✪ **OPP** (*BrE*) **anticlockwise**, (*AmE*) **counter-clockwise**.

clockwork /ˈklɒkwɜːk/ *noun* [U] a type of machinery found in certain toys, etc. that you operate by turning a key சிலவகை பொம்மைகள், முதலியவற்றில் அமைந்துள்ள சாவிகொடுத்து இயக்குகிற பொறியமைப்பு *a clockwork toy* • *The plan went **like clockwork*** (= smoothly and without any problem).

clog[1] /klɒg/ *noun* [C] a type of shoe made completely of wood or with a thick wooden base முழுதும் மரத்தால் செய்யப்பட்ட அல்லது தடித்த கட்டையால் ஆன அடிப்பகுதியை உடைய மிதியடி வகை; கட்டை மிதியடி

clog[2] /klɒg/ *verb* [I, T] (**clogging**; **clogged**) **clog (sth) (up) (with sth)** to block or become blocked தடு அல்லது தடங்கலிடு; இயக்கம் தடைப்படு; அடைக்கப்படு *The drain is always clogging up.* • *The roads were clogged with traffic.*

cloister /ˈklɔɪstə(r)/ *noun* [C, *usually pl.*] a covered passage with arches around a square garden, usually forming part of a large church (**cathedral**) or building where religious people live (**monastery** or **convent**) பெரும்பாலும் மறைமாவட்டத் திருக்கோயிலின் அல்லது துறவியர் மடக் கட்டடத்தின் பகுதியாக அமைந்த சதுர வடிவத் தோட்டத்தைச் சுற்றியுள்ள கவான் மேற்கவிகை உடைய பாதை; மேல்வளைவு மூடுபாதை

clone /kləʊn/ *noun* [C] an exact copy of a plant or animal that is produced from one of its cells by scientific methods ஒரு தாவரத்தின் அல்லது விலங்கின் உயிரணுக்களில் ஒன்றிலிருந்து அறிவியல் முறையில் உருவாக்கப்பட்ட அதன் சரிநுட்பமான உயிர் வடிவம்; பால்படப் பிறப்பிக்கப்பட்ட தாவரம் அல்லது விலங்கு ▶ **clone** *verb* [T] *A team from the UK were the first to successfully clone an animal.*

close[1] /kləʊz/ *verb* [I, T] **1** to shut மூடு; அடை; சார்த்து *The door closed quietly.* • *to close a door/window* • *Close your eyes I've got a surprise.* **2** to be, or to make sth, not open to the public பொதுமக்கள் பயன்பாட்டிற்குத் திறந்தில்லாமல் இரு; மூடியிரு; அடைத்துவை *What time do the shops close?* • *The police have closed the road to traffic.* **3** to end or to bring sth to an end ஒன்று முடிவுக்கு வா; ஒன்றை முடி; முடிவுறச்செய்; நிறுத்து *The meeting closed at 10 p.m.* • *Detectives have closed the case on the missing girl.* ✪ **OPP open**

PHR V close (sth) down to stop all business or work permanently at a shop or factory ஒரு கடையின் அல்லது தொழிலகத்தின் அனைத்துப் பணிகளையும்/அலுவல்களையும் நிரந்தரமாக நிறுத்திவிடு; கடை அல்லது தொழிலகம் முற்றிலுமாகச் செயலறச் செய் *The factory has had to close down.* • *Health inspectors have closed the restaurant down.*

close in (on sb/sth) to come nearer and gradually surround sb/sth, especially in order to attack குறிப்பாக, தாக்கும் முயற்சியாக ஒருவரை/ஒன்றை நெருங்கிவந்து படிப்படியாகச் சுற்றி வளைத்துக்கொள்; பையச் சூழ்ந்துகொள்

close sth off to prevent people from entering a place or an area ஓரிடத்தினுள் அல்லது ஒரு பகுதியினுள் ஆட்கள் நுழையாமல் தடுத்துவிடு; அடைத்துவை *The police closed off the city centre because of a bomb alert.*

close² /kləʊz/ *noun* [*sing.*] the end, especially of a period of time or an activity குறிப்பாக ஒரு காலப் பகுதியின் அல்லது செயலின் முடிவு; இறுதி; முடிவு நேரம் *the close of trading on the stock market*

IDM bring sth/come/draw to a close to end முடிவுக்குக் கொண்டுவா; முடிவுறச் செய்; முடிவுறு; நிறைவு பெறு *The chairman brought the meeting to a close.* • *The guests began to leave as the evening drew to a close.*

close³ /kləʊs/ *adj., adv.* **1** (*not before a noun*) **close (to sb/sth)**; **close (together)** near அண்மையான; பக்கத்தில்; நெருக்கமாக *Is our hotel close to the beach?* • *The tables are quite close together.* • *to follow close behind someone* • *I held her close* (= tightly). **2** (used about a friend, etc.) known very well and liked (ஒரு நண்பர் முதலியவர்களைப் பற்றிக் குறிப்பிடும்போது) நல்ல அறிமுகமும் பழக்கமும் உடைய; நெருங்கிய; நெருக்கமான *They invited only close friends to the wedding.* **3** near in a family relationship உறவு முறையில் நெருக்கமான/நெருக்கமாக; நெருங்கிய உறவுடைய *a close relative* **4** (used about a competition, etc.) only won by a small amount (ஒரு போட்டி, முதலியவற்றைப் பற்றிக் குறிப்பிடும்போது) சிறிதளவே வித்தியாசத்தில் வெற்றி பெற்று; நெருங்கிய போட்டியாக அமைந்த *a close match* ⇨ **near¹** பதிவில் உள்ள குறிப்பைப் பார்க்க. **5** careful; thorough கவனமான/கவனமாக; உன்னிப்பாக; மிகு விழிப்புடன் கூடிய *On close examination, you could see that the bank note was a forgery.* **6** (used about the weather, etc.) heavy and with little movement of air (வானிலை, முதலியவற்றைப் பற்றிக் குறிப்பிடுகையில்) காற்றியக்கம் குறைந்து, இறுக்கமான/இறுக்கமாக; அழுத்தமான/அழுத்தமாக *It's so close today that there might be a storm.* ▶ **closely** *adv. to watch sb closely* • *The insect closely resembles a stick.* ▶ **closeness** *noun* [U]

IDM a close shave/thing a bad thing that almost happened மயிரிழையில் நிகழாதுபோன ஒரு கெடுதல்; அநேகமாக நேர்ந்துவிட்ட ஒரு தீங்கு *I wasn't injured, but it was a close shave.*

at close quarters at or from a position that is very near மிக அண்மையில்; நெருக்கமான நிலையில்; மிகவும் பக்கத்திலிருந்து

close by (sb/sth) at a short distance from sb/sth ஒருவரிடமிருந்து/ஒன்றிலிருந்து குறுகிய தொலைவில்; பக்கத்தில்; அண்மையில் *She lives close by.*

close/near/dear to sb's heart ⇨ **heart** பார்க்க.

close on nearly; almost ஒட்டி; ஏறத்தாழ; கிட்டத்தட்ட; சற்றேறக் குறைய *He was born close on a hundred years ago.*

close up (to sb/sth) at or from a very short distance to sb/sth ஒருவருக்கு/ஒன்றனுக்கு மிக அண்மையில்; நெருக்கமாக; அண்மையிலிருந்து; சிறு தொலைவிலிருந்து

come close (to sth/to doing sth) to almost do sth ஒன்றைச் செய்யும் நிலைக்கு மிக நெருக்கமாக வா; ஒன்றை அநேகமாகச் செய்துவிடு *We didn't win but we came close.*

closed /kləʊzd/ *adj.* not open; shut திறந்திராத; மூடப்பட்ட; அடைக்கப்பட்டுள்ள *Keep your mouth closed.* • *The supermarket is closed.* ✪ **OPP open**

closed-circuit television (*abbr.* **CCTV**) *noun* [U] a type of television system used inside a building, for example a shop, to protect it from crime குற்றச்செயல் தடுப்புக்காப்பாக (அங்காடி போன்ற) ஒரு கட்டடத்தின் உட்புறத்தில் பயன்படுத்தப்படும் தனிவகைத் தொலைக்காட்சி அமைப்பு; உட்சுற்றுத் தொலைக்காட்சி

closet /ˈklɒzɪt/ *noun* [C] a large cupboard that is built into a room ஓர் அறையின் உள்ளமைப்பாகக் கட்டப்படும் பெரிய நிலையடுக்கு; உள் அலமாரி

close-up /ˈkləʊsʌp/ *noun* [C] a photograph or film of sb/sth that you take from a very short distance away மிகக் குறுகிய தொலைவிலிருந்து/மிக அருகிலிருந்து எடுக்கப்படும் ஒருவருடைய/ஒன்றன் நிழற்படம் அல்லது ஒளிப்படம்

closing¹ /ˈkləʊzɪŋ/ *adj.* (*only before a noun*) coming at the end of a speech, a period of time or an activity ஒரு சொற்பொழிவு, கால அளவு அல்லது செயலின் முடிவில் வருகிற; இறுதியான *his closing remarks* • *The football season is now in its closing stages.* ✪ **OPP opening**

closing² /ˈkləʊzɪŋ/ *noun* [U] the act of permanently shutting sth such as a factory, hospital, school, etc. ஒரு தொழிலகம், மருத்துவமனை, பள்ளி முதலியவற்றை நீண்ட கால அளவுக்கு அல்லது நிரந்தரமாக மூடுதல்; நீடித்த காலமோ நிரந்தரமாகவோ பணி/செயல் நிறுத்தம் அல்லது முடக்கம் *the closing of the local school* ✪ **OPP opening**

closing time *noun* [C] the time when a shop, pub, etc. closes ஒரு கடை, பொதுவிடுதி முதலியவற்றை மூடும் நேரம்; அலுவல் முடிவு நேரம்; அன்றைய செயல் நிறுத்த நேரம்

closure /ˈkləʊʒə(r)/ *noun* [C, U] the permanent closing, for example of a business வணிகச் செயல்பாடு போன்ற ஒன்றை முற்றிலுமாக/நீண்ட கால அளவுக்கு நிறுத்திவிடுதல்; நீடித்த/நிரந்தரப் பணி நிறுத்தம்; மூடுகை

clot¹ /klɒt/ *noun* [C] a lump formed by blood as it dries குருதி உறைந்து உண்டாகும் கட்டி;

உறை குருதி; இரத்த உறைகட்டி *They removed a blood clot from his brain.*

clot² /klɒt/ *verb* [I, T] (**clotting**; **clotted**) to form or cause blood to form thick lumps குருதி உறைந்து கெட்டியான கட்டிகளாகு; குருதி உறைந்து கெட்டியான கட்டிகளாகச் செய் *a drug that stops blood from clotting during operations*

cloth /klɒθ/ *noun* **1** [U] a material made of cotton, wool, etc. that you use for making clothes, curtains, etc. ஆடைகள், திரைச்சீலைகள், முதலியன செய்யப் பயன்படுத்தப்படும் பஞ்சு, கம்பளி இழை முதலியவற்றைக்கொண்டு நெய்த பொருள்; துணி; துகில் *a metre of cloth* **2** [C] (*pl.* **cloths** /klɒθs/) a piece of material that you use for a particular purpose குறிப்பிட்ட ஒரு பயன்பாட்டிற்கான துணி *a tablecloth • Where can I find a cloth to wipe this water up?*

clothe /kləʊð/ *verb* [T] to provide clothes for sb ஒருவருக்கு உடை கொடு *to feed and clothe a child*

clothed /kləʊðd/ *adj.* **clothed (in sth)** dressed; wearing sth ஆடை அணிந்துள்ள; உடை உடுத்திய; ஒன்றை ஆடையாக அணிந்துள்ள *He was clothed in leather from head to foot.*

clothes /kləʊðz/ *noun* [*pl.*] the things that you wear, for example trousers, shirts, dresses, coats, etc. காற்சட்டைகள், மேலாடைகள், புறச்சட்டைகள் முதலிய ஆடைகள்; உடுப்பு; ஆடை *Take off those wet clothes. • She was wearing new clothes.*

NOTE **Clothes** என்ற சொல் எப்பொழுதும் பன்மைப் பொருளிலேயே வரும். உடுப்பில் ஒன்றைக் குறிப்பிடும்போது **item/piece/article of clothing** என வழங்கலாம்—*A kilt is an item of clothing worn in Scotland.* ➪ **garment** பார்க்க.

clothes-hanger = **hanger**

clothes line *noun* [C] a thin rope that you hang clothes on so that they can dry உடைகளை மேலிட்டு உலர்த்துவதற்கான மெல்லிய கயிறு; துணி உலர்த்தும் கொடி

clothes peg (*AmE* **clothes pin**) = **peg¹ 3**

clothing /ˈkləʊðɪŋ/ *noun* [U] the clothes that you wear, especially for a particular activity குறிப்பாக, குறிப்பிட்ட ஒரு செயலின்போது உடுத்திக்கொள்ளும் உடுப்பு; தனி உடை *waterproof/outdoor/winter clothing*

NOTE **Clothes** என்ற சொல்லைவிட **clothing** என்பது முறைசார்ந்த வழக்காகும்.

cloud¹ /klaʊd/ *noun* **1** [C, U] a mass of very small drops of water that floats in the sky and is usually white or grey வானில் மிதக்கும், வழக்கமாக வெண்மை அல்லது சாம்பல் நிறமுடைய, மிகச் சிறிய நீர்த்துளிகள் செறிந்த தொகுதி; முகில்; மேகம் *The sun disappeared behind a cloud. • A band of thick cloud is spreading from the west.* **2** [C] a mass of smoke, dust, sand, etc. புகை, தூசு, மணல் முதலியவற்றின் செறிந்த தொகுதி; புகை மேகம்; தூசுப் படலம்; புழுதிப் படலம் *Clouds of smoke were pouring from the burning building.*

IDM **every cloud has a silver lining** even a very bad situation has a positive or hopeful side மோசமான ஒரு சூழ்நிலையிலும் நலமான அல்லது நம்பிக்கை தரும் ஒரு பகுதி அமைந்திருக்கும்; இருட்படலத்திலும் ஓர் ஒளிக்கீற்று காணத் தோன்றும்.

under a cloud with the disapproval of the people around you சுற்றியுள்ளவர்களின் ஏற்பின்மைக்கு/கண்டனத்திற்கு ஆட்பட்டு *She left her job under a cloud because she'd been accused of stealing.*

cloud² /klaʊd/ *verb* **1** [I, T] to become or make sth difficult to see through பார்வை கண்ணொளி ஊடாகச் செல்வதைச் சிரமமாக்கு; ஒளி மறை; மங்கலாகு; மங்கலாக்கு *His eyes clouded with tears.* **2** [T] to make sth less clear or easy to understand உணர்ந்தறியக் கடினமானதாக்கு; தெளிவு குன்றச் செய்; எளிதிற் புரியாததாக்கு *Her personal involvement in the case was beginning to **cloud her judgement**.* **3** [T] to make sth less enjoyable; to spoil ஒன்றன் நுகர்வுத் தன்மையைக் குறைபடச் செய்; துய்ப்புநிலை குன்றச் செய்; கெடு *Illness has clouded the last few years of his life.*

PHR V **cloud over** (used about the sky) to become full of clouds (வானத்தைப் பற்றிக் குறிப்பிடும்போது) மேகம் நிறைந்திரு; முகில் சூழ்ந்திரு

cloudburst /ˈklaʊdbɜːst/ *noun* [C] a sudden heavy fall of rain திடீரெனப் பெய்யும் பெருமழை; எதிர்பாராப் பெரும்பெயல்

cloudless /ˈklaʊdləs/ *adj.* (used about the sky, etc.) clear; without any clouds (வானம் முதலியவற்றைப் பற்றிக் குறிப்பிடுகையில்) தெளிவான; மேகமில்லாத; முகில் அற்ற

cloudy /ˈklaʊdi/ *adj.* **1** (used about the sky, etc.) full of clouds (வானம், முதலியவற்றைப் பற்றிக் குறிப்பிடுகையில்) மேகம் நிறைந்த; முகில் சூழ்ந்த/மூடாக்கிட்ட **2** (used about liquids, etc.) not clear (திரவங்கள், முதலியவற்றைப் பற்றிக் குறிப்பிடும்போது) தெளிவற்ற; கலங்கிய *cloudy water*

clout /klaʊt/ *noun* (*informal*) **1** [C] a hard hit, usually with the hand வழக்கமாகக் கையால் அடிக்கும், வன்மையான அடி; வன்தாக்கு; குட்டு *to give someone a clout* **2** [U] influence and power செல்வாக்கும் ஆளுமையும்; சூழ்வலியும்

அதிகாரமும் *He's an important man—he has a lot of clout in the company.*

clove /kləʊv/ *noun* [C] **1** the small dried flower of a tropical tree, used to give a special flavour in cooking சமையலில் நறுஞ்சுவையூட்டப் பயன்படுத்தப்படும், வெப்ப மண்டலப் பகுதியில் வளரும் ஒரு வகை மரத்தின் சிறிய உலர்ந்த பூ; கிராம்பு; இலவங்கம் **2** one of the small separate sections into which the root of the **garlic** plant is divided வெள்ளைப்பூண்டின் தனித்தனியாக அமையும் கூறுகளில் ஒன்று; வெள்ளைப் பூண்டின் கிளைக்கதுப்பு; பல்

cloven hoof *noun* [C] the foot of an animal such as a cow or a sheep, that is divided into two parts பசு, ஆடு, போன்ற விலங்கின் இரு பகுப்புகளாக அமைந்துள்ள பாதம்; பிளவுள்ள குளம்பு

clover /ˈkləʊvə(r)/ *noun* [C] a small plant with pink or white flowers and leaves with three parts to them இளஞ்சிவப்பு அல்லது வெண்மை நிறப் பூக்களையும் முப்பிரிவுகளாக அமைந்த இலைகளையும் உடைய சிறு தாவர வகை; மணப்புல் வகை

NOTE நான்கு பிரிவுகளாக அமைந்த இலைகளை உடைய மணப்புல் வகையும் உண்டு. இவ்வகையைக் காண்பது ஒரு நற்பேறாகக் கருதப்படுகிறது.

clown[1] /klaʊn/ *noun* [C] **1** a person who wears funny clothes and a big red nose and does silly things to make people (especially children) laugh மக்களுக்கு, குறிப்பாக குழந்தைகளுக்கு, சிரிப்பூட்டுவதற்காக வேடிக்கையான உடைகளையும் பெரிய சிவப்பு நிற மூக்கையும் அணிந்துகொண்டு சிறுபிள்ளைத்தனமான செயல்களைச் செய்பவர்; கோமாளி **2** a person who makes jokes and does silly things to make the people around him/her laugh சுற்றியுள்ளவர்களுக்குச் சிரிப்பூட்டுவதற்காக வேடிக்கையான பேச்சிலும் சிறுபிள்ளைத்தனமான செயல்களிலும் ஈடுபடுபவர்; கோமாளித்தனமான செயல்களைச் செய்பவர்; பகடி பண்ணுபவர் *At school, Neeraj was always the class clown.*

clown[2] /klaʊn/ *verb* [I] **clown (about/around)** to act in a funny or foolish way வேடிக்கையான அல்லது மடத்தனமான முறையில் செயல்படு; கோமாளித்தனமாக நடந்துகொள் *Stop clowning around and get some work done!*

cloying /ˈklɔɪɪŋ/ *adj.* (*formal*) **1** (used about food, a smell, etc.) so sweet that it is unpleasant (உணவு, மணம் முதலியவற்றைப் பற்றி குறிப்பிடுகையில்) வெறுப்பூட்டக்கூடிய அளவுக்கு இனிப்பான அல்லது நறுஞ்சுவை உடைய; தெவிட்டுகிற **2** using emotion in a very obvious way, so that the result is unpleasant இன்னாத விளைவை ஏற்படுத்தும் முறையில் உணர்ச்சியை மிகவும் வெளிப்படையாகக் கையாளுகிற *Her novels are full of cloying sentimentality.*

club[1] /klʌb/ *noun* **1** [C] a group of people who meet regularly to share an interest, do sport, etc.; the place where they meet பொதுவான செயல்நாட்டம், விளையாட்டு முதலியவற்றைச் சார்ந்து காலமுறைப்படி ஒன்றுகூடும் ஒரு குழுவினர்; பொதுநோக்கு உறுப்பினர்களின் கூட்டுக்குழு; தனிக்குழு; கழகம்; இக்குழுவினர் கூடும் இடம்; குழு மனை *to join a club • to be a member of a club • a tennis/football/golf club* **2** (*also* **nightclub**) [C] a place where you can go to dance and drink late at night பின்னிரவு வேளைகளில் ஆடல், குடி ஆகியவற்றுக்குச் செல்லும் இடம்; இரவுக் கேளிக்கை விடுதி; இரவு விடுதி **3** [C] a heavy stick, usually with one end that is thicker than the other, used as a weapon ஆயுதமாகப் பயன்படுத்துவதற்குரிய, ஒரு முனை மற்றதைவிடப் பருமனாக உள்ள கனமான தடி; குறுந்தடி; குண்டாந்தடி **4** [C] a long stick that is specially shaped at one end and used for hitting a ball when playing golf குழிப்பந்தாட்டத்தில் பந்தை அடிப்பதற்கு ஏற்றவாறு தனிவகையாக வடிவமைக்கப்பட்ட ஒரு முனையை உடைய நீண்ட கழி; குழிப்பந்தாட்ட மட்டை ⇨ **bat**, **racket** மற்றும் **stick** பார்க்க. **5 clubs** [*pl.*] the group (**suit**) of playing cards with black shapes with three leaves on them கரு நிற உருப்படங்களுடன் மூன்று இலையுருக்களைக் கொண்ட சீட்டாட்ட அட்டைகளின் தொகுதி; நால்வகை ஆட்டச் சீட்டுகளில் கரிய முக்கவரிலைக் குறியுடைய சீட்டுத் தொகுதி *the two/ace/queen of clubs* **6** [C] one of the cards from this suit மேற்கண்ட சீட்டுத் தொகுதியிலுள்ள ஒரு சீட்டு *I played a club.*

club[2] /klʌb/ *verb* (**clubbing**; **clubbed**) **1** [T] to hit sb/sth hard with a heavy object ஒரு கனமான பொருளால் ஒருவரை/ஒன்றை வன்மையாக அடி; குண்டாந்தடி, முதலியவற்றைக் கொண்டு பலமாகத் தாக்கு **2** [I] **go clubbing** to go dancing and drinking in a club ஒரு கேளிக்கை விடுதியில் ஆடல் மற்றும் குடியில் ஈடுபடு; இரவு விடுதிக்குச் செல் *She goes clubbing every Saturday.*

PHR V **club together (to do sth)** to share the cost of sth, for example a present பரிசுப்பொருள் போன்ற, ஒன்றன் விலையைப் பகிர்ந்துகொள்; ஒரு செலவினத்தைக் கூட்டாகத் தாங்கு *We clubbed together to buy him a leaving present.*

cluck /klʌk/ *noun* [C] the noise made by a chicken கோழி மிடற்றினின்றும் எழுப்பும் ஒலி; கொக்கரிப்பு ▶ **cluck** *verb* [I]

clue /klu:/ *noun* [C] **a clue (to sth)** a piece of information that helps you solve a problem or a crime, answer a question, etc. ஒரு சிக்கலுக்கான தீர்வு,

குற்றத்தைத் துப்பு துலக்குதல், வினாவுக்கு விடை காணல், முதலியவற்றுக்குத் துணைசெய்யும் ஒரு தகவல் கூறு; மறைதிறவு; தீர்வுக்கான குறிப்பு; தடம் *The police were looking for clues to his disappearance.* • *the clues for solving a crossword puzzle*

IDM **not have a clue** (*informal*) to know nothing about sth ஒன்றைப் பற்றி ஏதும் அறியாதிரு

clued-up /ˌklu:d ˈʌp/ (*AmE* **clued-in**) *adj.* **clued-up (on sth)** knowing a lot about sth ஒன்றைப் பற்றி பெருமளவு அறிந்திருக்கிற; ஒன்றைப் பற்றிய பரந்த அறிவுடைய *I'm not really clued-up on the technical details.*

clueless /ˈklu:ləs/ *adj.* (*informal*) not able to understand; stupid புரிந்துகொள்ளும் ஆற்றல் இல்லாத; உணர்திறன் அற்ற; மதிநுட்பம் அற்ற; மந்த அறிவுடைய *I'm absolutely clueless about computers.*

clump¹ /klʌmp/ *noun* [C] a small group of things or people very close together, especially trees or plants; a bunch of sth such as grass or hair நெருக்கமாக இருக்கும் ஆட்கள் அல்லது புதராக/கூட்டமாக வளரும் செடிகளின் அல்லது மரங்களின் சிறு தொகுதி; புதர்; புல் அல்லது மயிர்க் கற்றை

clump² /klʌmp/ *verb* [T] **clump together**; **clump A and B together** 1 to put your feet down noisily and heavily as you walk நடக்கும்போது பாதங்களை அழுத்தமாகவும் ஓசைப்படும்படியாகவும் கீழே வை; அதிர்ந்து நட *The children clumped down the stairs.* 2 to come together or be brought together to form a tight group ஒரு நெருக்கமான குழுவாக/தொகுதியாக ஒன்றுசேர் அல்லது ஒன்று சேர்க்கப்படு *Apples and oranges were clumped together at the fruit market.*

clumsy /ˈklʌmzi/ *adj.* (**clumsier**; **clumsiest**) **1** (used about a person) careless and likely to knock into, drop or break things (ஒருவரைப் பற்றிக் குறிப்பிடும்போது) அசட்டையான மற்றும் பொருள்களை மோதி இடிக்கிற, போட்டுவிடுகிற அல்லது உடைத்துவிடுகிற இயல்புடைய; செயற்பாங்கற்ற; ஏடாகூடமான *She undid the parcel with clumsy fingers.* **2** (used about a comment, etc.) likely to upset or offend people (ஒரு கருத்துரை/விளக்கக் குறிப்பு, முதலியவற்றைப் பற்றிக் குறிப்பிடும்போது) பிறர் மன அமைதியைக் குலைக்கிற அல்லது மனத்தைப் புண்படுத்துகிற சாத்தியக்கூறுள்ள; இன்னலமற்ற; பண்பு நயமற்ற *He made a clumsy apology.* **3** large, difficult to use, and not attractive in design பெரியதும், பயன்பாட்டுக்கு எளியதல்லாததும் உருவமைப்பில் கவர்ச்சியற்றதுமான; அமைப்புக்கேடான; அலங்கோலமான *a clumsy piece of furniture* ▶ **clumsily** *adv.* ▶ **clumsiness** *noun* [U]

clung ➪ **cling** என்பதன் இறந்தகால மற்றும் இறந்தகால வினையெச்ச வடிவம்

clunk /klʌŋk/ *noun* [C] a short low sound made when two hard objects hit each other இரண்டு கடினத் தன்மையுள்ள பொருள்கள் இடிபடும்போது உண்டாகும் தாழ்ந்த குற்றோசை; மந்தமான இடிப்பொலி *The car door shut with a clunk.*

cluster¹ /ˈklʌstə(r)/ *noun* [C] a group of people, plants or things that stand or grow close together ஒருசேர நிற்கும் அல்லது வளரும் ஆட்கள், தாவரங்கள் அல்லது பொருள்களின் தொகுதி; கூட்டம்; திரள்; கொத்து; குலை

cluster² /ˈklʌstə(r)/ *verb*

PHR V **cluster around sb/sth** to form a group around sb/sth ஒருவரை/ஒன்றைச் சுற்றிக் கூட்டமாக இரு; திரளாக/கொத்தாகச் சூழ்ந்திரு *The tourists clustered around their guide.*

clutch¹ /klʌtʃ/ *verb* [T] to hold sth tightly, especially because you are in pain, afraid or excited குறிப்பாக வலி, அச்சம் அல்லது மனக்கிளர்ச்சி காரணமாக, ஒன்றைக் கெட்டியாகப் பிடித்துக்கொள்; இறுகப் பற்றிக்கொள் *He clutched his mother's hand in fear.*

PHR V **clutch at sth** to try to take hold of sth ஒன்றைக் கைக்கொள்ள முயல்; பற்றிக்கொள்ள முயற்சி செய் *She clutched at the money but the wind blew it away.*

clutch² /klʌtʃ/ *noun* **1** [C] the part of a vehicle, etc. that you press with your foot when you are driving in order to change the **gear**; the part of the engine that it is connected to ஊர்தியை செலுத்திக் கொண்டிருக்கும்பொழுது இயந்திர விசையை மாற்றுவதற்காகக் காலால் அழுக்கப்படும் துணை அமைவு; ஊர்தி விசை இயக்கி *to press/release the clutch* ➪ **car** பதிவில் படம் பார்க்க. **2 clutches** [*pl.*] power or control over sb ஒருவர் மீது செலுத்தப்படும் ஆளுமை அல்லது கட்டுப்பாடு; தடுத்தியக்கும் திறன் *He fell **into** the enemy's **clutches**.*

clutter¹ /ˈklʌtə(r)/ *noun* [U] things that are where they are not wanted or needed and make a place untidy வேண்டப்படாத அல்லது தேவையற்ற ஓரிடத்தில் உள்ளனவும் அவ்விடத்தின் தூய்மையைக் கெடுப்பனவும் ஆகிய பொருள்கள்; குப்பைக்கூளம் *Who left all this clutter on the floor?* ▶ **cluttered** *adj.* *a cluttered desk*

clutter² /ˈklʌtə(r)/ *verb* [T] **clutter sth (up)** to cover or fill sth with lots of objects in an untidy way சீரொழுங்கு இன்றி ஒன்றன் மீது மிகுதியான பொருள்களை இட்டுப் பரப்பு அல்லது

ஒன்றை அவ்வாறு நிரப்பு; தாறுமாறாக ஒன்றனுள் பொருள்களைக் குவி

cm *abbr.* centimetre(s) (மீட்டரில் நூற்றில் ஒரு கூறான) ஒரு நீட்டலளவை அலகு; சென்டி-மீட்டர்

Co. *abbr.* company தொழில் நிறுவனம்; வாணிக அமைப்பு *S Mahadevan and Co.*

c/o *abbr.* (used for addressing a letter to sb who is staying at another person's house) care of (வேறொருவர் வீட்டில் தங்கியுள்ள ஒருவர் முகவரி எழுதப் பயன்படுத்தப்படுவது) மேற்-பார்வை முகவரிக்கு; முகவரி மூலமாக; மே/பா *Kartik Sharma c/o Mrs Iyengar*

co- /kəʊ/ *prefix* (*in adjectives, adverbs, nouns and verbs*) together with உடன்; சக; ஒருசேர உள்ள; உடனமைந்த *co-pilot • coexist*

coach[1] /kəʊtʃ/ *noun* [C] **1** a person who trains people to compete in certain sports குறிப்பிட்ட சில போட்டி விளையாட்டுகளுக்கான வீரர்-களுக்குப் பயிற்சியளிப்பவர்; பந்தய விளை-யாட்டுப் பயிற்சியாளர் *a tennis coach* **2** (*BrE*) a comfortable bus used for long journeys தொலை-தூரப் பயணங்களுக்குப் பயன்படுத்தப்படும் வசதியான பேருந்து வகை; இன்பநலப் பேருந்து *It's cheaper to travel **by coach** than by train.* **3** = **carriage1** **4** a large vehicle with four wheels pulled by horses, used in the past for carrying passengers கடந்த காலத்தில் பயண வண்டியாகப் பயன்படுத்தப்பட்ட, குதிரைகள் பூட்டிய பெரிய நான்கு சக்கர வண்டி ➪ **carriage** மற்றும் **car** பார்க்க.

coach[2] /kəʊtʃ/ *verb* [I, T] **coach sb (in/for sth)** to train or teach sb, especially to compete in a sport or pass an exam ஒருவருக்குப் பயிற்சி அளி அல்லது கற்பி; குறிப்பாக ஒரு போட்டி விளையாட்டுக்கான அல்லது ஒரு தேர்வில் தேர்ச்சி பெறுவதற்கான பயிற்சி அளி

coaching /ˈkəʊtʃɪŋ/ *noun* [U] **1** the process of training sb to play a sport, to do a job better or to improve a skill ஒரு போட்டி விளையாட்டுக்காக, ஒரு பணியைச் சிறப்பாகச் செய்வதற்காக அல்லது ஒரு செயல்திறனை மேம்படுத்துவதற்-காகப் பயிற்சி அளித்தல்; பயிற்சி அளிப்பு **2** the process of giving a student extra teaching in a particular subject குறிப்பிட்ட ஒரு பாடத்தில் ஒரு மாணவருக்கு மிகைப்படியாகப் பயிற்சி-யளித்தல்; தனிமிகைக் கற்பிப்பு

coagulate /kəʊˈæɡjuleɪt/ *verb* [I] (used about a liquid) to become thick and partly solid (ஒரு திரவத்தைப் பற்றிக் குறிப்பிடுகையில்) இறுகி ஓரளவு உறை நிலையை அடை; கெட்டியாகு; உறை *The blood was starting to coagulate inside the cut.* ▶ **coagulation** /kəʊˌæɡjuˈleɪʃn/ *noun* [U]

coal /kəʊl/ *noun* **1** [U] a type of black mineral that is dug (**mined**) from the ground and burned to give heat மண்ணிலிருந்து வெட்டியெடுக்கப்-படுவதும் எரிபொருளாகப் பயன்படுத்தப்படுவது-மான கரு நிறக் கனிப்பொருள் வகை; நிலக்-கரி *a lump of coal • a coal fire* **2** **coals** [*pl.*] burning pieces of coal எரிந்துகொண்டிருக்கும்/தணலாக உள்ள நிலக்கரித் துண்டுகள்; கங்கு; கனல்

coalesce /ˌkəʊəˈles/ *verb* [I] **coalesce (into/with sth)** (*formal*) to come together to form one larger group, substance, etc. (பெருந்தொகுதியாக, பெருவடிவாக ஆகும் பொருட்டு) ஒன்றாகச் சேர்; ஒன்றிணை; ஒன்றுகலந்து பெரும்பொரு-ளாகு; பேரினமாகு ▶ **coalescence** *noun* [U]

coalition /ˌkəʊəˈlɪʃn/ *noun* [C, *with sing. or pl. verb*] a government formed by two or more political parties working together ஒன்றிணைந்து/கூட்டாகச் செயல்படும் இரண்டு அல்லது இரண்டுக்கு மேற்பட்ட அரசியல் கட்சிகள் அமைக்கும் அரசு; கூட்டணி ஆட்சி *a coalition between the Congress and the Left Party*

coal mine (*also* **pit**) *noun* [C] a place, usually underground, where coal is dug from the ground தரையிலிருந்து நிலக்கரி வெட்டியெடுக்கப்-படும், பெரும்பாலும் நிலத்தடியிலுள்ள, இடம்; நிலக்கரிச் சுரங்கம் ➪ **colliery** பார்க்க.

coal miner (*also* **miner**) *noun* [C] a person whose job is to dig coal from the ground தரையி-லிருந்து நிலக்கரி வெட்டியெடுப்பவர்; நிலக்-கரிச் சுரங்கத் தொழிலாளி

coarse /kɔːs/ *adj.* **1** consisting of large pieces; rough, not smooth பெருந்துண்டுகளைக் கொண்ட; பருங்கூறுகளாலான; பருவெட்டுகளாக உள்ள; சொரசொரப்பான; கரடுமுரடான *coarse salt • coarse cloth* ✪ OPP **fine 2** (used about a person or his/her behaviour) rude, likely to offend people; having bad manners (ஒரு நபரைப் பற்றி அல்லது அவர் நடத்தையைப் பற்றிக் குறிப்பிடும்போது) முரட்டுத்தனமான; பண்பு நயமற்ற; பிறர் மனம் வருந்துமாறு நடந்துகொள்ளக்கூடிய; மோசமான நடத்தையுள்ள ▶ **coarsely** *adv. Chop the onion coarsely* (= into pieces which are not too small). • *He laughed coarsely.*

coarsen /ˈkɔːsn/ *verb* [I, T] to become or to make sth coarse சொரசொரப்பாகு; உருநயம் அற்றுப்போ; ஒன்றைச் சொரசொரப்பாக்கு; பருவெட்டாக்கு

coast[1] /kəʊst/ *noun* [C] the area of land that is next to or close to the sea கடலை அடுத்துள்ள அல்லது ஒட்டியுள்ள நிலப்பகுதி; கடற்கரைப் பரப்பு; கரை ஓரம்; நெய்தல் பகுதி *After sailing for an hour we could finally see the coast.* • *Chennai is **on the east coast**.*

coast² /kəʊst/ *verb* [I] **1** to travel in a car, on a bicycle, etc. (especially down a hill) without using power ஆற்றலைப் பயன்படுத்தாது, சீருந்து, மிதிவண்டி முதலியவற்றில் (குறிப்பாக மலையிலிருந்து கீழ்நோக்கிப்) பயணம் செய்; இயக்காமலேயே உந்துவண்டியைக் கீழ்நோக்கிச் செலுத்து **2** to achieve sth without much effort மிகுதியான முயற்சியின்றி அல்லது எளிதாக ஒன்றைச் செய்துமுடி அல்லது அடையப்பெறு *They coasted to victory.*

coastal /ˈkəʊstl/ *adj.* on or near a coast கடற்கரையின் மேல் உள்ள அல்லது கடற்கரைப் பகுதியை ஒட்டியுள்ள; கடற்கரையோரமுள்ள *coastal areas* ➪ **erode** பதிவில் படம் பார்க்க.

coastguard /ˈkəʊstgɑːd/ *noun* [C] a person or group of people whose job is to watch the sea near the coast in order to help people or ships that are in danger or to stop illegal activities ஆபத்தில் சிக்கிய ஆட்களுக்கு அல்லது கப்பல்களுக்கு உதவுவதற்காகவும் சட்டத்திற்கு மாறான செயல்களைத் தடுப்பதற்காகவும் கடற்கரைப் பகுதியிலிருந்து கடலைக் கண்காணிக்கும் பணியில் ஈடுபட்டுள்ள ஒருவர் அல்லது குழு; கரைகாவற் படைஞன்; கரையோரக் காவல் படை

coastline /ˈkəʊstlaɪn/ *noun* [C] the edge or shape of a coast கரையோரம்; கடற்கரை விளிம்பு; கரையோர அமைப்புரு *a rocky coastline*

coat¹ /kəʊt/ *noun* [C] **1** a piece of clothing that you wear over your other clothes to keep warm when you are outside வெளியில் இருக்கும்பொழுது உடலை வெம்மையாக வைத்திருக்கும் பொருட்டு மற்ற உடைகளுக்கு மேல் அணிந்துகொள்ளும் ஆடை; புறச்சட்டை; மேற்சட்டை *Put your coat on—it's cold outside.* ➪ **overcoat** மற்றும் **raincoat** பார்க்க. **2** a piece of clothing that covers the top part of your body and is worn as part of a suit; **jacket 1** முறைசார் உடையின் ஒரு பகுதியாக உடலின் மேற்பகுதியில் அணியப்படும் ஆடை; மேற்சட்டை **3** the fur or hair covering an animal's body விலங்கின் உடல் மேல்பொதிந்துள்ள மென்மயிர்; விலங்கு மயிர் *a dog with a smooth coat* **4** a layer of sth covering a surface ஒரு பரப்பை மூடியுள்ள ஒன்றன் அடை; மேற்படலம்; பூச்சு; படுகை *The walls will probably need two coats of paint.*

coat² /kəʊt/ *verb* [T] **coat sth (with/in sth)** to cover sth with a layer of sth ஒரு பொருளுக்கு மேற்பூச்சிடு; அடையாகப் பூசு *biscuits coated with milk chocolate*

coat hanger = hanger

coating /ˈkəʊtɪŋ/ *noun* [C] a thin layer of sth that covers sth else ஒரு பொருளின் மீது இட்டுப் பரப்பும்/மூடும் வேறொரு பொருளின் மென்படலம்; பூச்சு; மேற்படலம்; தோய்வு *wire with a plastic coating*

coat of arms (*pl.* **coats of arms**) (*also* **arms**) *noun* [C] a design that is used as the symbol of a family, a town, a university, etc. ஒரு குடி, நகரம், பல்கலைக்கழகம், முதலியவற்றின் அடையாளக் குறியீடாகப் பயன்படுத்தப்படும் ஓர் உருவரைப் படம்; மரபுரிமைச் சின்னம்; மரபுக் குறியீடு

coax /kəʊks/ *verb* [T] **coax sb (into/out of sth/doing sth); coax sth out of/from sb** to persuade sb gently (கனிவான சொற்களாலும், அறிவார்ந்த விளக்கத்தாலும்) ஒருவரை ஒன்றற்கு இணங்க வை; ஒன்றை ஒப்புக்கொள்ளச் செய் *The child wasn't hungry, but his mother coaxed him into eating a little.* • *At last he coaxed a smile out of her.*

cobalt /ˈkəʊbɔːlt/ *noun* [U] **1** (*symbol* **Co**) a hard silver-white metal that is often mixed with other metals and used to give a deep blue-green colour to glass பெரும்பான்மை மற்ற உலோகங்களுடன் கலந்து பயன்படுத்தப்படுவதும், கண்ணாடிக்கு அடர் நீலங்கலந்த பச்சை நிறம் ஊட்டப் பயன்படுத்தப்படுவதுமான கடினத் தன்மையுடைய ஒளிர் வெண்மை நிற உலோக வகை; கோபால்ட் **2** (*also* **cobalt blue**) a deep blue-green colour அடர் நீலம் கலந்த பச்சை நிறம்

cobble /ˈkɒbl/ *verb*

PHR V **cobble sth together** to make sth or put sth together quickly and without much care விரைவாகவும் போதிய கவனம் செலுத்தாமலும் ஒன்றை உருவாக்கு அல்லது சேர்ந்திணை; அவசரக்கோலத்தில் அரைகுறையாக ஒன்றைச் செய் அல்லது பொருந்தவை; ஒட்டுப்போடு

cobbler /ˈkɒblə(r)/ *noun* [C] (*old-fashioned*) a person who repairs shoes செருப்புப் பழுதுபார்ப்பவர்; செம்மான்

cobbles /ˈkɒblz/ (*also* **cobblestones** /ˈkɒblstəʊnz/) *noun* [*pl.*] small rounded stones used (in the past) for covering the surface of streets தெருப் பரப்பின் மீது பாவுவதற்கு (கடந்த காலத்தில்) பயன்படுத்தப்பட்ட சிறு உருண்டை வடிவக் கற்கள்; உருளைக்கற்கள் ▶ **cobbled** *adj.*

cobra /ˈkəʊbrə/ *noun* [C] a poisonous snake that can spread out the skin at the back of its neck. Cobras live in Asia and Africa ஆசியாவிலும் ஆப்பிரிக்காவிலும் காணப்படுவதும் கழுத்தின் பின்புறத்திலுள்ள தோல் பகுதியைப் பரப்பிப் படம் எடுப்பதுமான நச்சுப் பாம்பு வகை; நாகப்பாம்பு; நல்ல பாம்பு ➪ **reptile** பதிவில் படம் பார்க்க.

cobweb /ˈkɒbweb/ *noun* [C] a net of threads made by a spider in order to catch insects பூச்சி-

களைச் சிக்கவைத்துப் பிடிப்பதற்காக நுண் இழைகளைக் கொண்டு சிலந்திப்பூச்சியால் பின்னப்படும் வலை; சிலந்தி வலை ➪ **web1** பார்க்க.

cocaine /kəʊˈkeɪn/ (*informal* **coke**) *noun* [U] a dangerous drug that some people take for pleasure but which is **addictive** இன்ப உணர்ச்சியைத் தூண்டுவதும் பழக்கத்திற்கு அடிமையாக்கிவிடக் கூடியதுமான ஆபத்தான வெறிமயக்கப் பொருள் வகை

coccyx /ˈkɒksɪks/ *noun* [C] the small bone at the bottom of the bones of your back (**spine**) முதுகெலும்பின் அடிப்பகுதியில் உள்ள சிறு எலும்பு; உள்வால் எலும்பு; குத எலும்பு ➪ **body** பதிவில் படம் பார்க்க.

cochineal /ˌkɒtʃɪˈniːl/ *noun* [U] a bright red substance used to give colour to food உணவுக்கு நிறமூட்டப் பயன்படுத்தப்படும் ஓர் ஒளிர் சிவப்பு நிறப் பொருள்

cochlea /ˈkɒkliə/ *noun* [C] the part of the inside of your ear (**inner ear**), which is shaped like a shell and is very important for hearing கிளிஞ்சிற் சிப்பி போன்ற வடிவுடையதும் கேள்விப் புலன் உணர்வுக்கு இன்றியமையாததுமான உட்-செவியின் பகுதி; செவியின் சுருள்வளை

cock[1] /kɒk/ *noun* [C] **1** (*AmE* **rooster**) an adult male chicken வளர்ச்சியுற்ற ஆண்கோழி; சேவற்-கோழி ➪ **chicken** பதிவிலுள்ள குறிப்பைப் பார்க்க. **2** an adult male bird of any type பறவை இன ஆண்பால்; பறவைச் சேவல்

cock[2] /kɒk/ *verb* [T] to hold up a part of the body உடலுறுப்பு ஒன்றை மேலுயர்த்து/நிமிர்த்து *The horse cocked its ears on hearing the noise.*

PHR V **cock sth up** (*BrE slang*) to do sth very badly and spoil sth ஒன்றை மிக மோசமாகச் செய்து கெடுத்துவிடு; பாழாக்கு ➪ **cock-up** பார்க்க.

cock-a-doodle-doo /ˌkɒk ə ˌduːdl ˈduː/ *noun* [*sing.*] the noise made by an adult male chicken (**cock**) சேவற்கோழி கூவி எழுப்பும் ஒலி; 'கொக்கரக்கோ' எனும் ஒலி

cockatoo /ˌkɒkəˈtuː/ *noun* [C] (*pl.* **cockatoos**) a large brightly coloured bird with a lot of feathers standing up on top of its head தலை உச்சியில் நிமிர்ந்து நேராக நிற்கும் மிகுதி-யான இறகுகளைக் கொண்ட ஒளிர் நிறமுடைய ஒரு பெரிய பறவை

cockerel /ˈkɒkərəl/ *noun* [C] a young male chicken இளமையான சேவற்கோழி; விடைச்-சேவல்

cockle /ˈkɒkl/ *noun* [C] a small **shellfish** that can be eaten such as lobster, crab, etc. உணவாகப் பயன்படும் சிப்பித் தோடுடைய கடல்வாழ் சிறிய உயிரி; கடல் நத்தை, நண்டு வகை

cockpit /ˈkɒkpɪt/ *noun* [C] **1** the part of a plane where the pilot sits விமானத்தில் வலவன் (பைலட்) அமரும் பகுதி; விமான ஓட்டி இருக்கை **2** the part of a racing car where the driver sits பந்தயச் சீருந்தில் ஓட்டுநர் அமரும் பகுதி; வலவன் இருக்கைப் பகுதி

cockroach /ˈkɒkrəʊtʃ/ (*AmE* **roach**) *noun* [C] a large dark brown insect, usually found in dirty or slightly wet places வழக்கமாக அழுக்-கடைந்த அல்லது சற்று ஈரத் தோய்வான இடங்களில் காணப்படும் பெரிய கரும் பழுப்பு நிறப் பூச்சி வகை; கரப்பான் பூச்சி ➪ **insect** பதிவில் படம் பார்க்க.

cocktail /ˈkɒkteɪl/ *noun* [C] **1** a drink made from a mixture of alcoholic drinks and fruit juices மதுபானங்களையும் பழச்சாறு வகைகளையும் கலந்து தயாரிக்கப்படும் குடி வகை; தேறல் கலவை வகை *a cocktail bar/party* **2** a mixture of small pieces of food that is served cold குளிர்ப் பதத்தில் பரிமாறப்படும் சிறு உணவுத் துண்டு-களின் கலவை *a prawn cocktail* **3** a mixture of different substances, usually ones that do not mix together well பெரும்பாலும் ஒன்றோடொன்று சேர்ந்தமையாத பல்வேறு பொருள்களின் கூட்டு; தனித்தனிக் கூறுகளாக/தனிப்பண்பு மாறாத பொருள்களின் கலவை *a lethal cocktail of drugs*

cock-up *noun* [C] (*slang*) something that was badly done; a mistake that spoils sth மோசமாகச் செய்யப்பட்ட ஒன்று; ஒன்றனைக் கெடுத்து-விடக்கூடிய பிழை ➪ **cock[2]** பார்க்க.

cocoa /ˈkəʊkəʊ/ *noun* **1** [U] a dark brown powder made from the seeds of a tropical tree and used in making chocolate ஒரு வகை வெப்ப மண்டல மரத்தின் விதைகளிலிருந்து பெறப்படுவதும் சாக்லெட் தயாரிப்பதில் பயன்படுவதுமான கரும்பழுப்பு நிறப் பொடி; கோக்கோ விதைத் தூள் **2** [C, U] a hot drink made from this powder mixed with milk or water; a cup of this drink கோக்கோ விதைத் தூளைப் பாலுடன் அல்லது நீருடன் கலந்து தயாரிக்கப்படும் சூடான பான வகை; இப்பானத்தின் ஒரு குவளை அளவு *a cup of cocoa*

coconut /ˈkəʊkənʌt/ *noun* [C, U] a large tropical fruit with a hard, hairy shell கடினமான, நார் பொதிந்த ஓடுடைய பெரிய வெப்ப மண்டலக் காய் வகை; தேங்காய்

cocoon /kəˈkuːn/ *noun* [C] a covering of thin threads that some insects make to protect themselves before becoming adults (பட்டுப்பூச்சி போன்ற) சில பூச்சிகள் முழு வளர்ச்சி பெறு-வதற்குமுன் மெல்லிய இழைகளை உண்டு-பண்ணி அவற்றில் தங்களுக்குப் பாதுகாப்பாக அமைத்துக்கொள்ளும் மேலுறை; புழுக்கூடு ➪ **chrysalis** பார்க்க.

cod /kɒd/ *noun* [C, U] (*pl.* **cod**) a large sea fish mainly found in the North Atlantic and that you can eat பெரும்பாலும் வட அட்லாண்டிக் கடலில் வாழ்வதும் உணவாகப் பயன்படுவது-மான பெரிய கடல்மீன் வகை

code[1] /kəʊd/ *noun* **1** [C, U] a system of words, letters, numbers, etc. that are used instead of the real letters or words to make a message or an information secret ஒரு செய்தி அல்லது தகவலை மறைபொருளாக்க வேண்டி, உண்மையான எழுத்துகள் அல்லது சொற்களுக்கு மாற்றாகப் பயன்படுத்தப்படும் சொற்கள், எழுத்துகள், எண்கள் முதலியவற்றைக் கொண்ட ஒரு முறை; இரகசியச் சொல்/எழுத்து/இலக்கக் குறியீட்டு முறை; குழூஉக்குறி *They managed to break/crack the enemy code* (= find out what it means). • *They wrote letters to each other in code.* ➪ **decode** பார்க்க. **2** [C] a group of numbers, letters, etc. that is used for identifying sth ஒன்றன் அடையாளக் குறியீடாகப் பயன்படுத்தப்படும் எண்கள், எழுத்துகள் முதலிய-வற்றின் தொகுதி; அடையாளக் குறியீட்டு இலக்கத்தொகுதி அல்லது சொற்கோவை *What's the code* (= the telephone number) *for Eruvadi?* ➪ **bar code** பார்க்க. **3** [C] a set of rules for behaviour ஒழுக்க நியதிகளின்/நடத்தை விதிமுறைகளின் தொகுதி; ஒழுக்க விதிகளின் தொகுதி; நடைமுறைச் சட்டத் தொகுதி *a code of practice* (= a set of standards agreed and accepted by a particular profession) **4** [U] (*computing*) instructions used to form computer programs கணினி நிரல்களை உருவாக்குவதற்கான கட்டளைத் தொகுதி; நிரலாக்கச் செயற்கட்டளைகள் *segments of code*

code[2] /kəʊd/ *verb* [T] **1** (*also* **encode**) to put or write sth in **code**[1] **1** இரகசிய இலக்க/சொல்/எழுத்துக் குறியீட்டு முறையில் ஒரு தகவலை அல்லது செய்தியை எழுது; குழூஉக்குறியைப் பயன்படுத்து *coded messages* ✪ OPP **decode** **2** to use a particular system for identifying things பொருள்களை இனம்காணுதற்காகக் குறிப்-பிட்ட ஒரு முறையைப் பயன்படுத்து; அடை-யாளக் குறி இடு *The files are colour-coded: blue for Europe, green for Africa.* **3** (*computing*) to write a computer program by putting one system of numbers, words and symbols into another system ஒரு வகைமுறையிலான எண்கள், எழுத்துகள், குறியீடுகள் ஆகிய-வற்றை மற்றொரு வகைமுறைக்கு மாற்றி ஒரு கணினி நிரல் எழுது

codeine /ˈkəʊdiːn/ *noun* [U] a drug that is used to reduce pain வலியைக் குறைக்கப் பயன்-படுத்தப்படும் ஒரு மருந்துப் பொருள்; நோவு தணிப்பு மருந்து வகை; வலிநிவாரணி

codify /ˈkəʊdɪfaɪ/ *verb* [T] (*pres. part.* **codifying**; *3rd person sing. pres.* **codifies**; *pt, pp* **codified**) (*technical*) to arrange laws, rules, etc. into a system சட்டங்கள், விதிகள், முதலியவற்றை முறைப்படுத்து அல்லது ஒழுங்கமைவு செய் ▶ **codification** /ˌkəʊdɪfɪˈkeɪʃn/ *noun* [U]

co-educational (*abbr.* **coed**) *adj.* (used about a school) with both boys and girls together in the same classes (ஒரு பள்ளியைப் பற்றிக் குறிப்பிடு-கையில்) சிறுவரும் சிறுமியரும் வகுப்புகளில் ஒருசேர உள்ள; இணைந்து கற்கிற; ஆண்-பெண் இணைக்கல்வி முறையான ✪ SYN **mixed** ▶ **co-education** *noun* [U]

coefficient /ˌkəʊɪˈfɪʃnt/ *noun* [C] **1** (*mathematics*) a number which is placed before another quantity and which multiplies it, for example 3 in the quantity 3x (3x என்ற எண்ணிக்கையில் உள்ள 3-ஐப் போன்று) மற்றோர் எண்ணிக்கையின் முன் இடப்படுவதும் அந்த எண்ணிக்கையைப் பெருக்குவதுமான ஓர் எண்; குணகம் **2** (*technical*) a number that measures a particular characteristic of a substance ஒரு பொருளின் குறிப்-பிட்ட பண்பை அளவிடும் ஓர் எண் *the coefficient of friction/expansion*

coerce /kəʊˈɜːs/ *verb* [T] (*formal*) **coerce sb (into sth/doing sth)** to force sb to do sth, for example by threatening him/her (அச்சுறுத்துதல் போன்றவற்றால்) ஒன்றைச் செய்யுமாறு ஒரு-வரை வற்புறுத்து; கட்டாயப்படுத்து ▶ **coercion** /kəʊˈɜːʃn/ *noun* [U]

coexist /ˌkəʊɪɡˈzɪst/ *verb* [I] to live or be together at the same time or in the same place as sb/sth ஒருவர்/ஒன்று வாழும் அல்லது இருக்கும் அதே காலத்தில் அல்லது அதே இடத்தில் வாழ் அல்லது இரு; உடன் வாழ்/இரு ▶ **coexistence** *noun* [U]

coffee /ˈkɒfi/ *noun* **1** [U] the cooked seeds (**coffee beans**) of a tropical tree, made into powder and used for making a drink வறுத்துப் பொடியாக்கப்பட்டு ஒரு வகை பானம் (காப்பி) தயாரிக்கப் பயன்படுத்தப்படும் ஒரு வெப்ப மண்டல மரத்தின் பதப்படுத்தப்பட்ட விதைகள்; காப்பிக்கொட்டை *Coffee is the country's biggest export.* • *decaffeinated/instant coffee* **2** [U] a drink made by adding hot water to this powder காப்பித்தூளுடன் வெந்நீர் கலந்து தயாரிக்கப்-படும் பானம்; காப்பி *Would you prefer tea or coffee?* • *a cup of coffee* **3** [C] a cup of this drink ஒரு கோப்பை காப்பி *Two coffees please.*

NOTE பால் சேர்க்காமல் தயாரிக்கப்படுவது **black coffee** எனப்படும். **white coffee** பால் சேர்த்துத் தயாரிக்கப்படுவது. மரவுப்புச் சத்துப் பொருள் நீக்கப்பட்டுவிட்ட காப்பி **decaffeinated coffee** எனப்படும். **Weak, strong** என இரு முறைகளில் காப்பி

தயாரிக்கலாம். குவளையில் உள்ள காப்பித்தூளுடன் வெந்நீர் அல்லது பால் கலந்து தயாரித்துக் குடிகலத்தில் இட்டு விற்கப்படுவது **instant coffee** எனப்படும். அப்பொழுதே காப்பிக்கொட்டைகளை அரைத்துப் பாத்திரத்தில் இட்டு தயாரிக்கப்படுவது **real coffee** எனப்படும்.

coffee bar (*also* **coffee shop**) *noun* [C] (*BrE*) a place in a hotel, a large shop, etc., where simple food, coffee, tea and other drinks without alcohol are served உணவகம், பெரிய கடை முதலியவற்றிலுள்ள சிற்றுண்டி, காப்பி, தேநீர் மற்றும் பிற வெறியக் கலப்பற்ற பானங்கள் வழங்கப்படும் பகுதி; அருந்தக அறை

coffee pot *noun* [C] a container in which coffee is made and served காப்பி தயாரித்து பரிமாறுவதற்குரிய கலம்; காப்பிக் குவளை

coffee table *noun* [C] a small low table for putting magazines, cups, etc., on பத்திரிகைகள், குவளைகள் முதலியன வைப்பதற்கான உயரம் குறைந்த சிறு மேசை; அருந்தக மேசை

coffin /'kɒfɪn/ (*AmE* **casket**) *noun* [C] a box in which a dead body is buried or burned (**cremated**) இறந்தவர் உடலை இட்டு அடக்கம் செய்யவோ எரிக்கவோ பயன்படுத்தும் பெட்டி; சவப்பெட்டி ⇨ **funeral** பதிவிலுள்ள குறிப்பைப் பார்க்க.

cog /kɒg/ *noun* [C] one of a series of teeth on the edge of a wheel that fit into the teeth on the next wheel and cause it to move அடுத்துள்ள சக்கரத்தின் பற்களோடு பொருந்தி அதனை சுழலச் செய்யக்கூடியதாக, ஒரு சக்கரத்தின் விளிம்பில் வரிசையாக அமைந்துள்ள பற்களில் ஒன்று; இயக்க விசை படர்விக்கும் இயந்திரச் சக்கரத்தின் பல்

cogent /'kəʊdʒənt/ *adj.* (*formal*) strongly and clearly expressed in a way that influences what people believe மக்கள் நம்பிக்கை கொண்டுள்ள ஒன்றில் நிலைமாற்றத்தை ஏற்படுத்தும் முறையில் உறுதியாகவும் தெளிவாகவும் கூறப்பட்ட; பிறரை ஒத்துக்கொள்ளவைக்கும் உறுதியும் தெளிவும் உடைய *a cogent argument/reason*

cognac /'kɒnjæk/ *noun* **1** [U] a type of **brandy** that is made in France பிரான்சு நாட்டு (வெறிய ஆற்றல் மிகுந்த மதுவான) பிராந்தி வகை **2** [C] a glass of this drink மேற்கண்ட பிராந்தியின் ஒரு கண்ணாடிக் குவளை அளவு

cognition /kɒg'nɪʃn/ *noun* [U] the process by which knowledge and understanding is developed in the mind அறிவாற்றலும், அறிதிறனும் மனத்தில் உருவாகி வளரும் இயற்பாங்கு; உள்ளார்ந்த அறிவு வளர்ச்சி

cognitive /'kɒgnətɪv/ *adj.* (*usually before a noun*) connected with the processes of understanding உள்ளார்ந்த அறிதிறன்/அறிவாற்றல் சார்ந்த; உணர்ந்தறிதல்/மனத்தின் வாங்குதிறன் தொடர்பான *cognitive abilities*

cohabit /kəʊ'hæbɪt/ *verb* [I] (*formal*) (used about a couple) to live together as if they are married (ஓர் இணையரை/ஆண்-பெண் சோடியைப் பற்றிக் கூறும்போது) மணமானவர்களைப் போன்று கூடி வாழ்க்கை நடத்து; கணவன்-மனைவி போன்று இணைந்து வாழ்

coherent /kəʊ'hɪərənt/ *adj.* **1** (ideas, thoughts, etc.) clear and easy to understand; logical (கருத்துகள், எண்ணங்கள் முதலியவை வகையில்) தெளிவாகவும் புரிந்துகொள்வதற்கு எளிதாகவும் உள்ள; தெளிவும் எளிமையும் கொண்ட **2** (of a person) able to talk and express clearly (ஒரு நபர் குறித்து) கருத்துகளைத் தெளிவாகப் பேசி வெளிப்படுத்துகிற ✪ OPP **incoherent** ▶ **coherence** *noun* [U] ▶ **coherently** *adv.*

cohesion /kəʊ'hiːʒn/ *noun* [U] **1** the ability to stay or fit together well சேர்ந்தமையும் ஆற்றல்; ஒத்திசைவுத் திறன்; கூட்டிணைவுத் திறன் *What the team lacks is cohesion—all the players play as individuals.* **2** (*physics* and *chemistry*) the force causing molecules of a substance to stick together ஒரு பொருளின் மிகச்சிறிய கூறுகளைச் சேர்ந்தமையச் செய்யும் ஆற்றல் அல்லது விசை

coil[1] /kɔɪl/ *verb* [I, T] to make sth into a round shape ஒன்றைச் சுருள் வடிவாக்கு; வளையமாக்கு; சுருட்டு *a snake coiled under a rock*

coil[2] /kɔɪl/ *noun* [C] a length of rope, wire, etc. that has been made into a round shape சுருள் வடிவாக்கப்பட்ட அல்லது வளையமாகச் சுற்றப்பட்ட கயிறு, கம்பி முதலியன; கம்பிச்சுருள்; வளையம்; சுருள் *a coil of rope*

coin[1] /kɔɪn/ *noun* [C] a piece of money made of metal உலோகத்தால் செய்யப்பட்ட காசு; உலோகப் பணம்; உலோக நாணயம் *a pound coin*

coin[2] /kɔɪn/ *verb* [T] to invent a new word or phrase ஒரு புதிய சொல் அல்லது தொடரை உருவாக்கு; சொல்லாக்கம் செய்; புதுச்சொல் புனை *Who was it who coined the phrase 'a week is a long time in politics'?*

coinage /'kɔɪnɪdʒ/ *noun* [U] the system of coins used in a country ஒரு நாட்டில் புழக்கத்தில் இருக்கும் நாணய முறை; வழக்கிலுள்ள உலோகப் பணமுறை *decimal coinage*

coincide /ˌkəʊɪn'saɪd/ *verb* [I] **coincide (with sth) 1** (used about events) to happen at the same time as sth else (நிகழ்ச்சிகளைப் பற்றிக் கூறும்போது) வேறொன்று நிகழும் அதே நேரத்தில் நிகழ்; ஒருங்கு நேரிடு *The Education minister's* *visit is timed to coincide with the institution's centenary celebrations*. **2** to be exactly the same or very similar வேறொன்றைப் போன்றே அமைந்திரு; துல்லியமாக ஒத்திரு *Our views coincide completely*. **3** (of objects) to share or occupy the same space (பொருள்கள் வகையில்) ஒரே இடத்தைப் பகிர்ந்துகொள் அல்லது ஒரே இடத்திலிரு

coincidence /kəʊˈɪnsɪdəns/ *noun* [C, U] two or more similar things happening at the same time by chance, in a surprising way இரண்டு அல்லது இரண்டுக்கு மேற்பட்ட ஒத்த தன்மையுடையன தற்செயலாக, வியப்பூட்டும் முறையில் ஒரே சமயத்தில் நிகழ்தல்; வியப்பூட்டும் முறையிலான தற்செயல் நேர்வு; எதிர்பாரா உடன்நிகழ்வு *We hadn't planned to meet, it was just coincidence*.

coincidental /kəʊˌɪnsɪˈdentl/ *adj*. resulting from two similar or related events happening at the same time by chance ஒத்தமைந்த அல்லது தொடர்புடைய நிகழ்வுகள் தற்செயலாக ஒரே சமயத்தில் நிகழ்வதால் விளைகிற; தற்செயல் உடன்நிகழ்ச்சிகளின் விளைவான ▶ **coincidentally** *adv*.

coir /ˈkɔɪə(r) / *noun* [U] coarse fibre derived from the outer husk of the coconut, used for making ropes, mats, mattresses, etc. தேங்காயின் புறத்தோட்டிலிருந்து பெறப்படுவதும் கயிறு, பாய், மெத்தைகள் முதலியவை செய்யப் பயன்படுத்தப்படுவதுமான முரட்டு நார்; தேங்காய் நார்

coke /kəʊk/ *noun* [U] **1** a solid black substance produced from coal and used as a fuel நிலக்கரியிலிருந்து பெறப்படுவதும் எரிபொருளாகப் பயன்படுத்தப்படுவதுமான ஒரு கெட்டியான கரு நிறப் பொருள்; சுட்ட நிலக்கரி; கல்கரி **2 = cocaine**

Col. *abbr*. Colonel படைப்பகுதியின் உயர் அதிகாரி

col /kɒl/ *noun* [C] a low point between two higher points in a line or group of mountains ஒரு மலைத்தொடரின் இரண்டு உயர் முனைகளுக்கு இடையில் உள்ள தாழ்முனை; தாழ்ந்த இடைவிளிம்பு; இடைப்பள்ளம்

cola /ˈkəʊlə/ *noun* [C, U] a brown, sweet cold drink that does not contain alcohol; a glass or can of this வெறியக் கலப்பற்ற பழுப்பு நிற இன்சுவை குளிர்பான வகை; இப்பானத்தின் ஒரு கண்ணாடிக் குவளை அல்லது பானக் கொள்கல அளவு

colander /ˈkʌləndə(r)/ *noun* [C] a metal or plastic bowl with a lot of small holes in it that is used for removing water from food that has been boiled or washed வேகவைத்த அல்லது கழுவிய உணவிலிருந்து நீரை வெளியேற்றப் பயன்படுத்தப்படும், சிறு துளைகள் பற்பல உடைய உலோக அல்லது பிளாஸ்டிக் வட்டகை; வடிகட்டி; சல்லடை ➪ **kitchen** பதிவில் படம் பார்க்க.

cold[1] /kəʊld/ *adj*. **1** having a low temperature; not hot or warm தாழ்ந்த வெப்பநிலை உடைய; சூடாக இல்லாத; வெம்மையற்ற; குளிர்ந்த; தண்ணிய *I'm not going into the sea, the water's too cold*. • *Shall I put the heating on? I'm cold*.

> **NOTE** **Cold, hot, cool, warm** ஆகியவற்றை ஒப்பிட்டறிக. **cool** என்ற சொல் குறிக்கும் வெப்ப நிலையை விடத் தாழ்ந்த நிலையை **cold** சுட்டும். மேலும் இந்நிலை வெறுப்பூட்டும் அளவுக்குத் தாழ்ந்ததாக இருக்கக்கூடும்—*a terribly cold winter*. **Cool** 'மட்டான அளவில் குளிரான' எனப் பொருள்படும். இந்நிலையை மனத்திற்கு இதமான அளவுக்குத் தாழ்ந்த தட்பவெப்ப நிலை எனலாம்—*It's terribly hot outside but it's nice and cool in here*. **Warm** என்ற சொல் குறிக்கும் வெப்பத்தைவிட மிகுதியான வெப்பநிலையை **hot** என்ற சொல் சுட்டும். இந்நிலையை வெறுப்பூட்டும் அளவுக்கு அதிகமானதாகக் கொள்ளலாம்—*I can't drink this yet, it's too hot*. **Warm** 'மிதமான அளவுக்கு வெம்மையுடைய' எனப் பொருள்படும். இந்நிலையை விரும்பத்தக்க அளவுக்கு உயர்ந்த வெப்பநிலை எனக் கூறலாம்—*Come and sit by the fire, you'll soon get warm again*.

2 (used about food or drink) not heated or cooked; having become cold after being heated or cooked (உணவு அல்லது பானத்தைப் பற்றிக் குறிப்பிடும்போது) வெம்மையூட்டப்படாத அல்லது சமைக்கப்படாத; சூடாக்கப்பட்ட அல்லது சமைக்கப்பட்ட பின் வெப்பமிழந்த; குளிர்ந்துவிட்ட; ஆறிப்போன *a cold drink* • *Have your soup before it gets cold*. **3** (used about a person or sb's behaviour) very unfriendly; not showing kindness, understanding, etc. (ஒரு நபரை அல்லது ஒருவருடைய நடத்தையைப் பற்றிக் குறிப்பிடும்போது) நட்பார்வம் பெரிதும் குறைந்துவிட்ட; அன்பு, நட்பிணக்கம் முதலியவற்றைக் காட்டாத; நேச உணர்வற்ற *She gave him a cold, hard look*.

IDM **cold turkey** suddenly and completely, without getting used to sth gradually ஒன்றைப் படிப்படியாகப் பழக்கப்படுத்திக் கொள்ளாமல் திடீரென முற்றிலுமாக *I gave up smoking cold turkey*.

get/have cold feet (*informal*) to become/be afraid to do sth ஒன்றைச் செய்ய அஞ்சு; சஞ்சலப்படு *She started to get cold feet as her wedding day approached*.

in cold blood in a cruel way and without pity இரக்கமின்றிக் கொடுமையான முறையில் *to kill sb in cold blood*

cold² /kəʊld/ *noun* **1** [*sing.*] [U] lack of heat; low temperature; cold weather வெப்பமின்மை; தாழ்ந்த வெப்பநிலை; குளிர் *We walked home in the snow, shivering with cold.* • *Come on, let's get out of the cold and go indoors.* **2** [C, U] a common illness of the nose and throat. When you have a cold you have a sore throat and often cannot breathe through your nose தொண்டை அழற்சியையும் பெரும்பான்மை மூக்கின் வழியாக மூச்சு விடமுடியாத நிலையையும் உண்டாக்கும், மூக்கு, தொண்டை சார்ந்த பொதுவான உடல்நலக் கேடு; சளி; ஜலதோஷம் *I think I'm getting a cold.* • *Wear some warm clothes when you go out or you'll* ***catch a cold.***

cold-blooded *adj.* **1** having a blood temperature that changes with the temperature of the surroundings சுற்றுப்புறத் தட்பவெப்ப நிலைக்கு ஏற்ப மாறுபடும் இரத்த வெப்பநிலை உடைய; சூழலோடு இயைந்த குருதி வெப்பநிலை உடைய *Reptiles are cold-blooded.* ✪ OPP **warm-blooded 2** cruel; having or showing no pity கொடுமையான; கல்நெஞ்சுடைய; இரக்கமற்ற *cold-blooded killers*

cold cash (*AmE*) = **hard cash**

cold-hearted *adj.* unkind; showing no kindness, understanding, etc. பரிவுணர்ச்சியற்ற; அன்பில்லாத; இரக்கமற்ற; நட்புணர்வு இல்லாத

coldly /ˈkəʊldli/ *adv.* in an unfriendly way; in a way that shows no kindness or understanding நட்புணர்வு அற்ற முறையில்; பரிவுணர்வு அல்லது ஒத்துணர்வு இல்லாது; அன்பு செலுத்தாது

coldness /ˈkəʊldnəs/ *noun* [U] the lack of warm feelings; unfriendly behaviour நட்புணர்வு இன்மை; இணக்க மனப்பான்மை இல்லாதிருத்தல்; ஒத்துணர்வு அற்ற நடத்தை

cold snap *noun* [C] a sudden short period of very cold weather திடீரென நேர்வதும் சிறிது கால அளவே நீடிப்பதுமான கடுங்குளிரான வானிலை; குறுகிய கால மிகு குளிர் வரவு

cold sore *noun* [C] a small painful area on the lips or inside the mouth that is caused by a **virus** நோய் நுண்மம் ஒன்றின் காரணமாக உதடுகளில் அல்லது வாயினுள் தோன்றும் சிறு வலி மிகுந்த புண் பகுதி; வாய்/உதட்டுப் புண்

cold storage *noun* [U] a place where food, etc. can be kept fresh or frozen until it is needed; the keeping of sth in a place like this பயன்படுத்தப்படும் வரை உணவு, முதலியவற்றைப் புது நிலையில் அல்லது கெட்டுப்போகாதவாறு உறைதட்பநிலையில் வைக்கும் இடம்; குளிர்ப்பதனச் சேமிப்பறை; குளிர்ப்பதனச் சேமிப்பறையில் ஒரு பொருளை வைத்திருந்தல்; குளிர்ப்பதனச் சேமிப்பு *to keep potatoes* ***in cold storage***

colic /ˈkɒlɪk/ *noun* [U] pain in the stomach area, which especially babies get குறிப்பாக சிறு குழந்தைகளுக்கு, வயிற்றுப்பகுதியில் உண்டாகும் நோவு; வயிற்றுவலி; குடல் நோவு

collaborate /kəˈlæbəreɪt/ *verb* [I] **1 collaborate (with sb) (on sth)** to work together (with sb), especially to create or produce sth குறிப்பாக ஒன்றைப் புதிதாக உருவாக்குவதற்காக அல்லது விளைவிப்பதற்காக, ஒருவருடன் இணைந்து செயல்புரி; உடனுழை; கூடித் தொழில் செய் *She collaborated with another author on the book.* **2 collaborate (with sb)** to help the enemy forces who have taken control of your country தனது நாட்டைக் கைப்பற்றியுள்ள பகைவர் படைகளுக்கு உதவிசெய்; பகைவருக்கு உடந்தையாக இரு **NOTE** இப்பொருளில் **collaborate** கண்டனக் குறிப்பாக வழங்கும். ▶ **collaboration** /kəˌlæbəˈreɪʃn/ *noun* [U, C] ▶ **collaborator** *noun* [C]

collage /ˈkɒlɑːʒ/ *noun* [C, U] a picture made by fixing pieces of paper, cloth, photographs, etc. onto a surface; the art of making a picture like this ஒரு பரப்பின் மீது தாள் துண்டுகள், துணி, நிழற்படங்கள் முதலியவற்றைப் பொருத்தி உருவாக்கும் படம்; இம்முறையில் படம் உருவாக்கும் கலை

collagen /ˈkɒlədʒn/ *noun* [U] the main substance (**protein**) found in the parts of an animal's body that connect the organs and give them support ஒரு விலங்கின் மூட்டுகளிலுள்ளதும் அவற்றுக்கு வலுவூட்டுவதுமான புரதப்பொருள்

collapse¹ /kəˈlæps/ *verb* **1** [I] to fall down or break into pieces suddenly திடீரெனக் கீழே விழு அல்லது உடைந்து தூளாகு; எதிர்பாராது விழுந்து நொறுங்கு *A lot of buildings collapsed in the earthquake.* **2** [I] (used about a person) to fall down, usually because you are very ill, and perhaps become unconscious (ஒருவரைப் பற்றிக் கூறும்போது) பெரும்பாலும் உடல்நலம் கெட்டு கீழே விழு; கீழே விழுந்து உணர்விழந்து போ *The winner collapsed at the end of the race.* **3** [I] (used about a business, plan, etc.) to fail suddenly or completely (ஒரு வணிகத் தொழில், செயல்திட்டம், முதலியவற்றைப் பற்றிக் கூறும் போது) எதிர்பாராது அல்லது முற்றிலுமாகத் தோல்வியடை அல்லது வீழ்ச்சியுறு; நொடித்துப்போ *The company collapsed, leaving hundreds of people out of work.* **4** [I, T] to fold sth or be folded into a shape that uses less space ஒரு பொருளை மடி; மடக்கு; குறைந்த இடத்தில் அடங்குமாறு ஒரு பொருள் மடக்கப்படு; மடித்துச் சுருக்கப்படு

collapse² /kəˈlæps/ *noun* **1** [C, U] the sudden or complete failure of sth, such as a business, plan, etc. (ஒரு வணிகத் தொழில், செயல்திட்டம் போன்றவற்றின்) எதிர்பாராத அல்லது முழுமையான தோல்வி; வீழ்ச்சி; நொடிப்பு *The peace talks were on the brink/verge of collapse.* **2** [*sing.*, U] (used about a building) a sudden fall (ஒரு கட்டடத்தைப் பற்றிக் கூறும்போது) திடீரென விழுதல்; தகர்வு; எதிர்பாராது இடிந்து விழுதல் *the collapse of the highway bridge* **3** [*sing.*, U] (used about a person) a medical condition when a person becomes very ill and suddenly falls down (ஒருவரைப் பற்றிக் குறிப்பிடும்போது) உடல்நலம் பெரிதும் கெட்டுத் திடீரென விழுந்துவிடுகிற நோய்நிலை

collapsible /kəˈlæpsəbl/ *adj.* that can be folded into a shape that makes sth easy to store ஓரிடத்தில் அடங்கக்கூடிய வடிவில் எளிதாக மடக்கி வைக்கத்தக்கதான; எளிதாக மடக்கிவைக்கக் கூடிய *a collapsible bed*

collar¹ /ˈkɒlə(r)/ *noun* [C] **1** the part of a shirt, coat, dress, etc. that fits round the neck and is often folded over கழுத்தைச் சுற்றிப் பொருந்தி அமைவதும் பெரும்பாலும் மடக்கிவிடக்கூடியதுமான சொக்காய், மேலங்கி, மகளிர் மேற்சட்டை, முதலியவற்றின் பகுதி; சட்டையின் கழுத்துப்பகுதி; கழுத்துப்பட்டை *a coat with a fur collar* ⇨ **dog collar**, **blue collar** மற்றும் **white collar** பார்க்க. **2** a band of leather that is put round an animal's neck (especially a dog or cat) (குறிப்பாக நாய் அல்லது பூனை போன்ற) ஒரு விலங்கின் கழுத்தில் இடப்படும் தோலாலான சுற்றுப்பட்டை; கழுத்துவார்

collar² /ˈkɒlə(r)/ *verb* [T] (*informal*) to catch hold of sb who does not want to be caught பிடிபட விரும்பாத ஒருவரைப் பற்றிப்பிடி; கைப்பற்று

collarbone /ˈkɒləbəʊn/ (*formal* **clavicle**) *noun* [C] one of the two bones that connect your chest bones to your shoulder மார்பெலும்புகளைத் தோள்பகுதியுடன் இணைக்கும் இரண்டு எலும்புகளில் ஒன்று; காரையெலும்பு ⇨ **body** பதிவில் படம் பார்க்க.

collate /kəˈleɪt/ *verb* [T] **1** to collect information from different places in order to put it together, examine and compare it தொகுத்து, ஆய்வு செய்து, ஒப்பிட்டுக்காணும் பொருட்டு பல்வேறு இடங்களிலிருந்து தகவல்களைத் திரட்டு; ஒப்பாய்வுக்காகத் தகவல் திரட்டு; திரட்டித் தொகு *to collate data/information/figures* **2** to collect pieces of paper or pages from a book and arrange them in the correct order ஒரு நூலின் தாள்களை அல்லது பக்கங்களை ஒன்றுசேர்த்துச் சரியான வரிசை முறையில் அடுக்கு; பக்க ஒழுங்கு செய் ▶ **collation** *noun* [U] *the collation of data*

collateral¹ /kəˈlætərəl/ *noun* [U] property or sth valuable that you agree to give to sb if you cannot pay back money that you have borrowed வாங்கிய கடனைத் திருப்பிச் செலுத்தமுடியாத நிலையில் கடன் கொடுத்தவருக்குத் தருவதாக ஒப்புக்கொண்ட சொத்து அல்லது விலை மதிப்புடைய ஒரு பொருள்; அடைமானப் பொருள்; துணைப் பிணையம்

collateral² /kəˈlætərəl/ *adj.* (*formal*) connected with sth else, but in addition to it and less important வேறொன்றைவிட முக்கியத்துவம் குறைந்து அதற்குத் துணைப்பொருளாக அமையும் நிலையில் அதனோடு தொடர்புடைய; உடனிணைவான; துணையாதரவான

colleague /ˈkɒliːg/ *noun* [C] a person who works at the same place as you தான் பணிபுரியும் இடத்திலேயே பணியாற்றும் ஒருவர்; உடன்பணியாளர்; தொழிலகத் தோழர்

collect¹ /kəˈlekt/ *verb* **1** [T] to bring a number of things together பல பொருள்களை ஒன்றுகூட்டு; ஒருங்குசேர் *All the exam papers will be collected at the end.* **2** [T] to get and keep together a number of objects of a particular type over a period of time as a hobby ஓய்வுநேர விருப்பார்வத் தொழிலாகக் குறிப்பிட்ட ஒரு வகையைச் சேர்ந்த பொருள்கள் பலவற்றை ஒரு கால அளவில் சேகரித்து ஒன்றுசேர்த்து வை *He used to collect stamps.* **3** [I, T] to ask for money from a number of people பலரிடம் பணம் கேள்; பணம் திரட்டு; வசூல் செய் *to collect for charity* • *The landlord collects the rent at the end of each month.* **4** [I] to come together ஒன்றாகக் கூடு; ஒன்று சேர் *A crowd collected to see what was going on.* ✪ SYN **gather** **5** [T] (*BrE*) to go and get sb/sth from a particular place; to pick sb/sth up புறப்பட்டுச் சென்று ஓரிடத்திலிருந்து ஒருவரை/ஒன்றைக் கைக்கொள்; பெற்று எடுத்துக்கொள்; அழைத்து வா *to collect the children from school* **6** [T] **collect yourself/sth** to get control of yourself, your feelings, thoughts, etc. தன்னை, தன்னுடைய உணர்ச்சிகள், எண்ணங்கள் முதலியவற்றைக் கட்டுக்குள் கொண்டு வா; மனதை ஒருநிலைப்படுத்து *She collected herself and went back into the room as if nothing had happened.* • *I tried to* ***collect my thoughts*** *before the exam.*

collect² /kəˈlekt/ *adj.*, *adv.* (*AmE*) (used about a telephone call) to be paid for by the person who receives the call (ஒரு தொலைபேசி அழைப்பைப் பற்றிக் குறிப்பிடும்போது) அழைப்பைப் பெறுபவரால் கட்டணம் செலுத்தப்பட வேண்டிய/செலுத்தப்பட வேண்டியதாக *a collect call* • *She called me collect.*

collected /kəˈlektɪd/ *adj*. calm and in control of yourself, your feelings, thoughts, etc. தன்னை, தன்னுடைய உணர்ச்சிகள், எண்ணங்கள், முதலியவற்றைக் கட்டுப்படுத்தி அமைதியாக உள்ள; மனதை ஒருநிலைப்படுத்தி அமைதி காக்கிற; இயலமைதி கொண்ட *She felt cool, calm and collected before the interview*.

collection /kəˈlekʃn/ *noun* **1** [C] a group of objects of a particular type that sb has collected as a hobby ஓய்வுநேர விருப்பார்வத் தொழிலாக ஒருவரால் சேகரிக்கப்பட்ட குறிப்பிட்ட வகை சார்ந்த பொருள்களின் தொகுதி; விருப்பார்வத் திரட்டு *a stamp collection* **2** [C, U] the act of getting sth from a place or from people ஓரிடத்திலிருந்து அல்லது பிறரிடமிருந்து ஒன்றை நாடிப் பெறுதல், திரட்டுதல், சேகரித்தல் அல்லது கைக்கொள்ளுதல் *cash collections* **3** [C] a group of people or things ஆட்கள் அல்லது பொருள்களின் தொகுதி; திரள் *a large collection of papers on the desk* **4** [C] a number of poems, stories, letters, etc. published together in one book ஒரு நூலாகத் தொகுத்து வெளியிடப்படும் பல கவிதைகள், கதைகள், கடிதங்கள், முதலியன; கவிதை/கதை/கடிதத் திரட்டு; தொகுப்பு; கோவை *a collection of modern poetry* **5** [C] the act of asking for money from a number of people (for charity, in church, etc.) அறச்செயல், முதலியவற்றுக்காகப் பலரிடம் பணம் கேட்டல்; நன்கொடை திரட்டுதல் *a collection for the poor* **6** [C] a variety of new clothes or items for the home that are specially designed and sold at a particular time தனிவகையாக வடிவமைக்கப்படுவனவும் குறிப்பிட்ட காலத்தில் விற்கப்படுவனவும் ஆகிய புதுத் துணி வகைகள் அல்லது வீட்டிற்குத் தேவையான புது வகைப் பொருள்கள் *Rohit Bal's stunning new autumn collection*

collective[1] /kəˈlektɪv/ *adj*. shared by a group of people together; not individual பலர் சேர்ந்த ஒரு குழுவால் பங்கிட்டுக்கொள்ளப்படுகிற; பலர் உடனிணைந்து பங்குகொள்கிற; கூட்டாகப் பலர் மேற்கொள்கிற; தனி ஒருவரைச் சார்ந்திராத; கூட்டான; கூட்டு *collective responsibility* ▶ **collectively** *adv*. *We took the decision collectively at a meeting*.

collective[2] /kəˈlektɪv/ *noun* [C, *with sing. or pl. verb*] an organization or business that is owned and controlled by the people who work in it பணிபுரிபவர்களுக்கு உடையானதும் அவர்களுடைய கட்டுப்பாட்டில் உள்ளதுமான ஒரு நிறுவனம் அல்லது தொழில் அமைப்பு; பணியாளர் கூட்டாண்மை நிறுவனம்/அமைப்பு

collective bargaining *noun* [U] discussions between a **trade union** and an employer about the pay and working conditions of the union members ஒரு தொழிற்சங்க உறுப்பினர்களின் ஊதியம் மற்றும் பணிநிலை குறித்துத் தொழிற்சங்கத்திற்கும் தொழில் முதல்வருக்கும் இடையில் நடக்கும் பேச்சுவார்த்தை; கூட்டுப்பேரம்

collective noun *noun* [C] (*grammar*) a singular noun, such as 'committee' or 'team' that refers to a group of people, animals or things and, in British English, can be used with either a singular or a plural verb, ('committee', அல்லது 'team', போன்று) ஆட்கள், விலங்குகள், பொருள்கள் ஆகியவற்றின் தொகுதியைக் குறிக்கும் ஒருமைப் பெயர்ச்சொல்; தொகைப்பெயர். பிரிட்டன் வழக்கில், தொகைப்பெயர் ஒருமை அல்லது பன்மை வினையுடன் பயின்று வரும்.

collector /kəˈlektə(r)/ *noun* [C] **1** (in India) the chief administrative government official in a district responsible for its general administration, development programmes, etc. (இந்தியாவில்) ஒரு மாவட்டத்தின் பொது நிருவாகம், வளர்ச்சிப் பணிகள், முதலியவற்றுக்குப் பொறுப்பான முதன்மை அரசு அதிகாரி, மாவட்ட ஆட்சியர் **2** (*usually in compounds*) a person who collects things as a hobby or as part of his/her job ஓய்வுநேர விருப்பார்வத் தொழிலாகவோ தனது பணியின் ஒரு பகுதியாகவோ பொருள்களைச் சேகரிப்பவர்; திரட்டுபவர்; திரட்டாளர்; வரி தண்டலாளர் *a stamp collector* • *a ticket/rent/tax collector*

college /ˈkɒlɪdʒ/ *noun* **1** [C, U] an institution where you can study after you leave school பள்ளிக்கல்வி முடித்தபின் கல்வி கற்பதற்கான நிறுவனம்; கல்லூரி *an art college*

> **NOTE** மாணவராக ஒருவர் கல்லூரிக்கு அல்லது பல்கலைக்கழகத்திற்குச் செல்வதைக் குறிப்பிடும்போது, **college** என்ற சொல்லுக்கு முன் **the** சேர்க்கப்படுவதில்லை—*He's at college in Chennai.* • *She's going to college in October*. ஆனால் வேறு காரணத்திற்காக ஒருவர் கல்லூரிக்குச் செல்வதைக் குறிக்கும்போது, **the** சேர்க்கப்படும்—*I went to an art exhibition at the college last night*.

collide /kəˈlaɪd/ *verb* [I] **collide (with sb/sth)** to crash; to hit sb/sth very hard while moving சென்றுகொண்டிருக்கும் ஒன்றை/ஒருவரை விசையுடன் இடி; மோது; முட்டு *He ran along the corridor and collided with his teacher*.

colliery /ˈkɒliəri/ *noun* [C] (*pl*. **collieries**) (*BrE*) a coal mine and its buildings ஒரு நிலக்கரிச் சுரங்கமும் அது சார்ந்த கட்டடங்களும்

collision /kəˈlɪʒn/ *noun* [C, U] a crash; an occasion when things or people collide கடுமையான மோதல்; இடி; ஆட்கள் அல்லது பொருள்கள்

மோதிக்கொள்ளும் வேளை அல்லது தருணம் *It was a **head-on collision** and the driver was killed instantly.*

IDM **be on a collision course (with sb/sth)** **1** to be in a situation which is certain to end in a disagreement or argument உறுதியாகக் கருத்து வேறுபாட்டில் அல்லது வாதத்தில் சென்று முடியும் ஒரு சூழ்நிலையில் இரு; ஒருவருடன்/ஒன்றுடன் முரண்படும் நிலையில் இரு **2** to be moving in a direction which is certain to cause a crash உறுதியாக ஒன்றுடன் மோதிக்கொள்ளக்கூடிய திசையில் செல் *The ship was on a collision course with an iceberg.*

collocate /ˈkɒləkeɪt/ *verb* [I] **collocate (with sth)** (used about words) to be often used together in a language (சொற்களைப் பற்றிக் குறிப்பிடும்போது) ஒரு மொழியில் பெரும்பாலும் ஒருசேரப் பயன்படுத்தப்படு; ஒன்று மற்றொன்றைச் சார்ந்து ஒருங்கமை; இணைவுறு *'Bitter' collocates with 'enemies' but 'sour' does not.* ▶ **collocate** /ˈkɒləkət/ *noun* [C] *'Bitter' and 'enemies' are collocates.*

collocation /ˌkɒləˈkeɪʃn/ *noun* [C] a combination of words in a language, that happens very often and more frequently than would happen by chance தற்செயல் வழக்காக அல்லாமல், பெரும்பான்மையாகவும் பெருவழக்காகவும் ஒருசேர அமையும் சொல்லிணைவு; சொற்களின் இட ஒழுங்கமைதி; இணைவமைதி *A 'resounding success' and a 'crying shame' are English collocations.*

colloquial /kəˈləʊkwiəl/ *adj.* (used about words, phrases, etc.) used in spoken conversation, not in formal situations (சொற்கள், சொற்றொடர்கள், முதலியவற்றைப் பற்றிக் கூறுகையில்) விதிமுறை சார்ந்த/சம்பிரதாய வழக்காக அல்லாது பேச்சுமொழியின் உரையாடல்களில் பயன்படுத்தப்படுகிற; பேச்சு வழக்கான ▶ **colloquially** /-kwiəli/ *adv.*

colloquialism /kəˈləʊkwiəlɪzəm/ *noun* [C] a word or phrase that is used in conversation but not in formal speech or writing விதிமுறை சார்ந்த/சம்பிரதாய முறையிலான எழுத்திலோ பேச்சிலோ அல்லாமல் உரையாடலில் பயன்படுத்தப்படும் ஒரு சொல் அல்லது தொடர்; பேச்சு வழக்கு

collusion /kəˈluːʒn/ *noun* [U] (*formal*) secret agreement, especially in order to do sth dishonest குறிப்பாக நேர்மையற்ற ஒன்றை முன்னிட்டுச் செய்துகொள்ளப்படும், இரகசிய உடன்பாடு; கூட்டுச்சதி *The drugs were brought into the country with the collusion of customs officials.*

cologne /kəˈləʊn/ = **eau de cologne**

colon /ˈkəʊlən/ *noun* [C] **1** the mark (:) used before a list, an explanation, an example, etc. ஒரு பட்டியல், விளக்கம், ஓர் எடுத்துக்காட்டு முதலியவற்றுக்கு முன் இடப்படும் (:) வடிவுடைய குறி; முக்காற் புள்ளி **2** a portion of the large **intestine** not including the **rectum** மலக்குடல் நீங்கலாக, வயிற்றிலிருந்து உணவை எடுத்துச்செல்லும் பெருங்குடலின் ஒரு பகுதி ➪ **body** பதிவில் படம் பார்க்க.

colonel /ˈkɜːnl/ *noun* [C] an officer of a high level in the army தரைப்படையின் ஓர் உயர்நிலை அலுவலர்; படைப்பகுதி முதல்வர்

colonial /kəˈləʊniəl/ *adj.* connected with or belonging to a country that controls another country (**colony**) வேறொரு நாட்டின்மீது ஆளுமை செலுத்தும் ஒரு நாடு தொடர்பான அல்லது அந்நாட்டுக்குரிய; காலனியாதிக்க நாட்டுக்குரிய அல்லது காலனியாதிக்க நாட்டைச் சார்ந்த *Spain used to be a major colonial power.*

colonialism /kəˈləʊniəlɪzəm/ *noun* [U] the practice by which a powerful country controls another country or countries, in order to become richer தனது செல்வ வளத்தைப் பெருக்கிக்கொள்வதற்காக ஒரு வல்லரசு நாடு வேறொரு நாட்டினை அல்லது வேறு நாடுகளைத் தனது ஆளுமையின்கீழ் வைத்திருக்கும் நடைமுறை; காலனியாதிக்க முறை; காலனி ஆட்சி

colonist /ˈkɒlənɪst/ *noun* [C] a person who goes to live in a country that has become a colony காலனி ஆட்சி நாட்டில் வாழச் செல்பவர்

colonize (*also* **-ise**) /ˈkɒlənaɪz/ *verb* [T] to take control of another country or place and make it a colony வேறொரு நாட்டை அல்லது வேறோர் இடப்பகுதியைத் தன் ஆளுமையின்கீழ் கொண்டுவந்து அதனை ஒரு காலனி நாடாக்கு ▶ **colonization** (*also* **-isation**) /ˌkɒlənaɪˈzeɪʃn/ *noun* [U]

colonnade /ˌkɒləˈneɪd/ *noun* [C] a row of stone columns with equal spaces between them, usually supporting a roof பெரும்பாலும் மேற்கூரையைத் தாங்கும், சம இடைவெளிகளில் நிறுத்தப்பட்ட கல் தூண்களின் வரிசை

colony /ˈkɒləni/ *noun* [C] (*pl.* **colonies**) **1** a country or area that is ruled by another, more powerful country தன்னைவிட வலிமை வாய்ந்த வேறொரு நாட்டால் ஆளப்படும் ஒரு நாடு அல்லது ஓர் இடப்பகுதி; காலனி **2** (*with sing. or pl. verb*) a group of people who go to live permanently in another country but keep their own habits and traditions தங்களது பழக்க வழக்கங்களையும் மரபுக் கூறுகளையும் விட்டுவிடாமல் வேறொரு நாட்டில் நிலையாகத் தங்கி வாழ்வதற்காக அங்குச் செல்லும் மக்கள் தொகுதி; வந்தேறு குடிகள்; நாடு கடந்த குடியினர் **3** a group of the same type of animals, insects or plants living or growing in the same place ஒரே இடத்தில் வாழும் அல்லது வளரும் ஒரே இனத்தைச் சார்ந்த விலங்குகள், பூச்சிகள் அல்லது தாவரங்களின் தொகுதி; இணைந்து வாழும் ஓரினத் தொகுதி; இன வாழ்வுக் கூட்டம் *a colony of ants*

color (*AmE*) = **colour**

colossal /kəˈlɒsl/ *adj.* extremely large மிகப் பெரிய அளவிலான; பேருருக் கொண்ட; பிரமாண்டமான *a colossal building • a colossal amount of money*

colour[1] (*AmE* **color**) /ˈkʌlə(r)/ *noun* **1** [C, U] the fact that sth is red, green, yellow, blue, etc. சிவப்பு, பச்சை, மஞ்சள், நீலம் என ஒரு பொருள் தோன்றும் மெய்ம்மை நிலை; நிறம்; வண்ணம் *a dark/deep colour • a bright colour • a light/pale colour* **2** [U] the use of all the colours, not just black and white கருமை, வெண்மை மட்டுமே அல்லாது அனைத்து நிறங்களும் தோன்றுவது; பல்வண்ணப் பயன்திறம் *All the pictures in the book are* ***in colour****. • a colour television* **3** [U] a red or pink colour in your face, particularly when it shows how healthy you are or that you are embarrassed குறிப்பாக உடல்நலம் எந்த அளவில் உள்ளது என்பதையோ நாணத்தையோ வெளிக்காட்டும், முகத்தின் சிவந்த அல்லது இளஞ்சிவப்பான நிறம்; முகத்தில் தோன்றும் குருதிக் கனிவு *You look much better now, you've got a bit more colour. • Colour flooded her face when she thought of what had happened.* **4** [U] interesting or exciting details ஆர்வத்தைத் தூண்டும் அல்லது பரபரப்பூட்டும் விவரங்கள் *It's a busy area, full of activity and colour.*

IDM **off colour** ill உடல்நலம் குன்றிய; நோயுற்ற

with flying colours ⇨ **flying** பார்க்க.

colour[2] (*AmE* **color**) /ˈkʌlə(r)/ *verb* [T] **1** to put colour on sth, for example by painting it ஒரு பொருளுக்கு வண்ணந் தீட்டு; நிறமேற்று *Colour the picture with your crayons. • The area coloured yellow on the map is desert.* **2** to influence thoughts, opinions, etc. எண்ணங்கள்; கருத்துகள், முதலியவற்றில் நிலைமாற்றம் உண்டுபண்ணு; தாக்கம் ஏற்படுத்து; செல்வாக்கு செலுத்து *You shouldn't let one bad experience colour your attitude to everything.*

PHR V **colour sth in** to fill a shape, a picture, etc. with colour using pencils, paint, etc. வரைகோல், வண்ணக் கலவை, முதலியவற்றைப் பயன்படுத்தி, உருவமைப்பு, வரைபடம் முதலியவற்றுக்கு வண்ணந் தீட்டு; நிறமேற்று *The children were colouring in pictures of animals.*

colour-blind *adj.* unable to see certain colours, especially red and green குறிப்பிட்ட சில, குறிப்பாகச் சிவப்பு மற்றும் பச்சை, நிறங்களைப் பார்த்தறிய முடியாத/இனங்காண இயலாத

coloured (*AmE* **colored**) /ˈkʌləd/ *adj.* **1** having colour or a particular colour நிறமான; வண்ண; குறிப்பிட்ட ஒரு நிறமுள்ள *a coffee-coloured dress • brightly coloured lights* **2** (used about a person) belonging to a race that does not have white skin (ஒருவரைப் பற்றிக் குறிப்பிடும்போது) வெண்ணிறத் தோல் கொண்டிராத ஓர் இனத்தைச் சார்ந்த **NOTE** மேற்கண்ட பொருள் வழக்கு இப்பொழுது அவமதிப்பான ஒன்றாகக் கருதப்படுகிறது. குறிப்பிட்ட இனப் பிரிவைச் சார்ந்த ஒருவரை **black, Asian** முதலிய சொற்களால் குறிப்பதே ஏற்புடையதாகும்.

colourful (*AmE* **colorful**) /ˈkʌləfl/ *adj.* **1** with bright colours; full of colour ஒளிர் நிறங்களில் உள்ள; வண்ணச் செறிவான; வண்ணப் பொலிவுடைய; வண்ணப் பகட்டான *a colourful shirt* **2** full of interest or excitement ஆர்வத் தூண்டுதல் நிறைந்த; பரபரப்பூட்டுகிற; மனக்கிளர்ச்சி ஊட்டுகிற *a colourful story • He has a rather colourful past.*

colouring (*AmE* **coloring**) /ˈkʌlərɪŋ/ *noun* **1** [U] the colour of a person's hair, skin, etc. ஒருவருடைய மயிர், தோல் முதலியவற்றின் நிறம் *to have fair/dark colouring* **2** [C, U] a substance that is used to give a particular colour to sth, especially food ஒன்றனுக்கு, குறிப்பாக உணவுக்கு, குறிப்பிட்ட நிறமூட்டப் பயன்படுத்தப்படும் பொருள்; நிறமூட்டி

colourless (*AmE* **colorless**) /ˈkʌlələs/ *adj.* **1** without any colour நிறமற்ற; வெளிறிய *a colourless liquid, like water* **2** not interesting or exciting; dull பரபரப்பூட்டாத; சுவையற்ற; சலிப்புத் தருகிற

colour scheme *noun* [C] the way in which colours are arranged, especially in a room குறிப்பாக ஓர் அறையில், வண்ணப் பூச்சு செய்யப்படும் முறை; நிறக் கலப்பு முறை; வண்ண ஒழுங்கமைவு

colt /kəʊlt/ *noun* [C] a young male horse ஆண் குதிரைக் குட்டி ⇨ **filly** பார்க்க.

column /ˈkɒləm/ *noun* [C] **1** a tall solid vertical post made of stone, supporting or decorating a building or standing alone ஒரு கட்டடத்திற்குப் பக்கவலுவாகவோ அழகூட்டவோ நிலைநிறுத்தப்படும் அல்லது தனிப்பட அமைக்கப்படும், கல்லில் செய்யப்பட்ட, உயரமும் உறுதியும் கொண்ட செங்குத்தான கம்பம்; தூண்; தூபி *Nelson's Column is a monument in London.* **2** something that has the shape of a column தூண் வடிவாகக் காணப்படும் பொருள் *a column of smoke* (= smoke rising straight up) **3** one of the vertical sections into which a printed page, especially in a newspaper, is divided குறிப்பாக ஒரு செய்தித்தாளில் அச்சிட்ட பக்கத்தின் செங்கோட்டு நிலையில் அமைந்த பகுப்புகளில் ஒன்று; பத்திரிகை நீள் பத்தி நிரல் **4** a piece of writing in a newspaper or magazine that is part of a regular series or always written by the same writer ஒரு செய்தித்தாளில் அல்லது பருவ இதழில் வழக்கமாக வெளி-வருகிற அல்லது ஒருவரால் வழக்கமாக எழுதப்படுகிற பகுதி; பத்திரிகைத் தனி/சிறப்புப் பகுதி; ஒரு பொருள் பற்றிய அல்லது ஒரே பெயரிலான கட்டுரைத் தொடர் *the travel/gossip column* **5** a series of numbers written one under the other ஒன்றன் கீழ் மற்றொன்றாக எழுதப்பட்ட எண்களின் தொகுதி; நிலை குத்தான எண் வரிசை *to add up a column of figures* **6** a long line of people, vehicles, etc., one following behind another ஒருவர் பின் மற்றொருவராக/ஒன்றன் பின் மற்றொன்றாக அமைந்த ஆட்கள், ஊர்திகள், முதலிய-வற்றின் நீண்ட வரிசை; நீளணி *a column of troops*

columnist /ˈkɒləmnɪst/ *noun* [C] a journalist who writes regular articles in a newspaper or magazine ஒரு செய்தித்தாளில் அல்லது பருவ இதழில் வழக்கமாகக் கட்டுரைகள் எழுதும் பத்திரிகையாளர்; தனிப்பகுதி இதழாளர் *a gossip columnist*

coma /ˈkəʊmə/ *noun* [C] a deep unconscious state, often lasting for a long time and caused by serious illness or injury நெடுங்காலம் தொடர்வதும், கடுமையான ஒரு நோய் அல்லது காயம் காரணமாக நேர்வதுமான ஆழ்ந்த மயக்க நிலை; முழுதும் உணர்விழந்த நீடித்த நோய் நிலை

comatose /ˈkəʊmətəʊs/ *adj.* **1** (*informal*) deeply asleep ஆழ்ந்த உறக்க நிலையில் உள்ள; ஆழ்ந்து தூங்குகிற *He had drunk a bottle of vodka and was comatose.* **2** (*medical*) deeply unconscious; in a coma ஆழ்ந்த மயக்க நிலையில் உள்ள; முழுதும் உணர்விழந்த நீடித்த நோய் நிலைக்கு உள்ளான

comb[1] /kəʊm/ *noun* **1** [C] a flat piece of metal or plastic with teeth that you use for making your hair tidy சீப்பு **2** [C, *usually sing.*] an act of combing the hair சீப்பினால் முடியை ஒழுங்கு-செய்தல்; தலைவாருதல்; தலைசீவுதல் *Give your hair a comb before you go out.*

comb[2] /kəʊm/ *verb* [T] **1** to make your hair tidy using a comb சீப்பினால் முடியை ஒழுங்குசெய்; தலைவாரு **2 comb sth (for sb/sth)** to search an area carefully (ஒன்றைக் கண்டுபிடிப்பதற்-காக) ஓரிடப்பகுதியில் கவனமாகத் தேடிப்-பார்; அலசிப்பார் *Police are combing the woodland for the murder weapon.*

combat[1] /ˈkɒmbæt/ *noun* [C, U] a fight, especially in war குறிப்பாகப் போர்க்களத்தில் நடைபெறும், சண்டை; போர் *unarmed combat* (= without weapons)

combat[2] /ˈkɒmbæt/ *verb* [T] to fight against sth; to try to stop or defeat sth ஒன்றை எதிர்த்துப் போரிடு; சண்டையிடு; போராடு; ஒன்றைத் தடுத்து நிறுத்த அல்லது வெற்றிகொள்ள முயல் *to combat terrorism • new medicines to combat heart disease*

combatant /ˈkɒmbətənt/ *noun* [C] a person who takes part in fighting, especially in war குறிப்பாகப் போர்க்களத்தில், சண்டையில் ஈடுபடுபவர்; போரிடுபவர்

combination /ˌkɒmbɪˈneɪʃn/ *noun* [C, U] a number of people or things mixed or joined together; a mixture ஒன்றுசேர்ந்துள்ள பலர் அல்லது பல; பல பொருள்களின் சேர்க்கை; கூட்டு *The team manager still hasn't found the right combination of players.*

combine[1] /kəmˈbaɪn/ *verb* **1** [I, T] **combine (with sb/sth)** to join or mix two or more things together இரண்டு அல்லது இரண்டுக்கு மேற்-பட்ட பொருள்கள் ஒன்றுசேர்; இரண்டு அல்லது இரண்டுக்கு மேற்பட்ட பொருள்களை ஒன்றாகக் கல; ஒன்றுசேர் *The two organizations combined to form one company. • Bad planning, combined with bad luck, led to the company's collapse.* **2** [T] **combine A and/with B** to do or have two or more things at the same time இரண்டு அல்லது இரண்டுக்கு மேற்பட்ட செயல்களை ஒரே நேரத்தில் செய்; இரண்டு அல்லது இரண்டுக்கு மேற்பட்ட பொருள்களை ஒரே நேரத்தில் பெற்றிரு *This car combines speed and reliability.*

combine[2] /ˈkɒmbaɪn/ (*also* **combine harvester**) *noun* [C] a large farm machine that both cuts corn and separates the grain from the rest of the plant நிலத்திலிருந்து கதிரை அறுவடை செய்தல், கதிரிலிருந்து தானிய மணிகளைப் பிரித்தல் ஆகிய இரண்டையும் செய்யும் வேளாண் இயந்திரம்; அறுவடை, போரடிப்புக்-கான கூட்டுப்பொறி ➪ **harvest** பார்க்க.

combined /kəmˈbaɪnd/ *adj.* done by a number of people joining together, resulting from the joining of two or more things பலரால் ஒன்று-கூடிச் செய்யப்படுகிற; பலர் இணைந்து உருவாக்குகிற; கூட்டுச் செயலான; இரண்டு அல்லது இரண்டுக்கு மேற்பட்ட பொருள்கள் இணைந்து உருவான *The* ***combined efforts*** *of the emergency services prevented a major disaster.*

combustible /kəmˈbʌstəbl/ *adj.* able to begin burning easily எளிதில் தீப்பற்றிக்கொள்ளக்-கூடிய

combustion /kəmˈbʌstʃən/ *noun* [U] the process of burning தீப்பற்றி எரிதல்

come /kʌm/ *verb* [I] (*pt* **came** /keɪm/; *pp* **come**) **1** to move to or towards the person who is speaking or the place that sb is talking about பேசுபவரிடம் அல்லது அவரை நோக்கிச் செல்; பேசுபவர் குறிப்பிடும் இடத்திற்கு அல்லது அந்த இடத்தை நோக்கிச் செல்; அணுகு; வா *Come here, please.* • *Come and see what I've found.* • *I hope you can come to my party.* • *The children came running into the room.* **2 come (to)** to arrive somewhere or reach a particular place or time ஓரிடத்தை வந்தடை; குறிப்பிட்ட இடத்திற்கு அல்லது நேரத்திற்கு வந்துசேர் *Has the newspaper come yet?* • *After a few hours in the jungle, we came to a river.* • *Her hair comes down to her waist.* • *The water in the pool came up to our knees.* **3** to be in a particular position in a series ஒரு வரிசை-முறையில்/தொடரில் குறிப்பிட்ட ஒரு (தர/படி) நிலையில் இரு *March comes after February.* • *Vijayan came second in the exam.* **4 come in sth** to be available கிடைக்கக்கூடிய நிலையில் இரு; பெறக்கூடியதாக இரு *This blouse comes in a choice of four colours.* • *Do these trousers come in a larger size?* **5** to be produced by or from sth ஒன்றினால் உருவாக்கப்படு/விளை-விக்கப்படு/ஒன்றிலிருந்து உருவாகு/விளை/தோன்று *Wool comes from sheep.* **6** to become open or loose திறந்த அல்லது தளர்ந்த நிலைக்கு வா; இறுக்கமற்றதாகு; அவிழ்த்து-விடப்பட்டதாகு *Her hair has come untied.* **7 come to do sth** used for talking about how, why or when sth happened ஒரு செயல் நிகழ்ந்த முறையை, நிகழ்ந்ததற்கான காரணத்தை அல்லது நிகழ்ந்த நேரத்தை/காலத்தைப் பற்றிப் பேசப் பயன்படுத்தப்படுவது *How did you come to lose your passport?* **8 come to/into sth** to reach a particular state குறிப்பிட்ட ஒரு நிலைக்கு வா; குறிப்பிட்ட நிலையை வந்தடை அல்லது எட்டு *We were all sorry when the holiday came to an end.* • *The military government came to power in a coup d'état.*

IDM **come and go** to be present for a short time and then go away குறைந்த நேரமே இருந்து-விட்டுப் பின் சென்றுவிடு; வந்துபோ; எட்டிப்-பார்த்துவிட்டுச் செல்; தலையைக் காட்டி-விட்டுப் போ *The pain in my ear comes and goes.*

come easily/naturally to sb to be easy for sb to do ஒரு செயல் ஒருவருக்கு எளிதாக இரு; சுலபமாகச் செய்யக்கூடியதாகு *Apologizing does not come easily to her.*

come to nothing; **not come to anything** to fail; to not be successful தோல்வி அடை; பயன் விளையாததாகு; ஈடேறாது போ *Unfortunately, all his efforts came to nothing.*

how come? (*informal*) why or how ஏன்; என்ன காரணத்தால்; எவ்வாறு; எவ்வகையில்; எந்த விதத்தில் *How come you're back so early?*

to come (*used after a noun*) in the future எதிர்-காலத்தில்; வரும் நாட்களில்; வருங்காலத்தில் *You'll regret it in years to come.*

when it comes to sth/to doing sth when it is a question of sth ஒரு கருதுபொருளை வைத்துப்பார்க்கையில்; வினாப்பொருளான ஒன்றன் அடிப்படையில்; ஒன்றை மதிப்பள-வாகக் கொண்டு கருதும்போது *When it comes to value for money, these prices are hard to beat.*

NOTE **Come** என்ற சொல்லை உள்ளடக்கிய பிற மரபுவழக்குத் தொடர்களை அறிய, தொடரில் பயிலும் பெயர்ச்சொல், பெயரடை முதலியவற்றுக்கான பதிவுகளைப் பார்க்க. எடுத்துக்காட்டாக **come to a head** என்ற மரபுத்தொடர் **head** என்ற பதிவில் உள்ளது.

PHR V **come about** to happen நிகழ்; நேரிடு; சம்பவி *How did this situation come about?*

come across/over (as sth) to make an impression of a particular type குறிப்பிட்ட வகை-மாதிரி/ பண்புரு என்ற எண்ணத்தை அல்லது கருத்தைத் தோற்றுவி *Ekta comes across as being rather shy.*

come across sb/sth to meet or find sb/sth by chance எதிர்பாராது/தற்செயலாக ஒருவரை/ஒன்றைச் சந்தி அல்லது கண்டுபிடி; ஒருவரை/ஒன்றைக் காண நேரிடு *I came across this book in a second-hand shop.*

come along 1 to arrive or appear வந்துசேர்; வந்தடை; தோன்று; முன்னிலைப்படு; வெளிப்-படு *When the right job comes along, I'll apply for it.* **2** = **come on**[2] **3** = **come on**[3]

come apart to break into pieces உடைந்து துண்டுதுண்டாகு; நொறுங்கு

come away (from sth) to become loose or separated from sth இறுக்கம்/கட்டு தளர்வுறு; தளர்ந்துபோ; ஒன்றிலிருந்து பிரிந்துபோ; கழன்றுவிடு *The wallpaper is coming away from the wall in the corner.*

come away with sth to leave a place with a particular opinion or feeling குறிப்பிட்ட ஒரு கருத்துடன்/எண்ணத்துடன்/உணர்வுடன்/மனப்பதிவுடன் ஓரிடத்தை விட்டு நீங்கு *We came away with a very favourable impression of Kanyakumari.*

come back 1 to return திரும்பி வா; மீள் *I don't know what time I'll be coming back.* **2** to become popular or fashionable again மீண்டும் செல்வாக்கு அடை அல்லது புது-நடைப்பாணி உடையதாகு; மீண்டும் பின்-பற்றுதலுக்கு அல்லது விருப்ப நாட்டத்திற்கு உரியதாகு *Flared trousers are coming back again.*

come back (to sb) to be remembered நினைவுக்கு வா; நினைவூட்டப்படு *When I went to Italy again, my Italian started to come back to me.*

come before sb/sth to be more important than sb/sth else வேறொருவரை/வேறொன்றை விட முக்கியத்துவம் உடையவராகு/உடையதாகு; முந்துரிமைக்கு உரியவராகு/உரியதாக இரு *Manikkam feels his family comes before his career.*

come between sb and sb to damage the relationship between two people இரு நபர்களுக்கு இடையே உள்ள உறவைக் கெடு/உறவுக்கு ஊறு விளைவி *Arguments over money came between the two brothers.*

come by sth to manage to get sth ஒருவாறாக அடையப் பெறு; சமாளித்துக் கைக்கொள் *Fresh peas are hard to come by in the summer.*

come down 1 to fall down கீழே விழு; சாய்ந்துபோ *The power lines came down in the storm.* **2** (used about an aircraft or a spacecraft) to land (ஒரு வானூர்தியை அல்லது விண்கலத்தைப் பற்றிக் குறிப்பிடும்போது) தரையிறங்கு *The helicopter came down in a field.* **3** (used about prices) to become lower (பொருள்களின் விலைகளைப் பற்றிக் குறிப்பிடுகையில்) குறைவுறு; இறங்கு; சரிந்து போ *The price of land has come down in the past year.*

PHR V **come down to sth/to doing sth** (*informal*) to be able to be explained by a single important point முதன்மையாக அமையும் ஒரு தனிக்கூறுவழி ஒன்று காரண விளக்கம் அளிக்கத் தக்கதாகு; ஒரு சிறப்புக் கூறு ஒன்றன் விளக்கமாகு *It all comes down to having the right qualifications.*

come down with sth to become ill with sth ஒரு பிணியால் உடல்நலம் கெடு; நோயுறு *I think I'm coming down with flu.*

come forward to offer help உதவிசெய்ய முன்வா; உதவி அளி *The police are asking witnesses to come forward.*

come from... to live in or have been born in a place ஓரிடத்தில் தங்கிவாழ்; ஓரிடத்தை வாழ்விடமாகக் கொள்; ஓரிடத்தில் பிறந்திரு *Where do you come from originally?*

come from (doing) sth to be the result of sth ஒன்றன் பின்விளைவாக அல்லது விளைபயனாக அமைவுறு; விளைவுறு *'I'm tired.' 'That comes from all the late nights you've had.'*

come in 1 to enter a place உள்ளே வா; நுழை *Come in and sit down.* **2** (used about the tides of the sea) to move towards the land and cover the beach (கடலலைகளின் ஏற்ற இறக்கத்தைப் பற்றிக் குறிப்பிடும்போது) தரை நோக்கி வந்து கடற்கரைப் பரப்பைச் சூழ்ந்துகொள் ➪ **tide**[1] பார்க்க. **3** to become popular or fashionable செல்வாக்கைப் பெறு அல்லது புதுநடைப்பாணி உடையதாகு; பலருடைய பின்பற்றுதலுக்கு அல்லது விருப்ப நாட்டத்திற்கு உரியதாகு *Punk fashions came in in the seventies.* **4** (used about news or information) to be received (ஒரு செய்தி அல்லது தகவலைப் பற்றிக் குறிப்பிடுகையில்) பெறப்படு; எட்டு *Reports are coming in of fighting in Beirut.*

come in for sth to receive sth, especially sth unpleasant (குறிப்பாக மகிழ்ச்சிக்குரியதல்லாத) ஒன்றை அடை; பெற்றுக்கொள்; சுமத்தப்படு *The government came in for a lot of criticism.*

come of sth/of doing sth to be the result of sth ஒன்றன் பின்விளைவாக அல்லது விளைபயனாக அமைவுறு; விளைவுறு *We've written to several companies asking for help but nothing has come of it yet.*

come off 1 to be able to be removed அகற்றப்பட/நீக்கப்படக் கூடியதாகு; எடுத்துவிட இயலுவதாகு *Does the hood come off?* **2** (*informal*) to be successful வெற்றிகாண்; செயல் நிறைவேறு; நோக்கம் ஈடேறப்பெறு *The deal seems unlikely to come off.* **3** (*informal*) (*used before an adverb*) to be in a good, bad, etc. situation as a result of sth ஒன்றன் பின்விளைவாக நலமான/தீய நிலைக்கு வா; ஒன்றன் காரணமாக ஓர் இனிய/இன்னாத நிலை எய்து *Unfortunately, Dinesh came off worst in the fight.*

come off (sth) 1 to fall off sth ஒன்றிலிருந்து கீழே விழு *Kiran came off her bicycle and broke her leg.* **2** to become removed from sth ஒன்றிலிருந்து கழன்றுவிடு; விலகிப்போ; பிரிவுறு *One of the legs has come off this table.*

come off it (*spoken*) used to say that you do not believe sb/sth or that you strongly disagree with sb ஒருவரை/ஒன்றைத் தான் நம்பவில்லை என்பதையோ ஒருவருடன் தான் கடுமையான கருத்து மாறுபாடு கொள்வதையோ குறிக்கப் பயன்படுத்தப்படும் தொடர் *'I thought it was quite a good performance.' 'Oh, come off it—it was awful!'*

come on 1 to start to act, play in a game of sport, etc. ஒரு நாடகத்தில் நடிப்பது, விளையாட்டில் விளையாடுவது போன்ற ஒரு செயலைத் தொடங்கு *The audience jeered every time the villain came on.* • *The substitute came on in the second half.* **2** (*also* **come along**) to make progress or to improve முன்னேற்றம் காண்; வளர்ச்சியடை; செம்மையுறு *Your English is coming on nicely.* **3** (*also* **come along!**) used to tell sb to hurry up, try harder, etc. விரைந்து வருதல், மேலும் கடுமையாக முயற்சித்தல் முதலியவற்றுக்கு ஒருவரை ஊக்கும் முறையில் பயன்படுத்தப்படுவது

Come on or we'll be late! **4** to begin தொடங்கு; தோன்று *I think I've got a cold coming on.*

come out 1 to appear; to be published வெளிப்படு; வெளிவா; தோன்று; அறிவிக்கப்படு *The rain stopped and the sun came out.* • *The report came out in 2006.* **2** to become known (ஒன்று) தெரியவா; அறியப்படு *It was only after his death that the truth came out.* **3** (used about a photograph, etc.) to be produced successfully (நிழற்படம் முதலியவற்றைப் பற்றிக் குறிப்பிடும்போது) செம்மையாக உருவாக்கப்படு; வெற்றியுடன் எடுக்கப்படு

come out (of sth) to be removed from sth ஒன்றிலிருந்து நீக்கப்படு; அகற்றப்படு; விலக்கப்படு *Turmeric stains don't come out easily.*

come out against sth to say in public that you do not like or agree with sth ஒன்றைத் தான் விரும்பவில்லை அல்லது ஒன்றில் தனக்கு உடன்பாடில்லை என்று வெளிப்படையாகக் கூறு; ஒன்றில் தனக்கு விருப்பமின்மையையோ இசைவின்மையையோ அறிவி

come out in sth to become covered in spots, etc. புள்ளிகள், கறைகள் முதலியன சூழ்ந்திரு; பரவி நிறைந்திரு *Heat makes him come out in a rash.*

come out with sth to say sth unexpectedly எதிர்பாராத வேளையில்/திடீரென ஒன்றைக் கூறு *The children came out with all kinds of stories.*

come over = come across/over

come over (to...) (from...) to visit people or a place a long way away தொலைதூரத்தில் உள்ளவர்களை அல்லது தொலைவில் உள்ள ஓரிடத்தைச் சென்றுகாண்; தொலைவிடம் ஒன்றுக்கு வருகை தா *They've invited us to come over to Australia for a holiday.*

come over sb (used about a feeling) to affect sb (ஓர் உணர்வைப் பற்றிக் குறிப்பிடும்போது) ஒருவர் மீது பாதிப்பு ஏற்படுத்து *A feeling of despair came over me.*

come round 1 (used about an event that happens regularly) to happen (காலமுறையுடன் நிகழும் ஒரு நிகழ்ச்சியைப் பற்றிக் குறிப்பிடும்போது) நிகழ்; சம்பவி *The end of the holidays always comes round very quickly.* **2** (*also* **come to**) to become conscious again மீண்டும் உணர்வு நிலைக்கு வா; சுயநினைவடை; மயக்கம் தெளிவுறு ✪ OPP **pass out**

come round (to) to visit a person or place not far away தொலைதூரத்தில் இல்லாத ஓர் ஆளை அல்லது இடத்தைச் சென்று காண்; அண்மையில் உள்ள ஒருவரைச் சென்று காண் அல்லது ஓரிடத்திற்கு வருகை புரி

come round (to sth) to change your opinion so that you agree with sb/sth ஒருவருடன்/ஒன்றுடன் ஒத்துப்போகும் பொருட்டுத் தன்னுடைய எண்ணத்தை அல்லது கருத்தை மாற்றிக்கொள்; மனமாறி ஒருவருடன்/ஒன்றுடன் உடன்படு *They finally came round to our way of thinking.*

come through (used about news, information, etc.) to arrive (செய்தி, தகவல் முதலியவற்றைப் பற்றிக் குறிப்பிடுகையில்) வந்துசேர்; வந்தடை *The football results are just coming through.*

come through (sth) to escape injury or death in a dangerous situation, illness, etc. ஓர் ஆபத்தான நிலை, உடற்பிணி, முதலியன விளைவிக்கக்கூடிய காயத்திலிருந்து அல்லது மரணத்திலிருந்து தப்பு; தப்பிவா *to come through an enemy attack*

come to = come round 2

come to sth 1 to equal or total a particular amount குறிப்பிட்ட ஒரு தொகைக்குச் சமமாகு; குறிப்பிட்ட ஒரு தொகையாகு; குறிப்பிட்ட ஒரு மொத்தத் தொகையாகு *The bill for the meal came to Rs 535.* **2** to result in a bad situation நல்லதல்லாத/மோசமான ஒரு நிலையில் வந்து முடி *We will sell the house to pay our debts if we have to but we hope it won't come to that.*

come under to be included in a particular section, department, etc. குறிப்பிட்ட ஒரு பிரிவு, துறை முதலியவற்றில் உள்ளடக்கப்படு; ஒன்றன்கீழ் வா *Garages that sell cars come under car dealers in the telephone book.*

come up 1 to happen or be going to happen in the future வருங்காலத்தில் நிகழ் அல்லது நிகழ இரு *Something's come up at work so I won't be home until late tonight.* **2** to be discussed or mentioned விவாதிக்கப்படு/கலந்தாய்வு செய்யப்படு அல்லது குறிப்பிடப்படு *The subject of religion came up.* **3** (used about the sun and moon) to rise (சூரியன் அல்லது நிலவைப் பற்றிக் குறிப்பிடும்போது) தோன்று; வானில் எழு; உதி **4** (used about a plant) to appear above the soil (ஒரு தாவரத்தைப் பற்றிக் குறிப்பிடுகையில்) தரைக்கு மேல் வா; மண்ணிலிருந்து வெளிப்பட்டுத் தோன்று; முளை

come up against sb/sth to find a problem or difficulty that you have to deal with கையாளவேண்டிய ஒரு சிக்கலை அல்லது ஓர் இடர்ப்பாட்டை நேர்ப்பட்டுக் காண்; சந்தி

come up to sth to be as good as usual or as necessary வழக்கமான அல்லது தேவைக்கு ஏற்ற நன்னிலையில்/நிறைவுடன் அமைந்திரு *This piece of work does not come up to your usual standard.*

come up with sth to find an answer or solution to sth ஒன்றனுக்கு விடை அல்லது தீர்வு காண் *Engineers have come up with new ways of saving energy.*

comeback /ˈkʌmbæk/ *noun* [C] a return to a position of strength or importance that you had before முன்பு பெற்றிருந்த வல்லமை அல்லது சிறப்பு நிலைக்கு மீண்டும் வருதல்; மீள்வரவு *The former world champion is hoping to make a comeback.*

comedian /kəˈmiːdiən/ (*also* **comic**) *noun* [C] a person whose job is to entertain people and make them laugh, for example by telling jokes மக்களை மகிழ்வித்தலையும், வேடிக்கைப் பேச்சு முதலியவற்றால் அவர்களுக்குச் சிரிப்பூட்டுதலையும் தொழிலாகக் கொண்டவர்; விகடன் **NOTE** சில வேளைகளில் **comedienne** என்ற சொல் **comedian** என்பதன் பெண்பாலாகப் பயன்படுத்தப்படுகிறது.

comedown /ˈkʌmdaʊn/ *noun* [C, *usually sing.*] (*informal*) a loss of importance or social position (ஒருவருடைய) முக்கியத்துவத்தில் அல்லது சமுதாயப் படிநிலையில் நிகழும் தாழ்ச்சி; இறக்கம்; சரிவு; வீழ்ச்சி It's ***a bit of a comedown*** *for her having to move to a smaller house.*

comedy /ˈkɒmədi/ *noun* **1** [C] (*pl.* **comedies**) an amusing play, film, etc. that has a happy ending இன்ப முடிவைக் கொண்ட நாடகம், திரைப்படம், நகைச்சுவை முதலியன; இன்பியல் நாடகம், முதலியன ➪ **tragedy** பார்க்க. **2** [U] the quality of being amusing or making people laugh மகிழ்வூட்டும் அல்லது சிரிக்கவைக்கும் இயல்திறம்; இன்பியற் பண்பு

comet /ˈkɒmɪt/ *noun* [C] an object in space that looks like a bright star with a tail and that moves around the sun வாலுடன் கூடிய ஒளிர் நட்சத்திரம் போன்று காணப்படுவதும் சூரியனைச் சுற்றிவருவதுமான விண்வெளியிலுள்ள ஒரு பொருள்; வால் நட்சத்திரம்

comfort[1] /ˈkʌmfət/ *noun* **1** [U] the state of having everything your body needs, or of having a pleasant life உடலின் இயல்நலத்திற்குத் தேவையான அனைத்தையும் பெற்றிருக்கும் நிலை அல்லது மகிழ்வான வாழ்க்கை கைகூடிய நிலை; இன்ப நலம்; இன்ப வாழ்வு *Most people expect to live* ***in comfort*** *in their old age.* • *to travel in comfort* **2** [U] the feeling of being physically relaxed and in no pain நோவுணர்ச்சி அற்ற ஓய்வமைதி நிலை; உடற்சோர்வற்ற களைப்பாறுதல் உணர்வு *This car has been specially designed for extra comfort.* ✪ **OPP discomfort 3** [U] help or kindness to sb who is suffering துன்பத்தில் உள்ள ஒருவருக்கு அளிக்கப்படும் உதவி அல்லது அவர்மீது காட்டப்படும் பரிவு; ஆறுதல்; ஆதரவு *I tried to offer a few words of comfort.* **4 a comfort (to sb)** [*sing.*] a person or thing that helps you when you are very sad or worried துன்பத்தில் அல்லது கவலையில் உள்ளபோது துணைநிற்பவர் அல்லது துணைநிற்பது *You've been a real comfort to me.* **5** [C] something that makes your life easier or more pleasant வாழ்க்கைக்குக் கூடுதல் இயல்நலத்தை அல்லது இன்ப நலத்தை அளிப்பது; வாழ்க்கை வசதிகள் *the comforts of home*

comfort[2] /ˈkʌmfət/ *verb* [T] to try to make sb feel less worried or unhappy ஒருவருடைய மனக்கவலையை ஆற்ற அல்லது வருத்தத்தைத் தணிக்க முயல்; தேறுதல் அளி; துயராற்று *to comfort a crying child*

comfortable /ˈkʌmftəbl/ *adj.* **1** (*informal*) (*also* **comfy**) that makes you feel physically relaxed and in no pain; that provides you with everything your body needs உடல் நோவுணர்ச்சியற்ற ஓய்வமைதி அளிக்கிற; உடல் இயல்நலத்திற்குத் தேவையான அனைத்தையும் தருகிற; உடலுக்கு இன்ப நலம் ஊட்டுகிற; இன்ப நலமார்ந்த *a comfortable temperature* (= not too hot or too cold) • *Sit down and make yourselves comfortable.* • *a comfortable pair of shoes* ✪ **OPP uncomfortable 2** not having or causing worry, difficulty, etc. கவலை, தொல்லை, முதலியன இல்லாத; கவலை, தொல்லை, முதலியவற்றை உண்டாக்காத; மன அமைதி அளிக்கிற *He did not feel comfortable in the presence of so many women.* **3** having or providing enough money for all your needs அனைத்துத் தேவைகளுக்கும் வேண்டிய பணம் பெற்றிருக்கிற அல்லது வழங்கப்படுகிற; போதுமான பண வசதி உள்ள *They are not wealthy but they're quite comfortable.* ▶ **comfortably** *adv. He was sitting comfortably in the armchair.* • *You can't live comfortably on such low wages.*

comic[1] /ˈkɒmɪk/ *adj.* that makes you laugh; connected with comedy சிரிப்பூட்டுகிற; வேடிக்கையான; நகைச்சுவையான; இன்பியல் நாடகம் சார்ந்த அல்லது இன்பியல் நாடகத்திற்குரிய *a comic scene in a play*

comic[2] /ˈkɒmɪk/ *noun* [C] **1 = comedian 2** (*AmE*) (*also* **comic book**) a magazine for children that tells stories through pictures படங்கள் வாயிலாக கதை கூறும் சிறுவர் பத்திரிகை; குழந்தைகள் படக்கதை இதழ்

comical /ˈkɒmɪkl/ *adj.* that makes you laugh; funny சிரிப்பூட்டுகிற; நகைப்புக்கிடமான; வேடிக்கையான; விசித்திரமான ▶ **comically** /-kli/ *adv.*

comic strip (*also* **strip cartoon**) *noun* [C] a short series of pictures that tell a funny story, for example in a newspaper செய்தித்தாள் போன்றவற்றில் காணப்படும் சிரிப்பூட்டும் சிறு

படக்கதைத் தொகுதி; நகைச்சுவைப் படக்கதைப் பத்தி

coming /ˈkʌmɪŋ/ *noun* [C] the moment when sth new arrives or begins புதிதாக ஒன்று வந்துசேர்கிற அல்லது தொடங்குகிற வேளை/தருணம்; புதுவரவுக் காலம் *The coming of the computer meant the loss of many jobs.* ▶ **coming** *adj. We've got a lot of plans for the coming year.*

comma /ˈkɒmə/ *noun* [C] the mark (,) used for dividing parts of a sentence or items in a list ஒரு வாக்கியத்தின் பகுதிகளை அல்லது ஒரு பட்டியலின் வகைக் கூறுகளைப் பிரித்துக் காட்டப் பயன்படுத்தும் (,) என்ற வடிவுடைய நிறுத்தக் குறியீடு; காற்புள்ளி

command[1] /kəˈmɑːnd/ *noun* **1** [C] an order ஆணை; கட்டளை *The captain's commands must be obeyed without question.* **2** [C] (*computing*) an instruction given to a computer கணிப்பொறிக்கு இடப்படும் செயற்கட்டளை அல்லது ஆணை **3** [U] control over sb/sth ஒருவர்/ஒன்றன் மீதான கட்டுப்பாடு; ஆதிக்கம்; அதிகாரம் *Who is **in command of** the expedition?* • *to **take command of** a situation* **4** [*sing.*] the state of being able to do or use sth well ஒன்றைச் சிறப்பாகச் செய்யும் அல்லது பயன்படுத்தும் ஆற்றல் பெற்றிருத்தல்; செயல்திறன் *She has a good command of Tamil.*

IDM **at/by sb's command** (*formal*) because you were ordered by sb ஒருவருடைய ஆணையின் பேரில்; கட்டளையின் காரணமாக *At the command of their officer the troops opened fire.*

be at sb's command to be ready to obey sb ஒருவருக்குப் பணிந்துநடக்க/கீழ்ப்படிய ஆயத்தமாக இரு *I'm completely at your command.*

command[2] /kəˈmɑːnd/ *verb* **1** [I, T] (*formal*) **command (sb to do sth)** to tell or order sb to do sth ஒன்றைச் செய்யுமாறு ஒருவரிடம் சொல் அல்லது ஒருவருக்குக் கட்டளையிடு; ஆணையிடு *I command you to leave now!* **2 command sb/sth** [T] to control or be in charge of sb/sth ஒருவர்/ஒன்றின் மீது ஆதிக்கம்/ஆளுமை/அதிகாரம் செலுத்து *to command a ship/regiment/army* **3** [T] to deserve and get sth ஒன்றறக்குத் தகுதியுடையவராக இருந்து அதனைப் பெறு *The old man commanded great respect.*

commandant /ˈkɒməndænt/ *noun* [C] the officer in charge of a particular military group or institution குறிப்பிட்ட ஒரு படைப்பிரிவின் அல்லது படைத்துறை நிறுவனத்தின் ஆட்சிப் பொறுப்பிலுள்ள அலுவலர்; படைப்பிரிவு முதல்வர்

commandeer /ˌkɒmənˈdɪə(r)/ *verb* [T] to take control or possession of sth for military or police use படைத்துறை அல்லது காவல்துறைப் பயன்பாட்டிற்காக ஒன்றைத் தனது கட்டுப்பாட்டில் கொண்டுவா அல்லது தனது உடைமையாக்கிக்கொள்

commander /kəˈmɑːndə(r)/ *noun* [C] **1** a person who controls or is in charge of a military organization or group ஒரு படைத்துறை நிறுவனத்தின் அல்லது படைப்பிரிவின் செயலாட்சியர் அல்லது கட்டுப்பாட்டுப் பொறுப்பு வகிப்பவர்; படைத்துறை ஆணை அதிகாரி; படைத்துறை முதல்வர் **2** an officer at a fairly high level in the navy கப்பற்படையின் உயர்நிலை அலுவலர்

commander-in-chief *noun* [C] (*abbr.* **C-in-C**) (*pl.* **commanders-in-chief**) the officer who commands all the armed forces of a country or all its forces in a particular area ஒரு நாட்டின் படைத்துறை முதல்வர்; நாட்டின் படைத்தளபதி; குறிப்பிட்ட பகுதியில் இயங்கும் அனைத்துப் படைகளின் தலைவர்; வட்டாரப் படைத்தளபதி

commanding /kəˈmɑːndɪŋ/ *adj.* **1** in charge or having control of sb/sth ஒருவர்/ஒன்றின் மீது மேலாண்மை செலுத்துகிற; ஒருவரை/ஒன்றைத் தனது ஆட்சிப் பொறுப்பில் வைத்துள்ள *Who is your commanding officer?* **2** strong or powerful வலிமை வாய்ந்த; ஆற்றல் மிக்க; அதிகாரத் தன்மையிலான; திடமான *to speak in a commanding tone of voice*

commandment (*also* **Commandment**) /kəˈmɑːndmənt/ *noun* [C] (*formal*) one of the ten important laws that Christian people should obey கிறிஸ்தவர்கள் பின்பற்றி நடக்கவேண்டிய பத்து முக்கியமான விதிமுறைகளில் ஒன்று; பத்துக் கட்டளைகளில் ஒன்று

commando /kəˈmɑːndəʊ/ *noun* [C] (*pl.* **commandos**) one of a group of soldiers who is trained to make sudden attacks in enemy areas பகைவர் உள்ள பகுதிகளில் திடீர்த் தாக்குதல் நடத்தப் பயிற்சி அளிக்கப்பட்ட படைக்குழுவினருள் ஒருவர்; அதிரடிப்படை வீரர்

commemorate /kəˈmeməreɪt/ *verb* [T] to exist or take place in order to make people remember a special event தனிச் சிறப்பான ஒரு நிகழ்வை மக்களுக்கு நினைவூட்டும் முறையில் அமைந்திரு அல்லது நடைபெறு; நினைவுச் சின்னமாக அமைந்திடு; நினைவு விழாவாக நடைபெறு *a statue commemorating all the soldiers who died in the last war* ▶ **commemoration** /kəˌmeməˈreɪʃn/ *noun* [C, U] *The concerts were held **in commemoration** of the 50th anniversary of Indian Independence.*

commence /kə'mens/ *verb* [I, T] (*formal*) **commence sth/doing sth** to start or begin தொடங்கு; ஆரம்பி ▶ **commencement** *noun* [C, U]

commend /kə'mend/ *verb* [T] (*formal*) to say officially that sb/sth is very good ஒருவர்/ஒன்று மிக நன்றாக/சிறப்பாக உள்ளதாக அதிகார முறையில் கூறு; பாராட்டுச் சான்று வழங்கு *Ravi was commended for his excellent work.*

commendable /kə'mendəbl/ *adj.* (*formal*) that people think is good சிறப்பானதாகக் கருதப்படுகிற; மெச்சத்தக்க *She acted with commendable honesty and fairness.*

commensurate /kə'menʃeret/*adj* **commensurate (with sth)** (*formal*) corresponding in size, importance, quality, etc. உருவளவு, முக்கியத்துவம், தரம், முதலியவற்றில் ஒன்றுக்கு நிகராயிருக்கிற; சரியான விகிதத்தில் உள்ள; இணையான; ஒத்திசைவான *His boss informed him that his salary would be commensurate with his experience.* ▶ **commensurately** *adv.*

comment[1] /'kɒment/ *noun* [C, U] **comment (about/on sth)** something that you say or write that gives your opinion or feeling about sth ஒன்றைப் பற்றிய கருத்தாக அல்லது எண்ணமாகக் கூறப்படுவது; கருத்துரை; விமர்சனம் *The chancellor was not available for comment.* • *I heard someone* ***make a*** *rude* ***comment*** *about my clothes.* ➪ **observation** மற்றும் **remark** பார்க்க.

IDM **no comment** used in reply to a question when you do not want to say anything at all ஒரு வினாவிற்கு மறுமொழியாக எதுவும் தான் கூற விரும்பாத நிலையில் பயன்படுத்தப்படும் தொடர் *'Mr President, how do you feel about these latest developments?' 'No comment'.*

comment[2] /'kɒment/ *verb* [I] **comment (on sth)** to say what you think or feel about sth ஒன்றைப் பற்றிய எண்ணத்தை அல்லது உணர்வை வெளிப்படுத்து; கருத்துரை/மதிப்புரை அளி *Several people commented on how ill Velu looked.*

commentary /'kɒməntri/ *noun* (*pl.* **commentaries**) **1** [C, U] a spoken description on the radio or television of sth as it is happening ஒன்று நிகழ்ந்து கொண்டிருக்கும்போதே அதைப் பற்றி வானொலியில் அல்லது தொலைக்காட்சியில் வழங்கப்படும் பேச்சு வடிவிலான விளக்கவுரை; வானொலி/தொலைக்காட்சி நேர்முக வருணனை *a sports commentary* **2** [C] a written explanation or discussion of sth such as a book or play ஒரு நூல், நாடகம் போன்ற ஒன்றைப் பற்றிய எழுத்து வடிவிலான விளக்கம் அல்லது ஆய்வுரை; கருத்துரை; மதிப்புரை **3** [C] something that shows what sth is like ஒன்று எத்தகையதாகக் காணப்படுகிறது அல்லது எத்தகைய எண்ணத்தைத் தோற்றுவிக்கிறது என்பதைக் காட்டுவது; மதிப்பீடு; விளக்கம் *This drug scandal is a sad commentary on the state of the sport.*

commentate /'kɒmənteɪt/ *verb* [I] **commentate (on sth)** to give a spoken description on the radio or television of sth as it is happening ஒன்று நிகழ்ந்து கொண்டிருக்கும்போதே அதைப்பற்றி வானொலியில் அல்லது தொலைக்காட்சியில் பேச்சு வடிவிலான விளக்கவுரை அளி; நேர்முக வருணனை வழங்கு

commentator /'kɒmənteɪtə(r)/ *noun* [C] **1** a person who commentates on sth வானொலியில் அல்லது தொலைக்காட்சியில் நடப்பு நிகழ்ச்சியின் நேர்முக வருணனை வழங்குபவர்; நேர்முக வருணனையாளர் *a sports commentator* **2** a person who gives his/her opinion about sth on the radio, on television or in a newspaper வானொலி அல்லது தொலைக்காட்சி அல்லது பத்திரிகையில் ஒன்றைப் பற்றிய தனது கருத்தைத் தெரிவிப்பவர்; கருத்துரையாளர்; மதிப்புரைஞர் *a political commentator*

commerce /'kɒmɜːs/ *noun* [U] the business of buying and selling things பொருள்களை விலைக்கு வாங்கலும் விற்றலுமாகிய தொழில்; வாணிகம்

commercial[1] /kə'mɜːʃl/ *adj.* **1** connected with buying and selling goods and services பொருள்களையும் சேவைகளையும் விலை கொடுத்துப் பெறுதலும் விற்றலும் தொடர்பான; வணிகஞ் சார்ந்த; வணிக *commercial law* **2** making or trying to make money பணம் ஈட்டுகிற அல்லது பணம் ஈட்ட முயலுகிற; வணிக நோக்கிலான *Although it won a lot of awards, the film was not a commercial success.* **3** selling sth or sold in large quantities to the public பொதுமக்களுக்குப் பொருள்களை அல்லது சேவைகளைப் பெருமளவில் விற்கிற அல்லது விற்ற; வணிகத் தொழில் முறையிலான *commercial airlines* • *commercial products* ▶ **commercially** /-ʃəli/ *adv. The factory was closed down because it was no longer commercially viable.*

commercial[2] /kə'mɜːʃl/ *noun* [C] an advertisement on television or the radio தொலைக்காட்சி அல்லது வானொலி (வணிக) விளம்பரம்

commercialism /kə'mɜːʃəlɪzəm/ *noun* [U] the attitude that making money is more important than anything else மற்ற எதனையும்விடப் பணம் ஈட்டுவது முக்கியமானது என்னும் மனப்போக்கு; வணிக மனப்பான்மை

commercialize (*also* **-ise**) /kə'mɜːʃəlaɪz/ *verb* [T] to try to make money out of sth, even if it means spoiling it ஒன்றுக்குக் கேடு விளைந்தாலும் கூடப் பொருட்படுத்தாது, அதன் வழியாகப் பணம் பண்ண முயலு; ஒன்றை வணிகப் பொருளாக்கு *Festivals have become very commercialized over recent years.* ▶ **commercialization** (*also* **-isation**) /kəˌmɜːʃəlaɪˈzeɪʃn/ *noun* [U]

commiserate /kəˈmɪzəreɪt/ *verb* [I] (*formal*) **commiserate (with sb) (on/over/for sth)** to feel sorry for and show understanding towards sb who is unhappy or in difficulty வருத்தத்தில் அல்லது இடர்ப்பாட்டில் உள்ள ஒருவருக்காக மனம் வருந்தி அவர்மீது ஒத்துணர்வை வெளிப்படுத்து; துன்பத்திற்கு அல்லது இன்னலுக்கு உள்ளான ஒருவரிடம் பரிவிரக்கம் காட்டு *I commiserated with Rani over her losing her job.*

commission[1] /kəˈmɪʃn/ *noun* **1** (*often* **Commission**) [C, *with sing. or pl. verb*] an official group of people who are asked to find out about sth ஒன்றைப் பற்றி ஆய்ந்தறிந்து கூறுமாறு கேட்டுக்கொள்ளப்பட்ட ஒரு பணிமுறைக் குழு; விசாரணைக் குழு *A Commission was appointed to investigate the causes of the accident.* **2** [C, U] money that you get for selling sth ஒன்றை விற்றுத் தருவதற்காகத் தரப்படும் பணம்; தரகு; விற்பனை முகவர் பங்கு *Agents get 10% commission on everything they sell.* **3** [C, U] money that a bank, etc. charges for providing a particular service குறிப்பிட்ட ஒரு சேவையை வழங்குவதற்காக வங்கி முதலியவை விதிக்கும் கட்டணம்; சேவைக் கட்டணம் **4** [C] a formal request to an artist, writer, etc. to produce a piece of work ஒன்றைப் படைத்து வழங்குமாறு கலைஞர், எழுத்தாளர் முதலியோருக்கு விடப்படும் பணிமுறையிலான வேண்டுகோள்; செயற்பொறுப்பளிப்பு ஆணை; தனிப் பொறுப்பு ஒப்படைப்பு *He received a commission to write a play for the festival.*

commission[2] /kəˈmɪʃn/ *verb* [T] **commission sb (to do sth); commission sth (from sb)** to ask an artist, writer, etc. to do a piece of work கலைஞர், எழுத்தாளர் முதலியோரை ஒன்றைப் படைத்து வழங்குமாறு/உருவாக்கித் தருமாறு கேட்டுக்கொள்; தனிச் செயற்பொறுப்பு ஒப்படை *to commission an architect to design a building*

commissioner /kəˈmɪʃənə(r)/ *noun* [C] the head of the police or of a government department in some countries (சில நாடுகளில் வழக்கில் உள்ள) காவல்துறைத் தலைவர் அல்லது அரசுத் துறைத் தலைவர்; ஆணையர் ➪ **High Commissioner** பார்க்க.

commit /kəˈmɪt/ *verb* [T] (**committing**; **committed**) **1** to do sth bad or illegal தவறான அல்லது சட்டத்திற்குப் புறம்பான ஒன்றைச் செய்; குற்றம் புரி *to commit a crime • to commit suicide* **2 commit sb/yourself (to sth/ to doing sth)** to make a definite agreement or promise to do sth ஒன்றைச் செய்வதற்காக உறுதியான ஒப்பந்தம் செய்துகொள் அல்லது உறுதிமொழி வழங்கு; ஒரு செயலில் ஒருவரை/தன்னை ஈடுபடுத்த உறுதி செய்/உறுதி கொள் *I can't commit myself to helping you tomorrow.* **3 commit yourself (on sth)** to make a decision or give an opinion publicly so that it is then difficult to change it பின்னர் மாற்றிக்கொள்வதற்கு எளிதாக இல்லாதிருக்குமாறு, வெளிப்படையாக ஒரு முடிவெடு அல்லது கருத்துத் தெரிவி *I'm not going to commit myself on who will win the election.* ➪ **non-committal** பார்க்க. **4** (*formal*) to decide to use money or time in a certain way பணத்தை அல்லது நேரத்தைக் குறிப்பிட்ட முறையில்/வகையில் பயன்படுத்த முடிவுசெய்; பண அல்லது நேரப் பயன்பாட்டை உறுதி செய் *The government has committed Rs 200 crore to primary education.* **5** (*formal*) **commit sb to sth** to send sb to a prison, mental hospital, etc. சிறைச்சாலை, மனநல மருத்துவமனை, முதலியவற்றுக்கு ஒருவரை அனுப்பு/முதலியவற்றில் ஒருவரை ஒப்படை

commitment /kəˈmɪtmənt/ *noun* **1** [U] **commitment (to sth)** being prepared to give a lot of your time and attention to sth because you believe it is right or important சரியானது அல்லது முக்கியமானது என நம்பும் ஒன்றற்குப் பெருமளவு நேரத்தையும் கவனத்தையும் வழங்க ஆயத்தமாக இருத்தல்; உள்ளார்ந்த ஈடுபாடு *I admire Sandhya's commitment to protecting the environment.* **2** [C, U] a promise or agreement to do sth; a responsibility ஒன்றைச் செய்வதாக அளிக்கும் உறுதிமொழி அல்லது ஒப்புதல்; செயற்பொறுப்பு *When I **make a commitment** I always stick to it. • Haripriya now works fewer hours because of family commitments.*

committed /kəˈmɪtɪd/ *adj.* **committed (to sth)** prepared to give a lot of your time and attention to sth because you believe it is right or important சரியானது அல்லது முக்கியமானது எனத் தான் நம்பும் ஒன்றற்குப் பெருமளவு நேரத்தையும் கவனத்தையும் வழங்க ஆயத்தமாக உள்ள; உள்ளார்ந்த செயல் ஈடுபாடு கொண்ட *The company is committed to providing quality products.*

committee /kəˈmɪti/ *noun* [C, *with sing. or pl. verb*] a group of people who have been chosen to discuss sth or decide sth ஒன்றைக் கலந்தாய்வு செய்யும் அல்லது ஒன்றன்மீது முடிவெடுக்கும் பொறுப்புக்குத் தேர்வு செய்யப்பட்ட ஒரு குழு

to be/sit on a committee • *The planning committee meets/meet twice a week.*

commodity /kə'mɒdəti/ *noun* [C] (*pl.* **commodities**) a product or material that can be bought and sold வாங்கல் விற்றலுக்குரிய விளைபொருள் அல்லது மூலப்பொருள்; பண்டம் *Salt was once a very valuable commodity.*

commodore /'kɒmədɔ:(r)/ *noun* [C] an officer at a high level in the navy கடற்படையின் ஓர் உயர்நிலை அலுவலர்; கடற்படைப் பணி முதல்வர்

common[1] /'kɒmən/ *adj.* **1** happening or found often or in many places; usual அடிக்கடி அல்லது பரவலாக நிகழ்கிற அல்லது காணப்படுகிற; வழக்கமான; பொதுமுறையான *Pilot error is the commonest/most common cause of plane crashes.* • *The daisy is a common wild flower.* ✪ OPP **uncommon 2 common (to sb/sth)** shared by or belonging to two or more people or groups; shared by most or all people இரண்டு அல்லது இரண்டுக்கு மேற்பட்ட ஆட்களுக்கு அல்லது குழுக்களுக்கு உரிய அல்லது உடைமையான; பலருக்கு பெரும்பான்மையினருக்கு அல்லது அனைவருக்கும் உரிய; பொதுவான; பொது உரிமையான *This type of behaviour is common to most children of that age.* • *We have a common interest in gardening.* **3** (*only before a noun*) not special; ordinary தனிச்சிறப்புடையதல்லாத; தனிவகையானதல்லாத; சாதாரணமான *The officers had much better living conditions than the common soldiers.* **4** (*BrE informal*) having or showing a lack of education கல்விப் பயிற்சி இல்லாத அல்லது வெளிப்படாத; பாமரத்தன்மையிலான *Don't speak like that. It's common!*

IDM be common/public knowledge ⇨ **knowledge** பார்க்க.

common[2] /'kɒmən/ *noun* [C] an area of open land that anyone can use பொதுப்பயன்பாட்டிற்குரிய வெளியிடம்; பொது வெளி

IDM have sth in common (with sb/sth) to share sth with sb/sth else வேறொருவருடன்/வேறொன்றுடன் ஒன்றைப் பகிர்ந்துகொள்; பொதுவான ஒன்றைக் கொண்டிரு *to have a lot in common with sb*

in common with sb/sth (*formal*) in the same way as sb/sth else; like sb/sth வேறொருவரை/வேறொன்றைப் போன்று; அதே முறையில் *This company, in common with many others, is losing a lot of money.*

common denominator *noun* [C] (*mathematics*) a number that can be divided exactly by all the numbers below the line in a set of **fractions**; for example, one of the common denominators of the fractions $^1/_3$, $^1/_2$ and $^1/_4$ is 12 பின்ன எண்களின் ஒரு தொகுப்பில் பின்னக்கோட்டுக்குக் கீழுள்ள அனைத்து எண்களாலும் மீதமின்றி வகுபடக்கூடிய எண்; பொதுப் பகுவெண். மாதிரி எடுத்துக்காட்டாக, பின்ன எண்கள் 1/3, 1/2 மற்றும் 1/4 இவைகளின் ஒரு பொதுப் பகுவெண் 12 ⇨ **denominator** பார்க்க.

common ground *noun* [U] beliefs, interests, etc. that two or more people or groups share இரண்டு அல்லது இரண்டுக்கு மேற்பட்ட ஆட்கள் அல்லது குழுக்கள் தம்முள் பகிர்ந்துகொள்ளும் நம்பிக்கைகள், விருப்புகள், முதலியன; பொதுநிலைப் பண்புகள்

commonly /'kɒmənli/ *adv.* normally; usually இயல்பாக; வழக்கமாக; பொதுவாக

common noun *noun* [C] (*grammar*) a word, such as book or town that refers to an object or a thing but is not the name of a particular person, place or thing பொதுநிலையில் ஒரு பொருளைக் குறிப்பதும், குறிப்பிட்ட ஒருவருடைய, ஓரிடத்தின் அல்லது ஒரு பொருளின் பெயராக அமையாததுமான சொல்; பொதுப்பெயர்

commonplace /'kɒmənpleɪs/ *adj.* not exciting or unusual; ordinary பரபரப்பூட்டும் தன்மையற்ற; ஆர்வக் கிளர்ச்சி ஊட்டாத; சிறப்பற்ற; சாதாரணமான

common room *noun* [C] a room in a school, university, etc. where students or teachers can go to relax when they are not in class வகுப்பு இல்லாத நேரங்களில் மாணவர்கள் அல்லது ஆசிரியர்கள் ஓய்வுகொள்வதற்காகப் பள்ளி, பல்கலைக்கழகம் முதலியவற்றில் ஒதுக்கப்பட்டிருக்கும் அறை; பொது அறை; மாணவர்/ஆசிரியர் ஓய்வறை

common sense *noun* [U] the ability to make good sensible decisions or to behave in a sensible way அறிவார்ந்த முடிவுகளை எடுக்கும் அல்லது அறிவார்ந்த முறையில் நடந்துகொள்ளும் ஆற்றல்; நல்லறிவு; விவேகம்

the Commonwealth /'kɒmənwelθ/ *noun* [*sing.*] the group of countries that once formed the British Empire and that work together in a friendly way கடந்த காலத்தில் பிரிட்டன் பேரரசின் அங்கங்களாக அமைந்திருந்தனவும் தற்பொழுது நட்புமுறையில் குழுவாக ஒருங்கிணைந்து செயல்படுவனவுமாகிய நாடுகள்

commotion /kə'məʊʃn/ *noun* [*sing.*] [U] great noise or excitement பெருங் கூச்சல்; பரபரப்பு; சந்தடி

communal /kə'mju:nl/; /'kɒmjənl/ *adj.* **1** shared by a group of people ஒரு குழுவினருக்குப் பொதுவான அல்லது பொது உரிமைப் பங்காக உள்ள; கூட்டுடைமையான; ஒரு குழுவினரால்

பகிர்ந்துகொள்ளப்படுகிற *a communal kitchen* **2** involving different groups of people in a community ஒரு பகுதி வாழ் மக்களின் வெவ்வேறு குழுக்களுக்கு/பிரிவுகளுக்கு இடையேயான அல்லது வெவ்வேறு பிரிவுகளை உள்ளடக்கிய *communal tensions in the city*

communalism /kəˈmjuːnəlɪzm/ *noun* [U] a strong sense of loyalty to the interests of one particular group (religious, ethnic, etc.) rather than to society as a whole which can lead to extreme behaviour or violence towards others மொத்த சமுதாயத்திற்கு அல்லாமல் ஒரு தனிப்பட்ட (மதம், இனம் முதலியவை சார்ந்த) பிரிவுமீது இருக்கும் மித மிஞ்சிய விசுவாசம் காரணமாக மற்றவர்கள் மீது வன்முறை அல்லது வெறித்தனமான நடத்தை செலுத்தும் போக்கு, குறுகிய வகுப்புப் பற்று ▶ **communalist** /kəˈmjuːnəlist/ *adj.* ▶ **communalistic** /kəˈmjuːnəlistik/ *adj.*

commune /ˈkɒmjuːn/ *noun* [C, *with sing or pl. verb*] a group of people, not from the same family, who live together and share their property and responsibilities ஒரே குடும்பத்தைச் சேராதவர்களும், ஒருங்கிணைந்து வாழ்பவர்களும் தங்கள் சொத்தைக் கூட்டுரிமையாக உடையவர்களும் ஆகிய ஒரு குழுவினர்; சமுதாயக் கூட்டுக்குழு

communicable /kəˈmjuːnɪkəbl/ *adj.* that can spread from one person or animal to another ஒருவரிடமிருந்து அல்லது ஒரு விலங்கிலிருந்து மற்றொருவருக்கு/மற்றொன்றுக்குப் பரவக்கூடிய *communicable diseases*

communicate /kəˈmjuːnɪkeɪt/ *verb* **1** [I, T] to share and exchange information, ideas or feelings with sb தகவல், கருத்துகள் அல்லது உணர்வுகளை ஒருவருடன் பகிர்ந்துகொள்ளுதலையும் பரிமாறிக் கொள்ளுதலையும் செய் *Parents often have difficulty communicating with their teenage children.* • *Our boss is good at communicating her ideas to the team.* **2** [T] (*formal*) (*usually passive*) to pass a disease from one person or animal to another ஒரு நோயை ஓர் ஆள் அல்லது ஒரு விலங்கிடமிருந்து மற்றொருவருக்கு அல்லது மற்றொரு விலங்கிற்குத் தொற்றச் செய்; தொற்றுநோய் பரப்பு **3** [I] to lead from one place to another ஓரிடத்திலிருந்து மற்றோர் இடத்திற்குச் செல்வழியாக அமை; இட்டுச்செல் *two rooms with a communicating door*

communication /kəˌmjuːnɪˈkeɪʃn/ *noun* **1** [U] the act of sharing or exchanging information, ideas or feelings தகவல், கருத்துகள் அல்லது உணர்வுகளைப் பகிர்ந்துகொள்ளுதல் அல்லது பரிமாறிக்கொள்ளுதல்; தகவல் பரிமாற்றம் *Radio is the only means of communication in remote areas.* • *We are in regular* ***communication with*** *our head office in Chennai.* **2 communications** [*pl.*] the methods that are used for travelling to and from a place or for sending messages between places ஓரிடத்திலிருந்து மற்றோர் இடத்திற்குப் பயணம் செய்வதற்கு அல்லது ஓரிடத்திற்கும் மற்றோர் இடத்திற்கும் இடையே தகவல் பரிமாறிக்கொள்வதற்குப் பயன்படுத்தப்படும் வழிமுறைகள்; போக்குவரத்து அல்லது தகவல் தொடர்பு முறைகள் *The telephone lines are down so communications are very difficult.* **3** [C] (*formal*) a message செய்தி; தகவல் *a communication from head office*

communicative /kəˈmjuːnɪkətɪv/ *adj.* willing and able to talk and share ideas, etc. கருத்துகள், முதலியவற்றைத் தெரிவித்துப் பகிர்ந்துகொள்வதற்கு விருப்பமும் அதற்கான திறமையும் உடைய; கருத்துப் பரிமாற்ற விருப்பாற்றல் கைவரப்பெற்ற *Parvathi has excellent communicative skills.*

communion /kəˈmjuːniən/ *noun* [U] **1** (*formal*) the sharing of thoughts or feelings எண்ணங்களை அல்லது உணர்வுகளைப் பகிர்ந்துகொள்ளுதல்; கூடிக் கலந்து பேசுதல்; கருத்துப் பகிர்வு **2 Communion** a Christian church ceremony in which people share bread and wine அப்பமும் திராட்சை ரசமும் மக்கள் தங்களிடையே பகிர்ந்துகொள்ளும் கிறிஸ்தவத் திருக்கோயில் சடங்கு

communique /kəˈmjuːnɪkeɪ/ *noun* [C] (*written*) an official statement, especially from a government, a political group, etc. குறிப்பாக ஓர் அரசு, அரசியல் கட்சி முதலியன விடுக்கும் அதிகாரபூர்வமான அறிக்கை; பணித்துறை அறிவிப்பு

communism /ˈkɒmjunɪzəm/ *noun* [U] the political system in which the state owns and controls all factories, farms, services etc. and aims to treat everyone equally அனைத்துத் தொழிலகங்கள், வேளாண் பண்ணைகள், வணிகச் சேவைகள் முதலியவற்றை அரசுடைமையாக அரசின் கட்டுப்பாட்டில் வைத்துக்கொண்டு அனைவரையும் சமமாக நடத்தும் குறிக்கோள் உடைய அரசியல் முறை; பொதுவுடைமை முறை ⇨ **Marxism**, **socialism** மற்றும் **capitalism** பார்க்க.

communist (*also* **Communist**) /ˈkɒmjənɪst/ *noun* [C] a person who believes in or supports communism; a member of the Communist Party பொதுவுடைமைக் கொள்கையில் நம்பிக்கை உடையவர் அல்லது அக்கொள்கையை ஆதரிப்பவர்; பொதுவுடைமைக் கொள்கையர்; பொதுவுடைமைக் கட்சியின் உறுப்பினர் ▶ **communist** (*also* **Communist**) *adj.* *communist sympathies*

community /kə'mju:nəti/ *noun* (*pl.* **communities**) **1 the community** [*sing.*] all the people who live in a particular place, area, etc. when considered as a group குறிப்பிட்ட ஓரிடத்தில் அல்லது ஒரு பகுதியில் பொதுக் குழுவாக வாழும் அனைத்து மக்களும்; பொதுக் குடிவாழ்வுக் குழுமம்; சமுதாயக் குழு *Recent increases in crime have disturbed the whole community.* **2** [C, *with sing. or pl. verb*] a group of people who have sth in common பொதுவான/ ஒத்த பண்புகள், விருப்புகள் முதலியவற்றைக் கொண்ட ஒரு குழுவினர்; தனிமுறைச் சமூகம்; இனக்குழு *the Asian community in Britain* • *the business community* **3** [U] the feeling of belonging to a group in the place where you live தான் வாழுமிடத்திலுள்ள ஒரு குழுவுடன் தனக்குள்ள ஒத்துணர்வு; சமுதாயத் தோழமை உணர்வு *There is a strong sense of community in the neighbourhood.*

community centre *noun* [C] a building that people of a locality can use for meetings, classes, sports, etc. ஒரு பகுதி மக்களின் (பொதுக்கூட்டங்கள், வகுப்புகள், விளையாட்டுகள், முதலிய) பொதுப் பயன்பாட்டிற்கான கட்டடம்; ஊர்ப்பொது மன்றம்; சமுதாயக் கூடம்

community service *noun* [U] work helping people in the local community that sb does without being paid, sometimes because he/she has been ordered to do it by a court of law as a punishment சில சமயங்களில் நீதிமன்றம் விதித்த தண்டனையாகவும், ஊதியமின்றி உள்ளூர் மக்களுக்குச் சேவை செய்தல்; உள்ளூர்ச் சமூக சேவை

commutator /'kɒmjuteɪtə(r)/ *noun* [C] (*technical*) **1** a device that connects a motor to the electricity supply மின்சாரத் தரவு அமைப்புடன் விசைப்பொறியை இணைக்கும் சாதனம்; மின்னோட்ட இணைப்பி **2** a device for changing the direction in which electricity flows மின்னோட்டத் திசையை மாற்றுதற்கான சாதனம்; மின்னோட்டத் திசைமாற்றி

commute /kə'mju:t/ *verb* [I] to travel from home to work everyday (பேருந்து, தொடர்வண்டி முதலியவற்றில்) வீட்டிலிருந்து பணியிடத்திற்கு நாள்தோறும் பயணம் செய் *A lot of people commute to Chennai from nearby towns.* ▶ **commuter** *noun* [C]

compact /kəm'pækt/ *adj.* small and easy to carry அளவில் சிறியதும் உடன் கொண்டுசெல்ல எளிதானதுமான; கையாளுதற்கு ஏற்ற அமைப்புடைய; கச்சிதமான *a compact camera*

compact disc = **CD**

companion /kəm'pæniən/ *noun* [C] a person or animal with whom you spend a lot of time or go somewhere பெருமளவு நேரம் தன் உடனிருக்கும் அல்லது தான் உடன் செல்லும் ஒரு நபர் அல்லது விலங்கு தோழன் *a travelling companion*

companionship /kəm'pæniənʃɪp/ *noun* [U] the pleasant feeling of having a friendly relationship with sb and not being alone தன்னந்தனியாக இல்லாமல், ஒருவருடன் நட்புறவு கொண்டிருப்பதால் உண்டாகும் இனிமையான உணர்வு; தோழமை உணர்வு; நட்புணர்வு

company /'kʌmpəni/ *noun* (*pl.* **companies**) **1** [C, *with sing. or pl. verb*] a business organization selling goods or services சரக்குகளை அல்லது சேவைகளை விற்பனை செய்யும் ஒரு வணிக அமைப்பு; வணிக நிறுவனம் *The company is/are planning to build a new factory.* **NOTE** வணிக நிறுவனங்களின் பெயர்களில் வரும் **company** என்ற சொல்லின் முதலெழுத்து முகட்டெழுத்தாக இருக்கும். இதன் சுருக்க வடிவம் **Co.** என்பதாகும்—*the Walt Disney Company* • *Milton & Co.* **2** [C, *with sing. or pl. verb*] a group of actors, singers, dancers, etc. நடிகர்கள், பாடகர்கள், நடனமாடுவோர் முதலியவர்களின் குழு; குழாம்; கழகம் *a ballet company* • *the Royal Shakespeare Company* **3** [U] being with a person ஒருவரோடு உடனிருத்தல்; கூடியிருத்தல்; தோழமை *I always enjoy Rekha's company.* • *Navin is very good company* (= pleasant to be with). **4** [U] a visitor or visitors தன்னைப் பார்க்க வருபவர்/ வருபவர்கள்; விருந்தினர்கள் *Sorry, I wouldn't have called if I'd known you had company.*

IDM keep sb company to go or be with sb so that he/she is not alone ஒருவர் தன்னந்தனியாக விடப்படாதிருக்கும் பொருட்டு அவருடன் செல் அல்லது இரு *She was nervous so I went with her to keep her company.*

part company ⇨ **part[2]** பார்க்க.

comparable /'kɒmpərəbl/ *adj.* **comparable (to/with sb/sth)** of a similar standard or size; that can be compared with sth வேறொன்றுடன் ஒத்த தரமுள்ள அல்லது வடிவமுள்ள; வேறொன்றுடன் ஒப்பிடத்தக்க; ஒப்பீட்டிற்குரிய *A comparable flat in my country would be a lot cheaper.*

comparative[1] /kəm'pærətɪv/ *adj.* **1** that compares things of the same kind ஒரே வகையான பொருள்களை ஒப்பிடுகிற; ஓரினப் பொருள்களை ஒத்துப்பார்க்கிற; ஒப்பீட்டு முறையிலான *a comparative study of systems of government* **2** compared with sth else or with what is usual or normal வேறொன்றுடன் அல்லது வழக்கமாக அல்லது இயல்பாக உள்ள ஒன்றுடன் ஒப்பிடப்படுகிற; ஒப்பீட்டு நிலையிலான *He had problems with the written exam but* *passed the practical exam with comparative ease.* **3** (*grammar*) (*used about the form of an adjective or adverb*) expressing a greater amount, quality, size, etc. எண்ணிக்கை, அளவு, பண்பு, வடிவம் முதலியவற்றின் உயர்மிகுதியைக் குறிக்கிற; இயல்படிநிலையை விட அதிகமான *'Hotter' and 'more quickly' are the comparative forms of 'hot' and 'quickly'.*

comparative² /kəm'pærətɪv/ *noun* [C] (*grammar*) the form of an adjective or adverb that expresses a greater amount, quality, size, etc. எண்ணிக்கை, அளவு, பண்பு, வடிவம் முதலியவற்றின் உயர்மிகுதியைக் குறிக்கும் பெயரடை அல்லது வினையடை வடிவம் *'Bigger' is the comparative of 'big'.*

comparatively /kəm'pærətɪvli/ *adv.* when compared with sth else or with what is usual; fairly வேறொன்றுடன் அல்லது வழக்கமாக உள்ள ஒன்றுடன் ஒப்பிடும்போது; ஒப்பீட்டின் அடிப்படையில் *The disease is comparatively rare nowadays.*

compare /kəm'peə(r)/ *verb* **1** [T] **compare A and B; compare A with/to B** to consider people or things in order to see how similar or how different they are ஆட்களுக்கு அல்லது பொருள்களுக்கு இடையே உள்ள ஒற்றுமை வேற்றுமைகளைக் கண்டறியும் பொருட்டு அவர்களை/அவைகளை ஆராய்; ஒப்பிடு *I'm quite a patient person, **compared with** him.* • ***Compared to** the place where I grew up, this town is exciting.* **2** [T] **compare A to B** to say that sb/sth is similar to sb/sth else ஒருவர்/ஒன்று வேறொருவரை/வேறொன்றைப் போல இருப்பதாகக் கூறு; இருவருக்கு/இரு பொருள்களுக்கு இடையே ஒப்புமை காண் *When it was built, people compared the stadium to a spaceship.* **3** [I] **compare (with/to sb/sth)** to be as good as sb/sth ஒருவரை/ஒன்றைப் போலச் சிறப்பாக இரு; சிறப்பில்/நலத்தில்/பயனில் ஒன்றனுக்கு ஒப்பாக அல்லது சமமாக இரு *Her last film was brilliant but this one simply doesn't compare.* • *There is nothing to compare with the taste of bread fresh from the oven.*

IDM **compare notes (with sb)** to discuss your opinions, ideas, experiences, etc. with sb else கருத்துகள், எண்ணங்கள், அனுபவங்கள் முதலியவற்றைப் பிறருடன் பரிமாறிக்கொள்; அவற்றைப் பிறருடன் கலந்தாய்வு செய்

comparison /kəm'pærɪsn/ *noun* [C, U] an act of comparing; a statement in which people or things are compared ஒப்பீடு செய்தல்; ஒற்றுமை வேற்றுமை காணல்; ஒப்புநோக்குதல்; ஒப்பாய்வு அறிக்கை *Put the new one and the old one side by side, **for comparison**.* • *It's hard to **make comparisons** between two athletes from different sports.*

IDM **by/in comparison (with sb/sth)** when compared ஒப்பிட்டுக் காணும்போது; ஒத்துப்பார்க்கும்போது *In comparison with many other people, they're quite well off.*

compartment /kəm'pɑ:tmənt/ *noun* [C] **1** one of the separate sections into which some larger parts of a train (**carriages**) are divided தொடர் வண்டியின் பெட்டிகள் சிலவற்றில் உள்ள தனித்தனிப் பிரிவுகளில் ஒன்று; தொடர் வண்டிப் பெட்டி *a first-class compartment* **2** one of the separate sections into which certain containers are divided கொள்கலங்கள் சிலவற்றில் உள்ள தடுப்பறைகளில் ஒன்று *The drugs were discovered in a secret compartment in his suitcase.*

compass /'kʌmpəs/ *noun* [C] **1** an instrument for finding direction, with a needle that always points north எப்போதும் வட திசையையே காட்டும் ஊசி உடைய திசையறி கருவி; திசைகாட்டி *They had to find their way back to the camp using a map and a compass.* **2 compasses** [*pl.*] a V-shaped instrument that is used for drawing circles வட்டங்கள் வரைவதற்குப் பயன்படுத்தப்படும் ஒரு V-வடிவக் கருவி; கவராயம் *a pair of compasses*

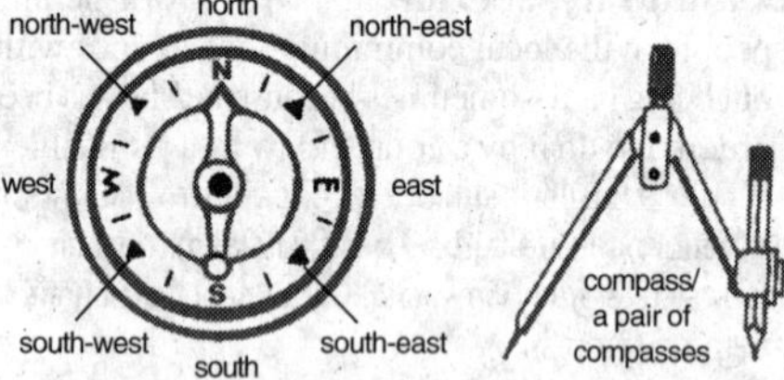

compass

compassion /kəm'pæʃn/ *noun* [U] **compassion (for sb)** understanding or pity for sb who is suffering துன்பத்தில் உள்ள ஒருவர்மீது காட்டும் ஒத்துணர்வு, இரக்கம், பரிவு அல்லது பரிவிரக்கம் *to have/feel/show compassion* ▶ **compassionate** /-ʃənət/ *adj.*

compatible /kəm'pætəbl/ *adj.* **compatible (with sb/sth)** suitable to be used together, or to live or exist together ஒருசேரப் பயன்படுத்தப்படுவதற்கு அல்லது ஒன்றிணைந்து வாழ்வதற்கு அல்லது ஒருங்கமைவதற்குத் தக்கதான; ஒத்திசைவான; உடனொத்து அமைகிற *These two computer systems are not compatible.* • *Laxman's diet is not compatible with his active lifestyle.* ✪ OPP **incompatible** ▶ **compatibility** /kəm,pætə'bɪləti/ *noun* [U]

compatriot /kəm'pætriət/ *noun* [C] a person who comes from the same country as you தன்னுடைய நாட்டைச் சேர்ந்தவர்; ஒரே தேசத்தவர்

compel /kəmˈpel/ *verb* [T] (**compelling; compelled**) (*formal*) **compel sb to do sth** to force sb to do sth ஒன்றைச் செய்யுமாறு ஒருவரைக் கட்டாயப்படுத்து; அவரது விருப்பத்திற்கு மாறாக ஒன்றைச் செய்யுமாறு வலியுறுத்து; நிர்ப்பந்தப்படுத்து *I felt compelled to tell her what I really thought of her.*

compelling /kəmˈpelɪŋ/ *adj*. that forces or persuades you to do or to believe sth ஒன்றைச் செய்யுமாறு அல்லது நம்புமாறு கட்டாயப்படுத்துகிற அல்லது இணங்கவைக்கிற; தன்வழிப்படுத்தும் ஆற்றலுடைய *compelling evidence* ⇨ **compulsion** noun பார்க்க.

compensate /ˈkɒmpenseɪt/ *verb* **1** [I] **compensate (for sth)** to remove or reduce the bad effect of sth ஒன்றன் மோசமான/பாதகமான விளைவை நீக்கு அல்லது குறையச் செய்; ஈடுகட்டு *His willingness to work hard compensates for his lack of skill.* **2** [I, T] **compensate (sb) (for sth)** to pay sb money because you have injured him/her or lost or damaged his/her property ஒருவருக்குக் காயம் ஏற்படுத்தியதற்காக அல்லது அவருடைய உடைமைப் பொருளைத் தொலைத்துவிட்டதற்காக அல்லது சேதப்படுத்தியதற்காக அவருக்குப் பணம் செலுத்து; இழப்பீடு அளி *The airline sent me a cheque to compensate for losing my luggage.*

compensation /ˌkɒmpenˈseɪʃn/ *noun* **1** [U] **compensation (for sth)** money that you pay to sb because you have injured him/her or lost or damaged his/her property ஒருவருக்குக் காயம் ஏற்படுத்தியதற்காக அல்லது அவருடைய உடைமைப்பொருளைத் தொலைத்துவிட்டதற்காக அல்லது சேதப்படுத்தியதற்காக அவருக்குச் செலுத்தும் பணம்; இழப்பீடு; இழப்பீட்டுத் தொகை *I got Rs 50,000 (in) compensation for my injuries.* **2** [C, U] a fact or action that removes or reduces the bad effect of sth ஒன்றன் மோசமான/பாதகமான விளைவை நீக்குவது அல்லது குறையச் செய்வது; அவ்வாறு நீக்கும் அல்லது குறையச்செய்யும் ஒரு செயல்; சரியீடு செய்வது; சரியீடு *City life can be very tiring but there are compensations* (= good things about it).

compère /ˈkɒmpeə(r)/ *noun* [C] a person who entertains the audience and introduces the different performers in a show ஒரு கேளிக்கைக் காட்சியில் பார்வையாளர்களுக்கு மகிழ்வூட்டுதலும் காட்சி வழங்குவோர் பலரையும் அறிமுகப்படுத்துதலும் ஆகிய பணிகளைச் செய்பவர்; சூத்திரதாரர் ▶ **compère** *verb* [T] *Who compèred the show?*

compete /kəmˈpiːt/ *verb* [I] **compete (in sth) (against/with sb) (for sth)** to try to win or achieve sth, or to try to be better than sb else; to take part in a competition ஒன்றை வென்றடைய அல்லது செய்துமுடிக்க அல்லது மற்றொருவரை விஞ்சிநிற்க முயலு; போட்டியிடு; போட்டியில் பங்குகொள் *The world's best athletes compete in the Olympic Games.* • *Supermarkets have such low prices that small shops just can't compete.*

competence /ˈkɒmpɪtəns/ *noun* [U] the fact of having the ability or skill that is needed for sth ஒன்றற்குத் தேவையான ஆற்றலை அல்லது செயல்திறத்தைக் கொண்டிருத்தல்; செயல்தகுதி; ஆற்றல்; திறமை *She quickly proved her competence in her new position.* ✪ OPP **incompetence**

competent /ˈkɒmpɪtənt/ *adj*. **1** having the ability or skill needed for sth ஒன்றிற்குத் தேவையான ஆற்றலை அல்லது பயில்திறத்தைக் கொண்டிருக்கிற; செயல்தகுதி வாய்ந்த; செயலாற்றல் உடைய *a highly competent player* • *She is competent at her job.* ✪ OPP **incompetent** **2** good enough, but not excellent நிறைவளிக்கிற ஆனால் மிகச் சிறப்பானதல்லாத; நோக்கத்திற்குப் போதுமான ஆனால் மிக உயர்ந்ததல்லாத *The singer gave a competent, but not particularly exciting, performance.* ▶ **competently** *adv*.

competition /ˌkɒmpəˈtɪʃn/ *noun* **1** [C] an organized event in which people try to win sth ஒன்றை வென்றெடுக்கும் நோக்கத்துடன் பலர் கலந்துகொள்ளும், முறையாக ஏற்பாடு செய்யப்பட்ட ஒரு நிகழ்ச்சி; போட்டி *to **go in for/enter a competition*** • *They **hold a competition** every year to find the best young artist.* • *He came second in an international piano competition.* **2** [U] a situation where two or more people or organizations are trying to achieve, obtain, etc. the same thing or to be better than sb else இரண்டு அல்லது இரண்டுக்கு மேற்பட்ட ஆட்கள் அல்லது நிறுவனங்கள் ஒரே பொருளை வென்றெடுக்க அல்லது அடையப்பெற அல்லது வேறொருவரை விஞ்சிநிற்க முயலும் நிலை; ஒன்றை அடையப் பலரிடையேயான போட்டி; போட்டிப் பந்தயம் *He is **in competition with** three other people for promotion.* • *There was **fierce competition** among the players for places in the team.* **3 the competition** [*sing., with sing. or pl. verb*] the other people, companies, etc. who are trying to achieve the same as you ஒருவர் செய்து முடிக்க முயலும் அந்த ஒன்றையே இலக்காகக் கொண்ட பிறர், பிற நிறுவனங்கள் முதலியன; எதிராளி; போட்டி *If we are going to succeed, we must offer a better product than the competition.*

competitive /kəmˈpetətɪv/ *adj*. **1** involving people or organizations competing against each other ஒருவருக்கு எதிராக மற்றொருவர்/ஒன்றுக்கு எதிராக மற்றொன்று போட்டியிடும் ஆட்களை அல்லது நிறுவனங்களை உள்ளடக்கிய; ஒருவரோடொருவர்/ஒன்றோடொன்று போட்டியிடுகிற *The travel industry is a highly competitive business.* • *competitive sports* **2** able to be as successful as or more successful than others மற்றவர்கள் அளவுக்கு அல்லது மற்றவர்களை விஞ்சிய வெல்திறன் உடைய; சமநிலையான அல்லது மேம்பட்ட பயன்நிறைவுடைய *They are trying to make the company competitive in the international market.* • *Our prices are highly competitive* (= as low as or lower than those of the others). **3** (used about people) wanting very much to win or to be more successful than others (ஆட்களைப் பற்றிக் குறிப்பிடும்போது) வெற்றிபெற வேண்டுமெனப் பெரிதும் விரும்புகிற; வெற்றியில் மிகு நாட்டம் கொண்டுள்ள; மற்றவர்களை விஞ்சி நிற்க விரும்புகிற *She's a very competitive player.* ▶ **competitively** *adv. Their products are competitively priced.* ▶ **competitiveness** *noun* [U]

competitor /kəm'petɪtə(r)/ *noun* [C] a person or organization that is competing against others மற்றவர்களுக்கு எதிராகப் போட்டியிடும் ஒருவர் அல்லது ஓர் அமைப்பு; போட்டியாளர்; எதிராளி *There are ten competitors in the first race.* • *Two local companies are our main competitors.*

compilation /ˌkɒmpɪ'leɪʃn/ *noun* **1** [C] a collection of pieces of music, writing, film, etc. that are taken from different places and put together பல்வேறு இடங்களிலிருந்து தனிக்கூறுகளாகப் பெறப்பட்டு ஒன்றுசேர்க்கப்பட்ட இசை, நூல், திரைப்படம் முதலியவற்றின் தொகுதி; தொகுப்பு *A compilation CD of the band's greatest hits.* **2** [U] the act of compiling sth தனிக்கூறுகளைத் திரட்டித் தொகுத்தல்

compile /kəm'paɪl/ *verb* **1** [I] to collect information and arrange it in a list, book, etc. தகவலைச் சேகரித்து ஒரு பட்டியல், நூல் முதலியவற்றில் சரியான முறையில் அமை; தொகு; திரட்டு *to compile a dictionary/a report/a list* **2** [I, T] (*computing*) to translate instructions from one computer language into another for a computer to understand ஒரு கணினி உணர்ந்துகொள்ளும் முறையில் கட்டளைகளை ஒரு கணினி மொழியிலிருந்து மற்றொரு கணினி மொழிக்கு மாற்றியமை

complacent /kəm'pleɪsnt/ *adj.* feeling too satisfied with yourself or with a situation, so that you think that there is no need to worry கவலைப்படத் தேவையில்லை என்ற எண்ணம் தனக்குத் தோன்றுமாறு மிகையான தன்னிறைவு உணர்ச்சி கொள்கிற; ஒன்றில் மிகையான மனநிறைவு அடைகிற *He had won his matches so easily that he was in danger of becoming complacent.* ▶ **complacency** /kəm'pleɪsnsi/ *noun* [U] ▶ **complacently** *adv.*

complain /kəm'pleɪn/ *verb* [I] **1 complain (to sb) (about sth/that)** to say that you are not satisfied with or happy about sth ஒன்றில் தனக்கு மனநிறைவு இல்லை அல்லது ஒன்று மனத்துக்கு உகந்ததாக இல்லை என்று தெரிவி; குறை தெரிவி; புகார் கூறு; முறையிடு *People are always complaining about the weather.* • *We complained to the hotel manager that the room was too noisy.* ➪ **grumble** மற்றும் **protest** பதிவுகளிலுள்ள குறிப்பைப் பார்க்க. **2** (*formal*) **complain of sth** to say that you have a pain or illness தனக்கு ஒரு நோவு அல்லது உடல்நலக் குறைவு உள்ளதாகக் கூறு; வலி அல்லது நோய் பற்றிக் குறைபட்டுக்கொள் *He went to the doctor, complaining of chest pains.*

complaint /kəm'pleɪnt/ *noun* **complaint (about sth); complaint (that...)** **1** [C] a statement that you are not satisfied with sth ஒன்றில் தனக்கு மனநிறைவு இல்லை என்று தெரிவித்தல்; புகார் செய்தல் *You should **make a complaint** to the company that made the machine.* **2** [U] the act of complaining புகார் கூறுதல்; முறையிடுதல்; குறை தெரிவிப்பு *I wrote a **letter of complaint** to the manager about the terrible service I had received.* • *Gopal's behaviour never gave the teachers **cause for complaint**.* **3** [C] an illness or disease உடல்நலக் குறைவு; நோய்; வியாதி *a heart complaint*

complement[1] /'kɒmplɪmənt/ *noun* [C] **1** (*formal*) a thing that goes together well with sth else வேறொன்றுடன் நன்றாக/நிறைவாகப் பொருந்தி அமையும்/இயைந்து செல்லும் ஒரு பொருள்; இணை நிறைவுப் பொருள்; இணைவளம் *Ice cream is the perfect complement to this dessert.* **2** the total number that makes a group complete ஒரு குழுவிற்கு அல்லது தொகுதிக்கு முழுமை/நிறைவு அளிக்கும் மொத்த எண்ணிக்கை; முழுநிறைவு எண்ணிக்கை அல்லது தொகை *Without a full complement of players, the team will not be able to take part in the match.* **3** (*grammar*) a word or words, especially a noun or adjective, used after a verb such as 'be' or 'become' and describing the subject of that verb, 'be' அல்லது 'become' போன்ற ஒரு வினைச்சொல்லை அடுத்து வருவதும் அவ்வினைச்சொல்லின் எழுவாயை விவரிப்பதுமான (குறிப்பாகப் பெயர் அல்லது பெயரடை வடிவிலான) ஒரு சொல் அல்லது சொற்கள்; நிரப்பி *In 'He's friendly' and 'He's a fool', 'friendly' and 'fool' are complements.*

complement[2] /ˈkɒmplɪmənt/ *verb* [T] to go together well with (வேறொன்றுடன்) நன்கு/ நிறைவாகப் பொருந்தி அமைவுறு; இயைந்து செல் *The colours of the furniture and the carpet complement each other.*

complementary /ˌkɒmplɪˈmentri/ *adj.* going together well with sb/sth; adding sth which the other person or thing does not have ஒருவருடன்/ ஒன்றுடன் நன்றாகப் பொருந்தி அமைகிற; மற்றொருவரிடம்/மற்றொன்றிடம் இல்லாத ஒன்றைச் சேர்க்கிற; குறை நிரப்புகிற; உடனிருந்து முழுமையாக்குகிற *They work well together because their skills are complementary: he's practical and she's creative.*

complete[1] /kəmˈpliːt/ *adj.* **1** having or including all parts; with nothing missing எதுவும் விடுபடாமல் அனைத்தையும் கொண்டிருக்கிற அல்லது உள்ளடக்கியிருக்கிற; குறைபாடற்ற; முழுமையான *I gave a complete list of the stolen items to the police.* • *The book explains the complete history of the place.* **2** (*not before a noun*) finished or ended நிறைவடைந்த; நிறைவு செய்யப்பட்ட; முடிக்கப்பட்ட; முடிந்த *The repair work should be complete by Wednesday.* ✪ **OPP** பொருள்கள் **1** மற்றும் **2**-க்கு **incomplete 3 complete (with sth)** including sth extra, in addition to what is expected எதிர்பார்க்கப்படுவதற்கு மேலும் கூடுதலான பொருள்கள் உள்ளடங்கி இருக்கிற; துணைச் சேர்க்கை கொண்டுள்ள *The computer* ***comes complete with*** *instruction manual and printer.* **4** (*not before a noun*) as great as possible; total; in every way பெருமளவிலான; மொத்தமான; முழுமையான; அனைத்துமான; எல்லா வகையிலுமான *It was a complete waste of time.* • *The room is a complete mess.* ▶ **completeness** *noun* [U]

complete[2] /kəmˈpliːt/ *verb* [T] **1** to make sth whole ஒன்றை முழுமையாக்கு; முழு நிறைவுடையதாக்கு; முழுமை அடையச் செய் *We need two more players to complete the team.* **2** to finish sth; to bring sth to an end ஒன்றை முடி; முடிவுக்குக் கொண்டுவா; நிறைவுசெய் *When the building has been completed, it will look impressive.* • *He completed his teacher training course in June 2007.* **3** to write all the necessary information on sth (for example a form) (விண்ணப்பப் படிவம் போன்ற) ஒன்றில் தேவையான அனைத்துத் தகவலையும் எழுது; எழுதி நிரப்பு; நிறைவு செய்; பூர்த்தி செய் *Please complete the following in capital letters.*

completely /kəmˈpliːtli/ *adv.* in every way; fully; totally அனைத்து முறையிலும்; முற்றிலும்; மொத்தமாக; முழுமையாக; முழுதும் *The building was completely destroyed by fire.*

completion /kəmˈpliːʃn/ *noun* [U] (*formal*) the act of finishing sth or the state of being finished ஒன்றைச் செய்துமுடித்தல்; நிறைவு செய்தல்; முடிவுற்ற நிலை; நிறைவு *You will be paid on completion of the work.* • *The new highway is due for completion within two years.*

complex[1] /ˈkɒmpleks/ *adj.* made up of several connected parts and often difficult to understand; complicated ஒன்றோடொன்று இணைந்த பல பகுதிகளால் உருவாக்கப்பட்டதும், பெரும்பாலும் புரிந்துகொள்வதற்குக் கடினமானதுமான; உட்சிக்கல் வாய்ந்த; உணர்ந்தறிதற்கு அருமையான *a complex problem/subject*

complex[2] /ˈkɒmpleks/ *noun* [C] **1** a group of connected things, especially buildings ஒன்றோடொன்று இணைந்த பொருள்களின், குறிப்பாகக் கட்டடங்களின், தொகுதி; பல்கூட்டுத்தொகுதி; பல கூறுகள் ஒன்றிணைந்த உருவமைப்பு *a shopping/sports complex* **2 a complex (about sth)** a mental problem that makes sb worry too much about sth in a way that is not normal ஒருவரை இயல்பானதல்லாத அளவிற்கு வருத்துகிற உள்ளுணர்வுச் சிக்கல் *He's got a complex about his height.* • *an inferiority complex*

complexion /kəmˈplekʃn/ *noun* [C] **1** the natural colour and quality of the skin on your face ஒருவர் முகத் தோலின் இயற்கையான நிறமும் தன்மையும்; மேனி வண்ணமும் நலமும்; முகத்தோற்றம் *a dark/fair complexion* • *a healthy complexion* **2** [*usually sing.*] the general nature or character of sth ஒன்றன் பொது இயல்பு அல்லது பொதுப் பண்பு; இயல்நலம்; இயற்பண்பு *These announcements* ***put a different complexion on*** *our situation.*

complexity /kəmˈpleksəti/ *noun* (*pl.* **complexities**) **1** [U] the state of being complex and difficult to understand சிக்கலானதும் புரிந்துகொள்வதற்குக் கடினமானதுமான நிலை *an issue of great complexity* **2** [C] one of the many details that make sth complicated ஒன்றைச் சிக்கலாக்கும் பல கூறுகளில்/நுணுக்க விவரங்களில் ஒன்று; சிக்கல் கூறு *I haven't time to explain the complexities of the situation now.*

compliant /kəmˈplaɪənt/ *adj.* (*formal*) **compliant (with sth)** working or done in agreement with particular rules, orders, etc. குறிப்பிட்ட விதிமுறைகள், செயற்கட்டளைகள் முதலியவற்றுக்கு இணங்கச் செய்கிற அல்லது செய்யப்பட்ட; இயைந்து அமைகிற; கீழ்ப்படிகிற *All new products must be compliant with ISO specifications.* ▶ **compliance** *noun* [U] *A hard hat must be worn at all times* ***in compliance with*** *safety regulations.*

complicate /ˈkɒmplɪkeɪt/ *verb* [T] to make sth difficult to understand or deal with ஒன்றைப்

புரிந்துகொள்வதற்கு அல்லது கையாளுவதற்கு அல்லது ஒன்றன்மீது செயல்படுவதற்குக் கடினமானதாக ஆகுமாறு செய்; சிக்கலாக்கு *Let's not complicate things by adding too many details.* ▶ **complicated** *adj. a novel with a very complicated plot*

complication /ˌkɒmplɪˈkeɪʃn/ *noun* [C] **1** something that makes a situation hard to understand or to deal with ஒன்றைப் புரிந்துகொள்வதை அல்லது அதன்மீது செயல்படுவதைக் கடினமாக்குவது; சிக்கல் *Unless there are any unexpected complications, I'll be arriving next month.* **2** a new illness that you get when you are already ill ஏற்கனவே நோயுற்று உள்ள நிலையில் புதிதாக உண்டாகும் உடற்கோளாறு; *Unless he develops complications, he'll be out of hospital in a week.*

complicity /kəmˈplɪsəti/ *noun* [U] (*formal*) the fact of being involved with sb else in a crime ஒரு குற்றத்தில் வேறொருவருடன் தானும் உட்பட்டிருத்தல்; ஒரு குற்றப்பொறுப்பில் தனக்கும் பங்கிருத்தல்; குற்ற உடந்தைமை

compliment[1] /ˈkɒmplɪmənt/ *noun* **1** [C] **a compliment (on sth)** a statement or action that shows admiration for sb ஒருவரைப் பாராட்டும் முறையிலான கூற்று அல்லது செயல்; பாராட்டுரை; பாராட்டு *People often **pay** her **compliments** on her piano playing.* **2 compliments** [*pl.*] (*formal*) used to say that you like sth or to thank sb for sth ஒன்றன் மீதான தனது ஈடுபாட்டைத் தெரிவிக்க அல்லது ஒருவருக்கு நன்றி கூறப் பயன்படுத்தப்படும் சொல்; உபசார வார்த்தை; நன்றியுரை *Tea and coffee are provided with the compliments of the hotel management* (= without charge).

compliment[2] /ˈkɒmplɪmənt/ *verb* [T] **compliment sb (on sth)** to say that you think sb/sth is very good ஒருவர்/ஒன்று மிகச் சிறப்பாக அல்லது பாராட்டத்தக்க முறையில் இருப்பதாகத் தான் எண்ணுவதைத் தெரிவி; பாராட்டு *She complimented them on their smart appearance.*

complimentary /ˌkɒmplɪˈmentri/ *adj.* **1** showing that you think sb/sth is very good ஒருவர்/ஒன்று மிகச் சிறப்பாக இருப்பதாகத் தான் எண்ணுவதை வெளிப்படுத்துகிற; பாராட்டு முறையான *He made several complimentary remarks about her work.* **2** given free of charge விலையின்றித் தரப்படுகிற; இலவசமான; அன்பளிப்பான *a complimentary theatre ticket*

comply /kəmˈplaɪ/ *verb* [I] (*pres. part.* **complying**; *3rd person sing. pres.* **complies**; *pt, pp* **complied**) (*formal*) **comply (with sth)** to obey an order or request ஓர் ஆணைக்குக் கீழ்ப்படி; ஒரு கட்டளைக்குப் பணிந்து நட; ஒரு கோரிக்கைக்கு உடன்படு; ஒரு வேண்டுகோளுக்கு இணங்கு *All office buildings must comply with the safety regulations.*

component /kəmˈpəʊnənt/ *noun* [C] one of several parts of which sth is made ஒரு பொருளின் பல உறுப்புகளில்/கூறுகளில் ஒன்று; உறுப்பு; அங்கம்; ஆக்கக் கூறு; பகுதி *the components of a machine/system* ▶ **component** *adj. the component parts of an engine*

compose /kəmˈpəʊz/ *verb* **1** [T] to be the parts that together form sth ஒன்றன் ஆக்கக் கூறுகளாக இரு; அங்கங்களாக/உறுப்புகளாக அமைந்திரு *the parties that compose the coalition government* **2** [I, T] to write music இசையமை; பாட்டிசைப்படுத்து; பண்ணமை *to compose music for a children's film* **3** [T] to produce a piece of writing, using careful thought ஒன்றைக் கவனமாக/கருத்துடன் எழுது; கட்டுரை வரை *I sat down and composed a letter of reply.* **4** [T] to make yourself, your feelings, etc. become calm and under control தன்னை, தனது உணர்ச்சிகள் முதலியவற்றை அமைதிப்படுத்திக் கட்டுக்குள் கொண்டுவா; மனத்தை அமைதிப்படுத்து; சாந்தமாகு *The news came as such a shock that it took me a while to **compose myself**.*

composed /kəmˈpəʊzd/ *adj.* **1 composed of sth** made or formed from several different parts, people, etc. பல்வேறு கூறுகளால் உருவாக்கப்பட்ட அல்லது உருவான; பல்வேறு ஆட்கள் இணைந்து அமைந்த அல்லது பல்வேறு ஆட்களை இணைத்து அமைக்கப்பட்ட *The committee is composed of politicians from all parties.* **2** calm, in control of your feelings அமைதியான; உணர்ச்சிகளை கட்டுக்குள் வைத்திருக்கிற; தணிந்த *Although he felt very nervous, he managed to appear composed.*

composer /kəmˈpəʊzə(r)/ *noun* [C] a person who writes music இசையமைப்பாளர்; பாட்டிசைப்படுத்துபவர்; பண்ணமைப்பாளர்

composite /ˈkɒmpəzɪt/ *adj.* consisting of different parts or materials வேறுவேறான பகுதிகளை அல்லது மூலப்பொருள்களை உள்ளடக்கியுள்ள; வேறுபட்ட கூறுகளின் தொகுதியான ▶ **composite** *noun* [C]

composition /ˌkɒmpəˈzɪʃn/ *noun* **1** [U] the parts that form sth; the way in which the parts of sth are arranged ஒன்றன் உறுப்புகள் அல்லது ஆக்கக் கூறுகள்; ஒன்றன் உறுப்புகளின் ஒருங்கமைவு முறை *the chemical composition of a substance • the composition of the population* **2** [C] a piece of music that has been written by sb ஒருவரால் இசைப்படுத்தப்பட்ட பாட்டு; இசைக் கூறு; பண் *Rehman's best-known compositions* **3** [U] the act or skill of writing a piece of music or text பண்ணமைத்தல் அல்லது பண்ணமைக்கும் திறன்; கட்டுரையாக்கம் அல்லது கட்டுரையாக்கத் திறன் *She studied both musical theory and composition.* **4** [C] a short piece of writing done at school, in an exam, etc. பள்ளிப் பயிற்சியாக அல்லது ஒரு தேர்வு முதலியவற்றில் எழுதப்படும் கட்டுரை *Write a composition of about 300 words on one of the following subjects.*

compost /ˈkɒmpɒst/ *noun* [U] a mixture of dead plants, old food, etc. that is added to soil to help plants grow தாவரங்களின் வளர்ச்சிக்காக மண்ணில் கலக்கப்படும் பட்டுப்போன தாவரங்கள், பழைய உணவு முதலியவற்றின் கலவை; கலப்புரம்; கூட்டு உரம்

composure /kəmˈpəʊʒə(r)/ *noun* [U] the state of being calm and having your feelings under control அமைதியான நிலை; உணர்ச்சிகளைக் கட்டுக்குள் வைத்திருக்கும் நிலை

compound[1] /ˈkɒmpaʊnd/ *noun* [C] **1** something that consists of two or more things or substances combined together ஒன்றிணைந்த இரண்டு அல்லது இரண்டுக்கு மேற்பட்ட பொருள்களை உள்ளடக்கியுள்ள ஒன்று; பல பொருட் கூட்டு; சேர்மானம்; கலவை *a chemical compound* **2** (*grammar*) a noun, an adjective or a verb made of two or more words or parts of words, written as one or more words, or joined by a hyphen ஒரு சொல்லாகவோ ஒன்றுக்கு மேற்பட்ட சொற்களாகவோ, ஒட்டுக்குறியிட்டு இணைத்த சொற்களாகவோ எழுதப்படும் இரண்டு அல்லது இரண்டுக்கு மேற்பட்ட சொற்களால் அல்லது சொற்களின் பகுதிகளால் அமைந்த பெயர்ச்சொல், பெயரடை அல்லது வினைச்சொல்; சொற்கூட்டு; தொகைமொழி *'Car park', 'bad-tempered' and 'bathroom' are all compounds.* **3** an area of land with a group of buildings on it, surrounded by a wall or fence கட்டடங்களின் தொகுதி அமைந்துள்ளதும், சுற்றுச்சுவரை அல்லது வேலியைக் கொண்டதுமான நிலப்பரப்பு; வளாகம்

compound[2] /ˈkɒmpaʊnd/ *verb* [T] to make sth such as a problem worse (ஒரு சிக்கல் போன்ற) ஒன்றை மேலும் மோசமானதாக்கு

comprehend /ˌkɒmprɪˈhend/ *verb* [T] (*formal*) to understand sth completely ஒன்றை முழுமையாகப் புரிந்துகொள்; உணர்ந்தறி *She's too young to comprehend what has happened.*

comprehensible /ˌkɒmprɪˈhensəbl/ *adj.* easy to understand புரிந்துகொள்வதற்கு எளிதான; அறிந்துகொள்ளத்தக்க *The book is written in clear, comprehensible language.* ✪ OPP **incomprehensible**

comprehension /ˌkɒmprɪˈhenʃn/ *noun* **1** [U] (*formal*) the ability to understand புரிந்துகொள்ளும் திறம்; உணர்வாற்றல் *The horror of war is **beyond comprehension**.* ✪ OPP **incomprehension** **2** [C, U] an exercise that tests how well you understand spoken or written language பேச்சு அல்லது எழுத்து மொழியை ஒருவர் புரிந்துகொள்ளும் திறனைச் சோதிக்கும் முறையில் தரப்படும் பாடப் பயிற்சி; உணர்திறன் சோதனைப் பயிற்சி *a listening comprehension*

comprehensive[1] /ˌkɒmprɪˈhensɪv/ *adj.* **1** including everything or nearly everything that is connected with a particular subject குறிப்பிட்ட ஒரு பொருள் தொடர்பான அனைத்தையும் அல்லது சற்றேறக்குறைய அனைத்தையும் உள்ளடக்கியுள்ள; அகல்விரிவான; அகல் பெருந் தொகுதியான *a guide book giving comprehensive information on the area* **2** (used about education) educating children of all levels of ability in the same school (கல்விப் பயிற்சியைப் பற்றிக் குறிப்பிடும்போது) அனைத்து அறிவாற்றல் படிநிலைகளிலுமுள்ள குழந்தைகளுக்கு ஒரு பள்ளியிலேயே கல்வி பயிற்றுவிக்கிற *a comprehensive education system*

comprehensive[2] /ˌkɒmprɪˈhensɪv/ (*also* **comprehensive school**) *noun* [C] (*BrE*) a secondary school in which children of all levels of ability are educated அனைத்து அறிவாற்றல் படிநிலைகளிலுமுள்ள குழந்தைகளுக்குக் கல்வி கற்பிக்கும் உயர்நிலைப் பள்ளி *I went to the local comprehensive.*

comprehensively /ˌkɒmprɪˈhensɪvli/ *adv.* completely; thoroughly முழுமையாக; முற்றிலுமாக

compress /kəmˈpres/ *verb* [T] **1 compress sth (into sth)** to make sth fill less space than usual வழக்கமானதை விடக் குறைந்த இடப்பரப்பில் ஒரு பொருள் அடங்குமாறு செய்; சிறு இடத்திற்குள் திணி *Divers breathe compressed air from tanks.* • *He found it hard to compress his ideas into a single page.* **2** (*computing*) to make computer files, etc. smaller so that they use less space on a disk, etc. குறுவட்டு முதலியவற்றில் குறைந்த இடத்தில் அடங்குமாறு கணினிக் கோப்புகள், முதலியவற்றைச் சிறிதாக்கு/சுருக்கு ✪ OPP **decompress**
▶ **compression** /kəmˈpreʃn/ *noun* [U]

comprise /kəmˈpraɪz/ *verb* [T] **1** to consist of; to have as parts or members உள்ளடக்கியிரு, உட்கூறுகளாக/உட்பிரிவுகளாக அல்லது உறுப்புகளாகக் கொண்டிரு *a house comprising three bedrooms, kitchen, bathroom and a living room* **2** to form or be part of sth ஒன்றன் பகுதியாக/உட்கூறாக அமை அல்லது இரு; உட்கூறாகு *Women comprise 62% of the staff.*

compromise[1] /ˈkɒmprəmaɪz/ *noun* [C, U] **a compromise (on sth)** an agreement that is reached when each person gets part, but not all, of what he/she wanted ஒவ்வொருவரும் தாம் விரும்பிய அனைத்தையும் அல்லாமல் ஒரு பகுதியைப் பெறும் முறையிலான ஒப்பந்தம்; இருபுற விட்டுக்கொடுப்புடன் ஏற்படும் உடன்பாடு; சமரச இணக்கம் *to **reach a compromise*** • *Both sides will have to be prepared to **make compromises**.*

compromise[2] /ˈkɒmprəmaɪz/ *verb* **1** [I] **compromise (with sb) (on sth)** to accept less than you want or are aiming for, especially in order to reach an agreement குறிப்பாக ஓர் உடன்பாட்டை எட்ட வேண்டி, தான் விரும்புவதை விட அல்லது தான் இலக்காகக் கொண்டுள்ளதை விடக் குறைவானதை ஏற்றுக்கொள்; விட்டுக்கொடு *Unless both sides are prepared to compromise, there will be no peace agreement.* • *The company never compromises on the quality of its products.* **2** [T] **compromise sb/sth/yourself** to put sb/sth/yourself in a bad or dangerous position, especially by doing sth that is not very sensible குறிப்பாக அறிவுக்கு உகந்ததல்லாத/நியாயமற்ற ஒன்றைச் செய்வதன் மூலம், ஒருவரை/ஒன்றை/தன்னை மோசமான அல்லது ஆபத்தான ஒரு நிலைக்குத் தள்ளு; (நன்னிலை, நேர்மை முதலியவற்றை) சமரசம் செய்துகொள் *He compromised himself by accepting money from them.*

compulsion /kəmˈpʌlʃn/ *noun* **1** [U] the act of forcing sb to do sth or being forced to do sth ஒன்றைச் செய்யுமாறு ஒருவரைக் கட்டாயப்படுத்துதல்; நிர்ப்பந்தித்தல்; ஒன்றைச் செய்யுமாறு ஒருவர் கட்டாயப்படுத்தப்படுதல்; வலுக்கட்டாயம்; நிர்ப்பந்தம் *There is no compulsion to take part. You can decide yourself.* ➪ **compel** verb பார்க்க. **2** [C] a strong desire that you cannot control, often to do sth that you should not do பெரும்பாலும் தான் செய்யக்கூடாத ஒன்றைச் செய்யவேண்டுமென்ற, கட்டுப்படுத்த முடியாத தீவிரமான விருப்பம்; நிர்ப்பந்தம்; உந்தவா ✪ SYN **urge**

compulsive /kəmˈpʌlsɪv/ *adj.* **1** (used about a bad or harmful habit) caused by a strong desire that you cannot control (மோசமான அல்லது துன்பம் விளைவிக்கிற ஒரு பழக்கத்தைப் பற்றிக் குறிப்பிடுகையில்) கட்டுப்படுத்த முடியாத ஒரு தீவிரமான விருப்பத்தால் உண்டாகிற; உள்ளார்ந்த நிர்ப்பந்தம் காரணமான; ஓர் உந்தவாவின் விளைவான *compulsive eating* **2** (used about a person) having a bad habit that he/she cannot control (ஒருவரைப் பற்றிக் குறிப்பிடும்போது) கட்டுப்படுத்த முடியாத ஒரு கெட்ட பழக்கத்தைக் கைக்கொண்ட; கெட்ட பழக்கத்திற்கு அடிமையான *a compulsive gambler/shoplifter* **3** so interesting or exciting that you cannot take your attention away from it அதிலிருந்து தன் கவனத்தை விலக்கிக்கொள்ள முடியாத அளவுக்குக் கருத்தை ஈர்க்கிற அல்லது ஆர்வக் கிளர்ச்சியை உண்டுபண்ணுகிற; ஒருவர் கருத்தைத் தன்பால் ஈர்க்கும் ஆற்றலுடைய *This book makes compulsive reading.* ▶ **compulsively** *adv.*

compulsory /kəmˈpʌlsəri/ *adj.* that must be done, by law, rules, etc. சட்டம், விதிமுறைகள் முதலியவற்றின்படி செய்தாக வேண்டிய; கட்டாயமான; விலக்க முடியாத; வல்லந்தமான *Maths and English are compulsory subjects on this course.* • *It is compulsory to wear a hard hat on the building site.* ✪ SYN **obligatory**

compute /kəmˈpjuːt/ *verb* [T] (*formal*) to calculate sth கணக்கிடு; எண்ணி அளவிடு; கணி

computer /kəmˈpjuːtə(r)/ *noun* [C] an electronic machine that can store, find and arrange information, calculate amounts and control other machines தகவலைத் தேக்கிவைத்தல், கண்டறிதல் மற்றும் ஒழுங்கமைவு செய்தல், தொகைகளைக் கணக்கிடுதல், மற்ற இயந்திரங்களைக் கட்டுப்படுத்துதல் ஆகியவற்றுக்கான ஒரு மின்னணுவியக்க இயந்திரம்; கணிப்பொறி; கணினி *The bills are all done **by computer**.* • *a computer program* • *a home/personal computer* • *computer software/games*

computerize (*also* **-ise**) /kəmˈpjuːtəraɪz/ *verb* [T] to use computers to do a job or to store information ஒரு பணியைச் செய்ய அல்லது தகவலைத் தேக்கிவைக்கக் கணிப்பொறிகளைப் பயன்படுத்து; கணினி மயமாக்கு *The whole factory has been computerized.* • *We have now computerized the library catalogue.* ▶ **computerization** (*also* **-isation**) /kəmˌpjuːtəraɪˈzeɪʃn/ *noun* [U]

computer-literate *adj.* able to use a computer கணிப்பொறியைப் பயன்படுத்தும் திறனுடைய; கணிப்பொறியைப் பயன்படுத்துவதற்கான பயிற்சித் திறன் பெற்றுள்ள

computing /kəmˈpjuːtɪŋ/ *noun* [U] the use of computers கணிப்பொறியைப் பயன்படுத்துதல் அல்லது கையாளுதல்; கணினிப் பயன்பாடு *She did a course in computing.*

comrade /ˈkɒmreɪd/ *noun* [C] **1** (*formal*) a person who fights on the same side as you in a war ஒரு போரில் தான் உள்ள பக்கத்தில் நின்று சண்டையிடுபவர்; உடன்பொரு வீரர் *He saw many of his comrades die in battle.* **2** (*old-fashioned*) a person who is a member of the same socialist political party or group as the speaker தான் இருக்கிற அதே சமதர்ம அரசியல் கட்சியின் அல்லது குழுவின் உறுப்பினர்; சமதர்ம அரசியல் கட்சித் தோழர் *Comrades,* *we will fight against injustice!* ▶ **comradeship** /ˈkɒmreɪdʃɪp/ *noun* [U] *He enjoys the comradeship of the army.*

con¹ /kɒn/ *verb* [T] (**conning; conned**) (*informal*) **con sb (into doing sth/out of sth)** to cheat sb, especially in order to get money குறிப்பாகப் பண ஆதாய நோக்கத்துடன், ஒருவரை ஏமாற்று; நம்பிக்கை மோசம் செய்; வஞ்சி *He conned her into investing in a company that didn't really exist.* • *The old lady was conned out of her life savings.*

con² /kɒn/ *noun* [C] (*informal*) a trick, especially in order to cheat sb out of some money குறிப்பாக ஒருவரை ஏமாற்றிப் பணம் சம்பாதிக்கும் நோக்கத்துடன் செய்யப்படும் சூழ்ச்சி, வஞ்சகச் செயல்; மோசடி ஏற்பாடு **IDM the pros and cons** ➪ **pro** பார்க்க.

con- /kɒn/ *prefix* (*used in adjectives, adverbs, nouns and verbs*) with; together உடன்; உடனாக; கூட; உடன்கூட்டாக; உடன்-கொண்டு; ஒருங்கே; ஒருசேர; கூடி *concurrent* • *concentric*

concave /kɒnˈkeɪv/ *adj.* having a surface that curves towards the inside of sth, like the inside of a bowl ஒரு கிண்ணத்தின் உட்பகுதியைப் போன்று, ஒன்றன் உட்புறமாக வளைந்த பரப்பை உடைய; உட்குழிவான ➪ **convex** பார்க்க; மற்றும் **lens** பதிவில் படம் பார்க்க.

conceal /kənˈsiːl/ *verb* [T] (*formal*) **conceal sth/sb (from sb/sth)** to hide sth/sb; to prevent sth/sb from being seen or discovered ஒன்றை/ஒருவரை ஒளித்துவை; ஒன்று/ஒருவர் காணப்படாதவாறு அல்லது கண்டுபிடிக்கப்படாதவாறு செய் *She tried to conceal her anger from her friend.* ▶ **concealment** *noun* [U] *the concealment of the facts of the case*

concede /kənˈsiːd/ *verb* [T] (*formal*) **1** to admit that sth is true although you do not want to ஒன்றைத் தான் விரும்பாதபோதிலும்/ ஒன்று தனக்கு ஏற்புடையதாக இல்லாத நிலையிலும் அது உண்மையானது/மெய்யானது என ஒத்துக்கொள் *When it was clear that he would lose the election, he conceded defeat.* **2 concede sth (to sb)** to allow sb to take sth although you do not want to தனக்கு விருப்பமில்லாதபோதும் ஒருவர் ஒன்றைக் கைக்கொள்ள இசைவளி; எதிர்ப்பின்றி ஒருவருக்கு ஒன்றை விட்டுக்கொடு *They lost the war and had to concede territory to their enemy.* ➪ **concession** noun பார்க்க.

conceit /kənˈsiːt/ *noun* [U] too much pride in yourself and your abilities and importance தன் மீதும், தனது திறமை மீதும், தனது முக்கியத்துவத்தின் மீதும் கொள்ளும் மிகையான பெருமை உணர்ச்சி; மட்டுமீறிய தற்பெருமை; இறுமாப்பு ▶ **conceited** *adj. He's so conceited—he thinks he's the best at everything!*

conceivable /kənˈsiːvəbl/ *adj.* possible to imagine or believe மனத்தால் பாவிக்கவல்ல அல்லது நம்புதற்குரிய; எண்ணிப்பார்க்கத்தக்க; மன அளவில் இயன்ற *I made every conceivable effort to succeed.* ✪ OPP **inconceivable** ▶ **conceivably** /-əbli/ *adv. She might just conceivably be telling the truth.*

conceive /kənˈsiːv/ *verb* **1** [T] (*formal*) to think of a new idea or plan ஒரு புதிய கருத்தை அல்லது திட்டத்தை மனத்தில் உருவாக்கு; ஓர் எண்ணம் மனத்தில் கருக்கொள்ளச் செய் *He conceived the idea for the novel during his journey through India.* **2** [I, T] (*formal*) **conceive (of) sb/sth (as sth)** to think about sb/sth in a particular way; to imagine ஒருவரை/ ஒன்றைப் பற்றி ஒரு குறிப்பிட்ட முறையில் எண்ணு; தனிக் கருத்துக் கொள் *He started to conceive of the world as a dangerous place.* **3** [I, T] to become pregnant கருப்பமடை; கருக்கொள் ➪ **conception** noun பார்க்க.

concentrate /ˈkɒnsntreɪt/ *verb* [I, T] **1 concentrate (sth) (on sth/doing sth)** to give all your attention or effort to sth ஒன்றில் முழு கவனத்தையும் செலுத்து அல்லது முழு முயற்சியுடன் ஈடுபடு; ஒன்றற்கான கவனத்தை அல்லது முயற்சியை ஒருமுகப்படுத்து; கருத்தூன்று *I need to concentrate on passing this exam.* • *I tried to concentrate my thoughts on the problem.* **2** to come together or to bring people or things together in one place ஓரிடத்தில் ஒருசேர அமைவுறு; ஆட்களை அல்லது பொருள்களை ஓரிடத்தில் திரட்டு; குவியச்செய் *Most factories are concentrated in one small area of the town.*

concentrated /ˈkɒnsntreɪtɪd/ *adj.* **1** showing determination மன உறுதியை வெளிப்படுத்துகிற; தீர்மானமான; கருத்து முனைப்புடைய *With one concentrated effort we can finish the work by tonight.* **2** made stronger by the removal of some liquid சிறிது திரவத்தை அகற்றிக் கெட்டியாக்கப்பட்ட; செறிவூட்டப்பட்ட *This is concentrated orange juice. You have to add water before you drink it.* ✪ OPP **dilute**

concentration /ˌkɒnsnˈtreɪʃn/ *noun* **1** [U] **concentration (on sth)** the ability to give all your attention or effort to sth ஒன்றின் முழு கவனத்தையும் செலுத்தும் அல்லது முழு முயற்சியுடன் ஈடுபடும் திறன்; கருத்தூன்றல்; ஒருமித்த கவனம் *This type of work requires total concentration.* • *Don't **lose your concentration** or you might make a mistake.* **2** [C] **concentration (of sth)** a large amount of people or things in one place ஓரிடத்தில் ஒருசேரக் காணப்படும் மிகப்பலர் அல்லது பேரளவிலான பொருள்கள்; திரட்சி; அடர்த்தி *There is a high concentration of chemicals in the drinking water here.*

concentration camp *noun* [C] a prison (usually a number of buildings inside a high fence) where civilians, political prisoners and sometimes prisoners of war are kept, usually under very bad conditions மிக மோசமான, கடுமையான சூழ்நிலையில் அரசியல் கைதிகள், இராணுவத்தைச் சேராத ஆட்கள், மற்றும் சில சமயங்களில் போர்க்கைதிகள் வைக்கப்பட்டுள்ள சிறை வளாகம்; கைதிகளுக்கான வன்சிறைக் காப்பிடம்

concentric /kənˈsentrɪk/ *adj.* (used about circles of different sizes) having the same centre point (வெவ்வேறு அளவுகளையுடைய வட்டங்கள் வகையில்) ஒரே மையப் புள்ளியைக் கொண்டுள்ள; பொது மையத்தை உடைய

concept /ˈkɒnsept/ *noun* [C] **the concept (of sth/that)** an idea; a basic principle கருத்து; கருத்துரு; அடிப்படைக் கோட்பாடு; மையக் கருத்து *It is difficult to* ***grasp the concept*** *of eternity.* ▶ **conceptual** /kənˈseptʃuəl/ *adj.*

conception /kənˈsepʃn/ *noun* **1** [C, U] **(a) conception (of sth)** an understanding of how or what sth is ஒன்றன் தன்மை/இயல்நிலை அல்லது செய்முறை பற்றிய அறிவு; எண்ணப் பதிவு; கருத்துரு *We have no real conception of what people suffered during the war.* **2** [U] the process of forming an idea or a plan கருத்துருவாக்கம்; திட்டப் புனைவு **3** [U, C] the moment when a woman or female animal becomes pregnant ஒரு பெண் அல்லது பெண் விலங்கு கருப்பம் தரிக்கும் வேளை; கருவுறுதல் ➪ **conceive** verb பார்க்க.

concern¹ /kənˈsɜːn/ *verb* [T] **1** to affect or involve sb/sth ஒருவர்/ஒன்றன் மீது ஒரு விளைவை ஏற்படுத்து; ஒருவரை/ஒன்றைப் பாதி; ஒருவரை/ஒன்றை உட்படுத்தியதாக/சார்ந்ததாக அல்லது அவருக்கு/அதற்குத் தொடர்புடையதாக இரு *This does not concern you. Please go away.* • *It is important that no risks are taken* ***where*** *safety* ***is concerned.*** **2** to be about sth ஒன்றைப் பற்றியதாக இரு *The main problem concerns the huge cost of the project.* **3** to worry sb ஒருவருக்குக் கவலையூட்டு; தொல்லை கொடு; சஞ்சலப்படுத்து *What concerns me is that we have no long-term plan.* **4 concern yourself with sth** to give your attention to sth ஒன்றில் கவனம் செலுத்து; கருத்து அல்லது ஈடுபாடு கொள் *You needn't concern yourself with the hotel booking. The travel agent will take care of it.*

IDM **be concerned in sth** to have a connection with or be involved in sth ஒன்றுடன் தொடர்பு கொண்டிரு; ஒன்றில் ஈடுபட்டிரு அல்லது சிக்கியிரு *He was concerned in a drugs case some years ago.*

be concerned with sth to be about sth ஒன்றைப் பற்றியதாக அல்லது ஒரு பொருள் குறித்ததாக இரு *Tonight's programme is concerned with the effects of the law on ordinary people.*

concern² /kənˈsɜːn/ *noun* **1** [C, U] **concern (for/about/over sb/sth); concern (that)** a feeling of worry; sth that causes worry கவலை; சஞ்சலம்; மனக்கலக்கம்; கவலை உண்டுபண்ணுவது; அலைக்கழிப்பது *The safety officer assured us that there was no* ***cause for concern.*** • *My main concern is that we'll run out of money.* **2** [C] something that is important to you or that involves you தனக்கு முக்கியமான அல்லது தொடர்புடைய அல்லது தான் ஈடுபாடு கொண்டுள்ள ஒன்று; தனது கவனத்திற்கு அல்லது கருதுதலுக்கு உரியது *Financial matters are not my concern.* **3** [C] a company or business தொழில் நிறுவனம்; வணிக அமைப்பு *a large industrial concern*

IDM **a going concern** ➪ **going²** பார்க்க.

concerned /kənˈsɜːnd/ *adj.* **concerned (about/for sth); concerned (that)** worried and feeling concern about sth ஒன்றைப் பற்றிய அக்கறையும் கவலையும் கொண்டுள்ள; ஒன்றிற்காக உள்ளார்ந்து வருந்துகிற *If you are concerned about your baby's health you should consult a doctor immediately.* ✪ OPP **unconcerned**

concerning /kənˈsɜːnɪŋ/ *prep.* about; on the subject of ஒன்றைப் பற்றி; ஒரு பொருள் குறித்து; ஒன்று தொடர்பாக *She refused to answer questions concerning her private life.*

concert /ˈkɒnsət/ *noun* [C] a performance of music இசை நிகழ்ச்சி; பாட்டுக் கச்சேரி *The band is on tour doing concerts all over the country.* ➪ **recital** பார்க்க.

IDM **in concert (with sb/sth)** (*formal*) working together with sb/sth ஒருவருடன்/ஒன்றுடன் செயல் ஒற்றுமையுடன்; ஒத்திசைந்து; ஒன்று சேர்ந்து

concerted /kənˈsɜːtɪd/ *adj.* done by a group of people working together ஒருங்கிணைந்த/ஒத்திசைவான ஒரு குழுவினரால் செய்யப்படுகிற; பலர் ஒன்றுபட்டு வினையாற்றுகிற *We must all* ***make a concerted effort*** *to finish the work on time.*

concertina /ˌkɒnsəˈtiːnə/ *noun* [C] a musical instrument that you hold in your hands and play by pressing the ends together and pulling them apart கைகளில் பிடித்துக்கொண்டு விளிம்புகளை ஒருசேர அமுக்கியும் வெளிப்புறமாக இழுத்தும் வாசிக்கும் (துருத்தி போன்ற) இசைக்கருவி வகை ➪ **piano** பதிவிலுள்ள குறிப்பைப் பார்க்க.

concerto /kənˈtʃɜːtəʊ/ *noun* [C] (*pl.* **concertos**) a piece of music for an orchestra with one instrument playing an important part (**solo**) குழு இசை நிகழ்ச்சி ஒன்றில் (பல்லியம்), ஒரு தனி இசைக்கருவி சிறப்பாக ஒலிக்கும் இசை; குழு இசை நிகழ்ச்சி ஒன்றில் தனி இசைக்கருவி வழி பண்ணமைக்கப்பட்ட பாடல்

concession /kənˈseʃn/ *noun* **1** [C, U] **(a) concession (to sb/sth)** something that you agree to do in order to end an argument ஒரு வாதத்தை முடிவுக்குக் கொண்டுவர அல்லது ஒரு பிணக்கைத் தீர்க்கும் பொருட்டு, செய்வதாக ஒப்புக்கொள்ளப்படும் ஒன்று; விட்டுக்கொடுப்பு; சலுகை *Employers have been forced to* ***make concessions*** *to the union.* ➪ **concede** verb பார்க்க. **2** [C] a lower price for certain groups of people குறிப்பிட்ட சில பிரிவினருக்கு வழங்கப்படும் விலைகுறைப்பு, மலிவுக் கட்டணம் அல்லது சலுகை விலை *Concessions are available for students.*

concessionary /kənˈseʃənəri/ *adj.* having a lower price for certain groups of people குறிப்பிட்ட சில பிரிவினருக்கு மலிவு விலையாக உள்ள; விலை குறைவுடைய; சலுகைக் கட்டணமான *a concessionary fare*

conch /kɒntʃ/ *noun* [C] the shell of a sea creature, that is also known as a conch. In India certain kinds of conches are played by blowing into them on **auspicious** occasions like marriage ஒரு வகை கடல்வாழ் உயிரினத்தின் கனமான திருகுசுருள் வடிவ ஓடு; சங்கு; இந்தியாவில் திருமணம் போன்ற மங்களச் சடங்குகளில் சிலவகைச் சங்குகளை ஊதி நாதம் எழுப்புகிறார்கள்.

conciliate /kənˌsɪlieɪt/ *verb* [I, T] to try to make a group of people less angry, especially in order to end a dispute குறிப்பாக ஒரு வாதத்தை முடிவுக்குக் கொண்டுவருவதற்காக அல்லது பிணக்கைத் தீர்ப்பதற்காக, ஒரு குழுவினரின் சினம் தணிவிக்க முயல்; இணக்கப்படுத்து

conciliation /kənˌsɪliˈeɪʃn/ *noun* [U] the process of ending an argument or a disagreement ஒரு வாதத்தை அல்லது பிணக்கை முடிவுக்குக் கொண்டுவருதல்/தீர்த்தல்; சமரசம் *All attempts at conciliation have failed and civil war seems inevitable.*

conciliatory /kənˈsɪliətəri/ *adj.* that tries to end an argument or a disagreement ஒரு வாதத்தை அல்லது பிணக்கை முடிவுக்குக் கொண்டுவர முயல்கிற; சமரச முயற்சியாக அமைகிற *a conciliatory speech/gesture*

concise /kənˈsaɪs/ *adj.* giving a lot of information in a few words; brief மிகுதியான தகவலைக் குறைந்த சொற்களில் தருகிற; சுருக்கமான; பொழிப்பான *He gave a clear and concise summary of what had happened.* ▶ **concisely** *adv.* ▶ **conciseness** *noun* [U]

conclude /kənˈkluːd/ *verb* **1** [T] **conclude sth from sth** to form an opinion as the result of thought or study சிந்தித்து அல்லது ஆராய்ந்து ஒரு கருத்தை எட்டு; ஒரு முடிவுக்கு வா; ஒன்றைத் தீர்மானி *From the man's strange behaviour I concluded that he was drunk.* **2** [I, T] (*formal*) to end or to bring sth to an end முடிவடை; ஒன்றை முடிவுக்குக் கொண்டுவா; முடிந்திடச் செய் *The Prince concluded his tour with a visit to a charity concert.* **3** [T] **conclude sth (with sb)** to formally arrange or agree to sth பணிமுறையான ஒன்றை ஏற்பாடு செய்; ஒருங்கமை; முறைப்படி ஒப்புதல் அளி அல்லது உடன்படு *conclude a business deal/treaty*

conclusion /kənˈkluːʒn/ *noun* **1** [C] **the conclusion (that)** an opinion that you reach after thinking about sth carefully ஒன்றைப் பற்றிக் கவனமாகச் சிந்தித்து எட்டப்பட்ட கருத்து; முடிவு; தீர்மானம் *After trying to phone Bhim for days, I* ***came to the conclusion*** *that he was on holiday.* • *Have you* ***reached*** *any* ***conclusions*** *from your studies?* **2** [C, *usually sing.*] (*formal*) an end to sth ஒன்றன் இறுதி நிலை; முடிவு; கடைசி *Let us hope the peace talks* ***reach a*** *successful* ***conclusion****.* **3** [U] an act of arranging or agreeing to sth formally ஒன்றைப் பணிமுறைப்படி ஏற்பாடு செய்தல்; செயல் முற்றுவித்தல்; ஒப்புதல் அளித்தல்; முறையார்ந்த உடன்பாட்டை எட்டுதல் *The summit ended with the conclusion of an arms-reduction treaty.*

IDM **a foregone conclusion** ➪ **foregone** பார்க்க.

in conclusion finally; lastly இறுதியாக; கடைசியாக; முடிவாக

jump to conclusions ➪ **jump**[1] பார்க்க.

conclusive /kənˈkluːsɪv/ *adj.* that shows sth is definitely true or real ஒன்று உறுதியாக உண்மையானது அல்லது மெய்யானது எனக் காட்டுகிற; அறுதியான *The blood tests gave conclusive proof of the disease.* ✪ OPP **inconclusive** ▶ **conclusively** *adv.*

concoct /kənˈkɒkt/ *verb* [T] **1** to make sth unusual by mixing different things together வேறுவேறான பொருள்களை ஒன்றுசேர்த்துக் கலந்து வழக்கத்திற்கு மாறான தனித்தன்மை உடைய ஒன்றை உருவாக்கு **2** to make up or invent sth (an excuse, a story, etc.) (தவற்றுக்கான விளக்கம், புனைகதை போன்ற) ஒன்றைக் கற்பனையாகக் கூறு; இட்டுக்கட்டு; கற்பித்துக் கூறு ▶ **concoction** /kən'kɒkʃn/ *noun* [C]

concord /'kɒŋkɔːd/ *noun* [U] **1 concord (with sth)** (*formal*) peace and agreement அமைதியும் ஒத்திசைவும்; சமாதானமும் இணக்கமும் *The two countries now live in concord.* ✪ SYN **harmony 2** (*grammar*) **concord (with sth)** (used about words in a phrase) the fact of having to have a particular form according to other words in the phrase (ஒரு தொடரிலுள்ள சொற்கள் வகையில்) தொடரிலுள்ள மற்ற சொற்களோடு பொருந்தி அமையுமாறு குறிப்பிட்ட ஓர் இலக்கண வடிவைக் கொண்டிருக்கவேண்டிய இயன்மை நிலை; இலக்கண ஒத்திசைவு, பொருத்தம் அல்லது இயைபு

concordance /kən'kɔːdəns/ *noun* **1** [C] a list in A to Z order of the words used in a book, etc. showing where and how often they are used நூல், முதலியவற்றில் சொற்கள் பயின்று வரும் இடங்களையும் முறையையும் காட்டக்கூடிய விதத்தில் தொகுக்கப்பட்ட அச்சொற்களின் அகர வரிசைப் பட்டியல்; சொற்பயில்வடங்கல் **2** [C] a list produced by a computer that shows all the examples of an individual word in a book, etc. நூல், முதலியவற்றில் ஒரு தனிச்சொல் பயின்று வரும் அனைத்து இடங்களையும் காட்டக்கூடியதாகக் கணிப்பொறியால் உருவாக்கப்பட்ட பட்டியல்; கணினிவழி நூல் சொல்லடைவு **3** [U] (*technical*) the state of being similar to or agreeing with sth ஒன்றோடு ஒத்து, பொருந்தி அல்லது இயைந்து அமைந்திருக்கும் நிலை; ஒத்திசைவு *There is reasonable concordance between the results.*

concourse /'kɒŋkɔːs/ *noun* [C] a large hall or space inside a building such as a station or an airport தொடர்வண்டி நிலையம், விமான நிலையம் போன்ற, ஒரு கட்டடத்தின் உட்பகுதியிலுள்ள பரந்தகன்ற இடவெளி; பொது உட்கூடம்

concrete[1] /'kɒŋkriːt/ *adj.* real or definite; not only existing in the imagination உளதாயிருக்கிற; மெய்யான; புலன்களால் அறியக்கூடிய; கற்பனையல்லாத; தெளிவான *Can you give me a concrete example of what you mean?* ✪ OPP **abstract** ▶ **concretely** *adv.*

concrete[2] /'kɒŋkriːt/ *noun* [U] a hard substance made from cement mixed with sand, water, small stones (**gravel**), etc., that is used in building மணல், நீர், சரளைக் கற்கள் முதலியவற்றுடன் சிமிண்டு கலந்து தயாரிக்கப்படுவதும், கட்டட வேலையில் பயன்படுத்தப்படுவதுமான ஒரு கெட்டியான பொருள்; திண்காரை *a modern office building of glass and concrete • a concrete floor/bridge*

concrete[3] /'kɒŋkriːt/ *verb* [T] **concrete sth (over)** to cover sth with concrete திண்காரை பரப்பி ஒன்றை மூடு; திண்காரையை ஒன்றன் மேலிட்டுப் பரப்பு

concrete mixer = **cement mixer**

concur /kən'kɜː(r)/ *verb* [I] (**concurring; concurred**) (*formal*) to agree ஒத்துப்போ; உடன்படு

concurrence /kən'kʌrəns/ *noun* (*formal*) **1** [U] [*sing.*] agreement ஒத்திசைவு; உடன்பாடு; சம்மதம் *The doctor must seek the concurrence of a relative before carrying out the procedure.* **2** [*sing.*] an example of two or more things happening at the same time இரண்டு அல்லது இரண்டுக்கு மேற்பட்டவை ஒரே சமயத்தில் நிகழுதற்கான ஓர் எடுத்துக்காட்டு; உடனிகழ்ச்சி *an unfortunate concurrence of events*

concurrent /kən'kʌrənt/ *adj.* existing or happening at the same time as sth else ஒரே காலத்தில்/சமயத்தில் உளதாயிருக்கிற அல்லது நிகழ்கிற; உடன் இருக்கிற; உடன் நிகழ்கிற; உடன் இயங்குகிற ▶ **concurrently** *adv. The semi-finals are played concurrently, so it is impossible to watch both.*

concuss /kən'kʌs/ *verb* [T] (*usually passive*) to injure sb's brain by hitting his/her head ஒருவர் தலையில் அடித்து அவரது மூளையைக் காயப்படுத்து *I was slightly concussed when I fell off my bicycle.* ▶ **concussion** /kən'kʌʃn/ *noun* [U] *He was rushed to hospital, but only suffered mild concussion.*

condemn /kən'dem/ *verb* [T] **1 condemn sb/sth (for/as sth)** to say strongly that you think sb/sth is very bad or wrong ஒருவர்/ஒன்று மிகவும் மோசமானவர்/மோசமானது அல்லது முறைகேடானவர்/முறைகேடானது எனத் தான் கருதுவதாகக் கடுமையாகக் கூறு; வன்மையாகக் கண்டி *A government spokesman condemned the bombing as a cowardly act of terrorism.* **2 condemn sb (to sth/to do sth)** to say what sb's punishment will be; to sentence sb ஒருவருக்குரிய தண்டனையைத் தெரிவி; குற்றத் தீர்ப்பளி *The murderer was condemned to death. • (figurative) Their poor education condemns them to a series of low-paid jobs.* **3 condemn sth (as sth)** to say officially that sth is not safe enough to use ஒன்று பயன்பாட்டுக்கு ஏற்ற முறையில் பத்திரமானதல்ல எனப் பணிமுறை சார்ந்து/அதிகாரபூர்வமாகக் கூறு *The building was condemned as unsafe and was demolished.*

condemnation /ˌkɒndem'neɪʃn/ *noun* [C, U] the act of condemning sth; a statement that condemns ஒரு தவற்றுக்கு அல்லது தீமைக்கு

எதிராகக் கடுஞ்சொல் கூறல்; வன்மையான கண்டனம்; கண்டன அறிவிப்பு *The bombing brought condemnation from all around the world.*

condensation /ˌkɒndenˈseɪʃn/ *noun* [U] **1** small drops of liquid that are formed when warm air touches a cold surface வெம்மையான காற்று ஒரு குளிர்ந்த பரப்பின்மீது படும்போது உண்டாகும் சிறு திரவத் திவலைகள் **2** the process of a gas changing to a liquid ஆவி நீர்மப்பொருளாக மாறும் நிகழ்முறை

condense /kənˈdens/ *verb* **1** [I, T] to change or make sth change from gas to liquid ஆவியை திரவப்பொருளாக மாற்று; ஒரு பொருளை வாயு நிலையிலிருந்து திரவ நிலைக்கு மாறச் செய் *Steam condenses into water when it touches a cold surface.* ➪ **evaporate** பார்க்க. **2** [T] to make a liquid thicker by removing some of its water content ஒரு திரவத்தினுள் இருக்கும் நீரில் சிறிதளவை நீக்கி அதைக் கெட்டியாக்கு **3** [T] **condense sth (into sth)** to make smaller or shorter so that it fills less space குறைவான இடத்தில் அடங்கும் முறையில் ஒரு பொருளை மேலும் சிறிதாக்கு; பொருள் அளவைச் சுருக்கு; குறுக்கு *We'll have to condense these three chapters into one.*

condenser /kənˈdensə(r)/ *noun* [C] **1** a piece of equipment that cools gas in order to turn it into liquid ஆவியை/வாயுப்பொருளைத் திரவமாக மாற்றும் பொருட்டு அதனைக் குளிரவைக்கும் சாதனம் ➪ **generator** பதிவில் படம் பார்க்க. **2** a device that stores electricity, especially in a car engine குறிப்பாகச் சீருந்து இயந்திரத்தில், மின் ஆற்றலைச் செறித்தடக்கிவைக்கும் கருவி; மின் செறிவள அமைப்பு

condescend /ˌkɒndɪˈsend/ *verb* [I] **1 condescend (to sb)** to behave towards sb in a way that shows that you think you are better or more important than him/her; to patronize sb ஒருவரைவிட உயர்ந்தவர் அல்லது முக்கியமானவர் எனத் தன்னைப்பற்றித் தான் எண்ணுவதைக் காட்டும் முறையில் அவரிடம் நடந்துகொள்; ஒருவரிடம் பெருமித உணர்வுடனும் ஆதரவுப் பாவனையுடனும் நடந்துகொள் **2 condescend (to do sth)** to do sth that you believe is below your level of importance தன்னுடைய தகுதிக்குத் தாழ்ந்ததாகத் தான் நம்பும் ஒன்றைச் செய்; தன் நிலையிலிருந்து இறங்கிவந்து ஒன்றைச் செய் *Madhu only condescends to speak to me when she wants me to do something for her.* ▶ **condescending** *adj. a condescending smile* ▶ **condescension** /ˌkɒndɪˈsenʃn/ *noun* [U]

condiment /ˈkɒndɪmənt/ *noun* [C, *usually pl.*] **1** (*BrE*) a substance such as salt or pepper that is used to give flavour to food உணவுக்கு நறுஞ்சுவை ஊட்டப் பயன்படுத்தப்படும் உப்பு, மிளகு போன்ற ஒரு பொருள்; சுவையூட்டி **2** a sauce, etc. that is used to give flavour to food, or that is eaten with food உணவுக்குச் சுவையூட்டப் பயன்படுத்தப்படும் அல்லது உணவுடன் சேர்த்து உட்கொள்ளப்படும் கூட்டுச்சாறு/ஆணம், முதலியன

condition¹ /kənˈdɪʃn/ *noun* **1** [U] [*sing.*] the state that sb/sth is in ஒருவர்/ஒன்று இருக்கும் நிலை *to be in poor/good/excellent condition* • *He looks really ill. He is certainly not in a condition to drive home.* **2** [C] something that must happen so that sth else can happen or be possible வேறொன்று நிகழ்வதற்கு ஏதுவாக நிகழ வேண்டிய ஒன்று; ஒரு செயல் நிகழ்வுக்கு இன்றியமையாத முன்னிகழ்ச்சி அல்லது முன்வரையறைக் கூறு; கட்டுப்பாட்டு விதி; முன்னீடு; நிபந்தனை *He said I could borrow his bike* **on one condition***—that I didn't let anyone else ride it.* **3 conditions** [*pl.*] the situation or surroundings in which people live, work or do things மனிதர்கள் வாழ்கிற, பணியாற்றுகிற அல்லது செயல்புரிகிற சூழ்நிலை; வாழ்க்கை அல்லது பணிச் சூழல்; சுற்றுச்சார்பு நிலை *The prisoners were kept* ***in*** *terrible* ***conditions.*** • *poor living/housing/working conditions* **4** [C] a medical problem that you have for a long time நெடுங்காலமாக ஒருவருக்குள்ள உடல்நலக் கோளாறு; நாட்பட்ட உடல்நலச் சிக்கல் *to have a heart/lung condition*

IDM **on condition (that...)** only if குறிப்பிட்ட நிபந்தனையின் பேரில்; ...என்ற நிலையில் மட்டுமே; ...என நிகழ்ந்தால் அன்றி *I agreed to help on condition that I got half the profit.*

on no condition (*formal*) not for any reason எந்தக் காரணத்திற்காகவும்/எந்தக் காரணத்தை முன்னிட்டும் ...கூடாது *On no condition must the press find out about this.*

out of condition not physically fit உடல் நலத் தகுதியின்றி; சரியான உடல்நலம் இல்லாமல்

condition² /kənˈdɪʃn/ *verb* [T] to affect or control the way that sb/sth behaves ஒருவர்/ஒன்று நடந்துகொள்ளும் முறையில் பாதிப்பு ஏற்படுத்து அல்லது நடந்துகொள்ளும் முறையைக் கட்டுப்படுத்து/நெறிப்படுத்து *Boys are conditioned to feel that they are stronger than girls.*

conditional /kənˈdɪʃənl/ *adj.* **1 conditional (on/upon sth)** that only happens if sth else is done or happens first வேறொன்று முன்னதாகச் செய்யப்பட்டால் அல்லது நிகழ்ந்தால் மட்டுமே நிகழ்கிற; முன்னீட்டை/முன் நிகழ்ச்சியைச் சார்ந்து அமைகிற; பின்விளைவான; குறிப்பிட்ட நிபந்தனை சார்ந்த *My university place is conditional on my getting good marks in the exams.* ✪ OPP **unconditional** **2** (*grammar*) describing a situation that must exist before sth else can happen. A conditional sentence often contains the word 'if' வேறொன்று நிகழ்வதற்கு முன்னர் அமைய வேண்டிய நிலையைக் குறிப்பிடுகிற; சார்புநிலை அல்லது வரையறை வாசகமாக அமைகிற (சார்புநிலை வாசகம் பெரும்பாலும் if என்ற சொல்லைக் கொண்டிருக்கும்) *'If you don't study, you won't pass the exam' is a conditional sentence.*

NOTE Conditional (சார்பு நிலை) வாக்கியங்களைப் பற்றி மேலும் அறிய, அகராதியின் பிற்பகுதியில் உள்ள **Quick Grammar Reference** பகுதியைப் பார்க்க. ▶ **conditionally** /-ʃənəli/ *adv.*

conditioner /kənˈdɪʃənə(r)/ *noun* [C, U] a substance that keeps sth in a good condition ஒன்றை நல்ல நிலையில் வைத்திருக்கும் ஒரு பொருள்; நன்னிலைக் காப்புப் பொருள் *Do you use conditioner on your hair?*

condolence /kənˈdəʊləns/ *noun* [*pl.*] [U] an expression of how sorry you feel for sb whose relative or close friend has just died உறவினரை அல்லது நண்பரை அண்மையில் இழந்துவிட்ட ஒருவரிடம் வருத்தம் தெரிவிக்கும் அல்லது ஒத்துணர்வை வெளிப்படுத்தும் முறையிலான கூற்று; இரங்கல் *offer your condolences* • *a message of condolence*

condominium /ˌkɒndəˈmɪniəm/ (*informal* **condo** /ˈkɒndəʊ/) *noun* [C] (*AmE*) a flat or block of flats owned by the people who live in them குடியிருப்போருக்குச் சொந்தமான ஓர் அறைக்கட்டு அல்லது அறைக்கட்டுகளின் தொகுப்புக் கட்டடம்/குடியிருப்புத் தொகுதி

condone /kənˈdəʊn/ *verb* [T] to accept or agree with sth that most people think is wrong மிகப் பலர் தவறானதெனக் கருதும் ஒன்றைத் தனக்கு ஏற்புடையதாகக் கொள்; குற்றமாகக் கருதப்படும் ஒன்றைத் தனக்கு ஏற்புடையதாகக் கொள் *I can never condone violence—no matter what the circumstances are.*

conducive /kənˈdjuːsɪv/ *adj.* (*formal*) **conducive (to sth)** helping or making sth happen ஒரு நிகழ்வுக்குத் துணைசெய்கிற; ஒன்றை நிகழச் செய்கிற; செயல் துணையான; சாதகமான *This hot weather is not conducive to hard work.*

conduct[1] /kənˈdʌkt/ *verb* [T] **1** (*formal*) to organize and do sth, especially research ஒன்றை, குறிப்பாக ஓர் ஆய்வை, ஏற்பாடுசெய்து நடத்து; ஒழுங்கமைவு செய்து செயற்படுத்து; திட்ட ஆக்கம் செய்து நடைமுறைப்படுத்து *to conduct tests/a survey/an inquiry* **2** to stand in front of an orchestra and direct the musicians ஓர் இன்னிசைக் குழுவின் முன்னின்று இசைக் கலைஞர்களை நெறிப்படுத்து அல்லது இயக்கு **3** (*formal*) **conduct yourself well, badly, etc.** to behave in a particular way குறிப்பிட்ட முறையில் நடந்துகொள் **4** to allow heat or electricity to pass along or through sth வெப்பம் அல்லது மின்னாற்றலை ஒன்றன் ஊடாக அல்லது மூலமாகச் செல்லவிடு; ஊடு செலுத்து *Rubber does not conduct electricity.*

conduct[2] /ˈkɒndʌkt/ *noun* [U] **1** a person's behaviour ஒருவரின் நடத்தை, ஒழுகலாறு *His conduct has always been of the highest standard.* • *a code of conduct* (= a set of rules for behaviour) **2** (*formal*) **conduct of sth** the act of controlling or organizing sth ஒன்றை நெறிப்படுத்துதல்; திட்ட ஆக்கம் செய்தல்; இயக்குதல்; நடத்துதல் *She was criticized for her conduct of the bank's affairs.*

conduction /kənˈdʌkʃn/ *noun* [U] (*technical*) the process by which heat or electricity passes through a material வெப்பம் அல்லது மின்சாரம் ஒரு பொருளின் ஊடே செல்லுதல்; வெப்பக்கடத்தல்; மின்கடத்தல்

conductive /kənˈdʌktɪv/ *adj.* able to conduct electricity, heat, etc. மின்சாரம், வெப்பம் முதலியவற்றைக் கடத்தும் திறனுள்ள/கடத்தக்கூடிய ▶ **conductivity** /ˌkɒndʌkˈtɪvəti/ *noun* [U]

conductor /kənˈdʌktə(r)/ *noun* [C] **1** a person who stands in front of an orchestra and directs the musicians ஓர் இசைக்குழுவின் முன்னின்று இசைக்கலைஞர்களை நெறிப்படுத்துபவர்; இசைக்குழு இயக்குநர் **2** (*BrE*) a person whose job is to collect money from passengers on a bus or to check their tickets பேருந்தில் பயணிகளிடம் கட்டணம் வசூலிப்பவர் அல்லது பயணிகளின் பயணச்சீட்டுகளைச் சரிபார்ப்பவர்; நடத்துநர் **3** (*AmE*) = **guard**[1] **5** **4** a substance that allows heat or electricity to pass through or along it வெப்பத்தை அல்லது மின்சாரத்தைத் தன் வழியாகக் கடத்தவிடும் பொருள்; வெப்பக்கடத்தி; மின்கடத்தி ➪ **semiconductor** பார்க்க.

cone /kəʊn/ *noun* [C] **1** a shape or object that has a round base and a point at the top வட்ட வடிவ அடிப்பகுதியும் கூர்விளிம்பும் கொண்ட ஒரு வடிவம் அல்லது பொருள்; குவிகை வடிவு; கூம்பு; கூம்பு வடிவப் பொருள் *an ice cream cone* ➪ **conical** adjective பார்க்க; மேலும் **solid** பதிவில் படம் பார்க்க. **2** the hard fruit of some trees (**pine** and **fir**) சில வகை மரங்களின் கெட்டியான கனி ➪ **conifer** பார்க்க.

confectionery /kənˈfekʃənəri/ *noun* **1** [U] sweets, cakes, chocolates, etc. இனிப்புப் பண்டங்கள், கேக் வகைகள், சாக்லேட்டுகள் முதலியன; தின்பண்டத் தொகுதி **2** [U] a shop that sells sweets, cakes, chocolates, etc. இனிப்புகள், கேக்,

சாக்லேட்டுகள் முதலியவற்றை விற்கும் கடை; தின்பண்ட விற்பகம்

confederacy /kən'fedərəsi/ *noun* [*sing.*] a union of states, groups of people or political parties with the same aim ஒரே நோக்கத்தின் அடிப்படையில் இணைந்துள்ள மாநிலங்கள், குழுக்கள் அல்லது அரசியல் கட்சிகளின் கூட்டமைப்பு; ஒன்றியம்; குழுமம்

confederate[1] /kən'fedərət/ *noun* [C] a person who helps sb, especially to do sth illegal or secret குறிப்பாகச் சட்டத்திற்கு மாறான அல்லது இரகசியமான, ஒன்றைச் செய்வதற்கு ஒருவருக்குத் துணைசெய்பவர்; உள்ளாள்; உட்கையாள்; உடந்தை

confederate[2] /kən'fedərət/ *adj.* belonging to a union of states, groups of people or political parties with the same aim (**a confederacy**) ஒரே நோக்கத்தின் அடிப்படையில் இணைந்து செயல்படும் மாநிலங்களின், குழுக்களின் அல்லது அரசியல் கட்சிகளின் கூட்டமைப்பைச் சார்ந்த; கூட்டமைப்பில் உள்ள

confederation /kən,fedə'reɪʃn/ *noun* [C, U] an organization of smaller groups which have joined together ஒன்றிணைந்த அடக்கமான சிறு குழுக்களின் அமைப்பு; நேசக் கூட்டமைப்பு; நேச இணைகுழு *a confederation of independent republics*

confer /kən'fɜː(r)/ *verb* (**conferring; conferred**) **1** [I] **confer (with sb) (on/about sth)** to discuss sth with sb before making a decision ஒன்றைப் பற்றி முடிவெடுக்கும் முன் ஒருவருடன் கலந்தாய்வு செய்; விவாதி *The President is conferring with his advisers.* **2** [T] (*written*) **confer sth (on sb)** to give sb a special right or advantage ஒரு சிறப்பு உரிமையை அல்லது அனுகூலத்தை ஒருவருக்கு வழங்கு

conference /'kɒnfərəns/ *noun* [C] a large official meeting, often lasting several days, at which members of an organization, profession, etc. meet to discuss important matters பெரும்பாலும் ஒரு சில நாட்கள் நீடிப்பதும், ஒரு நிறுவனம், தொழிலமைப்பு, முதலியவற்றின் உறுப்பினர்கள் கூடி முக்கியமான பொருள்கள் பற்றிக் கலந்தாய்வு செய்வதுமான, பெரிய அளவிலான பணிமுறைக் கூட்டம்; கலந்தாய்வுக் கூட்டம்; மாநாடு *an international conference on global warming*

confess /kən'fes/ *verb* [I, T] **confess (to sth/to doing sth); confess (sth) (to sb)** to admit that you have done sth bad or wrong மோசமான அல்லது தவறான ஒன்றைத் தான் செய்ததாக ஒப்புக்கொள்; குற்றத்தை ஒத்துக்கொள் *The young woman confessed to stealing the money.* • *They confessed to their mother that they had spent all the money.* ➪ **own up (to sth)** பார்க்க. இது முறைசார்பு குறைந்த வழக்கு

confession /kən'feʃn/ *noun* [C, U] an act of admitting that you have done sth bad or wrong தான் செய்த ஒரு கெட்ட செயலை அல்லது தவற்றை ஒப்புக்கொள்ளுதல்; குறை ஏற்பு *The police persuaded the man to make a full confession.*

confetti /kən'feti/ *noun* [U] small pieces of coloured paper that people throw over a man and woman who have just got married திருமணம் முடிந்தவுடன் மணமக்கள் மீது தூவப்படும் சிறு வண்ணத்தாள்கள்

confide /kən'faɪd/ *verb* [T] **confide sth to sb** to tell sb sth that is secret இரகசியமான ஒன்றை ஒருவரிடம் கூறு; ஒரு மறைபொருளை ஒருவரிடம் வெளிப்படுத்து *She did not confide her love to anyone—not even to her best friend.*

PHR V **confide in sb** to talk to sb that you trust about sth secret or private இரகசியமான அல்லது அந்தரங்கமான ஒன்றைப் பற்றி நம்பிக்கைக்குரிய ஒருவரிடம் பேசு

confidence /'kɒnfɪdəns/ *noun* [U] **1 confidence (in sb/sth)** trust or strong belief in sb/sth ஒருவரிடம்/ஒன்றிடம் வைத்துள்ள ஆழ்ந்த நம்பிக்கை அல்லது பற்றுறுதி *The public is losing confidence in the present government.* • *I have every confidence in Sangeeta's ability to do the job.* **2** the feeling that you are sure about your own abilities, opinion, etc. தன்னுடைய ஆற்றல்கள், கருத்துகள், முதலியன பற்றித் தான் கொண்டுள்ள நம்பிக்கை உணர்வு; தன்னம்பிக்கை *I didn't* ***have the confidence*** *to tell her I thought she was wrong.* • *to be* ***full of confidence*** • *'Of course we will win,' the team captain said* ***with confidence****.* ➪ **self-confidence** பார்க்க. **3** a feeling of trust in sb to keep sth a secret இரகசியம் காப்பவர் என ஒருவர் மீது கொள்ளும் நம்பிக்கை உணர்வு *The information was given to me* ***in strict confidence****.* • *It took a while to* ***win/gain*** *her* ***confidence****.*

confident /'kɒnfɪdənt/ *adj.* **confident (of sth/that...); confident (about sth)** feeling or showing that you are sure about your own abilities, opinions, etc. தன்னுடைய ஆற்றல்கள், கருத்துகள் முதலியவற்றில் உறுதியான நம்பிக்கை உணர்வு கொண்டுள்ள அல்லது அந்நம்பிக்கையை வெளிப்படுத்துகிற; தன்னம்பிக்கை உள்ள *Kaveri feels confident of passing/that she can pass the exam.* • *to be confident of success* • *You should feel confident about your own abilities.* ➪ **self-confident** பார்க்க.

▶ **confidently** *adv. She stepped confidently onto the stage and began to sing.*

confidential /ˌkɒnfɪˈdenʃl/ *adj.* secret; not to be shown or told to other people இரகசியமான; மறைவடக்கமான; மற்றவர் முன் வெளிப்படுத்தக்கூடாத *The letter was marked 'private and confidential'.* ▶ **confidentiality** /ˌkɒnfɪˌdenʃiˈæləti/ *noun* [U] ▶ **confidentially** /-ʃəli/ *adv.*

configuration /kənˌfɪgəˈreɪʃn/ *noun* [C] **1** (*formal*) the way in which the parts of sth, or a group of things, are arranged ஒன்றன் கூறுகள் அல்லது பொருள்களின் ஒரு தொகுதி ஒருங்கமைவு செய்யப்பட்டுள்ள முறை; வடிவமைதி; சீரமைவு **2** (*computing*) the equipment and programs that form a computer system and the particular way that these are arranged கணிப்பொறி அமைப்பில் அடங்கிய சாதனங்களும் நிரல்களும் மற்றும் அவை ஒழுங்கமைவு செய்யப்பட்டுள்ள குறிப்பிட்ட வகைமுறையும்; கணினி வன்பொருள் உருவமைப்பும் மென்பொருள் ஒழுங்கமைவும்

configure /kənˈfɪgə(r)/ *verb* [T] **1** (*formal*) to arrange parts of sth, or a group of things, in a particular way ஒன்றன் கூறுகளை அல்லது பொருள்களின் ஒரு தொகுதியைக் குறிப்பிட்ட ஒரு முறையில் ஒழுங்கமைவு செய்; உருப்படுத்து **2** (*computing*) to arrange computer equipment for a particular task குறிப்பிட்ட பணிக்காகக் கணிப்பொறியின் துணைப்பொருள் சாதனங்களை ஒழுங்கமைவு செய்

confine /kənˈfaɪn/ *verb* [T] **1 confine sb/sth (in/to sth)** to keep a person or animal in a particular, usually small, place ஒரு குறிப்பிட்ட, வழக்கமாக ஒடுக்கமான இடத்தில் ஒருவரை அல்லது விலங்கை வைத்திரு; குறிப்பிட்ட எல்லைக்குட்படுத்து *The prisoners are confined to their cells for long periods at a time.* **2 confine sb/sth/yourself to sth** to stay within the limits of sth ஒன்றன் எல்லைக்கு உட்பட்டு அமைவுறு; ஒரு வரையறைக்குள் அடங்கியிரு *Please confine your questions to the topic we are discussing.*

confined /kənˈfaɪnd/ *adj.* (used about a space) very small (ஓர் இடப்பரப்பைப் பற்றிக் குறிப்பிடும்போது) மிகவும் சிறியதான; குறுகலான; குறுகிய; ஒடுக்கமான

confinement /kənˈfaɪnmənt/ *noun* [U] being kept in a small space ஒரு சிறிய இடத்தில் வைக்கப்பட்டிருத்தல், ஒடுக்கமான ஓர் இடவரம்பிற்குள் கட்டுப்படுத்துதல் *to be kept* ***in solitary confinement*** (= in a prison)

confines /ˈkɒnfaɪnz/ *noun* [*pl.*] (*formal*) the limits of sth ஒன்றன் எல்லைப் பகுதி; வரம்பு, வரையறை *Patients are not allowed beyond the confines of the hospital grounds.*

confirm /kənˈfɜːm/ *verb* [T] **1** to say or show that sth is true or correct, especially by giving evidence ஒன்று மெய்யானதெனக் கூறு அல்லது சரியானதென உறுதிகூறு; ஒன்றை சான்றாதாரத்துடன் நிலைநாட்டு; உறுதிப்படுத்து *Seeing the two of them together confirmed our suspicions.* • *Can you confirm that you will be able to attend?* **2** to make a position, an agreement, etc. more definite or official; to establish sb/sth firmly ஒரு பதவி, ஓர் ஒப்பந்தம் முதலியவற்றை மேலும் உறுதிப்படுத்து அல்லது அதிகாரபூர்வமாக்கு; நிலைநாட்டு *Her position in the company has been confirmed.* ▶ **confirmation** /ˌkɒnfəˈmeɪʃn/ *noun* [C, U] *We are waiting for confirmation of the report.*

confirmed /kənˈfɜːmd/ *adj.* (*only before a noun*) fixed in a particular habit or way of life குறிப்பிட்ட ஒரு பழக்கத்தில் அல்லது வாழ்க்கை முறையில் ஊன்றி அமைந்த; நிலைத்திருக்கிற; மாறாது நிற்கிற *a confirmed bachelor*

confiscate /ˈkɒnfɪskeɪt/ *verb* [T] to take sth away from sb as a punishment தண்டனையாக ஒருவரிடமிருந்து ஒரு பொருளைப் பறிமுதல் செய்; கைப்பற்று *Any cigarettes found in school will be confiscated.* ▶ **confiscation** /ˌkɒnfɪˈskeɪʃn/ *noun* [C, U]

conflict[1] /ˈkɒnflɪkt/ *noun* [C, U] **1 (a) conflict with sb/sth (over sth)** a fight or an argument சண்டை; சச்சரவு; வாதம்; மோதல் *an armed conflict* • *The new laws have brought the Government* ***into conflict*** *with the unions over pay increases.* **2** a difference between two or more ideas, wishes, etc. இரண்டு அல்லது இரண்டுக்கு மேற்பட்ட கருத்துகள், ஆசைகள், முதலியவற்றுக்கு இடையேயான மாறுபாடு; ஒவ்வாமை; முரண்பாடு *Many women have to cope with the conflict between their career and their family.* • *a conflict of interests*

conflict[2] /kənˈflɪkt/ *verb* [I] **A and B conflict; A conflicts with B** to disagree with or be different from sb/sth ஒருவருடன்/ஒன்றுடன் முரண்படு; மாறுபடு; வேற்றுமை கொள் *The statements of the two witnesses conflict.* • *conflicting results*

conform /kənˈfɔːm/ *verb* [I] **conform (to sth)** **1** to obey a rule or law ஒரு விதிமுறைக்கு அல்லது சட்டத்திற்குக் கீழ்ப்படி; அதனைப் பின்பற்றி நட *This building does not conform to fire regulations.* **2** to behave in the same way as most other people in a group or society ஒரு குழுவின் அல்லது சமுதாயத்தின் பெரும்பான்மையினர் நடத்தையைப் பின்பற்று; பெரும்பான்மையோர் வழியில் நட *Children are under a lot of pressure to conform when they first start school.* ▶ **conformity** /kənˈfɔːməti/ *noun* [U]

conformist /kən'fɔ:mɪst/ *noun* [C] a person who behaves in the same way as most other people and who do not want to be different (சமுதாயத்தின்) பெரும்பாலோரின் நடத்தையைப் பின்பற்றுபவர்; வேறு விதமாக இருக்க விரும்பாதவர் ✪ OPP **nonconformist**

conformity /kən'fɔ:məti/ *noun* [C] (*formal*) behaviour which conforms to rules and customs விதிமுறைகளோடும் பழக்க வழக்கங்களோடும் இயைந்து செல்லும் நடத்தை; ஒத்துப் போதல்

confront /kən'frʌnt/ *verb* [T] **1 confront sth; confront sb with sb/sth** to think about, or to make sb think about, sth that is difficult or unpleasant கடினமான அல்லது மனத்திற்கு இனியதல்லாத ஒன்றைப் பற்றி எண்ணு அல்லது ஒருவரை எண்ணச் செய் *to confront a problem/difficulty/issue • When the police confronted him with the evidence, he confessed.* **2** to stand in front of sb, for example because you want to fight him/her (சண்டைக்கு முனைந்து நிற்றல் போன்று) ஒருவருக்கு எதிர்முகமாக நில்; நேருக்கு நேர் இரு *The unarmed demonstrators were confronted by a row of soldiers.*

confrontation /ˌkɒnfrʌn'teɪʃn/ *noun* [C, U] a fight or an argument சண்டை; சச்சரவு; முரண்பாடு; வாதம்

confuse /kən'fju:z/ *verb* [T] **1** (*usually passive*) to make sb unable to think clearly or to know what to do ஒருவர் தெளிவாகச் சிந்திக்க முடியாதபடி அல்லது என்ன செய்வதென்று புரியாது போகும்படி செய்; மனத்தைக் குழப்பு; திகைக்கச் செய் *He confused everybody with his pages of facts and figures.* **2 confuse A and/with B** to mistake sb/sth for sb/sth else ஒருவரை/ஒன்றை வேறொருவராக/வேறொன்றாகத் தவறாகக் கருது; மாறுபட எண்ணு *I often confuse Venkat with his brother. They look very much alike.* **3** to make sth complicated ஒன்றைச் சிக்கலாக்கு; குழப்பு *The situation is confused by the fact that so many organizations are involved.*

confused /kən'fju:zd/ *adj.* **1** not able to think clearly தெளிவாகச் சிந்திக்க முடியாத, மனம் குழம்பிய நிலையில் உள்ள; கலங்கி நிற்கிற *When he regained consciousness he was dazed and confused.* **2** difficult to understand புரிந்துகொள்வதற்குக் கடினமான; தெளிவற்ற; சிக்கலான *The workers presented a confused stand—the management couldn't understand what the main point was.* ▶ **confusedly** /-ədli/ *adv.*

confusing /kən'fju:zɪŋ/ *adj.* difficult to understand புரிந்துகொள்வதற்குக் கடினமான; தெளிவற்ற; சிக்கலான *Her instructions were contradictory and confusing.* ▶ **confusingly** *adv.*

confusion /kən'fju:ʒn/ *noun* [U] **1** the state of not being able to think clearly or not understanding sth தெளிவாகச் சிந்திக்க முடியாத அல்லது ஒன்றைப் புரிந்துகொள்ள முடியாத நிலை; மனம் குழம்பிய நிலை; குழப்பம் *He stared in confusion at the exam paper. • There is still a great deal of confusion as to the true facts.* **2** a state of disorder ஒழுங்கற்ற நிலை; சீர்குலைப்பு; அலங்கோலம்; தாறுமாறான நிலை *Their unexpected visit threw all our plans into confusion.* **3** the act of mistaking sb/sth for sb/sth else ஒருவரை/ஒன்றை வேறொருவராக/வேறொன்றாகத் தவறாகப் புரிந்துகொள்ளுதல்; மாறுபடக் கருதுதல்; குழப்பம் *To avoid confusion, all luggage should be labelled with your name and destination.*

congeal /kən'dʒi:l/ *verb* [I, T] (used about a liquid) to become solid; to make a liquid solid (ஒரு திரவத்தைப் பற்றிக் குறிப்பிடும்போது) திடப்பொருளாகு; கெட்டியாகு; இறுகு; ஒரு திரவப்பொருளை கெட்டிப்பொருளாக்கு; உறையச் செய் *congealed blood*

congenial /kən'dʒi:niəl/ *adj.* (*formal*) pleasant இனிமையான; மனதுக்கொத்த; மகிழ்வளிக்கிற *We spent an evening in congenial company.*

congenital /kən'dʒenɪtl/ *adj.* (used about a disease) beginning at and continuing since birth (ஒரு நோய் வகையில்) பிறப்பில் தொடங்கி தொடர்ந்து வருகிற; பிறவிக் கூறான

congested /kən'dʒestɪd/ *adj.* **1 congested (with sth)** crowded; full of traffic; so full of sth that nothing can move வழியை அடைத்து நிறைந்து காணப்படுகிற; ஓரிடத்தில் மட்டுமீறி நிறைந்துள்ள; போக்குவரத்து நெரிசல் மிகுந்த *The streets of Mumbai are congested with traffic.* **2** (of a part of the body) blocked with blood or **mucus** (உடல்பகுதி வகையில்) இரத்தம் அல்லது சளி (கபம்) நிறைந்து அடைத்துள்ள ▶ **congestion** /kən'dʒestʃən/ *noun* [U] *severe traffic congestion*

congestion /kən'dʒestʃən/ *noun* [U] the state of being very full of people or traffic ஓரிடத்தில் மக்கள் அல்லது போக்குவரத்து மட்டுமீறி நிறைந்து காணப்படுதல்; நெரிசல் *severe traffic congestion* **2** the state of a part of the body being blocked with blood or **mucus** ஓர் உடற்பகுதி இரத்தம் அல்லது சளியால் அடைபட்டிருக்கும் நிலை *chest congestion*

conglomerate /kən'glɒmərət/ *noun* [C] a large firm made up of several different companies வேறு வேறான பல வணிக அமைப்புகள் சேர்ந்தமைந்த ஒரு பெரிய கூட்டு நிறுவனம்; வணிக/தொழில் கூட்டிணைப் பேரமைப்பு

conglomeration /kənˌglɒmə'reɪʃn/ *noun* [C] a group of many different things that have been brought together ஒருங்கு சேர்க்கப்பட்ட பல்வேறு பொருள்களின் தொகுதி; பல்கூட்டுத் திரட்டு; கதம்பத் திரள்

congratulate /kən'grætʃuleɪt/ *verb* [T] **congratulate sb (on sth)** to tell sb that you are pleased about sth he/she has done; to praise sb ஒருவர் செய்த ஒரு செயல் தனக்கு மகிழ்வூட்டுவதாகக் கூறு; ஒருவர் செய்த ஒன்றுக்கு மகிழ்ச்சி தெரிவி; நலம் பாராட்டு; வாழ்த்து *I congratulated Suman on passing her driving test.*

congratulations /kən,grætʃu'leɪʃnz/ *noun* [*pl.*] used for telling that you are happy with his/her good luck or success ஒருவரின் வெற்றியில் அல்லது நற்பேறில் தனக்கு உண்டாகும் மகிழ்ச்சியை அவரிடம் கூறப் பயன்படுத்தும் சொல்; பாராட்டுகள்; வாழ்த்துகள் *Congratulations on the birth of your baby boy!*

congregate /'kɒŋgrɪgeɪt/ *verb* [I] to come together in a crowd or group கூட்டமாக அல்லது திரளாக ஒன்றுசேர்; கூட்டம் கூடு; கும்பலாகத் திரண்டு வா

congregation /,kɒŋgrɪ'geɪʃn/ *noun* [C, *with sing. or pl. verb*] **1** the act of coming together in a crowd or group ஒரு கூட்டமாக அல்லது தொகுதியாக ஒன்று சேருதல்; சபை **2** the group of people who attend a particular church குறிப்பிட்ட கிறிஸ்தவத் திருக்கோயிலுக்கு வழக்கமாகச் செல்வோர் தொகுதி; திருக்கூட்டம்; திருக்கோயிற் குழாம்

congress /'kɒŋgres/ *noun* [C, *with sing. or pl. verb*] **1** a large formal meeting or series of meetings பெரிய அளவிலான பணிமுறைக் கூட்டம் அல்லது கூட்டத்தொடர்; பேரவை *a medical congress* **2 Congress** the name in some countries (for example the US) for the group of people who are elected to make the laws (அமெரிக்கா போன்ற) சில நாடுகளில் சட்டங்கள் இயற்றுவதற்காகத் தேர்ந்தெடுக்கப்பட்ட குழுவினருக்கு வழங்கும் பெயர்; சட்ட மாமன்றம்

congressional /kən'greʃənl/ *adj.* connected with a congress or Congress ஒரு பேரவை அல்லது சட்ட மாமன்றம் தொடர்பான; பேரவைக்குரிய அல்லது சட்ட மாமன்றத்திற்குரிய

congruent /'kɒŋgruənt/ *adj.* **1** (*mathematics*) having exactly the same size and shape சரிநுட்பமான ஒரே அளவையும் வடிவத்தையும் உடைய; முழுதும் ஒத்தமைந்த அளவும் வடிவமும் கொண்ட; முற்றிசைவான; நிறைதகவுடைய *congruent triangles* **2** (*formal*) **(with sth)** suitable for sth ஒன்றற்குப் பொருத்தமான; இயைந்த; இணக்கமான; சேர்வான

conic /'kɒnɪk/ *adj.* connected with **cones** கூம்புகள் தொடர்பான; கூம்புகளுக்குரிய

conical /'kɒnɪkl/ *adj.* having a round base and getting narrower towards a point at the top வட்டமான அடிப்பகுதியையும் குறுகிச் சென்று கூர்நுனியாக அமையும் மேல்பகுதியையும் உடைய; கூம்பு வடிவான ➩ **cone** noun பார்க்க.

conifer /'kɒnɪfə(r); 'kəʊn-/ *noun* [C] a tree with short, very thin leaves (**needles**) that stay green all through the year and that has hard brown fruit (**cones**) ஆண்டு முழுவதும் பசுமை மாறாத மிகவும் மெலிதான (ஊசி வடிவச்) சிறு இலைகளையும், கெட்டியான பழுப்பு நிறக் (கூம்பு வடிவக்) கனிகளையும் கொண்ட மர வகை ▶ **coniferous** /kə'nɪfərəs/ *adj.*

conjecture /kən'dʒektʃə(r)/ *verb* [I, T] (*formal*) to guess about sth without real proof or evidence உண்மையான விளக்கச் சான்றோ ஆதாரமோ இல்லாமல் ஒன்றைப் பற்றி ஊகம் பண்ணு; அனுமானம் செய் ▶ **conjecture** *noun* [C, U]

conjoined /kən'dʒɔɪnd/ *adj.* (*technical*) joined together ஒன்றுசேர்ந்த; ஒருங்கிணைந்த; இணைக்கப்பட்ட; பிணையான

conjoined twin = **Siamese twin**

conjugal /'kɒndʒəgl/ *adj.* (*formal*) connected with marriage and the relationship between a husband and wife திருமணம் மற்றும் கணவன் மனைவி உறவு தொடர்பான; மண வாழ்க்கை சார்ந்த

conjugate /'kɒndʒəgeɪt/ *verb* [T] to give the different forms of a verb ஒரு வினைச்சொல்லின் வடிவ மாற்றங்களை/திரிபு வடிவங்களைக் காட்டு; வினை விகற்பம் தா ▶ **conjugation** /,kɒndʒu'geɪʃn/ *noun* [C, U]

conjunction /kən'dʒʌŋkʃn/ *noun* [C] a word that is used for joining other words, phrases or sentences பிற சொற்கள், தொடர்கள் அல்லது வாக்கியங்களை ஒன்றோடொன்று இணைக்கப் பயன்படுத்தப்படும் சொல்; இணைப்பு இடைச்சொல்; இணைப்புக்கிளவி *'And', 'but' and 'or' are conjunctions.*

IDM **in conjunction with sb/sth** together with sb/sth ஒருவருடன்/ஒன்றுடன் இணைந்து; ஒருசேர; கூட்டாக; உடன்சேர்ந்து

conjunctivitis /kən,dʒʌŋktɪ'vaɪtɪs/ *noun* [U] an eye disease that causes pain and swelling in part of the eye, and that can be passed from one person to another கண்ணின் ஒரு பகுதியில் வலியையும் வீக்கத்தையும் ஏற்படுத்துவதும், தொற்றிப் பரவக்கூடியதுமான கண்ணோய் வகை; கண் வெளிப்படல அழற்சி

conjure /'kʌndʒə(r)/ *verb* [I] to do tricks by clever, quick hand movements, that appear to be magic மந்திர வித்தை போலத் தோன்றுமாறு, திறமையான விரைந்த கை அசைவுகளால் தந்திரச் செயல்கள் செய்; மாயவித்தை செய்;

செப்பிடு வித்தை காட்டு ▶ **conjuring** *noun* [U] *a conjuring trick*

PHR V **conjure sth up** **1** to cause an image to appear in your mind ஓர் உருவை மனக்கண் முன் தோன்றச் செய்; மனத்தில் ஓர் உருப்படிவம் தோற்றுவி *Goan music conjures up images of sunshine, flowers and sandy beaches.* **2** to make sth appear quickly or suddenly உடனடியாக/திடீரென ஒன்றைத் தோன்ற அல்லது வெளிப்படச் செய் *Mum can conjure up a meal out of almost anything.*

conjuror (*also* **conjurer**) /ˈkʌndʒərə(r)/ *noun* [C] a person who does clever tricks that appear to be magic மந்திர வித்தை போலத் தோன்றுமாறு தந்திரச் செயல்களைத் திறமையாகச் செய்பவர்; மாய வித்தை செய்பவர்; செப்பிடு வித்தைக்காரர் ➪ **magician** பார்க்க.

connect /kəˈnekt/ *verb* **1** [I, T] **connect (sth) (up) (to/with sth)** to be joined to sth; to join sth to sth else ஒன்றுடன் இணைக்கப்படு; இணைவுறு; ஒன்றை மற்றொன்றுடன் இணை; சேர்த்துக் கட்டு; பிணை *The tunnels connect (up) ten metres further on.* • *The printer is connected to the computer.* • *This highway connects Chennai with Bangalore.* ➪ **disconnect** பார்க்க. **2** [T] **connect sb/sth (with sb/sth)** to have an association with sb/sth else; to realize or show that sb/sth is involved with sb/sth else வேறொருவருடன்/வேறொன்றுடன் தொடர்பு கொண்டிரு; கூடியிரு; ஒருவர்/ஒன்று வேறொருவருடன்/வேறொன்றுடன் இணைந்திருப்பதை உணர்ந்தறி அல்லது வெளிப்படுத்து *There was no evidence that she was connected with the crime.* **3** [I] **connect (with sth)** (used about a bus, train, plane, etc.) to arrive at a particular time so that passengers can change to another bus, train, plane, etc. (பேருந்து, தொடர்வண்டி, விமானம் முதலியவை வகையில்) பயணிகள் வேறொரு பேருந்து, தொடர்வண்டி, விமானம் முதலியவற்றில் மாறிச் செல்வதற்கு ஏதுவாகக் குறிப்பிட்ட நேரத்தில் வந்துசேர்; பயணத் தொடர்பு அளி; வண்டிமாற்று அளி *a connecting flight*

connection /kəˈnekʃn/ *noun* [C] **1 a connection between A and B; a connection with/to sth** an association or relationship between two or more people or things இரண்டு அல்லது இரண்டுக்கு மேற்பட்ட நபர்களுக்கு அல்லது பொருள்களுக்கு இடையேயான தொடர்பு; பிணைப்பு; உறவு; கூட்டு; ஒட்டுறவு *Is there any connection between the two organizations?* • *What's your connection with Sri Lanka? Have you worked there?* **2** a place where two wires, pipes, etc. join together இரண்டு கம்பிகள், குழாய்கள் முதலியன இணையும் இடம்; இணைப்பு *The radio doesn't work. There must be a loose connection somewhere.* **3** a bus, train, plane, etc. that leaves soon after another arrives மற்றொரு பேருந்து, தொடர்வண்டி, விமானம் முதலியன வந்து சேர்ந்தவுடன் புறப்படும் ஊர்தி; பயணத் தொடர்பு/மாற்று ஊர்தி *Our bus was late so we missed our connection.*

IDM **in connection with sb/sth** (*formal*) about or concerning (ஒருவர்/ஒன்று) பற்றி; குறித்து; தொடர்பாக; வகையில் *I am writing to you in connection with your application.*

in this/that connection (*formal*) about or concerning this/that இது/அது பற்றி, குறித்து, அல்லது தொடர்பாக

connive /kəˈnaɪv/ *verb* [I] **connive at sth; connive (with sb) (to do sth)** to work secretly with sb to do sth that is wrong; to do nothing to stop sb doing sth wrong தவறான ஒன்றைச் செய்யும் பொருட்டு, இரகசியமாக ஒருவருடன் இணைந்து செயல்படு; ஒரு தீய செயலுக்கு உட்கையாயிரு; தவறான செயலில் ஈடுபட்டுள்ள ஒருவரைத் தடுத்து நிறுத்த ஒன்றும் செய்யாதிரு; தவற்றைக் கண்டும் காணாதது போல் இரு *The two parties connived to get rid of the president.*

connoisseur /ˌkɒnəˈsɜː(r)/ *noun* [C] a person who knows a lot about art, good food, music, etc. கலை, நல்ல உணவு, இசை முதலியவற்றைப் பற்றிப் பெருமளவில் அறிந்திருப்பவர்; கலைத்துறை சிறப்பறிவாளர்

connotation /ˌkɒnəˈteɪʃn/ *noun* [C] an idea expressed by a word in addition to its main meaning ஒரு சொல் அதன் முதன்மைப் பொருளுடன் கூடுதலாக வெளிப்படுத்தும் கருத்து; துணைப்பொருள்; சார்பொருள்; குறிப்புப்பொருள் *'Spinster' means a single woman but it has negative connotations.*

conquer /ˈkɒŋkə(r)/ *verb* [T] **1** to take control of a country or city and its people by force, especially in a war குறிப்பாக ஒரு போரில், ஒரு நாட்டை அல்லது நகரத்தை மற்றும் அங்கு வசிப்பவர்களைப் பலவந்தமாக தனது கட்டுப்பாட்டின் கீழ்க் கொண்டுவா; வலிமையினால் வெல்; கீழ்ப்படுத்து; வென்று கைக்கொள் *Napoleon's ambition was to conquer Europe.* • (*figurative*) *The young singer conquered the hearts of audiences all over the world.* **2** to succeed in controlling or dealing with a strong feeling, problem, etc. ஒரு தீவிரமான உணர்ச்சி, கடுமையான சிக்கல் முதலியவற்றைக் கட்டுக்குள் வைப்பதில் அல்லது அதனைக் கையாளுவதில் வெற்றிகாண்; முனைப்பான உணர்ச்சி, சிக்கல் முதலியவற்றை வெற்றிகொள் *She's trying to conquer her fear of flying.*

conqueror /ˈkɒŋkərə(r)/ *noun* [C] a person who has conquered sth ஒரு நாடு முதலியவற்றை வெற்றிகொண்டவர்; வெற்றியாளர்

conquest /ˈkɒŋkwest/ *noun* **1** [C, U] an act of conquering sth ஒன்றை வென்று கைக்கொள்ளுதல்; வெற்றி; கீழ்ப்படுத்துதல் *the Norman conquest* (= of England in AD 1066) • *the conquest of Mount Everest* **2** [C] an area of land that has been taken in a war போரில் வென்று கைப்பற்றிய நிலப்பகுதி

conscience /ˈkɒnʃəns/ *noun* [C, U] the part of your mind that tells you if what you are doing is right or wrong தனது செயல் நல்லது அல்லது கெட்டது என்பதைத் தனக்கு உணர்த்தும் மனத்தின் கூறு; மனச்சான்று; மனசாட்சி *a clear/a guilty conscience*

IDM **have sth on your conscience** to feel guilty because you have done sth wrong தான் செய்துள்ள தவற்றின் காரணமாகக் குற்ற உணர்வுக்கு ஆட்படு; குற்ற உணர்வு கொள்

conscientious /ˌkɒnʃiˈenʃəs/ *adj.* **1** (used about people) careful to do sth correctly and well (ஆட்களைப் பற்றிக் குறிப்பிடும்போது) திருத்தமாகவும், நல்ல முறையிலும் ஒன்றைச் செய்வதில் கவனமாக உள்ள; அக்கறையும் விழிப்புணர்வும் கொண்ட *He's a conscientious worker.* **2** (used about actions) done with great care and attention (செயல்கள் வகையில்) கவனமாகவும் உள்ளார்ந்த கருத்துடனும் செய்யப்பட்ட *conscientious work* ▶ **conscientiously** *adv.*

conscious /ˈkɒnʃəs/ *adj.* **1** able to see, hear, feel, etc. things; awake காணுதல், கேட்டல், உணர்தல், முதலிய புலன் உணர்வுத் திறன் கொண்ட; உணர்வு விழிப்புடைய; உணர்வு நிலையில் உள்ள *The injured driver was still conscious when the ambulance arrived.* ✪ OPP **unconscious 2 conscious (of sth/that)** noticing or realizing that sth exists; aware of sth ஒன்று உளதாக இருத்தலை/ஒரு நிகழ்வுண்மையைக் கவனிக்கிற அல்லது உணர்ந்தறிகிற; உணர்திறன் அல்லது அறிதிறன் கொண்ட *Varun suddenly became conscious that someone was following him.* **3** that you do on purpose or for a particular reason குறிப்பிட்ட நோக்கத்துடன்/முன்கருதலோடு அல்லது குறிப்பிட்ட காரணத்திற்காகச் செய்யப்படுகிற *We made a conscious effort to treat all the children in my class equally.* ➪ **deliberate** பார்க்க. ▶ **consciously** *adv.*

consciousness /ˈkɒnʃəsnəs/ *noun* **1** [U] the state of being able to see, hear, feel, etc. காணல், கேட்டல், உணர்தல், முதலிய புலனுணர்வு திறன் கொண்டுள்ள நிலை; உணர்வு நிலை; நனவு நிலை *As he fell, he hit his head and lost consciousness.* • *She **regained consciousness** after two weeks in coma.* **2** [U] [*sing.*] **consciousness (of sth)** the state of realizing or noticing that sth exists ஒன்று உளதாக இருத்தலை/ஒரு நிகழ்வுண்மையைக் கவனிக்கிற அல்லது உணர்ந்தறிகிற நிலை; தெரிநிலை; அறிநிலை *There is (a) growing consciousness of the need to save energy.*

conscript[1] /kənˈskrɪpt/ *verb* [T] to make sb join the army, navy or air force தரைப்படை, கடற்படை அல்லது விமானப்படையில் ஒருவரைச் சேரச் செய்; படைத்துறைக்கு ஆள் சேர் ▶ **conscription** *noun* [U]

conscript[2] /ˈkɒnskrɪpt/ *noun* [C] a person who has been conscripted தரைப்படை, கடற்படை அல்லது விமானப்படையில் சட்டத்தின் மூலம் சேர்க்கப்பட்டவர்; படைத்துறைப் பணிக்குக் கட்டாயமாகச் சேர்க்கப்பட்டவர் ➪ **volunteer**[1] **2** பார்க்க.

conscription /kənˈskrɪpʃn/ the system of making sb join the army, etc. படைத்துறைக்கு ஆள்சேர்ப்பு முறை

consecrate /ˈkɒnsɪkreɪt/ *verb* [T] to state formally in a special ceremony that a place or an object can be used for religious purposes ஓரிடம் அல்லது ஒரு பொருள் சமயப் பயன்பாட்டுக்கு உரியது என ஒரு சிறப்புச் சடங்கு நிகழ்த்தி முறைப்படி கூறு ▶ **consecration** /ˌkɒnsɪˈkreɪʃn/ *noun* [C, U]

consecutive /kənˈsekjətɪv/ *adj.* coming or happening one after the other ஒன்றை அடுத்து மற்றொன்றாக வருகிற அல்லது நிகழ்கிற; தொடர்ச்சியான; அடுத்தடுத்த *This is the team's fourth consecutive win.* ▶ **consecutively** *adv.*

consensus /kənˈsensəs/ *noun* [*sing*] [U] **(a) consensus (among/between sb) (on/about sth)** agreement among a group of people ஒரு குழுவினருக்கு இடையேயான ஒத்திசைவு; கருத்தொற்றுமை; உடனிணக்கம் *to **reach a consensus*** • *There is no consensus among experts about the causes of global warming.*

consent[1] /kənˈsent/ *verb* [I] **consent (to sth)** to agree to sth; to allow sth to happen ஒன்றற்கு இணங்கு; ஒப்புதல் அளி; ஒன்றை நிகழவிடு

consent[2] /kənˈsent/ *noun* [U] agreement; permission உடன்பாடு; இசைவு; ஒப்புதல்; அனுமதி *The child's parents had to give their consent to the operation.*

consequence /ˈkɒnsɪkwəns/ *noun* **1** [C] something that happens or follows as a result of sth else வேறொன்றின் விளைவாக நிகழ்வது அல்லது பின்தொடர்வது; பின்விளைவு *Many people may lose their jobs **as a consequence of** recent poor sales.* **2** [U] (*formal*) importance

முக்கியத்துவம்; தனிச் சிறப்பு; பெருமை *It is of no consequence.*

consequent /ˈkɒnsɪkwənt/ *adj.* (*formal*) (*only before a noun*) following as the result of sth else வேறொன்றின் விளைவாகப் பின்நிகழ்கிற அல்லது பின்தொடர்கிற; பின்விளைவான; செயல்விளைவான *The lack of rain and consequent poor harvests have led to food shortages.* ▶ **consequently** *adv. She didn't work hard enough, and consequently failed the exam.*

conservation /ˌkɒnsəˈveɪʃn/ *noun* [U] **1** the protection of the natural world இயற்கைப் பாதுகாப்பு *Conservation groups are protesting against the plan to build a road through the forest.* **2** not allowing sth to be wasted, damaged or destroyed ஒன்று வீணடிக்கப்படுவதற்கு, சேதப்படுத்தப்படுவதற்கு அல்லது அழிக்கப்படுவதற்கு இடங்கொடாமை; ஒன்றைப் பேணுதல்; காப்பு *the conservation of energy* ➪ **conserve** verb பார்க்க.

conservationist /ˌkɒnsəˈveɪʃənɪst/ *noun* [C] a person who believes in protecting the natural world இயற்கையைக் காத்துப் பேணுவதைக் கொள்கையாகக் கொண்டுள்ளவர்; இயற்கைக் காப்புக் கோட்பாட்டாளர்

conservatism /kənˈsɜːvətɪzəm/ *noun* [U] the disapproval of new ideas and change புதிய கருத்துகளையும் மாற்றத்தையும் வெறுத்து ஒதுக்குதல்; புதியன புகுதலை ஏற்காமை; பழையன பேணுதல்; பழைமைவாதம்

conservative[1] /kənˈsɜːvətɪv/ *adj.* **1** not liking change; traditional மாற்றத்தை விரும்பாத; வழிவழி மரபில் பற்றுடைய; பழையன பேணுகிற **2** (used when you are guessing how much sth costs) lower than the real figure or amount (ஒன்றன் விலை மதிப்பை ஊக முறையில் கணக்கிடுவதைக் குறிப்பிடும்பொழுது) உண்மையான விலையை அல்லது தொகையை விடக் குறைவான; குறைமதிப்பான *Even **a conservative estimate** would put the damage at about Rs 40,000 to repair.* ▶ **conservatively** *adv.*

conservative[2] /kənˈsɜːvətɪv/ *noun* [C] a person who does not like change மாறுதலை விரும்பாதவர்; புதியன புகுதலை ஏற்காதவர்; பழைமைவாதி

conservatory /kənˈsɜːvətri/ *noun* [C] (*pl.* **conservatories**) a room with a glass roof and walls often built onto the outside of a house பெரும்பாலும் ஒரு வீட்டின் வெளிப்புறத்தின் மேற்கட்டாக எழுப்பப்படும் கண்ணாடியால் அமைக்கப்பட்ட கூரை மற்றும் சுவர்களை உடைய அறை

conserve /kənˈsɜːv/ *verb* [T] to avoid wasting sth ஒரு பொருள் வீணாவதைத் தவிர்; வீணாக்காமல் சேமித்துவை *to conserve water* ➪ **conservation** noun பார்க்க.

consider /kənˈsɪdə(r)/ *verb* [T] **1 consider sb/sth (for/as sth)**; **consider doing sth** to think about sth carefully, often before making a decision பெரும்பாலும் முடிவெடுப்பதற்கு முன் ஒன்றைப் பற்றிக் கவனமாக எண்ணிப்பார்; ஆழ்ந்து ஆராய்; நன்கு சிந்தி *She had never considered nursing as a career. • We're considering going to Kerala for our holidays.* **2 consider sb/sth (as/to be) sth**; **consider that** to think about sb/sth in a particular way ஒருவரை/ஒன்றைப் பற்றி ஒரு குறிப்பிட்ட முறையில் கருது; மதிப்பீடு செய் அல்லது அபிப்பிராயம் கொள் *He considered the risk (to be) too great. • He considered that the risk was too great. • Jyotsna considers herself an expert on the subject.* **3** to remember or pay attention to sth, especially sb's feelings குறிப்பாக ஒருவருடைய உணர்வுகளை, நினைவில் வைத்துக்கொள்; மனத்தில் இருத்து *I can't just move abroad. I have to consider my family.*

considerable /kənˈsɪdərəbl/ *adj.* great in amount or size எண்ணிக்கையில் அல்லது அளவில் பெரியதான; மிகுதியான; பெரும்படியான *A considerable number of people preferred the old building to the new one.* ▶ **considerably** /-əbli/ *adv. This flat is considerably larger than our last one.*

considerate /kənˈsɪdərət/ *adj.* **considerate (towards sb)**; **considerate (of sb) (to do sth)** careful not to upset people; always thinking of other people's wishes and feelings பிறருடைய மன அமைதியைக் குலைக்காதிருப்பதில் கவனமாக உள்ள; எப்பொழுதும் பிறர் விருப்பங்களையும் உணர்ச்சிகளையும் மதிக்கிற *It was very considerate of you to offer to drive me home.* ✪ OPP **inconsiderate**

consideration /kənˌsɪdəˈreɪʃn/ *noun* **1** [U] (*formal*) an act of thinking about sth carefully or for a long time ஒன்றைப் பற்றி ஊன்றிய கவனத்துடன் அல்லது நீண்ட நேரம் எண்ணிப்பார்த்தல் அல்லது ஆராய்தல் *I have given some consideration to the idea but I don't think it would work.* **2** [C] something that you think about when you are making a decision ஒரு முடிவெடுக்கும்போது கருத்தில் கொள்ளப்படும் ஒன்று *If he changes his job, the salary will be an important consideration.* **3** [U] **consideration (for sb/sth)** the quality of thinking about what other people need or feel மற்றவர்களின் தேவையை அல்லது உணர்வை எண்ணிப்பார்க்கும் பண்பு; பிறர் நலத்தைக்

கருத்தில் கொள்ளும் குணம்; பிறர் நல நாட்டம் *Most drivers show little consideration for cyclists.*

IDM **take sth into consideration** to think about sth when you are forming an opinion or making a decision ஒரு கருத்தை மனத்தில் உருப்படுத்தும் பொழுது அல்லது ஒரு முடிவெடுக்கும் பொழுது ஒன்றைப் பற்றி ஆழ்ந்து சிந்தி அல்லது ஆராய்

considering /kənˈsɪdərɪŋ/ *prep., conj.* (used for introducing a surprising fact) when you think about or remember sth (வியப்பூட்டும் ஒரு செய்தியை அறிமுகப்படுத்துகையில்) ஒன்றைப் பற்றிச் சிந்திக்கும்பொழுது அல்லது ஞாபகப்படுத்திப் பார்க்கும்பொழுது; ஆராய்ந்து பார்க்குமிடத்து; ஆழ்ந்து நோக்குகையில் *Considering you've only been studying for a year, you speak English very well.*

consign /kənˈsaɪn/ *verb* [T] (*formal*) **consign sb/sth to sth** to put or send sb/sth somewhere, especially in order to get rid of him/her/it குறிப்பாக ஒருவரை/ஒன்றைத் தன்னிடமிருந்து நீங்கச் செய்யும் பொருட்டு, அவரை/அதனை ஓரிடத்தில் வை அல்லது ஓரிடத்திற்கு அனுப்பு; தொலைத்தொழி *I think I can consign this junk mail straight to the bin.*

consignment /kənˈsaɪnmənt/ *noun* [C] goods that are being sent to sb/sth ஒருவருக்கு/ஒன்றற்கு அனுப்பப்படும் சரக்கு; அனுப்பு சரக்கு *a new consignment of books*

consist /kənˈsɪst/ *verb* (*not used in the continuous tenses*)

PHR V **consist in sth** to have sth as its main point ஒன்றை முக்கியமான பகுதியாக/முதன்மைக் கூறாகக் கொண்டிரு *Her job consisted in welcoming the guests as they arrived.*

consist of sth to be formed or made up of sth ஒன்றால் ஆக்கப்பட்டிரு; ஒன்றை உள்ளடக்கியிரு *The band consists of a singer, two guitarists and a drummer.*

> NOTE இந்த வினைச்சொல் தொடர்வினையாகப் பயன்படுத்தப்படாவிட்டாலும், இதன் நிகழ்கால எச்ச வடிவம் (**-ing** வடிவம்) பொது வழக்காகும்—*It's a full-time course consisting of six different modules.*

consistency /kənˈsɪstənsi/ *noun* (*pl.* **consistencies**) **1** [U] the quality of always having the same standard, opinions, behaviour, etc. எப்பொழுதும் ஒரே மாதிரியான தர அளவு, கருத்துகள், நடத்தை முதலியவற்றைக் கொண்டிருக்கும் தன்மை; மாறாத் தன்மை; நிலைபேறு; முரண்பாடின்மை *Your work lacks consistency. Sometimes it's excellent but at other times it's full of mistakes.* ✪ OPP **inconsistency** **2** [C, U] how thick or smooth a liquid substance is ஒரு திரவப்பொருளின் நெருக்க அளவு அல்லது மென்மைத் தன்மை; அடர்த்தி; திண்மை; இழைவு; மென்னயம் *The mixture should have a thick, sticky consistency.*

consistent /kənˈsɪstənt/ *adj.* **1** always having the same opinions, standard, behaviour, etc.; not changing எப்பொழுதும் ஒரே மாதிரியான தர அளவு, கருத்துகள், நடத்தை முதலியவற்றைக் கொண்டிருக்கிற; மாறாத நிலைப்பாடுடைய; நிலைபேறுள்ள; முரண்பாடற்ற **2 consistent (with sth)** agreeing with or similar to sth ஒன்றுடன் ஒத்துப்போகிற; ஒத்துள்ள *I'm afraid your statement is not consistent with what the other witnesses said.* ✪ OPP **inconsistent** ▶ **consistently** *adv. We must try to maintain a consistently high standard.*

consolation /ˌkɒnsəˈleɪʃn/ *noun* [C, U] a thing or person that makes you feel better when you are sad மனச்சோர்வுற்ற நிலையில் நல உணர்வு அளிக்கும் ஒன்று அல்லது ஒருவர்; ஆறுதல் அளிப்பது; துயராற்றுபவர்; தேற்றுபவர் *It was some consolation to me to know that I wasn't the only one who had failed the exam.* ✪ SYN **comfort**

console[1] /kənˈsəʊl/ *verb* [T] to make sb happier when he/she is very sad or disappointed துயருற்ற அல்லது ஏமாற்றமடைந்த நிலையில் உள்ள ஒருவருக்கு மகிழ்ச்சியூட்டு; தேற்று; ஆறுதல் அளி ✪ SYN **comfort**

console[2] /ˈkɒnsəʊl/ *noun* [C] a flat surface which contains all the controls and switches for a machine, a piece of electronic equipment, etc. ஓர் இயந்திரம், ஒரு மின்னணுச் சாதனம் முதலியவற்றுக்கான அனைத்து இயக்கக் கட்டுப்பாட்டு அமைவுகளையும் விசைமாற்றுப் பொறிகளையும் கொண்டுள்ள தட்டையான பரப்பு; இயந்திர இயக்கப் பொறிதளம்

consolidate /kənˈsɒlɪdeɪt/ *verb* [I, T] to become or to make sth firmer or stronger மேலும் உறுதிப்படு அல்லது வலுவடை; ஒன்றை மேலும் வலுப்படுத்து அல்லது உறுதியாக்கு *We're going to consolidate what we've learnt so far by doing some revision exercises today.* **2** to join things together into one; to be joined into one பொருள்களை ஒன்றுகூட்டிச் சேர்; ஒன்றாகச் சேர்க்கப்படு ▶ **consolidation** /kənˌsɒlɪˈdeɪʃn/ *noun* [U]

consonant /ˈkɒnsənənt/ *noun* [C] any of the letters of the English alphabet except a, e, i, o, and u ஆங்கில நெடுங்கணக்கில் a, e, i, o, u ஆகியவை நீங்கலாக உள்ள எழுத்துகளில் ஒன்று; மெய்யெழுத்து ⇨ **vowel** பார்க்க.

consortium /kənˈsɔːtiəm/ *noun* [C] (*pl.* **consortiums** or **consortia** /-tiə/) a group of companies that work closely together for a particular purpose குறிப்பிட்ட நோக்கத்திற்காகத் தோழமை உணர்வுடன் கூடித் தொழில் புரியும் நிறுவனங்களின் தொகுதி; தொழில் நிறுவனங்களின் நேசக் கூட்டமைப்பு

conspicuous /kən'spɪkjuəs/ *adj.* easily seen or noticed எளிதாகக் காணப்படுகிற அல்லது புலனாகிற ✪ OPP **inconspicuous** ▶ **conspicuously** *adv.*

conspiracy /kən'spɪrəsi/ *noun* [C, U] (*pl.* **conspiracies**) a secret plan by a group of people to do sth bad or illegal தீய அல்லது சட்டத்திற்கு மாறான ஒன்றைச் செய்யும் நோக்கத்தில் ஒரு குழுவினரால் தீட்டப்படும் ஓர் இரகசியத் திட்டம்; கூட்டுச் சதித்திட்டம்; கூட்டுச் சூழ்ச்சி

conspirator /kən'spɪrətə(r)/ *noun* [C] a member of a group of people who are planning to do sth bad or illegal தீய அல்லது சட்டத்திற்கு மாறான ஒன்றைச் செய்யும் நோக்கத்தில் இரகசியமாகச் சதித்திட்டம் தீட்டும் குழுவினரில் ஒருவர்; சதிக்கும்பல் உறுப்பினர்

conspire /kən'spaɪə(r)/ *verb* [I] **1 conspire (with sb) (to do sth)** to plan to do sth bad or illegal with a group of people ஒரு குழுவில் சேர்ந்து தீய அல்லது சட்டத்திற்கு மாறான ஒன்றைச் செய்வதற்கான திட்டம் தீட்டு; கூடிச் சதி செய் *A group of terrorists were conspiring to blow up the plane.* **2 conspire (against sb/sth)** (used about events) to seem to work together to make sth bad happen (நிகழ்வுகளைப் பற்றிக் குறிப்பிடும்போது) தீயதான ஒன்று நிகழச்செய்ய ஒருங்கிணைந்து செயல்படுவதாகக் காணப்படு; ஒன்றற்கு எதிராகச் சதிசெய்வதாகத் தோன்று *When we both lost our jobs in the same week, we felt that everything was conspiring against us.*

constable /'kʌnstəbl/ = **police constable**

constabulary /kən'stæbjələri/ *noun* [C] (*pl.* **constabularies**) the police force of a particular area குறிப்பிட்ட பகுதியிலுள்ள காவற்படைப் பிரிவு

constant /'kɒnstənt/ *adj.* **1** happening or existing all the time or again and again எல்லா நேரத்திலும் அல்லது மீண்டும் மீண்டும் நிகழ்கிற; என்றும் உளதாயிருக்கிற; அடிக்கடி தோன்றுகிற *The constant noise gave me a headache.* **2** that does not change நிலையான; மாறாத *You use less petrol if you drive at a constant speed.*

constantly /'kɒnstəntli/ *adv.* always; again and again எப்போதும்; எல்லா நேரத்திலும்; ஓயாது; மீண்டும் மீண்டும்; அடிக்கடி *The situation is constantly changing.*

constellation /ˌkɒnstə'leɪʃn/ *noun* [C] a group of stars that forms a pattern and has a name தனக்கென ஒரு வடிவமைப்பையும் பெயரையும் கொண்ட விண்மீன் தொகுதி

consternation /ˌkɒnstə'neɪʃn/ *noun* [U] a feeling of shock or worry திகைப்பு அல்லது கலக்கம்; மன அமைதிக் குலைவு; கவலை *We stared at each other **in consternation**.*

constipated /'kɒnstɪpeɪtɪd/ *adj.* not able to empty waste from your body உடலிலிருந்து கழிவை வெளியேற்ற முடியாத; மலச்சிக்கல் உண்டான ▶ **constipation** /ˌkɒnstɪ'peɪʃn/ *noun* [U] *to suffer from/have constipation*

constituency /kən'stɪtjuənsi/ *noun* [C] (*pl.* **constituencies**) a district and the residents of that district who elect a legislator சட்டசபையில் தங்களின் பிரதிநியாக இருக்க ஒருவரைத் தேர்ந்தெடுக்கும் மக்களும் அவர்கள் வாழும் பகுதியும்; வாக்காளர் தொகுதி; தேர்தல் தொகுதி

constituent /kən'stɪtjuənt/ *noun* [C] **1** one of the parts that form sth ஒன்றன் பகுதிகளில் ஒன்று; ஆக்கக் கூறு; மூலக்கூறு *Hydrogen and oxygen are the constituents of water.* **2** a person who lives in the district that a politician represents ஓர் அரசியல்வாதியின் பிரதிநிதித்துவத்தின் கீழ் உள்ள வட்டாரத்தில் வாழ்பவர்; ஒரு தேர்தல் தொகுதியில் வாழ்பவர்

constitute /'kɒnstɪtju:t/ *verb, linking verb* (*formal*) (*not used in the continuous tenses*) **1** to be one of the parts that form sth ஒன்றன் பகுதிகளில் ஒன்றாக இரு; ஆக்கக் கூறாக அல்லது மூலக்கூறாக இரு *Women constitute a high proportion of part-time workers.* **2** to be considered as sth; to be equal to sth குறிப்பிட்ட ஒன்றாகக் கருதப்படு; ஒன்றன் ஈடாக/ஒப்பாக இரு *The presence of the troops constitutes a threat to peace.*

> **NOTE** **Constitute** தொடர்வினையாகப் பயன்படுத்தப்படாத போதிலும் இதன் நிகழ்கால எச்ச வடிவம் (-ing வடிவம்) பெருவழக்காக இருப்பதைக் காணலாம்—*Management has to fix a maximum number of hours as constituting a day's work.*

constitution /ˌkɒnstɪ'tju:ʃn/ *noun* **1** [C] the basic laws or rules of a country or organization ஒரு நாட்டின் அல்லது ஓர் அமைப்பின் அடிப்படைச் சட்டங்கள் அல்லது விதிகள்; அரசியல் அமைப்புச் சட்டத் தொகுதி; ஆட்சி விதிகள் *the Indian constitution* **2** [U] the way the parts of sth are put together; the structure of sth ஒன்றன் பகுதிகள் ஒருசேர அமைக்கப்பட்டுள்ள முறை; அமைப்பு *the constitution of DNA*

constitutional /ˌkɒnstɪ'tju:ʃənl/ *adj.* connected with or allowed by the constitution of a country, etc. ஒரு நாடு, முதலியவற்றின் அடிப்படைச் சட்டங்கள் தொடர்பான அல்லது அச்சட்டங்களால் அனுமதிக்கப்படுகிற; அரசியல் அமைப்பைச் சார்ந்த அல்லது அரசியல் அமைப்பின்படியான *It is not constitutional to imprison a person without trial.*

constrain /kən'streɪn/ *verb* [T] (*formal*) **constrain sb/sth (to do sth)** to limit sb/sth; to force sb/sth to do sth ஒருவரை/ஒன்றை ஒரு வரம்புக்குட்படுத்து; கட்டுப்படுத்து; ஒன்றைச் செய்யுமாறு கட்டாயப்படுத்து *The company's growth has been constrained by high taxes.*

constraint /kən'streɪnt/ *noun* [C, U] something that limits you கட்டுப்பாடு; வரம்பு; எல்லை வரையறை; நிர்ப்பந்த நிலை *There are always some financial constraints on a project like this.* ✪ SYN **restriction**

constrict /kən'strɪkt/ *verb* [I, T] **1** to become or make sth tighter, narrower or less இறுக்கமானதாக, குறுகலானதாக அல்லது குறைவாக ஆகு அல்லது ஆக்கு *She felt her throat constrict with fear.* • *The valve constricts the flow of air.* **2** to limit a person's freedom to do sth ஒன்றைச் செய்வதற்கான ஒருவரது சுதந்திரத்தைக் கட்டுப்படுத்து; வரம்புக்குட்படுத்து ▶ **constriction** *noun* [C, U]

construct /kən'strʌkt/ *verb* [T] to build or make sth ஒன்றைக் கட்டியெழுப்பு அல்லது உருவாக்கு *Early houses were constructed out of mud and sticks.* **NOTE** **Construct** என்ற சொல் **build**-ஐ விட மிகுதியான முறைசார் வழக்குடையது.

construction /kən'strʌkʃn/ *noun* **1** [U] the act or method of building or making sth ஒன்றைக் கட்டி எழுப்புதல் அல்லது கட்டமைப்பு முறை; உருவாக்குதல் *A new bridge is now* ***under construction***. • *He works in the construction industry.* **2** [C] (*formal*) something that has been built or made; a building கட்டி எழுப்பப்பட்ட அல்லது உருவமைக்கப்பட்ட ஒன்று; கட்டடம்; கட்டமைப்பு *The new pyramid was a construction of glass and steel.* **3** [C] the way that words are used together in a phrase or sentence ஒரு தொடரில் அல்லது வாக்கியத்தில் சொற்கள் ஒருசேரப் பயன்படுத்தப்படும் முறை; இலக்கண அமைப்பு; அமைப்பு முறை *a grammatical construction*

constructive /kən'strʌktɪv/ *adj.* useful or helpful பயனுடைய; உதவியான; ஆக்கபூர்வமான *constructive suggestions/criticisms/advice* ▶ **constructively** *adv.*

construe /kən'stru:/ *verb* [T] (*formal*) **construe sth (as sth)** to understand the meaning of sth in a particular way ஒன்றற்கு ஒரு குறிப்பிட்ட முறையில் பொருள்கொள்; ஒன்றைத் தனிப்படப் புரிந்துகொள் *Her confident manner is often construed as arrogance.* ➪ **misconstrue** பார்க்க.

consul /'kɒnsl/ *noun* [C] an official appointed by a government in a foreign city to help people from his/her own country who are living or visiting there ஓர் அயல்நாட்டைச் சார்ந்த நகரத்தில் பணியிலமர்த்தப்பட்டு அந்நாட்டில் வாழும் அல்லது அந்நாட்டிற்கு வரும் தன் நாட்டவருக்கு உதவிசெய்யும் அரசு அலுவலர்; அயல்நாட்டில் பணியாற்றும் ஒரு நாட்டின் பேராளர் ▶ **consular** /'kɒnsjələ(r)/ *adj.*

consulate /'kɒnsjələt/ *noun* [C] the building where a consul works அயல்நாட்டிலுள்ள ஒரு நாட்டின் பேராளர் அலுவலகம் ➪ **embassy** பார்க்க.

consult /kən'sʌlt/ *verb* **1** [T] **consult sb/sth (about sth)** to ask sb for some information or advice, or to look for it in a book, etc. குறிப்பிட்ட தகவலுக்காக அல்லது ஆலோசனைக்காக ஒருவரைக் கேள் அல்லது ஒரு புத்தகம், முதலியவற்றில் பார் *If the symptoms continue, consult your doctor.* **2** [I] **consult with sb** to discuss sth with sb ஒன்றைப் பற்றி ஒருவருடன் விவாதி; கலந்து பேசு; *Harsha consulted with his brothers before selling the family business.*

consultancy /kən'sʌltənsi/ *noun* (*pl.* **consultancies**) **1** [C] a company that gives expert advice on a particular subject குறிப்பிட்ட ஒரு துறையைப் பற்றி வல்லுநர் நிலையில் ஆலோசனை/கருத்து/அறிவுரை வழங்கும் ஒரு நிறுவனம் **2** [U] expert advice that sb is paid to provide on a particular subject ஊதியம் அளித்து ஒருவரிடமிருந்து பெறப்படும் குறிப்பிட்ட துறை சார்ந்த வல்லுநர் நிலையிலான ஆலோசனை, கருத்து அல்லது அறிவுரை

consultant /kən'sʌltənt/*noun* [C] **1** a person who gives advice to people on business, law, etc. வணிகம், சட்டம் முதலியவற்றில் வேண்டுவோருக்கு ஆலோசனை/அறிவுரை வழங்குபவர்; ஆலோசகர் *a firm of management consultants* **2** (*BrE*) a hospital doctor who is a specialist in a particular area of medicine குறிப்பிட்ட ஒரு மருத்துவப் பிரிவில் நிபுணராக/வல்லுநராக உள்ள ஒரு மருத்துவமனை மருத்துவர் *a consultant psychiatrist*

consultation /ˌkɒnsl'teɪʃn/ *noun* [C, U] **1** a discussion between people before a decision is taken ஒரு முடிவெடுப்பதற்கு முன் பலரிடையே நிகழும் கலந்தாய்வு, விவாதம் அல்லது கருத்துரையாடல் *Diplomats met for consultations on the hostage crisis.* • *The measures were introduced without consultation.* **2** (*formal*) meeting sb to get information or advice, or looking for it in a book தகவல், ஆலோசனை அல்லது ஒரு

கருத்துக்காக ஒருவரைச் சந்தித்தல் அல்லது ஒரு நூலில் தேடுதல்; தகவல் அல்லது ஆலோசனை நாடல் *a consultation with a doctor*

consume /kən'sju:m/ *verb* [T] (*formal*) **1** to use sth such as fuel, energy or time எரிபொருள், இயக்காற்றல், நேரம் போன்ற ஒன்றைப் பயன்படுத்து அல்லது செலவுசெய் **2** to eat or drink sth ஒன்றை உண் அல்லது பருகு; உணவு உட்கொள் *Wrestlers can consume up to 10,000 calories in a day.* ➪ **consumption** noun பார்க்க. **3** (used about fire) to destroy sth (தீ வகையில்) ஒன்றை அழி; சுட்டெரி **4** (used about an emotion) to affect sb very strongly (ஓர் உணர்ச்சி பற்றிக் குறிப்பிடும்போது) ஒருவருக்குக் கடுமையான பாதிப்பை ஏற்படுத்து; கடுமையாகத் தாக்கு *She was consumed by grief when her son was killed.*

consumer /kən'sju:mə(r)/ *noun* [C] **1** a person who buys things or uses services பொருள்களை விலைக்கு வாங்குபவர் அல்லது சேவைகளைப் பயன்படுத்துபவர்; பயனீட்டாளர்; நுகர்வோர் **2** a person or an animal that eats or uses sth ஒன்றை உண்ணுகிற அல்லது பயன்படுத்துகிற நபர் அல்லது விலங்கு; உணவு/பயன் கொள்பவர்; உணவு/பயன் கொள்ளும் விலங்கு ➪ **food chain** பதிவில் படம் பார்க்க.

consuming /kən'sju:mɪŋ/ *adj.* (*only before a noun*) that takes up a lot of your time and attention ஒருவருடைய நேரத்தையும் கவனத்தையும் பெருமளவில் தன்வசப்படுத்திக்கொள்கிற அல்லது தன்பால் ஈர்க்கிற *Sport is her consuming passion.*

consummate¹ /'kɒnsəmət/ *adj.* (*only before a noun*) (*formal*) extremely skilled; a perfect example of sth செயல்திறன் மிக்க; ஒன்றன் முழுநிறைவான எடுத்துக்காட்டாக உள்ள *a consummate performer/professional*

consummate² /'kɒnsəmeɪt/ *verb* [T] (*formal*) to make a marriage or relationship complete by having sex உடலுறவு கொள்வதன் மூலமாக திருமணத்தை அல்லது ஓர் உறவை நிறைவுபெறச்செய் ▶ **consummation** /ˌkɒnsə'meɪʃn/ *noun* [C, U]

consumption /kən'sʌmpʃn/ *noun* [U] **1** the amount of fuel, etc. that sth uses ஊர்தி முதலியன பயன்படுத்தும்/செலவழிக்கும் எரிபொருள் முதலியவற்றின் அளவு; நுகர்வளவு; பயனீட்டளவு *a car with low fuel consumption* **2** the act of using, eating, etc. sth ஒன்றைப் பயன்படுத்துதல், உண்ணுதல் முதலியன; பயனீடு; நுகர்வு *The meat was declared unfit for human consumption* (= for people to eat). ➪ **consume** verb பார்க்க.

cont. (*also* **contd**) *abbr.* continued தொடர்கிற; நீடிக்கிற; தொடர்ந்த; இடைவிடாத; ஓயாத *cont. on p 91*

contact¹ /'kɒntækt/ *noun* **1** [U] **contact (with sb/sth)** meeting, talking to or writing to sb else வேறொருவரைச் சந்தித்தல், வேறொருவருடன் பேசுதல் அல்லது வேறொருவருக்கு எழுதுதல்; தொடர்பு; சந்திப்பு *They are trying to **make contact** with the kidnappers.* • *We **keep in contact** with our office in Chennai.* • *It's a pity to **lose contact** with old school friends.* **2** [U] **contact (with sb/sth)** the state of touching sb/sth ஒருவரை/ஒன்றைத் தொடுநிலை *This product should not **come into contact** with food.* **3** [C] a person that you know who may be able to help you தனக்கு உதவக்கூடிய அறிமுகமான ஒருவர்; பயன்தொடர்பாளர்; பற்றிணைப்பாளர் *business contacts* **4** [C] an electrical connection மின்தொடர்பு; மின் இணைவு *The switches close the contacts and complete the circuit.* ➪ **bulb** பதிவில் படம் பார்க்க.

contact² /'kɒntækt/ *verb* [T] to telephone or write to sb தொலைபேசி மூலம் பேசு/தொடர்புகொள்; எழுத்து மூலமாகத் தொடர்புகொள் *Is there a phone number where I can contact you?*

contact lens *noun* [C] a small thin piece of plastic that fits onto your eye to help you see better முன்னிலும் மேம்பட்ட கண்பார்வைக்கு உதவும் பொருட்டு கண்விழியோடு ஒட்டி அணிந்துகொள்ளும் சிறிய மெல்லிய பிளாஸ்டிக் வில்லை; பார்வைத் திறன் பெருக்கு வில்லை

contagious /kən'teɪdʒəs/ *adj.* (used about a disease) that you can get by touching sb/sth (நோய் வகையில்) ஒருவரை/ஒன்றைத் தொடுவதால் தொற்றிக்கொள்கிற; தொற்றும் தன்மையுள்ள; ஒட்டுவாரொட்டியான *Chicken pox is a highly contagious disease.* • (*figurative*) *Her laugh is contagious.* ➪ **infectious** பதிவிலுள்ள குறிப்பைப் பார்க்க. ▶ **contagion** /kən'teɪdʒən/ *noun* [U]

contain /kən'teɪn/ *verb* [T] (*not used in the continuous tenses*) **1** to have sth inside or as part of itself ஒன்றைத் தன்னுள் அடக்கியிரு அல்லது தன்னுடைய ஒரு பகுதியாகக் கொண்டிரு *Each box contains 24 tins.* **2** to keep sth within limits; to control sth ஒன்றை ஒரு வரம்புக்குள்/கட்டுக்குள் வைத்திரு; கட்டுப்படுத்து *efforts to contain inflation* • *She found it hard to contain her anger.*

NOTE **Contain** தொடர் வினையாகப் பயன்படுத்தப்படாவிடினும், இதன் நிகழ்கால எச்ச வடிவம் (-ing வடிவம்) பெருவழக்காக இருப்பதைக் காணலாம்—*petrol containing lead* **Contain, include** இரண்டுக்குமுள்ள வேறுபாடாவது: ஒன்று பொருள்களைத் தன்னுள்

கொண்டிருப்பதைக் குறிப்பிடும்போது, **contain** பயன்படுத்தப்படுகிறது—*a jar containing olives • This film contains violent scenes.* ஒருவர்/ஒன்று ஒரு முழுமையின் கூறாக அமைவதை அல்லது ஒன்றன் பகுதியாக இருப்பதைக் குறிப்பிட **include** பயன்படுத்தப்படுகிறது—*a team of seven people including a cameraman and a doctor • The price of the holidays includes accommodation.*

container /kən'teɪnə(r)/ *noun* [C] **1** a box, bottle, packet, etc. in which sth is kept ஒரு பொருள் உள்ளிட்டு வைக்கப்பட்டுள்ள பெட்டி, புட்டி, சிறு சிப்பம் முதலியன; கொள்கலம்; பொதியுறை *a plastic container* **2** a large metal box that is used for transporting goods by sea, road or rail கப்பல், பார உந்து, தொடர்வண்டி ஆகியவற்றில் சரக்குகளை ஏற்றி அனுப்பப் பயன்படுத்தப்படும் பெரிய உலோகப் பெட்டி; சரக்குக் கடகம் *a container lorry/ship*

contaminant /kən'tæmɪnənt/ *noun* [C] any substance that makes sth dirty or not pure ஒன்றைக் கறைப்படுத்தும் அல்லது ஒன்றற்குத் தூய்மைக்கேட்டை உண்டாக்கும் பொருள்

contaminate /kən'tæmɪneɪt/ *verb* [T] to add a substance which will make sth dirty or harmful ஒன்றைக் கறைபடுத்தக் கூடிய அல்லது ஒன்றற்குத் தீமை/கேடு விளைவிக்கக்கூடிய ஒரு பொருளைச் சேர் அல்லது கலக்கு *The town's drinking water was contaminated with poisonous chemicals.* ▶ **contamination** /kən,tæmɪ'neɪʃn/ *noun* [U]

contemplate /'kɒntəmpleɪt/ *verb* [T] **1** to think carefully about sth or the possibility of doing sth ஒன்றைப் பற்றி அல்லது ஒன்றைச் செய்வதற்கான வாய்ப்பு நிலை பற்றிக் கவனமாகச் சிந்தி; கூர்ந்து ஆராய் *Before her illness she had never contemplated retiring.* **2** to look at sb/sth, often quietly or for a long time பெரும்பாலும் அமைதியாக அல்லது நீண்ட நேரம், ஒருவரை/ஒன்றை நோக்கு; சிந்தனை நோக்குடன் பார் ▶ **contemplation** /,kɒntəm'pleɪʃn/ *noun* [U]

contemporary[1] /kən'temprəri/ *adj.* **1** belonging to the same time as sb/sth else வேறொருவரை/வேறொன்றைப் போன்று, அதே காலத்தைச் சார்ந்த; அதே காலத்திற்குரிய; சம கால; உடன் நிகழ்வான *The programme includes contemporary film footage of the First World War.* **2** of the present time; modern நிகழ்காலத்தைச் சார்ந்த; தற்காலத்திற்குரிய; தற்கால *contemporary music/art/society*

contemporary[2] /kən'temprəri/ *noun* [C] (*pl.* **contemporaries**) a person who lives or does sth at the same time as sb else வேறொருவரைப் போன்று, அதே காலத்தில் வாழ்பவர் அல்லது அதே வேளையில் ஒன்றைச் செய்பவர்; சம காலத்தவர்; உடன் வாழ்நர்

contempt /kən'tempt/ *noun* [U] **contempt (for sb/sth)** the feeling that sb/sth does not deserve any respect or is without value ஒருவர்/ஒன்று எத்தகைய மதிப்புக்கும் உரியவரல்லர்/உரியதன்று அல்லது எத்தகைய தகுதிப்பாடும் இல்லாதவர்/இல்லாதது என்னும் உணர்வு; ஏளன உணர்வு; இகழ்ச்சி *The teacher treated my question **with contempt**.* ▶ **contemptuous** /kən'temptʃuəs/ *adj. The boy just gave a contemptuous laugh when I asked him to be quiet.*

contemptible /kən'temptəbl/ *adj.* (*formal*) not deserving any respect at all எத்தகைய மதிப்புணர்வுக்கும் அறவே தகுதியற்ற; இகழ்ச்சிக்குரிய *contemptible behaviour*

contend /kən'tend/ *verb* **1** [I] **contend with/against sb/sth** to have to deal with a problem or a difficult situation ஒரு சிக்கலை அல்லது ஓர் இடர்ப்பாடான சூழ்நிலையைக் கையாள வேண்டியிரு அல்லது அதனைச் சமாளிக்க வேண்டியிரு *She's had a lot of problems to contend with.* **2** [T] (*formal*) to say or argue that sth is true ஒன்றை மெய்யானதெனக் கூறு அல்லது வாதிடு *The young man contended that he was innocent.* **3** [I] **contend (for sth)** to compete against sb to win or gain sth ஒன்றை வென்றெடுக்க அல்லது ஒரு பயனைப் பெறவேண்டி ஒருவருடன் போட்டியிடு *Two athletes are contending for first place.*

contender /kən'tendə(r)/ *noun* [C] a person who may win a competition ஒரு போட்டியில் வெற்றிபெறும் வாய்ப்புள்ளவர்; வெற்றி வாய்ப்புள்ள ஒரு போட்டியாளர் *There are only two serious contenders for the leadership.*

content[1] /kən'tent/ *adj.* (*not before a noun*) **content (with sth) content to do sth** happy or satisfied with what you have or do தன்னிடம் உள்ளதை வைத்து அல்லது தனது செயலில் மகிழ்ச்சி அல்லது மனநிறைவு அடைகிற; போதுமென்ற மனமுடைய; திருப்தியான *I don't need a new car—I'm perfectly content with the one I've got.*

content[2] /'kɒntent/ *noun* **1 contents** (*pl.*) the thing or things that are inside sth ஒன்றற்குள் உள்ள பொருள் அல்லது பொருள்கள்; உள்ளடக்கம்; உள்ளீடு *Add the contents of this packet to a pint of cold milk and mix well.* **2** [*sing.*] the main subject, ideas, etc. of a book, article, television programme, etc ஒரு நூல், கட்டுரை, தொலைக்காட்சி நிகழ்ச்சி முதலியவற்றின் முக்கியமான பொருள், கருத்துகள் முதலியன; பொருளடக்கம் *The content of the essay is good, but there are too many grammatical* *mistakes*. 3 [*sing*.] the amount of a particular substance that sth contains ஒன்றனுள் அடங்கியுள்ள குறிப்பிட்ட பொருளின் அளவு *Many processed foods have a high sugar content.*

content³ /kən'tent/ *noun* [*sing*.]

IDM **to your heart's content** ➪ **heart** பார்க்க.

content⁴ /kən'tent/ *verb* [T] **content yourself with sth** to accept sth even though it was not exactly what you wanted ஒன்று தான் விரும்பியவாறே இல்லாவிடினும் அதனை ஏற்றுக்கொள்; உள்ளதை வைத்து மனநிறைவடை; போதுமென்ற மனம் பெறு *The restaurant was closed, so we had to content ourselves with a sandwich.*

contented /kən'tentɪd/ *adj*. happy or satisfied மனம் மகிழ்கிற; மன நிறைவு கொண்ட; திருப்தி அடைந்த *The baby gave a contented chuckle.* ▶ **contentedly** *adv*.

contention /kən'tenʃn/ *noun* (*formal*) 1 [U] arguing; disagreement வாதிடுதல்; பூசல்; கருத்து வேறுபாடு 2 [C] your opinion; sth that you say is true கருத்து; எண்ணம்; உண்மை எனத் தான் கூறுவது; நிலைநிறுத்த முயலும் ஒன்று *The government's contention is that unemployment will start to fall next year.*

IDM **in contention (for sth)** having a chance of winning a competition ஒரு போட்டியில் வெற்றி வாய்ப்பு உள்ள *Four teams are still in contention for the cup.*

contentious /kən'tenʃəs/ *adj*. likely to cause argument வாதத்திற்குக் காரணமாக அமையக்கூடிய; சச்சரவை உண்டுபண்ணக்கூடிய *a contentious issue*

contentment /kən'tentmənt/ *noun* [U] a feeling of happy satisfaction மனநிறைவு; திருப்தி

contest¹ /'kɒntest/ *noun* [C] a competition to find out who is the best, strongest, most beautiful, etc. வலிமை, ஆற்றல், அழகு முதலியவற்றில் மற்றவர்களை விஞ்சி நிற்பவரைக் கண்டறிவதற்கான போட்டி *I've decided to **enter** that writing **contest**.* • *The by-election will be a contest between the two main parties.*

contest² /kən'test/ *verb* [T] 1 to take part in a competition or try to win sth ஒரு போட்டியில் கலந்துகொள்; ஒன்றை வென்றெடுக்க முயல் *Twenty-four teams will contest next year's World Cup*. 2 to say that sth is wrong or that it was not done properly ஒன்றைத் தவறு என்றோ முறையாகச் செய்யப்படவில்லை என்றோ கூறு; எதிர்த்து வாதிடு *They contested the decision, saying that the judges had not been fair.*

contestant /kən'testənt/ *noun* [C] a person who takes part in a contest ஒரு போட்டியில் கலந்துகொள்பவர்; போட்டியாளர் *Four contestants appear on the quiz show each week.*

context /'kɒntekst/ *noun* [C, U] 1 the situation in which sth happens or that caused sth to happen ஒரு செயல் நிகழும் அல்லது ஒரு நிகழ்வுக்குக் காரணமாக அமைந்த சூழ்நிலை; சூழல்; தறுவாய்; சந்தர்ப்பம் *To **put** our company **in context**, we are now the third largest in the country*. 2 the words that come before or after a word, phrase or sentence that help you to understand its meaning ஒரு சொல், தொடர் அல்லது வாக்கியத்திற்கு முன்னோ பின்னோ வருவனவும், அதன் பொருள் விளங்கத் துணைசெய்வனவுமாகிய சொற்கள்; சூழல் விளக்கச் சொற்கள் *You can often guess the meaning of a word from its context.* • *Taken **out of context**, his comment made no sense.*

continent /'kɒntɪnənt/ *noun* 1 [C] one of the seven main areas of land on the Earth பூமியின் முக்கியமான நிலப்பகுதிகள் ஏழினுள் ஒன்று; கண்டம் *Asia, Africa and Antarctica are continents*. 2 **the Continent** [*sing*.] (*BrE*) the main part of Europe not including the British Isles பிரிட்டிஷ் தீவுகள் நீங்கலாக உள்ள ஐரோப்பாவின் பெருநிலப்பகுதி

continental /ˌkɒntɪ'nentl/ *adj*. 1 connected with or typical of a continent ஒரு கண்டம் தொடர்பான அல்லது ஒரு கண்டத்திற்குரிய; ஒரு கண்டத்தின் தனியியல்பான *Moscow has a continental climate—hot summers and cold winters*. 2 (*BrE*) connected with the main part of Europe not including the British Isles பிரிட்டிஷ் தீவுகள் நீங்கலாக உள்ள ஐரோப்பாவின் முதன்மையான நிலப்பகுதி சார்ந்த *continental food.*

continental breakfast *noun* [C] a cold breakfast of bread and jam with coffee ரொட்டி-பழப்பாகுடன் காப்பி சேர்ந்த காலை உணவு

continental drift *noun* [U] (in geology) the slow movement of the continents towards and away from each other during the history of the earth (புவியமைப்பியலில்) பூமி வரலாற்றின் காலப்போக்கில் கண்டங்கள் மெல்ல மெல்ல ஒன்றை நோக்கி மற்றொன்று நகர்தல் மற்றும் ஒன்றிலிருந்து மற்றொன்று விலகிச் செல்லுதல்; கண்டங்களின் புடைபெயர்ச்சி ➪ **plate tectonics** பார்க்க.

continental shelf *noun* [*sing*.] (in geology) the area of land under the sea on the edge of a continent (புவியமைப்பியலில்) ஒரு கண்டத்தின் விளிம்பில்/கோடியில் கடலுக்கடியிலுள்ள நிலப்பரப்பு/மணல்திட்டு

continental slope *noun* [*sing*.] (in geology) the steep surface that goes down from the outer edge of the **continental shelf** to the ocean floor (புவியமைப்பியலில்) ஒரு கண்டத்தின் கோடியில் கடலுக்கடியிலுள்ள மணல்திட்டின்

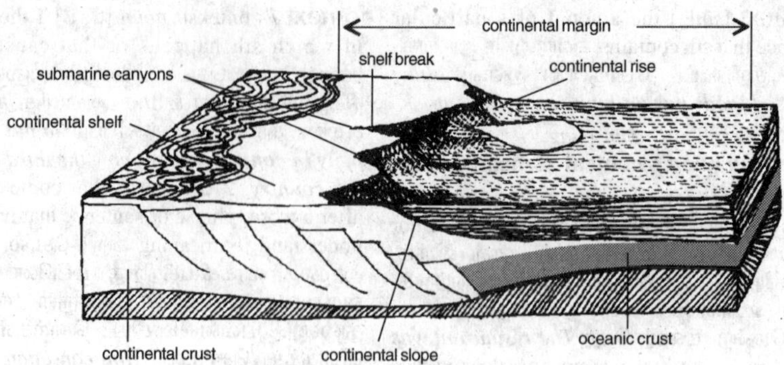

continental shelf/slope

வெளிப்புற முனையிலிருந்து கடலின் தரைப்பரப்பு வரையிலான செங்குத்தான சரிவு

contingency /kənˈtɪndʒənsi/ *noun* [C] (*pl.* **contingencies**) a possible future situation or event நிகழும் வாய்ப்புள்ள எதிர்காலச் சூழ்நிலை அல்லது நடப்பு; கருதற்குரிய வருநிகழ்வு *We'd better make* ***contingency plans*** *just in case something goes wrong.* • *We've tried to prepare for every possible contingency.*

contingent /kənˈtɪndʒənt/ *noun* [C, *with sing. or pl. verb*] **1** a group of people from the same country, organization, etc. who are attending an event ஒரு நிகழ்ச்சியில் கலந்துகொள்ளும் ஒரே நாடு, நிறுவனம் முதலியவற்றைச் சேர்ந்தவர்களின் குழு *the Indian contingent at the conference* **2** a group of armed forces forming part of a larger force பெரும்படை ஒன்றின் பகுதியாக அமையும் படைப்பிரிவு; துணைப் படைப்பிரிவு

continual /kənˈtɪnjuəl/ *adj.* happening again and again மீண்டும் மீண்டும் நிகழ்கிற; தொடர் நிகழ்வான *His continual phone calls started to annoy her.* ⇨ **incessant** பார்க்க. ▶ **continually** *adv.*

continuation /kənˌtɪnjuˈeɪʃn/ *noun* [*sing.*, U] something that continues or follows sth else; the act of making sth continue வேறொன்றைத் தொடர்ந்து வருவது அல்லது அடுத்து நிகழ்வது; தொடர்ச்சி; ஒன்றைத் தொடர்ந்து நிகழச் செய்தல்; தொடர்தல் *The team are hoping for a continuation of their recent good form.* • *Continuation of the current system will be impossible.*

continue /kənˈtɪnjuː/ *verb* **1** [I] to keep happening or existing without stopping தொடர்; தொடர்ந்து நடைபெறு; இடைவிடாது உளதாயிரு *If the pain continues, see your doctor.* **2** [I, T] **continue (doing/to do sth)**; **continue (with sth)** to keep doing sth without stopping இடைவிடாது ஒன்றைச் செய்துகொண்டிரு; தொடர்ந்து நிகழ்த்து *They ignored me and continued their conversation.* • *He continued working/to work late into the night.* • *Will you continue with the lessons after the exam?* **3** [I, T] to begin to do or say sth again after you had stopped நிறுத்திய பின் மீண்டும் ஒன்றைச் செய்ய அல்லது கூறத் தொடங்கு; இடைநிறுத்தத்திற்குப் பின் ஒன்றைத் தொடர்; மீண்டும் தொடங்கு *The meeting will continue after lunch.* **4** [I, T] to go further in the same direction அதே திசையில் மேலும் செல்/தொடர்ந்து செல் *The next day we continued our journey.*

continued /kənˈtɪnjuːd/ *adj.* going on without stopping நிறுத்தம் இன்றி நிகழ்கிற; இடைவிடாது, ஓயாது அல்லது தொடர்ந்து நடைபெறுகிற; தொடர்ந்த; இடைவிடாத *There are reports of continued fighting near the border.*

continuity /ˌkɒntɪˈnjuːəti/ *noun* [U] the fact of continuing without stopping or of staying the same நில்லாது தொடர்தலாகிய அல்லது ஒன்றே தொடர்ந்து காணப்படுதலாகிய நிகழ்வு/செயல்; தொடர்ச்சி; இடைவிடாமை; இடையறாமை *The pupils will have the same teacher for two years to ensure continuity.*

continuous /kənˈtɪnjuəs/ *adj.* happening or existing without stopping நில்லாமல் தொடர்ச்சியாக நிகழ்கிற அல்லது இடைவிலக்கல் இன்றி காணப்படுகிற; இடையறாத; தொடர்ந்த *There was a continuous line of cars stretching for miles.* ▶ **continuously** *adv. It has rained continuously here for three days.*

the continuous tense (*also* **the progressive tense**) *noun* [C] (*grammar*) the form of a verb such as 'I am waiting', 'I was waiting' or 'I have been waiting' which is made from a part of 'be' and a verb ending in '-ing' and is used to describe an action that continues for a period of time ஒரு கால அளவுக்குத் தொடர்ந்து நிகழும் ஒரு செயலைக் குறிப்பிடப் பயன்படுத்தப்படுவதும், 'be' வினையின் ஒரு வடிவமும் முதன்மை

வினையின் '-ing' வடிவமும் சேர்ந்ததுமான வினைச்சொல் வடிவம்; தொடர்வினை *I am waiting.* • *I was waiting.* • *I have been waiting.*

continuum /kən'tɪnjuəm/ *noun* [C] (*pl.* **continua** /-juə/) a continuous series of things, in which each one is only slightly different from the things next to it, but the last is very different from the first ஒவ்வொரு பொருளும் அடுத்தமைந்துள்ள பொருள்களிலிருந்து சிறிதளவே வேறுபட்டதாக உள்ளதும், ஆனால் இறுதியில் உள்ளது முதலில் உள்ளதைவிடப் பெரிதும் வேறானதாக இருப்பதுமான பொருள்களின் தொடர்வரிசை அமைவு; படிநிலை மாறுபாட்டமைப்புத் தொடர்வரிசை; தொடர்பக வரிசைத் தொகுதி

contort /kən'tɔːt/ *verb* [I, T] to move or to make sth move into a strange or unusual shape இயல்பு திரிந்த அல்லது வழக்கத்திற்கு மாறான ஒரு வடிவைப் பெறுமாறு நிலைபெயர் அல்லது ஒரு பொருளை அவ்வாறு நிலை பெயரச் செய்; உருத்திரிபுறு அல்லது உருத்திரிபுறுத்து *His face contorted/was contorted with pain.* ▶ **contortion** *noun* [C]

contour /'kɒntʊə(r)/ *noun* [C] **1** the shape of the outer surface of sth ஒன்றன் வெளிப்பரப்பின் தோற்ற அமைப்பு; புற வடிவம்; உருவரை *I could just make out the contours of the house in the dark.* **2** (*also* **contour line**) a line on a map joining places of equal height ஒரு நிலப்படத்தில் கடற் பரப்புக்கு மேல் ஒரே உயர அளவுள்ள இடங்களை இணைக்கும் கோடு; நிலப்படத்தின் மட்ட இணைப்பு வரைகோடு

contra- /'kɒntrə/ *prefix* (*used in nouns, verbs and adjectives*) against; opposite எதிராக; மாறாக; எதிர்மாறாக; வேறுபட்டு *contradict* (= say the opposite)

contraband /'kɒntrəbænd/ *noun* [U] goods that are taken into or out of a country illegally சட்டத்திற்கு மாறாக ஒரு நாட்டினுள் அல்லது நாட்டிலிருந்து கொண்டு செல்லப்படும் வாணிகப் பொருள்கள்; கள்ள வாணிகச் சரக்கு *contraband cigarettes*

contraception /ˌkɒntrə'sepʃn/ *noun* [U] the ways of preventing a woman from becoming pregnant ஒரு பெண் கருப்பமடைவதைத் தடுப்பதற்கான வழிமுறைகள்; கருத்தடை முறைகள் *a reliable form of contraception* ➪ **birth control** மற்றும் **family planning** பார்க்க.

contraceptive /ˌkɒntrə'septɪv/ *noun* [C] a drug or a device that prevents a woman from becoming pregnant ஒரு பெண் கருப்பமடைவதைத் தடுப்பதற்கான வேதியியல் மருந்துப்பொருள் அல்லது கருவி; கருத்தடை மருந்து; கருத்தடை சாதனம் ▶ **contraceptive** *adj.*

contract[1] /'kɒntrækt/ *noun* [C] a written legal agreement சட்டப்படியான எழுத்து வடிவ உடன்படிக்கை அல்லது ஒப்பந்தம் *They **signed** a three-year **contract with** a major record company.* • *a temporary contract*

contract[2] /kən'trækt/ *verb* **1** [I, T] to become or to make sth smaller or shorter ஒன்று மேலும் சிறிதாகு அல்லது குட்டையாகு; ஒன்றை மேலும் சிறிதாக்கு அல்லது குட்டையாக்கு; சுருங்கு; சுருக்கு *Metals contract as they cool.* ✪ OPP **expand** **2** [T] to get an illness or disease, especially a serious one (குறிப்பாக ஒரு கடுமையான) உடல்நலக் கேட்டுக்கு உள்ளாகு; நோய்வாய்ப்படு *to contract pneumonia* **3** [I, T] to make a written legal agreement with sb to do sth ஒரு செயலைச் செய்வதற்காக ஒருவருடன் எழுத்து வடிவில் சட்டப்படியான ஒப்பந்தம் செய்துகொள்; தொழில்/பணி ஒப்பந்தம் செய்துகொள் *His firm has been contracted to supply all the furniture for the new building.*

PHR V **contract sth out (to sb)** to arrange for work to be done by sb outside your own company சொந்த நிறுவனத்தைச் சாராத ஒருவரால் ஒரு பணி செய்யப்பட ஏற்பாடு செய்; வெளியாளைக் கொண்டு ஒரு பணியைச் செய்வி

contraction /kən'trækʃn/ *noun* **1** [U] the process of becoming or of making sth become smaller or shorter ஒன்று மேலும் சிறிதாதல் அல்லது குட்டையாதல்; ஒன்றை மேலும் சிறிதாக்குதல் அல்லது குட்டையாக்குதல்; சுருக்கம் *the expansion and contraction of a muscle* **2** [C] a strong movement of the muscles that happens to a woman as her baby is born குழந்தை பிறக்கும்போது ஒரு பெண்ணுக்கு நேரும் தசைகளின் வன்மையான அசைவு **3** [C] a shorter form of a word or words ஒரு சொல்லின் அல்லது சொற்களின் சுருங்கிய வடிவம்; சொற்குறுக்கம் *'Mustn't' is a contraction of 'must not'.*

contractor /kən'træktə(r)/ *noun* [C] a person or company that has a contract to do work or provide goods or services for another company வேறொரு நிறுவனத்திற்காக ஒரு பணியைச் செய்ய அல்லது வாணிகப் பொருள்களை வழங்க அல்லது சேவைகளை அளிக்க ஒப்பந்தம் செய்துகொண்ட ஒருவர் அல்லது ஒரு நிறுவனம்; ஒப்பந்ததாரர்; குத்தகையாளர்

contractual /kən'træktʃuəl/ *adj.* connected with or included in a contract ஓர் ஒப்பந்தம் தொடர்பான அல்லது ஓர் ஒப்பந்தத்தில் உள்ளடங்கிய

contradict /ˌkɒntrə'dɪkt/ *verb* [T] to say that sth is wrong or not true; to say the opposite of sth ஒன்று தவறானது அல்லது மெய்யானதல்ல எனக் கூறு; ஒன்றுக்கு எதிர்மாறான

வேறொன்றைக் கூறு; மறுத்துப் பேசு; முரண்படு *These instructions seem to contradict previous ones.*

contradiction /ˌkɒntrəˈdɪkʃn/ *noun* [C, U] a statement, fact or action that is opposite to or different from another one வேறொன்றுக்கு நேர்மாறான அல்லது வேறொன்றிலிருந்து மாறுபட்ட ஓர் அறிக்கை, ஒரு நிகழ்வு அல்லது செயல்; முரண்பாடு; முரண்கூற்று; முரண்செயல் *There were a number of contradictions in what he told the police.* • *This letter is* **in** *complete* **contradiction to** *their previous one.*

contradictory /ˌkɒntrəˈdɪktəri/ *adj.* being opposite to or not matching sth else வேறொன்றுக்கு எதிர்மாறான; ஒத்திசைவு அற்றுக் காணப்படுகிற; முரண்பாடான; முரணான *Contradictory reports appeared in the newspapers.*

contraflow /ˈkɒntrəfləʊ/ *noun* [C] the system that is used when one half of a wide road is closed for repairs, and traffic going in both directions has to use the other side அகலமான சாலை ஒன்றின் ஒரு பாதி பழுதுபார்த்தலுக்காக மூடப்பட்டு, மறுபாதியில் இரு வழிப் போக்குவரத்தும் நடைபெறும் முறை; ஒரு வழிப் பாதையில் இரு வழிப் போக்குவரத்துக்கான ஏற்பாடு

contraption /kənˈtræpʃn/ *noun* [C] a strange or complicated piece of equipment புதுவகையான அல்லது சிக்கலான ஒரு சாதனம்; விசித்திரக் கட்டமைப்புடைய பொறி *The first aeroplanes were dangerous contraptions.*

contrary[1] /ˈkɒntrəri/ *adj.* **1** (*only before a noun*) completely different; opposite முற்றிலும் மாறுபட்ட; முழுதும் வேறான; நேரெதிரான; முரணான *I thought it was possible, but she took the contrary view.* **2 contrary to** completely different from; opposite to; against ஒன்றிலிருந்து முற்றிலும் மாறுபட்டு அமைகிற; ஒன்றற்கு எதிர்மாறாக உள்ள; நேர் எதிராகக் காணப்படுகிற ***Contrary to popular belief*** (= to what many people think), *not all politicians are corrupt.*

contrary[2] /ˈkɒntrəri/ *noun*

IDM on the contrary the opposite is true; certainly not கூறப்பட்டதற்கு எதிர்மாறாக; உறுதியாகத் தவறானதாக; கூறப்பட்டதற்கு முற்றிலும் மாறாக *'You look as if you're not enjoying yourself'. 'On the contrary, I'm having a great time.'*

to the contrary (*formal*) saying the opposite எதிர்மாறான/முற்றிலும் வேறுபட்ட ஒன்றைக் கூறுகிற; எதிர்மாறாக; முரண்பாடாக *Unless I hear anything to the contrary, I shall assume that the arrangements haven't changed.*

contrast[1] /ˈkɒntrɑːst/ *noun* **1** [U] comparison between two people or things that shows the differences between them இருவர் அல்லது இரு பொருள்களுக்கு இடையே உள்ள வேறுபாட்டுக் கூறுகளைக் காட்டும் முறையிலான ஒப்பீடு; வேறுபாடு உணர்த்தும் ஒப்பீட்டு முறை ***In contrast to*** *previous years, we've had a very successful summer.* **2** [C, U] **(a) contrast (to/with sb/sth); (a) contrast (between A and B)** a clear difference between two things or people that is seen when they are compared இரண்டு பொருள்களை அல்லது இருவரை ஒப்பிடும்போது அவற்றுக்கு/அவர்களுக்கு இடையே தெளிவாகத் தோன்றும் வேற்றுமை; ஒப்பீட்டின் அடிப்படையிலான வேறுபாடு *There is a tremendous contrast between the climate in the valley and the climate in the hills.* **3** [C] something that is clearly different from sth else when the two things are compared இரண்டு பொருள்களை ஒப்பிடும்பொழுது, மற்றதிலிருந்து தெளிவாக வேறுபட்டுக் காணப்படும் ஒன்று; ஒப்பீட்டின் அடிப்படையில் மாறுபட்ட தன்மையை வெளிப்படுத்தும் ஒன்று *This house is quite a contrast to your old one!*

contrast[2] /kənˈtrɑːst/ *verb* **1** [T] **contrast (A and/with B)** to compare people or things in order to show the differences between them இரு பொருள்களுக்கு அல்லது இருவருக்கு இடையில் உள்ள வேறுபாடுகளைக் காட்டும் பொருட்டு அவர்களை/அவற்றை ஒப்பிட்டுப் பார்; ஒப்பிட்டு வேறுபாடு காண் *The film contrasts his poor childhood with his later life as a millionaire.* **2** [I] **contrast with sb/sth** to be clearly different when compared ஒப்பிட்டு நோக்கும்போது, வேறுபாடு வெளிப்படையாகத் தோன்று அல்லது வேறுபட்டுக் காணப்படு *This comment contrasts sharply with his previous remarks.*

contravene /ˌkɒntrəˈviːn/ *verb* [T] (*formal*) to break a law or a rule ஒரு சட்டத்தை அல்லது விதிமுறையை மீறு; சட்டத்துக்கு அல்லது விதிமுறைக்கு எதிராகச் செயல்படு ▶ **contravention** /ˌkɒntrəˈvenʃn/ *noun* [C, U]

contribute /ˈkɒntrɪbjuːt/ *verb* **contribute (sth) (to/towards sth) 1** [I, T] to give a part of the total, together with others மற்றவர்களுடன் கூட்டாக, ஒரு முழுமைக்காக ஒரு பகுதியை வழங்கு; தனது பங்காகக் கொடு *Would you like to contribute towards our collection for famine relief?* • *The research has contributed a great deal to our knowledge of cancer.* **2** [I] to be one of the causes of sth ஒரு நிகழ்வின்/செயலின் காரணங்களில் ஒன்றாக இரு *It is not known whether the bad weather contributed to the accident.* **3** [I, T] to write articles for a magazine or newspaper ஒரு பருவ இதழ் அல்லது செய்தித்தாளுக்குக் கட்டுரைகள் எழுது

contribution /ˌkɒntrɪˈbjuːʃn/ *noun* [C] **a contribution (to/toward sth)** something that you give, especially money or help, or do together with other people குறிப்பாகப் பணமாக அல்லது செயல் உதவியாக, தன்னால் அளிக்கப்படும் ஒன்று அல்லது மற்றவர்களுடன் கூட்டாக செய்யப்படும் ஒன்று; பங்களிப்பு; துணைப் பணி; துணையுதவி *If we all **make a** small **contribution**, we'll be able to buy Rao a good present.*

contributor /kənˈtrɪbjətə(r)/ *noun* [C] a person who contributes to sth பணம், பொருள் அல்லது செயல் உதவி அளிப்பவர்; துணைப்பணி செய்பவர்; பங்களிப்பவர்

contributory /kənˈtrɪbjətəri/ *adj.* helping to cause or produce sth ஒரு நிகழ்விற்கு அல்லது ஒன்றன் உருவாக்கத்திற்குத் துணையாக அமைகிற; துணையுதவி செய்கிற; பங்களிப்புச் செய்கிற *Alcohol was a contributory factor in her death.*

contrive /kənˈtraɪv/ *verb* [T] **1** to manage to do sth, although there are difficulties சிரமங்களுக்கு இடையிலேயும் ஒன்றை ஒருவாறாகச் செய்து-முடி; சமாளித்துச் செயலாற்று *If I can contrive to get off work early, I'll see you later.* **2** to plan or invent sth in a clever and/or dishonest way அறிவுத் திறனைப் பயன்படுத்தி அல்லது நேர்மையற்ற முறையில் அல்லது அறிவுத் திறனையும் நேர்மையின்மையையும் ஒருசேரப் பயன்படுத்தி ஒன்றைத் திட்டமிடு அல்லது புதிதாக உருவாக்கு; சூழ்ச்சித் திறனுடன் ஒன்றைச் செய் அல்லது உருவாக்கு *He contrived a scheme to cheat insurance companies.*

contrived /kənˈtraɪvd/ *adj.* hard to believe; not natural or realistic நம்புவதற்குக் கடினமாகத் தோன்றுகிற; இயற்கையானதாகவோ இயல்பானதாகவோ இல்லாத *The ending of the film seemed rather contrived.*

control[1] /kənˈtrəʊl/ *noun* **1** [U] **control (of/over sb/sth)** power and ability to make sb/sth do what you want தான் விரும்புவதை ஒருவரை/ஒன்றைச் செய்யவைக்கும் அதிகாரம், ஆற்றல் மற்றும் திறமை; கட்டுப்படுத்தும் ஆற்றல் *Rebels managed to **take control** of the radio station.* • *Some teachers find it difficult to **keep control** of their class.* • *He **lost control** of the car and crashed.* • *I was late because of circumstances **beyond** my **control**.* **2** [C, U] **(a) control (on/over sth)** a limit on sth; a way of keeping sb/sth within certain limits ஒன்றன் மீதான எல்லை வரையறை; கட்டுப்பாடு; குறிப்பிட்ட ஓர் எல்லைக்குள் ஒருவரை/ஒன்றைக் கட்டுப்படுத்துதல் *price controls* • *The faults forced the company to review its **quality control** procedures.* **3** [C] one of the parts of a machine that is used for operating it ஒரு பொறியை இயக்குவதற்குப் பயன்படுத்தப்படும் அதன் உறுப்புகளில் ஒன்று; ஒரு பொறியின் இயக்கத்தைக் கட்டுப்படுத்தும் அதன் துணைப் பகுதி *the controls of an aeroplane/a TV* • *a control panel* **4** [*sing.*] the place from which sth is operated or where sth is checked ஒன்று இயக்கப்படும் அல்லது சரிபார்க்கப்படும் இடம்; (இயந்திரக்) கட்டுப்பாட்டறை; சோதனை நிலையம் *We went through passport control and then got onto the plane.*

IDM **be in control (of sth)** to have the power or ability to deal with sth ஒன்றைக் கையாளும் அல்லது ஒன்றன் மீது நடவடிக்கை எடுக்கும் அதிகாரத்தை அல்லது திறமையைப் பெற்றிரு; கட்டுப்படுத்தும் உரிமை அல்லது திறன் கொண்டிரு *The police are again in control of the area following last night's violence.*

be/get out of control to be/become impossible to deal with ஒன்றைக் கையாள அல்லது கட்டுப்படுத்த முடியாமல் இரு அல்லது இயலாமல்போ *The demonstration got out of control and fighting broke out.*

under control being dealt with successfully வெற்றியுடன் செய்து முடிக்கப்பட்டதாக; கட்டுப்பாட்டிற்குள் கொண்டுவரப்பட்டதாக *It took several hours to bring the fire under control.*

control[2] /kənˈtrəʊl/ *verb* [T] (**controlling**; **controlled**) **1** to have power and ability to make sb/sth do what you want தான் விரும்புவதை ஒருவரை/ஒன்றைச் செய்யவைக்கும் அதிகாரம் மற்றும் ஆற்றல் பெற்றிரு; அடக்கியாளும்/கட்டுப்படுத்தும் உரிமையும் திறனும் கொண்டிரு *One family controls the company.* • *Police struggled to control the crowd.* • *I couldn't control myself any longer and burst out laughing.* **2** to keep sth within certain limits ஒன்றைக் குறிப்பிட்ட வரம்புக்குள் நிறுத்திவை; கட்டுப்படுத்து; அடக்கி வை *measures to control price rises* ▶ **controller** *noun* [C]

control tower *noun* [C] a building at an airport from which the movements of aircraft are controlled விமானங்களின் செலவை/போக்குவரத்தை நெறிப்படுத்தும் விமான நிலையக் கட்டடம்; வானூர்திக் கட்டுப்பாட்டுக் கோபுரம்

controversial /ˌkɒntrəˈvɜːʃl/ *adj.* causing public discussion and disagreement வெளிப்படையான விவாதத்தையும் கருத்து வேற்றுமையையும் தோற்றுவிக்கிற; வாதத்திற்கும் பூசலுக்கும் இடமான; கருத்து மாறுபாட்டுக்குரிய *a controversial issue/decision/plan*

controversy /ˈkɒntrəvɜːsi; kənˈtrɒvəsi/ *noun* [C, U] (*pl.* **controversies**) public discussion and disagreement about sth ஒன்றைப் பற்றிய

வெளிப்படையான பொது விவாதமும் கருத்து வேற்றுமையும்; வாத எதிர்வாதம்; கருத்து மாறுபாடு *The plans for changing the city centre caused a great deal of controversy.*

convalesce /ˌkɒnvəˈles/ *verb* [I] to rest and get better over a period of time after an illness நோய் குணமான பின் சிறிது காலம் ஓய்வெடுத்து உடல்நலம் சீராகு; நோய் நீங்கப்பெற்று படிப்படியாக உடல் தேறு ▶ **convalescence** /ˌkɒnvəˈlesns/ *noun* [*sing*., U] ▶ **convalescent** /ˌkɒnvəˈlesnt/ *adj*.

convection /kənˈvekʃn/ *noun* [U] the process in which heat moves through a gas or a liquid as the hotter part rises and the cooler, heavier part sinks வெப்பம் மிகுந்த பகுதி மேலுயர்ந்தும், கனமான குளிர்ந்த பகுதி அடியில் படிந்தும் அமையுமாறு, வெப்பம் ஒரு வாயுப்பொருள் அல்லது திரவத்தின் ஊடாகச் செல்லுதல் *convection currents*

convene /kənˈviːn/ *verb* [I, T] (*formal*) to come together or to bring people together for a meeting, etc. ஒரு கூட்டம் முதலியவற்றுக்காக ஒன்றுசேர்/ஒன்றுகூடு; ஆட்களை ஒருங்கு சேர்; திரட்டு

convenience /kənˈviːniəns/ *noun* **1** [U] the quality of being easy, useful or suitable for sb எளிதாக, பயன்பாட்டுக்கு உரியதாக அல்லது இணக்கமானதாக இருத்தல்; வசதி *a building designed **for the convenience of** disabled people* • ***For convenience**, you can pay for everything at once*. **2** [C] something that makes things easier, quicker or more comfortable ஒன்றை மேலும் எளிதாக்குவதாக, விரைவூட்டுவதாக அல்லது இன்னலம் மிகுவிப்பதாக அமைப்பது; வாழ்க்கை வசதிக் கூறு; வாய்ப்பு நலம் *houses with all the modern conveniences* (= central heating, hot water, etc.) **3** [C] a public toilet பொதுக் கழிப்பிடம்

convenient /kənˈviːniənt/ *adj*. **1** suitable or practical for a particular purpose; not causing difficulty குறிப்பிட்ட நோக்கத்திற்கு ஏற்ற அல்லது பயன்படக்கூடிய; வசதியான; இசைவான *I'm willing to meet you on any day that's convenient for you.* • *It isn't convenient to talk at the moment, I'm in the middle of a meeting.* ✪ OPP **inconvenient 2** close to sth; in a useful position ஒன்றற்குப் பக்கத்தில் இருக்கிற; அருகில் உள்ள; பயன்படக்கூடிய நிலையில் உள்ள *Our house is convenient for the shops.* ▶ **conveniently** *adv*.

convent /ˈkɒnvənt/ *noun* [C] a place where **nuns** live together பெண் துறவிகள் ஒருங்கிணைந்து வாழும் இடம்; பெண் துறவியர் மடம்; கன்னிமாடம் ➪ **monastery** பார்க்க.

convention /kənˈvenʃn/ *noun* **1** [C, U] a traditional way of behaving or of doing sth வழிவழி மரபாக அமைந்த நடத்தை முறை அல்லது செயற்பாங்கு; சம்பிரதாயம்; மரபொழுங்கு; மரபு வழக்கு *A speech by the bride's father is one of the conventions of a wedding.* • *The film shows no respect for convention.* **2** [C] a large meeting of the members of a profession, political party, etc. ஒரு தனித்திறத் தொழில், ஓர் அரசியல் கட்சி முதலியவை சார்ந்த உறுப்பினர்களின் பெரிய அளவிலான கூட்டம்; பேரவை; பெருங்குழு; கூட்டாய்வுக் கூட்டம் *the Congress Party Convention* ✪ SYN **conference 3** [C] a formal agreement, especially between different countries குறிப்பாக, வெவ்வேறு நாடுகளுக்கு இடையேயான, அதிகாரபூர்வமான ஒப்பந்தம்; உடன்படிக்கை *the Geneva Convention*

conventional /kənˈvenʃənl/ *adj*. always behaving in a traditional or normal way எப்பொழுதும் மரபு வழியில் அல்லது இயல்பான முறையில் நடந்துகொள்கிற; மரபு வழிப்பட்ட; மரபொழுங்கு சார்ந்த; வழக்காற்றுக்கு உட்பட்ட; சம்பிரதாயமான *conventional attitudes* • *I quite like him but he's so conventional* (= boring, because of this). ✪ OPP **unconventional** ▶ **conventionally** /-ʃənəli/ *adv*.

converge /kənˈvɜːdʒ/ *verb* [I] **converge (on sb/sth)** (used about two or more people or things) to move towards each other or meet at the same point from different directions (இரண்டு அல்லது இரண்டுக்கு மேற்பட்ட ஆட்களை அல்லது பொருள்களைப் பற்றிக் குறிப்பிடும்போது) வேறு வேறு திசைகளிலிருந்து ஒருவரை நோக்கி மற்றொருவர்/ஒன்றை நோக்கி மற்றொன்று செல் அல்லது ஒரே இடத்தில் சந்தி; ஒரு மையத்தை நோக்கிச் செல் *Fans from all over the country converge on the village during the annual music festival.* ➪ **short-sight** பதிவில் படம் பார்க்க. ▶ **convergence** *noun* [U] ▶ **convergent** *adj*.

conversant /kənˈvɜːsnt/ *adj*. (*formal*) **conversant with sth** knowing about sth; familiar with sth ஒன்றைப் பற்றித் தெரிந்திருக்கிற; கற்றறிந்துள்ள; ஒன்றுக்கு நன்கு அறிமுகமான; நன்கு பழக்கப்பட்ட; பழகி அறிந்த *All employees should be conversant with basic accounting.*

conversation /ˌkɒnvəˈseɪʃn/ *noun* [C, U] a talk between two or more people இரண்டு அல்லது இரண்டுக்கு மேற்பட்ட ஆட்களுக்கு இடையேயான பேச்சு; உரையாடல் *I **had a long conversation** with her about her plans for the future.* • *His job is his only **topic of conversation**.*

IDM **deep in thought/conversation** ➪ **deep**[1] பார்க்க.

conversational /ˌkɒnvəˈseɪʃənl/ *adj.* **1** not formal; as used in conversation சம்பிரதாய முறையில் அல்லாத; பணிமுறை சார்ந்து இராத; பேச்சு முறையிலான; பேச்சு வழக்குக்குரிய **2** (*only before a noun*) connected with conversation உரையாடல் தொடர்பான; உரையாடலுக்குரிய ▶ **conversationally** /-nəli/ *adv.*

converse /kənˈvɜːs/ *verb* [I] (*formal*) to talk to sb; to have a conversation ஒருவரிடம் பேசு; உரையாடு

conversely /ˈkɒnvɜːsli/ *adv.* (*formal*) in a way that is opposite to sth ஒன்றற்கு எதிர்மாறான முறையில்; நேர்மாறாக *People who earn a lot of money have little time to spend it. Conversely, many people with limitless time do not have enough money to do what they want.*

conversion /kənˈvɜːʃn/ *noun* [C, U] **(a) conversion (from sth) (into/to sth) 1** the act or process of changing from one form, system or use to another ஒரு வடிவத்திலிருந்து, முறையிலிருந்து அல்லது பயன்பாட்டிலிருந்து வேறொன்றுக்கு மாற்றுதல் அல்லது மாறுதல்; மாற்றம் *a conversion table for miles and kilometres* **2** becoming a member of a different religion வேறொரு சமயத்தின் உறுப்பினராக ஆதல்; மத மாற்றம்

convert¹ /kənˈvɜːt/ *verb* [I, T] **1 convert (sth) (from sth) (into/to sth)** to change from one form, system or use to another ஒரு வடிவத்திலிருந்து, முறையிலிருந்து அல்லது பயன்பாட்டிலிருந்து வேறொன்றுக்கு மாறு அல்லது மாற்று; உரு மாறு/மாற்று; முறை மாறு/மாற்று *a sofa that converts into a double bed • How do you convert pounds into kilograms?* **2 convert (sb) (from sth) (to sth)** to change or to persuade sb to change to a different religion மதம் மாறு அல்லது ஒருவரை வேறொரு மதத்திற்கு மாற்று அல்லது சமய மாற்றத்திற்கு இணங்கச் செய் *As a young man he converted to Islam. • to convert people to Christianity*

convert² /ˈkɒnvɜːt/ *noun* [C] **a convert (to sth)** a person who has changed his/her religion தனது சமயத்திலிருந்து வேறொன்றுக்கு மாறியவர்; மதம் மாறியவர்

convertible¹ /kɑnˈvɜːtəbl/ *adj.* able to be changed into another form வேறோர் உருவகைக்கு, அமைப்பிற்கு அல்லது வடிவத்திற்கு மாற்றப்படக்கூடிய *convertible currencies* (= those that can be exchanged for other currencies)

convertible² /kənˈvɜːtəbl/ *noun* [C] a car with a roof that can be folded down or taken off மடக்கி வைக்கத்தக்க அல்லது அகற்றிவிடக்கூடிய மூடாக்கு/மேற்கவிகை உடைய சீருந்து வகை

convex /ˈkɒnveks/ *adj.* having a surface that curves towards the outside of sth, like an eye கண் போன்று, வெளிப்பக்கம் நோக்கி வளையும் பரப்புடைய; வெளி வளைவான; புறங்குவிகிற; புறங்குவிந்த *a convex lens* ➪ **concave** பார்க்க; மேலும் **lens** பதிவில் படம் பார்க்க.

convey /kənˈveɪ/ *verb* [T] **1 convey sth (to sb)** to make ideas, thoughts, feelings, etc. known to sb கருத்துகள், எண்ணங்கள், உணர்ச்சிகள் முதலியவற்றை ஒருவர் அறியச் செய்; ஒருவருக்குத் தெரிவி *The film conveys a lot of information but in an entertaining way. • Please convey my sympathy to her at this sad time.* **2** (*formal*) to take sb/sth from one place to another, especially in a vehicle குறிப்பாக ஓர் ஊர்தியில், ஒருவரை/ஒன்றை ஓரிடத்திலிருந்து மற்றோர் இடத்திற்குக் கொண்டுசெல்; ஊர்தியில் ஏற்றிச்செல்

conveyor belt *noun* [C] a moving belt that carries objects from one place to another, for example in a factory தொழிலகம் போன்ற ஒன்றில், பொருள்களை ஓரிடத்திலிருந்து மற்றோர் இடத்திற்குக் கொண்டுசெல்லும் இயங்கு வார்ப்பட்டை

convict¹ /kənˈvɪkt/ *verb* [T] **convict sb (of sth)** to say officially in a court of law that sb is guilty of a crime ஒருவர் ஒரு குற்றத்திற்குப் பொறுப்பானவர் என நீதிமன்றத்தில் அதிகாரபூர்வமாகக் கூறு; ஒருவர் குற்றவாளி எனத் தீர்ப்பளி *He was convicted of armed robbery and sent to prison.* ✪ **OPP acquit**

convict² /ˈkɒnvɪkt/ *noun* [C] a person who has been found guilty of a crime and put in prison குற்றவாளி என மெய்ப்பிக்கப்பட்டுச் சிறையில் அடைக்கப்பட்டவர்; தண்டனைக் கைதி

conviction /kənˈvɪkʃn/ *noun* **1** [C, U] the action of finding sb guilty of a crime in a court of law ஒருவர் குற்றம் புரிந்தவர் என ஒரு நீதிமன்றத்தில் ஆய்ந்து முடிவு செய்யப்படுதல்; குற்ற மெய்ப்பிப்பு; குற்றத் தீர்ப்பு *He has several previous convictions for burglary.* **2** [C] a very strong opinion or belief உள்ளார்ந்த கருத்து அல்லது நம்பிக்கை; திட நம்பிக்கை *religious convictions* **3** [U] the feeling of being certain about what you are doing தனது செயல் பற்றிய முழு மன உறுதிப்பாடு; தனது செயலில் காட்டும் பற்றுறுதி *He played without conviction and lost easily.*

convince /kənˈvɪns/ *verb* [T] **1 convince sb (of sth/that...)** to succeed in making sb believe sth ஒருவர் ஒன்றில் நம்பிக்கை கொள்ளுமாறு அல்லது மனமேற்கும்படி செய்வதில் வெற்றிகாண்; பற்றுறுதியூட்டு *She convinced him of the need to go back. • I couldn't convince her that I* *was right.* **2 convince sb (to do sth)** to persuade sb to do sth ஒன்றைச் செய்யுமாறு ஒருவரை அறிவார்ந்த முறையில் தூண்டு; இணங்கவை *The salesman convinced them to buy a new microwave oven.*

convinced /kənˈvɪnst/ *adj.* (*not before a noun*) completely sure about sth ஒன்றைப் பற்றி முழு உறுதிப்பாடு அல்லது பற்றுறுதி அல்லது திடமான நம்பிக்கை கொண்ட *He's convinced of his ability to win.*

convincing /kənˈvɪnsɪŋ/ *adj.* **1** able to make sb believe sth ஒருவருக்கு ஒன்றில் நம்பிக்கையூட்டும் திறனுடைய; நம்பவைக்கக் கூடிய *Her explanation for her absence wasn't very convincing.* **2** (used about a victory) complete; clear (ஒரு வெற்றி பற்றிக் குறிப்பிடுகையில்) முழுமையான; நிறைவான; தெளிவான; ஐயத்துக்கிடமில்லாத *a convincing win* ► **convincingly** *adv.*

convivial /kənˈvɪviəl/ *adj.* (*formal*) happy and friendly in atmosphere or character சூழலில் அல்லது பண்புநலத்தில் இனிமையும் நட்புணர்வும் காணப்படுகிற; மகிழ்வும் நேச உணர்வும் சூழ்ந்துள்ள அல்லது வெளிப்படுகிற ► **conviviality** /kənˌvɪviˈæləti/ *noun* [U]

convocation /ˌkɒnvəˈkeɪʃn/ *noun* [C] (*formal*) (*AmE*) **1** the action of calling together a group of people especially members of a church or university formally, usually for a special purpose வழக்கமாக ஒரு தனிப்பட்ட நோக்கத்துடன் ஒரு சிலரை, குறிப்பாக ஒரு கிறிஸ்தவ தேவாலயத்தின் அல்லது பல்கலைக்கழகத்தின் உறுப்பினர்களை ஒன்று சேரும்படி அழைப்பு விடுத்தல் **2** a ceremony held at a university or a college when students receive their degrees, etc. on the successful completion of a course ஒரு பல்கலைக்கழகத்தில் அல்லது கல்லூரியில் மாணவர்களுக்குக் கல்வித் தகுதிப் பட்டம் வழங்குவதற்காக நடத்தப்படும் வினைமுறை நிகழ்ச்சி; பட்டமளிப்பு விழா

convoluted /ˈkɒnvəluːtɪd/ *adj.* (an argument, story or sentence) extremely complicated and difficult to follow (ஒரு விவாதம், கதை அல்லது சொற்றொடர் வகையில்) பெருமளவு சிக்கலானதும் புரிந்துகொள்வதற்குக் கடினமானதுமான; மிகுதியான இடர்ப்பாடு அல்லது குழப்பம் உண்டுபண்ணுகிற *a convoluted argument/explanation*

convoy /ˈkɒnvɔɪ/ *noun* [C, U] a group of vehicles or ships travelling together ஒருசேரச் செல்லும் ஊர்திகளின் அல்லது கப்பல்களின் தொகுதி; ஊர்தித் தொடர்; கப்பற் கூட்டம் *a convoy of lorries* • *warships travelling **in convoy***

convulse /kənˈvʌls/ *verb* [I, T] to make a sudden violent movement in sb's body; to make this movement கட்டுப்படுத்த முடியாத அளவில் உடல் திடீரென அசைவுறு; நடுக்கமுறு; வன்மையாகக் குலுக்கு *He was convulsed with pain.*

convulsion /kənˈvʌlʃn/ *noun* [C] (*usually pl.*) **1** a sudden violent movement of the body that you cannot control எதிர்பாராத மட்டுமீறிய உடல் தசைகளின் இயக்கம்; பெரு நடுக்கம்; வலிப்பு; குலுக்கம் *Children sometimes have convulsions when they are ill.* **2 be in convulsions** (*informal*) to be laughing a lot uncontrollably அடக்க முடியாமல் பெரும் சிரிப்பு சிரித்துக் கொண்டிரு

convulsive /kənˈvʌlsɪv/ *adj.* (used about movements or actions) sudden and impossible to control (அசைவுகள் அல்லது செயல்கள் வகையில்) எதிர்பாராததும் கட்டுப்படுத்த முடியாததுமான; மட்டுமீறிய திடீர் நிகழ்வான; வலிப்போடு கூடிய

coo /kuː/ *verb* [I] **1** to make a soft low sound like a bird (**a dove**) புறா போன்று தாழ்ந்த மெல்லொலி எழுப்பு; கூவு **2** to speak in a soft, gentle voice மென்மையான, கனிவான குரலில் பேசு; குலவு; செல்லம் கொஞ்சு *He went to the cot and cooed over the baby.*

cook¹ /kʊk/ *verb* **1** [I, T] to prepare food for eating by heating it வேகவைத்து உணவு தயாரி; உணவு சமை *My mother taught me how to cook.* • *The sauce should be cooked on a low heat for twenty minutes.* • *He cooked us a meal.* **2** [I] (used about food) to be prepared for eating by being heated (உணவு வகையில்) சமையல் செய்யப்படு; வேகவைக்கப்பட்டுப் பக்குவமாகு *I could smell something cooking in the kitchen.* ➪ **bake, boil, fry, grill, toast** மற்றும் **roast** பார்க்க.

PHR V cook sth up (*informal*) to invent sth that is not true மெய்யல்லாத ஒன்றைக் கற்பனையாக உருவாக்கு; பொய்யாகப் புனை; இட்டுக்கட்டு *She cooked up an excuse for not arriving on time.*

cook² /kʊk/ *noun* [C] a person who cooks சமையல் செய்பவர்; சமையற்காரர்; சமையற்காரி *My sister is an excellent cook.*

cookbook /ˈkʊkbʊk/ (*BrE* **cookery book**) *noun* [C] a book that gives instructions on cooking and how to cook individual dishes (**recipes**) சமையல் மற்றும் குறிப்பிட்ட உணவு வகைகள் தயாரித்தல் பற்றிய செயற்குறிப்பு நூல்; சமையல் நூல்; சமையற் கையேடு

cooker /ˈkʊkə(r)/ *noun* [C] (*BrE*) a large piece of kitchen equipment for cooking using gas or electricity. It consists of an oven, a flat top on which pans can be placed and often a device which heats the food from above (**a grill**) சூட்டடுப்பு, கொதிகலங்களை வைப்பதற்கான தட்டையான மேற்பரப்பு, வழக்கமாக மேலிருந்து வெம்மையூட்டும் ஒரு கருவி ஆகியவற்றைக் கொண்டதும், வாயுவை அல்லது மின் ஆற்றலைப் பயன்படுத்திச் சமைப்பதற்கு உரியதுமான பெரிய சமையலறைச் சாதனம்; பொறியடுப்பு ➪ மேலும் **pressure cooker** பார்க்க.

cookery /'kʊkəri/ *noun* [U] the skill or activity of preparing and cooking food உணவு தயாரித்தல் மற்றும் சமைத்தலாகிய செயற்பாடு அல்லது சமையல்திறன்; சமையல் வேலை; சமையற் கலை *Chinese/French/Italian cookery*

cookie /'kʊki/ *noun* [C] **1** (*AmE*) = **biscuit** **2** (*computing*) a computer file with information in it that is sent to the central **server** each time a particular person uses a **network** or the Internet குறிப்பிட்ட ஒருவர் ஒரு வலையமைப்பை அல்லது ஓர் இணையத்தைப் பயன்படுத்தும் ஒவ்வொரு முறையும், தன்னிடமுள்ள தகவலை மைய சேவையகத்திற்கு அனுப்பும் கணினிக் கோப்பு

cooking /'kʊkɪŋ/ *noun* [U] **1** the preparation of food for eating உணவு தயாரித்தல்; சமையல் செய்தல்; சமைத்தல் *Cooking is one of her hobbies.* • *I do the **cooking** in our house.* **2** food produced by cooking சமைத்துத் தயாரிக்கப்பட்ட உணவு; சமையல் *He missed his mother's cooking when he left home.*

cool[1] /ku:l/ *adj.* **1** fairly cold; not hot or warm மட்டான குளிர்ச்சி வாய்ந்த; இளங்குளிரான; சூடாகவோ வெம்மையாகவோ இல்லாத *It was a cool evening so I put on a pullover.* • *What I'd like is a long cool drink.* ➪ **cold** பதிவிலுள்ள குறிப்புப் பார்க்க. **2** calm; not excited or angry அமைதியான; அடங்கிய; பரபரப்பற்ற; சினம் கொள்ளாத; மனக்கிளர்ச்சியற்ற *She always manages to remain cool under pressure.* **3** unfriendly; not showing interest நட்பு காட்டாத; நேச உணர்வற்ற; ஒன்றில் அக்கறை அல்லது பற்றார்வம் இல்லாத *When we first met, she was rather cool towards me, but later she became friendlier.* **4** (*slang*) very good or fashionable மிகவும் நேர்த்தியான; செப்பமான; நவநாகரிகமான; புதுத் தினுசான *Those are cool shoes you're wearing!*

cool[2] /ku:l/ *verb* **1** [I, T] **cool (sth/sb) (down/off)** to lower the temperature of sth; to become **cool[1] 1** ஒன்றன் வெப்பநிலையைக் குறை, தாழ்த்து அல்லது மட்டுப்படுத்து; குளிர்ச்சியாக்கு; சூடு ஆறு *Let the soup cool (down).* • *After the game we needed to cool off.* • *A nice cold drink will soon cool you down.* **2** [I] (used about feelings) to become less strong (உணர்ச்சிகள் வகையில்) கடுமை குறை; மட்டுப்படு; அமைதியடை

PHR V **cool (sb) down/off** to become or make sb calmer அமைதியடை; ஒருவரை மேலும் அமைதியுறச் செய்

cool[3] /ku:l/ *noun* [*sing.*] **the cool** a cool temperature or place; the quality of being cool இளங்குளிரான வானிலை; இளங்குளிரான தட்பவெப்ப நிலை உள்ள இடம்; இளங்குளிரான தன்மை; குளிர்நலம்; சில்லென்ற தன்மை *We sat in the cool of a cafe, out of the sun.*

IDM **keep/lose your cool** (*informal*) to stay calm/to stop being calm and become angry, nervous, etc. அமைதியுடன் அல்லது பரபரப்பின்றி இரு/அமைதி விடுத்துச் சினம், அச்சம் முதலியன கொள்

coolant /'ku:lənt/ *noun* [C, U] a liquid that is used for cooling an engine, a nuclear **reactor**, etc. ஓர் இயந்திரம், அணு ஆக்கப் பொறியமைப்பு முதலியவற்றுக்குக் குளிர்ச்சியூட்டப் பயன்படுத்தப்படும் ஒரு திரவப் பொருள்; வெப்பாற்றி திரவம்

cooling-off period *noun* [C] a period of time when sb can think again about a decision that he/she has made ஒருவர் தான் மேற்கொண்ட முடிவைப் பற்றி மீண்டும் சிந்தித்துப்பார்க்க ஏதுவான காலப் பகுதி; மன மாற்றத்திற்கு வாய்ப்பளித்து வழங்கப்படும் இடைநேரம்

coolly /'ku:lli/ *adv.* in a calm way; without showing much interest or excitement அமைதியான முறையில்; மிகுதியான ஆர்வமோ பரபரப்போ காட்டாமல்; அடங்கி அமைந்து

coolness /'ku:lnəs/ *noun* [U] the quality or state of being cool குளிர்ப்பதம்; மிதக் குளிர்ச்சி நிலை; பரபரப்பின்மை; அடங்கி அமைந்த தன்மை அல்லது நிலை; ஆர்வமின்மை *the coolness of the water* • *his coolness under stress* • *their coolness towards strangers*

coop[1] /ku:p/ *noun* [C] a cage for chickens, etc. கோழிகள் முதலியவற்றுக்கான கூண்டு

coop[2] /ku:p/ *verb*

PHR V **coop sb/sth up (in sth)** to keep sb/sth inside a small space சிறு இடப்பரப்பினுள் ஒருவரை/ஒன்றை வைத்திரு அல்லது அடைத்துவை *The children were cooped up indoors all day because the weather was so bad.*

cooperate (*BrE* **co-operate**) /kəʊ'ɒpəreɪt/ *verb* [I] **cooperate (with sb/sth) 1** to work with sb else to achieve sth ஒன்றைச் செய்துமுடிக்க வேறொருவருடன் இணைந்து செயலாற்று; ஒத்துப் பணிபுரி *Our company is cooperating* *with a Danish firm on this project*. **2** to be helpful by doing what sb asks you to do ஒருவர் சொல்வதைச் செய்து அவருக்கு உதவியாக இரு; ஒத்துழை *If everyone cooperates by following the instructions, there will be no problem*.

cooperation (*also* **co-operation**) /kəʊˌɒpəˈreɪʃn/ *noun* [U] **1 cooperation (with sb)** working together with sb else to achieve sth ஒன்றைச் செய்துமுடிக்க வேறொருவருடன் இணைந்து செயலாற்றுதல்; கூடி விளைவித்தல்; ஒத்துப் பணிபுரிதல்; கூட்டுச் செயற்பாடு *Schools are working in close cooperation with parents to improve standards*. **2** help that you give by doing what sb asks you to do ஒருவர் சொல்வதைச் செய்து அவருக்கு அளிக்கும் உதவி; ஒத்துழைப்பு *The police asked the public for their cooperation in the investigation*.

cooperative[1] (*BrE* **co-operative**) /kəʊˈɒpərətɪv/ *adj*. **1** done by people working together கூட்டாகப் பலரால் செய்யப்படுகிற; பலர் உடனுழைப்பான; கூட்டுறவு முறையில் செய்யப்படுகிற *a cooperative business venture* **2** helpful; doing what sb asks you to do உதவியாக இருக்கிற; துணை நிற்கிற; ஒத்துழைக்கிற; ஒருவர் சொல்வதைச் செய்கிற *My firm were very cooperative and allowed me to have time off*. ✪ OPP **uncooperative**

cooperative[2] (*also* **co-operative**) /kəʊˈɒpərətɪv/ *noun* [C] a business or organization that is owned and run by all of the people who work for it பணியாளர்கள் அனைவருக்கும் சொந்தமானதும் அவர்களால் கூட்டாக நடத்தப்படுவதுமான ஒரு வாணிக அமைப்பு அல்லது தொழில் நிறுவனம்; கூட்டுறவு அமைப்பு; கூட்டுறவு நிறுவனம் *a workers' cooperative*

coordinate[1] (*BrE* **co-ordinate**) /kəʊˈɔːdɪneɪt/ *verb* [T] to organize different things or people so that they work together வேறுவேறான பொருள்கள் அல்லது ஆட்கள் ஒன்றுகூடி செயல்புரியுமாறு ஏற்பாடு செய்; ஒருங்கிணை *It is her job to coordinate the various departments*.

coordinate[2] (*BrE* **co-ordinate**) /kəʊˈɔːdɪnət/ *noun* [C] one of the two sets of numbers and/or letters that are used for finding the position of a point on a map, graph, computer screen etc. நிலப்படம், வரைபடம், கணினித்திரை முதலியவற்றிலுள்ள ஒரு குறியீட்டின் அமைவு நிலையைக் கண்டறிவதற்குப் பயன்படுத்தப்படும் எண்களின் மற்றும்/அல்லது எழுத்துகளின் இரு தொகுதிகளில் ஒன்று; ஆயத்தொலைவை அறுதியிடப் பயன்படுத்தப்படும் இரு வகை எண்கள் அல்லது எழுத்துகளின் தொகுதிகளில் ஒன்று

coordination (*BrE* **co-ordination**) /kəʊˌɔːdɪˈneɪʃn/ *noun* [U] **1** the organization of different things or people so that they work together வேறுவேறான பொருள்கள் அல்லது ஆட்கள் ஒருங்கிணைந்துச் செயல்படுமாறு ஏற்பாடு செய்தல்; ஒருமுகப்படுத்துதல்; ஒருங்கிணைவு **2** the ability to control the movements of your body properly சரியான முறையில் உடல் இயக்கங்களைக் கட்டுப்படுத்தும் அல்லது ஒத்திசைவாக்கும் திறன்

coordinator (*BrE* **co-ordinator**) /kəʊˈɔːdɪneɪtə(r)/ *noun* [C] a person who is responsible for organizing different things or people so that they work together வேறுவேறான பொருள்களை அல்லது ஆட்களை ஒருங்கிணைந்துச் செயல்படுமாறு ஏற்பாடு செய்பவர்; ஒருமுகப்படுத்துபவர்; ஒருங்கிணைப்பாளர்

cop[1] /kɒp/ (*also* **copper**) *noun* [C] (*informal*) a police officer காவல்துறை அலுவலர்

cop[2] /kɒp/ *verb* (**copping, copped**) (*informal*)
PHR V **cop out (of sth)** (*informal*) to avoid sth that you should do, because you are afraid or lazy அச்சம் அல்லது சோம்பல் காரணமாகத் தான் செய்ய வேண்டிய ஒன்றைச் செய்யாமல் தவிர்; மழுப்பு *She was going to help me with the cooking but she copped out at the last minute*.

cope /kəʊp/ *verb* [I] **cope (with sb/sth)** to deal successfully with a difficult matter or situation கடினமான ஒரு செயலை அல்லது சூழ்நிலையை வெற்றிகரமாகச் சமாளி; கடினமான ஒன்றற்கு ஈடுகொடு *She sometimes finds it difficult to cope with all the pressure at work*.

copier /ˈkɒpiə(r)/ (*AmE*) = **photocopier**

copious /ˈkəʊpiəs/ *adj*. in large amounts பேரளவிலான; ஏராளமான; நிறைந்த *She made copious notes at the lecture*. ✪ SYN **plentiful** ▶ **copiously** *adv*.

copper /ˈkɒpə(r)/ *noun* **1** [U] (*symbol* **Cu**) a common reddish-brown metal மிகுதியாகப் புழக்கத்தில் உள்ள செம்பழுப்பு நிற உலோக வகை; செம்பு; தாமிரம் *water pipes made of copper* **2** [C] (*BrE*) a coin of low value made of brown metal தாழ்ந்த மதிப்புடைய செப்பு நாணயம்; செப்புக் காசு *I only had a few coppers left*.

copra /ˈkɒprə/ *noun* [U] the dried white part of a **coconut** தேங்காயின் உலர்ந்த வெண்ணிறப் பகுதி; கொப்பரைத் தேங்காய்

copse /kɒps/ *noun* [C] a small area of trees or bushes மரங்கள் அல்லது புதர்கள் அடர்ந்த சிறு நிலப்பரப்பு; குறுங்காடு; புதர்க்காடு

copulate /ˈkɒpjuleɪt/ *verb* [I] (*formal*) (used especially about animals) to have sex (குறிப்பாக விலங்குகள் வகையில்) உடற் புணர்ச்சியில் ஈடுபடு; பாலுறவு கொள் ▶ **copulation** /ˌkɒpjuˈleɪʃn/ *noun* [U]

copy[1] /ˈkɒpi/ *noun* [C] (*pl.* **copies**) **1** something that is made to look exactly like sth else வேறொன்றைப் போலவே தோன்றுமாறு செய்யப்பட்ட ஒரு பொருள்; ஒத்த வடிவம்; நகல் *I kept a copy of the letter I wrote.* • *the master copy* (= the original piece of paper from which copies are made) • *to make a copy of a computer file* ➪ **hard copy** மற்றும் **photocopy** பார்க்க. **2** one book, newspaper, record, etc. of which many have been printed or produced பலவாக அச்சிடப்பட்ட அல்லது ஆக்கப்பட்ட ஒரு நூல், செய்தித்தாள், ஓர் ஆவணம் முதலியன; படி; பிரதி *I managed to buy the last copy of the book left in the shop.*

copy[2] /ˈkɒpi/ *verb* (*pres. part.* **copying**; *3rd person sing. pres.* **copies**; *pt., pp* **copied**) **1** [T] to make sth exactly the same as sth else வேறொன்றைப் போலவே ஒன்றை உருவாக்கு; நகலெடு *The children copied pictures from a book.* • *It is illegal to copy videos.* **2** [T] **copy sth (down/out)** to write down sth exactly as it is written somewhere else வேறோர் இடத்தில் உள்ள ஒன்றை அவ்வாறே எழுது; பார்த்தெழுது *I copied down the address on the brochure.* **3** [T] = **photocopy** **4** [T] to do or try to do the same as sb else வேறொருவர் செய்வதைப் போன்றே செய் அல்லது செய்ய முயல்; வேறொருவரைப் பார்த்துப் பின்பற்று *She copies everything her friends do.* ✪ SYN **imitate** **5** [I] **copy (from sb)** to cheat in an exam or test by writing what sb else has written ஒரு தேர்வில் வேறொருவர் எழுதியதைப் பார்த்தெழுதி திருட்டுத்தனம் செய்/ஏமாற்று

copyright /ˈkɒpiraɪt/ *noun* [C, U] the legal right to be the only person who may print, copy, perform, etc. a piece of original work, such as a book, a song or a computer program ஒரு புத்தகம், பாடல், கணினி நிரல் போன்றவற்றின் மூலப்படிவத்தை அச்சிடுதல், நகலாக்கம், நிகழ்கலையாக்கம் முதலியவற்றைச் செய்வதற்கு ஒருவருக்குள்ள சட்டப்படியான தனி உரிமை; பதிப்புரிமை

coral /ˈkɒrəl/ *noun* [U] a hard red, pink or white substance that forms in the sea from the bones of very small sea animals மிகச் சிறிய கடல் விலங்குகளின் எலும்புகளிலிருந்து கடலில் உருவாகும் கெட்டியான சிவப்பு, இளஞ்சிவப்பு அல்லது வெண்மை நிறப் பொருள்; பவழம் *a coral reef* (= a line of rock in the sea formed by coral)

cord /kɔːd/ *noun* **1** [C, U] (a piece of) strong, thick string உறுதியான தடித்த கயிறு; திண்கயிறு **2** [C, U] (*AmE*) (a piece of) wire covered with plastic; flex பிளாஸ்டிக் உறையிடப்பட்ட கம்பி; (பிளாஸ்டிக்) காப்பிட்ட துவள்கம்பி **3 cords** [*pl.*] trousers made of a thick soft cotton cloth (**corduroy**) கெட்டியான சொரசொரப்பற்ற பருத்தித் துணியில் தைக்கப்பட்ட காற்சட்டை ➪ **vocal cords** பார்க்க.

cordial /ˈkɔːdiəl/ *adj.* pleasant and friendly இனிமையான மற்றும் நட்புணர்வுடைய; மகிழ்வுணர்வும் நேசமும் கலந்த; உளங்கனிந்த *a cordial greeting/smile* ▶ **cordially** /-diəli/ *adv.*

cordless /ˈkɔːdləs/ *adj.* without a **cord** காப்பிட்ட கம்பி இணைக்கப்படாத; காப்பிட்ட கம்பித் தொடர்பு கொண்டிராத *a cordless phone/kettle/iron*

cordon[1] /ˈkɔːdn/ *noun* [C] a line or ring of police or soldiers that prevents people from entering an area குறிப்பிட்ட பரப்பெல்லைக்குள் மக்கள் நுழைவதைத் தடுத்துநிற்கும் காவல்துறையினர் அல்லது படைவீரர்களின் அணிவரிசை அல்லது சுற்றுவளையம்; காவல் துறையினரின் அல்லது இராணுவ வீரர்களின் தடுப்பரண்/தடைவேலி

cordon[2] /ˈkɔːdn/ *verb*

PHR V **cordon sth off** to stop people entering an area by surrounding it with a ring of police or soldiers காவல்துறையினர் அல்லது இராணுவத்தினர் சுற்றுவளையமாக நின்று மக்கள் ஒரு பரப்பெல்லைக்குள் நுழையாமல் தடு *The street where the bomb was discovered was quickly cordoned off.*

corduroy /ˈkɔːdərɔɪ/ *noun* [U] a thick soft cotton cloth with lines on it, used for making clothes ஆடைகள் தைக்கப் பயன்படுத்தப்படும் கெட்டியான, மிருதுவான, இழை வரிகளையுடைய பருத்தித் துணி வகை *a corduroy jacket*

core /kɔː(r)/ *noun* **1** [C] the hard centre of certain fruits, containing seeds சில வகைக் கனிகளின் விதைகளை உள்ளடக்கிய கெட்டியான மையப் பகுதி; கொட்டை *an apple core* **2** [*sing.*] the central or most important part of sth ஒன்றன் மையப் பகுதி அல்லது மிக முக்கியமான கூறு the *core curriculum* (= the subjects that all pupils have to study) • *What's the core issue here?* **3** [C] the central part of a planet ஒரு கோளின் மையப் பகுதி *the earth's core* ➪ **seismic** பதிவில் படம் பார்க்க.

IDM **to the core** completely; in every way முழுமையாக; மொத்தமாக; எல்லா வகைகளிலும்; அனைத்து நிலைகளிலும் *The news shook him to the core* (= shocked him very much).

coriander /ˌkɒriˈændə(r)/ *noun* [U] a plant whose leaves and seeds are used in cooking to flavour food உணவுக்கு நறுமணச் சுவையூட்டப் பயன்படுத்தப்படும் இலைகளையும்

விதைகளையும் கொண்ட தாவர வகை; கொத்துமல்லிச் செடி

cork /kɔːk/ *noun* **1** [U] a light soft material which comes from the outside of a type of tree ஒரு வகை மரத்தின் வெளிப்பகுதியிலிருந்து பெறப்படும் இலேசான மற்றும் மென்மையான பொருள்; ஒரு வகை மரத்தின் மென்பட்டை/ தக்கை/நெட்டி *cork floor tiles* **2** [C] a round piece of cork that you push into the end of a bottle to close it, especially a bottle of wine ஒரு குப்பியின், குறிப்பாக மதுப்புட்டியின், விளிம்பில் அழுத்தி மூடப் பயன்படுத்தப்படும் உருண்டை வடிவ மரப்பட்டை; தக்கை அடைப்பான்; தக்கை மூடி

corkscrew /ˈkɔːkskruː/ *noun* [C] a tool that you use for pulling **corks 2** out of bottles குப்பிகளை மூடியுள்ள தக்கை அடைப்பான்-களைப் பற்றிப் பிடுங்கப் பயன்படுத்தப்-படும் கருவி; தக்கைவாங்கி; தக்கை திருகி ➪ **kitchen** பதிவில் படம் பார்க்க.

corn /kɔːn/ *noun* **1** [U] (*also BrE*) any plant that is grown for its grain, such as wheat; the seeds from these plants கோதுமை போன்ற, தானியத்-திற்காகப் பயிரிடப்படும் தாவரம்; பயிர்; இவ்வகைத் தாவரங்களிலிருந்து பெறப்படும் விதைகள்; தானியம் *a field of corn* • *a corn field* **2** [U] (*AmE*) = **maize** ➪ **cereal** பதிவில் படம் பார்க்க. **3** [U] (*AmE*) = **sweetcorn** **4** [C] a small, painful area of hard skin on the toe கால்விரலில் தோன்றி வலி ஏற்படுத்தும் சிறிய, தடிப்பான தோல் பகுதி; தோல் தடிப்பு; காய்ப்பு

cornea /ˈkɔːniə/ *noun* [C] the transparent part that covers and protects the outer part of your eye கண்ணின் வெளிப்புறத்திற்கு மறை-காப்பாக உள்ள ஒளி ஊடுருவக்கூடிய பகுதி; விழிவெண்படலம் ➪ **eye** பதிவில் படம் பார்க்க. ▶ **corneal** /ˈkɔːniəl/ *adj.*

corner¹ /ˈkɔːnə(r)/ *noun* [C] **1** a place where two lines, edges, surfaces or roads meet இரண்டு கோடுகள், முனைகள், பரப்புகள் அல்லது சாலைகள் சந்திக்கும் இடம்; சந்திப்பு முனை; மூலை *Put the lamp* ***in the corner*** *of the room.* • *He went* ***round the corner*** *at top speed.* **2** a quiet or secret place or area அமைதியான அல்லது இரகசியமான இடம் அல்லது பகுதி; மறை-விடம்; தனியிடம் *a remote corner of Tamil Nadu* **3** a difficult situation from which you cannot escape தப்பிக்க இயலாத சிக்கலான/இடரார்ந்த சூழ்நிலை; இக்கட்டு நிலை *to get yourself into a corner* **4** (used in football) a free kick from the corner of the field (கால் பந்தாட்டத்தில்) ஆட்டக் களத்தின் ஒரு முனையிலிருந்து பந்திற்குத் தரப்படும் கட்டுப்பாட்டு வரம்புகளற்ற உதை

IDM **cut corners** to do sth quickly and not as well as you should ஒரு செயலை விரைவாகவும், வேண்டிய அளவுக்கு நேர்த்தியாக இல்லாமலும் செய்

(just) round the corner very near மிக அருகில்; பக்கத்தில்; நெருங்கிய தொலைவில் *There's a phone booth just round the corner.*

corner² /ˈkɔːnə(r)/ *verb* [T] **1** to get a person or an animal into a position from which he/she/it cannot escape ஒரு நபரை அல்லது விலங்கை தப்பிச்செல்ல முடியாத நிலைக்கு உட்படுத்து; இக்கட்டில் சிக்கவை *He cornered me at the party and started telling me all his problems.* **2** to get control in a particular area of business so that nobody else can have any success in it ஒரு வாணிகத் தொழில் துறையில் மற்றவர்களுக்கு வெற்றி வாய்ப்புக் கிட்டாதபடி ஆதிக்கம் செலுத்து; ஒரு வாணிகக் களத்தில் ஏகபோக முதன்மை நிலையில் இரு *That company's really* ***cornered the market*** *in health foods.*

cornerstone /ˈkɔːnəstəʊn/ *noun* [C] **1** a stone at the corner of the base of a building, often put there in a special ceremony பெரும்பாலும் ஒரு சிறப்புச் சடங்கு நடத்தி, கட்டட அடித்தளத்தின் மூலையில் வைக்கப்படும் கல்; மூலைக்கல்; கட்டட அடிப்படையின் சேமக்கல் **2** the most important part of sth that the rest depends on ஒன்றன் பிற கூறுகளுக்கு ஆதாரமாக அமையும் மிக முக்கியமான பகுதி; முதன்மைக் கூறு; ஆதாரப் பகுதி

cornflakes /ˈkɔːnfleɪks/ *noun* [*pl.*] food made of small pieces of dried corn and eaten with milk for breakfast காலை உண்டியாகப் பாலுடன் சேர்த்து உண்ணப்படும் உலர் மக்காச்சோளத் துணுக்குகள்

cornflour /ˈkɔːnflaʊə(r)/ (*AmE* **cornstarch** /ˈkɔːn-stɑːtʃ/) *noun* [U] very fine flour often used to make sauces, etc. thicker பெரும்பாலும் திரவ உணவுப்பொருள்களுக்குக் கெட்டித்தன்மை-யூட்டப் பயன்படுத்தப்படும் நுண் துகள்களாக அரைக்கப்பட்ட மாவு; மக்காச்சோள மாவு

corn on the cob *noun* [U] corn that is cooked with all the yellow grains still on the inner part and eaten as a vegetable மஞ்சள் நிற மணிகள் உடைபடாமல் பக்குவப்படுத்தி காய்கறியாக உண்ணப்படும் கூல உணவு மக்காச்சோளம் ➪ **cereal** பதிவில் படம் பார்க்க.

corny /ˈkɔːni/ *adj.* (*informal*) too ordinary or familiar to be interesting or amusing ஆர்வத்தைத் தூண்டுவதாகவோ மகிழ்ச்சியூட்டுவதாகவோ இல்லாமல் மிகச் சாதாரணமாக அல்லது நன்கு பழக்கப்பட்டதாக இருக்கிற; சுவையற்ற *a corny joke*

corollary /kəˈrɒləri/ *noun* [C] (*pl.* **corollaries**) a situation, a statement or a fact that is the natural and direct result of another one மற்றொன்றன் இயல்பான, நேரடியான விளைவாக அமையும் ஒரு சூழ்நிலை, கூற்று அல்லது நிகழ்வு; துணை முடிவு; தொடர்பயன்; பின்விளைவு

coronary[1] /ˈkɒrənri/ *adj.* connected with the heart இதயம்/நெஞ்சுப்பை தொடர்பான அல்லது நெஞ்சுப்பைக்குரிய

coronary[2] /ˈkɒrənri/ *noun* [C] (*pl.* **coronaries**) a type of heart attack ஒரு வகை இதய இயக்கக் கோளாறு

coronation /ˌkɒrəˈneɪʃn/ *noun* [C] an official ceremony at which sb is made a king or queen ஒருவரை அரசனாக அல்லது அரசியாக முடிசூட்டும் அதிகாரபூர்வமான சடங்கு; முடிசூட்டு விழா

coroner /ˈkɒrənə(r)/ *noun* [C] a person whose job is to find out the causes of death of people who have died in violent or unusual ways வன்முறை சார்ந்த அல்லது வழக்கத்திற்கு மாறான முறைகளில் உயிரிழந்தவர்களின் மரணத்திற்கான காரணங்களைக் கண்டறிபவர்; மரண விசாரணை செய்பவர்; இறப்பு ஆய்வாளர்

Corp. *abbr.* (*AmE*) Corporation வணிக நிறுவனம் *West Coast Motor Corp.*

corporal /ˈkɔːpərəl/ *noun* [C] a person at a low level in the army or air force தரைப்படை அல்லது விமானப்படையின் கீழ்ப்படி நிலை வீரர்; படைத்துறைச் சிற்றலுவலர்

corporal punishment *noun* [U] the punishment of people by hitting them, especially the punishment of children by parents or teachers குறிப்பாகப் பெற்றோர் அல்லது ஆசிரியர்களால் குழந்தைகளுக்குத் தரப்படும், அடித்தலாகிய தண்டனை; உடல் சார்ந்த தண்டனை; உடல் ஒறுப்பு ➪ **capital punishment** பார்க்க.

corporate /ˈkɔːpərət/ *adj.* of or shared by all the members of a group or organization ஒரு குழுவின் அல்லது நிறுவன அமைப்பின் அனைத்து உறுப்பினர்களுக்கும் உரிய; கூட்டு முறையிலான; நிறுவனப் பங்கீடாக அமைகிற *corporate responsibility*

corporation /ˌkɔːpəˈreɪʃn/ *noun* [C, *with sing. or pl. verb*] **1** a large business company பெரிய அளவிலான வணிகத் தொழில் நிறுவனம்; வாணிகக் கழகம் *multinational corporations* • *the British Broadcasting Corporation* **2** a group of people elected to govern a particular town or city குறிப்பிட்ட ஒரு நகரத்தின் அல்லது மாநகரத்தின் ஆட்சிப் பொறுப்புக்குத் தேர்ந்தெடுக்கப்பட்ட குழு; நகராட்சி அல்லது மாநகராட்சிக் கழகம்

corps /kɔː(r)/ *noun* [C, *with sing. or pl. verb*] (*pl.* **corps** /kɔː(r)/) **1** a part of an army with special duties குறிப்பிட்ட அல்லது தனிமுறைப் பணிப்பொறுப்புள்ள ஒரு படைப்பிரிவு; சிறப்புப் பணிகளுக்கான படைப்பிரிவு *the medical corps* **2** a group of people involved in a special activity தனிமுறையான செயல்பாடுடைய ஒரு குழுவினர்; சிறப்புப்பணிக் குழு *the diplomatic corps*

corpse /kɔːps/ *noun* [C] a dead body, especially of a person உயிரற்ற உடல், குறிப்பாக உயிரற்ற மனித உடல்; பிணம் ➪ **carcass** பார்க்க.

corpus /ˈkɔːpəs/ *noun* [C] (*pl.* **corpora** /ˈkɔːpərə/ or **corpuses** /-sɪz/) a collection of written or spoken texts எழுத்து அல்லது பேச்சு வடிவிலான வாசகங்களின் அல்லது பனுவல்களின் தொகுப்பு; தரவகம்

corpuscle /ˈkɔːpʌsl/ *noun* [C] any of the red or white cells found in blood குருதியில் காணப்படும் சிவப்பு அல்லது வெள்ளை உயிரணுக்களில் ஒன்று; இரத்த அணு *red/white corpuscles*

correct[1] /kəˈrekt/ *adj.* **1** with no mistakes; right or true தவறுகள் இல்லாத; பிழையற்ற; சரியான; திருத்தமான *Well done! All your answers were correct.* **2** (used about behaviour, manners, dress, etc.) suitable, proper or right (நடத்தை, பழக்க வழக்க நடைமுறைகள், உடை முதலியவற்றைப் பற்றிக் குறிப்பிடும்போது) பொருத்தமான; தக்க; உகந்த; சரியான *What's the correct form of address for a vicar?* ✪ OPP **incorrect** ▶ **correctly** *adv.* ▶ **correctness** *noun* [U]

correct[2] /kəˈrekt/ *verb* [T] **1** to make a mistake, fault, etc. right or better தவறு, குறைபாடு முதலியவற்றைத் திருத்து; சரிப்படுத்து; நேர்செய்; சீர்படுத்து *to correct a spelling mistake* • *to correct a test* (= mark the mistakes in it) **2** to tell sb what mistakes he/she is making or what faults he/she has ஒருவர் செய்யும் தவறுகளை அல்லது ஒருவருடைய குறைபாடுகளை எடுத்துக்கூறு அல்லது சுட்டிக்காட்டு *He's always correcting me when I'm talking to people.* ▶ **correction** *noun* [C, U] *Some parts of the report needed correction.*

correction fluid *noun* [U] a white liquid that you use to cover mistakes that you make when you are writing or typing, and that you can write on top of எழுதும்போதோ தட்டச்சின் போதோ நேரும் தவறுகளை அவற்றின் மேலிட்டுப் பரப்பி மறைக்கப் பயன்படுவதும் அவற்றின்மீது மீண்டும் எழுத ஏதுவானதுமான வெண் திரவம்; திரவ அழிப்பான் ➪ **stationery** பதிவில் படம் பார்க்க.

corrective /kəˈrektɪv/ *adj.* intended to make sth right that is wrong தவறான ஒன்றைச் சரிசெய்வதற்கான; திருத்தும் நோக்கமுடைய; சீர்படுத்தும் முறையிலான *to take corrective action*

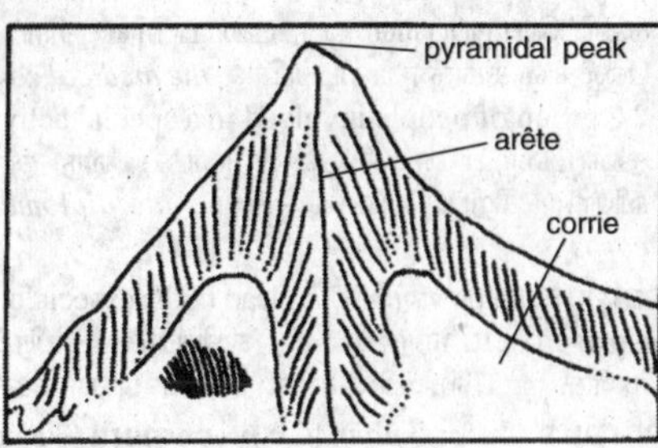

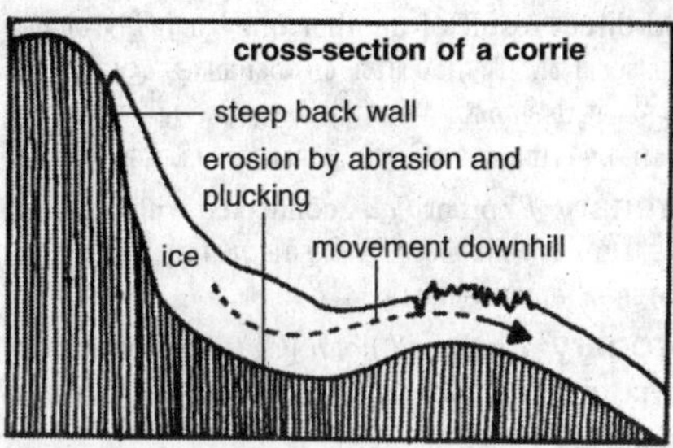

corrie

correlate /ˈkɒrəleɪt/ *verb* [I, T] to have or to show a relationship or connection between two or more things இரண்டு அல்லது இரண்டுக்கு மேற்பட்ட பொருள்கள் ஒன்றற்கொன்று தொடர்புடையனவாக இரு அல்லது அவற்றின் தொடர்புடைமையைத் தெளிவுபடுத்து ▶ **correlation** /ˌkɒrəˈleɪʃn/ *noun* [C, U] *There is a correlation between a person's diet and height.*

correspond /ˌkɒrəˈspɒnd/ *verb* [I] **1 correspond (to/with sth)** to be the same as or equal to sth; to match ஒன்றற்கு சரி ஒப்பாயிரு; ஒத்திரு; நிகராயிரு *Does the name on the envelope correspond with the name inside the letter?* **2** (*formal*) **correspond (with sb)** to write letters to and receive them from sb ஒருவருக்குக் கடிதங்கள் எழுதி அவரிட-மிருந்து மறுமொழி பெறு; கடிதப் பரிமாற்றத் தொடர்புகொள்; கடிதப் போக்குவரவு நடத்து *They corresponded for a year before they met.*

correspondence /ˌkɒrəˈspɒndəns/ *noun* **1** [U] (*formal*) the act of writing letters; the letters themselves கடிதப் பரிமாற்றத் தொடர்புகொள்ளுதல்; கடிதப் போக்குவரத்து; கடிதத் தொடர்பு; கடிதங்கள் *There hasn't been any correspondence between them for years.* **2** [C, U] a close connection or relationship between two or more things இரண்டு அல்லது இரண்டுக்கு மேற்பட்ட பொருள்களுக்கு இடையிலான நெருங்கிய தொடர்பு அல்லது உறவுநிலை; இயைபுடன்பாடு *There is no correspondence between the two sets of figures.*

correspondent /ˌkɒrəˈspɒndənt/ *noun* [C] **1** a person who provides news or writes articles for a newspaper, etc., especially from a foreign country குறிப்பாக ஒரு வெளிநாட்டிலிருந்து, செய்தித்தாள் முதலியவற்றுக்காகச் செய்தி திரட்டித் தருபவர் அல்லது கட்டுரைகள் எழுதுபவர்; பத்திரிகை நிருபர்; இதழக எழுத்தாளர் *our Middle East correspondent, Raju Venkat* **2** a person who writes letters to sb ஒருவருக்குக் கடிதங்கள் எழுதுபவர்; கடிதத் தொடர்பு கொள்பவர்

corresponding /ˌkɒrəˈspɒndɪŋ/ *adj.* (*only before a noun*) related or similar to sth ஒன்றற்குத் தொடர்புடைய; ஒத்த; ஒப்பான; ஒருவகைப்பட்ட *Sales are up 10% compared with the corresponding period last year.* ▶ **correspondingly** *adv.*

corridor /ˈkɒrɪdɔː(r)/ *noun* [C] a long narrow passage in a building or train, with doors that open into rooms, etc. ஒரு கட்டடத்தில் அல்லது தொடர்வண்டியில் அறைகள் முதலியவற்றுக்கு இட்டுச்செல்லும் நீண்டு குறுகிய செல்வழி; நடைக்கூடம்; இடைவழி

corrie /ˈkɒri/ (*also* **cirque; cwm**) *noun* [C] (in geography) a round area shaped like a bowl in the side of a mountain (புவியியலில்) மலைச்சரிவில் கிண்ண வடிவில் அமைந்துள்ள வட்டமான பரப்பு; வட்டு வடிவ மலைப்பக்கப் பகுதி

corroborate /kəˈrɒbəreɪt/ *verb* [T] (*formal*) to support a statement, idea, etc. by providing new evidence புதுச் சான்றாதாரத்துடன் ஒரு கூற்று, கருத்து முதலியவற்றுக்கு வலுவூட்டு; பக்கபலம் அளி; உறுதிப்படுத்து *The data corroborated Mr Prasad's claim about the company doing well.* ▶ **corroboration** /kəˌrɒbəˈreɪʃn/ *noun* [U]

corrode /kəˈrəʊd/ *verb* [I, T] (used about metals) to become weak or to be destroyed by chemical action; to cause a metal to do this (உலோகங்கள் வகையில்) வேதியியல் வினையால் (அரிக்கப்பட்டு) வலி குன்று அல்லது அழிவுறு; ஓர் உலோகத்தை வேதியியல் வினைபுரிந்து உறுதி இழக்கச்செய் அல்லது சிதைந்துபோகச் செய்; அரித்துத்தின்னு *Parts of the car were corroded by rust.* ▶ **corrosion** /kəˈrəʊʒn/ *noun* [U] ▶ **corrosive** /kəˈrəʊsɪv/ *adj.*

corrugated /ˈkɒrəgeɪtɪd/ *adj.* (used about metal or cardboard) shaped into folds (உலோகம் அல்லது அட்டைத்தாள் பற்றிக் குறிப்பிடும்போது) மடிப்புகளாக உருப்படுத்தப்பட்ட; நெளிநெளியாக வளைக்கப்பட்ட

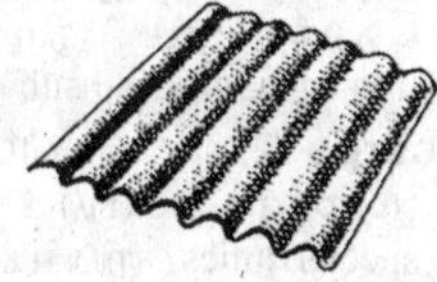

corrupt¹ /kəˈrʌpt/ *adj.* **1** doing or involving illegal or dishonest things in exchange for money, etc. பணம் முதலியவை பெற்றுக்கொண்டு சட்டத்திற்கு மாறான அல்லது நேர்மையற்ற செயல்களைச் செய்கிற அல்லது அச்செயல்களில் தன்னை ஈடுபடுத்திக்கொள்கிற; இலஞ்ச ஊழலில் ஈடுபடுகிற *corrupt officials who accept bribes • corrupt business practices* **2** (*computing*) containing changes or faults and no longer in the original state மூலப்படிவ நிலையில் இல்லாது, மாற்றங்களை அல்லது குறைபாடுகளைக் கொண்டுள்ள; பிழையுற்ற *corrupt software • The text on the disk seems to be corrupt.*

corrupt² /kəˈrʌpt/ *verb* **1** [T] to cause sb/sth to start behaving in a dishonest or immoral way ஒருவர்/ஒன்று நேர்மையற்ற அல்லது ஒழுக்கங்கெட்ட முறையில் நடந்துகொள்ளத் தூண்டு; ஊழல் வழிகளில் தலைப்படக் காரணமாகு *Too many people are corrupted by power.* **2** [I, T] (*computing*) to cause mistakes to appear in a computer file, etc. with the result that the information in it is no longer correct கணினிக் கோப்பு முதலியவற்றில் அடங்கியுள்ள தகவல்கள் சரிநுட்பமாக இல்லாது போகுமாறு அவற்றில் பிழைகள் தோன்றச்செய்; மாசுபடுத்து *The program has somehow corrupted the system files. • corrupted data*

corruption /kəˈrʌpʃn/ *noun* [U] **1** dishonest or immoral behaviour or activities நேர்மையற்ற அல்லது ஒழுக்கக் கேடான நடத்தை அல்லது செயல்கள்; நேர்மையின்மை; ஒழுக்கக்கேடு *There were accusations of corruption among senior police officers.* **2** the process of making sb/sth corrupt ஒருவரை/ஒன்றைக் கறைபடுத்துதல்; தூய்மை கெடச் செய்தல்; ஒழுக்கக்கேடுறச் செய்தல்; இலஞ்ச ஊழலுக்கு உட்படச் செய்தல்

corset /ˈkɔːsɪt/ *noun* [C] a piece of clothing that some women wear pulled tight around their middle to make them look thinner ஒல்லியாகத் தோன்றும் பொருட்டுச் சில பெண்கள் இடைப்பகுதியில் இறுக்கமாக அணியும் சிற்றுடை

cortex /ˈkɔːteks/ *noun* [C] (*pl.* **cortices** /ˈkɔːtɪsiːz/) (*technical*) the outer layer of an organ in the body, especially the brain ஓர் உடலுறுப்பின், குறிப்பாக மூளையின், வெளிப்புற அடுக்கு அல்லது மேற்பகுதி *the cerebral cortex* (= around the brain)

cortisone /ˈkɔːtɪzəʊn; -səʊn/ *noun* [U] (*medical*) a **hormone** that is used to reduce swelling caused by certain diseases and injuries குறிப்பிட்ட சில நோய்கள் அல்லது காயங்கள் காரணமாக உண்டாகும் வீக்கத்தைக் குறைக்கப் பயன்படுத்தப்படும் உடலின் அக ஆக்குவினைப் பொருள்/உட்சுரசம்

cosine /ˈkəʊsaɪn/ *noun* [C] (*mathematics*) (*abbr.* **cos**) the **ratio** of the length of the side next to an **acute angle** to the length of the longest side (**the hypotenuse**) in a **right-angled** triangle ஒரு செங்கோண முக்கோணத்தில், உயர் நீட்டளவு உள்ள பக்கத்தின் (சாய்வரைக் கோட்டின்) நீளத்தோடு குறுங்கோணத்தை அடுத்துள்ள பக்கத்தின் (அடிவரைக் கோட்டின்) நீளத்திற்குள்ள வீதத் தொடர்பு ➪ **sine** மற்றும் **tangent** பார்க்க.

cosmetic¹ /kɒzˈmetɪk/ *noun* [C, *usually pl.*] a substance that you put on your face or hair to make yourself look more attractive கூடுதல் கவர்ச்சியுடன் தோன்றும் பொருட்டு ஒருவர் தன் முகத்தில் அல்லது தலைமுடியில் இட்டுக்கொள்ளும் ஒரு பொருள்; ஒப்பனைப் பொருள்; சிங்காரிப்புப் பொருள் ➪ **make-up** பார்க்க.

cosmetic² /kɒzˈmetɪk/ *adj.* **1** used or done in order to make your face or body more attractive உடல் அல்லது முகம் கூடுதல் கவர்ச்சியுடன் தோன்றச் செய்வதற்காகப் பயன்படுத்தப்படுகிற அல்லது செய்யப்படுகிற; ஒப்பனைக்குரிய; சிங்காரிப்பு நோக்கிலான *cosmetic products • cosmetic surgery* **2** done in order to improve only the appearance of sth, without changing it in any other way வேறு மாற்றம் எதுவுமின்றி வெளித்தோற்றத்தை மட்டுமே மேம்படுத்தும் நோக்கத்தில் செய்யப்படுகிற; வெளிப்பகட்டு நோக்கிலான; புற ஒப்பனைக்கு மட்டுமே உரிய *changes in government policy which are purely cosmetic*

cosmic /ˈkɒzmɪk/ *adj.* connected with space or the universe விண்வெளி அல்லது இயலுலகு/பிரபஞ்சம் சார்ந்த; அண்டப் பரப்புத் தொடர்பான

cosmopolitan /ˌkɒzməˈpɒlɪtən/ *adj.* **1** containing people from all over the world உலகம் முழுவதிலுமிருந்து வந்த மக்களைக் கொண்டிருக்கிற; உலகின் எல்லாப் பகுதியிலிருந்தும் வந்த மக்களைத் தன்னகம் கொண்டுள்ள *a cosmopolitan city* **2** influenced by the culture of other countries பிற நாடுகளின் பண்பாட்டுத் தாக்கம் கொண்டிருக்கிற; பிறநாடுகளின் பண்பாட்டை ஏற்று நிலைமாற்றம் பெற்றுள்ள *a cosmopolitan and sophisticated young woman*

the cosmos /ˈkɒzmɒs/ *noun* [*sing.*] the universe இயலுலகு; பிரபஞ்சம்

cost¹ /kɒst/ *noun* **1** [C, U] the money that you have to pay for sth ஒரு பொருளுக்கு விலையாகச் செலுத்தவேண்டிய பணம்; விலை; செலவுத் தொகை *The cost of petrol has gone up again. • The hospital was built at a cost of Rs 10 million.* ➪ **price** பதிவில் உள்ள குறிப்பைப் பார்க்க **2** [*sing.*] [U] what you have to give or lose in order to obtain sth else

வேறொன்றை அடைவதற்காகத் தரவேண்டி-யிருக்கும் அல்லது இழக்கவேண்டியிருக்கும் ஒன்று *He achieved great success but only* ***at the cost of*** *a happy family life*. **3 costs** [*pl.*] the total amount of money that is required to be spent in a business ஒரு வாணிகச் செயற்பாட்டில் செலவுக்கு வேண்டிய மொத்த பணத்தொகை

IDM at all costs/at any cost using whatever means are necessary to achieve sth ஒரு செயல் நிறைவேற்றத்திற்கு வேண்டிய அனைத்தையும் செய்து அல்லது அனைத்து வழிமுறை-களையும் கையாண்டு; ஒன்றை வென்றடைய என்ன விலையானாலும் தந்து *We must win at all costs.*

cover the cost (of sth) ⇨ **cover¹** பார்க்க.

to your cost in a way that is unpleasant or bad for you தனக்கு மகிழ்வூட்டாது அல்லது நல-மற்றதாக அமைவதாக; தனக்குப் பாதிப்பு ஏற்படுத்தும் முறையில் *Life can be lonely at university, as I found out to my cost.*

cost² /kɒst/ *verb* [T] (*pt, pp* **cost**) **1** to have the price of ஒன்றிற்கான விலை/கட்டணம் ஆகு; விலைபெறு *How much does a return ticket to Pune cost?* • *We'll take the bus—it won't cost much.* • *(informal) How much did your car cost you?* **2** to make you lose sth ஒன்றைத் தான் இழக்கும்படி செய்; தனக்கு ஓர் இழப்பு நேர்-வதற்குக் காரணமாகு *That one mistake cost him his job.*

IDM cost the earth/a fortune to be very expen-sive பெருஞ்செலவு பிடிப்பதாக இரு; மிகு விலையுள்ளதாக ஆகு

co-star *verb* (**co-starring**; **co-starred**) **1** [T] (used about a film, play, etc.) to have two or more famous actors as its stars (ஒரு திரைப்படம், நாடகம் முதலியவற்றைப் பற்றிக் குறிப்பிடும்-போது) இரண்டு அல்லது இரண்டுக்கு மேற்பட்ட புகழ்பெற்ற நட்சத்திர நடிகர்களைத் தனது முதன்மைப் பாத்திரங்களாக அல்லது இணை தலைமைப் பாத்திரங்களாகக் கொண்டிரு *a film co-starring Rajinikanth and Revathi* **2** [I] (used about actors) to be one of two or more stars in a film, play, etc. (நடிகர்கள் வகையில்) ஒரு திரைப்படம், நாடகம் முதலிய-வற்றின் இரண்டு அல்லது இரண்டுக்கு மேற்பட்ட நட்சத்திர நடிகர்களில் ஒருவராக இரு *Amitabh Bachchan co-stars with Hema Malini in the film.* ▶ **co-star** *noun* [C] *His co-star was Rekha.*

cost-effective *adj.* giving the best possible profit or results in comparison with the money that is spent செலவழிக்கப்படுகிற பணத்துடன் ஒப்பிடும்பொழுது கூடியவரையில் மிகச் சிறப்-பான ஆதாயத்தை/இலாபத்தைத் தருகிற அல்லது முழு நிறைவான பயன்விளைவை ஏற்படுத்துகிற *This alarm system is the most cost-effective way of protecting your property.*

costly /ˈkɒstli/ *adj.* (**costlier**; **costliest**) **1** costing a lot of money; expensive பெருஞ்செலவு பிடிக்-கிற; மிகு விலையுள்ள *a costly repair bill* **2** involving great loss of time, effort, etc. நேரம், உழைப்பாற்றல் முதலியவற்றில் பெருமளவு இழப்பை உள்ளடக்கியிருக்கிற அல்லது அவற்றை மிகுதியாக விரயமாக்கும் தன்மை-யிலான *a costly mistake*

cost price *noun* [U] the cost of producing sth or the price at which it is sold without making any money ஒரு பொருளின் உற்பத்திச் செலவு; ஆதாயம் சேர்க்காத அதன் ஆக்க விலை; கொள்விலை; முதல்விலை ⇨ **asking price** மற்றும் **selling price** பார்க்க.

costume /ˈkɒstju:m/ *noun* **1** [C, U] a set or style of clothes worn by people in a particular country or in a particular historical period குறிப்பிட்ட நாட்டில் அல்லது குறிப்பிட்ட வரலாற்றுக் காலப் பகுதியில் வாழும் மக்களின் ஆடைத் தொகுதி அல்லது உடுப்புப் பாணி; நாட்டுச் சிறப்புடை அல்லது காலச் சிறப்புடை *17th century costume* • *tribal costume* **2** [C, U] clothes that an actor, etc. wears in order to look like sb/sth else வேறொருவராக/வேறொன்றாகத் தோன்றுவதற்காக ஒரு நடிகர் முதலானோர் அணியும் உடை; ஒப்பனை அல்லது நடிப்பு உடை *One of the children was dressed in a pirate's costume.* • *The last rehearsal of the play will be done in costume.* **3** [C] (*BrE*) = **swimsuit**

cosy /ˈkəʊzi/ *adj.* (**cosier**; **cosiest**) (*AmE* **cozy**) warm and comfortable வெதுவெதுப்பான மற்றும் இன்பமூட்டுகிற; ஓய்வமைதிக்கான இன்பநலம் வாய்ந்த; சொகுசான *The room looked cosy and inviting in the firelight.*

cot /kɒt / (*AmE* **crib**) *noun* [C] **1** a bed with high sides for a baby ஒரு குழந்தைக்கான, உயர-மான பக்கங்களைக் கொண்ட கட்டில்; சிறு படுக்கை; தொட்டில் **2** (*AmE*) = **camp bed**

cottage /ˈkɒtɪdʒ/ *noun* [C] a small and usually old house, especially in the country குறிப்பாக நாட்டுப்புறத்திலுள்ள, சிறிய, பெரும்பாலும் பழைய, வீடு; குடில்

cottage cheese *noun* [U] a type of soft white cheese in small wet lumps சிறிய ஈரப்பதமான கட்டிகளாக உள்ள மென்மையான வெண்ணிறப் பாலேடு வகை; உலராத பாலடைக் கட்டி

cotton /ˈkɒtn/ *noun* [U] **1** a natural cloth or thread made from the thin white hairs of the cotton plant பருத்திச் செடியின் மெல்லிய வெண்ணிற இழைகளிலிருந்து தயாரிக்கப்படும் இயற்கையான துணி அல்லது நூல்; பருத்தித் துணி; பருத்தி நூல் *a cotton shirt* **2** = **cotton wool**

cotton wool *noun* [U] a soft mass of cotton, used for cleaning the skin, cuts, etc. தோல், வெட்டுக்காயங்கள் முதலியவற்றைத் துடைத்துத் தூய்மைப்படுத்தப் பயன்படுத்தப்படும் மென்மையான பஞ்சுத் தொகுதி; மென்பஞ்சுத் திரள்

cotyledon /ˌkɒtɪˈliːdn/ *noun* [C] a part inside a seed that looks like a small leaf, which the developing plant uses as a store of food. Cotyledons are the first parts of the seed to appear above the ground when it begins to grow சிறு இலை போலக் காணப்படுவதும், வளரும் தாவரத்திற்கு உணவு இருப்பாகப் பயன்படுவதும், தாவரம் வளரத் தொடங்கும்போது தரைக்கு மேல் முதலில் வெளிப்படுவதுமான, விதையின் உள்ளீட்டுப் பகுதி; விதையிலுள்ள இலைப்பருப்பு; விதையிலை; கதுப்பு

couch¹ /kaʊtʃ/ *noun* [C] a long seat, often with a back and arms, for sitting or lying on அமர்வதற்கு அல்லது படுத்துக்கொள்வதற்கு உரியதும், பெரும்பாலும் சாய்பகுதியும் கைகளும் உடையதுமான நீண்ட இருக்கை; ஓய்விருக்கை; சாய்வுக் கட்டில்; மஞ்சம் *They were sitting on the couch in the living room.*

couch² /kaʊtʃ/ *verb* [T] (*usually passive*) (*formal*) to express a thought, idea, etc. in the way mentioned குறிப்பிடப்பட்ட முறையில் ஓர் எண்ணம், ஒரு கருத்து முதலியவற்றை வெளிப்படுத்து; குறிப்பிட்ட ஒன்று பொதிந்து/உள்ளமைந்து இருக்குமாறு பேசு/எழுது *His reply was couched in very polite terms.*

cougar /ˈkuːgə(r)/ (*AmE*) = **puma**

cough¹ /kɒf/ *verb* **1** [I] to send air out of your throat and mouth with a sudden loud noise, especially when you have a cold, have sth in your throat, etc. குறிப்பாகச் சளி பிடிப்பு, தொண்டையில் ஒரு பொருள் சிக்கியிருத்தல் முதலிய சமயங்களில், திடீரென்ற உரத்த ஓசையுடன் தொண்டை மற்றும் வாயிலிருந்து வளி வெளிப்படச் செய்; இருமு **2** [T] **cough (up) sth** to send sth out of your throat and mouth with a sudden loud noise இருமி ஒரு பொருளை வெளியேற்று *When I started coughing (up) blood I called the doctor.*

PHR V **cough (sth) up** (*informal*) to give money when you do not want to மனமில்லாமல்/விருப்பமின்றி (ஒருவருக்குப்) பணம் கொடு *Come on, cough up what you owe me!*

cough² /kɒf/ *noun* [C] **1** an act or the sound of coughing இருமுதல்; இருமல்; இருமல் ஒலி *He gave a nervous cough before he started to speak.* **2** an illness or infection that makes you cough a lot மிகுதியான இருமலுக்குக் காரணமான உடல்நலக் கேடு அல்லது நோய்த்தொற்று *Sarika's got a bad cough.*

could /kəd; *strong form* kʊd / *modal verb* (*negative* **could not**; *short form* **couldn't** /ˈkʊdnt/) **1** used for saying that sb had the ability or was allowed to do sth ஒன்றைச் செய்யும் திறன் ஒருவருக்கு இருந்தது என்பதையோ ஒன்றைச் செய்ய ஒருவர் அனுமதிக்கப்பட்டார் என்பதையோ கூறப் பயன்படுத்தப்படுவது *I could run three kilometres without stopping when I was younger.*

NOTE கடந்த காலத்தில் ஒரு குறிப்பிட்ட சமயத்தில் ஒன்றைச் செய்ய முடிந்தது என்பதைக் கூற **was/were able to** அல்லது **managed to** என்ற தொடர் பயன்படுத்தப்பட வேண்டும்—*The firemen were able to/managed to rescue the children.* ஆனால் எதிர்மறை வாக்கியங்களில் **could not** என்ற தொடரையும் பயன்படுத்தலாம்—*The firemen couldn't rescue the children.*

2 used for saying that sth may be or may have been possible ஒன்றற்கான வாய்ப்பு உள்ளது அல்லது ஒன்றற்கான சாத்தியம் இருந்தது என்பதைக் கூறப் பயன்படுத்தப்படுவது *I could do it now if you like.* • *She could be famous one day.* • *You could have said you were going to be late* (= I'm annoyed that you didn't)*.* **3** used for asking permission politely இணக்கவணக்கத்துடன் அல்லது பணிவடக்கத்துடன் ஒன்றற்கு அனுமதி கேட்பதற்குப் பயன்படுத்தப்படுவது *Could I possibly borrow your car?* **4** used for asking sb politely to do sth for you தனக்காக ஒன்றைச் செய்யுமாறு ஒருவரைப் பணிவடக்கத்துடன் அல்லது நயமாகக் கேட்டுக் கொள்வதற்குப் பயன்படுத்தப்படுவது *Could you open the door? My hands are full.*

NOTE வினை நோக்கத் துணைவினை (modal verb) களைப் பற்றி மேலும் அறிய, அகராதிப் பகுதியை அடுத்துள்ள **Quick Grammar Reference** பகுதியைப் பார்க்க.

5 used for making a suggestion ஒரு கருத்து/யோசனை கூறப் பயன்படுத்தப்படுவது *'What do you want to do tonight?' 'We could go to the cinema or we could just stay in.'* **6** used with the verbs 'feel', 'hear', 'see', 'smell', 'taste' புலனுணர்ச்சியைச் சுட்டும் 'feel', 'hear', 'see', 'smell', 'taste' (சுவை) ஆகிய வினைச்சொற்களுடன் பயன்படுத்தப்படுவது

NOTE இவ்வினைச்சொற்கள் தொடர்வினைகளாகப் பயன்படுத்தப்படுவதில்லை. கடந்த காலத்தின் ஒரு குறிப்பிட்ட நேரத்தைச் சார்ந்து இவற்றைத் தொடர்வினைப் பொருளில் பயன்படுத்த வேண்டியிருக்கும்போது, **could**-ஐப் பயன்படுத்தலாம்—*We could hear/see children playing outside* (*We were hearing* என வராது).

coulomb /ˈkuːlɒm/ *noun* [C] (*abbr.* **c**) a unit of electric charge, equal to the quantity of electricity carried in one second by one **ampere** (= one unit of current) ஒரு நொடியில் பாயும் ஓர் ஆம்பியர் மின்னோட்டத்திற்கு இணையான மின் ஆற்றல் அளவைக் குறிக்கும் ஓர் அலகு

council (*also* **Council**) /ˈkaʊnsl/ *noun* [C, *with sing. or pl. verb*] **1** a group of people who are elected to govern an area such as a town or county ஒரு நகரம் அல்லது மாவட்டம் போன்ற ஒரு பகுதியை ஆட்சி செய்ய தேர்ந்தெடுக்கப்பட்ட குழு; உள்ளாட்சி மன்றம்; நகரவை; மாவட்ட ஆட்சி மன்றம் *The city council has/have decided to build a new road.* • *a council house* (= one that a council owns and lets to people who do not have much money) • *My dad's on the local council.* **2** a group of people chosen to give advice, manage affairs, etc. for a particular organization or activity குறிப்பிட்ட நிறுவன அமைப்பு அல்லது செயற்பாட்டிற்கான ஆலோசனை/அறிவுரை வழங்குதல், அதனை மேலாட்சி செய்தல் முதலியவற்றுக்காகத் தேர்வுசெய்யப்பட்ட குழு; ஆலோசனைக் குழு; செயலாட்சிக் குழு *the Arts Council*

councillor /ˈkaʊnsələ(r)/ *noun* [C] a member of a council உள்ளாட்சி மன்ற அல்லது ஆலோசனைக் குழு உறுப்பினர் *to elect new councillors*

counsel[1] /ˈkaʊnsl/ *verb* [T] (**counse<u>ll</u>ing**; **counse<u>ll</u>ed** *AmE* **counse<u>l</u>ing**; **counse<u>l</u>ed**) **1** to give professional advice and help to sb with a problem ஒரு சிக்கலுக்கு/பிரச்சனைக்கு உள்ளாகியுள்ள ஒருவருக்குத் தொழில்முறை ஆலோசனை மற்றும் உதவி வழங்கு **2** (*written*) to tell sb what you think he/she should do; to advise ஒருவர் செய்யவேண்டியதாகத் தான் கருதுவதை அவருக்குக் கூறு; அறிவுரை கூறு *The company's lawyers counselled the director against making public statements.*

counsel[2] /ˈkaʊnsl/ *noun* [U] **1** (*written*) advice அறிவுரை; ஆலோசனை **2** a lawyer who speaks in a court of law நீதிமன்றத்தில் வாதாடும் வழக்கறிஞர் *the counsel for the defence/prosecution*

counselling (*AmE* **counseling**) /ˈkaʊnsəlɪŋ/ *noun* [U] professional advice and help given to people with problems சிக்கலில் அல்லது ஒன்றிற்குத் தீர்வு வேண்டும் நிலையில் உள்ளவர்களுக்குத் தரப்படும் தொழில் முறையிலான அறிவுரை/ஆலோசனை மற்றும் உதவி *Many students come to us for counselling.*

counsellor (*AmE* **counselor**) /ˈkaʊnsələ(r)/ *noun* [C] a person whose job is to give advice தொழில்முறையில் அறிவுரை/ஆலோசனை வழங்குபவர் *a marriage counsellor*

count[1] /kaʊnt/ *verb* **1** [I] to say numbers one after another in order ஒன்றன் பின் ஒன்றாக வரிசை முறையில் எண்களைக் கூறு; எண்ணு *Close your eyes and count (up) to 20.* **2** [T] **count sth** to calculate the total number or amount of sth ஒன்றன் மொத்த எண்ணிக்கையை அல்லது மொத்த தொகையைக் கணக்கிடு; மொத்தம் கணி *The teacher counted the children as they got on the bus.* **3** [T] to include sb/sth when you are calculating an amount or number ஒரு தொகையை அல்லது ஓர் எண்ணிக்கையைக் கணக்கிடும்போது ஒருவரை/ஒன்றைச் சேர்த்துக்கொள்; சேர்த்துக் கணக்கிடு *There were thirty people on the bus, not counting the driver.* **4** [I] **count (for sth)** to be important or valuable முக்கியமானதாக அல்லது மதிப்பு வாய்ந்ததாக இரு *I sometimes think my opinion counts for nothing at work.* **5** [I] **count (as sth)** to be valid or accepted முறைப்படி அமைந்ததாகு, ஒப்புக்கொள்ளத்தக்கதாக அல்லது ஏற்புக்குரியதாக இரு *The referee had already blown his whistle so the goal didn't count.* • *Will my driving licence count as identification?* **6** [I, T] to consider sb/sth in a particular way ஒருவரை/ஒன்றைக் குறிப்பிட்ட முறையில் எண்ணிப்பார், கருது அல்லது மதிப்பிடு *You should count yourself lucky to have a good job.* • *On this airline, children over 12 count/are counted as adults.*

IDM **Don't count your chickens (before they're hatched)** used to say that you should not be too confident that sth will be successful because sth might still go wrong ஒன்று வெற்றிபெறும் என்று மிகையான நம்பிக்கை கொள்ளக்கூடாது, ஏனெனில் இடையில் ஏதாவது தவறு நேரலாம் என்பதைக் கூறப் பயன்படுத்தப்படும் தொடர்; செயல் நிறைவேறும் முன் நல் விளைவை எண்ணி அவசரப்பட வேண்டாம் எனக் குறிக்கும் தொடர்

PHR V **count against sb** to be considered as a disadvantage எதிர்நிலையான அல்லது பாதகமான ஒன்றாகக் கருதப்படு *Do you think my age will count against me?*

count on sb/sth to expect sth with confidence; to depend on sb/sth நம்பிக்கையுடன் ஒன்றை எதிர்பார்; ஒருவரை/ஒன்றை நம்பியிரு. *Can I count on you to help me?*

count sb/sth out 1 to count things slowly, one by one பொருள்களை/ஆட்களை ஒவ்வொன்றாக/ஒவ்வொருவராக மெதுவாக எண்ணு *She carefully counted out the money into my hand.* **2** (*informal*) to not include sb/sth ஒருவரை/ஒன்றை உடன்சேர்க்காதுபோ; விட்டுவிடு *If you're going swimming, you can count me out!*

count[2] /kaʊnt/ *noun* [C] **1** [*usually sing.*] an act of counting or a number that you get after counting எண்ணுதல்; கணக்கிடுதல்; தொகைப்படுத்துதல்; கணக்கிட்டுப் பெற்ற அல்லது தொகைப்படுத்தப்-

பட்ட எண்ணிக்கை ***At the last count****, there were nearly 2 million unemployed.* • *On the count of three, all lift together.* **2** [*usually pl.*] a point that is made in a discussion, argument, etc. கலந்துரையாடல், விவாதம் முதலியவற்றில் எடுத்துரைக்கப்படும் கருத்து, விவரக்கூறு அல்லது செய்திக்கூறு *I proved her wrong* ***on all counts****.*

IDM keep/lose count (of sth) to know/not know how many there are of sth ஒன்றன் எண்ணிக்கை அளவை அறிந்திரு/அறியாதுபோ *I've lost count of the number of times he's told that joke!*

countable /'kaʊntəbl/ *adj.* (*grammar*) that can be counted எண்ணுதற்கு உரிய; எண்ணக்கூடிய *'Chair' is a countable noun, but 'sugar' isn't.* • *Countable nouns are marked [C] in this dictionary.* ✪ OPP **uncountable**

> **NOTE Countable nouns** பற்றி மேலும் அறிய, அகராதிப் பகுதியை அடுத்துள்ள **Quick Grammar Reference** பகுதியைப் பார்க்க.

countdown /'kaʊntdaʊn/ *noun* [C] the act of saying numbers backwards to zero just before sth important happens முக்கியமான ஒரு நிகழ்வுக்குச் சற்று முன்பிருந்து நிகழ்வு நேரம் வரை, எண்களைப் பூஜ்யம் வரை இறங்குமுகமாக எண்ணுதல்; இறங்குமுக எண்ணிக்கை *the countdown to the lift-off of a rocket* • (*figurative*) *The countdown to this summer's Olympic Games has started.*

countenance /'kaʊntənəns/ *noun* [C] (*written*) a person's face or his/her expression ஒருவருடைய முகத் தோற்றம் அல்லது முகபாவம்

counter- /'kaʊntə(r)/ *prefix* (*in nouns, verbs, adjectives and adverbs*) against; opposite எதிர்; மாற்று; முரண்; எதிரிடை; எதிர்முக; எதிர்நிலை *counterterrorism* • *a counter-argument* • *counterproductive*

counter¹ /'kaʊntə(r)/ *noun* [C] **1** a long, flat surface in a shop, bank, etc., where customers are served அங்காடி, வங்கி முதலியவற்றில் வாடிக்கையாளர்களுக்குச் சேவை வழங்கப்படும் நீண்ட சமதளப் பரப்பிடம்; வாடிக்கையாளர் சேவை மேடைத்தளம் அல்லது முகப்பிடம் *The man* ***behind the counter*** *in the bank was very helpful.* **2** a small object (usually round and made of plastic) that is used in some games to show where a player is on the board சில வகை விளையாட்டுக்களில் விளையாட்டு வீரர் ஆட்டப் பலகையில் இருக்குமிடத்தைச் சுட்டப் பயன்படுத்தப்படும் (வழக்கமாக பிளாஸ்டிக்கால் ஆன வட்டவடிவச்) சிறு பொருள் **3** an electronic device for counting sth கணக்கிடுவதற்குரிய மின்னணுப் பொறி; மின்னணுக் கணிப்புப் பொறி *The rev counter is next to the speedometer.* ➪ **Geiger counter** பார்க்க.

counter² /'kaʊntə(r)/ *verb* [I, T] **1** to reply or react to criticism ஒரு குறைகூறலுக்கு, கண்டனத்திற்கு அல்லது திறனாய்வுக்குப் பதில்சொல், மறுமொழி கூறு அல்லது எதிருரை. *He countered our objections with a powerful defence of his plan.* **2** to try to reduce or prevent the bad effects of sth ஒன்றன் தீய விளைவுகளை அல்லது பாதிப்பைக் குறைக்க அல்லது தடுக்க முயல் *The shop has installed security cameras to counter theft.*

counter³ /'kaʊntə(r)/ *adv.* **counter to sth** in the opposite direction to sth ஒன்றன் எதிர்த்திசையில்; நேர் எதிராக; எதிரிடையாக *The results of these experiments* ***run counter to*** *previous findings.*

counteract /ˌkaʊntər'ækt/ *verb* [T] to reduce the effect of sth by acting against it ஒன்றிற்கு எதிராகச் செயல்பட்டு அதன் விளைவை அல்லது பாதிப்பைக் குறை அல்லது மட்டுப்படுத்து *measures to counteract traffic congestion*

counter-attack *noun* [C] an attack made in reaction to an enemy or opponent's attack ஒரு பகைவர் அல்லது ஓர் எதிரியின் தாக்குதலுக்கு எதிர்ச்செயலாகத் தொடுக்கப்படும் தாக்குதல்; எதிர்த்தாக்குதல் ▶ **counter-attack** *verb* [I, T]

counter-clockwise (*AmE*) = **anticlockwise**

counterfeit /'kaʊntəfɪt/ *adj.* not genuine, but copied so that it looks like the real thing மெய்யான பொருள் போலத் தோன்றுமாறு அதனைப் பார்த்துச் செய்யப்பட்ட; மெய்யானதல்லாத; போலியான *counterfeit money*

counterfoil /'kaʊntəfɔɪl/ *noun* [C] the part of a cheque, ticket, etc. that is kept by the giver as a record மற்றொரு பகுதியை வேறொருவரிடம் கொடுக்கும்போது நிலைச்சான்றாகத் தன்னிடம் வைத்துக்கொள்ளும் காசோலை, நுழைவுச் சீட்டு முதலியவற்றின் பகுதி; கையிருப்புச் சரிநேர் படி; அடிச்சீட்டு

counterpart /'kaʊntəpɑːt/ *noun* [C] a person or thing that has a similar position or function in a different country or organization வேறொரு நாட்டில் அல்லது நிறுவன அமைப்பில் ஒத்த நிலையில் அல்லது செயற்பொறுப்பில் உள்ள ஒருவர் அல்லது ஒன்று; சரிநேர் அலுவலர்; சரிநேர் படிவம்; ஒத்த நிலையினர் *the Indian President and his Italian counterpart* (= the Italian President)

counterproductive *adj.* having the opposite effect to the one you want தான் விரும்பும் ஒன்றிற்கு நேர்மாறான விளைவைக் கொண்டுள்ள; எதிர் விளைவை ஏற்படுத்துகிற

countersign /ˈkaʊntəsaɪn/ *verb* [T] (*technical*) to sign a document that has already been signed by another person, especially in order to show that it is valid வேறொருவரால் ஏற்கனவே கையெழுத்திடப்பட்ட ஓர் ஆவணத்தில், குறிப்பாக அதன் உண்மைத் தன்மைக்கு/ஏற்பு நிலைக்கு உறுதியளிக்கும் முறையில், கையெழுத்திடு; உறுதிக் கையொப்பமிடு

countless /ˈkaʊntləs/ *adj.* (*only before a noun*) very many மிகப் பலவான; எண்ணற்ற *I've tried to phone him countless times but he's not there.*

country /ˈkʌntri/ *noun* (*pl.* **countries**) **1** [C] an area of land with its own people, government, etc. தன்னுடைய மக்கள், அரசு முதலியவற்றைக் கொண்ட நிலப்பரப்பு; தனிச் சார்பு எல்லை; நாடு *India, Sri Lanka and other Asian countries* • *There was rain over much of the country during the monsoons.*

NOTE ஓர் அரசு ஆளுமை செலுத்தும் அரசியல் சமுதாய அமைப்பைக் குறிக்க **state** என்ற சொல் பயன்படுத்தப்படுகிறது. இச்சொல் அரசையும் குறிக்கும்—*the member states of SAARC* • இந்தியாவிலும் வேறு சில நாடுகளிலும் **state** என்னும் சொல் ஒரு மாகாணத்தைக் குறிக்கவும் பயன்படுத்தப்படுகிறது—*the states of Bihar, Orissa and West Bengal.* **Land** என்ற சொல் பெரிதும் முறைசார்ந்த அல்லது இலக்கிய வழக்காகும்—*Explorers who set out to discover new lands.*

2 the country [*sing.*] the people who live in a country ஒரு நாட்டில் வாழும் மக்கள்; ஒரு நாட்டின் குடிமக்கள் *a survey to find out what the country really thinks* **3 the country** [*sing.*] land which is away from towns and cities நகரங்களிலிருந்தும் மாநகரங்-களிலிருந்தும் தள்ளித் தொலைவில் அமைந்-துள்ள நிலப்பகுதி; நாட்டுப்புறம் *Do you live in a town or **in the country**?*

NOTE **Countryside** என்ற சொல்லும் நாட்டுப்புறத்தைக் குறிக்கும். இருப்பினும் நாட்டுப்புறத்தில் காணப்படும் மலைகள், ஆறுகள், மரங்கள் முதலிய இயற்கைக் கூறுகளை இச்சொல் முதன்மைப்படுத்தி நிற்கும்—*beautiful countryside* • *the destruction of the countryside by new roads* ➪ மேலும் **scenery** என்ற பதிவில் உள்ள குறிப்பைப் பார்க்க.

4 [U] an area of land நிலப்பகுதி; நிலப்பரப்பு *We looked down over miles of open country.* • *hilly country* ✪ **SYN terrain**

country house *noun* [C] a large house in the country, usually owned by an important family and often with a lot of land பெரும்பாலும் ஒரு முக்கியமான, பெருமளவு நிலங்களுக்கு உரிமையுடைய குடும்பத்திற்குச் சொந்தமான, பரந்தகன்ற நாட்டுப்புற வீடு; உயர்குடி நிலக்கிழாரின் நாட்டுப்புற மாளிகை

countryman /ˈkʌntrimən/ *noun* [C] (*pl.* **-men** /-mən/) a person from your own **country 1** தன்னுடைய நாட்டைச் சேர்ந்த ஒருவர்; உடனொத்த/உடனிணை நாட்டவர் *Bhupati beat his **fellow countryman** Paes in the final.*

the countryside /ˈkʌntrisaɪd/ *noun* [U] [*sing.*] land which is away from towns and cities, where there are fields, woods, etc. நகரங்களிலிருந்தும் மாநகரங்களிலிருந்தும் தள்ளித் தொலைவில் அமைந்துள்ளதும், வயல்கள், காடுகள் முதலியன உள்ளதுமான நிலப்பகுதி; நாட்டுப்புறம் *From the hill there is a magnificent view of the surrounding countryside.* ➪ **country** என்ற பதிவில் உள்ள குறிப்பைப் பார்க்க.

county /ˈkaʊnti/ *noun* [C] (*pl.* **counties**) an area in Britain, Ireland or the US which has its own local government பிரிட்டன், அயர்லாந்து அல்லது அமெரிக்காவில் உள்ள, தனக்கென உள்ளாட்சி அமைப்பைக் கொண்ட பகுதி; கோட்டம்; மாவட்டம் *the county of Nottinghamshire* ➪ **province** மற்றும் **state**[1] **4** பார்க்க.

coup /kuː/ *noun* [C] **1** (*also* **coup d'état** /ˌkuː deɪˈtɑː/) a sudden, illegal and often violent change of government எதிர்பாராத, சட்டத்திற்கு மாறான, பெரும்பாலும் வன்முறையை உள்ளடக்கிய, ஆட்சி மாற்றம்; சட்டமீறிய, திடீர் வன்முறைப் புரட்சி வழியான அரசு மாற்றம் *a coup to overthrow the President* • *an attempted coup* (= one which did not succeed) **2** a clever and successful thing to do திறமையான, வெற்றிகரமான செயல் முயற்சி *Getting that promotion was a real coup.*

couple[1] /ˈkʌpl/ *noun* [C, *with sing. or pl. verb*] two people who are together because they are married or in a relationship திருமணத்தால் அல்லது ஓர் உறவுமுறையால் இணைந்துள்ள இருவர்; இணையர்; சோடி; தம்பதிகள் *a married couple* ➪ **pair** பார்க்க.

IDM a couple of people/things 1 two people/things இரு நபர்கள் அல்லது இரண்டு பொருள்கள்; இருவர்; சோடி *I need a couple of glasses.* **2** a few சில *I last saw her a couple of months ago.*

couple[2] /ˈkʌpl/ *verb* [T] (*usually passive*) to join or connect sb/sth to sb/sth else ஒருவருடன் வேறொருவரை அல்லது ஒன்றுடன் வேறொன்றைச் சேர்; இணை *The fog, coupled with the amount of traffic on the roads, made driving very difficult.*

couplet /ˈkʌplət/ *noun* [C] two lines of poetry of equal length one after the other ஒன்றையடுத்து மற்றொன்றாகச் சம நீளத்தில்

அமையும் இரண்டு வரிகளைக் கொண்ட பாடல்; ஈரடிச் செய்யுள்

coupon /'ku:pɒn/ *noun* [C] **1** a small piece of paper which you can use to buy goods at a lower price, or which you can collect and then exchange for goods குறைந்த விலையில் பொருள்களை வாங்கப் பயன்படுத்தும் அல்லது ஓரிடத்திலிருந்து பெற்றுப் பின்னர் அதைக் கொடுத்துப் பொருள்களை வாங்கிக்கொள்ளும் காகிதத் துண்டு; விலைச் சலுகைச் சீட்டு; பற்றுரிமைச் சீட்டு *a coupon worth 10% off your next purchase* **2** *a printed form in a newspaper or magazine which you use to order goods, enter a competition, etc.* பொருள்களை வரவழைத்தல், ஒரு போட்டியில் கலந்துகொள்ளுதல் முதலியவற்றுக்குப் பயன்படுத்தக் கூடிய, செய்தித்தாள் அல்லது பருவ இதழில் வரும் அச்சிடப்பட்ட படிவம்; நுழைவுரிமைப் படிவம் முதலியன

courage /'kʌrɪdʒ/ *noun* [U] the ability to control fear in a situation that may be dangerous or unpleasant ஆபத்து நேரக்கூடிய அல்லது ஒவ்வாத ஒரு சூழ்நிலையில் எழும் அச்சத்தைக் கட்டுப்படுத்தும் ஆற்றல்; மன உரம்; துணிவு; வீரம் *It took real courage to go back into the burning building.* • *She* ***showed*** *great* ***courage*** *all through her long illness.* ✪ SYN **bravery** ▶ **courageous** /kə'reɪdʒəs/ *adj.*

IDM **pluck up courage** ➪ **pluck¹** பார்க்க.

courier /'kʊriə(r)/ *noun* [C] **1** a person whose job is to carry letters, important papers, etc., especially when they are urgent குறிப்பாக அவசரமாக அனுப்ப வேண்டிய கடிதங்கள், முக்கியமான ஆவணங்கள் முதலியவற்றைக் கொண்டுசெல்லும் தொழில்முறைப் பணியாளர்; விரைவு அஞ்சல் தூதர் *The package was delivered by the overnight courier.* **2** a person whose job is to look after a group of tourists ஒரு சுற்றுலாக் குழுவினரின் பயண வசதிகளைக் கவனித்துக்கொள்ளும் ஊழியர்; சுற்றுலாக் குழுத் துணைவர்

course /kɔ:s/ *noun* **1** [C] **a course (in/on sth)** a complete series of lessons or studies முழு நிலையிலான பாடத்தொகுதி அல்லது கல்விப் பயிற்சி; கல்விப் பயிற்சியின் ஒரு முழுமையான அலகு *I've decided to* ***enrol on a*** *computer* ***course***. • *I'm going to* ***take/do a course*** *in self-defence.* **2** [C, U] the route or direction that sth, especially an aircraft, ship or river, takes குறிப்பாக விமானம், கப்பல் அல்லது நதி பயணிக்கும் தடம்; செல்வழி; திசை; பயணப் போக்கு *The hijackers forced the captain to* ***change course*** *and head for Afghanistan.* • *to be* ***on/off course*** (= going in the right/wrong direction) • (*figurative*) *I'm on course* (= making the right amount of progress) *to finish this work by the end of the week.* • *The road follows the course of the river.* **3** (*also* **course of action**) [C] a way of dealing with a particular situation குறிப்பிட்ட சூழ்நிலையில் செயல்பட வேண்டிய முறை அல்லது மேற்கொள்ள வேண்டிய நடவடிக்கை; செயற்போக்கு; நடவடிக்கை; நடைமுறை *In that situation resignation was the only course open to him.* **4** [*sing.*] the development of sth over a period of time ஒரு கால அளவில் நிகழும் ஒன்றன் வளர்ச்சிப் போக்கு அல்லது படிப்படியான முன்னேற்றம் *events that changed* ***the course of history*** • *In the normal course of events* (= the way things normally happen) *such problems do not arise.* **5** [C] the first, second, third, etc. separate part of a meal முதலாவது, இரண்டாவது, மூன்றாவது... என்ற முறையில் அமையும் தனித்தனியான சாப்பாட்டுப் பகுதி; தனித்தனி முறை உணவு; சாப்பாட்டு முறைத் தொகுதி *a three-course lunch* • *I had chicken for the* ***main course***. **6** [C] an area where golf is played or where certain types of race take place குழிப்பந்து விளையாட்டு அல்லது சில வகை ஓட்டப் பந்தயங்களுக்கான களம் *a golf course* • *a race course* **7** [C] **a course (of sth)** a series of medical treatments தொடர்முறையிலான மருத்துவ சிகிச்சை; தொடர் மருத்துவப் பண்டுவத் தொகுதி *The doctor put her on a course of tablets.*

IDM **be on a collision course (with sb/sth)** ➪ **collision** பார்க்க.

in the course of sth during sth ஒன்றன் நிகழ்வு காலத்தில்; நிகழ்வின்போது *He mentioned it in the course of conversation.*

in the course of time when enough time has passed; eventually போதிய காலம் கடந்தபின்; காலம் கூடிவரும்பொழுது

in due course ➪ **due¹** பார்க்க.

a matter of course ➪ **matter¹** பார்க்க.

of course naturally; certainly இயல்பாக; இயற்கையாக; உறுதியாக; ஐயத்துக்கிடமின்றி *Of course, having children has changed their lives a lot.* • *'Can I use your phone?' 'Of course (you can).'* • *'You're not annoyed with me, are you?' 'Of course (I'm) not.'*

coursebook /'kɔ:sbʊk/ *noun* [C] a book for studying from that is used regularly in class வகுப்பில் தொடர்ந்து பயன்படுத்தப்படும் பாடப் புத்தகம்; பாட நூல்

coursework /'kɔ:swɜ:k/ *noun* [U] work that students do during a course of study, not in exams, that is included in their final mark இறுதி மதிப்பீட்டில் சேர்த்துக்கொள்ளப்படுவதும், தேர்வுகளில் அல்லாது பாடப் பருவம் முழுதும் மாணவர்கள் செய்வதுமான பாட வேலை; தொடர் பாடப்பயிற்சி *Coursework accounts for 50% of the final marks.*

court[1] /kɔ:t/ *noun* **1** [C, U] a place where legal trials take place and crimes, etc. are judged சட்ட வழக்கு விசாரணைகள் நடைபெறும், மற்றும் குற்றங்கள் முதலியவற்றின் மீது நீதி வழங்கப்படும் இடம்; வழக்கு மன்றம்; நீதி மன்றம் *A man has been charged and will **appear in court** tomorrow.* • *Bharat's company are refusing to pay him so he's decided to **take** them **to court**.* **2 the court** [*sing.*] the people in a court, especially those taking part in the trial நீதிமன்றத்தில் உள்ளவர்கள்; குறிப்பாக நீதிமன்ற வழக்கு விசாரணையில் பங்கு கொள்பவர்கள் *Please tell the court exactly what you saw.* **3** [C, U] an area where certain ball games are played குறிப்பிட்ட சில பந்து விளையாட்டுகள் நடைபெறும் இடப்பரப்பு; பந்து விளையாட்டுத் திடல் *a tennis/squash/badminton court* ⇨ **pitch[1]** பார்க்க.

court[2] /kɔ:t/ *verb* [T] **1** to try to gain sb's support by paying special attention to him/her ஒருவர் மீது தனிப்பட்ட கவனம் செலுத்தி அவரது ஆதரவைப் பெற முயல்; ஆதரவு வேண்டி ஒருவரை நயந்து நாடு; அரசன்/அரசி, அரசவை; மன்னவைக்குழாம்; மன்னர் பரிவாரம் *Politicians from all parties will be courting voters this week.* **2** to do sth that might have a very bad effect மிகவும் பாதகமான ஒரு விளைவை ஏற்படுத்தக் கூடிய ஒன்றைச் செய்; ஒரு கேட்டை வரவழை *India is courting ecological disaster if it continues to dump waste in its rivers.*

courteous /ˈkɜ:tiəs/ *adj.* polite and pleasant, showing respect for other people இணக்கமும் இன்முகமும் உடைய; மற்றவர்களிடம் மரியாதையுடன் நடந்துகொள்கிற; நயநாகரிகப் பண்புடைய ✪ OPP **discourteous** ▶ **courteously** *adv.*

courtesy /ˈkɜ:təsi/ *noun* (*pl.* **courtesies**) **1** [U] polite and pleasant behaviour that shows respect for other people பிறரிடம் பண்படக்கத்துடன் நடந்துகொள்ளுதல்; இணக்க வணக்கமான நடத்தை; நய நாகரிகப் பண்பு *She didn't even **have the courtesy** to say that she was sorry.* **2** [C] (*formal*) a polite thing that you say or do when you meet people in formal situations சம்பிரதாய/பணிமுறை சந்திப்புகளில் பேசப்படும் வணக்க முறையான அல்லது இனிமை நலம் வாய்ந்த சொற்கள் அல்லது அவ்வேளைகளில் செய்யப்படும் நய நாகரிக, பண்பு நயம் மிக்க செயல்கள் *The two presidents exchanged courtesies before their meeting.*

IDM **(by) courtesy of sb** (*formal*) with the permission or because of the kindness of sb ஒருவர் அனுமதியுடன் அல்லது ஒருவருடைய தயவின்/அன்பாதரவின் விளைவாக *These pictures are being shown by courtesy of NDTV.*

court martial *noun* [C] a military court that deals with matters of military law; a trial that takes place in such a court இராணுவச் சட்டத்துக்கு உட்பட்ட நிகழ்வுகளை/செயல்களைக் கையாளும் படைத்துறை முறைமன்றம்; படைத்துறை முறைமன்றத்தில் நடக்கும் வழக்கு விசாரணை *His case will be heard by a court martial.* ▶ **court-martial** *verb* [T] (**court-martialling**; **court-martialled**; *AmE* **court-martialing**; **court-martialed**)

court of law = **court[1] 1**

courtroom /ˈkɔ:tru:m/ *noun* [C] the place or room where a court of law meets வழக்கு மன்றம் கூடும் இடம்; வழக்கு மன்றக் கூட்ட அறை

courtship /ˈkɔ:tʃɪp/ *noun* [C, U] (*old-fashioned*) the relationship between a man and a woman before they get married திருமணம் செய்துகொள்வதற்கு முன் ஓர் ஆணுக்கும் ஒரு பெண்ணுக்கும் இடையே உள்ள உறவு; மணம் முன்னிட்ட காதல் உறவு

courtyard /ˈkɔ:tjɑ:d/ *noun* [C] an area of ground, without a roof, that has walls or buildings around it, for example in a castle or between houses or flats ஒரு கோட்டையில் அல்லது வீடுகளுக்கு அல்லது அறைக்கட்டுகளுக்கு இடையே உள்ளதைப் போன்ற, சுற்றிலும் சுவர்கள் அல்லது கட்டடங்கள் அமைந்த மேற்கூரை இல்லாத தரைப்பகுதி; சுற்றுக்கட்டு வெளியிடம்; முற்றம்

cousin /ˈkʌzn/ (*also* **first cousin**) *noun* [C] the child of your aunt or uncle தந்தை அல்லது தாயின் உடன்பிறந்தார் மகன்/மகள்; சிற்றப்பன் அல்லது பெரியப்பன் மகன்/மகள்; சிற்றன்னை அல்லது பெரியன்னை மகன்/மகள்; மாமன் மகன்/மகள்; அத்தை மகன்/மகள் *Paari and I are cousins.* NOTE ஆண், பெண் இரு பாலருக்குமே **cousin** என்ற சொல் பயன்படுத்தப்படுகிறது. ⇨ **second cousin** பார்க்க.

covalent /ˌkəʊˈveɪlənt/ *adj.* (*technical*) (used about the way atoms are joined together) sharing an **electron** (அணுக்கள் ஒன்றுடன் ஒன்று இணையும் முறையைக் குறிப்பிடும்போது) எதிர்மின் ஆற்றலுள்ள ஓர் அணுத்துகளைப் பகிர்ந்துகொண்டுள்ள/சரிகூறாகக் கொண்டுள்ள

cove /kəʊv/ *noun* [C] a small area of the coast where the land curves round so that it is protected from the wind, etc. காற்று முதலியவற்றிலிருந்து பாதுகாப்பான முறையில் வளைபரப்பாக அமைந்துள்ள சிறு கடற்கரைப் பகுதி; சிறுகுடா; சிறு கடற்கூம்பு *a sandy cove*

covenant /ˈkʌvənənt/ *noun* [C] a promise to sb, or a legal agreement, especially one to pay a regular amount of money to sb/sth குறிப்பாக ஒருவருக்கு/ஒன்றுக்கு குறிப்பிட்ட பணத்தொகையைத் தொடர்ந்து அளிப்பதாக

அவருக்குத் தரப்படும் உறுதிமொழி அல்லது அவருடன் செய்துகொள்ளும் சட்டப்படியான ஒப்பந்தம்; பிணை உடன்படிக்கை; கூட்டு ஒப்பந்தம் ▶ **covenant** *verb* [T] *All profits are covenanted to local charities.*

cover[1] /ˈkʌvə(r)/ *verb* [T] **1 cover sb/sth (up/over) (with sth)** to put sth on or in front of sth to hide or protect it ஒன்றற்கு மறைப்பாக அல்லது பாதுகாப்பாக, அதன் மீது அல்லது அதன் முன்னால் ஒரு பொருளை வை; மூடு; மறை; ஒளித்துவை *Could you cover the food and put it in the fridge?* • *I covered the floor with newspaper before I started painting.* • *(figurative) Prachi laughed to cover (= hide) her embarrassment.* ✪ OPP **uncover 2 cover sb/sth in/with sth** to be on the surface of sth; to make sth do this ஒன்றன் பரப்பின் மீது படி; போர்த்து *A car went through the puddle and covered me with mud.* • *The eruption of the volcano covered the town in a layer of ash.* **3** to fill or spread over a certain area குறிப்பிட்ட பரப்பை நிறை அல்லது அப்பரப்பின் மீது பரவு; சூழ் *The floods cover an area of about 15,000 square kilometres.* **4** to include or to deal with sth ஒன்றை உள்ளடக்கியிரு அல்லது ஒன்றைக் கருத்துப் பொருளாக/விவாதப் பொருளாகக் கொண்டிரு *All the papers covered the election in depth.* • *The course covered both modern and ancient history.* **5** to travel a certain distance குறிப்பிட்ட தொலைவு பயணம் செய்; குறிப்பிட்ட பயண தூரத்தை அடை *We covered about 500 kilometres that day.* **6** to be enough money for sth ஒன்றற்குப் பணம் போதியதாக அல்லது வேண்டிய அளவானதாக இரு *We'll give you some money to cover your expenses.* **7 cover sb/sth against/for sth** to protect sb/sth by insurance காப்பீடு செய்து ஒருவருக்கு/ஒன்றிற்குப் பாதுகாப்பு அளி; காப்புறுதி வழிக் காப்பு அளி *The insurance policy covers us for any damage to our property.* **8 cover (for sb)** to do sb's job while he/she is away from work ஒருவர் பணிக்கு வராத பொழுது அவரது வேலையைச் செய்; பதிலாளாக இரு *Mani's phoned in sick so we'll have to find someone to cover (for him).*

IDM **cover the cost (of sth)** to have or make enough money to pay for sth ஒன்றற்குச் செலுத்துவதற்குப் போதுமான அளவு பணம் வைத்திரு அல்லது ஈட்டு

PHR V **cover sth up** to prevent people hearing about a mistake or sth bad ஒரு பிழையை அல்லது தவறான/பாதகமான ஒன்றைப் பற்றிப் பிறர் கேள்விப்படாதவாறு பார்த்துக்கொள், அல்லது பிறர் அறியாதவாறு மறை *The police have been accused of trying to cover up the facts of the case.*

cover up for sb to hide a person's mistakes or crimes in order to protect him/her ஒருவரைக் காப்பாற்றும் பொருட்டு அவரது தவறுகளை அல்லது குற்றங்களை மறை

cover[2] /ˈkʌvə(r)/ *noun* **1** [C] something that is put on or over sth, especially in order to protect it குறிப்பாக ஒன்றிற்குப் பாதுகாப்பாக அமையும் பொருட்டு அதன் மீது அல்லது அதன் மேலாக இட்டுப் பரப்பப்படும்/போர்த்தப்படும் பொருள்; மேலுறை; கவசம்; போர்வை; உறை *a plastic cover for a computer* • *a duvet cover* **2** [C] the outside part of a book or magazine ஒரு புத்தகம் அல்லது பத்திரிகை/பருவ இதழின் புற அட்டை *I read the magazine from cover to cover (= from beginning to end).* **3** [U] **cover (against sth)** insurance against sth, so that if sth bad happens you get money or help in return பாதகமான ஒன்று நேரிடும்போது அதற்கு ஈடாகப் பணம் அல்லது உதவி பெறும் முறையிலான காப்புறுதி; காப்பீடு *The policy* ***provides cover*** *against theft.* **4** [U] protection from the weather, damage, etc. வானிலை, சேதம் முதலியவற்றிலிருந்து பாதுகாப்பு; இடர்காப்பு *When the storm started we had to* ***take cover*** *in a shop doorway.* • *When the gunfire started everyone* ***ran for cover****.* ✪ SYN **shelter 5 the covers** [*pl.*] the sheets, etc. on a bed கட்டில்/படுக்கை மீது பரப்பப்படும் மேல்விரிப்பு முதலியன **6** [C, U] **a cover (for sth)** something that hides what somebody is really doing ஒருவரின் உண்மையான செயலை மறைக்கும் ஒன்று *The company was just a cover for all kinds of criminal activities.* • *police officers working* ***under cover*** **7** [U] doing sb's job for him/her while he/she is away from work ஒருவர் பணிக்கு வராதபோது அவருடைய வேலையைக் கவனித்துக்கொள்ளுதல்; பணிப் பதிலீடு *Jatin's off next week so we'll have to arrange cover.*

IDM **under (the) cover of sth** hidden by sth ஒன்றால் மறைக்கப்பட்டு; ஒன்றன் மறைவில் இருந்து *They attacked under cover of darkness.*

coverage /ˈkʌvərɪdʒ/ *noun* [U] **1** the act or amount of reporting on an event in newspapers, on television, etc. செய்தித்தாள், தொலைக்காட்சி முதலியவற்றில் ஒரு நிகழ்ச்சி பற்றிய விவர அறிக்கை வழங்கல் அல்லது வழங்கப்படும் விவர அறிக்கையின் அளவு; நிகழ்ச்சி விவர அறிக்கை அல்லது அறிக்கையின் உள்ளடக்க அளவு *TV coverage of the Olympic Games was excellent.* **2** the amount or quality of information included in a book, magazine, etc. ஒரு நூல், பருவ இதழ் முதலியவற்றில் அடங்கியுள்ள தகவல் தொகுதி அல்லது அத்தகவலின் தர இயல்பு *The grammar section provides coverage of all the most problematic areas.*

coveralls /ˈkʌvərɔːlz/ (*AmE*) = **overall² 2**

covered /ˈkʌvəd/ *adj.* **1 covered in/with sth** having a layer or a large amount of sth on sb/sth ஒருவர்/ஒன்றின் மீது ஒரு பொருளின் படலம் அமைந்திருக்கிற அல்லது ஒரு பொருள் மிகுதியாகப் படிந்திருக்கிற; மேல் போர்த்-துள்ள; மேல் பொதிந்துள்ள *She was covered in mud/sweat/dust.* • *nuts covered with chocolate* **2** having a cover, especially a roof மேல் மறைப்பை, குறிப்பாக மேற்கூரையைக் கொண்டுள்ள; மூடப்பெற்றுள்ள *a covered shopping centre*

covering /ˈkʌvərɪŋ/ *noun* [C] something that covers the surface of sth ஒன்றன் மேற்பரப்பின் மீது பரந்து படிவது அல்லது படிந்து மறைப்-பது; மேற்படலம்; மேற்போர்வை; பொதி உறை *There was a thick covering of dust over everything.*

covering letter *noun* [C] a letter that you send with other documents, a package, etc. that gives more information about it (ஆவணக்)கட்டு முதலியவற்றுடன் அனுப்பப்படும், அதனைப் பற்றிய கூடுதல் தகவலைக் கொண்டுள்ள, கடிதம்; உள்ளடக்க விளக்கக் கடிதம்; மேல் கடிதம்

covert /ˈkʌvət/ *adj.* done secretly இரகசியமாகச் செய்யப்படுகிற; ஒளிவுமறைவான *a covert police operation* ▶ **covertly** *adv.*

cover-up *noun* [C] an act of preventing sth bad or dishonest from becoming known மோசமான அல்லது நேர்மையற்ற ஒன்று வெளியில் தெரியாதவாறு மறைத்தல்; தீய அல்லது ஒழுக்கக்கேடான ஒன்றுக்கு அளிக்கப்படும் மறைகாப்பு *Several newspapers claimed that there had been a government cover-up.*

covet /ˈkʌvət/ *verb* [T] (*formal*) to want to have sth very much (especially sth that belongs to sb else) (குறிப்பாக வேறொருவருக்கு உரிமை-யான) ஒரு பொருளை அடைய மிகுதியான விருப்பம் கொள்; பிறன் பொருள் விரும்பு; தகா நாட்டம் கொள்

covetous /ˈkʌvətəs/ *adj* (*formal*) having a strong desire for the things that other people have, especially wealth பிறருக்கு உரிமையான பொருள்கள், குறிப்பாகப் பிறர் செல்வத்திறன் மீது அழுத்தமான விருப்பம் கொள்கிற; தகா விருப்புடைய ▶ **covetousness** /ˈkʌvətəsnəs/ *noun* [U]

cow /kaʊ/ *noun* [C] **1** a large female animal that is kept on farms to produce milk பசு; மாடு *a herd of cows*

NOTE **Cow** என்ற சொல் பெரும்பாலும் ஆண், பெண் இருபால் விலங்குகளையுமே குறிக்கப் பயன்படுத்தப்படுகிறது. ஆண் விலங்கைத் தனிப்படக் குறிக்கும் சொல் **bull** (ஆணேறு, விடை எருது) என்பதாகும். கன்று ஈனாததும், கடந்த காலத்தில் கனமான சுமைகளை இழுத்துச் செல்லப் பயன்-படுத்தப்பட்டதுமான விலங்கு **ox** (எருது; விதையடித்த காளை) என்ற சொல்லால் குறிக்கப்படுகிறது. இளம் பசு **calf** (கன்று) என அழைக்கப்படுகிறது. **Cattle** என்ற சொல்லை மந்தையாக உள்ள மாடுகளைக் குறிக்கப் பயன்படுத்தலாம்.

2 the adult female of certain large animals, for example elephants யானை போன்ற சில வகைப் பெரு விலங்குகளின் முழு வளர்ச்சியடைந்த பெண் விலங்கு

coward /ˈkaʊəd/ *noun* [C] a person who has no courage and is afraid in dangerous or unpleasant situations ஆபத்தான அல்லது பகையார்ந்த சூழ்நிலைகளில் அச்ச உணர்வு கொள்பவர்; துணிவில்லாதவர்; கோழை; பயங்கொள்ளி ▶ **cowardly** *adj.*

cowardice /ˈkaʊədɪs/ *noun* [U] a lack of courage; behaviour that shows that you are afraid மனத் துணிவு இல்லாமை; அச்ச உணர்வை வெளிப்படுத்தும் முறையிலான நடத்தை; கோழைத்தனம்; பயங்கொள்ளித்தனம்

cowboy /ˈkaʊbɔɪ/ *noun* [C] **1** a man whose job is to look after cows (usually on a horse) in certain parts of the US அமெரிக்காவின் குறிப்பிட்ட சில பகுதிகளில், (வழக்கமாகக் குதிரையில் அமர்ந்து) பசுக்களைப் பார்த்துக்கொள்பவர்; கால்நடைகளை மேய்த்துப் பேணுபவர்

cower /ˈkaʊə(r)/ *verb* [I] to move back or into a low position because of fear அச்ச உணர்வு காரணமாகப் பின்வாங்கு அல்லது தாழ்-மட்டத்திற்குப் போ; அச்சத்தால் பதுங்கு *The dog cowered under the table when the storm started.*

cowl /kaʊl/ *noun* [C] a covering for the head that is worn especially by a man belonging to a religious group (**a monk**) குறிப்பாக ஒரு சமயத் துறவி, தலையில் அணிந்துகொள்ளும் தொப்பி வகை; தலை மூடாக்கு

coy /kɔɪ/ *adj.* **1** pretending to be shy or innocent வெட்கப்படுவதைப் போல அல்லது ஓர் அப்பாவியைப் போன்று பாவனை செய்கிற; போலியான நாணம் அல்லது எளிமைத் தோற்றம் கொள்கிற *She lifted her head a little and gave him a coy smile.* **2** not wanting to give information about sth or to answer questions that tell people too much about you தன்னைப் பற்றி மற்றவர்களை மிகையான மதிப்பீடு கொள்ளச் செய்யும் முறையில், ஒன்றைப் பற்றிய தகவலைத் தர விரும்பாத அல்லது கேள்விகளுக்கு மறுமொழி கூற விரும்பாத; அமர்த்தலான; அமுக்கமான *Don't* *be coy, tell me how much you earn.* ▶ **coyly** *adv.*

cozy (*AmE*) = **cosy**

CPU /ˌsiː piː ˈjuː/ *abbr.* = **central processing unit**

crab /kræb/ *noun* **1** [C] a sea animal with a flat shell and ten legs. The front two legs have long curved points (**pincers**) on them. Crabs move sideways தட்டையான மேல்தோடும் பத்துக் கால்களும் உடையதும், முன்னங்கால்கள் இரண்டும் இடுக்கி போலக் காணப்படுவதும், பக்கவாட்டில் நகர்ந்து செல்லக்கூடியதுமான கடல்வாழ் விலங்கு வகை; நண்டு **2** [U] the meat from a crab நண்டின் இறைச்சி ➪ **shellfish** பதிவில் படம் பார்க்க.

crack¹ /kræk/ *verb* **1** [I, T] to break or to make sth break so that a line appears on the surface, but without breaking into pieces ஒரு பொருள் துண்டுதுண்டாக ஆகாமல் அதன் மேற்பரப்பில் ஒரு கோடாகத் தோன்றும்படி உடைபடு அல்லது உடையச் செய்; பிளவுறு; கீறல் உண்டாகு *Don't put boiling water into that glass—it'll crack.* • *The stone cracked the window but didn't break it.* **2** [T] to break sth open ஒன்றை உடைத்துத் திற; வெட்டிப் பிள *Crack two eggs into a bowl.* **3** [I, T] to make a sudden loud, sharp sound; to cause sth to make this sound திடீர் வெடிப்போசை உண்டுபண்ணு; ஒரு பொருள் வெடிப்போசை எழுப்பச் செய் *to crack a whip/your knuckles* **4** [T] to hit a part of your body against sth; to hit sb with sth உடலின் ஓர் உறுப்பை ஒன்றன் மீது இடித்துக்கொள் அல்லது மோது; ஒரு பொருளால் ஒருவரை இடி *She cracked the thief over the head with her umbrella.* **5** [I] to no longer be able to deal with pressure and so lose control ஒரு நெருக்கடியைச் சமாளிக்க முடியாதுபோய் கட்டுப் பாட்டை இழ; உணர்ச்சி அழுத்தத்தால் செயலிழந்து நில் *He cracked under the strain of all his problems.* **6** [I] (used about sb's voice) to suddenly change in a way that is not controlled (குரல் வகையில்) கட்டுப்படுத்த முடியாத-வாறு திடீரென மாறிப்போ; குரல் உடைந்து-போ அல்லது கெடு *Her voice cracked as she spoke about her parents' death.* **7** [T] (*informal*) to solve a problem ஒரு சிக்கலுக்குத் தீர்வு காண்; சிக்கறு *to crack a code* • *The police have cracked an international drug-smuggling ring.* **8** [T] to tell or make a joke வேடிக்கை பேசு *Stop cracking jokes and do some work!*

IDM **get cracking** (*BrE informal*) to start doing sth immediately தாமதமின்றிச் செயல் தொடங்கு; உடனடியாகச் செயலில் இறங்கு *I have to finish this job today so I'd better get cracking.*

PHR V **crack down (on sb/sth)** (used about people in authority) to start dealing strictly with bad or illegal behaviour (ஆளுமைப் பொறுப்பில் உள்ளவர்களைப் பற்றிக் கூறும்போது) தீய அல்லது சட்டத்துக்கு மாறான நடத்தைக்கு எதிராகக் கடுமையான நடவடிக்கை எடு *The police have started to crack down on drug dealers.*

crack up 1 (*informal*) to be unable to deal with pressure and so lose control and become mentally ill ஒரு நெருக்கடியான நிலையைச் சமாளிக்கமுடியாதுபோய், கட்டுப்பாட்டை இழந்து மனச்சோர்வடை; ஓர் இக்கட்டு நிலையில் நிலைகுலைந்துபோ *He cracked up when his wife left him.* **2** (*slang*) to suddenly start laughing, especially when you should be serious குறிப்பாகச் செயல் முனைப்புடன்/கருத்தார்ந்து இருக்க வேண்டிய சமயத்தில், திடீரெனச் சிரிக்கத் தொடங்கு

crack² /kræk/ *noun* **1** [C] a line on the surface of sth where it has broken, but not into separate pieces ஒரு பொருளின் உடைபட்ட, ஆனால் தனித்தனியாகப் பிரிந்து போகாத, மேற்பரப்பில் தோன்றும் கோடு போன்ற வெடிப்பு; கீறல்; பிளவு; வடு *a pane of glass with a crack in it* • (*figurative*) *They had always seemed happy together, but then cracks began to appear in their relationship.* **2** [C] a narrow opening குறுகலான கிழிபாடு; இடையீடு; இடைப்பிளவு *a crack in the curtains* **3** [C] a sudden loud, sharp sound திடீரென எழும் உரத்த கூர்முனைப்பான ஒலி; வெடிப்போசை; சாட்டை விளாசல் ஒலி *There was a loud crack as the gun went off.* **4** [C] a hard hit on a part of the body ஓர் உடல் உறுப்பின் மீது படும் பலமான இடி, அடி அல்லது தாக்கு *Suddenly a golf ball gave him a nasty crack on the head.* **5** [C] (*informal*) an amusing, often critical, comment; a joke சிரிப்பூட்டுகிற, பெரும்பாலும் குற்றம் காணும் முறையிலான, கருத்து அல்லது குறிப்பீடு; குத்தலான வேடிக்கைப் பேச்சு; கேலி *She **made a crack** about his bald head and he got angry.* **6** [U] a dangerous and illegal drug that some people take for pleasure and cannot then stop taking சிலர் மனமகிழ்ச்சிக்காகச் சாப்பிடத் தொடங்கி பின்னர் விட முடியாமல் போகும் ஆபத்தான மற்றும் சட்டத்தால் தடைசெய்யப்-பட்ட வெறிமயக்கப் பொருள்

IDM **the crack of dawn** very early in the morning வைகறை; விடியற்காலை; அதிகாலை நேரம்

have a crack (at sth/at doing sth) (*informal*) to try to do sth ஒன்றைச் செய்ய முயல்; ஒரு செயல் முயற்சி மேற்கொள் *I'm not sure how to play but I'll have a crack at it.*

crack³ /kræk/ *adj.* (used about soldiers or sports players) very well trained and skilful

(படைவீரர்களை அல்லது விளையாட்டு வீரர்களைப் பற்றிக் குறிப்பிடும்போது) மிகச் சிறந்த பயிற்சியும் செயல்திறனும் உடைய; செயலாற்றல் கைவரப்பெற்ற *crack troops* • *He's a crack shot* (= very accurate at shooting) *with a rifle.*

crackdown /ˈkrækdaʊn/ *noun* [C] action to stop bad or illegal behaviour தீங்கு விளைவிக்கும் அல்லது சட்டத்துக்கு மாறான நடத்தையைத் தடுப்பதற்கான செயல்பாடு; தடுப்பு நடவடிக்கை *Fifty people have been arrested in a police crackdown on street crime.*

cracker /ˈkrækə(r)/ *noun* [C] **1** a thin dry biscuit that is often eaten with cheese பெரும்பாலும் பாலடைக் கட்டியுடன் சேர்த்து உண்ணப்படும் மெலிதான உலர்ந்த பிஸ்கோத்து **2** (*BrE informal*) an exceptional person or a very good example of sth தனிச்சிறப்புடைய ஒருவர் அல்லது ஒன்றன் மிகச் சிறந்த எடுத்துக்காட்டு; உயர் சிறப்பான மாதிரிக் கூறு *That story he told was a real cracker.*

crackle /ˈkrækl/ *verb* [I] to make a series of short, sharp sounds தொடர்ச்சியாகக் கூர்மையாக ஒலிக்கும்படியான குற்றோசை எழுப்பு; முறிவொலி செய்; சடசட/படபட என ஒலி எழுப்பு *The radio started to crackle and then it stopped working.* ▶ **crackle** *noun* [*sing.*] *the crackle of dry wood burning*

cradle¹ /ˈkreɪdl/ *noun* [C] a small bed for a baby. Cradles can often be moved from side to side பக்கவாட்டில் ஆடக்கூடிய அமைப்புள்ள, குழந்தைக்கான சிறு கட்டில்/படுக்கை அமைப்பு; தொட்டில்

cradle² /ˈkreɪdl/ *verb* [T] to hold sb/sth carefully and gently in your arms ஒருவரை/ஒன்றைக் கவனமாகவும் மென்னயத்துடனும் கைகளில் பிடித்திரு

craft /krɑːft/ *noun* **1** [C, U] a job or activity for which you need skill with your hands கைத்திறன் வேண்டியிருக்கும் தொழில் அல்லது செயல்; கைவினை; கைத்தொழில் *an arts and crafts exhibition* • *I studied craft and design at school.* ➪ **handicraft** பார்க்க. **2** [C] any job or activity for which you need skill பயில் திறம்/தனிப்பயிற்சி வேண்டியிருக்கும் தொழில், பணி அல்லது செயல் *He regards acting as a craft.* **3** [C] (*pl.* **craft**) a boat, aircraft or spacecraft மரக்கலம்/படகு, விமானம் அல்லது விண்வெளிக் கலம்

craftsman /ˈkrɑːftsmən/ *noun* [C] (*pl.* **-men**) a person who makes things skilfully, especially with his/her hands குறிப்பாகக் கைகளால், பொருள்களைத் திறம்பட உருவாக்குபவர்; கைத்தொழில் வல்லுநர்; கைவினைஞர் ✪ SYN **artisan**

craftsmanship /ˈkrɑːftsmənʃɪp/ *noun* [U] the skill used by sb to make sth of high quality with his/her hands கைகளால் ஒரு பொருளை சிறப்பாக உருவாக்க ஒருவர் பயன்படுத்தும் அவரது தனித்திறன்; தேர்ந்த கைவினைப் பயிற்சி

crafty /ˈkrɑːfti/ *adj.* clever at getting or achieving things by using unfair or dishonest methods முறையற்ற அல்லது நேர்மைக்கு மாறான வழிகளைப் பயன்படுத்தி ஒன்றை அடைவதில் அல்லது செய்து முடிப்பதில் திறன் கொண்ட; சூழ்ச்சித்திறன் வாய்ந்த; தந்திரமான ▶ **craftily** *adv.*

crag /kræg/ *noun* [C] a steep, rough rock on a hill or mountain ஒரு குன்று அல்லது மலையின் மீதுள்ள செங்குத்தான கரடுமுரடான பாறை; செங்குத்துப் பாறை

craggy /krægi/ *adj.* **1** having a lot of steep rough rock செங்குத்தான கரடுமுரடான பாறைகள் நிறைந்த **2** (used about a man's face) strong and with deep lines, especially in an attractive way (ஓர் ஆணின் முகத்தைப் பற்றிக் குறிப்பிடுகையில்) குறிப்பாக கவர்ச்சியூட்டும் முறையில், உட்குழிந்த வரிகளைக் கொண்டு கட்டுறுதியுடன் அமைந்த

cram /kræm/ *verb* (**cra<u>mm</u>ing; cra<u>mm</u>ed**) **1** [T] to push or move people or things into a small space ஒரு சிறிய இடத்தினுள் ஆட்களை அல்லது பொருள்களைத் தள்ளு அல்லது நகர்த்து; திணி *I managed to cram all my clothes into the bag but I couldn't close it.* **2** [I] to study very hard and learn a lot in a short time before an exam ஒரு தேர்வுக்கு முன் குறுகிய காலத்தில் கடுமையாக உழைத்து நிறைவாகக் கற்றறி

crammed /kræmd/ *adj.* very or too full மிகை நிறைவான; நிரம்பி வழிகிற; பொதிவான *That book is crammed with useful information.*

cramp /kræmp/ *noun* [U] a sudden pain that you get in a muscle, that makes it difficult to move அசைப்பதற்கு/இயக்குவதற்குச் சிரமமாகும்படி ஒரு தசையில் ஏற்படும் திடீர் வலி; தசைப் பிடிப்பு

cramped /kræmpt/ *adj.* not having enough space போதுமான அளவு இடப்பரப்பு இல்லாத; நெருக்கடியான *The flat was terribly cramped with so many of us living there.*

cranberry /ˈkrænbəri/ *noun* [C] (*pl.* **cranberries**) a small red berry with a sour taste, that can be made into sauce or juice குழம்பு அல்லது சாறு தயாரிப்பதற்கான, புளிப்புச் சுவையுடைய சிறு செந்நிறச் சதைக்கனி வகை

crane¹ /kreɪn/ *noun* [C] a large machine with a long metal arm that is used for moving or lifting heavy objects கனமான பொருள்களை நகர்த்த

அல்லது உயர்த்தப் பயன்படுத்தப்படும் நீண்ட உலோகக் கைப்பகுதியைக் கொண்ட பெரிய விசைப்பொறி வகை; பாரந்தூக்கிப் பொறி; சுமை தூக்கு பொறி

crane² /kreɪn/ *verb* [I, T] to stretch your neck forward in order to see or hear sth ஒன்றைப் பார்ப்பதற்காக அல்லது கேட்பதற்காகக் கழுத்தை முன்னோக்கி நீட்டு அல்லது எட்டு *We all craned forward to get a better view.*

crane fly *noun* [C] a small flying insect with very long legs மிகவும் நீண்ட கால்கள் உடைய சிறு பறக்கும் பூச்சி வகை; ஒரு வகை ஈ

cranium /ˈkreɪniəm/ *noun* [*sing.*] (*formal*) the bone inside your head that protects the brain தலையின் உட்பகுதியிலுள்ள மூளைக்குக் காப்பாக இருக்கும் எலும்புத் தொகுதி; மண்டை ஓடு ✪ SYN **skull** ▶ **cranial** *adj.*

crank /kræŋk/ *noun* [C] a person with strange ideas or who behaves in a strange way விசித்திரமான அல்லது வழக்கமீறிய கருத்துகளை/எண்ணப்போக்குகளை அல்லது நடத்தையை உடைய ஒருவர்; பித்துக்கொள்ளி

cranny /ˈkræni/ *noun* [C] (*pl.* **crannies**) a small opening in a wall, rock, etc. சுவர், பாறை முதலியவற்றில் காணப்படும் சிறு பிளவு, புழை அல்லது வெடிப்பு

IDM every nook and cranny ⇨ **nook** பார்க்க.

crash¹ /kræʃ/ *verb* **1** [I, T] to have an accident in a vehicle; to drive a vehicle into sth ஊர்தியில் விபத்துக்கு உள்ளாகு; ஊர்தியை ஒன்றன் உள்ளாகச் செலுத்து அல்லது ஒன்றன் மீது மோது *He braked too late and crashed into the car in front.* **2** [I] to hit sth hard, making a loud noise பேரொலியுடன் ஒன்றன் மீது வன்மையாக இடி, முட்டு அல்லது மோது *The tree crashed to the ground.* **3** [I] to make a loud noise பேரொலி செய் *I could hear thunder crashing outside.* **4** [I] (used about money or business) to suddenly lose value or fail (பணம் அல்லது வணிகச் செயல்பாடு பற்றிக் குறிப்பிடும்போது) திடீரென அல்லது எதிர்பாராமல் மதிப்பிழ அல்லது தோல்வியுறு; வீழ்ச்சியடை; நொடித்துப்போ **5** [I] (used about a computer) to suddenly stop working (ஒரு கணினியைப் பற்றிக் குறிப்பிடுகையில்) திடீரென இயங்காது போ *We lost the data when the computer crashed.*

crash² /kræʃ/ *noun* [C] **1** a sudden loud noise made by sth breaking, hitting sth, etc. ஒன்றன் முறிவு, மோதல் முதலியவை காரணமாகத் திடீரெனத் தோன்றும் பேரொலி; தகர்வொலி; முறிவோசை; மோதல் ஒலி *I heard a crash and ran outside.* **2** an accident when a car or other vehicle hits sth and is damaged ஒரு சீருந்து அல்லது வேறோர் ஊர்தி ஒன்றன் மீது மோதி சேதம் அடைவதாகிய விபத்து; மோதித் தகர்தல் *a car/plane crash* **3** (used about money or business) a sudden fall in the value or price of sth (பணம் அல்லது வணிகச் செயல்பாடு வகையில்) ஒன்றன் மதிப்பில் அல்லது விலையில் ஏற்படும் திடீர் வீழ்ச்சி, சரிவு அல்லது நொடிப்பு *the Stock Market crash of 1987* **4** a sudden failure of a machine, especially a computer ஓர் இயந்திரத்தின், குறிப்பாகக் கணினியின், திடீர் இயக்கத் தடைப்பாடு அல்லது செயலொழிவு

crash³ /kræʃ/ *adj.* done in a very short period of time மிகக் குறுகிய கால அளவில் செய்யப்படுகிற; விரைபோக்கான; காலச் செறிவான *She did a* ***crash course*** *in Spanish before going to work in Spain.*

crash barrier *noun* [C] a fence that keeps people or vehicles apart, for example when there are large crowds or between the two sides of the road நெரிசல் மிகுந்த இடங்கள், சாலையின் இரு பக்கங்களின் இடைப்பகுதி முதலியவற்றில் ஆட்களையோ ஊர்திகளையோ தனித்தனியாகப் பிரித்து ஒழுங்கு செய்யும் முறையில் அமைக்கப்படும் இடைத்தடுக்கு, இடைவேலி அல்லது தடையரண்

crash helmet *noun* [C] a hard hat worn by motorbike riders, racing drivers, etc. மோட்டார் சைக்கிளில் செல்பவர்கள், பந்தய ஊர்தி ஓட்டுநர்கள் முதலியோர் அணிந்துகொள்ளும் கடினத் தன்மை உடைய தொப்பி வகை; தலைக் கவசம்

crash-land *verb* [I] to land a plane in a dangerous way in an emergency [C] ஒரு நெருக்கடி நிலையின்போது இடரார்ந்த/ஆபத்தான முறையில் விமானத்தைத் தரையிறக்கு ▶ **crash-landing** *noun* [C] *to make a crash-landing*

crass /kræs/ *adj.* not caring for other people's feelings; stupid, showing that you do not understand sth மற்றவர் உணர்ச்சிகளைப்பற்றிக் கவலைப்படாத; மடத்தனமான; ஒன்றைப் புரிந்துகொள்ளாமையை வெளிப்படுத்துகிற; மந்த உணர்திறன் கொண்ட *It was a crass comment to make when he knew how upset she was.*

crate /kreɪt/ *noun* [C] a large box in which goods are carried or stored பொருள்கள் எடுத்துச் செல்லப்படும் அல்லது இருப்பு வைக்கப்படும் பெரிய பெட்டி; சரக்குப் பெட்டி

crater /ˈkreɪtə(r)/ *noun* [C] **1** a large hole in the ground தரையில் ஏற்படும் பெரிய குழிவு; நிலக் குழி; பள்ளம் *The bomb left a large crater.* • *craters on the moon* **2** the hole in the top of a mountain through which hot gases and liquid rock are forced (**a volcano**) வெம்மையான

வாயுப்பொருளும் திரவப் பாறையும் வெளித்தள்ளப்படும் மலையுச்சியிலுள்ள துளை; எரிமலை வாய் ➪ **volcano** பதிவில் படம் பார்க்க.

cravat /krə'væt/ *noun* [C] a wide piece of cloth that some men tie around their neck and wear inside the collar of their shirt ஆண்கள் சிலர் கழுத்தைச் சுற்றிச் சட்டைக் கழுத்துப்பட்டைக்குள் அணிந்துகொள்ளும் ஓர் அகலமான துணி; கழுத்துப்பட்டி

crave /kreɪv/ *verb* [I, T] **crave (for) sth** to want and need to have sth very much ஒன்றன் மீது மிகுதியான ஆசையும் அதனை அடைய விருப்பமும் கொள்; ஏங்கு

craving /'kreɪvɪŋ/ *noun* [C] a strong desire for sth ஒன்றன் மீதான அழுத்தமான விருப்பம்; ஏக்கம் *When she was pregnant she used to* ***have cravings for*** *all sorts of peculiar food.*

crawl¹ /krɔ:l/ *verb* [I] **1** to move slowly with your body on or close to the ground, or on your hands and knees உடல் தரையில் படும்படி அல்லது தரையை நெருங்கி இருக்கும்படி அல்லது கைகளையும் முழங்கால்களையும் தரையில் ஊன்றி மெல்ல நகர்ந்துசெல்; தவழ் *Their baby has just started to crawl.* • *An insect crawled across the floor.* **2** (used about vehicles) to move very slowly (ஊர்திகள் வகையில்) மிகவும் மெதுவாகச் செல்; ஊர்ந்து செல் *The traffic crawls through the centre of town in the rush-hour.* **3** (*informal*) **crawl (to sb)** to be very polite or pleasant to sb in order to be liked or to gain sth ஒருவரின் அன்பைப் பெற அல்லது ஓர் ஆதாயத்தை எதிர்நோக்கி அவரிடம் மிகையான பணிவடக்கத்துடன் அல்லது இன்முகத்துடன் நடந்துகொள்; தன்மை இழந்து நடந்துகொள்

IDM **be crawling with sth** to be completely full of or covered with unpleasant animals மனத்துக்கு ஒவ்வாத/வெறுப்பூட்டுகிற விலங்குகள் அல்லது உயிரினங்கள் நிறைந்து காணப்படு அல்லது பெருமளவில் சூழ்ந்திரு *The kitchen was crawling with insects.* • (*figurative*) *The village is always crawling with tourists at this time of year.*

crawl² /krɔ:l/ *noun* **1** [*sing.*] a very slow speed மிகக் குறைந்த வேக அளவு; மந்தகதி; ஊர்ந்து செல்லுதல்; தவழுதல் *The traffic slowed to a crawl.* **2** (*often* **the crawl**) [*sing.*, U] a style of swimming which you do on your front. When you do the crawl, you move first one arm and then the other over your head, turn your face to one side so that you can breathe and kick up and down with your legs (முகம் கவிழ்ந்த நிலையில் கைகளை மாறிமாறித் தலைக்கு மேலாக வீசி, மூச்சு விடுவதற்கு ஏதுவாக முகத்தை ஒரு பக்கமாகத் திருப்பி, கால்களை மேலும் கீழும் உதைத்துக்கொண்டு செல்வதாகிய ஒரு நீச்சல் பாணி

crayfish /'kreɪfɪʃ/ (*AmE* **crawfish** /'krɔ:fɪʃ/) *noun* [C, U] a shellfish that lives in rivers, lakes or the sea and can be eaten. A crayfish is similar to, but smaller than a **lobster** நதிகள், ஏரிகள் அல்லது கடலில் வாழ்வதும், உண்ணுவதற்கு உரியதும் கடல்நண்டை ஒத்து ஆனால் அதைவிடச் சிறியதுமான சிப்பி நண்டு இன நீர்வாழ் உயிரி; நண்டு வகை

crayon /'kreɪən/ *noun* [C, U] a soft, thick, coloured pencil that is used for drawing or writing, especially by children குறிப்பாகக் குழந்தைகள் படம் வரைவதற்கு அல்லது எழுதுவதற்குப் பயன்படுத்தும் மென்மையான கெட்டித்தன்மை உடைய வண்ண பென்சில் வகை; வண்ணந் தீட்டுகோல் ▶ **crayon** *verb* [I, T]

craze /kreɪz/ *noun* [C] **1 a craze (for sth) 1** a strong interest in sth, that usually only lasts for a short time வழக்கமாக சிறிது காலமே நீடிக்கும், ஒன்றன் மீதான அழுத்தமான பற்று; வெறியார்வம்; பித்து *There was a craze for that kind of music last year.* **2** something that a lot of people are very interested in மிகப் பலர் மிகுதியான ஈடுபாடு அல்லது பற்றார்வம் கொண்டுள்ள ஒன்று *Pocket TVs are the latest craze among teenagers.*

crazy /'kreɪzi/ *adj.* (**crazier, craziest**) (*informal*) **1** very silly or foolish மிகவும் அற்பத்தனமான அல்லது அறிவற்ற; சிறுபிள்ளைத்தனமான; முட்டாள்தனமான *You must be crazy to turn down such a wonderful offer.* **2** very angry மிகு சினம் கொண்ட; சீற்றம் மிகுந்த; கோபத்திற்கு ஆட்பட்ட *She* ***goes crazy*** *when people criticize her.* **3 crazy about sb/sth** liking sb/sth very much ஒருவர்/ஒன்று மீது மிகுதியான விருப்பம் கொள்கிற; வெறியார்வம் கொள்கிற *He's always been crazy about horses.* **4** showing great excitement மிகுதியாக உணர்ச்சிவசப்படுகிற; மனக்கிளர்ச்சியை அல்லது பரபரப்பை வெளிப்படுத்துகிற *The fans* ***went crazy*** *when their team scored the first goal.* ▶ **crazily** *adv.* ▶ **craziness** *noun* [U]

creak /kri:k/ *verb* [I] to make the noise of wood bending or of sth not moving smoothly மரக்கொம்பு வளைவது போன்ற அல்லது ஒரு பொருள் மென்னயம் இன்றி/அலைக்கழிவாக அசைவது போன்ற ஒலி செய்; கிரீச் ஒலி எழுப்பு *The floorboards creaked when I walked across the room.* ▶ **creak** *noun* [C] ▶ **creaky** *adj.* *creaky stairs*

cream¹ /kri:m/ *noun* **1** [U] the thick yellowish-white liquid that rises to the top of milk பாலின் மேற்பரப்பில் வந்து படியும் அடர்த்தியான

இளமஞ்சள் நிறத் திரவம்; பாலாடை மேலேடு; பாலாடை *coffee with cream* • *whipped cream* (= cream that has been beaten) **2** [C, U] a substance that you rub into your skin to keep it soft or as a medical treatment உடல் தோலை மென்மையாக/மிருதுவாக வைத்துக்கொள்வதற்காக அல்லது ஒரு மருத்துவச் சிகிச்சையாக தோலின் மீது இட்டுத் தேய்த்துக்கொள்ளும் ஒரு பொருள்; ஒப்பனைக் களிம்பு; களிம்பு மருந்து *(an) antiseptic cream* **3 the cream** [*sing.*] the best part of sth or the best people in a group ஒன்றன் மிகச் சிறந்த பகுதி; முதன்மைக் கூறு; ஒரு பிரிவில்/வகுப்பில் உள்ளவர்களில் உயர் தனிச் சிறப்புடையவர்கள்

cream² /kri:m/ *adj.*, *noun* [U] (of) a yellowish-white colour மஞ்சள் கலந்த வெண்ணிறம்/ மஞ்சள் கலந்த வெண்ணிறமான; இளமஞ்சள் நிறம்/இளமஞ்சள் நிறமான

cream³ /kri:m/ *verb*

PHR V **cream sb/sth off** to take away the best people or part from sth for a particular purpose குறிப்பிட்ட ஒரு நோக்கத்திற்காக, ஒன்றிலிருந்து அதன் தனிச் சிறப்பான பகுதியை அல்லது தனிச் சிறப்பு வாய்ந்த ஆட்களைப் பிரித்தெடுத்துக் கொள் *The big clubs cream off the country's best young players.*

cream tea *noun* [C] (*BrE*) **1** a meal taken in the afternoon consisting of tea with a special type of cake **scone** that is eaten with jam and cream தேநீர், பழப்பாகும் பாலாடையும் சேர்ந்த ஒரு வகை கேக் ஆகியவை அடங்கிய பிற்பகல் உணவு

creamy /ˈkri:mi/ *adj.* (**creamier; creamiest**) **1** containing cream; thick and smooth like cream பாலேட்டைக் கொண்டிருக்கிற; பாலேடு உள்ளடங்கிய; பாலேட்டைப் போன்று அடர்த்தியும் மென்மையும் உடைய; திண்குழம்பான *a creamy sauce* **2** having a light colour like cream பாலேட்டின் வெளிறிய நிறம் கொண்ட; இளமஞ்சள் நிறமான *creamy skin*

crease¹ /kri:s/ *noun* [C] **1** an untidy line on paper, material, a piece of clothing, etc. that should not be there காகிதம், செய்பொருள், துணி முதலியவற்றின் மீது காணப்படும் நீக்கப்படவேண்டிய ஒழுங்கற்ற கோடு அல்லது மடிப்புத் தடம் *Your shirt needs ironing, it's full of creases.* • *When I unrolled the poster, there was a crease in it.* **2** a tidy straight line that you make in sth, for example when you fold it ஒரு பொருளை மடிப்பதால் ஏற்படுவது போன்ற ஒழுங்கமைப்பான நேர்க்கோடு; மடிப்பு வரை *He had a sharp crease in his trousers.*

crease² /kri:s/ *verb* [I, T] to get creases; to make sth get creases ஒன்றில் மடிப்புவரை/மடிப்புத் தடம் உண்டாகு அல்லது உண்டாக்கு *Hang up your jacket or it will crease.* • *Crease the paper carefully down the middle.*

create /kriˈeɪt/ *verb* [T] to cause sth new to happen or exist புதிதாக ஒன்று நிகழச்செய் அல்லது தோன்றச் செய்; புதிது ஆக்கு; படை *He created a bad impression at the interview.*

creation /kriˈeɪʃn/ *noun* **1** [U] the act of causing sth new to happen or exist புதிதாக ஒன்று நிகழச் செய்தல் அல்லது தோற்றுவித்தல்; படைத்தல்; ஆக்கல்; படைப்பு *the creation of new independent states* ➪ **job creation** பார்க்க. **2** (*usually* **the Creation**) [*sing.*] the act of making the whole universe, as described in the Bible விவிலிய நூலில் விவரிக்கப்பட்டுள்ளவாறு, பேரண்டத்தைத் தோற்றுவிப்பதாகிய படைப்புச் செயல் **3** [C] something new that sb has made or produced புதிதாகத் தோற்றுவிக்கப்பட்ட, படைக்கப்பட்ட அல்லது உருவாக்கப்பட்ட ஒன்று; படைப்பு; படைப்புப் பொருள்

creative /kriˈeɪtɪv/ *adj.* **1** using skill or imagination to make or do new things புதியனவற்றை உருவாக்குவதற்கு அல்லது செய்வதற்குச் செயலாற்றலை அல்லது கற்பனைத் திறனைப் பயன்படுத்துகிற; படைப்பாற்றல் அல்லது ஆக்கத் திறன் கைவரப்பெற்ற; கற்பனைத் திறன் கொண்ட *She's a fantastic designer—she's so creative.* **2** connected with producing new things புதியனவற்றை உருவாக்குதல் தொடர்பான; ஆக்கத்திறன் அல்லது படைப்பாற்றல் சார்ந்த *His creative life went on until he was well over 80.* ▶ **creatively** *adv.*

creativity /ˌkri:eɪˈtɪvəti/ *noun* [U] the ability to make or produce new things using skill or imagination செயலாற்றலை அல்லது கற்பனை வளத்தைப் பயன்படுத்திப் புதியனவற்றைச் செய்யும் அல்லது உருவாக்கும் திறன்; ஆக்கத் திறன்; படைப்பாற்றல் *We want teaching that encourages children's creativity.*

creator /kriˈeɪtə(r)/ *noun* [C] a person who makes or produces sth new புதிதாக ஒன்றைச் செய்பவர் அல்லது உருவாக்குபவர்; தோற்றுவிப்பவர்; படைப்பாளி

creature /ˈkri:tʃə(r)/ *noun* [C] a living thing such as an animal, a bird, a fish or an insect, but not a plant விலங்கு, பறவை, மீன் அல்லது பூச்சி போன்றதும் தாவர இனத்தைச் சேராததுமான ஓர் உயிர்ப்பொருள்; உயிரினம்; உயிரி; படைப்புயிர் *sea creatures*

crèche /kreʃ/ *noun* [C] a place where small children are looked after while their parents are working, shopping, etc. பெற்றோர்களின் பணிநேரம், அங்காடிக்குச் செல்லல் முதலியவற்றின்போது அவர்களுடைய சிறு குழந்தைகளைப் பார்த்துக்கொள்ளும் இடம்; குழந்தைகள் காப்பகம்

credentials /krəˈdenʃlz/ *noun* [*pl.*] **1** the qualities, experience, etc. that make sb suitable for sth ஒன்றிற்கு ஒருவரை ஏற்புடையவராகக் காட்டும் அவருடைய தரநிலை, பணிப் பயிற்சி முதலியன; தகுநிலைச் சான்றுகள்; தகுதிப்பாடு *He has the perfect credentials for the job.* **2** a document that is proof that you have the training, education, etc. necessary to do sth, or proof that you are who you say you are ஒன்றைச் செய்வதற்குத் தேவையான பணிப்பயிற்சி, கல்வித் தகுதி முதலியவற்றுக்கான சான்றாதாரமாக அமையும் ஓர் ஆவணம் அல்லது தன்னைப் பற்றித் தான் கூறுவதை உறுதிப்படுத்தும் ஆவணம்; தகுதிச் சான்றிதழ்; தன் விவர உறுதிச் சான்றிதழ்

credibility /ˌkredəˈbɪləti/ *noun* [U] the quality that sb has that makes people believe or trust him/ her மற்றவர்கள் நம்பும் முறையிலும், அவர்களுடைய நம்பிக்கைக்குப் பாத்திரமாகவும் நடந்துகொள்ளும் ஒருவரது பண்பு; நம்பகத்தன்மை; நம்பகம் *The Prime Minister had lost all credibility and had to resign.*

credible /ˈkredəbl/ *adj.* **1** that you can believe நம்பத்தக்க; நம்பிக்கை ஊட்டுகிற *It's hardly credible that such a thing could happen without him knowing it.* ✪ OPP **incredible 2** that seems possible சாத்தியமான; வாய்ப்பு நிலை உடையதாகத் தோன்றுகிற; நிகழக்கூடியதாக அல்லது செய்யக்கூடியதாகக் காணப்படுகிற *We need to think of a credible alternative to nuclear energy.*

credit[1] /ˈkredɪt/ *noun* **1** [U] a way of buying goods or services and not paying for them until later அப்பொழுதே பணம் செலுத்தாமல் பொருள்களை அல்லது சேவைகளை விலைக்கு வாங்கும் முறை; கடன்; கடன் தவணை முறை *I bought the television **on credit**.* **2** [C, U] a sum of money that a bank, etc. lends to sb வங்கி முதலியவை ஒருவருக்குக் கடனாக வழங்கும் பணத்தொகை; (நிறுவனக்) கடன் *The company was not able to get any further credit and went bankrupt.* **3** [U] having money in an account at a bank (ஒருவர் தன்) வங்கிக் கணக்கில் பணம் வைத்திருத்தல்; வங்கிக் கணக்கில் பண இருப்பு *No bank charges are made if your account remains **in credit**.* **4** [C] a payment made into an account at a bank ஒரு வங்கிக் கணக்கில் செலுத்தப்பட்ட பணம்; வங்கிக் கணக்கின் வரவு *There have been several credits to her account over the last month.* ✪ OPP **debit**[1] **5** [U] an act of saying that sb has done sth well ஒருவர் ஒன்றைச் சிறப்பாகச் செய்திருப்பதாகக் கூறுதல்; பாராட்டு; நற்பெயர் *He **got all the credit** for the success of the project.* • *I can't **take** any **credit**; the others did all the work.* • *She didn't do very well but at least **give her credit for** trying.* **6** [*sing.*] **a credit to sb/sth** a person or thing that you should be proud of பெருமைப்படத்தக்க ஒரு நபர் அல்லது பொருள்; நற்பெயர் அல்லது நன்மதிப்பு பெற்றுத்தருபவர் அல்லது பெற்றுத்தருவது *She is a credit to her school.* **7 the credits** [*pl.*] the list of the names of the people who made a film or television programme, shown at the beginning or end of the film படக்காட்சியின் தொடக்கத்தில் அல்லது இறுதியில் காட்டப்படும், ஒரு திரைப்படத்தை அல்லது தொலைக்காட்சி நிகழ்ச்சியை உருவாக்கியவர்களின் பெயர்ப் பட்டியல் **8** [C] a part of a course at a college or university, that a student has completed successfully ஒரு மாணவர் வெற்றியுடன் நிறைவுசெய்த பல்கலைக்கழக அல்லது கல்லூரிப் பாடத்தொகுதியின் ஒரு பகுதி; கல்விப் பயிற்சிக் கூறு

IDM **do sb credit** (used about sb's qualities or achievements) to be so good that people should be proud of him/her (ஒருவருடைய பண்புக்கூறுகளை அல்லது சாதனைகளைப் பற்றிக் குறிப்பிடுகையில்) மற்றவர்கள் பெருமை கொள்ளத்தக்க வகையில் மிகச் சிறப்பாக இரு *His courage and optimism do him credit.*

be to sb's credit used for showing that you approve of sth that sb has done, although you have criticized him/her for sth else வேறொன்றிற்காக ஒருவரைக் குறைகூறியிருந்தபோதிலும் அவர் செய்த ஒன்று ஏற்புடையதாக இருப்பதைக் கூறப் பயன்படுத்தப்படும் தொடர் *The company, to its credit, apologized and refunded my money.*

have sth to your credit to have finished sth that is successful வெற்றியுடன் ஒன்றை நிறைவுசெய்திரு; புகழ்ப் பேற்றுக்கு அல்லது நற்பெயருக்கு உரிய ஒன்றைச் செய்திரு *He has three best-selling novels to his credit.*

credit[2] /ˈkredɪt/ *verb* [T] **1** to add money to a bank account ஒரு வங்கிக் கணக்கில் மேலும் பணம் போடு; வரவினத்தில் பணம் செலுத்து *Has the cheque been credited to my account yet?* **2 credit sb/sth with sth; credit sth to sb/sth** to believe or say that sb/sth has a particular quality or has done something well ஒருவருக்கு/ஒன்றற்கு ஒரு குறிப்பிட்ட பண்புக்கூறு இருப்பதாக அல்லது அவர்/அது ஒன்றைச் சிறப்பாகச் செய்துள்ளதாக நம்பு அல்லது கூறு; ஒன்றை நம்பி ஒப்புக்கொள் அல்லது பாராட்டு *Of course I wouldn't do such a stupid thing—credit me with a bit more sense than that!* **3** (*especially in negative sentences and questions*) to believe sth ஒன்றை நம்பு; ஒன்றன் மீது நம்பிக்கை கொள் *I simply cannot credit that he has made the same mistake again!*

creditable /ˈkredɪtəbl/ *adj.* of a quite good standard that cannot be criticized, though not excellent உயர் சிறப்புடையதாக/முதல் தரமானதாக இல்லாவிடினும், குறைபாடின்றி முழு நிறைவாக அமைந்துள்ள; பாராட்டத்தக்க; மதிக்கத்தக்க

credit card *noun* [C] a small plastic card that allows sb to get goods or services without using money. You usually receive a bill once a month for what you have bought பணத்தைப் பயன்படுத்தாமல் பொருள்களை அல்லது சேவைகளைப் பெறுவதற்கு ஏதுவான சிறு பிளாஸ்டிக் அட்டை; பண மதிப்பு அட்டை; பணப்பொறுப்பு அட்டை (இவ்வாறு வாங்கப்பட்ட பொருள்களுக்கான பண மதிப்புச் சீட்டு வழக்கமாக மாதம் ஒரு முறை அட்டைக்குரியவருக்கு அனுப்பப்படும்) *Can I pay by credit card?* ⇨ **cash card, cheque card** மற்றும் **debit card** பார்க்க.

credit note *noun* [C] a form or letter that a company or shop gives you when you have returned sth and that allows you to have goods of the same value in exchange, instead of cash refund விலைக்கு வாங்கிய ஒரு பொருளைத் திருப்பிக் கொடுக்கும்பொழுது அதே மதிப்புள்ள வேறு பொருள்களை மாற்றாகப் பெற்றுக்கொள்ள ஏதுவாக ஒரு நிறுவனமோ கடையோ தரும் உறுதிச்சீட்டு அல்லது கடிதம்

creditor /ˈkredɪtə(r)/ *noun* [C] a person or company from whom you have borrowed money கடனாகப் பணம் தந்த ஆள் அல்லது நிறுவனம்; கடன் கொடுத்தவர்; பற்றாளர்

creed /kriːd/ *noun* [C] a set of beliefs or principles (especially religious ones) that strongly influence sb's life ஒருவர் வாழ்க்கையின்மீது அழுத்தமான தாக்கத்தை ஏற்படுத்தும் (குறிப்பாகச் சமயம் சார்ந்த) நம்பிக்கைகளின் அல்லது கோட்பாடுகளின் தொகுதி; (சமய) நம்பிக்கைகள் அல்லது கோட்பாடுகள்

creek /kriːk/ *noun* [C] **1** (*BrE*) a narrow piece of water where the sea flows into the land கடல்நீர் நிலப்பரப்பில் நுழையும் ஒடுக்கமான நீர்ப்பகுதி; கடற்கூம்பு; கடற்கழி **2** (*AmE*) a small river; a stream சிற்றாறு; ஓடை

creep¹ /kriːp/ *verb* [I] (*pt, pp* **crept** /krept/) **1** to move very quietly and carefully so that nobody will notice you பிறர் கவனிக்காதவாறு ஓசைபடாமலும் கவனமாகவும் போ; பதுங்கிச் செல்; நகர்ந்து செல் *She crept into the room so as not to wake him up.* **2** to move forward slowly மெல்ல மெல்ல முன்னோக்கிச் செல்; மந்த கதியில் முன்னேறு *The traffic was only creeping along.*

IDM **make your flesh creep** ⇨ **flesh** பார்க்க.

PHR V **creep in** to begin to appear வெளிப்படத் தொடங்கு; தோன்றத் தொடங்கு; வெளிப்படையாகப் புலப்படத் தொடங்கு *All sorts of changes are beginning to creep into the education system.*

creep² /kriːp/ *noun* [C] (*informal*) a person that you do not like because he/she tries too hard to be liked by people in authority அதிகாரத்தில் உள்ளவர்களின் நட்பாதரவுக்கு/தயவுக்கு முனைந்து நிற்பதால் ஒருவரால் விரும்பப் படாதவர்; பிறரால் வெறுக்கப்படுபவர்

IDM **give sb the creeps** (*informal*) to make sb feel frightened or nervous ஒருவர் அச்ச உணர்வு அல்லது நடுக்கம் கொள்ளும்படி செய்; அச்சுறுத்து அல்லது குலை நடுங்கச் செய்

creeper /ˈkriːpə(r)/ *noun* [C] a plant that grows up trees or walls or along the ground மரங்களில் அல்லது சுவர்களில் பற்றி ஏறும் அல்லது தரையில் படர்ந்து வளரும் தாவர வகை; ஏறுகொடி; படர்கொடி

creepy /ˈkriːpi/ *adj.* (*informal*) that makes you feel nervous or frightened அச்ச உணர்வை அல்லது மனக்கலக்கத்தைத் தோற்றுவிக்கிற; அச்சத்தால் அல்லது சஞ்சலத்தால் நடுக்கம் உண்டுபண்ணுகிற

cremate /krəˈmeɪt/ *verb* [T] to burn the body of a dead person as part of a funeral service இறுதிச்சடங்கின் ஒரு பகுதியாக இறந்தவர் உடலுக்கு எரியூட்டு ▶ **cremation** /krəˈmeɪʃn/ *noun* [C, U] ⇨ **funeral** பதிவிலுள்ள குறிப்பைப் பார்க்க.

crematorium /ˌkreməˈtɔːriəm/ *noun* [C] a building in which the bodies of dead people are burned இறந்தவர் உடல்கள் எரியூட்டப்படும் கட்டடம்; பிணம்சுடு மனை

creosote /ˈkriːəsəʊt/ *noun* [U] a thick brown liquid that is painted onto wood to protect it from rain, etc. மழை முதலியவற்றிலிருந்து காப்பதற்காக மரப்பொருள்களுக்குத் தீட்டப்படும் அடர் பழுப்பு நிறச் சாயம் ▶ **creosote** *verb* [T]

crêpe (*also* **crepe**) /ˈkreɪp/ *noun* **1** [U] a light thin material, made especially from cotton or another natural material (**silk**), with a surface that is covered in lines as if it has been folded குறிப்பாகப் பஞ்சு அல்லது பட்டுப் போன்ற, இயற்கை மூலப்பொருளிலிருந்து தயாரிக்கப்படுவதும், மடிப்புகள் கொண்டது போலத் தோன்றும் இழைவரைகளை உடைய மேற்பரப்பைக் கொண்டதுமான கனமற்ற மெல்லிய துணி வகை; சுருக்கங்கள் அமைந்த மெல்லிய துணி *a crêpe bandage* **2** [U] a type of strong rubber with a rough surface, used for making the bottoms of shoes புதை மிதியடிகளின் அடிப்பகுதிகளைத் தயாரிக்கப் பயன்படுத்தப்படும் சொரசொரப்பான மேற்பரப்பை உடைய உறுதி-

யான இரப்பர் வகை *crêpe-soled shoes* **3** [C] a very thin type of round cake (**pancake**) வட்ட வடிவ, மிகவும் மெலிதான அடை வகை

crept ➪ **creep¹** என்பதன் இறந்தகால மற்றும் இறந்தகால வினையெச்ச வடிவம்

crescendo /krəˈʃendəʊ/ *noun* [C, U] (*pl.* **crescendos**) a noise or piece of music that gets louder and louder படிப்படியாய்ப் பெருகி ஒலிக்கும் ஓர் ஒலி அல்லது இசைக்கூறு ✪ OPP **diminuendo**

crescent /ˈkresnt/ *noun* [C] **1** a curved shape that is pointed at both ends, like the moon in its first and last stages முதல் மற்றும் இறுதிக் கட்டங்களில் காணப்படும் நிலவைப் போன்று, இரு முனைகளும் கூர்மையாக உள்ள வளை வடிவம்; பிறை வடிவம் ➪ **shape** பதிவில் படம் பார்க்க. **2** a street that is curved வளைவான தெரு

cress /kres/ *noun* [U] a small plant with very small green leaves that does not need to be cooked and is eaten in salads and sandwiches சமைக்கத் தேவையின்றி, இலையமுதிலும் உணவு இடையிட்ட ரொட்டியிலும் உண்ணப்படும் பசுமை நிறச் சிற்றிலைகளைக் கொண்ட சிறு தாவர வகை

crest /krest/ *noun* [C] **1** a group of feathers on the top of a bird's head பறவையின் தலையுச்சியிலுள்ள இறகுத் தொகுதி; தலைச்சூட்டு அல்லது கொண்டை **2** a design used as the symbol of a particular family, organization, etc., especially one that has a long history குறிப்பாக நீண்ட வரலாறு கொண்ட/பாரம்பரியம் மிக்க ஒரு குடி, நிறுவனம் முதலியவற்றின் அடையாளச் சின்னமாகப் பயன்படுத்தப்படும் உருவரைப் படம்; தனிச்சின்ன உரு *the family/school crest* **3** the top part of a hill or wave குன்று அல்லது அலையின் மேற்பகுதி; மலைச்சிகரம்; அலைமுகடு *surfers riding the crest of the wave* ➪ **wave** பதிவில் படம் பார்க்க.

crestfallen /ˈkrestfɔːlən/ *adj.* sad or disappointed வருத்தமுற்ற; ஏமாற்றத்திற்குள்ளான; மனச்சோர்வு அடைந்த

crevasse /krəˈvæs/ *noun* [C] a deep crack in a very thick layer of ice ஒரு திண்மை மிக்க பனிக்கட்டிப் பாளத்தில் காணப்படும் ஆழ்ந்த வெடிப்பு; பனிப்பாறைப் பிளவு

crevice /ˈkrevɪs/ *noun* [C] a narrow crack in a rock, wall, etc. பாறை, சுவர் முதலியவற்றில் காணப்படும் குறுகலான வெடிப்பு அல்லது பிளவு; கீறல்

crew /kruː/ *noun* [C, *with sing. or pl. verb*] **1** all the people who work on a ship, aircraft, etc. கப்பல், விமானம் முதலியவற்றில் பணிபுரிவோர் தொகுதி; ஊர்தி அகப்பணியாளர் குழு **2** a group of people who work together இணைந்து பணி செய்வோர் குழு; பணிக்குழு *a camera crew* (= people who film things for television, etc.)

crew cut *noun* [C] a very short style of hair for men ஆண்கள் செய்துகொள்ளும் குட்டையான முடி ஒப்பனைப் பாணி; ஆண்கள் குறுமுடிப் பாங்கு

crib¹ /krɪb/ (*AmE*) = **cot**

crib² /krɪb/ *verb* [I, T] (**cribbing**; **cribbed**) **crib (sth) (from/off sb)** to copy sb else's work and pretend it is your own வேறொருவர் செய்ததை அவ்வாறே பின்பற்றிச் செய்துவிட்டு, அதைத் தானே செய்ததுபோலப் பொய்யாகக் காட்டிக்கொள்; பிறர் படைப்புக்குப் போலி உரிமை கொண்டாடு; கருத்து முதலியவற்றைத் திருடு

crick /krɪk/ *noun* [*sing.*] a pain in your neck, back, etc. that makes it difficult for you to move easily இயல்பான உடல் இயக்கத்தைச் சிரமமாக்கும், கழுத்து, முதுகு முதலியவற்றில் தோன்றும் வலி; கழுத்துச் சுளுக்கு, முதுகுப் பிடிப்பு முதலியன ▶ **crick** *verb* [T] *I've cricked my neck.*

cricket /ˈkrɪkɪt/ *noun* **1** [U] a game that is played with a bat and ball on a large area of grass by two teams of eleven players ஒவ்வொன்றிலும் பதினொரு வீரர்களைக் கொண்ட இரு அணியினரால் பரந்தகன்ற புல்வெளிப் பரப்பில் விளையாடப்படும் பந்து-மட்டை விளையாட்டு; மட்டைப்பந்தாட்டம்; கிரிக்கெட் **2** [C] an insect that makes a loud noise by rubbing its wings together தனது இறகுகளை ஒன்றுசேர்த்து உரசித் தேய்த்து உரத்த ஒலி எழுப்பும் பூச்சி; சிள்(ல்)வண்டு

cricketer /ˈkrɪkɪtə(r)/ *noun* [C] a person who plays cricket மட்டைப்பந்தாட்டக்காரர்; மட்டைப்பந்தாட்ட வீரர்

crime /kraɪm/ *noun* **1** [C] something which is illegal and which people are punished for, for example by being sent to prison சட்டத்துக்குப் புறம்பானதும், சிறையில் அடைக்கப்படுதல் போன்ற தண்டனைக்கு உரியதுமான செயல்; குற்றம் *to **commit** a crime* **2** [U] illegal behaviour or activities சட்டத்துக்கு மாறான நடத்தை அல்லது செயல்பாடு *There has been an increase in car crime recently.* • *to fight crime* **3** (*usually* **a crime**) [*sing.*] something that is morally wrong அறநெறிக்கு அல்லது ஒழுக்க முறைமைக்கு மாறான ஒன்று; தீச்செயல்; பழி *It is a crime to waste food when people are starving.*

crime wave *noun* [*sing.*] a sudden increase in the number of crimes that are committed குற்றச்செயல்களின் திடீர்ப் பெருக்கம் அல்லது மிகுதிப்பாடு

criminal[1] /ˈkrɪmɪnl/ *noun* [C] a person who has done something illegal சட்டத்துக்கு மாறான ஒன்றைச் செய்தவர்; குற்றம் புரிந்தவர்; குற்றவாளி

criminal[2] /ˈkrɪmɪnl/ *adj.* **1** (*only before a noun*) connected with crime குற்றச்செயல் தொடர்பான; குற்றம் சார்ந்த; குற்றத்தன்மையுள்ள; சட்டத்துக்கு மாறான *Deliberate damage to public property is a **criminal offence**.* • *criminal law* **2** morally wrong ஒழுக்க முறைமைக்கு மாறான; அறச்செயல் அல்லாத; தீச்செயலான *a criminal waste of taxpayers' money*

criminally /ˈkrɪmɪnəli/ *adv.* according to the laws that deal with crime குற்ற நடவடிக்கை தொடர்பான சட்டங்களின்படி; குற்றத் தடுப்புச் சட்டங்களுக்கு ஏற்ப *criminally insane*

criminology /ˌkrɪmɪˈnɒlədʒi/ *noun* [U] the scientific study of crime and criminals குற்றம் மற்றும் குற்றவாளிகள் பற்றிய அறிவியல் முறையிலான ஆய்வு; குற்றவியல் ▶ **criminologist** /-dʒɪst/ *noun* [C] ▶ **criminological** /ˌkrɪmɪnəˈlɒdʒɪkl/ *adj.*

crimson /ˈkrɪmzn/ *adj., noun* [U] (of) a dark red colour அடர்செந்நிறம்; திண்சிவப்பு நிறமான; திண்சிவப்பு நிறம்

cringe /krɪndʒ/ *verb* [I] **1** to feel embarrassed கூச்ச உணர்வு கொள்; மன உளைச்சலுக்கு உள்ளாகு; சங்கடப்படு *awful family photographs which **make you cringe*** **2** to move away from sb/sth because you are frightened அச்சம் காரணமாக ஒருவரிடமிருந்து/ஒன்றிடமிருந்து விலகிச் செல்; அஞ்சி ஒதுங்கு *The dog cringed in terror when the man raised his arm.*

crinkle /ˈkrɪŋkl/ *verb* [I, T] **crinkle (sth) (up)** to have, or to make sth have, thin folds or lines in it கம்பி போன்ற சிறு மடிப்புகள் அல்லது கீற்று வரிகள் கொண்டிரு, அல்லது மடிப்புகள் அல்லது வரிகள் தோன்றச் செய்; சுருங்கு; சுருக்கு *He crinkled the silver paper up into a ball.* ▶ **crinkly** /ˈkrɪŋkli/ *adj. crinkly material*

cripple /ˈkrɪpl/ *verb* [T] (*usually passive*) **1** to damage sb's body so that he/she is no longer able to walk or move normally இயல்பாக நடக்கமுடியாதபடி அல்லது இயங்க முடியாதபடி ஒருவர் உடலைச் சேதப்படுத்து அல்லது பழுதடையச் செய்; நொண்டியாக்கு *to be crippled with arthritis* **2** to seriously damage or harm sb/sth ஒருவருக்கு/ஒன்றுக்குக் கடுமையான சேதம் அல்லது தீங்கு ஏற்படுத்து; பாதிப்பு உண்டாக்கு; பழுதுபடுத்து *The recession has crippled the motor industry.* ▶ **crippling** *adj. They had crippling debts and had to sell their house.*

crisis /ˈkraɪsɪs/ *noun* [C, U] (*pl.* **crises** /-siːz/) a time of great danger or difficulty; the moment when things change and either improve or get worse பெரும் ஆபத்து அல்லது இன்னல் நேரும் வேளை; நிலைமை மேம்படுமாறு அல்லது மோசமடையுமாறு மாற்றங்கள் நிகழும் தருணம்; கண்டம்; திரும்புகட்டம்; திருப்புமையம் *the international crisis caused by the invasion* • *a friend you can rely on in times of crisis*

crisp[1] /krɪsp/ *adj.* **1** pleasantly hard and dry விரும்பத்தக்க முறையில் கெட்டியானதும் உலர்ந்ததுமான; முறுகலான; மொறுமொறுப்பான *Store the biscuits in a tin to keep them crisp.* **2** firm and fresh or new உறுதியானதும் நன்னிலையில் அல்லது புதிதாக உள்ளதுமான; புதுமலர்ச்சியும் கெட்டித்தன்மையும் உடைய; புதுப்பொலிவுடைய *a crisp salad/apple* • *a crisp cotton dress* **3** (used about the air or weather) cold and dry (காற்று அல்லது வானிலையைப் பற்றிக் கூறும்போது) ஈரப்பசையற்று குளிர்ந்துள்ள; தண்ணிய *a crisp winter morning* **4** (used about the way sb speaks) quick, clear but not very friendly (ஒருவர் பேசும் முறை பற்றிக் குறிப்பிடுகையில்) முனைப்பான நட்புணர்ச்சியற்று, விரைவும் தெளிவும் கொண்ட; துடிப்பான, வெளிப்படையான, எனினும் நட்பிணக்கமற்ற *a crisp reply* ▶ **crisply** *adv. 'I disagree,' she said crisply.* ▶ **crispy** *adj.* (*informal*) = **crisp**[1] **1, 2**

crisp[2] /krɪsp/ (*AmE* **chip**, **potato chip**) *noun* [C] a very thin piece of potato that is fried in oil, dried and then sold in packets. Crisps usually have salt or another flavouring on them எண்ணெய்யில் பொரிக்கப்பட்டு உலர்த்திப் பொட்டலங்களில் விற்கப்படுவதும், பெரும்பாலும் உப்பு அல்லது வேறொரு சுவைப்பொருள் சேர்க்கப்பட்டதுமான மெல்லிய உருளைக்கிழங்குச் சீவல்; உருளைக் கிழங்கு வறுவல் *a packet of crisps*

criss-cross /ˈkrɪs krɒs/ *adj.* (*only before a noun*) with many straight lines that cross over each other ஒன்றையொன்று குறுக்காக வெட்டிச்செல்லும் பல நேர்கோடுகள் உள்ள; குறுக்குவெட்டுக் கோடுகளாலான *a criss-cross pattern* ▶ **criss-cross** *verb* [I, T] *Many footpaths criss-cross the countryside.*

criterion /kraɪˈtɪəriən/ *noun* [C] (*pl.* **criteria** /-riə/) the standard that you use when you make a decision or form an opinion about sb/sth ஒருவர்/ஒன்று பற்றி ஒரு முடிவெடுக்கும் பொழுது அல்லது ஒரு கருத்துரு கொள்ளும்பொழுது பயன்படுத்தும் ஒரு தேர்வு அடிப்படை அல்லது கட்டளை விதி; அளவைக்கட்டளை; ஒப்பளவு முதல் *What are the criteria for deciding who gets a place on the course?*

critic /ˈkrɪtɪk/ *noun* [C] **1** a person who says what is bad or wrong with sb/sth ஒருவருடைய/

ஒன்றின் குறைபாடுகளை அல்லது சீர்கேடு-களை எடுத்துரைப்பவர்; குற்றங் காண்பவர்; கண்டிப்பவர் *He is a long-standing critic of the council's transport policy.* **2** a person whose job is to give his/her opinion about a play, film, book, work of art, etc. ஒரு நாடகம், திரைப்படம், நூல், கலைப் படைப்பு முதலியவற்றைப் பற்றிய தனது கருத்துகளை பணிமுறையாகத் தெரிவிப்பவர்; திறனாய்வாளர்; மதிப்பீட்டாளர்; விமர்சகர் *a film/restaurant/art critic*

critical /ˈkrɪtɪkl/ *adj.* **1 critical (of sb/sth)** saying what is wrong with sb/sth ஒருவர்/ஒன்றின் தவற்றை அல்லது குறைபாட்டை எடுத்துரைக்கிற; குற்றங் காண்கிற *The report was very critical of safety standards on the railways.* **2** (*only before a noun*) describing the good and bad points of a play, film, book, work of art, etc. ஒரு நாடகம், திரைப்படம், நூல், கலைப் படைப்பு முதலியவற்றின் நிறைகுறைகளை விவரிக்கிற; திறனாய்வு அல்லது விமரிசன முறையிலான *a critical guide to this month's new films* **3** dangerous or serious ஆபத்தான அல்லது கவலைக்குரிய; இடரார்ந்த; நெருக்கடியான; சிக்கலான *The patient is **in a critical condition**.* **4** very important; at a time when things can suddenly become better or worse மிக முக்கியமான; ஒன்று திடீரென்று சீர்படுவதற்கான அல்லது மோசமடைவதற்கான வாய்ப்புள்ள தருணமான; தீர்வுக் கட்டமான *The talks between the two leaders have **reached a critical stage**.* ▶ **critically** /-ɪkli/ *adv. a critically ill patient • a critically important decision*

criticism /ˈkrɪtɪsɪzəm/ *noun* **1** [C, U] (an expression of) what you think is bad about sb/sth ஒன்றின் குறைபாடு அல்லது சீர்கேடு பற்றிய கருத்து வெளிப்பாடு; குறை தெரிவிப்பு; குறை விமரிசனம்; கண்டனம் *The council has **come in for** severe **criticism** over the plans.* **2** [U] the act of describing the good and bad points of a play, film, book, work of art, etc. ஒரு நாடகம், திரைப்படம், நூல், கலைப் படைப்பு முதலியவற்றின் நிறைகுறைகளை விவரித்தல்; திறனாய்வு; விமரிசனம் *literary criticism*

criticize (*also* **-ise**) /ˈkrɪtɪsaɪz/ *verb* [I, T] **criticize (sb/sth) (for sth)** to say what is bad or wrong with sb/sth ஒருவர்/ஒன்றின் தவற்றை, குறைபாடுகளை அல்லது சீர்கேடுகளை எடுத்துரை; குறை விமரிசனம் செய் *The doctor was criticized for not sending the patient to hospital.*

critique /krɪˈtiːk/ *noun* [C] a piece of writing that describes the good and bad points of sb/sth ஒருவர்/ஒன்றின் நிறைகுறைகளை விவரிக்கும் எழுத்துரு; திறனாய்வுக் கட்டுரை; நடுநிலை மதிப்புரை

croak /krəʊk/ *verb* [I] to make a harsh low noise like a particular animal (**a frog**) தவளை போன்று இனிமையற்ற மந்தமான ஒலி எழுப்பு; கரகரப்பான ஒலி செய்; அடித்தொண்டையில் கத்து ▶ **croak** *noun* [C]

crochet /ˈkrəʊʃeɪ/ *noun* [U] a way of making clothes, cloth, etc. by using wool or cotton and a needle with a hook at one end கம்பளி மயிர் அல்லது பஞ்சு இழை மற்றும் ஒரு முனையில் கொக்கி உடைய ஊசியைப் பயன்படுத்தி ஆடைகள், துணி முதலியவற்றை நெய்யும் ஒரு முறை; கொக்கி ஊசியைக் கொண்டு செய்யப்படும் வலைப்பின்னல் வேலை ▶ **crochet** *verb* [I, T] (*pt, pp* **crocheted** /-ʃeɪd/) ➪ **knit** பார்க்க.

crockery /ˈkrɒkəri/ *noun* [U] cups, plates and dishes குவளைகள், தட்டங்கள் மற்றும் வட்டில்கள்; குடிகலம் மற்றும் உண்கலங்கள்; உணவுக்கலத் தொகுதி

crocodile /ˈkrɒkədaɪl/ *noun* [C] a large reptile with a long tail and a big mouth with sharp teeth. Crocodiles live in rivers and lakes in hot countries நீண்ட வால், கூர்மையான பற்கள் மற்றும் பெரிய வாய் உடையதும், வெப்ப மண்டல ஆறுகள் மற்றும் ஏரிகளில் வாழ்வதுமான, ஊர்வன இனத்தைச் சார்ந்த பெரும் விலங்கு வகை; முதலை ➪ **alligator** பார்க்க.

crocus /ˈkrəʊkəs/ *noun* [C] a small yellow, purple or white flower that grows in early spring வசந்த காலத்தின் முற்பகுதியில் காணப்படும் அளவில் சிறிய மஞ்சள், ஊதா அல்லது வெண்மை நிறப் பூ

croissant /ˈkrwæsɒ̃/ *noun* [C] a type of bread roll, shaped in a curve, that is often eaten with butter for breakfast வளை வடிவில் செய்யப்படும், பெரும்பாலும் வெண்ணெய்யுடன் சேர்த்துக் காலை உணவாகச் சாப்பிடுவதற்குரிய, சுருளப்ப வகை

crony /ˈkrəʊni/ *noun* [C] (*pl.* **cronies**) (*informal*) (often used in a critical way) a friend (பெரும்பாலும் குறை கூறும் முறையில் அல்லது கண்டனமாக) நண்பன்; தோழன்

crook /krʊk/ *noun* [C] **1** (*informal*) a dishonest person; a criminal நேர்மையில்லாத/நாணயமற்ற நபர்; ஏமாற்றுப் பேர்வழி; குற்ற இயல்புடையவர்; சட்டத்துக்கு மாறானவற்றைச் செய்பவர் **2** a bend or curve in sth ஒன்றில் காணப்படும் கோணல்; வளைவு; கூன் *the crook of your arm* (= the inside of your elbow)

crooked /ˈkrʊkɪd/ *adj.* **1** not straight or even நேராக அல்லது ஒரே சீராக இல்லாத; உருக்கோணலான; முறுக்கிய *That picture is crooked. • crooked teeth* **2** (*informal*) not honest நேர்மையற்ற; குற்றம் புரியும் இயல்புடைய; நெறி பிறழ்ந்த *a crooked accountant*

crop[1] /krɒp/ *noun* **1** [C] all the grain, fruit, vegetables, etc. of one type that a farmer grows at one time விவசாயி ஒரு சமயத்தில் விளைவிக்கும் ஒரு வகையான தானியம், பழம், காய்கறிகள் முதலியவற்றின் தொகுதி; ஒரு பருவத்தின் மொத்த ஓரின விளைச்சல் *a crop of apples* **2** [C, *usually pl.*] plants that are grown on farms for food உணவுக்காகப் பண்ணை நிலங்களில் பயிரிடப்படும் தாவரங்கள்; உணவுப் பயிர்கள் *Rice and soya beans are the main crops here.* **3** [*sing.*] a number of people or things which have appeared at the same time ஒரே நேரத்தில் வெளிவரும்/காணத்தோன்றும் பல ஆட்கள் அல்லது பொருள்கள் *the recent crop of movies about aliens*

crop[2] /krɒp/ *verb* (**cropping; cropped**) **1** [T] to cut sth very short ஒன்றைக் குட்டையாக வெட்டு; குறுகத் தறி *cropped hair* **2** [I] to produce a **crop**[1] **1** ஒரு பருவத்திற்கான பயிர் விளைவி

PHR V **crop up** to appear suddenly, when you are not expecting it எதிர்பாராத வேளையில் திடீரெனத் தோன்று அல்லது வெளிப்படு *We should have finished this work yesterday but some problems cropped up.*

cropper /ˈkrɒpə(r)/ *noun*

IDM **come a cropper** (*informal*) **1** to fall over or have an accident திடீரெனக் கீழே விழு அல்லது ஒரு விபத்துக்கு உள்ளாகு **2** to fail தோல்வியடை; வீழ்ச்சியுறு

croquet /ˈkrəʊkeɪ/ *noun* [U] a game that you play on grass. When you play croquet you use long wooden hammers (**mallets**) to hit balls through metal arches (**hoops**) புல்வெளியில் நீண்ட காம்புடைய மரச்சுத்திகளால் உலோகக் கவான் வளைவுகளுக்குள் பந்தை அடித்துச் செலுத்தி விளையாடும் விளையாட்டு; புல்வெளிப் பந்தாட்டம்

crore /krɔː(r)/ *noun* [C] ten million; one hundred lakhs இலட்சம் என்ற எண்ணின் நூறு மடங்கு; பத்து மில்லியன்; கோடி

cross[1] /krɒs/ *noun* [C] **1** a mark that you make by drawing one line across another (×). The sign is used for showing the position of sth, for showing that sth is not correct, etc. ஒரு கோட்டின் குறுக்கே மற்றொன்றை வரைந்து உண்டாக்கும் (×) வடிவுடைய குறி; குறுக்கு வெட்டுக் குறி. ஒன்றன் அமைவிடத்தைக் காட்டுதல், ஒன்று தவறானது/பிழைபட்டது என்பதைக் காட்டுதல் முதலியவற்றுக்காக இக்குறி பயன்படுத்தப்படுகிறது *I drew a cross on the map to show where our house is.* • *Incorrect answers were marked with a cross.* **2** (*also* **the Cross**) the two pieces of wood in the shape of a cross on which people were killed as a punishment in former times, or something in this shape (†) that is used as a symbol of the Christian religion முற்காலங்களில் கொலைத்தண்டனை நிறைவேற்றப் பயன்படுத்தப்பட்ட குறுக்குவெட்டுக் குறி அமைப்புடைய இரண்டு மரத் துண்டுகளாலான கழுமரம்; கிறிஸ்தவச் சமயச் சின்னமாகப் பயன்படுத்தப்படும் மேற்கூறிய வடிவமைப்பை உடைய ஒரு பொருள்; சிலுவை உருவப் பொருள் *She wore a gold cross round her neck.* ➪ **crucifix** பார்க்க. **3** [*usually sing.*] **a cross (between A and B)** something (especially a plant or an animal) that is a mixture of two different types of thing இரு வேறு வகைகளைச் சார்ந்த பொருள்களின் கலப்புருவான ஒன்று; குறிப்பாக கலப்பினத் தாவரம் அல்லது விலங்கு; கலவைப் பிறவி *a fruit which is a cross between a peach and an apple* **4** (in sports such as football) a kick or hit of the ball that goes across the front of the goal (கால் பந்தாட்டம் போன்ற விளையாட்டுகளில்) ஆட்ட இலக்குக் குறியிடத்திற்கு முன்புறத்தில் குறுக்காகச் செல்லும் பந்தின் மீதான அடி/உதை

IDM **noughts and crosses** ➪ **nought** பார்க்க.

cross[2] /krɒs/ *verb* **1** [I, T] **cross (over) (from sth/to sth)** to go from one side of sth to the other ஒன்றின் ஒரு பக்கத்திலிருந்து மறு பக்கத்துக்குப் போ; குறுக்கே கட *to cross the road* • *Where did you cross the border?* • *Which of the runners crossed the finishing line first?* **2** [I] (used about lines, roads, etc.) to pass across each other (வரைகோடுகள், சாலைகள் முதலியன வகையில்) ஒன்றையொன்று குறுக்கே கடந்துசெல்; குறுக்காக வெட்டு; வெட்டிச் செல் *The two roads cross just north of the village.* **3** [T] to put sth across or over sth else வேறொன்றன் குறுக்காக அல்லது வேறொன்றன் மீது ஒன்றை வை *to cross your arms* **4** [T] to make sb angry by refusing to do what he/she wants you to do ஒருவர் விருப்பத்தை நிறைவேற்றாது, அவரைச் சினம் கொள்ளச் செய்; ஒருவர் விருப்பம் கெடுத்து அல்லது ஒருவரை மீறி நடந்து சினமூட்டு *He's an important man. It could be dangerous to cross him.* **5** [T] **cross sth with sth** to produce a new type of plant or animal by mixing two different types வேறு வேறான இரண்டு வகைத் தாவரங்களை அல்லது விலங்குகளைச் சேர்த்து ஒரு புது இனத்தை உருவாக்கு; இனக்கலப்பு மூலம் புது இனம் உருவாக்கு *If you cross a horse with a donkey, you get a mule.* **6** [I, T] (in sports such as football and hockey) to pass the ball across the front of the goal (கால் பந்தாட்டம், வளைகோல் பந்தாட்டம் போன்ற விளையாட்டுகளில்) ஆட்ட

இலக்குக் குறியிடத்திற்கு முன்புறத்தில் பந்தைக் குறுக்காகச் செலுத்து

IDM **cross my heart (and hope to die)** (*spoken*) used for emphasizing that what you are saying is true தான் சொல்வது மெய்யானது என்பதை வலியுறுத்திக் கூறப் பயன்படுத்தப்படும் தொடர்

cross your fingers; keep your fingers crossed ➪ **finger**[1] பார்க்க.

cross your mind (used about a thought, idea, etc.) to come into your mind (எண்ணம், கருத்து முதலியவை வகையில்) தன் மனத்தில் தோன்று *It never once crossed my mind that she was lying.*

PHR V **cross sth off (sth)** to remove sth from a list, etc. by drawing a line through it ஒன்றன் ஊடாகக் கோடிட்டு அதனை ஒரு பட்டியல் முதலியவற்றிலிருந்து நீக்கு *Cross Krishnan's name off the guest list—he can't come.*

cross sth out to draw a line through sth that you have written because you have made a mistake, etc. தவறாக எழுதிய அல்லது பிழைபட்டுப்போன ஒன்றின் ஊடாகக் கோடு வரை; தவற்றைக் கோடிட்டு அடித்து வெட்டு

cross[3] /krɒs/ *adj.* (*informal*) **cross (with sb) (about sth)** angry or annoyed சினமுற்ற; கோபம் கொண்ட; எரிச்சல் கொண்ட *I was really cross with her for leaving me with all the work.*

NOTE **Angry, cross** ஆகிய இரண்டில், பின்னது முறைசார்பு குறைந்த வழக்காகும். ▶ **crossly** *adv. 'Be quiet,' Dad said crossly.*

crossbar /ˈkrɒsbɑː(r)/ *noun* [C] **1** the piece of wood over the top of a goal in football, etc. கால் பந்தாட்டம் முதலியவற்றின் ஆட்ட இலக்குக் குறியிட அமைப்பின் மேலுள்ள குறுக்குக் கட்டை **2** the metal bar that joins the front and back of a bicycle மிதிவண்டியின் முன்பகுதியையும் பின்பகுதியையும் இணைக்கும் உலோகக் கம்பி ➪ **bicycle** பதிவில் படம் பார்க்க.

cross-breed[1] *verb* [I, T] (*pt, pp* **cross-bred**) to make an animal or a plant breed with a different type of animal or plant; to breed with an animal or plant of a different type வேறொரு வகை விலங்கு அல்லது தாவரத்துடன் கூடி ஒரு விலங்கு அல்லது தாவரம் இனப்பெருக்கம் கொள்ளச் செய் அல்லது இனப்பெருக்கமுறு; இனக்கலப்பு வழி இனப்பெருக்கமுறச் செய் அல்லது இனப்பெருக்கமுறு *a cross-bred puppy* ▶ **cross-breeding** *noun* [U]

cross-breed[2] *noun* [C] an animal or a plant that has been produced by breeding two different types of animal or plant வேறுவேறான இரு வகை விலங்கு அல்லது தாவரச் சேர்க்கை வழி உண்டான விலங்கு அல்லது தாவரம்; இனக்கலப்பினால் உண்டான விலங்கு அல்லது தாவரம்; கலப்பினம்

cross-check *verb* [T] **cross-check sth (against sth)** to make sure that information, figures, etc. are correct by using a different method or system to check them சரிபார்ப்பதற்கான வேறொரு வகைமுறையை அல்லது செயல்முறையைப் பயன்படுத்தி, தகவல் கூறுகள், எண்ணிக்கைகள் முதலியவற்றின் சரிநுட்பத்தை உறுதிப் படுத்திக்கொள்; குறுக்குச் சரிபார்ப்புச் செய் *Cross-check your measurements against those suggested in the manual.*

cross-country *adj., adv.* across fields and natural land; not using roads or tracks வயல்கள் மற்றும் இயற்கையான நிலப்பரப்புகளின் ஊடாகச் செல்கிற; சாலைகள் அல்லது திருந்திய வழித்தடங்களைப் பயன்படுத்தாத/பயன்படுத்தாது; பாட்டையிலிருந்து விலகி வயல்கள் ஊடாகச் செல்கிற *We walked about 10 kilometres cross-country before we saw a village.*

cross-examine *verb* [T] to ask sb questions in a court of law, etc. in order to find out the truth about sth ஒன்றைப் பற்றிய உண்மையைக் கண்டறியும் பொருட்டு, நீதிமன்றம் முதலியவற்றில் ஒருவரிடம் கேள்விகள் கேள்; குறுக்கு விசாரணை செய் ▶ **cross-examination** *noun* [C, U]

cross-eyed *adj.* having one or both your eyes looking towards your nose ஒரு அல்லது இரு கண் பார்வையும் மூக்கை நோக்கியிருக்கிற; ஓரக்கண் பார்வையுடைய

cross-fertilize (*also* **-ise**) *verb* [T] to make a plant develop and grow fruit or seeds using a type of powder (**pollen**) from a different kind of plant வேறொரு வகைத் தாவரத்தின் பூந்தாதுவைப் பயன்படுத்தி ஒரு தாவரம் கனிகளை அல்லது விதைகளை உருவாக்கி முதிர்ச்சியுறச் செய்; ஒரு தாவரம் அயல் கருவுறச் செய் ▶ **cross-fertilization** (*also* **-isation**) *noun* [U, *sing.*]

crossfire /ˈkrɒsfaɪə(r)/ *noun* [U] a situation in which guns are being fired from two or more different directions இரண்டு அல்லது இரண்டுக்கு மேற்பட்ட வேறுவேறான திசைகளிலிருந்து துப்பாக்கிகளால் சுடப்படும் நிலை; குறுக்குவாட்டுத் துப்பாக்கிச் சூடு *The journalist was killed in crossfire.* • (*figurative*) *When my parents argued, I sometimes got* ***caught in the crossfire.***

crossing /ˈkrɒsɪŋ/ *noun* [C] **1** a place where you can cross over sth (சாலை முதலியவற்றைக்) கடப்பதற்குரிய இடம்; கடக்குமிடம் *You should cross the road at the pedestrian crossing.*

• *a border crossing* **2** (*BrE* **level crossing**) a place where a road and a railway line cross each other பாட்டையும் இருப்புப்பாதையும் ஒன்றையொன்று குறுக்கிடும் இடம்; சாலை-இருப்புப்பாதை கடக்குமிடம் **3** a journey from one side of a sea or river to the other ஒரு கடல் அல்லது நதியின் ஒரு பக்கத்திலிருந்து மறு பக்கத்துக்குச் செல்லும் பயணம் *We had a rough crossing.*

cross-legged /ˌkrɒsˈlegd/ *adj., adv.* sitting on the floor with your legs pulled up in front of you and with one leg or foot over the other சப்பணம் போட்டுத் தரையில் உட்கார்கிற/உட்கார்ந்து *to sit cross-legged*

cross purposes *noun*

IDM at cross purposes if two people are at cross purposes, they do not understand each other because they are talking about different things without realizing it (இருவர், வேண்டுமென்றே அல்லாது) இணக்கமின்றி; ஒத்திசைவற்று; ஒருவரையொருவர் பிழைபட உணர்ந்து

cross-reference *noun* [C] a note in a book that tells you to look in another place in the book for more information ஒரு நூலில் குறிப்பிட்ட ஒன்றைப் பற்றிய கூடுதலான தகவல் அந்நூலின் வேறோர் இடத்தில் உள்ளதைச் சுட்டும் குறிப்பு; குறுக்குக் குறிப்பு; தொடர்புக் குறிப்பு

crossroads /ˈkrɒsrəʊdz/ *noun* [C] (*pl.* **cross roads**) a place where two or more roads cross each other இரண்டு அல்லது இரண்டுக்கு மேற்பட்ட சாலைகள் ஒன்றையொன்று வெட்டிச்செல்லும் அல்லது குறுக்கிடும் இடம்; சாலைகள் சந்திப்பு *When you come to the next crossroads turn right.*

IDM at a crossroad/the crossroads at an important point in sb's life or development ஒருவருடைய வாழ்க்கையின் அல்லது வளர்ச்சியின் முக்கியமான கட்டத்தில்; திருப்பு முனையில்; திரும்பு கட்டத்தில் *He found himself at the crossroads when he was forced to choose between living in India or abroad.*

cross-section *noun* [C] **1** a picture of what the inside of sth would look like if you cut through it ஒன்றை ஊடாக வெட்டியெடுக்கும்பொழுது உட்பகுதியில் காணப்படுவது போன்ற அதன் உருப்படம்; குறுக்குவெட்டுத் தோற்றப் படம் *a cross-section of the human brain* ⇨ **flower** பதிவில் படம் பார்க்க. **2** a number of people, etc. that come from the different parts of a group, and so can be considered to represent the whole group ஒரு குழுவின் வெவ்வேறு பிரிவுகளிலிருந்து வந்தவர்களும் அக்குழுவின் முழுமையைப் பிரதிநிதித்துவப்படுத்தும் முறையில் அமைந்தவர்களுமான ஆட்கள்; முழுநிறை மாதிரி; நிறைபெயராண்மைக் குழு *The families we studied were chosen to represent a cross-section of society.* ▶ **cross-sectional** *adj.*

crosswalk /ˈkrɒswɔːk/ (*AmE*) = **pedestrian crossing**

crosswind /ˈkrɒswɪnd/ *noun* [C] a wind that is blowing across the direction that you are moving in ஒருவர் செல்லும் திசைக்குக் குறுக்காக வீசும் காற்று; எதிர் காற்று

crossword /ˈkrɒswɜːd/ (*also* **crossword puzzle**) *noun* [C] a word game in which you have to write the answers to questions (**clues**) in square spaces, which are arranged in a pattern ஓர் எடுத்துவரிச் சட்டத்தில் உள்ள சதுரக் கட்டங்களில் குறிப்பிட்ட கேள்விகளுக்கு விடைகளை எழுதி நிறைவு செய்ய வேண்டிய சொல் விளையாட்டு; குறுக்கெழுத்துப் புதிர் *Every morning I try to* ***do the crossword*** *in the newspaper.*

crotch /krɒtʃ/ (*also* **crutch**) *noun* [C] the place where your legs, or a pair of trousers, join at the top கால்கள் அல்லது காற்சட்டையின் மேல்பகுதி இணையும் இடம்

crouch /kraʊtʃ/ *verb* [I] **crouch (down)** to bend your legs and body so that you are close to the ground தரைக்கு அண்மையில் வருமாறு கால்களையும் உடலையும் வளை அல்லது தாழ்த்து; குனி *He crouched down behind the sofa.*

crow[1] /krəʊ/ *noun* [C] a large black bird that makes a loud noise காக்கை; காகம்

IDM as the crow flies (used for describing distances) in a straight line (தூர அளவுகளைக் குறிப்பிடும்போது) ஒரே நேர்கோட்டில்; சரி நேராக *It's a kilometre as the crow flies but three kilometres by road.*

crow[2] /krəʊ/ *verb* [I] **1** to make a loud noise like a male chicken (**cock**) makes சேவலைப் போன்று உரத்த ஒலி எழுப்பு; கூவு **2** (*informal*) to speak very proudly about sth; to boast ஒன்றைப் பற்றிப் பெருமை அடித்துக்கொள்; வீம்பு பேசு; தற்புகழ்ச்சி செய்

crowbar /ˈkrəʊbɑː(r)/ *noun* [C] a long iron bar that is used for forcing sth open ஒன்றைத் திறக்க அல்லது புடைபெயர்க்க நெம்புகோலாகப் பயன்படுத்தப்படும் நீண்ட இரும்புக் கம்பி; கடப்பாரை

crowd[1] /kraʊd/ *noun* **1** [C, *with sing. or pl. verb*] a large number of people in one place ஓரிடத்தில் பெரும் எண்ணிக்கையில் திரண்டுள்ளவர்கள்; மக்கள் திரள்; கூட்டம்; கும்பல் **2 the crowd** [*sing.*] ordinary people சாதாரணமானவர்கள்; சாமானியர்; பொது நிலையினர் *He wears weird clothes because he wants to* ***stand out from the***

crowd. **3** [C, *with sing. or pl. verb*] (*informal*) a group of people who know each other ஒருவருக்கொருவர் அறிமுகமானவர்களின் அல்லது பழக்கமுடையவர்களின் குழு அல்லது கும்பல் *John, Ramesh and Narayan will be there—all the usual crowd.*

crowd² /kraʊd/ *verb* **1** [I] **crowd around/round (sb)** (used about a lot of people) to stand in a large group around sb/sth (ஒரு கும்பல்/கூட்டத்தைப் பற்றிக் குறிப்பிடுகையில்) ஒருவரை/ஒன்றைச் சுற்றிக் கூட்டமாக நின்றிரு; பெருமளவில் குழுமியிரு *Fans crowded round the singer hoping to get his autograph.* **2** [T] (used about a lot of people) to fill an area (ஒரு கும்பல்/கூட்டத்தைப் பற்றிக் குறிப்பிடுகையில்) ஓரிடப்பரப்பில் நிறைந்திரு; திரளாக ஓரிடத்தில் குவிந்திரு *Groups of tourists crowded the main streets.* • (*figurative*) *Memories crowded her mind.*

PHR V **crowd into sth; crowd in** to go into a small place and make it very full ஒரு சிறு இடப்பரப்பிற்குள் சென்று அப்பரப்பை நிரப்பியிரு; மொய்த்திரு *Somehow we all crowded into their small living room.*

crowd sb/sth into sth; crowd sb/sth in to put a lot of people into a small place ஒரு சிறு இடப்பரப்பில் மிகப் பலரை உள்ளிடு; திணித்து வை *Ten prisoners were crowded into one small cell.*

crowd sth out; crowd sb out (of sth) to completely fill a place so that nobody else can enter வேறு எவருக்கும் இடம் இல்லாதபடி ஓரிடத்தில் முழுவதுமாக நிரம்பியிரு/நிரப்பு *Students crowd out the cafe at lunch time.* • *Smaller companies are being crowded out of the market.*

crowded /ˈkraʊdɪd/ *adj.* full of people மக்கள் நிறைந்திருக்கிற; கூட்டமான; நெருக்கடியான; நெரிசலான *a crowded bus* • *people living in poor and crowded conditions*

crown¹ /kraʊn/ *noun* **1** [C] a circle made of gold and jewels, that a king or queen wears on his/her head on official occasions பொன் அல்லது மணிக்கற்களால் செய்யப்பட்டதும், அரசன் அல்லது அரசி அரசு முறை நிகழ்ச்சிகளில் தலையில் அணிந்துகொள்வதுமான வட்ட வடிவப் பொருள்; மகுடம்; கிரீடம் **2 the Crown** [*sing.*] the state as represented by a king or queen ஓர் அரசன் அல்லது அரசி பெயராண்மை கொண்டுள்ள அல்லது பொறுப்பாட்சி செலுத்தும் நாடு அல்லது நாட்டரசு; முடியரசு *an area of land belonging to the Crown* **3** [*sing.*] the top of your head or of a hat தலை அல்லது தொப்பியின் மேற்பகுதி; உச்சி; தலையுச்சி **4** [*sing.*] the top of a hill மலையின் மேற்பகுதி; குன்றின் சிகரம்

crown² /kraʊn/ *verb* [T] **1** to put a crown on the head of a new king or queen in an official ceremony முறையான சடங்குமுறை நிகழ்ச்சியில் புதிதாகப் பதவி ஏற்கும் அரசன் அல்லது அரசி தலையில் மணிமுடி அணிவி; முடிசூட்டு *Akbar was crowned in 1556.* **2** (*usually passive*) **crown sth (with sth)** to have or put sth on the top of sth ஒன்றின் உச்சியில் ஒரு பொருளைக் கொண்டிரு அல்லது ஒரு பொருளை வை; உச்சிமீது அமைந்திரு அல்லது வை *The mountain was crowned with snow.* • (*figurative*) *Her years of hard work were finally crowned with success.*

crowning /ˈkraʊnɪŋ/ *adj.* (*only before a noun*) the best or most important மிகமிக முக்கியமான; முதன்மைச் சிறப்புடைய; தலைசிறந்த; பெருநலம் வாய்ந்த *Winning the World Championship was the crowning moment of her career.*

Crown prince *noun* [C] (*feminine* **Crown princess**) the person who has the right to become the next king or queen அடுத்த நேர் அரசுரிமையுள்ள ஒருவர்; பட்டத்து இளவரசன் (அல்லது இளவரசி)

crucial /ˈkruːʃl/ *adj.* **crucial (to/for sth)** extremely important மிகமிக முக்கியமான; இன்றியமையாத *Early diagnosis of the illness is crucial for successful treatment.* ✪ SYN **vital**
▶ **crucially** /-ʃəli/ *adv.*

crucible /ˈkruːsɪbl/ *noun* [C] **1** a pot in which substances are heated to high temperatures, metals are melted, etc. உயர் வெப்ப நிலைகளில் பொருள்களைச் சூடாக்குதல், உலோகங்களை உருகவைத்தல் முதலியவற்றுக்கான கொள்கலம் ⇨ **laboratory** பதிவில் படம் பார்க்க. **2** (*formal*) a place or situation in which people or ideas are tested, often creating sth new or exciting in the process பெரும்பாலும் புதிதான அல்லது எழுச்சியூட்டும் இயல்புடைய ஒன்று இடைவிளைவாகத் தோன்றக்கூடிய, ஆட்கள் அல்லது கருத்துகள் சோதனைக்கு உட்படுத்தப்படும் இடம் அல்லது சூழ்நிலை; சோதனைக் களம்

crucifix /ˈkruːsəfɪks/ *noun* [C] a small model of a cross with a figure of Jesus on it இயேசு கிறிஸ்து உருவம் கொண்டுள்ள சிறு சிலுவை உருமாதிரி

crucifixion /ˌkruːsəˈfɪkʃn/ *noun* [C, U] the act of crucifying sb ஒருவரைச் சிலுவையில் அறைந்து கொல்லுதல்; சிலுவையேற்றம் *the Crucifixion of Christ*

crucify /ˈkruːsɪfaɪ/ *verb* [T] (*pres. part.* **crucifying**; *3rd person sing. pres.* **crucifies**; *pt, pp* **crucified**) to kill sb by nailing or tying him/her to a cross ஒரு சிலுவையுடன் ஆணியால்

பிணைத்து அல்லது சேர்த்துக் கட்டி ஒரு-வரைக் கொல்; சிலுவையில் அறைந்து கொலை செய்

crude /kru:d/ *adj.* **1** simple and basic, without much detail, skill, etc. மிகுதியான விவரக் கூறுகள், செயல் திறம் முதலியவை இல்லாது, எளிய மற்றும் அடிநிலைக்கு உரியதான; செப்பமற்ற; பக்குவமுறாத *The method was crude but very effective.* • *She explained how the system worked* ***in crude terms.*** **2** referring to sex or the body in a way that would offend many people பலருக்கு மனம் ஒவ்வாததாக அமையும் வகையில் அல்லது அருவருப்-பூட்டும் முறையில், பாலுணர்ச்சி அல்லது உடற்கூறுகள் குறித்துப் பேசுகிற *He's always telling crude jokes.* **3** in its natural state, before it has been treated with chemicals வேதியியற் பொருள்கள் கொண்டு பதப்படுத்துவதற்கு முன்புள்ள இயற்கை நிலையிலான; சுத்தி-கரிக்கப்படாத *crude oil* ▶ **crudely** *adv. a crudely drawn face*

cruel /kru:əl/ *adj.* (**crueller; cruellest**) causing physical or mental pain or suffering to sb/sth ஒருவருக்கு உடல்நோவை அல்லது மனத்-துன்பத்தை உண்டாக்குகிற; துன்புறுத்துகிற; வேதனை தருகிற; கொடுமையான *I think it's cruel to keep animals in cages.* • *a cruel punishment* ▶ **cruelly** /ˈkru:əli/ *adv.*

cruelty /ˈkru:əlti/ *noun* (*pl.* **cruelties**) **1** [U] **cruelty (to sb/sth)** cruel behaviour ஒருவருக்கு/ஒன்றுக்குத் துன்பம் அல்லது வேதனை தரும் முறையிலான நடத்தை; இரக்கமின்மை; கல் மனம் *cruelty to children* **2** [C, *usually pl.*] a cruel act கொடுமையான, இரக்கமற்ற அல்லது துன்பம்/வேதனை தருகிற செயல் *the cruelties of war*

cruise¹ /kru:z/ *verb* [I] **1** to travel by boat, visiting a number of places, as a holiday விடுமுறைச் சுற்றுலாவாகப் படகில் பயணம் செய்; கடல் உலா செல்; கப்பற் சுற்றுப்பயணம் மேற்கொள் *to cruise around the world.* **2** to stay at the same speed in a car, plane, etc. சீருந்து, விமானம் முதலியவற்றில் ஒரே சீரான வேகத்தில் செல் *cruising at 80 kilometres an hour*

cruise² /kru:z/ *noun* [C] a holiday in which you travel on a ship and visit a number of different places கப்பலில் பல இடங்களுக்குச் சென்று கழிக்கும் விடுமுறை; விடுமுறைக்காலக் கப்பற் பயணம்; விடுமுறைக்காலக் கடல் உலா *They're planning to* ***go on a cruise.***

cruiser /ˈkru:zə(r)/ *noun* [C] **1** a large fast ship used in a war போரில் பயன்படுத்தப்படும் மிகுவிரைவுப் பெருங் கப்பல்; விரைவுப் போர்க்கப்பல் **2** a motorboat which has room for people to sleep in it தூங்கும் வசதியுடைய இயந்திர விசைப்படகு = **cabin cruiser** ➪ **boat** பதிவில் படம் பார்க்க.

crumb /krʌm/ *noun* [C] a very small dry piece of bread, cake or biscuit ரொட்டி, கேக் அல்லது பிஸ்கோத்தின் உலர்ந்த சிறு துண்டு

crumble /ˈkrʌmbl/ *verb* [I, T] **crumble (sth) (up)** to break or make sth break into very small pieces சிறுசிறு துண்டுகளாக உடைபடு அல்லது உடையச் செய்; நொறுங்கு; தூளாகு; தூளாக்கு *The walls of the church are beginning to crumble.* • *We crumbled up the bread and threw it to the birds.* • (*figurative*) *Support for the government is beginning to crumble.* ▶ **crumbly** /-bli/ *adj. This cheese has a crumbly texture.*

crumpet /ˈkrʌmpɪt/ *noun* [C] (*BrE*) a flat round bread-like cake with holes in the top that you eat hot with butter வெண்ணெய் சேர்த்துச் சூடாக உண்ணப்படும், மேற்பகுதியில் துளைகளை உடைய தட்டையான வட்ட வடிவ ரொட்டி-போன்ற கேக் வகை

crumple /ˈkrʌmpl/ *verb* [I, T] **crumple (sth) (into sth); crumple (sth) (up)** to be pressed or to press sth into an untidy shape ஒழுங்கற்ற வடிவாகும்படி ஒரு பொருள் அமுக்கப்படு அல்லது ஒரு பொருளை அமுக்கு; சுருட்டிக் கசக்கு; கசங்கு *She crumpled the letter into a ball and threw it away.*

crunch¹ /krʌntʃ/ *verb* **1** [T] **crunch sth (up)** to make a loud noise when you are eating sth hard கெட்டியான ஒன்றை உண்ணும்பொழுது உரத்த நொறுங்கும் ஒலி எழுப்பு; அரைப்-பொலி செய்; ஓசைபட மெல்லு *to crunch an apple* **2** [I] to make a loud noise like the sound of sth being crushed ஒரு பொருள் நசுக்கப்படுவது போன்ற வல்லொலி எழுப்பு; நெரிப்பொலி செய் *We crunched through the snow.* ▶ **crunchy** /ˈkrʌntʃi/ *adj. a crunchy apple*

crunch² /krʌntʃ/ *noun* [*sing.*] an act or a noise of crunching பல்லரைப்பு; பல்லரைப்பொலி; நெரித்தல்; நெரிப்பொலி *There was a loud crunch as he sat on the box of eggs.*

IDM **if/when it comes to the crunch** if/when you are in a difficult situation and must make a difficult decision ஓர் இக்கட்டான சூழ்நிலையில் அகப்பட்டு ஒரு கடினமான முடிவு எடுக்க-வேண்டிய நிலையில் *If it comes to the crunch, I'll stay and fight.*

crusade /kru:ˈseɪd/ *noun* [C] **1** a fight for sth that you believe to be good or against sth that you believe to be bad தான் நல்லது என்று நம்பும் ஒன்றற்கு ஆதரவாக அல்லது தீயது எனக் கருதும் ஒன்றற்கு எதிராகப் போராடுதல்; அறப்போர் *Mr Mehta is leading a crusade against drugs in his neighbourhood.* **2 Crusade** one of the wars fought in Palestine by European

Christians against Muslims in the Middle Ages இடைக்காலங்களில் ஐரோப்பியக் கிறிஸ்தவர்கள் இஸ்லாமியர்களுக்கு எதிராக பாலஸ்தீனத்தில் நடத்திய போர்களில் ஒன்று; சிலுவைப்போர் ► **crusader** *noun* [C]

crush¹ /krʌʃ/ *verb* [T] **1** to press sb/sth hard so that he/she/it is broken, damaged or injured ஒருவர்/ஒன்று உடைந்துபோகும்படி, பழுதுபடும்படி, அல்லது காயமடையும்படி வன்மையாக நெருக்கு; நெரி, கசக்கு அல்லது அழுத்தி அமுக்கு *Most of the eggs got crushed when she sat on them.* • *He was crushed to death by a lorry.* **2 crush sth (up)** to break sth into very small pieces or a powder சிறு துணுக்குகளாக அல்லது துகள்களாக ஆகுமாறு ஒன்றை உடை, நசுக்கு அல்லது நொறுக்கு *Crush the garlic and fry in oil.* **3** to defeat sb/sth completely ஒருவரை/ஒன்றை முற்றிலுமாகத் தோல்வியுறச் செய்; வீழ்த்து; முறியடி *The army was sent in to crush the rebellion.*

crush² /krʌʃ/ *noun* **1** [*sing.*] a large group of people in a small space ஒரு சிற்றிடத்தில் குழுமியுள்ள திரளான ஆட்கள்; ஆட்கூட்ட நெருக்கடி *There was such a crush that I couldn't get near the bar.* **2** [C] (*informal*) **a crush (on sb)** a strong feeling of love for sb that only usually lasts for a short time பெரும்பாலும் நீடித்து நிலைக்காத, ஒருவர் மீதான தீவிரமான காதல் அல்லது நேச உணர்வு; நிலையற்ற மோகம், மையல் *Meenakshi* ***had a*** *huge* ***crush*** *on her teacher.*

crushing /ˈkrʌʃɪŋ/ *adj.* (*only before a noun*) that defeats sb/sth completely; very bad ஒருவரை/ஒன்றை முற்றிலுமாகத் தோல்வியுறச் செய்கிற; வீழ்த்துகிற; நிலைகுலைவான; மிக மோசமான *a crushing defeat*

crust /krʌst/ *noun* [C, U] **1** the hard part on the outside of a piece of bread, a pie, etc. ரொட்டி, பை போன்ற மாப்பணியார வகைகளின் கெட்டியான புறப்பகுதி; அப்பப் பொருக்கு **2** a hard layer on the outside of sth ஒன்றன் வெளிப்பகுதியின் கடினமான படுகை அல்லது பாளம்; புறத்தோடு; மேல் ஓடு; பட்டை *the earth's crust*

crustacean /krʌˈsteɪʃn/ *noun* [C] (*technical*) any creature with a soft body in several sections and covered with a hard outer shell. Crustaceans usually live in water வழக்கமாக நீரில் வாழ்வதும், கெட்டியான மேல் ஓடு மூடிய பல பகுதிகளாக உள்ள மென்மையான உடலை உடையதுமான உயிரின வகை; நத்தை, நண்டு போன்ற உயிரின வகை *Crabs, lobsters, shrimps and prawns are crustaceans.*

crusty /ˈkrʌsti/ *adj.* **1** having a hard **crust 1** கெட்டியான புறப்பகுதியுடைய; பொருக்குடைய *crusty bread* **2** (*informal*) bad-tempered and impatient ஆத்திரமும் பொறுமையின்மையும் கொண்ட; சிடுசிடுப்பான *a crusty old man*

crutch /krʌtʃ/ *noun* [C] **1** a type of stick that you put under your arm to help you walk when you have hurt your leg or foot கால் அல்லது பாதம் ஊறுபட்ட/பழுதுற்ற நிலையில் நடப்பதற்கு உதவியாகத் தோளின் கீழ்ப்பகுதியில் வைத்துக்கொள்ளும் ஒரு வகைக் கழி; ஊன்றுகட்டை; முடவன் கோல் *She was* ***on crutches*** *for two months after she broke her ankle.* ➪ **walking stick** பார்க்க. **2** = **crotch**

crux /krʌks/ *noun* [*sing.*] the most important or difficult part of a problem ஒரு சிக்கலின் அல்லது பிரச்சினையின் மிக முக்கியமான அல்லது இக்கட்டான கட்டம்; சிக்கலின் உயிர்க்கூறு *The* ***crux of the matter*** *is how to stop this from happening again.*

cry¹ /kraɪ/ *verb* (*pres, part.* **crying**; *3rd person sing. pres.* **cries**; *pt, pp* **cried**) **1** [I] to make a noise and produce tears in your eyes, for example because you are unhappy or have hurt yourself துக்கம், வலி முதலியவற்றின் காரணமாக, கண்ணீர் விட்டு அழு; கதறு *The child was crying for* (= because she wanted) *her mother.* **2** [I, T] **cry (out)** to shout or make a loud noise உரத்த ஒலி செய்; கத்து; கூச்சலிடு; கூப்பாடு போடு *We could hear someone crying for help.* • *'Look!' he cried, 'There they are.'*

IDM **a shoulder to cry on** ➪ **shoulder¹** பார்க்க.

cry your eyes out to cry a lot for a long time நீண்ட நேரம் கதறு அல்லது அழு

cry out for sth to need sth very much ஒன்றைப் பெரிதும் வேண்டி நாடு; ஒன்றிற்காக ஏங்கு *Pune is crying out for a new transport system.*

cry² /kraɪ/ *noun* (*pl.* **cries**) **1** [C] a shout or loud high noise உரத்த ஒலி; கூச்சல்; இரைச்சல்; முழக்கம்; அலறல்; கூக்குரல்; கூப்பாடு *the cries of the children in the playground* • *We heard Amresh give a cry of pain as the dog bit him.* • (*figurative*) *Her suicide attempt was really* ***a cry for help***. **2** [*sing.*] an act of **crying¹ 1** துக்கம், வலி முதலியவை காரணமாகக் கண்ணீர் விட்டு உரத்த ஒலி செய்தல்; கூக்குரலிட்டு அழுதல்; கதறுதல்; அலறுதல் *After a good cry I felt much better.*

IDM **a far cry from sth/from doing sth** ➪ **far¹** பார்க்க.

crying /ˈkraɪɪŋ/ *adj.* (*only before a noun*) (used to talk about a bad situation) very great (மோசமான ஒரு சூழ்நிலையைப் பற்றிக் குறிப்பிடுகையில்) பேரளவிலான; மிகுதியான; பெரும்படியான *It's* ***a crying shame*** *that so many young people can't find jobs.*

crypt /krɪpt/ *noun* [C] a room that is under a church, where people were sometimes buried in the past கடந்த காலத்தில் சில வேளைகளில் இறந்தவர்களைப் புதைக்கப் பயன்படுத்தப்பட்ட, கிறிஸ்தவத் தேவாலயத்தின் நிலவறை

cryptic /ˈkrɪptɪk/ *adj.* having a hidden meaning that is not easy to understand; mysterious புரிந்துகொள்வதற்கு அரிதான மறைபொருளை உள்ளடக்கிய; தெளிவாகப் புலப்படாத; விளங்காத; மறைபுதிரான ▶ **cryptically** /-kli/ *adv.*

crypto- /ˈkrɪptəʊ/ *prefix* (*used in nouns*) hidden; secret மறைவான; மறைவடக்கமான; இரகசியமான; மறைக்கப்பட்ட

crystal /ˈkrɪstl/ *noun* **1** [C] a regular shape that some mineral substances form when they become solid சில வகைக் கனிமப்பொருள்கள் திடப்பொருள் நிலையை அடையும்பொழுது பெறும் ஓர் ஒழுங்கமைவான வடிவம்; படிக உரு; மணி உரு *salt crystals* **2** [U] a clear mineral that can be used in making jewellery அணிகலங்கள் செய்யப் பயன்படுத்தக்கூடிய, ஒளி ஊடுருவும் தன்மை கொண்ட கனிமப்பொருள் வகை; மணிப்பளிங்கு **3** [U] very high-quality glass மிக உயர்தரக் கண்ணாடி வகை *a crystal vase*

crystal ball *noun* [C] a glass ball used by people who claim they can predict what will happen in the future எதிர் காலத்தில் என்ன நடக்கும் என்பதை முன்கூட்டியே தங்களால் கூறமுடியும் என்று சொல்லிக்கொள்ளும் சிலர் பயன்படுத்தும் ஒரு கண்ணாடிக்கோளம்; படிக உருண்டை

crystal clear *adj.* **1** (used about water, glass, etc.) that you can see through perfectly (நீர், கண்ணாடி முதலியவை வகையில்) அதன் ஊடாகத் துல்லியமாக/முழு நிறைவாகப் பார்க்கக் கூடிய; ஒளி முழுதும் ஊடுருவவல்ல **2** very easy to understand உணர்வதற்கு அல்லது அறிவதற்கு மிகவும் எளிதான; தெளிவாகப் புரிந்துகொள்ளக்கூடிய *The meaning is crystal clear.*

crystalline /ˈkrɪstəlaɪn/ *adj.* made of or similar to **crystals** மணிப்பளிங்கால் ஆன; மணிப்பளிங்கு போன்ற; படிகத்தை ஒத்த; படிகத்தால் செய்யப்பட்ட

crystallize (*also* **-ise**) /ˈkrɪstəlaɪz/ *verb* [I, T] **1** (used about thoughts, beliefs, plans, etc.) to become clear and fixed; to make thoughts, etc. become clear and fixed (எண்ணங்கள், நம்பிக்கைகள், திட்டங்கள் முதலியன) தெளிவுற்று உறுதிப்படு; துலக்கம் பெற்று ஒருநிலைப்படு; எண்ணங்கள், நம்பிக்கைகள் முதலியவற்றைத் தெளிவாக்கி நிலைப்படுத்து அல்லது உறுதிப்படுத்து *Our ideas gradually began to crystallize into a definite strategy.* **2** to form or make sth form into **crystals** படிகமாகு; படிக உருப்பெறு; ஒன்றைப் படிக உருப்படுத்து; மணி உருப்படுத்து ▶ **crystallization** (*also* **-isation**) /ˌkrɪstəlaɪˈzeɪʃn/ *noun* [U]

cu. *abbr.* cubic கன சதுர; மும்மடிக்கூறான *a volume of 3 cu. ft*

cub /kʌb/ *noun* [C] **1** a young bear, lion, etc. கரடி, சிங்கம் முதலியனவற்றின் இளம்கன்று; குட்டி; கரடிக்குட்டி; சிங்கக்குட்டி, முதலியன ➪ **lion** பதிவில் படம் பார்க்க.

cube[1] /kjuːb/ *noun* [C] **1** a solid shape that has six equal square sides ஆறு ஒத்த அளவான சதுரப் பக்கங்களைக் கொண்ட திடப்பொருள் வடிவம்; கன சதுரம்; சம சதுர ஆறுமுகப் பிழம்புரு ➪ **solid** பதிவில் படம் பார்க்க. **2** (*mathematics*) the number that you get if you multiply a number by itself twice ஓர் எண்ணை அவ்வெண்ணாலேயே இரு முறை பெருக்கும்போது கிடைக்கும் எண்; மும்மடிப் பெருக்கம் *the cube of 5 (5^3) is 125* (= 5 × 5 × 5). ➪ **square**[1] பார்க்க.

cube[2] /kjuːb/ *verb* [T] (in mathematics) (*usually passive*) to multiply a number by itself twice (கணிதத்தில்) ஓர் எண்ணை அவ்வெண்ணாலேயே இரு முறை பெருக்கு; மும்மடிப் பெருக்கமாக்கு *Four cubed (4^3) is 64* (= 4 × 4 × 4). ➪ **square**[1] மற்றும் **cube root** பார்க்க.

cube root *noun* [C] (in mathematics) a number which, when multiplied by itself twice, produces a particular number (கணிதவியலில்) அவ்வெண்ணாலேயே இரு முறை பெருக்கும்போது குறிப்பிட்ட ஓர் எண்ணைத் தரும் எண்; மும்மடிப் பெருக்க மூலம்; கன மூலம் *The cube root of 64 ($\sqrt[3]{64}$) is 4.* ➪ **square root** பார்க்க.

cubic /ˈkjuːbɪk/ *adj.* connected with a measurement of volume expressed as a **cube**[1] **2** மும்மடிப் பெருக்கமாகக் கூறப்படும் ஒன்றன் கொள்ளளவு தொடர்பான; கன அளவைக்குரிய *If a box is 4 cm long, 4 cm wide and 4 cm high, its volume is 64 cubic centimetres.* • *The lake holds more than a million cubic metres of water.*

cubicle /ˈkjuːbɪkl/ *noun* [C] a small room that is made by separating off part of a larger room ஒரு பெரிய அறையின் ஒரு பகுதியைத் தடுத்து அமைக்கப்படும் சிற்றறை *There are cubicles at the swimming pool for changing your clothes.*

cuckoo /ˈkʊkuː/ *noun* [C] a bird which makes a sound like its name. Cuckoos put their eggs into the **nests** of other birds கூ கூ என ஒலி எழுப்புவதும் வேறு பறவைகளின் கூடுகளில் முட்டையிடும் வழக்கமுடையதுமான ஒரு பறவை; குயில்

cucumber /ˈkjuːkʌmbə(r)/ *noun* [C, U] a long, thin vegetable with a dark green skin that does not need to be cooked வெள்ளரிக்காய் ➪ **vegetable** பதிவில் படம் பார்க்க.

cud /kʌd/ *noun* [U] the food that cows and similar animals bring back from the stomach into the mouth to eat again பசுக்கள் மற்றும் ஒத்த விலங்குகள் மீண்டும் உண்ணுவதற்காக வயிற்றிலிருந்து வாய்க்குக் கொண்டுவரும் உணவு; அசைபோடும் உணவு *cows chewing the cud*

cuddle /ˈkʌdl/ *verb* [I, T] to hold sb/sth closely in your arms ஒருவரை/ஒன்றைக் கைகளில் நெருக்கமாக அணை; தழுவு *The little girl was cuddling her favourite doll.* ▶ **cuddle** *noun* [C] *He* ***gave*** *the child* ***a cuddle*** *and kissed her goodnight.*

PHR V **cuddle up (to/against sb/sth); cuddle up (together)** to move close to sb and sit or lie in a comfortable position ஒருவரை நெருங்கி இன்ப நலமார்ந்த முறையில் அமர் அல்லது படு; அரவணைப்பாக உட்கார் அல்லது படு *They cuddled up together for warmth.*

cuddly /ˈkʌdli/ *adj.* soft and pleasant to hold close to you நெருக்கமாகப் பற்றிப் பிடிக்கையில் மென்மையாகவும் இனிமையாகவும் இருக்கிற; அணைப்பதற்கு அல்லது தழுவுதற்கு இனிதான *a cuddly toy*

cue /kju:/ *noun* [C] **1** a word or movement that is the signal for sb else to say or do sth, especially in a play குறிப்பாக ஒரு நாடகத்தில், மற்றொருவர் ஒன்றைச் சொல்வதற்கான அல்லது செய்வதற்கான சமிக்ஞையாக அமையும் சொல் அல்லது அசைவு; சமிக்ஞைக் குறிப்பு; சாடைக் குறிப்பு *When Reva puts the tray on the table, that's your cue to come on stage.* **2** an example of how to behave ஒரு நடத்தை முறை அல்லது செயல் ஒழுங்குக்கான முன்மாதிரி; வழிகாட்டு குறிப்பு; எடுத்துக்காட்டு மாதிரி *I'm not sure how to behave at a Japanese wedding, so I'll* ***take my cue from*** *the hosts.* **3** a long, thin wooden stick used to hit the ball in some games that are played on a special table (**snooker** and **billiards**) மேசைக்கோல் பந்தாட்டம் போன்ற, தனிவகை மேசை விளையாட்டுகளில் பயன்படுத்தப்படும் நீண்ட மெல்லிய மரக்கழி; மேசைக்கோல் பந்தாட்டக் கழி

IDM **(right) on cue** at exactly the moment expected சரியாக எதிர்பார்க்கப்படும் நேரத்திலேயே; தக்க சமயத்தில் *Just as I was starting to worry about Sreenath, he phoned right on cue.*

cuff /kʌf/ *noun* [C] **1** the end part of a sleeve, which often fastens at the wrist பெரும்பாலும் மணிக்கட்டில் பொருத்திக்கொள்ளும் சட்டைக்கையின் நுனிப் பகுதி; சட்டையின் முன்கைப் பகுதி **2 cuffs** [*pl.*] = **handcuffs** **3** a light hit with the open hand திறந்த கையால் அடிக்கப்படும் மென்மையான அடி; கைவீச்சடி; அறை

IDM **off the cuff** (used about sth you say) without thought or preparation before that moment (தான் சொல்லும் ஒன்றைப் பற்றிக் குறிப்பிடுகையில்) நடப்பு நேரத்திற்கு முன்புவரை கருத்துச் செலுத்தாமல் அல்லது முன் ஆயத்தமின்றி; உடனடிச் செய்கையாக *I haven't got the figures here, but, off the cuff, I'd say the rise is about 10%.*

cufflink /ˈkʌflɪŋk/ *noun* [C, *usually pl.*] one of a pair of small objects used instead of a button to fasten a shirt sleeve together at the wrist சட்டைக்கையின் நுனிப்பகுதியை மணிக்கட்டில் பொருத்தப் பொத்தானுக்குப் பதிலாகப் பயன்படுத்தப்படும் இணை பொருள்களில் ஒன்று; சட்டைக்கை இணைகொளுவி

cuisine /kwɪˈzi:n/ *noun* [U] (*formal*) the style of cooking of a particular country, restaurant, etc. குறிப்பிட்ட ஒரு நாடு, ஓர் உணவகம் முதலியவற்றுக்குரிய சமையற் பாணி; தனிவகைச் சமையல் *Italian cuisine*

NOTE இச்சொல்லின் முறைசார்பு குறைந்த வழக்கு **cooking** என்பதாகும்.

cul-de-sac /ˈkʌl də sæk/ *noun* [C] (*pl.* **cul-de-sacs**) a street that is closed at one end ஒரு முனை அடைக்கப்பட்ட தெரு; ஒற்றை வாயில் தெரு; ஒரு முக அடைப்புத் தெரு; முட்டுத் தெரு

culinary /ˈkʌlɪnəri/ *adj.* (*formal*) connected with cooking சமையல் தொடர்பான அல்லது சமையலுக்குரிய

cull /kʌl/ *verb* [T] **1** to kill a number of animals in a group to prevent the group from becoming too large ஒரு தொகுதியிலுள்ள விலங்குகளின் எண்ணிக்கை கட்டுக்கடங்காமல் போகாதிருக்கும் பொருட்டு அதிலுள்ள விலங்குகள் பலவற்றைக் கொல் **2** to collect information, ideas, etc., from different places பல்வேறு இடங்களிலிருந்து தகவல், கருத்துகள் முதலியவற்றைத் தொகு அல்லது திரட்டு *I managed to cull some useful addresses from the Internet.* ▶ **cull** *noun* [C] *a deer cull*

culminate /ˈkʌlmɪneɪt/ *verb* [I] (*formal*) **culminate in sth** to reach a final result இறுதி முடிவை எட்டு; உச்ச நிலைக்கு வா *The team's efforts culminated in victory in the championships.* ▶ **culmination** /ˌkʌlmɪˈneɪʃn/ *noun* [*sing.*] *The joint space mission was the culmination of years of research.*

culottes /kju:ˈlɒts/ *noun* [*pl.*] women's wide short trousers that are made to look like a skirt அரைப் பாவாடை போன்று தோன்றுமாறு தைக்கப்பட்ட பெண்கள் கால்சட்டை; பெண்கள் அரைக்கால் சட்டை *a pair of culottes*

culpable /ˈkʌlpəbl/ *adj.* (*formal*) responsible for sth bad that has happened ஒரு தீய நிகழ்வுக்குப் பொறுப்பான; குற்றப் பொறுப்புடைய; ஒரு தவற்றுக்குப் பதில் சொல்லக் கடமைப்பட்ட

culprit /ˈkʌlprɪt/ *noun* [C] a person who has done sth wrong தப்பு செய்தவர்; தவறிழைத்தவர்; குற்றவாளி

cult /kʌlt/ *noun* [C] **1** a type of religion or religious group, especially one that is considered unusual குறிப்பாக வழக்கமீறியதாக அல்லது தனிப்போக்குடையதாகக் கருதப்படும், ஒரு சமயம் அல்லது சமயப் பிரிவு; தனிவகை வழிபாட்டு மரபு அல்லது மரபினர் **2** a person or thing that has become popular with a particular group of people குறிப்பிட்ட பிரிவினரால் பெரிதும் போற்றப்படும் அல்லது குறிப்பிட்ட பிரிவினரின் பற்றீடுபாட்டுக்கு உரிய ஒருவர் அல்லது ஒன்று *cult movies*

cultivar /ˈkʌltɪvɑː(r)/ *noun* [C] (*technical*) a particular variety of a plant whose characteristics have been controlled by people in the way it has been bred வளர்ப்பு முறையால் இயற்கூறுகள் கட்டுப்படுத்தப்படும் குறிப்பிட்ட தாவர வகை

cultivate /ˈkʌltɪveɪt/ *verb* [T] **1** to prepare and use land for growing plants for food or to sell உணவுக்காக அல்லது விற்பனைக்காகப் பயிர் செய்யும் பொருட்டு நிலத்தைப் பண்படுத்து அல்லது திருத்து *to cultivate the soil* **2** to grow plants for food or to sell உணவுக்காக அல்லது விற்பனைக்காகப் பயிர் செய் *Mangoes have been cultivated for centuries in countries with tropical climate.* **3** to try hard to develop a friendship with sb ஒருவரது நட்பைப் பேணி வளர்க்க அல்லது நட்புறவைப் பெற்று வளர்த்துக்கொள்ள முனைப்புடன் முயல் *He cultivated links with colleagues abroad.* ▶ **cultivation** /ˌkʌltɪˈveɪʃn/ *noun* [U] ➪ **shifting cultivation** பார்க்க.

cultivated /ˈkʌltɪveɪtɪd/ *adj.* **1** well educated, with good manners கல்வியிலும் நடத்தையிலும் மேம்பட்ட; பண்பட்ட; நாகரிக நயம் கைவரப்பெற்ற **2** (used about land) used for growing plants for food or to sell (நிலம் பற்றிக் குறிப்பிடும்போது) உணவுப்பயிர்கள் அல்லது பணப்பயிர்கள் விளைவிக்கப் பயன்படுத்தப்படுகிற; பயிர் செய்வதற்குரிய; வேளாண்மைக்குரிய **3** (used about plants) grown on a farm, not wild (தாவரங்கள் வகையில்) காட்டுத் தாவரமாக அல்லாது பண்ணை நிலத்தில் வளர்க்கப்படுகிற; வளர்ப்புப் பயிரான

cultural /ˈkʌltʃərəl/ *adj.* **1** connected with the customs, ideas, beliefs, etc. of a society or country ஒரு சமுதாயத்தின் அல்லது நாட்டின் பழக்க வழக்கங்கள், கருத்துகள், நம்பிக்கைகள் முதலியவை தொடர்பான; பண்பாடு சார்ந்த நாகரிகத்துக்குரிய *The country's cultural diversity is a result of taking in immigrants from all over the world.* ➪ **multicultural** பார்க்க. **2** connected with art, music, literature, etc. கலை, இசை, இலக்கியம் முதலியவை சார்ந்த; கலைகள் தொடர்பான *The city has a rich cultural life, with many theatres, concert halls and art galleries.* ▶ **culturally** /-rəli/ *adv.*

culture /ˈkʌltʃə(r)/ *noun* **1** [C, U] the customs, ideas, beliefs, etc. of a particular society, country, etc. குறிப்பிட்ட சமுதாயம், நாடு முதலியவற்றின் பழக்கவழக்கங்கள், கருத்துகள், நம்பிக்கைகள் முதலியன; பண்பாடு; நாகரிகம் *people from many different cultures* **2** [U] art, literature, music, etc. கலை, இலக்கியம், இசை முதலியன; கலை வளம் *London has always been a centre of culture.* **3** [C] (*medical*) a group of cells or bacteria, especially taken from a person or an animal and grown for medical or scientific study குறிப்பாக மனிதர் அல்லது விலங்கிலிருந்து எடுக்கப்பட்டு மருத்துவ அல்லது அறிவியல் ஆய்வுக்காக வளர்க்கப்படும், உயிரணுக்கள் அல்லது நுண்ணுயிர்களின் தொகுதி; செய்முறை சார்ந்து வளர்க்கப்படும் நுண்மத் தொகுதி *Yoghurt is made from active cultures.*

cultured /ˈkʌltʃəd/ *adj.* well educated, showing a good knowledge of art, music, literature, etc. கல்விச் சிறப்பு வாய்ந்த; கலை, இசை, இலக்கியம் முதலியவற்றில் சிறந்த தேர்ச்சியுடைய; பண்பட்ட; நய நாகரிகமான

culture shock *noun* [U] a feeling of confusion, etc. that you may have when you go to live in or visit a country that is very different from your own தனது நாட்டிலிருந்து பெரிதும் வேறான ஒரு நாட்டுக்குக் காட்சிப் பயணமாக அல்லது தங்கி வாழச் செல்லும்போது ஒருவருக்கு ஏற்படக் கூடிய மனக்குழப்பம் முதலியன; பண்பாட்டு அதிர்ச்சி

culvert /ˈkʌlvət/ *noun* [C] a pipe for water that goes under a road, etc. சாலை முதலியவற்றின் அடிப்பகுதியில் அமைக்கப்படும் நீர் செல்வதற்கான குழாய்; குழாய்ப் பாலம்; மதகுப் பாலம்

cum /kʌm/ *prep.* (*used for joining two nouns together*) also used as; as well as உடன்; உடனிணைந்து; உடனாக; கூட; உடனொத்து *a bedroom-cum-study*

cumbersome /ˈkʌmbəsəm/ *adj.* **1** heavy and difficult to carry, use, wear, etc. எடுத்துச் செல்லுதல், பயன்படுத்துதல், அணிந்து கொள்ளுதல் முதலியவற்றுக்குக் கனமாகவும் கடினமாகவும் உள்ள; எளிதாகக் கையாள முடியாத **2** (used about a system, etc.) slow and complicated (ஓர் அமைப்பு முறை முதலியவற்றைப் பற்றிக் குறிப்பிடுகையில்) தாமதப்படுத்துவதாகவும்

சிக்கலானதாகவும் இருக்கிற; இடைஞ்சலான; முட்டுக்கட்டையாயுள்ள *cumbersome legal procedures*

cumin /ˈkjumɪn/ *noun* [U] the dried seeds of the cumin plant used as a spice especially in Indian cooking சீரகம்

cumulative /ˈkju:mjələtɪv/ *adj*. increasing steadily in amount, degree, etc. (எண்ணிக்கை, படிநிலை முதலியவை வகையில்) ஒரே சீராக மிகுந்து செல்கிற; படிப்படியாகப் பெருகுகிற அல்லது திரண்டு வளர்கிற *a cumulative effect*

cumulonimbus /ˌkju:mjʊləʊˈnɪmbəs/ *noun* [U] (*technical*) a type of cloud that forms a large very high mass, with a flat base at a fairly low level, and often a flat top. It is seen, for example, during **thunderstorms** இடி, மின்னல், புயல் போன்ற சமயங்களில் வானத்தில் ஓரளவு கீழ்மட்டத்தில் காணப்படும், அடிப்பகுதி தட்டையாகவும் பெரும்பாலும் மேல்பகுதியும் தட்டையாகவும் உள்ள பரந்து செறிந்த மேகத் திரள் வகை; படியடுக்காகச் செறிந்து காணப்படும் பெரும் முகிற்படிவு

cumulus /ˈkju:mjələs/ *noun* [U] (*technical*) a type of thick white cloud திரளாகக் குவிந்து காணப்படும் வெண்ணிற மேகம்; திரண்டு செறிந்த வெண்முகில்

cunning /ˈkʌnɪŋ/ *adj*. clever in a dishonest or bad way நேர்மையற்ற அல்லது தவறான வழிகளில் திறமையுடன் செயல்படுகிற; சூழ்ச்சித் திறம் கொண்ட; தந்திரமான; சூதுவாதுள்ள *He was as cunning as a fox.* • *a cunning trick* ✪ **SYN sly** or **wily** ▶ **cunning** *noun* [U] ▶ **cunningly** *adv*.

cup¹ /kʌp/ *noun* [C] **1** a small container usually with a handle, used for drinking liquids திரவங்களைப் பருகுவதற்குப் பயன்படுத்தப்படும், பெரும்பாலும் கைப்பிடியுள்ள, சிறு கொள்கலம்; கோப்பை *a teacup* • *a cup of coffee* **2** (in sport) a large metal cup given as a prize; the competition for such a cup (போட்டி விளையாட்டுகளில்) பரிசாகத் தரப்படும் பெரிய உலோகக் கோப்பை; பரிசுக் கோப்பை; பரிசுக் கோப்பைக்கான போட்டி நிகழ்ச்சி *Our team won the cup in the basketball tournament*. **3** an object shaped like a cup குவளை/கோப்பை வடிவான பொருள் *an egg cup*

IDM not sb's cup of tea not what sb likes or is interested in ஒருவர் விரும்பாத அல்லது ஈடுபாடு கொள்ளாத ஒன்று *Horror films aren't my cup of tea.*

cup² /kʌp/ *verb* [T] (**cupping**; **cupped**) to form sth, especially your hands, into the shape of a cup; to hold sth with your hands shaped like a cup ஒரு பொருளை, குறிப்பாகக் கைகளை, குவளை வடிவாகச் செய்; கிண்ணம் போலக் குழிவாக்கு; கிண்ணம் போலக் குழிவாக்கிய கைகளில் ஒரு பொருளைப் பிடி *I cupped my hands to take a drink from the stream.*

cupboard /ˈkʌbəd/ *noun* [C] a piece of furniture, usually with shelves inside and a door or doors at the front, used for storing food, clothes, etc. வழக்கமாக உட்புறத்தில் படித்தட்டுகளையும், முன் பகுதியில் கதவு அல்லது கதவுகளையும் கொண்டதும், உணவு, ஆடைகள் முதலியவற்றை உள்ளிட்டு வைப்பதற்குப் பயன்படுத்தப்படுவதுமான நிலை அடுக்கு; அலமாரி

cup final *noun* [C] (especially in football) the last match in a series of matches in a competition that gives a cup as a prize to the winner (குறிப்பாகக் கால்பந்தாட்டத்தில்) வெற்றி பெற்றவருக்குப் பரிசாக ஒரு கோப்பை வழங்குவதற்குரிய, போட்டித் தொடர் ஆட்டங்களில் இறுதி ஆட்டம்; கோப்பைக்குரிய இறுதி ஆட்டம்

cupful /ˈkʌpfʊl/ *noun* [C] the amount that a cup will hold ஒரு கோப்பை கொள்ளும் அளவு; கோப்பை நிறையளவு *two cupfuls of water*

cup tie *noun* [C] (*BrE*) (especially in football) a match between two teams in a competition that gives a cup as a prize to the winner (குறிப்பாகக் கால்பந்தாட்டத்தில்) வெற்றுபெறுபவருக்குப் பரிசுக்கோப்பை வழங்குவதற்குரிய, இரு அணிகளுக்கு இடையேயான ஆட்டம்

curable /ˈkjʊərəbl/ *adj*. (used about a disease) that can be made better (ஒரு நோயைப் பற்றிக் குறிப்பிடுகையில்) குணப்படுத்தக்கூடிய; நலம் பெறச் செய்யக்கூடிய; சீர்படுத்தக்கூடிய ✪ **OPP incurable**

curate /ˈkjʊərət/ *noun* [C] a priest at a low level in the Church of England, who helps the priest in charge (**vicar**) of a church district மறை மாவட்ட சமயகுருவுக்குத் துணைசெய்யும், இங்கிலாந்து திருச்சபையின் கீழ்ப்படிநிலையிலுள்ள சமயகுரு

curator /kjʊəˈreɪtə(r)/ *noun* [C] a person whose job is to look after the things that are kept in a museum அரும்பொருள் காட்சியகத்தில் உள்ள பொருள்களைக் காத்துப் பேணும் பணியாளர்; அருங்காட்சியகப் பொறுப்பாளர்; அரும்பொருள்காட்சியகக் காப்பாளர்

curb¹ /kɜ:b/ *verb* [T] to limit or control sth, especially sth bad குறிப்பாக நல்லதல்லாத ஒன்றை, ஒரு வரம்புக்குள் வைத்திரு; மட்டுப்படுத்து; கட்டுப்படுத்து *He needs to learn to curb his anger*.

curb² /kɜ:b/ *noun* [C] **1 a curb (on sth)** a control or limit on sth ஒன்றன் மீதான கட்டுப்பாடு;

தடைக் காப்பு; தடை; கடக்கக்கூடாத எல்லை *a curb on local government spending* **2** (*AmE*) = **kerb**

curd /kɜ:d/ *noun* [U] (*also* **curds**) [*pl.*] a thick soft substance that forms when milk turns sour தயிர்

curdle /ˈkɜ:dl/ *verb* [I, T] (used about liquids) to turn sour or to separate into different parts; to make something do this (திரவங்கள் வகையில்) புளிப்பாகு; புளிப்பாக்கு; வெவ்வேறு கூறுகளாகப் பிரிவுறு அல்லது பிரி *I've curdled the sauce.* ➪ **blood-curdling** பார்க்க.

cure[1] /kjʊə(r)/ *verb* [T] **1 cure sb (of sth)** to make sb healthy again after an illness ஒருவர் நோய் நீங்கி நலம் பெறச்செய் அல்லது மீண்டும் நன்னிலைக்குக் கொண்டுவா *The treatment cured him of cancer.* **2** to make an illness, injury, etc. end or disappear நோய், காயம் முதலியவை இல்லாது போகச்செய்; பிணி தீர்; நோய் நீக்கு; காயத்தை குணப்படுத்து *It is still not possible to cure the common cold.* • (*figurative*) *The plumber cured the problem with the central heating.* **3** to make certain types of food last longer by drying, smoking or salting them உலரவைத்து, புகையூட்டி அல்லது உப்பிட்டுச் சில வகை உணவை கெடாதிருக்கச் செய்; உணவைப் பதனப்படுத்து *cured chicken*

cure[2] /kjʊə(r)/ *noun* [C] **a cure (for sth) 1** a medicine or treatment that can cure an illness, etc. நோய் முதலியவற்றைக் குணப்படுத்தக்கூடிய மருந்து அல்லது மருத்துவம் *There is no cure for this illness.* **2** a return to good health; the process of being cured (நோய் தீர்ந்து) மீண்டும் நலமடைதல்; குணமடைவு; நோய் தணிப்பு; நிவாரணம் *The new drug brought about a miraculous cure.*

curfew /ˈkɜ:fju:/ *noun* [C] a time after which people are not allowed to go outside their homes, for example during a war போர்க்காலம் முதலிய சமயங்களில், மக்கள் வீட்டை விட்டு வெளியே செல்ல அனுமதிக்கப்படாத நேரம்; ஊரடங்கு நேரம் *The government imposed a dusk-to-dawn curfew.*

curiosity /ˌkjʊəriˈɒsəti/ *noun* (*pl.* **curiosities**) **1** [U] a desire to know or learn ஒன்றைத் தெரிந்துகொள்வதற்கான அல்லது கற்றறிவதற்கான ஆர்வம்/வேட்கை; அறிவார்வம் *I was full of curiosity about their plans.* • ***Out of curiosity****, he opened her letter.* **2** [C] an unusual and interesting person or thing வழக்கத்திற்கு மாறான, தன்பால் கவனத்தை ஈர்க்கும் ஒரு நபர் அல்லது பொருள்; விசித்திர மனிதன்; அரும்பொருள் *The museum was full of historical curiosities.*

curious /ˈkjʊəriəs/ *adj.* **1 curious (about sth)**; **curious (to do sth)** wanting to know or learn sth ஒன்றைத் தெரிந்துகொள்ள அல்லது கற்றறிய விரும்புகிற; அறிய ஆர்வமுள்ள; அறிவார்வமுடைய *They were very curious about the people who lived upstairs.* • *He was curious to know how the machine worked.* **2** unusual or strange வழக்கத்திற்கு மாறான; புதுமையான; விசித்திரமான *It was curious that she didn't tell anyone about the incident.* ▶ **curiously** *adv.*

curl[1] /kɜ:l/ *verb* **1** [I, T] to form or to make sth form into a curved or round shape ஒரு பொருள் சுருள் வடிவமாக அல்லது வட்ட வடிவமாக ஆகு அல்லது ஆகச் செய்; சுருள்; சுருட்டு *Does your hair curl naturally?* **2** [I] to move round in a curve வளைந்து வட்டமாகச் செல்; சுருளாகச் செல் *The snake curled around his arm.* • *Smoke curled up into the sky.*

PHR V **curl up** to pull your arms, legs and head close to your body கைகள், கால்கள் மற்றும் தலையை உடலுக்கு நெருக்கமாகக் கொண்டுவா; உடலைச் சுருட்டிக்கொள் *The cat curled up in front of the fire.*

curl[2] /kɜ:l/ *noun* [C] **1** a piece of hair that curves round சுருண்ட மயிர்; சுருள்முடி; சுரிகுழல் *Her hair fell in curls round her face.* **2** a thing that has a curved round shape சுருள் வடிவமான பொருள்; சுழி; சுழல் *a curl of blue smoke*

curler /ˈkɜ:lə(r)/ *noun* [C] a small plastic or metal tube that you roll your hair around in order to make it curly முடியைச் சுருள்சுருளாக ஆக்குதற்காகச் சுற்றிச் சுருட்டிவைத்துக்கொள்ளும் சிறு பிளாஸ்டிக் அல்லது உலோகக் குழல்; முடி சுருளாக்கு குழல்

curly /ˈkɜ:li/ *adj.* full of curls; shaped like a curl சுருள்கள் நிறைந்த; சுருள் வடிவான; சுருள் சுருளான *curly hair* ✪ **OPP straight**

currant /ˈkʌrənt/ *noun* [C] **1** a very small dried grape used to make cakes, etc. கேக் முதலியவை செய்யப் பயன்படுத்தப்படும் சிறு உலர்திராட்சை; விதையற்ற உலர்ந்த கரும் திராட்சை **2** (*often in compounds*) one of several types of small soft fruit பல்வேறு வகையான சிறு மென்பழங்களில் ஒரு வகை *blackcurrants*

currency /ˈkʌrənsi/ *noun* (*pl.* **currencies**) **1** [C, U] the system or type of money that a particular country uses குறிப்பிட்ட ஒரு நாட்டின் நாணய முறை அல்லது நாணய வகை; ஒரு நாட்டில் செலாவணியிலுள்ள பணம்; செலாவணி *foreign currency* • *a weak/strong/stable currency* **2** [U] the state of being believed, accepted or used by many people பலரால் நம்பப்படும், ஏற்றுக்கொள்ளப்படும் அல்லது பயன்படுத்தப்படும் நிலை; நடப்பு வழக்கு *The new ideas soon **gained currency**.*

current[1] /ˈkʌrənt/ *adj.* **1** of the present time; happening now தற்போதைக்குரிய; தற்போது

நிகழ்கிற; நடப்பிலுள்ள; இன்றைய நாளது *current fashions/events* **2** generally accepted; in common use பொதுநிலையில் ஒப்புக்கொள்ளப்பட்ட; பொது வழக்கில் உள்ள *Is this word still current?*

current² /ˈkʌrənt/ *noun* **1** [C] a continuous flowing movement of water, air, etc. நீர், காற்று முதலியவற்றின் தொடர் ஓட்ட/பாய்வு இயக்கம்; நீரோட்டம்; காற்று வீச்சு *to swim* ***against/with the current*** • *(figurative) a current of anti-government feeling* **2** [U] the flow of electricity through a wire, etc. கம்பி முதலியவற்றின் வழியான மின்னோட்டம்

current account (*AmE* **checking account**) *noun* [C] a bank account from which you can take out your money when you want, with a cheque book or cash card காசோலையை அல்லது பண அட்டையைப் பயன்படுத்தி வேண்டும்போது பணம் எடுத்துக்கொள்ளும் வசதியுள்ள வங்கிக் கணக்கு; நடப்புக் கணக்கு

current affairs *noun* [*pl.*] important political or social events that are happening at the present time தற்பொழுது நிகழும் முக்கியமான அரசியல் அல்லது சமுதாய நிகழ்வுகள்; நடப்பு நிகழ்வுகள்

currently /ˈkʌrəntli/ *adv.* at present; at the moment தற்பொழுது; இவ்வேளையில்; இத்தருணத்தில் *He is currently working in Spain.* ➪ **actually** பதிவில் உள்ள குறிப்பைப் பார்க்க.

curriculum /kəˈrɪkjələm/ *noun* [C] (*pl.* **curriculums** or **curricula** /-lə/) all the subjects that are taught in a school, college or university; the contents of a particular course of study பள்ளி, கல்லூரி அல்லது பல்கலைக்கழகத்தில் பயிற்றுவிக்கப்படும் அனைத்துப் பாடங்களின்/பாடப்பிரிவுகளின் தொகுதி; குறிப்பிட்ட பாடப்பிரிவின் உள்ளடக்கம் *Sanskrit is not* ***on the curriculum*** *at our school.* ➪ **syllabus** பார்க்க.

curriculum vitae /kəˌrɪkjələm ˈviːtaɪ/ = **CV**

curry /ˈkʌri/ *noun* [C, U] (*pl.* **curries**) a gravy-based liquid dish of meat, vegetables, etc. containing a lot of spices usually served with rice வழக்கமாகச் சோற்றுடன் பரிமாறப்படும், நறுமணப் பொருள்கள் மிகுதியாகச் சேர்க்கப்பட்ட, இறைச்சி, காய்கறிகள் முதலியவற்றை சமைத்துச் செய்யும் குழைவான உணவு வகை; *a hot/mild curry* ▶ **curried** *adj. curried chicken*

curry leaf *noun* [C] the leaf of a shrub or small tree native to India and Sri Lanka, which is used to give a special flavour to cooking சமையலில் மணத்திற்காகச் சேர்க்கப்படும் இந்தியா மற்றும் இலங்கைக்குரிய ஒருவகை குத்துச்செடியின் அல்லது சிறு மரத்தின் இலை; கறிவேப்பிலை

curry powder *noun* [U] a fine mixture of strongly flavoured spices that is used to make curry கறி வகைகள் தயாரிக்கப் பயன்படுத்தப்படும், நறுஞ்சுவையுள்ள மணப்பொருள்களை நயமாக அரைத்துச் செய்த கூட்டுப் பொருள்; கறிகளில் சேர்க்கும் கூட்டு அரைப்பு மசாலாப்பொடி

curse¹ /kɜːs/ *noun* [C] **1** a word used for expressing anger; a swear word சினம் அல்லது வெறுப்புணர்வை வெளிப்படுத்தப் பயன்படுத்தப்படும் சொல்; அவமதிப்பு அல்லது இழிவுக் குறிப்புச் சொல்; பழிப்புச் சொல்; வசைமொழி **2** a word or words expressing a wish that sth terrible will happen to sb ஒருவருக்குப் பெருந் தீங்கு நேரவேண்டும் என்ற விருப்பத்தை வெளிப்படுத்தும் சொல் அல்லது சொற்கள்; சாபம் *The family seemed to be under a curse* (= lots of bad things happened to them). **3** evil; something that causes great harm or trouble தீங்கு; பெருந்துன்பம் அல்லது கேடு விளைவிக்கும் ஒன்று *the curse of drug addiction*

curse² /kɜːs/ *verb* **1** [I, T] **curse (sb/sth) (for sth)** to swear at sb/sth; to use rude language to express your anger ஒருவரை/ஒன்றை நோக்கி வசை மொழி அல்லது பழிப்புரை கூறு; தனது சினத்தை அல்லது வெறுப்புணர்ச்சியைக் கடுஞ்சொற்களால் வெளிப்படுத்து *He dropped the box, cursing himself for his clumsiness.* **2** [T] to use a magic word or phrase against sb because you wish him/her harm சாபம் கொடு; சபி *She cursed his family.*

cursor /ˈkɜːsə(r)/ *noun* [C] (*computing*) a small sign on a computer screen that shows the position you are at கணினியை இயக்குபவருடைய பயன்பாட்டு இலக்கைக் காட்டும் கணினித் திரையிலுள்ள சிறு அடையாளக் குறி; சுட்டி; சுட்டுகுறி

cursory /ˈkɜːsəri/ *adj.* quick and short; done in a hurry விரைவும் காலக் குறுக்கமும் உடைய; அவசரமாகச் செய்யப்படுகிற *a cursory glance*

curt /kɜːt/ *adj.* short and not polite சுருக்கமான மற்றும் இணக்க நயமற்ற; சுருக்கென்ற; வெடுக்கென்ற *She gave him a curt reply and slammed the phone down.* ▶ **curtly** *adv.* ▶ **curtness** *noun* [U]

curtail /kɜːˈteɪl/ *verb* [T] (*formal*) to make sth shorter or smaller; to reduce ஒன்றைச் சுருக்கு அல்லது சிறிதாக்கு; குறை *I had to curtail my answer as I was running out of time.* ▶ **curtailment** *noun* [C, U]

curtain /ˈkɜːtn/ *noun* [C] **1** (*AmE* **drape**) a piece of material that you can move to cover a window, etc. சன்னல் முதலியவற்றின் மீது நகர்த்தி மூடக்கூடிய பொருள்; மூடுதிரை; மறைப்புத் திரை; பலகணித் திரை *Could you* ***draw the***

curtains, please (= could you open/close the curtains)? • *The curtain goes up at 7 pm* (= in a theatre, the play begins). **2** a thing that covers or hides sth ஒன்றை மேற்கவிந்து மூடுவது அல்லது காட்சிக்குப் புலப்படாமல் மறைப்பது; மறைப்பு; திரை *a curtain of mist*

curtsy (*also* **curtsey**) /ˈkɜ:tsi/ *noun* [C] (*pl.* **curtsies** or **curtseys**) a movement made by a woman as a sign of respect, done by bending the knees, with one foot behind the other முழங்கால்களை மடக்கிப் பாதங்கள் முன்பின்னாக இருக்க ஒரு பெண் செய்யும் வணக்கம் ▶ **curtsy** (*also* **curtsey**) *verb* [I]

curve¹ /kɜ:v/ *noun* [C] a line that bends round சுற்றி வளைந்த கோடு; வளைகோடு; வளை வடிவம் *a curve on a graph*

curve² /kɜ:v/ *verb* [I, T] to bend or to make sth bend in a curve வளை வடிவாகு; ஒரு பொருளை வளை வடிவாக்கு; வளை *The bay curved round to the south.* • *a line that curves*

cushion¹ /ˈkʊʃn/ *noun* [C] **1** a bag filled with soft material, for example feathers, which you put on a chair, etc. to make it more comfortable உடல் வசதிக்காக நாற்காலி முதலியவற்றின் மேல் இடப்படுவதும் பறவைச் சிறகின் தூவி போன்ற மென்பொருள் உள்ளடைக்கப்படுவதுமான பை; மெத்தை; திண்டு; மெல்லணை **NOTE** படுக்கை மீதுள்ள மெல்லணை **pillow** எனப்படும். **2** something that acts or is shaped like a cushion மெல்லணையின் பயன்பாட்டை அல்லது வடிவமைப்பை உடைய ஒன்று; மெத்தை போன்ற பொருள் *A hovercraft rides on a cushion of air.*

cushion² /ˈkʊʃn/ *verb* [T] **1** to make a fall, hit, etc. less painful ஒரு வீழ்வு, தாக்கு முதலியவற்றால் உண்டாகும் வலியின் கடுமையைக் குறை; மெல்லணையாக உதவு *The snow cushioned his fall.* **2** to reduce the unpleasant effect of sth ஒன்றன் இன்னா விளைவை அல்லது தாக்கத்தைக் குறை/மட்டுப்படுத்து *She spent her childhood on a farm, cushioned from the effects of the war.*

cushy /ˈkʊʃi/ *adj.* (*informal*) too easy, needing little effort (in a way that seems unfair to others) (மற்றவர்களுக்கு நலமற்றதாக/இரண்டகமானதாகத் தோன்றும் முறையில்) ஒருவருக்கு மிகவும் எளிதான அல்லது குறைந்த முயற்சியே வேண்டப்படுகிற *a cushy job*

custard /ˈkʌstəd/ *noun* [U] a sweet yellow sauce made from milk, eggs and sugar பால், முட்டைகள் மற்றும் சர்க்கரையில் தயாரிக்கப்படும் இனிப்பான, மஞ்சள் நிறக் கூட்டுச்சாறு; முட்டையும் பாலும் சேர்ந்த இன்குழம்பு

custard apple *noun* [C] (*pl.* **custard apples**) a large fleshy tropical fruit with a dark rough skin and sweet yellow pulp இன்குழம்பு போன்ற மஞ்சள் நிறச் சதைப்பகுதியும் சொரசொரப்பான கரிய புறத்தோலும் உடைய பெரிய வெப்ப மண்டலச் சதைக்கனி வகை; சீத்தாப்பழம்

custodian /kʌˈstəʊdiən/ *noun* [C] **1** (*formal*) a person who looks after sth, especially a museum, library, etc. ஒன்றைக் கவனித்துப் பார்த்துக்கொள்பவர்; குறிப்பாக, அருங்காட்சியகம், நூலகம் முதலியவற்றின் காப்பாளர்; காப்புப் பொறுப்பாளர் **2** (*AmE*) = **caretaker**

custody /ˈkʌstədi/ *noun* [U] **1** the legal right or duty to take care of sb/sth ஒருவரை/ஒன்றை கவனித்துப் பார்த்துக் கொள்ளவேண்டிய சட்டப்படியான உரிமை அல்லது கடமை; பாதுகாப்புப் பொறுப்பு அல்லது பாதுகாப்பு உரிமை *After the divorce, the mother **had custody of** the children.* **2** the state of being guarded, or kept in prison temporarily, especially by the police குறிப்பாக காவல்துறையினரால், பாதுகாப்பில் வைக்கப்பட்டிருத்தல் அல்லது தற்காலிகமாகச் சிறையில் அடைக்கப்பட்டிருத்தல்; சிறைக்காவல் *The man was **kept in custody** until his trial.*

custom /ˈkʌstəm/ *noun* **1** [C, U] a way of behaving which a particular group or society has had for a long time குறிப்பிட்ட குழுவினர் அல்லது சமுதாயம் பலகாலமாகக் கொண்டிருக்கும் நடத்தை முறை; பழக்க வழக்கம் *according to **local custom*** ➪ **habit** பதிவிலுள்ள குறிப்பைப் பார்க்க. **2** [*sing.*] (*formal*) something that a person does regularly ஒருவர் வழக்கமாகச் செய்யும் ஒன்று; வழக்கம்; வாடிக்கை *It's my custom to drink tea in the afternoon.* **3** [U] (*BrE*) commercial activity; the practice of people buying things regularly from a particular shop, etc. வணிகச் செயல்பாடு; குறிப்பிட்ட அங்காடியில்/கடையில் வழக்கமாகப் பொருள்களை வாங்குதல் முதலிய செயல் ஒழுங்கு; வணிக வாடிக்கை *The local shop lost a lot of custom when the new supermarket opened.* ➪ **customs** பார்க்க.

customary /ˈkʌstəməri/ *adj.* according to custom; usual வழக்க முறையிலான; வழக்கமான; பழக்கமான; வாடிக்கையான *It is customary to send sweets on Diwali in our country.*

customer /ˈkʌstəmə(r)/ *noun* [C] **1** a person who buys goods or services in a shop, restaurant, etc. கடை, உணவகம் முதலியவற்றில் பொருள்களை வாங்குபவர் அல்லது சேவைகளைப் பெறுபவர்; வாடிக்கை; வாடிக்கையாளர் *The shop assistant was serving a customer.* ➪ **client** பார்க்க. **2** (*informal*) used after an adjective to describe a particular type of person (குறிப்பிட்ட வகையான) நபர்; ஆள்; பேர்வழி; மனிதர் *a tough/an awkward customer*

customs (*also* **Customs**) /ˈkʌstəmz/ *noun* [*pl.*] **1** the government department that collects taxes on goods bought and sold, and on goods brought into the country, and also checks what is brought in ஒருவர் வாங்கிய/விற்ற பொருள்கள் மீதும் நாட்டுக்குள் கொண்டுவரப்பட்ட பொருள்கள் மீதும் வரி விதித்து அவ்வாறு கொண்டுவரப்பட்ட பொருள்களைச் சோதனை செய்யும் அரசுத்துறை; சுங்கவரித் துறை **2** the place at an airport, etc. where government officials check your luggage to make sure you are not bringing goods into the country illegally நாட்டுக்குள் சட்டத்துக்கு மாறாக ஒருவர் பொருள்களைக் கொண்டு வரவில்லை என்பதை உறுதி செய்துகொள்ளும் பொருட்டு அவரது பயணக் கட்டுகளை விமான நிலையம் முதலியவற்றில் அரசு அலுவலர்கள் சோதனை செய்யும் இடம்; சுங்கச் சாவடி *ˈa customs officer* **3** [*pl.*] the taxes that must be paid to the government when goods are brought in from another country வேறொரு நாட்டிலிருந்து பொருள்களைக் கொண்டு வரும்போது தன்னாட்டு அரசுக்குச் செலுத்த வேண்டிய வரிகள்; சுங்கவரி ⇨ **excise** பார்க்க.

cut¹ /kʌt/ *verb* (*pres. part.* **cutting**; *pt, pp* **cut**) **1** [I, T] to make an opening, wound or mark in sth using a sharp tool, for example a pair of scissors or a knife கத்தரிக்கோல், கத்தி போன்ற ஒரு கூர்மையான கருவியைப் பயன்படுத்தி ஒன்றில் பிளவு, காயம் அல்லது அடையாளக் குறியை உண்டாக்கு; அறு; கத்தரி; வெட்டு; காயப்படுத்து *Be careful not to cut yourself on that broken glass!* • *This knife doesn't cut very well.* **2** [T] **cut sth (from sth)** to remove sth or a part of sth, using a knife, etc. கத்தி முதலியவற்றைப் பயன்படுத்தி, ஒன்றை அல்லது ஒன்றன் பகுதியை வெட்டி நீக்கு *She cut two slices of bread* (=from the loaf). **3** [T] **cut sth (in/into sth)** to divide sth into pieces with a knife, etc. கத்தி முதலியவற்றைப் பயன்படுத்தி ஒன்றைக் கூறுகளாகப் பகு; துண்டுபடுத்து *She cut the cake into eight (pieces).* • *He cut the rope in two.* **4** [T] to make sth shorter by using scissors, etc. கத்தரிக்கோல் முதலியவற்றைக் கொண்டு ஒன்றன் நீளத்தைக் குறை; வெட்டிக்குறை *I cut my own hair.* • *to have your hair cut* (= at the hairdresser's) • *to cut the grass* **5** [T] to make or form sth by removing material with a sharp tool ஒரு கூர்மையான கருவியைக் கொண்டு பொருள்களை வெட்டி நீக்கிவிட்டு ஒன்றை உருவாக்கு அல்லது அமை *She cut a hole in the card and pushed the string through.* • *They cut a path through the jungle.* **6** [T] to reduce sth or make it shorter; to remove sth ஒன்றைக் குறை; நீக்கு; அகற்று *to cut taxes/costs/spending* • *Several violent scenes in the film were cut.* **7** [T] (*computing*) to remove a piece of text from the screen திரையிலிருந்து ஒரு தகவல் படிவத்தை நீக்கு; எடுத்துவிடு *Use the* ***cut and paste*** *buttons to change the order of the paragraphs.* **8** [I] **cut across, along, through, etc. (sth)** to go across, etc. sth, in order to make your route shorter தனது செல்வழியின் தொலைவு குறையும் பொருட்டு, ஒன்றன் குறுக்காகச் செல்; குறுக்கு-வழியில் செல் *It's much quicker if we cut across the field.* **9** [T] (*spoken*) to stop sth ஒன்றைத் தடுத்து நிறுத்து; தடைப்படுத்து *Cut the chat and get on with your work!* **10** [T] to deeply offend sb or hurt his/her feelings ஒருவருக்கு ஆழ்ந்த மன வருத்தம் ஏற்படுத்து; ஒருவரது உணர்ச்சிகளைப் புண்படுத்து *His cruel remarks cut her deeply.*

NOTE **Cut** என்ற சொல் தொடர்பான மரபுத்தொடர்களைப் பற்றி அறிய, இச்சொல்லை உள்ளடக்கிய பெயர்ச்சொற்கள், பெயரடைகள் முதலியவற்றின் பதிவுகளைப் பார்க்க. எடுத்துக்காட்டாக, **cut corners** என்ற மரபுத்தொடர், **corner** என்ற பதிவில் தரப்பட்டுள்ளது.

PHR V **cut across sth** to affect or be true for different groups that usually stay separate பெரும்பாலும் தனித்தனியாக உள்ள பல்வேறு குழுக்கள் மீதும் பாதிப்பை உண்டாக்கு அல்லது அவைகளுக்குப் பொருந்தியதாக இரு *The question of aid for the earthquake victims cuts across national boundaries.*

cut sth back; cut back (on sth) to reduce sth ஒன்றைக் குறை; சிறிதாக்கு; சுருக்கு; குறுக்கு *to cut back on public spending*

cut sth down 1 to make sth fall down by cutting it ஒன்றை வெட்டி வீழ்த்து; வெட்டிச் சாய் *to cut down a tree* **2** to make sth shorter ஒன்றைக் குறை; சிறிதாக்கு *I have to cut my essay down to 2000 words.*

cut sth down; cut down (on sth) to reduce the quantity or amount of sth; to do sth less often ஒன்றன் எண்ணிக்கையை அல்லது அளவைக் குறை; சிற்றளவாக்கு; ஒன்றன் கால அளவைக் குறை *You should cut down on fatty foods.*

cut in (on sb/sth) to interrupt sb/sth ஒருவரை/ஒன்றை இடையீடு செய்; குறுக்கிடு *She kept cutting in on our conversation.*

cut sb off (*usually passive*) to stop or interrupt sb's telephone conversation ஒருவருடைய தொலைபேசி உரையாடலைத் துண்டி அல்லது இடைமறி; தொலைபேசி உரையாடலில் குறுக்கிடு *We were cut off before I could give her my message.*

cut sb/sth off (*usually passive*) to stop the supply of sth to sb ஒருவருக்கு ஒரு பொருள் வழங்கப்படுவதைத் தடுத்து நிறுத்து

cut sth off to block a road, etc. so that nothing can pass ஒன்றும் செல்லமுடியாதவாறு சாலை

முதலியவற்றுக்கு அடைப்பிடு; போக்குவரத்துத் தடை உண்டாக்கு *We must cut off all possible escape routes.*

cut sth off (sth) to remove sth from sth larger by cutting ஒன்றன் பகுதியை வெட்டி நீக்கு *Be careful you don't cut your fingers off using that electric saw.*

cut sb/sth off (from sb/sth) (*usually passive*) to prevent sb/sth from moving from a place or contacting people outside ஓரிடத்திலிருந்து ஒருவர்/ஒன்று சென்றுவிடாமல் அல்லது வெளியே ஆட்களுடன் தொடர்பு கொள்ளாமல் தடு; இயக்கத்தைத் தடுத்து நிறுத்து; வெளித்தொடர்பைத் துண்டி *The farm was cut off from the village by heavy snow.*

cut sth open to open sth by cutting ஒன்றை வெட்டித் திற; வெட்டிப் பிளவு, துளை அல்லது வழி உண்டாக்கு *She fell and cut her head open.*

cut sth out 1 to remove sth or to form sth into a particular shape by cutting ஒரு பொருளை வெட்டி நீக்கு அல்லது வெட்டிக் குறிப்பிட்ட முறையில் அதனை உருப்படுத்து; தறித்து அல்லது செதுக்கிக் குறிப்பிட்ட வடிவுக்குக் கொண்டுவா *He cut the job advertisement out of the newspaper.* **2** to not include sth ஒன்றைச் சேர்க்காது விடு; ஒதுக்கி வை *Cut out the boring details!* **3** (*AmE*) (*informal*) to stop saying or doing sth that annoys sb ஒருவருக்கு எரிச்சல்/வெறுப்பூட்டுகிற ஒன்றைக் கூறுவதை அல்லது செய்வதை நிறுத்து *Cut that out and leave me alone!* **4** (*informal*) to stop doing or using sth ஒன்றைச் செய்வதை அல்லது பயன்படுத்துவதை நிறுத்து; விலக்கு *You'll only lose weight if you cut out sweet things from your diet.*

be cut out for sth; be cut out to be sth to have the qualities needed to do sth; to be suitable for sth/sb ஒன்றைச் செய்வதற்கு வேண்டிய தகுதிக் கூறுகளைப் பெற்றிரு; ஒன்றிற்கு/ஒருவருக்குப் பொருத்தமாக இரு *You're not cut out to be a soldier.*

cut sth up to cut sth into small pieces with a knife, etc. கத்தி முதலியவற்றைக் கொண்டு ஒரு பொருளைத் துண்டுபடுத்து; அரி

cut² /kʌt/ *noun* [C] **1** an injury or opening in the skin made with a knife, etc. கத்தி முதலியவற்றால் தோலில் உண்டாக்கும் வெட்டுக்காயம்; வெட்டு; பிளவு; ஊறுபாடு *He had a deep cut on his forehead.* **2** an act of cutting வெட்டுதல்; அறுத்தல்; தறிப்பு; கத்தரிப்பு *to have a cut and blow-dry* (= at a hairdresser's) **3 a cut (in sth)** a reduction in size, amount, etc. உருவளவு, எண்ணிக்கை முதலியவற்றைக் குறைத்தல்; குறைப்பு; வெட்டு *a cut in government spending • a power cut* (= when the electric current is stopped temporarily) **4** a piece of meat from a particular part of an animal ஒரு விலங்கின் குறிப்பிட்ட உறுப்பிலிருந்து வெட்டப்பட்ட இறைச்சித் துண்டு *cheap cuts of lamb* **5** (*informal*) a share of the profits from sth, especially sth dishonest குறிப்பாக நேர்மையற்ற ஒரு செயலால் கிடைக்கும், இலாபத்தின் ஒரு பங்கு ➪ **short cut** பார்க்க.

cutback /ˈkʌtbæk/ *noun* [C] a reduction in amount or number ஒரு தொகையில் அல்லது ஓர் எண்ணிக்கையில் செய்யப்படும் குறைப்பு *The management were forced to make cutbacks in staff.*

cute /kju:t/ *adj.* attractive; pretty கவர்ச்சியான; ஒயிலான; கண்ணுக்கினிய; சிங்காரமான *Your little girl is so cute! • a cute smile*

cuticle /ˈkju:tɪkl/ *noun* [C] **1** an area of hard skin at the base of the nails on your fingers and toes கை மற்றும் கால் விரல் நகங்களின் அடிப்பகுதியிலுள்ள கடினமான தோல்பகுதி **2** a hard outer layer that covers and protects a plant ஒரு தாவரத்தின் மேலுறையாகவும் காப்பாகவும் அமையும் அதன் கெட்டியான புறத்தோடு

cutlery /ˈkʌtləri/ *noun* [U] the knives, forks and spoons that you use for eating food உணவு உண்பதற்குப் பயன்படுத்தும் கத்திகள், கவை முள் கரண்டிகள் மற்றும் சிறு கரண்டிகளின் தொகுதி

cutlet /ˈkʌtlət/ *noun* [C] **1** a mixture of chopped meat, fish, vegetables or other foods, made into a flat shape, covered with breadcrumbs, and fried சிறிய துண்டுகளாக நறுக்கிய இறைச்சி, மீன், கறிகாய்கள் அல்லது வேறு உணவுப்பொருள்களின் கலவையைத் தட்டை வடிவாக்கி உலர்ந்த ரொட்டித் துணுக்குகளில் முக்கி பொரிக்கப்படும் தின்பண்டம் **2** a small, thick piece of meat, often with bone in it, that is cooked சமைத்துப் பக்குவப்படுத்தப்பட்ட, பெரும்பாலும் எலும்பை உள்ளடக்கிய, சிறு கெட்டியான இறைச்சித் துண்டு; விலா இறைச்சிக் கறி

cut-off *noun* [C] the level or time at which sth stops ஒன்று நிறுத்தப்படும் அளவு அல்லது நேரம்; முடிவெல்லை; இறுதி நிலை; நிறுத்த எல்லை *The cut-off date is 12 May. After that we'll end the offer.*

cut-price (*also* **cut rate**) *adj.* sold at a reduced price; selling goods at low prices குறைக்கப்பட்ட விலையில் விற்கப்படுகிற; விலை தாழ்ந்த; மலிவு விலையில் பொருள்களை விற்கிற *cut-price offers • a cut-price store*

cutters /ˈkʌtəz/ *noun* [*pl.*] a tool that you use for cutting through sth, for example metal உலோகம் போன்ற ஒன்றை வெட்டுவதற்கு/அறுப்பதற்குப் பயன்படுத்தும் துணைக்கருவி;

வெட்டுக்கருவி; அறுப்புக்கருவி *a pair of wire cutters*

cut-throat *adj.* caring only about success and not worried about hurting anyone பிறருக்குத் தீங்கு செய்வதைப் பற்றிக் கவலைப்படாது, தனது வெற்றியில் மட்டுமே கருத்து செலுத்துகிற; மிதமிஞ்சிய தன் மேம்பாட்டு உணர்வுடைய *cut-throat business practices*

cutting[1] /ˈkʌtɪŋ/ *noun* [C] **1** (*AmE* **clipping**) a piece cut out from a newspaper, etc. ஒரு செய்தித்தாள் முதலியவற்றிலிருந்து வெட்டியெடுக்கப்பட்ட சிறு பகுதி; துண்டு; துணுக்கு *press cuttings* **2** a piece cut off from a plant that you use for growing a new plant புதிய தாவரத்தை உண்டாக்கப் பயன்படுத்தும் தாவர வெட்டுத் துண்டு; பதியம் வைத்து வளர்ப்பதற்கான வெட்டப்பட்ட செடியின் கிளை

cutting[2] /ˈkʌtɪŋ/ *adj.* (used about sth you say) unkind; meant to hurt sb's feelings (பேச்சு வகையில்) பரிவுணர்வு அற்ற; அன்பில்லாத; இரக்கமற்ற; ஒருவர் உணர்வுகளைப் புண்படுத்தும் நோக்கிலான; பிறருக்கு வருத்தம் உண்டுபண்ணுகிற *a cutting remark*

CV /ˌsiː ˈviː/ (*AmE* **resumé**) *noun* [*sing.*] curriculum vitae; a formal list of your education and work experience, often used when you are trying to get a new job பெரும்பாலும் புதிதாக ஒரு பணிக்கு விண்ணப்பிக்கும்போது பயன்படுத்தப்படும் ஒருவரது கல்வித் தகுதி மற்றும் பணி அனுபவ விவரங்கள் அடங்கிய முறையார்ந்த பட்டியல்; முறைசார் தன்விவரப் பட்டி

cyanide /ˈsaɪənaɪd/ *noun* [U] a poisonous chemical நச்சுத்தன்மை உடைய ஒரு வேதியியற் பொருள்

cybercafe /ˈsaɪbəˈkæfeɪ/ *noun* [C] a cafe with computers where customers can pay to use the Internet வாடிக்கையாளர்கள் கட்டணம் செலுத்தி இணையத்தைப் பயன்படுத்திக்கொள்ளும் வசதியுள்ள, கணிப்பொறிகள் உள்ள இடம்

cybernetics /ˌsaɪbəˈnetɪks/ *noun* [U] the scientific study of communication and control, in which, for example, human and animal brains are compared with machines and electronic devices மனித மற்றும் விலங்கு மூளைகளை இயந்திரங்களுடனும் மின்னணுக் கருவிகளுடனும் ஒப்பிடுதல் போன்ற, செய்தித்தொடர்பு மற்றும் கட்டுப்பாடு சார்ந்த அறிவியல் ஆய்வு

cyberspace /ˈsaɪbəspeɪs/ *noun* [U] a place that is not real, where electronic messages exist while they are being sent from one computer to another ஒரு கணினியிலிருந்து மற்றொரு கணினிக்கு மின்னணுத் தகவல்கள் அனுப்பப்படும்பொழுது, அத்தகவல்கள் இருப்பதாகிய பருப்பொருள் தன்மையற்ற இடம்; இணையத் தகவல் ஊடுவெளி

cycle[1] /ˈsaɪkl/ *noun* [C] **1** the fact of a series of events being repeated many times, always in the same order மாறாத ஒழுங்குமுறையில் ஒரு நிகழ்வுத் தொடர் மீண்டும் மீண்டும் நடத்தல்; நிகழ்வுச் சுழற்சி; மண்டலிப்பு *the carbon/nitrogen cycle* ➪ **rock** மற்றும் **water** பதிவுகளில் படம் பார்க்க. **2** a bicycle or motorcycle இரு சக்கர மிதிவண்டி அல்லது விசை மிதிவண்டி *a cycle shop* ✪ SYN **bike**

cycle[2] /ˈsaɪkl/ *verb* [I] to ride a bicycle இரு சக்கர மிதிவண்டியில் சவாரி செய் அல்லது ஏறிச் செல் *He usually cycles to school.*

cycle-rickshaw *noun* [C] a small light vehicle with three wheels that is used in some Asian countries to carry people over short distances ஆசியாவின் சில நாடுகளில் மக்களைக் குறைந்த தூரத்திலுள்ள இடங்களுக்கு ஏற்றிச் செல்லும் சிறிய இலேசான மூன்று சக்கர மிதி வண்டி

cyclic /ˈsaɪklɪk; ˈsɪk-/ (*also* **cyclical** /ˈsaɪklɪkl; ˈsɪk-/) *adj.* following a repeated pattern மாறாத ஒழுங்குமுறையில் மீண்டும் மீண்டும் நிகழ்கிற; சுழற்சி முறையிலான

cyclist /ˈsaɪklɪst/ *noun* [C] a person who rides a bicycle இரு சக்கர மிதிவண்டியில் சவாரி செய்பவர்; மிதிவண்டி ஏறிச்செல்பவர்

cyclone /ˈsaɪkləʊn/ *noun* [C] a violent wind that moves in a circle causing a storm பலமாகச் சுழன்று வீசி புயலை உருவாக்கும் காற்று; சுழற்காற்று ➪ **storm** பதிவிலுள்ள குறிப்பைப் பார்க்க. ▶ **cyclonic** /saɪˈklɒnɪk/ *adj.*

cygnet /ˈsɪgnət/ *noun* [C] the young of a **swan** அன்னப்பறவையின் குஞ்சு

cylinder /ˈsɪlɪndə(r)/ *noun* [C] **1** an object shaped like a tube குழல் வடிவான பொருள்; நீள் உருளை ➪ **solid** பதிவில் படம் பார்க்க. **2** a tube-shaped part of an engine, for example in a car சீருந்து போன்ற ஒன்றின் இயந்திரத்தில் உள்ள குழல் வடிவ உறுப்பு; இயந்திர உருளை ▶ **cylindrical** /səˈlɪndrɪkl/ *adj.*

cymbal /ˈsɪmbl/ *noun* [C, *usually pl.*] one of a pair of round metal plates used as a musical instrument. Cymbals make a loud ringing sound when you hit them together or with a stick ஒன்றின்மீது ஒன்றைத் தட்டும்பொழுது, அல்லது கோலால் தட்டும்பொழுது உரத்த மணியோசை எழுப்பும் இசைக்கருவியாகப் பயன்படுத்தப்படும் ஒரு சோடி வட்ட வடிவ உலோகத் தட்டுகளில் ஒன்று; தாளம் ➪ **music** பதிவில் படம் பார்க்க.

cynic /ˈsɪnɪk/ *noun* [C] a person who believes that people only do things for themselves, rather than to help others மற்றவர்களுக்கு உதவுவதைவிடத் தங்கள் நலனை முன்னிட்டே மக்கள் செயலாற்றுகின்றனர் என நம்பும் ஒருவர்; தன்னல முனைப்பற்றவர் இல்லை என்னும் கருத்துடையவர்; எவர்பாலும் தன்னலமின்மையைக் காணாதவர் *Don't be such a cynic. He did it to help us, not for the money.* ▶ **cynical** /ˈsɪnɪkl/ *adj. a cynical remark* ▶ **cynically** /-kli/ *adv.* ▶ **cynicism** /ˈsɪnɪsɪzem / *noun* [U]

cypress /ˈsaɪprəs/ *noun* [C] a tall straight tree of the kind that does not lose its leaves in winter (**an evergreen**) குளிர்காலத்தில் இலையுதிர்க்காது நெடிதாக ஓங்கி வளரும் மர வகை

Cyrillic /səˈrɪlɪk/ *noun* [U] the alphabet that is used in languages such as Russian ரஷ்ய மொழி முதலியவற்றில் பயன்படுத்தப்படும் நெடுங்கணக்கு

cyst /sɪst/ *noun* [C] a swelling or a lump filled with liquid in the body or under the skin உடலில் அல்லது தோலின் உட்புறத்தில் தோன்றும் வீக்கம் அல்லது நீர்க்கட்டி; நீர்ப்பை முண்டு

cystic fibrosis /ˌsɪstɪk faɪˈbrəʊsɪs/ *noun* [U] a serious medical condition that some people are born with, in which some glands do not work properly. It can cause death as it affects the functioning of some vital organs பிறப்பிலிருந்தே சிலருக்குக் காணப்படுவதும், சில சுரப்பிகள் முறையாக இயங்காததுமான ஒரு கடுமையான நலக் கோளாறு; இந்நோய் சில இன்றியமையாத உறுப்புகளின் செயற்பாட்டைப் பாதிப்பதால் மரணம் ஏற்படக்கூடும்

cystitis /sɪˈstaɪtɪs/ *noun* [U] an infection, especially in women, of the organ in which liquid waste collects before leaving the body (**the bladder**) that makes it painful to go to the toilet சிறுநீர்க் கழிப்பின்போது வலி உண்டாகும், குறிப்பாக பெண்கள் சிறுநீர்ப்பை அழற்சி

cytology /saɪˈtɒlədʒi/ *noun* [U] the study of the structure and function of plant and animal cells தாவரம் மற்றும் விலங்கு உயிரணுக்களின் அமைப்பு முறை மற்றும் செயல்பாடுகள் பற்றிய ஆய்வு; தாவர-விலங்கு உயிர்மவியல்

cytoplasm /ˈsaɪtəʊplæzəm/ *noun* [U] the material that a cell is made of, except for the **nucleus** ஓர் உயிரணுவின் மைய உயிர்மம் அல்லாத மூலக்கூறு

czar, czarina = **tsar, tsarina**

D d

D, d /diː/ *noun* [C, U] (*pl.* **D's; d's** /diːz/) the fourth letter of the English alphabet ஆங்கில நெடுங்கணக்கில் நான்காவது எழுத்து *'Delhi' begins with (a) 'D'.*

d. *abbr.* died இறப்பு, மறைவு *J L Nehru, d. 1964*

dab¹ /dæb/ *verb* [I, T] (**dabbing; dabbed**) to touch sth lightly, usually several times ஒன்றை, வழக்கமாகப் பலமுறை, மெல்லத் தொடு; ஒற்று *He dabbed the cut with some cotton wool.*

PHR V **dab sth on/off (sth)** to put sth on or to remove sth lightly மேலே இலேசாக இடு அல்லது துடைத்து அகற்று; ஒற்று அல்லது ஒற்றித் துடை *to dab some antiseptic on a wound*

dab² /dæb/ *noun* [C] **1** a light touch மென்மையான தொடுகை; ஒற்றுகை *She gave her eyes a dab with a handkerchief.* **2** a small quantity of sth that is put on a surface ஒரு தளத்தின் அல்லது பரப்பின் மீது இடப்படும் ஒன்றின் சிறிய அளவு; மென்பூச்சு; தோய்வு *a dab of paint/perfume*

dabble /ˈdæbl/ *verb* **1** [I] to become involved in sth in a way that is not very serious கருத்தூன்றாது அல்லது மேற்போக்காக ஒன்றில் ஈடுபடு; முனைப்பின்றி ஒன்றில் தன்னை இணைத்துக்கொள் *to dabble in politics* **2** [T] to put your hands, feet, etc. in water and move them around நீரில் கைகள், கால்கள் முதலியவற்றை இட்டு அசைத்தாட்டு; அளை *We sat on the bank and dabbled our toes in the river.*

dacoit *noun* [C] (*IndE*) a member of an armed gang of robbers ஆயுதமேந்திய கொள்ளைக் கூட்டத்தைச் சார்ந்த ஒருவன்; ஆயுதமேந்திய கொள்ளைக்காரன்

dacoity *noun* [C, U] (*pl.* **dacoities**) (*IndE*) armed robbery carried out by a gang of **dacoits** ஆயுதமேந்திய கொள்ளைக்காரர்களால் செய்யப்படும் கொள்ளை

dad /dæd/ *noun* [C] (*informal*) father அப்பா; தந்தை *Is that your dad? • Come on, Dad!*

daddy /ˈdædi/ *noun* [C] (*pl.* **daddies**) (*informal*) (used by children) father (குழந்தைகள் பயன்படுத்துவது) அப்பா *I want my daddy!*

daffodil /ˈdæfədɪl/ *noun* [C] a tall yellow flower that grows in the spring வசந்தகாலத்து நீண்ட மஞ்சள் நிறப் பூ

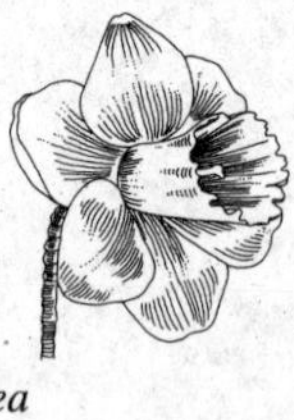

daft /dɑːft/ *adj.* (*informal*) silly; foolish குழந்தைத்தனமான; முட்டாள்தனமான; மடத்தனமான *Don't be daft. • a daft idea*

dagger /ˈdægə(r)/ *noun* [C] a type of knife used as a weapon, especially in past times குறிப்பாக முற்காலத்தில், போர்க்கருவியாகப் பயன்படுத்தப்பட்ட கத்தி வகை; குத்துவாள்

daily¹ /ˈdeɪli/ *adj., adv.* done, made or happening every day ஒவ்வொரு நாளும்/நாள்தோறும் செய்யப்படுகிற, உருவாக்கப்படுகிற அல்லது நிகழ்கிற; நாள் தவறாது செய்யப்படுவதாக அல்லது நிகழ்வதாக *a daily routine/delivery/newspaper*

daily² /ˈdeɪli/ *noun* [C] (*pl.* **dailies**) (*informal*) a newspaper that is published every day except Sunday ஞாயிறு தவிர ஏனைய ஒவ்வொரு நாளும் வெளியிடப்படும் செய்தித்தாள்; நாளிதழ்; நாளேடு; தினசரி

dainty /ˈdeɪnti/ *adj.* **1** small and pretty சிறிய மற்றும் அழகான *a dainty lace handkerchief* **2** (used about a person's movements) very careful in a way that tries to show good manners (ஒருவரது நடவடிக்கை பற்றிக் குறிப்பிடுகையில்) நற்பண்புகளை வெளிப்படுத்தும் வகையில் கவனமாக நடந்துகொள்கிற; நாகரிகம் வாய்ந்த; நேர்த்தியான *Vidya took a dainty bite of the giant hot dog.* ▶ **daintily** *adv.*

dairy¹ /ˈdeəri/ *noun* [C] (*pl.* **dairies**) **1** a place on a farm where milk is kept and butter, cheese, etc. are made ஒரு பண்ணையில் பால் பதனழியாது வைத்திருக்கப்படும் மற்றும் வெண்ணெய், பாலடைக்கட்டி முதலியவை தயாரிக்கப்படும் இடம்; பால் பண்ணை **2** a company which sells milk, butter, eggs, etc. பால், வெண்ணெய், முட்டை முதலியன விற்கும் வணிக நிறுவனம்

dairy² /ˈdeəri/ *adj.* (*only before a noun*) **1** made from milk பாலிலிருந்து தயாரிக்கப்படுகிற *dairy products/produce* (= milk, butter, cheese, etc.) **2** connected with the production of milk பால் உற்பத்தி தொடர்பான *dairy cattle • a dairy farm*

dais /ˈdeɪɪs/ *noun* [C] a raised platform, usually at one end of a room for speakers or guests of honour சொற்பொழிவாற்றுபவர்களுக்காக அல்லது உயர்நிலை விருந்தினருக்காகப் பெரும்பாலும் அறையின் ஒரு முனையில் அமைக்கப்பட்டிருக்கும் உயரமான மேடை

daisy /ˈdeɪzi/ *noun* [C] (*pl.* **daisies**) a small white flower with a yellow centre, which usually grows wild in grass வழக்கமாகப் புல்வெளியில் தானே வளர்வதும் நடுவில்

மஞ்சள் நிறம் கொண்டதுமான வெள்ளை நிறச் சிறு மலர் வகை

dal *noun* **1** any of the many different types of lentils or pulses பருப்புவகைகளில் ஏதாவதொன்று **2** a south Asian dish made from lentils or other pulses ஒரு பருப்பு வகையால் தயாரிக்கப்படும் தென் ஆசிய உணவுப் பண்டம்; பருப்பு குழம்பு/கூட்டு வகை

dam /dæm/ *noun* [C] a wall built across a river to hold back the water and form a lake (**reservoir**) behind it தண்ணீரைத் தேக்கிச் சேமித்து வைப்பதற்காக ஆற்றின் குறுக்கே கட்டப்படும் சுவர்; நீர்த்தேக்கம்; அணை ▶ **dam** *verb* [T] (*pres. part.* **damming**; *pt, pp* **dammed**)

damage¹ /ˈdæmɪdʒ/ *noun* **1** [U] **damage (to sth)** harm or injury caused when sth is broken or spoiled ஒன்று உடைக்கப்படும்போது அல்லது கெடுக்கப்படும்போது ஏற்படும் தீங்கு அல்லது ஊறு; சேதம் *Earthquakes can **cause** terrible **damage**.* **2 damages** [*pl.*] money that you can ask for if sb damages sth of yours or hurts you ஒருவரது உடைமைக்குச் சேதம் அல்லது ஒருவருக்கு ஊறு ஏற்படும்போது உரிமையாகக் கேட்கப்படும் பணம்; இழப்பீட்டுத் தொகை; இழப்பீடு *Mrs Krishnan, who lost a leg in the crash, was awarded damages of Rs 100,000.*

damage² /ˈdæmɪdʒ/ *verb* [T] to spoil or harm sth, for example by breaking it ஒன்றைக் கெடு; சேதப்படுத்து; சிதை *The roof was damaged by the storm.* ▶ **damaging** *adj. These rumours could be damaging to her reputation.*

dame /deɪm/ *noun* [C] **Dame** (*BrE*) a title given to a woman as an honour because of sth special that she has done சிறப்பான பணிக்காக/சேவைக்காக ஒரு பெண்ணுக்கு அளிக்கப்படும் கௌரவப் பட்டம் அல்லது மதிப்புப் பெயர் *Dame Agatha Christie*

damn¹ /dæm/ *verb* [I, T] (*slang*) a swear word that people use to show that they are angry சினத்தை வெளிப்படுத்தும் கடுமொழி; வசைச்சொல் *Damn (it)! I've left my money behind.*

damn² /dæm/ (*also* **damned**) *adj., adv.* (*slang*) **1** (a swear word that people use for emphasizing what they are saying) very (சொல்வதை வலியுறுத்தப் பயன்படுத்தப்படும் கடுமொழி) மிக; பெரிதும் *Read it! It's a damn good book.* **2** a swear word that people use to show that they are angry சினத்தை/கோபத்தை வெளிப்படுத்தும் வசைச்சொல் *Some damn fool has parked too close to me.*

damn³ /dæm/ *noun*

IDM not give a damn (about sb/sth) not care at all சிறிதும் கவலையில்லை; அக்கறையில்லை; பொருட்படுத்தப்போவதில்லை *I don't give a damn what he thinks about me.*

damning /ˈdæmɪŋ/ *adj.* that criticizes sth very much ஒன்றைக் கடுமையாக விமர்சிக்கிற; கண்டனத்திற்கு ஆளாக்குகிற; பழிப்பான *There was a damning article about the book in the newspaper.*

damp¹ /dæmp/ *adj.* a little wet சிறிது ஈரமான; இலேசாக நனைந்த *The house had been empty and felt rather damp.* ▶ **damp** *noun* [U] *She hated the damp and the cold of the English climate.* ➪ **wet** பதிவிலுள்ள குறிப்பைப் பார்க்க.

damp² /dæmp/ *verb* [T] **damp sth (down) 1** to make a fire burn less strongly or stop burning தீயின் தீவிரத்தைக் குறை அல்லது எரிவதை நிறுத்து; அணை *He tried to damp (down) the flames.* **2** to make sth less strong or urgent ஒன்றின் தீவிரத்தை அல்லது அவசரத்தைக் குறை; தணி *He tried to damp down their expectations in case they failed.*

dampen /ˈdæmpən/ *verb* [T] **1** to make sth less strong or urgent ஒன்றின் தீவிரத்தை அல்லது அவசரத்தைக் குறை; தணியச் செய்; தளர்வுறச் செய் *Even the awful weather did not dampen their enthusiasm for the trip.* **2** to make sth a little wet ஒன்றைச் சற்று ஈரமாக்கு; இலேசாக நனை *He dampened his hair to try to stop it sticking up.*

dance¹ /dɑːns/ *noun* **1** [C] a series of steps and movements which you do to music இசைக்கேற்ற காலடி வைப்புகளும் உடல் அசைவுகளும் கொண்ட வரிசைத் தொகுதி; நடனம்; நாட்டியம்; ஆடல் **2** [U] dancing as a form of art or entertainment கலை வடிவாகவோ கேளிக்கைப் பொழுதுபோக்காகவோ நடனம் ஆடுதல்; ஆடல்; நடனக் கலை *She's very interested in modern dance.* **3** [C] (*old-fashioned*) a social meeting at which people dance with each other ஒருவரோடு ஒருவர் இணைந்து நடனம் ஆடும் சமூக நிகழ்ச்சி *My parents met at a dance.*

dance² /dɑːns/ *verb* **1** [I, T] to move around to the rhythm of music by making a series of steps இசைக்கேற்பக் காலெடுத்து வைத்து ஆடு; நடனம் புரி *I can't dance very well.* **2** [I] to jump and move around with energy ஊக்கத்தோடு குதித்தும் சுழன்றும் ஆடு; துள்ளு *She was dancing up and down with excitement.*

dancer /ˈdɑːnsə(r)/ *noun* [C] a person who dances, often as a job நடனத்தைப் பெரும்பாலும் தொழிலாகக் கொண்டவர்; நடனக் கலைஞர்; ஆடற் கலைஞர் *She's a good dancer.*

dancing /ˈdɑːnsɪŋ/ *noun* [U] the action of moving to music இசைக்கேற்ப இயங்கும் செயல்;

ஆடல்; நடனம் *Will there be dancing at the party?*

dandelion /ˈdændɪlaɪən/ *noun* [C] a small wild plant with a bright yellow flower ஒளிர் மஞ்சள் நிறப்பூ உடைய சிறு காட்டுச் செடி வகை

dandruff /ˈdændrʌf/ *noun* [U] small pieces of dead skin in the hair, that look like white powder தலைமுடியில் வெள்ளைத் தூள் போலத் தோன்றுகிற உயிரற்ற தோலின் சிறு துகள்கள்; பொடுகு

danger /ˈdeɪndʒə(r)/ *noun* **1** [U, C] the chance that sb/sth may be hurt, killed or damaged or that sth bad may happen ஒருவருக்கோ ஒன்றுக்கோ பாதிப்பு, இறப்பு, சேதம் அல்லது ஊறு நிகழ்வதற்கான வாய்ப்பு; அபாயம்; ஆபத்து *When he saw the men had knives, he realized his life was* ***in danger****. • The men kept on running until they thought they were* ***out of danger****.* **2** [C] **a danger (to sb/sth)** a person or thing that can cause injury, pain or damage to sb பிறருக்கு ஊறு, துன்பம், அல்லது சேதம் விளைவிக்கக் கூடிய ஒருவர்/ஒன்று *Drunk drivers are a danger to everyone on the road.*

dangerous /ˈdeɪndʒərəs/ *adj.* likely to cause injury or damage காயம் அல்லது சேதம் விளைவிக்கக் கூடிய; ஆபத்தான *a dangerous animal/road/illness • Police warn that the man is highly dangerous.* ▶ **dangerously** *adv. He was standing dangerously close to the cliff edge.*

dangle /ˈdæŋgl/ *verb* [I, T] to hang freely; to hold sth so that it hangs down in this way தன்னியல்பாகத் தொங்கு; இவ்வாறு தொங்கும்படி ஒன்றைப் பிடி; ஊசலாடு; ஊசலாடச் செய் *She sat on the fence with her legs dangling. • The police dangled a rope from the bridge and the man grabbed it.*

dank /dæŋk/ *adj.* wet, cold and unpleasant இதமற்றவாறு ஈரமான; குளிரான

dare[1] /deə(r)/ *verb* **1** [I] *(usually in negative sentences)* **dare (to) do sth** to have enough courage to do sth ஒன்றைச் செய்யப் போதிய துணிவு கொள் *Nobody dared (to) speak. • I daren't ask her to lend me any more money.*

> NOTE **Dare not** (வழக்கமாக **daren't**) அல்லது **do not/does not (don't/doesn't) dare** என்பது எதிர்மறை வடிவம்; **did not (didn't) dare** என்பது இறந்தகால வடிவம்.

2 [T] **dare sb (to do sth)** to ask or tell sb to do sth in order to see if he/she has the courage to do it ஒன்றைச் செய்ய ஒருவருக்குத் துணிவுள்ளதா என்பதனை அறிய அதைச் செய்யுமாறு ஒருவரைக் கேள் அல்லது ஒருவரிடம் கூறு; சவால்விடு *He dared his friend to put a mouse in the teacher's bag.*

IDM **don't you dare** used for telling sb very strongly not to do sth ஒன்றைச் செய்ய வேண்டாம் என ஒருவரிடம் வலியுறுத்திக் கூறப்பயன்படுவது *Don't you dare tell my parents about this!*

how dare you used when you are angry about sth that sb has done ஒருவர் செய்த ஒரு செயலுக்காக அவரிடம் சினத்தை வெளிப்படுத்தும்போது பயன்படுத்தப்படுவது *How dare you speak to me like that!*

I dare say used when you are saying sth is probable ஒன்று நிகழக்கூடும் அல்லது ஒன்று உண்மையாக இருக்க வாய்ப்புள்ளது என்பதைக் கூறும்போது பயன்படுத்தப்படுவது *'I think you should accept the offer.' 'I dare say you're right.'*

dare[2] /deə(r)/ *noun* [C, *usually sing.*] something dangerous that sb asks you to do, to see if you have the courage to do it ஒன்றைச் செய்ய ஒருவருக்குத் துணிவுள்ளதா என்பதை அறிந்து கொள்வதற்காக அவரைச் செய்யும்படிக் கேட்கப்படும் ஆபத்தான, அபாயகரமான அல்லது இடர்மிக்க ஒன்று *'Why did you try to swim across the river?'* ***'For a dare.'***

daredevil /ˈdeədevl/ *noun* [C] a person who likes to do dangerous things ஆபத்தான, அபாயகரமான செயலைச் செய்வதில் விருப்பம் உள்ளவர்; சாகசம் புரிவதில் ஈடுபாடு உடையவர்

daring /ˈdeərɪŋ/ *adj.* involving or taking risks; brave இடர்கள் நிறைந்த அல்லது இடர்களை எதிர்கொள்கிற; துணிச்சல் மிக்க; தைரியமான ▶ **daring** *noun* [U] *The climb required skill and daring.*

dark[1] /dɑːk/ *adj.* **1** with no light or very little light ஒளியில்லாத அல்லது ஒளிகுறைந்த; இருண்ட; இருள்மிக்க *It was a dark night, with no moon. • What time does it* ***get dark*** *in winter?* **2** (used about a colour) not light; nearer black than white (நிறம் பற்றி) வெளிறியதல்லாத; இளஞ்சாயலானதல்லாத; வெண்மையைவிடக் கருமைக்கு நெருக்கமான; அடர்த்தியான; இருட்சாயலான *dark blue* ✪ **OPP light** அல்லது **pale** **3** *(usually BrE)* (used about a person's hair, skin or eyes) brown or black; not fair (ஒருவருடைய முடி, சருமம் அல்லது கண் வகையில்) பழுப்பு நிறமான அல்லது கருநிறமான; வெளிர் நிறமற்ற *She was small and dark with brown eyes.* **4** *(only before a noun)* hidden and frightening; mysterious மறைவானதும் அச்சுறுத்துவதுமான; புதிரான; மர்மமான *He seemed friendly, but there was a dark* *side to his character.* **5** (*only before a noun*) sad; without hope வருத்தம் ஊட்டுகிற; சோகமான; நம்பிக்கையற்ற *the dark days of the recession*

dark² /dɑːk/ *noun* [*sing.*] **the dark** the state of having no light ஒளியில்லா நிலை; இருள்; இருட்டு *He's afraid of the dark.* • *Why are you sitting alone* ***in the dark****?*

IDM **before/after dark** before/after the sun goes down in the evening மாலையில் சூரியன் மறையும் முன்/மறைந்த பின்

(be/keep sb) in the dark (about sth) (be/keep sb) in a position of not knowing about sth ஒன்றைப் பற்றி அறிந்திராத நிலையில் இரு; ஒன்றைப் பற்றி அறியாதவாறு ஒருவரை வைத்திரு *Don't keep me in the dark. Tell me!*

the dark ages *noun* [*pl.*] **1 the Dark Ages** the period in western Europe between the end of the Roman Empire (about 500 AD) and the end of the 10th century AD மேற்கு ஐரோப்பாவில் உரோமானியப் பேரரசின் முடிவுக்கும் (கி.பி.500) கி.பி.10-ஆம் நூற்றாண்டு இறுதிக்கும் இடைப்பட்ட காலம்; இருண்ட காலம் **2** a period of history or a time when sth was not developed or modern ஒன்று வளர்ச்சியுற்றிராத அல்லது புதுமைப் பாங்கில் அமைந்திராத ஒரு வரலாற்றுக் காலப்பகுதி அல்லது ஒரு காலம் *Back in the dark ages of computing, in about 1980, they started a software company.*

darken /ˈdɑːkən/ *verb* [I, T] to become or to make sth darker இருள் சூழ்; இருள் மிகுதியாகு; இருட்டை மிகுதியாக்கு *The sky suddenly darkened and it started to rain.*

dark glasses = **sunglasses**

darkly /ˈdɑːkli/ *adv.* (*written*) **1** in a frightening or unpleasant way அச்சுறுத்தும் வகையில் அல்லது இதமற்ற முறையில்; இணக்க நயமின்றி *He hinted darkly that someone would soon be going to hospital.* **2** showing a dark colour இருள் நிறமாக

darkness /ˈdɑːknəs/ *noun* [U] the state of being dark இருண்ட நிலை; இருட்டு *We sat* ***in total darkness****, waiting for the lights to come back on.*

darkroom /ˈdɑːkruːm; -rʊm/ *noun* [C] a room that can be made completely dark so that film can be taken out of a camera and photographs can be produced there ஒளிப்படக் கருவியிலிருந்து படச்சுருளை எடுத்துப் படமாக்க உதவும் இருட்டறை

darling /ˈdɑːlɪŋ/ *noun* [C] a word that you say to sb you love அன்புக்குரிய ஒருவரிடம் கூறப்படும் சொல்

darn /dɑːn/ *verb* [I, T] to repair a hole in clothes by sewing across it in one direction and then in the other ஆடையில் விழுந்த துளையைச் சரிசெய்யக் குறுக்கும் நெடுக்குமாக நூலிட்டுத் தை; பின்னல் தையல் இடு *I hate darning socks.*

dart¹ /dɑːt/ *noun* **1** [C] an object like a small arrow. It is thrown in a game or shot as a weapon விளையாட்டில் எறியப்படுவதாகவோ எய்யும் கருவியாகவோ உள்ள சிறு அம்பு போன்ற பொருள்; கைவேல் *The keeper fired a tranquillizer dart into the tiger to send it to sleep.* **2 darts** [U] a game in which you throw darts at a round board with numbers on it (**a dartboard**) எண்களுடன் கூடிய வட்டப்பலகையில் குறிபார்த்துக் கைவேல் எய்யும் விளையாட்டு

dart² /dɑːt/ *verb* [I, T] to move or make sth move suddenly and quickly in a certain direction குறிப்பிட்ட திசையில் திடீரெனவும் விரைவாகவும் செல் அல்லது ஒன்றைச் செலுத்து *A rabbit darted across the field.* • *She darted an angry glance at me.*

dash¹ /dæʃ/ *noun* **1** [*sing.*] an act of going somewhere suddenly and quickly திடீரெனவும் விரைவாகவும் ஓரிடத்திற்குச் செல்லுதல்; பாய்ச்சல் *Suddenly the prisoner made a dash for the door.* **2** [C, *usually sing.*] a small amount of sth that you add to sth else வேறொன்றோடு சேர்க்கப்படும் ஒன்றின் சிறு அளவு *a dash of lemon juice* **3** [C] a small horizontal line (–) used in writing, especially for adding extra information குறிப்பாகக் கூடுதல் தகவல் அளிப்பதற்கு, எழுத்தில் பயன்படுத்தப்படும் சிறிய படுக்கைக் கோடு; இடைக்கோடு ➪ **hyphen** பார்க்க.

dash² /dæʃ/ *verb* **1** [I] to go somewhere suddenly and quickly திடீரெனவும் விரைவாகவும் ஓரிடத்திற்குச் செல்; பாய்; தாவிச் செல் *We all dashed for shelter when it started to rain.* • *I must dash—I'm late.* **2** [I, T] to hit sth with great force; to throw sth so that it hits sth else very hard பெரு விசையுடன் ஒன்றை மோது; அழுத்தமாக வேறு ஒன்றைத் தாக்கும்படி ஒன்றை எறி *She dashed her racket to the ground.*

IDM **dash sb's hopes (of sth/of doing sth)** to completely destroy sb's hopes of doing sth ஒன்றைச் செய்ய முடியும் என்னும் ஒருவரது நம்பிக்கையை முழுவதுமாகத் தகர்

PHR V **dash sth off** to write or draw sth very quickly மிக விரைவாக ஒன்றை எழுது அல்லது வரை *I dashed off a note to my boss and left.*

dashboard /ˈdæʃbɔːd/ *noun* [C] the part in a car in front of the driver where most of the switches, etc. are ஓட்டுநருக்கு முன்னர் அமைவதும் பெரும்பான்மையான விசைக்குமிழ்கள் முதலியன உள்ளதுமான காரின் பகுதி ➪ **car** பதிவில் படம் பார்க்க.

data /ˈdeɪtə; ˈdɑːtə/ *noun* [U, *pl.*] (used as a plural noun in technical English, when the singular is **datum**) facts or information (பன்மைப் பெயராகத் தொழில்நுட்பப் புல வழக்கில் பயன்படுத்தப்படுவது. இதன் ஒருமை datum என்பதாகும்) மெய்ச் செய்திகள் அல்லது தகவல்கள் *to gather/collect data* • *data capture/retrieval* (= ways of storing and looking at information on a computer) • *data processing*

database /ˈdeɪtəbeɪs/ *noun* [C] a large amount of data that is stored in a computer and can easily be used, added to, etc. கணினியில் சேர்த்து வைக்கப்பட்டுள்ளனவும் எளிதில் பயன்படுத்தக்கூடியனவும் மேலும் சேர்த்தல் முதலியவற்றுக்கு உரியதுமான பேரளவிலான தரவுத் தொகுதி; தரவு மூலம்; தரவுத்தளம்

date[1] /deɪt/ *noun* **1** [C] a particular day of the month or year மாதம் அல்லது ஆண்டின் குறிப்பிட்ட ஒரு நாள்; தேதி *What's the date today?* • *What's your **date of birth**?* • *We'd better **fix a date** for the next meeting.* **2** [*sing.*] a particular time குறிப்பிட்ட நேரம்/சமயம் *We can discuss this **at a later date**.* **3** [C] an arrangement to meet sb, especially a boyfriend or girlfriend ஒருவரை, குறிப்பாகக் காதல் தோழனை/தோழியைச் சந்திக்கும் ஏற்பாடு *Shall we **make a date** to have lunch together?* ➪ **blind date** பார்க்க. **4** [C] a small, sweet, dark brown fruit that comes from a tree which grows in hot countries பேரீச்சம்பழம்

IDM **out of date 1** not fashionable; no longer useful நடப்பில் இல்லாத; இனிமேல் பயன்படாத; வழக்கற்றுப் போய்விட்ட *out-of-date methods/machinery* **2** no longer able to be used இனிமேல் பயன்படுத்த முடியாத; காலாவதியான *I must renew my passport. It's out of date.*

to date (*formal*) until now இன்று வரை; இதுவரை *We've had very few complaints to date.*

up to date 1 completely modern நவீனமானதாக; புதுப்பாணியில் அமைந்த; காலத்துக்கொத்ததாக *The new kitchen will be right up to date, with all the latest gadgets.* **2** with all the latest information; having done everything that you should எல்லா அண்மைத் தகவலுடன்; செய்ய வேண்டிய ஒவ்வொன்றும் செய்து முடிக்கப்பட்டதாக *In this report we'll bring you up to date with the latest news from the area.*

date[2] /deɪt/ *verb* **1** [T] to discover or guess how old sth is ஒன்றின் வாழ்வுக் காலத்தைக் கண்டுபிடி அல்லது ஊகி; காலங் குறி *The skeleton has been dated at about 3000 BC.* **2** [T] to write the day's date on sth ஒன்றின் மீது குறிப்பிட்ட நாளின் தேதியை எழுது; தேதியிடு *The letter is dated 24 March, 2000.* **3** [I, T] to seem, or to make sb/sth seem, old-fashioned பழம்பாணியில் தோன்று; ஒருவரை/ஒன்றைப் பழம்பாணியில் தோன்றச் செய் *We chose a simple style so that it wouldn't date as quickly.*

PHR V **date back to...; date from...** to have existed since குறிப்பிட்ட காலத்திலிருந்து/காலம் முதலாக *The house dates back to the seventeenth century.*

dated /ˈdeɪtɪd/ *adj.* old-fashioned; belonging to a time in the past நடப்பு வழக்கில் இல்லாத; பழம்பாணியாக; கடந்த காலத்தைச் சார்ந்த *This sort of jacket looks rather dated now.*

the date line = **the International Date Line**

dative /ˈdeɪtɪv/ *noun* [C] (*grammar*) the form of a noun, a pronoun, or an adjective in some languages when it is, or is connected with, the **indirect object** of a verb சில மொழிகளில், வினைச்சொல்லின் அயல்நிலை செயப்படுபொருளாக அல்லது அயல்நிலை செயப்படுபொருள் சார்ந்து அமையும் பெயர்ச்சொல், மாற்றுப்பெயர் அல்லது பெயரடையின் வடிவம்; நான்காம் வேற்றுமை; கொடை வேற்றுமை *In the sentence 'Give me the book', 'me' is in the dative.* ➪ **accusative, genitive, nominative** மற்றும் **vocative** பார்க்க.

datum /ˈdeɪtəm/ = **data**

daub /dɔːb/ *verb* [T] **daub A on B; daub B with A** to spread a substance such as paint, mud, etc. thickly and/or carelessly onto sth ஒன்றின் பரப்பின் மீது அடர்த்தியாக மற்றும்/அல்லது அக்கறையற்ற முறையில் வண்ணக் குழம்பு, சேறு முதலியன பூசு *The walls had been daubed with graffiti.*

daughter /ˈdɔːtə(r)/ *noun* [C] a female child பெண் குழந்தை; மகள்

daughter-in-law *noun* [C] (*pl.* **daughters-in-law**) the wife of your son மகனின் மனைவி; மருமகள்

daunt /dɔːnt/ *verb* [T] (*usually passive*) to frighten or to worry sb by being too big or difficult மிகப்பெரியதாகவோ கடினமாகவோ இருந்து ஒருவரை அச்சுறுத்து அல்லது கவலை கொள்ளச் செய்; ஊக்கமிழக்கச் செய் *Don't be daunted by all the controls—in fact it's a simple machine to use.* ▶ **daunting** *adj. a daunting task*

dawdle /ˈdɔːdl/ *verb* [I] to go somewhere very slowly ஓரிடத்திற்கு மிக மெதுவாகச் செல்; சோம்பல் உணர்வுடன் செல் *Stop dawdling! We've got to be there by two.*

dawn[1] /dɔːn/ *noun* **1** [U, C] the early morning, when light first appears in the sky வானத்தில் முதலில் வெளிச்சம் தோன்றும் விடியற்காலை; வைகறை; விடியல் *before/at dawn* • *Dawn was breaking* (= it was starting to get light) *as I* *set off to work.* **2** [*sing.*] **the beginning** தொடக்கம்; முதல் தோற்றம் *the dawn of civilization*

IDM the crack of dawn ➪ **crack²** பார்க்க.

dawn² /dɔ:n/ *verb* [I] **1** (*formal*) to begin to grow light, after the night இரவுக்குப்பின் ஒளி வளரத் தொடங்கு; பொழுது புலர்வுறு *The day dawned bright and cold.* • (*figurative*) *A new era of peace is dawning.* **2 dawn (on sb)** to become clear (to sb) (ஒருவருக்குத்) தெளிவாகு; விளக்கமாகப் புலப்படத் தொடங்கு *Suddenly it dawned on her. 'Of course!' she said. 'You're Raman's brother!'*

day /deɪ/ *noun* **1** [C] a period of 24 hours. Seven days make up a week நாள்; 24 மணி நேரம் கொண்ட காலம்; ஏழு நாட்களால் ஆனது ஒரு வாரம். *'What day is it today?' 'Tuesday.'* *the day before/the previous day.* • *twice a day* • *Sunday's my day off* (= when I do not work). **2** [C, U] the time when the sky is light; not night இரவல்லாத பொழுது; பகல்; பகற்பொழுது *It's been raining all day (long).* • *Owls sleep* ***by day*** (= during the day) *and hunt at night.* **3** [C] the hours of the day when you work பணிபுரியும் பகல் நேரம்; நாளின் வேலை நேரம் *She's expected to work a seven-hour day.* **4** [C] (*also* **days**) a particular period of time in the past கடந்த காலத்தில் ஒரு குறிப்பிட்ட காலப்பகுதி *in Raj Kapoor's days* • *There weren't so many cars in those days.*

IDM at the end of the day ➪ **end¹** பார்க்க.

break of day ➪ **break²** பார்க்க.

call it a day ➪ **call¹** பார்க்க.

day by day every day; as time passes ஒவ்வொரு நாளும்; காலம் செல்லச் செல்ல; நாளடைவில் *Day by day, she was getting a little bit stronger.*

day in, day out every day, without any change மாற்றம் எதுவுமின்றி ஒவ்வொரு நாளும்; பல நாட்களாக மாறாது தொடர்ந்து *He sits at his desk working, day in, day out.*

day-to-day happening as a normal part of each day; usual ஒவ்வொரு நாளும் வழக்கமாக நிகழ்கிற; அன்றாட நிகழ்வான; வழக்கமான

from day to day; from one day to the next within a short period of time குறுகிய காலத்தில்; குறைந்த காலத்தில் *Things change so quickly that we never know what will happen from one day to the next.*

have a field day ➪ **field day** பார்க்க.

it's early days (yet) ➪ **early** பார்க்க.

make sb's day (*informal*) to make sb very happy ஒருவரை மிகவும் மகிழ்ச்சியுறச் செய்

one day; some day at some time in the future எதிர்காலத்தில் எப்பொழுதாவது/ஒரு சமயத்தில் *Some day we'll go back and see all our old friends.*

the other day a few days ago; recently சில நாட்களுக்கு முன்; அண்மையில்; சமீபத்தில் *I bumped into him in town the other day.*

the present day ➪ **present¹** பார்க்க.

these days in the present age; nowadays நிகழ் காலத்தில்; இக்காலத்தில்; இப்போது; தற்காலத்தில்

daybreak /ˈdeɪbreɪk/ *noun* [U] the time in the early morning when light first appears வானத்தில் ஒளி முதலில் தோன்றும் விடியற்காலை; வைகறை ✪ SYN **dawn**

daydream /ˈdeɪdri:m/ *noun* [C] thoughts that are not connected with what you are doing; often pleasant scenes in your imagination செய்யும் செயலோடு தொடர்பில்லாத எண்ணங்கள்; கற்பனைக்கினிய காட்சிகள்; பகற்கனவு *The child stared out of the window, lost in a daydream.* ▶ **daydream** *verb* [I] *Don't just sit there daydreaming—do some work!*

daylight /ˈdeɪlaɪt/ *noun* [U] the light that there is during the day பகற்பொழுதின் ஒளி; பகல் வெளிச்சம்; பட்டப்பகல் *The colours look quite different* ***in daylight.*** • *daylight hours*

IDM broad daylight ➪ **broad** பார்க்க.

daytime /ˈdeɪtaɪm/ *noun* [U] the time when it is light; not night இரவல்லாத பொழுது; ஒளிமிக்க நேரம்; பகல் நேரம் *These flowers open* ***in the daytime*** *and close again at night.* • ***daytime*** *TV*

daze /deɪz/ *noun*

IDM in a daze unable to think or react normally; confused இயல்பாகச் சிந்தித்துச் செயல்பட முடியாது; குழப்ப நிலையில்

dazed /deɪzd/ *adj.* unable to think or react normally; confused இயல்பாகச் சிந்தித்துச் செயல்பட முடியாத; குழப்பமான; மனக்கலக்கமுற்ற *He had a dazed expression on his face.*

dazzle /ˈdæzl/ *verb* [T] (*usually passive*) **1** (used about a bright light) to make sb unable to see for a short time (மிகு ஒளி குறித்து) ஒருவர் சற்றுநேரம் பார்க்க இயலாமல் செய்; கண்கூசச் செய் *She was dazzled by the other car's headlights.* **2** to impress sb very much மிகுந்த பாராட்டுணர்வும் மதிப்பும் ஏற்படச் செய் *He had been dazzled by her beauty.* ▶ **dazzling** *adj. a dazzling light*

DC /ˌdi: ˈsi:/ *abbr.* = **direct current**

DDT /ˌdi: di: ˈti:/ *abbr. noun* [U] a poisonous chemical substance that farmers use to kill insects பூச்சிகளைக் கொல்ல விவசாயிகள் பயன்படுத்தும் வேதியியல் நச்சுப் பொருள்; பூச்சிக்கொல்லி வகை

de- /di:/ *prefix* (*in nouns, verbs, adjectives and adverbs*) **1** the opposite of எதிரான; எதிர்மாறான;

நேர் எதிரான; எதிர் நிலையான *decompress* **2 taking sth away** ஒன்றை அப்புறப்படுத்துதல்; அகற்றுதல்; நீக்குதல் *decaffeinated coffee*

dead[1] /ded/ *adj.* **1** no longer alive உயிரற்ற; இறந்துபோன • *a dead body* • *shot dead* • *dead leaves* ➪ **death** noun பார்க்க. **2** no longer used; finished பயனற்றுப்போன; பயன்பாட்டில் இல்லாத; முடிந்துபோன; வழக்கற்றுப்போன *Latin is a dead language.* ✪ OPP **living 3** (*not before a noun*) (used about a part of the body) no longer able to feel anything (உடல் உறுப்பு வகையில்) உணர்விழந்த; மரத்துப்போன **4** (*not before a noun*) (used about a piece of equipment) no longer working (கருவி ஒன்றைப் பற்றிக் குறிப்பிடுகையில்) செயலற்றுப்போன; வேலை செய்யாத; செயல்படாத *I picked up the telephone but the line was dead.* • *This battery's dead.* **5** without movement, activity or interest நடமாட்டம், செயற்பாடு அல்லது ஆர்வம் இல்லாத; உயிர்ப்பற்ற *This town is completely dead after 11 o'clock at night.* **6** (*only before a noun*) complete or exact முழுநிறைவான; முழுமையான; துல்லியமான; சரிநுட்பமான *a dead silence/calm* • *The arrow hit the dead centre of the target.*

IDM **drop dead** ➪ **drop[1]** பார்க்க.

dead[2] /ded/ **the dead** *noun* [*pl.*] people who have died இறந்தவர்கள்; காலமானவர்கள் *A church service was held in memory of the dead.*

IDM **in the dead of night** in the middle of the night, when it is very dark and quiet அடர்ந்த இருளும் அமைதியும் நிறைந்த நள்ளிரவில்; நடு நிசியில்

dead[3] /ded/ *adv.* completely, exactly or very முழுவதுமாக; முற்றிலுமாக; துல்லியமாக; மிகவும்; பெரிதும் *The car made a strange noise and then stopped dead.* • *He's dead keen to start work.*

deaden /'dedn/ *verb* [T] to make sth less strong, painful, etc. ஒன்றின் தீவிரம், வலி முதலியன குறையச் செய்; மட்டுப்படுத்து *They gave her drugs to try and deaden the pain.*

dead end *noun* [C] **1** a road, passage, etc. that is closed at one end ஒரு முனையில் முற்றுப்பெறும்/முடிவடையும் சாலை, தெரு முதலியன; ஒருமுக அடைப்பு வழி; முட்டுச்சந்து *We came to a dead end and had to turn back.* **2** a point, situation, etc. from which you can make no further progress மேலும் தொடர்ந்து முன்னேற்றம்/வளர்ச்சி காணமுடியாத ஒரு கட்டம், சூழ்நிலை முதலியன *The police had reached a dead end in their investigations.* • *He felt he was in a **dead-end job*** (= one with low wages and no hope of promotion), *so he left.*

dead heat *noun* [C] the result of a race when two people, etc. finish at exactly the same time ஒரு பந்தயத்தில் போட்டியாளர்கள் ஒரே நேரத்தில் இலக்கை எய்தும் நிலை; போட்டிப் பந்தயச் சமநிலை அடைவு

deadline /'dedlaɪn/ *noun* [C] a time or date before which sth must be done or finished ஒன்றைச் செய்து முடிக்க/நிறைவேற்ற வேண்டிய நேரம், காலம் அல்லது நாள் *I usually **set** myself **a deadline** when I have a project to do.* • *A journalist is used to having to meet **deadlines**.*

deadlock /'dedlɒk/ *noun* [*sing.*, U] a situation in which two sides cannot reach an agreement இரு சாரார்/தரப்பினர் உடன்பாட்டுக்கு வரமுடியாத நிலை; முட்டுக்கட்டை நிலை *Talks have reached (a) deadlock.* • *to try to break the deadlock*

dead loss *noun* [C, *usually sing.*] (*informal*) a person or thing that is not helpful or useful உதவி செய்யாத அல்லது பயனற்ற ஒருவர் அல்லது ஒன்று

deadly /'dedli/ *adj., adv.* (**deadlier; deadliest**) **1** causing or likely to cause death மரணத்தை ஏற்படுத்துவதாக அல்லது ஏற்படுத்தக்கூடிய *a deadly poison/weapon/disease* **2** very great; complete மிகப்பெரிய; முழுமையான *They're deadly enemies.* **3** completely; extremely முழுமையாக; மிக்க அளவில்; மிகுந்த முனைப்புடன் *I'm not joking. In fact I'm deadly serious.* **4** extremely accurate, so that no defence is possible தடுக்க முடியாதபடி மிகவும் துல்லியமாக *That player is deadly when he gets in front of the goal.*

deadpan /'dedpæn/ *adj.* without any expression on your face or in your voice முகத்திலோ குரலிலோ எந்த உணர்ச்சியையும்/குறிப்பையும் காட்டாத; முகபாவமற்ற; இறுக்கமான *He told the joke with a completely deadpan face.*

deadweight /ˌded'weɪt/ *noun* [C, *usually sing.*] **1** a thing that is very heavy and difficult to lift or move அசைக்கவோ தூக்கவோ கடினமாக உள்ள கனம் மிகுந்த பொருள்; மிகைப்பளு; நிறைபாரம் **2** a person or thing that makes it difficult to make progress or succeed முன்னேற்றத்திற்கு/வெற்றிக்குத் பெறவோ தடையாக உள்ள ஒருவர்/ஒன்று

dead wood *noun* [U] people or things that have become useless or unnecessary in an organization ஓர் அமைப்பில் பயனற்றோ தேவையற்றோ போனவர்கள்/போனவை

deaf /def/ *adj.* **1** unable to hear anything or unable to hear very well முழுவதுமாகவோ சரியாகவோ காது கேளாத; செவிடான *You'll have to speak louder. My father's a bit deaf.* • *to go deaf* **2 the deaf** *noun* [*pl.*] people who cannot hear காது கேளாதோர்; செவிடர் **3 deaf to sth** not wanting to listen to sth ஒன்றைக் காது கொடுத்துக் கேட்க விரும்பாத; கேட்க விருப்பமில்லாத *I've told her what I think but she's deaf to my advice.* ▶ **deafness** *noun* [U]

deafen /ˈdefn/ *verb* [T] (*usually passive*) to make sb unable to hear by making a very loud noise உரத்த ஒலி எழுப்பி ஒருவரைக் கேட்க முடியாதபடி செய்; கூச்சலினால் காதடைக்கச்செய் *We were deafened by the loud music.* ▶ **deafening** *adj. deafening music*

deal¹ /diːl/ *verb* (*pt, pp* **dealt** /delt/) **1** [I, T] **deal (sth) (out); deal (sth) (to sb)** to give cards to players in a game of cards சீட்டாட்டத்தில் விளையாடுபவர்களுக்குச் சீட்டுகளைப் போடு *Start by dealing seven cards to each player.* **2** [I] **deal (in sth); deal (with sb)** to do business, especially buying and selling goods குறிப்பாகப் பொருள்களை வாங்குதல் விற்றல் கொண்ட வாணிகம் செய்; வியாபாரம் செய் *He deals in second-hand cars.* • *Our firm deals with customers all over the world.* **3** [I, T] (*informal*) to buy and sell illegal drugs சட்டத்தால் தடைசெய்யப்பட்ட போதைப் பொருள்களை வாங்கி விற்பனை செய்

IDM **deal sb/sth a blow; deal a blow to sb/sth 1** to hit sb/sth ஒருவரை/ஒன்றைத் தாக்கு; அடி *He was dealt a nasty blow to the head in the accident.* **2** to give sb a shock, etc. ஒருவருக்கு அதிர்ச்சி முதலியவற்றை உண்டாக்கு *This news dealt a terrible blow to my father.*

PHR V **deal sth out** to give sth to a number of people ஒன்றைப் பலருக்கும் பகிர்ந்தளி *The profits will be dealt out among us.*

deal with sb to treat sb in a particular way; to handle sb ஒருவரைக் குறிப்பிட்ட முறையில் நடத்து; ஒருவரைக் கையாளு *He's a difficult man. Nobody quite knows how to deal with him.*

deal with sth 1 to take suitable action in a particular situation in order to solve a problem, complete a task, etc.; to handle sth குறிப்பிட்ட சூழ்நிலையில் ஒரு சிக்கலைத் தீர்த்தல், ஒரு செயலை நிறைவேற்றுதல் முதலியவற்றின் பொருட்டுப் பொருத்தமான நடவடிக்கை எடு; ஒன்றைக் கையாளு *My secretary will deal with my correspondence while I'm away.* **2** to have sth as its subject ஒன்றை நுதல்பொருளாகக் கொண்டிரு; ஒரு பொருள் குறித்துப் பேசு *This chapter deals with letter writing.*

deal² /diːl/ *noun* [C] **1** an agreement or arrangement, especially in business குறிப்பாக வணிகத்தில்/தொழிலில் மேற்கொள்ளப்படும் உடன்பாடு; ஒப்பந்தம்; பேரம் *We're hoping to* ***do a deal*** *with an Italian company.* • *Let's* ***make a deal*** *not to criticize each other's work.* • *'I'll help you with your essay if you'll fix my bike.' 'OK,* ***it's a deal!****'* **2** the way that sb is treated ஒருவர் நடத்தப்படும் முறை *With high fares and unreliable services, rail users are* ***getting a raw deal****.* • *The new law aims to give pensioners* ***a fair deal****.* **3** the action of giving cards to players in a card game சீட்டாட்டத்தில் விளையாடுபவர்களுக்குச் சீட்டுப் போடுதல்

IDM **a big deal/no big deal** ➪ **big** பார்க்க.

good/great deal (of sth) a lot (of sth) (ஒன்றின்) பெருமளவு; ஏராளம் *I've spent a great deal of time on this report.*

dealer /ˈdiːlə(r)/ *noun* [C] **1** a person whose business is buying and selling things பொருள்களை வாங்கல், விற்றல் தொழில்புரிபவர்; வணிகர்; வியாபாரி *a dealer in gold and silver* • *a drug dealer* **2** the person who gives the cards to the players in a game of cards சீட்டாட்டத்தில் விளையாடுபவர்களுக்குச் சீட்டுப்போடுபவர்; சீட்டுப் பங்கீடு செய்பவர்

dealing /ˈdiːlɪŋ/ *noun* **1 dealings** [*pl.*] relations, especially in business செயல் தொடர்பு; தொடர்புறவு, குறிப்பாக வாணிகத் தொடர்பு *We had some dealings with that firm several years ago.* **2** [U] buying and selling வாங்கலும் விற்றலும்; வாணிகச் செயல்பாடு *share dealing*

dealt ➪ **deal¹** என்பதன் இறந்தகால மற்றும் இறந்தகால வினையெச்ச வடிவம்

dean /diːn/ *noun* [C] **1** a priest who is responsible for a large church or a number of small churches கிறிஸ்தவப் பேராலயம் ஒன்றிற்கோ சிற்றாலயம் பலவற்றிற்கோ பொறுப்பான பாதிரியார் **2** an important official at some universities or colleges பல்கலைக்கழகங்கள் அல்லது கல்லூரிகள் சிலவற்றில் உள்ள முக்கியமான அலுவலர்; புலத் தலைவர்

dear¹ /dɪə(r)/ *adj.* **1** used at the beginning of a letter before the name or title of the person you are writing to கடிதத்தின் தொடக்கத்தில் எழுதப்படுபவரது பெயர் முன் அல்லது பட்டத்தின் முன் பயன்படுத்தப்படுவது; அன்பான; அன்புள்ள *Dear Laxmi, ...* • *Dear Sir or Madam, ...* **2 dear (to sb)** loved by or important to sb ஒருவரது விருப்பத்திற்கு/அன்புக்கு உரிய; ஒருவருக்கு முக்கியமான; அருமையான *It was a subject that was very dear to him.* • *She's one of my dearest friends.* **3** expensive விலைமிக்க; அதிக விலையுள்ள; பெருஞ்செலவு பிடிக்கிற *How can people afford to smoke when cigarettes are so dear?*

IDM **close/dear/near to sb's heart** ➪ **heart** பார்க்க.

dear² /dɪə(r)/ *exclamation* **1** used for expressing disappointment, sadness, surprise, etc. ஏமாற்றம், வருத்தம், வியப்பு முதலியவற்றை

வெளிப்படுத்த பயன்படுத்தப்படும் உணர்ச்சிக் குறிப்பு *Dear me! Aren't you ready?* **2** (*old-fashioned*) used when speaking to sb you know well நன்கு அறிமுகமான ஒருவரோடு பேசும்போது பயன்படுத்தப்படுவது *Would you like a cup of tea, dear?*

dearly /ˈdɪəli/ *adv.* **1** very much மிகவும்; மிகுதியாக; நிரம்ப; மிகு அளவில் *I'd dearly like to go there again.* **2** (*formal*) in a way that causes damage or suffering, or costs a lot of money சேதம் அல்லது துன்பம் உண்டாகும் முறையில்; பணச் செலவு மிகுதியாகும் முறையில் *I've already paid dearly for that mistake.*

dearth /dɜːθ/ *noun* [*sing.*] **a dearth (of sb/sth)** a lack of sth; not enough of sth ஒன்றின் இன்மை; போதாமை; பஞ்சம் *There's a dearth of young people in the village.*

death /deθ/ *noun* **1** [C, U] the end of sb/sth's life; dying ஒன்றின்/ஒருவரின் உயிர் முடிவு; இறப்பு; மரணம்; சாவு *The police do not know the* ***cause of death.*** • *There was no food and people were* ***starving to death.*** ➪ **dead** adjective பார்க்க. **2** [U] the end (of sth) (ஒன்றின்) முடிவு; இறுதி; அழிவு *the death of communism*

IDM catch your death ➪ **catch**[1] பார்க்க.

a matter of life and/or death ➪ **matter**[1] பார்க்க.

put sb to death (*usually passive*) (*formal*) to kill sb as a punishment, in past times (முற்காலவழக்கு) தண்டனையாக ஒருவரைக் கொல்

sick to death of sb/sth ➪ **sick**[1] பார்க்க.

sudden death ➪ **sudden** பார்க்க.

deathbed /ˈdeθbed/ *noun* [C] the bed in which sb is dying or dies சாகிற அல்லது இறக்கும் தருவாயில் உள்ள ஒருவரது படுக்கை; மரணப்படுக்கை

death certificate *noun* [C] an official document signed by a doctor that states the time and cause of sb's death ஒருவர் இறந்த நேரம், அவரது இறப்புக் காரணம் ஆகியவற்றைக் கூறுவதும் மருத்துவரின் கையொப்பம் இடப்பட்டதுமான அதிகாரபூர்வமான ஆவணம்; மரணச் சான்றிதழ்; இறப்புச் சான்று

deathly /ˈdeθli/ *adj.*, *adv.* like death மரணம் போன்ற/போன்று; மயான *There was a deathly silence.*

death penalty *noun* [*sing.*] the legal punishment of being killed for a crime ஒருவர் புரிந்த குற்றத்திற்காக அவரைச் சட்டப்படி கொல்லும் தண்டனை; மரண தண்டனை. ➪ **capital punishment** பார்க்க.

death row *noun* [U] (especially in the US) the cells in a prison for prisoners who are waiting to be killed as punishment for a serious crime (குறிப்பாக அமெரிக்காவில்) பெருங்குற்றம் புரிந்ததற்குத் தண்டனையாகக் கொல்லப்படுவதற்காகக் காத்திருக்கும் கைதிகளின் சிறைச்சாலை அறைகள்; மரண தண்டனைக் கைதிகளின் அறைகள் *prisoners* ***on death row***

death toll *noun* [C] the number of people killed in a disaster, war, accident, etc. பேரிடர், போர், விபத்து முதலியவற்றில் இறந்தவர் எண்ணிக்கை

death trap *noun* [C] a building, road, vehicle, etc. that is dangerous and could cause sb's death அபாயகரமானதும் சாவு நேரக் காரணமாக அமையக்கூடியதுமான கட்டடம், சாலை, வாகனம், முதலியன; பேரிடர் வாய்ப்புள்ள இடம்

debase /dɪˈbeɪs/ *verb* [T] (*usually passive*) (*formal*) to reduce the quality or value of sth ஒன்றின் தரம் அல்லது மதிப்பைக் குறை; தரம் தாழ்த்து

debatable /dɪˈbeɪtəbl/ *adj.* not certain; that you could argue about உறுதியற்ற; ஐயப்பாட்டுக்குரிய; விவாதத்திற்குரிய *It's debatable whether people have a better lifestyle these days.*

debate[1] /dɪˈbeɪt/ *noun* **1** [C] a formal argument or discussion of a question at a public meeting or in Parliament பொதுக்கூட்டம் அல்லது நாடாளுமன்றத்தில் ஒரு பொருள் பற்றி நிகழும் முறைசார் விவாதம் அல்லது கலந்துரையாடல்; சொற்போர்; கருத்து மோதல் **2** [U] general discussion about sth expressing different opinions ஒன்றைப் பற்றிப் பல்வேறு கருத்துகள் கூறப்படும் பொது விவாதம்; கலந்துரையாடல் *There's been a lot of debate about the cause of acid rain.*

debate[2] /dɪˈbeɪt/ *verb* **1** [I, T] to discuss sth in a formal way or at a public meeting வினைமுறைச் சூழலில் அல்லது பொதுக்கூட்டத்தில் ஒன்றைப் பற்றி விவாதி; வாதாடு **2** [T] to think about or discuss sth before deciding what to do ஒன்றை முடிவு செய்யும் முன் அதுபற்றிச் சிந்தி அல்லது கலந்தாராய் *They debated whether to go or not.*

debauched /dɪˈbɔːtʃt/ *adj.* behaving in a way that is immoral or unacceptable to most people பெரும்பாலோர் ஏற்காத அல்லது ஒழுக்கமற்ற முறையில் நடந்துகொள்கிற; ஒழுக்கங்கெட்ட *debauched way of life*

debilitate /dɪˈbɪlɪteɪt/ *verb* [T] (*formal*) **1** to make sb's body or mind weaker ஒருவருடைய மனம் அல்லது உடலைப் பலவீனப்படுத்து *a debilitating disease* **2** to make a country, an organization, etc. weaker ஒரு நாடு, ஓர் அமைப்பு முதலியவற்றைப் பலவீனப்படுத்து; வலிமை குன்றச் செய்

debit¹ /ˈdebɪt/ *noun* [C] an amount of money paid out of a bank account வங்கிக் கணக்கிலிருந்து வழங்கீட்டுத் தொகையாக எடுக்கப்படும் பணம்; பற்று ✪ OPP **credit** ⇨ **direct debit** பார்க்க.

debit² /ˈdebɪt/ *verb* [T] to take an amount of money out of a bank account, etc. usually as a payment; to record this வங்கிக் கணக்கு முதலியவற்றிலிருந்து பெரும்பாலும் வழங்கீட்டுத் தொகையாகப் பணம் எடு; பற்று வை; அதை எழுது/பதிவு செய்

debit card *noun* [C] a plastic card that can be used to take money directly from your bank account when you pay for sth ஒன்றிற்குப் பணம் செலுத்துவதற்காக வங்கிக் கணக்கிலிருந்து நேரடியாகப் பணம் எடுப்பதற்கு உதவும் பிளாஸ்டிக் அட்டை; பற்று அட்டை ⇨ **credit card** பார்க்க.

debris /ˈdebriː/ *noun* [U] pieces from sth that has been destroyed, especially in an accident குறிப்பாக விபத்தில், அழிவுற்ற ஒன்றின் சிறு கூறுகள்; சிதைவு; சிதை கூளம்

debt /det/ *noun* **1** [C] an amount of money that you owe to sb ஒருவருக்குத் திரும்பச் செலுத்த வேண்டிய பணம்; கடன் தொகை; கடன் *She borrowed a lot of money and she's still paying off the debt*. **2** [U] the state of owing money பிறருக்குக் கடன்பட்ட நிலை *After he lost his job, he* ***got into debt***. **3** [C, *usually sing*.] (*formal*) something that you owe sb, for example because he/she has helped or been kind to you பிறர் செய்த உதவி முதலியவற்றுக்கான நன்றிக் கடன் *In his speech he acknowledged his debt to his family and friends for their support.*

IDM **be in/out of debt** to owe/not owe money பணக் கடன் பெற்று/பெறாது இரு; கடன்பட்டிரு/படாதிரு

be in sb's debt (*formal*) to feel grateful to sb for sth that he/she has done for you ஒருவர் தனக்குச் செய்த ஒன்றிற்காக நன்றியுணர்வு கொள்; நன்றிக்கடன் பட்டிரு

debtor / ˈdetə(r)/ *noun* [C] a person who owes money கடன்பட்டவர்; கடனாளி

début (*also* **debut**) / ˈdeɪbjuː/ *noun* [C] a first appearance in public of an actor, sports person, etc. நடிகர் முதலியோர் முதன்முறையாகக் காட்சிவினை நிகழ்த்துதல்; முதல் தோற்றம்; அரங்கேற்றம் *She* ***made*** *her* ***début*** *in Indian cinema in 1989.*

Dec. *abbr.* December டிசம்பர் மாதம் *5 Dec. 2001*

deca- /ˈdekə/ *prefix* (*in nouns, verbs, adjectives and adverbs*) ten; having ten பத்து; பத்துடைய *decathlon* (= a competition in which people do ten different sports)

decade /ˈdekeɪd; dɪˈkeɪd/ *noun* [C] a period of ten years பத்தாண்டுக் காலம்; பத்தாண்டு

decadence /ˈdekədəns/ *noun* [U] behaviour, attitudes, etc. that show low moral standards கீழ்த்தரமான அல்லது ஒழுக்கக்கேடான நடத்தை, மனப்பாங்கு முதலியன; சீர்கேடு; பண்பழிவு ▶ **decadent** /ˈdekədənt/ *adj. a decadent society*

decaffeinated /ˌdiːˈkæfɪneɪtɪd/ *adj.* (used about coffee or tea) with most or all of the substance that makes you feel awake and gives you energy (**caffeine**) removed (காப்பி அல்லது தேநீர் வகையில்) விழிப்பு உணர்வு மற்றும் ஊக்கம் தருகிற பெரும்பான்மையான அல்லது எல்லாப் பொருள்களும் நீக்கப்பட்ட

decant /dɪˈkænt/ *verb* [T] **decant sth (into sth)** to gradually pour a liquid from one container into another, for example to separate solid material from the liquid திரவத்திலிருந்து திடப்பொருளைப் பிரித்தெடுத்தல் முதலியவற்றுக்காக, ஒரு கொள்கலனிலிருந்து மற்றொரு கொள்கலனுக்குத் திரவத்தைக் கொஞ்சம் கொஞ்சமாக ஊற்று; இறு; வடி

decapitate /dɪˈkæpɪteɪt/ *verb* [T] (*formal*) to cut off a person's head ஒருவரது தலையைத் துண்டி; தலையை வெட்டு

decathlon /dɪˈkæθlən/ *noun* [C] a sports event in which people compete in ten different sports வெவ்வேறான பத்து விளையாட்டுப் போட்டிகள் உள்ளடங்கிய ஒரு விளையாட்டு நிகழ்ச்சி

decay¹ /dɪˈkeɪ/ *verb* [I] **1** to become bad or be slowly destroyed மோசமாகு அல்லது படிப்படியாக அழிவுறு; நலங்கெடு *the decaying carcass of a dead sheep* ✪ SYN **rot 2** to become weaker or less powerful பலவீனமாகு அல்லது வலுவிழ; ஆற்றல் குன்று; நலிவுறு *His business empire began to decay.* ▶ **decayed** *adj. a decayed tooth*

decay² /dɪˈkeɪ/ *noun* [U] the process or state of being slowly destroyed படிப்படியாக அழிந்துபோதல் அல்லது அழியும் நிலை; சிதைவு; சீர்கேடு *tooth decay* • *The old farm was in a terrible state of decay.*

Deccan *noun* **1** a vast peninsula in India, south of the River Narmada நருமதை நதியின் தெற்கே உள்ள இந்தியாவின் பரந்த தீபகற்பப் பகுதி **2** the entire plateau region of south-central India between the Eastern and Western Ghats கிழக்குத் தொடர்ச்சி மலைகளுக்கும் மேற்குத் தொடர்ச்சி மலைகளுக்கும் இடையில் உள்ள தென்மத்திய இந்தியாவின் பீடபூமி

the deceased /dɪsiːst/ *noun* [*sing.*] (*formal*) a person who has died, especially one who has died recently குறிப்பாக அண்மையில், இறந்தவர்; சமீபத்தில் காலமானவர் *Many friends of the* *deceased were present at the funeral.* ▶ **deceased** *adj.*

deceit /dɪˈsiːt/ *noun* [U] dishonest behaviour; trying to make sb believe sth that is not true நேர்மையற்ற நடத்தை; உண்மையற்ற ஒன்றை உண்மையானதாகப் பிறரை நம்பச் செய்யும் முயற்சி; ஏமாற்று *Their marriage eventually broke up because she was tired of his lies and deceit.*

deceitful /dɪˈsiːtfl/ *adj.* dishonest; trying to make sb believe sth that is not true நேர்மையற்ற; உண்மையற்ற ஒன்றை உண்மையானதாகப் பிறரை நம்பச் செய்யும் வகையில் முயல்கிற; ஏமாற்றுகிற; புரட்டான ▶ **deceitfully** /-fəli/ *adv.* ▶ **deceitfulness** *noun* [U]

deceive /dɪˈsiːv/ *verb* [T] **deceive sb/yourself (into doing sth)** to try to make sb believe sth that is not true உண்மையற்ற ஒன்றை உண்மையெனப் பிறரை நம்பச் செய்ய முயற்சி செய்; ஏமாற்று *He deceived his mother into believing that he had earned the money, not stolen it.* ➪ **deception** அல்லது **deceit** noun பார்க்க.

December /dɪˈsembə(r)/ *noun* [U, C] (*abbr.* **Dec.**) the twelfth month of the year, coming after November நவம்பருக்குப் பின் வரும் ஆங்கில ஆண்டின் பன்னிரண்டாவது மாதம்; டிசம்பர்

> **NOTE** வாக்கியங்களில் மாதங்கள் எவ்வாறு பயன்படுத்தப்படுகின்றன என்பதனை அறிய **January** பதிவில் உள்ள குறிப்பையும் எடுத்துக்காட்டையும் பார்க்க.

decency /ˈdiːsnsi/ *noun* [U] moral or correct behaviour நேர்மையான, நாகரிகமான அல்லது முறையான நடத்தை *She **had the decency to** admit that it was her fault.*

decent /ˈdiːsnt/ *adj.* **1** being of an acceptable standard; satisfactory ஏற்கத்தக்க தரத்தில் இருக்கிற; திருப்திகரமான; மனநிறைவு அளிக்கிற *All she wants is a decent job with decent wages.* **2** (used about people or behaviour) honest and fair; treating people with respect (மனிதர்கள் அல்லது அவர்தம் நடத்தை வகையில்) நேர்மையான; ஒழுங்கான; பிறரை மரியாதையுடன் நடத்துகிற **3** not likely to offend or shock sb ஒருவர் மனத்தைப் புண்படுத்தும் அல்லது ஒருவருக்கு அதிர்ச்சியூட்டும் வாய்ப்பு இல்லாத; ஏற்புடைய; வரம்பு மீறாத *I can't come to the door, I'm not decent* (= I'm not dressed). ✪ OPP **indecent** ▶ **decently** *adv.*

deception /dɪˈsepʃn/ *noun* [C, U] making sb believe or being made to believe sth that is not true உண்மையற்ற ஒன்றை உண்மையென நம்பவைத்தல் அல்லது நம்பவைக்கப்படுதல்; ஏமாற்றுதல்; ஏமாற்று; மோசடி *He had obtained the secret papers **by deception**.* ➪ **deceive** verb பார்க்க.

deceptive /dɪˈseptɪv/ *adj.* likely to give a false impression or to make sb believe sth that is not true தவறான எண்ணத்தை ஏற்படுத்தக்கூடிய அல்லது உண்மையற்ற ஒன்றை உண்மையென நம்பச் செய்கிற; பொய்த் தோற்றமான; ஏமாற்றும் இயல்புடைய *The water is deceptive. It's much deeper than it looks.* ▶ **deceptively** *adv. She made the task sound deceptively easy.*

deci- /ˈdesɪ-/ *prefix* (*used in nouns*) one tenth பத்திலொரு பங்கு; பத்தில் ஒன்று *a decilitre*

decibel /ˈdesɪbel/ *noun* [C] a measurement of how loud a sound is ஒலியின் அளவைக் கணக்கிடப் பயன்படுத்தப்படும் ஓர் அளவீடு; ஒலி உரப்பு அளவீடு

decide /dɪˈsaɪd/ *verb* **1** [I, T] **decide (to do sth); decide against (doing) sth; decide about/on sth; decide that...** to think about two or more possibilities and choose one of them இரண்டு அல்லது அதற்கு மேற்பட்ட இயலக்கூடியவற்றை அல்லது இயல் வாய்ப்புகளைப் பற்றிச் சிந்தித்து அவற்றுள் ஒன்றைத் தேர்ந்தெடு; முடிவுசெய்; *There are so many to choose from— I can't decide!* • *They decided on a name for the baby.* **2** [T] to influence sth so that it produces a particular result குறிப்பிட்ட ஒரு விளைவு ஏற்பட ஒன்றைத் தூண்டு; குறிப்பிட்ட விளைபயனை நோக்கிய தாக்கத்தை ஒன்றின் மீது ஏற்படுத்து *Your votes will decide the winner.* **3** [T] to cause sb to make a decision ஒருவரைக் குறிப்பிட்ட முடிவெடுக்கச் செய்; ஒருவர் ஒரு முடிவெடுக்கக் காரணமாகு *What finally decided you to leave?* ➪ **decision** noun மற்றும் **decisive** adjective பார்க்க.

decided /dɪˈsaɪdɪd/ *adj.* clear; definite தெளிவான; உறுதியான; ஐயத்துக்கு இடமற்ற *There has been a decided improvement in his work.* ➪ **undecided** பார்க்க. ▶ **decidedly** *adv.*

deciduous /dɪˈsɪdʒuəs/ *adj.* (used about a tree) of a type that loses its leaves every autumn (மரம் வகையில்) ஒவ்வொரு வருடமும் இலையுதிர் காலத்தில் இலைகளை இழக்கும் வகையைச் சார்ந்த; இலையுதிர் மர வகைக்குரிய ➪ **evergreen** பார்க்க.

decimal¹ /ˈdesɪml/ *adj.* based on or counted in units of ten or **tenths** பத்துப் பத்தாக அல்லது பத்தாவதாகக் கணக்கிடப்படுகிற அல்லது அதனை அடிப்படையாகக் கொண்ட; பதின்ம; பதின்கூறான; தசம *The figure is accurate to **two decimal places*** (= shows two figures after the decimal point).

decimal² /ˈdesɪml/ (*also* **decimal fraction**) *noun* [C] (*mathematics*) a **fraction** that is shown as a decimal point followed by the number of

tenths, hundredths, etc. பதின்ம இலக்க எண், நூற்று இலக்க எண் முதலியவற்றுக்கு முன் புள்ளியிட்டுக் காட்டப்படும் ஒன்றுக்கும் குறைவான மதிப்புடைய எண்; பதின்கூற்றுப் பின்ன எண்; தசமம் *Three quarters expressed as a decimal is 0.75.* ➪ **vulgar fraction** பார்க்க.

decimal point *noun* [C] a mark like a full stop used to separate the whole number from the **tenths, hundredths**, etc of a decimal, for example in 0.61 எடுத்துக்காட்டாக 0.61 என்ற முறையில், பதின்கூற்றுப் பின்ன எண்ணை முழு எண்ணிலிருந்து பிரிக்கப் பயன்படுத்தப்படும், முற்றுப்புள்ளி போன்ற குறி; பதின்கூற்றுப் பின்ன எண் புள்ளி; தசமப் புள்ளி

decimate /ˈdesɪmeɪt/ *verb* [T] **1** (*usually passive*) to kill large numbers of animals, plants or people in a particular area குறிப்பிட்ட ஓரிடத்தில் உள்ள விலங்குகள், தாவரங்கள் அல்லது மக்களைப் பெரும் எண்ணிக்கையில் கொல்; பேரழிவு செய் *The rabbit population was decimated by the disease.* **2** to badly damage sth or make sth weaker ஒன்றைக் கடுமையாகச் சேதப்படுத்து அல்லது பலவீனப்படுத்து

decimetre (*AmE* **decimeter**) /ˈdesɪmiːtə(r)/ *noun* [C] a unit for measuring length. There are ten decimetres in a metre மீட்டர் அளவில் பத்தில் ஒரு கூறான நீட்டலளவை அலகு

decipher /dɪˈsaɪfə(r)/ *verb* [T] to succeed in reading or understanding sth that is not clear தெளிவற்ற ஒன்றைப் படிப்பதில் அல்லது புரிந்து கொள்வதில் வெற்றிபெறு *It's impossible to decipher his handwriting.*

decision /dɪˈsɪʒn/ *noun* **1** [C, U] **a decision (to do sth); a decision on/about sth; a decision that...** a choice or judgement that you make after thinking about various possibilities பல்வேறு சாத்தியக்கூறுகளையும் எண்ணிப் பார்த்து எட்டும் விருப்பத்தேர்வு அல்லது மதிப்பீடு; முடிவு; துணிவு *Have you* ***made a decision*** *yet?* • ***I took the decision*** *that I believed to be right.* **2** [U] being able to decide clearly and quickly தெளிவாகவும் விரைவாகவும் முடிவெடுக்கும் திறம் *We are looking for someone with decision for this job.* ➪ **decide** verb பார்க்க.

decisive /dɪˈsaɪsɪv/ *adj.* **1** making sth certain or final ஒன்றை ஐயமற்றதாக அல்லது இறுதியானதாகச் செய்கிற; தீர்வான; அறுதியான; முடிவான *the decisive battle of the war* **2** having the ability to make clear decisions quickly விரைந்து தெளிவான முடிவுகள் எடுக்கும் திறம் வாய்ந்த; தயக்கமின்றி உறுதியான முடிவுகள் எடுக்கும் ஆற்றல் உள்ள *It's no good hesitating. Be decisive.* ✪ OPP **indecisive** ➪ **decide** verb பார்க்க. ▶ **decisively** *adv.* ▶ **decisiveness** *noun* [U]

deck /dek/ *noun* [C] **1** one of the floors of a ship or bus கப்பல் அல்லது பேருந்துத் தளங்களுள் ஒன்று; கப்பல் தளம்; பேருந்துத் தள அடுக்கு ➪ **plane** பதிவில் படம் பார்க்க. **2** (*AmE*) = **pack**[1] **6** *a deck of cards*

IDM **on deck** on the part of a ship which you can walk on outside வெளிப்புறத்தில் நடப்பதற்குரிய கப்பல் பகுதியின் மீது; கப்பல் மேல்தளத்தில் *I'm going out on deck for some fresh air.*

deckchair /ˈdektʃeə(r)/ *noun* [C] a chair that you use outside, especially on the beach. You can fold it up and carry it கடற்கரை முதலிய வெளிப்புறங்களில் பயன்படுத்துவதற்குரியதும் மடித்து எடுத்துச் செல்வதற்கு வசதியானதுமான நாற்காலி; நீள்மடக்கு நாற்காலி

declamation /ˌdekləˈmeɪʃn/ *noun* **1** [U] the act of speaking to an audience about something in a formal way ஓர் அவையில் வினைமுறை சார்ந்து ஒன்றைப் பற்றி உரை நிகழ்த்துதல் அல்லது ஒன்றைத் தெரிவித்தல்; சொற்பொழிவு; உரை **2** [C] a speech or a piece of writing expressing strong feelings and opinions அழுத்தமான உணர்வுகளையும் கருத்துகளையும் வெளிப்படுத்துகிற சொற்பொழிவு அல்லது கட்டுரை; உணர்ச்சி முழக்கம்; ஆவேசப் பேச்சு

declaration /ˌdekləˈreɪʃn/ *noun* **1** [C, U] an official statement about sth ஒன்றைப் பற்றிய அதிகாரபூர்வமான கூற்று; அறிவிப்பு *In his speech he made a strong declaration of support for the rebels.* • *a declaration of war* **2** [C] a written statement giving information on goods or money you have earned, on which you have to pay tax வரி செலுத்துதற்கு உரிய ஈட்டிய பணம் அல்லது பொருள்கள் பற்றிய தகவல்களைக் கொண்டுள்ள எழுத்து வடிவிலான அறிவிப்பு *a customs declaration*

declare /dɪˈkleə(r)/ *verb* [T] **1** to state sth publicly and officially or to make sth known in a firm, clear way பலரும் அறியும்படி வெளிப்படையாகவும், அதிகாரபூர்வமாகவும் ஒன்றை அறிவி அல்லது உறுதிபடத் தெளிவான முறையில் ஒன்றைத் தெரிவி *to* ***declare war*** *on another country* • *I declare that the winner of the award is Ramesh Nair.* **2** to give information about goods or money you have earned, on which you have to pay tax வரி செலுத்துவதற்கு உரிய ஈட்டிய பணம் அல்லது பொருள்கள் பற்றித் தகவல் அளி *You must declare all your income on this form.*

declension /dɪˈklenʃn/ *noun* [C] (*grammar*) **1** the forms of a word that change in some languages according to the number, **case** and **gender** of the word எண், வேற்றுமை, பால், இவற்றுக்கேற்பச் சில மொழிகளில் மாற்றம்

பெறும் ஒரு சொல்லின் வடிவங்கள்; வேற்றுமை உருபேற்கும் சொல்வடிவங்கள்; வேற்றுமைத் திரிபாக்கம் **2** the set of forms of a particular word in some languages சில மொழிகளில் காணப்படும் குறிப்பிட்ட ஒரு சொல்லின் வடிவ விகற்பத் தொகுதி; அடுக்கம் *Latin nouns of the second declension*

decline[1] /dɪˈklaɪn/ *verb* **1** [I] to become weaker, smaller or less good பலவீனமாகு; தரத்தில் அல்லது அளவில் குறைந்து போ; நலிவுறு *declining profits • The standard of education has declined in this country.* **2** [I, T] (*formal*) to refuse, usually politely பெரும்பாலும் பணிவான முறையில் மறு; ஒன்றை ஏற்கமுடியாமையை நயமாகக் கூறு *Thank you for the invitation but I'm afraid I have to decline.* **3** [I, T] (*grammar*) if a noun, an adjective or a pronoun declines, it has different forms according to whether it is the subject or the object of a verb, whether it is in the singular or plural, etc. When you decline a noun, etc., you list these forms பெயர்ச்சொல், பெயரடை அல்லது மாற்றுப்பெயர் விகற்பம் அடையும்போது எழுவாய் அல்லது செயப்படு-பொருள், ஒருமை அல்லது பன்மை முதலிய-வற்றைப் பொறுத்துப் பல்வேறு வடிவ மாற்றங்-களைப் பெறு; திரிபாக்கம் பெறு; திரிப்பாக்கு; திரிப்பாக்க வடிவங்களைப் பட்டியலிடு

decline[2] /dɪˈklaɪn/ *noun* [C, U] **(a) decline (in sth)** a process or period of becoming weaker, smaller or less good ஒன்றின் நலிவு, சரிவு, இறக்கம் அல்லது வீழ்ச்சி; நலிவு, சரிவு முதலியவை நேரும் காலம் *a decline in sales • As an industrial power, the country is* ***in decline****.*

decode /ˌdiːˈkəʊd/ *verb* [T] to find the meaning of a secret message (**code**) இரகசியக் குறியீட்டு வடிவிலான தகவலின் பொருளைப் புரிந்துகொள்; குழூஉக்குறிகளின் பொருள் காண் ✪ **OPP encode**

decoder /ˌdiːˈkəʊdə(r)/ *noun* [C] a device that changes electronic signals into a form that can be understood மின் குறியீடுகளைப் புரிந்து-கொள்ளும் வகையில் மாற்றும் பொறி; குறியீடு மாற்றி; குறியீடு நீக்கி *a satellite video decoder*

decompose /ˌdiːkəmˈpəʊz/ *verb* [I, T] to slowly be destroyed by natural chemical processes இயற்கையான வேதியியல் வினைமாற்றங்-களால் மெல்ல மெல்ல அழுகு; அழுகச் செய்; சிதைவுறு; கெடு *The body was so badly decomposed that it couldn't be identified.* ► **decomposition**/ˌdiːkɒmpəˈzɪʃn/ *noun* [U] *the decomposition of organic waste* ⇨ **food chain** பதிவில் படம் பார்க்க.

decompress /ˌdiːkəmˈpres/ *verb* **1** [I, T] to have the air pressure in sth reduced to a normal level or to reduce it to its normal level ஒன்றின் காற்றழுத்தம் இயல்பு நிலைக்கு குறைவுறு; ஒன்றின் காற்றழுத்தத்தை இயல்பு நிலைக்குக் குறையச் செய் **2** [T] (*computing*) to give files their original size again after they have been made smaller to fit into less space on a disk, etc. வட்டு முதலியவற்றில் குறைவாக இடம்பெறும் வகையில் செறிவுப் படுத்தப்பட்ட கோப்புகளை அவற்றின் இயல்பான வடிவளவுக்கு மீண்டும் கொண்டுவா

decompression /ˌdiːkəmˈpreʃn/ *noun* [U] **1** a reduction in air pressure காற்றழுத்தத்தின் தளர்ச்சி *decompression sickness* (= the problems that people experience when they come up to the surface after swimming very deep in the sea) **2** the act of reducing the pressure of the air காற்றழுத்தத்தைக் குறைத்தல் **3** (*technical*) the process of allowing sth that has been made smaller to fill the space that it originally needed செறிவாக்கிச் சிறிதாக்கப்பட்ட ஒன்றை மீண்டும் அதன் மூல வடிவத்திற்குரிய இடப்பரப்பில் அமையச் செய்தல்

deconstruct /ˌdiːkənˈstrʌkt/ *verb* [T] (in philosophy and literary criticism) to analyze a text in order to show that there is no single explanation of the meaning of a piece of writing but that a different meaning emerges each time in the act of reading (தத்துவம் மற்றும் இலக்கிய விமர்சனம் வகையில்) ஒரு எழுத்தாளரின் படைப்பிற்கு ஒரே பொருள் விளக்கம் மட்டும் இல்லை என்றும் ஒவ்வொரு வாசிப்பின் போதும் ஒரு மாறுபட்ட பொருள் வெளிப்-படுகிறது என்றும் காட்டும் நோக்கில் ஒரு பிரதியைப் பகுப்பாய்வு செய்

decor /ˈdeɪkɔː(r)/ *noun* [U, *sing.*] the style in which the inside of a building is decorated கட்டட உள் அலங்காரம்

decorate /ˈdekəreɪt/ *verb* **1** [T] **decorate sth (with sth)** to add sth in order to make a thing more attractive to look at ஒரு பொருளை மேலும் கவர்ச்சியாக்க ஒன்றைச் சேர்; அழகுபடுத்து; அலங்கரி *Decorate the cake with cherries and nuts.* **2** [I, T] (*BrE*) to put paint and/or coloured paper onto walls, ceilings and doors in a room or building கட்டடத்தின் அல்லது அறையின் சுவர்கள், உட்கூரைகள் மற்றும் கதவுகளுக்கு வண்ணப்பூச்சு மற்றும்/அல்லது வண்ணத்தாள் ஒட்டு; மனையை அழகுபடுத்து

decoration /ˌdekəˈreɪʃn/ *noun* **1** [C,U] something that is added to sth in order to make it look more attractive ஒன்றை மேலும் கவர்ச்சியாகத் தோன்றச் செய்வதற்காக அதில் சேர்க்கப்படும் ஒன்று; ஒப்பனைப் பொருள்; அணி **2** [U] the process of decorating a room or building; the style in which sth is decorated கட்டடம் அல்லது அறையை அழகுபடுத்துதல்; ஒன்று

அலங்கரிக்கப்படும் பாணி; அலங்காரம் *The house is in need of decoration.*

decorative /'dekərətɪv/ *adj.* attractive or pretty to look at கவர்ச்சியான; காட்சிக்கு இனிய; அழகான; அணிநலம் மிக்க *The cloth had a decorative lace edge.*

decorator /'dekəreɪtə(r)/ *noun* [C] a person whose job is to paint and decorate houses and buildings வீடுகள் மற்றும் கட்டடங்களுக்கு வண்ணப்பூச்சிட்டு அழகுபடுத்தும் தொழில் செய்பவர்; அலங்கரிப்பாளர்

decoy / 'di:kɔɪ/ *noun* [C] a person or object that is used in order to trick sb/sth into doing what you want, going where you want, etc. ஒருவரை/ ஒன்றைத் தந்திரமாக ஏமாற்றித் தான் விரும்பும் ஒன்றைச் செய்யவைக்க அல்லது தான் விரும்பும் ஓரிடத்திற்குச் செல்லவைக்கப் பயன்படுத்தப்படும் ஆள் அல்லது பொருள் ▶ **decoy** *verb* [T]

decrease¹ /dɪ'kri:s/ *verb* [I, T] to become or to make sth smaller or less சிறிதாகு; குறைவாகு; ஒன்றைச் சிறிதாக்கு; குறை *Profits have decreased by 15%.* ✪ OPP **increase**

decrease² /'di:kri:s/ *noun* [C, U] **(a) decrease (in sth)** the process of becoming or making sth smaller or less; the amount that sth is reduced by சிறிதாதல்; குறைதல்; குறைத்தல்; குறைக்கப்பட்ட அளவு; குறைபாடு *a 10% decrease in sales*

decree /dɪ'kri:/ *noun* [C] an official order given by a government, a ruler, etc. அரசு, ஆட்சியாளர் முதலியோரால் வழங்கப்படும் அதிகாரபூர்வமான ஆணை; கட்டளை ▶ **decree** *verb* [T] *The government decreed a state of emergency.*

decrepit /dɪ'krepɪt/ *adj.* (used about a thing or person) old and in very bad condition or poor health (ஒன்று அல்லது ஒருவர்) வயதாகியும் மோசமான உடல்நிலையிலும் உள்ள; நலம் குன்றிய; முதுமைத் தளர்ச்சியுற்ற

dedicate /'dedɪkeɪt/ *verb* [T] **1 dedicate sth to sth** to give all your energy, time, efforts, etc. to sth ஆற்றல், காலம், முயற்சி முதலியவற்றை முழுவதுமாக ஒன்றிற்கு அளி; அர்ப்பணம் செய் *He dedicated his life to helping the poor.* **2 dedicate sth to sb** to say that sth is specially for sb ஒன்று சிறப்பாக ஒருவருக்குரியதெனக் கூறு; அர்ப்பணி *He dedicated the book he had written to his brother.*

dedicated /'dedɪkeɪtɪd/ *adj.* giving a lot of your energy, time, efforts, etc. to sth that you believe to be important முக்கியமானது என்று தான் நம்பும் ஒன்றிற்கு ஆற்றல், காலம், முயற்சி முதலியவற்றை மிகுதியாக அளிக்கிற; ஒன்றிற்குத் தன்னை அர்ப்பணம் செய்கிற; பக்தியீடுபாடு கொண்ட *dedicated nurses and doctors*

dedication /ˌdedɪ'keɪʃn/ *noun* **1** [U] wanting to give your time and energy to sth because you feel it is important முக்கியமானது என நம்பும் ஒன்றிற்குத் தனது நேரத்தையும் ஆற்றலையும் அளிக்க விரும்புதல்; அர்ப்பணிப்பு *I admire her dedication to her career.* **2** [C] a message at the beginning of a book or piece of music saying that it is for a particular person நூல் அல்லது இசையின் தொடக்கத்தில் இது குறிப்பிட்ட ஒருவருக்காக எனத் தெரிவிக்கும் தகவல்; அர்ப்பணிப்பு; சமர்ப்பணம்

deduce /dɪ'dju:s/ *verb* [T] to form an opinion using the facts that you already know முன்னரே அறிந்த மெய்ம்மைத் தகவல்களின் அடிப்படையில் ஒரு கருத்துக்கு வா; காரண காரியங்களைக் கொண்டு ஒன்றை உய்த்துணர் *From his name I deduced that he was an Indian.* ➪ **deduction** noun பார்க்க.

deduct /dɪ'dʌkt/ *verb* [T] **deduct sth (from sth)** to take sth such as money or points away from a total amount மொத்தத் தொகை அல்லது எண்ணிக்கையிலிருந்து ஒரு தொகையை/ எண்ணிக்கையைக் கழி/குறை *Marks will be deducted for untidy work.*

deduction /dɪ'dʌkʃn/ *noun* [C, U] **1** something that you work out from facts that you already know; the ability to think in this way முன்னரே அறிந்த உண்மைகளிலிருந்து ஒரு கருத்துக்கு வருதல்; இவ்வகையாகச் சிந்திக்கும் திறம்; உய்த்துணர்வு; ஊகம் *It was a brilliant piece of deduction by the detective.* ➪ **deduce** verb மற்றும் **induction 2** பார்க்க. **2 deduction (from sth)** taking away an amount or number from a total; the amount or number taken away from the total மொத்தத் தொகை அல்லது எண்ணிக்கையிலிருந்து ஒரு தொகையை அல்லது ஓர் எண்ணிக்கையைக் கழித்தல்; அவ்வாறு கழிக்கப்பட்டது; கழிவு *What is your total income after deductions* (= when tax, insurance, etc. are taken away)*?* ➪ **deduct** verb பார்க்க.

deductive /dɪ'dʌktɪv/ *adj.* using knowledge about things that are generally true in order to think about and understand particular situations or problems குறிப்பிட்ட சூழ்நிலைகள் அல்லது சிக்கல்களை ஆராயவும், புரிந்துகொள்ளவும் பொருள்களின் பொதுவான உண்மைகளைப் பற்றிய அறிவைப் பயன்படுத்துகிற; உய்த்துணர்கிற; அனுமானத் திறன் கொண்ட; விதிதிரு முறையான ➪ **inductive** பார்க்க.

deed /di:d/ *noun* [C] **1** (*formal*) something that you do; an action செய்யப்படும் ஒன்று; செயல்; வினை *a brave/good/evil deed* **2** a legal document that shows that you own a house or building வீடு அல்லது கட்டட உரிமையைக் காட்டும் சட்ட ஆவணம்; உரிமைப் பத்திரம்

deem /di:m/ *verb* [T] (*formal*) to have a particular opinion about sth ஒன்றைப் பற்றிக் குறிப்பிட்ட கருத்து கொள்; குறிப்பிட்ட முறையில் எண்ணு அல்லது கருது *He did not even deem it necessary to apologize.*

deep[1] /di:p/ *adj.* **1** going a long way down from the surface மேற்பரப்பிலிருந்து நீண்டு உட்செல்கிற; ஆழமான *to dig a deep hole • a deep cut* ➪ **depth** noun பார்க்க. **2** going a long way from front to back முன்பகுதியிலிருந்து பின்பகுதி வரை மிக நீண்டு செல்கிற; ஆழ்ந்து உட்குழிந்த *deep shelves* **3** measuring a particular amount from top to bottom or from front to back மேலிருந்து கீழாக அல்லது முன்னிருந்து பின்னாகக் குறிப்பிட்ட அளவுடைய *The water is only a metre deep at this end of the pool • shelves 40 centimetres deep* **4** (used about sounds) low (ஒலிகள் வகையில்) தாழ்ந்த; உள்ளடங்கிய *a deep voice* **5** (used about colours) dark; strong (வண்ணங்கள் வகையில்) அடர்த்தியான; செறிவான *a deep red* **6** (used about an emotion) strongly felt (உணர்ச்சி வகையில்) ஆழ்ந்த; தீவிரமான; அழுத்தமான *He felt a very deep love for the child.* **7** (used about sleep) not easy to wake from (தூக்கம் பற்றி) விழிப்பு கொள்ளச் செய்வதற்கு எளிதாக இல்லாத; ஆழ்ந்த *I was in a deep sleep and didn't hear the phone ringing.* **8** dealing with difficult subjects or details; thorough கடினமான பொருள்களை அல்லது தகவல்களைக் கையாள்கிற; நிறைமுழுமை வாய்ந்த; ஆழ்ந்த *His books show a deep understanding of human nature.* ▶ **the deep** *noun* [U] *in the deep of the night* (= in the middle of the night) • *the deep* (= a literary way of referring to the sea) ▶ **deeply** *adv. a deeply unhappy person • to breathe deeply*

IDM **deep in thought/conversation** thinking very hard or giving sb/sth your full attention தீவிரமாகச் சிந்திக்கிற அல்லது ஒருவர்/ஒன்று மீது முழு ஈடுபாடு காட்டுகிற; முழுக்கவனம் செலுத்துகிற

take a deep breath to breathe in a lot of air, especially in preparation for doing something difficult குறிப்பாகக் கடின முயற்சியில் ஈடுபட ஆயத்தமாகும் போது காற்றைப் பேரளவில் உள்ளிழு; மூச்சுப்பிடி *He took a deep breath then walked onto the stage.*

deep[2] /di:p/ *adv.* a long way down or inside sth ஆழமாக; நெடுந்தொலைவு உள்ளாக *He dug his hands deep into his pockets.*

IDM **deep down** in what you really think or feel அடிமனச் சிந்தனையில் அல்லது உணர்வில் *I tried to appear optimistic but deep down I knew there was no hope.*

dig deep ➪ **dig**[1] பார்க்க.

Deepavali (*also* **Diwali**) *noun* the Hindu festival of lights held in October/November, celebrated by the lighting of **clay** lamps, **candles**, and with **fireworks** அக்டோபர் அல்லது நவம்பர் மாதத்தில் இந்துக்கள் மண் அகல்களையும் மெழுகுவர்த்திகளையும் ஏற்றி வாணவெடிகளுடன் கொண்டாடும் ஒளிமயமான பண்டிகை; தீபாவளி

deepen /ˈdi:pən/ *verb* [I, T] to become or to make sth deep or deeper ஆழமாகு; ஆழப்படுத்து அல்லது ஆழமிகுதியாக்கு *The river deepens here.*

deep-freeze = **freezer**

deep-fried *adj.* cooked in oil that covers the food completely உணவை மறைக்கும் அளவு எண்ணெய் இட்டு வறுக்கப்பட்ட அல்லது பொரிக்கப்பட்ட

deep-rooted (*also* **deep-seated**) *adj.* strongly felt or believed and therefore difficult to change மாற்றற்கரிய நம்பிக்கை அல்லது உணர்வு மிக்க; ஆழமாக வேரூன்றிய *deep-rooted fears*

deep-sea *adj.* of or in the deeper parts of the sea ஆழ்கடற் பகுதிகளைச் சார்ந்த அல்லது ஆழ்கடற் பகுதிகளில் உள்ள *deep-sea fishing/diving*

deer /dɪə(r)/ *noun* [C] (*pl.* **deer**) a large wild grass-eating animal. The male has large horns shaped like branches (**antlers**) புல் தின்னும் பெரிய காட்டு விலங்கு; மான்; ஆண் மான் கிளை வடிவிலான பெருங்கொம்புகளை உடையது.

NOTE ஆண் மான் **buck**, அல்லது கொம்பு முழுமையாக வளர்ந்த நிலையில் **stag** என்றும் பெண்மான் **doe** என்றும் மான்குட்டி **fawn** என்றும் அழைக்கப்படுகின்றன.

deface /dɪˈfeɪs/ *verb* [T] to spoil the way sth looks by writing on or marking its surface ஒன்றின் மேற்பரப்பில் எழுதி அல்லது குறியிட்டு அதன் தோற்றத்தைக் கெடு; உருக்கெடு

de facto /ˌdeɪ ˈfæktəʊ/ *adj.* (*formal*) a Latin expression used to say that sth exists even though it may not be legally accepted as existing (இலத்தீன் வழக்கு) சட்டப்படி ஏற்கப்படாத போதிலும் நடப்பின்படி உண்மையான *The general took de facto control of the country.* ▶ **de facto** *adv.*

defamatory /dɪˈfæmətri/ *adj.* (*formal*) (used about speech or writing) intended to harm sb by saying or writing bad or false things about him/her (பேச்சு அல்லது எழுத்து வகையில்) ஒருவர் பற்றி மோசமாக அல்லது தவறாகக்

கூறி அவமரியாதை செய்யும் நோக்கத்துடன் கூடிய; அவதூறான; நற்பெயரைக் கெடுக்கிற

defame /dɪˈfeɪm/ *verb* [T] (*formal*) to harm sb by saying or writing bad or false things about him/her ஒருவர் பற்றித் தவறாக அல்லது மோசமாகப் பேசி அல்லது எழுதி அவருக்குத் தீங்குசெய்; ஒருவர் பற்றி அவதூறாகப் பேசி அல்லது எழுதி அவரது நற்பெயரைக் கெடு ▶ **defamation** /ˌdefəˈmeɪʃn/ [U, C] *The company sued the paper for defamation.*

default[1] /dɪˈfɔːlt/ *noun* [*sing.*] (*computing*) a course of action taken by a computer when it is not given any other instruction வேறு ஆணைகள் தரப்படாத நிலையில் கணினியின் செயற்பாடு; கொடா நிலைச் செயற்பாடு

IDM **by default** because nothing happened, not because of successful effort தனது நிறைவான முயற்சியால் அல்லாமல், வேறொன்றின் இன்மை காரணமாக *They won by default, because the other team didn't turn up.*

default[2] /dɪˈfɔːlt/ *verb* [I] **1 default (on sth)** to not do sth that you should do by law சட்டப்படிச் செய்ய வேண்டிய ஒன்றைச் செய்யாமல் இரு; கடமை தவறிய குற்றம் செய் *If you default on the credit payments* (= you don't pay them), *the car will be taken back.* **2** (*computing*) **default (to sth)** to take a particular course of action when no other command is given (கணினி வகையில்) வேறு ஆணை தரப்படாத நிலையில் குறிப்பிட்ட நிலைச்செயற்பாட்டைப் புரி

defeat[1] /dɪˈfiːt/ *verb* [T] **1** to win a game, a fight, a vote, etc. against sb; to beat sb விளையாட்டு, சண்டை, வாக்கெடுப்பு முதலியவற்றில் ஒருவரை வெல்; தோற்கடி *The army defeated the rebels after three days of fighting.* **2** to be too difficult for sb to do or understand செய்வதற்கரியதாக அல்லது புரிந்துகொள்வதற்கரியதாக இரு *I've tried to work out what's wrong with the car but it defeats me.* **3** to prevent sth from succeeding வெல்வதிலிருந்து ஒன்றைத் தடு; ஒரு செயல்முயற்சியை முறியடி *The local residents are determined to defeat the council's building plans.*

defeat[2] /dɪˈfiːt/ *noun* **1** [C] an occasion when sb fails to win or be successful against sb else ஒருவரை எதிர்த்து வெல்ல இயலாமை; தோல்வி *This season they have had two victories and three defeats.* **2** [U] the act of losing or not being successful தோல்வி; ஒன்றில் வெற்றிபெற இயலாமை *She refused to **admit defeat** and kept on trying.*

defeatism /dɪˈfiːtɪzəm/ *noun* [U] the attitude of expecting sth to end in failure ஒன்று தோல்வியில் முடியும் என்று எதிர்பார்க்கும் மனப்பாங்கு; தோல்வி மனப்பான்மை

defeatist /dɪˈfiːtɪst/ *adj.* expecting not to succeed வெற்றி கிட்டாது என எண்ணுகிற; தோல்வி மனப்பான்மையுடைய; தோல்வியை எதிர்நோக்கியிருக்கிற *a defeatist attitude/view* ▶ **defeatist** *noun* [C] *Don't be such a defeatist, we haven't lost yet!*

defecate /ˈdefəkeɪt/ *verb* [I] (*formal*) to get rid of waste from the body; to go to the toilet உடலில் இருந்து கழிவுகளை வெளித்தள்ளு; கழிப்பிடம் செல்; மலம் கழி

defect[1] /ˈdiːfekt/ *noun* [C] sth that is wrong with or missing from sb/sth ஒருவரது/ஒன்றின் குறை; குறைபாடு; ஊனம் *a speech defect* • *defects in the eduction system* ▶ **defective** /dɪˈfektɪv/ *adj.*

defect[2] /dɪˈfekt/ *verb* [I] to leave your country, a political party, etc. and join one that is considered to be the enemy நாடு, கட்சி முதலியவற்றிலிருந்து வெளியேறி அவற்றுக்குப் பகையாகக் கருதப்படும் வேறொன்றில் சேர்; கட்சி மாறு ▶ **defection** *noun* [C, U] ▶ **defector** *noun* [C]

defence (*AmE* **defense**) /dɪˈfens/ *noun* **1** [U] something that you do or say to protect sb/sth from attack, bad treatment, criticism, etc. தாக்குதல், மோசமாக நடத்தப்படுதல், விமர்சனம் முதலியவற்றிலிருந்து ஒருவரை/ஒன்றைக் காக்கச் செய்யப்படுவது அல்லது கூறப்படுவது; பாதுகாப்பு *Would you fight **in defence of** your country?* • *I must say **in** her **defence** that I have always found her very reliable.* ➪ **self-defence** பார்க்க. **2** [C] **a defence (against sth)** something that protects sb/sth from sth, or that is used to fight against attack ஒன்றிலிருந்து ஒருவரை/ஒன்றைப் பாதுகாப்பது அல்லது ஒன்றின் தாக்குதலுக்கு எதிராகப் பயன்படுத்தப்படுவது; தற்காப்பு; காப்பரண் *the body's defences against disease* **3** [U] the military equipment, forces, etc. for protecting a country ஒரு நாட்டைக் காப்பதற்குரிய இராணுவத் தளவாடம், படைகள் முதலியன *Spending on defence needs to be reduced.* **4** [C] (in law) an argument in support of the accused person in a court of law நீதிமன்றத்தில் குற்றம் சாட்டப்பட்டவருக்கு ஆதரவாக வைக்கப்படும் வாதம் *His defence was that he was only carrying out orders.* **5 the defence** [*sing., with sing. or pl. verb*] (in law) the lawyer or lawyers who are acting for the accused person in a court of law நீதிமன்றத்தில் குற்றம் சாட்டப்பட்டவருக்காகச் செயல்படும் வழக்குரைஞர் அல்லது வழக்குரைஞர்கள்; பிரதிவாதியின் வழக்குரைஞர்/வழக்குரைஞர்கள் *The defence claims/claim that many of the witnesses were lying.* ➪ **the prosecution** பார்க்க. **6** (*usually* **the defence**) [*sing.*, U] (in sport) action to prevent the other team scoring;

the players who try to do this எதிரணியினர் ஆட்டப் புள்ளி பெறுவதைத் தடுக்கும் செயல்; இச்செயலைச் செய்ய முனையும் விளையாட்டு வீரர்கள்; தற்காப்பு ஆட்டம்; தற்காப்பு ஆட்ட வீரர்கள் *She plays in defence.*

defenceless /dɪˈfensləs/ *adj.* unable to defend yourself against attack தாக்குதலிலிருந்து தற்காத்துக் கொள்ள முடியாத

defend /dɪˈfend/ *verb* **1** [T] **defend sb/sth/yourself (against/from sb/sth)** to protect sb/sth from harm or danger துன்பம் அல்லது ஆபத்திலிருந்து ஒருவரை/ஒன்றைக் காப்பாற்று *Would you be able to defend yourself if someone attacked you in the street?* **2** [T] **defend sb/sth/yourself (against/from sb/sth)** to say or write sth to support sb/sth that has been criticized விமர்சனத்துக்கு ஆளான ஒருவருக்கு/ஒன்றுக்கு ஆதரவாகப் பேசு அல்லது எழுது *The minister went on television to defend the government's policy.* **3** [T] (in law) to speak for sb who is accused of a crime in a court of law நீதிமன்றத்தில் குற்றம் சாட்டப்பட்டவருக்காகப் பேசு; எதிர்வழக்காடு **4** [I, T] (in sport) to try to stop the other team or player scoring எதிரணி அல்லது எதிரணி விளையாட்டு வீரர் ஆட்டப் புள்ளி எடுப்பதைத் தடு *They defended well and managed to hold onto their lead.* **5** [T] to take part in a competition that you won before and try to win it again முன்பு வெற்றி பெற்ற போட்டியில் பங்குபெற்று மீண்டும் வெற்றிபெற முயல்; வெற்றியைத் தக்க வைத்துக் கொள்ள முயற்சி செய் *She successfully defended her title.* • *He is the defending champion.*

defendant /dɪˈfendənt/ *noun* [C] a person who is accused of a crime in a court of law நீதிமன்றத்தில் குற்றம் சாட்டப்பட்ட ஒருவர்; பிரதிவாதி

defender /dɪˈfendə(r)/ *noun* [C] a person who defends sb/sth, especially in sport ஒருவரை/ஒன்றைக் காப்பவர்; பாதுகாப்பாளர்; ஆதரவாளர்; குறிப்பாக, விளையாட்டில் தற்காப்பு ஆட்டம் ஆடுபவர்

defense (*AmE*) = **defence**

defensible /dɪˈfensəbl/ *adj.* **1** that can be supported by reasons or arguments that show that it is right or should be allowed ஒன்று சரியானது அல்லது ஏற்புக்குரியது எனக் காரணங்களால் அல்லது வாதங்களால் நிலைநிறுத்தக்கூடிய *morally defensible* **2** (used about a place) that can be defended against an attack (இடம் பற்றி) ஒரு தாக்குதலுக்கு எதிராகக் காக்கப்படக்கூடிய

defensive¹ /dɪˈfensɪv/ *adj.* **1** that protects sb/sth from attack தாக்குதலிலிருந்து ஒருவரை/ஒன்றைக் காக்க வல்ல; பாதுகாப்பு அளிக்கிற *The troops took up a defensive position.* ✪ **OPP offensive** **2** showing that you feel that sb is criticizing you விமர்சிக்கப்படுதலை உணர்ந்து வெளிப்படுத்துகிற; தற்காப்பு உணர்வு கொள்கிற *When I asked him about his new job, he became very defensive and tried to change the subject.*

defensive² /dɪˈfensɪv/*noun*

IDM **on the defensive** acting in a way that shows that you expect sb to attack or criticize you தாக்கப்படுதல் அல்லது விமர்சிக்கப்படுதலை எதிர்பார்த்திருப்பதை வெளிப்படுத்தும் முறையில் செயல்படுகிற *My questions about her past immediately put her on the defensive.*

defer /dɪˈfɜː(r)/ *verb* [T] (**deferring, deferred**) (*formal*) to leave sth until a later time பின்னொரு காலம் வரை ஒன்றை நிறுத்து; தள்ளி வை; ஒத்திப்போடு *She deferred her place at university for a year.*

deference /ˈdefərəns/ *noun* [U] polite behaviour that you show towards sb/sth, usually because you respect him/her ஒருவர்/ஒன்றின் மீது வழக்கமாகக் கொண்டுள்ள மரியாதையின் காரணமாக அவரிடம்/அதனிடம் காட்டும் பணிவு; பணிவான நடத்தை; பணிவொழுக்கம்

IDM **in deference to sb/sth** because you respect and do not wish to upset sb ஒன்றின்/ஒருவர் மீதுள்ள பணிவிணக்கம் காரணமாக; ஒருவரை மதிப்பதாலும் அவருக்கு வருத்தம் ஏற்படுத்த விரும்பாததாலும் *In deference to her father's wishes, she didn't mention the subject again.*

defiance /dɪˈfaɪəns/ *noun* [U] open refusal to obey sb/sth ஒருவரை/ஒன்றை வெளிப்படையாகப் பணிய மறுத்தல்; ஒருவருக்கு/ஒன்றுக்குக் கட்டுப்படாமை *an **act of defiance*** • *He continued smoking **in defiance of** the doctor's orders.*

defiant /dɪˈfaɪənt/ *adj.* showing open refusal to obey sb/sth ஒருவரை/ஒன்றை வெளிப்படையாகப் பணிய மறுக்கிற; எதிர்த்து நிற்கிற ⇨ **defy** verb பார்க்க. ▶ **defiantly** *adv.*

defibrillator/diːˈfɪbrɪleɪtə(r)/ *noun* [C] a piece of equipment used in hospitals to control the movements of the heart muscles by giving the heart a controlled electric shock கட்டுப்படுத்தப்பட்ட/மட்டான மின்னதிர்ச்சியைத் தருவதன் வாயிலாக இதயத் தசைகளின் இயக்கத்தை நெறிப்படுத்துவதற்காக மருத்துவமனைகளில் பயன்படுத்தப்படும் கருவி

deficiency /dɪˈfɪʃnsi/ *noun* (*pl.* **deficiencies**) **deficiency (in/of sth) 1** [C, U] the state of not having enough of sth; a lack ஒன்று போதுமான அளவில் இல்லாத நிலை; போதாமை; பற்றாக்குறை *a deficiency of vitamin C* **2** [C] a fault or a weakness in sb/sth ஒருவரின்/ஒன்றின் குறைபாடு அல்லது பலவீனம் *The problems were caused by deficiencies in the design.*

deficient /dɪˈfɪʃnt/ *adj.* **1 deficient (in sth)** not having enough of sth ஒன்று போதுமான அளவில் இல்லாத; போதாத *food that is deficient in minerals* **2** not good enough or not complete போதுமான அளவு நல்லதாக இல்லாத அல்லது முழுமையற்ற; குறைபாடுடைய

deficit /ˈdefɪsɪt/ *noun* [C] the amount by which the money you receive is less than the money you have spent செலவிட்ட தொகைக்கும் அதனினும் குறைந்த வருவாய்த் தொகைக்கும் இடையேயான வேறுபாட்டுத் தொகை; பற்றாக்குறை *a trade deficit*

define /dɪˈfaɪn/ *verb* [T] **1** to say exactly what a word or idea means ஒரு சொல் அல்லது கருத்து எதனைக் குறிக்கிறது எனத் துல்லியமாகக் கூறு; வரையறு; இலக்கணம் கூறு *How would you define 'happiness'?* **2** to explain the exact nature of sth clearly ஒன்றின் சரியான இயல்பைத் தெளிவுபட விளக்கு *We need to define the problem before we can attempt to solve it.*

definite /ˈdefɪnət/ *adj.* **1** fixed and unlikely to change; certain நிலையான; மாறாத; உறுதியான *I'll give you a definite decision in a couple of days.* ✪ OPP **indefinite 2** clear; easy to see or notice தெளிவான; காண்பதற்கு/கண்டறிதற்கு எளிதான *There has been a definite change in her attitude recently.*

the definite article *noun* [C] (*grammar*) the name used for the word 'the' தனி ஒருமைச் சுட்டுக்குறிப்பான 'the' என்னும் சொல்லைக் குறிக்கப் பயன்படுத்தப்படும் பெயர்; குறிப்புச் சார்படை ⇨ **the indefinite article** பார்க்க.

NOTE குறிப்புச் சார்படை (definite article) பற்றி மேலும் அறிய இந்த அகராதியின் பின்புறத்திலுள்ள **Quick Grammar Reference** பகுதியைப் பார்க்க.

definitely /ˈdefɪnətli/ *adv.* certainly; without doubt உறுதியாக; நிச்சயமாக; ஐயத்திற்கு இடம் அளிக்காதபடி; தெளிவாக *I'll definitely consider your advice.*

definition /ˌdefɪˈnɪʃn/ *noun* [C, U] a description of the exact meaning of a word or idea ஒரு சொல் அல்லது கருத்தின் சரியான/உரிய பொருள் விளக்கம்; வரையறை; இலக்கணம்

definitive /dɪˈfɪnətɪv/ *adj.* in a form that cannot be changed or that cannot be improved மாற்றுவதற்கு முடியாத அல்லது மேலும் செம்மைப்படுத்த முடியாத வடிவிலான; முழு நிறைவான; முடிவான *This is the definitive version.* ▶ **definitively** *adv.*

deflate /dɪˈfleɪt; diː-/ *verb* **1** [I, T] to become or to make sth smaller by letting the air or gas out of it உள்ளேயுள்ள காற்று அல்லது வாயுவை வெளியேறச் செய்வதன் வாயிலாக ஒன்று சிறிதாகு அல்லது ஒன்றைச் சிறிதாக்கு; காற்றிறங்கு; காற்றிறக்கு *The balloon slowly deflated.* ✪ OPP **inflate 2** [T] to make sb feel less confident, proud or excited ஒருவரது நம்பிக்கை, செருக்கு அல்லது மனக் கிளர்ச்சி குன்றச் செய்; மனம் தளரச் செய்; சோர்வுறுத்து *I felt really deflated when I got my exam results.*

deflect /dɪˈflekt/ *verb* **1** [I, T] to change direction after hitting sb/sth; to make sth change direction in this way ஒருவர்/ஒன்று மீது மோதி திசைமாறு/போக்கு மாறு; இவ்வாறு ஒன்றை திசை/போக்கு மாறச் செய் *The ball deflected off a defender and into the goal.* **2** [T] to turn sb's attention away from sth ஒன்றிலிருந்து ஒருவரது கவனத்தைத் திருப்பு/மாற்று *Nothing could deflect her from her aim.*

deflection /dɪˈflekʃn/ *noun* [C, U] a change of direction after hitting sb/sth ஒன்று/ஒருவர் மீது மோதியபின் நேரும் திசைமாற்றம்; போக்கு மாற்றம்

defoliate /ˌdiːˈfəʊlieɪt/ *verb* [T] (*technical*) to destroy the leaves of trees or plants, especially with chemicals குறிப்பாக வேதியியல் பொருள்களைக் கொண்டு மரங்கள் அல்லது தாவரங்களின் இலைகளை அழி ▶ **defoliation** /ˌdiːˌfəʊliˈeɪʃn/ *noun* [U]

deforestation /ˌdiːˌfɒrɪˈsteɪʃn/ *noun* [U] cutting down trees over a large area பெரு நிலப்பரப்பில் உள்ள மரங்களை வெட்டி அகற்றுதல்; காடு அழிப்பு ✪ OPP **afforestation**

deform /dɪˈfɔːm/ *verb* [T] to change or spoil the natural shape of sth ஒன்றின் இயல்பான வடிவத்தை மாற்று அல்லது சேதப்படுத்து; உருத்திரிபு அல்லது அழகுக்கேடு உண்டாக்கு

deformed /dɪˈfɔːmd/ *adj.* having a shape that is not normal because it has grown wrongly தவறாக வளர்ந்ததன் காரணமாக இயல்புக்கு மாறான வடிவம் உடைய; வடிவம் சிதைந்த; விகாரமான

deformity /dɪˈfɔːməti/ *noun* (*pl.* **deformities**) [C, U] the condition of having a part of the body that is an unusual shape because of disease, injury, etc. நோய், காயம் முதலியவற்றின் காரணமாக வழக்கத்திற்கு மாறான வடிவத்தில் உடல் உறுப்பு ஒன்றைக் கொண்டிருக்கும் நிலை; உருக்குலைவு; உருத்திரிபு *The drug caused women to give birth to babies with severe deformities.*

defraud /dɪˈfrɔːd/ *verb* [T] **defraud sb (of sth)** to get sth from sb in a dishonest way நேர்மையற்ற வழியில் ஒருவரிடமிருந்து ஒன்றைப் பெறு; மோசடி செய்து/வஞ்சித்துப் பறி *He defrauded the company of millions.*

defrost /ˌdiːˈfrɒst/ *verb* **1** [T] to remove the ice from sth ஒன்றிலிருந்து பனிப்படிவை அகற்று

to defrost a fridge **2** [I, T] (used about frozen food) to return to a normal temperature; to make food do this (குளிரூட்டப்பட்ட உணவு வகையில்) இயல்பான வெப்பநிலைக்குத் திரும்பு; உணவு இந்நிலையை அடையச் செய் *Defrost the chicken thoroughly before cooking.* ➪ **de-ice** பார்க்க.

deft /deft/ *adj.* (used especially about movements) skilful and quick (இயங்குதல் வகையில்) திறமையும் விரைவாற்றலும் வாய்ந்த ▶ **deftly** *adv.*

defunct /dɪˈfʌŋkt/ *adj.* no longer existing or in use பயன்பாட்டில் இல்லாத; இல்லாது போன

defuse /ˌdiːˈfjuːz/ *verb* [T] **1** to remove part of a bomb so that it cannot explode குண்டு வெடிக்க முடியாதபடி அதன் ஒரு பகுதியை நீக்கு/ அகற்று; செயலறச் செய் *Army experts defused the bomb safely.* **2** to make a situation calmer or less dangerous சூழ்நிலை ஒன்றை அமைதிப்படுத்து அல்லது அதன் ஆபத்தான தன்மையைக் குறை *She defused the tension by changing the subject.*

defy /dɪˈfaɪ/ *verb* [T] (*pres. part.* **defying**; *3rd person sing, pres.* **defies**; *pt, pp* **defied**) **1** to refuse to obey sb/sth ஒருவருக்கு/ஒன்றுக்குக் கீழ்ப்படிய மறு; பணிய மறு; எதிர்ப்புக் காட்டு *She defied her parents and went abroad.* ➪ **defiant** adjective மற்றும் **defiance** noun பார்க்க. **2 defy sb to do sth** to ask sb to do sth that you believe to be impossible செய்ய இயலாதது என்று நம்பும் ஒன்றை ஒருவரைச் செய்யுமாறு கூறு; சவால் விடு *I defy you to prove me wrong.* **3** to make sth impossible or very difficult ஒன்றைச் செய்யவியலாததாக அல்லது செய்வதற்கரியதாக ஆக்கு *It's such a beautiful place that it defies description.*

degenerate[1] /dɪˈdʒenəreɪt/ *verb* [I] to become worse, lower in quality, etc. மேலும் மோசமாகு; தரம் முதலியவற்றில் தாழ்வுறு; சீர்கேடுறு *The calm discussion degenerated into a nasty argument.* ▶ **degeneration** /dɪˌdʒenəˈreɪʃn/ *noun* [U]

degenerate[2] /dɪˈdʒenərət/ *adj.* having moral standards that have fallen to a very low level மிகவும் தாழ்ந்த நிலைக்கு வீழ்ந்து விட்ட பண்புத்தரம் கொண்டுள்ள; ஒழுக்கம் குன்றிய; சீர்கேடான

degradation /ˌdegrəˈdeɪʃn/ *noun* [U] **1** the action of making sb be less respected; the state of being less respected ஒருவரது நன்மதிப்பைக் குறைத்தல்; மதிப்புப் படியிறக்கம்; இழிவு *the degradation of being in prison* **2** causing the condition of sth to become worse ஒன்றின் நிலை மோசமாகுமாறு செய்தல்; சீரழிவு *environmental degradation*

degrade /dɪˈgreɪd/ *verb* [T] to make people respect sb less ஒருவரது மதிப்பு குன்றுமாறு செய்; இழிவுபடுத்து *It's the sort of film that really degrades women.* ▶ **degrading** *adj.*

degree /dɪˈgriː/ *noun* **1** [C] a measurement of temperature வெப்பத்தின் அளவுக் கூறு *Water boils at 100 degrees Celsius (100°C).* • *three degrees below zero/minus three degrees (–3°)* **2** [C] a measurement of angles கோண அலகுக் கூறு; பாகை *a forty-five degree (45°) angle* • *An angle of 90 degrees is called a right angle.* **3** [C, U] (used about feelings or qualities) a certain amount or level (உணர்வுகள் அல்லது பண்புகள் வகையில்) குறிப்பிட்ட அளவு; அளவுத் தரம்; படிநிலை *There is always **a degree of** risk involved in mountaineering.* • *I sympathize with her **to some degree**.* **4** [C] an official document gained by successfully completing a course at university or college பல்கலைக்கழகம் அல்லது கல்லூரியில் ஒரு படிப்பை வெற்றிகரமாக முடித்தபின் பெறப்படும் அதிகாரபூர்வமான ஆவணம்; கல்விப் பட்டம் *She's got **a degree in** Philosophy.* • *to **do a** Chemistry **degree***

dehumanize (*also* **-ise**) /ˌdiːˈhjuːmənaɪz/ *verb* [T] to make sb lose his/her human qualities such as kindness, pity, etc. கருணை, இரக்கம் முதலிய மனிதப் பண்புகளை ஒருவர் இழக்குமாறு செய் ▶ **dehumanization** (*also* **-isation**) /ˌdiːˌhjuːmənaɪˈzeɪʃn/ *noun* [U]

dehydrate /diːˈhaɪdreɪt/ *verb* **1** [T] (*usually passive*) to remove all the water from sth ஒன்றிலிருந்து நீர் முழுவதையும் அகற்று *Dehydrated vegetables can be stored for months.* **2** [I, T] to lose too much water from your body உடலிலிருந்து அளவுக்கதிகமாக நீரை இழ *If you run for a long time in the heat, you start to dehydrate.* ▶ **dehydration** /ˌdiː haɪˈdreɪʃn/ *noun* [U] *Several of the runners were suffering from severe dehydration.*

de-ice /ˌdiː ˈaɪs/ *verb* [T] to remove the ice from sth ஒன்றிலிருந்து பனிப்படிவை அகற்று/நீக்கு *The car windows need de-icing.* ➪ **defrost** பார்க்க.

deign /deɪn/ *verb* [T] **deign to do sth** to do sth although you think you are too important to do it ஒன்று தனது நிலைக்குத் தாழ்ந்தது என்று தான் கருதியபோதிலும் அதனைச் செய் *He didn't even deign to look up when I entered the room.*

deity /ˈdeɪəti/ *noun* [C] (*pl.* **deities**) (*formal*) a god கடவுள்; தெய்வம்

dejected /dɪˈdʒektɪd/ *adj.* very unhappy, especially because you are disappointed (ஏமாற்றம்

அல்லது விரக்தியினால்) மகிழ்ச்சி இழந்த; பெரிதும் வருத்தமுற்ற; மனச்சோர்வுற்ற *The fans went home dejected after watching their team lose.* ▶ **dejectedly** *adv.* ▶ **dejection** *noun* [U]

delay[1] /dɪˈleɪ/ *verb* **1** [T] to make sb/sth slow or late ஒருவரை/ஒன்றைத் தாமதப்படுத்து; காலந் தாழ்த்து *The plane was delayed for several hours because of bad weather.* **2** [I, T] **delay (sth/ doing sth)** to decide not to do sth until a later time பின்னொரு காலம் வரை ஒன்றைச் செய்யாமலிருக்க முடிவு செய்; தள்ளிப்போடு; ஒத்திப்போடு *I was forced to delay the trip until the following week.*

delay[2] /dɪˈleɪ/ *noun* [C, U] a situation or period of time where you have to wait காத்திருக்க வேண்டிய சூழ்நிலை அல்லது காலப்பகுதி; கால தாமதம் *Delays are likely on the roads because of heavy traffic.* • *If you smell gas, report it without delay* (= immediately).

delegate[1] /ˈdelɪɡət/ *noun* [C, U] a person who has been chosen to speak or take decisions for a group of people, especially at a meeting குறிப்பாக ஒரு கூட்டத்தில், ஒரு குழுவின் சார்பாகப் பேச அல்லது முடிவெடுக்கத் தேர்வு செய்யப்பட்டவர்; பிரதிநிதி; பேராளர்

delegate[2] / ˈdelɪɡeɪt/ *verb* [I, T] to give sb with a lower job or position a particular task to do குறிப்பிட்ட பணியைக் கீழ்ப்படி நிலையில் உள்ள இன்னொருவருக்கு அளி; அதிகாரம் கொடு *You can't do everything yourself. You must learn how to delegate.*

delegation / ˌdelɪˈɡeɪʃn/ *noun* **1** [C, *with sing. or pl. verb*] a group of people who have been chosen to speak or take decisions for a larger group of people, especially at a meeting குறிப்பாக ஒரு கூட்டத்தில் பெரிய குழுவினர் பொருட்டுப் பேசவோ முடிவெடுக்கவோ தேர்வு செய்யப்பட்டுள்ள குழுவினர்; உரிமைப் பேராளர் குழு *The British delegation walked out of the meeting in protest.* **2** [U] giving sb with a lower job or position a particular task to do குறிப்பிட்ட பணியைக் கீழ்ப்படி நிலையில் உள்ள இன்னொருவருக்கு அளித்தல்; பணி ஒப்படைப்பு

delete /dɪˈliːt/ *verb* [T] to remove sth that is written எழுதப்பட்ட ஒன்றை நீக்கு; அடித்துவிடு ▶ **deletion** /dɪˈliːʃn/ *noun* [C, U]

deliberate[1] /dɪˈlɪbərət/ *adj.* **1** done on purpose; planned வேண்டும் என்றே செய்யப்பட்ட; உள்நோக்கத்துடன் செய்யப்பட்ட; முன்கருதலுடன் அமைந்த *Was it an accident or was it deliberate?* ✪ SYN **intentional** **2** done slowly and carefully, without hurrying அவசரமின்றி நிதானமாகவும் கவனமாகவும் செய்யப்பட்ட; ஆழ்ந்தமர்ந்து செய்யப்பட்ட; மெல்லமைவான *She spoke in a calm, deliberate voice.*

deliberate[2] /dɪˈlɪbəreɪt/ *verb* [I, T] (*formal*) to think about or discuss sth fully before making a decision ஒரு முடிவெடுக்குமுன் அது குறித்து ஆழ்ந்து சிந்தி அல்லது விரிவாகக் கலந்தாராய் *The judges deliberated for an hour before announcing the winner.*

deliberately /dɪˈlɪbərətli/ *adv.* **1** on purpose வேண்டும் என்றே; உள்நோக்கத்துடன் *I didn't break it deliberately, it was an accident.* ✪ SYN **intentionally** or **purposely** **2** slowly and carefully, without hurrying அவசரமின்றி நிதானமாகவும் கவனமாகவும்; ஆழ்ந்தமர்ந்து

deliberation /dɪˌlɪbəˈreɪʃn/ *noun* (*formal*) **1** [C, U] discussion or thinking about sth in detail ஒன்றைப் பற்றிய ஆழ்ந்த சிந்தனை அல்லது விரிவான விவாதம்; ஆழ்ந்தாராய்வு *After much deliberation I decided to reject the offer.* **2** [U] the quality of being very slow and careful in what you say and do சொல்லிலும் செயலிலும் நிதானமும் கவனமும் கடைப்பிடிக்கும் இயல்பு *He spoke with great deliberation.*

delicacy / ˈdelɪkəsi/ *noun* (*pl.* **delicacies**) **1** [U] the quality of being easy to damage or break எளிதில் சேதமுறுவதாகவோ உடைவதாகவோ உள்ளமை; மென்னயம் **2** [U] the fact that a situation is difficult and sb may be easily offended கடினமானதாகவும் ஒருவர் எளிதில் புண்படக்கூடியதாகவும் இருக்கும் நிலை; நொய்மையான நிலை *Be tactful! It's a matter of some delicacy.* **3** [C] a type of food that is considered particularly good நற்சுவையுடையதாகக் கருதப்படும் உணவு வகை; இன்னுணவு *Try this dish, it's a local delicacy.*

delicate /ˈdelɪkət/ *adj.* **1** easy to damage or break எளிதில் சேதமுறக்கூடிய அல்லது உடையக்கூடிய; மென்மையான *delicate skin* • *the delicate mechanisms of a watch* **2** frequently ill or hurt அடிக்கடி நலம் குன்றுகிற அல்லது ஊறுபடுகிற *He was a delicate child and often in hospital.* **3** (used about colours, flavours, etc.) light and pleasant; not strong (நிறம், வாசனை முதலியன வகையில்) அடர்த்தியற்றதும் இனியதுமான; தீவிரமற்ற; முனைப்பாக இராத *a delicate shade of pale blue* **4** needing skilful treatment and care திறம்மிக்க செயல்பாடும் கவனமும் தேவைப்படுகிற *Repairing this is going to be a very delicate operation.* ▶ **delicately** *adv. She stepped delicately over the broken glass.*

delicious /dɪˈlɪʃəs/ *adj.* having a very pleasant taste or smell இன்சுவைமிக்க அல்லது நறுமணம் மிக்க *This soup is absolutely delicious.*

delight[1] /dɪˈlaɪt/ *noun* **1** [U] great pleasure; joy மிகு மகிழ்ச்சி; இன்பம்; களிப்பு; உவகை *She laughed with delight as she opened the present.* **2** [C] something that gives sb great pleasure ஒருவருக்கு மிகு மகிழ்ச்சி தரும் ஒன்று; களிப்பூட்டுவது *The story is a delight to read.* ▶ **delightful** /-fl/ *adj. a delightful view* ▶ **delightfully** /-fəli/ *adv.*

delight[2] / dɪˈlaɪt/ *verb* [T] to give sb great pleasure ஒருவரைப் பெரிதும் மகிழ்வி; களிப்பூட்டு *She delighted the audience by singing all her old songs.*

PHR V **delight in sth/in doing sth** to get great pleasure from sth ஒன்றிலிருந்து மிகு மகிழ்ச்சி பெறு; களிப்படை *He delights in playing tricks on people.*

delighted /dɪˈlaɪtɪd/ *adj.* **delighted (at/with/about sth); delighted to do sth/that...** extremely pleased பெரு மகிழ்ச்சியடைகிற; களிப்புற்ற *She was delighted at getting the job/that she got the job.*

delinquency /dɪˈlɪŋkwənsi/ *noun* [U] (*formal*) bad or criminal behaviour, especially among young people குறிப்பாக இளைஞர்களிடையே காணப்படும், மோசமான அல்லது குற்ற நடத்தை; தீயொழுக்கம்

delinquent /dɪˈlɪŋkwənt/ *adj.* (*formal*) (usually used about a young person) behaving badly and often breaking the law (வழக்கமாக இளைஞர் பற்றிய வழக்கு) மோசமான நடத்தையுடைய; சட்டத்திற்கு முரணாக ஒழுகுகிற; தீயொழுக்கமுடைய ▶ **delinquent** *noun* [C] *a young delinquent*

delirious /dɪˈlɪriəs -ˈlɪəriəs/ *adj.* **1** speaking or thinking in a crazy way, often because of illness பெரும்பாலும் நோயின் காரணமாக, பிதற்றுகிற அல்லது உளறுகிற அல்லது பிறழச் சிந்திக்கிற **2** extremely happy மிகு மகிழ்ச்சி கொள்கிற; களிப்படைகிற ▶ **deliriously** *adv.*

delirium/dɪˈlɪriəm/ *noun* [U] a mental state where sb becomes delirious 1 ஒருவரைப் பிதற்றவைக்கும் மன நிலை; மனத் தடுமாற்றம் *fever accompanied by delirium*

deliver/dɪˈlɪvə(r)/ *verb* **1** [I, T] to take sth (goods, letters, etc.) to the place requested or to the address on it ஒன்றை (பொருள்கள், கடிதங்கள் முதலியவற்றை) அதன் மேலுள்ள முகவரியில் அல்லது சேர்க்கும்படி சொல்லப்பட்ட இடத்தில் சேர்; ஒப்படை; பட்டுவாடா செய் *Your order will be delivered within five days.* **2** [T] to help a mother to give birth to her baby குழந்தை பெற்றெடுக்க ஒரு தாய்க்கு உதவு; பிள்ளைபெற உதவு *to deliver a baby* **3** [T] (*formal*) to say sth formally ஒன்றைத் தெரிவி; உரையாற்று; சொற்பொழிவாற்று *to deliver a speech/lecture/warning* **4** [I] **deliver (on sth)** (*informal*) to do or give sth that you have promised வாக்களித்தபடி ஒன்றைச் செய்; உறுதிமொழி நிறைவேற்று *The new leader has made a lot of promises, but can he deliver on them?*

IDM **come up with/deliver the goods** ➪ **goods** பார்க்க.

delivery /dɪˈlɪvəri/ *noun* (*pl.* **deliveries**) **1** [U] the act of taking sth (goods, letters, etc.) to the place or person who has ordered it or whose address is on it ஒன்றை (பொருள்கள், கடிதங்கள், முதலியவற்றை) அதன் முகவரியில் உள்ள இடத்தில் அல்லது சரக்கு அனுப்பாணை தந்தவரிடம் சேர்ப்பிக்கும் செயல்; ஒப்படைப்பு; பட்டுவாடா *Please allow 28 days for delivery.* • *a delivery van* **2** [C] an occasion when sth is delivered ஒன்று வழங்கப்படுதல் *Is there a delivery here on Sundays?* **3** [C] something (goods, letters, etc.) that is delivered சேர்ப்பிக்கப்படும் அல்லது பட்டுவாடா செய்யப்படும் (பொருள்கள், கடிதங்கள், முதலிய) ஒன்று *The shop is waiting for a new delivery of apples.* **4** [C] the process of giving birth to a baby பிள்ளைபெறுதல்; பிரசவம் *an easy delivery*

delta /ˈdeltə/ *noun* [C] an area of flat land shaped like a triangle where a river divides into smaller rivers as it goes into the sea ஆறு ஒன்று சிற்றாறுகள் பலவாகப் பிரிந்து சென்று கடலில் கலக்கும் கழிமுகத்தில் உள்ள முக்கோண வடிவிலான தட்டையான நிலப்பரப்பு; ஆற்றின் கழிமுக நிலம்

delude /dɪˈluːd/ *verb* [T] to make sb believe sth that is not true உண்மையல்லாத ஒன்றை உண்மையென ஒருவர் நம்புமாறு செய்; ஏமாற்று; மயக்கு *If he thinks he's going to get rich quickly, he's deluding himself.* ➪ **delusion** noun பார்க்க.

deluge[1] /ˈdeljuːdʒ/ *noun* [C] **1** a sudden very heavy fall of rain; a flood திடீரென வரும் பெருமழை; வெள்ளம் **2 a deluge (of sth)** a very large number of things that happen or arrive at the same time ஒரே சமயத்திலான அடுக்கடுக்கான மிகப்பல நிகழ்வுகள் அல்லது வரவுகள் *The programme was followed by a deluge of complaints from the public.*

deluge[2] /ˈdeljuːdʒ/ *verb* [T] (*usually passive*) to send or give sb/sth a very large quantity of sth, all at the same time ஒரே சமயத்தில் ஒருவருக்கு/ஒன்றிற்கு ஒரு பொருளைப் பேரளவில் அனுப்பு அல்லது வழங்கு *They were deluged with applications for the job.*

delusion /dɪˈluːʒn/ *noun* [C, U] a false belief போலியான நம்பிக்கை *He seems to be* ***under***

the delusion that he's popular. ➪ **delude** verb பார்க்க.

deluxe/ˌdəˈlʌks/ *adj.* of extremely high quality and more expensive than usual வழக்கத்தை-விடக் கூடுதல் செலவுடையதும் தரமிக்கது-மான; மிகைவசதியான; சொகுசான *a deluxe hotel*

delve /delv/ *verb* [I] **delve into sth** to search inside sth ஒன்றின் உள்ளே தேடு; குடை *She delved into the bag and brought out a tiny box.* • *(figurative) We must delve into the past to find the origins of the custom.*

demand[1] /dɪˈmɑːnd/ *noun* **1** [C] **a demand (for sth/that ...)** a strong request or order that must be obeyed அழுத்தமான வேண்டுகோள் அல்லது பணிதற்குரிய ஆணை; தட்ட முடியாத கோரிக்கை *a demand for changes in the law* **2 demands** [*pl.*] something that sb makes you do, especially sth that is difficult or tiring செய்யுமாறு பணிக்கப்படும் ஒன்று, குறிப்பாகக் கடுமையான அல்லது சோர்வூட்டும் ஒரு செயல் *Running a marathon **makes** huge **demands** on the body.* **3** [U] **demand (for sth/sb)** the desire or need for sth among a group of people ஒரு குழுவினரது விருப்பம் அல்லது தேவை *We no longer sell that product because there is no demand for it.*

IDM **in demand** wanted by a lot of people பலருக்கும் தேவைப்படுவதாக அல்லது பலராலும் விரும்பப்படுவதாக *I'm in demand this weekend—I've had three invitations!*

on demand whenever you ask for it தேவைப்-படும் போதெல்லாம் *This treatment is available from your doctor on demand.*

demand[2] /dɪˈmɑːnd/ *verb* [T] **1 demand to do sth/that...; demand sth** to ask for sth in an extremely firm or aggressive way மிகவும் உறுதியாக அல்லது உணர்ச்சி முனைப்புடன் ஒன்றைக் கேள்; வற்புறுத்திக் கேள்; கோரு *I walked into the office and demanded to see the manager.* • *Your behaviour was disgraceful and I demand an apology.* **2** to need sth ஒன்று தேவைப்படு; வேண்டியிரு *a sport that demands skill as well as strength*

demanding /dɪˈmɑːndɪŋ/ *adj.* **1** (used about a job, task, etc.) needing a lot of effort, care, skill, etc. (பணி, கடமைப் பொறுப்பு முதலியவை வகையில்) முயற்சி, கவனம், திறன் முதலியன மிகவும் தேவைப்படுகிற *It will be a demanding schedule—I have to go to six cities in six days.* **2** (used about a person) always wanting attention or expecting very high standards of people (ஒரு நபர் வகையில்) எப்பொழுதும் பிறரது கவனம்/கருத்து தன்மீது பதிந்திருக்க வேண்டுமென விரும்புகிற அல்லது பிறர் உயர் மதிப்புத்தரம் கொண்டிருக்க வேண்டு-மென எதிர்பார்க்கிற *Young children are very demanding.* • *a demanding boss*

demarcate /ˈdiːmɑːkeɪt/ *verb* [T] to show or mark the limits of sth ஒன்றின் வரம்புகளைக் காட்டு அல்லது குறி; எல்லை வரையறு

demarcation /ˌdiːmɑːˈkeɪʃn/ *noun* [U, C] a border or line that separates two things, such as types of work, groups of people or areas of land பணி வகைகள், குழுக்கள், நிலப்பரப்புகள் முதலியவை வகையில் இரண்டு பொருள்-களைப் பிரிக்கும் கோடு; பிரிவினைக் கோடு; எல்லை வரையறை

demeanour (*AmE* **demeanor**) /dɪˈmiːnə(r)/ *noun* [U] (*formal*) the way a person behaves, dresses, speaks, looks, etc. that shows what their character is like ஒருவரது குணத்தைக் காட்டும் அவரது நடை, உடை பாவனைகள்; நடத்தை *reserved demeanour.*

dementia /dɪˈmenʃə/ *noun* [U] a serious mental problem caused by brain disease or injury, that affects the ability to think, remember and behave normally மூளைநோய் காரணமாக அல்லது மூளையில் அடிபடுதலால் உண்டாவதும் சிந்திக்கும் திறன், நினைவாற்றல், இயல்பான நடத்தை ஆகியவற்றைப் பாதிப்பதுமான கடுமையான மனநலக் கேடு

demi- /ˈdemi/ *prefix* (*used in nouns*) half; partly பாதி; பகுதியாக

demise /dɪˈmaɪz/ *noun* [*sing.*] **1** the end or failure of sth ஒன்றின் இறுதி அல்லது தோல்வி *Poor business decisions led to the company's demise.* **2** (*written*) the death of a person ஒருவரது இறப்பு; மரணம்

demo /ˈdeməʊ/ *noun* [C] (*pl.* **demos**) = **demonstration 2,3**

demo- *prefix* (*used in nouns, adjectives and verbs*) connected with people or population மக்களோடு அல்லது மக்கள்தொகையோடு தொடர்புடைய *democracy*

democracy /dɪˈmɒkrəsi/ *noun* (*pl.* **democracies**) **1** [U] a system in which the government of a country is elected by the people மக்களாட்சி முறை; குடியாட்சி முறை; ஜனநாயகம் **2** [C] a country that has this system மக்களாட்சி முறையை உடைய நாடு; குடியரசு நாடு **3** [U] the right of everyone in an organization, etc. to be treated equally and to vote on matters that affect them ஓர் அமைப்பு, முதலியவற்றில் சரிசமமாக நடத்தப்பட வேண்டும் என்பதிலும் அவர்களைப் பாதிக்கும் விஷயங்களில் வாக்-கெடுப்பு வேண்டும் என்பதிலும் ஒவ்வொரு-வருக்கும் உள்ள உரிமை; ஜனநாயக உரிமை *There is a need for more democracy in the company.*

democrat /ˈdeməkræt/ *noun* [C] a person who believes in and supports democracy மக்களாட்சி முறையில் நம்பிக்கை கொண்டவரும் அதனை ஆதரிப்பவருமான ஒருவர்; ஜனநாயகவாதி

democratic /ˌdeməˈkrætɪk/ *adj.* **1** based on the system of democracy மக்களாட்சி முறை சார்ந்த; ஜனநாயக முறையின் அடிப்படையிலான *democratic elections • a democratic government* **2** having or supporting equal rights for all people அனைவருக்கும் சம உரிமை உள்ள அல்லது சம உரிமையை ஆதரிக்கிற *a democratic decision* (= made by all the people involved) ✪ **OPP undemocratic** ▶ **democratically** /-kli/ *adv. a democratically elected government*

demography /dɪˈmɒgrəfi/ *noun* [U] the changing number of births, deaths, diseases, etc. in a community over a period of time; the scientific study of these changes குறிப்பிட்ட காலப்பரப்பில் ஒரு சமுதாயத்தில் நிகழும் பிறப்புகள், இறப்புகள், நோய்கள் முதலியவற்றின் எண்ணிக்கை மாற்றம்; இம்மாற்றம் குறித்த அறிவியல் நெறிப்பட்ட ஆய்வு *the social demography of India* ▶ **demographic** /ˌdeməˈgræfɪk/ *adj. demographic changes/trends/factors*

demolish /dɪˈmɒlɪʃ/ *verb* [T] to destroy sth, for example a building கட்டடம் முதலியவற்றை அழி; இடித்துத் தள்ளு *The old shops were demolished and a supermarket was built in their place. • (figurative) She demolished his argument in one sentence.* ▶ **demolition** /ˌdeməˈlɪʃn/ *noun* [C, U]

demon /ˈdiːmən/ *noun* [C] an evil spirit பேய்; தீய ஆவியுரு

demonic /dɪˈmɒnɪk/ *adj.* connected with, or like, a demon பேய் தொடர்பான அல்லது பேய் போன்ற

demonstrate /ˈdemənstreɪt/ *verb* **1** [T] **demonstrate sth (to sb)** to show sth clearly by giving proof உரிய சான்றளித்து ஒன்றைத் தெளிவுபடுத்திக் காட்டு *Using this chart, I'd like to demonstrate to you what has happened to our sales.* **2** [I, T] **demonstrate sth (to sb)** to show and explain to sb how to do sth or how sth works ஒன்றை எவ்வாறு செய்வது என்றோ ஒன்று எவ்வாறு செயல்படுகிறது என்றோ விளக்கிக்காட்டு; செயல்விளக்கம் அளி *The crew demonstrated the use of life jackets just after take-off.* **3** [I] **demonstrate (against/for sb/sth)** to take part in a public protest for or against sb/sth ஒருவருக்கு/ஒன்றிற்கு ஆதரவாகவோ எதிராகவோ பொதுப் போராட்டத்தில் பங்கெடு; ஆர்ப்பாட்டத்தில்/கிளர்ச்சியில் ஈடுபடு *Enormous crowds have been demonstrating against the government.*

demonstration /ˌdemənˈstreɪʃn/ *noun* **1** [C, U] something that shows clearly that sth exists or is true ஒன்று உளதாக இருக்கிறது அல்லது உண்மையானது என்பதைத் தெளிவாகக் காட்டுவது; சான்று விளக்கம்; மெய்ப்புச் சான்று *This accident is a clear demonstration of the system's faults.* **2** [C, U] an act of showing or explaining to sb how to do sth or how sth works ஒன்றை எவ்வாறு செய்வது என்றோ ஒன்று எவ்வாறு செயல்படுகிறது என்றோ விளக்கிக் காட்டும் செயல்; செயல் விளக்கம் *The salesman gave me a demonstration of what the computer could do.* **3** [C] **a demonstration (against/for sb/sth)** a public protest for or against sb/sth ஒருவருக்கு/ஒன்றிற்கு ஆதரவான/எதிரான பொதுப் போராட்டம்; ஆர்ப்பாட்டம்; கிளர்ச்சி *demonstrations against a new law*

demonstrative /dɪˈmɒnstrətɪv/ *adj.* **1** (used about a person) showing feelings, especially loving feelings, in front of other people (ஒருவர் பற்றி) உணர்ச்சியை, குறிப்பாக அன்பு/ காதல் உணர்வைப் பிறர் முன்னிலையில் காட்டுகிற அல்லது வெளிப்படுத்துகிற **2** (*grammar*) used to identify the person or thing that is being referred to குறிக்கப்படும் ஒருவர் அல்லது ஒன்றைச் சுட்டுகிற *'This' and 'that' are demonstrative pronouns.*

demonstrator /ˈdemənstreɪtə(r)/ *noun* [C] a person who takes part in a public protest பொது ஆர்ப்பாட்டத்தில் பங்கெடுக்கும் ஒருவர்; கிளர்ச்சியாளர்

demoralize (*also* **-ise**) /dɪˈmɒrəlaɪz/ *verb* [T] to make sb lose confidence or the courage to continue doing sth ஒன்றைத் தொடர்ந்து செய்யும் நம்பிக்கையையோ துணிவையோ ஒருவரை இழக்கச் செய்; அதைரியப்படுத்து; மனவுரம் குலை *Repeated defeats demoralized the team.* ▶ **demoralization** (*also* **-isation**) /dɪˌmɒrəlaɪˈzeɪʃn/ *noun* [U] ▶ **demoralizing** (*also* **-ising**) *adj. Constant criticism can be extremely demoralizing.*

demote /ˌdiːˈməʊt/ *verb* [T] (*usually passive*) **demote sb (from sth) (to sth)** to move sb to a lower position or level, often as a punishment பெரும்பாலும் தண்டனையாக ஒருவரைப் பணியிறக்கம் செய்; பணி நிலையில் ஒருவரைக் கீழிறக்கு ✪ **OPP promote** ▶ **demotion** /ˌdiːˈməʊʃn/ *noun* [C, U]

demure /dɪˈmjʊə(r)/ *adj.* (used especially about a girl or young woman) shy, quiet and polite (குறிப்பாகச் சிறுமி அல்லது இளம்பெண் வகையில்) நாணம், அமைதி மற்றும் பணிவு கொண்ட; அமைவடக்கமான

den /den/ *noun* [C] **1** the place where certain wild animals live, for example lions சிங்கம் முதலிய

வனவிலங்குகளின் வாழிடம்; குகை **2** a secret place, especially for illegal activities குறிப்பாகச் சட்டவிரோதச் செயல்களுக்கான இரகசிய இடம்; மறைவிடம் *a gambling den*

denial /dɪˈnaɪəl/ *noun* **1** [C] a statement that sth is not true ஒன்று உண்மையன்று எனக் காட்டும் கூற்று; மறுப்பு *The minister issued a denial that he was involved in the scandal.* **2** [C, U] **(a) denial (of sth)** refusing to allow sb to have or do sth ஒருவர் ஒன்றை அடைய அல்லது செய்ய அனுமதி மறுத்தல் *a denial of personal freedom* **3** [U] a refusal to accept that sth unpleasant or painful has happened விரும்பத்தகாத அல்லது துன்பகரமான ஒன்று நிகழ்ந்ததை ஏற்க மறுப்பு *He's been* ***in denial*** *ever since the accident.* ➪ **deny** verb பார்க்க.

denim /ˈdenɪm/ *noun* [U] a thick cotton material (often blue) that is used for making clothes, especially trousers (**jeans**) முழுகாற்சட்டை தைக்க உதவும் பெரும்பாலும் நீலநிறத்திலானதும் முரட்டுத்தன்மை உடையதுமான பருத்தித் துணி *a denim jacket*

denitrify /ˌdiːˈnaɪtrɪfaɪ/ *verb* [T] (*pres. part.* **denitrifying**; *3rd person sing. pres.* **denitrifies**; *pt, pp* **denitrified**) (*technical*) to remove **nitrates** or **nitrites** from sth, especially from soil, air or water குறிப்பாக மண், காற்று அல்லது நீரிலிருந்து வெடியக்காடியின் உப்பியற்பொருளை (நைட்ரேட்டுகளை அல்லது நைட்ரைட்டுகளை) நீக்கு ▶ **denitrification** /diːˌnaɪtrɪfɪˈkeɪʃn/ *noun* [U]

denomination /dɪˌnɒmɪˈneɪʃn/ *noun* [C] one of the different religious groups that you can belong to பல்வேறு சமயப் பிரிவுகளில் (ஒருவர் சார்ந்துள்ள) ஒன்று; சமயக் கிளைப்பெயர்

denominator /dɪˈnɒmɪneɪtə(r)/ *noun* [C] (*mathematics*) the number below the line in a **fraction** showing how many parts the whole is divided into, for example the 4 in ¾ பின்ன எண்ணில் கோட்டுக்குக் கீழே அமைந்து முழு எண் எத்தனை பகுதிகளாக வகுபடுகிறது என்பதைக் காட்டும் (¾ என்பதில் உள்ள 4ஐப் போன்ற) எண்; பின்னத்தின் அடியெண்; பகுதி எண் ➪ **numerator** மற்றும் **common denominator** பார்க்க.

denote /dɪˈnəʊt/ *verb* [T] to mean or be a sign of sth ஒன்றின் பொருள் சுட்டு அல்லது ஒன்றிற்கான குறியீடாக இரு *In algebra the sign 'x' always denotes an unknown quantity.*

denouement (*also* **dénouement**) /ˌdeɪˈnuːmɒ/ *noun* [C] the end of a play, book, etc., where everything is explained or settled; the end result of a situation எல்லாவற்றுக்குமான விளக்கம் அல்லது தீர்வு கூறப்படும், நாடகம், நூல் முதலியவற்றின் இறுதி; ஒரு சூழ்நிலையின் இறுதிப்பயன்; சிக்கல் அவிழ்ப்பு முடிவு *an exciting/unexpected denouement*

denounce /dɪˈnaʊns/ *verb* [T] to say publicly that sth is wrong; to be very critical of a person in public ஒன்று தவறென்று வெளிப்படையாகக் கூறு; பகிரங்கமாகவும் மிகக் கடுமையாகவும் ஒருவரைக் கண்டனம் செய் *The actor has been denounced as a bad influence on young people.* ▶ **denunciation** noun பார்க்க.

dense /dens/ *adj.* **1** containing a lot of things or people close together ஏராளமான பொருள்களை அல்லது மக்களை ஒருங்கே நெருக்கமாகக் கொண்டுள்ள; அடர்த்தியான *dense forests • areas of dense population* **2** difficult to see through ஊடாகப் பார்க்கவியலாத; ஊடுருவிக் காணவியலாத *dense fog* **3** (*informal*) not intelligent; stupid அறிவீனமான; முட்டாள்தனமான; மந்த புத்தியுள்ள ▶ **densely** *adv. densely populated areas*

density /ˈdensəti/ *noun* (*pl.* **densities**) **1** [U] the number of things or people in a place in relation to its area ஓரிடத்தின் பரப்புச் சார்ந்த அங்குள்ள பொருள்கள் அல்லது மக்கள் எண்ணிக்கை; அடர்த்தி *There is a high density of wildlife in this area.* **2** [C, U] (*technical*) the relation of the weight of a substance to its size ஒரு பொருளின் எடைக்கும் அதன் பரும அளவிற்கும் இடையே உள்ள தொடர்பு; செறிமானம் *Lead has a high density.*

dent[1] /dent/ *noun* [C] a place where a flat surface, especially metal, has been hit and damaged but not broken உலோகம் முதலியவற்றின் தட்டையான பரப்பில் அடிபட்டுச் சேதமுற்று ஆனால் உடையாது உள்ள இடம்; வடு; ஒடுக்கு

dent[2] /dent/ *verb* [T] to damage a flat surface by hitting it but not breaking it தட்டையான பரப்பில் அடித்து உடையாது அதனைச் சேதப்படுத்து; ஒடுக்கு விழச் செய் *I hit a wall and dented the front of the car.*

dental /ˈdentl/ *adj.* connected with teeth பற்கள் தொடர்பான; பற்களுக்குரிய *dental care/treatment*

dentist /ˈdentɪst/ *noun* **1** [C] a person whose job is to look after people's teeth பல் மருத்துவர் **2 the dentist's** [*sing.*] the place where a dentist works பல் மருத்துவர் பணிபுரியும் இடம்; பல் மருத்துவமனை *I have to go to the dentist's today.*

dentistry /ˈdentɪstri/ *noun* [U] **1** the medical study of the teeth and mouth பற்கள் மற்றும் வாய் குறித்த மருத்துவக் கல்வி/ஆய்வு **2** the care and treatment of people's teeth மக்களது பற்கள் சார்ந்த மருத்துவமும் பேணுகையும்

dentures /ˈdentʃəz/ = **false teeth**

denunciation /dɪˌnʌnsiˈeɪʃn/ *noun* [C, U] an expression of strong disapproval of sb/sth in public ஒன்றை/ஒருவரை ஏற்காதது பற்றி வெளிப்படையாகவும் கடுமையாகவும் புலப்படுத்தும் கூற்று; கண்டனம் ➪ **denounce** verb பார்க்க.

deny /dɪˈnaɪ/ *verb* [T] (*pres. part.* **denying**; *3rd person sing. pres.* **denies**; *pt, pp* **denied**) **1 deny sth/doing sth; deny that...** to state that sth is not true; to refuse to admit or accept sth ஒன்று உண்மையன்று எனக் கூறு; ஒன்றை ஏற்க அல்லது ஒத்துக்கொள்ள மறு *In court he denied all the charges.* • *She denied that she had told lies.* ✪ OPP **admit 2** (*formal*) **deny sb sth; deny sth (to sb)** to refuse to allow sb to have sth ஒருவர் ஒன்றைப் பெற அனுமதி மறு *She was denied permission to remain in the country.* ➪ **denial** noun பார்க்க.

deodar *noun* [C] the Himalayan Cedar; a large evergreen coniferous tree commonly found in the Himalayas இமயமலைப் பகுதியில் காணப்படும் பெரிய, கூம்பு வடிவக் காய்களை உடைய பசுமை மாறா மரம்; தேவதாரு மரம்

deodorant /diˈəʊdərənt/ *noun* [C, U] a chemical substance that you put onto your body to prevent bad smells துர்நாற்றம் வீசுவதைத் தடுக்க உடல் மீது பூசிக்கொள்ளும் ஒரு வேதியியல் பொருள்

dep. *abbr.* departure புறப்பாடு *dep. Chennai 15.32*

depart /dɪˈpɑːt/ *verb* [I] (*formal*) to leave a place, usually at the beginning of a journey பெரும்பாலும் பயணம் தொடங்கும்போது, ஓரிடத்தை விட்டுப் புறப்பட்டுச் செல் *The train to Agra departs from platform 9.* ➪ **departure** noun பார்க்க; மற்றும் **leave** பதிவிலுள்ள குறிப்பைப் பார்க்க.

department /dɪˈpɑːtmənt/ *noun* [C] (*abbr.* **Dept.**) **1** one of the sections into which an organization, for example a school or a business, is divided பள்ளி, வணிக நிறுவனம் முதலிய அமைப்புகளில் உள்ள பல்வேறு பிரிவுகளுள் ஒன்று; துறை *the Modern Languages department* • *She works in the accounts department.* **2** a division of the government responsible for a particular subject; a ministry குறிப்பிட்ட ஒரு பொருள் தொடர்பான பணிகளுக்குப் பொறுப்பான அரசுத் துறை; இலாகா *the Department of Health*

departmental /ˌdiːpɑːtˈmentl/ *adj.* concerning a department ஒரு துறை அல்லது ஓர் அலுவலகப் பிரிவு சார்ந்த *There is a departmental meeting once a month.*

department store *noun* [C] a large shop that is divided into sections selling different types of goods பல்வேறு பொருள்களை இனம் வாரியாகப் பகுத்து விற்பனை செய்யும் பெரிய கடை; பல்பொருள் அங்காடி

departure /dɪˈpɑːtʃə(r)/ *noun* [C, U] **1** leaving or going away from a place ஓரிடத்திலிருந்து புறப்பட்டுச் செல்லுதல்; புறப்பாடு *Passengers should check in at least one hour before departure.* ➪ **depart** verb பார்க்க. **2 a departure (from sth)** an action which is different from what is usual or expected வழக்கத்திற்கு அல்லது எதிர்பார்த்ததற்கு மாறான செயல்; பிறழ்வு *a departure from normal practice*

depend /dɪˈpend/ *verb*

IDM that depends; it (all) depends (used alone or at the beginning of a sentence) used to say that you are not certain of sth until other things have been considered (தனியாகவோ வாக்கியத்தின் தொடக்கத்திலோ பயன்படுத்தப்படுவது) பிற பொருள்களைப் பரிசீலிக்கும் வரை ஒன்றை உறுதிப்படுத்தவியலாத நிலையைக் குறிக்கப் பயன்படுத்துவது. *'Can you lend me some money?' 'That depends. How much do you want?'* • *I don't know whether I'll see him. It depends what time he gets here.*

PHR V depend on sb/sth to be able to trust sb/sth to do sth; to rely on sb/sth ஒருவர்/ஒன்று ஒரு செயலைச் செய்வார்/செய்யும் என நம்பு; ஒருவரை/ஒன்றை நம்பு *If you ever need any help, you know you can depend on me.* • *You can't depend on the trains. They're always late.*

depend on sb/sth (for sth) to need sb/sth to provide sth ஒன்றைப் பெற ஒருவரை/ஒன்றைச் சார்ந்திரு *Our organization depends on donations from the public.*

depend on sth to be decided or influenced by sb/sth ஒருவரால்/ஒன்றால் நிர்ணயிக்கப்படு அல்லது ஒருவருடைய/ஒன்றின் தாக்கு விளைவுகளுக்கு அல்லது விளைபயனுக்கு உள்ளாகு *His whole future depends on these exams.*

dependable /dɪˈpendəbl/ *adj.* that can be trusted நம்பத்தக்க; சார்ந்திருப்பதற்குரிய *The bus service is very dependable.* ✪ SYN **reliable**

dependant (*AmE* **dependent**) /dɪˈpendənt/ *noun* [C] a person who depends on sb else for money, a home, food, etc. பணம், வீடு, உணவு முதலியவற்றுக்காகப் பிறரைச் சார்ந்திருக்கும் ஒருவர்; பிறரது ஆதரவில் வாழ்பவர் *insurance cover for you and all your dependants*

dependence /dɪˈpendəns/ *noun* [U] **dependence on sb/sth** the state of needing sb/sth

ஒருவர்/ஒன்று தேவைப்படும் நிலை; சார்பு-நிலை; சார்பு *The country wants to reduce its dependence on imported oil.*

dependency /dɪˈpendənsi/ *noun* [U] the state of being dependent on sb/sth; the state of being unable to live without sth, especially a drug ஒருவரை/ஒன்றைச் சார்ந்திருக்கும் நிலை; ஒன்று இல்லாமல், குறிப்பாக, போதைப் பொருள் இல்லாமல், வாழ முடியாத நிலை

dependent /dɪˈpendənt/ *adj.* **1 dependent (on sb/sth)** needing sb/sth to support you ஆதரிக்க ஒருவர்/ஒன்று தேவைப்படுகிற; ஒருவரை/ஒன்றைச் சார்ந்துள்ள *The industry is heavily dependent on government funding.* • *Do you have any dependent children?* **2 dependent on sb/sth** influenced or decided by sth ஒன்றால் செல்வாக்குறுகிற அல்லது தீர்மானிக்கப்படுகிற *The price you pay is dependent on the number in your group.* ✪ OPP **independent**

depict /dɪˈpɪkt/ *verb* [T] **1** to show sb/sth in a painting or drawing ஓவியம் அல்லது வரைபடத்தில் ஒருவரை/ஒன்றைக் காட்டு; தீட்டு *a painting depicting a country scene* **2** to describe sb/sth in words ஒருவரை/ஒன்றைச் சொற்களில் விளக்கு; சொல்லோவியம் தீட்டு; வருணி *The novel depicts rural life a century ago.*

deplete /dɪˈpliːt/ *verb* [T] to reduce the amount of sth so that there is not much left அதிகம் எஞ்சி இல்லாமல் ஒன்றின் அளவை அல்லது எண்ணிக்கையைக் குறை; அளவு குன்றச் செய் *We are depleting the world's natural resources.* ▶ **depletion** /dɪˈpliːʃn/ *noun* [U]

deplorable /dɪˈplɔːrəbl/ *adj.* (*formal*) morally bad and deserving disapproval ஒழுக்கக் கேடான மற்றும் புறக்கணிக்கத்தக்க; கண்டனத்துக்குரிய *They are living in deplorable conditions.* ▶ **deplorably** /-əbli/ *adv.*

deplore /dɪˈplɔː(r)/ *verb* [T] (*formal*) to feel or say that sth is morally bad ஒன்று ஒழுக்கக்கேடானது என்று எண்ணு அல்லது கூறு; இழிந்த ஒன்றைக் கண்டனம் செய் *I deplore such dishonest behaviour.*

deploy /dɪˈplɔɪ/ *verb* [T] **1** to put soldiers or weapons in a position where they are ready to fight போருக்கு ஆயத்தமாக வீரர்களை அல்லது கருவிகளைத் தயார்நிலையில் வை **2** to use sth in a useful and successful way ஒன்றைப் பயனுள்ள வெற்றிகரமான முறையில் பயன்படுத்து; ஆக்கத்திறனுடன் கையாளு ▶ **deployment** *noun* [U] *the deployment of troops*

depopulate /ˌdiːˈpɒpjuleɪt/ *verb* [T] (*formal*) (*usually passive*) to reduce the number of people living in a place ஓரிடத்தில் வாழும் மக்கள் தொகையைக் குறை ▶ **depopulation** /ˌdiːˌpɒpjuˈleɪʃn/ *noun* [U]

deport /dɪˈpɔːt/ *verb* [T] to force sb to leave a country because he/she has no legal right to be there ஒரு நாட்டில் வாழச் சட்டப்படி உரிமையற்ற ஒருவரை அங்கிருந்து வலுக்கட்டாயமாக வெளியேறச் செய்; நாட்டைவிட்டு வெளியேற்று *A number of illegal immigrants have been deported.* ▶ **deportation** /ˌdiːpɔːˈteɪʃn/ *noun* [C, U]

depose /dɪˈpəʊz/ *verb* [T] to remove a ruler or leader from power அதிகாரத்திலிருந்து ஆட்சியாளரை அல்லது ஆட்சித் தலைவரை அகற்று *There was a revolution and the dictator was deposed.*

deposit¹ /dɪˈpɒzɪt/ *verb* [T] **1** to put sth down somewhere ஒரு பொருளை ஓரிடத்தில் வை *He deposited his bags on the floor and sat down.* **2** (used about liquid or a river) to leave sth lying on a surface, as the result of a natural or chemical process (திரவம் அல்லது ஆறு வகையில்) இயற்கை அல்லது வேதியியல் வினை காரணமாக ஒன்றை ஒரு பரப்பில் படிய விடு *mud deposited by a flood* **3** to put money into an account at a bank வங்கிக் கணக்கில் பணம் போடு *He deposited Rs 200 a week into his savings account.* **4 deposit sth (in sth); deposit sth (with sb/sth)** to put sth valuable in an official place where it is safe until needed again மீண்டும் தேவைப்படும் வரை அதிகாரபூர்வமான ஓரிடத்தில் ஒன்றைப் பாதுகாப்பாக வை *Valuables can be deposited in the hotel safe.*

deposit² /dɪˈpɒzɪt/ *noun* [C] **1 a deposit (on sth)** a sum of money which is the first payment for sth, with the rest of the money to be paid later மீதப் பணம் பின்னர் செலுத்தப்பட வேண்டிய நிலையில் ஒன்றிற்காகச் செலுத்தப்படும் முதல் தவணைத் தொகை *Once you have paid a deposit, the booking will be confirmed.* **2 a deposit (on sth)** [*usually sing.*] a sum of money that you pay when you rent sth and get back when you return it without damage ஒன்றை வாடகைக்கு எடுக்கும்போது செலுத்தப்படுவதும் அதனைச் சேதமில்லாமல் திரும்ப ஒப்படைக்கும்போது பெறப்படுவதுமான பணத்தொகை; முன்பணம் *Boats can be hired for Rs 50 an hour, plus Rs 20 deposit.* **3** a sum of money paid into a bank account ஒரு வங்கிக் கணக்கில் போடப்படும் தொகை; வைப்புத்தொகை; வங்கிச் சேமிப்புத் தொகை **4** a substance that has been left on a surface or in the ground as the result of a natural or chemical process இயற்கை அல்லது வேதியியல் வினை காரணமாக ஒரு தளத்தில் அல்லது தரையில் தங்கும் பொருள்; அடிமண்டி; வண்டல்; படிவுப் பொருள் *mineral deposits*

deposit account *noun* [C] (*BrE*) a type of bank account where your money earns interest. You cannot take money out of a deposit account without arranging it first with the bank வங்கியுடன் முன்னரே செய்துகொண்ட ஒப்பந்தப்படியல்லாது பணம் எடுக்கவியலாததும் போடும் பணத்திற்கு வட்டி ஈட்டக் கூடியதுமான கணக்கு வகை; வைப்புக்கணக்கு

deposition /ˌdepəˈzɪʃn/ *noun* **1** [U, C] (*technical*) the natural process of leaving a layer of a substance on rocks or soil; a substance left in this way ஒரு பொருளின் ஓர் அடுக்கைப் பாறை மீதோ நிலத்தின் மீதோ படியச் செய்யும் இயற்கை வினைப்பாங்கு; இம்முறையில் படிய விடப்பட்ட பொருள்; படிவு *marine/river deposition* **2** [U, C] the act of removing sb, especially a ruler, from power ஒருவரை, குறிப்பாக ஆட்சியாளரை, அதிகாரத்திலிருந்து அகற்றும் செயல்; பதவி நீக்கம் *the deposition of the king* **3** [C] (*law*) a formal statement, taken from sb and used in a court of law ஒருவரிடமிருந்து பெற்று நீதிமன்றத்தில் பயன்படுத்தப்படும் வினைமுறைக் கூற்று; அதிகார முறையிலான சான்றறிக்கை

depot /ˈdepəʊ/ *noun* [C] **1** a place where large numbers of vehicles (buses, lorries, etc.) are kept when not in use பயன்படுத்தாதபோது பேருந்து, சுமையுந்து முதலிய வாகனங்களைப் பெரும் எண்ணிக்கையில் நிறுத்திவைத்துப் பராமரிக்கும் இடம்; பணிமனை **2** a place where large amounts of food, goods or equipment are stored உணவு, பொருள், கருவி முதலியவற்றைப் பேரளவில் இருப்பு வைக்கும் இடம்; கிடங்கு **3** (*AmE*) a small bus or railway station பேருந்து அல்லது தொடர்வண்டிக்குரிய சிறு நிலையம்

depraved /dɪˈpreɪvd/ *adj*. morally bad ஒழுக்கம் கெட்ட; மோசமான நடத்தையுடைய

depravity /dɪˈprævəti/ *noun* [U] (*formal*) the state of being morally bad ஒழுக்கக் கேடு; மோசமான நடத்தை *a life of depravity*

depreciate /dɪˈpriːʃieɪt/ *verb* [I] to become less valuable over a period of time காலப்போக்கில் மதிப்புக் குறைவுறு; மதிப்பில் இறக்கம் அடை *New cars start to depreciate the moment they are on the road.* ▶ **depreciation** /dɪˌpriːʃiˈeɪʃn/ *noun* [C, U]

depress /dɪˈpres/ *verb* [T] **1** to make sb unhappy and without hope or enthusiasm ஒருவரை நம்பிக்கை அல்லது ஆர்வம் இன்றியும் மகிழ்ச்சியின்றியும் இருக்குமாறு செய்; மனத்தளர்ச்சியூட்டு அல்லது மனச்சோர்வு கொள்ளச் செய் *The thought of going to work tomorrow really depresses me.* **2** (used about business) to cause sth to become less successful (வணிகம் தொடர்பாக) ஆக்கம் குன்றச் செய்; மந்தமாக்கு *The reduction in the number of tourists has depressed local trade.* **3** (*formal*) to press sth down on a machine, etc. இயந்திரம் முதலியவற்றிலுள்ள ஒன்றை அமுக்கு; தாழ்த்து *To switch off the machine, depress the lever.* ▶ **depressing** *adj*. *The thought of growing old alone is very depressing.* ▶ **depressingly** *adv*.

depressed /dɪˈprest/ *adj*. **1** very unhappy, often for a long period of time பெரும்பாலும் நீண்ட காலமாக மிகவும் மகிழ்ச்சியற்ற; மனத்தளர்ச்சியுற்ற; மனச்சோர்வுற்ற *He's been very depressed since he lost his job.* **2** (used about a place or an industry) without enough businesses or jobs (ஓர் இடம் அல்லது ஒரு தொழில் வகையில்) போதுமான வேலை அல்லது வியாபாரம் இல்லாத; மந்தமான

depression /dɪˈpreʃn/ *noun* **1** [U] a feeling of unhappiness that lasts for a long time. Depression can be a medical condition and may have physical signs, for example being unable to sleep, etc. நீடித்து இருக்கக்கூடியதும், நோய் நிலையாக ஆகக் கூடியதும், தூக்கமின்மை, முதலிய அறிகுறிகளை உடையதுமாகிய மகிழ்வின்மை உணர்வு; மனச் சோர்வு; மன எழுச்சியின்மை *clinical/post-natal depression* **2** [C, U] a period when the economic situation is bad, with little business activity and many people without a job மிகக் குறைந்த வணிகமும் பலருக்குப் பணியின்மையும் நேரும் மோசமான பொருளாதார நிலை காணப்படும் காலப்பகுதி; பொருளாதார மந்த நிலை *The country was in the grip of (an) economic depression.* **3** [C] a part of a surface that is lower than the parts around it சுற்றியுள்ள பகுதியினும் தாழ்வாக உள்ள ஒரு தளத்தின் பகுதி; பள்ளம்; குழிவு *Rain water collects in shallow depressions in the ground.* **4** [C] (*technical*) a weather condition in which the pressure of the air becomes lower, often causing rain மழைக்குக் காரணமான காற்றழுத்தக் குறைவுடைய வானிலை; காற்றழுத்தத் தாழ்வு மண்டல நிலை ➪ **anticyclone** பார்க்க.

deprive /dɪˈpraɪv/ *verb* [T] **deprive sb/sth of sth** to prevent sb/sth from having sth; to take away sth from sb ஒருவர் ஒன்றைப் பெறாது தடு; ஒருவரிடமிருந்து ஒன்றை எடுத்துக்கொள்; இழக்கச் செய் *The prisoners were deprived of food.* ▶ **deprivation** /ˌdeprɪˈveɪʃn/ *noun* [U]

deprived /dɪˈpraɪvd/ *adj*. not having enough of the basic things in life, such as food, money, etc. உணவு, பணம் முதலிய வாழ்க்கையின் அடிப்படைத் தேவைகளைப் போதுமான அளவில் கொண்டிராத; வளங்குன்றிய; வறுமையுற்ற *He came from a deprived background.*

Dept *abbr*. department துறை *the Sales Dept*

depth /depθ/ *noun* **1** [C, U] the distance down from the top to the bottom of sth ஒன்றின் மேலிருந்து அடிவரை உள்ள தொலைவு; ஆழம் *The hole should be 3 cm in depth.* **2** [C, U] the distance from the front to the back of sth ஒன்றின் முகப்பிலிருந்து அதன் பின்புறம் வரையிலான தொலைவு; உட்குழிவு அளவு *the depth of a shelf* **3** [U] the amount of emotion, knowledge, etc. that a person has ஒருவர் கொண்டுள்ள உணர்ச்சி, அறிவு முதலியவற்றின் அளவு; கருத்தாழம், அறிவின் ஆழம், முதலியவை *He tried to convince her of the depth of his feelings for her.* **4** [C, *usually pl.*] the deepest, most extreme or serious part of sth ஒன்றின் உச்ச ஆழத்தில் உள்ள அல்லது மிகக் கடுமையான அல்லது தீவிரமான பகுதி ***in the depths** of winter* (= when it is coldest) ➪ **deep** adjective பார்க்க.

IDM **in depth** looking at all the details; in a thorough way முழு விவரங்களையும் நோக்குவதாக; ஆழமாக அனைத்துக் கூறுகளையும் முற்றமுழுக்க நோக்குவதாக *to discuss a problem in depth*

out of your depth **1** (*BrE*) in water that is too deep for you to stand up in ஒருவர் நிற்க முடியாத அளவுக்குள்ள ஆழமான நீர்நிலையில் **2** in a situation that is too difficult for you சமாளிக்க முடியாத அளவு மிகவும் சிரமமான சூழ்நிலையில்

deputation /ˌdepjuˈteɪʃn/ *noun* [C, *with sing. or pl. verb*] a group of people sent to sb to act or speak for others பிறர் பொருட்டுச் செயல்படவோ பேசவோ ஒருவரிடம் அனுப்பப்படும் குழுவினர்; பிரதிநிதிக் குழு; பேராண்மைக் குழு

deputize (*also* **-ise**) /ˈdepjutaɪz/ *verb* [I] **deputize (for sb)** to act for sb in a higher position, who is away or unable to do sth உயர்நிலையில் உள்ள ஒருவர் இல்லாதபோதோ அவரால் ஒன்றைச் செய்ய இயலாதபோதோ, அவர்பொருட்டுச் செயல்படு, பிரதிநிதியாகச் செயலாற்று

deputy /ˈdepjuti/ *noun* [C] (*pl.* **deputies**) the second most important person in a particular organization, who does the work of his/her manager if the manager is away ஓர் அமைப்பின் மேலாளர்/மேலாட்சியர் இல்லாதபோது அவரது பணியை ஆற்றுகிற, அவ்வமைப்பின் இரண்டாவது முக்கிய அலுவலர்; துணை அலுவலர்; உதவி அலுவலர் *the deputy head of a school*

derail /dɪˈreɪl/ *verb* [T] to cause a train to come off a railway track தொடர்வண்டி தண்டவாளத்திலிருந்து விலகச் செய்; தடம் புரளச் செய்

derailment /dɪˈreɪlmənt/ *noun* [C, U] an occasion when sth causes a train to come off a railway track தண்டவாளத்திலிருந்து தொடர்வண்டி விலகிவிடும் நேர்வு; தடம் புரளுதல்

deranged /dɪˈreɪndʒd/ *adj.* thinking and behaving in a way that is not normal, especially because of mental illness குறிப்பாக மனநோயின் காரணமாக இயல்புக்கு மாறாகச் சிந்திக்கிற மற்றும் செயல்படுகிற; மூளைத் திரிபுற்ற; அறிவு திறம்பிய

derby /ˈdɑ:bi/ *noun* [C] (*pl.* **derbies**) **1** (*BrE*) a race or sports competition பந்தயம் அல்லது விளையாட்டுப் போட்டி *a motorcycle derby* **2** (*BrE*) **the Derby** a horse race which takes place every year at Epsom (England) ஆண்டுதோறும் இங்கிலாந்தின் எப்சம் நகரில் நடைபெறும் குதிரைப் பந்தயம் **3** (*AmE*) = **bowler1**

deregulate /ˌdi:ˈregjuleɪt/ *verb* [T] (*usually passive*) to free a commercial or business activity from rules and controls விதிகள் மற்றும் கட்டுப்பாடுகளிலிருந்து வணிக அல்லது தொழிற் செயல்பாடுகளை விடுவி; கட்டுப்பாடு தளர்த்து *deregulated financial markets* ▶ **deregulation** /ˌdi:ˌregjuˈleɪʃn/ *noun* [U]

derelict /ˈderəlɪkt/ *adj.* no longer used and in bad condition மேலும் பயன்படுத்தப்படாததும் மோசமான நிலையில் உள்ளதுமான; கைவிடப்பட்ட *a derelict house*

deride /dɪˈraɪd/ *verb* [T] to say that sb/sth is ridiculous; to laugh at sth in a cruel way ஒருவர்/ஒன்று கேலிக்குரிய நிலையில் உள்ளதாகக் கூறு; எள்ளி நகையாடு; ஏளனம் செய் ▶ **derision** /dɪˈrɪʒn/ *noun* [U] *Her comments were met with derision.* ▶ **derisive** /dɪˈraɪsɪv/ *adj. 'What rubbish!' he said with a derisive laugh.*

derisory /dɪˈraɪsəri/ *adj.* too small or of too little value to be considered seriously கருத்தார்ந்து எண்ணிப்பார்க்கத் தக்க அளவோ மதிப்போ இல்லாத; கேலிக்குரிய *Union leaders rejected the derisory pay offer.*

derivation /ˌderɪˈveɪʃn/ *noun* [C, U] the origin from which a word or phrase has developed ஒரு சொல் அல்லது தொடரின் வளர்ச்சி மூலம்; சொல்லாக்க அடிப்படை வடிவம்

derivative /dɪˈrɪvətɪv/ *noun* [C] a form of sth (especially a word) that has developed from the original form ஒரு மூல (அடிப்படை) வடிவத்திலிருந்து உருவான ஒரு வடிவம், குறிப்பாகச் சொல் வடிவம் *'Sadness' is a derivative of 'sad.'*

derive /dɪˈraɪv/ *verb* **1** [T] (*formal*) **derive sth from sth** to get sth (especially a feeling or an advantage) from sth ஒன்றிலிருந்து (குறிப்பாக ஓர் உணர்வை அல்லது ஆதாயத்தை) அடை *I derive great satisfaction from my work.* **2** [I, T] (used about a name or word) to come from sth; to have sth as its origin (ஒரு பெயர் அல்லது

சொல் பற்றி) ஒன்றிலிருந்து உருவாகு; ஒன்றை மூலமாக (அடிப்படையாகக்) கொண்டிரு *The town derives its name from the river on which it was built.*

dermatitis /ˌdɜːməˈtaɪtɪs/ *noun* [U] a skin condition in which the skin becomes red, swollen and sore சிவந்தும் வீங்கியும் புண்ணாகியும் உள்ள சருமத்தின் நிலை; தோல் அழற்சி

dermatologist /ˌdɜːməˈtɒlədʒɪst/ *noun* [C] a doctor who studies and treats skin diseases சரும நோய்களை பரிசோதித்து மருத்துவம் பார்க்கும் மருத்துவர்; தோல்நோய் மருத்துவர்

dermatology /ˌdɜːməˈtɒlədʒi/ *noun* [U] the scientific study of skin diseases சரும நோய்களைப் பற்றிய அறிவியல் ஆய்வு; தோலியல் ▶ **dermatological** /ˌdɜːmətəˈlɒdʒɪkl/ *adj.*

derogatory /dɪˈrɒɡətri/ *adj.* expressing a lack of respect for, or a low opinion of sth ஒன்றின்பால் மரியாதை குறைந்த; சிறுமைப்படுத்துகிற; இழிவான *derogatory comments about the standard of my work*

desalination /ˌdiːˌsælɪˈneɪʃn/ *noun* [U] the process of removing salt from sea water கடல் நீரிலிருந்து உப்பை நீக்கும் செயல்முறை

descant /ˈdeskænt/ *noun* [C] (in music) a tune that is sung or played at the same time as, and usually higher than, the main tune வழக்கமாக முதன்மை சுருதியினும் மிக்கு, அதனுடன் பாடப்படும் அல்லது இசைக்கப்படும் ஒரு சுருதி

descend /dɪˈsend/ *verb* [I, T] (*formal*) to go down to a lower place; to go down sth தாழ்வான இடத்திற்கு இறங்கு; ஒன்றின் கீழிறங்கு *The plane started to descend and a few minutes later we landed.* • *She descended the stairs slowly.* ✪ OPP **ascend**

IDM **be descended from sb** to have sb as a relative in past times கடந்த காலத்தினர் ஒருவரை உறவினராகக் கொண்டிரு; மூதாதையர் ஒருவரின் வழித்தோன்றலாக இரு *He says he's descended from an Indian prince.*

descendant /dɪˈsendənt/ *noun* [C] a person who belongs to the same family as sb who lived a long time ago நீண்ட காலத்திற்கு முன் வாழ்ந்த ஒருவரது குடியைச் சார்ந்தவர்; ஒருவருடைய கால்வழி மரபினர் அல்லது வழித்தோன்றல் *Her family are descendants of one of the first Englishmen to arrive in America.* ➪ **ancestor** பார்க்க.

descent /dɪˈsent/ *noun* **1** [C] a movement down to a lower place தாழ்வான இடத்தை நோக்கிய இயக்கம்; இறக்கம் *The pilot informed us that we were about to begin our descent.* **2** [U] a person's family origins ஒருவருடைய குடும்ப மூல மரபு; குடி மூலம் *He is **of** Indian **descent**.*

describe /dɪˈskraɪb/ *verb* [T] **describe sb/sth (to/for sb); describe sb/sth (as sth)** to say what sb/sth is like, or what happened ஒருவர்/ஒன்று எத்தகையவர்/எத்தகையது என்றோ என்ன நிகழ்ந்தது என்றோ கூறு; வருணி; விவரி *Can you describe the bag you lost?* • *The thief was described as tall, thin, and aged about twenty.*

description /dɪˈskrɪpʃn/ *noun* **1** [C, U] a picture in words of sb/sth or of sth that happened ஒருவர்/ஒன்று பற்றிய அல்லது நிகழ்ந்த ஒன்று பற்றிய சொல்லோவியம்; விவரிப்பு; வருணனை *The man gave the police a detailed description of the burglar.* **2** [C] a type or kind of sth ஒன்றின் வகை அல்லது இனம் *It must be a tool **of some description**, but I don't know what it's for.*

descriptive /dɪˈskrɪptɪv/ *adj.* that describes sb/sth, especially in a skilful or interesting way ஒருவர்/ஒன்று பற்றிக் (குறிப்பாகத்) திறம்பட அல்லது சுவைபட விளக்குகிற; வருணிக்கிற *a piece of descriptive writing* • *She gave a highly descriptive account of the journey.*

desecrate /ˈdesɪkreɪt/ *verb* [T] to damage a place of religious importance or treat it without respect சமயச் சிறப்பு வாய்ந்த ஓரிடத்தைச் சேதப்படுத்து அல்லது அதனை அவமதி *desecrated graves* ▶ **desecration** /ˌdesɪˈkreɪʃn/ *noun* [U] *the desecration of a cemetery*

desert[1] /ˈdezət/ *noun* [C, U] a large area of land, usually covered with sand, that is hot and has very little water and very few plants மிகக் குறைந்த அளவு நீரும் தாவரமும் உடையதும் வெப்பம் நிறைந்ததும் பெரும்பாலும் மணல் நிறைந்ததுமான பரந்து விரிந்த நிலப்பரப்பு; பாலைவனம்

desert[2] /dɪˈzɜːt/ *verb* **1** [T] to leave sb/sth, usually for ever ஒருவரை/ஒன்றை விட்டுப் பெரும்பாலும் நிரந்தரமாக நீங்கு; துற *Many people have deserted the countryside and moved to the towns.* **2** [I, T] (used especially about sb in the armed forces) to leave without permission (படைவீரர் பற்றி) அனுமதியின்றி வெளியேறு; படைத்துறைச் சேவையிலிருந்து இசைவு பெறாமல் சென்றுவிடு *He deserted because he didn't want to fight.* ▶ **desertion** *noun* [C, U]

deserted /dɪˈzɜːtɪd/ *adj.* empty, because all the people have left அனைவரும் வெளியேறியதால் காலியாக உள்ள; மக்கள் வாழாத; வெறுமையான *a deserted house*

deserter /dɪˈzɜːtə(r)/ *noun* [C] a person who leaves the armed forces without permission அனுமதியின்றி படைத்துறையை விட்டு வெளியேறுபவர்

desertification /dɪˌzɜːtɪfɪˈkeɪʃn/ *noun* [U] (*technical*) the process of becoming a desert or of making an area of land into a desert ஒரு நிலப்பரப்பு பாலைவனமாக மாறும் இயல்முறை அல்லது அதனைப் பாலைவனமாக்குதல்

desert island *noun* [C] an island, especially a tropical one, where nobody lives யாரும் வாழாத, குறிப்பாக வெப்பப் பகுதியில் உள்ள, ஒரு தீவு; பாலைவனத் தீவு

deserve /dɪˈzɜːv/ *verb* [T] (*not used in the continuous tenses*) to earn sth, either good or bad, because of sth that you have done செய்த ஒன்றின் காரணமாக நல்லதாகவோ தீயதாகவோ ஒன்றை ஈட்டு; உரியவராக/உரியதாக அல்லது தக்கவராக/தக்கதாக இரு *We've done a lot of work and we deserve a break.* • *He deserves to be punished severely for such a crime.*

NOTE இந்த வினை தொடர்வினையாகப் பயன்படுத்தப்படாவிட்டாலும் இதன் நிகழ்கால வினையெச்ச (-ing) வழக்கு பரவலானதாகும்—*There are other aspects of the case deserving attention.*

deservedly /dɪˈzɜːvɪdli/ *adv.* in a way that is right because of what sb has done ஒருவர் செய்த ஒன்றின் காரணமாகப் பொருத்தமான முறையில்; உரியதாக; தகுதிக்கு ஏற்றவாறாக *He deservedly won the Best Actor award.*

deserving /dɪˈzɜːvɪŋ/ *adj.* **deserving (of sth)** that you should give help, money, etc. to உதவி, பணம் முதலியன அளிக்கத்தக்க; தகுதிப்பாடுடைய *This charity is a most deserving cause.*

desiccated /ˈdesɪkeɪtɪd/ *adj.* **1** (used about food) dried in order to keep it for a long time (உணவு வகையில்) நீண்ட காலம் வைத்திருக்கும் பொருட்டு உலர்த்தப்பட்ட; உலர்பதனம் செய்யப்பட்ட *desiccated coconut* **2** (*technical*) completely dry முற்றிலுமாக உலர்ந்த; வறண்டுபோன *desiccated soil*

desiccation /ˌdesɪˈkeɪʃn/ *noun* [U] the process of becoming completely dry முழுமையாக உலரும் முறைமை; வறட்சி; காய்வு

design[1] /dɪˈzaɪn/ *noun* **1** [U] the way in which sth is planned and made or arranged ஒன்று திட்டமிடப்படும்/செய்யப்படும்/அமைக்கப்படும் முறை; வடிவமைப்பு முறை *Design faults have been discovered in the car.* **2** [U] the process and skill of making drawings that show how sth should be made, how it will work, etc. ஒன்று எப்படி செய்யப்பட வேண்டும், எப்படி செயல்படும் என்பதைக் காட்டும் வரைபடம் உருவாக்கும் திறன் மற்றும் முறைமை; உரு வரைவு *to study industrial design* • *graphic design* **3** [C] **a design (for sth)** a drawing or plan that shows how sth should be made, built, etc. ஒன்று எவ்வாறு செய்யப்பட வேண்டும், கட்டப்பட வேண்டும் முதலியன காட்டும் வரைபடம் அல்லது திட்டம்; உரு வரைவுப் படம்; உருவரை முன்மாதிரி *The architect showed us her design for the new theatre.* **4** [C] a pattern of lines, shapes, etc. that decorate sth ஒன்றை அழகுபடுத்தும் கோடுகள், வடிவங்கள் முதலியவற்றின் பாங்கு; அலங்கார வடிவமைப்பு a *T-shirt with a geometric design on it* ✪ **SYN pattern**

design[2] /dɪˈzaɪn/ *verb* **1** [I, T] to plan and make a drawing of how sth will be made ஒன்று எவ்வாறு செய்யப்பட உள்ளது என்பதைத் திட்டமிட்டு வரைபடம் உருவாக்கு; உருமாதிரி தீட்டு *to design cars/dresses/houses* **2** [T] to invent, plan and develop sth for a particular purpose குறிப்பிட்ட நோக்கத்திற்காக ஒன்றைக் கருத்தாக்கம் செய்து, திட்டமிட்டு உருவாக்கு *The bridge wasn't designed for such heavy traffic.*

designate /ˈdezɪgneɪt/ *verb* [T] (*usually passive*) (*formal*) **1 designate sth (as) sth** to give sth a name to show that it has a particular purpose குறிப்பிட்ட நோக்கமுடையது என்பதைக் காட்ட ஒன்றுக்கு ஒரு பெயர் கொடு; பெயர் சுட்டி வழங்கு *This has been designated (as) a conservation area.* **2 designate sb (as) sth** to choose sb to do a particular job or task குறிப்பிட்ட தொழிலை அல்லது இடுபணியைச் செய்ய ஒருவரைத் தேர்ந்தெடு; நியமனம் செய் *Who has she designated (as) her deputy?* **3** to show or mark sth ஒன்றைச் சுட்டு அல்லது குறி *These arrows designate the emergency exits.*

designer /dɪˈzaɪnə(r)/ *noun* [C] a person whose job is to make drawings or plans showing how sth will be made ஒன்று எவ்வாறு செய்யப்பட உள்ளது என்பதைக் காட்டும் வரைபடம் தயாரிக்கும் பணியைச் செய்பவர்; வடிவமைப்பாளர்; மாதிரிப் படம் வரைபவர் *a fashion/jewellery designer* • *designer jeans* (= made by a famous designer)

desirable /dɪˈzaɪərəbl/ *adj.* **1** wanted, often by many people; worth having பெரும்பாலும் பலருக்கும் தேவைப்படுகிற; பலராலும் விரும்பப்படுகிற; ஆசைப்படத்தக்க; பெறத்தக்க *Experience is desirable but not essential for this job.* **2** sexually attractive பால் கவர்ச்சி மிக்க; காம இச்சை தூண்ட வல்ல ✪ **OPP undesirable**

desire[1] /dɪˈzaɪə(r)/ *noun* [C, U] **(a) desire (for sth/to do sth) 1** the feeling of wanting sth very much; a strong wish மிகுதியாக ஒன்று தேவைப்படும் உணர்வு; அழுத்தமான விருப்பம் *the desire for a peaceful solution to the crisis* • *I have no desire to visit that place again.* **2** the wish for a sexual relationship with sb ஒருவருடன் பாலுறவு கொள்வதற்கான வேட்கை; காம இச்சை

desire[2] /dɪˈzaɪə(r)/ *verb* [T] **1** (formal) (*not used in the continuous tenses*) to want; to wish for ஆசைப்படு; விரும்பு *The service in the restaurant* *left a lot to be desired* (= was very bad). **2** to find sb/sth sexually attractive ஒருவரிடம்/ஒன்றிடம் பால்கவர்ச்சி காண்; காம இச்சை கொள்

NOTE இந்த வினைச் சொல் தொடர்வினைகளில் பயன்படுத்தப்படுவதில்லை. எனினும் இதன் நிகழ்கால வினையெச்ச (-ing) வடிவம் பரவலாக வழக்கிலுள்ளது—*Not desiring another argument, she turned away.*

desk /desk/ *noun* [C] **1** a type of table, often with drawers, that you sit at to write or work முன் அமர்ந்து எழுதவோ பணிபுரியவோ உதவுவதும் பெரும்பாலும் இழுப்பறைகளைக் கொண்டதுமான மேசை வகை *The pupils took their books out of their desks.* • *He used to be a pilot but now he has* ***a desk job*** (= he works in an office). **2** a table or place in a building where a particular service is provided ஒரு கட்டடத்தில் குறிப்பிட்ட சேவை வழங்கப்படும் மேசை அல்லது இடம் *an information desk*

desktop /ˈdesktɒp/ *noun* [C] **1** the top of a desk மேசையின் மேற்பகுதி **2** a computer screen on which you can see symbols (**icons**) showing the programs, etc. that are available to be used பயன்படுத்துவதற்குரிய செயல் நிரல் குறிகளைக் கொண்டுள்ள கணினித்திரை **3** (*also* **desktop computer**) a computer that can fit on a desk மேசைமேல் வைப்பதற்குத் தக்க கணினி; மேசைக் கணிப்பொறி ⇨ **laptop** மற்றும் **palmtop** பார்க்க.

desktop publishing (*abbr.* **DTP**) *noun* [U] the use of a small computer and a machine for printing, to produce books, magazines and other printed material புத்தகம், பத்திரிகை மற்றும் பிற அச்சுப் பிரதிகளை அச்சிட்டு உருவாக்க சிறு கணினி மற்றும் அச்சுப்பொறி பயன்படுத்தப்படுதல்; மேசைக் கணினிப் பதிப்பு

desolate /ˈdesələt/ *adj.* **1** (used about a place) empty in a way that seems very sad (ஓரிடம் பற்றி) வருந்தத்தக்கதாகத் தோன்றும் காலியான/வெற்று வெளியான; பாழிடமான *desolate wasteland* **2** (used about a person) lonely, very unhappy and without hope (ஆள் பற்றி) தனிமையான, மகிழ்ச்சியற்ற மற்றும் நம்பிக்கை இழந்த ▶ **desolation** /ˌdesəˈleɪʃn/ *noun* [U] *a scene of desolation.* • *He felt utter desolation when his wife died.*

despair¹ /dɪˈspeə(r)/ *noun* [U] the state of having lost all hope நம்பிக்கை அனைத்தும் இழந்த நிலை; மன முறிவு *I felt like giving up* ***in despair***. ▶ **despairing** *adj. a despairing cry* ⇨ **desperate** பார்க்க.

despair² /dɪˈspeə(r)/ *verb* [I] **despair (of sb/sth)** to lose all hope that sth will happen ஒன்று நிகழும் என்பதில் நம்பிக்கையனைத்தும் இழ; மனம் தளர் *We began to despair of ever finding somewhere to live.*

despatch /dɪˈspætʃ/ = **dispatch**

desperate /ˈdespərət/ *adj.* **1** out of control and ready to do anything to change the situation you are in because it is so terrible தான் ஆட்பட்டுள்ள நிலைமை கட்டுமீறிப்போனதால் அதனை மாற்ற எதையும் செய்ய ஆயத்தமாக உள்ள *She became desperate when her money ran out.* **2** done with little hope of success, as a last thing to try when everything else has failed பிற முயற்சிகள் அனைத்தும் தோல்வியுற்று, கடைசி முயற்சியாக நம்பிக்கை இழந்த நிலையில் செய்யப்படுகிற *I made a desperate attempt to persuade her to change her mind.* **3 desperate (for sth/to do sth)** wanting or needing sth very much ஒன்றைப் பெரிதும் வேண்டி நாடுகிற அல்லது விரும்புகிற; ஒன்றில் மட்டுமீறிய விருப்பம் உடைய; வெறியார்வம் கொண்ட *Let's go into a cafe. I'm desperate for a drink.* **4** terrible, very serious மிக சோசமான; இடரார்ந்த; கடுமையான *There is a desperate shortage of skilled workers.* ▶ **desperately** *adv. She was desperately* (= extremely) *unlucky not to win.* ▶ **desperation** /ˌdespəˈreɪʃn/ *noun* [U]

despicable /dɪˈspɪkəbl/ *adj.* very unpleasant or evil அருவருப்பான அல்லது தீய; வெறுக்கத்தக்க; கேடான *a despicable act of terrorism*

despise /dɪˈspaɪz/ *verb* [T] to hate sb/sth very much ஒருவரை/ஒன்றை மிகவும் வெறு; அருவரு *I despise him for lying to me.*

despite /dɪˈspaɪt/ *prep.* without being affected by the thing mentioned குறிப்பிட்ட பொருளினால் பாதிக்கப்படாது; பாதிக்கக் கூடிய ஒன்றைப் பொருட்படுத்தாது; இருந்துங்கூட *Despite having very little money, they enjoy life.* • *The scheme went ahead despite public opposition.* ✪ SYN **in spite of**

despondent /dɪˈspɒndənt/ *adj.* **despondent (about/over sth)** without hope; expecting no improvement நம்பிக்கையற்ற; எம்முன்னேற்றமும் எதிர்பார்க்காத; மனத்தளர்ச்சியுற்ற; விரக்தியுற்ற *She was becoming increasingly despondent about finding a job.* ▶ **despondency** /dɪˈspɒndənsi/ *noun* [U]

despot /ˈdespɒt/ *noun* [C] a ruler with great power, especially one who uses it in a cruel way அதிகாரத்தை இரக்கமின்றிப் பயன்படுத்தும் பேரதிகாரம் கொண்ட ஆட்சியாளர்; எதேச்சதிகாரி; கொடுங்கோலர் ⇨ **autocrat** பார்க்க. ▶ **despotic** /dɪˈspɒtɪk/ *adj. despotic power/rule*

dessert /dɪˈzɜːt/ *noun* [C, U] something sweet that is eaten after the main part of a meal

முதன்மை உணவைச் சாப்பிட்டபின் சாப்பிடப்படும் இனிப்பு வகை; சாப்பாட்டின் இறுதியில் உண்ணும் இனிப்பு *What would you like* ***for dessert****—ice cream or fresh fruit?* ➪ **pudding** மற்றும் **sweet** பார்க்க.

dessertspoon /dɪˈzɜ:tspu:n/ *noun* [C] a spoon used for eating sweet food after the main part of a meal முதன்மை உணவைச் சாப்பிட்டதும் இனிப்புவகை ஒன்றைச் சாப்பிடப் பயன்படுத்தப்படும் சிறு கரண்டி.

destabilize (*also* **-ise**) /ˌdi:ˈsteɪbəlaɪz/ *verb* [T] to make a system, government, country, etc. become less safe and successful ஓர் அமைப்பு, அரசு, ஒரு நாடு முதலியன பாதுகாப்பாகவும் வெற்றிகரமாகவும் இல்லாது போகச்செய்; உறுதித்தன்மையைக் குலை *Terrorist attacks were threatening to destabilize the government.* ➪ **stabilize** பார்க்க.

destination /ˌdestɪˈneɪʃn/ *noun* [C] the place where sb/sth is going ஒருவர்/ஒன்று செல்லுமிடம்; சேரிடம்; பயண இலக்கு *I finally reached my destination two hours late.* • *popular holiday destinations like the Bahamas*

destined /ˈdestɪnd/ *adj.* **1 destined for sth/to do sth** having a future that has been decided or planned at an earlier time முன்னரே திட்டமிடப்பட்ட அல்லது அறுதிசெய்யப்பட்ட எதிர்காலத்தை உடைய; முன்பே வகுத்தமைக்கப்பட்ட *I think she is destined for success.* • *He was destined to become one of the country's leading politicians.* **2 destined for...** travelling towards a particular place குறிப்பிட்ட இடம் நோக்கிப் பயணம் செய்கிற *I boarded a bus destined for Cochin.*

destiny /ˈdestəni/ *noun* (*pl.* **destinies**) **1** [C] the things that happen to you in your life, especially things that you cannot control குறிப்பாக தனது தடுப்பாற்றலை மீறி, வாழ்வில் நிகழ்வன *She felt that it was her destiny to be a great singer.* **2** [U] a power that people believe controls their lives வாழ்க்கையை இயக்குவதாக நம்பப்படும் ஆற்றல்; விதி; ஊழ் ✪ SYN **fate**

destitute /ˈdestɪtju:t/ *adj.* without any money, food or a home பணம், உணவு, வீடு எதுவும் இல்லாத; வறிய; கதியற்ற ▶ **destitution** /ˌdestɪˈtju:ʃn/ *noun* [U]

destroy /dɪˈstrɔɪ/ *verb* [T] **1** to damage sth so badly that it can no longer be used or no longer exists மேலும் இல்லாதபடி அல்லது மேலும் பயன்படுத்த முடியாதபடி ஒன்றைச் சேதப்படுத்து; அழி; தகர் *The building was destroyed by fire.* • *The defeat destroyed his confidence.* **2** to kill an animal, especially because it is injured or dangerous குறிப்பாக அடிபட்டோ ஆபத்தானதாகவோ உள்ள விலங்கைக் கொல் *The horse broke its leg and had to be destroyed.*

destroyer /dɪˈstrɔɪə(r)/ *noun* [C] **1** a small ship that is used when there is a war போரின்போது பயன்படுத்தப்படும் சிறு கப்பல்; போர்க்கப்பல் **2** a person or thing that destroys sth ஒன்றை அழிக்கும் ஒருவர்/ஒன்று; அழிப்பவர்; அழிப்பது

destruction /dɪˈstrʌkʃn/ *noun* [U] the action of destroying sth ஒன்றை அழிக்கும் செயல்; அழிவு; அழித்தல் *The war brought death and destruction to the city.* • *the destruction of the rainforests*

destructive /dɪˈstrʌktɪv/ *adj.* causing a lot of harm or damage மிகுதியான கெடுதி அல்லது சேதம் விளைவிக்கிற; அழிவு செய்கிற; ஆக்கக் கேடான

detach /dɪˈtætʃ/ *verb* [T] **detach sth (from sth)** to separate sth from sth it is connected to ஒன்றோடு தொடர்புள்ள ஒன்றை அதனினின்றும் பிரி; இணைப்பகற்று *Detach the form at the bottom of the page and send it to this address.* ✪ SYN **attach**

detachable /dɪˈtætʃəbl/ *adj.* that can be separated from sth it is connected to பிணைந்துள்ள ஒன்றிலிருந்து பிரிக்கக் கூடிய; இணைப்பகற்றக்கூடிய; அவிழ்த்தெடுக்கக் கூடிய *a coat with a detachable hood*

detached /dɪˈtætʃt/ *adj.* **1** (used about a house) not joined to any other house (வீடு வகையில்) பிற வீட்டோடு இணைந்திராத; தனித்துள்ள **2** not being or not feeling personally involved in sth; without emotion ஒன்றில் தன்ஈடுபாடு இல்லாத; பற்றற்ற; உணர்ச்சியற்ற

detachment /dɪˈtætʃmənt/ *noun* **1** [U] the fact or feeling of not being personally involved in sth பற்றின்மை; தன்ஈடுபாடின்மை **2** [C] a group of soldiers who have been given a particular task away from the main group முதன்மைக் குழுவிலிருந்து வேறுபட்ட குறிப்பிட்ட பணி தரப்பட்ட படைவீரர் குழு; சிறப்புப் பணிக்குரிய படைப்பிரிவு

detail[1] /ˈdi:teɪl/ *noun* [C, U] one fact or piece of information விவரம்; தகவல் கூறு *On the application form you should give details of your education and experience.* • *The work involves close attention to detail.* ▶ **detailed** *adj. a detailed description*

IDM **go into detail(s)** to talk or write about the details of sth; to explain sth fully ஒன்று பற்றிய விவரங்கள் குறித்துப் பேசு; ஒன்றை முழுமையாக விவரி *I can't go into detail now because it would take too long.*

in detail including the details; thoroughly விவரங்கள் உள்ளிட்டு; முழு நிறைவாக; கூறு

கூறாக *We haven't discussed the matter in detail yet.*

detail² /ˈdiːteɪl/ *verb* [T] to give a full list of sth; to describe sth completely ஒன்று பற்றிய முழுப்பட்டியல் அளி; முழுவிவரம் கொடு *He detailed all the equipment he needed for the job.*

detain /dɪˈteɪn/ *verb* [T] to stop sb from leaving a place; to delay sb ஓரிடத்திலிருந்து ஒருவர் செல்வதைத் தடு; தடுத்து நிறுத்திவை; தாமதப்படுத்து *A man has been detained by the police for questioning* (= kept at the police station). • *Don't let me detain you if you're busy.* ➪ **detention** பார்க்க.

detainee /ˌdiːteɪˈniː/ *noun* [C] a person who is kept in prison, usually because of his or her political opinions வழக்கமாக அரசியல் கருத்துகள் காரணமாகச் சிறைவைக்கப்பட்டுள்ளவர்

detect /dɪˈtekt/ *verb* [T] to notice or discover sth that is difficult to see, feel, etc. காண்பது, உணர்வது முதலியவற்றுக்கு அரிதான ஒன்றைக் கண்டறி அல்லது கண்டுபிடி; நுணுகிக் காண் *I detected a slight change in his attitude.* • *Traces of blood were detected on his clothes.* ▶ **detectable** *adj.* ▶ **detection** *noun* [U] *The crime escaped detection* (= was not discovered) *for many years.*

detective /dɪˈtektɪv/ *noun* [C] a person, especially a police officer, who tries to solve crimes குற்றங்களுக்குத் தீர்வு காண முயல்பவர், குறிப்பாக காவல்துறை அலுவலர்; துப்பறிபவர்

detective story *noun* [C] a story about a crime in which sb tries to find out who the guilty person is குற்றவாளியை ஒருவர் கண்டுபிடிக்கும் வகையிலான குற்றம் பற்றிய கதை; துப்பறியும் கதை

detector /dɪˈtektə(r)/ *noun* [C] a machine that is used for finding or noticing sth ஒன்றைக் கண்டுபிடிக்க அல்லது உற்றறியப் பயன்படும் இயந்திரம்; மறைகாண் பொறியமைவு *a smoke/metal/lie detector*

détente (*AmE* **detente**) /ˌdeɪˈtɑːnt/ *noun* [U] (*formal*) an improvement in the relationship between two or more countries which have been unfriendly towards each other in the past கடந்த காலத்தில் ஒன்றோடு ஒன்று நட்புடன் இல்லாத இரண்டு அல்லது அதற்கும் மேற்பட்ட நாடுகளின் உறவில் ஏற்படும் முன்னேற்றம்

detention /dɪˈtenʃn/ *noun* [U, C] **1** the act of stopping a person leaving a place, especially by keeping him/her in prison ஓரிடத்திலிருந்து ஒருவர் வெளியேறுவதைத் தடுத்தல், குறிப்பாகச் சிறைவைத்தல்; தடுப்புக்காவல் *They were kept* ***in detention*** *for ten days.* **2** the punishment of being kept at school after the other schoolchildren have gone home பிற மாணவர்கள் அனைவரும் பள்ளியை விட்டு வீட்டுக்குச் சென்றபின் ஒரு மாணவரைப் பள்ளியிலேயே நிறுத்தி வைத்திருக்கும் தண்டனை; உரிய நேரம் கடந்தும் தண்டனையாக மாணவரைப் பள்ளியில் தங்கவைத்தல் ➪ **detain** verb பார்க்க.

detention centre (*AmE* **detention center**) *noun* [C] **1** a place like a prison where young people who have broken the law are kept இளம் குற்றவாளிகளை வைத்திருக்கும் சிறை போன்ற இடம் **2** a place like a prison where people, especially people who have entered a country illegally, are kept for a short time சட்டத்திற்கு மாறாக ஒரு நாட்டில் நுழைந்தவர்களைத் தற்காலிகமாக வைத்திருக்கும் சிறை போன்ற இடம்

deter /dɪˈtɜː(r)/ *verb* [T] (**deterring; deterred**) **deter sb (from doing sth)** to make sb decide not to do sth, especially by telling him/her that it would have bad results குறிப்பாகத் தீய விளைவை ஏற்படுத்தும் என்று கூறி, ஒருவர் ஒன்றைச் செய்யாமலிருக்கும் முடிவை மேற்கொள்ளுமாறு செய்; அச்சமூட்டி தயக்கம் உண்டுபண்ணித் தடு ➪ **deterrent** noun பார்க்க.

detergent /dɪˈtɜːdʒənt/ *noun* [C, U] a chemical liquid or powder that is used for cleaning things பொருள்களைத் தூய்மைப்படுத்தப் பயன்படுத்தப்படும் ஒரு வேதியியல் திரவம் அல்லது தூள்; அழுக்கு நீக்கும் வேதியியல் பொருள்

deteriorate /dɪˈtɪəriəreɪt/ *verb* [I] to become worse படுமோசம் ஆகு; படிப்படியாகச் சீர்கெடு *The political tension is deteriorating into civil war.* ▶ **deterioration** /dɪˌtɪəriəˈreɪʃn/ *noun* [C, U]

determination /dɪˌtɜːmɪˈneɪʃn/ *noun* [U] **1 determination (to do sth)** the quality of having firmly decided to do sth, even if it is very difficult சிரமமாக இருந்தபோதிலும் ஒன்றைச் செய்ய உறுதிபூணும் பண்பு; மன உறுதி; மனோதிடம் *her determination to win* • *You need great determination to succeed in business.* **2** (*formal*) the process of deciding sth officially ஒன்றை அதிகாரப்பூர்வமாக முடிவு செய்யும் முறைமை; உறுதி செய்தல்; தீர்மானித்தல் *the determination of future government policy*

determine /dɪˈtɜːmɪn/ *verb* [T] **1** (*formal*) to discover the facts about sth ஒன்று பற்றிய உண்மைகளைக் கண்டுபிடி *We need to determine what happened immediately before the accident.* **2** to make sth happen in a particular way or be of a particular type குறிப்பிட்ட முறையில் ஒன்றை நிகழச் செய் அல்லது குறிப்பிட்ட வகையில் ஒன்று அமையச் செய் *The results* *of the tests will determine what treatment you need.* • *Age and experience will be* ***determining factors*** *in our choice of candidate.* **3** (*formal*) to decide sth officially அதிகாரபூர்வமாக ஒன்றை முடிவு செய் *A date for the meeting has yet to be determined.*

determined /dɪˈtɜːmɪnd/ *adj.* **determined (to do sth)** having firmly decided to do sth or to succeed, even if it is difficult சிரமமானது எனினும் ஒன்றைச் செய்ய அல்லது வெல்ல உறுதி பூணுகிற; மன உறுதி மிக்க; கருத்துறுதியுடைய *She's a very determined athlete.*

determiner /dɪˈtɜːmɪnə(r)/ *noun* [C] (*grammar*) a word that comes before a noun to show how the noun is being used ஒரு பெயர்ச்சொல்லின் முன் இடம் பெற்று அது எவ்வாறு பயன்படுத்தப்படுகிறது என்பதைக் காட்டும் சொல்; அடை-கொளி அடை *'Her', 'most' and 'those' are all determiners.*

deterrent /dɪˈterənt/ *noun* [C] something that should stop you doing sth ஒரு செயலைத் தடைப்படுத்துதற்குரிய ஒன்று; தடுப்பு நடவடிக்கை; தடை *Their punishment will be a deterrent to others.* ▶ **deter** verb பார்க்க. ▶ **deterrent** *adj.*

detest /dɪˈtest/ *verb* [T] to hate or not like sb/sth at all ஒருவரை/ஒன்றை அறவே வெறு; சிறிதும் விரும்பாதிரு *They absolutely detest each other.*

detonate /ˈdetəneɪt/ *verb* [I, T] to explode or to make a bomb, etc. explode (ஒன்று) வெடி அல்லது குண்டு முதலியவற்றை வெடிக்கச் செய்

detonator /ˈdetəneɪtə(r)/ *noun* [C] a device for making sth, especially a bomb, explode ஒன்றை, குறிப்பாக, குண்டை வெடிக்கச் செய்யும் சாதனம்; வெடிப்பைத் தூண்டும் கருவி

detour /ˈdiːtʊə(r)/ *noun* [C] **1** a longer route from one place to another that you take in order to avoid sth/sb or in order to see or do sth ஒன்றை/ஒருவரைத் தவிர்க்கும் பொருட்டு அல்லது ஒன்றைக் காண அல்லது செய்ய ஓரிடத்திலிருந்து இன்னோரிடத்திற்குச் செல்லு-வதற்கு மேற்கொள்ளப்படும் நீண்ட வழி; சுற்று வழி *Because of the accident we had to make a five-kilometre detour.* **2** (*AmE*) = **diversion 2**

detract /dɪˈtrækt/ *verb* [I] **detract from sth** to make sth seem less good or important ஒன்றைச் சற்றுக் குறைவான நன்மையுள்ளதாகவோ முக்கியமானதாகவோ தோன்றச் செய்; ஒன்று தனது சிறப்பு அல்லது முக்கியத்துவம் குறைந்து தோன்றச் செய்; பெருமை குலை; சிறுமைப்படுத்து *These criticisms in no way detract from the team's achievements.*

detriment /ˈdetrɪmənt/ *noun*

IDM **to the detriment of sb/sth** harming or damaging sb/sth ஒருவருக்கு/ஒன்றுக்குத் தீங்கு அல்லது கேடு உண்டாகும் முறையில் *Doctors claim that the changes will be to the detriment of patients.* ▶ **detrimental** /ˌdetrɪˈmentl/ *adj. Too much alcohol is* ***detrimental to*** *your health.*

detritus /dɪˈtraɪtəs/ *noun* [U] (*technical*) natural waste material that is left after sth has been used or broken up ஒன்று பயன்படுத்தப்பட்டபின் அல்லது சிதைக்கப்பட்டபின் மிஞ்சும் இயற்கைக் கழிவுப்பொருள்

deuce /djuːs/ *noun* [U] a score of 40 points to each player in a game of tennis டென்னிஸ் விளையாட்டில் ஒவ்வொரு ஆட்டக்காரரும் பெறும் 40 புள்ளிகள்

deus ex machina /ˌdeɪʊs eks ˈmækɪnə/ *noun* [*sing.*] (in literature) an unexpected power or event that saves a situation that seems without hope, especially in a play or novel (இலக்கியத்தில்) குறிப்பாக நாடகத்தில் அல்லது புதினத்தில், நம்பிக்கையற்ற ஒரு சூழலுக்கு மீட்பு அளிக்க வரும் எதிர்பாராத சக்தி அல்லது நிகழ்வு

deuterium /djuˈtɪəriəm/ *noun* [U] (*symbol* **D**) a type of **hydrogen** that is twice as heavy as the usual type வழக்கமான வகையை விடவும் இரு மடங்கு கனம் உடைய ஹைட்ரஜன்

devalue /ˌdiːˈvæljuː/ *verb* [T] **1** to reduce the value of the money of one country in relation to the value of the money of other countries பிறநாட்டுப் பணத்தின் மதிப்பிற்கேற்பக் குறிப்பிட்ட ஒரு நாட்டினுடைய பணத்தின் மதிப்பைக் குறை *The rupee has been devalued against the dollar.* **2** to reduce the value or importance of sth ஒன்றின் மதிப்பை அல்லது முக்கியத்துவத்தைக் குறை *The refusal of the top players to take part devalues this competition.* ▶ **devaluation** /ˌdiːˌvæljuˈeɪʃn/ *noun* [U]

devastate /ˈdevəsteɪt/ *verb* [T] **1** to destroy sth or damage it badly ஒன்றை அழி அல்லது மோசமாகச் சேதப்படுத்து *a land devastated by war* **2** to make sb extremely upset and shocked ஒருவரைக் கடுமையாக நிலைகுலையவும் அதிர்ச்சியடையவும் செய் *This tragedy has devastated the community.* ▶ **devastation** /ˌdevəˈsteɪʃn/ *noun* [U] *a scene of total devastation*

devastated /ˈdevəsteɪtɪd/ *adj.* extremely shocked and upset மிகக் கடுமையான அதிர்ச்சிக்கும் நிலைகுலைவுக்கும் உள்ளான *They were devastated when their baby died.*

devastating /ˈdevəsteɪtɪŋ/ *adj.* **1** that destroys sth completely ஒன்றை முற்றிலும் அழிக்கிற; பாழாக்குகிற *a devastating explosion* **2** that shocks or upsets sb very much ஒருவரைப் பெரிதும் நிலைகுலையவும் அதிர்ச்சியடையவும் செய்கிற *The closure of the factory was a devastating blow to the workers.*

develop /dɪˈveləp/ *verb* **1** [I, T] to grow slowly, increase, or change into sth else; to make sb/sth do this படிப்படியாக வளர்; அதிகமாகு அல்லது வேறொன்றாக மாறு; ஒருவர்/ஒன்று வளரச் செய்; பெரிதாக்கு; புத்தாக்கம் பெறச்செய் *Scientists have developed a drug against this disease.* • *Over the years, she's developed her own unique singing style.* **2** [I, T] to begin to have a problem or disease; to start to affect sth ஒரு சிக்கல் அல்லது நோய் பெறத் தொடங்கு; ஒன்றைப் பாதிக்கத் தொடங்கு *to develop cancer/AIDS* • *Trouble is developing along the border.* **3** [T] to make an idea, a story, etc. clearer or more detailed by writing or talking about it more மேலும் மேலும் எழுதுவதன் வாயிலாகவோ பேசுவதன் வாயிலாகவோ ஒரு கருத்து, கதை முதலியவற்றை மேலும் தெளிவாக்கு அல்லது விளக்கம் மிகச் செய் *She went on to develop this theme later in the lecture.* **4** [T] to make pictures or negatives from a piece of film by using special chemicals தனிவகை வேதியியல் பொருள்களைப் பயன்படுத்தி ஒளிப்படச் சுருளிலிருந்து படத்தை உருவாக்கு அல்லது மறிநிலைப் படிவத்தை உருவாக்கு; உருவிளக்கப்படுத்து *to develop a film* **5** [T] to build houses, shops, factories, etc. on a piece of land ஒரு நிலப்பரப்பில் வீடுகள், கடைகள், தொழிற்சாலைகள் முதலியவற்றைக் கட்டு *This site is being developed for offices.*

developed /dɪˈveləpt/ *adj.* of a good level or standard நல்ல நிலையிலான அல்லது தரமான; மேம்பட்ட; வளர்ச்சியுற்ற *a highly developed economy*

developer /dɪˈveləpə(r)/ (*also* **property developer**) *noun* [C] a person or company that builds houses, shops, etc. on a piece of land ஒரு நிலப்பரப்பில் அல்லது மனையில் வீடுகள், கடைகள் முதலியவற்றைக் கட்டுபவர் அல்லது கட்டும் நிறுவனம்

developing /dɪˈveləpɪŋ/ *adj.* (used about a poor country) that is trying to develop or improve its economy (ஏழ்மையான நாடு வகையில்) பொருளாதார நிலையில் மேம்பட முயல்கிற; வளர்ந்து வருகிற *a developing country* • *the developing world*

development /dɪˈveləpmənt/ *noun* **1** [U] the process of becoming bigger, stronger, better etc., or of making sb/sth do this மேலும் பெரிதாக, வலுவாக, சிறப்பாக ஆதல் அல்லது ஒருவரை/ஒன்றை இவ்வாறு ஆகச் செய்தல்; வளர்ச்சி; பெருக்கம்; முன்னேற்றம் *the development of tourism in Goa* • *a child's intellectual development* **2** [U, C] the process of creating sth more advanced; a more advanced product ஒன்றை மேலும் மேம்பட்டதாக உருவாக்குதல்; ஒரு மேம்பட்ட உற்பத்திப் பொருள் *She works in* ***research and development*** *for a drug company.* • *the latest developments in space technology* **3** [C] a new event that changes a situation ஒரு சூழ்நிலையை மாற்றும் புதிய நிகழ்வு *This week has seen a number of new developments in the crisis.* **4** [C, U] a piece of land with new buildings on it; the process of building on a piece of land புதிய கட்டடங்களைக் கொண்ட ஒரு நிலப்பரப்பு; ஒரு நிலப்பரப்பின் மீது கட்டடம் கட்டும் செயல்முறை *a new housing development* • *The land has been bought for development.*

deviant /ˈdiːviənt/ *adj.* different from what most people consider to be normal and acceptable இயல்பானதாகவும் ஏற்புடையதாகவும் பெரும்பாலோரால் கருதப்படும் ஒன்றிலிருந்து வேறான; பொது முறையிலிருந்து விலகிய *deviant behaviour* ▶ **deviant** *noun* [C] *sexual deviants* ▶ **deviance** /ˈdiːviəns/ **deviancy** /ˈdiːviənsi/ *noun* [U] *a study of social deviance and crime*

deviate /ˈdiːvieɪt/ *verb* [I] **deviate (from sth)** to change or become different from what is normal or expected இயல்புநிலை அல்லது எதிர்பார்ப்பு நிலையிலிருந்து மாறு அல்லது வேறாகு; பிறழ் *He never once deviated from his original plan.*

deviation /ˌdiːviˈeɪʃn/ *noun* [C, U] a difference from what is normal or expected, or from what is approved of by society இயல்பு அல்லது எதிர்பார்ப்பு நிலையிலிருந்தோ சமுதாயத்தால் ஏற்கப்பட்ட ஒன்றிலிருந்தோ வேறுபாடு; மாறுபாடு; பிறழ்ச்சி *a deviation from our usual way of doing things*

device /dɪˈvaɪs/ *noun* [C] **1** a tool or piece of equipment made for a particular purpose குறிப்பிட்ட நோக்கத்திற்காகச் செய்யப்படும் கருவி அல்லது சாதனம் *a security device* • *labour-saving devices such as washing machines and vacuum cleaners* ➪ **tool** பதிவில் குறிப்பைப் பார்க்க. **2** a clever method for getting the result you want விரும்பும் முடிவை/விளைவைப் பெறுவதற்குரிய அறிவார்ந்த முறை; உத்தி *Critics dismissed the speech as a political device for winning support.*

devil /ˈdevl/ *noun* [C] **1 the Devil** the most powerful evil being, according to the Christian, Jewish and Muslim religions கிறிஸ்தவ, யூத, இஸ்லாமிய சமயங்களில் கூறப்படும் ஆற்றல்மிகு தீய ஆவி; பிசாசு ➪ **Satan** பார்க்க. **2** an evil being; a spirit தீய உயிரினம்; துர்தேவதை;

ஆவியுரு **3** (*spoken*) a word used to show pity, anger, etc. when you are talking about a person ஒருவரைப் பற்றிப் பேசும்போது இரக்கம், சினம் முதலியவற்றைக் காட்ட உதவும் சொல் *The poor devil died in hospital two days later.* • *Those kids can be little devils sometimes.*

IDM **be a devil** used to encourage sb to do sth that he/she is not sure about doing ஒன்றைச் செய்யமுடியும் என்னும் நம்பிக்கையற்ற ஒருவரை அதனைச் செய்ய ஊக்கப்படுத்தும் பொருட்டுப் பயன்படுத்தப்படும் தொடர் *Go on, be a devil—buy both of them.*

speak/talk of the devil used when the person who is being talked about appears unexpectedly குறிப்பிடப்படுபவர் எதிர்பாராது தோன்றும்போது பயன்படுத்தப்படுவது

devious /ˈdiːviəs/ *adj.* clever but not honest or direct அறிவுக் கூர்மையுடைய ஆனால் நேர்மையற்ற அல்லது வெளிப்படையற்ற *a devious trick/plan* ▶ **deviously** *adv.*

devise /dɪˈvaɪz/ *verb* [T] to invent a new way of doing sth ஒன்றைச் செய்ய புதிய உத்தியை/முறையைக் கண்டுபிடி *They've devised a plan for keeping traffic out of the city centre.*

devoid /dɪˈvɔɪd/ *adj.* (*formal*) **devoid of sth** not having a particular quality; without sth குறிப்பிட்ட பண்பு/இயல்பு அற்ற; ஒன்றைக் கொண்டிராத *devoid of hope/ambition/imagination*

devolution /ˌdiːvəˈluːʃn/ *noun* [U] the act of giving political power from central to local government மைய அரசிடமிருந்து உள்ளாட்சி அமைப்புக்கு அரசியல் அதிகாரம் வழங்கும் செயல் ➪ **devolve** verb பார்க்க.

devolve /dɪˈvɒlv/ *verb*

PHR V **devolve on/upon sb/sth** (*written*) **1** if property, money, etc. devolves on/upon you, you receive it after sb dies ஒருவர் மறைவுக்குப்பின் அவரது உடைமை, பணம் முதலியனவற்றை உரிமைவழி அடையப் பெறு **2** if a duty, responsibility, etc. devolves on/upon you, it is given to you by sb at a higher level of authority கடமை, பொறுப்பு, முதலியவை உயரதிகாரியால் அளிக்கப்பெறு

devolve sth to/on/upon sb to give a duty, responsibility, power, etc. to sb who has less authority than you கடமை, பொறுப்பு, அதிகாரம், முதலியவற்றைக் கீழ் அதிகாரிக்கு அளி *The central government devolved most tax-raising powers to the regional authorities.* ➪ **devolution** noun பார்க்க.

devote /dɪˈvəʊt/ *verb* [T] **devote yourself/sth to sb/sth** to give a lot of time, energy, etc. to sb/sth ஒருவருக்கு/ஒன்றுக்குப் பேரளவில் நேரம், ஆற்றல் முதலியவற்றை அளி; அர்ப்பணி *She gave up work to devote herself full-time to her music.*

devoted /dɪˈvəʊtɪd/ *adj.* **devoted (to sb/sth)** loving sb/sth very much; completely loyal to sb/sth ஒருவரை/ஒன்றை மிகுதியாக நேசிக்கிற; ஒருவருக்கு/ஒன்றுக்கு முழுமையாக உண்மையாக இருக்கிற *Venkat's absolutely devoted to his wife.*

devotee /ˌdevəˈtiː/ *noun* [C] **a devotee (of sb/sth)** a person who likes sb/sth very much ஒருவரை/ஒன்றை மிகவும் விரும்புபவர்; நேசிப்பவர்; பக்தர் *Devotees of science fiction will enjoy this new film.*

devotion /dɪˈvəʊʃn/ *noun* [U] **devotion (to sb/sth)** **1** great love for sb/sth ஒருவர்/ஒன்றின் மீதான பேரன்பு; பக்தி *a mother's devotion to her children* **2** the act of giving a lot of your time, energy, etc. to sb/sth பேரளவில் நேரம், ஆற்றல் முதலியவற்றை ஒருவருக்கு/ஒன்றுக்கு அளிக்கும் செயல்; அர்ப்பணித்தல் *devotion to duty* **3** very strong religious feeling ஆழமான/வலுவான சமய உணர்வு; பக்தி

devour /dɪˈvaʊə(r)/ *verb* [T] **1** to eat sth quickly because you are very hungry பசி மிகுதியால் வேகமாகச் சாப்பிடு; விரைந்து உண்; பேராவலுடன் விழுங்கு **2** to do or use sth quickly and completely ஒன்றை விரைவாகவும் முழுமையாகவும் செய் அல்லது பயன்படுத்து

devout /dɪˈvaʊt/ *adj.* very religious சமய ஈடுபாடு மிக்க; பக்திபூர்வமான *a devout Muslim family* ▶ **devoutly** *adv.*

dew /djuː/ *noun* [U] small drops of water that form on plants, leaves, etc. during the night இரவு நேரத்தில் தாவரங்கள், இலைகள் முதலியவற்றில் படியும் சிறு நீர்த்துளிகள்; பனித்துளிகள்

dew point *noun* [U] (in geography) the temperature at which air can hold no more water vapour. Below this temperature the water comes out of the air in the form of drops (புவியியலில்) காற்றில் நீராவி அற்றுப்போகும் வெப்ப நிலை. இந்த வெப்ப நிலைக்குக் கீழே காற்றிலிருந்து சிறுதுளிகளாக நீர் வெளிவரும்

dexterity /dekˈsterəti/ *noun* [U] skill at doing things, especially with your hands குறிப்பாக ஒன்றைக் கையால் செய்யும் திறம்; கைத்திறன்

dextrose /ˈdekstrəʊz/ *noun* [U] a form of a natural type of sugar (**glucose**) இயற்கையான சர்க்கரையின் ஒரு வடிவம் ➪ **fructose**, **glucose**, **lactose** மற்றும் **sucrose** பார்க்க.

dharma *noun* [U] the basic principle of divine law in Hinduism, Buddhism and Jainism; a code of proper conduct **conforming** to one's duty and nature இந்து, பௌத்த, சமண சமயங்கள்

கூறும் அடிப்படையான இறை நியதி; கடமையோடும் இயற்கையோடும் இயைந்த நடத்தை விதி; தருமம்

dhol *noun* [C] a large double-sided drum, played with a stick held in each hand. It is often played as an **accompaniment** with Indian folk dances இரு கைகளிலும் கோல்களுடன் வாசிக்கப்படும் பெரிய இருமுகப்பறை. பெரும்பாலும் இந்திய நாட்டுப்புற நடனங்களில் துணைக்கருவியாக இது வாசிக்கப்படுகிறது

dholak *noun* [C] a medium-sized two-sided drum, traditionally played during wedding ceremonies across the Indian subcontinent இந்தியத் துணைக்கண்டத்தில் பரம்பரையாகத் திருமணங்களில் வாசிக்கப்படும் நடுத்தர அளவுள்ள இருமுகப் பறை

di- /daɪ/ *prefix* (*used in nouns*) used in chemistry to refer to substances that contain two atoms of the type mentioned குறிப்பிட்ட வகையைச் சார்ந்த இரண்டு அணுக்களைக் கொண்டுள்ள பொருள்களைக் குறிக்க வேதியியலில் பயன்படுத்துவது *dioxide*

diabetes /ˌdaɪəˈbiːtiːz/ *noun* [U] a serious disease in which a person's body cannot control the level of sugar in the blood ஒருவரது உடல் இரத்தத்தில் சர்க்கரையின் அளவைக் கட்டுப்படுத்த முடியாத கடுமையான நோய்; சர்க்கரை நோய்; நீரிழிவு நோய்

diabetic[1] /ˌdaɪəˈbetɪk/ *noun* [C] a person who suffers from diabetes சர்க்கரை/நீரிழிவு நோயால் துன்பப்படும் ஒருவர்; சர்க்கரை/நீரிழிவு நோயாளி

diabetic[2] /ˌdaɪəˈbetɪk/ *adj.* connected with diabetes or diabetics சர்க்கரை/நீரிழிவு நோய் அல்லது நோயாளிகள் தொடர்பான *diabetic chocolate* (= safe for diabetics)

diagnose /ˈdaɪəgnəʊz/ *verb* [T] **diagnose sth (as sth); diagnose sb as/with sth** to find out and say exactly what illness a person has or what the cause of a problem is ஒருவரது நோய் இன்னதென்று கண்டறிந்து துல்லியமாகக் கூறு அல்லது ஒரு சிக்கலுக்கான காரணத்தைக் கண்டறிந்து கூறு; நோய்/சிக்கல் அறுதியிடு *His illness was diagnosed as bronchitis.*

diagnosis /ˌdaɪəgˈnəʊsɪs/ *noun* [C, U] (*pl.* **diagnoses** /-siːz/) the act of saying exactly what illness a person has or what the cause of a problem is ஒருவரது நோய் இன்னதென்று கண்டறிந்து துல்லியமாகக் கூறுதல் அல்லது ஒரு சிக்கலுக்கான காரணத்தைக் கண்டறிந்து கூறுதல்; நோய்/சிக்கல் அறுதியீடு *to **make a diagnosis***

diagnostic /ˌdaɪəgˈnɒstɪk/ *adj.* connected with finding out exactly what a problem is and what caused it, especially an illness துல்லியமாக ஒருவரது சிக்கல் (குறிப்பாக நோய்) இன்னதென்றும் அதற்கு எது காரணம் என்றும் கண்டறிதல் தொடர்பான; நோய் அறுதியிடுதல் தொடர்பான *to carry out diagnostic tests*

diagonal /daɪˈægənl/ *adj.* (used about a straight line) at an angle; joining two opposite sides of sth at an angle (நேர்கோடு வகையில்) ஒன்றின் இரண்டு நேர் எதிரான பக்கங்களை ஒரு கோணத்தில் இணைக்கிற; மூலை விட்டமான *Draw a diagonal line from one corner of the square to the opposite corner.* ▶ **diagonal** *noun* [C] ▶ **diagonally** /-nəli/ *adv.*

diagram /ˈdaɪəgræm/ *noun* [C] a simple picture that is used to explain how sth works or what sth looks like ஒன்று எவ்வாறு செயல்படுகிறது அல்லது ஒன்று எதைப் போலத் தோன்றுகிறது என்பதை விளக்கப் பயன்படும் எளிய படம்; விளக்க வரைபடம் *a diagram of the body's digestive system* ▶ **diagrammatic** /ˌdaɪəgrəˈmætɪk/ *adj.*

dial[1] /ˈdaɪəl/ *noun* [C] **1** the round part of a clock, watch, control on a machine, etc. that shows a measurement of time, amount, temperature, etc. காலம், தொகை, வெப்பநிலை முதலியவற்றின் அளவைக் காட்டும் கடிகாரம்; கைக்கடிகாரம்; இயந்திரக் கட்டுப்பாட்டுப் பொறி முதலியவற்றின் வட்டவடிவப் பகுதி; அளவை சுட்டு முகப்பு; எண்வட்டு *a dial for showing air pressure* **2** the round control on a radio, cooker, etc. that you turn to change sth வானொலிப் பெட்டி, சமையல் இயந்திரம் முதலியவற்றில் ஒன்றை மாற்றுவதற்கு உதவும் வட்ட வடிவிலான கட்டுப்பாட்டமைப்பு **3** the round part with holes in it on some older telephones that you turn to call a number தொலைபேசி எண்ணைச் சுழற்றி அழைக்க உதவும், பழைய தொலைபேசிகள் சிலவற்றில் உள்ள துளைகளைக் கொண்ட வட்டவடிவப் பகுதி; எண்வட்டு

dial[2] /ˈdaɪəl/ *verb* [I, T] (**dia<u>ll</u>ing**; **dia<u>ll</u>ed** *AmE* **dia<u>l</u>ing**; **dia<u>l</u>ed**) to push the buttons or move the dial on a telephone in order to call a telephone number ஒரு தொலைபேசி எண்ணை அழைக்கத் தொலைபேசி மேல் உள்ள குமிழ்களை அழுத்து அல்லது எண்வட்டைச் சுழற்று *You can now dial direct to Singapore.* • *to dial the wrong number*

dialect /ˈdaɪəlekt/ *noun* [C, U] a form of a language that is spoken in one area of a country ஒரு நாட்டின் ஒரு பகுதியில் பேசப்படும் ஒரு மொழியின் வடிவம்; கிளைமொழி *a local dialect*

dialling code *noun* [C] the numbers that you must dial on a telephone for a particular area or country குறிப்பிட்ட பகுதி அல்லது நாட்டுடன் தொடர்புகொள்ளத் தொலைபேசியில் அழுத்த வேண்டிய அல்லது சுழற்ற வேண்டிய குறியீட்டு எண்கள் *international dialling codes*

dialling tone *noun* [C, U] the sound that you hear when you pick up a telephone to make a call தொலைபேசிப் பொறி வழி ஒருவரோடு தொடர்புகொள்ளத் தொலைபேசியை எடுத்த-வுடன் கேட்கும் ஓசை; இயங்கொலி; அழைப்-போசை

dialogue (*AmE* **dialog**) /ˈdaɪəlɒg/ *noun* [C, U] **1** (a) conversation between people in a book, play, etc. நூல், நாடகம் முதலியவற்றில் பாத்திரங்களிடையே நிகழும் உரையாடல் *On the tape you will hear a short dialogue between a shop assistant and a customer.* **2** (a) discussion between people who have different opinions வெவ்வேறு கருத்துடையவர்களிடையே நிகழும் சொல்லாடல்; விவாதம் *(a) dialogue between the major political parties*

dialogue box (*AmE* **dialog box**) *noun* [C] (*computing*) a box that appears on a computer screen asking you to choose what you want to do next (கணினியியல்) கணினியைப் பயன்-படுத்துபவர் அடுத்து செய்ய விரும்புவது என்ன என்பதைக் கேட்கும் வகையில் கணினித் திரையில் தோன்றும் பெட்டி உரு; உரையாடல் பெட்டி

dialysis /ˌdaɪˈæləsɪs/ *noun* [U] a process for separating substances from a liquid, especially for taking waste substances out of the blood of people with damaged **kidneys** திரவத்-திலிருந்து திடப்பொருள்களை, குறிப்பாக, சிறு-நீரகம் பாதிக்கப்பட்டவர்களின் குருதியில் கலந்துள்ள திடக்கழிவுகளைப் பிரித்தெடுக்கும் செயல்முறை; இரத்த சுத்திகரிப்பு

diameter /daɪˈæmɪtə(r)/ *noun* [C] a straight line that goes from one side to the other side of a circle, passing through the centre ஒரு வட்டத்தின் ஒரு பக்கத்திலிருந்து எதிர்ப் பக்கத்திற்கு அவ்வட்டத்தின் மையப்புள்ளி வழியாகச் செல்லும் நேர்கோடு; விட்டம் ➪ **radius** மற்றும் **circumference** பார்க்க மற்றும் **circle** பதிவில் படம் பார்க்க.

diamond /ˈdaɪəmənd/ *noun* **1** [C, U] a hard, bright precious stone which is very expensive and is used for making jewellery. A diamond usually has no colour அணிகலன்கள் செய்யப் பயன்படுவதும் விலைமிக்கதும் மதிப்பு மிக்கது-மான ஒளிமிக்க கெட்டிக்கல்; வைரக்கல். இது பெரும்பாலும் நிறம் அற்றது **2** [C] a flat shape that has four sides of equal length and points at two ends சம நீள நான்கு பக்கங்களையும் இரு முனைகளையும் கொண்ட தட்டை வடிவம்; சாய் சதுரவடிவம் ➪ **shape** பதிவில் படம் பார்க்க. **3 diamonds** [*pl.*] the group (**suit**) of playing cards with red shapes like **diamonds 2** on them சிவப்பு நிறச் சாய்சதுர உருக்களைக் கொண்டுள்ளதும் சீட்டாட்டத்தில் பயன்படுவது-மான சீட்டுகளின் தொகுதி *the seven of diamonds* **4** [C] one of the cards from this **suit** மேற்-குறித்தவாறுள்ள சீட்டுகளுள் ஒன்று *I haven't got any diamonds.*

diamond wedding *noun* [C] the 60th anniversary of a wedding ஒரு திருமணத்தின் 60-ஆம் ஆண்டு நாள் ➪ **golden wedding**, **ruby wedding** மற்றும் **silver wedding** பார்க்க.

diaper /ˈdaɪəpə(r)/ (*AmE*) = **nappy**

diaphragm /ˈdaɪəfræm/ *noun* [C] the muscle between your lungs and your stomach that helps you to breathe ஒருவரது நுரையீரலுக்கும் வயிற்றுக்கும் இடையில் அமைந்து மூச்சியக்-கத்திற்கு உதவும் தசை; உதர விதானம்

diarrhoea (*AmE* **diarrhea**) /ˌdaɪəˈrɪə/ *noun* [U] an illness that causes you to get rid of waste material (**faeces**) from your body very often and in a more liquid form than usual வழக்கமீறிய திரவ வடிவில் மலக்கழிவு அடிக்கடி வெளியேறும் நோய்; வயிற்றுப்போக்கு; பேதி

diary /ˈdaɪəri/ *noun* [C] (*pl.* **diaries**) **1** a book in which you write down things that you have to do, remember, etc. செய்யவிருக்கும் பணி, நினைவில் வைத்துக்கொள்ள வேண்டியவை முதலியவற்றை எழுதிவைக்க உதவும் புத்தகம்; நினைவுக் குறிப்பேடு *I'll just check in my diary to see if I'm free that weekend.* ➪ **calendar** பதிவிலுள்ள குறிப்பைப் பார்க்க. **2** a book in which you write down what happens to you each day ஒவ்வொரு நாளும் நிகழ்ந்தவற்றை எழுதி-வைக்க உதவும் புத்தகம்; நாட்குறிப்பேடு *Do you **keep a diary**?*

diatomic /ˌdaɪəˈtɒmɪk/ *adj.* (*technical*) (in chemistry) consisting of two atoms (வேதியியலில்) இரண்டு அணுக்களைக் கொண்டுள்ள

dice /daɪs/ *noun* [C] (*pl.* **dice**) a small square object with a different number of spots (from one to six) on each side, used in certain games சில விளையாட்டுகளில் பயன்படுத்தப்படுவதும் ஒன்று முதல் ஆறுவரையிலான எண் குறி-யீட்டுப் புள்ளிகளை ஒவ்வொரு பக்கமும் கொண்டுள்ளதுமான சதுர வடிவிலான பொருள்; சதுரப் பகடை; சதுரத் தாயக்கட்டை ***Throw the dice** to see who goes first.*

dichotomy /daɪˈkɒtəmi/ *noun* [C, *usually sing.*] (*pl.* **dichotomies**) **a dichotomy (between A and B)** (*formal*) the separation that exists between two groups or things that are completely opposite to and different from each other ஒன்றுக்கொன்று எதிரானதும் ஒன்றோடு ஒன்று வேறுபட்டதுமான இரு குழுக்கள் அல்லது பொருள்களுக்கிடையே காணப்படும் பிரிவு

dictate /dɪkˈteɪt/ *verb* **1** [I, T] **dictate (sth) (to sb)** to say sth aloud so that sb else can write or type it கேட்டு ஒருவர் எழுதும்படியோ தட்டச்சு செய்யும்படியோ ஒன்றைச் சற்று உரத்துக் கூறு; ஒப்ப எழுதக் கூறு *to dictate a letter to a secretary* **2** [I, T] **dictate (sth) (to sb)** to tell sb what to do in a way that seems unfair என்ன செய்வது என்று ஒருவருக்கு நியாயமற்றதாகத் தோன்றுமாறு கூறு; அதிகார முறையில் கூறு *Parents can't dictate to their children how they should run their lives.* **3** [T] to control or influence sth ஒன்றைக் கட்டுப்படுத்து அல்லது தாக்குறவு கொளச் செய்; ஒன்றின் மீது தாக்க விளைவு உண்டாக்கு *The kind of house people live in is usually dictated by how much they earn.*

dictation /dɪkˈteɪʃn/ *noun* [C, U] spoken words that sb else must write or type கேட்டுப் பிறர் எழுதவோ தட்டச்சு செய்யவோ ஒருவரால் கூறப்படும் சொற்கள்; ஒப்ப எழுதக் கூறப்படும் சொற்கள் *We had a dictation in English today* (= a test in which we had to write down what the teacher said).

dictator /dɪkˈteɪtə(r)/ *noun* [C] a ruler who has total power in a country, especially one who rules the country by force ஒரு நாட்டின் முழு அதிகாரம் படைத்த ஆட்சியாளர்; குறிப்பாக வல்லாண்மையால் நாட்டை ஆளுபவர்; சர்வாதிகாரி ▶ **dictatorship** *noun* [C, U] *a military dictatorship*

dictatorial /ˌdɪktəˈtɔːriəl/ *adj.* **1** connected with or controlled by a ruler who has total power, especially one who rules by force (**a dictator**) குறிப்பாக வல்லாண்மையாலும் முழு அதிகாரத்துடனும் ஆட்சி புரியும் ஒருவர் தொடர்பான அல்லது அத்தகு ஆட்சியாளரின் கட்டுக்குள் இருக்கிற *a dictatorial regime* **2** using power in an unreasonable way by telling people what to do and not listening to their views or wishes பிறர் கருத்துகளுக்கு அல்லது விருப்பங்களுக்கு மதிப்பளிக்காமல் தான் கூறுவதையே பிறர் செய்ய வேண்டும் என்று நியாயமற்ற முறையில் அதிகாரத்தைப் பயன்படுத்துகிற; எதேச்சாதிகாரமான

diction /ˈdɪkʃən/ *noun* [U] **1** the way and manner in which sb pronounces words ஒருவர் சொற்களை உச்சரிக்கும் விதம் மற்றும் முறை; உச்சரிப்பு *clear diction* **2** (*technical*) the choice and use of words and phrases in speech or in writing பேச்சில் அல்லது எழுத்தில் சொற்கள் மற்றும் சொற்றொடர்களின் தேர்வு மற்றும் பயன்பாடு; சொல் தேர்வு; சொல்லாட்சி

dictionary /ˈdɪkʃənri/ *noun* [C] (*pl.* **dictionaries**) **1** a book that contains a list of the words in a language in the order of the alphabet and that tells you what they mean, in the same or another language ஒரு மொழியின் சொற்களை அகரவரிசையில் அமைத்து அச்சொற்களுக்கு அம்மொழியிலோ பிறமொழியிலோ பொருள் கூறும் நூல்; அகராதி *to look up a word in a dictionary* • *a bilingual/monolingual dictionary* **2** a book that lists the words connected with a particular subject and tells you what they mean ஒரு துறை சார்ந்த சொற்களைப் பட்டியலிட்டு அவற்றின் பொருள் விளக்கம் கூறும் நூல்; சிறப்பகராதி; துறை அகராதி *a dictionary of idioms* • *a medical dictionary*

did ➪ **do** என்பதன் இறந்தகாலம்

didactic /daɪˈdæktɪk/ *adj.* (*formal*) **1** designed to teach people sth, especially a moral lesson ஒன்றை, குறிப்பாக ஒழுக்க நெறியைக், கற்பிக்கும் முறையில் படைப்பாக்கம் செய்யப்பட்டுள்ள; நீதிபோதனை செய்கிற *didactic art/poetry* **2** telling people things rather than letting them find out for themselves ஒன்றைப் பற்றிப் பிறர் அவர்களாகவே அறிந்துகொள்ள விடாமல் தானே கூறுகிற; அறிவுறுத்துகிற *Her way of teaching literature is too didactic.* ▶ **didactically** /-kli/ *adv.*

didn't ➪ **did not** என்பதன் சுருக்க வடிவம்

die /daɪ/ *verb* (*pres. part.* **dying**; *3rd person sing. pres.* **dies**; *pt, pp* **died**) **1** [I, T] **die (from/of sth)** to stop living சா; இற *to die a natural/violent death* ➪ **dead** adjective மற்றும் **death** noun பார்க்க. **2** [I] to stop existing; to disappear இருத்தலை முடிவுறுத்து; மறைந்து போ *The old customs are dying.*

IDM **be dying for sth/to do sth** (*spoken*) to want sth/to do sth very much ஒன்றைப் பெரிதும் விரும்பு/ஒன்றைச் செய்ய மிகவும் விரும்பு *I'm dying for a cup of coffee.*

die hard to change or disappear only slowly or with difficulty கொஞ்சம் கொஞ்சமாகத்தான் அல்லது சிரமத்துடன் மாறு அல்லது மறைந்துபோ *Old attitudes towards women die hard.*

to die for (*informal*) if you think that sth is to die for, you really want it and would do anything to get it ஒன்றை எப்பாடுபட்டாகிலும் அடைய விரும்பு *They have a house in town that's to die for.*

die laughing to find sth very funny ஒன்றை மிகவும் வேடிக்கையானதாகக் காண் *I thought I'd die laughing when he told that joke.*

PHR V **die away** to slowly become weaker before stopping or disappearing நிற்பதற்கு அல்லது மறைவதற்குமுன் கொஞ்சம் கொஞ்சமாக வலுவிழ *The sound of the engine died away as the car drove into the distance.*

die down to slowly become less strong படிப்படியாக வலுக்குன்று *Let's wait until the storm dies down before we go out.*

die off to die one by one until there are none left யாரும் எஞ்சி இல்லாதபடி ஒருவர்பின் ஒருவர் இறந்துவிடு

die out to stop happening or disappear நிகழ்வது ஒழிவுறு அல்லது மறைந்துபோ; வழக்கற்றுப்போ *The use of horses on farms has almost died out in this country.*

diesel /ˈdiːzl/ *noun* **1** [U] a type of heavy oil used in some engines instead of petrol பெட்ரோலுக்குப் பதிலாக சில இயந்திரங்களில் பயன்படுத்தப்படும் கனரக எண்ணெய் வகை; டீசல் *a diesel engine • a taxi that runs on diesel* **2** [C] a vehicle that uses diesel டீசலைப் பயன்படுத்தும் வாகனம் *My new car's a diesel.* ⇨ **petrol** பார்க்க.

diet¹ /ˈdaɪət/ *noun* **1** [C, U] the food that a person or animal usually eats மனிதன் அல்லது விலங்கு வழக்கமாக உண்ணும் உணவு *They **live on a diet of** rice and vegetables. • I always try to have a healthy, balanced diet* (= including all the different types of food that our body needs). **2** [C] certain foods that a person who is ill, or who wants to lose weight is allowed to eat நோயுற்ற அல்லது உடல் எடையைக் குறைக்க விரும்பும் ஒருவர் உண்ண அனுமதிக்கப்படும் குறிப்பிட்ட உணவு வகை; பத்திய உணவு *a low-fat diet • a sugar-free diet* ▶ **dietary** /ˈdaɪətəri/ *adj. dietary habits/requirements*

IDM **be/go on a diet** to eat only certain foods or a small amount of food because you want to lose weight எடையைக் குறைப்பதற்குக் குறிப்பிட்ட உணவு வகையை மட்டும் உண் அல்லது குறைந்த அளவில் உண்

diet² /ˈdaɪət/ *verb* [I] to try to lose weight by eating less food or only certain kinds of food குறைவான அல்லது குறிப்பிட்ட வகை உணவை மட்டும் உண்டு உடல் எடையைக் குறைக்க முயல்

dietetics /ˌdaɪəˈtetɪks/ *noun* [U] the scientific study of the food we eat and its effect on our health நாம் உண்ணும் உணவு மற்றும் நம் உடல் நலத்தின் மீதான அதன் பாதிப்பு பற்றிய அறிவியல் ஆய்வு; உணவு விதிமுறை

differ /ˈdɪfə(r)/ *verb* [I] **1 differ (from sb/sth)** to be different வேறுபட்டிரு; மாறுபடு *How does this car differ from the more expensive model?* **2 differ (with sb) (about/on sth)** to have a different opinion வேறான கருத்தைக் கொண்டிரு *I'm afraid I differ with you on that question.*

difference /ˈdɪfrəns/ *noun* **1** [C] **a difference (between A and B)** the way that people or things are not the same or the way that sb/sth has changed ஆட்கள் அல்லது பொருள்கள் தமக்குள் ஒரேமாதிரி இல்லாமல் இருக்கும் நிலை அல்லது ஒருவர்/ஒன்று மாறியுள்ள நிலை; வேற்றுமை; வேறுபாடு; வித்தியாசம் *What's the difference between this computer and that cheaper one? • From a distance it's hard to **tell the difference** between the twins.* **2** [C, U] **difference (in sth) (between A and B)** the amount by which people or things are not the same or by which sb/sth has changed ஆட்கள் அல்லது பொருள்கள் இடையேயான வேற்றுமை அளவு அல்லது ஒருவர்/ஒன்று மாறியுள்ள அளவு; மாறுபாட்டளவு *There's an age difference of three years between the two children. • We gave a 30% deposit and must **pay the difference** when the work is finished* (= the rest of the money). **3** [C] a disagreement that is not very serious கடுமையற்ற கருத்து வேறுபாடு; மேலோட்டமான முரண்பாடு *There was a **difference of opinion** over how much we owed.*

IDM **make a, some, etc. difference (to sb/sth)** to have an effect (on sb/sth) (ஒன்றின்/ஒருவர் மீது) ஒரு/சில தாக்கம் ஏற்படுத்து; பயன் விளைவு உண்டாக்கு *Marriage made a big difference to her life.*

make no difference (to sb/sth); not make any difference to not be important (to sb/sth); to have no effect (ஒருவருக்கு/ஒன்றுக்கு) முக்கியமானதாக இல்லாமல் இரு; (ஒன்றின்/ஒருவர் மீது) தாக்கம் ஏற்படுத்தாது இரு

split the difference ⇨ **split¹** பார்க்க.

different /ˈdɪfrənt/ *adj.* **1 different (from/to sb/sth)** not the same ஒரே மாதிரி இல்லாமல் இருக்கிற; வேறுபட்ட; வித்தியாசமான *The two houses are very different in style. • You'd look completely different with short hair.* ✪ OPP **similar** NOTE அமெரிக்க ஆங்கிலத்தில் **different than** என்பதும் பயன்படுத்தப்படுகிறது **2** separate; individual தனித்தன்மையான; வெவ்வேறான; வேறான; தனித்துவமான *This coat is available in three different colours.* ▶ **differently** *adv. I think you'll feel differently about it tomorrow.*

differential¹ /ˌdɪfəˈrenʃl/ *noun* [C] **1 a differential (between A and B)** a difference in the amount, value or size of sth, especially the difference in rates of pay for people doing different work in the same industry or profession ஒன்றின் தொகை, மதிப்பு அல்லது அளவில் காணப்படும், குறிப்பாக ஒரே தொழிலில் வெவ்வேறு வகையான பணி புரிபவர்களுக்கிடையே உள்ள ஊதிய விகிதத்தில் காணப்படும் வேறுபாடு **2** (*also* **differential gear**) a **gear** that makes it possible for a vehicle's back wheels to turn around at different speeds when going around corners சாலை முடுக்கில் திரும்பும்போது வாகனத்தின் பின்சக்கரங்களை வெவ்வேறு வேகத்தில் திரும்பச் செய்யும் விசை முடுக்கி

differential² /ˌdɪfəˈrenʃl/ *adj.* (*only before a noun*) (*formal*) showing or depending on a difference;

not equal வேறுபாடு காட்டுகிற அல்லது சார்பு-நிலை வேறுபாடு உடைய; சமமாக இல்லாத; சமமற்ற

differentiate /ˌdɪfəˈrenʃieɪt/ *verb* **1** [I, T] **differentiate between A and B; differentiate A (from B)** to see or show how things are different பொருள்களுக்கு இடையே உள்ள வேறு-பாட்டைக் காண் அல்லது காட்டு *It is hard to differentiate between these two types of seed.* **2** [T] **differentiate sth (from sth)** to make one thing different from another ஒன்றிலிருந்து பிறிதொன்றை வேறுபடுத்து *The coloured feathers differentiate the male bird from the plain brown female.* ✪ SYN **distinguish 3** [I] to treat one person or group differently from another இன்னொருவரிடமிருந்து/இன்னொரு குழுவிட-மிருந்து ஒருவரை/ஒரு குழுவை வித்தியாசமாக நடத்து; பாரபட்சம் காட்டு *We don't differentiate between the two groups—we treat everybody alike.* ✪ SYN **discriminate** ▶ **differentiation** /ˌdɪfəˌrenʃiˈeɪʃn/ *noun* [U]

difficult /ˈdɪfɪkəlt/ *adj.* **1 difficult (for sb) (to do sth)** not easy to do or understand செய்தற்கு அல்லது புரிந்துகொள்வதற்கு அரிய; கடின-மான; எளிதல்லாத *a difficult test/problem* • *I find it difficult to get up early in the morning.* **2** (used about a person) not friendly, reasonable or helpful (ஒரு நபர் வகையில்) நட்பிணக்-கமற்ற, நியாயமற்ற அல்லது உதவி மனப்-பான்மை இல்லாத; கடுமனம் கொண்ட *a difficult customer*

difficulty /ˈdɪfɪkəlti/ *noun* (*pl.* **difficulties**) **1** [U, C] **difficulty (in sth/in doing sth)** a problem; a situation that is hard to deal with சிக்கல் அல்லது பிரச்சினை; எதிர்கொள்-வதற்குக் கடினமான நிலை; இக்கட்டான நிலை; சிக்கலான நிலை *I'm sure you won't **have** any **difficulty** getting a visa for America.* • *We **had no difficulty** selling our car.* • *We found a hotel **without difficulty**.* • *If you borrow too much money you may **get into** financial **difficulties**.* **2** [U] how hard sth is to do or to deal with ஒன்றைச் செய்யவோ/கையாளவோ கடினமாக இருக்கும் தன்மை; கடுமை *The questions start easy and then increase in difficulty.*

diffident /ˈdɪfɪdənt/ *adj.* not having confidence in your own strengths or abilities தன் வலிமையில் அல்லது ஆற்றலில் அல்லது திறனில் நம்பிக்கையற்ற; தன்னம்பிக்கையற்ற; ▶ **diffidence** *noun* [U]

diffract /dɪˈfrækt/ *verb* [T] (*technical*) (in physics) to break up a ray of light or a system of waves by passing them through a narrow opening or across an edge, causing patterns to form between the waves produced (**interference**) (இயற்பியலில்) ஒளியலைப் படி-வங்கள் உண்டாகுமாறு, ஒளிக்கதிரை அல்லது ஒளியலைத் தொகுதியை ஓர் ஒடுக்கமான திறப்பின் அல்லது ஒரு விளிம்பின் ஊடாகச் செலுத்திக் கூறுகளாகப் பிரி; ஒளிக்கதிர்ச் சிதைவு உண்டுபண்ணு ▶ **diffraction** /dɪˈfrækʃn/ *noun* [U]

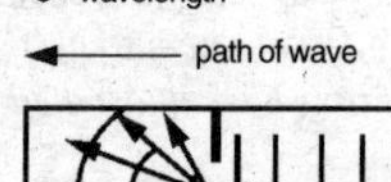

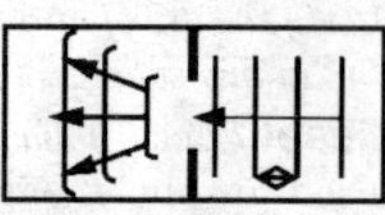

diffraction

diffuse¹ /dɪˈfjuːz/ *verb* **1** [I, T] (*formal*) to spread sth or become spread widely in all directions எல்லாத் திசைகளிலும் பரவலாகப் பரவு; ஒன்று பரவச் செய்; சிதறலாகு; சிதறலாக்கு **2** [I, T] (*technical*) if a gas or liquid diffuses or is diffused in a substance, it becomes slowly mixed with that substance வாயு அல்லது திரவம் ஒரு பொருளுக்குள் கொஞ்சம் கொஞ்சமாகக் கல அல்லது கலக்கச் செய். **3** [T] (*formal*) to make light shine less brightly by spreading it in many directions பல திசை-களிலும் ஒளி பரவச் செய்வதன் வாயிலாக அதன் ஒளிர்வு குறையச் செய் ▶ **diffusion** /dɪˈfjuːʒn/ *noun* [C]

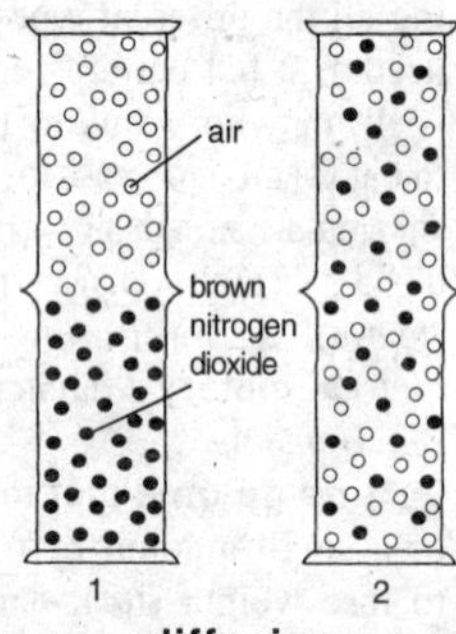

diffusion

diffuse² /dɪˈfjuːs/ *adj.* spread over a wide area பரந்து பரவியுள்ள; பரவலான

dig¹ /dɪɡ/ *verb* [I, T] (*pres. part.* **digging**; *pt, pp* **dug** /dʌɡ/) to move earth and make a hole in the ground தரையில் மண்ணெடுத்துக் குழி செய்; தோண்டு *The children are busy digging in the sand.* • *to dig a hole*

IDM **dig deep** to try harder, give more, go further, etc. than is usually necessary வழக்கமாகத் தேவைப்படுவதைவிடக் கடுமையாக முயல்; மேலும் ஆழ்ந்து செல் *Charities for the homeless are asking people to dig deep into their pockets in this cold weather.*

dig your heels in to refuse to do sth or to change your mind about sth ஒன்றைச் செய்ய மறு அல்லது ஒன்றைப் பற்றிய கருத்தை மாற்றிக்கொள்ள மறுத்துவிடு

PHR V **dig (sth) in; dig sth into sth** to push or press (sth) into sb/sth ஒருவருள்/ஒன்றினுள் (ஒரு பொருளை) அழுத்து அல்லது தள்ளு *My neck is all red where my collar is digging in.* • *He dug his hands deep into his pockets.*
dig sb/sth out (of sth) **1** to get sb/sth out of sth by moving the earth, etc. that covers him/her/it ஒருவரை/ஒன்றை மூடியுள்ள மண் முதலிய-வற்றை அகற்றி ஒருவரை/ஒன்றை வெளியே எடு *Rescue workers dug the survivors out of the rubble.* **2** to get or find sb/sth by searching தேடி ஒருவரை/ஒன்றை அடை அல்லது காண் *Badri went to the basement and dug out some old photos.*
dig sth up **1** to remove sth from the earth by digging தோண்டி மண்ணிலிருந்து ஒன்றை அகற்று அல்லது எடு *to dig up potatoes* **2** to make a hole or take away soil by digging தோண்டி நிலத்தில் துளையிடு அல்லது மண்ணை வெளியே எடு *Workmen are digging up the road in front of our house.* **3** to find information by searching or studying தேடியோ படித்தோ தகவலைக் கண்டறி *Newspapers have dug up some embarrassing facts about his private life.*

dig² /dɪɡ/ *noun* **1** [C] a hard push விசையுடன் கூடிய/வலிமையான குத்து அல்லது தள்ளு அல்லது இடி *to give sb a dig in the ribs* (= with your elbow) **2** [C] something that you say to upset sb ஒருவரைக் குத்திக்காட்டித் துன்புறுத்த/நிலைகுலையச் செய்யக் கூறப்படும் ஒன்று *The others kept making digs at him because of the way he spoke.* **3** [C] an occasion or place where a group of people try to find things of historical or scientific interest in the ground in order to study them ஆராய்ச்சியின் பொருட்டு நிலத்தடியில் வரலாற்று அல்லது அறிவியல் சிறப்பு உடைய பொருள்களைக் கண்டறியும் முயற்சியை ஒரு குழுவினர் மேற்கொள்ளும் இடம் அல்லது நேர்வு; அகழ்வாய்வு; அகழ்-வாய்வு இடம் *an archaeological dig*

digest /daɪˈdʒest/ *verb* [T] **1** to change food in your stomach so that it can be used by the body உடல் பயன்படுத்திக் கொள்ளும் வகையில் இரைப்பையில் உள்ள உணவை மாற்று; சீரணம் அடையச் செய்; செரிக்கச் செய் **2** to think about new information so that you understand it fully முழுமையாகப் புரிந்துகொள்ள உதவும் வகையில் புதிய தகவல்களை உள்-வாங்கிக்கொள்; கிரகி *The lecture was interesting, but too much to digest all at once.*

digestible /daɪˈdʒestəbl/ *adj.* (used about food) easy for your body to deal with (**digest**) (உணவு பற்றி) எளிதில் செரிக்கக்கூடிய; சீரணிக்கக் கூடிய ✪ OPP **indigestible**

digestion /daɪˈdʒestʃən/ *noun* [C, U] the process of changing food in your stomach so that it can be used by the body உடல் பயன்படுத்தும் வண்ணம் இரைப்பையில் உள்ள உணவை மாற்றும் செயல்முறை; செரிமானம்; சீரணம் ▶ **digestive** /daɪˈdʒestɪv/ *adj. the digestive system*

digger /ˈdɪɡə(r)/ *noun* [C] **1** a large machine that is used for digging up the ground நிலத்தைத் தோண்டப் பயன்படுத்தப்படும் பெரும்பொறி; அகழ்பொறி **2** a person or an animal that digs தோண்டுபவர்; தோண்டும் விலங்கு

digit /ˈdɪdʒɪt/ *noun* [C] any of the numbers from 0 to 9, 0 முதல் 9 வரையுள்ள எண்களுள் ஓர் எண்; இலக்கம் *a six-digit telephone number*

digital /ˈdɪdʒɪtl/ *adj.* **1** using an electronic system that uses the numbers 1 and 0 to record sound or store information, and that gives high-quality results ஒலிப்பதிவுக்கு அல்லது தகவலைத் தேக்கி வைக்க 1, 0 ஆகிய எண்களைப் பயன்-படுத்துவதும் உயர்தரமான பயன்விளைவை அளிக்கக்கூடியதுமான மின்னமைவைப் பயன்-படுத்துகிற *a digital recording* **2** showing information by using numbers எண்களைப் பயன்-படுத்தித் தகவல் புலப்படுத்துகிற *a digital watch*

digitize (*also* **-ise**) /ˈdɪdʒɪtaɪz/ *verb* [T] to change data into a **digital form** that can be easily read and processed by a computer கணினி எளிதில் படித்துக் கையாளும் வண்ணம் தரவுகளை எண்ணியல் வடிவில் மாற்று *a digitized map*

dignified /ˈdɪɡnɪfaɪd/ *adj.* behaving in a calm, serious way that makes other people respect you பிறர் மதிக்கத்தக்க வகையில் அமைதி-யாகவும் சீரிய முறையிலும் நடந்துகொள்கிற; கௌரவமான; கண்ணியமான *dignified behaviour* ✪ OPP **undignified**

dignitary /ˈdɪɡnɪtəri/ *noun* (*pl.* **dignitaries**) a person who is influential or has an important official position செல்வாக்கு மிக்க ஒருவர் அல்லது முக்கியமான பதவியில் உள்ள ஒருவர்; முக்கியஸ்தர்

dignity /ˈdɪɡnəti/ *noun* [U] **1** calm, serious behaviour that makes other people respect you பிறர் மதிக்கும் வண்ணம் அமைந்துள்ள அமைதி-யானதும் பொறுப்புணர்ச்சி வாய்ந்ததுமான நடத்தை; கௌரவமான நடத்தை *to behave with dignity* **2** the quality of being serious and formal கருத்தார்ந்து முறை ஒழுங்குடன் ஒன்று செய்யப்படுதல்; சீரிய முறையில் வினைமுறை சார்ந்து அமைந்துள்ளமை *the quiet dignity of the funeral service*

digress /daɪˈɡres/ *verb* [I] (*formal*) to stop talking or writing about the main subject under discussion and start talking or writing about another less important one விவாதிக்கப்-படும் முதன்மைப் பொருளிலிருந்து விலகி வேறு முக்கியமல்லாத பொருள் பற்றிப் பேச

அல்லது எழுதத் தொடங்கு ▶ **digression** /daɪˈgreʃn/ *noun* [C, U]

dike /daik/ ➪ **dyke** பார்க்க.

dilapidated /dɪˈlæpɪdeɪtɪd/ *adj.* (used about buildings, furniture, etc.) old and broken (கட்டடம், அறைகலன், முதலியவை வகையில்) பழைமையான மற்றும் பழுதான; சேதமுற்ற ▶ **dilapidation** /dɪˌlæpɪˈdeɪʃn/ *noun* [U]

dilate /daɪˈleɪt/ *verb* [I, T] to become or to make sth larger, wider or more open பெரிதாக, பரந்ததாக அல்லது மிகவும் திறந்த நிலையினதாக ஆகு/ஒன்றை ஆக்கு *Her eyes dilated with fear.* • *dilated pupils/nostrils* ▶ **dilation** *noun* [U]

dilemma /dɪˈlemə/ *noun* [C] a situation in which you have to make a difficult choice between two or more things இரண்டு அல்லது அதற்கு மேற்பட்ட பொருள்களிலிருந்து ஒன்றைத் தேர்ந்தெடுக்க வேண்டிய கடினமான சூழ்நிலை; கவர்நிலை *Doctors **face a moral dilemma** of when to keep patients alive artificially and when to let them die.* • *to be **in a dilemma***

diligence /ˈdɪlɪdʒəns/ *noun* [U] (*formal*) the quality of doing work carefully and thoroughly ஊன்றிய கவனத்துடனும் முழுமையாகவும் வேலை செய்யும் தனித்திறம்; ஆள்வினையுடைமை; தளரா ஊக்கம்

diligent /ˈdɪlɪdʒənt/ *adj.* (*formal*) showing care and effort in your work or duties வேலை அல்லது கடமையில் அக்கறையும் முயற்சி முனைப்பும் உடைய; தளரா ஊக்கமுடைய *a diligent student/worker* ▶ **diligently** *adv.*

dilute /daɪˈluːt/ *verb* [T] **dilute sth (with sth)** to make a liquid weaker by adding water or another liquid தண்ணீரோ, பிற திரவமோ சேர்த்து ஒரு திரவத்தை நீர்த்துபோகச் செய்; நீராளமாக்கு ▶ **dilute** *adj.*

dim[1] /dɪm/ *adj.* (**dimmer; dimmest**) **1** not bright or easy to see; not clear ஒளி குன்றிய; தெளிவற்ற; மங்கலான *The light was too dim to read by.* • *a dim shape in the distance* **2** (*informal*) not very clever; stupid அறிவுக் கூர்மையற்ற; மந்தமான; அறிவீனமான *He's a bit dim.* **3** (*informal*) (used about a situation) not hopeful (ஒரு சூழ்நிலை பற்றி) நம்பிக்கைக்கு இடந்தராத; நம்பிக்கையூட்டாத *The prospects of the two sides reaching an agreement look dim.* ▶ **dimly** *adv.*

dim[2] /dɪm/ *verb* [I, T] (**dimming; dimmed**) to become or make sth less bright or clear ஒளிகுன்று; தெளிவற்றதாகு; ஒன்று ஒளிகுன்றச் செய்; தெளிவற்றதாக்கு; மங்கச் செய் *The lights dimmed.* • *to dim the lights*

dimension /daɪˈmenʃn/ *noun* **1** [C, U] a measurement of the length, width or height of sth ஒன்றின் நீள, அகல அல்லது உயர அளவீடு; நீள, அகல, உயர அளவீடுகளில் ஒன்று; பரிமாணக் கூறு **2 dimensions** [*pl.*] the size of sth including its length, width and height ஒன்றின் நீள, அகல, உயர அளவுத்தொகுதி; உருவளவை; கன பரிமாணம் *to measure the dimensions of a room* • (*figurative*) *The full dimensions of this problem are only now being recognized.* **3** [C] something that affects the way you think about a problem or situation ஒரு சிக்கல் அல்லது சூழ்நிலை பற்றிய எண்ணப்போக்கைப் பாதிக்கும் ஒன்று *to add a new dimension to a problem/situation* **4-dimensional** /-ʃnəl/ (*used to form compound adjectives*) having the number of dimensions mentioned குறிப்பிடப்பட்ட எண்ணிக்கையிலான பரிமாணங்களை உடைய *a three-dimensional object*

diminish /dɪˈmɪnɪʃ/ *verb* [I, T] (*formal*) to become or to make sth smaller or less important; decrease சிறிதாகு; முக்கியத்துவம் குன்று; ஒன்றைச் சிறிதாக்கு; முக்கியத்துவம் குறையச் செய் *The world's rainforests are diminishing fast.* • *The bad news did nothing to diminish her enthusiasm for the plan.*

diminutive /dɪˈmɪnjətɪv/ *adj.* (*formal*) much smaller than usual வழக்கத்திற்கு மாறாக மிகவும் சிறிதான; அளவில் சுருங்கிய

dimple /ˈdɪmpl/ *noun* [C] a round area in the skin on your cheek, etc., which often only appears when you smile பெரும்பாலும் புன்னகை புரியும்போது கன்னம் முதலியவற்றின் மேல்தோலில் தோன்றும் வட்டப்பரப்பு; கன்னக்குழி

din /dɪn/ *noun* [*sing.*] a lot of unpleasant noise that continues for some time சிறிதுநேரம் தொடர்ச்சியாக உள்ள மிகுதியான வல்லோசை; இனிமையற்ற சத்தம்; கூச்சல்; இரைச்சல்

dine /daɪn/ *verb* [I] (*formal*) to eat a meal, especially in the evening (குறிப்பாக மாலையில்) சாப்பிடு *We dined at an exclusive Chinese restaurant.*

PHR V **dine out** to eat in a restaurant உணவகத்தில் உண்; வீட்டிலின்றி வெளியே சாப்பிடு

diner /ˈdaɪnə(r)/ *noun* [C] **1** a person who is eating at a restaurant உணவகத்தில் உண்பவர் **2** (*AmE*) a restaurant that serves simple, cheap food எளிய, மலிவான உணவு வழங்கும் உண்டிச்சாலை

dinghy /ˈdɪŋgi/ *noun* [C] (*pl.* **dinghies**) **1** a small boat that you sail பயணச் சிறுபடகு; தோணி ➪ **yacht** பார்க்க. **2** a small open boat, often used to take people to land from a larger boat பெரிய படகிலிருந்து இறங்குவோரை ஏற்றிக்

கரைக்குக் கொண்டு செல்லும் திறந்த சிறு-படகு ➪ **boat** பதிவில் படம் பார்க்க.

dingy /ˈdɪndʒi/ *adj.* dirty and dark அழுக்கானதும் இருண்டதுமான *a dingy room/hotel*

dining room *noun* [C] a room where you eat meals உணவு உண்ணும் அறை; சாப்பாட்டு அறை

dinner /ˈdɪnə(r)/ *noun* **1** [C, U] the main meal of the day, eaten either at midday or in the evening நண்பகலிலோ, மாலையிலோ உண்ணப்படும் நாளின் முதன்மை உணவு; நண்பகல்/மாலை விருந்துணவு *Would you like to* ***go out for/to dinner*** *one evening?* **2** [C] a formal occasion in the evening during which a meal is served மாலையில் விருந்து பரிமாறப்படும் வினை-முறையிலான நிகழ்வு; மாலை விருந்து *The club is holding its annual dinner next week.*

dinner jacket (*AmE* **tuxedo**) *noun* [C] a black or white jacket that a man wears on formal occasions. A dinner jacket is usually worn with a special tie (**a bow tie**) பணிமுறை நிகழ்வு-களின்போது ஆண்கள் அணியும் கருப்பு அல்லது வெள்ளை மேற்சட்டை. இது பெரும்-பாலும் தனிவகைக் கழுத்துப் பட்டையுடன் அணியப்படுகிறது.

dinosaur /ˈdaɪnəsɔː(r)/ *noun* [C] one of a number of very large animals that disappeared from the earth (**became extinct**) millions of years ago இலட்சக்கணக்கான ஆண்டுகளுக்கு முன்னர் பூமியிலிருந்து மறைந்துபோன மாபெரும் விலங்கினங்களில் ஒன்று

diocese /ˈdaɪəsɪs/ *noun* [C] an area containing a number of churches, for which a **bishop** is responsible பல கிறிஸ்தவத் தேவாலயங்களை உள்ளடக்கிய பகுதி; பேராயர் ஆட்சிப் பரப்பு

diode /ˈdaɪəʊd/ *noun* [C] (*technical*) an electronic device in which the electric current flows in one direction only ஒரு திசையில் மட்டும் மின்சாரம் பாயும் மின்னணுக் கருவி

dioxide /daɪˈɒksaɪd/ *noun* [C, U] (*technical*) a compound formed by combining two atoms of **oxygen** and one atom of another chemical element ஆக்சிஜனின் இரண்டு அணுக்களோடு வேறொரு வேதியியல் பொருளின் ஓர் அணுவைச் சேர்த்து உருவாக்கப்படும் கூட்டுப்பொருள்

Dip. *abbr.* diploma கல்வித் தகுதிச் சான்றிதழைக் குறிக்கும் diploma என்பதன் சுருக்கம்

dip[1] /dɪp/ *verb* (**dipping; dipped**) **1** [T] **dip sth (into sth); dip sth (in)** to put sth into liquid and immediately take it out again ஒன்றைத் திரவத்தினுள் இட்டு அதனை உடனடியாக வெளியே எடு; முக்கியெடு *Revati dipped her toe into the pool to see how cold it was.* **2** [I, T] to go down or make sth go down to a lower level தாழ்நிலைக்குச் செல்; ஒன்றைத் தாழ்-நிலைக்குச் செலுத்து *The road suddenly dipped down to the river.* • *The company's sales have dipped disastrously this year.*

PHR V **dip into sth 1** to use part of an amount of sth that you have தன்னிடமுள்ள ஒன்றின் ஒரு பகுதி அளவைப் பயன்படுத்து *Raman had to dip into his savings to pay for his new suit.* **2** to read parts, but not all, of sth ஒன்றைப் பகுதியாகப் படி; விட்டுவிட்டுப் படி *I've only dipped into the book. I haven't read it all the way through.*

dip[2] /dɪp/ *noun* **1** [C] a fall to a lower level, especially for a short time குறிப்பாக, குறுகிய கால இறக்கம் அல்லது வீழ்ச்சி *a dip in sales/temperature* **2** [C] an area of lower ground தாழ்நிலப் பகுதி *The cottage was in a dip in the hills.* **3** [C] (*informal*) a short swim சிறிது நேர நீச்சல் *We went for a dip before breakfast.* **4** [C, U] a thick sauce into which you dip biscuits, vegetables, etc. before eating them பிஸ்கோத்து, பச்சைக் காய்கள் முதலியன உண்பதற்கு முன் தொட்டுக்கொள்ளப்படும் கெட்டியான குழம்பு *a cheese/chilli dip*

diphtheria /dɪfˈθɪəriə/ *noun* [U] a serious disease of the throat that makes it difficult to breathe சுவாசிக்கச் சிரமத்தை ஏற்படுத்தும் தொண்டைநோய் வகை; மூச்சுத் திணறலை ஏற்படுத்தும் தொண்டை அழற்சி நோய்

diphthong /ˈdɪfθɒŋ/ *noun* [C] two vowel sounds that are pronounced together to make one sound, for example the /aɪ/ sound in 'fine' இரண்டு உயிர் ஒலிகளை ஒருங்கிணைத்து ஒரே உயிர் ஒலி-யாக உச்சரிக்கும் ஈருயிர் ஒலி; உதாரணமாக 'fine' என்பதில் உள்ள /aɪ/ போன்ற ஒலி; இரட்டையுயிர் ஒலி

diploid /ˈdɪplɔɪd/ *adj.* (*technical*) (used about a cell) containing two complete sets of **chromosomes**, one from each parent (உயிரணு வகையில்) பெற்றோர் ஒவ்வொருவரிடமிருந்தும் ஒன்று வீதம் இரு முழுமையான இனக்கீற்று-களைக் கொண்டிருக்கிற ➪ **haploid** பார்க்க.

diploma /dɪˈpləʊmə/ *noun* [C] **a diploma (in sth)** a certificate that you receive when you complete a course of study, often at a college பெரும்பாலும் கல்லூரியில், ஒரு படிப்பை முடித்ததும் தரப்படும் சான்றிதழ்; கல்வித் தகுதிச் சான்றிதழ் *I'm studying for a diploma in hotel management.*

diplomacy /dɪˈpləʊməsi/ *noun* [U] **1** the activity of managing relations between different countries வெவ்வேறு நாடுகளுக்கிடையே ஆன உறவுகளைக் கையாளுதல் *If diplomacy fails, there is a danger of war.* **2** skill in dealing with people without upsetting or offending them

பிறரைப் புண்படுத்தாது அல்லது வருந்தச் செய்யாது அவர்களோடு பழகும் திறம்; சாதுரியம் *He handled the tricky situation with tact and diplomacy.*

diplomat /ˈdɪpləmæt/ *noun* [C] an official who represents his/her country in a foreign country அயல் நாட்டில் தன் சொந்த நாட்டின் பிரதிநி-யாகச் செயல்படும் அலுவலர்; நாட்டுத்தூதர் *a diplomat at the embassy in Rome*

diplomatic /ˌdɪpləˈmætɪk/ *adj.* **1** connected with **diplomacy 1** வெவ்வேறு நாடுகளுக்கிடையே-யான உறவுகளைக் கையாளுதல் தொடர்-பான *to break off diplomatic relations* **2** skilful at dealing with people இராஜதந்திரமான; சாதுரியமான *He searched for a diplomatic reply so as not to offend her.* ▶ **diplomatically** /-kli/ *adv.*

dire /ˈdaɪə(r)/ *adj.* (*formal*) very bad or serious; terrible மிக மோசமான; மிகக்கடுமையான; பயங்கரமான *dire consequences/poverty*

IDM **be in dire straits** to be in a very difficult situation மிகவும் கடினமான சூழ்நிலையில் இரு *The business is in dire straits financially.*

direct¹ /dəˈrekt; dɪ-; daɪ-/ *adj., adv.* **1** with nobody/nothing in between; not involving anyone/anything else இடையில் எவரும்/எதுவும் இல்லாத; வேறு எவரும்/எதுவும் ஈடுபடாது; நேரடியான; நேரடியாக *The Indian Prime Minister is* ***in direct contact*** *with the US President.* **2** going from one place to another without turning or stopping; straight ஓரிடத்திலிருந்து இன்னோர் இடத்திற்கு இடையில் நில்லாது அல்லது வளையாது செல்கிற; நேராக; நேரான *a direct flight to Hong Kong.* • *This bus goes direct to Shimla.* **3** saying what you mean; clear சுற்றி வளைக்காமல் நேரடியாக அல்லது நினைப்பதைத் தெளிவாகக் கூறுகிற; தெளிவான *Politicians never give* ***a direct answer*** *to* ***a direct question****.* • *She sometimes offends people with her direct way of speaking.* ✪ OPP பொருள்கள் 1, 2, மற்றும் 3க்கு **indirect** **4** (*only before a noun*) complete; exact முழுமையாக; முழுமையான; துல்லியமாக; துல்லியமான *What she did was in direct opposition to my orders.*

direct² /dəˈrekt; dɪ-; daɪ-/ *verb* [T] **1 direct sth to/towards sb/sth; direct sth at sb/sth** to point or send sth towards sb/sth or in a particular direction ஒருவர்/ஒன்றை நோக்கி அல்லது குறிப்பிட்ட ஒரு திசை நோக்கிச் சுட்டு அல்லது ஒன்றை அனுப்பு; திசை சுட்டிக்காட்டு; திசையில் செலுத்து *In recent weeks the media's attention has been directed towards events abroad.* • *The advertisement is directed at young people.* **2** to manage or control sb/sth ஒருவரை/ஒன்றைக் கட்டுப்படுத்து; நெறிப்படுத்து; கையாளு *A policeman was in the middle of the road, directing the traffic.* • *to direct a play/film* **3 direct sb (to...)** to tell or show sb how to get somewhere ஓரிடத்திற்குச் செல்ல வழி கூறு அல்லது வழி காட்டு *I was directed to an office at the end of the corridor.* ➪ **lead** பதிவில் உள்ள குறிப்பைப் பார்க்க. **4** (*formal*) to tell or order sb to do sth ஒன்றைச் செய்யுமாறு ஒருவருக்குக் கூறு அல்லது கட்டளை இடு *Take the tablets as directed by your doctor.*

direct action *noun* [U, C] the use of strikes, protests, etc. instead of discussion in order to get what you want எண்ணியதை அடையப் பேச்சு-வார்த்தைக்குப் பதிலாகப் போராட்டம், வேலை நிறுத்தம் முதலியவற்றில் ஈடுபடல்; நேரடி நடவடிக்கை

direct current *noun* [C, U] (*abbr.* **DC**) a flow of electricity that goes in one direction only ஒருதிசைப் போக்குடைய மின்னோட்டம்; நேர் மின்னோட்டம் ➪ **alternating current** பார்க்க.

direct debit *noun* [C, U] an order to your bank that allows sb else to take a particular amount of money out of your account on certain dates குறிப்பிட்ட நாட்களில் ஒருவர் கணக்கிலிருந்து குறிப்பிட்டதொகை எடுக்க வேறு ஒருவரை அனுமதிக்கும்படி வங்கிக்கு இடும் கட்டளை

direction /dəˈrekʃn; dɪ-; daɪ-/ *noun* **1** [C, U] the path, line or way along which a person or thing is moving, looking, pointing, developing, etc. ஒருவர் அல்லது ஒன்று செல்லும், பார்க்கும், சுட்டும் அல்லது வளரும் பாதை/தடம் அல்லது திசை; போக்கு *A woman was seen running* ***in the direction of*** *the station.* • *We met him coming* ***in the opposite direction****.* • ***a step in the right direction*** • ***sense of direction*** **2** [C, U] a purpose; an aim நோக்கம்; குறிக்கோள் *I want a career that gives me a (sense of) direction in life.* **3** [C] (*usually pl.*) information or instructions about how to do sth or how to get to a place ஒன்றை எவ்வாறு செய்வது அல்லது ஓரிடத்தை எப்படி அடைவது என்பது குறித்த தகவல்; வழி-காட்டும் குறிப்பு *I'll* ***give*** *you* ***directions*** *to my house.* **4** [U] the act of managing or controlling sth ஒன்றை நிருவகித்தல் அல்லது கட்டுப்-படுத்தி ஆளுதல் *This department is under the direction of Mrs Chandralakshmi.*

directive /dəˈrektɪv; dɪ-; daɪ-/ *noun* [C] an official order to do sth ஒன்றைச் செய்யுமாறு பணிக்கும் அதிகாரபூர்வமான ஆணை; பணி-முறைச் செயற்கட்டளை *a new set of directives on safety at work*

directly¹ /dəˈrektli; dɪ-; daɪ-/ *adv.* **1** in a direct line or way நேர்தடத்தில் அல்லது நேர் பாதையில்; சரி நேராக; நேரடியாக *He refused to answer* *my question directly.* ✪ OPP **indirectly** **2** immediately; very soon உடனடியாக; மிக விரைவாக *Wait where you are. I'll be back directly.*

directly² /də'rektli; dɪ-; daɪ-/ *conj.* as soon as உடனே *I phoned him directly I heard the news.*

direct mail *noun* [U] advertisements that are sent to people through the post அஞ்சல்வழி அனுப்பப்படும் விளம்பரங்கள்

direct object *noun* [C] (*grammar*) a noun or phrase that is affected by the action of a verb ஒரு வினைச் சொல்லின் செயல்வழியான தாக்க விளைவைப் பெறும் பெயர்ச்சொல் அல்லது தொடர்; நேர் செயப்படுபொருள் *In the sentence 'Parvati bought a record', 'a record' is the direct object.* ➪ **indirect object** பார்க்க.

NOTE நேர் செயப்படுபொருள் (direct object) பற்றி மேலும் அறிய இந்த அகராதியின் பின்புறம் உள்ள **Quick Gammar Reference** பகுதியைப் பார்க்க.

director /də'rektə(r); dɪ-; daɪ-/ *noun* [C] **1** a person who manages or controls a company or organization ஒரு நிறுவனம் அல்லது அமைப்பை மேலாண்மை செய்பவர்; ஓர் இயக்குநர் *the managing director of Reliance* • *the board of directors* (= group of directors) **2** a person who is responsible for a particular activity or department in a company, a college, etc. ஒரு நிறுவனம், கல்லூரி முதலியவற்றின் குறிப்பிட்ட செயல்பாட்டுக்கான அல்லது துறையின் பொறுப்பு வகிப்பவர்; நெறியாளர்; இயக்குநர் *the director of studies of a language school* **3** a person who tells the actors, etc. what to do in a film, play, etc. திரைப்படம், நாடகம் முதலியவற்றில் நடிகர்கள் முதலானோர் செயல்களை வழிப்படுத்துபவர்; இயக்குநர் *a film/theatre director*

directory /də'rektəri; dɪ-; daɪ-/ *noun* [C] (*pl.* **directories**) **1** a list of names, addresses and telephone numbers in the order of the alphabet அகர வரிசையில் உள்ள பெயர்கள், முகவரிகள், தொலைபேசி எண்கள் முதலியவற்றின் பட்டியல்; விவரத் திரட்டு *the telephone directory* • *I tried to look up Venkat's number but he's ex-directory* (= he has chosen not to be listed in the telephone directory). **2** (*computing*) a file containing a group of other files or programs in a computer கணினியில் மற்ற கோப்புகள் அல்லது நிரல்கள் உள்ளடங்கிய கோப்பு; அடைவு

direct speech *noun* [U] (*grammar*) the actual words that a person said ஒருவர் கூறிய சரி நேர்வான சொற்கள்; நேர் கூற்று; தற்கூற்று ➪ **indirect speech** பார்க்க.

NOTE தற்கூற்று (direct speech) பற்றி மேலும் அறிய இந்த அகராதியின் பின்புறம் உள்ள **Quick Grammar Reference** பகுதியைப் பார்க்க.

dirt /dɜ:t/ *noun* [U] **1** a substance that is not clean, such as dust or mud தூசு, சேறு முதலிய தூய்மையற்ற ஒரு பொருள்; அழுக்கு; மாசு *His face and hands were covered in dirt.* **2** earth or soil மண்; புழுதி *a dirt track* **3** damaging information about sb ஒருவரைக் களங்கப்படுத்தும் முறையிலான தகவல் *The press are always trying to dig up dirt on the President's love life.*

IDM **dirt cheap** extremely cheap மிக மிக மலிவான; கொள்ளை மலிவான

dirty¹ /'dɜ:ti/ *adj.* (**dirtier; dirtiest**) **1** not clean அசுத்தமான; அழுக்கான; மாசு படிந்த; துப்புரவற்ற *Your hands are dirty. Go and wash them!* ✪ OPP **clean** **2** unpleasant or dishonest வெறுப்பூட்டுகிற; இனிமையற்ற; நேர்மையற்ற *He's a dirty player.* • *He doesn't sell the drugs himself—he gets kids to* ***do his dirty work*** *for him.*

IDM **a dirty word** an idea or a thing that you do not like or agree with விருப்பம் அல்லது உடன்பாடு இல்லாத கருத்து அல்லது பொருள் *Work is a dirty word to Sriram.*

dirty² /'dɜ:ti/ *verb* [I, T] (*pres. part* **dirtying**; *3rd person sing.* **dirties**; *pt, pp* **dirtied**) to become or to make sth dirty அழுக்காகு; அழுக்காக்கு ✪ OPP **clean**

dirty³ /'dɜ:ti/ *adv.*

IDM **play dirty** (*informal*) to behave or play a game in an unfair way நேர்மையற்ற முறையில் நடந்துகொள் அல்லது விளையாடு

dis- /dɪs/ *prefix* (*in adjectives, adverbs, nouns and verbs*) not; the opposite of (இன்மை/எதிர்மறைப் பொருள் உடையது) இன்றி; இல்லாது; எதிரான; எதிர்மாறான; நேர் எதிரான *discontinue* • *disarmament*

disability /ˌdɪsə'bɪləti/ *noun* (*pl.* **disabilities**) **1** [U] the state of being unable to use a part of your body properly, usually because of injury or disease வழக்கமாக, காயம் அல்லது நோயின் காரணமாக உடலின் ஓர் உறுப்பைச் சரிவரப் பயன்படுத்த முடியாத நிலை; உடல் ஊறுபாடு; ஊனம் *physical disability* **2** [C] something that makes you unable to use a part of your body properly உடலின் ஓர் உறுப்பைச் சரிவரப் பயன்படுத்த இயலாமல் செய்யும் ஒன்று *Because of his disability, he needs constant care.*

disable /dɪs'eɪbl/ *verb* [T] (*usually passive*) to make sb unable to use part of his/her body properly, usually because of injury or disease வழக்கமாக, காயம் அல்லது நோயின் காரணமாக

உடலின் ஓர் உறுப்பைச் சரிவரப் பயன்படுத்த இயலாமல் செய்; ஊனப்படுத்து *Many soldiers were disabled in the war.*

disabled /dɪsˈeɪbld/ *adj.* **1** unable to use a part of your body properly உடலில் ஓர் உறுப்பைச் சரிவரப் பயன்படுத்த இயலாமல் இருக்கிற; ஊனப்பட்டுள்ள; முடமான *A car accident left her permanently disabled.* **2 the disabled** *noun* [*pl.*] people who are disabled ஊனமானவர்கள் *The hotel has improved facilities for the disabled.*

disadvantage /ˌdɪsədˈvɑːntɪdʒ/ *noun* [C] **1** something that may make you less successful than other people பிறரைவிடக் குறைவான வெற்றி வாய்ப்புக்குக் காரணமான ஒன்று; சாதகமற்ற ஒன்று *Your qualifications are good but your main disadvantage is your lack of experience.* **2** something that is not good or that causes problems நல்லதல்லாத அல்லது சிக்கலைத் தோற்றுவிக்கும் ஒன்று; தீங்கு *What are the advantages and disadvantages of nuclear power?* ✪ OPP **advantage**

IDM **put sb/be at a disadvantage** to put sb/be in a situation where he/she/you may be less successful than other people பிறரைவிடச் சாதகமற்ற நிலையில் இரு; ஒருவரைப் பிறரைவிடச் சாதகமற்ற சூழ்நிலையில் இருத்து *The fact that you don't speak the language will put you at a disadvantage in France.*

to sb's disadvantage (*formal*) not good or helpful for sb நல்லதாகவோ துணை செய்வதாகவோ இல்லாது; பாதகமாக *The agreement will be to your disadvantage—don't accept it.*

disadvantaged /ˌdɪsədˈvɑːntɪdʒd/ *adj.* in a bad social or economic situation; poor சமூக அல்லது பொருளாதார நிலையில் மோசமான நிலையில் உள்ள; நலிவுற்ற நிலையில் உள்ள; ஏழ்மை நிலையில் உள்ள *extra help for the most disadvantaged members of society*

disadvantageous /ˌdɪsædvænˈteɪdʒəs/ *adj.* causing sb to be in a worse situation compared to other people பிறரை விட மோசமான நிலையில் ஒருவரை இருத்துகிற; பாதகமான; நலக்கேடான

disagree /ˌdɪsəˈɡriː/ *verb* [I] **1 disagree (with sb/sth) (about/on sth)** to have a different opinion from sb/sth; to not agree ஒருவர்/ஒன்றிலிருந்து வேறுபட்ட கருத்துக்கொள்; உடன்படாதிரு; ஒத்துக்கொள்ளாதிரு *They strongly disagreed with my idea.* **2** to be different வேறுபட்டிரு; இயல்பு வேறுபடு *These two sets of statistics disagree.* ✪ OPP **agree**

PHR V **disagree with sb** (used about sth you have eaten or drunk) to make you feel ill; to have a bad effect on you (உண்ட அல்லது குடித்த ஒன்று பற்றி) உடல்நலக்கேடுற்ற உணர்வை உண்டாக்கு; தீய விளைவை ஏற்படுத்து; உடலுக்கு ஒத்துக்கொள்ளாமல் இரு

disagreeable /ˌdɪsəˈɡriːəbl/ *adj.* (*formal*) unpleasant இனியதல்லாத; ஏற்கத்தகாத ✪ OPP **agreeable** ▶ **disagreeably** /-əbli/ *adv.*

disagreement /ˌdɪsəˈɡriːmənt/ *noun* [C, U] **disagreement (with sb) (about/on/over sth)** a situation in which people have a different opinion about sth and often also argue ஒன்றைப்பற்றி வெவ்வேறு கருத்துகளும் விவாதங்களும் நிகழும் சூழ்நிலை; இசைவின்மை; உடன்படாமை; முரண்பாட்டு நிலை *It's normal for couples to* ***have disagreements.*** • *Mala resigned after a disagreement with her boss.* ✪ OPP **agreement**

disallow /ˌdɪsəˈlaʊ/ *verb* [T] to not allow or accept sth ஒன்றை அனுமதியாதிரு; ஏற்க அல்லது ஒப்புக்கொள்ள மறு *The goal was disallowed because the player was offside.*

disappear /ˌdɪsəˈpɪə(r)/ *verb* [I] **1** to become impossible to see or to find பார்க்கவோ கண்டறியவோ இயலாது ஆகு; கண்ணுக்குத் தெரியாமல் போய்விடு; மறைந்துபோ *He walked away and disappeared into a crowd of people.* **2** to stop existing இல்லாதுபோ; மறை *Plant and animal species are disappearing at an alarming rate.* ✪ SYN **vanish** ✪ OPP **appear** ▶ **disappearance** *noun* [C, U] *The mystery of her disappearance was never solved.*

disappoint /ˌdɪsəˈpɔɪnt/ *verb* [T] to make sb sad because what he/she had hoped for has not happened or is less good, interesting, etc. than he/she had hoped நம்பியபடி நிகழாத அல்லது நம்பிய அளவிலிருந்து தாழ்ந்து நிகழ்ந்த ஒன்று ஒருவரைத் துன்பத்தில் ஆழ்த்து; ஏமாற்றம் கொளச் செய் *I'm sorry to disappoint you but I'm afraid you haven't won the prize.*

disappointed /ˌdɪsəˈpɔɪntɪd/ *adj.* **disappointed (about/at sth); disappointed (in/with sb/sth); disappointed that...** sad because you/sb/sth did not succeed or because sth was not as good, interesting, etc. as you had hoped நம்பியது நிகழாததால் அல்லது நம்பியதைவிட நன்மை அல்லது சுவை குறைந்து நிகழ்ந்ததால் வருத்தம் கொண்ட; ஏமாற்றம் அடைந்த *We were disappointed with our hotel.* • *I was disappointed to hear that you can't come to the party.*

disappointing /ˌdɪsəˈpɔɪntɪŋ/ *adj.* making you feel sad because sth was not as good, interesting, etc. as you had hoped நம்பிய அளவுக்கு நலமானதாக இருத்தல், ஆர்வமூட்டுதல், முதலியவை இல்லாது வருத்தம் கொள்ளச்

செய்கிற; நம்பிக்கை கெடுக்கிற; ஏமாற்றம் தருகிற *It has been a disappointing year for the company.* ▶ **disappointingly** *adv.*

disappointment /ˌdɪsəˈpɔɪntmənt/ *noun* **1** [U] the state of being disappointed ஏமாற்றம் கொண்ட நிலை; ஏமாற்றம்; நம்பிக்கைக் குறைவு *To his great* ***disappointment*** *he failed to get the job.* **2** [C] **a disappointment (to sb)** a person or thing that disappoints you ஏமாற்றம் தருகிற ஒன்று அல்லது ஒருவர் *She has suffered many disappointments in her career.*

disapproval /ˌdɪsəˈpru:vl/ *noun* [U] a feeling that sth is bad or that sb is behaving badly ஒன்று மோசமானது, ஒருவரது நடத்தை மோசமானது என்னும் உணர்வு; ஏற்பின்மை *She shook her head* ***in disapproval.***

disapprove /ˌdɪsəˈpru:v/ *verb* [I] **disapprove (of sb/sth)** to think that sb/sth is bad, foolish, etc. ஒருவர்/ஒன்று மோசமானவர்/மோசமானது, அறிவற்றவர்/அறிவற்றது என்ற முறையில் எண்ணு; ஒருவருடைய/ஒன்றின் செயல் அல்லது நடத்தை குறித்துக் கண்டனம் தெரிவி *His parents strongly disapproved of him leaving college before he had finished his course.* ▶ **disapproving** *adj. After he had told the joke there was a disapproving silence.* ▶ **disapprovingly** *adv. Raju frowned disapprovingly when I lit a cigarette.*

disarm /dɪsˈɑ:m/ *verb* **1** [T] to take weapons away from sb ஒருவரிடமிருந்து தாக்கு கருவிகளை/ஆயுதங்களை அகற்று; ஆயுதங்களைப் பறி *The police caught and disarmed the terrorists.* **2** [I] (used about a country) to reduce the number of weapons it has (நாடு வகையில்) ஆயுதங்களின் எண்ணிக்கையைக் குறை; படைவலிமை குறை **3** [T] to make sb feel less angry ஒருவரது கோபத்தைக் குறை; சினம் தணியச் செய் *Jyoti could always disarm the teachers with a smile.*

disarmament /dɪsˈɑ:məmənt/ *noun* [U] reducing the number of weapons that a country has ஒரு நாட்டிடமுள்ள ஆயுதங்களின் எண்ணிக்கைக் குறைப்பு; படைக்கலக் குறைப்பு *nuclear disarmament*

disassociate = **dissociate**

disaster /dɪˈzɑ:stə(r)/ *noun* **1** [C] an event that causes a lot of harm or damage மிகுதியான இடர் அல்லது சேதம் விளைவிக்கும் நிகழ்வு; பேரிடர்; கேடு *earthquakes, floods and other natural disasters* **2** [C, U] a terrible situation or event அதிர்ச்சியூட்டும் அல்லது மிக மோசமான சூழ்நிலை அல்லது நிகழ்வு *This year's lack of rain could* ***spell disaster*** *for the region.* **3** [C, U] (*informal*) a complete failure முழுத்தோல்வி; நொடிப்பு *The school play was an absolute disaster. Everything went wrong.* ▶ **disastrously** *adv.*

disastrous /dɪˈzɑ:strəs/ *adj.* terrible, harmful or failing completely அதிர்ச்சியூட்டுகிற, பேரிடரான அல்லது முழுமையாகத் தோல்வி தருகிற *Our mistake had disastrous results.*

disband /dɪsˈbænd/ *verb* [I, T] to stop existing as a group; to separate ஒரு குழுவாக இருத்தலை நிறுத்து; கலை; பிரிவுறச் செய்

disbelief /ˌdɪsbɪˈli:f/ *noun* [U] the feeling of not believing sb/sth ஒருவரை/ஒன்றை நம்பாத உணர்வு; நம்பிக்கையின்மை; அவநம்பிக்கை *'It can't be true!' he shouted* ***in disbelief.***

disbelieve /ˌdɪsbɪˈli:v/ *verb* [T] to think that sth is not true or that sb is not telling the truth ஒன்று உண்மையற்றது என்றோ ஒருவர் உண்மை சொல்லவில்லை என்றோ கருது; அவநம்பிக்கை கொள் *I have no reason to disbelieve her.* ✪ **OPP believe**

disc (*AmE* **disk**) /dɪsk/ *noun* [C] **1** a round flat object வட்ட வடிவிலானதும் தட்டையானதுமான ஒரு பொருள்; வட்டு **2** = **disk 3** one of the pieces of thin strong material (**cartilage**) between the bones in your back மனித முதுகெலும்புகளுக்கு இடையே அமைந்துள்ள மெல்லிய ஆனால் வலிவுமிக்க பொருள்களுள் ஒன்று; குருத்தெலும்பு

discard /dɪsˈkɑ:d/ *verb* [T] (*formal*) to throw sth away because it is not useful ஒன்று பயனற்றது என்பதால் அதனைத் தூக்கியெறி; தள்ளிவிடு

discern /dɪˈsɜ:n/ *verb* [T] to see or notice sth with difficulty சிரமத்துடன் ஒன்றைப் பார் அல்லது கவனி; கூர்ந்து நோக்கு; நுணுகிக் காண் *I discerned a note of anger in his voice.* ▶ **discernible** *adj. The shape of a house was just discernible through the mist.*

discerning /dɪˈsɜ:nɪŋ/ *adj.* able to recognize the quality of sb/sth ஒருவரது/ஒன்றின் தரத்தை/மதிப்பைக் கண்டறிய வல்ல; நுண்ணறிவுடைய *The discerning music lover will appreciate the excellence of this recording.*

discharge¹ /dɪsˈtʃɑ:dʒ/ *verb* [T] **1** to send sth out (a liquid, gas, etc.) (ஒரு திரவம், வாயு, முதலியவற்றை) வெளியேற்று *Smoke and fumes are discharged from the factory.* **2** to allow sb officially to leave; to send sb away வெளியேற ஒருவரை அதிகாரபூர்வமாக அனுமதி; ஒருவரை வெளியே அனுப்பு *to discharge sb from hospital* **3** to do sth that you have to do செய்ய வேண்டியதைச் செய்; பொறுப்பு நிறைவேற்று *to discharge a duty/task*

discharge² /ˈdɪstʃɑ:dʒ/ *noun* [C, U] **1** the action of sending sb/sth out or away ஒருவரை/ஒன்றை வெளியேற்றும் செயல்; விடுவிப்பு

The discharge of oil from the leaking tanker could not be prevented. **2** a substance that has come out of somewhere ஒன்றிலிருந்து வெளிவரும் ஒரு பொருள்; கசிவுப் பொருள்; வடி பொருள் *yellowish discharge from a wound*

disciple /dɪˈsaɪpl/ *noun* [C] a person who follows a teacher, especially a religious one ஓர் ஆசிரியரை, குறிப்பாக, சமயக்குருவைப் பின்பற்றுபவர்; சீடர்

disciplinary /ˌdɪsəˈplɪnəri/ *adj.* connected with punishment for breaking rules விதிகளை மீறுதலுக்குரிய தண்டனை தொடர்பான; ஒழுங்கு நடவடிக்கை சார்ந்த

discipline¹ /ˈdɪsəplɪn/ *noun* **1** [U] the practice of training people to obey rules and behave well விதிகளுக்குக் கீழ்ப்படியவும் நல்ல முறையில் ஒழுகவும் மக்களுக்குப் பயிற்சியளிக்கும் செயல்முறை; ஒழுக்கம் *A good teacher must be able to* ***maintain discipline*** *in the classroom.* **2** [U] the practice of training your mind and body so that you control your actions and obey rules; a way of doing this செயற்பாடுகளை முறைப்படுத்தவும் விதிகளைக் கடைபிடிக்கவும் உதவும் வகையில் மனத்தையும் உடலையும் பயிற்றும் பயிற்சி; ஒழுக்கம்; ஒழுக்க முறை; உளப்பயிற்சி *It takes a lot of* ***self-discipline*** *to study for ten hours a day.* **3** [C] a subject of study; a type of sporting event படிப்பு; பாடம்; அறிவுத்துறை; விளையாட்டு நிகழ்ச்சி வகை *Badri's a good all-round athlete, but the long jump is his strongest discipline.*

discipline² /ˈdɪsəplɪn/ *verb* [T] **1** to train sb to obey and to behave in a controlled way ஒருவரைக் கட்டுப்பாடாகவும், பணிவாகவும் நடக்கப் பயிற்று; ஒழுக்கமுறைப் பயிற்சியளி *You should discipline yourself to practise the piano every morning.* **2** to punish sb ஒருவரைத் தண்டி; கண்டித்து ஒறு

disc jockey = **DJ**

disclaim /dɪsˈkleɪm/ *verb* [T] to say that you do not have sth ஒன்றைப் பெற்றிருக்கவில்லை என்று கூறு; உரிமையைக் கைவிடு *to disclaim responsibility/knowledge* ✪ SYN **deny**

disclose /dɪsˈkləʊz/ *verb* [T] (*formal*) to tell sth to sb or to make sth known publicly ஒன்றை ஒருவருக்குக் கூறு அல்லது ஒன்றை வெளிப்படையாகப் பலரும் அறியும்படி செய்; வெளிப்படுத்து *The newspapers did not disclose the victim's name.*

disclosure /dɪsˈkləʊʒə(r)/ *noun* [C, U] making sth known; the facts that are made known ஒன்றைப் பலரும் அறியும்படி செய்தல்; வெளிப்படுத்துதல்; வெளிப்படுத்தப்பட்ட உண்மைகள் *the disclosure of secret information* • *He resigned following disclosures about his private life.*

disco /ˈdɪskəʊ/ *noun* [C] (*pl.* **discos**) (*old-fashioned*) a place, party, etc. where people dance to pop music பாப் இசைக்கு மக்கள் நடனமாடும் இடம், விருந்து நிகழ்ச்சி, முதலியன *Are you going to the college disco?* ➪ **club¹ 2** பார்க்க.

discolour (*AmE* **discolor**) /dɪsˈkʌlə(r)/ *verb* [I, T] to change or to make sth change colour (often by the effect of light, age or dirt) (பெரும்பாலும் ஒளி, வயது முதிர்ச்சி அல்லது தூசி காரணமாக) நிறம் மாறு; ஒன்றின் நிறத்தை மாற்று

discomfort /dɪsˈkʌmfət/ *noun* [U] **1** a slight feeling of pain இலேசான வலியுணர்வு *There may be some discomfort after the operation.* ✪ OPP **comfort 2** a feeling of embarrassment இக்கட்டு உணர்வு; சங்கடம் *I could sense Lalit's discomfort when I asked him about his job.*

disconcert /ˌdɪskənˈsɜːt/ *verb* [T] (*usually passive*) to make sb feel confused or worried ஒருவர் குழப்பம் அல்லது வருத்தம் கொள்ளச் செய்; மன அமைதி குலை; கலக்கமுறச் செய் *She was disconcerted when everyone stopped talking and looked at her.* ▶ **disconcerting** *adj.* ▶ **disconcertingly** *adv.*

disconnect /ˌdɪskəˈnekt/ *verb* [T] **1** to stop a supply of water, gas or electricity going to a piece of equipment or a building ஒரு கருவியினுள்/கட்டடத்தினுள் தண்ணீர், வாயு அல்லது மின்சாரம் செல்வதை நிறுத்து; துண்டி **2** to separate sth from sth ஒன்றிலிருந்து ஒன்றைப் பிரி; பிரித்து வேறாக்கு; கழற்றிவிடு *The brake doesn't work because the cable has become disconnected from the lever.*

disconsolate /dɪsˈkɒnsələt/ *adj.* (*formal*) extremely unhappy, disappointed and sad beyond consolation பெரு வருத்தத்திற்கும் தேற்ற முடியாத அளவிற்கு ஏமாற்றத்திற்கும் உள்ளான; பெரிதும் உளச்சோர்வுற்ற *The disconsolate players left for home without a trophy.* ✪ SYN **dejected** ▶ **disconsolately** /-tli/ *adv.*

discontent /ˌdɪskənˈtent/ (*also* **discontentment** /ˌdɪskənˈtentmənt/) *noun* [U] the state of being unhappy with sth ஒன்றில் மகிழ்ச்சி/நிறைவு/திருப்தி அடையா நிலை; நிறைவின்மை; அதிருப்தி *The management could sense growing discontent among the staff.* ▶ **discontented** *adj. to be/feel discontented*

discontinue /ˌdɪskənˈtɪnjuː/ *verb* [T] (*formal*) to stop sth or stop producing sth ஒன்றை நிறுத்திவிடு அல்லது ஒன்றை உற்பத்தி செய்வதை நிறுத்து

discord /ˈdɪskɔːd/ *noun* (*formal*) [U] disagreement or argument உடன்படாமை; உடன்பாடின்மை; மாறுபாடு; பூசல்; பிணக்கு

discordant /dɪsˈkɔːdənt/ *adj.* that spoils a general feeling of agreement இசைவான பொதுச் சூழ்நிலையைக் கெடுக்கிற; கருத்து மாறுபாடான; இசைந்து போகாத *Her criticism was the only discordant note in the discussion.*

discount[1] /ˈdɪskaʊnt/ *noun* [C, U] a lower price than usual; reduction வழக்கத்தை விடக் குறைவான விலை; தள்ளுபடி; கழிவு *Staff get 20% discount on all goods.*

discount[2] /dɪsˈkaʊnt/ *verb* [T] to consider sth not true or not important ஒன்று உண்மையில்லாதது அல்லது முக்கியத்துவம் இல்லாதது என்று கருது; புறக்கணி *I think we can discount that idea. It's just not practical.*

discourage /dɪsˈkʌrɪdʒ/ *verb* [T] **discourage sb (from doing sth)** to stop sb doing sth, especially by making him/her realize that it would not be successful or a good idea ஒன்று வெற்றிகரமாக அமையாது என்றோ நல்ல கருத்தன்று என்றோ ஒருவரை உணரச் செய்து அதனை அவர் செய்யாமல் தடு; ஊக்கங்கெடு; பின்வாங்கச் செய் *Don't let these little problems discourage you.* ✪ OPP **encourage** ▶ **discouraged** *adj. After failing the exam again Payal felt very discouraged.* ▶ **discouraging** *adj. Constant criticism can be very discouraging.*

discouragement /dɪsˈkʌrɪdʒmənt/ *noun* [C, U] a thing that makes you not want to do sth; the action of trying to stop sb from doing sth ஒன்றைச் செய்ய விரும்பாமலிருக்கச் செய்யும் ஒன்று; ஒன்றை ஒருவர் செய்வதைத் தடுக்க முனையும் செயல்; ஊக்கங்கெடுத்தல்; நம்பிக்கை இழக்கச் செய்தல்

discourse /ˈdɪskɔːs/ *noun* [C, U] (*formal*) **1** a long and serious discussion of a subject in speech or writing பேச்சில்/எழுத்தில் ஒரு பொருள் பற்றிய நீண்ட கருத்தார்ந்த விவாதம்; கருத்தாடல் **2** the use of language in speech and writing in order to produce meaning; language that is studied, usually in order to see how the different parts of a text are connected பொருள் புலப்படுத்துவதற்காகப் பேச்சிலும் எழுத்திலும் அமையும் மொழிப் பயன்பாடு; ஒரு பனுவலின் வெவ்வேறு பகுதிகள் எவ்வாறு தொடர்புற்றிருக்கின்றன என்பதைக் காணும் நோக்கில் ஆராயப்படும் மொழி; மொழிப் பயன்பாட்டு ஆய்வு *discourse analysis*

discover /dɪˈskʌvə(r)/ *verb* [T] **1** to find or learn sth that nobody had found or knew before முன்னர் யாரும் காணாத அல்லது அறியாத ஒன்றைக் கண்டுபிடி; கண்டறி *Scientists are hoping to discover the cause of the epidemic.* **2** to find or learn sth without expecting to or that sb does not want you to find எதிர்பாராத வகையிலோ கண்டுபிடிக்கக் கூடாது என்று பிறர் விரும்பும் ஒன்றையோ கண்டுபிடி/கண்டறி; தெரியப்படுத்து *The police discovered drugs hidden under the floor.* ▶ **discoverer** *noun* [C] *Parkinson's disease was named after its discoverer.*

discovery /dɪˈskʌvəri/ *noun* (*pl.* **discoveries**) **1** [U] the act of finding sth கண்டுபிடிப்பு *The discovery of X-rays changed the history of medicine.* **2** [C] something that has been found கண்டுபிடிக்கப்பட்ட ஒன்று *scientific discoveries*

discredit /dɪsˈkredɪt/ *verb* [T] to make people stop respecting or believing sb/sth ஒருவரை/ஒன்றைப் பிறர் மதிப்பதை அல்லது நம்புவதைத் தடுத்து நிறுத்து; அவப்பெயர் உண்டாக்கு *Journalists are trying to discredit the President by inventing stories about his love life.* ▶ **discredit** *noun* [U]

discreet /dɪˈskriːt/ *adj.* careful in what you say and do so as not to cause embarrassment or difficulty for sb பிறருக்கு இக்கட்டையோ சங்கடத்தையோ தோற்றுவிக்காமல் கவனத்துடன் சொல்லப்படுகிற/செய்யப்படுகிற; இங்கிதமுள்ள; விவேகமுடைய *I don't want anyone to find out about our agreement, so please be discreet.* ▶ **discreetly** *adv.* ➪ **discretion** noun பார்க்க.

discrepancy /dɪsˈkrepənsi/ *noun* [C, U] (*pl.* **discrepancies**) a difference between two things that should be the same ஒரே மாதிரி இருக்கவேண்டிய இரு பொருள்களுக்கிடையே காணப்படும் வேறுபாடு; முரண்பாடு *Something is wrong here. There is a discrepancy between these two sets of figures.*

discretion /dɪˈskreʃn/ *noun* [U] **1** the freedom and power to make decisions by yourself முடிவெடுக்க ஒருவருக்கு இருக்கும் சுதந்திரமும் அதிகாரமும்; தன் விருப்புரிமை; உசிதம் *You must decide what is best. Use your discretion.* **2** care in what you say and do so as not to cause embarrassment or difficulty for sb பிறருக்குச் சங்கடத்தையோ சிரமத்தையோ ஏற்படுத்தாமல் இருக்கச் சொல்லிலும் செயலிலும் செலுத்தப்படும் கவனம்; விவேகம் *This is confidential but I know I can rely on your discretion.* ➪ **discreet** பார்க்க.

IDM **at sb's discretion** depending on what sb thinks or decides ஒருவரது எண்ணம் அல்லது முடிவைப் பொறுத்து; ஒருவரது தன் விருப்புரிமைப்படி; உசிதப்படி *Pay increases are awarded at the discretion of the director.*

discriminate /dɪˈskrɪmɪneɪt/ *verb* **1** [I] **discriminate (against sb)** to treat one person or group worse than others ஒருவரை/ஒரு குழுவைப் பிறரைவிட/பிற குழுவைவிட மோசமாக நடத்து; பாரபட்சமாய் நடத்து *It is illegal to discriminate against any ethnic or religious group.* **2** [I, T]

discriminate (between A and B) to see or make a difference between two people or things இருவர் அல்லது இரு பொருள்களுக்கிடையே வேறுபாடு காண்; இருவரை அல்லது இரு பொருள்களை வேறுபடுத்தி நோக்கு; பாரபட்சம் காட்டு *The immigration law discriminates between political and economic refugees.*

discriminating /dɪˈskrɪmɪneɪtɪŋ/ *adj.* able to judge that the quality of sth is good ஒன்றின் சிறப்பை மதிப்பிடவல்ல அல்லது வேறுபடுத்திக் காணும் திறனுடைய; தனிச்சிறப்பைக் கண்டுணரக்கூடிய *discriminating listeners*

discrimination /dɪˌskrɪmɪˈneɪʃn/ *noun* [U] **1 discrimination (against sb)** treating one person or group worse than others ஒருவரை/ஒரு குழுவைப் பிறரை விடவும்/பிற குழுவை விடவும் மோசமாக நடத்துதல்; பாரபட்சம் காட்டுதல் *sexual/racial/religious discrimination* **2** (*formal*) the state of being able to see a difference between two people or things இருவருக்கிடையே/இரு பொருள்களுக்கிடையே வேறுபாடு காணவல்ல நிலை *discrimination between right and wrong*

discriminatory /dɪˈskrɪmɪnətəri/ *adj.* unfair; treating one person or a group of people worse than others நேர்மையற்ற; ஒருவரை/ஒரு குழுவைப் பிறரை விடவும்/பிற குழுவை விடவும் மோசமாக நடத்துகிற; ஒருசார்பான; பாரபட்சமான *discriminatory practices*

discursive /dɪsˈkɜːsɪv/ *adj.* (used about a style of writing or speaking) moving from one point to another without any strict structure (எழுத்து அல்லது பேச்சு நடை வகையில்) தெளிவான திட்டப் பாங்கின்றி ஒரு கருத்திலிருந்து இன்னொரு கருத்திற்குத் தாவுகிற; இங்கொன்றும் அங்கொன்றுமான

discus /ˈdɪskəs/ *noun* **1** [C] a heavy round flat object that is thrown as a sport எறிந்து விளையாடுவதற்குரிய கனமான, வட்ட வடிவத் தட்டையான பொருள்; திகிரி வட்டம்; வட்டு **2 the discus** [*sing.*] the sport or event of throwing a discus as far as possible இயன்ற அளவு தொலைவாக வட்டு எறியும் விளையாட்டு அல்லது விளையாட்டு நிகழ்ச்சி; வட்டெறிதல்

discuss /dɪˈskʌs/ *verb* [T] **discuss sth (with sb)** to talk or write about sth seriously or formally ஒன்றைப் பற்றிக் கருத்தார்ந்து அல்லது வினைமுறை சார்ந்து பேசு அல்லது எழுது; விவாதி *I must discuss the matter with my parents before I make a decision.*

discussion /dɪˈskʌʃn/ *noun* [C, U] the process of talking about sth seriously or deeply ஒன்றைப் பற்றி ஆழமாக/தீவிரமாகக் கலந்துரையாடுதல்; கலந்துரையாடல்; விவாதம் *After much discussion we all agreed to share the cost.*

IDM **under discussion** being talked about பேசப்படுகிற; கலந்துரையாடப்படுகிற; விவாதிக்கப்படுகிற *Plans to reform the health services are under discussion in Parliament.*

disdain /dɪsˈdeɪn/ *noun* [U] the feeling that sb/sth is not good enough to be respected ஒருவர்/ஒன்று மதிக்கத்தக்க நிலையில் இல்லை என்னும் உணர்வு; ஏளனம்; அலட்சியம் *Monica felt that her boss always **treated** her ideas **with disdain**.* ▶ **disdainful** /-fl/ *adj.* ▶ **disdainfully** /-fəli/ *adv.*

disease /dɪˈziːz/ *noun* [C, U] an illness of the body in humans, animals or plants மனிதர்கள், விலங்குகள் அல்லது தாவரங்களின் உடலில் தோன்றும் நோய்; வியாதி *an infectious/contagious disease* • *Rats and flies **spread disease**.* ▶ **diseased** *adj. His diseased kidney had to be removed.*

NOTE **Illness, disease** ஆகியன ஒரே மாதிரி பயன்படுத்தப்படக் கூடியவை. எனினும், சில அறிகுறிகளால் அடையாளம் காணப்படுவதும் தனிப் பெயருடையதுமான ஒருவகை நோயைக் குறிக்க disease பயன்படுகிறது. Bacteria (நுண்ணுயிர்), virus (நச்சுயிர்) முதலிய கிருமிகளால் **disease** தோன்றலாம். அது ஒருவரிடமிருந்து இன்னொருவருக்குத் தொற்றலாம். உடல் நலமில்லாத நிலை, காலம் இவற்றைக் குறிக்க **illness** பயன்படுகிறது.

disembark /ˌdɪsɪmˈbɑːk/ *verb* [I] (*formal*) to get off a ship or an aircraft கப்பல் அல்லது விமானத்திலிருந்து இறங்கு ✪ OPP **embark** ▶ **disembarkation** /ˌdɪsˌembɑːˈkeɪʃn/ *noun* [U]

disenchanted /ˌdɪsɪnˈtʃɑːntɪd/ *adj.* having lost your good opinion of sb/sth ஒருவர்/ஒன்று பற்றிய நல்லெண்ணம்/நற்கருத்து இல்லாதுபோன *Fans are already becoming disenchanted with the new team manager.* ▶ **disenchantment** *noun* [U]

disenfranchise /ˌdɪsɪnˈfræntʃaɪz/ *verb* [T] to take away sb's rights, especially their right to vote ஒருவருடைய உரிமைகளை, குறிப்பாக வாக்களிக்கும் உரிமையைப் பறி ✪ OPP **enfranchise**

disentangle /ˌdɪsɪnˈtæŋgl/ *verb* [T] to free sb/sth that had become connected to sb/sth else in a confused and complicated way குழப்பமான, சிக்கலான முறையில் ஒருவரோடு/ஒன்றோடு பிணைப்புடைய ஒருவரை/ஒன்றை விடுவி; சிக்கல் நிலையினின்றும் வெளிவரச் செய் *My coat got caught up in some bushes and I couldn't disentangle it.* • *(figurative) Listening to the woman's story, I found it hard to disentangle the truth from the lies.*

disfigure /dɪsˈfɪgə(r)/ *verb* [T] to spoil the appearance of sb/sth ஒருவரின்/ஒன்றின்

புறத்தோற்றத்தைக் கெடு; அழகைக் கெடு *His face was permanently disfigured by the fire.*

disgrace¹ /dɪsˈgreɪs/ *noun* **1** [U] the state of not being respected by other people, usually because you have behaved badly வழக்கமாக மோசமாக நடந்து கொண்டதால் பிறரால் மதிக்கப்படாத நிலை; வெறுப்பிகழ்வு; பழிகேடு; அவப்பெயர் *She left the company* ***in disgrace*** *after admitting stealing from colleagues.* **2** [*sing.*] **a disgrace (to sb/sth)** a person or thing that gives a very bad impression and makes you feel sorry and embarrassed மோசமான அபிப்பிராயத்தைத் தோற்றுவித்து வருத்தத்தையும் சங்கட உணர்வையும் உண்டாக்கும் ஒருவர் அல்லது ஒன்று; இகழ்ச்சிக்கு உரியவர்/உரியது *The streets are covered in litter. It's a disgrace!*

disgrace² /dɪsˈgreɪs/ *verb* [T] to behave badly in a way that makes you or other people feel sorry and embarrassed தனக்கு அல்லது பிறருக்கு வருத்தமும் சங்கட உணர்வும் ஏற்படுமாறு மோசமாக நடந்துகொள்; அவக்கேடான முறையில் நடந்துகொள் *My brother disgraced himself by starting a fight at the wedding.*

disgraceful /dɪsˈgreɪsfl/ *adj.* very bad, making other people feel sorry and embarrassed மிக மோசமான மற்றும் பிறருக்கு வருத்தத்தையும் சங்கடத்தையும் ஏற்படுத்துகிற; வெட்கக்கேடான; பழிப்புக்கிடமான *The behaviour of the team's fans was absolutely disgraceful.* ▶ **disgracefully** /-fəli/ *adv.*

disgruntled /dɪsˈgrʌntld/ *adj.* disappointed and annoyed ஏமாற்றத்திற்கும் சினத்திற்கும் ஆளான; கடுமையான மனக்குறையுடைய; உள நிறைவின்றி எரிச்சலுற்ற

disguise¹ /dɪsˈgaɪz/ *verb* [T] **disguise sb/sth (as sb/sth)** to change the appearance, sound, etc. of sb/sth so that people cannot recognize him/her/it பிறரால் அடையாளம் காணமுடியாதபடி ஒருவரின்/ஒன்றின் தோற்றம், ஒலி முதலியவற்றை மாற்று; மறைத்துவை; மாறுவேடம் கொள்ளச் செய் *They disguised themselves as fishermen and escaped in a boat.* • *(figurative) His smile disguised his anger.*

disguise² /dɪsˈgaɪz/ *noun* [C, U] a thing that you wear or use to change your appearance so that nobody recognizes you பிறரால் அடையாளம் காணமுடியாதபடி தோற்றத்தை மாற்றப் பயன்படுத்தப்படும்/அணியப்படும் பொருள்; மாறுவேட உடை முதலியவை *She is so famous that she has to go shopping* ***in disguise.***

disgust¹ /dɪsˈgʌst/ *noun* [U] **disgust (at sth)** a strong feeling of not liking or approving of sth/sb that you feel is unacceptable, or sth/sb that looks, smells, etc. unpleasant ஏற்க முடியாதவராக/முடியாததாகத் தோன்றும் ஒன்று/ஒருவர் குறித்த அல்லது ஒருவருடைய/ஒன்றின் இனியதல்லாததாகத் தெரியும் தோற்றம், மணம் முதலியவை குறித்த தன் முனைப்பான வெறுப்புணர்ச்சி; அருவருப்பு *The film was so bad that we walked out* ***in disgust.*** • ***Much to my disgust,*** *I found a hair in my soup.*

disgust² /dɪsˈgʌst/ *verb* [T] **1** to cause a strong feeling of not liking or approving of sb/sth ஒருவரை/ஒன்றை விரும்பவில்லை அல்லது ஏற்கவில்லை என்பதைக் காட்டும் கடுமையான வெறுப்புணர்வைத் தோற்றுவி; அருவருப்புக் கொள்ளச் செய்; வெறுப்புணர்ச்சி தூண்டு *Cruelty towards animals absolutely disgusts me.* **2** to make sb feel sick குமட்டல் உண்டாக்கு *The way he eats with his mouth open completely disgusts me.*

disgusted /dɪsˈgʌstɪd/ *adj.* **disgusted (at/with sb/sth)** not liking or approving of sb/sth at all ஒருவரை/ஒன்றைச் சிறிதும் விரும்பாத அல்லது ஏற்காத; வெறுக்கிற; அருவருப்படைகிற *We were disgusted with the standard of service at the restaurant.*

disgusting /dɪsˈgʌstɪŋ/ *adj.* very unpleasant அருவருப்பான; வெறுப்புணர்ச்சி தூண்டுகிற *What a disgusting smell!*

disgustingly /dɪsˈgʌstɪŋli/ *adv.* **1** (often used to show you are jealous of sb/sth) extremely (பெரும்பாலும் ஒருவர்/ஒன்று மீது பொறாமை கொண்டுள்ளமையைக் குறிக்கப் பயன்படுத்தப்படுவது) மிக அதிகமாக; அளவுகடந்து *Our neighbours are disgustingly rich.* **2** in a way that you do not like or approve of or that makes you feel sick விரும்பாத அல்லது ஏற்காத வகையில் அல்லது அருவருப்பூட்டுவதாக; குமட்டல் உண்டாக்குவதாக *The kitchen was disgustingly dirty.*

dish¹ /dɪʃ/ *noun* **1** [C] a round container for food that is deeper than a plate தட்டை விட மிகுதியான உட்குழிவுடையதும் வட்ட வடிவிலானதுமான உணவுக் கலன்; வட்டில்; தட்டம் **2** [C] a type of food prepared in a particular way குறிப்பிட்ட முறையில் தயாரிக்கப்படும் உணவு வகை *The* ***main dish*** *was curry. It was served with a selection of* ***side dishes.*** **3 the dishes** [*pl.*] all the plates, cups, etc. that you use during a meal உணவு உண்ணும் போது பயன்படுத்தப்படும் தட்டு, கோப்பை முதலிய பாத்திரங்களின் தொகுதி *I'll cook and you can wash the dishes.* **4 = satellite dish**

dish² /dɪʃ/ *verb* (*informal*)

PHR V **dish sth out** to give away a lot of sth ஒன்றைப் பேரளவில் கொடு *to dish out advice* **dish sth up** (*informal*) to serve food உணவு பரிமாறு

disheartened /dɪsˈhɑːtnd/ *adj.* sad or disappointed வருத்தமுற்ற; ஏமாற்றமடைந்த

disheartening /dɪsˈhɑːtnɪŋ/ *adj.* making you lose hope and confidence; causing disappointment நம்பிக்கையிழக்கச் செய்கிற; ஏமாற்றத்தை உண்டாக்குகிற ✪ OPP **heartening**

dishevelled (*AmE* **disheveled**) /dɪˈʃevld/ *adj.* (used about a person's appearance) very untidy (ஒருவரது தோற்றம் பற்றி) அலங்கோலமான, ஒழுங்கு குலைந்த

dishonest /dɪsˈɒnɪst/ *adj.* that you cannot trust; likely to lie, steal or cheat பொய்மை, களவு, அல்லது ஏமாற்று செய்யக்கூடிய; நம்பகமற்ற; நேர்மையற்ற ✪ OPP **honest** ▶ **dishonestly** *adv.* ▶ **dishonesty** *noun* [U]

dishonour[1] (*AmE* **dishonor**) /dɪsˈɒnə(r)/ *noun* [U, *sing.*] (*formal*) the state of no longer being respected, especially because you have done sth bad குறிப்பாகத் தவறு காரணமாக மதிக்கப்படாத நிலையில் இருத்தல்; அவமதிப்பு; மானக்கேடு *Her illegal trading has **brought dishonour** on the company.* ✪ OPP **honour** ▶ **dishonourable** /-nərəbl/ *adj.* ✪ OPP **honourable**

dishonour[2] (*AmE* **dishonor**) /dɪsˈɒnə(r)/ *verb* [T] (*formal*) to do sth bad that makes people stop respecting you or sb/sth close to you தனக்கு அல்லது தனக்கு நெருக்கமான ஒருவருக்கு/ ஒன்றுக்கு மதிப்புக்கேடு உண்டாகுமாறு மோசமான ஒன்றைச் செய்

dishwasher /ˈdɪʃwɒʃə(r)/ *noun* [C] a machine that washes plates, cups, knives, forks, etc. தட்டு, கோப்பை, கத்தி, முள் கரண்டி முதலியவற்றைத் துலக்கும் இயந்திரம்

disillusion /ˌdɪsɪˈluːʒn/ *verb* [T] to destroy sb's belief in or good opinion of sb/sth ஒருவர்/ ஒன்றின்மீது கொண்டுள்ள நம்பிக்கை அல்லது நல்லெண்ணத்தைத் தகர் ▶ **disillusion** (*also* **disillusionment**) *noun* [U] *I feel increasing disillusion with the government.*

disillusioned /ˌdɪsɪˈluːʒnd/ *adj.* disappointed because sb/sth is not as good as you first thought ஒருவர்/ஒன்று முதலில் நினைத்தபடி நல்ல வண்ணம் இல்லாததால் ஏமாற்றம் அடைந்த; விரக்தியுற்ற *She's disillusioned with nursing.*

disinfect /ˌdɪsɪnˈfekt/ *verb* [T] to clean sth with a liquid that destroys bacteria நுண்ணுயிரிகளை அழிக்கவல்ல திரவத்தைக் கொண்டு ஒன்றைச் சுத்தம் செய்; தொற்றுத் தடைக்காப்புச் செய் *to disinfect a wound* ▶ **disinfection** *noun* [U]

disinfectant /ˌdɪsɪnˈfektənt/ *noun* [C, U] a substance that destroys bacteria and is used for cleaning நுண்ணுயிரிகளை அழிக்கவல்லதும் சுத்தம் செய்யப் பயன்படுவதுமான பொருள்; தொற்றுத் தடைக்காப்புப் பொருள்

disinherit /ˌdɪsɪnˈherɪt/ *verb* [T] to prevent sb, especially your son or daughter, from receiving your money or property after your death தன்னுடைய மறைவுக்குப்பின் பணம் அல்லது சொத்தை ஒருவர், குறிப்பாகத் தன்னுடைய மகன் அல்லது மகள் பெறுவதிலிருந்து தடு; மரபுரிமை இழக்கச் செய் ➪ **inherit** பார்க்க.

disintegrate /dɪsˈɪntɪɡreɪt/ *verb* [I] to break into many small pieces பல சிறு துண்டுகளாக உடைபடு; சுக்கு நூறாகு; நொறுங்கு *The spacecraft exploded and disintegrated.* ▶ **disintegration** /dɪsˌɪntɪˈɡreɪʃn/ *noun* [U] *the disintegration of the empire*

disinterest /dɪsˈɪntrəst/ *noun* [U] **1** lack of interest ஈடுபாடின்மை; ஆர்வமின்மை **2** the fact of not being involved in sth and therefore able to be fair ஒன்றில் பற்றீடுபாடில்லாமையும் அதனால் நடுநிலைமையோடு உள்ளமையும்; ஒருசார்பின்மை

disinterested /dɪsˈɪntrəstɪd/ *adj.* fair, not influenced by personal feelings சொந்த உணர்ச்சிகளுக்கு இடம் கொடாத; தன்னலச் சார்பற்ற; நடுநிலையான *disinterested advice* ➪ **uninterested** பார்க்க.

disjointed /dɪsˈdʒɔɪntɪd/ *adj.* (used especially about ideas, writing or speech) not clearly connected and therefore difficult to follow (சிந்தனைகள், எழுத்து அல்லது பேச்சு வகையில்) முன்பின் தொடர்பற்றுப் புரிந்து கொள்ளச் சிரமமான; முன்பின் இயைபற்ற; ▶ **disjointedly** *adv.*

disk /dɪsk/ *noun* [C] **1** (*AmE*) = **disc 2** (*computing*) a flat piece of plastic that stores information for use by a computer கணினிப் பயன்பாட்டுக்குரிய தகவல்களைச் சேமித்து வைக்கும் தட்டை வடிவிலான பிளாஸ்டிக் வட்டு ➪ **floppy disk** மற்றும் **hard disk** பார்க்க.

disk drive *noun* [C] (*computing*) a piece of electrical equipment that passes information to or from a computer disk கணினி வட்டிலிருந்து அல்லது கணினி வட்டுக்குத் தகவல் அனுப்பும் மின் கருவி; வட்டு இயக்கி

diskette /dɪsˈket/ = **floppy disk**

dislike[1] /dɪsˈlaɪk/ *verb* [T] **dislike (doing) sth** to think that sb/sth is unpleasant ஒருவர்/ஒன்று விருப்பத்துக்குரியவர் அல்லர்/விருப்பத்துக்குரியது அன்று எனக் கருது; வெறுப்புக் கொள் *I really dislike flying.* • *What is it that you dislike about living here?* ✪ OPP **like**

dislike[2] /dɪsˈlaɪk/ *noun* [C, U] (*sing.*) **(a) dislike (of/for sb/sth)** the feeling of not liking sb/sth ஒருவரை/ஒன்றை விரும்பா உணர்வு; வெறுப்பு

• *He seems to have a strong dislike of hard work.*

IDM take a dislike to sb/sth to start disliking sb/sth ஒருவரை/ஒன்றை வெறுக்கத் தொடங்கு *He took an instant dislike to his boss.*

dislocate /ˈdɪsləkeɪt/ *verb* [T] to put sth (usually a bone) out of its correct position ஒன்றை (குறிப்பாக எலும்பை) உரிய இடத்திலல்லாது வேறிடத்தில் வை; இடம்பிறழச் செய்; எலும்பு பிசகச் செய் *He dislocated his shoulder during the game.* ▶ **dislocation** /ˌdɪsləˈkeɪʃn/ *noun* [C, U]

dislodge /dɪsˈlɒdʒ/ *verb* [T] **dislodge sth (from sth)** to make sb/sth move from its correct fixed position சரியான, பொருந்தி அமைந்துள்ள நிலையிலிருந்து ஒருவரை/ஒன்றை இடம்பெயரச் செய் *The strong wind dislodged several tiles from the roof.*

disloyal /dɪsˈlɔɪəl/ *adj.* **disloyal (to sb/sth)** not supporting your friends, family, country, etc.; doing sth that will harm them நண்பர்கள், குடும்பம், நாடு முதலியவற்றுக்கு ஆதரவாக இல்லாத; அவர்களுக்கு அவற்றுக்குத் தீங்கு செய்கிற; விசுவாசமற்ற *You were being disloyal to your friends to repeat their conversation to Peter.* ✪ OPP **loyal** ▶ **disloyalty** /-ˈlɔɪəlti/ *noun* [C,U] (*pl.* **disloyalties**)

dismal /ˈdɪzməl/ *adj.* **1** causing or showing sadness; depressing வருத்தம் விளைவிக்கிற அல்லது வருத்தத்தை வெளிப்படுத்துகிற; மனச் சோர்வு உண்டாக்குகிற *dismal surroundings* ✪ SYN **miserable 2** (*informal*) of low quality; poor தரம் தாழ்ந்த; இழிவான; மட்டமான *a dismal standard of work*

dismantle /dɪsˈmæntl/ *verb* [T] to take sth to pieces; to separate sth into the parts it is made from ஒன்றைத் துண்டு துண்டாக்கு; ஒன்றின் பல்வேறு உறுப்புகளைத் தனித்தனியாக்கு; அக்குவேறு ஆணிவேறு ஆக்கு *The photographer dismantled his equipment and packed it away.*

dismay /dɪsˈmeɪ/ noun [U] a strong feeling of disappointment and sadness ஆழ்ந்த ஏமாற்றம் மற்றும் வருத்த உணர்வு; கலக்கம் *I realized **to my dismay** that I was going to miss the plane.* ▶ **dismay** *verb* [T] (*usually passive*) *I was dismayed to hear that my old school had been knocked down.*

dismember /dɪsˈmembə(r)/ *verb* [T] to cut a dead body into pieces பிணத்தைத் துண்டு துண்டாக்கு; உறுப்புறுப்பாக வெட்டு

dismiss /dɪsˈmɪs/ *verb* [T] **1 dismiss sb/sth (as sth)** to decide not to think about sth/sb ஒருவர்/ஒன்று பற்றி எண்ணக் கூடாது என முடிவுசெய்; நிராகரி *He dismissed the idea as nonsense.* **2 dismiss sb (from sth)** to order an employee to leave his/her job பணிநீக்கம் செய் *He was dismissed for refusing to obey orders.*

NOTE Fire, sack ஆகியன **dismiss** என்பதை விடக் குறைந்த முறைசார் வழக்குகள் ஆகும்

3 to send sb away ஒருவரை வெளியே அனுப்பு; வெளியேற்று *The lesson ended and the teacher dismissed the class.* **4** (used in law) to say that a trial or court case should not continue, usually because there is not enough evidence (சட்ட வழக்கு) பெரும்பாலும் போதுமான ஆதாரம் இல்லாததால் விசாரணையை அல்லது வழக்கைத் தொடரக்கூடாது எனக் கூறு, தள்ளுபடி செய் *The case was dismissed.* ▶ **dismissal** /dɪsˈmɪsl/ *noun* [C, U] *She was hurt at their dismissal of her offer of help.*

dismissive /dɪsˈmɪsɪv/ *adj.* **dismissive (of sb/sth)** saying or showing that you think that sb/sth is not worth considering seriously பொருட்படுத்துவதற்கு ஒருவர்/ஒன்று உரியவர்/உரியது இல்லை என்று நினைப்பதைக் கூறுகிற அல்லது காட்டுகிற; புறக்கணிக்கிற; நிராகரிக்கிற *The boss was dismissive of all the efforts I had made.* ▶ **dismissively** *adv.*

dismount /dɪsˈmaʊnt/ *verb* [I] to get off sth that you ride (a horse, a bicycle, etc.) (குதிரை, மிதிவண்டி முதலியவற்றிலிருந்து) கீழிறங்கு ✪ OPP **mount**

disobedient /ˌdɪsəˈbiːdiənt/ *adj.* refusing or failing to obey பணிய மறுக்கிற அல்லது பணியத்தவறுகிற; பணிவற்ற; கீழ்ப்படிதல் இல்லாத ✪ OPP **obedient** ▶ **disobedience** *noun* [U]

disobey /ˌdɪsəˈbeɪ/ *verb* [I, T] to refuse to do what you are told to do செய்யப் பணிக்கப்படுவதைச் செய்ய மறு; கீழ்ப்படிய மறு *He was punished for disobeying orders.* ✪ OPP **obey**

disorder /dɪsˈɔːdə(r)/ *noun* **1** [U] an untidy, confused or badly organized state தூய்மையற்ற, ஒழுங்கற்ற, குழப்பமான அல்லது மோசமாக உள்ள நிலை; சீர்குலைவு; ஒழுங்கற்ற நிலை *His financial affairs are **in complete disorder**.* ✪ OPP **order 2** [U] violent behaviour by a large number of people பேரளவினரது வன்முறை; ஒழுங்குக் குலைவு; கொந்தளிப்பு *Disorder broke out on the streets of the capital.* **3** [C, U] an illness in which the mind or part of the body is not working properly மனம் அல்லது உடலுறுப்பு முறையாகச் செயல்படா நோய்; மனக்கோளாறு; உடற்கேடு *treatment for **eating disorders*** • *a kind of **mental disorder***

disordered /dɪsˈɔːdəd/ *adj.* untidy, confused or badly organized துப்புரவற்ற; ஒழுங்கு குலைந்த; தாறுமாறான

disorderly /dɪsˈɔːdəli/ *adj.* **1** (used about people or behaviour) out of control and violent; causing trouble in public (மனிதர்கள் அல்லது அவர்களது நடத்தை வகையில்) கட்டுப்பாடற்ற; வன்முறையான; பொதுமக்களுக்கு இடர்ப்பாடு விளைவிக்கிற *They were arrested for being* ***drunk and disorderly***. **2** untidy ஒழுங்கற்ற; செம்மையற்ற ✪ OPP **orderly**

disorganization (*also* **-isation**) /dɪsˌɔːɡənaɪˈzeɪʃn/ *noun* [U] a lack of careful planning and order திட்டப்பாங்கின்மை; கவனத்துடன் திட்டமிடாமை; ஒழுங்கின்மை ✪ OPP **organization**

disorganized (*also* **-ised**) /dɪsˈɔːɡənaɪzd/ *adj.* badly planned; not able to plan well திட்டப்பாங்கற்ற; தாறுமாறான ✪ OPP **organized**

disorientate /dɪsˈɔːriənteɪt/ (*AmE* **disorient** /dɪsˈɔːrient/) *verb* [T] to make sb become confused about where he/she is ஒருவர் இருக்கும் இடம் பற்றிக் குழப்பம் அடையச் செய்; திக்கு தெரியாமல் போகச் செய் *The road signs were very confusing and I soon became disorientated.* ▶ **disorientation** /dɪsˌɔːriənˈteɪʃn/ *noun* [U]

disown /dɪsˈəʊn/ *verb* [T] to say that you no longer want to be connected with or be responsible for sb/sth ஒருவரோடு/ஒன்றோடு இனியும் தொடர்பு கொண்டிருக்க அல்லது ஒருவருக்கு/ஒன்றுக்கு இனியும் பொறுப்பேற்க விரும்பாததைக் கூறு; கைவிடு; துற *When he was arrested, his family disowned him.*

disparage /dɪˈspærɪdʒ/ *verb* [T] (*formal*) to talk about sb/sth in a critical way; to say that sb/sth is of little value or importance ஒருவரை/ஒன்றைக் கண்டன முறையில் விமர்சி; ஒருவர்/ஒன்று குறுமதிப்பு அல்லது குறுமுதன்மை உடையவர்/உடையது எனக் கூறு; இழித்துரை; இகழ் ▶ **disparaging** *adj. disparaging remarks*

disparate /ˈdɪspərət/ *adj.* (*formal*) **1** consisting of people or things that are very different from each other in character or quality குணத்திலோ தரத்திலோ பெரிதும் மாறுபட்ட கூறுகளின் அல்லது ஆட்களின் தொகுதியான; பல்வகைப்பட்ட ஆட்களை/கூறுகளை உள்ளடக்கியதான *a disparate groups of people/individuals* **2** (of two or more things) so markedly different/dissimilar from each other that they cannot be compared (இரண்டு அல்லது இரண்டுக்கு மேற்பட்ட பொருள்கள் பற்றிக் குறிப்பிடுகையில்) ஒப்பிட முடியாதவாறு அல்லது ஒன்றிணைந்து செயல்பட முடியாதவாறு முற்றிலும் வேறு வேறான; ஒவ்வாத் தன்மையுடைய *disparate ideas*

disparity /dɪˈspærəti/ *noun* [U, C] (*pl.* **disparities**) (*formal*) a difference, especially one that is caused by unfair treatment (குறிப்பாக, பாரபட்சமாக நடத்துவதால் தோன்றும்) வேற்றுமை; ஏற்றத்தாழ்வு

dispatch (*BrE* **despatch**) /dɪˈspætʃ/ *verb* [T] (*formal*) to send sb/sth to a place ஒருவரை/ஒன்றை ஓரிடத்திற்கு அனுப்பு *Your order will be dispatched within seven days.*

dispel /dɪˈspel/ *verb* [T] (**dispelling; dispelled**) to make sth, especially a feeling or a belief, disappear ஒன்றை, குறிப்பாக ஓர் உணர்ச்சியை அல்லது ஒரு நம்பிக்கையை, மறையச் செய் *His reassuring words dispelled all her fears.*

dispensable /dɪˈspensəbl/ *adj.* not necessary தேவையற்ற; இன்றியமையத்தக்க *I suppose I'm dispensable. Anybody could do my job.* ✪ OPP **indispensable**

dispensary /dɪˈspensəri/ *noun* [C] (*pl.* **dispensaries**) **1** a place in a hospital, shop, etc. where medicines are prepared for patients மருத்துவமனை, கடை முதலியவற்றில் நோயாளிகளுக்கு மருந்து தயாரிக்கப்படும் இடம்; மருந்தகம் **2** (*old-fashioned*) a place where patients are treated, especially one run by a charity நோயாளிகளுக்கு, குறிப்பாக அறக்கொடையினரால் நடத்தப்படும், மருத்துவம் பார்க்கும் இடம்; அற மருத்துவமனை; தர்மாஸ்பத்திரி

dispense /dɪˈspens/ *verb* [T] (*formal*) to give or provide people with sth பிறருக்கு ஒன்றை அளி; வழங்கு *a machine that dispenses hot and cold drinks*

PHR V **dispense with sb/sth** to get rid of sb/sth that is not necessary தேவையற்ற ஒருவரை/ஒன்றை ஒழி; கழி *They decided to dispense with luxuries and live a simple life.*

dispenser /dɪˈspensə(r)/ *noun* [C] a machine or container from which you can get sth ஒன்றைப் பெறுவதற்குரிய பொறி அல்லது கொள்கலன்; வழங்குபொறி/கலம் *a cash dispenser at a bank* • *a soap/tape dispenser* ⇨ **stationery** பதிவில் படம் பார்க்க.

dispersal /dɪˈspɜːsl/ *noun* [U, C] (*written*) the process of sending sb/sth in different directions; the process of spreading sth over a wide area ஒருவரை/ஒன்றைப் பல்வேறு திசைகளில் அனுப்புதல்; ஒன்றைப் பரப்புதல்; அகலப் பரப்புதல் *police trained in crowd dispersal* • *the dispersal of seeds*

disperse /dɪˈspɜːs/ *verb* [I, T] to separate and go in different directions; to make sb/sth do this பிரிந்து பல்வேறு திசைகளில் செல்; ஒருவரை/ஒன்றைப் பல்வேறு திசைகளில் அனுப்பு அல்லது செலுத்து *When the meeting was over, the group dispersed.* • *The police arrived and quickly dispersed the crowd.*

dispersion /dɪˈspɜːʃn/ *noun* [U] (*technical*) the process by which people or things are spread over a wide area பெரிய ஒரு பரப்பில் மக்கள் அல்லது பொருள்கள் பரவுமாறு செய்தல்; பரப்பீடு *population dispersion • the dispersion of light*

dispirited /dɪˈspɪrɪtɪd/ *adj.* having lost confidence or hope; depressed நம்பிக்கையற்ற அல்லது தன்னம்பிக்கையிழந்த; மனச்சோர்வுற்ற

displace /dɪsˈpleɪs/ *verb* [T] **1** to remove and take the place of sb/sth ஒருவரது/ஒன்றின் இடத்தை அவரை/அதனை அங்கிருந்து அகற்றிவிட்டு எடுத்துக்கொள்; பெயர்த்து இடம்பெறு; பதிலாக இடம்கொள் *Sampras was finally displaced as the top tennis player in the world.* **2** to force sb/sth to move from the usual or correct place வழக்கமாக அல்லது உரிய இடத்திலிருந்து ஒருவரை/ஒன்றை வலுக்கட்டாயமாக இடம்பெயரச் செய்; இடம்பெயர் *refugees displaced by the war* ▶ **displacement** *noun* [U]

display[1] /dɪˈspleɪ/ *verb* [T] **1** to put sth in a place where people will see it or where it will attract attention பலரும் பார்க்கும்படி அல்லது பலரது கவனத்தையும் ஈர்க்கும்படி உள்ள ஓரிடத்தில் ஒன்றை வை; காட்சிப்படுத்து *Posters for the concert were displayed throughout the city.* **2** to show signs of sth (for example a feeling or a quality) (உணர்ச்சி, பண்பு போன்ற) ஒன்றின் அறிகுறிகளை வெளிக்காட்டு *She displayed no interest in the discussion.*

display[2] /dɪˈspleɪ/ *noun* [C] **1** an arrangement of things in a public place for people to see பலரும் பார்ப்பதற்காகப் பொது இடம் ஒன்றில் பொருள் வைக்கப்பட்டுள்ள ஒழுங்கு முறை; காட்சியமைவு; காட்சி ஒழுங்கு *a window display in a shop* **2** a public event in which sth is shown in action செயல்வடிவில் ஒன்றைக் காட்டும் பொது நிகழ்ச்சி; காட்சி *a firework display* **3** behaviour that shows a particular feeling or quality குறிப்பிட்ட உணர்ச்சி அல்லது பண்பைப் புலப்படுத்தும் நடத்தை *a sudden display of aggression* **4** (*computing*) words, pictures, etc. that can be seen on a computer screen கணினித்திரையில் காணப்படும் சொற்கள், படங்கள், முதலியன; கணினிக் காட்சியகம்

IDM **on display** in a place where people will see it and where it will attract attention பலரும் பார்க்கக்கூடிய அல்லது பலரது கவனத்யையும் ஈர்க்கக் கூடிய ஓரிடத்தில் உள்ள; காட்சிப்படுத்தப்பட்டுள்ள *Treasures from the sunken ship were put on display at the museum.*

displease /dɪsˈpliːz/ *verb* [T] (*formal*) to annoy sb or to make sb angry or upset ஒருவரை எரிச்சல் கொள்ளச் செய்; சினமடையச் செய் அல்லது மனம் வருந்தச் செய் ▶ **displeased** *adj.* ✪ OPP **pleased**

displeasure /dɪsˈpleʒə(r)/ *noun* [U] (*formal*) the feeling of being annoyed or not satisfied மகிழ்ச்சியின்மை; எரிச்சல்; வெறுப்புணர்வு; அதிருப்தி *I wrote to express my displeasure at not having been informed sooner.*

disposable /dɪˈspəʊzəbl/ *adj.* made to be thrown away after being used once or for a short time ஒருமுறை அல்லது சிறிது நேரம் பயன்படுத்தியபின் எறிந்து விடுவதற்காக உருவாக்கப்பட்டுள்ள *a disposable razor*

disposal /dɪˈspəʊzl/ *noun* [U] the act of getting rid of sth or throwing sth away ஒழித்தல் அல்லது தூக்கி எறிதல்; தள்ளிக் கழித்தல்; அகற்றுதல் *the disposal of dangerous chemical waste • bomb disposal*

IDM **at sb's disposal** available for sb to use at any time எந்நேரமும் ஒருவர் பயன்படுத்தத்தக்கவாறு உள்ள; தேவை நேரத்துக்கு உதவும்படியான

dispose /dɪˈspəʊz/ *verb*

PHR V **dispose of sb/sth** to throw away or sell sth; to get rid of sb/sth that you do not want ஒன்றைத் தூக்கி எறி அல்லது தேவைப்படாத ஒன்றை/ஒருவரை ஒழி; கழி

disposition /ˌdɪspəˈzɪʃn/ *noun* **1** [C, *usually sing.*] the natural qualities of a person's character ஒருவருடைய இயல்பான பண்புக் கூறுகள்; இயற்பண்பு; குணம்; தன்மை *to have a cheerful disposition • people of a nervous disposition* **2** [C, *usually sing.*] (*formal*) **a disposition to/towards sth; a disposition to do sth** a usual way of behaving வழக்கமாக நடந்துகொள்ளும் முறை; போக்கு *to have/show a disposition towards acts of violence* **3** [C, *usually sing.*] (*formal*) the way sth is put or arranged in a place ஓரிடத்தில் ஒன்று வைக்கப்பட்டுள்ள அல்லது ஒழுங்கமைவு செய்யப்பட்டுள்ள முறை **4** [C, U] (*law*) a formal act of giving property or money to sb ஒருவருக்குச் சொத்து அல்லது பணம் வினைமுறை சார்ந்து வழங்குதல்; உரிமையளிப்பு

disproportionate /ˌdɪsprəˈpɔːʃənət/ *adj.* **disproportionate (to sth)** too large or too small when compared to sth else வேறொன்றுடன் ஒப்பிடப்படும்போது மிகவும் குறைவாக அல்லது கூடுதலாக உள்ள; சரிவிகித சமானம் அற்ற ▶ **disproportionately** *adv.*

disprove /ˌdɪsˈpruːv/ *verb* [T] to show that sth is not true ஒன்று உண்மையற்றது என்று காட்டு; ஒன்று தவறு என்று நிரூபி

dispute[1] /ˈdɪspjuːt; dɪˈspjuːt/ *noun* [C, U] **(a) dispute (between A and B) (over/about sth)**

a disagreement or argument between two people, groups or countries இருவர், இரு குழுக்கள் அல்லது இரு நாடுகளுக்கிடையே உள்ள இசைவின்மை, கருத்து ஒற்றுமையின்மை, உடன்பாடின்மை அல்லது பிணக்கு *There was some dispute between Raman and his boss about whose fault it was.* • *a pay dispute*

IDM **in dispute** in a situation of arguing or being argued about விவாதம் நிகழ்கிற அல்லது ஒன்று விவாதத்திற்கு உட்படுத்தப்பட்டுள்ள ஒரு சூழ்நிலையில் *He is in dispute with the tax office about how much he should pay.*

dispute² /dɪˈspjuːt/ *verb* [T] to argue about sth and to question if it is true or right ஒன்றைப் பற்றி விவாதி மற்றும் அது குறித்து வினா எழுப்பு *The player disputed the referee's decision.*

disqualify /dɪsˈkwɒlɪfaɪ/ *verb* [T] (*pres. part.* **disqualifying**; *3rd person sing. pres.* **disqualifies**; *pt, pp* **disqualified**) **disqualify sb (from sth/doing sth); disqualify sb (for sth)** to officially prevent sb from doing sth or taking part in sth, usually because he/she has broken a rule or law வழக்கமாக ஒரு விதி அல்லது சட்டத்தை மீறியதற்காக ஒன்றைச் செய்யவோ ஒன்றில் பங்கெடுக்கவோ முடியாதபடி ஒருவரை அதிகாரபூர்வமாகத் தடு; தகுதியிழக்கச் செய் *He was disqualified from driving for two years.* • *The team were disqualified for cheating.* ▶ **disqualification** /dɪsˌkwɒlɪfɪˈkeɪʃn/ *noun* [C, U]

disregard /ˌdɪsrɪˈɡɑːd/ *verb* [T] to take no notice of sb/sth; to treat sth as unimportant ஒருவரை/ஒன்றை ஒருபொருட்டாகக் கருதாமல் இரு; ஒன்றை முக்கியமற்றதாகக் கருது; அலட்சியப்படுத்து; அசட்டைசெய் *These are the latest instructions. Please disregard any you received before.* ▶ **disregard** *noun* [U, *sing.*] **disregard (for sb/sth)** *He rushed into the burning building with complete disregard for his own safety.*

disrepair /ˌdɪsrɪˈpeə(r)/ *noun* [U] the state of being in bad condition because repairs have not been made பழுதுபார்க்கப்படாமையால் மோசமான நிலையில் உள்ளமை; சீர்கேடு *Over the years the building* ***fell into disrepair****.*

disreputable /dɪsˈrepjətəbl/ *adj.* not to be trusted; well known for being bad or dishonest நம்பத்தகாத; மோசமான அல்லது நேர்மையற்ற தன்மைக்குப் பெயர்போன; மானக்கேடான *disreputable business methods* ✪ OPP **reputable**

disrepute /ˌdɪsrɪˈpjuːt/ *noun* [U] the situation when people no longer respect sb/sth ஒருவரை/ஒன்றை இனியும் மதிக்காத நிலை; இகழ்ச்சி நிலை; மானக்கேடு; பெருமையழிவு *Such unfair decisions* ***bring*** *the legal system* ***into disrepute****.*

disrespect /ˌdɪsrɪˈspekt/ *noun* [U] **disrespect (for/to sb/sth)** a lack of respect for sb/sth that is shown in what you do or say சொல் அல்லது செயலில் புலப்படுத்தப்படும் ஒருவர்/ஒன்றின் மீதான மரியாதையின்மை; அவமதிப்பு; மதிப்புக்கேடு ✪ OPP **respect** ▶ **disrespectful** /-fl/ *adj.* ✪ OPP **respectful** ▶ **disrespectfully** /-fəli/ *adv.*

disrupt /dɪsˈrʌpt/ *verb* [T] to stop sth happening as or when it should நிகழவேண்டிய ஒன்றை அது நிகழும்போது தடுத்து நிறுத்து; முடக்கு *The strike severely disrupted flights to Bengaluru.* ▶ **disruption** *noun* [C, U] ▶ **disruptive** /dɪsˈrʌptɪv/ *adj.*

dissatisfaction /ˌdɪsˌsætɪsˈfækʃn/ *noun* [U] **dissatisfaction (with/at sb/sth)** the feeling of not being satisfied or pleased மன நிறைவின்மை அல்லது மகிழ்ச்சியின்மை; அதிருப்தி *There is some dissatisfaction among teachers with the plans for the new exam.* ✪ OPP **satisfaction**

dissatisfied /dɪsˈsætɪsfaɪd/ *adj.* **dissatisfied (with sb/sth)** not satisfied or pleased மனநிறைவு கொள்ளாத; மகிழ்ச்சியற்ற; அதிருப்தியுற்ற *complaints from dissatisfied customers* ✪ OPP **satisfied**

dissect /dɪˈsekt/ *verb* [T] to cut up a dead body, a plant, etc. in order to study it ஆய்வுக்காகப் பிணம், தாவரம் முதலியவற்றைக் கூறுபடுத்து ▶ **dissection** *noun* [C, U]

dissent¹ /dɪˈsent/ *noun* [U] (*formal*) disagreement with official or generally agreed ideas or opinions அதிகாரபூர்வமான அல்லது பொதுவாக ஒப்புக்கொள்ளப்பட்ட எண்ணங்கள் அல்லது கருத்துகளோடு உடன்படாமை; கருத்து மாறுபாடு *There is some dissent within the Labour Party on these policies.*

dissent² /dɪˈsent/ *verb* [I] (*formal*) **dissent (from sth)** to have opinions that are different to those that are officially held அதிகாரபூர்வமான கருத்துகளுக்கு மாறான கருத்துகளைக் கொண்டிரு; கருத்து மாறுபாடு கொள் ▶ **dissenting** *adj.*

dissertation /ˌdɪsəˈteɪʃn/ *noun* [C] a long piece of writing on sth that you have studied, especially as part of a university degree ஆராய்ந்த ஒன்று குறித்த நீண்ட எழுத்துரை; குறிப்பாகப் பல்கலைக்கழகப் பட்டத்துக்கான பகுதிப்பணியான நீண்ட ஆய்வுக்கட்டுரை; ஆய்வேடு ⇨ **thesis** பார்க்க.

disservice /dɪsˈsɜːvɪs/ *noun* [U, *sing.*]

IDM **do (a) disservice to sb/sth** to do sth that harms sb and the opinion other people have of him/her ஒருவருக்குத் தீங்கு உண்டாக்கக்கூடிய அல்லது ஒருவர் குறித்துப் பிறர் கொண்டுள்ள எண்ணத்தைக் கெடுக்கக்கூடிய ஒன்றைச் செய்; தீங்கிழை; பொல்லாங்கு செய்

dissident /ˈdɪsɪdənt/ *noun* [C] a person who strongly disagrees with and criticizes his/her government, especially in a country where it is dangerous to do this குறிப்பாக விமர்சிப்பது ஆபத்தை உண்டாக்கும் நாட்டில், தனது அரசோடு தீவிரமான முரண்பாடு கொள்பவரும் அதனைத் தீவிரமாக விமர்சிப்பவருமான ஒருவர்; எதிர்ப்பாளர் ▶ **dissidence** *noun* [U]

dissimilar /dɪˈsɪmɪlə(r)/ *adj.* **dissimilar (from/to sb/sth)** not the same; different ஒத்திராத; மாறுபட்ட; வேறான *The situation you're in is not dissimilar to mine.* ✪ OPP **similar**

dissociate /dɪˈsəʊʃieɪt; -ˈsəʊs-/ (*also* **disassociate**) *verb* [T] **dissociate sb/sth/yourself (from sth)** to show that you are not connected with or do not support sb/sth; to show that two things are not connected with each other ஒருவரோடு/ஒன்றோடு தொடர்பில்லை என்பதை அல்லது ஒருவரை/ஒன்றை ஆதரிக்கவில்லை என்பதைப் புலப்படுத்து; இரண்டு பொருள்கள் ஒன்றோடு ஒன்று தொடர்பு கொண்டிருக்கவில்லை என்பதைக் காட்டு; ஒதுங்கிக்கொள்; தொடர்பறு *She dissociated herself from the views of the extremists in her party.* ✪ OPP **associate**

dissolution /ˌdɪsəˈluːʃn/ *noun* [U] the official act of ending a marriage, a business agreement or a parliament ஒரு திருமணம், வாணிக ஒப்பந்தம், நாடாளுமன்றம் ஆகியவற்றை அதிகாரபூர்வமாக முடிவுறச் செய்தல்; முறிப்பு; கலைப்பு

dissolve /dɪˈzɒlv/ *verb* [I, T] (used about a solid) to become or to make sth become liquid (திடப்பொருள் வகையில்) திரவமாகு; ஒன்றைத் திரவமாக்கு; கரை; கரையச் செய் *Sugar dissolves in water.* • *Dissolve two tablets in cold water.*

dissuade /dɪˈsweɪd/ *verb* [T] **dissuade sb (from doing sth)** to persuade sb not to do sth ஒன்றைச் செய்யாதிருக்க ஒருவரை இணங்கச் செய்; ஒரு செயலுக்கு எதிராக ஒருவர் மனம் திரும்பச் செய் *I tried to dissuade her from spending the money, but she insisted.* ✪ OPP **persuade**

distance[1] /ˈdɪstəns/ *noun* **1** [C, U] the amount of space between two places or things இரண்டு இடங்களுக்கு அல்லது பொருள்களுக்கு இடைப்பட்ட இடைவெளியின் அளவு; தொலைவு; தூரம் *The map tells you the distances between the major cities.* • *The house is* ***within walking distance*** *of the shops.* **2** [*sing.*] a point that is a long way from sb/sth ஒருவரிடமிருந்து/ஒன்றிலிருந்து தொலைவில் உள்ள முனை; தொலைதூர இடம் *At this distance I can't read the number on the bus.* • *From a distance the village looks quite attractive.*

IDM **in the distance** far away மிகவும் தள்ளி; தொலைவில் *I could just see Padma in the distance.*

keep your distance to stay away from sb/sth ஒருவரிடமிருந்து/ஒன்றிடமிருந்து விலகி நில்; தள்ளியிரு

within striking distance ➪ **strike**[2] பார்க்க.

distance[2] /ˈdɪstəns/ *verb* [T] **distance yourself from sb/sth** to become less involved or connected with sb/sth ஒருவருடன்/ஒன்றுடன் கொண்டுள்ள தொடர்பைக் குறைத்துக்கொள்; விலகிப்போ *She was keen to distance herself from the views of her colleagues.*

distant /ˈdɪstənt/ *adj.* **1** a long way away in space or time (இட அல்லது கால வகையில்) தொலைவான; மிகுதியான கால இடைவெளியுள்ள *travel to distant parts of the world* • *in the not-too-distant future* (= quite soon) **2** (used about a relative) not closely related (உறவினர் வகையில்) நெருக்கமான உறவற்ற *a distant cousin* **3** not very friendly நெருக்கமான நட்புறவற்ற *He has a rather distant manner and it's hard to get to know him well.* **4** seeming to be thinking about sth else வேறொன்றைப் பற்றி நினைத்துக் கொண்டிருக்கிறது போலத் தோன்றுகிற *She had a distant look in her eyes and clearly wasn't listening to me.*

distaste /dɪsˈteɪst/ *noun* [U, *sing.*] not liking sth; the feeling that sb/sth is unpleasant or offends you ஒன்றை விரும்பாமை; ஒருவர்/ஒன்று இனிமையற்றதாக அல்லது புண்படுத்துவதாக உள்ளவர்/உள்ளது என்னும் உணர்வு; வெறுப்பு; அருவருப்பு *She looked around the dirty kitchen with distaste.*

distasteful /dɪsˈteɪstfl/ *adj.* unpleasant or causing offence வெறுப்பூட்டுகிற அல்லது மனத்தைப் புண்படுத்துகிற *a distasteful remark*

distend /dɪˈstend/ *verb* [I, T] (*formal*) or (*medical*) to swell or make sth swell because of pressure from inside உள் அழுத்தத்தின் காரணமாக வீங்கு அல்லது ஒன்று வீக்கமடையச்

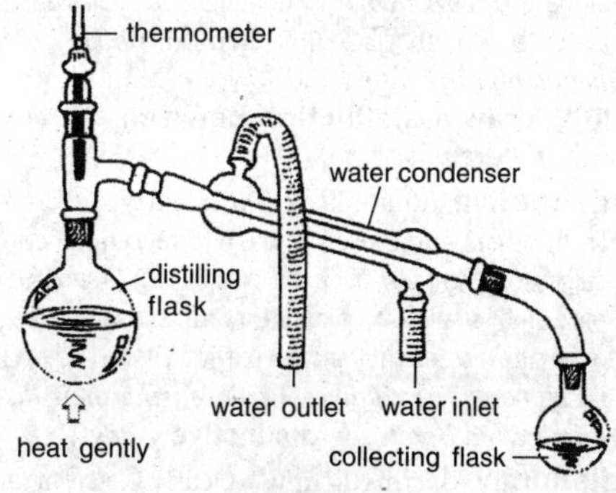

distillation

செய் *starving children with distended bellies* ▶ **distension** /dɪˈstenʃn/ *noun* [U]

distil (*AmE* **distill**) /dɪˈstɪl/ *verb* [T] (**distilling**; **distilled**) to make a liquid pure by heating it until it becomes a gas and then collecting the liquid that forms when the gas cools ஒரு திரவத்தைக் கொதிக்க வைத்து ஆவியாக்கி அதனைக் குளிரச்செய்து தூய்மையான திரவம் ஆக்கு; காய்ச்சி வடிகட்டு ▶ **distillation** /dɪstɪˈleɪʃn/ *noun* [C, U] ➪ 417-ஆம் பக்கத்தில் படம் பார்க்க.

distillery /dɪˈstɪləri/ *noun* [C] (*pl.* **distilleries**) a factory where strong alcoholic drink is made by the process of distilling வடிகட்டு முறையைப் பயன்படுத்தி வெறிய முனைப்பான மதுவகைகளைத் தயாரிக்கும் தொழிற்சாலை; சாராய வடிசாலை

distinct /dɪˈstɪŋkt/ *adj.* **1** clear; easily seen, heard or understood தெளிவான; எளிதில் காணவல்ல; கேட்கவல்ல அல்லது புரிந்துகொள்ளக்கூடிய *There has been a distinct improvement in your work recently.* • *I had* ***the distinct impression*** *that she was lying.* **2 distinct (from sth)** clearly different தெளிவான வேறுபாடுடைய *Her books fall into two distinct groups: the novels and the travel stories.* • *This region, as distinct from other parts of the country, relies heavily on tourism.* ✪ OPP பொருள்கள் 1 மற்றும் 2-க்கு **indistinct**

distinction /dɪˈstɪŋkʃn/ *noun* **1** [C, U] **(a) distinction (between A and B)** a clear or an important difference between things or people பொருள்கள் அல்லது ஆட்களுக்கு இடையே ஆன தெளிவான அல்லது முக்கியமான வேறுபாடு; தனி வேறுபாடு *We must* ***make a distinction*** *between classical and popular music here.* **2** [C, U] the quality of being excellent; fame for what you have achieved சிறந்திருக்கும் பண்பு; சாதித்த ஒன்றுக்கான புகழ்; தனிச் சிறப்பு; கீர்த்தி *a violinist* ***of distinction*** **3** [C] the highest mark that is given to students in some exam for excellent work சிறந்த முறையில் தேர்வு எழுதியமைக்காகச் சில தேர்வுகளில் அளிக்கப்படும் உச்ச மதிப்பீட்டுக் குறியீடு *Venkat got a distinction in maths.*

IDM **draw a distinction between sth and sth** ➪ **draw**[1] பார்க்க.

distinctive /dɪˈstɪŋktɪv/ *adj.* clearly different from others and therefore easy to recognize பிறவற்றிலிருந்து தெளிவான வேறுபாடு கொண்டதாகவும் எளிதில் அடையாளம் காணத்தக்கதாகவும் உள்ள; தனி மாதிரியான; குறிப்பிடத்தக்க *The soldiers were wearing their distinctive red berets.* ▶ **distinctively** *adv.*

distinctly /dɪˈstɪŋktli/ *adv.* **1** clearly தெளிவாக; துலக்கமாக *I distinctly heard her say that she would be here on time.* **2** very; particularly மிகவும்; குறிப்பாக *His behaviour has been distinctly odd recently.*

distinguish /dɪˈstɪŋgwɪʃ/ *verb* **1** [I, T] **distinguish between A and B; distinguish A from B** to recognize the difference between two things or people இரண்டு பொருள்கள் அல்லது மனிதர்களுக்கிடையே உள்ள வேறுபாட்டை இனங்காண்; வித்தியாசப்படுத்து *He doesn't seem able to distinguish between what's important and what isn't.* ✪ SYN **differentiate 2** [T] **distinguish A (from B)** to make sb/sth different from others பிறவற்றிலிருந்து/பிறரிடமிருந்து ஒன்றை/ஒருவரை வேறுபடுத்து *distinguishing features* (= things by which sb/sth can be recognized) **3** [T] to see, hear or recognize with effort முயற்சி செய்து காண், கேள் அல்லது அடையாளம் காண் *I listened carefully but they were too far away for me to distinguish what they were saying.* **4** [T] **distinguish yourself** to do sth which causes you to be noticed and admired பிறரால் கவனிக்கப்படவும் பாராட்டப்படவும் காரணமான ஒன்றைச் செய்; தனிச் சிறப்பு அடைய அல்லது தனித்தன்மை தோன்ற ஒன்றைச் செய் *She distinguished herself in the exams.*

distinguishable /dɪˈstɪŋgwɪʃəbl/ *adj.* **1** possible to recognize as different from sb/sth else வேறு ஒருவரிடமிருந்து/ஒன்றிடமிருந்து வேறுபடுத்தி அறியத்தக்க; பிரித்தறியக்கூடிய *The male bird is distinguishable from the female by the colour of its beak.* **2** possible to see, hear or recognize with effort முயற்சி செய்து காண, கேட்க அல்லது அடையாளங் காணக்கூடிய *The letter is so old that the signature is barely distinguishable.* ✪ OPP **indistinguishable**

distinguished /dɪˈstɪŋgwɪʃt/ *adj.* important, successful and respected by other people முக்கியமான, வெற்றிகரமான மற்றும் பிறரால் மதிக்கப்படுகிற; சிறப்பாகக் குறிப்பிடத்தக்க; மேன்மை வாய்ந்த

distort /dɪˈstɔːt/ *verb* [T] **1** to change the shape or sound of sth so that it seems strange or is not clear இயல்பு திரிந்து அல்லது தெளிவற்றுத் தோன்றுமாறு ஒன்றின் வடிவம் அல்லது ஒலியை மாற்று, வேறுபடுத்து அல்லது சிதை *Her face was distorted with grief.* **2** to change sth and show it falsely ஒன்றை மாற்றித் தவறாகக் காட்டு; திரித்துக் காட்டு *Foreigners are often given a distorted view of this country.* ▶ **distortion** *noun* [C, U]

distract /dɪˈstrækt/ *verb* [T] **distract sb (from sth)** to take sb's attention away from sth ஒன்றிலிருந்து ஒருவரது கவனத்தைத் திருப்பு

distracted /dɪˈstræktɪd/ *adj.* unable to give your full attention to sth because you are worried or thinking about sth else வேறு ஒன்றைப் பற்றிச் சிந்திப்பதால் அல்லது கவலை கொண்டிருப்பதால் ஒன்றில் முழுமையாகக் கவனம் செலுத்த முடியாத; கவனம் சிதைந்த; கவனத்தை ஒருமுகப்படுத்த முடியாத

distraction /dɪˈstrækʃn/ *noun* [C, U] something that takes your attention away from what you were doing or thinking about செய்து கொண்டிருந்த அல்லது சிந்தித்துக்கொண்டிருந்த ஒன்றிலிருந்து கவனத்தைத் திசை திருப்பும் ஒன்று; கவனச் சிதைவுக்குக் காரணமான ஒன்று

IDM **to distraction** with the result that you become upset, excited, or angry and unable to think clearly கவலை கொள்ள, உணர்ச்சிவயப்பட, அல்லது சினமும் மனக் குழப்பமும் அடையக் காரணமான நிலைக்கு *The noise of the traffic outside at night is driving me to distraction.*

distraught /dɪˈstrɔːt/ *adj.* extremely sad and upset பேரளவு வருத்தமும் மனக்கலக்கமும் அடைந்த; நிலை குலைந்த

distress[1] /dɪˈstres/ *noun* [U] **1** the state of being very upset or of suffering great pain or difficulty கவலையுற்ற அல்லது பெரிதும் துன்பப்படுகிற நிலை; துயரம்; வேதனை *She was **in such distress** that I didn't want to leave her on her own.* **2** the state of being in great danger and needing immediate help பேராபத்தில் சிக்கி உடனடி உதவியை நாடும் நிலை; இக்கட்டு நிலை *The ship's captain radioed that it was **in distress**.*

distress[2] /dɪˈstres/ *verb* [T] to make sb very upset or unhappy ஒருவரை நிலைகுலைய அல்லது துன்புற செய்; வேதனை கொடு *Try not to say anything to distress the patient further.* ▶ **distressed** *adj. She was too distressed to talk.* ▶ **distressing** *adj. a distressing experience/illness*

distribute /dɪˈstrɪbjuːt; ˈdɪstrɪbjuːt/ *verb* [T] **1 distribute sth (to/among sb/sth)** to give things to a number of people பலருக்கும் பொருள்களைப் பகிர்ந்தளி; விநியோகம் செய் *Tickets will be distributed to all club members. • They distributed emergency food supplies to the areas that were most in need.* **2** to transport and supply goods to shops, companies, etc. கடைகள், நிறுவனங்கள் முதலியவற்றுக்குப் பொருள்களைக் கொண்டு சென்று வழங்கு; விநியோகி *Which company distributes this product in your country?* **3** to spread sth equally over an area ஒரு பரப்பில் சமமாக ஒன்றைப் பரப்பு *Make sure that the weight is **evenly distributed**.*

distribution /ˌdɪstrɪˈbjuːʃn/ *noun* **1** [U, C] the act of giving or transporting sth to a number of people or places பலருக்கும் அல்லது பல்வேறு இடங்களுக்கும் பொருள்களை வழங்குதல் அல்லது அனுப்புதல்; விநியோகம் *the distribution of food parcels to the refugees* **2** [U] the way sth is shared out; the pattern in which sth is found பலருக்கும் ஒன்றைப் பகிர்ந்தளிக்கும் முறை; பகிர்வு; அமைப்பொழுங்கு; பரப்பீடு *a map to show the distribution of rainfall in India*

distributor /dɪˈstrɪbjətə(r)/ *noun* [C] a person or company that transports and supplies goods to a number of shops and companies பல கடைகளுக்கும் நிறுவனங்களுக்கும் பொருள்களை அனுப்பி விநியோகிக்கும் ஒருவர் அல்லது ஒரு நிறுவனம்; விநியோகஸ்தர்

district /ˈdɪstrɪkt/ *noun* [C] **1** a part of a town or country that is special for a particular reason or is of a particular type குறிப்பிட்ட காரணத்தால் அல்லது குறிப்பிட்ட வகையிலான சிறப்புத் தன்மைகொண்ட நகரத்தின் அல்லது நாட்டின் பகுதி; மாவட்டம்; கோட்டம் *rural districts • the financial district of the city* **2** an official division of a town or country நகரம் அல்லது நாடு ஒன்றின் அதிகாரபூர்வமான பிரிவு; மாவட்டம் *the district council • postal districts*

> NOTE ஒரு **district** என்பது நகரம் அல்லது நாட்டின் ஆட்சிப் பகுதி; இது வரையறுத்த எல்லைகளை உடையது; ஒரு கட்டுப்பாட்டுக்குள் இருப்பது; ஒரு **region** என்பது அதைவிடப் பெரியது; பெரும்பாலும் நாட்டின் ஒரு பகுதியாகவே இருப்பது; மேலும் பெரும்பாலும் வரையறுத்த எல்லைகள் அற்றது; ஓர் **area** என்பது ஒரு பொதுச்சொல். இது **district, region** ஆகிய இரண்டையும் குறிப்பது—*the poorer areas of a town • an agricultral area of the country.* நகரத்தின் ஒரு பிரிவைப் பற்றி பேசும்போது நாம் அடிக்கடி **part** என்னும் சொல்லைப் பயன்படுத்துகிறோம்—*Which part of Chennai do you live in?*

distrust /dɪsˈtrʌst/ *noun* [U] (*sing.*) **(a) distrust (of sb/sth)** the feeling that you cannot believe sb/sth; a lack of trust ஒருவரை/ஒன்றை நம்ப முடியாமை உணர்வு; அவநம்பிக்கை ▶ **distrust** *verb* [T] *She distrusts him because he lied to her once before.* ⇨ **mistrust** பார்க்க. ▶ **distrustful** *adj.*

disturb /dɪˈstɜːb/ *verb* [T] **1** to interrupt sb while he/she is doing sth or sleeping; to spoil a peaceful situation ஒன்றைச் செய்து கொண்டிருக்கும்போது அல்லது தூங்கும்போது ஒருவருக்கு இடைஞ்சல் செய்; தொந்தரவு கொடு *I'm sorry to disturb you but there's a phone call for you. • Their sleep was disturbed by a loud crash.* **2** to cause sb to worry ஒருவரைக் கவலை கொள்ளச் செய்; சஞ்சலப்படுத்து *It disturbed her to think that he might be unhappy.* **3** to move sth or change its position ஒன்றை நகர்த்து அல்லது அதன் நிலையை மாற்று *I noticed a* *number of things had been disturbed and realized that there had been a burglary.*

disturbance /dɪˈstɜːbəns/ *noun* [C, U] something that makes you stop what you are doing, or that upsets the normal condition of sth செய்து கொண்டிருப்பதை நிறுத்தவோ ஒன்றின் இயல்பு நிலையைக் கெடுக்கவோ செய்யும் ஒன்று; தொந்தரவு; தொல்லை; இடைஞ்சல் *They were arrested for causing a disturbance* (= fighting) *in the town centre.* • *emotional disturbance*

disturbed /dɪˈstɜːbd/ *adj.* having mental or emotional problems மனம் சார்ந்த அல்லது உணர்ச்சி சார்ந்த சிக்கல்களுக்கு ஆட்பட்டு மனம் உலைவுற்ற

disturbing /dɪˈstɜːbɪŋ/ *adj.* making you worried or upset கவலை அல்லது வருத்தம் கொள்ளச் செய்கிற; மன அமைதி குலைக்கிற

disuse /dɪsˈjuːs/ *noun* [U] the state of not being used any more இனியும் பயன்படுத்தாத நிலை; பயன்பாடின்மை; வழக்கொழிவு *The farm buildings had been allowed to* ***fall into disuse****.*

disused /ˌdɪsˈjuːzd/ *adj.* not used any more மேலும் பயன்படுத்தப்படாத; பயனொழிந்த *a disused railway line*

ditch[1] /dɪtʃ/ *noun* [C] a long narrow hole that has been dug into the ground, especially along the side of a road or field for water to flow along சாலை அல்லது வயல் ஓரத்தில் நீர் ஓடுவதற்காக நிலத்தில் தோண்டி அமைக்கப்பட்டுள்ள நீண்டதும் குறுகியதுமான வாய்க்கால்; நீர்வடிகால்

IDM **a last-ditch attempt** ➪ **last**[1] பார்க்க.

ditch[2] /dɪtʃ/ *verb* [T] (*informal*) to get rid of or leave sb/sth ஒருவரை/ஒன்றைக் கைவிடு அல்லது விட்டுவிடு *She ditched her old friends when she became famous.*

dither /ˈdɪðə(r)/ *verb* [I] to be unable to decide sth; to hesitate ஒன்றை முடிவு செய்ய முடியாமலிரு; தயங்கு *Stop dithering and make up your mind!*

ditto /ˈdɪtəʊ/ *noun* [C] (represented by the mark (") and used instead of repeating the thing written above it) the same (மேலே எழுதப்பட்ட ஒன்றை மீண்டும் எழுதுவதற்குப் பதிலாகப் பயன்படுத்தப்படும் (") என்ற குறி) அதே; மேற்படி ▶ **ditto** *adv. 'I'm starving.' 'Ditto* (= me too).*'*

diurnal /daɪˈɜːnl/ *adj.* **1** (*technical*) (used about animals and birds) active during the day (விலங்குகள், பறவைகள் வகையில்) பகல் நேரத்தில் இயக்கம் மிக்க ✪ OPP **nocturnal** **2** (in astronomy) taking one day ஒரு நாளை எடுத்துக்கொள்கிற; ஒரு நாள் அளவுடைய *the diurnal rotation of the earth*

divan /dɪˈvæn/ *noun* [C] (*BrE*) a type of bed with only a thick base to lie on but no frame at either end மேலே படுப்பதற்குரிய மொத்தமான அடித்தளத்தை மட்டும் கொண்டு இரு முனையிலும் சட்டம் இல்லாத கட்டில் வகை

dive[1] /daɪv/ *verb* [I] (*pt* **dived**; *AmE* **dove** /dəʊv/; *pp* **dived**) **1 dive (off/from sth) (into sth); dive in** to jump into water with your arms and head first கைகளும் தலையும் முதலில் உள்ளே செல்லுமாறு தண்ணீருக்குள் குதி; நீரில் தலைகீழாகப் பாய் *A passer-by dived in and saved the drowning man.* **2** to swim under the surface of the sea, a lake, etc. கடல், ஏரி, முதலிய நீர்நிலைகளின் மேல் பரப்பிற்கு அடியில் நீந்து *people diving for pearls* • *I'm hoping to* ***go diving*** *on holiday.* **3** to move quickly and suddenly downwards கீழ்நோக்கி விரைவாகவும் திடீரெனவும் செல்; தலைகுப்புறப் பாய் *He dived under the table and hid there.* • *The goalkeeper dived to save the penalty.*

PHR V **dive into sth** to put your hand quickly into a pocket or bag in order to find or get sth ஒன்றைக் கண்டறிய அல்லது எடுக்கச் சட்டைப் பையினுள் அல்லது கைப் பையினுள் விரைவாகக் கையை விடு

dive[2] /daɪv/ *noun* [C] **1** the act of diving into water தண்ணீருக்குள் தலைகீழாகக் குதித்தல்; முக்குளித்தல் **2** a quick and sudden downwards movement கீழ்நோக்கி விரைவாகவும் திடீரெனவும் செல்லுதல்; தலைகுப்புறப் பாய்தல்

diver /ˈdaɪvə(r)/ *noun* [C] **1** a person who swims under the surface of water using special equipment நீர்மூழ்கிக் கவசத்தைப் பயன்படுத்தி நீர் நிலையின் மேல் பரப்பிற்கு அடியில் நீந்துபவர் **2** a person who jumps into water with his/her arms and head first கைகளும் தலையும் முதலில் உள்ளே செல்லுமாறு தண்ணீருக்குள் குதிப்பவர்; முக்குளிப்பவர் ➪ **swim** பதிவில் படம் பார்க்க.

diverge /daɪˈvɜːdʒ/ *verb* [I] **diverge (from sth)** **1** (used about roads, lines, etc.) to separate and go in different directions (சாலைகள், கோடுகள் முதலியன வகையில்) பிரிந்து பல திசைகளில் செல் *The paths suddenly diverged and I didn't know which one to take.* ➪ **short-sighted** பதிவில் படம் பார்க்க. **2** to be or become different வேறுபட்டிரு; வேறுபடு *Attitudes among teachers diverge on this question.*

diverse /daɪˈvɜːs/ *adj.* very different from each other ஒருவருக்கொருவர் ஒன்றுக்கொன்று மிகவும் வேறுபட்ட, வித்தியாசமான; பல்வேறு வகைப்பட்ட *people from diverse social backgrounds* • *My interests are very diverse.* ➪ **diversity** noun பார்க்க.

diversify /daɪˈvɜːsɪfaɪ/ *verb* [I, T] (*pres. part.* **diversifying**; *3rd person sing. pres.* **diversifies**; *pt, pp* **diversified**) **diversify (sth) (into sth)** to increase or develop the number or types of sth ஒன்றின் எண்ணிக்கை அல்லது வகைகள் மிகு/மிகச்செய்; பல்கிப் பெருகு; வகைவளம் பெருக்கு *To remain successful in the future, the company will have to diversify.* ▶ **diversification** /daɪˌvɜːsɪfɪˈkeɪʃn/ *noun* [C, U]

diversion /daɪˈvɜːʃn/ *noun* **1** [C, U] the act of changing the direction or purpose of sth, especially in order to solve or avoid a problem குறிப்பாக ஒரு சிக்கலைத் தீர்க்கும் பொருட்டு அல்லது தவிர்க்கும் பொருட்டு ஒன்றின் திசையை அல்லது நோக்கத்தை மாற்றும் செயல்; போக்கு மாற்றுதல் *the diversion of a river to prevent flooding • the diversion of government funds to areas of greatest need* **2** [C] (*AmE* **detour**) a different route which traffic can take when a road is closed ஒரு சாலை மூடப்பட்டிருக்கும்போது போக்குவரத்து மேற்கொள்ளப்படும் வேறு பாதை; மாற்றுப்பாதை *For Shimla, follow the diversion.* **3** [C] something that takes your attention away from sth ஒன்றிலிருந்து கவனத்தைத் திருப்புவது *Some prisoners created a diversion while others escaped.*

diversity /daɪˈvɜːsəti/ *noun* [U] the wide variety of sth பல்வகைமை; வகை திரிபு வளம் *cultural and ethnic diversity*

divert /daɪˈvɜːt/ *verb* [T] **divert sb/sth (from sth) (to sth); divert sth (away from sth)** to change the direction or purpose of sb/sth, especially to avoid a problem குறிப்பாக ஒரு சிக்கலைத் தவிர்க்கும் பொருட்டு, ஒருவரது/ ஒன்றின் திசையை அல்லது நோக்கத்தை மாற்று; திசை திருப்பு *During the road repairs, all traffic is being diverted. • Politicians often criticize each other to divert attention away from their own mistakes.*

divide[1] /dɪˈvaɪd/ *verb* **1** [I, T] **divide (sth) (up) (into sth)** to separate into different parts பல்வேறு பகுதிகளாகப் பிரி அல்லது பிரிவுறு; கூறுபடு; கூறுபடுத்து *The egg divides into two cells. • The house was divided up into flats.* **2** [T] **divide sth (out/up) (between/among sb)** to separate sth into parts and give a part to each of a number of people ஒன்றைப் பல பகுதிகளாகப் பிரித்து ஒவ்வொரு பகுதியையும் ஒவ்வொருவருக்குக் கொடு; பகிர்ந்தளி; பங்கீடு செய் *The robbers divided the money out between themselves. • When he died, his property was divided up among his children.* **3** [T] **divide sth (between A and B)** to use different parts or amounts of sth for different purposes ஒன்றின் பல்வேறு பகுதிகளை அல்லது தொகைகளை வெவ்வேறு நோக்கங்களுக்குப் பயன்படுத்து *They divide their time between their two homes.* **4** [T] to separate two places or things இரண்டு இடங்களை அல்லது பொருள்களைப் பிரி *The river divides the old part of the city from the new.* **5** [T] to cause people to disagree வேற்றுமை கொள்ளச் செய்; முரண்பாடு உண்டு-பண்ணு *The question of immigration has divided the country.* **6** [T] **divide sth by sth** to calculate how many times a number will go into another number ஓர் எண்ணுள் வேறு ஓர் எண் எத்தனை மடங்கு அமையும் எனக் கணக்கிடு; வகு *10 divided by 5 is 2.* ✪ OPP **multiply**

divide[2] /dɪˈvaɪd/ *noun* [C] **a divide (between A and B)** a difference between two groups of people that separates them from each other இரண்டு குழுவினரைத் தனித்தனியாகப் பிரிப்பது; வேற்றுமை; வேறுபாடு *a divide between the rich and the poor*

divided highway (*AmE*) = **dual carriageway**

dividend /ˈdɪvɪdend/ *noun* [C] a part of a company's profits that is paid to the people who own shares in it (**shareholders**) ஒரு நிறுவனத்தில் பங்கு வைத்திருப்பவர்களுக்கு வழங்கப்படும் அதன் இலாபத்தின் ஒரு பகுதி; ஆதாயப்பங்கு

divine /dɪˈvaɪn/ *adj.* connected with God or a god கடவுள் அல்லது ஒரு தெய்வம் சார்ந்த; தெய்வத்துக்குரிய

diving /ˈdaɪvɪŋ/ *noun* [U] the activity or sport of jumping into water or swimming under the surface of the sea, a lake, etc. கடல், ஏரி முதலிய-வற்றின் நீரினுள் குதிக்கும் அல்லது அவற்றின் மேல்பரப்புக்கு அடியில் நீந்துவதுமான செயல் அல்லது விளையாட்டு ➪ **swim** பதிவில் படம் பார்க்க.

diving board (*also* **spring board**) *noun* [C] a board at the side of a swimming pool from which people can jump into the water நீச்சல் குளத்திற்குப் பக்கத்தில் உள்ளதும், மேலேறித் தண்ணீருக்குள் குதிப்பதற்கு உதவுவதுமான பலகை ➪ **swim** பதிவில் படம் பார்க்க.

divisible /dɪˈvɪzəbl/ *adj.* that can be divided வகுபடக் கூடிய *12 is divisible by 3.*

division /dɪˈvɪʒn/ *noun* **1** [U] [*sing.*] **division (of sth) (into sth); division (of sth) (between A and B)** the separation of sth into different parts; the sharing of sth between different people, groups, places, etc. ஒன்றைப் பல பகுதிகளாகப் பிரித்தல்; கூறுபாடு; பல்வேறு மக்கள், குழுக்கள், இடங்கள் முதலியவற்றுக்-கிடையே ஒன்றைப் பகிர்தல்; பங்கீடு *There is a growing economic division between the north and south of the country. • an unfair division of the profits* **2** [U] dividing one number by another

ஓர் எண்ணை வேறு எண்ணால் வகுத்தல் *the teaching of multiplication and division* 3 [C] **a division (in/within sth); a division (between A and B)** a disagreement or difference of opinion between sb/sth ஒன்றினுள்/இருவரிடையே ஏற்படும் கருத்து வேறுபாடு அல்லது உடன்பாடின்மை; பிரிவினை உணர்வு *deep divisions within the new Political Party* 4 [C] a part or section of an organization ஓர் அமைப்பின் ஒரு பகுதி அல்லது பிரிவு *the company's sales division • the First Division* (= of the football league) 5 [C] a line that separates sth; a border ஒன்றைப் பிரிக்கும் கோடு; எல்லை *The river marks the division between the two countries.*

divisive /dɪˈvaɪsɪv/ *adj.* (*formal*) likely to cause disagreements or arguments between people மக்களுக்கிடையே வேற்றுமை உணர்வை அல்லது பூசல்களைத் தோற்றுவிக்கக் கூடிய; பிரிவினையை ஏற்படுத்தக் கூடிய *a divisive policy*

divorce¹ /dɪˈvɔːs/ *noun* [C, U] the legal end of a marriage ஒரு திருமணத்தின் சட்டப்படியான முடிவு; மணமுறிவு; விவாகரத்து *to get a divorce*

divorce² /dɪˈvɔːs/ *verb* [T] 1 to legally end your marriage to sb ஒருவருடன் செய்துகொண்ட திருமணத்தைச் சட்டப்படி முடிவுக்குக் கொண்டுவா; மணவிலக்கு/விவாகரத்துச் செய் *My parents **got divorced** when I was three. • She divorced him a year after their marriage.* 2 **divorce sb/sth from sth** to separate sb/sth from sth ஒன்றிலிருந்து ஒருவரை/ஒன்றைப் பிரி; தொடர்பறு *Sometimes these modern novels seem completely divorced from everyday life.* ▶ **divorced** *adj.*

divorcee /dɪˌvɔːˈsiː/ *noun* [C] a person who is divorced விவாகரத்து/மணவிலக்குச் செய்யப்பட்டவர்

divulge /daɪˈvʌldʒ/ *verb* [T] (*formal*) to tell sth that is secret இரகசியமான ஒன்றைக் கூறு; இரகசியத்தை வெளிப்படுத்து *The phone companies refused to divulge details of their costs.*

Diwali = **Deepavali**

DIY /ˌdiː aɪ ˈwaɪ/ *abbr.* do it yourself; the activity of making and repairing things yourself around your home தாமாகவே வீட்டுப் பொருள்களைச் செய்துகொள்வதும் பழுதுபார்ப்பதுமான செயற்பாடு *a DIY expert*

dizzy /ˈdɪzi/ *adj.* 1 feeling as if everything is turning round and that you might fall கீழே விழுவதைப் போலவும் சுழல்வதைப் போலவும் உணர்கிற; தலைசுற்றுகிற; மயக்கம் உண்டாகிற *I **feel/get dizzy** in high places.* 2 very great; extreme மிகவும் உயர்ந்த; உச்சமான *the dizzy pace of life in Mumbai • The following year, the band's popularity reached **dizzy heights**.* ▶ **dizziness** *noun* [U]

DJ /ˌdiː ˈdʒeɪ/ (*also* **disc jockey**) *noun* [C] a person who plays records and talks about music on the radio or in a club வானொலியில் அல்லது மகிழ்வகத்தில் ஒலிநாடாவை ஓடவிட்டு இசை குறித்துப் பேசுபவர்

DNA /ˌdiː en ˈeɪ/ *noun* [U] the chemical in the cells of an animal or a plant that controls what characteristics that animal or plant will have விலங்கு அல்லது தாவரத்தின் பண்புகளைக் கட்டுப்படுத்தும் அதன் உயிரணுக்களில் உள்ள வேதியியல் பொருள்

do¹ /də; *strong form* duː/ *auxiliary verb* 1 used with other verbs to form questions and negative sentences, also in short answers and short questions at the end of a sentence (**question tags**) வினாக்கள், எதிர்மறை வாக்கியங்கள் ஆகியவற்றை உருவாக்கப் பிற வினைகளுடனும், ஒரு வாக்கியத்தின் இறுதியில் குறு விடைகள், குறு வினாக்கள் ஆகியவற்றிலும் பயன்படுத்தப்படுவது **NOTE** இந்த அகராதியின் பின்புறம் உள்ள **Quick Grammar Reference** பகுதியைப் பார்க்க. 2 used for emphasizing the main verb முதன்மை வினைக்கு அழுத்தம் தரப் பயன்படுத்தப்படுவது *I can't find the receipt now but I'm sure I did pay the phone bill.* 3 used to avoid repeating the main verb முதன்மை வினையினைத் திரும்பவும் பயன்படுத்துவதைத் தவிர்க்கப் பயன்படுத்தப்படுவது *He earns a lot more than I do. • She's feeling much better than she did last week.*

do² /duː/ *verb* 1 [T] to perform an action, activity or job செயல் புரி; நடவடிக்கை மேற்கொள்; அல்லது வேலை செய் *What is the government doing about pollution* (= what action are they taking)*? • What do you do* (= what is your job)*? • What did you do with the keys* (= where did you put them)*?* 2 [I] to make progress or develop; to improve sth முன்னேறு; மேம்படு; வளர்ச்சியடை *'How's your daughter doing at school?' 'She's doing well.' • Last week's win has **done wonders for** the team's confidence. • This latest scandal will **do nothing for*** (= will harm) *this government's reputation.* 3 [T] to make or produce sth ஒன்றை உருவாக்கு அல்லது உற்பத்தி செய் *The photocopier does 60 copies a minute. • to do a painting/drawing* 4 [T] to provide a service ஒரு சேவையை வழங்கு *Do you do eye tests here?* 5 [T] to study sth or find the answer to sth ஒன்றைப் பயில் அல்லது ஒன்றிற்கு விடை காண் *to do French/a course/a degree • I can't do question three.*

6 [T] to travel a certain distance or at a certain speed குறிப்பிட்ட தொலைவு அல்லது குறிப்பிட்ட வேகத்தில் பயணம் செய் *This car does 120 kilometres per hour.* • *I normally do about five kilometres when I go running.* 7 [T] to have a particular effect குறிப்பிட்ட விளைவை உண்டுபண்ணு *A holiday will do you good.* • *The storm did a lot of damage.* 8 [I, T] to be enough or suitable போதுமானதான அல்லது பொருத்தமானதாக இரு *If you haven't got a pen, a pencil will do.*

IDM **be/have to do with sb/sth** to be connected with sb/sth ஒருவருக்கு/ஒன்றுக்குத் தொடர்புடையதாயிரு *I'm not sure what Pooja's job is, but I think it's something to do with animals.*

could do with sth to want or need sth ஒன்றை விரும்பு அல்லது நாடு *I could do with a holiday.*

how do you do? ➪ **how** பார்க்க.

make do with sth ➪ **make¹** பார்க்க.

PHR V **do away with sth** to get rid of sth ஒன்றை விட்டுவிடு; ஒழி *Most European countries have done away with their royal families.*

do sb out of sth to unfairly prevent sb from having sth; to cheat sb ஒருவர் ஒன்றைப் பெறுவதை நேர்மையற்ற முறையில் தடு; ஒருவரை ஏமாற்று *They've done me out of my share of the money!*

do sth up 1 to fasten a piece of clothing ஆடையைப் பொருத்திக்கொள் *Hurry up. Do up your jacket and we can go!* **2** to repair a building and make it more modern கட்டடத்தைப் பழுதுபார்த்துப் புதுப்பி

do without (sth) to manage without having sth ஒன்று இல்லாத நிலையில் சமாளி *If there isn't any coffee left, we'll just have to do without.*

do³ /duː/ *noun* [C] (*pl.* **dos** /duːz/) (*BrE informal*) a party or other social event ஒரு விருந்து அல்லது பிற தோழமை நிகழ்ச்சி

IDM **dos and don'ts** things that you should and should not do செய்ய வேண்டியனவும் செய்யக் கூடாதனவும் *the dos and don'ts of mountain climbing*

doab *noun* (*IndE*) the area of land between two rivers that meet, such as the one between the Ganges and the Yamuna in India கங்கை, யமுனை சங்கமிக்கும் இடத்திலுள்ளது போன்ற ஒன்றிணையும் இரண்டு நதிகளுக்கு இடையில் உள்ள நிலப்பகுதி; இடைத்துறை நிலம்

docile /ˈdəʊsaɪl/ *adj.* (used about a person or animal) quiet and easy to control (ஆள் அல்லது விலங்கு வகையில்) அமைதியான; எளிதில் கட்டுப்படவல்ல; சாதுவான

dock¹ /dɒk/ *noun* **1** [C, U] an area of a port where ships stop to be loaded, repaired, etc. கப்பல்களில் சரக்கு ஏற்றுதல், கப்பல்களைப் பழுதுபார்த்தல் முதலியவற்றுக்கான துறைமுகப் பகுதி **2 docks** [*pl.*] a group of docks with all the buildings, offices, etc. that are around them கட்டடங்கள், அலுவலகங்கள், முதலியவற்றை உள்ளடக்கிய மேற்கண்ட துறைமுகப் பகுதிகளின் தொகுதி *He works down at the docks.* **3** [C, *usually sing.*] the place in a court of law where the person who is accused sits or stands குற்றம் சாட்டப்பட்டவர் உட்காருவதற்கு அல்லது நிற்பதற்கு உரிய நீதிமன்றத்தில் உள்ள இடம்; குற்றவாளிக் கூண்டு **4** (*AmE*) = **landing stage**

dock² /dɒk/ *verb* **1** [I, T] if a ship docks or you dock a ship, it sails into a port and stops at the dock கப்பல் துறையினுள் வந்து நில் அல்லது நிறுத்தப்படு *The ship had docked/was docked at Mumbai.* **2** [T] to take away part of the money sb earns, especially as a punishment ஒருவர் சம்பாதிக்கும் பணத்தின் ஒரு பகுதியை, குறிப்பாகத் தண்டனையாக, அவரிடமிருந்து எடுத்துக் கொள் *They've docked Rs 200 off my wages because I was late.*

docker /ˈdɒkə(r)/ *noun* [C] a person whose job is moving goods on and off ships கப்பலில் சரக்கேற்றுதல், கப்பலிலிருந்து சரக்கு இறக்குதல் ஆகியவற்றைச் செய்யும் கப்பல்துறைப் பணியாளர்

doctor¹ /ˈdɒktə(r)/ *noun* (*abbr.* **Dr**) **1** [C] a person who has been trained in medicine and who treats people who are ill மருத்துவத்தில் பயிற்சி பெற்றவரும் நோய்வாய்ப்பட்டவர்களுக்கு மருத்துவம் பார்ப்பவருமான ஒருவர்; மருத்துவர் *Our family doctor is Dr Iyer.* • *I've got a doctor's appointment at 10 o'clock.*

NOTE மருத்துவர் **patients**-ஐப் (நோயாளிகளைப்) பார்க்கிறார்; அவர்களுக்கு மருத்துவம் செய்கிறார் (**treats**). அவர் மருத்துவ முறையை (**treatment**) அல்லது மருந்தை (**medicine**) வரையறுக்கலாம். இது மருந்துச் சீட்டில்/மருந்து வரையறுப்புத் தாளில் (**prescription**) எழுதப்படுகிறது.

2 the doctor's [*sing.*] the place where a doctor sees his/her patients மருத்துவர் மருத்துவம் பார்க்கும் இடம்; மருத்துவமனை *I'm going to the doctor's today.* **3** [C] a person who has got the highest degree from a university (**doctorate**) பல்கலைக்கழகத்திலிருந்து மேல்நிலைப் பட்டம் பெற்றவர்; முனைவர் a *Doctor of Philosophy*

doctor² /ˈdɒktə(r)/ *verb* [T] **1** to change sth that should not be changed in order to gain an advantage மாற்றக்கூடாத ஒன்றை ஓர் ஆதாயத்திற்காக மாற்று *The results of the survey had been* *doctored*. **2** to add sth harmful to food or drink உணவில் அல்லது குடிநீர்மத்தில் தீமைதரும் ஒன்றைச் சேர்; கலப்படம் செய்

doctorate /ˈdɒktərət/ *noun* [C] the highest university degree பல்கலைக்கழகத்தின் உச்சநிலைப் பட்டம்; முனைவர் பட்டம்

doctrine /ˈdɒktrɪn/ *noun* [C, U] a set of beliefs that is taught by a church, political party, etc. கிறிஸ்தவத் தேவாலயம், அரசியல் கட்சி, முதலியவற்றால் போதிக்கப்படும் கோட்பாடுகளின் தொகுதி; கொள்கை; போதனை

document /ˈdɒkjumənt/ *noun* [C] **1** an official piece of writing which gives information, proof or evidence தகவல், சான்று, ஆதாரம் முதலியவற்றை அளிக்கும் அதிகாரபூர்வமான எழுத்து வடிவ ஆவணம் *Her solicitor asked her to read and sign a number of documents.* **2** (*computing*) a computer file that contains text that has a name that identifies it கணினியில் உள்ள பெயரிடப்பட்ட ஓர் ஆவணக் கோப்பு *Save the document before closing.*

documentary /ˌdɒkjuˈmentri/ *noun* [C] (*pl.* **documentaries**) a film, television or radio programme that gives facts or information about a particular subject குறிப்பிட்ட ஒரு பொருள் குறித்த உண்மைகள் அல்லது தகவல்களைத் தருகிற திரைப்படம், தொலைக்காட்சி அல்லது வானொலி நிகழ்ச்சி; செய்திப்படம்

dodge¹ /dɒdʒ/ *verb* **1** [I, T] to move quickly in order to avoid sb/sth ஒருவரை/ஒன்றைத் தவிர்ப்பதற்காக விரைவாக நகர்; வெட்டி விலகு *I had to dodge between the cars to cross the road.* **2** [T] to avoid doing sth that you should do செய்ய வேண்டிய ஒன்றைச் செய்வதைத் தவிர்; தட்டிக்கழி; ஏய் *Don't try to dodge your responsibilities!*

dodge² /dɒdʒ/ *noun* [C] (*informal*) a clever way of avoiding sth ஒன்றைத் தவிர்க்கும் சாதுரிய முறை; ஏய்ப்பு *The man had been involved in a massive tax dodge.*

dodgy /ˈdɒdʒi/ *adj.* (**dodgier; dodgiest**) (*BrE informal*) involving risk; not honest or not to be trusted இன்னாத; நேர்மையற்ற; நம்பக்கூடாத *a dodgy business deal*

doe /dəʊ/ *noun* [C] a female rabbit, **deer** or **hare** முயல் அல்லது மானின் பெண்பால்; பெண் முயல்; பெண்மான் ⇨ **deer** பதிவிலுள்ள குறிப்பைப் பார்க்க.

does /dʌz/ ⇨ **do** பார்க்க.

doesn't /ˈdʌznt/ ⇨ **does not** என்பதன் குறுவடிவம்

dog¹ /dɒg/ *noun* [C] **1** an animal that many people keep as a pet, or for working on farms, hunting, etc. நாய்

> **NOTE** நாய் **bark, growl** அல்லது **whine** செய்யும். (குரைக்கும் உறுமும் அல்லது ஊளையிடும்). மகிழ்ச்சியாக இருக்கும்போது நாய்கள் வாலை ஆட்டும் (**wag**).

2 a male dog or other animal (**fox**) ஆண் நாய் அல்லது ஆண் நரி

dog² /dɒg/ *verb* [T] (**dogging**; **dogged**) to follow sb closely ஒருவரை நெருக்கமாய்ப் பின்தொடர் *A shadowy figure was dogging their every move.* • (*figurative*) *Bad luck and illness have dogged her career from the start.*

dog-eared *adj.* (used about a book or piece of paper) in bad condition with untidy corners and edges because it has been used a lot (புத்தகம் அல்லது தாள் வகையில்) மிகவும் பயன்படுத்தப்பட்டு மூலைகளும் விளிம்புகளும் கசங்கி அழுக்காகி மோசமான நிலையில் உள்ள

dogged /ˈdɒgɪd/ *adj.* refusing to give up even when sth is difficult ஒன்று கடினமானது அல்லது சிரமமானது என்ற போதிலும் கைவிட மறுக்கிற; விடாப்பிடியான *I was impressed by his **dogged determination to** succeed.* ▶ **doggedly** *adv. She doggedly refused all offers of help.*

dogma /ˈdɒgmə/ *noun* [C, U] a belief or set of beliefs that people are expected to accept as true without questioning கேள்வி கேட்காமலே உண்மை என்று ஏற்றுக்கொள்ளப்பட வேண்டுமென எதிர்பார்க்கப்படும் நம்பிக்கை அல்லது நம்பிக்கைகளின் தொகுதி; உறுதிக் கோட்பாடு

dogmatic /dɒgˈmætɪk/ *adj.* being certain that your beliefs are right and that others should accept them, without considering other opinions or evidence தான் கொண்டுள்ள நம்பிக்கைகள் சரியானவை என்பதிலும் அவற்றைப் பிறர் வேறு கருத்துகள் அல்லது ஆதாரங்களைப் பரிசீலிக்காமல் அப்படியே ஏற்றுக்கொள்ள வேண்டும் என்பதிலும் உறுதியாக உள்ள; கொள்கைப் பிடிவாதமான ▶ **dogmatically** /-kli/ *adv.*

dogsbody /ˈdɒgzbɒdi/ *noun* [C] (*pl.* **dogsbodies**) (*BrE informal*) a person who has to do the boring or unpleasant jobs that no one else wants to do and who is considered less important than other people பிறரைவிட முக்கியத்துவம் குறைந்தவராகக் கருதப்படுபவரும் பிறர் செய்ய விரும்பாத சலிப்பான அல்லது மகிழ்ச்சியற்ற பணிகளைச் செய்ய வேண்டியவருமான ஒருவர்

do it yourself (*BrE*) = **DIY**

the doldrums /ˈdɒldrəmz/ *noun* [*pl.*] an area of the Atlantic Ocean near the line around the middle of the earth (**the equator**) where the weather can be calm for long periods of time or there can be sudden storms நீண்ட காலத்திற்கு அமைதியான

வானிலையோ திடீரெனப் புயலோ இருப்பதும் பூமியின் நடுக்கோட்டுக்கு அண்மையில் இருப்பதுமான அட்லாண்டிக் பெருங்கடலின் ஒரு பகுதி **IDM** **in the doldrums** **1** not active or busy செயல்முனைப்பு அல்லது தீவிரம் அற்ற; மந்தமான *Business has been in the doldrums recently.* **2** sad or unhappy வருத்தமான அல்லது மகிழ்ச்சியற்ற

dole /dəʊl/ *verb* (*informal*)

PHR V **dole sth out** to give sth, especially food, money, etc. in small amounts to a number of people குறிப்பாக உணவு, பணம் முதலியவற்றைச் சிறுசிறு பகுதிகளாகப் பலருக்குப் பங்கிட்டுக் கொடு

the dole /dəʊl/ *noun* [*sing.*] (*BrE informal*) money that the State gives every week to people who are unemployed வேலையில்லாதவர்களுக்கு வாரந்தோறும் அரசு வழங்கும் பணம் *I lost my job and had to go* ***on the dole***.

doleful /ˈdəʊlfl/ *adj.* sad or unhappy வருத்தமான அல்லது மகிழ்ச்சியற்ற; துயரார்ந்த *She looked at him with doleful eyes.* ▶ **dolefully** /-fəli/ *adv.*

doll /dɒl/ *noun* [C] a child's toy that looks like a small person or a baby சிறிய மனிதரைப் போல அல்லது குழந்தையைப் போலக் காட்சியளிக்கிற குழந்தைகளின் பொம்மை; மனித உருவப் பொம்மை

dollar /ˈdɒlə(r)/ *noun* **1** [C] (*symbol* $) a unit of money in some countries, for example the US, Canada and Australia அமெரிக்கா, கனடா, ஆஸ்திரேலியா முதலிய நாடுகளின் நாணயம் **NOTE** 100 செண்டுகள் கொண்டது ஒரு டாலர் ஆகும். **2** [C] a note or coin that is worth one dollar ஒரு டாலர் மதிப்புடைய தாள் அல்லது உலோக நாணயம் **3 the dollar** [*sing.*] the value of the US dollar on international money markets பன்னாட்டுப் பணச் சந்தைகளில் நிலவும் அமெரிக்க டாலரின் மதிப்பு

dollop /ˈdɒləp/ *noun* [C] (*informal*) a lump of sth soft, especially food மிருதுவான ஒன்றின், குறிப்பாக உணவின், திரள் அல்லது கட்டி *a dollop of ice cream*

dolphin /ˈdɒlfɪn/ *noun* [C] an intelligent animal that lives in the sea and looks like a large fish. Dolphins usually swim in large groups (**schools**) பெரிய மீன்போல் தோற்றம் கொண்டதும் கடலில் வாழ்வதுமான அறிவுக் கூர்மையுடைய விலங்கு வகை. வழக்கமாக இவ்விலங்குகள் பெருங்கூட்டங்களாகச் செல்பவை.

domain /dəˈmeɪn; dəʊ-/ *noun* [C] **1** an area of knowledge or activity அறிவுப் புலம் அல்லது செயற்களம் *I don't know—that's outside my domain.* • *This issue is now* ***in the public domain*** (= the public knows about it). **2** (*computing*) a set of Internet addresses that end with the same group of letters (கணினியில்) ஒரே இன எழுத்துகளில் முடியும் இணைய முகவரிகளின் தொகுதி

dome /dəʊm/ *noun* [C] a round roof on a building ஒரு கட்டடத்தின் மீதுள்ள உருண்டை வடிவிலான கூரை; மாட விதானம் *the dome of the Taj Mahal* ▶ **domed** *adj. a domed roof*

domestic /dəˈmestɪk/ *adj.* **1** not international; only within one country பன்னாடு சாராத; ஒரு நாட்டுக்குள் மட்டுமே ஆன; உள் நாடு சார்ந்த *domestic flights* • *domestic affairs/politics* **2** (*only before a noun*) connected with the home or family வீடு அல்லது குடும்பம் தொடர்பான *domestic chores/tasks* • *the growing problem of domestic violence* (= violence between members of the same family) **3** (used about animals) kept as pets or on farms; not wild (விலங்குகள் வகையில்) செல்லமாக அல்லது பண்ணைகளில் வளர்க்கப்படுகிற; வனத்தில் வளராத *domestic animals such as cats, dogs and horses* **4** (used about a person) enjoying doing things in the home, such as cooking and cleaning (ஆள் வகையில்) சமைத்தல், துப்புரவு செய்தல் முதலிய வீட்டுப் பணிகள் செய்வதில் மகிழ்ச்சி கொள்கிற

domesticate /dəˈmestɪkeɪt/ *verb* [T] to tame animals and cultivate plants for food விலங்குகளைப் பழக்கு மற்றும் தாவரங்களை உணவுக்காகப் பயிர்செய்

domesticated /dəˈmestɪkeɪtɪd/ *adj.* **1** (used about animals) happy being near people and being controlled by them (விலங்குகள் வகையில்) மனிதர்களை அண்டி இருப்பதிலும் அவர்களால் கட்டுப்படுத்தப்படுவதிலும் மகிழ்ச்சி அடைகிற; வீட்டுச் சூழலுக்குப் பழக்கப்பட்ட **2** (used about people) good at cleaning the house, cooking, etc. (மனிதர்கள் வகையில்) வீட்டைத் துப்புரவாகப் பராமரிப்பது, சமைப்பது முதலியவற்றில் கை தேர்ந்த; மனைப்பண்பூட்டப்பட்ட *Men are expected to be much more domesticated nowadays.*

domicile /ˈdɒmɪsaɪl/ *noun* (*formal* or *law*) the place or country of residence which is legally or officially recognized (முறைசார்/சட்ட வழக்கு) சட்டப்படி அல்லது அதிகாரபூர்வமாக ஒப்புக்கொள்ளப்பட்ட நிலவரக் குடியிருப்பு இடம் அல்லது நாடு; வாழ்விடம்

dominance /ˈdɒmɪnəns/ *noun* [U] control or power கட்டுப்பாடு அல்லது அதிகாரம்; மேலாண்மை *Japan's dominance of the car industry*

dominant /ˈdɒmɪnənt/ *adj.* **1** more powerful, important or noticeable than others பிறரை விடவும் ஆற்றல் மிக்க, முக்கியமான அல்லது முனைப்பான *His mother was the dominant influence in his life.* **2** (*technical*) a **dominant**

physical characteristic, for example brown eyes, appears in a child even if it has only one **gene** அதற்குரிய மரபணு ஒன்றே ஆயினும் (பழுப்பு நிறக் கண்கள் போன்று) முனைப்பாகத் தோன்றுகிற (ஓர் உடற்கூறு) ➪ **recessive** பார்க்க.

dominate /ˈdɒmɪneɪt/ *verb* **1** [I, T] to be more powerful, important or noticeable than others பிறரை விடவும் ஆற்றல், முக்கியத்துவம் அல்லது கவனிக்கத்தக்க நிலை கொண்டிரு; ஆதிக்கம் செலுத்து; மேம்பட்டு நில் *The Italian team dominated throughout the second half of the game.* • *She always tends to dominate the conversation.* • *She always says a lot in meetings, but doesn't dominate.* **2** [T] (used about a building or place) to be much higher than everything else (கட்டடம் அல்லது இடம் வகையில்) வேறு எதனையும் விட மிகவும் உயரமாக இரு; உயர்ந்தோங்கி நில் *The palace dominates the area for miles around.* ▶ **domination** /ˌdɒmɪˈneɪʃn/ *noun* [U]

domineering /ˌdɒmɪˈnɪərɪŋ/ *adj.* having a very strong character and wanting to control other people பிறரைக் கட்டுப்படுத்த விரும்பும் ஆதிக்கப் பண்பு உடைய; அதிகாரம் செலுத்த விரும்புகிற; ஆதிக்க மனப்போக்குடைய

dominion /dəˈmɪniən/ *noun* (*formal*) **1** [U] the power to rule and control ஆள்வதற்கும் கட்டுப்படுத்துவதற்கும் உரிய அதிகாரம்; ஆட்சியதிகாரம்; மேலாட்சி *to have dominion over an area* **2** [C] an area controlled by one government or ruler ஓர் அரசால் அல்லது ஆட்சியாளரால் ஆளப்படும் நிலப்பரப்பு; ஆட்சிப்பரப்பு *the dominions of the Mughal empire*

domino /ˈdɒmɪnəʊ/ *noun* [C] (*pl.* **dominoes**) one of a set of small flat pieces of wood or plastic, marked on one side with two groups of spots representing numbers, that are used for playing a game (**dominoes**) ஒருவகைச் சதுரங்க ஆட்டத்திற்குரிய, ஒரு பக்கத்தில் எண்களைக் குறிக்கும் இரு பிரிவுப் புள்ளிகளைக் கொண்டதும் சிறிய தட்டையான மரக்கட்டையால் அல்லது பிளாஸ்டிக்கால் ஆனதுமான ஓர் இணையில் ஒன்று

donate /dəʊˈneɪt/ *verb* [T] **donate sth (to sb/sth)** to give money or goods to an organization, especially one for people or animals who need help உதவி தேவைப்படும் ஆட்கள் அல்லது விலங்குகளுக்கான ஓர் அமைப்புக்குப் பணம் அல்லது பொருள் கொடு; நன்கொடை அளி *She donated a large sum of money to cancer research.*

donation /dəʊˈneɪʃn/ *noun* [C] money, etc. that is given to a person or an organization such as a charity, in order to help people or animals in need உதவி தேவைப்படும் ஆட்கள் அல்லது விலங்குகளுக்கு உதவும் அற நிறுவனங்களுக்கு, அல்லது ஒருவருக்குத் தரப்படும் பணம், முதலியன; நன்கொடை

done[1] ➪ **do** என்பதன் இறந்தகால வினையெச்ச வடிவம்

done[2] /dʌn/ *adj.* (*not before a noun*) **1** finished முடிக்கப்பட்ட; நிறைவுற்ற *I've got to go out as soon as this job is done.* **2** (used about food) cooked enough (உணவு வகையில்) அளவான தன்மையில் அல்லது பக்குவமாகச் சமைக்கப்பட்ட *The meat's ready but the vegetables still aren't done.*

IDM **over and done with** completely finished; in the past முற்றும் முடிந்து; நிறைவுற்று; கடந்த காலத்ததாகி

done[3] /dʌn/ (*exclamation*) used for saying that you accept an offer ஒன்றை ஏற்றுக்கொள்வதைச் சுட்டப் பயன்படுத்தப்படுவது *'I'll give you twenty rupees for it.' 'Done!'*

donkey /ˈdɒŋki/ *noun* [C] (*also* **ass**) an animal like a small horse, with long ears கழுதை

IDM **donkey's years** (*informal*) a very long time மிக நீண்ட காலம்; நீண்ட நெடுங்காலம் *They've been going out together for donkey's years.*

donor /ˈdəʊnə(r)/ *noun* [C] **1** a person who gives blood or a part of his/her own body for medical use மருத்துவப் பயன்பாட்டுக்காகத் தன் உடல் உறுப்பையோ இரத்தத்தையோ தரும் ஒருவர்; உறுப்பு அல்லது குருதிக் கொடையாளி/தானம் செய்பவர் *a blood/kidney donor* **2** somebody who gives money or goods to an organization that helps people or animals மனிதர்கள் அல்லது விலங்குகளுக்கு உதவும் நிறுவனம் ஒன்றிற்குப் பணம் அல்லது பொருள்கள்; வழங்குபவர்; நன்கொடை அளிப்பவர்

don't ➪ **do** பார்க்க.

donut (*AmE*) = **doughnut**

doodle /ˈduːdl/ *verb* [I] to draw lines, patterns, etc. without thinking, especially when you are bored பெரும்பாலும் சலிப்புற்றிருக்கும்போது, சிந்திக்காமல் கோடுகள், வரிச்சட்டங்கள் முதலியன வரை; கிறுக்கு ▶ **doodle** *noun* [C]

doom /duːm/ *noun* [U] death or a terrible event in the future which you cannot avoid தவிர்க்கவியலாத, எதிர்காலத்தில் நிகழும் சாவு அல்லது கொடும் நிகழ்வு *a sense of impending doom* (= that something bad is going to happen) ▶ **doomed** *adj.* *The plan was doomed from the start.*

door /dɔː(r)/ *noun* [C] **1** a piece of wood, glass, etc. that you open and close to get in or out of a room, building, car, etc. அறை, கட்டடம், வாகனம் முதலியவற்றின் மரம், கண்ணாடி முதலிய- வற்றாலான கதவு *to open/shut/close the door* • *to answer the door* (= to open the door when sb knocks or rings the bell) • *I could hear someone knocking at the door* (= at the front door of the home). • *the front/back door* • *the fridge door* **2** the entrance to a building, room, car, etc. கட்டடம், அறை, வாகனம் முதலியவற்றின் நுழைவாயில் *I looked through the door and saw her sitting there.*

IDM **(from) door to door** (from) house to house வீடு வீடாக *The journey takes about five hours, door to door.* • *a door-to-door salesman* (= a person who visits people in their homes to try and sell them things)

next door (to sb/sth) in the next house, room, etc. அடுத்த வீடு, அறை முதலியவற்றில் *Do you know the people who live next door?*

out of doors outside வெளியில்; வெளிப்- புறத்தில்; வெளியிடத்தில் *Shall we eat out of doors today?* ✪ SYN **outdoors** ✪ OPP **indoors**

doorbell /ˈdɔːbel/ *noun* [C] a bell on the outside of a house which you ring when you want to go in வீட்டிற்குள் செல்ல விரும்பும்போது அடிக்கப்- படும் வீட்டிற்கு வெளியே உள்ள மணி; கதவு மணி; அழைப்பு மணி.

doorman /ˈdɔːmən/ *noun* [C] (*pl.* **-men** /-mən/) a man, often in uniform, whose job is to stand at the entrance to a large building such as a hotel or a theatre, and open the door for visitors, find them taxis, etc. உணவு விடுதி, திரையரங்கு முதலிய பெரிய கட்டடங்களின் நுழைவாயிலில் நிற்பது, வருவோர் போவோருக்குக் கதவு திறப்பது; அவர்களுக்கு வாடகையுந்து பிடிப்பது போன்ற வேலைகளைச் செய்பவரும் பெரும்- பாலும் சீருடையில் இருப்பவருமான ஒருவர்; வாயிற்காப்போர்; காவலாளி

doormat /ˈdɔːmæt/ *noun* [C] **1** a piece of material on the floor in front of a door which you can clean your shoes on before going inside உள்ளே நுழையும் முன் காலணிகளில் உள்ள மண் முதலியவற்றைச் சுத்தம் செய்து கொள்வதற்கு ஏதுவாகக் கதவின் வெளியே தரையில் போடப்- பட்டுள்ள பொருள்; மிதியடி **2** (*informal*) a person who allows other people to treat him/her badly without complaining புகார் ஏதும் கூறாமல் தன்னை மோசமாக நடத்தப் பிறரை அனுமதிப்- பவர்; பிறர் காலடியில் மிதிபடுபவர்

doorstep /ˈdɔːstep/ *noun* [C] a step in front of a door outside a building கட்டடத்திற்கு வெளியே கதவின் முன்னுள்ள படி; வாயிற்படி

IDM **on your/the doorstep** very near to you மிக அருகில் *The sea was right on our doorstep.*

doorway /ˈdɔːweɪ/ *noun* [C] an opening filled by a door leading into a building, room, etc. கட்டடம், அறை முதலியவற்றுக்கு இட்டுச் செல்வதும் கதவு பொருத்தப்பட்டுள்ளதுமான வழி; வாயில் *She was standing in the doorway.*

dope¹ /dəʊp/ *noun* (*informal*) **1** [U] an illegal drug, especially **cannabis** or **marijuana** சட்ட விரோதமான போதை மருந்து, குறிப்பாக, சணல் இனத் தாவரத்திலிருந்து அல்லது கஞ்சாச் செடியிலிருந்து தயாரிக்கப்படும் வெறிமயக்கப் பொருள் **2** [C] a stupid person அறிவீனமானவர்; முட்டாள், மூடர், மடையர் *What a dope!*

dope² /dəʊp/ *verb* [T] to give a drug secretly to a person or an animal, especially to make him/her/it sleep குறிப்பாகத் தூங்கச் செய்வதற்காக ஒருவருக்கு/ஒரு விலங்குக்கு இரகசியமாக போதை மருந்து கொடு

dopey /ˈdəʊpi/ *adj.* **1** tired and not able to think clearly, especially because of drugs, alcohol or lack of sleep குறிப்பாகத் தூக்கமின்மை, மது அல்லது போதைப்பொருள் உட்கொண்டமை- யால், சோர்வுற்றும் தெளிவாகச் சிந்திக்க முடி- யாமலும் உள்ள; உணர்வு/அறிவு மழுங்கப் பெற்ற **2** (*informal*) stupid; not intelligent அறிவீனமான; முட்டாள்தனமான; மடத்தனமான

dormant /ˈdɔːmənt/ *adj.* not active for some time சிறிது காலம் செயல் முனைப்பற்றுள்ள; செயலூக்கம் குன்றிய; செயலற்ற *a dormant volcano*

dormitory /ˈdɔːmətri/ *noun* [C] (*pl.* **dormitories**) (*also* **dorm**) **1** a large bedroom with a number of beds in it, especially in a school, etc. குறிப்- பாகப் பள்ளி முதலியவற்றில், பல படுக்கைகள் கொண்ட பெரிய படுக்கை அறை. **2** (*AmE*) a building at a college or university where students live கல்லூரி அல்லது பல்கலைக்கழகத்தில் உள்ள மாணவர்கள் தங்கி வாழும் கட்டடம்; மாணவர் விடுதி

dorsal /ˈdɔːsl/ *adj.* (*only before a noun*) on or connected with the back of a fish or an animal மீனின் அல்லது ஒரு விலங்கின் முதுகின் மீது அல்லது முதுகு தொடர்பான *a shark's dorsal fin* ➪ **pectoral** மற்றும் **ventral** பார்க்க மற்றும் **fish** பதிவில் படம் பார்க்க.

dosa *noun* [C] a south Indian pancake made from finely ground rice and lentils. It is sometimes stuffed with spiced vegetables and is usually eaten with **chutney** தோசை

dosage /ˈdəʊsɪdʒ/ *noun* [C, *usually sing.*] the amount of a medicine you should take over a period of time குறிப்பிட்ட காலம் உட்கொள்ளப்- பட வேண்டிய மருந்தின் அளவு *The recommended dosage is one tablet every four hours.*

dose /dəʊs/ *verb* [T] to give sb/yourself a medicine or drug மருந்து அல்லது வெறிமயக்கப் பொருள்

உட்கொள் அல்லது அதனை ஒருவருக்குக் கொடு *She dosed herself with aspirin and went to work.*

dossier /ˈdɒsieɪ/ *noun* [C] a collection of papers containing information about a person, an event or a subject ஓராள், ஒரு நிகழ்வு அல்லது பொருள் பற்றிய தகவல்கள் அடங்கிய ஆவணங்களின் தொகுப்பு; தகவல் திரட்டு; கோப்பு ✪ SYN **file** *to assemble/compile a dossier • we have a dossier on him*

dot[1] /dɒt/ *noun* [C] **1** a small, round mark, like a full stop முற்றுப்புள்ளி போன்ற வட்டவடிவிலான சிறு குறி; புள்ளிக்குறி; புள்ளி *a white dress with black dots • The letters 'i' and 'j' have dots above them.*

NOTE ஒருவருடைய மின்னஞ்சல் முகவரியைச் சொல்லும்போது **dot** என்பதைப் பயன்படுத்துகிறோம். **ravi@gmail.com** என்னும் மின்னஞ்சல் முகவரியைச் சொல்லும்போது 'Ravi **at** gmail **dot** com' என்று சொல்லுவோம்.

2 something that looks like a dot புள்ளி போலத் தோன்றும் ஒன்று *He watched until the aeroplane was just a dot in the sky.*

IDM **on the dot** (*informal*) at exactly the right time or at exactly the time mentioned துல்லியமாகச் சரியான நேரத்தில் அல்லது குறிப்பிட்ட சரியான நேரத்தில்

dot[2] /dɒt/ *verb* [T] (**dotting**; **dotted**) (*usually passive*) to mark with a dot புள்ளியிடு; புள்ளி அடையாளமிடு

IDM **be dotted about/around** to be spread over an area ஒரு பகுதியில் பரவியிரு *There are restaurants dotted about all over the centre of town.*

be dotted with to have several things or people in or on it பல பொருள்களை அல்லது பலரை ஒன்றினுள் அல்லது ஒன்றின் மேல் கொண்டிரு *a hillside dotted with sheep*

dot-com /dɒtˈkɒm/ *noun* [C] (*computing*) a company that sells goods and services on the Internet இணையம் வழியாகப் பொருள்களை விற்பதும் சேவைகள் வழங்குவதுமான நிறுவனம்

dote /dəʊt/ *verb* [I] **dote on sb/sth** to have or show a lot of love for sb/sth and think he/she/it is perfect ஒருவர்/ஒன்றின் மீது பேரன்பு கொண்டிரு அல்லது காட்டு மற்றும் அவர்/அது செம்மையானவர்/செம்மையானது எனக் கருது; ஒருவர்/ஒன்றின் மீது அளவு கடந்த அன்பும் நல்லெண்ணமும் கொண்டிரு *He's always doted on his eldest son.* ▶ **doting** *adj. doting parents*

dotted line *noun* [C] a line of small round marks (**dots**) which show where sth is to be written on a form, etc. ஒரு படிவம் முதலியவற்றில் ஒன்று எழுதப்பட வேண்டும் என்பதைக் காட்டும் சிறு புள்ளிக் குறிகளைக் கொண்ட கோடு *Sign on the dotted line.*

double[1] /ˈdʌbl/ *adj., det.* **1** twice as much or as many (as usual) அளவில் அல்லது எண்ணிக்கையில் இரு மடங்கான; இரட்டிப்பான *His income is double hers. • We'll need double the amount of juice.* **2** having two equal or similar parts இரு சம அல்லது ஒத்த உறுப்புகளை/பகுதிகளைக் கொண்டுள்ள *double doors • My phone number is two six double seven three eight double five* (= 26773855). **3** made for or used by two people or things இருவருக்காக அல்லது இரண்டு பொருள்களுக்காகச் செய்யப்பட்டுள்ள அல்லது இருவரால் அல்லது இரண்டால் பயன்படுத்தப்படுவதற்குரிய *a double garage*

double[2] /ˈdʌbl/ *adv.* in twos or two parts இரட்டையாக அல்லது இரு பகுதிகளாக *When I saw her with her twin sister I thought I was* ***seeing double****.*

double[3] /ˈdʌbl/ *noun* **1** [U] twice the (usual) number or amount எண்ணிக்கையில் அல்லது அளவில் இரு மடங்கு; இரட்டிப்பு *When you work overtime, you get paid double.* **2** [C] a person who looks very much like another பெரிதும் இன்னொருவரைப் போலுள்ள ஒருவர் *I thought it was you I saw in the supermarket. You must have a double.* **3** [C] an actor who replaces another actor in a film to do dangerous or other special things ஆபத்தான அல்லது பிற தனிவகைச் செயல்களைச் செய்யும் பொருட்டுத் திரைப்படத்தில் ஒரு நடிகருக்குப் பதிலாக நடிக்கும் நடிகர் **4** [C] a bedroom for two people in a hotel, etc. தங்கல் விடுதி முதலியவற்றில் உள்ள இருவருக்கான படுக்கை அறை; இரட்டைப் படுக்கை அறை **5 doubles** (*pl.*) (in some sports, for example tennis) with two pairs playing (டென்னிஸ் முதலிய விளையாட்டுகளில்) இரண்டு சோடிகள்/இணைகள் விளையாடுதல்; ஈரிணை ஆட்டம் *the Men's Doubles final*

double[4] /ˈdʌbl/ *verb* **1** [I, T] to become or to make sth twice as much or as many; to multiply by two அளவில் அல்லது எண்ணிக்கையில் இரு மடங்காகு அல்லது இருமடங்காக்கு; இரண்டால் பெருக்கு *The price of houses has almost doubled. • Think of a number and double it.* **2** [I] **double (up) as sth** to have a second use or function இரண்டாவது பயன்பாட்டை அல்லது செயற்பாட்டைக் கொண்டிரு *The small room doubles (up) as a study.*

PHR V **double (sb) up/over** (to cause sb) to bend the body (ஒருவரது) உடல் வளையுமாறு செய்; உடலை வளை *to be doubled up with pain/laughter*

double-barrelled (*AmE* **double-barreled**) *adj.* **1** (used about a gun) having two long metal tubes through which bullets are fired (**barrels**) (துப்பாக்கி வகையில்) சுடப்படும் குண்டுகள்

வெளிவருவதற்கு இரு நீண்ட குழல்களைக் கொண்டிருக்கிற; இரட்டைக் குழல் உடைய **2** (used about a family name) having two parts, sometimes joined by the mark (-) (**a hyphen**) (குடும்பப் பெயர் வகையில்) இரு பகுதிகளைக் கொண்டிருப்பதும், சில சமயங்களில் இருபகுதிகளுக்கிடையே (-) என்னும் குறியால் சேர்க்கப்படுவதுமான *Mr Day-Lewis*

double bass (*also* **bass**) *noun* [C] the largest musical instrument with strings, that you can play either standing up or sitting down நின்ற அல்லது அமர்ந்த நிலையில் இசைக்கப்படும் மிகப் பெரிய நரம்பிசைக் கருவி ➪ **piano** பதிவில் உள்ள குறிப்பைப் பார்க்க.

double-breasted *adj.* (used about a coat or jacket) having two rows of buttons down the front (மேலங்கி அல்லது மேற்சட்டை வகையில்) முன்புறத்தில் மேல்கீழாக இருவரிசைப் பொத்தான்களைக் கொண்டிருக்கிற ➪ **single-breasted** பார்க்க.

double-check *verb* [I, T] to check sth again, or with great care மீண்டும் ஒன்றைச் சோதி அல்லது மிகுந்த கவனத்துடன் சோதி; ஒரு முறைக்கு இரு முறையாகச் சரிபார்

double chin *noun* [C] fat under a person's chin that looks like another chin ஒருவரது தாடைக்குக் கீழ் இன்னொரு தாடை போலக் காட்சி தரும் கொழுப்புத் தசை

double-cross *verb* [T] to cheat sb who believes that he/she can trust you after you have agreed to do sth dishonest together இருவரும் இணைந்து முறையற்ற ஒன்றைச் செய்வதற்கு ஒப்புக் கொண்டதற்குப் பின், மற்றவர் தன்னை நம்பிக்கொண்டிருக்கும் நிலையில் அவரை ஏமாற்று; இரட்டை வஞ்சிப்புச் செய்

double-decker *noun* [C] a bus with two floors இரு தளங்களை உடைய பேருந்து; மாடிப் பேருந்து; இருதளப் பேருந்து

double Dutch *noun* [U] conversation or writing that you cannot understand at all சிறிதும் புரிந்துகொள்ள முடியாத உரையாடல் அல்லது எழுத்து

double figures *noun* [U] a number that is more than nine ஒன்பதிற்கும் மேற்பட்ட எண்; இரட்டை இலக்க எண் *Inflation is now* ***in double figures****.*

double glazing *noun* [U] two layers of glass in a window to keep a building warm or quiet கட்டடத்தை வெதுவெதுப்பாகவோ அமைதியாகவோ வைத்துக் கொள்ளும் பொருட்டுச் சன்னலில் பொருத்தப்படும் இரு அடுக்குகளைக் கொண்ட கண்ணாடி ▶ **double-glazed** *adj.*

doubly /ˈdʌbli/ *adv.* **1** in two ways இரு வழிகளில் *He was doubly blessed with both good looks and talent.* **2** more than usually வழக்கத்தை விடக் கூடுதலாக; இரட்டிப்பாக *I made doubly sure that the door was locked.*

doubt[1] /daʊt/ *noun* [C, U] **doubt (about sth); doubt that...; doubt as to sth** (a feeling of) uncertainty நிச்சயமற்ற தன்மை; உறுதியற்ற தன்மை; ஐயப்பாடு; ஐயம்; சந்தேகம் *If you have any doubts about the job, feel free to ring me and discuss them.*

IDM **cast doubt on sth** ➪ **cast**[1] பார்க்க.

give sb the benefit of the doubt ➪ **benefit**[1] பார்க்க.

in doubt not sure or definite உறுதியற்ற நிலையில்; ஐயத்துக்கிடமாக

no doubt (used when you expect sth to happen but you are not sure that it will) probably (ஒன்று நிகழக் கூடும் என எதிர்பார்த்து ஆனால் அதே சமயம் அது நிகழும் என்பது உறுதியற்ற நிலையில் பயன்படுத்தப்படுவது) பெரும்பாலும்; அநேகமாக *No doubt she'll write when she has time.*

without (a) doubt definitely உறுதியாக; நிச்சயமாக; திட்டவட்டமாக; ஐயத்திற்கு இடமின்றி *It was, without doubt, the coldest winter for many years.*

doubt[2] /daʊt/ *verb* [T] to think sth is unlikely or to feel uncertain (about sth) ஒன்றுக்கு வாய்ப்பில்லை என்று கருது அல்லது (ஒன்றைப் பற்றி) உறுதியற்ற அல்லது நிச்சயமற்ற நிலையில் இரு; சந்தேகப்படு *She never doubted that he was telling the truth.* • *He had never doubted her support.*

doubtful /ˈdaʊtfl/ *adj.* **1** unlikely or uncertain சாத்தியமற்ற அல்லது நிச்சயமற்ற; சந்தேகமான; ஐயத்துக்கிடமான *It's doubtful whether/if we'll finish in time.* • *It was doubtful that he was still alive.* **2 doubtful (about sth/about doing sth)** (used about a person) not sure (ஒருவர் பற்றி) உறுதியற்ற; ஐயத்துக்கிடமான *He still felt doubtful about his decision.* ▶ **doubtfully** /-fəli/ *adv.* *'I suppose it'll be all right,' she said doubtfully.*

doubtless /ˈdaʊtləs/ *adv.* almost certainly பெரும்பாலும் உறுதியாக, நிச்சயமாக அல்லது ஐயமில்லாமல் *Doubtless she'll have a good excuse for being late!*

dough /dəʊ/ *noun* [U] **1** a mixture of flour, water, etc. used for baking into bread, etc. ரொட்டி முதலியன செய்வதற்குப் பயன்படுத்தப்படும் மாவு, தண்ணீர் முதலியவற்றின் கலவை; பிசைந்த மாவு **2** (*informal*) money பணம்

doughnut (*AmE* **donut**) /ˈdəʊnʌt/ *noun* [C] a small cake in the shape of a ball or a ring, made from a sweet dough cooked in very hot oil

இனிப்பான பிசைந்த மாவிலிருந்து செய்யப்பட்டு எண்ணெய்யில் பொரித்து எடுக்கப்படும் உருண்டை அல்லது வளை வடிவிலான சிறு கேக் வகை

dour /dʊə(r)/ *adj.* (used about a person's manner or expression) cold and unfriendly (ஒருவருடைய இயல்பு அல்லது பேச்சு வகையில்) முரட்டுத்தனமான; நேயமற்ற; நட்புணர்வற்ற; இறுக்கமான

douse (*also* **dowse**) /daʊs/ *verb* [T] **1 douse sth (with sth)** to stop a fire from burning by pouring liquid over it மேலே திரவம் ஊற்றித் தீ எரிவதை நிறுத்து; நீர்மப் பொருளால் தீயை அணை *The firefighters managed to douse the flames.* **2 douse sb/sth (in/with sth)** to cover sb/sth with liquid முழுதும் நனையச் செய்; திரவத்தில் மூழ்கச் செய் *to douse yourself in perfume* (= wear too much of it)

dove[1] /dʌv/ *noun* [C] a type of white bird, often used as a sign of peace பெரும்பாலும் அமைதியின் சின்னமாகப் பயன்படுத்தப்படும் வெண்ணிறப் பறவை வகை; வெண்புறா; சமாதானப் புறா

dove[2] /dəʊv/ (*AmE*) ➪ **dive**[1] என்பதன் இறந்த காலம்

dowdy /ˈdaʊdi/ *adj.* (used about a person or the clothes he/she wears) not attractive or fashionable (ஆள் அல்லது அவர் அணியும் ஆடை வகையில்) கவர்ச்சியற்ற அல்லது காலத்திற்குப் பொருத்தமற்ற; பகட்டாயிராத

down[1] /daʊn/ *adv., prep.* **1** to or at a lower level or place; from the top towards the bottom of sth தாழ்நிலைக்கு அல்லது தாழ்வான இடத்திற்கு; தாழ்நிலையில் அல்லது தாழ்வான இடத்தில்; ஒன்றின் மேலிருந்து அடி நோக்கி *Can you get that book down from the top shelf?* • *Her hair hung down her back.* **2** along வழியாக; ஊடாக; நெடுகிலும் *We sailed down the river towards the sea.* • *'Where's the nearest garage?' 'Go down this road and take the first turning on the right.'* **3** from a standing or vertical position to a sitting or horizontal one நின்ற நிலை அல்லது செங்குத்து நிலையிலிருந்து உட்கார்ந்த நிலைக்கு அல்லது கிடை நிலைக்கு *I think I'll sit/lie down.* **4** to or in the south தெற்கிற்கு; தெற்கில் *We went down to Chennai for our holiday.* **5** used for showing that the level, amount, strength, etc. of sth is less or lower ஒன்றின் நிலை; தொகை, உறுதி முதலியன குறைவாக அல்லது தாழ்ந்து உள்ளதைக் காட்டப் பயன்படுத்தப்படுவது *Do you mind if I turn the heating down a bit?* **6** (written) on paper (எழுத்து வகையில்) தாளில்; தாள்மீது *Put these dates down in your diary.* **7 down to sb/sth** even including (அவரையும் அதனையும்) உள்ளடக்கியதாக *We had everything planned down to the last detail.*

IDM **be down to sb** to be sb's responsibility ஒருவரது பொறுப்பாக இரு *When my father died it was down to me to look after the family's affairs.*

be down to sth to have only the amount mentioned left குறிப்பிட்ட அளவை/தொகையை மட்டுமே மிச்சமாகக் கொண்டிரு *I need to do some washing—I'm down to my last shirt.*

down and out having no money, job or home பணமோ, பணியோ வீடோ அற்ற; ஒன்றுமில்லாத

down under (*informal*) (in) Australia ஆஸ்திரேலியா(வில்)

down[2] /daʊn/ *verb* [T] (*informal*) to finish a drink quickly விரைவில் குடித்து முடி; ஒரே மூச்சில் குடி *She **downed** her drink **in one*** (= she drank the whole glass without stopping).

down[3] /daʊn/ *adj.* **1** sad வருத்தமான, சோகமான, துயரமான *You're looking a bit down today.* **2** lower than before முன்னைவிடத் தாழ்ந்த, குறைந்த *Unemployment figures are down again this month.* **3** (used about computers) not working (கணினி வகையில்) செயல்படாதிருக்கிற *I can't access the file as our computers have been down all morning.*

down[4] /daʊn/ *noun* [U] very soft feathers மிக மென்மையான இறகுகள்; தூவி *a pillow filled with duck down*

IDM **ups and downs** ➪ **up**[2] பார்க்க.

down-and-out *noun* [C] a person who has got no money, job or home பணம், பணி, வீடு எதுவும் இல்லாதவர்

downcast /ˈdaʊnkɑːst/ *adj.* **1** (used about a person) sad and without hope (ஆள் வகையில்) வருத்தமும், நம்பிக்கையின்மையும் உடைய; மனச்சோர்வுற்ற; மனம் தளர்ந்த **2** (used about eyes) looking down (கண்கள் வகையில்) கீழ்நோக்கிய

downfall /ˈdaʊnfɔːl/ *noun* [*sing.*] a loss of a person's money, power, social position, etc.; the thing that causes this ஒருவருடைய பணம், அதிகாரம், சமூக அந்தஸ்து முதலியவற்றின் இழப்பு; வீழ்ச்சி; வீழ்ச்சிக்குக் காரணமானது *The government's downfall seemed inevitable.* • *Greed was her downfall.*

downgrade /ˌdaʊnˈɡreɪd/ *verb* [T] **downgrade sb/sth (from sth) (to sth)** to reduce sb/sth to a lower level or position of importance ஒருவரை/ஒன்றைத் தாழ்நிலைக்கு அல்லது முக்கியத்துவம் குறைந்த நிலைக்குத் தாழ்த்து; பணியிறக்கம் செய்; படியிறக்கு *Ravi has been downgraded from manager to assistant manager.*

downhearted /ˌdaʊnˈhɑːtɪd/ *adj.* sad வருத்தமுற்ற; மனம் வாடிய

downhill /ˌdaʊnˈhɪl/ *adj., adv.* (going) in a downward direction; towards the bottom of a hill

(செல்லுதல்) கீழ்வாக்கில்; மலையடிவாரம் நோக்கி; கீழ் நோக்கிய திசையிலான; மலையடிவாரம் நோக்கிய *It's an easy walk. The road runs downhill most of the way.* ✪ OPP **uphill**

IDM go downhill to get worse மேலும் மோசமடை *Their relationship has been going downhill for some time now.*

download[1] /ˌdaʊnˈləʊd/ *verb* [T] (*computing*) to copy a computer file, etc. from a large computer system to a smaller one கணினிப் பேரமைப்பிலிருந்து ஒரு சிறு கணினிக்குக் கணினிக் கோப்பு முதலியவற்றைப் பகர்த்து; நகல் எடு ✪ OPP **upload[1]** ▶ **downloadable** /ˌdəʊnˈləʊdəbl/ *adj.*

download[2] /ˈdaʊnləʊd/ *noun* (*computing*) **1** [U] the act or process of copying data from a large computer system to a smaller one கணினிப் பேரமைப்பிலிருந்து ஒரு சிறு கணினிக்குக் கணினித் தரவுகளை நகலெடுத்தல் அல்லது நகல் எடுக்கும் முறைமை; கணினிக் கோப்பு இறக்கம்; தரவு இறக்கம் **2** [C] a computer file that is copied from a large computer system to a smaller one கணினிப் பேரமைப்பிலிருந்து சிறு கணினிக்கு இறக்கப்பட்ட கணினிக் கோப்பு *It's one of the most popular free software downloads.* ➪ **upload[2]** பார்க்க.

downmarket /ˌdaʊnˈmɑːkɪt/ *adj., adv.* cheap and of low quality மலிவானதும் தரம் தாழ்ந்ததுமான; மலிவாக மற்றும் தரம் தாழ்ந்ததாக

downpour /ˈdaʊnpɔː(r)/ *noun* [C] a heavy, sudden fall of rain திடீரென்று பெய்யும் கனத்த மழை

downright /ˈdaʊnraɪt/ *adj.* (*only before a noun*) (used about sth bad or unpleasant) complete (மோசமான அல்லது இனிமையற்ற ஒன்று வகையில்) முழுமையான *The holiday was a downright disaster.* ▶ **downright** *adv. The way he spoke to me was downright rude!*

downside /ˈdaʊnsaɪd/ *noun* [C, *usually sing.*] the disadvantages or negative aspects of sth ஒன்றின் பாதகங்கள் அல்லது எதிர்மறைக் கூறுகள் *All good ideas have a downside.*

downsize /ˈdaʊnsaɪz/ *verb* [I, T] to reduce the number of people who work in a company, business, etc. in order to reduce costs செலவைக் குறைப்பதற்காக ஒரு நிறுவனம், வணிக அமைப்பு முதலியவற்றில் பணிபுரிவோரது எண்ணிக்கையைக் குறை; ஆட்குறைப்புச் செய்

Down's syndrome /ˈdaʊnz ˌsɪndrəʊm/ *noun* [U] a condition that some people are born with. People with this condition have a flat, wide face and lower than average intelligence தட்டையான அகன்ற முகமும் சராசரியை விடக் குறைந்த அறிவுக்கூர்மையும் அடையாளமாக உள்ள பிறவிக் கோளாறு

downstairs /ˌdaʊnˈsteəz/ *adv., adj.* towards or on a lower floor of a house or building ஒரு வீடு அல்லது கட்டடத்தின் கீழ்த்தளம் நோக்கி; கீழ்த்தளம் நோக்கிய; கீழ்த்தளத்தின்மீது; கீழ்த்தளத்தின் மீதான *He fell downstairs and broke his arm.* ✪ OPP **upstairs**

downstream /ˌdaʊnˈstriːm/ *adv., adj.* in the direction in which a river flows ஆறு பாயும் திசையில்; ஆறு பாயும் திசையிலான; ஆற்றுப் போக்கில்; ஆற்றுப் போக்கிலான *We were rowing downstream.* ✪ OPP **upstream**

down-to-earth *adj.* (used about a person) sensible, realistic and practical (ஆள் வகையில்) அறிவுடைய மற்றும் உலகியலும் நடைமுறையும் அறிந்த

downtrodden /ˈdaʊntrɒdn/ *adj.* (used about a person) made to suffer bad treatment or living conditions by people in power, but being too tired, poor, ill, etc. to change this (ஆள் வகையில்) அதிகாரத்தில் உள்ளவர்களால் மோசமாக நடத்தப்படுகிற அல்லது மோசமான வாழ்க்கை நிலைக்குத் தள்ளப்பட்ட, ஆனால் இந்நிலையை மாற்ற முடியாதபடி தளர்ச்சி, ஏழ்மை, நலமின்மை முதலியவற்றுக்கு ஆட்பட்ட; நசுக்கப்பட்ட; ஒடுக்கப்பட்ட

downturn /ˈdaʊntɜːn/ *noun* (*usually sing.*) **a downturn (in sth)** a drop in the amount of business that is done; a time when the economy becomes weaker செய்யப்படும் வணிக அளவில் சரிவு; பொருளாதாரம் நலிவுறும் வேளை *a downturn in sales/trade/business* ✪ OPP **upturn**

downward /ˈdaʊnwəd/ *adj., adv.* (*only before a noun*) towards the ground or a lower level தரையை நோக்கிய/நோக்கி அல்லது தாழ்நிலை நோக்கிய/நோக்கி *a downward movement* ▶ **downwards** /ˈdaʊnwədz/ *adv. She laid the picture face downwards on the table.* ✪ OPP **upward(s)**

dowry /ˈdaʊri/ *noun* [C] (*pl.* **dowries**) an amount of money or property which, in some countries, a woman's family gives to the man she is marrying சில நாடுகளில் ஒரு பெண்ணின் குடும்பம் அப்பெண்ணைத் திருமணம் செய்துகொள்ளும் ஒருவருக்கு அளிக்கும் பணம் அல்லது சொத்து; வரதட்சணை

dowse = **douse**

doz. *abbr.* dozen பன்னிரண்டின் தொகுதி; பன்னிரண்டு

doze /dəʊz/ *verb* [I] to sleep lightly and/or for a short time இலேசாகவும் சிறிது நேரமும் தூங்கு; இலேசாகவோ சிறிது நேரமோ தூங்கு; சிறுதுயில்/அரையுறக்கம் கொள் *He was dozing in front of the television.* ▶ **doze** *noun* [*sing.*]

PHR V doze off to go to sleep, especially during the day குறிப்பாகப் பகல் நேரத்தில், தூங்கச்

செல் *I'm sorry, I must have dozed off for a minute.*

dozen /ˈdʌzn/ (*also* **doz.**) *noun* [C] (*pl.* **dozen**) twelve or a group of twelve பன்னிரண்டு அல்லது பன்னிரண்டு கொண்ட தொகுதி *A dozen eggs, please.* • *half a dozen* (= six) • *two dozen sheep*
IDM **dozens (of sth)** (*informal*) very many மிகப்பல *I've tried phoning her dozens of times.*

dozy /ˈdəʊzi/ *adj.* **1** wanting to sleep; not feeling awake தூங்க விரும்புகிற; தூக்கம் கலையாத; தூக்கக் கலக்கத்தில் உள்ள **2** (*BrE informal*) stupid: not intelligent முட்டாள்தனமான; அறிவற்ற; மூட *You dozy thing—look what you've done!*

DPhil /ˌdiː ˈfɪl/ *abbr.* Doctor of Philosophy; an advanced university degree that you receive when you complete a piece of research into a special subject முனைவர் பட்டத்தைக் குறிக்கும் Doctor of Philosophy என்பதன் சுருக்கம். ஒரு சிறப்புப் பொருளில் ஆய்வை முடித்தபின் ஒரு பல்கலைக்கழகம் தரும் உயர்ந்த பட்டம்; முனைவர் பட்டம் ✪ SYN **PhD**

Dr *abbr.* doctor முனைவர்; மருத்துவர் *Dr Raman*

drab /dræb/ *adj.* not interesting or attractive ஈர்ப்பற்ற அல்லது கவர்ச்சியற்ற; ஆர்வமூட்டாத *a drab grey office building*

draft¹ /drɑːft/ *noun* [C] **1** a piece of writing, etc. which will probably be changed and improved; not the final version எழுத்து முதலியவற்றின் மாற்றத்திற்கும் திருத்தத்திற்கும் மேம்பாட்டுக்கும் உரியதுமான வரைவு; இறுதி வடிவம் பெறாதது; (முன்)வரைவு *the first draft of a speech/essay* **2** a written order to a bank to pay money to sb ஒருவருக்குப் பணம் வழங்குமாறு வங்கிக்குத் தரப்படும் எழுத்து வடிவிலான ஆணை; வரைவோலை *Payment must be made by* ***bank draft***. **3** (*AmE*) = **draught¹ 1**

draft² /drɑːft/ *verb* [T] **1** to make a first or early copy of a piece of writing (கடிதம் முதலியவற்றின்) முதல்/முன் வரைவு எழுது *I'll draft a letter and show it to you before I type it.* **2** (*AmE*) (*usually passive*) to force sb to join the armed forces ஒருவரைக் கட்டாயப்படுத்திப் படையில் சேர் *He was drafted into the army.*

draftsman (*AmE*) = **draughtsman**

drafty (*AmE*) = **draughty**

drag¹ /dræɡ/ *verb* (**dragging**; **dragged**) **1** [T] to pull sb/sth along with difficulty சிரமத்துடன் ஒருவரை/ஒன்றை இழு *The box was so heavy we had to drag it along the floor.* **2** [T] to make sb come or go somewhere ஒருவரை ஓரிடத்திற்கு வரச் செய் அல்லது போகச் செய் *She's always trying to drag me along to museums and galleries, but I'm not interested.* **3** [I] **drag (on)** to be boring or to seem to last a long time சலிப்பூட்டுவதாக இரு அல்லது நீண்ட நேரம் தொடர்வது போலத் தோன்று *The speeches dragged on for hours.* **4** [T] (*computing*) to move sth across the screen of the computer using the mouse சுட்டிப் பொறியைக் கொண்டு கணினித் திரையில் ஒன்றை நகர்த்து *Click on the file and drag it into the new folder.*
PHR V **drag sth out** to make sth last longer than necessary தேவை கடந்து ஒன்றை நீடிக்கச் செய் *Let's not drag this decision out—shall we go or not?*
drag sth out (of sb) to force or persuade sb to give you information ஒருவரைக் கட்டாயப்படுத்தி அல்லது இணங்க வைத்துத் தகவல் பெறு

drag² /dræɡ/ *noun* **1** [*sing.*] (*informal*) a person or thing that is boring or annoying சலிப்பூட்டும் அல்லது தொந்தரவாக உள்ள ஒருவர்/ஒன்று *'The car's broken down.' 'Oh no! What a drag!'* **2** [C] an act of breathing in cigarette smoke மென்சுருட்டுப் புகையை உள்ளிழுத்தல் *He took a long drag on his cigarette.*

dragon /ˈdræɡən/ *noun* [C] (in stories) a large animal with wings, which can breathe fire (கதைகளில்) மூச்சுக்காற்றில் நெருப்பை வெளிவிடுவதும் சிறகுகள் உடையதுமான பெருவிலங்கு

dragonfly /ˈdræɡənflaɪ/ *noun* [C] (*pl.* **dragonflies**) an insect with a long thin body, often brightly coloured, and two pairs of large wings. Dragonflies often live near water நீண்ட மெல்லிய வண்ண உடலும் இரண்டு சோடி பெரிய சிறகுகளும் உடைய பூச்சி; தட்டாரப்பூச்சி. இது பெரும்பாலும் நீர்நிலைக்குப் பக்கத்தில் வாழும் ➪ **insect** பதிவில் படம் பார்க்க.

drain¹ /dreɪn/ *noun* [C] a pipe or hole in the ground that dirty water, etc. goes down to be carried away அகற்றப்படுவதற்குரிய அழுக்குநீர் முதலியவை இறங்கும் நிலத்தடிக் குழாய் அல்லது புழைவழி; கழிவுநீர்க்குழாய்; சாக்கடை
IDM **a drain on sb/sth** something that uses up time, money, strength, etc. காலம், பணம், வலிமை முதலியவற்றை முழுமையாக எடுத்துக்கொள்ளும் ஒன்று *The cost of travelling is a great drain on our budget.*
(go) down the drain (*informal*) (to be) wasted வீணடிக்கப்படு/வீணடிக்கப்பட்ட *All that hard work has gone down the drain.*

drain² /dreɪn/ *verb* **1** [I, T] to become empty or dry as liquid flows away and disappears; to make sth dry or empty in this way திரவம் வடிந்து போய்க் காலியாகு அல்லது வற்றிப்போ; இவ்வாறு ஒன்றைக் காலியாக்கு அல்லது வற்றச் செய் *The whole area will have to be drained before it can be used for farming.* **2** [I,T] **drain**

(sth) (from/out of sth); drain (sth) (away/off) to flow away; to make a liquid flow away வடிந்து போ; ஒரு திரவம் வடியச்செய் *The sink's blocked—the water won't drain away at all.* • (*figurative*) *He felt all his anger begin to drain away.* **3** [T] to drink all the liquid in a glass, cup, etc. கண்ணாடிக் குவளை, கோப்பை முதலிய-வற்றில் உள்ள திரவம் முழுவதையும் குடி; குடித்துக் காலியாக்கு *He drained his glass in one gulp.* **4** [T] **drain sb/sth (of sth)** to make sb/sth weaker, poorer, etc. by slowly using all the strength, money, etc. available ஒருவரது/ஒன்றின் வலிமை, பணம் முதலியவற்றைச் சிறிது சிறிதாகப் பயன்கொண்டு மெல்ல வலுவிழக்கச் செய்; ஏழ்மையுறச் செய்; நலிவுறச் செய் *My mother's hospital expenses were slowly draining my funds.* • *The experience left her* ***emotionally drained****.*

drainage /ˈdreɪnɪdʒ/ *noun* [U] a system used for making water, etc. flow away from a place ஓரிடத்தி-லிருந்து தண்ணீர் முதலியன வடியச் செய்யும் அமைப்பு; வடிகாலமைப்பு

draining board *noun* [C] the place in the kitchen where you put plates, cups, knives, etc. to dry after washing them கழுவிய பின் உலர்-வதற்காகத் தட்டுகள், கோப்பைகள், கத்திகள் முதலியன வைக்கப்படும் சமையலறையின் இடம்

drainpipe /ˈdreɪnpaɪp/ *noun* [C] a pipe which goes down the side of a building and carries water from the roof into a hole in the ground (**drain**) கட்டடத்தின் பக்கங்களில் அமைக்கப்-படுவதும் கூரை நீரைத் தரையில் உள்ள கழிவு-நீர் கால்வாய்க்குள் கொண்டு செல்வதற்கானது-மான வடிகால் குழாய்

drama /ˈdrɑːmə/ *noun* **1** [C] a play for the theatre, radio or television மேடை, வானொலி அல்லது தொலைக்காட்சிக்கான நாடகம் **2** [U] plays as a form of writing; the performance of plays நாடக இலக்கியம்; நாடகம் நிகழ்த்துதல்; மேடை நாடகம் *He wrote some drama, as well as poetry.* **3** [C, U] an exciting event; exciting things that happen மனக் கிளர்ச்சியூட்டும் நிகழ்ச்சி; பரபரப்-பூட்டும் நிகழ்வுகள் *a real-life courtroom drama*

dramatic /drəˈmætɪk/ *adj.* **1** noticeable or sudden and often surprising கவனத்தை ஈர்க்கிற/ திடீரென்று நிகழ்கிற மற்றும் பெரும்பாலும் வியப்பூட்டுகிற *a dramatic change/increase/fall/improvement* **2** exciting or impressive கிளர்ச்சியூட்டுகிற அல்லது உள்ளம் கொள்ளை கொள்கிற; கருத்தை ஈர்க்கிற *the film's dramatic opening scene* **3** connected with plays or the theatre நாடக இலக்கியம் அல்லது நாடக ஆக்கம் சார்ந்த *Shakespeare's dramatic works* **4** (used about a person, a person's behaviour, etc.) showing feelings, etc. in a very obvious way because you want other people to notice you (ஓர் ஆள், அவர் நடத்தை, முதலியன வகையில்) பிறரால் கவனிக்கப்பட வேண்டும் என்பதற்காக உணர்ச்சி முதலியவற்றை வெளிப்படையாகப் புலப்படுத்துகிற *Calm down. There's no need to be so dramatic about everything!* ▶ **dramatically** /-ikli/ *adv.*

dramatist /ˈdræmətɪst/ *noun* [C] a person who writes plays for the theatre, radio or television மேடை, வானொலி அல்லது தொலைக்காட்சிக்-காக நாடகம் எழுதுபவர்; நாடக ஆசிரியர்

dramatize (*also* **-ise**) /ˈdræmətaɪz/ *verb* **1** [T] to make a book, an event, etc. into a play ஒரு நூல், நிகழ்ச்சி முதலியவற்றை நாடக வடிவில் ஆக்கு; நாடகப்படுத்து *The novel has been dramatized for television.* **2** [I, T] to make sth seem more exciting or important than it really is உண்மை நிலையினும் அதிக அளவில் பரபரப்-பூட்டும் வகையில் அல்லது முக்கியத்துவம் அளிக்கும் வகையில் ஒன்றை மிகை ஆக்கு *The newspaper was accused of dramatizing the situation.* ▶ **dramatization** (*also* **-isation**) /ˌdræmətaɪˈzeɪʃn/ *noun* [C, U]

drank ➪ **drink[1]** என்பதன் இறந்தகால வடிவம்

drape /dreɪp/ *verb* [T] **1 drape sth round/over sth** to put a piece of material, clothing, etc. loosely on sth துணி, ஆடை, முதலிய பொருள்களை ஒன்றின்மேல் தளர்ச்சியாகப் போடு; தொங்க-விடு *He draped his coat over the back of his chair.* **2 drape sb/sth (in/with sth)** (*usually passive*) to cover sb/sth (with cloth, etc.) (துணி முதலியவை கொண்டு) ஒருவரை/ஒன்றை மூடு; போர்த்து *The furniture was draped in dust sheets.* ▶ **drape** *noun* [C] (*AmE*) = **curtain**

drastic /ˈdræstɪk/ *adj.* extreme, and having a sudden very strong effect தீவிரமானதும் திடீரென அழுத்தமான தாக்கத்தை ஏற்படுத்துவதுமான; தீர்க்கமான; கடுமை வாய்ந்த *There has been a drastic rise in crime in the area.* ▶ **drastically** /dræstikli/ *adv.*

draught[1] /drɑːft/ *noun* **1** (*AmE* **draft**) [C] a flow of cold air that comes into a room ஓர் அறைக்-குள்ளே பாயும் குளிர்காற்று; குளிர்காற்று வீச்சு *Can you shut the door? There's a draught in here.* **2 draughts** (*AmE* **checkers**) [U] a game for two players that you play on a black and white board using round black and white pieces கறுப்பு, வெள்ளை நிற உருண்டையான காய்-களைப் பயன்படுத்திக் கறுப்பு மற்றும் வெள்ளைச் சதுரங்களுள்ள பலகையின் மீது இருவர் விளையாடும் விளையாட்டு; சதுரங்க ஆட்ட வகை ▶ **draughty** *adj.*

draught[2] /drɑːft/ *adj.* (used about beer, etc.) served from a large container (**a barrel**) rather than in a bottle (பியர் மது முதலியவை வகையில்) புட்டியிலிருந்து பரிமாறுவதற்குப் பதிலாக அதனைவிடப் பெரிய மிடாவிலிருந்து பரிமாறப்படுகிற *draught beer*

draughtsman (*AmE* **draftsman** /ˈdrɑ:ftsmən/) *noun* [C] (*pl.* **-men** /-mən/) a person whose job is to do technical drawings தொழில்நுட்ப வரைபடங்கள் வரைபவர்

draughtsmanship /ˈdrɑ:ftsmənʃɪp/ (*BrE*) (*AmE* **draftsmanship** /ˈdræftsmənʃɪp/) *noun* [U] the ability to draw well வரைபடம் எழுதுவதற்கான திறன்; படப்பயிற்சி/கலை *You have to admire her superb draughtsmanship.*

draughty /ˈdrɑ:fti/ (*BrE*) (*AmE* **drafty** /ˈdræfti/) *adj.* (**draughtier**, **draughtiest**) (of a room etc.) uncomfortable because cold air is blowing through (அறை முதலியவை பற்றிக் கூறுகையில்) குளிர் காற்று ஊடாகச் செல்வதால் நலக்கேடான; குளிர் காற்றால் அசௌகரியமான *a draughty room/corridor*

draw[1] /drɔ:/ *verb* (*pt* **drew** /dru:/; *pp* **drawn** /drɔ:n/) **1** [I, T] to do a picture or diagram of sth with a pencil, pen, etc. but not paint வண்ணக்கூழ் தவிர்த்து பென்சில், பேனா முதலியவை கொண்டு ஒன்றை ஓவியமாக அல்லது படமாக வரை; படம் எழுது *Shall I draw you a map of how to get there?* • *I'm good at painting but I can't draw.* **2** [I] to move in the direction mentioned குறிப்பிட்ட திசையில் நகர் அல்லது செல் *The train drew into the station* • *I became more anxious as my exams drew nearer.* **3** [T] to pull sth/sb into a new position or in the direction mentioned ஒருவரை/ஒன்றைப் புதிய நிலைக்கு அல்லது குறிப்பிட்ட திசைக்கு இழு *She drew the letter out of her pocket and handed it to me.* • *to draw (= open or close) the curtains* • *He drew me by the hand into the room.* **4** [T] **draw sth (from sth)** to learn or decide sth as a result of study, research or experience படிப்பு, ஆராய்ச்சி அல்லது அனுபவத்தின் வழியாக ஒன்றைக் கற்றுக்கொள் அல்லது முடிவுசெய் *Can we* ***draw*** *any conclusions from this survey?* • *There are important lessons to be drawn from this tragedy.* **5** [T] **draw sth (from sb/sth)** to get or take sth from sb/sth ஒருவரிடமிருந்து/ஒன்றிடமிருந்து ஒரு பொருளை அடை அல்லது எடுத்துக்கொள் *He draws the inspiration for his stories from his family.* **6** [T] **draw sth (from sb); draw sb (to sb/sth)** to make sb react to or be interested in sb/sth ஒருவரை எதிர்வினையாற்றச் செய் அல்லது ஒன்றின்/ஒருவரின் மீது ஆர்வ ஈடுபாடு கொள்ளச் செய் *The advertisement has drawn criticism from people all over the country.* • *The musicians drew quite a large crowd.* **7** [I, T] to finish a game, competition, etc. with equal scores so that neither person or team wins இருவரில்/இரண்டில் எவரும் அல்லது எந்த அணியும் வெற்றிபெறாதபடி சம அளவான புள்ளிகளைப் பெற்று ஒரு விளையாட்டு, போட்டி முதலியவற்றை முடிவுறு; இவ்வாறு முடியச்செய்; வெற்றி தோல்வியற்ற நிலையில் முடிவுபெறு/முடியச்செய் *The two teams drew.* • *The match was drawn.*

IDM **bring sth/come/draw to an end** ⇨ **end**[1] பார்க்க.

draw (sb's) attention to sth to make sb notice sth ஒருவர் ஒன்றைக் கவனிக்கும்படி செய்; கவனத்தை ஈர் *The article draws attention to the problem of unemployment.*

draw a blank to get no result or response பயன்விளைவோ மறுமொழியோ பெறாது போ *Detectives investigating the case have drawn a blank so far.*

draw a distinction between sth and sth to show how two things are different இரண்டு பொருள்கள் வேறுபடும் முறையைத் தெளிவாக்கு

draw the line at sth to say no to sth even though you are happy to help in other ways பிறவழிகளில் உதவத் தயாராக இருப்பினும் ஒன்றிற்கு இல்லை எனக் கூறு; உதவிக்கு வரையறு *I do most of the cooking but I draw the line at washing up as well!*

draw lots to decide sth by chance சீட்டுக்குலுக்குத் தேர்வு முறையில் முடிவுசெய் *They drew lots to see who should stay behind.*

PHR V **draw in** to get dark earlier as winter arrives குளிர்கால வருகையை ஒட்டி விரைவில் இருட்டாகு *The days/nights are drawing in.*

draw out (used about days) to get longer in the spring (நாள்கள் வகையில்) இளவேனில் காலத்தில் நீட்சியடை/நீண்டுசெல்

draw sth out to take money out of a bank account வங்கிக் கணக்கிலிருந்து பணம் எடு

draw up (used about a car, etc.) to drive up and stop in front of or near sth (சீருந்து முதலியவை வகையில்) ஓட்டிச் சென்று ஒன்றிற்கு முன்னர் அல்லது ஒன்றின் பக்கத்தில் நிறுத்து *A police car drew up outside the building.*

draw sth up to prepare and write a document, list, etc. ஆவணம், பட்டியல் முதலியவற்றைத் தயார் செய்து எழுது *Our solicitor is going to draw up the contract.*

draw[2] /drɔ:/ *noun* [C] **1** a result of a game or competition in which both players or teams get the same score so that neither of them wins (இருவரில்/இரு அணியில்) எவரும் அல்லது எந்த அணியும் வெற்றிபெறாதபடி சமமான புள்ளிகளைப் பெறும் விளையாட்டு அல்லது போட்டியின் முடிவு; வெற்றி தோல்வியற்ற நிலை *The match* ***ended in a draw***. **2** an act of deciding sth by chance by pulling out names or numbers from a bag, etc. பெயர்கள் அல்லது

எண்கள் குறிக்கப்பட்ட தாள் துண்டுகளை பை முதலியவற்றில் குலுக்கிப்போட்டு ஒன்றை வெளியே எடுத்து வெற்றி பெற்றவரை முடிவு செய்தல்; சீட்டுக் குலுக்குத் தேர்வு முறை *She won her bike in a prize draw.*

drawback /'drɔ:bæk/ *noun* [C] a disadvantage or problem பாதகம் அல்லது சிக்கல்; பின்னடைவு; குறைபாடு *His lack of experience is a major drawback.*

drawer /drɔ:(r)/ *noun* [C] a container which forms part of a piece of furniture such as a desk, that you can pull out to put things in மேசை முதலிய அறைகலனில் இழுத்து மூடும் அமைப்பில் உள்ளதும் பொருள்கள் வைப்பதற்குரியதுமான இழுப்பறை *There's some paper in the top drawer of my desk.*

drawing /'drɔ:ɪŋ/ *noun* **1** [C] a picture made with a pencil, pen, etc. but not paint வண்ணக்கூழ் தவிர்த்து பென்சில், பேனா முதலியவற்றால் தீட்டப்படும் அல்லது வரையப்படும் படம்; ஓவியம்; வரைபடம் ➪ **painting** பதிவிலுள்ள குறிப்பைப் பார்க்க. **2** [U] the art of drawing pictures படம் வரைகலை *She's good at drawing and painting.*

drawing pin (*AmE* **thumbtack**) *noun* [C] a short pin with a flat top, used for fastening paper, etc. to a board or wall ஒரு பலகை அல்லது சுவரின்மீது வரைதாள் முதலியவற்றைப் பொருத்தப் பயன்படுத்தப்படும் தட்டையான தலைப்பகுதியை உடைய குட்டையான ஊசி ➪ **stationery** பதிவில் படம் பார்க்க.

drawing room *noun* [C] (*old-fashioned*) a living room, especially in a large house குறிப்பாக, பெரிய வீடுகளில் உள்ள வரவேற்பறை; வரவேற்புக் கூடம்

drawl /drɔ:l/ *verb* [I, T] to speak slowly, making the vowel sounds very long உயிரொலிகள் நீண்டொலிக்குமாறு மெல்லப் பேசு; இழுத்து நீட்டிப் பேசு ▶ **drawl** *noun* [sing.] *to speak with a drawl*

drawn¹ ➪ **draw¹** என்பதன் இறந்தகால வினையெச்ச வடிவம்

drawn² /drɔ:n/ *adj.* (used about a person or his/her face) looking tired, worried or ill (ஒருவர் அல்லது அவரது முகம் பற்றிக் குறிக்கையில்) சோர்ந்து, கவலையுடன் அல்லது நலம் குன்றிக் காணப்படுகிற

drawn-out *adj.* lasting longer than necessary தேவைக்கு மேல் நீண்ட காலம் நீடிக்கிற *long drawn-out negotiations*

drawstring /'drɔ:strɪŋ/ *noun* [C] a piece of string that is sewn inside the material at the top of a bag, pair of trousers, etc. that can be pulled tighter in order to make the opening smaller பை, காற்சட்டை, முதலியவற்றின் மேற்பகுதியில் உள்ளீடாகத் தைக்கப்பட்டுள்ள சுருக்குக் கயிறு *The trousers fasten with a drawstring.* ➪ **button** பதிவில் படம் பார்க்க.

dread¹ /dred/ *verb* [T] to be very afraid of or worried about sth ஒன்றைக் குறித்து மிகவும் அஞ்சு அல்லது கவலை கொள் *I'm dreading the exams.* • *She dreaded having to tell him what had happened.* • *I* ***dread to think*** *what my father will say.* ▶ **dreaded** *adj.*

dread² /dred/ *noun* [U, *sing.*] great fear பேரச்சம்; திகில்; கிலி *He lived in dread of the same thing happening to him one day.*

dreadful /'dredfl/ *adj.* very bad or unpleasant மிகவும் மோசமான; இனிமையற்ற; வெறுப்பூட்டுகிற *We had a dreadful journey—traffic jams all the way!* • *I'm afraid there's been a dreadful* (= very serious) *mistake.*

dreadfully /'dredfəli/ *adv.* **1** very; extremely மிகவும்; பேரளவில்; பெரிதும் *I'm dreadfully sorry, I didn't mean to upset you.* **2** very badly மிகவும் மோசமாக *The party went dreadfully and everyone left early.*

dreadlocks /'dredlɒks/ *noun* [*pl.*] hair worn in long thick pieces, especially by people of African origin குறிப்பாக ஆப்பிரிக்க இனத்தவர் சிலர் புனைந்து கொள்ளும் நீண்டு அடர்ந்த முடிக்கற்றை

dream¹ /dri:m/ *noun* **1** [C] a series of events or pictures which happen in your mind while you are asleep கனவு; கனாத் தோற்றம் *I* ***had*** *a strange* ***dream*** *last night.* • *That horror film has given me* ***bad dreams***. ➪ **nightmare** பார்க்க. **2** [C] something that you want very much to happen, although it is not likely வாய்ப்பில்லாத போதிலும் நிகழ வேண்டும் என்று மிகவும் ஆசைப்படும் ஒன்று *His dream was to give up his job and live in the country.* • *My dream house would have a huge garden and a swimming pool.* • *Becoming a professional dancer was* ***a dream come true*** *for Neena.* **3** [*sing.*] a state of mind in which you are not thinking about what you are doing செய்து கொண்டிருப்பதைப் பற்றிச் சிந்தித்துக் கொண்டிராத மனநிலை; கனவு நிலை *You've been in a dream all morning!*

dream² /dri:m/ *verb* (*pt, pp* **dreamed** /dri:md/ or **dreamt** /dremt/) **1** [I, T] **dream (about sb/sth)** to see or experience pictures and events in your mind while you are asleep தூங்கும்போது மனதில் காட்சிகளை மற்றும் நிகழ்ச்சிகளைக் காண் அல்லது அனுபவி; கனவு காண் *I dreamt about the house that I lived in as a child.* • *I dreamed that I was running but I couldn't get away.* ➪ **daydream** பார்க்க. **2** [I] **dream (about/of sth/doing sth)** to imagine sth that you would like to happen விரும்பும் ஒன்று நிகழ வேண்டும் எனக் கற்பனை செய் *I've always dreamt about winning lots of money.* **3** [I] **dream (of doing sth/that)** to imagine that sth might happen ஒன்று நிகழக்கூடும் எனக் கற்பனை செய் *When I watched the Olympics on TV, I* ***never dreamt*** *that one day I'd be here competing!*

PHR V **dream sth up** (*informal*) to think of a plan, an idea, etc., especially sth strange புதுமையான குறிப்பாக விசித்திரமான, திட்டம், கருத்து முதலியவை குறித்துச் சிந்தி

dreamer /'dri:mə(r)/ *noun* [C] a person who thinks a lot about ideas, plans, etc. which may never happen instead of thinking about real life உண்மையான வாழ்க்கைக்குப் பதிலாக நடைமுறைக்கு ஒவ்வாத திட்டம்; கருத்து முதலியன பற்றி மிகுதியாகச் சிந்திப்பவர்; கனவு காண்பவர்

dreamy /'dri:mi/ *adj.* looking as though you are not paying attention to what you are doing because you are thinking about sth else வேறொன்றை நினைத்துக் கொண்டிருப்பதால், செய்து கொண்டிருப்பதில் கவனம் செலுத்தாத நிலையில் இருப்பதைப் போலத் தோன்றுகிற; கனவு காணுவதைப் போலத் தோன்றுகிற *a dreamy look/expression* ▶ **dreamily** *adv.*

dreary /'drɪəri/ *adj.* (**drearier**; **dreariest**) not at all interesting or attractive; boring சிறிதும் ஆர்வ ஈடுபாடு தூண்டாத அல்லது கவர்ச்சியற்ற; சலிப்பூட்டுகிற

dredge /dredʒ/ *verb* [T] to clear the mud, etc. from the bottom of a river, canal, etc. using a special machine தனிவகை இயந்திரத்தைப் பயன்படுத்தி ஆறு, கால்வாய் முதலியவற்றின் அடியில் உள்ள சேறு முதலியவற்றை அகற்று; தூர்வாரு

PHR V **dredge sth up** to mention sth unpleasant from the past that sb would like to forget ஒருவர் மறக்க விரும்பும் கடந்த காலத்தில் நிகழ்ந்த கசப்பான ஒன்றைக் குறிப்பிடு; பழைய குப்பையைக் கிளறு *The newspaper had dredged up all sorts of embarrassing details about her private life.*

dredger /'dredʒə(r)/ *noun* [C] a boat or machine that is used to clear mud, etc. from the bottom of a river, or to make the river wider ஓர் ஆற்றின் அடியில் உள்ள சேறு முதலியவற்றை அகற்ற அல்லது ஆற்றை அகலப்படுத்த உதவும் படகு அல்லது இயந்திரம்; தூர்வாரி

dregs /dregz/ *noun* [*pl.*] **1** the last drops in a container of liquid, containing small pieces of solid waste திரவக் கொள்கலனில் காணப்படும் திடக் கழிவினது சிறு துண்டுகளை உள்ளடக்கிய திரவத்தின் கடைசிச் சொட்டுகள்; வண்டல்; அடிமண்டி **2** the worst and most useless part of sth ஒன்றின் மிகவும் மோசமானதும் பயனற்றதுமான பகுதி; கழிவு; சக்கை *These people were regarded as the dregs of society.*

drench /drentʃ/ *verb* [T] (*usually passive*) to make sb/sth completely wet ஒருவரை/ஒன்றை முழுமையாக ஈரமாக்கு; முற்றும் நனைய வை *Don't go out while it's raining so hard or you'll get drenched.*

dress¹ /dres/ *noun* **1** [C] a piece of clothing worn by a girl or a woman. It covers the body from the shoulders to the knees or below தோளிலிருந்து முழங்கால் வரை அல்லது அதற்குக் கீழ் வரை உடலை மறைக்கும்படியானதும் பெண் அல்லது சிறுமி அணிவதுமான ஆடை; மகளிர் மேலங்கி **2** [U] clothes for either men or women ஆண் அல்லது பெண் உடை *formal/casual dress* • *He was wearing Bulgarian national dress.*

dress² /dres/ *verb* **1** [I, T] to put clothes on sb or yourself ஒருவருக்கு ஆடை அணிவி அல்லது ஆடை அணிந்துகொள் *He dressed quickly and left the house.* • *My husband dressed the children while I got breakfast ready.* • *Hurry up, Simon! Aren't you dressed yet?* ✪ **OPP undress**

NOTE **Dress** என்பதைவிட **get dressed** என்பது வழக்கு மிக்கது. **2** to wear a particular style of clothes குறிப்பிட்ட முறையில் அல்லது பாணியில் ஆடையணி *to dress well/badly/casually* • *to be well dressed/badly dressed/casually dressed* **3** [T] to clean, treat and cover a wound காயம்பட்ட உடற்பகுதியைச் சுத்தம் செய்து மருந்திட்டு மூடு; கட்டுப் போடு *to dress a wound*

IDM **(be) dressed in sth** wearing sth ஒன்றை அணிந்து கொண்டிருத்தல் *The people at the funeral were all dressed in black.*

PHR V **dress up 1** to put on special clothes, especially in order to look like sb/sth else வேறு ஒருவரை/ஒன்றைப் போலத் தோற்றம் தர அல்லது காட்சியளிக்க வேண்டி தனிவகை ஆடைகளை அணிந்துகொள் *The children decided to dress up as pirates.* **2** to put on formal clothes, usually for a special occasion வழக்கமாக ஒரு சிறப்பு நிகழ்ச்சிக்கு ஏற்ற வினைமுறை ஆடைகளை அணிந்துகொள் *You don't need to dress up for the party.*

dresser /'dresə(r)/ *noun* [C] (*BrE*) a piece of furniture with cupboards at the bottom and shelves above. It is used for holding dishes, cups, etc. தட்டு, கோப்பை முதலியவற்றை வைப்பதற்குப் பயன்படும் வகையில் நிலையடுக்குகளை மேற்பகுதியிலும் தடுப்புகளைக் கீழ்ப் பகுதியிலும் கொண்டுள்ள அறைகலன்; அலமாரி

dressing /'dresɪŋ/ *noun* **1** [C] a covering that you put on a part of sb's body that has been hurt to protect it and keep it clean காயம்பட்ட ஒருவரது உடற்பகுதியைச் சுத்தமாக வைக்கவும் பாதுகாக்கவும் அதனைச் சுற்றிப் போடப்படும் மறைப்புக் கட்டு **2** [C, U] a sauce for food, especially for salads உணவுக்கான, குறிப்பாகப் பச்சைக்காய்/கனிக் கலவைக்கான, ஆணம்

dressing gown (*also* **bathrobe** *AmE* **robe**) *noun* [C] a piece of clothing like a loose coat with a belt, which you wear before or after a bath, before you get dressed in the morning, etc. குளிப்பதற்கு முன்னர் அல்லது பின்னர், காலையில் அல்லது பிற வேளையில் ஆடை உடுத்துவதற்கு முன்னர் அணிந்து கொள்ளும் இறுக்கு பட்டை கொண்டுள்ள தொளதொளப்பான சட்டை வகை

dressing room *noun* [C] a room for changing your clothes in, especially one for actors or for sports players குறிப்பாக நடிகர்கள் அல்லது விளையாட்டு வீரர்கள் ஆடை மாற்றுவதற்கான அறை; ஒப்பனை அறை

dressing table *noun* [C] a piece of furniture in a bedroom, which has drawers and a mirror கண்ணாடி பொருத்தப்பட்டதும் இழுப்பறைகள் கொண்டதும் படுக்கையறையில் இருப்பதுமான அறைகலன்; ஒப்பனை மேசை

drew ➪ **draw**[1] என்பதன் இறந்தகால வடிவம்

dribble /ˈdrɪbl/ *verb* **1** [I, T] (used about a liquid) to move downwards in a thin flow; to make a liquid move in this way (திரவம் வகையில்) மெல்லிய ஒழுக்காகக் கீழிறங்கு; ஒழுகு; ஒரு திரவத்தை ஒழுகச் செய் *The paint dribbled down the side of the pot.* **2** [I] to allow liquid (**saliva**) to run out of the mouth வாயிலிருந்து உமிழ்நீர் வெளியேற விடு *Small children often dribble.* **3** [I] (used in ball games) to make a ball move forward by using many short kicks or hits (பந்து விளையாட்டுகள் வகையில்) பல சிறு உதைகளால் அல்லது அடிகளால் பந்தை முன் செல்லச் செய் *He dribbled round the goalkeeper and scored.*

dried[1] ➪ **dry**[2] என்பதன் இறந்தகால மற்றும் இறந்தகால வினையெச்ச வடிவம்.

dried[2] /draɪd/ *adj.* (used about food) with all the liquid removed from it (உணவு வகையில்) திரவம் முழுவதும் நீக்கப்பட்ட நிலையிலான; உலர்ந்த *dried milk* • *dried fruit*

drier[1] *adj.* ➪ **dry**[1] பார்க்க.

drier[2] (*also* **dryer**) /ˈdraɪə(r)/ *noun* [C] a machine that you use for drying sth ஒன்றை உலர்த்தப் பயன்படுத்தப்படும் இயந்திரம் *a hairdrier*

drift[1] /drɪft/ *verb* [I] **1** to be carried or moved along by wind or water காற்றோடு அல்லது தண்ணீரோடு அடித்துச் செல்லப்படு அல்லது செலுத்தப்படு *The boat drifted out to sea.* **2** to move slowly or without any particular purpose மெல்ல அல்லது எந்தக் குறிப்பிட்ட நோக்கமும் இன்றிச் செல் *He drifted from room to room.* • *She drifted into acting almost by accident.* **3** (used about snow or sand) to be moved into piles by wind or water (பனி அல்லது மணல் வகையில்) காற்று அல்லது தண்ணீரால் குவியலாக திரட்டப்படு; வாரிக் குவிக்கப்படு *The snow drifted up to two metres deep in some places.*

PHR V **drift apart** to slowly become less close or friendly with sb ஒருவரோடு நெருக்கம் அல்லது நட்பு படிப்படியாகக் குறைவுறு

drift[2] /drɪft/ *noun* **1** [C] a slow movement towards sth ஒன்றை நோக்கிய மெதுவான புடைபெயர்வு *the country's drift into economic decline* **2** [*sing.*] the general meaning of sth ஒன்றின் பொதுப் பொருள் *I don't understand all the details of the plan but I* ***get the drift***. **3** [C] a pile of snow or sand that was made by wind or water காற்றால் அல்லது தண்ணீரால் உருவான பனி அல்லது மணலின் குவியல்

drill[1] /drɪl/ *noun* **1** [C] a tool or machine that is used for making holes in things துளையிடும் கருவி அல்லது இயந்திரம் *a dentist's drill* ➪ **tool** பதிவில் படம் பார்க்க. **2** [U] exercise in marching, etc. that soldiers do படை வீரர்கள் மேற்கொள்ளும் அணிவகுப்புப் பயிற்சி, முதலியவை; படைப்பயிற்சி **3** [C] something that you repeat many times in order to learn sth ஒன்றைக் கற்றுக் கொள்வதற்காக மீண்டும் மீண்டும் செய்யப்படும் பயிற்சி **4** [C, U] practice for what you should do in an emergency நெருக்கடி வேளையில் செய்யப்பட வேண்டியவை குறித்த பயிற்சி *a fire drill*

drill[2] /drɪl/ *verb* **1** [I, T] to make a hole in sth with a drill துளையிடும் கருவியைக் கொண்டு ஒன்றில் துளையிடு *to drill a hole in sth* • *to drill for oil* **2** [T] to teach sb by making him/her repeat sth many times ஒன்றைப் பலமுறை சொல்ல/செய்ய வைத்துக் கற்பி

drily (*also* **dryly**) /ˈdraɪli/ *adv.* (used about the way sb says sth) in an amusing way that sounds serious (ஒருவர் ஒன்றைச் சொல்லும் முறை பற்றிக் கூறுகையில்) கருத்தார்ந்ததாகத் தோன்றும் வேடிக்கையான முறையில்; உணர்ச்சியின்றி *'I can hardly contain my excitement', Pawan said drily* (= he was not excited at all).

drink[1] /drɪŋk/ *verb* (*pt* **drank** /dræŋk/; *pp* **drunk** /drʌŋk/) **1** [I, T] to take liquid into your body through your mouth குடி; பருகு; அருந்து *Would you like anything to drink?* • *We sat drinking coffee and chatting for hours.* **2** [I, T] to drink alcohol மது அருந்து *I never* ***drink and drive*** *so I'll have an orange juice.* • *What do you* *drink beer or wine?* • *Her father used to* ***drink heavily*** *but he's teetotal now.*

PHR V **drink to sb/sth** to wish sb/sth good luck by holding your glass up in the air before you drink குடிப்பதற்கு முன் குவளையை உயர்த்திப் பிடித்து ஒருவரை/ஒன்றை வாழ்த்து *We all drank to the future of the bride and groom.* ➪ **toast²** பார்க்க.

drink (sth) up to finish drinking sth ஒன்றைக் குடித்து முடி *Drink up your tea—it's getting cold.*

drink² /drɪŋk/ *noun* [C, U] **1** liquid for drinking பானம்; குடி நீர்மம் *Can I* ***have a drink*** *please?* • *a drink of milk* • *soft drinks* (= cold drinks without alcohol) **2** alcoholic drink மது; வெறியக்குடி *He's got a drink problem.* • *Shall we go* ***for a drink****?*

drink-driver (*AmE* **drunk-driver**) *noun* [C] a person who drives after drinking too much alcohol அளவுக்கு அதிகமாக மது அருந்திவிட்டு வாகனம் ஓட்டுபவர் ▶ **drink-driving** *noun* [U] *He was convicted of drink-driving and was fined.*

drinker /ˈdrɪŋkə(r)/ *noun* [C] a person who drinks a lot of sth, especially alcohol ஒன்றை, குறிப்பாக மதுவை, அதிகமாகக் குடிப்பவர் *a heavy drinker* • *I'm not a big coffee drinker.*

drinking /ˈdrɪŋkɪŋ/ *noun* [U] drinking alcohol மது அருந்துதல் *Her drinking became a problem.*

drinking water *noun* [U] water that is safe to drink குடிப்பதற்குப் பாதுகாப்பான நீர்; குடிநீர்

drip¹ /drɪp/ *verb* (**dripping**; **dripped**) **1** [I] (used about a liquid) to fall in small drops (திரவம்) சிறு சிறு துளிகளாக விழு; சொட்டு *Water was dripping down through the roof.* **2** [I, T] to produce drops of liquid திரவச் சொட்டுகளை வெளிவிடு; சொட்டு *The tap is dripping.* • *Her finger was dripping blood.*

drip² /drɪp/ *noun* **1** [*sing.*] the act or sound of water dripping தண்ணீர் சொட்டுதல்; தண்ணீர் சொட்டும் ஒலி **2** [C] a drop of water that falls down from sb/sth ஒருவரிடமிருந்து/ஒன்றிலிருந்து சொட்டும் நீர்த்துளி *We put a bucket under the hole in the roof to catch the drips.* **3** (*AmE* **IV**) [C] a piece of medical equipment, like a tube, that is used for putting liquid food or medicine straight into a person's blood ஒருவர் இரத்தத்தினுள் நேரடியாகத் திரவ உணவு அல்லது மருந்து செலுத்தப் பயன்படுத்தப்படும் குழாய் போன்ற மருத்துவக் கருவி *She's* ***on a drip****.*

drive¹ /draɪv/ *verb* (*pt* **drove** /drəʊv/; *pp* **driven** /ˈdrɪvn/) **1** [I, T] to control or operate a car, train, bus, etc. சீருந்து, தொடர்வண்டி, பேருந்து, முதலியவற்றை இயக்கு, ஓட்டு அல்லது கட்டுப்படுத்து *Can you drive?* • *to drive a car/train/bus/lorry* **2** [I, T] to go or take sb somewhere in a car, etc. சீருந்து முதலியவற்றில் ஓரிடத்திற்குச் செல் அல்லது ஒருவரை ஏற்றிச் செல் *I usually drive to work.* • *We drove Aisha to the airport.* **3** [T] to force people or animals to move in a particular direction குறிப்பிட்ட திசை நோக்கி மக்கள் அல்லது விலங்குகள் செல்லச் செய்; துரத்து *The dogs drove the sheep into the field.* **4** [T] to force sth into a particular position by hitting it அடித்து ஒன்றைக் குறிப்பிட்ட நிலைக்குச் செலுத்து; அடித்திறுக்கு *to drive a post into the ground* **5** [T] to cause sb to be in a particular state or to do sth ஒருவரைக் குறிப்பிட்ட நிலையில் இருக்குமாறு அல்லது ஒன்றைச் செய்யுமாறு ஆக்கு *His constant stupid questions* ***drive me mad****.* • *to drive sb to despair* **6** [T] to make sb/sth work very hard ஒருவரை/ ஒன்றைக் கடினமாக உழைக்கச் செய். *You shouldn't drive yourself so hard.* **7** [T] to make a machine work, by giving it power ஆற்றல் அல்லது விசையைச் செலுத்தி ஓர் இயந்திரத்தை இயங்கச் செய் *What drives the wheels in this engine?*

IDM **be driving at** (*informal*) to want to say sth; to mean ஒன்றைக் கூற விரும்பு; பொருள் கொள் *I'm afraid I don't understand what you are driving at.*

drive sth home (to sb) to make sth clear so that people understand it ஒருவர் புரிந்து கொள்ளுமாறு ஒன்றைத் தெளிவுபடுத்து

drive off (used about a car, driver, etc.) to leave (சீருந்து, ஓட்டுநர் முதலியன வகையில்) நீங்கிச் செல்

drive sb/sth off to make sb/sth go away ஒருவரை/ஒன்றை வெளியேறச் செய்

drive² /draɪv/ *noun* **1** [C] a journey in a car சீருந்தில் செய்யும் பயணம் *The supermarket is only a five-minute drive away.* • *Let's* ***go for a drive****.* **2** [C] a wide path or short road that leads to the door of a house ஒரு வீட்டு வாசலுக்கு இட்டுச் செல்லும் அகன்ற பாதை அல்லது சிறுசாலை *We keep our car on the drive.* **3** [C] a street, usually where people live தெரு, வழக்கமாக மக்கள் வாழும் ஒரு தெரு; குடியிருப்புத் தெரு *They live at 23 Marine Drive.* **4** [C] a big effort by a group of people in order to achieve sth ஒரு செயல் நிறைவேற்றத்திற்காக மேற்கொள்ளப்படும் பேரளவிலான குழுமுயற்சி *The company is launching a big sales drive.* **5** [U] the energy and determination you need to succeed in doing sth ஒன்றைச் செய்வதில் வெற்றி காணத் தேவைப்படும் ஆற்றலும் மன உறுதியும்; செயல் ஊக்கம்; வினைத் திட்பம் *You need lots of drive to run your own company.*

6 [C, U] a strong natural need or desire தீவிர-மிக்க இயல்பான தேவை அல்லது ஆசை; உள்ளவா; வேணவா *a strong sex drive* **7** [C] (in sport) a long hard hit (விளையாட்டில்) தொலைதூரம் செலுத்தும் வன்மையான அடி/ உதை *This player has the longest drive in golf.* **8** [C] (*computing*) the part of a computer that reads and stores information தகவல்களை உணர்ந்தறிந்து தேக்கிவைக்கும் கணினி உறுப்பு *a 224MB hard drive • a CD drive* ➪ **disk drive** பார்க்க. **9** [U] the equipment in a vehicle that takes power from the engine to the wheels வாகனத்தின் இயந்திரத்திலிருந்து சக்கரங்களுக்கு விசையாற்றலைக் கொண்டு செல்லும் கருவி *a car with four-wheel drive*

drive-by *adj.* (*AmE*) (*only before a noun*) (used about a shooting) done from a moving car (துப்பாக்கிச் சூடு வகையில்) ஓடும் சீருந்தி-லிருந்து நிகழ்த்தப்படுகிற *drive-by killings*

drive-in *noun* [C] (*AmE*) a place where you can eat, watch a film, etc. in your car சீருந்திலிருந்த-படியே உணவு உண்டல், திரைப்படம் பார்த்தல் முதலியன செய்வதற்கான இடம்

driven ➪ **drive[1]** என்பதன் இறந்தகால வினையெச்ச வடிவம்

driver /ˈdraɪvə(r)/ *noun* [C] a person who drives a vehicle வாகனத்தை ஓட்டுபவர்; ஓட்டுநர்; சாரதி *a bus/train driver*

drive-through *noun* [C] (*AmE*) a restaurant, bank, etc. where you can be served without getting out of your car சீருந்திலிருந்து கீழிறங்காமலே சேவை பெறக்கூடிய உணவகம், வங்கி முதலியன

driving[1] /ˈdraɪvɪŋ/ *noun* [U] the action or skill of controlling a car, etc. சீருந்து முதலியவற்றை இயக்கும் செயல் அல்லது திறன் *She was arrested for dangerous driving • a* ***driving school*** *• Did you pass your* ***driving test*** *first time? • How long have you had a* ***driving licence*** (= an official piece of paper that says you are allowed to drive a car, etc.)*?*

IDM **be in the driving seat** ➪ **seat[1]** பார்க்க.

driving[2] /ˈdraɪvɪŋ/ *adj.* very strong தீவிரமிக்க; பெரு முனைப்பான *driving rain • driving ambition • Who's the driving force behind this plan?*

drizzle /ˈdrɪzl/ *noun* [U] light rain with very small drops சிறு சிறு சொட்டுகளாக வரும் இலேசான மழை; தூறல் ▶ **drizzle** *verb* [I] ➪ **weather** பதிவிலுள்ள குறிப்பைப் பார்க்க.

dromedary /ˈdrɒmədəri/ *noun* [C] (*pl.* **dromedaries**) an animal that lives in the desert and has a long neck and a large mass of fat (**hump**) on its back. A dromedary is a type of **camel** பாலைவனத்தில் வாழும் நீண்ட கழுத்தும் திமிலும் உடைய ஒட்டக வகை

drone /drəʊn/ *verb* [I] to make a continuous low sound தொடர்ச்சியானதும் தாழ்வானதுமான ஒலியை எழுப்பு; தாழ்ந்த இரைச்சல் ஒலி செய் *the sound of the tractors droning away in the fields*

PHR V **drone on** to talk in a flat or boring voice ஒரே மாதிரியான அல்லது சலிப்பூட்டும் குரலில் பேசு *We had to listen to the chairman drone on about sales for hours.* ▶ **drone** *noun* [*sing.*]

drongo /ˈdrɒŋgəʊ/ *noun* [C] (*pl.* **drongos** or **drongoes**) a long, fork-tailed bird with glossy black **plumage**, usually found in Asia, Africa and Australia பெரும்பாலும் ஆப்பிரிக்கா, ஆசியா மற்றும் ஆஸ்திரேலியாவில் காணப்-படுவதும், நீண்ட இரட்டை வாலும், பளபளப்-பான கருநிற இறகுத் தொகுதியும் உடையது-மான பறவை வகை

drool /dru:l/ *verb* [I] **1** to let liquid (**saliva**) come out from the mouth, usually at the sight or smell of sth good to eat சாப்பிடுவதற்கு இனிய ஒன்றைக் கண்டதும் அல்லது அதன் வாசனையை உணர்ந்ததும் வாயிலிருந்து உமிழ்நீர் வெளியேறவிடு; வாயில் நீர் ஊறு **2 drool (over sb/sth)** to show in a silly or exaggerated way that you want or admire sb/sth very much ஒருவரை/ஒன்றை மிகவும் விரும்பு-வதை அல்லது போற்றுவதை அற்பத்தனமான முறையில் அல்லது மிகைப்படப் புலப்படுத்து *teenagers drooling over photographs of their favourite pop stars*

droop /dru:p/ *verb* [I] to bend or hang downwards, especially because of weakness or because you are tired குறிப்பாக தளர்ச்சி அல்லது சோர்வு காரணமாக, வளை அல்லது குனி; *The flowers were drooping without water.* ▶ **drooping** *adj. a drooping moustache*

drop[1] /drɒp/ *verb* (**dropping**, **dropped**) **1** [T] to let sth fall ஒன்றை விழச் செய்; கீழே போடு *That vase was very expensive. Whatever you do, don't drop it!* **2** [I] to fall கீழே விழு *The parachutist dropped safely to the ground. • At the end of the race she dropped to her knees exhausted.* **3** [I, T] to become lower; to make sth lower குறைவாகு; ஒன்றைக் குறைவாக்கு; தாழ்வுறு; தாழ்த்து *The temperature will drop to minus three overnight. • They ought to drop their prices. • to drop your voice* (= speak more quietly) **4** [T] **drop sb/sth (off)** to stop your car, etc. so that sb can get out, or in order to take sth out ஒருவர் இறங்கிச் செல்லவோ ஒன்றை வெளியே எடுக்கவோ உதவும் பொருட்டுச் சீருந்து முதலியவற்றை நிறுத்து; இறக்கிவிடு; இறக்கு *Drop me off at the traffic lights, please. • I'll drop the parcel at your house.* **5** [T] **drop sb/sth (from sth)** to no longer include sb/sth in sth ஒன்றில் ஒருவரை/ஒன்றை சேர்க்காமல் விடு; நீக்கு *Jawahar has been dropped from the team.* **6** [T] to stop doing sth ஒன்றைச் செய்வதை நிறுத்து; விலக்கு *I'm going to drop geography next term* (= stop studying it).

IDM **drop dead** (*informal*) to die suddenly திடீரென இறந்து போ

drop sb a line (*informal*) to write a letter to sb ஒருவருக்குக் கடிதம்/மடல் எழுது

PHR V **drop back; drop behind (sb)** to move into a position behind sb else, because you are moving more slowly மெல்லச் செல்வதால் ஒருவருக்குப் பிந்திய நிலையை அடை *Towards the end of the race she dropped behind the other runners.*

drop by; drop in (on sb) to go to sb's house on an informal visit or without having told him/her you were coming முன் கூட்டியே சொல்லாமல் அல்லது திடீரென நட்புமுறை வருகையாக ஒருவர் வீட்டிற்குச் செல்

drop off (*informal*) to fall into a light sleep குட்டித் தூக்கம் போடு *I dropped off in front of the television.*

drop out (of sth) to leave or stop doing sth before you have finished ஒன்றை முடிக்குமுன் அதிலிருந்து விலகு அல்லது அதனைச் செய்வதை நிறுத்து; இடையில் விலகு/நிறுத்து *His injury forced him to drop out of the competition.*

drop² /drɒp/ *noun* **1** [C] a very small amount of liquid that forms a round shape திரவத்தின் உருண்டை வடிவான சிறு துளி; சொட்டு *a drop of blood/rain* **2** [C, *usually sing.*] a small amount of liquid திரவத்தின் சிறு அளவு; துளி *I just have a drop of milk in my coffee.* **3** [*sing.*] a fall to a smaller amount or level (அளவு அல்லது தொகை வகையில்) இறக்கம்; வீழ்ச்சி *The job is much more interesting but it will mean a drop in salary.* • *a drop in prices/temperature* **4** [*sing.*] a distance down from a high point to a lower point உயர்நிலைக்கும் தாழ்நிலைக்கும் இடைப்பட்ட தொலைவு *a sheer drop of 40 metres to the sea* **5 drops** [*pl.*] liquid medicine that you put into your eyes, ears or nose கண், காது அல்லது மூக்கினுள் விடப்படும் திரவ மருந்து; சொட்டு மருந்து. *The doctor prescribed me drops to take twice a day.*

IDM **a drop in the ocean** (*AmE* **a drop in the bucket**) an amount of sth that is too small or unimportant to make any real difference to a situation ஒரு சூழ்நிலையில் எந்த உண்மையான மாற்றத்தையும் ஏற்படுத்தாத ஒன்றின் மிகக் குறைந்த அல்லது முக்கியத்துவம் இல்லாத அளவு; சொற்ப அளவு

at the drop of a hat immediately; without having to stop and think about it உடனடியாக; நின்று சிந்திக்க வேண்டாது

drop-dead *adv.* (*informal*) used before an adjective to emphasize how attractive sb/sth is ஒருவரது/ஒன்றின் கவர்ச்சியை அழுத்தத்துடன் கூறப் பெயரடையின் முன் பயன்படுத்தப்படுவது *She's drop-dead gorgeous.*

droplet /ˈdrɒplət/ *noun* [C] a small amount of a liquid that forms a round shape உருண்டை வடிவம் கொள்கிற திரவத்தின் சிறு அளவு; சிறு துளி

drop-out *noun* [C] **1** a person who leaves school, university, etc. before finishing his/her studies படிப்பை முடிப்பதற்கு முன் பள்ளி, பல்கலைக்கழகம் முதலியவற்றை விட்டு விலகுபவர் **2** a person who does not accept the ideas and ways of behaving of the rest of society சமூகத்தில் மற்றவர்களின் கருத்துகளையும் நடத்தை முறைகளையும் ஏற்காத ஒருவர்; சமூக முரணாளர்

dropper /ˈdrɒpə(r)/ *noun* [C] a short glass tube that has a rubber end with air in it. A dropper is used for measuring drops of liquids, especially medicines காற்றடைத்த இரப்பரை ஒரு முனையில் கொண்டுள்ள சிறு கண்ணாடிக் குழாய்; திரவச் சொட்டுகளை, குறிப்பாக, திரவ மருந்துகளை, அளக்கப் பயன்படுவது ➪ **laboratory** பதிவில் படம் பார்க்க.

droppings /ˈdrɒpɪŋz/ *noun* [*pl.*] waste material from the bodies of small animals or birds சிறு விலங்குகளின் அல்லது பறவைகளின் உடலிலிருந்து வெளியேறும் கழிவுப்பொருள்; எச்சம்

drought /draʊt/ *noun* [C, U] a long period without rain மழையற்ற நீண்ட காலம்; வறட்சி

drove ➪ **drive¹** என்பதன் இறந்தகால வடிவம்

drown /draʊn/ *verb* **1** [I, T] to die in water because it is not possible to breathe; to make sb die in this way சுவாசிக்க முடியாமல் தண்ணீருக்குள் இற; இவ்வகையில் ஒருவரை இறக்கச் செய்; நீரில் மூழ்கி உயிர்விடு; நீரில் மூழ்கடித்து மாளச் செய் *The girl fell into the river and drowned.* • *Twenty people were drowned in the floods.* **2** [T] **drown sb/sth (out)** (used about a sound) to be so loud that you cannot hear sb/sth else (ஒலி வகையில்) ஒருவர் கூறுவதை அல்லது ஒன்றைக் கேட்க முடியாத அளவு உரத்ததாக இரு *His answer was drowned out by the music.*

drowse /draʊz/ *verb* [I] to be in a light sleep or to be almost asleep அரைத் தூக்கத்தில் இரு அல்லது தூங்கிவழி

drowsy /ˈdraʊzi/ *adj.* not completely awake அரைத்தூக்கத்தில் உள்ள; முழுமையாக விழிப்புப் பெறாத ✪ SYN **sleepy** ▶ **drowsily** *adv.* ▶ **drowsiness** *noun* [U]

drudgery /ˈdrʌdʒəri/ *noun* [U] hard and boring work கடுமையானதும் சலிப்பூட்டுவதுமான வேலை; சுவையற்ற கடுந்தொழில்

drug[1] /drʌg/ *noun* [C] **1** a chemical which people use to give them pleasant or exciting feelings. It is illegal in many countries to use drugs களிப்பு அல்லது கிளர்ச்சி கொள்வதற்காகச் சிலர் பயன்படுத்தும், பல நாடுகளில் தடை செய்யப்பட்ட வேதியியல் பொருள்; போதைப் பொருள் *He doesn't drink or* ***take drugs***. • *She suspected her son was* ***on drugs***. • *hard drugs such as heroin and cocaine* • *soft drugs* **2** a chemical which is used as a medicine மருந்தாகப் பயன்படுத்தப்படும் வேதியியல் பொருள்; மருந்துப்பொருள் *drug companies* • *Some drugs can only be obtained with a prescription from a doctor.*

drug[2] /drʌg/ *verb* [T] (**drugging**, **drugged**) **1** to give a person or an animal a chemical to make him/her/it fall asleep or unconscious தூக்கம் அல்லது மயக்கம் உண்டாக்க வேண்டி ஒருவருக்கு அல்லது ஒரு விலங்குக்கு ஒரு வேதியியல் பொருளைக் கொடு; மயக்க மருந்து கொடு *The lion was drugged before the start of the journey.* **2** to put a drug into food or drink உணவு அல்லது தண்ணீரில் மயக்க மருந்து கல *I think his drink was drugged.*

drug addict *noun* [C] a person who cannot stop taking drugs போதைப் பொருள் கொள்வதை நிறுத்த முடியாத ஒருவர்; போதைப் பொருளுக்கு அடிமையானவர் ▶ **drug addiction** *noun* [U]

druggist /ˈdrʌgɪst/ (*AmE*) = **chemist 1**

drugstore /ˈdrʌgstɔː(r)/ (*AmE*) = **chemist 2**

drum[1] /drʌm/ *noun* [C] **1** a musical instrument like an empty container with plastic or skin stretched across the ends. You play a drum by hitting it with your hands or with sticks வெற்றுக்கலனின் இரு முனையிலும் பிளாஸ்டிக் அல்லது தோலால் மூடப்பட்டுக் கை அல்லது கம்பு கொண்டு அடிக்க ஒலி எழுப்பும் இசைக்கருவி; முரசு *She plays the drums in a band.* ➪ **piano** பதிவிலுள்ள குறிப்பைப் பார்க்க. ➪ **music** பதிவில் படம் பார்க்க. **2** a round container உருளை வடிவிலான கொள்கலன்; பீப்பாய் *an oil drum*

drum[2] /drʌm/ *verb* (**drumming**, **drummed**) **1** [I] to play a drum முரசை இசை **2** [I, T] to make a noise like a drum by hitting sth many times ஒன்றைப் பலமுறை அடித்து முரசு போல ஒலி எழுப்பு *to drum your fingers on the table* (= because you are annoyed, impatient, etc.)

PHR V **drum sth into sb** to make sb remember sth by repeating it many times பலமுறை ஒன்றைக்கூறி அதனை ஒருவர் நினைவில் கொள்ளுமாறு செய்

drum sth up to try to get support or business ஆதரவு அல்லது தொழில் உதவி பெற முயல் *to drum up more custom*

drumlin /ˈdrʌmlɪn/ *noun* [C] (in geography) a very small hill formed by the movement of a large mass of ice (**a glacier**) (புவியியலில்) பெருந்திரளாகப் பனிப்படிவு நகர்வதால் உருவாகும் மிகச்சிறிய குன்று

drummer /ˈdrʌmə(r)/ *noun* [C] a person who plays a drum or drums முரசு அல்லது முரசுகளை இசைப்பவர்; முரசடிப்பவர்

drumstick /ˈdrʌmstɪk/ *noun* [C] **1** a stick used for playing the drums முரசு/பேரிகை இசைக்கப் பயன்படுத்தப்படும் கோல்; முரசு கொட்டுவதற்கான கோல் **2** the lower leg of a chicken or similar bird that we cook and eat சமைத்து உண்பதற்கு உரிய கோழியின் அல்லது அது போன்ற பறவையின் கீழ்க்கால் **3** the long thin edible fruit of the drumstick tree முருங்கைக்காய்

drunk[1] /drʌŋk/ *adj.* (*not before a noun*) having drunk too much alcohol அளவுக்கு அதிகமாக மது அருந்தியுள்ள *to get drunk* ▶ **drunk** (*old-fashioned* **drunkard**) *noun* [C] *There were two drunks asleep under the bridge.*

drunk[2] ➪ **drink[1]** என்பதன் இறந்தகால வினையெச்ச வடிவம்

drunk-driver (*usually AmE*) = **drink-driver**

drunken /ˈdrʌŋkən/ *adj.* **1** (*only before a noun*) having drunk too much alcohol மட்டுமீறி மது குடித்துள்ள **2** showing the effects of too much alcohol அளவுக்கு அதிகமான குடியின் தாக்க விளைவைக் காட்டுகிற; குடி போதையிலுள்ள *drunken singing* ▶ **drunkenly** *adv.* ▶ **drunkenness** *noun* [U]

dry[1] /draɪ/ *adj.* (**drier**, **driest**) **1** without liquid in it or on it; not wet ஈரமற்ற; உலர்ந்த; வறண்ட; திரவம் உள்ளடங்கி இராத *The paint is dry now.* • *Rub your hair dry with a towel.* **2** having little or no rain மழையற்ற; மிகக் குறைந்த மழையுடைய *a hot, dry summer* • *a dry climate* ✪ OPP பொருள்கள் **1** மற்றும் **2**-க்கு **wet 3** (used about hair or skin) not having enough natural oil (மயிர் அல்லது தோல் வகையில்) எண்ணெய்ப்பசை போதுமானதாக இல்லாத; வறண்ட **4** (used about wine) not sweet (திராட்சை மது வகையில்) இனிப்பில்லாத **5** (used about what sb says, or sb's way of speaking) amusing, although it sounds serious (ஒருவருடைய பேச்சு அல்லது பேசும் முறை பற்றிக் கூறுகையில்) கருத்தார்ந்ததாகத் தொனித்த போதிலும் வேடிக்கையானதான *a dry sense of humour* **6** boring சலிப்பூட்டுகிற *dry legal documents* **7** without alcohol; where no alcohol is allowed மது அற்ற; மதுத் தடையுள்ள; மதுவிற்கு

அனுமதி அற்ற *Saudi Arabia is a dry country.* ▶ **dryness** *noun* [U]

IDM **be left high and dry** ➪ **high¹** பார்க்க.

dry² /draɪ/ *verb* [I, T] (*pres. part.* **drying**; *3rd person sing. pres.* **dries**; *pt., pp* **dried**) to become dry; to make sth dry உலர்; வறள்; உலர்த்து; வறட்டு *I hung my shirt in the sun to dry.* • *to dry your hands on a towel*

PHR V **dry (sth) out** to become or make sth become completely dry முற்றிலும் வறண்டுபோ அல்லது வற்றிப்போ; ஒன்றை முற்றிலும் வறண்டுபோகச் செய்; வற்றவை *Don't allow the soil to dry out.*

dry up 1 (used about a river, etc.) to have no more water in it (ஆறு முதலியவை வகையில்), வறண்டுபோ; நீரற்றுப்போ **2** to stop being available கிடைக்காமல்போ *Because of the recession a lot of building work has dried up.* **3** to forget what you were going to say, for example because you are very nervous அச்சம் அல்லது மனக்கலக்கம் காரணமாகச் சொல்ல இருப்பதை மறந்துவிடு

dry (sth) up to dry plates, knives, forks, etc. with a towel after they have been washed அலம்பிய-பின் தட்டுகள், கத்திகள், முள் கரண்டிகள் முதலியவற்றைத் துவாலையால் துடைத்து உலரச் செய்

dry-clean verb [T] to clean clothes using special chemicals, without using water தண்ணீரைப் பயன்படுத்தாமல் தனிவகை வேதியியல் பொருள்களைப் பயன்படுத்தித் துணிகளை வெளு; உலர்சலவை செய்

dry-cleaner's (*also* **cleaner's**) *noun* [C] the shop where you take your clothes to be cleaned துணி வெளுக்கும் கடை; (உலர்) சலவைக்-கடை

dry land *noun* [U] land, not the sea (கடல் அல்லாத) நிலப்பகுதி *I was glad to be back* ***on dry land*** *again.*

DTP /ˌdiː tiːˈpiː/ *abbr.* = **desktop publishing**

dual /ˈdjuːəl/ *adj.* (*only before a noun*) having two parts; double இரண்டு பகுதிகளை உடைய; இரட்டையான *to have dual nationality*

dual carriageway (*AmE* **divided highway**) *noun* [C] a wide road that has an area of grass or a fence in the middle to separate the traffic going in one direction from the traffic going in the other direction நடுவில் புல்பரப்பு அமைத்து அல்லது வேலியிட்டு இரண்டாகப் பிரித்து எதிரெதிர் திசையில் போக்குவரத்து நடைபெறும் அமைப்புடைய அகன்ற சாலை; இருதிசைச் சாலை; பகுப்புச் சாலை

dub /dʌb/ *verb* [T] (**du<u>bb</u>ing**; **du<u>bb</u>ed**) **1** to give sb/sth a new or amusing name (**a nickname**) ஒருவருக்கு/ஒன்றுக்குப் புதிய அல்லது வேடிக்கையான பெயர் சூட்டு; கேலிப்பெயரிடு. *Bill Clinton was dubbed 'Slick Willy'.* **2 dub sth (into sth)** to change the sound in a film so that what the actors said originally is spoken by actors using a different language மூலப்படத்தின் நடிகர்கள் பேசிய மொழியினின்றும் வேறான மொழி ஒன்றை நடிகர்கள் பேசுமாறு படத்தின் ஒலியை மாற்று; மொழிமாற்றம் செய் *I don't like foreign films when they're dubbed into English. I prefer subtitles.* ➪ **subtitle** பார்க்க. **3** to make a piece of music by mixing different pieces of recorded music together பதிவு செய்யப்-பட்ட பல்வேறு இசைக்கூறுகளை ஒன்றாகக் கலந்து ஓர் இசையை உருவாக்கு

dubious /ˈdjuːbiəs/ *adj.* **1 dubious (about sth/about doing sth)** not sure or certain உறுதி-யாக அல்லது நிச்சயமாகத் தெரியாத; ஐயப்-பாடான *I'm very dubious about whether we're doing the right thing.* **2** that may not be honest or safe நேர்மையற்றதாக அல்லது இடர்ப்-பாடானதாக இருக்கக் கூடிய *dubious financial dealings* ▶ **dubiously** *adv.*

duchess /ˈdʌtʃəs/ *noun* [C] a woman who has the same position as a **duke**, or who is the wife of a **duke** கோமான் ஒருவருக்கு இணையான நிலையை உடைய பெண் அல்லது கோமான் ஒருவரின் மனைவி; கோமாட்டி

duck¹ /dʌk/ *noun* (*pl.* **ducks** or **duck**) *noun* **1** [C] a common bird that lives on or near water. Ducks have short legs, special (**webbed**) feet for swimming and a wide beak வாத்து **2** [C] a female duck பெண் வாத்து

> **NOTE** ஆண் வாத்து **drake** எனப்படும். வாத்துக் குஞ்சு **duckling** எனப்படும். வாத்து எழுப்பும் ஒலி **quack** எனப்படும்.

3 [U] the meat of a duck வாத்து இறைச்சி *roast duck with orange sauce*

duck² /dʌk/ *verb* **1** [I, T] to move your head down quickly so that you are not seen or hit by sb/sth பிறரால்/பிறிதொன்றால் காணப்படவோ தாக்கப்படவோ முடியாதபடி தலையைக் கீழே விரைவாகச் சாய்; சட்டெனத் தலை தாழ்த்து *The boys ducked out of sight behind a hedge.* • *I had to duck my head down to avoid the low doorway.* **2** [I, T] (*informal*) **duck (out of) sth** to try to avoid sth difficult or unpleasant கடினமான அல்லது இன்னாத ஒன்றைத் தவிர்க்க முயற்சி செய் *She tried to duck out of apologizing.* • *The President is trying to duck responsibility for the crisis.* **3** [T] to push sb's head under water for a short time, especially when playing குறிப்பாக விளையாடும்போது, ஒருவர் தலையை நீருக்குள் சிறிது நேரம் அமிழ்த்து *The kids were ducking each other in the pool.*

duct /dʌkt/ *noun* [C] a tube that carries liquid, gas, etc. திரவம், வாயு முதலியவற்றைக்

கொண்டு செல்லும் குழாய் *They got into the building through the air duct.* • *tear ducts* (= in the eye)

dud /dʌd/ *noun* [C] (*informal*) a thing that cannot be used because it is not real or does not work properly சரியாக வேலை செய்யாததால் அல்லது உண்மையானதாக இல்லாததால் பயன்படுத்த முடியாத ஒரு பொருள்; பயனற்றது; போலி

dude /du:d/ *noun* [C] (*AmE slang*) a man ஆண்; ஆடவன்

due[1] /dju:/ *adj.* **1** (*not before a noun*) expected or planned to happen or arrive நிகழுமென அல்லது வந்து சேருமென எதிர்பார்க்கப்படுகிற அல்லது திட்டமிடப்பட்ட; நிகழ இருக்கிற; வர இருக்கிற *The conference is due to start in four weeks' time.* • *What time is the next train due (in)?* • *The baby is due in May.* **2** (*not before a noun*) having to be paid (பணம்) செலுத்தப்பட வேண்டி உள்ள *The rent is due on the fifteenth of each month.* **3 due (to sb)** that is owed to you because it is your right to have it உரிமை முறையில் தனக்குச் சேரவேண்டிய *Make sure you claim all the benefits that are due to you.* **4 due to sb/sth** caused by or because of sb/sth ஒருவர்/ஒன்றின் காரணமான அல்லது விளைவாக *His illness is probably due to stress.* **5 due for sth** expecting sth or having the right to sth ஒன்றை எதிர்பார்க்கிற அல்லது ஒன்றிற்கு உரிமையுள்ள *I think that I'm due for a pay rise.*

IDM in due course at sometime in the future, quite soon அண்மையில் ஒரு சமயத்தில்; விரைவில் *All applicants will be informed of our decision in due course.*

due[2] /dju:/ *adv.* (used before 'north', 'south', 'east' and 'west') exactly சரியாக; துல்லியமாக *The aeroplane was flying due east.*

due[3] /dju:/ *noun*

IDM give sb his/her due to be fair to a person ஒருவரிடம் நியாயமாக இரு; ஒருவருக்கு முறை செய் *She doesn't work very quickly, but to give Savitha her due, she is very accurate.*

duel /'dju:əl/ *noun* [C] a formal type of fight with guns or other weapons which was used in the past to decide an argument between two men முற்காலத்தில் இருவருக்கிடையே ஆன ஒரு விவாதத்திற்கு/பூசலுக்கு முடிவு காணத் துப்பாக்கிகள் அல்லது பிற ஆயுதங்களைப் பயன்படுத்திச் செய்த முறை சார்ந்த சண்டை வகை.

duet /dju'et/ (*also* **duo**) *noun* [C] a piece of music for two people to sing or play இருவர் பாடுவதற்கு அல்லது இசைப்பதற்கு உரிய இசை; உறழ் இசை ➪ **solo** பார்க்க.

dug ➪ **dig[1]** என்பதன் இறந்தகால மற்றும் இறந்தகால வினையெச்ச வடிவம்

duke /dju:k/ (*also* **Duke**) *noun* [C] a man of the highest hereditary rank; a nobleman மரபுவழிப்பட்ட மேற்குடியைச் சார்ந்த ஆண்; உயர்குடிமகன்; கோமான் ➪ **duchess** பார்க்க.

dull /dʌl/ *adj.* **1** not interesting or exciting; boring ஆர்வம் அல்லது கிளர்ச்சி ஊட்டாத; சலிப்பூட்டுகிற *Miss Potter's lessons are always so dull.* **2** not bright ஒளிர்வற்ற; பிரகாசமில்லாத; மங்கலான *a dull and cloudy day* **3** not loud, sharp or strong ஓசையற்ற; கூர்மையற்ற; முனைப்பற்ற; மழுங்கிய; மந்தமான *Her head hit the floor with a dull thud.* • *a dull pain* ✪ OPP **sharp** ▶ **dullness** *noun* [U] ▶ **dully** *adv.*

duly /'dju:li/ *adv.* (*formal*) in the correct or expected way சரியான அல்லது எதிர்பார்த்த முறையில் *We all duly assembled at 7.30 as agreed.*

dumb /dʌm/ *adj.* **1** not able to speak பேச இயலாத; ஊமையான *to be deaf and dumb* • (*figurative*) *They were* **struck dumb** *with amazement.* **2** (*informal*) stupid முட்டாள்தனமான; மடமையான *What a dumb thing to do!* ▶ **dumbly** *adv. Kartik did all the talking, and I just nodded dumbly.*

dumbfounded /dʌm'faʊndɪd/ *adj.* very surprised பெரிதும் வியப்புற்ற; திகைப்படைந்த

dummy /'dʌmi/ *noun* [C] (*pl.* **dummies**) **1** a model of the human body used for putting clothes on in a shop window or while you are making clothes கடைச் சன்னலில் அல்லது ஆடை உருவாக்கும்போது ஆடை போடப் பயன்படுத்தப்படும் மனித உடலின் உரு மாதிரி; விளம்பர உருமாதிரி; பொம்மை உரு *a tailor's dummy* **2** (*informal*) *a stupid person* மடையன்; முட்டாள் **3** (*AmE* **pacifier**) a rubber object that you put in a baby's mouth to keep him/her quiet and happy குழந்தை அமைதியாகவும் மகிழ்ச்சியாகவும் இருக்கச் செய்யும் பொருட்டு அதன் வாயில் இடப்படும் இரப்பர் பொருள் **4** something that is made to look like sth else but that is not the real thing வேறு ஒன்றை ஒத்த ஆனால் உண்மையல்லாத ஒன்று; போலியுரு *The robbers used dummy hand guns in the raid.*

dump[1] /dʌmp/ *verb* [T] **1** to get rid of sth that you do not want, especially in a place which is not suitable குறிப்பாகப் பொருத்தமற்ற ஓரிடத்தில், வேண்டாத ஒன்றை இடு *Nuclear waste should not be dumped in the sea.* • *I wish you wouldn't keep dumping the extra work on me.* **2** to put sth down quickly or in a careless way ஒன்றை வேகமாக அல்லது அசட்டையாகக் கீழே போடு *The children dumped their bags in* *the hall and ran off to play.* **3** (*informal*) to get rid of sb, especially a boyfriend or girlfriend ஒருவரை, குறிப்பாகக் காதல் துணைவரைக் கைவிடு *Did you hear that Ashok dumped Reena last night?*

dump² /dʌmp/ *noun* [C] **1** a place where rubbish or waste material from factories, etc. is left தொழிற்சாலை முதலியவற்றிலிருந்து வெளிப்படும் கழிவுப்பொருள்களை, அல்லது குப்பையை இடும் இடம் *a rubbish dump* **2** (*informal*) a place that is very dirty, untidy or unpleasant மிகவும் அழுக்கான, தூய்மையற்ற அல்லது அருவருப்பூட்டும் இடம் *The flat is cheap but it's a real dump.*

IDM **down in the dumps** unhappy or sad மகிழ்ச்சியற்ற அல்லது வருத்தமுற்ற

dumper truck (*BrE*) (*AmE* **dump truck**) *noun* [C] a lorry that carries material such as stones or earth in a special container which can be lifted up so that the load can fall out உயர்த்திப் பொருள்களைக் கொட்டும் வசதியுள்ள தனிவகைக் கொள்கலனில் கல், மண் போன்ற பொருள்களைக் கொண்டு செல்லும் சுமையுந்து

dumpling /ˈdʌmplɪŋ/ *noun* [C] a small ball of flour and fat (**dough**) that is cooked and usually eaten with meat and soup சமைக்கப்பட்டு வழக்கமாக இறைச்சியுடனும் கூட்டுச்சாறுடனும் உண்ணப்படும் பிசைந்த மா உருண்டை; பிசைந்த மாக் கொழுக்கட்டை

dune /dju:n/ (*also* **sand dune**) *noun* [C] a low hill of sand by the sea or in the desert கடலை ஒட்டி அல்லது பாலைவனத்தில் உள்ள சிறு மணல் குன்று

dung /dʌŋ/ *noun* [U] waste material from the bodies of large animals பெரு விலங்குகளின் உடலிலிருந்து வெளிப்படும் கழிவுப்பொருள், மலம்; சாணம் *cow dung*

dungarees /ˌdʌŋɡəˈri:z/ (*AmE* **overalls**) *noun* [*pl.*] a piece of clothing, similar to trousers, but with extra piece of cloth that covers your chest and straps that go over the shoulders முழுக்காற்சட்டை போன்ற, ஆனால் மார்பை மறைக்கக் கூடிய கூடுதலான துணியும் தோள்பட்டை மீது செல்லும் பட்டைகளும் கொண்ட உடை வகை *a pair of dungarees*

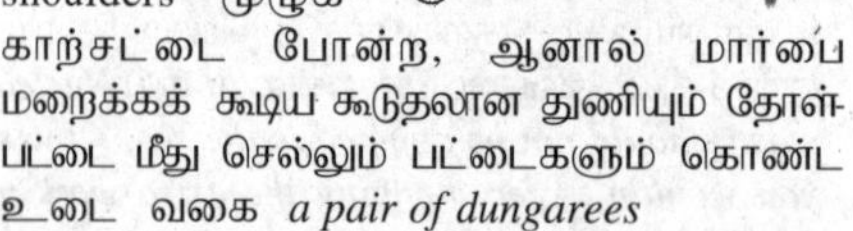

dungeon /ˈdʌndʒən/ *noun* [C] an old underground prison, especially in a castle பழங்காலத்தில் குறிப்பாகக் கோட்டையில் அமைந்திருந்த, பாதாளச் சிறைச்சாலை; நிலவறைச் சிறை

duo /ˈdju:əʊ/ *noun* [C] (*pl.* **duos**) **1** two people playing music or singing together சேர்ந்து இசை மீட்டும் அல்லது பாடும் இருவர் **2** = **duet**

duodenum /ˌdju:əˈdi:nəm/ *noun* [C] the first part of the small **intestine** சிறுகுடலின் முன்பகுதி ⇨ **body** பதிவில் படம் பார்க்க.

dupe /dju:p/ *verb* [T] to lie to sb in order to make him/her believe sth or do sth ஒன்றை நம்புமாறு அல்லது செய்யுமாறு செய்யும் பொருட்டு ஒருவரிடம் பொய் கூறு; ஏமாற்று *The woman was duped into carrying the drugs.*

duplex /ˈdju:pleks/ *noun* **1** a flat having rooms on two floors connected by a staircase படிக்கட்டால் இணைக்கப்பட்ட இரண்டு தளங்களில் அறைகள் கொண்ட அறைக்கட்டு; இரண்டடுக்கு மனை **2** a house with two separate units sharing a wall இடைச்சுவர் உடைய இரு அறைக்கட்டுகளைக் கொண்ட வீடு; இரட்டை மனை

duplicate¹ /ˈdju:plɪkeɪt/ *verb* [T] **1** to make an exact copy of sth ஒன்றின் துல்லியமான நகல் எடு; படியெடு **2** to do sth that has already been done முன்னரே செய்யப்பட்ட ஒன்றைச் செய்; மீண்டும் செய்; இரட்டை வேலை செய் *We don't want to duplicate the work of other departments.* ▶ **duplication** /ˌdju:plɪˈkeɪʃn/ *noun* [U]

duplicate² /ˈdju:plɪkət/ *noun* [C] something that is exactly the same as sth else ஒன்றைத் துல்லியமாக ஒத்து இருக்கின்ற வேறொன்று; நகல்; ஒற்றைமாற்று ▶ **duplicate** *adj.* (*only before a noun*) *a duplicate key*

IDM **in duplicate** with two copies (for example of an official piece of paper) that are exactly the same (ஆவணம், முதலியவை வகையில்) இரு நகல்களுடன் *The contract must be in duplicate.* ⇨ **triplicate** பார்க்க.

durable /ˈdjʊərəbl/ *adj.* likely to last for a long time without breaking or getting weaker உடையாமல் அல்லது நலிவுறாமல் நீடித்து இருக்கக்கூடிய *a durable fabric* ▶ **durability** /ˌdjʊərəˈbɪləti/ *noun* [U]

duration /djuˈreɪʃn/ *noun* [U] the time that sth lasts ஒன்று நீடிக்கும் கால அளவு; ஒன்றின் கால நீட்சி அல்லது கால வரையறை *Please remain seated for the duration of the flight.*

duress /djuˈres/ *noun* [U] threats or force that are used to make sb do sth ஒரு செயலை ஒருவர் செய்யுமாறு செய்யப் பயன்படுத்தப்படும் அச்சுறுத்தல் அல்லது வன்முறை; வலுக்கட்டாயம் *He signed the confession* ***under duress.***

during /ˈdjʊərɪŋ/ *prep.* within the period of time mentioned குறிப்பிடப்பட்ட கால அளவில்;

நேரத்தினிடையே *During the summer holidays we went swimming every day.* • *Grandpa was taken very ill during the night.*

NOTE ஒன்று நிகழும் காலத்தைக் குறிக்கும்போது **during** என்பதும் ஒன்று எவ்வளவு காலம் நீடிக்கிறது என்பதைச் சொல்லும்போது **for** என்பதும் பயன்படுத்தப்படுகின்றன—*I went shopping during my lunch break. I was out for about 25 minutes.*

dusk /dʌsk/ *noun* [U] the time in the evening when the sun has already gone down and it is nearly dark சூரியன் மறைந்து இருள் கவியத் தொடங்கும் மாலைப்பொழுது; அந்திவேளை ➪ **dawn** மற்றும் **twilight** பார்க்க.

dusky /ˈdʌski/ *adj.* **1** (*literary*) dim; having little light; not very bright; dark மங்கலான; குறைவான ஒளியுள்ள; பிரகாசமற்ற; கருமையான *dusky night* **2** (*literary*) sad and gloomy (இலக்கிய வழக்கு) வருத்தமுற்ற; துயரார்ந்த *dusky shadows from his past* **3** naturally having dark skin இயற்கையாகவே கருமையான சருமம் உள்ள *a dusky beauty* **4** of a dark colour அடர்ந்த அல்லது கருஞ்சாயலான நிறமுள்ள *a shade of dusky brown*

Dusserah *noun* [C] a festival that celebrates the victory of good over evil. It is celebrated across India in October/November and is the grand culmination of a ten-day festival தீமையின் மீது நன்மை அடையும் வெற்றியைக் கொண்டாடும் பண்டிகை; தசரா. பத்து நாட்கள் நீடிக்கும் விழாவின் முத்தாய்ப்பான இப்பண்டிகை இந்தியா முழுவதும் அக்டோபர்/நவம்பர் மாதத்தில் கொண்டாடப்படுகிறது

dust[1] /dʌst/ *noun* [U] very small pieces of dry dirt, sand, etc. in the form of a powder தூள் வடிவத்திலான வறண்ட தூசு, மணல் முதலியவற்றின் துகள்; பொடிதூசு; *a thick layer of dust* • *chalk/coal dust* • *The tractor came up the track in a cloud of dust.* • *a speck* (= small amount) *of dust* ▶ **dusty** *adj. This shelf has got very dusty.*

dust[2] /dʌst/ *verb* [I, T] to clean a room, furniture, etc. by removing dust with a cloth துணியின் உதவியால் அறை, அறைகலன் முதலியவற்றில் படிந்துள்ள தூசு அகற்று *Let me dust those shelves before you put the books on them.* ➪ **clean**[2] பதிவில் உள்ள குறிப்பைப் பார்க்க.

dustbin /ˈdʌstbɪn/ (*AmE* **garbage can**; **trash can**) *noun* [C] a large container for rubbish that you keep outside your house வீட்டுக்கு வெளியே வைக்கப்படுவதும் குப்பைகளைப் போடுவதற்கு உரியதுமான பெரிய கொள்கலன்; குப்பைத் தொட்டி

dust bowl *noun* [C] (in geography) an area of land that has become desert because there has been too little rain or too much farming (புவியியலில்) மிகக் குறைவான மழை அல்லது மிக அதிகமான வேளாண்மையின் காரணமாகப் பாலைவனமாகியுள்ள நிலப்பரப்பு

duster /ˈdʌstə(r)/ *noun* [C] a soft dry cloth that you use for cleaning furniture, etc. அறைகலன்கள் முதலியவற்றைச் சுத்தப்படுத்தப் பயன்படுத்தப்படும் மிருதுவான உலர்ந்த துணி; துடைப்பான்

dustpan /ˈdʌstpæn/ *noun* [C] a flat container with a handle into which you brush dirt from the floor தரையிலிருந்து குப்பையைக் கூட்டி அள்ளப் பயன்படும் தட்டையானதும் கைப்பிடி உடையதுமான கலன்; குப்பை முறம் *Where do you keep your* ***dustpan and brush****?*

Dutch /dʌtʃ/ *adj.* from the Netherlands நெதர்லாந்து சார்ந்த ➪ இவ்வகராதியின் பின்புறம் உள்ள நிலவியல் பெயர்கள் பற்றிய பகுதியைப் பார்க்க.

Dutch courage *noun* [U] (*BrE*) a feeling of courage or confidence that a person gets from drinking alcohol மது அருந்துவதால் ஒருவருக்கு ஏற்படும் துணிவு அல்லது தன்னம்பிக்கை உணர்வு

dutiful /ˈdjuːtɪfl/ *adj.* happy to respect and obey sb ஒருவரை மதித்து அவருக்குக் கீழ்ப்படிவதில் மகிழ்கிற *a dutiful son* ▶ **dutifully** /ˈdjuːtɪfəli/ *adv.*

duty /ˈdjuːti/ *noun* [C, U] (*pl.* **duties**) **1** something that you have to do because people expect you to do it or because you think it is right பிறர் எதிர்பார்ப்பதாலோ தனது மனதிற்குச் சரியெனப் படுவதாலோ ஒருவர் செய்ய வேண்டிய ஒன்று; கடமை *A soldier must* ***do his duty****.* • *a sense of moral duty* **2** the tasks that you do when you are at work வேலையில் இருக்கும்போது ஒருவர் ஆற்றும் பணிப்பொறுப்பு; இடுபணி *the duties of a policeman* • *Which nurses are on night duty this week?* **3 duty (on sth)** a tax that you pay, especially on goods that you bring into a country குறிப்பாக ஒரு நாட்டிற்குள் கொண்டுவரப்படும் பொருள்கள் மீது செலுத்தப்படும் வரி; சுங்கவரி

IDM **on/off duty** (used about doctors, nurses, police officers, etc.) to be working/not working (மருத்துவர்கள், செவிலியர்கள், காவல்துறை அலுவலர்கள் வகையில்) பணியில்/பணி விடுத்து *The guard's on duty from 8 a.m. till 4 p.m.* • *What time does she go off duty?*

duty-free *adj., adv.* (used about goods) that you can bring into a country without paying tax (சரக்கு வகையில்) வரி செலுத்தாமல் ஒரு நாட்டுக்குள் கொண்டுவரக் கூடியதாக; சுங்கவரி செலுத்த வேண்டாத *an airport duty-free shop* • *How much wine can you bring into Britain duty-free?* ➪ **tax-free** பார்க்க.

duvet /ˈduːveɪ/ *noun* [C] a thick cover filled with feathers or another soft material that you sleep under to keep warm in bed தூங்கும்போது மெத்தையை வெதுவெதுப்பாக வைத்திருக்க அதன்மீது போடப்படும் இறகுகளாலோ பிற மிருதுவான பொருளாலோ நிரப்பப்பட்ட விரிப்பு; வெது வெதுப்பு மெத்தை விரிப்பு ➪ **quilt** பார்க்க.

Dvaita *noun* [U] a branch of Hindu philosophy that states that the individual and God have separate existences; the doctrine of duality இறைவனுக்கும் ஆத்மாக்களுக்குமிடையே வேற்றுமை காணும் தத்துவக் கொள்கை. இறைவனும் ஆத்மாவும் ஒன்றல்ல, இரண்டு என்ற நம்பிக்கை; துவைதம் ➪ **Advaita** பார்க்க.

DVD /ˌdiː viː ˈdiː/ *noun* [C] a disc with different types of information on it, especially photographs and video, that can be used on a computer (short for 'digital videodisc' or 'digital versatile disc') பல்வேறு தகவல்களை, குறிப்பாக ஒளிப்படங்கள், காட்சிகள் முதலியவற்றைக் கொண்டுள்ள வட்டு *a DVD-ROM drive*

dwarf[1] /dwɔːf/ *noun* [C] (*pl.* **dwarfs** or **dwarves** /dwɔːvz/) **1** a person, animal or plant that is much smaller than the usual size வழக்கத்தைவிட மிகவும் சிறிதாக உள்ள ஆள், விலங்கு அல்லது தாவரம்; குள்ளர்; குள்ள விலங்கு; குட்டைத் தாவரம் **2** (in children's stories) a very small person (சிறுவர் கதைகளில்) மிகச்சிறிய ஆள்; குள்ளர்

dwarf[2] /dwɔːf/ *verb* [T] (used about a large object) to make sth seem very small in comparison (பெரிய பொருள் வகையில்) ஒப்பிட்டுப் பார்க்கும்போது மிகவும் சிறிதாகத் தோன்றுமாறு ஆக்கு *The skyscraper dwarfs all the other buildings around.*

dwell /dwel/ *verb* [I] (*pt*, *pp* **dwelt** /dwelt/ or **dwelled**) *old-fashioned*, (*formal*) to live or stay in a place ஓர் இடத்தில் வாழ் அல்லது தங்கு

PHR V **dwell on/upon sth** to think or talk a lot about sth that it would be better to forget மறத்தற்குரிய ஒன்றைப் பற்றி மிகுதியாகச் சிந்தி அல்லது பேசு *I don't want to dwell on the past. Let's think about the future.*

dweller /ˈdwelə(r)/ *noun* [C] (*often in compounds*) a person or animal that lives in the place mentioned குறிப்பிடப்பட்ட இடத்தில் வாழும் ஆள் அல்லது விலங்கு *city-dwellers*

dwelling /ˈdwelɪŋ/ *noun* [C] (*formal*) the place where a person lives; a house ஒருவர் வாழும் இடம்; வாழிடம்; வீடு; இல்லம்

dwindle /ˈdwɪndl/ *verb* [I] **dwindle (away)** to become smaller or weaker மேலும் சிறிதாகு அல்லது பலவீனமாகு; சுருங்கு; குன்று *Their savings dwindled away to nothing.*

dye[1] /daɪ/ *verb* [T] [*pres. part.* **dyeing**; *3rd person sing. pres.* **dyes**; *pt*, *pp* **dyed**) to make sth a different colour ஒன்றை வேறு நிறமாக்கு; சாயம் இடு *Does she dye her hair? • I'm going to dye this blouse black.*

dye[2] /daɪ/ *noun* [C, U] a substance that is used to change the colour of sth ஒன்றின் நிறத்தை மாற்றப் பயன்படுத்தப்படும் பொருள்; சாயம்; வண்ணச் சாயம்

dying ➪ **die** என்பதன் நிகழ்கால வினையெச்ச வடிவம்.

dying /daiiŋ/ *adj.* **1** during the last few minutes, seconds etc. before something ends ஒரு நிகழ்வின் கடைசி சில நிமிடங்களின்/விநாடிகளின் போதான *They managed to win the game in the dying minutes.* **2** happening at the time of somebody's death ஒருவரது மரணத் தறுவாயில் நிகழ்கிற *dying wish*

dyke (*also* **dike**) /daɪk/ *noun* [C] **1** a long thick wall that is built to prevent the sea or a river from flooding low land தாழ்நிலப் பகுதிக்குள் கடல் அல்லது ஆற்று நீர் பெருக்கெடுத்து வருவதைத் தடுக்கக் கட்டப்பட்டுள்ள நீண்ட கெட்டியான சுவர்; அணை கரை; தடுப்புச் சுவர் **2** (*BrE*) a long narrow space dug in the ground and used for taking water away from land நிலத்திலிருந்து நீரை வெளியேற்றுவதற்காகத் தரையில் தோண்டப்படும் குறுகலாகவும் நீளமாகவும் உள்ள இடம்; அகழி

dynamic /daɪˈnæmɪk/ *adj.* **1** (used about a person) full of energy and ideas; active (ஆள் வகையில்) ஆற்றலும் கருத்து வளமும் மிக்க; உரமும் ஊக்கமும் வாய்ந்த **2** (used about a force or power) that causes movement (விசை அல்லது ஆற்றல் வகையில்) இயக்கத்தை விளைவிக்கிற. ▶ **dynamism** /ˈdaɪnəmɪzəm/ *noun* [U]

dynamics /daɪˈnæmɪks/ *noun* **1** [*pl.*] the way in which people or things behave and react to each other in a particular situation குறிப்பிட்ட ஒரு சூழ்நிலையில் ஆட்கள் அல்லது பொருள்கள் நடந்துகொள்வதும் அவர்கள்/அவை ஒருவரோடு ஒருவர்/ஒன்றோடு ஒன்று எதிர்வினை புரிவதுமான முறை **2** [U] the scientific study of the forces involved in movement இயக்கத்திற்கு உட்பட்ட விசைகள் பற்றிய அறிவியல் ஆய்வு; விசையியக்கவியல் *fluid dynamics*

dynamite /ˈdaɪnəmaɪt/ *noun* [U] **1** a powerful explosive substance ஆற்றல்மிகு வெடிபொருள் **2** a thing or person that causes great excitement, shock, etc. பெருங்கிளர்ச்சி, அதிர்ச்சி முதலியவற்றை விளைவிக்கும் ஒன்று/ஒருவர் *His news was dynamite.*

dynamo /ˈdaɪnəməʊ/ *noun* [C] (*pl.* **dynamos**) a device that changes energy from the movement of sth such as wind or water into electricity காற்று, தண்ணீர் முதலியவற்றின் இயக்க விசையை மின்சாரமாக மாற்றும் சாதனம்

dynasty /ˈdɪnəsti/ *noun* [C] (*pl.* **dynasties**) a series of rulers who are from the same family ஒரே குடும்பத்தைச் சார்ந்த ஆட்சியாளர் தொடர்வரிசை; அரசர்களின் வழிவழி மரபு வம்சம் *the Gupta dynasty in India*

dysentery /ˈdɪsəntri/ *noun* [U] a serious disease which causes you to get rid of waste material from your body very often in liquid form (**to have diarrhoea**), and to lose blood உடலிலிருந்து கழிவுப்பொருள் அடிக்கடி திரவ வடிவில் வெளியேறவும் இரத்தம் இழக்கவும் காரணமான தீவிர நோய் வகை; வயிற்றுப்போக்குக்குக் காரணமான வயிற்றுக் கடுப்பு நோய்; சீதபேதி

dyslexia /dɪsˈleksiə/ *noun* [U] a difficulty that some people have with reading and spelling படிப்பதிலும் எழுத்துக் கூட்டலிலும் சிலருக்கு ஏற்படும் சிரமம்; வாசிப்பு இடர்ப்பாடு ▶ **dyslexic** *noun* [C], *adj.*

E e

E, e[1] /iː/ *noun* [C, U] (*pl.* **E's, e's** /iːz/) the fifth letter of the English alphabet ஆங்கில நெடுங்கணக்கின் ஐந்தாவது எழுத்து *'Egg' begins with (an) 'E'.*

E[2] *abbr.* east(ern) கிழக்கு; கிழக்கத்திய *E Asia*

e- /iː/ *prefix* (*computing*) (*in nouns and verbs*) connected with the use of electronic communication, especially the Internet, for sending information, doing business, etc. தகவல் போக்குவரத்து, வணிகச் செயல்பாடுகள், முதலியவற்றுக்காக மின்னணுத் தகவல் தொடர்பு முறையை, குறிப்பாக இணையத்தைப் பயன்படுத்துதல் தொடர்பான; மின்னணுத் தகவல் பரிமாற்றம் சார்ந்த; மின்- *e-business/e-commerce* ➪ **email** பார்க்க.

ea. *abbr.* each ஒவ்வொருவர்/ஒவ்வொருவரும்; ஒவ்வொன்று/ஒவ்வொன்றும்

each /iːtʃ/ *det., pronoun* every individual person or thing ஒவ்வொரு ஆளும் அல்லது பொருளும்; (தனித்தனியாக) ஒவ்வொருவரும் அல்லது ஒவ்வொன்றும்; ஒவ்வொரு *Each lesson lasts an hour. • Each of the lessons lasts an hour.*

each other *pronoun* used for saying that A does the same thing to B as B does to A இருவர் பரிமாற்றமாக/பரஸ்பரமாக ஒருவருக்கொருவர் ஒன்றைச் செய்துகொள்வதைக் குறிக்கப் பயன்படுத்தப்படுவது; ஒருவரையொருவர், ஒருவருக்கொருவர்; ஒருவரோடொருவர் *Anita and Nayan love each other very much* (= Anita loves Nayan and Nayan loves Anita). • *We looked at each other.*

eager /ˈiːɡə(r)/ *adj.* **eager (to do sth); eager (for sth)** full of desire or interest மிகு விருப்பமுடைய; ஆர்வமிக்க *We're all eager to start work on the new project. • eager for success* ✪ SYN **keen** ▶ **eagerly** *adv.* ▶ **eagerness** *noun* [U]

eagle /ˈiːɡl/ *noun* [C] a very large bird that can see very well. It eats small birds and animals கூரிய பார்வையுடையதும் சிறு பறவைகள் மற்றும் விலங்குகளை உண்ணுவதுமான மிகப் பெரிய பறவை வகை; கழுகு

ear /ɪə(r)/ *noun* **1** [C] one of the two parts of the body of a person or animal that are used for hearing காது; செவி ➪ **body** பதிவில் படம் பார்க்க. **2** [*sing.*] **an ear (for sth)** an ability to recognize and repeat sounds, especially in music or language குறிப்பாக இசை அல்லது மொழியில் உள்ள, ஒலிகளைக் கேட்டுணர்ந்து திருப்பிச்சொல்லும் திறன்; கேள்வி அறிவு *Asha has a good ear for languages.* **3** [C] the top part of a plant that produces grain தானிய மணிகள் விளையும் தாவரத்தின் மேற்பகுதி; கூலக்கதிர் *an ear of corn* ➪ **cereal** பதிவில் படம் பார்க்க.

IDM **sb's ears are burning** used when a person thinks that other people are talking about him/her, especially in an unkind way மற்றவர்கள் தன்னைப் பற்றி, குறிப்பாக நட்பினிமையற்ற முறையில், பேசிக்கொண்டிருப்பதாக ஒருவர் எண்ணுவதைக் குறிக்கப் பயன்படுத்தப்படும் தொடர்

play (sth) by ear to play a piece of music that you have heard without using written notes எழுத்து வடிவ இசைக் குறியீடுகளைப் பயன்படுத்தாது, கேட்டுணர்ந்தவாறு இசைக்கருவியை வாசி; கேள்வியறிவு மூலமே வாசி

go in one ear and out the other (used about information, etc.) to be forgotten quickly (செய்தி, முதலியவை வகையில்) விரைவில் மறக்கப்பட்டுவிடு; ஒரு காதில் நுழைந்து மறு காதில் வெளியேறிவிடு *Everything I tell him seems to go in one ear and out the other.*

play it by ear to decide what to do as things happen, instead of planning in advance முன்கூட்டியே திட்டமிடாது, செயல்கள் நிகழும்போது அவை குறித்து முடிவெடு, அப்போதைக்கப்போது முடிவு செய்துகொள் *We don't know what Anil's reaction will be, so we'll just have to play it by ear.*

prick up your ears ➪ **prick**[1] பார்க்க.

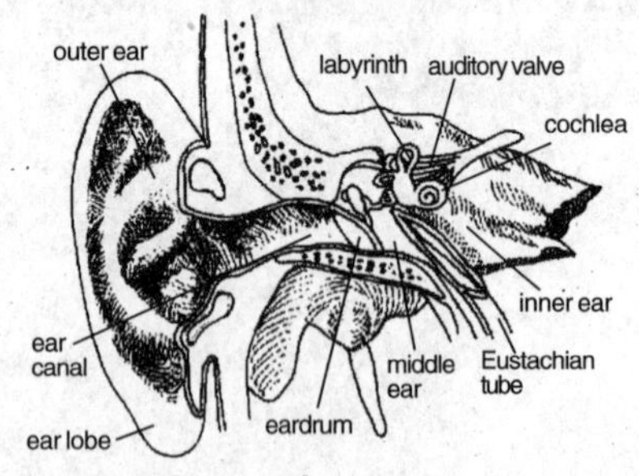

the ear

earache /ˈɪəreɪk/ *noun* [U] a pain in your ear காதில் உண்டாகும் நோவு; காதுவலி *I've got earache.* ➪ **ache** பதிவிலுள்ள குறிப்பைப் பார்க்க.

eardrum /ˈɪədrʌm/ *noun* [C] a thin piece of skin inside the ear that is tightly stretched and that allows you to hear sound விரைப்பாக நீண்டு

அமைந்துள்ளதும் ஒலியை உள்வாங்குவது-மான காதின் உட்புறத்தில் உள்ள மெல்லிய தோல் பகுதி; செவிப்பறை; காதுக்குருத்து ➪ **ear** பதிவில் படம் பார்க்க.

earl /ɜ:l/ *noun* [C] a British man of a high social position சமுதாயத்தில் உயர் படிநிலையில் உள்ள பிரிட்டனைச் சேர்ந்த ஆண்; பிரிட்டன் நாட்டின் பெருங்குடி மரபைச் சார்ந்தவர்; கோமான்

ear lobe *noun* [C] the round soft part at the bottom of your ear காதின் அடிப்பகுதியிலுள்ள உருண்டை வடிவ மென் பகுதி; புறக்காது மடல் ➪ **ear** பதிவில் படம் பார்க்க.

early /'ɜ:li/ *adj., adv.* (**earlier; earliest**) **1** near the beginning of a period of time, a piece of work, a series, etc. ஒரு காலப்பகுதி, வேலை, தொடர் நிகழ்ச்சி, முதலியவற்றின் தொடக்கத்தை அடுத்த/அடுத்து; முற்பட்ட/முற்பகுதியில் *The project is still in its early stages.* **2** before the usual or expected time வழக்கமான அல்லது எதிர்-பார்க்கப்பட்ட நேரத்திற்கு/காலத்துக்கு முன்-பான/முன்பாக; குறித்த காலத்துக்கு முந்திய/ முன் *She arrived five minutes early for her interview.*

IDM **at the earliest** not before the date or time mentioned குறித்த நாள் அல்லது நேரத்திற்கு முன்பாக இல்லாமல்; குறிப்பிட்ட நாள் அல்லது நேரம் கீழ் எல்லையாக *I can repair it by Friday at the earliest.*

it's early days (yet) used to say that it is too soon to know how a situation will develop ஒரு சூழ்நிலை எவ்வாறு வளர்ச்சியுறும் என்பதை அறிவதற்கு இன்னும் நேரம் வரவில்லை எனக் கூறப் பயன்படுத்தப்படும் தொடர்

the early hours very early in the morning in the hours after midnight நள்ளிரவுக்குப் பின் உள்ள அதிகாலை நேரம்

an early/a late night ➪ **night** பார்க்க.

early on soon after the beginning தொடக்கத்தை அடுத்து உடனே; முற்பகுதியிலேயே *He achieved fame early on in his career.*

an early riser a person who usually gets up early in the morning வழக்கமாக அதிகாலையில் துயில் எழுபவர்; முன்னெழுபவர்

earmark /'ɪəmɑ:k/ *verb* [T] **earmark sb/sth (for sth/sb)** to choose sb/sth to do sth in the future எதிர்காலப் பணி அல்லது பயன்பாடு ஒன்றிற்காக ஒருவரை/ஒன்றைத் தேர்வுசெய் அல்லது ஒதுக்கி வை *Everybody says Manisha has been earmarked as the next manager.*

earn /ɜ:n/ *verb* [T] **1** to get money by working உழைத்துப் பணம் சம்பாதி; வேலை செய்து பொருள் ஈட்டு *How much does a dentist earn?* • *It's hard to* **earn a living** *as an artist.* **2** to win the right to sth, for example by working hard கடின உழைப்பு, முதலியவற்றால் ஒன்றற்கான உரிமையை வென்றடை; முயற்சி/தகுதியால் ஒன்றைத் தனக்கு உரியதாக்கிக்கொள் *The team's victory today has earned them a place in the final.* **3** to get money as profit or interest on money you have in a bank, lent to sb, etc. ஒன்றில் கிடைக்கும் இலாபம் அல்லது வங்கியில் போட்ட பணம், ஒருவருக்குக் கடன் கொடுத்த பணம் முதலியவற்றுக்கான வட்டி ஆகிய-வற்றின் மூலமாகப் பணம் பெறு *How much interest will my savings earn in this account?*

earnest /'ɜ:nɪst/ *adj.* serious or determined கருத்-தூன்றிய; செயல் முனைப்பான; அசட்டை-யற்ற *He's such an earnest young man—he never makes a joke.* • *They were having a very earnest discussion.* ▶ **earnestly** *adv.*

IDM **in earnest 1** serious and sincere about what you are going to do செய்ய இருப்பது குறித்து உள்ளார்ந்த அக்கறையுடனும் செயல் முனைப்புடனும்; சீரிய முறையில்; மனமார்ந்து; வினைத்திட்பமுடன் *He was in earnest about wanting to leave university.* **2** happening more seriously or with more force than before முன்பை விட மேலும் தீவிரமான அல்லது கூடுதலான முயற்சியுடன்; செயல் முனைப்பு அல்லது ஊக்கம் மிகுந்து *After two weeks work began in earnest on the project.*

earnings /'ɜ:nɪŋz/ *noun* (*pl.*) the money that a person earns by working உழைத்து/முயற்சி-யால் ஒருவர் சம்பாதிக்கும் பணம்; ஈட்டும் பொருள்; ஊதியம்; வருவாய் *Average earnings have increased by 5%.*

earphones /'ɪəfəʊnz/ *noun* (*pl.*) a piece of equipment that fits over or in the ears and is used for listening to music, the radio, etc. காதின்மேல் அல்லது காதினுள் பொருத்திக்கொள்ளக் கூடியதும் இசை, ஒலிபரப்பப்படும் நிகழ்ச்சிகள் முதலியவற்றைக் கேட்கப் பயன்படுத்தப்-படுவதுமான ஒரு கருவி; செவியுடன் பொருந்தி-யுள்ள ஒலிவாங்கி

earring /'ɪərɪŋ/ *noun* [C] a piece of jewellery that is worn in or on the lower part of the ear காதின் கீழ்ப்பகுதியில் அல்லது கீழ்ப்பகுதியினுள் பொருத்தி அணிந்துகொள்ளும் அணிகலன்; காதணி; கம்மல் *Do these earrings clip on or are they for pierced ears?*

earshot /'ɪəʃɒt/ *noun* [U]

IDM **(be) out of/within earshot** where a person cannot/can hear ஒருவர் கேட்க முடியாத/ கேட்கக் கூடிய தொலைவில் (இரு); காதுக்கு எட்டாத/காது கேட்கும் தூரத்தில் (இரு) *Wait until he's out of earshot before you say anything about him.*

earth[1] /ɜ:θ/ *noun* **1** (*also* **the earth; the Earth**) [*sing.*] the world; the planet on which we live உலகம்; மனிதர்கள் வாழும் கோள்; மண்ணுலகம்; பூமி *life on earth* • *The earth goes round the sun.* ➪ **the solar system** பார்க்க. **2** [*sing.*] the surface of the world; land பூமியின் மேல்பரப்பு; தரை; நிலம் *The spaceship fell towards earth.* • *I could feel the earth shake when the earthquake started.* **3** [U] the substance that plants grow in; soil தாவரங்களின் உள்நோக்கிய வளர்ச்சி நடைபெறும் பொருள்; மண்; நிலம் *The earth around here is very fertile.* ➪ **ground** பதிவிலுள்ள குறிப்பைப் பார்க்க. **4** [C, *usually sing.*] (*AmE* **ground**) a wire that makes a piece of electrical equipment safer by connecting it to the ground ஒரு மின் சாதனத்தைத் தரையுடன் இணைத்து அதற்குக் கூடுதல் பாதுகாப்பாக அமையும் கம்பி; மின்சாதன நிலத்தொடர்புக் கம்பி

IDM **charge/pay the earth** (*informal*) to charge/pay a very large amount of money ஒரு பெருந்தொகையை விலையாக/கட்டணமாக வசூலி அல்லது செலுத்து

cost the earth/a fortune ➪ **cost[2]** பார்க்க.

how/why/where/who etc. on earth (*informal*) used for emphasizing sth or expressing surprise ஒன்றை அழுத்தமாகச் சொல்ல அல்லது வியப்பை வெளிப்படுத்தப் பயன்படுத்தப்படுவது *Where on earth have you been?*

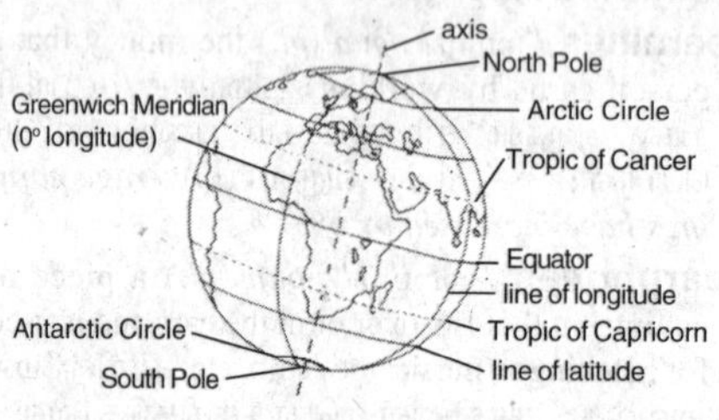

the earth

earth[2] /ɜːθ/ (*AmE* **ground**) *verb* [T] to make a piece of electrical equipment safer by connecting it to the ground with a wire ஒரு கம்பியின் மூலமாக மின்சாதனம் ஒன்றைத் தரையுடன் இணைத்து அதற்குக் கூடுதல் பாதுகாப்பைச் செய்; மின்னோட்டத்துக்கு நிலத்தொடர்பு உண்டாக்கு

earthenware /ˈɜːθnweə(r)/ *adj.* made of very hard baked clay உறுதி மிக்க சுட்ட களிமண்ணால் செய்யப்பட்ட *an earthenware bowl* ▶ **earthenware** *noun* [U]

earthly /ˈɜːθli/ *adj.* (*often in questions or negatives*) possible இயலக்கூடிய; பெறத்தக்க; சாத்தியமான *What earthly use is a gardening book to me? I haven't got a garden!*

earthquake /ˈɜːθkweɪk/ (*informal* **quake**) *noun* [C] violent movement of the earth's surface பூமியின் மேற்பரப்பில் தோன்றும் கடுமையான குலுக்கல் அல்லது ஆட்டம்; நில அதிர்ச்சி; நில நடுக்கம்; பூகம்பம்

earthworm /ˈɜːθwɜːm/ *noun* [C] a small, long, thin animal with no legs or eyes that lives in the soil மண்ணினுள் வாழும், கால்களோ கண்களோ இல்லாத சிறு அளவிலான நீண்ட மெல்லிய விலங்கு வகை; மண்புழு

earwig /ˈɪəwɪɡ/ *noun* [C] a small brown insect with a long body and two curved pointed parts (**pincers**) that stick out at the back end of its body நீண்ட உடலையும், உடலின் பின்பகுதி முனையில் வெளியே நீட்டிக்கொண்டிருக்கும் இரண்டு இடுக்கி போன்ற கூர்மையான வளைபகுதிகளையும் கொண்ட சிறு பழுப்பு நிறப் பூச்சி வகை; செவிப்பாம்பு

ease[1] /iːz/ *noun* [U] a lack of difficulty சிக்கலின்மை; தொல்லையின்மை; இயல் எளிமை *She answered the questions with ease.* ➪ **easy** adjective பார்க்க. ✪ **OPP unease**

IDM **(be/feel) at (your) ease** to be/feel comfortable, relaxed, etc. இளைப்பாறு நிலையில், சௌகரியமாக அல்லது இயல் அமைதியுடன் இரு; இளைப்பாறுதல் உணர்வு கொள் *They were all so kind and friendly that I felt completely at ease.*

ease[2] /iːz/ *verb* **1** [I, T] to become or make sth less painful or serious வலி அல்லது கடுமை தணிந்த நிலையை அடை; வலி அல்லது கடுமை குறை அல்லது குறையச் செய் *The pain should ease by this evening.* • *This money will ease their financial problems a little.* ➪ **easy** adjective பார்க்க. **2** [T] to move sth slowly and gently ஒன்றை மெதுவாகவும் முரட்டுத்தனமின்றியும் செலுத்து; மெல்ல மென்மையுடன் நகர்த்து *He eased the key into the lock.*

IDM **ease sb's mind** to make sb feel less worried ஒருவரது கவலை குறையச் செய்; மன அமைதி அளி

PHR V **ease off** to become less strong or unpleasant வலு குறைவாகு அல்லது ஒன்றன் இன்னாத தன்மை குறைவுறு; எளிதாகு அல்லது இனிதாகு

ease up to work less hard வேலைக் கடுமையைக் குறைத்துக்கொள்; செயல் முனைப்பைத் தளர்த்து

easel /ˈiːzl/ *noun* [C] a wooden frame that holds a picture while it is being painted ஓவியந் தீட்டும்பொழுது அதனைப் பொருத்தி வைக்கும் மரச்சட்ட அமைப்பு; ஓவியர் பயன்படுத்தும் நிலைச்சட்டம்

easily /ˈiːzəli/ *adv.* **1** without difficulty சிரமம் அல்லது தொல்லை இல்லாமல்; எளிதாக *I can easily ring up and check the time.* **2** **easily the best, worst, nicest, etc.** without doubt

ஐயத்துக்கு இடமில்லாமல்; உறுதியாக; நம்பகமாக *It's easily his best novel.*

east[1] /i:st/ *noun* [*sing.*] (*abbr.* **E**) **1** (*also* **the east**) the direction you look towards in order to see the sun rise; one of the four main directions that we give names to (**the points of a compass**) சூரிய உதயத்தைக் காண நாம் நோக்கும் திசை; (திசைகாட்டியின் முனைகள் குறிக்கும்) நான்கு முதன்மைத் திசைகளுள் ஒன்று; கிழக்கு; கீழைத்திசை ➪ **compass** பதிவில் படம் பார்க்க. *Which way is east?* • *a cold wind from the east* **2 the east** the part of any country, city, etc. that is further to the east than the other parts ஒரு நாடு, நகரம், முதலியவற்றின் மற்ற பகுதிகளை விடத் தொலை கிழக்கில் உள்ள பகுதி; கிழக்குப் பகுதி *Bihar is in the east of Uttar Pradesh.* **3 the East** the countries of Asia, for example China and Japan சீனா, ஜப்பான், முதலிய ஆசியக் கண்டத்தின் நாடுகள்; ஆசியாவின் கீழைநாடுகள் ➪ **the Far East** மற்றும் **the Middle East** பார்க்க. ➪ **north, south** மற்றும் **west** பார்க்க.

east[2] /i:st/ (*also* **East**) *adj., adv.* in or towards the east or from the east கிழக்குத் திசையில்; கிழக்குத் திசையிலிருந்து; கிழக்கு நோக்கி; கிழக்குத் திசையில் உள்ள; கிழக்குப் பக்கமான *They headed east.* • *the East Coast of America* • *an east wind*

eastbound /'i:stbaʊnd/ *adj.* travelling or leading towards the east கிழக்கு நோக்கிப் பயணம் செய்கிற அல்லது கிழக்குப்பக்கமாகச் செல்கிற *The eastbound carriageway of the highway is blocked.*

Easter /'i:stə(r)/ *noun* [U] a festival on a Sunday in March or April when Christians celebrate Christ's return to life; the time before and after Easter Sunday இயேசுநாதர் புத்துயிர் பெற்று வந்ததைக் கிறிஸ்தவர்கள் கொண்டாடும் நாளான மார்ச்சு அல்லது ஏப்ரல் மாதத்தில் வரும் ஒரு ஞாயிற்றுக்கிழமை; திருமீட்டெழுச்சித் திருநாள்; கிறிஸ்து உயிர்த்தெழுந்த திருநாள்; இந்நாளுக்கு முன்னும் பின்னும் உள்ள காலப்பகுதி *the Easter holidays* • *Are you going away **at Easter**?*

easterly /'i:stəli/ *adj.* **1** towards or in the east கிழக்கு நோக்கிய அல்லது கிழக்குப் பக்கத்திலுள்ள *They travelled in an easterly direction.* **2** (used about winds) coming from the east (காற்று பற்றிக் கூறுகையில்) கிழக்கிலிருந்து வீசுகிற *cold easterly winds*

eastern (*also* **Eastern**) /'i:stən/ *adj.* **1** of, in or from the east of a place ஓரிடத்தின் கிழக்குப் பகுதிக்குரிய; கிழக்குப் பகுதியில் உள்ள அல்லது கிழக்குப் பகுதியிலிருந்து வருகிற *the eastern shore of the lake* **2** from or connected with the countries of the East ஆசியாவின் கிழக்குத் திசை நாடுகளிலிருந்து வந்த அல்லது அந்நாடுகள் சார்ந்த/அந்நாடுகளுக்குரிய *Eastern cookery* (= that comes from Asia)

eastward /'i:stwəd/ (*also* **eastwards**) *adj., adv.* towards the east கிழக்கு நோக்கிய; கிழக்கு நோக்கி; கிழக்கு முகமான; கிழக்கு முகமாக *to travel in an eastward direction* • *The Ganga flows eastwards.*

easy[1] /'i:zi/ *adj.* (**easier; easiest**) **1** not difficult கடுமை இல்லாத; எளிதான; கடினமற்ற; சிக்கலற்ற; இயலெளிமை வாய்ந்த *an easy question* • *It isn't easy to explain the system.* • *The system isn't easy to explain.* ✪ **OPP hard** **2** comfortable, relaxed and not worried சௌகரியமான, ஓய்வமைதி தருகிற மற்றும் கவலையற்ற *an easy life* • *My mind's easier now.* ➪ **uneasy** பார்க்க. ➪ **ease** noun, verb பார்க்க.

IDM **free and easy** ➪ **free**[1] பார்க்க.

I'm easy (*informal*) used to say that you do not have a strong opinion when sb offers you a choice குறிப்பிட்டவற்றுள் தேர்வு செய்துகொள்ள வாய்ப்பளிக்கப்படும்பொழுது, ஒன்று அல்லது மற்றது பற்றித் தனக்கு தனிப்பற்று இல்லை எனக் கூறப் பயன்படுத்தப்படுவது *'Would you like to go first or second?' 'I'm easy.'*

easy[2] /'i:zi/ *adv.* (**easier; easiest**)

IDM **easier said than done** (*spoken*) more difficult to do than to talk about (ஒன்றைச்) சொல்வதை விடச் செய்வது கடினமானது *'You should get her to help you.' 'That's easier said than done.'*

go easy on sb/on/with sth (*informal*) **1** to be gentle or less strict with sb ஒருவரிடம் கனிவுடன் அல்லது மட்டான கண்டிப்புடன் இரு; ஒருவரை நட்பிணக்கத்துடன் அல்லது கடுமையின்றி அணுகு *Go easy on him; he's just a child.* **2** to avoid using too much of sth ஒன்றை மிகையாகப் பயன்படுத்துதலைத் தவிர்; மட்டாகப் பயன்படுத்து *Go easy on the salt; it's bad for your heart.*

take it/things easy to relax and not work too hard or worry too much மிகையான உழைப்பை அல்லது கவலை கொள்ளுதலைத் தவிர்த்து ஓய்வமைதி கொள்; செயல் அல்லது உணர்ச்சி முனைப்பு கொள்ளாது இன்னமைதியுடன் இரு

easy chair *noun* [C] a large comfortable chair with arms கையமர்வுப் பகுதிகள் கொண்ட பெரிய வசதியான சாய்வு நாற்காலி; சொகுசு சாய் நாற்காலி

easy-going *adj.* (used about a person) calm, relaxed and not easily worried or upset by what other people do (ஒருவர் பற்றிக் குறிப்பிடுகையில்) அமைதியான மற்றும் மற்றவர்களின்

செயலால் எளிதில் சஞ்சலமோ மனக்கலக்கமோ அடையாத; எளிதில் உணர்ச்சி வசப்படாத; இயலமைதி வாய்ந்த

eat /iːt/ *verb* (*pt* **ate** /et/; *pp* **eaten** /ˈiːtn/) **1** [I, T] to put food into your mouth, then bite and swallow it உணவை வாயிலிட்டுக் கடித்து விழுங்கு; சாப்பிடு *Who ate all the biscuits? She doesn't eat properly. No wonder she's so thin.* **2** [I] to have a meal உணவு உண்ணு; உண்டி கொள் *What time shall we eat?*

IDM **have sb eating out of your hand** to have control and power over sb ஒருவர் மீது கட்டுப்பாடும் அதிகாரமும் கொண்டிரு; ஆளுமை செலுத்து

have your cake and eat it ➪ **cake**[1] பார்க்க.

PHR V **eat sth away/eat away at sth** to damage or destroy sth slowly over a period of time படிப்படியாக/மெல்ல மெல்ல ஒரு கால அளவில் ஒன்றைச் சேதப்படுத்து அல்லது அழி; அரித்துத் தின்னு *The sea had eaten away at the cliff.*

eat out to have a meal in a restaurant ஓர் உணவகத்தில் உணவருந்து; வெளியே சென்று சாப்பிடு

eatable /ˈiːtəbl/*adj.* = **edible** ▶ **eatable** (*usually* **eatables** /ˈiːtəblz/) *noun* articles of food or substances that can be used as food உணவுப் பண்டங்கள் அல்லது உணவாகப் பயன்படுத்தக்கூடிய பொருள்கள்

eater /ˈiːtə(r)/ *noun* [C] a person who eats in a particular way குறிப்பிட்ட முறையில் உணவு உண்ணுபவர்; குறிப்பிட்ட உணவு அருந்துபவர் *My uncle's a big eater* (= he eats a lot). • *We're not great meat eaters in our family.*

eatery /ˈiːtəri/ *noun* [C] (*pl.* **eateries**) *informal* a cafe or restaurant உணவகம்; உண்டிச் சாலை *A new eatery has opened in that mall.*

eau de Cologne /ˌəʊ də kəˈləʊn/ (*also* **cologne**) *noun* [U] a type of pleasant smelling liquid (**perfume**) that is not very strong மிகு முனைப்பானதல்லாத நறுமணத் திரவ வகை

eaves /iːvz/ *noun* [*pl.*] the edges of a roof that stick out over the walls சுவர்களுக்கு மேல் வெளியே நீட்டிக்கொண்டிருக்கும் கூரை விளிம்புகள்; இறவாரம்

eavesdrop /ˈiːvzdrɒp/ *verb* [I] (**eavesdropping; eavesdropped**) **eavesdrop (on sb/sth)** to listen secretly to other people talking மற்றவர்கள் பேசுவதை இரகசியமாகக் கேள்; ஒற்றுக்கேள் *They caught her eavesdropping on their conversation.*

ebb[1] /eb/ *verb* [I] **1** (used about sea water) to flow away from the land, which happens twice a day (கடல் நீர் பற்றிக் குறிப்பிடுகையில்) ஒரு நாளுக்கு இரு முறை தரையை விட்டு வடிந்திறங்கு; பின்செல் ✪ **SYN** **go out** **2** **ebb (away)** (used about a feeling, etc.) to become weaker (ஓர் உணர்ச்சி, முதலியவை வகையில்) எழுச்சி தணி; வலு குறை *The crowd's enthusiasm began to ebb.*

ebb[2] /eb/ *noun* [*sing.*] **the ebb** the time when sea water flows away from the land கடல் நீர் தரையை விட்டு வடிந்திறங்கும் வேளை; கடல் நீரின் பின்னடைவு நேரம்

NOTE ஒரு நாளில் இரு முறை நிகழும் கடல் நீரின் இறக்கம்/அலைவு **tide** எனப்படும் ➪ **high tide** பார்க்க.

IDM **the ebb and flow (of sth)** (used about a situation, noise, feeling, etc.) a regular increase and decrease in the progress or strength of sth (ஒரு சூழ்நிலை, ஓர் ஒலி, உணர்ச்சி, முதலியவற்றைப் பற்றிக் குறிப்பிடுகையில்) வளர்ச்சி நிலை அல்லது வலுவில் காணப்படும் சீரான ஏற்ற இறக்கம்

ebony /ˈebəni/ *noun* [U] a hard black wood உறுதியான கருமை நிற மர வகை; கருங்காலி மரம்

eccentric /ɪkˈsentrɪk/ *adj.* (used about people or their behaviour) strange or unusual (ஆட்கள் அல்லது அவர்களுடைய நடத்தை பற்றிக் குறிப்பிடும்போது) அசாதாரணமான அல்லது வழக்கத்துக்கு மாறான; இயல்பு திரிந்த; விசித்திரமான; தனிப்போக்குடைய *People said he was mad but I think he was just slightly eccentric.* ▶ **eccentric** *noun* [C] *She's just an old eccentric.* ▶ **eccentricity** /ˌeksenˈtrɪsəti/ *noun* [C, U] (*pl.* **eccentricities**)

ecclesiastical /ɪˌkliːziˈæstɪkl/ *adj.* connected with or belonging to the Christian Church கிறிஸ்தவத் திருச்சபை சார்ந்த அல்லது திருச்சபைக்கு உரிய *ecclesiastical law*

echo[1] /ˈekəʊ/ *noun* [C] (*pl.* **echoes**) a sound that is repeated as it is sent back off a surface such as the wall of a tunnel சுரங்கப்பாதை சுவர் போன்ற ஒரு பரப்பின் மீது பட்டு மீண்டு வரும் ஒலி; எதிரொலி *I could hear the echo of footsteps somewhere in the distance.*

echo[2] /ˈekəʊ/ *verb* **1** [I] (used about a sound) to be repeated; to come back as an echo (ஒலி வகையில்) ஒரு பரப்பின் மீது பட்டு மீண்டு வா; எதிரொலி எழுப்பு *Their footsteps echoed in the empty hall.* **2** [I, T] **echo sth (back); echo (with/to sth)** to repeat or send back a sound; to be full of a particular sound ஓர் ஒலியை மீண்டும் எழுப்பு அல்லது திருப்பி அனுப்பு; குறிப்பிட்ட ஓர் ஒலி நிறைந்து பரவியிரு *The tunnel echoed back their calls.* • *The hall echoed with their laughter.* **3** [T] to repeat what sb has said, done or thought ஒருவர்

சொன்னதை, செய்ததை அல்லது நினைத்ததை மீண்டும் சொல், செய் அல்லது நினை; எதிரொலி *The child echoed everything his mother said. • The newspaper article echoed my views completely.*

echo sounder *noun* [C] a device for finding how deep the sea is or where objects are in the water by measuring the time it takes for sound to return to the person listening செலுத்தப்படும் ஒலி அனுப்புபவரிடம் திரும்ப வந்து சேர்வதற்கு ஆகும் நேர அளவைக் கணக்கிட்டுக் கடலின் ஆழத்தை அல்லது நீரினுள் உள்ள பொருள்கள் உள்ள இடத்தைக் கண்டறிய உதவும் கருவி; எதிரொலி மூலம் கடல் ஆழம் முதலியவற்றைக் கணிக்க உதவும் சாதனம் ▶ **echo-sounding** *noun* [C, U] ➪ **sonar** பதிவில் படம் பார்க்க.

eclair /ɪˈkleə(r)/ *noun* [C] a type of long thin cake, usually filled with cream and covered with chocolate வழக்கமாகப் பாலேட்டை உள்ளீடாகக் கொண்டு சாக்லெட் மேல் பூசப்பட்ட நீண்ட மெலிதான கேக் வகை; பாற்கட்டி உள்ளிட்ட சாக்லெட் வகை

eclipse[1] /ɪˈklɪps/ *noun* [C] an occasion when the moon or the sun seems to completely or partly disappear, because one of them is passing between the other and the earth நிலவு சூரியன் இவை இரண்டில் ஒன்று மற்றதற்கும் பூமிக்கும் இடையே கடந்து செல்வதால் அது முழுமையாகவோ பகுதியாகவோ மறைந்துவிடுவதாகத் தோன்றும் சமயம்; கிரகணம் *a total/partial eclipse of the sun* ➪ **shadow** பதிவில் படம் பார்க்க.

eclipse[2] /ɪˈklɪps/ *verb* [T] (used about the moon, etc.) to cause an eclipse of the sun, etc. (நிலவு, சூரியன், முதலியவை பற்றிக் குறிப்பிடும்போது) நிலவு சூரியன் ஆகிய இரண்டில் ஒன்று கிரகணம் உண்டாக்கு **2** to make somebody/sth dull or unimportant by comparison ஒப்பு நோக்கில் ஒருவரை/ஒன்றைக் கவர்ச்சி இல்லாது அல்லது முக்கியமில்லாது தோன்றச் செய் ✪ SYN **outshine, overshadow**

eco-friendly /ˌiːkəʊ ˈfrendli/ *adj.* not harmful to the environment சுற்றுச் சூழலுக்குத் தீங்கு விளைவிக்காத; சுற்றுச் சூழலோடு இயைந்து செல்கிற *eco-friendly products/fuel*

ecologist /iˈkɒlədʒɪst/ *noun* [C] a person who studies or is an expert in ecology சுற்றுச்சூழலை ஆய்வு செய்பவர் அல்லது சுற்றுச் சூழல் வல்லுநர்

ecology /iˈkɒlədʒi/ *noun* [U] the relationship between living things and their surroundings; the study of this subject உயிர்ப்பொருள்களுக்கும் அவற்றின் சுற்றுச்சூழல்களுக்கும் இடையே உள்ள தொடர்பு; இத்தொடர்பு குறித்த ஆய்வு; சுற்றுச்சூழலியல் ▶ **ecological** /ˌiːkəˈlɒdʒɪkl/ *adj. an ecological disaster* ▶ **ecologically** /ˌiːkəˈlɒdʒɪkli/ *adv.*

economic /ˌiːkəˈnɒmɪk/ *adj.* **1** (*only before a noun*) connected with the supply of money, business, industry, etc. பணப் புழக்கம், வணிகம், தொழில், முதலியவை தொடர்பான; பொருளியல் சார்ந்த *The country faces growing economic problems.* **2** producing a profit இலாபம் தருகிற; இலாபகரமான; பயன்வளம் வாய்ந்த *The mine was closed because it was not economic.* ➪ **economical** பார்க்க. ✪ OPP **uneconomic** ▶ **economically** /ˌiːkəˈnɒmɪkli; ˌekə-/ *adv. The country was economically very underdeveloped.*

economical /ˌiːkəˈnɒmɪkl/ *adj.* that costs or uses less time, money, fuel, etc. than usual வழக்கமானதைவிடக் குறைவான நேரம், பணம், எரிபொருள், முதலியவை தேவைப்படுகிற/ முதலியவற்றைப் பயன்படுத்துகிற; சிக்கனமான *an economical car to run* ➪ **economic** பார்க்க. ✪ OPP **uneconomical** ▶ **economically** /-kli/ *The train service could be run more economically.*

economics /ˌiːkəˈnɒmɪks; ˌekə-/ *noun* [U] the study or principles of the way money, business and industry are organized நிதி, வணிகம், தொழில் ஆகியவற்றைத் திட்டமிடல் குறித்த அறிவுத் துறை அல்லது கோட்பாடுகள்; பொருளியல் *a degree in economics • the economics of a company*

economist /ɪˈkɒnəmɪst/ *noun* [C] a person who studies or is an expert in economics பொருளியல் ஆய்வாளர் அல்லது வல்லுநர்

economize (also **-ise**) /ɪˈkɒnəmaɪz/ *verb* [I] **economize (on sth)** to save money, time, fuel, etc.; to use less of sth பணம், நேரம், எரிபொருள், முதலியவற்றைச் சேமி அல்லது குறைவாகப் பயன்படுத்து; சிக்கனமாயிரு

economy /ɪˈkɒnəmi/ *noun* (*pl.* **economies**) **1** *also* **the economy** [C] the operation of a country's money supply, commercial activities and industry ஒரு நாட்டின் பணப் புழக்கம், வணிகச் செயல்பாடுகள், தொழில் ஆகியவற்றைக் கையாளுதல்; பொருளாதாரம்; பொருளாட்சி *There are signs of improvement in the economy.* **2** [C, U] careful spending of money, time, fuel, etc.; trying to save, not waste sth பணம், நேரம், எரிபொருள், முதலியவற்றைக் கவனமாகச் செலவழித்தல்; சிக்கனம்; ஒன்றை வீணடிக்காது சேமிக்க முயலுதல்; மிச்சப்படுத்துதல் *economy class* (= the cheapest class of air travel)

ecosystem /ˈiːkəʊsɪstəm/ *noun* [C] all the plants and animals in a particular area considered together with their surroundings குறிப்பிட்ட பகுதியில்

காணப்படும் அனைத்துத் தாவரங்கள், விலங்குகள் மற்றும் அவற்றின் சுற்றுச்சூழல்கள் ஆகியவற்றின் முழுமைத் தொகுதி; சுற்றுச்சூழல் அமைவு

ecotourism /ˌiːkəʊˈtʊərɪzəm/ *noun* [U] **tourism** to places that not many people have the chance to see, especially when some of the money paid by the tourists is used to protect the local environment and animals குறிப்பாகப் பயணம் செய்வோர் செலுத்தும் கட்டணத்தின் ஒரு பகுதி பயணம் செல்லும் இடங்களின் சுற்றுச் சூழலையும் விலங்குகளையும் பாதுகாக்கப் பயன்படுத்தப்படும் முறையிலான, பலர் சென்று காணும் வாய்ப்பில்லாத இடங்களுக்குச் செல்லும், ஏற்பாடு செய்யப்பட்ட சுற்றுலா

ecstasy /ˈekstəsi/ *noun* [C, U] (*pl.* **ecstasies**) a feeling or state of great happiness பெரு மகிழ்வுணர்வு அல்லது பேரின்ப நிலை; பேருவகை; பரவசம் *to be **in ecstasy** • She went into ecstasies about the ring he had bought her.*

ecstatic /ɪkˈstætɪk/ *adj.* extremely happy பெரு மகிழ்வுற்ற; பேரின்ப நிலையிலான; பரவசமுற்ற

eczema /ˈeksɪmə/ *noun* [U] a disease which makes your skin red and dry so that you want to scratch it உடற்தோல் உலர்ந்து செந்நிறமடைந்து அரிப்புணர்ச்சி ஏற்படுத்தும் நோய் வகை; படை

ed. *abbr.* edited by; edition; editor பதிப்பித்தவர்; பதிப்பு; பதிப்பாசிரியர்

eddy /ˈedi/ *noun* [C] (*pl.* **eddies**) a circular movement of water, wind, dust, etc. நீர், காற்று, புழுதி, முதலியவற்றின் சுழல் இயக்கம்; சுழல்காற்று; நீர்ச்சுழி

edge[1] /edʒ/ *noun* [C] **1** the place where sth, especially a surface, ends ஓரிடத்தின், குறிப்பாக ஒரு பரப்பின், இறுதி எல்லை; விளிம்பு; ஓரம் *the edge of a table • The leaves were brown and curling at the edges. • I stood at the water's edge.* **2** the sharp cutting part of a knife, etc. கத்தி, முதலியவற்றின் கூர்மையான வெட்டுப் பகுதி

IDM **an/the edge on/over sb/sth** a small advantage over sb/sth ஒருவரை/ஒன்றை விடச் சற்றுக் கூடுதலான சாதக நிலை அல்லது அனுகூலம் *She knew she had the edge over the other candidates.*

(be) on edge to be nervous, worried or quick to become upset or angry அச்சம் கொள்; சட்டெனக்கவலையுறு அல்லது கோபப்படு; படபடப்புறு *I'm a bit on edge because I am going to get my exam results today.*

edge[2] /edʒ/ *verb* **1** [T] (*usually passive*) **edge sth (with sth)** to put sth along the edge of sth else ஒரு பொருளின் விளிம்பின் ஊடாக ஒன்றைப் பொருத்து, வை அல்லது இணை; ஓரங்கட்டு; கரை அமை *The cloth was edged with lace.* **2** [I, T] **edge (your way/sth) across, along, away, back, etc.** to move yourself/sth somewhere slowly and carefully ஓரிடத்துக்கு நிதானமாகவும் கவனமாகவும் நகர் அல்லது ஒன்றை நகர்த்து; மெல்ல நகர்; சிறிது சிறிதாக நகர்த்து *We edged closer to get a better view. • She edged her chair up to the window.*

edgeways /ˈedʒweɪz/ (*also* **edgewise** /-waɪz/) *adv.*

IDM **not get a word in edgeways** ➪ **word[1]** பார்க்க.

edgy /ˈedʒi/ *adj.* (*informal*) nervous, worried or quick to become upset or angry அச்சமுற்ற; சஞ்சலப்படுகிற; எளிதில் நிதானம் இழக்கிற; படபடப்புறுகிற

edible /ˈedəbl/ *adj.* good or safe to eat உண்ணுவதற்கு உகந்த அல்லது பாதுகாப்பான; உண்ணத்தக்க; உணவாகக் கொள்ளுதற்கு ஏற்ற *Are these mushrooms edible?* ✪ **OPP inedible**

edict /ˈiːdɪkt/ [C, U] (*formal*) an official order or statement issued by sb in a position of power அதிகாரப் பொறுப்பில் உள்ள ஒருவரது பணிமுறைக் கட்டளை அல்லது அறிக்கை; அதிகாரபூர்வமான ஆணை/அறிக்கை

edifice /ˈedɪfɪs/ *noun* [C] (*formal*) a large impressive building அளவில் பெரிய, கருத்தைக் கவரக்கூடிய கட்டடம்; பெருஞ்செயற் கட்டமைவு; மாளிகை

edit /ˈedɪt/ *verb* [T] **1** to prepare a piece of writing to be published, making sure that it is correct, the right length, etc. தவறில்லாதிருத்தல், சரியான அளவு, முதலியவற்றைச் சரிபார்த்து, வெளியிடுவதற்கு ஏற்ற முறையில் நூல் முதலியவற்றைத் தயார் செய்; பதிப்பி **2** to prepare a film, television or radio programme by cutting and arranging filmed material in a particular order காட்சிப்படமாக எடுக்கப்பட்டவற்றை வெட்டிக் குறிப்பிட்ட வரிசை முறையில் ஒழுங்கமைவு செய்து திரைப்படம், தொலைக்காட்சி அல்லது வானொலி நிகழ்ச்சியைத் தயார் செய்; படத்தைத் தொகுத்தமை **3** to be in charge of a newspaper, magazine, etc. பத்திரிகை, பருவ இதழ், முதலியவற்றை உருவாக்கும் பொறுப்பிலிரு; பத்திரிகைப் பதிப்பாசிரியராயிரு

edition /ɪˈdɪʃn/ *noun* [C] **1** the form in which a book is published; all the books, newspapers, etc. published in the same form at the same time வெளியிடப்படும் ஒரு நூலின் வடிவமைப்பு; ஒரே சமயத்தில் குறிப்பிட்ட ஒரே வடிவமைப்புடன் வெளியிடப்படும் அனைத்து நூல்கள், பத்திரிகைகள் முதலியன; ஒரே சமயத்தில் ஒரே அளவில் வெளியிடப்பட்டவற்றின் தொகுதி;

பதிப்பு *a paperback/hardback edition • the morning edition of a newspaper* **2** one of a series of newspapers, magazines, television or radio programmes செய்தித்தாள்கள், பருவ இதழ்கள் அல்லது தொலைக்காட்சி/வானொலி நிகழ்ச்சிகளின் வரிசைத் தொகுப்பில் ஒன்று; பதிப்பு; பாகம் *And now for this week's edition of 'Panorama'...*

editor /ˈedɪtə(r)/ *noun* [C] **1** the person who is in charge of all or part of a newspaper, magazine, etc. and who decides what should be included ஒரு செய்தித்தாள், பருவ இதழ், முதலியவற்றின் முழு அல்லது பகுதிப் பொறுப்பை ஏற்றுள்ளவரும் அதன் உள்ளடக்கத்தை முடிவுசெய்பவருமான ஒருவர்; இதழாசிரியர் *the financial editor • Who is the editor of 'The Times of India'?* **2** a person whose job is to prepare a book to be published by checking for mistakes and correcting the text பிழைகளைச் சரிபார்த்தல், நூலைச் செப்பம் செய்தல் ஆகியவற்றைச் செய்து வெளியிடுவதற்கு ஏற்ற முறையில் ஒரு நூலைத் தயார் செய்பவர்; நூல் பதிப்பாசிரியர் **3** a person whose job is to prepare a film, television programme, etc. for showing to the public by cutting and putting the filmed material in the correct order படமாக எடுக்கப்பட்டவற்றை வெட்டிச் சரியான வரிசை முறையில் ஒழுங்கமைவு செய்து திரைப்படம், தொலைக்காட்சி நிகழ்ச்சி முதலியவற்றைப் பொதுக்காட்சிக்காகத் தயார் செய்பவர்; படத் தொகுப்பாளர்

editorial /ˌedɪˈtɔːriəl/ *noun* [C] an article in a newspaper, usually written by the head of the newspaper (**editor**), giving an opinion on an important subject ஒரு முக்கியமான பொருள் மீதான கருத்துரையாக, வழக்கமாக இதழாசிரியரால் எழுதப்படும், பத்திரிகைக் கட்டுரை; தலையங்கம்

educate /ˈedʒukeɪt/ *verb* [T] to teach or train sb, especially in school குறிப்பாகப் பள்ளியில், ஒருவருக்குக் கற்றுக்கொடு அல்லது பயிற்சி அளி; பயிற்றுவி; அறிவு புகட்டு *Young people should be educated to care for their environment. • All their children were educated at private schools.*

educated /ˈedʒukeɪtɪd/ *adj.* having studied and learnt a lot of things to a high standard கல்வி பயின்று மிகப் பலவற்றை நன்கு அறிந்துள்ள; கற்றுத்தேர்ந்த *a highly educated woman*

education /ˌedʒuˈkeɪʃn/ *noun* [C, *usually sing.*, U] the teaching or training of people, especially in schools குறிப்பாகப் பள்ளிகளில் வழங்கப்படும் கல்வி அல்லது செயற்பயிற்சி; பயிற்றுவிப்பு *primary, secondary, higher, adult education • She received an excellent education.*

▶ **educational** /ˌedʒʊˈkeɪʃənl/ *adj. an educational toy/visit/experience*

eel /iːl/ *noun* [C] a long fish that looks like a snake பாம்பு போலத் தோன்றும் நீளமான மீன் வகை; விலாங்கு மீன்

eerie (*also* **eery**) /ˈɪəri/ *adj.* strange and frightening இயற்கைக்கு மாறுபட்ட மற்றும் அச்சமூட்டுகிற; வழக்கமீறியதாகவும் திகில் ஏற்படுத்துவதாகவும் உள்ள *an eerie noise* ▶ **eerily** *adv.* ▶ **eeriness** *noun* [U]

efface /ɪˈfeɪs/ *verb* [T] (*formal*) to make sth disappear; to remove sth ஒன்றை மறையச் செய்; துடைத்தழி

effect /ɪˈfekt/ *noun* **1** [C, U] **(an) effect (on sb/sth)** a change that is caused by sth; a result ஒன்றன் காரணமாக நிகழும் மாற்றம்; விளைவு; விளைபயன் *the effects of acid rain on the lakes and forests • Her shouting* ***had little or no effect*** *on him. • Despite her terrible experience, she seems to have suffered no* ***ill effects****.* ➪ **after-effect** மற்றும் **side effect** பார்க்க; மேலும் **affect** பதிவிலுள்ள குறிப்புப் பார்க்க. **2** [C, U] a particular look, sound or impression that an artist, writer, etc. wants to create கலைஞர், எழுத்தாளர், முதலியோர் தோற்றுவிக்க விரும்பும் குறிப்பிட்ட தோற்றம், ஒலி அல்லது கருத்து *How does the artist create the effect of moonlight? • He likes to say things just for effect* (= to impress people). **3 effects** [*pl.*] (*formal*) your personal possessions தனி உடைமைகள்; உரிமைப் பொருள்கள்

IDM **come into effect** (used especially about laws or rules) to begin to be used (குறிப்பாகச் சட்டங்கள், விதிமுறைகள் வகையில்) செயற்பாட்டுக்கு அல்லது நடைமுறைக்கு வா; செயல் பயனுறத் தொடங்கு

in effect 1 in fact; for all practical purposes மெய்யளவில்; நடைமுறையில் முழுமையான அளவில் *Though they haven't made an official announcement, she is, in effect, the new director.* **2** (used about a rule, a law, etc.) in operation; in use (சட்டம், விதிமுறை, முதலியவை வகையில்) செயல்முறையில்; பயன்பாட்டில்; நடைமுறையில் *The new rules will be in effect from next month.*

take effect 1 (used about a drug, etc.) to begin to work; to produce the result you want (மருந்து, முதலியவை வகையில்) செயல் பயனுறத் தொடங்கு; விரும்பும் விளைவை ஏற்படுத்து *The anaesthetic took effect immediately.* **2** (used about a law, etc.) to come into operation (சட்டம், முதலியவை வகையில்) செயற்பாட்டுக்கு அல்லது நடைமுறைக்கு வா *The ceasefire takes effect from midnight.*

to this/that effect with this/that meaning இந்த/அந்தப் பொருள்படும்படியாக; இந்த/

அந்தப் பொருண்மையுடன் *I told him to leave her alone, or words to that effect.*

effective /ɪˈfektɪv/ *adj.* **1** successfully producing the result that you want விரும்பும் முடிவைப் பயன் நிறைவுடன் உருவாக்குகிற; வெற்றிகர-மான நல்விளைவை ஏற்படுத்துகிற *a medicine that is effective against the common cold • That picture would look more effective on a dark background.* ✪ OPP **ineffective 2** real or actual, although perhaps not official அதிகார முறையானதல்லாவிடினும், உண்மையான அல்லது மெய்யான; நடப்பிலுள்ள; செயல்-முறையிலான *The soldiers gained effective control of the town.* ▶ **effectiveness** *noun* [U]

effectively /ɪˈfektɪvli/ *adv.* **1** in a way that successfully produces the result you wanted விரும்பிய பலனை வெற்றிகரமாக அல்லது நிறைவாக உண்டாக்குகிற வகையில்; பயன் கொள்ளத்தக்க முறையில்; பயன் நிறைவாக *She dealt with the situation effectively.* **2** in fact; in reality மெய்யாக; உண்மையில் *It meant that, effectively, they had lost.*

effector /ɪˈfektə(r)/ *noun* [C] an organ or a cell in the body that is made to react by sth outside the body அயற்பொருள் ஒன்றன் தூண்டுதலால் எதிர்ச்செயலாற்றும் உடல் உறுப்பு அல்லது உயிரணு

effeminate /ɪˈfemɪnət/ *adj.* (used about a man or his behaviour) like a woman (ஓர் ஆண் அல்லது அவரது நடத்தையைப் பற்றிக் கூறுகையில்) பெண் தன்மையுள்ள, பெண்ணைப் போன்ற

effervescent /ˌefəˈvesnt/ *adj.* **1** (used about people and their behaviour) excited, enthusiastic and full of energy (ஆட்கள் மற்றும் அவர்களுடைய நடத்தை வகையில்) ஆர்வக் கிளர்ச்சியும் ஊக்கமும நிறைந்த; உணர்ச்சியும் ஊக்கமும் பொங்குகிற; உற்சாகமான **2** (used about a liquid) having or producing small bubbles of gas (ஒரு திரவம் பற்றிக் கூறும்போது) சிறு ஆவிக் குமிழிகளைக் கொண்டுள்ள அல்லது உண்டாக்குகிற; குமிழியிட்டுப் பொங்குகிற; நுரைத்தெழுகிற ▶ **effervescence** /ˌefəˈvesns/ *noun* [U]

efficacy /ˈefɪkəsi/ *noun* [U] (*formal*) the ability of sth like a drug or a medical treatment to bring about the results that are wanted (மருந்துப்-பொருள் அல்லது சிகிச்சை வகையில்) தேவைப்படும் விளைபயனைத் தரும் ஆற்றல் ▶ **efficacious** /ˌefiˈkeɪʃəs/ *adj.*

efficient /ɪˈfɪʃnt/ *adj.* able to work well without making mistakes or wasting time and energy தவறின்றி அல்லது நேரத்தையும் ஆற்றலையும் வீணாக்காமல் நன்றாக வேலைசெய்யும் திறனுடைய; செயல் திறமையுடைய *Our secretary is very efficient. • You must find a more efficient way of organizing your time.* ✪ OPP **inefficient** ▶ **efficiency** /ɪˈfɪʃnsi/ *noun* [U] ▶ **efficiently** *adv.*

effigy /ˈefɪdʒi/ *noun* [C] (*pl.* **effigies**) **1** a statue of a famous or religious person or a god புகழ்-பெற்ற அல்லது சமயம் தொடர்பான ஒருவரது அல்லது ஒரு கடவுளின் சிலை; உருவச்சிலை **2** a model of a person that makes him/her look ugly ஒருவரை அவலட்சணமாக அல்லது அருவருக்கத் தக்க முறையில் காட்டும் அவரது உருமாதிரி; அழகற்ற மாதிரி உருவம்; கொடும்பாவி *The demonstrators burned a crude effigy of the president.*

effluent /ˈefluənt/ *noun* [U] liquid waste, especially chemicals produced by factories திரவக் கழிவு, குறிப்பாகத் தொழிற்சாலை-களிலிருந்து வெளிப்படும் இரசாயனக் கழிவுப் பொருள்கள்

effort /ˈefət/ *noun* **1** [U] the physical or mental strength or energy that you need to do sth; sth that takes a lot of energy ஒன்றைச் செய்வதற்கு வேண்டிய உடல் திறன், மன வலிமை அல்லது உள்ளூரம்; ஊக்கம்; முயற்சி; பெரு-மளவு ஆற்றல் தேவைப்படும் ஒன்று *They have put a lot of effort into their studies this year. • He made no effort to contact his parents.* **2** [C] **an effort (to do sth)** something that is done with difficulty or that takes a lot of energy பெரிதும் முயன்று அல்லது பெருமளவு ஆற்றலைப் பயன்படுத்திச் செய்யப்படும் ஒன்று; அருஞ்-செயல்; முயற்சி *It was a real effort to stay awake in the lecture.*

effortless /ˈefətləs/ *adj.* needing little or no effort so that sth seems easy சிறிதளவே முயற்சி வேண்டப்படுகிற; முயற்சி வேண்டாத; எளிதான ▶ **effortlessly** *adv.*

e.g. /ˌiː ˈdʒiː/ *abbr.* for example எடுத்துக்காட்டாக; உதாரணமாக *popular sports, e.g. football, tennis, swimming*

egalitarian /iˌɡælɪˈteəriən/ *adj.* (used about a person, system, society, etc.) following the principle that everyone should have equal rights (ஓர் ஆள், அமைப்பு, ஒரு சமுதாயம், முதலியவை வகையில்) ஒவ்வொருவருக்கும் சமமான உரிமைகள் வேண்டும் என்ற கோட்பாட்டைப் பின்பற்றுகிற; சமத்துவக் கொள்கையுள்ள

egg[1] /eg/ *noun* **1** [C] an almost round object with a hard shell that contains a young bird, reptile or insect முட்டை ⇨ **insect** பதிவில் படம் பார்க்க. **2** [C, U] a bird's egg, especially one from a chicken, etc. that we eat உண்ணு-வதற்குரிய பறவை முட்டை, குறிப்பாகக் கோழிமுட்டை

NOTE முட்டைகளை வேகவைத்து (**boiled**), வறுத்து (**fried**), அவித்து (**poached**) அல்லது வாணலியில் ஊற்றி வதக்கி (**scrambled**) உண்ணலாம்.

3 [C] (in women and female animals) the small cell that can join with a male seed (**sperm**) to make a baby (பெண்கள் மற்றும் பெண்பால் விலங்குகள் உடலில் உள்ள) ஆண் விந்துவுடன் சேர்ந்து குழந்தை உருவாகச் செய்யும் சிறு உயிரணு

IDM put all your eggs in one basket to risk everything by depending completely on one thing, plan, etc. instead of giving yourself several possibilities சாத்தியக்கூறுகள் பலவற்றையும் கருத்தில் கொள்ளாது, ஒரு பொருள், திட்டம், முதலியவற்றை மட்டுமே முழுமையாகச் சார்ந்திருந்து அனைத்தையும் பணயம் வைத்து ஒரு முயற்சியில் ஈடுபடு; ஒன்றை மட்டுமே நம்பித் துணிந்து செயலில் இறங்கு

egg² /eg/ *verb*

PHR V egg sb on (to do sth) to encourage sb to do sth that he/she should not do செய்யக்கூடாத ஒன்றைச் செய்யுமாறு ஒருவரைத் தூண்டு அல்லது ஊக்குவி

egg cup *noun* [C] a small cup for holding a boiled egg வேகவைத்த முட்டையை வைப்பதற்கான சிறு கிண்ணம்

egg plant /ˈegplɑ:nt/ (*AmE*) = **aubergine**

eggshell /ˈegʃel/ *noun* [C, U] the hard outside part of an egg முட்டையின் கடினமான மேலோடு

ego /ˈegəʊ/ *noun* [C] (*pl.* **egos**) the (good) opinion that you have of yourself ஒருவர் தன்னைப் பற்றிக் கொண்டுள்ள (உயர்வான/நல்ல) எண்ணம்; தன் மீதான பற்றுணர்வு; தன்னிலை ஆளுமை *It was a blow to her ego when she lost her job.*

egocentric /ˌegəʊˈsentrɪk/ *adj.* thinking only about yourself and not what other people need or want மற்றவர்களுடைய தேவை அல்லது விருப்பத்தைக் கருத்தில் கொள்ளாது தன்னைப் பற்றி மட்டுமே சிந்திக்கிற; தன்னலப் பற்றுடைய ✪ SYN **selfish**

egoism /ˈegəʊɪzəm; ˈi:g-/ (*also* **egotism** /ˈegətɪzəm; ˈi:g-/) *noun* [U] thinking about yourself too much; thinking that you are better or more important than anyone else மிகையான தன்னல உணர்வு; தன்னல வேட்கை; மற்ற எவரையும் விடத் தான் மேம்பட்டவர் அல்லது முக்கியமானவர் என்ற எண்ணப் போக்கு; தான் என்ற எண்ணம் ▶ **egoist** /ˈegəʊɪst; ˈi:g-/ (*also* **egotist** /ˈegətɪst; ˈi:gə-/) *noun* [C] *I hate people who are egoists.* ▶ **egoistic** /ˌegəʊˈɪstɪk/ (*also* **egotistical** /ˌegəˈtɪstɪkl; ˌi:gə-/) *adj.*

eh /eɪ/ (*exclamation*) (*BrE informal*) **1** used for asking sb to agree with you ஒருவரைத் தன்னுடன் உடன்படுமாறு அல்லது தன் கருத்தை ஏற்றுக்கொள்ளுமாறு கூறப் பயன்படுத்தப்படுவது *'Good party, eh?'* **2** used for asking sb to repeat sth ஒன்றைத் திரும்பக் கூறுமாறு ஒருவரிடம் சொல்லப் பயன்படுத்தப்படுவது *'Did you like the film?' 'Eh?' 'I asked if you liked the film!'*

Eid (*also* **Id**) *noun* [C] any of several Muslim festivals, especially one that celebrates the end of a month when people **fast** during the day (**Ramzan**) முஸ்லிம் பண்டிகைகள் பலவற்றுள் ஒன்று, குறிப்பாக ரம்ஜான் மாத இறுதியில் பகலில் விரதம் மேற்கொண்டு கொண்டாடப்படும் பண்டிகை (ரம்ஜான்)

eight /eɪt/ **1** *number* 8 எட்டு; 8

NOTE எண்களை வாக்கியங்களில் பயன்படுத்தும் முறை குறித்த எடுத்துக்காட்டுகள் **six** பதிவில் தரப்பட்டுள்ளன.

2 eight- (*used to form compounds*) having eight of sth எட்டு பகுதிகளாலான; எட்டு கூறுகளையுடைய *an eight-sided shape*

eighteen /ˌeɪˈti:n/ *number* 18 பதினெட்டு; 18

NOTE எண்களை வாக்கியங்களில் பயன்படுத்தும் முறை குறித்த எடுத்துக்காட்டுகள் **six** பதிவில் தரப்பட்டுள்ளன.

eighteenth /ˌeɪˈti:nθ/ *det., adj; adv.* 18th பதினெட்டாவதான; பதினெட்டாம் ➪ **sixth** பதிவிலுள்ள எடுத்துக்காட்டுகளைப் பார்க்க.

eighth¹ /eɪtθ/ *noun* [C] the fraction $^1/_8$; one of eight equal parts of sth $^1/_8$ என்ற பின்ன எண்; ஒன்றின் எட்டுச் சமப் பகுதிகளில் ஒன்று; எட்டின் ஒரு பகுதி; அரைக்கால்

eighth² /eɪtθ/ *det., adj; adv.* 8th எட்டாவது; எட்டாவதான; எட்டாம் ➪ **sixth** பதிவிலுள்ள எடுத்துக்காட்டுகளைப் பார்க்க.

eightieth /ˈeɪtiəθ/ *det., adj., adv.* 80th எண்பதாவது; எண்பதாவதான; எண்பதாம் ➪ **sixth** பதிவிலுள்ள எடுத்துக்காட்டுகளைப் பார்க்க.

eighty /ˈeɪti/ *number* 80 எண்பது; 80

NOTE எண்களை வாக்கியங்களில் பயன்படுத்தும் முறை குறித்த எடுத்துக்காட்டுகள் **sixty** பதிவில் தரப்பட்டுள்ளன.

either¹ /ˈaɪðə(r); ˈi:ðə(r)/ *det., pronoun* **1** one or the other of two; it does not matter which இரண்டில் ஒன்று அல்லது மற்றொன்று; இரண்டிலொன்று; யாதேனுமொன்று *You can choose either vegetarian or non-vegetarian, but not both.* **2** both இரண்டும்; இருவரும்; இரண்டுமான; இருவருமான *It is a pleasant road, with trees on either side.*

either² /ˈaɪðə(r); ˈi:ðə(r)/ *adv.* **1** (*used after two negative statements*) also (இரண்டு எதிர்மறை வாக்கியங்களுக்குப் பின் வருவது) கூட;

மேலும்; கூடுதலாக *I don't like Vijaylakshmi and I don't like Doraiswamy much either.* • *'I can't remember his name.' 'I can't either.'*

NOTE இதனை **neither can I** என்றும் கூறலாம். ➪ நேர்நிலைக் கூற்றுகளுடனான இயைபுக்கு **too** பதிவைப் பார்க்க. **2** used for emphasizing a negative statement ஒரு எதிர்மறைக் கூற்றுக்கு அழுத்தம் தரும் முறையில் பயன்படுத்தப்படுவது *The restaurant is quite good. And it's not expensive either.*

either³ /ˈaɪðə(r); ˈiːðə(r)/ *conj.* **either...or** used when you are giving a choice, usually of two things வழக்கமாக இரண்டு பொருள்களில், ஒன்றைத் தேர்ந்தெடுக்க வாய்ப்பளிக்கும்பொழுது பயன்படுத்தப்படுவது; அல்லது *I can meet you either on Thursday or Friday.* • *You can either write or phone.*

ejaculate /iˈdʒækjuleɪt/ *verb* **1** [I] to send out liquid (**semen**) from the male sexual organ (**penis**) ஆண்குறியிலிருந்து விந்தை வெளியேற்று **2** [I, T] (*old fashioned*) to say sth suddenly திடீரென/எதிர்பாராத நிலையில் ஒன்றைக் கூறு ▶ **ejaculation** /iˌdʒækjuˈleɪʃn/ *noun* [C, U]

eject /iˈdʒekt/ *verb* **1** [T] (*formal*) (*usually passive*) **eject sb (from sth)** to push or send sb/sth out of a place (usually with force) (வழக்கமாக விசையுடன்/வலிமையைப் பயன்படுத்தி) ஒருவரை/ஒன்றை ஓரிடத்தை விட்டு வெளித்தள்ளு அல்லது வெளியேற்று *The protesters were ejected from the building.* **2** [I, T] to remove a tape, disk etc. from a machine, usually by pressing a button வழக்கமாக விற்குமிழை அழுத்தி, ஒளி/ஒலி நாடா, குறுவட்டு முதலியவற்றை ஒரு பொறியிலிருந்து நீக்கு அல்லது வெளித்தள்ளு *To eject the CD, press this button.* • *After recording for three hours the video will eject automatically.* **3** [I] to escape from an aircraft that is going to crash விபத்துக்குள்ளாகப் போகும் வானூர்தியிலிருந்துத் தப்பித்து வெளியேறு

eke /iːk/ *verb*

PHR V **eke sth out** to make a small amount of sth last a long time ஒன்றன் சிறு அளவு நீடித்து இருக்கச் செய் (உணவு, பணம் போன்றவற்றின் குறைவான இருப்பைச் சிறிது சிறிதாகப் பயன்படுத்திப் பலநாள் வைத்திரு)

elaborate¹ /ɪˈlæbərət/ *adj.* very complicated; done or made very carefully பெரிதும் சிக்கலான; ஊன்றிய கவனத்துடன் செய்யப்பட்ட அல்லது உருவாக்கப்பட்ட *an elaborate pattern* • *elaborate plans*

elaborate² /ɪˈlæbəreɪt/ *verb* [I] (*formal*) **elaborate (on sth)** to give more details about sth ஒன்றைப் பற்றி மேலும் விவரங்கள் அளி; மேலும் விவரமாக எடுத்துரை; விளக்கிக் கூறு; விரிவாகச் சொல் *Could you elaborate on that idea?*

elaichi *noun* = **cardamom** ஏலக்காய்

elapse /ɪˈlæps/ *verb* [I] (*formal*) (used about time) to pass (காலம்/நேரம் பற்றிக் குறிப்பிடுகையில்) கட; கழிந்துபோ

elastic¹ /ɪˈlæstɪk/ *noun* [U] material with rubber in it which can stretch இரப்பர் கலந்த, நெகிழுந்தன்மையுள்ள பொருள்; தொய்வுப் பொருள்

elastic² /ɪˈlæstɪk/ *adj.* **1** (used about material, etc.) that returns to its original size and shape after being stretched (பொருள்கள், முதலியன வகையில்) இழுத்து நீட்டிய/விரியச்செய்த பின் மூல உருவளவையும் வடிவத்தையும் மீண்டும் பெறுகிற; நெகிழுந் தன்மையுள்ள; விரிவியல்புடைய **2** that can be changed; not fixed மாற்றப்படக்கூடிய; நிலையான தன்மை உடையதல்லாத; நிலையுறுதியற்ற *Our rules are quite elastic.*

elastic band = **rubber band**

elasticity /ˌiːlæˈstɪsəti; ˌelæ-; ɪˌlæ-/ *noun* [U] the quality that sth has of being able to stretch and return to its original size and shape விரிவடைந்து மீண்டும் தன் மூல உருவளவையும் வடிவத்தையும் அடையும் ஒரு பொருளின் தன்மை; நெகிழ்திறம்; விரிவியல்பு

elated /iˈleɪtɪd/ *adj.* very happy and excited மிக்க மகிழ்ச்சியும் உற்சாகமும் அடைந்த; களிப்புற்ற ▶ **elation** /iˈleɪʃn/ *noun* [U]

elbow¹ /ˈelbəʊ/ *noun* [C] **1** the place where the bones of your arm join and your arm bends மேற்கை எலும்புகள் இணைந்து கை வளையும் இடம்; முழங்கை ➪ **body** பதிவில் படம் பார்க்க. **2** the part of the sleeve of a coat, jacket, etc. that covers the elbow முழங்கையை மறைக்கும் மேற்சட்டை, முதலியவற்றின் கைப்பகுதி

elbow² /ˈelbəʊ/ *verb* [T] to push sb with your elbow ஒருவரை முழங்கையால் தள்ளு *She elbowed me out of the way*

elbow room *noun* [U] enough space to move freely தடையின்றி இயங்குவதற்குப் போதுமான இடப்பரப்பு

elder¹ /ˈeldə(r)/ *adj.* (*only before a noun*) older (of two members of a family) (ஒரே குடும்பத்தைச் சேர்ந்த இருவரில்) வயது முதிர்ந்த; மூத்த; முன் பிறந்த *My elder daughter is at university now but the other one is still at school.*

elder² /ˈeldə(r)/ *noun* **1** [*sing.*] **the elder** the older of two people இருவரில் மூத்தவர் *Who is the elder of the two?* **2** **my, etc. elder** [*sing.*] a person who is older than me, etc. தன்னை/ஒருவரை விட வயதில் மூத்தவர் *He is her elder by several years.* **3** **elders** [*pl.*] older people

வயதானவர்கள்; முதியோர் *Do children still respect the opinions of their elders?*

elderly /ˈeldəli/ *adj.* **1** (used about a person) old (ஒருவரைப் பற்றிக் குறிப்பிடும்போது) முதிய; வயதான **NOTE** இச்சொல் 'வயதான' என்பதை இணக்க நயத்துடன் கூறப் பயன்படுத்தப்படுவது. **2 the elderly** *noun* [*pl.*] old people in general (பொது நிலையில்) வயதுசென்றவர்கள்; முதியோர்; மூத்தவர்கள் *The elderly need special care in winter.* ➪ **old** பார்க்க.

eldest /ˈeldɪst/ *adj., noun* [C] (the) oldest (of three or more members of a family) (ஒரே குடும்பத்தைச் சேர்ந்த மூவர் அல்லது மூவருக்கு மேற்பட்டவர்களில்) மூத்தவர்; எல்லாரிலும் மூத்தவர்; முதற் பிறந்தவர் *Their eldest child is a boy.*

elect /ɪˈlekt/ *verb* [T] **1 elect sb (to sth); elect sb (as sth)** to choose sb to have a particular job or position by voting for him/her குறிப்பிட்ட பணிக்கு அல்லது பதவிப் பொறுப்புக்கு ஒருவரை வாக்களித்துத் தேர்ந்தெடு; வாக்கு மூலமாய்த் தேர்வு செய் *He was elected to Parliament in 1970.* • *The committee elected her as their representative.* **2** (*formal*) **elect to do sth** to decide to do sth ஒரு செயலில் ஈடுபட முடிவுசெய்/தீர்மானி

election /ɪˈlekʃn/ *noun* [C, U] (the time of) choosing a Member of Parliament, President, etc. by voting வாக்களிப்பு மூலமாய் நாடாளுமன்ற உறுப்பினர், ஆட்சித் தலைவர், முதலியவர்களை தேர்ந்தெடுத்தல்; தேர்தல் *In India, presidential elections are held every five years.* • *If you're interested in politics why not* ***stand for election*** *yourself?*

NOTE இந்தியாவில் ஐந்து ஆண்டுகளுக்கு ஒருமுறை **general elections** நடைபெறுகின்றன. சில சமயங்களில், இவ்வைந்தாண்டு காலத்தின் இடையில் **by-elections** (இடைத்தேர்தல்கள்) நடத்தப்படுகின்றன. ஒவ்வொரு **constituency** (தொகுதி)யிலும், வாக்காளர்கள் போட்டியிடும் பல **candidates**-இல் ஒருவரைத் தேர்ந்தெடுக்க வேண்டும்.

elective /ɪˈlektɪv/ *adj.* (*usually before a noun*) (*formal*) **1** using or chosen by election தேர்தல் முறையைப் பயன்படுத்துகிற அல்லது தேர்தல் மூலமாய்த் தேர்வு செய்யப்படுகிற; தேர்தலினால் அமர்த்தப்படுகிற *an elective democracy* • *an elective member* **2** having the power to elect (வாக்கு மூலமாய்த்) தேர்ந்தெடுக்கும் அதிகாரமுடைய; தேர்தல் அதிகாரத்தைச் செலுத்துகிற *an elective body* **3** (used about medical treatment) that you choose to have; that is not urgent (மருத்துவச் சிகிச்சை வகையில்) விரும்பித் தேர்ந்தெடுத்துக்கொள்கிற; தன் விருப்பம் சார்ந்த; அவசரமானதல்லாத *elective surgery* **4** (used about a course or subject) that a student can choose (படிப்பு அல்லது பாட வகையில்) மாணவர் தேர்ந்தெடுத்துக்கொள்வதற்கு உரிய; விருப்பப் பாடமான

elector /ɪˈlektə(r)/ *noun* [C] a person who has the right to vote in an election தேர்தலில் வாக்களிக்கும் உரிமை உள்ளவர்; வாக்காளர் **NOTE** இதனை விட **voter** என்ற சொல் மிகுதியான வழக்குடையதாகும். ▶ **electoral** /ɪˈlektərəl/ *adj. the electoral register/roll* (= the list of electors in an area)

electorate /ɪˈlektərət/ *noun* [C, *with sing. or pl. verb*] all the people who can vote in a region, country, etc. ஒரு பகுதி, நாடு முதலியவற்றிலுள்ள வாக்களிக்கும் உரிமையுடைய அனைவரும்; வாக்காளர் தொகுதி; வாக்காளர்கள்

electric /ɪˈlektrɪk/ *adj.* **1** producing or using electricity மின் ஆற்றலை உற்பத்தி செய்கிற அல்லது பயன்படுத்துகிற; மின்சாரம் உண்டாக்குகிற; மின் ஆற்றலால் இயக்கப்படுகிற *an electric current* • *an electric kettle* **2** very exciting பெரிதும் மனக்கிளர்ச்சியூட்டுகிற; எழுச்சி மிக்க; உணர்ச்சியூக்கம் அளிக்கிற *The atmosphere in the room was electric.*

electrical /ɪˈlektrɪkl/ *adj.* of or about electricity மின் ஆற்றலுக்குரிய; மின் ஆற்றல் பற்றிய; மின்சாரம் சார்ந்த *an electrical appliance* (= a machine that uses electricity)

the electric chair *noun* [*sing.*] a chair used in some countries for killing criminals with a very strong electric current சில நாடுகளில் ஆற்றல் மிகுந்த மின்சாரத்தைச் செலுத்தி மரண தண்டனை விதிக்கப்பட்ட குற்றவாளிகளைக் கொல்லப் பயன்படுத்தப்படும் நாற்காலி வகை; மின்சார நாற்காலி

electrician /ɪˌlekˈtrɪʃn/ *noun* [C] a person whose job is to make and repair electrical systems and equipment மின் அமைவுகளையும் மின் சாதனங்களையும் நிறுவுதல்/செய்தமைத்தல், பழுதுபார்த்தல் ஆகியவற்றைத் தொழில் முறையில் செய்பவர்; மின் வினைஞர்

electricity /ɪˌlekˈtrɪsəti/ *noun* [U] a type of energy that we use to make heat, light and power to work machines, etc. வெப்பம், ஒளி, பொறி இயக்கச் சக்தி முதலியவற்றை உண்டாக்கப் பயன்படுத்தப்படும் ஆற்றல் வகை; மின் ஆற்றல்; மின்சாரம் *Turn that light off. We don't want to waste electricity.*

NOTE வழக்கமாக **power station**களில் (மின் உற்பத்தி நிலையங்களில்) மின் ஆற்றல் உற்பத்தி செய்யப்படுகிறது. **Generators** (மின் உற்பத்திப் பொறிகள்) அல்லது

batteries (மின்கலங்கள்) வழியாகவும் மின்சாரத்தைப் பெற முடியும்.

electric razor = **shaver**

electric shock (*also* **shock**) *noun* [C] a sudden painful feeling that you get if electricity goes through your body மின்சாரம் உடலினுள் பாயும்பொழுது ஏற்படும் திடீர் வலியுணர்ச்சி; மின்தாக்கு அதிர்ச்சி

electrify /ɪˈlektrɪfaɪ/ *verb* [T] (*pres. part.* **electrifying**; *3rd person sing. pres.* **electrifies**; *pt, pp* **electrified**) **1** to supply sth with electricity ஒன்று மின்சாரத்தினால் இயங்குமாறு செய்; மின் ஊட்டு *The railways are being electrified.* **2** to make sb very excited மிகு கிளர்ச்சியூட்டு; உணர்ச்சி பொங்கச் செய் *Sachin Tendulkar electrified the crowd with his pace and skill.*

electro- /ɪˈlektrəʊ/ *prefix* (*used in nouns, adjectives, verbs and adverbs*) connected with electricity மின் ஆற்றல் தொடர்பான/சார்ந்த *electromagnetism*

electrocute /ɪˈlektrəkjuːt/ *verb* [T] to kill sb with electricity that goes through the body மின்சாரத்தை உடலினுள் செலுத்தி ஒருவரைக் கொல் ▶ **electrocution** /ɪˌlektrəˈkjuːʃn/ *noun* [U]

electrode /ɪˈlektrəʊd/ *noun* [C] one of two points (**terminals**) where an electric current enters or leaves a battery, etc. மின்கலம், முதலியவற்றில் மின்சாரம் உட்செல்லும் அல்லது அவற்றிலிருந்து வெளிவரும் இரு முனைகளில் ஒன்று; மின்வாய்

electrolysis /ɪˌlekˈtrɒləsɪs/ *noun* [U] **1** a way of permanently getting rid of hairs on the body by using an electric current மின் ஆற்றலைப் பயன்படுத்தி உடலில் உள்ள மயிர்களை மீண்டும் தோன்றாது நீக்கிவிடுதல்; உடல் உரோம ஒழிப்புக்கான மின்னியல் முறை **2** (*technical*) a way of separating a liquid into its different chemical parts by passing an electric current through it ஒரு திரவத்தினுள் மின்சாரத்தைச் செலுத்தி அதன் வேதியியல் கூறுகளைப் பிரிவினை செய்யும் முறை; மின்செலுத்தித் திரவத்தைக் கூறுபடுத்துதல்; மின் பகுப்பு

electrolyte /ɪˈlektrəlaɪt/ *noun* [C] (*technical*) a liquid that an electric current can pass through, especially in an electric cell or battery குறிப்பாக ஒரு மின்கலத்தில் அல்லது மின்கல அடுக்கில் உள்ள, மின்சாரம் ஊடாகப் பாய்ந்து செல்லக்கூடிய திரவப்பொருள்; மின்கடத்தித் திரவம் ▶ **electrolytic** /ɪˌlektrəˈlɪtɪk/ *adj.*

electromagnetic /ɪˌlektrəʊmægˈnetɪk/ *adj.* (in physics) having both electrical characteristics and the ability to attract metal objects (இயற்பியலில்) மின்னியல் பண்புகள், உலோகப் பொருள்களை ஈர்க்கும் திறன் ஆகிய இரண்டையும் கொண்டுள்ள; மின் வினையும் காந்த வினையும் ஒருங்கே கொண்ட; மின்காந்த ▶ **electromagnetism** /ɪˌlektrəʊˈmægnətɪzəm/ *noun* [U]

electron /ɪˈlektrɒn/ *noun* [C] one of the three types of **particles** that form all atoms. Electrons have a negative electric charge அனைத்து அணுக்களிலும் அவற்றின் ஆக்கக் கூறுகளாக அமையும் மூவகைத் துகள்களில், எதிர்மின் ஆற்றலுடைய ஒரு வகைத் துகள்; மின்னணு; எதிர்மின்மம் ⇨ **neutron** மற்றும் **proton** பார்க்க.

electronic /ɪˌlekˈtrɒnɪk/ *adj.* **1** using electronics மின்னணுவியலைப் பயன்படுத்தி; மின்மப் பயன்பாடு சார்ந்த *electronic equipment* • *This dictionary is available in electronic form* (= on a computer disk). **2** done using a computer கணினியைப் பயன்படுத்திச் செய்யப்படுகிற; கணினிப் பயன்பாடு சார்ந்த *electronic banking/shopping* ▶ **electronically** /ɪˌlekˈtrɒnɪkli/ *adv.*

electronics /ɪˌlekˈtrɒnɪks/ *noun* [U] the technology used to produce computers, radios, etc. கணிப்பொறிகள், வானொலிப் பெட்டிகள், முதலியவற்றை உருவாக்கப் பயன்படுத்தப்படும் தொழில்நுட்பம்; மின்னணுவியல் *the electronics industry*

electrostatic /ɪˌlektrəʊˈstætɪk/ *adj.* (*technical*) used to talk about electric charges that are not moving, rather than electric currents மின்னோட்டமாக அல்லாது நிலைத்த மின்செறிவு சார்ந்த; நிலை மின்னியல் தொடர்பான

elegant /ˈelɪgənt/ *adj.* having a good or attractive style நேர்த்தியான அல்லது கவர்ச்சியான பாணியுடைய; நய நாகரிகமான; எழிலார்ந்த *She looked very elegant in her new dress.* • *an elegant coat* ▶ **elegance** /ˈelɪgəns/ *noun* [U] ▶ **elegantly** *adv.*

elegy /ˈelədʒi/ *noun* [C] (*pl.* **elegies**) a poem or song that expresses sadness, especially for sb who has died வருத்தத்தை வெளிப்படுத்தும் முறையிலான, குறிப்பாக இறந்துபோன ஒருவர் குறித்த வருத்தத்தை வெளிப்படுத்தும், கவிதை அல்லது பாடல்; இரங்கற்பா

element /ˈelɪmənt/ *noun* **1** [C] one important part of sth ஒன்றின் முக்கியமான ஒரு பகுதி; மூலக்கூறுகளில் ஒன்று; ஆக்கக்கூறு *Cost is an important element when we're thinking about holidays.* **2** [C, *usually sing.*] **an element of sth** a small amount of sth ஒன்றின் சிறு பகுதி; சிறிதளவு *There was an element of truth in what he said.* **3** [C] people of a certain type குறிப்பிட்ட வகையைச் சார்ந்த நபர்கள் *The criminal element at football matches causes a lot of trouble.* **4** [C] one of the simple chemical substances, for example iron, gold, etc. இரும்பு, பொன், முதலியவை போன்ற அடிப்படை வேதியியல் பொருள்களில் ஒன்று; மூலப்பொருள்; தனிமம் **5** [C] the metal part of a piece of electrical equipment that produces heat மின் சாதனம் ஒன்றின் வெப்பத்தை உண்டுபண்ணும் உலோகப் பகுதி **6 the elements** [*pl.*] (bad) weather (மோசமான) வானிலை *to be exposed to the elements*

IDM in/out of your element in a situation where you feel comfortable/uncomfortable இன்னமைதி உணர்வு உண்டுபண்ணும்/உண்டுபண்ணாத ஒரு சூழ்நிலையில் *Balu's in his element speaking to a large group of people, but I hate it.*

elementary /ˌelɪˈmentri/ *adj.* **1** connected with the first stages of learning sth ஒன்றைக் கற்பதில் முதல் படிநிலை தொடர்பான; தொடக்கக் கல்விக்குரிய; தொடக்கப் பயிற்சி சார்ந்த *an elementary course in English • a book for elementary students* **2** basic; not difficult அடிப்படையான; ஆதாரமான; கடினமற்ற *elementary physics*

elephant /ˈelɪfənt/ *noun* [C] a very large grey animal with big ears, two long curved teeth (**tusks**) and a long nose (**trunk**) யானை

elevate /ˈelɪveɪt/ *verb* [T] (*formal*) to move sb/sth to a higher place or more important position ஒருவரை/ஒன்றை ஓர் உயரமான இடத்துக்கு அல்லது ஒரு முக்கியமான பணிப்பொறுப்புக்கு இடம்/நிலை மாற்று; உயர்த்து; ஏற்று *an elevated platform • He was elevated to the Board of Directors.*

elevation /ˌelɪˈveɪʃn/ *noun* **1** [C, U] (*formal*) the process of moving to a higher place or more important position உயரமான இடத்துக்கு அல்லது உயர்ந்த நிலைக்கு ஒருவரை/ஒன்றை உயர்த்துதல்; மேன்மைப்படுத்துதல்; ஏற்றம்; உயர்வு; மேம்பாடு *his elevation to the presidency* **2** [C] the height of a place (above sea-level) (கடல் மட்டத்துக்கு மேல்) ஓரிடத்தின் உயரம் *The city is* ***at an elevation*** *of 2000 metres.*

elevator /ˈelɪveɪtə(r)/ (*AmE*) = **lift² 1**

eleven /ɪˈlevn/ *number* 11 பதினொன்று என்ற எண்; 11

NOTE எண்களை வாக்கியங்களில் பயன்படுத்தும் முறை குறித்த எடுத்துக்காட்டுகள் **six** பதிவில் தரப்பட்டுள்ளன.

eleventh /ɪˈlevnθ/ *det., adj., adv.* 11th பதினோராவது; பதினோராமவர்; பதினோராவதான ➪ **sixth** பதிவிலுள்ள எடுத்துக்காட்டுகளைப் பார்க்க.

elf /elf/ *noun* [C] (*pl.* **elves** /elvz/) (in stories) a small creature with pointed ears who has magic powers (புனைகதைகளில் வரும்) மந்திர தந்திர ஆற்றல்கள் கொண்ட கூர்மையான காதுகளையுடைய சிறு உயிரினம்

elicit /iˈlɪsɪt/ *verb* [T] (*formal*) **elicit sth (from sb)** to manage to get information, facts, a reaction, etc. from sb ஒருவரிடமிருந்து தகவல், உண்மைகள், எதிர்மொழி, முதலியவற்றை முயன்று பெறு; வரவழை

eligible /ˈelɪdʒəbl/ *adj.* **eligible (for sth/to do sth)** having the right to do or have sth ஒன்றைச் செய்ய அல்லது பெற உரிமை உடைய; தகுதியுள்ள *In India, you are eligible to vote when you are eighteen.* ✪ **OPP ineligible** ▶ **eligibility** /ˌelɪdʒəˈbɪləti/ *noun* [U]

eliminate /ɪˈlɪmɪneɪt/ *verb* [T] **1** to remove sb/sth that is not wanted or needed வேண்டாத அல்லது தேவையற்ற ஒருவரை/ஒன்றை நீக்கு; விலக்கு; அகற்று *We must try and eliminate the problem.* **2** (*usually passive*) to stop sb going further in a competition, etc. ஒரு போட்டி, முதலியவற்றில் ஒருவர் மேலும் தொடர்ந்து பங்குகொள்வதைத் தடை செய்; கழி; வெளியேற்று *The school team was eliminated in the first round of the competition.* ▶ **elimination** /ɪˌlɪmɪˈneɪʃn/ *noun* [U]

elite /eɪˈliːt/ *noun* [C, *with sing. or pl. verb*] a social group that is thought to be the best or most important because of its power, money, intelligence, etc. அதிகாரம், செல்வம், அறிவாற்றல் முதலியவற்றின் அடிப்படையில் உயர் சிறப்புடையதாக் அல்லது முதன்மையானதாகக் கருதப்படும் சமுதாயக் குழு; மேனிலை மக்கள்; உயர்ந்தோர் குழாம் *an intellectual elite • an elite group of artists*

elitism /eɪˈliːtɪzəm/ *noun* [U] the belief that some people should be treated in a special way சிலர் சிறப்பான நடத்துமுறைக்கு/அந்தஸ்துக்கு உரியவர்கள் என்னும் கோட்பாடு ▶ **elitist** /-tɪst/ *noun* [C], *adj.*

elk /elk/ (*AmE* **moose**) *noun* [C] a very large wild animal (**deer**) with large flat horns (**antlers**) பெரிய தட்டையான கொம்புகளையுடைய, உருவில் பெரிய காட்டு விலங்கு வகை; காட்டுமான் வகை

ellipse /ɪˈlɪps/ *noun* [C] (*technical*) a regular **oval**, like a circle that has been pressed in from two sides இருபுறங்களில் அமுக்கப்பட்ட வட்டம் போன்ற தோற்றமுடைய ஒழுங்கமைப்பான நீள் உருளை வடிவம்; முட்டை வடிவம்; நீள்வட்டம்

elliptical /ɪˈlɪptɪkl/ *adj.* **1** having a word or words left out of a sentence deliberately ஒரு வாக்கியத்திலிருந்து முன்கருதலோடு ஒரு சொல் அல்லது சொற்கள் விடுபட்டுள்ள; சொல்லெச்சமுடைய *an elliptical remark* (= one that suggests more than is actually said) **2** (*also* **elliptic** /ɪˈlɪptɪk/) (*technical*) connected with or in the form of an ellipse நீள்வட்டம் சார்ந்த அல்லது நீள்வட்ட வடிவான ▶ **elliptically** /iˈliptikli/ *adj. to speak/ write elliptically*

elm /elm/ (*also* **elm tree**) *noun* [C] a tall tree with broad leaves அகன்ற இலைகளையுடைய உயரமான மர வகை

elocution /ˌeləˈkjuːʃn/ *noun* [U] the ability to speak clearly, correctly and without a strong **accent** தெளிவாகவும், திருத்தமாகவும், தனியொரு வட்டாரத்துக்கு உரிய முனைப்பான உச்சரிப்பு முறை இன்றியும் பேசும் திறன்; நாவன்மை; பேச்சு வளம்

elongate /ˈiːlɒŋgeɪt/ *verb* [I, T] to become longer; to make sth longer நீள்; நீளச் செய்; நீளத்தை மிகுதியாக்கு *The seal pup's body elongates as it gets older.* ▶ **elongation** /ˌiːlɒŋˈgeɪʃn/ *noun* [U] *the elongation of vowel sounds*

elongated /ˈiːlɒŋgeɪtɪd/ *adj.* long and thin நீண்டொடுங்கிய; நீண்டு மெலிதான

elope /ɪˈləʊp/ *verb* [I] **elope (with sb)** to run away secretly to get married திருமணம் செய்து கொள்ள இரகசியமாக ஓடிப்போ

eloquent /ˈeləkwənt/ *adj.* (*formal*) able to use language and express your opinions well, especially when you speak in public குறிப்பாகப் பொது நிகழ்ச்சிகளில் உரையாற்றும்பொழுது, மொழிப் பயன்பாட்டிலும் கருத்து வெளிப்பாட்டிலும் திறமை வாய்ந்த; நாநலமும் கருத்தாளும் ஆற்றலும் கொண்ட; பேச்சுத்திறன் கொண்ட; சொல்வன்மை மிக்க ▶ **eloquence** *noun* [U] ▶ **eloquently** *adv.*

else /els/ *adv.* (*used after words formed with any-, no-, some- and after question words*) another, different person, thing or place (any-, no-, some- ஆகியவை சேர்ந்த சொற்களுக்குப் பின்னும் வினாச்சொற்களுக்குப் பின்னும் பயன்படுத்தப்படுவது) வேறான மற்றொரு நபர், பொருள் அல்லது இடம்; வேறு; மற்று; பிறிதொன்று *This isn't mine. It must be* ***someone else's.*** • ***Everybody else*** *is allowed to stay up late.* • ***What else*** *would you like?*

IDM **or else** otherwise; if not மற்றப்படி; இல்லையெனின்; இல்லாவிடில் *You'd better go to bed now or else you'll be tired in the morning.*

elsewhere /ˌelsˈweə(r)/ *adv.* in or to another place வேறோரிடத்தில் அல்லது வேறோரிடத்துக்கு; பிறிதோரிடத்தில் அல்லது பிறிதோரிடத்துக்கு *He's travelled a lot—in Europe and elsewhere.*

elucidate /iˈluːsɪdeɪt/*verb* [T] (*formal*) to make sth clearer by explaining it ஒன்றை விரிவாகக் கூறி மேலும் தெளிவுபடுத்து; விளக்கமாக எடுத்துரை *I will try to elucidate what I think are the problems.* ▶ **elucidation** /ɪˌluːsɪˈdeɪʃn/ *noun* [U, C]

elude /iˈluːd/ *verb* [T] (*formal*) **1** to manage to avoid being caught ஒருவாறாக பிடிபடுவதைத் தவிர்; பிடிபடாது நழுவு; திறம்படத் தப்பித்துக்கொள் *The escaped prisoner eluded the police for three days.* **2** to be difficult or impossible to remember நினைவில் இருத்துவதற்குக் கடினமாக அல்லது இயலாததாக இரு *I remember his face but his name eludes me.*

elusive /iˈluːsɪv/ *adj.* not easy to catch, find or remember சிக்கவைப்பதற்கு, கண்டுபிடிப்பதற்கு அல்லது நினைவில் இருத்துவதற்கு எளிதாக இல்லாத; பிடிபடாமலிருக்கிற; நழுவிச் செல்லும் தன்மையுடைய

elves ➪ **elf** என்பதன் பன்மை வடிவம்

emaciated /ɪˈmeɪʃieɪtɪd/ *adj.* extremely thin and weak because of illness, lack of food, etc. உடல் நலக்குறைவு, உணவின்மை, முதலியவற்றால் மிகவும் மெலிந்து வலுக்குறைந்து காணப்படுகிற; இளைத்த ▶ **emaciation** /ɪˌmeɪsiˈeɪʃn/ *noun* [U]

email /ˈiːmeɪl/ *noun* **1** [U] a way of sending electronic messages or data from one computer to another மின்னணுவியல் தொழில்நுட்பத்தைப் பயன்படுத்தி ஒரு கணிப்பொறியிலிருந்து மற்றொரு கணிப்பொறிக்குச் செய்திகளை அல்லது தகவல்களை அனுப்பும் முறை; மின் அஞ்சல் *to send a message* ***by email*** **2** [C, U] a message or messages sent by email மின் அஞ்சல் வழியாக அனுப்பப்படும் செய்தி அல்லது செய்திகள் *I'll* ***send*** *you* ***an email*** *tomorrow.* ▶ **email** *verb* [T] *I'll email the information to you.*

emanate /ˈeməneɪt/ *verb* [T] (*formal*) to produce or show sth ஒன்றைத் தோற்றுவி அல்லது வெளிப்படுத்து; தெரியச்செய் *He emanates power and confidence.*

PHR V **emanate from sth** to come from sth or somewhere ஒன்றிலிருந்து அல்லது ஓரிடத்திலிருந்து வா; வெளிப்படு *The sound of loud music emanated from the building.*

emancipate /ɪˈmænsɪpeɪt/ *verb* [T] (*formal*) to give sb the same legal, social and political rights as other people மற்றவர்கள் பெறும் சட்டப்படியான, சமுதாய மற்றும் அரசியல் உரிமைகளை ஒருவருக்கு வழங்கு; சம உரிமை அளி ▶ **emancipation** /ɪˌmænsɪˈpeɪʃn/ *noun* [U]

embalm /ɪmˈbɑːm/ *verb* [T] to treat a dead body with special substances in order to keep it in good condition ஒரு பிணத்தைக் கெடாமல் நன்னிலையில் வைத்திருக்கும் பொருட்டு தனிவகைப் பொருள்களைப் பயன்படுத்தி அதனை வேதிவினைக்கு உட்படுத்து; பிணத்தை வேதியியல் முறையில் காப்பு செய்

embankment /ɪm'bæŋkmənt/ *noun* [C] a wall of stone or earth that is built to stop a river from flooding or to carry a road or railway ஆற்றின் வெள்ளப்பெருக்கைத் தடுத்து நிறுத்த அல்லது சாலை/தொடர்வண்டிப்பாதை செல்வதற்கான கரையாக எழுப்பப்படும் கல் அல்லது மண் சுவரமைப்பு; அணை; கரை; வரப்பு

embargo /ɪm'bɑːgəʊ/ *noun* [C] (*pl.* **embargoes**) an official order to stop doing business with another country வேறொரு நாட்டுடன் வணிகம் செய்வதைத் தடைசெய்யும் அதிகார முறையிலான ஆணை; அயல்நாட்டு வாணிகத் தடையாணை *to impose an embargo on sth • to lift/remove an embargo*

embark /ɪm'bɑːk/ *verb* [I] to get on a ship கப்பலேறு *Passengers with cars must embark first.* ✪ **OPP disembark** ▶ **embarkation** /ˌembɑː'keɪʃn/ *noun* [C, U]

PHR V **embark on sth** (*formal*) to start sth (new) (புதிதாக) ஒன்றைத் தொடங்கு; (புதுத்) துறையில் ஈடுபடு *I'm embarking on a completely new career.*

embarrass /ɪm'bærəs/ *verb* [T] to make sb feel uncomfortable or shy ஒருவரைச் சங்கடப்படுத்து அல்லது கூச்சமடையச் செய் *Don't ever embarrass me in front of my friends again!*

embarrassed /ɪm'bærəst/ *adj.* feeling uncomfortable or shy because of sth silly you have done, because people are looking at you, etc. தான் செய்த ஒரு முட்டாள்தனமான செயல், பிறர் தன்னைப் பார்த்துக்கொண்டிருப்பது, முதலியவற்றின் காரணமாக சங்கடப்படுகிற, நாணம் கொள்கிற அல்லது கூச்சப்படுகிற *I felt so embarrassed when I dropped my glass.*

embarrassing /ɪm'bærəsɪŋ/ *adj.* making you feel uncomfortable or shy சங்கடப்படுத்துகிற அல்லது கூச்சமடையச் செய்கிற *an embarrassing question/mistake/situation* ▶ **embarrassingly** *adv.*

embarrassment /ɪm'bærəsmənt/ *noun* **1** [U] the feeling you have when you are embarrassed சங்கட உணர்வு; நாணம்; கூச்சம் **2** [C] a person or thing that makes you embarrassed சங்கடத்திற்கு உள்ளாக்கும் ஒருவர் அல்லது ஒன்று

embassy /'embəsi/ *noun* [C] (*pl.* **embassies**) (the official building of) a group of officials (**diplomats**) and their head (**ambassador**), who represent their government in a foreign country ஓர் அயல்நாட்டில் தமது நாட்டின் சார்பாளர்களாகப் பணிபுரியும் குழுவும் மற்றும் அதன் தலைமைப் பொறுப்பிலுள்ள தூதரும்; இவர்களது அதிகாரபூர்வமான பணியிடம்; தூதரகம் ➪ **consulate** பார்க்க.

embed /ɪm'bed/ *verb* [T] (**embedding**; **embedded**) (*usually passive*) to fix sth firmly and deeply (in sth else) (வேறொன்றில்) ஒன்றை உறுதியாகவும் ஆழமாகவும் பொருத்து; பதித்துவை *The axe was embedded in the piece of wood.*

embellish /ɪm'belɪʃ/ *verb* [T] (*written*) **1** to make sth more beautiful by adding decoration to it ஒப்பனை செய்து ஒன்றை மேலும் அழகுடையதாக்கு; அழகூட்டு **2** to make a story more interesting by adding details that are not always true ஓரளவு கற்பனையான விவரக் கூறுகளைச் சேர்த்து ஒரு கதையை மேலும் கவர்ச்சியுடையதாக்கு; புனைவு விளக்கத்தால் சுவை பெருக்கு ▶ **embellishment** *noun* [U, C]

ember /'embə(r)/ *noun* [C, *usually pl.*] a piece of wood or coal that is not burning, but is still red and hot after a fire has died எரிந்துகொண்டிராத ஆனால் தீ அணைந்த பின்னரும் செந்நிறமாகவும் வெம்மையாகவும் உள்ள மரக்கட்டை அல்லது கரித்துண்டு; தணல்; கங்கு; கணப்பு

embezzle /ɪm'bezl/ *verb* [T] to steal money that you are responsible for or that belongs to your employer தனது பொறுப்பில் உள்ள அல்லது தனது முதலாளிக்கு/பணி முதல்வருக்குச் சொந்தமான பணத்தைத் திருடு; பொதுப்பணத்தைக் கையாடு ▶ **embezzlement** *noun* [U]

embitter /ɪm'bɪtə(r)/ *verb* [T] to make sb feel angry or disappointed about sth over a long period of time நீண்ட கால அளவில் ஒன்று குறித்து ஒருவரைச் சின உணர்வு அல்லது ஏமாற்றம் கொள்ளச்செய்; கசப்புணர்ச்சி கொள்ளச் செய் ▶ **embittered** *adj. a sick and embittered old man*

emblem /'embləm/ *noun* [C] an object or symbol that represents sth ஒன்றின் சின்னமாக அமையும் பொருள் அல்லது இடுகுறி; சின்னம்; அடையாளக் குறி *The dove is the emblem of peace.*

embody /ɪm'bɒdi/ *verb* [T] (*pres. part.* **embodying**; *3rd person sing. pres.* **embodies**; *pt, pp* **embodied**) (*formal*) **1** to be a very good example of sth ஒன்றின் மிகச் சிறந்த எடுத்துக்காட்டாயிரு; முன்மாதிரியாக விளங்கு *To me she embodies all the best qualities of a teacher.* **2** to include or contain sth ஒன்றை உள்ளடக்கியிரு அல்லது தன்னுள் கொண்டிரு *This latest model embodies many new features.* ▶ **embodiment** *noun* [C] *She is the embodiment of a caring mother.*

embrace /ɪm'breɪs/ *verb* **1** [I, T] to put your arms around sb as a sign of love, happiness, etc. அன்பு, மகிழ்ச்சி, முதலியவற்றின் அடையாளமாக ஒருவரை கைகளால் அணை; தழுவு

2 [T] (*formal*) to include உள்ளடக்கு; உடன்சேர் *His report embraced all the main points.* **3** [T] (*formal*) to accept sth with enthusiasm ஆர்வத்துடன் ஒன்றை ஏற்றுக்கொள்; விரும்பிப் பின்பற்று; தழுவு *She embraced Islam in her later years.* ▶ **embrace** *noun* [C] *He held her in a warm embrace.*

embroider /ɪmˈbrɔɪdə(r)/ *verb* **1** [I, T] to decorate cloth by sewing a pattern or picture on it உருவரை அல்லது படம் தைத்து ஒரு துணியை அழகுபடுத்து; தையல் பூவேலை செய் **2** [T] to add details that are not true to a story to make it more interesting கவர்ச்சியூட்டுவதற்காக ஒரு கதையில் கற்பனைக் கூறுகளைச் சேர்; சுவை சேர்ப்பதற்காக ஒரு கதையில் புனைவுக் கலப்புச் செய் ▶ **embroidery** /ɪmˈbrɔɪdəri/ *noun* [U]

embryo /ˈembriəʊ/ *noun* [C] (*pl.* **embryos** /-əʊz/) a baby, an animal or a plant in the early stages of development before birth பிறப்பதற்கு முன் தொடக்க வளர்ச்சி நிலையிலுள்ள குழந்தை, விலங்கு அல்லது தாவரம்; கருவுயிர்; கருமுளை ➪ **foetus** பார்க்க. ▶ **embryonic** /ˌembriˈɒnɪk/ *adj.*

emerald /ˈemərəld/ *noun* [C] a bright green precious stone ஒளிரும் தன்மையுடைய பச்சை நிற மணிக்கல் வகை; பச்சைக்கல்; மரகதம் ▶ **emerald** (*also* **emerald green**) *adj. an emerald green dress*

emerge /iˈmɜːdʒ/ *verb* [I] **emerge (from sth)** **1** to appear or come out from somewhere ஓரிடத்திலிருந்து வெளிப்படு அல்லது வெளிப்பட்டுத் தோன்று *A man emerged from the shadows.* • *(figurative) The country emerged from the war in ruins.* **2** to become known அறியப்படு; புலனாகு *During investigations it emerged that she was lying about her age.* ▶ **emergence** /-dʒəns/ *noun* [U] *the emergence of China in the field of electronic goods*

emergency /iˈmɜːdʒənsi/ *noun* [C, U] (*pl.* **emergencies**) a serious event that needs immediate action உடனடி நடவடிக்கை/செயல்பாடு தேவைப்படும் ஓர் இடரார்ந்த நிகழ்வு; நெருக்கடி நிலை; அவசர நிலை *In an emergency you can call him for help.* • *The government has declared **a state of emergency**.*

emergency room (*AmE*) = **casualty 3**

emigrant /ˈemɪɡrənt/ *noun* [C] a person who has gone to live in another country வேறொரு நாட்டில் வாழச் சென்றுள்ளவர்; குடிபெயர்ந்தவர் ➪ **immigrant** பார்க்க.

emigrate /ˈemɪɡreɪt/ *verb* [I] **emigrate (from...) (to...)** to leave your own country to go and live in another வேறொரு நாட்டுக்குச் சென்று வாழ சொந்த நாட்டை விட்டு வெளியேறு; குடிபெயர்ந்து செல் *They emigrated from India to Australia twenty years ago.* ▶ **emigration** /ˌemɪˈɡreɪʃn/ *noun* [C, U] ➪ **immigrant, immigration** and **migrate** பார்க்க.

eminent /ˈemɪnənt/ *adj.* (*formal*) (used about a person) famous and important (ஒருவரைப் பற்றிக் குறிப்பிடுகையில்) புகழ் மற்றும் முக்கியத்துவம் வாய்ந்த; பெருமை பெற்ற *an eminent scientist*

eminently /ˈemɪnəntli/ *adv.* (*formal*) very; extremely மிகவும்; பெரிதும்; பேரளவில்; சிறப்பாக *She is eminently suitable for the job.*

emir (*also* **amir**) /eˈmɪə(r); ˈemɪə(r)/ *noun* [C] the title given to some Muslim rulers முஸ்லீம் ஆட்சியாளர்கள் சிலருக்கு வழங்கப்படும் பட்டப்பெயர்; அமீர் *the Emir of Kuwait*

emirate /ˈemɪərət; ˈemɪrət/ *noun* [C] **1** the position held by an emir; the period of time that he is in power அமீர் ஒருவர் வகிக்கும் பதவி; அமீர் ஒருவரது ஆட்சிக்காலம்/பதவி வகிக்கும் காலம் **2** an area of land that is ruled over by an emir அமீர் ஒருவரது ஆளுமையில் உள்ள நிலப்பகுதி *the United Arab Emirates*

emissary /ˈemɪsəri/ *noun* [C] (*pl.* **emissaries**) (*formal*) a person who is sent somewhere, especially to another country, in order to give sb an official message or to perform a special task வினை முறையிலான ஒரு செய்தியை ஒருவரிடம் கொண்டு சேர்க்கும் பொருட்டு அல்லது ஒரு சிறப்புப் பணியை நிறைவேற்ற ஓரிடத்திற்கு, குறிப்பாக வேறொரு நாட்டுக்கு, அனுப்பப்படுபவர்; தூதுச் செய்தியாளர்; சிறப்புத் தூதர்

emit /iˈmɪt/ *verb* [T] (**emitting; emitted**) (*formal*) to send out sth, for example a smell, a sound, smoke, heat or light மணம், ஒலி, புகை, வெப்பம், ஒளி போன்ற ஒன்றை வெளிவிடு; வெளிப்படுத்து *The animal emits a powerful smell when scared.* ▶ **emission** /iˈmɪʃn/ *noun* [C, U] *sulphur dioxide emissions from power stations*

emolument /ɪˈmɒljumənt/ *noun* [*usually pl.*] (*formal*) a payment that is made, especially in money or any other form for your services பணமாகவோ வேறு வகையிலோ, ஒருவருக்கு அவரிடமிருந்து பெற்ற சேவைகளுக்காகத் தரப்படும் ஊதியம்

emotion /ɪˈməʊʃn/ *noun* [C, U] a strong feeling such as love, anger, fear, etc. காதல், சினம், அச்சம், முதலியவை போன்ற ஆழ்ந்த/முனைப்பான உணர்ச்சி *to control/express your emotions* • *His voice was filled with emotion.* • *He showed no emotion as the police took him away.*

emotional /ɪˈməʊʃənl/ *adj.* **1** connected with people's feelings மனித உணர்ச்சிகள் தொடர்பான *emotional problems* **2** causing strong feelings ஆழ்ந்த/முனைப்பான உணர்ச்சிகளைத் தூண்டுகிற; மன எழுச்சியை உண்டாக்குகிற *He gave an emotional speech.* **3** having strong emotions and showing them in front of people தீவிரமான உணர்ச்சிகளுக்கு ஆட்படுகிற மற்றும் அவற்றைப் பிறர் முன் வெளிப்படுத்துகிற; உணர்ச்சிவசப்படுகிற *She always **gets very emotional** when I leave.* ▶ **emotionally** /ɪˈməʊʃənəli/ *adv. She felt physically and emotionally drained after giving birth.*

emotive /iˈməʊtɪv/ *adj.* causing strong feelings ஆழ்ந்த/முனைப்பான உணர்ச்சிகளைத் தூண்டுகிற; மனக் கிளர்ச்சியை உண்டாக்குகிற *emotive language • an emotive issue*

empathy /ˈempəθi/ *noun* [C, U] **empathy (with/for sb/sth); empathy (between A and B)** the ability to imagine how another person is feeling and so understand his/her mood மற்றொருவருடைய உணர்ச்சிப் போக்கை ஊகித்துணர்ந்து அவரது மனப்பாங்கை அறியும் திறன்; ஒத்துணர்வாற்றல் *Some adults **have** (a) great **empathy** with children.* ▶ **empathize** (*also* **-ise**) /ˈempəθaɪz/ *verb* [I] **empathize (with sb/sth)** *He's a popular teacher because he empathizes with his students.*

emperor /ˈempərə(r)/ *noun* [C] the ruler of an empire ஒரு பேரரசை ஆளுபவர்; பேரரசர்

emphasis /ˈemfəsɪs/ *noun* [C, U] (*pl.* **emphases** /-siːz/) **1 emphasis (on sth)** (giving) special importance or attention (to sth) ஒன்றற்கு சிறப்பு முக்கியத்துவம் தருதல் அல்லது ஒன்றன் மீது தனிக் கவனம் செலுத்துதல்; ஒரு பொருளுக்கு இன்றியமையாமை தருதல் *There's a lot of emphasis on science at our school. • You should **put a** greater **emphasis** on quality rather than quantity when you write.* **2** the force that you give to a word or phrase when you are speaking; a way of writing a word to show that it is important பேசும்பொழுது ஒரு சொல் அல்லது தொடருக்குத் தரப்படும் அழுத்தம்; ஒரு சொல்லின் முக்கியத்துவத்தைக் குறிக்க அதனை எழுதும் முறை; அசையழுத்தம் *In the word 'photographer' the emphasis is on the second syllable. • I underlined the key phrases of my letter for emphasis.* ✪ SYN **stress**[1] **2**

emphasize (*also* **-ise**) /ˈemfəsaɪz/ *verb* [T] **emphasize (that)** to put emphasis on sth ஒன்றுக்கு முக்கியத்துவம் கொடு; ஒன்றை அழுத்தமாகக் கூறு; வலியுறுத்து *They emphasized that healthy eating is important. • They emphasized the importance of healthy eating.* ✪ SYN **stress**[2]

emphatic /ɪmˈfætɪk/ *adj.* said or expressed in a strong way அழுத்தமான முறையில்/உறுதியுடன் கூறப்பட்ட அல்லது வெளிப்படுத்தப்பட்ட *an emphatic refusal* ▶ **emphatically** /-kli/ *adv.*

empire /ˈempaɪə(r)/ *noun* [C] **1** a group of countries that is governed by one country ஒரு நாட்டின் ஆட்சிக்கு உட்பட்ட நாடுகளின் தொகுதி; பேரரசு; சாம்ராஜ்யம் *the Roman Empire* ➪ **emperor** மற்றும் **empress** பார்க்க. **2** a very large company or group of companies பெரும் வணிக நிறுவனம் அல்லது நிறுவனங்களின் தொகுதி; வணிகப் பேரரசு

empirical /ɪmˈpɪrɪkl/ *adj.* (*formal*) based on experiments and practical experience, not on ideas கருத்துகளின் அடிப்படையில் அல்லாது, சோதனைகளையும் நடைமுறை அனுபவத்தையும் சார்ந்த; செயல்முறையை மற்றும் நேருணர்வை அடிப்படையாகக் கொண்ட *empirical evidence* ▶ **empirically** /-kli/ *adv.*

empiricism /ɪmˈpɪrɪsɪzəm/ *noun* [U] (*formal*) the use of experiments or experience as the basis for your ideas; the belief in these methods கருத்துகளுக்கு அடிப்படையாகச் சோதனைகளை அல்லது நடைமுறை அனுபவத்தைப் பயன்படுத்துதல்; செயல்முறையிலும் அனுபவ அறிவிலும் கொள்ளும் நம்பிக்கை ▶ **empiricist** *noun* [C] *the English empiricist, John Locke*

employ /ɪmˈplɔɪ/ *verb* [T] **1 employ sb (in/on sth); employ sb (as sth)** to pay sb to work for you ஒருவரைப் பணியமர்த்தி ஊதியம் வழங்கு; வேலையில் ஈடுபடுத்து *He is employed as a lorry driver.* ➪ **unemployed** பார்க்க. **2** (*formal*) **employ sth (as sth)** to use பயன்படுத்து *In an emergency, an umbrella can be employed as a weapon.*

employee /ɪmˈplɔɪiː/ *noun* [C] a person who works for sb ஒருவரிடம் வேலை செய்பவர்; ஊதியம் பெற்றுப் பணிபுரிபவர் *The factory has 500 employees.*

employer /ɪmˈplɔɪə(r)/ *noun* [C] a person or company that employs other people மற்றவர்களுக்கு ஊதியத்துக்குரிய வேலைதரும் ஒருவர் அல்லது ஓர் நிறுவன அமைப்பு; பணி வழங்குபவர்; முதலாளி

employment /ɪmˈplɔɪmənt/ *noun* [U] **1** the state of having a paid job ஊதியத்துக்குரிய வேலையைப் பெற்றிருக்கும் நிலை; வேலை; தொழில் *to be in/out of employment • This bank can **give employment** to ten extra staff.* ➪ **unemployment** பதிவை மற்றும் **work**[1] பதிவிலுள்ள குறிப்பைப் பார்க்க. **2** (*formal*) the use of sth ஒன்றைப் பயன்படுத்துதல்; பயன்பாடு *the employment of force*

employment agency *noun* [C] a company that helps people to find work and other companies to find workers தனி ஆட்கள் வேலை பெறவும் மற்ற நிறுவனங்கள் வேலைக்கு ஆட்களைப் பெறவும் துணைசெய்யும் நிறுவனம்; வேலைவாய்ப்பு உதவி நிறுவனம்

empower /ɪmˈpaʊə(r)/ *verb* [T] (*formal*) (*usually passive*) to give sb power or authority (to do sth) ஒன்றைச் செய்வதற்கான அதிகாரத்தை அல்லது ஆட்சி உரிமையை ஒருவருக்கு வழங்கு ▶ **empowerment** *noun* [U]

empress /ˈemprəs/ *noun* [C] **1** a woman who rules an empire ஒரு பேரரசை ஆட்சி செய்யும் பெண்; பேரரசி **2** the wife of a man who rules an empire (**emperor**) பேரரசரின் மனைவி

empty¹ /ˈempti/ *adj.* **1** having nothing or nobody inside it உள்ளே எதுவும் அல்லது யாரும் இல்லாத; காலியான; ஒன்றும்/ஒருவரும் இல்லாத *an empty box* • *The bus was half empty.* **2** without meaning or value பொருளற்ற அல்லது மதிப்பற்ற *It was an empty threat* (= it was not meant seriously). • *My life feels empty now, after the children have left home.* ▶ **emptiness** /ˈemptinəs/ *noun* [U]

empty² /ˈempti/ *verb* (*pres. part.* **emptying**; *3rd person sing. pres.* **empties**; *pt, pp* **emptied**) **1** [T] **empty sth (out/out of sth)** to remove everything that is inside a container, etc. ஒரு கொள்கலம், முதலியவற்றுள் உள்ள எல்லாவற்றையும் காலி செய்; வெறுமையாக்கு *I've emptied a wardrobe for you to use.* • *Lalit emptied everything out of his desk and left.* **2** [I] to become empty காலியாகு; வெறுமையாகு *The cinema emptied very quickly once the film was finished.*

empty-handed *adj.* without getting what you wanted; without taking sth to sb விரும்பியதைப் பெறாத; ஒருவருக்கு ஒன்றைக் கொண்டு செல்லாத; வெறுங்கையுடனான *The robbers fled empty-handed.*

emu /ˈiːmjuː/ *noun* a large Australian bird with long legs that can run fast but cannot fly விரைந்து ஓடக்கூடிய ஆனால் பறக்க இயலாத ஆஸ்திரேலிய நாட்டுப் பெரும் பறவை வகை

emulate /ˈemjuleɪt/ *verb* [T] (*formal*) **1** to try to do sth as well as, or better than, sb ஒருவர் போல நல்ல முறையில் அல்லது அவரைவிடச் சிறப்பாக ஒன்றைச் செய்ய முயல்; ஒருவரைப் பின்பற்று அல்லது அவரினும் மேம்பட்டு நில் **NOTE** **Copy** என்ற சொல் emulate-ஐவிட முறைசார்பில் குறைந்ததாகும். **2** (*computing*) to imitate a particular computer system; to work in the same way as another computer, etc. and perform the same tasks வேறொரு கணினியின் வேலைமுறையைப் பின்பற்று; வேறொரு கணிப்பொறி, முதலியவை செயல்படும் அதே முறையில் செயல்பட்டு அதே வகையான இடுபணிகளைச் செய் ▶ **emulation** /ˌemjuˈleɪʃn/ *noun* [C, U]

emulsifier /ɪˈmʌlsɪfaɪə(r)/ *noun* [C] a substance that is added to mixtures of food to make the different liquids or substances in them combine to form a smooth mixture உணவுக் கூட்டுகளில் உள்ள வெவ்வேறு திரவங்கள் அல்லது பொருள்களை ஒன்று கலந்து நயமான கூட்டாக ஆக்குவதற்காக அவற்றுடன் சேர்க்கப்படும் ஒரு பொருள்; உணவுக் கூட்டுகளுக்குக் குழம்புத் தன்மை ஊட்டும் பொருள்

emulsify /ɪˈmʌlsɪfaɪ/ *verb* [I, T] (*pres. part.* **emulsifying**; *3rd person sing. pres.* **emulsifies**; *pt, pp* **emulsified**) if two liquids of different thicknesses emulsify or are emulsified, they combine to form a smooth mixture வெவ்வேறு அடர்த்தியுள்ள திரவங்கள் ஒன்று கலந்து இழைவான குழம்பாகு அல்லது அவற்றை ஒன்று கலந்து இழைவான குழம்பாக்கு

emulsion /ɪˈmʌlʃn/ *noun* [C, U] **1** any mixture of liquids that do not normally mix together, such as oil and water எண்ணெய்யும் தண்ணீரும் போன்ற, இயல்பாக ஒன்று கலந்தமையாத திரவங்களின் கூட்டு/கலவை **2** (*also* **emulsion paint**) a type of paint used on walls and ceilings that dries without leaving a shiny surface சுவர்கள் மற்றும் உட்கூரைகளுக்கு அடிக்கப்படும், பளபளப்பூட்டாது உலர்ந்துவிடும் தன்மையுள்ள வண்ணப்பூச்சு வகை **3** (*technical*) a substance on the surface of film used for photographs that makes it sensitive to light நிழற்பட மென்தகடுகளின் மேற்பரப்பில் காணப்படும் ஒளிப்பதிவுகளை ஏற்கும் தன்மையுள்ள ஒரு பொருள்

en- /ɪn/ (*also* **em-** /ɪm/ *before* b, m or p) *prefix* (*in verbs*) **1** to put into the thing or condition mentioned குறிப்பிடப்பட்ட பொருளில் உள்ளிடு அல்லது குறிப்பிட்ட நிலையில் அமையச் செய்; உட்படுத்து *encase* • *endanger* • *empower* **2** to cause to be குறிப்பிட்டவாறு ஆக்கு *enlarge* • *embolden*

enable /ɪˈneɪbl/ *verb* [T] **enable sb/sth to do sth** to make it possible for sb/sth to do sth ஒன்றைச் செய்வதைச் சாத்தியமாக்கு; இயலக்கூடியதாகச் செய் *The new law has enabled more women to return to work.*

enact /ɪˈnækt/ *verb* [T] **1** (*law*) to pass a law ஒரு சட்டம் இயற்று *legislation enacted by parliament* **2** (*formal*) to perform a play or act a part in a play ஒரு நாடகம் நடத்து அல்லது ஒரு நாடகத்தில் ஒரு பாத்திரமேற்று நடி *scenes from history enacted by local residents* **3 be enacted** (*formal*) to take place நிகழ்; நடைபெறு *They were unaware of the drama being enacted a few feet away from them.*

enamel /ɪˈnæml/ *noun* [U] **1** a hard, shiny substance used for protecting or decorating metal, etc. உலோகம், முதலியவற்றுக்குக் காப்பாக அல்லது அழகூட்டுவதற்காகப் பயன்படுத்தப்படும் கெட்டியான பளபளப்பான ஒரு பொருள்; இனாமல் *enamel paint* **2** the hard white outer covering of a tooth பற்களின் கெட்டியான வெண்ணிற வெளிப்பகுதி

enc. (*also* **encl.**) *abbr.* (used at the end of a business letter to show that there is sth else in the envelope with the letter) enclosed (கடிதத்துடன் உறையில் வேறொன்றும் உள்ளது என்பதைக் குறிப்பிடப் பணிமுறைக் கடிதங்களின் இறுதியில் பயன்படுத்தப்படும் சுருக்கக் குறியீடு) இணைப்பு

encephalitis /enˌsefəˈlaɪtəs; -ˌkefə-/ *noun* [U] (*medical*) a condition in which the brain becomes swollen, caused by an infection or **allergic** reaction ஒரு நோய்த் தொற்று அல்லது உடலில் அயற்பொருள் நுழைவின் எதிர்வினை காரணமாக மூளை வீக்கமடையும் நோய் நிலை; மூளை வீக்கம்; மூளை அழற்சி

enchanted /ɪnˈtʃɑːntɪd/ *adj.* **1** (in stories) affected by magic powers (புனைகதைகளில்) மந்திரம், வசியம், முதலியவற்றால் பாதிக்கப்பட்ட அல்லது மயக்கப்பட்ட **2** (*formal*) pleased or very interested மகிழ்ச்சியுற்ற; வயப்படுத்தப்பட்ட; கவரப்பட்ட *The audience was enchanted by her singing.*

enchanting /ɪnˈtʃɑːntɪŋ/ *adj.* very nice or pleasant; attractive மிகவும் இனிதான அல்லது பெரிதும் மகிழ்வூட்டுகிற; கவர்ச்சியான; வயப்படுத்துகிற

encircle /ɪnˈsɜːkl/ *verb* [T] (*formal*) to make a circle round sth; to surround ஒன்றைச் சுற்றி வட்டமிடு; சுற்றி வளை

enclose /ɪnˈkləʊz/ *verb* [T] **1 enclose sth (in sth)** (*usually passive*) to surround sth with a wall, fence, etc.; to put one thing inside another ஒன்றைச் சுற்றி சுவர், வேலி முதலியவற்றை அமை; வேறொன்றனுள் ஒரு பொருளை வை; உள்ளடை *The jewels were enclosed in a strong box.* • *He gets very nervous in enclosed spaces.* **2** to put sth in an envelope, package, etc. with sth else கடித உறை, பொருள் கட்டு முதலியவற்றினுள் வேறொன்றுடன் சேர்த்து ஒரு பொருளை வை; இணை *Can I enclose a letter with this parcel?* • ***Please find enclosed** a cheque for Rs 1000.*

enclosure /ɪnˈkləʊʒə(r)/ *noun* [C] **1** a piece of land inside a wall, fence, etc. that is used for a particular purpose சுவர், வேலி, முதலியவற்றின் உட்புறத்திலுள்ள, குறிப்பிட்ட பயன்பாட்டுக்கான, நிலப்பகுதி; அடைப்பு *a wildlife enclosure* **2** something that is placed inside an envelope together with the letter உறையில் கடிதத்துடன் சேர்த்து வைக்கப்படும் ஒன்று; கடித இணைப்பு; சேர்க்கை

encode /ɪnˈkəʊd/ *verb* [T] **1 = code² 1 2** (*computing*) to change information into a form that a computer can deal with கணிப்பொறி கையாளுவதற்கு ஏற்ற வடிவில் தகவலை மாற்றியமை; குறியீடு ஆக்கு

encore¹ /ˈɒŋkɔː(r)/ *exclamation* called out by an audience that wants the performers in a concert, etc. to sing or play sth extra இசை நிகழ்ச்சி, முதலியவற்றில் கலைஞர்கள் மிகைப்படியாகப் பாட அல்ல வாசிக்க வேண்டுமென விரும்பும் அவையோர் உரத்த குரலில் கூறுவது; 'இன்னும் கொஞ்சம்' என்னும் குறிப்பு மொழி

encore² /ˈɒŋkɔː(r)/ *noun* [C] a short, extra performance at the end of a concert, etc. இசை நிகழ்ச்சி, முதலியவற்றின் இறுதியில் வழங்கப்படும் குறுகிய கால மிகைப்படியான பாடல்/வாசிப்பு நிகழ்ச்சி; உபரி நிகழ்ச்சி

encounter¹ /ɪnˈkaʊntə(r)/ *verb* [T] **1** to experience sth (a danger, difficulty, etc.) (ஆபத்து, இடர், முதலிய) ஒன்றை எதிர்கொள்; அனுபவி *I've never encountered any discrimination at work.* ✪ SYN **meet with 2** (*formal*) to meet sb unexpectedly; to experience or find sth unusual or new ஒருவரை எதிர்பாராது சந்தி; தற்செயலாக எதிர்ப்படு; வழக்கத்திற்கு மாறான அல்லது புதிதான ஒன்றை அனுபவி ✪ SYN **come across**

encounter² /ɪnˈkaʊntə(r)/ *noun* [C] **an encounter (with sb/sth); an encounter (between A and B)** an unexpected (often unpleasant) meeting or event எதிர்பாராத (பெரும்பாலும் இனியதல்லாத) சந்திப்பு அல்லது நிகழ்வு *I've had a number of close encounters* (= situations which could have been dangerous) *with bad drivers.*

encourage /ɪnˈkʌrɪdʒ/ *verb* [T] **1 encourage sb/sth (in sth/to do sth)** to give hope, support or confidence to sb ஒருவருக்கு நம்பிக்கை, ஆதரவு அல்லது பற்றுறுதி அளி, ஊக்கமூட்டு *The teacher encouraged her students to ask questions.* **2** to make sth happen more easily ஒன்று மேலும் எளிதாக நிகழுமாறு செய் *The government wants to encourage new businesses.* ✪ OPP **discourage** ► **encouragement** *noun* [C, U] ► **encouraging** *adj.*

encroach /ɪnˈkrəʊtʃ/ *verb* [I] (*formal*) **encroach (on/upon sth)** to use more of sth than you should உரிமை கடந்து ஒன்றைப் பயன்படுத்து; அத்துமீறி ஒன்றைப் பயன்படுத்து *I do hope that I am not encroaching too much upon your free time.*

encrypt /ɪnˈkrɪpt/ *verb* [T] (*computing*) to put information into a special form (**code**) especially in order to stop people being able to look at or understand it மற்றவர்கள் காண அல்லது புரிந்துகொள்ள முடியாதவாறு தகவலைக் குறிமுறையில் அமை ▶ **encryption** /ɪnˈkrɪpʃn/ *noun* [U]

encyclopedia (*also* **encyclopaedia**) /ɪnˌsaɪkləˈpiːdiə/ *noun* [C] (*pl.* **encyclopedias**) a book or set of books that gives information about very many subjects, arranged in the order of the alphabet (= from A to Z) மிகப்பலவான துறைகள்/பொருள்கள் பற்றிய தகவல் அகர வரிசையில் அமைந்த நூல் அல்லது நூல் தொகுதி; கலைக்களஞ்சியம்

end[1] /end/ *noun* [C] **1** the furthest or last part of sth; the place or time where sth stops ஒன்றின் கடைக்கோடி அல்லது கடைசிப் பகுதி; ஒன்று முடிவுறும் இடம் அல்லது காலம்/நேரம்; இறுதி *My house is* ***at the end of*** *the street.* • *There are some seats* ***at the far end of*** *the room.*

> **NOTE** **In the end** என்ற மரபுத்தொடர் 'இறுதியாக', 'கடைசியில்' என்னும் பொருள்படக் காலத்தைக் குறிப்பது—*We were too tired to cook, so in the end, we decided to eat out.* ஒரு நூல், திரைப்படம், வகுப்பு, முதலியவற்றின் பெரும்பாலும் முடிவடையும் தறுவாயிலான இறுதிப் பகுதியை **at the end of sth** குறிக்கும்—*At the end of the meal we had a row about who should pay for it.* மற்றொரு பெயர்ச்சொல்லுக்கு முன்னரும் சில சமயங்களில் **end** பயன்படுத்தப்படுகிறது—*The end house* • *the end seat*

NOTE பந்தயங்கள் மற்றும் போட்டிகள் தொடர்பான வழக்குகளில் மட்டுமே **finish** என்ற பெயர்ச்சொல் **end**-இன் பொருளில் பயன்படுத்தப்படுகிறது.

2 (*formal*) an aim or purpose நோக்கம்; இலக்கு; குறிக்கோள் *They were prepared to do anything to achieve their ends.* **3** a little piece of sth that is left after the rest has been used பயன்படுத்தப்பட்டபின் எஞ்சியுள்ள ஒன்றின் சிறு துண்டு *a cigarette end*

IDM **at an end** (*formal*) finished or used up முடிவுற்றதாக; தீர்ந்துபோன நிலையில்; பயன்படுத்தப்பட்டுவிட்டதாக; நிறைவுற்று *Her career is at an end.*

at the end of your tether having no more patience or strength இனியும் பொறுமையோ வலிமையோ இல்லாது; மேற்கொண்டு வகையில்லாமல்

at the end of the day (*spoken*) used to say the most important fact in a situation குறிப்பிட்ட சூழ்நிலையில் இன்றியமையாத ஒன்றைக் கூறப் பயன்படுத்தப்படும் தொடர்: இறுதி நிலையில்; முடிவாக *At the end of the day, you have to make the decision yourself.*

at a loose end ➪ **loose**[1] பார்க்க.

at your wits' end ➪ **wit** பார்க்க.

bring sth/come/draw to an end (to cause sth) to finish முடிவுக்குக் கொண்டுவா; முடிந்திடச் செய்; முடிவுறு; நிறைவடை *His stay in Sri Lanka was coming to an end.*

a dead end ➪ **dead**[1] பார்க்க.

end to end in a line with the ends touching விளிம்புகள்/முனைகள் தொட்டுக்கொண்டிருக்குமாறு வரிசையாக *They put the tables end to end.*

in the end finally; after a long period of time or series of events இறுதியாக; நிறைவாக; நீண்ட காலத்திற்கு அல்லது தொடர்ச்சியான நிகழ்வுகளுக்குப் பிறகு *He wanted to get home early but in the end it was midnight before he left.*

make ends meet to have enough money for your needs தேவைகளுக்குப் போதுமான அளவு பணம் வைத்திரு; வருமானத்துக்குள் வாழ் *It's hard for us to make ends meet.*

make sb's hair stand on end ➪ **hair** பார்க்க.

a means to an end ➪ **means** பார்க்க.

no end of sth (*spoken*) too many or much; a lot of sth மிகை எண்ணிக்கை அல்லது மிகை அளவு; பெருமளவு; ஏராளம் *She has given us no end of trouble.*

odds and ends ➪ **odds** பார்க்க.

on end (used about time) continuously (கால/நேர வகையில்) தொடர்ந்து; இடைவிடாது; ஓயாது *He sits and reads for hours on end.*

put an end to sth to stop sth from happening any more இனியும் நிகழாமல் ஒன்றைத் தடுத்து நிறுத்து

end[2] /end/ *verb* [I, T] **end (in/with sth) (to cause sth)** to finish முடி; நிறைவடை; முடிந்திடச் செய், *The road ends here.* • *How does this story end?*

PHR V **end up (as sth); end up (doing sth)** to find yourself in a place/situation that you did not plan or expect திட்டமிடப்படாத அல்லது எதிர்பாராத ஓரிடத்தில் அல்லது ஒரு சூழ்நிலையில் தான் இருக்கக் காண்; எதிர்பாராத ஒரு நிலைக்குத் தள்ளப்படு அல்லது உட்படு *We got lost and ended up in the centre of town.* • *She had always wanted to be a writer but ended up as a teacher.*

endanger /ɪnˈdeɪndʒə(r)/ *verb* [T] to cause danger to sb/sth ஒருவருக்கு/ஒன்றுக்கு ஆபத்து உண்டாக்கு *Smoking endangers your health.*

endangered /ɪnˈdeɪndʒəd/ *adj.* (used about animals, plants, etc.) in danger of disappearing from the world (**becoming extinct**) (விலங்குகள், தாவரங்கள், முதலியன வகையில்) உலகிலிருந்து மறைந்துபோகும் அபாயமுள்ள;

மரபற்று அழிந்துவிடும் ஆபத்துள்ள *The giant panda is an endangered species.*

endear /ɪn'dɪə(r)/ *verb* [T] (*formal*) **endear sb/yourself to sb** to make sb/yourself liked by sb ஒருவரை/தன்னை மற்றொருவருடைய விருப்பத்திற்கு அல்லது பிரியத்திற்கு உரியவராக்கு *She managed to endear herself to everybody by her kindness.* ▶ **endearing** *adj.* ▶ **endearingly** *adv.*

endeavour (*AmE* **endeavor**) /ɪn'devə(r)/ *verb* [I] (*formal*) **endeavour (to do sth)** to try hard கடுமையான முயற்சியில் ஈடுபடு; அருமுயற்சி செய் *She endeavoured to finish her work on time.* ▶ **endeavour** *noun* [C, U]

endemic /en'demɪk/ *adj.* (often used about a disease or problem) regularly found in a particular place or among a particular group of people and difficult to get rid of (பெரும்பாலும் ஒரு நோய் அல்லது பிரச்சினை பற்றிக் கூறுகையில்) குறிப்பிட்ட இடத்தில் அல்லது குறிப்பிட்ட மக்கட் பிரிவினரிடையே வழக்கமாகக் காணப்படுவதும் ஒழிப்பதற்குக் கடினமானதுமான *Malaria is endemic in many hot countries.* ➪ **epidemic** மற்றும் **pandemic** பார்க்க.

ending /'endɪŋ/ *noun* [C] **1** the end (of a story, play, film, etc.) (கதை, நாடகம், திரைப்படம், முதலியவற்றின்) இறுதி; முடிவு *That film made me cry but I was pleased that it had a* ***happy ending***. **2** (*grammar*) the last part of a word, which can change மாறும் தன்மையுள்ள சொல்லின் இறுதிப்பகுதி; விகுதி; பின்னொட்டு *When nouns end in -ch or -sh or -x, the plural ending is -es not -s.*

endless /'endləs/ *adj.* **1** very large in size or amount and seeming to have no end அளவில் அல்லது தொகையில் மிகவும் பெரியதாகவுள்ள மற்றும் முடிவுற்றதாக்க் காணப்படுகிற; எல்லையில்லாத அல்லது முடிவில்லாத ஒன்றாகத் தோன்றுகிற *The possibilities are endless.* **2** lasting for a long time and seeming to have no end பலகாலம் நீடித்திருக்கிற மற்றும் முடிவில்லாதது போலத் தோன்றுகிற; இடைவிடாது தொடர்வதாக அல்லது முடிவின்றி நீடிப்பதாகக் காணப்படுகிற *Our plane was delayed for hours and the wait seemed endless.* ✪ SYN **interminable** ▶ **endlessly** *adv.*

endorse /ɪn'dɔːs/ *verb* [T] **1** to say publicly that you give official support or agreement to a plan, statement, decision, etc. ஒரு திட்டம், ஓர் அறிக்கை, ஒரு முடிவு முதலியவற்றுக்கு அதிகாரபூர்வமான ஆதரவு அல்லது இசைவு அளிப்பதாக வெளிப்படையாகக் கூறு; முறைப்படி அங்கீகரி *Members of all parties endorsed a ban on firearms.* **2** (*BrE*) (*usually passive*) to add a note to the document which allows you to drive a vehicle (**driving licence**) to say that the driver has broken the law ஓட்டுநர் சட்டத்தை மீறியிருப்பதாக ஓட்டுநர் உரிம ஆவணத்தில் ஒரு குறிப்பைச் சேர்; மேற்குறிப்பு எழுது ▶ **endorsement** *noun* [C, U]

endoscope /'endəskəʊp/ *noun* [C] (*medical*) an instrument for looking at the inside of the body உடலின் உட்பகுதியை ஆய்வதற்கான கருவி; உள்ளுறுப்புச் சோதனைக் கருவி

endoskeleton /'endəʊskelɪtn/ *noun* [C] the bones inside the body of animals that give it shape and support விலங்குகளுக்கு உருவமைப்பையும் ஆதார வலிமையையும் தரும் அவற்றின் உடல் உட்பகுதியிலுள்ள எலும்புகள்; உள்ளெலும்புக் கூடு ➪ **exoskeleton** பார்க்க.

endosperm /'endəʊspɜːm/ *noun* [U] (*technical*) the part of a seed that stores food for the development of a plant தாவரத்தின் வளர்ச்சிக்கு வேண்டிய உணவைச் சேகரித்து வைக்கும் விதைப்பகுதி; விதையின் அரிசிப் பகுதி

endothermic /ˌendəʊ'θɜːmɪk/ *adj.* (*technical*) (used about a chemical reaction or process) needing heat in order to take place (வேதியியல் மாற்றவினை அல்லது தொடர்மாற்றம் பற்றிக் குறிப்பிடுகையில்) வினை நிகழ வெப்பம் வேண்டியிருக்கிற

endow /ɪn'daʊ/ *verb* [T] to give a large sum of money to a school, a college or another institution ஒரு பள்ளி, கல்லூரி அல்லது வேறொரு நிறுவனத்திற்குப் பெருமளவு பணம் வழங்கு; அறக்கொடை வழங்கு

PHR V **be endowed with sth** to naturally have a particular characteristic, quality, etc. குறிப்பிட்ட தனியியல்பு, பண்புக்கூறு, முதலியவற்றை இயற்கையாகக் கொண்டிரு; ஒரு குணம், முதலியவை இயல்பாக அமைந்திரு *She was endowed with courage and common sense.*

endow sb/sth with sth 1 to believe or imagine that sb/sth has a particular quality ஒருவர்/ஒன்று குறிப்பிட்ட இயல்பை அல்லது பண்பைக் கொண்டிருப்பதாக நம்பு அல்லது கருது *He had endowed the girl with the personality he wanted her to have.* **2** (*formal*) to give sth to sb/sth ஒருவருக்கு/ஒன்றுக்கு ஒரு பொருளைக் கொடு; ஒன்றை உரித்தாக்கு

endowment /ɪn'daʊmənt/ *noun* [C, U] money that sb gives to a school, a college or another institution; the act of giving this money ஒரு பள்ளி, கல்லூரி அல்லது வேறொரு நிறுவனத்திற்கு வழங்கப்படும் பணம்; அறக்கொடை

end product *noun* [C] something that is produced by a particular process or activity குறிப்பிட்ட செயல்முறை அல்லது செயற்பாட்டின் வழி விளையும் ஒன்று; விளைபயன்

endurance /ɪnˈdjʊərəns/ *noun* [U] the ability to continue doing sth painful or difficult for a long period of time without complaining குறைபட்டுக்கொள்ளாமல் துன்பம் தருகிற அல்லது கடினமான ஒன்றை நீண்ட காலம்/நேரமாகத் தொடர்ந்து செய்வதற்கான திறன்

endure /ɪnˈdjʊə(r)/ *verb* (*formal*) **1** [T] to suffer sth painful or uncomfortable, usually without complaining வழக்கமாகக் குறைபட்டுக் கொள்ளாமல், துன்பம் தருகிற அல்லது இன்னலக் கேடான ஒன்றைத் தாங்கிக்கொள் *She endured ten years of loneliness.* ✪ SYN **bear** **2** [I] to continue தொடர்ந்திரு; நீடித்திரு ✪ SYN **last** ▶ **enduring** *adj.*

enemy /ˈenəmi/ *noun* (*pl.* **enemies**) **1** [C] a person who hates and tries to harm you தன்மீது வெறுப்பு கொண்டுள்ள மற்றும் தனக்குத் தீங்குசெய்ய முயலும் ஒருவர்; எதிரி; பகைவன் *They used to be friends but became **bitter enemies**.* • *He has **made** several enemies during his career.* ➪ **enmity** noun பார்க்க. **2 the enemy** [*with sing. or pl. verb*] the army or country that your country is fighting against தனது நாடு எதிர்த்துப் போரிடும் படை அல்லது நாடு; எதிரிப்படை; பகை நாடு *The enemy is/are approaching.* • *enemy forces*

energetic /ˌenəˈdʒetɪk/ *adj.* full of or needing energy and enthusiasm ஆற்றலும் ஊக்கமும் நிறைந்த அல்லது வேண்டப்படுகிற; உடலுரமும் உற்சாகமும் மிகுதியாக வாய்க்கப்பெற்ற *Jogging is a very energetic form of exercise.* ▶ **energetically** /ˌenəˈdʒetɪkli/ *adv.*

energize (*BrE* **-ise**) /ˈenədʒaɪz/ *verb* [T] (*pres. part.* **energizing**; *3rd person sing. pres.* **energizes**; *pt, pp* **energized**) **1** to make sb enthusiastic and alert about sth ஒன்று குறித்து ஒருவரை விழிப்புணர்ச்சியுடன் கூடிய உற்சாகம் கொள்ளச் செய்; ஊக்கமூட்டு **2** to give sb more energy, strength, etc. ஒருவருக்கு ஆற்றல், வலு, முதலியவை மிகச் செய்; புது வலுவூட்டு **3** (*technical*) to supply power or energy or store electrical energy in a machine, an atom, etc. ஓர் இயந்திரம், அணு முதலியவற்றுக்கு விசைத்திறன் அல்லது ஆற்றல் வழங்கு அல்லது மின் ஆற்றலை அதில் சேமித்து வை *positively energized particles*

energy /ˈenədʒi/ *noun* (*pl.* **energies**) **1** [U] the ability to be very active or do a lot of work without getting tired மிகவும் சுறுசுறுப்பாக இருக்கும் திறன் அல்லது களைப்பின்றி மிகுதியாக உழைக்கும் ஆற்றல்; வலிமை; உரம்; வீரியம் *Children are usually **full of energy**.* **2** [U] the power that comes from coal, electricity, gas, etc. that is used for producing heat, driving machines, etc. நிலக்கரி, மின்சாரம், வாயு, முதலியவற்றிலிருந்து கிடைப்பதும், வெப்பம் உண்டுபண்ணுதல், இயந்திரங்கள் இயக்குதல் முதலியவற்றுக்குப் பயன்படுத்தப்படுவதுமான ஆற்றல்; சக்தி *nuclear energy* **3 energies** [*pl.*] the effort and attention that you give to doing sth ஒன்றைச் செய்வதற்கு வேண்டப்படும் முயற்சியும் கருத்தும்; ஊக்கம்; செயல்முனைப்பு *She devoted all her energies to helping the blind.* **4** [U] (*technical*) the ability of a substance or system to produce movement ஒரு பொருளின் அல்லது அமைப்பின் இயக்கத்தை உண்டுபண்ணும் ஆற்றல் *kinetic/potential energy*

enforce /ɪnˈfɔːs/ *verb* [T] to make people obey a law or rule or do sth that they do not want to ஒரு சட்டத்துக்கு அல்லது விதிமுறைக்குக் கீழ்ப்படிந்து நடக்கச்செய் அல்லது செய்ய விரும்பாத ஒன்றைச் செய்ய வை; வலியுறுத்தி நடைமுறைப்படுத்து *How will they enforce the new law?* ▶ **enforced** *adj. enforced redundancies* ▶ **enforcement** *noun* [U]

enfranchise /ɪnˈfræntʃaɪz/ *verb* [T] (*formal*) (*usually passive*) to give sb the right to vote in an election தேர்தலில் வாக்களிக்கும் உரிமையை ஒருவருக்கு அளி; வாக்குரிமை கொடு ✪ OPP **disenfranchise** ▶ **enfranchisement** /ɪnˈfræntʃɪzmənt/ *noun* [U]

engage /ɪnˈɡeɪdʒ/ *verb* (*formal*) **1** [T] to interest or attract sb ஒருவருக்கு ஆர்வமூட்டு; ஈடுபாடு வரச்செய் *You need to engage the students' attention right from the start.* **2** [T] **engage sb (as sth)** to give work to sb ஒருவருக்கு வேலை கொடு; பணியமர்த்து *They engaged him as a cook.* **3** [I, T] **engage (sth) (with sth)** to make parts of a machine fit together ஓர் இயந்திரத்தின் பகுதிகள் ஒருங்கே பொருந்தி அமையச் செய் அல்லது இணைவுறச்செய் *Engage the clutch before selecting a gear.*

PHR V **engage in sth** to take part in sth ஒன்றில் ஈடுபடு; பங்குகொள் *I don't engage in that kind of gossip!*

engaged /ɪnˈɡeɪdʒd/ *adj.* **1** (*formal*) **engaged (in/on sth)** (used about a person) busy doing sth (ஒரு நபர் பற்றிக் குறிப்பிடுகையில்) ஒரு செயலில் முழு ஈடுபாடு கொண்டுள்ள; ஆழ்ந்து கவனம் செலுத்துகிற *They are engaged in talks with the trade unions.* **2 engaged (to sb)** having agreed to get married (ஒருவரைத்) திருமணம் செய்துகொள்ள ஒப்புக்கொண்ட; திருமண ஒப்பந்தம் செய்துகொண்ட *Sujatha is engaged to Sridhar.* **3** (*AmE* **busy**) (used about a telephone) in use (தொலைபேசி வகையில்) செயற்பாட்டில்/பயன்பாட்டில் உள்ள; பயன்படுத்தப்பட்டுக் கொண்டிருக்கிற *I can't get through—the line is engaged.* **4** (used about a toilet) in use

(கழிப்பறை வகையில்) பயன்படுத்தப்பட்டுக்கொண்டிருக்கிறது; காலியாக இல்லாத ✪ OPP **vacant**

engagement /ɪnˈgeɪdʒmənt/ *noun* [C] **1** an agreement to get married; the time when you are engaged திருமணம் செய்துகொள்வதற்கான ஒப்பந்தம்; மண ஒப்பந்தம் செய்துகொண்ட நேரம் *He broke off their engagement.* **2** (*formal*) an arrangement to go somewhere or do sth at a fixed time; an appointment குறிப்பிட்ட நேரத்தில் ஓரிடத்துக்குச் செல்வதற்கான அல்லது ஒரு சந்திப்புக்கான ஏற்பாடு *I can't come on Tuesday as I have a* ***prior engagement****.*

engine /ˈendʒɪn/ *noun* [C] **1** the part of a vehicle that produces power to make the vehicle move ஓர் ஊர்தி இயங்குவதற்கான ஆற்றலை உண்டு பண்ணும் அதன் பகுதி; ஊர்தி இயந்திரம் *This engine runs on diesel.* • *a car/jet engine* ➪ **motor** பதிவிலுள்ள குறிப்பைப் பார்க்க. **2** (*also* **locomotive**) a vehicle that pulls a railway train தொடர்வண்டியை இழுத்துச் செல்லும் அதன் விசையூர்தி

engine driver (*also* **train driver**; *AmE* **engineer**) *noun* [C] a person whose job is to drive a railway engine தொடர்வண்டி ஓட்டுநர்

engineer[1] /ˌendʒɪˈnɪə(r)/ *noun* [C] **1** a person whose job is to design, build or repair engines, machines, etc. இயந்திரங்கள், விசைப்பொறிகள், முதலியவற்றை வடிவமைத்தல், உருவாக்குதல் அல்லது பழுதுபார்த்தல் பணியைச் செய்பவர்; பொறியாளர் *a civil/chemical/electrical/mechanical engineer* **2** (*AmE*) = **engine driver**

engineer[2] /ˌendʒɪˈnɪə(r)/ *verb* [T] (*formal*) to arrange for sth to happen by careful secret planning கவனத்துடன் இரகசியமாகத் திட்டமிட்டு ஒரு செயல் நிகழச்செய் *Her promotion was engineered by her father.*

engineering /ˌendʒɪˈnɪərɪŋ/ *noun* [U] (the study of) the work that is done by an engineer பொறியாளர் பணி சார்ந்த கல்வி அல்லது ஆராய்ச்சி; பொறியியல் *mechanical/civil/chemical engineering*

English /ˈɪŋglɪʃ/ *noun* **1** [U] the language that is spoken in Britain, the US, Australia, etc. பிரிட்டன், அமெரிக்கா, ஆஸ்திரேலியா முதலிய நாடுகளில் பேசப்படும் மொழி; ஆங்கிலம் *Do you speak English?* • *I've been learning English for 5 years.* **2 the English** [*pl.*] the people of England இங்கிலாந்து நாட்டவர்; ஆங்கில மக்கள்; ஆங்கிலேயர்

English breakfast *noun* [C] a meal that is eaten in the morning and consists of a lot of cooked food, **toast**, eggs, meat, tea, coffee, etc. பெருமளவு சமைத்த உணவு வகைகள், செம்முறுவலாக வறட்டப்பட்ட ரொட்டி, முட்டைகள், இறைச்சி, தேநீர், காப்பி முதலியன அடங்கிய காலை உணவு; ஆங்கிலேயர் காலையுண்டி ➪ **continental breakfast** பார்க்க.

engrave /ɪnˈgreɪv/ *verb* [T] **engrave B on A; engrave A with B** to cut words or designs on metal, stone, etc. உலோகம், கல், முதலியவற்றில் எழுத்துகளை அல்லது உருவரைப் படங்களைச் செதுக்கு *His name is engraved on the cup.* • *The cup is engraved with his name.*

engraving /ɪnˈgreɪvɪŋ/ *noun* [C, U] a design that is cut into a piece of metal or stone; a picture made from this உலோகத்தில் அல்லது கல்லில் உட்செதுக்கு வேலைப்பாட்டால் அமைக்கப்படும் உருவரை; செதுக்குருவம்

engrossed /ɪnˈgrəʊst/ *adj.* **engrossed (in/with sth)** so interested in sth that you give it all your attention ஒன்றில் முழு கவனமும் செலுத்தி ஈடுபாடு அல்லது பற்றார்வம் கொண்டுள்ள; கருத்தார்ந்த ஈடுபாடு கொண்டுள்ள; ஆழ்ந்துள்ள *She was completely engrossed in her book.*

engulf /ɪnˈgʌlf/ *verb* [T] (*written*) **1** to surround or to cover sb/sth completely ஒருவரை/ஒன்றை முழுமையாகச் சூழ்ந்துகொள் அல்லது மூடி மறைத்துக்கொள் *He was engulfed by a crowd of reporters. The vehicle was engulfed in flames.* **2** to affect sb/sth very strongly மிகக் கடுமையாக ஒருவரை/ஒன்றைப் பாதி *Fear engulfed him.*

enhance /ɪnˈhɑːns/ *verb* [T] (*formal*) to improve sth or to make sth look better ஒன்றை மேம்படுத்து; செம்மைப்படுத்து; மேலும் சிறப்பாகத் தோன்றச் செய்

enigma /ɪˈnɪgmə/ *noun* [C] (*pl.* **enigmas**) a person, thing or situation that is difficult to understand உணர்ந்தறிவதற்குக் கடினமான ஒரு நபர், பொருள் அல்லது சூழ்நிலை; புரியாத ஒருவர் அல்லது ஒன்று; புதிர் ► **enigmatic** /ˌenɪgˈmætɪk/ *adj.*

enjoy /ɪnˈdʒɔɪ/ *verb* [T] **1 enjoy sth/enjoy doing sth** to get pleasure from sth ஒன்றிலிருந்து இன்ப உணர்வு பெறு; துய்த்து மகிழ்; அனுபவி *He enjoys listening to music while he's driving.* **2 enjoy yourself** to be happy; to have a good time மகிழ்ச்சியுடன் இரு; இன்ப உணர்வு/மகிழ்வுணர்வு கொள் *I enjoyed myself at the party last night.*

enjoyable /ɪnˈdʒɔɪəbl/ *adj.* giving pleasure மகிழ்வளிக்கிற; இன்பமூட்டுகிற

enjoyment /ɪnˈdʒɔɪmənt/ *noun* [U, C] pleasure or a thing which gives pleasure இன்பவுணர்வு; மகிழ்வுணர்வு; இன்பவுணர்வு தருவது; மகிழ்வூட்டும் ஒன்று *She gets a lot of enjoyment from teaching.*

enlarge /ɪnˈlɑːdʒ/ *verb* [I, T] to make sth or to become bigger ஒன்றை மேலும் பெரிதாக்கு;

அகல் விரிவாகச் செய்; மேலும் பெரிதாகு; விரிவடை *I'm going to have this photo enlarged.*

PHR V **enlarge on sth** to say or write more about sth ஒன்றைப் பற்றி மேலும் கூறு அல்லது எழுது; விரித்துரை; விரிவாகப் பேசு

enlargement /ɪnˈlɑːdʒmənt/ *noun* [C, U] making sth bigger or sth that has been made bigger ஒன்றை மேலும் பெரிதாக்குதல்; வடிவப் பெருக்கம்; பெரிதாக்கப்பட்ட ஒன்று *an enlargement of a photo*

enlighten /ɪnˈlaɪtn/ *verb* [T] (*formal*) to give sb information so that he/she understands sth better ஒருவர் ஒன்றைத் திருத்தமாகப் புரிந்துகொள்ளும் முறையில் தகவல் அளி; தெளிவுபடுத்து

enlightened /ɪnˈlaɪtnd/ *adj.* having an understanding of people's needs, a situation, etc. that shows a modern attitude to life புதுமைப்பாங்கு தோன்றும் முறையில் மக்களுடைய தேவைகள், ஒரு சூழ்நிலை முதலியவற்றைப் புரிந்துகொண்டுள்ள; பழமையிலிருந்து விடுபட்டு அறிவுத் தெளிவுடன் உள்ள

enlightenment /ɪnˈlaɪtnmənt/ *noun* **1** [U] knowledge about and understanding of sth; the process of understanding sth or making sb understand it clearly ஒன்றைப் பற்றி அறிந்துகொள்ளுதலும் புரிந்து உணர்தலும்; ஒன்றைப் பற்றிய தெளிவு; ஒருவர் ஒன்றைப் புரிந்துகொள்ளச் செய்தல்; தெளிவூட்டுதல் *The newspapers provided little enlightenment about the cause of the accident.* **2** the final stage reached in Buddhist and Hindu religions when you are at peace with the universe, and no longer feel desire (புத்த, இந்து மதங்களில்) பிரபஞ்சத்துடன் அமைதியுறவு கொண்டு, ஆசைகளை விட்டுவிடும் கடைசி நிலை **3** (*also* **the enlightenment**) [*sing.*] the period in the 18th century when many writers and scientists began to emphasize the importance of science and reason rather than religion சமயத்தையும் மரபு நெறியையும் விட அறிவியலும் பகுத்தறிவும் முக்கியமானவை என எழுத்தாளர்களும் அறிவியல் அறிஞர்களும் வாதிடத் தொடங்கிய 18-ஆம் நூற்றாண்டின் காலப் பகுதி; அறிவொளிக் காலம்

enlist /ɪnˈlɪst/ *verb* **1** [T] to get help, support, etc. உதவி, ஆதரவு, முதலியவற்றைப் பெறு; ஒன்றைத் துணையாகப் பெறு *We need to enlist your support.* **2** [I, T] to join the army, navy or airforce; to make sb a member of the army, etc. தரைப்படை, கடற்படை அல்லது விமானப்படையில் சேர்; படைக்கு ஆள் திரட்டு *They enlisted as soon as war was declared.*

en masse /ˌɒ̃n ˈmæs/ *adj.* all together and in large numbers பலர் ஒன்று சேர்ந்து திரளாக; மொத்தமாக *The young folk were emigrating en masse.*

enmity /ˈenməti/ *noun* [U] the feeling of hatred towards an enemy பகைவரிடம் காட்டும் வெறுப்புணர்ச்சி; பகைமை

enormity /ɪˈnɔːməti/ *noun* [*sing.*] (*formal*) the very great size, effect, etc. of sth; the fact that sth is very serious ஒன்றின் மிகு பேரளவு, பெருந்தாக்கம், முதலியன; ஒன்றின் பெருமுனைப்பு, கடுமை அல்லது தீவிரத்தன்மை *the enormity of a task/decision/problem*

enormous /ɪˈnɔːməs/ *adj.* very big or very great மிகு பேரளவான; பெரும்படியான; மிகப் பெரிய *an enormous building • enormous pleasure*
▶ **enormously** *adv.*

enough¹ /ɪˈnʌf/ *det., pronoun* **1** as much or as many of sth as necessary (ஒரு பொருளின்) தேவையான அளவு அல்லது எண்ணிக்கை; தேவையளவான; போதுமான *We've saved enough money to buy a computer. • Not everybody can have a book—there aren't enough.* **2** as much or as many as you want விரும்பும் அளவு அல்லது எண்ணிக்கை; வேண்டிய அளவான; மனநிறைவளவான *I've had enough of living in a city* (= I don't want to live in a city any more).

enough² /ɪˈnʌf/ *adv.* (*used after verbs, adjectives and adverbs*) **1** to the necessary amount or degree; sufficiently தேவையாண எண்ணிக்கையில் அல்லது மதிப்புப் படியில்; போதிய அளவாக; போதுமானதாக *You don't practise enough.* **2** quite, but not very பெரும்படியாக அன்றி குறைவற; ஓரளவு நிறைவாக *She plays well enough, for a beginner.*

IDM **fair enough** ➪ **fair¹** பார்க்க.

funnily, strangely, etc. enough it is funny, etc. that...(இது) வேடிக்கைதான், விசித்திரம்தான்...*Funnily enough, I thought exactly the same myself.*

sure enough ➪ **sure** பார்க்க.

enquire (*also* **inquire**) /ɪnˈkwaɪə(r)/ *verb* (*formal*) [I, T] **enquire (about sb/sth)** to ask for information about sth ஒன்றைப் பற்றிய தகவல் கேட்டறி; விவரம் கேள் *We need to enquire about hotels in Chennai.*

PHR V **enquire after sb** to ask about sb's health ஒருவருடைய உடல்நலம் பற்றி வினவு அல்லது கேட்டறி

enquire into sth to study sth in order to find out all the facts ஒன்றைப் பற்றிய அனைத்து உண்மைகளையும் கண்டறிய வேண்டி அதனை நுணுக்கமாக ஆராய்; ஆய்வு செய் *The journalist enquired into the politician's financial affairs.*

enquirer /ɪnˈkwaɪərə(r)/ *noun* [C] (*formal*) a person who asks for information தகவல் கேட்பவர்; விசாரிப்பவர்; விவரம் நாடுபவர்

enquiring /ɪnˈkwaɪərɪŋ/ *adj.* **1** interested in learning new things புதியனவற்றை நாடி அறிந்துகொள்வதில் ஆர்வம் காட்டுகிற அல்லது ஈடுபாடுடைய *We should encourage children to have an enquiring mind.* **2** asking for information தகவல் கேட்டறியும் முறையிலான; வினவும் தன்மையிலான; விசாரிப்பான *He gave me an enquiring look.* ▶ **enquiringly** *adv.*

enquiry (*also* **inquiry**) /ɪnˈkwaɪəri/ *noun* (*pl.* **enquiries**) **1** [C] (*formal*) **an enquiry (about/concerning/into sb/sth)** a question that you ask about sth ஒன்றைப் பற்றிய வினவுதல்; வினா; விசாரிப்பு *I'll make some enquiries into English language courses in Oxford.* **2** [U] the act of asking about sth ஒன்றைப் பற்றி வினவுதல்; விசாரித்தல்; விவரம் கேட்டல் *After weeks of enquiry he finally found what he was looking for.* **3** [C] **enquiry (into sth)** an official process to find out the cause of sth ஒன்றன் காரணத்தைக் கண்டறிவதற்கான முறையார்ந்த/பணித்துறை சார்ந்த செயல்முறை; அதிகாரபூர்வமான விசாரணை *After the accident there was an enquiry into safety procedures.*

enrage /ɪnˈreɪdʒ/ *verb* [T] (*formal*) to make sb very angry ஒருவர் மிகுசினம் கொள்ளச்செய்; சீற்றமூட்டு; மூர்க்கமாகும்படி செய்

enrich /ɪnˈrɪtʃ/ *verb* [T] **1** to improve the quality, flavour, etc. of sth ஒன்றன் தரம், நறுமணச் சுவை, முதலியவற்றை மேம்படுத்து, மிகுதிப்படுத்து அல்லது பெருக்கு *These cornflakes are enriched with vitamins/are vitamin-enriched.* **2** to make sb/sth rich or richer ஒருவரை/ஒன்றை வளப்படுத்து; செழிப்பாக்கு; செல்வம் பெறச் செய் ✪ **OPP impoverish** ▶ **enrichment** *noun* [U]

enrol (*AmE* **enroll**) /ɪnˈrəʊl/ *verb* [I, T] (**enrolling; enrolled**) to become or to make sb a member of a club, school, etc. ஒரு தனிமுறைக் குழு/கழகம், பள்ளி, முதலியவற்றில் இடம் பதிவுசெய்; உறுப்பினராகு அல்லது ஒருவரை உறுப்பினராகச் சேர்த்துக்கொள் *They enrolled 100 new students last year.* ▶ **enrolment** (*AmE* **enrollment**) *noun* [C, U] *Enrolment for the course will take place next week.*

en route /ˌɒ̃ ˈru:t; ɒn/ *adv.* **en route (from...) (to...); en route (for...)** on the way; while travelling from/to a place போகிற வழியில்; ஓரிடத்திலிருந்து/ஓரிடத்திற்குப் பயணம் செய்துகொண்டிருக்கும்போது; வழிப்பாதையில் *The car broke down when we were en route for Bengaluru.*

ensemble /ɒnˈsɒmbl/ *noun* [C] **1** [*with sing. or pl. verb*] a small group of musicians, dancers or actors who perform together இணைந்து தொழிலாற்றும் இசைக் கலைஞர்கள், நாட்டியமாடுவோர், அல்லது நடிகர்களின் சிறு குழு *a brass/wind/string ensemble • The ensemble is/are based in Chennai.* **2** [*usually sing.*] (*formal*) a number of things considered as a group ஓரினத் தொகுதியாகக் கொள்ளப்படும் பல பொருள்கள்; இனப்பொருள் தொகுதி **3** [*usually sing.*] a set of clothes that are worn together ஒருசேர அணியும் உடுப்புகளின் தொகுதி; இணையுடைத் தொகுதி

ensue /ɪnˈsju:/ *verb* [I] (*formal*) to happen after (and often as a result of) sth else வேறொன்றன் பின் (பெரும்பாலும் அதன் பின்விளைவாக) நிகழ் அல்லது சம்பவி; பின் நிகழ்வாகு; விளைவுறு

en suite /ˌɒ̃ ˈswi:t; ˌɒn-/ *adj., adv.* (used about a bedroom and bathroom) forming one unit (படுக்கையறை மற்றும் குளியலறை வகையில்) ஒரே தொகுதியாக அல்லது அலகாக அமைகிற; இணைவான/இணைவாக *The bedroom has a bathroom en suite.*

ensure (*AmE* **insure**) /ɪnˈʃɔ:(r)/ *verb* [T] to make sure that sth happens or is definite ஒரு செயல் நிகழ்தலை அல்லது ஒன்றன் நிச்சயத்தன்மையை உறுதிப்படுத்திக்கொள்; ஒன்று உறுதியாக நிகழுமாறு அல்லது அமையுமாறு ஐயத்துக்கிடமறப் பார்த்துக்கொள் *Please ensure that the door is locked before you leave.*

entail /ɪnˈteɪl/ *verb* [T] (*formal*) to make sth necessary; to involve sth ஒன்றை வேண்டியதாக்கு; இன்றியமையாததாகச் செய்; உட்படுத்து. *The job sounds interesting but I'm not sure what it entails.*

entangled /ɪnˈtæŋgld/ *adj.* caught in sth else வேறொன்றில் சிக்கிக்கொண்ட; மாட்டிக்கொண்ட; அகப்பட்டுக்கொண்ட *The bird was entangled in the net • (figurative) I've got myself entangled in some financial problems.*

enter /ˈentə(r)/ *verb* **1** [I, T] (*formal*) to come or go into a place ஓரிடத்தினுள் வா அல்லது போ; உட்செல் *They all stood up when he entered the room.* ⇨ **entrance** மற்றும் **entry** பார்க்க.

> **NOTE** **Enter** என்ற வினையுடன் preposition (முன்னுருபு) பயன்படுத்தப்படுவதில்லை. **Come into** மற்றும் **go into** ஆகியவை பெருவழக்காகப் பயன்படுத்தப்படுகின்றன.

2 [T] to become a member of sth, especially a profession or an institution ஒன்றன், குறிப்பாக ஒரு தொழிலர் அமைப்பின்/பணித்துறையின் அல்லது நிறுவனத்தின் உறுப்பினராகு; உறுப்பினராகச் சேர் *to enter school/college/university* ⇨ **entrant** noun பார்க்க. **3** [T] to begin or become involved in an activity, a situation, etc. ஒரு செயல், சூழ்நிலை முதலியவற்றில் ஈடுபாடு கொள்ளத் தொடங்கு; தொடர்புறு *We have just entered a new phase in international relations.* **4** [I, T] **enter (for) sth; enter sb (in/for sth)** to put your name or sb's name on the list for an exam, race, competition, etc. ஒரு தேர்வு, பந்தயம், போட்டி, முதலியவற்றுக்கான பட்டியலில் தன் பெயரை அல்லது ஒருவருடைய பெயரைச் சேர்; போட்டி, முதலியவற்றில் இடம்பெறு/இடம்பெறச் செய் *I entered a competition in the Sunday paper and I won Rs 2000!* **5** [T] **enter sth (in/into/on/onto sth)** to put names, numbers, details, etc. in a list, book, computer, etc. ஒரு பட்டியல், நூல், கணினி, முதலியவற்றில் பெயர்கள், எண்கள், விவரக் குறிப்புகள் முதலியவற்றை எழுது அல்லது பதிவு செய் *I've entered all the data onto the computer.*

PHR V **enter into sth 1** to start to think or talk about sth ஒன்றைப் பற்றி எண்ண அல்லது பேசத் தொடங்கு *I don't want to enter into details now.* **2** to be part of sth; to be involved in sth ஒன்றன் பகுதியாக இரு; ஒன்றில் தொடர்புறு *This is a business matter. Friendship doesn't enter into it.* **enter into sth (with sb)** to begin sth ஒன்றைத் தொடங்கு; மேற்கொள் *The government has entered into negotiations with the unions.*

enterprise /ˈentəpraɪz/ *noun* **1** [C] a new plan, project, business, etc. புதிய திட்டம், வணிகத் தொழில், முதலியன; புது முயற்சி; ஆக்கவினை *It's a very exciting new industrial enterprise.* **2** [U] the ability to think of new projects or create new businesses and make them successful புதிய திட்டங்களைப் பற்றிச் சிந்தித்து, அல்லது புதிய தொழில்களை உருவாக்கி அவற்றை வெற்றிகாணச் செய்யும் ஆற்றல்; வினைத்-திட்பம் *We need men and women of enterprise and energy.*

enterprising /ˈentəpraɪzɪŋ/ *adj.* having or showing the ability to think of new projects or new ways of doing things and make them successful புதிய திட்டங்கள், தொழில் முயற்சிகள், முதலியவற்றைப் பற்றிச் சிந்தித்து அவற்றை நிறைவேற்றும் திறமையுடைய அல்லது அத்திறமையை வெளிப்படுத்துகிற; ஆக்கத்-திறன் கொண்ட *One enterprising farmer opened up his field as a car park and charged people to park there.*

entertain /ˌentəˈteɪn/ *verb* **1** [T] **entertain (sb) (with sth)** to interest and amuse sb in order to please him/her ஒருவரை மகிழ்விக்கும் பொருட்டு அவர் ஆர்வத்தைத் தூண்டுவனவற்றை அல்லது அவருக்குச் சிரிப்பூட்டுவனவற்றைச் செய்; வேடிக்கை காட்டி மகிழ்வி *I find it very hard to keep my class entertained on a Friday afternoon.* **2** [I, T] to welcome sb as a guest, especially to your home; to give sb food and drink ஒருவரை விருந்தினராக, குறிப்பாகத் தன் வீட்டிற்கு, வரவேற்பளி; உணவும் பானங்களும் வழங்கு; விருந்தோம்பு *They entertain a lot./ They do a lot of entertaining.*

entertainer /ˌentəˈteɪnə(r)/ *noun* [C] a person whose job is to amuse people, for example by singing, dancing or telling jokes பாடல், நடனம், விகடம் போன்றவை வாயிலாக மக்களுக்குப் பொழுதுபோக்கு வழங்குபவர்; பொழுது-போக்குக் கலைஞர்

entertaining /ˌentəˈteɪnɪŋ/ *adj.* interesting and amusing ஆர்வத் தூண்டுதலும் மகிழ்ச்சியும் அளிக்கிற; சிரிப்பூட்டி மகிழ்விக்கிற; பொழுது-போக்கு முறையிலான

entertainment /ˌentəˈteɪnmənt/ *noun* [U, C] film, music, etc. used to interest and amuse people மக்களுக்குக் கவர்ச்சித் தூண்டுதலும் மகிழ்ச்-சியும் வழங்கப் பயன்படுத்தப்படும் திரைப்படம், இசை முதலியன; களி நிகழ்ச்சி; பொழுது-போக்கு *There isn't much entertainment for young people in this town.*

enthral (*AmE* **enthrall**) /ɪnˈθrɔːl/ *verb* [T] (**enthralling; enthralled**) to hold sb's interest and attention completely ஒருவருடைய ஆர்வத்தையும் கவனத்தையும் முழுமையாகத் தன்பால் ஈர்; வசப்படுத்து *He was enthralled by her story.* ▶ **enthralling** *adj.*

enthusiasm /ɪnˈθjuːziæzəm/ *noun* [U] **enthusiasm (for/about sth/doing sth)** a strong feeling of excitement or interest in sth and a desire to become involved in it ஒன்றன் காரணமாக உண்டாகும் தீவிரமான மன எழுச்சி அல்லது பற்றார்வம் மற்றும் அதில் ஈடுபாடு கொள்ள வேண்டுமென்ற விருப்பம்; ஆர்வக் கிளர்ச்சி; உற்சாகம் *Sudhir showed great enthusiasm for the new project.*

enthusiast /ɪnˈθjuːziæst/ *noun* [C] a person who is very interested in an activity or subject ஒரு செயலில் அல்லது பொருளில் மிகுதியான உணர்ச்சியார்வம் கொண்டவர்; பற்றாளர்

enthusiastic /ɪnˌθjuːziˈæstɪk/ *adj.* **enthusiastic (about sth/doing sth)** full of excitement and interest in sth ஒன்றால் மன எழுச்சியும் பற்றார்வமும் ஊட்டப்பட்ட; ஒன்றில் உணர்ச்சிப் பற்றுதல் கொண்ட; ஆர்வக் கிளர்ச்சியுடைய; உற்சாகம் கொண்ட ▶ **enthusiastically** /ɪnˌθjuːziˈæstɪkli/ *adv.*

entice /ɪnˈtaɪs/ *verb* [T] **entice sb (into sth/ doing sth)** to persuade sb to do sth or to go somewhere by offering him/her something nice ஒருவருக்கு மகிழ்வூட்டும் ஒன்றை அளிக்க

முன்வருவதன் மூலம், ஒரு செயலைச் செய்யுமாறு அல்லது ஓரிடத்திற்குச் செல்லுமாறு அவரை நயமாகத் தூண்டு; கவர்ச்சியூட்டி இழு *Advertisements try to entice people into buying more things than they need.* ▶ **enticement** *noun* [C, U]

enticing /ɪn'taɪsɪŋ/ *adj.* attractive and interesting கவர்ச்சியான மற்றும் ஆர்வத்தைத் தூண்டுகிற; கவர்ச்சியூட்டி இழுக்கிற; மயக்கித் தன்வசப்படுத்துகிற

entire /ɪn'taɪə(r)/ *adj.* (*only before a noun*) whole or complete முழுமையான; நிறைவான; அனைத்துமான *He managed to read the entire book in two days.* **NOTE** **Whole** என்ற சொல்லை விட **entire** என்பது அழுத்தமானதாகும். ▶ **entirely** *adv. I entirely agree with you.* ▶ **entirety** /ɪn'taɪərəti/ *noun* [U] *We must consider the problem in its entirety* (= as a whole).

entitle /ɪn'taɪtl/ *verb* [T] **entitle sb (to sth)** (*usually passive*) to give sb the right to have or do sth ஒன்றை வைத்திருப்பதற்கான/பயன்படுத்திக்கொள்வதற்கான அல்லது செய்வதற்கான உரிமை அளி *I think I'm entitled to a day's holiday—I've worked hard enough.*

entitled /ɪn'taɪtld/ *adj.* (used about books, plays, etc.) with the title (நூல்கள், நாடகங்கள், முதலியன வகையில்) குறிப்பிட்ட பெயருடைய; பெயர் கொண்ட *Deepak's first book was entitled 'Aquarium'.*

entitlement /ɪn'taɪtlmənt/ *noun* (*formal*) **1** [U] **entitlement (to sth)** the official right to have or do sth ஒன்றை வைத்திருப்பதற்கான அல்லது செய்வதற்கான முறையார்ந்த/அதிகாரபூர்வமான உரிமை; கையாட்சி உரிமை *This may affect your entitlement to compensation.* **2** [C] something that you have the official right to; the amount that you have the right to receive அதிகாரபூர்வமான உரிமைப் பொருளான ஒன்று; பெறுவதற்கான உரிமையுடைய தொகை; உரிமைத் தொகை *The contributions will affect your pension entitlements.*

entity /'entəti/ *noun* [C] (*pl.* **entities**) something that exists separately from sth else and has its own identity மற்றொன்றிலிருந்து தனிவேறாக அமைவதும், தனித்துவம் உடையதுமான ஒன்று; தனிப்பண்புப் பொருள் *The kindergarten and the school are in the same building but they're really separate entities.*

entomology /ˌentə'mɒlədʒi/ *noun* [U] the scientific study of insects பூச்சியினங்கள் பற்றிய அறிவியல் முறையிலான ஆய்வு; பூச்சியியல்

entrails /'entreɪlz/ *noun* [*pl.*] the organs inside the body of a person or an animal, especially the tubes that carry food away from the stomach (**intestines**) மனித அல்லது விலங்கு உள்ளுறுப்புகள்; குறிப்பாக, இரைப்பையிலிருந்து உணவை வெளியே எடுத்துச் செல்லும் குழாய்கள்; குடல்கள்

entrance /'entrəns/ *noun* **1** [C] **the entrance (to/of sth)** the door, gate or opening where you go into a place ஓரிடத்தினுள் செல்வதற்கான கதவு, வாயில் அல்லது திறப்பு; நுழைவாயில் *I'll meet you at the entrance to the theatre.* **2** [C] **entrance (into/onto sth)** the act of coming or going into a place, especially in a way that attracts attention குறிப்பாக பிறர் கவனத்தை ஈர்க்கும் முறையில், ஓரிடத்தின் உள்ளே வருதல் அல்லது போதல்; புகுதல்; நுழைவு *He made a dramatic entrance onto the stage.* ✪ **SYN entry** இதே பொருளில் **entry** என்ற சொல்லும் பயன்படுத்தப்படலாம் ✪ **OPP** பொருள்கள் **1** மற்றும் **2**க்கு **exit** **3** [U] **entrance (to sth)** the right to enter a place ஓரிடத்தினுள் செல்வதற்கான உரிமை; நுழைவுரிமை *an entrance fee* ✪ **SYN** இதே பொருளில் **entry** என்ற சொல்லும் பயன்படுத்தற்குரியது ➪ **admission** மற்றும் **admittance** பார்க்க. **4** [U] **entrance (into/to sth)** permission to join a club, society, university, etc. ஒரு மகிழ்வகம், சங்கம், பல்கலைக்கழகம் முதலியவற்றில் சேருவதற்கான அனுமதி *You don't need to take an entrance exam to get into university.* ➪ **admission** பார்க்க.

entrant /'entrənt/ *noun* [C] a person who enters a profession, competition, exam, university, etc. ஒரு தொழில், போட்டி, தேர்வு, பல்கலைக்கழகம் முதலியவற்றில் இடம்பெறுபவர், நுழைபவர் அல்லது பங்குகொள்பவர்; தொழிற்படுபவர்

entreat /ɪn'tri:t/ *verb* [T] (*formal*) to ask sb to do sth, often in an emotional way பெரும்பாலும் உணர்ச்சியார்வத்துடன் ஒன்றைச் செய்யுமாறு ஒருவரிடம் கேட்டுக்கொள்; கோரு; கெஞ்சிக் கேள் ✪ **SYN beg**

entrepreneur /ˌɒntrəprə'nɜ:(r)/ *noun* [C] a person who makes money by starting or running businesses, especially when this involves taking financial risks குறிப்பாகப் பண வகையில் இடர் நேர்வுக்கு வாய்ப்புள்ள தொழில் தொடங்கி அல்லது நடத்திப் பொருள் ஈட்டுபவர்; தொழில் முனைவர் ▶ **entrepreneurial** /-'nɜ:riəl/ *adj.* ▶ **entrepreneurship** *noun* [U]

entrust /ɪn'trʌst/ *verb* [T] (*formal*) **entrust A with B/entrust B to A** to make sb responsible for sth ஒன்றற்கு ஒருவரைப் பொறுப்பாக்கு; பொறுப்பை ஒப்படை *I entrusted Rekha with the arrangements for the party.*

entry /'entri/ *noun* (*pl.* **entries**) **1** [C] the act of coming or going into a place ஓரிடத்தினுள் உள்ளே வருதல் அல்லது போதல்; புகுதல்;

நுழைவு *The thieves forced an entry into the building.* ✪ SYN **entrance 2** [U] **entry (to/into sth)** the right to enter a place ஓரிடத்தினுள் செல்வதற்கான உரிமை; நுழைவுரிமை *The immigrants were refused entry at the airport.* • *The sign says 'No Entry'.* • *an entry visa* ✪ SYN **entrance** ➪ **admission** மற்றும் **admittance** பார்க்க. **3** [U] the right to take part in sth or become a member of a group ஒன்றில் இடம்பெறுவதற்கான/பங்குகொள்வதற்கான அல்லது ஒரு குழுவில் உறுப்பினர் ஆவதற்கான உரிமை *countries seeking entry into the European Union* **4** [C] a person or thing that is entered for a competition, etc. ஒரு போட்டி, முதலியவற்றில் இடமளிக்கப்பட்ட/பதிவுசெய்யப்பட்ட ஒருவர் அல்லது ஒன்று; போட்டியாளர்; போட்டிப் பதிவு *There were fifty entries for the Indian Idol contest.* **5** [C] one item that is written down in a list, account book, dictionary, etc. ஒரு பட்டியல், கணக்குக் குறிப்பேடு, ஓர் அகராதி, முதலியவற்றில் எழுதப்பட்ட ஓர் உருப்படி; பதிவு; பதிவுக்குறிப்பு *an entry in a diary* • *You'll find 'ice-skate' after the entry for 'ice'.* **6** [C] a door, gate, passage, etc. where you enter a building, etc. ஓரிடத்தினுள் செல்வதற்கான கதவு, வாயில், பாதை முதலியன; தலைவாயில்; புகுவழி ✪ SYN **entrance**

enumerate /ɪ'njʌːməreɪt/ *verb* [T] (*formal*) to name a list of things separately, one by one ஒரு வரிசைத் தொகுதியில் உள்ள பொருள்களின் பெயர்களை ஒவ்வொன்றாகக் கூறு அல்லது எழுது; வரிசையாகக் கூறு

enunciate /ɪ'nʌnsieɪt/ *verb* [T] **1** to say or pronounce words or part of words clearly சொற்களை அல்லது சொற்பகுதிகளைத் தெளிவாகக் கூறு அல்லது உச்சரி *She enunciated each word showly and carefully* **2** (*formal*) to express an idea clearly ஒரு கருத்தைத் தெளிவாகவும் துல்லியமாகவும் கூறு; திருத்தமாகச் சொல் *He enunciated his vision of the future.* ▶ **enunciation** /ɪˌnʌnsi'eɪʃn/ *noun* [U]

envelop /ɪn'veləp/ *verb* [T] (*formal*) to cover or surround sb/sth completely (in sth) ஒருவரை/ஒன்றைச் சூழ்ந்துகொள்; முழுமையாக மூடி மறை *The hills were enveloped in mist.*

envelope /'envələʊp; 'ɒn-/ *noun* [C] the paper cover for a letter கடிதத்தை உள்ளிடும்/கடிதத்திற்கான காகித உறை

NOTE கடிதம் எழுதி முடித்ததும் உறையின் மீது முகவரி (**address**) எழுதி அதனை மூடி ஒட்டி (**seal**) அதன் வலது பக்க மேல் முனையில் அஞ்சல் தலை (**stamp**) ஒட்டுகிறோம். ➪ **stamped/self-addressed envelope** பார்க்க.

enviable /'enviəbl/ *adj.* (used about sth that sb else has and that you would like) attractive (மற்றொருவரிடம் உள்ளதும், தான் விரும்புவதுமான ஒன்றைப் பற்றிக் கூறுகையில்) கவர்ச்சியான; ஆர்வ நாட்டத்திற்குரிய ✪ OPP **unenviable** ➪ **envy** noun மற்றும் verb பார்க்க.

envious /'enviəs/ *adj.* **envious (of sb/sth)** wanting sth that sb else has வேறொருவர் கொண்டுள்ளதைத் தானும் விரும்புகிற; பிறன்பொருள் கண்டுப் பொறாமைப்படுகிற *She was envious of her sister's success.* ✪ SYN **jealous** ➪ **envy** verb மற்றும் noun பார்க்க. ▶ **enviously** *adv.*

environment /ɪn'vaɪrənmənt/ *noun* **1** [C, U] the conditions in which you live, work, etc. ஒருவரது வாழ்க்கை, பணி, முதலியவற்றின் சூழ்நிலை; சூழல் *a pleasant working environment* **2 the environment** [*sing.*] the natural world, for example the land, air and water, in which people, animals and plants live மனிதர்கள், விலங்குகள் மற்றும் தாவரங்கள் வாழும்/வளரும் நிலம், காற்று, நீர் போன்றவை உள்ளடங்கிய இயற்கை; இயற்கைச் சூழல்; சுற்றுச் சூழல் *We need stronger laws to protect the environment.* ➪ **surroundings** பார்க்க. ▶ **environmental** /ɪnˌvaɪrən'mentl/ *adj.* *environmental science* ▶ **environmentally** /ɪnˌvaɪrən'mentəli/ *adv.* *These products are* ***environmentally friendly***.

environmentalist /ɪnˌvaɪrən'mentəlɪst/ *noun* [C] a person who wants to protect the environment இயற்கைச் சூழலை/சுற்றுச் சூழலைக் காத்துப் பேண விரும்புபவர்; சுற்றுச் சூழல் காப்பாளர்/பேணுநர்

envisage /ɪn'vɪzɪdʒ/ *verb* [T] (*formal*) to think of sth as being possible in the future; to imagine எதிர்காலத்தில் இயலக்கூடியதாக ஒன்றைக் கருது; மனக்கண்ணால் காண் *I don't envisage any problems with this.*

envoy /'envɔɪ/ *noun* [C] a person who is sent by a government with a message to another country ஓர் அரசால் மற்றொரு நாட்டிற்குத் தூது அனுப்பப்படுபவர்; அரசுத் தூதர்

envy[1] /'envi/ *noun* [U] **envy (of sb); envy (at/of sth)** the feeling that you have when sb else has sth that you want தான் ஆசைப்படும் ஒன்று வேறொருவரிடம் உள்ளதைக் காணும்போது தனக்குத் தோன்றும் உணர்வு; பிறர் நலம் காணப் பொறாதிருத்தல்; பொறாமை *It was difficult for her to hide her envy of her friend's success.*

IDM **be the envy of sb** to be the thing that causes sb to feel envy ஒருவருக்குப் பொறாமை உணர்வைத் தூண்டும் பொருளாக இரு *The city's transport system is the envy of many of its* *neighbours.* ➪ **enviable** மற்றும் **envious** பார்க்க.

envy² /ˈenvi/ *verb* [T] (*pres. part.* **envying**; *3rd person sing. pres.* **envies**; *pt, pp* **envied**) **envy (sb) (sth)** to want sth that sb else has; to feel envy வேறொருவரிடம் உள்ள ஒன்றன்மீது ஆசைப்படு; பொறாமைப்படு *I've always envied your good luck.* • *I don't envy you that job* (= I'm glad that I don't have it).

enzyme /ˈenzaɪm/ *noun* [C] (*technical*) a substance, produced by all living things, which helps a chemical change to happen more quickly, without being changed itself தான் மாற்றம் அடையாமல் ஒரு வேதியியல் மாற்றம் விரைந்து நிகழ்வதற்குத் துணைசெய்யும், வழக்கமாக எல்லா உயிரினங்களாலும் உற்பத்தி செய்யப்படும் ஒரு பொருள்; நொதி

eolian (*AmE*) = **aeolian**

eon = **aeon**

epaulette (*AmE* **epaulet**) /ˈepəlet/ *noun* [C] a decoration on the shoulder of a coat, jacket, etc., especially when part of a military uniform குறிப்பாகப் படைத்துறைச் சீருடையின் ஒரு பகுதியாக அமையும், புறச்சட்டை, குறுங்கைச் சட்டை முதலியவற்றின் தோள்பகுதியிலுள்ள நன்மதிப்புச் சின்னம்; படைத்துறைச் சீருடையின் சின்னம்

ephemeral /ɪˈfemərəl/ *adj.* (*formal*) lasting or used for only a short period of time குறுகிய காலத்திற்கு மட்டுமே நீடிக்கிற அல்லது பயன்படுத்தப்படுகிற; நிலைபேறற்ற *ephemeral pleasures*

epic /ˈepɪk/ *adj.* very long and exciting கால மிகுதியும் எழுச்சியூட்டும் தன்மையும் கொண்ட; நீடித்து நின்று மனக்கிளர்ச்சி ஊட்டுகிற *an epic struggle/journey* ▶ **epic** *noun* [C] *The Ramayana and the Mahabharata are Indian epics.*

epicentre (*AmE* **epicenter**) /ˈepɪsentə(r)/ *noun* [C] the point on the earth's surface where the effects of a sudden movement (**earthquake**) are felt most strongly நில நடுக்கத்தின் விளைவுகள் உயர் தாக்காற்றலுடன் உணரப்படும் பூமி முனை; நில நடுக்க வெளி மையம் ➪ **seismic** பதிவில் படம் பார்க்க.

epidemic /ˌepɪˈdemɪk/ *noun* [C] a large number of people or animals suffering from the same disease at the same time ஒரே காலத்தில் குறிப்பிட்ட நோயால் பெருவாரியான மனிதர்கள் அல்லது விலங்குகள் துன்புறுதல்; கொள்ளைநோய்த் தாக்கம் ➪ **endemic** மற்றும் **pandemic** பார்க்க.

epidemiology /ˌepɪˌdiːmiˈɒlədʒi/ *noun* [U] the scientific study of the spread and control of diseases நோய்கள் பரவல் மற்றும் தடுப்புப் பற்றிய அறிவியல் முறையிலான ஆய்வு ▶ **epidemiological** /ˌepɪˌdiːmiəˈlɒdʒɪkl/ *adj.* ▶ **epidemiologist** /ˌepɪˌdiːmiˈɒlədʒɪst/ *noun* [C]

epidermis /ˌepɪˈdɜːmɪs/ *noun* [*sing.*] [U] the outer layer of the skin தோலின் புற அடுக்கு; மேல்தோல் ➪ **flower** பதிவில் படம் பார்க்க. ▶ **epidermal** *adj.*

epiglottis /ˌepɪˈglɒtɪs/ *noun* [C] a small thin thing at the back of your tongue that moves to prevent food or drink from entering your lungs when you swallow உணவு மற்றும் திரவங்களை விழுங்கும்போது நுரையீரலுக்குச் செல்லாமல் இயங்கித் தடுக்கும், நாவின் பின்புறத்திலுள்ள சிறு மெல்லிய பகுதி; குரல்வளை மூடி

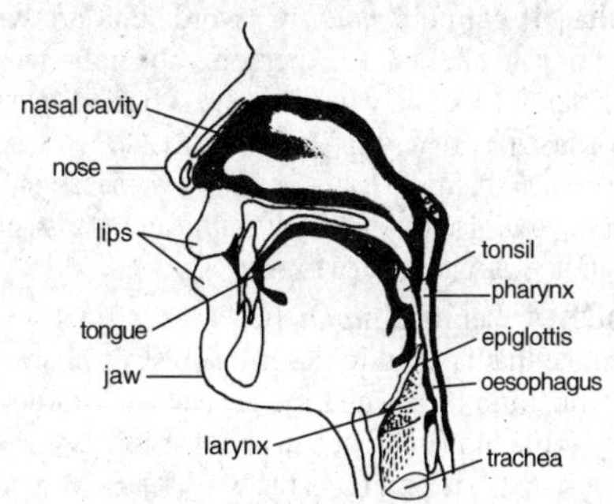

epigram /ˈepɪgræm/ *noun* [C] a short poem or phrase that expresses an idea in a clever or amusing way ஒரு கருத்தை அறிவார்ந்த அல்லது வேடிக்கையான முறையில் வெளிப்படுத்தும் சிறு பாடல் அல்லது சொற்றொடர்; மணிச்செறிவான கவிதை/தொடர் ▶ **epigrammatic** /ˌepɪgrəˈmætɪk/ *adj.*

epigraph /ˈepɪgrɑːf/ *noun* [C] a short phrase or sentence, etc. on a building or statue, or as an introduction to a book or a part of it ஒரு கட்டடத்தில் அல்லது சிலையில் பொறிக்கப்படும் அல்லது ஒரு நூலின்/நூல் பகுதியின் முகவுரையாக அமையும் சொற்றொடர், முதலியவை; வெட்டெழுத்துக் குறிப்பு; முகப்புக் குறிப்பு

epilepsy /ˈepɪlepsi/ *noun* [U] a disease of the brain that can cause a person to become unconscious (sometimes with violent movements that he/she cannot control) (சில சமயங்களில் கட்டுப்படுத்த முடியாத வலிப்புடன்) ஒருவரை உணர்விழக்கச் செய்யக்கூடிய மூளைநோய்; இழுப்பு நோய்; காக்காய் வலிப்பு

epileptic /ˌepɪˈleptɪk/ *noun* [C] a person who suffers from epilepsy காக்காய் வலிப்புடையவர்; இழுப்பு நோயர் ▶ **epileptic** *adj. an epileptic fit*

epilogue /ˈepɪlɒg/ *noun* [C] a short piece that is added at the end of a book, play, etc. and that comments on what has gone before நூல்,

நாடகம், முதலியவற்றின் இறுதியில் சேர்க்கப்படுவதும், அந்நூலில் அல்லது நாடகத்தில் முன்னர் கூறப்பட்டதன் மீதான கருத்துரையாக/குறிப்புரையாக அமைவதுமான சிறு பகுதி; பின்னுரை ➪ **prologue** பார்க்க.

episode /'epɪsəʊd/ *noun* [C] **1** one separate event in sb's life, a novel, etc. ஒருவருடைய வாழ்க்கை, புனைகதை, முதலியவற்றில் அமையும் தனி நிகழ்வு; உட்கதை *That's an episode in my life I'd rather forget.* **2** one part of a television or radio story that is shown in several parts (**a serial**) பல பகுதிகளாக (நெடுந்தொடராக) ஒலி/ஒளிபரப்பப்படும் வானொலி அல்லது தொலைக்காட்சிக் கதையின் ஒரு பகுதி

epitaph /'epɪtɑ:f/ *noun* [C] words that are written or said about a dead person, especially words written on a stone where he/she is buried இறந்த ஒருவரைப் பற்றி எழுதி வைக்கப்படும் அல்லது பேசப்படும், குறிப்பாக அவரது கல்லறையில் பொறிக்கப்படும், வாசகம்; நீத்தார் நினைவுக்குறிப்பு; கல்லறை வாசகம்

epithet /'epɪθet/ *noun* [C] **1** an adjective or phrase that is used to describe sb/sth's character or most important quality, especially in order to say something good or bad about sb/sth குறிப்பாக ஒருவரை/ஒன்றைப் பற்றிய இனிய அல்லது இன்னாத ஒன்றைக் குறிப்பிடும் பொருட்டு, அவருடைய/அதனுடைய பண்பு நலத்தை அல்லது சிறப்பியல்பை விவரிக்கப் பயன்படுத்தப்படும் ஒரு பெயரடை அல்லது சொற்றொடர்; அடைமொழி *The novel is neither old enough nor good enough to deserve the epithet 'classic'.* **2** (*AmE*) an insulting word or phrase that is used about a person or group of people ஒருவரை அல்லது ஒரு குழுவினரைக் குறித்துப் பேசப் பயன்படுத்தப்படும் பழிப்புரை; வசைமொழி *Racial epithets were written all over the wall.*

epitome /ɪ'pɪtəmi/ *noun* [*sing.*] **the epitome (of sth)** a perfect example of sth ஒன்றன் முழு நிறைவான எடுத்துக்காட்டு அல்லது மாதிரிக் கூறு *Her clothes are the epitome of good taste.*

epitomize (*also* **-ise**) /ɪ'pɪtəmaɪz/ *verb* [T] to be typical of sth ஒன்றன் உருமாதிரியாக, வகைமாதிரியாக அல்லது மாதிரி எடுத்துக்காட்டாக இரு *This building epitomizes modern trends in architecture.*

epoch /'i:pɒk/ *noun* [C] a period of time in history (that is important because of special events, characteristics, etc.) (குறிப்பிடத்தக்க நிகழ்வுகள், தனிப் பண்புகள், முதலியவற்றின் காரணமாக முக்கியத்துவம் பெற்ற) வரலாற்றின் ஒரு காலப்பகுதி

equable /'ekwəbl/ *adj.* (*formal*) **1** calm and not easily irritated or annoyed அமைதியான மற்றும் எளிதில் வருத்தம் அல்லது எரிச்சல் கொள்ளாத; நிலை குலையாத; அமைந்தடங்கிய *an equable temperament* **2** (of weather) keeping a steady temperature with no sudden changes (வானிலை வகையில்) திடீர் மாற்றங்களுக்கு உள்ளாகாது நிலையான தட்பவெப்ப நிலையுடைய; ஒரே சீரான; மட்டான *an equable climate* ▶ **equably** /'ekwəbli/ *adv.*

equal¹ /'i:kwəl/ *adj.* **1 equal (to sb/sth)** the same in size, amount, value, number, level, etc. உருவளவு, தொகை, தர மதிப்பு, எண்ணிக்கை, கிடை மட்டம், முதலியவற்றில் சமமான; ஒத்த; நிகரான *They are equal in weight.* • *They are of equal weight.* • *Divide it into two equal parts.* ✪ OPP **unequal 2** having the same rights or being treated the same as other people ஒத்த உரிமைகளை உடைய அல்லது மற்றவர்களுக்குச் சமமாக நடத்தப்படுகிற; ஏற்றத்தாழ்வற்ற *equal opportunities* **3** (*formal*) equal to sth having the strength, ability etc. to do sth ஒரு செயலுக்கு வேண்டப்படும் வலிமை, ஆற்றல், முதலியவற்றைக் கொண்டுள்ள; ஒரு பணிக்கு ஈடு செலுத்தவல்ல; ஒரு சூழ்நிலைக்கு வேண்டிய தகுதியுடைய *I'm afraid Balram just isn't equal to the job.*

IDM **be on equal terms (with sb)** to have the same advantages and disadvantages as sb else வேறொருவருக்கு நிகரான அல்லது வேறொருவருடையதை ஒத்த வாய்ப்பு வளங்களையும் பாதகங்களையும் கொண்டிரு

equal² /'i:kwəl/ *verb* (**equalling**; **equalled**: *AmE* **equaling**; **equaled**) **1** *linking verb* (used about numbers, etc.) to be the same as sth (எண்கள், முதலியன வகையில்) ஒன்றுக்குச் சமமாயிரு *44 plus 17 equals 61 is written: 44 + 17 = 61.* **2** [T] to be as good as sb/sth ஒருவரை/ஒன்றை அளவில், மதிப்பில் அல்லது படிநிலையில் ஒத்திரு; நிகராக இரு *He ran an excellent race, equalling the world record.*

equal³ /'i:kwəl/ *noun* [C] a person who has the same ability, rights, etc. as you do ஆற்றல், உரிமைகள், முதலியவற்றில் தனக்கு ஈடானவர்; நிகரானவர்; சமநிலையாளர் *to treat sb as an equal*

equality /i'kwɒləti/ *noun* [U] the situation in which everyone has the same rights and advantages அனைவருக்கும் ஒரே அளவான உரிமைகளும் அனுகூலங்களும் உள்ள நிலை; சமநிலை *racial equality* (= between people of different races) ✪ OPP **inequality**

equalize (*also* **-ise**) /'i:kwəlaɪz/ *verb* [I] (*sports*) to reach the same number of points as your opponent ஆட்டப் புள்ளிகளின் எண்ணிக்கையில் எதிரியை எட்டு; சரிசமமாக்கு

equally /ˈiːkwəli/ *adv*. **1** to the same degree or amount அளவு அல்லது மதிப்புப்படியில் சமமாக; சமமான அளவில் *They both worked equally hard*. **2** in equal parts சம பகுதிகளாக; ஒத்த கூறுகளாக *His money was divided equally between his children*. **3** (*formal*) (used when you are comparing two ideas or commenting on what you have just said) at the same time; but/and also (இரண்டு கருத்துகளை ஒப்பிடும்பொழுது அல்லது தான் சற்று முன் சொன்னதன் மீது கருத்துக் கூறும்போது) அதே சமயத்தில்; அப்படியிருக்க; அதனுடனாக *I do not think what he did was right. Equally, I can understand why he did it*.

equate /iˈkweɪt/ *verb* [T] **equate sth (with sth)** to consider one thing as being the same as sth else வேறொன்றனை ஒத்ததாக அல்லது வேறொன்றுக்கு நிகரானதாக ஒரு பொருளைக் கருது; சமமானதாகக் கருது *You can't always equate money with happiness*.

equation /ɪˈkweɪʒn/ *noun* [C] (in mathematics) a statement that two quantities are equal (கணித இயலில்) இரண்டு எண்ணிக்கைகள் சமமானவை என்னும் கூற்று; இருபக்க எண்ணிக்கை சமன்நிலை; சமன்தொடர் *2x + 5 =11 is an equation*.

the equator (*also* **the Equator**) /ɪˈkweɪtə(r)/ *noun* [*sing*.] the imagined line around the earth at an equal distance from the North and South Poles வட மற்றும் தென் துருவ முனைகளிலிருந்து சம தொலைவுகளில் அமையுமாறு பூமியைச் சுற்றி வரையப்படும் கற்பனைக் கோடு; நில நடுக்கோடு; பூமத்திய ரேகை *north/south of the Equator • The island is on the equator*. ➪ **earth** பதிவில் படம் பார்க்க.

equatorial /ˌekwəˈtɔːriəl/ *adj*. near the imagined line round the centre of the earth (**the equator**) பூமியின் மையத்தைச் சுற்றியுள்ள கற்பனையான நில நடுக்கோட்டுக்கு அருகிலுள்ள; நில நடுக்கோட்டை ஒட்டியுள்ள *equatorial rainforests*

equestrian /ɪˈkwestriən/ *adj*. (*formal*) connected with horse riding குதிரையேற்றம் சார்ந்த/தொடர்பான

equidistant /ˌiːkwɪˈdɪstənt; ˌek-/ *adj*. (*formal*) **equidistant (from sth)** equally far from two or more places இரண்டு அல்லது இரண்டுக்கு மேற்பட்ட இடங்களிலிருந்து சம தொலைவிலுள்ள; சமமான தூரத்திலுள்ள; இணையான தொலைவு உடைய

equilateral /ˌiːkwɪˈlætərəl; ˌek-/ *adj*. (used about a triangle) having all sides the same length (ஒரு முக்கோணம் பற்றிக் குறிப்பிடுகையில்) சம நீளப் பக்கங்களைக் கொண்ட; எல்லாப் பக்கங்களும் ஒத்த நீளமுடைய; சம பக்க ➪ **triangle** பதிவில் படம் பார்க்க.

equilibrium /ˌiːkwɪˈlɪbriəm; ˌek-/ *noun* [U] [*sing*.] **1** a state of balance, especially between forces or influences that are working in opposite ways குறிப்பாக எதிரெதிராக இயங்கும் தாக்காற்றல்களுக்கு அல்லது தாக்கங்களுக்கு இடையேயான சீரமைதி நிலை; சமனிலை *The point at which the solid and the liquid are* ***in equilibrium*** *is called the freezing point*. **2** a calm state of mind and a balance of emotions உலைவற்ற மன அமைதியும் கொந்தளிப்பற்று உணர்ச்சிகளை உள்ளடக்கிய நிலையும்; உள்ளார்ந்த அமைதி நிலை; சாந்தம்

equine /ˈekwaɪn/ *adj*. connected with horses; like a horse குதிரைகள் தொடர்பான; குதிரை போன்ற

equinox /ˈiːkwɪnɒks; ˈek-/ *noun* [C] one of the two times in the year (around 20 March and 22 September) when the sun is above the imagined line round the centre of the earth (**equator**) and day and night are of equal length (கற்பனையான) நில நடுக்கோட்டுக்கு மேல் சூரியன் இருந்து, இரவும் பகலும் சம கால அளவில் அமையும் (மார்ச் 20 மற்றும் செப்டெம்பர் 22-ஐ ஒட்டிய) ஆண்டின் இரு சமயங்களில் ஒன்று *the spring/autumn equinox* ➪ **solstice** பார்க்க; மற்றும் **season** பதிவில் படம் பார்க்க.

equip /ɪˈkwɪp/ *verb* [T] (**equipping**; **equipped**) **equip sb/sth (with sth) 1** (*usually passive*) to supply sb/sth with what is needed for a particular purpose குறிப்பிட்ட நோக்கத்திற்காக ஒருவருக்கு/ஒன்றனுக்குத் தேவையானவற்றை வழங்கு *We shall equip all schools with new computers over the next year. • The flat has a fully-equipped kitchen*. **2** to prepare sb for a particular task குறிப்பிட்ட கடமைப் பொறுப்புக்காக/இடுபணிக்காக ஒருவரைத் தயார் செய் அல்லது ஆயத்தப்படுத்து *The course equips students with all the skills necessary to become a chef*.

equipment /ɪˈkwɪpmənt/ *noun* [U] the things that are needed to do a particular activity குறிப்பிட்ட செயற்பணிக்கு வேண்டப்படும்/தேவையான பொருள்கள்; துணைப் பொருட் சாதனங்கள்; துணைக் கருவிகள் *office/sports/computer equipment*

> **NOTE** **Equipment** என்ற சொல் எண்ண இயலாத பெயர்ச்சொல்லாகும். ஓர் உருப்படியைக் குறிக்கும்பொழுது, **'a piece of equipment'** என்று கூற வேண்டும்—*a very useful piece of kitchen equipment*

equitable /ˈekwɪtəbl/ *adj*. (*formal*) fair and reasonable; treating everyone in an equal way நேர்மையுணர்வும் நெறிமுறை தவறாத இயல்பும் கொண்ட; நடுநிலை உடைய; அனைவரையும் சரிசமமாக நடத்துகிற *an equitable distribution of resources* ✪ **OPP inequitable**

equivalent /ɪˈkwɪvələnt/ *adj.* **equivalent (to sth)** equal in value, amount, meaning, importance, etc. மதிப்பளவு, தொகை, சொற்பொருள், முக்கியத்துவம் முதலியவற்றில் சரிசமமான; சரிநிகரான *Three plus five is equivalent to six plus two (3 + 5 = 6 + 2).* ▶ **equivalent** *noun* [C] *There is no English equivalent to the French 'bon appétit'.*

er /ɜː(r)/ *exclamation* used in writing to show the sound that sb makes when he/she cannot decide what to say next அடுத்துக் கூறவேண்டியதை முடிவு செய்யமுடியாத நிலையை வெளிப்படுத்த, எழுதும்போது பயன்படுத்தப்படும் ஒலிக்குறிப்புச் சொல்; அதாவது; வந்து

era /ˈɪərə/ *noun* [C] a period of time in history (that is special for some reason) (குறிப்பிட்ட காரணத்தால் சிறப்புக்குரியதாகக் கருதப்படும்) வரலாற்றின் ஒரு காலப் பகுதி *We are living in the era of the computer.*

eradicate /ɪˈrædɪkeɪt/ *verb* [T] (*formal*) to destroy or get rid of sth completely ஒன்றை முற்றிலுமாக அழி; வேருடன் போக்கு *Scientists have completely eradicated some diseases, such as smallpox.* ▶ **eradication** /ɪˌrædɪˈkeɪʃn/ *noun* [U]

erase /ɪˈreɪz/ *verb* [T] (*formal*) to remove sth completely (a pencil mark, a recording on tape, a computer file, etc.) (பென்சில் குறி, இழைத்தாள் பட்டையிலுள்ள ஒலி/ஒளிப் பதிவு, கணினிக் கோப்பு, முதலியவற்றை) முற்றிலுமாக நீக்கு, தடமில்லாமல் அழி (*figurative*) *He tried to erase the memory of those terrible years from his mind.* NOTE பென்சில் குறியைத் தேய்த்தழிப்பதை வழக்கமாக—***rub out*** *a pencil mark* எனக் கூறுகிறோம். ▶ **eraser** *noun* [C] (*AmE*) = **rubber 2**

erect[1] /ɪˈrekt/ *adj.* standing straight up நிமிர்ந்து நேராக நிற்கிற; செங்குத்தான *He stood with his head erect.* ✪ OPP **upright**

erect[2] /ɪˈrekt/ *verb* [T] (*formal*) to build sth or to stand sth straight up கட்டடம் எழுப்பு; ஒன்றைக் கட்டி உருவாக்கு; ஒன்றைச் செங்குத்தாக நிறுத்து *to erect a statue • Huge TV screens were erected above the stage.*

erection /ɪˈrekʃn/ *noun* **1** [C] if a man has an erection, his sexual organ (**penis**) becomes hard and stands up because he is sexually excited பாலுணர்வு எழுச்சிக் காரணமாக ஆணின் பிறப்புறுப்பு விரைப்பாக நிமிர்ந்து நிற்றல்; விம்மி நிமிர்வுற்றல் *to get/have an erection* **2** [U] (*formal*) the act of building sth or standing sth straight up ஒன்றைக் கட்டி எழுப்புதல்; ஒன்றை நேர்க்குத்து/செங்குத்து நிலையில் நிறுத்துதல்

erode /ɪˈrəʊd/ *verb* [T] (*usually passive*) (used about the sea, the weather, etc.) to destroy sth slowly (கடல், வானிலை முதலியன வகையில்) ஒன்றை மெல்ல மெல்ல/படிப்படியாக அழி; அரித்துத் தின் *The cliff has been eroded by the sea.* ▶ **erosion** /ɪˈrəʊʒn/ *noun* [U] *the erosion of rocks by the sea*

erotic /ɪˈrɒtɪk/ *adj.* causing sexual excitement பாலுணர்வுக் கிளர்ச்சியூட்டுகிற; காம எழுச்சியை உண்டாக்குகிற *an erotic film/poem/dream*

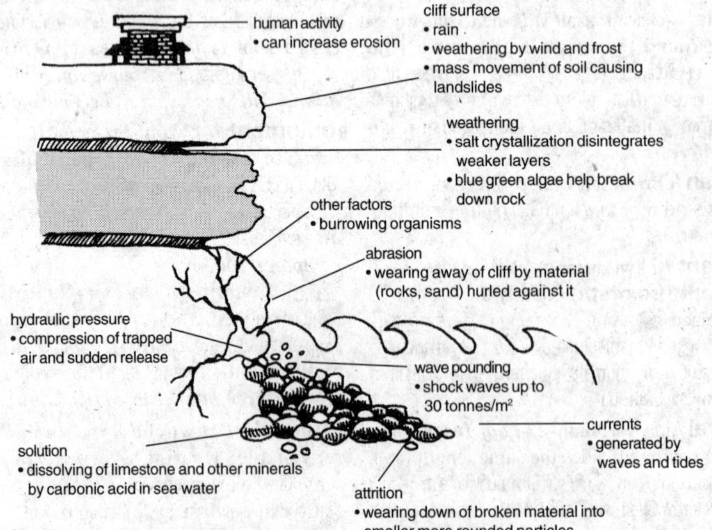

coastal erosion

err /ɜː(r)/ *verb* [I] (*formal*) to be or do wrong; to make mistakes தவறாக இரு; பிழைபடு; தவறு செய்

IDM **err on the side of sth** to do more of sth than is necessary in order to avoid the opposite happening எதிர்நிலையான ஒன்று நேர்வதைத் தவிர்க்கும் பொருட்டுச் செய்ய வேண்டியதை மிகைபடச்செய் *It is better to err on the side of caution* (= it is better to be too careful rather than not careful enough).

errand /ˈerənd/ *noun* [C] (*old-fashioned*) a short journey to take or get sth for sb, for example to buy sth from a shop (கடைக்குச் சென்று ஒரு பொருளை வாங்குவது போன்று) ஒருவருக்காக ஒன்றைப் பெற்றுவர அல்லது வாங்கிவரச் செல்லும் சிறு தொலைவுப் பயணம்; குற்றேவல் பயணம்

errant /ˈerənt/ *adj.* (*only before a noun*) (*formal* or *humorous*) behaving wrongly in some way, especially by disobeying your parents or leaving home; not behaving in an acceptable way ஏற்புக்குரிய முறையில் நடந்துகொள்ளாத; ஏதோ ஒருவகையில் தவறாக நடந்துகொள்கிற, குறிப்பாகப் பெற்றோரை மதிக்காத அல்லது வீட்டை விட்டு ஓடிப்போகிற *an errant husband*

erratic[1] /ɪˈrætɪk/ *adj.* (used about a person's behaviour, or about the quality of sth) changing without reason; that you can never be sure of (ஒருவருடைய நடத்தை பற்றி அல்லது ஒன்றன் இயல்பு பற்றிக் குறிப்பிடுகையில்) காரணமின்றி மாறிக்கொண்டிருக்கிற; ஏறு-மாறான; உறுதியாக நம்பமுடியாத *Agarkar is a talented player but he's very erratic* (= sometimes he plays well, sometimes badly). ▶ **erratically** /iˈrætikli/ *adv.*

erratic[2] /ɪˈrætɪk/ *noun* [C] (in geography) a large rock than has been carried by a moving mass of ice (**a glacier**) and left far away from where it was formed when the ice melted (புவியியலில்) சறுக்கு பனிக்கட்டிப் பாளம் உருகும்பொழுது தான் அமைந்துள்ள இடத்திலிருந்து தொலை-தூரத்திற்கு இடம் பெயர்க்கப்படும் பெரும் பாறை

erratum /eˈraːtəm/ *noun* (*pl.* **errata** /-tə/ (*technical*) a mistake in a book or any printed or written document (shown in a list of it) ஒரு நூலின் அல்லது எழுதப்பட்ட/அச்சிடப்பட்ட ஆவணத்தின் முன் பகுதியில் அல்லது பின்பகுதியில் (பட்டியலிட்டுத் தரப்படும்) அந்நூலில்/ஆவணத்தில் உள்ள பிழை

erroneous /ɪˈrəʊniəs/ *adj.* (*formal*) not correct; based on wrong information திருத்தமானதல்லாத; சரியற்ற; தவறான தகவலின் அடிப்படையிலான *erroneous conclusions/assumptions* ▶ **erroneously** *adv.*

error /ˈerə(r)/ *noun* **1** [C] (*formal*) a mistake தவறு; பிழை *a **computer error** • an **error of judgement** • to make an error* **NOTE** **Error** என்பது **mistake** என்ற சொல்லை விட உயர் முறைசார் வழக்காகும். *Error* மட்டுமே பயின்று வரும் ***error of judgement, human error*** போன்ற தொடர்கள் வழக்கில் உள்ளன. **2** [U] the state of being wrong தவறாதல்; பிழைபட்ட நிலை *The letter was sent to you **in error**. • The accident was the result of **human error**.*

IDM **trial and error** ⇨ **trial** பார்க்க.

erstwhile /ˈɜːstwaɪl/ *adj.* (*only before a noun*) (*formal*) former; that until recently was the type of person or thing described but is not anymore சென்ற காலத்திற்குரிய; முந்திய; (ஆள் அல்லது பொருள் வகையில்) தற்போதைக்கு முன்பு வரை குறிப்பிடப்பட்ட வகையானவ-ராக/வகையானதாக இருந்த; முன்னாள் *Her erstwhile friends turned against her.*

erudite /ˈerudaɪt/ *adj* (*formal*) having or showing great knowledge based on careful study கருத்தார்ந்த கல்விப் பயிற்சி வழியாகப் பெற்ற பெரும் அறிவைக் கொண்டிருக்கிற அல்லது அதனை வெளிப்படுத்துகிற; கல்வி அறிவு மிக்க; கல்விப் புலமை நிரம்பிய *an erudite professor* ▶ **erudition** /ˌeruˈdɪʃn/ *noun* [U]

erupt /ɪˈrʌpt/ *verb* [I] **1** (used about a volcano) to explode and throw out fire, rock that has melted (**lava**), smoke, etc. (எரிமலைபற்றிக் குறிப்-பிடும்போது) வெடித்துத் தீ, உருகிய பாறைக் குழம்பு, புகை, முதலியவற்றை வெளித்தள்ளு, உமிழ் அல்லது கக்கு **2** (used about violence, shouting, etc.) to start suddenly (வன்முறை, கூச்சல், முதலியவை வகையில்) திடீரென வெளிப்படு; எதிர்பாராது தொடங்கு *The demonstration erupted into violence.* **3** (used about a person) to suddenly become very angry (ஒரு நபர் பற்றிக் குறிப்பிடும்போது) திடீரென மிகுசினம் கொள்; சீறு அல்லது வெகுண்டெழு ▶ **eruption** *noun* [C, U] *a volcanic eruption*

erythrocyte /ɪˈrɪθrəsaɪt/ *noun* [C] (*technical*) a red blood cell குருதிச் சிவப்பணு

escalate /ˈeskəleɪt/ *verb* [I,T] **1 escalate (sth) (into sth)** (to cause sth) to become stronger or more serious மேலும் கடுமையாகு அல்லது தீவிரமாகு; ஒன்றை மேலும் கடுமையாக்கு அல்லது தீவிரப்படுத்து *The demonstrations are escalating into violent protest in all the major cities.* **2** (to cause sth) to become greater or higher; to increase மேலும் பெரிதாகு; பெருகு; மிகு; பெரிதாக்கு; உயர்த்து *The cost of housing has escalated in recent years.* ▶ **escalation** /ˌeskəˈleɪʃn/ *noun* [C, U]

escalator /ˈeskəleɪtə(r)/ *noun* [C] a moving staircase in a shop, etc. அங்காடி முதலியவற்றிலுள்ள இயங்கும் படிக்கட்டு; மின் இழுவை/ஏணி

escapade /ˌeskəˈpeɪd/ *noun* [C] an exciting experience that may be dangerous ஆபத்தாகும் வாய்ப்புள்ள கிளர்ச்சியூட்டும் அனுபவம்; இடரார்ந்த பரபரப்பூட்டும் செயலீடுபாடு

escape[1] /ɪˈskeɪp/ *verb* **1** [I] **escape (from sb/sth)** to manage to get away from a place where you do not want to be; to get free விருப்பமில்லாத ஓரிடத்திலிருந்து சிரமப்பட்டு ஒருவழியாக அப்பால் செல்; தப்பிச்செல் *Two prisoners have escaped. • They managed to escape from the burning building.* **2** [I, T] to manage to avoid sth dangerous or unpleasant ஆபத்தான அல்லது இன்னாத ஒன்றை முயன்று தவிர்; தப்பிப் பிழை *The two men in the other car escaped unhurt in the accident. • to escape criticism/punishment* **3** [T] to be forgotten or not noticed by sb மறக்கப்படு அல்லது கவனிக்கப்படாது போ; தப்பு; நினைவில் இருத்தாது விடப்படு *His name escapes me. • to escape sb's notice* **4** [I] (used about gases or liquids) to come or get out of a container, etc. (வாயுப் பொருள்கள் அல்லது திரவங்கள் வகையில்) கொள்கலத்திலிருந்து வெளியேறு; கசிவுறு *There's gas escaping somewhere.* ▶ **escaped** *adj. an escaped prisoner*

escape[2] /ɪˈskeɪp/ *noun* **1** [C, U] **escape (from sth)** the act of **escaping (1, 2)** தப்பிச் செல்லல்; ஒன்றிலிருந்து விடுபடுதல்; தப்பிப் பிழைத்தல்; தவிர்த்தல்; நழுவல் *She had a **narrow/lucky escape** when a lorry crashed into her car. • When the guard fell asleep they were able to **make their escape**.* ➪ **fire escape** பார்க்க. **2** [U, *sing.*] something that helps you forget your normal life இயல்பு வாழ்க்கையை மறக்கச் செய்யும் ஒன்று; வாழ்க்கை மெய்ம்மையிலிருந்து தப்பிக்க உதவுவது *For him, listening to music is a means of escape.*

escapism /ɪˈskeɪpɪzəm/ *noun* [U] an activity, a form of entertainment, etc. that helps you to avoid or forget unpleasant or boring things இனியதல்லாத அல்லது சலிப்பூட்டும் ஒன்றைத் தவிர்க்க அல்லது மறக்கத் துணைசெய்யும் ஒரு செயல் அல்லது பொழுது போக்கு *For Srinivas, reading is a **form of escapism**.* ▶ **escapist** /-pɪst/ *adj.*

escarpment /ɪˈskɑːpmənt/ *noun* [C] (*technical*) a very steep piece of ground that separates an area of high ground from an area of lower ground மேடான பகுதியைத் தாழ்நிலத்திலிருந்து பிரிக்கும் நேர்ச்செங்குத்தான நிலச்சரிவு

escort[1] /ˈeskɔːt/ *noun* [C] **1** [*with sing. or pl. verb*] one or more people or vehicles that go with and protect sb/sth, or that go with sb/sth as an honour ஒருவருக்கு/ஒன்றுக்குப் பாதுகாப்பாக அல்லது மதிப்புச் சின்னமாக உடன்செல்லும் ஒருவர் அல்லது பலர் அல்லது அவ்வாறு செல்லும் ஊர்திகள்; வழிகாப்பாளர்; வழித்துணைக் குழு; மெய்க்காவலர்; மதிப்புச்சின்ன ஊர்திகள் *an armed escort • He arrived **under police escort**.* **2** (*formal*) a person who takes sb to a social event ஒருவரை ஒரு பொது நிகழ்ச்சிக்கு அழைத்துச் செல்பவர்; உடன்துணையாள் **3** a person, especially a woman, who is paid to go out socially with sb ஒருவருடன் தோழமை முறையில் வெளிச்சென்று அளவளாவுதற்காகக் கட்டணம் செலுத்தி உடன் அழைத்துச் செல்லப்படும் நபர், குறிப்பாக ஒரு பெண் *an escort agency*

escort[2] /ɪsˈkɔːt/ *verb* [T] **1** to go with sb as an **escort 1** ஒருவருக்கு மெய்க்காவலாக அல்லது மதிப்புச் சின்னமாக உடன் செல் *The President's car was escorted by several police cars.* **2** to take sb somewhere ஒருவரை ஓரிடத்திற்கு இட்டுச்செல் *Govind escorted her to the door.*

esker /ˈeskə(r)/ *noun* [C] (*technical*) a long line of small stones and earth that has been left by a large mass of ice that has melted பெரும் பனிப் பாளம் உருகிச் சுவடாக விட்டுச்சென்ற சிறு கற்களும் மண்ணும் அடங்கிய நீண்ட தடம்

Eskimo /ˈeskɪməʊ/ (*old-fashioned*) (*also* **Inuit**) **NOTE** இநாஇட் மக்களுக்குத் தாங்கள் எஸ்கிமோக்கள் என அழைக்கப்படுவதில் அவ்வளவாக உடன்பாடில்லை.

esophagus (*AmE*) = **oesophagus**

especial /ɪˈspeʃl/ *adj.* (*only before a noun*) (*formal*) not usual; special வழக்கமானதல்லாத; தனிமுறையிலான; சிறப்பு முறையான; குறிப்பிட்ட காரணத்திற்கான *This will be of especial interest to you.*

especially /ɪˈspeʃəli/ *adv.* **1** more than other things, people, situations, etc.; particularly மற்ற பொருள்கள், ஆட்கள், சூழ்நிலைகள், முதலியவற்றை விட; குறிப்பாக; குறிப்பிடத்தக்க முறையில்; தனிப்பட; தனிமுறையில் *She loves animals, especially dogs.* **2** for a particular purpose or person குறிப்பிட்ட ஒரு நோக்கத்திற்காக அல்லது நபருக்காக; ஒரு சிறப்புக் குறிக்கோளுடன் அல்லது தனிப்பட ஒருவரை முன்னிட்டு *I made this especially for you.* ✪ **SYN specially 3** very (much) மிகு அளவில்; மிகவும்; பெரிதாக *It's not an especially difficult exam.*

espionage /ˈespiənɑːʒ/ *noun* [U] the act of finding out secret information about another country or organization மற்றொரு நாடு அல்லது நிறுவனத்தைப் பற்றிய இரகசியங்களை

கண்டறிதல்; வேவு பார்த்தல்; ஒற்றாடல் ➪ **spy** verb பார்க்க.

essay /ˈeseɪ/ *noun* [C] **an essay (on/about sth)** a short piece of writing on one subject ஒரு பொருள் மீதான சிறு எழுத்து வடிவப் படைப்பு; கட்டுரை *We have to write a 1000-word essay on tourism for homework.*

essence /ˈesns/ *noun* **1** [U] the basic or most important quality of sth ஒன்றன் அடிப்படையான அல்லது முதன்மையான இயல்பு, பண்பு அல்லது கூறு; சாரம் *The essence of the problem is that there is not enough money available.* **2** [C, U] a substance (usually a liquid) that is taken from a plant or food and that has a strong smell or taste of that plant or food ஒரு தாவரம் அல்லது உணவுப் பொருளிலிருந்து பெறப்படுவதும், அத்தாவரம் அல்லது உணவுப்பொருளின் முனைப்பான மணம் அல்லது சுவையைக் கொண்டிருப்பதுமான (வழக்கமாகத் திரவ நிலையில் உள்ள) பொருள்; சாறு; பிழிவு *coffee/vanilla essence*

essential /ɪˈsenʃl/ *adj.* completely necessary; that you must have or do முற்றிலும் வேண்டியிருக்கிற; இன்றியமையாத; பெற்றாக வேண்டிய அல்லது செய்தாக வேண்டிய *essential medical supplies* • *Maths is essential for a career in computers.* ▶ **essential** *noun* [C, *usually pl.*] *food, and other essentials such as clothing and heating*

essentially /ɪˈsenʃəli/ *adv.* when you consider the basic or most important part of sth ஒன்றன் அடிப்படையான அல்லது முதன்மையான பகுதியைக் கருத்தில் கொள்ளும்பொழுது; அடிப்படையில் *The problem is essentially one of money.* ✪ SYN **basically**

establish /ɪˈstæblɪʃ/ *verb* [T] **1** to start or create an organization, a system, etc. ஒரு நிறுவனம், செயலமைப்பு, முதலியவற்றைத் தொடங்கு; உருவாக்கு; நிறுவு *The school was established in 1875.* **2** to start a formal relationship with sb/sth ஒருவருடன்/ஒன்றுடன் முறையான உறவை/தொடர்பை ஏற்படுத்து அல்லது தொடங்கு *The government is trying to establish closer links between the two countries.* **3 establish sb/sth (as sth)** to become accepted and recognized as sth குறிப்பிட்ட ஒன்றாக ஏற்பும் அங்கீகாரமும் பெறு; குறிப்பிட்ட ஒன்றாக நிலைநாட்டப்படு அல்லது உறுதிப்படுத்தப்படு *She has been trying to establish herself as a novelist for years.* **4** to discover or find proof of the facts of a situation ஒரு சூழ்நிலை தொடர்பான மெய்ம்மைகளின் ஆதாரக் கூறுகளைக் கண்டறி; நிறுவு; உறுதிப்படுத்து *The police have not been able to establish the cause of the crash.*

establishment /ɪˈstæblɪʃmənt/ *noun* **1** [C] (*formal*) an organization, a large institution or a hotel நிறுவன அமைப்பு, பெரும் நிறுவனம் அல்லது தங்குமனை *an educational establishment* **2 the Establishment** [*sing.*] the people in positions of power in a country, who usually do not support change வழக்கமாக மாற்றத்தை ஆதரிக்காத, ஒரு நாட்டின் அதிகார வகுப்பினர் **3** [U] the act of creating or starting a new organization, system, etc. ஒரு புதிய நிறுவனம், செயலமைப்பு, முதலியவற்றைத் தோற்றுவித்தல், உருவாக்குதல், நிறுவுதல் அல்லது தொடங்குதல் *the establishment of new laws on taxes*

estate /ɪˈsteɪt/ *noun* [C] **1** a large area of land in the countryside that is owned by one person or family ஒரு தனிநபருக்கு அல்லது குடும்பத்திற்குச் சொந்தமான, நாட்டுப்புறத்திலுள்ள ஒரு பெரும் நிலப்பரப்பு; பண்ணை *He owns a large estate in Assam.* **2** (*BrE*) an area of land that has a lot of houses or factories of the same type on it ஒரே வகையான, பெருவாரியான வீடுகள் அல்லது தொழிலகங்கள் அமைந்துள்ள நிலப்பகுதி; குடியிருப்புப் பகுதி; தொழிற்பேட்டை *an industrial estate* (= where there are a lot of factories) • *a housing estate* **3** all the money and property that sb leaves when he/she dies ஒருவர் இறப்புக்குப் பின் விட்டுச்செல்லும் அனைத்துச் சொத்தும் பண இருப்பும்

estate agent (*also AmE* **Realtor™; real estate agent**) *noun* [C] a person whose job is to buy and sell houses and land for other people மற்றவர்களுக்காக வீடுகள் மற்றும் நிலத்தை வாங்கி விற்கும் தொழில் செய்பவர்; வீடு, மனை விற்பனைத் தரகர்

esteem /ɪˈstiːm/ *noun* [U] (*formal*) great respect; a good opinion of sb பெரும் மரியாதை; உயர் மதிப்பு; ஒருவர் மீதான நல்லெண்ணம்; நன்மதிப்பு

ester /ˈestə(r)/ *noun* [C] (in chemistry) a type of natural substance (**organic compound**) that is formed by combining an acid and an alcohol (வேதியியலில்) ஒரு அமிலமும் ஒரு வெறியப் பொருளும் சேர்ந்து உருவாகும் கரிமச் சேர்மான வகை

esthetic (*AmE*) = **aesthetic**

estimate[1] /ˈestɪmət/ *noun* [C] **1 an estimate (of sth)** a guess or judgement about the size, cost, etc. of sth, before you have all the facts and figures ஒன்றிற்குத் தொடர்பான ஆதாரத் தகவல்கள் முழுமையாகக் கிடைப்பதற்கு முன் அதன் உருவளவு, விலை, முதலியவை பற்றிச் செய்யப்படும் ஊகம் அல்லது மதிப்பீடு; உத்தேச மதிப்பீடு *Can you give me* ***a rough estimate*** *of how many people will be at the meeting?* **2 an estimate (for sth/doing sth)** a written statement from a person who is going to do a job for you, for example a builder or a painter, telling you how much it will cost கட்டட அமைப்பாளர், வண்ணமடிப்பவர் போன்ற ஒரு பணியை ஒப்படைக்கப்பட்ட ஒருவர் அப்பணிக்கான செலவுத் தொகையைக் குறிப்பிட்டுத் தரும் எழுத்து வடிவிலான அறிக்கை; பணிச்செலவுத் திட்ட மதிப்பீடு *They gave me an estimate for repairing the roof.* ➪ **quotation** பார்க்க.

estimate² /ˈestɪmeɪt/ *verb* [T] **estimate sth (at sth); estimate that...** to calculate the size, cost, etc. of sth approximately, before you have all the facts and figures ஒன்றற்குத் தொடர்பான ஆதாரத் தகவல்கள் முழுமையாகக் கிடைப்பதற்கு முன் அதன் உருவளவு, விலை, முதலியவற்றைத் தோராயமாகக் கணக்கிடு; உத்தேச மதிப்பீடு செய் *The police estimated the crowd at 10,000.* • *She estimated that the work would take three months.*

estimation /ˌestɪˈmeɪʃn/ *noun* [U] (*formal*) opinion or judgement கருத்து; மதிப்பீடு *Who is to blame, in your estimation?*

estranged /ɪˈstreɪndʒd/ *adj.* **1** no longer living with your husband/wife கணவனுடன்/மனைவியுடன் இனியும் சேர்ந்து வாழாத; பிரிந்திருக்கிற; மண உறவு முறிவுற்ற *her estranged husband* **2 estranged (from sb)** no longer friendly or in contact with sb who was close to you நெருக்கமாக இருந்த ஒருவருடன் நட்பு முறிவுற்ற; மன வேறுபாடு கொண்ட; தொடர்பு இல்லாதுபோன *He became estranged from his family following an argument.*

estrogen (*AmE*) = **oestrogen**

estuary /ˈestʃuəri/ *noun* [C] (*pl.* **estuaries**) the wide part (**mouth**) of a river where it joins the sea ஒரு நதி கடலுடன் கலக்குமிடத்தில் உள்ள நதியின் அகன்ற பகுதி; கழிமுகம்

etc. *abbr.* etcetera; and so on; and other things of a similar kind முதலியவை; இனமொத்த/வகையொத்த பிற பொருள்கள்; இன்னோரன்ன பிற *sandwiches, biscuits, cakes, etc.*

eternal /ɪˈtɜːnl/ *adj.* **1** without beginning or end; existing or continuing forever தொடக்கமும் முடிவும் அற்ற; ஆதி அந்தம் இல்லாத; என்றும் நிலைத்திருக்கிற; சாசுவதமான *Some people believe in eternal life* (= after death). **2** happening too often; seeming to last forever அடிக்கடி அல்லது மீண்டும் மீண்டும் நிகழ்கிற; என்றும் நிலைத்திருப்பது/தொடர்வது போலத் தோன்றுகிற *I'm tired of these eternal arguments!* ▶ **eternally** /iˈtɜːnəli/ *adv. I'll be* ***eternally grateful*** *if you could help me.*

eternity /ɪˈtɜːnəti/ *noun* **1** [U] time that has no end; the state or time after death முடிவில்லாத காலம்; நிலைபேறுடைமை; இறப்புக்குப் பின்னுள்ள நிலை அல்லது காலம்; துறக்க நிலை **2 an eternity** [*sing.*] a period of time that never seems to end என்றும் முடிவில்லாதது அல்லது தொடர்வது போலத் தோன்றும் ஒரு காலப் பகுதி *It seemed like an eternity before the ambulance arrived.*

ethane /ˈiːθeɪn/ *noun* [U] (*symbol* C_2H_6) (in chemistry) a gas that has no colour or smell and that can burn. Ethane is found in natural gas and in **petroleum** (வேதியியலில்) நிறமற்றதும், மணமற்றதும், எரியக்கூடியதும், இயற்கை வாயுவிலும் நில எண்ணெய்யிலும் (பெட்ரோலியத்திலும்) காணப்படுவதுமான ஒரு வாயுப்பொருள்

ethanol /ˈeθənɒl/ (*also* **ethyl alcohol**) *noun* [U] the type of alcohol in alcoholic drinks, also used as a fuel or as a **solvent** மதுக்குடிகளில் உள்ளதும். எரிபொருளாக அல்லது கரைப்பியாக (மற்றப் பொருள்களைக் கரைக்கும் ஆற்றலுள்ள திரவமாகப்) பயன்படுத்தப்படுவதுமான வெறியப் பொருள் வகை

ethereal /iˈθɪəriəl/ *adj.* (*formal*) extremely delicate and light, in a way that seems real; of heaven or the spirit மிகவும் இலேசான மற்றும் நுண்பொருளான; இயலுலகுலக்கு அப்பாற்பட்ட ஆவியுலகு சார்ந்ததாகத் தோன்றுகிற; வானுலகுக்கு உரியதாகக் காணப்படுகிற *ethereal beauty/music*

ethical /ˈeθɪkl/ *adj.* **1** connected with beliefs of what is right or wrong நல்லது கெட்டது பற்றிய நம்பிக்கைகள் அல்லது கோட்பாடுகள் சார்ந்த; அறநெறிகள் தொடர்பான; ஒழுக்க முறைமை பற்றிய *an ethical problem* **2** morally correct ஒழுக்க நெறியான; அறவழியிலான; நன்னெறி சார்ந்த; நல்லொழுக்கமுடைய *Although she didn't break the law, her behaviour was certainly not ethical.* ▶ **ethically** /-kli/ *adv.*

ethics /ˈeθɪks/ *noun* **1** [U] the study of what is right and wrong in human behaviour மனித நடத்தையில் காணப்படும் நல்லது கெட்டது பற்றிய ஆய்வு; ஒழுக்கவியல்; அறவியல் **2** [*pl.*] beliefs about what is morally correct or acceptable ஒழுக்க நியதிப்படி சரியானது அல்லது ஏற்புடையது எது என்பது பற்றிய நம்பிக்கைகள் அல்லது கோட்பாடுகள்; நீதிநெறி/அறவியல்/நன்னெறிக் கோட்பாடுகள் *The medical profession has its own code of ethics.*

ethnic /ˈeθnɪk/ *adj.* connected with or typical of a particular race or religion குறிப்பிட்ட மனித இனம் அல்லது சமயம் தொடர்பான அல்லது குறிப்பிட்ட மனித இனத்துக்கு அல்லது சமயத்துக்குரிய *ethnic minorities* • *ethnic food/music/clothes*

ethnic cleansing *noun* [U] the killing or removal of a large number of people of a certain race or religion in an area பெரும் எண்ணிக்கையில்

ஓரிடத்திலிருக்கும் குறிப்பிட்ட ஓரினம் அல்லது ஒரு சமயம் சார்ந்தவர்களைக் கொன்றொழித்தல் அல்லது நீக்குதல்; அயலின அல்லது புறச்சமயத் துடைத்தொழிப்பு

ethnography /eθ'nɒgrəfi/ *noun* [U] the scientific description of different races and cultures வெவ்வேறான மனித இனங்களையும் பண்பாடுகளையும் அறிவியல் முறையில் விவரித்தல்; மனித இனப்பண்பாட்டு விளக்கவியல் ▶ **ethnographic** /ˌeθnə'græfɪk/ *adj. ethnographic research/studies*

ethnology /eθ'nɒlədʒi/ *noun* [U] the scientific study and comparison of human races மனித இனங்கள் பற்றிய அறிவியல் முறையிலான ஆய்வும் ஒப்பீடும்; மனிதவினத் தொடர்புகளையும் வேறுபாடுகளையும் பற்றிய ஆய்வியல் ▶ **ethnological** /ˌeθnə'lɒdʒɪkl/ *adj.* ▶ **ethnologist** /eθ'nɒlədʒɪst/ *noun* [C]

ethyl alcohol /ˌeθɪl 'ælkəhɒl; ˌi:θaɪl/ = **ethanol**

etiology (*AmE*) = **aetiology**

etiquette /'etɪket/ *noun* [U] the rules of polite and correct behaviour மரியாதை மற்றும் நேரிய நடத்தை சார்ந்த விதிமுறைகள்; நடையொழுங்கு நியதிகள்; சமுதாய ஆசார முறை *social/professional etiquette*

etymology /ˌetɪ'mɒlədʒi/ *noun* (*pl.* **etymologies**) **1** [U] the study of the origins and history of words and their meanings சொற்கள் மற்றும் அவற்றின் பொருள்களின் தோற்ற நிலைகளும் வரலாறும் பற்றிய ஆய்வு; சொல்-பொருள் வரலாற்று முறை ஆய்வியல்; சொற்பிறப்பியல் **2** [C] an explanation of the origin and history of a particular word குறிப்பிட்ட ஒரு சொல்லின் மூலம் மற்றும் வரலாறு பற்றிய விளக்கம்; ஒரு சொல்லின் வரலாற்று முறை விளக்கம்

EU /ˌi: 'ju:/ *abbr.* European Union ஐரோப்பிய ஒன்றியம்

eucalyptus /ˌju:kə'lɪptəs/ *noun* [C] (*pl.* **eucalyptuses** or **eucalypti** /ˌju:kə'liptai/) a tall straight tree that grows especially in Australia and Asia. Its leaves produce an oil with a strong smell, that is used in medicine நேர்க்குத்தாக உயரமாக வளர்வதும் ஆஸ்திரேலியாவிலும் ஆசியாவிலும் காணப்படுவதுமான மர வகை. மருத்துவத்தில் பயன்படுத்தப்படும் முனைப்பான மணமுடைய ஒரு வகை எண்ணெய் இதன் இலைகளிலிருந்து தயாரிக்கப்படுகிறது. நீலகிரித் தைல மரம் ⇨ **marsupial** பதிவில் படம் பார்க்க.

eulogize (*BrE*) (*also* **-ise**) /ˌju:lə'dʒaɪz/ *verb* [T] (*formal*) to praise sb/sth very highly ஒருவரை/ஒன்றைப் பெரிதும் புகழ்; வானளாவப் பாராட்டு; போற்று *All the critics eulogized her style of writing.* ▶ **eulogistic** /ˌju:lə'dʒɪstic/ *adj.*

eulogy /'ju:lədʒi/ *noun* (*pl.* **eulogies**) **1** [C, U] (**a**) **eulogy (of/to sb/sth)** a speech or piece of writing that says good things about sb/sth ஒருவரை/ஒன்றைப் பற்றி நலமானவற்றைக் கூறும் பேச்சு அல்லது எழுத்து; இன்சொல்; பாராட்டுரை; புகழ்ச்சி *a eulogy to marriage* **2** [C] **a eulogy (for/to sb)** (*AmE*) a speech given at a funeral saying good things about the person who has died ஒருவருடைய ஈமச்சடங்கின்போது நிகழ்த்தப்படும் அவரைப் பற்றிய புகழுரை

eunuch /'ju:nək/ *noun* [C] **1** a man who had his testicles removed (**castrated**), especially one who guarded the **harem** in some eastern countries in the past விதை அகற்றப்பட்ட/ஆண்மை போக்கப்பட்ட ஆண்; அலி; குறிப்பாகக் கடந்த காலத்தில் சில கீழை நாடுகளில் பெண்களுக்குக் காவலாக நியமிக்கப்பட்ட இத்தகைய ஒருவர் **2** a person without power or influence வலிமை அல்லது செல்வாக்கு இல்லாத ஒருவர் *a political eunuch*

euphemism /'ju:fəmɪzəm/ *noun* [C, U] an indirect word or expression that you use instead of a more direct one when you are talking about sth that is unpleasant or embarrassing; the use of such expressions இனியதல்லாத அல்லது சங்கடத்தை ஏற்படுத்தக்கூடிய ஒன்றைப் பற்றிப் பேசும்பொழுது, நேர்முறையான சொல் அல்லது தொடருக்கு மாற்றாகப் பயன்படுத்தப்படும், சுற்றி வளைத்துக் கூறுகிற அல்லது குறிப்பாகப் பொருள் உணர்த்துகிற சொல் அல்லது தொடர்; இவ்வாறு சுற்றி வளைத்துப் பொருள் உணர்த்தும் மொழியைப் பயன்படுத்துதல்; மங்கல வழக்கு *'Pass away' is a euphemism for 'die'.* ▶ **euphemistic** /ˌju:fə'mɪstɪk/ *adj. euphemistic language* ▶ **euphemistically** /-kli/ *adv.*

euphoria /ju:'fɔ:riə/ *noun* [U] (*formal*) an extremely strong feeling of happiness எழுச்சி மிக்க இன்ப உணர்வு; களிப்புணர்ச்சி ▶ **euphoric** /ju:'fɒrɪk/ *adj. My euphoric mood could not last.*

Euro- /'jʊərəʊ/ *prefix* (*in nouns and adjectives*) connected with Europe or the European Union ஐரோப்பாவை அல்லது ஐரோப்பிய ஒன்றியத்தைச் சார்ந்த *Euro-expert*

European[1] /ˌjʊərə'pi:ən/ *adj.* of or from Europe ஐரோப்பாவினுடைய/ஐரோப்பாவுக்குரிய அல்லது ஐரோப்பாவிலிருந்து வந்த; ஐரோப்பிய *European languages*

European[2] /ˌjʊərə'pi:ən/ *noun* [C] a person from a European country ஐரோப்பிய நாடுகளில் ஒன்றைச் சார்ந்த ஒருவர்; ஐரோப்பியர்

the European Union *noun* [*sing.*] (*abbr.* **EU**) an economic and political association of certain European countries குறிப்பிட்ட ஐரோப்பிய

நாடுகளின் பொருளாதார மற்றும் அரசியல் கூட்டிணைவுக் கழகம்; ஐரோப்பிய ஒன்றியம்

Eustachian tube /juːˈsteɪʃn tjuːb/ *noun* [C] a thin tube that connects the middle ear with the upper **pharynx** and equalizes air pressure on either side of the **eardrum** காதுக்குருத்தின் இரு பக்கங்களிலுமுள்ள காற்றழுத்தத்தைச் சரிசமமாக்குவதும், மேல் தொண்டையையும் நடுக்காதையும் இணைப்பதுமான மெல்லிய குழாய் ➪ **ear** பதிவில் படம் பார்க்க.

euthanasia /ˌjuːθəˈneɪziə/ *noun* [U] the practice (illegal in most countries) of killing sb without pain who wants to die because he/she is suffering from a disease that cannot be cured (பெரும்பாலான நாடுகளில் சட்டத்திற்கு எதிரான) ஒரு தீராத பிணியின் துன்பம் காரணமாக இறந்துபோக விரும்பும் ஒருவரை வலியின்றிக் கொல்லும் நடைமுறை/வழக்கம்

eutrophication /ˌjuːtrəfɪˈkeɪʃn/ *noun* [U] (*technical*) the process of too many plants growing on the surface of a river, lake, etc., often because chemicals that are used to help crops grow have been carried there by rain பெரும்பாலும் பயிர் வளர்ச்சிக்குப் பயன்படுத்தப்படும் வேதிப் பொருள்கள் மழையால் அடித்துவரப்பட்டு நதி, ஏரி முதலியவற்றில் படிவதன் காரணமாக, அவற்றின் மேற்பரப்பில் பெருவாரியான தாவரங்கள் அடர்ந்து வளர்தல்

evacuate /ɪˈvækjueɪt/ *verb* [T] to move people from a dangerous place to somewhere safer; to leave a place because it is dangerous ஓர் ஆபத்தான இடத்திலிருந்து பாதுகாப்பான இடத்திற்கு ஆட்களை இடம்பெயரச் செய், இடர்ப் பகுதியிலிருந்து அப்புறப்படுத்து அல்லது வெளியேறு *Thousands of people were evacuated from the war zone.* ▶ **evacuation** /ɪˌvækjuˈeɪʃn/ *noun* [C, U]

evacuee /ɪˌvækjuˈiː/ *noun* [C] a person who is sent away from a place because it is dangerous, especially during a war குறிப்பாகப் போரின் போது, ஆபத்து நிமித்தமாக ஓரிடத்திலிருந்து வெளியேற்றப்படுபவர்

evade /ɪˈveɪd/ *verb* [T] **1** to manage to escape from or to avoid meeting sb/sth ஒருவரிடமிருந்து/ ஒன்றிடமிருந்து ஒருவழியாகத் தப்பிச்செல்; அகப்படாமல் சமாளித்துத் தப்பு; ஒருவரை/ ஒன்றைச் சந்திப்பதைத் தவிர் *They managed to evade capture and escaped to France.* **2** to avoid dealing with or doing sth ஒன்றன் மீது செயல்படுவதை அல்லது ஒன்றைச் செய்வதைத் தவிர்; நழுவு; மழுப்பு *to evade responsibility* • *I asked her directly, but she evaded the question.* ➪ **evasion** noun பார்க்க.

evaluate /ɪˈvæljueɪt/ *verb* [T] (*formal*) to study the facts and then form an opinion about sth ஒன்று பற்றிய ஆதாரத் தகவல்களை/மெய்ம்மைகளை ஆராய்ந்து பின்னர் அதன்மீது ஒரு கருத்துக் கொள்; மதிப்பிடு *We evaluated the situation very carefully before we made our decision.* ▶ **evaluation** /ɪˌvæljuˈeɪʃn/ *noun* [C, U]

evangelical /ˌiːvænˈdʒelɪkl/ *adj.* (of certain Protestant churches) believing that religious ceremony is not as important as belief in Jesus Christ and study of the Bible (குறிப்பிட்ட கிறிஸ்தவச் சீர்திருத்தத் (புராடிஸ்டென்ட்) திருச்சபைகளைப் பற்றிக் கூறுகையில்) இயேசு கிறிஸ்துவின் மீது நம்பிக்கை, விவிலிய நூலைக் கற்றறிதல் ஆகியவற்றின் அளவுக்குச் சமயச் சடங்குகள் முக்கியமானவை அல்ல என நம்புகிற

evaporate /ɪˈvæpəreɪt/ *verb* [I] **1** (used about a liquid) to change into steam or gas and disappear (ஒரு திரவப் பொருளைப் பற்றிக் குறிப்பிடுகையில்) நீராவியாக அல்லது வாயுவாக மாறி மறைந்துபோ; ஆவியாகி மறைவுறு *The water evaporated in the sunshine.* ➪ **condense** பார்க்க. **2** to disappear completely முற்றிலும் காணாமல் போ; மறைந்துவிடு *All her confidence evaporated when she saw the exam paper.* ▶ **evaporation** /ɪˌvæpəˈreɪʃn/ *noun* [U]

evasion /ɪˈveɪʒn/ *noun* [C, U] **1** the act of avoiding sth that you should do செய்யவேண்டிய ஒரு செயலைச் செய்யாது ஒதுங்குதல்; கடமை தவிர்ப்பு; ஏய்ப்பு *He has been sentenced to two years' imprisonment for tax evasion.* • *an evasion of responsibility* **2** a statement that avoids dealing with a question or subject in a direct way ஒரு பிரச்சினை அல்லது பொருளை நேர்முறையாகக் கையாளுதலைத் தவிர்க்கிற கூற்று/ அறிக்கை; தட்டிக் கழிப்பு; மழுப்பல் கூற்று/ வாசகம் *The President's reply was full of evasions.* ➪ **evade** verb பார்க்க.

evasive /ɪˈveɪsɪv/ *adj.* trying to avoid sth; not direct ஒன்றைத் தவிர்க்க முயல்கிற; தட்டிக் கழிக்கிற; மழுப்புகிற *Her answer was evasive.*

eve /iːv/ *noun* [C] the day or evening before a religious festival, important event, etc. ஒரு சமய விழா, முக்கியமான நிகழ்ச்சி முதலியவற்றுக்கு முந்தைய நாள் அல்லது முந்தைய நாள் மாலை; பெருநிகழ்ச்சி ஒன்றன் முன்னணை பொழுது *He injured himself on the eve of the final.*

even[1] /ˈiːvn/ *adj.* **1** flat, level or smooth தட்டையான, சமதளமான அல்லது சொரசொரப்பற்ற; மேடுபள்ளமற்ற; சரிமட்டமான; சமநிலைப் பரப்பான *The game must be played on an even surface.* **2** not changing; regular மாறாத; மாற்றம் அடையாத; ஒரே சீரான *He's very even-tempered—in fact I've never seen him angry.* **3** (used about a competition, etc.) equal, with one side being as good as the other (ஒரு போட்டி, முதலியவற்றைப் பற்றிக் குறிப்பிடுகையில்) இரு தரப்பினரும் ஒத்த/சரிசம நிலையுடைய; சரிஒப்பான; ஏற்றத்தாழ்வில்லாத *The contest was very even until the last few minutes of the game* ✪ OPP (பொருள்கள் 1, 2 மற்றும் 3-க்கு) **uneven 4** (used about numbers) that can be divided by two (எண்கள் வகையில்) இரண்டால் வகுபடக்கூடிய; இரட்டைப் படையான *2, 4, 6, 8, 10, etc. are even numbers.* ✪ OPP **odd**

IDM **be/get even (with sb)** (*informal*) to hurt or harm sb who has hurt or harmed you தனக்கு ஊறு அல்லது தீங்கு செய்தவருக்குத் தானும் ஊறு அல்லது தீங்கு செய்

break even to make neither a loss nor a profit இழப்போ இலாபமோ அடையாதிரு

even² /ˈiːvn/ *adv.* **1** used for emphasizing sth that is surprising வியப்பூட்டக்கூடிய ஒன்றுக்கு அழுத்தம் தரும் முறையில் அல்லது அதனை வலியுறுத்தப் பயன்படுத்தப்படுவது: (காலத்திலும்/நிலையிலும்/அளவிலும்) கூட *He didn't even open the letter.* **2 even more, less, bigger, nicer, etc.** used when you are comparing things, to make the comparison stronger பொருள்களை ஒப்பிடும்பொழுது ஒப்பீட்டுக்கு மேலும் வலுவூட்டப் பயன்படுத்தப்படுவது: மேலும் மிகுதியான/குறைந்த/இணக்கமான அளவில் *You know even less about it than I do.*

IDM **even though** although என்றாலும்; போதிலும் அது அவ்வாறாயினும் *I like her very much even though she can be very annoying.* ➪ **although** பதிவிலுள்ள குறிப்பைப் பார்க்க.

evening /ˈiːvnɪŋ/ *noun* [C, U] the part of the day between the afternoon and the time that you go to bed நாளின் பிற்பகலுக்கும் உறங்கச் செல்லும் நேரத்திற்கும் இடைப்பட்ட காலம்; பொழுதுசாய்ந்தது முதல் படுக்கை வேளை வரையுள்ள நேரம்; மாலை *Most people watch television **in the evening**.* • *an evening class*

evenly /ˈiːvnli/ *adv.* in a smooth, regular or equal way மேடுபள்ளம் இல்லாமல்; ஒழுங்கமைவாக; சரிசமமாக; ஒரே சீராக; சரிசம நிலையில்; குறைமிகையற்று *Spread the cake mixture evenly in the tin.*

event /ɪˈvent/ *noun* [C] **1** something that happens, especially sth important or unusual நிகழ்வு; சம்பவம்; குறிப்பாக முக்கியமான அல்லது வழக்கத்திற்கு மாறான ஒரு நிகழ்ச்சி *a historic event* • *The events of the past few days have made things very difficult for the Government.* **2** a planned public or social occasion திட்டமிடப்பட்ட பொது நிகழ்ச்சி அல்லது தோழமைக் கூட்டம் *a fund-raising event* **3** one of the races, competitions, etc. in a sports programme ஒரு விளையாட்டு நிகழ்ச்சியில் உள்ளடங்கிய பந்தயங்கள், போட்டிகள், முதலியவற்றில் ஒன்று *The next event is the 800 metres.*

IDM **at all events/in any event** whatever happens என்ன நிகழ்ந்தாலும்; எப்படி இருந்தாலும் *I hope to see you soon, but in any event I'll phone you on Sunday.*

in the event of sth (*formal*) if sth happens ஒன்று நேர்ந்தால்; ஒன்று நிகழுமானால் *In the event of fire, leave the building as quickly as possible.*

eventful /ɪˈventfl/ *adj.* full of important, dangerous, or exciting things happening முக்கியமான, ஆபத்தான அல்லது பரபரப்பூட்டும் நிகழ்வுகள் நிறைந்த; குறிப்பிடத்தக்க நிகழ்வுகள் மிகப்பல உள்ளடங்கிய

eventual /ɪˈventʃuəl/ *adj.* (*only before a noun*) happening as a result at the end of a period of time or of a process குறிப்பிட்ட காலப்பகுதியின் அல்லது ஒரு செயல்முறையின் இறுதியில் விளைபயனாக நிகழ்கிற; இறுதி விளைவான *It is impossible to say what the eventual cost will be.*

eventually /ɪˈventʃuəli/ *adv.* in the end; finally இறுதியில்; முடிவில்; கடைசியில் *She eventually managed to persuade her husband to buy a car.* ✪ SYN **finally**

ever¹ /ˈevə(r)/ *adv.* **1** (used in questions and negative sentences, when you are comparing things, and in sentences with 'if') at any time (வினாக்கள், எதிர்மறை வாக்கியங்கள், ஒப்பீட்டுத் தொடர்கள் மற்றும் 'if' தொடரை உள்ளடக்கிய வாக்கியங்களில் பயன்படுத்தப்படுவது) எப்போதாவது; எந்த வேளையிலும்; எப்போதும்; எக்காலத்திலும்; என்றென்றும் *She **hardly ever** (= almost never) goes out.* • *Today is hotter **than ever**.* **2** (*used in questions with verbs in the perfect tenses*) at any time up to now (முற்றுவினைகளைக் கொண்ட வினாக்களில் பயன்படுத்தப்படுவது) இந்நேரம் வரை/இன்று வரை எப்போதாவது அல்லது எந்த நேரத்திலாவது; என்றாவது *Have you ever been to Kerala?* **3** used with a question that begins with 'when', 'where', 'who', 'how', etc., to show that you are surprised or shocked வியப்பை அல்லது அதிர்ச்சியை வெளிப்படுத்துவதற்காக, 'when', 'where', 'who', 'how', முதலிய சொற்களுடன் தொடங்கும் வினாவுடன் பயன்படுத்தப்படுவது ➪ **whatever, whenever, however** முதலியன பார்க்க. *Whatever were you thinking about when you wrote this?*

IDM **(as) bad, good, etc. as ever** (as) bad, good, etc. as usual or as always (மோசமான நிலையில் இருத்தல், நல்ல நிலை, முதலியவை வகையில்) வழக்கமாக அல்லது எப்பொழுதும் உள்ளதைப் போலவே; அதே நிலையில் *In spite of his problems, Sree is as cheerful as ever.*

ever after (used especially at the end of stories) from that moment on for always (குறிப்பாகப் புனைகதைகளின் இறுதியில் பயன்படுத்தப்படுவது) அந்தக் கணத்திலிருந்து எப்பொழுதுமே; அதன் பின் என்றென்றும் *The prince married the princess and they lived happily ever after.*

ever since... all the time from... until now குறிப்பிட்ட வேளையிலிருந்து தொடர்ந்து தற்போது வரை; அந்நேரம் முதற்கொண்டு மாறாது இன்றுவரை *She has had a car ever since she was at university.*

ever so/ever such (a) (*BrE informal*) very மிகவும்; மிக்க; பெரிதும் *He's ever so kind.*

for ever ➪ **forever¹** பார்க்க.

ever² /ˈevə(r)/ (*in compounds*) always; continuously எப்பொழுதும்; மாறாது; தொடர்ந்து; இடைவிடாது *the ever-growing problem of pollution*

evergreen /ˈevəgriːn/ *noun* [C], *adj.* (a tree or bush) with green leaves all through the year ஆண்டு முழுதும் பசும் இலைகளுடன் உள்ள (மரம் அல்லது குத்துச்செடி); பசுமை மாறாத; இலையுதிர்க்காத ➪ **deciduous** பார்க்க.

everlasting /ˌevəˈlɑːstɪŋ/ *adj.* (*formal*) continuing for ever; never changing என்றென்றும் தொடர்கிற; என்றும் மாறாத; நிலைபேறுடைய *everlasting life/love*

every /ˈevri/ *det.* **1** (*used with singular nouns*) all of the people or things in a group of three or more மூன்று அல்லது மூன்றுக்கு மேற்பட்ட நபர்கள் அல்லது பொருள்கள் அடங்கிய ஒரு குழுவில்/தொகுதியில் உள்ள அனைவருமே/அனைத்துமே; எல்லோரையும்/எல்லாவற்றையும்; ஒவ்வொருவரையும்/ஒவ்வொன்றையும் *You were out every time I phoned.* ➪ **everybody** பதிவிலுள்ள குறிப்பைப் பார்க்க. **2** all that is possible இயன்ற அனைத்து; சாத்தியமான எல்லா *She had every reason to be angry.* **3** used for saying how often sth happens ஒன்று நிகழும் கால இடைவெளி அளவைக் குறிப்பிடப் பயன்படுத்தப்படுவது: குறிப்பிட்ட நாள்/நேர இடைவெளியில் *Take the medicine every four hours* (= at 8, 12, 4 o'clock, etc.). • *I work* ***every other day*** (= on Monday, Wednesday, Friday, etc.).

everybody /ˈevribɒdi/ (*also* **everyone** /ˈevriwʌn/) *pronoun* [*with sing. verb*] every person; all people ஒவ்வொருவரும்; அனைவரும்; எல்லோரும் *Is everybody here?* • *The police questioned everyone who was at the party.*

> **NOTE** **Everyone** என்ற சொல் ஆட்களைக் குறிக்க மட்டுமே பயன்படுத்தப்படுகிறது. இச்சொல்லைத் தொடர்ந்து 'of' வராது. **Every one** என்பது 'ஒவ்வொரு ஆளும் அல்லது பொருளும்', 'ஒவ்வொரு ஆளையும் அல்லது பொருளையும்' எனப் பொருள்படும். பெரும்பாலும் இதனைத் தொடர்ந்து 'of' வரும்—***Every one of*** *his records has been successful.* ➪ மேலும் **somebody** பதிவிலுள்ள வழக்குக் குறிப்பைப் பார்க்க.

everyday /ˈevrideɪ/ *adj.* (*only before a noun*) normal or usual இயல்புமுறையிலான; வழக்கமான; பொதுநிலையிலான *The computer is now part of everyday life.*

everyplace /ˈevripleɪs/ (*AmE*) = **everywhere**

everything /ˈevriθɪŋ/ *pron.* [*with sing. verb*] **1** each thing; all things ஒவ்வொன்றும்/ஒவ்வொன்றையும்; அனைத்தும்/அனைத்தையும் *Everything is very expensive in this shop.* • *We can leave* ***everything else*** (= all the other things) *until tomorrow.* **2** the most important thing மிகமிக முக்கியமான/முதன்மையான/இன்றியமையாத பொருள் *Money isn't everything.*

everywhere /ˈevriweə(r)/ *adv.* in or to every place ஒவ்வொரு இடத்திலும்/இடத்திற்கும்; எல்லா இடத்திலும்/இடத்திற்கும் *I've looked everywhere, but I still can't find it.*

eve-teasing /ˌiːvˈtiːzɪŋ/ *noun* [U] the act of publicly troubling and annoying women by using offensive language and behaviour அவமதிப்பான சொற்கள் மற்றும் நடத்தையால் பெண்களை வெளிப்படையாகத் தொல்லைப்படுத்தும் மற்றும் எரிச்சலூட்டும் செயல் *Women must stand up against eve-teasing.* ▶ **eve-teaser** /ˌiːvˈtiːze(r)/ *noun* [C]

evict /ɪˈvɪkt/ *verb* [T] to force sb (officially) to leave the house or land which he/she is renting ஒருவர் வாடகைக்கு/குத்தகைக்கு எடுத்துள்ள வீட்டிலிருந்து அல்லது நிலத்திலிருந்து அவரை (அதிகாரபூர்வமாக) வலுக்கட்டாயமாக நீங்கச் செய்; சட்ட முறைப்படி வெளியேற்று *They were evicted for not paying the rent.* ▶ **eviction** *noun* [C, U]

evidence /ˈevɪdəns/ *noun* [U] **evidence (of/for sth); evidence that...** the facts, signs, etc. that make you believe that sth is true ஒன்றன் மெய்ம்மைத் தன்மையை நம்புவதற்கான ஆதாரத் தகவல்கள், தடயங்கள், முதலியன; சான்று; சான்று மூலம்; சான்றாதாரம் *Her statement to the police was* ***used in evidence*** *against him.* • *to* ***give evidence***

> **NOTE** **Evidence** என்ற சொல் பன்மை வடிவம் ஏற்காது. தனி ஒரு சான்றாதாரத்தைப் பற்றிப் பேசும்போது, **piece** (உருப்படி) என்ற சொல்லைப் பயன்படுத்துகிறோம்—*One* ***piece of evidence*** *is not enough to prove somebody guilty.*

IDM **(to be) in evidence** that you can see; present in a place காணக்கூடிய நிலையில்; தெளிவாகத் தெரிவதாக; ஓரிடத்தில் காணப்படுவதாக *When we arrived there was no ambulance in evidence.*

evident /ˈevɪdənt/ *adj.* clear (to the eye or mind); obvious தெளிவாகத் தெரிகிற அல்லது உணரக்கூடியதான; வெளிப்படையான; தெளிவான *It was evident that the damage was very serious.*

evidently /ˈevɪdəntli/ *adv.* **1** clearly; that can be easily seen or understood தெளிவாக; வெளிப்படையாக; ஐயத்துக்கிடமில்லாமல்; தெளிவாகக் காணக்கூடியதாக அல்லது உணரப்படத்தக்கதாக *She was evidently extremely shocked at the news.* **2** according to what people say மக்களால் கூறப்படுவதற்கு ஏற்ப; மக்கள் கூற்றுக்கு ஒப்ப அல்லது இயைய *Evidently he has decided to leave.*

evil[1] /ˈiːvl/ *adj.* morally bad; causing trouble or harming people ஒழுக்கங்கெட்ட; தீய; பிறருக்குத் தீங்கு அல்லது ஊறு விளைவிக்கிற; கொடிய *an evil king*

evil[2] /ˈiːvl/ *noun* [C, U] a force that causes bad or harmful things to happen தீயவை அல்லது துன்பம் விளைவிப்பவை நிகழக் காரணமான ஓர் ஆற்றல்; தீமை; கேடு *Drugs and alcohol are two of the evils of modern society.*

IDM **the lesser of two evils** ➪ **lesser** பார்க்க.

evocative /ɪˈvɒkətɪv/ *adj.* **evocative (of sth)** making you think of or remember a strong image or feeling, in a pleasant way இனிமையூட்டும் முறையில் ஓர் அழுத்தமான கருத்துருவை அல்லது உணர்ச்சியை மனத்தில் கொள்ளச் செய்கிற அல்லது நினைவுக்குக் கொண்டுவரச் செய்கிற; ஆழ்ந்த மனப்பதிவை அல்லது உணர்ச்சியைத் தூண்டுகிற அல்லது தோற்றுவிக்கிற *evocative smells/sounds/music*

evoke /ɪˈvəʊk/ *verb* [T] (*formal*) to produce a memory, feeling, etc. in sb ஒருவரிடத்தில் ஒரு நினைவு, ஓர் உணர்வு முதலியவற்றைத் தோற்றுவி; தூண்டு *Her novel evoked a lot of interest.*

evolution /ˌiːvəˈluːʃn; ˌev-/ *noun* [U] **1** the development of plants, animals, etc. over many thousands of years from simple early forms to more advanced ones தாவரங்கள், விலங்குகள் முதலியன தொடக்க கால எளிய உருவமைப்பிலிருந்து பல்லாயிரக்கணக்கான ஆண்டுகளின் ஊடாக உயர்நிலை வடிவமைப்பை எட்டும் வளர்ச்சி முறை; உயிரினங்களின் படிமுறை வளர்ச்சி; பரிணாம வளர்ச்சி *Darwin's theory of evolution* **2** the gradual process of change and development of sth ஒன்றன் படிப்படியான மாற்றம் மற்றும் வளர்ச்சிப் பாங்கு; படிமுறை வளர்ச்சி *Political evolution is a slow process.*

evolve /iˈvɒlv/ *verb* **1** [I, T] (*formal*) to develop or to make sth develop gradually, from a simple to a more advanced form எளிய உருவமைப்பிலிருந்து படிப்படியாக வளர்ச்சியடைந்து உயர்நிலைக்கு வா அல்லது ஒன்றை வரச்செய் *His style of painting has evolved gradually over the past 20 years.* **2** [I] **evolve (from sth)** (used about plants, animals, etc.) to develop over many thousands of years from simple forms to more advanced ones (தாவரங்கள், விலங்குகள் முதலியன வகையில்) எளிய, தொடக்க கால உருவமைப்பிலிருந்து பல்லாயிரக்கணக்கான ஆண்டுகளின் ஊடாக உயர்நிலை பெறு; பரிணாம வளர்ச்சியுறு

ewe /juː/ *noun* [C] a female sheep பெண் ஆடு; ஆட்டுக்கடாரி ➪ **sheep** பதிவிலுள்ள குறிப்பு மற்றும் படம் பார்க்க.

ex- /eks/ *prefix* (*in nouns*) former முந்தைய; முன்னாள்; மாஜி *ex-wife • ex-president*

exacerbate /ɪɡˈzæsəbeɪt/ *verb* [T] (*formal*) to make sth worse, especially a disease or problem ஒன்றை, குறிப்பாக ஒரு நோய் அல்லது சிக்கலை மேலும் மோசமாக்கு; கடுமையாக்கு ✪ SYN **aggravate** ▶ **exacerbation** /ɪɡˌzæsəˈbeɪʃn/ *noun* [U, C]

exact[1] /ɪɡˈzækt/ *adj.* **1** (completely) correct; accurate முற்றிலும் சரியான; துல்லியமான; இம்மியும் பிசகாத *She's **the exact opposite** of her sister.* **2** able to work in a way that is completely accurate முற்றிலும் சரியாக/துல்லியமாக அமையுமாறு ஒன்றைச் செய்யும் ஆற்றலுடைய; மயிரிழைத் திருத்தமாக செயலாற்றக் கூடிய *You need to be very exact when you calculate the costs.* ▶ **exactness** *noun* [U]

exact[2] /ɪɡˈzækt/ *verb* [T] (*formal*) **exact sth (from sb)** to demand and get sth from sb ஒருவரிடமிருந்து ஒன்றை உரிமையுடன் கேட்டு வாங்கு; அதிகாரத்துடன் கோரிப் பெறு

exacting /ɪɡˈzæktɪŋ/ *adj.* needing a lot of care and attention; difficult பெருமளவு ஈடுபாடும் கவனமும் தேவைப்படுகிற; வருந்திச் செய்ய வேண்டியிருக்கிற; செய்தற்கரிய; கடுமை மிக்க *exacting work*

exactly /ɪɡˈzæktli/ *adv.* **1** (used to emphasize that sth is correct in every way) just (எல்லா வகையிலும் ஒன்று சரியாக/சரி நுட்பமாக உள்ளது என்பதை வலியுறுத்தப் பயன்படுத்தப்படுவது) சரியாக; கணக்காக; துளிக் கூடப் பிசகாமல் *You've arrived at exactly the right moment. • I found exactly what I wanted.* **2** used to ask for, or give, completely correct information முற்றிலும் சரியான தகவலைக் கோர அல்லது அளிக்கப் பயன்படுத்தப்படுவது:

சரியாக; துல்லியமாக *He took exactly one hour to finish.* ✪ SYN **precisely 3** (*spoken*) (used for agreeing with a statement) yes; you are right (ஒரு கூற்றை ஒப்புக்கொள்ளும் அல்லது ஒரு கூற்றுடன் உடன்படும் முறையில் பயன்படுத்தப்படுவது) ஆம்; சரி; அவ்வாறே *'I don't think she's old enough to travel on her own.' 'Exactly'.*

IDM **not exactly** (*spoken*) **1** (used when you are saying the opposite of what you really mean) not really; not at all (தன் மனத்தில் உள்ளதற்கு எதிரான ஒன்றைக் கூறும்பொழுது பயன்படுத்தப்படுவது) உறுதியாக/மெய்யாக இல்லை *He's not exactly the most careful driver I know.* **2** used as an answer to say that sth is almost true ஒன்று மிகப் பெரும்பான்மை மெய்யானது என மறுமொழியாகக் கூறப் பயன்படுத்தப்படுவது: முழுவதும் அவ்வாறல்ல *'So you think I'm wrong?' 'No, not exactly, but...'*

exaggerate /ɪɡˈzædʒəreɪt/ *verb* [I, T] to make sth seem larger, better, worse, etc. than it really is ஒன்றன் உண்மை நிலையை விட அது பெரிதாக, மேம்பட்டதாக, மோசமானதாக... தோன்றுமாறு செய்; மிகைப்படுத்து; மிகைபடக் கூறு *Don't exaggerate. I was only two minutes late, not twenty.* • *The problems have been greatly exaggerated.* ▶ **exaggeration** /ɪɡˌzædʒəˈreɪʃn/ *noun* [C, U] *It's rather an exaggeration to say that all the students are lazy.*

exalt /ɪɡˈzɔːlt/ *verb* [T] (*formal*) **1** to make sb rise to a higher rank or position ஒருவரை உயர் படிநிலைக்கு அல்லது அதிகாரப் பொறுப்புக்கு உயர்த்து; மேல் நிலைக்குக் கொணர் **2** to praise sb/sth a lot ஒருவரை/ஒன்றைப் பெரிதும் புகழ்; மிகுதியாகப் பாராட்டு; போற்று

exam /ɪɡˈzæm/ (*formal* **examination**) *noun* [C] a written, spoken or practical test of what you know or can do தான் கற்றறிந்ததை அல்லது தன் திறமையைச் சோதிக்கும் முறையிலான எழுத்து, வாய்மொழி அல்லது செயல்முறைத் தேர்வு; பரிட்சை *an English exam* • *the exam results* • *to **do/take/sit an exam*** • *to **pass/fail an exam***

NOTE **Exam**-ஐவிட **test** என்பது முறைமைச் சார்பு குறைந்த, வழக்கமாகக் குறுகிய காலத் தேர்வாகும்.

examination /ɪɡˌzæmɪˈneɪʃn/ *noun* **1** [C, U] the act of looking at sth carefully, especially to see if there is anything wrong or to find the cause of a problem ஒன்றைக் கவனமாக ஆராய்தல்; குறிப்பாக, ஒன்றன் குறைபாட்டை அல்லது ஒரு சிக்கலின் காரணத்தைக் கண்டறியும் முறையிலான கூராய்வு; நுட்பமான சோதனை *On close examination, it was found that the passport was false.* • *a medical examination* **2** [C] (*formal*) = **exam**

examine /ɪɡˈzæmɪn/ *verb* [T] **1** to consider or study an idea, a subject, etc. very carefully ஒரு கருத்து, கருதுபொருள் முதலியவற்றை மிகவும் கவனமாக எண்ணிப்பார் அல்லது ஆராய் *These theories will be examined in more detail later on in the lecture.* **2 examine sb/sth (for sth)** to look at sb/sth carefully in order to find out sth ஒன்றைக் கண்டறியும் பொருட்டு ஒருவரை/ஒரு பொருளை நுணுகி ஆராய்; ஒன்றை உன்னிப்பாக/விழிப்புடன் நோக்கு *The detective examined the room for clues.* **3** (*formal*) **examine sb (in/on sth)** to test what sb knows or can do ஒருவர் அறிவை அல்லது செயல்திறனைத் தேர்வு நடத்திக் கண்டறி *You will be examined on everything that has been studied in the course.*

examiner /ɪɡˈzæmɪnə(r)/ *noun* [C] a person who tests sb in an exam தேர்வில் ஒருவரைச் சோதிப்பவர்; தேர்வாய்வு செய்பவர்; தேர்வாளர்

example /ɪɡˈzɑːmpl/ *noun* [C] **1 an example (of sth)** something such as an object, a fact or a situation which shows, explains or supports what you say தான் கூறும் ஒன்றைத் தெளிவுபடுத்துகிற, விளக்குகிற அல்லது தான் கூறும் ஒன்றுக்கு ஆதாரமாயிருக்கிற ஒரு பொருள், மெய்ம்மை அல்லது சூழ்நிலை; சான்று; எடுத்துக்காட்டு; மேற்கோள்; உதாரணம் *This is a **typical example** of a Victorian house.* **2 an example (to sb)** a person or thing or a type of behaviour that is good and should be copied நல்லதான மற்றும் பார்த்துப் பின்பற்றத்தக்க நபர் அல்லது பொருள் அல்லது நடத்தைமுறை; முன்மாதிரி; முன்னுதாரணம் *Raju's bravery should be an example to us all.*

IDM **follow sb's example/lead** ⇨ **follow** பார்க்க.

for example; e.g. used for giving a fact, situation, etc., which explains or supports what you are talking about (தான் கூறுவதற்கு விளக்கமாக அல்லது ஆதாரமாக அமையும் மெய்ம்மைத் தகவல், சூழ்நிலை, முதலியவற்றைக் குறிப்பிடப் பயன்படுத்தப்படுவது) சான்றாக; எடுத்துக்காட்டாக *In many countries, India, for example, family life is much more important than in Europe.*

set a(n) (good/bad) example (to sb) to behave in a way that should/should not be copied மற்றவர்களால் பின்பற்றப்படத்தக்க/பின்பற்றத்தகாத முறையில் நடந்துகொள்; நல்ல/தீய எடுத்துக்காட்டாக அல்லது முன்னுதாரணமாக இரு *Parents should always take care when crossing roads in order to set a good example to their children.*

exasperate /ɪg'zæspəreɪt/ *verb* [T] to make sb angry; to annoy sb very much ஒருவருக்குச் சினமூட்டு; மிகுதியாக எரிச்சல்படுத்து; கடுகடுப்பு உண்டுபண்ணு *She was exasperated by the lack of progress.* ▶ **exasperating** *adj. an exasperating problem* ▶ **exasperation** /ɪgˌzæspə'reɪʃn/ *noun* [U] *She finally threw the book across the room* ***in exasperation***.

excavate /'ekskəveɪt/ *verb* [I, T] to dig in the ground to look for old objects or buildings that have been buried for a long time; to find sth by digging in this way நெடுங்காலத்திற்கு முன் புதையுண்ட பழம் பொருள்களை அல்லது கட்டடங்களைக் கண்டறிவதற்காகத் தரையில் தோண்டு; அவ்வாறு தோண்டிப் புதையுண்ட பழமைச் சின்னங்களைக் கண்டெடு; அகழ்வாய்வு செய் *Artifacts belonging to the 3rd century BC have been excavated in a valley near the village.* ▶ **excavation** /ˌekskə'veɪʃn/ *noun* [C, U] *Excavations on the site have revealed objects belonging to the Chola dynasty.*

excavator /'ekskəveɪtə(r)/ *noun* [C] **1** a large machine that is used for digging and moving earth மண்ணைத் தோண்டவும் இடம்பெயர்க்கவும் பயன்படுத்தப்படும் பெரிய விசைப்பொறி; அகழ்பொறி **2** a person who digs in the ground to look for old buildings and objects பழம் பொருள்களையும் கட்டடங்களையும் கண்டுபிடிப்பதற்காக மண்ணில் தோண்டுபவர்; அகழ்வாய்வாளர்

exceed /ɪk'si:d/ *verb* [T] **1** to be more than a particular number or amount குறிப்பிட்ட எண்ணிக்கை அல்லது தொகையை விட அதிகமாக இரு; அதிகமாகு; மிகைபடு *The weight should not exceed 20 kilos.* **2** to do more than the law, a rule, an order, etc. allows you to do சட்டம், ஒரு விதிமுறை, ஓர் ஆணை, முதலியவற்றின் வரையறையைக் கடந்து செயல்படு; எல்லை கட *He was stopped by the police for exceeding the speed limit* (= driving faster than is allowed). ➪ **excess** மற்றும் **excessive** பார்க்க.

exceedingly /ɪk'si:dɪŋli/ *adv.* (*formal*) very மிகவும்; மிக்க; பெரிதும் *an exceedingly difficult problem*

excel /ɪk'sel/ *verb* [I] (**excelling**; **excelled**) (*formal*) **1 excel (in/at sth/doing sth)** to be very good at doing sth ஒன்றைச் செய்வதில் சிறப்புற்றிரு; ஒரு செயலில் தனித்திறமை காட்டு *Anuradha excels at sports.* **2** [T] **excel yourself** (*BrE*) to do sth even better than you usually do தான் வழக்கமாகச் செய்வதைவிடவும் ஒன்றைச் சிறப்பாகச் செய், தனது இயல்திறனை விஞ்சுமாறு செயலாற்று *Janardan's cooking is always good but this time he really excelled himself.*

excellence /'eksələns/ *noun* [U] the quality of being very good மேம்பட்ட அல்லது விஞ்சிய தரநிலை; உயர் சிறப்பு; தனிச்சிறப்பு நிலை *The head teacher said that she wanted the school to be a centre of academic excellence.*

Excellency /'eksələnsi/ *noun* [C] (*pl.* **Excellencies**) **(His/Her/Your) Excellency** a title used when talking to or about sb who has a very important official position as the representative of his or her own country in another country **(an ambassador)** வேறொரு நாட்டில் தனது நாட்டின் பேராளராக (தூதராக) உயர் பதவியில் உள்ள ஒருவரிடம் அல்லது ஒருவரைப் பற்றிப் பேசும்பொழுது பயன்படுத்தப்படும் மதிப்படைமொழி அல்லது பட்டம்; மேதகைமை

excellent /'eksələnt/ *adj.* very good; of high quality மிகச் சிறப்பான; உயர்தரமான *He speaks excellent French.* ▶ **excellently** *adv.*

except¹ /ɪk'sept/ *prep.* **except (for) sb/sth; except that...** not including sb/sth; apart from the fact that ஒருவரை/ஒன்றைத் தவிர்த்து; நீங்கலாக; ஒழிய *The museum is open everyday except Mondays.*

except² /ɪk'sept/ *verb* [T] (*formal*) **except sb/sth (from sth)** (*usually passive*) to leave sb/sth out; to not include sb/sth ஒருவரை/ஒன்றை உட்படுத்தாது விடு; சேர்க்காமல் விட்டுவிடு; விலக்களி *Nobody is excepted from helping with the housework.* ▶ **excepting** *prep. I swim everyday excepting Sundays.*

exception /ɪk'sepʃn/ *noun* [C] a person or thing that is not included in a general statement ஒரு பொது அறிக்கையில் அல்லது விவர வாசகத்தில் சேர்க்கப்படாத/விடுபட்ட ஆள் அல்லது பொருள்; விதிவிலக்கு *Everybody was poor as a student and I was* ***no exception***.

IDM **make an exception (of sb/sth)** to treat sb/sth differently ஒருவரை/ஒன்றை வேறுபட்ட முறையில் அல்லது தனிவகையாக நடத்து; விதிவிலக்காகப் பாவித்து நடத்து *We don't usually allow children under 14 but we'll make an exception in your case.*

with the exception of except for; apart from தவிர்த்து; நீங்கலாக; விடுத்து *He has won every major tennis championship with the exception of Wimbledon.*

without exception in every case; including everyone/everything ஒவ்வொருவர் அல்லது ஒவ்வொன்று வகையிலும்; ஒவ்வொருவரையும் அல்லது ஒவ்வொன்றையும் உள்ளடக்கி; விதிவிலக்கின்றி *Everybody without exception must take the test.*

exceptional /ɪk'sepʃənl/ *adj.* very unusual; unusually good வழக்க மீறிய; வழக்க மீறிய சிறப்பு

வாய்ந்த; தனிச் சிறப்புடைய *You will only be allowed to leave early in exceptional circumstances.* ➪ **unexceptional** பார்க்க. ▶ **exceptionally** /ɪkˈsepʃənəli/ *adv. The past year has been exceptionally difficult for us.*

excerpt /ˈekssːpt/ *noun* [C] a short piece taken from a book, film, piece of music, etc. ஒரு நூல், திரைப்படம், ஓர் இசைக்கூறு, முதலியவற்றிலிருந்து எடுக்கப்பட்ட சிறு பகுதி; பிரித்தெடுத்த குறும்பகுதி

excess[1] /ɪkˈses/ *noun* [*sing.*] **an excess (of sth)** more of sth than is necessary or usual; too much of sth தேவையானதை விட அல்லது வழக்கமானதை விடக் கூடுதல்; மிகையளவு *An excess of fat in your diet can lead to heart disease.* **IDM in excess of** more than கூடுதலாக; மிகையளவாக; குறிப்பிட்ட அளவை மீறி *Her debts are in excess of Rs 10,000.* ➪ **exceed** verb பார்க்க.

excess[2] /ˈekses/ *adj.* (*only before a noun*) more than is usual or allowed; extra வழக்கமானதை விட அல்லது அனுமதிக்கப்பட்டதை விடக் கூடுதலான; மிகையளவான *Cut any excess fat off the meat.* ➪ **exceed** verb பார்க்க.

excessive /ɪkˈsesɪv/ *adj.* too much; too great or extreme மிகைப் பேரளவான; மிகுதியான *He was driving at excessive speed when he crashed.* ▶ **excessively** *adv.*

exchange[1] /ɪksˈtʃeɪndʒ/ *noun* **1** [C, U] giving or receiving sth in return for sth else வேறொன்றுக்குப் பதிலாக ஒன்றைக் கொடுத்தல் அல்லது பெறுதல்; கொடுக்கல் வாங்கல்; பரிமாற்றம் *exchange of information* **2** [U] the relation in value between kinds of money used in different countries வெவ்வேறு நாடுகளில் புழங்கும் பண வகைகளுக்கு இடையேயான மதிப்பின் தொடர்பு முறை; நாணய மாற்று; நாணய பரிவர்த்தனை முறை *What's the* ***exchange rate****/rate of exchange for dollars?* • ***foreign exchange*** ➪ **Stock Exchange** பார்க்க. **3** [C] a visit by a group of students or teachers to another country and a return visit by a similar group from that country ஒரு மாணவர்/ஆசிரியர் குழு (கல்வி அல்லது பணிமுறைச் செலவாக) வேறொரு நாட்டிற்குச் செல்லுதலும், அந்நாட்டைச் சேர்ந்த ஒத்த வகையிலான ஒரு குழு பதில் செலவாக இங்கு வருதலும்; நாடுகளுக்கு இடையேயான ஆசிரியர்/மாணவர் குழு பரிமாற்ற ஏற்பாடு; பரிவர்த்தனை *She went on an exchange to Germany when she was sixteen.* **4** [C] an angry conversation or argument சினம் கலந்த உரையாடல் அல்லது வாதம்; இருபுறச் சொல்வீச்சு *She ended up having a* ***heated exchange*** *with her neighbours about the noise the night before.*

exchange[2] /ɪksˈtʃeɪndʒ/ *verb* [T] **exchange A for B; exchange sth (with sb)** to give or receive sth in return for sth else வேறொன்றுக்குப் பதிலாக ஒன்றைக் கொடு அல்லது பெற்றுக்கொள்; கொடுத்து வாங்கு; பரிமாறிக்கொள் *I would like to exchange this skirt for a bigger size.* • *They exchanged glances* (= they looked at each other).

exchequer /ɪksˈtʃeke(r)/ *noun* [*sing.*] **1** (*often* **the Exchequer**) the government department that controls public money in Britain and some other countries பிரிட்டனிலும் வேறு சில நாடுகளிலும் பொதுப் பணத்தைத் தன் கட்டுப்பாட்டில் வைத்திருக்கும் அரசுத் துறை; நிதித்துறை ✪ SYN **Treasury 2** the public or national supply of money அரசின் கையிருப்பாக உள்ள பணம்; தேசிய/பொது வழங்கீட்டு நிதி *This resulted in a considerable loss to the exchequer.*

excise /ˈeksaɪz/ *noun* [U] a government tax on certain goods that are produced or sold inside a country, for example tobacco, alcohol, etc. புகையிலை, மதுவகைகள் போன்ற, உள்நாட்டில் தயாரிக்கப்படும் அல்லது விளைவிக்கப்படும் சிலவகைப் பொருள்களின் மீது அரசு விதிக்கும் வரி; உள்நாட்டுப் பொருள் வரி; ஆயத்தீர்வை ➪ **customs** பார்க்க.

excitable /ɪkˈsaɪtəbl/ *adj.* easily excited எளிதில் உணர்ச்சி வசப்படுகிற, பரபரப்படைகிற அல்லது மனக்கிளர்ச்சியுறுகிற

excite /ɪkˈsaɪt/ *verb* [T] **1** to make sb feel happy and enthusiastic or nervous ஒருவருக்கு மகிழ்வும் உற்சாகமும் ஊட்டு; மன எழுச்சியூட்டு; கலக்கமடையச் செய் *Don't excite the baby too much or we'll never get him off to sleep.* **2** to make sb react in a particular way ஒருவரைக் குறிப்பிட்ட முறையில் எதிர்ச்செயலாற்றச் செய்; உணர்ச்சி கிளறிவிடு *The programme excited great interest.*

excited /ɪkˈsaɪtɪd/ *adj.* **excited (about/at/by sth)** feeling or showing happiness and enthusiasm; not calm மகிழ்ச்சியும் உற்சாகமும் கொள்கிற அல்லது அவற்றை வெளிப்படுத்துகிற; மனக்கிளர்ச்சியுற்ற; பரபரப்புற்ற; அமைதியற்ற *Are you getting excited about your holiday?* ▶ **excitedly** *adv.*

excitement /ɪkˈsaɪtmənt/ *noun* [U] the state of being excited, especially because sth interesting is happening or will happen குறிப்பாக ஆர்வத்தைத் தூண்டும் ஒன்று நிகழ்வதன் அல்லது நிகழ இருப்பதன் காரணமாக உண்டாகும் மனக் கிளர்ச்சி; பரபரப்பு *There was* ***great excitement*** *as the winner's name was announced.* • *The match was* ***full of excitement****.*

exciting /ɪkˈsaɪtɪŋ/ *adj.* causing strong feelings of pleasure and interest முனைப்பான மகிழ்வுணர்ச்சி மற்றும் ஆர்வத்தைத் தூண்டுகிற;

மன எழுச்சியூட்டுகிற; பரபரப்பு அடையச் செய்கிற *That's very exciting news.*

exclaim /ɪk'skleɪm/ *verb* [I, T] to say sth suddenly and loudly because you are surprised, angry, etc. வியப்பு, சினம், முதலியவற்றின் காரணமாகத் திடீரென உரத்த குரலில் ஒன்றைக் கூறு; உணர்ச்சி மீதூரப் பேசு *'I just don't believe it!' he exclaimed.*

exclamation /ˌekskləˈmeɪʃn/ *noun* [C] a short sound, word or phrase that you say suddenly because of a strong emotion, pain, etc. முனைப்பான உணர்ச்சி, வலி முதலியவற்றின் காரணமாக திடுமென எழுப்பப்படும் குற்றோசை, குறுஞ்சொல் அல்லது குறுந்தொடர்; உணர்ச்சியுரை; ஆர்ப்புரை *'Ouch!' is an exclamation.* ✪ SYN **interjection**

exclamation mark (*AmE* **exclamation point**) *noun* [C] a mark (!) that is written after an exclamation ஓர் உணர்ச்சியுரையை அடுத்து இடப்படும் (!) வடிவுடைய குறி; உணர்ச்சிக் குறி

exclude /ɪk'sklu:d/ *verb* [T] (*not used in the continuous tenses*) **1** to leave out; not include சேர்க்காது விடு; உட்படுத்தாது விடு; விலக்கு *The price excludes all extras such as drinks or excursions.* **2 exclude sb/sth (from sth)** to prevent sb/sth from entering a place or taking part in sth ஒருவரை/ஒன்றை ஓரிடத்தினுள் நுழையாமல் அல்லது ஒன்றில் கலந்து கொள்ளாமல் தடு; சேர்த்துக்கொள்ளாமல் ஒதுக்கிவை *Raghavendra was excluded from the game for cheating.* ✪ OPP **include 3** to decide that sth is not possible ஒன்று இயலாதது, முடியாதது அல்லது சாத்தியமற்றது என முடிவுசெய் *The police had excluded the possibility that the child had run away.*

excluding /ɪk'sklu:dɪŋ/ *prep.* leaving out; without தவிர்த்து; விடுத்து; சேர்க்கப்பட்டிராமல்; உள்ளடக்காது; இல்லாமல் *Lunch costs Rs 200 per person excluding drinks.* ✪ OPP **including**

exclusion /ɪk'sklu:ʒn/ *noun* [U] keeping or leaving sb/sth out ஒருவரை/ஒன்றைச் சேர்க்காது விடுதல்; விலக்கல்; தவிர்ப்பு; நீக்கம்

exclusive[1] /ɪk'sklu:sɪv/ *adj.* **1** (*only before a noun*) only to be used by or given to one person, group, etc.; not to be shared ஒருவர், ஒரு குழு முதலியவை தான்/தாம் மட்டுமே பயன்படுத்துவதற்குரிய அல்லது தனக்கு/தமக்கு மட்டுமே கொடுக்கப்படுவதற்குரிய; பகிர்ந்துகொள்வதற்கு உரியதல்லாத; தனிப்பட்ட *This car is for the Director's exclusive use.* • *an exclusive interview* **2** expensive and not welcoming people who are thought to be of a lower social class மிகு விலையுள்ளதும் தாழ்ந்த சமூக நிலையினராகக் கருதப்படுபவர்களை விரும்பி வரவேற்காததுமான; சமூகத்தின் மேல்தட்டு மக்களுக்கு மட்டுமே உரியதான *an exclusive restaurant* • *a flat in an exclusive part of the city* **3 exclusive of sb/sth** not including sb/sth; without ஒருவரை/ஒன்றை உள்ளடக்கியிராத; விலக்கிய; தவிர்த்த *Lunch costs Rs 100 per person exclusive of drinks.*

exclusive[2] /ɪk'sklu:sɪv/ *noun* [C] a newspaper story that is given to and published by only one newspaper ஒரு செய்தித்தாளுக்கு மட்டுமே கொடுக்கப்பட்டு அதில் வெளியிடப்படும் பத்திரிகைச் செய்தி/கட்டுரை; பத்திரிகைத் தனியுரிமைக் கட்டுரை

exclusively /ɪk'sklu:sɪvli/ *adv.* only; not involving anyone/anything else மட்டும்; தான்; வேறெவரையும்/வேறெதனையும் சேர்க்காது அல்லது உள்ளடக்காது *The swimming pool is reserved exclusively for members of the club.*

excommunicate /ˌekskəˈmju:nɪkeɪt/ *verb* [T] **excommunicate sb (for sth)** to punish sb by officially not allowing them to be a member of a Christian Church, especially the Roman Catholic Church ஒரு கிறிஸ்தவத் திருச்சபையின், குறிப்பாக ரோமன் கத்தோலிக்கத் திருச்சபையின், உறுப்பினராக ஒருவர் இனி நீடிக்கத் தகுதியற்றவர் எனக் கூறி அவரைத் தண்டி; சமய விலக்குச் செய் ▶ **excommunication** /ˌekskəˌmju:nɪˈkeɪʃn/ *noun* [C, U]

excrement /'ekskrɪmənt/ *noun* [U] (*formal*) the solid waste material that you get rid of when you go to the toilet உடலிலிருந்து வெளியேற்றும் கெட்டியான/திண்மக் கழிவுப்பொருள்; மலம் ✪ SYN **faeces**

excrete /ɪk'skri:t/ *verb* [T] (*formal*) to get rid of solid waste material from the body உடலிலிருந்து திண்மக் கழிவுப் பொருளை வெளியேற்று; மலங்கழி ▶ **excretion** /ɪk'skri:ʃn/ *noun* [U]

excruciating /ɪk'skru:ʃieɪtɪŋ/ *adj.* **1** extremely painful மிகு வலி ஏற்படுத்துகிற; கடும் நோவு உண்டுபண்ணுகிற *an excruciating pain* **2** extremely boring மிகு சலிப்பூட்டுகிற *excruciating boredom*

excursion /ɪk'skɜ:ʃn/ *noun* [C] a short journey or trip that a group of people make for pleasure குழுவாக மகிழ்ச்சிக்காக மேற்கொள்ளப்படும் சிறு பயணம்; இன்பக் குழுப்பயணம்; மனமகிழ்வுச் சிற்றுலா *to **go on an excursion** to the seaside* ⇨ **travel** பதிவிலுள்ள குறிப்பைப் பார்க்க.

excusable /ɪk'skju:zəbl/ *adj.* that you can forgive மன்னிக்கக்கூடிய; பொறுத்தற்குரிய *an excusable mistake* ✪ OPP **inexcusable**

excuse[1] /ɪk'skju:s/ *noun* [C] **an excuse (for sth/doing sth)** a reason (that may or may not be true) that you give in order to explain your behaviour தனது நடத்தைக்கு விளக்கம் அளிக்கும் பொருட்டு ஒருவர் கூறும் (மெய்யானதாகவோ

மெய்யல்லாததாகவோ இருக்கக்கூடிய) காரணம்; செயல் விளக்கம்; சாக்குப்போக்கு *There's no excuse for rudeness.* • *to make an excuse*

excuse² /ɪk'skju:z/ *verb* [T] **1 excuse sb/sth (for sth/for doing sth)** to forgive sb for sth he/she has done wrong that is not very serious மிகக் கடுமையற்ற தவறு செய்தமைக்காக ஒருவரை மன்னி; குற்றம் பொறு *Please excuse me for interrupting but I need to talk to you.* **2** to explain sb's bad behaviour and make it seem less bad ஒருவருடைய தவறான நடத்தைக்கு விளக்கம் கூறிக் குற்றப்பொறுப்பைக் குறைத்துக்காட்டு *Nothing can excuse such behaviour.* **3 excuse sb (from sth)** to free sb from a duty, responsibility, etc. ஒரு கடமை, பொறுப்பு, முதலியவற்றிலிருந்து ஒருவரை விடுவி *She excused herself* (= asked if she could leave) *and left the meeting early.*

NOTE ஒருவரைக் குறுக்கீடு செய்யும்பொழுது அல்லது அறிமுகமற்ற ஒருவருடன் பேச்சைத் தொடங்க விரும்பும்பொழுது, **excuse me** என்ற தொடர் 'குறுக்கிடுவதற்கு மன்னிக்க வேண்டும்' எனப் பொருள்படுமாறு பயன்படுத்தப்படுகிறது—*Excuse me, can you tell me the way to the station?* அமெரிக்க வழக்கிலும், சிலசமயம் பிரிட்டன் வழக்கிலும் ஒன்றுக்கு வருத்தம் தெரிவிக்கும்பொழுது, **excuse me** பயன்படுத்தப்படுகிறது—*Did I tread on your toe? Excuse me.*

execute /'eksɪkju:t/ *verb* [T] **1 execute sb (for sth)** (*usually passive*) to kill sb as an official punishment அதிகாரபூர்வமான தண்டனையாக ஒருவரைக் கொலைசெய்; மரண தண்டனை நிறைவேற்று *He was executed for murder.* **2** (*formal*) to perform a task, etc. or to put a plan into action ஒரு பணி, முதலியவற்றைச் செய்து முடி; ஒரு திட்டத்தை செயற்படுத்து அல்லது நிறைவேற்று ▶ **execution** /ˌeksɪ'kju:ʃn/ *noun* [C, U]

executioner /ˌeksɪ'kju:ʃənə(r)/ *noun* [C] a person whose job is to execute criminals குற்றவாளிகளின் மரண தண்டனையை நிறைவேற்றுபவர்

executive¹ /ɪg'zekjətɪv/ *adj.* **1** (used in connection with people in business, government, etc.) concerned with managing, making plans, decisions, etc. (தொழில், அரசுப்பணி, முதலியவற்றில் ஈடுபட்டுள்ளவர்களைப் பற்றிக் குறிப்பிடும்போது) மேலாண்மை, திட்டமிடல், முடிவெடுத்தல், முதலியவற்றுக்குப் பொறுப்பான; செயலாட்சி செய்கிற *an executive director of the company* **2** (used about goods, buildings, etc.) designed to be used by important business people (பொருள்கள், கட்டடங்கள் முதலியன வகையில்) தொழில் முதல்வர்கள்/மேலாண்மை செய்வோர் பயன்பாட்டுக்கென உருவாக்கப்பட்ட/வடிவமைக்கப்பட்ட *an executive briefcase*

executive² /ɪg'zekjətɪv/ *noun* **1** [C] a person who has an important position as a manager of a business or organization ஒரு வணிக அமைப்பு அல்லது நிறுவனத்தில் முக்கியமான மேலாண்மைப் பொறுப்பு வகிப்பவர்; செயலாட்சியர்; மேலாண்மை அதிகாரி *She's a senior executive in a computer company.* **2** [*sing.*] the group of people who are in charge of an organization or a company ஒரு தொழிலமைப்பு அல்லது நிறுவனத்தின் ஆட்சிப் பொறுப்பிலுள்ள குழுவினர்; செயலாட்சிக் குழு; மேலாண்மைக்குழு **3 the executive** (*with sing. or pl. verb*) the part of a government responsible for putting law into effect சட்டங்களை அமல்படுத்தும் பொறுப்புள்ள அரசுப்பிரிவு ⇨ **judiciary** மற்றும் **legislature** பார்க்க.

exemplary /ɪg'zempləri/ *adj.* very good; that can be an example to other people மிகச் சிறப்பான; உயர் தகைமையுடைய; மற்றவர்களுக்கு எடுத்துக்காட்டாக அமையக்கூடிய *exemplary behaviour*

exemplify /ɪg'zemplɪfaɪ/ *verb* [T] (*pres. part.* **exemplifying**; *3rd person sing. pres.* **exemplifies**; *pt, pp* **exemplified**) to be a typical example of sth ஒன்றன் மாதிரி எடுத்துக்காட்டாக இரு

exempt¹ /ɪg'zempt/ *adj.* (*not before a noun*) **exempt (from sth)** free from having to do sth or pay for sth ஒன்றைச் செய்வதிலிருந்து அல்லது ஒன்றுக்காகப் பணம் செலுத்துவதிலிருந்து விடுவிக்கப்பட்ட; விலக்களிக்கப்பெற்ற *Children under 16 are exempt from dental charges.* ▶ **exemption** /ɪg'zempʃn/ *noun* [C, U]

exempt² /ɪg'zempt/ *verb* [T] (*formal*) **exempt sb/sth (from sth)** to say officially that sb does not have to do sth or pay for sth ஒருவர் ஒன்றைச் செய்யத் தேவையில்லை அல்லது ஒன்றுக்காகப் பணம் செலுத்தத் தேவையில்லை என அதிகாரபூர்வமாக/முறைப்படிக் கூறு; விலக்களி

exercise¹ /'eksəsaɪz/ *noun* **1** [U] physical or mental activity that keeps you healthy and strong உடல்நலத்தையும் உடல் உறுதியையும் சீராக வைத்திருக்க உதவும் உடல் அல்லது மனம் சார்ந்த செயல்; உடற்பயிற்சி; மனப்பயிற்சி *The doctor advised him to* ***take regular exercise***. **2** [C, *usually pl.*] a movement or activity that you do in order to stay healthy or to become skilled at sth உடல்நலம் காக்கவோ ஒன்றில் தனித்திறன் பெறவோ ஒருவர் மேற்கொள்ளும் உடல் இயக்கமுறை அல்லது செயல்பாடு; உடற்பயிற்சி; தனித்திறப் பயிற்சி *breathing/stretching/relaxation exercises* **3** [C] a piece of work that is intended to help you learn or practise sth ஒன்றைப் பயில்வதற்கு

அல்லது பழகுவதற்குத் துணைசெய்யும் முறையில் உருவாக்கப்பட்ட நூல்; பாடப் பயிற்சி; பயிற்சிப் பாடம் *an exercise on phrasal verbs* **4** [C] **an exercise in sth** an activity or a series of actions that have a particular aim குறிப்பிட்ட குறிக்கோள்/செயல்நோக்கம் கொண்ட ஒரு செயல் அல்லது செயல்களின் வரிசை முறையிலான தொகுதி *The project is an exercise in getting the best results at a low cost.* **5** [U] (*formal*) **exercise of sth** the use of sth, for example a power, right, etc. அதிகாரம், உரிமை போன்ற ஒன்றைப் பயன்படுத்துதல்; கையாட்சி; செயலாட்சி; நடைமுறையாட்சி *the exercise of patience/judgement/discretion* **6** [C, *usually pl.*] a series of activities by soldiers to practise fighting படைவீரர்களின் போர்ப்பயிற்சி சார்ந்த செயல்களின் வரிசைத் தொகுதி; சண்டைப் பயிற்சி *military exercises*

exercise² /ˈeksəsaɪz/ *verb* **1** [I] to do some form of physical activity in order to stay fit and healthy உடல் தகுதி மற்றும் உடல்நலம் பேணிக் காக்கும் பொருட்டு ஏதாவதொரு உடற்பயிற்சி மேற்கொள்; உடற்பயிற்சி செய் *It is important to exercise regularly.* **2** [T] to make use of sth, for example a power, right, etc. அதிகாரம், உரிமை போன்ற ஒன்றைப் பயன்படுத்து *You should exercise your right to vote.*

exert /ɪgˈzɜːt/ *verb* [T] **1** to make use of sth, for example influence, strength, etc., to affect sb/sth ஒருவர்/ஒன்றன் மீது பாதிப்பை அல்லது பயன் விளைவை ஏற்படுத்தும் பொருட்டுத் தனது செல்வாக்கு, ஆற்றல் போன்ற ஒன்றைப் பயன்படுத்து; தாக்கத்தை ஏற்படுத்தக்கூடிய முயற்சி மேற்கொள் *Parents exert a powerful influence on their children's opinions.* **2 exert yourself** to make a big effort கடுமுயற்சியில் ஈடுபடு *You won't make any progress if you don't exert yourself a bit more.*

exertion /ɪgˈzɜːʃn/ *noun* [U, C] using your body in a way that takes a lot of effort; sth that you do that makes you tired கடுமுயற்சியுடன் கூடிய உடலுழைப்பு; உழைப்பார்ந்த வினை செயல்; களைப்பூட்டும் செயல் முனைப்பு *I'm tired after the exertions of the past few days.*

exhale /eksˈheɪl/ *verb* [I, T] (*formal*) to breathe out the air, smoke, etc. in your lungs நுரையீரலிலுள்ளக் காற்று, புகை, முதலியவற்றை வெளிவிடு; மூச்சுவிடு ✪ **OPP inhale** ▶ **exhalation** /ˌekshəˈleɪʃn/ *noun* [U]

exhaust¹ /ɪgˈzɔːst/ *noun* **1** [U] the waste gas that comes out of a vehicle, an engine or a machine ஓர் ஊர்தி, இயந்திரம் அல்லது ஒரு விசைப்பொறியிலிருந்து வெளியேறும் பயன் தீர்ந்த வாயு; கழிவு வளி *car exhaust fumes/emissions* **2** [C] (*also* **exhaust pipe** *AmE* **tailpipe**) a pipe (particularly at the back of a car) through which waste gas escapes from an engine or machine ஓர் இயந்திரம் அல்லது ஒரு விசைப்பொறியிலிருந்து வெளிப்படும் கழிவு வளி வெளியேறுவதற்கான (குறிப்பாக விசையூர்தியின் பின்பகுதியில் உள்ள) குழாய்; கழிவு வளி போக்கிக் குழல்

exhaust² /ɪgˈzɔːst/ *verb* [T] **1** to make sb very tired ஒருவரை மிகவும் களைப்படையச் செய் *The long journey to work every morning exhausted him.* **2** to use sth up completely; to finish sth ஒன்றை முழுவதும் பயன்படுத்திவிடு; பயன்படுத்தித்தீர் *All the supplies of food have been exhausted.* **3** to say everything you can about a subject, etc. ஒரு பொருள், முதலியவை பற்றி இயன்ற அனைத்தையும் கூறிவிடு; யாவும் சொல்லித்தீர் *Well, I think we've exhausted that topic.*

exhausted /ɪgˈzɔːstɪd/ *adj.* very tired பெரிதும் களைப்புற்ற; முற்றும் சோர்வடைந்த; முழுதும் ஊக்கமிழந்த

exhausting /ɪgˈzɔːstɪŋ/ *adj.* making sb very tired மிகுதியாகக் களைப்பூட்டுகிற; பெரிதும் சோர்வடையச் செய்கிற; செயல் ஊக்கம் குன்றச் செய்கிற *Teaching young children is exhausting work.*

exhaustion /ɪgˈzɔːstʃən/ *noun* [U] the state of being extremely tired முற்றும் களைப்புற்ற நிலை; பெருஞ்சோர்வு

exhaustive /ɪgˈzɔːstɪv/ *adj.* including everything possible இயன்ற அனைத்தையும் உள்ளடக்கிய; ஒன்றுவிடாமல் யாவுமளாவிய *This list is certainly not exhaustive.*

exhibit¹ /ɪgˈzɪbɪt/ *noun* [C] an object that is shown in a museum, etc. or as a piece of evidence in a court of law அருங்காட்சியகம் முதலியவற்றில் உள்ள காட்சிப்பொருள் அல்லது நீதிமன்றத்தில் சான்றாகக் காட்டப்படும் பொருள்/சான்றாவணம்

exhibit² /ɪgˈzɪbɪt/ *verb* [T] **1** to show sth in a public place for people to enjoy or to give them information மக்கள் கண்டு களிப்பதற்காக அல்லது தகவல் அறிவிப்பாக ஒன்றைப் பொதுவிடத்தில் காட்சிக்கு வை அல்லது காட்சிப்படுத்து *His paintings have been exhibited in the local art gallery.* **2** (*formal*) to show clearly that you have a particular quality, feeling. etc. குறிப்பிட்ட பண்பு, உணர்வு, முதலியவற்றைத் தான் கொண்டிருப்பதைத் தெளிவாக வெளிப்படுத்து அல்லது திறந்துகாட்டு *The refugees are exhibiting signs of exhaustion and stress.*

exhibition /ˌeksɪˈbɪʃn/ *noun* **1** [C] a collection of objects, for example works of art, that are shown to the public பொதுமக்கள் பார்வைக்காக வைக்கப்படும் கலைப்பொருள்கள் போன்ற

பொருள்களின் தொகுப்பு; பொருட்காட்சி *Her paintings will be* ***on exhibition*** *in London for the whole of April.* **2** [C] an occasion when a particular skill is shown to the public குறிப்பிட்ட ஒரு தனிப்பயிற்சித் திறன் பொதுமக்கள் முன் காட்சிப்படுத்தப்படும் நிகழ்ச்சி; கலை நிகழ்ச்சி *We saw an exhibition of photographs last night.* **3** [*sing.*] (*formal*) the act of showing a quality, feeling, etc. ஒரு பண்புக் கூறு, ஓர் உணர்ச்சி, முதலியவற்றை வெளிப்படுத்துதல் அல்லது பிறர் அறியச் செய்தல் *The game was a superb exhibition of football at its best.*

exhibitor /ɪɡˈzɪbɪtə(r)/ *noun* [C] a person, for example an artist, a photographer, etc., who shows his/her work to the public தனது படைப்புகளைப் பொதுமக்கள் பார்வைக்கு வைக்கும் கவின்கலைஞர், நிழற்படக் கலைஞர் போன்ற ஒருவர்; காட்சிக்கு வைப்பவர்

exhilarate /ɪɡˈzɪləreɪt/ *verb* [T] (*usually passive*) to make sb feel very excited and happy ஒருவர் மன எழுச்சியும் இன்ப உணர்வும் அடையச் செய்; இன்பக் கிளர்ச்சியூட்டு; களிப்பூட்டு *We felt exhilarated by our walk along the beach.* ▶ **exhilarating** *adj.* ▶ **exhilaration** /ɪɡˌzɪləˈreɪʃn/ *noun* [U]

exhume /eksˈhjuːm/ *verb* [T] (*usually passive*) (*formal*) to remove a dead body from the ground especially in order to examine how the person died குறிப்பாக ஒருவர் இறந்த முறையை ஆராய்ந்தறிவதற்காக, அவரது உடலை மண்ணிலிருந்து பெயர்த்து எடு; புதைத்த பிணத்தை வெளியிலெடு ▶ **exhumation** /ˌekshjuːˈmeɪʃn/ *noun* [U]

exile /ˈeksaɪl/ *noun* **1** [U] the state of being forced to live outside your own country (especially for political reasons) (குறிப்பாக அரசியல் காரணங்களுக்காக) ஒருவர் வலுக்கட்டாயமாகத் தனது நாட்டை விட்டு வெளியில் வாழுமாறு செய்யப்பட்ட நிலை; நாடு கடத்தப்படுதல் *He went into exile after the revolution of 1968.* **2** [C] a person who is forced to live outside his/her own country (especially for political reasons) (குறிப்பாக அரசியல் காரணங்களுக்காக) நாடு கடத்தப்படுபவர் ➪ **refugee** பார்க்க. ▶ **exile** *verb* [T] (*usually passive*) *After the revolution the king was exiled.*

exist /ɪɡˈzɪst/ *verb* [I] **1** (*not used in the continuous tenses*) to be real; to be found in the real world; to live மெய்யானதாக இரு; உளதாயிரு; மெய்யான புற உலகில் காணப்படு; வாழ்ந்திரு *Dreams only exist in our imagination.* **2 exist (on sth)** to manage to live ஒருவழியாகச் சமாளித்து வாழ்; பிழைப்பு நடத்து *I don't know how she exists on the wage she earns.*

existence /ɪɡˈzɪstəns/ *noun* **1** [U] the state of existing உளதாயிருத்தல்; மெய்ம்மை நிலை; வாழ்தல் *How did the universe come* ***into existence****?* **2** [*sing.*] a way of living, especially when it is difficult குறிப்பாகக் கடினமான சூழ்நிலையில் நடத்தும், வாழ்க்கைமுறை; பிழைப்பு *They lead a miserable existence in a tiny flat in Delhi.*

existing /ɪɡˈzɪstɪŋ/ *adj.* (*only before a noun*) that is already there or being used; present முன்னரே உளதாயிருக்கிற; முன்பே பயன்பாட்டில் இருக்கிற *Under the existing law you are not allowed to work in this country.*

exit[1] /ˈeksɪt; ˈeɡzɪt/ *noun* [C] **1** a door or way out of a public building or vehicle ஒரு பொதுக்கட்டடத்தின் அல்லது ஓர் ஊர்தியின் கதவு அல்லது வெளிச்செல்லும் வழி *The emergency exit is at the back of the bus.* **2** the act of leaving sth ஒன்றை விட்டு வெளியேறுதல்; வெளியேற்றம் *If I see her coming I'll make a quick exit.* ✪ **OPP** பொருள்கள் 1 மற்றும் 2-ற்கு **entrance** **3** a place where traffic can leave a road or a highway to join another road மற்றொரு சாலையில் கூடுவதற்காகப் போக்குவரத்து ஒரு சாலையை அல்லது நெடுஞ்சாலையை விட்டுப் பிரியும் இடம் *At the roundabout take the third exit.*

exit[2] /ˈeksɪt; ˈeɡzɪt/ *verb* [I, T] (*formal*) to leave a place ஓரிடத்தை விட்டு நீங்கு; வெளியேறு *I exited the database and switched off the computer.*

exodus /ˈeksədəs/ *noun* [*sing.*] (*formal*) a situation in which many people leave a place at the same time ஒரே சமயத்தில் பலர் ஓரிடத்தை விட்டு வெளியேறும் நிலை; திரளான இடம்பெயர்வு/வெளியேற்றம்

exonerate /ɪɡˈzɒnəreɪt/ *verb* [T] (*formal*) (*usually passive*) to say officially that sb was not responsible for sth bad that happened தவறான ஒரு நிகழ்வுக்கு ஒருவர் பொறுப்பாளி அல்ல என முறைப்படி/அதிகாரபூர்வமாகக் கூறு; குற்றச்சாட்டிலிருந்து ஒருவரை விடுவி

exorbitant /ɪɡˈzɔːbɪtənt/ *adj.* (*formal*) (used about the cost of sth) much more expensive than it should be (ஒன்றன் விலையைப் பற்றிக் குறிப்பிடும்போது) இயல்பான விலையை விடப் பெரிதும் கூடுதலான; அளவு கடந்த விலையுள்ள; மட்டுமீறிய விலையான

exorcise /ˈeksɔːsaɪz/ verb [T] **1 exorcise sth (from sb/sth)** to make an evil spirit leave a place or sb's body by special prayers or ceremonies தனி வகையான வழிபாடுகள் வழியாக அல்லது சடங்குகளைப் பயன்படுத்தி ஒரு தீய ஆவியை ஓரிடத்தை அல்லது ஒருவரது உடலை விட்டு நீங்கச் செய்; மந்திரித்துப் பேயோட்டு *The ghost was exorcized from the house.* **2** (*written*) to remove sth that is bad or painful from your mind இன்னாத அல்லது வருத்தமூட்டுகிற ஒன்றை

மனதிலிருந்து அகற்று *She had managed to exorcise those unhappy memories from her mind.*
▶ **exorcism** /'eksɔ:sizəm/ *noun* [C, U]

exorcist /'eksɔ:sist/ *noun* [C] a person who makes evil spirits leave a place or sb's body by special prayers or ceremonies தனி வகையான பிரார்த்தனைகள் அல்லது சடங்குகள் வழியே தீய ஆவிகளை ஓரிடத்திலிருந்து அல்லது ஒருவர் உடலிலிருந்து வெளியேறச் செய்பவர்; பேயோட்டுபவர்

exoskeleton /'eksəʊskelɪtn/ *noun* [C] a hard outer covering that protects the bodies of certain animals, such as insects பூச்சிகள் போன்றச் சிலவகை விலங்குகளின் உடலுக்குக் காப்பாக அமையும் அவற்றின் உறுதியான புறத்தோடு ➪ **endoskeleton** பார்க்க.

exothermic /ˌeksəʊ'θɜ:mɪk/ *adj.* (*technical*) (used about a chemical reaction or process) producing heat (ஒரு வேதியியல் எதிர்வினையை அல்லது செயல்முறையைப் பற்றிக் குறிப்பிடும்போது) வெப்பத்தை உண்டாக்குகிற அல்லது வெளியிடுகிற ➪ **water** பதிவில் படம் பார்க்க.

exotic /ɪg'zɒtɪk/ *adj.* unusual or interesting because it comes from a different country or culture வேறொரு நாட்டிலிருந்து அல்லது பண்பாட்டிலிருந்து வந்ததாகையால், வழக்கத்திற்கு மாறாக இருக்கிற; விசித்திரமான *exotic plants/animals/fruits*

expand /ɪk'spænd/ *verb* [I, T] to become or to make sth bigger மேலும் பெரிதாகு அல்லது ஒன்றை மேலும் பெரிதாக்கு; விரிவடை; விரிவுபடுத்து *We hope to expand our business this year.* ✪ OPP **contract**
PHR V **expand on sth** to give more details of a story, plan, idea, etc. ஒரு புனைகதை, திட்டம், கருத்து, முதலியவற்றுக்கு மேலும் விவரங்கள் சேர்; விரிவுபடுத்தி எழுது

expanse /ɪk'spæns/ *noun* [C] a large open area (of land, sea, sky, etc.) (நிலம், கடல், வானம், முதலியவற்றின்) பரந்தகன்ற வெளி; அகல்வெளி; அகல்பரப்பு

expansion /ɪk'spænʃn/ *noun* [U] the action of becoming bigger or the state of being bigger than before மேலும் பெரிதாதல் அல்லது முன்பைவிடப் பெரிதாக இருத்தல்; விரிவடைதல்; விரிவடைந்த நிலை *The rapid expansion of the university has caused a lot of problems.*

expansive /ɪk'spænsɪv/ *adj.* (*formal*) (used about a person) talking a lot in an interesting way; friendly (ஒரு நபரைப் பற்றிக் குறிப்பிடும்போது) ஆர்வமூட்டக் கூடிய முறையில் மிகுதியாகப் பேசுகிற; தாராளமாகப் பேசிப் பழகுகிற

expatriate /ˌeks'pætriət/ (*informal* **expat**) *noun* [C] a person who lives outside his/her own country அயல் நாட்டில் வாழ்பவர்; குடிபெயர்ந்து வேறொரு நாட்டை வாழ்விடமாகக் கொண்டவர் *Indian expatriates in London*

expect /ɪk'spekt/ *verb* [T] **1** to think or believe that sb/sth will come or that sth will happen ஒருவர் வருவார்/ஒன்று வரும் அல்லது ஒன்று நிகழும் என நினை அல்லது நம்பு; எதிர்நோக்கு *I know the food's not so good, but what did you expect from such a cheap restaurant* (= it's not surprising)? ➪ **wait**[1] பதிவிலுள்ள குறிப்பைப் பார்க்க. **2 expect sth (from sb); expect sb to do sth** to feel confident that you will get sth from sb or that he/she will do what you want ஒருவரிடமிருந்து ஒரு பொருள் கிடைக்கும் என்று அல்லது தான் விரும்புவதை ஒருவர் செய்வார் என்று நம்பிக்கை கொண்டிரு; நம்பிக்கையுடன் எதிர்பார் *He expects a high standard of work from everyone.* **3** (*BrE*) (*not used in the continuous tenses*) to think that sth is true or correct; to suppose ஒன்று உண்மை அல்லது சரியானது எனக் கருது; ஒன்றற்கான சாத்தியம் அல்லது வாய்ப்பு உள்ளது என நம்பு *'Will you be able to help me later on?' I expect so.*

NOTE தொடர்வினை வடிவில் **expect** பயன்படுத்தப்படாவிட்டாலும், இதன் நிகழ்கால வினையெச்ச வடிவம் பெருவழக்காக உள்ளது—*She flung the door open, expecting to see Raghav standing there.*

expectancy /ɪk'spektənsi/ *noun* [U] the state of expecting sth to happen; hope ஒன்று நடக்கக்கூடுமென்ற எதிர்பார்ப்பு நிலை அல்லது நம்பிக்கை; ஒன்றை எதிர்நோக்கியிருத்தல் *a look/feeling of expectancy* ➪ **life expectancy** பார்க்க.

expectant /ɪk'spektənt/ *adj.* **1** thinking that sth good will happen; hopeful நலமான ஒன்று நடக்கக்கூடுமெனக் கருதுகிற; நம்பிக்கையுடன் காத்திருக்கிற; நல்லதை எதிர்நோக்கியிருக்கிற *an expectant audience • expectant faces* **2** pregnant கருவுற்ற *Expectant mothers need a lot of rest.* ▶ **expectantly** *adv.*

expectation /ˌekspek'teɪʃn/ *noun* (*formal*) **1** [U] **expectation (of sth)** the belief that sth will happen or come ஒன்று நிகழும் அல்லது வந்துசேரும் என்ற நம்பிக்கை; எதிர்பார்ப்பு *The dog was sitting under the table* ***in expectation*** *of food.* **2** [C, *usually pl.*] hope for the future எதிர்கால வாய்ப்பு வளம் பற்றிய நம்பிக்கை; வருங்கால இன்னலம் குறித்த ஆர்வ எதிர்பார்ப்பு *They had great expectations for their daughter, but she didn't really live up to them.*

IDM against/contrary to (all) expectation(s) very different to what was expected எதிர்பார்க்கப்பட்டதிலிருந்து பெரிதும் வேறுபட்ட/மாறான

not come up to (sb's) expectations to not be as good as expected எதிர்பார்க்கப்பட்ட அளவுக்கு நிறைவு தராதிரு; எதிர்பார்ப்பை எட்டாததாகு

expedient /ɪkˈspiːdiənt/ *adj.* (*formal*) (used about an action) convenient or helpful for a purpose, but possibly not completely honest or moral (ஒரு செயல் பற்றிக் குறிப்பிடுகையில்) குறிப்பிட்ட நோக்கத்திற்குப் பொருந்திய அல்லது துணைசெய்கிற ஆனால் நேர்மையுணர்வையோ ஒழுக்க நெறியையோ பெரும்பாலும் சார்ந்தமைந்திராத; வேளைக்கேற்ற *The government decided that it was expedient not to increase taxes until after the election.* ▶ **expediency** /-ənsi/ *noun* [U]

expedition /ˌekspəˈdɪʃn/ *noun* [C] **1** a long journey for a special purpose ஒரு சிறப்பு நோக்கத்திற்கான அல்லது குறிப்பிட்ட காரணத்தை முன்னிட்ட நீண்ட தூரப் பயணம் *a scientific expedition to Antarctica* **2** a short journey that you make for pleasure இன்ப நோக்கத்திற்கான சிறு பயணம்; இன்பச் சிற்றுலா *a fishing expedition*

expel /ɪkˈspel/ *verb* [T] (**expelling**; **expelled**) **1** to force sb to leave a country, school, club, etc. ஒருவரை ஒரு நாடு, பள்ளி, தனிமுறைக் கழகம்/மகிழ்வகம் முதலியவற்றிலிருந்து கட்டாயப்படுத்தி வெளியேறச் செய்; நிர்ப்பந்தப்படுத்தி வெளியேற்று *The government has expelled all foreign journalists.* **2** to send sth out by force வலிமையைப் பயன்படுத்தி ஒன்றை வெளியேற்று; புறந்தள்ளு *to expel air from the lungs* ➪ **expulsion** noun பார்க்க.

expend /ɪkˈspend/ *verb* [T] (*formal*) **expend sth (on sth)** to spend or use money, time, care, etc. in doing sth ஒன்றைச் செய்வதில் பணம், நேரம், கவனம் முதலியவற்றைச் செலவிடு அல்லது பயன்படுத்து

expendable /ɪkˈspendəbl/ *adj.* (*formal*) not considered important enough to be saved பாதுகாத்து வைக்கத்தக்க அளவுக்கு முக்கியமானதாகக் கருதப்படாத; செலவிட்டு அல்லது பயன்படுத்தித் தீர்க்கத் தக்க; இழந்துவிடத் தக்க *In a war human life is expendable.*

expenditure /ɪkˈspendɪtʃə(r)/ *noun* [U] [*sing.*] (*formal*) the act of spending money; the amount of money that is spent பணத்தைச் செலவிடுதல்; செலவிடப்பட்ட பணத்தொகை; செலவு *Government expenditure on education is very low.*

expense /ɪkˈspens/ *noun* **1** [C, U] the cost of sth in time or money கால அல்லது பண வகையில் ஒன்றற்கான செலவு *Running a car is a great expense.* **2 expenses** [*pl.*] money that is spent for a particular purpose குறிப்பிட்ட நோக்கத்திற்காகச் செலவிடப்படும் பணம்; செலவினம் *You can claim back your travelling expenses.*

IDM at sb's expense 1 with sb paying; at sb's cost ஒருவர் செலவிட; ஒருவரது செலவில் அல்லது இழப்புப் பொறுப்பில் *My trip is at the company's expense.* **2** against sb, so that he/she looks silly ஒருவரை அற்பமாக அல்லது கேலிப்பொருளாகத் தோன்றச் செய்யும் முறையில் அவருக்கு எதிராக *They were always making jokes at Savitha's expense.*

at the expense of sth harming or damaging sth ஒன்றுக்குத் துன்பம் அல்லது கேடு விளைவித்து; ஒன்றன் துன்பத்தில் அல்லது இழப்பில் *He was a successful business man, but it was at the expense of his family life.*

expensive /ɪkˈspensɪv/ *adj.* costing a lot of money பெருஞ்செலவு பிடிக்கிற; மிகு விலையுள்ள ✪ **OPP inexpensive** அல்லது **cheap** ▶ **expensively** *adv.*

experience[1] /ɪkˈspɪəriəns/ *noun* **1** [U] the things that you have done in your life; the knowledge or skill that you get from seeing or doing sth ஒருவர் தன் வாழ்க்கையில் செய்துள்ள செயல்கள்; ஒன்றைக் கண்டு அல்லது செய்து ஒருவர் பெறும் அறிவு அல்லது செயல்திறன்; அனுபவம்; அனுபவ அறிவு; பட்டறிவு *We all learn* ***by experience***. • *teaching experience* **2** [C] something that has happened to you (often something unusual or exciting) (பெரும்பாலும் வழக்கத்திற்கு மாறான அல்லது மனக்கிளர்ச்சியூட்டும் தன்மையிலான) ஒருவருக்கு நேர்ந்த அல்லது ஒருவர் சந்தித்த ஒன்று; தனிமுறை அனுபவம்; நேர்வறிவு *She wrote a book about her experiences in Africa.*

experience[2] /ɪkˈspɪəriəns/ *verb* [T] to have sth happen to you; to feel ஒரு நேர்வுக்கு உள்ளாகு; கண்கூடாயறி; பட்டறி; அனுபவம் கொள் *to experience pleasure/pain/difficulty*

experienced /ɪkˈspɪəriənst/ *adj.* having the knowledge or skill that is necessary for sth ஒன்றற்குத் தேவையான அறிவு அல்லது பயிற்சித்திறன் கொண்டிருக்கிற; தேர்ச்சித் திறமையுடைய; அனுபவம் வாய்ந்த *He's an experienced diver.* ✪ **OPP inexperienced**

experiment[1] /ɪkˈsperɪmənt/ *noun* [C, U] a scientific test that is done in order to get proof of sth or new knowledge ஒன்றிற்கான சான்று விளக்கத்தையோ புதிய அறிவையோ பெறும் பொருட்டுச் செய்யப்படும் அறிவியல் சோதனை *to carry out/perform/conduct/do an experiment* • *We need to prove this theory* ***by experiment***. ▶ **experimentally** /ɪkˌsperiˈmentəli/ *adv.*

experiment[2] /ɪkˈsperɪmənt/ *verb* [I] **experiment (on/with sth)** to do tests to see if sth works or to try to improve it ஒன்றன் செயல்பாட்டைக் கண்டறிய அல்லது அதனை மேம்படுத்தும் முயற்சியாக சோதனைகள் செய் *Is it really necessary to experiment on animals?*

experimental /ɪkˌsperɪˈmentl/ *adj.* connected with experiments or trying new ideas அறிவியல் சோதனைகள் சார்ந்த; சோதனை முறையிலான; புதிய கருத்துகளைச் சோதித்துப் பார்த்தல் தொடர்பான *We're still at the experimental stage with the new product. • experimental schools*

expert /ˈekspɜːt/ *noun* [C] **an expert (at/in/on sth)** a person who has a lot of special knowledge or skill பெருமளவு தனித்துறை அறிவு அல்லது தனித்திறனாற்றல் உடையவர்; தனித்துறை ஒன்றில் கைதேர்ந்தவர்; துறை நிபுணர்; வல்லுநர் *She's a leading expert in the field of genetics. • a computer expert* ▶ **expert** *adj. He's an expert cook.* ▶ **expertly** *adv.*

expertise /ˌekspɜːˈtiːz/ *noun* [U] a high level of special knowledge or skill உயரளவான தனித்துறை அறிவு அல்லது சிறப்புப் பயிற்சித் திறமை; நிபுணத்துவம்; வல்லமை

expert system *noun* [C] (*computing*) a computer system that can provide information and expert advice on a particular subject. The program asks the people who use it a series of questions about their problem and gives them advice based on its store of knowledge குறிப்பிட்ட துறை சார்ந்த தகவலும் வல்லுநர் நிலை ஆலோசனையும் வழங்கக் கூடிய கணினி அமைப்பு. இவ்வகையான வல்லுநர் அமைப்பு நிரல் தனது தேக்ககத்திலுள்ள அறிவுத் தொகுப்பின் அடிப்படையில் பயனீட்டாளரிடம் அவரது பிரச்சினை பற்றி வரிசையாகக் கேள்விகள் கேட்டு உரிய ஆலோசனை வழங்கக் கூடியது *expert systems to aid medical diagnosis*

expire /ɪkˈspaɪə(r)/ *verb* [I] (*formal*) **1** (used about an official document, agreement, etc.) to come to the end of the time when you can use it or in which it has effect (ஒரு பணிமுறை ஆவணம், ஓர் உடன்படிக்கை, முதலியவற்றைப் பற்றிக் குறிப்பிடும்போது) பயன்பாட்டுக் காலம் அல்லது பயன்விளைவுக் காலம் முடிவுக்கு வா; முடிவுறு; அவதி கடந்து செல்லாததாகிவிடு *My passport's expired. I'll have to renew it.* ✪ SYN **run out** **2** (*literary*) to die இறந்துபோ

expiry /ɪkˈspaɪəri/ *noun* [U] the end of a period when you can use sth ஒன்றன் பயன்பாட்டுக் காலத்தின் அல்லது பயன்விளைவுக் காலத்தின் முடிவு; கால எல்லை கடப்பு; கால அவதி *The expiry date on this medicine was November 2009.*

explain /ɪkˈspleɪn/ *verb* [I, T] **explain (sth) (to sb) 1** to make sth clear or easy to understand ஒன்றைத் தெளிவுபடுத்து அல்லது விளக்கு; விளக்கியுரை *I don't understand this. Can you explain it to me?* **2** to give a reason for sth ஒன்றற்குக் காரணம் கூறு; விளக்கம் அளி *The manager explained to the customers why the goods were late.*

IDM explain yourself 1 to give reasons for your behaviour, especially when it has upset sb தனது நடத்தை, குறிப்பாக ஒருவருக்குக் கவலையையும் துன்பத்தையும் ஏற்படுத்தும் நிலையில், அதற்கான காரணங்களைக் கூறு/சமாதானம் கூறு **2** to say what you mean in a clear way தனது எண்ணத்தை/தான் நினைப்பதைத் தெளிவான முறையில் கூறு; தெளிவுபடுத்து

PHR V explain sth away to give reasons why sth is not your fault or is not important ஒரு தவற்றுக்கு தான் பொறுப்பாளி அல்ல அல்லது ஒன்று முக்கியமானதல்ல என்பதற்கான காரணங்கள் கூறு

explanation /ˌekspləˈneɪʃn/ *noun* **1** [C, U] **an explanation (for sth)** a statement, fact or situation that gives a reason for sth ஒன்றற்கான காரண விளக்கமாக அமையும் வாசகம், அறிக்கை, மெய்ம்மை அல்லது சூழ்நிலை; விளக்கம்; சமாதானம் *He could not give an explanation for his behaviour.* **2** [C] a statement or a piece of writing that makes sth easier to understand ஒன்றைப் புரிந்துகொள்வதை மேலும் எளிதாக்கும் கூற்று அல்லது எழுத்து வடிவ வாசகம்; விளக்கம் *That idea needs some explanation.*

explanatory /ɪkˈsplænətri/ *adj.* giving an explanation விளக்கமாக அமைகிற; விளங்கவைக்கிற *Those instructions are self-explanatory* (= they don't need explaining).

expletive /ɪkˈspliːtɪv/ *noun* [C] (*formal*) a word, especially a rude word, that you use when you are angry or in pain சினம் அல்லது துன்பத்திற்கு ஆட்பட்ட நிலையில் பயன்படுத்தப்படும், பெரும்பாலும் கடுமையான, சொல்; உணர்வுக் கொந்தளிப்பின்போது கூறப்படும் சொல்; கடுமொழி ✪ SYN **swear word**

explicable /ɪkˈsplɪkəbl; ˈeksplɪkəbl/ *adj.* that can be explained விளக்கப்படத்தக்க; விளங்கவைக்கக் கூடிய *Kartikeyan's strange behaviour is only explicable in terms of the stress he is under.* ✪ OPP **inexplicable**

explicit /ɪkˈsplɪsɪt/ *adj.* **1** clear, making sth easy to understand தெளிவான; புரிந்துகொள்வதற்கு ஏற்ப எளிதான; விளக்கமான *She was quite explicit about her feelings on the subject.* ⇨ **implicit** பார்க்க. **2** not hiding anything மூடி மறைக்காத; வெளிப்படையான ▶ **explicitly** *adv. He was explicitly forbidden to stay out later than midnight.*

explode /ɪk'spləʊd/ *verb* [I, T] to burst with a loud noise உரத்த ஒலியுடன் வெடி அல்லது ஒன்றை வெடிக்கச் செய் *The army exploded the bomb at a safe distance from the houses.* (*figurative*) • *My father exploded* (= became very angry) *when I told him how much the car would cost to repair.* ➪ **explosion** noun பார்க்க.

exploit¹ /ɪk'splɔɪt/ *verb* [T] **1** to use sth or to treat sb unfairly for your own advantage தனது ஆதாயத்திற்காக ஒன்றை நேர்மையற்ற முறையில் பயன்படுத்து அல்லது ஒருவரை நேர்மையற்ற முறையில் நடத்து *Some employers exploit foreign workers, making them work long hours for low pay.* **2** to develop sth or make the best use of sth ஒன்றைப் புதுப் பயன்பாட்டிற்குக் கொண்டுவா; ஒன்றிலிருந்து புதுவளம் பெறு ஒன்றை மிகச் சிறப்பான முறையில் பயன்படுத்து; ஒன்றிலிருந்து மிகுநலம் பெறு *Solar energy is a source of power that needs to be exploited more fully.* ▶ **exploitation** /ˌeksplɔɪ'teɪʃn/ *noun* [U] *They're making you work 80 hours a week? That's exploitation!*

exploit² /'eksplɔɪt/ *noun* [C] something exciting or interesting that sb has done ஒருவர் செய்துள்ள மனக்களர்ச்சியூட்டும் அல்லது மனங்கொள்ளத்தக்க செயல்; துணிசெயல்; அருஞ்செயல்

exploration /ˌeksplə'reɪʃn/ *noun* [C, U] the act of travelling around a place in order to learn about it ஓரிடத்தைப் பற்றி அறிந்துகொள்ள அவ்விடத்தின் எல்லாப் பக்கங்களையும் சுற்றிப்பார்த்தல், இட ஆய்வு/முற்றாய்வுப் பயணம் *space exploration*

exploratory /ɪk'splɒrətri/ *adj.* done in order to find sth out ஒன்றைப் புதிதாகக் கண்டறிவதற்காகச் செய்யப்படுகிற; புத்தாய்வு முறையிலான *The doctors are doing some exploratory tests to try and find out what's wrong.*

explore /ɪk'splɔː(r)/ *verb* [I, T] to travel around a place, etc. in order to learn about it ஓரிடம், முதலியவற்றைப் பற்றி அறிந்துகொள்வதற்காக அதனைச் சுற்றிப்பார்; இட ஆய்வுப் பயணம் மேற்கொள் *I've never been to Paris before—I'm going out to explore.* (*figurative*) • *We need to explore* (= look carefully at) *all the possibilities before we decide.*

explorer /ɪk'splɔːrə(r)/ *noun* [C] a person who travels around a place in order to learn about it ஓரிடத்தைப் பற்றி அறிந்துகொள்ள அதனைச் சுற்றிப்பார்க்கச் செல்பவர்; இட ஆய்வுப் பயணம் மேற்கொள்பவர்; இடப் புத்தாய்வாளர்

explosion /ɪk'spləʊʒn/ *noun* [C] **1** a sudden and extremely violent release of energy or bursting மிகையான வலுவுடன் திடீரென்று ஏற்படும் ஆற்றலின் வெளிப்பாடு அல்லது வெடிப்பு *nuclear explosion* • *Two people were killed in the explosion.* **2** a sudden dramatic increase in sth ஒன்றில் ஏற்படும் எதிர்பாராத, குறிப்பிடத்தக்க பெருக்கம்; திடீர்ப் பெருக்கம் *the population explosion* **3** a sudden very loud noise திடீரென ஏற்படும் மிக பலத்த ஓசை; வெடிப்பொலி *an explosion of laughter/rage* ➪ **explode** verb பார்க்க.

explosive¹ /ɪk'spləʊsɪv/ *adj.* **1** capable of exploding and therefore dangerous பேரொலியுடன் வெடிக்கக் கூடியதும் ஆபத்தானதுமான *Hydrogen is highly explosive.* **2** causing strong feelings or having dangerous effects அழுத்தமான/கடுமுனைப்பான உணர்ச்சிகளைத் தூண்டக்கூடிய அல்லது ஆபத்தான பின்விளைவுகளைக் கொண்டுள்ள

explosive² /ɪk'spləʊsɪv/ *noun* [C] a substance that is used for causing explosions வெடிகளில் பயன்படுத்தப்படும் பொருள்; வெடி மருந்து

exponent /ɪk'spəʊnənt/ *noun* [C] **1** a person who supports an idea, a theory, etc. and persuades others that it is good ஒரு கருத்து, கோட்பாடு, முதலியவற்றின் சார்பாக நின்று, மற்றவர்களுக்கு அதன் நலமான தன்மையில் அறிவார்ந்த நம்பிக்கை ஊட்டுபவர்; ஒன்றன் பற்றார்ந்த ஆதரவாளர் *She was a* ***leading exponent*** *of free trade during her political career.* **2** a person who is able to perform a particular activity with skill குறிப்பிட்ட ஒரு செயலுக்குரிய பயில்திறம் வாய்ந்தவர்; தனித் திறனாற்றல் பெற்றவர்; நிபுணர் *the most famous exponent of Bharatnatyam* **3** (in mathematics) a small number or symbol that shows how many times a quantity must be multiplied by itself (கணிதவியலில்) குறிப்பிட்ட எண்ணிக்கை/தொகை அதனாலேயே எத்தனை முறை பெருக்கப்பட வேண்டும் என்பதைக் காட்டும் ஒரு சிற்றெண் அல்லது குறியீடு; அடுக்கெண்; அடுக்குக் குறி

export¹ /ɪk'spɔːt/ *verb* [I, T] **1** to send goods, etc. to another country, usually for sale வழக்கமாக விற்பனைக்காக, வணிகச் சரக்குகள், முதலியவற்றை வேறொரு நாட்டிற்கு அனுப்பு; ஏற்றுமதி செய் *India exports tea and cotton.* ✪ OPP **import** **2** (*computing*) to move information from one program to another ஒரு கணிப்பொறி நிரலிலிருந்து தகவலை மற்றொன்றுக்கு நகர்; நகர்த்து

export² /'ekspɔːt/ *noun* **1** [U] sending goods to another country for sale விற்பனைக்காக வணிகச் சரக்குகளை வேறொரு நாட்டிற்கு அனுப்புதல்; ஏற்றுமதி *Most of our goods are produced for export.* • *the export trade* **2** [C, *usually pl.*] something that is sent to another country for sale விற்பனைக்காக வேறொரு நாட்டிற்கு அனுப்பப்படும் பொருள்; ஏற்றுமதிப் பண்டம்

What are India's main exports? ✪ OPP **import** ▶ **exporter** *noun* [C] *Japan is the largest exporter of electronic goods.* ✪ OPP **importer**

expose /ɪk'spəʊz/ *verb* [T] **1 expose sth (to sb); expose sb/sth (as sth)** to show sth that is usually hidden; to tell sth that has been kept secret வழக்கமாக மறைபொருளாக உள்ள ஒன்றை வெளிப்படுத்து; இரகசியமாக வைக்கப்பட்டுள்ள ஒன்றைக் கூறு *She didn't want to expose her true feelings to her family.* **2 expose sb/sth to sth** to put sb/sth or yourself in a situation that could be difficult or dangerous ஒருவரை/ஒன்றை அல்லது தன்னைத் துன்பம் அல்லது ஆபத்து நேரக்கூடிய ஒரு சூழ்நிலைக்கு உட்படுத்து; இடருக்குள்ளாக்கு *to be exposed to radiation/danger* **3 expose sb to sth** to give sb the chance to experience sth ஓர் அனுபவத்திற்கான அல்லது பட்டறிவுக்கான அல்லது நேருணர்வுக்கான வாய்ப்பை ஒருவருக்கு அளி *I like Kathak because I was exposed to it as a child.* **4** (in photography) to allow light onto the film inside a camera when taking a photograph (நிழற்படமெடுத்தல் வகையில்) படம் எடுக்கும்பொழுது நிழற்படக் கருவியினுள் உள்ள மென்தகட்டின் மேல் ஒளிவிழவிடு; நேரொளி விழச்செய்

exposed /ɪk'spəʊzd/ *adj.* (used about a place) not protected from the wind and bad weather (ஓரிடத்தைப் பற்றிக் குறிப்பிடுகையில்) காற்று மற்றும் மோசமான வானிலையிலிருந்து காப்புசெய்யப்படாத; காப்பற்ற; திறந்த வெளியான

exposure /ɪk'spəʊʒə(r)/ *noun* **1** [U, C] the act of making sth public; the thing that is made public ஒன்றைப் பலரும் அறிய வெளிப்படுத்துதல்; காட்சிப்படுத்தல்; வெளிப்படுத்தப்பட்ட ஒன்று *The politician resigned because of the exposures about his private life.* **2** [U] being allowed or forced to experience sth குறிப்பிட்ட அனுபவத்திற்கு/பட்டறிவுக்கு/நேருணர்வுக்கு ஒருவரை உட்படுத்தல் அல்லது வலுக்கட்டாயமாக ஒருவரை உட்படுத்துதல்; ஓர் அனுபவத்தைப் பெற வாய்ப்பளித்தல் *Exposure to radiation is almost always harmful.* **3** [U] a harmful condition when a person becomes very cold because he/she has been outside in very bad weather மிக மோசமான வானிலையில் ஒருவர் வெளியில் இருந்ததனால் கடுங்குளிருக்கு உட்பட்டு அவருக்கு ஏற்படும் இடரார்ந்த நிலை; மிகு குளிர் தாக்கத்தால் ஏற்படும் பாதிப்பு *The climbers all died of exposure.* **4** [C] the amount of film that is used when you take one photograph ஒரு நிழற்படம் எடுக்கப் பயன்படுத்தப்படும் மென்தகட்டின் எண்ணிக்கை *How many exposures are there on this film?*

express[1] /ɪk'spres/ *verb* [T] **1** to show sth such as a feeling or an opinion by words or actions உணர்ச்சி, கருத்து போன்றவற்றைச் சொற்களாகவோ செயல்களாகவோ வெளிப்படுத்து; உணர்ச்சி தெரியக்காட்டு; வெளிப்படுத்து *to express fears/concern about sth* **2 express yourself** to say or write your feelings, opinions, etc. தன்னுடைய உணர்ச்சிகள், கருத்துகள், முதலியவற்றைக் கூறு அல்லது எழுது; உள்ளக் கருத்தைத் தெரிவி *I don't think she expresses herself very well in that article.*

express[2] /ɪk'spres/ *adj., adv.* **1** going or sent quickly விரைந்து செல்கிற அல்லது அனுப்பப்படுகிற; விரைவாக *an express coach • We'd better send the parcel express if we want it to get there on time.* **2** (used about a wish, command, etc.) clearly and definitely stated (ஒரு விருப்பம், கட்டளை, முதலியவற்றைப் பற்றிக் கூறுகையில்) தெளிவாகவும் உறுதியாகவும் கூறப்படுகிற; திட்டவட்டமான *It was her express wish that he should have the picture after her death.*

express[3] /ɪk'spres/ (*also* **express train**) *noun* [C] a fast train that does not stop at all stations எல்லா நிலையங்களிலும் நின்று செல்லாத விரைவுத் தொடர்வண்டி

expression /ɪk'spreʃn/ *noun* **1** [C, U] something that you say that shows your opinions or feelings தனது கருத்துகளை அல்லது உணர்ச்சிகளை வெளிப்படுத்தும் முறையில் கூறப்படும் ஒன்று; கருத்து/உணர்ச்சி வெளிப்பாடு தோன்றக் கூறப்படுவது *an expression of gratitude/sympathy/anger* **2** [C] the look on a person's face that shows what he/she is thinking or feeling ஒருவரது எண்ணத்தை அல்லது உணர்ச்சியை வெளிப்படுத்தும் முறையிலான முகத் தோற்றம்; முக பாவம்; முகக் குறிப்பு *He had a puzzled expression on his face.* **3** [C] a word or phrase with a particular meaning குறிப்பிட்ட பொருளுடைய ஒரு சொல் அல்லது தொடர் *'I'm starving' is an expression meaning 'I'm very hungry'. • a slang/an idiomatic expression*

expressive /ɪk'spresɪv/ *adj.* showing feelings or thoughts உணர்ச்சிகளை அல்லது எண்ணங்களை வெளிப்படுத்துகிற; உணர்ச்சி/கருத்து வெளிப்பாடான *Dinesh has a very expressive face.* ▶ **expressively** *adv.*

expressly /ɪk'spresli/ *adv.* **1** clearly; definitely தெளிவாக; வெளிப்படையாக; திட்டவட்டமாக *I expressly told you not to do that.* **2** for a special purpose; specially குறிப்பிட்ட நோக்கத்திற்காக; தனிப்பட்ட ஒன்றிற்காக; சிறப்பு முறையில் *These scissors are expressly designed for left-handed people.*

expressway /ɪk'spresweɪ/ (*AmE*) = **motorway**

expulsion /ɪk'spʌlʃn/ *noun* [C, U] the act of making sb leave a place or an institution ஒருவரை ஓரிடத்தை விட்டு அல்லது ஒரு நிறுவனத்தை விட்டு நீங்கச் செய்தல்; வெளியேற்றுதல் *There have been three expulsions from school this year.* ➪ **expel** verb பார்க்க.

exquisite /'ekskwɪzɪt; ɪk'skwɪzɪt/ *adj.* extremely beautiful and pleasing பேரழகும் இன்னலமும் வாய்ந்த; மிகு நேர்த்தியான; எழில் நலம் மிக்க; வனப்பார்ந்த; சீரிய *I think that ring is exquisite.* ▶ **exquisitely** *adv.*

ext. *abbr.* extension number of a telephone தொலைபேசியின் விரிவு எண்; கிளைத் தொலைபேசி எண் *ext. 3492*

extend /ɪk'stend/ *verb* **1** [T] to make sth longer or larger (in space or time) (இட அல்லது கால வகையில்) ஒன்றன் நீளத்தை அல்லது அகல்-விரிவைக் கூட்டு; விரிவாக்கு *Could you extend your visit for a few days?* • *Since my injury I can't extend this leg fully* (= make it completely straight). **2** [I, T] to cover the area or period of time mentioned குறிப்பிட்ட இடப்பரப்பை அல்லது கால அளவைச் சென்றெட்டு; உள்ளடக்கு *The desert extends over a huge area of the country.* • *The company is planning to extend its operations into Asia.* **3** [T] (*formal*) to offer sth to sb ஒருவருக்கு ஒன்றைத் தர முன்வா; வழங்கும் குறிப்புத் தெரிவி *to extend hospitality/a warm welcome/an invitation to sb*

extension /ɪk'stenʃn/ *noun* [C] **1** an extra period of time that you are allowed for sth ஒன்றற்காக அனுமதிக்கப்படும் கூடுதல் கால அளவு; கால நீட்டிப்பு *I've applied for an extension to my work permit.* **2** a part that is added to a building ஒரு கட்டடத்தில் கூடுதலாகக் கட்டிச் சேர்க்கப்படும் பகுதி; விரிவாக்கம்; புதுவிரிவு *They're building an extension on the hospital.* **3** a telephone that is connected to a central telephone in a house or to a central point (**switchboard**) in a large office building ஒரு வீட்டின் மையத் தொலைபேசியுடன் அல்லது ஒரு பெரிய அலுவலகக் கட்டடத்திலுள்ள தொடர்பிணைப்புப் பலகையுடன் இணைக்கப்பட்ட தொலைபேசி; தொலைபேசி நீட்டிப்பு; கிளைத் தொலைபேசி *Can I have extension 4342, please?*

extensive /ɪk'stensɪv/ *adj.* **1** large in area or amount இடப்பரப்பில் அல்லது தொகையில் பெரிதான; விரிவான; பரந்தகன்ற, மிகுதியான; பரவலான; பெரும்படியான *Most of the buildings suffered extensive damage.* **2** (used about methods of farming) producing a small amount of food from a large area of land with a small amount of money and effort (பயிரிடல் முறைகளைப் பற்றிக் குறிப்பிடும்-போது) குறைந்த அளவு பண முதலும் உழைப்பும் இட்டு மிகுதியான நிலப்பரப்பில் குறைவான விளைச்சலைப் பெறுகிற *extensive agriculture* ➪ **intensive** பார்க்க. ▶ **extensively** *adv.*

extent /ɪk'stent/ *noun* [U] **the extent of sth** the length, area, size or importance of sth ஒன்றன் நீளம், பரப்பு, உருவளவு அல்லது முக்கியத்துவம்; பரப்பெல்லை; விரிவெல்லை; அளவு *I was amazed at the extent of his knowledge.* • *The full extent of the damage is not yet known.*

IDM **to a certain/to some extent** used to show that sth is only partly true (ஒன்று ஓரளவே உண்மையானது எனக் கூறப் பயன்படுத்தப்படுவது) ஓரளவுக்கு; பகுதியளவில்; சிறுபான்மை *I agree with you to a certain extent but there are still a lot of points I disagree with.*

to what extent how far; how much எந்த அளவுக்கு; எந்த அளவு; எந்த அளவில்; எவ்வளவு; எவ்வளவு தூரம்; எதுவரை *I'm not sure to what extent I believe her.*

exterior¹ /ɪk'stɪəriə(r)/ *adj.* on the outside வெளிப்பக்கத்தில் இருக்கிற *the exterior walls of a house* ✪ OPP **interior**

exterior² /ɪk'stɪəriə(r)/ *noun* [C] the outside of sth; the appearance of sb/sth ஒன்றன் வெளிப்பக்கம்; புறம்; ஒருவருடைய/ஒன்றன் வெளித்தோற்றம்; புற வடிவம் *The exterior of the house is fine but inside it isn't in very good condition.*

exterminate /ɪk'stɜːmɪneɪt/ *verb* [T] to kill a large group of people or animals பெருந்தொகுதியான மனிதர்களை அல்லது விலங்குகளைக் கொல்; பூண்டோடழி ▶ **extermination** /ɪkˌstɜːmɪ'neɪʃn/ *noun* [U]

external /ɪk'stɜːnl/ *adj.* **1** connected with the outside of sth ஒன்றன் வெளிப்பகுதியைச் சார்ந்த அல்லது வெளிப்பகுதிக்குரிய *The cream is for external use only* (= to be used on the skin). **2** coming from another place வேறோரிடத்திலிருந்து வருகிற; அயலான; வெளி வரவான *You will be tested by an external examiner.* ✪ OPP **internal** ▶ **externally** /ik'stɜːnəli/ *adv.*

extinct /ɪk'stɪŋkt/ *adj.* **1** (used about a type of animal, plant, etc.) no longer existing (விலங்கு, தாவரம், முதலியவற்றின் ஒரு வகையைக் குறிப்பிடுகையில்) இல்லாதுபோன; அழிந்துவிட்ட; மரபற்றழிந்த *Tigers are nearly extinct in the wild.* **2** (used about a volcano) no longer active (எரிமலை வகையில்) எழுச்சி அடங்கிய; சீற்றம் தணிந்துவிட்ட; செயலற்ற ▶ **extinction** /ɪk'stɪŋkʃn/ *noun* [U] *The giant panda is in danger of extinction.*

extinguish /ɪkˈstɪŋgwɪʃ/ *verb* [T] (*formal*) to cause sth to stop burning ஒன்றன் எரிவு நின்றுபோகச் செய்; அணை *The fire was extinguished very quickly.* ✪ SYN இச்சொல்லின் முறைசார்பு குறைந்த வழக்கு **put out** என்பதாகும். ▶ **extinguisher = fire extinguisher**

extort /ɪkˈstɔ:t/ *verb* [T] (*formal*) **extort sth (from sb)** to get sth by using threats or violence அச்சுறுத்தி அல்லது வன்முறையைப் பயன்படுத்தி ஒன்றை அடை; பறி *The gang were found guilty of extorting money from small businesses.* ▶ **extortion** *noun* [U]

extortionate /ɪkˈstɔ:ʃənət/ *adj.* (used especially about prices) much too high (குறிப்பாக விலைகளைப் பற்றிக் குறிப்பிடும்போது) மிக உயர்ந்த; மட்டு மீறிய; பெரிதும் மிகையளவான

extra[1] /ˈekstrə/ *adj.*, *adv.* more than is usual, expected, or than exists already வழக்கமானதை விட, எதிர்பார்த்ததை விட அல்லது ஏற்கனவே உள்ளதைவிட அதிகமான; மிகைப்படியான *I'll need some extra money for the holidays.*

extra[2] /ˈekstrə/ *noun* [C] **1** something that costs more, or that is not normally included மிகை விலைக்குரிய அல்லது இயல்பாக உள்ளடங்காத ஒன்று; மிகைக் கட்டணத்துக்குரியது *Optional extras such as colour printer, scanner and modem are available on top of the basic package.* **2** a person in a film, etc. who has a small unimportant part, for example in a crowd திரைப்படம், முதலியவற்றில் கூட்டத்தில் ஒருவராகத் தோன்றுபவர் போன்ற, முக்கியமல்லாத சிறு பாத்திரம்; குழு நடிகர்; துணைமிகை நடிகர்

extra- /ˈekstrə/ *prefix* (*in adjectives*) **1** outside; beyond வெளிப்புற; புறம்பான; அப்பால் உள்ள; அப்பாற்பட்ட *extramarital affair • extraterrestrial beings* **2** very; more than usual வழக்கமானதை விட அதிகமான; மிகைப்படியான *extra-thin • extra-special*

extract[1] /ɪkˈstrækt/ *verb* [T] (*formal*) to take sth out, especially with difficulty பெரும்பாலும் சிரமப்பட்டு, ஒன்றை வெளியே எடு; வலிந்து வெளிக்கொணர் *I think this tooth will have to be extracted. • I wasn't able to extract an apology from her.*

extract[2] /ˈekstrækt/ *noun* [C] a part of a book, piece of music, etc., that has often been specially chosen to show sth ஒரு நூல், ஓர் இசை, முதலியவற்றில் பெரும்பாலும் குறிப்பிட்ட ஒன்றைச் சுட்டிக் காட்டுவதற்காக அதிலிருந்து தனிப்பட தேர்வு செய்யப்பட்ட பகுதி *The newspaper published extracts from the controversial novel.*

extraction /ɪkˈstrækʃn/ *noun* (*formal*) **1** [C, U] the act of taking sth out ஒன்றை வலிந்து வெளிக்கொணர்தல்; பிடுங்குதல்; ஒன்றன் பகுதியைப் பிரித்தெடுத்தல் *extraction of salt from the sea* **2** [U] family origin குடும்ப மூலம்; குடிவழி; தோற்ற நிலை *He's an American citizen but he's of Indian extraction.*

extra-curricular /ˌekstrə kəˈrɪkjələ(r)/ *adj.* not part of the normal course of studies (**curriculum**) in a school or college பள்ளி அல்லது கல்லூரியில் பாடத்திட்டத்தின் வழக்கமான பகுதியாக இல்லாத; பாடத்திட்டத்துக்குப் புறம்பான; பாட மிகைக்கூறான *The school offers many extra-curricular activities such as sport, music, drama, etc.*

extradite /ˈekstrədaɪt/ *verb* [T] to send a person who may be guilty of a crime from the country in which he/she is living to the country which wants to put him/her on trial for the crime குற்றம் சாட்டப்பட்ட ஒருவரை அவர் தங்கி வாழும் நாட்டிலிருந்து அவரை வழக்கு விசாரணைக்கு உட்படுத்த விரும்பும் நாட்டிற்கு அனுப்பு; தன் நாட்டிலுள்ள குற்றவாளியை விசாரணைக்குரிய நாட்டிடம் ஒப்படை *The suspected terrorists were captured in Spain and extradited to India.* ▶ **extradition** /ˌekstrəˈdɪʃn/ *noun* [C, U]

extraordinary /ɪkˈstrɔ:dnri/ *adj.* **1** very unusual இயல்பு கடந்த; அசாதாரணமான *an extraordinary ability.* **2** not what you would expect in a particular situation; very strange குறிப்பிட்ட சூழ்நிலையில் தான் எதிர்பார்க்கும் ஒன்றாக இல்லாத; வழக்கமீறிய; விசித்திரமான *That was extraordinary behaviour for a teacher!* ✪ OPP **ordinary** ▶ **extraordinarily** /ɪkˈstrɔ:dnrəli/ *adv. He was an extraordinarily talented musician.*

extrapolate /ɪkˈstræpəleɪt/ *verb* [I, T] **extrapolate (sth) (from/to sth)** (*formal*) to form an opinion or make a judgement about a situation by using facts that you know from a different situation வேறொரு சூழ்நிலையிலிருந்து பெறப்பட்ட உண்மைகளைப் பயன்படுத்தி ஒரு சூழ்நிலையைப் பற்றி ஒரு கருத்தை எட்டு அல்லது ஒரு முடிவுக்கு வா *We have extrapolated the results from research done in other countries.* ▶ **extrapolation** /ɪkˌstræpəˈleɪʃn/ *noun* [U, C] *Their age can be determined by extrapolation from their growth rate.*

extraterrestrial /ˌekstrətəˈrestriəl/ *noun* [C] (in stories) a creature that comes from another planet; a creature that may exist on another planet (புனைகதைகளில்) வேறொரு கோளிலிருந்து வந்த உயிரினம்; வேறொரு கோளுக்கு உரியதாகக் கருதத்தக்க உயிரினம் ▶ **extraterrestrial** *adj.*

extravagant /ɪkˈstrævəgənt/ *adj.* **1** spending or costing too much money மட்டுமீறிச் செலவு

செய்கிற; ஊதாரித்தனமான; மட்டுமீறிய விலையுடைய *an extravagant present* **2** exaggerated; more than is usual, true or necessary மிகைப்படுத்தப்பட்ட; மெய்ம்மை நிலைக்கு அப்பால் செல்கிற; நம்பத் தகாத *The advertisements made extravagant claims for the new medicine.* ▶ **extravagance** *noun* [C, U] ▶ **extravagantly** *adv.*

extreme /ɪk'stri:m/ *adj.* **1** (*only before a noun*) the greatest or strongest possible உச்ச உயர்நிலையான; கடுமுனைப்பான; மட்டுமீறிய; தீவிரமான *extreme heat/difficulty/poverty* **2** much stronger than is considered usual, acceptable, etc. வழக்கமான அல்லது ஏற்புக்குரிய நிலையை விடத் தீவிரமான/அழுத்தமான/முனைப்புடைய *Her extreme views on immigration are shocking to most people.* **3** (*only before a noun*) as far away as possible from the centre in the direction mentioned குறிப்பிட்ட திசையில் மையத்திலிருந்து உச்ச உயர் தொலைவு தள்ளியுள்ள; ஒன்றன் புறக்கோடியான *There could be snow in the extreme north of the country.* ➪ **moderate** மற்றும் **radical** பார்க்க. ▶ **extreme** *noun* [C]

extremely /ɪk'stri:mli/ *adv.* very மிகவும்; பெரிதளவில்; மிக்க *Listen carefully because this is extremely important.*

extreme sport *noun* [C] a very dangerous sport or activity which some people do for fun சிலர் மகிழ்ச்சிக்காக/இன்பப் பொழுதுபோக்காக ஈடுபடும் மிகவும் ஆபத்தான விளையாட்டு அல்லது செயல்

extremist /ɪk'stri:mɪst/ *noun* [C] a person who has extreme political opinions தீவிரமான அரசியல் கருத்துகள் கொண்டுள்ளவர்; தீவிரவாதி ➪ **moderate** மற்றும் **radical** பார்க்க. ▶ **extremism** *noun* [U]

extremity /ɪk'streməti/ *noun* [C] (*pl.* **extremities**) the part of sth that is furthest from the centre ஒன்றன் மையத்திலிருந்து உச்ச உயர்தொலைவிலுள்ள அதன் பகுதி; உச்ச எல்லை

extricate /'ekstrɪkeɪt/ *verb* [T] to manage to free sb/sth from a difficult situation or position ஒரு சிக்கலான சூழ்நிலை அல்லது ஓர் இக்கட்டான நிலையிலிருந்து ஒருவரை/ஒன்றை முயன்று வெளிக்கொணர்; விடுவி

extrovert /'ekstrəvɜ:t/ *noun* [C] a person who is confident and full of life and who prefers being with other people to being alone தனித்திருப்பதை விடப் பிறருடன் கூடியிருப்பதை விரும்பும், தன்னம்பிக்கையும் ஊக்கமும் கொண்ட ஒருவர்; புறமுக நோக்காளர் ✪ OPP **introvert**

extrusive /ɪk'stru:sɪv/ *adj.* (*technical*) (used about rock) that has been pushed out of the earth by a volcano (பாறை பற்றிக் குறிப்பிடுகையில்) எரிமலையால் பூமியினுள்ளிருந்து வெளித்தள்ளப்பட்ட

exuberant /ɪg'zju:bərənt/ *adj.* (used about a person or his/her behaviour) full of energy and excitement (ஒரு நபரை அல்லது அவருடைய நடத்தையைப் பற்றிக் குறிப்பிடுகையில்) உணர்ச்சியூக்கம் பொங்குகிற ▶ **exuberance** *noun* [U]

eye[1] /aɪ/ *noun* [C] **1** one of the two organs of your body that you use to see with பொருள்களைப் பார்ப்பதற்கான உடலின் இரு உறுப்புகளில் ஒன்று; கண்; விழி ➪ **black eye** பார்க்க. **2** the ability to see sth பொருள்களைப் பார்க்கும் ஆற்றல்; பார்வைத் திறன் *He has sharp eyes* (= he can see very well). • *She has an eye for detail* (= she notices small details). **3** the hole at one end of a needle that the thread goes through ஊசியின் ஒரு முனையில் நூல் ஊடாகச் செல்லும் துளை; ஊசியின் காது

IDM **an eye for an eye** used to say that you should punish sb by doing to him/her what he/she has done to sb else வேறொருவருக்கு ஒருவர் செய்ததையே அவருக்குச் செய்து அவரைத் தண்டிக்க வேண்டும் எனக் கூறப் பயன்படுத்தப்படும் தொடர்; கண்ணுக்குக் கண்; பழிக்குப் பழி

as far as the eye can see ➪ **far**[2] பார்க்க.

be up to your eyes in sth (*informal*) to have more of sth than you can easily do or manage எளிதாகச் செய்ய அல்லது கையாள முடிவதை விட மிகுதியானதை எதிர்கொள்

before sb's very eyes in front of sb so that he/she can clearly see what is happening நிகழ்ந்துகொண்டிருப்பதை ஒருவர் தெளிவாகக் காணக்கூடிய முறையில் அவருக்கு முன்னால்; கண்ணெதிரிலேயே

cast an eye/your eye(s) over sb/sth ➪ **cast**[1] பார்க்க.

catch sb's attention/eye ➪ **catch**[1] பார்க்க.

cry your eyes out ➪ **cry**[1] பார்க்க.

have (got) your eye on sb to watch sb carefully to make sure that he/she does nothing wrong ஒருவர் தவறு செய்யாதிருப்பதை உறுதிப்படுத்திக்கொள்ளும் முறையில் அவரைக் கூர்ந்து கவனி; ஒருவரை விழிப்புடன் பார்த்துக்கொண்டிரு

have (got) your eye on sth to be thinking about buying sth ஒரு பொருளை வாங்குவதைப் பற்றி எண்ணிக்கொண்டிரு

in the eyes of sb/in sb's eyes in the opinion of sb ஒருவருடைய கருத்தின்படி; ஒருவருடைய நோக்கில் *She was still a child in her mother's eyes.*

in the public eye ➪ **public**[1] பார்க்க.

keep an eye on sb/sth to make sure that sb/sth is safe; to look after sb/sth ஒருவர்/ஒன்று

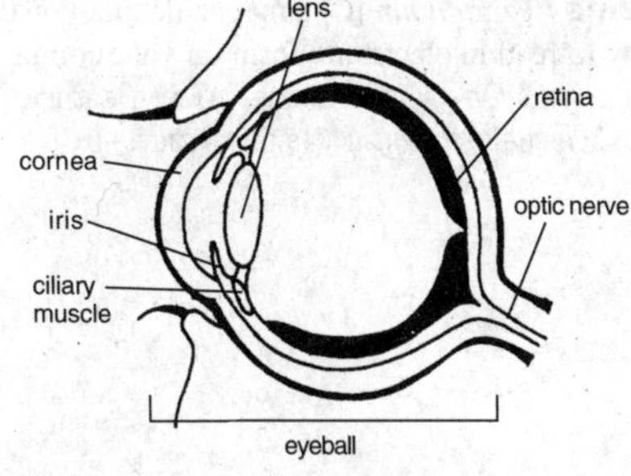

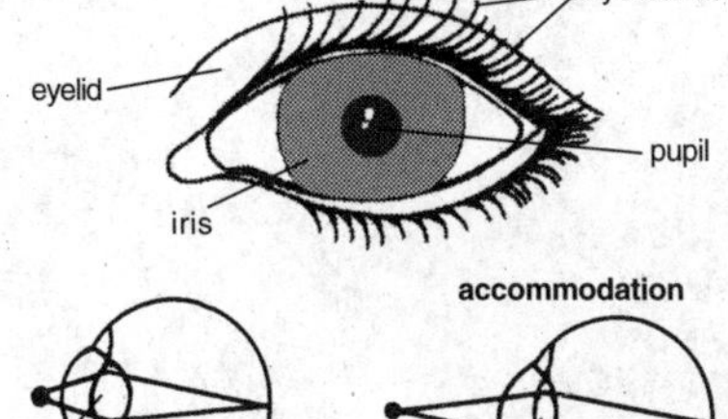

accommodation

lens

lens

viewing a close object

viewing a distant object

the eye

பாதுகாப்பாக இருப்பதை உறுதிசெய்துகொள்; ஒருவரை/ஒன்றைக் கவனமாகப் பார்த்துக்கொள் *Please could you keep an eye on the house while we're away?*

keep an eye open/out (for sb/sth) to watch or look out for sb/sth ஒருவரை/ஒன்றைத் தேடு; விழிப்புடன் எதிர்நோக்கியிரு

keep your eyes peeled/skinned (for sb/sth) to watch carefully for sb/sth ஒருவர்/ஒன்று குறித்து விழிப்புடன் அல்லது முன்னெச்சரிக்கையுடன் இரு

look sb in the eye ➪ **look¹** பார்க்க.

the naked eye ➪ **naked** பார்க்க.

not bat an eye ➪ **bat²** பார்க்க.

see eye to eye (with sb) ➪ **see** பார்க்க.

set eyes on sb/sth ➪ **set¹** பார்க்க.

turn a blind eye ➪ **blind¹** பார்க்க.

with your eyes open knowing what you are doing தான் செய்துகொண்டிருப்பது குறித்து உணர்ந்துள்ள நிலையில்; தனது செயல் பற்றிய அறிவுடன் *You went into the new job with your eyes open, so you can't complain now.*

eye² /aɪ/ *verb* [T] (*pres. part.* **eyeing** or **eying**; *pt*, *pp* **eyed**) to look at sb/sth closely ஒருவரை/ஒன்றைக் கூர்ந்து பார்; உன்னிப்பாக/அணுக்கமுடன் நோக்கு *She eyed him with suspicion.*

eyeball /ˈaɪbɔːl/ *noun* [C] the whole of your eye (including the part which is hidden inside the head) (உட்புறத்தில் மறைந்துள்ள பகுதியும் உள்ளடங்கிய) முழுமையான கண்பகுதி; கண்விழி

eyebrow /ˈaɪbraʊ/ *noun* [C] the line of hair that is above your eye கண்ணின் மேற்பகுதியிலுள்ள மயிர்க்கோடு; புருவம் ➪ **body** பதிவில் படம் பார்க்க.

IDM raise your eyebrows ➪ **raise** பார்க்க.

eye-catching *adj.* (used about a thing) attracting your attention immediately because it is interesting, bright or pretty (ஒரு பொருளைப் பற்றிக் குறிப்பிடுகையில்) ஆர்வத்தைத் தூண்டுவதான; ஒளிர்வுடன் அல்லது அழகாக இருப்பதால், உடனடியாகக் கவனத்தை ஈர்க்கிற; வசீகரமான; கவர்ச்சியான

eyeglasses /ˈaɪɡlɑːsɪz/ (*AmE*) = **glasses**

eyelash /ˈaɪlæʃ/ (*also* **lash**) *noun* [C] one of the hairs that grow on the edges of your eyelids கண்ணிமைகளின் விளிம்புகளில் வளரும் முடிகளில் ஒன்று; கண்ணிமை மயிர் ➪ **eye** பதிவில் படம் பார்க்க.

eye level *adj.* at the same height as sb's eyes when he/she is standing up ஒருவர் நின்றுகொண்டிருக்கும் நிலையில் அவரது கண்ணளவு உயரமுள்ள *an eye-level grill*

eyelid /ˈaɪlɪd/ (*also* **lid**) *noun* [C] the piece of skin that can move to cover your eye அசைந்து/இமைத்து கண்ணை மூடிக்கொள்ளக்கூடிய தோல் பகுதி; கண்ணிமை ➪ **eye** பதிவில் படம் பார்க்க.

IDM not bat an eyelid ➪ **bat²** பார்க்க.

eyeliner /ˈaɪlaɪnə(r)/ *noun* [U] colour that is put around the edge of sb's eyes with a type of pencil to make him/her look more attractive கவர்ச்சி ஊட்டுவதற்காக/ஒப்பனையாக ஒருவகை வரைகோலால் கண்களின் விளிம்பில் தீட்டப்படும் வண்ணம்

eye-opener *noun* [C] something that makes you realize the truth about sth ஒன்றைப் பற்றிய உண்மையை உணரவைப்பது; தெளிவூட்டும் ஒன்று

eyepiece /ˈaɪpiːs/ *noun* [C] the piece of glass (**lens**) at the end of a telescope or microscope that you look through தொலைநோக்கி அல்லது நுண்ணோக்கியின் முனையில் உள்ள, ஊடாகப் பார்வையைச் செலுத்துவதற்கான, கண்ணாடி வில்லை ➪ **laboratory** பதிவில் படம் பார்க்க.

eyeshadow /ˈaɪʃædəʊ/ *noun* [U] colour that is put on the skin above the eyes to make them look more attractive கவர்ச்சியூட்டுவதற்காக/ஒப்பனையாகக் கண்களின் மேல்பகுதியில் உள்ள தோல் மீது தீட்டப்படும் வண்ணம்

eyesight /ˈaɪsaɪt/ *noun* [U] the ability to see பார்வைத் திறம் *good/poor eyesight*

eyesore /ˈaɪsɔː(r)/ *noun* [C] something that is ugly and unpleasant to look at தூய்மைக்கேடான,

கண்ணுக்கு இனியதல்லாத ஒன்று; அருவருப்பூட்டும் காட்சி; கண்ணறாவியான பொருள் *All this litter in the streets is a real eyesore.*

eyewitness /ˈaɪwɪtnəs/ = **witness**[1] **1**

e-zine /ˈiːziːn/ *noun* [C] a magazine that you can pay to read in electronic form on your computer கட்டணம் செலுத்திக் கணினியில் மின்வடிவில் படிப்பதற்கான பருவ இதழ்; மின்னிதழ்

F f

F, f[1] /ef/ *noun* [C, U] (*pl.* **F's**; **f's** /efs/) the sixth letter of the English alphabet ஆங்கில நெடுங்கணக்கின் ஆறாவது எழுத்து *'Father' begins with (an) 'F'.*

F[2] *abbr.* **1** Fahrenheit தட்பவெப்ப நிலைகளை அளவிடுவதற்கான வெப்பமானியின் அளவுக் கூறுகளில் ஒன்று; ∴பாரென்ஹைட் *Water freezes at 32°F.* **2** (*also* **fem**) female; feminine பெண்; பெண்பால்; பெண்பால் சார்ந்த; பெண்பாலுக்குரிய

fable /ˈfeɪbl/ *noun* [C] a short story that teaches a lesson (**a moral**) and that often has animals as the main characters ஒரு நீதிக் கருத்தை மையமாகக் கொண்டதும், பெரும்பாலும் விலங்குகளை முக்கிய பாத்திரங்களாக உடையதுமான சிறுகதை வகை; நீதிக்கதை *Aesop's fables*

fabric /ˈfæbrɪk/ *noun* **1** [C, U] (a type of) cloth or soft material that is used for making clothes, curtains, etc. ஆடைகள், திரைச்சீலைகள், முதலியவற்றைத் தயாரிக்கப் பயன்படுத்தப்படும் (ஒரு வகைத்) துணி அல்லது மென்துகில்; நெசவு மூலப்பொருள்; நெய்பொருள் *cotton fabrics* **2** [*sing.*] the basic structure of a building or system ஒரு கட்டடம் அல்லது ஓரமைப்பின் அடிப்படைக் கட்டமைப்பு; கட்டுமானம் *The Industrial Revolution changed the fabric of society.*

fabricate /ˈfæbrɪkeɪt/ *verb* [T] (*usually passive*) **1** to invent something false in order to deceive people ஆட்களை ஏமாற்றும் நோக்கத்துடன் ஒன்றைப் பொய்யாக அல்லது கற்பனையாக உருவாக்கு; புனைந்து கூறு *According to the newspapers, the evidence was totally fabricated.* **2** (*technical*) to make or produce goods, equipment, etc. from various different materials வெவ்வேறு மூலப்பொருள்களிலிருந்து பொருள்கள், கருவிகள் முதலியவற்றைச் செய் அல்லது உருவாக்கு ➪ **manufacture** பார்க்க. ▶ **fabrication** /ˌfæbrɪˈkeɪʃn/ *noun* [C, U] *According the police, the evidence presented in the court was a complete fabrication.*

fabulous /ˈfæbjələs/ *adj.* **1** very good; excellent மிகவும் சிறப்பான; உயர்தரமான; நேர்த்தி வாய்ந்த; உன்னதமான *It was a fabulous concert.* **2** very great பேரளவிலான; நிறைந்த; ஏராளமான; வளமார்ந்த *fabulous wealth/riches/beauty*

facade (*also* **façade**) /fəˈsɑːd/ *noun* [C] **1** the front wall of a large building that you see from the outside பெரிய கட்டடம் ஒன்றினுடைய முன்புறச் சுவரின் வெளித்தோற்றம்; முகப்புத் தோற்றம்; முகப்பு **2** the way sb/sth appears to be, which is not the way he/she/it really is ஒருவரின்/ஒன்றின் மெய்யானதல்லாத வெளித்தோற்றம்/புறத்தோற்றம் *His good humour was just a facade.*

face[1] /feɪs/ *noun* [C] **1** the front part of your head; the expression that is shown on it தலையின் முன்பகுதி; முகம்; முகக் குறிப்பு; முகத்தில் தோன்றும் உணர்ச்சி வெளிப்பாடு; முகபாவம் *Her face lit up* (= showed happiness) *when he came into the room.* ➪ **body** பதிவில் படம் பார்க்க. **2** the front or one side of sth ஒன்றின் முன்புறம் அல்லது ஒரு பக்கம் *the north face of the mountain* • *He put the cards **face up/down** on the table.* • *a clock face* **3 -faced** (*used to form compound adjectives*) having the type of face or expression mentioned குறிப்பிட்ட வகை மாதிரியான முகத்தை அல்லது முகபாவத்தை உடைய *red/round/sour-faced*

IDM **face to face (with sb/sth)** close to and looking at sb/sth ஒருவருக்கு/ஒன்றுக்கு நெருக்கமாகவும் அவரை/அதனைப் பார்த்துக்கொண்டும் இருக்கிற; நேருக்கு நேரான; எதிரெதிரான

keep a straight face ➪ **straight**[1] பார்க்க.

lose face ➪ **lose** பார்க்க.

make/pull faces/a face (at sb/sth) to make an expression that shows that you do not like sb/sth ஒருவரை/ஒன்றை விரும்பாமையை வெளிப்படுத்தும் முறையிலான முகக் குறிப்புக் காட்டு; முகம் சுளி

make/pull faces to make rude expressions with your face அழகு காட்டு *The children made faces behind the teacher's back.*

put on a brave face; put a brave face on sth ➪ **brave**[1] பார்க்க.

save face ➪ **save**[1] பார்க்க.

to sb's face if you say sth to sb's face, you do it when that person is with you ஒருவர் உடனிருக்கும்போதே; முன்னிலையில்; நேரிடையாகவே ✪ OPP **behind sb's back**

face[2] /feɪs/ *verb* [T] **1** to have your face or front pointing towards sb/sth or in a particular direction ஒருவரை/ஒன்றை நோக்கி அல்லது குறிப்பிட்ட திசையில் முகத்தை அல்லது முன்பகுதியை வைத்திரு; ஒன்றை/ஒருவரை நோக்கியிரு *Can you all face the front, please?* **2** to have to deal with sth unpleasant; to deal with sb in a difficult situation மகிழ்வளிக்காத/இன்னாத ஒன்றைக் கையாள அல்லது

எதிர்கொள்ள வேண்டியிரு; ஒரு சிக்கலான சூழ்நிலையில் ஒருவரைக் கையாள்/சமாளி *He couldn't face going to work yesterday—he felt too ill.* **3** to need attention or action from sb கவனம் அல்லது நடவடிக்கை வேண்டியிரு *We are faced with a difficult decision.*

IDM **let's face it** (*informal*) we must accept it as true ஒன்றை நாம் உண்மை என்று ஏற்றுக்கொள்ள வேண்டும்; ஒன்றின் மெய்ம்மை நிலையை எதிர்கொண்டமைய வேண்டும் *Let's face it, we can't afford a holiday this year.*

PHR V **face up to sth** to accept a difficult or unpleasant situation and do sth about it சிக்கலான அல்லது இனியதல்லாத ஒரு சூழலை ஏற்றுக்கொண்டு அதிலிருந்து விடுபட/அதனைச் சீர்படுத்த ஒன்றைச் செய்

faceless /ˈfeɪsləs/ *adj.* without individual character or identity தனித்தன்மை/தனித்துவம் இல்லாத; தனிச் சிறப்பற்ற *faceless civil servants*

facelift /ˈfeɪslɪft/ *noun* [C] a medical operation that makes your face look younger முகம் இளமைத் தோற்றம் அடையச் செய்யும் அறுவை மருத்துவம் ➪ **plastic surgery** பார்க்க.

face-saving *adj.* (*only before a noun*) said or done in order to avoid looking silly or losing other people's respect இகழ்ச்சிக்குரிய முறையில் தோன்றுவதை அல்லது மற்றவர்கள் காட்டும் மரியாதையை இழப்பதைத் தவிர்ப்பதற்காகக் கூறப்படுகிற அல்லது செய்யப்படுகிற; மானத்தைக் காப்பாற்றிக் கொள்ளும் முறையிலான *In his interview, the captain made face-saving excuses for his team's defeat.*

facet /ˈfæsɪt/ *noun* [C] **1** one part or particular aspect of sth ஒன்றின் ஒரு பகுதி அல்லது குறிப்பிட்ட கூறு **2** one side of a precious stone மணிக்கல்லின் ஒரு பக்கம்; பட்டை

facetious /fəˈsiːʃəs/ *adj.* trying to be amusing about a subject at a time that is not appropriate so that other people become annoyed மற்றவர்கள் எரிச்சலடையும்படி, பொருத்தமற்ற நேரத்தில் ஒரு பொருள் பற்றி நகைப்பூட்ட முயல்கிற; கிண்டலான; கேலியான; குறும்புத்தனமான *He kept making facetious remarks during the lecture.* ▶ **facetiously** *adv.*

face value *noun* [U, *sing.*] the cost or value that is shown on the front of stamps, coins, etc. அஞ்சல் தலைகள், உலோக நாணயங்கள், முதலியவற்றின் முன்புறத்தில் குறிக்கப்பட்டிருக்கும் விலை அல்லது விலை மதிப்பு

IDM **take sb/sth at (its, his, etc.) face value** to accept sb/sth as it, he, etc. appears to be ஒருவர்/ஒன்று காணப்படும் நிலையிலேயே அவரை/அதனை ஏற்றுக்கொள்; வெளித்தோற்றத்தை நம்பு *Don't take his story at face value. There's something he hasn't told us yet.*

facial /ˈfeɪʃl/ *adj.* connected with a person's face ஒருவரது முகத்தோடு தொடர்புடைய; முகம் சார்ந்த *a facial expression* • *facial hair*

facile /ˈfæsaɪl/ *adj.* (used about a comment, argument, etc.) not carefully thought out (ஒரு விமர்சனம், கருத்து, விவாதம், முதலியவை பற்றிக் குறிப்பிடுகையில்) கவனமாய்ச் சிந்திக்கப்படாத; தீர எண்ணிப்பார்க்கப்படாத

facilitate /fəˈsɪlɪteɪt/ *verb* [T] (*formal*) to make sth possible or easier ஒன்றை இயலக்கூடியதாக்கு; எளிதாக்கு; ஒன்று நிகழ அல்லது எளிதாகத் துணைசெய்

facility /fəˈsɪləti/ *noun* (*pl.* **facilities**) **1 facilities** [*pl.*] a service, building, piece of equipment, etc. that makes it possible to do sth ஒன்றனைச் செய்வதை இயலுவதாக்கும்/சாத்தியமாக்கும் ஒரு சேவை, கட்டடம், செயற்கருவி முதலியன; வாய்ப்பு வசதிகள்; துணை நலங்கள் *Our town has excellent sports facilities* (= a stadium, swimming pool, etc.). **2** [C] an extra function or ability that a machine, etc. may have ஓர் இயந்திரம் முதலியவற்றில் இருக்கும் வாய்ப்புள்ள அதிகப்படியான/செயற்பாடு அல்லது திறன்; துணை நலம்; கூடுதல் வசதி *This word processor has a facility for checking spelling.*

facsimile /fækˈsɪməli/ *noun* [C, U] an exact copy of a picture, piece of writing, etc. ஒரு படம், வாசகம் முதலியவற்றின் சரி நுட்பமான நகல்; நேர்படிவம் ➪ **fax** பார்க்க.

fact /fækt/ *noun* **1** [C] something that you know has happened or is true தான் அறிந்த ஒரு நிகழ்வு அல்லது மெய்ம்மை; உண்மை *a scientific fact* • *I know* ***for a fact*** *that Radha wasn't ill yesterday.* • *You must* ***face facts*** *and accept that he has gone.* **2** [U] true things; reality உண்மையான நேர்வுகள்; கற்பனையல்லாதவை; இயன்மைக் கூறுகள்; புற உலகில் காணப்படுபவை *The film is based on fact.* ✪ OPP **fiction**

IDM **as a matter of fact** ➪ **matter**[1] பார்க்க.

the fact (of the matter) is (that) the truth is that உண்மை நிலையாவது; தெளிவான உண்மையாவது *I would love a car, but the fact is that I just can't afford one.*

facts and figures detailed information முழு விவரத்துடன் கூடிய அல்லது விவர நுணுக்கங்கள் உள்ளடங்கிய தகவல்; விளக்க விவரங்கள் *Before we make a decision, we need some more facts and figures.*

a fact of life something unpleasant that you must accept because you cannot change it இன்னாதது எனினும், அதனை மாற்ற முடியாததால் ஏற்றுக்கொள்ள வேண்டிய ஒன்று; கசப்பான உண்மை

the facts of life the details of sexual behaviour and how babies are born பாலியல் ஒழுக்கம்

மற்றும் குழந்தை பிறப்புப் பற்றிய நுணுக்க விவரங்கள்

hard facts ⇨ **hard**[1] பார்க்க.

in (actual) fact 1 (used for emphasizing that sth is true) really; actually (ஒன்றன் மெய்ம்மைத்தன்மையை வலியுறுத்தப் பயன்படுத்தப்படுவது) மெய்யாகவே; உண்மையாகவே; நடைமுறையில் *I thought the lecture would be boring but in actual fact it was rather interesting.* **2** used for introducing more detailed information மேலும் விளக்க விவரங்களைச் சேர்க்கப் பயன்படுத்தப்படுவது *It was cold. In fact it was freezing.*

faction /ˈfækʃn/ *noun* [C] a small group of people within a larger one whose members have some different aims and beliefs to those of the larger group பெரிய குழு ஒன்றுக்கு உட்பட்ட, மாறுபட்ட குறிக்கோள்களும் கொள்கைகளும் உடைய, சிறு குழு; உட்பிரிவு; உட்கட்சி; உட்குழு *rival factions within the organization* ▶ **factional** *adj. factional rivalries/disputes*

factor /ˈfæktə(r)/ *noun* [C] **1** one of the things that influences a decision, situation, etc. ஒரு முடிவு, சூழ்நிலை முதலியவற்றில் மாறுதல் உண்டுபண்ணும் அல்லது அதன் மீது விளைவு ஏற்படுத்தும் பொருள்களில் ஒன்று; ஆக்கக் கூறு; காரணக்கூறு *His unhappiness at home was a major factor in his decision to go abroad.* **2** (*technical*) (in mathematics) a whole number (except 1) by which a larger number can be divided (கணிதவியலில்) ஒரு பெரிய எண்ணை வகுக்கக்கூடிய (1 நீங்கலான) முழு எண் *2, 3, 4 and 6 are factors of 12.*

factory /ˈfæktri; -təri/ *noun* [C] (*pl.* **factories**) a building or group of buildings where goods are made in large quantities by machine இயந்திரத்தின் உதவியால் வணிகப் பொருள்கள் பெரும் எண்ணிக்கையில் உற்பத்தி செய்யப்படும் கட்டடம் அல்லது கட்டடங்களின் தொகுதி; தொழிற்சாலை

factual /ˈfæktʃuəl/ *adj.* based on or containing things that are true or real உண்மையான அல்லது கற்பனையல்லாத பொருள்களின் அடிப்படையிலான அல்லது அப்பொருள்களை உள்ளடக்கியிருக்கிற; உண்மை நிகழ்ச்சிகளை அடிப்படையாகக் கொண்ட *a factual account of the events* ⇨ **fictional** பார்க்க.

faculty /ˈfæklti/ *noun* [C] (*pl.* **faculties**) **1** one of the natural abilities of a person's body or mind ஒருவரது உடலின் அல்ல்து மனத்தின் இயற்கையான ஆற்றல்களில் ஒன்று; இயல்பு வலிமை; இயல் திறன் *the faculty of hearing/sight/speech* **2** (*also* **Faculty**) one department in a university, college, etc. பல்கலைக்கழகம், கல்லூரி முதலியவற்றிலுள்ள ஒரு துறை; புலம் *the Faculty of Law/Arts*

NOTE **The Faculty** என்ற தொடர் ஒரு துறையின் ஆசிரியர்களையும் குறிக்கும். எனவே இத்தொடர் ஒருமை அல்லது பன்மை வினையுடன் பயன்படுத்தப்படும்—*The Faculty has/have been invited to the meeting.*

fad /fæd/ *noun* [C] (*informal*) a fashion, interest, etc. that will probably not last long நீண்ட காலம் நிலைத்திருக்கும் வாய்ப்பில்லாத புதுநடைப்பாணி, ஆர்வ ஈடுபாடு முதலியவை

fade /feɪd/ *verb* **1** [I, T] to become or make sth become lighter in colour or less strong or fresh நிறம் மங்கு/மங்கச் செய்; முனைப்பு குன்று; மலர்ச்சி இழ; பொலிவு குன்றச்செய் *Look how the sunlight has faded these curtains.* **2** [I] **fade (away)** to disappear slowly (from sight, hearing, memory, etc.) பார்வை, கேட்கும் திறன், நினைவு இவற்றிலிருந்து படிப்படியாக/மெல்ல மெல்லக் குறைவுறு; மங்கு அல்லது மறைந்து போ *The cheering of the crowd faded away.* • *The smile faded from his face.*

faeces (*AmE* **feces**) /ˈfiːsiːz/ *noun* [*pl.*] (*technical*) the solid waste material that you get rid of when you go to the toilet உடலிலிருந்து வெளியேற்றப்படும் திடக்கழிவு; மலம்

fag /fæg/ *noun* (*BrE*) **1** [C] (*slang*) a cigarette புகைப் பூஞ்சுருள்; வெண்சுருட்டு; சிகரெட்டு **2** [*sing.*] (*informal*) a piece of work that you do not want to do செய்ய விரும்பாத வேலை/பணி; வேண்டா வேலை

Fahrenheit /ˈfærənhaɪt/ *noun* [U] (*abbr.* **F**) the name of a scale which measures temperatures தட்பவெப்ப நிலைகளை அளவிடுவதற்கான வெப்பமானியின் அளவுக் கூறுகளில் ஒன்று; ∴பாரென்ஹைட் *Water freezes at 32° Fahrenheit (32°F).* ⇨ **Celsius** பார்க்க.

fail[1] /feɪl/ *verb* **1** [I, T] to not be successful in sth ஒன்றில் வெற்றியடையாது போ; தோல்வியடை *She failed her driving test.* ⇨ **pass** மற்றும் **succeed** பார்க்க. **2** [T] to decide that sb is not successful in a test, exam, etc. ஒரு குறுந்தேர்வு, தேர்வு முதலியவற்றில் ஒருவர் வெற்றிக்குரியவர் அல்லர் என்று முடிவுசெய்; தோல்வியுறச் செய் *The examiners failed half of the candidates.* ✪ OPP **pass** **3** [I] **fail to do sth** to not do sth ஒன்றைச் செய்யாதிரு; செயல் தவறு *She never fails to do her homework.* **4** [I, T] to not be enough or not do what people expect or want தேவைக்குப் போதுமானதாக இல்லாதிரு; பிறர் எதிர்பார்ப்பதை அல்லது விரும்புவதைச் செய்யாதிரு *I think the government has failed us.* **5** [I] (used about health, eyesight, etc.) to become weak (உடல் நலம், கண்பார்வை முதலியவை வகையில்) தளர்வுறு; பலவீனமாகு *His health is failing.* **6** [I] to stop working செயல் தவறு; இயக்கம் நின்றுபோ *My brakes* *failed on the hill but I managed to stop the car.*

fail² /feɪl/ *noun* [C] the act of not being successful in an exam ஒரு தேர்வில் வெற்றிபெறாதிருத்தல்; தோல்வி; வெற்றி பெறாமை ✪ OPP **pass**

IDM **without fail** always, even if there are difficulties சிரமங்கள் இருப்பினும், எப்போதும் அல்லது இடைவிடாது; தவறாமல்; தப்பாது; உறுதியாக *The postman always comes at 8 o'clock without fail.*

failing¹ /ˈfeɪlɪŋ/ *noun* [C] a weakness or fault குறைபாடு; குறை; பலவீனம் *She's not very patient—that's her only failing.*

failing² /ˈfeɪlɪŋ/ *prep.* if sth is not possible ஒன்று முடியவில்லையென்றால்; சாத்தியமில்லாத நிலையில்; இயலாவிட்டால் *Ask Mahalakshmi to go with you, or failing that, try Anu.*

failure /ˈfeɪljə(r)/ *noun* **1** [U] lack of success வெற்றியின்மை; தோல்வி *All my efforts ended in failure.* **2** [C] a person or thing that is not successful வெற்றி பெறாத ஒருவர் அல்லது ஒன்று; தோல்வியுற்றவர்; தோல்வியுற்றது *His first attempt at skating was a miserable failure.* ✪ OPP பொருள்கள் **1** மற்றும் **2**-க்கு **success** **3** [C, U] **failure to do sth** not doing sth that people expect you to do தான் செய்யவேண்டுமெனப் பிறர் எதிர்பார்க்கும் ஒன்றைச் செய்யாதிருத்தல்; தப்புதல்; பிசகுதல் *I was very disappointed at his failure to come to the meeting.* **4** [C, U] an example of sth not working properly சரிவர இயங்காத ஒன்று; செயலொழிவுற்றது *She died of heart failure.*

faint¹ /feɪnt/ *adj.* **1** (used about things that you can see, hear, feel, etc.) not strong or clear (பார்க்கக் கூடிய, கேட்கக் கூடிய, உணரக் கூடிய ஒன்று பற்றிக் குறிப்பிடுகையில்) வலுவற்ற; தெளிவற்ற; மங்கலான *a faint light/sound • a faint hope* **2** (used about people) almost losing consciousness; very weak (ஆட்கள் வகையில்) கிட்டத்தட்ட உணர்வு இழக்கும் நிலையிலான; மயக்கமடையும் நிலைக்கு வந்த; பெரிதும் தளர்வுற்ற; மிகவும் பலவீனமான *I feel faint—I'd better sit down.* **3** (used about actions, etc.) done without much effort (செயல்கள் முதலியவை வகையில்) மிகுதியான முயற்சியின்றி செய்யப்படுகிற; செயல் முனைப்பு அற்ற; ஊக்கம் குன்றிய *He made a faint protest.* ▶ **faintly** *adv.*

IDM **not have the faintest/foggiest (idea)** to not know at all அறவே தெரியாதிரு; முற்றிலும் அறியாதிரு. *I haven't the faintest idea where they've gone.*

faint² /feɪnt/ *verb* [I] to lose consciousness உணர்வு இழ; மயக்கம் அடை

fair¹ /feə(r)/ *adj., adv.* **1** appropriate and acceptable in a particular situation ஒரு குறிப்பிட்ட சூழ்நிலையில் பொருத்தமானதும் ஏற்புடையதுமான; நியாயமான/நியாயமாக; உகந்த/உகந்ததாக *That's a fair price for that house.* **2** **fair (to/on sb)** treating each person or side equally, according to the law, the rules, etc. சட்டம், விதிமுறைகள் முதலியவற்றின்படி, ஒவ்வொருவரையும் அல்லது ஒவ்வொரு தரப்பினரையும் சமமாக நடத்துகிற; நேர்மையான/நேர்மையாக; நியாயமான/நியாயமாக; *That's not fair—he got the same number of mistakes as I did and he's got a better mark. • a fair trial* ✪ OPP பொருள்கள் **1** மற்றும் **2**-க்கு **unfair** **3** quite good, large, etc. ஓரளவு நலமான; நடுத்தரமான; மிதமான அளவு முதலியவை உடையதாக *They have a fair chance of success.* **4** (used about the skin or hair) light in colour (தோல் அல்லது முடி வகையில்) இளஞ்சாயலான; வெளிறிய; கருமை அல்லாத **5** (used about the weather) good, without rain (வானிலை பற்றிக் குறிப்பிடும்போது) மழையில்லாது மனத்துக்கு ஒத்த முறையில்; நலமான; விரும்பத்தக்க; இனியதாக

IDM **fair enough** (*spoken*) used to show that you agree with what sb has suggested (ஒருவருடைய யோசனை/கருத்து) தனக்கு ஏற்புடையதாக அல்லது உகந்ததாக இருப்பதைக் குறிப்பிடப் பயன்படுத்தப்படுவது

fair play equal treatment of both/all sides according to the rules இரண்டு/அனைத்துத் தரப்பினரையும், விதிகளுக்கு உட்பட்டுச் சரிசமமாக நடத்துதல்; நடுநிலையுடைமை *The referee is there to ensure fair play during the match.*

(more than) your fair share of sth (more than) the usual or expected amount of sth ஒன்றன் வழக்கமான அல்லது எதிர்பார்க்கப்பட்ட அளவு (அளவுக்கு அதிகமாக)

fair² /feə(r)/ *noun* [C] **1** (*also* **funfair**) a type of entertainment in a field or park. At a fair you can ride on machines or try and win prizes at games. Fairs usually travel from town to town இராட்டினம் சுற்றுதல், பரிசு விளையாட்டு முதலியவற்றை உடையதும், ஊர் விட்டு ஊர் செல்வதும் ஒரு வெளியிடத்தில் அல்லது பூங்காவில் நடத்தப்படுவதுமான களியாட்ட நிகழ்ச்சி வகை **2** a large event where people, businesses, etc. show and sell their goods வணிகப் பொருள்கள் காட்சிக்கு வைக்கப்பட்டு விற்பனை செய்யப்படும் பேரளவிலான நிகழ்ச்சி; சந்தை; வணிகப் பொருட்காட்சி *a trade fair • the Delhi book fair*

fairground /ˈfeəgraʊnd/ *noun* [C] a large outdoor area where fairs are held கேளிக்கை நிகழ்ச்சிகள் அல்லது சந்தை/வணிகப் பொருட்காட்சி நடைபெறும் பரந்த வெளியிடம்; சந்தை/பொருட்காட்சி மைதானம்

fair-haired *adj.* with light-coloured hair இளஞ்சாயலான/மென்னிற/வெளிர்நிற முடியுடைய ✪ SYN **blond**

fairly /ˈfeəli/ *adv.* **1** in an acceptable way; in a way that treats people equally or according to the law, rules, etc. ஏற்கத்தக்க முறையில்; நன்முறையில்; (ஆட்களை நடத்து முறை வகையில்); சரிசம நிலையில் வைத்து அல்லது சட்டம், விதிமுறைகள் முதலியவற்றுக்கு உட்பட்டு *I felt that the teacher didn't treat us fairly.* ✪ OPP **unfairly** **2** quite, not very மட்டாக; மிதமான அளவில்; மிகையாக இல்லாது *He is fairly tall.* ➪ **rather** பதிவிலுள்ள குறிப்பைப் பார்க்க.

fairness /ˈfeənəs/ *noun* [U] treating people equally or according to the law, rules, etc. ஆட்களைச் சரிசமமாக அல்லது சட்டம், விதிமுறைகள் முதலியவற்றுக்கு உட்பட்டு நடத்துதல்; விதிமுறை வழுவாமை

fairy /ˈfeəri/ *noun* [C] (*pl.* **fairies**) (in stories) a small creature with wings and magic powers (புனைகதைகளில்) சிறகுகள் மற்றும் மந்திர சக்தி உடைய உயிரினம்; மாயச் சிறுதெய்வம்; வன தேவதை

fairy tale (*also* **fairy story**) *noun* [C] a story that is about fairies, magic, etc. வன தெய்வங்கள், மந்திர தந்திரம் முதலியவை பற்றிய கதை

faith /feɪθ/ *noun* **1** [U] **faith (in sb/sth)** strong belief (in sb/sth); trust ஒருவர்/ஒன்றன் மீதான வலுவான நம்பிக்கை; திட நம்பிக்கை *I've got great/little faith in his ability to do the job.* • *I have **lost faith** in him.* **2** [U] strong religious belief உறுதியான மத நம்பிக்கை; சமயப் பற்று *I've lost my faith.* **3** [C] a particular religion ஒரு குறிப்பிட்ட மதம்/சமயம் *the Jewish faith*

IDM **in good faith** with honest reasons for doing sth ஒன்றைச் செய்வதற்கான நேர்மையான/கபடமற்ற காரணங்களுடன் *I bought the car in good faith. I didn't know it was stolen.*

faithful /ˈfeɪθfl/ *adj.* **faithful (to sb/sth)** **1** always staying with and supporting a person, organization or belief ஒரு நபர், நிறுவனம் அல்லது கொள்கை மீது மாறாத விசுவாசம் கொண்ட; நம்பிக்கைக்குரிய *a faithful friend.* • *He was always faithful to his wife* (= he didn't have sexual relations with anyone else). ✪ SYN **loyal** ✪ OPP **unfaithful** **2** true to the facts; accurate மெய்ம்மைக் கூறுகளோடு/ஆதாரத் தகவல்களோடு ஒத்துப் போகிற அல்லது அவற்றிலிருந்து பிறழாத; உண்மையான; துல்லியமான *a faithful description* ▶ **faithfully** /feiθfəli/ *adv.*

NOTE **Yours faithfully** என்னும் தொடர் வினைமுறை சார்ந்த கடிதங்களின் முடிப்பாகப் பயன்படுத்தப்படுகிறது.

▶ **faithfulness** *noun* [U] ➪ **fidelity** பார்க்க.

fake¹ /feɪk/ *noun* [C] **1** a work of art, etc. that seems to be real or genuine but is not உண்மையானதாக அல்லது மெய்யானதாகத் தோன்றுகிற, ஆனால் அவ்வாறு இல்லாத கலைப்படைப்பு முதலியவை; போலியான ஒன்று; போலி **2** a person who is not really what he/she appears to be தோற்றத்திலிருந்து வேறான இயல்புடைய ஒருவர்; போலியானவர்; போலி நடிப்புக்காரர்; எத்தர் ▶ **fake** *adj. a fake passport*

fake² /feɪk/ *verb* [T] **1** to copy sth and try to make people believe it is the real thing ஒன்றை நகல் செய்து அது உண்மையானது என்று மற்றவர்களை நம்பச்செய்ய முயல்; பொய்யாக உருவாக்கு *He faked his father's signature.* **2** to make people believe that you are feeling sth that you are not ஓர் உணர்ச்சிக்கு ஆட்பட்டிருப்பதாகப் பொய்யாகப் பிறரை நம்பவை; போலி உணர்ச்சி காட்டு *I faked surprise when he told me the news.*

falcon /ˈfɔːlkən/ *noun* [C] a bird with long pointed wings that kills and eats other animals, a type of **bird of prey**. Falcons can be trained to hunt நீண்டு கூர்மையான இறகுகளைக் கொண்டதும் மற்ற விலங்குகளைக் கொன்று தின்னும் இயல்புடையதும், வேட்டைக்குப் பழக்கக் கூடியதுமான பறவை வகை; வல்லூறு; இராசாளி

fall¹ /fɔːl/ *verb* [I] (*pt* **fell** /fel/; *pp* **fallen** /ˈfɔːlən/) **1** to drop down towards the ground தரை நோக்கிக் கீழே விழு; கீழ்நோக்கி விழு *He fell off the ladder onto the grass.* • *The rain was falling steadily.* **2** **fall (down/over)** to suddenly stop standing and drop to the ground நிற்கும் நிலையிலிருந்து திடுமெனத் தரையில் விழு; இடறி விழு *The little boy fell over and hurt his knee.* **3** to hang down தொங்கலாகக் கிட; தொங்கு *Her hair fell down over her shoulders.* **4** to become lower or less இறக்கமடை; குறைவுறு; வீழ்ச்சியடை *The temperature is falling.* • *The price of coffee has fallen again.* ✪ OPP **rise** **5** to be defeated தோற்றுப்போ; வீழ்ச்சியுறு *The Government fell because of the scandal.* **6** (*written*) to be killed (in battle) (போரில்) கொல்லப்படு *Millions of soldiers fell in the war.* **7** to change into a different state; to become வேறொரு நிலைக்கு மாறு; குறிப்பிட்ட ஒன்றாக ஆகு அல்லது குறிப்பிட்ட ஒரு நிலைக்கு வா *He **fell asleep** on the sofa.* • *They **fell in love**.* • *I must get some new shoes—these ones are **falling to pieces**.* **8** (*formal*) to come or happen நடைபெறு; நேரிடு; நிகழ் *My birthday falls on a Sunday this year.* **9** to belong to a particular group, type, etc. குறிப்பிட்ட பிரிவு, வகை முதலியவற்றுக்கு உரியதாக இரு; குறிப்பிட்ட-பகுப்பு முதலியவற்றைச் சார்ந்திரு *Animals fall into two groups, those with backbones and those without.*

IDM **fall flat** ➪ **flat¹** பார்க்க.

fall/slot into place ➪ **place¹** பார்க்க.

fall short (of sth) ➪ **short¹** பார்க்க.

PHR V **fall apart** to break (into pieces) (துண்டு-களாக) உடைபடு; உடைந்து துண்டுதுண்டாகு *My car is falling apart.*

fall back on sb/sth to use sb/sth when you are in difficulty இடர் அல்லது சிக்கல் நேர்வின் போது ஒருவரை/ஒன்றைப் பயன்படுத்து அல்லது துணைகொள் *When the electricity was cut off we fell back on candles.*

fall for sb (*informal*) to be strongly attracted to sb; to fall in love with sb ஒருவர்மீது தீவிரமான கவர்ச்சிகொள்; முனைப்பான ஈர்ப்புக்கு ஆட்படு; ஒருவர்மீது காதல்கொள்

fall for sth (*informal*) to be tricked into believing sth that is not true உண்மையல்லாத ஒன்றை நம்புமாறு ஏமாற்றப்படு; ஒருவரது தந்திர-வலையில் விழு *He makes excuses and she falls for them every time.*

fall out (with sb) to argue and stop being friendly (with sb) ஒருவருடன் வாதிட்டு நட்பை முறித்துக்-கொள்

fall through to fail or not happen செயல் தவறு; தோல்வியடை; நடைபெறாதுபோ *Our trip to Japan has fallen through.*

fall² /fɔːl/ *noun* **1** [C] an act of falling down or off sth கீழே விழுதல்; ஒன்றிலிருந்து இடறி அல்லது தவறித் தரையில் விழுதல்; வீழ்வு *She **had a** nasty **fall** from her horse.* **2** [C] **a fall (of sth)** the amount of sth that has fallen or the distance that sth has fallen தரையில் விழுந்-துள்ள ஒன்றின் அளவு/தொகை அல்லது ஒன்று விழுந்துள்ள தொலைவு/உயர அளவு *We have had a heavy fall of snow.* • *a fall of four metres* **3** [C] **a fall (in sth)** a decrease (in value, quantity, etc.) (மதிப்பளவு, எண்ணிக்கை, முதலியவற்றின்) இறக்கம்; தாழ்ச்சி; வீழ்ச்சி *There has been a sharp fall in the price of oil.* ✪ SYN **drop** ✪ OPP **rise** **4** [*sing.*] **the fall of sth** a (political) defeat; a failure (அரசியல்) தோல்வி; நொடிப்பு *the fall of the Roman Empire* **5 falls** [*pl.*] a large amount of water that falls from a height down the side of a mountain, etc. மலை முதலியவற்றின் பக்கப்-பரப்பில் உயரத்திலிருந்து கீழ்நோக்கி விழும் பெருமளவிலான நீர்; நீர்வீழ்ச்சி *Jog Falls* ✪ SYN **waterfall** **6** [C] (*AmE*) = **autumn**

fallacy /ˈfæləsi/ *noun* (*pl.* **fallacies**) [C, U] (*formal*) a false belief or a wrong idea பொய்யான நம்பிக்கை அல்லது தவறான கருத்து; போலி-வாதம்; குற்றமுடைய/குறைபாடுடைய ஒன்று *It's a fallacy to believe that money brings happiness* (= it's not true).

fallen ➪ **fall¹** என்பதன் இறந்தகால வினை-யெச்ச வடிவம்.

fallible /ˈfæləbl/ *adj.* able or likely to make mistakes தவறு செய்யக்கூடிய அல்லது தவறு செய்வதற்கான வாய்ப்புள்ள; தவறு செய்யத்-தக்கவர்/செய்யத்தக்கது போல் தோன்றுகிற *Even our new computerized system is fallible.* ✪ OPP **infallible**

Fallopian tubes /fəˈləʊpiən tjuːbz/ *noun* [C, *usually pl.*] the two tubes in the body of a woman or a female animal along which eggs travel from the place where they are produced (**the ovaries**) to the place where a baby is formed (**the uterus**) பெண்ணின் அல்லது பெண் விலங்கின் சூல்பையிலிருந்து கருப்பைக்குக் கருமுட்டைகள் செல்லும் இரு குழாய்கள்

fallout /ˈfɔːlaʊt/ *noun* [U] **1** dangerous waste that is carried in the air after a nuclear explosion அணுக்குண்டு வெடிப்பிலிருந்து வெளியாகிக் காற்றில் பரவும் அபாயகரமான கழிவுப்பொருள்/கதிரியக்கத் துகள் **2** the effect or result of sth ஒன்றின் பின்விளைவு

fallow /ˈfæləʊ/ *adj.* (used about land) not used for growing plants, especially so that the quality of the land will improve (நிலம் பற்றிக் கூறு-கையில்) குறிப்பாக மண்வளத்தை மேம்-படுத்தும் நோக்கத்துடன், பயிர்செய்யாது விடப்-பட்ட; தரிசாக விடப்பட்டுள்ள *The farmer let the field **lie fallow** for two years.*

false /fɔːls/ *adj.* **1** not true; not correct உண்மை-யற்ற; பொய்யான; தவறான *I think the information you have been given is false.* ✪ OPP **true** **2** not real; artificial உண்மையானதல்லாத; செயற்கையான *false hair/eyelashes/teeth* ✪ OPP **real** or **natural** **3** not genuine, but made to look real in order to trick people உண்மையான-தல்லாத, ஆனால் மற்றவர்களை ஏமாற்றுவதற்-காக உண்மையானது போலத் தோன்றுமாறு செய்யப்பட்ட; போலியான; கள்ளத்தனமான *This suitcase has a false bottom.* • *a false name/passport* **4** (used about sb's behaviour or expression) not sincere or honest (ஒருவருடைய நடத்தை அல்லது உணர்ச்சி/எண்ண வெளிப்பாடு பற்றிக் கூறுகையில்) நேர்மையற்ற; உண்மையான-தல்லாத; பாசாங்கான; போலியான *a false smile* • *false modesty* ▶ **falsely** *adv.* *She was falsely accused of stealing a wallet.*

IDM **false alarm** a warning about a danger that does not happen நேராத ஓர் ஆபத்து குறித்த எச்சரிக்கை; பொய்யான அபாய அறிவிப்பு

false friend a word in another language that looks similar to a word in your own but has a different meaning தன்னுடைய மொழியிலுள்ள ஒரு சொல்லைப் போலவே தோன்றும் ஆனால் வேறான பொருள்படும் வேறு மொழியிலுள்ள சொல்; போலிமைச் சொல்

under false pretences pretending to be or to have sth in order to trick people மற்றவர்களை ஏமாற்றுவதற்காக ஒரு நிலையில் இருப்பதாக அல்லது ஒன்றைக் கொண்டிருப்பதாகப்

பாவித்துக்கொண்டு; பொய்யான ஒன்றைச் சார்ந்து; நம்பிக்கைக் கேடான முறையில் போலி நடிப்பை மேற்கொண்டு *She got into the club under false pretences—she isn't a member at all!*

false teeth (*also* **dentures**) *noun* [*pl.*] artificial teeth that are worn by sb who has lost his/her natural teeth இயற்கையான பற்களை இழந்துவிட்ட ஒருவரால் பொருத்திக்கொள்ளப்படும் செயற்கைப் பற்கள்; பொய்ப்பற்கள்

falsify /ˈfɔːlsɪfaɪ/ *verb* [T] (*pres. part.* **falsifying**; *3rd person sing. pres.* **falsifies**; *pt, pp* **falsified**) (*formal*) to change a document, information, etc. so that it is no longer true in order to trick sb ஒருவரை ஏமாற்றும் பொருட்டு, ஓர் ஆவணம், ஒரு தகவல் முதலியவற்றை, அதன் உண்மைத் தன்மை குலைந்து போகும் முறையில் மாற்று; ஆவணம் முதலியவற்றை மாற்றி மோசடி செய்

falter /ˈfɔːltə(r)/ *verb* [I] **1** to become weak or move in a way that is not steady பலவீனமாகு; தளர்வுறு; நிலையுறுதியின்றித் தள்ளாடி நட; தடுமாறு *The engine faltered and stopped.* **2** to lose confidence and determination தன்னம்பிக்கையும் மனவுறுதியும் இழ *Sampras faltered and missed the ball.*

fame /feɪm/ *noun* [U] being known or talked about by many people because of what you have achieved ஒருவரது சாதனையின் காரணமாகப் பலராலும் அவர் அறியப்பட்டுள்ள அல்லது பேசப்படுகிற நிலை; புகழ்; கீர்த்தி *This monument is the town's only* ***claim to fame****.*

famed /feɪmd/ *adj.* **famed (for sth)** well known (for sth) (ஒன்றன் பொருட்டு/காரணமாக) நன்கு அறியப்பட்ட; பிரபலமான; பலரறிந்த; புகழ்பெற்ற *Goa, famed for its beaches* ⇨ **famous** பார்க்க.

familiar /fəˈmɪliə(r)/ *adj.* **1 familiar (to sb)** well known to you; often seen or heard and therefore easy to recognize தனக்கு நன்கு அறிமுகமான, நன்கு தெரிந்த அல்லது பழக்கப்பட்ட; நெருங்கிய பழக்கமுள்ள *to look/sound familiar* **2 familiar with sth** having a good knowledge of sth ஒன்றைப் பற்றி நன்கு அறிந்துள்ள அல்லது ஒன்று குறித்த நிறைவான தகவல்களை/விவரங்களைத் தெரிந்திருக்கிற *People in Europe aren't very familiar with Chinese music.* ✪ **OPP** பொருள் **1** மற்றும் **2**-க்கு **unfamiliar 3 familiar (with sb)** (used about a person's behaviour) too friendly and informal (ஒருவருடைய நடத்தை, செயல் ஒழுங்கு பற்றிக் குறிப்பிடுகையில்) கட்டுப்பாடின்றித் தாராளமாகப் பழகுகிற; மிகை நட்புப் பாராட்டுகிற *I was annoyed by the waiter's familiar behaviour.*

familiarity /fəˌmɪliˈærəti/ *noun* [U] **1 familiarity (with sth)** having a good knowledge of sth ஒன்றைப் பற்றிக் குறைவற்ற/வளமான அறிவைப் பெற்றிருத்தல்; ஒன்றை நிறைவாகத் தெரிந்திருத்தல் *His familiarity with the area was an advantage.* **2** being too friendly and informal நடைமுறை ஆசாரமின்றித் தாராளமாகப் பழகுதல்; முறைமை பாராது மிகை நட்புரிமை பாராட்டுதல்

familiarize (*also* **-ise**) /fəˈmɪliəraɪz/ *verb* [T] **familiarize sb/yourself (with sth)** to teach sb about sth or learn about sth until you know it well ஒன்றைப் பற்றி ஒருவருக்குக் கற்பி அல்லது ஒன்றைப் பற்றி நன்கு நிறைவாக அறிந்துகொள்; பழக்கப்படுத்து; பழக்கப்படுத்திக் கொள் *I want to familiarize myself with the plans before the meeting.*

family /ˈfæməli/ *noun* (*pl.* **families**) **1** [C, *with sing. or pl. verb*] a group of people who are related to each other ஒருவரோடு ஒருவர் உறவுடைய ஒரு குழு; குடும்பம் *I have quite a large family.*

> **NOTE** **Family** என்ற சொல் சிலசமயங்களில் பெற்றோர் மற்றும் குழந்தைகளை உள்ளடக்கியதாகவும் (**nuclear family**), சில வேளைகளில் பெற்றோரின் பெற்றோர், பெற்றோரின் உடன்பிறந்தார் போன்ற மற்ற உறவினர்களைக் கொண்டதாகவும் (**extended family**) பொருள் கொள்ளப்படுகிறது. குடும்பம் என்ற சொல்லை ஒரே அலகாகக் கருதும்போது அதனுடன் ஒருமை வினை பயன்படுத்தப்படுகிறது—*Almost every family in the village owns a television.* குடும்பத்தின் உறுப்பினர்களைத் தனி ஆட்களாகக் கருதும்போது பன்மை வினை வரும்—*My family are all very tall.* குடும்பத்தில் உள்ள அனைவருக்கும் ஏற்ற அல்லது அனைவரும் பயன்படுத்தக்கூடிய பொருள்களைப் பற்றிக் கூறும்போது, **family** என்ற சொல்லை மற்றொரு பெயர்ச்சொல்லுக்கு முன்னர் பயன்படுத்தலாம்—*family entertainment • the family car*

2 [C, U] children குழந்தைகள்; பிள்ளைகள் *We are planning to* ***start a family*** *next year* (= to have our first baby). • *to bring up/raise a family* **3** [C] a group of animals, plants, etc. that are of a similar type ஒருவகைப்பட்ட விலங்குகள், தாவரங்கள் முதலியவற்றின் தொகுதி; இனத் தொகுதி; இனம் *Lions belong to the cat family.*

IDM **run in the family** to be found very often in a family ஒரு குடும்பத்தில் மிகப் பெரும்பான்மையாகக் காணப்படு *Baldness runs in the family.*

family doctor (*BrE*) = **GP**

family name *noun* [C] the name that is shared by members of a family ஒரு குடும்பத்தின் உறுப்பினர்களால் பொதுவாகப் பயன்படுத்தப்படும் பெயர்; குடும்பப் பெயர்; குடிப் பெயர் ✪ **SYN** **surname** ⇨ **name** பதிவிலுள்ள குறிப்பைப் பார்க்க.

family planning *noun* [U] controlling the number of children you have by using birth control கருத்தடை முறைகளைப் பயன்படுத்திக் குழந்தைகளின் எண்ணிக்கையைக் கட்டுப்படுத்துதல்; குடும்பக் கட்டுப்பாடு ➪ **contraception** பார்க்க.

family tree *noun* [C] a diagram that shows the relationship between different members of a family over a long period of time ஒரு நீண்ட காலப்பகுதிக்குரிய, ஒரு குடும்பத்தின் பல்வேறு உறுப்பினர்களுக்கு இடையே உள்ள உறவுமுறையைக் காட்டும் வரைபடம்; குடும்ப மரபுக்கிளைவழி விளக்கப்படம்

famine /'fæmɪn/ *noun* [C, U] a lack of food over a long period of time in a large area that can cause the death of many people பெரும் எண்ணிக்கையில் இறப்பினை உண்டாக்கக்கூடிய, ஒரு பெரும் பகுதியில் நீண்ட கால அளவுக்கு நீடிக்கும் உணவுப் பற்றாக்குறை; பஞ்சம்; வறட்சி *The long drought* (= a lack or rain or water) *was followed by famine.*

famished /'fæmɪʃt/ *adj.* (*informal*) (*not before a noun*) very hungry கடும் பசியுடைய; பட்டினியாக இருக்கிற; உணவு நீரின்றி வாடுகிற

famous /'feɪməs/ *adj.* **famous (for sth)** well known to many people பலரால் நன்கு அறியப்பட்ட; பலரறிந்த; பிரபலமான; புகழ் பெற்ற *a famous singer • Delhi is famous for its museums and art galleries.* ➪ **infamous** மற்றும் **notorious** பார்க்க.

famously /'feɪməsli/ *adv.* in a way that is famous புகழ் பெற்றதாக ஆகுமாறு; பிரபலம் அடையும் வகையில் *the words he famously uttered just before he died*

IDM **get on/along famously** to have a very good relationship with sb ஒருவருடன் முழு நிறைவான உறவு கொண்டிரு; மனமார்ந்த இணக்கத்துடன் பழகு

fan[1] /fæn/ *noun* [C] **1** somebody who admires and is very enthusiastic about a sport, a film star, a singer, etc. ஒரு விளையாட்டு, திரைப்பட நடிகர், பாடகர் முதலியவர்களை வியந்து பாராட்டி, அது/அவர் குறித்து மிகுந்த உணர்ச்சியார்வம் கொண்டிருப்பவர்; விசிறி; இரசிகர் *football fans • fan mail* (= letters from fans to the person they admire) **2** a machine with parts that turn around very quickly to create a current of cool or warm air குளிர்ந்த அல்லது வெதுவெதுப்பான காற்றோட்டத்தை உண்டாக்குவதற்காக மிக விரைவாகச் சுழலும் அலகுகளைக் கொண்ட விசைப்பொறி; சுழல் விசிறி; மின் விசிறி *an electric fan • a fan heater* **3** an object in the shape of a half-circle made of paper, feathers, etc. that you wave in your hand to create a current of cool air குளிர்ந்த காற்றோட்டத்தை உண்டாக்குவதற்காகக் கையில் பிடித்து ஆட்டும், தாள், சிறகுகள் முதலியவற்றால் அரைவட்ட வடிவத்தில் செய்யப்பட்ட பொருள்; கை விசிறி

fan[2] /fæn/ *verb* [T] (**fanning; fanned**) **1** to make air blow on sb/sth by waving a **fan**[1] **3**, your hand, etc. in the air கைவிசிறி, கை முதலியவற்றைக் காற்றில் ஆட்டி ஒருவர்/ஒன்றின் மீது காற்று வீசச் செய்; விசிறு *She used a newspaper to fan her face.* **2** to make a fire burn more strongly by blowing on it ஊதிவிட்டுத் தீ மேலும் கடுமையாக எரியச் செய்; விசிறி கனல் எழத் தூண்டு *The strong wind really fanned the flames.*

IDM **fan out** to spread out விரிந்து பரவு; அகன்று பரவிச் செல் *The police fanned out across the field.*

fanatic /fə'nætɪk/ *noun* [C] a person who is very enthusiastic about sth and may have extreme or dangerous opinions (especially about religion or politics) (குறிப்பாக மதம் அல்லது அரசியல் வகையில்) மிகையான உணர்ச்சியார்வமும், சில சமயங்களில் தீவிரமான அல்லது ஆபத்தான கருத்துகளும், கொண்டுள்ளவர்; வெறியார்வம் கொண்டவர்; வெறியர் *a religious fanatic • She's a health-food fanatic.* ✪ SYN **fiend** or **freak** ▶ **fanatical** /fə'nætɪkl/ *adj. He's fanatical about keeping things tidy.* ▶ **fanatically** /-tɪkli/ *adv.* ▶ **fanaticism** /-tɪsɪzəm/ *noun* [U]

fan belt *noun* [C] the belt that operates the machinery that cools a car engine சீருந்தின் இயந்திரத்தைக் குளிர்விக்கும் பொறியமைப்பை இயங்கச் செய்யும் வார்ப்பட்டை

fancy[1] /'fænsi/ *verb* [T] (*pres. part.* **fancying**; *3rd person sing. pres.* **fancies**; *pt, pp* **fancied**) **1** (*BrE informal*) to like the idea of having or doing sth; to want sth or to want to do sth ஒன்றைப் பெறுதல் அல்லது செய்தல் குறித்த எண்ணத்தை விரும்பு; ஒன்றை அடைய அல்லது செய்ய விரும்பு; ஆர்வ நாட்டம் கொள் *I don't fancy going out in this rain.* **2** (*BrE informal*) to be sexually attracted to sb ஒருவர் மீது பாறகவர்ச்சி கொள்; பாலுணர்ச்சி காரணமாக ஒருவரால் ஈர்க்கப்படு *Rehman keeps looking at you. I think he fancies you.* **3 fancy yourself (as) sth** to think that you would be good at sth; to think that you are sth (although this may not be true) தன்னைப் பற்றி மனத்தில் பாவித்துக்கொள்; கற்பனை செய் *He fancied himself (as) a poet.*

fancy[2] /'fænsi/ *adj.* not simple or ordinary எளிமையானதோ சாதாரணமானதோ அல்லாத; பொதுநிலை கடந்த; நடுத்தரமானதல்லாத; ஆர்வ நாட்டத்துக்குரிய; சிறப்புத்தன்மை உடைய *I just want a pair of black shoes—nothing fancy.*

fancy³ /ˈfænsi/ *noun*

IDM take sb's fancy to attract or please sb ஒருவரைக் கவர் அல்லது ஒருவருக்கு இன்பமூட்டு *If you see something that takes your fancy I'll buy it for you.*

take a fancy to sb/sth to start liking sb/sth ஒருவரை/ஒன்றை விரும்பத் தொடங்கு; ஒருவர்/ஒன்றின் மீது உணர்ச்சி நாட்டம் அல்லது மகிழ்வார்வம் கொள்ளத் தொடங்கு *I think that Saira's really taken a fancy to you.*

fancy dress *noun* [U] special clothes that you wear to a party at which people dress up to look like a different person (for example from history or a story) (புனைகதை அல்லது வரலாற்றுப் பாத்திரங்கள் போன்று) வேறான ஒருவராகத் தோன்றும் முறையில் கலந்து கொள்வோர் உடையணிந்துகொள்ளும் விருந்து நிகழ்ச்சிக்குரிய தனிவகை உடைகள்; மாறுவேட உடைகள் *It was a New Year party and everyone went* ***in fancy dress****.*

fanfare /ˈfænfeə(r)/ *noun* [C] a short loud piece of music that is used for introducing sb important, for example a king or queen அரசன் அல்லது அரசி போன்ற முக்கியமான ஒருவரை அறிமுகப்படுத்துவதற்காக இசைக்கப்படும் குறுகிய நேர இசை முழக்கம்; சிறப்பான ஒருவரது வருகையைக் குறிக்கும் எக்காள முழக்கம்

fang /fæŋ/ *noun* [C] a long sharp tooth of a dog, snake, etc. நாய், பாம்பு முதலியவற்றின் நீண்ட கூர்மையான பல், கோரைப்பல்

fantasize (*also* **-ise**) /ˈfæntəsaɪz/ *verb* [I, T] to imagine sth that you would like to happen நிகழ வேண்டுமெனத் தான் விரும்பும் ஒன்றைக் கற்பனையில் காண்; ஆசைப்படும் ஒன்றை மனத்தில் உருப்படுத்து அல்லது மனக்கண் வழியாகப் பார் *He liked to fantasize that he had won a gold medal at the Olympics.*

fantastic /fænˈtæstɪk/ *adj.* **1** (*informal*) very good; excellent மிகச் சிறப்பான; உயர்தரமான; உன்னதமான *She's a fantastic swimmer.* **2** strange and difficult to believe இயற்கைக்கு மாறுபட்டதாகவும் நம்புவதற்குக் கடினமானதாகவும் உள்ள; விசித்திரமான *a story full of fantastic creatures from other worlds* **3** (*informal*) very large or great பேரளவான; மிகப் பெரிய *A three-bedroom house costs a fantastic amount of money these days.* ▶ **fantastically** /fænˈtæstɪkli/ *adv.*

fantasy /ˈfæntəsi/ *noun* [C, U] (*pl.* **fantasies**) situations that are not true, that you just imagine உண்மையானவை அல்லாத, முற்றிலும் கற்பனையில் உருப்படுத்தப்படும் சூழ்நிலைகள்/நடப்புகள் *I have a fantasy about going to live in the Bahamas.*

fanzine /ˈfænziːn/ *noun* [C] a magazine that is written by and for people (**fans**) who like a particular sports team, singer, etc. குறிப்பிட்ட விளையாட்டு அணி, திரைப்பட நடிகர், பாடகர் முதலியவர்களின் பற்றார்வலர்களால்/இரசிகர்களால் இரசிகர்களுக்காகத் தயாரிக்கப்படும் பருவ இதழ்; இரசிகர் இதழ்

FAQ /ˌef eɪˈkjuː/ *noun* [C] a document on the Internet that contains the most *frequently asked questions* about a subject and the answers to these questions ஒரு பொருள் குறித்து அடிக்கடி கேட்கப்படும் கேள்விகள் மற்றும் அவற்றுக்கான விடைகள் கொண்டுள்ள இணைய ஆவணம்

far¹ /fɑː(r)/ *adj.* (**farther** /ˈfɑːðə(r)/ or **further** /ˈfɜːðə(r)/, **farthest** /ˈfɑːðɪst/ or **furthest** /ˈfɜːðɪst/) **1** distant; a long way away தொலைவான; தூரத்தில் உள்ள *Let's walk—it's not far.* **2** (*only before a noun*) the largest distance away of two or more things (இரண்டு அல்லது இரண்டுக்கு மேற்பட்ட பொருள்களின் இடைப்பட்ட தொலைவு வகையில்) உச்ச உயர் தொலைவு தள்ளியுள்ள; முனைக்கோடியிலுள்ள *the far side of the river* **3** (*only before a noun*) a long way from the centre in the direction mentioned குறிப்பிட்ட திசையில் மையத்திலிருந்து மிகு தொலைவிலுள்ள அல்லது மையத்திலிருந்து மிகவும் விலகியிருக்கிற *politicians from the far left of the party*

IDM a far cry from sth/from doing sth an experience that is very different from sth/doing sth ஒன்றிலிருந்து/ஒரு செயல் அனுபவத்திலிருந்து பெரிதும் மாறுபட்ட ஓர் அனுபவம்

far² /fɑː(r)/ *adv.* (**farther** /ˈfɑːðə(r)/ or **further** /ˈfɜːðə(r)/, **farthest** /ˈfɑːðɪst/ or **furthest** /ˈfɜːðɪst/) **1** (at) a distance (குறிப்பிட்ட) தூரத்தில்; தூரம்; தொலைவு *I can't swim as far as you.* • *How much further is it?*

> **NOTE** மேற்கண்ட பொருளில் **far** வழக்கமாக எதிர்மறை (negative) வாக்கியங்களிலும் வினாக்களிலும் பயன்படுத்தப்படுகிறது. உடன்பாட்டு (positive) வாக்கியங்களில் நாம் பயன்படுத்துவது **a long way** என்பதாகும்—*It's a long way from here to the sea.* சில வேளைகளில் உடன்பாட்டு வாக்கியங்கள் எதிர்மறைப் பொருள் தருகின்றன. அவற்றில் **far**-ஐப் பயன்படுத்தலாம்—*Let's get a bus. It's much too far to walk.*

2 very much மிகவும் அதிகமாக; மிகையளவாக; பெருமளவில் *There's far too much salt in this soup.* **3** (to) a certain degree (ஓர்) அளவுக்கு *How far have you got with your homework?* • *The company employs local people as far as possible.* **4** a long time நெடு நேரம்; நீண்ட நேரமாக *We danced far into the night.*

IDM **as far as** to the place mentioned but not further குறிப்பிட்ட இடம் வரை *We walked as far as the river and then turned back.*

as/so far as used for giving your opinion or judgement of a situation ஒரு சூழ்நிலை குறித்து கருத்தை அல்லது மதிப்பீட்டைத் தெரிவிக்கப் பயன்படுத்தப்படும் தொடர்: அளவில் ***As far as I know**, she's not coming, but I may be wrong.* • ***So far as** school work **is concerned**, he's hopeless.*

as far as the eye can see to the furthest place you can see பார்வை எட்டும் தூரத்துக்கு; பார்வை சென்றெட்டக்கூடிய இடத்துக்கு

by far (*used for emphasizing comparative or superlative words*) by a large amount பெருமளவு; பெருமளவில்; பெரும்படியாக *Raman is by far the best student in the class.*

far from doing sth instead of doing sth ஒன்றைச் செய்வதற்குப் பதிலாக; செய்யும் ஒன்றை விடுத்து *Far from enjoying the film, he fell asleep in the middle.*

far from sth almost the opposite of sth; not at all பெரும்பாலும் (குறிப்பிடப்பட்ட) ஒன்றின் எதிர்நிலையாக; எதிர்மாறாக; நேர்எதிராக *He's far from happy* (= he's very sad or angry).

far from it (*informal*) certainly not; just the opposite உறுதியாக இல்லை; (குறிப்பிடப்பட்டது) முற்றிலும் எதிர்மாறானது/நேர்எதிரானது *'Did you enjoy your holiday?' 'No, far from it. It was awful.'*

few and far between ⇨ **few** பார்க்க.

go far 1 to be enough போதுமானதாக/போதுமான அளவில் இரு *This food won't go very far between three of us.* **2** to be successful in life வாழ்க்கையில் வெற்றியுடன் இரு அல்லது பயன்நிறைவு கொள் *Raghu is very talented and should go far.*

go too far to behave in a way that causes trouble or upsets other people மற்றவர்களுக்குத் தொல்லை தருகிற அல்லது வருத்தப்பட வைக்கிற முறையில் நடந்துகொள்; வரம்பு மீறு *He's always been naughty but this time he's gone too far.*

so far until now இந்த நேரம்வரை; தற்பொழுதுவரை; இன்றுவரை; இதுவரையிலும்; இதுகாறும் *So far the weather has been good but it might change.*

so far so good (*spoken*) everything has gone well until now இந்த நேரம்வரை/இதுவரையிலும் அனைத்தும் நன்றாகவே நடந்துள்ளன; இதுகாறும் நடந்தவை நிறைவாகவே உள்ளன.

faraway /ˈfɑːrəweɪ/ *adj.* (*only before a noun*) **1** (*written*) a great distance away தொலை தூரத்தில் உள்ள; நெடுந்தொலைவுக்கு அப்பால் உள்ள; *He told us stories of faraway countries.* **2** (used about a look in a person's eyes) as if you are thinking of sth else (ஒருவருடைய பார்வை/நோக்கு பற்றிக் குறிப்பிடுகையில்) வேறொன்று குறித்து எண்ணிக்கொண்டிருப்பது போலத் தோன்றுகிற; வேறெதிலோ கருத்துச் செலுத்துவது போன்று காணப்படுகிற *She stared out of the window with a faraway look in her eyes.*

farce /fɑːs/ *noun* [C] **1** something important or serious that is not organized well or treated with respect நல்ல முறையில் திட்டமிடப்படாத/ஏற்பாடு செய்யப்படாத அல்லது கருத்துடன் நடத்தப்படாத முக்கியமான அல்லது உயர்நோக்குடைய ஒன்று; சிறுதிறமாக்கப்பட்ட மதிப்புக்குரிய ஒன்று *The meeting was a farce—everyone was shouting at the same time.* **2** a funny play for the theatre full of ridiculous situations நகைப்புக்குரிய/ஏளனத்துக்குரிய நிகழ்ச்சிகள் நிறைந்த கேலி நாடகம்; கேலிக்கூத்து; நையாண்டி நாடகம், நகைச்சுவை நாடகம் ▶ **farcical** /ˈfɑːsɪkl/ *adj.*

fare[1] /feə(r)/ *noun* [C] the amount of money you pay to travel by bus, train, taxi, etc. பேருந்து, தொடர்வண்டி, வாடகைச் சீருந்து முதலியவற்றுக்கான பயணக் கட்டணம் *What's the fare to Kochi?*

fare[2] /feə(r)/ *verb* [I] (*formal*) to be successful or not successful in a particular situation குறிப்பிட்ட ஒன்றில் வெற்றியடை அல்லது வெற்றி பெறாதுபோ/வெற்றிக்குரிய ஒரு செயலைச் செய்; செயல்புரி *How did you fare in your examination* (= did you do well or badly)*?*

the Far East *noun* [*sing.*] China, Japan and other countries in E and SE Asia கிழக்கு மற்றும் தென்கிழக்கு ஆசியாவில் உள்ள சீனா, ஜப்பான் மற்றும் பிற நாடுகள்; ஆசியாவின் தூரக் கிழக்கு நாடுகள் ⇨ **the Middle East** பார்க்க.

farewell /ˌfeəˈwel/ *noun* [C, U] the act of saying goodbye to sb ஒருவர் அல்லது தான் புறப்படும்போது விடைபெறுதல்; பிரிந்து செல்லும் நேர நல்வாழ்த்து *a farewell party/drink* ▶ **farewell** *exclamation* (*old-fashioned*)

far-fetched *adj.* not easy to believe நம்புவதற்குக் கடினமான; மெய்யென்று எளிதில் ஏற்கமுடியாத *It's a good book but the story's too far-fetched.*

farm[1] /fɑːm/ *noun* [C] an area of land with fields and buildings that is used for growing crops and keeping animals பயிர்கள் விளைவிப்பதற்கும் கால்நடை பராமரிப்புக்கும் பயன்படுத்தப்படும், வயல்களும் கட்டடங்களும் கொண்ட நிலப்பரப்பு; பண்ணை; பண்ணை வளாகம் *farm buildings/workers/animals*

farm² /fɑːm/ *verb* [I, T] to use land for growing crops and/or keeping animals பயிர்கள் விளைவிப்பதற்கு மற்றும்/அல்லது கால்நடை பராமரிப்புக்கு நிலத்தைப் பயன்படுத்து; உழுது பயிரிடு; வேளாண்மை செய் *She farms 200 acres.*

farmer /ˈfɑːmə(r)/ *noun* [C] a person who owns or manages a farm பண்ணை உரிமையாளர் அல்லது பண்ணையைச் செயலாட்சி செய்பவர்; பண்ணைப் பயனீட்டாளர்; உழவர்; வேளாண் வினைஞர்

farmhouse /ˈfɑːmhaʊs/ *noun* [C] the house on a farm where the farmer lives உழவர் வசிக்கும் பண்ணை வீடு; கொல்லை வீடு

farming /ˈfɑːmɪŋ/ *noun* [U] managing a farm or working on it பண்ணையைச் செயலாட்சி செய்தல் அல்லது பண்ணையில் வேலை செய்தல்; பண்ணை நிர்வாகம் *farming methods/areas*

farmyard /ˈfɑːmjɑːd/ *noun* [C] an outside area near a farmhouse surrounded by buildings or walls பண்ணை வீட்டை ஒட்டியுள்ள, கட்டடங்கள் அல்லது சுவர்களால் சூழப்பட்ட வெளியிடம்; பண்ணைவெளி

far-reaching *adj.* having a great influence on a lot of other things பிற பொருள்கள் பலவற்றின் மீது மிக்க தாக்க விளைவு அல்லது பயன்விளைவு உண்டாக்குகிற *far-reaching changes*

far-sighted *adj.* **1** being able to see what will be necessary in the future and making plans for it எதிர்காலத் தேவைகளை உணர்ந்தறிந்து அவற்றுக்கான திட்டங்கள் வகுக்கிற; தொலை நோக்குடைய **2** (*AmE*) = **long-sighted**

fart /fɑːt/ *verb* [I] (*informal*) to suddenly let gas from the stomach escape from your bottom அடிவயிற்றிலிருந்து வாயுவை மலவாய் வழியாக விரைவாக வெளியேற்று; வாயு பிரியவிடு ▶ **fart** *noun* [C]

farther /ˈfɑːðə(r)/ ➪ **far** என்பதன் ஒப்பு அளவு வடிவம் ➪ **further** பதிவிலுள்ள குறிப்பைப் பார்க்க.

farthest /ˈfɑːðɪst/ ➪ **far** என்பதன் மீயளவைக் குறிக்கும் வடிவம்

fascinate /ˈfæsɪneɪt/ *verb* [T] to attract or interest sb very much ஒருவரை மிகுதியாகக் கவர் அல்லது ஈர் *Chinese culture has always fascinated me.* ▶ **fascinating** *adj.* ▶ **fascination** /ˌfæsɪˈneɪʃn/ *noun* [C, U]

fascism (*also* **Fascism**) /ˈfæʃɪzəm/ *noun* [U] an extreme (**right-wing**) political system or attitude which is in favour of a strong central government and which does not allow any opposition ஒரு தீவிரவாத வலதுசாரி அரசியல் அமைப்பு அல்லது வலுவான மத்திய அரசை ஆதரித்து எதிர்ப்பை அனுமதிக்காத போக்கு ▶ **fascist** (*also* **Fascist**) /ˈfæʃɪst/ *noun* [C], *adj.*

fashion /ˈfæʃn/ *noun* **1** [C, U] the style of dressing or behaving that is the most popular at a particular time ஒரு குறிப்பிட்ட காலகட்டத்தில் பெருமளவு பிரபலமாக உள்ள உடைப்பாணி அல்லது நடத்தைப் பாங்கு; புதுநடைப்பாணி; நாகரிகம் *What is **the latest fashion** in hairstyles?* • ***in fashion*** • ***come back into fashion*** • ***out of fashion*** **2** [*sing.*] the way you do sth ஒன்றைச் செய்யும் விதம்; செயற்பாங்கு; செயற்பாணி *Watch him. He's been behaving **in a** very strange **fashion**.*

fashionable /ˈfæʃnəbl/ *adj.* **1** popular or in a popular style at the time பிரபலமாக/பெருவழக்கமாக உள்ள அல்லது பிரபலமாக உள்ள புதுநடைப்பாணிக்குரிய; கால நடைமுறைக்கேற்ற நவநாகரிகமான; புதுப்பாங்கான *a fashionable area/dress/opinion* **2** considering fashion to be important புதுநடைப்பாணியை/நவ நாகரிகத்தை முக்கியமானதாகக் கருதுகிற *fashionable society* ✪ OPP **unfashionable** or **old-fashioned** ▶ **fashionably** /ˈfæʃnəbli/ *adv.*

fast¹ /fɑːst/ *adj.* **1** able to move or act at great speed மிகு விரைவாக இயங்கும் அல்லது செயலாற்றும் திறன் கொண்ட; விரைந்து/வேகமாகச் செல்லக்கூடிய அல்லது வேலை செய்யக்கூடிய; விரைவான; வேகமான *a fast car/worker/runner/reader* ➪ **quick** பதிவிலுள்ள குறிப்பைப் பார்க்க. **2** (used about a clock or watch) showing a time that is later than the real time (மணிப்பொறி அல்லது கைக்கடிகாரம் பற்றிக் கூறும்போது) உண்மையான நேரத்தை விடக் கூடுதலான நேரத்தைக் காட்டுகிற; உண்மையான நேரத்தைக் கடந்த ஒரு நேரத்தைக் காட்டுகிற *The clock is five minutes fast.* ✪ OPP **slow** **3** (used about camera film) very sensitive to light, and therefore good for taking photographs in poor light or of things that are moving quickly (நிழற்பட மென்தகடு பற்றிக் குறிப்பிடுகையில்) ஒளி ஏற்புத்தன்மை நன்கு உடையதும் மங்கலான ஒளியில் அல்லது விரைவாக நகரும் பொருள்களைப் படம் எடுப்பதற்குச் சிறப்பாகப் பயன்படுவதுமான **4** (*not before a noun*) firmly fixed உறுதியாகப் பொருத்தப்பட்ட; உறுதியாகப் பற்றிக் கொள்கிற; பிடி விடாத; நிலைப்பட்ட *He made the boat fast* (= he tied it to something) *before he got out.* • *Do you think the colour in this T-shirt is fast* (= will not come out when washed)*?*

IDM **fast and furious** very fast and exciting மிகு விரைவாகவும் பரபரப்புடனும்

hard and fast ➪ **hard¹** பார்க்க.

fast² /fɑːst/ *adv.* **1** quickly வேகமாக; விரைவாக; குறைந்த நேரத்தில் *She ran very fast.* **2** firmly or deeply உறுதியாக அல்லது ஆழமாக; இறுக; ஆழ்ந்து *Sunil was **fast asleep** by ten o'clock.* • *Our car was stuck fast in the mud.*

fast³ /fɑːst/ *verb* [I] to eat no food for a certain time, usually for religious reasons வழக்கமாகச் சமயக் காரணங்களுக்காக, ஒரு கால அளவுக்கு உணவு உண்ணாதிரு; நோன்பிரு *Muslims fast during Ramadan.* ▶ **fast** *noun* [C]

fasten /ˈfɑːsn/ *verb* **1** [I, T] **fasten sth up** to close or join the two parts of sth; to become closed or joined ஒன்றன் இரண்டு பகுதிகளை ஒன்றுசேர்; ஒன்றுசேர்த்துப் பொருத்து அல்லது இணை; பொருந்து; இணைவுறு *Please fasten your seat belts. • Fasten your coat up—it's cold outside.* **2** [T] **fasten sth (on/to sth); fasten A and B (together)** to fix or tie sth to sth, or two things together ஒன்றோடு ஒன்றைப் பொருத்து, சேர் அல்லது பிணை; இரண்டு பொருள்களை ஒன்று சேர்த்துப் பிணை அல்லது கட்டு *Fasten this badge on your jacket. • How can I fasten these pieces of wood together?* **3** [T] to close or lock sth firmly so that it will not open திறந்துகொள்ளாதபடி ஒன்றை உறுதியாக மூடு அல்லது தாழிடு; பூட்டு *Close the window and fasten it securely.*

fastener /ˈfɑːsnə(r)/ (*also* **fastening**) /ˈfɑːsnɪŋ/ *noun* [C] something that fastens things together பொருள்களை ஒன்றிணைத்து நிலைநிறுத்துவது; பிணைப்பது; பூட்டுவது; இணைப்பான்; கொளுவி

fast food *noun* [U] food that can be served very quickly in special restaurants and is often taken away to be eaten in the street தனிவகை உணவகங்களில் மிகக் குறைந்த நேரத்தில் வழங்கப்படுவதும் பெரும்பாலும் தெருவோரத்தில் கொண்டு சென்று உண்ணப்படுவதுமான உணவு; விரைவுணவு; துரித உணவு *a fast food restaurant*

fast forward *verb* [T] to make a videotape or a cassette go forward quickly without playing it ஒளி/ஒலி நாடாவை இசைக்காமலேயே விரைந்து முன்னோக்கி சுற்றச் செய் ▶ **fast forward** *noun* [U] *Press fast forward to advance the tape. • the fast-forward button* ⇨ **rewind** பார்க்க.

fastidious /fæˈstɪdiəs/ *adj.* difficult to please; wanting everything to be perfect மகிழ்விப்பதற்குக் கடினமான; எளிதில் மனநிறைவு கொள்ளச் செய்ய முடியாத; அனைத்திலும் நிறைவை எதிர்பார்க்கிற

fat¹ /fæt/ *adj.* (**fatter; fattest**) **1** (used about people's or animal's bodies) weighing too much; covered with too much flesh (மனித அல்லது விலங்கு உடல்கள் வகையில்) மிகுதியாக கனக்கிற; பளு அதிகமுள்ள; பெருத்த; தடித்த; தசை நிறைந்த; கொழுத்த *You'll get fat if you eat too much.* ✪ OPP **thin**

NOTE ஒருவரை **fat** எனக் கூறுவது அவ்வளவாகப் பண்பு நயமான வழக்கமன்று. அப்பொருளுடைய நாகரிக நயம் வாய்ந்த சொற்கள் **plump, stout, overweight** ஆகியன.

2 (used about a thing) thick or full (ஒரு பொருள் பற்றிக் குறிப்பிடும்போது) நிறைந்த; நிரம்பிய; தடித்த *a fat wallet/book*

fat² /fæt/ *noun* **1** [U] the soft white substance under the skins of animals and people விலங்கு மற்றும் மனிதத் தோல்களின் உட்பகுதியிலுள்ள மிருதுவான வெண்ணிறப் பொருள்; கொழுப்பு *I don't like meat with fat on it.* ⇨ **fatty** *adjective* பார்க்க. **2** [C, U] the substance containing oil that we obtain from animals, plants or seeds and use for cooking விலங்குகள், தாவரங்கள் அல்லது விதைகளிலிருந்து பெறப்படுவதும் சமையலுக்குப் பயன்படுத்தப்படுவதுமான எண்ணெய் உள்ளடங்கிய பொருள்; கொழுப்பு நெய்; தாவர எண்ணெய் *Cook the onions in a little fat.*

fatal /ˈfeɪtl/ *adj.* **1** causing or ending in death மரணத்தை உண்டாக்குகிற அல்லது மரணத்தில் முடிகிற; மரண ஆபத்துள்ள; உயிர் போக்கிவிடக் கூடிய *a fatal accident/disease* ⇨ **mortal** பார்க்க. **2** causing trouble or a bad result தொந்தரவு அல்லது தீய விளைவு உண்டாக்குகிற; இடரார்ந்த *She made the fatal mistake of trusting him.* ▶ **fatally** /feitəli/ *adv.* *fatally injured*

fatality /fəˈtæləti/ *noun* [C] (*pl.* **fatalities**) a person's death caused by an accident, in war, etc. விபத்து, போர் முதலியவற்றால் விளையும் மரணம்; உயிரிழப்பு *There were no fatalities in the fire.*

fate /feɪt/ *noun* **1** [U] the power that some people believe controls everything that happens நிகழ்வுகள் அனைத்தையும் கட்டுப்படுத்தும் ஒன்றாகச் சிலரால் நம்பப்படும் ஆற்றல்; விதி; ஊழ் *It was fate that brought them together again after twenty years.* **2** [C] your future; something that happens to you ஒருவருடைய எதிர்காலம்; ஒருவருக்கு நேர்வது; நடக்க இருப்பது; எதிர்கால வாய்ப்பு நிலை *Both men suffered the same fate—they both lost their jobs.* ✪ SYN **fortune**

fateful /ˈfeɪtfl/ *adj.* having an important effect on the future எதிர்காலத்தின் மீது ஒரு முக்கியமான தாக்கத்தை ஏற்படுத்தக்கூடிய; முக்கியமான எதிர்கால விளைவைக் கொண்டுள்ள *a fateful decision*

father¹ /ˈfɑːðə(r)/ *noun* [C] **1** a person's male parent தந்தை *Karthik looks exactly like his father.* **2 Father** the title of certain priests (கிறிஸ்தவச் சமயத்தில்) சிலவகை பாதிரிமார்களின் பட்டப்பெயர்; அருட்தந்தை *Father O'Reilly*

father[2] /ˈfɑːðə(r)/ *verb* [T] to become a father தந்தையாகு *to father a child*

Father Christmas (*also* **Santa Claus**) *noun* [C] an old man with a red coat and a long white beard who, children believe, brings presents at Christmas கிறிஸ்துமஸ் பண்டிகையின் போது பரிசுப் பொருள்கள் கொண்டு வருபவராகக் குழந்தைகளால் நம்பப்படும், நீண்ட வெண்-தாடியுடன் சிவப்பு நிற அங்கியில் தோன்றும் முதியவர்

fatherhood /ˈfɑːðəhʊd/ *noun* [U] the state of being a father தந்தையாக இருக்கும் நிலை; தந்தைப்பேறு

father-in-law *noun* [C] (*pl.* **fathers-in-law**) the father of your husband or wife ஒருவருடைய கணவன் அல்லது மனைவியின் தந்தை; மாமனார்

fatherly /ˈfɑːðəli/ *adj.* like or typical of a father தந்தை போன்ற; தந்தைக்குரிய *Would you like a piece of fatherly advice?*

fathom[1] /ˈfæðəm/ *verb* [T] (*usually in the negative*) to understand sth ஒன்றைப் புரிந்துகொள்; ஆழ்ந்தறி *I can't fathom what he means.*

fathom[2] /ˈfæðəm/ *noun* [C] a measure of the depth of water; 6 feet (1.8 metres) நீரின் ஆழத்தை அளவிடப் பயன்படுத்தும் ஒரு நீட்டல் அளவை; ஆறு அடியளவு (1.8 மீட்டர்)

fatigue /fəˈtiːg/ *noun* [U] **1** the feeling of being extremely tired மிகைப்படியான களைப்-புணர்வு; பெரும் சோர்வு; அயர்ச்சி *He was suffering from mental and physical fatigue*. **2** weakness in metals caused by a lot of use அதிகமான பயன்பாடு காரணமாக உலோகங்களில் உண்டாகும் மெலிவு அல்லது தாங்கு திறன் குன்றிய நிலை *The plane crash was caused by metal fatigue in a wing.*

fatten /ˈfætn/ *verb* [T] **fatten sb/sth (up)** to make sb/sth fatter ஒருவரை/ஒன்றைக் கொழுக்கவை; தடியாக்கு *He's fattening the pigs up for market.*

fattening /ˈfætnɪŋ/ *adj.* (used about food) that makes people fat (உணவு வகையில்) உடலைப் பெருக்கமுறச் செய்கிற *Chocolate is very fattening*.

fatty /ˈfæti/ *adj.* (**fattier**; **fattiest**) (used about food) having a lot of fat in or on it (உணவு வகையில்) மிகுதியான கொழுப்புள்ள; கொழுப்புப் படிவு நிறைந்துள்ள

fatty acid *noun* [C] an acid that is found in fats and oils கொழுப்புகளிலும்/நிணங்களிலும் தாவர எண்ணெய்களிலும் காணப்படும் அமில வகை

faucet /ˈfɔːsɪt/ (*AmE*) = **tap**[2] **1**

fault[1] /fɔːlt/ *noun* **1** [C] something wrong or not perfect in a person's character or in a thing ஒருவரது இயற்பண்பில்/குணத்தில் அல்லது ஒரு பொருளில் காணப்படும் இன்னாத அல்லது நிறைவற்ற ஒன்று; குறைபாடு *One of my faults is that I'm always late.* ➪ **mistake** பதிவிலுள்ள குறிப்பைப் பார்க்க. **2** [U] responsibility for a mistake ஒரு தவற்றுக்கான பொறுப்பு அல்லது பதில் சொல்லக் கடமைப்-பட்ட நிலை *It will be your **own fault** if you don't pass your exams.* **3** [C] (*technical*) a place where there is a break in the layers of rock in the earth's surface and the rocks on either side have moved in opposite directions பூமியின் மேற்பரப்பிலுள்ள பாறை அடுக்குகளில் விரிசல் உண்டாகி, விரிசலின் இரு பக்கங்களிலுமுள்ள பாறைகள் எதிரெதிர்த் திசைகளில் இடம்பெயர்ந்துவிட்ட ஓரிடம்; பாறை அடுக்குகளின் இடைமுறிவு ➪ **limestone** பதிவில் படம் பார்க்க.

IDM **be at fault** to be wrong or responsible for a mistake குற்றம் செய்தவராயிரு அல்லது ஒரு தவற்றுக்குப் பதில் சொல்லக் கடமைப்-பட்டிரு *The other driver was at fault—he didn't stop at the traffic lights.*

find fault (with sb/sth) ➪ **find**[1] பார்க்க.

fault[2] /fɔːlt/ *verb* [T] to find sth wrong with sb/sth ஒருவரிடம்/ஒன்றில் தவறு கண்டுபிடி; குற்றங்காண் *It was impossible to fault her English.*

faultless /ˈfɔːltləs/ *adj.* without any mistakes; perfect குறையற்ற; குற்றம் கூற முடியாத; நிறைவான; செம்மையான *The pianist gave a faultless performance.*

faulty /ˈfɔːlti/ *adj.* (used especially about electricity or machinery) not working properly (குறிப்-பாக மின்னாற்றல் அல்லது பொறியமைப்புப் பற்றிக் குறிப்பிடுகையில்) சரிவர இயங்காமல் இருக்கிற; கோளாறு உள்ள; ஒழுங்காய்ச் செயல்படாத *a faulty switch*

fauna /ˈfɔːnə/ *noun* [U] all the animals of an area or a period of time குறிப்பிட்ட இடப்பரப்பில் அல்லது காலப்பகுதியில் காணப்படும் அனைத்து விலங்குகளின் தொகுதி; ஒரு திணை நிலத்துக்குரிய அல்லது காலப்பகுதிக்-குரிய உயிரினத் தொகுதி *the flora and fauna of South America* ➪ **flora** பார்க்க.

faux pas /ˌfəʊˈpɑː/ *noun* [C] (*pl.* **faux pas** /ˌfəʊ ˈpɑːz/) something you say or do that is embarrassing or offends people மற்றவர்களைச் சங்கடப்-படுத்தும் அல்லது மற்றவர்கள் மனத்தைப் புண்படுத்தும் முறையில் தன்னால் கூறப்படும் அல்லது செய்யப்படும் ஒன்று; சொல்லிழுக்கு; செயலிழுக்கு *to **make a faux pas***

favour[1] (*AmE* **favor**) /ˈfeɪvə(r)/ *noun* **1** [C] something that helps sb ஒருவருக்கு உதவியாக இருக்கும் ஒன்று; உதவி; அனுகூலம் *Would you **do me a favour** and post this letter for me?*

• *Could I **ask** you **a favour**?* • *Are they paying you for the work, or are you doing it **as a favour**?* **2** [U] **favour (with sb)** liking or approval விருப்பம் அல்லது ஒப்புதல்; நல்லெண்ணம்; அன்பாதரவு *I'm afraid I'm **out of favour** with my neighbour since our last argument.* • *The new boss's methods didn't **find favour** with the staff.*

IDM **in favour of sb/sth** in agreement with பக்கமாக; சார்பில்; சாதகமாக *Are you in favour of private education?*

in sb's favour to the advantage of sb ஒருவருக்கு அனுகூலமான முறையில்; ஆதரவாக; சாதகமாக *The committee decided in their favour.*

favour[2] (*AmE* **favor**) /ˈfeɪvə(r)/ *verb* [T] **1** to support sb/sth; to prefer ஒருவரை/ஒன்றை ஆதரி; சாதகமாக இரு; விரும்பித் தேர்ந்தெடு *Which suggestion do you favour?* **2** to treat one person very well and so be unfair to others ஒருவரை மிக நல்ல முறையில் நடத்தி மற்றவர்களிடம் இரண்டகமாக இரு; பாரபட்சம் காட்டு *Parents must try not to favour one of their children.*

favourable (*AmE* **favorable**) /ˈfeɪvərəbl/ *adj.* **1** showing liking or approval அன்பாதரவான அல்லது ஒத்திசைவான; பரிவுணர்ச்சியுடைய *He made a favourable impression on the interviewers.* **2** (often used about the weather) suitable or helpful (பெரும்பாலும் வானிலை பற்றிய வழக்காக) சாதகமான; நோக்கத்துக்குகந்த; பயனுடைய *Conditions are favourable for skiing today.* ✪ **OPP unfavourable** அல்லது **adverse** ▶ **favourably** (*AmE* **favorably**) /ˈfeivərəbli/ *adv.*

favourite[1] (*AmE* **favorite**) /ˈfeɪvərɪt/ *adj.* liked more than any other மற்ற எவரையும்/எதனையும் விட அதிகமாக விரும்பப்படுகிற; தனி விருப்பத்துக்குரிய; தனிச்சலுகைக்குரிய *What is your favourite colour?* • *Who is your favourite singer?*

favourite[2] (*AmE* **favorite**) /ˈfeɪvərɪt/ *noun* [C] **1** a person or thing that you like more than any others மற்ற எவரையும் விட/எதனையும் விட அதிகமாக விரும்பப்படும் ஒருவர் அல்லது ஒன்று; தனிப்பாசத்துக்கு அல்லது சலுகைக்கு உரியவர்; சிறப்புக் கவனத்துக்குரிய பொருள் *The other kids were jealous of Rose because she was the teacher's favourite.* **2 favourite (for sth/to do sth)** the horse, team, competitor, etc. who is expected to win வெற்றி பெறுபவர்/வெற்றி பெறுவது என்று எதிர்பார்க்கப்படும் பந்தயக் குதிரை, விளையாட்டணி, போட்டியாளர், முதலியவை/முதலியோர் *Mithun is the hot favourite for the leadership of the party.* ✪ **OPP outsider**

favouritism (*AmE* **favoritism**) /ˈfeɪvərɪtɪzəm/ *noun* [U] giving unfair advantages to the person or people that you like best தனி விருப்புக்குரிய ஒருவருக்கு அல்லது பலருக்கு முறையற்ற வகையில் நன்மைகளை வழங்குதல்; ஒருதலைப் பற்று; ஒருசார்பு நிலை *The referee was accused of **showing favouritism** to the home side.*

fawn[1] /fɔːn/ *adj., noun* [U] (of) a light yellowish-brown colour காவி கலந்த இளமஞ்சள் நிறமான; காவி கலந்த இளமஞ்சள் நிறம்

fawn[2] /fɔːn/ *noun* [C] a young animal **(deer)** இளமான்; மான்குட்டி ➪ **deer** பதிவிலுள்ள குறிப்பைப் பார்க்க.

fax[1] /fæks/ *noun* **1** [C, U] a copy of a letter, etc. that you can send by telephone lines using a special machine ஒரு தனிப்பொறியைப் பயன்படுத்தித் தொலைபேசிக் கம்பி வழியாக அனுப்பப்படும் கடித நகல் முதலியவை; தொலை நகல் *They need an answer today so I'll **send a fax**.* • *They contacted us **by fax**.* **2** [C] **fax machine** the machine that you use for sending faxes தொலை நகல் அனுப்பப் பயன்படுத்தப்படும் பொறி; தொலை எழுதி; தொலை நகலி; நிகரி *Have you got a fax?* • *What's your fax number?*

fax[2] /fæks/ *verb* [T] **fax sth (to sb)**; **fax sb (sth)** to send sb a fax ஒருவருக்குத் தொலை நகல் அனுப்பு *We will fax our order to you tomorrow.* • *I've faxed her a copy of the letter.*

faze /feɪz/ *verb* [T] (*informal*) to make sb worried or nervous ஒருவரைக் கவலை அல்லது கலவரம் அடையச் செய்; மன அமைதி இழக்கச் செய்

fear[1] /fɪə(r)/ *noun* [C, U] the feeling that you have when sth dangerous, painful or frightening might happen ஆபத்தான, வலி உண்டாக்கும் அல்லது அதிர்ச்சியூட்டும் ஒன்று நிகழ வாய்ப்புள்ள நிலையில் ஏற்படும் உணர்வு; அச்சம்; பயம்; கலக்கம்; திகில் *He was shaking **with fear** after the accident.* • *People in this area live **in constant fear** of crime.*

IDM **no fear** (*spoken*) (used when answering a suggestion) certainly not (ஒரு யோசனைக்கு மறுமொழி கூறும்போது) உறுதியாக இல்லை

fear[2] /fɪə(r)/ *verb* [T] **1** to be afraid of sb/sth or of doing sth ஒருவர்/ஒன்று குறித்து அல்லது ஒன்றைச் செய்வதற்கு அஞ்சு; பயப்படு *We all fear illness and death.* **2** to feel that sth bad might happen or might have happened கேடு விளைவிக்கும்/மோசமான ஒன்று நிகழலாம் அல்லது நிகழ்ந்திருக்கக்கூடும் என்ற உணர்வு கொள்; கவலை கொள் *The government fears that it will lose the next election.* • *Thousands of people are feared dead in the earthquake.*

IDM **fear for sb/sth** to be worried about sb/sth ஒருவர்/ஒன்று பற்றிக் கவலைப்படு; சஞ்சலம் கொள் *Parents often fear for the safety of their children.*

fearful /ˈfɪəfl/ *adj.* (*formal*) **1 fearful of sth/ doing sth**; **fearful that**... afraid or worried about sth ஒன்று பற்றி அச்சம் கொள்கிற அல்லது கவலைப்படுகிற; பயப்படுகிற *You should never be fearful of starting something new.* • *They were fearful that they would miss the plane.* ➪ **frightened** மற்றும் **scared** பார்க்க; மேலும் **afraid** பதிவிலுள்ள குறிப்பையும் பார்க்க. **2** terrible அச்சந் தருகிற; மனக் கலக்கம் உண்டாக்குகிற; அதிர்ச்சி/நடுக்கம் உண்டாக்குகிற *the fearful consequences of war* ▶ **fearfully** /-fəli/ *adv.* ▶ **fearfulness** *noun* [U]

fearless /ˈfɪələs/ *adj.* never afraid எப்போதும் பயப்படாத; அச்ச உணர்வற்ற ▶ **fearlessly** *adv.* ▶ **fearlessness** *noun* [U]

feasible /ˈfiːzəbl/ *adj.* possible to do செய்யக்கூடிய; நிறைவேற்றக்கூடிய *a feasible plan* ▶ **feasibility** /ˌfiːzəˈbɪləti/ *noun* [U]

feast /fiːst/ *noun* [C] a large, special meal, especially to celebrate sth குறிப்பாக ஒன்றைக் கொண்டாடுவதற்காக ஏற்பாடு செய்யப்படும், பெரிய அளவிலான சிறப்பு உணவு; விருந்து; விழா விருந்து ▶ **feast** *verb* [I] **feast (on sth)** *They feasted on exotic dishes.*

feat /fiːt/ *noun* [C] something you do that shows great strength, skill or courage பெரும் வலிமை, செயலாற்றல் அல்லது துணிவை வெளிப்படுத்தும் முறையிலான ஒரு செயல்; அருஞ்செயல்; சாதனை *That new bridge is a remarkable feat of engineering.* • *Persuading Harish to give you a pay rise was* ***no mean feat*** (= difficult to do).

feather /ˈfeðə(r)/ *noun* [C] one of the light, soft things that grow in a bird's skin and cover its body இறகு; சிறகின் தூவி

feature[1] /ˈfiːtʃə(r)/ *noun* [C] **1** an important or noticeable part of sth ஒன்றின் முக்கியமான அல்லது கவனத்தைக் கவரும் பகுதி; சிறப்பம்சம் *Mountains and lakes are the main features of the landscape of Kashmir.* • *Noise is a feature of city life.* **2** a part of the face முகத்தின் ஒரு பகுதி *Her eyes are her best feature.* **3 a feature on sth** a newspaper or magazine article or television programme about sth ஒன்றைப் பற்றிய செய்தித்தாள் அல்லது பருவ இதழ் கட்டுரை அல்லது தொலைக்காட்சி நிகழ்ச்சி *There's a feature on kangaroos in this magazine.* **4 feature film** a long film that tells a story கதையை அடிப்படையாகக் கொண்ட முழு நீளத் திரைப்படம்; நீள் திரைப்படம் ▶ **featureless** *adj. dull, featureless landscape*

feature[2] /ˈfiːtʃə(r)/ *verb* **1** [T] to include sb/sth as an important part ஒருவரை/ஒன்றை முக்கிய பகுதியாகக் கொண்டிரு; ஒருவரை/ஒன்றை முதன்மை/சிறப்பு உறுப்பாகச் சேர்த்திரு *The film features many well-known actors.* **2** [I] **feature in sth** to have a part in sth ஒன்றின் ஒரு பகுதியாக/கூறாக இரு; ஒன்றில் இடம்பெறு *Does marriage feature in your future plans?* ✪ SYN **figure**

Feb. *abbr.* February பிப்பிரவரி மாதம் *18 Feb. 1993*

February /ˈfebruəri/ *noun* [U, C] (*abbr.* **Feb.**) the second month of the year, coming after January சனவரியை அடுத்து வரும், ஆண்டின் இரண்டாம் மாதம்; பிப்பிரவரி மாதம்

> **NOTE** வாக்கியங்களில் மாதங்கள் பயன்படுத்தப்படும் முறை பற்றி அறிய **January** பதிவிலுள்ள எடுத்துக்காட்டுகளையும் வழக்குக் குறிப்பையும் பார்க்க.

feces (*AmE*) = **faeces**

fed ➪ **feed** என்பதன் இறந்தகால மற்றும் இறந்தகால வினையெச்ச வடிவம்

federal /ˈfedərəl/ *adj.* **1** organized as a federation உள்நாட்டு விவகாரங்களில் சுதந்திரமும் தேசிய நலன் சார்ந்த விவகாரங்களில் மத்திய அரசின் கட்டுப்பாடும் உள்ள அமைப்பாக; கூட்டமைப்பாக ஒருங்கிணைக்கப்பட்டுள்ள *a federal system of rule* **2** connected with the central government of a federation ஒரு கூட்டரசின் மைய அரசு தொடர்பான/சார்ந்த *That is a federal, not a state law.*

federalist /ˈfedərəlɪst/ *noun* [C] a supporter of a system of government in which the individual states of a country have control of their own affairs, but are controlled by a central government for national decisions மாநிலங்கள் தங்களது சொந்த விவகாரங்களைத் தம் ஆளுமையில் கொண்டு தேசிய நலன் சார்ந்த முடிவுகளில் மைய அரசால் கட்டுப்படுத்தப்படும் ஆட்சி முறையின் (கூட்டமைப்பின்) ஆதரவாளர் ▶ **federalist** *adj. a federalist future for Europe* ▶ **federalism** /ˈfedərəlɪzəm/ *noun* [U] *European federalism*

federate /ˈfedəreɪt/ *verb* [I] (*technical*) used about states, organizations, etc. to unite under a central government or organization while keeping some local control (மாநிலங்கள், நிறுவன அமைப்புகள் பற்றிக் கூறுகையில்) சில உள்ளூர்/உள்ளாட்சி விவகாரங்களைத் தன் கட்டுப்பாட்டில் வைத்துக்கொண்டு, மைய அரசு அல்லது மைய அமைப்புடன் இணைவுறு; கூட்டரசின் உறுப்பாகச் சேர்

federation /ˌfedəˈreɪʃn/ *noun* [C] a group of states, etc. that have joined together to form a single group ஒரே குழுவாக ஒருங்கிணைந்த மாநிலங்கள்

முதலியவற்றின் தொகுதி; கூட்டமைப்பு; கூட்டரசு

fed up *adj.* (*informal*) (*not before a noun*) **fed up (with/of sb/sth/doing sth)** bored or unhappy; tired of sth சலிப்புணர்வுக்கு ஆட்பட்ட அல்லது மனம் சோர்வுற்ற; சலிப்படைந்த *What's the matter? You look really fed up.* • *I'm fed up with waiting for the phone to ring.*

fee /fi:/ *noun* [C] **1** (*usually pl.*) the money you pay for professional advice or service from doctors, lawyers, schools, universities, etc. மருத்துவர்கள், வழக்குரைஞர்கள், பள்ளிகள், பல்கலைக்கழகங்கள் முதலியோர்/முதலியன வழங்கும் தொழில் முறை ஆலோசனைக்காக அல்லது சேவைக்காக ஒருவர் செலுத்தும் கட்டணம் *We can't afford private school fees.* • *Most ticket agencies will* ***charge a small fee****.* **2** the cost of an exam, the cost of becoming a member of a club, the amount you pay to go into certain buildings, etc. தேர்வுக் கட்டணம், ஒரு தனிமுறைக் கழகம் முதலியவற்றுக்கான உறுப்பினர் கட்டணம், குறிப்பிட்ட சில கட்டடங்களினுள் செல்வதற்கான நுழைவுக் கட்டணம் முதலியன *How much is the entrance fee?* ⇨ **pay[2]** பதிவிலுள்ள குறிப்பைப் பார்க்க.

feeble /'fi:bl/ *adj.* **1** with no energy or power; weak திறனிழந்த; வலிமையற்ற; பலவீனமான *a feeble old man* • *a feeble cry* **2** not able to make sb believe sth ஒருவர் ஒன்றை நம்புமாறு செய்ய இயலாத; ஒன்றில் நம்பிக்கையூட்ட முடியாத; ஒன்றை மெய்யென ஏற்கச்செய்ய முடியாத *a feeble argument/excuse* ▶ **feebly** *adv. He shook his head feebly.*

feed[1] /fi:d/ *verb* (*pt, pp* **fed** /fed/) **1** [T] **feed sb/sth (on) (sth)** to give food to a person or an animal ஓர் ஆளுக்கு/ஒரு விலங்கிற்கு உணவு கொடு; உணவளி; தீனி வை *Don't forget to feed the dog.* • *Some of the snakes in the zoo are fed (on) rats.* **2** [I] **feed (on sth)** (used about animals or babies) to eat (விலங்குகள் அல்லது குழந்தைகள் பற்றிக் கூறும்போது) உண்; மேய்; அருந்து *What do horses feed on in the winter?* • *Bats feed at night.* **3** [T] **feed A (with B); feed B into/to/through A** to supply sb/sth with sth; to put sth into sth else ஒருவருக்கு/ஒன்றுக்கு ஒரு பொருளை வழங்கு; ஒன்றை வேறொன்றினுள் இடு *This channel feeds us with news and information 24 hours a day.* • *Metal sheets are fed through the machine one at a time.*

feed[2] /fi:d/ *noun* **1** [C] a meal for an animal or a baby விலங்குக்கு அல்லது குழந்தைக்கு ஒரு தடவை/ஒரு முறை தரப்படும் உணவு/தீனி *When's the baby's next feed due?* **2** [U] food for animals விலங்குகளுக்கான உணவு; தீனி; தீவனம் *cattle feed*

feedback /'fi:dbæk/ *noun* [U] information or comments about sth that you have done which tells you how good or bad it is தான் செய்த ஒன்றைப் பற்றிய தர மதிப்பீடாக அமையும் தகவல் அல்லது கருத்து/விமரிசனக் குறிப்பு; பின்னூட்டம் *The teacher spent five minutes with each of us to* ***give us feedback on*** *our home work.*

feel[1] /fi:l/ *verb* (*pt, pp* **felt** /felt/) **1** *linking verb* (*usually with an adjective*) to be in the state that is mentioned குறிப்பிடப்பட்ட நிலையில் இரு; நலமான/நலமற்ற உடல் அல்லது மனநிலையை அடை *to feel cold/sick/tired/happy* • *How are you feeling today?* • *You'll feel better in the morning.* **2** *linking verb* used to say how sth seems to you when you touch, see, smell, experience, etc. it ஒன்றைத் தொடும்போது, பார்க்கும்போது, நுகரும்போது, அனுபவிக்கும்போது, அது தனக்கு எவ்வாறு தோன்றுகிறது என்பதைக் கூறப் பயன்படுத்தப்படுவது *My new coat feels like leather but it's not.* • *He* ***felt as if*** *he had been there before.* • *My head* ***feels as though*** *it will burst.* • *I felt (that) it was a mistake not to ask her advice.* **3** [T] to notice or experience sth physical or emotional உடல் அல்லது உணர்வு சார்ந்த ஒன்றைக் கவனி அல்லது பட்டுணர்; தொட்டுணர்; உள்ளத்தில் உணர் *I damaged the nerves and now I can't feel anything in this hand.* • *I felt something crawling up my back.* **4** [T] to touch sth in order to find out what it is like ஒன்று எவ்வாறு அல்லது என்னவாக இருக்கும் என்பதைக் கண்டறிவதற்காக அதனைத் தொடு; தொட்டறி *Feel this material. Is it cotton or silk?* • *I felt her forehead to see if she had a temperature.* **5** [I] **feel (about) (for sb/sth)** to try to find sth with your hands instead of your eyes கண்களால் பார்த்தறிவதற்குப் பதிலாகக் கைகளால் தொட்டு/தடவி அறி *She felt about in the dark for the light switch.* **6** [T] to be affected by sth ஒன்றால் பாதிக்கப்படு; ஒன்றன் தாக்க விளைவுக்கு உள்ளாகு *Do you feel the cold in winter?* • *She felt it badly when her mother died.*

IDM **feel free (to do sth)** (*informal*) used to tell sb he/she is allowed to do sth ஒன்றைச் செய்ய ஒருவருக்கு இசைவளிப்பதை அல்லது உரிமை வழங்குவதை அவரிடம் கூறப் பயன்படுத்தப்படும் தொடர் *Feel free to use the phone.*

feel like sth/doing sth to want sth or to want to do sth ஒன்றைப் பெற விரும்பு அல்லது ஒன்றைச் செய்ய விரும்பு *Do you feel like going out?*

feel your age to realize that you are getting old, especially compared to other younger people around you குறிப்பாகச் சுற்றியுள்ள இளம் வயதினருடன் ஒப்பிடும்போது, தனக்கு வயதாகிக்கொண்டிருப்பதைத் தெளிவாக உணர்

not feel yourself to not feel healthy or well உடல் நலமின்றி அல்லது மன நிறைவின்றி/மகிழ்ச்சியின்றி இருப்பதாக உணர்

PHR V **feel for sb** to understand sb's feelings and situation, and feel sorry for him/her ஒருவருடைய உணர்ச்சிகளையும் சூழ்நிலையையும் புரிந்து-கொண்டு அவருக்காக இரங்கு; ஒருவருடைய நிலைக்காக வருந்து *I really felt for him when his wife died.*

feel up to sth/to doing sth to have the strength and the energy to do or deal with sth ஒன்றைச் செய்வதற்கு அல்லது கையாள்வதற்கு வேண்டிய வலிமையும் ஆற்றலும் கொண்டிரு; ஒரு தகுநிலையில் இரு *I really don't feel up to eating a huge meal.*

feel² /fi:l/ *noun* [*sing.*] **1** the impression sth gives you when you touch it; the impression that a place or situation gives you ஒன்றைத் தொடும்-போது அது குறித்துத் தான் கொள்ளும் எண்ணம் அல்லது உணர்வு; ஓரிடம் அல்லது சூழ்நிலை தோற்றுவிக்கும் கருத்து, எண்ணம் அல்லது உணர்வு *You can tell it's wool by the feel.* • *The town has a friendly feel.* **2** an act of touching sth in order to learn about it ஒன்றைப் பற்றி அறிந்துகொள்ளும் பொருட்டு அதனைத் தொடுதல்; தொட்டறிதல் *Let me have a feel of that material.*

feeler /ˈfi:lə(r)/ *noun* [C, *usually pl.*] either of the two long thin parts on the heads of some insects and of some animals that live in shells that they use to feel and touch things with சில வகைப் பூச்சிகள் மற்றும் மேல்தோலுடைய விலங்குகளின் தலையில் உள்ள, பொருள்-களை உணர்ந்தறிவதற்கும் தொட்டறிவதற்கும் பயன்படுத்தப்படும், நீண்டு மெலிதான இரண்டு உறுப்புகளில் ஒன்று; உணரிழை; உணர்-கொம்பு; உணரி ✪ SYN **antenna**

feeling /ˈfi:lɪŋ/ *noun* **1** [C] **a feeling (of sth)** something that you feel in your mind or body மனத்தில் அல்லது உடலில் உணரும் ஒன்று; உணர்வு; உணர்ச்சி; உள்ளுணர்வு *a feeling of hunger/happiness/fear/helplessness* • *I've got a funny feeling in my leg.* **2** [*sing.*] a belief or idea that sth is true or is likely to happen உண்மை-யான அல்லது புலன்களால் உணரும் வாய்ப்-புள்ள நம்பிக்கை அல்லது எண்ணம்/கருத்து; உள்ளுணர்வு *I get the feeling that Indu doesn't like me much.* • *I have a nasty feeling that Jana didn't get our message.* **3** [C, U] **feeling(s) (about/on sth)** an attitude or opinion about sth ஒன்று பற்றிய மனப்பான்மை அல்லது கருத்து/எண்ணம் *What are your feelings on this matter?* • *My own feeling is that we should postpone the meeting.* • *Public feeling seems to be against the new road.* **4** [U, C, *usually pl.*] a person's emotions; strong emotion ஒருவரது உணர்வுகள்; அழுத்தமான உணர்வு; எண்ண அலைகள் *I have to tell Udit his work's not good enough but I don't want to **hurt** his **feelings**.* • *Let's practise that song again, this time **with feeling**.* **5** [C, U] **(a) feeling/feelings (for sb/sth)** love or understanding for sb/sth அன்பு; காதல்; பரிவு; பற்றுணர்வு *She doesn't have much (of a) feeling for music.* • *He still has feelings for his ex-wife.* **6** [U] the ability to feel in your body உணர் திறன்; உறுதலுணர்ச்சி *After the accident he lost all feeling in his legs.*

IDM **bad/ill feeling** unhappy relations between people ஆட்களுக்கு இடையேயான நலமற்ற/இனிமையானதல்லாத உறவு *The decision caused a lot of bad feeling at the factory.*

no hard feelings ➪ **hard¹** பார்க்க.

feet ➪ **foot¹** என்பதன் பன்மை வடிவம்

feign /feɪn/ *verb* [T] (*formal*) to pretend that you have a particular feeling or that you are ill, tired, etc. குறிப்பிட்ட உணர்ச்சிக்கு ஆட்பட்டு இருப்பதாக அல்லது உடல்நலக் குறைவு, களைப்பு முதலியவை உள்ளதாகப் பாவனை செய்; இல்லாததை இருப்பதாகப் பாசாங்கு செய் *He feigned illness to avoid going to the party.*

feldspar /ˈfeldspɑ:(r)/ *noun* [U, C] (in geology) a type of white or red rock (புவியமைப்பியலில்) வெண்மை அல்லது சிவப்பு நிறப் பாறை வகை

feline /ˈfi:laɪn/ *adj.* connected with an animal of the cat family; like a cat பூனைப் பேரினத்தைச் சார்ந்த விலங்கு தொடர்பான; பூனை போன்ற; பூனை இயல்புடைய

fell¹ ➪ **fall¹** என்பதன் இறந்தகால வடிவம்

fell² /fel/ *verb* [T] to cut down a tree ஒரு மரத்தை வெட்டி வீழ்த்து; வெட்டிச் சாய்

fellow¹ /ˈfeləʊ/ *noun* [C] **1** a member of an academic or professional organization, or of certain universities கல்வி சார்ந்த அல்லது உயர் தொழிலர் நிறுவனத்தின், அல்லது சில வகைப் பல்கலைக்கழகங்களின் உறுப்பினர் *a fellow of the Royal College of Surgeons* **2** a person who is paid to study a particular thing at a university பல்கலைக்கழகத்தில் குறிப்பிட்ட பொருள் குறித்து ஆய்வு செய்வதற்காகப் பண உதவி பெற்றவர்; நல்கை பெற்ற பல்கலைக்கழக ஆய்வு மாணவர் *Janaki is a research fellow in the biology department.* **3** (*old-fashioned*) a man ஆள்; நபர்; பேர்வழி

fellow² /ˈfeləʊ/ *adj.* (*only before a noun*) another or others like yourself in the same situation தன்னுடையதை ஒத்த சூழ்நிலையில் உள்ள (மற்றொருவர் அல்லது மற்றவர்கள்); இணை நிலையான; தோழமை நிலையிலான; உடனிலை-யான *Her fellow students were all older than her.* • *fellow workers/passengers/citizens*

fellowship /ˈfeləʊʃɪp/ *noun* **1** [U] a feeling of friendship between people who share an interest ஒருங்கிணைந்து ஆர்வ ஈடுபாடு கொள்பவர்களுக்கு இடையேயான நட்புணர்வு; தோழமை; கூட்டிணக்கம் **2** [C] a group or society of people who share the same interest or belief பொதுவான பற்றீடுபாடு அல்லது நம்பிக்கை உடையவர்களின் குழு; தோழமைக் கழகம்; சங்கம் **3** [C] the position of a college or university fellow பண நல்கை பெற்ற கல்லூரி அல்லது பல்கலைக் கழக ஆய்வாளர் நிலை

felon /ˈfelən/ *noun* [C] a person who commits a serious crime such as murder கொலை போன்ற கடுமையான குற்றச் செயல்களில் ஈடுபடுபவர்; கொடியவன்; கொடுங்குற்றவாளி

felony /ˈfeləni/ *noun* [C, U] (*pl.* **felonies**) the act of committing a serious crime such as murder; a crime of this type கொலை போன்ற கடுமையான குற்றச் செயல்களில் ஈடுபடுதல்; கொலை போன்ற பெருங்குற்றம்; பாதகச் செயல் ➪ **misdemeanour** பார்க்க.

felt[1] ➪ **feel**[1] என்பதன் இறந்தகால மற்றும் இறந்தகால வினையெச்ச வடிவம்

felt[2] /felt/ *noun* [U] a type of soft cloth made from wool, etc. which has been pressed tightly together கம்பளி முதலியவற்றை நெருக்கி உள்ளடங்குமாறு அழுத்தித் தயாரிக்கப்படும் மிருதுவான துணி வகை; ஒட்டுக்கம்பளம் *a felt hat*

felt-tip pen (*also* **felt tip**) *noun* [C] a type of pen with a point made of felt ஒட்டுக்கம்பளத் துணியாலான நுனியை உடைய எழுதுகோல் வகை; மென் கம்பள் நுனிப் பேனா ➪ **stationery** பதிவில் படம் பார்க்க.

female[1] /ˈfiːmeɪl/ *adj.* **1** being a woman or a girl பெண் அல்லது சிறுமியாக இருக்கிற; பெண்பாலரான *a female artist/employer/student* **2** being of the sex that produces eggs or gives birth to babies முட்டையிடும் அல்லது குட்டி/குழந்தை ஈனும் பாலினமான; பெண்பாலினமான *a female cat* **3** (used about plants and flowers) that can produce fruit (தாவரங்கள் மற்றும் பூக்கள் வகையில்) பழம் தரக்கூடிய

female[2] /ˈfiːmeɪl/ *noun* [C] **1** an animal that can produce eggs or give birth to babies; a plant that can produce fruit முட்டையிடும் அல்லது குட்டி ஈனும் விலங்கு; பெண் விலங்கு; பெடை விலங்கு; கனி தரும் தாவரம் **2** a woman or a girl பெண் அல்லது சிறுமி

NOTE **Female, male** ஆகிய சொற்கள் ஓர் உயிரின் பால் பிரிவைக் குறிக்க மட்டுமே பயன்படுத்தப்படுகின்றன. ஆண், பெண் உயிர்ப்பொருள்களின் தனிப் பண்புகளைச் சுட்டுவதற்குப் பயன்படுத்தப்படும் சொற்கள் **masculine, feminine** என்பனவாகும்.

feminine /ˈfemənɪn/ *adj.* **1** typical of or looking like a woman; connected with women பெண்களுக்கே உரிய; பெண்ணியல்பான; பெண் போலத் தோற்றமளிக்கிற; பெண்கள் தொடர்பான; பெண்டிருக்குரிய *My daughter always dresses like a boy. She hates looking feminine.* ➪ **masculine** பதிவு மற்றும் **female** பதிவிலுள்ள வழக்குக் குறிப்பைப் பார்க்க. **2** (*abbr.* **fem**) (*grammar*) (in English) of the forms of words used to describe females (ஆங்கில மொழியில்) பெண்கள் மற்றும் பெண்பால் விலங்குகளைப் பற்றி விவரிக்கும் சொல் வடிவங்கள் குறித்த *'Lioness' is the feminine form of 'lion'.* **3** (*abbr.* **fem**) (*grammar*) (in the grammar of some languages) belonging to a certain class of nouns, adjectives or pronouns (சில மொழிகளின் இலக்கண அமைப்பில்) சில வகைப் பெயர்ச்சொற்கள், பெயரடைகள் அல்லது மாற்றுப் பெயர்களுக்கு உரிய *The German word for a flower is feminine.* ➪ **masculine** மற்றும் **neuter** பார்க்க. ▶ **femininity** /ˌfeməˈnɪnəti/ *noun* [U]

feminism /ˈfemənɪzəm/ *noun* [U] the belief that women should have the same rights and opportunities as men ஆண்களுக்குரிய உரிமைகளையும் வாய்ப்பு வளங்களையும் பெண்களும் பெற வேண்டும் என்னும் கோட்பாடு; பெண் சம உரிமைக் கோட்பாடு; பெண்ணியம் ▶ **feminist** /ˈfemənɪst/ *noun* [C], *adj.*

femur /ˈfiːmə(r)/ *noun* [C] the large thick bone in the top part of your leg above the knee முழங்காலுக்கு மேல் காலின் மேல் பகுதியிலுள்ள பெரிய, தடிப்பான எலும்பு; துடையெலும்பு ✪ SYN **thigh bone** ➪ **body** பதிவில் படம் பார்க்க.

fence[1] /fens/ *noun* [C] a line of wooden or metal posts joined by wood, wire, metal, etc. to divide land or to keep in animals நிலத்தைப் பகுதிகளாகப் பிரிப்பதற்காக அல்லது விலங்குகளை உள்ளிட்டுக் காப்புச் செய்வதற்காக அமைக்கப்படும், மரம், கம்பி, உலோகம், முதலியவற்றால் இணைக்கப்பட்ட மர அல்லது உலோகக் கம்பங்களின் வரிசை; வேலி

IDM **sit on the fence** ➪ **sit** பார்க்க.

fence[2] /fens/ *verb* **1** [T] to surround land with a fence நிலத்தைச் சுற்றி வேலியமை **2** [I] to fight with a long thin pointed weapon (**a foil**) as a sport விளையாட்டு நிகழ்ச்சியாக, நீண்டு மெலிதான கூர்முனையுடைய வாளால் சண்டையிடு; வாள் சிலம்பச் சண்டையிடு

PHR V **fence sb/sth in 1** to surround sb/sth with a fence ஒருவரை/ஒன்றைச் சுற்றி வேலியிடு *They fenced in their garden to make it more private.* **2** to limit sb's freedom ஒருவரது சுதந்திரத்திற்குக் கட்டுப்பாடு விதி; வரம்புக்குட்படுத்து *She felt fenced in by so many responsibilities.*

fence sth off to separate one area from another with a fence வேலியிட்டு ஒரு பகுதியை மற்றொன்றிலிருந்து பிரி

fencing /ˈfensɪŋ/ *noun* [U] the sport of fighting with long thin pointed weapons (**foils**) நீண்டு மெலிதான கூர்முனையுடைய வாளால் சண்டையிடும் விளையாட்டு; வாள் சிலம்ப விளையாட்டு

fend /fend/ *verb*

PHR V **fend for yourself** to look after yourself without help from anyone else பிறர் உதவியின்றித் தன்னைத் தானே பார்த்துக்கொள்; தன்காலில் நில் *It's time Bahadur left home and learned to fend for himself.*

fend sb/sth off to defend yourself from sb/sth that is attacking you தாக்கும் ஒருவரிடமிருந்து/ஒன்றிடமிருந்து பாதுகாத்துக்கொள்; தற்காத்துக்கொள் *Politicians usually manage to fend off awkward questions.*

fender /ˈfendə(r)/ *noun* [C] **1** (*AmE*) = **wing4** **2** a low metal frame in front of an open fire that stops coal or wood falling out கரி அல்லது மரத்துண்டு வெளியே விழாமலிருக்க, கணப்புக்காக எரியும் தீயின் முன்புறத்தில் உள்ள தாழ்வான உலோகச் சட்டம்; கங்கு வெளிவராமல் தடுக்கும் அணைகாப்பு; தீத்தாங்கி

fennel /ˈfenl/ *noun* [U] a plant that has a thick round part at the base of the leaves with a strong taste. The base is used as a vegetable and the seeds and leaves are also used in cooking காரச் சுவையுடைய உருண்டு திரண்ட இலைக்காம்பைக் கொண்ட தாவர வகை; குடைப்பூக்கொத்துச் செடி வகை. இக்காம்பு கறிகாயாகப் பயன்கொள்ளப்படுகிறது: இத்தாவரத்தின் இலைகளும், விதைகளும் (சோம்பு/பெருஞ்சீரகம்) சமையலில் பயன்படுத்தப்படுகின்றன

fenugreek /ˈfenjugriːk/ *noun* [U] a leguminous herb with yellowish-brown seeds used as a spice வெந்தயம்

feral /ˈferəl/ *adj.* (used about animals) living wild, especially after escaping from life as a pet or on a farm (விலங்குகள் வகையில்) குறிப்பாகச் செல்ல விலங்காக அல்லது பண்ணை விலங்காக இருந்து தப்பிச்சென்ற பின், காட்டு விலங்காக வாழ்கின்ற

ferment¹ /fəˈment/ *verb* [I, T] to change or make the chemistry of sth change, especially sugar changing to alcohol உள்ளமைப்பு மாற்றமடை, குறிப்பாகச் சர்க்கரைச் சத்து வெறியச் சத்தாக மாறு; இவ்வாறு மாற்றம் பெறச்செய் *The wine is starting to ferment.* ▶ **fermentation** /ˌfɜːmenˈteɪʃn/ *noun* [U]

ferment¹ /ˈfɜːment/ *noun* [U] a state of political or social excitement and change அரசியல் அல்லது சமுதாய எழுச்சியும் மாற்றப்போக்கும் காணப்படும் நிலை; கொந்தளிப்பான நிலை *The country **is in ferment** and nobody's sure what will happen next.*

fern /fɜːn/ *noun* [C] a green plant with no flowers and a lot of long thin leaves பூக்கள் அற்றதும் நீண்டு சன்னமான இலைகளை மிகுதியாக உடையதுமாகிய பசுந்தாவர வகை; பெரணி; சூரல் ➪ **plant** பதிவில் படம் பார்க்க.

ferocious /fəˈrəʊʃəs/ *adj.* very aggressive and violent தாக்கியல்பும் வன்செயல் ஈடுபாடும் உடைய; கொடுஞ்செயல் நோக்குடைய; முரட்டுத்தனமான *a ferocious beast/attack/storm/war* ▶ **ferociously** *adv.*

ferocity /fəˈrɒsəti/ *noun* [U] violence; cruel and aggressive behaviour வன்செயல் ஈடுபாடு; கொடுமனப் போக்கு; இரக்கமற்ற முரட்டுத்தனமான நடத்தை ➪ **fierce** பார்க்க.

ferret /ˈferɪt/ *noun* [C] a small aggressive animal used for hunting rats and rabbits எலிகளையும் முயல்களையும் வேட்டையாடுவதற்குப் பயன்படுத்தப்படும் சிறிய தாக்கியல்புடைய விலங்கு வகை; மரநாய்

ferrous /ˈferəs/ *adj.* (*technical*) containing iron இரும்பைத் தன்னுள் கொண்டுள்ள; இரும்பு அடங்கிய

ferry¹ /ˈferi/ *noun* [C] (*pl.* **ferries**) a boat that carries people, vehicles or goods across a river or across a narrow part of the sea ஆட்கள், வாகனங்கள் அல்லது சரக்குகளை ஏற்றிக்கொண்டு ஆற்றை அல்லது குறுகலான கடற்பகுதியைக் கடக்க உதவும் படகு வகை *a car ferry*

ferry¹ /ˈferi/ *verb* [T] (*pres. part.* **ferrying**; *3rd person sing. pres.* **ferries**; *pt, pp* **ferried**) to carry people or goods in a boat or other vehicle from one place to another, usually for a short distance வழக்கமாகக் குறைந்த தொலைவுப் பயணமாக, படகில் அல்லது வேறு ஊர்தியில் ஆட்களை அல்லது சரக்குகளை இடம் விட்டு இடம் கொண்டு செல்; நீர் அல்லது தரை வழியில் போக்குவரத்துச் செய் *Could you ferry us across to the island?*

fertile /ˈfɜːtaɪl/ *adj.* **1** (used about land or soil) that plants grow well in (நிலம் அல்லது மண் வகையில்) தாவரங்கள் நன்றாக வளர்கிற; செழிப்பான; வளமான **2** (used about people, animals or plants) that can produce babies, fruit or new plants (மனிதர்கள், விலங்குகள் அல்லது தாவரங்கள் பற்றிக் குறிப்பிடுகையில்) இனப் பெருக்கம் செய்யவல்ல **3** (used about a person's mind) full of ideas (ஒருவருடைய மனம்

பற்றிக் கூறும்போது) கருத்துகள் நிரம்பியுள்ள *a fertile imagination* ✪ OPP **infertile** ➪ **sterile** பார்க்க. ▶ **fertility** /fəˈtɪləti/ *noun* [U] *Nowadays women can take drugs to increase their fertility* (= their chances of having a child). ✪ OPP **infertility**

fertilize (*also* **-ise**) /ˈfɜːtəlaɪz/ *verb* [T] **1** (*technical*) to put a male seed into an egg, a plant or a female animal so that a baby, fruit or a young animal starts to develop குழந்தை, கனி அல்லது குட்டி உருவாக, முட்டை, தாவரம் அல்லது பெண் விலங்கினுள் ஆண் வித்தை இடு; கருக்கொள்ளச் செய்; சினைப்படுத்து **2** to put natural or artificial substances on soil in order to make plants grow better பயிர்களைச் சிறப்பாக வளரச் செய்யும் பொருட்டு, இயற்கை அல்லது செயற்கைப் பொருள்களை மண்ணில் இடு; மண்ணுக்கு உரமூட்டு ▶ **fertilization** (*also* **-isation**) /ˌfɜːtəlaɪˈzeɪʃn/ *noun* [U]

fertilizer (*also* **-iser**) /ˈfɜːtɪlaɪzə(r)/ *noun* [C, U] a natural or chemical substance that is put on land or soil to make plants grow better பயிர்களைச் சிறப்பாக வளரச்செய்யும் பொருட்டு நிலத்தில்/இடும் இயற்கை/இரசாயனப் பொருள்; இயற்கை/செயற்கை உரம் ➪ **manure** பார்க்க.

fervent /ˈfɜːvənt/ *adj.* having or showing very strong feelings about sth ஒன்றைப் பற்றி அழுத்தமான/செறிவான உணர்ச்சிகளைக் கொண்டுள்ள அல்லது அவ்வுணர்ச்சிகளை வெளிப்படுத்துகிற; உள்ளார்வம் மிக்க *She's a fervent believer in women's rights.* • *a fervent belief/hope/desire* ▶ **fervently** *adv.*

fervour (*AmE* **fervor**) /ˈfɜːvə(r)/ *noun* [U] very strong feelings about sth; enthusiasm ஒன்றைப் பற்றிய அழுத்தமான/செறிவான உணர்ச்சிகள்; உள்ளார்வம்; உணர்ச்சி வேகம்; உற்சாகம்

fester /ˈfestə(r)/ *verb* [I] **1** (used about a cut or an injury) to become infected (வெட்டு அல்லது காயம் பற்றிக் குறிப்பிடுகையில்) நோய் நுண்மங்கள் பரவி நச்சுப்படு; அழுகு; புரைத்துச் சீக்கொள் *a festering sore/wound* **2** (used about an unpleasant situation, feeling or thought) to become more unpleasant because you do not deal with it successfully (ஓர் இன்னாத நடப்பு, உணர்ச்சி அல்லது எண்ணம் பற்றிக் குறிப்பிடுகையில்) அதனை வெற்றிகரமான முறையில் கையாளாததால் சூழ்நிலை முதலியவை மேலும் சீர்கெடு

festival /ˈfestɪvl/ *noun* [C] **1** a series of plays, films, musical performances, etc. often held regularly in one place பெரும்பாலும் கால முறைப்படி வழக்கமாக ஒரே இடத்தில் நடத்தப்படும் நாடகங்கள், திரைப்படங்கள், இசை நிகழ்ச்சிகள் முதலியவற்றின் தொடர்வரிசைத் தொகுதி; பருவ கால விழா; விழா *the Cannes Film Festival* **2** a day or time when people celebrate sth (especially a religious event) (குறிப்பாக ஒரு சமய நிகழ்வை) மக்கள் கொண்டாடும் நாள் அல்லது நேரம்; திருவிழா; பண்டிகை *Christmas is an important Christian festival.*

festive /ˈfestɪv/ *adj.* happy, because people are enjoying themselves celebrating sth ஒரு கொண்டாட்டத்தில் ஈடுபட்டுள்ளதால், மகிழ்ச்சியில் உள்ள; இன்ப உணர்வு கொண்டுள்ள; மகிழ்ச்சி நிரம்பிய *the festive season*

festivity /feˈstɪvəti/ *noun* **1** (*pl.* **festivities**) [*pl.*] happy events when people celebrate sth ஒன்றைக் கொண்டாடும் விதமாக நடத்தப்படும் மகிழ்ச்சி தரும் நிகழ்ச்சிகள்; களியாட்டம் *The festivities went on until dawn.* **2** [U] being happy and celebrating sth மகிழ்ச்சியுடன் ஒன்றைக் கொண்டாடுதல்; விழா எடுத்தல்; கொண்டாட்டம் *The wedding was followed by three days of festivity.*

fetal (*AmE*) = **foetal**

fetch /fetʃ/ *verb* [T] **1** to go to a place and bring back sb/sth ஓரிடத்துக்குச் சென்று ஒருவரை/ஒன்றைத் திரும்பக் கொண்டு வா; சென்று கொணர் *Shall I fetch you your coat?/Shall I fetch your coat for you?* **2** (used about goods) to be sold for the price mentioned (பொருள்கள் வகையில்) குறிப்பிடப்பட்ட விலைக்கு விற்கப்படு; விலைபெறு *'How much will your car fetch?' 'It should fetch about Rs 85,000.'*

fête /feɪt/ *noun* [C] an outdoor event with competitions, entertainment and things to buy, often organized to make money for a particular purpose பெரும்பாலும் குறிப்பிட்ட நோக்கத்திற்குப் பணம் திரட்டுவதற்காக ஏற்பாடு செய்யப்படும் போட்டிகள், பொழுதுபோக்கு நிகழ்ச்சிகள், விற்பனைப் பொருள்கள் ஆகியவற்றையுடைய வெளிப்புற நிகழ்ச்சி *the school/village/church fête*

fetus (*AmE*) = **foetus**

feud /fjuːd/ *noun* [C] **a feud (between A and B); a feud (with sb) (over sb/sth)** an angry and serious argument between two people or groups that continues over a long period of time இரு ஆட்கள் அல்லது குழுக்களுக்கிடையே நீண்ட காலமாகத் தொடரும் சினம் கலந்த கடுமையான வாதம்; ஓயாச் சண்டை சச்சரவு நிலை; வழிவழிப்பகை *a family feud* (= within a family or between two families) ▶ **feud** *verb* [I]

feudal /ˈfjuːdl/ *adj.* connected with the system of feudalism நிலப் பிரபுத்துவ முறை/பண்ணை நிலவுரிமை முறை சார்ந்த *the feudal system*

feudalism /ˈfjuːdəlɪzəm/ *noun* [U] the social system which existed in the Middle Ages in Europe, in which people worked and fought for a person who owned land and received land and protection from him in return நில உடைமையாளர் ஒருவர் நலனுக்காகத் தொண்டூழியம், போர்செய்தல் ஆகியவற்றில் ஈடுபட்டு, அவற்றுக்குக் கைமாறாக நிலம் மற்றும் பாதுகாப்பை அவரிடமிருந்து மக்கள் பெறுவதாகிய, ஐரோப்பாவில் இடைக்காலங்களில் நிலவிய சமுதாய முறை; நிலப் பிரபுத்துவ முறை

fever /ˈfi:və(r)/ *noun* **1** [C, U] a condition of the body when it is too hot because of illness உடல்நலம் குன்றி உடம்பு வெம்மை மிகுதியாக உள்ள நிலை; காய்ச்சல்; சுரம் *A high fever can be dangerous, especially in small children.*

NOTE ஒருவருடைய உடம்பு வெம்மை மிகுதியாக உள்ளபோது *he/she* ***has a temperature*** என்கிறோம்.

2 [*sing.*] **a fever (of sth)** a state of nervous excitement மனக்கிளர்ச்சி; கலக்கம்; உணர்ச்சிப் பரபரப்பு; அமைதி இழந்த நிலை

feverish /ˈfi:vərɪʃ/ *adj.* **1** suffering from or caused by a fever காய்ச்சலுடைய; காய்ச்சலால் வருந்துகிற; காய்ச்சலால் உண்டான *a feverish cold/dream* **2** (*usually before a noun*) showing great excitement மிகவும் பரபரப்படைந்த; மனக் கிளர்ச்சியுற்ற; கொந்தளிப்படைந்த ▶ **feverishly** *adv.*

few /fju:/ *det., adj., pron* (*used with a plural countable noun and a plural verb*) **1** not many பலராக/பலவாக அல்லாத; சிலரேயான/சிலவேயான *Few people live to be 100.* • *There are fewer cars here today than yesterday.* • *Few of the players played really well.* **2 a few** a small number of; some சிறு எண்ணிக்கையிலான; சிலர்; ஒரு சில/ஒரு சிறிது *a few people* • *a few hours/days/years* • *I'll meet you later. I've got a few things to do first.* ⇨ **less** பதிவிலுள்ள குறிப்பைப் பார்க்க.
IDM few and far between not happening very often; not common அடிக்கடி நிகழாத; வழக்கமாகச் சம்பவிக்காத
a good few; quite a few quite a lot ஓரளவு அதிகமான அல்லது மிகுதியான; சற்று அதிக எண்ணிக்கையிலான *It's been a good few years since I saw him last.*

ff. *abbr.* used to show that sth starts on a particular page or line and continues for several pages or lines more ஒன்று குறிப்பிட்ட பக்கத்தில் அல்லது வரியில் தொடங்கி மேலும் பல பக்கங்களுக்கு அல்லது வரிகளுக்குத் தொடர்வதைக் குறிக்கப் பயன்படுத்தப்படுவது *British Politics, p 10 ff.*

fiancé (*feminine* **fiancée**) /fiˈɒnseɪ/ *noun* [C] a person who has promised to marry sb ஒருவரைத் திருமணம் செய்துகொள்வதாக உறுதியளித்துள்ள ஒரு நபர்; மண உறுதி அளித்துள்ளவர் *This is my fiancé Prem. We got engaged a few weeks ago.*

fiasco /fiˈæskəʊ/ *noun* [C] (*pl.* **fiascos**) (*AmE* **fiascoes**) an event that does not succeed, often in a way that causes embarrassment பெரும்பாலும் சங்கடத்தை ஏற்படுத்தும் முறையில், வெற்றியடையாதுபோன ஒரு நிகழ்ச்சி; நாணத்தக்க செயலொழிவு; நிறைவுக்கேடு *Our last party was a complete fiasco.*

fib /fɪb/ *noun* [C] (*informal*) something you say that is not true உண்மையல்லாத ஒரு கூற்று; புளுகு; கடுமையானதல்லாத பொய் *Please don't tell fibs.* ✪ **SYN lie** ▶ **fib** *verb* [I] (**fibbing; fibbed**) **NOTE** கடுமையானதல்லாத பொய்யைக் குறிக்க **fib** என்ற சொல் பயன்படுத்தப்படுகிறது.

fibre (*AmE* **fiber**) /ˈfaɪbə(r)/ *noun* **1** [U] parts of plants that you eat which are good for you because they help to move food quickly through your body குடல்கள் வழியாக உணவு விரைந்து செல்வதற்குத் துணை செய்து உடல்நலத்தைச் சீராக வைத்திருக்க உதவக்கூடிய, தாவரத்தின் பாகங்களிலிருந்து பெறப்படும் உணவுப்பொருள்; நாரியற்பொருள் *Wholemeal bread is* ***high in fibre****.* **2** [C, U] a material or a substance that is made from natural or artificial threads இயற்கையான அல்லது செயற்கை இழைகளிலிருந்து தயாரிக்கப்படும் துணி வகை அல்லது ஒரு பொருள் ***natural fibres*** (= for example, cotton and wool) • ***man-made/synthetic fibres*** (= for example, nylon, polyester, etc.) **3** [C] one of the thin threads which form a natural or an artificial substance இயற்கை அல்லது செயற்கைப் பொருள்களின் ஆக்கக் கூறாக அமையும் மெல்லிய இழைகளில் ஒன்று; நார்; இழை; நுண்ணிழை *cotton/wood/nerve/muscle fibres*

fibreglass (*AmE* **fiberglass**) /ˈfaɪbəglɑ:s/ (*also* **glass fibre**) *noun* [U] a material made from small threads of plastic or glass, used for making small boats, parts of cars, etc. சிறு படகுகள், சீருந்தின் பாகங்கள் முதலியன தயாரிக்கப் பயன்படுத்தப்படும் பிளாஸ்டிக் அல்லது கண்ணாடி நுண்ணிழைகளாலான பொருள்

fibre optics (*AmE* **fiber optics**) *noun* [U] the use of very thin pieces of glass, etc. (**fibres**) for sending information in the form of light signals ஒளி சமிக்ஞைகள் வடிவில் செய்தி அனுப்புவதற்குக் கண்ணாடி முதலியவற்றின் நுண் துகள்களைப் பயன்படுத்துதல் ▶ **fibre-optic** *adj. fibre-optic cables*

fibrin /ˈfaɪbrɪn; ˈfɪb-/ *noun* [U] a substance that forms in the blood to help stop the blood from flowing, for example when there is a cut வெட்டு முதலியவற்றின்போது உடலிலிருந்து இரத்தம் கொட்டுவதைத் தடுக்க உதவியாக இரத்தத்தில் உருவாகும் பொருள்; உறை ஊனீர்

fibrinogen /faɪˈbrɪnədʒən/ *noun* [U] a substance in the blood from which fibrin is made உறை ஊனீர் உண்டாகும் குருதியிலுள்ள பொருள்

fibula /ˈfɪbjələ/ *noun* [C] (*technical*) the outer bone of the two bones in the lower part of your leg, between your knee and your foot காலின் கீழ்ப்பகுதியில் முழங்காலுக்கும் பாதத்துக்கும் இடையிலுள்ள இரு எலும்புகளில் புற எலும்பு; சிம்பு எலும்பு ➪ **tibia** பார்க்க; மற்றும் **body** பதிவில் படம் பார்க்க.

fickle /ˈfɪkl/ *adj.* always changing your mind or your feelings so you cannot be trusted அடிக்கடி மனம் மாறும் அல்லது கருத்துகளை மாற்றிக் கொள்ளும் இயல்புள்ளதால் நம்ப முடியாத; மன உறுதியற்ற; திட சித்தமில்லாத *a fickle friend*

fiction /ˈfɪkʃn/ *noun* [U] stories, novels, etc. which describe events and people that are not real கற்பனையான நிகழ்ச்சிகளையும் மனிதர்களையும் விவரிக்கும் கதைகள், புதினங்கள் முதலியன; புனைகதை; புதினம் *I don't read much fiction.* ✪ **OPP non-fiction** ➪ **fact** பார்க்க.

fictional /ˈfɪkʃənl/ *adj.* not real or true; only existing in stories, novels, etc. மெய்யானதல்லாத; உண்மையற்ற; கற்பனையான; புனைகதைகள், புதினங்கள் முதலியவற்றில் மட்டுமே காணப்படுகிற *The book gave a fictional account of a doctor's life.* ➪ **factual** பார்க்க.

fictitious /fɪkˈtɪʃəs/ *adj.* invented; not real கற்பித்துக் கொள்ளப்பட்ட; உண்மையல்லாத; இட்டுக்கட்டப்பட்ட; புனைந்துருவாக்கப்பட்ட *The novel is set in a fictitious village called Paradise.*

fiddle[1] /ˈfɪdl/ *noun* [C] (*informal*) **1** = **violin** **2** (*BrE*) a dishonest action, especially one connected with money நேர்மையற்ற செயல், குறிப்பாகப் பண வகையில் நாணயமில்லாத ஒரு செயல் *a tax fiddle*

fiddle[2] /ˈfɪdl/ *verb* **1** [I] **fiddle (about/around) (with sth)** to play with sth carelessly, because you are nervous or not thinking மனக்கலக்கம் அல்லது மனச் சோம்பல் காரணமாக, அசட்டையாக ஒன்றை வைத்து விளையாடிக்கொண்டிரு *He sat fiddling nervously with a pencil.* **2** [T] (*informal*) to change the details or facts of sth (business accounts, etc.) in order to get money dishonestly நேர்மையற்ற முறையில் பணம் பெறும் நோக்கத்துடன், வணிகக் கணக்குகள் முதலியவற்றில் விவரங்களையும் உண்மைகளையும் மாற்று; ஆவணங்களில் முறைகேடான மாற்றங்கள் செய் *She fiddled her expenses form.*

fiddler /ˈfɪdlə(r)/ *noun* [C] a person who plays a musical instrument with strings (**a violin**), especially to play a certain kind of music (**folk music**) குறிப்பாக நாட்டுப்புற இசையை வாசிக்க, வயலின் நரம்பிசைக் கருவியை மீட்டுபவர்

fiddly /ˈfɪdli/ *adj.* (*informal*) difficult to do or manage with your hands (because small or complicated parts are involved) (ஒன்று நுணுக்கமான அல்லது சிக்கலான பகுதிகளைக் கொண்டிருப்பதால்) கைகளைக் கொண்டு செய்வதற்கு அல்லது கையாள்வதற்குக் கடினமாக உள்ள

fidelity /fɪˈdeləti/ *noun* [U] **1** (*formal*) **fidelity (to sb/sth)** the quality of being faithful, especially to a wife or husband by not having a sexual relationship with anyone else குறிப்பாக வேறொருவருடன் பாலுறவு கொள்ளாது தன் மனைவிக்கு/கணவனுக்கு, விசுவாசமாக இருக்கும் பண்பு; மெய்ப்பற்று; பற்றுறுதி; விசுவாசம் **NOTE** **Faithfulness** இச்சொல்லை விட முறைசார்பு குறைந்த சொல்லாகும். ✪ **OPP infidelity** **2** (used about translations, the reproduction of music, etc.) the quality of being accurate or close to the original (மொழிபெயர்ப்புகள், இசையை மீண்டும் வாசித்தல் முதலியவற்றில்) மூலத்துடன் ஒத்தமைதல் அல்லது மூலத்துக்கு நெருக்கமாக இருத்தல்; மூலத்திலிருந்து வழுவாமை அல்லது மாறுபடா நிலை ➪ **hi-fi** பார்க்க.

fidget /ˈfɪdʒɪt/ *verb* [I] **fidget (with sth)** to keep moving your body, hands or feet because you are nervous, bored, excited, etc. மன அமைதியின்மை, சலிப்புணர்ச்சி, மனக்கிளர்ச்சி, முதலியவை காரணமாக, உடல், கைகள் அல்லது கால்களை அசைத்துக்கொண்டே இரு; படபடப்புடன் இயங்கு *She fidgeted nervously with her keys.* ▶ **fidgety** *adj.*

field[1] /fiːld/ *noun* [C] **1** an area of land on a farm, usually surrounded by fences or walls, used for growing crops or keeping animals in பயிர் செய்ய அல்லது கால்நடையைப் பராமரிக்கப் பயன்படுத்தப்படும், வழக்கமாக வேலிகளால் அல்லது சுவர்களால் சூழப்பட்ட, பண்ணை வளாகத்திலுள்ள நிலப்பரப்பு; வயல்; விளைநிலம் அல்லது மேய்ச்சல் நிலம் **2** an area of study or knowledge ஆராய்ச்சித் துறை அல்லது அறிவுத் துறை; படிப்புத் துறை *He's an expert in the field of economics.* • *That question is outside my field* (= not one of the subjects that I know about). **3** an area of land used for sports, games or some other activity விளையாட்டுகள் அல்லது வேறு சில பயன்பாடுகளுக்கான இடப்பரப்பு; விளையாட்டுக் களம், விமானத் திடல், போர்க்களம் முதலியவை; செயற்களம் *a football field* • *an airfield* (= where aeroplanes land and take off) • *a battlefield* ➪ **pitch** பார்க்க. **4** an area affected by or included in sth ஒன்றன் தாக்க விளைவுக்கு அல்லது விளைபயனுக்கு உட்படுத்தப்பட்ட

இடம், அல்லது ஒன்றில் உள்ளடக்கப்பட்ட இடப்பரப்பு; ஆற்றல் எல்லை; நடவடிக்கை எல்லை; காட்சிப் பரப்பெல்லை முதலியன *a magnetic field • It's outside my field of vision* (= I can't see it). ➪ **magnet** பதிவில் படம் பார்க்க. **5** an area of land where oil, coal or other minerals are found எண்ணெய், நிலக்கரி அல்லது பிற கனிப்பொருள்கள் கண்டெடுக்கப்படும் நிலப்பகுதி; எண்ணெய் வயல், நிலக்கரி வயல் முதலியன *a coalfield • a North Sea oilfield*

field² /fi:ld/ *verb* **1** [I, T] (in cricket, baseball, etc.) to (be ready to) catch and throw back the ball after sb has hit it (கிரிக்கெட், பேஸ்பால், முதலியவற்றில்) ஒருவர் அடித்து செலுத்தும் பந்தைப் பிடித்துத் திரும்ப எறி (அல்லது பிடித்து எறிய ஆயத்தமாக இரு) **NOTE** ஓர் அணியினர் கள ஆட்டக்காரர்களாக **(fielding)** செயலாற்றும்போது, எதிர் அணியினர் பந்தடிப்பதில் **(batting)** ஈடுபட்டிருப்பர் **2** [T] to choose a team for a game of football, cricket, etc. கால்பந்தாட்டம், கிரிக்கெட் முதலியவற்றில் ஆட்டத்திற்கான அணியைத் தேர்வுசெய் *New Zealand is fielding an excellent team for the next match.*

field day *noun*

IDM **have a field day** to get the opportunity to do sth you enjoy, especially sth other people disapprove of குறிப்பாக மற்றவர்களுடைய ஏற்புக்குரியதல்லாத, தனக்கு மகிழ்ச்சியூட்டும் ஒன்றைச் செய்வதற்கான வாய்ப்பைப் பெறு *The newspapers always have a field day when there's a political scandal.*

fielder /'fi:ldə(r)/ *noun* [C] (in cricket and baseball) a member of the team that is trying to catch the ball rather than hit it (கிரிக்கெட் மற்றும் பேஸ்பால் விளையாட்டுகளில்) பந்தடிப்போராக அல்லாது பெரும்பாலும் பந்தைத் தடுத்துத் திருப்பும் கள ஆட்ட அணியின் உறுப்பினர்; கள ஆட்டக்காரர்

field event *noun* [C] a sport, such as jumping and throwing, that is not a race and does not involve running ஓட்டப் பந்தயம் அல்லாத, நீளம் தாண்டுதல், எறிதல் போன்ற விளையாட்டு; கள ஆட்டம் ➪ **track event** பார்க்க.

fieldwork /'fi:ldwɜ:k/ *noun* [U] practical research work done outside school, college, etc. பள்ளி, கல்லூரி முதலியவற்றுக்கு அப்பால் வெளியிடத்தில் மேற்கொள்ளப்படும் செயல்முறை ஆய்வு; கள ஆய்வு

fiend /fi:nd/ *noun* [C] **1** a very cruel person இரக்கம் சிறிதுமற்ற ஒருவர்; கொடுமனம் படைத்தவர்; எல்லை மீறிய கொடுமைக்காரர் **2** (*informal*) a person who is very interested in one particular thing குறிப்பிட்ட ஒன்றில் மிகுதியான பற்றீடுபாடு அல்லது மிகையுணர்ச்சி நாட்டம் உடையவர்; வெறியார்வம் கொண்டவர் *a health fiend* ✪ **SYN fanatic**

fiendish /'fi:ndɪʃ/ *adj.* **1** very unpleasant or cruel பெரிதும் வெறுப்பூட்டுகிற; கொடூரமான **2** (*informal*) clever and complicated அறிவார்ந்ததும் சிக்கலானதுமான; நுணுக்கத் திறனை உள்ளடக்கிய *a fiendish plan* ▶ **fiendishly** *adv.*

fierce /fɪəs/ *adj.* **1** angry, aggressive and frightening சினமும் தாக்கியல்பும் அச்சமூட்டும் தன்மையும் உடைய; மூர்க்கமான; கொடூரமான; பகைமை உணர்ச்சி மிகுந்த *fierce dogs* **2** very strong; violent மிகவும் தீவிரமான; கடுமை மிகுந்த; தாக்காற்றல் கொண்ட; வன்மை மிகுந்த; கோபாவேசமான *fierce competition for jobs • a fierce attack* ➪ **ferocity** noun பார்க்க. ▶ **fiercely** *adv.*

fiery /'faɪəri/ *adj.* **1** looking like fire தீப்போன்று காணப்படுகிற; செந்தீ வண்ணமான; அழற் சிவப்பான *She has fiery red hair.* **2** quick to become angry எளிதில் சினம் கொள்கிற; ஆத்திரப்படுகிற *a fiery temper*

FIFA /'fi:fə/ *abbr.* the organization that is in charge of international football பன்னாட்டுக் கால்பந்தாட்ட அமைப்பு

fifteen /ˌfɪf'ti:n/ *number* 15 பதினைந்து; 15

NOTE எண்களை வாக்கியங்களில் பயன்படுத்தும் முறை குறித்த எடுத்துக்காட்டுகளுக்கு **six** பதிவைப் பார்க்க.

fifteenth /ˌfɪf'ti:nθ/ *det.*, *adj.*; *adv.* 15th பதினைந்தாவது; 15-ஆவது ➪ **sixth** பதிவிலுள்ள எடுத்துக்காட்டுகள் பார்க்க.

fifth¹ /fɪfθ/ *det.*, *adj.*; *adv.* 5th ஐந்தாவது; 5-ஆவது ➪ **sixth** பதிவிலுள்ள எடுத்துக்காட்டுகள் பார்க்க.

fifth² /fɪfθ/ *noun* [C] the fraction $^1/_5$; one of five equal parts of sth பின்ன எண்ணான $^1/_5$; ஒன்றின் ஐந்து சம பாகங்களில் ஒன்று; ஐந்தில் ஒரு கூறு

fiftieth /'fɪftiəθ/ *det.*, *adj.*; *adv.* 50th ஐம்பதாவது; 50-ஆவது ➪ **sixth** பதிவிலுள்ள எடுத்துக்காட்டுகள் பார்க்க.

fifty /'fɪfti/ *number* 50 ஐம்பது; 50

NOTE வாக்கியங்களில் எண்களைப் பயன்படுத்தும் முறை குறித்த எடுத்துக்காட்டுகள் **six** பதிவில் தரப்பட்டுள்ளன.

fifty-fifty *adj.*, *adv.* equal or equally (between two people, groups, etc.) (இரு ஆட்கள், குழுக்கள் (முதலியவற்றுக்கு இடையில்) சரிசமமான; சரிசம அளவில் *You've got **a fifty-fifty chance** of winning. • We'll divide the money fifty-fifty.*

fig /fɪg/ *noun* [C] (a type of tree with) a soft sweet fruit full of small seeds that grows in warm countries and is often eaten dried சிறு விதைகள்

நிறைந்த, மிருதுவான இனிப்புச் சுவையுடைய, பெரும்பாலும் உலரவைத்து உண்ணப்படும், பழம்; வெப்ப நாடுகளில் வளரும் இப்பழம் தரும் மர வகை; அத்திப் பழம்; அத்தி மரம்

fig. *abbr.* **1** figure, illustration படம்; பட விளக்கம் *See diagram at fig. 2.* **2** figurative(ly) உருவக வழக்கு/உருவக வழக்காக; அணி வழக்கு

fight[1] /faɪt/ *verb* (*pt*, *pp* **fought** /fɔːt/) **1** [I, T] **fight (against sb)** to use physical strength, guns, weapons, etc. against sb/sth ஒருவருக்கு/ஒன்றுக்கு எதிராக உடல் வலிமை, துப்பாக்கிகள், ஆயுதங்கள் முதலியவற்றைப் பயன்படுத்து; சண்டை செய்; போரிடு *They gathered soldiers to fight the invading army.* • *My younger brothers were always fighting.* **2** [I, T] **fight (against sth)** to try very hard to stop or prevent sth ஒன்றைத் தடுத்து நிறுத்த, நிகழாமல் தடுக்க அல்லது விலக்க மிகவும் கடுமையாக முயற்சி செய்; எதிர்த்து நில் *to fight a fire/a decision/prejudice* • *to fight against crime/disease* **3** [I] **fight (for sth/to do sth)** to try very hard to get or keep sth ஒன்றை அடைய அல்லது தக்கவைத்துக்கொள்ளக் கடுமுயற்சி செய்; போராடு *to fight for your rights* **4** [I] **fight (with sb) (about/over sth)** to argue வாதம் செய்; வாதாடு *It's not worth fighting about money.* ➪ **argue** மற்றும் **quarrel[2]** பார்க்க.

PHR V **fight back** to protect yourself with actions or words by attacking sb who has attacked you (செயல்களால் அல்லது சொற்களால்) தன்னைத் தாக்கிய ஒருவரைத் தாக்குவதன் மூலம் தன்னைப் பாதுகாத்துக் கொள்; தற்காப்பாக எதிர்த்துத் தாக்கு *If he hits you again, fight back!*

fight[2] /faɪt/ *noun* **1** [C] **a fight (with sb/sth)**; **a fight (between A and B)** the act of using physical force against sb/sth ஒருவருக்கு/ஒன்றுக்கு எதிராக உடல் வலிமையைப் பயன்படுத்துதல்; சண்டை; கைகலப்பு; போர் *Don't* ***get into a fight*** *at school, will you?* • *Fights broke out between rival groups of fans.* **2** [*sing.*] **a fight (against/for sth) (to do sth)** the work done trying to destroy, prevent or achieve sth ஒன்றை அழிக்க, தடுத்து நிறுத்த அல்லது சாதிக்க மேற்கொள்ளப்படும் செயல் முயற்சி; எதிர்ப்பு; போராட்டம் *Workers won their fight against the management to stop the factory from closing down.* **3** [C] **a fight (with sb/sth) (about/over sth)** an argument about sth ஒன்றைப் பற்றிய வாதம் *I* ***had a fight*** *with my mum over what time I had to be home.* **4** [U] the desire to continue trying or fighting முயற்சியை அல்லது போராட்டத்தைத் தொடரவேண்டுமென்ற விருப்பம்; எதிர்ப்புணர்ச்சி *I've had some bad luck but I've still got plenty of fight in me.*

IDM **pick a fight** ➪ **pick[1]** பார்க்க.

fighter /ˈfaɪtə(r)/ *noun* [C] **1** (**fighter plane**) a small fast military aircraft used for attacking enemy aircraft எதிரி விமானத்தைத் தாக்குவதற்குப் பயன்படுத்தப்படும் சிறிய விரைவியக்கமுடைய படை விமானம்; போர் விமானம் *a fighter pilot* • *a jet fighter* **2** a person who fights in a war or in sport (**a boxer**) போர் வீரர் அல்லது குத்துச்சண்டை வீரர்

fighting /ˈfaɪtɪŋ/ *noun* [U] an occasion when people fight ஆட்கள் சண்டையிட்டுக்கொள்ளும் நிகழ்வு; சண்டை; கைகலப்பு *There has been street fighting in many parts of the city today.*

figurative /ˈfɪɡərətɪv/ *adj.* (*abbr.* **fig.**) (used about a word or an expression) not used with its exact meaning but used for giving an imaginative description or a special effect (ஒரு சொல் அல்லது பொருள்தொடர் பற்றிக் குறிப்பிடுகையில்) அதன் நேர்ப்பொருளில் அன்றி ஒன்றைக் கற்பனையாக உருப்படுத்த அல்லது தனிவகை மனப்பதிவை உண்டாக்கப் பயன்படுத்துகிற; உருவக வழக்கான; கற்பனைச் செறிவார்ந்த *'He exploded with rage' is a figurative use of the verb 'to explode'.* ➪ **literal** மற்றும் **metaphor** பார்க்க. ▶ **figuratively** *adv.*

figure[1] /ˈfɪɡə(r)/ *noun* [C] **1** an amount (in numbers) or a price (எண் இலக்கத்தில் தரப்படும்) ஒரு தொகை அல்லது ஓர் எண்ணிக்கை; விலை *The unemployment figures are lower this month.* • *What sort of figure are you thinking of for your house?* **2** a written sign for a number (0 to 9) எண்ணின் எழுத்து வடிவிலான குறியீடு *Write the numbers in figures, not words.* • *He has a six-figure income/an income in six figures* (= Rs 100,000 or more). • *Interest rates are now down to single figures* (= less than 10%). • *double figures* (= 10 to 99) **3 figures** [*pl.*] (*informal*) mathematics கணக்கியல்; கணிதம் *I don't* ***have a head for figures*** (= I'm not very good with numbers). **4** a well-known or important person பலரறிந்த அல்லது முக்கியமான ஒருவர்; குறிப்பிடத்தக்க நபர் *an important political figure* **5** the shape of the human body, especially a woman's body that is attractive மனித உடலின் உருவமைப்பு அல்லது புறத்தோற்றம், குறிப்பாகக் கவர்ச்சித்தன்மையுடையதான பெண்ணின் மெய்யுருவம்; அங்க வடிவமைப்பு *She's got a beautiful slim figure.* ➪ **build[2]** பதிவிலுள்ள குறிப்பைப் பார்க்க. **6** a person that you cannot see very clearly or do not know தெளிவாகப் பார்க்க இயலாத அல்லது தான் அறிந்திராத ஒருவர்; ஆள் வடிவம்; ஆள் *Two figures were coming towards us in the dark.* • *There were two figures on the right of the photo that I didn't recognize.* **7 fig.** (*abbr.*) a diagram or picture used in a book to explain sth ஒன்றைத் தெளிவுபடுத்துவதற்காக

நூலில் பயன்படுத்தப்படும் உருவரைப்படம் அல்லது சித்திரம்; விளக்கப்படம் *Figure 3 shows the major cities of India.*

IDM **a ball park figure/estimate** ➪ **ball park** பார்க்க.

facts and figures ➪ **fact** பார்க்க.

in round figures/numbers ➪ **round¹** பார்க்க.

figure² /ˈfɪɡə(r)/ *verb* **1** [I] **figure (as sth) (in/among sth)** to be included in sth; to be an important part of sth ஒன்றில் சேர்க்கப்படு; உள்ளிணைக்கப்பட்டிரு; ஒன்றின் முக்கியமான உறுப்பாயிரு *Women don't figure much in his novels.* ✪ SYN **feature** **2** [T] **figure (that)** to think or guess sth ஒன்றைப் பற்றிக் கருத்துரு கொள்; அபிப்பிராயப்படு; ஊகி; குத்துமதிப்பாகக் கருது *I figured he was here because I saw his car outside.*

IDM **it/that figures** (*informal*) that is what I expected அதுதான் நான் எதிர்பார்த்தது

PHR V **figure on sth/on doing sth** to include sth in your plans தனது (எதிர்காலத்) திட்டப் பட்டியலில் ஒன்றைச் சேர்த்துக்கொள் *I figure on arriving in Mumbai on Wednesday.*

figure sb/sth out to find an answer to sth or to understand sb ஒன்றுக்கான விடையைக் கண்டுபிடி அல்லது ஒருவரைப் புரிந்துகொள் *I can't figure out why she married him in the first place.*

figurehead /ˈfɪɡəhed/ *noun* [C] a person who has the position of a leader in a country or an organization but who has no real power or authority ஒரு நாட்டின் அல்லது நிறுவனத்தின் தலைவர் பதவியில் உள்ள ஆனால் உண்மையான அதிகாரமோ ஆணை உரிமையோ இல்லாத ஒருவர்; பெயரளவில் மட்டுமே தலைமை வகிப்பவர்; பொம்மைத் தலைவர் *In the parliamentary system of government, the president is merely a figurehead.*

figure of eight (*AmE* **figure eight**) *noun* [C] (*pl.* **figures of eight**) something in the shape of an 8 எட்டின் (8 என்ற எண்ணின்) வடிவிலான ஒன்று

figure of speech *noun* [C] (*pl.* **figures of speech**) a word or expression used not with its original meaning but in an imaginative way to make a special effect தனது மூலப்பொருளில் அன்றி, கற்பனை ஆற்றலின் துணைகொண்டு சிறப்புப் பொருள் தோன்றுமாறு பயன்படுத்தப்படும் சொல் அல்லது பொருள்தொடர்; அணி

filament /ˈfɪləmənt/ *noun* [C] **1** a thin wire in a **light bulb** that produces light when electricity is passed through it மின்சாரம் அதன் ஊடாகச் செலுத்தப்படும்போது ஒளி உண்டுபண்ணும், மின்விளக்கின் கண்ணாடிக் குமிழில் உள்ள, மென்கம்பி; மின் குமிழ் இழை ➪ **bulb** பதிவில் படம் பார்க்க. **2** a long thin piece of sth that looks like a thread நூல் போன்று தோன்றும், ஒன்றின் நீண்டு மெலிதான துண்டு; இழை *glass/metal filaments* **3** a long thin part of the male part of a flower (**stamen**) that supports the part where pollen is produced (**anther**) பூவில் மகரந்தம் உருவாகும் மகரந்தப்பையைத் தாங்கும் ஆணுறுப்பின் நீண்ட மென்பகுதி ➪ **flower** பதிவில் படம் பார்க்க.

file¹ /faɪl/ *noun* [C] **1** a box or a cover that is used for keeping papers together தாள்களை ஒன்றுசேர்த்து வைப்பதற்கான பெட்டி அல்லது உறை; கோப்பு ➪ **stationery** பதிவில் படம் பார்க்க. **2** a collection of information or material on one subject that is stored together in a computer or on a disk, with a particular name குறிப்பிட்ட ஒரு பெயரிட்டுக் கணிப்பொறியில் அல்லது குறுவட்டில் தேக்கி வைக்கப்படும், ஒரு பொருள் குறித்த தகவல் அல்லது தரவுத் திரட்டு; கோப்பு *to open/close a file • to create/delete/save/copy a file* **3** **a file (on sb/sth)** a collection of papers or information about sb/sth kept inside a file ஒரு கோப்பினுள் பாதுகாப்பாக வைத்துக்கொள்ளப்படும் ஒருவர்/ஒன்று பற்றிய ஆவணங்களின் அல்லது தகவல்களின் தொகுப்பு; தகவல் பதிவுக் கோப்பு *The police are now keeping a file on all known football hooligans.* **4** a metal tool with a rough surface used for shaping hard substances or for making surfaces smooth கடினமான பொருள்களை வடிவமைப்பதற்கு அல்லது பொருள்களின் மேற்பரப்புகளை மிருதுவாக்குவதற்குப் பயன்படுத்தப்படும் சொரசொரப்பான பரப்பையுடைய உலோகக் கருவி; அரம் *a nail file* ➪ **tool** பதிவில் படம் பார்க்க.

IDM **on file** kept in a file கோப்பில் தொகுத்து வைக்கப்பட்டுள்ள நிலையில் *We have all the information you need on file.*

in single file in a line, one behind the other ஒருவர் பின் மற்றொருவராக ஒற்றை வரிசையில்

the rank and file ➪ **rank¹** பார்க்க.

file² /faɪl/ *verb* **1** [T] **file sth (away)** to put and keep documents, etc. in a particular place so that you can find them easily; to put sth into a file எளிதாகக் கண்டுபிடிப்பதற்கு ஏற்ற முறையில் ஆவணங்கள் முதலியவற்றைக் குறிப்பிட்ட இடத்தில் வைத்துப் பராமரி; ஒரு கோப்பினுள் ஒன்றை வை *I filed the letters away in a drawer.* **2** [I] **file in, out, past, etc.** to walk or march in a line வரிசையாகச் செல்; அணிவகுத்துச் செல்; ஒழுங்குபட்ட நடையுடன் செல் *The children filed out of the classroom.* **3** [T] **file sth (away, down, etc.)** to shape sth hard or make sth smooth with a file கடினமான ஒன்றை அராவி செப்பம் செய் அல்லது உருப்படுத்து; அரத்தைக் கொண்டு ஒன்றை மழமழப்பாக்கு *to file your nails*

filial /fɪliəl/ *adj.* (*only before a noun*) (*formal*) of or due from a son or daughter ஒரு மகன் அல்லது மகளுக்கு உரிய அல்லது அவர்களிடமிருந்து பெறத்தக்கதான *filial affection/ duty*

fill /fɪl/ *verb* **1** [I, T] **fill (sth/sb) (with sth)** to make sth full or to become full ஒன்றை நிரப்பு; நிரம்பு; இடம் நிரப்பு/நிரம்பு *Can you fill the kettle for me? • The news filled him with excitement.. • The room filled with smoke within minutes.* **2** [T] to take a position or to use up your time doing sth ஒரு பொறுப்பை/ பதவியை ஏற்றுக்கொள்; ஒரு வேலை நேரத்தைச் செலவிட்டுத் தீர் *I'm afraid that teaching post has just been filled* (= somebody has got the job).

PHR V **fill sth in** (*AmE* **fill sth out**) **1** to complete a form, etc. by writing information on it (வேண்டிய) தகவலை எழுதி (விண்ணப்பப்) படிவம் முதலியவற்றை நிறைவு செய்; நிரப்பு *Could you fill in the application form, please?* **2** to fill a hole or space completely to make a surface flat ஒரு பரப்பைச் சமதளமாக்கும் பொருட்டுக் குழி, பள்ளம் முதலியவற்றைத் தூர்த்து நிரப்பு *You had better fill in the cracks in the wall before you paint it.*

fill (sth) up to become or to make sth completely full ஓரிடம் முழுவதும் நிரம்பு அல்லது ஓரிடத்தை முழுமையாக நிரப்பு; முழுவதும் நிறை *There weren't many people at first but then the room filled up.*

filler cap *noun* [C] a lid for covering the end of the pipe through which petrol is put into a motor vehicle விசையூர்திக்குப் பெட்ரோல் எண்ணெய் ஊற்றுவதற்கான குழாயின் நுனியை மூடும் மூடி

fillet (*AmE* **filet**) /ˈfɪlɪt/ *noun* [C, U] a piece of meat or fish with the bones taken out எலும்பு நீக்கப்பட்ட இறைச்சித் துண்டு அல்லது மீன் இறைச்சித் துண்டு

filling[1] /ˈfɪlɪŋ/ *noun* **1** [C] the material that a dentist uses to fill a hole in a tooth பல் துளை அடைப்பதற்குப் பல் மருத்துவர் பயன்படுத்தும் பொருள்; பல் துளை நிரப்பி *a gold filling* **2** [C, U] the food inside a sandwich, pie, cake, etc. சாண்ட்விச், சினையப்பம், கேக், முதலியவற்றின் உள்ளிடும் உணவுப் பொருள்; பூரணம்

filling[2] /ˈfɪlɪŋ/ *adj.* (used about food) that makes you feel full (உணவு வகையில்) வயிறு நிரம்பிய உணர்வை ஏற்படுத்துகிற *Pasta is very filling.*

filly /ˈfɪli/ *noun* [C] (*pl.* **fillies**) a young female horse பெண் குதிரைக்குட்டி; பெண் குதிரையின் இளையது ➪ **colt** பார்க்க.

film[1] /fɪlm/ *noun* **1** (*AmE* **movie**) [C] a story, play, etc. shown in moving pictures at the cinema or on television திரையரங்கில் அல்லது தொலைக்காட்சியில் இயங்கு படங்களாகக் காட்டப்படும் புனைகதை, நாடகம் முதலியவை; திரைப்படம் *Let's go to the cinema—there's a good film on this week. • to* ***watch a film*** *on TV • to* ***see a film*** *at the cinema • a horror/documentary/feature film • a film director/producer/critic* **2** [U] the art or business of making films திரைப்படக் கலை அல்லது திரைப்படத் தொழில் *She's studying film and theatre. • the film industry* **3** [U] moving pictures of real events உண்மை நிகழ்வுகளின் திரைப்படமாக்கம்; உண்மை நிகழ்வுகளைச் சித்திரிக்கும் திரைப்படம் *The programme included a film of the town one hundred years ago.* **4** [C, U] a roll of thin plastic that you use in a camera to take photographs நிழற்படங்கள் எடுப்பதற்கு நிழற்படக் கருவியில் பயன்படுத்தப்படும் மெல்லிய பிளாஸ்டிக் தகட்டின் சுருள்; நிழற்படச் சுருள் *to have a film developed • Fast film is better if there's not much light.* ➪ **camera** பதிவில் படம் பார்க்க. **5** [C, *usually sing.*] a thin layer of a substance or material ஒரு பொருளின் மெல்லிய படலம்; மென்படலம் *The oil forms a film on the surface of the water.*

film[2] /fɪlm/ *verb* [I, T] to record moving pictures of an a event, story, etc. with a camera ஒரு நிகழ்ச்சி, கதை முதலியவற்றின் இயங்கு படங்களை நிழற்படக் கருவியைப் பயன்படுத்திப் பதிவுசெய்; படம் எடு *The man was filmed stealing from the shop.*

film star *noun* [C] a person who is a well-known actor in films பிரபலமான அல்லது குறிப்பிடத்தக்க திரைப்பட நடிகர்; திரைப்பட நட்சத்திரம்

filter[1] /ˈfɪltə(r)/ *noun* [C] **1** a device for holding back solid substances from a liquid or gas that passes through it திரவ அல்லது வாயுப் பொருளைத் தன்னூடாகச் செல்லவிட்டு அதிலுள்ள திடப்பொருளைத் தன்னிடம் நிறுத்திக்கொள்ளும் ஒரு சாதனம்; வடிகட்டி *a coffee filter • an oil filter* **2** a piece of coloured glass used with a camera to hold back some types of light ஒளியின் சில வகைகளை (ஊடாகச் செல்லவிடாமல்) தடுத்து நிறுத்துவதற்காக நிழற்படக் கருவியில் பயன்படுத்தப்படும் வண்ணமூட்டப்பட்ட கண்ணாடி

filter[2] /ˈfɪltə(r)/ *verb* **1** [T] to pass a liquid through a filter வடிகட்டியின் வழியாக ஒரு திரவப்பொருளைச் செல்லவிடு; வடிகட்டு *Do you filter your water?* **2** [I] **filter in, out, through, etc.** to move slowly and/or in small amounts மெல்லமெல்ல மற்றும்/அல்லது சிறிதுசிறிதாகச்

செல்; கசிவுறு *Sunlight filtered into the room through the curtains.* • (*figurative*) *News of her illness filtered through to her friends.*

PHR V **filter sth out** (**of sth**) to remove sth that you do not want from a liquid, light, etc. using a special device or substance ஒரு தனி வகையான கருவியை அல்லது பொருளைப் பயன்படுத்தி, ஒரு திரவப்பொருள், ஒளி முதலியவற்றிலிருந்து வேண்டாத ஒன்றைப் பிரித்து நீக்கு; வடிகட்டு *This chemical filters impurities out of the water.* • (*figurative*) *This test is designed to filter out weaker candidates before the interview stage.*

filter paper *noun* [U, C] a type of paper used in chemistry for separating solids from liquids; a piece of this paper used, for example, in making coffee திரவங்களிலிருந்து திடப்பொருள்களைப் பிரிப்பதற்காக வேதியியலில் பயன்படுத்தப்படும் ஒருவகைத் தாள்; வடிகட்டுத் தாள்; காப்பி தயாரித்தல் முதலியவற்றில் பயன்படுத்தப்படும் இவ்வகையான தாள் ➪ **laboratory** பதிவில் படம் பார்க்க.

filth /fɪlθ/ *noun* [U] **1** unpleasant dirt அருவருப்பூட்டக்கூடிய அழுக்கு; கழிவுப்பொருள் *The room was covered in filth.* **2** sexual words or pictures that cause offence இழிவுபடுத்தும் அல்லது மனம் வருந்தச் செய்யும் முறையிலான பாலுணர்வு சார்ந்த சொற்கள் அல்லது படங்கள்

filthy /ˈfɪlθi/ *adj.* (**filthier; filthiest**) **1** very dirty மிகவும் அழுக்கான; துப்புரவுக் கேடான **2** (used about language, books, films, etc.) connected with sex, and causing offence (மொழி வழக்கு, நூல்கள், திரைப்படங்கள் முதலியவை வகையில்) இழிவுபடுத்தும் அல்லது மனம் வருந்தச் செய்யும் முறையில் பாலுணர்வு சார்ந்துள்ள

filtrate /ˈfɪltreɪt/ *noun* [C] a liquid that has passed through a **filter** வடிகட்டியில் வடிகட்டப்பட்ட திரவப்பொருள்

filtration /fɪlˈtreɪʃn/ *noun* [U] the process of passing a liquid or gas through a **filter** திரவ அல்லது வாயுப்பொருளை வடிகட்டும் செயல்முறை; வடிகட்டுதல்

fin /fɪn/ *noun* [C] **1**paired or unpaired expansions of the skin of a fish which are helpful in swimming மீன் நீந்துவதற்குப் பயன்படுத்தும் அதன் தோலில் இருந்து இணையாகவோ தனியாகவோ விரிந்திருக்கும் உறுப்பு; மீனின் துடுப்புப் போன்ற உகைப்பியக்க உறுப்பு ➪ **fish** பதிவில் படம் பார்க்க. **2** a flat, thin part that sticks out of an aircraft, a vehicle, etc. to improve its balance and movement through the air or water வான்வெளியில் அல்லது நீரில் விமானம், கப்பல், முதலியவற்றின் சமநிலையையும் இயக்கத்தையும் மேம்படுத்தும் பயன்பாட்டுக்கான, அவ்வூர்தியில் வெளியே நீட்டிக்கொண்டிருக்கும் தட்டையான மெல்லிய உறுப்பு

final[1] /ˈfaɪnl/ *adj.* **1** (*only before a noun*) last (in a series) (ஒரு வரிசைத் தொகுதியில்) கடைசியான; இறுதியான *This will be the final lesson of our course.* • *I don't want to miss the final episode of that serial.* **2** not to be changed மாற்றக்கூடாத; முடிவான *The judge's decision is always final.* • *I'm not lending you the money, and that's final!*

IDM **the last/final straw** ➪ **straw** பார்க்க.

final[2] /ˈfaɪnl/ *noun* **1** [C] the last game or match in a series of competitions or sporting events ஒரு போட்டி அல்லது விளையாட்டுத் தொடரின் கடைசிப் போட்டி அல்லது கடைசி ஆட்டம்; இறுதி ஆட்டம் *The first two runners in this race go through to the final.* ➪ **semi-final** பார்க்க. **2 finals** [*pl.*] the exams you take in your last year at university பல்கலைக்கழகத்தில் இறுதி ஆண்டில் எழுதும் தேர்வுகள்; இறுதி ஆண்டுத் தேர்வுகள்

finale /fɪˈnɑːli/ *noun* [C] the last part of a piece of music, an opera, a show, etc. ஓர் இசை, இசை-நாடகம், ஒரு கண்காட்சி முதலியவற்றின் இறுதிப் பகுதி; கடைக்காப்பு; முத்தாய்ப்பு

finalist /ˈfaɪnəlɪst/ *noun* [C] a person who is in the **final[2] 1** of a competition ஒரு போட்டித்-தொடரின் அல்லது விளையாட்டுத் தொடரின் இறுதிப் போட்டியில்/இறுதி ஆட்டத்தில் பங்கு-கொள்பவர் ➪ **semi-finalist** பார்க்க.

finalize (*also* **-ise**) /ˈfaɪnəlaɪz/ *verb* [T] to make firm decisions about plans, dates, etc. திட்டங்கள், நிகழ்வுக் காலங்கள் முதலியவை பற்றி உறுதியான முடிவு எடு; இறுதியாக்கு *Have you finalized your holiday arrangements yet?*

finally /ˈfaɪnəli/ *adv.* **1** after a long time or delay நீண்ட நேரத்திற்கு/காலத்திற்குப் பிறகு; நீண்ட காலதாமதத்திற்கு அல்லது தடங்கலுக்குப் பின்; முடிவாக *It was getting dark when the plane finally took off.* ✪ SYN **eventually** **2** used to introduce the last in a list of things ஒரு பட்டியலில் உள்ளவற்றில் இறுதியில் உள்ளதை அறிமுகப்படுத்தப் பயன்படுத்தப்படுவது: இறுதியாக; கடைசியாக; முடிவாக *Finally, I would like to say how much we have all enjoyed this evening.* ✪ SYN **lastly** **3** in a definite way so that sth will not be changed ஒன்றை மாற்றமுடியாதவாறு உறுதியான முறையில் *We haven't decided finally who will get the job yet.*

finance[1] /ˈfaɪnæns/ *noun* **1** [U] the money you need to start or support a business, etc. தொழில் முதலியவற்றைத் தொடங்க அல்லது அதனை நிலைநிறுத்தத் தேவைப்படும் பணம்; முதலீட்டுக்கான நிதி *How will you raise the finance to start the project?* **2** [U] the activity of managing money பணத்தை மேலாட்சி செய்தல் அல்லது கையாளுதல்; நிதி நிர்வாகம் *Who is the new Minister of Finance?* • *an expert in finance* **3 finances** [*pl.*] the money a person, company, country, etc. has to spend ஒரு நபர், நிறுவனம், நாடு முதலியவை செலவு செய்ய-வேண்டிய பணம் *What are our finances like at the moment* (= how much money have we got)*?*

finance² /ˈfaɪnæns; fəˈnæns/ *verb* [T] to provide the money to pay for sth ஒன்றிற்கான செலவுத்-தொகையைக் கொடு; ஒரு செலவுக்குப் பணமளித்துதவு *Your trip will be financed by the company.*

financial /faɪˈnænʃ; fəˈnæ-/ *adj.* connected with money பணம் தொடர்பான; நிதி சார்ந்த *The business got into financial difficulties.* ▶ **financially** /-ʃəli/ *adv.*

finch /fɪntʃ/ *noun* [C] a small bird with a short strong beak குட்டையான உறுதியான அலகுடைய சிறு பறவை வகை

find¹ /faɪnd/ *verb* [T] (*pt, pp* **found** /faʊnd/) **1** to discover sth that you want or that you have lost after searching for it தான் விரும்புகிற அல்லது தொலைத்துவிட்ட ஒன்றைத் தேடிக் கண்டுபிடி; தேடிப் பெறு *Did you find the pen you lost?* • *After six months she finally found a job.* • *Scientists haven't yet found a cure for AIDS.* • *I hope you find an answer to your problem.*

> **NOTE** **Find the time, find the money** ஆகிய பொருள்தொடர்களைக் கூர்ந்து நோக்குக—*I never seem to find the time to write the letters these days.* • *We'd like to go on holiday but we can't find the money.*

2 to discover sth by chance தற்செயலாக ஒன்றைக் கண்டுபிடி *I've found a piece of glass in this milk.* • *We went into the house and found her lying on the floor.* • *This animal can be found* (= exists) *all over the world.* **3** to have an opinion about sth because of your own experience அனுபவத்தின் அல்லது செயலீடுபாட்டின் அடிப்படையில் ஒன்றைப் பற்றி ஒரு கருத்துக்-கொள் *I find that book very difficult to understand.* • *We didn't find the film funny.* • *How are you finding life as a student?* **4** to suddenly realize or see sth ஒன்றைத் திடீரென உணர் அல்லது காண்; எதிர்பாராது ஒன்றை அறிந்து-கொள் அல்லது கண்டுகொள் அல்லது எதிருறு *I got home to find that I'd left the tap on all day.* • *Sahil turned a corner and suddenly found himself in the park.* **5** to arrive at sth naturally; to reach sth இயற்கையான முறையில் ஒரு நிலை முதலியவற்றை அடை/எய்தப் பெறு அல்லது ஓர் இடம் முதலியவற்றுக்குச் சென்றுசேர் *Water always finds its own level.* • *These birds **find their way** to Africa every winter.*

IDM **find fault (with sb/sth)** to look for things that are wrong with sb/sth and complain about them ஒருவர்/ஒன்று தொடர்பான தவறு-களை அல்லது குறைபாடுகளை முயன்று கண்டுபிடித்து அவற்றைப் பற்றிக் குற்றங்கூறு; குறைகூறு

find your feet to become confident and independent in a new situation ஒரு புதிய சூழ்நிலையில் தன்னம்பிக்கையும் தற்சார்பும் கொள்; புதிய சூழ்நிலையைச் சமாளிக்கும் ஆற்றல் கைவரப்பெறு

find (sth) out to get some information; to discover a fact தகவல் பெறு; ஓர் உண்மையைக் கண்டுபிடி *Have you found out how much the tickets cost?* • *I later found out that Nayan had been lying to me.*

find sb out to discover that sb has done sth wrong ஒருவர் தவறு செய்துள்ளதைக் கண்டு-பிடி; ஒருவரது குற்றத்தைக் கண்டறி *He had used a false name for years before they found him out.*

find² /faɪnd/ *noun* [C] a thing or a person that has been found, especially one that is valuable or useful கண்டுபிடிக்கப்பட்ட ஒன்று அல்லது ஒருவர், குறிப்பாக மதிப்பு வாய்ந்த அல்லது பயன்மிக்க பொருள் அல்லது ஆள்; (அரும்) கண்டுபிடிப்பு *Archaeologists made some interesting finds when they dug up the field.* • *This new young player is quite a find!*

finder /ˈfaɪndə(r)/ *noun* [C] a person or thing that finds sth ஒன்றைக் கண்டுபிடிக்கும் ஒரு நபர் அல்லது பொருள்; கண்டுபிடிப்பாளர்; கண்டுபிடிப்பதற்கான கருவி, முதலியன

finding /ˈfaɪndɪŋ/ *noun* [C, *usually pl.*] information that is discovered as a result of research into sth ஒன்றைப் பற்றிய ஆராய்ச்சியின் விளைவாகக் கண்டுபிடிக்கப்பட்ட தகவல்; ஆய்வு முடிவு *the findings of a survey/report/committee*

fine¹ /faɪn/ *adj.* **1** in good health, or happy and comfortable நிறைவான உடல்நலமுடைய; ஆரோக்கியமான; இன்னலமான; வசதியான *'Do you want to change places?' 'No I m fine here, thanks.'* **2** all right; acceptable முழுதும் சரியான; ஏற்புடைய; விரும்பத்தக்க *'Do you want some more milk in your coffee?' 'No **that's fine**, thanks.'* • *Don't cook anything special—a sandwich will be fine.* • *The hotel rooms were fine but the food was awful.*

> **NOTE** பொருள்கள் ஒன்றும் இரண்டும் வினாக்களிலோ எதிர்மறை வடிவத்திலோ பயன்படுத்தப்படுவதில்லை. எனவே *'Are you fine?'* அல்லது *'This isn't fine'* எனக் கூறுதல் கூடாது.

3 (used about weather) bright with sunlight; not raining (வானிலை பற்றிக் கூறும்போது) சூரிய ஒளியுடன் தெளிவான; ஒளியார்ந்த; மழையில்லாத *Let's hope it stays fine for the match tomorrow*. **4** (*only before a noun*) of very good quality, beautiful, well made உயர்தரமான, அழகான மற்றும் நல்ல முறையில் செய்யப்பட்ட; நேர்த்தியான *a fine piece of work* • *fine detail/carving/china* **5** very thin or narrow மிகவும் மெல்லிய; அடர்த்தியற்ற; கூர்மையான; நுண்ணிய; ஒடுங்கிய *That hairstyle's no good for me—my hair's too fine.* • *You must use a fine pencil for the diagrams.* ✪ OPP **thick** **6** made of very small pieces, grains, etc. சின்னஞ்சிறு துண்டுகளான; நுண் துகள்கள் அடங்கிய; சிறு மணிகளாலான *Salt is finer than sugar.* ✪ OPP **coarse** **7** difficult to notice or understand ஊன்றி கவனிப்பதற்கு அல்லது புரிந்துகொள்வதற்குக் கடினமான *I couldn't understand* ***the finer points*** *of his argument.* • *There's* ***a fine line between*** *being reserved and being unfriendly.*

fine² /faɪn/ *noun* [C] a sum of money that you have to pay for breaking a law or rule ஒரு சட்டம் அல்லது விதிமுறையை மீறியதற்காகச் செலுத்தப்பட வேண்டிய கட்டணம்; தண்டம்; அபராதம் *You'll* ***get a fine*** *if you park your car there.* ▶ **fine** *verb* [T] **fine sb (for sth/doing sth)** *He was fined Rs 500 for driving without lights.*

finely /ˈfaɪnli/ *adv.* **1** into small pieces சிறு துண்டுகளாக; பொடியாக *The onions must be finely chopped for this recipe.* **2** very accurately மிகத் துல்லியமாக; சரிநுட்பமாக *a finely tuned instrument*

finery /ˈfaɪnəri/ *noun* [U] (*formal*) elegant and beautiful clothes and jewellery, especially those that are worn for a special occasion குறிப்பாக சிறப்பு நிகழ்ச்சி ஒன்றின்போது அணிந்துகொள்ளப்படும், வண்ணப் பகட்டான மற்றும் நேர்த்தியான ஆடை ஆபரணங்கள்; எடுப்பான ஆடை அணிமணிகள் *The major was dressed in all his finery.*

finger¹ /ˈfɪŋɡə(r)/ *noun* [C] one of the five parts at the end of each hand ஒவ்வொரு கையின் இறுதியிலும் உள்ள ஐந்து உறுப்புகளில் ஒன்று; கை விரல் *little finger, ring finger, middle finger, forefinger (or index finger), thumb*

> NOTE சிலசமயங்களில் கட்டைவிரலை ஐந்து விரல்களில் ஒன்றானதாகவும், மற்றும் சிலவேளைகளில் வேறுபடுத்தியும் காண்கிறோம்—*Hold the pen between your finger and thumb.* காலில் உள்ள விரல்கள் **toes** எனப்படும். ➪ **body** பதிவில் படம் பார்க்க.

IDM **cross your fingers; keep your fingers crossed** to hope that sb/sth will be successful or lucky ஒருவர்/ஒன்று வெற்றிபெறுவார்/வெற்றிபெறும் அல்லது நல்வாய்ப்பு அடைவார்/அடையும் என நம்பு; ஒருவர்/ஒன்றின் வெற்றியில்/அதிர்ஷ்டத்தில் நம்பிக்கை கொள் *I'll keep my fingers crossed for you in your exams.* • *There's nothing more we can do now—just cross our fingers and hope for the best.*

have green fingers ➪ **green¹** பார்க்க.

snap your fingers ➪ **snap¹** பார்க்க.

finger² /ˈfɪŋɡə(r)/ *verb* [T] to touch or feel sth with your fingers கை விரல்களால் ஒன்றைத் தொடு அல்லது உணர்

fingermark /ˈfɪŋɡəmɑːk/ *noun* [C] a mark on sth made by a dirty finger அழுக்கு விரலால் ஒன்றின் மேல் பதிக்கப்பட்ட குறி; அழுக்கு விரல் கறை

fingernail /ˈfɪŋɡəneɪl/ (*also* **nail**) *noun* [C] the thin hard layer that covers the outer end of each finger கைவிரல் நகம் ➪ **body** பதிவில் படம் பார்க்க.

fingerprint /ˈfɪŋɡəprɪnt/ *noun* [C] the mark made by the skin of a finger, used for identifying people ஆட்களை அடையாளம் காணப் பயன்படுத்தப்படும், கைவிரல் தோலால் உண்டாக்கப்பட்ட குறி; விரல் பதிவு; விரல் இரேகை *The burglar left his fingerprints all over the house.*

fingertip /ˈfɪŋɡətɪp/ *noun* [C] the end of a finger விரல் நுனி

IDM **have sth at your fingertips** to have sth ready for quick and easy use உடனுக்குடன் எளிதாகப் பயன்படுத்துவதற்காக ஒன்றைத் தயார் நிலையில் வைத்திரு; ஒன்றை விரல் நுனியில் வைத்திரு *They asked some difficult questions but luckily I had all the facts at my fingertips.*

finish¹ /ˈfɪnɪʃ/ *verb* **1** [I, T] **finish (sth/doing sth)** to complete sth or reach the end of sth ஒன்று முடிவுறு; இறுதியை எட்டு; ஒன்றை முடிவுக்குக் கொண்டுவா; செய்துமுடி *What time does the film finish?* • *Haven't you finished yet? You've taken ages!* • *The Ethiopian runner won and the Kenyans finished second and third.* • *Finish your work quickly!* • *Have you finished typing that letter?* **2** [T] **finish sth (off/up)** to eat, drink or use the last part of sth ஒன்றின் இறுதிப் பகுதியை உண், குடி அல்லது பயன்படுத்து *Finish up your milk, Swami!* • *Who finished off all the bread?* **3** [T] **finish sth(off)** to complete the last details of sth or make sth perfect ஒன்றின் இறுதி விவரங்களைச் சேர்த்து முழுமையாக்கு; நிறைவு செய் *He stayed up all night to finish off the article he was writing.* • *He's just* ***putting the finishing touches to*** *his painting.*

PHR V **finish sb/sth off** (*informal*) to kill sb/sth; to be the thing that makes sb unable to continue ஒருவரை/ஒன்றைக் கொலைசெய்; ஒருவர்

மேலும் தொடர முடியாமல் போகுமாறு செய்யும் ஒன்றாக இரு; தொடர்பறு *The cat played with the mouse before finishing it off.* • *I was very tired towards the end of the race, and that last hill finished me off.*

finish with sb (*informal*) to end a relationship with sb ஒருவருடன் உறவை முறித்துக்கொள் *Rani's not going out with Vinay any more—she finished with him last week.*

finish with sth to stop needing or using sth ஒன்றன் தேவை அல்லது பயன்பாடு முடிவுறச் செய்; நிறைவுசெய் *I'll borrow that book when you've finished with it.*

finish² /ˈfɪnɪʃ/ *noun* [C] **1** the last part or end of sth ஒன்றின் கடைசிப் பகுதி; இறுதிக் கட்டம்; முடிவு; இறுதி *There was a dramatic finish to the race when two runners fell.* • *I enjoyed the film **from start to finish**.* **2** the last covering of paint, polish, etc. that is put on a surface to make it look good ஒரு பரப்பு காட்சிப் பொலிவுடன் தோன்றுமாறு செய்ய அதன் மீது பூசப்படும் சாயம் அல்லது மெருகுப் பூச்சின் கடைசிப் பூச்சு; தூரிகை மேல்பூச்சு

finished /ˈfɪnɪʃt/ *adj.* **1** (*not before a noun*) **finished (with sb/sth)** having stopped doing sth, using sth or dealing with sb/sth ஒன்றைச் செய்வதை அல்லது ஒருவரை/ஒன்றைப் பயன்படுத்துவதை அல்லது ஒருவருடன்/ஒன்றுடன் உள்ள செயல்தொடர்பை நிறுத்திவிட்ட *Are you using the computer? Yes, I won't be finished with it for another hour or so.* **2** (*not before a noun*) not able to continue தொடர முடியாத; நின்றுவிட்ட; ஓய்ந்துவிட்ட *The business is finished—there's no more money.* **3** made; completed செய்துமுடிக்கப்பட்ட; நிறைவு செய்யப்பட்ட *the finished product/article*

finite /ˈfaɪnaɪt/ *adj.* having a definite limit or a fixed size வரையறுக்கப்பட்ட எல்லையுடைய; வரம்புக்குட்பட்ட; அளவுக்குட்பட்ட *The world's resources are finite.* ✪ OPP **infinite**

fir /fɜː(r)/ (*also* **fir tree**) *noun* [C] a tree with thin leaves (**needles**) that do not fall off in winter குளிர்ப்பருவத்தில் உதிர்ந்துவிடாத ஊசி வடிவ இலைகளையுடைய மர வகை; குளிர்மண்டல ஊசியிலை மர வகை

fir cone *noun* [C] the fruit of the fir tree ஊசியிலை மரத்தின் கனி

fire¹ /ˈfaɪə(r)/ *noun* **1** [C, U] burning and flames, especially when it destroys and is out of control குறிப்பாக அழிவை உண்டாக்கும் கட்டுக்கடங்காத, எரிதலும் அனற்கொழுந்தும்; தீ; பெருந்தீ *Firemen struggled for three hours to **put out the fire**.* • *It had been a dry summer so there were many forest fires.* • *In very hot weather, dry grass can **catch fire*** (= start burning). • *Did someone **set fire to** that pile of wood?* • *Help! The frying pan's **on fire**!* **2** [C] burning wood or coal used for warming people or cooking food வெதுவெதுப்பூட்ட அல்லது சமையல் செய்யப் பயன்படுத்தப்படும் தீக்கட்டை அல்லது கரி; தணல்; நெருப்பு; அழல் *They tried to **light a fire** to keep warm.* • *It's cold—don't let the fire go out!* **3** [C] a machine for heating a room, etc. அறைக்கு வெதுவெதுப்பூட்டும் பொறி முதலியவை *a gas/an electric fire* **4** [U] shooting from guns துப்பாக்கி வெடிப்பு; வேட்டு *The soldiers came **under fire** from all sides.* • *I could hear gunfire in the distance.*

IDM **get on/along like a house on fire** ➪ **house¹** பார்க்க.

open fire ➪ **open²** பார்க்க.

come/be under fire be strongly criticized கடுமையான விமர்சனத்திற்கு/கண்டனத்திற்கு உள்ளாகு *The government has come under fire from all sides for its foreign policy.*

fire² /ˈfaɪə(r)/ *verb* **1** [I, T] **fire (sth) (at sb/sth); fire (sth) (on/into sb/sth)** to shoot bullets, etc. from a gun or other weapon துப்பாக்கி அல்லது பிற ஆயுதத்தை வெடிக்கவைத்துக் குண்டுகள், முதலியவற்றைச் செலுத்து; துப்பாக்கி முதலியவற்றால் சுடு *Can you hear the guns firing? The soldiers fired on the crowd, killing twenty people.* • *She fired an arrow at the target.* • (*figurative*) *If you stop firing questions at me I might be able to answer!* **2** [T] (*informal*) to remove an employee from a job வேலையிலிருந்து ஒரு பணியாளரை வெளியேற்று; பணி நீக்கம் செய் *He was fired for always being late.* **3** [T] **fire sb with sth** to produce a strong feeling in sb ஒருவரிடம் அழுத்தமான ஓர் உணர்ச்சியைத் தூண்டு; எழுச்சி உண்டுபண்ணு *Her speech fired me with determination.*

fire alarm *noun* [C] a bell or other signal to warn people that there is a fire தீ பற்றியதைக் குறித்து எச்சரிக்கை செய்யும் மணி அல்லது பிற அறிவிப்புச் சாதனம்; தீ எச்சரிப்புக் கருவி

firearm /ˈfaɪərɑːm/ *noun* [C] a gun that you can carry உடன் கொண்டு செல்லக்கூடிய துப்பாக்கி; கைத்துப்பாக்கி

firebrand /ˈfaɪəbrænd/ *noun* a person who encourages other people to take strong political action, often causing trouble அடிக்கடி தொல்லை உண்டாகும் வகையில் பிறரைத் தீவிர அரசியல் நடவடிக்கை எடுக்குமாறு ஊக்கப்படுத்துபவர்

fire brigade (*AmE* **fire department**) *noun* [C, *with sing. or pl. verb*] an organization of people trained to deal with fires தீ விபத்துகளைக் கையாள்வதில் பயிற்சி பெற்ற ஆட்களைக் கொண்ட அமைப்பு; தீயணைப்புப் படை

-fired /'faɪəd/ (*used in compounds*) using the fuel mentioned குறிப்பிடப்பட்ட எரிபொருளைப் பயன்படுத்துகிற; குறிப்பிடப்பட்ட எரிபொருளால் இயங்குகிற *gas-fired central heating*

fire engine *noun* [C] a special vehicle that carries equipment for dealing with large fires பெருந் தீ விபத்துகளைக் கையாள்வதற்கான சாதனங்களைத் தாங்கிய தனிவகை ஊர்தி; தீயணைக்கும் இயந்திரம்

fire escape *noun* [C] a special staircase on the outside of a building that people can go down if there is a fire தீ விபத்தின்போது தப்பி வெளியேறுவதற்கு வசதியாகக் கட்டடத்தின் வெளிப்புறத்தில் அமைக்கப்படும் தனிவகைப் படிக்கட்டு

fire extinguisher (*also* **extinguisher**) *noun* [C] a metal container with water or chemicals inside that you use for stopping small fires சிறு தீயை அணைக்கப் பயன்படுத்தப்படும், நீர் அல்லது வேதியியல் பொருள்கள் உள்ளடங்கிய உலோகக் கொள்கலம்; தீயணைக்கும் கருவி

firefighter /'faɪəfaɪtə(r)/ *noun* [C] a person whose job is to stop fires தீயணைப்புப் பணியாளர்; தீயணைப்பு வீரர்

firelight /'faɪəlaɪt/ *noun* [U] the light that comes from a fire தீயிலிருந்து வரும் ஒளி; நெருப்பு வெளிச்சம்

fireman /'faɪəmən/ (*pl.* **-men** /-mən/) = **firefighter**

fireplace /'faɪəpleɪs/ *noun* [C] the open place in a room where you light a fire அறையில் நெருப்பு மூட்டும் திறந்த இடம்; கணப்படுப்பு

fireproof /'faɪəpru:f/ *adj.* able to take great heat without burning or being badly damaged எரிந்துவிடாமல் அல்லது மோசமான பாதிப்புக்கு உள்ளாகாமல் மிகுதியான வெப்பத்தைத் தாங்கக்கூடிய; தீப்பற்றாத; தீயினால் பாதிக்கப்படாத *a fireproof door*

fireside /'faɪəsaɪd/ *noun* [*sing.*] the part of a room beside the fire நெருப்பின்/அடுப்பின் பக்கத்தில் உள்ள அறைப்பகுதி *Come and sit by the fireside.*

fire station *noun* [C] a building where firefighters wait to be called, and where the vehicles that they use are kept தீயணைப்புப் படையினரும் தீயணைப்பு வாகனங்களும் ஆயத்த நிலையில் இருக்கும் கட்டடம்; தீயணைப்பு நிலையம்

fire-walking /'faɪəwɔ:kiŋ/ *noun* the practice of walking barefoot across a bed of hot, smouldering coals particularly as a religious rite குறிப்பாக ஒரு சமயச் சடங்காக, தணல் நிரப்பிய பரப்பில் காலணி அணியாது நடந்து செல்லுதல்; தீ மிதி

firewall /'faɪəwɔ:l/ *noun* [C] (*computing*) a part of a computer system that is designed to prevent people from getting information without authority but still allows them to receive information that is sent to them இசைவாணை இல்லாது ஒருவர் தகவல் பெறுதலைத் தடுக்கும் முறையிலும், அதேசமயம் அவருக்கு அனுப்பப்பட்ட தகவலைப் பெற அனுமதிக்கும் முறையிலும் வடிவமைக்கப்பட்ட கணினி அமைப்பின் பகுதி; தகவல் காப்புக் கருத்தியம்

firewood /'faɪəwʊd/ *noun* [U] wood used for burning on fires எரிபொருளாகப் பயன்படுத்தப்படும் மரக்கட்டை; விறகுக் கட்டை

firework /'faɪəwɜ:k/ *noun* [C] a small object that burns or explodes with coloured lights and loud sounds, used for entertainment இன்பப் பொழுதுபோக்குக்குரிய வண்ண ஒளியும் உரத்த ஓசையும் எழுப்பிக்கொண்டு எரியும் அல்லது வெடிக்கும் சிறு பொருள்; வாணவெடி

firing line *noun*

IDM **be in the firing line 1** to be in a position where you can be shot at குண்டு பாயும் வரம்பெல்லையில் இரு **2** to be in a position where people can criticize you or say that sth is your fault விமர்சனத்துக்கு/கண்டனத்திற்கு அல்லது குறைகூறுதலுக்கு உள்ளாகும் நிலையில் இரு; விமர்சன இலக்காயிரு

firing squad *noun* [C] a group of soldiers who have been ordered to shoot and kill a prisoner ஒரு கைதியைச் சுட்டுக்கொல்லுமாறு கட்டளையிடப்பட்டுள்ள படைக்குழு

firm¹ /fɜ:m/ *adj.* **1** able to stay the same shape when pressed; quite hard அழுத்தப்படும்போது வடிவம் சிதையுறாத; கெட்டியான; கடினமான; உறுதியான *a firm mattress* • *firm muscles* **2** strong and steady or not likely to change வலிமையும் நிலையுறுதியும் உடைய; மாற வாய்ப்பில்லாத; அசையாத; உறுதியான; மனவுறுதியுடைய *She kept a firm grip on her mother's hand.* • *a firm commitment/decision/offer* **3 firm (with sb)** strong and in control மனவுறுதியுடைய மற்றும் ஒருவரைக் கட்டுப்பாட்டில் வைத்துள்ள; அடக்கியாளும் ஆற்றல் உடைய *He's very firm with his children.* • *You have to show the examiner that you have a firm grasp* (= good knowledge) *of grammar.* ▶ **firmly** ▶ **firmness** *noun* [U]

IDM **a firm hand** strong control or discipline உறுதியான கட்டுப்பாடு அல்லது கண்டிப்பு

firm² /fɜ:m/ *noun* [C, *with sing. or pl. verb*] a business company வணிக நிறுவனம்; தொழில் அமைப்பு *Which firm do you work for?*

firni *noun* [U] (*IndE*) a sweet dish made of milk, nuts, **raisins** and rice; a variation of rice pudding பால், கொட்டை வகைகள், உலர் திராட்சை, அரிசி ஆகியவை கலந்து செய்யப்படும் இனிப்புப் பண்ட வகை

first[1] /fɜːst/ *det.* coming before all others; that has not happened before மற்ற அனைவருக்கும்/ அனைத்துக்கும் முன்னதான; முன்பு நிகழ்ந்திராத; முதலாவதான *She's expecting her first baby.* • *the first half of the game* • *You've won first prize!* • *What were your first impressions of this country when you arrived?* ➪ **one** பார்க்க.
IDM **at first glance/sight** when first seen or examined முதலில் பார்க்கும்பொழுது அல்லது ஆராயும்பொழுது; முதல் தோற்றத்தில்; பார்த்தவுடன் *The task seemed impossible at first glance, but it turned out to be quite easy.*
first/last thing ➪ **thing** பார்க்க.

first[2] /fɜːst/ *adv.* **1** before any others எல்லாவற்றுக்கும் முன்னதாக; முதலாவதாக *Mohan's arrived first at the party.* • *Shantanu is very competitive—he always wants to* ***come first*** *when he plays a game.* • *Do you want to* ***go first*** *or second?* **2** before doing anything else வேறெதனையும் செய்வதற்கு முன்னால்; முதலாவதாக *I'll come out later. I've got to finish my homework first.* **3** the time before all the other times; for the first time முதன்முதலாக; முதல் தடவையாக *Where did you first meet your husband?* **4** at the beginning முதலில்; தொடக்கத்தில் *When I first started my job I hated it.* **5** used for introducing the first thing in a list ஒரு வரிசையில் அல்லது வரிசைப் பட்டியலில் உள்ளனவற்றில் முதலாவதாக உள்ளவரை/உள்ளதை அறிமுகப்படுத்தப் பயன்படுத்தப்படுவது: முதலில்; முதலாவதாக *There are several people I would like to thank: First, my mother.* ✪ SYN **firstly**
IDM **at first** at the beginning தொடக்கத்தில்; முதலில் *At first I thought he was joking, but then I realized he was serious.*
come first to be more important to sb than anything else ஒருவருக்கு மற்ற எதனையும் விட முக்கியமானதாக இரு; இன்றியமையாததாக இரு
first and foremost more than anything else; most importantly மற்ற எதனையும் விட அதிகமாக; முதன்மையாக; தலையாயதாக
first come, first served (*informal*) people will be dealt with, served, seen, etc. strictly in the order in which they arrive கண்டிப்பாக ஒவ்வொருவரும் வந்துசேரும் நேரமுறைப்படியே ஆட்கள் நடத்தப்படுவர், உணவு முதலியன வழங்கப்படுவர், காணப்படுவர் *Tickets can be bought here on a first come, first served basis.*
first of all as the first thing (to be done or said) (செய்யவேண்டிய அல்லது சொல்லவேண்டிய முறையில்) முதலாவதாக; (மற்றொன்றிற்கு) முன்னதாக *In a moment I'll introduce our guest speaker, but first of all, let me thank you all for coming.*
first off (*informal*) before anything else மற்ற அனைத்துக்கும் முன்னதாக; முதன்முதலில் *First off, let's decide who does what.*
head first ➪ **head**[1] பார்க்க.

first[3] /fɜːst/ *noun*, **1 the first** [C] (*pl.* **the first**) the first person or thing, people or things முதலாவதான ஆள் அல்லது பொருள், ஆட்கள் அல்லது பொருள்கள் *Are we the first to arrive?* • *I'd be* ***the first to admit*** (= I will most willingly admit) *I might be wrong.* **2 a first** [*sing.*] an important event that is happening for the first time முதல் முறையாக நிகழும் ஒரு முக்கியமான அல்லது குறிப்பிடத்தக்க நிகழ்ச்சி *This operation is a first in medical history.* **3** [C] (*BrE*) the highest mark given for a university degree பல்கலைக்கழகப் பட்டத் தேர்வு ஒன்றில் வழங்கப்படும் உச்ச அளவான மதிப்பெண் *He* ***got a first*** *in History.*
IDM **from the (very) first** from the beginning தொடக்கத்திலிருந்து; முதலிலிருந்து

first aid *noun* [U] medical help that you give to sb who is hurt or ill before the doctor arrives காயம் பட்ட அல்லது உடல்நலம் குன்றிய ஒருவருக்கு மருத்துவர் வருவதற்கு முன் அளிக்கப்படும் மருத்துவ உதவி; முதலுதவி; முதலுதவிச் சிகிச்சை *a first aid kit/course* • *to give sb first aid*

firstborn /ˈfɜːstbɔːn/ *noun* [C] (*old-fashioned*) a person's first child ஒருவருடைய முதல் குழந்தை; தலைச்சன் பிள்ளை ▶ **firstborn** *adj.* (*only before a noun*)

first class *noun* [U] **1** the best and most expensive seats or accommodation on a train, ship, etc. தொடர்வண்டி, கப்பல் முதலியவற்றில் உள்ள உயர் கட்டண மதிப்புள்ள மற்றும் வசதி மிக்க இருக்கைகள் அல்லது இடவசதி; முதல்வகுப்பு **2** the quickest form of mail உயர் துரித அஞ்சல் *First class costs more.* **3** the highest standard of degree given by a British university பிரிட்டன் பல்கலைக்கழகம் ஒன்றில் வழங்கப்படும் கல்விப்பட்டத்தின் உயர் படித்தரம்; முதல் வகுப்புப் பட்டம் ▶ **first class** *adv. to travel first class* • *I sent the letter first class on Tuesday.*

first-class *adj.* **1** in the best group; of the highest standard உயர் சிறப்புப் பிரிவைச் சார்ந்த; உச்ச உயர்தரமான; பெருமதிப்புக்குரிய *a first-class player* ✪ SYN **excellent** **2** giving or using the best and most expensive type of service மிகச் சிறப்பான மற்றும் உயர் கட்டண மதிப்புள்ள சேவை வகையை அளிக்கிற அல்லது பயன்படுத்துகிற *Ten first-class stamps, please.* • *first-class rail travel* **3** (*only before a noun*) used to describe a university degree of the highest class from a British university பிரிட்டன் பல்கலைக்கழகம் ஒன்றில் வழங்கப்படும் கல்விப்பட்டத்தின்

உச்ச உயர் தரநிலையைக் குறிக்கப் பயன்படுத்தப்படுவது; முதல் வகுப்பான *She was awarded a first-class degree in French.*

first-degree *adj.* (*only before a noun*) **1** (used about murder) of the most serious kind (கொலையைப் பற்றிக் குறிப்பிடும்போது) மிகமிகக் கடுமை வாய்ந்த வகையைச் சார்ந்த; கொடுமையான **2** (used about burns) of the least serious of three kinds, affecting only the surface of the skin (தீக்காயங்கள் வகையில்) மூவகைத் தீக்காயங்களில், தோலின் மேற்பரப்பை மட்டுமே பாதிக்கக்கூடிய, மட்டான இடர்த்தன்மையுடைய; கடுமை குறைந்த வகையைச் சார்ந்த ➪ **second-degree** மற்றும் **third-degree** பார்க்க.

the first floor *noun* [C] **1** (*BrE*) the floor of a building above the one on street level (**the ground floor**) நிலத்தளத்துக்கு மேலுள்ள முதல்மாடித் தளம்; கட்டடத்தின் முதல் மாடி; முதல் தளம் *I live in a flat **on the first floor**.* • *a first-floor flat* **2** (*AmE*) the floor of a building on street level கட்டடத்தின் தெருமட்டத்திலுள்ள தளம்; நிலத்தளம்

first gear *noun* [C] the lowest **gear** on a car, bicycle, etc. சீருந்து, இரு சக்கர வண்டி, முதலியவற்றின் இயந்திர ஆற்றலை இயக்கமாக மாற்றும் விசைக் கட்டுப்பாட்டமைவின் தாழ் விசை நிலையான முதல் நிலை *To move off, **put** the car **into first gear** and slowly release the clutch.*

first generation *noun* [*sing.*] people who have left their country to go and live in a new country வேறொரு நாட்டிற்குச் சென்று வாழ்க்கை நடத்துவதற்காகச் சொந்த நாட்டை விட்டுச் சென்றவர்கள்; குடிபெயர்ந்து வேறு நாடு சென்றவர்கள்; புலம்பெயர்ந்த முதல் தலைமுறை ▶ **first-generation** *adj. first-generation Indians in the UK*

first-hand *adj., adv.* (used about information, experience, a story, etc.) heard, seen or learnt by yourself, not from other people (தகவல், பட்டறிவு, செய்தி முதலியவை வகையில்) மற்றவர்களிடமிருந்து கேட்டறியாது, தன்னாலேயே பார்க்கப்பட்ட, கேட்கப்பட்ட அல்லது அறியப்பட்ட; நேரடியான/நேரடியாக *He gave me a first-hand account of the accident* (= he had seen it.) • *I've experienced the problem first-hand, so I know how you feel.*

first lady *noun* [C, *usually sing.*] **the First Lady** the wife of the President or the leader of a state குடியரசுத் தலைவரின் அல்லது ஒரு மாநில ஆட்சித் தலைவரின் மனைவி; நாட்டின் அல்லது மாநிலத்தின் முதல் பெண்மணி

firstly /ˈfɜːstli/ *adv.* used to introduce the first point in a list ஒரு விவரப் பட்டியலில் உள்ள முதல் கூறை அறிமுகப்படுத்தப் பயன்படுத்தப்படுவது; முதலாவதாக; முதன்முதலாக *They were angry firstly because they had to pay extra, and secondly because no one had told them about it.* ✪ SYN **first**

first name *noun* [C] the first of your names that come before your family name தனது பெயர்களில் குடும்பப் பெயருக்கு முன்னால் வருவது; முதற்பெயர் *'What's Mr Desai's first name?' 'Ramlal, I think.'* ➪ **name[1]** பதிவிலுள்ள குறிப்பைப் பார்க்க.

the first person *noun* [*sing.*] **1** (*grammar*) the set of pronouns and verb forms used by a speaker to refer to himself or herself, or to a group including himself or herself பேசுபவரால் தன்னை அல்லது தான் உள்ளடங்கிய ஒரு குழுவைக் குறிக்கப் பயன்படுத்தப்படும் மாற்றுப்பெயர்கள் மற்றும் வினை வடிவங்களின் தொகுதி; (தன்மை, முன்னிலை, படர்க்கை ஆகிய மூவிடங்களில்) தன்மை *'I am' is the first person singular of the verb 'to be'.* • *'I', 'me', 'we' and 'us' are first-person pronouns.* **2** the style of writing a novel, telling a story, etc. as if it happened to you புதினப் படைப்பு, கதை கூறுதல் முதலியவற்றில் நிகழ்ச்சிகள் தன்னைச் சார்ந்து நிகழ்ந்ததே போல் கூறும்/எழுதும் பாணி; தன்மை நோக்குநிலை *The author writes in the first person.* ➪ **the second person** மற்றும் **the third person** பார்க்க.

first-rate *adj.* excellent; of the best quality மிகச் சிறந்த; முதல்தரமான; உச்ச உயர் வகையான

the First World *noun* [*sing.*] the rich industrial countries of the world உலகின் செல்வ மற்றும் தொழில் வளம் மிக்க நாடுகள்; முதல் உலக நாடுகள் ➪ **the Third World** பார்க்க.

fiscal /ˈfɪskl/ *adj.* connected with government or public money, especially taxes அரசுக்குச் சொந்தமான பணம் அல்லது பொதுப் பணம் தொடர்பான, குறிப்பாக வரிகள் மூலமாகக் கிடைக்கும் பணம் சார்ந்த; நாட்டின் வருமானம் சார்ந்த

fish[1] /fɪʃ/ *noun* (*pl.* **fish** or **fishes**) **1** [C] an animal that lives and breathes in water and swims மீன் *How many fish have you caught?* • *The list of endangered species includes nearly 600 fishes.*

> **NOTE** பன்மையில் **fish** என்னும் சொல்லே மிகுதியாகப் பயன்படுத்தப்படுகிறது. வெவ்வேறான மீனினங்களைக் குறிக்க **fishes** என்ற சொல்லைப் பயன்படுத்தலாம்.

2 [U] fish as food உணவாகக் கொள்ளப்படும் மீன்; மீன் இறைச்சி *We're having fish for dinner.*

fish[2] /fɪʃ/ *verb* [I] **1 fish (for sth)** to try to catch fish மீன் பிடிக்க முயல்; மீன் பிடி *He's fishing for trout.* • *They often **go fishing** at weekends.* **2 fish (around) (in sth) (for sth)** to search for sth in water or in a deep or hidden place நீரில்

அல்லது ஆழமான அல்லது மறைவடக்கமான ஓரிடத்தில் ஒன்றைத் தேடு *She fished (around) for her keys in the bottom of her bag.*

PHR V **fish for sth** to try to get sth you want in an indirect way மறைமுக வழியில் தான் விரும்பிய ஒன்றைப் பெற முயல் *to fish for an invitation*

fish sth out (of sth) to take or pull sth out (of sth) especially after searching for it குறிப்பாகத் தேடுதலுக்குப் பின், ஒன்றை வெளியே எடு அல்லது வெளியே இழு *After the accident they fished the car out of the canal.*

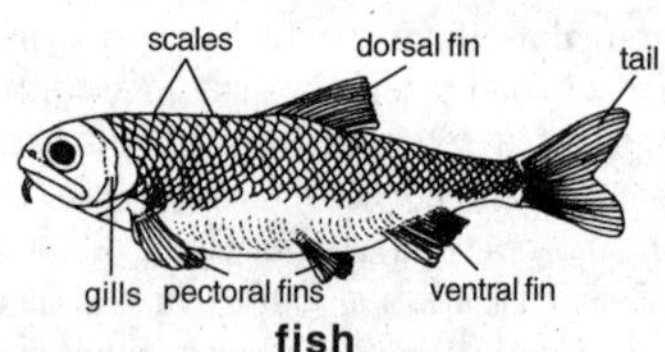

fish

fisherman /ˈfɪʃəmən/ *noun* [C] (*pl.* **-men** /-men/) a person who catches fish either as a job or as a sport தொழில் அல்லது விளையாட்டு முறையில் மீன் பிடிப்பவர்; மீனவர்; வலைஞர் ➪ **angler** பார்க்க.

fishing /ˈfɪʃɪŋ/ *noun* [U] catching fish as a job, sport or hobby தொழில், விளையாட்டு அல்லது விருப்பார்வத்தொழில் முறையில் மீன்பிடித்தல்; மீன்பிடிக்கும் தொழில் *Fishing is a major industry in Iceland.* ➪ **angling** பார்க்க.

fishing rod *noun* [C] a long thin stick with a long thread (**line**) and a hook on it for catching fish மீன் பிடிப்பதற்குப் பயன்படுத்தப்படும், தூண்டில் முள் இணைக்கப்பட்ட நீண்டு மெலிதான கொம்பு; தூண்டிற்கோல்

fishmeal /ˈfɪʃmiːl/ *noun* [U] dried fish made into powder and used as animal food or used by farmers to make plants grow well பொடியாக்கப்பட்டுத் தீவனமாக அல்லது எருவாகப் பயன்படுத்தப்படும் உலர்த்தப்பட்ட மீன்

fishmonger /ˈfɪʃmʌŋɡə(r)/ *noun* (*BrE*) **1** [C] a person whose job is to sell fish தொழில்முறையாக மீன் விற்பவர் **2 the fishmonger's** [*sing.*] a shop that sells fish மீன் கடை; மீன் அங்காடி

fishy /ˈfɪʃi/ *adj.* **1** tasting or smelling like a fish மீன் இறைச்சியின் சுவையுடைய; மீன் வாடை அடிக்கிற *a fishy smell* **2** (*informal*) seeming suspicious or dishonest ஐயத்துக்கிடமானதாக அல்லது நேர்மையற்றதாகக் காணப்படுகிற *The police thought the man's story sounded extremely fishy.*

fission /ˈfɪʃn/ *noun* [U] **1** (*also* **nuclear fission**) (in physics) the action or process of dividing the central part (**nucleus**) of an atom, when a large amount of energy is created (இயற்பியலில்) பேரளவு ஆற்றலை உண்டுபண்ணும் அணுக்கருவைப் பிளக்கும் செயல் அல்லது பிளக்கும் வினைமுறை; அணுக்கருப் பிளப்பு ➪ **fusion** பார்க்க. **2** (in biology) the division of cells into new cells as a method of creating more cells (உயிரியலில்) புதிய உயிரணுக்களை உருவாக்கும் முறையாக உயிரணுக்களைக் கூறுபடுத்துதல் அல்ல்து பிளத்தல்

fissure /ˈfɪʃə(r)/ *noun* [C] (*technical*) a long deep crack in sth, especially in rock or in the earth ஒன்றில், குறிப்பாகப் பாறையில் அல்லது பூமியில், உண்டாகும் நீளமான ஆழ்ந்த பிளவு அல்லது வெடிப்பு

fist /fɪst/ *noun* [C] a hand with the fingers closed together tightly விரல்கள் ஒருசேர இறுக்கமாக மூடப்பட்ட கை; கைமுட்டி *She* ***clenched*** *her* ***fists*** *in anger.*

fit[1] /fɪt/ *verb* (**fitting**; **fitted**) (*AmE pt, pp usually* **fit**) **1** [I, T] to be the right size or shape for sb/sth ஒருவருக்கு/ஒன்றுக்குப் பொருந்திய அளவுடையதாக அல்லது வடிவுடையதாக இரு; சரி அளவுடையதாக அல்லது வடிவுடையதாக ஆக்கு *These jeans fit very well.* • *This key doesn't fit in the lock.* **2** [T] **fit (sb/sth) in/into/on/onto sth** to find or have enough space for sb/sth ஒருவருக்கு/ஒன்றுக்குப் போதுமான இடைவெளியைத் தேடிக்கொடு அல்லது கொண்டிரு; இடம்காண் *Can you fit one more person in the car?* • *I can't fit all these books onto the shelf.* **3** [T] to put or fix sth in the right place சரியான இடத்தில் ஒன்றை வை அல்லது பொருத்து *The builders are fitting new windows today.* **4** [T] to be or make sb/sth right or suitable ஒருவர்/ஒன்று ஏற்புடையதாக அல்லது பொருத்தமானதாக இரு; ஒருவரை/ஒன்றை ஏற்புடையதாக அல்லது பொருத்தமானதாகச் செய்; பொருந்து; பொருத்து *I don't think Kirti's fitted for such a demanding job.* • *That description fits Kartik perfectly.*

PHR V **fit sb/sth in; fit sb/sth in/into sth** to find time to see sb or to do sth ஒருவரைப் பார்க்க அல்லது ஒன்றைச் செய்ய நேரம் கண்டுபிடி *The doctor managed to fit me in this morning.*

fit in (with sb/sth) to be able to live, work, etc. in an easy and natural way (with sb/sth) (ஒருவருடன்/ஒன்றுடன் இணைந்து) சிக்கலற்ற இயல்பான முறையில் உடன் வாழ்தல், பணியாற்றுதல் முதலியவை தன்னால் இயல்வதாகு; உடனொத்துப்போ; இசைவாயிரு *The new girl found it difficult to fit in (with the other children) at school.*

fit[2] /fɪt/ *adj.* (**fitter**; **fittest**) **1 fit (for sth/to do sth)** strong and in good physical health (especially because of exercise) (குறிப்பாக உடற்பயிற்சி காரணமாக) வலிமையும் நல்ல உடல்

நலமும் உடைய; திடகாத்திரமான; நன்னிலையில் உள்ள *Swimming is a good way to **keep fit**. • My dad's almost recovered from his illness, but he's still not fit enough for work. • She goes to keep-fit classes.* ✪ OPP **unfit** 2 **fit (for sb/sth); fit to do sth** good enough; suitable பொருத்தமான; தகுதி வாய்ந்த; இசைவான; ஏற்ற *These houses are not fit (for people) to live in.*

fit³ /fɪt/ *noun* 1 [C] a sudden attack of an illness, in which sb loses consciousness and his/her body may make violent movements உணர்விழப்பையும் கட்டுக்கடங்காத உடல் அசைவுகளையும் உண்டாக்கும் ஒரு திடீர் நோய்த்தாக்கு; வலிப்பு *to have fits* 2 [C] a sudden short period of coughing, laughter, etc. that you cannot control எதிர்பாராது வெளிப்படும் சிறிது நேரக் கட்டுமீறிய இருமல், சிரிப்பு முதலியவை; திடீர் உணர்ச்சிப் பெருக்கு, நகையலை முதலியவை *a fit of laughter/anger* 3 [*sing.*] (*usually after an adjective*) the way in which sth (for example a piece of clothing) fits (ஆடை போன்ற) ஒன்று பொருந்தும் முறை; இசைவுப் பாங்கு *a good/bad/tight/loose fit*

fitness /ˈfɪtnəs/ *noun* [U] 1 the condition of being strong and healthy வலிமையும் உடல்நலமும் பெற்றிருக்கும் நிலை; உடல்தகுதி *Fitness is important in most sports.* 2 **fitness for sth/to do sth** the quality of being suitable தகுதிப்பாடு; பொருத்தம் *The directors were not sure about his fitness for the job.*

fitted /ˈfɪtɪd/ *adj.* made or cut to fit a particular space and fixed there குறிப்பிட்ட இடவெளிக்கு ஏற்ற முறையில் செய்யப்பட்டு அல்லது வெட்டப்பட்டு அவ்விடத்தில் பொருத்தி அமைக்கப்பட்ட; சரியளவாக்கி ஓரிடத்தில் பொருத்தப்பட்ட *a fitted carpet • a fitted kitchen* (= one with fitted cupboards)

fitting¹ /ˈfɪtɪŋ/ *adj.* 1 (*formal*) right; suitable சரியான; ஏற்புடைய; தக்க; பொருத்தமான; தகுதிப்பாடுடைய *It would be fitting for the Olympics to be held in Greece, as that is where they originated.* 2 **-fitting** used in compounds to describe how clothes, etc. fit ஆடைகள் முதலியவை பொருந்தி அமையும் முறையைக் குறிக்க கூட்டுச்சொற்களில் பயன்படுத்தப்படுவது: குறிப்பிட்ட முறையில் பொருந்துகிற *a tight-fitting dress • loose-fitting trousers*

fitting² /ˈfɪtɪŋ/ *noun* [C, *usually pl.*] the things that are fixed in a building or on a piece of furniture but that can be changed or moved if necessary ஒரு கட்டடத்தில் அல்லது ஓர் அறைகலனில் பொருத்தப்படுவனவும், வேண்டும்போது மாற்றிவிட அல்லது இடம்பெயர்க்கத் தக்கவையுமான பொருள்கள்; துணைப்பொருள்கள்; இணை பொருத்து கலன்கள் ➪ **fixture** பார்க்க.

five /faɪv/ *number* 1 5 ஐந்து என்னும் எண் ➪ **fifth** (= 5th) பார்க்க.

NOTE இலக்கங்களை வாக்கியங்களில் அமைக்கும் முறை குறித்த எடுத்துக்காட்டுகளுக்கு **six** பதிவைப் பார்க்க.

2 **five-** (*used in compounds*) having five of the thing mentioned குறிப்பிடப்பட்ட ஒன்றில் ஐந்து உள்ள; ஐந்து உள்ளடங்கிய *a five-day week • a five-hour flight*

fiver /ˈfaɪvə(r)/ *noun* [C] (*BrE informal*) a five-pound note; £5 ஐந்து பவுண்டு பணத்தாள்

fix¹ /fɪks/ *verb* [T] 1 to put sth firmly in place so that it will not move அசையாதபடி ஒன்றை உறுதியாகப் பொருத்து; நிலைநிறுத்து *Can you fix this new handle to the door? •* (*figurative*) *I found it difficult to keep my mind fixed on my work.* 2 to repair sth ஒன்றைச் சரிசெய்; பழுதுபார்; சீர்செய் *The electrician's coming to fix the ceiling fan.* ✪ SYN **repair** 3 **fix sth (up)** to decide or arrange sth ஒன்றை முடிவுசெய்; திட்டம் செய்; ஏற்பாடு செய் *We need to fix the price.* 4 **fix sth (up)** to get sth ready ஒன்றைத் தயார் செய்; ஆயத்தப்படுத்து *They're fixing up their spare room for the new baby.* 5 (*usually passive*) (*informal*) to arrange the result of sth in a way that is not honest or fair நேர்மையற்ற முறையில் அல்லது முறைகேடாக ஒன்றன் முடிவை முன்கூட்டித் திட்டப்படுத்து அல்லது குறிப்பிட்ட முறையில் அமையுமாறு ஏற்பாடு செய் *Fans of the losing team suspected that the match had been fixed.* 6 (*AmE*) **fix sth (for sb)** to prepare sth (especially food or drink) ஒன்றை (குறிப்பாக உணவை அல்லது பானத்தைத்) தயார் செய்; ஆக்கு *Can I fix you a drink/a drink for you?*

PHR V **fix sb up (with sth)** (*informal*) to arrange for sb to have sth ஒருவருக்காக ஒன்றை ஏற்பாடு செய் *I can fix you up with a place to stay.*

fix² /fɪks/ *noun* [C] 1 a solution to a problem, especially one that is easy or temporary ஒரு சிக்கலுக்கான, குறிப்பாக எளிதான அல்லது தற்காலிகமான ஒன்றுக்கான, தீர்வு; சிக்கல் விடுவிப்பு *There's no **quick fix** to this problem.* 2 [*usually sing.*] (*informal*) a difficult situation சிக்கலான சூழ்நிலை; இக்கட்டு நிலை *I was **in a real fix**—I'd locked the car keys inside the car.* 3 [*usually sing.*] (*informal*) a result that is dishonestly arranged நேர்மைக்கேடான வழியில் முன்கூட்டியே குறிப்பிட்ட முறையில் அமையுமாறு ஏற்பாடு செய்யப்பட்ட முடிவு; முறைகேடாக முன்கூட்டி திட்டப்படுத்தப்பட்ட முடிவு

fixation /fɪk'seɪʃn/ *noun* [C] **a fixation (with sth)** an interest in sth that is too strong and not normal ஒன்றின் மேலான தீவிரமான, இயல்பானதல்லாத பற்றார்வம்; வழக்கமீறிய அழுத்தமான உணர்ச்சி ஈடுபாடு

fixed /fɪkst/ *adj.* **1** already decided ஏற்கனவே முடிவுசெய்யப்பட்ட *a fixed date/price/rent* **2** not changing மாறாத; நிலையான; உறுதியான *He has such fixed ideas that you can't discuss anything with him.*

IDM (of) no fixed abode/address (*formal*) (with) no permanent place to live நிரந்தரமான அல்லது நிலையான வாழ்விடம் இல்லாமை/ வாழ்விடம் இல்லாது *The poor man, of no fixed abode, was found guilty of robbery.*

fixture /'fɪkstʃə(r)/ *noun* [C] **1** a sporting event arranged for a particular day குறிப்பிட்ட நாளில் நடைபெறுமாறு ஏற்பாடு செய்யப்பட்ட ஒரு விளையாட்டு நிகழ்ச்சி; திட்டம் செய்யப்பட்ட ஆட்டம் *to arrange/cancel/play a fixture* **2** [*usually pl.*] a piece of furniture or equipment that is fixed in a house or building and sold with it ஒரு வீடு அல்லது கட்டடத்தில் பொருத்தப்பட்டு அல்லது அமைக்கப்பட்டு இருப்பதும் அதனுடன் சேர்த்து விற்கப்படுவதுமான அறைகலன் அல்லது துணைப்பொருள் சாதனம் *Does the price of the house include fixtures and fittings?* ➪ **fitting** பார்க்க.

fizz /fɪz/ *noun* [U] the bubbles in a liquid and the sound they make ஒரு திரவத்திலுள்ள குமிழிகளும் அவை எழுப்பும் ஒலியும்; நுரைத்தெழும் ஒலி *This lemonade's lost its fizz.* ▶ **fizz** *verb* [I]

fizzle /'fɪzl/ *verb*

PHR V fizzle out to end in a weak or disappointing way வலுக்குறைந்த அல்லது ஏமாற்றம் தரும் முறையில் முடிவுறு; பிசுபிசுத்துப்போ. *The game started well but it fizzled out in the second half.*

fizzy /'fɪzi/ *adj.* (used about a drink) containing many small bubbles of gas (குடிபான வகையில்) சிறுசிறு ஆவிக் குமிழிகள் நிறைந்த; நுரைத்தெழுகிற

NOTE (திராட்சை) மது நுரைத்துப் பொங்குதல் வழக்கமாக **sparkling** என்ற சொல்லால் குறிக்கப்படுகிறது; **fizzy** பயன்படுத்தப்படுவதில்லை. ➪ **still** பார்க்க.

fizzy drink (*AmE* **soda**) *noun* [C] a sweet drink without alcohol that contains many small bubbles நுரைத்துப் பொங்கக்கூடிய வெறியக் கலப்பற்ற இன்குடி

fjord /'fjɔ:d/ *noun* [C] a long narrow piece of sea between cliffs, especially in Norway குறிப்பாக நார்வே நாட்டிலுள்ள, செங்குத்துப் பாறைகளுக்கு இடைப்பட்ட நீண்டு ஒடுங்கிய கடற்பகுதி; இடுங்கு விடர்கழி

flabbergasted /'flæbəgɑ:stɪd/ *adj.* (*informal*) extremely surprised and/or shocked அளவு கடந்த வியப்புக்கு மற்றும்/அல்லது அதிர்ச்சிக்கு உட்பட்ட; திகைப்புற்ற; திடுக்கிட்ட

flabby /'flæbi/ *adj.* having too much soft fat instead of muscle தசைக்குப் பதிலாக மிகைப்படியான மென் கொழுப்புப் பொருளைக் கொண்டுள்ள *a flabby stomach*

flaccid /'flæsɪd/ *adj.* **1** (*formal*) soft and weak மென்மையான மற்றும் வலுவற்ற; தளர்வான *flaccid muscles* **2** (*technical*) (used about parts of plants) not containing enough water (தாவர உறுப்புகள் பற்றிக் குறிப்பிடுகையில்) போதுமான நீர்ச்சத்தை உள்ளடக்கியிராத; நீர்ப்பசை குன்றிய

flag[1] /flæg/ *noun* [C] a piece of cloth with a pattern or picture on it, often tied to a pole (**flagpole**) or rope and used as a symbol of a country, club, etc. or as a signal பெரும்பாலும் ஒரு கம்பத்தில் அல்லது முறுக்குக் கயிற்றில் கட்டப்பட்டிருப்பதும், ஒரு நாடு, தனி முறைக் கழகம் முதலியவற்றின் சின்னமாக அல்லது ஓர் அறிகுறியாகப் பயன்படுத்தப்படுவதுமான ஒரு வரையுரு அல்லது படத்தை உடைய துணி; துகிற்கொடி; கொடி

flag[2] /flæg/ *verb* [I] (**flagging**; **flagged**) to become tired or less strong சோர்வுறு, தளர்ச்சியடை

PHR V flag sb/sth down to wave to sb in a car to make him/her stop சீருந்தில் சென்றுகொண்டிருக்கும் ஒருவரை நிற்கச் செய்வதற்காக அவரை நோக்கிக் கையசை; கையசைத்து ஒருவரை நிறுத்து

flagrant /'fleɪgrənt/ *adj.* (*only before a noun*) (used about an action) shocking because it is done in a very obvious way and shows no respect for people, laws, etc. (ஒரு செயல் பற்றிக் குறிப்பிடுகையில்) ஆட்கள், சட்டங்கள் முதலியவற்றை மதிக்காமல் மிகவும் வெளிப்படையாகச் செய்யப்பட்டு அதனால் அதிர்ச்சியூட்டுகிற; படுமோசமான; மூர்க்கத்தனமான; நாணமற்ற

flail /fleɪl/ *verb* [I, T] to wave or move about without control கட்டுப்பாடு/ஒழுங்குமுறை இன்றி அசை; இங்கும் அங்கும் ஆடு; அலையாடு; சுழற்று *The insect's legs were flailing in the air.* • *Don't flail your arms about like that—you might hurt someone.*

flair /fleə(r)/ *noun* **1 (a) flair for sth** [*sing.*] a natural ability to do sth well ஒன்றைத் திருத்தமாகச் செய்வதற்குரிய இயல்பான ஆற்றல்; இயல்பு திறம் *She has a flair for languages.* **2** [U] the quality of being interesting or having style ஆர்வத்தைத் தூண்டும் பண்பு; ஈர்ப்புத் திறன்; புதுப்பாணி; செயற்பாங்கு *That poster is designed with her usual flair.*

flak /flæk/ *noun* [U] (*informal*) criticism விமர்சனம்; கண்டனம் *He'll get some flak for missing that goal.*

flake¹ /fleɪk/ *noun* [C] a small thin piece of sth ஒன்றின் சிறு மெல்லிய பகுதி; இணுக்கு; அடை; சீவல் *snowflakes • flakes of paint*

flake² /fleɪk/ *verb* [I] **flake (off)** to come off in flakes துணுக்குத் துணுக்காக அல்லது அடை-யடையாகப் பிரிந்துவா அல்லது விழு *This paint is very old—it's beginning to flake (off).*

flamboyant /flæmˈbɔɪənt/ *adj.* **1** (used about a person) acting in a loud, confident way that attracts attention பிறர் கவனத்தை ஈர்க்கும் முறையில் முனைப்பாகவும் தன்னம்பிக்கை-யுடனும் நடந்துகொள்கிற; ஆர்ப்பாட்டமான; வீண் ஆரவாரம் மிக்க; வெளிப்பகட்டு மிகுந்த *a flamboyant gesture/style/personality* **2** bright and easily noticed ஒளிர்வுடன் முனைப்-பாகத் தோன்றுகிற; வண்ணப்பகட்டான *flamboyant colours* ▶ **flamboyance** *noun* [U] ▶ **flamboyanty** *adj.*

flame /fleɪm/ *noun* [C, U] an area of bright burning gas that comes from sth that is on fire எரிந்துகொண்டிருக்கும் ஒன்றிலிருந்து வெளிப்-படும் எரி ஆவி; ஒளிமிக்க சுவாலை; தீநாக்கு; சுடரொளி *The house was* ***in flames*** *when the fire engine arrived.* • *The piece of paper* ***burst into flames*** *in the fire* (= suddenly began to burn strongly). ⇨ **light** பதிவில் படம் பார்க்க.

Flame of the forest *noun* [C] a common name used to refer to a tree native to southern Asia. It has brilliant red flowers தெற்கு ஆசியாவிற்குரிய, ஒளிர் சிவப்பு நிற மலர்களைக் கொண்ட, ஒரு வகை மரத்தின் பொதுப் பெயர்

flaming /ˈfleɪmɪŋ/ *adj.* (*only before a noun*) **1** (used about anger, an argument, etc.) violent (சினம், வாதம் முதலியவை வகையில்) கட்டுமீறிய; மூர்க்கமான; ஆவேசமான *We had a flaming argument over the bills.* **2** burning brightly பிரகாசமாக எரிகிற; கொழுந்துவிட்டு எரிகிற; சுடரொளி வீசுகிற **3** (*slang*) used as a mild swear word கடுமையானதல்லாத வசைக்-குறிப்புச் சொல் *I can't get in—I've lost the flaming key.* **4** (used about colours, especially red) very bright (நிறங்கள் வகையில், குறிப்பாக சிவப்பு நிறம் பற்றிக் குறிப்பிடுகையில்) மிகவும் பிரகாசமான; ஒளிர்வு மிக்க; வண்ணப் பகட்டான *flaming red hair • a flaming sunset*

flamingo /fləˈmɪŋgəʊ/ *noun* [C] (*pl.* **flamingoes** or **flamingos**) a large pink and red bird that has long legs and stands in water நீண்ட கால்களை-யுடையதும் நீரில் நிற்பதுமான பெரிய, இளஞ்-சிவப்பும் செந்நிறமும் உடைய பறவை; பூ நாரை

flammable /ˈflæməbl/ *adj.* able to burn easily எளிதில் தீப்பற்றிக்கொள்ளக் கூடிய ✪ SYN **inflammable** ✪ OPP **non-flammable**

flan /flæn/ *noun* [C, U] a round open pie that is filled with fruit, cheese, vegetables, etc. பழம், பாலடைக்கட்டி, காய்கறிகள், முதலியவற்றின் பூரணம் உள்ளிடப்பட்ட உருண்டையான மேலீடற்ற சினையப்ப (கேக்) வகை

flank¹ /flæŋk/ *noun* [C] **1** the side of an animal's body விலங்கு உடலின் பக்கப் பகுதி **2** the parts of an army at the sides in a battle போர்க்-களத்தில் பக்க அணிகளாக உள்ள படைப் பகுதிகள்; படையின் புடையணிகள்

flank² /flæŋk/ *verb* [T] (*usually passive*) to be placed at the side or sides of பக்கவாட்டில் அல்லது பக்கங்களில் இடம்பெற்றிரு அல்லது அமைந்திரு *The road was flanked by trees.*

flannel /ˈflænl/ *noun* **1** [U] a type of soft woollen cloth மென்மையான கம்பளித் துணி வகை **2** = **face cloth**

flap¹ /flæp/ *noun* [C] a piece of material, paper, etc. that is fixed to sth at one side only, often covering an opening பெரும்பாலும் ஒரு திறப்பை மூடுவதாக அமையும், ஒன்றின் ஒரு பக்கத்தில் மட்டும் பொருத்தப்படும் பொருள், தாள் முதலிய-வற்றின் துண்டுப்பகுதி; ஒருபுற அடைப்பிதழ்; தடுக்கிதழ் *the flap of an envelope*

IDM **be in/get into a flap** (*informal*) to be in/get into a state of worry or excitement கவலையுறு அல்லது மனக்கிளர்ச்சியடை

flap² /flæp/ *verb* (**flapping**; **flapped**) **1** [I, T] to move (sth) up and down or from side to side, especially in the wind குறிப்பாகக் காற்றில் மேலும் கீழுமாக அல்லது பக்கத்துக்குப் பக்கம் அசைவுறு; படபட என்று அடித்துக்கொள் *The sails were flapping in the wind.* • *The bird flapped its wings and flew away.* **2** [I] (*informal*) to become worried or excited கவலைக்கு அல்லது பரபரப்புக்கு உள்ளாகு; சஞ்சலம் கொள் *Stop flapping—it's all organized!*

flare¹ /fleə(r)/ *verb* [I] to burn for a short time with a sudden bright flame திடீர் சுடரொளியுடன் சிறிது நேரம் எரி; கூரொளி வீசு

PHR V **flare up 1** (used about a fire) to suddenly burn more strongly (நெருப்பு வகையில்) திடீ-ரெனக் கடும் முனைப்புடன் எரி; கொழுந்து-விட்டெரி **2** (used about violence, anger, etc.) to start suddenly or to become suddenly worse (வன்செயல், சினம் முதலியவை பற்றிக் குறிப்-பிடுகையில்) திடீரெனத் தொடங்கு; திடீரென மோசமாகு

flare² /fleə(r)/ *noun* **1** [*sing.*] a sudden bright light or flame திடீரெனத் தோன்றும் பிரகாசமான ஒளி அல்லது தீச்சுடர்; திடீர் ஒளிர்வு அல்லது

அழல்வீச்சு; பட்டொளி **2** [C] a thing that produces a bright light or flame, used especially as a signal குறிப்பாக அறிவிப்புச் சமிக்ஞையாகப் பயன்படுத்தப்படும், சுடரொளி அல்லது பிரகாசமான ஒளி உண்டாகும் ஒரு பொருள்; அடையாள ஒளிவீச்சு

flared /fleəd/ *adj.* (used about trousers and skirts) becoming wider towards the bottom (காற்சட்டை மற்றும் பாவாடை வகையில்) கீழ்ச் செல்லச் செல்ல அகல்விரிவாகிற

flash¹ /flæʃ/ *verb* **1** [I, T] to produce or make sth produce a sudden bright light for a short time திடீரெனச் சிறிது நேரத்திற்குச் சுடரிட்டு ஒளிவீசு அல்லது ஒளிவீசச் செய்; பளிச்சிடு; மின்னி மறை *The neon sign above the door flashed on and off all night.* • *That lorry driver's flashing his lights at us* (= in order to tell us sth). **2** [I] to move very fast மிக விரைவாகச் செல்; பாய்ந்து செல் *Thoughts kept flashing through my mind and I couldn't sleep.* **3** [T] to show sth quickly கணநேர அல்லது உடனடிச் செயலாக ஒன்றைக் காட்டு *The detective flashed his card and went straight in.* **4** [T] to send sth by radio, television, etc. வானொலி, தொலைக்காட்சி, முதலியவை மூலமாக ஒன்றை அனுப்பு *The news of the disaster was flashed across the world.*

PHR V **flash back** (used about a person's thoughts) to return suddenly to a time in the past (ஒருவருடைய எண்ணங்கள் பற்றிக் குறிப்பிடுகையில்) திடீரெனக் கடந்த காலத்தின் ஒரு காலப்பகுதிக்கு மீண்டும் செல் *Something he said made my mind flash back to my childhood.*

flash² /flæʃ/ *noun* **1** [C] a sudden bright light that comes and goes quickly திடீரெனத் தோன்றி விட்டுவிட்டு ஒளிரும் பிரகாசமான ஒளி; வெட்டொளி; தெறிப்பொளி *a flash of lightning* **2** [C] **a flash (of sth)** a sudden strong feeling or idea திடீரெனத் தோன்றும் அழுத்தமான உணர்வு அல்லது கருத்து; திடீருணர்ச்சி *a flash of inspiration* • *The idea came to me in a flash.* **3** [C, U] a bright light that you use with a camera for taking photographs when it is dark; the device for producing this light இருளில் நிழற்படம் எடுக்க நிழற்படக்கருவியுடன் பயன்படுத்தப்படும் கூரொளி விளக்கு

IDM **in/like a flash** very quickly மிக விரைவாக

(as) quick as a flash ➪ **quick¹** பார்க்க.

flashback /ˈflæʃbæk/ *noun* [C, U] a part of a film, play, etc. that shows sth that happened before the main story மையக்கதைக்கு முன்னர் நிகழ்ந்த ஒன்றைக் காட்டும் திரைப்படம், நாடகம் முதலியவற்றின் பகுதி; பின்னிகழ்ச்சிப் பகுதி; மீள்காட்சி

flash flood *noun* [C] a sudden flood of water caused by heavy rain பெரு மழை காரணமாக உண்டாகும் திடீர் வெள்ளம்

flashlight /ˈflæʃlaɪt/ (*AmE*) = **torch¹**

flashy /ˈflæʃi/ *adj.* (**flashier**; **flashiest**) attracting attention by being very big, bright and expensive மிகப் பெரிதாகவும் பளபளப்பாகவும் விலையுயர்ந்ததாகவும் இருப்பதால், கவனத்தை ஈர்க்கிற; பகட்டு வண்ணத் தோற்றமுடைய; ஆடம்பரமான *a flashy sports car*

flask /flɑːsk/ *noun* [C] **1** (*also* **Thermos™**) (*BrE*) a type of container for keeping a liquid hot or cold வெப்பநிலையில் அல்லது குளிர்ந்த நிலையில் ஒரு திரவத்தை வைத்திருக்கப் பயன்படுத்தப்படும் கொள்கலன் வகை; தட்பவெப்பநிலைகாப்புக் குடுவை **2** a bottle with a narrow neck that is used for storing and mixing chemicals in scientific work அறிவியல் செயல்முறைகளில் வேதியியற் பொருள்களை இருப்பு வைப்பதற்கும் கலப்பதற்கும் பயன்படுத்தப்படும் குறுகலான கழுத்தையுடைய புட்டி வகை ➪ **laboratory** பதிவில் படம் பார்க்க.

flat¹ /flæt/ *adj., adv.* (**flatter; flattest**) **1** smooth and level, with no parts that are higher than the rest மேடுபள்ளமற்றுச் சமதளமான/சமதளமாக; ஒரே மட்டமான/ஒரே மட்டமாக *a flat roof* • *He **fell flat on his face** in the mud.* **2** not high or deep உயர்ந்தோ ஆழமாகவோ இல்லாத; தட்டையான/தட்டையாக *You need flat shoes for walking.* • *a flat dish* **3** without much interest or energy பற்றார்வம் அற்ற/அற்று; ஊக்கம் குன்றிய/குன்றி *Things have been a bit flat since Ashok left.* **4** (*only before a noun*) (used about sth that you say or decide) that will not change; firm (ஒருவர் கூறும் அல்லது முடிவுசெய்யும் ஒன்று பற்றிக் குறிப்பிடுகையில்) மாறாத; நிலையான; மாறாது; நிலையாக; உறுதியான; உறுதியாக *He answered our request with a flat No!* **5** (in music) half a note lower than the stated note (இசை வகையில்) குறிப்பிடப்பட்ட சுரத்தை/தனிக்குரலிசையை விட அரையளவு சுரம் தாழ்ந்த/தாழ்ந்து ➪ **sharp** பார்க்க. **6** (used about a drink) not fresh because it has lost its bubbles (பானம் வகையில்) நுரைத்துப் பொங்கும் தன்மையை இழந்து விட்டதால், புதுமலர்ச்சியற்ற/புதுமலர்ச்சியற்று *Open a new bottle. That lemonade has **gone flat**.* **7** (*BrE*) (used about a battery) no longer producing electricity; not working (ஒரு மின்கலம் பற்றிக் கூறுகையில்) மின் உற்பத்தி நின்றுவிட்ட/நின்றுவிட்டு; ஆக்கத்திறன் இழந்த/இழந்து *We couldn't start the car because the battery was completely flat.* **8** (used about a tyre) without enough air in it (டயர் வகையில்) போதுமான

அளவு காற்று இல்லாத/இல்லாது *This tyre looks flat—has it got a puncture?* **9** (used about the cost of sth) that is the same for everyone; that is fixed (ஒன்றின் விலை வகையில்) ஒரே மாதிரியான/மாதிரியாக; அறுதி செய்யப்பட்டு-விட்ட/அறுதி செய்யப்பட்டு *We charge a flat fee of Rs 200, however long you stay.* **10** (used for emphasizing how quickly sth is done) in exactly the time mentioned and no longer (ஒரு செயல் விரைந்து முடிக்கப்பட்ட பாங்கினை அழுத்தமாகக் கூறப் பயன்படுத்தப்படுவது) சரிநுட்பமாகக் குறிப்பிடப்பட்ட நேரத்திலேயே *She can get up and out of the house in ten minutes flat.*

IDM **fall flat** (used about a joke, a story, an event, etc.) to fail to produce the effect that you wanted (விகடத் துணுக்கு, கதை, நிகழ்ச்சி முதலியன வகையில்) விரும்பிய தாக்கத்தை உண்டாக்கத் தவறு

flat out as fast as possible; without stopping இயன்ற அளவு விரைவாக; இடை நிறுத்தம் இன்றி *He's been working flat out for two weeks and he needs a break.*

flat² /flæt/ *noun* **1** [C] (*AmE* **apartment**) a set of rooms that is used as a home (usually in a large building) (வழக்கமாகப் பெரிய கட்டடம் ஒன்றில் உள்ள) குடியிருப்பு மனையாகப் பயன்படுத்தப்படும் அறைத்தொகுதி; அறைக்-கட்டு *Do you rent your flat or have you bought it?*

> **NOTE** அறைக்கட்டைக் குறிக்க அமெரிக்க வழக்கில் இயல்பாகப் பயன்படுத்தப்படும் சொல் **apartment** என்பதாகும். பிரிட்டன் வழக்கில், இச்சொல் விடுமுறை இன்ப உலாவிற்காக வாடகைக்கு எடுக்கும் அறைக்கட்டைக் குறிக்கும—*We're renting an apartment in Chennai.*
>
> மனை உரிமையாளர் **landlord** அல்லது (பெண்ணாக இருந்தால்) **landlady** எனப்-படுவார். **Tenant** என்னும் சொல் குடியிருப்-பவரைக் குறிக்கும். அவர் செலுத்தும் வாடகை **rent** எனப்படும். அறைக்கட்டு **furnished** ஆகவோ (வீட்டுவசதி துணைப் பொருள்கள் அமைக்கப்பட்டோ) அமைக்கப்-படாமலோ (**unfurnished**) இருக்கும். பல அறைக்கட்டுகளை உள்ளடக்கிய உயர-மான தற்காலத்திய கட்டடம் **block of flats** எனப்படும். அறைக்கட்டில் ஒருவருடன் சேர்ந்து வசிப்பவர் **flatmate** எனப்படுவார்.

2 [C] (in music) a note which is half a note lower than the note with the same letter (இசை வகையில்) குறிப்பிடப்பட்ட, ஒரே எழுத்தைக் குறியீடாகக் கொண்ட, சுரத்தை/தனிக்குரலி-சையை விட அரையளவு தாழ்ந்து ஒலிக்கும் சுரம் ⇨ **sharp** பார்க்க. **3** [*sing.*] **the flat (of sth)** the flat part or side of sth ஒன்றின் தட்டையான பகுதி அல்லது பக்கம் *the flat of your hand* **4** [C] a tyre on a vehicle that has no air in it ஓர் ஊர்தியின் காற்றில்லாத டயர்

flatfish /ˈflætfɪʃ/ *noun* [C] (*pl.* **flatfish**) any sea fish with a flat body தட்டையான உடலமைப்-புடைய கடல்மீன்; தட்டைக் கடல்மீன் *Plaice and turbot are flatfish.*

flatly /ˈflætli/ *adv.* **1** in a direct way; absolutely நேர்முகமாக; நேரடியாக; முழுமையாக; முற்றிலுமாக *He flatly denied the allegations.* **2** in a way that shows no interest or emotion பற்றார்வமோ உணர்ச்சியோ வெளித்தோன்றாத முறையில்; அக்கறையின்றி

flatten /ˈflætn/ *verb* [I, T] **flatten (sth) (out)** to become or make sth flat (ஒன்று) தட்டையாகு; ஒன்றைத் தட்டையாக்கு *The countryside flattens out as you get nearer the sea.*

flatter /ˈflætə(r)/ *verb* [T] **1** to say nice things to sb, often in a way that is not sincere, because you want to please him/her or because you want to get an advantage for yourself ஒருவரை மகிழ்விக்கும் எண்ணத்துடன் அல்லது தனக்கு ஓர் ஆதாயத்தைப் பெற விரும்பி, பெரும்பாலும் மனமார்ந்த முறையில் அல்லாது, அவரிடம் இனிமையான சொற்களைக் கூறு; முகப்-புகழ்ச்சி செய்; பொய்யாகப் பாராட்டு **2 flatter yourself (that)** to choose to believe sth good about yourself although other people may not think the same மற்றவர்கள் அவ்வாறு நினைக்காவிடினும், தன்னிடம் நற்பண்புகள் உள்ளதாக நம்பு; நலமான ஒன்று தன்னிடம் இருப்பதாகக் கருது; தற்பெருமை உணர்ச்சிக்கு இடங்கொடு *He flatters himself that he speaks fluent French.* **3** (*usually passive*) to give pleasure or honour to sb ஒருவரை மகிழச்செய்; பெருமைப்படுத்து *I felt very flattered when they gave me the job.*

flattering /ˈflætərɪŋ/ *adj.* making sb look or sound more attractive or important than he/she really is ஒருவர் உண்மையில் உள்ளதைவிடக் கவர்ச்சியானவராக அல்லது முக்கியத்துவம் உடையவராகத் தோன்றுமாறு அல்லது அத்தகைய எண்ணம் உண்டாகுமாறு செய்கிற; தகாப்பாராட்டான; மட்டுமீறிய புகழ்ச்சியான

flattery /ˈflætəri/ *noun* [U] saying good things about sb/sth that you do not really mean ஒருவர்/ஒன்றைக் குறித்து மனமார்ந்த முறையில் அல்லாது இனியவை கூறல்; முகப் புகழ்ச்சி; போலிப் பாராட்டு

flaunt /flɔːnt/ *verb* [T] to show sth that you are proud of so that other people will admire it பிறர் பாராட்டைப் பெற விரும்பித் தான் பெருமை கொள்ளும் ஒன்றை அவர்கள் முன் காட்டி-நில்; ஒன்றைப் பிறர் முன் வீறாப்பாக/வீம்பாகக் காட்சிப்படுத்து

flautist /ˈflɔːtɪst/ (*AmE* **flutist**) *noun* [C] a person who plays a musical instrument that you blow into (**a flute**) புல்லாங்குழல் வாசிப்பவர்

flavour[1] (*AmE* **flavor**) /ˈfleɪvə(r)/ *noun* [C, U] **1** the taste (of food) (உணவின்) சுவை; *Do you think a little salt would improve the flavour?* • *ten different flavours of yoghurt* • *yoghurt in ten different flavours* **2** [*sing.*] an idea of the particular quality or character of sth ஒன்றின் குறிப்பிட்ட இயல்பு அல்லது பண்பு குறித்த எண்ணம் அல்லது கருத்துரு *This video will give you a flavour of what the city is like.*

flavour[2] (*AmE* **flavor**) /ˈfleɪvə(r)/ *verb* [T] to give flavour to sth ஒன்றுக்கு நறுமணச் சுவையூட்டு *Add a little nutmeg to flavour the sauce.* • *strawberry-flavoured milkshake*

flavouring (*AmE* **flavoring**) /ˈfleɪvərɪŋ/ *noun* [C, U] something that you add to food or drink to give it a particular taste உணவுக்கு அல்லது பானத்திற்குக் குறிப்பிட்ட சுவையூட்டும் பொருட்டு அதில் சேர்க்கப்படும் பொருள்; நறுஞ்சுவைப் பொருள் *no artificial flavourings*

flaw /flɔː/ *noun* [C] **1 a flaw (in sth)** a mistake in sth that makes it not good enough, or means that it does not function as it should ஒன்றின் நிறைவை அல்லது செயல்பாட்டைக் கெடுக்கும் குறைபாடு; பழுது *There are some flaws in her argument.* **2** a mark or crack in an object that means that it is not perfect ஒன்றின் சரிநுட்பத்தை அல்லது சீரமைவைக் குறைபடச் செய்யும் கறை அல்லது பிளவு; வடு; வெடிப்பு **3 a flaw (in sb/sth)** a bad quality in sb's character ஒருவருடைய பண்பியலில் காணப்படும் குறைபாடு; குணக்கேடு; குற்றம் ▶ **flawed** *adj. I think your plan is flawed.*

flawless /ˈflɔːləs/ *adj.* perfect; with no faults or mistakes முழுநிறைவான; குறைபாடற்ற; மாசற்ற; தவறில்லாத *a flawless diamond*

flax /flæks/ *noun* [U] **1** a plant with blue flowers that is cultivated for its seed (**linseed**) and for textile fibre made from its stalks ஆளிவிதை எண்ணெய் எடுக்கப் பயன்படும் விதைகளுக்காகவும் சணல் நூல் தயாரிக்கப் பயன்படும் தண்டுகளுக்காகவும் வளர்க்கப்படும் நீல நிறப் பூக்களுடைய தாவர வகை; ஆளிவிதைச் செடி **2** the thread made from the stalks of the flax plant, used to make linen நார்மடி செய்யப் பயன்படுத்தப்படும் ஆளிவிதைச் செடியின் தண்டிலிருந்து பெறப்படும் நூல்

flea /fliː/ *noun* [C] a very small jumping insect without wings that lives on animals, for example cats and dogs. Fleas bite people and animals and make them scratch மனிதர்களையும் விலங்குகளையும் கடித்து நமைச்சல் உண்டாக்குவதும், பூனை, நாய் முதலியவற்றைச் சார்ந்து உயிர்வாழ்வதுமான இறக்கைகளற்ற, குதித்தோடும் இயல்புள்ள சிறு பூச்சி வகை; தெள்ளுப்பூச்சி; உண்ணி ➪ **insect** பதிவில் படம் பார்க்க.

flea market *noun* [C] a market, often in a street, that sells old and used goods பழைய மற்றும் பயன்படுத்தப்பட்ட பொருள்கள் விற்பனை செய்யப்படும், பெரும்பாலும் தெருவோரத்தில் உள்ள சந்தை; பழைய பொருள்கள் அங்காடி

fleck /flek/ *noun* [C, *usually pl.*] a very small mark on sth; a very small piece of sth ஒன்றின் மீது காணப்படும் மிகவும் சிறிதான குறி; வடு; புள்ளி; சிறு கறை *After painting the ceiling, her hair was covered with flecks of blue paint.*

fledgling (*BrE* **fledgeling**) /ˈfledʒlɪŋ/ *noun* [C] **1** a young bird that has just learnt to fly இப்போதுதான் பறக்கக் கற்றுக்கொண்ட பறவைக் குஞ்சு **2** (*usually before another noun*) a person, organization or system that is new and without experience புதிதான மற்றும் அனுபவமற்ற ஆள், நிறுவனம் அல்லது அமைப்பு முறை; முதிர்ச்சியுறாத நிலையிலுள்ள ஒருவர் அல்லது ஒன்று *fledgling democracies*

flee /fliː/ *verb* [I, T] (*pt, pp* **fled** /fled/) **flee(to.../into...)**; **flee (from) sb/sth** to run away or escape from sth (அச்சத்தின் அல்லது ஆபத்து நேரும் வாய்ப்பின் காரணமாக) ஒருவரிடமிருந்து/ஒன்றிடமிருந்து ஓடிப்போ; தப்பியோடு *The robbers fled the country with Rs 100,000.*

fleece /fliːs/ *noun* [C] **1** the wool coat of a sheep செம்மறி ஆட்டு மயிர்; கம்பளி மயிர் ➪ **sheep** பதிவில் படம் பார்க்க. **2** a piece of clothing like a jacket, made of warm artificial material வெதுவெதுப்பான செயற்கைத் துணியால் செய்யப்பட்ட புறச்சட்டை போன்ற ஆடை

fleet /fliːt/ *noun* [C, *with sing. or pl. verb*] **1** a group of ships or boats that sail together ஒருசேரப் பயணம் செய்யும் கப்பல்கள் அல்லது படகுகளின் தொகுதி *a fishing fleet* **2 a fleet (of sth)** a group of vehicles (especially taxis, buses or aircraft) that are travelling together or owned by one person இணைந்து செல்லும் அல்லது ஒரு நபருக்குச் சொந்தமான ஊர்திகளின் (குறிப்பாக வாடகைச் சீருந்துகள், பேருந்துகள் அல்லது விமானங்களின்) தொகுதி

flesh /fleʃ/ *noun* [U] **1** the soft part of a human or animal body (between the bones and under the skin) மனித அல்லது விலங்கு உடலின் (எலும்புகளுக்கு இடையிலும் தோலின் உட்புறத்திலும் உள்ள) மென்மையான பகுதி; உடலின் ஊன்தொகுதி; தசை **NOTE** நாம் உண்ணும் விலங்கின் தசை **meat** என்றழைக்கப்படுகிறது.

2 the part of a fruit or vegetable that is soft and can be eaten மென்மையானதும் உண்ணக்கூடியதுமான கனி அல்லது கறிகாய்களின் பகுதி; சதைப்பற்று; சுளைப்பகுதி

IDM **your (own) flesh and blood** a member of your family ஒருவரின் குடும்ப உறுப்பினர்

in the flesh in person, not on television, in a photograph, etc. தொலைக்காட்சி, நிழற்படம் முதலியவற்றில் அல்லாது, நேரில்; நேராக

make your flesh creep to make you feel disgusted and/or nervous அருவருப்பு மற்றும்/ அல்லது அச்சவுணர்வுக்கு உட்படுத்தப்படு *The way he smiled made her flesh creep.*

flew ⇨ **fly**[1] என்பதன் இறந்தகால வடிவம்

flex[1] /fleks/ (*AmE* **cord**) *noun* [C, U] (a piece of) wire inside a plastic tube, used for carrying electricity to electrical equipment மின்சாதனத்திற்கு மின்சாரம் கொண்டுசெல்லப் பயன்படுத்தப்படும், பிளாஸ்டிக் குழலினுள் உள்ள கம்பி; பிளாஸ்டிக் காப்பிட்ட மின்கம்பி

NOTE இக்கம்பியின் முனையில் உள்ள **plug** (அடைப்புக்குமிழ்) **socket**-இல் (குழிப்பொருத்தில்) அல்லது **power point**-இல் (மின்தாங்கி முனையில்) பொருத்தப்படுகிறது.

flex[2] /fleks/ *verb* [T] to bend or move a leg, arm, muscle, etc. in order to exercise it கால், கை, தசை முதலியவற்றை உடற் பயிற்சியின் போது வளை அல்லது இயக்கு

flexible /ˈfleksəbl/ *adj.* **1** able to bend or move easily without breaking உடைபடாமல்/ முறிவுறாமல் எளிதாக வளைக்க அல்லது இயக்க முடிகிற; நெகிழ்வான **2** that can be changed easily எளிதில் மாற்றப்படத்தக்க *flexible working hours* ✪ **OPP** **inflexible** ▶ **flexibility** /ˌfleksəˈbɪləti/ *noun* [U]

flexitime /ˈfleksitaɪm/ (*AmE* **flextime** /ˈfleks-taɪm/) *noun* [U] a system in which employees work a particular number of hours each week or month but can choose when they start and finish work each day ஒவ்வொரு நாளும் வேலை நேரத்தைத் தாங்களே முடிவுசெய்துகொண்டு, ஒவ்வொரு வாரமும் அல்லது மாதமும் குறிப்பிட்ட மணி நேர அளவுக்குப் பணியாளர்கள் வேலை செய்யும் முறை; விழைவு/நெகிழ்வுப் பணிநேர முறை *She works flexitime.*

flick /flɪk/ *verb* **1** [T] **flick sth (away, off, onto, etc.)** to hit sth lightly and quickly with your finger or hand in order to move it ஒன்றை இடம் விட்டகலச் செய்ய வேண்டி அதனை விரலால் அல்லது கையால் இலேசாகவும் விரைவியக்கத்துடனும் அடி; தட்டு; உதறு *She flicked the dust off her jacket.* • *Please don't flick ash on the carpet.* **2** [I, T] **flick (sth) (away, off, out, etc.)** to move, or to make sth move, with a quick sudden movement திடீர் விரைவியக்கமாக நகர் அல்லது இடம் பெயர்; திடீர் விரைவியக்கத்துடன் ஒன்றை நகர்த்து *She flicked the switch and the light came on.* ▶ **flick** *noun* [C]

PHR V **flick/flip through sth** to turn over the pages of a book, magazine, etc. quickly without reading everything ஒரு புத்தகம், பருவ இதழ் முதலியவற்றின் பக்கங்களை முழுதும் படிக்காமல் விரைவாகத் திருப்பு அல்லது புரட்டு

flicker[1] /ˈflɪkə(r)/ *verb* [I] **1** (used about a light or a flame) to keep going on and off as it burns or shines (விளக்கு அல்லது சுடர் பற்றிக் குறிப்பிடும்போது) விட்டுவிட்டு எரி அல்லது ஒளிவீசு; மினுக்கு மினுக்கென ஒளிர் *The candle flickered and went out.* **2** (used about a feeling, thought, etc.) to appear for a short time (ஓர் உணர்ச்சி, எண்ணம் முதலியவை வகையில்) சிறிது நேரமே காணப்படு; தோன்றி மறைவுறு *A smile flickered across her face.* **3** to move lightly and quickly up and down இலேசாகவும் விரைவியக்கத்துடனும் மேலும் கீழும் அசைவுறு; இலேசாகத் துடி; இமை *His eyelids flickered for a second and then he lay still.*

flicker[2] /ˈflɪkə(r)/ *noun* [C, *usually sing.*] **1** a light that shines on and off quickly விட்டுவிட்டு ஒளிரும் ஒளி **2** a small, sudden movement of part of the body உடலுறுப்பு ஒன்றின் சிறு திடீர் அசைவு/நடுக்கம்; சிலிர்ப்பு **3** a feeling of sth that only lasts for a short time சிறிது நேரமே நீடித்திருக்கும் ஒன்று குறித்த உணர்வு; கண நேர உணர்வு *a flicker of hope/interest/ doubt*

flier = **flyer**

flies ⇨ **fly** பார்க்க.

flight /flaɪt/ *noun* **1** [C] a journey by air விமானப் பயணம் *to book a flight* • *a direct/scheduled/ charter flight* • *They met* ***on a flight*** *to Australia.* • *a manned space flight to Mars* **2** [C] an aircraft that takes you on a particular journey குறிப்பிட்ட பயணத்திற்கான விமானம் *Flight number IC575 from Chennai to Goa is boarding now* (= is ready for passengers to get on it). **3** [U] the action of flying பறத்தல்; வானிற் செல்லுதல் *It's unusual to see swans* ***in flight*** (= when they are flying). **4** [C] a number of stairs or steps going up or down மேற்செல்லும் அல்லது கீழிறங்கும் படிக்கட்டுத் தொகுதி *a flight of stairs* **5** [C, U] the action of running away or escaping from a dangerous or difficult situation ஆபத்தான அல்லது தொல்லை தருகிற சூழ்நிலையிலிருந்து ஓடிப்போதல் அல்லது தப்பிச் செல்லல் *the refugees' flight from the war zone*

flight attendant *noun* [C] a person whose job is to serve and take care of passengers on an aircraft விமானத்திலுள்ள பயணிகளுக்குச் சேவை வழங்கி அவர்களைக் கவனித்துக்கொள்ளும் பணியாளர்; விமானப் பயணர் சேவைப் பணியாளர் ✪ SYN **air hostess, steward, stewardess**

flight deck *noun* [C] **1** an area at the front of a large plane where the pilot sits to use the controls and fly the plane பெரிய விமானம் ஒன்றில் விமானம் ஓட்டியின் இருக்கையும் கட்டுப்பாட்டுப் பொறியமைப்புகளும் உள்ள விமான முன்புறப் பகுதி; வலவன் இருக்கைப் பகுதி ⇨ **plane** பதிவில் படம் பார்க்க. **2** a long flat surface on top of an **aircraft carrier** where they take off and land விமானந்தாங்கிக் கப்பலில் விமானம் மேலெழவும் கீழிறங்கவும் பயன்படுத்தப்படும் கப்பலின் நீண்ட தட்டையான மேல்தளம்; விமானந்தாங்கிக் கப்பலின் விமானத்தளம்

flightless /ˈflaɪtləs/ *adj.* (used about birds and insects) not able to fly (பறவைகள் மற்றும் பூச்சிகள் வகையில்) பறக்கும் ஆற்றல் அற்ற; பறக்க முடியாத

flight path *noun* [C] the route taken by an aircraft through the air வான்வெளியில் விமானம் செல்லும் பாதை; விமானத்தின் வான்தடம்

flimsy /ˈflɪmzi/ *adj.* **1** not strong; easily broken or torn வலுவில்லாத; உறுதியற்ற; எளிதில் உடைகிற அல்லது கிழிகிற *a flimsy bookcase • a flimsy blouse* **2** weak; not making you believe that sth is true வலுவற்ற; நிலைநிறுத்தப்பட முடியாத; ஐயுறவான *He gave a **flimsy excuse** for his absence.*

flinch /flɪntʃ/ *verb* [I] **1 flinch (at sth); flinch (away)** to make a sudden movement backwards because of sth painful or frightening கலக்கம் அல்லது அச்சம் உண்டாக்கும் ஒன்றன் காரணமாகத் திடீரெனப் பின்வாங்கு; அஞ்சி அல்லது துணுக்குற்றுப் பின்னுக்குச் செல் **2 flinch from sth/doing sth** to avoid doing sth because it is unpleasant மனம் ஒவ்வாத ஒன்றைச் செய்வதைத் தவிர்; இன்னாத அல்லது நலமற்ற ஒன்றைச் செய்வதிலிருந்து ஒதுங்கிக்கொள் *She didn't flinch from telling him the whole truth.*

fling[1] /flɪŋ/ *verb* [T] (*pt, pp* **flung** /flʌŋ/) to throw sb/sth suddenly and carelessly or with great force திடீரென்று அசட்டையாக அல்லது வலுவுடன் ஒருவரை/ஒன்றை வீசு அல்லது எறி; வீசியெறி *He flung his coat on the floor.*

fling[2] /flɪŋ/ *noun* [C, *usually sing.*] a short period of fun and pleasure குறுகிய கால இன்பப் பொழுதுபோக்கு; நகையாட்டமும் களிப்பும்

flint /flɪnt/ *noun* **1** [U] very hard grey stone that produces small flames (**sparks**) when you hit it against steel எ.்.கின் மீது பலமாகப் படச்செய்யும்போது தீப்பொறி உண்டாக்கும் உறுதி மிக்க சாம்பல் நிறக் கல் வகை; சிக்கிமுக்கிக் கல் **2** [C] a small piece of flint or metal that is used to produce sparks (for example in a cigarette lighter) (மென்சுருட்டைப் பற்றவைக்கும் சாதனம் போன்ற) தீப்பொறி உண்டாக்கப் பயன்படுத்தப்படும் சிக்கிமுக்கிக் கல் அல்லது உலோகத் துண்டு

flip /flɪp/ *verb* (**flipping**; **flipped**) **1** [I, T] to turn (sth) over with a quick movement ஒன்றை விரைவாகப் புரட்டு அல்லது திருப்பு *She flipped the book open and started to read.* **2** [T] to throw sth into the air and make it turn over ஒன்றை மேலே எறிந்து சுழன்று வரச்செய்; விரலால் சுண்டி எறி *Let's flip a coin to see who starts.* **3** [I] **flip (out)** (*spoken*) to become very angry or excited மிகுதியாகக் கோபம் கொள்; சீற்றமடை *When his father saw the damage to the car he flipped.*

PHR V **flick/flip through sth** ⇨ **flick** பார்க்க.

flip-flop (*AmE* **thong**) *noun* [C, *usually pl.*] a simple open shoe with a thin strap that goes between your big toe and the toe next to it கட்டைவிரலுக்கும் அதனை அடுத்துள்ள விரலுக்கும் இடையில் செல்கிற மெல்லிய தோல்பட்டையைக் கொண்ட எளிய மேல் மூடாக்கற்ற காலணி வகை

flippant /ˈflɪpənt/ (*informal* **flip**) *adj.* not serious enough about things that are important முக்கியமானவற்றைக் குறித்து வேண்டிய அளவு பொறுப்புணர்ச்சியுடன் இல்லாத; முக்கியமானவற்றையும் இலேசாகக் கருதுகிற; அசட்டைப் போக்குடைய

flipper /ˈflɪpə(r)/ *noun* [C, *usually pl.*] **1** a flat arm that is part of the body of some sea animals which they use for swimming சிலவகைக் கடல்வாழ் விலங்குகள் நீந்துவதற்குப் பயன்படுத்தும் அவற்றின் தட்டையான கைபோன்ற உறுப்பு *Seals have flippers.* **2** a rubber shoe shaped like an animal's flipper that people wear so that they can swim better, especially under water சிறப்பான முறையில் நீந்துவதற்கு, குறிப்பாக நீரின் அடியில் நீந்துவதற்கு, ஏதுவாக அணிந்து கொள்ளும், கடல்வாழ் விலங்குகளின் கைப்பகுதி வடிவில் செய்யப்பட்ட இரப்பர் புதைமிதி *a pair of flippers*

flipping /ˈflɪpɪŋ/ *adj., adv.* (*slang*) used as a mild way of swearing கடுமையாயிராத வசை மொழியாக/பழிப்புரையாகப் பயன்படுத்தப்படுவது *When's the flipping bus coming?*

flirt[1] /flɜːt/ *verb* [I] **flirt (with sb)** to behave in a way that suggests you find sb attractive and are trying to attract him/her ஒருவர் தனக்குக் கவர்ச்சியாகத் தோன்றுவது போன்றும் அவரை

ஈர்க்கத் தான் முயல்வது போன்றும் ஓர் எண்ணத்தைத் தோற்றுவிக்கும் முறையில் நடந்துகொள்; விளையாட்டுக் காதலில் ஈடுபடு *Who was that boy Indu was flirting with at the party?* • (*figurative*) *to flirt with death/danger/ disaster*

PHR V **flirt with sth** to think about doing sth (but not very seriously) (கருத்தார்ந்த முறையில் அல்லாது) ஒன்றைச் செய்வது குறித்துச் சிந்தி அல்லது எண்ணு *She had flirted with the idea of becoming a teacher for a while.*

flirt² /flɜːt/ *noun* [C] a person who often flirts with people விளையாட்டுக் காதல் புரிபவர்

flit /flɪt/ *verb* [I] (**flitting**; **flitted**) **flit (from A to B)**; **flit (between A and B)** to fly or move quickly from one place to another without staying anywhere for long எந்த இடத்திலும் அதிக நேரம் தங்காமல் இடம்விட்டு இடம் பறந்து-செல் அல்லது விரைந்து செல்

float¹ /fləʊt/ *verb* **1** [I] to move slowly through air or water காற்றுவெளியில் அல்லது நீரில் மெள்ளச் செல்; மிதந்து செல் *The boats were floating gently down the river.* • *The smell of freshly-baked bread floated in through the window.* **2** [I] **float (in/on sth)** to stay on the surface of a liquid and not sink ஒரு திரவத்தின் மேற்பரப்பில் முழுகிவிடாது நிலைத்திரு; மித *Wood floats in water.* **3** [T] to sell shares in a company or business for the first time ஒரு நிறுவனத்தின் அல்லது வணிக அமைப்பின் பங்குகளை முதன்முறையாக விற்பனை செய் *The company was floated on the stock market in 2001.* **4** [I, T] (used in economics) if a government **floats** its country's money, or allows it to **float**, it allows its value to change freely according to the value of the money of other countries (பொருளியலில்) பிற நாடுகளின் பண மதிப்புக்கு ஏற்றவாறு ஒரு நாடு தனது பணத்தின் மதிப்பை மாறவிடு

float² /fləʊt/ *noun* [C] **1** a lorry or other vehicle that is decorated and used in a celebration that travels through the streets அலங்கரிக்கப்பட்டு ஒரு விழாவில் ஊர்வலமாகச் செல்லும் சுமை உந்து அல்லது வேறொரு வாகனம்; அலங்கார ஊர்தி *a carnival float* **2** a light object used in fishing that moves on the water when a fish has been caught தூண்டிலில் மீன் பிடிபட்டவுடன் நீரின் மேல் மிதக்கும் இலேசான மீன்பிடி தூண்டில் மிதவை **3** a light object used for helping people to learn to swim நீச்சல் கற்றுக்-கொள்ளப் பயன்படுத்தப்படும் கனமற்ற ஒரு பொருள்; மிதவை

floating /ˈfləʊtɪŋ/ *adj.* not fixed; not living permanently in one place நிலைத்திராத; மாறும் இயல்புள்ள; நிலையாக ஓரிடத்தில் தங்கி வாழாத *London's floating population*

flock¹ /flɒk/ *noun* [C] **1** a group of sheep or birds ஆடுகள் அல்லது பறவைகளின் தொகுதி; ஆட்டு மந்தை; பறவைத் திரள் ➪ **herd** பார்க்க. **2** a large number of people பெருமளவிலான ஆட்களின் தொகுதி; குழாம்; கூட்டம் *Flocks of tourists visit Shimla every summer.*

flock² /flɒk/ *verb* [I] (used about people) to go or meet somewhere in large numbers (ஆட்கள் வகையில்) பெரும் எண்ணிக்கையில் ஓரிடத்துக்குச் செல் அல்லது ஓரிடத்தில் கூடு; திரள் *People are flocking to her latest exhibition.*

floe /fləʊ/ = **ice floe**

flog /flɒg/ *verb* [T] (**flogging**; **flogged**) **1** (*usually passive*) to hit sb hard several times with a stick or a long thin piece of leather (**whip**) as a punishment தண்டனையாகக் குச்சியால் அல்லது சாட்டையால் ஒருவரைப் பல முறை வன்மையாக அடி; தண்டனையாகப் பிரம்படி/ சவுக்கடி கொடு **2** (*BrE informal*) to sell sth ஒன்றை விற்பனை செய்

flogging /ˈflɒgɪŋ/ *noun* [C, U] the act of hitting sb several times with a long thin piece of leather (**whip**) or a stick as a punishment தண்டனையாக ஒருவரைச் சாட்டையால் அல்லது பிரம்பால் வன்மையாக அடித்தல்; கசையடி

flood¹ /flʌd/ *verb* **1** [I, T] to fill a place with water; to be filled or covered with water ஓரிடத்தை நீரால் நிரப்பு; ஓரிடத்தில் நீர் நிரம்பு; வெள்ளம் பெருகு *I left the taps on and flooded the bathroom.* • *The River Brahmaputra floods almost every year.* **2** [I] **flood in/into/out of sth** to go somewhere in large numbers பெரும் எண்ணிக்கையில் ஓரிடத்துக்குச் செல்; பேரளவில் குவி *Since the television programme was shown, phone calls have been flooding into the studio.* **3** [I, T] (used about a thought, feeling, etc.) to fill sb's mind suddenly (ஓர் எண்ணம், உணர்ச்சி முதலியவை பற்றிக் குறிப்பிடுகையில்) திடீரென ஒருவருடைய மனத்தில் திரண்டு இடங்கொள்; மனத்தில் பொங்கி நிறைந்திரு *At the end of the day all his worries came flooding back.*

flood² /flʌd/ *noun* [C] **1** a large amount of water that has spread from a river, the sea, etc. that covers an area which should be dry நதி, கடல் முதலிய-வற்றிலிருந்து வந்து ஓரிடத்தைச் சூழ்ந்து கொள்வதும் வடிக்கப்பட வேண்டியதுமான பெருமளவிலான நீர்; வெள்ளப் பெருக்கு; நிலம் மீது பரவும் பெரு வெள்ளம் *Many people have been forced to leave their homes because of the floods.* ➪ **flash flood** பார்க்க. **2 a flood (of sth)** a large number or amount பெரும்

எண்ணிக்கை; பேரளவு; பெருந்தொகை *She received a flood of letters after the accident.*

floodlight /'flʌdlaɪt/ *noun* [C] a powerful light that is used for lighting places where sports are played, the outside of public buildings, etc. விளையாட்டு நிகழ்ச்சிகள் நடைபெறும் இடங்கள், பொதுக்கட்டடங்களின் வெளிப்புறம் முதலியவற்றுக்கு ஒளியூட்டுவதற்குப் பயன்படுத்தப்படும் ஆற்றல் மிக்க விளக்கு; ஒளிவெள்ளம் பாய்ச்சும் விளக்கு; பரப்பு விளக்கு

floodlit /'flʌdlɪt/ *adj.* lit by powerful lights (**floodlights**) பரப்பு விளக்குகளால் பேரொளி பாய்ச்சப்படுகிற; ஒளிவெள்ளம் பரவுகிற *a floodlit hockey match*

flood plain *noun* [C] an area of flat land beside a river that regularly becomes flooded when there is too much water in the river நதி வெள்ளப்பெருக்கெடுக்கும்போது இயல்பு முறையாக நீரில் மூழ்கிவிடும் அந்நதியை ஒட்டியுள்ள தட்டையான நிலப்பகுதி; வெள்ள வடிகால் நிலம்

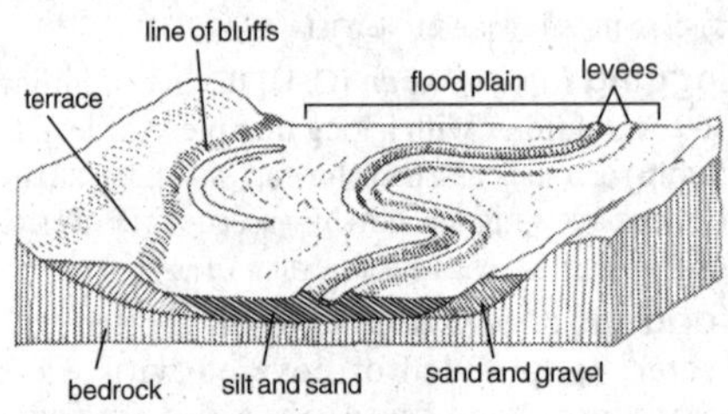

flood plain

floor[1] /flɔ:(r)/ *noun* **1** [C, *usually sing.*] the flat surface that you walk on indoors மனையின் உட்புறத்திலுள்ள சமதளப் பரப்பு; அறையின் நிலத்தளம்; தரை *Don't come in—there's broken glass* ***on the floor!*** • *a wooden/concrete/marble floor* ➪ **ground** பதிவிள்ள குறிப்பைப் பார்க்க. **2** [C] all the rooms that are on the same level of a building கட்டடத்தின் ஒரு தளத்திலுள்ள அறைத் தொகுதி; தளம் *My office is* ***on the second floor.***

> **NOTE** பிரிட்டன் வழக்கில் தெரு மட்டத்தில் உள்ள தளம் **ground floor** எனவும், அதற்கு மேலுள்ள தளம் **first floor** எனவும் அழைக்கப்படுகின்றன. அமெரிக்க வழக்கில் தெரு மட்டத்தில் உள்ள தளம் **first floor** ஆகும்.

3 [C, *usually sing.*] the ground or surface at the bottom of the sea, a forest, etc. கடல், காடு முதலியவற்றின் அடிப்பகுதியிலுள்ள தரை அல்லது பரப்பு; அடித்தளம்; கடலடி *the ocean/valley/cave/forest floor*

floor[2] /flɔ:(r)/ *verb* [T] (*informal*) to surprise or confuse sb completely with a question or a problem ஒரு கேள்வி அல்லது சிக்கலை முன்வைத்து ஒருவரை முற்றிலுமாகத் திகைப்பில் அல்லது குழப்பத்தில் ஆழ்த்து *Some of the questions I was asked in the interview completely floored me.*

floorboard /'flɔ:bɔ:d/ *noun* [C] one of the long wooden boards used to make a floor தளமிடுவதற்குப் பயன்படுத்தப்படும் நீண்ட மரப் பலகைகளில் ஒன்று ➪ **joist** பதிவில் படம் பார்க்க.

flop[1] /flɒp/ *verb* [I] (**flopping**; **flopped**) **1 flop into, onto sth**; **flop (down/back)** to sit or lie down in a sudden and careless way because you are very tired களைப்பு மிகுதியால் மிகுவிரைவாகவும் அசட்டையான முறையிலும் உட்கார் அல்லது விழு/படு; தொப்பென்று விழு *I was so tired that all I could do was flop onto the sofa and watch TV.* **2 flop around, back, down, etc.** to move, hang or fall in a careless way without control கட்டுப்பாடின்றி ஒழுங்கற்று அசைவுறு, தொங்கு அல்லது விழு *I can't bear my hair flopping in my eyes.* **3** (used about a book, film, record, etc.) to be a complete failure with the public (ஒரு நூல், திரைப்படம், ஓர் இசைப்பதிவுத் தட்டு முதலியவை வகையில்) பொதுமக்களிடையே முற்றிலும் தோல்வியுற்றதாகு; வீழ்ச்சியுறு

flop[2] /flɒp/ *noun* [C] (used about a film, play, party, etc.) something that is not a success; a failure (திரைப்படம், நாடகம், விருந்து நிகழ்ச்சி, முதலியவை வகையில்) வெற்றி பெறாதது தோல்வியுற்றது; நொடிப்பு; வீழ்ச்சி *a box-office flop*

floppy /'flɒpi/ *adj.* soft and hanging downwards; not rigid மென்மையான மற்றும் தொங்கலான; விறைப்பற்ற *a floppy hat*

floppy disk (*also* **floppy**, *pl.* **floppies**) (*also* **diskette**) *noun* [C] a square piece of plastic that can store information from a computer கணிப்பொறியிலிருந்து தகவலைப் பதிவுசெய்து தேக்கி வைப்பதற்கான சதுர வடிவ பிளாஸ்டிக் பொருள்; நெகிழ் வட்டு *Don't forget to back up your files onto a floppy disk.* ➪ **hard disk** பார்க்க.

flora /'flɔ:rə/ *noun* [*pl.*] all the plants growing in a particular area குறிப்பிட்ட பகுதியில் வளரும் அனைத்துத் தாவரங்களின் தொகுதி *He's studying the* ***flora and fauna*** (= the plants and animals) *of South America.* ➪ **fauna** பார்க்க.

floral /'flɔ:rəl/ *adj.* decorated with a pattern of flowers, or made with flowers மலர்களைக்கொண்டு வேலைப்பாடு செய்து அலங்கரிக்கப்பட்ட அல்லது மலர்களால் தொடுக்கப்பட்ட

florist /'flɒrɪst/ *noun* **1** [C] a person who has a shop that sells flowers பூக்கடைக்காரர் **2 the**

florist's [*sing.*] a shop that sells flowers பூக்கடை

flotation /fləʊˈteɪʃn/ *noun* **1** (*also* **float**) [C, U] (*technical*) the process of selling shares in a company to the public for the first time in order to obtain money ஒரு நிறுவனம் பணம் திரட்ட வேண்டி முதன் முறையாகத் தன் பங்குகளைப் பொதுமக்களுக்கு விற்பனை செய்யும் செயல்முறை *plans for (a) flotation on the stock exchange* **2** [U] the act of floating on or in water நீரின் மேல் அல்லது நீரினுள் மிதத்தல்

flounder /ˈflaʊndə(r)/ *verb* [I] **1** to find it difficult to speak or act (usually in a difficult or embarrassing situation) (வழக்கமாக இடர்ப்பாடான அல்லது சங்கடமான ஒரு சூழ்நிலையில்) பேசுவதற்கு அல்லது செயல்படுவதற்குச் சிரமப்படு *The questions they asked her at the interview had her floundering helplessly.* **2** to have a lot of problems and be in danger of failing completely பெருமளவு சிக்கல்கள் எதிர்ப்பட்டுப் படுதோல்வியடையும் ஆபத்தான நிலையில் இரு; முற்றிலும் நொடித்துப்போகும் நிலைக்கு உள்ளாகு *By the late nineties, the business was floundering.* **3** to move with difficulty, for example when trying to get out of some water, wet earth, etc. (நீர், சேறு முதலியவற்றிலிருந்து வெளிவர முயல்தல் போன்ற சமயங்களில்) சிரமப்பட்டு நகர்; தத்தித் தடுமாறு

flour /ˈflaʊə(r)/ *noun* [U] a very thin powder made from wheat or other grain and used for making bread, cakes, biscuits, etc. கோதுமை அல்லது மற்ற தானியங்களிலிருந்து பெறப்படுவதும் ரொட்டி, கேக் வகைகள், பிஸ்கோத்து முதலியவை தயாரிக்கப் பயன்படுத்தப்படுவதுமான மிகவும் நொய்தான மாவு; அரைத்த மாவு

flourish¹ /ˈflʌrɪʃ/ *verb* **1** [I] to be strong and healthy; to develop in a successful way வலுவுடனும் ஆரோக்கியமாகவும் இரு; நிறைவான முறையில் வளர்ச்சியுறு; செழிப்படை *a flourishing business* **2** [T] to wave sth in the air so that people will notice it மற்றவர்களின் கவனத்தை ஈர்க்கும் முறையில் ஒன்றைக் கையில் தூக்கி ஆட்டு; சுழற்றிக் காட்டு *He proudly flourished two tickets for the concert.*

flourish² /ˈflʌrɪʃ/ *noun* [C] an exaggerated movement பகட்டுநயம் மிக்க உடலசைவு *He opened the door for her with a flourish.*

flout /flaʊt/ *verb* [T] to refuse to obey or accept sth பணிந்துபோக அல்லது ஒன்றை ஏற்றுக்கொள்ள மறு; புறக்கணி *to flout the rules of the organization* • *to flout sb's advice*

flow¹ /fləʊ/ *noun* [*sing.*] **a flow (of sth/sb)** **1** a steady, continuous movement of sth/sb ஒன்றின்/ஒருவருடைய ஒரே சீரான இயக்கம்; ஓட்ட அமைதி; நீரோட்டம், இரத்தவோட்டம் முதலியன *Press hard on the wound to stop the flow of blood.* **2** a supply of sth வழங்கல்; அளிப்பு; தேவை நிரப்பீடு *the flow of information between the school and the parents* **3** the way in which words, ideas, etc. are joined together smoothly சொற்கள், கருத்துகள் முதலியன ஒத்தியல்புடன் ஒருங்கு சேர்க்கப்படும் பாங்கு; தடைபடாத, சரளமான ஓட்டம்; சொற்கள், கருத்துகள் முதலியவற்றின் ஒழுகமைதி *Once Chandra's* ***in full flow****, it's hard to stop him talking.*

IDM the ebb and flow (of sth) ⇨ **ebb²** பார்க்க.

flow² /fləʊ/ *verb* [I] **1** to move in a smooth and continuous way (like water) (நீரோட்டம் போன்று) ஒரே சீராகத் தொடர்ந்து செல்; ஆற்றொழுக்காகச் செல் *This river flows south into the Indian ocean.* • *a fast-flowing stream* • *Traffic began to flow normally again after the accident.* **2** (used about words, ideas, actions, etc.) to be joined together smoothly (சொற்கள், கருத்துகள், செயல்கள் முதலியன வகையில்) ஒத்தியல்புடன் ஒருங்கு சேர்க்கப்பட்டிரு; தடைபடாது, சரளமாகத் தொடர் *As soon as we sat down at the table, the conversation began to flow.* **3** (used about hair and clothes) to hang down in a loose way (கூந்தல் மற்றும் உடுப்பு வகையில்) அலையலையாய்த் தளர்வாகத் தொங்கு *a long flowing dress*

flow chart (*also* **flow diagram**) *noun* [C] a diagram that shows the connections between different stages of a process or parts of a system ஒரு செயல்முறையின் பல்வேறு கட்டங்களுக்கு அல்லது ஒரு கருவித்தொகுதியின் பல்வேறு பகுதிகளுக்கு இடையேயான தொடர்புக் கூறுகளை விளக்கும் வரைபடம் ⇨ **chart** பதிவில் படம் பார்க்க.

flower¹ /ˈflaʊə(r)/ *noun* [C] **1** the coloured part of a plant or tree from which seeds or fruit grow மலர்; பூ ⇨ 552-ஆம் பக்கத்தில் படம் பார்க்க. **2** a plant that is grown for its flowers பூக்களுக்காக வளர்க்கப்படும் தாவரம்; பூஞ்செடி *to grow flowers*

flower² /ˈflaʊə(r)/ *verb* [I] to produce flowers மலர்களைத் தோற்றுவி; மலர்ச்சியுறு; பூ *This plant flowers in late summer.*

flower bed *noun* [C] a piece of ground in a garden or park where flowers are grown ஒரு தோட்டத்தில் அல்லது பூங்காவில் பூச்செடிகள் வளர்க்கப்படும் இடப்பகுதி; மலர்ப்பாத்தி

flowerpot /ˈflaʊəpɒt/ *noun* [C] a pot in which a plant can be grown செடி வைத்து வளர்ப்பதற்கான தொட்டி; பூத்தொட்டி

flowery /ˈflaʊəri/ *adj.* **1** covered or decorated with flowers மலர்கள் மேல்பொதிந்துள்ள;

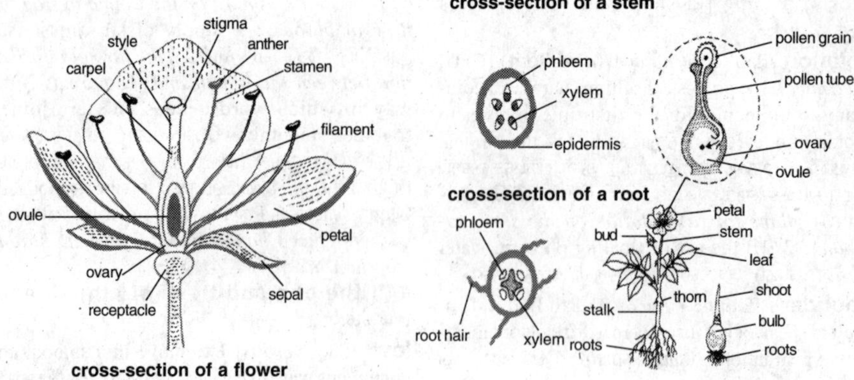

cross-section of a flower

மலர்கள் நிறைந்த; மலர்களால் அல்லது மலர் உருப்படங்களால் ஒப்பனை செய்யப்பட்ட *a flowery dress/hat/pattern* **2** (used about a style of speaking or writing) using long, difficult words when they are not necessary (பேச்சு அல்லது எழுத்து நடை வகையில்) தேவையற்று நீண்ட கடினமான சொற்களைப் பயன்படுத்துகிற; சொல்லணிகள் நிறைந்த; சொற்பகட்டான

flown ⇨ **fly** என்பதன் இறந்தகால வினையெச்ச வடிவம்

fl oz *abbr.* = **fluid ounce(s)**

flu /flu:/ (*formal* **influenza**) *noun* [U] an illness that is like a bad cold but more serious. You usually feel very hot and your arms and legs hurt தொல்லை மிகுந்த சளி போன்ற ஆனால் அதைவிடக் கடுமையான, பெரும்பாலும் வெம்மையுணர்ச்சியை உண்டாக்கிக் கை கால்களில் வலி ஏற்படுத்தும் உடல்நலக்கேடு; சளிக்காய்ச்சல்

fluctuate /ˈflʌktʃueɪt/ *verb* [I] **fluctuate (between A and B)** (used about prices and numbers, or people's feelings) to change frequently from one thing to another (விலைகள் மற்றும் எண்ணிக்கைகள் அல்லது உணர்ச்சிகள் பற்றிக் குறிப்பிடும்போது) அடிக்கடி ஒன்றிலிருந்து மற்றொன்றுக்கு மாறு; அலைபடு; ஏறியிறங்கு *The number of students fluctuates between 100 and 150.* ▶ **fluctuation** /ˌflʌktʃuˈeɪʃn/ *noun* [C, U]

flue /flu:/ *noun* [C] a pipe or tube that takes smoke, gas or hot air away from a fire or an oven தீ/கதகதப்பூட்டும் பொறி அல்லது சூட்டடுப்பிலிருந்து வெளிப்படும் புகை, வாயு அல்லது வெப்பக்காற்றை வெளியேற்றும் குழாய் அல்லது குழல்; புகைபோக்கிக் குழல்; வெப்பக் காற்றினைக் கொண்டு செலுத்தும் குழாய்

fluent /ˈflu:ənt/ *adj.* **1 fluent (in sth)** able to speak or write a foreign language easily and accurately ஓர் அயல்மொழியை எளிதாகவும் திருத்தமாகவும் பேச அல்லது எழுதவல்ல; வேற்று மொழியைப் பயன்படுத்தும் திறன் கைவரப்பெற்ற *After a year in France she was fluent in French.* **2** (used about speaking, reading or writing) expressed in a smooth and accurate way (பேசுதல், படித்தல் அல்லது எழுதுதல் பற்றிக் குறிப்பிடுகையில்) தங்குதடையின்றித் துல்லியமாக வெளிப்படுத்துகிற *He speaks fluent German.* ▶ **fluency** /ˈflu:ənsi/ *noun* [U] *My knowledge of Japanese grammar is good but I need to work on my fluency.* ▶ **fluently** *adv.*

fluff /flʌf/ *noun* [U] **1** very small pieces of wool, cotton, etc. that form into balls and collect on clothes and other surfaces சுருள்களாக அல்லது கற்றைகளாக ஆடைகள் மற்றும் பிற பரப்புகளில் பற்றி நிற்கும் கம்பளி, பஞ்சு, முதலியவற்றின் சிறு இழைகள்; இழைச்சுருள்; மயிர்க்கொத்து; இழைக்கற்றை **2** the soft new fur on young animals or birds விலங்குகளின் குட்டிகள் அல்லது பறவைக் குஞ்சுகள் உடலில் காணப்படும் மென்மயிர்க் கற்றை

fluffy /ˈflʌfi/ *adj.* **1** covered in soft fur மென்மயிர்க்கற்றை போர்த்துள்ள *a fluffy kitten* **2** that looks or feels very soft and light மென்னயத் தோற்றம் உடைய அல்லது மென்மை உணர்வைத் தோற்றுவிக்கிற; மெல்லிழைவானதாகக் காணப்படுகிற *fluffy clouds/towels*

fluid¹ /ˈflu:ɪd/ *noun* [C, U] a substance that can flow; a liquid ஒழுகியல்புடைய பொருள்; நீர்மம்; திரவம் *The doctor told her to drink plenty of fluids.* • *cleaning fluid*

fluid² /ˈflu:ɪd/ *adj.* **1** able to flow smoothly like a liquid திரவம் போன்று ஒழுகும் தன்மையுடைய; ஒழுகியல்புடைய; கெட்டிமையற்ற (*figurative*) *I like her fluid style of dancing.* **2** (used about plans, etc.) able to change or likely to be changed (செயல் திட்டங்கள் முதலியவை

வகையில்) மாற்றம் அடையவல்ல அல்லது மாற்றம் அடைவதற்கான வாய்ப்புள்ள; நிலையுறுதியற்ற

fluid ounce *noun* [C] (*abbr.* **fl oz**) a measure of liquid; in Britain, 0.0284 of a litre; in the US, 0.0295 of a litre பிரிட்டனிலும் அமெரிக்காவிலும் முறையே 0.0284, 0.0295 லிட்டருக்குச் சரியளவுடைய முகத்தலளவைக் கூறு

fluke /flu:k/ *noun* [C, *usually sing.*] (*informal*) a surprising and lucky result that happens by accident, not because you have been clever or skilful ஒருவரது அறிவுத்திறன் அல்லது செயல் வல்லமை காரணமாக அன்றித் தற்செயலாக நிகழும் வியப்பூட்டும் முறையிலான நற்பயன் விளைவு; குருட்டு வெற்றி; அதிர்ஷ்டப் பேறு

flung ⇨ **fling**[1] என்பதன் இறந்தகால மற்றும் இறந்தகால வினையெச்ச வடிவம்

fluorescent /ˌflɔ:ˈresnt; ˌflʊəˈr-/ *adj.* **1** producing a bright white light by **radiation2** வெப்பக்கதிர் பரவி முனைப்பான வெண்ணிற ஒளியை உண்டுபண்ணுகிற; வெள்ளொளி காலுகிற **2** very bright and easy to see even in the dark; seeming to shine ஒளிர்வு மிக்க; இருட்டிலும் எளிதாகப் பார்க்கக்கூடிய

fluoride /ˈflɔ:raɪd/ *noun* [U] a chemical substance that can be added to water or toothpaste to help prevent bad teeth பற்கள் சொத்தையாகாமல் தடுப்பதற்கு உதவியாக நீருடன் அல்லது பற்பசையுடன் சேர்க்கப்படும் வேதியியல் பொருள்

fluorine /ˈflɔ:ri:n/ *noun* [U] (*symbol* **F**) a poisonous pale yellow gas நச்சுத்தன்மையுடைய வெளிர் மஞ்சள் நிற வாயு; ∴ப்ளோரீன்

flurry /ˈflʌri/ *noun* [C] (*pl.* **flurries**) **1** a short time in which there is suddenly a lot of activity திடுவிரைவாக மிகப்பல செயல்கள் நிகழும் குறுகிய காலப்பகுதி; பரபரப்புத் தருணம்; செயற்கிளர்ச்சி *a flurry of excitement/activity* **2** a sudden short fall of snow or rain சிறிது நேரமே நீடிக்கும் திடீர்ப் பனி அல்லது மழைப் பெயல்; குறும்பெயல்

flush[1] /flʌʃ/ *verb* **1** [I] (used about a person or his/her face) to go red (ஒரு நபர் அல்லது அவரது முகம் பற்றிக் கூறும்போது) செந்நிறமடை; சிவப்பாகு; சிவந்துபோ *Sarala flushed and could not hide her embarrassment.* **NOTE** இப்பொருளில் மிகு வழக்காகப் பயன்படுத்தப்படுவது **blush** என்ற சொல்லாகும். **2** [T] to clean a toilet by pressing or pulling a handle that sends water into the toilet கழிவறைக் கலத்தினுள் நீர் செல்ல ஏதுவான கைப்பிடியை அழுத்தி அல்லது இழுத்துக் கழிவறைக் கலத்தைத் துப்புரவு செய் **3** [I] (used about a toilet) to be cleaned with a short flow of water (கழிவறைக் கலம் பற்றிக் குறிப்பிடுகையில்) விசையுடன் நீர் பாய்ந்து துப்புரவாகு *The toilet won't flush.* **4** [T] **flush sth away, down, etc.** to get rid of sth in a flow of water நீரோட்டத்தில் விட்டு ஒன்றை வெளியேற்று அல்லது கழி *You can't flush tea leaves down the sink—they'll block it.*

flush[2] /flʌʃ/ *noun* [C, *usually sing.*] **1** a hot feeling or red colour that you have in your face when you are embarrassed, excited, angry, etc. வெட்கம், மனக்கிளர்ச்சி, சினம் முதலியவற்றுக்கு ஆட்படும்போது முகத்தில் தோன்றும் உணர்வெழுச்சி அல்லது செந்நிறம்; மலர்ச்சி; செம்மாப்பு *The cold wind brought a flush to our cheeks.* • *a flush of anger* **2** the act of cleaning a toilet with a quick flow of water; the system for doing this கழிவறைக் கலத்தினுள் நீரைப் பாய்ச்சித் துப்புரவு செய்தல்; அவ்வாறு துப்புரவு செய்வதற்கான அமைப்பு

flushed /flʌʃt/ *adj.* with a hot red face உணர்வெழுச்சியால் முகஞ் சிவந்த; செம்மாப்புற்ற *You look very flushed. Are you sure you're all right?*

fluster /ˈflʌstə(r)/ *verb* [T] (*usually passive*) to make sb feel nervous and confused (because there is too much to do or not enough time) (மிகையளவான பணி அல்லது நேரக் குறைவு காரணமாக) ஒருவரை மனக்கலக்கமும் குழப்பமும் அடையச் செய்; படபடப்பு கொள்ளச் செய் *Don't get flustered—there's plenty of time.* ▶ **fluster** *noun* [*sing.*] *I always get* ***in a fluster*** *before exams.*

flute /flu:t/ *noun* [C] a musical instrument like a pipe that you hold sideways and play by blowing over a hole at one side பக்கவாட்டில் பிடித்து ஒரு பக்கத்தில் உள்ள துளையில் காற்றை ஊதி வாசிக்கப்படும் குழல் வடிவ இசைக்கருவி; புல்லாங்குழல் ⇨ **music** பதிவில் படம் பார்க்க. ▶ **flutist** /ˈflu:tɪst/ (*AmE*) = **flautist**

flutter[1] /ˈflʌtə(r)/ *verb* **1** [I, T] to move or make sth move quickly and lightly, especially through the air குறிப்பாகக் காற்றில், விரைவியக்கமுடன் சிற்றசைவு செய்; இவ்வாறு ஒன்றை அசையச் செய்; படபடப்புடன் ஆடு அல்லது படபடக்கச் செய்; சிறகடி *The flags were fluttering in the wind.* • *The bird fluttered its wings and tried to fly.* **2** [I] your heart or stomach flutters when you feel nervous and excited மனக்கலக்கத்தின்போது/மனக்கிளர்ச்சியின்போது, இதயம் அல்லது வயிறு விரைவியக்கம் கொள்; படபடப்புறு

flutter[2] /ˈflʌtə(r)/ *noun* [C, *usually sing.*] **1** a quick, light movement மென்மையான விரைவியக்கம்; படபடப்பு; சிறகடிப்பு *the flutter of wings/eyelids* **2** (*BrE slang*) a bet on a race, etc.

பந்தயம், முதலியவற்றில் பணம் கட்டுதல்; பணையம் *I sometimes **have a flutter** on the horses.*

fluvial /ˈfluːviəl/ *adj.* (*technical*) connected with rivers நதிகள் தொடர்பான

flux /flʌks/ *noun* [C, *usually sing.*, U] (*technical*) a continuous movement தொடர் இயக்கம்; இடைவிடாத் தொடர் பெயர்ச்சி *a flux of neutrons • magnetic flux*

fly[1] /flaɪ/ *verb* (*pres. part.* **flying**; *3rd person sing. pres.* **flies**; *pt* **flew** /fluː/; *pp* **flown** /fləʊn/) **1** [I] (used about a bird, insect, aircraft, etc.) to move through the air (பறவை, பூச்சி, விமானம் முதலியவை வகையில்) காற்றின் ஊடாகச் செல்; வானில் பற *This bird has a broken wing and can't fly. • I can hear a plane flying overhead.* **2** [I, T] to travel or carry sth in an aircraft, etc. விமானம் முதலியவற்றில் பயணம் செய் அல்லது ஒன்றை ஏற்றிச் செல் *My daughter is flying (out) to Singapore next week. • Supplies of food were flown (in) to the starving people*. **3** [I, T] (used about a pilot) to control an aircraft (விமானஓட்டி பற்றிக் கூறும்போது) விமானத்தை நெறிப்படுத்தி இயக்கு *You have to have special training to fly a jumbo jet*. **4** [I] to move quickly or suddenly, especially through the air குறிப்பாகக் காற்றின் ஊடாக வேகமாகச் செல் அல்லது திடுமெனப் பாய்ந்து செல் *A large stone **came flying** through the window. • I slipped and my shopping **went flying** everywhere. • Suddenly the door **flew open** and Mahesh came running in. • (figurative) The weekend has just **flown by** and now it's Monday again.* **5** [I, T] to move about in the air; to make sth move about in the air காற்றில் அசைந்தாடு; காற்றில் ஒன்றைப் பறக்கவிடு; காற்றில் படபடவென்று அடித்துக்கொள் *The flags are flying. • to fly a flag/kite* ⇨ **flight** noun பார்க்க.

IDM **as the crow flies** ⇨ **crow**[1] பார்க்க.

fly off the handle (*informal*) to become very angry in an unreasonable way நியாயத்திற்கு ஒவ்வாத முறையில் கடுஞ்சினம் கொள்; காரணமின்றிச் சீறு

let fly (at sb/sth) 1 to shout angrily at sb ஒருவரை நோக்கிச் சீற்றத்துடன் கத்து; கோபங்கொண்டு எரிந்து விழு **2** to hit sb in anger சினத்தில் ஒருவரைத் தாக்கு *She let fly at him with her fists.*

fly[2] /flaɪ/ *noun* [C] **1** (*pl.* **flies**) a small insect with two wings ₮ *Flies buzzed round the dead cow.* ⇨ **insect** பதிவில் படம் பார்க்க. **2** (*also* **flies**) [*pl.*] an opening down the front of a pair of trousers that fastens with buttons or another device (**a zip**) and is covered with a narrow piece of material பொத்தான்களால் அல்லது இழைவரிப் பல்லிணைவால் (ஜிப்) சேர்த்துப் பூட்டப்படுவதும் துணிப்பட்டையால் மூடப்பட்டுள்ளதுமான காற்சட்டையின் முன்புறத் திறப்பு

flyer (*also* **flier**) /ˈflaɪə(r)/ *noun* [C] **1** (*informal*) a person who flies a plane (usually a small one, not a passenger plane) விமானஓட்டி (வழக்கமாகப் பயணிகள் விமானமல்லாத சிறு விமானத்தை ஓட்டுபவர்) **2** a person who travels in a plane as a passenger வானூர்தியில் பயணம் செய்பவர்; விமானப் பயணி *frequent flyers* **3** a thing, especially a bird or an insect, that flies in a particular way குறிப்பிட்ட முறையில் பறக்கும் ஒன்று, குறிப்பாகப் பறவை அல்லது பூச்சி *Ducks are strong flyers.* **4** a small sheet of paper that advertises a product or an event and is given to a large number of people மிகப் பலருக்கு வழங்கப்படும் ஒரு விளைபொருள் அல்லது நிகழ்ச்சி குறித்த சிறு விளம்பரத்தாள் **5** (*informal*) a person, an animal or a vehicle that moves very quickly மிக விரைந்து செல்லும் விலங்கு அல்லது ஊர்தி; விரைவியக்கமுடைய ஆள், விலங்கு அல்லது ஊர்தி

flying /ˈflaɪɪŋ/ *adj.* able to fly பறக்கும் ஆற்றலுடைய *flying insects*

IDM **with flying colours** with great success; very well பெரு வெற்றியுடன்; மிக நல்ல முறையில்; மிகச் சிறப்பாக *Manoj passed the exam with flying colours.*

get off to a flying start to begin sth well; to make a good start நல்ல முறையில் ஒன்றைத் தொடங்கு; தொடக்கம் சிறப்பாக அமையச் செய்

flying saucer *noun* [C] a round spacecraft that some people say they have seen and that they believe comes from another planet சிலரால் பார்க்கப்பட்டதாகக் கூறப்படுவதும், வேறொரு கோளிலிருந்து வருவதாக அவர்களால் நம்பப்படுவதுமான வட்ட வடிவ விண்கலம்; பறக்கும் தட்டு

flying visit *noun* [C] a very quick visit மிகக் குறுகிய கால வருகைதரவு; உடனடியாகத் திரும்பும் நோக்கத்துடனான வருகை; அவசரச் செல்கை *I can't stop. This is just a flying visit.*

flyover /ˈflaɪəʊvə(r)/ (*AmE* **overpass**) *noun* [C] a type of bridge that carries a road over another road மற்றொரு சாலைக்கு மேலாக ஒரு சாலையைக் கொண்டுசெல்லும் பாலம்; மேம்பாலம்

FM /ˌef ˈem/ *abbr.* frequency modulation; one of the systems of sending out radio signals வானொலிச் சமிக்ஞைகளைச் செலுத்தும் பொறியமைப்புகளில் ஒன்றான வானொலி அலையதிர்வு மாறுபாடு

foal /fəʊl/ *noun* [C] a young horse குதிரைக்குட்டி ⇨ **horse** பதிவிலுள்ள குறிப்பைப் பார்க்க.

foam[1] /fəʊm/ *noun* [U] **1** (*also* **foam rubber**) a soft light rubber material that is used inside seats, cushions, etc. இருக்கைகள், மெத்தைகள் முதலியவற்றினுள் அடைக்கப்படும் மென்மையான கனமற்ற இரப்பர் பொருள்; மென் படுக்கை உள்ளீடு; நுரை மெத்தை *a foam mattress* **2** a mass of small air bubbles that form on the surface of a liquid திரவத்தின் மேற்பரப்பில் உருவாகும் சிறு காற்றுக் குமிழ்களின் திரள்; பொங்கு குமிழ்த் தொகுதி; நுரை *white foam on the tops of the waves* **3** an artificial substance that is between a solid and a liquid and is made from very small bubbles மிகச்சிறிய நீர்க் குமிழ்களிலிருந்து தயாரிக்கப்படுவதும் திடப்பொருளுக்கும் திரவப்பொருளுக்கும் இடைப்பட்ட நிலையிலானதுமான ஒரு செயற்கைப் பொருள் *shaving foam*

foam[2] /fəʊm/ *verb* [I] to produce foam நுரை உண்டுபண்ணு; நுரைக்கச் செய் *We watched the river foaming as it crashed against the rocks.*

fob /fɒb/ *verb* (**fobbing; fobbed**)

PHR V **fob sb off (with sth)** **1** to try to stop sb asking questions or complaining by telling him/her sth that is not true உண்மையல்லாத ஒன்றை ஒருவரிடம் கூறி அவர் கேள்வி கேட்பதை அல்லது குற்றம் கூறுவதைத் தடுத்து நிறுத்த முயல்; ஒருவர் வாயை அடக்கு *Don't let them fob you off with any more excuses.* **2** to try to give sb sth that he/she does not want ஒருவருக்கு வேண்டாத ஒன்றை அவருக்குத் தர முயல்; ஒருவர் மேல் ஒன்றைத் திணி *Don't try to fob me off with that old car—I want a new one.*

focal /ˈfəʊkl/ *adj.* (*only before a noun*) central; very important; connected with or providing a focus மையமான; முதன்மையான; தலைமையான; ஒருமுகமான ஆர்வ ஈடுபாட்டுக்குரிய அல்லது ஆர்வ ஈடுபாட்டைச் செலுத்துகிற

focal length *noun* [C] (*technical*) the distance between the centre of a mirror or a lens and its focus ஒரு கண்ணாடி அல்லது கண்ணாடி வில்லையின் மையத்திற்கும் அதில் பட்டுத் தெறிக்கும் ஒளிக்கதிர்கள் குவிந்து இணையும் இடத்திற்கும் இடைப்பட்ட தொலைவு; குவிமையத் தூரம் ➪ **lens** பதிவில் படம் பார்க்க.

focal point *noun* **1** [*sing.*] the centre of interest or activity ஒருவரது ஆர்வம்/கருத்து அல்லது செயல் மையம்; கருத்து மையம்; வினை மையம் **2** [C] (*technical*) = **focus**[2] **2** ➪ **lens** பதிவில் படம் பார்க்க.

focus[1] /ˈfəʊkəs/ *verb* [I, T] (**focusing; focused** or **focussing; focussed**) **focus (sth) (on sth)** **1** to give all your attention to sth ஒன்றன் மீது கருத்து/கவனம் முழுவதையும் செலுத்து; *to focus on a problem* **2** (used about your eyes or a camera) to change or be changed so that things can be seen clearly (கண்கள் அல்லது நிழற்படக் கருவி பற்றிக் குறிப்பிடுகையில்) பொருள்களின் தெளிவான உருத்தோற்றத்தைப் பெறும் முறையில் கண்களை அல்லது நிழற்படக் கருவியை குவிமையத்துக்கியையச் சரிசெய் அல்லது சரியாய் அமைவுறு *Gradually his eyes focused.* • *I focussed (the camera) on the person in the middle of the group.*

focus[2] /ˈfəʊkəs/ *noun* [C] (*pl.* **focuses** or **foci** /ˈfəʊsaɪ/) **1** (*usually sing.*) the centre of interest or attention; special attention that is given to sb/sth கருத்து, கவனம் அல்லது ஆர்வ ஈடுபாடு முழுவதுமாக மையம் கொள்ளும் ஆள் அல்லது பொருள்; கருத்து மையம்; ஒருவர்/ஒன்றன் மீது செலுத்தப்படும் சிறப்புக் கவனம் *The school used to be the focus of village life.* **2** (*also* **focal point**) (*technical*) a point at which rays or waves of light, sound, etc. meet after **reflection** or **refraction**; the point from which rays or waves of light, sound, etc. seem to come ஒளி, ஒலி முதலியவற்றின் கதிர்கள் அல்லது அலைகள் பிரதிபலிப்புக்கு அல்லது விலகலுக்குப் பின் ஒருங்குசேர்ந்து மையம் கொள்ளுமிடம்; குவிமையம்; ஒளி, ஒலி முதலியவற்றின் கதிர்கள் அல்லது அலைகள் புறப்படுவதாகத் தோன்றும் இடம்

IDM **in focus/out of focus** (used about a photograph or sth in a photograph) clear/not clear (நிழற்படம் அல்லது நிழற்படத்திலுள்ள ஒன்று பற்றிக் கூறுகையில்) தெளிவான/ தெளிவற்ற *This picture is so badly out of focus that I can't recognize anyone.*

fodder /ˈfɒdə(r)/ *noun* [U] food that is given to farm animals பண்ணை விலங்குகளுக்கு அளிக்கப்படும் உணவு; கால்நடைத் தீனி; தீவனம்

foe /fəʊ/ *noun* [C] (*written*) an enemy எதிரி; பகைவன்

foetal (*AmE* **fetal**) /ˈfiːtl/ *adj.* (*technical*) connected with or typical of a baby that is still developing in its mother's body தாய் வயிற்றில் வளர்ச்சி நிலையில் உள்ள குழந்தை/குட்டி தொடர்பான அல்லது அக்குழந்தைக்குரிய; முதிர்கரு சார்ந்த

foetus (*AmE* **fetus**) /ˈfiːtəs/ *noun* [C] (*pl.* **foetuses**; **fetuses**) a young human or animal that is still developing in its mother's body தாய் வயிற்றில் வளர்ச்சி நிலையில் உள்ள மனித அல்லது விலங்கு உயிர்; முதிர்கரு **NOTE** **Embryo** என்ற சொல் தொடக்க நிலையிலுள்ள/முதிர்வுறாத கருவுயிரைக் குறிக்கும்.

fog /fɒg/ *noun* [U, C] thick white cloud that forms close to the land or sea. Fog makes it difficult for us to see நிலம் அல்லது கடலுக்கு அண்மையில் உருவாவதும் பொருள்களைப் பார்ப்பதைக் கடினமாக்குவதுமான அடர் வெண்மேகம்; மூடுபனி *Patches of dense fog are making driving dangerous.* • *Bad fogs are common in late December.*

> **NOTE** **Fog** என்ற சொல் **mist** குறிக்கும் பனிப்பொழிவை விட அடர்த்தி மிகுந்த பனியைக் குறிக்கும். **Haze** என்பது வெப்பத்தினால் ஏற்படும் மங்கல் நிலையைக் குறிக்கும். **Smog** என்பது மாசு காரணமாக உண்டாகும் புகைப்பனியாகும். ➪ **Weather** பதிவிலுள்ள குறிப்பைப் பார்க்க.

foggy /ˈfɒgi/ *adj.* (**foggier**; **foggiest**) used to describe the weather when there is fog மூடுபனிப் பொழிவின்போது காணப்படும் பருவநிலை சார்ந்த; மூடுபனி கவிந்து மப்பாகத் தோன்றுகிற

IDM **not have the faintest/foggiest (idea)** ➪ **faint**[1] பார்க்க.

foil[1] /fɔɪl/ *noun* **1** [U] (*also* **tinfoil**) metal that has been made into very thin sheets, used for putting around food உணவை உறையிடுவதற்குப் பயன்படுத்தப்படும் உலோக மென்தகடு; உலோகத்தாள் *aluminium foil* **2** [C] a long, thin, pointed weapon used in a type of fighting sport (**fencing**) வாள்சிலம்பு விளையாட்டில் பயன்படுத்தப்படும், நீண்டு மெலிதான கூர்முனையுடைய வாள்

foil[2] /fɔɪl/ *verb* [T] to prevent sb from succeeding, especially with a plan; to prevent a plan from succeeding ஒருவர் தன் செயலில், குறிப்பாகத் திட்டமிடப்பட்ட செயலில், வெற்றி பெறாது தடு; ஒரு திட்டம் வெற்றிபெறாது தடுத்து விடு; தோல்வியுறச் செய் *The prisoners were foiled in their attempt to escape.*

foist /fɔɪst/ *verb*

PHR V **foist sth on/upon sb** to force sb to accept sth that he/she does not want ஒருவர் விரும்பாத ஒன்றை வற்புறுத்தி ஏற்கச்செய்; கட்டாயப்படுத்தித் திணி

fold[1] /fəʊld/ *verb* **1** [T] **fold sth (up)** to bend one part of sth over another part in order to make it smaller, tidier, etc. ஒன்றைச் சிறிதாக்குதல், ஒழுங்கமைவு செய்தல் முதலியவற்றுக்காக அதன் ஒரு பகுதி மற்றொரு பகுதியின் மீது அமையுமாறு வளை; மடி *He folded the letter into three before putting it into the envelope.* • *Fold up your clothes neatly, please.* ✪ **OPP** **unfold** **2** [I] **fold (up)** to be able to be made smaller in order to be carried or stored more easily எளிதாகக் கொண்டு செல்ல அல்லது ஓரிடத்தில் அடங்கத்தக்கதாகச் செய்ய வசதியாக ஒரு பொருள் சிறிதாகக்கூடியதாக இரு; மடங்கு *This table folds up flat.* • *a folding bed* **3** [T] **fold A in B**; **fold B round/over A** to put sth around sth else வேறொரு பொருளை ஒன்றைக்கொண்டு மூடு; உறையிடு **4** [I] (used about a business, a play in the theatre, etc.) to close because it is a failure (வணிகத் தொழில், நாடகக் காட்சி, முதலியவை வகையில்) தோல்வி காரணமாக நிறுத்தப்படு; மூடு

IDM **cross/fold your arms** ➪ **arm**[1] பார்க்க.

fold[2] /fəʊld/ *noun* [C] **1** the mark or line where sth has been folded ஒரு பொருள் மடிக்கப்பட்ட இடத்தில் ஏற்படும் அடையாளம் அல்லது கோடு; மடிப்புத் தடம்; மடிப்புக் கோடு **2** a curved shape that is made when there is more material, etc. than is necessary to cover sth துணி முதலியவை அதனால் மூடப்படும் பொருளின் அளவுக்கு மிகையாக உள்ளபோது அதில் செய்யப்படும் வளையுரு; மடிப்பு *the folds of a dress/curtain* **3** a small area inside a fence where sheep are kept together in a field வேலியிடப்பட்ட வயலில் ஆடுகளை அடைக்கும் பட்டி; ஆட்டுக்கிடை

folder /ˈfəʊldə(r)/ *noun* [C] **1** a cardboard or plastic cover that is used for holding papers, etc. ஆவணங்கள் முதலியவற்றை உள்ளிட்டு வைப்பதற்கான அட்டைத்தாள் அல்லது பிளாஸ்டிக் உறை ➪ **stationery** பதிவில் படம் பார்க்க. **2** a collection of information or files on one subject that is stored in a computer or on a disk ஒரு கணினியில் அல்லது குறுவட்டில் தேக்கிவைக்கப்படும் ஒரு பொருள் பற்றிய தகவல்/கோப்புத் தொகுப்பு

foliage /ˈfəʊliɪdʒ/ *noun* [U] (*formal*) all the leaves of a tree or plant ஒரு மரம் அல்லது செடியின் இலைத்தொகுதி

folic acid /ˌfɒlɪk ˈæsɪd/ *noun* [U] a natural substance that is found in green vegetables, and certain types of meat, for example **liver** and **kidneys**. We must eat this substance so that our bodies can produce red blood cells பசும் காய்கறிகளிலும், ஈரல் தசை, சிறுநீரகம் முதலிய இறைச்சியிலும் காணப்படுவதும், உடல் இரத்த சிவப்பணுக்களை உற்பத்தி செய்வதற்கு இன்றியமையாததுமான இயற்கைப்பொருள்

folio /ˈfəʊliəʊ/ *noun* [C] (*pl.* **folios**) **1** a book made with large sheets of paper, especially as used in early printing குறிப்பாகக் கடந்த காலத்தில் அச்சிடுவதற்குப் பயன்படுத்தப்பட்ட, பேரகலத் தாள்களால் ஆன புத்தகம் **2** (*technical*) a single sheet of paper from a book numbered on one side ஒரு பக்கத்தில் மட்டும் எண் குறியிடப்பட்ட புத்தகத்தின் தனித்தாள்

folk[1] /fəʊk/ *noun* **1** (*AmE* **folks**) [*pl.*] (*informal*) people in general (பொது நிலையில்) மக்கள்; மக்கள் வகுப்பினர் *Some folk are never satisfied.* **2** [*pl.*] a particular type of people மக்களில்

குறிப்பிட்ட பிரிவினர் அல்லது குறிப்பிட்ட வகையைச் சார்ந்தவர்கள் *Old folk often don't like change.* • *country folk* **3 folks** [*pl.*] (*informal*) used as a friendly way of addressing more than one person ஒருவருக்கு மேற்பட்டவர்களை நட்பிணக்கத்துடன் விளித்துப் பேசப் பயன்படுத்தப்படும் சொல்; தோழமைக் குறிப்புச் சொல் *What shall we do today, folks?* **4 folks** [*pl.*] (*informal*) your parents or close relatives ஒருவருடைய பெற்றோர் அல்லது நெருங்கிய உறவினர்கள் *How are your folks?* **5** [U] (*also* **folk music**) music in the traditional style of a country or community ஒரு நாட்டின் அல்லது ஓரினக்குழுவின் வழிவழி மரபிலான இசைப்பாணி; மரபிசை *Do you like Irish folk?*

folk² /fəʊk/ *adj.* traditional in a community; of a traditional style ஓர் இனக்குழுவின் வழிவழி மரபிலான; மரபார்ந்த; மரபு வழிப்பட்ட *Robin Hood is an English folk hero.* • *folk music* • *a folk song*

folklore /ˈfəʊklɔː(r)/ *noun* [U] traditional stories and beliefs வழிவழி மரபு சார்ந்த கதைகளும் நம்பிக்கைகளும்; மரபு வழிப்பட்ட வழக்காற்றுக் கூறுகள்; மக்கள் மரபுசார் பழக்கவழக்கங்களின் தொகுதி

follicle /ˈfɒlɪkl/ *noun* [C] one of the very small holes in the skin which hairs grow from தோலில் முடி வளரும் சிறு துளைகளில் ஒன்று; மயிர் மூட்டுப்பை; உரோமக்கால்

follow /ˈfɒləʊ/ *verb* **1** [I, T] to come, go or happen after sb/sth ஒருவர்/ஒன்றின் பின்னால் வா, போ அல்லது நிகழ்; பின்செல்; பின்தொடர்; பின்னால் நிகழ்வுறு *You go first and I'll follow (on) later.* • *The dog followed her (around) wherever she went.* • *I'll have soup followed by spaghetti.* **2** [T] to go along a road, etc.; to go in the same direction as sth ஒரு சாலை முதலியவற்றின் வழியாகச் செல்; ஒருவர்/ஒன்று செல்லும் அதே திசையில் செல் *Follow this road for a mile and then turn right at the pub.* • *The road follows the river for a few kilometres.* **3** [T] to do sth or to happen according to instructions, an example, what is usual, etc. செயல்முறைக் கட்டளைகள், முன்னுதாரணம், வழக்கு முதலியவற்றின்படி ஒன்றைச் செய் அல்லது ஒன்று நிகழ்வுறு; கட்டளை முதலியவற்றைப் பின்பற்று *When lighting fire works, it is important to* ***follow the instructions*** *carefully.* • *The day's events followed the usual pattern.* **4** [I, T] to understand the meaning of sth ஒன்றின் பொருளைப் புரிந்துகொள்; மனத்தில் வாங்கிக்கொள் *The children couldn't follow the plot of that film.* **5** [T] to keep watching or listening to sth as it happens or develops ஒரு நிகழ்வை அல்லது ஒன்றின் வளர்ச்சிப் போக்கைக் கவனித்துக்கொண்டிரு *The film follows the career of a young dancer.* • *Have you been following the tennis championships?* **6** [I] **follow (on) (from sth)** to be the logical result of sth; to be the next logical step after sth காரண காரிய நியதிப்படி ஒன்றின் விளைபயனாக அமைவுறு, ஒன்றை அடுத்து நிகழ் அல்லது ஒன்றைத் தொடர் *It doesn't follow that old people can't lead active lives.* • *Intermediate Book One follows on from Elementary Book Two.*

IDM a hard act to follow ⇨ **hard¹** பார்க்க.

as follows used for introducing a list ஒரு பட்டியலை முன்வைக்கப் பயன்படுத்தப்படுவது: பின்கண்டவாறு *The names of the successful candidates are as follows...*

follow in sb's footsteps to do the same job as sb else who did it before you தனக்கு முன்னால் ஒருவர் செய்த அதே பணியைச் செய்; ஒருவர் செயலைப் பின்பற்று *He followed in his father's footsteps and joined the army.*

follow sb's example/lead to do what sb else has done or decided to do வேறொருவர் செய்துள்ளதை அல்லது செய்ய முடிவுசெய்துள்ளதைச் செய்; பின்பற்றிச் செயல்படு

follow suit to do the same thing that sb else has just done ஒருவர் சற்று முன் செய்துள்ள ஒன்றையே செய்; உடனே பின்பற்று

follow your nose to go straight forward முன்னோக்கி நேராகச் செல்

PHR V follow sth through to continue doing sth until it is finished ஒரு செயல் நிறைவுறும் வரை அதனைத் தொடர்ந்து செய்

follow sth up 1 to take further action about sth ஒன்று குறித்து மேல்நடவடிக்கை எடு *You should follow up your letter with a phone call.* **2** to find out more about sth ஒன்றைப் பற்றி மேலும் விவரங்களைக் கண்டுபிடி *We need to follow up the story about the school.*

follower /ˈfɒləʊə(r)/ *noun* [C] a person who follows or supports a person, belief, etc. ஒரு நபர், கொள்கை முதலியவற்றைப் பின்பற்றுபவர் அல்லது ஆதரிப்பவர்; ஆதரவாளர்

following¹ /ˈfɒləʊɪŋ/ *adj.* **1** next (in time) (கால முறையில்) அடுத்து வருகிற; பின்தொடர்கிற *He became ill on Sunday and died the following day.* **2** that are going to be mentioned next பின் குறிப்பிடப்பட்டுள்ள *Could you please bring the following items to the meeting?*

following² /ˈfɒləʊɪŋ/ *noun* **1** [*sing.*] a group of people who support or admire sth ஒன்றை ஆதரிக்கும் அல்லது பாராட்டும் ஒரு குழுவினர்; சார்பாளர்களின் அல்லது பின்பற்றுபவர்களின் குழு *The Brazilian team has a large following all over the world.* **2 the following** [*pl.*] the people or things that are going to be mentioned next அடுத்துக் குறிப்பிடப்படவுள்ள ஆட்கள் அல்லது பொருள்கள்; பின்வருபவர்கள்; பின்வருவன *The following are the winners of the competition...*

following³ /ˈfɒləʊɪŋ/ *prep.* after; as a result of அடுத்து; பின்னால்; பின்னர்; விளைவாக; தொடர்ந்து *Following the riots many students have been arrested.*

follow-up *noun* [C] something that is done as a second stage to continue or develop sth ஒன்றைத் தொடரும் அல்லது உயர்நிலை அடையச்செய்யும் முறையில் இரண்டாவது கட்டமாகச் செய்யப்படும் ஒன்று; தொடர் செயல் *As a follow-up to the television series, the BBC is publishing a book.*

folly /ˈfɒli/ *noun* [C, U] (*pl.* **follies**) (*formal*) an act that is not sensible and may have a bad result அறிவார்ந்ததல்லாததும் மோசமான பின்விளைவை உண்டாக்கும் வாய்ப்புள்ளதுமான ஒரு செயல்; மூடச் செயல்; அறிவற்ற நடத்தை *It would be folly to ignore their warnings.*

foment /fəʊˈment/ *verb* [T] (*formal*) to cause trouble or violence and make people fight each other or the government கலகம் அல்லது வன்முறையை உருவாக்கி மக்களை ஒருவரோடு ஒருவருடனோ அரசுடனோ மோதச்செய்; தூண்டி விடு ✪ SYN **incite** *They were accused of fomenting political unrest.*

fond /fɒnd/ *adj.* **1** (*not before a noun*) **fond of sb/sth**; **fond of doing sth** liking a person or thing, or liking doing sth ஒருவர் அல்லது ஒன்றின் மீது விருப்பம் கொண்ட அல்லது ஒன்றைச் செய்வதில் விருப்பார்வம் உடைய *Elephants are very fond of bananas.* • *I'm not very fond of getting up early.* • *Teachers often* ***grow fond*** *of their students.* **2** (*only before a noun*) kind and loving அன்பார்ந்த; கனிவான; பாசமான *I have* ***fond memories*** *of my grandmother.*

fondle /ˈfɒndl/ *verb* [T] to touch sb/sth gently in a loving or sexual way அன்பார்ந்த முறையில் அல்லது பாற்கவர்ச்சியால் மென்னயமுடன் ஒருவரை/ஒன்றைத் தொடு; கனிவுடன் தடவிக்கொடு; கொஞ்சலாக மேலே கைவை

fondly /ˈfɒndli/ *adv.* in a loving way அன்பான முறையில்; கனிவுடன்; பாசம் மீதூர; காதல் விருப்புடன் *Miss Nair will be fondly remembered by all her former students.*

fondness /ˈfɒndnəs/ *noun* [U, *sing.*] **(a) fondness (for sb/sth)** a liking for sb/sth ஒருவர்/ஒன்று மீதான விருப்பம்; பாசம்; அன்பு *I've always had a fondness for cats.* • *My grandmother talks about her schooldays* ***with fondness.***

font /fɒnt/ *noun* [C] (*computing*) the particular size and style of a set of letters that are used in printing, on a computer screen, etc. அச்சிடுதல், கணினித் திரை, முதலியவற்றில் பயன்படுத்தப்படும் எழுத்துத் தொகுதியின் குறிப்பிட்ட எழுத்துருவம் மற்றும் அதன் வடிவம்

food /fuːd/ *noun* **1** [U] something that people or animals eat மனிதர்கள் அல்லது விலங்குகள் உண்ணும் பொருள்; உணவு; விலங்கின் தீனி அல்லது இரை *Food and drink will be provided after the meeting.* • *There is a shortage of food in some areas.* **2** [C, U] a particular type of food that you eat ஒருவர் உண்ணும் குறிப்பிட்ட வகை உணவு; உணவு வகை *My favourite food is pasta.* • *Have you ever had Japanese food?* • *baby food* • *dog food* • *health foods*

food chain *noun* [C] a series of living creatures in which each creature eats the one below it in the series ஒவ்வோர் உயிரினமும் தன்னிலும் கீழ்ப்படியில் உள்ள ஓர் உயிரினத்தை உணவாகக் கொள்ளும் உயிரினங்களின் தொகுதி; ஊண்முறைத் தொடர்

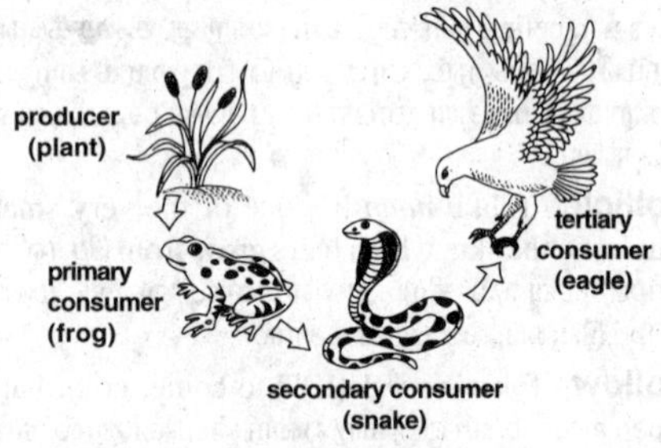

food chain

food poisoning *noun* [U] an illness that is caused by eating food that is bad கெட்டுப்போன உணவை உண்ணுவதால் உண்டாகும் உடல் நலக்கேடு; நச்சுணவால் விளையும் பிணிநிலை

food processor *noun* [C] an electric machine that can mix food and also cut food into small pieces உணவைக் கலப்புறச் செய்யவும், மேலும் உணவைக் கூறுபடுத்தவும் பயன்படும் மின்பொறி ⇨ **kitchen** பதிவில் படம் பார்க்க.

foodstuff /ˈfuːdstʌf/ *noun* [C, *usually pl.*] a substance that is used as food உணவாகப் பயன்படுத்தப்படும் பொருள்; உணவுப் பண்டம் *There has been a sharp rise in the cost of basic food stuffs.*

food web *noun* [C] a system of food chains that are related to and dependent on each other ஒன்றோடொன்று தொடர்புடையதும் ஒன்றையொன்று சார்ந்திருப்பதுமான ஊண்முறைத் தொடர் உயிரினங்களின் தொகுதி

fool¹ /fuːl/ *noun* [C] a person who is silly or who acts in a silly way சிந்திக்கும் ஆற்றல் அல்லது அறிவுத் திறன் இல்லாத ஒருவர், அல்லது

சிந்திக்காது செயல்படுபவர்; அறிவிலி; முட்டாள் *I felt such a fool when I realized my mistake.* ➪ **April Fool** பார்க்க.

IDM **make a fool of sb/yourself** to make sb/yourself look foolish or silly ஒருவரை/தன்னை அறிவிலியாகத் தோன்றுமாறு செய் அல்லது கேலிக்குரியவராக்கு *Balu got drunk and made a complete fool of himself.*

fool[2] /fu:l/ *verb* **1** [T] **fool sb (into doing sth)** to trick sb ஒருவரை ஏமாற்று *Don't be fooled into believing everything that the salesman says.* **2** [I] to speak without being serious கருத்தார்ந்த முறையில் அல்லாது மேற்போக்காகப் பேசு; விளையாட்டாகப் பேசு *You didn't really believe me when I said I was going to America, did you? I was only fooling.*

PHR V **fool about/around** to behave in a silly way முட்டாள்தனமாக அல்லது கேலிக்குரிய வகையில் நடந்துகொள் *Stop fooling around with that knife or someone will get hurt!*

foolhardy /'fu:lhɑ:di/ *adj.* taking unnecessary risks தேவையற்ற இடர் நேர்வுகளுக்குத் தன்னை உட்படுத்திக்கொள்கிற; சிந்திக்காது துணிவு கொள்கிற; மடத்துணிவுடைய

foolish /'fu:lɪʃ/ *adj.* **1** silly; not sensible அறிவிலியான; முட்டாள்தனமான; சிந்திக்காது செயல்படுகிற *I was foolish enough to trust him.* **2** looking silly or feeling embarrassed அறிவிலியாக அல்லது அப்பாவித்தனமாகத் தோன்றுகிற; சங்கட உணர்வுக்கு ஆட்பட்ட *I felt a bit foolish when I couldn't remember the man's name.* ▶ **foolishly** *adv. I foolishly agreed to lend him money.* ▶ **foolishness** *noun* [U]

foolproof /'fu:lpru:f/ *adj.* not capable of going wrong or being wrongly used பிழைபடும் அல்லது சீர்கெடும் வாய்ப்பற்ற; தவறாக அல்லது முறைகேடாகப் பயன்படுத்த முடியாத *Our security system is absolutely foolproof.*

foot[1] /fʊt/ *noun* (*pl.* **feet** /fi:t/) **1** [C] the lowest part of the body, at the end of the leg, on which a person or animal stands காலடி; பாதம் *to get/rise* ***to your feet*** (= stand up) • *I usually go to school* ***on foot*** (= walking). • *I need to sit down—I've been* ***on*** *my* ***feet*** *all day.* • *There's broken glass on the floor, so don't walk around* ***in bare feet*** (= without shoes and socks). • *She sat by the fire and the dog sat at her feet.* • *a foot brake/pedal/pump* (= one that is operated by your foot) **2 -footed** (*used to form compound adjectives and adverbs*) having or using the type of foot or number of feet mentioned குறிப்பிடப்பட்ட வகையான பாதத்தை அல்லது எண்ணிக்கையிலான பாதங்களைக் கொண்டுள்ள அல்லது பயன்படுத்துகிற *There are no left-footed players in the team.* • *a four-footed creature* **3** [C] the part of a sock, etc. that covers the foot பாதத்தை மூடியுள்ள குறுங்காலுறை முதலியவற்றின் பகுதி **4** [*sing.*] **the foot of sth** the bottom of sth ஒன்றின் அடிப்பகுதி; அடிப்புறம்; அடித்தளம்; அடிப்பரப்பு *There's a note at the foot of the page.* • *the foot of the stairs* • *the foot of the bed* ✪ OPP **top** **5** [C] (*abbr.* **ft**) a measurement of length; 30.48 centimetres, 30.48 செண்டிமீட்டர் அளவுக்கு இணையான ஒரு நீட்டலளவைக் கூறு; அடி *'How tall are you?' 'Five foot six (inches).'* • *a six-foot high wall*

IDM **back on your feet** completely healthy again after an illness or a time of difficulty உடல்நலக் குறைவுக்குப் பின் அல்லது ஓர் இடர்பாட்டுக்குப் பின் மீண்டும் முழுமையான நன்னிலை அடைந்த

be rushed/run off your feet to be extremely busy; to have too many things to do பெரு முனைப்புடன் செயலில் ஈடுபட்டிரு; மிகப் பலவற்றைச் செய்யவேண்டியிரு *Over Christmas we were rushed off our feet at work.*

fall/land on your feet to be lucky in finding yourself in a good situation, or in getting out of a difficult situation நன்னிலை வாய்க்கப்பெறு; துன்ப நிலையிலிருந்து விடுபடும் நல்வாய்ப்பு அடை

find your feet ➪ **find**[1] பார்க்க.

get/have cold feet ➪ **cold**[1] பார்க்க.

get/start off on the right/wrong foot (with sb) (*informal*) to start a relationship well/badly நல்ல முறையில்/மோசமான முறையில் ஓர் உறவைத் தொடங்கு

have one foot in the grave (*informal*) to be so old or ill that you are not likely to live much longer நெடுநாட்கள் வாழும் வாய்ப்பற்றுப் போகும் அளவுக்கு முதுமையடை அல்லது நோய்வாய்ப்படு; இறக்கும் தறுவாயிலிரு

put your foot down (*informal*) to say firmly that sth must (not) happen ஒன்று நிகழவேண்டும்/நிகழக்கூடாதென உறுதிபடக் கூறு; ஓர் உறுதியான நிலையினை மேற்கொள் *I put my foot down and told Andy he couldn't use our car any more.*

put your foot in it (*informal*) to say or do sth that makes sb embarrassed or upset ஒருவரைச் சங்கடப்படுத்தும் அல்லது ஒருவரது மன அமைதி குலைக்கும் ஒன்றைக் கூறு அல்லது செய்

put your feet up to sit down and relax, especially with your feet off the floor and supported குறிப்பாகக் கால்களைத் தரையிலிருந்து உயர்த்தி ஒன்றின் மேல் தாங்கலாக வைத்துக்கொண்டு, அமர்ந்து ஓய்வுகொள் *I'm so tired that I just want to go home and put my feet up.*

set foot in/on sth ➪ **set**[1] பார்க்க.

stand on your own (two) feet to take care of yourself without help; to be independent பிறர் உதவியின்றி இயங்கு; சொந்தக் கால்களில் நில்

under your feet in the way; stopping you from working, etc. வழியில்; பணி செய்தல், முதலிய-வற்றைத் தடுக்கும் முறையில்; தடையாக; முட்டுக்கட்டையாக *Would somebody get these children out from under my feet and take them to the park?*

foot² /fʊt/ *verb*

IDM **foot the bill (for sth)** to pay (for sth) ஒன்றிற்கான கட்டணத்தைச் செலுத்து

footage /ˈfʊtɪdʒ/ *noun* [U] part of a film showing a particular event குறிப்பிட்ட நிகழ்வைக் காட்டும் திரைப்படப் பகுதி *The documentary included footage of the assassination of Kennedy.*

football /ˈfʊtbɔːl/ *noun* **1** (**soccer**) [U] a game that is played by two teams of eleven players who try to kick a round ball into a goal விளையாடு-பவர்கள் இலக்குக் குறியிடத்தினுள் பந்தை உதைத்துச் செலுத்த முயலும், தலா பதினொரு வீரர்களைக் கொண்ட இரு அணியினரால் விளையாடப்படும் பந்தாட்ட வகை; கால்-பந்தாட்டம்; உதை பந்தாட்டம் *a football pitch/match* NOTE அமெரிக்கர்கள் **football** என்ற சொல்லை அமெரிக்கக் கால்பந்தாட்டத்தைக் குறிக்கப் பயன்படுத்துவதால், மேற்கூறிய விளையாட்டு அமெரிக்காவில் பொதுவாக **soccer** என்று அழைக்கப்படுகிறது. **2** [C] the large round ball that is used in this game கால்-பந்தாட்டத்தில் பயன்படுத்தப்படும் பெரிய உருண்டை வடிவப் பந்து; உதைபந்து

footballer /ˈfʊtbɔːlə(r)/ *noun* [C] a person who plays football கால்பந்தாட்ட வீரர் *a talented footballer*

footbridge /ˈfʊtbrɪdʒ/ *noun* [C] a narrow bridge used only by people who are walking ஆட்கள் நடப்பதற்கு மட்டும் பயன்படுத்தப்படும் குறுக-லான பாலம்; நடைப்பாலம்

foothills /ˈfʊthɪlz/ *noun* [*pl.*] hills or low mountains at the base of a higher mountain or line of mountains உயரமான ஒரு மலையின் அல்லது மலைத் தொடரின் அடிவாரத்தில் உள்ள குன்றுகள் அல்லது தாழ்வான மலைகள்; மலையடிவாரக் குன்றுகள்

foothold /ˈfʊthəʊld/ *noun* [C] a place where you can safely put your foot when you are climbing மேலேறும்போது காலை ஊன்றி வைப்பதற்-கான இடம்; கால்பிடி; காலடி ஆதாரம் (*figurative*) *We need to get a foothold in the European market.*

footing /ˈfʊtɪŋ/ *noun* [*sing.*] **1** being able to stand firmly on a surface ஒரு பரப்பின் மீது நிலை-யுறுதியுடன் கால் ஊன்றி நிற்க முடிதல்; கால்பிடி கொள்ளுதல் *Climbers usually attach themselves to a rope in case they **lose their footing**. (figurative) • The company is now **on a firm footing** and should soon show a profit.* **2** the level or position of sb/sth (in relation to sb/sth else) (வேறொருவருடன் அல்லது வேறொன்றுடன் ஒப்பிட்டுக் காணும்) ஒருவருடைய/ஒன்றின் படிநிலை, பதவி/பணி நிலை அல்லது தள-மட்டம் *to be **on an equal footing** with sb*

footnote /ˈfʊtnəʊt/ *noun* [C] an extra piece of information that is added at the bottom of a page in a book ஒரு நூலின் ஒரு பக்கத்தின் அடிப்பகுதியில் தரப்படும் கூடுதலான தகவல் கூறு; அடிக்குறிப்பு

footpath /ˈfʊtpɑːθ/ *noun* [C] a path for people to walk on ஆட்கள் நடப்பதற்கான பாதை; நடைபாதை *a public footpath*

footprint /ˈfʊtprɪnt/ *noun* [C] a mark that is left on the ground by a foot or a shoe பாதம் அல்லது காலணி தரையில் பதிந்து உண்டான அடையாளக் குறி; காலடித் தடம்; அடிச்சுவடு ➪ **track** பார்க்க.

footstep /ˈfʊtstep/ *noun* [C] the sound of sb walking நடக்கும்போது எழும் ஒலி; காலடி-யோசை *I heard his footsteps in the hall.*

IDM **follow in sb's footsteps** ➪ **follow** பார்க்க.

footwear /ˈfʊtweə(r)/ *noun* [U] boots or shoes புதை மிதியடி; காலணி

for¹ /fə(r); *strong form* fɔː(r)/ *prep.* **1** showing the person that will use or have sth ஒன்றைப் பயன்படுத்த அல்லது உடைமையாகக் கொள்ள இருப்பவரைக் குறிப்பது: ஆக; வேண்டி; பொருட்டு; பயன்கருதி; நலங்கருதி *Here is a letter for you. • He made lunch for them. • It's a book for children.* **2** in order to do, have or get sth ஒன்றைச் செய்யும், அடையும் அல்லது பெறும் பொருட்டு; ஆக; முன்னிட்டு; நோக்கத்-துடன் *What's this gadget for? • What did you do that for* (= why did you do that)*? • Do you learn English for your job or for fun? • She asked me for help. • Phone now for information. • to go for a walk/swim/drink* **3** in order to help sb/sth ஒருவருக்கு/ஒன்றுக்கு உதவும் பொருட்டு; உதவுவதற்காக; உதவும் நோக்கத்துடன் *What can I do for you? • You should take some medicine for your cold. • Doctors are fighting for his life. • shampoo for dry hair* **4** in support of (sb/sth) ஒருவருக்கு/ஒன்றுக்கு ஆதரவாக; சார்பாக *Are you for or against shops opening on Sundays?* **5** meaning sth or representing sb/sth ஒரு பொருள்படுமாறு; பொருளில்; ஒருவருடைய/ஒன்றின் சார்பாக; பிரதிநிதியாக; பெயராளராக *What's the C for in BBC? • What's the Russian for* *'window'?* • *She plays hockey for England.* **6** showing the place that sb/sth will go to ஒருவர்/ஒன்று செல்ல இருக்கிற இடத்தைக் குறிப்பது *Is this the train for Guntur?* • *They set off for the shops.* **7** (showing a reason) as a result of (ஒன்றற்கான காரணத்தைக் குறிக்கும் முறையில்) ஒன்றன் காரணமாக; விளைவாக; விளைபயனாக *Brinda didn't want to come for some reason.* • *He was sent to prison for robbery.* • *I couldn't speak for laughing.* **8** (showing the price or value of sth); in exchange for ஒன்றின் விலையை அல்லது மதிப்பைக் குறிப்பது: விலையாக; பதிலாக; ஈடாக *You get one point for each correct answer.* • *The officer was accused of giving secret information for cash.* **9** showing a length of time கால அளவை அல்லது கால நீட்சியைக் குறிப்பது; கால அளவில்; கால எல்லையில் *for a while/a long time/ages* • *They have left the town* ***for good*** (= they will not return).

NOTE ஒன்று தொடங்கப்பட்ட நேரத்தை/காலத்தை **since** என்ற சொல் சுட்டும்—*He has been in prison since 1982.* **Ago** என்ற சொல்லும் இப்பொருளில் பயன்படுத்தப்படும்—*He went to prison 20 years ago.*

10 showing how many times sth has happened ஒன்று எத்தனை முறை நிகழ்ந்திருக்கிறது என்பதைக் காட்டுவது *I'm warning you for the last time.* • *I met him for the second time yesterday.* **11** at a particular, fixed time குறிப்பிட்ட, அறுதிசெய்யப்பட்ட/நிலையான ஒரு நேரத்தில் *What did they give you for your birthday?* • *Shall we have eggs for breakfast?* • *I'm going to my parents' for Christmas.* • *The appointment is for 10.30.* **12** showing a distance ஒரு தொலைவை/தூர அளவைக் காட்டுவது *He walked for ten kilometres.* **13** (*after an adjective*) showing how usual, suitable, difficult, etc. sb/sth is in relation to sb/sth else வேறொருவரை/வேறொன்றை ஒப்பு நோக்கிய அல்லது கவனத்தில் கொண்ட நிலையில் காணப்படும் ஒருவருடைய/ஒன்றின் வழக்கமுறை, தகுதிப்பாடு, பொருத்தம், கடினத்தன்மை முதலியவற்றின் அளவைக் குறிப்பது *She's tall for her age.* • *It's quite warm for January.*

IDM **be (in) for it** (*BrE*) (*informal*) to be going to get into trouble or be punished தொல்லையில் அகப்பட்டுக்கொள்ளவிரு அல்லது தண்டனைக்கு உள்ளாகவிரு *If you arrive late again you'll be in for it.*

for all in spite of இருந்துங்கூட; என்ற போதிலும்; என்றிருந்தாலும் *For all his money, he's a very lonely man.*

forever ⇨ **forever¹** பார்க்க.

for² /fə(r) *strong form* fɔː(r)/ *conj.* (*formal*) because காரணத்தினால்; காரணமாக; ஏனென்றால் *The children soon lost their way, for they had never been in the forest alone before.*

forage¹ /ˈfɒrɪdʒ/ *verb* [I] **forage (for sth)** (used about animals) to search for food (விலங்குகள் பற்றிக் குறிப்பிடுகையில்) உணவு/இரை தேடு; மேய்ச்சல் நாடித் திரி

forage² /ˈfɒrɪdʒ/ *noun* [U] plants that are grown as food for horses and cows குதிரைகள் மற்றும் மாடுகளுக்குத் தீவனமாக வளர்க்கப்படும் பயிர்கள்; மேய்ச்சல் பயிர்கள்

forbid /fəˈbɪd/ *verb* [T] (*pres. part.* **forbidding**; *pt* **forbade** /fəˈbæd/; *pp* **forbidden** /fəˈbɪdn/) **1** (*usually passive*) to not allow sth ஒன்றை அனுமதியாதிரு; தடைசெய் *Smoking is forbidden inside the building.* **2** **forbid sb to do sth** to order sb not to do sth ஒன்றைச் செய்ய வேண்டாமென ஒருவருக்குக் கட்டளையிடு; தடையாணையிடு *My parents forbade me to see Tarun again.*

forbidding /fəˈbɪdɪŋ/ *adj.* looking unfriendly or frightening நட்பினிமையற்ற அல்லது அச்சுறுத்தக் கூடிய தோற்றமுள்ள; பகைமைத் தோற்றமுள்ள

force¹ /fɔːs/ *noun* **1** [U] physical strength or power உடல் வலிமை; பொருள்களின் வலு; பலம் *The force of the explosion knocked them to the ground.* • *The police* ***used force*** *to break up the demonstration.* **2** [U] power and influence வலிமையும் செல்வாக்கும்; ஆக்கத் திறன்; ஆளுமை அல்லது இயக்குந்திறன் *the force of public opinion* **3** [C] a person or thing that has power or influence வலிமை அல்லது செல்வாக்குடைய ஒருவர் அல்லது ஒன்று; வல்லவன், வல்லமை வாய்ந்தது. *Britain is no longer a major force in international affairs.* • *Raghu has been* ***the driving force*** *behind the company's success.* **4** [C] a group of people who are trained for a particular purpose குறிப்பிட்ட செயல்நோக்கத்திற்காகப் பயிற்சி அளிக்கப்பெற்ற ஒரு குழு; தேர்ந்த பணிக்குழு *a highly trained workforce* • *the police force* **5** (*usually pl.*) the soldiers and weapons that an army, etc. has இராணுவம் முதலியவற்றின் வீரர்கள் மற்றும் படைக்கலங்கள்; படைவீரர் குழு; படைத்தொகுதி; படை *the armed forces* **6** [C, U] (*technical*) a power that can cause change or movement மாற்றம் அல்லது இயக்கத்தை உண்டுபண்ணும் ஆற்றல்; விசை *the force of gravity* • *magnetic/centrifugal force* ⇨ **hydraulic** பதிவில் படம் பார்க்க. **7** [C, *usually sing.*] a measure of wind strength காற்றின் விசையை/வேகத்தை அளவிடும் அளவை *a force 9 gale*

IDM **bring sth/come into force** to start using a new law, etc.; to start being used புதிய சட்டம் முதலியவற்றைப் பயன்படுத்தத் தொடங்கு;

அமலப்படுத்து; நடைமுறைப்படுத்து; புதிய சட்டம் முதலியவை அமலுக்கு வா *The government wants to bring new anti-pollution legislation into force next year.*

force of habit if you do sth from or out of force of habit, you do it in a particular way because you have always done it that way in the past நீடித்த அல்லது மாறாத பழக்கத்தின் காரணமாக, ஒரு செயலைக் குறிப்பிட்ட முறையிலேயே தொடர்ந்து செய்தல்; பழக்க நிர்ப்பந்தம்

in force 1 (used about people) in large numbers (ஆட்கள் வகையில்) பெரும் எண்ணிக்கையில்; பேரளவில்; திரளாக *The police were present in force at the football match.* **2** (used about a law, rule, etc.) being used (சட்டம், விதிமுறை முதலியவை வகையில்) பயன்பாட்டில்; நடைமுறையில்; அமலில் *The new speed limit is now in force.*

IDM join forces (with sb) to work together in order to achieve a shared goal பொது இலக்கு ஒன்றை அடைய ஒருங்கிணைந்து செயல்படு; செயலில் உடன் பங்குகொள்

force² /ˈfɔːs/ *verb* [T] **1 force sb (to do sth); force sb (into sth/doing sth)** to make sb do sth that he/she does not want to do ஒருவர் செய்ய விரும்பாத ஒன்றைச் செய்யவை; கட்டாயப்படுத்து; விருப்பத்துக்கெதிராகச் செயலாற்றச் செய் *She forced herself to speak to him.* • *The President was forced into resigning.* **2** to use physical strength to do sth or to move sth ஒன்றைச் செய்ய அல்லது ஒன்றை இடம்பெயர்க்க உடல் வலிமையைப் பயன்படுத்து; வலிந்து செய்; வலிந்து தள்ளு *The window had been forced (open).* • *We had to force our way through the crowd.* **3** to make sth happen when it will not happen naturally ஒன்று இயற்கையாக/இயல்பாக நிகழாதபோது, அதனை வலிந்து நிகழச் செய் *to force a smile/laugh* • *To force the issue, I gave him until midday to decide.*

IDM force sb's hand to make sb do sth that he/she does not want to do, or make him/her do it sooner than intended ஒருவர் செய்ய விரும்பாத ஒன்றைச் செய்யுமாறு நிர்பந்தப்படுத்து; வற்புறுத்திச் செய்யவை; ஒரு செயலை ஒருவர் செய்யக் கருதிய நேரத்திற்கு முன்பாகவே செய்யவை

forceful /ˈfɔːsfl/ *adj.* having the power to persuade people பிறரைத் தன்வழிப்படுத்தும் ஆற்றல் உடைய; ஆளுமைத் திறன் கொண்ட *He has a very forceful personality.* • *a forceful speech*

forceps /ˈfɔːseps/ *noun* [*pl.*] a special instrument that looks like a pair of scissors but is not sharp. Forceps are used by doctors for holding things firmly பொருள்களை உறுதியாகப் பிடிக்க மருத்துவர்கள் பயன்படுத்தும் கத்தரிக்கோலை ஒத்த வடிவுள்ள கூர்மையற்ற தனிவகைக் கருவி; பற்று குறடு *a pair of forceps*

forcible /ˈfɔːsəbl/ *adj.* (*only before a noun*) done using (physical) force (உடல்) வலிமையால் செய்யப்படுகிற; வலிந்து செய்யப்படுகிற *The police made a forcible entry into the building.* ▶ **forcibly** /ˈfɔːsəbli/ *adv. The squatters were forcibly removed by the police.*

ford /fɔːd/ *noun* [C] a place in a river where you can walk or drive across because the water is not deep ஆழமில்லாத, நடந்து கடக்கக்கூடிய அல்லது ஊர்தியை ஓட்டிச் செல்லக்கூடிய, ஆற்றின் பகுதி; கடவுத் துறை

fore¹ /fɔː(r)/ *noun*

IDM be/come to the fore to be in or get into an important position so that you are noticed by people பிறர் கவனத்தை ஈர்க்கக்கூடிய வகையில் ஒரு முக்கியமான நிலையில் இரு அல்லது முக்கியமான நிலையை அடை

fore² /fɔː(r)/ *adj.* (*only before a noun*), *adv.* (*technical*) at, near or towards the front of a ship or an aircraft கப்பல் அல்லது விமானத்தின் முன்பகுதியில், முன்பகுதியை ஒட்டி அல்லது முன்பகுதி நோக்கி; இவ்வாறு உள்ள ➪ **aft** பார்க்க.

fore- /fɔː/ *prefix* (*in nouns and verbs*) **1** before; in advance முன்னால்; முன்பு; முற்பட்டு *foreword* • *foretell* **2** in front of முன்புறத்தில்; முன்பகுதியில்; முன்னிலையில்; எதிரில் *the foreground of the picture*

forearm /ˈfɔːrɑːm/ *noun* [C] the lower part of your arm கையின் கீழ்ப்பகுதி; முன்கை ➪ **body** பதிவில் படம் பார்க்க.

forebear (*also* **forbear**) /ˈfɔːbeə(r)/ *noun* [C, *usually pl.*] (*formal*) a person in your family who lived a long time before you நீண்ட காலத்துக்கு முன் வாழ்ந்த, தன் சொந்தக் குடும்பத்தைச் சார்ந்த ஒருவர்; முன்னோர்; மூதாதை ✪ **SYN ancestor**

foreboding /fɔːˈbəʊdɪŋ/ *noun* [U] [*sing.*] a strong feeling that danger or trouble is coming ஆபத்து அல்லது துன்பம் நேர இருக்கிறது என்ற அழுத்தமான உணர்வு; இடர் முன்னுணர்வு; தீமை முன்னறிகுறி *She was suddenly filled with **a sense of foreboding**.*

forecast /ˈfɔːkɑːst/ *verb* [T] (*pt, pp* **forecast**) to say (with the help of information) what will probably happen in the future (தகவலின் துணையால்) எதிர்காலத்தில் நிகழ வாய்ப்புள்ள ஒன்றைக் கூறு; முன்னறிந்து கூறு *The government did not forecast the sudden rise in inflation.* • *Rain has been forecast for tomorrow.* ▶ **forecast** *noun* [C] *a sales forecast for the coming year* ➪ **weather forecast** பார்க்க.

forecourt /ˈfɔːkɔːt/ *noun* [C] a large open area in front of a building such as a hotel or petrol station தங்குமனை, எரிபொருள் வழங்கீட்டு நிலையம் போன்ற கட்டடத்தின் முன்புறம் உள்ள பரந்த திறந்தவெளி; முன்கட்டு; முற்றம்

forefinger /ˈfɔːfɪŋɡə(r)/ (*also* **index finger**) *noun* [C] the finger next to the thumb கைப் பெருவிரலை அடுத்துள்ள விரல்; ஆட்காட்டி விரல்; சுட்டுவிரல்

forefront /ˈfɔːfrʌnt/ *noun* [*sing.*] the leading position; the position at the front முன்னிலை; முன்னணி; முந்துறு நிலை; முதன்மை நிலை *Our department is right **at the forefront of** scientific research.*

forego = **forgo**

foregone /ˈfɔːɡɒn/ *adj.*

IDM **a foregone conclusion** a result that is or was certain to happen உறுதியாக நிகழும் வாய்ப்புள்ள அல்லது நிகழ்ந்திருக்கக்கூடிய ஒரு பின்விளைவு; ஐயப்பாடற்ற பயன்முடிவு

foreground /ˈfɔːɡraʊnd/ *noun* [*sing.*] **1** the part of a view, picture, photograph, etc. that appears closest to the person looking at it காண்பவருக்கு மிகவும் அண்மையில் தோன்றும் காட்சி, சித்திரம், நிழற்படம் முதலியவற்றின் பகுதி; முன்புறத் தோற்றம் *Notice the artist's use of colour **in the foreground** of the picture.* **2** a position where you will be noticed most மற்றவர்களின் கவனத்தை மிகப் பெருமளவில் ஈர்க்கக் கூடிய நிலை; முன்னிலை *He likes to be in the foreground at every meeting.* ✪ OPP **background**

forehand /ˈfɔːhænd/ *noun* [C] a way of hitting the ball in tennis, etc. that is made with the inside of your hand facing forward (டென்னிஸ் ஆட்டம் முதலியவற்றில்) கையின் உட்புறத்தை முன்னோக்கியவாறு திருப்பிப் பந்தை அடிக்கும் முறை ✪ OPP **backhand**

forehead /ˈfɔːhed/ (*also* **brow**) *noun* [C] the part of a person's face above the eyes and below the hair கண்களுக்கு மேலும் தலைமுடிக்குக் கீழும் உள்ள முகத்தின் பகுதி; நெற்றி; நுதல் ➪ **body** பதிவில் படம் பார்க்க.

foreign /ˈfɒrən/ *adj.* **1** belonging to or connected with a country that is not your own சொந்த நாடு அல்லாத ஒரு நாட்டுக்குரிய அல்லது அந்நாடு தொடர்பான; உள்நாடு சாராத; அயல் நாட்டுக்குரிய *a foreign country/coin/accent* • *to learn a foreign language* **2** (*only before a noun*) dealing with or involving other countries பிற நாடுகள் தொடர்பானவற்றைக் கையாளுகிற அல்லது பிற நாடுகளை உள்ளடக்கிய; வெளிநாட்டுச் சார்பான; அயல்நாட்டு விவகாரங்கள் குறித்த *foreign policy* (= government decisions concerning other countries) • *foreign affairs/news/trade* • *the Indian Foreign Minister* **3** (used about an object or a substance) not being where it should be (ஒரு பொருள் பற்றிக் குறிப்பிடுகையில்) இருக்க வேண்டிய இடத்தில் இல்லாத; அயல் வரவான; அந்நியமான; புறம்பான *The X-ray showed up a foreign body* (= object) *in her stomach.*

foreigner /ˈfɒrənə(r)/ *noun* [C] a person who belongs to a country that is not your own பிற நாட்டைச் சார்ந்தவர்; அயல் நாட்டவர்; அந்நிய நாட்டவர்

foreign exchange *noun* [C, U] the system of buying and selling money from a different country; the place where it is bought and sold வேறொரு நாட்டின் பணத்தை வாங்கலும் விற்பதுமாகிய முறை; இவ்வாறு வாங்கி விற்கப்படும் இடம்; அந்நியச் செலாவணி; நாணய மாற்று இடம்

foreleg /ˈfɔːleɡ/ (*also* **front leg**) *noun* [C] either of the two legs at the front of an animal that has four legs நாற்கால் விலங்கின் முன்புறத்தில் உள்ள இரண்டு கால்களில் ஒன்று; முன்னங்கால் ➪ **hind** பார்க்க.

foremost /ˈfɔːməʊst/ *adj.* most famous or important; best பெரும் புகழ் வாய்ந்த; கீர்த்தி மிக்க; பெரு முக்கியத்துவம் உடைய; முதன்மையான; உயர் தகைமையுடைய; தலைமை சான்ற; சிறப்பு மிக்க *Laurence Olivier was among the foremost actors of the last century.*

IDM **first and foremost** ➪ **first**[2] பார்க்க.

forename /ˈfɔːneɪm/ *noun* [C] (*formal*) your first name, that is given to you when you are born ஒருவர் பிறந்தவுடன் சூட்டப்படும் முதற்பெயர் ➪ **name** பதிவிலுள்ள குறிப்பைப் பார்க்க.

forensic /fəˈrensɪk; -ˈrenzɪk/ *adj.* (*only before a noun*) using scientific tests to find out about a crime குற்றம் பற்றிக் கண்டறிய அறிவியல் முறையிலான சோதனைகளைப் பயன்படுத்துகிற; அறிவியல் முறையிலான குற்ற ஆய்வுத் தொடர்பான *The police are carrying out forensic tests to try and find out the cause of death.*

forerunner /ˈfɔːrʌnə(r)/ *noun* [C] **a forerunner (of sb/sth)** a person or thing that is an early example or a sign of sth that appears or develops later பின்னர் வெளிப்பட்டுத் தோன்றும் அல்லது வளர்ச்சியுற்றுக் காணப்படும் ஒன்றின் முற்பட்ட எடுத்துக்காட்டாக அல்லது அறிகுறியாக உள்ள ஒரு நபர் அல்லது பொருள்; முன்னோடி; முன்னறிகுறி *Country music was undoubtedly one of the forerunners of rock and roll.*

foresee /fɔːˈsiː/ *verb* [T] (*pt* **foresaw** /fɔːˈsɔː/; *pp* **foreseen** /fɔːˈsiːn/) to know or guess that sth is going to happen in the future எதிர்காலத்தில் ஒன்று நிகழக்கூடுமென்று உணர்ந்தறி அல்லது ஊகம் செய்; முன்னறி; முன்னுணர் *Nobody* *could have foreseen the result of the election.* ➪ **unforeseen** பார்க்க.

foreseeable /fɔː'siːəbl/ *adj.* that can be expected; that you can guess will happen எதிர்பார்க்கத்தக்க; முன்னறிதற்குரிய; முன்னுணரக்கூடிய *These problems were foreseeable.* • *The weather won't change* ***in the foreseeable future*** (= as far ahead as we can see).

foreshadow /fɔː'ʃædəʊ/ *verb* [T] (*formal*) to show or act as a sign of sth that will happen in the future எதிர்காலத்தில் நிகழ இருக்கும் ஒன்றின் அறிகுறியாக இரு; முற்குறி காட்டு *Political unrest foreshadowed the fall of the government*

foreshore /'fɔːʃɔː(r)/ *noun* [C, *usually sing.* U] **1** (on a beach or by a river) the part of the **shore** between the highest and lowest levels reached by the water (கடற்கரையில் அல்லது நதியை ஒட்டி) நீர் உயர்ந்து எட்டக்கூடிய உயர்மட்டத்திற்கும் அதன் தாழ்மட்டத்திற்கும் இடைப்பட்ட கரைப்பகுதி; கடல் அல்லது நதியின் உச்ச உயர்வுதாழ்வு நீர்மட்டங்களுக்கு இடைப்பட்ட கரைப்பகுதி **2** the part of the **shore** between the highest level reached by the water and the area of land that has buildings, plants, etc. on it நீர் உயர்ந்து எட்டக்கூடிய உச்ச உயர்மட்டத்திற்கும், மனைகள், தாவரங்கள் முதலியவை உள்ள நிலப்பகுதிக்கும் இடைப்பட்ட கரைப் பகுதி; இடைகரை

foresight /'fɔːsaɪt/ *noun* [U] the ability to see what will probably happen in the future and to use this knowledge to make careful plans எதிர்காலத்தில் நிகழும் வாய்ப்புள்ளவற்றை உணர்ந்தறிந்து அதற்கேற்பக் கவனமாகத் திட்டமிடும் ஆற்றல்; முன்னறி திறன்; முன்னோக்கு; தொலைநோக்கு ஆற்றல் *My neighbour had the foresight to move house before the new flyover was built.* ➪ **hindsight** பார்க்க.

foreskin /'fɔːskɪn/ *noun* [C] the piece of skin that covers the end of the male sexual organ ஆண் பிறப்புறுப்பின் நுனியை மூடியிருக்கும் தோல்; ஆண்குறி நுனித்தோல்

forest /'fɒrɪst/ *noun* [C, U] a large area of land covered with trees மரங்கள் நிறைந்த பரந்தகன்ற நிலப்பகுதி; காடு *the* ***tropical rainforests*** *of South America* • *a forest fire*

NOTE **Wood** என்ற சொல் **forest**-ஐவிடச் சிறிய, குறுங்காட்டைக் குறிக்கும். **Jungle** வெப்பமண்டலக் காட்டைக் குறிப்பதாகும்.

forestall /fɔː'stɔːl/ *verb* [T] (*written*) to take action to prevent sb from doing sth or sth from happening ஒருவர் ஒன்றைச் செய்வதைத் தடுக்க அல்லது ஒன்று நிகழாமல் தடுக்க நடவடிக்கை எடு; முன்தடுப்பு நடவடிக்கை எடு

forestry /'fɒrɪstri/ *noun* [U] the science of planting and taking care of trees in forests காடுகளில் மரங்கள் நட்டுப் பராமரித்தல் குறித்த அறிவியல் துறை; காடு வளர்ப்பு அறிவியல்; காட்டியல்

foretell /fɔː'tel/ *verb* [T] (*pt. pp.* **foretold** /fɔː'təʊld/) (*literary*) to say what will happen in the future எதிர்காலத்தில் நிகழ இருப்பதைக் கூறு; வருவதுரை *None of us can foretell what lies ahead.* ➪ **predict** பார்க்க.

forethought /'fɔːθɔːt/ *noun* [U] careful thought about, or preparation for, the future எதிர்காலம் குறித்த கருத்தார்ந்த சிந்தனை அல்லது எதிர்காலத்திற்கான கவனமான முன்னேற்பாடு

forever /fər'evə(r)/ *adv.* **1** (*also* **for ever**) for all time; permanently என்றென்றைக்கும்; எல்லாக் காலத்துக்கும் *I wish the holidays would last forever!* • *I realized that our relationship had finished forever.* **2** (*only used with the continuous tenses*) very often; in a way which is annoying அடுத்தடுத்து; மீண்டும் மீண்டும்; எரிச்சலூட்டும் முறையில்; நச்சரிப்பாக *Our neighbours are forever having noisy parties.*

foreword /'fɔːwɜːd/ *noun* [C] a piece of writing at the beginning of a book that introduces the book and/or its author ஒரு நூலை மற்றும்/அல்லது அதன் ஆசிரியரை அறிமுகப்படுத்தும் முறையில் அந்நூலின் தொடக்கத்தில் சேர்க்கப்படும் கட்டுரை; முன்னுரை; முகவுரை

forfeit /'fɔːfɪt/ *verb* [T] to lose sth or have sth taken away from you, usually because you have done sth wrong வழக்கமாகத் தனது தவறு/குற்றம் ஒன்றின் காரணமாக ஒன்றை இழ அல்லது ஒன்று தன்னிடமிருந்து பறிக்கப்படு; தண்டனையாக ஓர் இழப்புக்கு உள்ளாகு *Because of his violent behaviour he forfeited the right to visit his children.* ▶ **forfeit** *noun* [C]

forgave ➪ **forgive** என்பதன் இறந்தகால வடிவம்

forge[1] /fɔːdʒ/ *verb* [T] **1** to make an illegal copy of sth சட்டத்துக்கு மாறாக ஒன்றை நகலெடு; கள்ளத்தனமாக ஒன்றன் சரிபடிவம்/படி தயார்செய் *to forge a signature/bank note/passport/cheque* ➪ **counterfeit** பார்க்க. **2** to put a lot of effort into making sth strong and successful ஒன்றை உறுதியானதாகவும் முழுநிறைவு கொண்டதாகவும் செய்வதில் முழு முயற்சியுடன் ஈடுபடு; கடுமுனைப்புடன் செயலாற்றி ஒன்றை வெற்றிகரமானதாக்கு *Our school has forged links with a school in Romania.*

PHR V **forge ahead** to go forward or make progress quickly விரைந்து முன்செல் அல்லது முன்னேறு

forge² /fɔːdʒ/ *noun* [C] a place where objects are made by heating and shaping metal உலோகத்தைக் காய்ச்சி உருப்படுத்திப் பொருள்கள் தயாரிக்கும் இடம்; உலைக்களம்; கொல்லுலை

forgery /ˈfɔːdʒəri/ *noun* (*pl.* **forgeries**) **1** [U] the crime of illegally copying a document, signature, painting, etc. சட்டத்துக்கு மாறான முறையில் ஓர் ஆவணம், ஒரு கையெழுத்து, ஓர் ஓவியம் முதலியவற்றுக்கு நகல்/சரிபடிவம் தயார் செய்தல்; போலி ஆவணம் உண்டாக்குதல்; பொய்க் கையெழுத்திடுதல் **2** [C] a document, signature, picture, etc. that is a copy of the real one மூல/உண்மையான ஆவணம், கையெழுத்து, ஓவியம் முதலியவற்றின் படி அல்லது நகல்

forget /fəˈget/ *verb* (*pt* **forgot** /fəˈgɒt/; *pp* **forgotten** /fəˈgɒtn/) **1** [T] **forget (doing) sth** to not be able to remember sth ஒன்றை நினைவில் வைத்துக்கொள்ள முடியாதுபோ; மற *I've forgotten what I was going to say.* • *I've forgotten her telephone number.* • *He forgot that he had invited her to the party.* • *I'll never forget meeting my husband for the first time.* **2** [I, T] **forget (about) sth**; **forget to do sth** to fail to remember to do sth that you ought to have done செய்திருக்க வேண்டிய ஒன்றைச் செய்ய மறந்துவிடு; மறந்துபோ *'Why didn't you come to the party?' 'Oh dear! I completely forgot about it!'* • *'Did you feed the cat?' 'Sorry, I forgot.'* • *Don't forget to do your homework!* **3** [T] to fail to bring sth with you ஒன்றை உடன் எடுத்துச்செல்லத் தவறு; கொண்டுசெல்ல மறந்துபோ *When my father got to the airport he realized he'd forgotten his passport.*

> **NOTE** கொண்டுசெல்ல மறந்துவிட்ட ஒன்றை அது இருக்குமிடத்தைப் பற்றிய குறிப்புடன் கூறும்போது, **leave** என்ற சொல்லைப் பயன்படுத்த வேண்டும்—*He left his passport at home.* பின்கண்டவாறு கூறுதல் கூடாது—*He forgot his passport at home*

4 [I, T] **forget (about) sb/sth**; **forget about doing sth** to make an effort to stop thinking about sb/sth; to stop thinking that sth is possible ஒருவரை/ஒன்றைப் பற்றி எண்ணிக்கொண்டிருப்பதை நிறுத்த முயற்சி செய்; ஒன்று இயலும் என்ற எண்ணத்தை விட்டுவிடு *Forget about your work and enjoy yourself!* • *'I'm sorry I shouted at you.' 'Forget it* (= don't worry about it).*'*

forgetful /fəˈgetfl/ *adj.* often forgetting things செய்ய வேண்டியவற்றை வழக்கமாக மறந்துவிடுகிற; மறதியுடைய; கவனமற்ற *My mother's nearly 80 and she's starting to get a bit forgetful.* ✪ SYN **absent-minded**

forgivable /fəˈgɪvəbl/ *adj.* that can be forgiven மன்னிக்கத்தக்க; மன்னிக்கக்கூடிய

forgive /fəˈgɪv/ *verb* [T] (*pt* **forgave** /fəˈgeɪv/; *pp* **forgiven** /fəˈgɪvn/) **1 forgive sb/yourself (for sth/ for doing sth)** to stop being angry towards sb for sth that he/she has done wrong ஒருவர் செய்த தவற்றுக்காக அவர் மீது சினம் கொள்வதை நிறுத்து; குறை பொறுத்துக்கொள்; மன்னித்துவிடு *I can't forgive his behaviour last night.* • *I can't forgive him for his behaviour last night.* • *I can't forgive him for behaving like that last night.* **2 forgive me (for doing sth)** used for politely saying sorry பண்பிணக்கத்துடன் ஒன்றுக்கு வருத்தம் தெரிவிக்கப் பயன்படுத்தப்படுவது *Forgive me for asking, but where did you get that dress?* ▶ **forgiveness** *noun* [U] *He* ***begged for forgiveness*** *for what he had done.*

forgiving /fəˈgɪvɪŋ/ *adj.* ready and able to forgive எளிதில் மன்னித்துவிடும் இயல்புள்ள; பிழை பொறுக்கிற

forgo (*also* **forego**) /fɔːˈgəʊ/ *verb* [T] (*pt* **forwent** /fɔːˈwent/; *pp* **forgone** /fɔːˈgɒn/) (*formal*) to decide not to have or do sth that you want விரும்பும் ஒன்றைப் பெறவேண்டாமென அல்லது செய்ய வேண்டாமென முடிவுசெய்; கைவிடு; துற

forgot ➪ **forget** என்பதன் இறந்தகால வடிவம்

forgotten ➪ **forget** என்பதன் இறந்தகால வினையெச்ச வடிவம்

fork¹ /fɔːk/ *noun* [C] **1** a small metal object with a handle and two or more points (**prongs**) that you use for lifting food to your mouth when eating உண்ணும்போது உணவைக் குத்தி எடுத்து வாயினுள் இடப் பயன்படுத்தப்படும் இரண்டு அல்லது அதற்கு மேற்பட்ட கூர்முனைகளையும் கைப்பிடியையும் உடைய சிறு உலோகப் பொருள்; முட்கரண்டி *a knife and fork* **2** a large tool with a handle and three or more points (**prongs**) that you use for digging the ground மண் தோண்டுவதற்கு பயன்படுத்தப்படும் மூன்று அல்லது மூன்றுக்கு மேற்பட்ட கூர்முனைகளையும் கைப்பிடியையும் உடைய பெரிய கருவி; மண்வாரி *a garden fork* ➪ **garden** பதிவில் படம் பார்க்க. **3** a place where a road, river, etc. divides into two parts; one of these parts சாலை, நதி முதலியவை இரு பகுதிகளாகப் பிரியும் இடம்; இவ்வாறு பிரியும் இரு பகுதிகளில் ஒன்று; பாதைப் பிரிவு; ஆற்றுப் பிரிவு முதலியவை *After about two kilometres you'll come to a fork in the road.*

fork² /fɔːk/ *verb* [I] **1** (used about a road, river, etc.) to divide into two parts (ஒரு சாலை, நதி முதலியவற்றைப் பற்றிக் குறிப்பிடுகையில்) இரு பகுதிகளாகப் பிரிவுறு *Bear right where the road forks at the top of the hill.* **2** to go along the left or right fork of a road இடது அல்லது

வலது கிளைச்சாலையில் செல் *Fork right up the hill.*

PHR V **fork out (for sth)** (*informal*) to pay for sth when you do not want to விருப்பம் இல்லாது ஒன்றுக்குப் பணம் செலுத்து *I forked out over Rs 200 for that book.*

forked /fɔːkt/ *adj.* with one end divided into two parts, like the shape of the letter Y, Y என்ற எழுத்தின் வடிவம் போன்று இரு பகுதிகளாகப் பிரிந்த முனையை உடைய; கவர்பட்ட; பிளவு-பட்ட *a bird with a forked tail* • *the forked tongue of the snake*

forked lightning *noun* [U] the type of **lightning** that is like a line that divides into smaller lines near the ground பூமிக்கு அண்மையில் சிறு கோடுகளாகப் பிரிந்த ஒரு கோட்டைப் போன்று தோன்றும் மின்னல் வகை; கவர்படு மின்னல் ➪ **sheet lightning** பார்க்க.

fork-lift truck (*also* **fork-lift**) *noun* [C] a vehicle with special equipment on the front for moving and lifting heavy objects கனமான பொருள்-களை இடம் பெயர்ப்பதற்கான அல்லது உயர்த்துவதற்கான தனிவகைச் சாதனம் முன்பகுதியில் பொருத்தப்பட்ட ஊர்தி வகை; பாரந்தூக்கி ஊர்தி; சுமைதூக்கி ஊர்தி

forlorn /fəˈlɔːn/ *adj.* lonely and unhappy; not cared for தனிமையுணர்வும் வருத்தமும் கொண்ட; கவனிப்பாரற்ற; தனிமையில் வாடுகிற

form[1] /fɔːm/ *noun* **1** [C] a particular type or variety of sth or a way of doing sth ஒன்றின் வகை-மாதிரி அல்லது திரிபுக் கூறு அல்லது ஒன்றைச் செய்யும் முறை *Swimming is an excellent form of exercise.* • *We never eat meat* ***in any form.*** **2** [C, U] the shape of sb/sth ஒருவருடைய/ஒன்றன் உருவம்; வடிவம் *The articles will be published* ***in book form.*** **3** [C] an official document with questions on it and spaces where you give answers and personal information வினாக்களும் அவற்றுக்கான விடைகள் மற்றும் தன்விவரக் குறிப்புகள் எழுதுவதற்குரிய வெற்றிடமும் உடைய அதிகாரபூர்வமான ஆவணம்; (விண்ணப்பப்) படிவம்; படிவத் தாள் *an* ***entry form*** *for a competition* • *to fill in an* ***application form*** **4** [C] (*grammar*) a way of spelling or changing a word in a sentence சொல்லின் எழுதுமுறை வடிவம், புறவுரு அல்லது ஒலி-வடிவம், அல்லது வாக்கியத்தில் ஒரு சொல் அடையும் வேற்று வடிவம் *the irregular forms of the verbs* • *The plural form of mouse is mice.* **5** [U] the state of being fit and strong for a sports player, team, etc. (ஒரு விளையாட்டு வீரர், விளையாட்டு அணி முதலியவை வகையில்) உடல் உரத்துடனும் தக்க திறமையுடனும் இருக்கும் நிலை; தகுதி நிலை; வினைப்படு நிலை *to be* ***in/out of form*** **6** [U] how well sb/sth is performing at a particular time, for example in sport or business விளையாட்டு, வணிகத் தொழில் முதலியவற்றில் குறிப்பிட்ட சமயத்தில் ஒருவரிடம் காணப்படும் செயல்திறன் அல்லது வினைத்திட்பம் *to be* ***on/off form*** • *On present form the Italian team should win easily.*

IDM **true to form** ➪ **true** பார்க்க.

form[2] /fɔːm/ *verb* **1** [I, T] to begin to exist or to make sth exist ஒன்று உளதாகு, அமைவுறு அல்லது தோன்றத் தொடங்கு; ஒன்று அமை-வுற அல்லது தோன்றச் செய் *A pattern was beginning to form in the monthly sales figures.* • *These tracks were formed by rabbits.* **2** [T] to make or organize sth ஒன்றை அமை; நிறுவு; உருவாக்கு; ஏற்பாடு செய் *to form a government* • *In English we usually form the past tense by adding '-ed'.* **3** [T] to become or make a particular shape குறிப்பிட்ட வடிவம் பெறு; குறிப்-பிட்ட வடிவம் கொடு *The police formed a circle around the house.* • *to form a line/queue* **4** (*linking v*) to be the thing mentioned குறிப்பிடப்-பட்ட ஒன்றாக இரு அல்லது அமைவுறு *Seminars form the main part of the course.* • *The survey* ***formed part of*** *a larger programme of market research.* **5** [T] to begin to have or think sth ஒன்றைப் பெற/கைக்கொள்ளத் தொடங்கு; ஒன்றைச் சிந்திக்கத் தொடங்கு *I haven't formed an opinion about the new boss yet.* • *to form a friendship*

formal /ˈfɔːml/ *adj.* **1** (used about language or behaviour) used when you want to appear serious or official and in situations in which you do not know the other people very well (மொழி அல்லது நடத்தை வகையில்) ஒன்றில் கருத்தூன்றிய தோற்றம், பணிமுறை சார்பு அல்லது நன்கு அறிமுகமற்றவர்களுடனான தொடர்பு முதலிய சூழல்களைக் குறிக்கும் சொல்; வினை-முறைச் சார்பான; முறைசார்ந்த; சம்பிரதாய-மான *'Yours faithfully' is a formal way of ending a letter.* • *She has a very formal manner—she doesn't seem to be able to relax.* • *a formal occasion* (= one where you must behave politely and wear the clothes that people think are suitable)

> NOTE இந்த அகராதியில் சில சொற்களும் தொடர்களும் (*formal*) அல்லது (*informal*) எனக் குறிக்கப்பட்டுள்ளன. இக்குறிப்புகள் குறிப்பிட்ட பயன்பாட்டுச் சூழலுக்குரிய சரியான சொல்லைத் தேர்வு செய்ய உதவும். முறைசார் வழக்குச் சொல்லின் ஒத்த பொருளில், முறைசாரா வழக்குச் சொல் அல்லது பொதுச்சொல் பல இடங்-களில் இருக்கக் காணலாம்.

2 official பணித்துறைக்குரிய; பணிமுறை சார்ந்த; முறையார்ந்த *I shall make* ***a formal***

complaint to the hospital about the way I was treated. ✪ OPP **informal** ▶ **formally** /-məli/ *adv.*

formaldehyde /fɔːˈmældɪhaɪd/ *noun* [U] **1** (*symbol* **CH_2O**) a colourless gas with a strong smell முனைப்பான மணமுடைய நிறமற்ற வாயுப்பொருள் **2** (*also* **formalin** /ˈfɔːməlɪn/) a liquid made by mixing formaldehyde and water, used especially for keeping examples of animals, plants, etc. (**specimens**) in a good condition for a long time so that they can be studied by experts or scientists மேற்கண்ட வாயுப்பொருளை நீருடன் கலந்து தயாரிக்கப்படும் திரவம். குறிப்பாக அறிவியல் ஆய்வுக்காக விலங்குகள், தாவரங்கள் முதலியவற்றின் வகைமாதிரிகளை நீண்ட காலம் நன்னிலையில் வைத்திருக்க இத்திரவம் பயன்படுத்தப்படுகிறது

formality /fɔːˈmæləti/ *noun* (*pl.* **formalities**) **1** [C] an action that is necessary according to custom or law வழக்க முறைப்படி அல்லது சட்டப்படிச் செய்யவேண்டிய செயல்; சட்ட நடைமுறைச் செயல்; சடங்கு; சம்பிரதாயம் *There are certain formalities to attend to before we can give you a visa.*

NOTE ஒரு செயலை **just a formality** என்று குறிப்பிடும்போது, வழக்கமுறைக்கு அல்லது சட்டத்துக்கு உட்பட்டதாக அச்செயல் இருக்கவேண்டுமென்றும், மற்றபடி அச்செயலுக்கு உண்மையான முக்கியத்துவமோ பயன்விளைவோ இல்லை எனவும் மக்கள் எண்ணுவதாகப் பொருள் கொள்கிறோம்.

2 [U] careful attention to rules of language and behaviour மொழி விதிமுறைகள் அல்லது நடத்தைமுறை குறித்து கருத்தார்ந்த கவனம் செலுத்துதல்; மொழி அல்லது நடத்தை ஒழுங்கு

format[1] /ˈfɔːmæt/ *noun* [C] the shape of sth or the way it is arranged or produced ஒன்றன் வடிவமைப்பு, ஒழுங்கமைவு அல்லது ஆக்க முறை; கட்டமைப்பு *It's the same book but in a different format.*

format[2] /ˈfɔːmæt/ *verb* [T] (**formatting**; **formatted**) **1** (*computing*) to prepare a computer disk so that data can be recorded on it தகவல் பதிவுக்காக வேண்டி கணினி வட்டை ஆயத்தம் செய் அல்லது தகுதியூட்டு **2** to arrange text on a page or a screen (நூல்) பக்கத்தில் அல்லது திரையில் ஒரு பிரதியை குறிப்பிட்ட முறையில் ஒழுங்கமைவு செய் அல்லது வடிவூட்டு *to format a letter*

formation /fɔːˈmeɪʃn/ *noun* **1** [U] the act of making or developing sth ஒன்றை உருவாக்குதல்; அமைத்தல்; வளர்ச்சியுறச் செய்தல்; கட்டமைவு; திட்டம் செய்தல் *the formation of a new government* **2** [C, U] a number of people or things in a particular shape or pattern குறிப்பிட்ட வடிவில்/உருவமைப்பில் அல்லது படிவத்தில்/உருமாதிரியில் காணப்படும் பலவான ஆட்கள் அல்லது பொருள்கள் *rock formations* • *A number of planes flew over* ***in formation.*** • *formation dancing*

formative /ˈfɔːmətɪv/ *adj.* having an important and lasting influence (on sb's character and opinions) (ஒருவருடைய பண்பு அல்லது கருத்துகள் மீது) குறிப்பிடத்தக்க, நீடித்த செல்வாக்கு செலுத்துகிற அல்லது ஆக்கத் திரிபு உண்டுபண்ணுகிற; நிலையான வளர்ச்சி மாற்றம் உண்டாக்குகிற *A child's early years are thought to be the most formative ones.*

former /ˈfɔːmə(r)/ *adj.* (*only before a noun*) of an earlier time; belonging to the past காலத்தால் முற்பட்ட; முந்தைய; சென்ற காலத்துக்குரிய *K. R. Narayanan, the former Indian President* • *In former times people often had larger families.*

the former /ˈfɔːmə(r)/ *noun* [*sing.*] the first (of two people or things just mentioned) (சற்று முன் குறிப்பிடப்பட்ட இருவரில் அல்லது இரண்டில்) முதலில் குறிப்பிடப்பட்டவர்/குறிப்பிடப்பட்டது; முதலாமவர்; முதலாவது *Of the two hospitals in the town—the General and the Royal—the former* (= the General) *has the better reputation.* ➪ **the latter** பார்க்கவும்.

formerly /ˈfɔːməli/ *adv.* in the past; before now கடந்த காலத்தில்; முன்னாளில்; இப்போதைக்கு முன் *the country of Myanmar (formerly Burma)* • *The hotel was formerly a castle.*

NOTE முன்னாளில் என்ற பொருள் குறிக்கும் பெரு வழக்கான தொடர் **used to be** என்பதாகும். *The hotel used to be a castle.*

formidable /ˈfɔːmɪdəbl/ *adj.* **1** inspiring fear அச்சமூட்டுகிற; மனக்கலக்கம் உண்டாக்குகிற *His mother is a rather formidable lady.* **2** difficult to deal with; needing a lot of effort கையாள்வதற்குக் கடினமான; பெரு முயற்சி வேண்டப்படுகிற; எளிதில் செய்ய இயலாத; திறமைக்கு அறைகூவலான

formula /ˈfɔːmjələ/ *noun* [C] (*pl.* **formulas** or **formulae** /-liː/) **1** (*technical*) a group of signs, letters or numbers used in science or mathematics to express a general law or fact அறிவியலில் அல்லது கணிதத்தில் பயன்படுத்தப்படும், ஒரு பொது விதியை அல்லது மெய்ம்மையைச் சுட்டும் முறையிலான குறியீடுகள், எழுத்துகள் அல்லது எண்களின் தொகுதி; கட்டளை விதி *What is the formula for converting miles to kilometres?* **2** a list of (often chemical) substances used for making sth; the instructions for making sth ஒன்றைத் தயாரிப்பதற்கான (வேதியியல்) பொருள்களின் பட்டி; ஒன்றைத் தயாரிப்பதற்கான செயல்முறைக் குறிப்புகள்; செயல்முறைக் கட்டளைத் தொகுதி **3 a formula for (doing) sth** a plan of how to get or do sth ஒன்றை

அடைவதற்கான அல்லது செய்வதற்கான செயல் திட்டம்; வகைமுறை *What is her formula for success? • Unfortunately, there's no **magic formula** for a perfect marriage.*

formulate /ˈfɔːmjuleɪt/ *verb* [T] **1** to prepare and organize a plan or ideas for doing sth ஒரு செயலுக்கான திட்டத்தை அல்லது கருத்துகளை உருவாக்கி ஒழுங்கமைவு செய் *to formulate a plan* **2** to express sth (clearly and exactly) (தெளிவாகவும் சரிநுட்பமாகவும்) ஒன்றைச் சொல் அல்லது வெளிப்படுத்து *She struggled to formulate a simple answer to his question.*

forsake /fəˈseɪk/ *verb* [T] (*pt* **forsook** /fəˈsʊk/; *pp* **forsaken** /fəˈseɪkən/) (*old-fashioned*) to leave a person or a place forever (especially when you should stay) (குறிப்பாக ஒருவருடன்/ஓரிடத்தில் இருக்க வேண்டிய நிலையில்) அவரை/அவ்விடத்தை விட்டு நிரந்தரமாக நீங்கிவிடு; கைவிடு; துற

fort /fɔːt/ *noun* [C] a strong building that is used for military defence இராணுவப் பாதுகாப்புக்காகப் பயன்படுத்தப்படும் உறுதிமிக்க கட்டடம்; கோட்டை

forth /fɔːθ/ *adv.*

IDM and so forth and other things like those just mentioned சற்று முன் குறிப்பிட்டவை போன்ற பிற பொருள்கள்; மற்றும் பிற; இவைபோலப் பிற *The sort of job that you'll be doing is taking messages, making tea and so forth.*

back and forth ➪ **back**[3] பார்க்க.

forthcoming /ˌfɔːθˈkʌmɪŋ/ *adj.* **1** that will happen or appear in the near future எதிர்காலத்தில் விரைவில் நிகழ இருக்கிற அல்லது தோன்ற இருக்கிற; கால வகையில் அணுகி வருகிற *Look in the local paper for a list of **forthcoming events**.* **2** (*not before a noun*) offered or given கொடுக்க முன்வந்த அல்லது கொடுக்கப்பட்ட *If no money is forthcoming, we shall not be able to continue the project.* **3** (*not before a noun*) (used about a person) ready to be helpful, give information, etc. (ஒருவர் பற்றிக் குறிப்பிடுகையில்) உதவி செய்தல், தகவல் அளித்தல் முதலியவற்றுக்குத் தயாராக உள்ள; தயக்கமின்றி உதவி முதலியவற்றை வழங்க முன்வருகிற

forthright /ˈfɔːθraɪt/ *adj.* saying exactly what you think in a clear and direct way தெளிவாகவும் நேர்முகமாகவும் எண்ணியதை எண்ணியவாறே கூறுகிற; ஒளிவுமறைவின்றிப் பேசுகிற

forthwith /ˌfɔːθˈwɪθ/ *adv.* (*old-fashioned*) immediately உடனடியாக; உடனே; காலந்தாழ்த்தாது; இக்கணமே

fortieth /ˈfɔːtiəθ/ *det.*, *adj.*; *adv.* 40th நாற்பதாவது; 40-ஆவது ➪ **sixth** பதிவிலுள்ள எடுத்துக்காட்டுகள் பார்க்க.

fortification /ˌfɔːtɪfɪˈkeɪʃn/ *noun* [C, *usually pl.*] walls, towers, etc., built especially in the past to protect a place against attack தாக்குதலிலிருந்து ஓரிடத்திற்குப் பாதுகாப்பாக, குறிப்பாகக் கடந்த காலத்தில் கட்டப்பட்ட மதில்கள், கோபுர அமைப்புகள் முதலியன; காப்பரண்; அரண்காப்பு மதில்

fortify /ˈfɔːtɪfaɪ/ *verb* [T] (*pres. part.* **fortifying**; *3rd person sing. pres.* **fortifies**; *pt*, *pp* **fortified**) to make a place stronger and ready for an attack ஓரிடத்தை மேலும் வலிமைப்படுத்தித் தாக்குதலுக்கு ஈடுகொடுக்கக்கூடியதாக்கு; அரண்காப்பமை *to fortify a city*

fortnight /ˈfɔːtnaɪt/ *noun* [C, *usually sing.*] (*BrE*) two weeks இரண்டு வார காலம் *We're going on holiday for a fortnight. • School finishes in a fortnight/in a fortnight's time* (= two weeks from now).

fortnightly /ˈfɔːtnaɪtli/ *adj.*, *adv.* (happening or appearing) once every two weeks இரண்டு வாரங்களுக்கு ஒருமுறை நிகழ்கிற அல்லது தோன்றுகிற; இரண்டு வாரங்களுக்கு ஒருமுறையாக *This magazine is published fortnightly.*

fortress /ˈfɔːtrəs/ *noun* [C] a castle or other large strong building that is not easy to attack தாக்குவதற்கு எளிதானதல்லாத காவற்கோட்டை அல்லது பிறிதொரு பெரிய வலுவான கட்டடம்; காப்பரண்; கோட்டை

fortunate /ˈfɔːtʃənət/ *adj.* lucky நல்வாய்ப்புடைய; நற்பேறுடைய; அதிர்ஷ்டமுள்ள *It was fortunate that he was at home when you phoned.* ✪ OPP **unfortunate**

fortunately /ˈfɔːtʃənətli/ *adv.* by good luck நல்லகாலமாக; அதிர்ஷ்டவசமாக *Fortunately the traffic wasn't too bad so I managed to get to the meeting on time.* ✪ SYN **luckily**

fortune /ˈfɔːtʃuːn/ *noun* **1** [C, U] a very large amount of money ஏராளமான பணம்; செல்வ வளம் *I always **spend a fortune** on presents at Christmas. • She went to Hollywood in search of **fame and fortune**.* **2** [U] chance or the power that affects what happens in a person's life; luck தற்செயல் வாய்ப்பு; ஒருவருடைய வாழ்க்கையின் நிகழ்வுப் போக்கின் மீது தாக்க விளைவு ஏற்படுத்தும் ஆற்றல்; ஊழ்; அதிர்ஷ்டம்; விதி *Fortune was not on our side that day* (= we were unlucky). ✪ SYN **fate** **3** [C, *usually pl.*] the things (both good and bad) that happen to a person, family, country, etc. ஒரு நபர், குடும்பம், நாடு

முதலியவற்றுக்கு நேரும் (நல்லதும் தீயதுமான) நடப்புகள்; வாய்ப்புக் கூறுகள் *The country's fortunes depend on its industry being successful.* **4** [C] what is going to happen to a person in the future வருங்காலத்தில் ஒருவருக்கு நேரக்கூடியது; எதிர்கால நிலை; விதி *Show me your hand and I'll try to **tell** your **fortune**.* ✪ SYN **fate** or **destiny**

IDM **cost the earth/a fortune** ➪ **cost**[2] பார்க்க.

fortune teller *noun* [C] a person who tells people what will happen to them in the future மக்களின் எதிர்கால நேர்வுகளைப் பற்றிக் கூறுபவர்; வருவதுரைப்பவர்; குறி சொல்பவர்

forty /ˈfɔːti/ *number* 40 நாற்பது என்ற எண்; 40

NOTE எண்களை வாக்கியங்களில் பயன்படுத்தும் முறை குறித்த எடுத்துக்காட்டுகள் **sixty** பதிவில் தரப்பட்டுள்ளன.

IDM **forty winks** (*informal*) a short sleep, especially during the day குறிப்பாகப் பகல் நேரத்தில் கொள்ளப்படும், சிறு தூக்கம்; சிறு துயில்; பகலுறக்கம்

forum /ˈfɔːrəm/ *noun* [C] **a forum (for sth)** a place or meeting where people can exchange and discuss ideas ஒருவருக்கொருவர் கருத்துகளை பரிமாறிக்கொள்ளவும் விவாதிக்கவும் வாய்ப்புள்ள இடம் அல்லது கூட்டம்; அவை; மன்றம்

forward[1] /ˈfɔːwəd/ *adv.* **1** (*also* **forwards**) in the direction that is in front of you; towards the front, end or future தனக்கு முன்னுள்ள திசையில்; முன்னோக்கி; வருங்காலத்தை நோக்கி *Keep going forward and try not to look back.* ✪ OPP **back** or **backward(s)** **2** in the direction of progress; ahead முன்னேற்ற திசையில்; முன்னேற்றத்தை நாடி; வளர்ச்சிப் பாதையில் *The new form of treatment is a big step forward in the fight against AIDS.*

NOTE **Forward** என்ற சொல் **bring, come, look, put** முதலிய பல வினைகளை அடுத்து வருகிறது. அவற்றின் பொருள்களை அறிய, அத்தொடர்களில் பயிலும் வினைச்சொல் பதிவுகளைப் பார்க்க.

IDM **backward(s) and forward(s)** ➪ **backwards** பார்க்க.

put the clock/clocks forward/back ➪ **clock**[1] பார்க்க.

forward[2] /ˈfɔːwəd/ *adj.* **1** (*only before a noun*) towards the front or future முன்னோக்கிய அல்லது எதிர்காலத்தை நோக்கிய *forward planning* **2** having developed earlier than is normal or expected; advanced வழக்கமான அல்லது எதிர்பார்த்த காலத்துக்கு முன்னரே வளர்ச்சியுற்றிருக்கிற; முற்போக்கான ✪ OPP **backward** **3** behaving towards sb in a way that is too confident or too informal மிகையான தன்னம்பிக்கையை அல்லது மிகையான வினைமுறை சாரா இயற்போக்கைக் காட்டும் வகையில் ஒருவரிடம் நடந்துகொள்கிற; அதிகப்பிரசங்கித்தனமான *I hope you don't think I'm being too forward, asking you so many questions.*

forward[3] /ˈfɔːwəd/ *verb* [T] **1** to send a letter, etc. received at one address to a new address பெற்றுக்கொள்ளப்படும் முகவரியிலிருந்து புது முகவரிக்கு கடிதம், முதலியவற்றை அனுப்பு; மேலனுப்பு **2** to help to improve sth or to make sth progress ஒன்றின் மேம்பாட்டுக்கு அல்லது வளர்ச்சிக்குத் துணை செய்; வளர்ச்சியை ஊக்கு

forward[4] /ˈfɔːwəd/ *noun* [C] an attacking player in a sport such as football கால்பந்தாட்டம் முதலிய விளையாட்டில் தாக்கி விளையாடும் முன்னிலை ஆட்டக்காரர்

forwarding address *noun* [C] a new address to which letters, etc. should be sent (பெறப்படும் முகவரியல்லாத) கடிதம் முதலியவற்றை மேலனுப்ப வேண்டிய புது முகவரி *The previous owners didn't leave a forwarding address.*

forward-looking *adj.* thinking about or planning for the future; having modern ideas எதிர்காலத்தைப் பற்றிச் சிந்திக்கிற அல்லது எதிர்காலம் குறித்துத் திட்டமிடுகிற; புதுமைப் பாங்கான அல்லது முற்போக்கான கருத்துகளை உடைய

forwent ➪ **forgo** என்பதன் இறந்தகால வடிவம்

fossil /ˈfɒsl/ *noun* [C] (part of) an animal or plant that lived thousands of years ago which has turned into rock ஆயிரக்கணக்கான ஆண்டுகளுக்கு முன்பு வாழ்ந்து, பாறைப்படிவமாக மாறியுள்ள விலங்கு அல்லது தாவரம் (அதன் பகுதி); புதைபடிவம்

fossil fuel *noun* [C, U] a natural fuel such as coal or oil, that was formed millions of years ago from dead animals or plants in the ground இறந்த விலங்குகள் அல்லது தாவரங்களிலிருந்து பல்லாயிரக்கணக்கான ஆண்டுகளுக்கு முன் மண்ணில் உருவான நிலக்கரி அல்லது எண்ணெய் போன்ற இயற்கை எரிபொருள்

fossilize (*also* **-ise**) /ˈfɒsəlaɪz/ *verb* [I, T] (*usually passive*) to turn into rock or to make (part of) an animal or plant turn into rock over thousands of years ஆயிரக்கணக்கான ஆண்டுகளில் பாறைப்படிவமாக மாறு; புதைபடிவமாகு; விலங்கு அல்லது தாவரப் பகுதியை இவ்வாறு புதைபடிவமாக மாறச்செய் *fossilized bones*

foster /ˈfɒstə(r)/ *verb* [T] **1** (*BrE*) to take a child who needs a home into your family and to care for him/her without becoming the legal parent ஆதரவற்ற குழந்தை ஒன்றை குடும்ப

உறுப்பினராக ஏற்றுக்கொண்டு, சட்டப்படி-யான பெற்றோருக்குரிய உரிமையின்றி, அக்குழந்தையை ஆதரித்துப் பேணு; ஒருவரை வளர்ப்புக் குழந்தையாக ஏற்றுக்கொள் *to foster a homeless child*

NOTE இவ்வாறு ஒரு குழந்தையைப் பராமரிப்பவர்கள் அதன் **foster-parents** (வளர்ப்புப் பெற்றோர்) என்றும் அக்குழந்தை அவர்களின் **foster-child** (வளர்ப்புக் குழந்தை) என்றும் அழைக்கப்படுகின்றனர். ➪ **adopt** பார்க்க.

2 to help or encourage the development of sth (especially feelings or ideas) ஒன்றின் (குறிப்பாக உணர்ச்சிகளின் அல்லது கருத்து-களின்) வளர்ச்சிக்குத் துணைசெய் அல்லது ஊக்கம் அளி

fought ➪ **fight**[1] என்பதன் இறந்தகால மற்றும் இறந்தகால வினையெச்ச வடிவம்

foul[1] /faʊl/ *adj*. **1** that smells or tastes disgusting அருவருக்கத்தக்க முறையில் நாற்றம் வீசுகிற அல்லது குமட்டல் உண்டாக்கும் சுவை-யுடைய; புலன்களுக்கு கடுவெறுப்பூட்டுகிற; முடை நாற்றம் வாய்ந்த *a foul-smelling cigar* • *This coffee tastes foul!* **2** (*BrE*) very bad or unpleasant மிகவும் மோசமான; வெறுக்கத்தக்க; கேடார்ந்த; பாதகமான *Careful what you say—he's **in a foul temper/mood**.* • *The **foul weather** prevented our plane from taking off.* **3** (used about language) very rude; full of swearing (மொழி வகையில்) நாகரிகமற்ற; பண்பினிமையற்ற; கீழ்த்தரமான *foul language*

IDM **fall foul of sb/sth** to get in trouble with sb/sth because you have done sth wrong தவறான ஒன்றைச் செய்து ஒருவரிடம்/ஒன்றிடம் தொல்-லைக்கு ஆளாகு; சிக்கலில் மாட்டிக்கொள் *At sixteen she fell foul of the law for the first time.*

foul[2] /faʊl/ *verb* **1** [I, T] (used in sports) to break the rules of the game (விளையாட்டு வழக்கு) ஆட்ட விதிகளை மீறு; முறைதவறி ஆடு **2** [T] to make sth dirty (with rubbish, waste, etc.) (குப்பை, கழிவு முதலியவற்றால்) ஒன்றை அழுக்காக்கு; மாசுபடுத்து; துப்புரவுக்கேடு உண்டாக்கு *Dogs must not foul the pavement.*

PHR V **foul sth up** (*spoken*) to spoil sth ஒன்றைக் கெடுத்துவிடு; பாழ்படுத்து *The delay on the train fouled up my plans for the evening.*

foul[3] /faʊl/ *noun* [C] (used in sports) an action that is against the rules (விளையாட்டுகளில்) விதிமுறைகளுக்கு மாறான செயல்; முறை தவறிய ஆட்டம் *He was sent off for a foul on the goalkeeper.*

foul play *noun* [U] **1** violence or crime that causes sb's death ஒருவருடைய மரணத்திற்குக் காரணமான வன்முறை அல்லது குற்றச் செயல் *The police suspect foul play.* **2** action that is against the rules of a sport (விளையாட்டு-களில்) விதிமுறைக்கு மாறான செயல்; முறை தவறிய ஆட்டம்

found[1] ➪ **find**[1] என்பதன் இறந்தகால மற்றும் இறந்தகால வினையெச்ச வடிவம்

found[2] /faʊnd/ *verb* [T] **1** to start an organization, institution, etc. வணிக அமைப்பு, நிறு-வனம் முதலியவற்றைத் தொடங்கு; நிறுவு; ஏற்படுத்து *This museum was founded in 1930.* **2** to be the first to start building and living in a town or country ஒரு நகரத்தை அல்லது நாட்டை முதன்முதலாகத் தோற்றுவித்து அங்கு வாழத் தொடங்கு; நிறுவனராக இரு *Liberia was founded by freed American slaves.* **3 found sth (on sth)** (*usually passive*) to base sth on sth ஒன்றை ஓர் அடிப்படை மீது அமை; ஆதாரமாகக் கொள் *The book was founded on real life.*

foundation /faʊnˈdeɪʃn/ *noun* **1 foundations** [*pl.*] a layer of bricks, etc. under the surface of the ground that forms the solid base of a building ஒரு கட்டடத்துக்குக் கட்டுறுதியான அடித்-தளமாகத் தரைப்பரப்புக்குக் கீழ் எழுப்பப்படும் செங்கற்கள் முதலியவற்றாலான தள அடுக்கு; கடைக்கால்; அடிப்படை; அடித்தளம்; அஸ்தி-வாரம் **2** [C, U] the idea, principle, or fact on which sth is based ஒன்றின் அடிப்படையாக அமையும் கருத்து, கோட்பாடு அல்லது நடப்புக் கூறு; அடிப்படைக் கோட்பாடு; ஆதாரத் தகவல்; மூல தத்துவம் *This coursebook aims to give students a solid foundation in grammar.* • *That rumour is completely without foundation* (= it is not true). **3** [C] an organization that provides money for a special purpose ஒரு சிறப்பு நோக்கத்திற்காக நிதியுதவி வழங்கும் நிறுவன அமைப்பு; நிதியேற்பாட்டு நிறுவனம் *The British Heart Foundation* **4** [U] the act of starting a new institution or organization புதிய நிறுவனம் அல்லது செயலாண்மை அமைப்பு ஒன்றைத் தோற்றுவித்தல் அல்லது நிறுவுதல்

foundation stone *noun* [C] a large block of stone that is put at the base of an important new public building in a special ceremony சிறப்புச் சடங்கு நிகழ்த்திப் புதிதாக எழுப்பப்படும் முக்கியமான பொதுக்கட்டடம் ஒன்றின் அடித்தளத்தில் இடப்படும் பெரிய கற்பாளம்; அடிக்கல்

founder /ˈfaʊndə(r)/ *noun* [C] a person who starts a new institution or organization புதிய நிறுவனம் அல்லது செயலாண்மை அமைப்பு ஒன்றைத் தொடங்குபவர்; நிறுவனர்; தோற்றுவிப்பவர்

founder member *noun* [C] one of the original members of a club, organization, etc. ஒரு மன்றம், நிறுவனம் முதலியவற்றின் தொடக்க

உறுப்பினர்களில் ஒருவர்; நிறுவன அல்லது அமைப்பு உறுப்பினர்

foundry /ˈfaʊndri/ *noun* [C] (*pl.* **foundries**) a place where metal or glass is melted and shaped into objects உலோகம் அல்லது கண்ணாடி உருக்கப்பட்டு பொருள்களாக உருப்படுத்தப்படும் இடம்; வார்ப்பகம்

fountain /ˈfaʊntən/ *noun* [C] **1** a decoration (in a garden or in a square in a town) that sends a flow of water into the air; the water that comes out of a fountain (ஒரு தோட்டத்தில் அல்லது நகர நாற்சந்தியில் உள்ள) நீர் மேல்நோக்கிப் பீற்றியடிக்கும்படியான அலங்கார அமைப்பு; அவ்வாறு பீற்றியடிக்கும் நீர்த்தாரை; அலங்கார நீரூற்று **2** a strong flow of liquid or another substance that is forced into the air திரவம் அல்லது வேறொரு பொருள் உந்து விசையால் பாய்ந்து வெளியேறுதல்; பீறிட்டொழுகுதல் *a fountain of blood/sparks*

fountain pen *noun* [C] a type of pen that you fill with ink எழுதும் மை நிரப்பப்பட்ட எழுதுகோல் வகை; ஊற்றுப்பேனா ➪ **stationery** பதிவில் படம் பார்க்க.

four /fɔː(r)/ **1** *number* 4 நான்கு என்னும் இலக்கம்; நான்கு; 4

NOTE எண்களை வாக்கியங்களில் பயன்படுத்தும் முறை குறித்த எடுத்துக்காட்டுகளுக்கு **six** பதிவைப் பார்க்க.

2 four- (*in compounds*) having four of the thing mentioned குறிப்பிடப்பட்ட பொருள் நான்காக உடைய; நான்கு *four-legged animals*

IDM **on all fours** with your hands and knees on the ground; crawling கைகளும் முழங்கால்களும் தரையில் ஊன்றிய நிலையில்; தவழ்ந்து/ஊர்ந்து செல்வதாக *The children went through the tunnel on all fours.*

four-letter word *noun* [C] a swear word that shocks or offends people (often with four letters) (பெரும்பாலும் நான்கு எழுத்துகளாலான) மற்றவர்களுக்கு அதிர்ச்சியூட்டுகிற அல்லது அவர்களுடைய உணர்ச்சிகளைப் புண்படுத்துகிற முறையிலான பண்பு நயமற்ற சொல் அல்லது இழி சொல்; நான்கெழுத்துச் சொல்

fourteen /ˌfɔːˈtiːn/ *number* 14 பதினான்கு என்னும் இலக்கம்; 14

NOTE எண்களை வாக்கியங்களில் பயன்படுத்தும் முறை குறித்த எடுத்துக்காட்டுகளுக்கு **six** பதிவைப் பார்க்க.

fourteenth /ˌfɔːˈtiːnθ/ *adj., det., adv.* 14th பதினான்காவதான; பதினான்காவதாக

fourth /fɔːθ/ *adj., det., adv.* 4th நான்காவதான; நான்காவதாக

NOTE 1/4 என்னும் பின்னத்தைக் குறிக்க **quarter** என்ற சொல்லைப் பயன்படுத்துகிறோம்—*a quarter of an hour* (=fifteen minutes)

four-wheel drive *noun* [C, U] a system which provides power to all four wheels of a vehicle, making it easier to control; a vehicle with this system ஊர்தியைக் கட்டுக்குள் வைத்திருப்பதை மேலும் எளிதாக்கும் பொருட்டு நான்கு சக்கரங்களுக்கும் விசையாற்றல் ஊட்டும் பொறியமைவு; இத்தகைய பொறியமைவுடைய ஊர்தி; நான்கு சக்கர விசையியக்க ஊர்தி *a car with four-wheel drive* • *We rented a four-wheel drive to get around the island.*

fowl /faʊl/ *noun* [C] (*pl.* **fowl or fowls**) a bird, especially a chicken, that is kept on a farm பண்ணையில் வளர்க்கப்படும் பறவை, குறிப்பாகக் கோழி

fox /fɒks/ *noun* [C] a wild animal like a small dog with reddish fur, a pointed nose and a thick tail செந்நிற மென்மயிரும், கூர்மையான மூக்கும் முடியடர்ந்த வாலும் உடைய, சிறு நாயின் உருவமைப்புடைய, காட்டு விலங்கு வகை; நரி

NOTE வழக்கமாக நரி தந்திரமானதாக அல்லது கபட குணம் உடையதாகக் (**sly** அல்லது **cunning**) குறிப்பிடப்படுகிறது. பெண் நரி **vixen** என்றும் நரிக்குட்டி **cub** என்றும் அழைக்கப்படுகின்றன.

fox-hunting *noun* [U] a sport in which a fox is chased and killed by people on horses with dogs (**foxhounds**) குதிரைகளில் அமர்ந்து வேட்டை நாய்களின் துணையுடன் நரியைத் துரத்திக் கொல்லும் விளையாட்டு வகை; நரி வேட்டை

foyer /ˈfɔɪeɪ/ *noun* [C] an entrance hall in a cinema, theatre, hotel, etc. where people can meet or wait திரையரங்கு, நாடக அரங்கம், தங்குமனை முதலியவற்றில் வருவோர் சந்தித்துக்கொள்வதற்கான அல்லது காத்திருப்பதற்கான முன்கூடம்

fraction /ˈfrækʃn/ *noun* [C] **1** a small part or amount சிறு கூறு, பகுதி, அளவு அல்லது தொகை *For a fraction of a second I thought the car was going to crash.* **2** (*maths*) a division of a number ஓர் எண்ணின் பகுப்பு; பின்னம் *1/2 and 1/4 are fractions.* ➪ **vulgar fraction** மற்றும் **integer** பார்க்க.

fractional distillation /ˌfrækʃənl dɪstɪˈleɪʃn/ *noun* [U] (*technical*) the process of separating the parts of a liquid mixture by heating it. As the temperature goes up, each part in turn becomes a gas, which then cools as it moves up a tube and can be collected as a liquid ஒரு திரவக் கலவையை வெம்மையூட்டி அதன் கூறுகளைப் பிரித்தெடுக்கும் செயல்முறை. வெப்பம் உயர உயர இக்கூறுகள் ஒவ்வொன்றும் ஆவியாகி, அதற்குரிய குழாயில் மேலேறும்போது குளிர்ந்து, மீண்டும் திரவப் பொருளாக

சேகரிக்கப்படுகிறது; வடித்துப் பிரித்தல்; பின்ன வடிப்பு

fractionally /ˈfrækʃənəli/ *adv.* to a very small degree; slightly சிற்றளவுக்கு; நுட்பமான அளவில் *fractionally faster/taller/heavier*

fracture /ˈfræktʃə(r)/ *noun* [C, U] a break in a bone or other hard material எலும்பில் அல்லது வேறு கெட்டியான பொருளில் ஏற்படும் உடைவு; முறிவு ▶ **fracture** *verb* [I, T] *She fell and fractured her ankle.* • *A water pipe fractured and flooded the bathroom.*

fragile /ˈfrædʒaɪl/ *adj.* easily damaged or broken எளிதில் சேதமுறுகிற அல்லது உடைபடுகிற; வலுவற்ற; கட்டுறுதியற்ற

fragment[1] /ˈfrægmənt/ *noun* [C] a small piece that has broken off or that comes from sth larger பெரிதான ஒன்றிலிருந்து உடைந்து பிரிந்த அல்லது அதிலிருந்து பெறப்பட்ட சிறு பகுதி; முறிந்த துண்டு; துணுக்கு *The builders found fragments of Roman pottery on the site.* • *I heard only a fragment of their conversation.*

fragment[2] /frægˈment/ *verb* [I, T] (*formal*) to break (sth) into small pieces ஒன்றைச் சிறு பகுதிகளாக உடை அல்லது முறி; கூறுபடுத்து; துண்டுதுண்டாகப் பிள *The country is becoming increasingly fragmented by civil war.*

fragrance /ˈfreɪgrəns/ *noun* [C, U] a pleasant smell இனிமையான மணம்; நறுமணம்

fragrant /ˈfreɪgrənt/ *adj.* having a pleasant smell இனிமையான மணமுடைய; நறுமணமுள்ள

frail /freɪl/ *adj.* weak or not healthy பலவீனமான; உடல் நலிவுடைய; உடல் நலமற்ற *My aunt is still very frail after her accident.*

frailty /ˈfreɪlti/ *noun* [C, U] (*pl.* **frailties**) weakness of a person's body or character உடல் நலிவுற்ற நிலை அல்லது பண்புக் குறைபாடு; வலுவின்மை; குணக்குறை

frame[1] /freɪm/ *noun* [C] **1** a border of wood or metal that goes around the outside of a door, picture, window, etc. கதவு, படம், சன்னல், முதலியவற்றின் வெளிப்புறத்தில் சுற்றிலும் அமைந்திருக்கும் மர அல்லது உலோக விளிம்புப் பகுதி; விளிம்புச் சட்டம் *a window frame* **2** the basic strong structure of a piece of furniture, building, vehicle, etc. which gives it its shape அறைக்கலன், கட்டடம், ஊர்தி முதலியவற்றுக்கு உருவமைப்பைத் தரும் அதன் உறுதியான அடிப்படைக் கட்டமைப்பு; (கட்டட) ஆதாரச் சட்டம் *the frame of a bicycle/an aircraft* ➪ **bicycle** பதிவில் படம் பார்க்க. **3** (*usually pl.*) a structure made of plastic or metal that holds the two pieces of glass (**lenses**) in a pair of glasses மூக்குக்கண்ணாடியின் இரண்டு கண்ணாடி வில்லைகள் பொருந்தி அமைந்திருக்கும், பிளாஸ்டிக் அல்லது உலோகச் சட்டம்; மூக்குக்கண்ணாடிச் சட்டம் **4** (*usually sing.*) the basic shape of a human or animal body மனித அல்லது விலங்கு உடலின் ஆதார உருவமைப்பு; உடலமைப்பு *He has a large frame but he's not fat.*

IDM **frame of mind** a particular state or condition of your feelings; the mood குறிப்பிட்ட உணர்ச்சி நிலை அல்லது மன நிலை; மனப்பாங்கு *I'm not in the right frame of mind for a party. I'd prefer to be on my own.*

frame[2] /freɪm/ *verb* [T] **1** to put a border around sth (especially a picture or photograph) ஒன்றை (குறிப்பாக ஓர் ஓவியத்தை அல்லது ஒரு நிழற்படத்தைச்) சுற்றிலும் விளிம்புச் சட்டம் பொருத்து; சட்டமிடு *Let's have this photograph framed.* **2** (*usually passive*) to give false evidence against sb in order to make him/her seem guilty of a crime ஒருவரைக் குற்றவாளியாகத் தோன்றச்செய்யும் பொருட்டு அவருக்கு எதிராகப் பொய்யான சான்றளி; பொய்யாக ஒருவர் மீது குற்றம் சுமத்து *The man claimed that he had been framed by the police.* **3** (*formal*) to express sth in a particular way குறிப்பிட்ட முறையில் ஒன்றை வெளிப்படுத்து/எழுது அல்லது கூறு *The question was very carefully framed.*

framework /ˈfreɪmwɜːk/ *noun* [C] **1** the basic structure of sth that gives it shape and strength ஒன்றுக்கு உருவமைதியும் உறுதியும் அளிக்கும் அதன் ஆதாரக் கட்டமைப்பு; உருவரைச் சட்டம் *A greenhouse is made of glass panels fixed in a metal framework.* • (*figurative*) *the basic framework of society* **2** a system of rules or ideas which help you decide what to do ஒரு செயல் குறித்து முடிவெடுக்கத் துணைசெய்யும் விதிமுறைகள் அல்லது கருத்துகளின் தொகுதி; செயல்முறை அடிப்படை *The plan may be changed but it will provide a framework on which we can build.*

franc /fræŋk/ *noun* [C] the unit of money that is used in France, Belgium, Switzerland and several other countries பிரான்சு, பெல்ஜியம், ஸ்விட்சர்லாந்து மற்றும் பல நாடுகளுக்குரிய நாணயம்

franchise /ˈfræntʃaɪz/ *noun* **1** [C, U] official permission to sell a company's goods or services in a particular area குறிப்பிட்ட பகுதியில் ஒரு வணிக நிறுவனத்தின் பொருள்களை அல்லது சேவைகளை விற்பதற்கான அதிகாரபூர்வமான அனுமதி; வணிக விற்பனை உரிமை *They have the franchise to sell this product in the southern region.* • *Most fast-food restaurants are operated* ***under franchise***. **2** [U] (*formal*) the right to vote in elections தேர்தல்களில் வாக்களிப்பதற்கான உரிமை; வாக்குரிமை

frank /fræŋk/ *adj.* showing your thoughts and feelings clearly; saying what you mean தனது எண்ணங்களையும் உணர்ச்சிகளையும் தெளிவாக வெளிப்படுத்துகிற; எண்ணியதை எண்ணியவாறே கூறுகிற; ஒளிவுமறைவு இல்லாத; கபடமற்ற; வெளிப்படையான *To be perfectly frank with you, I don't think you'll pass your driving test.* ▶ **frankly** *adv. Please tell me frankly what you think about my idea.* ▶ **frankness** *noun* [U]

frantic /ˈfræntɪk/ *adj.* **1** extremely worried or frightened பெரிதும் மனக்கலக்கமுற்ற அல்லது திகிலடைந்த; மிகுதியான சஞ்சலத்திற்குள்ளான; பேரச்சம் கொண்ட *The mother went frantic when she couldn't find her child.* • *frantic cries for help* **2** very busy or done in a hurry மிக மும்முரமாக/ தீவிரமாக உள்ள; படபடப்புடன் செயலாற்றுகிற; பரபரப்பான *a frantic search for the keys* • *We're not busy at work now, but things get frantic at Christmas.* ▶ **frantically** /fræntikli/ *adv.*

fraternal /frəˈtɜ:nl/ *adj.* (*formal*) connected with the relationship that exists between brothers; like a brother உடன்பிறப்பாளர்களுக்கு இடையேயான உறவு சார்ந்த; உடன்பிறந்தவர் போன்ற; சகோதர உறவு முறையிலான *fraternal love/rivalry*

fraternity /frəˈtɜ:nəti/ *noun* (*pl.* **fraternities**) **1** [U] the feeling of friendship and support between people in the same group ஒரே குழுவைச் சார்ந்தவர்களிடையே காணப்படும் நட்புணர்வும் உதவி மனப்பான்மையும்; தோழமை; உடன்பிறப்பாண்மை; சகோதரத்துவம் **2** [C] a group of people who share the same work or interests ஒரே வகையான பணியில் ஈடுபட்டுள்ள அல்லது ஒரே தன்மையிலான பற்றுத்தொடர்புகளும்/ விருப்பார்வங்களும் கொண்ட ஒரு குழுவினர்; தோழமைக் குழு *the medical fraternity*

fraud /frɔ:d/ *noun* **1** [C, U] (an act of) cheating sb in order to get money, etc. illegally சட்டத்துக்கு மாறாகப் பணம், முதலியவற்றைப் பெற வேண்டி ஒருவரை ஏமாற்றுதல்; வஞ்சித்தல்; ஏய்ப்பு; மோசடி *The accountant was sent to prison for fraud.* • *Massive amounts of money are lost every year in credit card frauds.* **2** [C] a person who tricks sb by pretending to be sb else வேறொருவராக நடித்து ஒருவரை ஏமாற்றுபவர்; ஆள்மாறாட்டம் செய்து ஏய்ப்பவர்.

fraudulent /ˈfrɔ:djələnt/ *adj.* (*formal*) done in order to cheat sb; dishonest ஏமாற்றும் நோக்கத்தோடு செய்யப்படுகிற; நேர்மைக்கேடான; மோசடியான *the fraudulent use of stolen cheques*

fraught /frɔ:t/ *adj.* **1 fraught with sth** filled with sth unpleasant மகிழ்ச்சியளிக்காத அல்லது இன்னாத ஒன்றால் சூழப்பட்ட; இன்னாத ஒன்று நிறைந்துள்ள, இடம்கொண்டு பரவியுள்ள அல்லது நிரம்பியுள்ள *a situation fraught with danger/difficulty* **2** (used about people) worried and nervous; (used about a situation) very busy so that people become nervous (ஆட்கள் வகையில்) கவலையும் கலக்கமும் கொண்ட; மனவுரமற்ற; மனம் இடிந்த; (ஒரு சூழ்நிலை குறித்துப் பேசுகையில்) மனக்கலக்கம் உண்டாக்கும் வகையில் பரபரப்பு நிறைந்த *Things are usually fraught at work on Mondays.*

fray /freɪ/ *verb* [I, T] **1** if cloth, etc. frays or becomes frayed, some of the threads at the end start to come apart துணி முதலியவற்றின் விளிம்பிலுள்ள நூல்கள் முறுக்கவிழ்ந்து பிரிந்துவா அல்லது பிரிந்துவரச் செய் *This shirt is beginning to fray at the cuffs.* • *a frayed rope* **2** if a person's nerves, etc. fray or become frayed, he/ she starts to get annoyed எரிச்சல் அடையத் தொடங்கு; பொறுமை இழ; மனம் அலை *Tempers began to fray towards the end of the match.*

freak[1] /fri:k/ *noun* [C] **1** (*informal*) a person who has a very strong interest in sth ஒன்றில் தீவிரமான ஆர்வப்பற்று உடையவர்; பற்று வெறியர் *a fitness/computer freak* ✪ SYN **fanatic** **2** a very unusual and strange event, person, animal, etc. பெரிதும் வழக்கமீறிய, விசித்திரமான நிகழ்வு, ஆள், விலங்கு முதலியவை; பொதுநிலை மீறிய ஒருவர்/ஒன்று *a freak accident/storm/result* • *The other kids think Anu's a freak because she doesn't watch TV.*

freak[2] /fri:k/ *verb* [I, T] (*informal*) **freak (sb) (out)** to react very strongly to sth that makes you feel shocked, frightened, upset, etc; to make sb react strongly அதிர்ச்சியூட்டக்கூடிய, திகில் ஏற்படுத்துகிற, மனக்கலக்கம் உண்டாக்குகிற ஒன்று குறித்துத் தீவிரமான எதிருணர்ச்சியை வெளிப்படுத்து; இவ்வாறு ஒருவரை எதிருணர்ச்சி வெளிப்படுத்தச் செய் *She freaked out when she heard the news.* • *The film 'Psycho' really freaked me out.*

freckle /ˈfrekl/ *noun* [C, *usually pl.*] a small brown spot on your skin தோலின் மீது காணப்படும் சிறு பழுப்பு நிறப் புள்ளி அல்லது பொட்டு *A lot of people with red hair have got freckles.* ➪ **mole** பார்க்க. ▶ **freckled** *adj.*

free[1] /fri:/ *adj.* **1** not in prison, in a cage, etc.; not held or controlled சிறை, கூண்டு முதலியவற்றில் அடைபட்டிராத; பிடித்து வைக்கப்பட்டில்லாத; அடக்கி வைக்கப்பட்டிராத; சுதந்திரமான *The government **set** Mandela **free** in 1989.* • *There is nowhere around here where dogs can run free.* **2 free (to do sth)** not controlled by the government, rules, etc. அரசு, விதிமுறைகள் முதலியவற்றால் கட்டுப்படுத்தப்படாத; தன்னியக்கமுடைய; சுதந்திரமான *There is free movement* *of people across the border.* • *free speech/press* **3** costing nothing விலையற்ற; இலவசமான *Admission to the museum is free/free of charge.* • *Children under five usually travel free on trains.* **4** not busy or being used செயலில் முனைப்பாக ஈடுபட்டிராத/ஓய்வாக இருக்கிற அல்லது பயன்பாட்டில் இல்லாத *I'm afraid Mr Karunakar is not free this afternoon.* • *I don't get much* ***free time.*** **5 free from/of sth** not having sth dangerous, unpleasant, etc. ஆபத்து, துன்பம், வலி முதலியவற்றை உடையதாயிராத; ஆபத்து முதலியவற்றிலிருந்து விடுபட்ட *free of worries/responsibility* • *free from pain*

IDM **feel free** ➪ **feel¹** பார்க்க.

free and easy informal or relaxed இறுக்கமற்ற; ஓய்வமைதித் தன்மையிலான *The atmosphere in our office is very free and easy.*

get, have, etc. a free hand to get, have, etc. permission to make your own decisions about sth ஒன்று குறித்துத் தன்னிச்சையாக முடிவெடுப்பதற்கான சுதந்திரம் பெறு/கொண்டிரு

of your own free will because you want to, not because sb forces you ஒருவருடைய வற்புறுத்தலின் பேரில் அன்றி, தான் விரும்பிய காரணத்தால்; தன்னியல்பாக

free² /fri:/ *verb* [T] **1 free sb/sth (from sth)** to let sb/sth leave or escape from a place where he/she/it is held ஒருவர்/ஒன்று அகப்படுத்தி அல்லது பிடித்து வைக்கப்பட்டுள்ள இடத்திலிருந்து போகச் செய் அல்லது தப்பிச்செல்லச் செய்; விடுவி *to free a prisoner* • *The protesters freed the animals from their cages.* **2 free sb/sth of/from sth** to take away sth that is unpleasant from sb இன்னாத ஒன்றை ஒருவரிடமிருந்து போகச் செய்; விலக்கு; அகற்று *The medicine freed her from pain for a few hours.* **3 free sb/sth (up) for sth**; **free sb/sth (up) to do sth** to make sth available so that it can be used; to put sb in a position in which he/she can do sth பயன்படுத்திக்கொள்வதற்கு ஒன்றைக் கிடைக்கக்கூடியதாகச் செய்; ஒன்றைச் செய்யும் நிலையில் ஒருவரை இருத்து

free agent *noun* [C] a person who can do what he/she wants because nobody else has the right to tell him/her what to do எவர் கட்டுப்பாடும் இன்றித் தன்னியல்பாக/தன்னுரிமையோடு செயல்படுபவர்; சுதந்திரப் பறவை

freedom /ˈfri:dəm/ *noun* **1** [U] the state of not being held prisoner or controlled by sb else சிறைப்படுத்தப்படாத அல்லது வேறொருவர் கட்டுப்பாட்டில் இல்லாத நிலை; சுதந்திரம் *The opposition leader was given his freedom after 25 years.* **2** [C, U] the right or ability to do or say what you want தன் விருப்பப்படி செயல்படும் அல்லது பேசும் உரிமை அல்லது திறமை; தன்னுரிமை; சுதந்திரம் *You have the freedom to come and go as you please.* • *freedom of speech* • *the rights and freedoms of the individual* ➪ **liberty** பார்க்க. **3** [U] **freedom from sth** the state of not being affected by sth unpleasant இன்னாத அல்லது மனத்துக்கொவ்வாத ஒன்றன் பாதிப்புக்கு உள்ளாகாதிருக்கும் நிலை; தவிர்ப்பு நிலை; தீமை விலக்கல் *freedom from fear/hunger/pain* **4** [U] **the freedom of sth** the right to use sth with nothing to limit you கட்டுப்பாடு எதுவுமின்றி ஒன்றைப் பயன்படுத்தும் உரிமை; தடையற்ற பயன்பாட்டுரிமை *You can have the freedom of the whole house while we're away.*

freedom fighter *noun* [C] a person who belongs to a group that uses violence to try to remove a government from power வன்முறையைப் பயன்படுத்தி ஆட்சியிலிருந்து ஓர் அரசை நீக்க முயலும் கூட்டத்தைச் சேர்ந்த ஒருவர்; போராளி

free enterprise *noun* [U] the operation of private business without government control அரசின் கட்டுப்பாடின்றித் தனியார் வணிகத் தொழில் நடத்துதல்; அரசுக் கட்டுப்பாடற்ற தனியார் தொழிலாட்சி

freefone /ˈfri:fəʊn/ *noun* [U] (*BrE*) the system by which the person making a telephone call does not have to pay for it தொலைபேசி அழைப்பு அனுப்புபவர் கட்டணம் செலுத்தாது தொலைபேசியைப் பயன்படுத்தும் முறை; இலவசத் தொலைபேசி

freehand /ˈfri:hænd/ *adj.*, *adv.* (used about a drawing) done by hand, without the help of any instruments (வரைபடம் பற்றிக் குறிப்பிடும்போது) கருவிகள் எதுவுமின்றிக் கையால் வரையப்பட்ட/வரையப்பட்டு *a freehand sketch* • *to draw freehand*

freehold /ˈfri:həʊld/ *noun* [C, U] the fact of owning a building or piece of land for a period of time that is not limited வரையறை செய்யப்படாத ஒரு கால அளவுக்கு ஒரு கட்டடம் அல்லது நிலத்தை உடைமையாக வைத்திருத்தல்; கட்டற்ற பயனாட்சி *Do you own the freehold of this house?* ▶ **freehold** *adj.*, *adv.* *a freehold property* ➪ **leasehold** பார்க்க.

free kick *noun* [C] (in football or rugby) a situation in which a player of one team is allowed to kick the ball because a member of the other team has broken a rule (கால்பந்தாட்டத்தில் அல்லது ரக்பி கால்பந்தாட்டத்தில்) எதிரணியைச் சார்ந்த ஒருவர் ஒரு விதிமுறையை மீறியதால் ஓரணியின் வீரர் பந்தை உதைத்துச் செலுத்த அனுமதிக்கப்படும் நிலை

freelance /ˈfri:lɑ:ns/ *adj.*, *adv.* earning money by selling your services or work to different organizations rather than being employed by a single company தனி ஒரு நிறுவனத்தின் பணியாளராக அல்லாது வெவ்வேறு நிறுவனங்களுக்குத் தனது சேவைகளை அல்லது பணியை விற்றுப் பணம் ஈட்டுகிற/ஈட்டும் விதத்தில்; கட்டற்ற அல்லது தன்னுரிமைத் தொழிலான/தொழிலாக *a freelance journalist* ▶ **freelance** (*also* **freelancer**) *noun* [C] ▶ **freelance** *verb* [I]

freely /'fri:li/ *adv.* **1** in a way that is not controlled or limited கட்டுப்படுத்தப்படாது; தன்னுரிமையாக; சுதந்திரமாக *He is the country's first freely elected president for 40 years.* **2** without trying to avoid the truth even though it might be embarrassing; in an honest way சங்கடத்துக்கு உள்ளாக்கக்கூடியதாயினும் உண்மையை விலக்கிச்செல்ல முயலாமல்; நேர்மையான முறையில் *I freely admit that I made a mistake.*

free market *noun* [C] an economic system in which the price of goods and services is affected by supply and demand rather than controlled by the government அரசின் கட்டுப்பாடு அல்லாது, வழங்கலும் தேவையுமே பொருள்கள் மற்றும் சேவைகளின் விலையை நிர்ணயிக்கும் பொருளாட்சி முறை; தன்னாட்சி வணிகச் சந்தை

free port *noun* [C] a port at which tax is not paid on goods that have been brought there for a short time before being sent to a different country வேறொரு நாட்டுக்கு அனுப்புவதற்கு முன் தற்காலிகமாக அங்கு ஏற்றுமதிக்காகக் கொண்டுவரப்படும் பொருள்கள் மீது வரி விதிக்காத துறைமுகம்; சுங்கம் இல்லாத் துறைமுகம்

free-range *adj.* (used about farm birds or their eggs) kept or produced in a place where birds can move around freely (பண்ணை வளர்ப்புப் பறவைகள் அல்லது அவற்றின் முட்டைகள் பற்றிக் குறிப்பிடும்போது) அடைத்து வைக்கப்பட்டிராது, பறவைகள் தாராளமாக நடமாடுவதற்கு வசதியுள்ள இடத்தில் பராமரிக்கப்படுகிற அல்லது பிறப்பிக்கப்படுகிற *free-range hens/eggs* ➪ **battery** பார்க்க.

free speech *noun* [U] the right to express any opinion in public வெளிப்படையாகத் தன் கருத்தைக் கூறுவதற்கான உரிமை; பேச்சுரிமை; கருத்துச் சுதந்திரம்; கருத்துரிமை

free trade *noun* [U] a system of international commercial activity in which there are no limits or taxes on imports and exports இறக்குமதி மற்றும் ஏற்றுமதி மீது கட்டுப்பாடுகள் அல்லது வரிகள் விதிக்கப்படாத பன்னாட்டு வணிகச் செயல்பாட்டு முறை; தடையிலா வணிகம் *a free-trade agreement/area*

freeway /'fri:weɪ/ (*AmE*) = **motorway**

freeze¹ /fri:z/ *verb* (*pt* **froze** /frəʊz/; *pp* **frozen** /'frəʊzn/) **1** [I, T] to become hard (and often change into ice) because of extreme cold; to make sth do this உச்சக் குளிர் காரணமாகக் கெட்டிப்படு (கெட்டிப்பட்டுப் பெரும்பாலும் பனிக்கட்டியாக மாறு); ஒரு பொருளுக்குக் குளிரூட்டிக் கெட்டிப்படச் செய்; உறை; குளிரால் உறையச் செய் *Water freezes at 0° Celsius.* • *frozen peas/fish/food* **2** [I] used with 'it' to describe extremely cold weather when water turns into ice நீர் பனிக்-கட்டியாக மாறும் உறைதட்ப நிலையைக் குறிக்க 'it' என்ற சொல்லுடன் பயன்படுத்தப்படுவது; உறை குளிர் நிலையில் இரு *I think it's going to freeze tonight.* **3** [I, T] to be very cold or to die from cold கடுங்குளிராக இரு அல்லது மிகுந்த குளிரினால் இறந்துபோ *It was so cold on the mountain that we thought we would* ***freeze to death.*** • *Turn the heater up a bit—I'm* ***frozen stiff.*** **4** [I] to stop moving suddenly and completely because you are frightened or in danger பேரச்சம் அல்லது ஆபத்து நிலை காரணமாகத் திடீரென முற்றிலுமாக இயக்கம் தடைப்படு அல்லது செயலற்று நில் *The terrible scream made her freeze with terror.* • *Suddenly the man pulled out a gun and shouted 'Freeze!'* **5** [T] to keep the money you earn, prices, etc. at a fixed level for a certain period of time தனது ஊதியம், விலைகள் முதலியவை குறிப்பிட்ட கால அளவுக்கு மாறாது ஒரே அளவில் இருக்கச்செய்; முடக்கு *Spending on defence has been frozen for one year.*

freeze² /fri:z/ *noun* [C] **1** a period of weather when the temperature stays below 0°C (**freezing point**) வெப்பநிலை 0° செல்சியஸ் அளவுக்குக் கீழ் இருக்கும் காலப்பகுதி; உறைபனி/உறைதட்பக் காலம்; பனி உறை பருவம் **2** the fixing of the money you earn, prices, etc. at one level for a certain period of time ஊதியம், விலைகள் முதலியவற்றைக் குறிப்பிட்ட கால அளவுக்கு ஒரே அளவில் வைத்திருத்தல்; முடக்கம்; ஒருநிலை அனுமதிப்பாடு *a wage/pay/price freeze*

freeze-dried *adj.* (used about food or drink) frozen and then dried very quickly, so that it can be kept for a long time (உணவு அல்லது பான வகையில்) நீண்ட காலம் கெடாமல் வைத்திருப்பதற்கு ஏற்ற முறையில் மிகு விரைவாக உறைந்துபோகச் செய்து உலரவைக்கப்பட்ட

freezer /'fri:zə(r)/ (*also* **deep freeze**) *noun* [C] a large box or cupboard in which you can store food for a long time at a temperature below 0°Celsius (**freezing point**) so that it stays frozen, 0°செல்சியஸுக்குக் கீழான உறைதட்ப நிலையில் நீண்ட காலத்துக்குக் கெடாமல் இருக்குமாறு உணவை இருப்புவைப்பதற்கான பெரிய பெட்டி அல்லது நிலையடுக்குப் பேழை ➪ **fridge** பார்க்க.

freezing[1] /ˈfri:zɪŋ/ *adj.* (*informal*) very cold மிகு குளிரான; குளிர் வாட்டுகிற *Can we turn the central heating on? I'm freezing.* • *Put a coat on, it's absolutely freezing outside.*

freezing[2] /ˈfri:zɪŋ/ (*also* **freezing point**) *noun* [U] the temperature at which water freezes நீர் உறைந்து பனிக்கட்டியாகும் தட்ப நிலை; உறைதட்ப நிலை; உறைநிலை *Last night the temperature fell to six degrees below freezing.*

freight /freɪt/ *noun* [U] goods that are carried from one place to another by ship, lorry, etc.; the system for carrying goods in this way கப்பல், சுமையூர்தி முதலியவற்றால் இடம்விட்டு இடம் கொண்டு செல்லப்படும் சரக்கு; சரக்குப் போக்குவரத்து முறை *Your order will be sent by air freight.* • *a freight train*

freight car (*AmE*) = **wagon**

freighter /ˈfreɪtə(r)/ *noun* [C] a ship or an aircraft that carries only goods and not passengers (பயணிப் போக்குவரத்துக்கு அன்றி) சரக்குப் போக்குவரத்துக்கு மட்டுமே பயன்படுத்தப்படும் கப்பல் அல்லது விமானம்; சரக்குக் கப்பல் அல்லது சரக்கு விமானம்

French horn *noun* [C] a metal (**brass**) musical instrument that consists of a long tube curved around in a circle with a wide opening at the end வட்ட வடிவாக வளைக்கப்பட்டு முனையில் அகலமான திறப்பு உடைய நீண்ட குழலை உள்ளடக்கிய பித்தளை இசைக்கருவி வகை; எக்காள வகைக் கொம்பு

French window (*AmE* **French door**) *noun* [C] one of a pair of glass doors that open onto a garden or balcony தோட்டத்துக்கு அல்லது மாடி முகப்புக்குத் திறப்பாக அமையும் இரட்டைக் கண்ணாடிக் கதவுகளில் ஒன்று

frenzied /ˈfrenzid/ *adj.* that is wild and out of control கட்டு மீறிய மூர்க்கத்தனமான; ஆத்திரம் கொண்ட; வெறியெழுச்சியுடைய *a frenzied attack* • *frenzied activity*

frenzy /ˈfrenzi/ *noun* [*sing*] [U] a state of great emotion or activity that is not under control கட்டுப்பாடற்ற உணர்ச்சிப்பெருக்கு அல்லது மிகைச் செயல்; மூர்க்கம்; ஆத்திரம்; வெறி

frequency /ˈfri:kwənsi/ *noun* (*pl.* **frequencies**) **1** [U] the number of times sth happens in a particular period குறிப்பிட்ட காலப்பகுதியில் ஒன்று நிகழும் சமயங்களின் எண்ணிக்கை அளவு; தடவை; தறுவாய்; கால/நேர அளவு *Fatal accidents have decreased in frequency in recent years.* **2** [U] the fact that sth happens often ஒன்று அடிக்கடி நிகழும் மெய்ம்மை நிலை; அடுக்கு நிகழ்வுத் தன்மை *The frequency of child deaths from cancer near the nuclear power station is being investigated.* **3** [C, U] the rate at which a sound wave or radio wave moves up and down (**vibrates**) ஒலி அல்லது மின் அலையின் அதிர்வு வீதம்; அலை அதிர்வெண் *high-frequency/low-frequency sounds* ➪ **wavelength** பார்க்க.

frequent[1] /ˈfri:kwənt/ *adj.* happening often அடிக்கடி நிகழ்கிற; அடுக்கு நிகழ்வான *His visits became less frequent.* ✪ **OPP infrequent** ▶ **frequently** *adv.*

frequent[2] /friˈkwent/ *verb* [T] (*formal*) to go to a place often ஓரிடத்துக்கு அடிக்கடி செல்; வழக்கமாகச் செல் *He spent most of his evenings in Paris frequenting bars and clubs.*

fresh /freʃ/ *adj.* **1** (used especially about food) produced or picked very recently; not frozen or in a tin (குறிப்பாக உணவு வகையில்) மிக (கால) அண்மையில் தயாரிக்கப்பட்ட அல்லது பறிக்கப்பட்ட; புத்தம் புதிய; புதுமலர்ச்சி வாய்ந்த; உறைகலத்தில் இருப்பு வைக்கப்பட்டிராத அல்லது டப்பாவில் அடைக்கப்படாத; பதனிட்டதல்லாத *fresh bread/fruit/flowers* ➪ **stale** பார்க்க. **2** left somewhere or experienced recently அண்மையில் ஓரிடத்தில் இருக்கவிடப்பட்ட அல்லது விட்டுச்செல்லப்பட்ட; அண்மையில் பட்டறிந்த அல்லது நேர் காட்சியால் உணர்ந்த *fresh blood/footprints* • *Write a few notes while the lecture is still* ***fresh in your mind.*** **3** new and different புதியதும் வேறுபட்டதுமான; புதுமையான *They have decided to* ***make a fresh start*** *in a different town.* **4** (used about water) without salt; not sea water (நீர் வகையில்) உப்பற்ற; கடல் நீர் அல்லாத **5** pleasantly clean or bright இதமூட்டும் முறையில் துப்புரவான/மாசுபடாத அல்லது ஒளிர்வான *Open the window and let some* ***fresh air*** *in.* **6** not tired சோர்ந்திராத; களைப்புற்றிராத *I'll think about the problem again in the morning when I'm fresh.* **7 fresh from/out of sth** having just finished sth சற்று முன்புதான் ஒன்றை நிறைவுசெய்த; புதிய; புதுநிலையான *Life isn't easy for a young teacher fresh from university.* ▶ **freshly** *adv. freshly baked bread* ▶ **freshness** *noun* [U]

IDM **break fresh/new ground** ➪ **ground[1]** பார்க்க.

freshen /ˈfreʃn/ *verb* [T] **freshen sth (up)** to make sth cleaner or brighter ஒன்றைத் தூய்மை மிகச் செய்; ஒளிர்வூட்டு; பளபளப்பாக்கு

PHR V **freshen up** to wash and make yourself clean and tidy நீரால் அலம்பி உடம்பைத் தூய்மையாக வைத்துக்கொள்; உடலைத் தூய்மை செய்து நேர்த்தியாக அல்லது புதுமலர்ச்சியுடன் தோன்று

fresher /ˈfreʃə(r)/ *noun* [C] (*BrE*) a student who is in his/her first year at university, college, etc. பல்கலைக்கழகம், கல்லூரி முதலியவற்றின் முதல் ஆண்டு மாணவர்; புது மாணவர்

freshman /ˈfreʃmən/ *noun* [C] (*pl.* **-men** /-mən/) (*AmE*) a student who is in his/her first year at college, high school, university, etc. உயர்நிலைப் பள்ளி, கல்லூரி, பல்கலைக்கழகம் முதலியவற்றின் முதல் ஆண்டு மாணவர்

freshwater /ˈfreʃwɔːtə(r)/ *adj.* (*only before a noun*) **1** living in water that is not the sea and is not salty கடல் நீரில் அல்லது உப்பு நீரில் வாழாத; நன்னீரில் வாழ்கிற *freshwater fish* **2** having water that is not salty உப்பற்ற நீரைக் கொண்டுள்ள; நன்னீர் உள்ள *freshwater lakes/pools* ➪ **saltwater** பார்க்க.

fret[1] /fret/ *verb* [I] (**fre<u>tt</u>ing**; **fre<u>tt</u>ed**) **fret (about/at/over sth)** to be worried and unhappy about sth ஒன்று குறித்துக் கவலையும் வருத்தமும் கொள்; மனப் புகைச்சலுக்கு உள்ளாகு

fret[2] /fret/ *noun* [C] one of the bars across the long thin part of a guitar, etc. that show you where to put your fingers to produce a particular sound நரம்பிசைக் கருவிகளில் குறிப்பிட்ட ஒலி எழுப்புதற்கு விரல் படவேண்டிய இடத்தைக் குறிக்கும், நாணின் குறுக்காக உள்ள கட்டைகளில் ஒன்று; விரற்கட்டை ➪ **music** பதிவில் படம் பார்க்க.

fretsaw /ˈfretsɔː/ *noun* [C] a tool with a narrow cutting edge in a frame, used for cutting patterns into wood for decoration மரத்தில் சித்திர அறுப்பு வேலைக்குப் பயன்படுத்தப்படும், ஒரு சட்டத்தினுள் குறுகலான அறுப்புப் பகுதி அமைந்துள்ள கருவி வகை; ஒடுக்கமான இழைவாள்

fretwork /ˈfretwɜːk/ *noun* [U] patterns cut into wood, metal, etc. to decorate it; the process of making these patterns மரம், உலோகம் முதலியவற்றில் குடைந்து செய்யப்படும் அலங்கார உருவரைப் படங்கள்; மரம், உலோகம் முதலியவற்றில் ஒப்பனை உருவரைகள் செதுக்குதல்; சித்திர வேலைப்பாடு

Fri. *abbr.* Friday வெள்ளிக்கிழமை *Fri. 27 May*

friction /ˈfrɪkʃn/ *noun* [U] **1** the rubbing of one surface or thing against another ஒரு பரப்பை அல்லது பொருளை வேறொன்றன் மீது தேய்த்தல்; தேய்ப்பு; உராய்வு *You have to put oil in the engine to reduce friction between the moving parts.* **2 friction (between A and B)** disagreement between people or groups ஆட்களுக்கு அல்லது குழுக்களுக்கு இடையேயான கருத்து வேறுபாடு; முரண்பாடு; உடன்பாடின்மை *There is a lot of friction between the older and younger members of staff.*

Friday /ˈfraɪdeɪ; -di/ *noun* [C, U] (*abbr.* **Fri.**) the day of the week after Thursday வியாழக்கிழமைக்கு அடுத்து வரும் வார நாள்; வெள்ளிக்கிழமை

NOTE வார நாட்கள் எப்போதும் முகட்டெழுத்திலேயே தொடங்கப்படுகின்றன. வார நாட்களை வாக்கியங்களில் பயன்படுத்தும் முறை குறித்த எடுத்துக்காட்டுகளுக்கு **Monday** பதிவைப் பார்க்க.

fridge /frɪdʒ/ (*formal* **refrigerator**; *AmE* **icebox**) *noun* [C] a metal container with a door in which food, etc. is kept cold (but not frozen) so that it stays fresh உணவு முதலியவற்றைப் புது மலர்ச்சியுடன் வைத்திருக்கும் பொருட்டு, அதனை (உறையவைக்காது) குளிர்ந்த நிலையில் இருப்பு வைப்பதற்கான, கதவுடைய உலோகக் கொள்கலம்; குளிர்காப்புப் பெட்டி; குளிர்பதனப் பெட்டி ➪ **freezer** பார்க்க.

fried[1] = **fry[1]** என்பதன் இறந்தகால மற்றும் இறந்தகால வினையெச்ச வடிவம்

fried[2] /fraɪd/ *adj.* (used about food) உணவு வகையில் cooked in hot fat or oil சூடான கொழுப்பில் அல்லது எண்ணெய்யில் சமைக்கப்பட்ட; பொரித்த; வறுத்த *a fried egg*

friend /frend/ *noun* [C] **1** a person that you know and like (not a member of your family), and who likes you நண்பர்; தோழர்; அன்பர் *Tarun and I are* ***old friends****. We were at school together.* • *We're only inviting* ***close friends*** *and relatives to the wedding.* • *One of my friends told me about this restaurant.* ➪ **boyfriend**, **girlfriend** மற்றும் **penfriend** பார்க்க. **2 a friend of/to sth** a person who supports an organization, a charity, etc., especially by giving money; a person who supports a particular idea, etc. ஒரு நிறுவனம், ஓர் அறக்கொடை அமைப்பு முதலியவற்றுக்கு, குறிப்பாகப் பொருளுதவி செய்பவர்; அறக்கொடை வழங்குபவர்; குறிப்பிட்ட கருத்து முதலியவற்றை ஆதரிப்பவர் *the Friends of the Churchill Hospital*

IDM **be/make friends (with sb)** to be/become a friend (of sb) ஒருவருடைய நண்பராக இரு; ஒருவருக்கு நண்பராகு; நட்புறவு கொள் *Tilak is rather shy and finds it hard to make friends.*

a false friend ➪ **false** பார்க்க.

friendly[1] /ˈfrendli/ *adj.* (**friendlier**; **friendliest**) **1 friendly (to/toward(s) sb)** behaving in a kind and open way அன்புடனும் கள்ளங்கபடமின்றியும் நடந்துகொள்கிற; நட்பார்ந்த; பரிவுடைய *Everyone here has been very friendly towards us.* **2** showing kindness in a way that makes people feel happy and relaxed மற்றவர்கள் மகிழ்ச்சியும் இறுக்கமற்ற உணர்வு நிலையும் கொள்ளும் முறையில் அன்பு செலுத்துகிற; கனிவான; இன்முகமுடைய *a friendly smile/*

atmosphere ✪ OPP பொருள் **1** மற்றும் **2**-க்கு **unfriendly 3 friendly with sb** treating sb as a friend ஒருவரை நட்பு முறையில் நடத்துகிற; நட்புறவு கொண்ட; தோழமையான *Naveen's **become** quite **friendly** with the boy next door.* • *Are you **on friendly terms** with your neighbours?* **4** (*in compounds*) helpful to sb/sth; not harmful to sth ஒருவருக்கு/ஒன்றுக்கு உதவியாக இருக்கிற; ஆதரவான; நலஞ்செய்கிற; துணையான *Our computer is extremely **user-friendly**.* • *ozone-friendly sprays* **5** in which the people, teams, etc. taking part are not competing seriously (விவாதம், போட்டி, விளையாட்டு முதலியவற்றில்) தீவிரமான போட்டியுணர்வு இல்லாத; நட்பு முறையிலான *I've organized a friendly match against my brother's team.* ▶ **friendliness** *noun* [U]

friendly² /ˈfrendli/ *noun* [C] (*pl.* **friendlies**) a sports match that is not part of a serious competition முனைப்பான போட்டிப் பண்பு கொண்டிராத விளையாட்டுப் போட்டி; நட்பு முறை விளையாட்டுப் போட்டி

friendship /ˈfrendʃɪp/ *noun* **1** [C] **a friendship (with sb)**; **a friendship (between A and B)** a relationship between people who are friends நண்பர்களாக உள்ளவர்களுக்கு இடையில் உள்ள உறவு; நட்பு; தோழமை *a close/lasting/lifelong friendship* **2** [U] the state of being friends நண்பர்களாக இருக்கும் நிலை; நட்பு *Our relationship is based on friendship, not love.*

frigate /ˈfrɪɡət/ *noun* [C] a small fast ship in the navy that travels with other ships in order to protect them மற்ற படைக்கப்பல்களுடன் அவற்றுக்குப் பாதுகாப்பாகச் செல்லும், விரைவியக்கமுடைய சிறு கடற்படைக் கப்பல்

fright /fraɪt/ *noun* [C, U] a sudden feeling of fear or shock திடீர் அச்சவுணர்வு அல்லது அதிர்ச்சி; திகில்; கிலி *I hope I didn't **give** you **a fright** when I shouted.* • *The child cried out **in fright**.*

frighten /ˈfraɪtn/ *verb* [T] to make sb/sth afraid or shocked ஒருவரை/ஒன்றை அச்சம் கொள்ளச் செய் அல்லது அதிர்ச்சியடையச் செய்; கிலியுண்டாக்கு *That programme about crime really frightened me.*

PHR V **frighten sb/sth away/off** to cause a person or animal to go away by frightening him/her/it ஓர் ஆளை அல்லது ஒரு விலங்கை அச்சுறுத்தித் துரத்து, துரத்திவிடு *Walk quietly so that you don't frighten the birds away.*

frightened /ˈfraɪtnd/ *adj.* **1** full of fear or worry அச்சம் அல்லது கவலை நிறைந்த; திகிலடைந்த; கிலியுண்டான; சஞ்சலமுற்ற *Frightened children were calling for their mothers.* • *I was frightened that they would think that I was rude.* **2 frightened of sb/sth** afraid of a particular person, thing or situation குறிப்பிட்ட ஆள், பொருள் அல்லது சூழ்நிலை குறித்து அஞ்சுகிற அல்லது பயம் கொண்ட *When I was young I was frightened of spiders.* ➪ **afraid** பதிவிலுள்ள குறிப்பைப் பார்க்க.

frightening /ˈfraɪtnɪŋ/ *adj.* making you feel afraid or shocked அச்சுறுத்துகிற அல்லது அதிர்ச்சியூட்டுகிற; பயம் உண்டாக்குகிற; திடுக்கிடச்செய்கிற *a frightening experience* • *It's frightening that time passes so quickly.*

frightful /ˈfraɪtfl/ *adj.* (*old-fashioned*) **1** very bad or unpleasant மிகவும் மோசமான அல்லது வெறுப்பூட்டுகிற; நலமற்ற; இன்னாத *The weather this summer has been frightful.* **2** (used for emphasizing sth) very bad or great (ஒன்றை வலியுறுத்தி அல்லது அழுத்தமாகக் கூறப் பயன்படுத்தப்படுவது) மிக மோசமான; வெறுப்பான; பயங்கரமான *We're in a frightful rush.*

frightfully /ˈfraɪtfəli/ *adv.* (*old-fashioned*) very மிகவும்; மிக; பெரிதளவில் *I'm frightfully sorry.*

frigid /ˈfrɪdʒɪd/ *adj.* **1** (usually used about a woman) unable to enjoy sex (ஒரு பெண்ணைப் பற்றிக் குறிப்பிடுகையில்) பாலுறவு இன்பத்தைத் துய்க்க முடியாத; காமக் கிளர்ச்சியற்ற **2** not showing any emotion உணர்ச்சியை வெளிப்படுத்தாத; விறைப்பான; இறுக்கமான

frill /frɪl/ *noun* [C] **1** a decoration for the edge of a dress, shirt, etc. which is made by forming many folds in a narrow piece of cloth இடையகலம் குறைந்த நுனியில் பல மடிப்புகளை அமைத்து, மகளிர் உடை, சட்டை முதலியவற்றின் விளிம்பில் செய்யப்படும் அலங்காரப் புனைவு; குஞ்சம்; தொங்கலிழை **2** (*usually pl.*) something that is added for decoration that you feel is not necessary தேவையற்றதாகத் தோன்றுமாறு ஒப்பனையாகச் சேர்க்கப்படும் ஒன்று; வெற்றலங்காரம்; பகட்டிணைவு *We just want a plain simple meal—no frills.* ▶ **frilly** *adj. a frilly dress*

fringe¹ /frɪndʒ/ *noun* [C] **1** (*AmE* **bangs**) [*pl.*] the part of your hair that is cut so that it hangs over your forehead நெற்றியின் மேல் தொங்குமாறு வெட்டிவிடப்பட்ட முடிப்பகுதி; நெற்றி மீது கவிந்து நிற்கும் குறுமயிர் வரிசை; முன்பக்கச் சதுரவெட்டு *Your hair looks better with a fringe.* **2** a border for decoration on a piece of clothing, etc. that is made of lots of hanging threads ஆடைகளின் விளிம்பில் பின்னிவிடப்படும் நூல்தொங்கல்; ஓர இழைவரிசை **3** (*BrE*) the outer edge of an area or a group that is a long way from the centre or from what is usual ஒரு பகுதியின் மையத்திலிருந்து தொலைதூரம் தள்ளி அமைந்திருக்கும் அதன் வெளிப்புற முனை; பொது முறையிலிருந்து பெருமளவு விலகி நிற்கும் ஒரு குழுவினர்; விளிம்பு; விளிம்பு நிலை

Some people **on the fringes of** *the socialist party are opposed to the policy on Europe.*

fringe² /frɪndʒ/ *verb*

IDM be fringed with sth to have sth as a border or around the edge ஒன்றை விளிம்புப் பகுதியாக அல்லது ஓரமாகக் கொண்டிரு; ஓரம் கட்டப்பட்டிரு *The lake was fringed with pine trees.*

fringe benefit *noun* [C, *usually pl.*] an extra thing that is given to an employee in addition to the money he/she earns ஓர் ஊழியருக்கு வழக்கமான ஊதியத்துடன் மிகைப்படியாகச் சேர்த்து வழங்கப்படும் ஒன்று; மிகை ஆதாயம்; கூடுதல் படி **NOTE** இப்பொருளில் வழங்கும் பெரிதும் நடைநெகிழ்வுடைய சொல் **perk** என்பதாகும்.

frisk /frɪsk/ *verb* **1** [T] to pass your hands over sb's body in order to search for hidden weapons, drugs, etc. மறைத்து வைக்கப்பட்டுள்ள ஆயுதங்கள், போதைப் பொருள்கள் முதலியவற்றைத் தேடுவதற்காக ஒருவர் உடல்மீது கையைச் செலுத்து; ஒருவர் உடல்மேல் சோதனையிடு **2** [I] (used about an animal or child) to play and jump about happily and with a lot of energy (விலங்கு அல்லது குழந்தை வகையில்) மகிழ்ச்சியுடனும் உற்சாகத்துடனும் குதித்து விளையாடு; துள்ளிக்குதி

frisky /ˈfrɪski/ *adj.* full of life and wanting to play மனக்கிளர்ச்சியும் விளையாட்டார்வமும் உடைய; துடிப்பான; சுறுசுறுப்பான; துள்ளி விளையாடுகிற

fritter /ˈfrɪtə(r)/ *verb*

PHR V fritter sth away (on sth) to waste time or money on things that are not important முக்கியமல்லாதவற்றின் மீது நேரத்தை அல்லது பணத்தை வீணாக்கு; வீண்செலவு செய்; வீண்காலங்கழி

frivolity /frɪˈvɒləti/ *noun* [U] silly behaviour (especially when you should be serious) (குறிப்பாகக் கருத்தார்ந்து இருக்கவேண்டிய சமயத்தில்) விளையாட்டுத்தனமாக நடந்துகொள்ளுதல்; சிறுபிள்ளைத்தனமான நடத்தை

frivolous /ˈfrɪvələs/ *adj.* not serious; silly காரிய மனப்பான்மையற்ற; அசட்டைப் போக்குடைய; விளையாட்டுத்தனமான; மடத்தனமாக நடந்துகொள்கிற

frizzy /ˈfrɪzi/ *adj.* (used about hair) very curly (முடி வகையில்) சுருள் சுருளான; சுருள் நிறைந்த; சுருட்டை முடியான

fro /frəʊ/ *adv.*

IDM to and fro ➪ **to** பார்க்க.

frock /frɒk/ *noun* [C] (*old-fashioned, BrE*) a dress உடை; மகளிர் உடுப்பு; ஆடை

frog /frɒg/ *noun* [C] a small animal with smooth skin and long back legs that it uses for jumping. Frogs live in or near water தவளை ➪ **amphibian** பதிவில் படம் பார்க்க.

frogman /ˈfrɒgmən/ *noun* [C] (*pl.* **-men** /-mən/) a person whose job is to work under the surface of water wearing special rubber clothes and using breathing equipment தனிவகை இரப்பர் ஆடைகளை அணிந்துகொண்டு செயற்கை உயிர்ப்புச் சாதனத்தைப் பயன்படுத்தி நீரினுள் பணி செய்பவர்; அடிநீர்ப் பணியாளர் *Police frogmen searched the river.*

frogspawn /ˈfrɒgspɔːn/ *noun* [U] an almost transparent substance that is between a liquid and a solid and contains the eggs of a **frog** தவளையின் முட்டைகளை உள்ளடக்கியுள்ள, திரவ நிலைக்கும் திடப்பொருள் நிலைக்கும் இடைப்பட்ட, பெரும்பாலும் ஒளி ஊடுருவும் பொருள் ➪ **amphibian** பதிவில் படம் பார்க்க.

frolic /frɒlɪk/ *verb* to behave in a playful way குதூகலமாகவும் விளையாட்டு முறையிலும் நடந்துகொள் *A group of happy children were frolicking in the park.* ▶ **frolic** *noun* [C] *fun and frolic*

from /frəm; *strong form* frɒm/ *prep.* **1** showing the place, direction or time that sb/sth starts or started ஒருவர்/ஒன்று தொடங்கும் அல்லது தொடங்கிய இடத்தை, திசையை அல்லது நேரத்தைக் குறிக்கப் பயன்படுத்தப்படுவது: இருந்து; இடத்திலிருந்து/நேரத்திலிருந்து; திசையிலிருந்து *She comes home from work at 7 o'clock. • a cold wind from the east • Water was dripping from the tap. • Sanjay's on holiday from next Friday. • The supermarket is open* **from** *8 a.m.* **till** *8 p.m. every day.* **2** showing the person who sent or gave sth ஒன்றை அனுப்பிய அல்லது கொடுத்த ஒருவரைக் குறிப்பது: ஒருவரிடமிருந்து *I borrowed this jacket from my sister. • a phone call from my father* **3** showing the origin of sb/sth ஒருவருடைய/ஒன்றின் தொடக்கத்தை, முதல்நிலையை அல்லது மூலத்தைக் குறிப்பது; ஒன்றிலிருந்து; தொடங்கி *'Where do you come from?' 'I'm from Australia.' • cheeses from France and Italy • quotations from Shakespeare* **4** showing the material which is used to make sth ஒன்றைத் தயாரிப்பதற்குப் பயன்படுத்தப்படும் மூலப்பொருளைச் சுட்டுவது: ஒன்றிலிருந்து; ஒன்றை மூலப்பொருளாகக் கொண்டு *Paper is* ***made from*** *wood. • This sauce is made from mint and tamarind.*

NOTE Made of என்னும் தொடர் ஒரு பொருளில் உள்ளடங்கியுள்ள அல்லது ஒரு பொருள் தனது கூறுகளாகக் கொண்டுள்ள ஒன்றைக் குறிக்கும்—*a table made of wood • a house made of bricks*

5 showing the distance between two places இரண்டு இடங்களுக்கு இடையிலுள்ள தொலைவைக் குறிப்பது *The house is five kilometres from the town centre.* • *I work not far from here.* **6** showing the point at which a series of prices, figures, etc., start விலைகள், இலக்கங்கள் முதலியவற்றினுடைய தொடர்வரிசையின் தொடக்க அலகைக் குறிப்பது: ஒன்றிலிருந்து தொடங்கி *Our prices start from Rs 250 a bottle.* • *Tickets cost from Rs 50 to Rs 500.* **7** showing the state of sb/sth before a change ஒரு மாற்றத்துக்கு முன்னுள்ள ஒருவருடைய/ஒன்றின் நிலையைக் குறிப்பது: இருந்து *The time of the meeting has been changed **from** 7 **to** 8 o'clock.* • *The article was translated **from** Russian **into** English.* • *Things have gone **from bad to worse**.* **8** showing that sb/sth is taken away, removed or separated from sb/sth else வேறொருவரிடமிருந்து/வேறொன்றிலிருந்து ஒருவர்/ஒன்று அகற்றப்படுவதை, நீக்கப்படுவதை அல்லது பிரிக்கப்படுவதைக் குறிப்பது *Children don't like being separated from their parents for a long period.* • *(in mathematics) 8 from 12 leaves 4.* **9** showing sth that you want to avoid தவிர்க்க அல்லது விலக்க விரும்பும் ஒன்றைச் சுட்டுவது *There was no shelter from the wind.* • *This game will stop you from getting bored.* **10** showing the cause of sth ஒன்றின் காரணத்தைக் குறிப்பது: ஒன்றால்; ஒன்றின் காரணமாக *People in the camps are suffering from hunger and cold.* **11** showing the reason for making a judgement or forming an opinion ஒரு மதிப்பீட்டுக்கான அல்லது ஒரு கருத்தைக் கொள்வதற்கான காரணத்தைக் குறிப்பது: ஒன்றின் அடிப்படையில்; ஒன்றை ஆதாரமாகக் கொண்டு *You can tell quite a lot from a person's handwriting.* **12** showing the difference between two people, places or things இரண்டு நபர்கள், இடங்கள் அல்லது பொருள்களுக்கு இடையேயான வேறுபாட்டைச் சுட்டப் பயன்படுத்தப்படுவது: வேறுபடுத்தி; மாறுபட்டு *Can you tell margarine from butter?* • *Is Bengali very different from Oriya?*

IDM **from...on** starting at a particular time and continuing for ever குறிப்பிட்ட நேரத்தில் தொடங்கி இடைவிடாது தொடர்ந்து; குறிப்பிட்ட சமயத்திலிருந்து எப்போதும்/என்றென்றைக்கும் *She never spoke to him again **from that day on**.* • ***From now on** you must earn your own living.*

frond /frɒnd/ *noun* [C] **1** a long leaf, often divided into parts along the edge, of some plants or trees சில செடிகள் அல்லது மரங்களின், பெரும்பாலும் விளிம்பு நெடுகப் பகுதிகளாகப் பிரிந்துள்ள, நீண்ட இலை; ஓலை *the fronds of a palm tree* **2** a long piece of **seaweed** that looks like one of these leaves கடற்பாசியின் ஓலை போன்ற நீண்ட பகுதி

front[1] /frʌnt/ *noun* **1 the front** [C, *usually sing.*] the side or surface of sth/sb that faces forward ஒன்றின்/ஒருவருடைய முன்னோக்கி அமைந்துள்ள பக்கம்; முன்பகுதி; முகப்பு *a dress with buttons down the front* • *the front of a building* (= the front wall) • *a card with flowers **on the front*** • *She slipped on the stairs and spilt coffee all down her front.* **2 the front** [C, *usually sing.*] the most forward part of sth; the area that is just outside of or before sb/sth ஒன்றின் நேர் முன்பக்கம்; தலைப்புறம்; ஒருவருடைய/ஒன்றின் நேர் வெளிப்பகுதி அல்லது சரிநேர் முன்புறம் *Young children should not travel **in the front of** the car.* • *There is a small garden **at the front of** the house.*

NOTE **On the front of** 'ஒன்றின் முன்பரப்பின் மேல்' எனப் பொருள்படும்—*The number is shown on the front of the bus.* **In front (of sth)** என்பது 'வேறொரு நபர் அல்லது பொருளிலிருந்து இன்னும் கூடுதலாக முன்தள்ளி; வேறொருவருக்கு/வேறொன்றுக்கு முன்னிலையில்/முன்னால்' என்னும் பொருள் தருவது—*A car has stopped in front of the bus.* • *There were three people in front of me in the queue.* **At/In the front (of sth)** என்ற தொடர் ஒன்றின் உட்பகுதியில் நேர் முன்னாக/நேர் எதிரில் என்னும் பொருள் தருவது—*The driver sits at the front of the bus.* கீழ்க்கண்ட வாக்கியங்களையும் நோக்குக—*The teacher usually stands in front of the class.* • *The noisy children were asked to sit at the front of the class* (= in the front seats).

3 [C] a particular area of activity குறிப்பிட்ட செயற்பாடு; துறை; செயல் எல்லை *Things are difficult **on the** domestic/political/economic **front** at the moment.* • *Progress has been made **on all fronts**.* **4 the front** [*sing.*] the line or area where fighting takes place in a war ஒரு போரில் சண்டை நடைபெறும் எல்லை அல்லது பகுதி; போர்முனை *to be sent to the front* **5** [*sing.*] a way of behaving that hides your true feelings உண்மையான உணர்வுகளை வெளிக்காட்டாத நடத்தை; வேடம்; பாவனை *His brave words were just a front. He was really feeling very nervous.* **6** [C] a line or area where warm air and cold air meet வெப்பக்காற்றும் குளிர்காற்றும் நேர்ப்படும் எல்லை அல்லது பகுதி; வெப்பதட்ப காற்று வகைகளின் இடைப்படு தளம் *A **cold front** is moving in from the north.*

IDM **back to front** ⇨ **back**[1] பார்க்க.

in front further forward than sb/sth; ahead ஒருவருக்கு/ஒன்றுக்கு மேலும் முன்தள்ளிய நிலையில்; முன்னிலையில்; முன்னால் *Some of the children ran on in front.* • *After three laps the Kenyan runner was in front.*

in front of sb/sth 1 in a position further forward than but close to sb/sth ஒருவருக்கு/ஒன்றுக்கு மேலும் முன்தள்ளிய நிலையில் அணுக்கமாக; ஒருவரை/ஒன்றை ஒட்டி முன்பாக *The bus stops right in front of our house.* • *Don't stand in front of the television.* • *The book was open in front of her on the desk.* **2** if you do sth in front of sb, you do it when that person is there in the same room or place as you ஒருவருடைய முன்னிலையில்; ஒருவருக்கு முன்னால் *I couldn't talk about that in front of my parents.*

up front (*informal*) as payment before sth is done ஒரு செயலை மேற்கொள்வதற்கு முன்பாகச் செலுத்தும் முன் பணமாக *I want half the money up front and half when the job is finished.*

front[2] /frʌnt/ *adj.* (*only before a noun*) of or at the **front 1,2** முன்பகுதிக்குரிய; முன்புறமான; முன்பக்கத்திலுள்ள *the front door/garden/room* • *sit in the front row* • *front teeth*

frontage /ˈfrʌntɪdʒ/ *noun* [C, U] the front of a building, especially when this faces a road or river (குறிப்பாக ஒரு சாலையை அல்லது நதியை நோக்கியுள்ள) ஒரு கட்டடத்தின் முன்புறம்; முகப்பு

frontal /ˈfrʌntl/ *adj.* (*only before a noun*) from the front முன்பக்கத்திலிருந்து வருகிற *a frontal attack*

frontier /ˈfrʌntɪə(r)/ *noun* **1** [C] **the frontier (between A and B)** the line where one country joins another; border இரு நாடுகள் சந்திக்கும் எல்லைக்கோடு; எல்லை *the end of frontier controls in Europe* ➪ **border** பதிவிலுள்ள குறிப்பைப் பார்க்க. **2 the frontiers** [*pl.*] the limit between what we do and do not know அறிந்துள்ளதற்கும் அறியாததற்கும் இடையிலுள்ள எல்லை அல்லது வரம்பு; அறிவெல்லை *Scientific research is constantly* ***pushing back the frontiers of*** *our knowledge about the world.*

front-page *adj.* interesting or important enough to appear on the front page of a newspaper ஒரு செய்தித்தாளின் முதற் பக்கத்தில் வெளியிடப்படும் அளவுக்கு ஆர்வத் தூண்டுதல் அளிக்கிற அல்லது முக்கியத்துவம் உடைய; முதற்பக்கத்துக்குத் தகுதியான *front-page news/headlines*

frost[1] /frɒst/ *noun* [C, U] the weather condition when the temperature falls below 0° Celsius (**freezing point**) and a thin layer of ice forms on the ground and other surfaces, especially at night உறைநிலையான 0° செல்சியஸ் அளவுக்குக் கீழ் தட்பவெப்பநிலை இறங்கி, குறிப்பாக இரவு நேரத்தில், தரைமீதும் மற்ற பரப்புகளின் மேலும் மெலிதான பனி அடை உருவாகும் பருவ நிலை; உறைபனித் தட்பநிலை *There was a hard frost last night.* • *It will be a chilly night with some* ***ground frost****.*

frost[2] /frɒst/ *verb* [T] (*AmE*) = **ice[2]**

PHR V **frost over/up** to become covered with a thin layer of ice மெல்லிய பனிப் படலத்தால் சூழப்படு; உறைபனிப் பொழிவால் மறைக்கப்படு *The window has frosted over/up.* ➪ **defrost** பார்க்க.

frostbite /ˈfrɒstbaɪt/ *noun* [U] a serious medical condition of the fingers, toes, etc. that is caused by very low temperatures மிகவும் தாழ்ந்த தட்ப நிலைகள் காரணமாகக் கை, கால் விரல்களில் காணப்படும் கடுமையான நோய் நிலை; பனிக்கடுப்பு

frosted /ˈfrɒstɪd/ *adj.* (used about glass or a window) with a special surface so you cannot see through it (கண்ணாடி அல்லது சன்னல் வகையில்) ஊடாகப் பார்க்கமுடியாத தனிவகை மேற்பரப்புடைய

frosting /ˈfrɒstɪŋ/ (*AmE*) = **icing**

frosty /ˈfrɒsti/ *adj.* **1** very cold, with frost உறைபனிப் பொழிவுடன் கூடிய கடுங்குளிரான *a cold and frosty morning* **2** cold and unfriendly மன எழுச்சியும் நட்புணர்வும் இல்லாத; நட்பார்வம் குன்றிய *a frosty welcome*

froth[1] /frɒθ/ *noun* [U] a mass of small white bubbles on the top of a liquid, etc. திரவம் முதலியவற்றின் மேற்பரப்பில் உண்டாகும் சிறு வெண்ணிறக் குமிழிகளின் திரள்; நுரை ▶ **frothy** *adj. frothy beer* • *a frothy cappuccino*

froth[2] /frɒθ/ *verb* [I] to have or produce a mass of white bubbles சிறு வெண்ணிறக் குமிழிகளின் திரளைக் கொண்டிரு அல்லது உண்டுபண்ணு; நுரை *The mad dog was frothing at the mouth.*

frown /fraʊn/ *verb* [I] to show you are angry, serious, etc. by making lines appear on your forehead above your nose மூக்குக்கு மேல், நெற்றியில் கோடுகள் தோன்றுமாறு முகஞ்சுளித்துக் கோபம், கடுப்பு முதலியவற்றை வெளிப்படுத்து ▶ **frown** *noun* [C]

PHR V **frown on/upon sth** to disapprove of sth ஒன்றுக்குக் கண்டனம் தெரிவி *Smoking is very much frowned upon these days.*

froze ➪ **freeze[1]** என்பதன் இறந்தகால வடிவம்

frozen[1] ➪ **freeze[1]** என்பதன் இறந்தகால வினையெச்ச வடிவம்

frozen[2] /ˈfrəʊzn/ *adj.* **1** (used about food) stored at a low temperature in order to keep it for a long time (உணவு வகையில்) நீண்ட காலம்/நேரம் கெடாது காப்பதற்காகத் தாழ்ந்த தட்ப நிலையில் இருப்பு வைக்கப்படுகிற; குளிர்பதனப் பெட்டியில் இட்டு வைக்கப்படுகிற *frozen meat/vegetables* **2** (*informal*) (used about people and parts of the body) very cold

(ஆட்கள் அல்லது உடல் உறுப்புகள் பற்றிக் குறிப்பிடும்போது) விறைப்பான; இறுகிய; உணர்ச்சியார்வமற்ற *My feet are frozen!* • *I was **frozen stiff**.* ✪ SYN **freezing** **3** (used about water) with a layer of ice on the surface (நீர் வகையில்) மேற்பரப்பில் பனிப்படலம் உள்ள; பனிப்படலத்தால் மூடப்பட்ட *The pond is frozen. Let's go skating.*

fructose /ˈfrʌktəʊs; -təʊz/ *noun* [U] a type of natural sugar that is found in fruit juice பழச்சாற்றில் காணப்படும் இயற்கையான சர்க்கரை வகை; கனிகளிலிருந்து பெறப்படும் சர்க்கரைப்பொருள்; பழச் சர்க்கரை ➪ **dextrose**, **glucose**, **lactose** மற்றும் **sucrose** பார்க்க.

frugal /ˈfru:gl/ *adj.* **1** using only as much money or food as is necessary தேவைக்கு வேண்டிய அளவிலான பணத்தை அல்லது உணவை மட்டுமே பயன்கொள்கிற; சிக்கனமான *a frugal existence/life* **2** (used about meals) small, simple and not costing very much (சாப்பாடு வகையில்) சிறிதளவிலான, எளிமையான மற்றும் விலை மிகுதியில்லாத; சாதாரணமான ▶ **frugality** /fruˈgæləti/ *noun* [U] ▶ **frugally** /ˈfru:gəli/ *adv. to live/eat frugally*

fruit /fru:t/ *noun* **1** [C, U] the part of a plant or tree that contains seeds and that we eat பழம் *Try and eat more **fresh fruit** and vegetables.* • *Marmalade is made with **citrus fruit*** (= oranges, lemons, grapefruit, etc.). ➪ **fruit** பதிவில் படம் பார்க்க.

> NOTE **'A fruit'** என்பது ஒரு பழ வகையைக் (**a type of fruit**) குறிக்கும்—*Most big supermarkets sell all sorts of tropical fruits.* தனி ஒரு பழத்தைக் குறிக்க, வழக்கமாகப் பழத்தின் பெயரைக் கூறுகிறோம்—*Would you like an apple?* அல்லது எண்ணுவதற்கு இயலாத சொல்வடிவத்தைப் பயன்படுத்துகிறோம்—*Would you like some fruit?*

2 [C] the part of any plant in which the seed is formed விதை உருவாகும் தாவரப் பகுதி; கனி **3** [*pl.*] **the fruits (of sth)** a good result or success from work that you have done செய்துள்ள ஒரு செயலின் நற்பயன் அல்லது பயன் நிறைவு; பலன்; ஆதாயம்

IDM **bear fruit** ➪ **bear**[2] பார்க்க.

fruit fly *noun* [C] (*pl.* **fruit flies**) a small flying insect that eats plants that have died, especially fruit அழுகிப்போன தாவரங்களை, குறிப்பாகப் பழங்களை, உண்ணும் சிறு பறக்கும் பூச்சி

fruitful /ˈfru:tfl/ *adj.* producing good results; useful நலமான விளைவுகளை உண்டாக்குகிற; பயனுடைய; நற்பயன் அளிக்கிற; ஆதாயமான *fruitful discussions*

fruition /fruˈɪʃn/ *noun* [U] (*formal*) the time when a plan, etc. starts to be successful ஒரு திட்டம், முதலியவை நிறைபயன் அளிக்கத் தொடங்கும் சமயம்; பலனளிப்புத் தருணம்; பயன் நுகர்வு *After months of hard work, our efforts were **coming to fruition**.*

fruitless /ˈfru:tləs/ *adj.* producing poor or no results; not successful சொற்பமான விளைபயனைத் தருகிற அல்லது பயனளிக்காத; நிறைவேறாத; பயனற்ற *a fruitless search*

frustrate /frʌˈstreɪt/ *verb* [T] **1** to cause a person to feel annoyed or impatient because he/she cannot do or achieve what he/she wants விரும்பிய ஒன்றைச் செய்ய இயலாததால் அல்லது செயல் கைகூடாததால், ஒருவரை எரிச்சல் அடையச் செய் அல்லது பொறுமை இழக்கச் செய்; மன அமைதி குலை *It's the lack of money that really frustrates him.* **2** (*formal*) to prevent sb from doing sth or sth from happening ஒருவர் ஒன்றைச் செய்வதைத் தடு அல்லது ஒன்று நிகழாமல் தடு *The rescue work has been frustrated by bad weather conditions.* ▶ **frustrated** *adj. He felt very frustrated at his lack of progress in learning Chinese.* ▶ **frustrating** *adj.*

frustration /frʌˈstreɪʃn/ *noun* [C, U] a feeling of anger because you cannot get what you want; sth that causes you to feel like this விருப்பம் நிறைவேறாமையால் உண்டாகும் சின உணர்ச்சி; இச் சின உணர்வுக்குக் காரணமான ஒன்று; இயலாமையால் உண்டாகும் எரிச்சல் உணர்வு; பதற்றம்; மன அமைதிக் குலைவு *He felt anger and frustration at no longer being able to see very well.* • *Every job has its frustrations.*

fry[1] /fraɪ/ *verb* [I, T] (*pres. part.* **frying**; *3rd person sing. pres.* **fries**; *pt, pp* **fried** /fraɪd/) to cook sth or to be cooked in hot fat or oil சூடான கொழுப்பில் அல்லது எண்ணெய்யில் ஒன்றைச் சமை அல்லது ஒன்று சமைக்கப்படு; பொரி; வறுபடு *to fry an egg* • *I could smell bacon frying in the kitchen.*

fry[2] /fraɪ/ (*AmE* **French fry**) *noun* [C] (*pl.* **fries**) a long thin piece of potato fried in oil எண்ணெய்யில் பொரிக்கப்பட்ட நீண்ட மெல்லிய உருளைக்கிழங்குத் துண்டு; பொரித்த உருளைக்கிழங்கு நறுக்கு

frying pan (*AmE* **fry pan;** *also* **skillet**) *noun* [C] a flat pan with a long handle that is used for frying food உணவுப்பொருள்களை வறுப்பதற்குப் பயன்படுத்தப்படும் நீண்ட கைப்பிடியுடைய தட்டையான உலோகக் கொள்கலம்; வறுத்தல், பொரித்தலுக்கான இரும்புத்தட்டம் ➪ **pan** பதிவில் படம் பார்க்க.

ft *abbr.* foot, feet; a measure of length, about 30.5 cm ஏறத்தாழ 30.5 சென்டிமீட்டருக்கு இணையான நீட்டலளவைக் கூறு; அடி; அடிகள் *a room 10 ft by 6 ft*

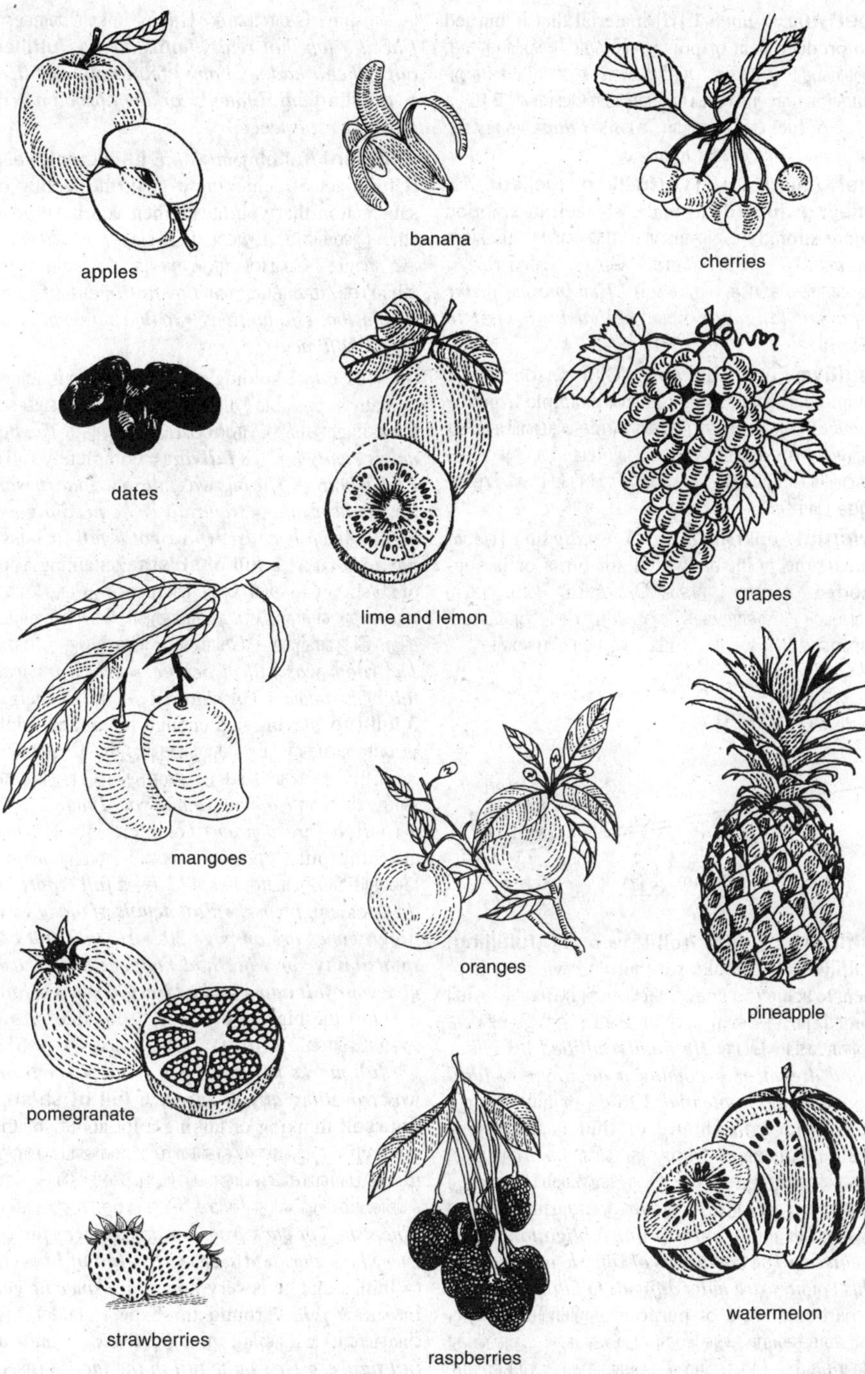
apples
banana
cherries
dates
lime and lemon
grapes
mangoes
oranges
pineapple
pomegranate
strawberries
raspberries
watermelon

fruit

fuel[1] /'fju:əl/ *noun* **1** [U] material that is burned to produce heat or power எரித்து வெப்பத்தை அல்லது இயக்க ஆற்றலை உண்டுபண்ணுவதற்கான மூலப்பொருள்; எரிபொருள் **2** [C] a type of fuel எரிபொருள் வகை *I think gas is the best fuel for central heating.*

fuel[2] /'fju:əl/ *verb* [T] (**fuelling**; **fuelled** *AmE* **fueling**; **fueled**) to make sb feel an emotion more strongly ஒருவரை முனைப்பு மிகுந்த உணர்ச்சி கொள்ளச் செய்; தீவிரமான உணர்ச்சியைத் தூண்டு *Her interest in the Spanish language was fuelled by a visit to Spain.*

fugitive /'fju:dʒətɪv/ *noun* [C] a person who is running away or escaping (for example from the police) (காவல்துறையினர், முதலியவர்களிடமிருந்து) ஓடிப் போய்விடுபவர் அல்லது தப்பியோடுபவர்; தப்பிச்செல்பவர் ➪ **refugee** பார்க்க.

fulcrum /'fʊlkrəm/ *noun* [C, *usually sing.*] (*technical*) the point on which sth turns or is supported ஒன்று நிலைகொண்டு சுழலுகிற அல்லது ஒன்றுக்கு ஆதாரமாக அமையும் முனை; சுழல் மையம்; ஆதார முனை

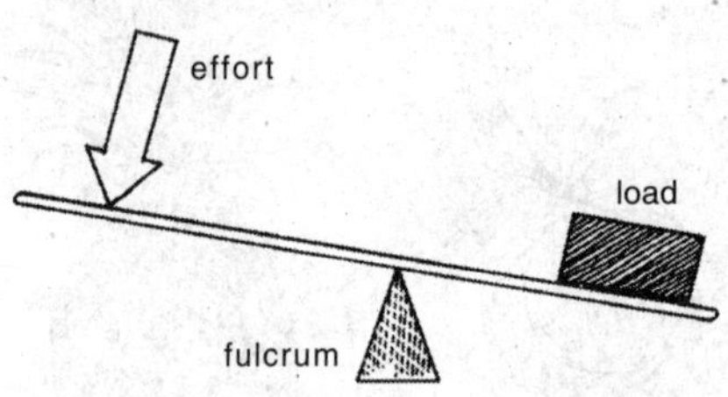

fulfil (*AmE* **fulfill**) /fʊl'fɪl/ *verb* [T] (**fulfilling**; **fulfilled**) **1** to make sth that you wish for happen; to achieve a goal நிகழவேண்டுமெனத் தான் விரும்பும் ஒன்றை நிகழச் செய்; ஓர் இலக்கை அடையப் பெறு *He finally fulfilled his childhood dream of becoming a doctor.* • *to fulfil your ambition/potential* **2** to do or have everything that you should or that is necessary செய்யவேண்டிய அல்லது விலக்க முடியாத அனைத்தையும் செய்; பெறவேண்டிய அல்லது இன்றியமையாத அனைத்தையும் பெறு; நிறைவேற்று *to fulfil a duty/obligation/promise/need* • *The conditions of entry to university in this country are quite difficult to fulfil.* **3** to have a particular role or purpose குறிப்பிட்ட ஒரு கடமைக்கூறு அல்லது பங்குபணி அல்லது நோக்கம் கொண்டிரு அல்லது அதனைச் செய்ய/நிறைவேற்ற வேண்டியிரு *India fulfils a very important role within the United Nations.* **4** to make sb feel completely happy and satisfied ஒருவரை முழுமையான மகிழ்ச்சியும் மனநிறைவும் கொள்ளச் செய்; மனநிறைவளி *I need a job that really fulfils me.* ▶ **fulfilled** *adj. When I had my baby I felt totally fulfilled.* ▶ **fulfilling** *adj. I found working abroad a very fulfilling experience.*

fulfilment /fʊl'fɪlmənt/ (*AmE* **fulfillment**) *noun* [U] the act of achieving a goal; the feeling of satisfaction that you have when you have done sth இலக்கை அடையப்பெறுதல்; எண்ண ஈடேற்றம்; செயல் நிறைவால் உண்டாகும் திருப்தி/மனநிறைவு *the fulfilment of your dreams/hopes/ambitions* • *to find personal/emotional fulfilment*

full[1] /fʊl/ *adj.* **1** holding or containing as much or as many as possible இடங்கொள்ளும் அளவுக்குக் கொண்டிருக்கிற; நிரம்பிய; நிறைந்த *The bin needs emptying. It's* ***full up*** (= completely full). • *a full bottle* • *The bus was full so we had to wait for the next one.* • (*figurative*) *We need a good night's sleep because we've got a full* (= busy) *day tomorrow.* **2 full of sb/sth** containing a lot of sb/sh ஆட்களை/பொருள்களை மிகுதியாக அல்லது ஏராளமாகத் தன்னுள் கொண்டிருக்கிற; பேரளவு உட்கொண்ட; நிறைமிகுதியான *The room was full of people.* • *His work was full of mistakes.* • *The children are full of energy.* **3 full (up)** having had enough to eat and drink உண்ணுவதற்கும் குடிப்பதற்கும் வேண்டிய அளவு கொண்டிருக்கிற; அருந்தப் போதுமானதாக உள்ள *No more, thank you. I'm full (up).* **4** (*only before a noun*) complete; not leaving anything out முழுமையான; நிறைவான; ஒன்றும் விடுபடாத *I should like* ***a full report*** *on the accident, please.* • ***Full details*** *of today's TV programmes are on page 20.* • *He took* ***full responsibility*** *for what had happened.* • *Please give your* ***full name and address***. **5** (*only before a noun*) the highest or greatest possible உச்ச அளவிலான; உச்சப் படிநிலையிலான *She got* ***full marks*** *in her French exam.* • *The train was travelling* ***at full speed.*** **6 full of sb/sth/yourself** thinking or talking a lot about sb/sth/yourself ஒருவரை/ஒன்றை/தன்னைப் பற்றி மிகையளவாக எண்ணுகிற அல்லது பேசுகிற; எண்ணம் அல்லது பேச்சு பொங்கித் ததும்புகிற *When she got back from holiday she was full of everything they had seen.* • *He's* ***full of himself*** (= thinks that he is very important) *since he got that new job.* **7** round in shape உருண்டை வடிவான; உருண்டு திரண்ட *She's got quite* ***a full figure.*** • *He's quite* ***full in the face.*** **8** (used about clothes) made with plenty of material (உடுப்பு வகையில்) பெருமளவிலான துணியால் தைக்கப்பட்ட; மிகுதியான துணியை உட்கொண்ட *a full skirt*

IDM **at full stretch** working as hard as possible முழு முயற்சியுடன் வினையாற்றுகிற; தன்னால் இயன்ற வரையிலான உழைப்பைத் தருகிற

full of beans/life with a lot of energy and enthusiasm ஏராளமான ஊக்கமும் உற்சாகமும் கொண்டுள்ள; ஆற்றலும் ஆர்வமும் ததும்புகிற

have your hands full ➪ **hand**[1] பார்க்க.

in full with nothing missing; completely ஒன்றும் விடுபடாமல்; முழுமையாக; குறையாது; குறைவற்று *Your money will be refunded in full* (= you will get all your money back). • *Please write your name in full.*

in full swing at the stage when there is the most activity உச்ச அளவிலான செயல்பாடு காணப்படும் கட்டத்தில்; செயற்றிற உச்ச நிலையில் *When we arrived the party was already in full swing.*

in full view (of sb/sth) in a place where you can easily be seen எளிதாகத் தான் பார்க்கப்படக்கூடிய இடத்தில்; பிறர் தன்னைத் தெளிவாகப் பார்க்கும்படியாக *In full view of the guards, he tried to escape over the prison wall.*

to the full as much as possible இயன்ற வரையிலும்; செய்யக்கூடிய அனைத்தும் *to enjoy life to the full*

full[2] /fʊl/ *adv.* **full in/on (sth)** straight; directly நேராக; நேரே; நேர்மட்டத்தில்; நேர்முகமாக *Jeetu hit him full in the face.* • *The two cars crashed full on.*

full-blown *adj.* fully developed முழு வளர்ச்சியடைந்த; முதிர்ச்சியுற்ற *to have full-blown chicken pox*

full board *noun* [U] (in a hotel, etc.) including all meals (தங்கல்மனை, முதலியவற்றில்) எல்லா நேரச் சாப்பாடுகளும் உள்ளடங்கிய தங்கும் வசதி; நிறை உணவு வசதி ➪ **half board** பார்க்க.

full-fledged (*AmE*) = **fully-fledged**

full-length *adj.* **1** (used about a picture, mirror, etc.) showing a person from head to foot (உருப்படம், முகம் பார்க்கும் கண்ணாடி, முதலியவை வகையில்) ஒருவரைத் தலை முதல் கால் வரை முழுமையாகக் காட்டுகிற; முழுநீள உருவைத் தெரியச் செய்கிற **2** not made shorter குறைக்கப்படாத; முழு நீள அளவுடைய *a full-length film* **3** (used about a dress, skirt, etc.) reaching the feet (மகளிர் உடை, சட்டை முதலியவை வகையில்) பாதம் வரை நீண்டிருக்கிற; பாதத்தை எட்டுகிற

full moon *noun* [*sing.*] the moon when it appears as a complete circle முழுமையான வட்டமாகத் தோன்றும் நிலவு; முழு நிலவு; நிறைமதி ➪ **new moon** பார்க்க.

full-scale *adj.* (*only before a noun*) **1** using everything or every person that is available கிடைக்கக்கூடிய ஒவ்வொன்றையும் அல்லது ஒவ்வொருவரையும் பயன்படுத்துகிற; முழு அளவிலான *The police have started a full-scale murder investigation.* **2** (used about a plan, drawing, etc.) of the same size as the original object (வரையுரு, வரைபடம் முதலியவை வகையில்) மூலப் பொருளின் சரி ஒப்பான அளவிலான *a full-scale plan/model*

full stop (*AmE* **period**) *noun* [C] a mark (.) that is used in writing to show the end of a sentence ஒரு வாக்கியத்தின் இறுதியைக் குறிக்கும் முறையில் எழுத்து வழக்கில் பயன்படுத்தப்படும் (.) என்னும் குறி; முற்றுப்புள்ளி

full-time *adj., adv.* for a whole of the normal period of work வழக்கமான வேலைநேரம் முழுவதுமான/முழுதுமாக; முழு நேரப் பணியான/பணியாக *He has a full-time job.* • *He works full-time.* • *We employ 800 full-time staff.* ➪ **part-time** பார்க்க.

fully /ˈfʊli/ *adv.* completely; to the highest possible degree முழுமையாக; முற்றிலுமாக; இயலக்கூடிய உச்ச உயர் அளவுக்கு *I'm fully aware of the problem.* • *All our engineers are fully trained.*

fully-fledged /ˌfʊli ˈfledʒd/ (*AmE* **full-fledged**) *adj.* completely trained or completely developed முழுப் பயிற்சி பெற்ற அல்லது முழு வளர்ச்சியடைந்த; நிறைவான பயிற்சித் திறன் உள்ளடங்கிய *Computer science is now a fully-fledged academic subject.*

fumble /ˈfʌmbl/ *verb* [I] to try to find or take hold of sth with your hands in a nervous or careless way பதற்றத்துடன் அல்லது அக்கறையற்ற முறையில் ஒன்றைக் கண்டுபிடிக்க அல்லது கையால் பற்றி எடுக்க முயல்; தட்டித் தடவு *'It must be here somewhere', she said, fumbling in her pocket for her key.*

fume /fju:m/ *verb* [I] to be very angry about sth ஒன்று குறித்துக் கடுஞ்சினம் கொள்; சீறு; குமுறு

fumes /fju:mz/ *noun* [*pl.*] smoke or gases that smell unpleasant and that can be dangerous to breathe in இனியதல்லாத மணமுடையதும், உள்ளிழுப்பின் ஆபத்து உண்டாக்கக்கூடியதுமான புகை அல்லது வாயுப்பொருள்கள்; கெடுதலான ஆவி *diesel/petrol/exhaust fumes*

fumigate /ˈfju:mɪgeɪt/ *verb* [T] to use special chemicals, smoke or gas to destroy the harmful insects or bacteria in a place ஓரிடத்திலுள்ள தீங்கு விளைவிக்கும் பூச்சிகளை அல்லது நுண்மங்களை அழிக்க தனிவகை வேதியியற்

பொருள்களை அல்லது ஆவியைப் பயன்படுத்து; ஓரிடத்தைத் தூய்மை செய்ய அதற்குரிய இரசாயனப் பொருள்களைப் பயன்படுத்து; புகையூட்டு அல்லது ஆவியைச் செலுத்து *to fumigate a room* ▶ **fumigation** /ˌfjuːmɪˈgeɪʃn/ *noun* [U]

fun¹ /fʌn/ *noun* [U] pleasure and enjoyment; an activity or a person that gives you pleasure and enjoyment மகிழ்ச்சியும் இன்ப நுகர்வும்; மகிழ்ச்சியும் இன்பமும் வழங்கும் ஒரு செயல் அல்லது ஆள்; வேடிக்கை விளையாட்டு; கேளிக்கை *We **had** a lot of **fun** at the party last night.* • *The party was **great fun**.* • *Have fun* (= enjoy yourself)*!* • ***It's no fun** having to get up at 4 o'clock every day.*

IDM **(just) for fun/for the fun of it** (just) for amusement or pleasure; not seriously இன்பப் பொழுதுபோக்குக்காக அல்லது மகிழ்ச்சிக்காக (மட்டுமே); கருத்தார்ந்த செயல் நோக்குடையதல்ல *I don't need English for my work. I'm just learning it for fun.*

in fun as a joke வேடிக்கைச் செயலாக; விளையாட்டாக *It was said in fun. They didn't mean to upset you.*

make fun of sb/sth to laugh at sb/sth in an unkind way; to make other people do this வெறுப்பூட்டும் முறையில் கேலியாக ஒருவரை/ஒன்றைப் பார்த்துச் சிரி; கேலி செய்; மற்றவர்களை இவ்வாறு சிரிக்கச் செய்; கேலி செய்யத் தூண்டு *The older children are always making fun of him because of his accent.*

poke fun at sb/sth ➪ **poke** பார்க்க.

fun² /fʌn/ *adj.* amusing or enjoyable கேளிக்கையான; மகிழ்ச்சியூட்டுகிற; இன்பப் பொழுதுபோக்கான; விளையாட்டியல்பான *to have a fun time/day out* • *Prateek's a fun guy.*

function¹ /ˈfʌŋkʃn/ *noun* [C] **1** the purpose or special duty of a person or thing ஒருவருடைய அல்லது ஒன்றின் செயல் நோக்கம் அல்லது சிறப்புப் பணி; குறிப்பிட்ட வேலை *The function of the heart is to pump blood through the body.* • *to perform/fulfil a function* **2** an important social event, ceremony, etc. முக்கியமான பொது/தோழமை நிகழ்ச்சி, வினைமுறை நிகழ்ச்சி முதலியவை; நிகழ்ச்சி *The princess attends hundreds of official functions every year.* **3** (*mathematics*) a quantity whose value depends on the varying values of others. In the statement 2x = y, y is a function of x மற்ற எண்களின் மாறுபடும் இயல்புள்ள மதிப்பைச் சார்ந்து அமையும் மதிப்புடைய எண்; சார்புமுறை எண்

function² /ˈfʌŋkʃn/ *verb* [I] to work correctly; to be in action பழுதின்றிச் சரியான முறையில் இயங்கு; திருத்தமுடன் செயற்படு; இயக்கத்தில்/செயல்பாட்டு நிலையில் இரு. *Only one engine was still functioning.* ✪ **SYN operate**

functional /ˈfʌŋkʃənl/ *adj.* **1** practical and useful rather than attractive கவர்ச்சியூட்டும் ஒன்றாக அல்லாமல் பயன் நோக்கமும் பயன்பாட்டுத்தன்மையும் உடைய *cheap functional furniture* **2** working; being used இயக்க நிலையில் உள்ள; செயல்பட்டுக்கொண்டிருக்கிற; பயன்பாட்டில் உள்ள *The system is now fully functional.*

functionality /ˌfʌŋkʃəˈnæləti/ *noun* [C, U] (*pl.* **functionalities**) (*computing*) the set of functions that a computer or other electronic system can perform கணிப்பொறி அல்லது வேறொரு மின்னியல் அமைப்பால் செய்யப்படும் செயல்களின் தொகுதி *new software with additional functionality*

function key *noun* [C] (*computing*) one of the keys on a computer which are used to perform a particular operation கணிப்பொறியில் உள்ள குறிப்பிட்ட பயன்பாடுகளுக்கான அல்லது செயற்கூறுகளுக்கான திறவுகளில் ஒன்று; செயல் சாவி

fund¹ /fʌnd/ *noun* **1** [C] a sum of money that is collected for a particular purpose குறிப்பிட்ட பயன்நோக்கத்திற்காகத் திரட்டப்படும் பணத்தொகை; நிதி *They contributed Rs 3000 to the disaster relief fund.* **2 funds** [*pl.*] money that is available and can be spent கிடைக்கக்கூடியதும் செலவிடுவதற்கு உரியதுமான பணம்; மூல நிதி *The hospital is trying to **raise funds** for a new kidney machine.*

fund² /fʌnd/ *verb* [T] to provide a project, school, charity, etc. with money ஒரு செயல்திட்டம், பள்ளி, அறச்செயல் முதலியவற்றுக்குப் பணம் கொடு; நிதியளி *The school is not funded by government money.*

fundamental /ˌfʌndəˈmentl/ *adj.* basic and important; from which everything else develops அடிப்படையானதும் முக்கியமானதுமான; மூல முதலான; மூலாதாரமான *There will be fundamental changes in the way the school is run.* • *There is a fundamental difference between your opinion and mine.* ▶ **fundamentally** /-təli/ *adv. The government's policy has changed fundamentally.*

fundamentalist /ˌfʌndəˈmentəlist/ *noun* [C] a person who strictly follows the basic rules and teachings of any religion ஒரு சமயத்தின் அடிப்படை விதிமுறைகளையும் கோட்பாடுகளையும் மிகக் கண்டிப்புடன் பின்பற்றுவர்; சமய அடிப்படைவாதி; சமயவாதி; சமயி

fundamentalism /ˌfʌndəˈmentəlizəm/ *noun* [U] the belief in strictly following the basic rules and teaching of any religion ஒரு மதத்தின்

போதனைகளையும் அடிப்படை விதிமுறைகளையும் மிகத் தீவரமாகப் பின்பற்றுவதில் உள்ள நம்பிக்கை; அடிப்படைவாதம்

fundamentals /ˌfʌndəˈmentlz/ *noun* [*pl.*] basic facts or principles அடிப்படை மெய்ம்மைகள், அடிப்படைக் கோட்பாடுகள்; மூலாதாரக் கூறுகள்

fund-raiser *noun* [C] a person whose job is to find ways of collecting money for a charity or an organization ஓர் அறக்கொடை அமைப்புக்காக அல்லது ஒரு நிறுவனத்திற்காகப் பணம் திரட்டுவதற்கான வழிமுறைகளைக் கண்டறியும் தொழில் செய்பவர்; நிதி திரட்டுபவர் ▶ **fund raising** *noun* [U] *While guiding the hospital, the organiser found fund-raising to be the most difficult part of the work.* ▶ **fund-raising** *adj.*

funeral /ˈfjuːnərəl/ *noun* [C] a ceremony (usually religious) for burying or burning a dead person இறந்தவரைப் புதைப்பதற்கான அல்லது எரியூட்டுவதற்கான (வழக்கமாகச் சமயச் சார்பான) சடங்கு; ஈமச் சடங்கு

funeral director = **undertaker**

funfair /ˈfʌnfeə(r)/ = **fair² 1**

fungicide /ˈfʌŋgɪsaɪd/ *noun* [C, U] a substance that kills a type of plant with no leaves or flowers (**fungus**) that grows on other plants or animals and harms them மற்ற தாவரங்கள் அல்லது விலங்குகள் மீது வளர்ந்து அவற்றுக்குக் கேடு விளைவிக்கும் காளான்களை அழிக்கும் பொருள்; காளான் கொல்லி

fungus /ˈfʌŋgəs/ *noun* [C, U] (*pl.* **fungi** /ˈfʌŋgiː; -gaɪ/ or **funguses**) a plant that is not green and does not have leaves or flowers (for example a mushroom), or that is like a wet powder and grows on old wood or food, walls, etc. Some fungi can be harmful பசுமை நிறமற்றதும் இலைகளோ மலர்களோ கொண்டிராததும் அல்லது ஈரத்தோய்வான பொடி போன்றதும், நாட்பட்ட மரம் அல்லது உணவு, சுவர்கள் முதலியவற்றின் மீது வளர்வதுமான தாவர வகை; காளான்; நாய்க்குடை; சிலவகைக் காளான்கள் ஊறு விளைவிக்கக்கூடியவை ➪ **mould** மற்றும் **toadstool** பார்க்க. ▶ **fungal** *adj.* *a fungal disease/infection/growth*

funnel /ˈfʌnl/ *noun* [C] **1** an object that is wide at the top and narrow at the bottom, used for pouring liquid, powder, etc. into a small opening மேற்பக்கம் அகன்று அடிப்பக்கம் குறுகலான, சிறிய திறப்புடைய கொள்கலங்களில் திரவம், நுண்பொடி முதலியவற்றை ஊற்றுவதற்கு/கொட்டுவதற்குப் பயன்படுத்தப்படும் பொருள்; புனல் ➪ **laboratory** பதிவில் படம் பார்க்க. **2** the metal chimney of a ship, engine, etc. கப்பல், இயந்திரம் முதலியவற்றின் புகைபோக்கி

funnily /ˈfʌnɪli; -əli/ *adv.* in a strange or unusual way விசித்திரமான அல்லது வழக்கமீறிய முறையில்; வினோதமாக *She's walking very funnily.*

IDM **funnily enough** used for expressing surprise at sth strange that has happened வழக்கத்துக்கு மாறான ஒரு நிகழ்வு குறித்து வியப்பை வெளிப்படுத்தப் பயன்படுத்தப்படும் தொடர் *Funnily enough, my parents weren't at all cross about it.*

funny /ˈfʌni/ *adj.* (**funnier**; **funniest**) **1** that makes you smile or laugh முகமலர்ச்சி உண்டாக்குகிற அல்லது சிரிப்பூட்டுகிற; வேடிக்கையான *a funny story* • *He's an extremely funny person.* • *That's the funniest thing I've heard in ages!* **2** strange or unusual; difficult to explain or understand விசித்திரமான; வழக்கமீறிய; வினோதமான; விவரிப்பதற்கு அல்லது புரிந்துகொள்வதற்குக் கடினமான *Oh dear, the engine is making a funny noise.* • *It's funny that they didn't phone to let us know they couldn't come.* • ***That's funny***—*he was here a moment ago and now he's gone.* • *Can I sit down for a minute? I **feel** a bit funny* (= a bit ill).

funny bone *noun* [C, *usually sing.*] (*informal*) the bone at your elbow முழங்கை மூட்டெலும்பு

fur /fɜː(r)/ *noun* **1** [U] the soft thick hair that covers the bodies of some animals சிலவகை விலங்குகளின் உடலைப் போர்த்து மூடியிருக்கும் மென்மையான மயிர்க்கற்றை; மென்மயிர் **2** [C, U] the skin and hair of animal that is used for making clothes, etc.; a piece of clothing that is made from this ஆடைகள் முதலியவை தயாரிக்கப் பயன்படுத்தப்படும் விலங்கின் தோலும் மென்மயிரும்; விலங்கின் தோலும் மென்மயிரும் கொண்டு தயாரிக்கப்பட்ட ஆடை வகை; மென்மயிர்த்தோல் ஆடை *a fur coat*

furious /ˈfjʊəriəs/ *adj.* **1 furious (with sb)**; **furious (at sth)** very angry பெரிதும் சினமுற்ற; கடுங்கோபம் கொண்ட; சீற்றங்கொண்ட *He was furious with her for losing the car keys.* • *He was furious at having to catch the train home.* ➪ **fury** noun பார்க்க. **2** very strong; violent மிகவும் கடுமையான; தீவிரமான; வன்மையான *A furious row has broken out over the closure of the school.* ▶ **furiously** *adv.*

IDM **fast and furious** ➪ **fast¹** பார்க்க.

furnace /ˈfɜːnɪs/ *noun* [C] a large, very hot, enclosed fire that is used for melting metal, burning rubbish, etc. உலோகத்தை உருக்குதல், குப்பைகூளத்தை எரித்தல் முதலியவற்றுக்குப் பயன்படுத்தப்படும் அகல் விரிவான, வெப்பம் மிகுந்த, மூடப்பட்ட அடுப்பு; உலை; உலைக்களம்

furnish /ˈfɜːnɪʃ/ *verb* [T] to put furniture in a room, house, etc. அறை, வீடு முதலியவற்றில் வீட்டுவசதிப் பொருள்களை அமைத்துக்கொடு *The room was comfortably furnished.* ▶ **furnished** *adj. She's renting a furnished room.*

furnishings /ˈfɜːnɪʃɪŋz/ *noun* [*pl.*] the furniture, carpets, curtains, etc. in a room, house, etc. அறை, வீடு முதலியவற்றிலுள்ள அறைகலன்கள், கம்பளங்கள், பலகணித்திரைகள் முதலியவை

furniture /ˈfɜːnɪtʃə(r)/ *noun* [U] the things that can be moved, for example tables, chairs, beds, etc. in a room, house or office அறை, வீடு, அலுவலகம் முதலியவற்றில் உள்ள, மேசைகள், நாற்காலிகள், கட்டில்கள் போன்ற, இடம்பெயர்த்து வைக்கக்கூடிய பொருள்கள்; அறைகலன்கள்; வீட்டு வசதிப் பொருள்கள் *modern/antique/second-hand furniture • garden/office furniture*

NOTE **Furniture** எண்ணுவதற்கு இயலாத பெயர்ச்சொல்லாகும்—*They only got married recently and they haven't got much furniture.* அறைகலன்களில் ஓர் உருப்படியைக் குறிப்பிடும்போது ***'a piece of furniture'*** என்று குறிப்பிட வேண்டும்—*The only nice piece of furniture in the room was an antique desk.*

furrow /ˈfʌrəʊ/ *noun* [C] **1** a line in a field that is made for planting seeds in by a farming machine that turns the earth (**plough**) வயலில் விதை நடவுக்காக உழவுக் கருவியால் உண்டாக்கப்படும் வரிப்பள்ளம் அல்லது ஆழ்தடம்; உழுசால்; உழவுச்சால் **2** a deep line in the skin on a person's face, especially on the forehead முகச்சருமத்தில், குறிப்பாக நெற்றியில் காணப்படும் ஆழ்தடம்; சுரிப்பு; மடிப்பு ➪ **wrinkle** பார்க்க.

furry /ˈfɜːri/ *adj.* having fur மென்மயிருள்ள; மென்மயிர் போர்த்திய; மென்மயிர்த் தோலினால் மூடப்பட்டுள்ள *a small furry animal*

further¹ /ˈfɜːðə(r)/ *adj., adv.* **1** more; to a greater degree கூடுதலான/கூடுதலாக; இன்னும் ஒருபடி மேற்சென்ற/மேற்சென்று *Are there **any further questions**? • Please let us know if you require any **further information**. • I have **nothing further to say** on the subject. • The museum is closed **until further notice*** (= until another announcement is made). • *Can I have time to consider the matter further?* **2** (*also* **farther**) (*the comparative of* **far**) at or to a greater distance in time or space (நேர அல்லது இட வகையில்) இன்னும் தொலைவில்/தொலைவான; இன்னும் தொலைவுக்கு; இன்னும் மேற்சென்று *It's not safe to go any further. • I can't remember any further back than 1970.*

NOTE தொலைவைக் குறிக்கும்போது **further, farther** இரண்டையுமே பயன்படுத்தலாம்—*Kanpur is further/farther from Delhi than Mathura is. • I jumped further/farther than you did.* மற்ற பொருள்களில்; **further** மட்டுமே பயன்படுத்தப்படும்—*We need a further week to finish the job.*

IDM **further afield** ➪ **far²** பார்க்க.

further² /ˈfɜːðə(r)/ *verb* [T] (*formal*) to help sth develop or be successful ஒன்றின் வளர்ச்சிக்கு அல்லது வெற்றிக்குத் துணை செய்; மேம்பாடு அடையச் செய்; வளர்ச்சி தூண்டு *to further the cause of peace*

furthermore /ˌfɜːðəˈmɔː(r)/ *adv.* also; in addition மேலும்; கூடுதலாக; இன்னமும்

furthest ➪ **far** என்பதன் மீயளபு வடிவம்

furtive /ˈfɜːtɪv/ *adj.* secret, acting as though you are trying to hide sth because you feel guilty (குற்ற உணர்ச்சி காரணமாக ஒன்றை மறைக்க முயல்வதாகத் தோன்றும் விதத்தில்) இரகசியமான; கபடமான; ஒளிவுமறைவாகச் செயலாற்றுகிற ▶ **furtively** *adv.*

fury /ˈfjʊəri/ *noun* [U] very great anger கடுங்கோபம்; மிகு சினம்; சீற்றம் *She was speechless with fury.* ➪ **furious** adjective பார்க்க.

fuse¹ /fjuːz/ *noun* [C] **1** a small piece of wire in an electrical system, machine, etc. that melts and breaks if there is too much power. This stops the flow of electricity and prevents fire or damage மின் அமைப்பு, இயந்திரம் முதலியவற்றில் மிகையான மின்னாற்றல் பாயும்போது உருகி இடையறுந்து மின்னோட்டத்தை நிறுத்தித் தீ அல்லது சேதம் உண்டாகாமல் தடுக்கும் சிறு கம்பி; மின்காப்பு எரியிழை *A fuse has blown—that's why the house is in darkness. • That plug needs a 15 amp fuse.* **2** a piece of rope, string, etc. or a device that is used to make a bomb, etc. explode at a particular time குறிப்பிட்ட நேரத்தில் வெடிகுண்டு முதலியவற்றை வெடிக்கச்செய்யப் பயன்படுத்தப்படும் முறுக்குக் கயிறு, மென் கயிறு, முதலியவை அல்லது ஒரு சாதனம்; எரியூட்டி அமைப்பு; எரியூட்டுதற்குரிய பொறியமைப்பு

fuse² /fjuːz/ *verb* [I, T] **1** (used about two things) to join together to become one; to make two things do this (இரண்டு பொருள்களைப் பற்றிக் குறிப்பிடுகையில்) இணைந்து ஒன்றாகு; இணைத்து ஒன்றாக்கு *As they heal, the bones will fuse together. • The two companies have been fused into one large organization.* **2** to stop working because a **fuse¹ 1** has melted; to make a piece of electrical equipment do this மின்காப்புக்

கம்பி உருகி ஒன்றின் இயக்கம் நின்றுபோ அல்லது மின்காப்புக் கம்பியை உருகச் செய்து மின் கருவியின் இயக்கத்தைத் தடைப்படுத்து *The lights have fused. • I've fused the lights.*

fuselage /'fju:zəlɑ:ʒ/ *noun* [C] the main part of a plane (not the engines, wings or tail) விமானத்தின் (இயந்திரங்கள், இறக்கைகள் அல்லது வால்பகுதி அல்லாத) முதன்மைப் பகுதி அல்லது உடற்பகுதி ➪ **plane** பதிவில் படம் பார்க்க.

fusion /'fju:ʒn/ *noun* **1** [U] [*sing.*] the process or the result of joining different things together to form one வெவ்வேறான பொருள்கள் தம்முள் இணைந்து ஒன்றாதல் அல்லது ஒன்றாகிய நிலை; இணைவு; ஐக்கியம் *the fusion of two political systems* **2** (*also* **nuclear fusion**) [U] (in physics) the action or process of combining the central parts (**nuclei**) of atoms to form a heavier central part (**nucleus**), with energy being created (இயற்பியலில்) ஆற்றலை உண்டுபண்ணுமாறு எடை மிக்க கருமையத்தை உண்டாக்குவதற்காக அணுக்களின் கருமையங்களை ஒன்றிணைத்தல்; அணுக்கருச் சேர்க்கை ➪ **fission** பார்க்க.

fuss[1] /fʌs/ *noun* [*sing.*] [U] a time when people behave in an excited, a nervous or an angry way, especially about sth unimportant குறிப்பாக முக்கியமல்லாத ஒன்று குறித்து, உணர்ச்சிவசப்பட்டுப் பதற்றத்துடன் அல்லது கோபத்துடன் நடந்துகொள்ளும் சமயம்; அற்பமான ஒன்றுக்கு வெற்று ஆர்ப்பரிப்புச் செய்தல்; வீண் ஆர்ப்பாட்டம் *The waiter didn't **make a fuss** when I spilt my drink. • What's all the fuss about?*

IDM make/kick up a fuss (about/over sth) to complain strongly கடுமையாகக் குறை கூறு அல்லது குற்றந்தெரிவி

make a fuss of/over sb/sth to pay a lot of attention to sb/sth ஒருவர்/ஒன்றின் மீது மட்டுமீறிய கவனம் செலுத்து *My grandmother used to make a big fuss of me when she visited.*

fuss[2] /fʌs/ *verb* [I] **1** to be worried or excited about small things முக்கியமற்றவை குறித்து கவலைப்படு அல்லது உணர்ச்சிவசப்படு; அற்பமானவற்றுக்காகப் பதற்றப்படு அல்லது படபடப்புறு *Stop fussing. We're not going to be late.* **2 fuss (over sb/sth)** to pay too much attention to sb/sth ஒருவர்/ஒன்றின் மீது மிகையான கவனம் செலுத்து *Stop fussing over all the details.*

IDM not be fussed (about sb/sth) (*BrE* **spoken**) to not care very much மிகையான அக்கறை கொள்ளாதிரு அல்லது கவலைப்படாதிரு *'Where do you want to go for lunch?' 'I'm not fussed.'*

fussy /'fʌsi/ *adj.* **1 fussy (about sth)** (used about people) giving too much attention to small details and therefore difficult to please (ஆட்களைப் பற்றிக் குறிப்பிடும்போது) சிறுசிறு கூறுகள் மீதும் மிகையான கவனம் செலுத்துகிற, மற்றும் அதன் காரணமாகத் திருப்திப்படுத்த முடியாத; அற்பமானவற்றைப் பெரிதுபடுத்துகிற; வீண் ஆர்ப்பாட்டம் செய்கிற *He is very fussy about food* (= there are many things which he does not eat). ➪ **particular** மற்றும் **picky** பார்க்க. **2** having too much detail or decoration தேவைக்கு அதிகமான நுணுக்க விவரங்களைக் கொண்டிருக்கிற அல்லது மிகையான ஒப்பனைத் தோற்றமுடைய *I don't like that pattern. It's too fussy.*

futile /'fju:taɪl/ *adj.* (used about an action) having no success; useless (ஒரு செயல் பற்றிக் குறிப்பிடுகையில்) வெற்றி பெறாத; பயன்நிறைவற்ற; பயனற்ற; வீணான *They made a last futile attempt to make him change his mind.* ▶ **futility** *noun* [U]

future /'fju:tʃə(r)/ *noun* **1 the future** [*sing.*] the time that will come after the present நிகழ்காலத்தை அடுத்து வரும் காலம்; எதிர்காலம்; வருங்காலம் *Who knows what will happen **in the future**? • in the near/distant future* (= soon/not soon) **2** [C] what will happen to sb/sth in the time after the present ஒருவருக்கு/ஒன்றுக்கு எதிர்காலத்தில் நிகழக்கூடியது; எதிர்கால வாழ்வு/வளம்; வருங்கால வாய்ப்புநலம் *Our children's futures depend on a good education. • The company's future does not look very hopeful.* **3** [U] the possibility of being successful வெற்றிக்கான வாய்ப்புநிலை; ஆக்கவளம் கிட்டுவதற்கான சாத்தியம் *I could see no future in this country so I left to work abroad.* **4 the future** [*sing.*] = **the future tense**
▶ **future** *adj.* (*only before a noun*) *She met her future husband when she was still at school. • You can keep that book **for future reference*** (= to look at again later).

IDM in future from now on இப்போதிருந்து; இது முதல்; இனிமேல் *Please try to be more careful in future.*

the future perfect *noun* [*sing.*] (*grammar*) the form of a verb which expresses an action in the future that will be finished before the time mentioned. The future perfect is formed with the future tense of 'have' and the past participle of the verb குறிப்பிடப்பட்ட காலத்துக்கு முன்னதாக முடிந்துவிடக்கூடிய எதிர்காலத்தில் நிகழ இருக்கும் ஒரு செயலைக் குறிக்கும் வினை

வடிவம்; எதிர்கால வினை முடிவுறு காலம். Have-இன் எதிர்கால வடிவமும் வினைச்சொல்லின் இறந்தகால வினையெச்ச வடிவமும் சேர்ந்த கூட்டுவினையாக இது அமையும் *'We'll have been married for ten years next month' is **in the future perfect**.*

the future tense (*also* **the future**) *noun* [*sing.*] (*grammar*) the form of a verb that expresses what will happen after the present நிகழ்காலத்துக்குப் பின்னர் நிகழ இருப்பதைக் குறிக்கும் வினை வடிவம்; எதிர்காலம்

NOTE எதிர்கால வினை பற்றி மேலும் அறிய அகராதிப் பகுதியை அடுத்துள்ள **Quick Grammar Reference** பகுதியைப் பார்க்க.

fuzzy /'fʌzi/ *adj.* not clear தெளிவற்ற; மங்கலான *The photo was a bit fuzzy but I could just make out my mother on it.*

G g

G, g[1] /dʒiː/ *noun* [C, U] (*pl.* **G's, g's** /dʒiːz/) the seventh letter of the English alphabet ஆங்கில நெடுங்கணக்கின் ஏழாவது எழுத்து *'Girl' begins with (a) 'G'*.

g[2] *abbr.* gram(s) கிராம் என்னும் எடையலகு

gable /ˈɡeɪbl/ *noun* [C] the pointed part at the top of an outside wall of a house between two parts of the roof மேற்கூரையின் இரு பகுதிகளின் இடையே உள்ள வெளிச்சுற்றுச் சுவர் உச்சியின் கூரிய பகுதி; கன்ன முக்கோணச் சுவர்

gadget /ˈɡædʒɪt/ *noun* [C] (*informal*) a small device, tool or machine that has a particular but usually unimportant purpose குறிப்பிட்ட, ஆனால் பெரும்பாலும் முக்கியமில்லாத, பயன்பாட்டுக்கான சிறு கருவி, செய்பொறி அல்லது இயந்திரம்

gag[1] /ɡæɡ/ *noun* [C] **1** a piece of cloth, etc. that is put in or over sb's mouth in order to stop him/her from talking ஒருவர் பேசுவதைத் தடுக்கும் பொருட்டு அவரது வாயினுள் அல்லது வாய் மீது திணிக்கப்படும் துணி, முதலியன; வாய்க்கட்டு; வாயடைப்பு **2** a joke வேடிக்கைப் பேச்சு; விகடம்; நகைத்திறத்துணுக்கு

gag[2] /ɡæɡ/ *verb* [T] (**gagging; gagged**) to put a gag in or over sb's mouth ஒருவர் பேசுவதைத் தடுக்க அவருடைய வாயினுள் அல்லது வாய்மீது துணி, முதலியவற்றை வைத்தடை; வாயடைப்புச் செய்

gage (*AmE*) = **gauge**[1]

gaiety /ˈɡeɪəti/ *noun* [U] a feeling of happiness and fun மகிழ்ச்சி மற்றும் இன்ப உணர்வு; களிப்புணர்ச்சி; இன்பக்கிளர்ச்சி

gaily /ˈɡeɪli/ *adv.* happily; cheerfully மகிழ்ச்சியுடன்; களிப்போடு; இன்ப உணர்வுடன்

gain[1] /ɡeɪn/ *verb* **1** [T] to obtain or win sth, especially sth that you need or want குறிப்பாகத் தனக்குத் தேவையான அல்லது தான் விரும்புகிற ஒன்றைப் பெறு அல்லது வென்றடை; ஈட்டு *They managed to gain access to secret information.* • *The country gained its independence ten years ago.* **2** [T] to gradually get more of sth ஒன்றைப் படிப்படியாக மிகுதியாக்கிக்கொள்; பெருக்கு *The train was gaining speed.* • *to gain weight/confidence* ✪ OPP **lose** **3** [I,T] **gain (sth) (by/from sth/doing sth)** to get an advantage ஆதாயம் அடை; நன்மை பெறு *I've got **nothing to gain** by staying in this job.* ✪ OPP **lose**

IDM **gain ground** to make progress; to become stronger or more popular வளர்ச்சி பெறு; முன்னேற்றம் காண்; மேலும் வலிமை அல்லது செல்வாக்கு பெறு

PHR V **gain in sth** to gradually get more of sth ஒன்றைப் படிப்படியாக மிகுதியாக்கிக்கொள்; பெருக்கு *He's gained in confidence in the past year.*

gain on sb/sth to get closer to sb/sth that you are trying to catch தான் பிடிக்க/அகப்படுத்த முயலும் ஒருவரை/ஒன்றை நெருங்கு; மிக அருகில் வா *I saw the other runners gaining on me so I increased my pace.*

gain[2] /ɡeɪn/ *noun* [C, U] an increase, improvement or advantage in sth ஒன்றன் பெருக்கம்; முன்னேற்றம்; ஆதாயம்; நன்மை *We hope to make a gain* (= more money) *when we sell our house.* • *a **gain in weight** of one kilo*

gait /ɡeɪt/ *noun* [*sing.*] the way that sb/sth walks ஒருவர்/ஒன்று நடக்கும் முறை; நடைப்பாணி; நடை

gala /ˈɡɑːlə/ *noun* [C] a special social or sporting occasion முக்கியமான தோழமை அல்லது விளையாட்டு நிகழ்ச்சி *a swimming gala*

galaxy /ˈɡæləksi/ *noun* (*pl.* **galaxies**) **1** [C] any of the large systems of stars, etc. in outer space வானின் தொலைவெளியில் காணப்படும் விண்மீன் தொகுதிகளில் ஒன்று; நட்சத்திர மண்டலம் **2 the Galaxy** (*also* **the Milky Way**) [*sing.*] the system of stars that contains our sun and its planets, seen as a bright band in the night sky இரவு நேர வானில் ஒளிமிக்க தொகுதியாகக் காணப்படும், சூரியனும் அதன் துணைக்கோள்களும் உள்ளடங்கிய விண்மீன் மண்டலம்; பால் மண்டலம்

gale /ɡeɪl/ *noun* [C] a very strong wind மிகவும் பலத்த காற்று; கடுங்காற்று; சூறாவளி *Several trees were blown down by the gale.* ⇨ **storm** பதிவிலுள்ள குறிப்பைப் பார்க்க.

gall[1] /ɡɔːl/ *noun* **1** [U] rude behaviour showing a lack of respect that is surprising because the person doing it is not embarrassed செய்த செயலுக்காக வெட்கப்படாது அதனால் மற்றவர்களுக்கு வியப்பை ஏற்படுத்தும், ஒருவரது பண்பு நயமற்ற முரட்டுத்தனமான நடத்தை *Not only did he arrive two hours late but he also **had the gall** to complain about the food.* **2** [U] (*formal*) a bitter feeling full of hatred வெறுப்பு நிறைந்த கசப்புணர்ச்சி; மனக்கசப்பு; பகைமை

⊕ SYN **resentment** **3** [C] swelling on plants and trees caused by insects, disease, etc. பூச்சிகள், நோய் முதலியனவற்றால் செடிகள் மற்றும் மரங்களில் உண்டாகும் தடிப்பு; கரணை வளர்ச்சி **4** (*old-fashioned*) = **bile**

gall² /gɔ:l/ *verb* [T] to make sb feel upset and angry, especially because sth is unfair குறிப்பாக முறையற்ற ஒன்றன் காரணமாக ஒருவரை கவலையும் சினமும் கொள்ளச் செய்; மனம் புண்படுத்து *It galls me to have to apologize to her.*

gall *abbr.* gallon(s) 'காலன்' எனப்படும் முகத்தல் அளவை

gallant /ˈgælənt/ *adj.* (*formal*) **1** showing courage in a difficult situation ஓர் இக்கட்டான சூழ்நிலையில் வீரத்தை வெளிப்படுத்துகிற; துணிச்சல் மிக்க *gallant men/soldiers/heroes* ⊕ SYN **brave** **2** (used about men) polite to and showing respect for women (ஆண்கள் பற்றிக் குறிப்பிடுகையில்) பெண்களிடம் பண்பு நயத்துடனும் மரியாதையாகவும் நடந்துகொள்கிற

gallantry /ˈgæləntri/ *noun* [C,U] (*pl.* **gallantries**) **1** courage, especially in battle குறிப்பாக, போர்க்களத்தில் காட்டும் வீரம்; துணிச்சல்; நெஞ்சுரம் **2** polite behaviour towards women by men பெண்களிடம் ஆண்கள் காட்டும் மரியாதையுணர்வு; பண்புநயமான நடத்தை

gall bladder *noun* [C] an organ that is connected to your **liver** and where **bile** is stored. It helps your body to deal with fats ஈரலோடு இணைக்கப்பட்டுள்ளதும் உடலின் கொழுப்புப் பொருள்கள் மீது வினைபுரியும் பித்தநீர் தேக்கி வைக்கப்பட்டுள்ளதுமான உறுப்பு; பித்தநீர்ப்பை

gallery/ˈgæləri/ *noun* [C] (*pl.* **galleries**) **1** a building or room where works of art are displayed for the public கலைப்பொருள்கள் காட்சிக்காக வைக்கப்பட்டுள்ள மனை அல்லது அறை; கலைக்காட்சிக்கூடம் *an art gallery* **2** an upstairs area at the back or sides of a large hall or theatre where people can sit பெரிய கூடத்தின் அல்லது அரங்கின் பின்பகுதியில் அல்லது பக்கங்களில் உள்ள, மக்கள் அமர்வதற்கான மேல்தளப் பகுதி; மாடி இருக்கைப் பகுதி

galley/ˈgæli/ *noun* [C] **1** a long flat ship with sails, especially one used by the ancient Greeks or Romans in war, which was usually rowed by criminals or **slaves** குறிப்பாகப் பண்டைய கிரேக்கர்களால் அல்லது ரோமானியர்களால் போரில் பயன்படுத்தப்பட்டதும் குற்றவாளிகளால் அல்லது அடிமைகளால் துடுப்பு வலித்துச் செலுத்தப்பட்டதுமான, நீண்ட தட்டையான பாய்மரக்கப்பல் **2** the kitchen on a ship or plane கப்பல் அல்லது விமானத்திலுள்ள சமையலறை

gallon /ˈgælən/ *noun* [C] (*abbr.* **gall**) a measure of liquid; 4.5 litres (or 3.8 litres in an American gallon) திரவங்களின் முகத்தலளவைக் கூறான காலன்; இது 4.5 லிட்டருக்கு (அல்லது அமெரிக்க அளவையில் 3.8 லிட்டருக்கு) இணையானது NOTE ஒரு 'காலன்' என்பது எட்டு **pint** எனப்படும் சிற்றலகு அளவைக் கொண்டதாகும்.

gallop /ˈgæləp/ *verb* [I] (used about a horse or a rider) to go at the fastest speed (குதிரை அல்லது குதிரையில் சவாரி செய்பவரைக் குறிக்கையில்) உச்ச வேகத்தில் செல்; பாய்ந்தோடு; ⇨ **canter** மற்றும் **trot** பார்க்க. ▶ **gallop** *noun* [*sing.*]

gallows /ˈgæləʊz/ *noun* [C] (*pl.* **gallows**) a wooden frame used in the past for killing people by hanging கடந்த காலத்தில் ஆட்களைத் தூக்கிலிட்டுக் கொல்லப் பயன்படுத்தப்பட்ட மரச்சட்டம்; தூக்குமரம்

gall stone /ˈgɔ:lstəʊn/ *noun* [C] a hard painful mass that can form in the **gall bladder** பித்தநீர்ப்பையில் தோன்றும் கடினமான வலி உண்டாக்கும் கட்டி; பித்தக்கல்

galore /gəˈlɔ:(r)/ *adv.* (*only after a noun*) in large numbers or amounts பெரும் எண்ணிக்கையில் அல்லது அளவில்; பேரளவில்

galvanize (*also* **-ise**) /ˈgælvənaɪz/ *verb* [T] to cover iron or steel in a whitish metal (**zinc**) to protect it from being damaged by water (**rusting**) இரும்பு அல்லது எஃகு துருப்பிடிக்காமல் இருக்க துத்தநாகப் பூச்சு பூசு

gamble¹ /ˈgæmbl/ *verb* [I,T] **gamble (sth) (on sth)** to bet money on the result of a card game, horse race, etc. சீட்டாட்டம், குதிரைப் பந்தயம் முதலியவற்றில் பணப் பந்தயம் கட்டு; சூதாடு *She gambled all her money on the last race.* ⊕ SYN **bet** ▶ **gambler** *noun* [C] *He's a compulsive gambler.* ▶ **gambling** *noun* [U]

PHR V **gamble on sth/on doing sth** to act in the hope that sth will happen although it may not ஒன்று பற்றி உறுதியாகத் தெரியாவிடினும், அது நிகழும் என்ற நம்பிக்கையில் செயல்படு; ஒன்றன் வாய்ப்பு நிலையை நம்பிச் செயலில் இறங்கு *I wouldn't gamble on the weather staying fine.*

gamble² /ˈgæmbl/ *noun* [C] something you do that is a risk இடர் நேர்வதற்கு வாய்ப்புள்ள ஒரு செயல்; துணிவு முயற்சி; சூதாட்டம்; பணயம் *Setting up this business was a bit of a gamble, but it paid off* (= was successful) *in the end.*

game¹ /geɪm/ *noun* [C] **1 a game (of sth)** a form of play or sport with rules; a time when you play it விதிமுறைகளின்படி விளையாடும் விளையாட்டு; போட்டி விளையாட்டு; விளையாட்டு நேரம் *Shall we **play a game**? • Let's **have a***

game of chess. • *'Monopoly' is a very popular board game.* • *The game ended in a draw.* **2** [C] an activity that you do to have fun வேடிக்கை விளையாட்டு; வேடிக்கை; கேளிக்கை *Some children were playing a game of cowboys and Indians.* **3** [C] how well sb plays a sport ஒரு விளையாட்டில் ஒருவர் காட்டும் திறமை; விளையாட்டுத் திறன் *My new racket has really improved my game.* **4 games** [*pl.*] an important sports competition ஒரு முக்கியமான விளையாட்டுப் போட்டி *Where were the last Olympic Games held?* **5** [C] *(informal)* a secret plan or trick இரகசியத் திட்டம்; தந்திரம்; *Stop **playing games with** me and tell me where you've hidden my bag.* **6** [U] wild animals or birds that are killed for sport or food விளையாட்டு முறையில் அல்லது உணவுக்காகக் கொல்லப்படும் வன விலங்குகள் அல்லது பறவைகள்; வேட்டையாடப்படும் விலங்குகள் அல்லது பறவைகள் *big game* (= lions, tigers, etc.)

IDM **give the game away** to tell a person sth that you are trying to keep secret இரகசியமாக வைத்திருக்க முயலும் ஒன்றை ஒருவரிடம் கூறிவிடு; மறை செய்தியை வெளியிட்டுவிடு *It was the expression on her face that gave the game away.*

game² /geɪm/ *adj.* (used about a person) ready to try sth new, unusual, difficult, etc. (ஒருவர் பற்றிக் குறிப்பிடுகையில்) புதிதான, வழக்கத்திற்கு மாறான, கடினமான ஒன்றில் ஈடுபட ஆயத்தமாக உள்ள *I've never gone sailing before but I'm game to try.*

gamekeeper /ˈgeɪmkiːpə(r)/ *noun* [C] a person who is responsible for private land where people hunt animals and birds விலங்குகள் மற்றும் பறவைகள் வேட்டைக்குரிய தனியார் நிலப்பகுதியின் காப்பாளர்; தனியார் வேட்டைக்காட்டுக் காவலர்

gamete /ˈgæmiːt/ *noun* [C] a male or female cell that joins with a cell of the opposite sex to form a **zygote** இரு பாலணு இணைவுப் பொருள் உண்டாக்குவதற்காக, எதிர் பாலணுவுடன் இணையும் ஆண்/பெண் பாலணு

gamma /ˈgæmə/ *noun* [C] the third letter of the Greek alphabet [Γ, γ] கிரேக்கமொழி நெடுங்கணக்கின் மூன்றாவது எழுத்து

gamma radiation *noun* [U] (*also* **gamma rays**) [*pl.*] rays that are sent out by some dangerous **radioactive** substances சிலவகை ஆபத்தான கதிரியக்கப் பொருள்களை வெளிவிடும் ஒளிக்கதிர்கள் ⇨ **wavelength** பதிவில் படம் பார்க்க.

gammon /ˈgæmən/ *noun* [U] *(BrE)* meat from the back leg or side of a pig that has been **cured**. Gammon is usually served in thick slices வழக்கமாகத் தடித்த துண்டுகளாகப் பரிமாறப்படும், உப்பிட்டு அல்லது புகையூட்டிப் பதனப்படுத்தப்பட்ட, பன்றியின் பின்கால் அல்லது பக்க இறைச்சி

gander /ˈgændə(r)/ *noun* [C] a male goose ஆண் வாத்து

Gandhian *adj.* connected with or related to the way of life of Mahatma Gandhi or his teachings மகாத்மா காந்தியின் வாழ்க்கை முறை, அவரது கொள்கைகள் முதலியவற்றைச் சார்ந்த

gang¹ /gæŋ/ *noun* [C, *with sing. or pl. verb*] **1** an organized group of criminals குற்றச் செயல்களில் ஈடுபடுவோரின் ஒருங்கிணைந்த குழு; குற்ற இயல்புடையோர் கும்பல் **2** a group of young people who cause trouble, fight other groups, etc. மற்றவர்களுக்குத் தொல்லை தருகிற, வன்முறை, பூசல் முதலியவற்றில் ஈடுபடும் இளைஞர் குழு; வம்பர் குழு *The woman was robbed by a gang of youths.* • *gang warfare/violence* **3** (*informal*) a group of friends who meet regularly வழக்கமாகச் சந்தித்துக் கொள்ளும் நண்பர்கள் குழு; தோழமைக் குழு; நண்பர் வட்டம்

gang² /gæŋ/ *verb*

gang up on sb *(informal)* to join together with other people in order to act against sb ஒருவருக்கு எதிராக மற்றவர்களுடன் கூட்டுசேர்; நலமற்ற செயல்நோக்குடன் ஒரு கும்பலில் சேர் *She's upset because she says the other kids are ganging up on her.*

gangrene /ˈgæŋgriːn/ *noun* [U] the death of a part of the body because the blood supply to it has stopped as a result of disease or injury நோய் அல்லது காயம் காரணமாக உடலின் ஒரு பகுதியில் குருதி ஓட்டம் தடைப்பட்டு அப்பகுதி செயலிழத்தல்; உடலின் உட்கூற்றழிவு ► **gangrenous** /ˈgæŋgrɪnəs/ *adj.*

gangster /ˈgæŋstə(r)/ *noun* [C] a member of a group of criminals குற்ற இயல்புடையோர் குழுவின் உறுப்பினர்

gangway /ˈgæŋweɪ/ *noun* [C] **1** a passage between rows of seats in a cinema, an aircraft, etc. திரையரங்கு, விமானம் முதலியவற்றில் இருக்கை வரிசைகளுக்கு இடையே உள்ள செல்வழி; ஊடுபாதை **2** a bridge that people use for getting on or off a ship கப்பலில் ஏற அல்லது இறங்கப் பயன்படுத்தப்படும் இடை இணைப்பு அமைப்பு அல்லது பாலம்

gantry /ˈgæntri/ *noun* [C] (*pl.* **gantries**) a tall metal frame like a bridge that is used to support signs over a road, lights over a stage, etc. சாலை அறிவிப்புக்குறிகள், மேடை விளக்குகள் முதலியவற்றைத் தாங்குவதற்கு அமைக்கப்படும் பால வடிவிலான உயரமான உலோகச் சட்டம்; பால வடிவ நிலைதாங்கி

gaol, gaoler (*BrE*) = **jail, jailer**

gap /gæp/ *noun* [C] **1 a gap (in/between sth)** an empty space in sth or between two things ஒன்றில் அல்லது இரண்டு பொருள்களுக்கு இடையில் உள்ள வெற்றிடம்; இடைவெளி *The sheep got out through a gap in the fence.* **2** a period of time when sth stops, or between two events ஒன்று நிறுத்தப்படும் போதுள்ள அல்லது இரண்டு நிகழ்வுகளுக்கு இடைப்பட்ட கால அளவு; இடைவேளை; இடைவெளி *I returned to teaching after a gap of about five years.* • *a gap in the conversation* **3** a difference between people or their ideas ஆட்களுக்கு அல்லது அவர்களுடைய கருத்துகளுக்கு இடையேயான வேறுபாடு; பிளவு; ஒப்புணர்வின்மை *The gap between the rich and the poor is getting wider.* **4** a part of sth that is missing ஒன்றின் விடுபட்ட பகுதி; விடுபாடு; வெற்றிடம் *In this exercise you have to fill (in) the gaps in the sentences.* • *I think our new product should fill **a gap in the market**.*

IDM **bridge a/the gap** ➪ **bridge²** பார்க்க.

gape /geɪp/ *verb* [I] **1 gape (at sb/sth)** to stare at sb/sth with your mouth open வாய் அகலமாகத் திறந்துள்ள நிலையில் ஒருவரை/ஒன்றை உற்றுநோக்கு *We gaped in astonishment when we saw what Kamali was wearing.* **2 gape (open)** to be or become wide open அகலமாகத் திறந்திரு அல்லது திறக்கப்பட்டிரு *a gaping hole/wound*

garage /ˈgærɑːʒ; ˈgærɪdʒ/ *noun*[C] **1** a small building where a car, etc. is kept சீருந்து முதலியவற்றைப் பாதுகாப்பாக நிறுத்திவைக்கும் சிறு கட்டடம்; சீருந்துக் கொட்டில் *The house has a double garage* (= with space for two cars). **2** a place where vehicles are repaired and/or petrol is sold பொறி வண்டிகள் பழுதுபார்க்கப்படும் மற்றும்/அல்லது பெட்ரோல் விற்கப்படும் இடம் *a garage mechanic* ➪ **petrol station** பார்க்க.

garam masala *noun* [U] a mixture of spices like **cloves**, **cardamom**, **black pepper**, etc. that is used in Indian cookery இந்தியச் சமையலில் பயன்படுத்தப்படும் கிராம்பு, ஏலக்காய், மிளகு முதலிய நறுமணப் பொருள்களின் கலவை

Garba *noun* [U] a folk dance from Gujarat in which the dancers move in circles in a clockwise and an anticlockwise direction குஜராத் மாநிலத்தில் வழக்கில் உள்ள ஒரு வகைக் கிராமிய நடனம். இதில் ஆண்களும் பெண்களும் வலமிருந்து இடமாகவும் இடமிருந்து வலமாகவும் வட்டமாகச் சுழன்று ஆடுவர்

garbage /ˈgɑːbɪdʒ/ (*AmE*) = **rubbish**

garbage can (*AmE*) = **dustbin**

garbled /ˈgɑːbld/ *adj.* (used about a message, story, etc.) difficult to understand because it is not clear (ஒரு செய்தி, கதை முதலியவை வகையில்) தெளிவாக இல்லாமையால் புரிந்து கொள்வதற்குக் கடினமான; குழப்பமான; விளக்கமற்ற

garden¹ /ˈgɑːdn/ *noun* [C] **1** (*AmE* **yard**) a piece of land next to a house where flowers and vegetables can be grown, usually with an area of grass (**lawn**) பூக்கள், காய்கறிகள் ஆகியன பயிரிடுவதற்குரிய, வழக்கமாகச் சிறு புல்வெளியுடன் கூடிய, வீட்டை அடுத்துள்ள சிறு நிலப்பகுதி; (வீட்டுத்) தோட்டம் *the back/front garden* • *garden flowers* • *garden chairs* ➪ **yard** பதிவிலுள்ள குறிப்பைப் பார்க்க. **2** gardens [*pl.*] a public park பொதுமக்களுக்கான பூங்கா

garden² /ˈgɑːdn/ *verb* [I] to work in a garden தோட்டத்தில் வேலை செய் *She's been gardening all afternoon.*

garden centre *noun* [C] a place where plants, seeds, garden equipment, etc. are sold செடிகள், விதைகள், தோட்ட வேலைக்கான கருவிகள் முதலியன விற்கப்படும் இடம்; தோட்டப் பொருள்கள் விற்பனை மையம்

gardener /ˈgɑːdnə(r)/ *noun* [C] a person who works in a garden as a job or for pleasure தொழிலாக அல்லது பொழுதுபோக்காகத் தோட்டத்தில் வேலை செய்பவர்; தோட்டப் பணியாளர்; தோட்டக்காரர்

gardening /ˈgɑːdnɪŋ/ *noun* [U] looking after a garden தோட்டம் பேணுதல்; தோட்டத்தைக் கவனித்துப் பார்த்துக்கொள்ளுதல்; தோட்ட வேளாண்மை *I'm going to **do** some **gardening** this afternoon.* • *gardening tools/gloves*

garden party *noun* [C] a formal social event that takes place outside, usually in a large garden, in summer வழக்கமாகக் கோடைக்காலத்தில் ஒரு பெரிய தோட்டவளாகத்தில் நடத்தப்படும் வினைமுறை சார்ந்த தோழமை நிகழ்ச்சி; தோட்ட விருந்து

gargle /ˈgɑːgl/ *verb* [I] to wash your throat with a liquid (which you do not swallow) விழுங்காமல் ஒரு திரவத்தால் தொண்டையைக் கழுவு; கொப்பளி

garish /ˈgeərɪʃ/ *adj.* very bright or decorated and therefore unpleasant வெறுப்பூட்டும் வகையில் மிகவும் பளபளக்கிற அல்லது ஒப்பனை செய்யப்பட்ட கவர்ச்சியுடைய; வீண் பகட்டுத் தோற்றம் கொண்ட ✪ SYN **gaudy**

garland¹ /ˈgɑːlənd/ *noun* [C] a circle of flowers and leaves that is worn on the head or around the neck or is hung in a room, etc., as decoration தலையிலோ கழுத்திலோ அணிந்து கொள்ளப்படும் அல்லது ஒப்பனையாக அறையில் தொங்கவிடப்படும் பூக்களாலும் இலைகளாலும் தொடுக்கப்பட்ட வளையம்; மாலை *a garland of red flowers* ▶ **garland** *verb* [T] (*usually*

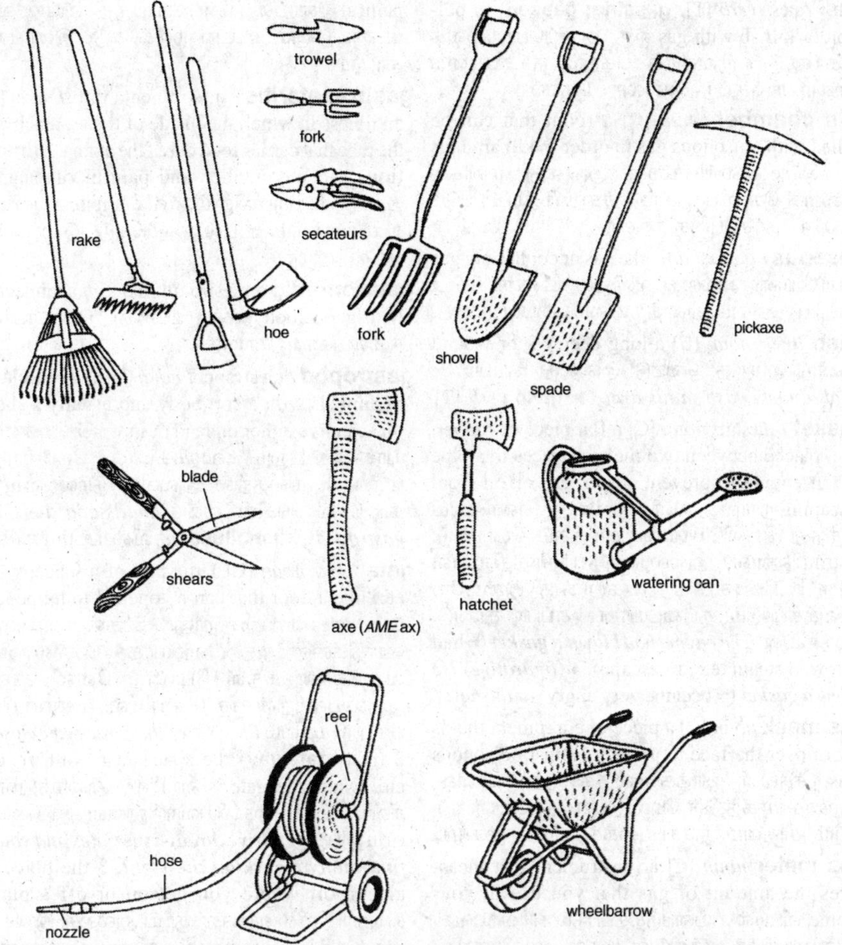

gardening equipment

passive) *The chief guest was garlanded on his arrival.*

garlic /ˈgɑːlɪk/ *noun* [U] a plant with a strong taste and smell that looks like a small onion and is used in cooking சிறு வெங்காய வடிவுடையதும் சமையலில் பயன்படுத்தப்படுவதுமான, உறைப்பான சுவையும் மணமும் கொண்ட தாவர வகை; வெள்ளைப்பூண்டு *Chop two* ***cloves of garlic*** *and fry in oil.*

garment /ˈgɑːmənt/ *noun* [C] (*formal*) a piece of clothing ஆடை ⇨ **clothes** பார்க்க.

garnish /ˈgɑːnɪʃ/ *verb* [T] to decorate a dish of food with a small amount of another food உணவு வகை ஒன்றைச் சிற்றளவான வேறோர் உணவைக் கொண்டு அழகுபடுத்து ▶ **garnish** *noun* [U, C]

garrison /ˈgærɪsn/ *noun* [C] a group of soldiers who are living in and guarding a town or building ஒரு நகரத்தில் அல்லது கட்டடத்தில் தங்கியிருந்து அந்நகரத்தை அல்லது கட்டடத்தைப் பாதுகாக்கும் படைவீரர் தொகுதி; நகர்/ கோட்டைக் காவற்படை

gas¹ /gæs/ *noun* (*pl.* **gases**; *AmE* **gasses**) **1** [C, U] a substance like air that is not a solid or a liquid திடப்பொருளோ திரவப்பொருளோ அல்லாத, காற்றுப் போன்ற ஒரு பொருள்; வளி *Hydrogen and oxygen are gases.* **2** [U] a particular type of gas or mixture of gases that is used for heating or cooking ஒன்றை வெம்மையூட்ட அல்லது சமையலில் பயன்படுத்தப்படும் குறிப்பிட்ட வகையான வளி அல்லது வளிப்பொருள்களின் கலவை; எரிவாயு *a gas cylinder* **3** [U] (*AmE*) = **petrol**

gas² /gæs/ *verb* [T] (**gassing; gassed**) to poison or kill sb with gas ஒரு வளிப்பொருளைக் கொண்டு ஒருவரைக் கொல்; நச்சுப்புகை மூலம் நஞ்சூட்டு அல்லது கொல்

gas chamber *noun* [C] a room that can be filled with poisonous gas in order to kill animals or people விலங்குகளை அல்லது மனிதர்களைக் கொல்வதற்காக நச்சுவளி நிரப்பப்படும் அறை; நச்சுப்புகை அறை

gaseous /'gæsiəs/ *adj.* like gas or containing gas வளிபோன்ற அல்லது வளியை உள்ளடக்கிய; வளியுருவான; வளித்தன்மையுடைய

gash /gæʃ/ *noun* [C] a long deep cut or wound நீண்டு ஆழ்ந்த வெட்டு அல்லது காயம் *He had a nasty gash in his arm.* ▶ **gash** *verb* [T]

gasket /'gæskɪt/ *noun* [C] a flat piece of rubber, etc. placed between two metal surfaces in a pipe or an engine to prevent steam, gas or oil from escaping நீராவி, வளி அல்லது எண்ணெய் கசிந்து வெளியேறாமல் தடுக்கும் பொருட்டு, குழாயிலுள்ள அல்லது இயந்திரத்திலுள்ள இரு உலோகப் பரப்புகளுக்கு இடையே வைக்கப்படும் தட்டையான இரப்பர் துண்டு, முதலியன *The engine had **blown a gasket*** (= had allowed steam, etc. to escape). • (*figurative*) *He **blew a gasket*** (= became very angry) *at the news.*

gas mask *noun* [C] a piece of equipment that is worn over the face to protect against poisonous gas நச்சுவளி தாக்காமல் காத்துக்கொள்வதற்காக முகத்தின் மேல் அணிந்து கொள்ளப்படும் சாதனம்; நச்சுப்புகைக் காப்பு முகமூடி

gas meter *noun* [C] an instrument that measures the amount of gas that you use in your home வீட்டில் பயன்படுத்தப்படும் எரிவாயுவின் அளவைக் கணக்கிடும் கருவி; வளிமானி

gasoline/'gæsəli:n/ (*also* **gas**) (*AmE*) = **petrol**

gasp /gɑ:sp/ *verb* [I] **1 gasp (at sth)** to take a sudden loud breath with your mouth open, usually because you are surprised or in pain வழக்கமாகத் திகைப்பு அல்லது வலி காரணமாக, வாய் திறந்துள்ள நிலையில் திடுமென ஒலியுடன் மூச்சுவாங்கு **2** to have difficulty breathing மூச்சு விடுவதற்குச் சிரமப்படு; மூச்சுத் திணறு *I pulled the boy out of the pool and he lay there **gasping for breath**.* ▶ **gasp** *noun* [C] *to give a gasp of surprise/pain/horror*

gas station (*AmE*) = **petrol station**

gastric /'gæstrɪk/ *adj.* (*medical*) (*only before a noun*) connected with the stomach இரைப்பை தொடர்பான; வயிறு சார்ந்த *a gastric ulcer* • *gastric juices* (= the acids in your stomach that deal with the food you eat)

gastritis /gæs'traɪtɪs/ *noun* [U] an illness in which the inside of the stomach becomes swollen and painful இரைப்பையின் உட்பகுதி வீங்கி வலி உண்டாக்கும் உடல் நலக்கேடு; இரைப்பை அழற்சி

gastro-enteritis /ˌgæstrəʊˌentə'raɪtɪs/ *noun* [U] an illness in which the inside of the stomach and the tube that carries food out of the stomach (**intestine**) become swollen and painful வயிற்றின் உள்ளும் குடலிலும், வீக்கமும் வலியும் உண்டாக்கும் உடல் நலக்கேடு; இரைப்பை-குடல் அழற்சி

gastronomic /ˌgæstrə'nɒmɪk/ *adj.* connected with good food நல்ல உணவு தொடர்பான; சுவையுணவு சார்ந்த

gastropod /'gæstrəpɒd/ *noun* [C] any of a **class** of animals with a soft body and usually a shell, that can live either on land or in water மென்மையான உடலும் வழக்கமாக மேலோடும் உடைய, நிலத்தில் அல்லது நீரில் வாழக்-கூடிய விலங்கின வகை *Snails and slugs are gastropods.* ➪ **mollusc** பதிவில் படம் பார்க்க.

gate /geɪt/ *noun* [C] **1** the part of a fence, wall, etc. like a door that can be opened to let people or vehicles through திறந்து ஆட்களை அல்லது ஊர்திகளை அதன் வழியாகச் செல்ல விடுவதற்கான கதவு போன்ற வேலி, சுவர் முதலியவற்றின் பகுதி; வாயில்; முன்வாயில்; வாயிற் கதவம் *Please keep the garden gate closed.* **2** (*also* **gateway**) the space in a wall, fence, etc. where the gate is வாயில் அமைந்துள்ள சுவர், வேலி முதலியவற்றிலுள்ள இடவெளி; வாயிற்பகுதி *Drive through the gates and you'll find the car park on the right.* **3** the place at an airport where you get on or off a plane வானூர்தியில் ஏறுவதற்குரிய அல்லது இறங்குவதற்குரிய, வானூர்தி நிலையத்திலுள்ள இடம்/வாயில் *Air Deccan Flight DN-140 to Chennai is now boarding at Gate 6.*

gateau /'gætəʊ/ *noun* [C] (*pl.* **gateaux**) a large cake that is usually decorated with cream, fruit, etc. வழக்கமாகப் பாலேடு, பழம் முதலியவற்றால் அலங்கரிக்கப்பட்ட பெரிய அளவிலான கேக் வகை

gatecrash /'geɪtkræʃ/ *verb* [I, T] to go to a private party without being invited அழைப்பின்றித் தனிமுறை விருந்து ஒன்றுக்குச் செல்; அழையாது நுழை ▶ **gatecrasher** *noun* [C]

gatepost /'geɪtpəʊst/ *noun* [C] either of the posts at the end of a gate which it is supported by or fastened to when it is closed வாயிலைத் தாங்கும் அல்லது வாயில் மூடப்படும்பொழுது வாயிற்கதவு மாட்டப்படும், வாயிலின் இரு முனைகளிலுமுள்ள கம்பங்களில் ஒன்று; வாயிற் கம்பம் அல்லது வாயில் நிலைக்கால்

gather /ˈgæðə(r)/ *verb* **1** [I,T] **gather (round) (sb/sth); gather sb/sth (round) (sb/sth)** (used about people) to come or be brought together in a group (ஆட்கள் வகையில்) குழுவாக ஒன்று சேர்ந்து வா; திரண்டு வா *A crowd soon gathered at the scene of the accident.* • *We all gathered round and listened to what the guide was saying.* **2** [T] **gather sth (together/up)** to bring many things together பொருள்கள் பலவற்றை ஒன்றாகச் சேர்; திரட்டு *He gathered up all his papers and put them away.* • *They have gathered together a lot of information on the subject.* **3** [T] (*formal*) to pick wild flowers, fruit, etc. from a wide area ஓர் அகன்ற பரப்பளவில் விளைந்துள்ள பூக்கள், கனிகள் முதலியவற்றைப் பறி; மலர் முதலியவற்றைக் கொய்து சேர் *to gather mushrooms* **4** [T] to understand or find out sth (from sb/sth) (ஒருவரிடமிருந்து/ஒரு பொருளிலிருந்து) ஒன்றைக் கண்டறி; புரிந்துகொள் *I gather from your letter that you have several years' experience of this kind of work.* • *She's been very ill recently. So I gather.* **5** [I, T] to gradually become greater; to increase படிப்படியாகப் பெரிதாகு; பெருக்கமடை; மிகுதியாக்கு; பெருக்கு *I gathered speed as I cycled down the hill.*

gathering /ˈgæðərɪŋ/ *noun* [C] a time when people come together; a meeting பலர் ஒன்றாகக் கூடும் வேளை; கூட்டம்; திரள்; சந்திப்பு *a family gathering*

gaudy /ˈgɔːdi/ *adj.* very bright or decorated and therefore unpleasant மிகையான பளபளப்பு அல்லது அலங்காரம் உடையதாகி வெறுப்பூட்டுகிற; நலமற்ற வீண்பகட்டாயுள்ள; பகட்டு வண்ணம் வாய்ந்த ✪ SYN **garish**

gauge¹ (*AmE* **gage**) /geɪdʒ/ *noun* [C] **1** an instrument for measuring the amount of sth ஒன்றின் அளவைக் கணக்கிடப் பயன்படுத்தப்படும் கருவி *a fuel/temperature/pressure gauge* ➪ **car** பதிவில் படம் பார்க்க. **2** (*technical*) a measurement of the width of sth or of the distance between two things ஒரு பொருளின் அகலத்தின் அல்லது இரண்டு பொருள்களுக்கு இடையே உள்ள தூரத்தின் அளவு *a narrow-gauge railway* **3 a gauge (of sth)** a fact that you can use to judge a situation, sb's feelings, etc. ஒரு சூழ்நிலை, ஒருவருடைய எண்ணங்கள் முதலியவற்றை மதிப்பீடு செய்ய/தேர்ந்தறியப் பயன்படுத்தப்படும் தகவல், நிகழ்ச்சி அல்லது மெய்ம்மைக் கூறு; தேர்வு மூலம்; கணிப்பு ஆதாரம்

gauge² /geɪdʒ/ *verb* [T] **1** to make a judgement or to calculate sth by guessing உய்த்துணர்ந்து/ஊகித்து ஒன்றை மதிப்பீடு செய் அல்லது கணி *It was difficult to gauge the mood of the audience.* **2** to measure sth accurately using a special instrument உரிய கருவியைப் பயன்படுத்தி ஒன்றைச் சரிநுட்பமாக அளவிடு; ஒரு சிறப்புக் கருவி மூலம் ஒன்றன் அளவைத் துல்லியமாகக் கணக்கிடு

gaunt /gɔːnt/ *adj.* (used about a person) very thin because of hunger, illness, etc. (ஆள் வகையில்) பசி, நோய் முதலியவற்றின் காரணமாக மிகவும் மெலிந்துள்ள; ஒல்லியான; ஒட்டியுலர்ந்துபோன

gaur *noun* [C] a wild ox found in the mountainous areas of eastern India and Southeast Asia இந்தியாவின் கிழக்குப் பகுதி, தென்கிழக்கு ஆசியா ஆகியவற்றின் மலைப்பகுதிகளில் காணப்படும் ஒரு வகைக் காட்டெருது

gauze /gɔːz/ *noun* **1** [U] light transparent material, usually made of cotton or **silk** வழக்கமாகப் பருத்தி அல்லது பட்டினால் செய்யப்பட்ட ஒளி ஊடுருவக்கூடிய பொருள்; மென் பஞ்சு/பட்டுப் பொருள் **2** [U] a thin material like a net, that is used for covering an area of skin that you have hurt or cut காயம் அல்லது வெட்டுபட்ட தோல் பகுதியை மூடப் பயன்படுத்தப்படும் வலை போன்ற மெல்லிய பொருள்; மென் துணிவலை **3** [U, C] material made from a **network** of wire; a piece of this கம்பி வலைப்பின்னலால் செய்யப்பட்ட பொருள்; மென்கம்பி வலை *a wire gauze* ➪ **laboratory** பதிவில் படம் பார்க்க.

gave ➪ **give** என்பதன் இறந்தகால வடிவம்

gawp /gɔːp/ *verb* [I] (*informal*) **gawp (at sb/sth)** to look or stare in a stupid way விவேகமின்றி அல்லது முகாந்தரமின்றி (ஒன்றை) நோக்கு அல்லது உற்றுப்பார்; மடத்தனமான முறையில் விழித்து நோக்கு *Lots of drivers slowed down to gawp at the accident.*

gay¹ /geɪ/ *adj.* **1** sexually attracted to people of the same sex; homosexual ஒரே பாலினம் சார்ந்தவர்கள் மீது இனக் கவர்ச்சி கொள்கிற; தன்னினப் பால் கவர்ச்சிக்கு ஆட்பட்ட; ஓரினப் பால்பற்றுடைய *the gay community* • *a gay bar/club* (= for gay people) ➪ **lesbian** பார்க்க. **2** (*old-fashioned*) happy and full of fun மகிழ்ச்சியும் நகையாட்டமும் நிறைந்த; களிப்புணர்வு மிகுந்த ➪ **gaiety** noun பார்க்க.

gay² /geɪ/ *noun* [C] a person, especially a man, who is sexually attracted to people of the same sex; a homosexual தன்னையொத்த பாலினத்தவர் மீது கவர்ச்சி ஈடுபாடு கொள்ளும் ஒருவர், குறிப்பாக ஓர் ஆண்; ஓரின/தன்னினப் பால் கவர்ச்சி உடையவர் ➪ **lesbian** பார்க்க.

gaze /geɪz/ *verb* [I] to look steadily for a long time நீண்ட நேரம் உற்றுப்பார்; நெடுநேரம் கூர்ந்து நோக்கு *She sat at the window gazing dreamily into space.* ▶ **gaze** *noun* [*sing.*]

gazette /gə'zet/ *noun* [I] **1** an official newspaper containing important information about decisions that have been made, people who have been employed, etc. published by an organization ஒரு நிறுவனம் வெளியிடும் அந்நிறுவனத்தில் செய்யப்பட்ட முடிவுகள், பணி நியமனங்கள் முதலியவை பற்றிய முக்கியமான தகவல்கள் உள்ளடங்கிய அதிகாரபூர்வமான பத்திரிகை; பணித்துறை செய்தியிதழ்; அரசிதழ் **2** a word used in the titles of some newspapers சில நாளேடுகளின் தலைப்புகளில் பயன்படுத்தப்படும் சொல் *The Morning Gazette*

GDP /ˌdʒi: di:'pi/ *abbr.* gross domestic product; the total value of all the goods and services produced in a country in one year நிறை மொத்த உள்நாட்டு விளைபொருளைக் குறிக்கும் Gross Domestic Product என்பதன் குறுக்கம்; ஓராண்டில் ஒரு நாட்டில் விளைவிக்கப்படும் அனைத்துப் பொருள்கள் மற்றும் சேவைகளின் மொத்த மதிப்பு ⇨ **GNP** பார்க்க.

gear[1] /gɪə(r)/ *noun* **1** [C] the machinery in a vehicle that turns engine power into a movement forwards or backwards இயந்திர ஆற்றலை முன்னோக்கிய அல்லது பின்னோக்கிய இயக்கமாக மாற்றும் விசையுந்தில் உள்ள இயக்கப் பகுதி; இயக்கி; விசை கட்டுப்பாட்டமைவு *Most cars have four or five forward gears and a reverse.* ⇨ **bicycle** பதிவில் படம் பார்க்க. **2** [U] a particular position of the gears in a vehicle ஒரு விசையுந்தில் உள்ள இயக்கிகளின் விசைநிலை *first/second/top/reverse gear* • *to change gear* **3** [U] equipment or clothing that you need for a particular activity, etc. குறிப்பிட்ட செயல் முதலியவற்றுக்கு வேண்டிய துணைக்கருவிகள்/துணைப்பொருள்கள் அல்லது உடுப்பு; பணித்தளவாடம்; பணி உடை *camping/fishing/sports gear* **4** [*sing.*] an instrument or part of a machine that is used for a particular purpose குறிப்பிட்ட பயன்பாட்டிற்கான கருவி அல்லது இயந்திரப் பகுதி; துணைக்கருவி; துணைக்கலம் *the landing gear of an aeroplane*

gear[2] /gɪə(r)/ *verb*

PHR V **gear sth to/towards sb/sth** (*usually passive*) to make sth suitable for a particular purpose or person குறிப்பிட்ட நோக்கத்திற்கு அல்லது நபருக்கு ஒன்றை ஏற்றதாக்கு; பொருந்தச் செய்

gear up (for sb/sth); gear sb/sth up (for sb/sth) to get ready or to make sb/sth ready ஆயத்தமாயிரு; ஒன்றை/ஒருவரை ஆயத்த நிலைக்கு வரச்செய்

gearbox /'gɪəbɒks/ *noun* [C] the metal case that contains the **gears**[1] **1** of a car, etc. சீருந்து முதலியவற்றின் விசை இயக்கிகளை உள்ளடக்கியுள்ள உலோகப் பெட்டியமைப்பு; விசை இயக்கிக் கூடு

gear lever (*AmE* **gear shift**) *noun* [C] a stick that is used for changing **gear**[1] **2** in a car, etc. சீருந்து முதலியவற்றில் இயக்கிகளின் விசை நிலையை மாற்றப் பயன்படுத்தப்படும் கம்பி ⇨ **car** பதிவில் படம் பார்க்க.

gee /dʒi:/ *exclamation* (*AmE*) used for expressing surprise, pleasure, etc. வியப்பு, மகிழ்ச்சி முதலியவற்றை வெளிப்படுத்தப் பயன்படுத்தப்படும் உணர்ச்சிக்குறிப்புச் சொல்

geese ⇨ **goose** என்பதன் பன்மை வடிவம்

Geiger counter /'gaɪgə kaʊntə(r)/ *noun* [C] a machine used for finding and measuring the rays that are sent out by dangerous (**radioactive**) substances ஆபத்தான கதிரியக்கப் பொருள்களால் வெளிவிடப்படும் ஒளிக்கதிர்களைக் கண்டறிந்து அளவிடப் பயன்படுத்தப்படும் இயந்திரம்

gel /dʒel/ *noun* [C, U] (*usually in compounds*) a thick substance that is between a liquid and a solid திரவத்திற்கும் திடப்பொருளுக்கும் இடைநிலையிலுள்ள கெட்டியான பொருள்; அரைத் திண்மக் கரைசல் *hair gel* • *shower gel*

gelatin /'dʒelətɪn/ (*also* **gelatine** /'dʒeləti:n/) *noun* [U] a clear substance without any taste that is made by boiling animal bones and is used to **set** liquid food விலங்கு எலும்புகளைக் கொதிக்கவைத்துத் தயாரிக்கப்படுவதும், திரவ உணவைக் கெட்டியாக்கப் பயன்படுத்தப்படுவதுமான சுவையற்ற, தெளிந்த பொருள்; எலும்புப் பசை

gelignite /'dʒelɪgnaɪt/ *noun* [U] a substance that is used for causing explosions வெடிவைக்கப் பயன்படுத்தப்படும் ஒரு பொருள்; வெடிமருந்து வகை

gem /dʒem/ *noun* [C] **1** a jewel or precious stone அணிமணி அல்லது மணிக்கல்; இரத்தினம் **2** a person or thing that is especially good குறிப்பிடத்தக்க முறையில் நிறைவான ஒருவர் அல்லது ஒரு பொருள்; பண்பார்ந்த ஒருவர்; அரும்பொருள்; பெரிதும் விரும்பத்தக்க நபர்/பொருள்

Gemini /'dʒemɪnaɪ/ *noun* [U] the third sign of the **zodiac**, the Twins இராசி மண்டலத்தின் மூன்றாவது இராசியான இரட்டைப் பொருள்; மிதுனராசி

Gen. *abbr.* General; an officer in the army தரைப்படை முதல்வரைக் குறிக்கும் General என்பதன் குறுக்கம்; தரைப்படையின் உயர்நிலை அலுவலர்

gender /'dʒendə(r)/ *noun* [C, U] **1** (*formal*) the fact of being male or female ஆண் அல்லது

பெண்ணாக இருக்கும் மெய்ம்மை நிலை ✪ SYN **sex** 2 (*grammar*) (in some languages) the division of nouns, pronouns, etc. into different classes (**masculine**, **feminine** and **neuter**); one of these three types பெயர்ச்சொற்கள், மாற்றுப் பெயர்ச்சொற்கள் முதலியவற்றின் ஆண்பால், பெண்பால், பொதுப்பால் என்னும் பகுப்பு-முறை; இம்மூன்று பகுப்புகளில் ஒன்று; சொல்லின் பால் வகை; பால் பாகுபாடு

gene /dʒi:n/ *noun* [C] a unit of information inside a cell which controls what a living thing will be like. Genes are passed from parents to children பெற்றோரிடமிருந்து குழந்தைகளுக்கு வந்து சேர்வதும் ஓர் உயிர்ப்பொருள் பெற இருக்கும் இயற்பண்பைக் கட்டுப்படுத்துவதுமான, உயிரணுவின் உட்பகுதியிலுள்ள தகவல் கூறு; உயிரணுவின் மரபுக் கீற்று; மரபணு ➪ **genetics** பார்க்க.

general¹ /ˈdʒenrəl/ *adj.* **1** affecting all or most people, places, things, etc. அனைத்து அல்லது பெரும்பான்மையான ஆட்கள், இடங்கள், பொருள்கள் முதலியவற்றில் செயல் விளைவு அல்லது நிலைமாற்றம் உண்டுபண்ணுகிற அல்லது அவற்றின் மீது தாக்கம் செலுத்து-கிற; அனைவருக்குமுரிய; எல்லாவற்றையும் பாதிக்கிற *Fridges were once a luxury, but now they are in general use.* • *That is a matter of general interest.* • *the general public* (= most ordinary people) **2** (*only before a noun*) referring to or describing the main part of sth, not the details உட்கூறுகள்/நுணுக்க விவரங்கள் அல்லாது, ஒன்றன் முக்கியமான அல்லது முதன்மையான பகுதியைக் குறிக்கிற அல்லது விவரிக்கிற; பொது நிலையான; பொதுப்படை-யான *Your general health is very good.* • *The introduction gives you a general idea of what the book is about.* • ***As a general rule**, he stays at home on sundays.* **3** not limited to one subject or area of study; not specialized ஒருபொருள் அல்லது துறை மட்டுமே சார்ந்திராத; தனித்-துறைக்கு உரியதல்லாத; வரையறையற்ற *Children need a good general education.* • *The quiz tests your **general knowledge**.* • *a general hospital* **4** (*usually in compounds*) with responsibility for the whole of an organization ஒரு நிறுவனத்தின் முழுமைக்கும் பொறுப்-பேற்றுள்ள; பொதுப் பொறுப்பு வகிக்கிற *a general manager*

IDM **in general 1** in most cases; usually பொது-வாகப் பார்க்குமிடத்து; பெரும்பான்மையான-வற்றில்; பெரும்பாலும்; வழக்கமாக *In general, standards of hygiene are good.* **2** as a whole முழுமையாக; முழுமொத்தமாய்; முழுவதும் *I'm interested in American history in general, and the civil war in particular.*

general² /ˈdʒenrəl/ *noun* [C] (*abbr.* **Gen.**) an army officer in a very high position தரைப்-படையின் உயர்நிலை அலுவலர்; படைப்-பெருந்தலைவர்

general election *noun* [C] an election in which all the people of a country vote to choose a government அரசைத் தேர்ந்தெடுக்க நாட்டின் மக்கள் அனைவரும் வாக்களிக்கும் தேர்தல்; பொதுத் தேர்தல் ➪ **by-election** பார்க்க.

generalization (*also* **-isation**) /ˌdʒenrəlaɪˈzeɪʃn/ *noun* [C, U] a general statement that is based on only a few facts or examples; the act of making such a statement ஒருசில தகவல் கூறுகளை அல்லது எடுத்துக்காட்டுகளை மட்டுமே அடிப்படையாகக் கொண்ட பொதுவிதி அல்லது பொதுக்கருத்து; இம்முறையில் பொதுவிதியை/பொதுக்கருத்தை உரு-வாக்குதல் *You can't **make** sweeping **generalizations about** the author after reading only a few pages from his book!*

generalize (*also* **-ise**) /ˈdʒenrəlaɪz/ *verb* [I] **generalize (about sth)** to form an opinion or make a statement using only a small amount of information instead of looking at the details முழு விவரக்-கூறுகளை/விவர நுணுக்கங்களை ஆராயாது, சிறு அளவிலான தகவலை மட்டுமே பயன்-படுத்தி ஒரு கருத்தை உருவாக்கிக்கொள் அல்லது ஒரு அறிவிப்புச் செய்; பொதுக்-கருத்து உருவாக்கு

generally /ˈdʒenrəli/ *adv.* **1** by or to most people பெரும்பான்மையினரால் அல்லது பெரும்-பான்மையினருக்கு; பரவலாக; மிகப்பலரால்; மிகப்பலருக்கு *He is generally considered to be a good doctor.* **2** usually வழக்கமாக; பெரும்-பாலும் *She generally cycles to work.* **3** without discussing the details of sth ஒன்றன் விவரங்களை வாதிட்டு ஆராயாமல்; நுணுக்கக் கூறுகளைக் கருத்திற் கொள்ளாமல்; பொதுப்படையாக; பொதுநிலையில் *Generally speaking, houses in America are bigger than houses in this country.*

general practitioner (*BrE*) = **GP**

generate /ˈdʒenəreɪt/ *verb* [T] to produce or create sth ஒன்றை உற்பத்தி செய் அல்லது உருவாக்கு *to generate heat/power/electricity*

generation /ˌdʒenəˈreɪʃn/ *noun* **1** [C] all the people in a family, group or country who were born at about the same time ஏறத்தாழ ஒரே காலத்தில் பிறந்த ஒரு குடும்பத்தின், குழுவின் அல்லது நாட்டின் அனைத்து மக்களும்; ஒத்த காலத்தவர்; தலைமுறை; தலைமுறையினர் *We should look after the planet for future generations.* • *This photograph shows three generations of my family* (= children, parents and grandparents). ➪ **first generation** பார்க்க.

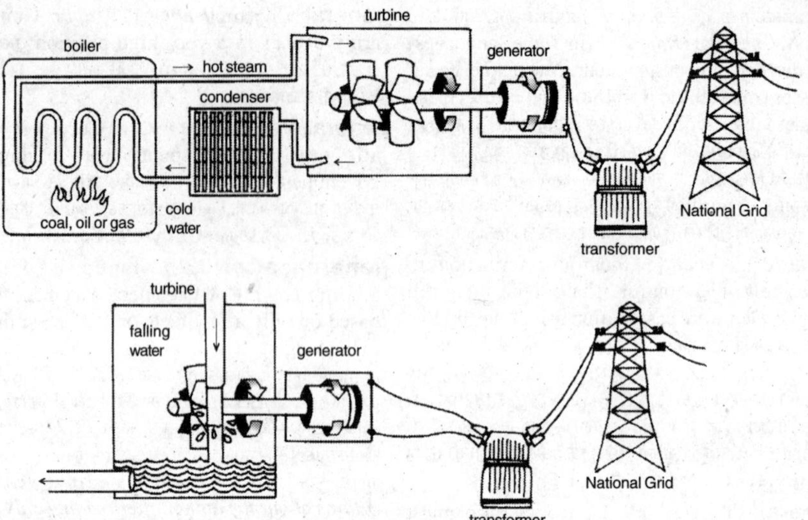

generator

> NOTE **Generation** என்ற சொல் ஒருமை வடிவில், ஒருமை அல்லது பன்மை வினை பெற்று வரும்—*The younger generation only seem/seems to be interested in money.*

2 [C] the average time that children take to grow up and have children of their own குழந்தைகள் வளர்ந்து பின்னர் அவர்கள் குழந்தைகள் பெற்றுக்கொள்ளுவதற்கு ஆகும் சராசரிக் கால அளவு; தலைமுறைக் காலம் *A generation ago foreign travel was still only possible for a few people.* **3** [U] the production of sth, especially heat, power, etc. ஒன்றை, குறிப்பாக வெப்பம், சக்தி முதலியவற்றை உற்பத்தி செய்தல்; உண்டுபண்ணுதல்; விளைவித்தல்; உற்பத்தி

the generation gap *noun [sing.]* the difference in behaviour, and the lack of understanding, between young people and older people இளைஞர்களுக்கும் வயதானவர்களுக்கும் இடையே காணப்படும் நடத்தை வேறுபாடு மற்றும் ஒத்துணர்வு இன்மை; தலைமுறை இடைவெளி

generator /ˈdʒenəreɪtə(r)/ *noun* [C] a machine that produces electricity மின்னாற்றல் உற்பத்தி செய்யும் இயந்திரம்; மின் ஆக்கி

generic /dʒəˈnerɪk/ *adj.* **1** shared by, including or typical of a whole group of things; not specific ஒரு தொகுதியின் அனைத்துப் பொருள்களாலும் பகிர்ந்துகொள்ளப்படுகிற, அனைத்து பொருள்களையும் உள்ளடக்கிய அல்லது அனைத்துக்கும் உரிய இனப் பொதுவியல்பான; பொதுப்படையான; தனிவகைப்பட்டதல்லாத **2** (used about a product, especially a drug) not using the name of the company that made it (ஒரு விளைபொருள் பற்றி, குறிப்பாக ஒரு மருந்து பற்றிக் குறிப்பிடுகையில்) தயாரித்த நிறுவனத்தின் பெயரைப் பயன்படுத்தாத ▶ **generically** /-ɪkli/ *adv.*

generosity /ˌdʒenəˈrɒsəti/ *noun* [U] the quality of being generous தாராள மனப்பான்மை; பரந்த மனப்பான்மை; ஈகைக் குணம்

generous /ˈdʒenərəs/ *adj.* **1** happy to give more money, help, etc. than is usual or expected வழக்கமுறைக்கு அல்லது எதிர்பார்ப்புக்கு மேலாகப் பொருள், உதவி முதலியவற்றை அளிப்பதில் மகிழ்ச்சி அடைகிற; ஈகைக் குணமுடைய; தாராள மனப்பான்மையுடைய *It was very generous of your parents to lend us all that money.* **2** larger than usual வழக்கமானதைவிடப் பெரிதான; ஏராளமான; செழிப்பான *a generous helping of noodles* ▶ **generously** *adv. People responded very generously to our appeal to help the homeless.*

genesis /ˈdʒenəsɪs/ *noun* [*sing.*] (*formal*) the beginning or origin of sth ஒன்றன் தொடக்கம் அல்லது தோற்றம்; மூலம்; மூலமுதல்; பிறப்பு

genetic /dʒəˈnetɪk/ *adj.* connected with **genes** or with **genetics** மரபுக்கூறுகள் தொடர்பான அல்லது மரபியல் சார்ந்த *The disease is caused by a genetic defect.* ▶ **genetically** /-kli/ *adv.*

genetically modified *adj.* (*abbr.* **GM**) (used about food, plants, etc.) that has been grown from cells whose **genes** have been changed artificially (உணவு, தாவரங்கள் முதலியன வகையில்) செயற்கை முறையில் மாற்றம் செய்யப்பட்ட மரபுக் கூறுகளையுடைய உயிரணுக்களிலிருந்து

விளைவிக்கப்பட்ட அல்லது உண்டாக்கப்பட்ட; மரபியல் மாற்றத்திற்கு உட்படுத்தப்பட்ட

genetic engineering *noun* [U] the science of changing the way a human, an animal or a plant develops by changing the information in its **genes** மனிதர், விலங்கு அல்லது தாவரத்தினுடைய மரபணுக்களிலுள்ள மெய்ம்மைக் கூறுகளில் மாற்றம் செய்வதன் மூலம் அவற்றின் வளர்ச்சி முறையில் மாற்றம் விளைவித்தல் குறித்த அறிவியல்; மரபியல் மாற்றப் பொறியியல்

genetics /dʒəˈnetɪks/ *noun* [U] the scientific study of the way that the development of living things is controlled by qualities that have been passed on from parents to children பெற்றோர்களிடமிருந்து குழந்தைகள் பெறும் மரபுவழிப் பண்புகளால் உயிர்ப்பொருள்களின் வளர்ச்சி கட்டுப்படுத்தப்படும் முறை குறித்த அறிவியல் ஆய்வு; மரபுவழிப் பண்பியல் ஆய்வு; மரபியல் ➪ **gene** பார்க்க.

genial /ˈdʒiːniəl/ *adj.* (used about a person) pleasant and friendly (ஒரு நபர் பற்றிக் குறிப்பிடுகையில்) இனிமையும் நட்புணர்வும் கொண்ட; பழகுவதற்கு இனிய

genie /ˈdʒiːni/ *noun* [C] a spirit with magic powers, especially one that lives in a bottle or a lamp குறிப்பாக ஒரு புட்டியை அல்லது விளக்கை வாழ்விடமாகக் கொண்ட, மந்திர ஆற்றல்களைப் பெற்றுள்ள ஆவியுரு; பூதம்

genitals /ˈdʒenɪtlz/ (*also* **genitalia** /ˌdʒenɪˈteɪliə/) *noun* [*pl.*] (*formal*) the parts of a person's sex organs that are outside the body மனித உடலின் வெளிப்பகுதியில் அமைந்துள்ள பிறப்புறுப்புகளின் பகுதிகள் ▶ **genital** /ˈdʒenɪtl/ *adj.*

genitive /ˈdʒenətɪv/ *noun* [C] (*grammar*) (in some languages) the special form of a noun, a pronoun or an adjective that is used to show possession or close connection between two things (சில மொழிகளில் வழக்கில் உள்ள) ஒன்றை உடைமையாகப் பெற்றிருத்தலை அல்லது இரண்டு பொருள்களுக்கு இடையேயான நெருக்கமான தொடர்பைக் காட்டப் பயன்படுத்தப்படும் பெயர்ச்சொல், மாற்றுப்பெயர் அல்லது பெயரடையின் சிறப்பு வடிவம்; உடைமைப் பொருள் குறிக்கும் சொல்; ஆறாம் வேற்றுமை ➪ **accusative**, **dative**, **nominative** மற்றும் **vocative** பார்க்க. ▶ **genitive** *adj.*

genius /ˈdʒiːniəs/ *noun* **1** [U] very great and unusual ability இயல்பு கடந்த மிகப் பெரும் ஆற்றல்; தனிச் சிறப்பான திறமை; மேதகவு *Her idea was **a stroke of genius**.* **2** [C] a person who has very great and unusual ability, especially in a particular subject குறிப்பிட்ட துறையில், வழக்கமீறிய உயர் தனித்திறமை உடைய ஒருவர்; மேதை *Ramanujan was a mathematical genius.* ➪ **prodigy** பார்க்க. **3** [*sing.*] **a genius for (doing) sth** a very good natural skill or ability மிகச் சிறப்பான, இயற்கையாயமைந்த செயல் திறன் அல்லது அறிவாற்றல்

genocide /ˈdʒenəsaɪd/ *noun* [U] the murder of all the people of a particular race, religion, etc. குறிப்பிட்ட இனம், சமயம் முதலியவற்றைச் சார்ந்த அனைவரையும் கொலைசெய்தல்; இனப் படுகொலை

genome /ˈdʒiːnəʊm/ *noun* [C] the complete set of **genes** in a cell or living thing ஓர் உயிரணுவில் அல்லது உயிர்ப்பொருளில் உள்ள மரபுக் கீற்றுகளின் முழுமையான தொகுதி *the decoding of the human genome*

genre /ˈʒɑːnrə/ *noun* [C] (*formal*) a particular type or style of literature, art, film or music that you can recognize because of its special characteristics இலக்கியம், கலை, திரைப்படம் அல்லது இசையின், குறிப்பிடத்தக்க தனிப்பண்புகளையுடைய வகை அல்லது பாணி

gent /dʒent/ (*informal*) = **gentleman**

genteel /dʒenˈtiːl/ *adj.* behaving in a very polite way, often in order to make people think that you are from a high social class பெரும்பாலும் தனது சமுதாய உயர் படிநிலையைப் பிறருக்கு உணர்த்தும் பொருட்டு நயநாகரிகமாக அல்லது பண்பமைதியுடன் நடந்து கொள்கிற; (சமுதாய உயர் வகுப்பு) நடையொழுங்குடைய; (மேன்மக்கள்) நற்பண்புடைய ▶ **gentility** /dʒenˈtɪləti/ *noun* [U]

gentle /ˈdʒentl/*adj.* **1** (used about people) kind and calm; touching or treating people or things in a careful way so that they are not hurt (ஆட்கள் பற்றிக் குறிப்பிடுகையில்) கனிவும் அமைதியும் கொண்ட; ஊறு விளைவிக்காதவாறு பிறரை அல்லது பொருள்களைக் கவனத்துடன் தொடுகிற அல்லது நடத்துகிற; மென்மையான *'I'll try and be as gentle as I can,' said the dentist.* **2** not strong, violent or extreme கடுமை, வன்முறை அல்லது தீவிரப்போக்கு இல்லாத; மிதமான; கொந்தளிப்பாயிராத *gentle exercise* • *a gentle slope/curve* ▶ **gentleness** /ˈdʒentlnəs/ *noun* [U] ▶ **gently** /-tli/ *adv.*

gentleman /ˈdʒentlmən/ *noun* [C] (*pl.* **-men** /-mən/) **1** a man who is polite and who behaves well towards other people நற்பண்பும் நன்னடத்தையும் உடைய ஓர் ஆண்; நன்மகன்; நாகரிகர்; பண்பாளர் **2** (*formal*) used when speaking to or about a man or men in a polite way ஓர் ஆணிடம் அல்லது ஆண்களிடம் அல்லது ஓர் ஆணை அல்லது ஆண்களைப் பற்றி நயநாகரிகமான முறையில் பேசப் பயன்படுத்தப்படும் சொல் ***Ladies and gentlemen*** (= at the beginning of a speech) • *Mrs Kumar, there is a gentleman here* *to see you.* **3** (*old-fashioned*) a rich man with a high social position சமுதாயத்தில் உயர்நிலையிலுள்ள செல்வந்தர்; மேனிலைச் செல்வர்

gentry /ˈdʒentri/ *noun* [*pl.*] (*usually* **the gentry**) (*old-fashioned*) people belonging to a high social class உயர் படிநிலையிலுள்ள சமுதாயப் பிரிவைச் சார்ந்தவர்கள்; மேன்மக்கள் *the local gentry • the landed gentry* (= those who own a lot of land)

the Gents *noun* [*sing.*] (*BrE informal*) a public toilet for men ஆண்களுக்கான பொதுக் கழிப்பிடம் ➪ **toilet** பதிவிலுள்ள குறிப்பைப் பார்க்க.

genuine /ˈdʒenjuɪn/ *adj.* **1** real; true மெய்யான; போலியல்லாத; கலப்படமற்ற; செயற்கையல்லாத *He thought that he had bought a genuine Rolex watch but it was a cheap fake.* ➪ **imitation** பார்க்க. **2** sincere and honest; that can be trusted உண்மையும் நேர்மையும் வாய்ந்த; நம்பிக்கைக்குரிய; உள்ளார்ந்த; பொய்ம்மையல்லாத ▶ **genuinely** *adv.*

genus /ˈdʒiːnəs/ *noun* [C] (*pl.* **genera** /ˈdʒenərə/) (*technical*) a group into which animals, plants, etc. that have similar characteristics are divided, smaller than a **family** and larger than a **species** குடும்பப் பகுப்பை விடச் சிறியதும் இனப்பகுப்பை விடப் பெரியதுமான, ஒத்த பண்புகளின் அடிப்படையில் பகுக்கப்படும் விலங்குகள், தாவரங்கள் முதலியவற்றின் தொகுதி; ஒத்த பொதுப் பண்புகளுடைய இனக்கூட்டம்; இனப் பொதுத் தொகுதி

geo- *prefix* (*in nouns, adjectives and adverbs*) of the earth நில உலகம் சார்ந்த; நில உலகத்துக்குரிய *geophysical • geoscience*

geographer /dʒiˈɒɡrəfə(r)/ *noun* [C] an expert in geography or a student of geography நில இயல்/புவியியல் வல்லுநர் அல்லது நில இயல்/புவியியல் மாணவர்

geography /dʒiˈɒɡrəfi/ *noun* [U] **1** the study of the world's surface, physical qualities, climate, population, products, etc. பூமியின் மேற்பரப்பு, அதன் இயற்பியற் பண்புகள், தட்பவெப்ப நிலை, மக்கள் தொகை, விளைபொருள்கள் முதலியன குறித்த ஆய்வு; புவியியல்/நிலஇயல் *human/physical/economic geography* **2** the physical arrangement of a place ஓரிடத்தின் நில அமைப்பொழுங்கு; இடவியல் முறைமை *We're studying the geography of Asia.* ▶ **geographical** /ˌdʒiːəˈɡræfɪkl/ *adj.* ▶ **geographically** /-kli/ *adv.*

geologist /dʒiˈɒlədʒɪst/ *noun* [C] an expert in geology or a student of geology புவியமைப்பியல் வல்லுநர் அல்லது புவியமைப்பியல் மாணவர்

geology /dʒiˈɒlədʒi/ *noun* [U] the study of rocks, and of the way they are formed பாறைகள் மற்றும் அவை உருவான முறை குறித்த ஆய்வு; புவியமைப்பியல் ▶ **geological** /ˌdʒiːəˈlɒdʒɪkl/ *adj.*

geometric /ˌdʒiːəˈmetrɪk/ (*also* **geometrical** /-ɪkl/) *adj.* **1** of geometry வடிவியற் கணிதம் சார்ந்த; வடிவியற் கணிதத்துக்குரிய **2** consisting of regular shapes and lines ஒழுங்கமைவான/வடிவொழுங்குடைய உருவரைகளையும் கோடுகளையும் கொண்டுள்ள *a geometric design/pattern* ▶ **geometrically** /-kli/ *adv.*

geometric progression *noun* [C] (*mathematics*) a series of numbers in which each is multiplied or divided by a fixed number to produce the next, for example 1, 3, 9, 27, 81 ஒவ்வொரு எண்ணையும் நிலையெண் ஒன்றால் பெருக்கி அல்லது வகுத்து அடுத்த எண்ணைப் பெறும் முறையில் அமைந்த எண்களின் வரிசைத் தொகுதி; (1, 3, 9, 27, 81 போன்று) ஒரே வீதத்தில் ஏறிச்செல்லும் எண் வரிசை ➪ **arithmetic progression** பார்க்க.

geometry /dʒiˈɒmətri/ *noun* [U] the study in mathematics of lines, shapes, curves, etc. கோடுகள், உருவரைகள், வளைவடிவங்கள் குறித்த கணித இயல்; வடிவியற் கணிதம்

geothermal /ˌdʒiːəʊˈθɜːml/ *adj.* connected with the natural heat of rock deep in the ground பூமியில் ஆழத்தில் உள்ள பாறையின் இயல்பான வெப்பம் தொடர்பான; நிலத்தடி பாறையின் வெப்பம் சார்ந்த *geothermal energy*

geriatrics/ˌdʒeriˈætrɪks/ *noun* [U] the medical care of old people வயதானவர்களுக்கான மருத்துவக் கவனிப்பு; மூப்பியல் மருத்துவம் ▶ **geriatric** *adj.*

germ /dʒɜːm/*noun* **1** [C] a very small living thing that causes disease நோய் உண்டாக்கும் மிகச் சிறிய உயிர்ப்பொருள்; நோய்க்கிருமி ➪ **bacteria** மற்றும் **virus** பார்க்க. **2** [*sing.*] **the germ of sth** the beginning of sth that may develop வளர்ச்சியுறும் வாய்ப்புள்ள ஒன்றின் தொடக்கம்; கரு; கருமூல வடிவம்; மூல முதல் நிலை *the germ of an idea*

German measles /ˌdʒɜːmən ˈmiːzlz/ (*also* **rubella**) *noun* [U] a mild disease that causes red spots all over the body. It may damage a baby if the mother catches it when she is pregnant உடம்பு முழுவதும் செந்நிறப் புள்ளிகள் தோன்றச் செய்யும் கடுமையானதல்லாத தட்டம்மை நோய் வகை; கருவுற்ற நிலையில் தாய்க்கு இந்நோய் வருமானால் குழந்தைக்கு ஊறு நேரக்கூடும்.

German shepherd = **Alsatian**

germinate /ˈdʒɜːmɪneɪt/ *verb* [I, T] (used about a seed) to start growing; to cause a seed to do this (விதை வகையில்) வளரத் தொடங்கு;

முளைவிடு; தளிர்; தளிர்க்கச் செய்; விதை முளைவிடச் செய் ▶ **germination** /ˌdʒɜːmɪˈneɪʃn/ *noun* [U]

gerrymander /ˈdʒerimændə(r)/ *verb* [I, T] to change the size and borders of an area for voting in order to give an unfair advantage to one party in an election தேர்தலில் ஒரு கட்சிக்கு நேர்மையற்ற முறையில் ஆதாயம் அளிக்க வேண்டி, வாக்களிப்புக்குரிய பகுதியின் அளவையும் எல்லைகளையும் மாற்று ▶ **gerrymandering** *noun* [U]

gerund /ˈdʒerənd/ *noun* [C] (*grammar*) a noun, ending in -ing, that has been made from a verb வினைச்சொல்லிலிருந்து ஆக்கப்படும் -ing விகுதியுடைய பெயர்ச்சொல்; வினைப்பெயர் *In the sentence, 'His hobby is collecting stamps', 'collecting' is a gerund.*

gestation /dʒeˈsteɪʃn/ *noun* [U] [*sing.*] the period of time that a baby (human or animal) develops inside its mother's body; the process of developing inside the mother's body மனித அல்லது விலங்கு இனத்தின் குழந்தை/குட்டி தாய் வயிற்றில் வளர்ச்சிபெறும் காலப் பகுதி; தாய் வயிற்றில் குழந்தை/குட்டி வளர்ச்சியுறுதல்; கரு வளர்ச்சிக் காலம்; கரு வளர்ச்சி நிலை *The **gestation period** of a horse is about eleven months.*

gesticulate /dʒeˈstɪkjuleɪt/ *verb* [I] to make movements with your hands and arms in order to express sth ஒன்றைக் கூறவேண்டிக் கைகள் மற்றும் தோள்களை அசை; கை சைகையால் ஒன்றைத் தெரிவி

gesture[1] /ˈdʒestʃə(r)/ *noun* [C] **1** a movement of the hand, head, etc. that expresses sth ஒன்றை வெளிப்படுத்தும் முறையிலான கை, தலை முதலியவற்றின் அசைவு; சைகை *I saw the boy **make a** rude **gesture** at the policeman before running off.* **2** something that you do that shows other people what you think or feel தனது எண்ணத்தை அல்லது உணர்வைப் பிறருக்குப் புலப்படுத்தும் முறையில் செய்யும் ஒன்று; உணர்ச்சிக் குறிப்பு; கருத்தறிவிக்கும் செயற்குறிப்பு

gesture[2] /ˈdʒestʃə(r)/ *verb* [I, T] to point at sth, to make a sign to sb ஒன்றைச் சுட்டிக்காட்டு; குறித்துக்காட்டு; சைகையால் ஒன்றைத் தெரிவி, சாடை காட்டு *When I asked the receptionist where the lift was she gestured towards the right.*

get /get/ *verb* (*pres. part.* **getting**; *pt* **got** /gɒt/; *pp* **got**; (*AmE*) **gotten**/ˈgɒtn/) **1** [T] (*no passive*) to receive, obtain or buy sth ஒன்றை அடை அல்லது விலைக்கு வாங்கு; ஒன்று கொடுக்கப்பெறு *I got a letter from my sister.* • *Did you get a present for your mother?* • *Did you get your mother a present?* **2** [T] **have/has got sth** to have sth ஒன்றைப் பெற்றிரு; கொண்டிரு; வைத்திரு *I've got a lot to do today.* • *John's got blue eyes.* • *Have you got a spare pen?* **3** [T] (*no passive*) to go to a place and bring sth back; fetch ஓரிடத்துக்குச் சென்று ஒன்றைக் கொண்டுவா; சென்று கொணர் ***Go and get** me a pen, please.* • *Sam's gone to get his mother from the station.* **4** [I] to become; to reach a particular state or condition; to make sb/sth be in a particular state or condition ஆகு; குறிப்பிட்ட நிலையை அல்லது நிலைமையை அடை; ஒருவரை/ஒன்றைக் குறிப்பிட்ட நிலைக்கு அல்லது நிலைமைக்கு உட்படுத்து *It's getting dark.* • *to get angry/bored/hungry/fat* • *to **get dressed*** • *When did you **get married**?* • *Just give me five minutes to **get ready**.* • *He's always **getting into trouble** with the police.* **5** [I] to arrive at or reach a place ஓரிடத்தைச் சென்றடை; சென்று சேர் *We should get to Coimbatore at about ten.* • *Can you tell me how to get to the hospital?* • *What time do you usually **get home**?* • *How far have you got with your book?* ➪ **get in, on, etc.** பார்க்க. **6** [I, T] to move or go somewhere; to move or put sth somewhere ஓரிடத்துக்குச் செல்; இடம்பெயர்; ஒன்றை இடம்பெயர்த்து அல்லது ஓரிடத்தில் வை *I can't swim so I couldn't get across the river.* • *My grandmother's 92 and she doesn't get out of the house much.* • *My foot was swollen and I couldn't get my shoe off.* **7** [I] used instead of 'be' in the passive 'be' வினைக்குப் பதிலாகச் செயப்பாட்டு வினையில் பயன்படுத்தப்படுவது: ஒன்று செய்யப்படு அல்லது நிகழ்த்தப்பெறு *She got bitten by a dog.* • *Don't leave your wallet on the table or it'll get stolen.* **8** [T] **get sth done, mended, etc.** to cause sth to be done, mended, etc. ஒரு செயல் நடைபெறச் செய்; ஒன்றைச் சரிசெய் *Let's get this work done, then we can go out.* • *I'm going to **get my hair cut**.* **9** [T] **get sb/sth to do sth** to make or persuade sb/sth to do sth ஒருவரை/ஒன்றை ஒரு செயலைச் செய்யவை; ஒரு செயலைச் செய்ய அறிவுறுத்தி இணங்கவை *I got him to agree to the plan.* • *I can't get the television to work.* **10** [T] to catch or have an illness, pain, etc. நோய்/நோவு பற்றிக்கொள் *I think I'm getting a cold.* • *He gets really bad headaches.* **11** [T] to use a form of transport ஒரு போக்குவரத்துச் சாதனத்தை/ஊர்தியைப் பயன்படுத்து *Shall we walk or get the bus?* **12** [I] to hit, hold or catch sb/sth ஒருவரை/ஒன்றைத் தாக்கு; கைக்கொள்; பற்று; பிடி *He got me by the throat and threatened to kill me.* • *A boy threw a stone at me but he didn't get me.* **13** [T] to hear or understand sth ஒன்றைக் காதால் கேள் அல்லது புரிந்துகொள் *I'm sorry,*

I didn't get that. Could you repeat it? • *Did you get the* ***joke*** *that Kiran told?* **14** [T] **get (sb) sth; get sth (for sb)** to prepare food உணவு தயார் செய்; சமை *Can I get you anything to eat?* • *Raju's in the kitchen getting breakfast for everyone.* **15** [I] **get to do sth** to have the chance to do sth ஒன்றைச் செய்வதற்கான வாய்ப்பைப் பெறு *Did you get to visit the Ajanta caves?* **16** [I] (*used with verbs in the -ing form*) to start doing sth ஒன்றைச் செய்யத் தொடங்கு *We don't have much time so we'd better get working.* • *I got talking to a woman on the bus.* • *We'd better* ***get going*** *if we don't want to be late.*

IDM get somewhere/nowhere (with sb/sth) to make/not make progress முன்னேற்றம் அடை/அடையாதிரு *I'm getting nowhere with my research.*

> **NOTE Get** உள்ளடங்கிய மற்ற மரபுத் தொடர்கள் பற்றி அறிய அதன் பெயர்ச்சொல் மற்றும் பெயரடைப் பதிவுகளைப் பார்க்க. உதாரணமாக **get rid of** என்ற தொடர் **rid** பதிவில் உள்ளது.

PHR V get about/around to move or travel from place to place இடம் விட்டு இடம் செல்; நடமாடு; இங்குமங்கும் செல்; ஓரிடத்திலிருந்து மற்றோர் இடத்துக்குப் பயணம் செய் *My grandmother needs a stick to get around these days.*

get about/around/round (used about news, a story, etc.) to become known by many people (செய்தி, ஒரு நிகழ்ச்சி முதலியவை வகையில்) பலராலும் அறியப்பட்டிரு; பலருக்குத் தெரிந்திரு; பரவியிரு

get sth across (to sb) to succeed in making people understand sth ஒன்றைப் பிறர் புரிந்துகொள்ளச் செய்வதில் வெற்றிகாண் *The party failed to get its policies across to the voters.*

get ahead to progress and be successful in sth, especially a career குறிப்பாக வாழ்க்கைத் தொழில் ஒன்றில், முன்னேறி வெற்றியுடன்/பயன்நிறைவுடன் இரு; முன்னேற்றப் பாதையில் சென்று கொண்டிரு

get along 1 (*spoken*) (*usually used in continuous tenses*) to leave a place ஓரிடத்தை விட்டு நீங்கு; இடம் விட்டகல் *I'd love to stay, but I should be getting along now.* **2** ➪ **get on** பார்க்க.

get around 1 ➪ **get about/around** பார்க்க. **2** ➪ **get about/around/round** பார்க்க.

get around sb ➪ **get round/around sb** பார்க்க.

get around sth ➪ **get round/around sth** பார்க்க.

get around to sth/doing sth ➪ **get round/around to sth/doing sth** பார்க்க.

get at sb to criticize sb a lot ஒருவரை மிகுதியாக விமர்சனம் செய்; குறை கூறு அல்லது குற்றங்காண் *The teacher's always getting at me about my spelling.*

get at sb/sth to be able to reach sth; to have sth available for immediate use ஒன்றை அடைதல் இயல்வதாகு; ஒன்றை அடையப் பெறு; உடனடிப் பயன்பாட்டுக்கு ஒன்று கிட்டு *The files are locked away and I can't get at them.*

get at sth (*used only in continuous tenses*) to try to say sth without saying it in a direct way; to suggest நேர்முகமாக அல்லாத முறையில் ஒன்றைக் கூற முயல்; மறைமுகமாகச் சுட்டிக் குறிப்பிடு *I'm not quite sure what you're getting at—am I doing something wrong?*

get away from to succeed in leaving or escaping from sb or a place ஒருவரிடமிருந்து அல்லது ஓரிடத்திலிருந்து விட்டகல்வதில் அல்லது தப்பிச் செல்வதில் வெற்றிகாண்; தப்பிச் செல்லும் முயற்சி ஈடேறு *He kept talking to me and I couldn't get away from him.* • *The thieves got away in a stolen car.*

get away with sth/doing sth to do sth wrong and not be punished for it தவறான ஒன்றைச் செய்து தண்டனை பெறாது தப்பு *You can't get away with lying.*

get back to return to the place where you live or work வாழ்விடத்துக்கு அல்லது பணியிடத்துக்குத் திரும்பிவா அல்லது திரும்பிச் செல்

get sth back to be given sth that you had lost or lent இழந்துவிட்டிருந்த அல்லது கடனாகக் கொடுத்திருந்த ஒன்றை மீண்டும் அடையப்பெறு *Can I borrow this book? You'll get it back next week, I promise.*

get back to sb to speak to, write to or telephone sb later, especially in order to give an answer குறிப்பாக ஒருவருக்கு மறுமொழி தரவேண்டி அவருடன் பின்னர் பேசு, தொலைபேசி மூலம் பேசு அல்லது அவருக்கு பதில் எழுது; மீண்டும் தொடர்பு கொள் *I'll get back to you on prices when I've got some more information.*

get back to sth to return to doing sth or talking about sth ஒரு செயலில் அல்லது பேச்சில் மீண்டும் ஈடுபடு; (இடையீட்டுக்குப் பின்) ஒரு செயலுக்கு அல்லது பொருளுக்குத் திரும்ப வா *I woke up early and couldn't get back to sleep.* • *Let's get back to the point you raised earlier.*

get behind (with sth) to fail to do, pay sth, etc. on time, and so have more to do, pay, etc. the next time ஒரு செயல், பணம் செலுத்துதல் முதலியவற்றைக் குறித்த நேரத்தில் செய்யத் தவறி அடுத்த முறை கூடுதலாகச் செய்ய வேண்டியிரு *to get behind with your work/rent*

get by (on/in/with sth) to manage to live or do sth with difficulty சிரமத்துடன் வாழ்க்கை நடத்து அல்லது செயல் நிறைவேற்று; சமாளி

It's very hard to get by on such a low income. • *My Telugu is good and I can get by in Kannada.*
get sb down to make sb unhappy ஒருவரது மகிழ்ச்சியைக் குலை; ஒருவருக்கு வருத்தம் உண்டாக்கு
get down to sth/doing sth to start working on sth ஒன்றில் ஈடுபடு அல்லது ஒன்றன் மீது செயல்படத் தொடங்கு *We'd better stop chatting and get down to work.* • *I must get down to answering these letters.*
get in to reach a place ஓரிடத்தை அடை; ஓரிடத்துக்குச் சென்றுசேர் *What time does your train get in?*
get in; get into sth 1 to climb into a car விசையுந்தில் ஏறு; சீருந்தின் உள்ளே செல் *We all got in and Rani drove off.* **2** to be elected to a political position ஓர் அரசியல் பொறுப்புக்குத் தேர்ந்தெடுக்கப்படு *She got into Parliament in 1999.*
get sb in to call sb to your house to do a job ஒரு பணிக்காக ஒருவரைத் தன் வீட்டுக்குக் கூப்பிடு
get sth in 1 to collect or bring sth inside; to buy a supply of sth உள்ளே திரட்டிச் சேர் அல்லது உள்ளே கொண்டுவா; தேவைப்பொருள் ஒன்றை விலைக்கு வாங்கிவை *It's going to rain—I'd better get the washing in from outside.* **2** to manage to find an opportunity to say or do sth ஒன்றைச் சொல்வதற்கான அல்லது செய்வதற்கான வாய்ப்பை முயன்று பெறு *He talked all the time and I couldn't get a word in.*
get in on sth to become involved in an activity ஒரு செயலில் ஈடுபடு அல்லது தன்னை உட்படுத்திக் கொள்
get into sb (*informal*) (used about a feeling or attitude) to start affecting sb strongly, causing him/her to behave in an unusual way (ஓர் உணர்ச்சி அல்லது எண்ணப்போக்கு, செயற்பாங்கு பற்றிக் குறிப்பிடுகையில்) வழக்கத்துக்கு மாறாக ஒருவர் நடந்துகொள்ளுமாறு அவர் மீது கடுமையான பாதிப்பை ஏற்படுத்தத் தொடங்கு *I wonder what's got into him—he isn't usually unfriendly.*
get into sth 1 to put on a piece of clothing with difficulty சிரமப்பட்டு ஓர் உடுப்பை அணிந்துகொள் *I've put on so much weight I can't get into my trousers.* **2** to start a particular activity; to become involved in sth குறிப்பிட்ட ஒரு செயலைத் தொடங்கு; ஒன்றில் தொடர்புறு அல்லது ஈடுபடு *How did you first get into book publishing?* • *She has got into the habit of turning up late.* • *We got into an argument about politics.* **3** to become more interested in or familiar with sth ஒன்றில் மிகைப்படியான ஆர்வம் கொள் அல்லது பழக்கப்படு *I've been getting into yoga recently.*
get off (sb/sth) used especially to tell sb to stop touching you/sb/sth குறிப்பாகத் தன்னை/ஒருவரை/ஒன்றைத் தொடுவதை நிறுத்துமாறு அல்லது கையை விலக்குமாறு ஓர் ஆளிடம் கூறப் பயன்படுத்தப்படுவது *Get off (me) or I'll call the police!* • *Get off that money, it's mine!*
get off (sth) 1 to leave a bus, train, etc.; to climb down from a bicycle, horse, etc. பேருந்து, தொடர்வண்டி முதலியவற்றை விட்டு வெளியே வா; மிதிவண்டி, குதிரை முதலியவற்றிலிருந்து இறங்கு **2** to leave work with permission at a particular time குறிப்பிட்ட நேரத்தில் அனுமதியுடன் வேலையை விட்டுப் புறப்படு *I might be able to get off early today.*
get off (with sth) to be lucky to receive no serious injuries or punishment கடுமையான காயங்கள் அல்லது தண்டனை அடையாது தப்பிப்பிழை *to get off with just a warning*
get on 1 to progress or become successful in life, in a career, etc. வாழ்க்கை, தொழில் முதலியவற்றில் முன்னேறு, வெற்றியடை அல்லது செழிப்படை **2** (*only in continuous tenses*) to be getting old வயதாகு; முதுமையடை *He's getting on—he's over 70, I'm sure.* **3** (*only used in the continuous tenses*) to be getting late தாமதமாகு; நேரம் கட *Time's getting on, we don't want to be late.*
get on/along to have a particular amount of success குறிப்பிட்ட அளவு வெற்றி, செயல் நிறைவு அல்லது முன்னேற்றம் அடை *How are you getting on in your course?* • *'How did you get on at your interview?' 'I got the job!'*
get on/along with sb; get on/along (together) to have a friendly relationship with sb ஒருவருடன் இணக்கமான உறவு கொண்டிரு; நேசமுடன்/நட்பினிமையுடன் பழகு *Do you get on well with your colleagues?*
get on/along with sth to make progress with sth that you are doing செய்துகொண்டிருக்கும் ஒன்றில் முன்னேற்றம் காண் *How are you getting on with that essay?*
get on/onto sth to climb onto a bus, train, bicycle, horse, etc. பேருந்து, தொடர்வண்டி, மிதிவண்டி, குதிரை முதலியவற்றில் ஏறு *I got on just as the train was about to leave.*
get on for (*only used in the continuous tenses*) to be getting near to a certain time or age குறித்த ஒரு நேரத்தை அல்லது வயதை நெருங்கு; ஒரு நேரத்துக்கு அல்லது வயதுக்கு அண்மையில் வா *I'm not sure how old he is but he must be getting on for 50.*
get on to sb (about sth) to speak or write to sb about a particular matter குறிப்பிட்ட ஒரு பொருள் பற்றி ஒருவரிடம் பேசு அல்லது ஒருவருக்கு எழுது
get on with sth to continue doing sth, especially after an interruption குறிப்பாக ஒரு

குறுக்கீடு அல்லது தடங்கலுக்குப் பின் ஒன்றைத் தொடர்ந்து செய் *Stop talking and get on with your work!*

get out (used about a piece of information) to become known, after being secret until now (ஒரு தகவல் பற்றிக் குறிப்பிடுகையில்) இதுவரை இரகசியமாக இருந்து தற்பொழுது வெளிப்படு

get sth out (of sth) to take sth from its container கொள்கலம், உறை முதலியவற்றிலிருந்து ஒன்றை வெளியே எடு *I got my keys out of my bag.*

get out of sth/doing sth to avoid a duty or doing sth that you have said you will do ஒரு கடமையை அல்லது தான் செய்வதாகக் கூறியிருந்த ஒன்றைச் செய்வதைத் தவிர் அல்லது தட்டிக்கழி

get sth out of sb to persuade or force sb to give you sth நயந்து பேசி அல்லது பலவந்தப்படுத்தி ஒருவரிடமிருந்து ஒன்றைப் பெறு

get sth out of sb/sth to gain sth from sb/sth ஒருவரிடமிருந்து/ஒன்றிடமிருந்து ஒரு நலனை அல்லது ஓர் ஆதாயத்தைப் பெறு *I get a lot of pleasure out of music.*

get over sth 1 to deal with a problem successfully ஒரு சிக்கலை வெற்றிகரமாகக் கையாள் *We'll have to get over the problem of finding somewhere to live first.* **2** to feel normal again after being ill or having an unpleasant experience உடல்நலக்குறைவுக்குப் பின் அல்லது கசப்பான ஓர் அனுபவத்துக்குப் பின் இயல்புநிலைக்கு வா அல்லது அதிலிருந்து விடுபடு *He still hasn't got over his wife's death.*

get sth over with (*informal*) to do and complete sth unpleasant that has to be done செய்ய வேண்டிய நலமற்ற/இன்னாத ஒன்றைச் செய்து முடி *I'll be glad to get my visit to the dentist's over with.*

get round ⇨ **get about/around/round** பார்க்க.

get round/around sb (*informal*) to persuade sb to do sth or agree with sth நயமான முறையில் பேசி ஒன்றைச் செய்ய ஒருவரை இணங்க வை அல்லது ஒன்றுக்கு உடன்படச் செய் *My father says he won't lend me the money but I think I can get round him.*

get round/around sth to find a way of avoiding or dealing with a problem ஒரு பிரச்சினையைத் தவிர்ப்பதற்கு அல்லது அதனைக் கையாள்வதற்கு உரிய ஒரு வழியைக் கண்டுபிடி

get round/around to sth/doing sth to find the time to do sth, after a delay தாமதத்திற்குப் பின் ஒன்றைச் செய்ய நேரம் காண் *I've been meaning to reply to that letter for ages but I haven't got round to it yet.*

get through sth to use or complete a certain amount or number of sth ஒன்றின் குறிப்பிட்ட அளவிலான அல்லது எண்ணிக்கையிலான பகுதியைப் பயன்படுத்து அல்லது நிறைவு செய் *I got through a lot of money at the weekend.* • *I got through an enormous amount of work today.*

get (sb) through (sth) to manage to complete sth difficult or unpleasant; to help sb to do this கடினமான அல்லது இன்னாத ஒன்றை ஒருவாறாகச் செய்துமுடி/நிறைவு செய்; கடினமான அல்லது இன்னாத ஒன்றைச் செய்து முடிக்க ஒருவருக்கு உதவு *She got through her final exams easily.*

get through (to sb) 1 to succeed in making sb understand sth ஒன்றை ஒருவருக்குப் புரியவைப்பதில் வெற்றி காண் *They couldn't get through to him that he was completely wrong.* **2** to succeed in speaking to sb on the telephone தொலைபேசி மூலம் ஒருவருடன் தொடர்பு கொள்வதில் வெற்றி காண் *I couldn't get through to them because their phone was engaged all day.*

get to sb (*informal*) to affect sb in a bad way மோசமான தொல்லை தருகிற முறையில் ஒருவரைப் பாதி அல்லது ஒருவர் மீது தாக்க விளைவு ஏற்படுத்து *Public criticism is beginning to get to the team manager.*

get sb/sth together to collect people or things in one place ஆட்களை அல்லது பொருள்களை ஓரிடத்தில் திரட்டு; ஒருங்கு சேர் *I'll just get my things together and then we'll go.*

get together (with sb) to meet socially or in order to discuss or do sth தோழமை முறையில் அல்லது ஒன்றைக் கலந்தாய்வு செய்ய அல்லது ஒரு செயலைச் செய்ய ஒருங்கு கூடு அல்லது இணைவுறு *Let's get together and talk about it.*

get up to stand up எழு; எழுந்து நில் *He got up to let an elderly woman sit down.*

get (sb) up to get out of bed or make sb get out of bed படுக்கையிலிருந்து எழுந்திரு அல்லது ஒருவரைப் படுக்கையிலிருந்து எழுந்திருக்கச் செய் *What time do you have to get up in the morning?* • *Could you get me up at 6 tomorrow?*

get up to sth 1 to reach a particular point or stage in sth ஒன்றின் குறிப்பிட்ட நிலையை அல்லது கட்டத்தை அடை அல்லது எட்டு *We've got up to the last section of our grammar book.* **2** to be busy with sth, especially sth secret or bad ஒன்றில், குறிப்பாக இரகசியமான அல்லது நல்லதல்லாத ஒன்றில், முழு ஈடுபாடு கொண்டிரு; முனைப்புடன் ஈடுபடு *I wonder what the children are getting up to?*

getaway /ˈgetəweɪ/ *noun* [C] an escape (after a crime) (குற்றம் புரிந்துவிட்டுத்) தப்பித்தல்; தப்பிச் செல்லுதல் *to* ***make a getaway*** • *a getaway car/driver*

get-together *noun* [C] (*informal*) an informal social meeting or party வினைமுறை சாராத தோழமைக் கூட்டம் அல்லது விருந்து நிகழ்ச்சி

geyser /ˈgi:zə(r)/ *noun* [C] (in geography) a place where hot water comes naturally out of the ground. Sometimes hot water or steam goes up into the air (புவியியலில்) பூமியிலிருந்து இயற்கையாக வெந்நீர் வெளிப்படும் இடம்; வெந்நீர் ஊற்று; சில சமயங்களில் வெந்நீர் ஆவியாகிக் காற்றில் கலந்துவிடும். ➪ **volcano** பதிவில் படம் பார்க்க.

gharana *noun* [U, C] (*IndE*) (in music, dance, etc.) a style or method used by a particular teacher or group of teachers who pass it on to the next generation or to their pupils (செவ்வியல் இசை, நாட்டியம் முதலியவற்றில்) குறிப்பிட்ட ஓர் ஆசிரியர் அல்லது ஆசிரியர் குழுவால் பயன்படுத்தப்பட்டு அடுத்த தலைமுறைக்கு அல்லது தங்களுடைய மாணவர்களுக்குக் கற்பிக்கப்படும் ஒரு பாணி அல்லது வழிமுறை

ghastly /ˈgɑ:stli/ *adj.* extremely unpleasant or bad மிகப் பெருமளவில் வெறுப்பூட்டுகிற அல்லது மோசமான; கோரமான *a ghastly accident*

ghat *noun* [C] (*IndE*) **1** a broad flight of steps leading down to a river ஆற்றின் அகலமான படிக்கட்டுகள் கொண்ட இறங்குதுறை; படித்துறை *Varanasi has many ghats.* **2 Ghats** [*pl.*] the mountains near the eastern and western coasts of India இந்தியாவின் கிழக்கு மற்றும் மேற்குக் கடற்கரைகளின் அருகே இருக்கும் மலைகள் *the Western Ghats* **3** a place where dead bodies are cremated after a ceremony சடங்கு செய்து பிணங்களை எரியூட்டும் இடம்

ghatam *noun* [C] a South Indian classical percussion instrument shaped like a pot மண் குடத்தை ஒத்த, தாளத்திற்கான தென்னிந்திய இசைக்கருவி; கடம்

ghazal *noun* [C] a traditional form of poetry in Persian or Urdu. It has a fixed number of verses and is usually set to music பாரசீக அல்லது உருது மொழியின் பாரம்பரியக் கவிதை வகை. பத்திகளில் எண்ணிக்கை வரையறை உள்ள இது வழக்கமாக இசையோடு பாடப்படுகிறது *Jagjit Singh is a famous ghazal singer.*

ghee *noun* [U] clarified butter used in Indian and south Asian cooking இந்திய மற்றும் தென் ஆசியச் சமையலில் பயன்படுத்தப்படும் உருக்கிய வெண்ணெய்; நெய்

gherao *noun* [C] a way of protesting in South Asia in which a group of people surround a place of work, etc. preventing those in authority from leaving until their demands are heard or met (தென் ஆசிய நாடுகளில்) ஆட்கள் ஒரு பணியிடத்தைச் சூழ்ந்து கொண்டு தங்கள் கோரிக்கைகள் கேட்கப்படும் அல்லது நிறைவேற்றப்படும் வரை அதிகாரத்திலுள்ளோர் அங்கிருந்து வெளியேற முடியாது தடுக்கும் எதிர்ப்பு முறை

gherkin /ˈgɜ:kɪn/ (*AmE* **pickle**) *noun* [C] a small green vegetable (**cucumber**) that is stored in salt water or **vinegar** before being eaten உண்பதற்கு முன் உப்பு நீரில் அல்லது புளிக்காடியில் இட்டு வைக்கப்படும் வெள்ளரிக்காய் வகை; ஊறுகாய் போடப்படும் வெள்ளரி வகைப் பிஞ்சு

ghetto /ˈgetəʊ/ *noun* [C] (*pl.* **ghettoes**) a part of a town where many people of the same race, religion, etc. live in poor conditions ஒரே இனம், சமயம் முதலியவற்றைச் சார்ந்த பெருங்குழுவினர் மோசமான சூழ்நிலைகளில் வாழ்க்கை நடத்தும் நகரப் பகுதி

ghost /gəʊst/ *noun* [C] the spirit of a dead person that is seen or heard by sb who is still living உயிருள்ள ஒருவரால் பார்க்கப்பட்ட அல்லது கேட்டறியப்பட்ட இறந்தவருடைய ஆவியுரு; பேய் *I don't believe in ghosts.* • *a ghost story* ➪ **spectre** பார்க்க.

ghostly /ˈgəʊstli/ *adj.* looking or sounding like a ghost; full of ghosts பேய் போன்று காணப்படுகிற அல்லது ஒலி செய்கிற; பேய்கள் நிறைந்த *ghostly noises*

ghost town *noun* [C] a town whose inhabitants have all left குடியிருப்போர் அனைவரும் விட்டு நீங்கிய நகரம்; மக்கள் வாழாத பாழ் நகரம்

ghostwriter /ˈgəʊstraɪtə(r)/ *noun* [C] a person who writes a book, etc. for a famous person (whose name appears as the author) புகழ்பெற்ற ஒருவருக்காக அவருடைய பெயரில் நூல் முதலியவற்றை எழுதுபவர்

giant /ˈdʒaɪənt/ *noun* [C] **1** (in stories) an extremely large, strong person மிகப் பெரிய உருவமும் பேரளவிலான வலிமையும் உடைய ஒருவர்; அரக்கர்; இராட்சதர் **2** something that is very large மிகப் பெரியதான ஒன்று; பரந்தகன்ற அல்லது பெரும்போக்கான ஒன்று *the multinational oil giants* (= very large companies) ▶ **giant** *adj. a giant wave*

gibberish /ˈdʒɪbərɪʃ/ *noun* [U] words that have no meaning or that are impossible to understand பொருளற்ற அல்லது புரிந்துகொள்வதற்கு இயலாத சொற்கள்; உளறல்

gibbon /ˈgɪbən/ *noun* [C] a small **ape** with long arms, which is found in South East Asia தென்கிழக்கு ஆசியாவில் காணப்படும், நீண்ட கைகளுள்ள, அளவில் சிறிய வாலில்லாக் குரங்கு வகை

giblets /ˈdʒɪbləts/ *noun* [*pl.*] the inside parts of a chicken or other bird, including the heart and **liver**, that are usually removed before it is cooked வழக்கமாகச் சமைப்பதற்கு முன் நீக்கி-விடப்படும், கோழி அல்லது வேறொரு பறவை-யின் நெஞ்சு மற்றும் ஈரல் உள்ளடங்கிய உள்ளுறுப்புகள்

giddy /ˈgɪdi/ *adj.* having the feeling that everything is going round and that you are going to fall அனைத்தும் சுழல்வது போன்றும் தான் விழ இருப்பது போன்றும் உணர்வு ஏற்படுகிற; தலை சுற்றுகிற; கிறுகிறுப்பான; மயக்கங்-கொண்ட *I feel giddy. I must sit down.* ✪ SYN **dizzy**

gift /gɪft/ *noun* [C] **1** something that you give to sb; a present தான் ஒருவருக்கு வழங்குவது; பரிசு; பரிசில் *This week's magazine has a **free gift**. • The company **made a gift of** a computer to a local school.* ➪ **present** பதிவிலுள்ள குறிப்பைப் பார்க்க. **2 a gift (for sth/doing sth)** natural ability இயற்கையான ஆற்றல்; இயல்திறன்; இயற்பேறு

gifted /ˈgɪftɪd/ *adj.* having natural ability or great intelligence இயற்கையான ஆற்றல் உடைய; இயல்திறன் வாய்ந்த; அறிவுத் திறம் மிக்க; அறிவாற்றல் கைவரப் பெற்ற

gig /gɪg/ *noun* [C] (*informal*) an event where a musician or band is paid to perform ஓர் இசைக்-கலைஞர் அல்லது ஒரு மெல்லிசைக்குழு ஊதியம் பெற்று வழங்கும் இசை நிகழ்ச்சி

gigantic /dʒaɪˈgæntɪk/ *adj.* extremely big பேருருவம் படைத்த; இயற்கை மீறிப் பெரி-தான

giggle /ˈgɪgl/ *verb* [I] to laugh in a silly way that you cannot control, because you are amused or nervous இன்ப உணர்ச்சி அல்லது மனக்-கிளர்ச்சி காரணமாக, கட்டுப்படுத்த முடியாமல் சிரி; முட்டாள்தனமாக/அசட்டுத்தனமாகச் சிரி; இளி ▶ **giggle** *noun* [C] *I've got the giggles.*

gill /gɪl/ *noun* [C] (*usually pl.*) one of the parts on the side of a fish's head that it breathes through மீனின் தலைப் பக்கவாட்டில் உள்ள உறுப்புகளில் ஒன்றானதும் மீன் மூச்சு விடு-வதற்குரியதுமான உறுப்பு; மீனின் உயிர்ப்பு உறுப்பு ➪ **fish** பதிவில் படம் பார்க்க.

gilt /gɪlt/ *noun* [U] a thin covering of gold (ஒன்றன் மீதான) மெல்லிய பொன்பூச்சு; தங்கமுலாம்; பொன் மெருகு

gimmick/ˈgɪmɪk/ *noun* [C] an idea for attracting customers or persuading people to buy sth வாடிக்கையாளர்களைக் கவர்வதற்கான அல்லது ஒரு பொருளை வாங்க மக்களை இணங்குவிப்பதற்கான ஒரு கருத்து; ஈர்ப்பு உத்தி *New magazines often use free gifts or other gimmicks to get people to buy them.*

gin /dʒɪn/ *noun* [C, U] a strong, colourless alcoholic drink வெறியத்தன்மை மிக்க நிறமற்ற சாராய வகை

ginger /ˈdʒɪndʒə(r)/ *noun* [U], *adj.* **1** a root that tastes hot and is used in cooking இஞ்சி *ground ginger • ginger biscuits* **2** (of) a light brownish-orange colour மங்கிய செம்மஞ்சள் நிறம்; மங்கிய செம்மஞ்சள் நிறமான *ginger hair*

ginger ale (*also* **ginger beer**) *noun* [U] a drink that does not contain alcohol and is flavoured with a spice (**ginger**) வெறியப்பொருளை உள்ளடக்கியிராததும் இஞ்சியின் சுவை-யூட்டப்பட்டதுமான குடி வகை

gingerly /ˈdʒɪndʒəli/ *adv.* very slowly and carefully so as not to cause harm, make a noise, etc. தீங்கு விளைவிக்காத, உரத்து ஒலி செய்யாத முறையில் மிகவும் மெல்லமாகவும் கவன-மாகவும் எச்சரிக்கையுடனும்

gipsy = gypsy

giraffe /dʒəˈrɑːf/ *noun* [C] (*pl.* **giraffe** or **giraffes**) a large African animal with a very long neck and legs and big dark spots on its skin ஒட்டகச்சிவிங்கி

girder /ˈgɜːdə(r)/ *noun* [C] a long, heavy piece of iron or steel that is used in the building of bridges, large buildings, etc. பாலங்கள், பெருங்-கட்டடங்கள் முதலியவற்றில் பயன்படுத்தப்-படும் நீளமான கனத்த இரும்பு அல்லது எஃகுத் துண்டு; கட்டுமானச் சட்டம்; தூலம்

girl /gɜːl/ *noun* [C] **1** a female child பெண் குழந்தை *Is the baby a boy or a girl? • There are more boys than girls in the class.* **2** a daughter மகள்; புதல்வி *They have two boys and a girl.* **3** a young woman இளம்பெண் *The girl at the cash desk was very helpful.* **4 girls** [*pl.*] a woman's female friends of any age ஒரு பெண்ணின் (குறிப்-பிட்ட வயதினர் அல்லாத) தோழிகள் *gone shopping with the girls*

girlfriend /ˈgɜːlfrend/ *noun* [C] **1** a girl or woman with whom sb has a romantic and/or sexual relationship ஒருவர் காதல் அல்லது பாலுறவு கொண்டுள்ள இளம்பெண் அல்லது பெண் *Have you got a girlfriend?* **2** (*AmE*) a girl or woman's female friend ஓர் இளம்பெண்ணின் அல்லது ஒரு பெண்ணின் தோழி

Girl Guide (*BrE old-fashioned*) = **guide**[1]**5**

girlhood /ˈgɜːlhʊd/ *noun* [U] the time when sb is a **girl 1** பெண்ணின் குழந்தைப் பருவம்; சிறுமிப் பருவம்

girlish /ˈgɜːlɪʃ/ *adj.* looking, sounding or behaving like a girl சிறு பெண்ணைப் போன்ற

தோற்றமுடைய, சிறு பெண்ணைப் போன்றவர் என்ற எண்ணத்தைத் தோற்றுவிக்கிற அல்லது சிறு பெண்ணைப் போன்று நடந்து கொள்கிற *a girlish figure/giggle*

giro /ˈdʒaɪrəʊ/ *noun* (*pl.* **giros**) (*BrE*) **1** [U] a system for moving money from one bank, etc. to another பணத்தை ஒரு வங்கி முதலியவற்றி-லிருந்து மற்றொன்றுக்கு மாற்றுவதற்கான வகைமுறை **2** [C] a cheque that the government pays to people who are unemployed or cannot work வேலையில்லாதோருக்கு அல்லது வேலை செய்ய முடியாதவர்களுக்கு அரசு வழங்கும் காசோலை

girth /gɜːθ/ *noun* **1** [U, C] the measurement around sth, especially a person's waist ஒரு பொருளின், குறிப்பாக ஒருவரது இடுப்பின், சுற்றளவு **2** [C] a leather or cloth strap that is fastened around the middle of a horse to keep the seat (**saddle**) or a load in place குதிரையின் மேல் உள்ள இருக்கையை அல்லது சுமையைச் சரியாகப் பொருந்தி அமையச் செய்வதற்காகக் குதிரை உடலைச் சுற்றி மத்தியில் கட்டப்படும் தோல் அல்லது துணிப் பட்டை; குதிரையின் சுற்றுப்பட்டை; சேணக்கச்சு

gist /dʒɪst/ *noun* **the gist (of sth)** [*sing.*] the general meaning of sth rather than all the details ஒன்றின் விவரக்கூறுகள் அல்லாத பொதுப்-பொருள்; சுருக்கம்; சாராம்சம் *I know a little Spanish so I was able to* ***get the gist*** *of what he said.*

give[1] /gɪv/ *verb* (*pt* **gave** /geɪv/; *pp* **given** /ˈgɪvn/) **1** [T] **give sb sth; give sth to sb** to let sb have sth, especially sth that he/she wants or needs ஒன்றை, குறிப்பாக ஒருவர் விரும்பும் அல்லது ஒருவருக்குத் தேவைப்படும் ஒன்றை, அவர் பெற அனுமதி; கொடு *I gave Janu a book for her birthday.* • *Give me that book a minute—I just want to check something.* **2** [T] **give sb sth; give sth to sb** to make sb have sth, especially sth he/she does not want ஒன்றை, குறிப்பாக ஒருவருக்கு வேண்டாத ஒன்றை, அவர் பெறச் செய்; திணி *Mr Selvam gives us too much homework.* • *Playing chess gives me a headache.* **3** [T] to make sb have a particular feeling, idea, etc. குறிப்பிட்ட உணர்வு, கருத்து முதலியவற்றை ஒருவர் கொள்ளச் செய்; குறிப்பிட்ட உணர்வு, கருத்து முதலியவற்றை ஒருவரிடம் தோற்றுவி *Swimming always gives me a good appetite.* • *to give sb a surprise/shock/fright* • *What gives you the idea that he was lying?* **4** [T] **give (sb) sth; give sth to sb** to let sb have your opinion, decision, judgement, etc. தனது கருத்து, முடிவு, மதிப்பீடு/தீர்ப்பு முதலிய-வற்றை ஒருவருக்கு வழங்கு *My boss has given me permission to leave early.* • *The judge gave him five years in prison.* **5** [T] **give sb sth; give sth to sb** to speak to people in a formal situation வினைமுறை சார்ந்த ஒரு சூழ்நிலையில் பிறரிடம் பேசு; உரை நிகழ்த்து; ஒன்றைத் தெரிவி அல்லது அறிவி *to give a speech/talk/lecture* • *The officer was called to give evidence in court.* • *Sarah's going to give me a cooking lesson.* **6** [T] **give (sb) sth for sth; give (sb) sth (to do sth)** to pay in order to have sth ஒன்றைப் பெற அல்லது ஒன்றை உடைமையாக அடையப் பணம் செலுத்து *How much did you give him for fixing the car?* • (*figurative*) *I'd give anything to be able to sing like that.* **7** [T] to spend time dealing with sb/sth ஒன்றைக் கையாள்வதில் அல்லது ஒன்றில் கருத்துச் செலுத்துவதில் நேரத்தைச் செல-வழி *We need to give some thought to this matter urgently.* **8** [T] **give (sb/sth) sth** to do sth to sb/sth; to make a particular sound or movement ஒருவருக்கு/ஒன்றுக்கு ஒன்றைச் செய்; குறிப்-பிட்ட ஒலி செய் அல்லது இயக்கம் நிகழச் செய் *to give sb a kiss/push/hug* • *to give sth a clean/wash/polish* • ***Give*** *me a call when you get home.* • *She opened the door and gave a shout of horror.* **9** [T] to perform or organize sth for people பிறருக்காக ஒன்றை நிகழ்த்து அல்லது ஏற்பாடு செய்; நிகழ்ச்சி நடத்து *The company gave a party to celebrate its 50th anniversary.* **10** [I] to bend or stretch under pressure அழுத்தம் காரணமாக வளை அல்லது நீள் *The branch began to give under my weight.*

IDM **not care/give a damn (about sb/sth)** ➪ **damn[3]** பார்க்க.

give or take more or less the number mentioned ஏறத்தாழ குறிப்பிட்ட எண்ணிக்கையளவு *It took us two hours to get here, give or take five minutes.*

> NOTE **Give** உள்ளடங்கிய மற்ற மரபுத் தொடர்கள் பற்றி அறிய அவற்றின் பெயர்ச்-சொல் பெயரடைகள், முதலியவற்றுக்கான பதிவுகளைக் பார்க்க. உதாரணமாக **give way** என்ற தொடர் **way** பதிவில் உள்ளது.

PHR V **give sth away** to give sth to sb without wanting money in return ஒருவருக்கு ஒன்றை இலவசமாகக் கொடு; பரிசாக வழங்கு *When she got older she gave all her toys away.*

give sth/sb away to show or tell the truth about sth/sb which was secret மறைபொருளாக இருந்த ஒன்றை/ஒருவரைப் பற்றிய உண்மையை வெளிப்படுத்து; இரகசியத்தை வெளியிடு *He smiled politely and didn't give away his real feelings.*

give (sth) back to return sth to the person that you took or borrowed it from ஒருவரிடமிருந்து கொண்டுவந்த அல்லது கடனாகப் பெற்ற ஒன்றைத் திருப்பிக் கொடு *I lent him some books months ago and he still hasn't given them back to me.*

give sth in to give sth to the person who is collecting it சேகரித்து வைப்பவரிடம் ஒன்றைக் கொடு *I've got to give this essay in to my teacher by Friday.*

give in (to sb/sth) to stop fighting against sb/sth; to accept that you have been defeated ஒருவரை/ஒன்றை எதிர்த்துச் சண்டையிடுவதை/போராடுவதை நிறுத்து; தோல்வியை ஒப்புக்கொள்

give sth off to send sth (for example smoke, a smell, heat, etc.) out into the air ஒன்றை வெளிவிடு அல்லது காற்றோடு கலக்கச் செய் *Cars give off poisonous fumes.*

give out (used about a machine, etc.) to stop working (விசைப்பொறி முதலியவை வகையில்) இயக்கம் நின்றுபோ; செயல் ஒழி *His heart gave out and he died.*

give sth out to give one of sth to each person ஒவ்வொருவருக்கும் ஒவ்வொன்றாக ஒன்றைப் பங்கிட்டுக் கொடு *Could you give out these books to the class, please?*

give up to stop trying to do sth; to accept that you cannot do sth ஒன்றைச் செய்ய முயற்சிப்பதை நிறுத்திக்கொள்; செயல் முயற்சியைக் கைவிடு; தோல்வியை ஒப்புக்கொள் *I give up. What's the answer?*

give sb up; give up on sb to stop expecting sb to arrive, succeed, improve, etc. ஒருவர் வருகை, வெற்றி, முன்னேற்றம் முதலியவற்றை எதிர்பார்ப்பதை நிறுத்திக்கொள்; ஒருவரது வெற்றி முதலியவற்றில் நம்பிக்கை இழ *Her work was so poor that all her teachers gave up on her.*

give sth up; give up doing sth to stop doing or having sth that you did or had regularly before முன்பு வழக்கமாகச் செய்த ஒன்றை விட்டுவிடு அல்லது முன்பு வழக்கமாகக் கொண்டிருந்த ஒன்றைக் கைவிடு *I've tried many times to give up smoking.* • *Don't give up hope, things are bound to improve.*

give yourself/sb up (to sb) to go to the police when they are trying to catch you; to tell the police where sb is காவல்துறையினர் தன்னைப் பிடிக்க முயலும் நிலையில் அவர்களிடம் சென்று சரணடை; ஒருவரைக் காவல்துறையினரிடம் காட்டிக்கொடு

give sth up (to sb) to give sth to sb who needs or asks for it ஒன்று வேண்டியிருக்கும் அல்லது வேண்டுமெனக் கோரும் ஒருவருக்கு அதனைக் கொடு *He gave up his window-seat on the bus to a little boy.*

give² /gɪv/ *noun* [U] the quality of being able to bend or stretch a little சற்று வளையும் அல்லது நீளும் இயல்புடையதாயிருத்தல்; இழைவுத் தன்மை

IDM **give and take** a situation in which two people, groups, etc. respect each others' rights and needs இரு ஆட்கள், குழுக்கள் முதலியன ஒருவரது/ஒன்றன் உரிமைகளையும் தேவைகளையும் மற்றவர்/மற்றது மதிக்கும் நிலை; விட்டுக்கொடுத்தல் *There has to be some give and take for a marriage to succeed.*

giveaway /ˈgɪvəweɪ/ *noun* [C] (*informal*) **1** a thing that is included free when you buy sth ஒன்றை விலைக்கு வாங்கும்பொழுது விலையின்றி அதனுடன் தரப்படும் பொருள்; இலவச இணைப்பு **2** something that makes you guess the truth about sb/sth ஒருவரை/ஒன்றைப் பற்றிய உண்மையை ஊகிக்க வைப்பது; காட்டிக்கொடுக்கும் ஒன்று *She said she didn't know about the money but her face was* ***a dead giveaway.***

given¹ /ˈgɪvn/ *adj.* (*only before a noun*) already stated or decided ஏற்கனவே தெரிவிக்கப்பட்ட அல்லது முடிவுசெய்யப்பட்ட *At any given time, up to 200 people are using the library.*

given² /ˈgɪvn/ *prep.* considering sth கருதிப் பார்க்கையில்; கவனத்தில் கொள்ளும்போது *Given that you had very little help, I think you did very well.*

given name (*AmE*) = **first name** ➪ **name** பதிவிலுள்ள குறிப்பைப் பார்க்க.

gizzard /ˈgɪzəd/ *noun* [C] the part of a bird's stomach in which food is changed into smaller pieces before it can be **digested** செரிமானத்துக்கு முன்னர் உணவு சிறுசிறு துண்டுகளாக மாற்றப்படும் பறவை இரைப்பையின் பகுதி; அரைவைப்பை

glacial /ˈgleɪʃl; ˈgleɪsiəl/ *adj.* **1** caused by ice or a glacier பனிக்கட்டியால் அல்லது பனிக்கட்டிப் பாளத்தால் உண்டாக்கப்படுகிற; பனிக்கட்டியாலான *a glacial valley* **2** extremely cold கடுங்குளிரான; குளிர் மிக்க *glacial winds*

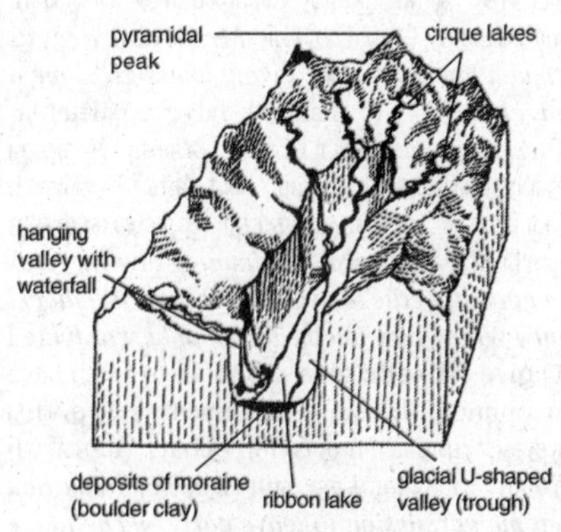

glacial features

glaciation /ˌgleɪsiˈeɪʃn/ *noun* [U] (in geography) the movement of a mass of ice over an area of land, and the things that are caused or created by this (புவியியலில்) நிலப்பகுதி ஒன்றின் மீது பனிக்கட்டிப்பாளம் நகர்தலும் அதன் விளைவாக உண்டானவைகளும் அல்லது தோற்றுவிக்கப்பட்டவைகளும்

glacier /ˈglæsiə(r); ˈgleɪs-/ *noun* [C] a mass of ice that moves slowly down a valley மெல்லச் சறுக்கி பள்ளத்தாக்கில் இறங்கும் பனிக்கட்டிப்பாளம்; சறுக்கு பனிக்கட்டிப்பாளம் ➪ 610 ஆம் பக்கத்தில் படம் பார்க்க.

glad /glæd/ *adj.* **1** (*not before a noun*) **glad (about sth); glad to do sth/that** happy; pleased மகிழ்ச்சியான; இன்புற்ற *Are you glad about your new job?* • *I'm glad to hear he's feeling better.* • *I'm glad (that) he's feeling better.* • *I'll be glad when these exams are over.*

> NOTE பெரும்பாலும் குறிப்பிட்ட ஒரு நிகழ்வு அல்லது சூழ்நிலை குறித்து மகிழ்வதை **glad** அல்லது **pleased** குறிக்கும். ஒரு நிலை, மனநிலை முதலியவற்றை விவரிக்க **happy** பயன்படுத்தப்படும்; இச்சொல்லால் விளக்கம் பெறும் பெயர்ச்சொல்லுக்கு முன்னரும் இது வரும்—*This kind of music always makes me feel happy.* • *She's such a happy child—she's always laughing.*

2 glad (of sth); glad (if...) grateful for sth ஒன்றற்கு நன்றி பாராட்டுகிற; நன்றியுள்ள *If you are free, I'd be glad of some help.* • *I'd be glad if you could help me.* **3** (*only before a noun*) (*old-fashioned*) bringing happiness இன்பமளிக்கிற; மகிழ்ச்சி தருகிற; உவப்பூட்டுகிற *I want to be the first to tell her the glad news.* ▶ **gladness** *noun* [U]

gladden /ˈglædn/ *verb* [T] to make sb glad or happy ஒருவருக்கு மகிழ்ச்சியளி; உவப்பூட்டு

glade /gleɪd/ *noun* [C] (*written*) an open space in a forest or wood where there are no trees ஒரு காட்டில் அல்லது சிறு காட்டிடத்தில் உள்ள மரங்களற்ற திறந்தவெளி ✪ SYN **clearing**

gladiator /ˈglædieɪtə(r)/ *noun* [C] (in ancient Rome) a man who fought against another man or a wild animal in a public show (பண்டைய ரோம் நகரில் நடைபெற்ற) பொதுக்காட்சி நிகழ்ச்சியில் மற்றோர் ஆணுடன் அல்லது காட்டு விலங்குடன் சண்டையிட்ட ஆண்; காட்சிச் சண்டை வீரன்

gladly /ˈglædli/ *adv.* used for politely agreeing to a request or accepting an invitation ஒரு வேண்டுகோளை அல்லது ஓர் அழைப்பைப் பணிவு நயத்துடன் ஏற்றுக்கொள்ளுதலைக் குறிக்கப் பயன்படுத்தப்படும் சொல்: மகிழ்ச்சியுடன் *She gladly accepted the invitation to come home.*

glamorize (*also* **-ise**) /ˈglæməraɪz/ *verb* [T] to make sth appear more attractive or exciting than it really is ஒன்றை உண்மையாக உள்ள நிலையைவிட மேலும் கவர்ச்சியானதாக அல்லது மனக்கிளர்ச்சியூட்டுவதாக ஆக்கு; மாயக் கவர்ச்சியூட்டு *Television tends to glamorize violence.*

glamour (*also AmE* **glamor**) /ˈglæmə(r)/ *noun* [U] the quality of seeming to be more exciting or attractive than ordinary things or people சாதாரணமான பொருள்களை அல்லது ஆட்களை விட மிகுதியாகக் கவர்ச்சியுடையதாகத் தோன்றும் பண்பு; மாயக் கவர்ச்சி *Young people are attracted by the glamour of city life.* ▶ **glamorous** /-mərəs/ *adj. the glamorous world of show business* ▶ **glamorously** *adv.*

glance¹ /glɑːns/ *verb* [I] to look quickly at sb/sth ஒருவர்/ஒன்றின் மீது விரைவாகப் பார்வையைச் செலுத்து; கண்ணை ஓடவிடு *She glanced round the room to see if they were there.* • *The receptionist glanced down the list of names.*

PHR V **glance off (sth)** to hit sth at an angle and move off again in another direction ஒரு கோணத்தில் ஒன்றைத் தாக்கி மீண்டும் வேறொரு திசையில் செல்; ஒன்றின் மீது பட்டுத் தெறித்தோடு *The ball glanced off his knee and into the net.*

glance² /glɑːns/ *noun* [C] a quick look விரைந்த பார்வை; கண்ணோட்டம் *to take/have a glance at the newspaper headlines*

IDM **at a (single) glance** with one look ஒரு முறை பார்த்ததில்; ஒரு நோக்கில் *I could tell at a glance that something was wrong.*

at first glance/sight ➪ **first¹** பார்க்க.

gland /glænd/ *noun* [C] any of the small parts (**organs**) inside your body that produce chemical substances for your body to use உடலின் பயன்பாட்டுக்கான வேதியியல் பொருள்களை உண்டுபண்ணும் சிறு உள்ளுறுப்புகளில் ஒன்று; சுரப்பி *sweat glands* ▶ **glandular** /ˈglændjʊlə(r)/ *adj.*

glare¹ /gleə(r)/ *verb* [I] **1 glare (at sb/sth)** to look at sb in a very angry way ஒருவரைச் சீற்றத்துடன் நோக்கு; மிகுந்த சினக் குறிப்புடன் பார் **2** to shine with strong light that hurts your eyes கண்களை உறுத்தும் கூசொளி வீசு

glare² /gleə(r)/ *noun* **1** [U] strong light that hurts your eyes கண்களை உறுத்தவல்ல கூசொளி; முனைப்பான, கண்ணைக் கூச வைக்கும் ஒளி *the glare of the sun/a car's headlights* **2** [C] a very angry look சீற்றப் பார்வை; வெறித்த நோக்கு

glaring /ˈgleərɪŋ/ *adj.* **1** very easy to see; shocking மிக எளிதாகக் காணக்கூடிய; வெளிப்படையான; அதிர்ச்சியூட்டுகிற *a glaring mistake/injustice* **2** (used about a light) too strong and bright (விளக்கு வகையில்) கூசொளி வீசுகிற; மிகை ஒளிர்வுடைய **3** angry சினமுற்ற; கோபமான; கடுவெறுப்புடைய *glaring eyes* ▶ **glaringly** *adv. a **glaringly** obvious mistake*

glass /glɑːs/ *noun* **1** [U] a hard substance that you can usually see through that is used for making windows, bottles, etc. சன்னல்கள், புட்டிகள் முதலியன செய்யப் பயன்படுத்தப்படுவதும் பெரும்பாலும் ஒளி ஊடுருவக்கூடியதுமான ஒரு கடினமான பொருள்; கண்ணாடி *He drank from the glass.* • *a glass jar/dish/vase* **2** [C] a drinking container made of glass; the amount of liquid it contains கண்ணாடியால் செய்யப்பட்ட குடிகலம்; கண்ணாடிக் குவளை; கண்ணாடிக் குவளை கொள்ளும் நீர்ம அளவு *a wine glass* • *Could I have a glass of water?*

glasses /ˈglɑːsɪz/ (*formal* **spectacles**; *informal* **specs**) (*AmE* **eyeglasses**) *noun* [*pl.*] two **lenses** in a frame that rests on the nose and ears. People wear glasses in order to be able to see better or to protect their eyes from bright sunlight பார்வைத்திறனை மேம்படுத்த அல்லது கடுவெயிலிலிருந்து கண்களுக்குப் பாதுகாப்பாக அணியப்படுவதும், மூக்கு மற்றும் காதுகள் மீது பொருந்தி நிற்கும் சட்டத்தினுள் உள்ளதுமான இரு கண்ணாடி வில்லைகள்; மூக்குக் கண்ணாடி *My sister has to **wear glasses**.*

glass fibre = **fibreglass**

glassful / ˈglɑːsfʊl/ *noun* [C] the amount of liquid that one glass holds ஒரு கண்ணாடிக் குவளை கொள்ளும் நீர்ம அளவு

glasshouse /ˈglɑːshaʊs/ = **greenhouse**

glassy /ˈglɑːsi/ *adj.* **1** looking like glass கண்ணாடி போன்ற; கண்ணாடியின் இயல்புள்ள **2** (used about the eyes) showing no interest or expression ஆர்வ நாட்டத்தை அல்லது உணர்ச்சி/எண்ணக் குறிப்பை வெளிக்காட்டாத; வெறுமையான

glaucoma /glɔːˈkəʊmə/ *noun* [U] an eye disease that causes gradual loss of sight படிப்படியாகப் பார்வை இழப்பை உண்டாக்கும் கண்ணோய் வகை

glaze¹ /gleɪz/ *verb* [T] **1** to fit a sheet of glass into a window, etc. பலகணிச் சட்டங்கள், முதலியவற்றில் கண்ணாடித் தகடு பதி ⇨ **double-glazing** பார்க்க. **2 glaze sth (with sth)** to cover a pot, brick, pie, etc. with a shiny transparent substance (before it is put into an oven) (சூட்டடுப்பினுள் வைப்பதற்கு முன்) மண்பாண்டம், செங்கல், சினையப்பம் (இறைச்சி அல்லது பழங்கள் உள்ளிடப்பட்ட கேக் வகை) முதலியவற்றுக்குப் பளபளப்பான ஒளி ஊடுருவும் பொருளால் மெருகிடு

PHR V **glaze over** (used about the eyes) to show no interest or expression (கண்கள் வகையில்) ஆர்வ நாட்டத்தை அல்லது உணர்ச்சியை வெளிக்காட்டாதிரு; உணர்ச்சித் தடமற்று அல்லது வெறுமையாகத் தோன்று

glaze² /gleɪz/ *noun* [C, U] (a substance that gives) a shiny transparent surface on a pot, brick, pie, etc. மண்பாண்டம், செங்கல், சினையப்பம், முதலியவற்றின் மீதான பளபளப்பான ஒளி ஊடுருவும் பரப்பு; பளபளப்பூட்டும் பொருள்

glazed /gleɪzd/ *adj.* (used about the eyes, etc.) showing no interest or expression (கண்கள் முதலியன பற்றிக் குறிப்பிடும்போது) ஆர்வ நாட்டத்தை அல்லது உணர்ச்சி/எண்ணக் குறிப்பை வெளிக்காட்டாத

glazier / ˈgleɪziə(r)/ *noun* [C] a person whose job is to fit glass into windows, etc. பலகணிச்சட்டங்கள் முதலியவற்றிற்குக் கண்ணாடி பொருத்தும் பணியாளர்

gleam /gliːm/ *noun* [C, *usually sing.*] **1** a soft light that shines for a short time சிறிது நேரமே ஒளிரும் மெல்லொளி/இன்னொளி/தண்ணொளி *the gleam of moonlight on the water* **2** a sudden expression of an emotion in sb's eyes ஒருவரது கண்களில் திடீரெனத் தோன்றும் ஓர் உணர்ச்சியின் வெளிப்பாடு *I saw a gleam of amusement in his eyes.* **3** a small amount of sth ஒன்றின் சிறிய அளவு; மென்கூறு; கீற்று; சாயல் *a faint gleam of hope* ▶ **gleam** *verb* [I] *gleaming white teeth* • *Their eyes gleamed with enthusiasm.*

glean /gliːn/ *verb* [T] **glean sth (from sb/sth)** to obtain information, knowledge, etc., sometimes with difficulty and often from various different places பெரும்பாலும் வெவ்வேறான பல இடங்களிலிருந்து, சிலசமயம் சிரமப்பட்டு, தகவல், செய்தி, அறிவு முதலியவற்றைப் பெறு; திரட்டிச் சேர் *These figures have been gleaned from a number of studies.*

glee /gliː/ *noun* [U] a feeling of happiness, usually because sth good has happened to you or sth bad has happened to sb else வழக்கமாகத் தனக்கு வாய்த்த நன்மை அல்லது வேறொருவருக்கு நேர்ந்த இன்னாதது காரணமாக உண்டாகும் களிப்புணர்ச்சி *She couldn't hide her glee when her rival came last in the race.* ▶ **gleeful** /-fl/ *adj.* ▶ **gleefully** /-fəli/ *adv.*

glen /glen/ *noun* [C] a deep, narrow valley, especially in Scotland or Ireland குறிப்பாக, ஸ்காட்லாந்து அல்லது அயர்லாந்திலுள்ள ஆழ்ந்து இடுங்கிய பள்ளத்தாக்கு

glib /glɪb/ *adj.* using words in a way that is clever and quick, but not sincere அறிவுத் திறமையுடனும் விரைவாகவும், ஆனால் உள்ளார்ந்த தன்மையில் அல்லாது சொற்களைப் பயன்படுத்துகிற; வெறுஞ்சொல் வளமுடைய *a glib salesman/politician* • a *glib answer/excuse* ▶ **glibly** *adv.* ▶ **glibness** *noun* [U]

glide /glaɪd/ *verb* [I] **1** to move smoothly without noise or effort ஓசையோ முயற்சியோ இன்றி மெல்லிழைவாகச் செல்; இழைந்து செல்; சறுக்கு *The dancers glided across the floor.* **2** to fly in a glider பொறியமைப்பில்லாத காற்று வீச்சின் உதவியால் செல்லும் வானவூர்தியில் பறந்து செல் *I've always wanted to **go gliding**.*

glider /ˈglaɪdə(r)/ *noun* [C] a light aircraft without an engine that flies using air currents பொறியமைப்பில்லாத காற்று வீச்சின் உதவியால் பறந்து செல்லும் கனமற்ற வானூர்தி வகை; மிதவை விமானம் ➪ **hang-glider** பார்க்க. ▶ **gliding** *noun* [U]

glimmer /ˈglɪmə(r)/ *noun* [C] **1** a weak light that is not steady நின்று ஒளிராத மங்கலான ஒளி; சிற்றொளி; மினுக்கம் *I could see a faint glimmer of light in one of the windows.* **2** a small sign of sth ஒன்றன் சிறிதான அடையாளக் குறிப்பு; அறிகுறி; தடம் *a glimmer of hope* ▶ **glimmer** *verb* [I]

glimpse /glɪmps/ *noun* [C] **1 a glimpse (at/of sth)** a very quick and not complete view of sb/sth மிக விரைந்து நோக்கும் முழுமையானதல்லாத காட்சி; அரைகுறைத் தோற்றம்; கண நேரக் காட்சி *I just managed to **catch a glimpse** of the fox's tail as it ran down a hole.* **2 a glimpse (into/of sth)** a short experience of sth that helps you understand it ஒன்றைப் புரிந்து கொள்வதற்குத் துணை செய்யக்கூடிய அது பற்றிய குறுகிய கால பட்டறிவு; சிற்றனுபவம் *The programme gives us an interesting glimpse into the life of the cheetah.* ▶ **glimpse** *verb* [T]

glint /glɪnt/ *verb* [I] to shine with small bright flashes of light ஒளிர்வு மிக்கச் சிறு வெட்டொளிகளுடன் மின்னு; பளிச்சிடு *His eyes glinted at the thought of all that money.* ▶ **glint** *noun* [C]

glisten /ˈglɪsn/ *verb* [I] (used about wet surfaces) to shine (ஈரக்கசிவுடைய பரப்புகள் பற்றிக் குறிப்பிடும் போது) மின்னு; ஒளிர் *Her eyes glistened with tears.*

glitter /ˈglɪtə(r)/ *noun* [U] **1** a shiny appearance consisting of many small flashes of light விட்டுவிட்டு ஒளிவீசும் பல ஒளிர்வுக் கூறுகள் உள்ளடங்கிய ஒளிர்வுத் தோற்றம்; பளபளப்பு; மினுமினுப்பு *the glitter of jewellery* **2** the exciting quality that sth appears to have ஒன்று கொண்டிருப்பதாகக் காணப்படும் ஆர்வக் கிளர்ச்சியூட்டும் தன்மை; கவர்ச்சித் தோற்றம் *the glitter of a career in show business* **3** very small, shiny pieces of thin metal or paper, used as a decoration அலங்காரம் செய்யப் பயன்படுத்தப்படும் பளபளப்பான சிறு மெல்லிய உலோக அல்லது காகிதத் துணுக்குகள் *The children decorated their pictures with glitter.* ▶ **glitter** *verb* [I]

glittering /ˈglɪtərɪŋ/ *adj.* **1** very impressive or successful மனத்தில் ஆழ்ந்து பதியத்தக்க; கருத்தைக் கவர்கிற; மிகவும் வெற்றிகரமான; *a glittering career/performance* **2** shining brightly with many small flashes of light வெட்டொளிக் கூறுகள் பல இணைந்து ஒளி வீசுகிற; பளபளப்பாக மின்னுகிற

gloat /gləʊt/ *verb* [I] **gloat (about/over sth)** to feel or express happiness in an unpleasant way because sth good has happened to you or sth bad has happened to sb else தனக்கு வாய்த்த நன்மை அல்லது வேறொருவருக்கு நேர்ந்த இன்னாதது காரணமாக இன்னயமற்ற முறையில் இன்ப உணர்வு கொள் அல்லது இன்ப உணர்வை வெளிப்படுத்து; சிறுமை கலந்த பெருமிதம் கொள்

global /ˈgləʊbl/ *adj.* **1** affecting the whole world அனைத்துலகையும் பாதிக்கிற; உலகளாவிய தாக்கம் ஏற்படுத்துகிற *the global effects of pollution* **2** considering or including all parts அனைத்துக் கூறுகளையும்/பகுதிகளையும் கருத்தில் கொண்ட அல்லது உள்ளடக்கிய; முழுதளாவிய *We must take a global view of the problem.* ▶ **globally** /gləʊbəli/ *adv.*

globalize (*also* **-ise**) /ˈgləʊbəlaɪz/ *verb* [I, T] (*technical*) if sth, for example a business company, globalizes or is globalized, it operates all around the world (ஒரு வணிக அமைப்பு, நிறுவனம் முதலியவை) உலகம் முழுவதும் இயங்கு உலகளாவிய செயற்பாடு கொண்டிரு ▶ **globalization** (*also* **-isation**) /ˌgləʊbəlaɪˈzeɪʃn/ *noun* [U] *the globalization of world trade*

the global village *noun* [*sing.*] the world considered as a single community connected by computers, telephones, etc. கணினிகள், தொலைபேசிகள், முதலியவற்றால் ஒன்றிணைக்கப்பட்டு ஒரே சமுதாயமாகக் கருதப்படும் உலகம்; சிற்றூராய்ச்சுருங்கிய உலகு

global warming *noun* [*sing.*] the increase in the temperature of the earth's atmosphere, caused by the increase of certain gases சிலவகை வாயுப்பொருள்களின் பெருக்கத்தால் பூமி மண்டலத்தின் வெப்பநிலை உயர்தல்; பூமி மண்டலம் வெப்பமயமாதல் ➪ **greenhouse effect** பார்க்க.

globe /gləʊb/ *noun* **1 the globe** [*sing.*] the earth நிலவுலகம்; பூமண்டலம் *to travel all over the globe* **2** [C] a round object with a map of the world on it உலகப்படம் பொறிக்கப்பட்ட உருண்டை வடிவப் பொருள்; உலகப்படக் கோளம் **3** [C] any object shaped like a ball பந்து வடிவான பொருள்

globe artichoke = artichoke

globetrotter /ˈgləʊbtrɒtə(r)/ *noun* [C] (*informal*) a person who travels to many countries பல நாடுகளுக்குச் சுற்றுப் பயணம் மேற்கொள்பவர்; உலகம் சுற்றுபவர்

globule /ˈglɒbju:l/ *noun* [C] a small drop or ball of a liquid ஒரு திரவப்பொருளின் துளி அல்லது உருண்டை வடிவம் *There were globules of fat in the soup.*

gloom /glu:m/ *noun* [U] **1** a feeling of being sad and without hope வருத்த உணர்வும் நம்பிக்கை இழந்த நிலையும்; மனச்சோர்வு; வாட்டம் *The news brought deep gloom to the village.* **2** a state when it is almost completely dark பெரும்பாலும் முழுதும் இருள் சூழ்ந்த நிலை; இருளடைவு

gloomy /ˈglu:mi/ *adj.* (**gloomier; gloomiest**) **1** dark in a way that makes you feel sad வாட்டத்தை ஏற்படுத்தும் முறையில் இருள் படர்ந்த; இருண்டு போன; இருளடைந்த *This dark paint makes the room very gloomy.* **2** sad and without much hope வருத்தமும் நிறைவான நம்பிக்கை உணர்வு இல்லாத நிலையும் ஆட்கொண்ட; மனம் தளர்ந்த/வாடிய *Don't be so gloomy, cheer up!* ▶ **gloomily** *adv.*

glorified /ˈglɔ:rɪfaɪd/ *adj.* (*only before a noun*) described in a way that makes sb/sth seem better, bigger, more important, etc. than he/she/it really is ஒருவர்/ஒன்று உண்மை நிலையினும் மேம்பட்டுப் பெரிதாக, சிறப்பாக, முக்கியமாகத் தோன்றுமாறு விவரிக்கப்பட்ட; சிறப்பேற்றப்பட்ட

glorify /ˈglɔ:rɪfaɪ/ *verb* [T] (*pres. part.* **glorifying**; *3rd person sing. pres.* **glorifies**; *pt, pp* **glorified**) to make sb/sth appear better or more important than he/she/it really is ஒருவர்/ஒன்று உண்மை நிலையை விட மேம்பட்டு அல்லது சிறப்பாகத் தோன்றுமாறு செய்; சிறப்பேற்று; புகழ்பாடு *His biography does not attempt to glorify his early career.*

glorious /ˈglɔ:riəs/ *adj.* **1** having or deserving fame or success புகழ்பெற்ற; வெற்றிச் சிறப்புடைய; பெருமைக்குரிய; கீர்த்தி வாய்ந்த *a glorious victory* **2** wonderful; splendid வியக்கத்தக்க; தனிச் சிறப்பான; உன்னதமான *a glorious day/view* ▶ **gloriously** *adv.*

glory¹ /ˈglɔ:ri/ *noun* [U] **1** fame or honour that you get for achieving sth ஒரு செயல் வெற்றிக்காக/சாதனைக்காக ஒருவர் பெறும் புகழ் அல்லது நற்பெயர்; கீர்த்தி; நன்மதிப்பு; பெருமை; மேன்மை *The winning team was welcomed home in a blaze of glory.* **2** great beauty பேரழகு; பேரெழில்; பெரு வனப்பு

glory² /ˈglɔ:ri/ *verb* (*pres. part.* **glorying**; *3rd person sing. pres.* **glories**; *pt, pp* **gloried**)

PHR V **glory in sth** to take (too much) pleasure or pride in sth ஒன்றில் (மிகையான) மகிழ்வடை; பெருமிதம் கொள் *He gloried in his sporting successes.*

gloss¹ /glɒs/ *noun* [U] [*sing.*] (a substance that gives sth) a smooth, shiny surface (ஒன்றன்) மெல்லிழைவும் பளபளப்பும் கொண்ட மேற்பரப்பு(க்குக் காரணமான பொருள்); மென்னயமான புறத்தோற்றம்; மேல் மினுக்கு *gloss paint • gloss photographs* ⇨ **matt** பார்க்க.

gloss² /glɒs/ *verb*

PHR V **gloss over sth** to avoid talking about a problem, mistake, etc. in detail ஒரு சிக்கல், பிழை முதலியவற்றைப் பற்றி விரிவாகப் பேசுவதைத் தவிர்

glossary /ˈglɒsəri/ *noun* [C] (*pl.* **glossaries**) a list of special or unusual words and their meanings, usually at the end of a text or book வழக்கமாக ஒரு பாடத்தின் அல்லது நூலின் இறுதியில் தரப்படும் அதன் சிறப்பு வழக்குகளும் மற்றும் திரிபு வழக்குச் சொற்களும் அவற்றின் பொருள்களும் அடங்கிய பட்டியல்; அருஞ்சொல் விளக்கப் பட்டியல்.

glossy /ˈglɒsi/ *adj.* (**glossier, glossiest**) smooth and shiny மெருகும் பளபளப்பும் உடைய; வழுவழுப்பான *glossy hair • a glossy magazine* (= printed on shiny paper)

glottal stop /ˌglɒtlˈstɒp/ *noun* [C] (*technical*) a speech sound made by closing and opening the **glottis**, which in English sometimes takes the place of a /t/, for example in *butter* (ஆங்கிலத்தில் சில சமயங்களில், *butter* போன்ற சொல்லிலுள்ள /t/-க்குப் பதிலாக ஒலிக்கும்) குரல்வளை முகப்பை மூடித் திறந்து உண்டாக்கும் பேச்சொலி; குரல்வளை வெடிப்பொலி

glottis /ˈglɒtɪs/ *noun* [C] the part of the **larynx** in the throat that contains (**vocal cords**) and the narrow opening between them இடம் பெயர்ந்து, பேச்சொலி வெளிப்படச் செய்யும் தசைகளையும் (குரல்வளை அதிர்வு நாளங்களையும்) அவற்றுக்கிடையிலுள்ள குறுகலான திறப்பையும் உள்ளடக்கிய குரல்வளைப் பகுதி; குரல்வளை முகப்பு

glove /glʌv/ *noun* [C] a piece of clothing that covers your hand and has five separate parts for the fingers கையை மறைத்துக் கொள்வதும் விரல்களுக்கு ஐந்து தனித்தனிப் பிரிவுகளைக்

கொண்டதுமான உடுப்பு வகை; கையுறை *I need a new pair of gloves for the winter.* • *leather/woollen/rubber gloves* ➪ **mitten** பார்க்க.

glove compartment (*also* **glove box**) *noun* [C] a small enclosed space or shelf facing the front seats of a car, used for keeping small things in சிறு பொருள்களை வைத்துக்கொள்வதற்குப் பயன்படுத்தப்படும் சீருந்தின் முன் பக்க இருக்கைகளுக்கு எதிரில் உள்ள சிறு உள்ளடக்கமான இடம் அல்லது கூடமைப்பு ➪ **car** பதிவில் படம் பார்க்க.

glow /gləʊ/ *verb* [I] **1** to produce light and/or heat without smoke or flames புகையோ தீக்கொழுந்துகளோ இன்றி, ஒளி மற்றும்/அல்லது வெப்பத்தை வெளிப்படுத்து; அழலொளி வீசு; கனன்றெரி *A cigarette glowed in the dark.* **2 glow (with sth)** to be warm or red because of excitement, exercise, etc. உணர்வெழுச்சி/மனக்கிளர்ச்சி, உடற்பயிற்சி, முதலியவை காரணமாக வெதுவெதுப்பு உணர்வு கொள் அல்லது முகம் சிவப்புறு *to glow with health/enthusiasm/pride* ▶ **glow** *noun* [*sing.*] *the glow of the sky at sunset*

glower /ˈglaʊə(r)/ *verb* [I] **glower (at sb/sth)** to look angrily (at sb/sth) (ஒருவரை/ஒன்றைச்) சினக்குறிப்புடன் நோக்கு; உறுத்துப் பார்; புருவங்களை நெரித்து நோக்கு

glowing /ˈgləʊɪŋ/ *adj.* saying that sb/sth is very good ஒருவர்/ஒன்று மிக நன்றாக உள்ளதாக கூறுகிற; சிறப்பான; நன்மதிப்புச் சான்றான *His teacher wrote a glowing report about his work* ▶ **glowingly** *adv.*

glow-worm *noun* [C] a type of insect. The female has no wings and produces a green light at the end of her tail பூச்சி வகை. இதன் பெண், இறகுகள் இல்லாததும் வாலின் நுனியில் பச்சை நிற ஒளி உண்டாக்குவதுமாகும்: மின்மினி

glucose/ˈgluːkəʊs/ *noun* [U] a type of sugar that is found in fruit பழங்களில் காணப்படும் சர்க்கரை வகை; பழச் சர்க்கரை ➪ **dextrose, fructose, lactose** மற்றும் **sucrose** பார்க்க.

glue[1] /gluː/ *noun* [U] a thick sticky liquid that is used for joining things together பொருள்களை ஒன்றுசேர்த்துப் பொருத்துவதற்குப் பயன்படுத்தப்படும் கெட்டியான ஒட்டுந் தன்மையுள்ள திரவம்; பசைப்பொருள் வகை; பசை *Stick the photo in with glue.*

glue[2] /gluː/ *verb* [T] (*pres. part.* **gluing**) **glue A (to/onto B); glue A and B (together)** to join a thing or things together with glue ஒன்றைப் பசையிட்டு ஒட்டு; பசை தடவிப் பொருள்களை ஒட்டிச் சேர் *Do you think you can glue the handle back onto the teapot?*

IDM glued to sth (*informal*) giving all your attention to sth and not wanting to leave it விட்டு நீங்க மனமில்லாது ஒன்றில் கருத்தூன்றி இருக்கிற; ஒன்றில் ஆழ்ந்த ஈடுபாடு கொண்டுள்ள *He just sits there every evening glued to the television.*

glum /glʌm/ *adj.* sad and quiet வருத்தமும் அமைதியும் உடைய; எழுச்சி குன்றிய மனக்கிளர்ச்சியற்ற ▶ **glumly** *adv.*

glut /glʌt/ *noun* [C, *usually sing.*] more of sth than is needed ஒன்று தேவைக்கு அதிகமாக உள்ள நிலை; மிகை வளம் *The glut of coffee has forced down the price.*

gluten /ˈgluːtn/ *noun* [U] a sticky substance that is found in certain grains that we make into flour, for example wheat மாவாக அரைக்கத்தக்க கோதுமை அல்லது சோளம் போன்ற தானியங்களில் காணப்படும் ஒட்டுந் தன்மையுள்ள பொருள்; மாப்பிசின்; மாப்புரதம்

glutton /ˈglʌtn/ *noun* [C] **1** a person who eats too much மிகையாக உண்ணும் இயல்புடையவர்; பெருந்தீனியர் **2** (*informal*) **a glutton for sth** a person who enjoys having or doing sth difficult, unpleasant, etc. கடினமானது, இனியதல்லாதது, முதலியவற்றைக் கைக்கொள்வதில் அல்லது செய்வதில் மகிழ்பவர்; அருஞ்செயற் பிரியர் *She's a glutton for hard work—she never stops.*

gluttony /ˈglʌtəni/ *noun* [U] the habit of eating and drinking too much மிகையளவு உண்ணும் அல்லது அருந்தும் இயல்பு; பெருந்தீனி தின்னும் பழக்கம்

glycerine (*AmE* **glycerin**) /ˈglɪsəriːn/ *noun* [U] a thick sweet colourless liquid made from fats and oils and used in medicines, beauty products and explosive substances கொழுப்புப் பொருள்கள் மற்றும் எண்ணெய் வகைகளிலிருந்து தயாரிக்கப்படுவதும், மருந்துகள், ஒப்பனைப் பொருள்கள், வெடிமருந்துகள் ஆகியவற்றில் பயன்படுத்தப்படுவதுமான கெட்டியான இனிப்புச் சுவையுடைய நிறமற்ற திரவம்

GM /ˌdʒiː ˈem/ *abbr.* genetically modified மரபுக்கூறு மாற்றியமைக்கப்பட்டது என்பதைக் குறிக்கும் சுருக்கம்

GMT/ˌdʒiː em ˈtiː/ *abbr.* Greenwich Mean Time; the time system in Britain which is used for calculating the time in other parts of the world பிரிட்டனில் பின்பற்றப்படுவதும் உலகின் பிற பகுதிகளின் நேரத்தைக் கணிப்பதற்குப் பயன்படுத்தப்படுவதுமான Greenwich Mean Time என்பதன் குறுக்கம்

gnarled /nɑːld/ *adj.* rough and having grown into a strange shape, because of old age or hard work

முதுமை அல்லது கடின உழைப்புக் காரணமாகக் கரடுமுரடாகி உருவமைப்புத் திரிந்து தோன்றுகிற *The old man had gnarled fingers.* • *a gnarled oak tree*

gnash /næʃ/ *verb*

IDM **gnash your teeth** to feel very angry and upset about sth ஒன்று குறித்து மிகு சினமும் மனக்கலக்கமும் அடை

gnat /næt/ *noun* [C] a type of very small fly that bites கடிக்கும் இயல்புள்ள சிறு ஈ வகை ✪ SYN **midge**

gnaw /nɔː/ *verb* **1** [I, T] **gnaw (away) (at/on) sth** to bite a bone, etc. many times with your back teeth எலும்பு முதலியவற்றைக் கடைவாய்ப் பற்களால் பலமுறை கடி; அரை **2** [I] **gnaw (away) at sb** to make sb feel worried or frightened over a long period of time ஒருவரை நீடித்த கவலை அல்லது திகில் கொள்ளச் செய் *Fear of the future gnawed away at her all the time.*

gneiss /naɪs/ *noun* [U] (*technical*) a type of **metamorphic** rock formed at high pressure and temperature deep in the ground பூமியின் ஆழத்தில் உயர் அழுத்த மற்றும் உயர் வெப்ப நிலையில் உருவாகும் இயல்பு திரிந்த பாறை வகை

gnome /nəʊm/ *noun* [C] (in children's stories, etc.) a little old man with a beard and a pointed hat who lives under the ground (சிறுவர் கதைகள் முதலியவற்றில் காணப்படும்) தரையின் அடியில் வாழும், தாடியும் கூர் விளிம்புத் தொப்பியும் கொண்ட சிற்றுருவுடைய கற்பனை முதியவர்

GNP /ˌdʒiː en ˈpiː/ *abbr.* gross national product; the total value of all the goods and services produced by a country in one year, including the total amount of money that comes from foreign countries முழுமொத்த தேசிய விளைபொருளைக் குறிக்கும் Gross National Product என்பதன் குறுக்கம்: ஓராண்டில் ஒரு நாட்டில் விளைவிக்கப்படும் அனைத்துப் பொருள்கள், சேவைகள், அன்னியச் செலாவணி ஆகியவற்றின் மொத்த மதிப்பு **NOTE** **GNP = GDP** (மொத்த உள்நாட்டு விளைபொருள்) + net foreign income (அன்னியச் செலவாணி வருவாய்) ➪ **GDP** பார்க்க.

go[1] /gəʊ/ *verb* (*pres. part.* **going**; *3rd person sing. pres.* **goes** /gəʊz/; *pt* **went** /went/; *pp* **gone** /gɒn/) **1** [I] to move or travel from one place to another ஓரிடத்திலிருந்து மற்றோர் இடத்திற்குச் செல் அல்லது பயணம் செய்; போ *She always goes home by bus.* • *He went to the cinema yesterday.*

NOTE ஒருவர் ஓரிடத்திற்குச் சென்று திரும்பி வந்ததைக் குறிக்கும்போது **go** வின் இறந்தகால வினையெச்சமான **been** பயன்படுத்தப்படுகிறது. ஒருவர் ஓரிடத்திற்குச் சென்று இன்னும் திரும்பிவராததை **gone** குறிக்கும்— *I've just been to Delhi. I got back this morning.* • *John's gone to Kolkata. He'll be back in two weeks.*

2 [I] to travel to a place to take part in an activity or do sth ஒரு செயலில் பங்குபெற அல்லது ஒரு செயல் மேற்கொள்ள ஓரிடத்திற்குப் பயணம் செய் *to go for a swim/drive/walk/meal* • *We went on a school trip to a museum.* **3** [I] to belong to or stay in an institution ஒரு நிறுவனத்துடன் தொடர்புரிமை கொண்டிரு அல்லது அதன் உறுப்பினராயிரு அல்லது அதில் தங்கியிரு *to go to hospital/office/college/university* **4** [I] to leave a place ஓரிடத்தை விட்டு நீங்கிச் செல்; புறப்படு; அப்பாற் செல் *I have to go now. It's nearly 4 o'clock.* • *What time does the train go?* **5** [I] to lead to or reach a place or time ஓரிடத்திற்கு அல்லது ஒரு கால எல்லைக்கு இட்டுச் செல்; ஓரிடத்தை அல்லது ஒரு நேரத்தை எட்டு *Where does this road go to?* **6** [I] to be put or to fit in a particular place குறிப்பிட்ட இடத்தில் ஒன்று வைக்கப்படு அல்லது பொருந்து *Where does this vase go?* • *My clothes won't all go in one suitcase.* **7** [I] to happen in a particular way; to develop குறிப்பிட்ட முறையில் ஒன்று நிகழ் அல்லது நடைபெறு; வளர்ச்சியுறு; *How's the new job going?* **8** (*linking verb*) to become; to reach a particular state ஆகு; குறிப்பிட்ட நிலையை அடை *to go blind/deaf/bald/senile/mad* • *The baby has gone to sleep.* **9** [I] to stay in the state mentioned குறிப்பிட்ட நிலையில் அமைந்திரு அல்லது நீடித்திரு *Many mistakes go unnoticed.* **10** [I] to be removed, lost, used, etc.; to disappear நீக்கப்படு; தொலைந்துபோ; பயன்படுத்தப்பட்டுத் தீர்ந்து போ *Has your headache gone yet?* • *I like the furniture, but that carpet will have to go.* **11** [I] to work correctly சரியாக இயங்கு; வேலை செய் *This clock doesn't go.* • *Is your car going at the moment?* **12** [I] to become worse or stop working correctly மோசமாகு; செயற்பாடு/இயக்கம் சீர் கெடு *The brakes on the car have gone.* • *His sight/voice/mind has gone.* **13** **go (with sth)**; **go (together)** [I] to look or taste good with sth else வேறொன்றுடன் இணைந்து சிறப்பாகத் தோன்று அல்லது நறுஞ்சுவையுடனிரு *This sauce goes well with rice or bread.* • *These two colours don't really go.* **14** [I] to have certain words or a certain tune குறிப்பிட்ட சொற்களை அல்லது சுதியைக் கொண்டிரு *How does that song go?* **15** [I] (used about time) to pass (காலம்/நேரம் பற்றிக்

குறிப்பிடுகையில்) கழி; செல்; கட *The last hour went very slowly.* **16** [I] to start an activity செயல் தொடங்கு; செயல் மேற்கொள் *Everybody ready to sing? Let's go!* **17** [I] to make a sound ஓசை செய்; ஒலி *The bell went early today.* • *Cats go 'miaow'.* **18** [I] (*spoken, informal*) used in the present tense for saying what a person said ஒருவர் சொன்னதைக் குறிப்பிட நிகழ்கால வடிவில் பயன்படுத்தப்படுவது *I asked, 'How are you Jatin?' and he goes, 'It's none of your business!'* **19** [I] (*informal*) (*used only in the continuous tenses*) to be available கிடைக்கக் கூடியதாகு அல்லது பெறத்தக்க நிலையில் இரு *Are there any jobs going in your department?* **20** [I] (*informal*) used for saying that you do not want sb to do sth bad or stupid மோசமான அல்லது மடத்தனமான ஒன்றை ஒருவர் செய்வது தனக்கு ஏற்புடையதல்ல எனக் கூறப் பயன்படுத்தப்படுவது *You can borrow my bike, but don't go racing through the streets.* • *I hope Raman doesn't go and tell everyone about our plan.*

IDM **as people, things, etc. go** compared to the average person or thing சராசரியான/பொது மதிப்பீட்டுக்குரிய ஒருவருடன் அல்லது ஒன்றுடன் ஒப்பிட்டு நோக்கும்போது *As Chinese restaurants go, it wasn't bad.*

be going to do sth 1 used for showing what you plan to do in the future ஒருவர் தன்னுடைய எதிர்காலத் திட்டம் பற்றி/தான் எதிர்காலத்தில் செய்யக் கருதியிருப்பது பற்றிக் குறிப்பிடப் பயன்படுத்தப்படும் தொடர் *We're going to sell our car.* **2** used for saying that you think sth will happen ஒன்று நிகழக்கூடும் எனக் கருதுவதைக் கூறப் பயன்படுத்தப்படுவது *It's going to rain soon.* • *Oh no! He's going to fall!*

go all out for sth; go all out to do sth to make a great effort to do sth ஒன்றைச் செய்யப் பெருமுயற்சி செய்; கடும் முனைப்புடன் ஒன்றில் ஈடுபடு

go for it (*informal*) to do sth after not being sure about it தயக்கம் நீங்கி ஒன்றைச் செய்யப் புகு/செய் *'Do you think we should buy it?' 'Yeah, let's go for it!'*

have a lot going for you to have many advantages அனுகூலமாக பலவற்றைக் கொண்டிரு; வாய்ப்பு வளங்கள் பல அமையப் பெற்றிரு

Here goes! said just before you start to do sth difficult or exciting கடினமான அல்லது மனக்கிளர்ச்சியூட்டும் ஒன்றைச் செய்யத் தொடங்குவதற்குச் சற்று முன் கூறப்படும் தொடர்

to go that is/are left before sth ends ஒன்று முடிவுறுவதற்கு முன் (அதில்) எஞ்சியிருப்பது/எஞ்சியிருப்பன *How long (is there) to go before the end of the lesson?*

NOTE **Go** என்ற வினையை உள்ளடக்கிய மற்ற மரபுத் தொடர்களைப் பற்றி அறிய அவற்றுடன் பயிலும் பெயர்ச்சொற்கள், பெயரடைகள் முதலியவற்றைப் பார்க்க. எடுத்துக்காட்டாக **go astray** என்ற தொடர் **astray** பதிவில் உள்ளது.

PHR V **go about** ➪ **go round/around/about**

go about sth/doing sth to start trying to do sth difficult கடினமான ஒன்றைச் செய்வதற்கான முயற்சியைத் தொடங்கு *I wouldn't have any idea how to go about building a house.*

go about with sb ➪ **go round/around/about with sb** பார்க்க.

go after sb/sth to try to catch or get sb/sth ஒருவரை/ஒன்றைப் பிடிக்க அல்லது அடைய முயல்

go against sb to not be in sb's favour or not be to sb's advantage ஒருவருக்கு அனுகூலமானதாக அல்லது பயனளிப்பதாக இல்லாது போ; எதிராகு *The referee's decision went against him.*

go against sb/sth to do sth that sb/sth says you should not do ஒருவரால்/ஒன்றால் தடைசெய்யப்பட்ட ஒன்றைச் செய்; ஒருவருடைய/ஒன்றன் விருப்பத்திற்கு எதிராகச் செயல்படு *She went against her parents' wishes and married him.*

go ahead 1 to take place after being delayed or in doubt (ஒரு கூட்டம் முதலியவை) தாமதத்திற்குப் பின் அல்லது நிச்சயமற்ற நிலைக்குப் பின் நடைபெறு *Although several members were missing, the meeting went ahead without them.* **2** to travel in front of other people in your group and arrive before them தன் குழுவிலுள்ள மற்றவர்களுக்கு முன்னால் சென்று அவர்களுக்கு முன் ஓரிடத்தை அடை

go ahead (with sth) to do sth after not being sure that it was possible ஒன்றன் சாத்தியம்/வாய்ப்பு நிலை பற்றிய ஐயப்பாடு கொண்டிருந்து பின்னர் அதனைச் செய் *We decided to go ahead with the shopping in spite of the heavy rain.*

go along to continue; to progress தொடர்; முன்னேறு *The course gets more difficult as you go along.*

go along with sb/sth to agree with sb/sth; to do what sb else has decided ஒருவருடன்/ஒன்றுடன் ஒத்துப்போ; உடன்படு; வேறொருவர் முடிவை ஏற்றுச் செயல்படு *I'm happy to go along with whatever you suggest.*

go around ➪ **go round/around/about with** பார்க்க.

go around with sb ➪ **go round/around/about with sb** பார்க்க.

go away 1 to disappear or leave விலகிப்போ; விட்டு நீங்கு; இல்லாமல் போ; மறைந்து போ *I've got a headache that just won't go away.*

• *Just go away and leave me alone!* **2** to leave the place where you live for at least one night ஓரிரவாவது இருப்பிடமிருந்து நீங்கிச் செல் *We're going away to Ooty this weekend.*

go back (to sth) 1 to return to a place ஓரிடத்திற்கு மீண்டும் போ; திரும்பவும் செல் *It's a wonderful city and I'd like to go back there one day.* **2** to return to an earlier matter or situation முற்கூறிய பொருளுக்கு அல்லது முந்தைய நிலைக்கு மீண்டும்/திரும்பச் செல் *Let's go back to the subject we were discussing a few minutes ago.* **3** to have its origins in an earlier period of time ஒன்றன் தொடக்கம் முற்பட்ட ஒரு காலப்பகுதிக்கு உரியதாக இரு *A lot of the buildings in the village go back to the fifteenth century.*

go back on sth to break a promise, an agreement, etc. ஓர் உறுதிமொழி, ஒரு ஒப்பந்தம் முதலியவற்றை மீறு; சொல் தவறு *I promised to help them and I can't go back on my word.*

go back to sth/doing sth to start doing again sth that you had stopped doing நிறுத்தி-விட்டிருந்த/தடைப்பட்ட ஒரு செயலை மீண்டும் செய்யத் தொடங்கு *When the children got a bit older she went back to full-time work.*

go by 1 (used about time) to pass (காலம்/நேரம் பற்றிக் குறிப்பிடுகையில்) கட; கழி *As time went by, her confidence grew.* **2** to pass a place ஓரிடத்தைக் கடந்து செல் *She stood at the window watching people go by.*

go by sth to use particular information, rules, etc. to help you decide your actions or opinions தனது செயல்கள் அல்லது கருத்துகள் குறித்து முடிவு செய்ய ஏதுவாக, குறிப்பிட்ட தகவல், விதிமுறைகள் முதலியவற்றைப் பயன்படுத்து; வழிகாட்டியாகக் கொள்

go down 1 (used about a ship, etc.) to sink (கப்பல் முதலியவை வகையில்) மூழ்கிப்போ **2** (used about the sun) to disappear from the sky (சூரியன் பற்றிக் குறிப்பிடுகையில்) வானத்தி-லிருந்து மறைந்துபோ **3** to become lower in price, level, etc.; to fall விலை, கிடைமட்டம் முதலியவை தாழ்வுறு; இறக்கமடை *The number of people out of work went down last month.*

go down (with sb) (*used with adverbs, especially 'well' or 'badly' or in questions beginning with 'how'*) to be received in a particular way by sb ஒருவரால் குறிப்பிட்ட முறையில் ஏற்றுக்-கொள்ளப்படு; குறிப்பிட்ட முறையிலான ஏற்புப் பெறு *The film went down well with the critics.*

go down with sth to catch an illness; to become ill with sth நோய்வாய்ப்படு; குறிப்பிட்ட நோய் தாக்குக்கு உள்ளாகு

go for sb to attack sb ஒருவரைத் தாக்கு

go for sb/sth 1 to be true for a particular person or thing குறிப்பிட்ட நபர் அல்லது பொருள் வகையில் உண்மையானதாக/பொருந்துவ-தாக இரு *We've got financial problems but I suppose the same goes for a great many people.* **2** to choose sb/sth ஒருவரை/ஒன்றைத் தேர்வு-செய்; தேர்ந்தெடு *I think I'll go for the roast chicken.*

go in (used about the sun) to disappear behind a cloud (சூரியன் பற்றிக் குறிப்பிடுகையில்) ஒரு மேகத்திற்குப் பின்னால் மறை

go in for sth to enter or take part in an exam or competition ஒரு தேர்வு அல்லது போட்டியில் இடம்பெறு அல்லது கலந்துகொள்

go in for sth/doing sth to do or have sth as a hobby or interest ஓய்வுநேர விருப்பார்வத் தொழிலாக அல்லது தனிப்பற்றுச் செயலாக ஒன்றைச் செய் அல்லது மேற்கொள்

go into sth 1 to hit sth while travelling in/on a vehicle விசையுந்துப் பயணத்தின் போது ஒன்றின் மீது இடி அல்லது மோது *I couldn't stop in time and went into the back of the car in front.* **2** to start working in a certain type of job குறிப்பிட்ட வகைத் தொழில் சார்ந்து பணி-யாற்றத் தொடங்கு; குறிப்பிட்ட பணியை மேற்கொள் *When she left school she went into nursing.* **3** to look at or describe sth in detail ஒன்றைக் கூறுகூறாக ஆராய் அல்லது விவரி *I haven't got time to go into all the details now.*

go off 1 to explode வெடி *A bomb has gone off in the City Centre.* **2** to make a sudden loud noise திடீரென்ற/எதிர்பாராத உரத்த ஒலி எழுப்பு *I woke up when my alarm clock went off.* **3** (used about lights, heating, etc.) to stop working (விளக்குகள், கதகதப்பூட்டும் பொறியமைப்பு முதலியவை) நின்றுபோ; அணைந்து விடு; இயக்கம் தடைப்படு *There was a power cut and all the lights went off.* **4** (used about food and drink) to become stale; to go bad (உணவு மற்றும் குடிநீர்மங்கள் வகையில்) பழையதாகு; கெட்டுப்போ **5** to become worse in quality தரம் குன்று; மோசமாகு *I used to like that band but they've gone off recently.*

go off sb/sth to stop liking or being interested in sb/sth ஒருவர் அல்லது ஒன்றன் மீது விருப்பம்/நாட்டம் இல்லாதுபோ *I went off spicy food after I was ill last year.*

go off (with sb) to leave with sb ஒருவருடன் புறப்பட்டுப் போ; கூடிச் சென்றுவிடு *I don't know where Sidhu is—he went off with some friends an hour ago.*

go off with sth to take sth that belongs to sb else வேறொருவர் உரிமைப் பொருளை எடுத்துக்கொள்; களவாடு

go on 1 (used about lights, heating, etc.) to start working (விளக்குகள், கதகதப்பூட்டும்

பொறியமைப்பு முதலியவை பற்றிக் குறிப்பிடுகையில்) எரியத் தொடங்கு; செயற்படத் தொடங்கு *I saw the lights go on in the house opposite*. **2** (used about time) to pass (நேரம், காலம் பற்றிக் குறிப்பிடுகையில்) கழி; செல் *As time went on, she became more and more successful*. **3** (*used especially in the continuous tenses*) to happen or take place நிகழ்; சம்பவி; நேர் *Can anybody tell me what's going on here?* **4** (used about a situation) to continue without changing (ஒரு சூழ்நிலை) மாற்றம் இன்றித் தொடர்; ஒரே தன்மையில் தொடர்ந்து காணப்படு *This is a difficult period but it won't go on forever*. **5** to continue speaking after stopping for a moment ஒரு கணம் நிறுத்திப் பேச்சைத் தொடர் *Go on. What happened next?* **6** used for encouraging sb to do sth ஒன்றைச் செய்யுமாறு ஒருவரை ஊக்குவிக்கப் பயன்படுத்தப்படும் தொடர் *Oh go on, let me borrow your car. I'll bring it back in an hour.*

go on sth to use sth as information so that you can understand a situation ஒரு சூழ்நிலையைப் புரிந்துகொள்வதற்கு ஏதுவாக ஒன்றை ஆதாரத் தகவலாகப் பயன்படுத்து அல்லது ஒரு தகவலைச் சார்ந்திரு *There were no witnesses to the crime, so the police had very little to go on.*

go on (about sb/sth) to talk about sb/sth for a long time in a boring or annoying way சலிப்பூட்டும் அல்லது எரிச்சல் உண்டாக்கும் முறையில் ஒன்றை/ஒருவரைப் பற்றி நீண்ட நேரம் பேசு *She went on and on about work.*

go/be on (at sb) (about sth) to keep complaining about sth ஒன்றைப் பற்றிக் குறைபட்டுக் கொண்டிரு; குற்றம் கூறிக் கொண்டிரு; முணுமுணுத்துக் கொண்டிரு *She's always going on at me to mend the roof.*

go on (doing sth) to continue doing sth without stopping or changing விடாது அல்லது மாறுதல் இன்றி ஒன்றைத் தொடர்ந்து செய்து கொண்டிரு *We don't want to go on living here for the rest of our lives.*

go on (with sth) to continue doing sth, perhaps after a pause or break சிறிது இடை ஓய்வு கொண்டு அல்லது இடைநிறுத்தம் செய்து, ஒன்றைத் தொடர்ந்து செய்து கொண்டிரு *She ignored me and went on with her meal.*

go on to do sth to do sth after completing sth else வேறொன்றை நிறைவு செய்தபின் ஒன்றில் ஈடுபடு அல்லது ஒன்றைச் செய்

go out 1 to leave the place where you live or work for a short time, returning on the same day அன்றே திரும்பிவருமாறு வீட்டை அல்லது பணியிடத்தை விட்டுச் சிறிது நேரம் வெளியே செல் *Let's go out for a meal tonight* (= to a restaurant). • *I'm just going out for a walk, I won't be long*. **2** to stop shining or burning (விளக்கு) அணைந்துபோ; ஒளி/ஒளிர்வு நின்றுபோ *Suddenly all the lights went out.* **3** to stop being fashionable or in use புது நடைப்பாணி அல்லது பயன்பாடு இல்லாததாகு *That kind of music went out in the seventies.* **4** (used about the sea) to move away from the land (கடலைப் பற்றிக் குறிப்பிடும்போது) நிலத்திலிருந்து அப்பால்/எட்டச் செல்; வடிந்திறங்கு *Is the tide coming in or going out?* ✪ SYN **ebb** ➪ **tide[1]** பார்க்க.

go out (with sb); go out (together) to spend time regularly with sb, having a romantic and/or sexual relationship காதலுறவு மற்றும் அல்லது பாலியல் தொடர்பு கொண்டுள்ள ஒருவருடன் வழக்கமாகப் பொழுதைக் கழி *Is Fazil going out with anyone?*

go over sth to look at, think about or discuss sth carefully from beginning to end ஒன்றைத் தொடக்கத்திலிருந்து இறுதிவரை கவனமாக ஆராய், அது பற்றிச் சிந்தி அல்லது கருத்துடன் விவாதம் செய் *Go over your work before you hand it in.*

go over to sth to change to a different side, system, habit, etc. வேறு தரப்பு, கட்சி, முறைமை, பழக்க வழக்கம், முதலியவற்றுக்கு மாறு

go round (used especially after 'enough') to be shared among all the people அனைவரும் பகிர்ந்து கொள்ளக் கூடியதாக இரு *In this area, there aren't enough jobs to go round.*

go round/around/about (used about a story, an illness, etc.) to pass from person to person (கதை, நோய் முதலியவை வகையில்) ஒருவரிடமிருந்து மற்றொருவருக்குப் பரவு *There's a rumour going round that he's going to resign.* • *There's a virus going round at work.*

go round (to...) to visit sb's home, usually a short distance away வழக்கமாகச் சிறு தொலைவிலுள்ள ஒருவர் வீட்டுக்கு வருகை தா *I'm going round to Sudha's for dinner tonight.*

go round/around/about with sb to spend time and go to places regularly with sb ஒருவருடன் சேர்ந்து வழக்கமுறையாக நேரத்தைப் போக்கிக்கொண்டும் பல இடங்களுக்குச் சென்று கொண்டும் இரு; ஒருவருடன் இணைந்து சுற்றிக் கொண்டிரு *Her parents don't like the people she has started going round with.*

go through to be completed successfully (ஒன்று) வெற்றிகரமாக நிறைவு செய்யப்படு; செயல் முடி *The deal went through as agreed.*

go through sth 1 to look in or at sth carefully, especially in order to find sth குறிப்பாக ஒன்றைத் தேடிக் கண்டுபிடிப்பதற்காக, கவனமாகப் பார் அல்லது ஆராய்; துருவிப் பார் *I went through all my pockets but I couldn't find my wallet.* **2** to look at, think about or discuss sth carefully from beginning to end தொடக்கத்திலிருந்து இறுதி-வரை ஒன்றை நுணுக்கமாக ஆராய், ஒன்றைப் பற்றி முழுமையாகச் சிந்தி அல்லது விவாதி *We'll start the lesson by going through your homework.* **3** to have an unpleasant experience இனியதல்லாத ஓர் அனுபவத்திற்கு உட்படு, *I'd hate to go through such a terrible ordeal again.*

go through with sth to do sth unpleasant or difficult that you have decided, agreed or threatened to do தான் செய்ய முடிவுசெய்து-விட்ட, ஒப்புக்கொண்ட அல்லது செய்யப்போவ-தாக அச்சுறுத்திய இன்னாத அல்லது கடின-மான ஒன்றைச் செய் *Do you think the principal will go through with her threat to dismiss him?*

go together (used about two or more things) **1** to belong to the same set or group (இரண்டு அல்லது இரண்டுக்கு மேற்பட்டப் பொருள்-களைப் பற்றிக் கூறும்போது) ஒரே இனத்தை அல்லது தொகுதியைச் சேர்ந்ததாயிரு; ஓரினக் கூட்டில் ஒன்றாயிரு **2** to look or taste good together வேறொன்றுடன் சேர்ந்து/உடனமைந்து நேர்த்தியாகத் தோன்று அல்லது நறுஞ்சுவை-யுடன் இரு

go towards sth to be used as part of the payment for sth ஒன்றற்குச் செலுத்த வேண்டிய தொகையின் ஒரு பகுதியாகப் பயன்படுத்தப்-படு; ஒன்றிற்கான பங்கீட்டுத் தொகையாக இரு *The money I was given for my birthday went towards my new bike.*

go under 1 to sink below the surface of some water ஓரளவு நீருள்ள நீர்ப்பரப்பின் அடியில் அமிழ்/மூழ்கு **2** (*informal*) (used about a company) to fail and close (ஒரு வணிக நிறுவனத்-தைப் பற்றிக் குறிப்பிடும்போது) நொடித்துப்-போய் மூடப்படு *A lot of firms are going under in the recession.*

go up 1 to become higher in price, level, amount, etc.; to rise விலை, கிடைமட்டம், தொகை முதலியவை அதிகமாகு; உயர் *The birthrate has gone up by 10%.* **2** to start burning suddenly and strongly திடீரென்று கொழுந்து விட்டு எரி *The car crashed into a wall and went up in flames.* **3** to be built கட்டப்படு

go with sth 1 to be included with sth; to happen as a result of sth ஒன்றுடன் சேர்க்கப்படு; ஒன்றன் விளைபயனாகு; தாக்க விளைவாக நிகழ் *Pressure goes with the job.* **2** to look or taste good with sth else வேறு ஒன்றுடன் சேர்ந்து நேர்த்தி-யாகத் தோன்று அல்லது நறுஞ்சுவையுடன் இரு *This tie doesn't go with your shirt.*

go without (sth) to choose or be forced to not have sth விருப்பத் தேர்வாக அல்லது கட்டாயத்தால் ஒன்றைக் கொள்ளாது போ; இல்லாமல் குறைபடு *They went without sleep night after night while the baby was ill.*

go² /gəʊ/ *noun* (*pl.* **goes** /gəʊz/) [C] **1** a turn to play in a game, etc. விளையாட்டு முதலியவற்றில் ஒருவரது முறை *Whose go is it?* • *Hurry up—it's your go.* ✪ SYN **turn 2** (*informal*) **a go (at sth/doing sth)** an occasion when you try to do sth; an attempt ஒன்றைச் செய்ய முயலும் தருணம்; செயல் முயற்சி *I've never played this game before, but I'll* ***give it a go****.* • *Arun passed his driving test at the very* ***first go****.*

IDM **be on the go** (*informal*) to be very active or busy செயலில் தீவிரமாக ஈடுபட்டிரு; சுறு-சுறுப்பாயிரு *I'm exhausted. I've been on the go all day.*

have a go at sb (*informal*) to criticize sb/sth ஒருவரை/ஒன்றை விமர்சனம் செய்; குற்றங்-காண்; குறை கூறு

make a go of sth (*informal*) to be successful at sth ஒன்றில் வெற்றிகாண்; நோக்கம் ஈடேறப்-பெறு; பயன் நிறைவு கொள்

goad /gəʊd/ *verb* [T] **goad sb/sth (into sth/doing sth)** to cause sb to do sth by making him/her angry சினமூட்டி ஒருவரை ஒரு செயலைச் செய்யவை

go-ahead¹ *noun* [*sing.*] **the go-ahead (for sth)** permission to do sth ஒன்றைச் செய்வதற்-கான அனுமதி; இசைவு *It looks like the council are going to* ***give us the go-ahead*** *for the new building.*

go-ahead² *adj.* enthusiastic to try new ways of doing things புதுப்புது வழிகளில் ஆக்க முயற்சியில் ஈடுபடுவதில் ஆர்வங்கொண்ட; புத்தாக்கச் செயலார்வம் வாய்ந்த; புதியது புனைவதில் ஆர்வ ஈடுபாடுடைய

goal /gəʊl/ *noun* [C] **1** (in football, rugby, hockey, etc.) the area between two posts into which the ball must be kicked, hit, etc. for a point or points to be scored (கால்பந்தாட்டம். ரக்பி கால்பந்தாட்டம். வளைகோற் பந்தாட்டம் முதலியவற்றில்) ஆட்டப் புள்ளிகளை ஈட்டுவதற்காகப் பந்தை உதைத்து/அடித்து உள்ளே செலுத்துவதற்-கான இரண்டு கம்பங்களுக்கு இடைப்பட்ட இடப்பரப்பு; ஆட்ட இலக்குக் குறியிடம் *He crossed the ball in front of the goal.* **2** a point that is scored when the ball goes into the goal ஆட்ட இலக்குக் குறியிடத்தினுள் பந்தைச் செலுத்தி ஈட்டும் ஆட்டப் புள்ளி *India won by three goals to two.* **3** your purpose or aim இலக்கு; குறிக்கோள்; செயல் நோக்கம் *This year I should* ***achieve*** *my* ***goal*** *of visiting all the capital cities of Europe.*

goalkeeper /ˈgəʊlkiːpə(r)/ (*informal* **goalie** /ˈgəʊli/ or **keeper**) *noun* [C] (in football, hockey, etc.) the player who stands in front of the **goal 1** and tries to stop the other team from scoring (கால்பந்தாட்டம், வளைகோற் பந்தாட்டம்

(முதலியவற்றில்) ஆட்ட இலக்குக் குறியிடத்தின் முன் நின்று எதிரணி பந்தைக் குறியிடத்தினுள் செலுத்தி ஆட்டப் புள்ளியைப் பெறாது தடுக்கும் ஆட்ட வீரர்; இலக்குக் குறியிடக் காப்பாளர் *The goalkeeper made a magnificent save.*

goalless /ˈɡəʊlləs/ *adj.* with no goals scored ஆட்டப் புள்ளிகள் ஈட்டப்பெறாத *a goalless draw*

goalpost /ˈɡəʊlpəʊst/ *noun* [C] (in football, hockey, etc.) one of the two posts that form the sides of a goal. They are joined together by a bar (**the crossbar**) பந்தை உதைத்து/ அடித்து உள்ளே செலுத்துவதற்கான இடப்பரப்பின் (ஆட்ட இலக்குக் குறியிடத்தின்) பக்கங்களாக அமையும், ஒரு குறுக்குக் கம்பியால் இணைக்கப்பட்ட இரண்டு கம்பங்களில் ஒன்று; பந்தாட்டக் குறியிலக்குக் கம்பம்

goat /ɡəʊt/ *noun* [C] a small animal with horns which lives in mountain areas or is kept on farms for its milk and meat வெள்ளாடு

NOTE வெள்ளாட்டின் ஆண் **billy goat** எனவும் வெள்ளாட்டின் பெண் **nanny goat** எனவும் அழைக்கப்படுகின்றன.

goatee /ɡəʊˈtiː/ *noun* [C] a small pointed beard on a man's chin ஆணின் முகவாய்க்கட்டையில் காணப்படும் கூர்முனையுடைய சிறு தாடி; குறுந்தாடி

gobar gas *noun* [C] (*IndE*) a gas produced from cow dung which is used as fuel மாட்டுச் சாணத்திலிருந்து தயாரிக்கப்படுவதும் எரிபொருளாகப் பயன்படுத்தப்படுவதுமான எரிவாயு; சாண வாயு ➪ **biogas** பார்க்க.

gobble /ˈɡɒbl/ *verb* [I, T] (*informal*) **gobble sth (up/down)** to eat quickly and noisily விரைவாகவும் ஓசையுடனும் உணவு உண்

gobbledegook (*also* **gobbledygook**) /ˈɡɒbldiɡuːk/ *noun* [U] (*informal*) complicated language that is hard to understand புரிந்துகொள்வதற்குக் கடினமான சிக்கலான தனிவகைச் சொற்கள், தொடர்கள் முதலியன; இடரார்ந்த மொழி வழக்கு

go-between *noun* [C] a person who takes messages between two people or groups இரு ஆட்கள் அல்லது குழுக்களுக்கு இடையே தூது செல்பவர்; இடையீட்டாளர்

goblin /ˈɡɒblɪn/ *noun* [C] (in stories) a small ugly creature who tricks people (புனைகதைகளில்) மனிதர்களிடம் குறும்புச் சேட்டைகள் செய்யும் சிறிய அழகற்ற தோற்றமுடைய கற்பனைப் படைப்புயிர்

gob smacked /ˈɡɒbsmækt/ *adj.* (*informal*) so surprised that you cannot speak பேச்சற்றுப்போகும் அளவுக்கு வியப்புக்கு ஆட்பட்ட; திகைப்பால் பேச்சடைத்துப்போன ✪ SYN **speechless**

god /ɡɒd/ *noun* **1** [*sing.*] **God** (*not used with 'the'*) the being or spirit in some of the major religions of the world who people pray to and who people believe created the universe உலகத்தின் முக்கிய சமயங்கள் சிலவற்றில் மக்களால் வழிபடப்படுவதும், பிரபஞ்சத்தைப் படைத்ததாக நம்பப்படுவதுமான உயிர்ப்பொருள் அல்லது ஆவியுரு; கடவுள்; இறைவன்; தெய்வம் *Do you believe in God?* **2** (*feminine* **goddess**) [*sing.*] a being or spirit that people believe has power over a particular part of nature or that represents a particular quality ஓர் இயற்கைக் கூறு மீது ஆளுமை செலுத்துவதாக அல்லது குறிப்பிட்ட ஒரு பண்பின் சின்னமாக மக்களால் நம்பப்படும் உயிர்ப்பொருள் அல்லது ஆவியுரு; தேவதை; தெய்வம் *Mars was the Roman god of war.*

NOTE பலமொழி வழக்குகளில் **God** என்ற சொல் பயன்படுத்தப்படுகிறது. இவ்வாறு இறைவன் பெயரை வழங்குவது தவறு எனச் சிலரால் கருதப்படுகிறது. **Oh my God!** என்ற தொடர் வியப்பை அல்லது அதிர்ச்சியை உணர்த்துகிறது—*Oh my God! I've won the lottery. 'Thank God'* என்பது மகிழ்ச்சிக் குறிப்பாக அல்லது நோவு/கவலைத் தணிப்புக் குறிப்பாகப் பயன்படுத்தப்படுகிறது—*Thank God you've arrived—I was beginning to think you'd had an accident.* விரைந்து செய்யவேண்டும் என்ற குறிப்புடன் ஒன்றைச் செய்யுமாறு ஒருவரிடம் கூறும்போது அல்லது ஒருவர் மீது சினம் கொண்டுள்ளபோது *'for God's sake'* என்ற தொடரைப் பயன்படுத்துகிறோம்—*For God's sake, shut up!*

godchild /ˈɡɒdtʃaɪld/ (**goddaughter** or **godson**) *noun* [C] a child that a chosen friend of the family (**godmother** or **godfather**) promises to help and to make sure is educated as a Christian ஒரு குடும்பத்தின் விருப்பார்ந்த நண்பரால் உதவிபுரிவதாகவும் கிறிஸ்தவ சமயநெறிமுறையில் கல்வி பயிற்றுவிப்பதாகவும் வாக்குறுதி அளிக்கப்பட்ட அக்குடும்பத்தைச் சார்ந்த குழந்தை; ஞானக்குழந்தை

goddess /ˈɡɒdes/ *noun* [C] a female god பெண் தெய்வம்

godfather /ˈɡɒdfɑːðə(r)/ (*also* **godmother** or **godparent**) *noun* [C] a person chosen by a child's family who promises to help the child and to make sure he/she is educated as a Christian ஒரு குழந்தைக்கு உதவிபுரிவதாகவும் அக்குழந்தை கிறிஸ்தவச் சமயநெறியில் கற்பிக்கப்படுவதை உறுதி செய்வதாகவும் வாக்குறுதி அளித்த அக்குழந்தையின் குடும்பத்தின் விருப்பார்ந்த நண்பர்; கிறிஸ்தவ நெறிப்பட்ட வளர்ப்புத் தந்தை; ஞானத் தந்தை

godforsaken /ˈgɒdfəseɪkən/ *adj.* (used about a place) not interesting or attractive in any way (ஓரிடத்தைப் பற்றிக் குறிப்பிடுகையில்) சிறிதும் கருத்தை ஈர்க்காத; முற்றிலும் கவர்ச்சியற்ற; நலமிழந்த

godown /gəʊˈdaʊn/ *noun* [C] = **warehouse**

godsend /ˈgɒdsend/ *noun* [C] something unexpected that is very useful because it comes just when it is needed எதிர்பாராது தக்க நேரத்தில் வந்தடைந்த பெரிதும் பயனுடைய ஒன்று; எதிர்பாரா நல்வரவு

goggles /ˈgɒglz/ *noun* [*pl.*] special glasses that you wear to protect your eyes from water, wind, dust, etc. நீர், காற்று, தூசி முதலியவற்றிலிருந்து காப்பாக அணிந்துகொள்ளும் தனிவகை மூக்குக் கண்ணாடி ➪ **mask** பார்க்க.

going[1] /ˈgəʊɪŋ/ *noun* **1** [*sing.*] (*formal*) the act of leaving a place ஓரிடத்தை விட்டு நீங்கிச் செல்லுதல்; புறப்பாடு *We were all saddened by his going.* ✪ SYN **departure** **2** [U] the rate or speed of travel, progress, etc. பயணம், வளர்ச்சி முதலியவற்றின் வேகமானம் அல்லது விரைவு வீதம் **3** [U] how difficult it is to make progress வளர்ச்சி, முன்னேற்றம், பயணம் முதலியவற்றின் கடின நிலை *The path up the mountain was rough going.*

IDM **get out, go, leave, etc. while the going is good** to leave a place or stop doing sth while it is still easy to do so எளிதானதாக இருக்கும் போதே ஓரிடத்தை விட்டு நீங்கிச் செல் அல்லது ஒன்றைச் செய்வதை நிறுத்து

going[2] /ˈgəʊɪŋ/ *adj.*

IDM **a going concern** a successful business வெற்றிகரமான வணிகத் தொழில்

the going rate (for sth) the usual cost (of sth) ஒன்றன் வழக்கமான/நடப்பு விலை *What's the going rate for a two-bedroom flat in this area?*

going-over *noun* [*sing.*] (*informal*) **1** a very careful examination of sth ஒன்றை மிகவும் கவனத்துடன் சோதித்தல்; கருத்தார்ந்த சோதனை; கூராய்வு *Give the car* ***a good going-over*** *before deciding whether to buy it.* **2** a serious physical attack on sb ஒருவர் உடம்பின் மீது செலுத்தப்படும் வலுவான தாக்குதல்; பலமான அடி

goings-on *noun* [*pl.*] (*informal*) unusual things that are happening வழக்கமீறிய நிகழ்வுகள்; விசித்திரமான நடப்புகள்

goitre (*AmE* **goiter**) /ˈgɔɪtə(r)/ *noun* [U, C] a swelling in the front of the throat caused by an increase in the size of the **thyroid** gland கேடயச் சுரப்பியின் அளவு மிகவும் பெரிதாவதால் தொண்டையின் முன்பக்கத்தில் உண்டாகும் வீக்கம்; குரல்வளைச் சுரப்பி வீக்கம்

go-kart /ˈgəʊ kɑːt/ *noun* [C] a vehicle like a very small car with no roof or doors, used for racing பந்தயத்திற்காகப் பயன்படுத்தப்படும் மேல் மூடாக்கோ கதவுகளோ இல்லாத மிகச் சிறிய சீருந்து போன்ற ஊர்தி வகை; பந்தயச் சிற்றுந்து

gold /gəʊld/ *noun* **1** [U] (*symbol* **Au**) a precious yellow metal that is used for making coins, jewellery, etc. நாணயங்கள், அணிமணி முதலியவை செய்யப் பயன்படுத்தப்படும் மதிப்பு மிக்க மஞ்சள் நிற உலோக வகை; பொன்; தங்கம் *Is your bracelet made of solid gold?* • *22 carat gold* **2** [C] = **gold medal** ▶ **gold** *adj. The invitation was written in gold letters.* ➪ **golden** பார்க்க.

IDM **(as) good as gold** ➪ **good**[1] பார்க்க.

have a heart of gold ➪ **heart** பார்க்க.

golden /ˈgəʊldən/ *adj.* **1** made of gold or bright yellow in colour like gold பொன்னால் செய்யப்பட்ட அல்லது பொன் போன்ற ஒளிர் மஞ்சள் நிறமுடைய; பொன்னாலான; பொன்னிறமான *a golden crown* • *golden hair/sand* **2** best, most important, favourite, etc. மிகவும் முக்கியமான; உச்ச உயர்வான *The golden rule is 'Keep your eye on the ball'.* • *a golden opportunity*

IDM **the golden rule (of sth)** ➪ **rule**[1] **2**

golden wedding *noun* [C] the 50th anniversary of a wedding ஒரு திருமணத்தின் ஐம்பதாவது ஆண்டு நிறைவு நாள்; திருமணப் பொன்விழா *The couple celebrated their golden wedding in August.* ➪ **diamond wedding, ruby wedding** மற்றும் **silver wedding** பார்க்க.

goldfish /ˈgəʊldfɪʃ/ *noun* [C] (*pl.* **goldfish**) a small orange fish, often kept as a pet in a bowl or a small pool in the garden (**pond**) பெரும்பாலும் ஒரு கிண்ணத்தில் அல்லது தோட்டத்திலுள்ள சிறு குளத்தில் செல்ல விலங்காக வைத்துப் பாதுகாக்கப்படும் சிறு செம்மஞ்சள் நிற மீன் வகை; பொன்மீன்

gold medal (*also* **gold**) *noun* [C] the prize for first place in a sports competition ஒரு விளையாட்டுப் போட்டியில் முதலிடம் பெற்றவருக்குரிய பரிசு; தங்கப் பதக்கம் ➪ **silver medal** மற்றும் **bronze medal** பார்க்க.

gold mine *noun* [C] **1** a place where gold is taken from the ground நிலத்திலிருந்து தங்கம் வெட்டியெடுக்கப்படும் இடம்; தங்கச் சுரங்கம் **2 a gold mine (of sth)** a place, person or thing that provides a lot of sth ஒன்றைப் பெருமளவில் வழங்கும் இடம், நபர் அல்லது பொருள்; மிகு வள மூலம் *This website is a gold mine of information.*

goldsmith /ˈgəʊldsmɪθ/ *noun* [C] a person who makes, repairs and sells articles made of gold தங்கத்தைக் கொண்டு பொருள்கள் செய்தல், அவற்றைப் பழுதுபார்த்தல் அல்லது விற்பனை செய்தல் ஆகியவற்றைத் தொழிலாகக் கொண்டிருக்கும் ஆள்; பொற்கொல்லர்

golf /gɒlf/ *noun* [U] a game that is played outdoors on a large area of grass (**golf course**) and in which you use a stick (**golf club**) to hit a small hard ball (**golf ball**) into a series of holes (usually 18) வெளியிடத்தில் பரந்த புல்வெளியில் விளையாடப்படுவதும் வரிசையாக அமைந்த (வழக்கமாக 18) குழிகளில் உறுதியான சிறு பந்தை அதற்குரிய மட்டையால் அடித்துச் செலுத்தப்படுவதுமான விளையாட்டு வகை; குழிப்பந்தாட்டம் *to play a round of golf*

golfer /ˈgɒlfə(r)/ *noun* [C] a person who plays golf குழிப்பந்தாட்டக்காரர்

golly /ˈgɒli/ *exclamation* (*informal*) used for expressing surprise வியப்புணர்ச்சியை வெளிப்படுத்தப் பயன்படுத்தப்படும் சொல்; வியப்புக் குறிப்புச் சொல்

gone[1] ➪ **go[1]** என்பதன் இறந்தகால வினையெச்ச வடிவம்

gone[2] /gɒn/ *adj.* (*not before a noun*) not present any longer; completely used or finished (குறிப்பிட்ட இடத்தில்) இனிமேலும் உளதாக இல்லாத; சென்றுவிட்ட; முழுதும் பயன்படுத்தப்பட்டுவிட்ட; தீர்ந்துவிட்ட; மறைந்துவிட்ட *He stood at the door for a moment, and then he was gone.* • *Can I have some more ice cream, please, or is it all gone?*

NOTE மேற்கண்ட எடுத்துக்காட்டுகளில் உள்ளவாறு, 'மறைந்துவிட்ட' அல்லது 'தீர்ந்துவிட்ட' என்ற பொருளில் **gone 'be'** என்ற வினையுடன் பயன்படுத்தப்படுகிறது. ஒன்று மறைந்துவிட்ட இடம் பற்றிக் கருதுகையில் **have** பயன்படுத்தப்படுகிறது—*Nobody knows where Raman has gone.*

gone[3] /gɒn/ *prep.* later than குறிப்பிட்ட நேரம் கழிந்து; கடந்து; பிந்தி; பிற்பட்டு *Hurry up! It's gone six already!*

gong /gɒn/ *noun* [C] a round and flat metal disc that gives a **resonant** sound when struck with a stick. It is also used to give signals, for example in schools it is sounded at the end of each period கோலால் அடிக்கும்போது கணீரென்ற ஒலி எழுப்பும் ஒரு தட்டையான வட்டவடிவ உலோக வட்டு. இது அறிவிப்புச் செய்யவும் பயன்படுத்தப்படுகிறது. உதாரணமாக, பள்ளிக்கூடங்களில் ஒவ்வொரு வகுப்பின் முடிவையும் குறிக்க இது ஒலிக்கப்படுகிறது.

gonna /ˈgɒnə/ (*informal*) a way of writing 'going to' to show that sb is speaking in an informal way ஒருவர் வினைமுறை சாராது/நெகிழ்வு வழக்கில் பேசுவதைக் குறிக்க, 'going to' என்ற தொடரை எழுதும் முறை

NOTE (வேறொருவரின் கூற்றைப் பெயர்த்தெழுதினாலொழிய) 'gonna' என எழுதுதல் கூடாது. அது பிழையாகக் கொள்ளப்படலாம். **Wanna** (= want to) மற்றும் **gotta** (= got to) என்ற சொற்களிலும் இதே வரையறை உண்டு.

gonorrhoea (*AmE* **gonorrhea**) /ˌgɒnəˈrɪə/ *noun* [U] a disease of the sexual organs, caught by having sex with a person who has it இந்நோய் உள்ள ஒருவருடன் உடலுறவு கொள்வதால் தொற்றிக்கொள்ளும், பிறப்புறுப்புகள் சார்ந்த பால்வினை நோய் வகை; மேகவெட்டை

goo /gu:/ *noun* [U] (*informal*) a sticky wet substance ஒட்டும் தன்மையும் ஈரத்தோய்வுமுள்ள ஒரு பொருள் ➪ **gooey** adjective பார்க்க.

good[1] /gʊd/ *adj.* (**better** /ˈbetə(r)/, **best** /best/) **1** of a high quality or standard உயர்தரமான; மேலான; படித்தரம் கொண்ட *a good book/film/actor* • *That's a really good idea!* **2 good at sth; good with sb/sth** able to do sth or deal with sb/sth well ஒன்றைச் சிறப்பாகச் செய்யும் அல்லது கையாளும் ஆற்றல் உடைய; திறமையான *Janaki's really good at science subjects but she's no good at languages.* **3** pleasant or enjoyable இன்பமளிக்கிற; மகிழ்வூட்டுகிற *It's good to be home again.* • *good news/weather* **4** morally right or well-behaved நேர்மையான; ஒழுக்கமான; அறப்பண்புடைய; நன்னடத்தையுடைய *She was a very good person—she spent her whole life trying to help other people.* • *Were the children good while we were out?* **5 good (to sb); good of sb (to do sth)** kind; helpful அன்பான; உதவி செய்கிற; கருணை உள்ளம் கொண்ட *They were good to me when I was ill.* • *It was good of you to come.* **6 good (for sb/sth)** having a positive effect on sb/sth's health or condition ஒருவருடைய/ஒன்றன் உடல்நலத்தின் மீது ஆக்க முறையிலான பயன்விளைவை ஏற்படுத்துகிற; நலம் பயக்கிற *Green vegetables are very good for you.* • *This cream is good for burns.* **7 good (for sb/sth)** suitable or convenient பொருத்தமான; ஏற்புடைய; வசதியான *This beach is very good for surfing.* • *I think Pandu would be a good person for the job.* **8** (used about a reason, etc.) acceptable and easy to understand (காரணம், விளக்கம் முதலியவை பற்றிக் குறிப்பிடுகையில்) ஏற்றுக் கொள்ளத்தக்கதும் எளிதில் புரிந்துகொள்ளக் கூடியதுமான; நல்ல; சரியான *a good excuse/explanation/reason* • *She has good reason to be pleased—she's just been promoted.* **9 good (for sth)** that can be used or can provide sth பயன்பாட்டுக்குரிய அல்லது ஒன்றை வழங்கக்கூடிய *I've only got one good pair of shoes.* • *This ticket's good for another three days.* **10 a good...** more, larger, etc. than is usual or expected வழக்கமானதை விட அல்லது எதிர்பார்த்ததைவிட அதிகமான; பெரிதான; நலமிக்க ***a good many/a good few*** *people* • *What you need is a good rest.* **11** used when you are pleased about sth ஒன்று குறித்துத் தனது மகிழ்ச்சியை வெளிப்படுத்தப்

பயன்படுத்தப்படுவது *'Latha's invited us to dinner next week.' 'Oh, good!'*

IDM a good/great many ➪ **many** பார்க்க.

as good as almost; virtually பெரும்பாலும்; கிட்டத்தட்ட; ஓரளவு முழுமையாக *The project is as good as finished.*

(as) good as gold very well-behaved சிறப்பான நடத்தையுள்ள; சீரிய முறையில் ஒழுகுகிற; பண்பார்ந்த

be in/for a good cause ➪ **cause¹** பார்க்க.

in good faith ➪ **faith** பார்க்க.

good for you, him, her, etc. (*informal*) used to show that you are pleased that sb has done sth clever அறிவார்ந்த முறையில் ஒருவர் ஒன்றைச் செய்துள்ளதைக் கண்டு தனது மகிழ்ச்சியை வெளிப்படுத்தப் பயன்படுத்தப்படும் தொடர் *'I passed my driving test!' 'Well done! Good for you!'*

for good measure ➪ **measure²** பார்க்க.

so far so good ➪ **far²** பார்க்க.

good² /gʊd/ *noun* [U] **1** behaviour that is morally right or acceptable அறவழியிலான அல்லது நீதிநெறிக்கு உட்பட்ட நடத்தை; நல்லொழுக்கம்; நன்னடத்தை *the difference between good and evil • I'm sure there's some good in everybody.* **2** something that will help sb/sth; advantage ஒருவருக்கு/ஒன்றுக்குத் துணைசெய்வது அல்லது நலம் பயப்பது; நன்மை; உதவி; ஆதாயம் *She did it **for the good of** her country. • I know you don't want to go into hospital, but it's **for your own good**.* ➪ மேலும் **goods** பதிவைப் பார்க்க.

IDM be no good (doing sth) to be of no use or value பயனற்று அல்லது உதவாது இரு; பயன் மதிப்பு இல்லாது போ *It's no good standing here in the cold. Let's go home. • This sweater isn't any good. It's too small.*

do you good to help or be useful to you தனக்கு உதவியாக அல்லது பயனுடையதாக இரு; நலம் பயக்கக் கூடியதாகு *It'll do you good to meet some new people.*

for good for ever நிலையாக; இனி என்றென்றும்; எப்போதும் *I hope they've gone for good this time!*

not much good (*informal*) bad or not useful மோசமான; பயனற்ற *'How was the film?' 'Not much good.'*

a/the world of good ➪ **world** பார்க்க.

goodbye /ˌgʊdˈbaɪ/ *exclamation* said when sb goes or you go ஒருவர் அல்லது தான் புறப்படும்போது கூறப்படுவது; போய் வா! போய்வருகிறேன்! *We said good bye to Satish at the airport.* ▶ **goodbye** *noun* [C] *We said our goodbyes and left.*

Good Friday *noun* [C] the Friday before Easter when Christians remember the death of Christ கிறிஸ்தவர்கள் இயேசு கிறிஸ்துவின் இறப்பை நினைவுகூரும், ஈஸ்டர் நாளுக்கு முந்திய வெள்ளிக்கிழமை; புது வெள்ளிக்கிழமை

good-humoured *adj.* pleasant and friendly இனிமையும் நட்புணர்வும் கொண்ட; மகிழ்ச்சியும் கனிவும் வெளிப்படுத்துகிற; இன்முகப் பண்புடைய; நட்பார்ந்த

goodies /ˈgʊdiz/ *noun* [*pl.*] (*informal*) exciting things that are provided or given ஒருவருக்கு வழங்கப்படும் அல்லது ஒருவருக்குக் கிடைக்கும் ஆர்வக் கிளர்ச்சியூட்டக்கூடிய பொருள்கள்; இன்சுவைப் பொருள்கள் *There were lots of cakes and other goodies on the table.*

good-looking *adj.* (usually used about a person) attractive (ஆள் வகையில்) கவர்ச்சியான; அழகு வாய்ந்த ➪ **beautiful** பதிவிலுள்ள குறிப்பைப் பார்க்க.

good-looks *noun.* [*pl.*] an attractive appearance (of a person) (ஒருவரது) கவர்ச்சியான தோற்றம்; அழகுத் தோற்றம்

good-natured *adj.* friendly or kind அன்பு காட்டுகிற; நட்புணர்வு கொண்ட; கனிவான

goodness /ˈgʊdnəs/ *noun* [U] **1** the quality of being good நற்குணம்; நன்னடத்தை; நற்பண்பு ✪ SYN **virtue** **2** the part of sth that has a good effect, especially on sb/sth's health குறிப்பாக ஒருவருடைய/ஒன்றன் உடல்நலம் தொடர்பாக, நற்பயன் விளைவிக்கக் கூடிய ஒரு பொருளின் பகுதி; நலக்கூறு *Vegetables and greens have a lot of goodness in them.*

> **NOTE Goodness** என்ற சொல் பல தொடர்களில் பயன்படுத்தப்படுகிறது—*Goodness (me)!* வியப்புக் குறிப்புத் தொடர்— *Thank goodness* மகிழ்ச்சி மற்றும் கவலை/நோவுத் தணிவைச் சுட்டுவது—*Thank goodness it's stopped raining!* விரைந்து செய்ய வேண்டும் என்ற குறிப்புடன் ஒன்றைச் செய்யுமாறு ஒருவரிடம் கூறும்போது அல்லது ஒருவர் மீது சினம் கொண்டுள்ளபோது *for goodness sake* என்ற தொடரைப் பயன்படுத்துகிறோம்—*For goodness sake, hurry up!*

goods /gʊdz/ *noun* [*pl.*] **1** things that are for sale விற்பனைக்குரிய பொருள்கள்; வணிகச் சரக்குகள் *a wide range of consumer goods • electrical goods • stolen goods* **2** (*AmE* **freight**) things that are carried by train or lorry தொடர் வண்டி அல்லது சுமையுந்து மூலமாகக் கொண்டு செல்லப்படும் பொருள்கள்; சரக்கு *The goods are being loaded into the truck.*

IDM come up with/deliver the goods (*informal*) to do what you have promised to do செய்வதாக வாக்களித்துள்ள ஒன்றைச் செய்

good sense *noun* [U] good judgement or intelligence சரியாக மதிப்பீடு செய்யும் திறன்;

நுண்ணறிவாற்றல்; பகுத்துணர்வு; விவேகம்; நல்லறிவு *He had the good sense to refuse the offer.*

goodwill /ˌɡʊdˈwɪl/ *noun* [U] friendly, helpful feelings towards other people மற்றவர்கள் மீது காட்டும் நட்பும் பரிவுணர்ச்சியும்; அன்பாதரவு; நல்லெண்ணம் *The visit was designed to promote friendship and goodwill.*

goody (*also* **goodie**) /ˈɡʊdi/ *noun* [C] (*pl.* **goodies**) (*informal*) a good person in a film, book, etc. திரைப்படம், நூல் முதலியவற்றில் படைக்கப்படும் நல்லவர் ✪ **OPP baddy**

goody-goody *noun* [C] a person who always behaves well so that other people have a good opinion of him/her மற்றவர்களின் நிலையான நல்லெண்ணத்திற்கு அல்லது நன்மதிப்புக்குப் பாத்திரமாவதற்காக மாறாத நன்னடத்தை உடையவர்

gooey/ˈɡuːi/ *adj.* (*informal*) soft and sticky மென்மையும் ஒட்டுந்தன்மையும் உடைய *gooey cakes*

goof /ɡuːf/ *verb* [I] (*AmE informal*) to make a silly mistake அற்பமான அல்லது மடத்தனமான ஒரு தவறு செய்

goose /ɡuːs/ *noun* [C] (*pl.* **geese** /ɡiːs/) a large white bird that is like a duck, but bigger. Geese are kept on farms for their meat and eggs வாத்தைப் போன்ற ஆனால் அதைவிடப் பெரியதான, பெரிய பண்ணைகளில் இறைச்சி மற்றும் முட்டைகளுக்காக வளர்க்கப்படும் பறவை வகை. ➪ **duck** பதிவில் படம் பார்க்க. **NOTE** இப்பறவையின் ஆண் **gander** என்றும் குஞ்சு **gosling** என்றும் அழைக்கப்படுகின்றன.

gooseberry /ˈɡʊzbəri/ *noun* [C] (*pl.* **gooseberries**) a small green fruit that is covered in small hairs and has a sour taste சிறு இழைகளால் மூடப்பெற்றுள்ளதும் புளிப்புச் சுவையுடையதுமான சிறு பச்சை நிறக் கனி வகை

IDM play gooseberry to be present when two lovers want to be alone காதலர்கள் இருவரும் தனிமையில் இருக்க விரும்பும் போது மூன்றாவது ஆளாக அங்கு இரு

goose pimples (*also* **goosebumps**) *noun* [*pl.*] small points or lumps which appear on your skin because you are cold or frightened குளிர் அல்லது அச்சம் காரணமாக உடல்தோல் மேல் தோன்றும் சிறு புள்ளிகள் அல்லது புடைப்புகள்

gore¹ /ɡɔː(r)/ *noun* [U] thick blood that comes from a wound காயத்திலிருந்து வெளிவரும் கெட்டியான இரத்தம்; உறைகுருதி ➪ **gory** adjective பார்க்க.

gore² /ɡɔː(r)/ *verb* [T] (used about an animal) to wound sb with a horn, etc. (விலங்கு வகையில்) கொம்பு, முதலியவற்றால் ஒருவரைக் காயப்படுத்து; குத்தித் துளை *She was gored to death by a bull.*

gorge¹ /ɡɔːdʒ/ *noun* [C] a narrow valley with steep sides and a river running through it செங்குத்தான பக்கங்களையும் ஊடாகச் செல்லும் நதியையும் உடைய ஒடுக்கமான பள்ளத்தாக்கு ➪ **limestone** பதிவில் படம் பார்க்க.

gorge² /ɡɔːdʒ/ *verb* [I, T] **gorge (yourself) (on/with sth)** to eat a lot of food பேரளவு உணவு உண்; பெருந்தீனி தின்

gorgeous /ˈɡɔːdʒəs/ *adj.* (*informal*) extremely pleasant or attractive மிகையளவாக இனிமையான அல்லது கவர்ச்சியூட்டுகிற; பேருவகை தருகிற; பேரெழில் வாய்ந்த *You look gorgeous in that dress.* ▶ **gorgeously** *adv.*

gorilla /ɡəˈrɪlə/ *noun* [C] a very large powerful African **ape** with a black or brown hairy body உருவில் பெரிய, வலிமை மிக்க, கறுப்பு அல்லது பழுப்பு நிற முடியடர்ந்த உடலையுடைய ஆப்பிரிக்க வாலில்லாக் குரங்கு

gory /ˈɡɔːri/ *adj.* full of violence and blood வன்முறைச் செயல்களும் குருதி சிந்துதலும் நிறைந்த *a gory film*

gosh /ɡɒʃ/ *exclamation* (*informal*) used for expressing surprise, shock, etc. வியப்பு, அதிர்ச்சி, முதலியவற்றை வெளிப்படுத்தப் பயன்படுத்தப்படும் சொல்; உணர்ச்சிக் குறிப்புச் சொல்

gosling /ˈɡɒzlɪŋ/ *noun* [C] a young goose வாத்து இனப் பறவைக் குஞ்சு

gospel /ˈɡɒspl/ *noun* **1 Gospel** [*sing.*] one of the four books in the Bible that describe the life and teachings of Jesus Christ இயேசு கிறிஸ்துவின் வாழ்க்கை மற்றும் போதனைகளை விவரிக்கும் நான்கு விவிலிய ஏடுகளில் ஒன்று; திருநல்லேடு *St. Matthew's/Mark's/Luke's/John's Gospel* **2** (*also* **gospel truth**) [U] the truth உண்மை; மெய்ம்மை; உறுதிப்பொருள் *You can't accept what he says as gospel.* **3** (*also* **gospel music**) [U] a style of religious music that is especially popular among black American Christians குறிப்பாகக் கறுப்பு அமெரிக்கக் கிறிஸ்தவர்களின் பெருவிருப்புக்கு உரிதான கிறிஸ்தவச் சமயப் பாடல்கள் இசைப்புப் பாணி

gossip /ˈɡɒsɪp/ *noun* **1** [U] informal talk about other people and their private lives, that is often unkind or not true மற்றவர்களைப் பற்றியும் அவர்களுடைய அந்தரங்க வாழ்க்கைகள் பற்றியும் பேசப்படும், பெரும்பாலும் நட்பிணக்கமற்ற அல்லது உண்மைக்குப் புறம்பான, வினைமுறை சாராத பொழுதுபோக்குப் பேச்சு; வம்புப்பேச்சு *Madhavan phoned me up to tell me the latest gossip.* **2** [C] an informal conversation about other people and their private lives மற்றவர்களைப் பற்றியும் அவர்களுடைய

தனிப்பட்ட வாழ்க்கைகள் பற்றியும் நிகழும் நட்புமுறையிலான உரையாடல்; வீண்பேச்சு *The two neighbours were having a good gossip over the fence.* **3** [C] a person who enjoys talking about other people's private lives மற்றவர்களுடைய அந்தரங்க வாழ்க்கைகள் பற்றிப் பேசுவதில் இனிமை காண்பவர்; வம்பர் ▶ **gossip** *verb* [I]

gossip column *noun* [C] a part of a newspaper or magazine where you can read about the private lives of famous people செய்தித்தாள் அல்லது பருவ இதழில் வெளிவரும் புகழ்பெற்றவர்களின் அந்தரங்க வாழ்க்கைகள் பற்றிய பகுதி

got ⇨ **get** என்பதன் இறந்தகால மற்றும் இறந்தகால வினையெச்ச வடிவம்

gotta /ˈgɒtə/ (*AmE informal*) a way of writing 'got to' or 'got a' to show that sb is speaking in an informal way ஒருவர் வினைமுறை சாராது/நெகிழ்வு வழக்கில் பேசுவதைக் குறிக்க, 'got to' அல்லது 'got a' என்ற தொடரை எழுதும் முறை

> **NOTE** வேறொருவருடைய கூற்றைப் பெயர்த்தெழுதினாலொழிய 'got to' அல்லது 'got a' என்பதை **'gotta'** என எழுதுதல் கூடாது. அது பிழையாகக் கொள்ளப்படலாம். **Gonna, wanna** ஆகியவையும் இதை ஒத்த வரைமுறைக்கு உட்பட்டவை—*I gotta go* (= I have got to go). • *Gotta* (= have you got a) *minute?*

gotten (*AmE*) ⇨ **get** என்பதன் இறந்தகால வினையெச்ச வடிவம்

gouge /gaʊdʒ/ *verb* [T] to make a hole in a surface using a sharp object in a rough way கூர்மையான ஒரு பொருளால் முரட்டுத்தனமாகக் குத்தி ஒரு பரப்பில் துளை செய்

PHR V **gouge sth out** to remove or form sth by digging into a surface ஒரு பரப்பினுள் தோண்டி ஒன்றை அகற்று அல்லது ஒன்றை உருப்படுத்து

goulash /ˈguːlæʃ/ *noun* [C, U] a hot Hungarian dish of meat that is cooked slowly in liquid with **paprika** காரம் இல்லாத மிளகாய் வகையைச் சேர்த்து ஒரு நீர்மத்தில் மெல்ல சமைத்துத் தயாரிக்கப்படும் சூடான ஹங்கேரிய இறைச்சி உணவு வகை

gourd /gʊəd; gɔːd/ *noun* [C] a type of large fruit, not normally eaten, with hard skin and a soft inside. Gourds are often dried and used as containers பெரும்பாலும் உணவாகக் கொள்ளப்படாததும், உலரவைத்துக் கொள்கலமாக/குடுவையாகப் பயன்படுத்தப்படுவதுமான, கடினமான மேல்தோடும் மிருதுவான உள்ளீடும் கொண்ட பெரிய கனி வகை; சுரைக்காய் வகை

gourmand /ˈgʊəmənd/ *noun* [C] a person who enjoys eating and eats large amounts of food உண்பதில் இனிமை காண்பவரும் பெருமளவு உண்பவருமான ஒருவர்; சாப்பாட்டுப் பிரியர்

gourmet /ˈgʊəmeɪ/ *noun* [C] a person who enjoys food and knows a lot about it உணவை மகிழ்ந்து உண்பவரும், உணவு பற்றிப் பெருமளவு அறிந்திருப்பவருமான ஒருவர்; உணவுச் சுவையுணர்வாளர்

gout /gaʊt/ *noun* [U] a disease that causes painful swelling in the places where two bones fit together (**joints**), especially of the toes, knees and fingers மூட்டுகளில், குறிப்பாகக் கால், கை விரல் கணுக்கள் மற்றும் முழங்கால் மூட்டுகளில், வலியுடன் கூடிய வீக்கத்தை ஏற்படுத்தும் நோய் வகை; மூட்டுநோய்

govern /ˈgʌvn/ *verb* **1** [I, T] to rule or control the public affairs of a country, city, etc. நாடு, நகரம் முதலியவற்றின் பொது அலுவல்களை நிருவகி அல்லது நெறிப்படுத்து; ஆள்; ஆட்சி நடத்து *Britain is governed by the Prime Minister and the Cabinet.* **2** [T] (*usually passive*) to influence or control sb/sth ஒருவரிடம்/ஒன்றில் நிலைமாற்றம்/விளைவு உண்டுபண்ணு அல்லது ஒருவரை/ஒன்றைக் கட்டுப்படுத்து; ஆளுமை செலுத்து *Our decision will be governed by the amount of money we have to spend.*

governess /ˈgʌvənəs/ *noun* [C] (especially in the past) a woman employed to teach the children of a rich family in their home and to live with them (குறிப்பாகக் கடந்த காலத்தில்) ஒரு செல்வக் குடும்பத்தின் குழந்தைகளுடன் தங்கியிருந்து அவர்களுக்குக் கல்வி கற்பிப்பதற்காகப் பணியமர்த்தப்பட்ட பெண்; இல்ல ஆசிரியை

government /ˈgʌvənmənt/ *noun* **1** [C] (*often* **the Government**) (*abbr.* **govt**) the group of people who rule or control a country ஒரு நாட்டின் பொது அலுவல்களை நிருவகிக்கும் அல்லது நெறிப்படுத்தும் குழு அமைப்பு; அரசு; ஆட்சியாளர் குழு *He has resigned from the Government.* • *The foreign governments involved are meeting in Geneva.*

> **NOTE** **Government** என்பதன் ஒருமை வடிவத்தை அடுத்து, ஒருமை அல்லது பன்மை வடிவில் வினைச்சொல் வரலாம். தனித்த ஓர் அலகாக அரசைக் கருதும்போது நாம் பயன்படுத்துவது ஒருமை வினையாகும்—*The Government welcomes the proposal.* ஆட்சிப் பொறுப்பு சார்ந்த தனித்தனி உறுப்பினர்களைக் கருதும்போது—*The Government are still discussing the problem.* **Communist government** (பொதுவுடைமை அரசு), **conservative** (பழமைவாத அரசு), **democratic** (மக்களாட்சி), **liberal** (முற்போக்கு),

reactionary (பிற்போக்கு), **socialist** (சமதரும அரசு) எனப் பல்வேறு வகை அரசுகள் உள்ளன. இவை தவிர **military** (இராணுவ), **provisional** (தற்காலிக), **central** அல்லது **federal** (நடுவண்) மேலும் **coalition** (கூட்டணி) அரசுகளும் உள்ளன. ⇨ **local government** மற்றும் **opposition** பார்க்க.

2 [U] the activity or method of controlling a country நாட்டை ஆட்சிசெய்தல்; ஆட்சிமுறை *weak/strong/corrupt government* ▶ **governmental** /ˌɡʌvnˈmentl/ *adj. a governmental department* • *different governmental systems*

governor /ˈɡʌvənə(r)/ *noun* [C] **1** a person who rules or controls a region or state (especially in the US) ஒரு மண்டலத்தை அல்லது மாநிலத்தை ஆட்சிசெய்பவர் அல்லது தன் கட்டுப்பாட்டில் வைத்திருப்பவர்; ஆளுநர்; ஆட்சித் தலைவர் *the Governor of Maharashtra* **2** the leader or member of a group of people who control an organization ஒரு நிறுவனத்தின் ஆட்சிக்குழுத் தலைவர் அல்லது அக்குழு உறுப்பினர் *the governor of the Bank of England* • *school governors*

govt *abbr.* (*written*) = **government**

gown /ɡaʊn/ *noun* [C] **1** a long formal dress for a special occasion ஒரு சிறப்பு அல்லது தனிமுறை நிகழ்ச்சியின் போது அணிந்துகொள்ளும் வினைமுறை சார்ந்த நீண்ட அங்கி *a wedding gown* **2** a long loose piece of clothing that is worn over clothes by judges, doctors performing operations, etc. நீதிபதிகள், அறுவை மருத்துவம் செய்யும் மருத்துவர்கள் முதலியோர் உடுப்புக்கு மேல் அணிந்து கொள்ளும் நீண்ட தளர் உடை

GP /ˌdʒiː ˈpiː/ *abbr.* general practitioner; a doctor who treats all types of illnesses and works in the local community in a **practice**, not in a hospital பொது மருத்துவரைக் குறிக்கும் general practitioner என்பதன் குறுக்கம். பல்வேறு வகையான உடற்பிணிகளுக்கும் மருத்துவம் செய்பவரும் மருத்துவமனையில் அல்லாது உள்ளூர் மக்களுக்குத் தொழில் முறை மருத்துவம் செய்பவருமாகிய மருத்துவர்; பிரிட்டனில் பொது மருத்துவர் குடும்ப மருத்துவர் என்றும் அழைக்கப்படுகிறார்

grab /ɡræb/ *verb* (**gra<u>bb</u>ing; gra<u>bb</u>ed**) **1** [I, T] **grab sth (from sb)** to take sth with a sudden movement திடீர்ச் செயலாக/விரைவியக்கத்துடன் ஒன்றை எடுத்துக்கொள்; திடுவிரைவுடன் கைப்பற்று; பறி *Hema grabbed the toy car from her little brother.* • ***Grab hold of*** *his arm in case he tries to run!* • (*figurative*) *He grabbed the opportunity of a free trip to America.* • (*figurative*) *I'll try to grab the waitress's attention.* ⇨ **snatch** பார்க்க. **2** [I] **grab at/for sth** to try to get or catch sb/sth ஒருவரை/ஒன்றை அடைய/கைக்கொள்ள அல்லது பிடிக்க முயல் *Jiten grabbed at the ball but missed.* **3** [T] to do sth quickly because you are in a hurry பொறுமையின்மை/அவசர அலுவல் காரணமாக ஒன்றை அவசர அவசரமாகச் செய் *I'll just grab something to eat and then we'll go.* ▶ **grab** *noun* [*usually sing.*] *She made a grab for the boy but she couldn't stop him falling.*

grace /ɡreɪs/ *noun* [U] **1** the ability to move in a smooth and controlled way மெல்லமைதியுடனும் அடக்கமாகவும் இயங்கும் திறன்; நடை நயம்; செயல்வண்ணம் **2** extra time that is allowed for sth ஒன்றற்கு அனுமதிக்கப்படும் மிகைப்படியான நேரம் அல்லது கால அளவு; சலுகைக் காலம் **3** a short prayer of thanks to God before or after a meal உணவுக்கு முன் அல்லது உணவுக்குப் பின் கடவுளுக்குச் செலுத்தப்படும் குறுகிய கால நன்றி வழிபாடு; உணவு மேடை வந்தனை; வழிபாடு

IDM **sb's fall from grace** a situation in which sb loses the respect that people had for him/her by doing sth wrong or immoral தவறான அல்லது ஒழுக்கக் கேடான ஒன்றைச் செய்வதன் மூலம் ஒருவர், மற்றவர்கள் தன்பால் கொண்டிருந்த நல்லெண்ணத்தை/மரியாதையுணர்வை இழக்கும் நிலை

have the grace to do sth to be polite enough to do sth ஒன்றைச் செய்ய முன்வரும் பண்பு நயத்தைக் கொண்டிரு

with good grace in a pleasant and reasonable way, without complaining குறைபட்டுக் கொள்ளாது, இன்முகத்துடன் மற்றும் நியாயமான முறையில்; நல்லிணக்கத்துடனும் சமநிலை அமைதியுடனும் *He accepted the refusal with good grace.*

graceful /ˈɡreɪsfl/ *adj.* having a smooth, attractive movement or form மென்னயமான கவர்ச்சியூட்டும் இயக்கத்தை/அசைவுகளை அல்லது உருவமைப்பைக் கொண்டுள்ள; இயல்நயமுடைய; நேர்த்தியான *a graceful dancer* • *graceful bow* ⇨ **gracious** பார்க்க. இது வேறுபொருள் கொண்டது ▶ **gracefully** /ˈ-fəli/ *adv. The goalkeeper rose gracefully to catch the ball.* • *She accepted the decision gracefully* (= without showing her disappointment). ▶ **gracefulness** *noun* [U]

graceless /ˈɡreɪsləs/ *adj.* **1** not knowing how to be polite to people பழகுமுறை அறியாத; பண்பினிமையற்ற **2** (used about a movement or a shape) ugly and not elegant (இயக்கம் அல்லது உருவமைப்பு வகையில்) அழகும் நடையினிமையும் தோன்றாத; நளினம் இல்லாத ▶ **gracelessly** *adv.*

gracious /ˈɡreɪʃəs/ *adj.* **1** (used about a person or his/her behaviour) kind, polite and generous

(ஆள் அல்லது அவரது நடத்தை வகையில்) பரிவும், பண்பினிமையும் பெருந்தன்மையும் உடைய; கனிவார்ந்த *a gracious smile* **2** (*only before a noun*) showing the easy comfortable way of life that rich people can have வசதி படைத்தவர்களுக்கு இயலும் சிரமமற்ற இன்ப-நலம் வாய்ந்த வாழ்க்கை முறையை வெளிப்-படுத்துகிற; இன்னல நுகர்வுக்கு உகந்த *gracious living* ➪ **graceful** பார்க்க. ▶ **graciously** *adv.* ▶ **graciousness** *noun* [U]

IDM good gracious! used for expressing surprise வியப்பை வெளிப்படுத்தப் பயன்படுத்தப்-படும் தொடர்; ஆ! அப்படியா! *Good gracious! Did he really say that?*

grade[1] /greɪd/ *noun* [C] **1** the quality or the level of ability, importance, etc. that sb/sth has ஒருவருடைய/ஒன்றன் திறமை, முக்கியத்துவம் முதலியவற்றின் தரநிலை அல்லது படிநிலை; படித்தரம் *Which grade of petrol do you need?* • *We need to use high-grade materials for this job.* **2** a mark that is given for school work, etc. or in an exam பள்ளிப் பாடப்பயிற்சி முதலிய-வற்றிலோ ஒரு தேர்விலோ வழங்கப்படும் தர அடையாளக் குறியீடு; தர மதிப்பீட்டுக் குறி *He got good/poor grades this term.* • *Very few students pass the exam with a grade A.* **3** (*AmE*) a class or classes in a school in which all the children are the same age ஒத்த வயதுடைய மாணவர்-களைக் கொண்ட பள்ளி வகுப்பு அல்லது வகுப்புகள்; பள்ளிப் படிவம் *My daughter is in the third grade.*

IDM make the grade (*informal*) to reach the expected standard; to succeed எதிர்பார்க்கப்பட்ட தரநிலையை/படித்தரத்தை எட்டு; வெற்றிகாண்; நோக்கம் ஈடேறப்பெறு

grade[2] /greɪd/ *verb* [T] (*usually passive*) to put things or people into groups according to their quality, ability, size, etc. தரநிலை, ஆற்றல், உருவளவு முதலியவற்றுக்கு ஏற்பப் பொருள்-களை அல்லது ஆட்களைத் தொகுதிகளாக/குழுக்களாக வகைப்படுத்து; தரவரிசைப்படுத்து *Eggs are graded by size.*

gradient /ˈgreɪdiənt/ *noun* [C] the degree at which a road, etc. goes up or down சாலை முதலியன சமதளத்திலிருந்து உயர்ந்தோ தாழ்ந்தோ அமையும் சாய்வளவு வீதம்; ஏற்ற இறக்க வாட்டம்; சரிவு வாட்டம் *The hill has a gradient of 1 in 4* (= 25%). • *a steep gradient*

gradual /ˈgrædʒuəl/ *adj.* happening slowly or over a long period of time; not sudden நிதானமாக அல்லது நீண்ட கால அளவில் நடைபெறுகிற; படிப்படியாக நிகழ்கிற; திடுவிரைவாயிராத *a gradual increase* ▶ **gradually** *adv. After the war, life gradually got back to normal.*

graduate[1] /ˈgrædʒuət/ *noun* [C] **1 a graduate (in sth)** a person who has a first degree from a university, etc. ஒரு பல்கலைக்கழகம் முதலிய-வற்றிலிருந்து அடிப்படை/முதல்நிலைப் பட்டம் பெற்றவர்; இளநிலைப் பட்டதாரி *a law graduate/a graduate in law* • *a graduate of London University/a London University graduate* ➪ **postgraduate, undergraduate, bachelor** மற்றும் **student** பார்க்க. **2** (*AmE*) a person who has completed a course at a school, college, etc. பள்ளி, கல்லூரி முதலியவற்றில் ஒரு முழு-நிலைப் பாடத்தொகுதியை அல்லது தொடர்-கல்விப் பயிற்சியை முடித்தவர்; பள்ளி/கல்லூரி நிறைஞர் *a high-school graduate*

graduate[2] /ˈgrædʒueɪt/ *verb* [I] **1 graduate (in sth) (from sth)** to get a (first) degree from a university, etc. பல்கலைக்கழகம், முதலியவற்றி-லிருந்து (இளநிலைப்) பட்டம் பெறு; (இள-நிலைப்) பட்டதாரியாகு *She graduated in History from Anna University.* **2** (*AmE*) **graduate (from sth)** to complete a course at a school, college, etc. பள்ளி, கல்லூரி முதலியவற்றில் ஒரு முழுநிலைப் பாடத்தொகுதியை/தொடர்-கல்விப் பயிற்சியை நிறைவு செய் **3 graduate (from sth) to sth** to change (from sth) to sth more difficult, important, expensive, etc. ஒன்றி-லிருந்து மேலும் கடினமான, முக்கியமான, விலை அதிகமான வேறொன்றுக்கு மாறு; தரநிலை/படிநிலை/இயல்நிலை மாற்றம் பெறு

graduation /ˌgrædʒuˈeɪʃn/ *noun* **1** [U] the act of successfully completing a university degree or (in the US) studies at a high school பல்கலைக்-கழகப் பட்டப்படிப்பை அல்லது (அமெரிக்காவில்) உயர்நிலைப் பள்ளிப் படிப்பை நிறைவு செய்தல்; பட்டத் தகுதிப்பேறு; பள்ளிக் கல்வி நிறைவு **2** [*sing.*] a ceremony in which certificates are given to people who have graduated பட்டப்படிப்பை அல்லது பள்ளிக் கல்வியை நிறைவு செய்தவர்-களுக்குத் தகுதிச் சான்றிதழ்கள் வழங்கும் வினைமுறை நிகழ்ச்சி; பட்டமளிப்பு விழா

graffiti /grəˈfiːti/ *noun* [U] [*pl.*] pictures or writing on a wall, etc. in a public place பொது-விடச் சுவர், முதலியவற்றின் மீதுள்ள வரை-படங்கள் அல்லது எழுத்துரு *Vandals had covered the walls in graffiti.*

graft /grɑːft/ *noun* [C] **1** a piece of a living plant that is fixed onto another plant so that it will grow வேறொரு தாவரத்துடன் இணைத்துப் பொருத்தி வளர்க்கப்படும் ஒரு பசுந்தாவரத்தின் துண்டு; தாவர ஒட்டுச் சினை **2** a piece of living skin, bone, etc. that is fixed onto a damaged part of a body in an operation அறுவை மருத்துவத்தில் சேதமடைந்த உடலுறுப்புடன் இணைத்துப் பொருத்தப்படும் உயிர்த்திறம் கெடாத, பிரிவுற்ற தோல்பகுதி, எலும்புத் துண்டு முதலியன; அறுவையில் பொருத்தப்படும் உயிரிழைமம்; உடல் ஒட்டுச் சினை *a skin graft* ▶ **graft** *verb*

[T] **graft sth onto sth** *Skin from his leg was grafted onto the burnt area of his face.* ➪ **transplant** பார்க்க.

grain /greɪn/ *noun* **1** [U, C] the seeds of wheat, rice, etc. கோதுமை, நெல் முதலியவற்றின் கதிர்மணி; தானியம் *grain exports • a few grains of rice* ➪ **cereal** பதிவில் படம் பார்க்க. **2** [C] **a grain of sth** a very small piece of sth ஒரு பொருளின் சிறு பகுதி; துணுக்கு; துகள்; பொடி *a grain of sand/salt/sugar • (figurative) There isn't **a grain of truth** in the rumour.* **3** [U] the natural pattern of lines that can be seen or felt in wood, rock, stone, etc. மரம், பாறை, கல் முதலியவற்றில் காணப்படும் அல்லது தொட்டுணரப்படும் இயற்கையாக அமைந்த உருவரைக் கோடுகள் அல்லது அடுக்கு வரியமைப்பு; உள்ளணுத் துகள் கட்டமைப்பு

IDM **(be/go) against the grain** to be different from what is usual or natural வழக்கமாக அல்லது இயல்பாக உள்ளதிலிருந்து மாறுபடு; வழக்க மீறு

gram (*also* **gramme**) /græm/ *noun* [C] (*abbr.* **g**) a measure of weight. There are 1000 grams in a kilogram நிறுத்தல் அளவையின் ஓர் அலகு; ஓர் எடையலகு; கிராம்; 1000 கிராம் கொண்டது ஒரு கிலோகிராமாகும்

grammar /ˈgræmə(r)/ *noun* **1** [U] the rules of a language, for example for forming words or joining words together in sentences சொல்லாக்கம் அல்லது வாக்கிய அமைப்பு போன்றவற்றுக்கான மொழியின் விதிமுறைகள்; இலக்கணம் *Russian grammar can be difficult for foreign learners.* **2** [U] the way in which sb uses the rules of a language மொழிப் பயன்பாட்டுக்கான விதிமுறைகளை ஒருவர் கையாளும் பாங்கு; இலக்கண விதிகளைக் கையாளும் முறை *You have a good vocabulary, but your grammar needs improvement.* **3** [C] a book that describes and explains the rules of a language ஒரு மொழியின் பயன்பாட்டு விதிமுறைகளை விவரித்து விளக்கும் நூல்; இலக்கண நூல் *French grammar*

grammatical /grəˈmætɪkl/ *adj.* **1** connected with grammar இலக்கணம் சார்ந்த; இலக்கண *the grammatical rules for forming plurals* **2** following the rules of a language இலக்கண விதிகளைப் பின்பற்றுகிற; இலக்கண விதிகளையொட்டிய *The sentence is not grammatical.* ▶ **grammatically** /-tɪkli/ *adv.*

gramme = **gram**

gramophone /ˈgræməfəʊn/ (*AmE old-fashioned*) = **record palyer**

gran /græn/ (*BrE informal*) = **grandmother**

granary /ˈgrænəri/ *noun* [C] (*pl.* **granaries**) a large building for storing grains தானிய மணிகளைச் சேமித்து வைப்பதற்கான பெரிய கட்டடம்; கூலக் களஞ்சியம்

granary bread /ˈgrænəri bred/ *noun* [U] a type of brown bread containing whole grains of wheat உடைபடாத/முழுமையான கோதுமை மணிகளை உள்ளடக்கிய பழுப்பு நிற ரொட்டி வகை

grand¹ /grænd/ *adj.* **1** impressive and large or important (also used in names) பெரிய அளவில் அமைந்ததும்/முக்கியமானதும் கருத்தைக் கவரக் கூடியதுமான; விழுமிய தோற்றமுடைய; உயரிய; மாட்சி மிக்க (இச்சொல் பெயர்களின் பகுதியாகவும் பயன்படுத்தப்படுகிறது) *Our house isn't very grand, but it has a big garden. • the Grand Canyon* ➪ **grandeur** noun பார்க்க. **2** used in compounds before a noun to show a family relationship குடும்ப உறவுமுறை ஒன்றைக் குறிக்கக் கூட்டுச்சொற்களில் பெயர்ச்சொல்லுக்கு முன்னர் பயன்படுத்தப்படுவது *grandson* **3** (*informal*) very good or pleasant மிக நல்லமுறையிலான; மகிழ்வூட்டக்கூடிய; மேலான; சிறப்பான *You've done a grand job!* ▶ **grandly** *adv.* ▶ **grandness** *noun* [U]

grand² /grænd/ *noun* [C] (*pl.* **grand**) (*slang*) 1000 pounds or dollars, 1000 பவுண்டுகள் அல்லது டாலர்கள்

grandad /ˈgrændæd/ (*BrE informal*) = **grandfather**

grandchild /ˈgræntʃaɪld/ (*pl.* **grandchildren**) (*also* **granddaughter** and **grandson**) *noun* [C] the daughter or son of your child ஒருவரது பிள்ளையின் மகள் அல்லது மகன்; பேரக்குழந்தை

grandeur /ˈgrændʒə(r)/ *noun* [U] (*formal*) **1** the quality of being large and impressive பெரியதாகவும் கருத்தைக் கவரும் முறையிலும் அமைந்திருத்தல்; விழுமிய தோற்றப் பொலிவு; உயர் சிறப்பு *the grandeur of the Himalayas* **2** the feeling of being important பெருமித உணர்வு; மேதகைமை; சிறப்புணர்வு

grandfather clock *noun* [C] a clock that stands on the floor in a tall wooden case உயரமான மரக்கூட்டில் வைக்கப்பட்டுத் தரையில் நிற்கும்படி அமைக்கப்பட்ட மணிப்பொறி/கடிகாரம்

grandiose /ˈgrændiəʊs/ *adj.* bigger or more complicated than necessary தேவைக்கு அதிகமாகப் பெரிதாக அல்லது சிக்கல் உடையதாக இருக்கிற; இயல்பெளிமை அற்ற; பகட்டான

grandma /ˈgrænmɑː/ (*informal*) = **grandmother**

grandmaster /ˈgrændˌmɑːstə(r)/ *noun* [C] a title awarded to a chess player who is regarded as having the highest level of skill உச்ச உயர்தரச் சதுரங்க விளையாட்டு வீரருக்கு அளிக்கப்படும் பட்டம்

grandpa /'grænpɑː/ (*informal*) = **grandfather**

grandparent /'grænpeərənt/ (*also* **grandmother** and **grandfather**) *noun* [C] the mother or father of one of your parents தன் பெற்றோருள் ஒருவருடைய தாய் அல்லது தந்தை; பாட்டி அல்லது பாட்டன் *This is a picture of two of my great-grandparents* (= the parents of one of my grandparents).

NOTE தன் பெற்றோரைப் பெற்றவர் இருவருள் ஒருவரைத் தெளிவாகக் குறிப்பிடப் பின்வருமாறு கூறலாம்—*My maternal/paternal grandfather* அல்லது *my mother's/father's father.*

grand piano *noun* [C] a large flat piano (with horizontal strings) (கிடைநிலை நாண்களைக் கொண்ட) பெரிய தட்டையான கின்னரப்பெட்டி வகை

Grand Prix /ˌgrɑ̃ː 'priː/ *noun* [C] (*pl.* **Grands Prix** /ˌgrɑ̃ː 'priː/) one of a series of important international races for racing cars or motorbikes பந்தயச் சீருந்துகள் அல்லது விசைமிதி வண்டிகளுக்கான முக்கியமான பன்னாட்டுப் பந்தயத்தொடர்களில் ஒன்று

grand slam *noun* [C] winning all the important matches or competitions in a particular sport, for example tennis or **rugby** டென்னிஸ், ரக்பி கால்பந்தாட்டம் போன்ற ஒரு குறிப்பிட்ட விளையாட்டில் அனைத்து முக்கியமான ஆட்டங்களிலும் அல்லது போட்டிகளிலும் வெற்றிபெறுதல்; நிறைபெரு வெற்றி

grandstand /'grænstænd/ *noun* [C] rows of seats, usually covered by a roof, from which you get a good view of a sports competition, etc. விளையாட்டுப் போட்டி முதலியவற்றை நன்றாகப் பார்க்கக்கூடிய வசதியுள்ள, வழக்கமாக மேற்கூரை அமைப்புள்ள, இருக்கை வரிசைகள்; நிறைகாட்சி இருக்கை மேடை

grand total *noun* [C] the amount that you get when you add several totals together பல மொத்தத் தொகைகளை ஒன்றுசேர்த்துக் கூட்டும்போது கிடைக்கும் தொகை; மொத்தக் கூட்டுத்தொகை; தொகு/நிறை மொத்தம்

granite /'grænɪt/ *noun* [U] a hard grey rock உறுதியான சாம்பல் நிறப் பாறை வகை; கருங்கல்

granny /'græni/ (*pl.* **grannies**) (*informal*) = **grandmother**

grant¹ /grɑːnt/ *verb* [T] **1** (*formal*) to (officially) give sb what he/she has asked for ஒருவர் கேட்பதை (பணிமுறை சார்ந்து/அதிகார முறையில்) வழங்கு; ஒருவர் கோருவதைக் கொடு *He was granted permission to leave early.* **2** to agree (that sth is true) (ஒன்று மெய்யானதென) ஏற்றுக்கொள்; (உண்மையென) ஒப்புக்கொள் *I grant you that New York is an interesting place but I still wouldn't want to live there.*

IDM **take sb/sth for granted** to be so used to sb/sth that you forget his/her/its true value and are not grateful ஒருவருடைய/ஒன்றன் உண்மையான மதிப்பை நினைவில் கொள்ளாது, நன்றியுணர்வற்றுப்போகும் அளவுக்கு அவருக்கு/அதற்குப் பழக்கப்பட்டுவிடு *In developed countries we take running water for granted.*

take sth for granted to accept sth as being true ஒன்று மெய்யானதென ஏற்றுக்கொள்; உண்மையென ஒப்புக்கொள் *We can take it for granted that the new students will have at least an elementary knowledge of English.*

grant² /grɑːnt/ *noun* [C] money that is given by the government, etc. for a particular purpose அரசு முதலியவற்றால் குறிப்பிட்ட செயல்நோக்கத்திற்காகத் தரப்படும் பணம்; பணக்கொடை; மானியம்; நல்கை *a student grant • to apply for/be awarded a grant*

granted /'grɑːntɪd/ *adv.* used for saying that sth is true, before you make a comment about it ஒன்று பற்றிக் கருத்துத் தெரிவிப்பதற்கு முன்பாக அது மெய்யானது/உண்மையானது எனக் கூறப் பயன்படுத்தப்படும் சொல்; அப்போதைக்கப்போதே ஒப்புக்கொள்ளப்பட்டதெனக் கூறப் பயன்படுத்தப்படும் சொல் *'We've never had any problems before.' 'Granted, but this year there are 200 more people coming.'*

grantha *noun* [U] an ancient script that was once prevalent in South India தென்னிந்தியாவில் முன்பு புழங்கிவந்த பழைய எழுத்து; கிரந்த எழுத்து

granular /'grænjələ(r)/ *adj.* (*technical*) made of a mass of small hard pieces; looking or feeling like a mass of small hard pieces கடினமான துணுக்குகளின்/மணிகளின் திரளால் உருவாக்கப்பட்ட; கடினமான துணுக்குகளின் திரள் போலத் தோன்றுகிற அல்லது உணரப்படுகிற; சொரசொரப்பான மேற்பரப்போடு கூடிய

granulated sugar /ˌgrænjuleɪtɪd 'ʃʊgə(r)/ *noun* [U] white sugar in the form of small grains சிறு மணிகள் உருவிலான வெள்ளைச் சர்க்கரை

granule /'grænjuːl/ *noun* [C] a small hard piece of sth ஒன்றன் சிறு கெட்டியான துண்டு; சிறு மணி; துகள் *instant coffee granules*

grape /greɪp/ *noun* [C] a green or purple berry that grows in bunches on a climbing plant (**a vine**) and that is used for making wine தழுவுகொடியில் கொத்துக்கொத்தாக விளைவதும், மது தயாரிக்கப் பயன்படுத்தப்படுவதுமான பச்சை அல்லது கருஞ்சிவப்பு நிறச் சதைக் கனி; திராட்சைப் பழம் *a bunch of grapes* ⇨ **fruit** பதிவில் படம் பார்க்க.

NOTE வழக்கமாகப் பச்சை நிற திராட்சை **'white'** என்றும், கருஞ்சிவப்பு நிற திராட்சை **'black'** என்றும் அழைக்கப்படுகின்றன. உலர்த்தப்பட்ட திராட்சைப் பழங்கள் **raisins, currants** அல்லது **sultanas** என அழைக்கப்படுகின்றன.

IDM **sour grapes** ⇨ **sour** பார்க்க.

grapefruit /ˈgreɪpfruːt/ *noun* [C] (*pl.* **grapefruit** or **grapefruits**) a large round yellow fruit with a thick skin and a sour taste தடிப்பான புறத்தோலையுடையதும் புளிப்புச்சுவை கொண்டதுமான பெரிய உருண்டையான மஞ்சள் நிறப் பழ வகை

the grapevine /ˈgreɪpvaɪn/ *noun* [*sing.*] the way that news is passed from one person to another ஒருவரிடமிருந்து மற்றொருவருக்கு என்ற முறையில் செய்தி கொண்டுசெல்லப்படுதல்; கைமாற்றிச் செய்திப் பரப்பு முறை *I heard on/through the grapevine that you're moving.*

graph /grɑːf/ *noun* [C] a diagram in which a line or a curve shows the relationship between two quantities, measurements, etc. இரண்டு எண்ணிக்கைகள், அளவுகள் முதலியவற்றுக்கு இடையேயான தொடர்பை ஒரு கோடு அல்லது வளைகோடு காட்டுமாறு வரையப்படும் விளக்க வரையுரு; வரைகட்டம் *a graph showing/to show the number of cars sold each month*

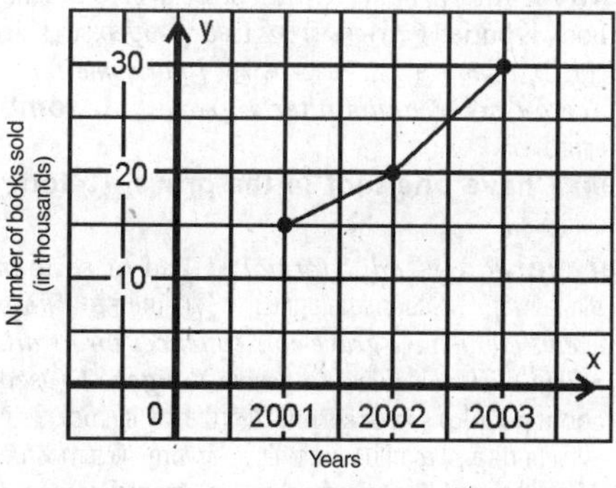

graph

graphic /ˈgræfɪk/ *adj.* **1** (*only before a noun*) connected with drawings, diagrams, etc. வரைபடங்கள், விளக்க வரையுருக்கள் முதலியன சார்ந்த/தொடர்பான *graphic design* • *a graphic artist* **2** (used about descriptions) clear and giving a lot of detail, especially about sth unpleasant (வருணனைகள்/விளக்கங்கள் பற்றிக் குறிப்பிடும்போது) குறிப்பாக இன்னாத ஒன்றைப் பற்றித் தெளிவாகவும் நுணுக்க விவரங்களைக் கொண்டும் அமைந்துள்ள; விரிவிளக்கமான *She described the accident in graphic detail.*
▶ **graphically** /-ɪkli/ *adv.*

graphics /ˈgræfɪks/ *noun* [*pl.*] the production of drawings, diagrams, etc. வரைபடங்கள், விளக்க வரையுருக்கள் முதலியன உருவாக்குதல்; விளக்கக் குறிவரை உருவாக்கம் *computer graphics*

graphite /ˈgræfaɪt/ *noun* [U] a soft black substance (a form of **carbon**) that is used in pencils பென்சில்களில் பயன்படுத்தப்படும் (கரிய வகையைச் சார்ந்த) மென்மையான கருநிறப் பொருள்; காரீயகம்

graph paper *noun* [U] paper with small squares of equal size printed on it, used for drawing **graphs** and other diagrams விளக்க வரையுருக்கள் மற்றும் பிற வரைபடங்கள் எழுதுவதற்குப் பயன்படுத்தப்படும் ஒத்த அளவுள்ள சிறு கட்டங்கள் அச்சிடப்பட்ட தாள்; வரைகட்டத் தாள்

grapple /ˈgræpl/ *verb* [I] **grapple (with sb)** to get hold of sb/sth and fight with or try to control him/her/it ஒருவரை/ஒன்றை உறுதியாகக் கையால் பற்றிச் சண்டையிடு அல்லது அவரை/அதனைக் கட்டுக்குள் கொண்டுவர முயல்; பற்றிப் பிடித்துப் போராடு

grasp¹ /grɑːsp/ *verb* [T] **1** to take hold of sb/sth suddenly and firmly ஒருவரை/ஒன்றைத் திடீரெனப் பற்றிப் பிடி; உடனடியாகக் கைக்குள் அகப்படுத்து *Lekha grasped the child firmly by the hand before crossing the road.* • (*figurative*) *to grasp an opportunity/a chance* **2** to understand sth completely ஒன்றை முழுவதுமாகப் புரிந்துகொள்; முழுதும் மனத்தில் வாங்கிக்கொள் *I don't think you've grasped how serious the situation is.*

PHR V **grasp at sth** to try to take hold of sth ஒன்றைப் பற்றிப் பிடி அல்லது கட்டுக்குள் கொண்டுவர முயல்

grasp² /grɑːsp/ *noun* [*sing.*] [U] **1** a firm hold of sb/sth ஒருவரை/ஒன்றை உறுதியாகப் பற்றிப் பிடித்தல்; கெட்டியான பிடிப்பு *Get a good grasp on the rope before pulling yourself up.* • *I grabbed the boy, but he slipped from my grasp.* **2** a person's understanding of a subject or of difficult facts ஓர் அறிபொருளை அல்லது சிக்கலான மெய்ம்மைகளைப் புரிந்துகொள்ளும் ஆற்றல்; ஒன்றை மனம் பற்றிக்கொள்ளும்/மூளையில் வாங்கிக்கொள்ளும் திறன் *He has* ***a good grasp of*** *English grammar.* **3** the ability to get or achieve sth ஒன்றைக் கைக்கொள்ளும், செய்து முடிக்கும் அல்லது வென்றடையும் திறமை *Finally their dream was* ***within*** *their* ***grasp****.*

grasping /ˈgrɑːspɪŋ/ *adj.* wanting very much to have a lot more money, power, etc. மேலும் மிகுதியான பணம், அதிகாரம் முதலியவற்றைப் பெற வேண்டுமென்று பெரிதும் விரும்புகிற; தணியாப் பேராசையுடைய

grass /grɑːs/ *noun* **1** [U] the common green plant with thin leaves which covers fields and parts of gardens. Cows, sheep, horses, etc. eat grass புல் *Don't walk on the grass.* • *a blade of grass* NOTE தோட்டத்தின் புல் மூடியுள்ள பரப்பு **lawn** என்று அழைக்கப்படும். **2** [C] one type of grass புல் வகை *an arrangement of dried flowers and grasses*

grasshopper /'grɑ:shɒpə(r)/ *noun* [C] an insect that lives in long grass or trees and that can jump high in the air. Grasshoppers make loud noises தத்துக்கிளி; வெட்டுக்கிளி ➪ **insect** பதிவில் படம் பார்க்க.

grassland /'grɑ:slænd/ *noun* [U] (*also* **grasslands**) [*pl.*] a large area of open land covered with wild grass காட்டுப் புல் மூடிய பரந்த வெளி; திருத்தப்படாத பெரும் புல்வெளி

grass roots *noun* [*pl.*] the ordinary people in an organization, not those who make decisions ஒரு நிறுவனத்தில் உள்ள, முடிவுகள் எடுக்கும் பொறுப்புரிமை இல்லாத, சாதாரண ஆட்கள்; அடிநிலை/கீழ்நிலை மாந்தர்

grassy /'grɑ:si/ *adj.* covered with grass புல் மூடிய; புல் படர்ந்த; புல்லால் சூழப்பட்ட

grate[1] /greɪt/ *verb* **1** [T] to rub food into small pieces using a metal tool (**grater**) அராவு-கருவியால் உணவுப்பொருளைத் தேய்த்துத் துண்டுகளாக்கு *grated cheese/carrot* **2** [I] **grate (on sb)** to annoy or irritate தொந்தரவு கொடு; நச்சரி; எரிச்சலுண்டாக்கு **3** [I] **grate (against/ on sth)** to make a sharp unpleasant sound (when two metal surfaces rub against each other) (இரண்டு உலோகப் பரப்புகள் ஒன்றன்மீது ஒன்று உராய்ந்து) இனியதல்லாத முனைப்-பான ஒலி எழுப்பு; அருவருப்பான ஓசை உண்டாக்கு; வெறுப்பொலி செய்

grate[2] /greɪt/ *noun* [C] the metal frame that holds wood, coal, etc. in a fireplace சூட்டடுப்பில் மரக்-கட்டை, கரி முதலிய எரிபொருள்கள் இடப்-படும் உலோகச் சட்டம்; உலோக அடுப்புத் தட்டம்; தீத்தாங்கி

grateful /'greɪtfl/ *adj.* **grateful (to sb) (for sth); grateful (that...)** feeling or showing thanks (to sb) ஒருவர்மீது நன்றியுணர்வு கொண்ட அல்லது நன்றி காட்டுகிற *We are very grateful to you for all the help you have given us.* • *He was very grateful that you did as he asked.* ✪ OPP **ungrateful** ➪ **gratitude** noun பார்க்க. ▶ **gratefully** /'greɪtfəli/ *adv.*

grater /'greɪtə(r)/ *noun* [C] a kitchen tool that is used for cutting food (for example cheese) into small pieces by rubbing it across its rough surface சொரசொரப்பான மேற்பரப்பில் பாலடைக்-கட்டி போன்ற உணவு வகைகளை குறுக்கு-வாக்காகத் தேய்த்துச் சிறு துகளாக்கப் பயன்-படுத்தப்படும் சமையலறைச் சாதனம்; அராவு கருவி ➪ **kitchen** பதிவில் படம் பார்க்க.

gratify /'grætɪfaɪ/ *verb* [T] (*pres. part.* **gratifying**; *3rd person sing. pres.* **gratifies**; *pt, pp* **gratified**) (*usually passive*) (*formal*) to give sb pleasure and satisfaction ஒருவருக்கு மகிழ்வும் மன நிறைவும் அளி; உவப்பூட்டு; விருப்பம் நிறைவேற்று ▶ **gratifying** *adj.*

grating /'greɪtɪŋ/ *noun* [C] a flat frame made of metal bars that is fixed over a hole in the road, a window, etc. சாலை, சன்னல் முதலியவற்றி-லுள்ள குழி/ஓட்டை மீது பொருத்தப்படும் உலோகக் கம்பிகளால் செய்யப்பட்ட தட்டை-யான சட்டம்; கம்பிச் சட்டம்

gratitude /'grætɪtju:d/ *noun* [U] **gratitude (to sb) (for sth)** the feeling of being grateful or of wanting to give your thanks to sb ஒருவர் மீது கொண்டுள்ள நன்றியுணர்ச்சி அல்லது ஒருவருக்கு நன்றி செலுத்தும் விருப்புணர்வு; நன்றி; நன்றியறிதல் ✪ OPP **ingratitude**

gratuity /grə'tju:əti/ *noun* [C] (*pl.* **gratuities**) **1** (*formal*) a small amount of extra money that you give to sb who serves you, for example in a restaurant உணவகம் போன்றவற்றில், சேவை புரிந்த ஒருவருக்குத் தரப்படும் தனி மிகையான சிறு பணத்தொகை; ஊழியக் கைம்மாறு; நன்-மதிப்புத் தொகை ✪ SYN **tip** இச்சொல் இப்-பொருளில் வழங்கும் முறைசார்ப் குறைந்த ஒன்றாகும். **2** money given to employees when they leave a job பணிக்கொடை

grave[1] /greɪv/ *noun* [C] the place where a dead body is buried இறந்தவர் உடல் புதைக்கப்படும் இடம்; புதைகுழி; கல்லறை *I put some flowers on my grandmother's grave.* ➪ **tomb** பார்க்க.

IDM **have one foot in the grave** ➪ **foot**[1] பார்க்க.

grave[2] /greɪv/ *adj.* (*formal*) **1** bad or serious தீங்கான; கவலைக்குரிய; இடரார்ந்த *These events could have* **grave consequences** *for us all.* • *The children were* **in grave danger**. **2** (used about people) sad or serious (ஆட்கள் வகையில்) துயரார்ந்த; காரிய மனப்பான்மை கொண்ட; விளையாட்டுத்தனமற்ற ➪ **gravity** noun பார்க்க. NOTE மேற்கூறிய இரண்டு பொருள்-களிலும் **grave** என்பதை விட **serious** என்ற சொல்லே பெரு வழக்குடையதாகும். ▶ **gravely** *adv. gravely ill*

gravel /'grævl/ *noun* [U] very small stones that are used for making roads, paths, etc. சாலைகள், நடைபாதைகள் முதலியன அமைக்கப் பயன்-படுத்தப்படும் சிறு கற்கள்; சரளைக் கற்கள்; பரற்கற்கள்

gravestone /'greɪvstəʊn/ *noun* [C] a stone in the ground that shows the name, dates, etc. of the dead person who is buried there இறந்த-வருடைய பெயர், தேதிக்குறிப்புகள் முதலியன

பொறிக்கப்பட்டு அவருடைய புதைகுழியின் மீது நாட்டப்படும் கல்; கல்லறை நினைவுச்சின்னம் ➪ **headstone** மற்றும் **tombstone** பார்க்க.

graveyard /ˈɡreɪvjɑːd/ *noun* [C] an area of land next to a church where dead people are buried கிறிஸ்தவத் திருக்கோயிலை அடுத்துள்ள கல்லறைப் பகுதி ➪ **cemetery** மற்றும் **churchyard** பார்க்க.

gravitational /ˌɡrævɪˈteɪʃənl/ *adj.* connected with or caused by the force of gravity இயலீர்ப்பு ஆற்றல் தொடர்பான அல்லது இயலீர்ப்பு ஆற்றலால் விளைவிக்கப்படுகிற *a gravitational field* • *the gravitational pull of the moon* ► **gravitationally** /ˌɡrævɪˈteɪʃənəli/ *adv.*

gravity /ˈɡrævəti/ *noun* [U] **1** the natural force that makes things fall to the ground when you drop them பொருட்களைக் கீழே விடும்போது அவற்றைத் தரையில் விழச்செய்யும் ஆற்றல்; இயலீர்ப்பாற்றல்; புவியீர்ப்பு விசை *the force of gravity* **2** (*formal*) importance முக்கியத்துவம் **NOTE** இப்பொருளில் பொதுவழக்கு மிகுதியான சொல் **seriousness** என்பதாகும். ➪ **grave** adjective பார்க்க.

gravy /ˈɡreɪvi/ *noun* [U] a thin sauce that is made from the juices that come out of meat while it is cooking சமைக்கும்பொழுது இறைச்சியிலிருந்து வரும் சாறுகளிலிருந்து தயாரிக்கப்படும் கெட்டியில்லாத வடிசாறு; இறைச்சி வடிநீர் ➪ **sauce** பார்க்க.

gray (*AmE*) = **grey**

graze¹ /ɡreɪz/ *verb* [I] **1** (used about cows, sheep, etc.) to eat grass (that is growing in a field) (பசு, ஆடு வகையில்) (வயலில் வளர்ந்துள்ள) புல்தின்னு; புல்மேய் *There were cows grazing by the river.* **2** [T] to break the surface of your skin by rubbing it against sth rough தோல் மேற்பரப்பைச் சொரசொரப்பான ஒன்றன் மேல் தேய்த்து உராய்வுறச் செய்; தோல் உராயவிடு *The child fell and grazed her knee.* **3** [T] to pass sth and touch it lightly ஒன்றை மெல்ல உராய்ந்து செல்; தடவலாகச் செல் *The bullet grazed his shoulder.*

graze² /ɡreɪz/ *noun* [C] a slight injury where the surface of the skin has been broken by rubbing it against sth rough தோல் மேற்பரப்பு சொரசொரப்பான ஒன்றன் மேல் உராய்வுற்று ஏற்படும் சிறு காயம்; தோலுராய்வுக் காயம்

grease¹ /ɡriːs/ *noun* [U] **1** a thick substance containing oil and used, for example, to make engines run smoothly இயந்திரங்களை உராய்வின்றி இயங்கச் செய்தல் போன்றவற்றுக்குப் பயன்படுத்தப்படும் எண்ணெய் உள்ளடங்கிய ஒரு கெட்டியான பொருள்; மசகுப்பொருள் *engine grease* **2** animal fat that has been made soft by cooking சமைத்துக் குழைவாக்கப்பட்ட/ மசிவாக்கப்பட்ட விலங்குகளின் கொழுப்பு *You'll need very hot water to get all the grease off those pans.*

grease² /ɡriːs/ *verb* [T] to rub grease or fat on or in sth ஒன்றன் மேல் அல்லது ஒன்றில் மசகுப்பொருளை அல்லது கொழுப்பை இட்டுத் தேய்; மசகெண்ணெய் அல்லது கொழுப்புப் பூசு *Grease the tin thoroughly to stop the cake from sticking.*

greaseproof paper /ˌɡriːspruːf ˈpeɪpə(r)/ (*AmE* **wax paper**) *noun* [U] paper that does not let fat, oil etc. pass through it, used in cooking and for putting round food சமையலிலும், உணவின் மேல் சுற்றி மூடுவதற்கும் பயன்படுத்தப்படும், கொழுப்பு, எண்ணெய் முதலியன ஊடுருவாத தாள்; எண்ணெய்/கொழுப்பு காப்புத்தாள்

greasy /ˈɡriːsi/ *adj.* (**greasier**; **greasiest**) covered with or containing a lot of grease மிகுதியான எண்ணெய்ப்பொருள் படிந்துள்ள அல்லது எண்ணெய்ப்பொருளை உள்ளடக்கியுள்ள; எண்ணெய்ப் பசை மிகுதியாக உள்ள; வழவழப்பான; பிசுக்குள்ள *greasy skin/hair* • *greasy food*

great¹ /ɡreɪt/ *adj.* **1** large in amount, degree, size, etc.; a lot of தொகை, தர மதிப்பு, உருவளவு முதலியவற்றில் பெரிய; பெரும்படியான; மிகுந்த *The party was a great success.* • *We had great difficulty in solving the problem.* **2** particularly important; of unusually high quality தனி மதிப்பு/முக்கியத்துவம் வாய்ந்த; வழக்க மீறிய உயர்தரமான *Einstein was perhaps the greatest scientist of the century.* ➪ **big** பதிவிலுள்ள குறிப்பைப் பார்க்க. **3** (*informal*) good; wonderful நலமார்ந்த; வியப்பார்வத்திற்குரிய *We had **a great time** in Paris.* • ***It's great** to see you again.* **4** (*informal*) (used to emphasize adjectives of size, quantity, etc.) very; very good பெரிதளவிலான; மிக்க; மிக நல்ல *There was a **great big** dog in the garden.* • *They were great friends.* **5 great-** used before a noun to show a family relationship குடும்ப உறவுமுறை ஒன்றைக் காட்டப் பெயர்ச்சொல்லின் முன்னர் பயன்படுத்தப்படுவது

NOTE மற்றொரு தலைமுறையைச் சுட்டுவதற்காகக் குடும்ப உறுப்பினர்களைக் குறிக்கும் பிற சொற்களுடன் ***great*** என்ற சொல்லை இணைக்கலாம்—*your **great-aunt*** (= தாய் அல்லது தந்தையின் பெற்றோருடன் பிறந்தவள்; பாட்டனார் அல்லது பாட்டியாரின் உடன்பிறந்தாள்)—*your **great grandchild*** (= பேரன் அல்லது பேத்தியின் மகன் அல்லது மகள்; கொள்ளுப் பேரன்; கொள்ளுப் பேத்தி)—*your **great grandparents*** (= பாட்டனார் அல்லது

பாட்டியாரின் பெற்றோர்)—*your* ***great-great-grandfather*** (= பாட்டனார் அல்லது பாட்டியின் பாட்டனார்)

▶ **greatness** *noun* [U]

IDM **go to great lengths** ➪ **length** பார்க்க.

a good/great deal ➪ **deal²** பார்க்க.

a good/great many ➪ **many** பார்க்க.

great² /greɪt/ *noun* [C, *usually pl.*] (*informal*) a person or thing of special ability or importance தனிச் சிறப்பான ஆற்றல் அல்லது முக்கியத்துவம் உடைய நபர் அல்லது பொருள்; தலைசிறந்த ஒருவர்/ஒன்று *That film is one of the all-time greats.*

Great Britain (*also* **Britain**) (*abbr.* **GB**) England, Wales and Scotland இங்கிலாந்து, வேல்ஸ் மற்றும் ஸ்காட்லாந்தை உள்ளடக்கிய பகுதியின் பெயர் ➪ **United Kingdom** பதிவிலுள்ள குறிப்பைப் பார்க்க.

greatly /ˈgreɪtli/ *adv.* very much மிகுதியாக; மிகு அளவில்; நிரம்ப

greed /gri:d/ *noun* [U] **greed (for sth)** a desire for more food, money, power, etc. than you really need தனது உண்மையான தேவைக்கு அதிகமாக உணவு, பணம், அதிகாரம், முதலியவற்றைக் கொண்டிருக்க வேண்டுமென்ற விருப்பம்; பேராசை

greedy /ˈgri:di/ *adj.* (**greedier; greediest**) **greedy (for sth)** wanting more food, money, power, etc. than you really need உண்மையான தேவைக்கு அதிகமாக உணவு, பணம், அதிகாரம் முதலியவை வேண்டுமென்று விரும்புகிற; பேராசையுள்ள *Don't be so greedy—you've had three pieces of cake already.*

▶ **greedily** *adv.* ▶ **greediness** *noun* [U]

green¹ /gri:n/ *adj.* **1** having the colour of grass or leaves புல் அல்லது இலைகளின் நிறம் கொண்ட; பச்சை நிறமான; பசுமையான *dark/light/pale green* **2** connected with protecting the environment or the natural world சுற்றுப்புறச் சூழலை அல்லது இயற்கையைப் பாதுகாத்தல் தொடர்பான *the Green party* • *green products* **3** (*informal*) (used about a person) with little experience of life or a particular job (ஒருவரைப் பற்றிக் குறிப்பிடும்போது) வாழ்க்கையில் அல்லது குறிப்பிட்ட தொழிலில் குறைந்த அனுபவமே வாய்க்கப்பெற்ற; அனுபவ முதிர்ச்சியற்ற **4** jealous (wanting to have what sb else has got) வேறொருவர் உரிமைப் பொருளை அடைய விரும்புகிற; பொறாமையுள்ள *He was* ***green with envy*** *when he saw his neighbour's new car.* **5** (used about the skin) a strange, pale colour (because you feel sick) (சருமத்தின் வகையில்) (நோய்வாய்ப்பட்டு) இயல்பு திரிந்து வெளிறிப் போன; விளறிய *At the sight of all the blood he* ***turned green*** *and fainted.*

IDM **give sb/get the green light** (*informal*) to give sb/get permission to do sth ஒருவர் ஒன்றைச் செய்ய அனுமதி கொடு; அனுமதி பெறு

have green fingers; (*AmE*) **have a green thumb** (*informal*) to have the ability to make plants grow well தாவரங்கள் தழைத்து வளரச் செய்வதற்கான ஆற்றலைப் பெற்றிரு

green² /gri:n/ *noun* **1** [C, U] the colour of grass or leaves புல் அல்லது இலைகளின் நிறம்; பச்சை நிறம் *They were dressed in green.* • *The room was decorated in greens and blues.* **2 greens** [*pl.*] green vegetables that are usually eaten cooked வழக்கமாகச் சமைத்து உண்ணப்படும் பசுங் காய்கறிகள் (மற்றும் கீரை வகைகள்) *To have a healthy complexion you should eat more greens.* **3** [C] (*BrE*) an area of grass in the centre of a village கிராமத்தின் மையத்திலுள்ள பசும்புல் தரை/புல்வெளி **4** [C] a flat area of very short grass used in games such as golf குழிப்பந்தாட்டம் போன்ற விளையாட்டுகளில் பயன்படுத்தப்படும், குட்டையான புல்லுள்ள சமதளப் பரப்பு; குழிப்பந்தாட்டக் குறும்புல் பரப்பு **5 Green** [C] a member of a green political party இயற்கைச் சூழல் காப்புக் கட்சியின் உறுப்பினர்

green belt *noun* [C, U] (*BrE*) an area of open land around a city where building is not allowed நகரத்தைச் சுற்றியுள்ள கட்டடங்கள் கட்ட அனுமதியில்லாத திறந்தவெளிப் பரப்பு

green card *noun* [C] a document that allows sb from another country to live and work in the US வெளிநாட்டவர் ஒருவர் அமெரிக்காவை வாழ்விடமாகக் கொண்டு பணிபுரிய அனுமதிக்கும் ஆவணம்

greenery /ˈgri:nəri/ *noun* [U] attractive green leaves and plants கவர்ச்சியான பசும் இலைகள் மற்றும் தாவரங்களின் தொகுதி

greenfield /ˈgri:nfi:ld/ *adj.* (*only before a noun*) used to describe an area of land that has not yet had buildings on it, but for which building development may be planned இதுவரை கட்டடங்கள் கட்டப்படாத, ஆனால் கட்டட வளர்ச்சித் திட்டங்கள் உருவாக்குவதற்கான வாய்ப்புள்ள நிலப்பகுதியாக உள்ள *a greenfield site*

greenfly /ˈgri:nflaɪ/ *noun* [C] (*pl.* **greenflies** or **greenfly**) a small flying insect that is harmful to plants தாவரங்களுக்கு ஊறு விளைவிக்கும் சிறு பறக்கும் பூச்சி வகை; செடிப்பேன் வகை

greengage /ˈgri:ngeɪdʒ/ *noun* [C] a small round yellowish-green fruit like a **plum** இனிய சதைப்பற்றுள்ள கனிகளை ஒத்த, சிறிய உருண்டையான மஞ்சள் கலந்த பச்சை நிறப் பழ வகை

greengrocer /ˈgri:ngrəʊsə(r)/ *noun* (*BrE*) **1** [C] a person who has a shop that sells fruit and vegetables பழங்கள் மற்றும் காய்கறிகள் கடைக்காரர் ➪ **grocer** பார்க்க. 2 **the greengrocer's** [*sing.*] a shop that sells fruit and vegetables பழங்கள்-காய்கறிகள் கடை

greenhouse /ˈgriːnhaʊs/ (*also* **glasshouse**) *noun* [C] a building made of glass in which plants are grown தாவரங்கள் வளர்க்கப்படும் கண்ணாடியாலான கட்டடம் ➪ **hothouse** பார்க்க.

the greenhouse effect *noun* [*sing.*] the warming of the earth's atmosphere as a result of harmful gases, etc. in the air காற்றிலுள்ள தீங்கு விளைவிக்கும் வாயுக்கள், முதலியன காரணமாகப் பூமியின் வளிமண்டலம் (இயல்பு மீறிய) வெம்மையுறுதல் ➪ **global warming** பார்க்க.

greenish /ˈgriːnɪʃ/ *adj.* slightly green இலேசான பச்சை நிறமுடைய; இளம் பச்சையான

green pepper *noun* [C] = **pepper¹ 2**

green room /ˈgriːn ˌruːm/ *noun* [C] a room in a theatre, television studio, etc. where the performers can get ready for the show or wait and relax when they are not performing கலைஞர்கள் காட்சிக்குத் தயாராவதற்கு உரிய அல்லது நிகழ்ச்சியில் பங்கு கொள்ளாதபோது ஓய்வெடுப்பதற்கான, நாடக அரங்கு, தொலைக்காட்சிப் படப்பிடிப்பு மனை முதலியவற்றிலுள்ள அறை; நடிகர்கள் ஓய்வு அறை.

green tea *noun* [U] a pale tea made from leaves that have been dried but that have not gone through a chemical process (**fermentation**) உலரவைக்கப்பட்ட ஆனால் வேதியியல் வினைமாற்ற முறைக்கு உட்படுத்தப்படாத தேயிலையிலிருந்து தயாரிக்கப்படும் மங்கல் நிறத் தேநீர்

Greenwich Mean Time /ˌgrenɪtʃ ˈmiːn taɪm/ = **GMT**

greet /griːt/ *verb* [T] 1 **greet sb (with sth)** to welcome sb when you meet him/her; to say hello to sb ஒருவரைச் சந்திக்கும்போது அவருக்கு வரவேற்பளி; வரவேற்புரை கூறு; முகமன் கூறு *He greeted me with a friendly smile.* • (*figurative*) *As we entered the house we were greeted by the smell of cooking.* 2 **greet sb/sth (as/with) sth** (*usually passive*) to react to sb or receive sth in a particular way குறிப்பிட்ட முறையில்/மனப்பாங்குடன் எதிர்ச்செயலாற்று அல்லது ஒன்றை ஏற்றுக்கொள் *The news was greeted with a loud cheer.*

greeting /ˈgriːtɪŋ/ *noun* [C] the first words you say when you meet sb or write to him/her ஒருவரைச் சந்திக்கும்பொழுது அல்லது ஒருவருக்குக் கடிதம் எழுதும்போது கூறும் முகமன் மொழி; வணக்கவுரை *'Hello' and 'Hi' are informal greetings.*

gregarious /grɪˈgeəriəs/ *adj.* liking to be with other people பிறருடன் நட்பிணக்கத்துடன் இருப்பதை விரும்புகிற; கூடி வாழும் வாழ்க்கையில் நாட்டமுள்ள; தோழமை உணர்வுள்ள ✪ **SYN sociable**

grenade /grəˈneɪd/ *noun* [C] a small bomb that is thrown by hand or fired from a gun கையால் எறியப்படும் அல்லது துப்பாக்கியிலிருந்து வெடித்துச் செலுத்தப்படும் சிறு குண்டு; எறிகுண்டு; துப்பாக்கித் தெறிகுண்டு

grew ➪ **grow** என்பதன் இறந்தகால வடிவம்

grey¹ (*AmE* **gray**) /greɪ/ *adj.* 1 having the colour between black and white கருமைக்கும் வெண்மைக்கும் இடைப்பட்ட நிறத்தையுடைய; சாம்பல் நிறமான *dark/light/pale grey* • *He was wearing a grey suit.* 2 having grey hair முடி நரைத்த *He's* ***going grey***. 3 (used about the weather) full of cloud; not bright (வானிலை வகையில்) மேகம் நிறைந்து காணப்படுகிற; ஒளி மங்கிய; மந்தாரமான *grey skies* • *a grey day* 4 boring and sad; without interest or variety சலிப்பூட்டுகிற; ஆர்வத்தைத் தூண்டாத; கவர்ச்சியூட்டும் வகைவளமற்ற

grey² /greɪ/ (*AmE* **gray**) *noun* [C, U] the colour between black and white கருமைக்கும் வெண்மைக்கும் இடைப்பட்ட நிறம்; சாம்பல் நிறம் *dressed in grey*

greyhound /ˈgreɪhaʊnd/ *noun* [C] a large thin dog that can run very fast and that is used for racing மிக விரைவாக ஓடக்கூடியதும் ஓட்டப் பந்தயத்திற்காகப் பயன்படுத்தப்படுவதுமான பெரிய ஒல்லியான நாய் வகை; விரைவோட்டமுடைய நாய் வகை *greyhound racing*

greyish /ˈgreɪɪʃ/ (*AmE* **grayish**) *adj.* slightly grey சற்றே சாம்பல் நிறமான

grid /grɪd/ *noun* [C] 1 a pattern of straight lines that cross each other to form squares ஒன்றையொன்று குறுக்காக வெட்டிச்சென்று சதுரங்களாக அமையும் நேர்கோடுகளின் ஒழுங்கமைவு; குறுக்குக்கோட்டுச் சட்டம் *She drew a grid to show how the students had scored in each part of the test.* 2 a frame of parallel metal or wooden bars, usually covering a hole in sth வழக்கமாக ஒன்றிலுள்ள ஓட்டையை/திறப்பை மூடுவதற்கான உலோக அல்லது மரக் கம்பிகள் இணையாகப் பொருத்தி அமைக்கப்பட்ட சட்டம்; கம்பிவலைச் சட்டம் 3 a system of squares that are drawn on a map so that the position of any place can be described or found நிலப்படத்தில் ஓரிடத்தின் இருப்புநிலையை விளக்கிக்காட்ட அல்லது கண்டறிய ஏதுவாக வரையப்படும் சதுர வடிவக் கட்ட முறை; நிலப்படக் குறுக்குக்கோட்டுக் கட்ட அமைப்பு *a grid reference* 4 the system of electricity wires, etc. taking power to all parts of a country நாட்டின்

அனைத்துப் பகுதிகளுக்கும் மின் ஆற்றலைக் கொண்டுசெல்லும் மின்கம்பிகள் முதலியவற்றின் தொகுப்பமைப்பு; மின் இணைவமைப்பு *the National Grid* ➪ **generator** பதிவில் படம் பார்க்க.

griddle /ˈgrɪdl/ *noun* [C] a circular iron plate that is heated on a cooker or over a fire and used for cooking பொறியடுப்பின் அல்லது தீயின் மேல் இட்டுச் சூடாக்கி உணவு சமைப்பதற்குப் பயன்படுத்தப்படும் வட்ட வடிவ இரும்புத் தட்டு; தோசைக்கல்

gridlock /ˈgrɪdlɒk/ *noun* [U, C] a situation in which there are so many cars in the streets of a town that the traffic cannot move at all நகரின் தெருக்களில் ஏராளமான விசையுந்து வண்டிகள் திரண்டு போக்குவரத்து முழுவதும் நின்றுபோகும் நிலை; போக்குவரத்து மிகையால் ஏற்படும் சாலை முடக்கம் ▶ **gridlocked** *adj.*

grief /gri:f/ *noun* [U] great sadness (especially because of the death of sb you love) (குறிப்பாக அன்புக்குரிய ஒருவர் இறப்பால் ஏற்படும்) ஆழ்ந்த துன்பம்; துயரம்

IDM **good grief** (*spoken*) used for expressing surprise or shock திகைப்பை/மலைப்பை அல்லது அதிர்ச்சியை வெளிப்படுத்தப் பயன்படுத்தப்படும் தொடர் *Good grief! Whatever happened to you?*

grievance /ˈgri:vəns/ *noun* [C] **a grievance (against sb)** something that you think is unfair and that you want to complain or protest about முறையற்றது என ஒன்றைக் கருதி அதுபற்றி முறையிடுவதற்கான அல்லது கண்டனம் தெரிவிப்பதற்கான விருப்பம்; மனக்குறை

grieve /gri:v/ *verb* **1** [I] **grieve (for sb)** to feel great sadness (especially about the death of sb you love) (குறிப்பாக அன்புக்குரிய ஒருவர் இறப்புக்குப்) பெரிதும் வருந்து; துயரப்படு; ஆழ்ந்த மனத்துன்பம் கொள் **2** [T] (*formal*) to cause unhappiness துயரமளி; வருத்தமுண்டாக்கு.

grill¹ /grɪl/ *noun* [C] **1** a part of a cooker where the food is cooked by heat from above மேல் பக்கத்திலிருந்து வரும் சூட்டில் உணவு சமைக்கப்படும் பொறியடுப்பின் பகுதி **2** a metal frame that you put food on to cook over an open fire திறந்தநிலை அடுப்பின்மேல் உணவுப்பொருள் இட்டுவைத்துச் சமைப்பதற்கான உலோகச் சட்டம்; சுட்டு உணவைப் பக்குவப்படுத்துவதற்கான உலோகத் தட்டம் **3** = **grille**

grill² /grɪl/ *verb* **1** (*AmE* **broil**) [I, T] to cook under a grill (உலோகச் சட்டத்திற்குக் கீழே) உணவுப்பொருளைச் சுடு அல்லது வாட்டு *grilled steak/chicken/fish* **2** [T] (*informal*) **grill sb (about sth)** to question sb for a long time ஒருவரை நீண்ட நேரம் கேள்விகளுக்கு உட்படுத்து; கடுமையாக விசாரணை செய்

grille /grɪl/ *noun* [C] (*also* **grill**) a metal frame that is placed over a window, a piece of machinery, etc. சன்னல், இயந்திரப் பகுதி முதலியவற்றுக்கு மேலே பொருத்தப்படும் உலோகச் சட்டம்; வலைச் சட்டம்; கிராதி

grim /grɪm/ *adj.* (**grimmer; grimmest**) **1** (used about a person) very serious; not smiling (ஒரு நபரைப் பற்றிக் குறிப்பிடும்போது) மிகவும் கடுமையான தோற்றமுடைய; சிரிக்காத; கடுகடுப்பான **2** (used about a situation, news, etc.) unpleasant or worrying (ஒரு சூழ்நிலை, செய்தி முதலியன வகையில்) இன்னாத; இனிமையற்ற; கவலையளிக்கிற *The news is grim, I'm afraid.* **3** (used about a place) unpleasant to look at; not attractive (இட வகையில்) தோற்றப் பொலிவற்ற; காட்சி நயமற்ற; வெறுப்பூட்டுகிற; கவர்ச்சியில்லாத *a grim block of flats* **4** (*BrE informal*) feeling ill உடல்நலம் குன்றிய அல்லது நோய்வாய்ப்பட்ட உணர்வுடைய *I was feeling grim yesterday but I managed to get to work.* ▶ **grimly** *adv.*

grimace /ˈgrɪməs; grɪˈmeɪs/ *noun* [C] an ugly expression on your face that shows that you are angry, disgusted or that sth is hurting you சினம், அருவருப்பு அல்லது வலியை வெளிக்காட்டும் முறையிலான இனிமையற்ற முகபாவம்; முகச்சுளிப்பு *a grimace of pain* ▶ **grimace** *verb* [I] *She grimaced with pain.*

grime /graɪm/ *noun* [U] a thick layer of dirt அடர்த்தியான தூசிப் படிவு; தூசிப் படலம்; அழுக்கடைவு

grimy /ˈgraɪmi/ *adj.* very dirty மிகுதியான அழுக்கடைந்த; மாசுக்கறை படிந்த

grin /grɪn/ *verb* [I] (**grinning; grinned**) **grin (at sb)** to give a broad smile (so that you show your teeth) (பற்கள் வெளித்தெரியும்படியாக) சிரி; பல் இளி *She grinned at me as she came into the room.* ▶ **grin** *noun* [C]

grind¹ /graɪnd/ *verb* [T] (*pt, pp* **ground** /graʊnd/) **1 grind sth (down/up); grind sth (to/into sth)** to press and break sth into very small pieces or into a powder between two hard surfaces or in a special machine ஒரு பொருளை இரண்டு உறுதியான பரப்புகளுக்கு இடையில் அல்லது ஒரு தனிவகை விசைப்பொறியில் இட்டு நெருக்கிச் சிறு துகள்களாக அல்லது பொடியாக நொறுக்கு அல்லது அரை *Wheat is ground into flour.* • *ground pepper/coffee* **2** to make sth sharp or smooth by rubbing it on a rough hard surface ஒரு பொருளைச் சொரசொரப்பான உறுதியான பரப்பின் மேல் தேய்த்துக் கூர்மையாக்கு அல்லது இழைவாக்கு/அராவித் தீட்டு; தேய்த்துப் பளபளப்பாக்கு *to grind a knife on a stone* **3 grind sth in/into sth** to press or rub sth into a surface ஒரு பொருளை ஒரு

பரப்பினுள் அழுத்தி அமுக்கு அல்லது தேய்த்து அழுத்து *He ground his cigarette into the ash-tray.* **4** to rub sth together or make sth rub together, often producing an unpleasant noise இனிமையற்ற ஒலியை எழுப்பும் முறையில், பொருள்களை ஒன்றுசேர்த்து உரசித் தேய் அல்லது ஒன்றோடொன்று உராய்வுறச் செய்; நறநறவென ஒலிக்குமாறு உராய்வுறு அல்லது ஒன்றை உராய்வுறச் செய் *Some people* ***grind*** *their* ***teeth*** *while they're asleep.*

IDM **grind to a halt/standstill** to stop slowly படிப்படியாக வேகத்தைக் குறைத்து நிறுத்து; மெல்ல நிற்கும் நிலைக்குக் கொண்டுவா

grind² /graɪnd/ *noun* [*sing.*] (*informal*) an activity that is tiring and boring and that takes a lot of time களைப்படையச் செய்வதும், சலிப்பூட்டுவதும் பெருமளவு நேரம் எடுத்துக்கொள்வதுமான செயல்; சோர்வூட்டும் நீள்பணி *the* ***daily grind*** *of working life*

grinder /ˈgraɪndə(r)/ *noun* [C] a machine for grinding அரவை இயந்திரம் *a coffee grinder*

grip¹ /grɪp/ *verb* [I, T] (**gripping; gripped**) **1** to hold sb/sth tightly ஒருவரை/ஒன்றை உறுதியாகப் பிடி; பற்றிப் பிடி. *She gripped my arm in fear.* **2** to interest sb very much; to hold sb's attention ஒருவரது மனத்தை ஈர்த்துப் பிடி; கவனத்தைத் தன்வசப்படுத்து *The book grips you from start to finish.* ⇨ **gripping** adjective பார்க்க.

grip² /grɪp/ *noun* **1** [*sing.*] **a grip (on sb/sth)** a firm hold (on sb/sth) உறுதியான/இறுக்கமான பிடிப்பு *The climber slipped and lost her grip.* • (*figurative*) *The teacher kept a firm grip on the class.* **2** [*sing.*] **a grip (on sth)** an understanding of sth ஒன்றைப் புரிந்துகொள்ளல்; உணருந் திறம்; உள்வாங்கு திறன் **3** [C] the person whose job it is to move the cameras while a film is being made படப்பிடிப்பின்போது நிழற்படக் கருவிகளை இடம் விட்டு இடம் நகர்த்துபவர்

IDM **come/get to grips with sth** to start to understand and deal with a problem ஒரு சிக்கலின் தன்மையைப் புரிந்துகொண்டு அதனை கையாளத் தொடங்கு

get/keep/take a grip/hold (on yourself) (*informal*) to try to behave in a calmer or more sensible way; to control yourself மேலும் அமைதியுற்ற அல்லது அறிவார்ந்த முறையில் நடந்துகொள்ள முயல்; தன்னைக் கட்டுப்படுத்திக்கொள்; உணர்ச்சிகளை அடக்கு

in the grip of sth experiencing sth unpleasant that cannot be stopped தடுத்து நிறுத்த இயலாத நலமற்ற ஒன்றை அனுபவித்துக்கொண்டு அல்லது தாங்கிக்கொண்டு *a country in the grip of recession*

gripe /graɪp/ *noun* [C] (*informal*) a complaint about sb/sth ஒருவரை/ஒன்றைப் பற்றிய மனக்குறை; வருத்தமறிவிப்பு; முறையீடு ▶ **gripe** *verb* [I]

gripping /ˈgrɪpɪŋ/ *adj.* exciting; holding your attention பரபரப்பூட்டுகிற; மனத்தை ஈர்த்துப் பிடிக்கிற; கருத்தைக் கவர்கிற *a gripping film/book*

grisly /ˈgrɪzli/ *adj.* (used for describing sth that is concerned with death or violence) terrible; horrible (இறப்பு அல்லது வன்முறை சார்ந்த ஒன்றை விவரிக்கையில்) அச்சுறுத்துகிற; பேரச்சமூட்டுகிற; திகில் உண்டாக்குகிற *a grisly crime/death/murder* ⇨ **gruesome** பார்க்க.

gristle /ˈgrɪsl/ *noun* [U] a hard substance in a piece of meat that is unpleasant to eat இறைச்சித் துண்டிலுள்ள உண்ணுவதற்கு இனியதல்லாத கெட்டியான பொருள்; குருத்தெலும்பு ▶ **gristly** *adv.*

grit¹ /grɪt/ *noun* [U] **1** small pieces of stone or sand கல்லின் சிறு கூறுகள்; மணல் துகள்கள்; கல்பொடி *I've got some grit/a piece of grit in my shoe.* **2** (*informal*) courage; determination that makes it possible for sb to continue doing sth difficult or unpleasant நெஞ்சுரம்; கடினமான அல்லது இன்னாத ஒன்றைத் தொடர்ந்து செய்யத் தூண்டும் மன உறுதி; திராணி

grit² /grɪt/ *verb* [T] (**gritting; gritted**) to spread small pieces of stone and sand on a road that is covered with ice உறைபனி மூடிய சாலையின் மீது கற்பொடி மற்றும் மணல் துகள்களை இட்டுப் பரப்பு

IDM **grit your teeth 1** to bite your teeth tightly together நறநறவென்று பற்களைக் கடி *She gritted her teeth against the pain as the doctor examined her injured foot.* **2** to use your courage or determination in a difficult situation கடினமான ஒரு சூழ்நிலையில் துணிவை அல்லது மன உறுதியைப் பயன்படுத்து

groan /grəʊn/ *verb* [I] **groan (at/with sth)** to make a deep sad sound because you are in pain, or to show that you are unhappy about sth வலி காரணமாக ஒன்று பற்றிய தனது வருத்தத்தை வெளிப்படுத்த ஆழ்ந்த துன்ப ஒலி எழுப்பு; முனகு *He groaned with pain.* • *All the students were* ***moaning and groaning*** (= complaining) *about the test.* ▶ **groan** *noun* [C]

grocer /ˈgrəʊsə(r)/ *noun* **1** [C] a person who has a shop that sells food and other things for the home உணவுப்பொருள்கள் மற்றும் வீட்டுக்குத் தேவையான பிற பொருள்களை விற்பவர்; மளிகைக் கடைக்காரர்; பலசரக்கு வணிகர் ⇨ **greengrocer** பார்க்க. **2 the grocer's** [*sing.*] a shop that sells food and other things for the home உணவுப்பொருள்கள் மற்றும் வீட்டுக்குத்

தேவையான பிற பொருள்களை விற்கும் கடை; மளிகைக் கடை

groceries /ˈɡrəʊsəriz/ *noun* [*pl.*] food, etc. that is sold by a grocer or in a larger food shop (**supermarket**) மளிகைக் கடையில் அல்லது பல்பொருள் பேரங்காடியில் விற்கப்படும் உணவுப்பொருள்கள் முதலியன; பலசரக்குப் பொருள்கள்

groggy /ˈɡrɒɡi/ *adj.* (*informal*) weak and unable to walk steadily because you feel ill, have not had enough sleep, etc. உடல்நலக் குறைவு, போதிய தூக்கமின்மை முதலியவை காரணமாகத் தளர்வுற்று, நிலையுறுதியுடன் நடக்கமுடியாத; தளர்வினால் நிலைதடுமாறுகிற

groin /ɡrɔɪn/ *noun* [C] **1** the front part of your body where it joins your legs உடல் கால்களுடன் பொருந்தும் உடம்பின் முன்பகுதி; அரை **2** (*AmE*) = **groyne**

groom[1] /ɡruːm/ *noun* [C] **1** = **bridegroom** **2** a person who looks after horses, especially by cleaning and brushing them குதிரைப் பராமரிப்பாளர்; குறிப்பாகக் குதிரைகளைத் தேய்த்துக் கழுவித் தூய்மை செய்பவர்

groom[2] /ɡruːm/ *verb* [T] **1** to clean or look after an animal by brushing, etc. ஒரு விலங்கைத் தேய்த்துக் கழுவுதல் போன்றவற்றைச் செய்து தூய்மைப்படுத்து அல்லது நலம் பேணு; ஒரு விலங்கைப் பராமரி *to groom a horse/dog/cat* **2 groom sb (for/as sth)** (*usually passive*) to choose and prepare sb for a particular career or job குறிப்பிட்ட பணித்தொகுதிக்கு அல்லது தொழிலுக்கு ஒருவரைத் தேர்வுசெய்து தகுதியூட்டு

groove /ɡruːv/ *noun* [C] a long deep line that is cut in the surface of sth ஒன்றன் மேற்பரப்பில் அகழ்ந்து/வெட்டி/செதுக்கி உருவாக்கப்படும் நீண்ட வரிப்பள்ளம்; சால்வரி; ஆழ்தடம்

grope /ɡrəʊp/ *verb* **1** [I] **grope (about/around) (for sth)** to search for sth or find your way using your hands because you cannot see பார்க்க முடியாத காரணத்தினால், கைகளைப் பயன்படுத்தி ஒன்றைத் தேடு அல்லது ஒன்றற்கான வழி காண்; கைகளால் துழாவித் தேடு *He groped around for the light switch.* **2** [T] (*informal*) to touch sb sexually, especially when he/she does not want you to ஒருவருக்கு விருப்பம் இல்லாத சமயத்தில், பாலுணர்ச்சியோடு அவர்மேல் கைகவை/அவரைத் தொடு

gross /ɡrəʊs/ *adj.* **1** (*only before a noun*) being the total amount before anything is taken away கழிவு, பிடித்தம் முதலியவற்றுக்கு முந்திய மொத்தத் தொகை; முழுமொத்தம்; நிறை முழுத்தொகை *gross income* (= before tax, etc. is taken away) ✪ **OPP net** **2** (*formal*) (*only before a noun*) very great or serious மிகப் பெரிய; கடுமையான; கவலைக்குரிய *gross indecency/negligence/misconduct* **3** very rude and unpleasant நடைநயமற்று வெறுப்பூட்டும் முறையிலான; முரட்டுத்தனமான; நயநாகரிகமற்ற **4** very fat and ugly கொழுத்து அழகிலியாகத் தோன்றுகிற; தடித்து அருவருக்கத்தக்கவாறு காணப்படுகிற

gross domestic product *noun* [*sing.*, U] = **GDP**

grossly /ˈɡrəʊsli/ *adv.* very மிகவும்; பெரிதளவில் *That is grossly unfair.*

gross national product *noun* [*sing.*, U] = **GNP**

grotesque /ɡrəʊˈtesk/ *adj.* strange or ugly in a way that is not natural இயல்பு திரிந்து விசித்திரமாகக் காணப்படுகிற; அழகற்ற முறையில் தனித்தோற்றம் உடைய

grotty /ˈɡrɒti/ *adj.* (*BrE informal*) (*comparative* **grottier**; *superlative* **grottiest**) unpleasant; of poor quality மனத்துக்கு இனிமையூட்டாத; தரம் குன்றிய; மோசமான *She lives in a grotty flat.*

ground[1] /ɡraʊnd/ *noun* **1 the ground** [*sing.*] the solid surface of the earth பூமியின் கெட்டியான மேற்பரப்பு; தரை; நிலத்தளம் *He slipped off the ladder and fell to the ground.* **2** [U] an area or a type of soil குறிப்பிட்ட நிலப்பகுதி; மண் பரப்பு; மண் வகை *solid/marshy/stony ground*

NOTE நாம் வாழும் கோளின் பெயர் **earth** (பூமி) என்பதாகும். **Land** (தரை) என்பது **sea** (கடல்) என்ற சொல்லின் எதிர்ச்சொல்லாகும்—*The sailors sighted land.* • *The astronauts returned to Earth.* **Land** வாங்குவதற்கும் விற்பதற்கும் உரியது—*The price of land in Tokyo is extremely high.* வீட்டிற்கு வெளியில் பாதம் படும் பரப்பு **the ground** எனப்படும். வீட்டிலுள்ள தரையை **floor** எனலாம்—*Don't sit on the ground. You'll get wet.* • *Don't sit on the floor. I'll get another chair.* தாவரங்கள் வளரும் பரப்பு **earth** அல்லது **soil** எனப்படும்.

3 [C] a piece of land that is used for a particular purpose குறிப்பிட்ட பயன்பாட்டுக்குரிய நிலப்பகுதி *a sports ground* • *a playground* **4 grounds** [*pl.*] land or gardens surrounding a large building பெருங்கட்டடம் ஒன்றைச் சுற்றியுள்ள நிலம் அல்லது தோட்டங்கள்; பெருமனைத் தோட்டம் *the grounds of the palace* **5** [U] an area of interest, study, discussion, etc. விருப்பார்வம், ஆராய்ச்சி, விவாதம் முதலியவற்றின் பொருட்பரப்பு; ஆராய்ச்சி/விவாதத் துறை *The lecture went over* ***the same old ground****/covered a lot of* ***new ground.*** **6** [C] (*usually pl.*) **grounds (for sth/doing sth)** a reason for sth ஒன்றற்கான

காரணம்; அடிப்படை *She retired* ***on*** *medical* ***grounds***. • *grounds for divorce* **7** (*AmE*) = **earth[1] 4**

IDM above/below ground above/below the surface of the earth தரைத்தளத்திற்கு மேலுள்ள/கீழுள்ள

break fresh/new ground to make a discovery or introduce a new method or activity புதிதாக ஒன்றைக் கண்டுபிடி அல்லது ஒரு புதிய வழிமுறை அல்லது செயல்பாட்டை அறிமுகப்படுத்து

gain ground ⇨ **gain[1]** பார்க்க.

get off the ground (used about a business, project, etc.) to make a successful start (ஒரு தொழில் முயற்சி, செயல் திட்டம் முதலியவற்றைப் பற்றிக் குறிப்பிடுகையில்) தனது எண்ணம் நிறைவேறி வினைமுயற்சியைத் தொடங்கு; வெற்றிகரமாகத் தொடக்கம் செய்

give/lose ground (to sb/sth) to allow sb to have an advantage; to lose an advantage for yourself ஒருவருக்கு நன்மை விளைய இடமளி; தனக்குப் பயன் கிட்டாமல் போகவிடு *Labour lost a lot of ground to the Liberal Democrats at the elections.*

hold/keep/stand your ground to refuse to change your opinion or to be influenced by pressure from other people தனது கருத்தை மாற்றிக்கொள்ள அல்லது பிறரது வற்புறுத்தலால் ஒன்றை விட்டுக்கொடுக்க மறு; தனது நிலைப்பாட்டில் உறுதியாக இரு.

thin on the ground difficult to find; not common காண்பதற்கு அரிதான; எளிதாக எங்கும் காணப்படுவதல்லாத

ground[2] /ɡraʊnd/ *verb* [T] **1** (*usually passive*) to force an aircraft, etc. to stay on the ground விமானம் முதலியவற்றை வேறுவழியின்றித் தரையில் தங்கியிருக்கச் செய்; பறக்காமல் தடுத்து நிறுத்து *to be grounded by fog* **2** (*usually passive*) to punish a child by not allowing him/her to go out with friends for a period of time தண்டனையாகக் குழந்தையை நண்பர்களுடன் வெளியில் செல்லவிடாது தடுத்து நிறுத்து **3** (*AmE*) = **earth[2]**

ground[3] ⇨ **grind[1]** என்பதன் இறந்தகால மற்றும் இறந்தகால வினையெச்ச வடிவம் *ground almonds*

ground beef (*AmE*) = **mince**

ground crew (*also* **ground staff**) *noun* [C, U] the people in an airport whose job it is to look after an aircraft while it is on the ground விமானம் தரையில் இருக்கும்பொழுது அதனைக் கவனித்துப் பார்த்துக்கொள்ளும் விமான நிலையப் பணியாளர்; விமான நிலைய விமானப் பராமரிப்புப் பணியாளர்

ground floor (*AmE* **first floor**) *noun* [C] the floor of a building that is at ground level ஒரு கட்டடத்தின் தரைமட்டத்தில் அமைந்துள்ள தளம்; தரைத்தளம் *a ground-floor flat* ⇨ **floor** பதிவிலுள்ள குறிப்பைப் பார்க்க.

grounding /ˈɡraʊndɪŋ/ *noun* [*sing.*] **a grounding (in sth)** the teaching of the basic facts or principles of a subject ஒரு துறையின் அல்லது அறிவுநூலின் அடிப்படையான மெய்ம்மைகளை அல்லது கோட்பாடுகளைக் கற்பித்தல்; அடிப்படை அறிவு

groundless /ˈɡraʊndləs/ *adj.* having no reason or cause காரணமோ நியாயமோ இல்லாத; முகாந்தரமற்ற; அடிப்படையற்ற *Our fears were groundless.*

groundnut /ˈɡraʊndnʌt/ = **peanut**

groundsheet /ˈɡraʊndʃiːt/ *noun* [C] a large piece of material that does not let water through, that is placed on the ground inside a tent கூடாரத்தின் உள்ளே தரைமீது பரப்பப்படும் நீர் உட்புகாத அகலமான விரிப்பு வகை

groundwater /ˈɡraʊndwɔːtə(r)/ *noun* [U] water that is found under the ground in soil, rocks, etc. தரையின் அடிப்பகுதியில் மண், பாறைகள் முதலியவற்றில் காணப்படும் நீர்; நிலத்தடி நீர்

groundwork /ˈɡraʊndwɜːk/ *noun* [U] work that is done in preparation for further work or study ஒரு பணியை அல்லது ஓர் ஆய்வை மேலெடுத்துச் செய்வதற்கான ஆயத்த வேலை; முன்னேற்பாடு; அடிப்படை வேலை

group[1] /ɡruːp/ *noun* [C] **1** [*with sing. or pl. verb*] a number of people or things that are together in the same place or that are connected in some way ஒரே இடத்தில் ஒருசேர இருக்கும் அல்லது ஏதாவதொரு வகையில் தொடர்புற்று இருக்கும் பலர் அல்லது பல பொருள்கள்; கூட்டம்; தொகுதி; குழு; அணி *He is in the 40-50* ***age group***. • *What* ***blood group*** *are you?*

> **NOTE** ஒருமை அல்லது பன்மை வினையுடன் சேர்த்து, **group** என்ற சொல்லை அதன் ஒருமை வடிவில் பயன்படுத்தலாம். ஒன்றாக இணைந்திருக்கிற தனித்தனி ஆட்களாக ஒரு குழுவின் உறுப்பினர்களைக் கருதும்பொழுது பன்மை வினை பெருவழக்காகப் பயன்படுத்தப்படுகிறது.

2 (used in business) a number of companies that are owned by the same person or organization ஒருவருக்கே அல்லது ஓர் அமைப்புக்கே சொந்தமான நிறுவனங்களின் தொகுதி; குழுமம்; குழு **3** (*old-fashioned*) a number of people who play music together ஒருங்கிணைந்து ஒருசேர வாசிக்கும் இசைக் கலைஞர்கள் குழு *a pop group* ⇨ **band** பார்க்க.

group² /gru:p/ *verb* [I, T] **group (sb/sth) (around/round sb/sth); group (sb/sth) (together)** to put sb/sth or to form into one or more groups ஆட்களை அல்லது பொருள்களை ஒன்று அல்லது ஒன்றுக்கு மேற்பட்ட குழுக்களாக/தொகுதிகளாகச் சேர் *Group these words according to their meaning.*

grouping /ˈgru:pɪŋ/ *noun* **1** [C] a number of people or organizations that have the same interests, aims or characteristics and are often part of a larger group பெரும்பாலும் பெரிய குழு ஒன்றின் அங்கங்களாக அமையும் ஒத்த விருப்பார்வங்கள், நோக்கங்கள் அல்லது பண்புகளைக் கொண்ட பலர் அல்லது பல அமைப்புகள்; இணை குழுவினர்; உட்குழு *These small nations constitute an important grouping within the SAARC nations.* **2** [U] the act of forming sth into a group குழுவாகச் சேர்த்தல்; அணி அமைத்தல்

grouse /graʊs/ *noun* [C] **1** (*pl.* **grouse**) a fat brown bird with feathers on its legs that is shot for sport in some countries பொழுதுபோக்குக்காக சில நாடுகளில் வேட்டையாடப்படும், கால்களில் இறகுகளையுடைய பருத்த பழுப்பு நிறப் பறவை; சதுப்பு நிலக் கோழி வகை **2** (*informal*) a complaint மனக்குறை

grove /grəʊv/ *noun* [C] a small group of trees, especially of one particular type குறிப்பாகக் குறிப்பிட்ட வகையைச் சார்ந்த மரங்களின் சிறு தொகுதி; தோப்பு *an olive grove*

grovel /ˈgrɒvl/ *verb* [I] (**grovelling; grovelled** *AmE* **groveling; groveled**) **1 grovel (to sb) (for sth)** to try too hard to please sb who is more important than you or who can give you sth that you want தன்னை விட உயர் மதிப்பு நிலையில் உள்ள அல்லது தனக்கு உதவி செய்யக்கூடிய ஒருவரை மகிழ்விக்க வரம்பு மீறி முயல்; அடிவருடு *to grovel for forgiveness* **2 grovel (around/about) (for sth)** to move around on your hands and knees (usually when you are looking for sth) (வழக்கமாக ஒன்றைத் தேடும்போது) கைகளையும் முழங்கால்களையும் தரையில் ஊன்றிக்கொண்டு செல்; ஊர்ந்து செல் ▶ **grovelling** *adj.*

grow /grəʊ/ *verb* (*pt* **grew** /gru:/; *pp* **grown** /grəʊn/) **1** [I] **grow (in sth)** to increase in size or number; to develop into an adult form உருவளவில் அல்லது எண்ணிக்கையில் பெரிதாகு; பெருக்கமுறு; முதிர்ச்சியுறு; வளர் *a growing child • She's growing in confidence all the time.* **2** [I, T] (used about plants) to exist and develop in a particular place; to make plants grow by giving them water, etc. (தாவரங்கள் வகையில்) குறிப்பிட்ட இடத்தில் நிலையூன்றி வளர்ச்சியுறு; நீர், முதலியன விட்டுத் தாவரங்களை வளரச்செய்; விளைவி *Palm trees don't grow in cold climates. • We grow vegetables in our garden.* **3** [T] to allow your hair or nails to grow முடியை அல்லது நகங்களை வளர், வளரவிடு *Lata's growing her hair long • to grow a beard/moustache* **4** (*linking verb*) to gradually change from one state to another; to become படிப்படியாக ஒரு நிலையிலிருந்து மற்றொரு நிலைக்குச் செல்; நிலை மாற்றம் அடை; ஆகு *It began to grow dark. • to grow older/wiser/taller/bigger* **NOTE** **Get** என்ற வினை **grow**-ஐ விட முறைசார்பு குறைந்ததாகும்.

PHR V **grow into sth 1** to gradually develop into a particular type of person படிப்படியாகக் குறிப்பிட்ட வகைமாதிரி ஆளாக வளர்ச்சியுறு; குறிப்பிட்ட பண்பை/அமைப்புருவைப் பெறு *She has grown into a very attractive young woman.* **2** to become big enough to fit into clothes, etc. ஆடைகள் முதலியவற்றுக்குப் பொருந்துமாறு பெரிதாகு; பெருக்கமடை *The coat is too big for him, but he will soon grow into it.*

grow on sb to become more pleasing மேலும் மகிழ்வூட்டுவதாகு; இனியதாகு *I didn't like ginger at first, but it's a taste that grows on you.*

grow out of sth to become too big or too old for sth ஒன்றற்குப் பொருந்தாத அளவுக்குப் பெரிதாகு அல்லது முதிர்வடை; அளவுக்கு மேல் பெருக்கமடை *She's grown out of that dress I made her last year.*

grow (sth) out (used about hairstyles, etc.) to disappear gradually as your hair grows; to allow your hair to grow in order to change the style (முடி ஒப்பனைப்பாணி முதலியவற்றைக் குறிப்பிடும்போது) முடி வளரவளரப் படிப்படியாக மறைந்து போ; முடி ஒப்பனைப் பாணியை மாற்றும்பொருட்டு முடியை வளரவிடு

grow up 1 to develop into an adult; to mature முழு வளர்ச்சியடை; முதிர்ச்சியுறு; வயதுக்கு வா *What do you want to be when you grow up? • She grew up in Spain.* **2** (used about a feeling, etc.) to develop or become strong (உணர்ச்சி, முதலியவை வகையில்) முதிர்ச்சியுறு; பக்குவ நிலையடை; உறுதிப்படு *A close friendship has grown up between them.*

growing /ˈgrəʊɪŋ/ *adj.* increasing பெருக்கமுறுகிற; எண்ணிக்கையில் வளர்கிற *A growing number of people are becoming vegetarian these days.*

growl /graʊl/ *verb* [I] **growl (at sb/sth)** (used about dogs and other animals) to make a low noise in the throat to show anger or to give a warning (நாய்கள் மற்றும் பிற விலங்குகள் வகையில்) சினத்தைக் காட்ட அல்லது எச்சரிக்கை செய்யத் தொண்டையில் தாழ்ந்த ஒலி எழுப்பு; உறுமு ▶ **growl** *noun* [C]

grown /grəʊn/ *adj.* physically an adult உடலால் முழு வளர்ச்சியடைந்த; முதிர்வுற்ற; பருவமுற்ற *a fully grown elephant*

grown-up¹ *adj.* physically or mentally adult உடலால் அல்லது மனத்தால் முழு வளர்ச்சியடைந்த; உடல் அல்லது மனம் முதிர்வுற்ற *She's very grown-up for her age.* ✪ SYN **mature**

grown-up² *noun* [C] an adult person முழு வளர்ச்சியடைந்தவர்; வயதுவந்தவர்

growth /grəʊθ/ *noun* **1** [U] the process of growing and developing வளர்தலும் முதிர்ச்சியடைதலும்; வளர்ச்சி; முன்னேற்றம் *A good diet is very important for children's growth.* **2** [U, *sing.*] an increase (in sth) (ஒன்றன்) மிகுதி; பெருக்கம் *population growth* **3** [C] a lump caused by a disease that grows in a person's or an animal's body மனித அல்லது விலங்கு உடலில் ஒரு நோய் காரணமாகத் தோன்றி வளரும் கட்டி; புடைப்பு; வீக்கம் *a cancerous growth* **4** [U] something that has grown வளர்ச்சியுற்ற ஒன்று; வளர்ந்தது *several days' growth of beard*

groyne (*AmE* **groin**) /grɔɪn/ *noun* [C] a low wall built out into the sea to prevent it from washing away sand and stones from the beach கடற்கரையிலிருந்து மணலையும் கற்களையும் அடித்துச் செல்லாதவாறு கடலில் உள்தள்ளிக் கட்டப்படும் தாழ்வான சுவர்; கடலரிப்புத் தடுப்பு அரண்

grub /grʌb/ *noun* **1** [C] the first form that an insect takes when it comes out of the egg. Grubs are short, fat and white முட்டையிலிருந்து வெளிவரும் பூச்சி அடையும் குட்டையான, தடித்த, வெண்மை நிற முதல்நிலை வடிவம்; பூச்சிகளின் முட்டைப்புழு **2** [U] (*informal*) food உணவு; சாப்பாடு

grubby /ˈgrʌbi/ *adj.* (**grubbier; grubbiest**) (*informal*) dirty after being used and not washed பயன்பாட்டுக்குப் பின் கழுவப்படாது அழுக்கேறியுள்ள

grudge¹ /grʌdʒ/ *noun* [C] **a grudge (against sb)** unfriendly feelings towards sb, because you are angry about what has happened in the past கடந்த காலத்தில் நிகழ்ந்த ஒன்று பற்றிய வெறுப்புணர்ச்சி காரணமாக ஒருவர்மீது காட்டும் பகையுணர்ச்சி; காழ்ப்பு; வன்மம் *to **bear a grudge** against sb*

grudge² /grʌdʒ/ *verb* [T] **grudge sb sth; grudge doing sth** to be unhappy that sb has sth or that you have to do sth ஒருவர் பெற்றுள்ள ஒன்றிற்காக அல்லது தான் ஒன்றைச் செய்யவேண்டியிருப்பதற்காக மனவெறுப்புக் காட்டு; மனக்குறை கொள்; வருத்தப்படு *I don't grudge him his success—he deserves it.* • *I grudge having to pay so much tax.* ➪ **begrudge** பார்க்க.

grudging /ˈgrʌdʒɪŋ/ *adj.* given or done although you do not want to விருப்பமின்றி/மனம் ஒப்பாது கொடுக்கப்படுகிற அல்லது செய்யப்படுகிற *grudging thanks* ▶ **grudgingly** *adv.*

gruel /ˈgru:əl/ *noun* [U] a simple dish made by boiling cereals like oats in milk or water, eaten, especially in the past, by poor people குறிப்பாக, கடந்த காலத்தில் ஏழைகள் உணவாகக் கொண்ட, புல்லரிசித் தினையைப் பாலில் அல்லது நீரில் இட்டுக் கொதிக்கவைத்துத் தயாரிக்கப்பட்ட எளிய உணவு வகை; நீராளக் கஞ்சி; பாற்கஞ்சி

gruelling (*AmE* **grueling**) /ˈgru:əlɪŋ/ *adj.* very tiring and long கால நீட்சியுடையதும் பெரிதும் களைப்பூட்டுவதுமான; நீடு நிகழ்ந்து மிகவும் சோர்வடையவைக்கிற *a gruelling nine-hour march*

gruesome /ˈgru:səm/ *adj.* (used about sth concerned with death or injury) very unpleasant or shocking (இறப்பு அல்லது காயம் தொடர்பான ஒன்றைப் பற்றிக் கூறுகையில்) மிகு வெறுப்பு அல்லது அதிர்ச்சி தரக்கூடிய; கோரமான; அச்சம் தரத்தக்க ➪ **grisly** பார்க்க.

gruff /grʌf/ *adj.* (used about a person or a voice) rough and unfriendly (ஒரு நபர் அல்லது குரல் பற்றிக் குறிப்பிடுகையில்) இன்னயமும் நட்பிணக்கமும் அற்ற; கரகரப்பான; முரட்டுத்தனமான ▶ **gruffly** *adv.*

grumble /ˈgrʌmbl/ *verb* [I] to complain in a bad-tempered way; to keep saying that you do not like sth எரிச்சலுடன்/சின உணர்வுடன் குற்றங்கூறு, குறைபட்டுக்கொள்; ஒன்றைத் தான் விரும்பாமையைத் தொடர்ந்து கூறிக்கொண்டிரு; முணுமுணு *The students were always grumbling about the standard of the food.*

> **NOTE** எதிர்பார்க்கும் அளவுக்கு ஒன்று நலமானதாக இல்லாதபோது நாம் குறைபட்டுக்கொள்கிறோம் (**grumble** அல்லது **moan**). இக்குறைபாடு தொடர்பாக உறுதியான அல்லது ஆக்க முறையிலான நடவடிக்கையை விரும்பும்போது, அதிகாரத்தில் உள்ள ஒருவரிடம் முறையிடுகிறோம் (**complain**).

▶ **grumble** *noun* [C]

grumpy /ˈgrʌmpi/ *adj.* (*informal*) bad-tempered எரிச்சல்படும் இயல்புள்ள; கடுகடுப்பான; சகிப்புத் தன்மையற்ற ▶ **grumpily** *adv.*

grunt /grʌnt/ *verb* [I, T] to make a short low sound in the throat. People grunt when they do not like sth or are not interested and do not want to talk (ஒன்றை விரும்பாத நிலையில் அல்லது ஒன்றில் ஆர்வமின்றிப் பேச விரும்பாதபோது) தொண்டையில் தாழ்குரல் குற்றோசை எழுப்பு; முக்கு *I tried to find out her opinion but she just grunted when I asked her.* ▶ **grunt** *noun* [C]

guano /ˈgwɑːnəʊ/ *noun* [U] the waste substance passed from the bodies of seabirds, that is used by farmers to make plants grow well பயிர்களுக்கு உரமாகப் பயன்படுத்தப்படும் கடற்பறவைகளின் எச்சம்

guarantee[1] /ˌgærənˈtiː/ *noun* [C, U] **1** a firm promise that sth will be done or that sth will happen ஒன்று செய்யப்படும் அல்லது ஒன்று நிகழும் என்ற உறுதிமொழி; உத்தரவாதம் *The refugees are demanding guarantees about their safety before they return home.* **2** a written promise by a company that it will repair or replace a product if it breaks in a certain period of time குறிப்பிட்ட காலத்திற்குள் ஒரு விளைபொருள் பழுதடையுமானால் அதனைச் சீர்படுத்தித் தருவதாக அல்லது மாற்றீடு செய்வதாக அதன் தயாரிப்பு நிறுவனம் தரும் எழுத்து வடிவ உறுதிமொழி/உத்தரவாதம் *The watch comes with a year's guarantee.* • *Is the computer still* ***under guarantee****?* ⇨ **warranty** பார்க்க. **3** something that makes sth else certain to happen வேறொன்றின் நிகழ்வை உறுதிப்படுத்தும் ஒன்று; சான்றுறுதியாக, ஈடாக அல்லது பிணையப்பொருளாக அமைவது *Without a reservation there's no guarantee that you'll get a seat on the train.*

guarantee[2] /ˌgærənˈtiː/ *verb* [T] **1** to promise that sth will be done or will happen ஒன்று செய்யப்படும் அல்லது ஒன்று நிகழும் என்று உறுதியளி; உத்தரவாதம் கொடு *They have guaranteed delivery within one week.* **2** to give a written promise to repair or replace a product if anything is wrong with it ஒரு விளைபொருள் பழுதுபடுமானால் அதனைச் சீர்படுத்தித் தருவதாக அல்லது மாற்றீடு செய்வதாக எழுத்து வடிவில் உறுதியளி/உத்தரவாதம் கொடு. *This washing machine is guaranteed for three years.* **3** to make sth certain to happen ஒன்று உறுதியாக நிகழ்வதற்கான வழிசெய் *Tonight's win guarantees the team a place in the final.*

guarantor /ˌgærənˈtɔː(r)/ *noun* [C] **1** (*formal*) a person who agrees to be responsible for making sure that sth happens or is done ஒன்று நிகழ்வதை அல்லது செய்யப்படுவதை உறுதிசெய்ய இசைபவர்; உத்தரவாதம் அளிப்பவர்; உத்தரவாதி; பொறுப்புறுதி அளிப்பவர் *The United Nations will act as guarantor of the peace settlement.* **2** (*legal*) a person who formally agrees to pay a debt if you cannot ஒருவர் பெற்ற கடனைத் தீர்க்க முடியாத நிலையில் அத்தொகையைத் தான் கொடுப்பதாக முறைப்படி ஒப்புக்கொள்பவர் *You must have a guarantor in order to take a loan.*

guard[1] /gɑːd/ *noun* **1** [C] a person who protects a place or people, or who stops prisoners from escaping ஓரிடத்திற்கு அல்லது ஆட்களுக்குக் காவலாக இருப்பவர் அல்லது சிறைக் கைதிகள் தப்பிச்செல்லாமல் பார்த்துக்கொள்பவர்; காவலாள்; மெய்க்காவலர்; வாயிற்காவலர்; சிறைக் காவலர் *a security guard* ⇨ **warder** மற்றும் **bodyguard** பார்க்க. **2** [U] the state of being ready to prevent attack or danger தாக்குதலைத் தடுப்பதற்கான அல்லது இடர்காப்புக்கான ஆயத்த நிலை; தற்காப்பு நிலை; எச்சரிக்கை நிலை; விழிப்பு நிலை *Soldiers* ***keep guard*** *at the gate.* • *a guard dog* **3** [*sing., with sing. or pl. verb*] a group of soldiers, police officers, etc. who protect sb/sth ஒருவருக்கு/ஒன்றுக்குப் பாதுகாப்புப் பணி செய்யும் படைவீரர்கள், காவல் துறையினர் முதலியவர்களின் குழு; மெய்க்காவல் வீரர் குழு; காவற்படை *The president always travels with an armed guard.* **4** [C] (*often in compounds*) something that covers sth dangerous or protects sth இடரார்ந்த/ஆபத்தான ஒன்றை இடைநின்று தடுப்பது அல்லது ஆபத்தான ஒன்றற்கு இடைமறைப்பாயிருப்பது அல்லது ஒன்றற்குக் காப்பாக அமைவது; காப்புப்பொருள் *a fireguard* • *a mudguard* **5** (*AmE* **conductor**) [C] a person who is in charge of a train but does not drive it தொடர்வண்டியின் ஓட்டுநர் அல்லாத பொறுப்பாள்; இருப்பூர்திக் காப்பாளர் **6** [U] a position that you take to defend yourself, especially in sports such as boxing குறிப்பாகக் குத்துச்சண்டை போன்ற விளையாட்டுகளில் ஒருவர் மேற்கொள்ளும் தற்காப்பு நிலை

IDM **off/on (your) guard** not ready/ready for an attack, a surprise, mistake, etc. தாக்குதல், எதிர்பாராத நிகழ்வு, தவறுதல் முதலிய சூழ்நிலைகளில் முன்னெச்சரிக்கையின்றி/முன்னெச்சரிக்கையுடன்; ஆயத்த நிலையில் இல்லாது/ஆயத்தமாக; விழிப்பாக அல்லாது/விழிப்புடன் *The question caught me off (my) guard and I didn't know what to say.*

guard[2] /gɑːd/ *verb* [T] **1** to keep sb/sth safe from other people; protect பிறரிடமிருந்து ஒருவருக்கு/ஒன்றுக்குக் காப்பளி; பாதுகாப்பு வழங்கு; காவல் செய் *The building was guarded by men with dogs.* • (*figurative*) *a closely guarded secret* **2** to be ready to stop prisoners from escaping சிறைக் கைதிகள் தப்பிச் செல்வதைத் தடுக்க ஆயத்த நிலையில்/விழிப்புடன் இரு

PHR V **guard against sth** to try to prevent sth or stop sth happening ஒன்றைத் தடு அல்லது ஒன்று நிகழாமல் தடைசெய்ய முயல்

guarded /ˈgɑːdɪd/ *adj.* (used about an answer, statement, etc.) careful; not giving much information or showing what you feel (ஒரு மறுமொழி, ஓர் அறிக்கை முதலியவற்றைப் பற்றிக் குறிப்பிடும்போது) கவனமான; எச்சரிக்கையான;

மிகைப்படியான தகவலைத் தந்துவிடாத அல்லது தனது உணர்ச்சியை வெளிக்காட்டாத ✪ OPP **unguarded** ▶ **guardedly** *adv.*

guardian /ˈgɑːdiən/ *noun* [C] **1** a person or institution that guards or protects sth ஒன்றுக்குக் காவலாக அல்லது பாதுகாப்பாக உள்ள ஆள் அல்லது நிறுவன அமைப்பு; பாதுகாப்பாளர்; காவல்துணை *The police are the guardians of law and order.* **2** a person who is legally responsible for the care of another person, especially of a child whose parents are dead வேறொருவரை, குறிப்பாகப் பெற்றோரை இழந்துவிட்ட ஒரு குழந்தையைச் சட்டப்படிக் காத்துப் பேணும் பொறுப்புள்ளவர்; பாதுகாவலர்

guava /ˈgwɑːvə/ *noun* [C] the fruit of a tree that grows in tropical countries, with yellow skin and a pink inside வெப்ப மண்டல நாடுகளில் வளரும் ஒரு வகை மரத்தின் மஞ்சள் நிற மேல் தோலும் இளஞ்சிவப்பு நிற உட்பகுதியும் கொண்ட கனி; கொய்யாப்பழம்

guerrilla (*also* **guerilla**) /gəˈrɪlə/ *noun* [C] a member of a small military group who are not part of an official army and who make surprise attacks on the enemy பணிமுறை இராணுவத்தைச் சாராததும் பகைவர் மீது திடீர்த் தாக்குதல்கள் நடத்துவதுமான சிறு படை ஒன்றின் உறுப்பினர்; கெரில்லா

guess[1] /ges/ *verb* **1** [I, T] **guess (at sth)** to try to give an answer or make a judgement about sth without being sure of all the facts தொடர்புடைய அனைத்துத் தகவல்களின் உண்மைத் தன்மையை உறுதி செய்துகொள்ளாமல் ஒன்றற்கு விடை கூறு அல்லது ஒன்றைப் பற்றிய முடிவுக்கு வா; ஊகி *I'd guess that he's about 45.* • *If you're not sure of an answer, guess.* **2** [I, T] to give the correct answer when you are not sure about it; to guess correctly உறுதியாகத் தெரியாத நிலையில் ஒன்றிற்குச் சரியான விடை கூறு; சரியாக ஊகி *You'll never guess what Ashok just told me!* **3** [T] (*AmE informal*) to imagine that sth is probably true or likely ஒன்று பெரும்பாலும் உண்மையாக இருக்கும் அல்லது உண்மையாக இருக்க வாய்ப்புள்ளது எனப் பாவித்துக்கொள் அல்லது உள்ளூர எண்ணு *I guess you're tired after your long journey.* ✪ SYN **suppose** **4** [T] used to show that you are going to say sth surprising or exciting வியப்பூட்டக்கூடிய அல்லது மனக்கிளர்ச்சி உண்டாக்கக்கூடிய ஒன்றைத் தான் சொல்ல இருப்பதைக் குறிப்பிடப் பயன்படுத்தப்படும் சொல் *Guess what! I'm getting married!*

guess[2] /ges/ *noun* [C] an effort you make to imagine a possible answer or give an opinion when you cannot be sure if you are right தான் கூறுவது சரியானது என உறுதிப்படுத்திக்கொள்ள முடியாத நிலையில் சரியாக இருக்க வாய்ப்புள்ள ஒரு விடையைக் கருதிப் பார்க்க அல்லது ஒரு கருத்தைக் கூற செய்யப்படும் முயற்சி; ஊகம் *If you don't know the answer, then **have a guess**!* • *I don't know how far it is, but **at a guess** I'd say about 50 kilometres.*

IDM **anybody's/anyone's guess** something that nobody can be certain about எவரும் உறுதியாக அறிந்திராத ஒன்று; ஐயப்பாட்டுக்கு இடமின்றி ஏற்கப்படாதது *What's going to happen next is anybody's guess.*

your guess is as good as mine I do not know எனக்குத் தெரியாது *'Where's Renu?' 'Your guess is as good as mine.'*

guesswork /ˈgeswɜːk/ *noun* [U] an act of guessing ஊகித்தல்; ஊகம் *I arrived at the answer **by pure guesswork**.*

guest /gest/ *noun* [C] **1** a person who is invited to a place or to a special event ஓரிடத்திற்கு அல்லது ஒரு சிறப்பு நிகழ்ச்சிக்கு அழைக்கப்படுபவர்; விருந்தினர் *wedding guests* • *Who is the guest speaker at the conference?* **2** a person who is staying at a hotel, etc. தங்கல் விடுதி முதலியவற்றில் தங்கியிருப்பவர்; தங்கல் மனை விருந்தினர் *This hotel has accommodation for 500 guests.*

IDM **be my guest** (*informal*) used to give sb permission to do sth that he/she has asked to do ஒருவர் கோரும் ஒன்றைச் செய்ய அனுமதித்தலைக் கூறப் பயன்படுத்தப்படும் தொடர் *'Do you mind if I use your telephone?' 'Be my guest!'*

guest house *noun* [C] a small hotel, sometimes in a private house சிறு தங்கல் விடுதி; விருந்தினர் இல்லம்; தனியார் தங்கல்மனை

guidance /ˈgaɪdns/ *noun* [U] **guidance (on sth)** help or advice உதவி; துணை; ஆலோசனை *The centre offers guidance for unemployed people on how to find work.*

guide[1] /gaɪd/ *noun* [C] **1** a book, magazine, etc. that gives information or help on a subject ஒரு துறை அல்லது பொருள் பற்றித் தகவல் அளிக்கும் அல்லது புரிந்துகொள்வதற்குத் துணைசெய்யும் நூல், பருவ இதழ் முதலியன; துணைநூல்; கையேடு; வழிகாட்டு நூல் *Your Guide to Using the Internet* **2** (*also* **guidebook**) a book that gives information about a place for travellers and tourists பயணிகளுக்கும் சுற்றுலா செல்வோருக்கும் ஓரிடத்தைப் பற்றித் தகவல் அளிக்கும் நூல்; பயண/சுற்றுலா வழிகாட்டி ஏடு **3** a person who shows tourists or travellers where to go சுற்றுலா செல்வோர் அல்லது பயணிகளுக்கு உடன்சென்று வழிகாட்டுபவர்; சுற்றுலா/பயண வழிகாட்டி *She works as a **tour guide** in Mamallapuram.* **4** something that helps you to judge or plan sth ஒன்றை மதிப்பீடு செய்ய அல்லது திட்டமிடத் துணைசெய்வது ***As a rough guide**, use twice as much water as rice.* **5 Guide** a member of an organization (**the Guides**) that teaches girls practical skills and organizes activities such as camping பெண் சாரணர்களுக்குச் செயல்முறைப் பயிற்சி அளிப்பதும், முகாமிடல் போன்ற செயல்பாடுகளுக்கு ஏற்பாடு செய்வதுமாகிய அமைப்பின்/இயக்கத்தின் உறுப்பினர் **NOTE** ஆண் சாரணர் இயக்கம் **the Scouts** எனப்படும்.

guide² /gaɪd/ *verb* [T] **1** to help a person or a group of people to find the way to a place; to show sb a place that you know well ஓரிடத்திற்குச் செல்ல ஒரு நபருக்கு அல்லது குழுவினருக்கு வழிகாட்டு; தனக்குப் பழக்கமான ஓரிடத்தை ஒருவருக்குக் காட்டு *He guided us through the busy streets to our hotel.* ⇨ **lead** பதிவிலுள்ள குறிப்பைப் பார்க்க. **2** to have an influence on sb/sth ஒருவர்/ஒன்றின் மீது செல்வாக்குச் செலுத்து; செயல்விளைவு உண்டுபண்ணு; வழிப்படுத்து *I was guided by your advice.* **3** to help sb deal with sth difficult or complicated கடினமான அல்லது சிக்கலான ஒன்றைக் கையாள ஒருவருக்குத் துணைசெய் *The manual will guide you through every step of the procedure.* **4** to carefully move sb/sth or to help sb/sth to move in a particular direction குறிப்பிட்ட திசையில் ஒருவரை/ஒன்றை எச்சரிக்கையுடன் இடம்பெயர்த்து, அல்லது நகர்த்து; அவ்வாறு ஒருவர்/ஒன்று நகர்வதற்குத் துணைசெய் *A crane lifted the piano and two men carefully guided it through the window.*

guided /ˈgaɪdɪd/ *adj.* led by a guide ஒரு வழிகாட்டியால் அழைத்துச்செல்லப்படுகிற *a guided tour/walk*

guideline /ˈgaɪdlaɪn/ *noun* [C] **1** (*usually pl.*) official advice or rules on how to do sth ஒன்றைச் செய்வதற்கான பணிமுறை சார்ந்த அறிவுரை/ஆலோசனை அல்லது விதிமுறைகள் **2** something that can be used to help you make a decision or form an opinion குறிப்பிட்ட முடிவெடுப்பதற்கு அல்லது கருத்துருவாக்கத்திற்கு உதவக்கூடியதாகப் பயன்படுத்தப்படும் ஒன்று; வழிகாட்டு குறிப்பு *These figures are a useful guideline when buying a house.*

guild /gɪld/ *noun* [C, *with sing. or pl. verb*] **1** an organization of people who do the same job or who have the same interests or aims ஒரே வகையான தொழிலைச் செய்பவர்கள் அல்லது ஒத்த ஈடுபாடுகள் அல்லது நோக்கங்களைக் கொண்டவர்கள் அடங்கிய ஓர் அமைப்பு; பொதுநோக்கக் கழகம் *the Screen Actors' Guild* **2** an association of skilled workers in the Middle Ages இடைக்காலங்களில் செயல்பட்ட பயிற்சி பெற்ற தொழிலாளர்களின் சங்கம்

guile /gaɪl/ *noun* [U] (*formal*) the ability to be clever but by using dishonest means சூழ்ச்சித்திறன்

guillotine /ˈgɪlətiːn/ *noun* [C] **1** a machine used for cutting paper தாள் வெட்டுவதற்கான இயந்திரக் கருவி **2** a machine that was used in France in the past for cutting people's heads off மனிதர்களின் தலைகளைத் துண்டிப்பதற்காகக் கடந்த காலத்தில் பிரான்சில் பயன்படுத்தப்பட்ட இயந்திரம்; தலைவெட்டு பொறி ▶ **guillotine** *verb* [T]

guilt /gɪlt/ *noun* [U] **1 guilt (about/at sth)** the bad feeling that you have when you know that you have done sth wrong தான் தவறுசெய்துள்ளதை அறியும்பொழுது ஏற்படும் குற்றவுணர்வு அல்லது இழிவுணர்வு *He sometimes had a sense of guilt about not spending more time with his children.* **2** the fact of having broken a law சட்டத்தை மீறியுள்ளமை; குற்றம் புரிந்திருத்தல் *We took his refusal to answer questions as an admission of guilt.* ✪ **OPP innocence** **3** the responsibility for doing sth wrong or for sth bad that has happened; the blame for sth தவறான ஒன்றைச் செய்ததற்கான அல்லது மோசமான ஒன்று நிகழ்ந்ததற்கான பொறுப்பு; குற்றப் பொறுப்பு; குற்றப்பழி *It's difficult to say whether the guilt lies with the parents or the children.*

guilty /ˈgɪlti/ *adj.* **1 guilty (of sth)** having broken a law; being responsible for doing sth wrong ஒரு சட்டத்தை மீறியிருக்கிற; ஒரு தவற்றுக்குப் பொறுப்பாளியான; ஒரு குற்றம் செய்திருக்கிற *she **pleaded guilty/not guilty** to the crime.* • *to be guilty of murder* ✪ **OPP innocent** **2 guilty (about sth)** having an unpleasant feeling because you have done sth bad இன்னாத ஒன்றைச் செய்துவிட்டதால் வெறுப்புணர்ச்சி கொண்டுள்ள; மனம் உறுத்துகிற *I feel really **guilty** about lying to Sampath.* • *It's hard to sleep with **a guilty conscience**.* ▶ **guiltily** *adv.*

guinea pig /ˈgɪni pɪg/ *noun* [C] **1** a small animal with no tail that is often kept as a pet பெரும்பாலும் செல்லப்பிராணியாக வளர்க்கப்படும் வாலில்லாத சிறு விலங்கு வகை **2** a person who is used in an experiment ஒரு சோதனையில் பயன்படுத்தப்படும் ஆள் *I volunteered to act as a guinea pig in their research.*

guise /gaɪz/ *noun* [C] a way in which sb/sth appears, which is often different from usual or hides the truth வழக்கமானதிலிருந்து வேறுபட்டு அல்லது உண்மை நிலையை மறைத்து ஒருவர்/ஒன்று காணப்படும் முறை;

புறத்தோற்றம்; வேடம் *His speech presented racist ideas **under the guise of** nationalism.*

guitar /gɪˈtɑː(r)/ *noun* [C] a type of musical instrument with strings that you play with your fingers or with a piece of plastic (**a plectrum**) விரல்களால் அல்லது ஒரு பிளாஸ்டிக் பொருளால் (இறகடிக்கோலால்) மீட்டி வாசிப்பதற்கான நரம்புகளையுடைய இசைக்கருவி வகை; கிதார் ➪ **piano** பதிவிலுள்ள குறிப்பைப் பார்க்க; மேலும் **music** பதிவில் படம் பார்க்க.

guitarist /gɪˈtɑːrɪst/ *noun* [C] a person who plays the guitar கிதார் வாசிப்பவர்

gulab jamun *noun* [C] an Indian sweet that consists of deep fried balls of **dough** and milk soaked in rose-flavoured sugar syrup திரட்டுப்பால் உருண்டைகளை எண்ணெய்யில் பொரித்த பின் ரோஜா மலர் வாசனையூட்டப்பட்ட சர்க்கரைப் பாகில் முக்கிச் செய்யும் இந்திய இனிப்புப் பண்டம்

gulf /gʌlf/ *noun* **1** [C] a part of the sea that is almost surrounded by land மிகப் பெரும்பான்மையாக நிலத்தால் சூழப்பட்ட கடற் பகுதி; வளைகுடா *the Gulf of Mexico* **2 the Gulf** [*sing.*] (*informal*) a way of referring to the Persian Gulf பாரசீக வளைகுடாவைக் குறிப்பிடும் முறை **3** [C] an important or a serious difference between people in the way they live, think or feel வாழ்க்கை முறை, எண்ணப்போக்கு அல்லது உணர்வுநிலையில் மனிதர்களுக்கிடையே காணப்படும் முக்கியமான அல்லது கடுமையான வேறுபாடு; பெரும் இடைவெளி *the gulf between the rich and the poor*

the Gulf Stream *noun* [*sing.*] a warm current of water flowing across the Atlantic Ocean from the Gulf of Mexico towards Europe மெக்சிகோ வளைகுடாவிலிருந்து அட்லாண்டிக் பெருங்கடலின் ஊடாக ஐரோப்பாவை நோக்கிப் பாயும் வெப்பக் கடல் நீரோட்டம் ➪ **current** பதிவில் படம் பார்க்க.

gull /gʌl/ (*also* **seagull**) *noun* [C] a white or grey seabird that makes a loud noise உரத்த ஒலி எழுப்பும் வெண்மை அல்லது சாம்பல் நிறக் கடற்பறவை ➪ **seabird** பதிவில் படம் பார்க்க.

gullet /ˈgʌlɪt/ *noun* [C] the tube through which food passes from your mouth to your stomach வாயிலிருந்து இரைப்பைக்கு உணவு செல்லும் குழல்; உணவுக் குழல் ✪ SYN **oesophagus** என்ற சொல் **gullet**-ஐ விட முறைசார்பு மிக்கதாகும். ➪ **body** பதிவில் படம் பார்க்க.

gullible /ˈgʌləbl/ *adj.* (used about a person) believing and trusting people too easily, and therefore easily tricked (ஒரு நபரைப் பற்றிக் குறிப்பிடும்போது) மற்றவர்களை மிக எளிதில் நம்பி அதனால் எளிதில் ஏமாற்றப்படுகிற

gully /ˈgʌli/ *noun* [C] (*pl.* **gullies**) a small, narrow passage or valley, usually formed by a stream or by rain வழக்கமாக ஒரு நீரோடையால் அல்லது மழைப் பொழிவால் உருவாகும் சிறிய ஒடுக்கமான செல்வழி அல்லது பள்ளத்தாக்கு; நீர் அரித்தோடிய இடுக்கு வழி

gulmohar *noun* [C] an exotic deciduous tree bearing masses of reddish-orange flowers பெருந்திரளாக அடர் சிவப்பு-செம்மஞ்சள் நிறப் பூக்கள் பூக்கும் கவர்ச்சியான இலையுதிர் மர வகை; மயிற்கொன்றை வகை

gulp[1] /gʌlp/ *verb* **1** [I, T] **gulp sth (down); gulp (for) sth** to swallow large amounts of food, drink, etc. quickly உணவு, பருகுநீர்மம் முதலியவற்றைப் பேரளவில்/பெருங்கவளங்களாக விரைந்து விழுங்கு *He gulped down his breakfast and went out.* • *She finally came to the surface, desperately gulping (for) air.* **2** [I] to make a swallowing movement because you are afraid, surprised, etc. அச்சம், மலைப்பு, முதலியவை காரணமாக விழுங்குதல் போன்ற தாடை அசைவு காட்டு; தொண்டை அடைத்துக்கொள்வது போன்று காணப்படு

gulp[2] /gʌlp/ *noun* [C] **1** the action of breathing in or swallowing sth மூச்சு உள்ளிழுத்தல் அல்லது ஒன்றை விழுங்குதல் *I drank my coffee **in one gulp** and ran out of the door.* **2 a gulp (of sth)** the amount that you swallow when you gulp விழுங்கப்படும் உணவு முதலியவற்றின் அளவு; கவளம்

gum /gʌm/ *noun* **1** [C] either of the firm pink parts of your mouth that hold your teeth பற்கள் கெட்டியாக ஊன்றியுள்ள தசை; ஈறு ➪ **body** பதிவில் படம் பார்க்க. **2** [U] a substance that you use to stick things together (especially pieces of paper) பொருள்களை, குறிப்பாகத் தாள்களை, ஒன்றுசேர்த்து ஒட்டுவதற்குப் பயன்படுத்தப்படும் பொருள்; ஒட்டுப் பசை; பிசின்; கோந்து **3** = **chewing gum** ➪ **bubblegum** பார்க்க.

gun[1] /gʌn/ *noun* [C] **1** a weapon that is used for shooting சுடுவதற்குப் பயன்படுத்தப்படும் ஓர் ஆயுதம்; துப்பாக்கி *The robber held a gun to the bank manager's head.*

NOTE துப்பாக்கி என்ற சொல்லுடன் சேர்த்துப் பயன்படுத்தப்படும் வினைகள் **load** (மருந்து திணி), **unload** (வெடிக்கலச் செறிவகற்று), **point** (இலக்குக் குறிகொள்), **aim** (குறிபார்), **fire** (சுடு) ஆகியன. **machine gun** (இயந்திரத் துப்பாக்கி), **pistol** (கைத்துப்பாக்கி), **revolver** (சுழல் துப்பாக்கி), **rifle** (நீள்குழல் துப்பாக்கி), **shot gun** (வேட்டைத் துப்பாக்கி) ஆகியவை துப்பாக்கியின் பல்வேறு வகைகளாகும்.

2 a tool that uses pressure to send out a substance or an object அழுத்த விசையைப் பயன்படுத்திப் பொருளை வெளித்தள்ளும் கருவி வகை *a grease gun • a staple gun*

IDM **jump the gun** ⇨ **jump¹** பார்க்க.

gun² /gʌn/ *verb* [T] (**gunning; gunned**)

PHR V **gun sb down** (*informal*) to shoot and kill or seriously injure sb துப்பாக்கியால் சுட்டு ஒருவரைக் கொல் அல்லது கடுமையாகக் காயப்படுத்து

gunboat /ˈgʌnbəʊt/ *noun* [C] a small ship used in war that carries heavy guns சிறு பீரங்கிகளைத் தாங்கிச் செல்லும் சிறிய போர்க்கப்பல் வகை; சிறு பீரங்கி தாங்கிக் கப்பல்

gunfire /ˈgʌnfaɪə(r)/ *noun* [U] the repeated firing of guns தொடர்ந்த துப்பாக்கி வெடிப்பு *We could hear gunfire.*

gunman /ˈgʌnmən/ *noun* [C] (*pl.* **-men** /-mən/) a man who uses a gun to rob or kill people கொள்ளையடிக்க அல்லது கொலை செய்யத் துப்பாக்கியைப் பயன்படுத்துபவர்

gunnysack /ˈgʌnisæk/ *noun* [C] a big strong bag made of rough material, such as jute fibre and used for carrying or storing, things like grains, potatoes, sand, etc. சணல் நார் போன்ற மென்மையற்ற பொருளால் செய்யப்படுவதும் தானியம், உருளைக்கிழங்கு, மணல், முதலியவற்றை நிரப்பிவைக்க மற்றும் எடுத்துச்செல்லப் பயன்படுத்தப்படுவதுமான பெரிய உறுதியான பை; கோணி; சாக்குப்பை

gunpoint /ˈgʌnpɔɪnt/ *noun*

IDM **at gunpoint** threatening to shoot sb சுட்டுவிடுவதாக அச்சுறுத்தி; துப்பாக்கி முனையில் *He held the hostages at gunpoint.*

gunpowder /ˈgʌnpaʊdə(r)/ *noun* [U] an explosive powder that is used in guns, etc. துப்பாக்கிகள், முதலியவற்றில் பயன்படுத்தப்படும் வெடிமருந்து

gunshot /ˈgʌnʃɒt/ *noun* [C] the firing of a gun or the sound that it makes துப்பாக்கி வெடிப்பு அல்லது துப்பாக்கி வெடிப்போசை

gurdwara *noun* [C] a Sikh place of worship சீக்கியர் கோயில்

gurgle /ˈgɜːgl/ *verb* [I] **1** to make a sound like water flowing quickly through a narrow space ஒடுக்கமான பகுதியின் ஊடே நீர் விரைந்து ஓடுவதைப் போன்று ஒலி எழுப்பு; கலகல என ஒலி செய் *a gurgling stream* **2** if a baby gurgles, it makes a noise in its throat because it is happy மகிழ்ச்சியை வெளிப்படுத்தும் முறையில் குழந்தை தொண்டையில் கலகல என ஒலி செய் ▶ **gurgle** *noun* [C]

guru *noun* [C] **1** a spiritual leader or teacher in the Hindu religion (இந்து சமய வழக்கு) ஆன்மிகத் தலைவர் அல்லது ஆன்மிக ஆசிரியர் **2** somebody whose opinions you admire and respect, and whose ideas you follow போற்றுதலுக்கும் மரியாதைக்கும் பின்பற்றுதலுக்கும் உரிய கருத்துகளைக் கூறும் ஒருவர் *a management/fashion guru*

Guru Granth Sahib (*also* **the Granth Sahib**) *noun* [*sing.*] the sacred book of the Sikhs சீக்கியர்களின் திருமறை நூல்

gush /gʌʃ/ *verb* **1** [I] **gush (out of/from/into sth); gush out/in** (used about a liquid) to flow out suddenly and in great quantities (திரவங்கள் வகையில்) திடீரெனப் பெருமளவில் வெளியே பாய்ந்து செல்; பொங்கி வழி; பீறிட்டு ஒழுகு *Blood gushed from the wound. • I turned the tap on and water gushed out.* **2** [T] (used about a container/vehicle, etc.) to produce large amounts of a liquid (ஒரு கொள்கலம், ஓர் ஊர்தி, முதலியவற்றைப் பற்றிக் குறிப்பிடுகையில்) பேரளவில் ஒரு திரவத்தை வெளியேற்று; பீறிட்டு ஒழுகச் செய் *The broken pipe was gushing water all over the road.* **3** [I, T] to express pleasure or admiration too much so that it does not sound sincere உண்மையானதாகத் தோன்றாது போகும்படி மிகையளவாக மகிழ்ச்சியை அல்லது பாராட்டை வெளிப்படுத்து; தேனொழுகப் பேசு ▶ **gush** *noun* [C] *a sudden gush of water*

gust /gʌst/ *noun* [C] a sudden strong wind திடீரென வீசும் கடுமுனைப்பான காற்று; வன்காற்று; புயல்காற்று ▶ **gust** *verb* [I]

gusto /ˈgʌstəʊ/ *noun*

IDM **with gusto** with great enthusiasm பெரும் மன எழுச்சியுடன்; ஆர்வப் பெருக்குடன்; உற்சாகத்துடன்

gut¹ /gʌt/ *noun* **1** [C] the tube in your body that food passes through when it leaves your stomach இரைப்பையிலிருந்து வெளியேறும் உணவு செல்லும் குழாய்; குடல் நாளம் ⇨ **intestine** பார்க்க. **2 guts** [*pl.*] the organs in and around the stomach, especially of an animal (குறிப்பாக விலங்கின்) வயிற்றிலும் வயிற்றைச் சுற்றிலும் உள்ள உறுப்புகள்; (விலங்குடலின்) உள்ளீடான வயிற்றுப் பகுதி **3 guts** [*pl.*] (*informal*) courage and determination துணிவும் மன உறுதியும் *It takes guts to admit that you are wrong.* **4** [C] a person's fat stomach ஒருவருடைய பருத்த வயிறு *a beer gut*

IDM **work/sweat your guts out** to work extremely hard பெரிதும் வருந்தியுழை; வியர்வை சிந்திப் பாடுபடு

gut² /gʌt/ *verb* [T] (**gutting; gutted**) **1** to remove the organs from inside an animal, fish, etc. விலங்கு, மீன், முதலியவற்றின் உள்ளுறுப்புகளை அகற்று; உள்ளீடு எடு **2** to destroy the inside of a building ஒரு கட்டடத்தின் உட்பகுதியை அழி *The warehouse was gutted by fire.*

gut[3] /gʌt/ *adj.* (*only before a noun*) based on emotion or feeling rather than on reason பகுத்தறிவை விடப் பெரும்பாலும் உள்ளுணர்வை அல்லது உணர்ச்சியை அடிப்படையாகக் கொண்ட *a gut feeling/reaction*

gutter /ˈgʌtə(r)/ *noun* [C] **1** a long piece of metal or plastic with a curved bottom that is fixed to the edge of a roof to carry away the water when it rains மழை நீரை வெளியேற்றுவதற்காகக் கூரையின் விளிம்பில் பொருத்தப்படும் வளைந்த அடிப்பகுதியை உடைய நீளமான உலோக அல்லது பிளாஸ்டிக் அமைப்பு; மழை நீர் வழிந்தோடுவதற்கான, இறப்பிடையில் உள்ள திறந்த குழாய் **2** a lower part at the edge of a road along which the water flows away when it rains மழை நீர் வழிந்தோடுவதற்கான, சாலை விளிம்பில் உள்ள தாழ்வான பகுதி; சாலை ஓர நீர்க்கால்வாய் **3** the very lowest level of society சமூகத்தின் அடிமட்ட நிலை; சமுதாய இழிநிலை *She rose from the gutter to become a great star.*

guy /gaɪ/ *noun* **1** [C] (*informal*) a man or a boy ஆள்; மனிதன்; பையன்; பேர்வழி *He's a nice guy.* **2 guys** [*pl.*] (*informal*) used when speaking to a group of men and women ஆண்கள் மற்றும் பெண்கள் அடங்கிய ஒரு குழுவினரிடம் பேசும்போது பயன்படுத்தப்படும் சொல் *What do you guys want to eat?*

guzzle /ˈgʌzl/ *verb* [I, T] (*informal*) to eat or drink too fast and too much மிகு விரைவாகவும் பேரளவிலும் உண் அல்லது குடி; பெருந்தீனி தின்

gym /dʒɪm/ *noun* **1** (*formal* **gymnasium**) [C] a large room or a building with equipment for doing physical exercise உடற்பயிற்சி செய்வதற்கான சாதனங்கள் உள்ள பெரிய அறை அல்லது ஒரு கட்டடம்; உடற்பயிற்சிக் கூடம்; உடற்பயிற்சி மனை *I work out at the gym twice a week.* **2** [U] = **gymnastics** *gym shoes*

gymkhana *noun* **1** a sports event in which people (especially on horses) compete in races and jumping competitions குதிரைச் சவாரி செய்து ஓட்டப்பந்தயம், குதித்துத் தாண்டும் போட்டி முதலிய போட்டிகளில் வீரர்கள் பங்கெடுக்கும் விளையாட்டு நிகழ்ச்சி **2** a public place with facilities for sport விளையாட்டுகளுக்கான வசதிகளுடன் கூடிய பொது இடம்; விளையாட்டுப் பொதுவிடம்

gymnasium /dʒɪmˈneɪziəm/ *noun* [C] (*pl.* **gymnasiums** or **gymnasia** /dʒɪmˈneɪziə/) = **gym 1**

gymnast /ˈdʒɪmnæst/ *noun* [C] a person who does gymnastics மனையக உடற்பயிற்சியில் ஈடுபடுபவர்

gymnastics /dʒɪmˈnæstɪks/ (*also* **gym**) *noun* [U] physical exercises that are done indoors, often using special equipment such as bars and ropes பெரும்பாலும் கம்பிகள் மற்றும் கம்பி வடங்கள் போன்ற தனிவகைச் சாதனங்களைப் பயன்படுத்திக் கட்டடத்தினுள் செய்யப்படும் உடற்பயிற்சிகள்; மனையக உடற்பயிற்சிகள்

gynaecology (*AmE* **gynecology**) /ˌgaɪnəˈkɒlədʒi/ *noun* [U] the study and treatment of the diseases and medical problems of women பெண்கள் தொடர்பான நோய்கள் மற்றும் மருத்துவச் சிக்கல்கள் பற்றிய ஆய்வும் சிகிச்சையும்; பெண் நோயியலும் மருத்துவமும் ▶ **gynaecological** (*AmE* **gynecological**) /ˌgaɪnəkəˈlɒdʒɪkl/ *adj.* ▶ **gynaecologist** (*AmE* **gynecologist**) /ˌgaɪnəˈkɒlədʒɪst/ *noun* [C]

gypsum /ˈdʒɪpsəm/ *noun* [U] a soft white rock like chalk that is used in the building industry கட்டடத் தொழிலில் பயன்படுத்தப்படும் வெண்சுதைப் பாறையை ஒத்த மிருதுவான வெண்ணிறப் பாறை வகை; கனிக்கல் ⇨ **building** பதிவில் படம் பார்க்க.

gypsy (*also* **gipsy**) /ˈdʒɪpsi/ *noun* [C] (*pl.* **gypsies**) a member of a race of people who traditionally spend their lives travelling around from place to place, living in **caravans** வழிவழி மரபாகக் கூண்டு வண்டிகளை வீடாகக் கொண்டு இடம்விட்டு இடம் பெயர்ந்து வாழ்க்கை நடத்தும் ஓரினத்தைச் சார்ந்தவர்; நாடோடி இனத்தவர்; நாடோடி ⇨ **traveller** பார்க்க.

gyroscope /ˈdʒaɪrəskəʊp/ (*informal* **gyro** /ˈdʒaɪrəʊ/) *noun* [C] a device consisting of a wheel that turns very quickly inside a frame and does not change position when the frame is moved ஒரு சட்டத்தினுள் மிகு விரைவாகச் சுழல்வதும் சட்டம் நகர்த்தப்படும்பொழுது நிலை மாறாததுமான சக்கரத்தைக் கொண்டுள்ள கருவி; சுழலாழி

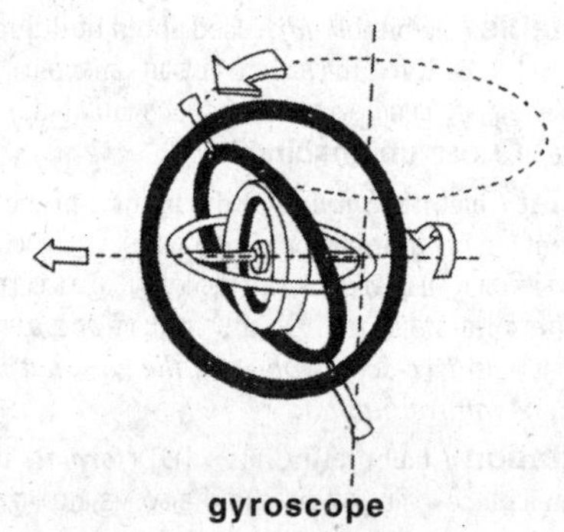

gyroscope

H h

H, h /eɪtʃ/ *noun* [C, U] (*pl.* **H's**; **h's** /ˈeɪtʃɪz/) the eighth letter of the English alphabet ஆங்கில நெடுங்கணக்கின் எட்டாவது எழுத்து *'Hat' begins with (an) 'H'.*

ha[1] /hɑː/ *exclamation* **1** used for showing that you are surprised or pleased வியப்பு அல்லது மகிழ்ச்சிக் குறிப்புச் சொல்; ஆ! *Ha! I knew he was hiding something!* **2 ha! ha!** used in written language to show that sb is laughing ஒருவர் சிரித்துக்கொண்டிருப்பதைக் குறிக்க எழுத்து வழக்கில் பயன்படுத்தப்படுவது

ha[2] *abbr.* hectare(s) ஹெக்டேர் என்னும் நிலப்பரப்பு அளவைக் கூறின் குறுக்கம்

habit /ˈhæbɪt/ *noun* **1** [C] **a/the habit (of doing sth)** something that you do often and almost without thinking, especially sth that is hard to stop doing குறிப்பாக விட்டுவிடுவதற்குக் கடினமான, பெரும்பாலும் சிந்தித்துச் செயல்படும் முறையில் அல்லாத, வழக்கமாகச் செய்யப்படும் ஒன்று; பழக்கம் *I'm trying to* ***get into the habit*** *of hanging up my clothes every night.* • *Once you start smoking it's hard to* ***break the habit****.* ➪ **habitual** adjective பார்க்க.

> **NOTE** **Habit** (பழக்கம்) என்பது பெரும்பாலும் தனியொருவரால் செய்யப்படுவது. ஒரு குழுவினர், ஓர் இனக்குழுவினர் அல்லது ஒரு நாட்டினர் வழக்கமாகச் செய்வது **custom** (வழக்கம்) எனப்படும்—*the custom of giving presents at Christmas*

2 [U] usual behaviour வழக்கமான செயற்பாடு அல்லது நடத்தை *I think I only smoke* ***out of habit*** *now—I don't really enjoy it.*

IDM **force of habit** ➪ **force**[1] பார்க்க.
kick the habit ➪ **kick**[1] பார்க்க.

habitable /ˈhæbɪtəbl/ *adj.* (used about buildings) suitable to be lived in (கட்டடங்கள் வகையில்) வசிப்பதற்கு ஏற்றதாக உள்ள; குடியிருக்கத்தக்க ✪ **OPP uninhabitable**

habitat /ˈhæbɪtæt/ *noun* [C] the natural home of a plant or an animal ஒரு தாவரம் அல்லது விலங்கின் இயற்கையான அல்லது இயல்பான வாழ்க்கைக்குரிய இடம்; இயற்கையான இருப்பிடம் *I've seen wolves in the zoo, but not in their natural habitat.*

habitation /ˌhæbɪˈteɪʃn/ *noun* [U] (*formal*) living in a place ஓரிடத்தில் வசித்தல்; குடியிருப்பு

habitual /həˈbɪtʃuəl/ *adj.* **1** doing sth very often ஒன்றை மிகப் பலமுறை அல்லது மீண்டும் மீண்டும் செய்கிற; ஒன்றைப் பழக்கப்படுத்திக்கொண்ட *a habitual liar* **2** which you always have or do; usual எப்போதும் செய்யப்படுகிற; வழக்கமான *He had his habitual cigarette after lunch.* ▶ **habitually** /-uəli/ *adv.*

hack /hæk/ *verb* [I, T] **1 hack (away) (at) sth** to cut sth in a rough way with a tool such as a large knife பெரிய கத்தி முதலிய கருவியைப் பயன்படுத்தி ஒழுங்கில்லாமல் ஒன்றை வெட்டு; ஒரே சீராக இல்லாதவாறு தறி *He hacked at the branch of the tree until it fell.* **2** (*informal*) **hack (into) (sth)** to use a computer to look at and/or change information that is stored on another computer without permission வேறொரு கணிப்பொறியில் தேக்கிவைக்கப்பட்டுள்ள தகவலை அனுமதியின்றிப் பார்க்க மற்றும்/அல்லது மாற்ற ஒரு கணிப்பொறியைப் பயன்படுத்து

hacker /ˈhækə(r)/ *noun* [C] (*informal*) a person who uses a computer to look at and/or change information on another computer without permission வேறொரு கணிப்பொறியில் தேக்கிவைக்கப்பட்டுள்ள தகவலை அனுமதியின்றிப் பார்க்க மற்றும்/அல்லது மாற்ற ஒரு கணிப்பொறியைப் பயன்படுத்துபவர்

hacksaw /ˈhæksɔː/ *noun* [C] a tool with a narrow cutting edge in a frame, used for cutting metal உலோகத்தை வெட்டப் பயன்படுத்தப்படும், ஒரு சட்டத்தினுள் குறுகலான வெட்டுப்பகுதி அமைந்துள்ள கருவி வகை; உலோகம் வெட்டும் இரம்பம்

had[1] /hæd; həd/ ➪ **have** என்பதன் இறந்தகால மற்றும் இறந்தகால வினையெச்ச வடிவம்

had[2] /hæd/ *adj.*

IDM **be had** (*informal*) to be tricked தந்திரமாக ஏமாற்றப்படு; மோசம்போ *I've been had. This watch I bought doesn't work.*

haddock /ˈhædək/ *noun* [C, U] (*pl.* **haddock**) a sea fish that you can eat and that lives in the North Atlantic வட அட்லாண்டிக் கடலில் வாழ்வதும், உணவாகப் பயன்படுவதுமான கடல்மீன் வகை

hadn't ➪ **had not** என்பதன் சுருக்க வடிவம்

haematite (*AmE* **hematite**) /ˈhiːmətaɪt/ *noun* [U] a dark red rock from which we get iron இரும்பு பிரித்தெடுக்கப்படும் கருஞ்சிவப்பு நிறப் பாறை வகை

haemo- (*also* **hemo-**) /ˈhiːməʊ/ *prefix* (*in nouns and adjectives*) connected with blood குருதி தொடர்பான *haemophilia*

haemoglobin (*AmE* **hemoglobin**) /ˌhiːməˈɡləʊbɪn/ *noun* [U] a red substance in the blood that carries the gas we need to live (**oxygen**) and contains iron ஆக்ஸிஜனைக் கொண்டுசெல்வதும் இரும்புச்சத்தைத் தன்னுள் கொண்டுள்ளதுமான, குருதியிலுள்ள செந்நிறப் பொருள்; செந்நிறக் குருதியணு

haemophilia (*AmE* **hemophilia**) /ˌhiːməˈfɪliə/ *noun* [U] a disease that causes a person to bleed a lot even from very small injuries because the blood does not **clot** குருதி இயல்பாக உறையாதுபோய், சிறு காயங்களிலிருந்து கூட பெருமளவு குருதி வெளியேறச் செய்யும் நோய் வகை; குருதி ஒழுக்கு நோய்; இரத்தப்போக்கு

haemophiliac (*AmE* **hemophiliac**) /ˌhiːməˈfɪliæk/ *noun* [C] a person who suffers from haemophilia குருதி உறையாது ஒழுகும் நோய் உடையவர்; குருதி ஒழுக்கு நோயாளி

haemorrhage (*AmE* **hemorrhage**) /ˈhemərɪdʒ/ *noun* [C, U] a lot of bleeding inside the body உடலினுள் உண்டாகும் பெருமளவிலான குருதிப்போக்கு; குருதிக் குழாய்களிலிருந்து இரத்தம் கொட்டுதல்; இரத்த ஒழுக்கு ▶ **haemorrhage** *verb* [I]

haemorrhoids (*AmE* **hemorrhoids**) /ˈhemərɔɪdz/ (*also* **piles**) *noun* [*pl.*] a medical condition in which the tubes that carry blood (**veins**) to the opening where waste food leaves the body (**the anus**) swell and become painful மலவாய்க்குக் குருதி கொண்டுசெல்லும் இரத்த நாளங்கள் வீக்கம் அடைந்து வலி உண்டாகும் உடல் நலக் கோளாறு வகை; மூலநோய்; மூலம்

haggard /ˈhæɡəd/ *adj.* (used about a person) looking tired or worried (ஓராள் பற்றிக் குறிப்பிடுகையில்) களைப்புற்றுள்ள; கவலையுடன் காணப்படுகிற

haggle /ˈhæɡl/ *verb* [I] **haggle (with sb) (over/about sth)** to argue with sb until you reach an agreement, especially about the price of sth குறிப்பாக ஒன்றின் விலை குறித்து, உடன்பாட்டை எட்டும் வரையில் ஒருவருடன் வாதிடு; பேரம் பேசு *In the market, some tourists were haggling over the price of a carpet.*

haiku /ˈhaɪkuː/ (*pl.* **haiku** or **haikus**) *noun* [C] a Japanese poem with three lines of five, seven and five syllables மூன்று அடிகளில் ஐந்து, ஏழு, ஐந்து என்ற வரிசை முறையில் அசைகளை உடைய ஜப்பானியக் கவிதை வகை; ஹைகூ கவிதை

hail¹ /heɪl/ *verb* **1** [T] **hail sb/sth as sth** to say in public that sb/sth is very good or very special ஒருவர்/ஒன்று மிகவும் நல்லவர்/நல்லது அல்லது தனிச் சிறப்புடையவர்/தனிச் சிறப்புடையது என்று பலரறியக் கூறு; பாராட்டு; போற்று *The book was hailed as a masterpiece.* **2** [T] to call or wave to sb/sth ஒருவரை/ஒன்றைக் கூப்பிடு; கூவியழை; கையசைத்து அருகே வரும்படி குறிப்புக் காட்டு *to hail a taxi* **3** [I] when it hails, small balls of ice fall from the sky like rain சிறு பனிக்குண்டுகளாக மழை போன்று வானத்திலிருந்து விழு; ஆலங்கட்டி மழை பெய் ➪ **weather** பதிவிலுள்ள குறிப்பைப் பார்க்க.

hail² /heɪl/ *noun* **1** [U] small balls of ice (**hailstones**) that fall from the sky like rain வானத்திலிருந்து மழை போன்று விழும் சிறு பனிக்குண்டுகள்; ஆலங்கட்டி **2** [*sing.*] **a hail of sth** a large amount of sth that is aimed at sb in order to harm him/her ஒருவருக்குக் காயம் அல்லது தீங்கு உண்டாக்கும் பொருட்டு அவரை நோக்கிச் செலுத்தப்படும் பெருமளவிலான ஒன்று; குண்டுமாரி, வசை மழை, முதலியவை *a hail of bullets/stones/abuse*

hair /heə(r)/ *noun* **1** [U, C] the mass of long thin things that grow on the head and body of people and animals; one such strand தலைமயிர்/முடி; உடலிலுள்ள உரோமம்; மயிரிழை *The dog left hairs all over the furniture.* ➪ **body** பதிவில் படம் பார்க்க. **2-haired** *adj.* (*used in compounds*) having the type of hair mentioned குறிப்பிடப்பட்ட வகையான மயிரை உடைய *a dark-haired woman • a long-haired dog*

> **NOTE** **Auburn** (செம்பொன்னிறம்), **blonde** (இளம் பொன்னிறம்), **fair** (இளஞ்சாயல் நிறம்), **ginger** (மங்கிய செம்மஞ்சள் நிறம்), **red** (செந்நிறம்) ஆகியவை முடியின் நிறத்தைக் குறிக்கும் சில சிறப்புச் சொற்களாகும். முடியைப் பேணிக் காக்கும் பொருட்டு அல்லது ஒப்பனைப் பாணியாக **brush** (மயிர்க்குச்சு) கொண்டு துப்புரவு செய்து சீர்படுத்துதல், **comb** (சீப்பு)ஆல் ஒழுங்கு செய்தல், **wash** அல்லது **shampoo** (கழுவித் தேய்த்துக் கோதுதல்), **blow-dry** (காற்றூட்டி உலரவைத்தல்) ஆகியவற்றைச் செய்கிறோம். நடுப்பகுதியில் அல்லது ஒரு பக்கத்தில் **parting** (வகிடு) எடுக்கிறோம். **Hairdresser's** இல் (முடி திருத்தகத்தில்) முடி வெட்டிக்கொள்கிறோம் அல்லது முடியில் **perm** செய்துகொள்கிறோம். (அலை நெளிவுகள் அமைத்துக்கொள்கிறோம்)

3 a very thin thread-like structure that grows on the surface of some plants சிலவகைத் தாவரங்களின் மேற்பரப்பில் வளரும் மிக மெல்லிய நூலிழை போன்ற பொருள் *The leaves and stem are covered in fine hairs.*

IDM **keep your hair on** (*spoken*) (used to tell sb to stop shouting and become less angry) calm down (கத்துவதை நிறுத்திச் சினம் தணியுமாறு ஒருவரிடம் கூறப் பயன்படுத்தப்படுவது) "அமைதிப்படு".

let your hair down (*informal*) to relax and enjoy yourself after being formal வினைமுறை சார்ந்த சூழலிலிருந்து விடுபட்டு மகிழ்வமைதி கொள்

make sb's hair stand on end to frighten or shock sb ஒருவரை அச்சுறுத்து அல்லது அதிர்ச்சியடையச் செய்

not turn a hair to not show any reaction to sth that many people would find surprising or shocking பலருக்கு வியப்பு அல்லது அதிர்ச்சி ஊட்டக் கூடிய ஒன்று குறித்து உணர்ச்சி எதுவும் வெளிப்படுத்தாதிரு

split hairs ➪ **split**[1] பார்க்க.

hairbrush /ˈheəbrʌʃ/ *noun* [C] a brush that you use on your hair முடியைச் சீர்செய்யப் பயன்படுத்தப்படும் மயிர்க்குச்சு

haircut /ˈheəkʌt/ *noun* [C] **1** the act of sb cutting your hair முடி வெட்டிக்கொள்ளுதல்; முடி திருத்தப்படுதல் *You need (to have) a haircut.* **2** the style in which your hair has been cut சிகை அலங்கார முறை; முடி திருத்தப் பாணி *That haircut really suits you.*

hairdo /ˈheədu:/ (*informal*) = **hairstyle**

hairdresser /ˈheədresə(r)/ *noun* **1** [C] a person whose job is to cut, shape, colour, etc. hair முடி வெட்டுதல்; சிகை அலங்காரம், முடிக்கு வண்ணமூட்டுதல் முதலியவற்றைத் தொழில் முறையில் செய்பவர்; முடி திருத்துபவர்; முடி ஒப்பனையாளர்

> **NOTE** **Barber** என்ற சொல் ஆண்களுக்கு மட்டும் முடி திருத்தும் ஆண் முடிதிருத்துபவரைக் குறிக்கும்.

2 the hairdresser's [*sing.*] the place where you go to have your hair cut முடி திருத்தகம்; முடியலங்கார நிலையம்

hairdryer (*also* **hairdrier**) /ˈheədraɪə(r)/ *noun* [C] a machine that dries hair by blowing hot air through it வெப்பமான காற்றை முடியின் ஊடாகச் செலுத்தி முடியை உலரவைக்கும் விசைப்பொறி; முடி உலர்த்தும் பொறி

hairgrip /ˈheəgrɪp/ *noun* [C] a U-shaped pin that is used for holding the hair in place முடி ஒழுங்கமைவு மாறாமல் பற்றிப் பிடித்துக் கொள்ளும் U-வடிவப் பிணைப்பூசி; முடிப் பற்றூசி

hairless /ˈheələs/ *adj.* without hair முடியில்லாத ➪ **bald** பார்க்க.

hairline[1] /ˈheəlaɪn/ *noun* [C] the place on a person's forehead where his/her hair starts growing முடி வளரத் தொடங்கும் நெற்றிப் பகுதி

hairline[2] /ˈheəlaɪn/ *adj.* (used about a crack in sth) very thin (ஒன்றிலுள்ள வெடிப்பு/பிளவு பற்றிக் குறிப்பிடுகையில்) மிகவும் மெலிதான; கம்பி போன்ற; மயிரிழைக் கோடான *a hairline fracture of the leg*

hairpin bend /ˌheəpɪn ˈbend/ *noun* [C] (*BrE*) a very sharp bend in a road, especially a mountain road ஒரு சாலையில், குறிப்பாக மலைச் சாலையில், காணப்படும் திடீர்க் கூர்ங்கோண வளைவு; U-வடிவ வளைவு

hair-raising *adj.* sth that makes you very frightened பெரிதும் அச்சமூட்டுகிற; திகில் உண்டாக்குகிற; பயங்கரமான *a hair-raising story*

hairspray /ˈheəspreɪ/ *noun* [U, C] a substance you spray onto your hair to hold it in place முடி ஒழுங்கமைவைக் கலையாமல் வைத்திருக்கத் தலைமுடி மீது பீற்றிக் கொள்ளப்படும் திரவம் ✪ SYN **lacquer**

hairstyle /ˈheəstaɪl/ (*informal* **hairdo**) *noun* [C] the style in which your hair has been cut or arranged முடி திருத்தப் பாணி; முடி ஒப்பனைப் பாங்கு

hairstylist /ˈheəstaɪlɪst/ (*also* **stylist**) *noun* [C] a person whose job is to cut and shape sb's hair முடியை வெட்டி விரும்பிய வடிவத்தில் ஒழுங்கமைவு செய்யும் வினைஞர்; முடி திருத்துபவர்; முடி ஒப்பனைக் கலைஞர்

hairy /ˈheəri/ *adj.* (**hairier; hairiest**) **1** having a lot of hair முடி நிறைந்துள்ள; முடி அடர்ந்து வளர்ந்துள்ள **2** (*slang*) dangerous or worrying ஆபத்தான; இடரார்ந்த; கவலையூட்டுகிற

hajj (*also* **haj**) *noun* [*sing.*] the religious journey (**pilgrimage**) to Mecca that many Muslims make இஸ்லாமியர்கள் பலர் சமயப் பற்றுடன் மெக்காவிற்கு மேற்கொள்ளும் பயணம்; மெக்கா புனிதப் பயணம்

half[1] /hɑ:f/ *det.*, *noun* [C] (*pl.* **halves** /hɑ:vz/) one of two equal parts of sth ஒன்றின் இரு சமக் கூறுகளில் ஒன்று; அரை; பாதி *Two halves make a whole.* • *half an hour* • *Half of this money is yours.* ➪ **halve** verb பார்க்க.

IDM **break, cut, etc. sth in half** to break, etc. sth into two parts ஒன்றை இரு பகுதிகளாகத் துண்டுபடுத்து; இரண்டாகப் பிரி; இரு சம பாகங்களாக்கு

do nothing/not do anything by halves to do whatever you do completely and properly செய்வதை நிறைவாகவும் முறையாகவும் செய்; செய்வதைத் திருந்தச் செய்

go half and half/go halves with sb (*BrE*) to share the cost of sth with sb ஒன்றற்கான செலவை ஒருவருடன் பகிர்ந்துகொள்

half[2] /hɑ:f/ *adv.* not completely; to the amount of half முழுமையாக அல்லாமல்; பாதி அளவாக; அரையளவில் ***half full*** • *The hotel was only **half finished**.*

IDM half past (in time) 30 minutes past an hour (நேர வகையில்) குறிப்பிட்ட ஒரு மணி நேரத்திற்கு மேல் 30 நிமிடங்கள் கழிந்து *half past six* (= 6.30) **NOTE** பிரிட்டன் பேச்சு வழக்கில் 6.30 என்பதைக் குறிக்க **half six** என்றும் கூறப்படுகிறது.

not half as much, many, good, bad, etc. much less ஒன்றை விட மிகவும் தாழ்ந்ததாக அல்லது குறைபட்டதாக *This episode wasn't half as good as the last.*

half-baked *adj.* (*informal*) not well planned or considered நன்கு திட்டமிடப்படாத அல்லது ஆராயப்படாத; அரைகுறையான *a half-baked idea/scheme*

half-board *noun* [U] (*BrE*) a price for a room in a hotel, etc., which includes breakfast and an evening meal காலை உண்டி மற்றும் இரவு உணவை உள்ளடக்கிய ஒரு தங்கல் மனை முதலியவற்றின் அறைக்கட்டணம்; பகுதி உணவுத் தங்கல் கட்டணம் ➪ **full board** மற்றும் **bed and breakfast** பார்க்க.

half-brother *noun* [C] a brother with whom you share one parent பெற்றோருள் ஒருவரை மட்டும் பொதுவாக உடைய உடன்பிறந்தான்; ஒன்றுவிட்ட சகோதரர் ➪ **stepbrother** பார்க்க.

half-hearted *adj.* without interest or enthusiasm பற்றார்வமோ ஊக்க உணர்வோ இல்லாத; அரைமனதான ▶ **half-heartedly** *adv.*

half-life *noun* [C] (*technical*) the time taken for the **radioactivity** of a substance to fall to half its original value ஒரு பொருள் தனது கதிரியக்கத்தின் மூல மதிப்பு பாதியளவு குறைவதற்கு எடுத்துக்கொள்ளும் நேரம்

half note (*AmE*) = **minim**

half-sister *noun* [C] a sister with whom you share one parent பெற்றோருள் ஒருவரை மட்டும் பொதுவாக உடைய உடன்பிறந்தாள்; ஒன்றுவிட்ட சகோதரி ➪ **stepsister** பார்க்க.

half-term *noun* [C] (*BrE*) a holiday of one week in the middle of a three-month period of school (**term**) மூன்று மாதப் பள்ளிப் பருவத்தின் இடையில் வரும் ஒருவாரக் கால விடுமுறை; இடைப்பருவ விடுமுறை

half-time *noun* [U] (in sport) the period of time between the two halves of a match (விளையாட்டில்) ஓர் ஆட்டத்தின் இரு பாதிகளுக்கு இடைப்பட்ட கால அளவு; ஆட்ட இடைநேரம்

halfway /ˌhɑːfˈweɪ/ *adj.*, *adv.* at an equal distance between two places; in the middle of a period of time இரு இடங்களுக்கு இடையே பாதி தொலைவில் (உள்ள); இடைத்தொலைவிலான; ஒரு காலப் பகுதியின் இடை நேரத்திலான/இடைநேரத்தில் *They have a break halfway through the morning.* ✪ SYN **midway**

hall /hɔːl/ *noun* [C] **1** (*also* **hallway**) a room or passage that is just inside the front entrance of a house or public building ஒரு வீட்டின் அல்லது பொதுக்கட்டடத்தின் முகப்பு வாயிலை ஒட்டி உட்புறமாக அமைந்துள்ள அறை அல்லது செல்வழி; கூடம் *There is a public telephone in the* ***entrance hall*** *of this building.* **2** a building or large room in which meetings, concerts, dances, etc. can be held கூட்டங்கள், இசை நிகழ்ச்சிகள், நடன நிகழ்ச்சிகள் முதலியன நடத்துவதற்குரிய கட்டடம் அல்லது அகல் விரிவான அறை; மன்றம் *a concert hall* ➪ **town hall** பார்க்க.

hallmark /ˈhɔːlmɑːk/ *noun* [C] **1** a characteristic that is typical of sb ஒருவரது தனிப்பண்பு; சிறப்பியல்பு; தனித்துவம் *The ability to motivate students is the hallmark of a good teacher.* **2** a mark that is put on objects made of valuable metals, giving information about the quality of the metal and when and where the object was made மதிப்பு வாய்ந்த உலோகப் பொருள்களின் மீது பொறிக்கப்படும் உலோகத்தின் தரநிலை, அப்பொருள் செய்யப்பட்ட தேதி, இடம் ஆகிய தகவல்கள் உள்ளடங்கிய முத்திரை; தரக் குறியீடு

hallo = **hello**

hall of residence *noun* [C] (*pl.* **halls of residence**) (*also* **dormitory**) (in colleges, universities, etc.) a building where students live (கல்லூரிகள், பல்கலைக்கழகங்கள் முதலியவற்றில் உள்ள) மாணவர்கள் தங்கி வாழும் கட்டடம்; மாணவர் மனை/மாணவர் இல்லம்

Hallowe'en /ˌhæləʊˈiːn/ *noun* [*sing.*] (*also* **Halloween**) the night of October 31st (before All Saints' Day) (அருட்தொண்டர் நாளுக்கு முந்திய) அக்டோபர் 31-ஆம் நாள் இரவு

NOTE சூனியக்காரிகள், பேய்கள் இந்நாளில் தோன்றுவதாகப் பேசப்படும். குழந்தைகள் பேய், சூனியக்காரி போல உடையணிந்து குறும்புச் சேட்டைகளில் ஈடுபடுவர். குழந்தைகள் வீடுவீடாகச் சென்று **'trick or treat'** (குறும்புச் செயல் வேண்டுமா அல்லது விருந்து தருகிறீர்களா) எனக் கூறி இனிப்புப் பண்டங்கள் பெறுவர்.

hallucination /həˌluːsɪˈneɪʃn/ *noun* [C, U] seeing or hearing sth that is not really there (because you are ill or have taken a drug) (உடல்நலக் கேடுற்ற அல்லது போதைமருந்து உட்கொண்ட நிலையில்) உண்மையில் காணப்படாத ஒன்றைக் காணுதல் அல்லது செவியுறுதல்; மாயக் காட்சி; பொய்த் தோற்றம்

hallucinogen /ˌhæˈluːsɪnədʒən/ *noun* [C] a drug that affects people's minds and makes them see and hear things that are not really there மனநலத்தைப் பாதித்து, உளதாக இல்லாத

ஒன்றைக் காணுமாறு அல்லது செவியுறுமாறு செய்யும் போதைப்பொருள்; மனத்தை மயக்கி இல்பொருளை முன் நிறுத்தும் வெறிமயக்க மருந்து ▶ **hallucinogenic** /həˌluːsɪnəˈdʒənɪk/ *adj. hallucinogenic drugs*

hallway /ˈhɔːlweɪ/ = **hall**

halo /ˈheɪləʊ/ *noun* [C] (*pl.* **halos** or **haloes**) the circle of light that is drawn around the head of an important religious person in a painting or the ring of light around heavenly bodies மதிப்புக்குரிய சமய நெறியாளாரின் (புனிதர்) வண்ண உருப்படத்தில் தலையைச் சுற்றி வரையப்படும் ஒளிவட்டம்; கோள்கள், விண்மீன்கள் முதலியவற்றைச் சுற்றிக் காணப்படும் ஒளிவட்டம்

halogen /ˈhælədʒən/ *noun* [C] any of five chemical substances that are not metals and that combine with **hydrogen** to form strong acid compounds from which simple salts can be made உலோகங்கள் அல்லாதவையும் ஹைட்ரஜனுடன் இணைந்து வீரிய அமிலங்கள் உண்டுபண்ணுபவையுமான ஐந்து வேதியியல் பொருள்களில் ஒன்று; உப்பீனி; உப்பீனிகளிலிருந்து வேதியியல் உப்புகள் தயாரிக்கலாம் *the halogens fluorine, chlorine, bromine, iodine and astatine*

halt /hɔːlt/ *noun* [*sing.*] a stop (that does not last very long) (நீடித்திராத) இயக்க/செயல் நிறுத்தம்; இடைநிறுத்தம் *Work* ***came to a halt*** *when the machine broke down.* ▶ **halt** *verb* [I, T] (*formal*)

IDM **grind to a halt/standstill** ➪ **grind¹** பார்க்க.

halter /ˈhɔːltə(r)/ *noun* [C] **1** a rope or leather strap put around the head of a horse for leading it with குதிரையைப் பிடித்து இழுத்துச் செல்வதற்காக அதன் தலையில் சுற்றிப் பிணைக்கும் உறுதியான கயிறு அல்லது தோற்பட்டை வார் **2** (*usually used as an adjective*) a strap around the neck that holds a woman's dress or shirt in position without the back and shoulders being covered முதுகு மற்றும் தோள்களை மறைக்காது, மகளிர் உடுப்பை அல்லது சட்டையைச் சரி நிலையில் வைத்துப் பிடித்திருக்கும் கழுத்தைச் சுற்றியுள்ள பட்டை

halve /hɑːv/ *verb* **1** [I, T] to reduce by a half; to make sth reduce by a half பாதியாகக் குறைவுறு; ஒன்றைப் பாதியாகக் குறையச் செய் *Shares in the company have halved in value.* **2** [T] to divide sth into two equal parts ஒன்றை இரண்டு சமமான பகுதிகளாகப் பிரி; சமமாகப் பங்கிடு *First halve the peach and then remove the stone.*

ham /hæm/ *noun* [U] meat from a pig's back leg that has been smoked, etc. (**cured**) to keep it fresh பதனப்படுத்தப்பட்ட பன்றித் தொடை இறைச்சி

hamburger /ˈhæmbɜːɡə(r)/ *noun* **1** (*also* **burger**) [C] meat that has been cut up small and pressed into a flat round shape. Hamburgers are often eaten in a bread roll சிறு துண்டுகளாக நறுக்கப்பட்டு அமுக்கித் தட்டையாக வட்ட வடிவாக்கித் தயாரிக்கப்படுவதும் பெரும்பாலும் ரொட்டிச் சுருளில் வைத்து உண்ணப்படுவதுமான இறைச்சி **2** [U] (*AmE*) = **mince**

hamlet /ˈhæmlət/ *noun* [C] a very small village சிறு கிராமம்; சிற்றூர்; குக்கிராமம்

hammer¹ /ˈhæmə(r)/ *noun* [C] a tool with a heavy metal head that is used for hitting nails, etc. ஆணிகளை அடித்திறுக்குதல் முதலியவற்றுக்குப் பயன்படுத்தப்படும் கனமான உலோக தலைப்பகுதியைக் கொண்ட கருவி வகை; சுத்தி; சம்மட்டி ➪ **tool** பதிவில் படம் பார்க்க.

hammer² /ˈhæmə(r)/ *verb* **1** [I, T] **hammer sth (in/ into/onto sth)** to hit with a hammer ஒன்றைச் சுத்தியால் அடித்து உட்செலுத்து; சம்மட்டியால் அடி *She hammered the nail into the wall.* **2** [I] to hit sth several times, making a loud noise உரத்த ஒலியுடன் ஒன்றைப் பலமுறை அடி; பட்பட் எனத் தட்டு

IDM **hammer sth into sb** to force sb to remember sth by repeating it many times ஒருவரிடம் ஒன்றைத் திரும்பத் திரும்பக் கூறி நினைவில் வைத்துக்கொள்ளுமாறு செய்; வலிந்து மனத்தில் பதியவை

hammer sth out to succeed in making a plan or agreement after a lot of discussion நீண்ட விவாதத்திற்குப் பின் ஒரு திட்டத்தை உருவாக்குவதில் அல்லது ஓர் உடன்பாட்டை எட்டுவதில் வெற்றி காண்

hammering /ˈhæmərɪŋ/ *noun* **1** [U] the noise that is made by sb using a hammer or by sb hitting sth many times சம்மட்டி அடிக்கும்போது எழும் உரத்த ஒலி அல்லது ஒன்றைப் பலமுறை அடிப்பதால் உண்டாகும் ஓசை; தாக்கோசை **2** [C] (*BrE informal*) a very bad defeat மிக மோசமான தோல்வி; படுதோல்வி

hammock /ˈhæmək/ *noun* [C] a bed, made of strong cloth (**canvas**) or rope, which is hung up between two trees or poles இரண்டு மரங்களுக்கு அல்லது கம்பங்களுக்கு இடையில் கட்டப்பட்டுத் தொங்கும் கித்தான் துணி அல்லது உறுதியான கயிற்றிலான படுக்கை; ஊஞ்சல் படுக்கை; தொங்கு மஞ்சம்

hamper¹ /ˈhæmpə(r)/ *verb* [T] (*usually passive*) to make sth difficult ஒன்றைக் கடினமாக்கு; இடையூறுக்குள்ளாக்கு; தடுத்து இடர்செய் *The building work was hampered by bad weather.*

hamper² /ˈhæmpə(r)/ *noun* [C] a large basket with a lid that is used for carrying food உணவு

கொண்டு செல்லப் பயன்படுத்தப்படும் மேல்மூடி உள்ள அகல்விரிவான கூடை

hamster /ˈhæmstə(r)/ *noun* [C] a small animal that is kept as a pet. Hamsters are like small rats but are fatter and do not have a tail. They store food in the sides of their mouths செல்ல விலங்காக வளர்க்கப்படும் வாலில்லாத சிறு எலி போன்ற, ஆனால் அதை விடப் பருமனான, உணவை வாயின் பக்கங்களில் (கன்னப்பைகளில்) அடக்கி வைத்துக்கொள்ளும் சிறு விலங்கு; வாலில்லா எலி; சீமை எலி

hamstring /ˈhæmstrɪŋ/ *noun* [C] one of the five strong thin parts (**tendons**) behind your knee that connect the muscles of your upper leg to the bones of your lower leg மேற்காலின் தசைகளை கீழ்க்காலின் எலும்புகளுடன் இணைக்கும், முழங்காலின் பின்புறத்திலுள்ள ஐந்து உறுதியான தசைநார்களில் ஒன்று; பின்தொடைத் தசைநார்

hand[1] /hænd/ *noun* **1** [C] the part of your body at the end of your arm which has a thumb, four fingers and a palm முன்கை; உள்ளங்கை *He **took** the child **by the hand**.* ➪ **body** பதிவில் படம் பார்க்க. **2 a hand** [*sing*.] (*informal*) some help ஓரளவான உதவி; சிறிது உதவி; கைகொடுத்தல் *Do you want/need a hand?* **3** [C] the part of a clock or watch that points to the numbers எண்களை நோக்கி அவற்றைச் சுட்டிக் காட்டுமாறு அமைந்திருக்கும் மணிப்பொறி அல்லது கைக்கடிகாரத்தின் பகுதி; கடிகார முள் அல்லது ஊசி *the hour/minute/second hand* **4** [C] a person who does physical work on a farm, in a factory etc. வேளாண் பண்ணை, தொழிற்சாலை, முதலியவற்றில் உடல் உழைப்புச் சார்ந்த பணி செய்பவர்; வேலையாள்; பணியாள் *farmhands* **5** [C] the set of playing cards that sb has been given in a game of cards சீட்டாட்டத்தில் ஓர் ஆட்டக்காரருக்குப் போடப்படும் சீட்டுகளின் தொகுதி *have a good/bad hand* **6 -handed** *adj*. (*used in compounds*) having, using or made for the type of hand(s) mentioned குறிப்பிடப்பட்ட தன்மையிலான கையை (கைகளை) உடைய, பயன்படுத்துகிற அல்லது குறிப்பிடப்பட்ட முறையிலான கைப் பயன்பாட்டுக்கென உருவாக்கப்பட்ட *right-handed/left-handed*

IDM **(close/near) at hand** (*formal*) near in space or time (இட அல்லது கால வகையில்) பக்கத்தில்; அருகில் *Help is close at hand.*

be an old hand (at sth) ➪ **old** பார்க்க.

by hand 1 done by a person and not by machine இயந்திரத்தினால் அல்லாது ஓராளால் செய்யப்படுவதாக; உடலுழைப்பினால் *I had to do all the sewing by hand.* **2** not by post அஞ்சல் மூலமாக அல்லாது ஆள் வழியாக *The letter was delivered by hand.*

catch sb red-handed ➪ **catch[1]** பார்க்க.

change hands ➪ **change[1]** பார்க்க.

a firm hand ➪ **firm[1]** பார்க்க.

(at) first hand (used about information that you have received) from sb who was closely involved (தன்னால் பெறப்பட்டுள்ள தகவல் பற்றிக் குறிப்பிடுகையில்) அத்தகவலோடு நெருங்கிய தொடர்புடைய ஒருவரிடமிருந்து; மூலத்திலிருந்து நேரடியாக *Did you get this information first hand?* ➪ **second-hand** பார்க்க.

force sb's hand ➪ **force[2]** பார்க்க.

get, have, etc. a free hand ➪ **free[1]** பார்க்க.

get, etc. the upper hand ➪ **upper** பார்க்க.

get/lay your hands on sb/sth 1 to find or obtain sth ஒன்றைக் கண்டறி; ஒன்றைப் பெறு; வசப்படுத்திக்கொள் *I need to get my hands on a good computer.* **2** (*informal*) to catch sb ஒருவரைப் பிடி; அகப்படுத்து *Just wait till I get my hands on that boy!*

give sb a big hand to hit your hands together to show approval, enthusiasm, etc. பாராட்டு, ஆர்வக் கிளர்ச்சி, முதலியவற்றை வெளிப்படுத்தும் முறையில் கைதட்டு; கரவொலி செய் *The audience gave the girl a big hand when she finished her song.*

hand in hand 1 holding each other's hands கை கோத்துக்கொண்டு *The couple walked hand in hand along the beach.* **2** usually happening together; closely connected வழக்கமாக ஒருசேர நிகழ்வதாக; ஒன்றோடொன்று நெருங்கிய தொடர்புடையதாக; இணைந்து செல்வதாக *Drought and famine usually go hand in hand.*

your hands are tied to not be in a position to do as you would like because of rules, promises, etc. விதிமுறைகள், அளிக்கப்பட்டுள்ள வாக்குறுதி, முதலியவை காரணமாக, ஒன்றைத் தன் எண்ணப்படி செய்யமுடியாத நிலையில் இரு; சுதந்திரமாகச் செயல்பட முடியாதிரு

hands off (sb/sth) (*informal*) used for ordering sb not to touch sth ஒன்றைத் தொட வேண்டாமென ஒருவருக்குக் கட்டளையிடப் பயன்படுத்தப்படுவது: எட்டி நில்; தொடாதே!

hands up 1 used in a school, etc. for asking people to lift one hand and give an answer ஒரு கையை உயர்த்திக் கேட்கப்பட்டதற்கு மறுமொழி கூறுமாறு மாணவர்கள் முதலியவர்களிடத்தில் கூறப் பயன்படுத்தப்படுவது: கை தூக்கு *Hands up, who'd like to go on the trip this afternoon?* **2** used by a person with a gun to tell other people to put their hands in the air கைகளைத் தலைக்கு மேல் உயர்த்துமாறு துப்பாக்கி வைத்துள்ள ஒருவரால் மற்றவர்களிடம் கூறப் பயன்படுத்தப்படும் தொடர்

have a hand in sth to take part in or share sth ஒன்றில் பங்கெடுத்துக்கொள், ஈடுபடு அல்லது ஒன்றைப் பகிர்ந்துகொள்

have sb eating out of your hand ➪ **eat** பார்க்க.

have your hands full to be very busy so that you cannot do anything else வேறெதனையும் செய்ய முடியாதபடி ஒன்றில் மிகவும் மும்முரமாக ஈடுபட்டிரு

a helping hand ➪ **help**¹ பார்க்க.

hold sb's hand to give sb support in a difficult situation இடர்ப்பாடான ஒரு சூழலில் ஒருவருக்குத் துணைசெய்; ஆதரவாக இரு; கைகொடு *I'll come to the dentist's with you to hold your hand.*

hold hands (with sb) (used about two people) to hold each other's hands (இரு ஆட்கள் பற்றிக் குறிப்பிடுகையில்) கை கோத்துக்கொள்

in hand 1 being dealt with at the moment; under control தற்போது கையாளப்படுவதாக; நடவடிக்கை எடுக்கப்பட்டுக்கொண்டிருக்கிற நிலையில்; கட்டுக்கடங்கி *The situation is in hand.* ✪ OPP **out of hand 2** (used about money, etc.) not yet used (பணம், முதலியவை வகையில்) இன்னும் பயன்படுத்தப்படாத நிலையில்; பயன்படுத்துவதற்குரியதாக; கைவசத்தில் *If you have time in hand at the end of the exam, check what you have written.*

in safe hands ➪ **safe**¹ பார்க்க.

in your hands in your possession, control or care தன் வசத்தில், கட்டுப்பாட்டில் அல்லது பொறுப்பில் *The matter is in the hands of a solicitor.*

keep your hand in to do an activity from time to time so that you do not forget how to do it or lose the skill செய்முறை மறந்து போகாதிருக்க வேண்டி அல்லது பயிற்சித் திறனை இழந்துவிடாதிருக்க, ஒரு செயலை அவ்வப்போது செய்துகொண்டிரு; பழக்கம் விட்டுப்போகாமல் பார்த்துக்கொள்

lend (sb) a hand/lend a hand (to sb) ➪ **lend** பார்க்க.

off your hands not your responsibility any more தனது பொறுப்பிலிருந்து விடுபட்டுவிட்டதாக; இனி பொறுப்பேற்க வேண்டியிராது; கையிலிருந்து போய்விட்டதாக

on hand available to help or to be used உதவி கொள்ளக் கூடியதாக; பயன்பாட்டுக்குரிய நிலையில் *There is always an adult on hand to help when the children are playing outside.*

on your hands being your responsibility தனது கடமைப் பொறுப்பாக; தான் கையாள வேண்டியதாக; தனது கைகளில் *We seem to have a problem on our hands.*

on the one hand... on the other (hand) used for showing opposite points of view எதிரெதிர் நிலைப்பாடுகளை அல்லது கருத்துப்போக்குகளைக் குறிக்கப் பயன்படுத்தப்படுவது; ஒருசார் ... மற்றொருசார் *On the one hand, of course, cars are very useful. On the other hand, they cause a huge amount of pollution.*

(get/be) out of hand not under control கட்டுப்பாட்டில் இல்லாது; கட்டுமீறி; அடக்க முடியாது; கைமீறி *Violence at football matches is getting out of hand.* ✪ OPP **in hand**

out of your hands not in your control; not your responsibility தனது கட்டுப்பாட்டில் இல்லாது; தன்னால் அடக்க முடியாத நிலையில்; தனது பொறுப்பாக இல்லாது; தனது கைமீறிப் போய்விட்டதாக *I can't help you, I'm afraid. The matter is out of my hands.*

shake sb's hand/shake hands (with sb)/ shake sb by the hand ➪ **shake**¹ பார்க்க.

to hand near or close to you தனக்குப் பக்கத்தில்; நெருக்கமாக; அருகில் *I'm afraid I haven't got my diary to hand.*

try your hand at sth ➪ **try**¹ பார்க்க.

turn your hand to sth to have the ability to do sth ஒன்றைச் செய்வதற்கான ஆற்றல் பெற்றிரு; வேண்டிய செயல்திறம் கொண்டிரு *She can turn her hand to all sorts of jobs.*

wash your hands of sb/sth ➪ **wash**¹ பார்க்க.

with your bare hands ➪ **bare** பார்க்க.

hand² /hænd/ verb [T] **hand sb sth; hand sth to sb** to give or pass sth to sb ஒருவருக்கு ஒன்றைக் கொடு; ஒருவரிடம் ஒன்றை நகர்த்து அல்லது சேர்ப்பி

IDM **have (got) to hand it to sb** used to show admiration and approval of sb's work or efforts ஒருவரது வேலையை அல்லது செயல் முயற்சியை மெச்சிப் பாராட்டப் பயன்படுத்தப்படுவது *You've got to hand it to Rita—she's a great cook.*

PHR V **hand sth back (to sb)** to give or return sth to the person who owns it or to where it belongs ஒன்றை அதன் உரிமையாளரிடம் அல்லது உரிய இடத்தில் சேர்ப்பி அல்லது திருப்பிக் கொடு

hand sth down (to sb) 1 to pass customs, traditions, etc. from older people to younger ones பழக்க வழக்கங்கள், மரபு நெறிகள், முதலியவற்றை மூத்தவர்களிடமிருந்து இளைய தலைமுறையினருக்குச் சென்று சேரச்செய்; வழக்காறுகள் கால்வழி மரபாகக் கைமாறச் செய் **2** to pass clothes, toys, etc. from older children to younger ones in the family உடைகள், பொம்மைகள், முதலியவற்றைக் குடும்பத்திலுள்ள வளர்ச்சியுற்ற குழந்தைகளிடமிருந்து இளங்குழந்தைகளுக்குக் கைமாற்று

hand sth in (to sb) to give sth to sb in authority அதிகாரப் பொறுப்பிலுள்ள ஒருவரிடம்

ஒன்றைக் கொடு; ஒப்படை *I found a wallet and handed it in to the police.*

hand sth on (to sb) to send or give sth to another person ஒரு பொருளை மற்றொரு-வருக்கு அனுப்பு, சேர்ப்பி அல்லது கொடு *When you have read the article, please hand it on to another student.*

hand sth out (to sb) to give sth to many people in a group ஒரு குழுவில்/கூட்டத்தில் உள்ள பலருக்கு ஒன்றை வழங்கு *Food was handed out to the starving people.*

hand (sth) over (to sb) to give sb else your position of power or the responsibility for sth தனது அதிகாரப்பொறுப்பை/பதவியை அல்லது ஒன்றிற்கான பொறுப்பை வேறொரு-வரிடம் ஒப்படை

hand (sb) over to sb (used at a meeting or on the television, radio, telephone, etc.) to let sb speak or listen to another person (ஓர் அவையில் அல்லது தொலைக்காட்சி, வானொலி, தொலைபேசி முதலியவற்றில்) ஒருவரை வேறொருவரிடம் பேசவிடு அல்லது வேறொருவர் பேசுவதைக் கேட்கவிடு

hand sb/sth over (to sb) to give sb/sth (to sb) ஒருவரை/ஒன்றை (ஓராளிடம்) ஒப்படை அல்லது சேர்ப்பி *People were tricked into handing over large sums of money.*

hand sth round to offer to pass sth, especially food and drinks, to all the people in a group ஒரு குழுவில்/கூட்டத்தில் உள்ள அனைவருக்கும் ஒன்றை, குறிப்பாக உணவு மற்றும் குடி-பானங்களை, பரிமாற முன்வா

handbag /ˈhændbæg/ (*AmE* **purse**) *noun* [C] a small bag in which women carry money, keys, etc. பணம், திறவுகோல்கள், முதலியவற்றை உள்ளிட்டுக் கொண்டுசெல்ல பெண்கள் பயன்படுத்தும் சிறு பை; மகளிர் கைப்பை

handbook /ˈhændbʊk/ *noun* [C] a small book that gives instructions on how to use sth or advice and information about a particular subject ஒன்றைப் பயன்படுத்தும் முறை குறித்த விவரக் குறிப்புகள் அல்லது குறிப்பிட்ட ஒரு துறை பற்றிய ஆலோசனைகள் மற்றும் தகவல்கள் அடங்கிய சிறு நூல்; கையேடு

handbrake /ˈhændbreɪk/ (*AmE* **emergency brake; parking brake**) *noun* [C] a device that is operated by hand to stop a car from moving when it is parked நிறுத்துமிடத்தில் நிறுத்தப்பட்ட சீருந்து நகராமல் நிலைநிறுத்தக் கையால் இயக்கப்படும் அவ்வூர்தியிலுள்ள கருவி; கையியக்கத் தடுப்புப்பொறி ➪ **car** பதிவில் படம் பார்க்க.

handcuffs /ˈhændkʌfs/ (*also* **cuffs**) *noun* [*pl.*] a pair of metal rings that are joined together by a chain and put around the wrists of prisoners கைதிகள் மணிக்கட்டில் பிணைக்கப்படும், சங்கிலியால் ஒன்றிணைக்கப்பட்ட இணை உலோக வளையங்கள்; கைவிலங்கு; கைத்தளை

handful /ˈhændfʊl/ *noun* **1** [C] **a handful (of sth)** as much or as many of sth as you can hold in one hand ஒரு கை கொள்ளும் அளவிலான அல்லது எண்ணிக்கையிலான ஒரு பொருள்; கைப்பிடியளவு *a handful of sand* **2** [*sing.*] a small number (of sb/sth) (பொருள்கள் அல்லது ஆட்கள் வகையில்) சிறு எண்ணிக்கை; கையளவு; சிற்றளவு *Only a handful of people came to the meeting.* **3 a handful** [*sing.*] (*informal*) a person or an animal that is difficult to control கட்டுக்குள் வைத்திருப்பதற்குக் கடினமான ஆள் அல்லது விலங்கு

handgun /ˈhændgʌn/ *noun* [C] a small gun that you can hold and fire with one hand ஒரு கையில் பிடித்துச் சுடுவதற்குரிய சிறு துப்பாக்கி வகை; கைத்துப்பாக்கி

handicap[1] /ˈhændikæp/ *noun* [C] **1** something that makes doing sth more difficult; a disadvantage ஒரு செயலின் இடர்ப்பாட்டை மிகுவிக்கும் ஒன்று; முட்டுப்பாடு; இடர்ப்பாடு; அனுகூலக் கேடு *Not speaking English is going to be a bit of a handicap in my new job.* **2** a disadvantage that is given to a strong competitor in a sports event, etc. so that the other competitors have more chance ஒரு விளையாட்டு முதலிய-வற்றில் மற்ற போட்டியாளர்களுக்கு முன்னணி வாய்ப்புக் கிட்டும்படியாக ஒரு வெல்திறமிக்க போட்டியாளருக்கு நேரும் அனுகூலமற்ற சூழ்நிலை **3** (*old-fashioned*) = **disability** **NOTE** இப்பொருள் வழக்கைப் பலர் அவமதிப்பானதாகக் கருதுகின்றனர்.

handicap[2] /ˈhændikæp/ *verb* [T] (**handicapping**; **handicapped**) (*usually passive*) to give or be a disadvantage to sb ஒருவருக்கு இடர்ப்-பாடு அல்லது அனுகூலக்கேடு உண்டாக்கு; ஒருவருக்கு இடர்ப்பாடான அல்லது பாதக-மான ஒன்றாக இரு *They were handicapped by their lack of education.*

handicapped /ˈhændikæpt/ *adj.* (*old-fashioned*) = **disabled** **NOTE** இப்பொழுது பலரால் இச்சொல் அவமதிப்பானதாகக் கருதப்படுகிறது.

handicraft /ˈhændikrɑːft/ *noun* **1** [C] an activity that needs skill with the hands as well as artistic ability, for example sewing தையல் வேலை முதலிய கலைத்திறனும் கைவினைத் திறனும் வேண்டப்படும் செயல்; கைவேலைப்-பாடு **2 handicrafts** [*pl.*] the objects that are produced by this activity கைவேலைப்பாட்டி-னால் உருவாக்கப்படும் பொருள்கள்; கை-வினைப் பொருள்கள்

handiwork /ˈhændiwɜːk/ *noun* [U] **1** a thing that you have made or done, especially using your artistic skill குறிப்பாகக் கலைத்திறனைப் பயன்படுத்தி, (கையால்) உருவாக்கப்பட்ட அல்லது செய்யப்பட்ட ஒன்று; கைவண்ண/கலை வண்ணப் படைப்பு; கை வேலைப்பாடு *She put the dress on and stood back to admire her handiwork.* **2** a thing done by a particular person or group, especially sth bad குறிப்பிட்ட ஒருவரால் அல்லது ஒரு குழுவினரால் செய்யப்பட்ட செயல், குறிப்பாக மோசமான ஒரு செயல்

handkerchief /ˈhæŋkətʃɪf; hæŋkətʃiːf/ *noun* [C] (*pl*. **handkerchiefs** or **handkerchieves** /hæŋkətʃiːvz/) a square piece of cloth or soft thin paper that you use for clearing your nose மூக்குத் துடைக்க/சளி சிந்தப் பயன்படுத்தப்படும் சதுர வடிவத் துணி அல்லது மென்தாள்; கைக்குட்டை **NOTE** **Hanky** அல்லது **hankie** என்பது மேற்கண்ட சொல்லின் நெகிழ்வு வழக்காகும். மென்தாளால் ஆன கைக்குட்டை **paper handkerchief** அல்லது **tissue** எனவும் வழங்கப்படுகிறது.

handle[1] /ˈhændl/ *verb* [T] **1** to touch or hold sth with your hand(s) ஒன்றைக் கையினால்/கைகளால் தொடு அல்லது பிடி *Wash your hands before you handle food.* **2** to deal with or to control sb/sth ஒருவரை/ஒன்றைக் கையாள்; சமாளி; கட்டுப்படுத்து *I have a problem at work and I don't really know how to handle it.* ▶ **handler** *noun* [C] *baggage/dog/food handlers*

handle[2] /ˈhændl/ *noun* [C] a part of sth that is used for holding or opening it ஒன்றைப் பிடித்துக்கொள்வதற்கு அல்லது திறப்பதற்குப் பயன்படுத்தப்படும் அதன் பகுதி; பிடி; கைப்பிடி; காம்பு *She turned the handle and opened the door.* ➪ **scythe** பதிவில் படம் பார்க்க.
IDM **fly off the handle** ➪ **fly[1]** பார்க்க.

handlebar /ˈhændlbɑː(r)/ *noun* [C, *usually pl.*] the metal bar at the front of a bicycle that you hold when you are riding it மிதிவண்டியை ஓட்டும்போது கைகளால் பிடித்துக்கொள்ளும் அதன் முன்பகுதியிலுள்ள உலோகக் கம்பி; கைப்பிடிக் கம்பி ➪ **bicycle** பதிவில் படம் பார்க்க.

handloom /ˈhændluːm/ *noun* [C] a machine for weaving cloth, operated by hand கையால் இயக்கித் துணி நெய்வதற்கான கருவி; கைத்தறி *Weaving cloth using handlooms takes longer than weaving by machines.*

hand luggage (*AmE* **carry-on bag**) *noun* [U] a small bag, etc. that you can keep with you on a plane விமானப் பயணத்தின்போது உடன் வைத்துக்கொள்ளும் சிறு பை, முதலியவை; கைச்சுமை

handmade /ˌhændˈmeɪd/ *adj*. made by hand and of very good quality, not by machine இயந்திரத்தைக் கொண்டு தயாரிக்கப்படாது, கையால் செய்யப்பட்டதும் தரம் மிக்கதுமான; கைவினைப் பொருளான

handout /ˈhændaʊt/ *noun* [C] **1** food, money, etc. given to people who need it badly இன்றியமையாத் தேவையுள்ளவர்களுக்கு வழங்கப்படும் உணவு, பணம் முதலியவை; வழங்கு பொருள் **2** a free document that is given to a lot of people, to advertise sth or explain sth, for example in a class விளம்பரத் தாளாக அல்லது வகுப்பு முதலியவற்றில் விளக்கக் குறிப்புச் சிற்றேடாக மிகப் பலருக்கு வழங்கப்படும் இலவச ஆவணம்

hand-picked *adj*. chosen carefully or personally கவனமாக அல்லது தன்னால் நேரடியாகத் தேர்வு செய்யப்பட்ட; பொறுக்கி எடுக்கப்பட்ட; தன்விருப்பத் தேர்வான

handrail /ˈhændreɪl/ *noun* [C] a long narrow wooden or metal bar at the side of some steps, a bath, etc. that you hold for support or balance சிலவகைப் படிக்கட்டுகள், குளியல் அறை, முதலியவற்றின் பக்கங்களில் அமைக்கப்படும், கைத்துணையாக அல்லது நிலை தடுமாறாதிருக்கப் பிடித்துக்கொள்வதற்கான, நீண்டு குறுகலான மர அல்லது உலோகக் கம்பி; கைப்பிடிக் கிராதி

handset = **receiver 1**

handshake /ˈhændʃeɪk/ *noun* [C] the action of shaking sb's right hand with your own when you meet him/her ஒருவரைச் சந்திக்கும்போது அவரது வலது கையைத் தனது வலது கையால் பிடித்துக் குலுக்குதல்; கை குலுக்குதல்

handsome /ˈhænsəm/ *adj*. **1** (used about a man) attractive (ஆடவர் வகையில்) கவர்ச்சியான; தோற்றப் பொலிவுள்ள; அழகான ➪ **beautiful** பதிவிலுள்ள குறிப்பைப் பார்க்க. **2** (used about money, an offer, etc.) large or generous (பணம், சலுகை முதலியவை வகையில்) தாராளமான; பேரளவிலான; ஏராளமான *a handsome profit* ▶ **handsomely** *adv*. *Her efforts were handsomely rewarded.*

hands-on *adj*. learnt by doing sth yourself, not watching sb else do it; practical வேறொருவர் செய்வதைப் பார்த்து அல்லாமல், தானே செய்து அறிந்து கொள்கிற; அனுபவ வழியான; செயல்முறை சார்ந்த *She needs some hands-on computer experience.*

handstand /ˈhændstænd/ *noun* [C] a movement in which you put your hands on the ground and lift your legs straight up in the air கைகளைத் தரையில் ஊன்றிக் கால்களை நேர்குத்தாக

மேலே உயர்த்தும் இயக்கம்; தலைகீழாகக் கைகளால் நிற்பது

handwriting /ˈhændraɪtɪŋ/ *noun* [U] a person's style of writing by hand ஒருவர் கையினால் எழுதும் பாணி; கையெழுத்துப் பாங்கு; கையெழுத்து

handwritten /ˌhændˈrɪtn/ *adj.* written by hand, not typed or printed தட்டச்சு செய்யப்பட்டோ அச்சிடப்பட்டோ இல்லாமல் கையினால் எழுதப்பட்ட; கையெழுத்து வாசகமான

handy /ˈhændi/ *adj.* (**handier; handiest**) **1** useful; easy to use பயன்கொள்ளத் தக்கதான; பயன்படுத்துவதற்கு எளிதான; கையாள்வதற்கு ஏற்ற வசதியுள்ள *a handy tip • a handy gadget* **2 handy (for sth/doing sth)** within easy reach of sth; nearby கைக்கு எட்டக்கூடியதான; அருகில் உள்ள *Always keep a first-aid kit handy for emergencies.* **3** skilful in using your hands or tools to make or repair things (பொருள்களை உருவாக்குதல் அல்லது சீர்படுத்துதல் வகையில்) கைத்திறன் வாய்ந்த அல்லது கருவிகளைத் திறம்படக் கையாள்கிற; செயல்திறமிக்க; கைவந்த *Rani is very handy around the house.*

IDM **come in handy** to be useful at some time ஏதாவதொரு சமயத்தில் பயன்படுத்திக்கொள்ளத் தக்கதாக இரு *Don't throw that box away. It may come in handy.*

handyman /ˈhændimæn/ *noun* [*sing.*] a person who is clever at making or repairing things, especially around the house பொருள்களை, குறிப்பாக வீட்டுப்பொருள்களை, செய்தல் அல்லது சீர்படுத்துதலில் திறமை வாய்ந்தவர்.

hang¹ /hæŋ/ *verb* (*pt, pp* **hung** /hʌŋ/)

NOTE **Hanged** என்னும் இறந்தகால மற்றும் இறந்தகால வினையெச்ச வடிவம் பொருள் 2-இல் மட்டுமே பயன்படுத்தப்படும்.

1 [I, T] to fasten sth or be fastened at the top so that the lower part is free or loose ஒரு பொருளின் கீழ்ப்பகுதி பிடிப்பின்றி அல்லது தளர்வாகத் தொங்குமாறு அதன் மேற்பகுதியை ஒன்றில் பொருத்து, கட்டு அல்லது மாட்டு; இவ்வாறு ஒன்று மாட்டப்பட்டிரு; தொங்கு; தொங்கவிடு *Hang your coat on the hook. • A cigarette hung from his lips.* **2** [T] to kill sb/yourself by putting a rope around the neck and allowing the body to drop downwards கழுத்தில் ஓர் உறுதியான கயிற்றை மாட்டி உடல் கீழ்நோக்கி விழுமாறு செய்து ஒருவரைக் கொலை செய் அல்லது தற்கொலை செய்துகொள்; ஒருவரைத் தூக்கிலிட்டுக் கொல்; தூக்குமாட்டித் தற்கொலை செய்துகொள் *He was hanged for murder.* **3** [I] **hang (above/over sb/sth)** to stay in the air in a way that is unpleasant or threatening இனியதல்லாத அல்லது அச்சுறுத்தும் முறையில் மேலே தொங்கு *Smog hung in the air over the city.*

IDM **be/get hung up (about/on sb/sth)** to think about sb/sth all the time in a way that is not healthy or good உடல் நலத்திற்கு ஒவ்வாத அல்லது இன்னாத முறையில் எந்நேரமும் ஒருவர்/ஒன்று குறித்து எண்ணிக்கொண்டிரு; ஓர் எண்ணம் விடாது மனத்தை அழுத்திக்கொண்டிரு *She's really hung up about her parents' divorce.*

hang (on) in there (*spoken*) to have courage and keep trying, even though a situation is difficult சூழ்நிலை கடுமை வாய்ந்ததாக இருப்பினும் மனத்திடத்துடன் விடாது முயற்சி செய்துகொண்டிரு *The worst part is over now. Just hang on in there and be patient.*

PHR V **hang about/around** (*informal*) to stay in or near a place not doing very much முனைப்புடன் ஒன்றும் செய்யாது, ஓரிடத்திலேயே அல்லது ஓரிடத்திற்கு அருகிலேயே இரு; வறிதே ஓரிடத்தில் சுற்றிக்கொண்டிரு

hang on 1 to wait for a short time சற்று நேரம் பொறு அல்லது காத்திரு *Hang on a minute. I'm nearly ready.* **2** to hold sth tightly ஒன்றை உறுதியாகப் பிடித்துக்கொள் *Hang on, don't let go!*

hang on to sth 1 (*informal*) to keep sth ஒன்றை விடாது வைத்திரு *Let's hang on to the car for another year.* **2** to hold sth tightly ஒன்றை உறுதியாகப் பிடித்துக்கொள் *He hung on to the child's hand as they crossed the street.*

hang sth out to put washing, etc. on a clothes line so that it can dry துவைத்த ஆடைகள் முதலியவற்றை உலர்வதற்காகக் கொடியில் தொங்கவிடு

hang over sb to be present or about to happen in a way which is unpleasant or threatening இனியதல்லாத அல்லது அச்சுறுத்தும் முறையில் ஒன்று உடனிரு அல்லது நிகழ இரு; தலைக்கு மேலே தொங்கிக்கொண்டிரு *This essay has been hanging over me for days.*

hang sth up to put sth on a nail, hook, etc. ஆணி, கொளுவி, முதலியவற்றில் ஒன்றை மாட்டு *Hang your coat up over there.*

hang up to end a telephone conversation and put the telephone down தொலைபேசி உரையாடலை முடித்துச் செவிக்குழலைக் கருவியில் பொருந்த வை

hang up on sb (*informal*) to end a telephone conversation without saying goodbye because you are angry சினம் காரணமாகப் பிரிவு முகமன் கூறாது தொலைபேசி உரையாடலை முடித்துக்கொள்

hang² /hæŋ/ *noun*

IDM **get the hang of (doing) sth** (*informal*) to learn how to use or do sth ஒன்றைப்

பயன்படுத்தும் அல்லது செய்யும் முறையை அறிந்துகொள்; செய்முறை நுட்பம் கைவரப்பெறு *It took me a long time to get the hang of my new computer.*

hangar /ˈhæŋə(r)/ *noun* [C] a big building where planes are kept விமானங்கள் நிறுத்தி வைப்பதற்கான பெரிய கட்டடம்; விமான சேமவைப்பு மனை

hanger /ˈhæŋə(r)/ (*also* **coat hanger**; **clothes hanger**) *noun* [C] a metal, plastic or wooden object with a hook that is used for hanging up clothes in a cupboard நிலையடுக்கில் ஆடைகளைத் தொங்கவிடுவதற்குப் பயன்படுத்தப்படும் கொளுவியுடன் கூடிய உலோக, பிளாஸ்டிக் அல்லது மரப் பொருள்; தூக்குக் கம்பி

hanger-on /ˌhæŋərˈɒn/ *noun* [C] (*pl.* **hangers-on**) a person who tries to be friendly with sb who is rich or important பண வசதியுள்ள அல்லது செல்வாக்குள்ள ஒருவரோடு நட்புறவு கொள்ள முயல்பவர்; ஒட்டிக்கொண்டிருப்பவர்; அண்டி வாழ்பவர்

hang-glider *noun* [C] a type of frame covered with cloth, which a person holds and flies through the air with as a sport ஒரு விளையாட்டாகப் பிடித்துத் தொங்கிக்கொண்டு ஒருவர் வானில் பறக்கும், துணியால் மூடப்பட்ட ஒரு வகைச் சட்டம்; தொங்கு வானூர்தி ➪ **glider** பார்க்க. ▶ **hang-gliding** *noun* [U]

hanging /ˈhæŋɪŋ/ *noun* [C, U] death as a form of punishment for a crime, caused by putting rope around a person's neck and letting the body drop downwards குற்றத் தண்டனையாக ஒருவரைத் தூக்கிலிட்டுக் கொல்லுதல்; தூக்கு தண்டனை

hanging valley *noun* [C] (in geography) a valley which has been cut across by a deeper valley or cliff (புவியியலில்) மேலும் ஆழமான பள்ளத்தாக்கு அல்லது செங்குத்தான பாறை குறுக்காகச் செல்லும் பள்ளத்தாக்கு; தொங்கு பள்ளத்தாக்கு ➪ **glacial** பதிவில் படம் பார்க்க.

hangman /ˈhæŋmən/ *noun* [*sing.*] **1** a person whose job is to kill criminals as a form of punishment by hanging them with a rope மரண தண்டனையை நிறைவேற்றும் வகையில் தொழில்முறையாக ஒருவரைத் தூக்கிலிட்டுக் கொல்பவர்; தூக்கிலிடுபவர் **2** a word game where the aim is to guess all the letters of a word before a picture of a person hanging is completed ஒருவர் தூக்கில் தொங்கும் வரையுரு நிறைவடைதற்கு முன் ஒரு சொல்லின் அனைத்து எழுத்துகளையும் ஊகித்தறியும் முறையிலான சொல் விளையாட்டு வகை

hangover /ˈhæŋəʊvə(r)/ *noun* [C] pain in your head and a sick feeling that you have if you have drunk too much alcohol the night before முந்திய நாள் இரவு மிகைப்படியாக மது அருந்தியதால் உண்டாகும் தலைவலியும் குமட்டல் உணர்வும்

hang-up *noun* [C] **a hang-up (about sb/sth)** an emotional problem about sth that makes you embarrassed or worried மனச் சங்கடத்தை அல்லது சஞ்சலத்தை உண்டாக்கும் ஒன்று குறித்த உள்ளுணர்ச்சிச் சிக்கல் *He has a real hang-up about his height.*

hanker /ˈhæŋkə(r)/ *verb* [I] **hanker after/for sth** to want sth very much (often sth that you cannot easily have) (பெரும்பாலும் எளிதில் பெறமுடியாத) ஒன்றை அடைய மிகு விருப்பம் கொள்; ஏங்கு

hanky (*also* **hankie**) /ˈhæŋki/ *noun* [C] (*pl.* **hankies**) (*informal*) = **handkerchief**

haphazard /hæpˈhæzəd/ *adj.* with no particular order or plan; badly organized ஒழுங்குமுறையற்ற; மோசமான முறையில் ஒருங்கிணைக்கப்பட்டுள்ள; தாறுமாறான ▶ **haphazardly** *adv.*

haploid /ˈhæplɔɪd / *adj.* (*technical*) (used about a cell) containing only the set of **chromosomes** from one parent (உயிரணு வகையில்) பெற்றோர்களில் ஒருவருடைய இனக்கீற்றுத் தொகுதியை மட்டுமே உள்ளடக்கிய ➪ **diploid** பார்க்க.

happen /ˈhæpən/ *verb* [I] **1** (of an event or situation) to take place, usually without being planned first (ஒரு நிகழ்ச்சி அல்லது சூழ்நிலை வகையில்) பெரும்பாலும் முன்கூட்டியே திட்டமிடப்படாது நிகழ்வுறு; நேர்; தற்செயலாக நேரிடு *Can you describe to the police what happened after you left the party?*

> **NOTE** திட்டமிடப்படாது நிகழ்வனவற்றைக் குறிக்கப் பெரும்பாலும் **happen**, **occur** ஆகிய இரு சொற்களும் பயன்படுத்தப்படுகின்றன. எனினும் **occur** செறிவு வழக்காக வரக்கூடியது. **Take place** திட்டமிட்டு நடைபெறும் ஒன்றைக் குறிக்கும்—*The wedding took place on Saturday June 13th.*

2 happen to sb/sth to be what sb/sth experiences ஒருவரது/ஒன்றின் அனுபவமாக அல்லது பட்டறிவாக இரு; ஒருவருக்கு/ஒன்றுக்கு நேர்ந்ததாக இரு *What will happen to the business when your father retires?* **3 happen to do sth** to do sth by chance தற்செயலாக ஒன்றைச் செய்; ஒன்றைச் செய்ய நேரிடு *I happened to meet him in London yesterday.*

IDM as it happens/happened (used when you are adding to what you have said) actually (மேலும் ஒன்றைக் கூற விரும்பும்போது பயன்படுத்தப்படுவது) உண்மையில்; மெய்யாகவே *As it* *happens, I did remember to bring the book you wanted.*

it (just) so happens ➪ **so[1]** பார்க்க.

happening /ˈhæpənɪŋ/ *noun* [C, *usually pl.*] a thing that happens; an event (that is usually strange or difficult to explain) நடப்பு; நிகழ்வு; (பெரும்பாலும் வழக்க மீறிய அல்லது விவரிப்பதற்குக் கடினமான) சம்பவம் *Strange happenings have been reported in that old hotel.*

happily /ˈhæpɪli/ *adv.* **1** in a happy way மகிழ்ச்சியுடன்; இன்ப உணர்வுடன் *I would happily give up my job if I didn't need the money.* **2** it is lucky that; fortunately நல்வாய்ப்பாக; நல்லகாலமாக; அதிர்ஷ்டவசமாக *The police found my handbag and, happily, nothing had been stolen.*

happy /ˈhæpi/ *adj.* (**happier; happiest**) **1 happy (to do sth); happy for sb; happy that …** feeling or showing pleasure; pleased இன்ப உணர்வுடைய; இன்ப உணர்வை வெளிப்படுத்துகிற; மகிழ்ச்சியான *Congratulations! I'm very happy for you.* ✪ OPP **unhappy** or **sad** ➪ **glad** பதிவிலுள்ள குறிப்பைப் பார்க்க. **2** giving or causing pleasure மகிழ்ச்சி தருகிற; இனிமையான; களிப்பூட்டுகிற *a happy marriage/memory/childhood • The film is sad but it has **a happy ending**.* **3 happy (with/about sb/sth)** satisfied that sth is good and right; not worried ஒன்று நல்லதாகவும் முறையானதாகவும் இருப்பது கண்டு மன நிறைவடைகிற; மனக்குறை கொள்ளாத; மனம் வருந்தாத; திருப்தி கொள்கிற *I'm not very happy with what you've done. • She doesn't feel happy about the salary she's been offered.* **4 happy to do sth** ready to do sth; pleased ஒன்றைச் செய்ய ஆயத்தமாக உள்ள; ஒன்றில் மனமகிழ்ந்து ஈடுபடுகிற *I'll be happy to see you any day next week.* **5 Happy** used to wish sb an enjoyable time நல்வாழ்த்துக் கூறப் பயன்படுத்தப்படும் சொல்: நலம் பெறுக! இன்பம் உண்டாகட்டும்! மகிழ்ச்சி நிறைக! *Happy Birthday!* **6** (*only before a noun*) lucky; fortunate மங்கலமான; நன்னிமித்தமான; அதிர்ஷ்டவசமான *a happy coincidence* ✪ OPP **unhappy** ▶ **happiness** *noun* [U]

happy-go-lucky *adj.* not caring or worried about life and the future வாழ்க்கை பற்றியும் எதிர்காலம் பற்றியும் அக்கறையோ கவலையோ கொள்ளாத; வருவது வரட்டும் என்னும் மனப்பான்மை உடைய

happy hour *noun* [C, *usually sing.*] a time, usually in the evening, when a pub or bar sells alcoholic drinks at lower prices than usual மதுவகங்களிலும் பொதுவிடுதிகளிலும் வழக்கத்தை விடக் குறைந்த விலையில் மது விற்கப்படும் நேரம், வழக்கமாக மாலை நேரம்; இன்ப நேரம்

harass /ˈhærəs; həˈræs/ *verb* [T] to annoy or worry sb by doing unpleasant things to him/her, especially over a long time குறிப்பாக நீண்ட நேர/கால அளவில், ஒருவருக்கு வெறுப்பூட்டுவனவற்றைச் செய்து அவருக்கு எரிச்சல் அல்லது கவலை உண்டாக்கு; தொடர்ந்து அல்லது மீண்டும் மீண்டும் தொல்லை கொடு *The court ordered him to stop harassing his ex-wife.* ▶ **harassment** *noun* [U] *She accused her boss of **sexual harassment**.*

harassed /ˈhærəst; həˈræst/ *adj.* tired and worried because you have too much to do செய்ய வேண்டியது மிகைப்படியானதாக இருப்பதால், சோர்வுணர்வும் கவலையும் கொண்டுள்ள; ஊக்கமிழந்துள்ள

harbour[1] (*AmE* **harbor**) /ˈhɑːbə(r)/ *noun* [C, U] a place on the coast where ships can be tied up (**moored**) and protected from the sea and bad weather கடல் மற்றும் வானிலைக் கடுமையிலிருந்து கப்பல்கள் பாதுகாப்பாக நிலைப்படுத்தப்படும் கரையோர இடம்; கப்பல் துறை; துறைமுகம்

harbour[2] (*AmE* **harbor**) /ˈhɑːbə(r)/ *verb* [T] **1** to keep feelings or thoughts secret in your mind for a long time நீண்ட கால அளவில் உணர்ச்சிகளை அல்லது எண்ணங்களை மனத்தில் இரகசியமாக வைத்திரு; நலமற்ற பகைமை, கவலை முதலிய உணர்ச்சிகளை மனத்தில் பொதிந்து வைத்திரு *She began to **harbour doubts** about the decision.* **2** to hide or protect sb/sth that is bad மோசமான ஒருவரை/ஒன்றை மறைத்துவை; மோசமான ஒருவருக்கு/ஒன்றுக்கு பாதுகாப்பளி அல்லது புகலிடம் அளி *They were accused of harbouring terrorists.*

hard[1] /hɑːd/ *adj.* **1** not soft to touch; not easy to break or bend தொடுதற்கு மிருதுவாக அல்லது மென்மையாக இல்லாத; முறிப்பதற்கு அல்லது வளைப்பதற்கு எளிதாக இல்லாத; கெட்டியான; உறுதியான *The bed was so hard that I couldn't sleep.* ✪ OPP **soft 2 hard (for sb) (to do sth)** difficult to do or understand; not easy செய்வதற்கு அல்லது புரிந்துகொள்வதற்கு எளிதாக இல்லாத; கடினமான; இடர்ப்பாடுடைய *It's hard for young people to find good jobs nowadays. • I find his attitude very hard to take* (= difficult to accept). ✪ OPP **easy 3** needing or using a lot of physical strength or mental effort பெருமளவு உடல் வலிமை அல்லது மன உரம் வேண்டப்படுகிற அல்லது அதனைப் பயன்படுத்துகிற; கடுமை வாய்ந்த; பெரு முயற்சி தேவையாக உள்ள *It's a hard climb to the top of the hill. • **Hard work** is said to be good for you.* **4** (used about a person) not feeling or showing kindness or pity; not gentle (ஓராள் பற்றிக் குறிப்பிடுகையில்) பரிவு அல்லது இரக்க உணர்வு

இல்லாத அல்லது அவ்வுணர்வை வெளிப்படுத்தாத; கனிவற்ற; கண்டிப்பான *You have to be hard to succeed in business.* ✪ OPP **soft** or **lenient 5** (used about conditions) unpleasant or unhappy; full of difficulty (சூழ்நிலைகள் அல்லது சூழற்பண்புகள் வகையில்) இன்னாத; மகிழ்வூட்டாத; தொல்லை நிறைந்த *to have a hard day/life/childhood* **6** (used about the weather) very cold (வானிலை வகையில்) கடுங் குளிரான; குளிர் மிக்க *The forecast is for a hard winter/frost.* ✪ OPP **mild 7** (used about water) containing particular minerals so that soap does not make many bubbles (நீர் வகையில்) சோப்பு நுரைக்காதவாறு குறிப்பிட்ட கனிப்பொருள்களை உள்ளடக்கிய; கடின நீரான *We live in a **hard water** area.* ✪ OPP **soft** ▶ **hardness** *noun* [U]

IDM **a hard act to follow** a person or a thing that it is difficult to do better than செயலில் விஞ்சுவதற்குக் கடினமான ஒருவர் அல்லது ஒன்று; தன்னினும் மேற்பட்டவர் அல்லது மேம்பட்டது

be hard at it to be working very hard செய்துகொண்டிருக்கும் ஒரு செயலுக்குக் கடுமையான உழைப்பை வழங்கு; ஒரு செயலைப் பெருமுயற்சியுடன் செய்துகொண்டிரு

be hard on sb/sth 1 to treat sb/sth in a harsh way or to make things difficult ஒருவரை/ஒன்றைக் கடுமையான அல்லது கனிவற்ற முறையில் நடத்து; கடுகடுப்பாக இரு; நிலைமையை சிக்கல் அல்லது இடர்ப்பாடு உடையதாக்கு *Don't be too hard on her—she's only a child.* **2** to be unfair to sb ஒருவரிடம் நியாயமற்ற முறையில் அல்லது ஓரகமாக நடந்துகொள் *Moving the office to the country is a bit hard on the people who haven't got a car.*

give sb a hard time (*informal*) to make a situation unpleasant, embarrassing or difficult for sb ஒருவர் வகையில் சூழ்நிலையை இனிமையற்றதாக, சங்கடம் உண்டாக்குவதாக அல்லது இடர்ப்பாடுடையதாக ஆக்கு

hard and fast (used about rules, etc.) that cannot be changed (விதிமுறைகள் முதலியவை வகையில்) மாற்ற முடியாத; கண்டிப்பான *There are no hard and fast rules about this.*

hard facts information that is true, not just people's opinions மக்களுடைய கருத்துகள் மட்டுமே அல்லாது மெய்யான தகவல்களும்; மறுக்க இயலாத மெய்ம்மைகள்

hard luck ⇨ **luck** பார்க்க.

hard of hearing unable to hear well தெளிவாகக் கேட்க இயலாத; செவிப்புலம் சற்றே குறைபாடுற்ற

hard to swallow difficult to believe நம்புவதற்குக் கடினமான

have a hard job doing/to do sth; have a hard time doing sth to do sth with great difficulty பெரிதும் வருந்தி ஒன்றைச் செய்; ஒரு வேலை அருமைப்பாடு உடையதாக இரு

no hard feelings (*spoken*) used to tell sb you do not feel angry after an argument, etc. ஒரு தர்க்கம் அல்லது கருத்து வேறுபாட்டுக்குப் பிறகு தான் சினமடைய வில்லை என்று கூற பயன்படுத்தப்படும் தொடர் *'No hard feelings, I hope,' he said, offering me his hand.*

the hard way through having unpleasant or difficult experiences, rather than learning from what you are told வழிகாட்டுதலின்படி நடந்துகொள்வதை விடுத்து வருத்தம் மிக்க அல்லது இடர்ப்பாடான அனுபவங்கள் மூலமாகப் பெறுவதான; இடரார்ந்த பட்டறிவு வழிப்பட்ட *She won't listen to my advice so she'll just have to **learn the hard way**.*

take a hard line (on sth) to deal with sth in a very serious way that you will not allow anyone to change ஒன்றைக் கடுமையான முறையில் கையாள்; ஒன்றின் மீது உறுதியான நடவடிக்கை எடு *The government has taken a hard line on people who drink and drive.*

hard² /hɑːd/ *adv.* **1** with great effort, energy or attention பெரும் முயற்சியுடன், வீரியத்துடன் அல்லது கருத்துடன்; வருந்தி உழைத்து; ஊக்கத்துடன்; முனைப்பான ஆற்றலைச் செலுத்தி *He worked hard all his life.* **2** with great force; heavily தாக்கு விசையுடன்; வன்மையாக; கனத்து *It was raining/snowing hard.*

IDM **be hard up (for sth)** to have too few or too little of sth, especially money ஒன்றை, குறிப்பாகப் பணத்தை, சொற்ப அளவிலேயே வைத்திரு; பண முடைக்கு உள்ளாகு

be hard pressed/pushed/put to do sth to find sth very difficult to do ஒரு செயல் பெரிதும் இடர்ப்பாடுடையதாக அல்லது கடுமை வாய்ந்ததாக இருக்கக் காண்; ஒன்றுக்குக் கடு முயற்சி செய்ய வேண்டியிரு *He was hard pressed to explain his wife's sudden disappearance.*

die hard ⇨ **die** பார்க்க.

hard done by (*BrE*) not fairly treated நியாயமான முறையில் நடத்தப்படாது *He felt very hard done by when he wasn't chosen for the team.*

hardback /ˈhɑːdbæk/ *noun* [C] a book that has a hard rigid cover கெட்டியான உறுதியான, மேலட்டையுடைய புத்தகம் *This book is only available **in hardback**.* ⇨ **paperback** பார்க்க.

hardboard /ˈhɑːdbɔːd/ *noun* [U] a type of wooden board made by pressing very small pieces of wood together into thin sheets மரத் துகள்களை ஒன்று சேர்த்து மெல்லிய தகடுகளாக ஆகுமாறு அமுக்கித் தயாரிக்கப்படும் மரப்பலகை வகை; அட்டைப் பலகை

hard-boiled *adj*. (used about an egg) boiled until it is solid inside (முட்டை வகையில்) உள்ளீடு கெட்டியாகும் வரை வேகவைக்கப்பட்ட

hard cash (*AmE* **cold cash**) *noun* [U] money, especially in the form of coins and notes, that you can spend பணம், குறிப்பாக செலவிடத் தக்கவாறு நாணயங்களாகவும் தாள்களாகவும் உள்ள பணம்; ரொக்கப் பணம்

hard copy *noun* [U] (*computing*) information from a computer that has been printed on paper கணிப்பொறியிலிருந்து பெறப்பட்டுத் தாளில் அச்சிடப்பட்ட தகவல்; தாள்படி

hard core *noun* [*sing*.] the members of a group who are the most active ஒரு குழுவின் கடுமுனைப்பானசெயல்பாடுடைய உறுப்பினர்கள்; தீவிர உறுப்பினர்கள்

hard currency *noun* [U] money belonging to a particular country that is easy to exchange and not likely to fall in value நாணயப் பரிவர்த்தனைக்கு எளிதானதும் மதிப்பு வீழ்ச்சியடைய வாய்ப்பில்லாததுமான குறிப்பிட்ட நாட்டின் பணம்; கெட்டிப் பணம்

hard disk *noun* [C] a piece of hard plastic that is fixed inside a computer and is used for storing data and programs permanently கணினியினுள் பொருத்தித் தரவுகளையும் நிரல்களையும் கணினியில் நிலையாகத் தேக்கிவைத்துக் கொள்வதற்குப் பயன்படுத்தப்படும் உறுதியான பிளாஸ்டிக் பொருள்; வன்வட்டு ➪ **floppy disk** பார்க்க.

hard drug *noun* [C, *usually pl*.] a powerful and illegal drug that some people take for pleasure and may become dependent on (**addicted**) சிலர் இன்பத்திற்காக உட்கொண்டு அதன் அடிமையாகிவிடும் வாய்ப்புள்ள ஆற்றல் மிக்க, தடை செய்யப்பட்ட போதைப் பொருள்; வன்திறப் போதைப்பொருள் *Heroin and cocaine are hard drugs.* ➪ **soft drug**-உடன் ஒப்பிடுக

harden /ˈhɑːdn/ *verb* **1** [I, T] to become or to make sth hard or less likely to change கெட்டியாகு; கடினமாகு; ஒன்றைக் கெட்டியாக்கு; கடினமாக்கு; மாற்றத்திற்கான வாய்ப்பு குறையச் செய் *The firm has hardened its attitude on this question.* **2** [T] (*usually passive*) **harden sb (to sth/doing sth)** to make sb less kind or less easily shocked ஒருவரது பரிவு அல்லது இரக்க உணர்வு குறையச் செய்; மனம் இறுகச் செய்; கடின சித்தம் கொள்ளச் செய் *a hardened reporter/criminal* **3** [I] (used about a person's face, voice, etc.) to become serious and unfriendly (ஒருவரது முகம், குரல் முதலியவை வகையில்) கடுமை ஏறிக் கனிவு குன்று; கடுகடுப்புக்கொள்

hard-headed *adj*. determined and not allowing yourself to be influenced by emotions உணர்ச்சி வசப்படாது நெஞ்சுரத்துடன் உள்ள; மன உறுதி மிக்க *a hard-headed businessman*

hard-hearted *adj*. not kind to other people and not considering their feelings பிறரிடம் பரிவு காட்டாத மற்றும் பிறர் உணர்வுகளைக் கருத்தில் கொள்ளாத; இரக்கமும் கனிவுமற்ற; கல்நெஞ்சுடைய ✪ OPP **soft-hearted**

hard-hitting *adj*. that talks about or criticizes sb/sth in an honest and very direct way நேர்மையான, சிறிதும் ஒளிவுமறைவற்ற முறையில் ஒருவரை/ஒன்றைப் பற்றிப் பேசுகிற அல்லது விமர்சிக்கிற; நேரடி வன்தாக்கான *a hard-hitting campaign/speech/report*

hardly /ˈhɑːdli/ *adv*. **1** almost no; almost not; almost none கிட்டத்தட்ட இல்லாததாக; பெரும்பாலும் ஒன்றுமில்லாது; அரிதாக *There's **hardly any** coffee left.* ➪ **almost** பார்க்க. **2** used especially after 'can' and 'could' and before the main verb to emphasize that sth is difficult to do ஒரு செயல் கடினமானது என்பதை வலியுறுத்த, குறிப்பாக 'can' மற்றும் 'could'-ஐ அடுத்தும் முதன்மை வினைக்கு முன்னும் பயன்படுத்தப்படுவது: இடர்ப்பட்டு; மிகவும் சிரமத்துடன் *Speak up—I can hardly hear you.* **3** (used to say that sth has just begun, happened, etc.) only just (ஒன்று சற்று முன்தான் தொடங்கியுள்ளது, நிகழ்ந்துள்ளது என்ற முறையில் குறிப்பிடப் பயன்படுத்தப்படுவது) இப்போதுதான்; சற்று முன்தான்

> **NOTE** **Hardly** வாக்கியத்தின் தொடக்கத்தில் வரும்போது அதனை அடுத்து வினைச்சொல் அமையும். இவ்வகைப் பயன்பாடு முறை சார்ந்த (*formal*) எழுத்து வழக்கில் காணப்படும்—*Hardly had she gone to sleep than it was time to get up again.*

4 (used to suggest that sth is unlikely or unreasonable) not really (ஒன்றுக்கு வாய்ப்பில்லை அல்லது ஒன்று அறிவுக்கு ஒவ்வாதது என்பதை உணர்த்தப் பயன்படுத்தப்படுவது) பெரும்பாலும் வாய்ப்பில்லாததாக அல்லது ஏற்புத்தன்மையற்றதாக *You can hardly expect me to believe that excuse!* ➪ **barely** மற்றும் **scarcely** பார்க்க.

hard-nosed *adj*. not affected by feelings or emotions when trying to get what you want தான் விரும்புவதைப் பெற முயலும்போது உணர்ச்சிகளுக்கோ உள்ளுணர்வுகளுக்கோ இடங்கொடாத; மனம் இறுகிய; உணர்ச்சி வசப்படாத

hardship /ˈhɑːdʃɪp/ *noun* [C, U] the fact of not having enough money, food, etc. போதுமான பணம், உணவு, முதலியவற்றைக் கொண்டிராத மெய்ம்மை நிலை; வாழ்க்கைப் பிரச்சினை; பற்றாக்குறை *This new tax is going to cause a lot of hardship.*

hardware /ˈhɑːdweə(r)/ *noun* [U] **1** the machinery of a computer, not the programmes written for it கணிப்பொறியின், நிரல்கள் அல்லாத, இயந்திரப் பகுதி; வன்பொருள் ➪ **software** பார்க்க. **2** tools and equipment that are used in the house and garden மனை மற்றும் தோட்டத்தில் பயன்படுத்தப்படும் கருவித் தொகுதி; வன்பொருள்கள்; இரும்புப்பொருள்கள்; துணைக்கருவிகள் *a hardware shop*

hard-wearing *adj.* (*BrE*) (used about materials, clothes, etc.) strong and able to last for a long time (துணிகள், ஆடைகள் முதலியவை வகையில்) உறுதியானவையும் நீடித்து உழைக்கக் கூடியவையுமான

hardwood /ˈhɑːdwʊd/ *noun* [U, C] hard heavy wood from trees that lose their leaves in winter (**deciduous trees**) இலையுதிர் மர வகைகளின் உறுதியான மற்றும் கனமான கட்டை; வயிரம் பாய்ந்த கட்டை *tropical hardwoods* ➪ **softwood** பார்க்க.

hard-working *adj.* working with effort and energy ஊக்கத்துடனும் ஆற்றலுடனும் வேலை செய்கிற; கடுமையாக உழைக்கிற *a hard-working man*

hardy /ˈhɑːdi/ *adj.* (**hardier**; **hardiest**) strong and able to survive difficult conditions and bad weather வலுவானதும் கடினமான சூழ்நிலைகளிலும் மோசமான தட்பவெப்ப நிலைகளிலும் தாக்குப்பிடிக்கக் கூடியதுமான; நிலையுறுதி மிக்க; கட்டுரம் வாய்ந்த *a hardy plant* ▶ **hardiness** *noun* [U]

hare /heə(r)/ *noun* [C] an animal like a rabbit but bigger with longer ears and legs குழிமுயலைப்போன்றதும் ஆனால் அதைவிடப் பெரியதும் நீளம் மிகுந்த காதுகளையும் கால்களையும் உடையதுமான விலங்கு வகை; முயல்

harem /ˈhærəm/ *noun* [C] a number of women living with one man, especially in Muslim societies. The part of the building the women live in is also called a harem குறிப்பாக முஸ்லிம் சமுதாயங்களில், ஓராணுடன் வாழ்க்கை நடத்தும் பல பெண்களின் தொகுதி; இப்பெண்கள் தங்கி வாழும் மனைப் பகுதி; அந்தப்புரம்

harm¹ /hɑːm/ *noun* [U] damage or injury சேதம்; காயம்; தீங்கு; ஊறு *He ate some of those berries but they didn't* ***do*** *him* ***any harm.*** • *Experienced staff watch over the children to make sure they don't* ***come to any harm****.*

IDM **no harm done** (*informal*) used to tell sb that he/she has not caused any damage or injury ஒருவர் தீங்கு அல்லது ஊறு எதுவும் செய்துவிடவில்லை என அவரிடம் கூறப் பயன்படுத்தப்படும் தொடர் *'Sorry about what I said to you last night.' 'That's all right, Jack, no harm done!'*

out of harm's way in a safe place தீங்கு அல்லது சேதம் நேர வாய்ப்பில்லாத இடத்தில்; பாதுகாப்பான இடத்தில் *Put the medicine out of harm's way where the children can't reach it.*

there is no harm in doing sth; it does no harm (for sb) to do sth there's nothing wrong in doing sth (and sth good may result) ஒன்றைச் செய்வதில் தவறேதும் இல்லை (அதனால் நன்மை விளையக்கூடும்) *I'm sure he'll say no, but there's no harm in asking.*

harm² /hɑːm/ *verb* [T] to cause injury or damage; hurt காயம் அல்லது சேதம் உண்டாக்கு; தீங்கிழை; கேடு செய் *Too much sunshine can harm your skin.*

harmful /ˈhɑːmfl/ *adj.* **harmful (to sb/sth)** causing harm காயம் அல்லது சேதம் விளைவிக்கிற; ஊறு செய்கிற; தீங்கிழைக்கிற *Traffic fumes are harmful to the environment.*

harmless /ˈhɑːmləs/ *adj.* **1** not able or not likely to cause damage or injury; safe காயம் அல்லது சேதம் உண்டாக்கும் ஆற்றல் அற்ற அல்லது வாய்ப்பில்லாத; தீங்கு விளைவிக்காத; கேடு செய்யக்கூடியதல்லாத *You needn't be frightened—these insects are completely harmless.* **2** not likely to upset people பிறருக்கு வருத்தம் அல்லது கவலை உண்டுபண்ணக் கூடியதல்லாத; மன அமைதியைக் கெடுக்கக்கூடியதல்லாத *The children can watch that film—it's quite harmless.* ▶ **harmlessly** *adv.*

harmonic¹ /hɑːˈmɒnɪk/ *adj.* (*usually before a noun*) (in music) used to describe the way notes are played or sung together to make a pleasing sound (இசையில்) இசைக்கப்படும் அல்லது பாடப்படும் இசையின் தனிக்கூறுகள் ஒருங்கிணைந்து இனிமையாக அமைகிற; ஒத்திசைந்த இன்னிசையான

harmonic² /hɑːˈmɒnɪk/ *noun* [C] (in music) a note that can be played on some musical instruments, that is higher and quieter than the main note being played (இசையில்) முதன்மைச் சுரத்தை விட எடுப்பாகவும் மெல்லமைதியுடனும் ஒலிக்கும் கருவி இசை; ஒத்திசை

harmonica /hɑːˈmɒnɪkə/ (*BrE* **mouth organ**) *noun* [C] a small musical instrument that you play by moving it across your lips while you are blowing உதடுகளின் மீது வைத்துக் குறுக்காக நகர்த்தி ஊதி இசைக்கப்படும் சிறு இசைக்கருவி வகை; வாயிசைக் கருவி ➪ **music** பதிவில் படம் பார்க்க.

harmonious /hɑːˈməʊniəs/ *adj.* **1** friendly, peaceful and without disagreement நட்பான, அமைதியான மற்றும் ஒத்திசைவுடைய; முரண்பாடும் பூசலும் அற்ற **2** (used about musical notes, colours, etc.) producing a pleasant effect when heard or seen together (இசைக் கூறுகள், வண்ணங்கள் முதலியன வகையில்)

ஒருங்கிணைந்து இனிமையான விளைபயனை உண்டாக்குகிற; ஒத்திசைந்து இனிமை பயக்கிற ▶ **harmoniously** *adv.*

harmonize (*also* **-ise**) /ˈhɑːmənaɪz/ *verb* [I] **1 harmonize (with sth)** (used about two or more things) to produce a pleasant effect when seen, heard, etc. together (இரண்டு அல்லது இரண்டுக்கு மேற்பட்ட பொருள்களைப் பற்றிக் கூறும்போது) ஒருசேர அமைந்து பார்த்தல், கேட்டல் முதலிய-வற்றின்போது இனிமையான விளைபயனை உண்டுபண்ணு **2 harmonize (with sb/sth)** to sing or play music that sounds good combined with the main tune முதன்மை இசையுடன் பொருந்தி இன்னிசையாக அமையுமாறு பாடு அல்லது கருவியில் வாசி; ஒத்திசை எழுப்பு ▶ **harmonization** (*also* **-isation**) /ˌhɑːmənaɪˈzeɪʃn/ *noun* [U]

harmony /ˈhɑːməni/ *noun* (*pl.* **harmonies**) **1** [U] a state of agreement or of peaceful existence together மன ஒருமைப்பாடு; இணக்க நிலை; முரண்பாடற்றுக் கூடி வாழ்தல்; ஒத்திசைவு *We need to live more* ***in harmony with*** *our environment.* **2** [C, U] a pleasing combination of musical notes, colours, etc. இசைக் கூறுகள், வண்ணங்கள் முதலியன மனத்துக்கு இதமளிக்கும் முறையில் ஒன்றிணைந்து அமைந்திருத்தல்; இனிய ஒத்திசைவு நிலை *There are some beautiful harmonies in that music.*

harness[1] /ˈhɑːnɪs/ *noun* [C] **1** a set of leather straps that is put around a horse's neck and body so that it can pull sth இழுப்பதற்கான அமைவாக, குதிரையின் கழுத்து மற்றும் உடலைச் சுற்றி இணைக்கப்படும் தோல்பட்டைத் தொகுதி; குதிரைக் கலணை; சேணம் **2** a set of straps for fastening sth to a person's body or for stopping sb from moving around, falling, etc. ஒரு பொருளை ஒருவரது உடலின்மேல் பொருத்திக் கட்டுவதற்கு அல்லது ஒருவர் இடம் பெயர்தல், விழுந்துவிடுதல், முதலியவற்றைத் தடுப்பதற்குப் பயன்படுத்தப்படும் வார்ப்பட்டைத் தொகுதி; காப்புக் கவசம் *a safety harness*

harness[2] /ˈhɑːnɪs/ *verb* [T] **1 harness sth (to sth)** to put a harness on a horse, etc. or to tie a horse, etc. to sth using a harness குதிரை முதலிய-வற்றுக்குச் சேணம் பூட்டு; சேணத்தால் குதிரை, முதலியவற்றை ஒன்றில் பிணை அல்லது பூட்டு *Two ponies were harnessed to the cart.* **2** to control the energy of sth in order to produce power or to achieve sth இயக்கு விசையை உற்பத்தி செய்வதற்காக அல்லது ஒரு செயல் நிறைவேற்றத்திற்காக, ஒன்றன் ஆற்றலைக் கட்டுக்குள் கொண்டுவா; இயற்கை ஆற்றல், முதலியவற்றின் பயன் கொள் *to harness the sun's rays as a source of energy*

harp /hɑːp/ *noun* [C] a large musical instrument which has many strings stretching from the top to the bottom of a frame. You play the harp with your fingers ஒரு சட்டத்தின் மேலிருந்து கீழ்வரை பூட்டப்பட்ட பல நாண்களை உடைய, விரல்களால் மீட்டி வாசிக்கப்படும் பெரிய இசைக்கருவி வகை; நரம்பிசைக் கருவி வகை; யாழ் வகை ➪ **music** பதிவில் படம் பார்க்க. ▶ **harpist** *noun* [C]

harpoon /hɑːˈpuːn/ *noun* [C] a long thin weapon with a sharp pointed end and a rope tied to it that is used to catch large sea animals (**whales**) திமிங்கிலங்களை அகப்படுத்தப் பயன்படுத்தப்-படும் கூர்முனை உடையதும் கயிறு இணைக்கப்-பட்டதுமான நீண்டு மெலிதான கருவி வகை; கயிற்றில் பிணைக்கப்பட்ட ஈட்டி போன்ற ஆயுதம் ▶ **harpoon** *verb* [T]

harrow /ˈhærəʊ/ *noun* [C] a piece of farming equipment that is pulled over land that has been turned over (**ploughed**) to break up the earth before planting பயிரிடுவதற்கு முன் உழப்பட்ட வயலிலுள்ள மண் கட்டிகளை உடைப்பதற்-காக வயலில் இட்டு இழுக்கப்படும் வேளாண் கருவி வகை; பலுகுக் கட்டை; பரம்பு

harrowing /ˈhærəʊɪŋ/ *adj.* making people feel very sad or upset மிக்க வருத்தம் அல்லது வேதனை உண்டாக்குகிற; நெஞ்சைப் பிழிகிற *The programme showed harrowing scenes of the victims of the war.*

harsh /hɑːʃ/ *adj.* **1** very strict and unkind கண்டிப்-பான மற்றும் இரக்கமற்ற; கடுமை மிக்க; கடுப்-பான *a harsh punishment/criticism* **2** unpleasant and difficult to live in, look at, listen to, etc. இன்னாததும், குடியிருத்தல், காண்பது, கேட்பது முதலியவற்றுக்கு இடர்ப்பாடானதுமான; வெறுப்பூட்டுகிற; கரகரப்பான ஓசையுடைய; கண்ணுக்கு உறுத்தலான; இசைவற்ற *a harsh light/voice* **3** too strong or rough and likely to damage sth உறுதி மிக்கதும்/கரடுமுரடானதும் ஊறு விளைவிக்கக் கூடியதுமான; மென்னய-மற்ற *This soap is too harsh for a baby's skin.* ▶ **harshly** *adv.* ▶ **harshness** *noun* [U]

harvest /ˈhɑːvɪst/ *noun* **1** [C, U] the time of year when the grain, fruit, etc. is collected on a farm; the act of collecting the grain, fruit, etc. கதிர்மணிகள், பழங்கள் முதலியவற்றைப் பண்ணையில் திரட்டிச் சேர்க்கும் ஆண்டின் பகுதி; விளைவுக் காலம்; அறுவடைப் பருவம்; அறுவடை *Farmers always need extra help with the harvest.* **2** [C] the amount of grain, fruit, etc. that is collected அறுவடை செய்யப்படும் தானியம், பழங்கள் முதலியவற்றின் தொகுதி; விளைச்சல்; மகசூல் *This year's wheat harvest was very poor.* ▶ **harvest** *verb* [I, T] ➪ **combine harvester** பார்க்க.

has /həz: *strong form* hæz/ ➪ **have** பார்க்க.

has-been *noun* [C] (*informal*) a person or thing that is no longer as famous, successful or important as before முன்பு இருந்த புகழ், வெற்றிச் சிறப்பு அல்லது முக்கியத்துவம் இப்போது இல்லாதுபோன ஆள் அல்லது பொருள்; நிலை தாழ்ந்த அல்லது சிறப்பிழந்த ஒருவர் அல்லது ஒன்று

hash /hæʃ/ *noun* **1** [U] a hot dish of meat mixed together with potato and fried உருளைக் கிழங்குடன் கலந்து பொரிக்கப்படும் வெம்மையான இறைச்சி உணவு வகை; இறைச்சிக் கறி **2** [U] = **hashish 3** (*also* **hash sign**) (*BrE*) [C] the symbol (#), especially one on the telephone குறிப்பாகத் தொலைபேசி மேலுள்ள, (#) என்னும் குறியீடு

IDM **make a hash of sth** (*informal*) to do sth badly ஒன்றை மோசமான முறையில் செய்; குளறுபடி செய்

hashish /ˈhæʃiːʃ/ (*also* **hash**) *noun* [U] a drug made from a plant (**hemp**) that some people smoke for pleasure and which is illegal in many countries களிப்புணர்ச்சி கொள்ளும் பொருட்டுச் சிலரால் புகைக்கப்படுவதும் பல நாடுகளில் தடை செய்யப்பட்டுள்ளதுமான, ஒரு வகை சணல் செடியிலிருந்து தயாரிக்கப்படும் போதைப்பொருள் வகை; கஞ்சா

hasn't ➪ **has not** என்பதன் சுருக்க வடிவம்

hassle[1] /ˈhæsl/ *noun* (*informal*) **1** [C, U] a thing or situation that is annoying because it is complicated or involves a lot of effort சிக்கலானதாக அல்லது பெரு முயற்சி வேண்டப்படுவதாக இருப்பதால் தொல்லைப்படுத்தும் ஒன்று அல்லது ஒரு சூழ்நிலை; தொந்தரவு *It's going to be a hassle having to change trains with all this luggage.* **2** [U] disagreeing or arguing வாதம்; பிணக்கு; பூசல் *I've decided what to do—please don't give me any hassle about it.*

hassle[2] /ˈhæsl/ *verb* [T] to annoy sb, especially by asking him/her to do sth many times குறிப்பாக ஒன்றைத் திரும்பத் திரும்பச் செய்யுமாறு கூறி, ஒருவருக்கு எரிச்சல் உண்டாக்கு, தொல்லைப்படுத்து

haste /heɪst/ *noun* [U] speed in doing sth, especially because you do not have enough time குறிப்பாக, போதுமான நேரம் இல்லாத காரணத்தினால், ஒன்றைச் செய்வதில் காட்டும் அவசரம்; பரபரப்பு *It was obvious that the letter had been written* ***in haste****.*

hasten /ˈheɪsn/ *verb* (*formal*) **1** [I] **hasten to do sth** to be quick to do or say sth ஒன்றைச் செய்வதில் அல்லது சொல்வதில் அவசரம் காட்டு; பரபரப்புடன் பேசு அல்லது செயல்படு *She hastened to apologize.* **2** [T] to make sth happen or be done earlier or more quickly முன்னதாக அல்லது மிகு விரைவுடன் ஒன்று நிகழச் செய் அல்லது செய்து முடிக்கப்படச் செய்; விரைவுபடுத்து

hasty /ˈheɪsti/ *adj.* **1** said or done too quickly அவசர அவசரமாக அல்லது மிகை விரைவாக அல்லது பரபரப்புடன் சொல்லப்படுகிற அல்லது செய்யப்படுகிற *He said a hasty 'goodbye' and left.* **2 hasty (in doing sth/to do sth)** (used about a person) acting or deciding sth too quickly or without enough thought (ஓராள் பற்றிக் குறிப்பிடுகையில்) மிகை விரைவுடன் அல்லது தீர சிந்திக்காது ஒன்றைச் செய்கிற அல்லது ஒன்று குறித்து முடிவு எடுக்கிற; எண்ணாமல் துணிகிற *Maybe I was too hasty in rejecting her for the job.* ► **hastily** *adv.*

hat /hæt/ *noun* [C] a covering that you wear on your head, usually when you are outside தொப்பி *to wear a hat*

IDM **at the drop of a hat** ➪ **drop**[2] பார்க்க.

hatch[1] /hætʃ/ *verb* **1** [I] **hatch (out)** (used about a baby bird, insect, fish, etc.) to come out of an egg (பறவை, பூச்சி, மீன் முதலியவற்றின் இளம் உயிரைக் குறிப்பிடுகையில்) முட்டையிலிருந்து வெளிவா; குஞ்சுபொரி *Ten chicks hatched (out) this morning.* **2** [T] to make a baby bird, etc. come out of an egg குஞ்சு முதலியவை முட்டையிலிருந்து வெளிவரச் செய்; குஞ்சு பொரிக்கவை **3** [T] **hatch sth (up)** to think of a plan (usually to do sth bad) (வழக்கமாக இன்னாத ஒன்றைச் செய்வதற்காக) மனத்தில் திட்டம் உருவாக்கு; (சதித்) திட்டம் தீட்டு *He hatched a plan to avoid paying any income tax.*

hatch[2] /hætʃ/ *noun* [C] **1** an opening in the floor of a ship (**the deck**) through which cargo is lowered கப்பலின் கீழ்த் தளத்தில் உள்ள, சரக்குகளைத் தாழ்த்துவதற்கான திறப்பு; கப்பல் தளப் புழைவாயில் **2** an opening in the wall between a kitchen and another room that is used for passing food through சமையலறைக்கும் மற்றோர் அறைக்கும் இடையிலுள்ள சுவரில் உணவை ஊடாகக் கொண்டுசெல்வதற்காக அமைக்கப்படும் திறப்பு; சுவர் இடைப் புழைவாய் **3** the door in a plane or spacecraft விமானத்தின் அல்லது விண்கலத்தின் கதவு

hatchback /ˈhætʃbæk/ *noun* [C] a car with a large door at the back that opens upwards மேல் நோக்கித் திறக்கும் பெரிய பின் கதவுடைய சீருந்து

hatchet /ˈhætʃɪt/ *noun* [C] a tool with a short handle and a heavy metal head with a sharp edge used for cutting wood மரம் வெட்டப் பயன்படுத்தப்படும், குட்டையான கைப்பிடியும் கூர் வெட்டு விளிம்புடைய கனமான உலோகத்

தலைப்பகுதியும் கொண்ட கருவி; கைக்கோடாரி ➪ **gardening** பதிவில் படம் பார்க்க.

hate¹ /heɪt/ *verb* [T] **1** to have a very strong feeling of not liking sb/sth at all ஒருவரை/ஒன்றை அறவே விரும்பாத மிகவும் அழுத்தமான உணர்ச்சி கொள்; கடு வெறுப்புக்கொள் *I hate grapefruit.* ➪ **detest** மற்றும் **loathe** பார்க்க. இச்சொற்கள் hate-ஐக் காட்டிலும் தீவிர வெறுப்புணர்ச்சியைக் குறிப்பவை. **2** used as a polite way of saying sorry for sth you would prefer not to have to say தவிர்க்க விரும்பும் ஒன்றைக் கூற நேரிடும்போது, பண்பிணக்கத்துடன் வருத்தம் தெரிவிக்கும் முறையாகப் பயன்படுத்தப்படுவது *I hate to bother you, but did you pick up my keys by mistake?*

hate² /heɪt/ *noun* **1** [U] a very strong feeling of not liking sb/sth at all; hatred ஒருவர்/ஒன்றின் மீதான மிகவும் அழுத்தமான மாறாத வெறுப்புணர்ச்சி; பகைமை; வன்மம் *Do you feel any hate towards the kidnappers?* **2** [C] a thing that you do not like at all அறவே விரும்பாத பொருள்; வெறுத்தொதுக்கப்படுவது *Plastic flowers are one of my pet hates* (= the things that I particularly dislike).

hateful /ˈheɪtfl/ *adj.* **hateful (to sb)** extremely unpleasant கடுமையான வெறுப்புக்குரிய; வெறுத்தொதுக்கத்தக்க; அருவருப்பான *It was a hateful thing to say.* ✪ SYN **horrible**

hatred /ˈheɪtrɪd/ *noun* [U] **hatred (for/of sb/sth)** a very strong feeling of not liking sb/sth; hate ஒருவர்/ஒன்றன் மீதான அழுத்தமான வெறுப்புணர்ச்சி; பகைமை

hat-trick *noun* [C] three points, goals, etc. scored by one player in the same game; three successes achieved by one person ஒரு விளையாட்டு வீரர் ஒரே ஆட்டத்தில் ஈட்டும் மூன்று ஆட்டப் புள்ளிகள், கெலிப்பெண்கள் முதலியன; ஒருவர் தொடர்ந்து பெறும் மூன்று வெற்றிகள்; தொடர்ந்த மும்முறை வெற்றி *to score a hat-trick*

haughty /ˈhɔːti/ *adj.* proud, and thinking that you are better than other people செருக்கும் மற்றவர்களைவிடத் தான் மேலானவர் என்ற எண்ணமும் கொண்ட; அகந்தை கொண்ட; இறுமாப்புடைய ▶ **haughtily** *adv.*

haul¹ /hɔːl/ *verb* [T] to pull sth with a lot of effort or difficulty பெரு முயற்சியுடன் அல்லது மிகவும் வருந்தி ஒன்றை இழு; வலித்திழு *A lorry hauled the car out of the mud.*

haul² /hɔːl/ *noun* **1** [C, *usually sing.*] **a haul (of sth)** a large amount of sth that has been stolen, caught, collected, etc. களவாடல், கைப்பற்றுதல், திரட்டுதல் முதலியவற்றின் வழியாகப் பெற்ற பேரளவிலான பொருள் *The fishermen came back with a good haul of fish.* **2** [*sing.*] a distance to be travelled பயணம் செய்ய வேண்டிய தொலைவு *It seemed **a long haul** back home at night.*

haulage /ˈhɔːlɪdʒ/ *noun* [U] (*BrE*) the transport of goods by road, rail, etc.; the money charged for this சாலை, இருப்புப்பாதை, முதலியவற்றின் வழியான பொருள் போக்குவரத்து; பொருள் போக்குவரத்துக் கட்டணம்; சரக்குக் கூலி; இழுவைக் கூலி

haunches /ˈhɔːntʃɪz/ *noun* [*pl.*] the back end of an animal, including the tops of its back legs; a person's bottom and the tops of his or her legs ஒரு விலங்கின், அதன் பின்கால்களின் மேற்பகுதிகளும் உள்ளடங்கிய, பின்பக்க விளிம்புப் பகுதி; விலங்கு கால்துடை; மனிதர்களின் பிட்டமும் கால்களின் மேற்பகுதிகளும் சேர்ந்த பகுதி; பிட்டம் உள்ளடங்கிய இடுப்புப் பகுதி *The lion rested on its haunches.*

haunt¹ /hɔːnt/ *verb* [T] **1** (*often passive*) (used about a ghost of a dead person) to appear in a place regularly (இறந்துவிட்ட ஒருவரது பேயுரு பற்றிக் குறிப்பிடுகையில்) ஓரிடத்தில் வழக்க முறையாகத் தோன்று; நடமாடு *The house is said to be haunted.* **2** (used about sth unpleasant or sad) to be always in your mind (இன்னாத அல்லது வருத்தமூட்டும் ஒன்று பற்றிக் குறிப்பிடுகையில்) மனத்தில் நிலைகொள்; ஓயாது நினைவில் ஊடாடு *His unhappy face has haunted me for years.*

haunt² /hɔːnt/ *noun* [C] a place that you visit regularly வழக்கமுறையாக ஒருவர் செல்லும் இடம்; நடமாட்டப் பகுதி; பயிலிடம் *This cafe has always been a favourite haunt of mine.*

haunting /ˈhɔːntɪŋ/ *adj.* having a quality that stays in your mind மனத்தில் நிலைகொண்டிருக்கும் இயல்புடைய; ஓயாது நினைவில் ஊடாடுகிற *a haunting song*

have¹ /həv; *strong form* hæv/*auxiliary verb* used for forming the perfect tenses முற்றுவினை வடிவங்கள் ஆக்கப் பயன்படுத்தப்படுவது ➪ இந்நூலின் பின்பகுதியில் உள்ள **Quick Grammar Reference** பகுதியைப் பார்க்க.

have² /hæv/ *verb* [T] **1** (*BrE* **have got**) (*not used in the continuous tenses*) to own or to hold sth; to possess ஒன்றை உடைமையாகக் கொண்டிரு; வசமாகக் கொள்; வைத்திரு *to have patience/enthusiasm/skill* **2** used with many nouns to talk about doing sth பெயர்ச்சொற்கள் பலவற்றுடன் இணைந்து, ஒரு செயல் ஆற்றப்படுவதைக் குறிப்பது; செய்துகொள் *to have breakfast • to have a drink/something to eat • to have an argument/talk/chat* **3** to experience sth ஒன்றை

அனுபவி; பட்டறி *to have problems/difficulties • to have an accident.* **4** (*also* **have got**) (*not used in the continuous tenses*) to be ill with sth ஒரு பிணிக்கு உள்ளாகு; நோயுறு; ஒன்றால் உடல்நலம் பாதிக்கப்படு *to have flu/a headache/cancer/AIDS* **5 have sth done** to arrange for sb to do sth ஒருவர் ஒரு செயலைச் செய்வதற்கு உரிய ஏற்பாடு செய் *You should have your eyes tested.* **6** (*also* **have got**) to have a particular duty or plan குறிப்பிட்ட கடமையை அல்லது திட்டத்தை நிறைவேற்ற வேண்டியிரு *Do you have any homework tonight? • I've got a few things to do this morning, but I'm free later.* **7** (*also* **have got**) (*not used in the continuous tenses*) to hold sb/sth; to keep sth in a particular place ஒருவரை/ஒன்றைப் பிடித்திரு; பற்றியிரு; ஒன்றைக் குறிப்பிட்ட இடத்தில் வைத்திரு *The dog had me by the leg.* **8** to cause sb/sth to do sth or to be in a particular state ஒருவர்/ஒன்று ஒரு செயலைச் செய்யுமாறு செய்; செயல் தூண்டு; ஒருவர்/ஒன்று குறிப்பிட்ட நிலையில் இருக்குமாறு செய் *The music soon had everyone dancing.* **9** to look after or entertain sb ஒருவரைக் கவனித்துப் பேணு; உபசரி; வரவேற்பளி *We're having some people to dinner tomorrow.*

IDM have had it used about things that are completely broken, or dead முற்றிலுமாக உடைபட்ட அல்லது பயனிழந்த அல்லது செயலற்றுப்போன பொருள்கள் பற்றிக் குறிப்பிடப் பயன்படுத்தப்படுவது *This television has had it. We'll have to buy a new one.*

NOTE Have குறித்த மற்ற மரபுத்தொடர்கள் பற்றி அறிய, இச்சொல்லை உள்ளடக்கிய பெயர்ச்சொற்கள், பெயரடைகள் முதலியவற்றைப் பார்க்க. எடுத்துக்காட்டாக, **not have a clue** என்ற தொடர் **clue** பதிவில் காணப்படும்.

PHR V have sb on to trick sb as a joke விளையாட்டாக ஒருவரை ஏமாற்று; குறும்புத்தனமான சிறு சூழ்ச்சி செய் *Don't listen to what Javed says—he's only having you on.*

have (got) sth on 1 to be wearing sth ஒன்றை அணிந்துகொண்டிரு *She's got a green jumper on.* **2** (*informal*) to have an arrangement to do sth ஒன்றைச் செய்வதற்கான ஏற்பாடு செய்திரு *I've got a lot on this week* (= I'm very busy).

have sth out to allow part of your body to be removed ஓர் உடலுறுப்பை நீக்கச் செய், எடுத்துவிடச் செய் *to have a tooth/your appendix out*

haven /ˈheɪvn/ *noun* [C] **a haven (of sth); a haven (for sb/sth)** a place where people or animals can be safe and rest மனிதர்கள் அல்லது விலங்குகள் பாதுகாப்பாகவும் ஓய்வமைதியுடனும் இருப்பதற்கான இடம்; காப்பிடம்; புகலிடம் *The lake is a haven for water birds.* ➪ **tax haven** பார்க்க.

have to /ˈhæv tə; ˈhæf tə; *strong form and before vowels* ˈhæv tuː; ˈhæf tuː/ (*also* **have got to**) *modal verb* used for saying that sb must do sth or that sth must happen ஒருவர் ஒன்றைக் கட்டாயமாகச் செய்யவேண்டும் அல்லது ஒன்று தவறாது நிகழ வேண்டும் எனக் கூறப் பயன்படுத்தப்படுவது *Do you have to have a visa to go to America? • She's got to go to the bank this afternoon.*

NOTE வினை நோக்கத்துணை வினைகள் (modal verbs) பற்றி மேலும் அறிய, அகராதிப் பகுதியை அடுத்துள்ள **Quick Grammar Reference** பகுதியைப் பார்க்க.

havoc /ˈhævək/ *noun* [U] a situation in which there is a lot of damage or confusion பெருமளவிலான சேதம் அல்லது குழப்பம் காணப்படும் நிலை; பெருங்குழப்பம்; பேரழிவு *The rail strikes will* ***cause havoc*** *all over the country.*

hawk¹ /hɔːk/ *noun* [C] a type of large bird that catches and eats small animals and birds. Hawks can see very well சிறு விலங்குகளையும் பறவைகளையும் பிடித்து உண்ணுவதும் கூர்மையான கண்களை உடையதுமான பெரிய பறவை வகை; பருந்து **NOTE** பருந்து பிற உயிரினங்களைக் கொன்று உண்ணும் **bird of prey** வகையைச் சார்ந்தது.

hawk² /hɔːk/ *verb* [T] to try to sell things by going from place to place asking people to buy them இடம் விட்டு இடம் சென்று பொருள்களைக் கூவி விற்பனை செய்ய முயல் ▶ **hawker** *noun* [C]

hay /heɪ/ *noun* [U] grass that has been cut and dried for use as animal food கால்நடைத் தீவனத்திற்காக அறுத்து உலர்த்தப்பட்ட புல்; வைக்கோல்

hay fever *noun* [U] an illness that affects the eyes, nose and throat and is caused by breathing in the powder (**pollen**) produced by some plants சில வகைத் தாவரங்களின் பூந்தாது மூச்சில் கலந்து உட்சென்றுவிடுவதால் உண்டாவதும், கண்கள், மூக்கு மற்றும் தொண்டையைப் பாதிப்பதுமான உடல்நலக் கேடு; மூக்கழற்சிக் காய்ச்சல்

haystack /ˈheɪstæk/ (*also* **hayrick** /ˈheɪrɪk/) *noun* [C] a large firmly packed pile of hay, used as a way of storing it until it is needed தேவையின்போது பயன்படுத்திக் கொள்வதற்காக இருப்பு வைக்கப்படும் பெரிய அளவிலான அழுத்திவைக்கப்பட்ட வைக்கோல் குவியல்; வைக்கோல் போர்

haywire /ˈheɪwaɪə(r)/ *adj.*

IDM be/go haywire (*informal*) to be or become out of control கட்டுக்குள் இல்லாதிரு அல்லது இல்லாதுபோ; தாறுமாறாகு

hazard[1] /ˈhæzəd/ *noun* [C] a danger or risk ஆபத்தான அல்லது தீங்கு விளைவிக்கக்கூடிய ஒன்று; இடர் வாய்ப்புள்ளது *Smoking is a serious health hazard.*

hazard[2] /ˈhæzəd/ *verb* [T] to make a guess or to suggest sth even though you know it may be wrong தவறாக இருக்கக்கூடும் எனத் தெரிந்தும், ஒன்றை ஊகம் செய் அல்லது ஒரு கருத்தைக் கூறு; குருட்டடி ஊகமாக ஒன்றைக் கூறு *I don't know what he paid for the house but I could* ***hazard a guess****.*

hazardous /ˈhæzədəs/ *adj.* dangerous ஆபத்தான; தீங்கு விளைவிக்கக் கூடிய ✪ SYN **risky**

haze /heɪz/ *noun* **1** [C,U] air that is difficult to see through because it contains very small drops of water, especially caused by hot weather குறிப்பாக வெப்பமான பருவ நிலை காரணமாகத் தோன்றும், நுண்ணிய நீர்த்துளிகளை உள்ளடக்கி இருப்பதால், ஊடாகப் பார்வை செல்வதற்குக் கடினமான காற்று; காற்றின் பனியார்ந்த நிலை; ஆவி மூடாக்கு *a heat haze* ➪ **fog** பதிவிலுள்ள குறிப்பைப் பார்க்க. **2** [*sing.*] air containing sth that makes it difficult to see through it ஊடாகப் பார்வை செல்வதைக் கடினமாக்கும் (புகை, தூசு போன்ற) ஒன்றை உள்ளடக்கியுள்ள காற்று *a haze of smoke/dust/steam* **3** [*sing.*] a mental state in which you cannot think clearly தெளிவாகச் சிந்திக்க இயலாத மனநிலை; மனக்குழப்பம்

hazel[1] /ˈheɪzl/ *noun* [C] a small tree or bush that produces nuts கொட்டைகள் விளையும் சிறு மர அல்லது புதர்ச்செடி வகை

hazel[2] /ˈheɪzl/ *adj.* (used especially about eyes) light brown in colour (குறிப்பாகக் கண்கள் வகையில்) இளஞ்சாயலான பழுப்பு நிறமான; செம்மை கலந்த பழுப்பு நிறமுள்ள

hazelnut /ˈheɪzlnʌt/ *noun* [C] a small nut that we eat உண்ணுதற்குரிய சிறு கொட்டை வகை ➪ **nut** பதிவில் படம் பார்க்க.

hazy /ˈheɪzi/ *adj.* **1** not clear, especially because of heat குறிப்பாக வெப்பத்தின் காரணமாக, தெளிவற்றுத் தோன்றுகிற; மங்கலான; கலங்கலான *The fields were hazy in the early morning sun.* **2** difficult to remember or understand clearly நினைவில் வைத்துக்கொள்வதற்கு அல்லது புரிந்துகொள்வதற்குக் கடினமான; தெளிவற்ற; விளக்கமற்ற *a hazy memory* **3** (used about a person) uncertain, not expressing things clearly (ஆள் வகையில்) உறுதியான நிலைப்பாடற்ற; ஒன்றைத் தெளிவாக வெளிப்படுத்தாத; ஐயப்பாடுடைய; குழப்ப நிலையிலுள்ள *She's a bit hazy about the details of the trip.*

he[1] /hi:/ *pronoun* (*the subject of a verb*) the male person mentioned earlier முன் குறிப்பிடப்பட்ட ஆண்; அவன்; அவர் *Look at that little boy—he's going to fall in!*

NOTE ஆண்பால் அல்லது பெண்பால் நபரைப் பலவாறாகக் குறிப்பிடலாம். **He** அல்லது **she** (அவன்/அவர் அல்லது அவள்), **him** (அவனை/அவரை/அவனுக்கு/அவருக்கு), **her** (அவளை/அவளுக்கு). எழுத்து வடிவில் **he/she** அல்லது **s/he** என வழங்கலாம்—*If you are not sure, ask your doctor. He/she can give you further information.* முறைசாரா வழக்கில் **they, them** அல்லது **their** வரும்—*Everybody knows what they want.* • *When somebody asks me a question I always try to give them a quick answer.* மாற்றாக வாக்கியத்தைப் பன்மையாக்கிக் கொள்ளலாம்—*A baby cries when s/he is tired* என்பது—*Babies cry when they are tired* என்றாகும்.

he[2] /hi:/ *noun* [*sing.*] a male animal ஆண் விலங்கு *Is your cat a he or a she?*

head[1] /hed/ *noun* [C] **1** the part of your body above your neck தலை *She turned her head to look at him.* ➪ **body** பதிவில் படம் பார்க்க. **2 -headed** (*used to form compound adjectives*) having the type of head mentioned குறிப்பிட்ட வகையிலான தலையை உடைய *a bald-headed man* **3** a person's mind, brain or mental ability ஒருவருடைய மனம், மூளை அல்லது அறிவாற்றல் *Use your head* (= think)*!* • *A horrible thought entered my head.* **4** the top, front or most important part உச்சி; முகடு; முகப்பு; முக்கியப் பகுதி; மேலிடம் *the head of a nail* • *the head of the queue* **5** the person in charge of a group of people ஓர் ஆள்தொகுதியின் பொறுப்பாளர்; தலைவர்; முதல்வர் *the head of the family* • *Several* ***heads of state*** (= official leaders of countries) *attended the funeral.* **6** (*also* **head teacher**) the teacher in charge of a school பள்ளி ஆட்சிப்பொறுப்பு வகிக்கும் ஆசிரியர்; தலைமை ஆசிரியர்; முதல்வர் *Who is going to be the new head?* **7 heads** the side of a coin with the head of a person on it ஓராளின் தலையுரு பொறிக்கப்பட்டுள்ள நாணயத்தின் பக்கம்; நாணயத்தின் தலை *Heads or tails? Heads I go first, tails you do.* **8** the white mass of small bubbles on the top of a glass of beer வாற்கோதுமை (பியர்) மதுப்புட்டியின் மேற்பகுதியில் எழும் நுரை; தேறல் நுரைத்தலை **9 a head** [*sing.*] the height or length of one head ஒரு தலையின் உயரம் அல்லது நீளம் *She's a head taller than her sister.* **10** the part of a machine for playing tapes or videos (**a tape/video recorder**) that touches the tape and changes the electronic signal into sounds and/or pictures ஒளி/ஒலி நாடாவில் பட்டு மின்னணுச்

சமிக்ஞைகளை ஒலிகளாக மற்றும்/அல்லது ஒளிப்படங்களாக மாற்றி இயக்கும் பொறிப் பகுதி; ஒலி/ஒளி ஆக்கப் பொறியின் தலை

IDM **a/per head** for each person ஒவ்வொரு-வருக்கும்; ஒருவருக்கு *How much will the meal cost a head?*

bite sb's head off ➪ **bite¹** பார்க்க.

come to a head; bring sth to a head if a situation comes to a head or if you bring it to a head, it suddenly becomes very bad and you have to deal with it immediately உடனடி நடவடிக்கைத் தேவையான மிக மோசமான நிலையைத் திடீரென அடை; திடீரென மும்முரமாகு

do sb's head in (*informal*) to make sb upset and confused ஒருவரை மனம் கலங்கச் செய்; நிலைகுலைவி

get sth into your head; put sth into sb's head to start or to make sb start believing or thinking sth ஒன்றை நம்பத் தொடங்கு அல்லது ஒன்று குறித்துச் சிந்திக்கத் தொடங்கு; ஒருவர் ஒன்றை நம்பத் தொடங்குமாறு அல்லது ஒன்று குறித்துச் சிந்திக்கத் தொடங்குமாறு செய்; நம்பிக்கை அல்லது கருத்துத் தூண்டு

go to sb's head 1 to make sb too proud ஒருவரைச் செருக்கு அல்லது மிகையான தற்பெருமை கொள்ளச் செய்; தலைக்கனம் உண்டாக்கு *If you keep telling him how clever he is, it will go to his head!* **2** to make sb drunk மது வெறி மயக்கம் கொள்ளச் செய்; போதையூட்டு *Wine always goes straight to my head.*

have a head for sth to be able to deal with sth easily ஒன்றை எளிதாகக் கையாள இயலுவதாகு; எளிதாகச் சமாளிக்கும் திறம் கொண்டிரு *to have a head for business/figures*

head first 1 with your head before the rest of your body உடலின் பிற உறுப்புகளுக்கு முன்-பாகத் தலை இருக்குமாறு; தலையை முன்-செலுத்தி; தலைகீழாக *Don't go down the slide head first.* **2** too quickly or suddenly அவசரப்-பட்டு; உடனடியாக; முன்பின் பாராது; முன்-யோசனையற்று *Don't rush head first into a decision.*

head over heels (in love) loving sb very much; madly மட்டு மீறிய அன்புகொண்டு; மிகைப்-படியான நேசத்துடன்; வெறியார்வத்துடன் *Jaya's fallen head over heels in love with her new boss.*

hit the nail on the head ➪ **hit¹** பார்க்க.

keep your head to stay calm அமைதிப்படு; நிலைகுலையாதிரு

keep your head above water to just manage to survive in a difficult situation, especially one in which you do not have enough money ஒரு கடினமான சூழ்நிலையிலிருந்து, குறிப்பாகப் பண நெருக்கடியிலிருந்து, சற்றே தப்பு; சிக்கலில் முழுகிப்போகாது சமாளி

keep your head down to try not to be noticed பிறர் கண்ணில் படாதிருக்க முயல்; பிறர் கவனம் தன்பக்கம் திரும்பாதிருக்குமாறு நடந்துகொள்

laugh, scream, etc. your head off to laugh, shout, etc. very loudly and for a long time உரத்த குரலில் நீண்ட நேரம் சிரித்தல், கத்துதல் முதலியவற்றைச் செய்; தலை தெறிக்கு-மாறு ஒலி செய்

lose your head ➪ **lose** பார்க்க.

make head or tail of sth to understand sth ஒன்றைப் புரிந்துகொள்; உணர்ந்தறி *I can't make head or tail of this exercise.*

off the top of your head ➪ **top¹** பார்க்க.

out of/off your head (*informal*) crazy, often because of the effects of drugs or alcohol பெரும்பாலும் போதை மருந்து அல்லது மதுவின் தாக்கவிளைவாக, மனம் பிறழ்கிற; அறிவு திறம்பிய; கிறுக்கான

put/get your heads together to make a plan with sb ஒருவருடன் இணைந்து திட்டமிடு

a roof over your head ➪ **roof** பார்க்க.

shake your head ➪ **shake¹** பார்க்க.

take it into your head to do sth to suddenly decide to do sth that other people consider strange மற்றவர்கள் வழக்க மீறியதாக அல்லது அன்னியமானதாகக் கருதும் ஒன்றைச் செய்யத் திடீரென முடிவு செய் *I don't know why Kartik took it into his head to enter that marathon!*

head² /hed/ *verb* **1** [I] to move in the direction mentioned குறிப்பிடப்பட்ட திசையில் செல், முன்னேறு; நோக்கிச் செல் *The ship headed towards the harbour.* • *Where are you heading?* **2** [T] to be in charge of or to lead sth ஒன்றுக்குப் பொறுப்பாயிரு; தலைமை தாங்கு; தலைமை தாங்கிச் செல்; வழிநடத்து **3** [T] to be at the front of a line, top of a list, etc. ஒரு வரிசை, பட்டியல் முதலியவற்றில் முதலில் இரு; தலையாய் அமைந்திரு **4** [T] (*usually passive*) to give a title at the top of a piece of writing ஒரு கட்டுரை முதலியவற்றுக்கு அதன் மேற்பகுதியில் தலைப்புக் கொடு; பெயர் கொடு *The report was headed 'The State of the Market'.* **5** [T] (in football) to hit the ball with your head (கால்பந்தாட்டத்தில்) பந்தைத் தலையால் மோதிச் செலுத்து

PHR V **head for** to move towards a place ஓரிடம் நோக்கிச் செல் *It's getting late—I think it's time to head for home.*

headache /ˈhedeɪk/ *noun* [C] **1** a pain in your head தலைவலி; மண்டையிடி *I've got a splitting (= very bad) headache.* ➪ **ache** பதிவி-லுள்ள குறிப்பைப் பார்க்க. **2** a person or thing that causes worry or difficulty கவலை அல்லது தொல்லை தரும் ஒருவர் அல்லது ஒன்று *Paying the bills is a constant headache.*

headhunter /ˈhedhʌntə(r)/ *noun* [C] a person whose job is to find people to work for a particular company and to persuade them to join it குறிப்பிட்ட ஒரு நிறுவனத்தில் வேலை செய்ய ஆட்களைக் கண்டுபிடித்து அவர்களை அங்கு வேலை செய்ய இணங்க வைக்கும் தொழில் செய்பவர்; வேலையாள் தேடித் தருபவர்

heading /ˈhedɪŋ/ *noun* [C] the words written as a title at the top of a page or a piece of writing கட்டுரை, நூல் பிரிவு முதலியவற்றின் தலைப்பாகத் தாள் பக்கத்தின் மேற்பகுதியில் அல்லது நூல் பிரிவின் தொடக்கத்தில் எழுதப்படும் சொற்கள்; பக்கத்தலைப்பு; தலைப்பு *I've grouped our ideas under three main headings.*

headland /ˈhedlənd; -lænd/ *noun* [C] a narrow piece of land that sticks out into the sea கடலினுள் நீட்டிக்கொண்டிருக்கும் குறுகலான நிலப்பகுதி; நிலக்கூம்பு

headlight /ˈhedlaɪt/ (*also* **headlamp** /ˈhedlæmp/) *noun* [C] one of the two large bright lights at the front of a vehicle ஊர்தியின் முன்பக்கத்தில் உள்ள இரண்டு பெரிய ஒளிர்வு மிக்க விளக்குகளில் ஒன்று; முன்விளக்கு; முகப்பு விளக்கு

headline /ˈhedlaɪn/ *noun* **1** [C] the title of a newspaper article printed in large letters above the story கட்டுரையின் மேற்பகுதியில் பெரிய எழுத்துகளில் அச்சிடப்பட்டிருக்கும் செய்தித்தாள்; கட்டுரையின் தலைப்பு **2** [*pl.*] **the headlines** the main items of news read on television or radio தொலைக்காட்சி அல்லது வானொலியில் வாசிக்கப்படும் செய்திகளில் முக்கியமானவை; தலைப்புச் செய்திகள்

headlong /ˈhedlɒŋ/ *adv.*, *adj.* **1** with your head before the rest of your body உடலின் மற்ற உறுப்புகளுக்கு முன்பாகத் தலை இருக்குமாறு; தலை குப்புறப் பாய்கிற; தலைகீழாக/தலைகீழான *I tripped and fell headlong into the road.* **2** too quickly; without enough thought அவசரப்பட்டு/அவசரப்படுகிற; உடனடியாக/உடனடியான; முன்யோசனையற்று/முன்யோசனையற்ற *He rushed headlong into buying the business.*

headmaster /ˌhedˈmɑːstə(r)/ *noun* [C] (*old-fashioned*) the man who is in charge of a school பள்ளியின் தலைமைப் பொறுப்பு வகிக்கும் ஆசிரியர்; தலைமை ஆசிரியர்; பள்ளித் தலைவர் **NOTE** இப்போது, இப்பொருள்பட நாம் பயன்படுத்தும் சொல் **head** அல்லது **headteacher** என்பதாகும்.

headmistress /ˌhedˈmɪstrəs/ *noun* [C] (*old-fashioned*) the woman who is in charge of a school பள்ளியின் தலைமைப் பொறுப்பு வகிக்கும் பெண் ஆசிரியர்; தலைமை ஆசிரியை; பள்ளித் தலைவி **NOTE** இப்போது, இப்பொருள்பட நாம் பயன்படுத்தும் சொல் **head** அல்லது **headteacher** என்பதாகும்.

head-on *adj.*, *adv.* with the front of one car, etc. hitting the front of another ஒரு சீருந்து முதலியவற்றின் முன்பகுதி மற்றொன்றின் முன்பகுதி மீது மோதும்படியான/மோதும்படியாக; நேருக்கு நேர் மோதுகிற/மோதும்படி *a head-on crash*

headphones /ˈhedfəʊnz/ *noun* [*pl.*] a piece of equipment worn over the ears that makes it possible to listen to music, the radio, etc. without other people hearing it இசை, வானொலி முதலியவை மற்றவர்களுக்குக் கேட்காமல் தனக்கு மட்டுமே கேட்குமாறு காதுகளில் பொருத்திக்கொள்ளப்படும் கருவி; தனிமுறைக் குரல் வாங்கி

headquarters /ˌhedˈkwɔːtəz/ *noun* (*pl.*,*with sing. or pl. verb*) (*abbr.* **HQ**) the place from where an organization is controlled ஒரு நிறுவனம் மேலாட்சி செய்யப்படும் இடம்; நிருவாக மையம்; தலைமையகம் *Where is/are the firm's headquarters?*

headrest /ˈhedrest/ *noun* [C] the part of a seat or chair that supports a person's head, especially on the front seat of a car குறிப்பாகச் சீருந்தின் முன்புற இருக்கையில் உள்ள, அமர்பவர் தலையைச் சாய்த்து வைத்துக்கொள்வதற்கான இருக்கை அல்லது நாற்காலிப் பகுதி; தலைதாங்கி ⇨ **car** பதிவில் படம் பார்க்க.

headroom /ˈhedruːm/ *noun* [U] **1** the space between the top of a vehicle and an object, for example a bridge, that it drives under ஊர்தியின் மேற்பகுதிக்கும் பாலத்தின் மேற்கவிகை முதலிய ஒன்றுக்கும் இடையில் உள்ள இடவெளி அளவு **2** the space between the top of your head and the inside roof of a vehicle பயணியினது தலையின் மேற்பகுதிக்கும் ஊர்தியின் உட்கூரைக்கும் இடையிலுள்ள இடவெளி

headset /ˈhedset/ *noun* [C] a piece of equipment that you wear on your head that includes a device for listening (**headphones**) and/or a device for speaking into (**a microphone**) குரல்வாங்கி மற்றும்/அல்லது ஒலிபெருக்கி உள்ளடங்கிய, தலையில் பொருத்திக் கொள்ளப்படும் ஒலிக்கருவித் தொகுதி *The pilot was talking into his headset.*

head start *noun* [*sing.*] an advantage that you have from the beginning of a race or competition ஒரு பந்தயத்தின் அல்லது போட்டியின்

தொடக்கத்திலிருந்தே ஒருவருக்குக் கிட்டும் சாதகமான நிலை அல்லது அனுகூலம் ➪ **start**[2] **4** பார்க்க.

headstone /ˈhedstəʊn/ *noun* [C] a large stone with writing on, used to mark where a dead person is buried ஒருவரது உடல் புதைக்கப்பட்டுள்ள இடத்தில் நாட்டப்படும், வாசகம் பொறிக்கப்பட்ட அடையாளக் கல்; கல்லறைக் கல் ➪ **gravestone** மற்றும் **tombstone** பார்க்க.

headstrong /ˈhedstrɒŋ/ *adj.* doing what you want, without listening to advice from other people பிறர் சொல் கேளாது தன் விருப்பப்படி செயல்படுகிற; பிடிமுரண்டான; தான்தோன்றியான

head teacher = **head**[1] **6**

headway /ˈhedweɪ/ *noun*

IDM **make headway** to go forward or make progress in a difficult situation ஒரு கடினமான சூழ்நிலையில் முன்னேறு அல்லது வளர்ச்சியுறு

headwind /ˈhedwɪnd/ *noun* [C] a wind that is blowing towards a person or vehicle, so that it is blowing from the direction in which the person or vehicle is moving ஓர் ஆளை அல்லது ஊர்தியை நோக்கி எதிர்த்திசையிலிருந்து வீசும் காற்று; எதிர்க்காற்று ➪ **tailwind** பார்க்க.

headword /ˈhedwɜːd/ *noun* [C] (*technical*) the first word of an entry in a dictionary, which is followed by an explanation of its meaning ஓர் அகராதிப் பதிவின், பொருள் விளக்கம் பின்தொடர்ந்து அமைகிற, முதற்சொல்; தலைப்புச் சொல்; தலைச்சொல்

heal /hiːl/ *verb* [I, T] **heal (over/up)** to become healthy again; to make sth healthy again மீண்டும் உடல்நலம் பெறு அல்லது ஒருவர் மீண்டும் உடல்நலம் பெறச் செய்; புண் முதலியவை ஆறு; குணப்படு; குணப்படுத்து; ஆற்று *The cut will heal up in a few days.* • (*figurative*) *Nothing he said could heal the damage done to their relationship.*

healer /ˈhiːlə(r)/ *noun* [C] a person who cures people of illnesses and disease using natural powers rather than medicine மருந்துகளைக் கொண்டு அல்லாமல், இயற்கை ஆற்றல்களைப் பயன்படுத்தி நோய் குணப்படுத்துபவர்; இயற்கை முறை மருத்துவர்

health /helθ/ *noun* [U] **1** the condition of a person's body or mind உடல்நிலை அல்லது மனநிலை *in good/poor health* • (*figurative*) *the health of your marriage/finances* **2** the state of being well and free from illness நோயற்ற நன்னிலை; உடல்நலம்; ஆரோக்கியம் *As long as you have your health, nothing else matters.* **3** the work of providing medical care மருத்துவச் சேவை வழங்கல்; மருத்துவச் சேவை *health and safety regulations*

health centre *noun* [C] a building where a group of doctors see their patients பல மருத்துவர்கள் மருத்துவச் சேவை வழங்கும் மனை; மருத்துவச் சேவை மையம்

health food *noun* [C, U] natural food that many people think is especially good for your health because it has been made or grown without adding chemicals வேதியியல் பொருள்களின் கலப்பு இன்றித் தயாரிக்கப்படுவதால் அல்லது விளைவிக்கப்படுவதால், குறிப்பாக உடல் நலத்திற்கு உகந்ததாகப் பலரால் கருதப்படும் இயற்கை உணவு

healthy /ˈhelθi/ *adj.* (**healthier**; **healthiest**) **1** not often ill; strong and well அடிக்கடி உடல்நலம் கெடாத; நோயற்ற; ஆரோக்கியமான; திடமான *a healthy child/animal/plant* **2** showing good health (of body or mind) (உடல் அல்லது மனம்) நன்னிலையில் காணப்படுகிற; நலமார்ந்த; ஆரோக்கியமான *healthy skin and hair* **3** helping to produce good health உடல்நலம் பேண உதவுகிற; நல வாழ்வுக்கு உகந்த அல்லது துணைசெய்கிற *a healthy climate/diet/lifestyle* **4** normal and sensible இயல்பான மற்றும் அறிவார்ந்த; நியாயமான; நடைமுறைக்குகந்த *There was plenty of healthy competition between the brothers.* ✪ OPP அனைத்துப் பொருள்களுக்கும் **unhealthy** ▶ **healthily** *adv.*

heap[1] /hiːp/ *noun* [C] **1 a heap (of sth)** an untidy pile of sth ஒன்றின் ஒழுங்கமைவற்ற அடுக்கு; குவியல் *a heap of books/papers* • *All his clothes are* ***in a heap*** *on the floor!* ➪ **pile** பதிவிலுள்ள குறிப்பைப் பார்க்க. **2** (*informal*) **a heap (of sth); heaps (of sth)** a large number or amount; plenty பெரும் எண்ணிக்கை; பேரளவு; ஏராளம் *I've got a heap of work to do.*

IDM **heaps better, more, older, etc.** (*informal*) much better, etc. பெரிதும் மேம்பட்ட; மிகு நலமுடைய; முன்னிலும் அதிகமான

heap[2] /hiːp/ *verb* [T] **1 heap sth (up)** to put things in a pile பொருள்களைக் குவியலாக வை; ஒருங்குசேர்த்துத் திரளாக்கு *I'm going to heap all the leaves up over there.* • *Add six heaped tablespoons of flour* (= in a recipe). **2 heap A on/onto B; heap B with A** to put a large amount of sth on sth/sb ஒருவர்/ஒன்றின் மேல் ஒரு பொருளைப் பெருமளவில் வை அல்லது குவி; சுமையேற்று *The press heaped the team with praise.*

hear /hɪə(r)/ *verb* (*pt, pp* **heard** /hɜːd/) **1** [I, T] (*not used in the continuous tenses*) to receive sounds with your ears காதுகள் வழியாக ஒலிகளை ஏற்றுக்கொள்; செவியால் உணர்ந்தறி; கேள் *Can you speak a little louder—I can't hear very well.*

NOTE **Hear, listen** இரண்டையும் ஒப்பிட்டுப் பார்க்க. **Hear** என்பது பெரும்பாலும் தேவையாகக் கருதி முயன்று பெறாது இயல்பாகச் செவியால் உணர்வது. கருத்தார்வ அல்லது முனைப்பான முயற்சியுடன் ஒன்றைச் செவியுறுவதை **listen** சுட்டும்—*I always wake up when I hear the milkman come.* • *I love listening to music in the evening.* • *Listen—I've got something to tell you.* சில சமயங்களில் இரண்டையும் ஒத்த பொருளில் பயன்படுத்தலாம்—*We'd better hear what they have to say.*

2 [T] (*not used in the continuous tenses*) to be told or informed about sth ஒன்றைப் பற்றிக் கேள்விப்படு; ஒன்று தெரியவா *I hear that you've been offered a job in Canada.*

NOTE இப்பொருளில் **hear** தொடர்வினையாகப் பயன்படுத்தப்படாவிடினும், இதன் நிகழ்கால வினையெச்ச வடிவம் (= -ing) பொதுவழக்காகும்—*Not hearing what he'd said over the roar of the machines, she just nodded in reply.*

3 [T] (used about a judge, a court, etc.) to listen to the evidence in a trial in order to make a decision about it (நீதிபதி, நீதிமன்றம் முதலியவை வகையில்) ஒரு வழக்குக் குறித்து முடிவுசெய்யும் பொருட்டு வழக்கு விசாரணையில் சான்றாதாரங்களைக் கவனமாகக் கேள்; வழக்கு வாதங்களைக் கேள் *Your case will be heard this afternoon.*

IDM **hear! hear!** used for showing that you agree with what sb has just said, especially in a meeting குறிப்பாக ஓர் அவையில், ஒருவர் அந்தக் கணத்தில் கூறிய ஒன்றுடன் தான் ஒத்துப்போவதைத் தெரிவிக்கப் பயன்படுத்தப்படுவது; உடன்படல் குறிப்பு

won't/wouldn't hear of sth to refuse to allow sth ஒன்றை அனுமதிக்க அல்லது ஒன்றுக்கு இசைவளிக்க மறு *I wanted to go to art school but my parents wouldn't hear of it.*

PHR V **hear from sb** to receive a letter, telephone call, etc. from sb ஒருவரிடமிருந்து கடிதம், தொலைபேசி அழைப்பு முதலியவற்றைப் பெறு

hear of sb/sth to know that sb/sth exists because you have heard him/her/it mentioned பிறர் வாயிலாகக் கேள்விப்பட்டு ஒருவர்/ஒன்று இருப்பதை அல்லது உளதாயிருப்பதை அறிந்துகொள் *Have you heard of the Bermuda Triangle?*

hearing /ˈhɪərɪŋ/ *noun* **1** [U] the ability to hear கேட்கும் திறன்; செவிப்புல அறிவு; கேள்வி *Her hearing isn't very good so you need to speak louder.* **2** [*sing.*] a time when evidence is given to a judge in a court of law நீதிமன்றத்தில் வழக்கு ஆதாரங்கள் நீதிபதியின் முன் வைக்கப்படும் சமயம்; வழக்கு நடைபெறும் நேரம் *a court/disciplinary hearing* **3** [*sing.*] a chance to give your opinion or explain your position தனது கருத்தைக் கூறுவதற்கான அல்லது தன் நிலையை விளக்குவதற்கான வாய்ப்பு *to get/give sb a fair hearing*

IDM **hard of hearing** ⇨ **hard**[1] பார்க்க.

in/within sb's hearing near enough to sb so that he/she can hear what is being said கூறப்படுவதை ஒருவர் கேட்கக்கூடிய தொலைவில்; அண்மையில்; கூப்பிடு தூரத்தில்

hearing aid *noun* [C] a small device for people who cannot hear well that fits inside the ear and makes sounds louder சரியாகக் காது கேளாதவர்களின் காதினுள் பொருத்தப்பட்டு ஒலியைப் பெருக்கித் தரும் கருவி; செவித் துணைப் பொறி

hearsay /ˈhɪəseɪ/ *noun* [U] things you have heard another person or other people say, which may or may not be true உண்மையாகவோ உண்மையற்றதாகவோ இருக்கக்கூடிய, பிறிதொருவர் அல்லது பிறர் கூறக் கேட்டவை; செவிவழித் தகவல்; பொதுப்பேச்சு; ஊர்ச்செய்தி

hearse /hɜːs/ *noun* [C] a large, black car used for carrying a dead person to his/her funeral இறந்தவர் உடலை ஈமச்சடங்குக்குக் கொண்டுசெல்லும் பெரிய கறுப்பு நிறச் சீருந்து; பிண ஊர்தி

heart /hɑːt/ *noun* **1** [C] the organ inside your chest that sends blood round your body உடலின் எல்லாப் பகுதிகளுக்கும் குருதியைச் செலுத்துவதும் மார்புக்கூட்டினுள் அமைந்துள்ளதுமான உறுப்பு; இருதயம்; இதயம் *heart disease/failure* ⇨ **circulation** பார்க்க. **2** [C] the centre of a person's feelings and emotions உணர்ச்சிகள் மற்றும் உள்ளுணர்வுகளின் மையம்; இதயம்; மனம் *She has a kind heart* (= she is kind and gentle). **3 -hearted** (*used to form compound adjectives*) having the type of feelings or character mentioned குறிப்பிடப்பட்ட வகையான அல்லது தன்மையிலான உணர்வுகளை அல்லது பண்பியல்பை உடைய *kind-hearted* • *cold-hearted* **4** [*sing.*] **the heart (of sth)** the most central or important part of sth; the middle ஒன்றின் மிக முக்கியமான அல்லது மையமான பகுதி; நடுவிடம்; மையப்பகுதி *Rare plants can be found* ***in the heart of*** *the forest.* • *Let's get straight to* ***the heart of the matter***. **5** [C] a symbol that is shaped like a heart, often red or pink and used to show love பெரும்பாலும் சிவப்பு அல்லது இளஞ்சிவப்பு நிறமுள்ளதும் காதலின் குறியீடாகப் பயன்படுத்தப்படுவதுமான இதய வடிவ உரு *He sent her a card with a big red heart on it.* **6 hearts** [*pl.*] the group (**suit**) of playing cards with red shapes like **hearts 5** on them செந்நிறத்தில் இதய வடிவக் குறிகளையுடைய சீட்டாட்டச் சீட்டுகளின் தொகுதி *the queen of hearts* ➪ **card** பார்க்க. **7** [C] one of the cards from this suit இதய வடிவக் குறியுள்ள சீட்டுத்தொகுதியின் ஒரு சீட்டு *Play a heart, if you've got one.*

IDM after your own heart (used about people) similar to yourself or of the type you like best (ஆட்கள் வகையில்) தன்னை ஒத்த அல்லது தன்னால் பெரிதும் விரும்பப்படும் வகையினரைச் சார்ந்த; தன் மனத்துக்கு இயைந்த

at heart really; in fact உண்மையில்; மெய்யாக *My father seems strict but he's a very kind man at heart.*

break sb's heart to make sb very sad ஒருவரை மிகுதியாக வருந்தச் செய்; துன்பத்துக்குள்ளாக்கு; மனம் முறியச்செய்

by heart by remembering exactly; from memory துல்லியமாக நினைவில் இருத்தி; மனப்பாடமாக *Learning lists of words off by heart isn't a good way to increase your vocabulary.*

a change of heart ➪ **change²** பார்க்க.

close/dear/near to sb's heart having a lot of importance and interest for sb ஒருவருக்கு மிகுந்த முக்கியத்துவம் உடையவராக உள்ள; ஆர்வ ஈடுபாடு கொள்ளச் செய்கிற; அணுக்கமும் பற்றார்வமும் தூண்டுகிற; உள்ளார்ந்த மதிப்புக்குரிய

cross my heart ➪ **cross²** பார்க்க.

from the (bottom of your) heart in a way that is true and sincere உண்மையான மற்றும் உள்ளார்ந்த முறையில்; மனமார *I mean what I said from the bottom of my heart.*

have a heart of gold to be a very kind person நேச உணர்ச்சி மிக்கவராக இரு; கனிவாக இரு; பொன்மனத்தராக இரு

have/with sb's (best) interests at heart ➪ **interest¹** பார்க்க.

heart and soul with a lot of energy and enthusiasm பெருமளவு ஆற்றலுடனும் ஆர்வ ஈடுபாட்டுடனும்; ஊக்கமும் உற்சாகமும் மிகுந்து; முழு மனதுடன்

your heart is not in sth used to say that you are not very interested in or enthusiastic about sth ஒன்றில் ஒருவர் முனைப்பான ஆர்வ ஈடுபாடோ பற்றுறுதியோ கொண்டிருக்கவில்லை எனக் கூறப் பயன்படுத்தப்படுவது; உள்ளார்ந்த அக்கறை அல்லது ஆர்வம் இல்லை, ஒன்றில் மனம் தோயவில்லை என்னும் குறிப்பு

your heart sinks to suddenly feel disappointed or sad எதிர்பாராத ஏமாற்ற உணர்வுக்கு அல்லது வருத்த உணர்வுக்கு உள்ளாகு; திடீரென மனம் தளர்வுறு *When I saw the queues of people in front of me my heart sank.*

in your heart (of hearts) used to say that you know that sth is true although you do not want to admit or believe it தான் ஒப்புக்கொள்ளவோ நம்பவோ விரும்பாவிடினும், ஒன்று உண்மை எனத் தனக்குத் தெரியும் என்று கூறப் பயன்படுத்தப்படுவது; உள்மனத்தில் *She knew in her heart of hearts that she was making the wrong decision.*

lose heart ➪ **lose** பார்க்க.

not have the heart (to do sth) to be unable to do sth unkind இரக்கமற்ற ஒன்றைச் செய்ய முடியாதிரு; அன்பில்லாத ஒரு செயலைச் செய்ய மனம் ஒவ்வாதிரு *I didn't have the heart to say no.*

pour your heart out (to sb) ➪ **pour** பார்க்க.

set your heart on sth; have your heart set on sth to decide you want sth very much; to be determined to do or have sth ஒன்றைத் தான் பெரிதும் விரும்புவதை மனத்தில் உறுதிப்படுத்திக்கொள்; ஒன்றைச் செய்வதில் அல்லது அடைவதில் உறுதியாக இரு

take heart (from sth) to begin to feel positive and hopeful about sth ஒன்று குறித்துத் தன்னுறுதியும் நம்பிக்கை உணர்வும் கொள்ளத் தொடங்கு; தன்னம்பிக்கையுடன் ஒன்றை அணுகு

take sth to heart to be deeply affected or upset by sth ஒன்றினால் ஆழ்ந்த பாதிப்புக்கு அல்லது மனக்கவலைக்கு உள்ளாகு; உள்ளம் கலங்கு

to your heart's content as much as you want வேண்டிய அளவுக்கு; மன நிறைவு உண்டாகும் அளவுக்கு

with all your heart; with your whole heart completely முழுமையாக; மனமார *I hope with all my heart that things work out for you.*

young at heart ➪ **young¹** பார்க்க.

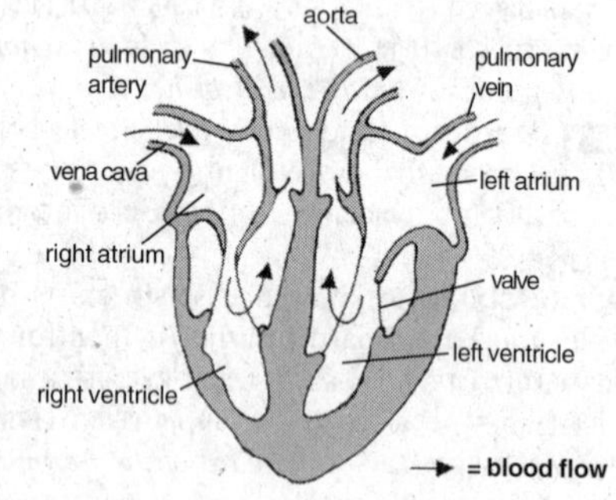

the heart

heartache /ˈhɑːteɪk/ *noun* [U] great sadness or worry ஆழ்ந்த மனக்கவலை; பெரும் வருத்தம்; கடுந்துயர்; வேதனை

heart attack *noun* [C] a sudden serious illness when the heart stops working correctly, sometimes causing death இதயம் சீராகச் செயல்படாமல் போய்விடும், சில சமயங்களில் மரணம் உண்டாக்கக்கூடிய, எதிர்பாராத கடுமையான உடல்நலக் கேடு; இதய இயக்கக் கோளாறு *She's had a heart attack.*

heartbeat /ˈhɑːtbiːt/ *noun* [C] the regular movement or sound of the heart as it sends blood round the body இதயம் உடலின் பிற பகுதிகளுக்குக் குருதியைச் செலுத்துகையில் நிகழும் அதன் ஒரே சீரான இயக்கம் அல்லது ஒலி; இதயத் துடிப்பு

heartbreak /ˈhɑːtbreɪk/ *noun* [U] very great sadness கடுந்துயரம்; மன வேதனை; மன முறிவு

heartbreaking /ˈhɑːtbreɪkɪŋ/ *adj.* making you feel very sad மனத்தைப் பெரிதும் வருத்துகிற; மனவேதனை உண்டுபண்ணுகிற; துயரார்ந்த

heartbroken /ˈhɑːtbrəʊkən/ (*also* **broken-hearted**) *adj.* extremely sad because of sth that has happened ஒரு நேர்வின் காரணமாகப் பெரிதும் மனம் வருந்துகிற; வேதனைக்கு ஆளான; நெஞ்சம் முறிவுற்ற *Malini was heartbroken when Vijayan left her.*

heartburn /ˈhɑːtbɜːn/ *noun* [U] a pain that feels like sth burning in your chest and that you get when your stomach cannot deal with a particular food இரைப்பை, குறிப்பிட்ட உணவைச் செரிக்க இயலாமையால் உண்டாவதும் நெஞ்சில் ஒன்று எரிவது போன்ற உணர்வை ஏற்படுத்துவதுமான வலி; நெஞ்சு எரிச்சல்

hearten /ˈhɑːtn/ *verb* [T] (*usually passive*) to encourage sb; to make sb feel happier ஒருவரை ஊக்கப்படுத்து; மகிழ்வுணர்வு மிகச் செய்; உற்சாகப்படுத்து ✪ OPP **dishearten**

heartening /ˈhɑːtnɪŋ/ *adj.* making you feel more hopeful; encouraging நம்பிக்கை உணர்வு மிகச் செய்கிற; ஊக்கப்படுத்துகிற ✪ OPP **disheartening**

heartfelt /ˈhɑːtfelt/ *adj.* deeply felt; sincere மனத்தின் ஆழத்திலிருந்து வெளிப்படுகிற; உள்ளார்ந்த உணர்வு சார்ந்த; மனமார்ந்த *a heartfelt apology*

hearth /hɑːθ/ *noun* [C] the place where you have an open fire in the house or the area in front of it வீட்டில் திறந்த அடுப்பு/கணப்படுப்பு உள்ள இடம் அல்லது அதன் முன்பகுதி; அடுப்படி; அடுப்பங்கரை

heartily /ˈhɑːtɪli/ *adv.* **1** with obvious enthusiasm and enjoyment வெளிப்படையான இன்ப உணர்வுடனும் உற்சாகத்துடனும் *He joined in heartily with the singing.* **2** very much; completely மிக்க அளவில்; நிரம்ப; முழு மனத்துடன்; மனதார

heartland /ˈhɑːtlænd/ *noun* [C] the most central or important part of a country, area, etc. ஒரு நாடு, ஓர் இடப்பகுதி முதலியவற்றின் நடுமையமான அல்லது முக்கியத்துவம் மிக்க பகுதி *India's industrial heartland*

heartless /ˈhɑːtləs/ *adj.* unkind; cruel அன்பில்லாத; இரக்கமற்ற; கொடிய ▶ **heartlessly** *adv.* ▶ **heartlessness** *noun* [U]

heart-rending *adj.* making you feel very sad மிக்க மனத்துயர் உண்டுபண்ணுகிற; வேதனை அளிக்கிற; நெஞ்சம் பிளக்கிற

heart-to-heart *noun* [C] a conversation in which you say exactly what you really feel or think மனத்தில் உணர்வதை அல்லது நினைப்பதைத் துளியும் மாற்றாமல் அப்படியே பேசும் முறையிலான உரையாடல்; மனம் திறந்த அல்லது ஒளிவு மறைவற்ற பேச்சு; மனம் விட்டுப் பேசுதல்

hearty /ˈhɑːti/ *adj.* **1** showing warm and friendly feelings இனிமையான, நட்பார்ந்த உணர்வுகளை வெளிப்படுத்துகிற; நேச உணர்வுடைய *a hearty welcome* **2** loud, happy and full of energy உரத்த, மகிழ்ச்சியான மற்றும் ஊக்கம் மிக்க; உணர்ச்சி பொங்குகிற *a hearty laugh* **3** large; making you feel full பேரளவிலான; நிறைவுணர்ச்சியை ஏற்படுத்துகிற; வளமான; ஏராளமான *a hearty appetite* **4** showing that you feel strongly about sth ஒன்று குறித்து மிகு உணர்ச்சியை வெளிப்படுத்துகிற; அழுத்தமான; தீவிரமான *He nodded his head in hearty agreement.*

heat[1] /hiːt/ *noun* **1** [U] the feeling of sth hot வெப்ப உணர்ச்சி; வெம்மை; சூடு *This fire doesn't* ***give out*** *much* ***heat.*** **2** [*sing.*] (*often with 'the'*) hot weather வெப்பமான வானிலை *I like the English climate because I can't stand the heat.* **3** [*sing.*] a thing that produces heat வெப்பம் உண்டுபண்ணும் பொருள்; சூடாக்குவது *Remove the pan from the heat* (= the hot part of the stove). **4** [U] a state or time of anger or excitement சினம் அல்லது உணர்ச்சி வேகம் காணப்படும் நிலை அல்லது சமயம்; சீற்றம்; மனக்கிளர்ச்சி ***In the heat of the moment,*** *she threatened to resign.* **5** [C] one of the first parts of a race or competition. The winners of the heats compete against other winners until the final result is decided ஒரு பந்தயத்தின் அல்லது போட்டியின் முதற் கட்டங்களில் ஒன்று. இதில் வெற்றி பெறுபவர்கள் இறுதிமுடிவு நிர்ணயிக்கப்படும் வரை மற்ற வெற்றியாளர்களுடன் போட்டியிடுவர்

IDM **be on heat** (used about some female animals) to be ready to have sex because it is the right time of the year (சிலவகைப் பெண் விலங்குகளைப் பற்றிக் குறிப்பிடும்போது) இது

வேட்கைப் பருவமாதலால், ஆண் விலங்குடன் புணர்ச்சிக்கு ஆயத்த நிலையில் இரு; ஆண் விலங்கின் வேட்கை நாட்டத்திற்கு இணங்கும் நிலையில் இரு

heat² /hiːt/ *verb* [I, T] **heat (sth) (up)** to become or to make sth hot or warm சூடாகு; வெம்மையுறு; சூடாக்கு; வெம்மைப்படுத்து *Wait for the oven to heat up before you put the pie in.*

heated /ˈhiːtɪd/ *adj.* (used about a person or discussion) angry or excited (ஓராள் அல்லது ஒரு விவாதம் பற்றிக் குறிப்பிடும்போது) சினம் கொண்ட; உணர்ச்சி வேகம் காணப்படுகிற; விறுவிறுப்பான; சூடான *a heated argument/debate* ▶ **heatedly** *adv.*

heater /ˈhiːtə(r)/ *noun* [C] a machine used for making water or the air in a room, car, etc. hotter ஓரறை, ஒரு சீருந்து, முதலியவற்றிலுள்ள நீரை அல்லது காற்றை வெம்மையூட்டப் பயன்படுத்தப்படும் இயந்திரம்; வெம்மையூட்டுப் பொறி *an electric/gas heater*

heath /hiːθ/ *noun* [C] an area of open land that is not used for farming and that is often covered with rough grass and other wild plants வேளாண்மைக்குப் பயன்படுத்தப்படாத, பெரும்பாலும் காட்டுப் புல்லும் பிற செடிகொடிகளும் வளர்ந்துள்ள திறந்த வெளியிடம்; புதர்க்காடு; கரம்பு

heathen /ˈhiːðn/ *noun* [C] (*old-fashioned*) a person who does not belong to one of the main world religions உலகின் முதன்மைச் சமயங்களில் ஒன்றைச் சார்ந்திராத ஒருவர்

heather /ˈheðə(r)/ *noun* [U] a low wild plant that grows especially on hills and land that is not farmed and has small purple, pink or white flowers குறிப்பாகக் குன்றுகளிலும் பண்படுத்தப்படாத வரப்புகளிலும் வளர்வதும், சிறிய ஊதா, இளஞ்சிவப்பு அல்லது வெண்மை நிறப் பூக்களை உடையதுமான குட்டையான காட்டுச் செடி வகை

heating /ˈhiːtɪŋ/ *noun* [U] a system for making rooms and buildings warm அறைகள் மற்றும் கட்டடங்களுக்கு வெதுவெதுப்பூட்டுவதற்கான பொறியமைவு *Our heating goes off at 10 p.m. and comes on again in the morning.* ➪ **central heating** பார்க்க.

heatstroke /ˈhiːtstrəʊk/ *noun* [C] a medical condition that you can get if you are in a hot place for too long நீண்ட நேரம் வெப்பமான ஓரிடத்தில் இருப்பதால் உண்டாகும் உடல்நலக் கோளாறு; வெப்பத்தாக்கத்தால் ஏற்படும் மயக்க நிலை

heatwave /ˈhiːtweɪv/ *noun* [C] a period of unusually hot weather வழக்க மீறிய கடுமையான வெப்பமுள்ள காலம்

heave¹ /hiːv/ *verb* **1** [I, T] to lift, pull or throw sb/sth heavy with one big effort கடுமையான ஒரே முயற்சியில் ஒருவரை/ஒன்றை உயர்த்து, இழு அல்லது எறி *Take hold of this rope and heave!* • *We heaved the cupboard up the stairs.* **2** [I] **heave (with sth)** to move up and down or in and out in a heavy but regular way அழுத்த விசையுடன் ஆனால் ஒழுங்கு முறையாக மேலும் கீழும் அல்லது உள்ளேயும் வெளியேயும் செல்; அமிழ்ந்தமிழ்ந்து எழு *His chest was heaving with the effort of carrying the trunk.* **3** [I] to experience the tight feeling you get in your stomach when you are just about to vomit வாந்தி எடுப்பதற்குச் சற்றுமுன் வயிற்றில் ஒருவகை இறுக்கத்தை உணர்; குமட்டு; குமட்டல் உணர்வு கொள் *The sight of all that blood made her stomach heave.*

IDM **heave a sigh** to breathe out slowly and loudly மெல்ல ஓசையுடன் மூச்சுவிடு; பெருமூச்சு விடு *He heaved a sigh of relief when he heard the good news.*

heave² /hiːv/ *noun* [C, U] a strong pull, push, throw, etc. வலுவான இழுப்பு, தள்ளு, எறிவு முதலியவை

heaven /ˈhevn/ *noun* **1** [*sing.*] the place where, in some religions, it is believed that God lives and where good people go when they die சில மதங்களில் கடவுள் வாழுமிடமாகவும் நல்லவர்கள் இறப்புக்குப் பின் செல்லுமிடமாகவும் நம்பப்படும் இடம்; வானுலகம்; சுவர்க்கம் *to go to/be in heaven* ➪ **hell** பார்க்க.

NOTE சில வழக்குகளில் **God** என்ற சொல்லுக்குப் பதிலாக **Heaven** பயன்படுத்தப்படுகிறது. சிலர், இதனை ஏற்புக்குரியதல்லாததாகக் கருதுகின்றனர். ➪ **God** பதிவிலுள்ள குறிப்பைப் பார்க்க.

2 [U, C] a place or a situation in which you are very happy பெரு மகிழ்ச்சி நிலவும் ஓரிடம் அல்லது ஒரு சூழல் *It was heaven being away from work for a week.* **3 the heavens** [*pl.*] (used in poetry and literature) the sky (கவிதை மற்றும் இலக்கிய வழக்கு) வானம்; ஆகாயம்; விண்வெளி

heavenly /ˈhevnli/ *adj.* **1** (*only before a noun*) connected with heaven or the sky சுவர்க்கம் அல்லது வானம் தொடர்பான; விண்ணுலகத்துக்குரிய; விண்வெளி சார்ந்த *heavenly bodies* (= the sun, moon, stars, etc.) **2** (*informal*) very pleasant; wonderful பெரு மகிழ்ச்சியூட்டுகிற; இன்பமான; வியப்புக்குரிய; விந்தையான

heavy /ˈhevi/ *adj.* (**heavier; heaviest**) **1** weighing a lot; difficult to lift or move எடை மிக்க; கனமான; பாரம் மிகுதியான; உயர்த்துவதற்கு அல்லது நகர்த்துவதற்குக் கடினமான *This* *box is too heavy for me to carry.* **2** used when asking or stating how much sb/sth weighs ஒன்றின் எடையளவு குறித்துக் கேட்பதற்கு அல்லது எடையைக் குறிப்பிடுவதற்குப் பயன்படுத்தப்படுவது ***How heavy** is your suitcase?* **3** larger, stronger or more than usual வழக்கமீறிப் பெரிதான, வலிமையான அல்லது மிகைப்படியான *heavy rain • heavy traffic* **4** serious, difficult or boring கடுமையான, கடினமான அல்லது சலிப்பூட்டுகிற; கருத்தாழமுள்ள; எளிமையற்ற *His latest novel makes **heavy reading**.* **5** full of hard work; (too) busy மிகுதியான வேலைச் சுமை உள்ளடக்கிய; மும்முரமான; பணிப்பளு மிகுந்த; கடு முயற்சி அல்லது கடின உழைப்பு வேண்டப்படுகிற *a heavy day/schedule/timetable* **6** (used about a material or substance) solid or thick (பொருள், பண்டம் முதலியவை வகையில்) கெட்டியான; திண்ணிய; மொத்தையான *heavy soil • a heavy coat* ✪ OPP அனைத்துப் பொருள்களுக்கும் **light** ▶ **heavily** *adv.* ▶ **heaviness** *noun* [U]

IDM **make heavy weather of sth** to make sth seem more difficult than it really is ஒன்று உண்மையில் உள்ளதைவிட மேலும் கடினமானதாக அல்லது கடுமையானதாகத் தோன்றச் செய்

heavy-duty *adj.* not easily damaged and therefore suitable for regular use or for hard physical work அன்றாடப் பயன்பாட்டுக்கு அல்லது கடின உழைப்புக்கு ஏற்றதாகுமாறு, எளிதில் சேதமுறாத; கடுமை வாய்ந்த பயன்பாடுகளுக்கு ஈடுகொடுக்கக் கூடிய *a heavy-duty carpet/tyre*

heavy-handed *adj.* **1** not showing much understanding of other people's feelings பிறர் உணர்ச்சிகளைச் சரிவரப் புரிந்துகொள்ளாத; வன்மனப் போக்கான *a heavy-handed approach* **2** using unnecessary force தேவையற்று வலிமையைப் பயன்படுத்துகிற; மட்டுமீறிக் கண்டிப்பு அல்லது கடுமை காட்டுகிற; அடாவடிப்போக்கான *heavy-handed police methods*

heavy industry *noun* [C, U] industry that uses large machinery to produce metal, coal, vehicles, etc. பெரும் இயந்திரங்களைப் பயன்படுத்தி உலோகம், நிலக்கரி, ஊர்திகள் முதலியவற்றை உற்பத்தி செய்யும் தொழில்; கனரகத் தொழில்

heavy metal *noun* [U] a style of very loud rock music that is played on electric instruments மின்னியக்க இசைக்கருவிகளில் வாசிக்கப்படும் ஓங்கி ஒலிக்கக்கூடிய இழுப்பிசைப் பாணி வகை

heavyweight /ˈheviweɪt/ *noun* [C] a person who is in the heaviest weight group in certain fighting sports சிலவகைக் குத்துச்சண்டை விளையாட்டுகளுக்குரிய உச்ச அளவு எடைக் கனமுடைய வீரர்கள் பிரிவைச் சார்ந்தவர் *the world heavyweight boxing champion*

heckle /ˈhekl/ *verb* [I, T] to interrupt a speaker at a public meeting with difficult questions or rude comments பொதுக்கூட்டத்தில் கடினமான வினாக்களால் அல்லது பண்பற்ற விமர்சனக் குறிப்பீடுகளால் பேச்சாளரைக் குறுக்கீடு செய் ▶ **heckler** *noun* [C]

hectare /ˈhekteə(r)/ *noun* [C] (*abbr.* **ha**) a measurement of land; 10,000 square metres, 10,000 சதுர மீட்டர் பரப்பளவுக்கு இணையான நில அளவைக் கூறு

hectic /ˈhektɪk/ *adj.* very busy with of a lot of things that you have to do quickly விரைந்து செய்ய வேண்டிய ஏராளமான பணிகளுக்கு இடையே வேலையில் மிகவும் மும்முரமாக இருக்கிற; பரபரப்பு மிக்க; ஓடியாடிச் செயலாற்றுகிற ▶ **hectically** /-kli/ *adv.*

he'd /hiːd/ ⇨ **he had, he would** ஆகியவற்றின் சுருக்க வடிவம்

hedge¹ /hedʒ/ *noun* [C] a row of bushes or trees planted close together at the edge of a garden or field to separate one piece of land from another நிலப்பகுதிகளைத் தனித்தனியாகப் பிரிப்பதற்காக, ஒரு தோட்டத்தின் அல்லது வயலின் விளிம்பில் நெருக்கமாக நட்டு வளர்க்கப்படும் புதர்ச்செடிகளின் அல்லது மரங்களின் வரிசை; புதர்வேலி; எல்லைக் குறுமர வரிசை

hedge² /hedʒ/ *verb* [I] to avoid giving a direct answer to a question ஒரு கேள்விக்கு நேரடியாகப் பதில் கூறுவதைத் தவிர்; மழுப்பலாக மறுமொழி கூறு

IDM **hedge your bets** to protect yourself against losing or making a mistake by supporting more than one person or opinion ஒன்றுக்கு மேற்பட்ட ஆட்கள் அல்லது கருத்துகளை ஆதரிப்பதன் மூலம் ஓர் இழப்பிலிருந்து அல்லது ஒரு தவறு நேர்வதிலிருந்து தன்னைக் காத்துக்கொள்

hedgehog /ˈhedʒhɒg/ *noun* [C] a small brown animal covered with sharp needles (**prickles**) கூர்மையான நீள்முட்களையுடைய சிறு பழுப்பு நிற விலங்கு வகை; முள்ளம்பன்றி

hedgerow /ˈhedʒrəʊ/ *noun* [C] a row of bushes, etc. especially at the side of a country road or around a field குறிப்பாக நாட்டுப்புறச் சாலையோரத்தில் அல்லது வயலைச் சுற்றி அமைக்கப்படும் புதர்ச்செடிகள், முதலியவற்றின் வரிசை; புதர்வேலி; புதர்ச்செடி வரிசை

heed¹ /hiːd/ *verb* [T] (*formal*) to pay attention to advice, a warning, etc. ஓர் அறிவுரை, எச்சரிக்கை

முதலியவற்றைக் கருத்தில் கொள் அல்லது பொருட்படுத்து

heed² /hi:d/ *noun* (*formal*)

IDM **take heed (of sb/sth); pay heed (to sb/sth)** to pay careful attention to what sb says ஒருவர் கூறுவதைக் கவனத்தில் கொள்; செவிசாய் *You should take heed of your doctor's advice.*

heel¹ /hi:l/ *noun* [C] **1** the back part of your foot பாதத்தின் பின்பகுதி; குதிகால் ➪ **body** பதிவில் படம் பார்க்க. **2** the part of a sock, etc. that covers your heel குதிகாலை மறைக்கும் குறுங்காலுறை முதலியவற்றின் பகுதி; காலுறையின் குதிகாற்பகுதி **3** the higher part of a shoe under the heel of your foot குதிகாலின் கீழுள்ள காலணியின் உயரமான பகுதி *High heels* (= shoes with high heels) *are not practical for long walks.* **4 -heeled** having the type of heel mentioned குறிப்பிட்ட வகையான குதி-காற்பகுதி உடைய *high-heeled/low-heeled shoes*

IDM **dig your heels in** ➪ **dig¹** பார்க்க.
head over heels ➪ **head¹** பார்க்க.

heel² /hi:l/ *verb* [T] to repair the heel of a shoe காலணியின் குதிகாற் பகுதியைப் பழுதுபார்

hefty /ˈhefti/ *adj.* (*informal*) big and strong or heavy பெருத்த மற்றும் வலிமை வாய்ந்த; கனத்த; கட்டுறுதியுடைய *a hefty young man*

hegemony /hɪˈdʒeməni; ˈge/ *noun* [U, C] (*pl.* **hegemonies**) (*formal*) control by one country, organization, etc. over other countries, etc. within a particular group குறிப்பிட்ட ஒரு குழுவிற்குள் அல்லது கூட்டமைப்பில் ஒரு நாடு, நிறுவனம், முதலியவை மற்ற நாடுகள், நிறுவனங்கள், முதலியவற்றின் மீது மேலாதிக்கம் செலுத்துதல்; மேலாட்சி; மேலாதிக்கம் ▶ **hegemonic** /ˌhedʒɪˈmɒnɪk; ˌhegɪ-/ *adj.*

heifer /ˈhefə(r)/ *noun* [C] a young female cow, especially one that has not yet had a baby (**calf**) இளம் பசு, குறிப்பாகக் கன்று போடாத இளம் பசு

height /haɪt/ *noun* **1** [C, U] the measurement from the bottom to the top of a person or thing ஓராள் அல்லது ஒரு பொருளின் அடி முதல் உச்சி வரையிலான அளவு; உயர அளவு; உயரம் *The nurse is going to check your height and weight.* ➪ **high** adjective மற்றும் **tall** பதிவிலுள்ள குறிப்பைப் பார்க்க. **2** [U] the fact that sb/sth is tall or high ஒருவர்/ஒன்று உயரமாக நெடிது வளர்ந்து இருத்தல்; உயர்ச்சி *He looks older than he is because of his height.* **3** [C, U] the distance that sth is above the ground தரை மட்டத்திற்கு மேல் ஒரு பொருள் இருக்கும் உயரம் *We are now flying at a height of 10,000 metres.*

NOTE ஒரு விமானம் தரை மட்டத்திற்கு மேல் தான் பறக்கும் உயர அளவை **gains** (பெருக்குகிறது) அல்லது **loses** (இழக்கிறது). விமானங்கள் வகையில் உயரத்தைக் குறிக்கும் முறைசார்பு மிக்க வழக்கு **altitude** என்பதாகும்.

4 [C, *usually pl.*] a high place or area உயர் மட்டத்திலுள்ள இடம் அல்லது இடப்பகுதி *I can't go up there. I'm afraid of heights.* **5** [U] the strongest or most important part of sth ஒன்றின் ஆற்றல், மதிப்பு, தீவிரம், முக்கியத்துவம் முதலியவற்றின் உச்ச நிலையைக் குறிக்கப் பயன்படுத்தப்படுவது; உச்சநிலை *the height of summer*

heighten /ˈhaɪtn/ *verb* [I, T] to become or to make sth greater or stronger மேலும் பெரிதாகு; வலிமை மிகு; உயர்வடை; ஒன்றை மேலும் பெரிதாக்கு; வலிமை மிகச் செய்; உயர்த்து

heir /eə(r)/ *noun* [C] **heir (to sth)** the person with the legal right to receive (**inherit**) money, property or a title when the owner dies பணம், சொத்து அல்லது ஒரு பட்டப்பெயரை அதற்-குரியவர் இறக்கும்போது மரபுரிமையாகப் பெறச் சட்டப்படியான உரிமையுடைவர்; பின்னுரிமையாளர்; வாரிசு *He's the heir to a large fortune.* NOTE சில சமயங்களில் **heir** என்பதன் பெண்பாலாக **heiress** பயன்படுத்தப்படுகிறது.

heirloom /ˈeəlu:m/ *noun* [C] something valuable that has belonged to the same family for many years பல ஆண்டுகள் ஒரே குடும்பத்திற்குச் சொந்தமாக உள்ள மதிப்பு மிக்க ஒரு பொருள்; வழிவழி உடைமை

held ➪ **hold¹** என்பதன் இறந்தகால மற்றும் இறந்தகால வினையெச்ச வடிவம்

helicopter /ˈhelɪkɒptə(r)/ (*informal* **chopper**) *noun* [C] a small aircraft that can go straight up into the air. Helicopters have long thin metal parts on top that go round சுழலும் நீள் உலோகத்-தகடுகளை மேற்பகுதியில் உடையதும் செங்குத்தாக மேலெழும்பக் கூடியதுமான சிறு வானூர்தி வகை

helium /ˈhi:liəm/ *noun* [U] (*symbol* **He**) a very light colourless gas that does not burn, often used to fill objects that float in the air (**balloons**) தீப்பிடிக்காததும் பெரும்பாலும் பலூன்களில் நிரப்பப் பயன்படுத்தப்படுவதுமான மிகவும் இலேசான நிறமற்ற வாயுப்பொருள்; பரிதியம்; ஹீலியம் NOTE ஹீலியம் மந்த வளிகளில் ஒன்று.

helix /ˈhi:lɪks/ *noun* [C] (*pl.* **helices** /ˈhi:lɪsi:z/) a shape like a **spiral** or a line curved round a **cylinder** or **cone** சுருள்வில் அல்லது

நீள்உருளை/கூம்பு மீது சுற்றுவட்டமாக அமைந்த கோடு போன்ற வடிவம்; திருகு சுழல் வட்டம்

he'll /hi:l/ ➪ **he will** என்பதன் சுருக்க வடிவம்

hell /hel/ *noun* **1** [*sing.*] the place where, in some religions, it is believed that the Devil lives and where bad people go to when they die சில மதங்களில் சைத்தான் வாழுமிடமாகவும் தீயவர்கள் இறப்புக்குப் பின் செல்லுமிடமாகவும் நம்பப்படும் இடம்; நரகம் *to go to/be in hell* ➪ **heaven** பார்க்க. **2** [C, U] (*informal*) a situation or place that is very unpleasant or painful மிகு வெறுப்பூட்டக்கூடிய அல்லது வேதனை தரக்கூடிய சூழ்நிலை அல்லது இடம்; கடுந்துயர் நிலை; பழிநிலை; துயரார்ந்த இடம் *He went through hell when his wife left him.*

> NOTE **'Hell'** என்னும் சொல்லின் கீழ்க்கண்ட பொருள்களும் மரபு வழக்குகளும் சிலரால் மனம் ஒவ்வாதவையாகக் கருதப்படுகின்றன. இவற்றைக் கவனமாகப் பயன்படுத்துதல் வேண்டும்

3 [U] (*slang*) used as a swear word to show anger சினத்தை வெளிப்படுத்தப் பயன்படுத்தப்படும் பண்பினிமையற்ற அல்லது வசைத்தன்மையுடைய சொல்; பண்பு நயமற்ற சீற்றக் குறிப்பு *Oh hell, I've forgotten my money!* **4 the hell** (*slang*) used as a swear word in questions to show anger or surprise சினத்தை அல்லது வியப்பை வெளிப்படுத்த வினாக்களில் பயன்படுத்தப்படும் நயமற்ற வசைக்குறிப்புச் சொல் *Why the hell didn't you tell me this before?*

IDM **a/one hell of a...** (*informal*) used to make an expression stronger or to mean 'very' ஒரு கூற்றுக்கு அழுத்தம் தரும் முறையில் அல்லது மிகவும்/பெரிதளவில் என்னும் பொருள்படுமாறு பயன்படுத்தப்படுவது *He got into a hell of a fight* (= a terrible fight).

all hell broke loose (*informal*) there was suddenly a lot of noise and confusion பேரிரைச்சலும் பெருங்குழப்பமும் திடீரெனத் தோன்றின

(just) for the hell of it (*informal*) for fun விளையாட்டாக; வேடிக்கைச் செயலாக

give sb hell (*informal*) to speak to sb very angrily or to be very strict with sb ஒருவருடன் கடும் சினத்துடன் பேசு அல்லது மிகவும் கண்டிப்பாக இரு; ஒருவரது சூழலை இன்னாததாக்கு

like hell (*informal*) very much; with a lot of effort மிகைப்படியாக; தீவிரமாக; மிகுந்த செயல்முனைப்புடன் *I'm working like hell at the moment*

hellish /ˈhelɪʃ/ *adj.* terrible; awful மிகவும் மோசமான; வெறுப்பூட்டுகிற; அருவருக்கத்தக்க *a hellish experience*

hello (*BrE* **hallo**) /həˈləʊ/ exclamation used when you meet sb, for attracting sb's attention or when you are using the telephone ஒருவரைச் சந்திக்கும்பொழுது, ஒருவரது கவனத்தை ஈர்ப்பதற்காக அல்லது தொலைபேசியைப் பயன்படுத்தும்போது வழங்கும் உணர்ச்சிக் குறிப்புச் சொல்; விளிக்குறிப்பு; கவன ஈர்ப்புச் சொல்

helm /helm/ *noun* [C] the part of a boat or ship that is used to guide it. The helm can be a handle or a wheel குறிப்பிட்ட திசையில் படகை அல்லது கப்பலைச் செலுத்தப் பயன்படுத்தப்படும் அதன் உறுப்பு; சுக்கான்பிடி. இது கைப்பிடியாக அல்லது சக்கரமாக இருக்கும்.

IDM **at the helm** in charge of an organization, group of people, etc. ஒரு நிறுவனம், குழு, முதலியவற்றின் ஆட்சிப்பொறுப்பில் உள்ளவராக; மேலாட்சி செய்பவராக; தலைமை இடத்தில்

helmet /ˈhelmɪt/ *noun* [C] a type of hard hat that you wear to protect your head தலைக்காப்பாக அணிந்துகொள்ளப்படும் உறுதியான தொப்பி வகை; தலைக்கவசம் *a crash helmet*

help[1] /help/ *verb* **1** [I, T] **help (sb) (with sth); help (sb) (to) do sth; help sb (across, over, out of, into, etc.)** to do sth for sb in order to be useful or to make sth easier for him/her ஒருவருக்குப் பயன்படக்கூடியதான அல்லது ஒருவரது செயலை எளிதாக்கக்கூடியதான ஒன்றைச் செய்; உதவி செய்; துணை செய் *Can I help?* • *She helped her grandmother up the stairs* (= supported her as she climbed the stairs). **2** [I, T] to make sth better or easier ஒன்றை மேம்பாடு அடையச் செய் அல்லது மேலும் எளிதாக்கு; சீர்ப்படுத்து; திருத்தமுறச் செய் *If you apologize to him it might help.* • *This medicine should help your headache.* **3** [T] **help yourself (to sth)** to take sth (especially food and drink) that is offered to you ஒருவர் தனக்கு வழங்க முன்வரும் ஒன்றை (குறிப்பாக உணவு மற்றும் பானத்தை) எடுத்துக்கொள் *'Can I borrow your pen?' 'Yes, help yourself.'* **4** [T] **help yourself to sth** to take sth without asking permission; to steal அனுமதியின்றி ஒன்றை எடுத்துக்கொள்; களவாடு **5** [I] (*spoken*) used to get sb's attention when you are in danger or difficulty ஆபத்தான அல்லது இடர்ப்பாடான நிலையில் உள்ளபோது பிறர் கவனத்தை ஈர்க்கப் பயன்படுத்தப்படும் சொல் *Help! I'm going to fall!*

IDM **can/can't/couldn't help sth** be able/not be able to stop or avoid doing sth தான் செய்யும் ஒன்றை நிறுத்த அல்லது ஒரு செயலைத் தவிர்க்க இயலும்/இயலாத நிலையில் இரு *I just couldn't help myself—I had to laugh.*

a helping hand some help ஓரளவு உதவி; சிற்றுதவி; சிறு பயன் *My neighbour is always ready to give me a helping hand.*

PHR V **help (sb) out** to help sb in a difficult situation; to give money to help sb சிக்கலான நிலையில் உள்ள ஒருவருக்கு உதவு; இடர்ப்பாட்டிலிருந்து ஒருவரைக் காப்பாற்று; ஒருவருக்குப் பணம் கொடுத்துதவு

help² /help/ *noun* **1** [U] **help (with sth)** the act of helping உதவி செய்தல்; உதவி; துணை; ஆதரவு *She stopped smoking* ***with the help of*** *her family and friends.* •*'Run and* ***get help****—my son's fallen in the river!'* **2** [*sing.*] **a help (to sb)** a person or thing that helps உதவி செய்யும் ஆள் அல்லது பொருள்; துணையாள்; உதவிப்பொருள் *Your directions were a great help—we found the place easily.*

helper /ˈhelpə(r)/ *noun* [C] a person who helps (especially with work) (குறிப்பாகப் பணியில்) துணை செய்பவர்; உதவியாளர்

helpful /ˈhelpfl/ *adj.* giving help உதவி செய்கிற; துணை நிற்கிற; ஆதரவான *helpful advice* ▶ **helpfully** /-fəli/ *adv.* ▶ **helpfulness** *noun* [U]

helping /ˈhelpɪŋ/ *noun* [C] the amount of food that is put on a plate at one time ஒருமுறை உண்கலத்தில் இடப்படும் உணவின் அளவு; ஒருமுறை பரிமாறப்படும் உணவு *After two helpings of rice, I couldn't eat any more.* ➪ **portion** பார்க்க.

helpless /ˈhelpləs/ *adj.* unable to take care of yourself or do things without the help of other people பிறர் உதவியின்றித் தன்னை கவனித்துக்கொள்ள முடியாத அல்லது தனித்துச் செயல்பட முடியாத; ஆதரவை அல்லது துணையை எதிர்பார்க்கிற; தன்செயலற்ற *a helpless baby* ▶ **helplessly** *adv. They watched helplessly as their house went up in flames.* ▶ **helplessness** *noun* [U]

hem¹ /hem/ *noun* [C] the edge at the bottom of a piece of cloth (especially on a skirt, dress or trousers) that has been turned up and sewn ஒரு துணியின் (குறிப்பாகப் பாவாடை, மகளிர் உடுப்பு அல்லது காற்சட்டையின்) கீழ்ப்பகுதியில் மேல்மடித்துத் தைக்கப்பட்ட விளிம்பு; மடித்துத் தைக்கப்பட்ட ஓரம்

hem² /hem/ *verb* [T] (**hemming; hemmed**) to turn up and sew the bottom of a piece of clothing or cloth ஓராடை அல்லது ஒரு துணியின் அடிப்பகுதியை மேல்மடித்துத் தை; ஓரம் தை

PHR V **hem sb in** to surround sb and prevent him/her from moving away ஒருவரைச் சூழ்ந்துகொண்டு அவர் போய்விடாமல் தடு; சுற்றி வளைத்துக்கொள் *We were hemmed in by the crowd and could not leave.*

hematite (*AmE*) = **haematite**

hemisphere /ˈhemɪsfɪə(r)/ *noun* [C] **1** one half of the earth பூமியின் ஒருபாதி; நிலவுலக அரைக்கோளம் *the northern/southern/eastern/western hemisphere* **2** the shape of half a ball; half a **sphere** அரை உருண்டை வடிவம்; அரைக்கோளம்

hemoglobin (*AmE*) = **haemoglobin**

hemophilia, hemophiliac (*AmE*) = **haemophilia, haemophiliac**

hemorrhage (*AmE*) = **haemorrhage**

hemorrhoids (*AmE*) = **haemorrhoids**

hemp /hemp/ *noun* [U] a plant that is used for making rope and rough cloth and for producing an illegal drug (**cannabis**) முறுக்குக் கயிறு திரிப்பதற்கும் முரட்டுத் துணி நெய்வதற்கும் மற்றும் சட்டத்திற்கு மாறான ஒருவகை போதைமருந்து தயாரிப்பதற்கும் பயன்படுத்தப்படும் தாவர வகை; சணல் வகை

hen /hen/ *noun* [C] **1** a female bird that is kept for its eggs or its meat பெட்டைக்கோழி ➪ **chicken** பதிவிலுள்ள குறிப்பைப் பார்க்க. **2** the female of any type of bird பெண் பறவை; பெடை *a hen pheasant* **NOTE** ஆண் பறவை **cock** எனப்படும்.

hence /hens/ *adv.* (*formal*) for this reason இக்காரணத்தினால்; இதனால்; இதன் விளைவாக *I've got some news to tell you—hence the letter.*

henceforth /ˌhensˈfɔːθ/ (*also* **henceforward** /ˌhensˈfɔːwəd/) *adv.* (*written*) from now on; in future இப்போதிலிருந்து; இச்சமயமுதல்; இதுமுதற்கொண்டு; இனி

henchman /ˈhentʃmən/ *noun* [C] (*pl.* **henchmen** /hentʃmən/) a person who is employed by sb to protect him/her and who may do things that are illegal or violent ஒருவரால் அவரது பாதுகாப்பிற்காகப் பணியமர்த்தப்படுபவரும் சட்டத்திற்கு மாறான அல்லது வன்முறையான செயல்களைச் செய்யக்கூடியவருமான ஆள்; அடியாள்

henna /ˈhenə/ *noun* [U] a reddish-brown colour (**dye**) that is obtained from the henna plant. It is used to colour and decorate the hands, hair, fingernails, etc. ஒருவகைத் தாவரத்திலிருந்து பெறப்படுவதும் முடி, கைவிரல் நகங்கள் முதலியவற்றுக்கு நிறமூட்டி அழகுபடுத்தப் பயன்படுத்தப்படுவதுமான செம்பழுப்பு நிற வண்ணச்சாயம்; மருதோன்றி வகை

hen party (*also* **hen night**) *noun* [*sing.*] a party that a woman who is getting married soon has with her female friends விரைவில் திருமணம் செய்துகொள்ள இருக்கும் ஒரு பெண் தன் தோழிகளுடன் கொள்ளும் தோழமை விருந்து ➪ **stag night** பார்க்க.

henpecked /ˈhenpekt/ *adj.* used to describe a husband who always does what his wife tells him to do (ஒரு கணவனைப் பற்றிக் குறிப்பிடுகையில்) மனைவி சொல் தட்டாத; எப்பொழுதும் மனைவியின் விருப்பத்திற்கு இணங்கி நடக்கிற; மனைவியின் மேலாட்சிக்கு உட்பட்டுச் செயல்படுகிற

hepatic /hɪˈpætɪk/ *adj.* (*technical*) connected with the liver (குருதியைத் தூய்மைப்படுத்தும் உறுப்பான) கல்லீரல் தொடர்பான; கல்லீரலுக்குரிய

hepatic portal vein = **portal vein**

hepatitis /ˌhepəˈtaɪtɪs/ *noun* [U] a serious disease of one of the body's main organs (**liver**) கல்லீரலைத் தாக்கும் கடுமையான நோய் வகை; கல்லீரல் அழற்சி

hepta- /ˈheptə/ *prefix* (*used in nouns, adjectives and adverbs*) seven; having seven ஏழு; ஏழு எண்ணிக்கையுடைய; ஏழின் தொகுதியான *heptathlon* (= an athletics competition, usually one for women, that consists of seven different events)

heptagon /ˈheptəgən/ *noun* [C] a flat shape with seven straight sides and seven angles ஏழு நேர்பக்கங்களையும் ஏழு கோணங்களையும் உடைய தட்டையான வடிவம்; எழு கோண உரு ▶ **heptagonal** /hepˈtægənl/ *adj.*

her[1] /hɜ:(r)/ *pronoun* (*the object of a verb or preposition*) the female person that was mentioned earlier (she என்பதன் எழுவாயல்லாத வேற்றுமை வடிவம்) முன்னர் குறிப்பிடப்பட்ட பெண்; அவளை; அவளுக்கு; அவளிடம் *I've got a letter for your mother. Could you give it to her, please?* ➪ **she** மற்றும் **he** பதிவிலுள்ள குறிப்பைப் பார்க்க.

her[2] /hɜ:(r)/ *det.* of or belonging to the female person mentioned earlier (she என்பதன் உடைமைப்பொருள் வேற்றுமை வடிவம்) முன்னர் குறிப்பிடப்பட்ட பெண் தொடர்பான அல்லது பெண்ணுக்குரிய; அவளுடைய *That's her book. She left it there this morning.* ➪ **hers** பார்க்க.

herald /ˈherəld/ *verb* [T] (*written*) to be a sign that sth is going to happen soon விரைவில் நிகழப்போகும் ஒன்றின் அறிகுறியாக இரு; ஒன்றை முன்னறிவி *The minister's speech heralded a change of policy.*

heraldry /ˈherəldri/ *noun* [U] the study of the history of old and important families and their special family symbols (**coats of arms**) பழைமை வாய்ந்த, குறிப்பிடத்தக்க குடிகளின் மற்றும் அவர்தம் மரபுரிமைச் சின்னங்களின் வரலாறு பற்றிய ஆய்வு

herb /hɜ:b/ *noun* [C] a plant whose leaves, seeds, etc. are used in medicine or in cooking மருத்துவத்தில் அல்லது சமையலில் பயன்படுத்தப்படும் இலைகள், விதைகள், முதலியவற்றையுடைய தாவர வகை *Add some herbs, such as rosemary and thyme.* ➪ **spice** பார்க்க.

herbaceous /hɜ:ˈbeɪʃəs/ *noun* [C] (*technical*) connected with plants that have soft **stems** மென்மையான நடுத்தண்டுகளையுடைய தாவரங்கள் சார்ந்த *a herbaceous plant*

herbal /ˈhɜ:bl/ *adj.* made of or using herbs மருத்துவ அல்லது சமையற் பயன்பாடுடைய தாவரங்களிலிருந்து தயாரிக்கப்படுகிற அல்லது அத்தாவரங்களைப் பயன்படுத்துகிற *herbal medicine/remedies*

herbicide /ˈhɜ:bɪsaɪd/ *noun* [C, U] a chemical substance that farmers use to kill plants that are growing where they are not wanted களையாக வளரும் தாவரங்களை அழிக்க விவசாயிகளால் பயன்படுத்தப்படும் வேதிப்பொருள் வகை; களைக்கொல்லி

herbivore /ˈhɜ:bɪvɔ:(r)/ *noun* [C] an animal that only eats grass and plants புல் மற்றும் தாவரங்களை மட்டும் உண்டு வாழும் விலங்கு வகை; தாவரவுண்ணி ➪ **carnivore, insectivore** மற்றும் **omnivore** பார்க்க. ▶ **herbivorous** /hɜ:ˈbɪvərəs/ *adj. herbivorous dinosaurs*

herd[1] /hɜ:d/ *noun* [C] a large number of animals that live and feed together ஒரு சேர வாழும் மற்றும் மேய்ச்சலுக்குச் செல்லும் மிகப் பலவான விலங்குகள்; மந்தை *a herd of cattle/deer/elephants* ➪ **flock** பார்க்க.

herd[2] /hɜ:d/ *verb* [T] to move people or animals somewhere together in a group ஆட்களை அல்லது விலங்குகளைக் கூட்டமாக அல்லது மந்தையாக ஓரிடத்திற்குக் கொண்டுசெல் *The prisoners were herded onto the train.*

herdsman /ˈhɜ:dzmən/ (*pl.* **-men** /-mən/) *noun* [C] a man who looks after a group of animals கால்நடை மந்தை ஒன்றை மேய்த்துப் பேணுபவர்; ஆயர்

here[1] /hɪə(r)/ *adv.* **1** (*after a verb or a preposition*) in, at or to the place where you are or which you are pointing to தான் இருக்கும் அல்லது சுட்டிக் காட்டும் இடத்தில், இடம் நோக்கி அல்லது இடத்திற்கு; இங்கே; இந்த இடத்தில்; இந்த இடத்திற்கு; இந்த இடம் நோக்கி *Come (over) here.* • *The school is a kilometre from here.* **2** used at the beginning of a sentence to introduce or draw attention to sb/sth ஒருவரை/ஒன்றை அறிமுகப்படுத்த அல்லது ஒருவர்/ஒன்றன் மீது கவனத்தை ஈர்க்க வாக்கியத்தின் தொடக்கத்தில் பயன்படுத்தப்படுவது: இதோ *Here we are* (= we've arrived).

NOTE மேற்கண்ட எடுத்துக்காட்டில் சொல்லமைப்பு முறை வேறுபட்டிருப்பதைப் பார்க்க—*Here are the children.* என்பது மாற்றுப்பெயர் வரும்போது—*Here they are.* என்று ஆகும். **Here you are** என்ற வழக்கையும் கருத்தில் கொள்க. இத்தொடர் ஒருவருக்கு ஒன்றைத் தருவதைக் குறிக்கப் பயன்படுத்தப்படுகிறது—*Here you are—this is that book I was talking about.*

3 used for emphasizing a noun பெயர்ச்சொல்லுக்கு அழுத்தம் தரப் பயன்படுத்தப்படுவது *I think you'll find this book here very useful.* **4** at this point in a discussion or a piece of writing (ஒரு விவாதத்தில் அல்லது கட்டுரையில்) இந்தக் கட்டத்தில்; இந்தத் தருணத்தில்; இந்நிலையில் *Here the speaker stopped and looked around the room.*

IDM **here and there** in various places பல்வேறு இடங்களிலும்; இங்குமங்கும்; ஆங்காங்கே

here goes (*informal*) used to say that you are about to do sth exciting, dangerous, etc. பரபரப்பு, ஆபத்து முதலியவை உள்ளடங்கிய ஒன்றைச் செய்ய இருப்பதைக் குறிப்பிடப் பயன்படுத்தப்படுவது: இதோ பார்! *I've never done a backward dive before, but here goes!*

here's to sb/sth used for wishing for the health, success, etc. of sb/sth while holding a drink மதுவைக் கையில் வைத்திருக்கும்பொழுது ஒருவருடைய/ஒன்றின் உடல் நலம், வெற்றி, முதலியவற்றுக்காக வாழ்த்துரைக்கப் பயன்படுத்தப்படுவது *Here's to a great holiday!*

neither here nor there not important முக்கியமானதல்லாத; சிறப்பற்ற; பெரும்பயன் விளைவிக்காத *My opinion is neither here nor there. If you like the dress then buy it.*

here² /hɪə(r)/ *exclamation* used for attracting sb's attention, when offering help or when giving sth to sb ஒருவருக்கு உதவ முன்வரும்போது அல்லது ஒருவருக்கு ஒன்றைத் தரும்போது அல்லது ஒருவரது கவனத்தைத் தன்பால் ஈர்க்கப் பயன்படுத்தப்படுவது *Here, let me help!*

hereabouts /ˌhɪərəˈbaʊts/ (*AmE* **hereabout**) *adv.* around or near here சுற்றுவட்டத்தில்; இந்த இடத்திற்குப் பக்கத்தில்; அருகில்; அண்மையில்; இங்கே எங்காவது

hereafter /ˌhɪərˈɑːftə(r)/ *adv.* (*written*) (used in legal documents, etc.) from now on (சட்ட ஆவணங்கள் முதலியவற்றில் பயன்படுத்தப்படுவது) இப்பொழுதிலிருந்து; இச்சமய முதல்; இது முதற்கொண்டு; இனிவரும் நாட்களில்

hereditary /həˈredɪtri/ *adj.* passed on from parent to child பெற்றோரிடமிருந்து குழந்தைக்கு வந்தடைவதான; மரபுவழித் தொடர்கிற *a hereditary disease*

heredity /həˈredəti/ *noun* [U] the process by which physical or mental qualities pass from parent to child உடல் அல்லது மனம் சார்ந்த பண்புகள் பெற்றோரிடமிருந்து பிள்ளைக்குச் சென்றடையும் நடைமுறைப் பாங்கு; மரபுத் தொடர்ச்சி; மரபுவழி; பாரம்பரியம்

heresy /ˈherəsi/ *noun* [C, U] (*pl.* **heresies**) a (religious) opinion or belief that is different from what is generally accepted to be true பொதுநிலையில் உண்மையானதாகக் கொள்ளப்பட்டதிலிருந்து மாறுபட்ட (சமயக்) கருத்து அல்லது நம்பிக்கை; ஒரு மதத்தின் நடைமுறை மெய்ம்மைகளோடு ஒத்தமையாத கருத்து அல்லது கோட்பாடு; முரண்கருத்து

heretic /ˈherətɪk/ *noun* [C] a person whose religious beliefs are believed to be wrong or evil தவறானவையாக அல்லது தீயவையாக நம்பப்படும் சமயக் கோட்பாடுகளைப் பின்பற்றுபவர்; முரண் சமயக் கோட்பாட்டாளர் ▶ **heretical** /həˈretɪkl/ *adj.*

herewith /ˌhɪəˈwɪð/ *adv.* (*formal*) with this letter, etc. இக்கடிதம், முதலியவற்றுடன் இணைக்கப்பட்டு; இதனுடன்; இத்துடன் *Please fill in the form enclosed herewith.*

heritage /ˈherɪtɪdʒ/ *noun* [C, *usually sing.*] the traditions, qualities and culture of a country that have existed for a long time and that have great importance for the country காலங்காலமாக நிலவி வருவனவும் பெரு முக்கியத்துவம் உடையவையுமான ஒரு நாட்டின் மரபுகள், பண்புகள் மற்றும் அதன் கலாச்சாரம்; மரபுச்செல்வம்; பாரம்பரியம்

hermaphrodite /hɜːˈmæfrədaɪt/ *noun* [C] a person, an animal or a flower that has both male and female sexual organs or characteristics ஆண்-பெண் இருபால் உறுப்புகளையும் அல்லது பண்புக் கூறுகளையும் ஒருங்கே உடைய ஆள், விலங்கு அல்லது பூ

hermit /ˈhɜːmɪt/ *noun* [C] a person who prefers to live alone, without contact with other people பிறருடன் தொடர்பு விடுத்து தனிமை வாழ்வை நாடுபவர்; ஒதுங்கி வாழ்பவர்; துறவி

hernia /ˈhɜːniə/ (*also* **rupture**) *noun* [C, U] the medical condition in which an organ inside the body, for example the stomach, pushes through the wall of muscle which surrounds it இரைப்பை முதலிய உடலின் உள்ளுறுப்பு தன்னைச் சூழ்ந்துள்ள தசைச்சுவரின் ஊடாக உந்தி நிற்கும் உடல்நலக் கோளாறு; பிதுக்கம்; இறக்கம்

hero /ˈhɪərəʊ/ *noun* [C] (*pl.* **heroes**) **1** a person who is admired, especially for having done sth difficult or good குறிப்பாக, செய்தற்கரிய அல்லது சிறப்பான ஒன்றைச் செய்தமைக்காகப்

பாராட்டப்படும் ஒருவர்; செயல் வல்லவர்; வீரர்; பெருந்தகை *The team were given a **hero's welcome** on their return home.* **2** the most important male character in a book, play, film, etc. ஒரு நூல், நாடகம், திரைப்படம் முதலியவற்றின் தலைமை ஆண் பாத்திரம்; தலைவன்; கதாநாயகன் ➪ மேலும் **heroine, anti-hero** மற்றும் **villain** பார்க்க.

heroic /hə'rəʊɪk/ *adj.* (used about people or their actions) having a lot of courage (ஆட்கள் அல்லது அவர்களுடைய செயல்கள் வகையில்) பெருந்துணிவுள்ள; வீரமிக்க *a heroic effort* ▶ **heroically** /-kli/ *adv.*

heroin /'herəʊɪn/ *noun* [U] a powerful illegal drug produced from morphine that some people take for pleasure and then cannot stop taking மார்.·.பீனிலிருந்து பெறப்படுவதும் இன்பமூட்டும் பொருளாகச் சிலரால் உட்கொள்ளப்பட்டுப் பின்னர் அதனை விட முடியாது போய்விடுவதுமான ஆற்றல் மிக்க சட்ட விரோதமான போதைமருந்து

heroine /'herəʊɪn/ *noun* [C] **1** a woman who is admired, especially for having done sth difficult or good குறிப்பாக, செய்தற்கரிய அல்லது சிறப்பான ஒன்றைச் செய்தமைக்காகப் பாராட்டப்பெறும் பெண்; வீர அணங்கு; வீராங்கனை **2** the most important female character in a book, play, film, etc. ஒரு நூல், நாடகம், திரைப்படம் முதலியவற்றின் தலைமைப் பெண் பாத்திரம்; தலைவி; கதாநாயகி ➪ மேலும் **hero** பார்க்க.

heroism /'herəʊɪzəm/ *noun* [U] great courage பெருந்துணிச்சல்; வீரம்; நெஞ்சுரம்

heron /'herən/ *noun* [C] a large bird with a long neck and long legs, that lives near water நீர்நிலைகளுக்கு அருகில் வாழும் நீண்ட கழுத்தும் நீண்ட கால்களும் உடைய பெரிய பறவை வகை; நாரை இனப் பறவை; கொக்கு வகை

herpes /'hɜ:pi:z/ *noun* [U] a disease that is passed from one person to another and that causes painful spots on the skin, especially on the face and sexual organs தோல் மீது, குறிப்பாக முகத்திலும் பாலுறுப்புகளிலும், வலி உண்டாக்கும் புள்ளிகள் தோன்றச் செய்யும் தொற்றுநோய் வகை; அக்கி

herring /'herɪŋ/ *noun* [C, U] (*pl.* **herring or herrings**) a fish that swims in large groups (**shoals**) in cold seas and is used for food பனிக் கடல்களில் பெருங்கூட்டமாக வாழ்வதும் உணவாகப் பயன்படுத்தப்படுவதுமான மீன் வகை

IDM **a red herring** ➪ **red** பார்க்க.

herringbone /'herɪŋbəʊn/ *noun* [U] a pattern used in cloth consisting of lines of V shapes that are parallel to each other ஒன்றுக்கொன்று இணையான V-வடிவ வரிசைகளாகத் துணியில் பின்னப்படும் ஒப்பனை உருவரை

hers /hɜ:z/ *pronoun* of or belonging to her அவளுடையது; அவளுக்குரியது *I didn't have a pen but Swathi lent me hers.*

herself /hɜ:'self/ *pronoun* **1** used when the female who does an action is also affected by it ஒரு செயலின் விளைபயன்/தாக்கம் அதைச் செய்த பெண்ணைச் சென்று சேர்வதைக் குறிப்பது: அவள் தன்னையும்; அவள் தனக்கே; அவள் தன்னிடமே *She hurt herself quite badly when she fell downstairs.* **2** used to emphasize the female who did the action ஒரு செயலைச் செய்த பெண்ணை அழுத்தமாகக் குறிப்பிடப் பயன்படுத்தப்படுவது: அவளே *She told me the news herself.*

IDM **(all) by herself** **1** alone (அவளாகவே) ஒதுங்கி; தனித்து; தனியாக *She lives by herself.* ➪ **alone** பதிவிலுள்ள குறிப்பைப் பார்க்க. **2** without help (அவளாகவே) துணையின்றி; தனிப்பட; தானே *I don't think she needs any help—she can change a tyre by herself.*

(all) to herself without having to share பகிர்ந்துகொள்ள வேண்டியிராது; பங்கிட்டுக்கொள்ள அல்லது உடனிணைந்து பங்குகொள்ளத் தேவையில்லாமல் *Sarika has the bedroom to herself now her sister's left home.*

hertz /hɜ:ts/ *noun* [C] (*pl.* **hertz**) (*abbr.* **Hz**) (*technical*) a unit for measuring the frequency of sound waves ஒலி அலைகளின் அதிர்வெண்ணை அளவிடுவதற்கான ஓர் அலகு

he's ➪ **he is, he has** ஆகியவற்றின் சுருக்க வடிவம்

hesitant /'hezɪtənt/ *adj.* **hesitant (to do/about doing sth)** slow to speak or act because you are not sure if you should or not உறுதியான நிலைப்பாடற்ற காரணத்தினால் பேச்சில் அல்லது செயலில் தயக்கம் காட்டுகிற; மனவுறுதியற்ற; பின்னடைகிற; ஐயுறுகிற *I'm very hesitant about criticizing him too much.* ▶ **hesitancy** /'hezɪtənsi/ *noun* [U] ▶ **hesitantly** *adv.*

hesitate /'hezɪteɪt/ *verb* [I] **1 hesitate (about/over sth)** to pause before you do sth or before you take a decision, usually because you are uncertain or worried பெரும்பாலும் ஐயப்பாடு அல்லது மனக்கலக்கம் காரணமாக, ஒன்றைச் செய்யும் முன் அல்லது ஒரு முடிவு எடுக்கும் முன் தயங்கு *She's still hesitating about whether to accept the job or not.* **2 hesitate (to do sth)** to not want to do sth because you are not sure that it is right ஒரு செயல் முறையானது என உறுதியாகத் தெரியாத காரணத்தினால் அதனைச் செய்ய விரும்பாதிரு; ஐயுறவு கொண்டு தயங்கு; தடுமாற்றம் கொள் *Don't hesitate to* *phone if you have any problems.* ▶ **hesitation** /ˌhezɪˈteɪʃn/ *noun* [C, U] *She agreed without a moment's hesitation.*

hessian /ˈhesiən/ (*AmE* **burlap**) *noun* [U] a strong rough brown cloth, used especially for making large bags (**sacks**) குறிப்பாக கோணிப்பைகள் செய்யப் பயன்படுத்தப்படும் உறுதியான பழுப்பு நிற முரட்டுத் துணி வகை

hetero- /ˈhetərəʊ/ *prefix* (*in nouns, adjectives and adverbs*) other; different வேறான; வேறுபட்ட; மாறுபட்ட; வேறு மாதிரியான *heterogeneous • heterosexual* ➪ **homo-** பார்க்க.

heterogeneous /ˌhetərəˈdʒiːniəs/ *adj.* (*formal*) consisting of different kinds of people or things வெவ்வேறு வகையான ஆட்களை அல்லது பொருள்களை உள்ளடக்கிய; பல்வேறு முரண்கூறுகளைக் கொண்ட; கதம்பமான ➪ **homogeneous** பார்க்க.

heterosexual /ˌhetərəˈsekʃuəl/ *adj.* sexually attracted to a person of the opposite sex எதிர் பாலர் மீது பாற்கவர்ச்சி கொண்ட ➪ **bisexual** மற்றும் **homosexual** பார்க்க. ▶ **heterosexual** *noun* [C]

heterozygote /ˌhetərəˈzaɪgəʊt; ˌhetərəʊzaɪgəʊt/ *noun* [C] a living thing that has two varying forms of a particular **gene** and whose young may therefore vary in a particular characteristic குறிப்பிட்ட மரபணு வெவ்வேறான இரு கூறுகளாகக் காணப்பட்டு அதன் வழிப் பிறக்கும் பிள்ளை, குறிப்பிட்ட பண்பில் மாறுபட்டு அமைகிற ஓர் உயிரினம்; மாறுசீர்க் கூட்டு மரபணுவுடைய உயிரினம் ▶ **heterozygous** /ˌhetərəˈzaɪgəs/ *adj.*

hewn /hjuːn/ cut with a large sharp tool பெரிய கூர் அலகுள்ள கருவி ஒன்றால் வெட்டப்பட்ட *roughly hewn stone*

hexa- /ˈheksə/ (*also* **hex-**) *prefix* (*in nouns, adjectives and adverbs*) six; having six ஆறு; ஆறுடைய; ஆறின் தொகுதியான *hexagonal*

hexagon /ˈheksəgən/ *noun* [C] a shape with six sides ஆறு பக்கங்களை உடைய வடிவம்; அறுகோண உரு ▶ **hexagonal** /heksˈægənl/ *adj.*

hey /heɪ/ *exclamation* (*informal*) used to attract sb's attention or to show that you are surprised or interested ஒருவருடைய கவனத்தை ஈர்க்க அல்லது தனது வியப்பை அல்லது ஆர்வத்தை வெளிப்படுத்தப் பயன்படுத்தப்படும் சொல்; கவன ஈர்ப்பு/வியப்பு/ஆர்வக் குறிப்பு *Hey, what are you doing?*

IDM **hey presto** people sometimes say 'hey presto' when they have done sth so quickly that it seems like magic மாய மந்திரமாகத் தோன்றுமாறு மிக்க விரைவுடன் ஒரு செயலைச் செய்து முடித்தபின் சிலசமயங்களில் கூறப்படும் தொடர்

heyday /ˈheɪdeɪ/ *noun* [*sing.*] the period when sb/sth was most powerful, successful, rich, etc. ஒருவர்/ஒன்று ஆற்றல், வெற்றி, செல்வ வளம் முதலியவற்றில் முழுநிறைவு எய்திய காலப்பகுதி; உச்ச உயர் மேம்பாடடைந்த காலம்

HGV /ˌeɪtʃ dʒiː ˈviː/ *abbr.* (*BrE*) heavy goods vehicle, such as a lorry கனரகப் பொருள்களை ஏற்றிச் செல்லும் சுமை உந்து முதலிய ஊர்தியைக் குறிக்கும் heavy goods vehicle என்பதன் குறுக்கம்

hi /haɪ/ *exclamation* (*informal*) an informal word used when you meet sb you know well; hello நன்கு பழக்கமான ஒருவரைச் சந்திக்கும்போது பரிமாறிக்கொள்ளப்படும் முறைசாரா வழக்குச் சொல்; கவன ஈர்ப்புக் குறிப்பு

hibernate /ˈhaɪbəneɪt/ *verb* [I] (used about animals) to spend the winter in a state like deep sleep (விலங்குகள் வகையில்) கடுங்குளிர்ப் பருவத்தில் ஆழ்ந்த உறக்கம் போன்ற நிலையில் இரு; செறிதுயிலில் குளிர்காலத்தைக் கழி ▶ **hibernation** /ˌhaɪbəˈneɪʃn/ *noun* [U]

hiccup (*also* **hiccough**) /ˈhɪkʌp/ *noun* **1** [C] a sudden, usually repeated sound that is made in the throat and that you cannot control அனிச்சையாகத் திடீரெனக் குரல்வளையில் தோன்றும், பெரும்பாலும் தொடர்ந்த ஒலி; விக்கல் **2** **(the) hiccups** [*pl.*] a series of hiccups தொடர் விக்கல்கள் *Don't eat so fast or you'll* ***get hiccups****! • If you* ***have the hiccups****, try holding your breath.* **3** [C] a small problem or difficulty சிறு சிக்கல் அல்லது இடர்ப்பாடு; தற்காலிகமான செயல் நிறுத்தம்; தடங்கல் ▶ **hiccup** (*also* **hiccough**) *verb* [I]

hide¹ /haɪd/ *verb* (*pt* **hid** /hɪd/; *pp* **hidden** /ˈhɪdn/) **1** [T] to put or keep sb/sth in a place where he/she/it cannot be seen; to cover sth so that it cannot be seen ஒருவரை/ஒன்றைப் பிறர் பார்க்க முடியாத இடத்தில் வை; ஒளித்துவை; இரகசியமாக வைத்திரு *Where shall I hide the money? • You couldn't see Balu in the photo—he was hidden behind Prabhu.* **2** [I] to be or go somewhere where you cannot be seen or found பிறரால் காண அல்லது கண்டுபிடிக்க முடியாத இடத்தில் இரு அல்லது இடத்துக்குச் செல்; மறைந்துகொள் *The child was hiding under the bed.* **3** [T] **hide sth (from sb)** to keep sth secret, especially your feelings ஒன்றை, குறிப்பாக உணர்ச்சிகளை, இரகசியமாக வைத்திரு *She tried to hide her disappointment from them.*

hide² /haɪd/ *noun* **1** [C, U] the skin of an animal that will be used for making leather, etc. தோல் பொருள்கள், முதலியவை செய்யப் பயன்படுத்தப்படும் விலங்கின் தோல் **2** [C] a place from which people can watch wild animals, birds, etc. without being seen மறைந்திருந்து காட்டு விலங்குகள், பறவைகள் முதலியவற்றைக் கண்காணிப்பதற்கான இடம்; மறை காப்பிடம்

hide-and-seek *noun* [U] a children's game in which one player covers his/her eyes while the other players hide, and then tries to find them ஒருவர் கண்களை மூடிக்கொள்ள மற்றவர்கள் ஒளிந்து கொண்டபின் அவர்களை முன்னவர் கண்டுபிடிக்க முயலும் சிறுவர் விளையாட்டு; கண்ணாமூச்சி விளையாட்டு

hideous /ˈhɪdiəs/ *adj.* very ugly or unpleasant கோரமான; பெரிதும் அருவருக்கத்தக்க; வெறுப்பூட்டுகிற *a hideous sight* • *a hideous crime* ▶ **hideously** *adv.*

hiding /ˈhaɪdɪŋ/ *noun* **1** [U] the state of being hidden மறைந்திருக்கும் நிலை; ஒளிவு *The escaped prisoners are believed to be* ***in hiding*** *somewhere in London.* **2** [C, *usually sing.*] (*informal*) a punishment involving being hit hard many times (கசையடி போன்ற) பலமுறை வன்மையாக அடிக்கப்படும் தண்டனை *You deserve a good hiding for what you've done.*

hierarchy /ˈhaɪərɑːki/ *noun* [C] (*pl.* **hierarchies**) a system or organization that has many levels from the lowest to the highest அடிநிலையிலிருந்து உச்சநிலை வரையிலான பல படிநிலைகளையுடைய அமைப்பு அல்லது நிறுவனம்; படிநிலை அமைப்பு ▶ **hierarchical** /ˌhaɪəˈrɑːkɪkl/ *adj.*

hieroglyphics /ˌhaɪərəˈɡlɪfɪks/ *noun* [*pl.*] the system of writing that was used in ancient Egypt in which a small picture represents a word or sound சொல் அல்லது ஒலியின் குறியீடாகச் சிறு வரைபடங்கள் பயன்படுத்தப்பட்ட பண்டைக் கால எகிப்தியர்களின் வரிவடிவ முறை; சித்திர எழுத்து முறை

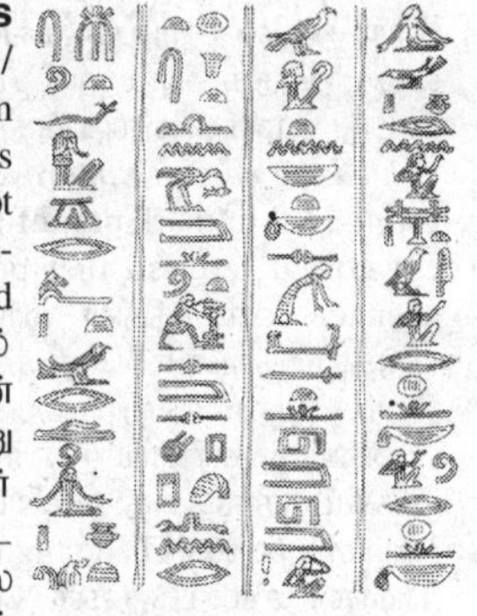

hi-fi /ˈhaɪ faɪ/ *noun* [C] equipment for playing recorded music that produces high-quality sound உயர்தரமான ஒலியை எழுப்பக்கூடிய, பதிவுசெய்யப்பட்ட இசையை இசைப்பதற்கான கருவி ▶ **hi-fi** *adj. a hi-fi system*

higgledy-piggledy /ˌhɪɡldi ˈpɪɡldi/ *adv., adj.* (*informal*) not in any order; mixed up together ஒழுங்குமுறையற்று/ஒழுங்குமுறையற்ற; தாறுமாறாக/தாறுமாறான; ஒன்றோடு ஒன்று கலக்கப்பட்டு/ஒருங்கு கலக்கப்பட்ட

high¹ /haɪ/ *adj.* **1** (used about things) having a large distance between the bottom and the top (பொருள்கள் பற்றிக் குறிப்பிடும்போது) அடிப்பகுதிக்கும் மேற்பகுதிக்கும் இடையில் அதிகமான தொலைவுள்ள; உயரமான *high cliffs* • *high heels* (= on shoes) ✪ OPP **low** ⇨ **height** noun பார்க்க, மற்றும் **tall** பதிவிலுள்ள குறிப்பைப் பார்க்க. **2** having a particular height குறிப்பிட்ட உயரமுள்ள *knee-high boots* **3** at a level which is a long way from the ground, or from sea level தரை அல்லது கடல் மட்டத்திலிருந்து தொலைதூரம் மேல்மட்டத்திலுள்ள; கடல்/நில மட்டத்திலிருந்து மிக உயரமான *The castle was built on high ground.* ✪ OPP **low** **4** above the usual or normal level or amount வழக்கமான அல்லது இயல்பான அளவை அல்லது தொகையை விட மிகுதியான; உயர் அளவான; உயர்படியான *high prices* • *at high speed* • *He's got a high temperature.* ✪ OPP **low** **5** better than what is usual வழக்கமானதை விட மேம்பட்ட; விஞ்சிய சிறப்புடைய; உயர் தரமான; உயர்ந்த *He has a high opinion of you.* • *high-quality goods* ✪ OPP **low** **6** having an important position முக்கியமான பதவிப் பொறுப்பில் உள்ள; உயர்படி நிலையில் உள்ள; உயர் மதிப்புடைய *Sudha only joined the company three years ago, but she's already quite high up.* **7** morally good உயர் நெறிப்பட்ட; நல்லொழுக்கம் வாய்ந்த; உயர்ந்த *high ideals* **8** (used about a sound or voice) not deep or low (ஒலி அல்லது குரல் வகையில்) ஆழ்ந்தோ தாழ்ந்தோ இல்லாத; உரத்த; முனைப்பான; உயர் தொனியிலான ✪ OPP **low** **9** (*informal*) **high (on sth)** under the influence of drugs, alcohol, etc. போதை மருந்துகள், மது முதலியவற்றின் தாக்கு விளைவுக்கு உட்பட்ட; போதையில் உள்ள **10** (used about a gear in a car) that allows a faster speed (சீருந்தின் விசை முடுக்கி பற்றிக் குறிப்பிடுகையில்) உயர் வேகத் தூண்டுதல் அளிக்கிற ✪ OPP **low**

IDM **be left high and dry** to be left without help in a difficult situation ஒரு சிக்கலான சூழ்நிலையில், உதவியற்ற நிலையில் விடப்படு; துணையின்றித் திண்டாடு அல்லது தத்தளி

high² /haɪ/ *adv.* **1** at or to a high position or level உயர்நிலையில் அல்லது உயர்மட்டத்தில்; உயர்நிலையை அல்லது உயர்மட்டத்தை நோக்கி; உயர்நிலைக்கு அல்லது உயர்மட்டத்திற்கு *The sun was high in the sky.* ⇨ **height** noun பார்க்க. **2** (used about a sound) at a high level (ஒலி வகையில்) உரத்து; உயர் தொனியில் *How high can you sing?* ✪ OPP **low**

IDM high and low everywhere எங்கும்; எல்லா இடங்களிலும் *We've searched high and low for the keys.*

run high (used about the feelings of a group of people) to be especially strong (ஒரு குழுவினரின் உணர்ச்சிகள் பற்றிக் குறிப்பிடுகையில்) எழுச்சியுடன் இரு; பொங்கு *Emotions are running high in the neighbourhood where the murders took place.*

high³ /haɪ/ *noun* [C] **1** a high level or point உயர் மட்டம்; உயரிடம்; உயர் எல்லை; உயர் நிலை *Profits reached an all-time high last year.* **2** an area of high air pressure காற்றழுத்தம் அதிகமாக உள்ள பகுதி **3** (*informal*) a feeling of great pleasure or happiness that sb gets from doing sth exciting or being successful எழுச்சியூட்டும் ஒரு செயலைச் செய்வதால் அல்லது ஒரு செயல் நிறைவின் காரணத்தால் உண்டாகும் இன்ப உணர்ச்சி; களிப்புணர்ச்சி; பெருமிதம்; உவகை *He was **on a high** after passing all his exams.* • *She talked about the **highs and lows** of her career.* **4** (*informal*) a feeling of great pleasure or happiness that may be caused by a drug, alcohol, etc. போதை மருந்து, மது முதலியவற்றை உட்கொள்வதால் உண்டாகும் களிப்புணர்ச்சி அல்லது மனக்கிளர்ச்சி ✪ OPP அனைத்துப் பொருள்களுக்கும் **low**

IDM on high (*formal*) (in) a high place, the sky or heaven உயரமான/உயர்ந்த இடத்தில்; வானில்; சுவர்க்கத்தில் *The order came from on high.*

highbrow /ˈhaɪbraʊ/ *adj.* interested in or concerned with matters that many people would find too serious to be interesting பலரது ஆர்வ ஈடுபாட்டுக்கு அப்பாற்பட்ட உயர் நோக்குடையதாகத் தோன்றும் நடப்புகளில் ஈடுபாடும் ஆர்வமும் கொண்டுள்ள; அறிவார்ந்த *highbrow newspapers/television programmes*

high-class *adj.* of especially good quality உயர்தரமான; தனித்தரச் சிறப்புடைய *a high-class restaurant*

High Commissioner *noun* [C] **1** a senior **diplomat** who is sent by one **Commonwealth** country to live in another, to protect the interests of his/her own country மற்றொரு காமன்வெல்த் (தன்னுரிமை) நாட்டில் தங்கியிருந்து தனது நாட்டின் பேராளராகப் பணிபுரியும் மேல்நிலை அரசுத் தூதர் **2** a person who is head of an important international project முக்கியமான பன்னாட்டுச் செயல்திட்டம் ஒன்றின் பொறுப்பாண்மைக் குழுத் தலைவர் அல்லது ஆணையர் *the United Nations High Commissioner for Refugees*

High Court *noun* [C] the most important court of law in some countries (சில நாடுகளில் உள்ள) தலைமை நீதிமன்றம்; உயர்நீதிமன்றம்

higher education *noun* [U] education and training at a college or university, especially to degree level கல்லூரி அல்லது பல்கலைக்கழக நிலையிலான கல்வி மற்றும் பயிற்சி; உயர்கல்வி, குறிப்பாகப் பட்டப்படிப்பு ➪ **further education** பார்க்க.

high jump *noun* [sing.] the sport in which people try to jump over a bar in order to find out who can jump the highest மற்றவர்களை விஞ்சிய உயரத்தில் தாண்டும் போட்டியாக ஒரு கம்பிக்கு மேல் தாண்டிக் குதிக்கும் விளையாட்டு; உயரம் தாண்டுதல் ➪ **long jump** பார்க்க.

highland /ˈhaɪlənd/ *adj.* **1** in or connected with an area of land that has mountains மலைகள் சூழ்ந்த நிலப்பகுதியிலுள்ள அல்லது அந்நிலப்பகுதி சார்ந்த *highland streams* ➪ **lowland** பார்க்க. **2** [*pl.*] in or connected with the part of Scotland where there are mountains (**the Highlands**) ஸ்காட்லாந்தின் மலைகள் சூழ்ந்த நிலப்பகுதியிலுள்ள அல்லது அப்பகுதி சார்ந்த

high-level *adj.* **1** involving important people முக்கியமானவர்கள் உள்ளடங்கிய; உயர்மட்ட நிலையிலான *high-level talks* **2** (*computing*) (of a computer language) similar to an existing language such as English, making it fairly simple to use (கணினி மொழி வகையில்) பயன்பாட்டுக்கு எளிதாக இருக்குமாறு, வழக்கில் உள்ள ஆங்கிலம் போன்ற ஒரு மொழியை ஒத்திருக்கிற ✪ OPP **low-level**

highlight¹ /ˈhaɪlaɪt/ *verb* [T] **1** to emphasize sth so that people give it special attention ஒன்றைப் பிறர் அதில் சிறப்புக் கவனம் செலுத்துமாறு வலியுறுத்திக் கூறு; தனி முதன்மைப்படுத்திக் காட்டு; முன்னிலைப்படுத்து *The report highlighted the need for improved safety at football grounds.* **2** to mark part of a text with a different colour, etc. so that people give it more attention வாசகத்தின் ஒரு பகுதியில், பிறர் கூடுதல் கவனம் செலுத்துமாறு, வேறொரு நிறம், முதலியவற்றால் குறியிட்டுக் காட்டு; வண்ண அடிக்கோடிட்டு ஒரு வாசகப் பகுதியின் முக்கியத்துவத்தை உணர்த்து **3** to make some parts of a person's hair a lighter colour ஒருவரது முடியின் சில பகுதிகள் வெளிறிய நிறத்தில் தோன்றச் செய் *Have you had your hair highlighted?*

highlight² /ˈhaɪlaɪt/ *noun* **1** [C] the best or most interesting part of sth ஒன்றின் சிறப்பு மிக்க அல்லது மிகு ஆர்வத்திற்குரிய பகுதி; சிறப்புக்கூறு; தனி முதன்மைப் பகுதி *The highlights of the match will be shown on TV tonight.* **2** [*pl.*] **highlights** areas of lighter colour that are put in a person's hair இளஞ்சாயல் நிறமூட்டப்பட்ட முடியின் பகுதிகள்

highlighter /ˈhaɪlaɪtə(r)/ (*also* **highlighter pen**) *noun* [C] a special pen used for marking words in a text in a bright colour ஒரு வாசகத்தின் சொற்களுக்கு வண்ணமூட்டி அவற்றை எடுப்பாகக் காட்டப் பயன்படுத்தப்படும் தனிவகை எழுதுகோல்; வண்ணக் குறியிடும் பேனா ➪ **stationery** பதிவில் படம் பார்க்க.

highly /ˈhaɪli/ *adv.* **1** to a high degree; very உயர் அளவாக; மிகுதியாக; மிகவும்; பெரிதளவில் *highly trained/educated/developed* • *a highly paid job* **2** with admiration மிக்க மதிப்புடன்; உயர்வாக; போற்றத்தக்கதாக *I think very highly of your work.*

highly strung *adj.* nervous and easily upset மனக் கலக்கமுற்ற; எளிதில் நிலைகுலைகிற; கூருணர்ச்சி மிக்க

Highness /ˈhaɪnəs/ *noun* [C] **your/his/her Highness** a title used when speaking about or to a member of a royal family அரச குடும்பத்தைச் சார்ந்த ஒருவர் பற்றி அல்லது ஒருவரிடம் பேசும்போது பயன்படுத்தப்படும் மதிப்புப் பெயர்; உயர்நிலை அல்லது உயர்குடி மதிப்புப் பெயர்

high-pitched *adj.* (used about sounds) very high (ஒலிகள் வகையில்) ஓங்கி ஒலிக்கிற; உச்சத் தொனியிலான *a high-pitched voice/whistle* ✪ OPP **low-pitched**

high-powered *adj.* **1** (used about things) having great power (பொருள்கள் வகையில்) இயக்கத் திறன் மிக்க; பெரும் ஆற்றல் வாய்ந்த *a high-powered engine* **2** (used about people) important and successful (ஆட்களைப் பற்றிக் குறிப்பிடும்போது) முக்கியத்துவமும் வெற்றியாக்கமும் உடைய; உயர் தகைமை உடைய; பேராண்மை கொண்ட *high-powered executives*

high-rise *adj.* (*only before a noun*) (used about a building) very tall and having a lot of floors (ஒரு கட்டடம் பற்றிக் குறிப்பிடும்போது) மிகவும் உயரமானதும் மிகப் பல தளங்கள் உடையதுமான; ஓங்கி உயர்ந்துள்ள

high school *noun* [C, U] a school for children who are about 13–18 years old உயர்நிலைப் பள்ளி; 13–18 வயதுக்கு இடைப்பட்ட சிறார்களுக்கான பள்ளி

high season *noun* [C] (*BrE*) the time of year when a hotel or tourist area receives most visitors வழித்தங்கல் மனைகளிலும் சுற்றுலாத் தலங்களிலும் மிகப் பெருமளவு பயணிகள் வரப்பெறும் பருவம்; நிறைவளப் பருவம் ✪ OPP **low season**

high street *noun* [C] (*BrE*) (often used in names) the main street of a town (பெரும்பாலும் பெயர்களில் பயன்படுத்தப்படுவது) நகரத்தின் முதன்மைத் தெரு; பெருந்தெரு *The Post Office is in the High Street.*

high-tech (*also* **hi-tech**) /ˌhaɪ ˈtek/ *adj.* using the most modern methods and machines, especially electronic ones அதிநவீனமான செயல்முறைகளையும் (குறிப்பாக மின்னணு) இயந்திரங்களையும் பயன்படுத்துகிற; உயர் தொழில்நுட்பம் கையாளப்படுகிற *high-tech industries/hospitals*

high tide *noun* [U] the time when the sea comes furthest onto the land உச்ச தொலைவான கரை எல்லை வரை கடல் நீர் பொங்கி வரும் சமயம் ✪ OPP **low tide**

highway /ˈhaɪweɪ/ *noun* [C] (*AmE*) a main road (between towns) (நகரங்களுக்கு இடையிலான) முதன்மைச் சாலை; நெடுஞ்சாலை; பெருவழி ➪ **road** பதிவிலுள்ள குறிப்பைப் பார்க்க.

hijack /ˈhaɪdʒæk/ *verb* [T] **1** to take control of a plane, etc. by force, usually for political reasons பெரும்பாலும் அரசியல் காரணங்களுக்காக, வன்முறையைக் கையாண்டு விமானம் முதலியவற்றைத் தன் கட்டுப்பாட்டில் கொண்டுவா; (விமானம், முதலியவற்றைக்) கடத்து *The plane was hijacked on its flight to Sydney.* ➪ **kidnap** பார்க்க. **2** to take control of a meeting, an event, etc. in order to force people to pay attention to sth ஒன்றின் மீது பிறர் கவனத்தை வலிந்து ஈர்க்கும் பொருட்டு, ஒரு கூட்டம், நிகழ்ச்சி, முதலியவற்றைத் தன்வசப்படுத்து *The peace rally was hijacked by right-wing extremists.* ▶ **hijack** *noun* [C] *The hijack was ended by armed police.* ▶ **hijacker** *noun* [C] ▶ **hijacking** *noun* [C, U]

hike /haɪk/ *noun* [C] a long walk in the country நாட்டுப்புறத்தின் ஊடாக மேற்கொள்ளப்படும் நீண்ட நடைப்பயிற்சி; இன்ப உலா நடை *We went on a ten-kilometre hike at the weekend.* ▶ **hike** *verb* [I] **NOTE** பொழுதுபோக்காகச் செய்யும் இன்ப உலா நடையைக் குறிக்க **go hiking** என்ற தொடர் பயன்படுத்தப்படுகிறது—*They went hiking in Ooty for their holiday.* ▶ **hiker** *noun* [C]

hilarious /hɪˈleəriəs/ *adj.* extremely funny பெருஞ்சிரிப்பூட்டக்கூடிய; நகைச்சுவை மிகுந்த; பெருவேடிக்கையான ▶ **hilariously** *adv.*

hilarity /hɪˈlærəti/ *noun* [U] great amusement or loud laughter பெரும் களிப்புணர்ச்சி; உரத்த சிரிப்பு; நகையாட்டம்

hill /hɪl/ *noun* [C] a high area of land that is not as high as a mountain மலையளவு உயரமானதல்லாத மேடான நிலப்பகுதி; சிறு மலை; குன்று *There was a wonderful view from the top of the hill.* ➪ **uphill** மற்றும் **downhill** பார்க்க.

hillock /ˈhɪlək/ *noun* [C] a small hill சிறு குன்று; மேடு

hillside /ˈhɪlsaɪd/ *noun* [C] the side of a hill குன்றின் பக்கப் பகுதி

hilltop /ˈhɪltɒp/ *noun* [C] the top of a hill குன்றின் உச்சி

hilly /ˈhɪli/ *adj.* having a lot of hills ஏராளமான குன்றுகள் சூழ்ந்த *The country's very hilly around here.*

hilt /hɪlt/ *noun* [C] the handle of a knife or a similar weapon (**sword**) கத்தி அல்லது வாளின் கைப்பிடி

IDM **to the hilt** to a high degree; completely பெருமளவுக்கு; பெரும்படியாக; முழுதுமாக; முழு நிலையில் *I'll defend you to the hilt.*

him /hɪm/ *pronoun* (*the object of a verb or preposition*) the male person who was mentioned earlier முன்னர் குறிப்பிடப்பட்ட ஆண்; அவனை; அவனுக்கு; அவனிடம் *I've got a letter for your father—can you give it to him, please?* ➪ **he** பதிவிலுள்ள குறிப்பைப் பார்க்க.

himself /hɪmˈself/ *pronoun* **1** used when the male who does an action is also affected by it ஒரு செயலின் விளைபயன்/தாக்கம் அதைச் செய்த ஆணுக்கே சென்று சேர்வதைக் குறிப்பது: அவன் தன்னையும்; அவன் தனக்கே; அவன் தன்னிடமே *He cut himself when he was shaving.* **2** used to emphasize the male who did the action செயலைச் செய்த ஆணை அழுத்தம்படக் குறிப்பிடப் பயன்படுத்தப்படுவது: அவனே *Did he write this himself* (= or did sb else do it for him)*?*

IDM **(all) by himself 1** alone ஒதுங்கி; தனித்து; தனியாக *He lives by himself.* ➪ **alone** பதிவிலுள்ள குறிப்பைப் பார்க்க. **2** without help துணையின்றி; தனிப்பட; தானே *He should be able to cook a meal by himself.*

(all) to himself without having to share பகிர்ந்துகொள்ள வேண்டியிராது; பங்கிட்டுக்கொள்ள அல்லது உடனிணைந்து பங்குகொள்ளத் தேவையில்லாமல் *Chandan has the bedroom to himself now his brother's left home.*

hind /haɪnd/ *adj.* (used about an animal's legs, etc.) at the back (விலங்கின் கால்கள் முதலியவை வகையில்) பின்னால் உள்ள; பின்புறத்ததான

NOTE **Back legs** என்ற வழக்கும் உண்டு. முன்னங்கால்கள் **front legs** அல்லது **forelegs** எனப்படுகின்றன.

hinder /ˈhɪndə(r)/ *verb* [T] to make it more difficult for sb/sth to do sth ஒருவர்/ஒன்று வகையில், ஒரு செயலை மேலும் கடினமானதாக்கு; தடங்கல் செய்; முட்டுக்கட்டையிடு *A lot of scientific work is hindered by lack of money.*

Hindi *noun* [U] an Indo-European language that is derived from Sanskrit and is written in the Devanagari script. It is the most widely spoken language of north and central India and is one of the official languages of India சமஸ்கிருதத்திலிருந்து தோன்றியதும் தேவநாகரி லிபியில் எழுதப்படுவதுமான இந்திய-ஐரோப்பிய மொழிகளில் ஒன்று. வட மற்றும் மத்திய இந்தியாவில் மிகப்பரவலாகப் பேசப்படும் இது இந்தியாவின் ஆட்சி மொழிகளில் ஒன்றாகும். இந்தி மொழி ▶ **Hindi** *adj.*

hindquarters /ˌhaɪndˈkwɔːtəz/ *noun* [*pl.*] the back part of an animal that has four legs, including its two back legs நாற்கால் விலங்கின் இரண்டு பின்னங்கால்களையும் உள்ளடக்கிய பின்பகுதி; விலங்கின் பின் தொடைப்பகுதி

hindrance /ˈhɪndrəns/ *noun* [C] a person or thing that makes it difficult for you to do sth ஒன்றைச் செய்வதைக் கடினமானதாக்கும் ஆள் அல்லது பொருள்; முட்டுக்கட்டை; தடை

hindsight /ˈhaɪndsaɪt/ *noun* [U] the understanding that you have of a situation only after it has happened ஒன்று நிகழ்ந்துவிட்ட பின்னர் அது குறித்து மனத்தில் தோன்றும் கருத்து அல்லது உணர்வு; பின்னறிவு; பின்னுணர்வு ***With hindsight**, I wouldn't have lent him the money.* ➪ **foresight** பார்க்க.

Hindu *noun* [C] a person whose religion is Hinduism இந்து மதத்தைச் சார்ந்தவர் ▶ **Hindu** *adj. Hindu beliefs*

Hinduism *noun* [U] a major religion of India. Hindus believe in many gods and in rebirth இந்தியாவின் ஒரு முக்கியமான சமயம்; இந்து மதம். இச்சமயத்தைச் சார்ந்தவர்கள் பல கடவுள்களை வழிபடுவதுடன் மறுபிறப்பில் நம்பிக்கை கொண்டுள்ளனர்

Hindustani music *noun* [U] the main style of classical music of northern India வட இந்தியாவின் முக்கிய செவ்வியல் இசைப்பாணி

hinge[1] /hɪndʒ/ *noun* [C] a piece of metal that joins two sides of a box, door, etc. together and allows it to be opened or closed பெட்டி, கதவு முதலியவற்றின் இரு பக்கங்களை ஒருசேர இணைப்பதும் அதனைத் திறப்பதற்கு அல்லது மூடுவதற்கு ஏற்ற அமைப்பை உடையதுமான உலோகப் பொருள்; கீல்

hinge[2] /hɪndʒ/ *verb*

PHR V **hinge on sth** to depend on sth ஒன்றைச் சார்ந்திரு; நம்பியிரு; ஒன்றின் ஆதரவை எதிர்நோக்கியிரு *The future of the project hinges on the meeting today.*

hint[1] /hɪnt/ *noun* [C] **1** something that you suggest in an indirect way மறைமுகமான முறையில் குறிப்பிடப்படும் ஒன்று; மறைகுறிப்பு; சாடைக் குறிப்பு; சூசகம் *If you keep mentioning parties, maybe they'll **take the hint** and invite you.* **2** sth that suggests what will happen in the future வருங்காலத்தில் நடக்க இருப்பதைக் கோடிட்டுக் காட்டும் ஒன்று; முன்குறிப்பு; அறிகுறி *The first* *half of the match* ***gave*** *no* ***hint*** *of the excitement to come.* **3** a small amount of sth ஒன்றின் சிறு அளவு; சிறு கூறு *There was a hint of sadness in his voice.* **4** a piece of advice or information அறிவுரை; தகவல்; தடயம்; சிறு தடம் *helpful hints*

hint² /hɪnt/ *verb* [I, T] **hint (at sth); hint that...** to suggest sth in an indirect way ஒன்றை மறைமுகமாகக் குறிப்பிடு; சாடையாகக் கூறு; சூசகமாகத் தெரிவி *They only hinted at their great disappointment.*

hinterland /ˈhɪntəlænd/ *noun* [C, *usually sing.*] the areas of a country that are away from the coast, from the banks of a large river or from the main cities கடற்கரை ஓரத்திலிருந்து, பெரு நதியின் கரையிலிருந்து அல்லது பெரு நகரங்களிலிருந்து தள்ளி அப்பால் அமைந்துள்ள நாட்டுப் பகுதிகள்; நாட்டின் பின்புலப் பகுதிகள் அல்லது பின்னணிப் பகுதிகள் *the rural/agricultural hinterland*

hip¹ /hɪp/ *noun* [C] the part of the side of your body above your legs and below your waist கால்களுக்கு மேலும் அரைக்குக் கீழும் உள்ள உடலின் பக்கப் பகுதி; இடை; இடுப்பு *He stood there angrily with his hands on his hips.* ➪ **body** பதிவில் படம் பார்க்க.

hip² /hɪp/ *exclamation*

IDM **hip, hip, hurray/hurrah** shouted three times when a group wants to show that it is pleased with sb or with sth that has happened ஒருவர் அல்லது ஒரு நிகழ்வு குறித்த மகிழ்ச்சியை வெளிப்படுத்த ஒரு குழுவினரால் ஒருசேர மும்முறை எழுப்பப்படும் முழக்க ஒலி

hippie (*also* **hippy**) /ˈhɪpi/ *noun* [C] (*pl.* **hippies**) a person who rejects the usual values and way of life of Western society. Especially in the 1960s, hippies showed that they were different by wearing colourful clothes, having long hair and taking drugs மேற்கத்திய சமுதாயத்தின் ஒழுக்கக் கோட்பாடுகளையும் வாழ்க்கை முறையையும் ஏற்காது புறந்தள்ளிய ஒருவர். குறிப்பாக 1960களில் வண்ண ஆடைகளாலும், நீண்ட முடியாலும், போதை மருந்துப் பழக்கத்தாலும் இவர்கள் தங்களை வேறுபடுத்திக்கொண்டனர்

hippopotamus /ˌhɪpəˈpɒtəməs/ *noun* [C] (*pl.* **hippopotamuses** /ˌhɪpəˈpɒtəməsɪz/ or **hippopotami** /ˌhɪpəˈpɒtəmaɪ/) (*informal* **hippo** /ˈhɪpəʊ/) a large African animal with a large head and short legs that lives in or near rivers பெரிய தலையும் குட்டையான கால்களும் உடையதும் நதிகளில் அல்லது நதிகளுக்கு அருகில் வாழ்வதுமான உருவில் பெரிய ஆப்பிரிக்க விலங்கு வகை; நீர்யானை ➪ **pachyderm** பதிவில் படம் பார்க்க.

hire¹ /ˈhaɪə(r)/ *verb* [T] **1** (*AmE* **rent**) **hire sth (from sb)** to have the use of sth for a short time by paying for it கட்டணம் செலுத்தி ஒன்றைக் குறுகிய கால அளவுக்குப் பயன்படுத்து; வாடகைக்கு எடு

NOTE பிரிட்டன் வழக்கில் குறுகிய கால அளவுக்கு வாடகைக்கு எடுப்பது **hire** என்ற சொல்லால் குறிக்கப்படும்—*We hired a car for the day.* நீண்ட கால அளவுக்கு வாடகைக்கு எடுப்பதைக் குறிக்கும் சொல் **rent** ஆகும்—*to rent a house/flat/television* அமெரிக்க வழக்கில், இரண்டுக்குமே **rent** பயன்படுத்தப்படுகிறது.

2 to give sb a job for a short time குறைந்த கால அளவுக்கு ஒருவருக்கு வேலை கொடு; கூலிக்கு அமர்த்து *We'll have to hire somebody to mend the roof.*

NOTE அமெரிக்க வழக்கில், நிரந்தரமான பணிகளைக் குறிக்கவும் **hire** பயன்படுத்தப்படுகிறது—*We just hired a new secretary.*

3 (*AmE* **rent**) **hire sth (out) (to sb)** to allow sb to use sth for a short fixed period in exchange for money கட்டணம் பெற்றுக்கொண்டு குறிப்பிட்ட குறுகிய கால அளவுக்கு ஒருவர் ஒன்றைப் பயன்படுத்த அனுமதி; வாடகைக்குக் கொடு *We hire (out) our vans by the day.*

NOTE பிரிட்டன் வழக்கில், நீண்ட கால அளவுக்கு வாடகைக்குக் கொடுப்பதைக் குறிக்க **rent** அல்லது **let** பயன்படுத்தப்படுகிறது—*Mrs Hegde rents out rooms to students.* • *We let our house while we were in France for a year.*

hire² /ˈhaɪə(r)/ *noun* [U] the act of paying to use sth for a short time கட்டணம் செலுத்தி ஒன்றைக் குறுகிய கால அளவுக்குப் பயன்படுத்துதல்; வாடகைக்கு எடுத்தல் *Car hire is expensive in this country.* • *Do you have bicycles* ***for hire****?*

hire purchase *noun* [U] (*BrE*) (*abbr.* **HP**) a way of buying goods. You do not pay the full price immediately but make regular small payments (**instalments**) until the full amount is paid பொருள்களை விலைக்கு வாங்கும்போது உடனடியாக முழு விலையையும் செலுத்தாது, சிறிது சிறிதாகக் குறிப்பிட்டத் தவணைகளில் செலுத்திமுடிக்கும் முறை; தவணைமுறைக் கொள்வினை *We're buying the video on hire purchase.*

his /hɪz/ *det., pronoun* of or belonging to the male person that was mentioned earlier உடைமை வேற்றுமை வடிவம்; முன்னர் குறிப்பிடப்பட்ட ஆண் தொடர்பான அல்லது ஆணுக்குரிய; அவனுடைய; அவனுடையது *This is my book so that one must be his.* ➪ **he** பதிவிலுள்ள குறிப்பைப் பார்க்க.

hiss /hɪs/ *verb* **1** [I, T] to make a sound like a very long 's' to show that you are angry or do not like sth சினத்தை அல்லது ஒன்றை விரும்பாமையை வெளிப்படுத்த 's' என்ற எழுத்தை மிகவும் நீட்டி ஒலிப்பது போன்ற ஒலி எழுப்பு; 'உசு' ஒலி செய்; சீறு *The cat hissed at me.* • *The speech was hissed and booed.* **2** [T] to say sth in an angry hissing voice 'உசு' ஒலி போன்ற சினக்குரலில் ஒன்றைக் கூறு; சீற்றக் குரலில் ஒன்றைக் கூறு *'Stay away from me!' she hissed.* ▶ **hiss** *noun* [C]

histamine /ˈhɪstəmiːn/ *noun* [U] a chemical substance that is produced by the body if you are injured or have a bad reaction to sth that you touch, eat or breathe காயம் ஏற்படும்போது அல்லது ஒவ்வாத ஒன்றைத் தொடுதல், உண்ணுதல், முகர்தல் ஆகியவற்றின் போது உண்டாகும் எதிர்வினையின் போது உடலில் சுரக்கும் ஒரு வேதியியல் பொருள் ➪ **antihistamine** பார்க்க.

historian /hɪˈstɔːriən/ *noun* [C] a person who studies or who is an expert in history வரலாற்று ஆய்வாளர் அல்லது வரலாற்றுத் துறை நிபுணர்; வரலாற்றாசிரியர்

historic /hɪˈstɒrɪk/ *adj.* famous or important in history வரலாற்றுப் புகழ் பெற்ற அல்லது வரலாற்றில் முக்கியமான; சரித்திரச் சிறப்புடைய; வரலாற்றிலுள்ள குறிப்பிடத்தக்கதான *The ending of apartheid was a historic event.*

historical /hɪˈstɒrɪkl/ *adj.* that really lived or happened; connected with real people or events in the past உண்மையில் வாழ்ந்த அல்லது நிகழ்ந்த; கடந்த காலத்தில் உண்மையில் வாழ்ந்தவர்கள் அல்லது மெய்யாக நிகழ்ந்தவை தொடர்பான; வரலாற்றுத் தொடர்பான; வரலாற்று மெய்ம்மைகள் சார்ந்த *historical events/records* • *This house has great historical interest.* ▶ **historically** /hɪˈstɒrɪkli/ *adv.*

history /ˈhɪstri/ *noun* (*pl.* **histories**) **1** [U] all the events of the past கடந்தகால நிகழ்ச்சிகளின் முழுமைத்தொகுதி; வரலாறு; சரித்திரம் *an important moment in history* ➪ **natural history** பார்க்க. **2** [C, *usually sing.*] the series of events or facts that is connected with sb/sth ஒருவர்/ஒன்று தொடர்பான நிகழ்ச்சிகளின் அல்லது நடப்புக்கூறுகளின் வரிசைத் தொகுதி அல்லது தொடர் பதிவீடு; சரிதை; சரித்திரம் *He has a history of violence.* • *a patient's medical history* **3** [U] the study of past events கடந்தகால நிகழ்ச்சிகள் குறித்த ஆய்வு; வரலாற்றியல் *She has a degree in history.* • *History was my favourite subject at school.* **4** [C] a written description of past events கடந்த கால நிகழ்ச்சிகளின் எழுத்து வடிவிலான விளக்கத் தொகுப்பு

> NOTE **History** என்பது உண்மை நிகழ்வைக் குறிப்பதாகும். **Story** என்பது மெய்யான அல்லது கற்பனையான நிகழ்வுகளின் விவரத் தொகுப்பாகும்.

IDM **go down in/make history** to be or do sth so important that it will be recorded in history வரலாற்றில் பதிவு செய்யத்தக்க முக்கியமான ஒருவராக/ஒன்றாக இரு அல்லது ஒன்றைச் செய்; வரலாற்றில் இடம்பெறு

the rest is history used when you are telling a story to say that you are not going to tell the end of the story, because everyone knows it already ஒரு கதையை/நிகழ்ச்சிக் கோவையை விவரிக்கும்பொழுது, அதன் முடிவு அனைவருக்கும் ஏற்கனவே தெரிந்ததாகையால் அதனைச் சொல்லப்போவதில்லை எனக் கூறப் பயன்படுத்தப்படும் தொடர்

hit[1] /hɪt/ *verb* [T] (*pres. part.* **hitting;** *pt, pp* **hit**) **1** to make sudden, violent contact with sb/sth ஒருவருடன்/ஒன்றுடன் திடீர்த் தாக்கு விசையுடன் தொடர்புறு; இடி; மோது; தாக்கு *The bus left the road and hit a tree.* • *to hit somebody in the eye/across the face/on the nose*

> NOTE **Strike** என்ற சொல் **hit** என்பதைக் காட்டிலும் முறைசார்பு மிக்க வழக்காகும். **Beat** தொடர்ந்து பலமுறை தாக்குவதைக் குறிக்கும்—*He was badly beaten in the attack.*

2 hit sth (on/against sth) to knock a part of your body, etc. against sth ஒன்றின் மீது தன் உடலின் ஒரு பகுதியை மோதச் செய், இடி, முட்டு *Srikant hit his head on the low beam.* **3** to have a bad or an unpleasant effect on sb/sth ஒருவர்/ஒன்று மீது மோசமான அல்லது நலமற்ற தாக்கத்தை ஏற்படுத்து; பாதிப்பு உண்டாக்கு *Inner city areas have been badly hit by unemployment.* • *Her father's death has hit her very hard.* **4** to experience sth unpleasant or difficult இனியதல்லாத அல்லது இடர்ப்பாடான ஓர் அனுபவத்திற்கு உள்ளாகு *Things were going really well until we hit this problem.* **5** to reach a place or a level ஓரிடத்தை அல்லது ஒரு மட்டத்தை/படிநிலையைச் சென்றடை அல்லது எட்டு *The price of oil hit a new high yesterday.* **6** to suddenly come into sb's mind; to make sb realize or understand sth (ஒன்று) மனத்தில் திடீரெனத் தோன்று; திடீரென்று (ஒன்றை) நினை; ஒருவர் ஒன்றை உணர்ந்தறிய அல்லது புரிந்துகொள்ளச் செய் *I thought I recognized the man's face and then it hit me—he was my old maths teacher!*

IDM **hit it off (with sb)** (*informal*) to like sb when you first meet him/her முதல் சந்திப்பின்போதே ஒருவர் மீது விருப்பம் கொள் *When I first met Sudhakar's parents, we didn't really hit it off.*

hit the nail on the head to say sth that is exactly right இம்மியும் பிழைபடாது ஒன்றைக் கூறு; சரிநுட்பமாகக் கூறு

hit the jackpot to win a lot of money or have a big success ஏராளமான பணத்தை வெற்றித் தொகையாகப்பெறு; பெரு வெற்றியடை

PHR V **hit back (at sb/sth)** to attack (with words) sb who has attacked you தன்னைத் தாக்கியவருக்கு (சொற்களால்) பதிலடி கொடு

hit on sth to suddenly find sth by chance திடீரெனத் தற்செயலாக ஒன்றைக் கண்டுபிடி. *I finally hit on a solution to the problem.*

hit out (at sb/sth) to attack sb/sth ஒருவரை/ ஒன்றைத் தாக்கு *The man hit out at the policeman.*

hit² /hɪt/ *noun* [C] **1** the act of hitting sth ஒன்றை இடித்தல்; மோதுதல்; அடி; தாக்கு *The ship took a **direct hit** and sank.* • *She gave her brother a hard hit on the head.* ➪ **miss** பார்க்க. **2** a person or thing that is very popular or successful மிகப் பலரால் போற்றப்படுகிற அல்லது வெற்றிகரமான ஒருவர் அல்லது ஒன்று *The record was a big hit.* **3** (*computing*) a result of a search on a computer, especially on the Internet கணிப்பொறியில், குறிப்பாக இணையத்தில், தேடிக் கிடைக்கப்பெற்றது; இணையத் தேடலின் விளைபயன்

IDM **make a hit (with sb)** (*informal*) to make a good impression on sb ஒருவர் தன்மீது நல்லெண்ணம் கொள்ளச் செய்; ஒருவரது நன்மதிப்பைப் பெறு

hit-and-miss (*also* **hit-or-miss**) *adj.* not done in a careful or planned way and therefore not likely to be successful கருத்துடன் அல்லது திட்டமிட்டுச் செய்யப்படாது, அதனால் வெற்றி வாய்ப்பு அரிதான; போகிற போக்கில் செய்யப்படுகிற; முனைப்பான முயற்சியற்ற *This method is a bit hit-and-miss, but it usually works.*

hit-and-run *adj.* (used about a road accident) caused by a driver who does not stop to help (ஒரு சாலை விபத்து பற்றிக் குறிப்பிடுகையில்) ஊர்தியை நிறுத்தி அடிபட்டவருக்கு உதவாது சென்றுவிடுகிற ஓட்டுநரால் நிகழ்ந்த; விபத்து நேர்ந்தவுடன் ஊர்தியை நிறுத்தாது சென்றுவிடுகிற

hitch¹ /hɪtʃ/ *verb* **1** [I, T] (*informal*) to get a lift or a free ride to your destination by holding out your hand at the vehicles passing by ஓர் ஊர்தியைக் கையைக் காட்டி நிறுத்தி அதில் ஏறி தான் செல்ல வேண்டிய இடத்திற்கு இலவசப் பயணம் செய் *We missed the bus so we had to **hitch a lift**.* **2** [T] to fasten sth to sth else வேறொன்றுடன் ஒன்றைச் சேர்த்துக் கட்டு; முடிச்சிட்டுப் பிணை *to hitch a trailer to the back of a car*

hitch² /hɪtʃ/ *noun* [C] a small problem or difficulty சிறு சிக்கல் அல்லது பிரச்சினை; இடைத்தடங்கல்; முட்டுக்கட்டை *a technical hitch*

hitch-hike (*informal* **hitch**) *verb* [I] to get a lift or a free ride to your destination by holding out your hand at the vehicles passing by ஓர் ஊர்தியைக் கையைக் காட்டி நிறுத்தி அதில் ஏறி செல்ல வேண்டிய இடத்திற்குக் கட்டணமின்றிப் பயணம் செய் *He hitch-hiked across Europe.* ▶ **hitch-hiker** *noun* [C]

hi-tech = **high-tech**

hitherto /ˌhɪðəˈtuː/ *adv.* (*formal*) until now இந்நேரம் வரை; இப்பொழுது வரை

HIV /ˌeɪtʃ aɪ ˈviː/ *abbr.* human immunodeficiency virus; the virus that is believed to cause the illness **AIDS** எய்ட்ஸ் நோய்க்குக் காரணமானதாக நம்பப்படும் human immuno deficiency virus (மானுட நோய்க் காப்புக் குறைபாடு உண்டு பண்ணும் நுண்மம்) என்பதன் குறுக்கம்

hive /haɪv/ = **beehive**

hm *exclamation* (used when you are not sure or when you are thinking about sth) ஒன்றைப் பற்றி உறுதியாக அறிந்திராத நிலையில் அல்லது ஒன்றைப் பற்றிச் சிந்தித்துக்கொண்டுள்ளபோது பயன்படுத்தப்படுவது; ஐயுறு நிலைக் குறிப்பு

hoard¹ /hɔːd/ *noun* [C] a store (often secret) of money, food, etc. பணம், உணவு, முதலியவற்றின் (பெரும்பாலும் இரகசியமான) சேம இருப்பு அல்லது இருப்பு வளம்; பதுக்கல் பொருள்

hoard² /hɔːd/ *verb* [I, T] **hoard (sth) (up)** to collect and store large quantities of sth (often secretly) (பெரும்பாலும் இரகசியமாக) ஒன்றைப் பெருமளவில் திரட்டி இருப்பு வை; திரளாகச் சேகரித்து (பதுக்கி) வைத்திரு

hoarding /ˈhɔːdɪŋ/ (*BrE*) = **billboard**

hoarse /hɔːs/ *adj.* (used about a person or his/her voice) sounding rough and quiet, especially because of a sore throat (ஓராள் அல்லது அவரது குரல் பற்றிக் குறிப்பிடுகையில்) குறிப்பாகத் தொண்டைக்கட்டு/தொண்டை அழற்சி காரணமாக, நயமற்று அடங்கி ஒலிக்கிற அல்லது அத்தகைய குரலை உடைய; கரகரப்பான; கம்மிய; குரல் கட்டிய *a hoarse whisper* ▶ **hoarsely** *adv.*

hoax /həʊks/ *noun* [C] a trick to make people believe sth that is not true, especially sth unpleasant உண்மையற்ற, குறிப்பாக வெறுப்பூட்டும் ஒன்றைப் பிறர் நம்பச் செய்வதற்கான, ஏமாற்றுச் செயல்; குறும்புத்தனமான மோசடி/ சூழ்ச்சி அல்லது கட்டுக்கதை *The fire brigade answered the call, but found that it was a hoax.*

hob /hɒb/ (*AmE* **stovetop**) *noun* [C] the surface on the top of a cooker that is used for boiling, frying, etc. பொறியடுப்பில் கொதிக்கவைத்தல், வறுத்தல் முதலியவற்றுக்குப் பயன்படுத்தப்படும் கணப்புத் தட்டத்தின் மேற்பரப்பு

hobble /ˈhɒbl/ *verb* [I] to walk with difficulty because your feet or legs are hurt பாதங்களில் அல்லது கால்களில் உள்ள காயம் காரணமாக, சிரமப்பட்டு நட; நொண்டு *He hobbled home on his twisted ankle.*

hobby /ˈhɒbi/ *noun* [C] (*pl.* **hobbies**) something that you do regularly for pleasure in your free time ஓய்வு நேரத்தில் மகிழ்ச்சிக்காக வழக்க முறையாகச் செய்யப்படும் ஒன்று; ஓய்வு நேர விருப்பார்வத் தொழில்; ஆர்வ ஈடுபாட்டுப் பொழுதுபோக்குச் செயல் *Bharati's hobbies are stamp collecting and surfing the net.* ✪ SYN **pastime**

hockey /ˈhɒki/ *noun* [U] **1** a game that is played on a field (**pitch**) by two teams of eleven players who try to hit a small hard ball into a goal with a curved wooden stick (**hockey stick**) அணிக்குப் பதினொருவராக இரு அணியினர் ஆட்டக்களத்தில் வளைகோலால் பந்தை அடித்து இலக்குக் குறியிடத்தினுள் செலுத்த முயலும் பந்தாட்ட வகை; வளைகோல் பந்தாட்டம்; ஹாக்கி NOTE அமெரிக்காவின் **ice hockey** (பனிப்பரப்பு வளைகோல் பந்தாட்டம்)-இலிருந்து வேறுபடுத்திக் காட்ட மேற்கண்ட விளையாட்டு வழக்கமாக **field hockey** என அழைக்கப்படுகிறது. **2** (*AmE*) = **ice hockey**

hoe /həʊ/ *noun* [C] a garden tool with a long handle that is used for turning the soil and for removing plants that you do not want மண்ணைக் கிளரிவிடுவதற்கும் களைகளைக் கொத்தி எடுப்பதற்கும் பயன்படுத்தப்படும் நீண்ட கைப்பிடி உடைய தோட்ட வேலைக்கான கருவி; களைக்கொட்டு; மண்கிளரி ➪ **gardening** பதிவில் படம் பார்க்க.

hog¹ /hɒg/ *noun* [C] a male pig that is kept for its meat இறைச்சிக்காக வளர்க்கப்படும் ஆண் பன்றி

IDM **go the whole hog** (*informal*) to do sth as completely as possible ஒன்றை இயன்ற அளவு நிறைவாகச் செய்; முற்ற முழுக்க நிறைவேற்ற முயல்

hog² /hɒg/ *verb* [T] (**hogging; hogged**) (*informal*) to take or keep too much or all of sth for yourself ஒன்றின் மிகப் பெரும்பான்மை அளவை அல்லது முழுவதையும் தனக்கே எடுத்துக்கொள் அல்லது தன்னிடம் வைத்துக்கொள் *The red car was hogging the middle of the road so no one could overtake.*

hoist /hɔɪst/ *verb* [T] to lift or pull sth up, often by using ropes, etc. பெரும்பாலும் கயிறுகள் முதலியவற்றைப் பயன்படுத்தி ஒன்றை மேலுயர்த்து அல்லது மேலே இழு; ஏற்று *to hoist a flag/sail*

hold¹ /həʊld/ *verb* (*pt, pp* **held** /held/) **1** [T] to take sb/sth and keep him/her/it in your hand, etc. ஒருவரை/ஒன்றை எடுத்துக் கை, முதலியவற்றில் வைத்துக்கொள்; எடுத்துப் பிடி; பிடிப்பில் வைத்திரு *He held a gun in his hand.* **2** [T] to keep sth in a certain position குறிப்பிட்ட நிலையில் ஒன்றை வைத்திரு அல்லது பிடித்திரு *Hold your head up straight.* • *These two screws hold the shelf in place.* **3** [T] to take the weight of sb/sth ஒருவரது/ஒன்றின் பளுவை/பாரத்தைத் தாங்கு *Are you sure that branch is strong enough to hold you?* **4** [T] to organize an event; to have a meeting, an election, a concert, etc. ஒரு நிகழ்ச்சியை ஏற்பாடு செய்; ஒரு கூட்டம், தேர்தல், ஓர் இசை நிகழ்ச்சி முதலியவற்றை நடத்து *They're holding a party for his fortieth birthday.* • *The Olympic Games are held every four years.* **5** [I] to stay the same மாறாதிரு; தவறாதிரு; நிலைகொள் *I hope this weather holds till the weekend.* • *What I said still holds—nothing has changed.* **6** [T] to contain or have space for a particular amount ஒரு பொருளின் குறிப்பிட்ட அளவை உள்ளடக்கியிரு அல்லது குறிப்பிட்ட அளவுக்கான இடம் கொண்டிரு; உட்கொண்டிரு *The car holds five people.* • *How much does this bottle hold?* **7** [T] to keep a person in a position or place by force பலவந்தமாக ஒருவரை ஒரு நிலையில் அல்லது ஓரிடத்தில் வைத்திரு; சிறைப்பிடித்து வைத்திரு *The terrorists are **holding** three men **hostage**.* • *A man is being held at the police station.* **8** [T] to have sth, usually in an official way வழக்கமாக அதிகாரபூர்வமாக, ஒன்றை வைத்திரு அல்லது பெற்றிரு; உரிமையாக அல்லது உடைமையாக ஒன்றைக் கொண்டிரு *Does she **hold** a British **passport**?* • *She holds the world record in the 100 metres.* **9** [T] to have an opinion, etc. ஒரு கருத்து முதலியவற்றைக் கொண்டிரு; எண்ணம் கொள் *They **hold the view** that we shouldn't spend any more money.* **10** [T] to believe that sth is true about a person ஒருவர் பற்றிய ஒன்று உண்மையானது என்று நம்பு *I **hold** the parents **responsible** for the child's behaviour.* **11** [I, T] (used when you are telephoning) to wait until the person you are calling is ready (தொலைபேசியில் பேசும்போது பயன்படுத்தப்படுவது) தன்னால் அழைக்கப்படுபவர் பேசும் வரை காத்திரு *I'm afraid his phone is engaged. Will you **hold the line**?* **12** [T] to have a conversation உரையாடு; ஒருவருடன் பேசு *It's impossible to **hold a conversation** with all this noise.*

IDM **Hold it!** (*spoken*) Stop! Don't move! நிறுத்து! நில்! நகராதே!

NOTE **Hold** தொடர்பான மற்ற மரபுத் தொடர்கள், அவற்றை உள்ளடக்கிய பெயர்ச்சொற்கள், பெயரடைகள் முதலியவற்றின்

பதிவுகளில் காணப்படும். எடுத்துக்காட்டாக **hold your own** என்ற தொடர் **own** பதிவில் உள்ளது.

PHR V **hold sth against sb** to not forgive sb because of sth he/she has done ஒருவர் செய்த ஒன்றுக்காக அவரை மன்னிக்காதிரு; ஒருவரது செயல் ஒன்றைக் குற்றமாகக் கருது

hold sb/sth back 1 to prevent sb from making progress ஒருவரது முன்னேற்றத்தைத் தடுத்து நிறுத்து **2** to prevent sb/sth from moving forward ஒருவர்/ஒன்று முன் செல்லாமல் தடுத்து நிறுத்து

hold sth back 1 to refuse to give some of the information that you have தன்னிடமுள்ள தகவல்களில் சிலவற்றைக் கொடுக்க மறு அல்லது கொடுக்காமல் வைத்துக்கொள் **2** to control an emotion and stop yourself from showing what you really feel ஓர் உணர்ச்சியைக் கட்டுப்படுத்தித் தான் உண்மையில் எண்ணுவதை வெளிப்படுத்தாது அடக்கிக்கொள்

hold off (sth/doing sth) to delay sth ஒன்றைத் தாமதப்படுத்து

hold on 1 to wait or stop for a moment ஒரு கணம் தாமதி அல்லது நில் *Hold on. I'll be with you in a minute.* **2** to manage in a difficult or dangerous situation சிக்கலான அல்லது ஆபத்தான ஒரு சூழ்நிலையில் சமாளித்துக்கொண்டிரு *They managed to hold on until a rescue party arrived.*

hold onto sb/sth to hold sb/sth tightly ஒருவரை/ஒன்றை உறுதியாகப் பிடித்துக்கொள்; பற்றிக்கொள் *The child held on to his mother; he didn't want her to go.*

hold onto sth to keep sth; to not give or sell sth ஒன்றைத் தன்னிடம் வைத்துக்கொள்; ஒன்றைக் கொடுத்துவிடாமல் அல்லது விற்றுவிடாமல் வைத்திரு *They've offered me a lot of money for this painting, but I'm going to hold onto it.*

hold out to last (in a difficult situation) (ஒரு சிக்கலான சூழ்நிலையில்) நீடித்திரு, விடாது தொடர் *How long will our supply of water hold out?*

hold sth out to offer sth in your hand by moving it towards sb ஒரு பொருளைக் கையில் பிடித்து ஒருவரை/ஒன்றை நோக்கி நீட்டி அப்பொருளை அவருக்கு/அதனுக்குத் தர முன்வா; ஒரு பொருளை நீட்டி ஆசை காட்டு *He held out a carrot to the rabbit.*

hold out for sth (*informal*) to cause a delay while you continue to ask for sth ஒரு கோரிக்கையை வலியுறுத்தி, ஓர் உடன்பாடு முதலியவற்றைத் தாமதப்படுத்து *Union members are holding out for a better pay offer.*

hold sb/sth up to make sb/sth late; to cause a delay ஒருவரை/ஒன்றைத் தாமதப்படுத்து; தடங்கல் செய்; காலம் தாழ்த்து *We were held up by the traffic.*

hold up sth to rob a bank, shop, vehicle, etc. using a gun துப்பாக்கியைப் பயன்படுத்தி ஒரு வங்கி, கடை, ஓர் ஊர்தி முதலியவற்றைக் கொள்ளையடி

hold² /həʊld/ *noun* **1** [C] the act or manner of having sb/sth in your hand(s) ஒருவரை/ஒன்றைக் கைகளில்/கையில் பற்றியிருத்தல் அல்லது பற்றியிருக்கும் முறை; பிடி; பிடிப்பு; பிடிப்பு முறை *to have a firm hold on the rope • judo/wrestling holds* **2** [*sing.*] **a hold (on/over sb/sth)** influence or control செல்வாக்கு; தாக்கம்; கட்டுப்பாடு; ஆளுமை *The new government has strengthened its hold on the country.* **3** [C] the part of a ship or an aircraft where cargo is carried கப்பல் அல்லது விமானத்தின் சரக்குப் பகுதி ⇨ **plane** பதிவில் படம் பார்க்க.

IDM **catch, get, grab, take, etc. hold (of sb/sth) 1** to take sb/sth in your hands ஒருவரை/ஒன்றைக் கைகளில் பிடித்துக்கொள்; பற்றிக்கொள் *I managed to catch hold of the dog before it ran out into the road.* **2** to take control of sb/sth; to start to have an effect on sb/sth ஒருவரை/ஒன்றைத் தன் கட்டுப்பாட்டிற்குள் கொண்டுவா; ஆளுமைக்கு உட்படுத்து; ஒருவர்/ஒன்றின் மீது தாக்கம் ஏற்படுத்தத் தொடங்கு *Mass hysteria seemed to have taken hold of the crowd.*

get hold of sb to find sb or make contact with sb ஒருவரைக் கண்டுபிடி அல்லது ஒருவருடன் தொடர்புகொள் *I've been trying to get hold of the complaints department all morning.*

get hold of sth to find sth that will be useful பயன்தரக்கூடிய ஒன்றைத் தேடிக் கண்டுபிடி *I must try and get hold of a good second-hand bicycle.*

holdall /ˈhəʊldɔːl/ *noun* [C] a large bag that is used for carrying clothes, etc. when you are travelling பயணத்தின் போது உடைகள் முதலியவற்றைக் கொண்டுசெல்லப் பயன்படுத்தப்படும் பெரிய பை; பயணப் பை

holder /ˈhəʊldə(r)/ *noun* [C] (*often in compound nouns*) **1** a person who has or holds sth ஒன்றை (உடைமையாக/உரிமைப்பொருளாக) வைத்திருப்பவர் *the world record holder in the 100 metres* **2** something that contains or holds sth ஒன்றை உள்ளடக்கியிருக்கும் அல்லது ஒன்றைப் பொருந்திப் பிடித்திருக்கும் பொருள்; கூடு; பிடிப்புச் சட்டம்; பிடி *a toothbrush holder*

holding company *noun* [C] a company that is formed to buy shares in other companies which it then controls மற்ற நிறுவனங்களின் பங்குகளை விலைக்கு வாங்கி அவற்றைத் தன் கட்டுப்பாட்டில் வைத்திருப்பதற்காக அமைக்கப்படும் நிறுவனம்; பங்காட்சி நிறுவனம்

hold-up *noun* [C] **1** a delay தாமதம்; தடங்கல்; நிறுத்தம் *'What's the hold-up?' 'There's been an accident ahead of us.'* **2** the act of robbing a bank, etc. using a gun துப்பாக்கியைப் பயன்படுத்திச் செய்யப்படும் வங்கிக் கொள்ளை, முதலியவை; கொள்ளை; வழிப்பறி *The gang have carried out three hold-ups of high street banks.*

hole /həʊl/ *noun* **1** [C] an opening; an empty space in sth solid திறப்பு; ஒரு திடப்பொருளில் காணப்படும் வெற்றிடம்; துளை; ஓட்டை; குழி *There are holes in my socks.* • *I've got a hole in my tooth.* **2** [C] the place where an animal lives in the ground or in a tree தரையில் அல்லது மரத்தில் உள்ள ஒரு விலங்கின் வாழிடம்; பொந்து; வளை *a mouse hole* **3** [C] (in golf) the hole in the ground that you must hit the ball into. Each section of the land where you play (**golf course**) is also called a hole குழிப்பந்தாட்டத்தில் (golf விளையாட்டில்) பந்தை அடித்து உட்செலுத்துவதற்கான குழி; குழிப்பந்தாட்டக் குழி; குழிப்பந்தாட்ட வெளியின் பகுப்புகளில் ஒன்று *an eighteen-hole golf course* **4** [*sing.*] (*informal*) a small dark and unpleasant room, flat, etc. இருளடைந்த வெறுப்பூட்டக்கூடிய சிறு அறை, அறைக்கட்டு முதலியவை; பொந்து போன்ற உறைவிடம் *This place is a hole—you can't live here!*

Holi *noun* [U] an Indian spring festival celebrated in honour of Lord Krishna. During this festival people scatter coloured powders or apply them on each other கண்ண பெருமானைப் போற்றிக் கொண்டாடப்படும் இந்திய வசந்தோற்சவம்; ஹோலிப் பண்டிகை. இப்பண்டிகையின் போது மக்கள் ஒருவர் மீது ஒருவர் வண்ணப்பொடிகளைத் தூவி அல்லது இட்டு மகிழ்கின்றனர்

holiday /ˈhɒlədeɪ/ *noun* **1** (*AmE* **vacation**) [C, U] a period of rest from work or school (often when you go and stay away from home) (பெரும்பாலும் வெளியிடத்தில் சென்று தங்கும் காலம் அல்லது பள்ளி முதலியவற்றின் பணி நிறுத்தக்காலம்; விடுமுறைக் காலம்; விடுமுறை *We're going to Italy **for our** summer **holidays** this year.* • *Mr Philips isn't here this week. He's away **on holiday**.* • *I'm going to **take a** week's **holiday** in May and spend it at home.*

> **NOTE** குறிப்பிட்ட காரணத்தை முன்னிட்டு வேலைக்குச் செல்லாமல் இருப்பதை **leave** என்ற சொல் குறிக்கும்—*sick leave, maternity leave* (= when you are having a baby) • *unpaid leave.*

2 [C] a day of rest when people do not go to work, school, etc. often for religious or national celebrations பெரும்பாலும் சமய விழாக்கள் அல்லது தேசியக் கொண்டாட்டங்களை முன்னிட்டு, வேலை செய்யாது ஓய்வு கொள்ளும் நாள், அல்லது பள்ளி முதலியவை இயங்காத நாள்; விடுமுறை நாள் ***bank/public holiday***

> **NOTE** **Holiday** என்ற சொல் இப்பொருளில் பிரிட்டன் மற்றும் அமெரிக்க வழக்குகள் இரண்டிலுமே பயன்படுத்தப்படுகிறது. தான் விரும்பி வேலைக்குச் செல்லாதிருக்கும் நாள் **day off** எனப்படும்—*I'm having two days off next week when we move house.*

holiday camp *noun* [C] (*BrE*) a place that provides a place to stay and organized entertainment for people on holiday விடுமுறையைக் கழிக்க வந்துள்ளவர்களுக்குத் தங்க இடமும் ஏற்பாடு செய்யப்பட்ட கேளிக்கையும் வழங்கப்படும் இடம்; விடுமுறை முகாம்

holidaymaker /ˈhɒlədeɪmeɪkə(r); ˈhɒlədimeɪkə(r)/ *noun* [C] (*BrE*) a person who is away from home on holiday வீட்டிலிருந்து வந்து விடுமுறையைக் கழிப்பவர்

hollow¹ /ˈhɒləʊ/ *adj.* **1** with a hole or empty space inside உட்பகுதியில் புழையை அல்லது வெற்றிடத்தை உடைய; பொள்ளலான *a hollow tree* **2** (used about parts of the face) sinking deep into the face (முகத்தின் பகுதிகள் பற்றிக் குறிப்பிடும்போது) உள்ளழுந்தியுள்ள; உள்ளொடுங்கிய; உட்குழிந்த *hollow cheeks* • *hollow-eyed* **3** not sincere உள்ளார்ந்ததல்லாத; உண்மையானதல்லாத; பொய்ம்மையான; போலியான; கபடமான *a hollow laugh/voice* • *hollow promises/threats* **4** (used about a sound) seeming to come from a hollow place (ஒலி வகையில்) ஒரு வெற்றிடத்திலிருந்து வருவது போலத் தோன்றுகிற; உள்ளடங்கி ஒலிக்கிற *hollow footsteps*

hollow² /ˈhɒləʊ/ *verb*

PHR V **hollow sth out** to take out the inside part of sth ஒன்றின் உள்ளீட்டை வெளியே எடு; தோண்டி எடு; குடைந்தெடு

hollow³ /ˈhɒləʊ/ *noun* [C] an area that is lower than the land around it சுற்றிலுமுள்ள நிலப்பகுதியை விடத் தாழ்வான இடம்; வடிநிலம்; பள்ளம்

holly /ˈhɒli/ *noun* [U] a plant that has shiny dark green leaves with sharp points and red berries in the winter. It is often used as a Christmas decoration கூர்விளிம்புகளையுடைய பளபளப்பான கரும் பச்சை நிற இலைகளையும் குளிர்காலத்தில் பழுக்கும் செந்நிறக் கனிகளையும் உடைய தாவர வகை. இத்தாவரம் பெரும்பாலும் கிறிஸ்துமஸ் அலங்காரம் செய்யப் பயன்படுத்தப்படுகிறது

holocaust /ˈhɒləkɔːst/ *noun* [C] a situation where a great many things are destroyed and a great many people die பேரளவு அழிவும் உயிர் இழப்பும் உண்டாகும் நிகழ்வு; பேரழிவு; நாசம் *a nuclear holocaust*

hologram /ˈhɒləɡræm/ *noun* [C] an image or picture which appears to stand out from the flat surface it is on when light falls on it ஒளி படும்போது தான் அமைந்துள்ள தட்டையான பரப்பிலிருந்து தனித்து முனைப்பாகத் தோன்றும் உருப்படிவம் அல்லது வரைபடம்; ஒளிக்கதிர் பட்டு முப்பரிமாணத் தோற்றம் பெறும் படம் அல்லது உருப்படிவம்

holster /ˈhəʊlstə(r)/ *noun* [C] a leather case for a gun that is fixed to a belt or worn under the arm அரைக்கச்சில் அல்லது தோளினடியில் கட்டிக்கொள்ளப்படும் கைத்துப்பாக்கிக்கான தோலுறை

holy /ˈhəʊli/ *adj*. (**holier; holiest**) **1** connected with God or with religion and therefore very special or important இறைவன் அல்லது சமயம் தொடர்பானதும் தனிச்சிறப்பு அல்லது முக்கியத்துவம் உடையதுமான: புனிதத்தன்மை உடைய; திருப்பணிக்குரிய; திருநிலையுடைய *the Holy Bible • holy water* **2** (used about a person) serving God; pure (ஆள் வகையில்) இறைத்தொண்டில் ஈடுபட்டுள்ள; சமயப் பற்றுள்ள; தூய்மையான; புனிதமான ▶ **holiness** *noun*

homage /ˈhɒmɪdʒ/ *noun* [U, C, *usually sing*.] (*formal*) **homage (to sb/sth)** something that is said or done to show respect publicly for sb ஒருவர் மீதான மதிப்புணர்ச்சியை வெளிப்படையாகக் காட்டும் முறையில் கூறப்படும் அல்லது செய்யப்படும் ஒன்று; மரியாதை; வணக்கம்; நன்மதிப்புச் செயல் *Thousands came to **pay/do homage** to the dead leader.*

home[1] /həʊm/ *noun* **1** [C, U] the place where you live or where you feel that you belong வாழும் இடம்; வீடு; இல்லம்; ஒருவர் உரிமைப்பற்று கொண்டுள்ள இடம் *She **left home*** (= left her parents' house and began an independent life) *at the age of 21. • Children from **broken homes*** (= whose parents are divorced) *sometimes have learning difficulties.* ➪ **house** பதிவிலுள்ள குறிப்பைப் பார்க்க.

> **NOTE** **Home** என்ற சொல்லின் முன் முன்னுருபு (preposition) வராமையைக் கவனத்தில் கொள்க—*It's time to **go home**. • She's usually tired when she gets/arrives home*. வேறொருவர் வீடு பற்றிக் குறிப்பிட விரும்பும்போது—*at Jane and Andy's* அல்லது *at Jane and Andy's place/house* என்ற முறையில் கூற வேண்டும்.

2 [C] a place that provides care for a particular type of person or for animals குறிப்பிட்ட வகையிலான ஆட்களுக்கு அல்லது விலங்குகளுக்கு காப்பாதரவு/பராமரிப்பு வழங்கப்படும் இடம்; காப்பகம் *a children's home* (= for children who have no parents to look after them) • *an old **people's home*** **3** [*sing*.] **the home of sth** the place where sth began ஒன்று தோற்றம் பெற்ற அல்லது உருவான இடம்; மூல இடம்; பிறப்பிடம்; தாயகம் *Greece is said to be the home of democracy.*

IDM **at home 1** in your house, flat, etc. தனது வீட்டில்; தனது வாழ்விடத்தில் *Is anybody at home?* **2** comfortable, as if you were in your own home சொந்த வீட்டில் இருப்பது போன்று நல நிறைவுடன்; சௌகரியமாக *Please make yourself at home.* **3** (used in sport) played in the town to which the team belongs (விளையாட்டு வகையில்) அணியின் சொந்த ஊரில் விளையாடப்படுவதாக

romp home/to victory ➪ **romp** பார்க்க.

home[2] /həʊm/ *adj*. (*only before a noun*) **1** connected with home சொந்த வீடு தொடர்பான; வீட்டுக்குரிய *your home address/town • a happy home life* (= with your family) **2** (*BrE*) connected with your own country, not with a foreign country அன்னிய நாடு அல்லாது சொந்த நாடு சார்ந்த; உள்நாட்டுக்குரிய; தாயகம் தொடர்பான *The **Home Minister** is responsible for **home affairs**.* **3** (used in sport) connected with a team's own sports ground (விளையாட்டு வகையில்) அணியின் சொந்த ஆட்டக்களம் சார்ந்த; உள்ளூர் அணிக்குரிய *The home team has a lot of support.* ✪ **OPP away**

home[3] /həʊm/ *adv*. at, in or to your home or home country சொந்த வீடு அல்லது நாடு நோக்கி; சொந்த வீட்டில் அல்லது நாட்டில்; சொந்த வீட்டுக்கு அல்லது நாட்டுக்கு *We must be getting home soon.*

IDM **bring sth home to sb** to make sb understand sth fully ஒன்றை ஒருவர் முழுமையாகப் புரிந்துகொள்ளச் செய்; மனத்தில் பதியவை; தெளிவுபடுத்து

drive sth home (to sb) ➪ **drive**[1] பார்க்க.

home[4] /həʊm/ *verb*

PHR V **home in on sb/sth** to move towards sb/sth ஒருவரை/ஒன்றை நோக்கிச் செல் *The police homed in on the house where the thieves were hiding.*

homecoming /ˈhəʊmkʌmɪŋ/ *noun* [C, U] the act of returning home, especially when you have been away for a long time குறிப்பாக நீண்ட காலம் வெளியிடத்திலிருந்த பின் வீடு திரும்புதல்; தாயக மீள்வு

home-grown *adj*. (used about fruit and vegetables) grown in your own garden (பழங்கள் மற்றும் கறிகாய்கள் வகையில்) சொந்தத் தோட்டத்தில் விளைவிக்கப்பட்ட

homeland /ˈhəʊmlænd/ *noun* [C] the country where you were born or that your parents came from, or to which you feel you belong தான் பிறந்த அல்லது தனது பெற்றோர்கள்

பிறப்பிடமான அல்லது உணர்வு பூர்வமாகத் தனக்குத் தொடர்புள்ள நாடு; தாய்நாடு

homeless /ˈhəʊmləs/ *adj.* **1** having no home வீடற்ற; தங்கிடமில்லாத **2 the homeless** *noun* [*pl.*] people who have no home வீடற்றவர்கள்; தங்கிடமற்றவர்கள் ▶ **homelessness** *noun* [U]

homely /ˈhəʊmli/ *adj.* (*BrE*) (used about a place) simple but also pleasant or welcoming (இட வகையில்) எளிமையான ஆயினும் மகிழ்வூட்டுகிற அல்லது மனம்கொள்ளத்தக்க; வீட்டுப்பாங்கான

home-made *adj.* made at home; not bought in a shop வீட்டில் செய்யப்படுகிற; கடையில் வாங்கப்படாத *home-made cakes*

homeopath (*also* **homoeopath**) /ˈhəʊmiəpæθ/ *noun* [C] a person who treats sick people using homoeopathy இனமுறை (ஹோமியோபதி) மருத்துவம் செய்பவர்

homeopathy (*also* **homoeopathy**) /ˌhəʊmiˈɒpəθi/ *noun* [U] the treatment of a disease by giving very small amounts of a drug that would cause the disease if given in large amounts அளவு மிகுதியாகும்போது நோய் உண்டாக்கவல்ல மருந்தை மிகச் சிறிய அளவுகளில் கொடுத்து நோய்க்கு மருத்துவம் செய்யும் முறை; இனமுறை மருத்துவம; ஹோமியோபதி ▶ **homeopathic** (*also* **homoeopathic**) /ˌhəʊmiəˈpæθɪk/ *adj. homeopathic medicine*

homeostasis /ˌhəʊmiəʊˈsteɪsɪs; ˌhɒm-/ *noun* [U] (*technical*) the process by which the body reacts to changes in order to keep conditions inside the body, for example temperature, the same வெப்பநிலை முதலிய உடலின் உள் நிலைகளைச் சமச்சீராக வைத்திருக்கும் பொருட்டு, மாற்றங்களுக்கு ஏற்ப உடல் எதிர்வினையாற்றும் செயல்முறை; உடல் சமநிலை பேணும் வினைமுறை

home page *noun* [C] (*computing*) the first of a number of pages of information on the Internet that belongs to a person or an organization. A home page contains connections to other pages of information மற்ற தகவல் பக்கங்களுடனான இணைப்பை உள்ளடக்கிய, ஓர் ஆள் அல்லது ஒரு நிறுவனத்திற்குரிய இணையத் தகவல் பக்கங்களில் முதல் பக்கம்; இணையத்தின் தொடக்கப் பக்கம்

home rule *noun* [U] the right of a country or region to govern itself, especially after another country or region has governed it குறிப்பாக வேறொரு நாட்டின் அல்லது பகுதியின் ஆதிக்கத்திலிருந்த பின், ஒரு நாடு அல்லது வட்டாரம் பெறும் தன்னாட்சி உரிமை

the Home Secretary *noun* [C] (*BrE*) a politician in the British Government (**minister**) who is in charge of the Home Office பிரிட்டிஷ் அரசின் உள்துறை அமைச்சர் ➪ **the Foreign Secretary** பார்க்க.

homesick /ˈhəʊmsɪk/ *adj.* **homesick (for sb/sth)** sad because you are away from home and you miss it வீட்டிலிருந்து தொலைவில் தங்கியிருந்து வீட்டு நினைவு காரணமாக மனம் சோர்கிற; வீட்டு ஏக்கம் கொள்கிற ▶ **homesickness** *noun* [U]

homeward /ˈhəʊmwəd/ *adj.*, *adv.* going towards home வீடு நோக்கிச் செல்கிற; வீட்டுக்குத் திரும்புகிற; வீடு நோக்கி *the homeward journey • to travel homeward*

homework /ˈhəʊmwɜːk/ *noun* [U] the written work that teachers give to students to do away from school பள்ளி நேரமல்லாத மற்ற நேரங்களில் செய்வதற்காக மாணவர்களுக்கு ஆசிரியர்கள் தரும் எழுத்து வேலை; மாணவர் வீட்டுப் பாடவேலை *Have we got any homework?*

> **NOTE** **Homework** எண்ணுதற்கு உரியதல்லாத பெயர். எனவே இது பன்மை ஏற்காது. வீட்டுப் பாடவேலையின் ஓர் அலகைக் குறிப்பிடும்போது **a piece of homework** எனக் குறிப்பிட வேண்டும். ➪ **housework** பதிவிலுள்ள குறிப்பைப் பார்க்க.

homicidal /ˌhɒmɪˈsaɪdl/ *adj.* likely to murder sb ஒருவரைக் கொலை செய்யக்கூடிய; கொலை செய்யக் கூடியவராகக் காணப்படுகிற *a homicidal maniac*

homicide /ˈhɒmɪsaɪd/ *noun* [C, U] (*AmE*) the illegal killing of one person by another; murder சட்டத்திற்கு மாறாக ஒருவரை மற்றொருவர் கொலை செய்தல்; மனிதக் கொலை

homo- /ˈhɒməʊ; ˈhəʊməʊ/ *prefix* (*in nouns, adjectives and adverbs*) the same ஒன்றேயான; அதே வகையான; ஒரே இயல்புடைய; வேறல்லாத *homogeneous • homosexual* ➪ **hetero-** பார்க்க.

homogeneous /ˌhɒməˈdʒiːniəs/ *adj.* (*technical*) made up of parts that are all of the same type ஒரே வகையான கூறுகளாலான; இனமொத்த பகுதிகளைக் கொண்ட; ஒருபடித்தான ➪ **heterogeneous** பார்க்க.

homograph /ˈhɒməgrɑːf/ *noun* [C] (*grammar*) a word that is spelled like another word but has a different meaning and may have a different pronunciation, for example 'bow' /baʊ/ and 'bow' /bəʊ/ எழுத்து முறையில் ஒத்து, பொருளில், மற்றும் சில சமயங்களில் ஒலி வடிவத்தில், மாறுபடும் சொல்

homologous /həˈmɒləgəs/ *adj.* **homologous (with sth)** (*technical*) similar in position, structure, etc. to sth else இருப்பு நிலை, கட்டமைப்பு முதலியவற்றில் வேறொன்றை ஒத்தமைந்துள்ள; ஒத்திசைவான; உடனொத்த *The seal's flipper is homologous with the human arm.*

homonym /ˈhɒmənɪm/ *noun* [C] (*grammar*) a word that is spelt and pronounced like another word but that has a different meaning எழுத்து முறையிலும் ஒலி வடிவத்திலும் வேறொரு சொல்லோடு ஒத்துப் பொருள் மாறுபடும் சொல்

homophone /ˈhɒməfəʊn/ *noun* [C] (*grammar*) a word that is pronounced the same as another word but that has a different spelling and meaning ஒலி வடிவத்தில் வேறொரு சொல்லோடு ஒத்து, எழுத்து முறையிலும் பொருளிலும் மாறுபடும் சொல் *'Flower' and 'flour' are homophones.*

Homo sapiens /ˌhəʊməʊ ˈsæpienz/ *noun* [U] (*technical*) the kind or **species** of human being that exists now இப்பொழுது காணப்படும் மனித இனம்; மனிதன்

homosexual /ˌhəʊməˈsekʃuəl; ˌhɒm-/ *adj.* sexually attracted to people of the same sex தன்னையொத்த பாலினத்தவர் மீதே பாற்கவர்ச்சிக்கு உட்படுகிற; ஒருபாற் கவர்ச்சியுடைய ⇨ **heterosexual, bisexual, gay** மற்றும் **lesbian** பார்க்க. ▶ **homosexual** *noun* [C] ▶ **homosexuality** /ˌhəʊməˌsekʃuˈæləti; ˌhɒməˌsekʃuˈæləti/ *noun* [U]

homozygote /ˌhɒməˈzaɪɡəʊt; ˌhɒməʊ-/ *noun* [C] a living thing that has only one form of a particular **gene**, and so whose young are more likely to share a particular characteristic குறிப்பிட்ட ஒரு வகையான மரபணுக் கூறினை மட்டும் உடையதும் அதன் பிள்ளைகள் குறிப்பிட்ட ஒரு தனிப் பண்பினை மட்டும் பகிர்ந்துகொள்வதுமான ஓர் உயிரி; ஒற்றை மரபணு உயிரி ▶ **homozygous** /ˌhɒməˈzaɪɡəs/ *adj.*

Hon *abbr.* **1** Honorary; used to show that sb holds a position without being paid for it ஒருவர் உழைப்பூதியமின்றி ஒரு பணிப்பொறுப்பை ஒருவர் வகிப்பதைக் குறிக்கும் Honorary (மதிப்புறு) என்ற சொல்லின் குறுக்கம் *Hon President* **2** Honourable: a title for Members of Parliament and some high officials நாடாளுமன்ற உறுப்பினர்கள் மற்றும் சில வகை உயர்நிலைப் பணியாளர்களுக்கு உரிய Honourable (மதிப்புக்குரிய/மாண்புமிகு) என்ற சொல்லின் குறுக்கம்

honest /ˈɒnɪst/ *adj.* **1** (used about a person) telling the truth; not lying to people or stealing (ஓராள் பற்றிக் குறிப்பிடுகையில்) உண்மை பேசுகிற; பிறரிடம் பொய் கூறாத அல்லது களவு செய்யாத; நேர்மையான; ஏமாற்றாத *Just be honest—do you like this skirt or not?* • ***To be honest**, I don't think that's a very good idea.* **2** showing honest qualities நேர்மைப் பண்பை வெளிப்படுத்துகிற; நேர்மையாக நடந்துகொள்கிற; உண்மையான அல்லது கபடமில்லாத *an honest face* • *I'd like your honest opinion, please.* ✪ **OPP** இரு பொருள்களுக்கும் **dishonest** ▶ **honesty** *noun* [U] ✪ **OPP dishonesty**

honestly /ˈɒnɪstli/ *adv.* **1** in an honest way நேர்மையான முறையில்; உண்மையாக; பொய்யில்லாது; ஏமாற்றாது *He tried to answer the lawyer's questions honestly.* **2** used for emphasizing that what you are saying is true தான் சொல்வது உண்மை என்பதனை அழுத்தமாகக் கூறப் பயன்படுத்தப்படுவது *I honestly don't know where she has gone.* **3** used for expressing disapproval ஒன்று குறித்து தனது உடன்பாடின்மையை அல்லது கண்டனத்தைப் புலப்படுத்தப் பயன்படுத்தப்படுவது *Honestly! What a mess!*

honey /ˈhʌni/ *noun* [U] **1** the sweet sticky substance that is made by bees and that people eat தேனீக்களால் தயாரிக்கப்படுவதும் நாம் உண்ணுவதுமான இனிப்பான ஒட்டும் தன்மையுள்ள பொருள்; தேன் **2** a word for 'darling', used especially in American English 'கண்மணி' என்பதைக் குறிக்கும் 'darling' என்ற சொல்லின் இணைபொருட் சொல்லாக, குறிப்பாக அமெரிக்க வழக்கில், பயன்படுத்தப்படுவது

honeycomb /ˈhʌnikəʊm/ *noun* [C, U] a structure of holes (**cells**) with six sides, in which bees keep their eggs and the substance they produce (**honey**) தேனீக்கள் தங்களது முட்டைகளையும் தேனையும் பாதுகாப்பாக வைத்திருக்கும் நுண்ணறைகளாலான அறுபக்கக் கட்டமைப்பு; தேன்கூடு; தேனடை

honeymoon /ˈhʌnimuːn/ *noun* [C] a holiday that is taken by a man and a woman who have just got married புது மணமக்களின் இன்ப விடுமுறை; தேனிலவு *We had our first argument while we were **on our honeymoon**.*

honk /hɒŋk/ *verb* [I, T] to sound the horn of a car; to make this sound சீருந்தின் குழல் ஒலிப்பானை ஒலிக்கச் செய்; குழல் ஒலிப்பான் ஒலி எழுப்பு

honorary /ˈɒnərəri/ *adj.* **1** given as an honour (without the person needing the usual certificates, etc.) (வழக்கமான சான்றிதழ்கள், முதலியவை தேவையாக இல்லாது) மதிப்புச் சின்னமாக அல்லது சிறப்புப் பட்டமாக வழங்கப்படுகிற; சிறப்புச் செய்தல் முறையிலான *to be awarded an honorary degree* **2** (*often* **Honorary**) (*abbr.* **Hon**) not paid உழைப்பூதியமற்ற; மதிப்பியலான; மதிப்புறு நிலையிலான *He is the Honorary President.*

honour[1] (*AmE* **honor**) /ˈɒnə(r)/ *noun* **1** [U] the respect from other people that a person, country, etc. gets because of high standards of behaviour and moral character உயர்ந்த நன்னடத்தை மற்றும் நல்லொழுக்கம் காரணமாக ஓராள், ஒரு நாடு, முதலியவை பிறரிடமிருந்து பெறும் மதிப்பு அல்லது பெருமை *the guest of honour* (= the most important one) ➪ **dishonour** பார்க்க. **2** [*sing.*] (*formal*) something that gives pride or pleasure பெருமிதம் அல்லது மகிழ்ச்சி கொள்ளச் செய்யும் ஒன்று *It was a great honour to be asked to speak at the conference.* **3** [U] the quality of doing what is morally right நன்னெறிக்கு உட்பட்டதைச் செய்யும் பண்பு; நன்னடத்தை; நேர்மை உணர்வு *I give you my word of honour.* **4 Honours** [*pl.*] the four highest marks you can be given in Bachelor degrees இளநிலைப் பட்டப் படிப்புகளில் வழங்கப்படும் நான்கு உச்ச உயர் மதிப்பீட்டுக் குறியீடுகள் **5** [C] something that is given to a person officially, to show great respect பெரு மதிப்பின் அடையாளமாக ஒருவருக்கு அதிகாரபூர்வமாக அளிக்கப்படுவது; மரியாதை; சிறப்பு *He was buried with full military honours* (= with a military ceremony as a sign of respect).

IDM **in honour of sb/sth; in sb/sth's honour** out of respect for sb/sth ஒருவர்/ஒன்றின் மீதான மதிப்பை முன்னிட்டு அல்லது மதிப்பின் காரணமாக; சிறப்புக் கருதி *A party was given in honour of the guests from Mysore.*

honour² (*AmE* **honor**) /ˈɒnə(r)/ *verb* [T] **1 honour sb/sth (with sth)** to show great (public) respect for sb/sth or to give sb pride or pleasure ஒருவரை/ஒன்றை (வெளிப்படையாகப்) பெருமைப்படுத்து; சிறப்பி; பெருமிதம் அல்லது மகிழ்ச்சி அடையச் செய் *I am very honoured by the confidence you have shown in me.* **2** to do what you have agreed or promised தான் ஒப்புக்கொண்ட அல்லது உறுதியளித்த ஒன்றைச் செய்; சொல்லைக் காப்பாற்று

honourable (*AmE* **honorable**) /ˈɒnərəbl/ *adj.* **1** acting in a way that makes people respect you; having or showing honour பிறர் மதிக்கத்தக்க முறையில் செயல்படுகிற; மதிப்புக்குரிய; பெருமைக்குரிய; நேர்மையான ✪ OPP **dishonourable 2 the Honourable** (*abbr.* **the Hon**) a title that is given to some high officials and to Members of Parliament when they are speaking to each other சிலவகை உயர் பதவியிலுள்ளவர்களும் நாடாளுமன்ற உறுப்பினர்களும் தங்களுக்கிடையே உரையாடும்போது பயன்படுத்தும் மதிப்படைச்சொல்: மதிப்புக்குரிய; மாண்புமிகு ▸ **honourably** /ɒnərəbli/ *adv.*

Hons /ɒnz/ *abbr.* Honours (in Bachelor degrees) இளநிலைக் கல்விப் பட்டங்களின் உயர் மதிப்பீட்டுத் தகுதியைக் குறிக்கும் Honours என்பதன் குறுக்கம் *BSc (Hons)*

hood /hʊd/ *noun* [C] **1** the part of a coat, etc. that you pull up to cover your head and neck in bad weather மோசமான வானிலையின்போது கழுத்தையும் தலையையும் மறைக்குமாறு இழுத்துவிட்டுக் கொள்ளப்படும் புறச்சட்டை முதலியவற்றின் பகுதி; முக்காட்டுப் பகுதி **2** (*BrE*) a soft cover for a car that has no roof, or a folding cover on a baby's **pram**, which can be folded down in good weather திறந்த நிலைச் சீருந்தின் மென்மையான மேல் மூடாக்கு அல்லது குழந்தைகளுக்கான தள்ளுவண்டியின் தேவையற்றபோது மடித்துவிடக்கூடிய மேற்கவிகை **3** (*AmE*) = **bonnet 1**

hoof /hu:f/ *noun* [C] (*pl.* **hoofs** or **hooves** /hu:vz/) the hard part of the foot of horses and some other animals குதிரைகள் மற்றும் பிற விலங்குகள் சிலவற்றின் உறுதியான பாதப் பகுதி; குளம்பு ➪ **paw** பார்க்க.

hook¹ /hʊk/ *noun* [C] **1** a curved piece of metal, plastic, etc. that is used for hanging sth on or for catching fish ஒன்றை மாட்டித் தொங்கவிடுவதற்கு அல்லது மீன் பிடிப்பதற்குப் பயன்படுத்தப்படும் வளைவான உலோக அல்லது பிளாஸ்டிக் பொருள்; கொக்கி; தூண்டில்முள் *Put your coat on the hook over there.* **2** (used in boxing) a way of hitting sb that is done with the arm bent (குத்துச்சண்டையில்) மேற்கையை மடக்கி அடிக்கும் பாணி *a right hook* (= with the right arm)

IDM **off the hook** (used about the top part of a telephone) not in position, so that telephone calls cannot be received (தொலைபேசியின் மேற்புறத்தைப் பற்றிக் கூறுகையில்) சரி நிலையில் இல்லாததனால் தொலைபேசி அழைப்புகள் கிடைக்காமல் போகிற

get/let sb off the hook (*informal*) to free yourself or sb else from a difficult situation or punishment ஓர் இடரார்ந்த சூழ்நிலை அல்லது ஒரு தண்டனையிலிருந்து தன்னை அல்லது வேறொருவரை விடுவி *My father paid the money I owed and got me off the hook.*

hook² /hʊk/ *verb* **1** [I, T] to fasten or catch sth with a hook or sth in the shape of a hook; to be fastened in this way ஒரு கொக்கியில் அல்லது கொக்கி வடிவிலுள்ள ஒரு பொருளில் ஒன்றைப் பொருத்து அல்லது பிடி; இவ்வாறு பிணைக்கப்படு அல்லது மாட்டப்படு *We hooked the trailer to the back of the car.* **2** [T] to put sth through a hole in sth else வேறொன்றின் துளை வழியாக ஒன்றைச் செலுத்து அல்லது மாட்டு *Hook the rope through your belt.*

PHR V **hook (sb), (sth) up (to sth)** to connect sb/sth to a piece of electronic equipment or to a power supply ஒரு மின்னணுக் கருவியுடன் அல்லது மின் வழங்கீட்டு அமைப்புடன் ஒருவரை/ஒன்றைத் தொடர்புறச் செய்

hook and eye *noun* [C] a thing that is used for fastening clothes உடையை உடலில் பொருத்திக் கொள்வதற்கான பொத்தான் வகை; கொளுவிப் பொத்தான் ➪ **button** பதிவில் படம் பார்க்க.

hooked /hʊkt/ *adj.* **1** shaped like a hook கொக்கி/கொளுவி வடிவான *a hooked nose* **2** (*not before a noun*) (*informal*) **hooked (on sth)** enjoying sth very much, so that you want to do it, see it, etc. as much as possible ஒன்றிலிருந்து மிக்க இன்பம் பெறுவதால் முடிந்த வரை அதைச் செய்வது, பார்ப்பது போன்றவற்றை விரும்புகிற *He is hooked on computer games.*

hooligan /ˈhuːlɪɡən/ *noun* [C] a person who behaves in a violent and aggressive way in public places பொது இடங்களில் வன்முறைப் போக்குடனும் வலியத் தாக்கும் இயல்புடனும் நடந்துகொள்பவன்; போக்கிரி *football hooligans* ➪ **lout** மற்றும் **yob** பார்க்க. ▶ **hooliganism** /ˈhuːlɪɡənɪzəm/ *noun* [U]

hoop /huːp/ *noun* [C] a large metal or plastic ring பெரிய உலோக அல்லது பிளாஸ்டிக் வளையம்

hooray = **hurray**

hoot¹ /huːt/ *noun* **1** [C] a short loud laugh or shout குறுகிய நேர உரத்த சிரிப்பு அல்லது கூச்சல்; வெடிச்சிரிப்பு *hoots of laughter* **2** [*sing.*] (*spoken*) a situation or a person that is very funny மிகவும் வேடிக்கையான ஆள் அல்லது சூழல் *Kaarthikeyan is a real hoot!* **3** [C] the loud sound that is made by the horn of a vehicle உந்து வண்டியின் விசைக்குழல் ஒலிப்பான் எழுப்பும் உரத்த ஒலி **4** [C] the cry of a particular bird (**an owl**) ஆந்தையின் அலறல்; கூகூ ஒலி

hoot² /huːt/ *verb* [I, T] to sound the horn of a car or to make a loud noise சீருந்தின் விசைக்குழல் ஒலிப்பானை ஒலிக்கச் செய்; உரத்த ஒலி எழுப்பு *They hooted with laughter at the suggestion.*

hoover /ˈhuːvə(r)/ *verb* [I, T] (*BrE*) to clean a carpet, etc. with a machine that sucks up the dirt தூசு உறிஞ்சும் இயந்திரத்தைக் கொண்டு தரைவிரிப்பு முதலியவற்றைத் தூய்மைப்படுத்து: மாசு நீக்கு *This carpet needs hoovering.* ✪ SYN **vacuum**

hooves /huːvz/ ➪ **hoof** என்பதன் பன்மை வடிவம்

hop¹ /hɒp/ *verb* [I] (**hopping**; **hopped**) **1** (used about a person) to jump on one leg (ஆள் வகையில்) ஒற்றைக் காலில் தத்து; நொண்டு **2** (used about an animal or bird) to jump with both or all feet together (விலங்கு அல்லது பறவை வகையில்) இரண்டு அல்லது எல்லா கால்களையும் ஒன்றுசேர்த்துத் தாவிக் குதி **3 hop (from sth to sth)** to change quickly from one activity or subject to another செயல் விட்டுச் செயல் அல்லது பொருள் விட்டுப்பொருள் விரைந்து மாறு; ஒன்றிலிருந்து மற்றொன்றுக்கு உடனுக்குடன் தாவு

IDM **hop it!** (*slang*) Go away! போய்விடு; அப்பால் செல்!

PHR V **hop in/into sth**; **hop out/out of sth** (*informal*) to get in or out of a car, etc. (quickly) (விரைந்து) சீருந்து முதலியவற்றில் ஏறு, சீருந்து முதலியவற்றிலிருந்து இறங்கு; தாவி ஏறு/இறங்கு

hop on/onto sth; **hop off sth** (*informal*) to get onto/off a bus, etc. (quickly) (விரைந்து) பேருந்து, முதலியவற்றில் ஏறு, பேருந்து; முதலியவற்றிலிருந்து இறங்கு; தாவி ஏறு/இறங்கு

hop² /hɒp/ *noun* **1** [C] a short jump by a person on one leg or by a bird or an animal with its feet together (ஆள் வகையில்) ஒற்றைக் காலில் தத்துதல் அல்லது நொண்டியடித்தல்; (பறவை அல்லது விலங்கு வகையில்) கால்களை ஒன்றுசேர்த்துத் தத்திக் குதித்தல் **2** [C] a tall climbing plant with flowers உயரமான, தழுவிப்படரும் பூச்செடி வகை **3 hops** [*pl.*] the flowers of this plant that are used in making beer வாற்கோதுமை மது (பியர்) தயாரிப்பதில் பயன்படுத்தப்படும் மேற்கண்ட செடியின் பூக்கள்

hope¹ /həʊp/ *verb* [I, T] **hope that...**; **hope to do sth**; **hope (for sth)** to want sth to happen or be true ஒன்று நிகழ வேண்டுமென்று அல்லது ஒன்று உண்மையாக இருக்கவேண்டுமென்று விரும்பு; ஒன்றை எதிர்நோக்கு; நம்பு *'Is it raining?'* ***'I hope not.*** *I haven't got a coat with me.' 'Are you coming to London with us?' 'I'm not sure yet but* ***I hope so****.'*

hope² /həʊp/ *noun* **1** [C, U] **(a) hope (of/for sth)**; **(a) hope of doing sth**; **(a) hope that...** the feeling of wanting sth to happen and thinking that it will ஒன்று நிகழ வேண்டுமென்ற ஆர்வ விருப்பமும் அது நிகழும் என்ற எண்ணமும்; ஆர்வ எதிர்பார்ப்பு; நம்பிக்கை ***high hopes*** (= very confident or sure about sth) • *She never* ***gave up hope*** *that a cure for the disease would be found.* **2** [*sing.*] a person, a thing or a situation that will help you get what you want தான் விரும்புவதை அடையத் துணை செய்யும் ஆள், பொருள் அல்லது சூழ்நிலை *Please can you help me? You're my* ***last hope****.*

IDM **dash sb's hopes (of sth/of doing sth)** ➪ **dash²** பார்க்க.

in the hope of sth/that... because you want sth to happen ஒன்று நிகழ வேண்டுமென்று தான் விரும்பும் காரணத்தினால்; ஒன்று குறித்த நம்பிக்கையில் *I came here in the hope that we could talk privately.*

pin (all) your hopes on sb/sth ➪ **pin²** பார்க்க.
a ray of hope ➪ **ray** பார்க்க.

hopeful /ˈhəʊpfl/ *adj.* **1 hopeful (about sth)**; **hopeful that**... believing that sth that you want will happen தான் விரும்பும் ஒன்று நிகழும் என்று நம்புகிற; ஒன்றில் நம்பிக்கை கொண்டுள்ள; ஒன்றை எதிர்பார்க்கிற *He's very hopeful about the success of the business.* • *The ministers seem hopeful that an agreement will be reached.* **2** making you think that sth good will happen நலமான ஒன்று நிகழும் என்ற எண்ணத்தை உண்டாக்குகிற; நம்பிக்கையூட்டுகிற; நம்பிக்கைக்கு இடங்கொடுக்கிற *a hopeful sign*

hopefully /ˈhəʊpfəli/ *adv.* **1** (*informal*) I/We hope; if everything happens as planned என்று நான் நம்புகிறேன்/நாங்கள் நம்புகிறோம்; திட்டமிட்டபடி அனைத்தும் நடக்குமானால் *Hopefully, we'll be finished by six o'clock.* **2** hoping that what you want will happen தான் விரும்பும் ஒன்று நிகழும் என்ற நம்பிக்கையுடன் *She smiled hopefully at me, waiting for my answer.*

hopeless /ˈhəʊpləs/ *adj.* **1** giving no hope that sth/sb will be successful or get better ஒன்றின்/ஒருவரது வெற்றி அல்லது மேம்பாடு குறித்து நம்பிக்கையூட்டாத; நம்பிக்கைக்கு இடந்தராத *It's hopeless. There is nothing we can do.* **2** (*informal*) **hopeless (at sth)** (used about a person) often doing things wrong; very bad at doing sth (ஆள் வகையில்) செயலில் அடிக்கடி தவறு செய்கிற; ஒன்றை மோசமாகச் செய்கிற; செயல்பாடு அல்லது செயல்திறன் குறித்து நம்பிக்கையூட்டாத *I'm absolutely hopeless at tennis.* ▶ **hopelessly** *adv. They were hopelessly lost.* ▶ **hopelessness** *noun* [U]

horde /hɔːd/ *noun* [C] **1** a very large number of people மக்கள் திரள்; பெருங்கூட்டம் **2** nomadic tribe நாடோடி இனம்

horizon /həˈraɪzn/ *noun* **1** [*sing.*] the line where the earth and sky appear to meet பூமியும் வானமும் சந்திப்பதாகத் தோன்றும் கோடு; தொடுவான்; அடிவானம் *The ship appeared on/disappeared over the horizon.* **2 horizons** [*pl.*] the limits of your knowledge or experience ஒருவரது அறிவெல்லை அல்லது அனுபவ எல்லை *Foreign travel is a good way of expanding your horizons.*

IDM **on the horizon** likely to happen soon விரைவில் நிகழும் வாய்ப்புள்ளதாக *There are further job cuts on the horizon.*

horizontal /ˌhɒrɪˈzɒntl/ *adj.* going from side to side, not up and down; flat or level மேல் கீழாக இல்லாமல் பக்கத்துக்குப் பக்கம் செல்கிற; கிடைமட்டமான *The gymnasts were exercising on the horizontal bars.* ➪ **vertical**, **perpendicular** மற்றும் **line** பார்க்க. ▶ **horizontally** /ˌhɒrɪˈzɒntəli/ *adv.*

hormone /ˈhɔːməʊn/ *noun* [C] a substance in your body that influences growth and development இயக்கத்தை மற்றும் வளர்ச்சியைத் தூண்டும் உடலிலுள்ள ஒரு பொருள்; அக ஆக்குவினைப் பொருள்; இயக்குநீர் ▶ **hormonal** /hɔːˈməʊnl/ *adj. the hormonal changes occurring during pregnancy*

horn /hɔːn/ *noun* [C] **1** one of the hard pointed things that some animals have on their heads சில விலங்குகளின் தலையில் வளர்ந்துள்ள கொம்பு **2** the thing in a car, etc. that gives a loud warning sound சீருந்து முதலியவற்றிலுள்ள எச்சரிக்கை ஒலி எழுப்பும் பொருள்; குழல் ஒலிப்பான் *Don't sound your horn late at night.* ➪ **car** பதிவில் படம் பார்க்க. **3** one of the family of metal musical instruments that you play by blowing into them காற்றை ஊதி இசைக்கும் உலோக இசைக்கருவி வகைகளில் ஒன்று; துளைக்கருவி வகை; ஊதுகொம்பு *the French horn*

hornet /ˈhɔːnɪt/ *noun* [C] a black and yellow flying insect that has a very powerful sting கடுமையாகக் கொட்டக்கூடிய, கருமையும் மஞ்சளும் கலந்த நிறமுள்ள பறக்கும் பூச்சி வகை; பெரிய குளவி வகை NOTE **Wasp**-ஐ விட **hornet** பெரிய குளவியாகும்.

horoscope /ˈhɒrəskəʊp/ *noun* [C] (*also* **stars**) [*pl.*] a statement about what is going to happen to a person in the future, based on the position of the stars and planets when he/she was born ஒருவர் பிறந்தபோது காணப்பட்ட விண்மீன்கள் மற்றும் கோள்களின் நிலையை அடிப்படையாகக் கொண்டு கணிக்கப்படும் அவரது எதிர்காலம் குறித்த வாசகம்; ஜாதகம் *What does my horoscope for next week say?* ➪ **astrology** மற்றும் **zodiac** பார்க்க.

horrendous /hɒˈrendəs/ *adj.* (*informal*) very bad or unpleasant மிக மோசமான அல்லது வெறுப்பூட்டக் கூடிய; பயங்கரமான ▶ **horrendously** *adv.*

horrible /ˈhɒrəbl/ *adj.* **1** (*informal*) bad or unpleasant மோசமான; இன்னாத; மனம் ஒவ்வாத; வெறுப்பூட்டுகிற *This coffee tastes horrible!* • *I've got **a horrible feeling** that I've forgotten something.* ✪ SYN **horrid** **2** shocking and/or frightening அதிர்ச்சியூட்டுகிற மற்றும்/அல்லது அச்சம் உண்டாக்குகிற; பயங்கரமான; கோரமான; திடுக்கிடச் செய்கிற *a horrible murder/death/nightmare* ▶ **horribly** /-əbli/ *adv.*

horrid /ˈhɒrɪd/ *adj.* (*informal*) very unpleasant or unkind வெறுப்பூட்டுகிற; இன்னாத; இன்னலமற்ற *horrid weather* ✪ SYN **horrible**

horrific /hə'rɪfɪk/ *adj.* **1** extremely bad and shocking or frightening மிகமிக மோசமான மற்றும் அதிர்ச்சியூட்டுகிற அல்லது அச்சம் உண்டாக்குகிற; கோரமான; கொடுமையான *a horrific murder/accident/attack* **2** (*informal*) very bad or unpleasant மிகவும் மோசமான அல்லது மனம் ஒவ்வாத; வெறுக்கத்தக்க ▶ **horrifically** /hə'rɪfɪkli/ *adv. horrifically expensive*

horrify /'hɒrɪfaɪ/ *verb* [T] (*pres. part.* **horrifying**; *3rd person sing. pres.* **horrifies**; *pt, pp* **horrified**) to make sb feel extremely shocked, disgusted or frightened ஒருவர் பேரளவு அதிர்ச்சி, அச்சம் அல்லது அருவருப்பு கொள்ளச் செய்; திடுக்கிடச் செய்; கிலியூட்டு ▶ **horrifying** *adj.*

horror /'hɒrə(r)/ *noun* **1** [U] [*sing.*] a feeling of great fear or shock பேரச்சம்; கிலி; திகில் *They watched **in horror** as the building collapsed.* **2** [C] something that makes you feel frightened or shocked திகில் அல்லது அதிர்ச்சி உண்டாக்கும் ஒன்று *a horror film/story*

horror film *noun* [C] a film that entertains people by showing frightening or shocking things அச்சம் அல்லது அதிர்ச்சி உண்டாக்கும் காட்சிகளை உள்ளடக்கிய பொழுதுபோக்குத் திரைப்படம்

horse /hɔ:s/ *noun* **1** [C] a large animal that is used for riding on or for pulling or carrying heavy loads குதிரை

NOTE ஆண் குதிரை **stallion** என்றும் பெண் குதிரை **mare** என்றும் குதிரைக் குட்டி **foal** என்றும் வழங்கப்படுகின்றன.

2 the horses [*pl.*] (*informal*) horse racing குதிரைப் பந்தயம்

IDM on horseback sitting on a horse குதிரை மீது அமர்ந்து; குதிரைச் சவாரியாக

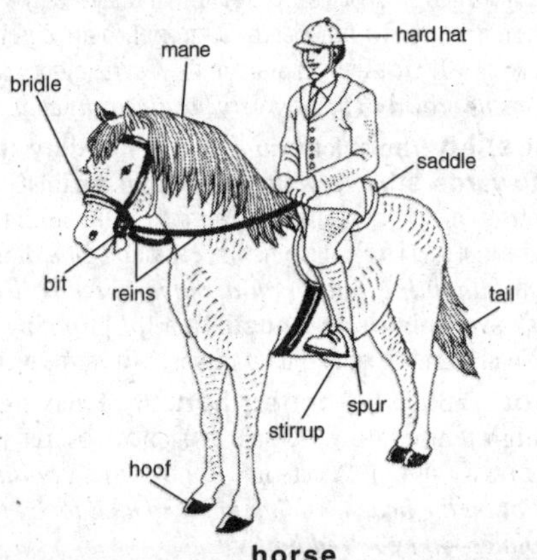

horse

horse chestnut *noun* [C] **1** a large tree that has leaves divided into seven sections and pink or white flowers ஏழு கூறுகளாக உள்ள இலைகளையும் இளஞ்சிவப்பு அல்லது வெண்மை நிறப் பூக்களையும் உடைய பெரு மர வகை **2** (*informal* **conker**) the nut from this tree மேற்கண்ட மரத்தின் கொட்டை

horseman /'hɔ:smən/ *noun* [C] (*pl.* **-men** /-mən/) a man who rides a horse well சிறப்பாகக் குதிரைச் சவாரி செய்யும் ஆண்; குதிரை ஏற்றத்தில் திறமையுடையவர் *an experienced horseman*

horsepower /'hɔ:spaʊə(r)/ *noun* [C] (*pl.* **horsepower**) (*abbr.* **h.p.**) a measurement of the power of an engine இயந்திர இயக்க ஆற்றலை அளவிடுவதற்கான ஓர் அலகு; குதிரைத்திறன்

horse racing (*also* **racing**) *noun* [U] the sport in which a person (**jockey**) rides a horse in a race to win money பந்தய வீரர் குதிரை மேல் அமர்ந்து செலுத்தும் குதிரையோட்டப் பந்தய விளையாட்டு; குதிரைப் பந்தயம்

NOTE Race course-இல் (குதிரைப் பந்தய வெளியில்) குதிரைப் பந்தயம் நடைபெறும். பெரும்பாலும் வெற்றி வாய்ப்புள்ள குதிரை மீது **bet** (பணப் பந்தயம்) கட்டுவர்.

horseshoe /'hɔ:sʃu:/ (*also* **shoe**) *noun* [C] a U-shaped piece of metal that is fixed to the bottom of a horse's foot (**hoof**). Some people believe that horseshoes bring good luck குதிரையின் குளம்பில் பொருத்தப்படும் U-வடிவ உலோகப் பொருள்; குதிரை இலாடம்; குதிரை இலாடங்கள் நற்பேறு தரக்கூடியனவையாகச் சிலரால் நம்பப்படுகின்றன

horsewoman /'hɔ:swʊmən/ *noun* [C] (*pl.* **-women** /-wɪmɪn/) a woman who rides a horse well குதிரை ஏற்றத்தில் திறமையுடைய பெண்; குதிரையேற்ற வீராங்கனை

horticulture /'hɔ:tɪkʌltʃə(r)/ *noun* [U] the study or practice of growing flowers, fruit and vegetables மலர்கள், கனிகள் மற்றும் காய்கறிகள் வளர்ப்பு அல்லது அவற்றின் வளர்ப்பு குறித்த ஆராய்ச்சி; தோட்ட வேளாண்மை; தோட்டக்கலை; தோட்ட வேளாண்மையியல் ▶ **horticultural** /ˌhɔ:tɪ'kʌltʃərəl/ *adj.*

hose /həʊz/ (*also* **hosepipe** /'həʊzpaɪp/) *noun* [C, U] a long rubber or plastic tube that water can flow through ஊடாக நீர் செலுத்துவதற்கான நெடுநீள இரப்பர் அல்லது பிளாஸ்டிக் குழாய்; நெளிவு குழைவுத் தன்மையுடைய நீர்க்குழாய் ⇨ **gardening** பதிவில் படம் பார்க்க.

hospice /'hɒspɪs/ *noun* [C] a special hospital where people who are dying are cared for இறக்கும் தறுவாயில் உள்ளவர்களைப் பேணும் சிறப்பு மருத்துவமனை; மரண நோயர் பேணகம்

hospitable /hɒ'spɪtəbl; 'hɒspɪtəbl/ *adj.* (used about a person) friendly and kind to visitors (ஆள்

வகையில்) விருந்தினர்களிடம் நட்பிணக்கமும் கனிவும் கொண்டுள்ள; விருந்தோம்புகிற ✪ OPP **inhospitable**

hospital /ˈhɒspɪtl/ *noun* [C] a place where ill or injured people are treated நோய்வாய்ப்பட்டவர்கள் அல்லது காயமுற்றவர்கள் மருத்துவம் செய்யப்படும் இடம்; மருத்துவமனை *He was rushed **to hospital** in an ambulance.* • *to be admitted to/discharged from hospital* • *a psychiatric/mental hospital*

NOTE ஒருவர் மருத்துவமனைக்கு சிகிச்சை பெறுவதற்காகப் போவதை அல்லது அங்கே இருப்பதைக் குறிக்க **hospital**-க்கு முன் **the** சேர்க்காமல் *He had to go* **to hospital** அல்லது—*He is* **in hospital** என்று சொல்கிறோம். ஒரு தனிப்பட்ட மருத்துவமனையைக் குறிப்பிட அல்லது சில நேரத்திற்கு மட்டும் ஒரு மருத்துவமனைக்குச் சென்று வருவதை **hospital**-க்கு முன் **'the'** சேர்த்துக் கூறுகிறோம்—*He went to the hospital to visit Gita.* மருத்துவர்களாலும் **(doctors)** செவிலியர்களாலும் **(nurses)** மருத்துவம் பார்க்கப்படும் ஒருவர் **patient** (நோயாளி) எனப்படுவார். விபத்துக்குள்ளான ஒருவர் முதலில் கொண்டு செல்லப்படும் மருத்துவமனைப் பகுதி **casualty department** எனப்படும் அல்லது (அமெரிக்க வழக்கில்) **emergency room** எனப்படும்.

hospitality /ˌhɒspɪˈtæləti/ *noun* [U] looking after guests and being friendly and welcoming towards them விருந்தினர்களைப் பேணுதலும் அவர்களிடம் கனிவாகவும் இன்முகத்துடனும் இருத்தலும்; விருந்தோம்பல்

host /həʊst/ *noun* [C] **1** a person who invites guests to his/her house, etc. and provides them with food, drink, etc. விருந்தினர்களைத் தனது வீடு முதலியவற்றுக்கு வரவழைத்து அவர்களுக்கு உணவு, பானம் முதலியவை வழங்குபவர்; விருந்தோம்புநர் ➪ **hostess** பார்க்க. **2** a person who introduces a television or radio show and talks to the guests தொலைக்காட்சி அல்லது வானொலிக் கேளிக்கை நிகழ்ச்சியை அறிமுகப்படுத்தி அதில் பங்குபெறும் விருந்தினர்களுடன் உரையாடுபவர்; காட்சி அமைப்பாளர் **3 a host of sth** a large number of people or things ஆட்களின் அல்லது பொருள்களின் திரள்; கூட்டம்; படை **4** an animal or a plant on which another animal or plant lives and feeds வேறொரு விலங்கு அல்லது தாவரம் தன்னைச் சார்ந்து உணவு கொண்டு வாழுமாறு உள்ள விலங்கு அல்லது தாவரம்; ஒட்டுண்ணிகளுக்கு ஆதாரமான விலங்கு அல்லது தாவரம் ▶ **host** *verb* [T] *The city is aiming to host the Olympic Games in ten years' time.*

hostage /ˈhɒstɪdʒ/ *noun* [C] a person who is caught and kept prisoner. A hostage may be killed or injured if the person who is holding him/her does not get what he/she is asking for அகப்படுத்திக் கைதியாக வைக்கப்பட்டுள்ள ஒருவர்; பிணையக் கைதி. ஒருவரைப் பிணையக் கைதியாகப் பிடித்து வைத்திருப்பவரது கோரிக்கை நிறைவேற்றப்படாத நிலையில், பிணையக் கைதி கொலை உட்படத் தீங்குக்கு ஆளாகக் கூடும். *The robbers tried to **take** the staff **hostage**.* • *The hijackers say they will **hold** the passengers **hostage** until their demands are met.* ➪ **ransom** பார்க்க.

hostel /ˈhɒstl/ *noun* [C] **1** a place like a cheap hotel where people can stay when they are living away from home வெளியூரிலிருந்து வந்து தங்கி வாழ்பவர்களுக்கான கட்டணம் குறைந்த தங்குமனை; விடுதி *a youth hostel* • *a student hostel* **2** a building where people who have no home can stay for a short time வீடற்றவர்கள் குறுகிய கால அளவுக்குத் தங்கியிருப்பதற்கான மனை; காப்பகம்; இல்லம்

hostess /ˈhəʊstəs; -es/ *noun* [C] **1** a woman who invites guests to her house, etc. and provides them with food, drink, etc. விருந்தினர்களைத் தனது வீடு முதலியவற்றுக்கு வரவழைத்து அவர்களுக்கு உணவு, பானம் முதலியவை வழங்கும் பெண்; பெண் விருந்தோம்புநர் ➪ **host** பார்க்க. **2** a woman who introduces a television or radio show and talks to the guests தொலைக்காட்சி அல்லது வானொலிக் கேளிக்கை நிகழ்ச்சியை அறிமுகப்படுத்தி அதில் பங்குபெறும் விருந்தினர்களுடன் உரையாடும் பெண்; பெண் காட்சி அமைப்பாளர் **3** = **air hostess**

hostile /ˈhɒstaɪl/ *adj.* **hostile (to/towards sb/sth)** having very strong feelings against sb/sth ஒருவருக்கு/ஒன்றுக்கு எதிராக மிகவும் கடுமையான உணர்ச்சிகளைக் கொண்டுள்ள; எதிர்ப்புணர்ச்சி மிக்க; பகைமைப் போக்குடைய *a hostile crowd* • *They are very hostile to any change.*

hostility /hɒˈstɪləti/ *noun* **1** [U] **hostility (to/towards sth)** very strong feelings against sb/sth ஒருவர்/ஒன்றின் மீதான கடுமையான எதிர்ப்புணர்ச்சி; பகைமை; வன்மம் *She didn't say anything but I could sense her hostility.* ✪ SYN **animosity 2 hostilities** [*pl.*] fighting in a war போரில் நிகழும் சண்டை; போர்ச்செயல்

hot[1] /hɒt/ *adj.* (**hotter; hottest**) **1** having a high temperature வெப்ப நிலை உயர்ந்து காணப்படுகிற; வெப்பம் மிக்க *It was **boiling hot** on the beach.* • *a hot meal* • *Don't touch the plates—they're **red hot**!*

NOTE ஒன்றின் தட்பவெப்ப நிலையை **freezing (cold)** (கடும் குளிர் அல்லது உறைநிலை), **cold** (குளிர்), **cool** (குளிர்ச்சி), **tepid** (வெதுவெதுப்பு) என்றும் (நீர் வகையில்)

warm (இளஞ்சூடு), **hot** (சூடு), **boiling (hot)** (கொதிநிலை) என்றும் குறிப்பிடலாம். ➪ **cold¹** பதிவிலுள்ள குறிப்பைப் பார்க்க.

2 (used about food) causing a burning feeling in your mouth (உணவு வகையில்) வாயில் எரியும் உணர்வை உண்டாக்குகிற; காரமான *hot curry* ✪ SYN **spicy** 3 (*informal*) difficult or dangerous to deal with கையாள்வதற்கு அல்லது சமாளிப்பதற்குக் கடினமான அல்லது ஆபத்தான *The defenders found the Italian strikers **too hot to handle**.* 4 (*informal*) exciting and popular கிளர்ச்சியூட்டுவதும் மெச்சத்தக்கதுமான; எழுச்சி மிக்க; பாராட்டுக்குரிய *This band is **hot stuff**!*

IDM **in hot pursuit** following sb who is moving fast மிகு விரைவாகச் செல்லும் ஒருவரைப் பின்தொடர்ந்து

hot² /hɒt/ *verb* (**hotting; hotted**)

PHR V **hot up** (*BrE informal*) to become more exciting உணர்ச்சி வேகம் அதிகரி; பரபரப்படை; தீவிரமாகு *The election campaign has really hotted up in the past few days.*

hot-air balloon = **balloon 2**

hot dog *noun* [C] a hot sausage in a soft bread roll மிருதுவான ரொட்டிச் சுருளில் உள்ள சூடான கொத்திறைச்சி

hotel /həʊˈtel/ *noun* [C] a place where you pay to stay when you are on holiday or travelling விடுமுறையைக் கழிக்க அல்லது பயணத்தின் போது கட்டணம் செலுத்தித் தங்குமிடம்; தங்கு விடுதி (ஓட்டல்) *to stay in/at a hotel* • *a two-star hotel*

NOTE ஒரு **hotel** இல் நாம் **double bed** (இணைப்படுக்கை), **single bed** (தனிப்படுக்கை) அல்லது **twin-bed** (இரட்டைப் படுக்கை) உள்ள அறையை ஏற்பாடு செய்து கொள்கிறோம். **Hotel** (விடுதி)க்கு வந்ததும் வருகையை **check in** அல்லது **register** (பதிவு) செய்கிறோம். விடுதியை விட்டுச் செல்லும்போது கட்டணம் செலுத்தி **check out** செய்கிறோம்.

hotelier /həʊˈteliə(r); -lieɪ/ *noun* [C] a person who owns or manages a hotel தங்கு விடுதியின் உரிமையாளர் அல்லது அதனை நிருவகிப்பவர்

hothouse /ˈhɒthaʊs/ *noun* [C] a heated glass building where plants are grown (பருவம் தப்பியும் குளிர் மண்டலத்திலும்) செடிகள் வளர்ப்பதற்கான வெம்மையூட்டப்பட்ட கண்ணாடியாலான கட்டடம்; கண்ணாடிச் செடிப்பண்ணை வீடு ➪ **greenhouse** பார்க்க.

hotline /ˈhɒtlaɪn/ *noun* [C] a direct telephone line to a business or organization ஒரு வணிக நிறுவனத்திற்கு அல்லது ஒரு நிறுவன அமைப்புக்கு வழங்கப்படும் நேரடித் தொலைபேசி இணைப்பு

hotly /ˈhɒtli/ *adv.* 1 in an angry or excited way சினத்துடன்; பதற்றத்துடன்; கோபமாக; உணர்ச்சி வசப்பட்டு *They hotly denied the newspaper reports.* 2 closely and with determination நெருக்கமாகவும் உறுதியுடனும்; விடாது தொடர்ந்து *The dog ran off, hotly pursued by its owner.*

hot-water bottle *noun* [C] a rubber container that is filled with hot water and put in a bed to warm it படுக்கைக்கு வெதுவெதுப்பூட்ட அதனுள் வைக்கப்படும் வெந்நீர் நிரப்பிய இரப்பர் கொள்கலன்

hound¹ /haʊnd/ *noun* [C] a type of dog that is used for hunting or racing வேட்டையாட அல்லது மிகு விரைவான ஓட்டப் போட்டிகளில் பயன்படுத்தப்படும் நாய் வகை; வேட்டை நாய்; பந்தய நாய் *a foxhound*

hound² /haʊnd/ *verb* [T] to follow and disturb sb ஒருவரைப் பின்தொடர்ந்து சென்று தொந்தரவு செய் *Many famous people complain of being hounded by the press.*

hour /ˈaʊə(r)/ *noun* 1 [C] a period of 60 minutes ஒரு மணி நேரம்; 60 நிமிடங்கள் கொண்ட கால அளவு *He studies **for three hours** most evenings.* • *How much do you get paid **per/an hour**?* 2 [C] the distance that you can travel in about 60 minutes ஒரு மணி நேரத்தில் பயணம் செய்யக்கூடிய தொலைவு *Koduru is only two hours from Arakkonam.* 3 **hours** [*pl.*] the period of time when sb is working or a shop, etc. is open ஒருவர் வேலைசெய்யும் நேர அளவு அல்லது அங்காடி முதலியவை திறந்து வைக்கப்பட்டிருக்கும் நேர அளவு; வேலை நேரம் *Employees are demanding shorter **working hours**.* 4 [C] a period of about an hour when sth particular happens ஒரு செயல் நிகழும் தோராயமான ஒரு மணி நேர அளவு *I'm going shopping in my **lunch hour**.* • *The traffic is very bad in **the rush hour**.* 5 **the hour** [*sing.*] the time when a new hour starts (= 1 o'clock, 2 o'clock, etc.) புதிதாகக் குறிப்பிட்ட மணி (1 மணி, 2 மணி முதலியவை) தொடங்கும் நேரம்; சரியாக 1 மணி, 2 மணி முதலியவை *Buses are **on the hour** and at twenty past the hour.* 6 **hours** [*pl.*] a long time நெடு நேரம்; மணிக்கணக்கிலானது *He went on speaking **for hours** and hours.*

IDM **at/till all hours** at/until any time எந்நேரத்திலும்; எந்நேரம் வரையிலும்; நேரம் கருதாது; காலமில்லாக் காலத்தில் *She stays out till all hours* (= very late).

the early hours ➪ **early** பார்க்க.

hourly /ˈaʊəli/ *adj.*, *adv.* 1 done, happening, etc. every hour மணிக்கொருமுறையான/

மணிக்கொருமுறையாக; மணிக்கு மணி நிகழ்கிற/நிகழ்வதாக *an hourly news bulletin* • *Trains are hourly.* **2** for one hour ஒரு மணி நேரத்திற்கான/ஒரு மணி நேரத்திற்கு *What is your hourly rate of pay?*

house¹ /haʊs/ *noun* [C] (*pl.* **houses** /ˈhaʊzɪz/) **1** a building that is made for people to live in மனிதர்கள் தங்கி வாழ்வதற்கான கட்டடம்; வீடு *Is yours a four-bedroomed or a three-bedroomed house?* ➪ **bungalow, cottage** மற்றும் **flat** பார்க்க.

NOTE **Home** என்பது வாழிடத்தைக் குறிக்கும். அது கட்டடமாக மட்டுமே இருக்க வேண்டுமென்பதில்லை—*Let's go home to my flat.* ஒருவர் உணர்வு பூர்வமாக ஈடுபாடு கொண்டுள்ள இடமும் **home** எனப்படும். House என்பது கட்டடத்தை மட்டுமே குறிக்கும்—*We've only just moved into our new house and it doesn't feel like home yet.* ஒரு வீட்டை **build** செய்யலாம் (கட்டலாம்), **do up** (சீர்படுத்தலாம்), **redecorate** (புத்தலங்காரம்) செய்யலாம் அல்லது **extend** செய்யலாம் (விரிவுபடுத்தலாம்). வீட்டை **rent**-க்கு (வாடகைக்கு) எடுக்கலாம் அல்லது **let** செய்யலாம் (வாடகைக்கு விடலாம்). வீடு மாற்ற (**move house**) விரும்பும்போது **estate agent**-ஐ (மனை முகவரை) அணுகுகிறோம்.

2 [*usually sing.*] all the people who live in one house ஒரு வீட்டில் வாழும் ஆட்களின் தொகுதி; குடும்பம் *Don't shout. You'll wake the whole house up.* **3** a building that is used for a particular purpose குறிப்பட்ட நோக்கத்திற்கான அல்லது பயன்பாட்டுக்கு உரிய கட்டடம் *a warehouse* **4** a large firm involved in a particular kind of business குறிப்பிட்ட வகையான வணிகத் தொழிலில் ஈடுபட்டுள்ள பெரும் நிறுவனம்; வணிக நிலையம்; வணிக அமைப்பு *a fashion/publishing house* **5** a restaurant, usually that sells one particular type of food வழக்கமாகக் குறிப்பிட்ட ஓர் உணவு வகையை வழங்கும் உணவகம் *a curry/spaghetti house* • *house wine* (= the cheapest wine on a restaurant's menu) **6 House** a group of people who meet to make a country's laws நாட்டின் சட்ட மாமன்ற உறுப்பினர் குழு; சட்டப் பேரவை *the Houses of Parliament* ➪ **parliament** பதிவிலுள்ள குறிப்பைப் பார்க்க. **7** [*usually sing.*] the audience at a theatre or cinema, or the area where they sit நாடக அரங்கில் அல்லது திரையரங்கில் உள்ள பார்ப்போர் குழு அல்லது அவர்களது இருக்கைப் பகுதி *There was a full house for the play this evening.*

IDM **move house** ➪ **move¹** பார்க்க.

on the house paid for by the pub, restaurant, etc. that you are visiting; free தான் செல்கிற மதுவகம், உணவகம் முதலியவற்றாலேயே பணம் செலுத்தப்பட்டுவிட்ட; இலவசமாக வழங்கப்படுகிற *Your first drink is on the house.*

get on/along like a house on fire to immediately become good friends with sb ஒருவருடன் உடனடியாக நட்புறவு கொள்

house² /haʊz/ *verb* [T] **1** to provide sb with a place to live ஒருவருக்கு வீட்டு வசதி செய்துகொடு; உறைவிடம் வழங்கு *The government must house homeless families.* **2** to contain or keep sth ஒன்றை உள்ளடக்கு அல்லது தன்னிடம் வைத்துக்கொள் *Her office is housed in a separate building.*

house arrest *noun* [U] the state of being a prisoner in your own house rather than in a prison சிறைச்சாலையில் அல்லாது தனது சொந்த வீட்டில் கைதியாக வைக்கப்பட்டுள்ள நிலை; வீட்டுக்காவல் *to be kept/held/placed* ***under house arrest***

houseboat /ˈhaʊsbəʊt/ *noun* [C] a boat on a river, etc. where sb lives and which usually stays in one place ஒருவர் குடியிருப்பாகக் கொள்வதும் வழக்கமாக ஒரே இடத்தில் நிலையாக உள்ளதுமான நதி முதலியவற்றிலுள்ள படகு; படகுவீடு

housebound /ˈhaʊsbaʊnd/ *adj.* unable to leave your house because you are old or ill முதுமை அல்லது உடல்நலக் கேடு காரணமாக வீட்டைவிட்டு வெளியே செல்லமுடியாத; வீட்டில் அடைபட்டுள்ள

household /ˈhaʊshəʊld/ *noun* [C] all the people who live in one house and the work, money, organization, etc. that is needed to look after them ஒரு வீட்டில் உள்ள அனைவரும் மற்றும் அவர்களைப் பராமரிப்பதற்கு வேண்டிய பணம், தொழில், ஒருங்கிணைப்பு முதலியவையும் அடங்கிய முழுமைத் தொகுதி; குடும்ப அமைப்பு; இல்லறம் *household expenses*

householder /ˈhaʊshəʊldə(r)/ *noun* [C] a person who rents or owns a house வீட்டை வாடகைக்கு விடுபவர் அல்லது சொந்தமாக வீடு வைத்திருப்பவர்; வீட்டுடைமையாளர்; வீட்டுக்காரர்

housekeeper /ˈhaʊskiːpə(r)/ *noun* [C] a person who is paid to look after sb else's house and organize the work in it ஊதியம் பெற்றுக்கொண்டு வேறொருவர் வீட்டைப் பேணிக் காப்பவர்; வீட்டுக் காப்பாளர்

housekeeping /ˈhaʊskiːpɪŋ/ *noun* [U] **1** the work involved in looking after a house வீட்டைப் பேணிப் பராமரிக்கும் பணி **2** the money that you need to manage a house வீட்டை நிருவகிக்கத் தேவையான பணம்

house-proud *adj.* paying great attention to the care, cleaning, etc. of your house தன்னுடைய

வீட்டைப் பேணுதல், துப்புரவு செய்தல், முதலிய-வற்றில் பெருமளவு அக்கறை கொண்டுள்ள; வீட்டுப் பராமரிப்பில் மிகு ஈடுபாடுடைய

house-to-house *adj.* going to each house ஒவ்வொரு வீட்டுக்கும் செல்கிற; வீடு வீடாகச் சென்று ஆற்றப்படுகிற *The police are making house-to-house enquiries.*

house-warming *noun* [C] a party that you have when you have just moved into a new home புது வீட்டுக்குக் குடிபெயர்ந்து சென்றவுடன் ஏற்பாடு செய்யப்படும் விருந்து; புதுமனை புகுவிழா

housewife /'haʊswaɪf/ *noun* [C] (*pl.* **housewives**) a woman who does not have a job outside the home and who spends her time cleaning the house, cooking, looking after her family, etc. வெளியில் பணிக்குச் செல்லாமல், வீட்டைத் துப்புரவாக வைத்திருத்தல், சமையல் செய்தல், குடும்பத்தை கவனித்துப் பேணுதல் முதலிய-வற்றில் நேரத்தைச் செலவிடும் பெண்; இல்லாள்; மனையாள் **NOTE** இப்பணியில் ஈடு-படும் ஆண் **house husband** எனப்படுவார்.

housework /'haʊswɜ:k/ *noun* [U] the work that is needed to keep a house clean and tidy வீட்டைத் துப்புரவாகவும் நேர்த்தியாகவும் வைத்திருப்-பதற்கான பணிகள்; வீட்டு வேலை

NOTE பள்ளி நேரத்திற்கு வெளியே செய்யு-மாறு மாணவர்களுக்குத் தரப்படும் பணியைக் குறிக்கும் **homework**-உடன் இச்சொல்லை வேறுபடுத்திப் பார்க்க.

housing /'haʊzɪŋ/ *noun* [U] houses, flats, etc. for people to live in மக்கள் குடியிருப்பதற்கான வீடுகள், அறைக்கட்டுகள், முதலியன; வீட்டு வசதி

housing estate *noun* [C] an area where there are a large number of similar houses that were built at the same time ஒரே சமயத்தில் கட்டப்பட்ட ஒரே மாதிரியான வீடுகள் பெரும் எண்ணிக்கையில் அமைந்துள்ள பகுதி; ஓரினக் குடியிருப்பு பகுதி

housing society *noun* [C] (especially in India) a term for a **residential** complex usually consisting of buildings each having a certain number of flats (குறிப்பாக இந்தியாவில்) மனை அடுக்கு-களைக் கொண்ட கட்டடங்கள் உள்ளடங்கிய குடியிருப்பு வளாகம்

hovel /'hɒvl/ *noun* [C] a house or room that is not fit to live in because it is dirty or in very bad condition துப்புரவற்று அல்லது மிக மோச-மான நிலையில் உள்ளதால் குடியிருப்பதற்கு ஏற்றதல்லாத வீடு அல்லது அறை; அழுக்-கடைந்த குடில்; சீர்கேடுற்ற மனை

hover /'hɒvə(r)/ *verb* [I] **1** (used about a bird, etc.) to stay in the air in one place (பறவை முதலியவை வகையில்) வானத்தில் ஒரே இடத்தில் நிலைகொண்டிரு; வானில் மித **2** (used about a person) to wait near sb/sth (ஆள் வகையில்) ஒருவருக்கு/ஒன்றுக்கு அரு-காமையில் காத்திரு *He hovered nervously outside the office.*

hovercraft /'hɒvəkrɑ:ft/ *noun* [C] (*pl.* **hovercraft**) a type of boat that moves over land or water on a cushion of air தரையில் அல்லது நீரில் காற்றுமெத்தையின்மீது செல்லும் படகு வகை; மிதவைப் படகு

how /haʊ/ *adv., conj.* **1** (*often used in questions*) in what way எந்த முறையில்; எப்படி; எவ்வாறு; எவ்விதத்தில்; எவ்வகையில் *How do you spell your name? • I can't remember how to get there.* **2** used when you are asking about sb's health or feelings ஒருவரது உடல் நலம் அல்லது உணர்ச்சிகள் குறித்து வினவும்போது பயன்-படுத்தப்படுவது: எவ்வாறு; எந்நிலையில்; எந்த அளவில் *'How is your mother?' 'She's much better, thank you.' • How do you feel about your son joining the army?*

NOTE ஒருவரது உடல் நலம் பற்றி வினவும்-போது மட்டுமே **how** பயன்படுத்தப்படு-கிறது. ஒருவரது பண்பு நலம் அல்லது தோற்றம் பற்றிக் கேட்க **what...like**? என்ற தொடரைப் பயன்படுத்துகிறோம்—*'What is your mother like?' 'Well, she's much taller than me and she's got dark hair.'*

3 used when you are asking about sb's opinion of a thing or a situation ஒரு பொருள் அல்லது ஒரு சூழல்/நேர்வு மீதான ஒருவரது கருத்து பற்றிக் கேட்கும்போது பயன்படுத்தப்படுவது: எவ்வாறு; எப்படி; எம்முறையில் ***How** did the interview **go**?* **4** used in questions when you are asking about the degree, amount, age, etc. of sb/sth ஒருவருடைய/ஒன்றின் படிநிலை, தரம், மதிப்பு, அளவு, வயது, முதலியவை பற்றிக் கேட்டும்போது வினாக்களில் பயன்படுத்தப்-படுவது: எந்த அளவில்; எந்தத் தரத்தில்; எந்த அளவுக்கு *How old are you? • How much is that?* **5** used for expressing surprise, pleasure, etc. வியப்பு, மகிழ்ச்சி முதலியவற்றை வெளிப்-படுத்தப் பயன்படுத்தப்படுவது *She's gone. How strange! • I can't believe how expensive it is!*

IDM **how/what about...?** ➪ **about**[2] பார்க்க.

how come? ➪ **come** பார்க்க.

how do you do? (*formal*) used when meeting sb for the first time ஒருவரை முதன்முதலாகச் சந்திக்கும்போது பயன்படுத்தப்படும் தொடர்

however /haʊ'evə(r)/ *adv., conj.* **1** (*formal*) (used for adding a comment to what you have just said) although sth is true (சற்று முன் தான் கூறிய ஒன்றுடன் ஒரு கருத்தைச் சேர்க்கப் பயன்-படுத்தப்படுவது) ஒன்று உண்மையாக இருப்-பினும்; அவ்வாறாயினும்; ஆயினும்; எனினும் *Sales are poor this month. There may, however,* *be an increase before Diwali.* **2** (used in questions for expressing surprise) in what way; how (வியப்பை வெளிப்படுத்த வினாக்களில் பயன்படுத்தப்படுவது) எந்த விதத்தில்; எம்முறையில்; எவ்வாறு *However did you manage to find me here?* **NOTE** மேற்கண்ட சூழலில் **how** பயன்படுத்தப்படும்போது, வியப்புணர்ச்சி அழுத்தமாக வெளிப்படுவதில்லை. **3** in whatever way எம்முறையிலாயினும்; எவ்வகையிலேனும்; எப்படியாவது *However I sat I couldn't get comfortable.* • *You can dress however you like.* **4** (*before an adjective or adverb*) to whatever degree எந்த அளவிலாயினும்; எந்த தர/படிநிலையிலாயினும் *You can't catch her however fast you run.*

howl /haʊl/ *verb* [I] to make a long loud sound நீண்டு உரத்த ஒலி எழுப்பு; ஓலமிடு; ஊளையிடு *I couldn't sleep because there was a dog howling all night.* • *The wind howled around the house.* ▶ **howl** *noun* [C]

h.p. /ˌeɪtʃ ˈpiː/ *abbr.* **1** (used about an engine) horsepower (இயந்திர வகையில்) குதிரைத்திறனைக் குறிக்கும் horsepower என்பதன் குறுக்கம்

HQ /ˌeɪtʃ ˈkjuː/ *abbr.* headquarters தலைமை அலுவலகத்தைக் குறிக்கும் headquarters என்பதன் குறுக்கம்

hr (*pl.* **hrs**) *abbr.* hour ஒரு மணி நேரத்தைக் குறிக்கும் hour என்பதன் குறுக்கம் *3 hrs 15 min*

HTML /ˌeɪtʃ tiː em ˈel/ *abbr.* Hypertext Markup Language (a system used to mark text for **World Wide Web** pages in order to obtain colours, style, pictures, etc.) வண்ணம், நடைப்பாங்கு, படங்கள் முதலியவற்றைப் பெறுவதற்காக உலகம் அளாவிய வலைப்பக்கங்களுக்கு ஓர் உரையைப் பொருத்தப் பயன்படுத்தப்படும் அமைப்பைக் குறிக்கும் Hypertext Mark-up Language என்பதன் குறுக்கம்

hub /hʌb/ *noun* [*usually sing.*] **1 the hub (of sth)** the central and most important part of a place or an activity ஓரிடத்தின் அல்லது ஒரு செயல்பாட்டின் மையமான, உயர் முக்கியத்துவம் உடைய பகுதி; இயக்க மையம் *the commercial hub of the city* **2** the central part of a wheel சக்கரத்தின் மையப்பகுதி; குடம்

hubbub /ˈhʌbʌb/ *noun* [*sing.*] [U] **1** the noise made by a lot of people talking at the same time ஒரே நேரத்தில் மிகப் பலர் பேசுவதால் உண்டாகும் இரைச்சல்; ஆரவாரம்; சந்தடி **2** a situation in which there is a lot of noise, excitement and activity கூச்சல், பரபரப்பு, ஆரவாரம் ஆகியவை மிகுந்து காணப்படும் சூழல்

hubcap /ˈhʌbkæp/ *noun* [C] a round metal cover that fits over the **hub** of a vehicle's wheel ஓர் ஊர்தியின் சக்கரத்தின் குடத்துக்குப் பொருத்தப்படும் கோள வடிவ உலோக மூடாக்கு; குடத்தின் மேல்மூடி

hubris /ˈhjuːbrɪs/ *noun* [U] (in literature) the fact of sb being too proud. A character with this pride usually dies because he/she ignores warnings (இலக்கியத்தில்) அகம்பாவம்; இறுமாப்பு. வழக்கமாக, இப்பண்பை உடைய பாத்திரம் எச்சரிக்கைகளைப் புறக்கணித்து அதன் விளைவாக இறந்துவிடுகிறார்

huddle[1] /ˈhʌdl/ *verb* [I] **huddle (up) (together) 1** to get close to other people because you are cold or frightened குளிர் அல்லது அச்சம் காரணமாக, மற்றவர்களுக்கு நெருக்கமாக வா *The campers huddled together around the fire.* **2** to make your body as small as possible because you are cold or frightened குளிர் அல்லது அச்சம் காரணமாக உடலைக் குறுக்கு; ஒடுக்கி மடக்கிக்கொள் *She huddled up in her sleeping bag and tried to get some sleep.* ▶ **huddled** *adj. We found the children lying huddled together on the ground.*

huddle[2] /ˈhʌdl/ *noun* [C] a small group of people or things that are close together ஒருசேர நெருக்கமாக உள்ள ஆட்களின் அல்லது பொருள்களின் சிறு தொகுதி; சிறு கும்பல் அல்லது குவியல் *They all stood* ***in a huddle****, laughing and chatting.*

hue /hjuː/ *noun* [C] **1** (*written*) or (*technical*) a colour; a particular shade of a colour நிறம்; வண்ணம்; ஒரு நிறத்தின் குறிப்பிட்ட நிழற்கூறு; சாயல் **2** (*formal*) a type of belief or opinion கோட்பாடு அல்லது கருத்து வகை

IDM hue and cry strong public protest about sth ஒன்று குறித்த தீவிரமான வெளிப்படையான எதிர்ப்பு; கண்டனம்; கூக்குரல்

huff /hʌf/ *noun* [C]

IDM in a huff (*informal*) in a bad mood because sb has annoyed or upset you ஒருவரது தொல்லை, நச்சரிப்பு அல்லது அலைப்பு காரணமாக மோசமான மன நிலையில்; கடுகடுப்புடன் *Did you see Dilip* ***go off in a huff*** *when he wasn't chosen for the team?*

hug /hʌg/ *verb* [T] (**hugging; hugged**) **1** to put your arms around sb, especially to show that you love him/her குறிப்பாக அன்பின் வெளிப்பாடாக, ஒருவரை அணைத்துக் கொள்; அன்போடு தழுவு **2** to hold sth close to your body ஒன்றைத் தன் உடலுக்கு நெருக்கமாகப் பிடித்துக்கொள்; அணைத்துப் பிடித்துக்கொள் *She hugged the parcel to her chest as she ran.* **3** (used about a ship, car, road, etc.) to stay close to sth (கப்பல், சீருந்து, சாலை முதலியவை வகையில்) ஒன்றுக்கு நெருக்கமாக நிலைகொள்; ஓரமாயிரு; ஒட்டிச் செல் *to hug the* *coast* ▶ **hug** *noun* [C] *Naveen's crying—I'll go and* ***give*** *him* ***a hug***.

huge /hju:dʒ/ *adj*. very big மிகப் பெரிய; பேரளவான; பெரும்படியான; மாபெரும் *a huge amount/quantity/sum/number • a huge building* ▶ **hugely** *adv*. *hugely successful/popular*

huh /hʌ/ *exclamation* (*informal*) used for expressing anger, surprise, etc. or for asking a question சினம், வியப்பு முதலியவற்றை வெளிப்படுத்த அல்லது வினா எழுப்பப் பயன்படுத்தப்படுவது *They've gone away, huh? They didn't tell me.*

hull /hʌl/ *noun* [C] the body of a ship கப்பல் உடற்பகுதி; கப்பலின் கட்டுமானம் ➪ **boat** பதிவில் படம் பார்க்க.

hullabaloo /ˌhʌləbə'lu:/ *noun* [*sing*.] a lot of loud noise, for example made by people shouting ஆட்கள் கூச்சலிடுதல், முதலியவற்றால் எழும் மிகுதியான பேரொலி; ஆரவாரம்; அமளி; இரைச்சல்

hum /hʌm/ *verb* (**humming; hummed**) **1** [I] to make a continuous low noise தொடர்ச்சியான தாழ்வொலி எழுப்பு; மந்த ஓசை செய் *The machine began to hum as I switched it on.* **2** [I, T] to sing with your lips closed உதடுகள் மூடிய நிலையில் பாடு; மந்த ஓசையில் வாய் திறவாது பாடு *You can hum the tune if you don't know the words.* ▶ **hum** *noun* [*sing*.] *the hum of machinery/distant traffic*

human[1] /'hju:mən/ *adj*. connected with people, not with animals, machines or gods; typical of people (விலங்குகள், இயந்திரங்கள் அல்லது கடவுள்கள் அல்லாத) மனிதர்கள் தொடர்பான; மனிதர்களுக்குரிய; மனித இயல்பு சார்ந்த *the human body • The disaster was caused by* ***human error***. ▶ **humanly** *adv*. *They did all that was humanly possible to rescue him* (= everything that a human being could possibly do).

human[2] /'hju:mən/ (*also* **human being**) *noun* [C] a person மனித இனத்தைச் சார்ந்தவர்; மனிதர்; ஆள்

humane /hju:'meɪn/ *adj*. having or showing kindness or understanding, especially to a person or animal that is suffering குறிப்பாகத் துன்பத்திலுள்ள ஆள் அல்லது விலங்கு மீது இரக்கம் அல்லது பற்றுணர்வு கொண்டுள்ள அல்லது அதனை வெளிப்படுத்துகிற; பரிவுடைய *Zoo animals must be kept in humane conditions.* ✪ OPP **inhumane** ▶ **humanely** *adv*.

humanitarian /hju:ˌmænɪ'teəriən/ *adj*. concerned with trying to make people's lives better and reduce suffering மனிதர்கள் வாழ்க்கையை மேம்படுத்த மற்றும் அவர்தம் துன்பத்தைத் தணிவிக்க முயல்தல் தொடர்பான; மனித இன நலப் பற்றுடைய; மனிதாபிமானம் உடைய *Many countries have sent humanitarian aid to the earthquake victims.*

humanity /hju:'mænəti/ *noun* **1** [U] all the people in the world, thought of as a group ஒரே பகுப்பாகக் கருதப்படும் உலக மக்கள் அனைவருமான தொகுதி; மனித இனம் *crimes against humanity* ✪ SYN **the human race 2** [U] the quality of being kind and understanding இரக்கமும் ஒத்துணர்வும் ஆகிய மனிதப் பண்பு; மனிதத் தன்மை; மனித நேயம் *The prisoners were treated with humanity.* ✪ OPP **inhumanity 3** (**the**) **humanities** [*pl*.] the subjects of study that are connected with the way people think and behave, for example literature, language, history and **philosophy** இலக்கியம், மொழி, வரலாறு, தத்துவம், முதலிய மனிதர்களின் சிந்தனை முறை மற்றும் ஒழுக்க நெறி சார்ந்த அறிவுத் துறைகள்; மானிடவியல் துறைகள்

human nature *noun* [U] feelings, behaviour, etc. that all people have in common மனித இனத்திற்குப் பொதுவான உணர்ச்சிகள், நடத்தை முதலியவை; மனித இயல்பு

the human race *noun* [*sing*.] all the people in the world, thought of as a group ஒரே பகுப்பாகக் கருதப்படும் உலக மக்கள் அனைவருமான தொகுதி; மனித இனம் ✪ SYN **humanity**

human rights *noun* [*pl*.] the basic freedoms that all people should have, for example the right to say what you think, to travel freely, etc. பேச்சுரிமை, கட்டுப்பாடற்ற இயக்க உரிமை முதலிய, மனிதர்கள் அனைவருக்கும் வேண்டப்படும் அடிப்படை உரிமைகள்; மனித உரிமைகள்

humble[1] /'hʌmbl/ *adj*. **1** not thinking that you are better or more important than other people; not proud மற்றவர்களை விடத் தான் மேம்பட்டவர் அல்லது முக்கியமானவர் என்று கருதாத; தற்பெருமை கொள்ளாத; அடக்கமுள்ள; பணிவுநயம் வாய்ந்த *He became very rich and famous but he always remained a very humble man.* ➪ **humility** noun பார்க்க. ➪ **modest** பார்க்க. **2** not special or important தனிச் சிறப்பு அல்லது முக்கியத்துவம் உடையதல்லாத; சாதாரணமான, எளிமையான *She comes from a humble background.* ▶ **humbly** /'hʌmbli/ *adv*. *He apologized very humbly for his behaviour.*

humble[2] /'hʌmbl/ *verb* [T] to make sb feel that he/she is not as good or important as he/she thought ஒருவர் எண்ணிய அளவுக்கு அவர் சிறப்போ முக்கியத்துவமோ உடையவர் அல்லர் என்னும் உணர்வு கொள்ளச் செய்; செருக்குக் குலை

humerus /'hju:mərəs/ *noun* [C] the large bone in the top part of the arm between your shoulder and your elbow மேற்கையின் மேற்பகுதியில்

தோளுக்கும் முழங்கைக்கும் இடையில் உள்ள பெரிய எலும்பு; மேற்கை எலும்பு; புய எலும்பு ➪ **body** பதிவில் படம் பார்க்க.

humid /ˈhjuːmɪd/ *adj.* (used about the air or climate) containing a lot of water; damp (காற்று அல்லது வானிலை வகையில்) பெருமளவு நீர் உள்ளடங்கியுள்ள; ஈரப்பதமான *Hong Kong is hot and humid in summer.* ▶ **humidity** /hjuːˈmɪdəti/ *noun* [U]

humiliate /hjuːˈmɪlieɪt/ *verb* [T] to make sb feel very embarrassed அவமானப்படுத்து; அவமதிப்பு செய்; வெட்கமுறச் செய் *I felt humiliated when the teacher laughed at my work.* ▶ **humiliating** *adj. a humiliating defeat* ▶ **humiliation** /hjuːˌmɪliˈeɪʃn/ *noun* [C, U]

humility /hjuːˈmɪləti/ *noun* [U] the quality of not thinking that you are better than other people மற்றவர்களை விடத் தான் சிறந்தவர் எனக் கருதாத பண்பு; தன்னடக்கம்; அமரிக்கை ➪ **humble** adjective பார்க்க.

humorous /ˈhjuːmərəs/ *adj.* amusing or funny வேடிக்கையான; சிரிப்பூட்டுகிற; இன்பப் பொழுதுபோக்குக்கான ▶ **humorously** *adv.*

humour[1] (*AmE* **humor**) /ˈhjuːmə(r)/ *noun* [U] **1** the funny or amusing qualities of sb/sth ஒருவருடைய/ஒன்றின் சிரிப்பூட்டும் அல்லது இன்ப உணர்வு உண்டாக்கும் பண்பு; நகைத்திறம் *It is sometimes hard to understand the humour* (= the jokes) *of another country.* **2** being able to see when sth is funny and to laugh at things நகைச்சுவையை உணரும் திறம்; நகைச்சுவை உணர்வு *Roja has a good* ***sense of humour***. **3 -humoured** (*AmE* **-humored**) (*used to form compound adjectives*) having or showing a particular mood குறிப்பிட்ட மனப்பாங்கு/மனநிலை உள்ள அல்லது அதனை வெளிப்படுத்துகிற *good-humoured*

humour[2] (*AmE* **humor**) /ˈhjuːmə(r)/ *verb* [T] to keep sb happy by doing what he/she wants ஒருவரது விருப்பத்தை நிறைவேற்றி அவரை மகிழ்வுடன் வைத்திரு; மனநிறைவூட்டு

humourless /ˈhjuːmələs/ (*AmE* **humorless**) *adj.* having no sense of fun; serious நகைச்சுவை உணர்வற்ற; உணர்ச்சிக் கடுமை வாய்ந்த; கடுகடுப்பான

hump /hʌmp/ *noun* [C] a large round lump, for example on the back of an animal who lives in the desert (**camel**) (ஒட்டகத்தின் முதுகிலுள்ளதைப் போன்ற) பெரிய உருண்டையான புடைப்பு; தசை முண்டு; திமில்

humus /ˈhjuːməs/ *noun* [U] a substance made from dead leaves and plants, that you put into the ground to help plants grow உரமாகப் பயன்படுத்தப்படும் மக்கிய இலைகள் மற்றும் தாவரங்களிலிருந்து தயாரிக்கப்பட்ட பொருள்; இலை மக்கு; மக்கிய தாவர மண்

hunch[1] /hʌntʃ/ *noun* [C] (*informal*) a thought or an idea that is based on a feeling rather than on facts or information நடப்புக் கூறுகள் அல்லது தகவல்களின் அடிப்படையிலல்லாது உள்ளுணர்வின் அடியாகத் தோன்றிய எண்ணம் அல்லது கருத்து; உள்ளுணர்வு; மன உணர்வு *I'm not sure, but I've got a hunch that she's got a new job.*

hunch[2] /hʌntʃ/ *verb* [I, T] to bend your back and shoulders forward into a round shape வளை வடிவாகுமாறு முதுகையும் தோள்களையும் முன்னோக்கி வளை; கூன்போடு

hunchback /ˈhʌntʃbæk/ *noun* [C] a person with a back that has a round lump on it முதுகில் தடித்த திரளையுடைய ஒருவர்; முதுகுப் புடைப்புடையவர்; கூனல் முதுகுடையவர்; கூனன்/கூனி

hundred /ˈhʌndrəd/ *number* **1** (*pl.* **hundred**) 100 நூறு *There were alone hundred people in the room. • two hundred • She's a hundred today.*

> **NOTE** ஓர் எண்ணை, உதாரணமாக 1420-ஐக் கூறும்போது, **hundred** என்ற சொல்லுக்குப் பின் **and**-ஐக் கூறுகிறோம்—*one thousand four hundred and twenty.*

2 hundreds (*informal*) a lot; a large amount நிறைய; ஏராளமான; பெருமளவிலான *I've got hundreds of things to do today.*

> **NOTE** எண்கள் பற்றி மேலும் அறிய, அகராதிப் பகுதியை அடுத்துள்ள எண்கள் குறித்த தனிப்பகுதியைப் பார்க்க.

hundredth[1] /ˈhʌndrədθ/ *noun* [C] the fraction $^1/_{100}$; one of a hundred equal parts of sth ஒரு பொருளின் 100 சமக் கூறுகளில் ஒன்று; $^1/_{100}$ என்ற பின்ன எண்

hundredth[2] /ˈhʌndrədθ/ *det., adj., adv.* 100th நூறாவது; நூறாவதான; நூறாவதாக

NOTE **Sixth** பதிவிலுள்ள எடுத்துக்காட்டுகளைப் பார்க்க.

hundredweight /ˈhʌndrədweɪt/ *noun* [C] (*abbr.* **cwt.**) a measurement of weight ஒரு நிறுத்தலளவைக் கூறு

> **NOTE** நிறுத்தலளவைக் கூறுகள் பற்றி மேலும் அறிய, அகராதிப் பகுதியை அடுத்துள்ள எண்கள் குறித்த தனிப்பகுதியைப் பார்க்க.

hung ➪ **hang**[1] என்பதன் இறந்தகால மற்றும் இறந்தகால வினையெச்ச வடிவம்

hunger[1] /ˈhʌŋgə(r)/ *noun* **1** [U] the state of not having enough food to eat, especially when this causes illness or death (குறிப்பாக உடல் நலக் கேட்டை அல்லது மரணத்தை உண்டாக்குகிற) உண்ணுவதற்குப் போதுமான உணவு இல்லாத

நிலை; பட்டினி *In some parts of the world many people die of hunger each year.* ➪ **thirst** பார்க்க. **2** [U] the feeling caused by a need to eat உணவு உண்ண வேண்டிய தேவை காரணமாக ஏற்படும் உணர்வு; பசி *Hunger is one reason why babies cry.*

NOTE ஆங்கிலத்தில் *I have hunger* எனக் கூற முடியாது. சரியான வழக்கு—*I am hungry* என்பதாகும்.

3 [*sing.*] **a hunger (for sth)** a strong desire for sth ஒன்றின் மீதான அழுத்தமான விருப்பம்; பெரு வேட்கை; ஆர்வ நாட்டம் *a hunger for knowledge/fame/success*

hunger² /ˈhʌŋɡə(r)/ *verb* (*formal*)

PHR V **hunger for/after sth** to have a strong desire for sth ஒன்றின் மீது அழுத்தமான விருப்பம் கொள்; பெரு வேட்கை கொள்; நீடவாக் கொள்

hunger strike *noun* [C, U] a time when sb (especially a prisoner) refuses to eat because he/she is protesting about sth ஒன்று குறித்து எதிர்ப்பை வெளிப்படுத்த ஒருவர் (குறிப்பாக ஒரு சிறைக் கைதி) உணவு உண்ண மறுக்கும் காலம்; உண்ணாவிரதப் போராட்டம் *to be/go on **hunger strike***

hungry /ˈhʌŋɡri/ *adj.* (**hungrier; hungriest**) **1** wanting to eat உணவு உண்ண விரும்புகிற; உணவு வேட்கை கொண்டுள்ள; பசித்திருக்கிற *I'm hungry. Let's eat soon.* • *There were hungry children begging for food in the streets.* ➪ **thirsty** பார்க்க. **2** **hungry for sth** wanting sth very much ஒன்றைப் பெரிதும் விரும்புகிற; ஒன்றின் மீது பெருவேட்கை கொண்டுள்ள *I'm hungry for some excitement tonight.* ▶ **hungrily** *adv.*

IDM **go hungry** to not have any food உணவு இல்லாதிரு; பசித்திரு; பட்டினியாயிரு

hunk /hʌŋk/ *noun* [C] **1** a large piece of sth ஒன்றின் பெரிய கூறு; பெருந்துண்டம் *a hunk of bread/cheese/meat* **2** (*informal*) a man who is big, strong and attractive உருவில் பெரிய, வலிமையும் கவர்ச்சியும் உடைய ஆண்; கட்டுறுதியுள்ள அழகான ஆண்

hunt¹ /hʌnt/ *verb* [I, T] **1** to run after wild animals, etc. in order to catch or kill them either for sport or for food விளையாட்டு முறையில் அல்லது உணவுக்காகக் காட்டு விலங்குகளைப் பிடிக்க வேண்டி அல்லது கொல்ல வேண்டி அவற்றைத் துரத்திச் செல்; வேட்டையாடு *Owls hunt at night.* • *Are tigers still hunted in India?* **2** **hunt (for) (sb/sth)** to try to find sb/sth ஒருவரை/ஒன்றைக் கண்டுபிடிக்க முயல் *The police are still hunting the murderer.*

hunt² /hʌnt/ *noun* [C] **1** the act of hunting wild animals, etc. காட்டு விலங்குகள் முதலியவற்றை வேட்டையாடுதல்; வேட்டை *a fox-hunt* **2** [*usually sing.*] **a hunt (for sb/sth)** the act of looking for sb/sth that is difficult to find கடின முயற்சியாக ஒருவரை/ஒன்றைத் தேடுதல்; தேடி அலைதல் *The police have launched a hunt for the missing child.*

hunter /ˈhʌntə(r)/ *noun* [C] a person that hunts wild animals for food or sport; an animal that hunts its food உணவுக்காக அல்லது விளையாட்டு முறையாகக் காட்டு விலங்குகளை வேட்டையாடுபவர்; வேடன்; தன் இரையை வேட்டையாடும் விலங்கு

hunter-gatherer /ˌhʌntə ˈɡæðərə(r)/ *noun* [C] a member of a group of people who do not live in one place but move around and live by hunting and fishing வேட்டையாடுதல், மீன் பிடித்தல் ஆகிய தொழில்களை மேற்கொண்டு நாடோடிகளாக வாழும் குழுவைச் சேர்ந்தவர்

hunting /ˈhʌntɪŋ/ *noun* [U] the act of following and killing wild animals or birds as a sport or for food விளையாட்டு முறையாக அல்லது உணவுக்காகக் காட்டு விலங்குகளை அல்லது பறவைகளை வேட்டையாடுதல்; வேட்டை ➪ **shoot** பார்க்க.

hurdle¹ /ˈhɜːdl/ *noun* **1** [C] a type of light fence that a person or a horse jumps over in a race வேகப் பந்தயத்தில் ஓர் ஆள் அல்லது ஒரு குதிரை தாண்டிச் செல்வதற்குரிய உறுதியற்ற தடுப்புச் சட்டம்; இடையீட்டுத் தடைவேலி *to clear a hurdle* (= to jump over it successfully) **2** **hurdles** [*pl.*] a race in which runners or horses have to jump over hurdles ஓட்டப் பந்தய வீரர்கள் அல்லது குதிரைகள் இடைவழியில் உள்ள தடுப்புச் சட்டங்களைத் தாண்டிச் செல்ல வேண்டிய ஓட்டப் பந்தயம்; தடைதாவல் ஓட்டப் பந்தயம் *the 200 metres hurdles* **3** [C] a problem or difficulty that you must solve or deal with before you can achieve sth ஒரு செயல் நிறைவேற்றத்திற்கு முன்பு தீர்வு காண வேண்டிய அல்லது கையாள வேண்டிய பிரச்சினை அல்லது சிக்கல்; தடங்கல்; இடர்ப்பாடு; முட்டுப்பாடு

hurdle² /ˈhɜːdl/ *verb* [I, T] **hurdle (over sth)** to jump over sth while you are running ஓடும்போது ஒன்றைத் தாண்டிக் குதி; தாவிக் குதித்து மேல்செல்; தடை தாண்டு

hurl /hɜːl/ *verb* [T] to throw sth with great force மிகு விசையுடன் ஒன்றை எறி; வீசி எறி; சுழற்றி எறி

hurray /həˈreɪ/ (*also* **hooray** /huˈreɪ; **hurrah** /həˈrɑː/) *exclamation* used for expressing great pleasure, approval, etc. பெரு மகிழ்ச்சி, பாராட்டு முதலியவற்றை வெளிப்படுத்தப் பயன்படுத்தப்படும் சொல்; மிகு மகிழ்ச்சி/பாராட்டுக் குறிப்பு *Hurray! We've won!*

IDM **hip, hip, hurray/hurrah** ➪ **hip²** பார்க்க.

hurricane /ˈhʌrɪkən/ *noun* [C] a violent storm with very strong winds மிகக் கடுமையான காற்றுடன் கூடிய தாக்காற்றல் மிக்க புயல்; சூறாவளி ➪ **storm** பதிவிலுள்ள குறிப்பைப் பார்க்க.

hurried /ˈhʌrid/ *adj*. done (too) quickly (மிகை) விரைவுடன் செய்யப்படுகிற; அவசரச் செயலான; பரபரப்புடன்/படபடப்புடன் செய்யப்படுகிற *a hurried meal* ▶ **hurriedly** *adv*.

hurry[1] /ˈhʌri/ *noun* [U] the need or wish to do sth quickly ஒன்றை விரைந்து செய்யவேண்டிய தேவை அல்லது விரைந்து செய்ய வேண்டு-மென்ற ஆவல்; அவசரம்; பரபரப்பு *Take your time. There's **no hurry**.*

IDM **in a hurry** quickly விரைவில்; அவசரமாக; பரபரப்புடன் *She got up late and left in a hurry.*

in a hurry (to do sth) wanting to do sth soon; impatient ஒன்றை விரைவில் செய்துவிட வேண்டுமென்ற ஆவலுடன்; பரபரப்பாக; பதற்றத்துடன்; பொறுமையின்றி *They are in a hurry to get the job done before the winter.*

in no hurry (to do sth); not in any hurry (to do sth) 1 not needing or wishing to do sth quickly ஒன்றை விரைந்து செய்யவேண்டுமென்ற தேவையின்றி அல்லது விருப்பமின்றி; அவசர-மில்லாமல் *We weren't in any hurry so we stopped to admire the view.* **2** not wanting to do sth ஒன்றைச் செய்ய விருப்பமின்றி *I am in no hurry to repeat that experience.*

hurry[2] /ˈhʌri/ *verb* (*pres. part.* **hurrying**; *3rd person sing. pres.* **hurries**; *pt*, *pp* **hurried**) **1** [I] to move or do sth quickly because there is not much time மிகுதியான நேரமின்மை காரணமாக விரைந்து செல் அல்லது ஒன்றை விரைவாகச் செய் *Don't hurry. There's plenty of time.* • *Several people hurried to help.* **2 hurry sb (into sth/doing sth)** [T] to cause sb/sth to do sth, or sth to happen more quickly ஒருவர்/ஒன்று மேலும் விரைவாக ஒன்றைச் செய்யத் தூண்டு அல்லது மேலும் விரைவாக ஒன்று நிகழச் செய்; விரைவுபடுத்து; அவசரப்படுத்து *Don't hurry me. I'm going as fast as I can.* • *He was hurried into a decision.* **3** [T] (*usually passive*) to do sth too quickly அவசர அவசரமாக ஒன்றைச் செய்; படபடப்புடன் அல்லது பதற்றத்துடன் செயலாற்று

PHR V **hurry up (with sth)** (*informal*) to move or do sth more quickly மேலும் விரைந்து செல் அல்லது ஒன்றை மேலும் விரைவாகச் செய்; வேகம் கூட்டு *Hurry up or we'll miss the train.*

hurt[1] /hɜːt/ *verb* (*pt*, *pp* **hurt**) **1** [T, I] to cause sb/yourself physical pain or injury ஒருவருக்கு/தனக்கு உடல் வலி அல்லது காயம் உண்டாகச் செய்; காயப்படுத்து; காயப்படுத்திக்கொள் *No one was seriously hurt in the accident.* • *These shoes hurt; they're too tight.*

NOTE **Hurt, injure, wound** ஆகிய மூன்று சொற்களையும் ஒப்பிடுக. வழக்கமாக, ஒரு சண்டையில் கத்தி, வாள், துப்பாக்கி, முதலியவற்றால் தாக்கப்பட்டு ஒருவர் காயம் **(wounded)** அடையலாம்—*a wounded soldier.* வழக்கமாக விபத்தில் ஊறுபட்டவர்களை **injured** என்று கூறுகிறோம்—*Five people were killed in the crash and twelve others were injured.* **Hurt**-ம் **injured**-ம் இணைப்பொருள் சொற்களாகும். ஆயினும் பெரும்பாலும் ஊறு-பாடு கடுமையானதாக இல்லாத நிலையை **hurt** குறிக்கும்—*I hurt my leg when I fell off my bike.*

2 [I] to feel painful வலி; நோ *It **hurts** when I lift my leg.* • *Where exactly does it hurt?* **3** [T] to make sb unhappy; to upset sb ஒருவரை வருந்தச் செய்; கவலை உண்டுபண்ணு; துன்புறுத்து *His unkind remarks hurt her deeply.* • *I didn't want to **hurt** his **feelings**.*

IDM **it won't/wouldn't hurt (sb/sth) (to do sth)** (*informal*) used to say that sb should do sth ஒருவர் ஒன்றைக் கட்டாயம் செய்ய வேண்டு-மெனக் கூறப் பயன்படுத்தப்படுவது; இதைச் செய்வதால் தீங்கு நேர்ந்து விடாது *It wouldn't hurt you to help with the housework occasionally.*

hurt[2] /hɜːt/ *adj*. **1** injured physically உடல் ஊறுபாட்டுக்கு உள்ளான; காயமடைந்த; அடி-பட்ட *None of the passengers were **badly/seriously hurt**.* **2** upset and offended by sth that sb has said or done ஒருவர் கூறிய அல்லது செய்த ஒன்றினால் வருத்தமுற்ற மற்றும் மனம் புண்-பட்ட; மன அமைதி குலைந்த; சஞ்சலத்திற்கு உள்ளான *She was **deeply hurt** that she had not been invited to the party.*

hurt[3] /hɜːt/ *noun* [U] a feeling of unhappiness because sb has been unkind or unfair to you ஒருவர் தன்னிடம் இன்னாத அல்லது நியாயமற்ற முறையில் நடந்துகொள்வதால் உண்டாகும் வருத்த உணர்வு; மனப் புண்; மன அமைதிக் குலைவு

hurtful /ˈhɜːtfl/ *adj*. **hurtful (to sb)** unkind; making sb feel upset and offended அன்பற்ற; பரிவில்லாத; மன வருத்தம் உண்டுபண்ணுகிற

hurtle /ˈhɜːtl/ *verb* [I] to move with great speed, perhaps causing danger ஆபத்து உண்டாக்கக்-கூடிய முறையில் கடுவிரைவுடன் செல்; அளவு மீறிய வேகத்தில் செல் *The lorry **came hurtling** towards us.*

husband /ˈhʌzbənd/ *noun* [C] a man that a woman is married to ஒரு பெண்ணால் திருமணம் செய்துகொள்ளப்பட்ட ஆண்; கணவன் *Her ex-husband sees the children once a month.*

husbandry /ˈhʌzbəndri/ *noun* [U] farming; looking after animals and food crops உழவுத்

தொழில்; வேளாண்மை; விலங்குகளையும் உணவுப் பயிர்களையும் பேணிக் காத்தல்

hush¹ /hʌʃ/ *verb* [I] (*spoken*) used to tell sb to be quiet, to stop talking or crying அமைதியாக இருக்கும்படி, பேச்சை அல்லது அழுகையை நிறுத்தும்படி ஒருவரிடம் கூறப் பயன்படுத்தப்படுவது: அமைதிப்படு; பேசாதிரு *Hush now and try to sleep.*

PHR V **hush sth up** to hide information to stop people knowing about sth; to keep sth secret பிறர் தெரிந்துகொள்ளாதிருக்கும் பொருட்டு ஒரு தகவலை மறை; ஒன்றை இரகசியமாக வைத்திரு

hush² /hʌʃ/ *noun* [*sing.*] silence அமைதி; சந்தடியின்மை

hush-hush *adj.* (*informal*) very secret மிகவும் இரகசியமான

husk /hʌsk/ *noun* [C] the dry outside layer of nuts, fruits and seeds, especially of grain கொட்டைகள், கனிகள் மற்றும் விதைகளின், குறிப்பாக உணவு தானியங்களின், உலர்ந்த புறத்தோல்; உமி

husky¹ /ˈhʌski/ *adj.* (used about a person's voice) sounding rough and quiet as if your throat were dry (ஒருவரது குரல் பற்றிக் குறிப்பிடும்போது) உலர்ந்த தொண்டையிலிருந்து வருவது போன்று, மென்னயமற்று உள்ளடங்கி ஒலிக்கிற; கரகரப்பான; கம்மிய

husky² /ˈhʌski/ *noun* [C] (*pl.* **huskies**) a strong dog with thick fur that is used in teams for pulling heavy loads over snow பனிப்பரப்பின் மீது கனமான பொருள்களை இழுத்துச் செல்லப் பிணையலாகப் பூட்டப்படும் அடர்ந்த மென்மயிருடைய வலிமையான நாய்

hustle /ˈhʌsl/ *verb* [T] to push or move sb in a way that is not gentle முரட்டுத்தனமாக ஒருவரைத் தள்ளு அல்லது நகர்த்து; நெருக்கித் தள்ளு

hut /hʌt/ *noun* [C] a small building with one room, usually made of wood or metal வழக்கமாக மரம் அல்லது உலோகப் பொருள்களால் கட்டப்படும், ஒற்றை அறையுடைய சிறு குடில்; குடிசை *a wooden/mud hut*

hutch /hʌtʃ/ *noun* [C] a wooden box with a front made of wire, that is used for keeping rabbits or other small animals குழிமுயல்களை அல்லது பிற சிறு விலங்குகளை உள்ளிட்டு வைத்துப் பேணுவதற்குப் பயன்படுத்தப்படும் வலையாலான முன்புறத்தையுடைய மரப்பெட்டி; செல்ல விலங்குகளுக்கான மரக்கூண்டு

hybrid /ˈhaɪbrɪd/ *noun* [C] an animal or a plant that has parents of two different types (**species**) வெவ்வேறு இனத்தைச் சார்ந்த பெற்றோர்களையுடைய விலங்கு அல்லது தாவரம்; கலப்பின விலங்கு அல்லது தாவரம் *A mule is a hybrid of a male donkey and a female horse.* ▶ **hybrid** *adj. a hybrid flower*

hydrant /ˈhaɪdrənt/ *noun* [C] a pipe in a street from which water can be taken for stopping fires, cleaning the streets, etc. தீயணைப்பு, தெருக்களைக் கழுவித் தூய்மை செய்தல், முதலியவற்றுக்காகத் தெருவில் அமைக்கப்பட்டிருக்கும் நீர்க்குழாய்

hydrate /ˈhaɪdreɪt; haɪˈdreɪt/ *verb* [T] (*technical*) to make sth take in water ஒன்று நீர் உட்கொள்ளச் செய் ▶ **hydration** /haɪˈdreɪʃn/ *noun* [U] ➪ **dehydrate** பார்க்க.

hydraulic /haɪˈdrɔːlɪk/ *adj.* operated by water or another liquid moving through pipes, etc. under pressure குழாய்கள் முதலியவற்றின் ஊடாகப் பாயும் நீர் அல்லது வேறு திரவத்தின் அழுத்த விசையைப் பயன்படுத்தி இயக்கப்படுகிற; நீர்ம விசையாற்றலால் இயக்கப்படுகிற *hydraulic brakes*

hydraulics /haɪˈdrɔːlɪks; -ˈdrɒl-/ *noun* **1** [*pl.*] machinery that works by the use of liquid moving under pressure அழுத்த விசையுடன் பாயும் திரவ ஆற்றலைப் பயன்படுத்தி இயக்கப்படும் இயந்திரம் **2** [U] the science of the use of liquids moving under pressure அழுத்த விசையுடன் செல்லும் திரவங்களின் பயன்பாடு பற்றிய அறிவியல்; அழுத்த விசைக்குட்பட்ட நீரியல் ஆய்வு

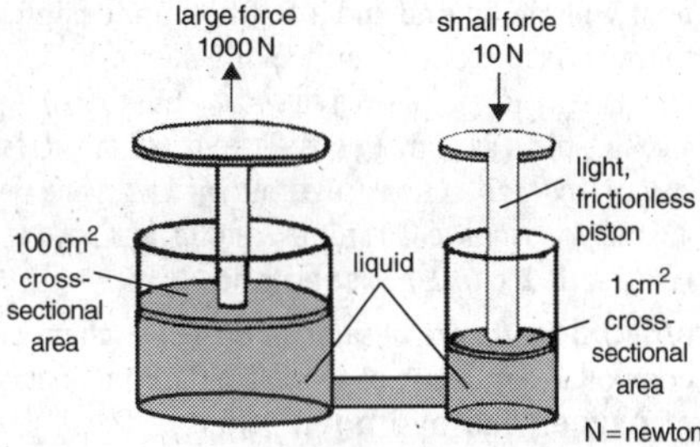

hydraulic jack

hydr(o)- /ˈhaɪdr(əʊ)/ *prefix* (*in nouns, adjectives and adverbs*) **1** connected with water நீர் சார்ந்த; நீர் தொடர்பான *hydroelectricity* **2** (*technical*) connected with or mixed with hydrogen ஹைட்ரஜன் தொடர்பான அல்லது ஹைட்ரஜனுடன் கலக்கப்பட்ட

hydrocarbon /ˌhaɪdrəˈkɑːbən/ *noun* [C] (in chemistry) a combination of a very light gas (**hydrogen**) and a substance that is found in all living things (**carbon**). Hydrocarbons are found in petrol, coal and natural gas (வேதியியலில்) பெட்ரோல், நிலக்கரி, இயற்கை வாயு ஆகியவற்றில் காணப்படுவதும் ஹைட்ரஜனும் கார்பனும் இணைந்ததுமான ஒரு சேர்மப்பொருள்

hydrochloric acid /ˌhaɪdrəˌklɒrɪk ˈæsɪd/ *noun* [U] (*symbol* **HCl**) (in chemistry) a type of acid containing a very light gas (**hydrogen**) and a greenish-yellow gas with a strong smell (**chlorine**) (வேதியியலில்) ஹைட்ரஜனும் குளோரினும் உள்ளடங்கிய அமில வகை

hydroelectric /ˌhaɪdrəʊɪˈlektrɪk/ *adj.* using the power of water to produce electricity; produced by the power of water மின்சார உற்பத்திக்கு நீராற்றலைப் பயன்படுத்துகிற; நீராற்றலால் உண்டாக்கப்படுகிற *a hydroelectric dam • hydroelectric power*

hydrogen /ˈhaɪdrədʒən/ *noun* [U] (*symbol* **H**) a light colourless gas. Hydrogen and another gas (**oxygen**) form water ஆக்ஸிஜனுடன் கலந்து நீர் உண்டுபண்ணக்கூடிய, எடைமானம் குறைந்த நிறமற்ற வாயு; நீர்வாயு; ஹைட்ரஜன்

hydrogen bomb (*also* **H-bomb**) *noun* [C] a very powerful nuclear bomb பெரும் விசையாற்றலை உள்ளடக்கிய குண்டு; ஹைட்ரஜன் குண்டு

hydrogen peroxide = **peroxide**

hydrology /haɪˈdrɒlədʒi/ *noun* [U] the scientific study of the earth's water, especially its movement in relation to land பூமியின் நீர் குறித்த, குறிப்பாக நிலம் சார்ந்த அதன் இயக்கம் குறித்த, அறிவியல் ஆய்வு; நிலநீர் ஆய்வியல்

hydroplane /ˈhaɪdrəpleɪn/ *noun* [C] **1** a light boat with an engine and a flat bottom, designed to travel fast over the surface of water நீர் மேற்பரப்பின் மீது விரைவாகச் செல்லுமாறு வடிவமைக்கப்படும் இயந்திரமும் தட்டையான அடிப்பகுதியும் உடைய கனமற்ற படகு வகை; நீர் மீது சறுக்கியோடும் விசைப்படகு; நீர் விமானம் **2** (*AmE*) = **seaplane**

hydroxide /haɪˈdrɒksaɪd/ *noun* [C] a chemical compound consisting of a metal and a combination of **oxygen** and **hydrogen** ஓர் உலோகமும் ஹைட்ரஜன்-ஆக்ஸிஜன் கலவையும் உள்ளடங்கிய வேதியியல் சேர்மானப்பொருள்

hyena (*also* **hyaena**) /haɪˈiːnə/ *noun* [C] a wild animal like a dog that lives in Africa and Asia. Hyenas eat the meat of animals that are already dead and can make a sound like a human laugh ஆப்பிரிக்காவிலும் ஆசியாவிலும் காணப்படுவதும் இறந்துபோன விலங்குகளின் இறைச்சியை உண்ணுவதும் மனிதர்கள் சிரிப்பது போன்று ஒலி எழுப்பக்கூடியதும், நாய் போன்ற உருவமைப்பை உடையதுமான காட்டு விலங்கு வகை; கழுதைப்புலி

hygiene /ˈhaɪdʒiːn/ *noun* [U] (the rules of) keeping yourself and things around you clean, in order to prevent disease நோய்க்காப்பாகத் தன்னையும் சுற்றுப்புறத்தையும் துப்புரவாக வைத்திருத்தல் (அதற்கான விதிமுறைகள்); தூய்மை காத்தல்; நலவியல்; சுகாதாரம் *High standards of hygiene are essential when you are preparing food. • personal hygiene*

hygienic /haɪˈdʒiːnɪk/ *adj.* clean, without the bacteria that cause disease நோய் நுண்மங்கள் இல்லாது துப்புரவான; உடல் நலத்திற்குகந்த; சுகாதாரமான *hygienic conditions* ▶ **hygienically** /haɪˈdʒiːnɪkli/ *adv.*

hymn /hɪm/ *noun* [C] a religious song that Christians sing together in church, etc. கிறிஸ்தவத் தேவாலயம் முதலியவற்றில் குழுவாகப் பாடப்படும் சமயப் பாடல்

hype[1] /haɪp/ *noun* [U] advertisements that tell you how good and important a new product, film, etc. is புதிதாக வந்துள்ள விளைபொருள், திரைப்படம், முதலியவற்றின் சிறப்பு மற்றும் முக்கியத்துவம் பற்றிய விளம்பரங்கள் *Don't believe all the hype—the book is rubbish!*

hype[2] /haɪp/ *verb* [T] **hype sth (up)** to exaggerate how good or important sth is ஒன்றின் சிறப்பை அல்லது முக்கியத்துவத்தை மிகைப்படுத்திக் கூறு; ஒன்றுக்கு மட்டுமீறி விளம்பரம் செய்

hyper- /ˈhaɪpə(r)/ *prefix* (*in adjectives and nouns*) more than normal; too much இயல்பு மீறிய; மட்டுமீறிய; அளவு கடந்த; வழக்க மீறிய *hypercritical • hypersensitive* ➪ **hypo-** பார்க்க.

hyperbole /haɪˈpɜːbəli/ *noun* [U, C, *usually sing.*] a way of speaking or writing that makes sth sound better, more exciting, dangerous, etc. than it really is ஒன்றின் உண்மை நிலையை விடச் சிறப்பு, எழுச்சி, ஆபத்து முதலியவை மிகுந்ததாகத் தோன்றுமாறு பேசும் அல்லது எழுதும் முறை; மிகைபடக் கூறல் ✪ SYN **exaggeration** *His latest movie is accompanied by the usual hyperbole.*

hyperlink /ˈhaɪpəlɪŋk/ *noun* [C] (*computing*) a place in an electronic document on a computer that is connected to another electronic document ஒரு கணினியில் வேறொரு மின் ஆவணத்துடன் இணைக்கப்பட்டுள்ள மின் ஆவணத்திலுள்ள ஓர் இடம்; மீ இணைப்பு *Click on the hyperlink.*

hypermarket /ˈhaɪpəmɑːkɪt/ *noun* [C] (*BrE*) a very large shop that is usually situated outside a town and sells a wide variety of goods பலதரப்பட்ட பொருள்களை விற்பனை செய்வதும் பெரும்பாலும் நகருக்கு வெளியே அமைந்திருப்பதுமான பேரங்காடி

hyphen /ˈhaɪfn/ *noun* [C] the mark (–) used for joining two words together (for example left-handed, red-hot) or to show that a word has been divided and continues on the next line, (*left-handed, red-hot* போன்று) இரண்டு சொற்களை

ஒன்றிணைக்க, அல்லது ஒரு சொல்லின் ஒரு பகுதி அடுத்த வரியில் தொடர்வதைக் காட்டப் பயன்படுத்தப்படும் (–) என்ற வடிவிலான நிறுத்தக் குறி; இணைப்புக் குறி; ஒட்டுக்குறி ➪ **dash** பார்க்க.

hyphenate /ˈhaɪfəneɪt/ *verb* [T] to join two words together with a hyphen இணைப்புக் குறியிட்டு இரண்டு சொற்களை ஒன்றிணை. ▶ **hyphenation** /ˌhaɪfəˈneɪʃn/ *noun* [U]

hypnosis /hɪpˈnəʊsɪs/ *noun* [U] (the producing of) an unconscious state where sb's mind and actions can be controlled by another person ஒருவரது மனமும் செயல்களும் வேறொருவர் கட்டுப்பாட்டுக்குள் வரக்கூடிய தன்னுணர்விழந்த நிலை(யை உண்டாக்குதல்); மனத்தை வசியப்படுத்துதல் *She was questioned* ***under hypnosis***.

hypnotize (*also* **-ise**) /ˈhɪpnətaɪz/ *verb* [T] to put sb into an unconscious state where the person's mind and actions can be controlled ஒருவரது மனமும் செயல்களும் புறக் கட்டுப்பாட்டுக்கு உள்ளாகுமாறு அவற்றை உணர்விழந்த நிலையில் இருத்து; மனத்தை வசியப்படுத்து ▶ **hypnotic** /hɪpˈnɒtɪk/ *adj.* ▶ **hypnotism** /ˈhɪpnətɪzəm/ *noun* [U] ▶ **hypnotist** /ˈhɪpnətɪst/ *noun* [C]

hypo- /ˈhaɪpəʊ/ (*also* **hyp-**) *prefix* (*in adjectives and nouns*) under; below normal கீழான; கீழ்ப்பட்ட; கீழ்நிலையான; தாழ்ந்த; இயல்பினும் குறைவான *hypodermic • hypothermia* ➪ **hyper-** பார்க்க.

hypochondria /ˌhaɪpəˈkɒndriə/ *noun* [U] a mental condition in which sb believes that he/she is ill, even when there is nothing wrong உடல்நலக்கேடு எதுவும் இல்லாத நிலையிலும் ஒருவர் தான் பிணியுற்றுள்ளதாக நம்புகிற மனநலம் குன்றிய நிலை; மனவாட்ட நோய்

hypochondriac /ˌhaɪpəˈkɒndriæk/ *noun* [C] a person who is always worried about his/her health and believes he/she is ill, even when there is nothing wrong தனது உடல்நலம் பற்றி இடையறாது கவலைப்படுபவரும் நலமுடன் உள்ளபோதும் நோயுற்றுள்ளதாக நம்புகிறவருமான ஒருவர்; மனவாட்ட நோய்க்கு ஆளானவர்

hypocrisy /hɪˈpɒkrəsi/ *noun* [U] behaviour in which sb pretends to have moral standards or opinions that he/she does not really have உண்மையில் தன்னிடம் காணப்படாத ஒழுக்கப் பண்புகளையும் கருத்துகளையும் தான் கொண்டிருப்பதாகப் பாவனை செய்யும் தன்மையிலான நடத்தை; போலி நடிப்பு; பாசாங்கு

hypocrite /ˈhɪpəkrɪt/ *noun* [C] a person who pretends to have moral standards or opinions which he/she does not really have. Hypocrites say one thing and do another உண்மையில் தன்னிடம் காணப்படாத ஒழுக்கப் பண்புகளையும் கருத்துகளையும் தான் கொண்டிருப்பதாகப் பாவனை செய்பவரும் சொல்வது ஒன்றும் செய்வது வேறொன்றுமான நடத்தையை உடையவருமான ஒருவர்; போலி வேடதாரி *What a hypocrite! She says she's against the hunting of animals but she's wearing a fur coat.* ▶ **hypocritical** /ˌhɪpəˈkrɪtɪkl/ *adj.* ▶ **hypocritically** /ˌhɪpəˈkrɪtɪkli/ *adv.*

hypodermic /ˌhaɪpəˈdɜːmɪk/ *noun* [C] a medical instrument with a long needle that is used for putting drugs under the skin (**giving an injection**) தோலடி ஊடாக மருந்து செலுத்துவதற்கான பீற்று மருந்தூசி ▶ **hypodermic** *adj. a hypodermic needle/syringe*

hypotenuse /haɪˈpɒtənjuːz/ *noun* [C] (*mathematics*) the side opposite the right angle of a **right-angled** triangle செங்கோண முக்கோணத்தின் செங்கோணத்துக்கு எதிர்முகமான பக்கம்

hypothermia /ˌhaɪpəˈθɜːmiə/ *noun* [U] a medical condition in which the body temperature is much lower than normal உடல் வெப்பம் இயல்பு நிலையை விடப் பெரிதும் தாழ்ந்துள்ள உடல்நலக் கேடு; குறைவெப்ப உடல்நிலை

hypothesis /haɪˈpɒθəsɪs/ *noun* [C] (*pl.* **hypotheses** /-siːz/) an idea that is suggested as the possible explanation for sth but has not yet been found to be true or correct ஒன்றின் சாத்தியமான விளக்கமாக முன்வைக்கப்படுவதும் அதன் மெய்ம்மைத் தன்மை உறுதிப்படுத்தப்படாததுமாகிய ஒரு கருத்து; பொதுவிளக்கம்; கருதுகோள்

hypothetical /ˌhaɪpəˈθetɪkl/ *adj.* based on situations that have not yet happened, not on facts மெய்ம்மைக் கூறுகளை அல்லாது, இதுவரை நிகழாத சம்பவங்களை அடிப்படையாகக் கொண்ட; புனைவுகோளியலான *That's a hypothetical question because we don't know what the situation will be next year.* ▶ **hypothetically** /ˌhaɪpəˈθetɪkli/ *adv.*

hysteria /hɪˈstɪəriə/ *noun* [U] a state in which a person or a group of people cannot control their emotions, for example cannot stop laughing, crying, shouting, etc. சிரித்தல், அழுதல், கத்துதல் முதலிய வெளிப்பாடுகளுக்குரிய உணர்ச்சிகளை ஓராள் அல்லது ஒரு குழுவினர் கட்டுப்படுத்த முடியாத நிலை; மிகை உணர்ச்சிக் கோளாறு; மட்டுமீறிய உணர்ச்சி வெளிப்பாடு *mass hysteria*

hysterical /hɪˈsterɪkl/ *adj.* **1** very excited and unable to control your emotions பெரிதும் மனக்-

கிளர்ச்சியுற்றுத் தனது உணர்ச்சிகளைக் கட்டுப்படுத்த இயலாத; மிகையுணர்ச்சிக் கோளாறுடைய *She was hysterical with grief.* **2** (*informal*) very funny பெரிதும் நகைப்புக்கு உரிய; மிகவும் வேடிக்கையான ▶ **hysterically** /-ɪkli/ *adv.*

hysterics /hɪˈsterɪks/ *noun* [*pl.*] **1** an expression of extreme fear, excitement or anger that makes sb lose control of his/her emotions உணர்ச்சிகளைக் கட்டுப்படுத்தும் திறனை இழக்கச் செய்யும் முறையிலான மட்டுமீறிய அச்சம், பதற்றம் அல்லது சினத்தை வெளிப்படுத்துதல்; கட்டற்ற மிகையுணர்ச்சி வெளிப்பாடு *She **went into hysterics** when they told her the news.* • (*informal*) *My father would **have hysterics*** (= be furious) *if he knew I was going out with you.* **2** (*informal*) laughter that you cannot control கட்டுப்படுத்த முடியாத சிரிப்பு *The comedian had the audience **in hysterics**.*

Hz *abbr.* hertz; (used in radio) a measure of **frequency** ஒலியலைகளின் அதிர்வெண்ணை அளவிடும் அலகான hertz என்பதன் குறுக்கம்

I i

I¹, i /aɪ/ *noun* [C, U] (*pl.* **I's**; **i's** /aɪs/) the ninth letter of the English alphabet ஆங்கில நெடுங்கணக்கின் ஒன்பதாம் எழுத்து *'Island' begins with (an) 'I'.*

I² /aɪ/ *pronoun* (*the subject of a verb*) the person who is speaking or writing பேசுபவர் அல்லது எழுதுபவர்; நான் *I phoned and said that I was busy.* • *I'm not going to fall, am I?*

iambic /aɪˈæmbɪk/ *adj.* (*technical*) (used about rhythm in poetry) having one short or weak syllable followed by one long or strong syllable (செய்யுள் சந்த வகையில்) ஒரு குற்றசை அல்லது மெல்லசையும் அதனை அடுத்து ஒரு நெட்டசை அல்லது வல்லசையும் இயல்கிற; குறில் நெடிலான அல்லது மெல்லசை வல்லசையான ஈரசையுடைய *a poem written in iambic pentameters* (= in lines of ten syllables, five short and five long)

ice¹ /aɪs/ *noun* [U] water that has frozen and become solid உறைந்து திடப்பொருளான நீர்; உறைநீர்; பனிக்கட்டி *Do you want ice in your orange juice?* • *I slipped on a patch of ice.* • *black ice* (= ice on roads, that cannot be seen easily)

IDM break the ice to say or do sth that makes people feel more relaxed, especially at the beginning of a party or meeting குறிப்பாக ஒரு விருந்து நிகழ்ச்சியின் அல்லது கூட்டத்தின் தொடக்கத்தில், கூடியிருப்பவர்களின் மன இறுக்க நிலை நீங்கி இயல்பமைதி கொள்ளச் செய்யும் முறையில் ஒன்றைக் கூறு அல்லது செய்

cut no ice (with sb) to have no influence or effect on sb ஒருவரிடத்தில் நிலை மாற்றம் உண்டாக்காது இரு; ஒருவர் மீது தாக்கம் ஏற்படுத்தாதிரு

IDM on ice 1 (used about wine, etc.) kept cold by being surrounded by ice (திராட்சை மது முதலியவை வகையில்) பனிக்கட்டிகளுக்கு இடையில் குளிர்ச்சி நிலையில் வைக்கப்பட்டு; பனிக்கட்டியினால் மூடி **2** (used about a plan, etc.) waiting to be dealt with later; delayed (ஒரு திட்டம் முதலியவை வகையில்) பின்னர் நடவடிக்கை மேற்கொள்வதற்காக நிறுத்தி வைக்கப்பட்டிருக்கிற; தாமதப்படுத்தப்படுகிற; கால தாமதத்திற்கு உள்ளான *We've had to put our plans to go to Australia on ice for the time being.*

ice² /aɪs/ (*AmE* **frost**) *verb* [T] to decorate a cake by covering it with a mixture of sugar, butter, chocolate, etc. சர்க்கரை, வெண்ணெய், சாக்லெட் முதலியவற்றின் கலவையால் மேற்பூச்சிட்டு கேக்கை அழகுபடுத்து ⇨ **icing** பார்க்க.

PHR V ice (sth) over/up to cover sth or become covered with ice பனிக்கட்டியினால் ஒன்றை மூடு; பனிக்கட்டியினால் மூடப்பட்டிரு *The windscreen of the car had iced over in the night.*

iceberg /ˈaɪsbɜːg/ *noun* [C] a very large block of ice that floats in the sea கடலில் மிதக்கும் பெரும் பனிப்பாளம் அல்லது பனிப்பாறை

IDM the tip of the iceberg ⇨ **tip¹** பார்க்க.

icebox /ˈaɪsbɒks/ (*AmE*) = **fridge**

ice cap *noun* [C] (in geography) a layer of ice permanently covering parts of the earth, especially around the North and South Poles (புவியியலில்) பூமியின் பகுதிகளை, குறிப்பாக, வட மற்றும் தென் துருவங்களைச் சுற்றியுள்ள பகுதிகளை, எப்போதும் மூடியுள்ள பனிக்கவிகை; பனிப்படுகை *the polar ice caps*

ice-cold *adj.* very cold மிகவும் குளிர்ந்துள்ள; குளிர்ச்சி மிக்க *ice-cold beer* • *Your hands are ice-cold.*

ice cream *noun* **1** [U] a frozen sweet food that is made from cream பாலேட்டிலிருந்து தயாரிக்கப்பட்டு உறைய வைக்கப்படும் இனிப்புப் பண்டம்; பனிப்பாலேடு; ஐஸ்கிரீம் **2** [C] an amount of ice cream that is served to sb, often in a special container (**a cone**) பெரும்பாலும் கூம்பினுள் வழங்கப்படும் ஓரளவிலான ஐஸ்கிரீம் *a strawberry ice cream*

ice cube *noun* [C] a small block of ice that you put in a drink to make it cold பானத்திற்குக் குளிர்ச்சியூட்ட அதனுள் போடப்படும் பனிக்கட்டித் துண்டு

iced /aɪst/ *adj.* (used about drinks) very cold (பானங்கள் வகையில்) மிகவும் குளிர்ந்துள்ள; குளிர்ச்சியூட்டப்பட்ட *iced tea*

ice floe *noun* [C] a large area of ice, floating in the sea கடலில் மிதக்கும் பெரும் பனிக்கட்டிப் பரப்பு; பனிக்கட்டிப் பாளம்

ice hockey (*AmE* **hockey**) *noun* [U] a game that is played on ice by two teams who try to hit a small flat rubber object (**a puck**) into a goal with long wooden sticks நீண்ட மரக்கழிகளைக் கொண்டு 'பக்' எனப்படும் இரப்பர் சில்லை அடித்து இலக்குக் குறியிடத்தினுள் செலுத்த முயலும், பனிக்கட்டிப் பரப்பில் இரு அணியினர் விளையாடும் ஆட்ட வகை; வளைகோல் பனிச் சறுக்குப் பந்தாட்டம்; ஐஸ் ஹாக்கி

ice lolly *noun* [C] (*pl.* **ice lollies**) (*AmE* **popsicle**) a piece of flavoured ice on a stick குச்சி மீது படிவிக்கப்பட்ட நறுஞ்சுவையூட்டப்பட்ட பனிக்கட்டித் துண்டு ➪ **lollipop** பார்க்க.

ice rink = **skating rink**

ice-skate = **skate²**

ice skating = **skating 1**

icicle /ˈaɪsɪkl/ *noun* [C] a pointed piece of ice that is formed by water freezing as it falls or runs down from sth நீர் ஒன்றிலிருந்து விழுகிற அல்லது கீழ்நோக்கி ஓடுகிற நிலையில் உறையும்போது உண்டாகும் கூர்விளிம்புடைய பனிக்கட்டி; வடிநீர்த்துளி உறைந்து உண்டாகும் கூர்முனைப் பனிக்கட்டி

icing /ˈaɪsɪŋ/ (*AmE* **frosting**) *noun* [U] a sweet mixture of sugar and water, milk, butter, etc. that is used for decorating cakes கேக் வகைகளை மேற்பூச்சிட்டு அழகுபடுத்துதற்குப் பயன்படுத்தப்படும் சர்க்கரை, தண்ணீர், பால், வெண்ணெய் முதலியவற்றின் இன்கலவை

icon /ˈaɪkɒn/ *noun* [C] **1** (*computing*) a small picture or symbol on a computer screen that represents a program ஒரு நிரலின் குறியீடாகக் கணினித் திரையில் காணப்படும் சிறு படம் அல்லது சின்னம் *Click on the printer icon with the mouse.* **2** a person or thing that is considered to be a symbol of sth ஒன்றின் அடையாளச் சின்னமாகக் கருதப்படும் ஆள் அல்லது பொருள்; குறியீடு *Madonna and other pop icons of the 1980s* **3** (*also* **ikon**) a picture or figure of an important religious person, used by some types of Christians சில கிறிஸ்தவப் பிரிவினரால் பயன்படுத்தப்படும் சமயப் பெரியார் ஒருவருடைய படம் அல்லது உருவச் சிலை

icy /ˈaɪsi/ *adj.* **1** very cold குளிர்ச்சி மிக்க; மிகவும் குளிர்ந்துள்ள *icy winds/water/weather* **2** covered with ice உறைபனி மூடிய; பனி படர்ந்த *icy roads*

ID /ˌaɪ ˈdiː/ *abbr.* (*informal*) identification; identity அடையாளம்; அடையாள ஆவணம் *an ID card*

Id = **Eid**

I'd /aɪd/ ➪ **I had, I would** ஆகியவற்றின் குறுக்கம்

idea /aɪˈdɪə/ *noun* **1** [C] **an idea (for sth); an idea (of sth/of doing sth)** a plan, thought or suggestion, especially about what to do in a particular situation (குறிப்பாக, குறிப்பிட்ட சூழலில் செய்யவேண்டியது பற்றிய) திட்ட உரு, கருத்து, எண்ணம் அல்லது யோசனை *That's a good idea!* • *He's* ***got an idea*** *for a new play.* • *It was your idea to invite so many people to the party.* **2** [*sing.*] **an idea (of sth)** a picture or impression in your mind கருத்துரு; உட்கருத்து; மனப்பதிவு *You have no idea* (= you can't imagine) *how difficult it was to find a time that suited everybody.* • *The programme* ***gave a good idea*** *of what life was like before the war.* **3** [C] **an idea (about sth)** an opinion or belief எண்ணம்; நம்பிக்கை; கோட்பாடு *She has her own ideas about how to bring up children.* **4 the idea** [*sing.*] **the idea (of sth/of doing sth)** the aim or purpose of sth ஒன்றின் நோக்கம் அல்லது குறிக்கோள்; உட்கருத்து; உட்கோள் *The idea of the course is to teach the basics of car maintenance.*

IDM **get the idea** to understand the aim or purpose of sth ஒன்றின் நோக்கத்தை அல்லது குறிக்கோளைப் புரிந்துகொள் *Right! I think I've got the idea now.*

get the idea that... to get the feeling or impression that... குறிப்பிடப்பட்ட எண்ணத்தை அல்லது கருத்துணர்வைப் பெறு *Where did you get the idea that I was paying for this meal?*

have an idea that... to have a feeling or think that... ஓர் எண்ணம் அல்லது ஒரு கருத்துக் கொண்டிரு; குறிப்பிடப்பட்ட முறையில் எண்ணு *I'm not sure but I have an idea that they've gone on holiday.*

not have the faintest/foggiest (idea) ➪ **faint¹** பார்க்க.

ideal¹ /aɪˈdiːəl/ *adj.* **ideal (for sb/sth)** the best possible; perfect உச்ச உயர் சிறப்புடைய; நிறைசெப்பம் உடைய; குறைபாடற்ற *She's the ideal candidate for the job.* • ***In an ideal world*** *there would be no poverty.*

ideal² /aɪˈdiːəl/ *noun* [C] **1** an idea or principle that seems perfect to you and that you want to achieve முழு நிறைவானதாகக் கருதப்படுவதும் தான் பின்பற்ற விரும்புவதுமான கருத்து அல்லது கோட்பாடு; நிறை பேரிலக்கு; இலட்சியம் *She finds it hard to live up to her parents' high ideals.* • *political/moral/social ideals* **2** [*usually sing.*] **an ideal (of sth)** a perfect example of a person or thing பின்பற்றத்தக்க நிறைநலம் உடைய ஆள் அல்லது பொருள்; நிறைவான மாதிரி எடுத்துக்காட்டு *It's my ideal of what a family home should be.*

idealism /aɪˈdiːəlɪzəm/ *noun* [U] the belief that a perfect life, situation, etc. can be achieved, even when this is not very likely முழு நிறைவான வாழ்க்கை, சூழல் முதலியவை இயலக்கூடியதாகக் காணப்படாத நிலையிலும் கூட அதனை எட்டிவிட முடியும் என்ற நம்பிக்கை; கருத்தியற் கோட்பாடு *Young people are usually full of idealism.* ➪ **realism** பார்க்க. ▶ **idealist** *noun* [C] ▶ **idealistic** /ˌaɪdiəˈlɪstɪk/ *adj.*

idealize (*also* **-ise**) /aɪˈdiːəlaɪz/ *verb* [T] to imagine or show sb/sth as being better than he/she/it really is ஒருவர்/ஒன்று உண்மை நிலையில் உள்ளதை விடச் சிறப்பாக இருப்பதாகக் கற்பனை செய் அல்லது காட்டு; கனவியற்படுத்து *Old people often idealize the past.*

ideally /aɪˈdiːəli/ *adv.* **1** perfectly முழு நிறைவாக; குறைபாடற்று; நிறை செப்பமுடன் *They are ideally suited to each other.* **2** in an ideal situation குறிக்கோள் நிலையில்; இலட்சிய நோக்கில் *Ideally, no class should be larger than 25.*

identical /aɪˈdentɪkl/ *adj.* **identical (to/with sb/sth)** exactly the same as; similar in every detail சரி நுட்பமாக ஒத்திருக்கிற; வேறுபாடு இல்லாத; முழுதொத்த; ஒரே வகையான, மாதிரியான அல்லது தன்மையான *I can't see any difference between these two pens—they look identical to me.* • *That watch is identical to the one I lost yesterday.* **2 the identical** (*only before a noun*) the same அதே; அதுவேயான; வேறல்லாத *This is the identical room we stayed in last year.* ▶ **identically** /-kli/ *adv.*

identical twin *noun* [C] one of two children born at the same time from the same mother, and who are of the same sex and look very similar ஒரே தாய்க்கு ஒரே சமயத்தில் பிறந்த ஒரே பாலைச் சார்ந்த மற்றும் மிகப் பேரளவில் ஒத்துக் காணப்படுகிற இரு குழந்தைகளில் ஒன்று; பாலொத்த இரட்டைக் குழந்தை

identification /aɪˌdentɪfɪˈkeɪʃn/ *noun* [U, C] **1** the process of showing, recognizing or giving proof of who or what sb/sth is ஒருவர்/ஒன்று இன்னார்/இன்னது அல்லது இப்படிப்பட்டவர்/இப்படிப்பட்டது எனத் தெளிவுபடுத்துதல், உணர்ந்தறிதல் அல்லது உறுதிப்படுத்துதல்; அடையாளம் காணல்; அடையாளம் காட்டுதல் *The identification of the bodies of those killed in the explosion was very difficult.* **2** (*abbr.* **ID**) [U] an official paper, document, etc. that is proof of who you are ஒருவர் யார் என்பதை உறுதிப்படுத்தும் அதிகாரபூர்வமான சான்றிதழ், ஆவணம் முதலியவை; அடையாளச் சான்று *Do you have any identification?* **3 identification (with sb/sth)** a strong feeling of understanding or sharing the same feelings as sb/sth ஒருவருடனான அல்லது ஒன்றுடனான அழுத்தமான ஒத்துணர்வு அல்லது ஒத்திசைவு; உணர்ச்சி ஒன்றியிருத்தல் *children's identification with TV heroes*

identify /aɪˈdentɪfaɪ/ *verb* [T] (*pres. part.* **identifying**; *3rd person sing. pres.* **identifies**; *pt, pp* **identified**) **identify sb/sth (as sb/sth)** to recognize or be able to say who or what sb/sth is ஒருவரை/ஒன்றை அடையாளம் காண்; இனம் அறி; அடையாளம் காட்டு *The police need someone to identify the body.* • *We must identify the cause of the problem before we look for solutions.*

PHR V **identify sth with sth** to think or say that sth is the same as sth else ஒன்று வேறொன்றை முழுதும் ஒத்தது எனக் கருது அல்லது கூறு *You can't identify nationalism with fascism.*

identify with sb to feel that you understand and share what sb else is feeling வேறொருவருடைய உணர்வுகளைப் புரிந்துகொண்டு அவற்றைப் பகிர்ந்துகொள்ளும் உணர்வு கொள்; ஒத்துணர்வு கொள் *I found it hard to identify with the woman in the film.*

identify (yourself) with sb/sth to support or be closely connected with sb/sth ஒருவரை/ஒன்றை ஆதரி அல்லது அவருடன்/அதனுடன் நெருக்கமான தொடர்பு கொள்; ஈடுபாடு கொள் *She became identified with the new political party.*

identity /aɪˈdentəti/ *noun* [C, U] (*pl.* **identities**) who or what a person or a thing is ஒருவர்/ஒன்று இன்னார்/இன்னது அல்லது இப்படிப்பட்டவர்/இப்படிப்பட்டது என்பது; அடையாளம் *There are few clues to the identity of the killer.* • *The region has its own* ***cultural identity***. • *The arrest was a case of mistaken identity* (= the wrong person was arrested).

identity card (*also* **ID card**) *noun* [C] a card with your name, photograph, etc. that is proof of who you are தான் இன்னார் என்பதற்கு உறுதிச்சான்றான தனது பெயர், நிழற்படம் முதலியவற்றையுடைய அட்டை; அடையாள அட்டை

ideology /ˌaɪdiˈɒlədʒi/ *noun* [C, U] (*pl.* **ideologies**) a set of ideas which form the basis for a political or economic system ஓர் அரசியல் அல்லது ஒரு பொருளாதார அமைப்பின் அடிப்படையாக அமையும் கருத்துகளின் தொகுதி; கோட்பாடு; கொள்கை; அடிப்படைத் தத்துவம் *Marxist ideology* ▶ **ideological** /ˌaɪdiəˈlɒdʒɪkl/ *adj.*

idiom /ˈɪdiəm/ *noun* [C] an expression whose meaning is different from the meanings of the individual words in it உள்ளடங்கிய தனிச்சொற்களின் பொருள்களிலிருந்து வேறுபட்ட பொருளுடைய தொடர்; மரபுத் தொடர்; மரபு வழக்குத் தொடர் *The idiom 'bring sth home to sb' means 'make sb understand sth'.*

idiomatic /ˌɪdiəˈmætɪk/ *adj.* **1** using language that contains expressions that are natural to sb who learned the language as a child குழந்தைப் பருவத்தில் ஒரு மொழியைக் கற்ற ஒருவருக்கு இயல்பாக அமைகிற மொழி வழக்குகள் உள்ளடங்கிய மொழியைப் பயன்படுத்துகிற; இயல் வழக்கான; மரபு வழக்கான *He speaks good idiomatic English.* **2** containing an idiom மரபுத் தொடரை உள்ளடக்கிய *an idiomatic expression*

idiosyncrasy /ˌɪdiəˈsɪŋkrəsi/ *noun* [C, U] (*pl.* **idiosyncrasies**) a person's particular way of behaving, thinking, etc., especially when it is unusual; an unusual characteristic குறிப்பாக வழக்கத்திற்கு மாறுபட்ட, ஒருவரது குறிப்பிட்ட முறையிலான நடத்தை, எண்ணப்போக்கு முதலியவை; தனிப்போக்கு; விசித்திரப் பாங்கு ✪ SYN **eccentricity** *Eating garlic every morning is one of his idiosyncrasies.* • *The car has its little idiosyncrasies.* ▶ **idiosyncratic** /ˌɪdiəsɪŋˈkrætɪk/ *His teaching methods are idiosyncratic but successful.*

idiot /ˈɪdiət/ *noun* [C] (*informal*) a very stupid person முழு மூடன்; மட்டி; மடையன் *I was an idiot to forget my passport.* ▶ **idiotic** /ˌɪdiˈɒtɪk/ *adj.* ▶ **idiotically** /-kli/ *adv.*

idle /ˈaɪdl/ *adj.* **1** not wanting to work hard; lazy வருந்தி உழைக்க விரும்பாத; முயற்சியற்ற; சோம்பேறித்தனமான *He has the ability to succeed but he is just **bone** (= very) **idle**.* **2** not doing anything; not being used வேலை செய்யாதிருக்கிற; வீணே பொழுதைக் கழிக்கிற; சோம்பியிருக்கிற; பயன்படுத்தப்படாதிருக்கிற *She can't bear to be idle.* • *The factory **stood idle** while the machines were being repaired.* **3** (*only before a noun*) not to be taken seriously because it will not have any result (ஒன்று விளைபயன் தராதாகையால்) அக்கறை கொள்ளத் தேவையற்ற; பொருட்படுத்த வேண்டாத *an idle promise/threat* • *idle chatter/curiosity* ▶ **idleness** *noun* [U] ▶ **idly** /ˈaɪdli/ *adv.*

idli *noun* [C] (*pl.* **idlis**) a south Indian steamed cake made from a batter of ground rice and lentils. It is usually served with **sambar** அரிசியையும் (உளுத்தம்) பருப்பையும் சேர்த்து அரைத்த கலவையை ஆவியில் வேகவைத்துத் தயாரிக்கப்படும் தென்னிந்திய உணவுப் பண்டம்; இட்லி; இது வழக்கமாகச் சாம்பாருடன் பரிமாறப்படும்

idol /ˈaɪdl/ *noun* [C] **1** a person (such as a film star or pop musician) who is admired or loved (திரைப்பட நடிகர் அல்லது பொதுவியல் இசைக் கலைஞர் போன்ற) மக்களால் போற்றப்படும் அல்லது அன்பு பாராட்டப்படும் ஒருவர்; பேரன்புக்கு அல்லது மெச்சுதலுக்குப் பாத்திரமான ஒருவர் *a pop/football/teen/screen idol* **2** a statue that people treat as a god கடவுளாகக் கருதப்படும் சிலை; தெய்வ உருப்படிவம்

idolize (*also* **-ise**) /ˈaɪdəlaɪz/ *verb* [T] to love or admire sb very much or too much மிகுதியாக அல்லது மிகைபட ஒருவரை விரும்பு அல்லது பாராட்டு; மிகு நேசம் கொள்; போற்று; மட்டுமீறிய அன்பு செலுத்து *He is an only child and his parents idolize him.*

idyllic /ɪˈdɪlɪk/ *adj.* very pleasant and peaceful; perfect பெரு மகிழ்வும் அமைதியும் அளிக்கிற; நிறை நலம் வாய்ந்த; இன்னமைதி சான்ற *an idyllic holiday*

i.e. /ˌaɪ ˈiː/ *abbr.* that is; in other words அதாவது; வேறு வகையில் கூறும்போது *deciduous trees, i.e. those which lose their leaves in autumn*

if /ɪf/ *conj.* **1** used in sentences in which one thing only happens or is true when another thing happens or is true வேறொன்று நிகழ்தலை அல்லது வேறொன்று உண்மையாக இருத்தலைச் சார்ந்து, ஒன்று நிகழக்கூடும், நிகழலாம், நிகழும் வாய்ப்புள்ளது அல்லது உண்மையாக இருக்கக்கூடும், இருக்கலாம், இருக்க வாய்ப்புள்ளது எனக் கூறப் பயன்படுத்தப்படுவது: என்ற நிலையில்; என நிகழ்ந்தால்; என்று வைத்துக்கொண்டால் *If you see him, give him this letter.* • *If I had more time, I would learn another language.* **2** when; every time பொழுது; பொழுதில்; வேளையில்; ஒவ்வொரு முறையும் *If I try to phone her she just hangs up.* • *If metal gets hot it expands.* **3** used after verbs such as 'ask', 'know', 'remember', 'ask', 'know', 'remember' போன்ற வினைச் சொற்களை அடுத்து வருவது *They asked if we would like to go too.* • *I can't remember if I posted the letter or not.* ➪ **whether** பதிவிலுள்ள குறிப்பைப் பார்க்க. **4** used when you are asking sb to do sth or suggesting sth politely ஒன்றைச் செய்யுமாறு ஒருவரிடம் கூறும்போது அல்லது பண்பிணக்கத்துடன் ஒரு கருத்தைக் கூறும்போது பயன்படுத்தப்படுவது *If you could just come this way, sir.* • *If I might suggest something...*

IDM **as if** ➪ **as** பார்க்க.

even if ➪ **even**[2] பார்க்க.

if I were you used when you are giving sb advice ஒருவருக்கு அறிவுரை கூறும்போது பயன்படுத்தப்படுவது *If I were you, I'd leave now.*

if it wasn't/weren't for sb/sth if a particular person or situation did not exist or was not there; without sb/sth குறிப்பிட்ட ஒருவர் அல்லது ஒரு சூழல் இல்லாது அல்லது காணப்பெறாது இருந்திருக்குமாயின்; ஒருவர்/ஒன்று இல்லாமல் *If it wasn't for him, I wouldn't stay in this country.*

if only used for expressing a strong wish அழுத்தமான ஒரு விருப்பத்தை வெளிப்படுத்தப் பயன்படுத்தப்படுவது *If only I could drive.* • *If only he'd write.*

igloo /ˈɪgluː/ *noun* [C] (*pl.* **igloos**) a small house that is built from blocks of hard snow கெட்டியான பனிக்கட்டித் துண்டுகளைக் கொண்டு கட்டப்படும் சிறு வீடு; பனிக்கட்டிக் குடில்

igneous /ˈɪgniəs/ *adj.* (*technical*) (used about rocks) formed when **magma** comes out of a **volcano** and becomes solid (பாறைகள் வகையில்)

பூமியின் அடியில் உருகிய அல்லது திரவ நிலையிலுள்ள பொருள்கள் எரிமலையிலிருந்து வெளிப்பட்டுக் கெட்டியாகி உருவாகிற; எரி-மலைக் குழம்பு இறுகி உருவாகிற ➪ **meta-morphic** மற்றும் **sedimentary** பார்க்க. ➪ **rock** பதிவில் படம் பார்க்க.

ignite /ɪɡˈnaɪt/ *verb* [I, T] (*formal*) to start burning or to make sth start burning எரியத் தொடங்கு; தீப்பற்று; தீப்பற்றச் செய்; கொளுத்து *A spark from the engine ignited the petrol.*

ignition /ɪɡˈnɪʃn/ *noun* **1** [C] the electrical system that starts the engine of a car சீருந்து இயந்திரத்தின் இயக்கத்தைத் தூண்டும் மின் அமைப்பு *to turn the ignition on/off* • *First of all, put the key in the ignition.* ➪ **car** பதிவில் படம் பார்க்க. **2** [U] the action of starting to burn or making sth start to burn தீப்பற்றுதல்; தீப்பற்ற வைத்தல்

ignominious /ˌɪɡnəˈmɪniəs/ *adj.* (*formal*) making you feel embarrassed அவமானப்படுத்துகிற; இழிவூட்டுகிற; வெட்கக்கேடான *The team suffered an ignominious defeat.* ▶ **ignominiously** *adv.*

ignorance /ˈɪɡnərəns/ *noun* [U] **ignorance (of/about sth)** a lack of information or knowledge (ஒன்று பற்றிய) தகவல் அல்லது அறிவு இல்லாத அல்லது போதாத நிலை; தெரியாமை; அறியாமை; மடமை *The workers were* ***in*** *complete* ***ignorance*** *of the management's plans.*

ignorant /ˈɪɡnərənt/ *adj.* **1 ignorant (of/about sth)** not knowing about sth ஒன்றைப் பற்றி அறியாதிருக்கிற; அறியாத; தெரியாத *Many people are ignorant of their rights.* **2** (*informal*) having or showing bad manners மோசமான நடத்தையுடைய அல்லது மோசமாக நடந்து-கொள்கிற; பண்பினிமையற்ற *an ignorant person/remark*

ignore /ɪɡˈnɔː(r)/ *verb* [T] to pay no attention to sb/sth ஒருவர்/ஒன்றின் மீது கருத்துச் செலுத்தாதிரு; பொருட்படுத்தாது விடு; அலட்சியப்படுத்து; புறக்கணி *I said hello to Deepa but she totally ignored me* (= acted as though she hadn't seen me). • *Suman ignored her doctor's advice about doing regular exercise.*

ikon = **icon 3**

il- *prefix* ➪ **in** பார்க்க.

ileum /ˈɪliəm/ *noun* [C] (*pl.* **ilea** /ˈɪliə/) one part of the **intestine** குடலின் ஒரு பகுதி

I'll /aɪl/ ➪ **I will, I shall** ஆகியவற்றின் குறுக்கம்

ill[1] /ɪl/ *adj.* **1** (*AmE* **sick**) (*not before a noun*) not in good health; not well உடல் நலம் கெட்ட; சுகமில்லாத; நோயுற்ற *My mother was* ***taken ill*** *suddenly last week.* • *My grandfather is* ***seriously ill*** *in hospital.* ➪ **sick** பதிவிலுள்ள குறிப்பைப் பார்க்க. **2** (*only before a noun*) bad or harmful மோசமான; ஊறு செய்கிற; தீய; பாதகமான *He resigned because of* ***ill health.*** • *I'm glad to say I suffered no* ***ill effects*** *from all that rich food.* ➪ **illness** noun பார்க்க.

ill[2] /ɪl/ *adv.* **1** (*often in compounds*) badly or wrongly மோசமாக; தவறாக; பிசகாக; பாதக-மாக *You would be* ***ill-advised*** *to drive until you have fully recovered.* **2** only with difficulty; not easily சிரமத்துடனேயே; இடர்ப்பட்டு; எளிதாக இல்லாது *They could ill afford the extra money for better heating.*

IDM **augur well/ill for sb/sth** ➪ **augur** பார்க்க.
bode well/ill (for sb/sth) ➪ **bode** பார்க்க.

illegal /ɪˈliːɡl/ *adj.* not allowed by the law சட்டத்தால் அனுமதிக்கப்படாத; சட்டப்படிக் குற்ற-மான; சட்ட மீறிய *It is illegal to own a gun without a special licence.* • *illegal drugs/immigrants/activities* ✪ OPP **legal** ✪ SYN **unlawful** ▶ **illegally** /-ɡəli/ *adv.*

illegality /ˌɪliˈɡæləti/ *noun* (*pl.* **illegalities**) **1** [U] the state of being illegal (ஒன்று) சட்ட மீறிய நிலை; சட்ட விரோதம் *No illegality is suspected.* **2** [C] an illegal act சட்ட மீறிய செயல்; குற்றச் செயல் ➪ **legality** பார்க்க.

illegible /ɪˈledʒəbl/ *adj.* difficult or impossible to read வாசிப்பதற்குக் கடினமான அல்லது வாசிப்-பதற்கு இயலாத; படிக்க முடியாத; தெளிவற்ற *Your handwriting is quite illegible.* ✪ OPP **legible** ▶ **illegibly** /ˈiledʒəbli/ *adv.*

illegitimate /ˌɪləˈdʒɪtəmət/ *adj.* 1 (*old-fashioned*) (used about a child) born to parents who are not married to each other (ஒரு குழந்தை பற்றிக் கூறும்போது) கணவன் மனைவி அல்லாத பெற்றோர்களுக்குப் பிறந்த; முறைகேடான உறவு வழிப் பிறந்த **2** not allowed by law; against the rules சட்டத்தால் அனுமதிக்கப்படாத; சட்ட மீறிய; விதிமுறைகளுக்கு எதிரான *the illegitimate use of company money* ✪ OPP **legitimate** ▶ **illegitimacy** /ˌɪləˈdʒɪtəməsi/ *noun* [U]

ill-fated *adj.* not lucky நற்பேறற்ற; அதிர்ஷ்டம் இல்லாத *the ill-fated ship, the Titanic*

illicit /ɪˈlɪsɪt/ *adj.* (used about an activity or substance) not allowed by law or by the rules of society (ஒரு செயல் அல்லது பொருள் வகையில்) சட்டத்தால் அல்லது சமுதாய விதி-முறைகளால் அனுமதிக்கப்படாத; சட்ட மீறிய; சமுதாய நியதிகளுக்கு மாறான; முறைகேடான *the illicit trade in ivory* • *They were having an illicit affair.*

illiterate /ɪˈlɪtərət/ *adj.* **1** not able to read or write எழுதப் படிக்கத் தெரியாத; கல்லாத ✪ OPP **literate 2** (used about a piece of writing) very badly written (கட்டுரை, ஆவணம் முதலியவை

வகையில்) மிக மோசமான முறையில் எழுதப்பட்ட; திருத்தமற்ற; சீரற்ற **3** not knowing much about a particular subject குறிப்பிட்ட துறையில் போதிய அறிவற்ற; பாமரத் தன்மையுடைய *computer illiterate* ▶ **illiteracy** /ɪˈlɪtərəsi/ *noun* [U] *adult illiteracy* ✪ OPP **literacy**

illness /ˈɪlnəs/ *noun* **1** [U] the state of being physically or mentally ill உடல் அல்லது மன நலம் குன்றிய நிலை; நோய்; பிணி; நலக் கேடு *He's missed a lot of school through illness.* • *There is a history of mental illness in the family.* **2** [C] a type or period of physical or mental ill health உடல் அல்லது மன நோய் வகை; நோய்க் காலம் *minor/serious/childhood illnesses* • *My dad is just getting over his illness.* ⇨ **ill** adjective பார்க்க. ⇨ **disease** பதிவிலுள்ள குறிப்பைப் பார்க்க.

illogical /ɪˈlɒdʒɪkl/ *adj.* not sensible or reasonable அறிவுக்கு/பகுத்தறிவுக்கு ஒவ்வாத; நியாயமானதல்லாத; வாத நேர்மையற்ற; காரண காரியத் தொடர்பற்ற *It seems illogical to me to pay somebody to do work that you could do yourself.* ✪ OPP **logical** ▶ **illogicality** /ɪˌlɒdʒɪˈkæləti/ *noun* [C, U] (*pl.* **illogicalities**) ▶ **illogically** /iˈlodʒikli/ *adv.*

ill-treat *verb* [T] to treat sb/sth badly or in an unkind way ஒருவரை/ஒன்றை மோசமான முறையில் அல்லது இரக்கமின்றி நடத்து; துன்புறுத்து; கொடுமைப்படுத்து ▶ **ill-treatment** *noun* [U]

illuminate /ɪˈluːmɪneɪt/ *verb* [T] (*formal*) **1** to shine light on sth or to decorate sth with lights ஒன்றின் மீது ஒளிரச் செய் அல்லது ஒன்றை விளக்குகளால் அலங்கரி *The palace was illuminated by spotlights.* **2** to explain sth or make sth clear ஒன்றை விளக்கியுரை அல்லது தெளிவுபடுத்து

illuminating /ɪˈluːmɪneɪtɪŋ/ *adj.* helping to explain sth or make sth clear ஒன்றை விளக்க அல்லது தெளிவுபடுத்தத் துணை செய்கிற; விளக்கம் தூண்டுகிற; தெளிவூட்டுகிற *an illuminating discussion*

illumination /ɪˌluːmɪˈneɪʃn/ *noun* **1** [U, C] light or the place where a light comes from ஒளி; வெளிச்சம்; ஒளிர்வு; ஒளி விளக்கம் காணப்படும் இடம் **2 illuminations** [*pl.*] (*BrE*) bright colourful lights that are used for decorating a street, town, etc. தெரு, ஊர் முதலியவற்றை அலங்கரிக்கப் பயன்படுத்தப்படும் பிரகாசமான வண்ண விளக்குகள்

illusion /ɪˈluːʒn/ *noun* **1** [C, U] a false idea, belief or impression பொய்யான அல்லது போலியான கருத்து, நம்பிக்கை அல்லது எண்ணம் *I **have no illusions** about the situation—I know it's serious.* • *I think Mohan's **under the illusion** that he will be the new director.* **2** [C] something that your eyes tell you is there or is true but in fact is not உளதாக அல்லது மெய்யானதாகத் தோன்றுகிற ஆனால் உண்மையில் அவ்வாறில்லாத ஒன்று; பொய்த் தோற்றம்; மாயத் தோற்றம் *That line looks longer, but in fact they're the same length. It's an **optical illusion**.*

illusory /ɪˈluːsəri/ *adj.* (*formal*) not real, although seeming to be மெய்யானதாகத் தோன்றுகிற ஆனால் உண்மையில் மெய்யானதல்லாத; மெய்ம்மை மயக்கம் ஊட்டுகிற *The profits they had hoped for proved to be illusory.*

illustrate /ˈɪləstreɪt/ *verb* [T] **1** to explain or make sth clear by using examples, pictures or diagrams எடுத்துக்காட்டுகள், ஓவியங்கள் அல்லது வரைபடங்களைப் பயன்படுத்தி ஒன்றை விளக்கு அல்லது தெளிவுபடுத்து *These statistics **illustrate the point** that I was making very well.* **2** to add pictures, diagrams, etc. to a book or magazine ஓவியங்கள், வரைபடங்கள் முதலியவற்றை ஒரு நூலில் அல்லது பருவ இதழில் சேர் *Most cookery books are illustrated.*

illustration /ˌɪləˈstreɪʃn/ *noun* **1** [C] a drawing, diagram or picture in a book or magazine ஒரு நூலில் அல்லது பருவ இதழில் சேர்க்கப்படும் வரைபடம், விளக்கப்படம் அல்லது ஓவியம் *colour illustrations* **2** [U] the activity or art of illustrating ஒரு நூலில் அல்லது பருவ இதழில் ஓவியம், வரைபடம் முதலியவற்றைச் சேர்த்தல்; நூல் முதலியவற்றுக்கு விளக்கப்படம் எழுதும் கலை **3** [C] an example that makes a point or an idea clear ஒரு கருத்தைத் தெளிவுபடுத்தும் எடுத்துக்காட்டு *Can you give me an illustration of what you mean?*

illustrator /ˈɪləstreɪtə(r)/ *noun* [C] a person who draws or paints pictures for books, etc. நூல்கள் முதலியவற்றுக்குப் படம் வரைபவர் அல்லது சித்திரம் தீட்டுபவர்; நூல், பருவ இதழ் முதலியவற்றின் ஓவியர்

illustrious /ɪˈlʌstriəs/ *adj.* (*formal*) famous and successful புகழ் பெற்ற மற்றும் வெற்றி ஆக்கமுள்ள

I'm /aɪm/ ⇨ **I am** என்பதன் குறுக்கம்

im- *prefix* ⇨ **in** பார்க்க.

image /ˈɪmɪdʒ/ *noun* [C] **1** the general impression that a person or organization gives to the public ஓராள் அல்லது ஒரு நிறுவனம் தன்னைப் பற்றிப் பொதுமக்கள் கொள்ளச்செய்யும் பொதுவான கருத்து அல்லது எண்ணம்; கருத்துரு *When you meet him, he's very different from his public image.* **2** a mental picture or idea of sb/sth ஒருவர் அல்லது ஒன்று பற்றி மனத்தில் தோன்றும் கருத்து அல்லது

எண்ணம்; எண்ணப் பதிவு; கருத்துரு *I have an image of my childhood as always sunny and happy.* **3** a picture or description that appears in a book, film or painting ஒரு நூல், திரைப்படம் அல்லது ஓர் ஓவியத்தில் காணப்படும் படம் அல்லது விளக்கம்; உருப்படிவம்; விளக்கக் காட்சி *horrific images of war* **4** a copy or picture of sb/sth seen in a mirror, through a camera, on television, computer, etc. முகம் பார்க்கும் கண்ணாடி, நிழற்படக் கருவி, தொலைக்காட்சி, கணினி முதலியவற்றில் தோன்றும் ஒருவருடைய/ஒன்றின் நிழல் உரு, படம் அல்லது உருவம் *A perfect image of the building was reflected in the lake.* • *(figurative) He's* ***the (spitting) image of*** *his father* (= he looks exactly like him).

imagery /ˈɪmɪdʒəri/ *noun* [U] language that produces pictures in the minds of the people reading or listening வாசிப்பவர் அல்லது கேட்பவர் மனத்தில் காட்சியுருக்களைத் தோற்றுவிக்கும் மொழி நடை; அணிநலம் *poetic imagery*

imaginable /ɪˈmædʒɪnəbl/ *adj.* that you can imagine நினைத்துப் பார்க்கக்கூடிய; கற்பனையில் காணத்தக்க *Shanti made all the excuses imaginable when she was caught stealing.* • *His house was equipped with every imaginable luxury.*

imaginary /ɪˈmædʒɪnəri/ *adj.* existing only in the mind; not real கற்பனையில் மட்டுமே காணக்கூடிய; உண்மையல்லாத *Many children have imaginary friends.*

imagination /ɪˌmædʒɪˈneɪʃn/ *noun* **1** [U, C] the ability to create mental pictures or new ideas மனத்தில் உருக்காட்சிகளைத் தோற்றுவிக்கும் அல்லது புதுக் கருத்துகளை உருவாக்கும் ஆற்றல்; கற்பனைத் திறம் *He has a lively imagination.* • *She's very clever but she doesn't* ***have*** *much* ***imagination***. **2** [C] the part of the mind that uses this ability கற்பனைத் திறனைக் கையாளும் மனத்தின் பகுதி *If you* ***use*** *your* ***imagination****, you should be able to guess the answer.* ▶ **imaginatively** *adv.*

imaginative /ɪˈmædʒɪnətɪv/ *adj.* having or showing imagination கற்பனைத் திறனுள்ள அல்லது கற்பனைத் திறனை வெளிப்படுத்துகிற; புனைவாற்றல் வாய்ந்த *She's always full of imaginative ideas.*

imagine /ɪˈmædʒɪn/ *verb* [T] **1 imagine that...; imagine sb/sth (doing/as sth)** to form a picture or idea in your mind of what sth/sb might be like ஒருவர்/ஒன்று இன்ன முறையில் இருக்கக் கூடுமென்று மனத்தில் உருப்படுத்து; கற்பனை செய் *Imagine that you're lying on a beach.* • *It's not easy to imagine your brother as a doctor.* **2** to see, hear or think sth that is not true or does not exist மெய்யானதல்லாத அல்லது உளதாயில்லாத ஒன்றைப் பார், கேள் அல்லது எண்ணு; மனக் கண்ணால் காண் *I thought I heard someone downstairs, but I must have been* ***imagining things****.* **3** to think that sth is probably true; to suppose ஒன்று உண்மையாக இருக்கக்கூடுமெனக் கருது; ஊகி *I imagine he'll be coming by car.*

imam *noun* [C] **1** the person who leads prayers in a **mosque** இஸ்லாமியப் பள்ளியில் தொழுகை நடத்திவைப்பவர்; வழிபாட்டு முதல்வர் **2 Imam** a title adopted by various Muslim leaders பல்வேறு இஸ்லாமியச் சமயத் தலைவர்களின் பட்டப்பெயர்; இமாம்

imbalance /ɪmˈbæləns/ *noun* [C] **an imbalance (between A and B); an imbalance (in/of sth)** a difference; not being equal சம நிலை இன்மை; சரியீடு இன்மை; ஏற்றத்தாழ்வு *an imbalance in the numbers of men and women teachers*

imbecile /ˈɪmbəsiːl/ *noun* [C] a stupid person அறிவு மழுங்கியவன்; அறிவிலி; மூடன்; முட்டாள் ✪ SYN **idiot**

IMF /ˌaɪ em ˈef/ *abbr.* the International Monetary Fund பன்னாட்டு நாணய நிதியத்தைக் குறிக்கும் International Monetary Fund என்பதன் குறுக்கம்

imitate /ˈɪmɪteɪt/ *verb* [T] **1** to copy the behaviour of sb/sth ஒருவருடைய/ஒன்றின் நடத்தையைப் பார்த்துப் பின்பற்று; போலச் செய் *Small children learn by imitating their parents.* **2** to copy the speech or actions of sb/sth, often in order to make people laugh பெரும்பாலும் சிரிப்பூட்டும் முறையில் ஒருவருடைய/ஒன்றின் பேச்சை அல்லது செயல்களைப் பார்த்துப் பின்பற்று; போலியாக நடித்துக் கேலி செய்; நையாண்டி நடிப்புச் செய் *She could imitate her mother perfectly.*

imitation /ˌɪmɪˈteɪʃn/ *noun* **1** [C] a copy of sth real உண்மையான ஒன்றின் நகல்; படி; ஒத்த படிவம்; போலி *Some artificial flowers are good imitations of real ones.* ⇨ **genuine** பார்க்க. **2** [U] the act of copying sb/sth ஒருவரை/ஒன்றைப் பார்த்துப் பின்பற்றுதல்; போலச் செய்தல் *Good pronunciation of a language is best learnt* ***by imitation****.* **3** [C] the act of copying the way sb talks and behaves, especially in order to make people laugh குறிப்பாகச் சிரிப்பூட்டும் முறையில் ஒருவருடைய பேச்சு, செயல் முதலியவற்றைப் பார்த்துப் பின்பற்றுதல்; போலி செய்தல்; நையாண்டி நடிப்பு *Can you* ***do*** *any* ***imitations*** *of politicians?*

immaculate /ɪˈmækjələt/ *adj.* **1** perfectly clean and tidy நிறைவான தூய்மையும் ஒழுங்கமைவும் உள்ள; மாசுமறுவற்ற; முழுத் தூய்மையான *immaculate white shirts* **2** without any mistakes;

perfect குறைபாடற்ற; முழுத் திருத்தமான; செம்மையான *His performance of 'Gandhi' was immaculate.* ▶ **immaculately** *adv.*

immaterial /ˌɪməˈtɪəriəl/ *adj.* **immaterial (to sb/sth)** not important முக்கியமானதல்லாத; பொருட்படுத்த வேண்டியதல்லாத *It's immaterial to me whether we go today or tomorrow.*

immature /ˌɪməˈtjʊə(r)/ *adj.* **1** not fully grown or developed முழுமையாக வளர்ச்சி அல்லது முதிர்ச்சி அடையாத; பருவமடையாத *an immature body* 2 (used about a person) behaving in a way that is not sensible and is typical of people who are much younger (ஆள் வகையில்) பகுத்துணர்வு இன்றித் தன்னிலும் சிறியாரைப் போல நடந்துகொள்கிற; மனமுதிர்ச்சியற்ற; பக்குவப்படாத; அனுபவ முதிர்ச்சி இல்லாத *I think he's too immature to take his work seriously.* ✪ OPP **mature**

immeasurable /ɪˈmeʒərəbl/ *adj.* (*formal*) too large, great, etc. to be measured அளவிட முடியாதவாறு பேரளவுடைய; மிகப்பெரிய; அளவிடற்கரிய; வரையறை இல்லாத *to cause immeasurable harm • Her contribution was of immeasurable importance.* ▶ **immeasurably** /-əbli/ *adv. Housing standards have improved immeasurably since the war.*

immediacy /ɪˈmiːdiəsi/ *noun* [U] the quality of being available or seeming to happen close to you and without delay (ஒன்று) தங்குதடையின்றிக் கிடைக்கக்கூடிய அல்லது தாமதமின்றி அண்மையிலேயே நிகழ்வதாகக் காணப்படும் தன்மை; இடையீடற்ற அல்லது தாமதமற்ற செயல் அல்லது பயன் வாய்ப்பு *Letters do not have the same immediacy as email.*

immediate /ɪˈmiːdiət/ *adj.* **1** happening or done without delay கால தாமதமின்றி நிகழ்கிற அல்லது செய்யப்படுகிற; உடனடியான *I'd like an immediate answer to my proposal. • The government responded with immediate action.* **2** (*only before a noun*) existing now and needing urgent attention தற்பொழுது காணப்படுவதும் தாமதமின்றிக் கவனிக்க வேண்டியதுமான; அவசரமான *Tell me what your immediate needs are.* **3** (*only before a noun*) nearest in time, position or relationship (காலம், நிலை அல்லது உறவுமுறை வகையில்) மிகவும் நெருக்கமான; அடுத்துப் பின்வருகிற; அணுக்கமான; அடுத்துள்ள; நேரடியான *They won't make any changes in* ***the immediate future****. • He has left most of his money to his immediate family* (= parents, children, brothers and sisters).

immediately /ɪˈmiːdiətli/ *adv., conj.* **1** at once; without delay உடனே; உடனடியாக; கால தாமதமின்றி; சுணக்கமின்றி *Can you come home immediately after work? • I couldn't immediately see what he meant.* **2** very closely; directly மிக நெருக்கமாக; நேரடியாக; நேர்முகமாக *He wasn't immediately involved in the crime.* **3** nearest in time or position (காலம் அல்லது இருப்புநிலை பற்றிக் குறிப்பிடுகையில்) மிகவும் பக்கத்தில்; அணுக்கமாக; ஒட்டி; அடுத்து *Who's the girl immediately in front of Sunil? • What did you do immediately after the war?* **4** (*BrE*) as soon as அக்கணமே; உடனேயே; அதே சமயத்திலேயே *I opened the letter immediately I got home.*

immense /ɪˈmens/ *adj.* very big or great மிகப் பெரிய; பேரளவான; மிகுதியான; பிரம்மாண்டமான *immense difficulties/importance/power • She gets immense pleasure from her garden.*

immensely /ɪˈmensli/ *adv.* extremely; very much மிகப் பெரிய அளவில்; நிரம்ப *immensely enjoyable*

immensity /ɪˈmensəti/ *noun* [U] an extremely large size உச்ச உயர் பேரளவு; பேருரு; பிரம்மாண்ட வடிவம் *the immensity of the universe*

immerse /ɪˈmɜːs/ *verb* [T] **1 immerse sth (in sth)** to put sth into a liquid so that it is covered முழுமையாக முழுகுமாறு ஒன்றை ஒரு திரவத்தில் இடு; உள் அமிழ்த்து; மூழ்கச்செய் *Make sure the spaghetti is fully immersed in the boiling water.* **2 immerse yourself (in sth)** to involve yourself completely in sth so that you give it all your attention ஒன்றில் தனது முழுக் கவனமும் செல்லுமாறு அதில் முழுமையாக ஈடுபடு; கருத்தார்ந்த முழு ஈடுபாடு கொள் *Rekha's usually immersed in a book.*

immersion /ɪˈmɜːʃn/ *noun* [U] **1 immersion (in sth)** the act of putting sb/sth into a liquid so that he/she/it is completely covered; the state of being completely covered by a liquid முழுமையாக முழுகுமாறு ஒன்றை ஒரு திரவத்தில் இடுதல், அமிழ்த்துதல், மூழ்குவிப்பு; முழுமையாக மூழ்கியுள்ள நிலை *Immersion in cold water resulted in rapid loss of heat.* **2 immersion (in sth)** the state of being completely involved in sth ஒன்றில் முழுமையான ஈடுபாடு கொண்டுள்ள நிலை; ஆழ்ந்து கருத்தூன்றிய நிலை *a two-week immersion course in French* (= in which the student hears and uses only French)

immigrant /ˈɪmɪɡrənt/ *noun* [C] a person who has come into a foreign country to live there permanently நிலையாகத் தங்கி வாழ அயல்நாடு ஒன்றுக்கு வந்தவர்; வேற்று நாட்டில் குடி புகுந்தவர் *The government plans to tighten controls to prevent* ***illegal immigrants****. • London has a high immigrant population.*

immigrate /ˈɪmɪɡreɪt/ *verb* [I] to come to live permanently in a country after leaving your own country தன் சொந்த நாட்டிலிருந்து வெளியேறி இன்னொரு நாட்டில் நிரந்தரமாக வாழ வேண்டி வா; குடியேறு *Many Indians are immigrating to Australia nowadays.*

immigration /ˌɪmɪˈgreɪʃn/ *noun* [U] **1** the process of coming to live permanently in a country that is not your own; the number of people who do this வேற்று நாடு ஒன்றில் நிலையாகத் தங்கி வாழ வருதல்; குடியேறுதல்; குடியேறியவர்களின் எண்ணிக்கை *There are greater controls on immigration than there used to be.* **2** (*also* **immigration control**) the control point at an airport, port, etc. where the official documents of people who want to come into a country are checked வேறொரு நாட்டினுள் வர விரும்புபவர்களுடைய அதிகாரபூர்வமான ஆவணங்கள் சரிபார்க்கப்படும் விமான நிலையம், துறைமுகம் முதலியவற்றிலுள்ள கட்டுப்பாடு முனை; குடியேற்றக் கட்டுப்பாட்டு முனை *When you leave the plane you have to go through customs and immigration.*

NOTE 'Immigrate' என்ற வினைச்சொல் உண்டு. ஆனால் இச்சொல் அரிதாகவே பயன்படுத்தப்படுகிறது. வழக்கமாக **be an immigrant** என்ற தொடரையோ குடிபெயர்ந்து செல்லும் நாடு தொடர்பான **emigrate** என்ற வினையையோ இச்சூழலில் பயன்படுத்துகிறோம்—*My parents emigrated to this country from Jamaica.* ➪ **emigrate, emigrant** மற்றும் **emigration** பார்க்க.

imminent /ˈɪmɪnənt/ *adj.* (usually used about sth unpleasant) almost certain to happen very soon (வழக்கமாக இன்னாத ஒன்று பற்றிக் குறிப்பிடப் பயன்படுத்தப்படுவது) பெரும்பாலும் உறுதியாக மிக விரைவில் நிகழ இருக்கிற; நெருங்கி வந்துகொண்டிருக்கிற *Heavy rainfall means that flooding is imminent.* ▶ **imminently** *adv.*

immiscible /ɪˈmɪsəbl/ adj. (*technical*) (used about liquids) that cannot be mixed together (திரவங்கள் வகையில்) ஒன்று கலக்க இடந்தராத; கலப்புறாத ✪ OPP **miscible**

immobile /ɪˈməʊbaɪl/ *adj.* not moving or not able to move இயங்காத; இயங்க இயலாத; அசைவற்ற; இயக்கமற்ற ✪ OPP **mobile** ▶ **immobility** /ˌɪməˈbɪləti/ *noun* [U]

immobilize (*also* **-ise**) /ɪˈməʊbəlaɪz/ *verb* [T] to prevent sb/sth from moving or working normally ஒருவர்/ஒன்று இயல்பான முறையில் இயங்குவதை அல்லது செயல்படுவதைத் தடு; இயக்கத்தைத் தடைப்படுத்து *This device immobilizes the car to prevent it being stolen.* ✪ OPP **mobilize**

immobilizer (*also* **-iser**) /ɪˈməʊbəlaɪzə(r)/ *noun* [C] a device in a vehicle that prevents thieves from starting the engine when the vehicle is parked நிறுத்தப்பட்டுள்ள ஊர்தியின் இயந்திரத்தைத் திருடர்கள் முடுக்கிவிட முடியாதவாறு அதில் பொருத்தப்பட்டுள்ள பொறியமைப்பு; ஊர்திக் காப்புப்பொறி

immoral /ɪˈmɒrəl/ (used about people or their behaviour) considered wrong or not honest by most people (ஆட்கள் அல்லது அவர்களது நடத்தை வகையில்) பெரும்பாலானவர்களால் தவறானதாக அல்லது நேர்மையற்றதாகக் கருதப்படுகிற; ஒழுக்கக்கேடான; நெறிகெட்ட; தீயொழுக்கமுள்ள *It's immoral to steal.* ✪ OPP **moral** ➪ **amoral** பார்க்க. ▶ **immorality** /ˌɪməˈræləti/ *noun* [U] ✪ OPP **morality** ▶ **immorally** /ɪˈmɒrəli/ *adv.*

immortal /ɪˈmɔːtl/ *adj.* living or lasting for ever என்றும் வாழ்ந்திருக்கிற அல்லது நீடித்திருக்கிற; இறப்பற்ற; அழியாத *Nobody is immortal we all have to die some time.* ✪ OPP **mortal** ▶ **immortality** /ˌɪmɔːˈtæləti/ *noun* [U]

immortalize (*also* **-ise**) /ɪˈmɔːtəlaɪz/ *verb* [T] to give lasting fame to sb/sth ஒருவருக்கு/ஒன்றுக்கு அழியாப் புகழை அளி; பெயர் நீடித்து நிலைத்திருக்கச் செய் *He immortalized their relationship in a poem.*

immune /ɪˈmjuːn/ *adj.* **1 immune (to sth)** having natural protection against a certain disease or illness ஒரு நோய்க்கு அல்லது உடல் நலக் கேட்டுக்கு எதிரான இயற்கையான பாதுகாப்பைக் கொண்டிருக்கிற; பிணிகளினின்றும் இயற்கையான தடைக்காப்புப் பெற்றுள்ள *You should be immune to measles if you've had it already.* **2 immune (to sth)** not affected by sth ஒன்றால் பாதிக்கப்படாத; ஒன்றின் தாக்க விளைவுக்கு உள்ளாகாத *You can say what you like–I'm immune to criticism!* **3 immune (from sth)** protected from a danger or punishment ஓராபத்து அல்லது ஒரு தண்டனையினின்றும் தடைக்காப்புறுதி பெற்றுள்ள; விடுபாட்டுரிமையுள்ள *Young children are immune from prosecution.*

immunity /ɪˈmjuːnəti/ *noun* [U] the ability to avoid or not be affected by disease, criticism, punishment by law, etc. பிணி, விமர்சனம், சட்டப்படியான தண்டனை முதலியவற்றை விலக்கும் அல்லது அதனால் பாதிக்கப்படாதிருக்கும் திறம்; தடைக்காப்பாற்றல், தடுப்பாற்றல் *In many countries people have no immunity to diseases like measles.* • *Ambassadors to other countries receive diplomatic immunity* (= protection from prosecution, etc.).

immunize (*also* **-ise**) /ˈɪmjʊnaɪz/ *verb* [T] to make sb immune to a disease, usually by putting a substance (**vaccine**) into his/her body வழக்கமாக அம்மை குத்துதல் மூலமாக, ஒரு

நோயிலிருந்து ஒருவருக்குத் தடைக்காப்பு அளி *Before visiting certain countries you will need to be immunized against cholera.* ✪ SYN **inoculate** and **vaccinate** ▶ **immunization** (*also* **-isation**) /ˌɪmjʊnaɪˈzeɪʃn/ *noun* [C, U]

imp /ɪmp/ *noun* [C] (in stories) a small creature like a little devil (புனைகதைகளில்) குறும் பிசாசு போன்ற சிறு உயிரினம்; குட்டிச்சாத்தான்

impact /ˈɪmpækt/ *noun* **1** [C, *usually sing.*] **an impact (on/upon sb/sth)** an effect or impression தாக்கம்; விளைபயன்; எண்ணப்பதிவு *I hope this anti-smoking campaign will* ***make/have an impact*** *on young people.* **2** [U] the action or force of one object hitting another ஒரு பொருள் மற்றொன்றைத் தாக்கும் செயல் அல்லது அத்தாக்குதலின் வேகம்; மோதுதல்; விசைவலு *The bomb exploded* ***on impact***.

impair /ɪmˈpeə(r)/ *verb* [T] to damage sth or make it weaker ஒன்றைப் பழுதாக்கு; சேதப்படுத்து; வலிமை குன்றச்செய் *Ear infections can result in impaired hearing.*

impairment /ɪmˈpeəmənt/ *noun* [U, C] the state of having a physical or mental condition which means that part of your body or brain does not work properly; a particular condition of this sort உடல் அல்லது மூளைப் பகுதி முறையாக இயங்காது, உடல் நலம் அல்லது மன நலம் குன்றிய நிலை; இந்நிலை சார்ந்த குறிப்பிட்ட பிணி அல்லது கோளாறு

impale /ɪmˈpeɪl/ *verb* [T] **impale sb/sth (on sth)** to push a sharp pointed object through sb/sth கூர்முனையுடைய ஒரு பொருளால் ஒருவரை/ஒன்றைக் குத்தி ஊடுருவச் செய் *The boy fell out of the tree and impaled his leg on some railings.*

impalpable /ɪmˈpɒlpəbl/ *adj.* **1** not easily grasped by the mind; difficult to understand எளிதில் மனத்தினால் உள்வாங்கிக்கொள்ள முடியாத; எளிதில் உணர்ந்தறிய முடியாத; புதிரான **2** unable to be felt by touch தொட்டு உணர முடியாத ▶ **impalpably** /imˈpælpəbli/ *adv.*

impart /ɪmˈpɑːt/ *verb* [T] (*formal*) **1 impart sth (to sb)** to pass information, knowledge, etc. to other people தகவல், அறிவு முதலியவற்றைப் பிறருக்கு வழங்கு **2 impart sth (to sth)** to give a certain quality to sth குறிப்பிட்ட ஒரு தன்மையை அல்லது பண்பை ஒன்றுக்கு அளி *The low lighting imparted a romantic atmosphere to the room.*

impartial /ɪmˈpɑːʃl/ *adj.* not supporting one person or group more than another; fair ஒருவருக்கு அல்லது ஒரு தரப்புக்குக் கூடுதலான ஆதரவு காட்டாத; அனைவரையும் சமநிலையில் வைத்து நோக்குகிற; நடுநிலையுடைய ✪ SYN **neutral** ▶ **impartiality** /ˌɪmˌpɑːʃiˈæləti/ *noun* [U] ▶ **impartially** /-ʃəli/ *adv.*

impassable /ɪmˈpɑːsəbl/ *adj.* (used about a road, etc.) impossible to travel on because it is blocked (சாலை முதலியவை வகையில்) அடைக்கப்பட்டுவிட்டதன் காரணமாக மேல்செல்ல முடியாத; கடந்துசெல்ல இயலாத ✪ OPP **passable**

impasse /ˈæmpɑːs/ *noun* [C, *usually sing.*] a difficult situation in which no progress can be made because the people involved cannot agree what to do செய்ய வேண்டியது குறித்துத் தொடர்புடையவர்களிடையே ஒத்திசைவு இல்லாமையால், முன்னேற்றம் காண முடியாத சிக்கல் நிலை; முட்டுக்கட்டை நிலை; இக்கட்டு நிலை ✪ SYN **deadlock** *to break/end the impasse* • *Negotiations have reached an impasse.*

impassioned /ɪmˈpæʃnd/ *adj.* (*usually before a noun*) (usually used about speech) showing strong feelings about sth (வழக்கமாக ஒரு பேச்சைப் பற்றிக் குறிப்பிடும்போது) ஒன்று குறித்து அழுத்தமான உணர்ச்சிகளை வெளிப்படுத்துகிற; ஆவேசமான *an impassioned defence/plea/speech*

impassive /ɪmˈpæsɪv/ *adj.* (used about a person) showing no emotion or reaction (ஆள் வகையில்) உணர்ச்சியை அல்லது எதிர் எண்ணத்தை வெளிக்காட்டாத; உணர்ச்சி வசப்படாத ▶ **impassively** *adv.*

impatient /ɪmˈpeɪʃnt/ *adj.* **1 impatient (at sth/with sb)** not able to stay calm and wait for sb/sth; easily annoyed by sb/sth that seems slow ஒருவருக்காக/ஒன்றுக்காக அமைதியுடன் காத்திருக்க முடியாத; ஒருவருடைய/ஒன்றின் மந்தமானதாகத் தோன்றும் செயல்பாட்டினால் எளிதில் எரிச்சல் அடைகிற; பொறுமையற்ற *The passengers are getting impatient at the delay.* • *It's no good being impatient with small children.* ✪ OPP **patient 2 impatient for/to do sth** wanting sth to happen soon ஒன்று விரைந்து நிகழவேண்டுமென்று விரும்புகிற; பதற்றமான; படபடப்புடைய *By the time they are sixteen many young people are impatient to leave school.* ▶ **impatience** *noun* [U] *He began to explain for the third time with growing impatience.* ▶ **impatiently** *adv.*

impeach /ɪmˈpiːtʃ/ *verb* [T] **impeach sb (for sth)** (used about a court of law, especially in the US and some other countries) to officially accuse a public official of committing a serious crime while he/she is still in office (குறிப்பாக அமெரிக்கா மற்றும் சில நாடுகளின் நீதிமன்றம் குறித்துக் கூறுகையில்) ஓர் உயர்நிலை பொதுப்பணியாளர் மீது அதிகாரபூர்வமாகக் கடுமையான குற்றம் சுமத்து ▶ **impeachment** *noun* [U, C]

impeccable /ɪmˈpekəbl/ *adj.* without any mistakes or faults; perfect குற்றமற்ற; குறைபாடு இல்லாத ▶ **impeccably** /ɪmˈpekəbli/ *adv.*

impede /ɪmˈpiːd/ *verb* [T] (*formal*) to make it difficult for sb/sth to move or go forward ஒருவருடைய/ஒன்றின் இயக்கத்திற்கு அல்லது முன்னேற்றத்திற்கு இடர்ப்பாடு உண்டாக்கு; தடங்கல் செய்

impediment /ɪmˈpedɪmənt/ *noun* [C] (*formal*) **1 an impediment (to sth)** something that makes it difficult for a person or thing to move or progress ஒருவருடைய/ஒன்றின் இயக்கத்தை அல்லது முன்னேற்றத்தைக் கடினமாக்கும் ஒன்று; தடைக்கல்; முட்டுக்கட்டை; இடைஞ்சல் **2** something that makes speaking difficult பேசுவதைச் சிரமமானதாக்கும் ஒன்று; திக்குதல், தெற்றுவாய் முதலிய பேச்சுக் குறைபாடு *a speech impediment*

impel /ɪmˈpel/ *verb* [T] (**impelling, impelled**) **impel sb (to do sth)** if an idea or a feeling impels you to do sth, you feel as if you are forced to do it ஓர் உணர்ச்சி அல்லது இயக்கத்திற்குத் தூண்டு விசையளி; உந்து; ஊக்கி இயக்கு *He felt impelled to investigate further.* • *There are various reasons that impel me to that conclusion.*

impending /ɪmˈpendɪŋ/ *adj.* (*only before a noun*) (usually used about sth bad) that will happen soon (வழக்கமாக இன்னாத ஒன்று குறித்துப் பேசுகையில்) விரைவில் நிகழ இருக்கிற; நெருங்கி வருகிற *There was a feeling of impending disaster in the air.*

impenetrable /ɪmˈpenɪtrəbl/ *adj.* **1** impossible to enter or go through நுழைவதற்கு அல்லது ஊடாகச் செல்வதற்கு இயலாத; ஊடுருவ முடியாத *The jungle was impenetrable.* **2** impossible to understand புரிந்துகொள்ள முடியாத; உணர்ந்தறிய இடந்தராத *an impenetrable mystery*

imperative[1] /ɪmˈperətɪv/ *adj.* very important or urgent மிகவும் முக்கியமான அல்லது அவசரமான; உடனடியாகச் செய்ய வேண்டிய அல்லது கவனிக்க வேண்டிய; தவிர்க்க முடியாத *It's imperative that you see a doctor immediately.*

the imperative[2] /ɪmˈperətɪv/ *noun* [C] (*grammar*) the form of the verb that is used for giving orders கட்டளையிடுவதற்குப் பயன்படுத்தப்படும் வினைச்சொல் வடிவம்; வினையின் ஏவல் வடிவம் *In 'Shut the door!' the verb is in the imperative.*

imperceptible /ˌɪmpəˈseptəbl/ *adj.* too small to be seen or noticed பார்ப்பதற்கு அல்லது கண்டுணர்வதற்கு இயலாதவாறு மிகச் சிறிதாக உள்ள; நுட்பமான; புலப்படா நுண்பொருளான *The difference between the original painting and the copy was almost imperceptible.* ✪ **OPP perceptible** ▶ **imperceptibly** /ˌɪmpəˈseptəbli/ *adv.* *Almost imperceptibly winter was turning into spring.*

imperfect[1] /ɪmˈpɜːfɪkt/ *adj.* with mistakes or faults தவறுகள் அல்லது குறைகள் உள்ள; பிழைபட்ட; முழு நிறைவானதல்லாத *This is a very imperfect system.* ✪ **OPP perfect** ▶ **imperfection** /ˌɪmpəˈfekʃn/ *noun* [C, U] *They learned to live with each other's imperfections.* ▶ **imperfectly** *adv.*

the imperfect[2] /ɪmˈpɜːfɪkt/ *noun* [U] (*grammar*) used for expressing action in the past that is not completed கடந்த காலத்திற்குரிய முடிவுறாத செயலைக் குறிக்கப் பயன்படுத்தப்படுவது *In 'I was having a bath,' the verb is in the imperfect.* **NOTE** இக்காலத்தைச் சுட்டும் வினைச்சொல் பெரும்பாலும் **past continuous** அல்லது **past progressive** என்றே குறிப்பிடப்படுகிறது.

imperial /ɪmˈpɪəriəl/ *adj.* **1** connected with an empire or its ruler பேரரசு அல்லது பேரரசர் தொடர்பான *the imperial palace* **2** belonging to a system of weighing and measuring that, in the past, was used for all goods in the UK and is still used for some கடந்த காலத்தில் பிரிட்டன் பேரரசில் அனைத்துப் பொருள்கள் வகையிலும் வழக்கில் இருந்த, தற்பொழுதும் சில பொருள்களை அளக்க/நிறுத்தப் பயன்படுத்தப்படுகிற, நிறுத்தலளவை மற்றும் முகத்தலளவை முறை தொடர்பான ➪ **metric, inch, foot, yard, ounce, pound, pint, gallon** பதிவுகளைப் பார்க்க.

imperialism /ɪmˈpɪəriəlɪzəm/ *noun* [U] a political system in which a rich and powerful country controls other countries (**colonies**) which are not as rich and powerful as itself தன்னை விடச் செல்வத்திலும் ஆற்றலிலும் குறைந்த நாடுகள் மீது செல்வமும் வலிமையும் கொண்ட ஒரு நாடு ஆளுமை செலுத்தும் அரசியல் முறை; பேரரசு ஆட்சி முறை; ஏகாதிபத்தியம் ▶ **imperialist** *noun* [C]

impermeable /ɪmˈpɜːmiəbl/ *adj.* **impermeable (to sth)** not allowing a liquid or gas to pass through திரவத்தை அல்லது வாயுவை ஊடாகச் செல்லவிடாத *impermeable rock* • *The container is impermeable to water vapour.* ✪ **OPP permeable**

impersonal /ɪmˈpɜːsənl/ *adj.* **1** not showing friendly human feelings; cold in feeling or atmosphere நட்பு முறையிலான மனித உணர்வுகளை வெளிப்படுத்தாத; உணர்ச்சி இறுக்கமுடைய; நட்பார்வமற்ற *The hotel room was very impersonal.* **2** not referring to any particular person தனியொருவரைச் சுட்டாத; பொது முறையான *Can we try to keep the discussion as impersonal as possible, please?*

impersonate /ɪm'pɜ:səneɪt/ *verb* [T] to copy the behaviour and way of speaking of a person or to pretend to be a different person ஒருவரது நடத்தை மற்றும் பேச்சு முறையைப் பின்பற்று; போன்று நடி; பொய்த்தோற்றம் அளி; ஆள் மாறாட்டம் செய் *a comedian who impersonates politicians* ▶ **impersonation** /ɪm,pɜ:sə'neɪʃn/ *noun* [C, U] ▶ **impersonator** *noun* [C]

impertinent /ɪm'pɜ:tɪnənt/ *adj.* (*formal*) not showing respect to sb who is older and more important; rude தன்னை விட வயதில் மூத்த மற்றும் முக்கியத்துவம் உடைய ஒருவருக்கு மரியாதை காட்டாத; துடுக்குத்தனமான ✪ OPP **polite, respectful** ▶ **impertinence** *noun* [U] ▶ **impertinently** *adv.*

imperturbable /,ɪmpə'tɜ:bəbl/ *adj.* (*formal*) not easily worried by a difficult situation (ஒரு கடுமையான நேர்வால்) எளிதில் மனக்கலக்கம் அடையாத; மன அமைதி குலைவுறாத

impervious /ɪm'pɜ:viəs/ *adj.* **impervious (to sth) 1** not affected or influenced by sth ஒன்றினால் பாதிக்கப்படாத அல்லது ஒன்றின் தாக்கத்திற்கு அல்லது ஆளுமைக்கு உட்படாத *She was impervious to criticism.* **2** not allowing water, etc. to pass through நீர் முதலியவற்றைத் தன்னூடாகச் செல்லவிடாத

impetuous /ɪm'petʃuəs/ *adj.* acting or done quickly and without thinking சிந்திக்காது அவசரத்துடன் செயலாற்றுகிற அல்லது செய்யப்படுகிற; திடீர் உணர்ச்சிகளுக்கு ஆட்படுகிற *Her impetuous behaviour often got her into trouble.* **NOTE** இப்பொருள் குறிக்கும் பெருவழக்கான சொல் **impulsive** என்பதாகும். ▶ **impetuously** *adv.*

impetus /'ɪmpɪtəs/ *noun* [U] [*sing.*] **(an) impetus (for sth); (an) impetus (to do sth)** something that encourages sth else to happen வேறொன்று நிகழத் தூண்டுதலாக அமையும் அல்லது ஊக்குதவி அளிக்கும் ஒன்று; புறத் தூண்டுதல்; உந்துவிசை *This scandal provided the main impetus for changes in the rules.* • *I need fresh impetus to start working on this essay again.*

impinge /ɪm'pɪndʒ/ *verb* [I] (*formal*) **impinge on/upon sth** to have a noticeable effect on sth, especially a bad one ஒன்றின் மீது வெளிப்படையான, பெரும்பாலும் இன்னாத, விளைவை ஏற்படுத்து, ஒன்றுக்கு பாதிப்பு உண்டாக்கு *I'm not going to let my job impinge on my home life.*

implant /'ɪmplɑ:nt/ *noun* [C] something that is put into a part of the body in a medical operation, often in order to make it bigger or of a different shape பெரும்பாலும் உடலின் ஓர் உறுப்பைப் பெரிதாக்கும் பொருட்டு அல்லது அதன் வடிவமைப்பை மாற்றும் பொருட்டு அறுவை மருத்துவ வழி அதனுள் பொருத்தப்படும் ஒன்று; ஒட்டுத்திசு முதலியவை

implausible /ɪm'plɔ:zəbl/ *adj.* not easy to believe நம்புதற்கு எளிதாக இராத; நம்புதற்கரிய *an implausible excuse* ✪ OPP **plausible**

implement¹ /'ɪmplɪmənt/ *noun* [C] a tool or instrument (especially for work outdoors) (குறிப்பாக வெளியிடப் பணிக்கான) செயற் கருவி; துணைக் கருவி *farm implements* ➪ **tool** பார்க்க.

implement² /'ɪmplɪment/ *verb* [T] to start using a plan, system, etc. ஒரு திட்டம், செயல்முறை, முதலியவற்றைப் பயன்படுத்தத் தொடங்கு; செயற்படுத்து; அமல் செய் *Some teachers are finding it difficult to implement the government's educational reforms.* ▶ **implementation** /,ɪmplɪmen'teɪʃn/ *noun* [U]

implicate /'ɪmplɪkeɪt/ *verb* [T] **implicate sb (in sth)** to show that sb is involved in sth unpleasant, especially a crime இன்னாத ஒன்றில், குறிப்பாக ஒரு குற்றத்தில், ஒருவர் தொடர்புற்றிருப்பதாகக் காட்டு; குற்றப்பொறுப்பு முதலியவற்றில் ஒருவரைச் சிக்க வை *A well-known politician was implicated in the scandal.*

implication /,ɪmplɪ'keɪʃn/ *noun* **1** [C, *usually pl.*] **implications (for/of sth)** the effect that sth will have on sth else in the future எதிர்காலத்தில் ஒன்று வேறொன்றன் மீது ஏற்படுத்தும் தாக்கம் அல்லது விளைவு *The new law will **have** serious **implications** for our work.* **2** [C, U] something that is suggested or said indirectly குறிப்பாக அல்லது மறைமுகமாகக் கூறப்படும் ஒன்று; உட்பொருள்; உட்கருத்து *The implication of what she said was that we had made a bad mistake.* ➪ **imply** verb பார்க்க. **3** [U] **implication (in sth)** the fact of being involved, or of involving sb, in sth unpleasant, especially a crime இன்னாத ஒன்றில், குறிப்பாக ஒரு குற்றத்தில் தொடர்புற்றிருத்தல் அல்லது ஒருவரைத் தொடர்புபடுத்துதல்; ஒரு குற்றப்பொறுப்பில் சிக்கியிருத்தல் அல்லது ஒருவரைச் சிக்கவைத்தல் ➪ **implicate** verb பார்க்க.

implicit /ɪm'plɪsɪt/ *adj.* **1** not expressed in a direct way but understood by the people involved நேரடியாகக் கூறப்படாது, தொடர்புடையவர்களால் புரிந்துகொள்ளப்படும் முறையிலான; குறிப்பாகச் சுட்டப்படுகிற *We had an implicit agreement that we would support each other.* ➪ **explicit** பார்க்க. **2** complete; total முழுமையான; நிறைவான; ஐயுறவுக்கு இடந்தராத *I have implicit faith in your ability to do the job.* ▶ **implicitly** *adv.*

implore /ɪm'plɔ:(r)/ *verb* [T] (*formal*) to ask sb with great emotion to do sth, because you are in a very serious situation கவலைக்குரிய ஒரு

நிலையில் தான் இருப்பதால், ஒன்றைச் செய்யுமாறு உணர்ச்சி முனைப்புடன் ஒருவரைக் கேட்டுக்கொள்; கெஞ்சிக் கேள்; மன்றாடு *She implored him not to leave her alone.* ✪ SYN **beg**

imply /ɪm'plaɪ/ *verb* [T] (*pres. part.* **implying**; *3rd person sing. pres.* **implies**; *pt, pp* **implied**) to suggest sth in an indirect way or without actually saying it மறைமுகமாக அல்லது குறிப்பாக ஒன்றைத் தெரிவி; உய்த்துணரும்படி கூறு *He didn't say so but he implied that I was lying.* ➪ **implication** noun பார்க்க.

impolite /ˌɪmpə'laɪt/ *adj.* rude பண்பு நயமற்ற; மரியாதை இல்லாத *I think it was impolite of him to ask you to leave.* ✪ OPP **polite** ▶ **impolitely** *adv.*

import¹ /'ɪmpɔːt/ *noun* **1** [C, *usually pl.*] a product or service that is brought into one country from another வேறொரு நாட்டிலிருந்து ஒரு நாட்டிற்குக் கொண்டுவரப்படும் விளைபொருள் அல்லது சேவை; இறக்குமதி *What are your country's major imports?* ✪ OPP **export 2** [U] (*also* **importation**) the act of bringing goods or services into a country விளைபொருள்களை அல்லது சேவைகளை இறக்குமதி செய்தல் *new controls on the import of certain goods from abroad*

import² /ɪm'pɔːt/ *verb* [I, T] **1 import sth (from)** to buy goods, etc. from a foreign country and bring them into your own country அயல்நாடு ஒன்றில் சரக்கு முதலியவற்றை விலைக்கு வாங்கி அதனைத் தன் நாட்டுக்குக் கொண்டுவா; இறக்குமதி செய் *imported goods • Britain imports wine from Spain. (figurative) • We need to import some extra help from somewhere.* ✪ OPP **export 2** (*computing*) to move information onto a program from another program (கணிப்பொறி வழக்கு) தகவலை வேறொரு நிரலிலிருந்து ஒரு நிரலுக்கு இடம்பெயர்; இறக்குமதி செய் ▶ **importer** *noun* [C] ✪ OPP **exporter**

importance /ɪm'pɔːtns/ *noun* [U] the quality of being important ஒருவர்/ஒன்று செல்வாக்கு அல்லது மதிப்பு மிக்கவராக/மிக்கதாக இருக்கும் தன்மை; முக்கியத்துவம்; சிறப்பு *The decision was **of** great **importance** to the future of the business.*

important /ɪm'pɔːtnt/ *adj.* **1 important (to sb); important (for sb/sth) (to do sth); important that...** having great value or influence; very necessary பெரு மதிப்புடைய; பயன்விளைவு மிக்க; இன்றியமையாத; முக்கியத்துவம் உடைய; குறிப்பிடத்தக்க *an important meeting/decision/factor • This job is very important to me.* **2** (used about a person) having great influence or authority (ஆள் வகையில்) செல்வாக்கு மிக்க; பெரும் ஆளுமை உடைய *He was one of the most important writers of his time.* ▶ **importantly** *adv.*

importation /ˌɪmpɔː'teɪʃn/ = **import¹ 2**

impose /ɪm'pəʊz/ *verb* **1** [T] **impose sth (on/upon sb/sth)** to make a law, rule, opinion, etc. be accepted by using your power or authority தனது ஆற்றலை அல்லது அதிகாரத்தைப் பயன்படுத்தி ஒரு சட்டம், விதிமுறை, கருத்து முதலியவற்றை ஒருவரை ஏற்கச் செய்; கட்டாயப்படுத்தி ஏற்கும்படி செய்; திணி **2** [I] **impose (on/upon sb/sth)** to ask or expect sb to do sth that may cause extra work or trouble கூடுதல் வேலை அல்லது இடர்ப்பாடு உள்ளடங்கி இருக்கக்கூடிய ஒன்றைச் செய்யுமாறு ஒருவரைக் கேட்டுக்கொள் அல்லது அவர் செய்யவேண்டுமென்று எதிர்பார் *I hate to impose on you, but can you lend me some money?* ▶ **imposition**/ˌɪmpə'zɪʃn/ *noun* [U, C] *the imposition of military rule*

imposing /ɪm'pəʊzɪŋ/ *adj.* big and important; impressive பெரியதும் குறிப்பிடத்தக்கதுமான; தோற்றக் கவர்ச்சியுடைய; பாராட்டத்தக்க; உன்னதமான *They lived in a large, imposing house near the park.*

impossible /ɪm'pɒsəbl/ *adj.* **1** not able to be done or to happen செய்யப்பட முடியாத அல்லது நிகழ முடியாத; இயலாத *It's impossible for me to be there before 12. • I find it almost impossible to get up in the morning!* **2** very difficult to deal with or control கையாள்வதற்கு அல்லது கட்டுப்படுத்துவதற்கு மிகவும் கடினமான *This is an impossible situation! • He's always been an impossible child.* ✪ OPP **possible** ▶ **the impossible** *noun* [*sing.*] *Don't attempt the impossible!* ▶ **impossibility** /ɪmˌpɒsə'bɪləti/ *noun* [C, U] (*pl.* **impossibilities**) *What you are suggesting is a complete impossibility!*

impossibly /ɪm'pɒsəbli/ *adv.* extremely மிகப் பெருமளவில்; இயலாது போகுமளவுக்கு *impossibly complicated*

impostor /ɪm'pɒstə(r)/ *noun* [C] a person who pretends to be sb else in order to trick other people மற்றவர்களை ஏமாற்றுவதற்காகத் தான் வேறொருவராகப் பாவனை செய்பவர்; ஆள்மாறாட்டம் செய்பவர்; மோசக்காரர்

impotent /'ɪmpətənt/ *adj.* **1** without enough power to influence a situation or to change things ஒரு நடப்பின் மீது தாக்கம் ஏற்படுத்தக்கூடிய அளவுக்கு அல்லது ஒன்றில் மாற்றம் உண்டுபண்ணும் அளவுக்கு ஆற்றல் இல்லாத; செயல் திறம் குன்றிய; ஆக்கத்திறன் அற்ற **2** (*medical*) (used about men) not capable of having sex (ஆண்கள் வகையில்) ஆண்மையற்ற;

வீரியமற்ற; பாலியல் திறனற்ற ▶ **impotence** *noun* [U]

impoverish /ɪmˈpɒvərɪʃ/ *verb* [T] (*formal*) to make sb/sth poor or lower in quality ஒருவரை/ஒன்றை வறிதாக்கு அல்லது ஏழ்மை அடையச் செய்; வளமை அல்லது சிறப்புக் குன்றச் செய் ✪ OPP **enrich**

impractical /ɪmˈpræktɪkl/ *adj*. **1** not sensible or realistic அறிவு அல்லது அனுபவ முதிர்ச்சி இல்லாத; நடைமுறைக்கு ஒவ்வாத *It would be impractical to take our bikes on the train*. **2** (used about a person) not good at doing ordinary things that involve using your hands; not good at organizing or planning things (ஆள் வகையில்) கைத்திறன் வேண்டப்படும் எளிய செயல்களைச் செய்வதில் திறமையற்ற; ஒன்றைத் திட்டமிடுதல் அல்லது ஏற்பாடு செய்தலில் திறமையில்லாத ✪ OPP **practical**

imprecise /ˌɪmprɪˈsaɪs/ *adj*. not clear or exact தெளிவற்ற; துல்லியமாக இல்லாத; சரிநுட்பமாக இல்லாத *imprecise instructions* ✪ OPP **precise**

impress /ɪmˈpres/ *verb* [T] **1 impress sb (with sth); impress sb that** to make sb feel admiration and respect ஒருவரைப் பாராட்டுணர்வும் மதிப்புணர்ச்சியும் கொள்ளச் செய்; நல்லெண்ணம் அல்லது நன்மதிப்பைத் தூண்டு *She's always trying to impress people with her new clothes.* • *It impressed me that he understood immediately what I meant*. **2** (*formal*) **impress sth on/upon sb** to make the importance of sth very clear to sb ஒன்றின் முக்கியத்துவத்தை ஒருவருக்குத் தெளிவாகப் புலப்படுத்து; ஒன்றின் இன்றியமையாமையை ஒருவர் மனத்தில் பதியவை *I wish you could impress on Jatin that he must pass these exams*.

impression /ɪmˈpreʃn/ *noun* [C] **1** an idea, a feeling or an opinion that you get about sb/sth ஒருவர்/ஒன்று குறித்துத் தன் மனத்தில் தோன்றும் கருத்து, உணர்வு அல்லது எண்ணம்; கருத்துப் பதிவு; எண்ணப்பதிவு *What's your **first impression** of the new director?* • *I'm not sure but I **have/get the impression** that Jyothi's rather unhappy*. **2** the effect that a person or thing produces on sb else ஓராள் அல்லது ஒரு பொருள் மற்றொருவர் மனத்தில் தோற்றுவிக்கும் கருத்து அல்லது உணர்ச்சி; கருத்து விளைவு; உணர்ச்சி விளைவு *She **gives the impression** of being older than she really is.* • *Do you think I **made a good impression on** your parents?* **3** an amusing copy of the way a person acts or speaks ஒருவரது செயலை அல்லது பேச்சைச் சிரிப்பூட்டும் முறையில் போலச் செய்தல்; நையாண்டிப் போலி *My brother can do a good impression of the Prime Minister*. ✪ SYN **imitation 4** a mark that is left when an object has been pressed hard into a surface ஒரு பரப்பின் மீது ஒரு பொருளை வலுவாக அழுத்தும் போது உண்டாகும் அடையாளம்; தடம்; பொறிப்பு

impressionable /ɪmˈpreʃənəbl/ *adj*. easy to influence எளிதில் தாக்கத்திற்கு/மாற்ற விளைவுக்கு உட்படுத்தத்தக்க; எதுவும் உள்ளத்தில் எளிதில் பதியக் கூடிய *Sixteen is a very impressionable age*.

impressive /ɪmˈpresɪv/ *adj*. causing a feeling of admiration and respect because of the importance, size, quality, etc. of sth முக்கியத்துவம், உருவளவு, பண்புத் தரம் முதலியவற்றால் பாராட்டுணர்வையும் மதிப்புணர்ச்சியையும் தூண்டுகிற; மெச்சுதலுக்கு உரிய; போற்றத்தக்க *an impressive building/speech* • *The way he handled the situation was most impressive*.

imprint /ɪmˈprɪnt/ *noun* [C] a mark made by pressing an object on a surface ஒரு பரப்பின் மீது ஒரு பொருளை அழுத்துவதால் உண்டாகும் அடையாளம்; தடம்; முத்திரை; பதிவு *the imprint of a foot in the sand*

imprison /ɪmˈprɪzn/ *verb* [T] (*usually passive*) to put or keep in prison சிறைப்படுத்து; சிறையில் அடைத்துவை; சிறையில் வைத்திரு *He was imprisoned for armed robbery*. ✪ SYN **incarcerate** இது **imprison**-ஐ விட முறைசார்பு மிக்க சொல்லாகும் ▶ **imprisonment** *noun* [U] *She was sentenced to five years' imprisonment*.

improbable /ɪmˈprɒbəbl/ *adj*. not likely to be true or to happen உண்மையாக இருக்க அல்லது நிகழ வாய்ப்புக் குறைந்த; உறுதியாகக் கொள்ள முடியாத *an improbable explanation* • *It is **highly improbable** that she will arrive tonight*. ✪ SYN **unlikely** ✪ OPP **probable** ▶ **improbability** /ɪmˌprɒbəˈbɪləti/ *noun* [U] ▶ **improbably** /imˈprɒbəbli/ *adv*.

impromptu /ɪmˈprɒmptjuː/ *adj*. (done) without being prepared or organized முன்னேற்பாடற்ற; திட்டமிட்டுச் செய்யப்படாத; உடனடிச் செயலான *an impromptu party*

improper /ɪmˈprɒpə(r)/ *adj*. **1** illegal or dishonest சட்டத்திற்கு மாறான; நேர்மையற்ற; ஒழுங்கு தவறிய *It seems that she had been involved in improper business deals*. **2** not suitable for the situation; rude in a sexual way சூழலுக்குப் பொருந்தாத; பாலியல் வகையில் பண்பு நயமற்ற; இழிந்த *It would be improper to say anything else at this stage.* • *He lost his job for making improper suggestions to several of the women*. ✪ OPP **proper** ▶ **improperly** *adv*. ✪ OPP **properly**

impropriety /ˌɪmprəˈpraɪəti/ *noun* [U, C] (*pl.* **improprieties**) (*formal*) behaviour or actions that are morally wrong or not appropriate ஒழுக்கக் கேடான அல்லது சூழலுக்குப் பொருத்தமற்ற நடத்தை அல்லது செயல்கள் *She was unaware of the impropriety of her remark.*

improve /ɪmˈpruːv/ *verb* [I, T] to become or to make sth better திருந்து; மேம்பாடடை; திருத்து; மேம்படுத்து; செம்மைப்படுத்து *I hope the weather will improve later on.*

PHR V **improve on/upon sth** to produce sth that is better than sth else வேறொன்றை விட மேம்பட்டதாக ஒன்றை உருவாக்கு; மற்றதை விஞ்சியதாக்கு *Nobody will be able to improve on that score* (= nobody will be able to make a higher score).

improvement /ɪmˈpruːvmənt/ *noun* [C, U] **(an) improvement (on/in sth)** (a) change which makes the quality or condition of sb/sth better ஒருவரது/ஒன்றன் தரத்தை அல்லது நிலையை மேலும் செம்மைப்படுத்தும் முறையிலான மாற்றம்; திருத்தம்; முன்னேற்றம் *Your written work is in need of some improvement.*

NOTE ஒன்று முன்பிருந்த நிலையை விட மேம்பட்டுள்ளதை **improvement in** என்ற தொடர் குறிக்கும்—*There's been a considerable improvement in your mother's condition.* இரண்டு பொருள்களை ஒப்பிடுகையில் ஒன்று மற்றதை விட மேம்பட்டதாகக் காணப்படுவதைக் குறிக்க **improvement on** என்ற தொடரைப் பயன்படுத்துகிறோம்—*These marks are an improvement on your previous ones.*

improvise /ˈɪmprəvaɪz/ *verb* [I, T] **1** to make, do, or manage sth without preparation, using what you have முன்னேற்பாடு இன்றி உள்ளதைக் கொண்டு ஒன்றை உருவாக்கு, செய் அல்லது சமாளி; திடீரென்று ஒன்றை ஆயத்தம் செய் *If you're short of teachers today you'll just have to improvise* (= manage somehow with the people that you've got). **2** to play music, speak or act using your imagination instead of written or remembered material எழுதி வைக்கப்பட்டுள்ளதைக் கொண்டோ நினைவிலிருந்தோ அல்லாமல், கற்பனைத் திறனைப் பயன்படுத்தி இசை மீட்டு, பேசு அல்லது நடி; தன்னியலாகச் செய் *It was obvious that the actor had forgotten his lines and was trying to improvise.* ▶ **improvisation** /ˌɪmprəvaɪˈzeɪʃn/ *noun* [C, U]

impudent /ˈɪmpjədənt/ *adj.* (*formal*) very rude; lacking respect and not polite மரியாதையற்ற; இணக்க வணக்கமற்ற; திமிரான ✪ SYN இதன் முறைசார்பு இல்லா வழக்கு **cheeky** என்பதாகும் ▶ **impudently** *adv.* ▶ **impudence** *noun* [U]

impulse /ˈɪmpʌls/ *noun* [C] **1** [*usually sing.*] **an impulse (to do sth)** a sudden desire to do sth without thinking about the results விளைவுகளைப் பற்றிச் சிந்திக்காது ஒன்றைச் செய்ய வேண்டுமென்ற திடீர் விருப்பம்; திடீர் உள்ளுணர்ச்சி *She felt a terrible impulse to rush out of the house and never come back.* **2** (*technical*) a force or movement of energy that causes a reaction எதிர்வினையைத் தூண்டும் விசை அல்லது ஆற்றல் இயக்கம்; தூண்டு விசை; உந்து வேகம்; தாக்கு விசை *nerve/electrical impulses*

IDM **on (an) impulse** without thinking or planning and not considering the results சிந்திக்காது அல்லது திட்டமிடாது மற்றும் விளைவுகளைக் கருத்தில் கொள்ளாது; உள்ளுணர்ச்சி வெளிப்பாடாக

impulsive /ɪmˈpʌlsɪv/ *adj.* likely to act suddenly and without thinking; done without careful thought சிந்திக்காது திடீரெனச் செயலில் இறங்கக்கூடிய; திடீர் உணர்ச்சிகளுக்கு ஆட்படுகிற *an impulsive character* ▶ **impulsively** *adv.* ▶ **impulsiveness** *noun* [U]

impure /ɪmˈpjʊə(r)/ *adj.* **1** not pure or clean; consisting of more than one substance mixed together (and therefore not of good quality) தூய்மையற்ற; மாசுற்ற; (தரமற்ற) கலப்படமான; அயற்பொருள் கலப்புள்ள *impure metals* **2** (*old-fashioned*) (used about thoughts and actions connected with sex) not moral; bad (பாலியல் தொடர்பான எண்ணங்கள் மற்றும் செயல்கள் வகையில்) மோசமான; ஒழுக்கக் கேடான; இழி நடத்தையான; நெறி கெட்ட ✪ OPP **pure**

impurity /ɪmˈpjʊərəti/ *noun* (*pl.* **impurities**) **1** [C, *usually pl.*] a substance that is present in small amounts in another substance, making it dirty or of poor quality வேறொரு பொருளில் சிறு அளவுகளில் கலந்துள்ளதும் அப்பொருளின் தரத்தை அல்லது தூய்மையைக் கெடுப்பதுமான பொருள்; அழுக்கு; கழிவுப்பொருள் **2** [U] (*old-fashioned*) the state of being morally bad ஒழுக்கமின்மை; நன்னடத்தை இன்மை; இழி நடத்தை ⇨ **purity** பார்க்க.

in[1] /ɪn/ *adv., prep.*

NOTE பல பெயர்ச்சொற்களுடன் உள்ள **in time** போன்ற சிறப்புப் பயன்பாடுகள் பற்றி அறிய அப்பெயர்ச்சொல் பதிவுகளைப் பார்க்க. பல வினைகளுடன் உள்ள **give in** போன்ற சிறப்புப் பயன்பாடுகள் பற்றி அறிய அவ்வினைச்சொல் பதிவுகளைப் பார்க்க.

1 (used to show place) inside or to a position inside a particular area or object (இட வகையில்)

குறிப்பிட்ட இடத்தின் அல்லது பொருளின் உட்பகுதியில் அல்லது உட்பகுதியிலுள்ள ஓரிடத்திற்கு; உள்ளிடத்தில்; உள்ளிடத்திற்கு; உள்ளே; உள்ளாக; உட்புறமாக *a country in Africa • He lay* ***in bed****. • His wife's* ***in hospital****.* **2** at home or at work வீட்டில்; பணியில்; வெளியே சென்றிராது; வேலை செய்துகொண்டு *I phoned him last night but he wasn't in. • She won't* ***be in*** *till late today.* **3** (showing time) during a period of time (கால வகையில்) ஒரு காலப்பகுதியில்; கால கட்டத்தில்; வேளையில்; காலத்தில் *My birthday is in August. • in spring/summer/autumn/winter* **4** (showing time) after a period of time (கால வகையில்) ஒரு காலப்பகுதிக்குப் பின்; குறிப்பிட்ட கால அளவுக்கு/எல்லைக்குப் பின் *I'll be finished in ten minutes.* **5** wearing sth ஒன்றை அணிந்துகொண்டு; ஓர் உடுப்பில் *I've never seen you in a suit before. • a woman in a yellow dress* **6** showing the condition or state of sb/sth ஒருவரது/ஒன்றன் சூழலை அல்லது நிலையைக் குறிக்கப் பயன்படுத்தப்படுவது: குறிப்பிட்ட சூழலில் அல்லது நிலையில் *Raghav's* ***in love****. • He's in his mid-thirties.* **7** showing sb's job or the activity sb is involved in குறிப்பிடப்பட்ட பணியில் அல்லது செயல்பாட்டில் ஈடுபட்டுள்ளவராக *He's got a good job in advertising. • All her family are in politics.* **8** contained in; forming the whole or part of sth ஒன்றில் உள்ளடங்கியதாக; ஒன்றின் முழுமைத் தொகுதியாக அல்லது பகுதியாக *There are 31 days in January. • What's in this casserole?* **9** used for saying how things are arranged குறிப்பிடப்பட்ட ஒழுங்கு முறையில் அல்லது வடிவமைப்பில் *We sat in a circle. • She had her hair in plaits.* **10** used for saying how sth is written or expressed (எழுத்து அல்லது பேச்சு வகையில்) குறிப்பிடப்பட்ட முறையில், வகையில் அல்லது தன்மையில் *They were talking* ***in Italian/French/Polish****. • to work in groups/teams* **11** used with feelings உணர்ச்சிகளைக் குறிப்பிடும்போது, அவ்வுணர்ச்சிகளைச் சுட்டும் சொற்களுடன் இணைந்து வருவது *I watched* ***in horror*** *as the plane crashed to the ground. • He was* ***in such a rage*** *I didn't dare to go near him.* **12** used for giving the rate of sth and for talking about numbers ஒன்றின் கணிப்பு வீதத்தைக் குறிப்பிட அல்லது எண்ணிக்கைகளைப் பற்றிப் பேசப் பயன்படுத்தப்படுவது ***One family in ten*** *owns a dishwasher.* **13** used for sth received by sb official பணிமுறையில்/அதிகாரபூர்வமாக ஒருவரால் பெறப்படுவதாக அல்லது ஒருவருக்கு வந்துசேர்வதாக **14** (used about the sea) at the highest point, when the water is closest to the land (கடல் வகையில்) தரைமட்டத்திற்கு மிக அருகில் வருமாறு; கடலலை உச்ச மட்டத்திற்கு எழுந்து *The tide's coming in.*

IDM be in for it/sth to be going to experience sth unpleasant மகிழ்ச்சியூட்டாத ஒன்றைப் பட்டறிய இரு; இன்னாத ஓர் அனுபவத்தைப் பெற இரு *He'll be in for a shock when he gets the bill. • You'll be in for it when Mum sees what you've done.*

be/get in on sth to be included or involved in sth ஒன்றில் உள்ளடக்கப்படு அல்லது சேர்த்துக்கொள்ளப்படு; ஈடுபடு; தொடர்புறு *I'd like to be in on the new project.*

have (got) it in for sb (*informal*) to cause trouble for sb because you dislike him/her தனக்குப் பிடிக்காத ஒருவருக்குத் தொல்லை கொடு *The boss has had it in for me ever since I asked to be considered for the new post.*

in² /ɪn/ *noun*

IDM the ins and outs (of sth) the details and difficulties (involved in sth) ஒன்றில் உள்ளடங்கியுள்ள நுணுக்க விவரங்களும் சிக்கல்களும் *Will somebody explain the ins and outs of the situation to me?*

in³ /ɪn/ *adj.* (*informal*) fashionable at the moment தற்போது புதுமைப் பாங்குடையதாக உள்ள; நவ நாகரிகமான *the in place to go • The colour grey is very in this season.*

in. *abbr.* inch(es) அங்குலத்தைக் குறிக்கும் inch என்பதன் குறுக்கம்

in- /ɪn/ *prefix* **1** (*also* **il-** /ɪl/; **im-** /ɪm/; **ir-** /ɪr/) (*in adjectives, adverbs and nouns*) not; the opposite of இல்லாத; விலக்கிய; மாறான; எதிர்நிலையான; முரணான *infinite • illogical • immorally • irrelevance* **2** (*also* **im-** /ɪm/) (*in verbs*) to put into the condition mentioned குறிப்பிட்ட நிலையில் ஒன்றை இருத்து; குறிப்பிட்ட நிலைக்கு உட்படுத்து *inflame • imperil*

inability /ˌɪnəˈbɪləti/ *noun* [*sing.*] **inability (to do sth)** lack of ability, power or skill செயல்திறம், ஆற்றல் அல்லது தனிப் பயிற்சித் திறம் இல்லாதிருத்தல்; இயலாமை; திறமையின்மை *He has a complete inability to listen to other people's opinions.* ➪ **unable** adjective பார்க்க.

inaccessible /ˌɪnækˈsesəbl/ *adj.* very difficult or impossible to reach or contact சென்றடைய அல்லது தொடர்புகொள்ளப் பெரிதும் கடினமான அல்லது இயலாத; அணுக முடியாத; எட்டாத *That beach is inaccessible by car.* ✪ OPP **accessible** ▶ **inaccessibility** /ˌɪnækˌsesəˈbɪləti/ *noun* [U]

inaccurate /ɪnˈækjərət/ *adj.* not correct or accurate; with mistakes சரியாக இல்லாத; பிழைபட்ட; தவறான *an inaccurate report/description/statement* ✪ OPP **accurate** ▶ **inaccuracy**

/ɪnˈækjərəsi/ *noun* [C, U] (*pl.* **inaccuracies**) *There are always some inaccuracies in newspaper reports.* ✪ OPP **accuracy** ▶ **inaccurately** *adv.*

inaction /ɪnˈækʃn/ *noun* [U] doing nothing; lack of action செயல்படாதிருத்தல்; செயலின்மை; சோம்பல் *The crisis was blamed on the government's earlier inaction.* ✪ OPP **action**

inactive /ɪnˈæktɪv/ *adj.* doing nothing; not active ஒன்றும் செய்யாதிருக்கிற; செயலற்ற; சோம்பியிருக்கிற; சுறுசுறுப்பற்ற *The virus remains inactive in the body.* ✪ OPP **active** ▶ **inactivity** /ˌɪnækˈtɪvəti/ *noun* [U] ✪ OPP **activity**

inadequate /ɪnˈædɪkwət/ *adj.* **1 inadequate (for sth/to do sth)** not enough; not good enough போதாத; பற்றாத; தேவைக்குக் குறைந்த; நிறைவானதல்லாத *the problem of inadequate housing* **2** (used about a person) not able to deal with a problem or situation; not confident (ஆள் வகையில்) ஒரு சிக்கலை அல்லது சூழலைக் கையாள முடியாத; தன்னம்பிக்கை அற்ற; குறைபாடுடைய; திறமையற்ற *There was so much to learn in the new job that for a while I felt totally inadequate.* ✪ OPP **adequate** ▶ **inadequately** *adv.* ▶ **inadequacy** /ɪnˈædɪkwəsi/ *noun* [C, U] (*pl.* **inadequacies**) *his inadequacy as a parent*

inadmissible /ˌɪnədˈmɪsəbl/ *adj.* (*formal*) that cannot be allowed or accepted, especially in a court of law குறிப்பாக ஒரு நீதிமன்றத்தில், ஏற்புக்குரியதல்லாத; அனுமதிக்கப்படத்தக்கதல்லாத *inadmissible evidence*

inadvertent /ˌɪnədˈvɜːtənt/ *adj.* (used about actions) done without thinking, not on purpose (செயல்கள் வகையில்) வேண்டுமென்றே அல்லாமல், கருத்தொன்றாது செய்யப்படுகிற; முன் கருதலற்ற; ஆர்ந்தமர்ந்து செய்யாத ✪ OPP **intentional** or **deliberate** ▶ **inadvertently** *adv. She had inadvertently left the letter where he could find it.*

inadvisable /ˌɪnədˈvaɪzəbl/ *adj.* not sensible; not showing good judgement அறிவார்ந்ததல்லாத; அனுபவ முதிர்ச்சியை அல்லது சரியான கணிப்பை வெளிப்படுத்தாத *It is inadvisable to go swimming when you have a cold.* ✪ OPP **advisable**

inalienable /ɪnˈeɪliənəbl/ *adj.* (*formal*) that cannot be taken away from you தன்னிடமிருந்து பறிக்கப்பட முடியாத; தனக்கு உரிமையுடையதான

inane /ɪˈneɪn/ *adj.* without any meaning; silly பொருளற்ற; மடத்தனமான *an inane remark* ▶ **inanely** *adv.*

inanimate /ɪnˈænɪmət/ *adj.* not alive in the way that people, animals and plants are மனிதர்கள், விலங்குகள் மற்றும் தாவரங்களைப் போன்று உயிர் பெற்றவையாக இல்லாத; ஜடப்பொருளான *A rock is an inanimate object.* ✪ OPP **animate**[2]

inappropriate /ˌɪnəˈprəʊpriət/ *adj.* not suitable பொருத்தமற்ற; தகாத; ஒவ்வாத *Isn't that dress rather inappropriate for the occasion?* ✪ OPP **appropriate**

inarticulate /ˌɪnɑːˈtɪkjələt/ *adj.* **1** (used about a person) not able to express ideas and feelings clearly (ஆள் வகையில்) எண்ணங்களையும் உணர்வுகளையும் தெளிவாக வெளிப்படுத்த இயலாத; விளங்காத முறையில் ஒன்றைக் கூறுகிற; புரியும்படிப் பேச இயலாத **2** (used about speech) not clear or well expressed (பேச்சு வகையில்) தெளிவாக இல்லாத; நன்றாக வெளிப்படுத்தப்படாத; பேச்சொலிகள் தெளிவாக உச்சரிக்கப்படாத ✪ OPP **articulate** ▶ **inarticulately** *adv.*

inasmuch as /ˌɪnəzˈmʌtʃ əz/ *conj.* (*formal*) because of the fact that குறிப்பிடப்பட்ட நேர்வின் அல்லது உண்மையின் காரணமாக; குறிப்பிடப்பட்ட ஒன்றின் காரணத்தால் *We felt sorry for the boys inasmuch as they had not realized that what they were doing was wrong.*

inattention /ˌɪnəˈtenʃn/ *noun* [U] lack of attention கவனம் செலுத்தாமை; கவனக் குறைவு *a moment of inattention* ✪ OPP **attention**

inattentive /ˌɪnəˈtentɪv/ *adj.* not paying attention (ஒன்றில்) கவனம் செலுத்தாத; கருத்தூன்றாத *One inattentive student can disturb the whole class.* ✪ OPP **attentive**

inaudible /ɪnˈɔːdəbl/ *adj.* not loud enough to be heard கேட்குமளவுக்கு உரத்த ஒலியாக இல்லாத; செவிக்கு எட்டாத; தெளிவாகக் கேட்க முடியாத ✪ OPP **audible** ▶ **inaudibly** /ɪnˈɔːdəbli/ *adv.*

inaugurate /ɪˈnɔːgjəreɪt/ *verb* [T] **1** to introduce a new official, leader, etc. at a special formal ceremony முறையான சிறப்புச் சடங்கில் புதிய பணி முதல்வர், தலைவர், முதலிய ஒருவரை அறிமுகப்படுத்து; முறைப்படி பணியமர்வு செய் *He will be inaugurated as President next month.* **2** to start, introduce or open sth new (often at a special formal ceremony) (பெரும்பாலும் முறையார்ந்த ஒரு சிறப்புச் சடங்கில்) புதிதாக ஒன்றைத் தொடங்கு, அறிமுகப்படுத்து, அல்லது திறந்துவை; முதன்முதல் காட்சிப்படுத்து அல்லது தொடக்கம் செய் ▶ **inaugural** /ɪˈnɔːgjərəl/ *adj.* (*only before a noun*) *the President's inaugural speech* ▶ **inauguration** /ɪˌnɔːgjəˈreɪʃn/ *noun* [C, U]

inauspicious /ˌɪnɔːˈspɪʃəs/ *adj.* (*formal*) showing signs that the future will not be good or successful; unlucky வருங்காலம் நலமானதாக அல்லது வளமானதாக இருக்காது என்பதற்கான அறிகுறிகளைக் காட்டுகிற; தீய சகுனமான; அமங்கலமான; துரதிட்டமான *an inauspicious start* ✪ OPP **auspicious**

inborn /ˌɪnˈbɔːn/ *adj.* an inborn quality is one that you are born with (இயல்பு, திறமை முதலியவை வகையில்) பிறப்பிலிருந்தே காணப்படுகிற; இயல்பாக அமைந்துள்ள; உடன் பிறந்த ✪ SYN **innate**

inbred /ˌɪnˈbred/ *adj.* produced by breeding among closely related members of a group of animals, people or plants நெருங்கிய உறவுடைய விலங்குகள், மனிதர்கள் அல்லது தாவரங்களுக்கு இடையேயான இனப்பெருக்க வினையால் பிறப்பிக்கப்பட்ட/உண்டாக்கப்பட்ட; இனத்தகப் பாலிணைவு வழியாக உருவான

inbreeding /ˈɪnbriːdɪŋ/ *noun* [U] breeding between closely related people or animals நெருங்கிய உறவுடைய மனிதர்கள் அல்லது விலங்குகளுக்கு இடையேயான இனப்பெருக்க வினை; இனத்தகப் பாலிணைவு

Inc. (*also* **inc**) /ɪŋk/ *abbr.* (*AmE*) Incorporated (ஒரு நிறுவனத்தின் பெயரை அடுத்து வருவது) 'சட்டப்படி பேராண்மை நிறுவனமாக அமைக்கப்பட்ட' என்பதைக் குறிக்கும் Incorporated என்பதன் குறுக்கம் *Mysore Drugstores Inc.*

incalculable /ɪnˈkælkjələbl/ *adj.* very great; too great to calculate மிகப் பெரிய; அளவிட முடியாத; கணித்தற்கரிய *an incalculable risk*

incapable /ɪnˈkeɪpəbl/ *adj.* **1 incapable of sth/doing sth** not able to do sth ஒன்றைச் செய்ய முடியாத; ஒன்றைச் செய்வதற்கு வேண்டிய இயல்பான திறமை பெற்றிராத *She is incapable of hard work/working hard.* • *He's quite incapable of unkindness* (= too nice to be unkind). **2** not able to do, manage or organize anything well எதனையும் நல்ல முறையில் செய்ய, நிருவகிக்க அல்லது திட்ட ஆக்கம் செய்ய இயலாத; செயலாற்றல் அற்ற; திறமையற்ற *As a doctor, she's totally incapable.* ✪ OPP **capable**

incapacitate /ˌɪnkəˈpæsɪteɪt/ *verb* [T] to make sb unable to do sth ஒருவர் ஒன்றைச் செய்யமுடியாதவாறு செய்; முடக்கு

incarcerate /ɪnˈkɑːsəreɪt/ *verb* [T] (*formal*) (*usually passive*) to put sb in prison or in another place from which he/she cannot escape ஒருவரைச் சிறைச்சாலையில் அல்லது தப்ப முடியாத ஓரிடத்தில் வை; சிறைப்படுத்து; அடைத்து வை ✪ SYN **imprison** இது **incarcerate**-ஐ விட முறைசார்பு குறைந்த சொல்லாகும் ▶ **incarceration** /ɪnˌkɑːsəˈreɪʃn/ *noun* [U]

incarnation /ˌɪnkɑːˈneɪʃn/ *noun* [C] **1** a period of life on earth in a particular form குறிப்பிட்ட ஓருருவில் பூமியில் வாழும் காலம்; பிறவி; அவதாரம் *He believed he was a prince in a previous incarnation.* **2 the incarnation of sth** (a person that is) a perfect example of a particular quality (ஆள் வகையில்) குறிப்பிட்ட பண்பின் முழு நிறைவான எடுத்துக்காட்டு; பண்புரு *She is the incarnation of goodness.* ➪ **reincarnation** பார்க்க.

incendiary /ɪnˈsendiəri/ *adj.* that causes a fire தீ உண்டாக்குகிற; தீ மூட்டுகிற *an incendiary bomb/device*

incense[1] /ˈɪnsens/ *noun* [U] a substance that produces a sweet smell when burnt, used especially in religious ceremonies குறிப்பாகச் சமயச் சடங்குகளில் பயன்படுத்தப்படும், எரியும்போது நறுமணம் உண்டாக்கும் ஒரு பொருள்; சாம்பிராணி

incense[2] /ɪnˈsens/ *verb* [T] (*usually passive*) to make sb very angry ஒருவர் மிகவும் சினம் கொள்ளச் செய்; ஆத்திரமூட்டு *The decision of the management not to give the bonus this year incensed the employees.*

incensed /ɪnˈsenst/ *adj.* **incensed (by/at sth)** very angry பெரிதும் சினம் கொண்ட; ஆத்திரமுற்ற; சீற்றம் கொண்ட ✪ SYN **furious**

incentive /ɪnˈsentɪv/ *noun* [C, U] **(an) incentive (for/to sb/sth) (to do sth)** something that encourages you (to do sth) (ஒன்றைச் செய்வதற்கான) ஊக்கம் தரும் ஒன்று; ஊக்குதவி *There's no incentive for young people to do well at school because there aren't any jobs when they leave.*

inception /ɪnˈsepʃn/ *noun* [*sing.*,] (*formal*) the establishment of an institution, an organization, etc. ஒரு நிறுவனம், ஓர் அமைப்பு முதலியவற்றின் துவக்கம்; தோற்றம் *The business has grown rapidly since its inception in 2000.*

incessant /ɪnˈsesnt/ *adj.* never stopping (and usually annoying) (பெரும்பாலும் எரிச்சலூட்டும் முறையில்) தொடர்ச்சியான; இடைவிடாத; ஓயாத *incessant rain/noise/chatter* ➪ **continual** பார்க்க. ▶ **incessantly** *adv.*

incest /ˈɪnsest/ *noun* [U] illegal sex between members of the same family, for example brother and sister (அண்ணன் தங்கை போன்ற) ஒரே குடும்பத்தைச் சேர்ந்த இருவருக்கிடையேயான முறையற்ற பாலுறவு; தகாப் புணர்ச்சி

incestuous /ɪnˈsestjuəs/ *adj.* **1** involving illegal sex between members of the same family ஒரே குடும்பத்தைச் சேர்ந்த இருவருக்கிடையேயான தகாப் புணர்ச்சி தொடர்பான; முறையற்ற பாலுறவு சார்ந்த *an incestuous relationship* **2** (used about a group of people and their relationships with each other) too close; not open to anyone outside the group (ஒரு குழுவினர் மற்றும் அவர்களுக்கிடையேயான

உறவுமுறைகள் பற்றிக் குறிப்பிடுகையில்) மிக நெருக்கமான; குழுவினரல்லாது வேறொருவர் உறவு கொண்டாட முடியாத *Life in a small community can be very incestuous.*

inch¹ /ɪntʃ/ *noun* [C] (*abbr.* **in.**) a measure of length; 2.54 centimetres. There are 12 inches in a foot அடியில் பன்னிரண்டில் ஒரு பகுதியும் 2.54 சென்டிமீட்டருக்கு இணையானதுமான நீட்டலளவைக் கூறு; அங்குலம் *He's 5 foot 10 inches tall. • Three inches of rain fell last night.*

inch² /ɪntʃ/ *verb* [I, T] **inch forward, past, through, etc.** to move slowly and carefully in the direction mentioned குறிப்பிட்ட திசையில் மெள்ள மெள்ள கவனமாக நகர் அல்லது நகர்த்து; அங்குலம் அங்குலமாக விழிப்புடன் முன்னேறு அல்லது செலுத்து *He inched (his way) forward along the cliff edge.*

incidence /ˈɪnsɪdəns/ *noun* **1** [*sing.*] (*formal*) **an incidence of sth** the number of times sth (usually sth unpleasant) happens; the rate of sth ஒன்று, (வழக்கமாக இன்னாத ஒன்று), நிகழும் கால மடங்குகளின் எண்ணிக்கை; நிகழ்வு வீதம்; நிகழ்வுகளின் அடுக்கு வீதம் *a high incidence of crime/disease/unemployment* **2** [U] (*technical*) the way in which a ray of light meets a surface ஒளிக்கதிர் ஒரு பரப்பின் மீது படும் முறை *the angle of incidence* ▶ **incident** *adj. the incident ray* (= the one that meets a surface) • *the incident angle* (= at which a ray of light meets a surface) ➪ **reflection** பதிவில் படம் பார்க்க.

incident /ˈɪnsɪdənt/ *noun* [C] (*formal*) something that happens (especially sth unusual or unpleasant) (பெரும்பாலும் வழக்கம் மீறிய அல்லது நலமற்ற) ஒரு நிகழ்வு; நிகழ்ச்சி; சம்பவம்; நேர்வு *There were a number of incidents after the football match. • a diplomatic incident* (= a dangerous or unpleasant situation between countries)

incidental /ˌɪnsɪˈdentl/ *adj.* **incidental (to sth)** happening as part of sth more important கூடுதல் முக்கியத்துவம் உடைய ஒன்றின் பகுதியாக நிகழ்கிற; துணை நிகழ்வான *The book contains various themes that are incidental to the main plot.*

incidentally /ˌɪnsɪˈdentli/ *adv.* used to introduce extra news, information, etc. that the speaker has just thought of அக்கணத்தில் மனதில் தோன்றிய மிகைப்படியான செய்தி, தகவல் முதலியவற்றை உடன் சேர்த்துக்கொள்ளப் பயன்படுத்தப்படும் சொல்: இதற்கிடையில்; அத்துடன் *Incidentally, that new restaurant you told me about is excellent.*

NOTE **By the way** ஒத்த பொருளுடைய தொடராகும்.

incinerate /ɪnˈsɪnəreɪt/ *verb* [T] (*formal*) to destroy sth completely by burning தீயிட்டு ஒன்றை முற்றிலுமாக அழி; எரித்து விடு

incinerator /ɪnˈsɪnəreɪtə(r)/ *noun* [C] a container or machine for burning rubbish, etc. குப்பை கூளம், முதலியவற்றை உள்ளிட்டு எரிப்பதற்கான கொள்கலம் அல்லது இயந்திரம்; எரிதொட்டி

incision /ɪnˈsɪʒn/ *noun* [C] (*formal*) a cut carefully made into sth (especially into a person's body as part of a medical operation) ஒன்றினுள், (குறிப்பாக அறுவை மருத்துவத்தின் பகுதியாக உடலில்), கவனமாக உண்டாக்கப்படும் வெட்டு அல்லது கீறல்

incisive /ɪnˈsaɪsɪv/ *adj.* **1** showing clear thought and good understanding of what is important, and the ability to express this இன்னது முக்கியமானது எனத் தெளிவாகச் சிந்தித்து ஐயமற உணர்ந்தறிகிற, மற்றும் அதனை வெளிப்படுத்தும் திறன் வாய்ந்த; அறிவுக் கூர்மையுடைய; நுண்ணறிவுடைய *incisive comments/criticism/analysis • an incisive mind* **2** showing sb's ability to take decisions and act firmly ஒருவரது முடிவெடுக்கும் மற்றும் உறுதியாகச் செயல்படும் திறமையை வெளிப்படுத்துகிற; மனத் தெளிவையும் உறுதியையும் காட்டுகிற *an incisive performance*

incisor /ɪnˈsaɪzə(r)/ *noun* [C] one of the eight sharp teeth at the front of the mouth that are used for biting கடிப்பதற்குப் பயன்படுத்தப்படும் வாயின் முன்பகுதியிலுள்ள எட்டு கூர்மையான பற்களில் ஒன்று; முன்வாய்ப் பல் ➪ **canine** மற்றும் **molar** பார்க்க; மேலும் **teeth** பதிவில் படம் பார்க்க.

incite /ɪnˈsaɪt/ *verb* [T] **incite sb (to sth)** to encourage sb to do sth by making him/her very angry or excited மிகு சினமூட்டி அல்லது மனக்கிளர்ச்சியூட்டி ஒன்றைச் செய்யுமாறு ஒருவரைத் தூண்டி விடு; கிளறி விடு *He was accused of inciting the crowd to violence.* ▶ **incitement** *noun* [C, U] *He was guilty of incitement to violence.*

incl. *abbr.* including; inclusive உள்ளடக்கிய; உள்ளடங்கலான; உள்ளிட்ட *total Rs 59.00 incl. tax*

inclination /ˌɪnklɪˈneɪʃn/ *noun* [C, U] **inclination (to do sth); inclination (towards/for sth)** a feeling that makes sb want to behave in a particular way ஒருவரைக் குறிப்பிட்ட முறையில் நடந்துகொள்ள விரும்பச் செய்யும் உணர்வு; நாட்டம்; மனச்சார்பு; மனப்போக்கு *He did not show **the slightest inclination** to help. • She had no inclination for a career in teaching.*

incline¹ /ɪnˈklaɪn/ *verb* **1** [I] (*formal*) **incline to/towards sth** to want to behave in a particular way or make a particular choice குறிப்பிட்ட

முறையில் நடந்துகொள்ள அல்லது குறிப்பிட்ட ஒன்றைத் தேர்வு செய்ய விரும்பு; ஒன்றில் நாட்டம் கொள் **2** [T] (*formal*) to bend (your head) forward (தலையை) முன்னோக்கி வளை; குனி *They sat round the table, heads inclined, deep in discussion.* **3** [I] **incline towards sth** to be at an angle in a particular direction குறிப்பிட்ட திசையில் ஒரு கோணத்தில் இரு; சாய்ந்திரு *The land inclines towards the shore.*

incline² /ˈɪnklaɪn/ *noun* [C] (*formal*) a slight hill சிறு குன்று; சாரல் *a steep/slight incline* ✪ SYN **slope**

inclined /ɪnˈklaɪnd/ *adj.* **1** (*not before a noun*) **inclined (to do sth)** wanting to behave in a particular way குறிப்பிட்ட முறையில் நடந்துகொள்ள விரும்புகிற; குறிப்பிட்ட மன நாட்டம், மனச்சார்பு அல்லது மனப்போக்கு உள்ள *I know Amir well so I'm* ***inclined to believe*** *what he says.* **2 inclined to do sth** likely to do sth ஒன்றைச் செய்யக்கூடிய; ஒன்றைச் செய்வதற்கான வாய்ப்புள்ள *She's inclined to change her mind very easily.* **3** having a natural ability in the subject mentioned குறிப்பிட்ட பொருளில் அல்லது துறையில் இயல்பான ஆற்றலுடைய; ஒன்றில் இயல்திறம் வாய்ந்த *to be musically inclined*

include /ɪnˈkluːd/ *verb* [T] (*not used in the continuous tenses*) **1** to have as one part; to contain (among other things) ஒரு பகுதியாகக் கொண்டிரு; (பிறவற்றோடு) ஒன்றை உள்ளடக்கியிரு; உடன் சேர்ந்திரு *The price of the holiday includes the flight, the hotel and car hire.* • *The crew included one woman.* ⇨ **contain** பதிவிலுள்ள குறிப்பைப் பார்க்க. ✪ OPP **exclude 2 include sb/sth (as/in/on sth)** to make sb/sth part (of another group, etc.) ஒருவரை/ஒன்றை (வேறொரு குழு, முதலியவற்றின்) பகுதியாக/கூறாகக் கொள்; உடன் சேர் *The children immediately included the new girl in their games.* • *Everyone was disappointed, myself included.* ▶ **inclusion** /ɪnˈkluːʒn/ *noun* [U] *The inclusion of all that violence in the film was unnecessary.*

including /ɪnˈkluːdɪŋ/ *prep.* having as a part ஒரு பகுதியாகக் கொண்டு; சேர்த்து; உள்ளடக்கி *It costs Rs 950, including postage and packing.* ✪ OPP **excluding**

inclusive /ɪnˈkluːsɪv/ *adj.* **1 inclusive (of sth)** (used about a price, etc.) including or containing everything; including the thing mentioned (விலை முதலியவை வகையில்) அனைத்தையும் உள்ளடக்கிய; உள்ளடங்கலான; குறிப்பிட்டவற்றை உள்ளடக்கிய *Is that an inclusive price or are there some extras?* • *The rent is inclusive of electricity.* **2** (*only after a noun*) including the dates, numbers, etc. mentioned குறிப்பிட்ட நாட்கள், எண்ணிக்கைகள் முதலியவற்றை உள்ளடக்கிய *You are booked at the hotel from Monday to Friday inclusive* (= including Monday and Friday).

> **NOTE** காலத்தைக் குறிப்பிடும்போது, அமெரிக்க வழக்கில் **inclusive**-க்குப் பதிலாக பெரும்பாலும் **through** பயன்படுத்தப்படுகிறது—*We'll be away from Friday through Sunday.*

incognito /ˌɪnkɒgˈniːtəʊ/ *adv.* hiding your real name and identity (especially if you are famous and do not want to be recognized) (குறிப்பாகப் புகழ் பெற்ற ஒருவர் தான் அடையாளம் காணப்பட விரும்பாத நிலையில்) தனது உண்மையான பெயரையும் அடையாளத்தையும் மறைத்துக்கொண்டு; மாறுவேடத்தில் *to travel incognito*

incoherent /ˌɪnkəʊˈhɪərənt/ *adj.* not clear or easy to understand; not saying sth clearly தெளிவற்ற; எளிதில் புரிந்துகொள்ள முடியாத; ஒன்றைத் தெளிவாகக் கூறாத ✪ OPP **coherent** ▶ **incoherence** *noun* [U] ▶ **incoherently** *adv.*

income /ˈɪnkʌm; -kəm/ *noun* [C, U] the money you receive regularly as payment for your work or as interest on money you have saved, etc. வேலைக்கான வழக்கமான ஊதியம், சேமிப்பாக உள்ள பணத்துக்கான வட்டி முதலிய பண வருவாய்; வருமானம்; வரவு *It's often difficult for a family to live on one income.*

> **NOTE** இவ்வரவு **monthly**-ஆக (மாத வருமானமாக)வோ **annual**-ஆக (ஆண்டு வருமானமாக)வோ **high**(உயர்) அல்லது **low**(குறைந்த) வருமானமாகவோ இருக்கலாம். வரி செலுத்தும் முன் உள்ள வருமானம் **gross income** என்றும் வரிசெலுத்திய பின் உள்ளது **net income** என்றும் கூறப்படும். ⇨ **pay²** பதிவிலுள்ள குறிப்பைப் பார்க்க.

income tax *noun* [U] the amount of money you pay to the government according to how much you earn வருமானத்தின் அளவுக்கு ஏற்றவாறு அரசுக்குச் செலுத்தும் பணத்தொகை; வருமான வரி

incoming /ˈɪnkʌmɪŋ/ *adj.* (*only before a noun*) **1** arriving or being received வந்து சேர்கிற அல்லது பெறப்படுகிற *incoming flights/passengers* • *incoming telephone calls* **2** new; recently elected புதிய; புதுவரவான; அண்மையில் தேர்ந்தெடுக்கப்பட்ட *the incoming government*

incomparable /ɪnˈkɒmprəbl/ *adj.* so good or great that it does not have an equal தனக்கு ஒப்பாக ஒருவரும்/ஒன்றும் இல்லாதவாறு சிறப்பான அல்லது உயர்வான; ஒப்பற்ற; இணையற்ற *incomparable beauty* ⇨ **compare** verb பார்க்க.

incompatible /ˌɪnkəmˈpætəbl/ *adj*. **incompatible with sb/sth** very different and therefore not able to live or work happily with sb or exist with sth மிகவும் மாறுபட்டும் அதனால் ஒருவருடன் உடனிணைந்து மகிழ்ச்சியாக வாழ அல்லது பணிபுரிய அல்லது ஒன்றுடன் சேர்ந்தமைந்திருக்க முடியாதவருமான/முடியாததுமான; ஒத்திசைவற்ற *The working hours of the job are incompatible with family life.* ✪ OPP **compatible** ▶ **incompatibility** /ˌɪnkəmˌpætəˈbɪləti/ *noun* [C, U] (*pl*. **incompatibilities**)

incompetent /ɪnˈkɒmpɪtənt/ *adj*. lacking the necessary skill to do sth well ஒன்றை நல்ல முறையில் செய்வதற்கு வேண்டிய அல்லது செய்வதற்குப் போதுமான பயிற்சித் திறன் இல்லாத; ஆற்றல் போதாத; திறமையற்ற *He is completely incompetent at his job.* • *an incompetent teacher/manager* ✪ OPP **competent** ▶ **incompetent** *noun* [C] *She's a total incompetent at basketball.* ▶ **incompetence** *noun* [U] ▶ **incompetently** *adv*.

incomplete /ˌɪnkəmˈpliːt/ *adj*. having a part or parts missing ஒரு பகுதி அல்லது பகுதிகள் இல்லாதிருக்கிற; குறைபாடுடைய; முழுமையற்ற; அரைகுறையான ✪ OPP **complete** ▶ **incompletely** *adv*.

incomprehensible /ɪnˌkɒmprɪˈhensəbl/ *adj*. impossible to understand புரிந்துகொள்ள முடியாத; விளங்காத *an incomprehensible explanation* • *Her attitude is incomprehensible to the rest of the committee.* ✪ OPP **comprehensible** or **understandable** ▶ **incomprehension** /ɪnˌkɒmprɪˈhenʃn/ *noun* [U]

inconceivable /ˌɪnkənˈsiːvəbl/ *adj*. impossible or very difficult to believe or imagine நம்புதற்கு அல்லது எண்ணிப்பார்ப்பதற்கு முடியாத அல்லது மிகவும் கடினமான; நினைக்க முடியாத *It's inconceivable that he would have stolen anything.* ✪ OPP **conceivable**

inconclusive /ˌɪnkənˈkluːsɪv/ *adj*. not leading to a definite decision or result உறுதியான ஒரு முடிவுக்கு அல்லது பயன்விளைவுக்கு இட்டுச் செல்லாத; தீர்ந்த முடிவாகக் கொள்ள இயலாத *an inconclusive discussion* • *inconclusive evidence* (= that doesn't prove anything) ✪ OPP **conclusive** ▶ **inconclusively** *adv*.

incongruous /ɪnˈkɒŋgruəs/ *adj*. strange and out of place; not suitable in a particular situation வழக்கத்துக்கு மாறாகவும் பொருத்தமற்றும் உள்ள; முரணியலான; குறிப்பிட்ட சூழலில் ஒத்திசைந்தமையாத *That huge table looks rather incongruous in such a small room.* ▶ **incongruously** *adv*. ▶ **incongruity** /ˌɪnkɒnˈgruːəti/ *noun* [U]

inconsiderate /ˌɪnkənˈsɪdərət/ *adj*. (used about a person) not thinking or caring about the feelings or needs of other people (ஆள் வகையில்) மற்றவர்களுடைய உணர்வுகளை அல்லது தேவைகளைப் பற்றி எண்ணிப் பார்க்காத அல்லது அக்கறை கொள்ளாத; பரிவுணர்ச்சியற்ற ✪ SYN **thoughtless** ✪ OPP **considerate** ▶ **inconsiderately** *adv*. ▶ **inconsiderateness** *noun* [U]

inconsistent /ˌɪnkənˈsɪstənt/ *adj*. **1 inconsistent (with sth)** (used about statements, facts, etc.) not the same as sth else; not matching, so that one thing must be wrong or not true (வாசகங்கள், மெய்ம்மைக் கூறுகள் முதலியவை வகையில்) மற்றொன்றைப் போன்று அமைந்திராத; ஒத்தியலாத; முரண்பாடான; ஒன்றுக்கொன்று ஒவ்வாத; மாறுபடுகிற *The witnesses' accounts of the event are inconsistent.* • *These new facts are inconsistent with the earlier information.* **2** (used about a person) likely to change (in attitude, behaviour, etc.) so that you cannot depend on him/her (ஆள் வகையில்) அவர்மீது நம்பிக்கைக் கொள்ள முடியாதவாறு மனப்போக்கு, நடத்தை முதலியவற்றை மாற்றிக் கொள்ளக் கூடிய; உறுதியான நிலைப்பாடற்ற ✪ OPP **consistent** ▶ **inconsistency** /ˌɪnkənˈsɪstənsi/ *noun* [C, U] (*pl*. **inconsistencies**) *There were a few inconsistencies in her argument.* ✪ OPP **consistency** ▶ **inconsistently** *adv*.

inconspicuous /ˌɪnkənˈspɪkjuəs/ *adv*. not easily noticed எளிதில் கண்டறிய முடியாமல்; தெளிவாக அல்லது முனைப்பாகக் காணப்படாமல்; ஒதுக்கமாக; பின்மறைவாக *I tried to make **myself as inconspicuous** as possible so that no one would ask me a question.* ✪ OPP **conspicuous** ▶ **inconspicuously** *adv*.

incontinent /ɪnˈkɒntɪnənt/ *adj*. unable to control the passing of waste (**urine** and **faeces**) from the body உடற்கழிவு வெளியேற்றத்தைக் கட்டுப்படுத்த முடியாத; சிறுநீரும் மலமும் கட்டற்று வெளியேறுகிற ▶ **incontinence** *noun* [U]

inconvenience /ˌɪnkənˈviːniəns/ *noun* [U, C] trouble or difficulty, especially when it affects sth that you need to do; a person or thing that causes this குறிப்பாக, தான் செய்ய வேண்டிய ஒன்றைப் பாதிக்கும் முறையிலான, தொந்தரவு; தொல்லை; தொந்தரவு உண்டாக்கும் ஆள் அல்லது பொருள் *We apologize for any inconvenience caused by the delays.* ▶ **inconvenience** *verb* [T]

inconvenient /ˌɪnkənˈviːniənt/ *adj*. causing trouble or difficulty, especially when it affects sth that you need to do குறிப்பாக, செய்ய வேண்டிய

ஒன்றைப் பாதிக்கும் முறையில், தொல்லை தருகிற அல்லது இடையூறு உண்டாக்குகிற; தொந்தரவான *It's a bit inconvenient at the moment—could you phone again later?* ✪ OPP **convenient** ▶ **inconveniently** *adv.*

incorporate /ɪn'kɔ:pəreɪt/ *verb* [T] **incorporate sth (in/into/within sth)** to make sth a part of sth else; to have sth as a part ஒன்றை வேறொன்றின் பகுதியாக்கு; ஒன்றைத் தன் பகுதியாகக் கொள்; சேர்த்துக்கொள் *I'd like you to incorporate this information into your report.* ✪ SYN **include** ▶ **incorporation** /ɪn,kɔ:pə'reɪʃn/ *noun* [U]

incorporated /ɪn'kɔ:pəreɪtɪd/ *adj.* (*abbr.* **Inc.**) (following the name of a company) formed into a legal organization (**corporation**) (ஒரு நிறுவனத்தின் பெயரை அடுத்து வருவது) சட்டப்படிப் பேராண்மை நிறுவனமாக அமைக்கப்பட்ட

incorrect /,ɪnkə'rekt/ *adj.* not right or true சரியில்லாத; தவறான; பிழையுள்ள *Incorrect answers should be marked with a cross.* ✪ OPP **correct** ▶ **incorrectly** *adv.*

incorrigible /ɪn'kɒrɪdʒəbl/ *adj.* (used about a person or his/her behaviour) very bad; too bad to be corrected or improved (ஆள் அல்லது அவரது நடத்தை வகையில்) மிகவும் மோசமான; சரிசெய்ய அல்லது சீர்படுத்த முடியாதவாறு கேடுற்ற; திருத்த முடியாத *an incorrigible liar*

increase[1] /ɪn'kri:s/ *verb* [I, T] **increase (sth) (from A) (to B); increase (sth) (by sth)** to become or to make sth larger in number or amount எண்ணிக்கையில் அல்லது அளவில் அதிகமாகு அல்லது அதிகப்படுத்து; பெருகு; பெருக்கு *The rate of inflation has increased by 1% to 7%.* • *My employer would like me to increase my hours of work from 25 to 30.* ✪ OPP **decrease** or **reduce**

increase[2] /'ɪŋkri:s/ *noun* [C, U] **(an) increase (in sth)** a rise in the number, amount or level of sth ஒன்றின் எண்ணிக்கை, தொகை அல்லது அளவில் காணப்படும் உயர்வு; மிகுதிப்பாடு; பெருக்கம்; வளர்ச்சி *Doctors expect some further increase in the spread of the disease.* • *They are demanding a large wage increase.* ✪ OPP **decrease** or **reduction**

IDM on the increase becoming larger or more frequent; increasing மிகுவதாக; உயர்ந்துகொண்டு; வளர்ச்சி அல்லது பெருக்க நிலையில்; அடிக்கடி நிகழ்வதாக *Attacks by dogs on children are on the increase.*

increasingly /ɪn'kri:sɪŋli/ *adv.* more and more மேலும் மேலும்; படிப்படியாக உயர்வதாக *It's becoming increasingly difficult/important/dangerous to stay here.*

incredible /ɪn'kredəbl/ *adj.* **1** impossible or very difficult to believe நம்புதற்கு முடியாத அல்லது மிகவும் கடினமாக உள்ள *I found his account of the event incredible.* ✪ OPP **credible** ➪ **unbelievable** பார்க்க. **2** (*informal*) extremely good or big மிகச் சிறந்த அல்லது மிகப் பெரிய; உன்னதமான; உயர் பேரளவான *He earns an incredible salary.* ▶ **incredibly** /ɪn'kredəbli/ *adv.* *We have had some incredibly strong winds recently.*

incredulous /ɪn'kredjələs/ (*AmE* /-dʒəl/ *adj.* not willing or not able to believe sth; unbelieving; showing an inability to believe sth ஒன்றை நம்ப விரும்பாத அல்லது நம்ப இயலாத; ஒன்றை நம்ப இயலாமையை வெளிப்படுத்துகிற; எளிதில் நம்பாத; அவநம்பிக்கைக் கொள்கிற *an incredulous look/face* ➪ **credulous** பார்க்க. ▶ **incredulity** /,ɪnkrə'dju:ləti/ *noun He gave her a look of surprise and incredulity.*

increment /'ɪŋkrəmənt/ *noun* [C] **1** a regular increase in the amount of money that sb is paid for his/her job ஒருவரது பணி ஊதியத்தின் கால முறைப்படியான உயர்வு; சம்பள உயர்வு *a salary with annual increments* **2** (*formal*) an increase in a number or an amount ஓர் எண்ணிக்கை அல்லது அளவில் காணப்படும் பெருக்கம் அல்லது மிகுதிப்பாடு; கூடுதல்; உயர்வு; மிகைப்பாடு; ஏறுமானம் ▶ **incremental** /,ɪŋkrə'məntl/ *adj. incremental costs* ▶ **incrementally** /ɪŋkrə-mentəli/ *adv.*

incriminate /ɪn'krɪmɪneɪt/ *verb* [T] to provide evidence that sb is guilty of a crime ஒருவர் குற்றப் பொறுப்புடையவர் என்பதற்கான ஆதாரச் சான்று அளி; குற்றச்சாட்டில் சிக்க வை *The police searched the house but found nothing to incriminate the man.*

incubate /'ɪŋkjubeɪt/ *verb* **1** [T] to keep an egg at the right temperature so that it can develop and produce a bird (**hatch**) முட்டை வளர்ச்சியுற்றுக் குஞ்சு பொரிக்குமாறு அதனைச் சரியான வெப்ப நிலையில் வைத்துப் பேணு; முட்டை குஞ்சு பொரிக்கச் செய் **2** [I, T] (used about a disease) to develop without showing signs; (used about a person or an animal) to carry a disease without showing signs (நோய் வகையில்) அறிகுறி தென்படாமலேயே வளர்ச்சியுறு; (ஆள் அல்லது விலங்கு வகையில்) நோய்க்குறிகள் வெளித்தெரியாமலேயே ஒரு நோயைப் பெற்றிரு *Some viruses take weeks to incubate.*

incubation /,ɪŋkju'beɪʃn/ *noun* **1** [U] the process of incubating eggs (முட்டைகளைக் குஞ்சு பொரிக்க வைத்தல்; குஞ்சு பொரிப்பு; அடைகாப்பு முறை **2** [C] (*also* **incubation period**) the period between catching a disease and the time when signs of it (**symptoms**) appear நோய் உண்டாவதற்கும் அதன் அறிகுறிகள் வெளித்தெரிவதற்கும் இடைப்பட்ட காலம்; நோய் நுண்மப் பெருக்கக் காலம்

incubator /ˈɪŋkjubeɪtə(r)/ *noun* [C] **1** a machine used in hospitals for keeping small or weak babies alive in controlled conditions சிறுத்த அல்லது நலிவான குழந்தைகளை கட்டுப்படுத்தப்பட்ட சூழலில் வைத்துப் பேணுவதற்காக மருத்துவமனைகளில் பயன்படுத்தப்படும் பொறி **2** a machine for keeping eggs warm until they break open (**hatch**) முட்டைகளிலிருந்து குஞ்சுகள் வெளிப்படும் வரையில் அவற்றை உரிய வெப்ப நிலையில் வைத்திருப்பதற்கான பொறியமைவு; அடைகாப்புப் பொறி

incumbent¹ /ɪnˈkʌmbənt/ *noun* [C] a person who is currently in an official position அதிகாரபூர்வமான பதவியில் தற்சமயம் உள்ள ஒருவர்; பதவி வகிப்பவர் *the present incumbent of the Rashtrapati Bhavan*

incumbent² /ɪnˈkʌmbənt/ *adj.* (*only before a noun*) currently in an official position தற்பொழுது ஒரு பதவியை வகிக்கிற *the incumbent governor*

incur /ɪnˈkɜː(r)/ *verb* [T] (**incurred; incurring**) (*formal*) to suffer the unpleasant results of a situation that you have caused தனது செயலால் நேர்ந்த இன்னாத ஒரு சூழலின் விளைவுகளுக்கு ஆட்படு; நலமற்ற ஒன்றை வருவித்துக்கொள் *to incur debts/sb's anger*

incurable /ɪnˈkjʊərəbl/ *adj.* that cannot be cured or made better தீராத; குணப்படுத்த இயலாத; சீர்செய்ய முடியாத *an incurable disease* ✪ **OPP curable** ▶ **incurably** /inkjuərəbli/ *adv. incurably ill*

indebted /ɪnˈdetɪd/ *adj.* **indebted (to sb) (for sth)** very grateful to sb ஒருவரிடம் மிகுதியான நன்றி பாராட்டுகிற; நன்றி செலுத்தக் கடமைப்பட்டுள்ள; நன்றிக் கடன் பட்டுள்ள *I am deeply indebted to my family and friends for all their help.*

indecent /ɪnˈdiːsnt/ *adj.* shocking to many people in society, especially because sth involves sex or the body பாலியல் அல்லது உடல் தொடர்பான ஒன்றின் காரணமாக, சமுதாயத்தில் பலருக்கு அதிர்ச்சி ஊட்டுவதாக உள்ள; நாகரிக வரம்பு மீறிய; இழிவான *indecent photos/behaviour/language* ✪ **OPP decent** ▶ **indecency** /ɪndiːsnsi/ *noun* [U] [*sing.*] ▶ **indecently** *adv.*

indecision /ˌɪndɪˈsɪʒn/ (*also* **indecisiveness**) *noun* [U] the state of being unable to decide முடிவு செய்ய முடியாத நிலை; ஐயப்பாட்டு நிலை; உறுதிப்பாடின்மை; தயக்கம் *His indecision about the future is really worrying me.*

indecisive /ˌɪndɪˈsaɪsɪv/ *adj.* not able to make decisions easily எளிதில் முடிவெடுக்க இயலாத; தயக்க நிலையில் உள்ள ✪ **OPP decisive** ▶ **indecisively** *adv.*

indeed /ɪnˈdiːd/ *adv.* **1** (used for emphasizing a positive statement or answer) really; certainly (நலமார்ந்த ஒரு கூற்றுக்கு அல்லது பதிலுக்கு அழுத்தம் தரப் பயன்படுத்தப்படுவது) உண்மையாக; உறுதியாக; நிச்சயமாக; மெய்யாக *'Have you had a good holiday?' 'We have indeed.'* **2** used after 'very' with an adjective or adverb to emphasize the quality mentioned (குறிப்பிடப்பட்ட பண்பை வலியுறுத்தும் முறையில் very என்ற சொல்லை அடுத்து வினையடையுடன் அல்லது பெயரடையுடன் பயன்படுத்தப்படுவது) உண்மையிலேயே *Thank you very much indeed.* **3** (used for adding information to a statement) in fact (கூடுதல் தகவலை ஒரு கூற்றுடன் சேர்க்கப் பயன்படுத்தப்படுவது) உண்மையில்; மேலும் *It's important that you come at once. Indeed, it's essential.* **4** used for showing interest, surprise, anger, etc. ஆர்வம், வியப்பு, சினம் முதலியவற்றை வெளிப்படுத்தப் பயன்படுத்தப்படுவது *'They were talking about you last night'. 'Were they indeed!'*

indefensible /ˌɪndɪˈfensəbl/ *adj.* (used about behaviour, etc.) completely wrong; that cannot be defended or excused (நடத்தை முதலியவை வகையில்) முற்றிலும் தவறான; ஆதரவாக வாதிட அல்லது பொறுத்துக்கொள்ள முடியாத; மன்னிக்க இயலாத

indefinable /ˌɪndɪˈfaɪnəbl/ *adj.* difficult or impossible to describe நுட்பமாக விவரிப்பதற்குக் கடினமான; விளக்கிக் கூற இயலாத; வரையறுத்துக் கூற முடியாத *There was an indefinable atmosphere of hostility.* ▶ **indefinably** /ˌindiˈfainəbli/ *adv.*

indefinite /ɪnˈdefɪnət/ *adj.* not fixed or clear உறுதியில்லாத; நிச்சயமற்ற; தெளிவற்ற *Our plans are still rather indefinite.* ✪ **OPP definite**

the indefinite article *noun* [C] (*grammar*) the name used for the words 'a' and 'an' பொதுநிலைச் சுட்டு; 'a' மற்றும் 'an' - ஐக் குறிக்க வழங்கும் பெயர் ⇨ **the definite article** பார்க்க.

NOTE பொதுநிலைச் சுட்டு பற்றி மேலும் அறிய, அகராதிப் பகுதியை அடுத்துள்ள **Quick Grammar Reference** பகுதியைப் பார்க்க.

indefinitely /ɪnˈdefɪnətli/ *adv.* for a period of time that has no fixed end உறுதி செய்யப்படாத இறுதியை உடைய ஒரு கால அளவுக்கு; வரையறுக்கப்படாத கால அளவுக்கு; தேதி குறிப்பிடப்படாமல்; கால வரையறையின்றி *The meeting was postponed indefinitely.*

indelible /ɪnˈdeləbl/ *adj.* that cannot be removed or washed out நீக்க முடியாத அல்லது கழுவித் தூய்மை செய்ய முடியாத; துடைத்தழிக்க இயலாத; அகற்ற முடியாத *indelible ink* • *(figurative) The experience made an indelible impression on me.* ▶ **indelibly** /ˈindeləbli/ *adv.*

indemnify /ɪnˈdemnɪfaɪ/ *verb* [T] (*pres. part.* **indemnifying**; *3rd person sing. pres.* **indemnifies**; *pt, pt* **indemnified**) (*law*) **1 indemnify sb (against sth)** to promise to pay sb an amount of money if he/she suffers any damage or loss ஒருவருக்குச் சேதம் அல்லது இழப்பு நேரும்போது அவருக்கு ஒரு பணத்தொகையை வழங்குவதாய் உறுதியளி; இழப்பீடு செய்வதாக உறுதியளி **2 indemnify sb (for sth)** to pay sb an amount of money because of the damage or loss that he/she has suffered ஒருவருக்குச் சேதம் அல்லது இழப்பு நேர்ந்துவிட்டதற்காக அவருக்கு ஒரு பணத்தொகையை வழங்கு; இழப்பீடு செய் ▶ **indemnification** /ɪnˌdemnɪfɪˈkeɪʃn/ *noun* [U]

indemnity /ɪnˈdemnəti/ *noun* (*formal*) **1** [U] protection against damage or loss, especially in the form of a promise to pay for any that happens சேதம் அல்லது இழப்புக்கு எதிரான காப்பு (வழங்குவதாக அளிக்கும் உறுதிமொழி) **2** [C] (*pl.* **indemnities**) an amount of money that is given as payment for damage or loss ஒருவருக்குச் சேதம் அல்லது இழப்பு நேர்கையில் அவருக்குத் தரப்படும் பணத்தொகை; இழப்பெதிர் காப்பீட்டுத் தொகை; இழப்பீடு

indent /ɪnˈdent/ *verb* [I, T] to start a line of writing further from the left-hand side of the page than the other lines எழுதும்போது தாள் பக்கத்தின் இடதுபுறத்தில் மற்ற வரிகளினின்றும் உள்தள்ளியிருக்குமாறு இடம் விட்டுத் தொடங்கு

independence /ˌɪndɪˈpendəns/ *noun* [U] **independence (from sb/sth)** (used about a person, country, etc.) the state of being free and not controlled by another person, country, etc. (ஆள், நாடு முதலியவை வகையில்) வேறோர் ஆள், வேறொரு நாடு முதலியவற்றால் ஆளுமை செலுத்தப்படாது, தன்னுரிமையுடன் இருக்கும் நிலை; தன்னாட்சி நிலை; சுதந்திரம் *In 1947 India achieved independence from Britain.* • *financial independence*

NOTE இந்தியாவில் ஆகஸ்ட் 15 **independence Day** ஆகும். 1947 ஆம் ஆண்டில் இந்நாளில் இந்தியா பிரிட்டனின் ஆட்சியிலிருந்து சுதந்திரம் பெற்றது.

independent /ˌɪndɪˈpendənt/ *adj.* **1 independent (of/from sb/sth)** free from and not controlled by another person, country, etc. வேறொரு நபர், நாடு, முதலியவற்றால் ஆளுமை செலுத்தப்படாது தன்னுரிமையுடன் இருக்கிற; சுதந்திரமான *Many former colonies are now independent nations.* • *independent schools/television* (= not supported by government money) **2 independent (of/from sb/sth)** not needing or wanting help உதவி தேவைப்படாத அல்லது உதவியை விரும்பாத *I got a part-time job because I wanted to be financially independent from my parents.* ✪ OPP **dependent** **3** not influenced by or connected with sb/sth ஒருவரது/ஒன்றின் செல்வாக்குக்கு உட்பட்டிராத; ஒருவரோடு/ஒன்றோடு தொடர்புற்றிராத; தனித்தியங்குகிற; சுதந்திரமான *Complaints against the police should be investigated by an independent body.* • *Two independent opinion polls have obtained similar results.* ▶ **independently** *adv.* **independently (of sb/sth)** *Scientists working independently of each other have had very similar results in their experiments.*

indescribable /ˌɪndɪˈskraɪbəbl/ *adj.* too good or bad to be described விவரிக்க முடியாத அளவுக்கு மிகச் சிறப்பான அல்லது மிக மோசமான; விவரித்துக் கூற இயலாத; சொல்லுக்கடங்காத; சொல்லொணாத *indescribable poverty/luxury/noise* ▶ **indescribably** /ˌɪndɪˈskraɪbəbli/ *adv.*

indestructible /ˌɪndɪˈstrʌktəbl/ *adj.* that cannot be easily damaged or destroyed எளிதில் சேதப்படுத்த அல்லது அழிக்க முடியாத; அழிவற்ற; நிலைபேறுடைய

index /ˈɪndeks/ *noun* [C] (*pl.* **indexes**) **1** a list in order from A to Z, usually at the end of a book, of the names or subjects that are referred to in the book வழக்கமாக ஒரு நூலின் இறுதியில் அகர வரிசையில் தரப்படும், அந்நூலில் குறிப்பிடப்பட்டுள்ள பெயர்களின் அல்லது பொருள்களின் பட்டியல்; பெயர்/பொருள் அடைவு; *If you want to find all the references to Chennai, look it up in the index.* **2** (*BrE*) = **card index** **3** (*pl.* **indexes** or **indices**) a way of showing how the price, value, rate, etc. of sth has changed ஒன்றின் விலை, மதிப்பு, வீதம், முதலியவை மாற்றம் அடைந்துள்ள தன்மையைக் காட்டும் ஒரு முறை; மாற்றக் குறியீடு *the cost-of-living index* ▶ **index** *verb* [T] *The books in the library are indexed by subject and title.*

index card *noun* [C] a small card that you can write information on and keep with other cards in a box or file (வேண்டிய) தகவலை எழுதி ஒரு பெட்டியில் அல்லது கோப்பில் மற்ற அட்டைகளுடன் சேர்த்து வைத்துக்கொள்ளக்கூடிய சிறு அட்டை; அடைவு அட்டை ➪ **stationery** பதிவில் படம் பார்க்க.

index finger *noun* [C] the finger next to your thumb that you use for pointing சுட்டிக் காட்டுவதற்குப் பயன்படுத்தப்படும், கட்டை விரலை அடுத்துள்ள விரல்; ஆள்காட்டி விரல்; சுட்டுவிரல் ✪ SYN **forefinger**

Indian /ˈɪndiən/ *noun* [C], *adj.* **1** (a person) from the Republic of India இந்தியக் குடியரசைச் சார்ந்த ஒருவர்; இந்தியர்; இந்தியாவுக்கு அல்லது இந்தியருக்கு உரிய; இந்திய *Indian food is hot and spicy.* **2** = **Native American** *The Sioux were a famous Indian tribe.* ➪ **West Indian** பார்க்க.

indicate /ˈɪndɪkeɪt/ *verb* **1** [T] to show that sth is probably true or exists ஒன்று உண்மையாக இருக்க வாய்ப்புள்ளதாக அல்லது காணப்படுவதாக அறிகுறி காட்டு; புலப்படுத்து *Recent research indicates that children are getting too little exercise.* **2** [T] to say sth in an indirect way மறைமுகமாக ஒன்றைக் குறிப்பிடு; ஒன்றைக் குறிப்பாகச் சுட்டு *The spokesman indicated that an agreement was likely soon.* **3** [T] to make sb notice sth, especially by pointing to it குறிப்பாக ஒன்றைச் சுட்டிக்காட்டி, ஒருவர் அதனை கவனிக்கும்படி செய்; சுட்டிக் காட்டு *The receptionist indicated where I should sign.* • *The boy seemed to be indicating that I should follow him.* **4** [I, T] to signal that your car, etc. is going to turn தனது சீருந்து முதலியவை திரும்பப் போவதாகச் சுட்டுக்குறி காட்டு அல்லது சமிக்கை செய் *The lorry indicated left but turned right.*

indication /ˌɪndɪˈkeɪʃn/ *noun* [C, U] **an indication (of sth/doing sth); an indication that...** something that shows sth; a sign ஒன்றைத் தெரிவிப்பது; புலப்படுத்துவது; அறிகுறி; அடையாளம் *There was no indication of a struggle.* • *There is every indication that he will make a full recovery.*

indicative /ɪnˈdɪkətɪv/ *adj.* (*formal*) being or giving a sign of sth அறிகுறியாக உள்ள; அறிகுறி காட்டுகிற; குறிப்பாகத் தெரிவிக்கிற; சுட்டிக் காட்டுகிற *Is the unusual weather indicative of climatic changes?*

indicator /ˈɪndɪkeɪtə(r)/ *noun* [C] **1** something that gives information or shows sth; a sign ஒன்று குறித்துத் தகவல் தருவது அல்லது ஒன்றைச் சுட்டிக் காட்டுவது; அறிவிப்புக் குறி; அறிகுறி *The indicator showed that we had plenty of petrol.* • *The unemployment rate is a reliable indicator of economic health.* **2** (*AmE* **turn signal**) the flashing light on a car, etc. that shows that it is going to turn right or left சீருந்து முதலியவை வலது அல்லது இடது பக்கம் திரும்பப் போவதைக் காட்டும் அதிலுள்ள வெட்டொளி விளக்கு

indices /ˈɪndɪsiːz/ ➪ **index 3** என்பதன் பன்மை வடிவம்

indict /ɪnˈdaɪt/ *verb* [T] (*usually passive*) **indict sb (for sb)** (*usually AmE*) (*law*) to officially charge sb with a crime அதிகாரபூர்வமாக அல்லது சட்ட முறைப்படி ஒருவர் மீது குற்றம் சாட்டு; குற்றப் பொறுப்பேற்று *The senator was indicted for murder.*

indictment /ɪnˈdaɪtmənt/ *noun* [C] **1** a written paper that officially accuses sb of a crime அதிகாரபூர்வமாக ஒருவர் மீது குற்றப் பொறுப்பேற்றும் எழுத்து வடிவ ஆவணம்; குற்றச்சாட்டுப் பத்திரம் **2 an indictment (of sth)** something that shows how bad sth is இன்ன அளவில் அல்லது இன்ன முறையில் ஒன்று மோசமாக உள்ளது என்பதைக் காட்டுவது; பழிப்புக்கு/கண்டனத்திற்கு உரிய ஒரு நிலை *The fact that many children leave school with no qualifications is an indictment of our education system.*

indifference /ɪnˈdɪfrəns/ *noun* [U] **indifference (to sb/sth)** a lack of interest or feeling towards sb/sth ஒருவர்/ஒன்றின் மீது ஆர்வ ஈடுபாடு அல்லது உணர்ச்சியார்வம் இல்லாதிருத்தல்; அக்கறையின்மை; அலட்சியம் *He has always shown indifference to the needs of others.*

indifferent /ɪnˈdɪfrənt/ *adj.* **1 indifferent (to sb/sth)** not interested in or caring about sb/sth ஒருவர்/ஒன்று குறித்து அக்கறை கொள்ளாத அல்லது கவலைப்படாத; அலட்சியப் போக்குடைய *The manager of the shop seemed indifferent to our complaints.* **2** not very good சிறப்பானதாக இல்லாத; சாதாரணமான; நடுத்தரமான *The standard of football in the World Cup was rather indifferent.* ▶ **indifferently** *adv.*

indigenous /ɪnˈdɪdʒənəs/ *adj.* (used about people, animals or plants) living or growing in the place where they are from originally (மனிதர்கள், விலங்குகள் அல்லது தாவரங்கள் வகையில்) தாம் தொடக்கம் முதல் உள்ள இடத்திலேயே வாழ்கிற அல்லது வளர்கிற; அயல் வரவல்லாத; மண்ணின் தோன்றலான

indigestible /ˌɪndɪˈdʒestəbl/ *adj.* (used about food) difficult or impossible for the stomach to deal with (உணவு வகையில்) இரைப்பையினால் கையாள முடியாத அல்லது கையாள்வதற்குக் கடினமான; சீரணிக்க இயலாத ✪ OPP **digestible**

indigestion /ˌɪndɪˈdʒestʃən/ *noun* [U] pain in the stomach that is caused by difficulty in dealing with food செரிமான இடர்ப்பாடு காரணமாக இரைப்பையில் உண்டாகும் வலி; வயிற்று மந்தம்; அஜீரணம்

indignant /ɪnˈdɪɡnənt/ *adj.* **indignant (with sb) (about/at sth); indignant that...** shocked or angry because sb has said or done sth that you do not like and do not agree with தனது விருப்பத்திற்கு மாறான அல்லது தனக்கு உடன்பாடற்ற ஒன்றை ஒருவர் கூறியதன் அல்லது செய்ததன் காரணமாக அதிர்ச்சி அடைந்த அல்லது

சினம் கொண்ட; கொதிப்படைந்த *They were indignant that they had to pay more for worse services.* ▶ **indignantly** *adv.*

indignation /ˌɪndɪɡˈneɪʃn/ *noun* [U] **indignation (at/about sth); indignation that....** shock and anger சினம் மற்றும் அதிர்ச்சி; மனக்கொதிப்பு *commuters' indignation at the rise in fares*

indignity /ɪnˈdɪɡnəti/ *noun* [U, C] (*pl.* **indignities**) **indignity (of sth/of doing sth)** a situation that makes you feel embarrassed because you are not treated with respect; an act that causes these feelings மரியாதையுடன் நடத்தப்படாத காரணத்தினால், அவமான உணர்ச்சிக்கு உள்ளான நிலை; அவமான உணர்ச்சிக்குக் காரணமான செயல்; அவமதிப்பு ✪ SYN **humiliation** *The chairman **suffered the indignity** of being refused admission to the meeting.* • *the daily indignities of imprisonment*

indigo /ˈɪndɪɡəʊ/ *adj.* very dark blue in colour அடர் கருநீல நிறமான ▶ **indigo** *noun* [U]

indirect /ˌɪndəˈrekt; -daɪˈr-/ *adj.* **1** not being the direct cause of sth; not having a direct connection with sth ஒன்றின் நேரடியான காரணமாக இல்லாத; நேரடித் தொடர்பு கொண்டிராத; மறைமுகமான; குறிப்பாகத் தெரிவிக்கிற *an indirect result* **2** that avoids saying sth in an obvious way ஒன்றை நேர்முகமாக அல்லது வெளிப்படையாகக் கூறுவதைத் தவிர்க்கிற; சுற்றிவளைத்துக் கூறுகிற *She gave only an indirect answer to my question.* **3** not going in a straight line or not using the shortest route நேர்வழியில் அல்லது மிகக் குறைந்த தொலைவுடைய வழியில் செல்லாத; சுற்று வழியிலான *We came the indirect route to avoid driving through Mumbai.* ✪ OPP **direct** ▶ **indirectly** *adv.* ✪ OPP **directly** ▶ **indirectness** *noun* [U]

indirect object *noun* [C] (*grammar*) a person or thing that an action is done to or for செயலின் பயன்விளைவு சென்று சேரும் நபர் அல்லது பொருள்; பயனுறு செயப்படுபொருள் *In the sentence, 'I wrote him a letter', 'him' is the indirect object.* ➪ **direct object** பார்க்க.

NOTE **Indirect object** பற்றி மேலும் அறிய அகராதிப் பகுதியை அடுத்துள்ள **Quick Grammar Reference** பகுதியைப் பார்க்க.

indirect speech (*also* **reported speech**) *noun* [U] (*grammar*) reporting what sb has said, not using the actual words கூறப்பட்ட சொற்களை அவ்வாறே பயன்படுத்தாமல், அவற்றை எடுத்துரைத்தல்; பிறிது மொழிதல்; அயற்கூற்று ➪ **direct speech** பார்க்க.

NOTE *Hari said, 'I'll phone again later'* என்பது indirect speech-இல்—*Hari said that he would phone again later.* என ஆகும். **Indirect speech** பற்றி மேலும் அறிய அகராதிப் பகுதியை அடுத்துள்ள **Quick Grammar Reference** பகுதியைப் பார்க்க.

indiscreet /ˌɪndɪˈskriːt/ *adj.* not careful or polite in what you say or do பேச்சில் அல்லது செயலில் கவனமாக இல்லாத அல்லது இணக்க வணக்கமற்ற; அசட்டைப் போக்குடைய ✪ OPP **discreet** ▶ **indiscreetly** *adv.*

indiscretion /ˌɪndɪˈskreʃn/ *noun* [C, U] behaviour that is not careful or polite, and that might cause embarrassment or offence சங்கடத்தை அல்லது மன வருத்தத்தை உண்டாக்கக்கூடிய அசட்டைப் போக்கிலான அல்லது பண்பு நயமற்ற நடத்தை

indiscriminate /ˌɪndɪˈskrɪmɪnət/ *adj.* done or acting without making sensible judgement or caring about the possible harmful effects மதி நுட்பமின்றி அல்லது நிகழ்வாய்ப்புள்ள தீய விளைவுகளைக் கருத்தில் கொள்ளாது செய்யப்படுகிற அல்லது செயல்படுகிற; வகை தொகையற்ற *He's indiscriminate in his choice of friends.* ▶ **indiscriminately** *adv.*

indispensable /ˌɪndɪˈspensəbl/ *adj.* very important, so that it is not possible to be without it இன்றியமையாத; இல்லாது முடியாத *A car is indispensable nowadays if you live in the country.* ✪ SYN **essential** ✪ OPP **dispensable**

indisposed /ˌɪndɪˈspəʊzd/ *adj.* (*formal*) **1** (*not before a noun*) unable to do sth because you are ill உடல் நலக்குறைவு காரணமாக ஒன்றைச் செய்ய முடியாதிருக்கிற; உடல் நலமில்லாத *Sheila is indisposed, so Ravi will perform at the festival tonight.* **2** (*formal*) not willing ஒன்றைச் செய்ய விரும்பாத; ஒன்றில் மனம் செல்லாத *indisposed to help*

indisputable /ˌɪndɪˈspjuːtəbl/ *adj.* definitely true; that cannot be shown to be wrong தவறெனக் காட்ட முடியாத; உறுதியான உண்மையான; மறுக்க முடியாத

indistinct /ˌɪndɪˈstɪŋkt/ *adj.* not clear தெளிவற்ற; மங்கலான *indistinct figures/sounds/memories* ✪ OPP **distinct** ▶ **indistinctly** *adv.*

indistinguishable /ˌɪndɪˈstɪŋɡwɪʃəbl/ *adj.* **indistinguishable (from sth)** appearing to be the same வேறு பிரித்தறிய முடியாத; வேறு வேறாகக் காண முடியாத; சரி ஒப்பாகக் காணப்படுகிற *From a distance the two colours are indistinguishable.* ✪ OPP **distinguishable**

individual[1] /ˌɪndɪˈvɪdʒuəl/ *adj.* **1** (*only before a noun*) considered separately rather than as part of a group ஒரு குழுவின் அங்கமாக இன்றி, தனிப்பட கருதப்படுகிற; தனியான; தனிப்பட்ட *Each individual animal is weighed and measured* *before being set free.* **2** for or from one person தனி ஒருவருக்குரிய; தனி ஒருவரிடமிருந்தான *an individual portion of butter • Children need individual attention when they are learning to read.* **3** typical of one person in a way that is different from other people மற்றவர்களிடமிருந்து மாறுபட்டு ஒரு நபருக்கே உரிய; தனித்துவமான; தனிச் சிறப்பான *I like her individual style of dressing.*

individual² /ˌɪndɪˈvɪdʒuəl/ *noun* [C] **1** one person, considered separately from others or a group மற்றவர்களிடமிருந்து அல்லது ஒரு குழுவிலிருந்து வேறுபடுத்திக் காணப்படும் தனி ஒருவர்; தனி மனிதன் *Are the needs of society more important than the rights of the individual?* **2** (*informal*) a person of the type that is mentioned குறிப்பிடப்பட்ட வகையைச் சார்ந்த ஒருவர் *She's a strange individual.*

individualism /ˌɪndɪˈvɪdʒuəlɪzəm/ *noun* [U] **1** the quality of being different from other people and doing things in your own way மற்றவர்களிடமிருந்து மாறுபட்டுத் தன்னியலாகச் செயல்புரிகிற பண்பு; தனித்தன்மை; தனித்துவம் *She owes her success to her individualism and flair.* **2** the belief that individual people in society should have the right to make their own decisions, etc., rather than being controlled by the government சமுதாயத்தில் உள்ள தனி ஆட்கள் அரசின் கட்டுப்பாட்டில் இன்றி ஒவ்வொருவரும் தன்னிச்சையாகச் செயல்பட வேண்டும் என்னும் கொள்கை; தனிமனிதச் செயலுரிமைக் கோட்பாடு ▶ **individualist** /ˌɪndɪˈvɪdʒuəlɪst/ *noun* [C] *He's a complete individualist in the way he paints.* ▶ **individualistic** /ˌɪndɪˌvɪdʒuəˈlɪstɪk/ (*also* **individualist**) *adj. an individualistic culture • Her music is highly individualistic and may not appeal to everyone.*

individuality /ˌɪndɪˌvɪdʒuˈæləti/ *noun* [U] the qualities that make sb/sth different from other people or things ஒருவரை/ஒன்றை மற்றவர்களிடமிருந்து/மற்றவற்றிடமிருந்து வேறுபடுத்திக் காட்டும் அவரது/அதன் பண்புகள்; தனித் தன்மை; தனிச் சிறப்புக் கூறுகள்; தனி ஒருமை *Young people often try to express their individuality by the way they dress.*

individually /ˌɪndɪˈvɪdʒuəli/ *adv.* separately; one by one தனித்தனியாக; ஒவ்வொருவராக/ஒவ்வொன்றாக; ஒவ்வொருவருக்கும்/ஒவ்வொன்றுக்கும் *The teacher talked to each member of the class individually.*

indivisible /ˌɪndɪˈvɪzəbl/ *adj.* that cannot be divided or split into smaller pieces மேலும் சிறு கூறுகளாகப் பகுக்க அல்லது பிரிக்க முடியாத

indoctrinate /ɪnˈdɒktrɪneɪt/ *verb* [T] to force sb to accept particular beliefs without considering others பிற கோட்பாடுகளைக் கருதிப் பார்க்காது, குறிப்பிட்ட ஒன்றை ஏற்றுக்கொள்ளுமாறு கட்டாயப்படுத்து; ஒரு கொள்கையை வலிந்து திணி அல்லது போதனை செய் *For 20 years the people have been indoctrinated by the government.* ▶ **indoctrination** /ɪnˌdɒktrɪˈneɪʃn/ *noun* [U]

indomitable /ɪnˈdɒmɪtəbl/ *adj.* (*formal, approving*) impossible to defeat or frighten, even in a difficult situation; very brave and determined இடர்ப்பாடான சூழ்நிலையிலும் தோல்வியோ பயமோ அடையாத; மிக்க துணிவும் மன உறுதியும் உடைய; விடாப்பிடியாய் எதிர்த்து நிற்கிற; தளர்வுறாத *Despite his illness he has an indomitable spirit.*

indoor /ˈɪndɔː(r)/ *adj.* (*only before a noun*) done or used inside a building ஒரு கட்டடத்தின் உட்புறத்தில் செய்யப்படுகிற அல்லது பயன்படுத்தப்படுகிற *indoor games • an indoor swimming pool* ✪ OPP **outdoor**

indoors /ˌɪnˈdɔːz/ *adv.* in or into a building ஒரு கட்டடத்தில் அல்லது கட்டடத்தின் உள்ளாக *Let's go indoors. • Oh dear! I've left my sunglasses indoors.* ✪ OPP **outdoors** or **out of doors**

induce /ɪnˈdjuːs/ *verb* [T] (*formal*) **1** to make or persuade sb to do sth ஒருவரை ஒன்றைச் செய்யவை அல்லது செய்ய இணங்குமாறு செய் *Nothing could induce him to change his mind.* **2** to cause or produce உண்டுபண்ணு; தோற்றுவி *drugs that induce sleep • a drug-induced coma* **3** (*medical*) to make a woman start giving birth to her baby by giving her special drugs (மருத்துவ இயல்) தனிவகை மருந்து கொடுத்து ஒரு பெண் குழந்தை பெறுவதைத் தொடங்கச் செய்

inducement /ɪnˈdjuːsmənt/ *noun* [C, U] something that is offered to sb to make him/her do sth ஒருவர் ஒன்றைச் செய்யத் தூண்ட அவருக்கு அளிக்கப்படும் பொருள் *The player was offered a car as an inducement to join the club.*

induction /ɪnˈdʌkʃn/ *noun* **1** [U, C] the process of introducing sb to a new job, skill, organization, etc.; an event at which this takes place புதிய தொழில், பயிற்சி, நிறுவனம் முதலியவற்றில் ஒருவரைப் புகுத்தும் வினைமுறை; புகுமுகம் செய்துவைத்தல்; அமர்த்துதல்; இவ்வாறு புகுமுகம் செய்து வைக்கும் நிகழ்ச்சி *an induction day for new students* **2** [U] (*technical*) a method of discovering general rules and principles from particular facts and examples தனித்தனியான தரவுகளிலிருந்தும் எடுத்துக்காட்டுகளிலிருந்தும் பொதுப்படையான விதிமுறைகளையும் கோட்பாடுகளையும் கண்டறியும் முறை; விதிவருமுறை ➪ **deductive** பார்க்க. **3** [U] (*technical*) the process by which electricity or **magnetism** passes from one object to another without them touching ஒன்றோடொன்று தொடர்புறாமல் மின் ஆற்றல் அல்லது காந்த விசை ஒரு பொருளிலிருந்து மற்றொன்றுக்குப் பாய்தல்; மின்தூண்டல்

inductive /ɪnˈdʌktiv/ *adj.* (*technical*) **1** using particular facts and examples to form general rules and principles பொதுப்படையான விதிகளையும் கோட்பாடுகளையும் வருவிக்க தனித்தனி மெய்ம்மைகளையும் எடுத்துக்காட்டுகளையும் பயன்படுத்துகிற; விதிவருமுறை சார்ந்த *an inductive argument • inductive reasoning* ⇨ **deductive** பார்க்க. **2** connected with the induction of electricity தொடர்புறாமல் ஒரு பொருளிலிருந்து மற்றொன்றுக்கு மின் ஆற்றல் பாய்தல் தொடர்பான; மின் தூண்டல் சார்ந்த

indulge /ɪnˈdʌldʒ/ *verb* **1** [I, T] **indulge (yourself) (in sth)** to allow yourself to have or do sth for pleasure மகிழ்ச்சியாகத் தான் ஒன்றைப் பெறுதலை அல்லது ஒன்றைச் செய்தலை ஏதுவாக்கு; இன்பத் தோய்வில் அல்லது இன்ப நுகர்வில் தன்னை ஈடுபடுத்திக்கொள் *I'm going to indulge myself and go shopping for some new clothes. • Manisha never indulges in gossip.* **2** [T] to give sb/sth what he/she/it wants or needs ஒருவருக்கு/ஒன்றுக்கு விருப்பமான அல்லது தேவைப்படுகிற ஒன்றைக் கொடு; செல்லங்கொடு; மனம்போன போக்கில் போகவிடு *You shouldn't indulge that child. It will make him very selfish. • At the weekends he indulges his passion for fishing.*

indulgence /ɪnˈdʌldʒəns/ *noun* **1** [U] the state of having or doing whatever you want தான் விரும்பியதை எல்லாம் பெறும் அல்லது செய்யும் நிலை; மனம்போன போக்கில் போதல்; கட்டற்ற இன்ப நுகர்வு *to lead a life of indulgence • Over-indulgence in chocolate makes you fat.* **2** [C] something that you have or do because it gives you pleasure மகிழ்ச்சிக்காகக் கைக்கொள்ளும் அல்லது செய்யும் ஒன்று; இன்ப நுகர்வுப் பொருள்; இன்ப நுகர்வுச் செயல் *Ice cream after dinner is my only indulgence.*

indulgent /ɪnˈdʌldʒənt/ *adj.* allowing sb to have or do whatever he/she wants ஒருவர் விரும்பியதை எல்லாம் பெற அல்லது செய்ய அனுமதிக்கிற; மனம் போன போக்கில் போகவிடுகிற; அதிகச் செல்லம் கொடுக்கிற *indulgent parents* ▶ **indulgently** *adv.*

industrial /ɪnˈdʌstriəl/ *adj.* **1** (*only before a noun*) connected with industry தொழிற்சாலைகளில் பொருள்களை உற்பத்தி செய்தல் தொடர்பான; தொழிலகங்கள் சார்ந்த *industrial development • industrial workers* **2** having a lot of factories, etc. பெருமளவு தொழிற்சாலைகள் உள்ள; தொழிலகங்கள் பெருகிக் காணப்படுகிற *an industrial region/country/town*

industrial action *noun* [U] action that workers take, especially stopping work, in order to protest about sth to their employers; a strike ஒன்று குறித்த தங்களது எதிர்ப்பைத் தங்களுடைய முதலாளிகளிடம் காட்டும் முறையில் தொழிலாளர்கள் மேற்கொள்ளும் நடவடிக்கை, குறிப்பாக வேலைநிறுத்தப் போராட்டம் *to threaten (to take) industrial action*

industrialist /ɪnˈdʌstriəlɪst/ *noun* [C] a person who owns or manages a large industrial company பெரும் தொழில் நிறுவனம் ஒன்றைச் சொந்தமாக வைத்திருப்பவர் அல்லது மேலாட்சி செய்பவர்; தொழில் அதிபர்

industrialize (*also* **-ise**) /ɪnˈdʌstrɪəlaɪz/ *verb* [I, T] to develop industries in a country ஒரு நாட்டில் தொழில்கள் வளர்ச்சியுறு; தொழில் வளம் பெருகு; ஒரு நாட்டில் தொழில்கள் வளர்ச்சியுறச் செய்; தொழில் வளம் பெருக்கு *Japan industrialized rapidly in the late nineteenth century.* ▶ **industrialization** (*also* **-isation**) /-eɪʃn/ *noun* [U]

industrious /ɪnˈdʌstriəs/ *adj.* always working hard எப்போதும் கடுமையாக உழைக்கின்ற; உழைப்பாளியான

industry /ˈɪndəstri/ *noun* (*pl.* **industries**) **1** [U] the production of goods in factories தொழிற்சாலைகளில் பொருள்களை உற்பத்தி செய்தல்; தொழில் துறை; தொழில் *Is British industry being threatened by foreign imports? • heavy/light industry* **2** [C] the people and activities involved in producing sth, providing a service, etc. ஒரு பொருளை உற்பத்தி செய்தல், ஒரு சேவையை வழங்குதல் முதலியவை தொடர்பான ஆட்களும் செயல்பாடுகளும்; தொழில் அமைப்பு; வணிக முயற்சி *the tourist/catering/entertainment industry*

inedible /ɪnˈedəbl/ *adj.* (*formal*) not suitable to be eaten உண்ணுவதற்கு ஏற்றதல்லாத; தின்னத் தகாத ✪ OPP **edible**

ineffective /ˌɪnɪˈfektɪv/ *adj.* not producing the effect or result that you want விரும்புகிற விளைவை அல்லது விளைபயனை உண்டுபண்ணாத; பலனற்ற; வீணான ✪ OPP **effective**

inefficient /ˌɪnɪˈfɪʃnt/ *adj.* not working or producing results in the best way, so that time or money is wasted (நேரம் அல்லது பணம் வீணாகுமாறு) சிறந்த முறையில் செயலாற்றாத அல்லது சிறப்பான விளைபயனை உண்டுபண்ணாத; திறமையற்ற; செயல் திறன் குன்றிய *Our heating system is very old and extremely inefficient. • an inefficient secretary* ✪ OPP **efficient** ▶ **inefficiency** /ˌɪnɪˈfɪʃənsi/ *noun* [U] ▶ **inefficiently** *adv.*

ineligible /ɪnˈelɪdʒəbl/ *adj*. **ineligible (for/to do sth)** without the necessary qualifications, etc. to do or get sth ஒன்றைச் செய்வதற்கு அல்லது ஒன்றை அடைவதற்குத் தேவையான தகுதி, முதலியவை கொண்டிராத; ஏற்புத் தகுதியற்ற; தேர்வுக்குரிய தகுதி பெற்றிராத *She was ineligible for the job because she wasn't a German citizen.* ✪ OPP **eligible** ▶ **ineligibility** /ɪnˌelɪdʒəˈbɪləti/ *noun* [U]

inept /ɪˈnept/ *adj*. **inept (at sth)** not able to do sth well ஒன்றைச் சிறப்பாகச் செய்யமுடியாத; திறமையற்ற *She is totally inept at dealing with people.* ✪ OPP **adept**

inequality /ˌɪnɪˈkwɒləti/ *noun* [C, U] (*pl*. **inequalities**) (a) difference between groups in society because one has more money, advantages, etc. than the other மற்றவரை விட ஒருவர் கூடுதலான பணம், வாய்ப்பு வளங்கள் முதலியவை பெற்றிருப்பதன் காரணமாகச் சமுதாயப் பிரிவினிடையே காணப்படும் வேற்றுமை; ஏற்றத் தாழ்வு *There will be problems as long as inequality between the races exists.* ✪ OPP **equality**

inert /ɪˈnɜːt/ *adj*. **1** not able to move or act இயங்கவோ செயல்படவோ முடியாத; இயக்க/செயல் ஆற்றல் அற்ற **2** (used about chemical elements) that do not react with other chemicals (வேதியியல் தனிமங்கள் வகையில்) மற்ற தனிமங்களுடன் எதிர்வினை புரியாத; எதிர்வினைப் பண்பற்ற

NOTE எதிர்வினைப் பண்பற்றவையான **inert gases** (மந்த வாயுப்பொருள்கள்) **noble gases** என்றும் அழைக்கப்படுகின்றன. **Helium**, **argon**, **krypton**, **neon** ஆகியவை inert gases ஆகும்.

inertia /ɪˈnɜːʃə/ *noun* [U] **1** a lack of energy; an inability to move or change ஆற்றல் இல்லா நிலை; இயங்கவோ மாற்றம் அடையவோ இயலாமை; இயக்கத் திறன் இன்மை; ஜடத்துவம் **2** the physical force that keeps things where they are or keeps them moving in the direction they are travelling பொருள்களை மாறாத இயல் நிலையில் அல்லது மாறாத இயக்கப் போக்கில் வைத்திருக்கும் இயற்கை விசையாற்றல்

inescapable /ˌɪnɪˈskeɪpəbl/ *adj*. (*formal*) that cannot be avoided தவிர்க்க முடியாத; விலக்க இயலாத *an inescapable conclusion*

inevitable /ɪnˈevɪtəbl/ *adj*. that cannot be avoided or prevented from happening தவிர்க்க இயலாத அல்லது நிகழாதவாறு தடுக்க முடியாத; உறுதியாக நிகழ இருக்கிற *With more cars on the road, traffic jams are inevitable.* ▶ **the inevitable** *noun* [*sing*.] *They fought to save the firm from closure, but eventually had to accept the inevitable.* ▶ **inevitability** /ɪnˌevɪtəˈbɪləti/ *noun* [U] ▶ **inevitably** /-əbli/ *adv*.

inexcusable /ˌɪnɪkˈskjuːzəbl/ *adj*. that cannot be allowed or forgiven குற்றப்பொறுப்பிலிருந்து விடுவிக்க முடியாத அல்லது மன்னிக்க முடியாத *Their behaviour was quite inexcusable.* ✪ SYN **unforgivable** ✪ OPP **excusable**

inexhaustible /ˌɪnɪɡˈzɔːstəbl/ *adj*. that cannot be finished or used up completely முற்றிலுமாகத் தீர்த்துவிட அல்லது பயன்படுத்திவிட முடியாத; வற்றாத; எடுக்க எடுக்கக் குறையாத *Our energy supplies are not inexhaustible.*

inexpensive /ˌɪnɪkˈspensɪv/ *adj*. low in price விலை குறைந்த; மலிவான ✪ SYN **cheap** ✪ OPP **expensive** ▶ **inexpensively** *adv*.

inexperience /ˌɪnɪkˈspɪəriəns/ *noun* [U] not knowing how to do sth because you have not done it before பழக்கம் இல்லாமையால் ஒன்றைச் செய்யத் தெரியாதிருக்கும் நிலை; அனுபவமின்மை *The mistakes were all due to inexperience.* ✪ OPP **experience** ▶ **inexperienced** *adj*. *He's too young and inexperienced to be given such responsibility.*

inexplicable /ˌɪnɪkˈsplɪkəbl/ *adj*. that cannot be explained விளக்க முடியாத; காரணம் காட்ட இயலாத *Her sudden disappearance is quite inexplicable.* ✪ OPP **explicable** ▶ **inexplicably** *adv*.

infallible /ɪnˈfæləbl/ *adj*. **1** (used about a person) never making mistakes or being wrong (ஆள் வகையில்) ஒருபோதும் தவறு செய்யாத; பிசகாத; குற்றம் கூற இயலாத **2** always doing what you are supposed to do; never failing தான் செய்யவேண்டியதை எப்போதும் செய்கிற; தவறா நிலையுடைய *No computer is infallible.* ✪ OPP **fallible** ▶ **infallibility** /ɪnˌfæləˈbɪləti/ *noun* [U]

infamous /ˈɪnfəməs/ *adj*. **infamous (for sth)** famous for being bad மோசமான ஒன்றிற்குப் பெயர்போன; இழிந்தவர்/இழிந்தது எனப் பெயரெடுத்த *The area is infamous for drugs and crime.* ✪ SYN **notorious** ➪ **famous** பார்க்க.

infamy /ˈɪnfəmi/ *noun* (*formal*) **1** the state of being well known for sth bad or evil மோசமான அல்லது தீயதான ஒன்றின் காரணமாகப் பலரால் நன்கு அறியப்பட்டிருக்கும் நிலை; இகழ்ச்சி நிலை; உலகப் பழிப்பு *a day that will live in infamy* **2** [C, U] (*pl*. **infamies**) an infamous or evil act மோசமான/தீய நடத்தை; தீய செயல் *images of horror and infamy*

infancy /ˈɪnfənsi/ *noun* [U] the time when you are a baby or young child மழலைப் பருவம் அல்லது குழந்தைப் பருவம் (*figurative*) *Research in this field is still in its infancy.*

infant /ˈɪnfənt/ *noun* [C] a baby or very young child மழலை/மதலை; குழந்தை; இளஞ் சிறுவன்/சிறுமி *There is a high rate of infant mortality*

(= many children die when they are still babies). • *Mrs Pillai teaches infants* (= children aged between four and seven).

NOTE பேச்சு வழக்கில்/முறைசாரா வழக்கில் **infant**-ஐ விட மிகுதியாகப் பயன்பாட்டில் உள்ள சொற்கள் **baby, toddler, child** ஆகியவையாகும்.

infanticide /ɪnˈfæntɪsaɪd/ *noun* (*formal*) [U, C] the crime of killing a baby, especially when a parent kills his/her own child குழந்தையைக் கொல்வதாகிய குற்றம், குறிப்பாக ஒரு பெற்றோர் தன்னுடைய சொந்தக் குழந்தையைக் கொல்லும் குற்றச் செயல்; குழந்தைக் கொலை

infantile /ˈɪnfəntaɪl/ *adj*. (of behaviour) typical of, or connected with, a baby or very young child and therefore not appropriate for adults or older children (நடத்தை வகையில்) குழந்தை அல்லது இளஞ்சிறுவருக்கு உரியதும் அல்லது அவர் தொடர்பானதும், அக்காரணத்தினால் வயது வந்தவர்களுக்கு அல்லது வளர்ச்சியுற்ற சிறாருக்கு ஏற்றதல்லாததுமான; குழந்தைகளுக்கு உரிய அல்லது குழந்தைப் பருவம் சார்ந்த *infantile jokes*

infantry /ˈɪnfəntri/ *noun* [U, *with sing. or pl. verb*] soldiers who fight on foot காலாட்படை வீரர்கள்; தரைப்படையினர் *The infantry* was/*were supported by heavy gunfire.*

infant school *noun* [C] a school for children between the ages of four and seven நான்குக்கும் ஏழுக்கும் இடைப்பட்ட வயதினருக்கான பள்ளி; இளஞ்சிறார் பள்ளி; பாலர் பள்ளி

infatuated /ɪnˈfætʃueɪtɪd/ *adj*. **infatuated (with sb/sth)** having a very strong feeling of love or attraction for sb/sth that usually does not last long and makes you unable to think about anything else ஒருவர்/ஒன்றின் மீது, பெரும்பாலும் நீடித்திருக்காததும் வேறெதனையும் பற்றிச் சிந்திக்க விடாததுமான, மிகத் தீவிரமான காதல் அல்லது கவர்ச்சி ஈடுபாடு கொண்டுள்ள; மோகம் கொண்டுள்ள ▶ **infatuation** /ɪnˌfætʃuˈeɪʃn/ *noun* [C, U]

infect /ɪnˈfekt/ *verb* [T] **1 infect sb/sth (with sth)** (*usually passive*) to cause sb/sth to have a disease or illness ஒருவருக்கு/ஒன்றுக்கு நோய் அல்லது உடல் நலக்கேடு உண்டாகச் செய்; நோய் தொற்றவை அல்லது பரப்பு *We must clean the wound before it becomes infected.* • *Many thousands of people have been infected with the virus.* **2** to make people share a particular feeling or emotion குறிப்பிட்ட உணர்வை அல்லது உணர்ச்சியைப் பிறர் பகிர்ந்துகொள்ளச் செய் அல்லது அது பிறரைத் தொற்றிக்கொள்ளச் செய் *Anand's happiness infected the whole family.*

infection /ɪnˈfekʃn/ *noun* **1** [U] the act of becoming or making sb ill நோய்வாய்ப்படுதல் அல்லது ஒருவருக்கு நோய் உண்டாக்குதல் *A dirty water supply can be a source of infection.* **2** [C] a disease or illness that is caused by harmful bacteria, etc. and affects one part of your body தீய நுண்மங்கள் முதலியவற்றால் உண்டாகி ஓர் உடல் உறுப்பைப் பாதிக்கும் நோய் அல்லது நலக்கேடு; தொற்றுநோய் *She is suffering from a chest infection.* • *an ear infection*

NOTE **Bacteria** அல்லது **viruses** மூலம் (நுண்மங்களால் அல்லது நோய்க்கிருமிகளால்) தொற்றுநோய்கள் உண்டாக்கப்படுகின்றன. **Germs** என்பது இந்நுண்மங்களைக் குறிக்கும் முறைசாரா வழக்குச் சொல்லாகும்.

infectious /ɪnˈfekʃəs/ *adj*. (used about a disease, illness, etc.) that can be easily passed on to another person (நோய், உடல் நலக்கேடு முதலியவை வகையில்) ஒருவரிடமிருந்து மற்றொருவருக்கு எளிதில் தொற்றிக்கொள்கிற; தொற்று நோயான *Flu is very infectious.* • (*figurative*) *infectious laughter*

NOTE பெரும்பாலும் **infectious diesases** (தொற்று நோய்கள்) மூச்சுக்காற்றின் வழியாகப் பரவுகின்றன. ஒருவரையொருவர் தொடுவதால் பரவுபவை **contagious diseases** (ஒட்டுவாரொட்டி நோய்கள்) ஆகும்.

infer /ɪnˈfɜː(r)/ *verb* [T] (**inferring; inferred**) **infer sth (from sth)** to form an opinion or decide that sth is true from the information you have தன்னிடமுள்ள தகவலின் அடிப்படையில் ஒரு கருத்துக் கொள் அல்லது ஒன்று உண்மை என முடிவு செய்; அனுமானி *I inferred from our conversation that he was unhappy with his job.* ▶ **inference** /ˈɪnfərəns/ *noun* [C]

inferior /ɪnˈfɪəriə(r)/ *adj*. **inferior (to sb/sth)** low or lower in social position, importance, quality, etc. சமுதாயப் படிநிலை, முக்கியத்துவம், தரம் முதலியவற்றில் தாழ்ந்த அல்லது வேறொருவர்/வேறொன்றை விடக் கீழ் நிலையில் உள்ள; மட்டமான; தாழ்ந்த *This material is obviously inferior to that one.* • *Don't let people make you feel inferior.* ✪ OPP **superior** ▶ **inferior** *noun* [C] *She always treats me as her intellectual inferior.* ▶ **inferiority** /ɪnˌfɪəriˈɒrəti/ *noun* [U]

inferiority complex *noun* [C] the state of feeling less important, clever, successful, etc. than other people முக்கியத்துவம், அறிவுத் திறன், வெற்றியாக்கம் முதலியவற்றில் மற்றவர்களை விடத் தான் தாழ்ந்த நிலையில் இருப்பதாக எண்ணும் நிலை; தாழ்வு மனப்பான்மை

infernal /ɪnˈfɜːnl/ *adj*. **1** (*only before a noun*) (*old-fashioned*) extremely annoying பெரிதும் வெறுப்பூட்டுகிற; மிக்க எரிச்சல் உண்டாக்குகிற *How I wish that the children will stop making* *that infernal noise!* **2** (*literary*) belonging to or connected with hell; terrible நரகத்தோடு தொடர்புடைய; நரகத்திற்குரிய; கொடுமையான; பயங்கரமான *the infernal regions*

infertile /ɪnˈfɜːtaɪl/ *adj.* **1** (used about a person or animal) not able to have babies or produce young (ஆள் அல்லது விலங்கு வகையில்) குழந்தை பெறும் அல்லது குட்டி/கன்று ஈனும் ஆற்றல் இல்லாத; இனப்பெருக்கம் செய்ய இயலாத; மலடான **2** (used about land) not able to grow strong healthy plants (நில வகையில்) நோயற்ற, ஊட்டமான பயிர்கள் வளர்வதற்கு ஏற்றதல்லாத; செழிப்பற்ற ✪ OPP **fertile** ▶ **infertility** /ˌɪnfɜːˈtɪləti/ *noun* [U] *infertility treatment* ✪ OPP **fertility**

infested /ɪnˈfestɪd/ *adj.* **infested (with sth)** (used about a place) with large numbers of unpleasant animals or insects in it (இட வகையில்) விரும்பத்தகாத அல்லது வெறுப்பூட்டுகிற விலங்குகள் அல்லது பூச்சிகள் பெருமளவில் காணப்படுகிற; இவை சூழ்ந்து நிறைந்துள்ள *The warehouse was infested with rats.* ▶ **infestation** /ˌɪnfeˈsteɪʃn/ *noun* [C, U] *an infestation of lice*

infidel /ˈɪnfɪdəl/ *noun* [U] (*old-fashioned*) **1** an offensive term used to refer to sb who does not believe in what the speaker considers to be the true religion பேசுபவரால் உண்மையான மதமாகக் கருதப்படும் ஒன்றில் நம்பிக்கை இல்லாதவரைக் குறிப்பிடப் பயன்படுத்தப்படும் அவமதிப்புச்சொல் **2** sb who rejects a theory or doctrine ஒரு கொள்கை அல்லது கோட்பாட்டை ஏற்க மறுப்பவர்

infidelity /ˌɪnfɪˈdeləti/ *noun* [U, C] (*pl.* **infidelities**) the act of not being faithful to your wife or husband by having a sexual relationship with sb else வேறொருவருடன் பாலியல் உறவு வைத்துக்கொண்டு தனது மனைவியிடம்/கணவரிடம் உண்மையாக நடந்துகொள்ளாமை; பாலியல் நம்பிக்கைக் கேடு, விசுவாசமின்மை **NOTE** இதன் முறைசார்பு குறைந்த வழக்கு **unfaithfulness** என்பதாகும்.

infiltrate /ˈɪnfɪltreɪt/ *verb* [T] to enter an organization, etc. secretly so that you can find out what it is doing ஓர் அமைப்பு முதலியவற்றின் செயல்பாடுகளைக் கண்டறிவதற்காக அதில் இரகசியமாக உட்புகு; ஊடுருவு *The police managed to infiltrate the gang of terrorists.* ▶ **infiltration** /ˈɪnfɪltreɪʃn/ *noun* [C, U] ▶ **infiltrator** *noun* [C]

infinite /ˈɪnfɪnət/ *adj.* **1** very great மிகப்பெரிய; பேரளவான *You need infinite patience for this job.* **2** without limits; that never ends எல்லையற்ற; வரம்பு கடந்த; முடிவில்லாத *Supplies of oil are not infinite.* ✪ OPP **finite**

infinitely /ˈɪnfɪnətli/ *adv.* very much மிக்க அளவில்; நிரம்ப; பெரும்படியாக *Compact discs sound infinitely better than audio cassettes.*

infinitesimal /ˌɪnfɪnɪˈtesɪml/ *adj.* (*formal*) extremely small மிகவும் சிறிதான; நுண்ணிய *infinitesimal traces of poison* • *an infinitesimal risk* ▶ **infinitesimally** /ˌɪnfɪnɪˈtesɪməli/ *adv.*

infinitive /ɪnˈfɪnətɪv/ *noun* [C] (*grammar*) the basic form of a verb வினையின் அடிப்படை வடிவம்; வினைப்பொது; 'செய' என்னும் எச்ச வடிவம்

NOTE ஆங்கிலத்தில் வினைப்பொதுவை (infinitive) முன்வரும் சொல்லுக்கு ஏற்ப 'to' சேர்த்தோ சேர்க்காமலோ பயன்படுத்தலாம்— *He can sing.* • *He wants to sing.*

infinity /ɪnˈfɪnəti/ *noun* **1** [U] space or time without end முடிவில்லாத இட அல்லது காலப் பரப்பு; எல்லையற்ற பெருவெளி; வரம்பற்ற கால அளவு (*figurative*) *The ocean seemed to stretch over the horizon into infinity.* **2** [U, C] (*symbol* ∞) (in mathematics) the number that is larger than any other that you can think of (கணித இயலில்) கணிப்பு வரம்பு கடந்த பேரெண்

infirmary /ɪnˈfɜːməri/ *noun* [C] (*pl.* **infirmaries**) (used mainly in names) a hospital (பெரும்பாலும் பெயர்களில் பயன்படுத்தப்படுவது) மருத்துவமனை *The Manchester Royal Infirmary*

inflamed /ɪnˈfleɪmd/ *adj.* (used about a part of the body) red and swollen or painful because of an infection or injury (உடல் உறுப்பு ஒன்றைப் பற்றிக் குறிப்பிடுகையில்) நோய் நுண்மங்களால் நச்சுப்படுத்தப்பட்டு அல்லது காயம் காரணமாகச் சிவந்து வீக்கமடைந்துள்ள அல்லது வலி உண்டாக்குகிற; அழற்சி உண்டுபண்ணுகிற

inflammable /ɪnˈflæməbl/ *adj.* that burns easily எளிதில் தீப்பற்றிக்கொள்கிற *Petrol is highly inflammable.* ➪ **flammable** பார்க்க. இது ஒத்த பொருளுடையதாயினும் வழக்குக் குறைந்ததாகும். ✪ OPP **non-flammable**

inflammation /ˌɪnfləˈmeɪʃn/ *noun* [C, U] a condition in which a part of the body becomes red, sore and swollen because of infection or injury நோய்த்தொற்று அல்லது காயம் காரணமாக, ஓர் உடலுறுப்பு சிவந்து, வீக்கமடைந்து வலி உண்டாக்கும் உடல் நலக்கேடு; அழற்சி

inflammatory /ɪnˈflæmətri/ (*AmE*) /-tɔːri/ *adj.* **1** (*disapproving*) likely to cause very strong feelings of anger (கண்டன வழக்காக) கடுமையான சின உணர்ச்சியைத் தூண்டக்கூடிய *inflammatory remarks* **2** (*medical*) causing or involving inflammation of a part of the body (மருத்துவ இயல்) ஓர் உடலுறுப்பில் அழற்சி அல்லது

வீக்கம் உண்டுபண்ணுகிற அல்லது அதனை உள்ளடக்கிய

inflatable /ɪnˈfleɪtəbl/ *adj.* that can or must be filled with air காற்றினால் நிரப்பத்தக்க அல்லது நிரப்பப்பட வேண்டிய; காற்றடைப்பதற்குரிய *an inflatable pillow/mattress*

inflate /ɪnˈfleɪt/ *verb* [I, T] (*formal*) to fill sth with air; to become filled with air ஒன்றில் காற்று நிரப்பு; காற்றடை **NOTE** இதன் முறைசார்பு குறைந்த வழக்கு **blow up** என்பதாகும். ✪ **OPP deflate**

inflation /ɪnˈfleɪʃn/ *noun* [U] a general rise in prices; the rate at which prices rise பரவலான விலைவாசி ஏற்றம்; விலைகள் ஏற்ற வீதம்; பண வீக்கம் *the inflation rate/rate of inflation • Inflation now stands at 3%.*

inflect /ɪnˈflekt/ *verb* [I] (*grammar*) if a word inflects, its ending or spelling changes according to its function in the grammar of the sentence; if a language inflects, it has words that do this (சொல் வகையில்) வாக்கியத்தின் இலக்கண அமைப்பில் ஒரு சொல்லின் (காலம், பால், ஒருமை-பன்மை முதலிய) செயல்பாட்டுக்கு ஏற்ப அச்சொல்லின் இறுதி அல்லது எழுத்துரு மாற்றமடை; (மொழி வகையில்) சொற்கள் மேற்கண்டவாறு மாற்றமடை ▶ **inflected** *adj. an inflected language/form/verb*

inflection (*also* **inflexion**) /ɪnˈflekʃn/ *noun* [C, U] **1** (*grammar*) a change in the form of a word, especially its ending, that changes its function in the grammar of the language, for example -ed, -est மொழியின் இலக்கண அமைப்பில் ஒரு சொல்லின் (காலம், பால், ஒருமை-பன்மை, முதலிய) செயல்பாட்டை மாற்றும் முறையில் அச்சொல் வடிவம், குறிப்பாகச் சொல் இறுதி, (-ed, -est போன்று) அடையும் மாற்றம்; சொல் திரிபு **2** the rise and fall of your voice when you are talking பேச்சு மொழியில் காணப்படும் குரலின் ஏற்ற இறக்கம்; தொனி விகற்பம் ✪ **SYN intonation**

inflexible /ɪnˈfleksəbl/ *adj.* **1** that cannot be changed or made more suitable for a particular situation; rigid மாற்ற முடியாத; குறிப்பிட்ட சூழலுக்குத் தக்கவாறு (ஒன்றின்) இயைபுத் தன்மையை சரிக்கட்ட முடியாத; வளைந்து கொடுக்காத; பிடிவாத குணமுடைய *He has a very inflexible attitude to change.* **2** (used about a material) not able to bend or be bent easily (பொருள் வகையில்) எளிதில் வளையாத அல்லது வளைக்க முடியாத; விறைப்பான; நெகிழ்வற்ற ✪ **OPP flexible** ▶ **inflexibly** /ɪnˈfleksəbli/ *adv.* ▶ **inflexibility** /ɪnˌfleksəˈbɪləti/ *noun* [U]

inflict /ɪnˈflɪkt/ *verb* [T] **inflict sth (on sb)** to force sb to have sth unpleasant or sth that he/she does not want இன்னாத அல்லது ஒருவர் விரும்பாத ஒன்றைக் கட்டாயப்படுத்தி அவரைப் பெறவை; சுமத்து; திணி *Don't inflict your problems on me—I've got enough of my own.*

in-flight *adj.* (*only before a noun*) happening or provided during a journey in a plane விமானப் பயணத்தின் போது விமானத்தில் நிகழ்கிற அல்லது வழங்கப்படுகிற *in-flight entertainment*

influence¹ /ˈɪnfluəns/ *noun* **1** [U, C] **(an) influence (on/upon sb/sth)** the power to affect, change or control sb/sth ஒருவரை/ஒன்றைப் பாதிக்கவல்ல, மாற்றவல்ல அல்லது கட்டுப்படுத்தவல்ல ஆற்றல்; செல்வாக்கு; தாக்கம்; ஆதிக்கம் *Television can have a strong influence on children. • Nobody should drive while they are* ***under the influence of*** *alcohol.* **2** [C] **an influence (on sb/sth)** a person or thing that affects or changes sb/sth ஒருவர்/ஒன்றின் மீது தாக்கத்தை ஏற்படுத்தும் அல்லது நிலை மாற்றம் உண்டுபண்ணும் ஆள் அல்லது பொருள் *His new girlfriend has been a good influence on him. • cultural/environmental influences*

influence² /ˈɪnfluəns/ *verb* [T] to have an effect on or power over sb/sth so that he/she/it changes ஒருவரிடம்/ஒன்றில் மாற்றம் உண்டாகும் வகையில் அவர்/அதன் மீது தாக்கம் ஏற்படுத்து அல்லது செல்வாக்குச் செலுத்து *You must decide for yourself. Don't let anyone else influence you. • Her style of painting has been influenced by Japanese art.*

NOTE பொருள்வகையில் **affect, influence** ஆகிய இரு சொற்களும் பெரும்பாலும் பெரிதும் ஒப்புமை உடையவை ஆகும். வழக்கமாக, உடல் சார்ந்த மாற்றத்தை **affect** குறிக்கும்; **influence** கருத்து அல்லது மனம் தொடர்பான மாற்றத்தைச் சுட்டும்—*Drinking alcohol can affect your ability to drive. • TV advertisements have influenced my attitude towards the homeless.*

influential /ˌɪnfluˈenʃl/ *adj.* **influential (in sth/in doing sth)** having power or influence ஆளுமைத் திறனுடைய; அதிகாரமுடைய; செல்வாக்குடைய *an influential politician • He was influential in getting the hostages set free.*

influenza /ˌɪnfluˈenzə/ (*formal*) = **flu**

influx /ˈɪnflʌks/ *noun* [C, *usually sing.*] **an influx (of sb/sth) (into)** large numbers of people or things arriving suddenly திடீரென ஓரிடத்திற்கு வந்து சேரும் பெருமளவிலான ஆட்கள் அல்லது பொருள்கள்; திரளான வரவு; வந்து குவிதல் *the summer influx of visitors from abroad*

info /ˈɪnfəʊ/ *noun* **1** [U] (*informal*) information தகவல்; செய்தி *Have you had any more info about the job yet?* **2 info-** *prefix* (*used in nouns*) connected with information தகவல் தொடர்பான *an infosheet • Phone now for a free infopack.*

inform /ɪnˈfɔːm/ *verb* [T] **inform sb (of/about sth)** to give sb information (about sth), especially in an official way ஒன்று பற்றி, குறிப்பாக அதிகாரபூர்வமான முறையில், ஒருவருக்குத் தகவல் தெரிவி; செய்தி கூறு *You should inform the police of the accident. • Do* ***keep me informed*** *of any changes.*

PHR V **inform on sb** to give information to the police, etc. about what sb has done wrong ஒருவர் செய்த தவறு/தீய செயல் பற்றிக் காவல் துறையினர் முதலியோருக்குத் தகவல் தெரிவி *The wife of the killer informed on her husband.*

informal /ɪnˈfɔːml/ *adj.* relaxed and friendly or suitable for a relaxed occasion நட்பார்ந்த சூழ்நிலைக்கு உரிய; நடை இறுக்கமற்ற *Don't get dressed up for the party—it'll be very informal. • The two leaders had informal discussions before the conference began.* ✪ OPP **formal** **NOTE** இவ்வகராதியில் சில சொற்களும் தொடர்களும் **informal** (முறைசாரா வழக்கு) எனக் குறிப்பிடப்பட்டுள்ளன. இதன் பொருளாவது—இச்சொற்களும் தொடர்களும் நட்பார்ந்த சூழல்களிலும் நன்கு பழக்கமானவர்களிடமும் பயன்படுத்துவதற்குரியன ஆனால் இவை கட்டுரைகள், பணிமுறைக் கடிதங்கள் முதலியவற்றில் பயன்படுத்தப்படமாட்டா. ▶ **informality** /ˌɪnfɔːˈmæləti/ *noun* [U] *an atmosphere of informality* ▶ **informally** /ˌɪnfɔːˈməli/ *adv. I was told informally* (= unofficially) *that our plans had been accepted.*

informant /ɪnˈfɔːmənt/ *noun* [C] a person who gives secret knowledge or information about sb/sth to the police or a newspaper ஒருவரை/ஒன்றைப் பற்றித் தனிப்படத் தான் அறிந்தவற்றையும் இரகசியத் தகவல்களையும் காவல் துறையினருக்கு அல்லது பத்திரிகைக்கு அளிப்பவர்; தகவலாளி ➪ **informer** பார்க்க.

information /ˌɪnfəˈmeɪʃn/ (*informal* **info**) *noun* [U] **information (on/about sb/sth)** knowledge or facts தான் அறிந்த செய்தி; தகவல்; மெய்ம்மை; நேர்வு விவரம் *For further information please send for our fact sheet. • Can you give me some information about evening classes in Italian, please?*

NOTE **Information** என்ற சொல் எண்ணுதற்கு இயலாததாகும். எனவே *'I need an information'* என்று கூற முடியாது. வேண்டுமானால் **a bit/piece of information** எனக் குறிப்பிடலாம்.

information superhighway *noun* [C] (*computing*) a name for a large electronic system such as the Internet that is used for sending information to people மற்றவர்களுக்குத் தகவல் அனுப்பப் பயன்படுத்தப்படும் இணையம் முதலிய மின்னணுப் பேரமைப்புக்கு வழங்கும் பெயர்; தகவல் மீயுயர் தடம்

information technology *noun* [U] (*abbr.* **IT**) (*computing*) the study or use of electronic equipment, especially computers, for collecting, storing and sending out information தகவல் திரட்டுதல், தேக்கி வைத்தல் மற்றும் அனுப்புவதற்கான மின்னணுக் கருவியின், குறிப்பாகக் கணினிகளின், பயன்பாடு அல்லது அவை குறித்த ஆய்வு; தகவல் தொழில்நுட்பம்

informative /ɪnˈfɔːmətɪv/ *adj.* giving useful knowledge or information பயனுள்ள அறிவுக் கூறுகளை அல்லது தகவலைத் தருகிற; கற்பிக்கிற

informed /ɪnˈfɔːmd/ *adj.* having knowledge or information about sth ஒன்று பற்றிக் கற்றறிந்திருக்கிற அல்லது தகவல்கள் தெரிந்திருக்கிற *Consumers cannot make informed choices unless they are told all the facts.*

informer /ɪnˈfɔːmə(r)/ *noun* [C] a criminal who gives the police information about other criminals மற்றக் குற்றவாளிகளைப் பற்றிக் காவல் துறையினருக்குத் தகவல் தரும் குற்றவாளி; காட்டிக் கொடுப்பவர் ➪ **informant** பார்க்க.

infra- *prefix* (*in adjectives*) below a particular limit குறிப்பிட்ட அளவை விடக் குறைந்த; கீழான; தாழ்ந்த *infrared* ➪ **ultra-** பார்க்க.

infrared /ˌɪnfrəˈred/ *adj.* (used about light) that is produced by hot objects but cannot be seen (ஒளி வகையில்) வெப்பமான பொருள்களிலிருந்து வெளிப்படுவதும் கண்ணால் காண முடியாததுமான ➪ **ultraviolet** பார்க்க மற்றும் **wavelength** பதிவில் படம் பார்க்க.

infrastructure /ˈɪnfrəstrʌktʃə(r)/ *noun* [C, U] the basic systems and services that are necessary for a country or an organization, for example buildings, transport, and water and power supplies ஒரு நாட்டிற்கு அல்லது நிறுவனத்திற்குத் தேவையான (கட்டடங்கள், போக்குவரத்து, நீர் மற்றும் மின்சாரம் முதலிய) கட்டமைப்புகளும் சேவைகளும்; உட்கட்டமைப்பு வசதிகள் *economic/social/transport infrastructure* ▶ **infrastructural** /ˌɪnfrəˈstrʌktʃərəl/ *adj.*

infrequent /ɪnˈfriːkwənt/ *adj.* not happening often அடிக்கடி அல்லது வழக்க முறையாக நிகழாத; அவ்வப்போது நிகழ்கிற ✪ OPP **frequent** ▶ **infrequently** *adv.*

infringe /ɪnˈfrɪndʒ/ *verb* (*formal*) **1** [T] to break a rule, law, agreement, etc. விதிமுறை, சட்டம், ஒப்பந்தம் முதலியவற்றை மீறி நட; அதற்கு எதிராகச் செயல்படு; அதன் வரம்பு கட *The material can be copied without infringing copyright.* **2** [I] **infringe on/upon sth** to reduce or limit sb's rights, freedom, etc. ஒருவருடைய உரிமைகள், சுதந்திரம் முதலியவற்றைக் குறை அல்லது கட்டுப்படுத்து; அவற்றை வரம்புக்குட்படுத்து; அவற்றில் குறுக்கிடு *She refused to answer questions that infringed on her private affairs.* ▶ **infringement** *noun* [C, U]

infuriate /ɪnˈfjʊərieɪt/ *verb* [T] to make sb very angry ஒருவரைப் பெரிதும் சினம் கொள்ளச் செய்; சீற்றம் உண்டாக்கு ▶ **infuriating** *adj. an infuriating habit* ▶ **infuriatingly** *adv.*

infuse /ɪnˈfjuːz/ *verb* **1** [T] (*formal*) **infuse A into B; infuse B with A** to make sb/sth have a particular quality ஒருவர்/ஒன்று குறிப்பிட்ட பண்பைக் கொள்ளச் செய்; குறிப்பிட்ட குணத்தை அடையச் செய்; பண்பூட்டு *Her novels are infused with sadness.* **2** [T] (*formal*) to have an effect on all parts of sth ஒன்றின் அனைத்துப் பகுதிகள் மீதும் தாக்கம் ஏற்படுத்து; புகுந்து பரவச் செய்; ஊடுருவு *Politics infuses all aspects of our lives.* **3** [I, T] if you infuse **herbs** or they **infuse**, you put them in hot water until the flavour has passed into the water மூலிகை அல்லது நறுமணச் செடிகளின் நறுஞ்சுவை நீரில் ஊன்றிக் கலக்கும் வரை அவை வெந்நீரில் இட்டு வைக்கப்படு அல்லது அவற்றை வெந்நீரில் இட்டுவை; வடிசாறு எடுக்க மூலிகை முதலியவற்றை வெந்நீரில் ஊற வை

infusion /ɪnˈfjuːʒn/ *noun* **1** [C, U] **infusion of sth (into sth)** (*formal*) the act of adding sth to sth else in order to make it stronger or more successful ஒன்றுக்கு மேலும் வலுவூட்டும் பொருட்டு அல்லது ஒன்றை மேலும் நிறைவானதாக்கும் பொருட்டு அதனுடன் வேறொன்றைச் சேர்த்தல், உட்செலுத்துதல் அல்லது கலத்தல் *an infusion of new talent into teaching* • *The company needs an infusion of new blood.* **2** [C] a drink or medicine made by putting **herbs** in hot water வெந்நீரில் மூலிகைச் செடி, முதலியவற்றை ஊறவைத்துத் தயாரிக்கப்படும் வடிசாறு அல்லது மருந்து **3** [C, U] (*medical*) the act of introducing a liquid substance into the body, especially into a **vein** (மருத்துவத்தில்) திரவப்பொருள் ஒன்றை உடலினுள், குறிப்பாகக் குருதி நாளத்தினுள், செலுத்துதல்

ingenious /ɪnˈdʒiːniəs/ *adj.* **1** (used about a thing or an idea) made or planned in a clever way (ஒரு பொருள் அல்லது கருத்து வகையில்) அறிவு நுட்பத்துடன் உருவாக்கப்பட்ட அல்லது திட்டமிடப்பட்ட; அறிவார்ந்த *an ingenious plan for making lots of money* • *an ingenious device/experiment/invention* **2** (used about a person) full of new ideas and clever at finding solutions to problems or at inventing things (ஆள் வகையில்) புதுப்புதுக் கருத்துகளை வெளிப்படுத்துகிற மற்றும் சிக்கல்களுக்குத் தீர்வு காணும் திறனும் ஆக்கத்திறமும் உடைய ▶ **ingeniously** *adv.* ▶ **ingenuity** /ˌɪndʒəˈnjuːəti/ *noun* [U]

ingenuous /ɪnˈdʒənjuəs/ *adj.* (*formal*) honest, innocent and willing to trust people in a way that sometimes seems foolish நேர்மையும் கபடமின்மையும் முட்டாள்தனமாகத் தோன்றும் வகையில் பிறரை நம்பும் இயல்பும் உடைய; சூதுவாது அறியாத; அப்பாவித்தனமான *It is ingenuous to suppose that money did not play a part in his decision.* ✪ SYN **naive** ⇨ **disingenuous** பார்க்க. ▶ **ingenuously** /-li/ *adv.*

ingest /ɪnˈdʒest/ *verb* [T] (*technical*) to take food, drugs, etc. into your body, usually by swallowing உணவு, மருந்துகள் முதலியவற்றை உட்கொள், குறிப்பாக விழுங்கு ▶ **ingestion** *noun* [U]

ingot /ˈɪŋgət/ *noun* [C] a solid piece of metal, especially gold or silver, usually shaped like a brick பெரும்பாலும் செங்கல் வடிவில் உருப்படுத்தப்பட்ட உலோகத் துண்டு; உலோக வார்ப்புக் கட்டி; குறிப்பாக, பொன் அல்லது வெள்ளிக் கட்டி

ingrained /ɪnˈgreɪnd/ *adj.* **ingrained (in sb/sth)** (used about a habit, an attitude, etc.) that has existed for a long time and is therefore difficult to change (ஒரு பழக்கம், மனப்பான்மை முதலியவை வகையில்) நீண்ட காலமாகக் காணப்படுவதும், அதனால் மாற்றிக்கொள்வதற்கு எளிதற்றதுமான; ஆழமாகப் பதிந்துள்ள *ingrained prejudices/beliefs*

ingratiate /ɪnˈgreɪʃieɪt/ *verb* [T] (*formal*) **ingratiate yourself (with sb)** to make yourself liked by doing or saying things that will please people, especially people who might be useful to you மற்றவர்களுக்கு, குறிப்பாகத் தனக்குப் பயன்படக்கூடியவர்களுக்கு மகிழ்ச்சியூட்டுவனவற்றைச் செய்வதன் அல்லது கூறுவதன் வழியாக அவர்களது விருப்பத்திற்கு உரியவராகத் தன்னை ஆக்கிக்கொள்; பிறரது நல்லெண்ணத்தை அல்லது தயவைப் பெற ஆவனவற்றைச்செய் *He was always trying to ingratiate himself with his teachers.* ▶ **ingratiating** *adj. an ingratiating smile* ▶ **ingratiatingly** *adv.*

ingratitude /ɪnˈgrætɪtjuːd/ *noun* [U] (*formal*) the state of not showing or feeling thanks for sth that has been done for you; not being grateful தனக்கு செய்யப்பட்ட ஒன்றுக்காக நன்றியுணர்வு கொள்ளாத அல்லது நன்றி காட்டாத நிலை; நன்றிக் கேடு; செய்நன்றி மறத்தல் **NOTE** இதன் முறைசார்பு குறைந்த வழக்கு **ungratefulness** என்பதாகும். ✪ OPP **gratitude**

ingredient /ɪnˈgriːdiənt/ *noun* [C] **1** one of the items of food you need to make sth to eat ஓர் உணவுப் பண்டம் தயாரிப்பதற்கு வேண்டிய பொருட்களில் ஒன்று; உணவுச் சேர்மானக் கூறு; சேர்மானம் *Mix all the ingredients together in a bowl.* **2** one of the qualities necessary to make sth successful ஒன்றை நிறைவேட்டுவதற்குத் தேவையான பண்புகளில் ஒன்று; ஒரு முழுமையின் கூறு; ஆக்கக் கூறு; உட்கூறு *The film has all the ingredients of success.*

inhabit /ɪnˈhæbɪt/ *verb* [T] to live in a place ஓரிடத்தில் தங்கி வாழ்; ஓரிடத்தை வாழ்விடமாகக் கொள்; குடியிரு *Are the Aran Islands still inhabited* (= do people live there)*?*

inhabitable /ɪnˈhæbɪtəbl/ *adj.* that can be lived in வாழ்விடமாகக் கொள்ளத்தக்க; குடியிருக்கத்தக்க *The house was no longer inhabitable after the fire.* ✪ OPP **uninhabitable**

inhabitant /ɪnˈhæbɪtənt/ *noun* [C, *usually pl.*] a person or animal that lives in a place ஓரிடத்தில் தங்கி வாழும் அல்லது ஓரிடத்தை வாழ்விடமாகக் கொண்டுள்ள ஆள் அல்லது விலங்கு; குடியிருப்பவர்/குடியிருப்பது *The local inhabitants protested at the plans for a new highway.*

inhale /ɪnˈheɪl/ *verb* [I, T] to breathe in (வளி, மணம் முதலியவற்றை) உள்ளிழு; உள்வாங்கு *Be careful not to inhale the fumes from the paint.* ✪ OPP **exhale** ▶ **inhalation** /ˌɪnhəˈleɪʃn/ *noun* [U] *They were treated for the effects of smoke inhalation.*

inhaler /ɪnˈheɪlə(r)/ *noun* [C] a small device containing medicine that you breathe in through your mouth, used by people who have problems with breathing மூச்சுத் தடை உள்ளவர்களால் பயன்படுத்தப்படும், வாய் வழியாக உள்ளிழுப்பதற்கான மருந்து உள்ளடக்கிய சிறு சாதனம்; மூச்சுத்தடை நீக்கி

inherent /ɪnˈhɪərənt/ *adj.* **inherent (in sb/sth)** that is a basic or permanent part of sb/sth and that cannot be removed ஒருவருடைய/ஒன்றின் அடிப்படையான அல்லது நிலைபெற்ற பகுதியாக இருப்பதும் நீக்க முடியாததுமான; இயற்கூறான *The risk of collapse is inherent in any business.* ▶ **inherently** *adv. No matter how safe we make them, cars are inherently dangerous.*

inherit /ɪnˈherɪt/ *verb* [T] **inherit sth (from sb)** **1** to receive property, money, etc. from sb who has died இறந்துவிட்ட ஒருவரது சொத்து, பணம் முதலியவற்றை அடையப்பெறு; ஒன்றை மரபுரிமையாக அல்லது பின்னுரிமையாகப் பெறு *I inherited quite a lot of money from my mother. She left me Rs 120,000 when she died.* ➪ **heir** பார்க்க. ➪ **disinherit** பார்க்க. **2** to receive a quality, characteristic, etc. from your parents or family பெற்றோர்களிடமிருந்து அல்லது குடும்பத்தினிடமிருந்து ஒரு பண்பு, தனியியல்பு முதலியவற்றைப் பெறு; மரபுக்கூறாக ஒரு பண்பு முதலியவற்றைப் பெறு *She has inherited her father's gift for languages.*

inheritance /ɪnˈherɪtəns/ *noun* [C, U] the act of inheriting; the money, property, etc. that you inherit மரபுரிமையாக ஒன்றைப் பெறுதல்; மரபுரிமையாகப் பெறப்பட்ட பணம், சொத்து முதலியவை; வழிவழிச் சொத்து; பரம்பரை உடைமை *inheritance tax*

inhibit /ɪnˈhɪbɪt/ *verb* [T] **1** to prevent sth or make sth happen more slowly ஒன்றைத் தடுத்து நிறுத்து அல்லது தாமதப்படுத்து *a drug to inhibit the growth of tumours* **2 inhibit sb (from sth/from doing sth)** to make sb nervous and embarrassed so that he/she is unable to do sth ஒருவர் ஒன்றைச் செய்யமுடியாதவாறு அவரை மனக்கலக்கம் மற்றும் சங்கடத்திற்கு உள்ளாக்கு; தடையுணர்ச்சிக்கு ஆட்படுத்து *The fact that her boss was there inhibited her from saying what she really felt.* ▶ **inhibited** *adj. The young man felt shy and inhibited in a roomful of women.* ✪ OPP **uninhibited**

inhibition /ˌɪnhɪˈbɪʃn; ˌɪnɪˈb-/ *noun* [C, U] a shy or nervous feeling that stops you from saying or doing what you really want உண்மையில் தான் கூற அல்லது செய்ய விரும்புவதைத் தடைசெய்யும் கூச்ச உணர்வு அல்லது மனக்கலக்கம்; உள்ளார்ந்த தயக்க உணர்வு *After the first day of the course, people started to* ***lose their inhibitions****.*

inhospitable /ˌɪnhɒˈspɪtəbl/ *adj.* **1** (used about a place) not pleasant to live in, especially because of the weather (இட வகையில்) குறிப்பாகப் பருவநிலை காரணமாக, வாழ்வதற்கு இனியதல்லாத; இன்ப நலமற்ற; நலக்கேடான *the inhospitable Arctic regions* **2** (used about a person) not friendly or welcoming to guests (ஆள் வகையில்) இணக்க நயமற்ற; நட்பினிமையற்ற; விருந்தோம்பாத ✪ OPP **hospitable**

inhuman /ɪnˈhjuːmən/ *adj.* **1** very cruel and without pity கொடு மனமுடைய; இரக்க உணர்ச்சியற்ற; மனிதப் பண்பற்ற *inhuman treatment/conditions* **2** not seeming to be human and therefore frightening மனித இயல்பற்றுத் தோன்றுவதும் திகிலூட்டுவதுமான *an inhuman noise*

inhumane /ˌɪnhjuːˈmeɪn/ *adj.* very cruel; not caring if people or animals suffer கொடுமனம் படைத்த; கடின சித்தமுடைய; மனிதர்கள் அல்லது விலங்குகள் துன்பத்தைப் பற்றிக் கவலைப்படாத; இரக்க உணர்வற்ற *the inhumane conditions in which animals are kept on some large farms* ✪ OPP **humane**

inhumanity /ˌɪnhjuːˈmænəti/ *noun* [U] very cruel behaviour மனிதத்தன்மையற்ற நடத்தை;

இரக்கமின்மை; கொடுமனப் பண்பு *The twentieth century is full of examples of man's inhumanity to man.* ✪ OPP **humanity**

inimitable /ɪˈnɪmɪtəbl/ *adj.* too good to be satisfactorily copied by anyone அதே பயன் விளைவை உண்டுபண்ணும் முறையில் வேறொருவரால் பின்பற்ற முடியாத அளவுக்கு நேர்த்தியான அல்லது தனித்தன்மையுடைய; போலச் செய்ய இயலாத *She narrated the incident in her own inimitable style.*

initial[1] /ɪˈnɪʃl/ *adj.* (*only before a noun*) happening at the beginning; first தொடக்கத்தில் நிகழ்கிற; தொடக்கத்தில் உள்ள; தொடக்கமான *My initial reaction was to refuse, but I later changed my mind.* • *the initial stages of our survey*

initial[2] /ɪˈnɪʃl/ *noun* [C, *usually pl.*] the first letter of a name ஒரு பெயரின் முதல் எழுத்து; தலைப்பெழுத்து *Nayak Udupa's initials are N.U.*

initial[3] /ɪˈnɪʃl/ *verb* [T] (**initialling; initialled**: *AmE* **initialing; initialed**) to mark or sign sth with your initials பெயரின் முதலெழுத்துகளைக் குறி அல்லது பெயரின் முதலெழுத்துகளைக் கொண்டு கையொப்பமிடு *Any changes made when writing a cheque should be initialled by you.*

initially /ɪˈnɪʃəli/ *adv.* at the beginning; at first தொடக்கத்தில்; முதலில் *I liked the job initially but it soon got quite boring.*

initiate /ɪˈnɪʃieɪt/ *verb* [T] **1** (*formal*) to start sth ஒன்றைத் தொடங்கு; துவக்கி வை *to initiate peace talks* **2 initiate sb (into sth)** to explain sth to sb or make him/her experience sth for the first time முதல் முறையாக ஒருவருக்கு ஒன்றை விளக்கு அல்லது ஒருவர் ஓர் அனுபவத்தைப் பெறச் செய்; அறிமுகப்படுத்து *I wasn't initiated into the joys of skiing until I was 30.* **3 initiate sb (into sth)** to bring sb into a group by means of a special ceremony சிறப்பு வினைமுறை நிகழ்த்தி ஒருவரை ஒரு குழுவில் சேர்த்துக்கொள்; புகுமுக வினையாற்றி ஒருவரை ஒன்றில் ஈடுபடுத்து *to initiate sb into a secret society* ▶ **initiation** /ɪˌnɪʃiˈeɪʃn/ *noun* [U] *All the new students had to go through a strange* ***initiation ceremony****.*

initiative /ɪˈnɪʃətɪv/ *noun* **1** [C] official action that is taken to solve a problem or improve a situation ஒரு சிக்கலுக்குத் தீர்வு காண அல்லது ஒரு நிலையை மேம்படுத்த எடுக்கப்படும் அதிகாரபூர்வமான நடவடிக்கை *a new government initiative to help people start small businesses* **2** [U] the ability to see and do what is necessary without waiting for sb to tell you ஒருவருடைய அறிவுறுத்தலுக்குக் காத்திராமல் வேண்டியதை அறிந்து செயல்படும் ஆற்றல்; முயற்சித் தொடங்கும் திறம்; துணிவாண்மை; தன்னூக்கம்; தன்முனைப்பு *Don't keep asking me how to do it. Use your initiative.* **3 the initiative** [*sing.*] the stronger position because you have done sth first; the advantage ஒன்றை முதலில் செய்துள்ளதால் கிட்டிய வலுவான நிலை; சாதக நிலை *The enemy forces have* ***lost the initiative****.*

IDM **on your own initiative** without being told by sb else what to do செய்ய வேண்டியது பற்றி வேறொருவரால் அறிவுறுத்தப்படாது; தன்னியலாக; பிறர் தூண்டுதல் இன்றி

take the initiative to be the first to act to influence a situation ஒரு சூழலின் மீது தாக்கம் அல்லது மாற்ற விளைவு ஏற்படுத்துவதற்காகச் செயல்படும் முதல் ஆளாக இரு; செயல் முயற்சியில் முந்தி நில்

inject /ɪnˈdʒekt/ *verb* [T] **1** to put a drug under the skin of a person's or an animal's body with a needle (**syringe**) ஓராள் அல்லது ஒரு விலங்குக்கு தோலின் உட்பகுதியில் ஊசி மூலமாக மருந்து செலுத்து; ஊசி போடு **2 inject sth (into sth)** to add sth கூடுதலாக ஒன்றைச் சேர்; ஒன்றை இடையில் புகுத்து *They injected a lot of money into the business.*

injection /ɪnˈdʒekʃn/ *noun* **1** [C, U] **(an) injection (of sth) (into sb/sth)** the act of putting a drug or substance under the skin of a person's or an animal's body with a needle (**a syringe**) பீற்று மருந்தூசி மூலமாக ஒரு மருந்து அல்லது பொருளை ஓராள் அல்லது ஒரு விலங்கின் தோல் உட்பகுதியில் செலுத்துதல்; ஊசி போடுதல் *An anaesthetic was administered* ***by injection****.* ✪ SYN **jab 2** [C] a large amount of sth that is added to sth to help it துணையுதவியாக ஒன்றுடன் சேர்க்கப்படும் பேரளவிலான ஒரு பொருள்; துணை வளம் *The theatre needs a huge* ***cash injection*** *if it is to stay open.* **3** [U, C] the act of forcing liquid into sth விசையுடன் திரவத்தை ஒன்றின் உட்செலுத்துதல்; பாய்ச்சுதல் *fuel injection*

injunction /ɪnˈdʒʌŋkʃn/ *noun* [C] **an injunction (against sb)** an official order from a court of law to do/not do sth ஒன்றைச் செய்ய வேண்டுமென அல்லது செய்ய வேண்டாமென நீதிமன்றம் வழங்கும் அதிகாரபூர்வமான ஆணை; நீதிமன்றக் கட்டாயமுறை உத்தரவு *A court injunction prevented the programme from being shown on TV.*

injure /ˈɪndʒə(r)/ *verb* [T] to harm or hurt yourself or sb else physically, especially in an accident குறிப்பாக ஒரு தற்செயல் நேர்வில் அல்லது விபத்தில், காயப்படுத்திக்கொள் அல்லது வேறொருவருக்குக் காயம் உண்டாக்கு; உடற்தீங்கு செய்/செய்துகொள் *The goalkeeper seriously injured himself when he hit the goalpost.* • *She fell and injured her back.* ➪ **hurt** பதிவிலுள்ள குறிப்பைப் பார்க்க.

injured /ˈɪndʒəd/ *adj.* **1** physically or mentally hurt உடல் அல்லது மனம் சார்ந்த ஊறுபாட்டுக்கு உள்ளான; காயமுற்ற; மனம் புண்பட்ட *an injured arm/leg • injured pride* **2 the injured** *noun* [*pl.*] people who have been hurt விபத்து முதலியவற்றில் அடிபட்டவர்கள்; காயமுற்றோர் *The injured were rushed to hospital.*

injurious /ɪnˈdʒʊəriəs/ *adj.* (*formal*) harmful or likely to cause damage தீங்கு அல்லது சேதம் உண்டாக்குகிற அல்லது உண்டாக்கக்கூடிய *smoking is injurious to health*

injury /ˈɪndʒəri/ *noun* [C, U] (*pl.* **injuries**) **injury (to sb/sth)** harm done to a person's or an animal's body, especially in an accident குறிப்பாக ஒரு தற்செயல் நேர்வில் அல்லது விபத்தில் ஓராளுக்கு அல்லது ஒரு விலங்குக்கு உண்டான உடல் ஊறுபாடு; காயம் *They escaped from the accident with only* ***minor injuries.*** *• Injury to the head can be extremely dangerous.*

injury time *noun* [U] (*BrE*) time that is added to the end of a **rugby**, football, etc. match when there has been time lost because of injuries to players ரக்பி உதை பந்தாட்டம், கால்பந்தாட்டம் முதலியவற்றில் வீரர்களுக்கு ஏற்பட்ட காயம் காரணமாக நேர்ந்த நேர இழப்பை ஈடுசெய்யப் போட்டி இறுதியில் வழங்கப்படும் கூடுதல் நேரம்; காய இழப்பீட்டு நேரம்

injustice /ɪnˈdʒʌstɪs/ *noun* [U, C] the fact of a situation being unfair; an unfair act ஒரு சூழல் நேர்மைக்கேடுற்று இருத்தலாகிய நிலை; நடுநிலை தவறிய செயல்; இரண்டகச் செயல்; முறைகேடு; அநீதி; அநியாயம் *racial/social injustice • People are protesting about the injustice of the new tax.*

IDM do sb an injustice to judge sb unfairly ஒருவருக்கு அநீதி இழை; நியாயமற்ற முறையில் ஒருவரை மதிப்பிடு அல்லது ஒருவர் பற்றிக் கருத்துக்கொள் *I'm afraid I've done you both an injustice.*

ink /ɪŋk/ *noun* [U, C] coloured liquid that is used for writing, drawing, etc. எழுது மை; மை *Please write* ***in ink****, not pencil.*

inkling /ˈɪŋklɪŋ/ *noun* [C, *usually sing.*] **an inkling (of sth/that...)** a slight feeling (about sth) (ஒன்று பற்றிய) இலேசான உணர்வு; தெளிவற்ற உள்ளுணர்ச்சி; சிறு அறிகுறி *I had an inkling that something was wrong.*

inky /ˈɪŋki/ *adj.* made black with ink; very dark எழுது மையால் கருமையாக்கப்பட்ட; மையிருளான; கரிய *inky fingers • an inky night sky*

inlaid /ˌɪnˈleɪd/ *adj.* **inlaid (with sth)** (used about furniture, floors, etc.) decorated with designs of wood, metal, etc. that are put into the surface (அறைகலம், தரைத்தளங்கள் முதலியவை வகையில்) உருவரைப் படங்களால் ஒப்பனை செய்யப்பட்ட மரம், உலோகம் முதலியவை மேற்பரப்பினுள் பதிக்கப்பட்டுள்ள *a box inlaid with gold*

inland /ˈɪnlænd/ *adj. adv.* away from the coast or borders of a country கடலோரத்திலிருந்து அல்லது நாட்டின் எல்லைப்புறத்திலிருந்து/ உள்தள்ளி அமைந்துள்ள *The village lies twenty kilometres inland. • Goods are carried inland along narrow mountain roads.*

in-laws *noun* [*pl.*] (*informal*) your husband's or wife's mother and father or other relations தனது கணவனின் அல்லது மனைவியின் பெற்றோர் அல்லது மற்ற உறவினர்கள்

inlet /ˈɪnlet/ *noun* [C] a narrow area of water that stretches into the land from the sea or a lake கடல் அல்லது ஏரியிலிருந்து நிலத்தினுள் நீண்டு அமைந்திருக்கும் குறுகலான நீர்ப்பகுதி; நீள்குடா; கடற்கூம்பு

inmate /ˈɪnmeɪt/ *noun* [C] one of the people living in an institution such as a prison சிறைச்சாலை முதலிய தனிமுறை இல்லத்தில் தங்கியுள்ளவர்களில் ஒருவர்

inn /ɪn/ *noun* [C] a small hotel or old pub, usually in the country பெரும்பாலும் நாட்டுப்புறத்தில் உள்ள சிறு தங்கல்மனை அல்லது பழமைப்பட்ட மதுவகம்

innate /ɪˈneɪt/ *adj.* (used about an ability or a quality) that you have when you are born (ஓராற்றல் அல்லது ஒரு பண்பு வகையில்) பிறக்கும்போதே கொண்டிருக்கிற; உடன்பிறந்த *the innate ability to learn*

inner /ˈɪnə(r)/ *adj.* (*only before a noun*) **1** (of the) inside; towards or close to the centre of a place உட்புறமான; உட்பகுதி சார்ந்த; ஓரிடத்தின் மையத்தை நோக்கிய அல்லது மையத்தை ஒட்டியுள்ள *The inner ear is very delicate. • an inner courtyard* ✪ OPP **outer 2** (used about a feeling, etc.) that you do not express or show to other people; private (உணர்ச்சி முதலியவை வகையில்) மற்றவர்களிடம் வெளிப்படையாகக் கூறாத அல்லது தெரியக் காட்டாத; அந்தரங்கமான *Everyone has inner doubts.*

inner city *noun* [C] the poor parts of a large city, near the centre, that often have a lot of social problems ஒரு பெரு நகரத்தின் மையத்தை ஒட்டி அமைந்துள்ள, பெரும்பாலும் சமுதாயப் பிரச்சினைகள் நிறைந்த, மோசமான நிலையிலுள்ள பகுதிகள் ▶ **inner-city** *adj.* (*only before a noun*) *Inner-city schools often have difficulty in attracting good teachers.*

inner ear *noun* [C] the part of your ear that is inside your head and that consists of the organs that control your balance and hearing தலையின் உட்புறத்தில் அமைந்துள்ளதும், நிலையுறுதி மற்றும் செவிப்புலன் உணர்வைக் கட்டுப்படுத்தும் உறுப்புகளை உள்ளடக்கியதுமான காதுப் பகுதி; அகச் செவி ➪ **middle ear** பார்க்க; மேலும் **ear** பதிவில் படம் பார்க்க.

innermost /ˈɪnəməʊst/ *adj.* (*only before a noun*) **1** (used about a feeling or thought) most secret or private (உணர்வு அல்லது எண்ணம் வகையில்) மிக இரகசியமான; அந்தரங்கமான; உள்ளார்ந்த *She never told anyone her innermost thoughts.* **2** nearest to the centre or inside of sth ஒன்றின் மையத்தை அல்லது உட்பகுதியை ஒட்டியுள்ள; உள்ளகமான *the innermost shrine of the temple*

inner tube *noun* [C] a rubber tube filled with air inside a tyre இரப்பர் சக்கரத்தின் (டயரின்) உட்புறத்திலுள்ள காற்றூட்டப்பட்ட இரப்பர் குழாய்

innings /ˈɪnɪŋz/ *noun* [C] (*pl.* **innings**) a period of time in a game of cricket when it is the turn of one player or team to hit the ball (**to bat**) கிரிக்கெட் ஆட்டத்தில் ஓர் ஆட்டக்காரர் அல்லது அணி பந்தடிக்கும் நேரப் பகுதி; பந்தடிப்பு முறை

innocence /ˈɪnəsns/ *noun* [U] **1** the fact of not being guilty of a crime, etc. குற்றம் முதலியவை செய்திராதிருத்தல்; குற்றச் சார்பின்மை; மாசின்மை *The accused man* ***protested*** *his* ***innocence*** *throughout his trial.* ✪ **OPP guilt** **2** lack of knowledge and experience of the world, especially of bad things உலக அறிவும் அனுபவமும், குறிப்பாகத் தீயவை குறித்த பட்டறிவும் இல்லாமை; பேதைமை; அப்பாவித்தனம் *the innocence of childhood*

innocent /ˈɪnəsnt/ *adj.* **1 innocent (of sth)** not having done wrong குற்றம் செய்திராத; நிரபராதியான *An innocent man was arrested by mistake.* ✪ **SYN blameless** ✪ **OPP guilty** **2** (*only before a noun*) being hurt or killed in a crime, war, etc. although not involved in it in any way ஒரு குற்றச் செயல், போர் முதலியவற்றில் எவ்வகையிலும் தொடர்பில்லாதிருந்தும் அதில் சிக்கிக் காயமுற்ற அல்லது கொல்லப்பட்ட; குற்றச் சார்பற்ற; அப்பாவியான ***innocent victims*** *of a bomb blast* **3** not wanting to cause harm or upset sb, although it does மனம் கருதி ஒருவருக்குத் தீங்கு அல்லது துன்பம் செய்ய விரும்பாத *He got very aggressive when I asked an* ***innocent question*** *about his past life.* **4** not knowing the bad things in life; believing everything you are told வாழ்க்கையில் காணப்படும் இன்னாதவற்றை அறிந்திராத; எதையும் நம்பிவிடும் இயல்புள்ள; சூதுவாதற்ற; வெகுளியான *She was so innocent as to believe that politicians never lie.* ✪ **SYN naive** ▶ **innocently** *adv.* *'What are you doing here?' she asked innocently* (= pretending she did not know the answer).

innocuous /ɪˈnɒkjuəs/ *adj.* (*formal*) not meant to cause harm or upset sb ஒருவருக்குத் தீங்கு அல்லது மனத்துன்பம் உண்டாக்கும் எண்ணமற்ற; ஒருவரைப் புண்படுத்தும் நோக்கமற்ற; கேடு நினைக்காத *I made an* ***innocuous remark*** *about teachers and she got really angry.* ✪ **SYN harmless** ▶ **innocuously** *adv.*

innovate /ˈɪnəveɪt/ *verb* [I] to create new things, ideas or ways of doing sth புதிய பொருள்களை, கருத்துகளை அல்லது செயல்முறைகளை உருவாக்கு; புதிது புனை; புதுவழி காண் ▶ **innovation** /ˌɪnəˈveɪʃn/ *noun* [C, U] **(an) innovation (in sth)** [C] *technological innovations in industry* ▶ **innovative** /ˈɪnəvətɪv; ˈɪnəveɪtɪv/ *adj. innovative methods/designs/products* ▶ **innovator** *noun* [C]

innuendo /ˌɪnjuˈendəʊ/ *noun* [C, U] (*pl.* **innuendoes** or **innuendos**) an indirect way of talking about sb/sth, usually suggesting sth bad or rude ஒருவரை/ஒன்றைப் பற்றிப், பெரும்பாலும் மோசமான அல்லது பண்பிணக்கமற்ற குறிப்புத் தோன்ற, மறைமுகமாகப் பேசும் முறை; சாடைப் பேச்சு *His speech was full of sexual innuendo.*

innumerable /ɪˈnjuːmərəbl/ *adj.* too many to be counted கணக்கிட முடியாத; எண்ணற்ற

inoculate /ɪˈnɒkjuleɪt/ *verb* [T] **inoculate sb (against sth)** to protect a person or animal from a disease by giving him/her/it a mild form of the disease with a needle which is put under the skin (**an injection**) ஒரு நோயின் வீரியத்தன்மை குறைந்த நோயணுக்களை ஊசி மூலம் உடலினுள் செலுத்தி அந்நோயிலிருந்து மனிதர்களுக்கு அல்லது விலங்குகளுக்குக் காப்பளி; நோய்த்தடுப்பு ஊசி போடு *The children have been inoculated against measles.* ✪ **SYN Immunize** or **vaccinate** ▶ **inoculation** /ˌɪnɒkjuˈleɪʃn/ *noun* [C, U]

inoffensive /ˌɪnəˈfensɪv/ *adj.* not likely to offend or upset sb; harmless ஒருவர் மனத்தைப் புண்படுத்தும் அல்லது ஒருவருக்கு மன வருத்தம் உண்டாக்கும் வாய்ப்பற்ற; கேடு நினைக்காத ✪ **OPP offensive**

inoperable /ɪnˈɒpərəbl/ *adj.* (used about a disease) that cannot be cured by a medical operation (நோய் வகையில்) அறுவை மருத்துவத்தால் குணப்படுத்த முடியாத ✪ **OPP operable**

inordinate /ɪnˈɔːdɪnət/ *adj.* (*formal*) much greater than usual or expected வழக்கமானதை அல்லது எதிர்பார்த்ததை விட மிக அதிகமான; மட்டு மீறிய; அளவு கடந்த *They spent an* ***inordinate amount*** *of time and money on the production.* ▶ **inordinately** *adv.*

inorganic /ˌɪnɔːˈɡænɪk/ *adj.* not made of or coming from living things உயிர்ப்பொருள்களிலிருந்து உருவாக்கப்படாத அல்லது பெறப்படாத; உயிர்ப்பொருள் சார்பில்லாத; கனிம *Rocks and metals are inorganic substances.* ✪ OPP **organic**

input¹ /ˈɪnpʊt/ *noun* **1** [C, U] **input (of sth) (into/to sth)** what you put into sth to make it successful; the act of putting sth in ஒன்றைப் பயன்நிறைவு பெறச்செய்ய அல்லது அதற்கு ஆக்கவளமூட்ட அதனுள் இடப்படும் ஒன்று; உள்ளீட்டு வளம்; உள்ளிடுதல் *Growing anything in this soil will require heavy inputs of nutrients.* **2** [U] the act of putting information into a computer தரவுகளைக் கணிப்பொறியினுள் இடுதல்; உள்ளீடு *The computer breakdown means we have lost the whole day's input.* ➪ **output** பார்க்க.

input² /ˈɪnpʊt/ *verb* [T] (*pres. part.* **inputting;** *pt, pp* **input** or **inputted**) to put information into a computer தரவுகளைக் கணிப்பொறியினுள் இடு; உள்ளீடு செய்

inquest /ˈɪŋkwest/ *noun* [C] an official process that tries to find out how sb died ஒருவர் இறந்த விதத்தைக் கண்டறிய மேற்கொள்ளப்படும் அதிகாரபூர்வமான செயல்முறை; இறப்பு ஆய்வு *to hold an inquest*

inquire, inquirer, inquiring, inquiry = **enquire, enquirer, enquiring, enquiry**

inquisition /ˌɪnkwɪˈzɪʃn/ *noun* **1 the Inquisition** [*sing.*] the organization formed by the Roman Catholic Church to find and punish people who did not agree with its beliefs, especially from the 15th to the 17th century குறிப்பாக 15-ஆம் நூற்றாண்டிலிருந்து 17-ஆம் நூற்றாண்டு வரை, தனது கோட்பாடுகளோடு உடன்படாதவர்களை இனம் கண்டு தண்டிப்பதற்காக ரோமன் கத்தோலிக்கத் திருச்சபையால் தோற்றுவிக்கப்பட்ட அமைப்பு, முறைமன்றம் **2** [C] (*formal*) a series of questions that sb asks you, especially when he/she asks them in an unpleasant way குறிப்பாக வெறுப்பூட்டும் முறையில், ஒருவரால் தன்னிடம் கேட்கப்படும் தொடர் கேள்விகளின் தொகுதி; எரிச்சலூட்டக்கூடிய நீண்ட விசாரணை

inquisitive /ɪnˈkwɪzətɪv/ *adj.* **1** too interested in finding out about what other people are doing மற்றவர்களுடைய செயல்களைப் பற்றித் தெரிந்துகொள்வதில் மிகை ஆர்வம் கொண்டுள்ள; பிறருடைய விவகாரங்களில் வழக்கமீறிய அல்லது வேண்டாத முறையில் கருத்துச் செலுத்துகிற *Don't be so inquisitive. It's none of your business.* **2** interested in finding out about many different things வெவ்வேறான பலவற்றைப் பற்றி ஆய்ந்தறிவதில் ஆர்வம் கொண்டுள்ள; அறிவுத் தேடுதல் இயல்புள்ள; அறிவார்வம் கொண்ட *You need an inquisitive mind to be a scientist.* ▶ **inquisitively** *adv.* ▶ **inquisitiveness** *noun* [U]

insane /ɪnˈseɪn/ *adj.* **1** crazy or mentally ill பித்துப்பிடித்த; அறிவு திறம்பிய; மனநலம் குன்றிய **2** not showing sensible judgement மனப் பக்குவம் இல்லாத; பகுத்தறிவுடன் ஒன்றைப் பற்றிக் கணிப்பிடாத *You must be insane to leave your job before you've found another one.* ➪ **mad** பதிவிலுள்ள குறிப்பைப் பார்க்க. ▶ **insanely** *adv. insanely jealous* ▶ **insanity** /ɪnˈsænəti/ *noun* [U]

insanitary /ɪnˈsænətri/ *adj.* (*formal*) dirty and likely to cause disease துப்புரவற்றதும் நோய் உண்டாக்கக் கூடியதுமான; தூய்மைக் கேடான; உடல் நலத்திற்கு ஒவ்வாத *The restaurant was closed because of the insanitary conditions of the kitchen.* ➪ **sanitary** பார்க்க.

insatiable /ɪnˈseɪʃəbl/ *adj.* that cannot be satisfied; very great மனநிறைவு உண்டாக்க முடியாத; திருப்திப்படுத்த இயலாத; தணியாத *an insatiable desire for knowledge • an insatiable appetite*

inscribe /ɪnˈskraɪb/ *verb* [T] (*formal*) **inscribe A (on/in B); inscribe B (with A)** to write or cut (**carve**) words on sth ஒன்றின் மேல் சொற்களை எழுது அல்லது செதுக்கு; சொற்களைப் பதிவுசெய்; பொறி *The names of all the previous champions are inscribed on the cup.*

inscription /ɪnˈskrɪpʃn/ *noun* [C] words that are written or cut on sth ஒன்றின் மீது எழுதப்பட்ட அல்லது செதுக்கப்பட்ட சொற்கள்; பொறிப்பு; கல்வெட்டு *There was a Tamil inscription on the tombstone.*

insect /ˈɪnsekt/ *noun* [C] a small animal with six legs, two pairs of wings and a body which is divided into three parts ஆறு கால்களும், ஒரு சோடி இறக்கைகளும் முப்பிளவான உடலும் உடைய சிறு விலங்கு; சிற்றுயிரினம்; பூச்சி *Ants, flies, beetles, butterflies and mosquitoes are all insects.* • *an insect bite/sting* ➪ 752-ஆம் பக்கத்தில் படம் பார்க்க. **NOTE** துறை நோக்கில் தவறாயினும், சிலந்தி முதலிய வேறு சில சிறு விலங்குகளும் பெரும்பாலும் **insects** என்றே அழைக்கப்படுகின்றன.

insecticide /ɪnˈsektɪsaɪd/ *noun* [C, U] a substance that is used for killing insects பூச்சிகளைக் கொல்லப் பயன்படுத்தப்படும் பொருள்; பூச்சிக்கொல்லி ➪ **pesticide** பார்க்க.

insectivore /ɪnˈsektɪvɔː(r)/ *noun* [C] any animal that eats insects பூச்சிகளைத் தின்று வாழும் விலங்கு; பூச்சுண்ணி ➪ **carnivore, herbivore** மற்றும் **omnivore** பார்க்க.

insecure /ˌɪnsɪˈkjʊə(r)/ *adj.* **1 insecure (about sb/sth)** not confident about yourself or your

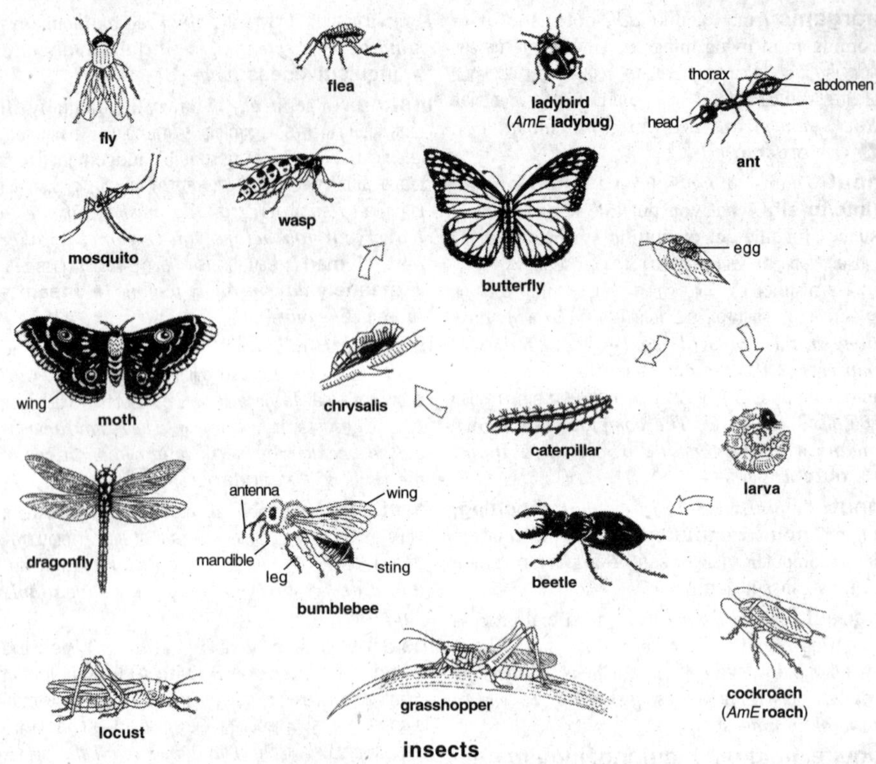

insects

relationships with other people தன்னைப் பற்றி அல்லது மற்றவர்களுடனான தனது உறவு குறித்து நம்பிக்கையில்லாத; தன்னம்பிக்கையற்ற; பாதுகாப்புணர்ச்சி இல்லாத *Many teenagers are insecure about their appearance.* **2** not safe or protected பாதுகாப்பற்ற; ஆதரவற்ற; நிலையுறுதியற்ற *This ladder feels a bit insecure.* • *The future of the company looks very insecure.* ✪ OPP **secure** ▶ **insecurely** *adv.* ▶ **insecurity** /-rəti/ *noun* [U, C] (*pl.* **insecurities**) *Their aggressive behaviour is really a sign of insecurity.* ✪ OPP **security**

insensitive /ɪnˈsensətɪv/ *adj.* **insensitive (to sth)** **1** not knowing or caring how another person feels and therefore likely to hurt or upset him/her மற்றவர் உணர்ச்சிகளைப் பற்றி அறிந்துகொள்ளாது அல்லது அவற்றைப் பற்றிக் கவலைப்படாது, அவரை மனத் துன்பத்தில் ஆழ்த்திவிடக்கூடிய; பரிவுணர்ச்சியற்ற *Some insensitive reporters tried to interview the families of the accident victims.* • *an insensitive remark* **2 insensitive (to sth)** not able to feel or react to sth ஒன்றை உணர முடியாத அல்லது ஒன்றுக்கு எதிர்வினை ஆற்ற முடியாத; சொரணையில்லாத *insensitive to pain/cold/criticism* ✪ OPP **sensitive** ▶ **insensitively** *adv.* ▶ **insensitivity** /ɪnˌsensəˈtɪvəti/ *noun* [U]

inseparable /ɪnˈseprəbl/ *adj.* that cannot be separated from sb/sth ஒருவரிடமிருந்து/ஒன்றிலிருந்து பிரிக்க முடியாத; தனிமைப்படுத்த முடியாத; இணைபிரியாத *inseparable friends* ✪ OPP **separable**

insert /ɪnˈsɜːt/ *verb* [T] (*formal*) to put sth into sth or between two things ஒன்றினுள் அல்லது இரு பொருள்களுக்கு இடையில் ஒன்றைப் புகுத்து; செருகு *I decided to insert an extra paragraph in the text.* ▶ **insertion** /ɪnˈsɜːʃn/ *noun* [C, U]

inshore /ˈɪnʃɔː(r)/ *adj.* /ˌɪnˈʃɔː(r)/ *adv.* in or towards the part of the sea that is close to the land நிலத்தை ஒட்டிய கடற்பகுதியில் உள்ள அல்லது கடற்பகுதியை நோக்கிய; கடற்கரைக்கருகில் உள்ள; கரைக்கருகில் *inshore fishermen* • *Sharks don't often come inshore.*

inside[1] /ˌɪnˈsaɪd/ *prep., adj., adv.* **1** in, on or to the inner part or surface of sth ஒன்றின் உட்பகுதியில்/உட்பகுதி மீது/உட்பகுதிக்கு; உட்பகுதியில் உள்ள; ஒன்றின் உட்பரப்பில்/உட்பரப்பின் மீது/உட்பரப்பிற்கு; உட்புறமாக; உள்ளே *Is there anything inside the box?* • *We'd better stay inside until the rain stops.* • *the inside pages of a newspaper* **2** (*formal*) (used about time) in less than; within (கால வகையில்)

ஒன்றைவிடக் குறைந்த; உள்ளாக; உட்பட்டதாக *Your photos will be ready inside an hour.* **3** (used about information, etc.) told secretly by sb who belongs to a group, organization, etc. (தகவல் முதலியவை வகையில்) ஒரு குழு, நிறுவனம் முதலியவற்றைச் சார்ந்த ஒருவரால் இரகசியமாகக் கூறப்பட்ட; உள்ளிருந்து பெறப்பட்ட/பெறப்பட்டதாக *The robbers seemed to have had some inside information about the bank's security system.* **4** (*slang*) in prison சிறைச்சாலையில்; சிறைச்சாலையில் உள்ள

inside² /ˌɪnˈsaɪd/ *noun* **1** [C] the inner part or surface of sth ஒன்றின் உட்பகுதி அல்லது உட்பரப்பு *The door was locked from the inside.* • *There's a label somewhere* ***on the inside****.* **2 insides** [*pl.*] (*informal*) the organs inside the body உடலின் உள்ளுறுப்புகள் *The coffee warmed his insides.*

IDM inside out 1 with the inner surface on the outside உட்பரப்பு வெளிப்புறமாகக் காணப்படுமாறு; உட்பக்கம் வெளியே தெரியுமாறு *You've got your jumper on inside out.* **2** very well, in great detail மிக நன்றாக; முழு விவரத்துடன்; கூறு கூறாக; நுணுக்கமாக *She knows these streets inside out.*

insider /ɪnˈsaɪdə(r)/ *noun* [C] a person who knows a lot about a group or an organization because he/she is a part of it ஒரு குழுவில் அல்லது நிறுவனத்தில் தான் அங்கமாக உள்ளதால், அது பற்றிப் பெருமளவு அறிந்துள்ள ஒருவர்; அக உறுப்பினர்; உள்ளிருப்பவர் *The book gives us an insider's view of how government works.*

insidious /ɪnˈsɪdiəs/ *adj.* (*formal*) spreading gradually or without being noticed, but causing serious harm படிப்படியாக அல்லது கண்ணுக்குப் புலனாகாமல் பரவுவதும் அதே சமயத்தில் கடுமையான தீங்கு விளைவிப்பதுமான; வெளிப்படையாகத் தோன்றாது, கேடார்ந்த முறையில் மெல்ல வளர்ச்சி பெறுகிற *the insidious effects of polluted water supplies* ▶ **insidiously** *adv.*

insight /ˈɪnsaɪt/ *noun* [C, U] **(an) insight (into sth)** an understanding of what sb/sth is like ஒருவருடைய/ஒன்றின் தன்மை குறித்து அறியும் திறம்; நுண்ணறிவுத் திறம்; நுண்ணோக்கு *The book gives a good insight into the lives of the poor.*

insignia /ɪnˈsɪɡniə/ *noun* [U, *with sing. or pl. verb*] the symbol, sign, etc. that shows that sb is a member of, or has a particular position in, a group or an organization ஒரு குழுவில் அல்லது ஓர் அமைப்பில் ஒருவர் உறுப்பினராக உள்ளதை அல்லது அவரது பொறுப்புநிலையை அடையாளப்படுத்தும் குறியீடு, சின்னம் முதலியவை; அடையாளச் சின்னம்; முத்திரைப் பொறிப்பு *His uniform bore the insignia of a captain.*

insignificant /ˌɪnsɪɡˈnɪfɪkənt/ *adj.* of little value or importance சிறிதளவே மதிப்பு அல்லது முக்கியத்துவம் உடைய; சிறப்பற்ற; குறிப்பிடத்தக்கதல்லாத; அற்பமான *an insignificant detail* • *Working in such a big company made her feel insignificant.* ▶ **insignificance** *noun* [U] ▶ **insignificantly** *adv.*

insincere /ˌɪnsɪnˈsɪə(r)/ *adj.* saying or doing sth that you do not really believe தான் உண்மையில் நம்பாத ஒன்றைக் கூறுகிற அல்லது செய்கிற; வாய்மையற்ற; பொய்ம்மையான; போலியான *His apology sounded insincere.* • *an insincere smile* ✪ OPP **sincere** ▶ **insincerely** *adv.* ▶ **insincerity** /ˌɪnsɪnˈserəti/ *noun* [U] ✪ OPP **sincerity**

insinuate /ɪnˈsɪnjueɪt/ *verb* [T] to suggest sth unpleasant in an indirect way நலமற்ற ஒன்றைக் குறிப்பாகப் புலப்படுத்து அல்லது குறிப்பால் உணர்த்து *She seemed to be insinuating that our work was below standard.* ▶ **insinuation** /ɪnˌsɪnjuˈeɪʃn/ *noun* [C, U] ***to make insinuations*** *about sb's honesty*

insipid /ɪnˈsɪpɪd/ *adj.* having too little taste, flavour or colour மிகமிகக் குறைவான சுவை, மணம் அல்லது நிறம் உடைய; சுவையற்ற; சப்பென்ற; ருசியற்ற

insist /ɪnˈsɪst/ *verb* [I] **1 insist (on sth/doing sth); insist that...** to say strongly that you must have or do sth, or that sb else must do sth ஒன்றைத் தான் பெறவேண்டும் அல்லது செய்யவேண்டும் என்று அல்லது ஒன்றை வேறோருவர் செய்யவேண்டும் என்று அழுத்தமாகக் கூறு; வலியுறுத்து; வற்புறுத்து *My parents insist that I come home by taxi.* • *'Have another drink.' 'Oh all right, if you insist.'* **2 insist (on sth); insist that** to say firmly that sth is true (when sb does not believe you) (ஒருவர் தான் கூறுவதை நம்பாத நிலையில்) அது உண்மையென உறுதிபடக் கூறு; வலியுறுத்திக் கூறு *She insisted on her innocence.* • *Jairam insisted that the accident wasn't his fault.* ▶ **insistence** *noun* [U]

insistent /ɪnˈsɪstənt/ *adj.* **1 insistent (on sth/doing sth); insistent that** saying strongly that you must have or do sth, or that sb else must do sth ஒன்றைத் தான் பெறவேண்டும் அல்லது செய்ய வேண்டும் என்று அல்லது வேறொருவர் ஒன்றைச் செய்ய வேண்டும் என்று அழுத்தமாகக் கூறுகிற; ஒன்றை வலியுறுத்துகிற அல்லது வற்புறுத்துகிற *Doctors are insistent on the need to do more exercise.* • *She was most insistent that we should all be there.* **2** continuing for a long time in a way that cannot be ignored புறக்கணிக்க முடியாதவாறு நீண்ட காலம்/நேரம் தொடர்கிற; விடாப்பிடியான; தொடர்ந்து நீடிக்கிற *the insistent ringing of the telephone* ▶ **insistently** *adv.*

insolent /ˈɪnsələnt/ *adj.* (*formal*) lacking respect; rude மரியாதை உணர்வற்ற; அவமதிக்கிற; திமிரான; அகந்தை கொண்ட *insolent behaviour* ▶ **insolence** *noun* [U] ▶ **insolently** *adv.*

insoluble /ɪnˈsɒljəbl/ *adj.* **1** that cannot be explained or solved விளக்கியுரைக்க அல்லது தீர்வு காண முடியாத; சிக்கலான *We faced almost insoluble problems.* **2** that cannot be dissolved in a liquid ஒரு திரவத்தில் கரைக்க முடியாத; நீரியலாக்க முடியாத; கரையாத ✪ OPP **soluble**

insolvent /ɪnˈsɒlvənt/ *adj.* (*formal*) not having enough money to pay what you owe பட்ட கடனை அடைக்கப் போதிய பணமில்லாத; கடன் தீர்க்க வகையற்ற; நொடித்த ✪ SYN **bankrupt** *The company has been declared insolvent.* ▶ **insolvency** /ɪnˈsɒlvənsi/ *noun* [U, C] (*pl.* **insolvencies**)

insomnia /ɪnˈsɒmniə/ *noun* [U] inability to sleep உறக்கம் கொள்ள இயலாமை; துயிலொழிவு *Do you ever suffer from insomnia?* ⇨ **sleepless** பார்க்க.

insomniac /ɪnˈsɒmniæk/ *noun* [C] a person who cannot sleep உறக்கம் கொள்ள இயலாதவர்; துயிலொழிவுக்கு ஆட்பட்டவர்

inspect /ɪnˈspekt/ *verb* [T] **1 inspect sb/sth (for sth)** to look at sth closely or in great detail ஒன்றைக் கூர்ந்தாராய்; அலசி ஆராய்; நுண்ணாய்வு செய் *The detective inspected the room for fingerprints.* **2** to make an official visit to make sure that rules are being obeyed, work is being done properly, etc. விதிமுறைகள் பின்பற்றப்படுதல், முறையாகப் பணி நடைபெறுதல் முதலியவற்றை உறுதிசெய்துகொள்ளும் பொருட்டுப் பணிமுறையில் பார்வையிடு; மேற்பார்வை செய்; அதிகாரபூர்வமாக ஆய்வுசெய் *All food shops should be inspected regularly.* ▶ **inspection** *noun* [C, U] *The fire prevention service will* ***carry out an inspection*** *of the building next week.* • ***On inspection****, the passport turned out to be false.*

inspector /ɪnˈspektə(r)/ *noun* [C] **1** an official who visits schools, factories, etc. to make sure that rules are being obeyed, work is being done properly, etc. விதிமுறைகள் பின்பற்றப்படுதல், முறையாகப் பணி நடைபெறுதல், முதலியவற்றை உறுதிசெய்துகொள்வதற்காகப் பள்ளிகள், தொழிற்சாலைகள் முதலியவற்றைப் பார்வையிடும் அதிகாரி; மேற்பார்வையாளர் *a health and safety inspector* **2** (*BrE*) a police officer with quite an important position முக்கியமான பணிப் பொறுப்பிலுள்ள காவல்துறை அதிகாரி; காவல்துறை ஆய்வாளர் **3** a person whose job is to check passengers' tickets on buses or trains பேருந்துகளில் அல்லது தொடர்வண்டிகளில் பயணிகளின் பயணச்சீட்டுகளைச் சரிபார்ப்பவர்; பயணச்சீட்டு ஆய்வாளர்

inspiration /ˌɪnspəˈreɪʃn/ *noun* **1** [C, U] **an inspiration (to/for sb); inspiration (to do/for sth)** a feeling, person or thing that makes you want to do sth or gives you exciting new ideas ஒன்றைச் செய்வதற்குத் தூண்டுதலாக அமைகிற அல்லது எழுச்சியூட்டும் புதுக் கருத்துகளை வழங்குகிற ஓர் உணர்வு, ஆள் அல்லது ஒரு பொருள்; அகத் தூண்டுதலாய் அமையும் ஆள் அல்லது பொருள் *The beauty of the mountains was a great* ***source of inspiration*** *to the writer.* • *What gave you the inspiration to become a dancer?* **2** [C] (*informal*) a sudden good idea திடீரெனத் தோன்றும் ஆக்கபூர்வமான அல்லது பயன்மிக்க கருத்து; திடீர்க் கருத்துப் பாய்ச்சல் *I've had an inspiration—why don't we go to that new club?*

inspire /ɪnˈspaɪə(r)/ *verb* [T] **1 inspire sth; inspire sb (to do sth)** to make sb want to do or create sth ஒன்றைச் செய்ய அல்லது உருவாக்கத் தூண்டு; ஆக்க எழுச்சியூட்டு *Nelson Mandela's autobiography inspired her to go into politics.* • *The attack was inspired by racial hatred.* **2 inspire sb (with sth); inspire sth (in sb)** to make sb feel, think, etc. sth உணர்ச்சி, எண்ணம் முதலியவற்றைத் தூண்டு; ஊக்கம் அளி *to be inspired with enthusiasm* • *The guide's nervous manner did not* ***inspire*** *much* ***confidence*** *in us.* ▶ **inspiring** *adj. an inspiring speech*

inspired /ɪnˈspaɪəd/ *adj.* influenced or helped by a particular feeling, thing or person குறிப்பிட்ட உணர்ச்சி, பொருள் அல்லது ஆளின் தாக்கத்திற்கு ஆட்பட்ட அல்லது துணையாதரவு கிடைக்கப்பெற்ற; அக/புறத் தூண்டுதல் அளிக்கப்பட்ட *The pianist gave an inspired performance.* • *a politically inspired killing*

instability /ˌɪnstəˈbɪləti/ *noun* [U] the state of being likely to change மாற்றத்திற்கு உள்ளாகக் கூடிய நிலை; நிலையில்லாமை *There are growing signs of political instability.* ⇨ **unstable** adjective பார்க்க. ✪ OPP **stability**

install (*AmE* **instal**) /ɪnˈstɔːl/ *verb* [T] **1** to put a piece of equipment, etc. in place so that it is ready to be used பயன்பாட்டுக்கு ஆயத்த நிலையில் இருக்குமாறு ஒரு கருவி முதலியவற்றைச் சரிநிலையில் பொருத்தி வை; நிறுவு *We are waiting to have our new washing machine installed.* • *to install a computer system* ✪ SYN **put in 2 install sb (as sth)** to put sb/sth or yourself in a position or place ஒருவரை/ஒன்றை அல்லது தன்னை ஒரு பணிப்பொறுப்பில் அல்லது ஓரிடத்தில் அமர்த்து; உட்கார்த்து *He was installed as President yesterday.* ▶ **installation** /ˌɪnstəˈleɪʃn/ *noun* [C, U] *a military/nuclear installation* • *the installation of a new chairman*

instalment (*AmE* **installment**) /ɪnˈstɔːlmənt/ *noun* [C] **1** one of the regular payments that you make for sth until you have paid the full amount ஒன்றிற்கான முழுத் தொகையையும் செலுத்தி முடிக்கும் வரை, தொடர்ந்து கால முறைப்படிச் செலுத்தப்படும் தொகைகளில் ஒன்று; தவணைப் பணம்; தவணை *to pay for sth* ***in instalments*** **2** one part of a story that is shown or published as a series தொடராகக் காட்சிப்படுத்தப்படும் அல்லது பிரசுரிக்கப்படும் கதையின் ஒரு பகுதி; தொடர்கதையின் ஒரு பாகம் *Don't miss next week's exciting instalment.*

instance /ˈɪnstəns/ *noun* [C] **an instance (of sth)** an example or case (of sth) (ஒன்றின்) எடுத்துக்காட்டு; நிகழ்ச்சி; நேர்வு *There have been several instances of racial attacks in the area.* • *In most instances the drug has no side effects.*
IDM for instance for example எடுத்துக்காட்டாக; உதாரணமாக *There are several interesting places to visit around here—Warangal, for instance.*

instant¹ /ˈɪnstənt/ *adj.* **1** happening suddenly or immediately திடீரென அல்லது உடனடியாக நிகழ்கிற; அக்கண நிகழ்வான *The film was an instant success.* **2** (used about food) that can be prepared quickly and easily, usually by adding hot water (உணவு வகையில்) வழக்கமாக வெந்நீர் கலந்து, விரைவாகவும் எளிதாகவும் தயாரிக்கப்படுகிற; உடனடிப் பயன்பாட்டுக்கு ஏற்ற வகையில் ஆயத்த நிலையிலுள்ள *instant coffee*

instant² /ˈɪnstənt/ *noun* [*usually sing.*] **1** a very short period of time மிக்க குறுகிய நேரப் பகுதி; கண நேரம்; நொடி *Amit thought* ***for an instant*** *and then agreed.* **2** a particular point in time குறிப்பிட்ட நேரப் பகுதி; குறிப்பிட்ட வேளை ***At that instant*** *I realized I had been tricked.* • *Stop doing that this instant* (= now)*!*

instantaneous /ˌɪnstənˈteɪniəs/ *adj.* happening immediately or extremely quickly உடனடியாக அல்லது மிகு விரைவாக நிகழ்கிற; நொடிப்பொழுதில் நிகழ்கிற ▶ **instantaneously** *adv.*

instantly /ˈɪnstəntli/ *adv.* without delay; immediately தாமதமின்றி; உடனே; அக்கணத்திலேயே *I asked him a question and he replied instantly.*

instead /ɪnˈsted/ *adv., prep.* **instead (of sb/sth/doing sth)** in the place of sb/sth ஒருவருக்கு/ஒன்றுக்குப் பதிலாக; ஈடாக; பிரதியாக *I couldn't go so my husband went instead.* • *You should play football instead of just watching it on TV.*

instigate /ˈɪnstɪgeɪt/ *verb* [T] (*formal*) to make sth start to happen ஒன்று நிகழத் தொடங்கச் செய்; செயல் தொடங்கச் செய் அல்லது தூண்டு ▶ **instigation** /ˌɪnstɪˈgeɪʃn/ *noun* [U]

instil (*AmE* **instill**) /ɪnˈstɪl/ *verb* [T] (**instilling; instilled**) **instil sth (in/into sb)** to make sb think or feel sth ஒருவர் ஒன்றை எண்ணுமாறு அல்லது உணருமாறு செய்; ஓர் எண்ணம் அல்லது உணர்வை ஒருவர் மனத்தில் கொள்ளுமாறு செய் *Parents should try to instil a sense of responsibility into their children.*

instinct /ˈɪnstɪŋkt/ *noun* [C, U] the natural force that causes a person or animal to behave in a particular way without thinking or learning about it ஓராள் அல்லது ஒரு விலங்கு சிந்திக்காமல் அல்லது பயிற்சி பெறாமல் குறிப்பிட்ட முறையில் நடந்துகொள்ளத் தூண்டும் இயற்கையான உந்துவிசை; உந்துணர்வு *Birds learn to fly* ***by instinct.*** • *In a situation like that you don't have time to think—you just* ***act on instinct.*** ▶ **instinctive** /ɪnˈstɪŋktɪv/ *adj. Your instinctive reaction is to run from danger.* ▶ **instinctively** *adv.*

institute¹ /ˈɪnstɪtjuːt/ *noun* [C] an organization that has a particular purpose; the building used by this organization குறிப்பிட்ட நோக்கத்திற்குரிய நிறுவன அமைப்பு; நிறுவனம்; அந்நிறுவனத்தின் கட்டடம் *the Institute of Science and Technology* • *institutes of higher education*

institute² /ˈɪnstɪtjuːt/ *verb* [T] (*formal*) to introduce a system, policy, etc., or start a process ஒரு முறை, கொள்கை முதலியவற்றை அறிமுகப்படுத்து அல்லது புகுத்து; ஒரு செயல்முறையைத் தொடங்கு *The government has instituted a new scheme for youth training.*

institution /ˌɪnstɪˈtjuːʃn/ *noun* **1** [C] a large, important organization that has a particular purpose, such as a bank, a university, etc. வங்கி, பல்கலைக்கழகம் முதலிய குறிப்பிட்ட நோக்கத்திற்குரிய, அளவில் பெரிய, முக்கியமான நிறுவனம்; பேரமைப்பு *the financial institutions in the city of Delhi* **2** [C] a building where certain people with special needs live and are looked after தனி முறையான தேவைகளையுடைய பிரிவினர் தங்கி வாழும் மற்றும் பராமரிக்கப்படும் கட்டடம்; காப்பகம்; பேணகம்; இல்லம் *a mental institution* • *She's been in institutions all her life.* **3** [C] a social custom or habit that has existed for a long time நீடித்துள்ள அல்லது நிலைபேறுடைய ஒரு சமுதாயப் பழக்கம் அல்லது வழக்கம் *the institution of marriage* **4** [U] the act of introducing a system, policy, etc., or of starting a process ஒரு முறை, கொள்கை முதலியவற்றை அறிமுகப்படுத்துதல் அல்லது புகுத்துதல்; ஒரு செயல்முறையைத் தொடங்குதல்; ஏற்படுத்துதல் *the institution of new safety procedures*

institutional /ˌɪnstɪˈtjuːʃənl/ *adj.* connected with an institution ஒரு நிறுவனம் சார்ந்த அல்லது

நிறுவனத்திற்குரிய *The old lady is in need of institutional care.*

instruct /ɪnˈstrʌkt/ *verb* [T] **1 instruct sb (to do sth)** to give an order to sb; to tell sb to do sth ஒருவருக்குக் கட்டளை இடு; ஒன்றைச் செய்யுமாறு கூறு; அறிவுறுத்து *The soldiers were instructed to shoot above the heads of the crowd.* **2** (*formal*) **instruct sb (in sth)** to teach sb sth ஒருவருக்கு ஒன்றைக் கற்றுக்கொடு; பயிற்றுவி *Children must be instructed in road safety before they are allowed to ride a bike on the road.*

instruction /ɪnˈstrʌkʃn/ *noun* **1 instructions** [*pl.*] detailed information on how you should use sth, do sth, etc. ஒன்றைப் பயன்படுத்தும் முறை, ஒரு செயல்முறை முதலியவை குறித்த விவரமான தகவல்; செயல் விளக்கக் குறிப்பு; வழிகாட்டு குறிப்பு *Read the instructions on the back of the packet carefully.* • *You should always **follow the instructions**.* **2** [C] **an instruction (to do sth)** an order that tells you what to do or how to do sth செய்ய வேண்டியது அல்லது செய்முறை குறித்த ஆணை; செயல்துறைக் கட்டளை *The guard was **under** strict **instructions** not to let anyone in or out.* **3** [U] **instruction (in sth)** the act of teaching sth to sb ஒருவருக்கு ஒன்றைக் கற்பித்தல் *The staff need instruction in the use of computers.*

instructive /ɪnˈstrʌktɪv/ *adj.* giving useful information பயனுள்ள தகவல் அளிக்கிற; அறிவுறுத்துகிற; நல்லறிவூட்டுகிற ▶ **instructively** *adv.*

instructor /ɪnˈstrʌktə(r)/ *noun* [C] a person whose job is to teach a practical skill or sport செயல்முறைப் பயிற்சி அல்லது விளையாட்டுப் பயிற்சி அளிக்கும் பணியாளர்; பயிற்றுநர் *a driving/fitness/golf instructor*

instrument /ˈɪnstrəmənt/ *noun* [C] **1** a tool that is used for doing a particular job or task குறிப்பிட்ட தொழில் அல்லது பணிக்குரிய செயற்கருவி; துணைக்கலம் *surgical/optical/precision instruments* ➪ **tool** பதிவிலுள்ள குறிப்பைப் பார்க்க. **2** something that is used for playing music இசை எழுப்பப் பயன்படுத்தப்படும் ஒன்று; இசைக்கருவி *'What instrument do you play?' 'The violin.'* ➪ **music** பதிவில் படம் பார்க்க.

> **NOTE** **Musical instruments** (இசைக்கருவிகள்), **stringed** (வயலின், கிடார் முதலிய நரம்பிசைக்கருவிகள்), **brass** (பித்தளையால் ஆன எக்காளம், கொம்புகள் முதலியவை), **woodwind** (புல்லாங்குழல், கிளாரினெட் முதலிய மரத்தால் செய்யப்பட்ட, காற்று/துளை இசைக்கருவிகள்) அல்லது **keyboard** (பியானோ, ஆர்கன், சிந்தெசைஸர் முதலியவை) என்று வகைப்படுத்தப்படும். **Percussion instruments** (தட்டிசைக் கருவிகள்) என்பது **drums** (முரசுகள்), **cymbals** (தாளக் கருவிகள்) முதலியவற்றைக் குறிக்கும்.

3 something that is used for measuring speed, distance, temperature, etc. in a car, plane or ship சீருந்து, விமானம் அல்லது கப்பலில் உள்ள வேகம், தொலைவு, வெப்ப நிலை முதலியவற்றை அளவிடப் பயன்படுத்தப்படும் கருவி *the instrument panel of a plane* **4** something that sb uses in order to achieve sth ஒன்றைச் செய்துமுடிக்க ஒருவரால் பயன்படுத்தப்படுவது; துணைப்பொருள்; சாதனம்; கருவி *The press should be more than an instrument of the government.*

instrumental /ˌɪnstrəˈmentl/ *adj.* **1 instrumental in doing sth** helping to make sth happen ஒன்றை நிகழச் செய்ய துணைபுரிகிற; காரணமான; ஏதுவான *She was instrumental in getting him the job.* **2** for musical instruments without voices குரலிசை இன்றி இசைக் கருவிகளைக் கொண்டு இசைக்கப்படுகிற; இசைக்கருவிகளுக்கான *instrumental music*

insubordinate /ˌɪnsəˈbɔːdɪnət/ *adj.* (*formal*) (used about a person or behaviour) not obeying rules or orders (ஆள் அல்லது நடத்தை வகையில்) விதிமுறைகளை அல்லது ஆணைகளைப் பின்பற்றாத; கீழ்ப்படிய மறுக்கிற; அதிகாரம் மீறுகிற ▶ **insubordination** /ˌɪnsəˌbɔːdɪˈneɪʃn/ *noun* [C, U] *He was dismissed from the army for insubordination.*

insubstantial /ˌɪnsəbˈstænʃl/ *adj.* not large, solid or strong பெரிதாக, திட்பம் வாய்ந்ததாக அல்லது உறுதியானதாக இல்லாத; சிற்றளவான; வலுவற்ற; உறுதியற்ற *a hut built of insubstantial materials* ✪ OPP **substantial**

insufferable /ɪnˈsʌfrəbl/ *adj.* (*formal*) (used about a person or behaviour) extremely unpleasant or annoying (ஆள் அல்லது நடத்தை வகையில்) மிக மோசமான; சகிக்க முடியாத; எரிச்சல் உண்டாக்குகிற

insufficient /ˌɪnsəˈfɪʃnt/ *adj.* **insufficient (for sth/to do sth)** not enough தேவைக்குக் குறைந்த; பற்றாத *The students complained that they were given insufficient time for the test.* ✪ OPP **sufficient** ▶ **insufficiently** *adv.*

insular /ˈɪnsjələ(r)/ *adj.* not interested in or able to accept new people or different ideas புதியவர்களிடம் அல்லது மாறுபட்ட கருத்துகள் மீது ஆர்வம் காட்டாத அல்லது அவர்களை/அவற்றை ஏற்றுக்கொள்ள இயலாத; குறுகிய மனப்பான்மை உடைய; தனி ஒதுக்கமான ✪ SYN **narrow-minded** ▶ **insularity** /ˌɪnsjuˈlærəti/ *noun* [U]

insulate /ˈɪnsjuleɪt/ *verb* [T] **insulate sth (against/from sth)** to protect sth with a material that prevents electricity, heat or sound from passing through மின்சாரம், வெப்பம் அல்லது ஒலி

தன்னூடாகச் செல்ல விடாத ஒரு பொருளைக் கொண்டு ஒன்றுக்குக் காப்பளி; மின்சார/வெப்ப/ஒலித் தடைக் காப்பிடு *walls are insulated against noise* • (*figurative*) *This industry has been insulated from the effects of competition.* ▶ **insulation** /ˌɪnsjuˈleɪʃn/ *noun* [U]

insulating tape *noun* [U] a thin band of sticky material used for covering electrical wires to prevent the possibility of an electric shock மின்தாக்குக்கான வாய்ப்பைத் தடுக்கும் பொருட்டு மின்கம்பிகள் மீது சுற்றிப் பயன்படுத்தப்படும், ஒட்டும் தன்மையுள்ள பொருளால் ஆன மெலிதான பட்டை; மின் காப்புப் பட்டை

insulator /ˈɪnsjuleɪtə(r)/ *noun* [C] a material or device used to prevent heat, electricity or sound from escaping from sth ஒன்றிலிருந்து மின்சாரம், வெப்பம் அல்லது ஒலி வெளியேறாமல் தடுக்கப் பயன்படுத்தப்படும் பொருள் அல்லது கருவி; வெப்ப/மின்/ஒலிக்காப்புப் பொருள் அல்லது கருவி ➪ **bulb** பதிவில் படம் பார்க்க.

insulin /ˈɪnsjəlɪn/ *noun* [U] a substance, normally produced by the body itself, which controls the amount of sugar in the blood குருதியிலுள்ள சர்க்கரையின் அளவைக் கட்டுப்பாட்டில் வைத்திருக்கும், வழக்கமாக உடலிலேயே உண்டாகும், ஒரு பொருள் *Some diabetics need to rely on insulin injections.*

insult[1] /ɪnˈsʌlt/ *verb* [T] to speak or act rudely to sb மரியாதைக் கேடான முறையில் ஒருவரிடம் பேசு அல்லது நடந்துகொள்; அவமதி; மானபங்கம் செய் *I felt very insulted when I didn't even get an answer to my letter.* • *He was thrown out of the hotel for insulting the manager.*

insult[2] /ˈɪnsʌlt/ *noun* [C] a rude comment or action பண்பு நயமற்ற விமர்சனம் அல்லது செயல்; மரியாதையற்ற நடத்தை; அவமதிப்பு *The drivers were standing in the road yelling insults at each other.*

insulting /ɪnˈsʌltɪŋ/ *adj.* **insulting (to sb/sth)** making sb feel offended ஒருவரது மனம் புண்படும்படியான; வருத்தமூட்டுகிற; அவமதிப்பான *insulting behaviour/remarks* • *That poster is insulting to women.*

insuperable /ɪnˈsuːpərəbl/ *adj.* (*formal*) (used about a problem, etc.) impossible to solve (ஒரு சிக்கல் முதலியவை வகையில்) தீர்க்க முடியாத; வென்று சமாளிக்க முடியாத

insurance /ɪnˈʃɔːrəns/ *noun* **1** [U] **insurance (against sth)** an arrangement with a company in which you pay them regular amounts of money and they agree to pay the costs if, for example, you die or are ill, or if you lose or damage sth இறப்பு அல்லது உடல் நலக் கேடு, இழப்பு அல்லது சேதம் முதலியவை நேரும் நிலையில் அதற்கான செலவுத்தொகையை வழங்க ஒரு நிறுவனம் ஒப்புக்கொள்வதும் தான் அந்நிறுவனத்திற்குக் கால முறைப்படித் தொடர்ந்து பணம் செலுத்துவதுமான ஏற்பாடு; காப்பீட்டுத் திட்டம்; காப்பீடு *Builders should always have insurance against personal injury.*

NOTE காப்பீட்டுத் திட்டத்தில் நாம் **insurance policy** (காப்புறுதிப் பத்திரம்) எடுத்துக் கொள்கிறோம் (**take out**). காப்பீட்டு நிறுவனத்திற்கு நாம் காலமுறைப்படிச் செலுத்தும் பணம் **insurance premium** எனப்படும். **Life** (ஆயுள்), **health** (உடல்நலம்), **car** (சீருந்து), **travel** (பயணம்) மற்றும் **household** (மனைக்காப்பீடு) என்று **insurance** பல வகைப்படும்.

2 [U] the business of providing insurance காப்பீடு வழங்கும் தொழில்; காப்பீட்டுத் தொழில் *He works in insurance.* **3** [U, *sing.*] **(an) insurance (against sth)** something you do to protect yourself (against sth unpleasant) (நலமானதல்லாத ஒன்றிலிருந்து) தன்னைக் காத்துக்கொள்ளச் செய்யப்படுவது; காப்பு *Many people take vitamin pills as an insurance against illness.*

insure /ɪnˈʃɔː(r)/ *verb* [T] **1 insure yourself/sth (against/for sth)** to buy or to provide insurance காப்புறுதி செய்துகொள்; காப்புறுதி வழங்கு; காப்பீட்டுத் திட்டத்தில் சேர் அல்லது சேர்த்துக்கொள் *They insured the painting for Rs 10,000 against damage or theft.* **2** (*AmE*) = **ensure**

insurgent /ɪnˈsɜːdʒənt/ *noun* [*usually pl.*] (*formal*) a person fighting against the government or armed forces of his/her own country தனது நாட்டின் அரசுக்கு அல்லது படைகளுக்கு எதிராகச் சண்டையிடுபவர்; ஆட்சி எதிர்ப்பாளர்; கிளர்ச்சிக்காரர்; கலகக்காரர் *an attack by armed insurgents* ➪ **rebel** பார்க்க. ▶ **insurgent** *adj. insurgent groups* ▶ **insurgency** *noun* [C, U] *insurgency in Nepal*

insurmountable /ˌɪnsəˈmaʊntəbl/ *adj.* (*formal*) (used about a problem, etc.) impossible to solve (சிக்கல், முதலியவை வகையில்) தீர்வு காண முடியாத; வென்று சமாளிக்க முடியாத; எளிதில் கையாள முடியாத ➪ **surmountable** பார்க்க.

insurrection /ˌɪnsəˈrekʃn/ *noun* [C, U] (*formal*) violent action against the rulers of a country or the government ஒரு நாட்டின் ஆட்சியாளர்களுக்கு அல்லது அரசுக்கு எதிரான வன்முறைச் செயல்; சட்டபூர்வமான ஆட்சிக்கு எதிரான வெளிப்படையான கிளர்ச்சி; கலகம்

intact /ɪnˈtækt/ *adj.* (*not before a noun*) complete; not damaged முழுமை கெடாத; சேதமுறாத *Very few of the buildings **remain intact** following the earthquake.*

intake /ˈɪnteɪk/ *noun* [C, *usually sing.*] **1** the amount of food, drink, etc. that you take into your body

உட்கொள்ளும் உணவு, பானம் முதலியவற்றின் அளவு *The doctor told me to cut down my alcohol intake.* **2** the (number of) people who enter an organization or institution during a certain period ஒரு காலப்பகுதியில் ஓர் அமைப்பு அல்லது ஒரு நிறுவனத்தில் சேருபவர்கள் (அல்லது சேருபவர்களின் எண்ணிக்கை); சேர்க்கை; சேர்க்கையளவு *This year's intake of students is down 10%.* **3** the act of taking sth into your body, especially breath ஒன்றை, குறிப்பாக மூச்சுக்காற்றை, உட்கொள்ளுதல் **4** a place where liquid, air, etc. enters a machine திரவம், காற்று, முதலியவை ஓர் இயந்திரத்தில் உட்புகும் இடம்; உள்வாய்; புழைவாய்

intangible /ɪnˈtændʒəbl/ *adj.* difficult to describe, understand or measure விளக்கி உரைப்பதற்கு, புரிந்துகொள்வதற்கு அல்லது அளவிடுவதற்கு எளிதாக இல்லாத; உணர்ந்தறிய இயலாத; கருத்துக்கு எட்டாத *The benefits of good customer relations are intangible.* ✪ OPP **tangible**

integer /ˈɪntɪdʒə(r)/ *noun* [C] (*mathematics*) a whole number, such as 3 or 4 but not 3.5, (3 அல்லது 4 போன்ற ஆனால் 3.5 போன்றதல்லாத) முழு எண் ➪ **fraction** பார்க்க.

integral /ˈɪntɪɡrəl/ *adj.* **1 integral (to sth)** necessary in order to make sth complete ஒன்றை முழுமையாக்குவதற்குத் தேவையான; ஒன்றன் நிறைவுக் கூறான *Spending a year in France is* ***an integral part of*** *the university course.* **2** including sth as a part ஒன்றைத் தன் பகுதியாகக் கொண்டிருக்கிற; ஒன்றை உள்ளடக்கிய *The car has an integral CD player.*

integrate /ˈɪntɪɡreɪt/ *verb* **1** [T] **integrate sth (into sth); integrate A and B/integrate A with B** to join things so that they become one thing or work together ஒரே பொருளாக ஆகுமாறு அல்லது இணைந்து செயல்படுமாறு பலவற்றை ஒன்று கூட்டு; ஒன்றிணை; இணைத்து முழுமையாக்கு *The two small schools were integrated into one large one. • These programs can be integrated with your existing software.* **2** [I, T] **integrate (sb) (into/with sth)** to join in and become part of a group or community, or to make sb do this ஒரு குழுவில் அல்லது சமூகத்தில் சேர்ந்து அதன் அங்கமாகு; ஒருவரை ஒரு குழுவின் அல்லது சமூகத்தின் அங்கமாகச் சேர் *It took Amit a while to integrate into his new school.* ➪ **segregate** பார்க்க. ▶ **integration** /ˌɪntɪˈɡreɪʃn/ *noun* [U] *racial integration* ➪ **segregation** பார்க்க.

integrity /ɪnˈteɡrəti/ *noun* [U] **1** the quality of being honest and having strong moral principles நேர்மையாகவும் அழுத்தமான ஒழுக்கக் கோட்பாடுகளை ஏற்றும் உள்ளதாகிய பண்பு நிலை; நேர்மை; நாணயம் *He's a person* ***of great integrity*** *who can be relied on to tell the truth.* **2** the state of being united or undivided முழுமை; கூறுபடா நிலை; ஒருமைப்பாடு

intellect /ˈɪntəlekt/ *noun* **1** [U] the power of the mind to think and to learn மனத்தின் சிந்திக்கும் மற்றும் கற்றறியும் ஆற்றல்; சிந்தனை ஆற்றல்; அறிவுத் திறம்; மனவலிமை; மூளைத்திறம் *a woman of considerable intellect* **2** [C] an extremely intelligent person மூளைத்திறம் மிக்கவர்; கூர்மதியுடையவர் *He was one of the most brilliant intellects of his time.*

intellectual[1] /ˌɪntəˈlektʃuəl/ *adj.* **1** (*only before a noun*) connected with a person's ability to think in a logical way and to understand things ஒருவருடைய பகுத்துணரும் திறமையும் அறிவாற்றலும் தொடர்பான; மூளைத் திறம் சார்ந்த *The boy's intellectual development was very advanced for his age.* **2** (used about a person) enjoying activities in which you have to think deeply about sth (ஓராள் வகையில்) ஆழ்ந்த சிந்தனை வேண்டப்படும் செயல்களில் மகிழ்ந்து ஈடுபடுகிற; அறிவார்ந்த செயல்களில் இன்பம் காண்கிற ▶ **intellectually** *adv.*

intellectual[2] /ˌɪntəˈlektʃuəl/ *noun* [C] a person who enjoys thinking deeply about things பொருள்கள் மற்றும் நடப்புகள் குறித்து ஆழ்ந்து சிந்திப்பதில் இன்பம் காண்பவர்; சிந்தனையில் இன்ப நாட்டம் உடையவர்

intelligence /ɪnˈtelɪdʒəns/ *noun* [U] **1** the ability to understand, learn and think புரிந்துகொள்ளும், கற்றறியும் மற்றும் சிந்திக்கும் திறம்; அறிவாற்றல்; சிந்தனைத் திறம் *a person of normal intelligence • an intelligence test* **2** important information about an enemy country பகை நாடு ஒன்று பற்றிய முக்கியமான தகவல்; வேவுத் தகவல்; உளவுச் செய்தி

intelligent /ɪnˈtelɪdʒənt/ *adj.* having or showing the ability to understand, learn and think; clever புரிந்துகொள்ளும், கற்றறியும் மற்றும் சிந்திக்கும் ஆற்றலுள்ள அல்லது அவ்வாற்றலை வெளிப்படுத்துகிற; கூர்மதியுடைய *All their children are very intelligent. • an intelligent question* ▶ **intelligently** *adv.*

intelligible /ɪnˈtelɪdʒəbl/ *adj.* (used especially about speech or writing) possible or easy to understand (குறிப்பாகப் பேச்சு அல்லது கட்டுரை முதலியவை வகையில்) புரிந்துகொள்ளக்கூடிய; புரிந்துகொள்வதற்கு எளிதான; தெளிவான; விளக்கமான ✪ OPP **unintelligible** ▶ **intelligibility** /ɪnˌtelɪdʒəˈbɪləti/ *noun* [U]

intend /ɪnˈtend/ *verb* [T] **1 intend to do sth/doing sth** to plan or mean to do sth ஒன்றைச் செய்யத் திட்டமிடு அல்லது மனத்தில் கருது; செயல் நோக்கம் கொள் *I'm afraid I spent more money than I had intended.* ➪ **intention**

noun பார்க்க. **2 intend sth for sb/sth; intend sb to do sth** to plan, mean or make sth for a particular person or purpose குறிப்பிட்ட ஒருவரை அல்லது ஒரு நோக்கத்தை முன்னிட்டு ஒன்றைத் திட்டமிடு, கருது அல்லது செய் *You shouldn't have read that letter—it wasn't intended for you.* • *I didn't intend you to have all the work.*

intense /ɪnˈtens/ *adj.* very great, strong or serious மிகப் பெரிய; முனைப்பு மிக்க; தீவிரம் மிகுந்த; மும்முரமான *intense heat/cold/pressure* • *intense anger/interest/desire* ▶ **intensely** *adv. They obviously dislike each other intensely.* ▶ **intensity** /ɪnˈtensəti/ *noun* [U] *I wasn't prepared for the intensity of his reaction to the news.*

intensifier /ɪnˈtensɪfaɪə(r)/ *noun* [C] (*grammar*) a word, especially an adjective or an adverb, for example 'so' or 'very,' that makes the meaning of another word stronger வேறொரு சொல்லின் பொருளுக்கு அழுத்தம் சேர்க்கும் 'so', 'very', முதலிய ஒரு சொல், குறிப்பாகப் பெயரடை அல்லது வினையடை ⇨ **modifier** பார்க்க.

intensify /ɪnˈtensɪfaɪ/ *verb* [I, T] (*pres. part.* **intensifying**; *3rd person sing. pres.* **intensifies**; *pt, pp* **intensified**) to become or to make sth greater or stronger மேலும் மிகுதியாகு; தீவிரம் மிகு; மும்முரமாகு; ஒன்றை மேலும் தீவிரமாக்கு; கடுமையாக்கு *Fighting in the region has intensified.* • *The government has intensified its anti-smoking campaign.* ▶ **intensification** /ɪnˌtensɪfɪˈkeɪʃn/ *noun* [U]

intensive /ɪnˈtensɪv/ *adj.* **1** involving a lot of work or care in a short period of time குறுகிய காலத்தில் பெருமளவு பணி அல்லது கவனம் வேண்டப்படுகிற; தீவிரமான செயல்பாடு அல்லது கருத்தீடுபாடு உள்ளடங்கிய; முனைப்பார்ந்த *an intensive investigation/course* **2** (used about methods of farming) aimed at producing as much food as possible from the land or money available (வேளாண் முறைகள் வகையில்) உள்ள நிலத்தில் அல்லது முதலீட்டில் உயர் அளவான விளைச்சல் பெறுவதை நோக்கமாகக் கொண்ட; விளைவு வீதம் பெருக்குகிற *intensive agriculture* ⇨ **extensive** பார்க்க. ▶ **intensively** *adv.*

intensive care *noun* [U] special care in hospital for patients who are very seriously ill or injured; the department that gives this care கடுமையாக நோய்வாய்ப்பட்ட அல்லது காயமுற்ற நோயாளிகளுக்கு மருத்துவமனையில் வழங்கப்படும் சிறப்புக் கவனிப்பு; தீவிர சிகிச்சை; தீவிர சிகிச்சை வழங்கும் மருத்துவமனைப் பிரிவு; தீவிர சிகிச்சைப் பிரிவு *She was in intensive care for a week after the car crash.*

intent[1] /ɪnˈtent/ *adj.* **1 intent (on/upon sth)** showing great attention மிகுதியான கவனம் செலுத்துகிற; கருத்தூன்றிய; ஆழ்ந்த ஈடுபாடுடைய *She was so intent upon her work that she didn't hear me come in.* **2 intent on/upon sth/doing sth** determined to do sth ஒன்றைச் செய்வதில் உறுதியாக உள்ள; தீர்மானமான; முனைப்பார்ந்த *He's always been intent on making a lot of money.* ▶ **intently** *adv.*

intent[2] /ɪnˈtent/ *noun* [U] (*formal*) what sb intends to do; intention ஒருவர் செய்யக் கருதியுள்ள அல்லது திட்டமிட்டுள்ள ஒன்று; செயல் நோக்கம்; கருத்து; எண்ணம் *He was charged with possession of a gun **with intent to** commit a robbery.* • *to do sth with evil/good intent*

IDM **to/for all intents and purposes** in effect, even if not completely true முற்றிலும் உண்மையாக இல்லாவிடினும், மெய்ந்நிலையில் அல்லது செயல்முறையில்; விளைவாக்கத்தில் *When they scored their fourth goal the match was, to all intents and purposes, over.*

intention /ɪnˈtenʃn/ *noun* [C, U] **(an) intention (of doing sth/to do sth)** what sb intends or means to do; a plan or purpose ஒருவர் செய்யக் கருதியுள்ள அல்லது திட்டமிட்டுள்ள ஒன்று; திட்டம்; உள்ளக் கருத்து; செயல் நோக்கம் *I borrowed the money **with the intention of** paying it back the next day.*

intentional /ɪnˈtenʃənl/ *adj.* done on purpose, not by chance தற்செயலாக அல்லாமல், முன்கருதலுடன் அல்லது வேண்டுமென்றே செய்யப்படுகிற; திட்டமிட்டுச் செய்யப்படுகிற *I'm sorry I took your jacket—it wasn't intentional!* ✪ SYN **deliberate** ✪ OPP **unintentional** or **inadvertent** ▶ **intentionally** /ɪnˈtenʃənəli/ *adv. I can't believe the boys broke the window intentionally.*

inter- /ˈɪntə(r)/ *prefix* (*in verbs, nouns, adjectives and adverbs*) between; from one to another இடைப்பட்ட; நடுவிலான; இடையேயான; ஒருவரிடமிருந்து மற்றொருவரிடமான; ஒன்றிடமிருந்து மற்றொன்றிடமான; ஒருவருக்கொருவராக; ஒன்றுக்கொன்றாக *interface* • *interaction* • *international* ⇨ **intra-** பார்க்க.

interact /ˌɪntərˈækt/ *verb* [I] **1 interact (with sb)** (used about people) to communicate or mix with sb, especially while you work, play or spend time together (ஆட்கள் வகையில்) குறிப்பாகப் பணி அல்லது விளையாட்டின்போது அல்லது ஒன்றாகக் கூடியுள்ளபோது, ஒருவருடன் தொடர்பு கொள்; உறவாடு *He is studying the way children interact with each other at different ages.* **2** (of two things) to have an effect on each other (இரண்டு பொருள்கள் பற்றிக் குறிப்பிடுகையில்) ஒன்றின் மீது மற்றொன்று தாக்கம் உண்டாக்கு அல்லது பயன்விளைவு உண்டுபண்ணு ▶ **interaction** *noun* [U, C] **interaction (between/with sb/sth)** [U] *There is a need for greater interaction between the two departments.*

interactive /ˌɪntərˈæktɪv/ *adj.* **1** that involves people working together and having an influence on each other ஆட்கள் ஒருங்கிணைந்து செயல்புரிதல் மற்றும் ஒருவர் மீது மற்றொருவர் தாக்கம் உண்டாக்குதல் தொடர்பான; ஆக்கபூர்வமான இடையுறவு சார்ந்த *interactive language-learning techniques* **2** (*computing*) involving direct communication both ways, between the computer and the person using it கணிப்பொறிக்கும் அதனைப் பயன்படுத்துபவருக்கும் இடையில் உள்ள நேரடியான இருவழித் தொடர்பு சம்பந்தமான; செயலெதிர்ச்செயல் முறையிலான *interactive computer games*

intercept /ˌɪntəˈsept/ *verb* [T] to stop or catch sb/sth that is moving from one place to another இடம்விட்டு இடம் செல்லும் ஒருவரை/ஒன்றைத் தடுத்து நிறுத்து; இடைமறி; குறுக்கிட்டுத் தடு *Detectives intercepted him at the airport.* ▶ **interception** *noun* [U, C]

interchangeable /ˌɪntəˈtʃeɪndʒəbl/ *adj.* **interchangeable (with sth)** able to be used in place of each other without making any difference to the way sth works ஒன்றின் செயல்பாட்டில் மாற்றம் ஏற்படாதவாறு ஒன்றுக்குப் பதிலாக மற்றொன்றைப் பயன்படுத்த முடிகிற; ஒன்றுக்கு ஒன்றாக இடமாற்றம் செய்துகொள்ளத் தக்க; பரிமாற்றம் செய்துகொள்ளக்கூடிய *Are these two words interchangeable* (= do they have the same meaning)? ▶ **interchangeably** /intəˈtʃeindʒəbli/ *adv.*

intercom /ˈɪntəkɒm/ *noun* [C] a system of communication by radio or telephone inside an office, plane, etc.; the device you press or switch on to start using this system அலுவலகம், விமானம் முதலியவற்றின் உட்புறத்தில் வானொலி அல்லது தொலைபேசி வழியாகத் தொடர்பு கொள்ளும் முறை; அகநிலைச் செய்தித்தொடர்பு முறை; இம்முறையில் தகவல் தொடர்பு கொள்ளப் பயன்படுத்தப்படும் கையால் அழுத்தும் அல்லது விசைக்குமிழை இயக்கும் சாதனம்; அகநிலைத் தகவல் தொடர்பு சாதனம்

interconnect /ˌɪntəkəˈnekt/ *verb* [I, T] **interconnect (A) (with B); interconnect A and B** to connect similar things; to be connected to similar things ஒத்த தன்மையிலான பொருள்களை ஒன்றுடனொன்று இணை அல்லது தொடர்புறச் செய்; ஒத்த பொருள்கள் இணைவுறு அல்லது தொடர்புபடுத்தப்படு *electronic networks which interconnect thousands of computers around the world*

intercontinental /ˌɪntəˌkɒntɪˈnentl/ *adj.* between continents கண்டங்களுக்கு இடையிலான *intercontinental flights*

intercostal /ˌɪntəˈkɒstl/ *adj.* (*technical*) between the **ribs** உடலின் விலா எலும்புகளுக்கு இடையே உள்ள *intercostal muscles*

intercourse /ˈɪntəkɔːs/ = **sex 3**

interdependent /ˌɪntədɪˈpendənt/ *adj.* depending on each other ஒன்றையொன்று சார்ந்திருக்கிற *Exercise and good health are generally interdependent.* • *interdependent economies/organizations* ▶ **interdependence** *noun* [U]

interest¹ /ˈɪntrəst/ *noun* **1** [U, *usually sing.*] **an interest (in sb/sth)** a desire to learn or hear more about sb/sth or to be involved with sb/sth ஒருவரை/ஒன்றைப் பற்றி மேலும் அறிந்துகொள்ள வேண்டுமென்ற அல்லது கேட்டறிய வேண்டுமென்ற ஆவல்; ஒருவருடன்/ஒன்றுடன் இணைந்திருக்க வேண்டுமென்ற அல்லது ஒருவரிடம்/ஒன்றில் ஈடுபாடு கொண்டிருக்க வேண்டுமென்ற விருப்பம் *She's begun to* ***show*** *a great* ***interest*** *in politics.* • *I wish he'd* ***take*** *more* ***interest in*** *his children.* **2** [U] the quality that makes sth interesting ஆர்வத்தைத் தூண்டும் ஒன்றின் பண்பு *I thought this article might* ***be of interest to*** *you.* • *Computers* ***hold no interest for*** *me.* • *places of historical interest* **3** [C, *usually pl.*] something that you enjoy doing or learning about செய்வதில் அல்லது கற்பதில் மகிழ்ச்சியூட்டும் ஒன்று; விருப்பப் பொருள்; பற்றார்வச் செயல் *What are your interests and hobbies?* **4** [U] **interest (on sth)** the money that you pay for borrowing money from a bank, etc. or the money that you earn when you keep money in a bank, etc. வங்கி முதலியவற்றிலிருந்து கடனாகப் பெறும் பணத்திற்காகத் தான் செலுத்தும் அல்லது வங்கி முதலியவற்றில் சேமிப்பாக வைத்துள்ள பணத்தின் மீது தான் ஈட்டும் பணம்; வட்டி *We pay 6% interest on our mortgage at the moment.* • *Some companies offer* ***interest-free*** *loans.*

IDM **have/with sb's interests at heart** to want sb to be happy and successful, even though your actions may not show it தனது செயல்கள் அதனை வெளிப்படையாகக் காட்டாவிடினும், ஒருவர் மகிழ்ச்சியுடனும் மனநிறைவுடனும் இருப்பதை விரும்பு; ஒருவருடைய நலனில் உள்ளார்ந்த அக்கறை கொண்டிரு

in sb's interest(s) to sb's advantage ஒருவருடைய நலனை, நன்மையை அல்லது ஆதாயத்தை முன்னிட்டு *Using lead-free petrol is in the public interest.*

in the interest(s) of sth in order to achieve or protect sth ஒரு செயலைச் செய்துமுடிப்பதற்காக அல்லது ஒன்றுக்குப் பாதுகாப்பு அளிப்பதற்காக *In the interest(s) of safety, please fasten your seat belts.*

interest² /ˈɪntrəst/ *verb* [T] to make sb want to learn or hear more about sth or to become involved in sth ஒன்றைப் பற்றி மேலும் அறிந்துகொள்ள அல்லது கேட்டறிய அல்லது ஒன்றில் ஈடுபாடு கொள்ள ஒருவர் விரும்புமாறு செய்; ஆர்வம் உண்டுபண்ணு; அக்கறை கொள்ளச் செய் *It might interest you to know that I didn't accept the job.* • *The subject of the talk was one that interests me greatly.*

PHR V **interest sb in sth** to persuade sb to buy, have, do sth ஒன்றை விலைக்கு வாங்க, பெற்றுக்கொள்ள அல்லது செய்ய வேண்டி ஒருவரிடம் நயமாகப் பேசி ஒப்புக்கொள்ளச் செய்; ஆர்வ மூட்டி இணங்க வை *Can I interest you in our new brochure?*

interested /ˈɪntrəstɪd/ *adj.* **1** (*not before a noun*) **interested (in sth/sb); interested in doing sth; interested to do sth** wanting to know or hear more about sth/sb; enjoying or liking sth/sb ஒன்றை/ஒருவரைப் பற்றி மேலும் தெரிந்துகொள்ள வேண்டுமென்று அல்லது கேட்டறிய வேண்டுமென்று விரும்புகிற; ஆர்வமுடைய; ஒருவர்/ஒன்று குறித்து மனம் மகிழ்கிற; ஒன்றை/ஒருவரை விரும்புகிற *They weren't interested in my news at all!* ✪ OPP **uninterested**

NOTE ஒன்றைச் செய்வதில் விருப்ப ஈடுபாடு கொண்டு அதைப் பற்றி மேலும் தெரிந்துகொள்ள அல்லது கேட்டறிய விரும்புவதை **interested** என்ற சொல் குறிக்கும். இவ்வாறு விருப்பார்வத்தைத் தூண்டும் ஒருவரை/ஒன்றைக் குறிக்க **interesting** என்ற சொல் பயன்படுத்தப்படுகிறது.

2 (*only before a noun*) involved in or affected by sth; in a position to gain from sth ஒன்றுடன் தொடர்புற்றுள்ள அல்லது ஒன்றால் பாதிக்கப்படுகிற; ஒன்றிலிருந்து ஆதாயம் பெறும் நிலையில் உள்ள *As an interested party* (= a person directly involved), *I was not allowed to vote.* ✪ OPP **disinterested**

interesting /ˈɪntrəstɪŋ; -trest-/ *adj.* **interesting (to do sth); interesting that...** enjoyable and entertaining; holding your attention மகிழ்வூட்டுகிற; நேரம் போக்க உதவுகிற; கவனத்தை ஈர்க்கிற *It's always interesting to hear about the customs of other societies.* ▶ **interestingly** *adv.*

interface¹ /ˈɪntəfeɪs/ *noun* [C] **1** (*computing*) the way a computer program presents information to or receives information from the person who is using it, in particular the **lay out** of the screen and the **menus** ஒரு கணினி நிரல் கணினியைப் பயன்படுத்துபவருக்குத் தகவலைக் காட்சிப்படுத்தும் அல்லது அவரிடமிருந்து தகவலைப் பெற்றுக்கொள்ளும் முறை, குறிப்பாகக் கணினித் திரையின் இட அமைவும் பட்டியும் *the user interface* **2** (*computing*) an electrical **circuit**, connection or program that joins one device or system to another ஒரு கணினி சாதனத்தை அல்லது கணினி அமைப்பை மற்றொன்றோடு தொடர்புபடுத்தும் மின்சுற்று, இணைப்புவாய் அல்லது நிரல்; இடைமுகம் *the interface between computer and printer* **3 an interface (between A and B)** (*written*) the point where two subjects, systems, etc. meet and affect each other இரண்டு பொருள்கள், அமைப்புகள் முதலியன சந்தித்து ஒன்றன் மீது ஒன்று தாக்கத்தை ஏற்படுத்தும் முனை; இடைமுகம் *the interface between manufacturing and sales*

interface² /ˈɪntəfeɪs/ *verb* [I, T] **interface (sth) (with sth); interface A and B** (*computing*) to be connected with sth using an interface; to connect sth in this way இடைமுகத்தை (மின்சுற்று, இணைப்புவாய் அல்லது நிரலைப்) பயன்படுத்தி ஒன்றுடன் இணை அல்லது இணைக்கப்படு *The new system interfaces with existing telephone equipment.*

interfere /ˌɪntəˈfɪə(r)/ *verb* [I] **1 interfere (in sth)** to get involved in a situation which does not involve you and where you are not wanted தனக்குத் தொடர்பு இல்லாத அல்லது தான் வேண்டப்படாத ஒரு சூழலில் தன்னை இணைத்துக்கொள்; ஒன்றில் தலையிடு; ஒன்றில் ஈடுபடு *You shouldn't interfere in your children's lives—let them make their own decisions.* **2 interfere (with sb/sth)** to prevent sth from succeeding or to slow down the progress that sb/sth makes ஒரு செயல் நிறைவேற்றத்தைத் தடு அல்லது ஒருவருடைய/ஒன்றின் முன்னேற்றத்தைத் தாமதப்படுத்து; குறுக்கீடு செய் *Every time the telephone rings it interferes with my work.* • *She never lets her private life interfere with her career.* **3 interfere (with sth)** to touch or change sth without permission அனுமதி இன்றி ஒன்றைத்தொடு அல்லது ஒன்றை மாற்று; இடையே புகு *Many people feel that scientists shouldn't interfere with nature.* ▶ **interfering** *adj.*

interference /ˌɪntəˈfɪərəns/ *noun* [U] **1 interference (in sth)** the act of getting involved in a situation that does not involve you and where you are not wanted ஒருவர், தனக்குத் தொடர்பு இல்லாத அல்லது தான் வேண்டப்படாத ஒரு சூழலில் தன்னை இணைத்துக்கொள்ளுதல்; தலையிடுதல்; தலையீடு *I left home because I couldn't stand my parents' interference in my affairs.* **2** extra noise (because of other signals or bad weather) that prevents you from receiving radio, television or telephone signals clearly வானொலி, தொலைக்காட்சி அல்லது தொலைபேசிச் சமிக்ஞைகளைத் தெளிவாகக்

கேட்கமுடியாதபடிச் செய்யும் (வேறு சமிக்கைகள் அல்லது மோசமான வானிலை காரணமாக உண்டாகும்) மிகையான ஓசை; குறுக்கீட்டு இரைச்சல் **3** the combination of two or more wave movements to form a new wave, which may be bigger or smaller than the first முதல் அலையை விடப் பெரிதாக அல்லது சிறிதாக இருக்கக்கூடிய, இரண்டு அல்லது இரண்டுக்கு மேற்பட்ட அலை இயக்கங்கள் இணைந்த புதிய அலை

interim¹ /ˈɪntərɪm/ *adj.* (*only before a noun*) not final or lasting; temporary until sb/sth more permanent is found இறுதியானதோ நீடித்திருக்கக்கூடியதோ அல்லாத; நிலையான ஒருவர்/ஒன்று கிடைக்கப்பெறும் வரையில் தற்காலிகமான; இடைக்கால *an interim arrangement* • *The deputy head teacher took over in* ***the interim period*** *until a replacement could be found.*

interim² /ˈɪntərɪm/ *noun*

IDM **in the interim** in the time between two things happening; until a particular event happens இரண்டு நிகழ்வுகளுக்கு இடைப்பட்ட காலத்தில்; குறிப்பிட்ட ஒரு நிகழ்வு உண்டாகும் வரை

interior /ɪnˈtɪəriə(r)/ *noun* **1** [C, *usually sing.*] the inside part of sth ஒன்றின் உட்புறத்திலுள்ள பகுதி; உட்பகுதி *I'd love to see the interior of the castle.* • *interior walls* ✪ OPP **exterior 2 the interior** [*sing.*] the central part of a country or continent that is a long way from the coast கடற்கரையிலிருந்து நீண்ட தூரம் உள்தள்ளி அமைந்துள்ள ஒரு நாட்டின் அல்லது கண்டத்தின் மையப் பகுதி; நாட்டின்/கண்டத்தின் உட்புறம் **3 the Interior** [*sing.*] a country's own news and affairs that do not involve other countries மற்ற நாடுகளுக்குத் தொடர்பில்லாத ஒரு நாட்டின் சொந்தச் செய்திகளும் விவகாரங்களும்; உள்நாட்டுச் செய்திகள் மற்றும் விவகாரங்கள் *the Department of the Interior*

interior design *noun* [U] the art or job of choosing colours, furniture, carpets, etc. to decorate the inside of a house வீட்டின் உட்பகுதியை அழகுபடுத்துவதற்கான வண்ணங்கள், அறைகலங்கள், தரைவிரிப்புகள் முதலியவற்றைத் தேர்வு செய்யும் கலை அல்லது தொழில்; உள்ளொப்பனைக் கலை ▶ **interior designer** *noun* [C]

interjection /ˌɪntəˈdʒekʃn/ *noun* [C] (*grammar*) a word or phrase that is used to express surprise, pain, pleasure, etc. (for example Oh!, Hurray! or Wow!) உணர்ச்சிக் குறிப்புச் சொல்/உணர்ச்சிக் குறிப்புத் தொடர்; (Oh! Hurray! Wow போன்ற) வியப்பு, வலி, மகிழ்ச்சி முதலியவற்றை வெளிப்படுத்தப் பயன்படுத்தப்படும் சொல் அல்லது தொடர் ✪ SYN **exclamation**

interlude /ˈɪntəluːd/ *noun* [C] a period of time between two events or activities இரண்டு நிகழ்வுகளுக்கு அல்லது செயல்களுக்கு இடைப்பட்ட காலப்பகுதி; இடைநேரம்; இடைவேளை ➪ **interval** பதிவிலுள்ள குறிப்பைப் பார்க்க.

intermarry /ˌɪntəˈmæri/ *verb* (*pres. part.* **intermarrying**; *3rd person sing. pres.* **intermarries**; *pt, pp* **intermarried**) [I] to marry sb from a different religion, culture, country, etc. வேறொரு மதம், பண்பாடு, நாடு முதலியவற்றைச் சேர்ந்த ஒருவரைத் திருமணம் செய்துகொள்; கலப்புமணம் செய்துகொள் ▶ **intermarriage** /ˌɪntəˈmærɪdʒ/ *noun* [U]

intermediary /ˌɪntəˈmiːdiəri/ *noun* [C] (*pl.* **intermediaries**) **an intermediary (between A and B)** a person or an organization that helps two people or groups to reach an agreement, by being a means of communication between them இடைத்தொடர்பாளராக இருந்து இரண்டு ஆட்கள் அல்லது குழுக்களுக்கு இடையே உடன்பாடு ஏற்படத் துணைசெய்யும் ஒருவர் அல்லது ஓர் அமைப்பு; இடையீட்டாளர்; நடுவர்

intermediate /ˌɪntəˈmiːdiət/ *adj.* **1** situated between two things in position, level, etc. நிலை, மட்டம் முதலியவை வகையில், இரண்டு பொருள்களுக்கு இடையில் அமைந்துள்ள; இடைப்பட்ட *an intermediate step/stage in a process* **2** having more than a basic knowledge of sth but not yet advanced; suitable for sb who is at this level ஒன்றின் அடிப்படை அறிவை விட அதிகமான ஆனால் உயர்நிலையை இன்னும் எட்டாத அறிவை உடைய; இந்நிலையை உடைய ஒருவருக்கு ஏற்றதான; நடுத்தரமான; இடைநிலையான *an intermediate student/book/level*

interminable /ɪnˈtɜːmɪnəbl/ *adj.* lasting for a very long time and therefore boring or annoying நீள் நெடுங்காலம் நிலைத்திருப்பதும் அதனால் சலிப்பு அல்லது எரிச்சல் ஊட்டுவதுமான; சலிப்பூட்டும் அளவுக்கு நீடித்திருக்கிற; முடிவுறாதது போலத் தோன்றுகிற; இடைவிடாத *an interminable delay/wait/speech* ✪ SYN **endless** ▶ **interminably** /ɪnˈtɜːmɪnəbli/ *adv.*

intermission /ˌɪntəˈmɪʃn/ *noun* [C] (*AmE*) a short period of time separating the parts of a film, play, etc. திரைப்படம், நாடகம் முதலியவற்றின் காட்சிப் பகுதிகளைப் பிரிக்கும் குறுகிய காலப் பகுதி; இடைநேரம்; இடைவேளை ➪ **interval** பதிவிலுள்ள குறிப்பைப் பார்க்க.

intermittent /ˌɪntəˈmɪtənt/ *adj.* stopping for a short time and then starting again several times பலமுறை சிறிது நேரம் நின்று மீண்டும் தொடங்குகிற; விட்டுவிட்டு நிகழ்கிற *There will be intermittent showers.* ▶ **intermittently** *adv.*

intern /ɪnˈtɜːn/ *verb* [T] (*formal*) **intern sb (in sth)** (*usually passive*) to keep sb in prison for political reasons, especially during a war குறிப்பாக ஒரு போரின்போது, அரசியல் காரணங்களுக்காக ஒருவரைச் சிறையில் வைத்திரு. ▶ **internment** *noun* [U]

internal /ɪnˈtɜːnl/ *adj.* **1** (*only before a noun*) of or on the inside (of a place, person or object) (ஓரிடம், ஆள் அல்லது ஒரு பொருளின்) உட்பகுதி சார்ந்த; உட்பகுதிக்குரிய; உட்பகுதி மீதான; உட்புறமான *He was rushed to hospital with internal injuries.* **2** happening or existing inside a particular organization குறிப்பிட்ட அமைப்பின் உள்ளே நிகழ்கிற அல்லது காணப்படுகிற *an internal exam* (= one arranged and marked inside a particular school or college) • *an internal police inquiry* **3** (used about political or economic affairs) inside a country; not abroad (அரசியல் அல்லது பொருளாதார விவகாரங்கள் வகையில்) ஒரு நாட்டினுள் நடைபெறுகிற அல்லது காணப்படுகிற; உள்நாட்டுக்குரிய; உள்நாடு சார்ந்த *a country's internal affairs/trade/markets* • *an internal flight* ✪ OPP **external** ▶ **internally** /ɪnˈtɜːnəli/ *adv. This medicine is not to be taken internally* (= not swallowed).

international /ˌɪntəˈnæʃnəl/ *adj.* involving two or more countries இரண்டு அல்லது இரண்டுக்கு மேற்பட்ட நாடுகளை உள்ளடக்கிய; பன்னாட்டுக்குரிய *an international agreement/flight/football match* • *international trade/law/sport* ➪ **local, national** மற்றும் **regional** பார்க்க. ▶ **internationally** /ˌɪntəˈnæʃnəli/ *adv.*

the International Date Line (*also* **the date line**) *noun* [*sing.*] the imagined line that goes from north to south through the Pacific Ocean. The date on the west side is one day earlier than that on the east side பசிபிக் பெருங்கடல் ஊடாக வடக்கிலிருந்து தெற்காகச் செல்லும், (நாள் கணிப்புக்குப் பயன்படுத்தப்படும்) கற்பனைக் கோடு. நாள் கணிப்பில், இக்கோட்டின் மேற்குப் பகுதியில், கிழக்குப் பகுதியில் உள்ளதை விட ஒருநாள் முன்னதாகக் கொள்ளப்படுகிறது ➪ **earth** பதிவில் படம் பார்க்க.

the Internet /ˈɪntənet/ (*informal* **the Net**) *noun* [*sing.*] (*computing*) the international system of computers that makes it possible for you to see information from all around the world on your computer and to send information to other computers உலகின் எல்லாப் பகுதிகளுக்கும் உரிய தகவல்களைத் தனது கணினியில் பார்க்கவும் மற்ற கணினிகளுக்குத் தகவல் அனுப்பவும் ஏதுவான பன்னாட்டுக் கணினி அமைப்பு; இணையம் *I read about it* ***on the Internet.*** ➪ **Intranet** மற்றும் **World Wide Web** பார்க்க.

Interpol /ˈɪntəpɒl/ *noun* [*sing., with sing. or pl. verb*] an international organization that makes it possible for the police forces of different countries to help each other to solve crimes குற்றங்களைத் துப்புத் துலக்க வெவ்வேறு நாடுகளைச் சார்ந்த காவல்துறையினர் ஒருவருக்கொருவர் உதவி செய்துகொள்வதைச் சாத்தியமாக்கும் பன்னாட்டு அமைப்பு; பன்னாட்டுக் காவல்துறை அமைப்பு

interpret /ɪnˈtɜːprɪt/ *verb* **1** [T] **interpret sth (as sth)** to explain or understand the meaning of sth ஒன்றின் பொருளை விளக்கு அல்லது புரிந்துகொள் *Your silence could be interpreted as arrogance.* • *How would you interpret this part of the poem?* ✪ OPP **misinterpret** **2** [I] **interpret (for sb)** to translate what sb is saying into another language as you hear it ஒருவர் பேச்சை உடனுக்குடன் மொழிபெயர்த்துரை *He can't speak much English so he'll need somebody to interpret for him.*

interpretation /ɪnˌtɜːprɪˈteɪʃn/ *noun* [C, U] **1** an explanation or understanding of sth ஒன்றின் பொருள் விளக்கம் அல்லது அறிநிலை; விரிவுரை; தெளிவுரை *What he meant by that remark is* ***open to interprettion*** (= it can be explained in different ways). **2** the way an actor or musician chooses to perform or understand a character or piece of music ஒரு பாத்திரத்தை ஒரு நடிகர், அல்லது ஓர் இசைப்பகுதியை ஓர் இசைக்கலைஞர் காட்சிப்படுத்தும்/இசைக்கும் அல்லது புரிந்துகொள்ளும் முறை; காட்சி விளக்க முறை; இசை உருவிளக்க முறை *a modern interpretation of 'Shakuntalam'*

interpreter /ɪnˈtɜːprɪtə(r)/ *noun* [C] a person whose job is to translate what sb is saying immediately into another language ஒருவருடைய பேச்சை உடனுக்குடன் மொழிபெயர்க்கும் தொழில்முறை மொழிபெயர்ப்பாளர் *The president spoke through an interpreter.* ➪ **translator** பார்க்க.

interracial /ˌɪntəˈreɪʃl/ *adj.* (*only before a noun*) involving people of different races வெவ்வேறு இனத்தவரை உள்ளடக்கிய; வெவ்வேறு இனத்தவருக்கு இடையே காணப்படுகிற *interracial marriage*

interrelate /ˌɪntərɪˈleɪt/ *verb* [I, T] (*usually passive*) (*formal*) (used about two or more things) to connect or be connected very closely so that each has an effect on the other (இரண்டு அல்லது இரண்டுக்கு மேற்பட்ட பொருள்கள் வகையில்) ஒன்றின் மீது ஒன்று தாக்கம் அல்லது விளைபயன் உண்டாக்கும் முறையில் மிக நெருக்கமாகத் தொடர்புறு அல்லது அவற்றைத் தொடர்புறச் செய்; நெருக்கமான இடையுறவு கொள் அல்லது கொள்ளச் செய் ▶ **interrelated** *adj.*

interrogate /ɪnˈterəɡeɪt/ *verb* [T] **interrogate sb (about sth)** to ask sb a lot of questions over a long period of time, especially in an aggressive way குறிப்பாக, கனிவற்ற முறையில் ஒருவரிடம் மிகப் பல கேள்விகளை நீண்ட நேர அளவுக்குக் கேள்; விசாரணை செய் *The prisoner was interrogated for six hours.* ► **interrogator** *noun* [C] ► **interrogation** /ɪnˌterəˈgeɪʃn/ *noun* [C, U] *The prisoner broke down* ***under interrogation*** *and confessed.*

interrogative¹ /ˌɪntəˈrɒgətɪv/ *adj.* **1** (*formal*) asking a question; having the form of a question கேள்வி கேட்கும் முறையிலான; வினவுகிற; வினா வடிவமான *an interrogative tone/gesture/remark* **2** (*grammar*) used in questions வினாக்களில் பயன்படுத்தப்படுகிற; கேள்வி வடிவான *an interrogative sentence/pronoun/determiner/adverb*

interrogative² /ˌɪntəˈrɒgətɪv/ *noun* [C] (*grammar*) a question word வினாச்சொல் *'Who', 'what' and 'where' are interrogatives.*

interrupt /ˌɪntəˈrʌpt/ *verb* **1** [I, T] **interrupt (sb/ sth) (with sth)** to say or do sth that makes sb stop what he/she is saying or doing ஒருவர் கூறுவதை அல்லது செய்வதைத் தடைசெய்யும் முறையில் ஒன்றைச் சொல் அல்லது செய்; குறுக்கிடு *He kept interrupting me with silly questions.* **2** [T] to stop the progress of sth for a short time ஒன்றின் முன்னேற்றத்தைச் சிறிது காலம் தடுத்து நிறுத்து; தடைசெய் *The programme was interrupted by an important newsflash.*

interruption /ˌɪntəˈrʌpʃn/ *noun* [U, C] the act of interrupting sb/sth; the person or thing that interrupts sb/sth ஒருவருடைய பேச்சில் அல்லது செயலில் குறுக்கிடுதல்; குறுக்கீடு; இவ்வாறு குறுக்கிடும் ஆள் அல்லது பொருள் *I need to work for a few hours without interruption.* • *I've had so many interruptions this morning that I've done nothing!*

intersect /ˌɪntəˈsekt/ *verb* [I, T] (used about roads, lines, etc.) to meet or cross each other (சாலைகள், கோடுகள் முதலியவை வகையில்) ஒன்றையொன்று சந்தி அல்லது குறுக்காக வெட்டிச் செல் *The lines intersect at right angles.*

intersection /ˌɪntəˈsekʃn/ *noun* [C] the place where two or more roads, lines, etc. meet or cross each other இரண்டு அல்லது இரண்டுக்கு மேற்பட்ட சாலைகள், கோடுகள் முதலியன ஒன்றையொன்று சந்திக்கும் அல்லது குறுக்காக வெட்டிச்செல்லும் இடம்; (குறுக்கீட்டுச்) சந்திப்பு; கூடல்

intersperse /ˌɪntəˈspɜːs/ *verb* [T] (*usually passive*) to put things at various points in sth ஒன்றின் வெவ்வேறு முனைகளிலும் பொருள்களை இடு; பரவலாக வை; இடையிடையே அமை *He interspersed his speech with jokes.*

intertwine /ˌɪntəˈtwaɪn/ *verb* [I, T] if two things intertwine or if you intertwine them, they become very closely connected and difficult to separate பிரிப்பதற்கு எளிதாக இல்லாதபடி இரு பொருள்கள் மிகவும் நெருக்கமாக இணைவுறு அல்லது அவற்றை இணைவுறச் செய்; ஒன்றோடொன்றாய்ப் பின்னுறு; பின்னி முறுக்கு

interval /ˈɪntəvl/ *noun* [C] **1** a period of time between two events இரண்டு நிகழ்வுகளுக்கு இடைப்பட்ட காலப்பகுதி; இடைவெளி; இடைவேளை *There was a long interval between sending the letter and getting a reply.* **2** a short break separating the different parts of a play, film, concert, etc. ஒரு நாடகம், திரைப்படம், ஓர் இசை நிகழ்ச்சி முதலியவற்றின் வெவ்வேறு பகுதிகளுக்கு இடையேயான சிறு ஓய்வு; இடை நிறுத்தம்; இடைவேளை **3** [*usually pl.*] a short period during which sth different happens from what is happening for the rest of the time ஒரு நிகழ்ச்சியின்/ நிகழ்வின் இடையில் அதிலிருந்து மாறுபட்ட ஒன்று நிகழும் குறுகிய காலப்பகுதி; இடைக்காட்சி நேரம்; இடைமாற்று நிகழ்ச்சி/நிகழ்வு *There'll be a few* ***sunny intervals*** *between the showers today.*

NOTE **Intermission, break, recess, interlude, pause** ஆகியவை **interval**-இன் இணைப் பொருட் சொற்களாகும். பிரிட்டன் வழக்கில் ஒரு காட்சியின் இடை ஓய்வை **interval** என்ற சொல் குறிக்கும். இப்பொருளைச் சுட்டும் அமெரிக்க வழக்குச் சொல் **intermission** என்பதாகும். பெரும்பாலும் பணி அல்லது படிப்பு நேரங்கள் தொடர்பாக - உதாரணமாக அலுவலகம், தொழிலகம் அல்லது பள்ளியின் பகல் உணவு அல்லது தேநீர் இடைவேளையைக் குறிக்க **break** என்ற சொல் பயன்படுத்தப்படுகிறது—*The children play outside in the breaks at school.* • *You've worked so hard you've earned a break.* அமெரிக்க வழக்கில் பள்ளியில் தரப்படும் இடைவேளை **recess** எனப்படும். பிரிட்டன் வழக்கில் இச்சொல் கால நீட்சியுடைய பணி அல்லது வணிக இடை ஓய்வை, குறிப்பாக நாடாளுமன்ற அல்லது நீதிமன்ற விடுமுறைக் காலத்தைக் குறிக்கும்—*Parliament is in recess.* • *the summer recess.* **Interlude** என்பது இரண்டு நிகழ்ச்சிகளுக்கு இடைப்பட்ட, மாறுபட்ட ஒரு நிகழ்ச்சி நடைபெறும் குறுகிய காலப்பகுதியைக் குறிக்கும்—*a peaceful interlude in the fighting.* **Pause** என்ற சொல் சிறிது நேரமே நீடிக்கும் செயல் அல்லது பேச்சு நிறுத்தத்தைச் சுட்டும்—*After a moment's pause, she answered.*

IDM **at intervals** with time or spaces between இடைப்பட்ட நேரங்களில்; இடையிடையே; விட்டுவிட்டு; அவ்வப்போது *I write home* ***at regular intervals.*** • *Plant the trees at two-metre intervals.*

intervene /ˌɪntəˈviːn/ *verb* [I] **1 intervene (in sth)** to act in a way that prevents sth happening or influences the result of sth ஒன்று நிகழாமல் தடுக்கும் முறையில் அல்லது ஒன்றின் பின்விளைவின் மீது தாக்கத்தை ஏற்படுத்தும் முறையில் செயல்படு; பயன்விளைவை அல்லது மாற்ற விளைவை ஏற்படுத்தும் முறையில் ஒரு செயலில் தலையிடு *She would have died if the neighbours hadn't intervened.* • *to intervene in a dispute* **2** to interrupt sb who is speaking in order to say sth ஒன்றைக் கூறவேண்டி ஒருவர் பேசும்போது குறுக்கிடு **3** (used about events, etc.) to happen in a way that delays sth or stops it from happening (நிகழ்ச்சிகள் முதலியவை வகையில்) ஒன்றைத் தாமதப்படுத்தும் அல்லது தடைப்படுத்தும் முறையில் நிகழ்; குறுக்கிடு *If no further problems intervene we should be able to finish in time.* ▶ **intervention** /ˌɪntəˈvenʃn/ *noun* [U, C] **intervention (in sth)** *military intervention in the crisis*

intervening /ˌɪntəˈviːnɪŋ/ *adj.* (*only before a noun*) coming or existing between two events, dates, objects, etc. இரண்டு நிகழ்ச்சிகள், காலப் பகுதிகள், பொருள்கள் முதலியவற்றுக்கு இடையில் வருகிற அல்லது காணப்படுகிற; இடை நிகழ்வான; இடையீடான; இடையமைவான *the intervening years/days/months*

interview[1] /ˈɪntəvjuː/ *noun* [C] **1 an interview (for sth)** a meeting at which sb is asked questions to find out if he/she is suitable for a job, course of study, etc. ஒரு வேலை, படிப்பு முதலியவற்றுக்கான ஒருவரது தகுதி நிலையைக் கண்டறிய அவரைக் கேள்விகளால் பரிசீலிக்கும் சந்திப்பு; நேர்காணல் *to attend an interview* **2 an interview (with sb)** a meeting at which a journalist asks sb questions in order to find out his/her opinion, etc. ஒருவரது கருத்து முதலியவற்றை அறிந்துகொள்ள அவரிடம் ஒரு பத்திரிகையாளர் கேள்விகள் கேட்கும் சந்திப்பு; பேட்டி *There was an interview with the Prime Minister on television last night.* • *The actress refused to **give an interview*** (= answer questions).

interview[2] /ˈɪntəvjuː/ *verb* [T] **1 interview sb (for sth)** to ask sb questions to find out if he/she is suitable for a job, course of study, etc. ஒரு வேலை, படிப்பு முதலியவற்றுக்கான ஒருவரது தகுதி நிலையைக் கண்டறிய அவரிடம் கேள்விகள் கேள்; நேர்காண் *How many applicants did you interview for the job?* **2 interview sb (about sth)** to ask sb questions about his/her opinions, private life, etc., especially on the radio or television or for a newspaper, magazine, etc. குறிப்பாக வானொலியில் அல்லது தொலைக்காட்சியில் அல்லது ஒரு செய்தித்தாள், பருவ இதழ், முதலியவற்றுக்காக ஒருவரது கருத்துகள், தனிவாழ்க்கை, முதலியவை பற்றிக் கேள்விகள் கேள்; பேட்டி காண் **3 interview sb (about sth)** to ask sb questions at a private meeting ஒரு தனிமுறைச் சந்திப்பில் ஒருவரிடம் கேள்விகள் கேள்; சந்தித்துப் பேசு *The police are waiting to interview the injured girl.*

interviewee /ˌɪntəvjuːˈiː/ *noun* [C] a person who is questioned in an interview நேர்காணலுக்கு உட்படுத்தப்படுபவர்; பேட்டி காணப்படுபவர்

interviewer /ˈɪntəvjuːə(r)/ *noun* [C] a person who asks the questions in an interview பேட்டி காண்பவர்; பேட்டி எடுப்பவர்; பேட்டியாளர்

intestine /ɪnˈtestɪn/ *noun* [C, *usually pl.*] the long tube in your body that carries food away from your stomach to the place where it leaves your body இரைப்பையிலிருந்து மலவாய்க்கு உணவைக் கொண்டுசெல்லும் நீண்ட குழாய்; உணவுக்குழாயின் கீழ்ப்பகுதி; குடல் *the small/large intestine* ✪ SYN **gut** இது **intestine** என்பதைக் காட்டிலும் முறைசார்பு குறைந்த சொல்லாகும். ➪ **body** பதிவில் படம் பார்க்க. ▶ **intestinal** /ɪnˈtestɪnl; ˌɪnteˈstaɪnl/ *adj.*

intimacy /ˈɪntɪməsi/ *noun* [U] the state of having a close personal relationship with sb ஒருவருடன் நெருக்கமான தனிமுறையிலான உறவு கொண்டிருக்கும் நிலை; உள்ளார்ந்த பழக்கம்; நெருங்கிய தொடர்பு *Their intimacy grew over the years.*

intimate /ˈɪntɪmət/ *adj.* **1** (used about people) having a very close relationship (ஆட்கள் வகையில்) மிக நெருக்கமான உறவுடைய; நெருங்கிய பழக்கமுடைய; உற்ற *They're intimate friends.* **2** very private and personal அந்தரங்கமான மற்றும் தனிமுறையான; தனிவாழ்க்கைக்குரிய *They told each other their most intimate thoughts and secrets.* **3** (used about a place, an atmosphere, etc.) quiet and friendly (ஓரிடம், ஒரு சூழல் முதலியவை பற்றிக் குறிப்பிடுகையில்) அமைதியும் நட்பினிமையும் காணப்படுகிற; விருப்பார்ந்த; நெருங்கிய பழக்கத்திற்கு ஏற்ற *I know an intimate little restaurant we could go to.* **4** very detailed விளக்கமான; நுணுக்க விவரங்கள் அடங்கிய; முழு விவரத்துடன் கூடிய *He's lived here all his life and has an **intimate knowledge** of the area.* ▶ **intimately** *adv.*

intimation /ˌɪntɪˈmeɪʃn/ *noun* [C, U] (*formal*) the act of stating sth or of making it known, especially in an indirect way பெரும்பாலும் மறைமுகமாக, ஒன்றைத் தெரியப்படுத்துதல்; குறிப்பால் அறிவித்தல் *There was no intimation from his doctor that his condition was serious.*

intimidate /ɪnˈtɪmɪdeɪt/ *verb* [T] **intimidate sb (into sth/doing sth)** to frighten or threaten sb, often in order to make him/her do sth பெரும்பாலும் ஒருவர் ஒரு செயலைச் செய்யுமாறு

செய்ய அவரை அச்சுறுத்து அல்லது மிரட்டு; அச்சுறுத்தித் தன் விருப்பப்படி நடக்கச் செய் *She refused to be intimidated by their threats.* ▶ **intimidating** *adj. The teacher had rather an intimidating manner.* ▶ **intimidation** /ɪnˌtɪmɪˈdeɪʃn/ *noun* [U] *The rebel troops controlled the area by intimidation.*

into /ˈɪntə *before vowels* ˈɪntə; ˈɪntu:/ *prep.* **1** moving to a position inside or in sth ஒன்றின் உட்புறத்திலுள்ள ஒரு நிலைக்குச் செல்வதாக அல்லது ஒன்றின் உள்ளே செல்வதாக; உள்ளே; உள்ளாக *Come into the house.* • *I'm going into town.* ✪ OPP **out of 1** **2** in the direction of sth ஒன்றின் திசையில்; ஒன்றின் பக்கமாக; ஒன்றை நோக்கி *Please speak into the microphone.* • *At this point we were driving into the sun and had to shade our eyes.* **3** to a point at which you hit sth ஒன்றை இடிக்கிற/ஒன்றில் மோதுகிற ஒரு முனைக்கு அல்லது நிலையிடத்திற்கு *I backed the car into a wall.* • *She walked into a glass door.* **4** showing a change from one thing to another ஒன்றிலிருந்து மற்றொன்றுக்கு மாறுவதாக; வேறாவதாக *We're turning the spare room into a study.* • *She changed into her jeans.* **5** concerning or involving sth ஒன்று தொடர்பான அல்லது ஒன்றை உள்ளடக்கிய *an inquiry into safety procedures* **6** used when you are talking about dividing numbers எண்களை வகுப்பதைப் பற்றிக் குறிப்பிடும்போது பயன்படுத்தப்படுவது *7 into 28 goes 4 times.*

IDM **be into sth** (*spoken*) to be very interested in sth, for example as a hobby (விருப்ப ஈடுபாட்டுக்குரிய) ஒன்றில் மிகுதியான ஆர்வம் கொண்டிரு *I'm really into canoeing.*

intolerable /ɪnˈtɒlərəbl/ *adj.* too bad, unpleasant or difficult to bear or accept பொறுத்துக்கொள்ள அல்லது ஏற்றுக்கொள்ள முடியாதவாறு மிகவும் மோசமான, வெறுப்பூட்டுகிற அல்லது தொல்லை தருகிற; பொறுக்க இயலாத *The living conditions were intolerable.* • *intolerable pain* ✪ SYN **unbearable** ✪ OPP **tolerable** ➪ **tolerate** verb பார்க்க. ▶ **intolerably** /ɪnˈtɒlərəbli/ *adv.*

intolerant /ɪnˈtɒlərənt/ *adj.* **intolerant (of sb/sth)** not able to accept behaviour or opinions that are different from your own தன்னுடையதிலிருந்து வேறுபட்ட நடத்தையை அல்லது கருத்துகளை ஏற்றுக்கொள்ள முடியாதிருக்கிற; பொறுத்துக்கொள்ள முடியாத அளவுக்கு ஒன்றை நலமற்றதாகக் காண்கிற; சகிப்புத்தன்மையற்ற *She's very intolerant of young children.* ✪ OPP **tolerant** ▶ **intolerance** *noun* [U] ✪ OPP **tolerance** ▶ **intolerantly** *adv.*

intonation /ˌɪntəˈneɪʃn/ *noun* [C, U] the rise and fall of your voice while you are speaking பேசும்போது காணப்படும் குரல் ஏற்ற இறக்கம்; தொனி மாறுபாடு ✪ SYN **inflection**

intoxicated /ɪnˈtɒksɪkeɪtɪd/ *adj.* (*formal*) **1** having had too much alcohol to drink; drunk மட்டுமீறி மது அருந்தியுள்ள; மது மயக்கத்திலுள்ள; போதை ஏறிய **2** very excited and happy பெரிதும் மனக்கிளர்ச்சியும் மகிழ்ச்சியும் கொண்டுள்ள; களிப்புற்ற; உவகையில் திளைக்கிற *She was intoxicated by her success.* ▶ **intoxication** /ɪnˌtɒksɪˈkeɪʃn/ *noun* [U]

intra- *prefix* (*in adjectives and adverbs*) inside; within உள்ளே; உள்ளாக; உட்புறத்தில்; உட்புறமாக *intravenous* • *intra-departmental* ➪ **inter-** பார்க்க.

Intranet /ˈɪntrənet/ *noun* [C] (*computing*) a system of computers inside an organization that makes it possible for people who work there to look at the same information and to send information to each other ஒரு நிறுவனத்தில் பணி புரிபவர்கள் அனைவரும் ஒரு தகவலைப் பெறவும் தகவல் பரிமாற்றம் செய்துகொள்ளவும் வசதியாக அந்நிறுவனத்தினுள் அமைக்கப்பட்டுள்ள கணினித் தொகுதி; அக இணையம் ➪ **the Internet** பார்க்க.

intransitive /ɪnˈtrænsətɪv/ *adj.* (*grammar*) (*used about a verb*) used without an object (வினைச் சொல் வகையில்) செயப்படுபொருள் இன்றிப் பயன்படுத்தப்படுகிற; செயப்படுபொருள் குன்றிய ✪ OPP **transitive**

> **NOTE** இவ்வகராதியில் intransitive verbs (செயப்படுபொருள் குன்றிய வினைச்சொற்கள்) [I] என்ற குறியிட்டுக் காட்டப்பட்டுள்ளன. இவ்வினைகள் பற்றி மேலும் அறிய **Quick Grammar Reference** பகுதியைப் பார்க்க.

▶ **intransitively** *adv.*

intrauterine /ˌɪntrəˈju:təraɪn/ *adj.* (*medical*) inside the **uterus** கருப்பையின் உட்புறத்திலுள்ள ➪ **IUD** பார்க்க.

intravenous /ˌɪntrəˈvi:nəs/ *adj.* (*abbr.* **IV**) (used about drugs or food) going into a **vein** (மருந்துகள் அல்லது உணவு வகையில்) குருதி நாளத்தினுள் செல்கிற *an intravenous injection* ▶ **intravenously** *adv. The patient had to be fed intravenously.*

intrepid /ɪnˈtrepɪd/ *adj.* without any fear of danger ஆபத்துக் குறித்த அச்சம் சிறிதுமற்ற; துணிச்சல் மிக்க *an intrepid climber*

intricacy /ˈɪntrɪkəsi/ *noun* **1 intricacies** [*pl.*] **the intricacies of sth** the complicated parts or details of sth ஒன்றின் சிக்கலான பகுதிகள் அல்லது விவரக் கூறுகள்; உட்சிக்கல்கள் *It's difficult to understand all the intricacies of the situation.* **2** [U] the quality of having complicated parts, details or patterns சிக்கலான

பகுதிகளை, நுணுக்க விவரங்களை அல்லது சிக்கலான உருவரைப் படிவங்களைக் கொண்டிருக்கும் தன்மை

intricate /ˈɪntrɪkət/ *adj.* having many small parts or details put together in a complicated way சிக்கலான முறையில் ஒன்றிணைக்கப்பட்டுள்ள பல சிறு பகுதிகளை அல்லது நுணுக்க விவரங்களைக் கொண்டுள்ள; உட்சிக்கல் மிக்க *an intricate pattern • The story has an intricate plot.* ▶ **intricately** *adv.*

intrigue[1] /ɪnˈtriːg/ *verb* [T] to make sb very interested and wanting to know more ஒருவரது ஆர்வத்தைப் பெரிதும் தூண்டிவிட்டு அவர் மேலும் தெரிந்துகொள்ள விரும்புமாறு செய்; ஆவலைக் கிளறு *I was intrigued by the way he seemed to know all about us already.* ▶ **intriguing** *adj. an intriguing story*

intrigue[2] /ˈɪntriːg/ *noun* [C, U] secret plans to do sth, especially sth bad ஒன்றை, குறிப்பாக மோசமான ஒன்றை, செய்வதற்கான இரகசியத் திட்டங்கள்; மறை சூழ்ச்சி *The film is about political intrigues against the government. • His new novel is full of intrigue and suspense.*

intrinsic /ɪnˈtrɪnsɪk; -zɪk/ *adj.* (*only before a noun*) belonging to sth as part of its nature; basic ஒன்றின் இயற்பண்பு தொடர்பான; உள்ளியல்பான; அடிப்படையான; உயிர்க்கூறான *The object is of no intrinsic value* (= the material it is made of is not worth anything). ▶ **intrinsically** /ɪnˈtrɪnsɪkli/ *adv.*

introduce /ˌɪntrəˈdjuːs/ *verb* [T] **1 introduce sth (in/into sth)** to bring in sth new, use sth, or take sth to a place for the first time புதிய ஒன்றை அறிமுகப்படுத்து; ஒன்றை முதன்முறையாகப் பயன்படுத்து; ஓரிடத்திற்கு ஒன்றை முதன்முறையாகக் கொண்டு செல்; பழக்கத்திற்குக் கொண்டுவா *The new law was introduced in 1999. • Goats were first introduced to the island in the 17th century.* **2 introduce sb (to sb)** to tell two or more people who have not met before what each others' names are ஒருவரையொருவர் இதற்கு முன்னர் பார்த்திராத இரண்டு அல்லது இரண்டுக்கு மேற்பட்டவர்களுள், ஒருவர் பெயரை மற்றொருவருக்குக் கூறு; அறிமுகம் செய்துவை *'Who's that girl over there?' 'Come with me and I'll introduce you to her.'* **3 introduce yourself (to sb)** to tell sb you have met for the first time what your name is முதன்முதலாகச் சந்திக்கும் ஒருவரிடம் தன் பெயரைக் கூறு; அறிமுகம் செய்துகொள் *He just walked over and introduced himself to me.* **4 introduce sb to sth** to make sb begin to learn about sth or do sth for the first time ஒருவர் முதன்முறையாக ஒன்றைப் பற்றி அறிந்துகொள்ளச் செய் அல்லது ஒன்றைச் செய்யத் தொடங்குமாறு செய்; அறிமுகப்படுத்து *This pamphlet will introduce you to the basic aims of our society.* **5** to be the first or main speaker on a radio or television programme telling the audience who is going to speak, perform, etc. ஒரு வானொலி அல்லது தொலைக்காட்சி நிகழ்ச்சியில், முதல் அல்லது முதன்மைப் பேச்சாளராக இருந்து நிகழ்ச்சியில் பங்குபெறுபவர்களை நேயர்களுக்கு அறிமுகப்படுத்து *May I introduce my first guest on the show tonight...*

NOTE பிரிட்டனில் கால/இடச் சூழலுக்கு ஏற்றவாறு பல்வேறு முறைகளில் ஒருவருக்கொருவர் அறிமுகம் செய்துவைக்கப்படுகின்றனர். வினைமுறை சார்ந்து அறிமுகப்படுத்தும்போது, ஒருவரது பட்டத்தையும் அடுத்து குடிப்பெயரையும் பயன்படுத்துகிறோம். முறைசாராச் சூழலில் அல்லது குழந்தைகளை அறிமுகப்படுத்தும்போது முதற்பெயரைக் கூறுகிறோம். முறைசார்ந்த, முறைசாரா வழக்குகள் இரண்டிலும், He/she is என்றல்லாமல், **This is** (இது) என்ற தொடரைப் பயன்படுத்துகிறோம்—*'Mohan, meet Mira.'* (முறைசாரா வழக்கு). *'Mrs Naidu, **this is** my daughter, Lata.'* (முறைசார் வழக்கு). *'May I introduce you. Dr Prabhu, **this is** Mr Pillai. Mr Pillai, Dr Prabhu.'* அறிமுகப்படுத்தப்பட்ட பின் 'Hello' அல்லது 'Nice to meet you.' என முறைசாரா வழக்கில் மறுமொழி கூறுகிறோம். முறைசார்ந்த வழக்குகளில் பயன்படுத்தப்படும் மறுமொழி 'How do you do?' என்பதாகும். இதன் பதில் மறுமொழியும் 'How do you do?' என்பதேயாகும். அறிமுகப்படுத்தப்பட்டதும் பெரும்பாலும் கைகுலுக்கிக்கொள்வர்.

introduction /ˌɪntrəˈdʌkʃn/ *noun* **1** [U] **introduction of sth (into sth)** the action of bringing in sth new; using sth or taking sth to a place for the first time புதிய ஒன்றை அறிமுகப்படுத்துதல்; ஒன்றை முதன்முறையாகப் பயன்படுத்துதல்; ஓரிடத்திற்கு ஒன்றை முதன்முறையாகக் கொண்டுசெல்லல்; புதுவது புகுத்தல்; ஒன்றைப் பழக்கத்திற்குக் கொண்டுவருதல் *the introduction of computers into the classroom* **2** [C, *usually pl.*] the act of telling two or more people each others' names for the first time இரண்டு அல்லது இரண்டுக்கு மேற்பட்டவர்களை ஒருவருக்கொருவர் அறிமுகம் செய்துவைத்தல் *I think I'll get my husband **to make/do the introductions**—he's better at remembering names!* **3** [C] the first part of a book, a piece of written work or a talk which gives a general idea of what is going to follow ஒரு நூல் அல்லது எழுத்து அல்லது பேச்சுப் படைப்பு ஒன்றின் பொருளடக்கம் பற்றிய பொதுமுறையிலான கருத்துக் கூறும் அதன் தொடக்கப்பகுதி; முன்னுரை; முகவுரை **4** [C] **an introduction**

(**to sth**) a book for people who are beginning to study a subject ஓர் அறிவுத்துறை பற்றிய தொடக்கநிலைக் கல்விக்கு/ஆய்வுக்கு உதவியாக அமையும் நூல்; அறிமுக நூல் *'An Introduction to English Grammar'* **5** [*sing.*] **an introduction to sth** first experience of sth ஒன்றின் முதல் அனுபவம் *My first job—in a factory—was not a pleasant introduction to work.*

introductory /ˌɪntrəˈdʌktəri/ *adj.* **1** happening or said at the beginning in order to give a general idea of what will follow அடுத்து வரும் ஒன்று பற்றிய பொதுமுறையிலான கருத்தாகத் தொடக்கத்தில் நிகழ்கிற அல்லது கூறப்படுகிற; அறிமுகமாக அமைகிற; அறிமுகப்படுத்துகிற *an introductory speech/chapter/remark* **2** intended as an introduction to a subject or activity ஓர் அறிவுத்துறை அல்லது ஒரு செயலுக்கு அறிமுகமாக அல்லது தோற்றுவாயாக அமைகிற *introductory courses*

introvert /ˈɪntrəvɜːt/ *noun* [C] a quiet, shy person who prefers to be alone rather than with other people அமைதியான, கூச்ச இயல்புடைய, தனிமையை நாடுகிற ஒருவர்; உள்முகச் சிந்தனையாளர் ✪ OPP **extrovert** ▶ **introverted** *adj.*

intrude /ɪnˈtruːd/ *verb* [I] **intrude on/upon sb/sth** to enter a place or situation without permission or when you are not wanted அனுமதியின்றி அல்லது வேண்டப்படாதபோது ஓரிடத்தினுள் அல்லது ஒரு நிகழ்விடத்திற்குச் செல்; அழையாது நுழை *I'm sorry to intrude on your Sunday lunch but the matter was rather urgent.*

intruder /ɪnˈtruːdə(r)/ *noun* [C] a person who enters a place without permission and often secretly அனுமதியின்றியும் பெரும்பாலும் இரகசியமாகவும் ஓரிடத்தினுள் செல்பவர்; அழையாது நுழைபவர்

intrusion /ɪnˈtruːʒn/ *noun* **1** [C, U] **(an) intrusion (on/upon/into sth)** something that disturbs you or your life when you want to be private ஒருவரது தனிமையின் அமைதியைக் குலைப்பது அல்லது தனிப்பட்ட விவகாரங்களில் தலையிடுவது; தலையீடு *This was another example of press intrusion into the affairs of the royals.* **2** [C] (in geology) a mass of hot liquid rock that has been forced up from below the earth's surface and cooled in between other layers of rock (புவியமைப்பியலில்) பூமியின் உள்ளிருந்து மேல்தள்ளப்படுவதும் பாறையின் மற்ற அடுக்குகளுக்கு இடையில் குளிர்ந்து காணப்படுவதுமான உருகிய பாறைப் பிழம்பு ▶ **intrusive** /ɪnˈtruːsɪv/ *adj.*

intuition /ˌɪntjuˈɪʃn/ *noun* [C, U] the feeling or understanding that makes you believe or know that sth is true without being able to explain why காரணத்தை விளக்கமுடியாமல் ஒன்று உண்மையானது என்று நம்புமாறு அல்லது எண்ணுமாறு செய்யும் உணர்வு அல்லது அறிவுணர்ச்சி; உள்ளுணர்வு *She knew, by intuition, about his illness, although he never mentioned it.* ▶ **intuitive** /ɪnˈtjuːɪtɪv/ *adj.* ▶ **intuitively** *adv. Intuitively, she knew that he was lying.*

inundate /ˈɪnʌndeɪt/ *verb* [T] (*usually passive*) **1 inundate sb (with sth)** to give or send sb so many things that he/she cannot deal with them all அனைத்தையும் ஒருவரால் சமாளிக்க முடியாது போகுமாறு அவருக்கு ஏராளமான பொருள்களைக் கொடு அல்லது அனுப்பு; மிகைப்பட நிரப்பு *We were inundated with applications for the job.* ✪ SYN **swamp** **2** (*formal*) to cover an area of land with water ஒரு நிலப்பரப்பில் நீர் சூழச்செய்; நீரில் மூழ்கடி; வெள்ளப் பெருக்குக்கு உள்ளாக்கு *After the heavy rains the fields were inundated.* ✪ SYN **flood** முறைசார்பு குறைந்த வழக்காகும்.

invade /ɪnˈveɪd/ *verb* **1** [I, T] to enter a country with an army in order to attack and take control of it ஒரு நாட்டைத் தாக்கிக் கைப்பற்றும் நோக்கத்துடன் அந்நாட்டில் நுழை; ஒரு நாட்டின் மீது படையெடு *When did the Romans invade Britain?* **2** [T] to enter in large numbers, often where sb/sth is not wanted பெரும்பாலும் வேண்டாத ஆட்கள்/ஒன்று பெரும் எண்ணிக்கையில் நுழை; திரளாக உட்புகு *The whole area has been invaded by tourists.* ⇨ **invasion** noun பார்க்க. ▶ **invader** *noun* [C]

invalid[1] /ɪnˈvælɪd/ *adj.* **1** not legally or officially acceptable சட்டப்படி அல்லது அதிகாரபூர்வமாக ஏற்கத்தக்கதல்லாத; செல்லாத; செல்லுபடியாகாத *I'm afraid your passport is invalid.* **2** not correct according to reason; not based on all the facts நியாய முறைப்படி சரியானதல்லாத; முழுமையான ஆதாரத் தகவல்களை அடிப்படையாகக் கொண்டிராத *an invalid argument* **3** (*computing*) (used about an instruction, etc.) of a type that the computer cannot recognize (ஆணை முதலியவை வகையில்) கணினியால் உணர்ந்தறிய முடியாத வகையைச் சார்ந்த *an invalid command* ✪ OPP **valid**

invalid[2] /ˈɪnvəlɪd/ *noun* [C] a person who has been very ill for a long time and needs to be looked after நீண்ட காலமாகக் கடுமையான நோய்வாய்ப்பட்டுக் கவனித்துப் பேண வேண்டிய நிலையில் இருப்பவர்; நோயாளி

invalidate /ɪnˈvælɪdeɪt/ *verb* [T] **1** to show that an idea, a story, an argument, etc. is wrong ஒரு கருத்து, செய்தி, வாதம் முதலியவை தவறானது என்று தெளிவுபடுத்து *This new piece of evidence invalidates his version of events.*

2 if you invalidate a document, contract, election, etc., you make it no longer legally or officially valid or acceptable ஓர் ஆவணம், ஒப்பந்தம், ஒரு தேர்தல் முதலியவற்றைச் சட்டப்படி அல்லது அதிகாரபூர்வமாகச் செல்லாததாக்கு; தள்ளுபடி செய் ✪ OPP **validate** ▶ **invalidation** /ɪnˌvælɪˈdeɪʃn/ *noun* [U]

invaluable /ɪnˈvæljuəbl/ *adj.* **invaluable (to/for sb/sth)** extremely useful மிகமிகப் பயனுடைய; பயன்மதிப்பு மிக்க *invaluable help/information/support* NOTE **Invaluable** என்பது **valuable** என்ற சொல்லின் எதிர்ப்பொருட் சொல்லல்ல. **Valuable** என்பதன் எதிர்ப்பொருட்சொல் **valueless** அல்லது **worthless** என்பதாகும்.

invariable /ɪnˈveəriəbl/ *adj.* not changing மாற்றத்திற்கு உள்ளாகாத; மாறாத; நிலையான

invariably /ɪnˈveəriəbli/ *adv.* almost always கிட்டத்தட்ட எப்போதும்; பெரும்பாலும் வழக்கமாக; மாறாது *She invariably arrives late.*

invasion /ɪnˈveɪʒn/ *noun* **1** [C, U] the action of entering another country with an army in order to take control of it வேறொரு நாட்டைக் கைப்பற்றும் நோக்கத்துடன் படையுடன் அந்நாட்டில் நுழைதல்; படையெடுப்பு *the threat of invasion* **2** [C] the action of entering a place where you are not wanted and disturbing sb வேண்டப்படாத இடத்தினுள் சென்று ஒருவரைத் தொந்தரவு செய்தல்; அத்துமீறல் *Such questions are an* ***invasion of privacy****.* ➪ **invade** verb பார்க்க.

invent /ɪnˈvent/ *verb* [T] **1** to think of or make sth for the first time முதன்முதலாக ஒன்று குறித்துச் சிந்தி அல்லது ஒன்றை உருவாக்கு; புதிதாகக் கண்டுபிடி *When was the camera invented?* **2** to say or describe sth that is not true உண்மையல்லாத ஒன்றைக் கூறு அல்லது விவரி; இட்டுக்கட்டு *I realized that he had invented the whole story.* ▶ **inventor** *noun* [C]

invention /ɪnˈvenʃn/ *noun* **1** [C] a thing that has been made or designed by sb for the first time முதன்முதலாக ஒருவரால் வடிவமைக்கப்பட்ட அல்லது செய்யப்பட்ட ஒன்று; புதிய கண்டுபிடிப்பு *The microwave oven is a very useful invention.* **2** [U] the action or process of making or designing sth for the first time முதன்முதலாக ஒன்றை உருவாக்கும் அல்லது தயாரிக்கும் செயல் அல்லது செயல்முறை; புத்தாக்கம் செய்தல்; கண்டுபிடிப்பு *Books had to be written by hand before the invention of printing.* **3** [C, U] telling a story or giving an excuse that is not true உண்மையல்லாத ஒரு செய்தியைக் கூறுதல் அல்லது ஒரு செயல்விளக்கம் அளித்தல்; கற்பனைப் புனைவு; இட்டுக்கட்டுதல் *It was obvious that his story about being robbed was (an) invention.*

inventive /ɪnˈventɪv/ *adj.* having clever and original ideas மதிநுட்பம் வாய்ந்த மற்றும் புதுமையான கருத்துகளைக் கொண்டுள்ள ▶ **inventiveness** *noun* [U]

inventory /ˈɪnvəntri/ *noun* [C] (*pl.* **inventories**) a detailed list, for example of all the furniture in a house பொருள்களின், உதாரணமாக ஒரு வீட்டிலுள்ள அறைகலங்கள் போன்றவற்றின், விவரப் பட்டியல்; விளக்க விவரப் பட்டி *The landlord is coming to* ***make an inventory*** *of the contents of the flat.*

inverse¹ /ˌɪnˈvɜːs/ *adj.* (*only before a noun*) opposite in amount or position to sth else எண்ணிக்கையில் அல்லது நிலையில் வேறொன்றுக்கு எதிர்மாறான; மறுதலையான *A person's wealth is often* ***in inverse proportion*** *to their happiness.* ▶ **inversely** *adv.*

inverse² /ˈɪnvɜːs/ (*also* **the inverse**) *noun* [*sing.*] (*technical*) the exact opposite of sth நேர் எதிர்மாறான பொருள்; மறுதலை

invert /ɪnˈvɜːt/ *verb* [T] (*formal*) to put sth in the opposite order or position to the way it usually is ஒன்றின் இயல்பான அமைவுக்கு அல்லது நிலைக்கு எதிர்நிலையில் அதனை வை; தலைகீழாக்கு; தலைகீழாகக் கவிழச் செய்

invertebrate /ɪnˈvɜːtɪbrət/ *noun* [C] an animal without a solid line of bones (**backbone**) going along its body முதுகெலும்பற்ற விலங்கு *slugs, worms and other small invertebrates* ✪ OPP **vertebrate**

inverted commas (*BrE*) = **quotation marks** *to put sth* ***in inverted commas***

invest /ɪnˈvest/ *verb* [I, T] **invest (sth) (in sth)** **1** to put money into a bank, business, property, etc. in the hope that you will make a profit இலாபம் ஈட்டும் நம்பிக்கையில் பணத்தை வங்கி, வணிகத் தொழில், சொத்து முதலியவற்றில் போட்டுவை; ஆதாய நோக்கில் முதலீடு செய் *Many firms have invested heavily in this project.* • *I've invested all my money in the company.* **2** to spend money, time or energy on sth that you think is good or useful விரும்பத்தக்கதாக அல்லது பயனுடையதாகத் தான் கருதும் ஒன்றுக்காகப் பணத்தை, நேரத்தை அல்லது ஆற்றலைச் செலவிடு *I'm thinking of investing in a computer.* • *You have to invest a lot of time if you really want to learn a language well.* ▶ **investor** *noun* [C]

investigate /ɪnˈvestɪɡeɪt/ *verb* [I, T] to try to find out all the facts about sth ஒன்று பற்றிய அனைத்து ஆதாரத் தகவல்களையும் உண்மைகளையும் கண்டுபிடிக்க முயல்; அலசி ஆராய்; புலனாய்வு செய் *A murder was reported and the police were sent to investigate.* • *A group of* *experts are investigating the cause of the crash.* ▶ **investigator** *noun* [C]

investigation /ɪnˌvestɪˈgeɪʃn/ *noun* [C, U] **(an) investigation (into sth)** an official examination of the facts about a situation, crime, etc. ஒரு சூழ்நிலை, குற்றச்செயல் முதலியவை தொடர்பான உண்மைகளைப் பணிமுறையில்/அதிகாரபூர்வமாக ஆய்வுசெய்தல்; புலனாய்வு *The airlines are going to* ***carry out an investigation*** *into security procedures at airports.* • *The matter is still* ***under investigation****.*

investigative /ɪnˈvestɪgətɪv/ *adj.* trying to find out all the facts about sb/sth ஒருவர்/ஒன்று பற்றிய அனைத்து உண்மைகளையும் கண்டுபிடிக்க முயல்கிற; அலசி ஆராய்கிற; புலனாய்வு செய்கிற *investigative journalism*

investment /ɪnˈvestmənt/ *noun* **1** [U, C] **(an) investment (in sth)** the act of putting money in a bank, business, property, etc.; the amount of money that you put in வங்கி, வணிகத் தொழில், சொத்து முதலியவற்றில் பணத்தைப் போட்டு வைத்தல்; முதலீடு செய்தல்; முதலீடு செய்யப்பட்ட பணத்தொகை *investment in local industry* • *The company will have to* ***make an*** *enormous* ***investment*** *to computerize production.* **2** [C] (*informal*) a thing that you have bought விலைக்குப் பெறப்பட்ட பொருள்; பண முதலீடு செய்யப்பட்ட சொத்து *This coat has been a good investment—I've worn it for three years.*

invigilate /ɪnˈvɪdʒɪleɪt/ *verb* [I, T] (*BrE*) to watch the people taking an exam to make sure that nobody is cheating தேர்வு எழுதுபவர்கள் ஏமாற்றுச் செயல்களில் ஈடுபடாதிருப்பதை உறுதி செய்துகொள்ளும் பொருட்டு அவர்களை மேற்பார்வையிடு; தேர்வுக்கூடத்தில் தேர்வு எழுதுபவர்களைக் கண்காணி ▶ **invigilator** *noun* [C]

invigorate /ɪnˈvɪgəreɪt/ *verb* [I, T] to make sb feel healthy, fresh and full of energy ஒருவர் நலமாகவும், புத்துணர்ச்சியுடனும் சுறுசுறுப்பாகவும் இருக்கச் செய்; ஊக்கமூட்டு; எழுச்சியூட்டு *I felt invigorated after my run.* ▶ **invigorating** *adj.*

invincible /ɪnˈvɪnsəbl/ *adj.* too strong or powerful to be defeated தோல்வியடையச் செய்ய முடியாத அளவுக்கு வலிமை அல்லது ஆற்றல் வாய்ந்த; வெல்ல முடியாத

invisible /ɪnˈvɪzəbl/ *adj.* **invisible (to sb/sth)** that cannot be seen கண்ணால் காண முடியாத; கட்புலனாகாத *bacteria that are invisible to the naked eye* ✪ **OPP visible** ▶ **invisibility** /ɪnˌvɪzəˈbɪləti/ *noun* [U] ▶ **invisibly** /ˌɪnˈvɪzəbli/ *adv.*

invitation /ˌɪnvɪˈteɪʃn/ *noun* **1** [U] the act of inviting sb or being invited ஒருவரை அழைத்தல் அல்லது ஒருவரால் அழைக்கப்படுதல்; அழைப்பு *Entry is by invitation only.* • *a letter of invitation* **2** [C] **an invitation to sb/sth (to sth/to do sth)** a written or spoken request to go somewhere or do sth ஓரிடத்திற்கு வருமாறு அல்லது ஒன்றைச் செய்யுமாறு விடுக்கப்படும் எழுத்து அல்லது பேச்சு முறையிலான வேண்டுகோள்; அழைப்பு; அழைப்பிதழ் *Did you get an invitation to the conference?* • *a wedding invitation*

NOTE ஓர் அழைப்பை **accept** செய்யலாம் (ஏற்றுக்கொள்ளலாம்), **turn it down** அல்லது **decline** செய்யலாம் (மறுக்கலாம்).

invite /ɪnˈvaɪt/ *verb* [T] **1 invite sb (to/for sth)** to ask sb to come somewhere or to do sth ஓரிடத்திற்கு வருமாறு அல்லது ஒன்றைச் செய்யுமாறு ஒருவரைக் கேட்டுக்கொள்; அழை *We invited all the family to the wedding.* • *Successful applicants will be invited for interview next week.* **2** to make sth unpleasant likely to happen இன்னாத ஒன்று நேர்வதற்கான வாய்ப்பை ஏற்படுத்து; நலமற்ற ஒன்றை வரவழை *You're inviting trouble if you carry so much money around.*

PHR V **invite sb back 1** to ask sb to return with you to your home தன்னுடன் தன் வீட்டுக்குத் திரும்பி வருமாறு ஒருவரைக் கேட்டுக்கொள் **2** to ask sb to come to your home a second time, or after you have been a guest at his/her home இரண்டாவது முறையாகத் தன் வீட்டுக்கு வருமாறு ஒருவரை அழை அல்லது ஒருவர் வீட்டுக்குத் தான் விருந்தாளியாகச் சென்று வந்த பிறகு அவரைத் தன் வீட்டுக்கு வருமாறு அழை

invite sb in to ask sb to come into your home தன் வீட்டினுள் வருமாறு ஒருவரை அழை

invite sb out to ask sb to go out somewhere with you வெளியே தன்னுடன் வருமாறு ஒருவரை அழை *We've been invited out to lunch by the neighbours.*

invite sb over/round (*informal*) to ask sb to come to your home தன் வீட்டுக்கு வருமாறு ஒருவரை அழை

NOTE மேற்கண்ட அனைத்துப் பொருள்களிலும் **invite**-க்குப் பதிலாக **ask**-ஐப் பயன்படுத்தலாம்.

inviting /ɪnˈvaɪtɪŋ/ *adj.* attractive and pleasant கவர்ச்சியுள்ளதும் இனியதுமான; உள்ளத்தை ஈர்க்கிற *The smell of cooking was very inviting.*

in vitro /ˌɪn ˈviːtrəʊ/ *adj., adv.* (*technical*) (used about a process or a reaction) taking place in a glass tube or dish, not inside a living body (ஒரு செயல்முறை அல்லது ஓர் எதிர்வினை வகையில்) உயிர்ப்புள்ள உடலினுள் அல்லாமல் கண்ணாடிக் குழாயில் அல்லது தட்டத்தில் நிகழ்கிற; (ஆய்வுக்கூடச்) சோதனைக் குழாயில்

அல்லது தட்டத்தில் *in vitro experiments* • *the development of* ***in vitro fertilization*** • *an egg fertilized in vitro*

invoice /ˈɪnvɔɪs/ *noun* [C] an official paper that lists goods or services that you have received and says how much you have to pay for them தன்னால் பெற்றுக்கொள்ளப்பட்ட பொருள்களையும் அல்லது சேவைகளையும் அவற்றுக்குத் தான் செலுத்த வேண்டிய பணத்தொகையையும் பட்டியலிட்டுள்ள அதிகாரபூர்வமான தாள்; பொருள் மற்றும் விலை விவரப் பட்டியல்

involuntary /ɪnˈvɒləntri/ *adj.* done without wanting or meaning to விரும்பாது அல்லது கருதாது செய்யப்படுகிற; எண்ணிச் செய்யப்படாத; தானாக இயல்கிற *She gave an involuntary gasp of pain as the doctor inserted the needle.* ✪ OPP **voluntary** or **deliberate** ▶ **involuntarily** /ɪnˈvɒləntrəli/ *adv.*

involve /ɪnˈvɒlv/ *verb* [T] **1** (*not used in the continuous tenses*) to make sth necessary ஒன்றைத் தேவையானதாக்கு; வேண்டியதாகச் செய்; உள்ளடக்கு *The job involves a lot of travelling.* **2** (*not used in the continuous tenses*) if a situation, an event or an activity involves sb/sth, he/she/it takes part in it ஒரு நிகழ்ச்சியில் அல்லது செயலில் பங்கெடுத்துக்கொள்; ஈடுபடு; ஒரு சூழலில் இணைவுறு; தொடர்புறு *The story involves a woman who went on holiday with her child.* • *More than 100 people were involved in the project.*

NOTE இவ்வினை தொடர்வினையாக வராவிடினும், இதன் நிகழ்கால வினையெச்ச வடிவம் (-ing வடிவம்) பெரும்பான்மையாகப் பயன்படுத்தப்படுகிறது—*There was a serious accident involving a stolen car.*

3 involve sb/sth in (doing) sth to cause sb/sth to take part in or be concerned with sth ஒருவரை/ஒன்றை ஒரு செயலில் ஈடுபட அல்லது பங்குகொள்ளச் செய் அல்லது அக்கறை கொள்ளச் செய்; தொடர்புறச் செய் *Please don't involve me in your family arguments.* ▶ **involvement** *noun* [C, U] *The men deny any involvement in the robbery.*

involved /ɪnˈvɒlvd/ *adj.* **1** difficult to understand; complicated புரிந்துகொள்வதற்கு எளிதாக இல்லாத; இடர்ப்பாடான; சிக்கலான *The book has a very involved plot.* **2** (*not before a noun*) **involved (in sth)** closely connected with sth; taking an active part in sth ஒன்றுடன் நெருக்கமாகத் தொடர்பு கொண்டிருக்கிற; ஒன்றில் முனைப்புடன் பங்கெடுத்துக்கொள்கிற; சேர்ந்திணைந்திருக்கிற *I'm very involved in local politics.* **3** (*not before a noun*) **involved (with sb)** having a sexual relationship with sb ஒருவருடன் பாலியல் உறவு கொண்டுள்ள *She is involved with an older man.*

inward /ˈɪnwəd/ *adv., adj.* **1** (*also* **inwards**) towards the inside or centre உட்புறத்தை அல்லது மையத்தை நோக்கி/நோக்கிய; உள்நோக்கி/உள்நோக்கிய *Stand in a circle facing inwards.* **2** inside your mind, not shown to other people பிறரிடம் வெளிப்படுத்தாது, மனத்தில் உள்ளதாக/உள்ளதான; உள்ளியல்பாக/உள்ளியல்பான *my inward feelings* ✪ OPP **outward**

inwardly /ˈɪnwədli/ *adv.* in your mind; secretly மனத்துள்; இரகசியமாக; உள்ளுக்குள்ளாக *He was inwardly relieved that they could not come.*

iodide /ˈaɪədaɪd/ *noun* [C] a chemical compound consisting of iodine and another chemical element அயோடினும் பிறிதொரு தனிமமும் சேர்ந்த வேதியியல் கலவை; அயோடைடு

iodine /ˈaɪədiːn/ *noun* [U] (*symbol* **I**) a dark-coloured substance that is found in sea water. A purple liquid containing iodine is sometimes used to clean cuts in your skin கடல் நீரில் காணப்படும் ஒரு கரு நிறப் பொருள்; அயோடின் (கறையம்). கறையம் உள்ளடங்கிய ஒரு கருஞ்சிவப்பு நிறத் திரவம் சிலசமயங்களில் தோலில் உள்ள வெட்டுக்காயங்களைத் தூய்மைப்படுத்தப் பயன்படுத்தப்படுகிறது

ion /ˈaɪən/ *noun* [C] (in chemistry) an atom or a **molecule** that has gained or lost one or more of its parts (**electrons**) and so has a positive or negative electric charge ஒன்று அல்லது ஒன்றுக்கு மேற்பட்ட மின்மங்களை இழந்து அல்லது பெற்று அதனால் நேர்மின்னூட்டம் அல்லது எதிர்மின்னூட்டம் அடைந்த அணு அல்லது மூலக்கூறு; அயனி

ionic /aɪˈɒnɪk/ *adj.* **1** of or related to ions அயனிக்குரிய அல்லது அயனி தொடர்பான **2** (used about the way chemicals join together) using the electrical pull between positive and negative ions (வேதியியல் பொருள்களின் சேர்க்கை முறை பற்றிக் குறிப்பிடுகையில்) நேர்மின் அயனிகளுக்கும் எதிர்மின் அயனிகளுக்கும் இடையில் காணப்படும் மின் ஈர்ப்பாற்றலைப் பயன்படுத்துகிற *ionic bonds/compounds*

ionize (*also* **-ise**) /ˈaɪənaɪz/ *verb* [I, T] (used about atoms and molecules) to gain a positive or negative electric charge by losing or gaining one part (**an electron**) (அணுக்கள் மற்றும் மூலக்கூறுகள் வகையில்) ஒரு மின்மத்தை இழந்து/பெற்று நேர்மின்னூட்டத்தை/எதிர்மின்னூட்டத்தை அடை

ionosphere /aɪˈɒnəsfɪə(r)/ *noun* [*sing.*] **the ionosphere** the layer of the earth's atmosphere between about 80 and 1000 kilometres above the surface of the earth, that sends radio waves back around the earth பூமியின் மேற்பரப்புக்கு மேல் ஏறத்தாழ 80 கிலோமீட்டருக்கும் 1000

கிலோமீட்டருக்கும் இடைப்பட்ட உயரத்தில் உள்ளதும் ஒலி அதிர்வியக்க அலைகளை மீண்டும் பூமிக்கு அண்மையில் வருமாறு செலுத்துவதுமான பூமியின் வளிமண்டல அடுக்கு ➪ **stratosphere** மற்றும் **troposphere** பார்க்க.

IOU /ˌaɪ əʊ ˈjuː/ *abbr*. I owe you; a piece of paper that you sign showing that you owe sb some money உன்னிடம் கடன் பட்டுள்ளேன் என்பதைக் குறிக்கும் I owe you என்பதன் குறுக்கம். ஒருவரிடம் கடன் பெற்றுள்ளதைக் காட்டும் கையொப்பம் இடப்பட்டுள்ள தாள்; கடன் உறுதிச் சீட்டு

IPA /ˌaɪ piː ˈeɪ/ *abbr*. the International Phonetic Alphabet பன்னாட்டுப் பொது ஒலிப்புக் குறியீட்டுத் தொகுதியைக் குறிக்கும் the International Phonetic Alphabet என்பதன் குறுக்கம்

IQ /ˌaɪ ˈkjuː/ *abbr.* intelligence quotient; a measure of how intelligent sb is ஒருவரது அறிவின் அளவீடான intelligent quotient (அறிவுத்திற அளவெண்) என்பதன் குறுக்கம் *have a high/low IQ* • *an IQ of 120*

irate /aɪˈreɪt/ *adj*. (*formal*) very angry பெரிதும் சினமுற்றுள்ள; சீற்றமுற்றுள்ள

iridescent /ˌɪrɪˈdesnt/ *adj*. (*formal*) showing many bright colours that seem to change in different lights வெவ்வேறு ஒளிகளிலும் வெவ்வேறாகத் தோன்றும் முனைப்பான பல வண்ணங்களை வெளிப்படுத்துகிற; பன்னிறங்களில் பளிச்சிடுகிற ▶ **iridescence** *noun* [U]

iridium /ɪˈrɪdiəm/ *noun* [U] (*symbol* **Ir**) a very hard yellow-white metal, used especially to mix with other metals to form another metal (**an alloy**) குறிப்பாக உலோகக் கலவைகள் தயாரிக்கப் பிற உலோகங்களுடன் சேர்க்கப்படும், கடினத்தன்மை மிக்க மஞ்சள் கலந்த வெண்ணிற உலோகம்; உறுதியம்; இரிடியம்

iris /ˈaɪrɪs/ *noun* [C] the coloured part of your eye கண்ணின் நிறமேறிய பகுதி; விழித்திரைப் படலம் ➪ **eye** பதிவில் படம் பார்க்க.

irk /ɜːk/ *verb* [T] (*formal* or *literary*) to irritate or annoy sb ஒருவரைத் தொந்தரவு செய்; நச்சரி; எரிச்சலூட்டு *Jaya's flippant tone irked him.* ▶ **irksome** /ˈɜːksəm/ *adj*.

iron[1] /ˈaɪən/ *noun* **1** [U] (*symbol* **Fe**) a hard strong metal that is used for making steel and is found in small quantities in food and in blood எஃகு தயாரிக்கப் பயன்படுத்தப்படுவதும், உணவு மற்றும் குருதியில் சிறு அளவுகளில் காணப்படுவதுமான கடினத் தன்மையுள்ள உறுதியான உலோக வகை; இரும்பு *an iron bar* • *iron ore* • *The doctor gave me iron tablets.* • (*figurative*) *The general has an iron will.* ➪ **pig iron** பார்க்க. **2** [C] an electrical instrument with a flat bottom that is heated and used to smooth clothes after you have washed and dried them வெம்மையூட்டித் துவைத்து உலர்த்திய ஆடைகளின் சுருக்கங்களை நீக்கப் பயன்படுத்தப்படும், தட்டையான அடிப்பகுதியுடைய மின்கருவி; சலவைப்பெட்டி; இஸ்திரிப்பெட்டி *a steam iron*

iron[2] /ˈaɪən/ *verb* [I, T] to use an iron to make clothes, etc. smooth சலவைப்பெட்டியால் தேய்த்துத் துவைத்த ஆடைகளிலுள்ள சுருக்கங்களை நீக்கு; இஸ்திரிபோடு *Could you iron this dress for me?*

NOTE **Iron** என்ற வினைக்குப் பதிலாக **do the ironing** என்ற தொடரே பெரும்பான்மையாகப் பயன்படுத்தப்படுகிறது—*I usually do the ironing on Sunday.*

PHR V **iron sth out** to get rid of any problems or difficulties that are affecting sth ஒன்றைப் பாதிக்கும் சிக்கல்களை அல்லது இடையூறுகளைத் தொலைத்தொழி

the Iron Age *noun* [*sing.*] the period in human history after the Bronze Age, when people first used iron tools and weapons மனிதர்கள் இரும்பாலான செய்கருவிகளையும் ஆயுதங்களையும் பயன்படுத்தத் தொடங்கியதும் வெண்கலக்காலத்தை அடுத்ததுமான மனித வரலாற்றின் காலப்பகுதி; இரும்புக்காலம்

ironic /aɪˈrɒnɪk/ (*also* **ironical** /aɪˈrɒnɪkl/) *adj.* **1** meaning the opposite of what you say கூறப்படுவதற்கு எதிர்மாறாகப் பொருள் கொள்கிற; முரண்தொடையான *Jai sometimes offends people with his ironic sense of humour.* ➪ **sarcastic** பார்க்க. **2** (used about a situation) strange or amusing because it is unusual or unexpected (ஒரு சூழ்நிலை/நேர்வு பற்றிக் குறிப்பிடுகையில்) வழக்க மீறியதாக அல்லது எதிர்பாராததாக இருப்பதால், விசித்திரமாக அல்லது வேடிக்கையாகத் தோன்றுகிற *It is ironic that the busiest people are often the most willing to help.* ▶ **ironically** /aiˈrɒnɪkli/ *adv.*

ironing /ˈaɪənɪŋ/ *noun* [U] clothes, etc. that need ironing or that have just been ironed சலவை போட வேண்டிய அல்லது சற்றுமுன் சலவை போடப்பட்ட ஆடைகள் முதலியவை; சலவைத் துணி *a large pile of ironing* ➪ **iron** பதிவிலுள்ள குறிப்பைப் பார்க்க.

ironing board *noun* [C] a special table that is used for putting clothes on when we are making them smooth with an iron ஆடைகளை விரித்துப் பரப்பிச் சலவை போடுவதற்கு வசதியான தனிவகை மேசை; சலவை மேசை

irony /ˈaɪrəni/ *noun* (*pl.* **ironies**) **1** [C, U] an unusual or unexpected part of a situation, etc. that seems strange or amusing விசித்திரமாக அல்லது வேடிக்கையாகத் தோன்றும் ஒரு சூழல்

முதலியவற்றின் வழக்க மீறிய அல்லது எதிர்பாராத பகுதி; ஒன்றின் விசித்திரமான அல்லது வேடிக்கையான கூறு *The irony was that he was killed in a car accident soon after the end of the war.* **2** [U] a way of speaking that shows you are joking or that you mean the opposite of what you say கேலி செய்யும் முறையிலான அல்லது நேர் எதிர்ப்பொருள்படும்படியான பேச்சு முறை; எள்ளல்; முரண்தொடை *'The English are such good cooks', he said with heavy irony.*

irradiate /ɪˈreɪdieɪt/ *verb* [T] to treat food with powerful (**radioactive**) rays in order to be able to keep it for a long time உணவை நீண்ட காலம் கெடாமல் வைத்திருப்பதற்காகக் கதிரியக்கப் பண்புடைய ஒளிக்கதிர்களைச் செலுத்திப் பதனப்படுத்து *Irradiated food lasts longer, but some people think it is not safe.*

irrational /ɪˈræʃənl/ *adj.* not based on reason or clear thought முதிர்ந்த அனுபவ அறிவை அல்லது தெளிவான சிந்தனையை அடிப்படையாகக் கொள்ளாத; பகுத்தறிவுக்குப் பொருந்தாத; விவேகமற்ற *an irrational fear of spiders* ▶ **irrationality** /ɪˌræʃəˈnæləti/ *noun* [U] ▶ **irrationally** /iˈræʃənəli/ *adv.*

irreconcilable /ɪˌrekənˈsaɪləbl/ *adj.* (*formal*) (used about people or their ideas and beliefs) so different that they cannot be made to agree (ஆட்கள் அல்லது அவர்களது கருத்துகள் மற்றும் கோட்பாடுகள் பற்றிக் குறிப்பிடுகையில்) உடன்படச் செய்ய முடியாதவாறு வேறுபட்டுக் காணப்படுகிற; ஒத்திசைவற்ற; முரணியல்புடைய ▶ **irreconcilably** /iˌrekənˈsailəbli/ *adv.*

irregular /ɪˈregjələ(r)/ *adj.* **1** not having a shape or pattern that we recognize or can predict அடையாளம் காணக்கூடிய அல்லது முன்னறிந்து கூறக்கூடிய ஒரு வடிவத்தை அல்லது உருவமைப்பைக் கொண்டிராத; வடிவமைதியற்ற; செவ்வொழுங்கற்ற *an irregular shape* **2** happening at times that you cannot predict முற்படக் கூறமுடியாத சமயங்களில் நிகழ்கிற; கால ஒழுங்கற்ற; கால முறைப்படி நிகழாத *His visits became more and more irregular.* **3** not allowed according to the rules or social customs விதிமுறைகளுக்கு அல்லது சமுதாயப் பழக்க வழக்கங்களுக்கு மாறான; முறைகேடான; ஒழுங்குமுறையற்ற *It is highly irregular for a doctor to give information about patients without their permission.* **4** (*grammar*) not following the usual rules of grammar பொது இலக்கண விதிகளின்படி அமையாத; முறை திரிந்த *irregular verbs* • *'Caught' is an irregular past tense form.* ✪ OPP பொருள்கள் 1, 2 மற்றும் 4-க்கு **regular** ▶ **irregularity** /ɪˌregjəˈlærəti/ *noun* [C, U] (*pl.* **irregularities**) ▶ **irregularly** *adv.*

irrelevancy /ɪˈreləvənsi/ *noun* [C] (*pl.* **irrelevancies**) something that is not important because it is not connected with sth else வேறொன்றுடன் தொடர்புற்றிராத காரணத்தினால் முக்கியமானதல்லாத ஒன்று; பொருத்தக்கேடானது; தொடர்பற்றது

irrelevant /ɪˈreləvənt/ *adj.* not connected with sth or important to it ஒன்றுடன் தொடர்புடையதாக இல்லாத; ஒன்றுக்கு முக்கியமானதல்லாத; பொருத்தமற்ற *That's completely irrelevant to the subject under discussion.* ✪ OPP **relevant** ▶ **irrelevance** *noun* [U, C] ▶ **irrelevantly** *adv.*

irreparable /ɪˈrepərəbl/ *adj.* that cannot be repaired சரிசெய்ய அல்லது சீர்படுத்த முடியாத; திருத்தியமைக்க இயலாத *Irreparable damage has been done to the forests of Eastern Europe.* ▶ **irreparably** /-əbli/ *adv.*

irreplaceable /ˌɪrɪˈpleɪsəbl/ *adj.* (used about sth very valuable or special) that cannot be replaced (மதிப்பு மிக்க அல்லது தனிச் சிறப்பான ஒன்று குறித்துக் கூறுகையில்) ஈடுசெய்ய முடியாத; மற்றொன்றைக் கொண்டு இட்டு நிரப்ப முடியாத; அருமதிப்புடைய ✪ OPP **replaceable**

irrepressible /ˌɪrɪˈpresəbl/ *adj.* full of life and energy ஊக்கமும் உரமும் நிறைந்த; துடிப்பார்ந்த; மன எழுச்சி மிக்க *young people full of irrepressible good humour* ▶ **irrepressibly** /ˌiriˈpresəbli/ *adv.*

irresistible /ˌɪrɪˈzɪstəbl/ *adj.* **1** so strong that it cannot be stopped or prevented நிறுத்த அல்லது தடுக்க முடியாதவாறு வலிமையுடன் இயங்குகிற; அடக்க இயலாத; பொங்கி வருகிற *an irresistible urge to laugh* **2 irresistible (to sb)** very attractive பெரும் ஈர்ப்பாற்றல் உடைய; கவர்ச்சி மிக்க; மயக்குகிற *He seems to think he's irresistible to women.* ➪ **resist** verb பார்க்க. ▶ **irresistibly** /ˌiriˈzɪstəbli/ *adv.*

irrespective of /ɪrɪˈspektɪv əv/ *prep.* not affected by (ஒன்றால்) பாதிக்கப்படாது; ஒன்றைப் பொருட்படுத்தாது; ஒன்றைக் கணக்கில் சேர்க்காமலேயே *Anybody can take part in the competition, irrespective of age.*

irresponsible /ˌɪrɪˈspɒnsəbl/ *adj.* not thinking about the effect your actions will have; not sensible தனது செயல்களின் விளைவை எண்ணிப் பார்க்காத; சிந்தித்துச் செயல்படாத; பொறுப்புணர்ச்சியற்ற *It is irresponsible to let small children go out alone.* ✪ OPP **responsible** ▶ **irresponsibility** /ˌɪrɪˌspɒnsəˈbɪləti/ *noun* [U] ▶ **irresponsibly** /ˌirˈspɒnsəbli/ *adv.*

irreverent /ɪˈrevərənt/ *adj.* not feeling or showing respect மதிப்புணர்ச்சி இல்லாத அல்லது மதிப்புக் காட்டாத; மரியாதையற்ற; அவமதிப்புச் செய்கிற *This comedy takes an irreverent look* *at the world of politics.* ▶ **irreverence** *noun* [U] ▶ **irreverently** *adv.*

irreversible /ˌɪrɪˈvɜːsəbl/ *adj.* that cannot be stopped or changed நிறுத்த முடியாத; மாற்ற இயலாத *The disease can do irreversible damage to the body.* ▶ **irreversibly** /ˌɪrɪˈvɜːsəbli/ *adv.*

irrigate /ˈɪrɪɡeɪt/ *verb* [T] to supply water to land and crops using pipes, small canals, etc. குழாய்கள், கால்வாய்கள் முதலியவற்றைப் பயன்படுத்தி நிலத்திற்கும் பயிர்களுக்கும் நீர் வழங்கு; நீர்ப்பாசனம் செய் ▶ **irrigation** /ˌɪrɪˈɡeɪʃn/ *noun* [U]

irritable /ˈɪrɪtəbl/ *adj.* becoming angry easily எளிதில் சினம் கொள்கிற அல்லது எரிச்சலடை-கிற; முன்கோபியான *to be/feel/get irritable* ▶ **irritability** /ˌɪrɪtəˈbɪləti/ *noun* [U] ▶ **irritably** /ˈɪrɪtəbli/ *adv.*

irritant /ˈɪrɪtənt/ *noun* [C] a substance that makes part of your body painful or sore உடற்பகுதி ஒன்றில் வலி அல்லது எரிச்சல் உண்டாக்கும் பொருள் ▶ **irritant** *adj.*

irritate /ˈɪrɪteɪt/ *verb* [T] **1** to make sb angry; to annoy ஒருவரைச் சினம் கொள்ளச் செய்; எரிச்சற்படுத்து *It really irritates me the way he keeps repeating himself.* **2** to cause a part of the body to be painful or sore உடற்பகுதி ஒன்றில் வலி அல்லது எரிச்சல் ஏற்படுத்து; உறுத்தல் உண்டாக்கு *I don't use soap because it irritates my skin.* ▶ **irritation** /ˌɪrɪˈteɪʃn/ *noun* [C, U]

is ➪ **be** பார்க்க.

Islam /ɪzˈlɑːm/ *noun* [U] the religion of Muslim people. Islam teaches that there is only one God and that Muhammad is His Prophet கடவுள் ஒருவரே என்றும் முகமது நபிகள் அவரது அருட்போதகர் என்றும் போதிப்பதும் முஸ்லிம் மக்களுக்கு உரியதுமான சமயம்; இஸ்லாம் மதம் ▶ **Islamic** *adj. Islamic law*

island /ˈaɪlənd/ *noun* [C] **1** a piece of land that is surrounded by water நாற்புறமும் நீரால் சூழப்-பட்ட நிலப்பகுதி; தீவு *the Greek islands* **2** = **traffic island**

islander /ˈaɪləndə(r)/ *noun* [C] a person who lives on a small island சிறு தீவில் வாழ்பவர்

isle /aɪl/ *noun* [C] an island தீவு *the Isle of Wight* • *the British Isles* **NOTE** **Isle** என்ற சொல் பெரு வழக்காகப் பெயர்களில் பயன்படுத்தப்-படுகிறது.

isn't ➪ **is not** என்பதன் குறுக்க வடிவம்

isobar /ˈaɪsəbɑː(r)/ *noun* [C] (*technical*) a line on a weather map that joins places that have the same air pressure at a particular time பருவநிலைப் படத்தில் குறிப்பிட்ட சமயத்தில் ஒரே அளவான காற்றழுத்தம் உள்ள இடங்களை இணைக்கும் கோடு; சம அழுத்தக் கோடு

isolate /ˈaɪsəleɪt/ *verb* [T] **isolate sb/sth (from sb/sth)** to put or keep sb/sth separate from other people or things மற்றவர்களிடமிருந்து/ மற்றவற்றிடமிருந்து ஒருவரை/ஒன்றைத் தனிப்-படுத்து; வேறாகப் பிரித்துவை; தனிமை செய்; தனிமைப்படுத்து *Some farms were isolated by the heavy snowfalls.* • *We need to isolate all the animals with the disease so that the others don't catch it.*

isolated /ˈaɪsəleɪtɪd/ *adj.* **1 isolated (from sb/sth)** alone or apart from other people or things பிறரிடமிருந்து/பிறவற்றிடமிருந்து தனிமைப்-படுத்தப்பட்டுள்ள; ஒதுக்கமான; தன்னந்தனியான; தனித்த *an isolated village deep in the countryside* • *I was kept isolated from the other patients.* **2** not connected with others; happening once மற்றவற்றோடு தொடர்பில்லாத; ஒற்றையான; ஒரே முறை நிகழ்கிற *Is this an isolated case or part of a general pattern?*

isolation /ˌaɪsəˈleɪʃn/ *noun* [U] **isolation (from sb/sth)** the state of being separate and alone; the act of separating sb/sth தனிப்பட்டும் ஒதுக்கமாகவும் இருக்கும் நிலை; ஒருவரை/ ஒன்றைத் தனிமைப்படுத்துதல்; ஒதுக்கம் *He lived **in complete isolation** from the outside world.* • ***In isolation** each problem does not seem bad, but together they are quite daunting.* ➪ **loneliness** மற்றும் **solitude** பார்க்க.

isosceles /aɪˈsɒsəliːz/ *adj.* (*mathematics*) (used about a triangle) having two of its three sides the same length (முக்கோண வகையில்) மூன்று பக்கங்களில் இரு பக்கங்கள் சம நீளமாக உள்ள; இரு சம பக்கங்களை உடைய ➪ **triangle** பதிவில் படம் பார்க்க.

isotherm /ˈaɪsəθɜːm/ *noun* [C] (*technical*) a line on a weather map that joins places that have the same temperature at a particular time பருவ-நிலைப் படத்தில், குறிப்பிட்ட சமயத்தில் ஒரே அளவான வெப்பநிலை உள்ள இடங்களை இணைக்கும் கோடு; சம வெப்பநிலைக் கோடு

isotope /ˈaɪsətəʊp/ *noun* [C] (*in chemistry*) one of two or more forms of a chemical element that have different physical characteristics but the same chemical characteristics வெவ்வேறான இயற்பியற் பண்புகளையும் ஒத்த வேதியியற் பண்புகளையும் உடைய ஒரு வேதியியல் தனிமத்தின் இரண்டு அல்லது இரண்டுக்கு மேற்பட்ட வகைகளில் ஒன்று; ஓரகத் தனிமம்

NOTE ஒரு தனிமத்தின் **isotope**-களின் உட்கருவில் ஒத்த எண்ணிக்கையிலான **proton**களும் (நேர்மின்மங்களும்) வெவ்-வேறு எண்ணிக்கையுடைய **neutron**-களும் (நொதுமங்களும்) இருக்கும்.

ISP /ˌaɪ es ˈpiː/ *abbr.* Internet Service Provider; a company that provides you with an Internet connection and services such as email, etc. இணையச் சேவை வழங்கியைக் குறிக்கும் Internet service provider என்பதன் குறுக்கம். இது இணைய இணைப்பையும் மின் அஞ்சல் முதலிய இணையச் சேவைகளையும் வழங்கும் நிறுவனமாகும்

issue¹ /ˈɪʃuː; ˈɪsjuː/ *noun* **1** [C] a problem or subject for discussion கலந்தாய்வுக்கான ஒரு பிரச்சினை அல்லது பொருள்; வாதப்பொருள் *I want to* ***raise the issue*** *of overtime pay at the meeting.* • *The government cannot avoid the issue of homelessness any longer.* **2** [C] one in a series of things that are published or produced பிரசுரிக்கப்படும் அல்லது தயாரிக்கப்படும் வரிசைத் தொகுதியில் ஓர் உருப்படி; பதிப்பு; வெளியீடு; பகுதி *Do you have last week's issue of this magazine?* **3** [U] the act of publishing or giving sth to people பிரசுரித்தல்; வெளியிடுதல்; வழங்கல் *the issue of blankets to the refugees*

IDM make an issue (out) of sth to give too much importance to a small problem சிறு பிரச்சினை ஒன்றுக்கு மிகைப்படியான முக்கியத்துவம் கொடு; பெரிதுபடுத்து

issue² /ˈɪʃuː; ˈɪsjuː/ *verb* **1** [T] to print and supply sth ஒன்றை அச்சிட்டு வழங்கு; வெளியிடு *to issue a magazine/newsletter* **2** [T] to give or say sth to sb officially அதிகாரபூர்வமாக ஒன்றைக் கொடு அல்லது கூறு; வழங்கு *The new employees were issued with uniforms.* • *to issue a visa* • *The police will issue a statement later today.* **3** [I] (*formal*) to come or go out வெளியே வா அல்லது போ *An angry voice issued from the loudspeaker.*

isthmus /ˈɪsməs/ *noun* [C] (in geography) a narrow piece of land, with water on each side, that joins two larger pieces of land (புவியியலில்) இரண்டு பெரிய நிலப்பகுதிகளை இணைக்கும் நீர் சூழ்ந்த, ஒடுக்கமான நிலப்பகுதி; நில இடுக்கு; பூசந்தி

IT /ˌaɪ ˈtiː/ *abbr.* (*computing*) Information Technology தகவல் தொழில்நுட்பத்தைக் குறிக்கும் Information Technology என்பதன் குறுக்கம்

it /ɪt/ *pronoun* **1** (*used as the subject or object of a verb, or after a preposition*) the animal or thing mentioned earlier முன் குறிப்பிட்ட விலங்கு அல்லது பொருள்; அது *Look at that car. It's going much too fast.* • *The children went up to the dog and patted it.* **NOTE** பால் அறியப்படாத குழந்தையும் **it**-ஆல் குறிக்கப்படும்—*Is it a boy or girl?* **2** used for identifying a person ஒருவரை அடையாளப்படுத்தப் பயன்படுத்தப்படுவது *It's your Mum on the phone.* • *'Who's that?' 'It's the postman.'* • *It's me!* **3** used in the position of the subject or object of a verb when the real subject or object is at the end of the sentence ஒரு வினையின் உண்மையான எழுவாய் அல்லது செயப்படு-பொருள் வாக்கியத்தின் இறுதியில் நிற்க, எழுவாய்/செயப்படு பொருள் இடத்தில் பயன்படுத்தப்படுவது *It's hard for them to talk about their problems.* • *I think it doesn't really matter what time we arrive.* **4** used in the position of the subject of a verb when you are talking about time, the date, distance, the weather, etc. நேரம்/காலம், நாள், தொலைவு, வானிலை முதலியவற்றைப் பற்றிக் குறிப்பிடுகையில் வினைச்சொல்லின் எழுவாய் இடத்தில் பயன்படுத்தப்படுவது. *It's nearly half past eight.* • *It's Tuesday today.* • *It's about 100 kilometres from London.* • *It was very cold at the weekend.* **5** used when you are talking about a situation ஒரு சூழ்நிலை/நிகழ்வு பற்றிப் பேசும்போது பயன்படுத்தப்படுவது *It gets very crowded here in the summer.* • *I'll come at 7 o'clock if it's convenient.* **6** used for emphasizing a part of a sentence வாக்கியத்தின் ஒரு பகுதிக்கு அழுத்தம் தரப் பயன்படுத்தப்படுவது *It was Jayant who said it, not me.* • *It's your health I'm worried about, not the cost.*

IDM that/this is it 1 that/this is the answer அதுதான்/இதுதான் விடை அல்லது தீர்வு *That's it! You've solved the puzzle!* **2** that/this is the end அதுதான்/இதுதான் இறுதி அல்லது முடிவு *That's it, I've had enough! I'm going home!*

italics /ɪˈtælɪks/ *noun* [*pl.*] a type of writing or printing in which the letters do not stand straight up எழுத்துகள் நேர்க்குத்தாக அமையாத எழுது-முறை அல்லது அச்சிடு முறை; (வலப்பக்கம் சாய்ந்த) எழுத்துருப்படிவ வகை *All the example sentences in the dictionary are printed* ***in italics.*** ▶ **italic** *adj.*

itch /ɪtʃ/ *noun* [C] the feeling on your skin that makes you want to rub or scratch it தேய்க்க அல்லது கீற வேண்டுமென்ற உந்துதல் உண்டாக்கும் தோல் உணர்ச்சி; அரிப்பு; நமைச்சல் ▶ **itch** *verb* [I] *My nose is itching.*

itchy /ˈɪtʃi/ *adj.* having or producing an **itch** அரிப்புணர்ச்சியுள்ள அல்லது அரிப்-புணர்ச்சியை உண்டாக்குகிற *This shirt is itchy.* • *I feel itchy all over.* ▶ **itchiness** *noun* [U]

it'd /ˈɪtəd/ ⇨ **it had, it would** ஆகியவற்றின் குறுக்க வடிவம்

item /ˈaɪtəm/ *noun* [C] **1** one single thing on a list or in a collection ஒரு பட்டியலில் அல்லது தொகுப்பில் உள்ள ஒரு தனிப்பொருள்; உருப்-படி *Some items arrived too late to be included in the catalogue.* • *What is the first item on the agenda?* **2** one single article or object தனிப்பட்ட

ஒரு பொருள் *Can I pay for each item separately?* • *an item of clothing* **3** a single piece of news ஒரு செய்திக்கூறு; செய்தி *There was an interesting item about Tirupati in yesterday's news.*

itemize (*also* **-ise**) /ˈaɪtəmaɪz/ *verb* [T] to make a list of all the separate items in sth ஒன்றிலுள்ள தனித்தனியான உருப்படிகள் அனைத்தையும் பட்டியலிடு; இனம் இனமாகத் தொகுத்தளி *an itemized telephone bill*

itinerant /aɪˈtɪnərənt/ *adj.* (*only before a noun*) travelling from place to place இடம் விட்டு இடம் பயணம் செய்கிற; சுற்றி வருகிற *an itinerant circus family*

itinerary /aɪˈtɪnərəri/ *noun* [C] (*pl.* **itineraries**) a plan of a journey, including the route and the places that you will visit செல்வழி, செல்ல இருக்கும் இடங்கள் ஆகியவற்றை உள்ளடக்கிய பயணத் திட்டம்; பயண விவர முன்வரைவு

it'll /ˈɪtl/ ➪ **it will** என்பதன் குறுக்கம்

its /ɪts/ *det.* of or belonging to a thing அது (It) என்பதன் உடைமைப்பொருள் வடிவம்; ஒன்றினுடைய; ஒன்றுக்குரிய; அதன்/இதன்; அதனுடைய/இதனுடைய *The club held its Annual General Meeting last night.* ➪ **it's** பதிவிலுள்ள குறிப்பைப் பார்க்க.

it's /ɪts/ ➪ **it is, it has** ஆகியவற்றின் குறுக்கம்

NOTE இவ்வடிவத்தைக் கவனமாகப் பயன்படுத்தவும். **It's** என்பது it is அல்லது it has என்பதன் குறுக்க வடிவமாகும். Its என்பதன் பொருள் 'அதற்கு உரிய/ உடைமையான' என்பதாகும்—*The bird has broken its wing.*

itself /ɪtˈself/ *pronoun* **1** used when the animal or thing that does an action is also affected by it ஒரு வினைக்குக் காரணமான ஒரு விலங்குக்கு அல்லது பொருளுக்கு அவ்வினையின் பயன்விளைவு/தாக்கம் சென்று சேர்வதைக் குறிப்பது; அதுவே; தானே; அதனையே *The cat was washing itself.* • *The company has got itself into financial difficulties.* **2** used to emphasize sth ஒன்றை வலியுறுத்தப் பயன்படுத்தப்படுவது *The building itself is beautiful, but it's in a very ugly part of town.*

IDM **(all) by itself 1** without being controlled by a person; automatically ஒருவரால் இயக்கப்படாமல் அல்லது கட்டுப்படுத்தப்படாமல்; தானாகவே; தன்னியல்பாகவே; தன்னாலேயே *The central heating comes on by itself before we get up.* **2** alone தனியாக; தன்னந்தனியாக; துணையின்றி *The house stood all by itself on the hillside.* ➪ **alone** பதிவிலுள்ள குறிப்பைப் பார்க்க.

IUD /ˌaɪ juː ˈdiː/ *noun* [C] intrauterine device; a small metal or plastic object that is placed inside the uterus to stop a woman from becoming pregnant கருப்பையின் உட்புறத்தில் பொறுத்தப்படும் கருத்தடைக் கருவியான Intrauterine device என்பதன் குறுக்கம். ஒரு பெண் கருவுறாமல் செய்வதற்காக அவளது கருப்பையின் உட்புறத்தில் பொருத்தப்படும் உலோக அல்லது பிளாஸ்டிக் பொருள்

IV[1] /ˌaɪ ˈviː/ *abbr.* intravenous குருதி நாளத்தினுள் செல்கிற (மருந்து/உணவு) என்பதன் குறுக்கம்

IV[2] /ˌaɪ ˈviː/ (*AmE*) = **drip**[2] **3**

I've /aɪv/ ➪ **I have** என்பதன் குறுக்க வடிவம்

ivory /ˈaɪvəri/ *noun* [U] the hard white substance that the tusks of an elephant are made of யானையின் நீண்ட கூர்ம்பற்களின் ஆக்கப்பொருளான உறுதியான வெண்ணிறப் பொருள்; தந்தம்

ivy /ˈaɪvi/ *noun* [U] a climbing plant that has dark leaves with three or five points மூன்று அல்லது ஐந்து முனைகளுள்ள கரு நிற (அடர் பச்சை நிற) இலைகளைக் கொண்ட படர்தாவர வகை ➪ **plant** பதிவில் படம் பார்க்க.

J j

J, j /dʒeɪ/ *noun* [C, U] (*pl.* **J's; j's** /dʒeɪz/) the tenth letter of the English alphabet ஆங்கில நெடுங்கணக்கின் பத்தாவது எழுத்து *'Jam' begins with (a) 'J'.*

jab[1] /dʒæb/ *verb* [I, T] **jab sb/sth (with sth); jab sth into sb/sth** to push at sb/sth with a sudden, rough movement, usually with sth sharp பெரும்பாலும் கூர்மையான ஒரு பொருளால், திடீரென முரட்டுத்தனமாக ஒருவரை/ஒன்றைக் குத்து; குத்தித்தள்ளு *She jabbed me in the ribs with her elbow. • The robber jabbed a gun into my back and ordered me to move.*

jab[2] /dʒæb/ *noun* [C] **1** a sudden rough push with sth sharp கூர்மையான ஒரு பொருளால் திடீரென முரட்டுத்தனமாகக் குத்துதல் *He gave me **a jab** in the ribs with the stick.* **2** (*informal*) the action of putting a drug, etc. under sb's skin with a needle மருந்து, முதலியவற்றை ஊசி வழியாகத் தோலினுள் செலுத்துதல்; ஊசி போடுதல் *I'm going to the doctor's to **have a** flu jab today.* ✪ SYN **injection**

jacaranda /ˌdʒækəˈrændə/ *noun* [C] a tropical tree which commonly has blue trumpet-shaped flowers and compound leaves பொதுவாக நீல நிற ஊதுகொம்பு வடிவ மலர்களையும் அடுக்குப்பிரிவுகள் கொண்ட இலைகளையும் உடைய வெப்ப மண்டல மரவகை

jack[1] /dʒæk/ *noun* [C] **1** a piece of equipment for lifting a car, etc. off the ground, for example in order to change its wheel சக்கரம் மாற்றுதல் முதலியவற்றுக்காகச் சீருந்து முதலியவற்றைத் தரையிலிருந்து உயர்த்தப் பயன்படுத்தப்படும் கருவி; விசையுந்து உயர்த்து சாதனம் ➪ **hydraulic** பதிவில் படம் பார்க்க. **2** the card between the ten and the queen in a pack of cards சீட்டுக்கட்டில் உள்ள 10 என்ற எண் குறியிடப்பட்டச் சீட்டுக்கும் 'அரசி'ச் சீட்டுக்கும் இடைப்பட்ட மதிப்புள்ள சீட்டு

IDM **a jack of all trades** a person who can do many different types of work, but who perhaps does not do them very well பெரும்பாலும் திருத்தமாக அல்லாமல், பலவகையான வேலைகளைச் செய்யக்கூடியவர்; எந்த வேலையையும் முயன்று பார்ப்பவர்

jack[2] /dʒæk/ *verb*

PHR V **jack sth in** (*slang*) to stop doing sth ஒன்றைச் செய்வதை நிறுத்து *Priya got fed up with her job and jacked it in.*

jack sth up to lift a car, etc. using a jack உயர்த்து கருவியால் சீருந்து முதலியவற்றைத் தரையிலிருந்து உயர்த்து *We jacked the car up to change the wheel.*

jackal /ˈdʒækl/ *noun* [C] a wild animal like a dog that lives in Africa and Asia. Jackals eat the meat of animals that are already dead ஆப்பிரிக்கா மற்றும் ஆசியாவில் காணப்படுவதும், நாய் போன்ற தோற்றமுடையதும், இறந்துபோன விலங்குகளின் இறைச்சியைத் தின்னுவதுமான காட்டு விலங்கு வகை; குள்ளநரி

jacket /ˈdʒækɪt/ *noun* [C] **1** a short coat with sleeves கைப்பகுதியுள்ள நீளம் குறைந்த புறச்சட்டை; குறுஞ்சட்டை *Do you have to wear a jacket and tie to work?* ➪ **life jacket** பார்க்க. **2** a cover for a hot-water **tank** etc. that stops heat from being lost வெப்பம் வெளியேறாமல் தடுக்கும் பொருட்டு, வெந்நீர்க் கலம் முதலியவற்றை மூடப் பயன்படுத்தப்படும் உறை; உள்வெப்பக் காப்பு உறை **3** a paper cover for a book that has a hard rigid cover தடித்த, விறைப்பான அட்டையுள்ள ஒரு புத்தகத்திற்கு தூசி படாமலிருக்க இடப்படும் காகித உறை

jacket potato *noun* [C] a potato that is cooked in the oven in its skin வெப்ப அடுப்பில் தோலுடன் வேகவைக்கப்படும் உருளைக்கிழங்கு

jackfruit /ˈdʒækfruːt/ *noun* [C] **1** an Indian evergreen tree cultivated for its large fruit and seeds பெரிய பழங்களுக்காகவும் கொட்டைகளுக்காகவும் வளர்க்கப்படும் பசுமை மாறா இந்திய மர வகை; பலாமரம் **2** [C, U] a very large edible fruit of an East Indian evergreen tree மாறாப் பசுமையுள்ள ஒரு கிழக்கிந்திய மரத்தின் மிகப்பெரிய உண்ணுவதற்குரிய பழம்; பலாப்பழம்

jackhammer /ˈdʒækhæmə(r)/ (*AmE*) = **pneumatic drill**

jackknife /ˈdʒæknaɪf/ *noun* [C] a large knife with a folding blade பெரிய மடக்குக் கத்தி

the jackpot /ˈdʒækpɒt/ *noun* [C] the largest money prize that you can win in a game பந்தய விளையாட்டில் வென்று பெறக்கூடிய உச்ச உயர் அளவான பணப்பரிசு

IDM **hit the jackpot** ➪ **hit**[1] பார்க்க.

Jacuzzi™ /dʒəˈkuːzi/ *noun* [C] a special bath in which powerful movements of air make bubbles in the water ஆற்றல் மிக்க காற்றின் இயக்கத்தால் குமிழிகள் உண்டாகும் தனிவகைக் குளியல் தொட்டி

jade /dʒeɪd/ *noun* [U] **1** a hard stone that is usually green and is used in making jewellery

அணிமணிகள் செய்யப் பயன்படுத்தப்படும், வழக்கமாகப் பச்சை நிறமுள்ள, உறுதி மிக்க மணிக்கல் வகை **2** a bright green colour ஒளிர் பச்சை நிறம் ▶ **jade** *adj.*

jaded /ˈdʒeɪdɪd/ *adj.* tired and bored after doing the same thing for a long time without a break இடை நிறுத்தமற்ற நீண்ட நேர ஒரே வகையான வேலைக்குப் பின் களைப்புற்றுச் சலிப்புடன் காணப்படுகிற; ஒரே தன்மையான கடின வேலையினால் சோர்வுற்ற

jagged /ˈdʒæɡɪd/ *adj.* rough with sharp points கூர் விளிம்புகளுடன் கரடுமுரடாகக் காணப்படுகிற; கூர் முனைகளுடன் ஒழுங்கற்று அமைந்துள்ள *jagged rocks*

jaggery /ˈdʒæɡəri/ *noun* [U] unrefined coarse brown sugar made from sugar cane juice or palm sap கரும்புச் சாற்றை அல்லது பதநீரைக் காய்ச்சித் தயாரிக்கப்படும் சுத்தம் செய்யப்படாத பழுப்புச் சர்க்கரை; கரும்பு வெல்லம்; பனை வெல்லம்

jaguar /ˈdʒæɡjuə(r)/ *noun* [C] a large wild cat with black spots that comes from Central and South America மத்திய மற்றும் தென் அமெரிக்காவைச் சேர்ந்த, கரும்புள்ளிகளுடைய பெரிய பூனையினக் காட்டு விலங்கு வகை ⇨ **lion** பதிவில் படம் பார்க்க.

jail[1] /dʒeɪl/ *noun* [C, U] (a) prison சிறைச்சாலை *She was **sent to jail** for ten years.* ⇨ **prison** பதிவிலுள்ள குறிப்பைப் பார்க்க.

jail[2] /dʒeɪl/ *verb* [T] to put sb in prison ஒருவரைச் சிறையில் வை; சிறையிடு *She was jailed for ten years.*

jailer /ˈdʒeɪlə(r)/ *noun* [C] (*old-fashioned*) a person whose job is to guard prisoners சிறைக் காவலர்; சிறைக் காப்பாளர்

Jain *noun* [C] a person whose religion is **Jainism** சமண மதத்தைப் பின்பற்றுவர்; சமணர் *Many Jains go to the Dilwara Temples on pilgrimage.* ▶ **Jain** *adj. Jain rituals/Jain temples*

Jainism *noun* [U] an Indian religion established in about 6 BC by Mahavira. It is based on the principle of non-violence and a belief in **reincarnation** கி.மு. 6ஆம் நூற்றாண்டளவில் மகாவீரரால் தோற்றுவிக்கப்பட்ட இந்தியச் சமயம்; சமண மதம். வன்முறை இல்லாமையும் மறுபிறப்பில் நம்பிக்கையும் இதன் அடிப்படைக் கொள்கைகளாகும்

Jaiphal *noun* [U] (*IndE*) nutmeg சாதிக்காய்

jalebi *noun* [C] an Indian sweet made of a **coil** of deep-fried **batter** that is soaked briefly in sugar syrup ஒரு சுற்று/சுருள் மாவை எண்ணெய்யில் பொரித்துச் சற்றே சர்க்கரைப்பாகில் ஊறவைத்துத் தயாரிக்கப்படும் இந்திய இனிப்புப் பண்டம்; ஜிலேபி

jam[1] /dʒæm/ *noun* **1** [U] (*AmE* **jelly**) a sweet substance that you spread on bread, made by boiling fruit and sugar together ரொட்டி மீது தடவிப் பரப்புவதற்கான, பழமும் சர்க்கரையும் சேர்த்துக் கொதிக்க வைத்துத் தயாரிக்கப்படும் இனிப்பான பொருள்; பழப்பாகு; கனிக்கூழ் *a jar of pineapple jam*

> **NOTE** கிச்சிலி அல்லது எலுமிச்சம் பழங்களிலிருந்து தயாரிக்கப்படும் பழக்கூழ் **marmalade** எனப்படும்.

2 [C] a situation in which you cannot move because there are too many people or vehicles ஆட்களின் அல்லது ஊர்திகளின் கூட்டம் காரணமாக மேல்செல்ல முடியாத நிலை; நெருக்கடி *a traffic jam* **3** [C] (*informal*) a difficult situation சிக்கலான நிலை; இடர்ப்பாடு *We're in a bit of a jam without our passports or travel documents.* **4** [C] (*informal*) the act of playing music together with other musicians in a way which has not been planned or prepared first திட்டமிடாது அல்லது முன்னேற்பாடு இன்றி பிறருடன் இணைந்து கூட்டிசை மீட்டல் *a jam session*

jam[2] /dʒæm/ *verb* (**jamming; jammed**) **1** [T] **jam sb/sth in, under, between, etc. sth** to push or force sb/sth into a place where there is not much room இடப்பரப்பு மிகுதியாக இல்லாத ஓரிடத்தினுள் ஒருவரை/ஒன்றைத் தள்ளு அல்லது திணி; நெருக்கிப் புகுத்து *She managed to jam everything into her suitcase.* **2** [I, T] **jam (sth) (up)** to become or to make sth unable to move or work இயங்க அல்லது செயல்பட முடியாததாகு; ஒன்று இயங்க அல்லது செயல்பட முடியாதவாறு செய்; நெருக்கப்படு; நெருக்கு *I can't open the door. The lock has jammed.* **3** [T] **jam sth (up) (with sb/sth)** (*usually passive*) to fill sth with too many people or things மிகையளவான ஆட்களை அல்லது பொருள்களைக் கொண்டு ஒன்றை நிரப்பு; மட்டுமீறித் திணி *The cupboard was **jammed full** of old newspapers and magazines.* • *The suitcase was **jam-packed with*** (= completely full of) *designer clothes.* **4** [T] to send out signals in order to stop radio programmes, etc. from being received or heard clearly வானொலி நிகழ்ச்சிகள் முதலியவை பெறப்படாதவாறு அல்லது தெளிவாகக் கேட்கப்படாதவாறு தடைப்படுத்தும் பொருட்டுச் சமிக்ஞைகளை அனுப்பு; குறுக்கீடு செய்து ஒலிபரப்பைத் தெளிவற்றதாக்கு **5** [I] (*informal*) to play music with other musicians in an informal way without preparing or practising first முன்னேற்பாடு அல்லது முன்பயிற்சி இன்றி, வினைமுறையில் அல்லாது பிறருடன் சேர்ந்து கூட்டிசை எழுப்பு *They continued to jam together* *and write music and eventually they made their first record.*

PHR V **jam on the brakes/jam the brakes on** to stop a car suddenly by pushing hard on the controls (**brakes**) with your feet கால்களால் தடைக்கருவியை வலுவுடன் அமுக்கிச் சீருந்தைத் திடீரென நிறுத்து

jangle /ˈdʒæŋgl/ *verb* [I, T] to make a noise like metal hitting against metal; to move sth so that it makes this noise உலோகங்கள் மோதுவதைப் போன்று ஒலி எழுப்பு; அவ்வாறு ஒலி எழுப்புமாறு ஒன்றை ஆட்டு அல்லது குலுக்கு; கணகணவென்ற ஒலி எழுப்பு அல்லது எழச் செய் *The baby smiles if you jangle your keys.* ▶ **jangle** *noun* [U]

janitor /ˈdʒænɪtə(r)/ (*AmE*) = **caretaker**

January /ˈdʒænjuəri/ *noun* [U, C] (*abbr.* **Jan.**) the first month of the year, coming after December டிசம்பர் மாதத்தை அடுத்து வரும் ஆண்டின் முதல் மாதம்; ஜனவரி *We're going skiing **in January**.* • *last/next January* • ***on January 31st, 1989*** NOTE *'On January the seventeenth'* என்றோ *'on the seventeenth of January'* என்றோ கூறுகிறோம். பிரிட்டன் மற்றும் அமெரிக்க வழக்குகள் இரண்டிலும் மாதங்களின் பெயர்கள் எல்லா இடங்களிலும் முகட்டெழுத்திலேயே தொடங்கும்.

jar¹ /dʒɑː(r)/ *noun* [C] **1** a container with a lid, usually made of glass and used for keeping food, etc. in வழக்கமாகக் கண்ணாடியாலானதும் உணவு முதலியவற்றை இட்டு வைக்கப் பயன்படுத்தப்படுவதுமான மேல்மூடி உள்ள கொள்கலம்; ஜாடி *a jam jar* • *a large storage jar for flour* **2** the food that a jar contains ஜாடி கொள்ளும் உணவு; ஜாடியளவு உணவு *a jar of honey/jam/coffee*

jar² /dʒɑː(r)/ *verb* (**jarring; jarred**) **1** [T] to hurt or damage sth as a result of a sharp knock நேர்க்குத்தாகத் தாக்கி ஒன்றுக்குக் காயம் அல்லது சேதம் உண்டாகச் செய், நேராக மோதி அடிபடச் செய் *He fell and jarred his back.* **2** [I] **jar (on sb/sth)** to have an unpleasant or annoying effect வெறுப்பூட்டு அல்லது எரிச்சல் உண்டாக்கு; உணர்ச்சி உறுத்தல் உண்டுபண்ணு *The dripping tap jarred on my nerves.*

jargon /ˈdʒɑːgən/ *noun* [U] special or technical words that are used by a particular group of people in a particular profession and that other people do not understand குறிப்பிட்ட பணித்துறை சார்ந்த குறிப்பிட்ட பிரிவினரால் பயன்படுத்தப்படுவதும் மற்றவர்களுக்குப் புரியாததுமான தனிவகையான அல்லது தனித்துறைக்குரிய சொற்கள்; துறை வழக்குச் சொற்கள் *medical/scientific/legal/computer jargon*

jaundice /ˈdʒɔːndɪs/ *noun* [U] a medical condition in which the skin and white parts of the eyes become yellow தோலும் கண்களின் வெள்ளை விழிப் பகுதிகளும் மஞ்சள் நிறமாக மாறும் நோய் நிலை; மஞ்சள் காமாலை ▶ **jaundiced** *adj.*

javelin /ˈdʒævlɪn/ *noun* **1** [C] a long stick with a pointed end that is thrown in sports competitions விளையாட்டுப் போட்டிகளில் எறிவதற்கான கூர் முனையுள்ள நீண்ட கழி; எறிவேல்; ஈட்டி **2 the javelin** [*sing.*] the event or sport of throwing the javelin as far as possible ஈட்டியை இயன்ற அளவு விசையுடன் தொலை தூரம் செல்லுமாறு எறியும் நிகழ்ச்சி அல்லது விளையாட்டு; ஈட்டி எறிதல்

jaw /dʒɔː/ *noun* **1** [C] either of the two bones in your face that contain your teeth முகத்தில் பற்களை உள்ளடக்கிய இரு எலும்புகளில் ஒன்று; தாடை எலும்பு *the lower/upper jaw* ➪ **body** பதிவில் படம் பார்க்க. **2 jaws** [*pl.*] the mouth (especially of a wild animal) (குறிப்பாகக் காட்டு விலங்குகளின்) வாய் *The lion came towards him with its jaws open.* **3 jaws** [*pl.*] the parts of a tool or machine that are used to hold things tightly பொருள்களைப் பற்றிப் பிடிக்கப் பயன்படுத்தப்படும் செயற்கருவியின் அல்லது இயந்திரத்தின் பகுதிகள்; குறடு போன்ற அமைப்புடைய அலகுகள் *the jaws of a vice* ➪ **vice** பதிவில் படம் பார்க்க.

jawan *noun* [C] (in India) a male police constable or soldier (இந்தியாவில்) ஆண் காவலர் அல்லது படைவீரர்

jawbone /ˈdʒɔːbəʊn/ *noun* [C] the bone that forms the lower jaw கீழ்த்தாடை எலும்பு ✪ SYN **mandible** இது **jawbone**-ஐக் காட்டிலும் செறிவான துறைவழக்குச் சொல் ஆகும் ➪ **body** பதிவில் படம் பார்க்க.

jazz¹ /dʒæz/ *noun* [U] a style of music with a strong rhythm, originally of African American origin ஆப்பிரிக்க அமெரிக்க மரபு வழியைச் சார்ந்த அழுத்தமான சந்தத்தை உடைய இசைப்பாணி; ஜாஸ் இசை *modern/traditional jazz* ➪ **classical, pop** மற்றும் **rock** பார்க்க.

jazz² /dʒæz/ *verb*

PHR V **jazz sth up** (*informal*) to make sth brighter, more interesting or exciting ஒன்றை ஒளிர்வு மிக்கதாக, ஈர்ப்புத்திறன் மிக்கதாக அல்லது எழுச்சியூட்டுவதாகச் செய்

jealous /ˈdʒeləs/ *adj.* **1** feeling upset or angry because you think that sb you like or love is showing interest in sb else தன்னால் விரும்பப்படும் அல்லது காதலிக்கப்படும் ஒருவர் வேறொருவரிடம் ஈடுபாடு கொண்டுள்ளதாக எண்ணி மனம் கலங்குகிற அல்லது சினம் கொள்கிற; அன்பு அல்லது காதல் வகையில்

ஐயுறவால் மனம் பேதலிக்கிற; பொறாமைப்படுகிற *Raghu seems to get jealous whenever Savithri speaks to another boy!* 2 **jealous (of sb/sth)** feeling angry or sad because you want to be like sb else or because you want what sb else has வேறொருவரைப் போன்று தான் இருக்க வேண்டும் அல்லது வேறொருவரிடம் உள்ளது தனக்கு வேண்டும் என்ற ஆசை காரணமாகச் சின அல்லது வருத்த உணர்வு கொள்கிற; பிறர் நலம் காணப் பொறாத; பொறாமையுள்ள *He's always been jealous of his older brother.* • *I'm very jealous of your new car—how much did it cost?* ✪ SYN **envious** ▶ **jealously** *adv.* ▶ **jealousy** *noun* [C, U] (*pl.* **jealousies**)

jeans /dʒi:nz/ *noun* [*pl.*] trousers made of strong, usually blue, cotton cloth (**denim**) உறுதியான, வழக்கமாக நீல நிறமுள்ள, பருத்தித் துணியில் தைக்கப்பட்ட காற்சட்டை *These jeans are a bit too tight.* • *a pair of jeans*

Jeep™ /dʒi:p/ *noun* [C] a small strong vehicle suitable for travelling over rough ground கரடுமுரடான தரையில் பயணம் செய்வதற்கேற்ற உறுதி மிக்க சிறு ஊர்தி

jeer /dʒɪə(r)/ *verb* [I, T] **jeer (at) sb/sth** to laugh or shout rude comments at sb/sth to show your lack of respect for him/her/it ஒருவர்/ஒன்றின் மீதான மரியாதையின்மையைக் காட்டும் முறையில் அவரை/அதனை நோக்கிச் சிரி, அல்லது நாகரிகமற்ற சொற்களை உரத்துக் கூறு; கிண்டல் செய் *The spectators booed and jeered at the losing team.* ▶ **jeer** *noun* [C] (*usually pl.*) *The Prime Minister was greeted with jeers in the parliament today.*

jeera *noun* [U] (*IndE*) cumin சீரகம்

jelly /ˈdʒeli/ *noun* (*pl.* **jellies**) (*AmE* **Jell-O™**) 1 [C, U] a soft, solid brightly-coloured food that shakes when it is moved. Jelly is made from sugar and fruit juice and is eaten cold at the end of a meal, especially by children சர்க்கரையும் பழச்சாறும் கொண்டுத் தயாரிக்கப்படுவதும், சாப்பாட்டுக்குப்பின் குளிர்ந்த நிலையில் (குறிப்பாகக் குழந்தைகளால்) உண்ணப்படுவதுமான மிருதுவான, ஒளிர்வண்ணம் ஊட்டப்பட்ட, அசைக்கும்போது குலுங்கக்கூடிய ஓரளவு தெளிவான திட உணவு வகை; இழுது 2 [U] (*AmE*) a type of jam that does not contain any solid pieces of fruit கெட்டியான பழக்கூறுகளை உள்ளடக்கியிராத பழப்பாகு வகை

IDM **be/feel like jelly** (used especially about the legs or knees) to feel weak because you are nervous, afraid, etc. (குறிப்பாகக் கால்கள் அல்லது முழங்கால்கள் வகையில்) கவலை, அச்சம் முதலியவற்றின் காரணமாகத் தளர்வுணர்ச்சி உண்டாகு

turn to jelly (used about the legs and knees) to suddenly become weak because of fear (கால்கள் மற்றும் முழங்கால்கள் வகையில்) அச்சம் காரணமாகத் திடீரென வலிமை குன்றிப்போ

jellyfish /ˈdʒelifɪʃ/ *noun* [C] (*pl.* **jellyfish**) a sea animal with a soft colourless body and long thin parts called **tentacles** that can sting you மென்மையான நிறமற்ற உடலும் கொட்டக்கூடிய உணர்ச்சியிழைகளும் உடைய கடல் வாழ் விலங்கு; இழுது மீன்

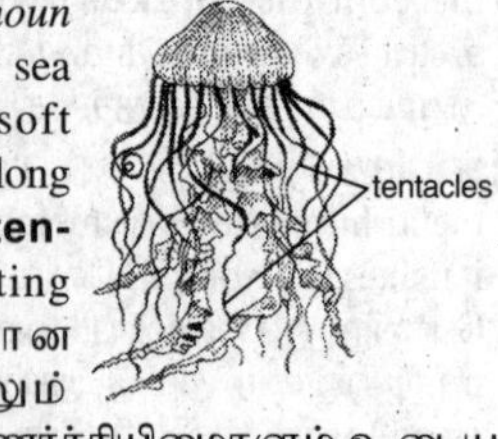

jeopardize (*also* **-ise**) /ˈdʒepədaɪz/ *verb* [T] to do sth that may damage sth or put it at risk ஒன்றுக்குத் தீங்கு அல்லது இடர் நேரும் வாய்ப்புள்ள ஒரு செயலைச் செய்; தீங்கு அல்லது இடருக்கு ஒன்றை உட்படுத்து *He would never do anything to jeopardize his career.*

jeopardy /ˈdʒepədi/ *noun*

IDM **in jeopardy** in a dangerous position and likely to be lost or harmed இழப்பு அல்லது தீங்கு நேரக்கூடிய ஆபத்தான நிலையில்; இடர்ப்பாட்டு நிலையில் *The future of the factory and 15,000 jobs are in jeopardy.*

jerk¹ /dʒɜ:k/ *verb* [I, T] to move or make sb/sth move with a sudden sharp movement திடீரென்று கடுவிசையுடன் இயங்கு அல்லது ஒருவரை/ஒன்றை இயங்கச் செய்; சட்டென நகர் அல்லது நகர்த்து *She jerked the door open.* ▶ **jerky** *adj.* ▶ **jerkily** *adv.*

jerk² /dʒɜ:k/ *noun* [C] 1 a sudden sharp movement திடுவிரைவான இயக்கம்; திடீர்க் குலுக்கல் 2 (*AmE slang*) a stupid or annoying person அறிவற்ற அல்லது எரிச்சலூட்டுகிற ஒருவர்

jersey /ˈdʒɜ:zi/ *noun* 1 [C] a piece of clothing made of wool that you wear over a shirt சட்டைக்கு மேல் அணிந்துகொள்ளும் கம்பளி ஆடை

> NOTE **Jersey, jumper, pullover, sweater** ஆகிய சொற்கள் அனைத்துமே மேற்கண்ட சட்டையையே குறிக்கும்.

2 [U] a soft thin material made of cotton or wool that is used for making clothes உடைகள் தயாரிக்கப் பயன்படுத்தப்படும் பருத்தி அல்லது கம்பளியால் ஆன மென்மையான மெல்லிய துணி வகை

jest¹ /dʒest/ *noun* [C] a joke or prank; sth said or done to amuse people பிறருக்குச் சிரிப்பூட்டுவதற்காகக் கூறப்படும் அல்லது செய்யப்படும் ஒன்று; வேடிக்கைப் பேச்சு அல்லது செயல்; நகைமொழி; குறும்பு

IDM **in jest** not said seriously and intended as a joke வினையாக அல்லாமல் விளையாட்டாக;

வேடிக்கைச் செயலாக அல்லது பேச்சாக *The remark was made half in jest.*

jest² *verb* [I] to say or do something to amuse people பிறரை மகிழ்வூட்டுவதற்காக ஒன்றைச் செய் அல்லது சொல் *How can someone jest about something so important!*

jester /ˈdʒestə(r)/ *noun* [C] (usually in the past at the court of kings and queens) a man employed to amuse people by telling jokes and funny stories விகடத் துணுக்குகள், நகைச்சுவைக் கதைகள் ஆகியவற்றைக் கூறி சிரிப்பூட்டுவதற்காகக் கடந்த காலத்தில் அரசவையில் பணி அமர்த்தப்பட்டிருந்த ஆண்; விகடன்; கோமாளி

Jesus /ˈdʒi:zəs/ = **Christ**

jet /dʒet/ *noun* [C] **1** a fast modern plane விரைந்து செல்லும் ஆற்றலுடைய நவீன வானூர்தி வகை *a jet plane/aircraft* **2** a fast, thin current of water, gas, etc. coming out of a small hole சிறு துளை வழியாக வெளிவரும் நீர், வாயு முதலியவற்றின் விரைவியக்கமுள்ள மெலிதான பீற்று; நீர்த்தாரை; பீற்றுவளி

jet-black *adj.* very dark black in colour திண்ணிய கருமை நிறமான; மைக்கருமை நிறமுள்ள

jet engine *noun* [C] a powerful engine that makes planes fly by pushing out a current of hot air and gases at the back பின்புறத்தில் வெப்பமான காற்றையும் வாயுப் பொருள்களையும் வெளித்தள்ளி விமானங்களைப் பறக்கச் செய்யும் ஆற்றல் வாய்ந்த இயந்திரம் ⇨ **plane** பதிவில் படம் பார்க்க.

jet lag *noun* [U] the tired feeling that people often have after a long journey in a plane to a place where the local time is different உள்ளூர் நேரம் வேறுபடும் ஓரிடத்திற்கு நீண்ட நேர விமானப் பயணம் செய்பவர்களுக்கு வழக்கமாக உண்டாகும் களைப்புணர்ச்சி; நீண்ட தூர விமானப் பயணக் களைப்பு ▶ **jet-lagged** *adj.*

the jet set *noun* [*sing.*] the group of rich, successful and fashionable people (especially those who travel around the world a lot) செல்வ வளம், வெற்றிச் சிறப்பு மற்றும் நவநாகரிக நடை வாய்க்கப்பெற்ற பிரிவினர்; குறிப்பாக அடிக்கடி பல நாடுகளுக்கும் பயணம் செய்வோர்

jetty /ˈdʒeti/ *noun* [C] (*pl.* **jetties**) (*AmE* **dock**) a stone wall or wooden platform built out into the sea or a river where boats are tied and where people can get on and off them படித்துறையாகவும் படகுத் துறையாகவும் பயன்படுமாறு கடல் அல்லது நதியில் உள்முகமாகத் தள்ளிக் கட்டப்பட்டுள்ள கற்சுவர் அல்லது மரமேடை; துறைமுக அணைகரை; இறங்கு துறை; கடவு ✪ SYN **landing stage**

Jew /dʒu:/ *noun* [C] a person whose family was originally from the ancient land of Israel or whose religion is Judaism பண்டைய இஸ்ரேல் நாட்டைப் பூர்வீகமாகக் கொண்ட அல்லது யூத மதத்தைச் சார்ந்த ஒருவர்; யூதர் ▶ **Jewish** *adj.*

jewel /ˈdʒu:əl/ *noun* **1** [C] a valuable stone (for example a diamond) (வைரம் முதலிய) விலைமதிப்பு மிக்க மணிக்கல் **2** [*pl.*] a piece of jewellery or an object that contains precious stones அணிகலன்; அணிமணி; மணிக்கற்கள் பதிக்கப்பெற்ற பொருள்; கல் பதித்த நகை

jeweller (*AmE* **jeweler**) /ˈdʒu:ələ(r)/ *noun* **1** [C] a person whose job is to buy, sell, make or repair jewellery and watches அணிமணிகள் மற்றும் கைக்கடிகாரங்களை வாங்குவது, விற்பது, மேலும் அவற்றைத் தயாரித்தல் அல்லது பழுதுபார்த்தல் முதலிய வேலைகளைத் தொழில் முறையில் செய்பவர்; அணிமணி வணிகர்; நகைத் தொழிலர்; பொற்கொல்லர் **2 the jeweller's** [*sing.*] a shop where jewellery and watches are made, sold and repaired அணிமணிகள் மற்றும் கைக்கடிகாரங்கள் தயாரித்தல், விற்றல், சரிசெய்தல் ஆகியவற்றுக்கான கடை; நகைக்கடை

jewellery (*AmE* **jewelery**) /ˈdʒu:əlri/ *noun* [U] objects such as rings, etc. that are worn as personal decoration தனி அலங்காரமாக அணிந்துகொள்ளப்படும் மோதிரங்கள் முதலிய பொருள்கள்; அணிமணித் தொகுதி; நகை *a piece of jewellery*

jib¹ /dʒɪb/ *noun* [C] **1** a small sail in front of the large sail on a boat கப்பல் பாயின் முன்பகுதியிலுள்ள சிறு பாய் **2** the arm of a **crane¹** பாரந்தூக்கிப் பொறியின் கைப்பகுதி

jib² /dʒɪb/ (**jibbing; jibbed**) *verb* [I] **jib (at sth/at doing sth)** (*old-fashioned*) to refuse to do or accept sth ஒன்றைச் செய்ய அல்லது ஏற்றுக்கொள்ள மறுப்புத்தெரிவி; செயல் பின்னடை; தயக்கம் காட்டு *She agreed to attend but jibbed at making a speech.*

jig¹ /dʒɪg/ *noun* [C] a type of quick dance with jumping movements; the music for this dance விரைவியக்கமுடைய துள்ளல் நடன வகை; விரை திற ஆடல்; இவ்வகை நடனத்திற்கான இசை

jig² /dʒɪg/ *verb* [I] (**jigging; jigged**) **jig about/around** to move about in an excited or impatient way பரபரப்புடன் அல்லது அமைதியற்ற முறையில் இயங்கு

jiggle /ˈdʒɪgl/ *verb* [T] (*informal*) to move sth quickly from side to side விரைவாக ஒன்றை ஆட்டு; குலுக்கு *She jiggled her car keys to try to distract the baby.*

jigsaw /ˈdʒɪgsɔː/ (*also* **jigsaw puzzle**) *noun* [C] a picture on cardboard or wood that is cut into small pieces and has to be fitted together again அட்டைப்பலகையிலிருந்து அல்லது மரக்கட்டையிலிருந்து சிறுசிறு துண்டுகளாக வெட்டியெடுக்கப்பட்டு மீண்டும் இணைத்துப் பொருத்தப்படும் படம்

jilt /dʒɪlt/ *verb* [T] (*usually passive*) to suddenly end a romantic relationship with sb in an unkind way ஒருவருடனான காதல் உறவைத் திடீரென இரக்கமற்ற முறையில் முடித்துக்கொள்; காதல் உறவை வெட்டிவிடு *a jilted bride/lover*

jingle[1] /ˈdʒɪŋgl/ *noun* **1** [*sing.*] a ringing sound like small bells, made by metal objects gently hitting each other உலோகப் பொருள்கள் ஒன்றின் மீது ஒன்று மென்மையாக மோதும்போது எழும் கிணிகிணி என்ற அதிர்வொலி; பன்மணிக் கலகலப்பொலி *the jingle of coins* **2** [C] a short simple tune or song that is easy to remember and is used in advertising on television or radio எளிதில் நினைவில் இருத்துவதற்கு ஏற்றதும் தொலைக்காட்சி அல்லது வானொலி விளம்பரங்களில் பயன்படுத்தப்படுவதுமான எளிமையான குறும்பண் அல்லது குறும்பாடல்

jingle[2] /ˈdʒɪŋgl/ *verb* [I, T] to make or cause sth to make a pleasant gentle sound like small bells ringing சிறு மணிகளின் கிணிகிணி ஓசை போன்ற இனிமையான மெல்லொலி எழுப்பு அல்லது ஒரு பொருளை இவ்வொலியை எழுப்பச் செய் *She jingled the coins in her pocket.*

jinx /dʒɪŋks/ *noun* [C, *usually sing.*] (*informal*) bad luck; a person or thing that people believe brings bad luck to sb/sth வாய்ப்புக் கேடு; துரதிர்ஷ்டம்; ஒருவருக்கு/ஒன்றுக்கு வாய்ப்புக்கேட்டை உண்டாக்குவதாக நம்பப்படும் ஆள் அல்லது பொருள் ▶ **jinx** *verb* [T] ▶ **jinxed** *adj. After my third accident in a month, I began to think I was jinxed.*

the jitters /ˈdʒɪtəz/ *noun* [*pl.*] (*informal*) feelings of fear or worry, especially before an important event or before having to do sth difficult குறிப்பாக முக்கியமான ஒரு நிகழ்ச்சிக்கு முன் அல்லது இடர்ப்பாடுடைய ஒன்றைச் செய்யவேண்டிய நிலைக்கு முன் உண்டாகும் அச்ச உணர்வு அல்லது மனக்கலக்கம்; வெருட்சி; மன நடுக்கம் *Just thinking about the exam **gives me the jitters**!*

jittery /ˈdʒɪtəri/ *adj.* (*informal*) nervous or worried அச்ச உணர்வு கொண்ட; மனக்கலக்கமுற்ற; சஞ்சலப்படுகிற; மனம் நடுங்குகிற

Jnr *abbr.* (*AmE* **Jr.**) Junior (இளையவர், சின்னவர்) என்பதன் குறுக்கம் *Samuel P Carson, Jnr*

job /dʒɒb/ *noun* [C] **1** the work that you do regularly to earn money பணம் ஈட்ட வேண்டி ஒருவர் முறையாகத் தொடர்ந்து செய்யும் வேலை; தொழில்; வாழ்க்கைப்பணி *She **took/got a job** as a waitress.* • *A lot of people will **lose** their **jobs** if the factory closes.*

> **NOTE** ஒரு வேலையைத் தேடுவதை, அதற்கு விண்ணப்பம் செய்வதை அல்லது வேலை கிடைப்பதை **look for**, **apply for** அல்லது **find a job** என்னும் தொடர்களால் தெரிவிக்கிறோம். ஒரு **job** (வேலை) **well paid/highly paid** (நல்ல/உயர்ந்த சம்பளம் கிடைப்பதாக) அல்லது **badly/low paid** ஆக (மோசமான/குறைந்த சம்பளம் கிடைப்பதாக) இருக்கலாம். ஒரு வேலை **full-time** (முழு நேர), **part-time** (பகுதி நேர), **permanent** (நிலையான) அல்லது **temporary** (தற்காலிகமாக) இருக்கலாம். பகுதிநேரப் பணி செய்ய விரும்புவோர் பலர் கூட்டாகச் செய்யும் **job sharing** எனப்படும் ஏற்பாடு தற்போது பெரு வழக்காகி வருகிறது. ➪ **work** பதிவிலுள்ள குறிப்பைப் பார்க்க.

2 a task or a piece of work செயற்பணி; இடுபணி; சில்லறை வேலை; அலுவல் *The garage has **done a good/bad job on** our car.* **3** [*usually sing.*] a duty or responsibility கடமை; பொறுப்பு *It's not his job to tell us what we can and can't do.*

IDM do the job/trick (*informal*) to get the result that is wanted விரும்பிய பயன்விளைவைப் பெறு; செயல் நோக்கம் நிறைவேற்றப் பெறு

have a hard job to do sth/doing sth ➪ **hard[1]** பார்க்க.

it's a good job (*spoken*) it is a good or lucky thing நலமானது; நற்பேறு தருவது; விரும்பத்தக்கது; சரியானது *It's a good job you reminded me—I had completely forgotten!*

just the job/ticket (*informal*) exactly what is needed in a particular situation குறிப்பிட்ட சூழலில் தேவையான மிகச் சரியான ஒன்று; வேண்டப்படும் அதுவேயான ஒன்று

make a bad, good, etc. job of sth to do sth badly, well, etc. மோசமாக, நல்ல முறையில்... ஒன்றைச் செய்

make the best of a bad job ➪ **best[3]** பார்க்க.

out of a job without paid work ஊதியத்திற்குரிய பணியின்றி; வேலையில்லாமல்; வேலையற்று ✪ SYN **unemployed**

jobless /ˈdʒɒbləs/ *adj.* **1** (usually used about large numbers of people) without paid work (வழக்கமாக மிகப் பலரைப் பற்றிக் குறிப்பிடப் பயன்படுத்தப்படுவது) ஊதியத்திற்குரிய பணியின்றி; வேலையில்லாமல் ✪ SYN **unemployed 2 the jobless** *noun* [*pl.*] people without paid work வேலையற்றோர்; வேலையில்லாதவர்கள் ▶ **joblessness** *noun* [U] ✪ SYN **unemployment**

jockey /ˈdʒɒki/ *noun* [C] a person who rides horses in races, especially as a profession குறிப்பாகத் தொழில் முறையில், குதிரைப் பந்தயங்களில் குதிரையைச் செலுத்துபவர்; பந்தயக் குதிரையோட்டி ➪ **DJ** பார்க்க.

jocular /ˈdʒɒkjələ(r)/ *adj.(formal)* **1** humorous or amusing வேடிக்கையான; நகைச்சுவையுடைய; சிரிப்பூட்டுகிற *a jocular comment* **2** (about or of a person) enjoying making people laugh (ஓர் ஆள் வகையில்) பிறரைச் சிரிக்க வைத்து மகிழ்கிற; வேடிக்கைப் பேச்சு பேசுகிற *jocular in nature* ▶ **jocularity** /ˌdʒɒkjəˈlærəti/ *noun* [U] ▶ **jocularly** *adv.*

jodhpurs *noun* [*pl.*] special trousers that you wear for riding a horse குதிரை ஏற்றத்தின்போது அணிந்துகொள்ளப்படும் தனிவகைக் காற்சட்டை

joey /ˈdʒəʊi/ *noun* [C] a young **kangaroo** or **wallaby** கங்காருக் குட்டி அல்லது சிறு கங்காரு வகை விலங்கின் குட்டி ➪ **marsupial** பதிவில் படம் பார்க்க.

jog[1] /dʒɒg/ *verb* (**jogging; jogged**) **1** [I] to run slowly, especially as a form of exercise குறிப்பாக உடற்பயிற்சியாக, மெல்ல ஓடு

> **NOTE** இன்பப் பொழுதுபோக்காக அல்லது உடற்பயிற்சிக்காக மெல்ல ஓடுவதை வழக்கமாக **go jogging** என்ற தொடரால் குறிப்பிடுகிறோம்—*I go jogging most evenings.*

2 [T] to push or knock sb/sth slightly ஒருவரை/ஒன்றை மெல்ல உந்தித் தள்ளு அல்லது இடி *He jogged my arm and I spilled the milk.*

IDM **jog sb's memory** to say or do sth that makes sb remember sth ஒருவருக்கு ஒரு செயல்/பொருள் பற்றி நினைவூட்டும் முறையில் ஒன்றைக் கூறு அல்லது செய்; நினைவைத் தூண்டு

jog[2] /dʒɒg/ *noun* [*sing.*] **1** a slow run as a form of exercise உடற்பயிற்சியாக மெல்ல ஓடுதல்; மெல்லோட்டம் *She* ***goes for a jog*** *before breakfast.* **2** a slight push or knock விசையற்ற தள்ளு, இடி அல்லது நெக்கு

jogger /ˈdʒɒgə(r)/ *noun* [C] a person who goes jogging for exercise உடற்பயிற்சியாக மெல்ல ஓடுபவர்

join[1] /dʒɔɪn/ *verb* **1** [T] **join A to B; join A and B (together)** to fasten or connect one thing to another ஒரு பொருளை மற்றொன்றுடன் சேர்த்துக் கட்டு அல்லது இணை *The two pieces of wood had been carefully joined together.* **2** [I, T] **join (up) (with sb/sth)** to meet or unite (with sb/sth) to form one thing or group ஒரே பொருளாக அல்லது குழுவாக ஆகுமாறு ஒன்றுடன்/ஒருவருடன் சேர்; ஒன்றிணை; ஒன்றுசேர்; ஒன்றுசேர்த்துவை *Do the two rivers join (up) at any point? • Would you like to join us for a drink?* **3** [T] to become a member of a club or organization ஒரு கழகத்தின் அல்லது நிறுவனத்தின் அங்கமாகச் சேர்; உறுப்பினராகு *I've joined an aerobics class. • He joined the company three months ago.* **4** [T] to take your place in sth or to take part in sth ஒன்றில் தனக்குரிய இடத்தைப் பெறு; ஒன்றில் பங்குகொள் அல்லது இடம்பெறு; கலந்துகொள் *We'd better go and join the queue if we want to see the film.* **5** [I, T] **join (with) sb in sth/in doing sth/to do sth; join together in doing sth/to do sth** to take part with sb (often in doing sth for sb else) (பெரும்பாலும் வேறொருவருக்காக ஒன்றைச் செய்வதில்) ஒருவருடன் இணைந்துகொள்; செயலில் உடனிணைந்து பங்குகொள் *Everybody here joins me in wishing you the best of luck in your new job.*

IDM **join forces (with sb)** ➪ **force[1]** பார்க்க.

PHR V **join in (sth/doing sth)** to take part in an activity ஒரு செயலில் பங்குகொள் அல்லது ஈடுபடு *Everyone started singing but Charu refused to join in.*

join up to become a member of the army, navy or air force தரைப்படை, கடற்படை அல்லது விமானப்படையில் சேர்

join[2] /dʒɔɪn/ *noun* [C] a place where two things are fixed or connected இரண்டு பொருள்கள் பொருத்தப்படும் அல்லது இணைக்கப்படும் இடம்; இணைப்பு; மூட்டு *He glued the handle back on so cleverly that you couldn't see the join.*

joiner /ˈdʒɔɪnə(r)/ *noun* [C] a person who makes the wooden parts of a building ஒரு கட்டடத்திற்குரிய மரப்பொருள்களைச் செய்பவர்; மனைத் தச்சர் ➪ **carpenter** பார்க்க.

joinery /ˈdʒɔɪnəri/ *noun* [U] the work of a person who makes all the wooden parts of a building (**a joiner**) or the things made by him/her மனைத் தச்சு வேலைக்காரர் தொழில் அல்லது அவரால் செய்யப்பட்ட மரப்பொருள்களின் தொகுதி; மனைத் தச்சு வேலை

joint[1] /dʒɔɪnt/ *noun* [C] **1** a part of the body where two bones fit together and are able to bend மடக்கக்கூடிய முறையில் இரு எலும்புகள் பொருந்தி ஒன்றிணையும் உடற்பகுதி; மூட்டு; கீல்; எலும்புப் பிணைப்பு **2** the place where two or more things are fastened or connected together, especially to form a corner குறிப்பாக ஒரு முனையாக அமையும்படி, இரண்டு அல்லது இரண்டுக்கு மேற்பட்ட பொருள்கள்

பிணைக்கப்படும் அல்லது இணைக்கப்படும் இடம்; பொருந்துமுனை; இணைப்பு; கணு **3** a large piece of meat that you cook whole in the oven முழுமையாக வெப்ப அடுப்பில் இட்டுப் பக்குவப்படுத்தப்படும் பெரிய இறைச்சித் துண்டு; இறைச்சித் துண்டம் *a joint of mutton*

joint² /dʒɔɪnt/ *adj.* (*only before a noun*) shared or owned by two or more people இரண்டு அல்லது இரண்டுக்கு மேற்பட்டவர்கள் பகிர்ந்து கொள்கிற அல்லது அவர்களுக்குச் சொந்தமான; கூட்டான; கூட்டுடைமையான; உடன் பங்கான *Have you and your husband got a* ***joint account*** (= a shared bank account)*? • a joint decision* ▶ **jointly** *adv.*

joist /dʒɔɪst/ *noun* [C] a long thick piece of wood or metal that is used to support a floor or ceiling in a building ஒரு தளத்திற்கு அல்லது மேற்கூரைக்கு ஆதாரமாக அமைக்கப்படும் நீண்ட தடிப்பான மர அல்லது உலோகத் துண்டு; துலாக்கட்டை; திராவி

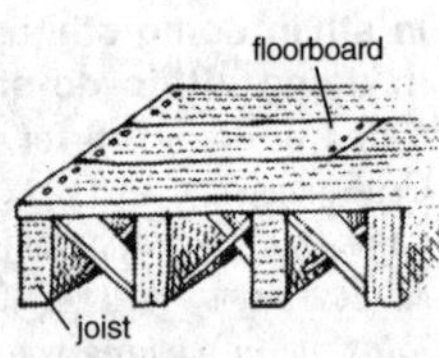

joke¹ /dʒəʊk/ *noun* **1** [C] something said or done to make you laugh, especially a funny story சிரிப்பூட்டும் முறையில் கூறப்படும் அல்லது செய்யப்படும் ஒன்று, குறிப்பாக வேடிக்கைப் பேச்சு அல்லது விகடச் செயல் *to tell/crack jokes • I'm sorry, I didn't* ***get the joke*** (= understand it). ➪ **practical joke** பார்க்க. **2** [*sing.*] a ridiculous person, thing or situation ஏளனத்திற்குரிய ஆள், பொருள் அல்லது நிலை; பழிப்புக்குரியவர்; கேலிப்பொருள் *The salary he was offered was a joke!*

IDM **play a joke/trick on sb** to trick sb in order to amuse yourself or other people தனக்கு அல்லது பிறருக்கு மகிழ்ச்சியூட்டும் பொருட்டு ஒருவரிடம் குறும்பு அல்லது ஏமாற்றுச் செயல்களைச் செய்

see the joke to understand what is funny about a joke or trick ஒரு விகடத்தின் அல்லது விளையாட்டான ஏமாற்றுச் செயலின் நகைச்சுவைத் தன்மையைப் புரிந்துகொள்

take a joke to be able to laugh at a joke against yourself தன்னைக் குறித்த ஒரு கேலிப்பேச்சின் போது சிரிக்கக்கூடியவராகு; தான் விகடத்திற்கு உட்படுத்தப்படும்போது சிரிக்கும் பண்பு கொண்டிரு *The trouble with Nathan is he can't take a joke.*

joke² /dʒəʊk/ *verb* [I] **1 joke (with sb) (about sth)** to say sth to make people laugh; to tell a funny story பிறருக்குச் சிரிப்பூட்டும் முறையில் ஒன்றைக் கூறு; வேடிக்கையான ஒரு நிகழ்ச்சியைப் பற்றிக் கூறு; வேடிக்கைப் பேச்சு பேசு *She spent the evening laughing and joking with her old friends.* **2** to say sth that is not true because you think it is funny சிரிப்பூட்டக்கூடியதாகத் தான் கருதும் உண்மையல்லாத ஒன்றைக் கூறு; விளையாட்டு முறையில் கற்பனையாக ஒன்றைக் கூறு *Don't get upset. I was* ***only joking****!*

IDM **you must be joking; you're joking** (*spoken*) (used to express great surprise) you cannot be serious (பெரு வியப்பை வெளிப்படுத்தும் முறையில் கூறப்படுவது) நீங்கள் விளையாட்டாகத்தான் கூறுகிறீர்கள்! நீங்கள் கூறுவது உள்ளார்ந்ததாக இருக்கமுடியாது!

joker /ˈdʒəʊkə(r)/ *noun* [C] **1** a person who likes to tell jokes or play tricks வேடிக்கைப் பேச்சு அல்லது செயலால் சிரிப்பூட்டுவதில் அல்லது விளையாட்டான செயல்கள் செய்வதில் நாட்டமுடையவர் **2** an extra card which can be used instead of any other one in some card games சில வகை சீட்டாட்டங்களில் எந்தவொரு சீட்டுக்கும் பதிலாகப் பயன்படுத்தப்படக்கூடிய தனி மிகைச் சீட்டு

jolly /ˈdʒɒli/ *adj.* happy மகிழ்ச்சியான; இன்பமூட்டுகிற; இன்பமான

jolt¹ /dʒəʊlt/ *verb* [I, T] to move or make sb/sth move in a sudden rough way திடீர் வல்லியக்கங்களுக்கு உட்படு அல்லது ஒருவரை/ஒன்றை உட்படுத்து; குலுங்கு; குலுக்கு *The lorry jolted along the bumpy track.*

jolt² /dʒəʊlt/ *noun* [C, *usually sing.*] **1** a sudden movement திடுவிரைவான இயக்கம்; திடீர் குலுக்கம் *The train stopped with a jolt.* **2** a sudden surprise or shock திடீர் வியப்புணர்ச்சி அல்லது அதிர்ச்சி; திடுக்கீடு *His sudden anger gave her quite a jolt.*

jostle /ˈdʒɒsl/ *verb* [I, T] to push hard against sb in a crowd கூட்டத்தில் ஒருவர் மீது வலுவுடன் இடி; நெருக்கித் தள்ளு

jot /dʒɒt/ *verb* (**jotting; jotted**)

PHR V **jot sth down** to make a quick short note of sth ஒன்றை விரைவாகக் குறித்துக்கொள்; சுருக்கக் குறிப்பெடு *Let me jot down your address.*

joule /dʒuːl/ *noun* [C] (in physics) a measurement of energy or **work² 7** (இயற்பியலில்) ஆற்றல் அல்லது இயக்கவிசையின் அளவீட்டு அலகு ➪ **kilojoule** பார்க்க.

journal /ˈdʒɜːnl/ *noun* [C] **1** a newspaper or a magazine, especially one in which all the articles are about a particular subject or profession பத்திரிகை அல்லது பருவ இதழ்; குறிப்பாக அனைத்துக் கட்டுரைகளும் குறிப்பிட்ட ஓர் அறிவுத்துறை அல்லது ஒரு பணித்துறை சார்ந்ததாக அமையும் பத்திரிகை/இதழ்;

ஆய்விதழ் *a medical/scientific journal* **2** a written account of what you have done each day ஒவ்வொரு நாளும் ஒருவர் செய்யும் செயல்கள் குறித்த எழுத்து வடிவிலான விவரம்; அன்றாடச் செயற்குறிப்பு; நாட்குறிப்பு *Have you read his journal of the years he spent in India?* ⇨ **diary** பார்க்க.

journalism /ˈdʒɜːnəlɪzəm/ *noun* [U] the profession of collecting and writing about news in newspapers and magazines or talking about it on the television or radio செய்திகளைத் திரட்டி அவற்றைப் பற்றிப் பத்திரிகைகளிலும் பருவ இதழ்களிலும் எழுதும் அல்லது தொலைக்காட்சியில்/வானொலியில் பேசும் பணித்துறை; பத்திரிகைத் துறை

journalist /ˈdʒɜːnəlɪst/ *noun* [C] a person whose job is to collect and write about news in newspapers and magazines or to talk about it on the television or radio செய்திகளைத் திரட்டி அவற்றைப் பற்றிப் பத்திரிகைகளிலும் பருவ இதழ்களிலும் எழுதுபவர் அல்லது தொலைக்காட்சியில்/வானொலியில் பேசுபவர்; பத்திரிகையாளர் ⇨ **reporter** பார்க்க.

journey /ˈdʒɜːni/ *noun* [C] the act of travelling from one place to another, usually on land பெரும்பாலும் நில வழியில், இடம் விட்டு இடம் பயணம் செய்தல்; பயணம் *Did you have a good journey?* • *We'll have to break the journey* (= stop for a rest). ⇨ **travel** பதிவிலுள்ள குறிப்பைப் பார்க்க.

jovial /ˈdʒəʊviəl/ *adj.* (used about a person) happy and friendly (ஆள் வகையில்) மகிழ்ச்சியும் நட்புணர்வும் கொண்ட; இனிமையான; கூடி மகிழ்கிற

joy /dʒɔɪ/ *noun* **1** [U] a feeling of great happiness பெரு மகிழ்வுணர்வு; இன்ப உணர்வு; களிப்பு *We'd like to wish you joy and success in your life together.* **2** [C] a person or thing that gives you great pleasure இன்பஉணர்வு தரும் ஆள் அல்லது பொருள்; களிப்பூட்டுபவர்/களிப்பூட்டுவது *the joys of fatherhood* • *That class is a joy to teach.* **3** [U] (*BrE informal*) (*used in questions and negative sentences*) success or satisfaction வெற்றி; செயல் நிறைவு; மன நிறைவு; திருப்தி *'I asked again if we could have seats with more leg room but* ***got no joy*** *from the check-in-clerk.'*

IDM **jump for joy** ⇨ **jump[1]** பார்க்க.
sb's pride and joy ⇨ **pride[1]** பார்க்க.

joyful /ˈdʒɔɪfl/ *adj.* very happy மகிழ்ச்சி மிக்க; இன்பமான; களிப்பூட்டுகிற *a joyful occasion* ▶ **joyfully** /-fəli/ *adv.* ▶ **joyfulness** *noun* [U]

joyless /ˈdʒɔɪləs/ *adj.* unhappy மகிழ்ச்சியற்ற; வருத்தம் தருகிற; மனக்கவலைக்குரிய *a joyless marriage*

joyriding /ˈdʒɔɪraɪdɪŋ/ *noun* [U] the crime of stealing a car and driving it for pleasure, usually in a fast and dangerous way ஒரு சீருந்தைத் திருடி அதனை மகிழ்ச்சிக்காக, பெரும்பாலும் விரைவாக ஆபத்தான முறையில், ஓட்டிச் செல்லும் குற்றம்; திருட்டுப் பொறிவண்டியில் இன்பப் பயணம் செய்தல் ▶ **joyrider** *noun* [C] ▶ **joyride** *noun* [C]

joystick /ˈdʒɔɪstɪk/ *noun* [C] a handle used for controlling movement on a computer, aircraft, etc. கணிப்பொறி, விமானம் முதலியவற்றில் செயல்பாட்டை/இயக்கத்தைக் கட்டுப்படுத்தப் பயன்படுத்தப்படும் கைப்பிடி

Jr. *abbr.* = **Jnr**

jubilant /ˈdʒuːbɪlənt/ *adj.* (*formal*) extremely happy, especially because of a success குறிப்பாக ஒரு வெற்றியின் காரணமாக, பெரு மகிழ்ச்சியுற்ற; களிப்பு மிக்க; மகிழ்ச்சியில் திளைக்கிற *The football fans were jubilant at their team's victory in the cup.*

jubilation /ˌdʒuːbɪˈleɪʃn/ *noun* [U] (*formal*) great happiness because of a success ஒரு வெற்றியின் காரணமாக ஒருவர் அடையும் பெரு மகிழ்ச்சி; களிப்புணர்ச்சி; இன்பப் பெருக்கு

jubilee /ˈdʒuːbɪliː/ *noun* [C] a special anniversary of an event that took place a certain number of years ago, and the celebrations that go with it குறிப்பிட்ட எண்ணிக்கையுள்ள ஆண்டுகளுக்கு முன் நிகழ்ந்த ஒரு நிகழ்ச்சியின் ஆண்டு நிறைவு நாளும் அது தொடர்பான சிறப்பு விழாவும்; சிறப்பு ஆண்டுவிழா *It's the company's* ***golden jubilee*** *this year* (= it is fifty years since it was started).

NOTE 50 ஆண்டு நிறைவைக் குறிக்கும் **golden jubilee**, 25 ஆண்டு நிறைவைக் குறிக்கும் **silver jubilee**, 60 ஆண்டு நிறைவைக் குறிக்கும் **diamond jubilee** இம்மூன்றும் மக்களால் கொண்டாடப்படுகின்றன.

Judaism /ˈdʒuːdeɪɪzəm/ *noun* [U] the religion of the Jewish people யூதர்களின் சமயம்; யூத மதம்

judge[1] /dʒʌdʒ/ *noun* [C] **1** a person in a court of law whose job is to decide how criminals should be punished and to make legal decisions குற்றவாளிகளைத் தண்டிக்கும் முறை பற்றி முடிவு செய்வது, சட்ட முறைப்பட்ட தீர்ப்புகள் வழங்குவது ஆகியவற்றுக்குப் பொறுப்பான நீதிமன்ற அலுவலர்; நீதிமன்ற நடுவர்; நீதிபதி *The judge sentenced the man to three years in prison.* **2** a person who decides who has won a competition ஒரு போட்டியில் வெற்றி பெறுபவரை முடிவுசெய்யும் ஒருவர்; போட்டியின் நடுவர் *a panel of judges* **3** [*usually sing.*] **a judge of sth** a person who has the ability or knowledge to give an opinion about sth ஒன்று குறித்துக் கருத்து வழங்கும் திறமை அல்லது அறிவாற்றல் உடையவர்; தேர்ந்துரைப்பவர் *You're a good judge of character—what do you think of him?*

judge² /dʒʌdʒ/ *verb* **1** [I, T] to form or give an opinion about sb/sth based on the information you have தன்னிடம் உள்ள தரவுகளின்/தகவலின் அடிப்படையில் ஒரு கருத்துக் கொள் அல்லது ஒரு கருத்தைக் கூறு; தேர்ந்துரை; மதிப்பீடு செய் ***Judging by/from** what he said, his work is going well.* • *It's difficult to judge how long the project will take.* **2** [T] to decide the result or winner of a competition ஒரு போட்டியின் முடிவை அல்லது வெற்றியாளரை அறுதிசெய்; போட்டி முடிவு கூறு *The head teacher will judge the competition.* **3** [T] to form an opinion about sb/sth, especially when you disapprove of him/her/it ஒருவர்/ஒன்று பற்றி, குறிப்பாக அவர்/அது தனது ஏற்புக்கு உரியவரல்லாததாக/உரியதல்லாததாக இருக்கும் நிலையில், கருத்துக் கொள்; குணங்குறை தேர்ந்து முடிவு-செய் *Don't judge him too harshly—he's had a difficult time.* **4** [T] to decide if sb is guilty or innocent in a court of law நீதிமன்றத்தில் ஒருவர் குற்றவாளி அல்லது நிரபராதி என்பதை முடிவு-செய்; குற்ற வழக்கில் தீர்ப்பளி

judgement (*also* **judgment**) /ˈdʒʌdʒmənt/ *noun* **1** [U] the ability to form opinions or to make sensible decisions (ஒன்று குறித்து) கருத்துக் கொள்ளும் அல்லது அறிவுபூர்வமாக முடிவுசெய்யும் ஆற்றல்; பகுத்துணர்வு *to have good/poor/sound judgement* **2** [C, U] an opinion formed after carefully considering the information you have தன்னிடமுள்ள தகவலைக் கவனமாக ஆராய்ந்து அதன் அடிப்படையில் கொள்ளும் கருத்து; மதிப்பீடு; திறனாய்வு *What, **in your judgement**, would be the best course of action?* **3 judgment** [C] an official decision made by a judge or a court of law ஒரு நீதிபதியின் அல்லது நீதிமன்றத்தின் அதிகாரபூர்வமான முடிவு; தீர்ப்பு *The man collapsed when the judgment was read out in court.*

Judgement Day (*also* **the Day of Judgement** and **the Last Judgement**) *noun* [*sing.*] the day at the end of the world when, according to some religions, God will judge everyone who has ever lived உலகில் வாழ்ந்திருந்த அனைவர் மீதும் கடவுள் தீர்ப்பு வழங்கும் நாளாக சில சமயங்களால் நம்பப்படும் உலகின் இறுதி நாள்; இறுதித் தீர்ப்பு நாள்; ஊழிக் கடைத்தீர்ப்பு நாள்

judicial /dʒuˈdɪʃl/ *adj.* connected with a court of law, a judge or a legal judgment நீதிமன்றம், நீதிபதி அல்லது நீதிமன்றத் தீர்ப்புத் தொடர்பான *the judicial system*

judiciary /dʒuˈdɪʃəri/ *noun* [C, *with sing. or pl. verb*] (*pl.* **judiciaries**) the judges of a country or a state, when they are considered as a group ஒரு நாட்டின் அல்லது மாநிலத்தின் நீதிபதிகளின் குழு; நீதித்துறை *an independent judiciary*

judicious /dʒuˈdɪʃəs/ *adj.* (used about a decision or an action) sensible and carefully considered; showing good judgement (ஒரு முடிவு அல்லது செய்கை பற்றிக் குறிப்பிடுகையில்) அறிவு பூர்வமானதும் சிந்தித்து ஆற்றப்பட்டதுமான ▶ **judiciously** *adv.*

judo /ˈdʒuːdəʊ/ *noun* [U] a sport from Asia in which two people fight and try to throw each other to the ground இருவர் சண்டையிட்டு ஒருவரையொருவர் தரையில் வீழ்த்த முயலும் ஆசிய விளையாட்டு வகை; மற்போர் வகை ➪ **martial arts** பார்க்க.

jug /dʒʌg/ (*AmE* **pitcher**) *noun* [C] a container with a handle used for holding or pouring liquids திரவப் பொருள்களை உள்ளிட்டு வைப்பதற்கான அல்லது ஊற்றுவதற்கான, கைப்பிடியுடன் கூடிய கொள்கலம்; கூஜா *a milk jug* • *a jug of water*

juggle /ˈdʒʌgl/ *verb* [I, T] **1 juggle (with sth)** to keep three or more objects such as balls in the air at the same time by throwing them one at a time and catching them quickly ஒவ்வொன்றாக மேலெறிந்தும் விரைந்து பிடித்தும், மூன்று அல்லது மூன்றுக்கு மேற்பட்ட (பந்து, முதலிய) பொருள்களை ஒரே சமயத்தில் காற்றுவெளியில் இருக்குமாறு செய் **2 juggle sth (with sth)** to try to deal with two or more important jobs or activities at the same time ஒரே சமயத்தில் இரண்டு அல்லது இரண்டுக்கு மேற்பட்ட முக்கியமான பணிகளை அல்லது செயல்களைக் கையாள முயல்

juggler /ˈdʒʌglə(r)/ *noun* [C] a person who juggles to entertain people மக்களை மகிழ்விக்கப் பொருள்களைக் காற்று வெளியில் சுண்டி-விடுதல் போன்ற கேளிக்கைச் செயல்கள் செய்பவர்

jugular /ˈdʒʌgjələ(r)/ (*also* **jugular vein**) *noun* [C] any of the three large tubes (**veins**) in your neck that carry blood away from your head to your heart தலையிலிருந்து இதயத்திற்குக் குருதியைக் கொண்டுசெல்லும் கழுத்திலுள்ள மூன்று பெரிய நாளங்களில் ஒன்று; குரல்-வளை நாளம்

juice /dʒuːs/ *noun* [C, U] **1** the liquid that comes from fruit and vegetables பழங்கள் மற்றும் காய்கறிகளிலிருந்து பெறப்படும் சாறு *carrot/grapefruit/lemon juice* **2** the liquid that comes from a piece of meat when it is cooked சமைக்-கும்போது இறைச்சியிலிருந்து வடியும் நீர்மம்;

இறைச்சியின் நீர்ச்சத்து *You can use the juices of the meat to make gravy.* **3** the liquid in your stomach or another part of your body that deals with the food you eat இரைப்பையில் அல்லது வேறோர் உறுப்பில் உள்ளதும் உண்ணும் உணவைச் செரிக்கச்செய்வதுமான நீர்மப் பொருள்; உடலின் நீர்க்கூறு *gastric/digestive juices*

juicy /ˈdʒuːsi/ *adj.* (**juicier; juiciest**) **1** containing a lot of juice சாறு நிறைந்துள்ள; சாற்றுச் செறிவான *juicy oranges* **2** (*informal*) (used about information) interesting because it is shocking (தகவல்/செய்தி வகையில்) அதிர்ச்சியூட்டுவதாக உள்ளதால் ஆர்வத்தைத் தூண்டுகிற; சிலிர்ப்பூட்டுகிற; மனக்கிளர்ச்சி கொள்ளச் செய்கிற *juicy gossip*

jukebox /ˈdʒuːkbɒks/ *noun* [C] a machine in a cafe or bar, that plays music when money is put in உணவகத்தில் அல்லது மது அருந்தகத்தில் உள்ள, நாணயங்களை உள்ளிட்டு இசை கேட்பதற்கான பொறி; தானியல் இசைப்பொறி

July /dʒuˈlaɪ/ *noun* [U, C] (*abbr.* **Jul.**) the seventh month of the year, coming after June ஆண்டில் ஜூன் மாதத்தை அடுத்து வரும், ஏழாவது மாதம்; ஜூலை

> **NOTE** மாதங்கள் வாக்கியங்களில் பயன்படுத்தப்படும் முறை பற்றி அறிய **January** பதிவிலுள்ள எடுத்துக்காட்டுகளை மற்றும் குறிப்பைப் பார்க்க.

jumble¹ /ˈdʒʌmbl/ *verb* [T] (*usually passive*) **jumble sth (up/together)** to mix things together in a confused and untidy way ஒழுங்கற்ற, குழப்பமூட்டும் முறையில் பொருள்களை ஒன்றுசேர்; தாறுமாறாகக் கலக்கு

jumble² /ˈdʒʌmbl/ *noun* **1** [*sing.*] an untidy group of things பொருள்களின் ஒழுங்கற்ற முறையிலான தொகுப்பு; தாறுமாறான குவியல் *a jumble of papers/ideas* **2** [U] (*BrE*) a collection of old things for a jumble sale வேண்டாத பழைய பொருள்களின் விற்பனைக்கான குவியல் *Have you got any jumble you don't want?*

jumbo¹ /ˈdʒʌmbəʊ/ *adj.* (*informal*) (*only before a noun*) very large மிகப்பெரிய; பேரளவுடைய; பெருத்த

jumbo² /ˈdʒʌmbəʊ/ *noun* [C] (*pl.* **jumbos**) (*also* **jumbo jet**) a very large aircraft that can carry several hundred passengers நூற்றுக் கணக்கில் பயணிகள் இடம் கொள்ளக்கூடிய மிகப்பெரிய விமானம்

jump¹ /dʒʌmp/ *verb* **1** [I] to move quickly into the air by pushing yourself up with your legs and feet, or by stepping off a high place குதி; தாவு *to jump into the air/off a bridge/onto a chair* • *Jump up and down to keep warm.* **2** [I] to move quickly and suddenly விரைவியக்கமுடனும் திடீரெனவும் இயங்கு; தாவிச் செல் *The telephone rang and she jumped up to answer it.* • *A taxi stopped and we jumped in.* **3** [T] to get over sth by jumping பாய்ந்தெழுந்து ஒன்றைக் கட; எழும்பித் தாண்டு *The dog jumped the fence and ran off down the road.* **4** [I] to make a sudden movement because of surprise or fear வியப்பு அல்லது அச்சம் காரணமாகத் திடீர் இயக்கம் கொள்; துள்ளிக் குதி *'Oh, it's only you—you made me jump,' he said.* **5** [I] **jump (from sth) to sth; jump (by) (sth)** to increase suddenly by a very large amount ஒன்றின் விலைமதிப்பு, எண்ணிக்கை முதலியவை திடீரென மிகப்பெரிய அளவில் அதிகரி; எகிறு *Prices jumped (by) 50% in the summer.* **6** [I] **jump (from sth) to sh** to go suddenly from one point in a series, a story, etc. to another ஒரு வரிசைத் தொகுதி, கதை முதலியவற்றில் ஒரு பகுதியிலிருந்து மற்றொரு பகுதிக்கு எதிர்பாராத முறையில் செல்; திடீரெனத் தாவு *The book kept jumping from the present to the past.*

IDM climb/jump on the bandwagon ➪ **bandwagon** பார்க்க.

jump for joy to be extremely happy about sth ஒன்று குறித்து அடங்கா மகிழ்ச்சியுடன் இரு; பெரு மகிழ்ச்சியினால் துள்ளு

jump the gun to do sth too soon, before the proper time குறிப்பிட்ட நேரத்திற்கு முன்னதாகவே ஒன்றைச் சீக்கிரமாகச் செய்

jump the queue to go to the front of a line of people (**queue**) without waiting for your turn தனது முறைக்காகக் காத்திராமல் வரிசையின் முன்பகுதிக்குச் செல்; வரிசையில் முறைகடந்து முந்து

jump to conclusions to decide that sth is true without thinking about it carefully enough வேண்டிய அளவுக்குக் கவனமாகச் சிந்திக்காமல் ஒன்று உண்மை என்ற முடிவுக்கு வா; அவசர முடிவெடு

PHR V jump at sth to accept an opportunity, offer, etc. with enthusiasm ஒரு வாய்ப்பு, விருப்பக்கொடை முதலியவற்றை உற்சாகத்துடன் ஏற்றுக்கொள் அல்லது ஒப்புக்கொள் *Of course I jumped at the chance to work in New York for a year.*

jump² /dʒʌmp/ *noun* [C] **1** an act of jumping குதித்தல்; குதிப்பு; துள்ளல்; தாவல்; தாண்டுதல் *With a huge jump the horse cleared the hedge.* • *to do a parachute jump* ➪ **high jump** மற்றும் **long jump** பார்க்க. **2 a jump (in sth)** a sudden increase in amount, price or value ஒரு தொகை, விலை அல்லது மதிப்பில் நிகழும் திடீர் உயர்வு; திடீர் ஏற்றம் **3** a thing to be jumped over தாவிக் கடக்க வேண்டிய

ஒன்று; தாண்டிச் செல்லுதற்குரியது *The horse fell at the first jump.*

jumper /ˈdʒʌmpə(r)/ *noun* [C] **1** (*BrE*) a piece of clothing with sleeves, usually made of wool, that you wear on the top part of your body வழக்கமாகக் கம்பளியால் நெய்யப்பட்ட, கைப்பகுதியுடைய மேற்சட்டை ➪ **sweater** பதிவிலுள்ள குறிப்பைப் பார்க்க. **2** a person or animal that jumps குதிப்பவர்; குதிக்கும் அல்லது பாயும் விலங்கு

jumpy /ˈdʒʌmpi/ *adj.* (*informal*) nervous or worried மனக் கலக்கமுற்ற; அச்சமடைந்த; கவலையுற்ற

junction /ˈdʒʌŋkʃn/ *noun* [C] a place where roads, railway lines, etc. meet சாலைகள், இருப்புப் பாதைகள் முதலியவை கூடுமிடம்; சந்திப்பு

juncture /ˈdʒʌŋktʃə(r)/ *noun* [C] a particular point in time ஒரு காலகட்டத்தின் குறிப்பிட்ட வேளை அல்லது தறுவாய் *The battle had reached a crucial juncture.*

June /dʒuːn/ *noun* [U, C] (*abbr.* **Jun.**) the sixth month of the year, coming after May ஆங்கில ஆண்டின் ஆறாவது மாதமும் மே மாதத்தை அடுத்து வருவதுமான மாதம்; ஜூன்

NOTE மாதங்கள் வாக்கியங்களில் பயன்படுத்தப்படும் முறை குறித்து அறிய **January** பதிவிலுள்ள எடுத்துக்காட்டுகளை மற்றும் குறிப்பைப் பார்க்க.

jungle /ˈdʒʌŋgl/ *noun* [C, U] a thick forest in a hot tropical country வெப்ப மண்டல நாட்டிலுள்ள அடர்ந்த காடு; அடர்ந்த வெப்ப மண்டலக் காடு *the jungles in Kerala* ➪ **forest** பதிவிலுள்ள குறிப்பைப் பார்க்க.

junior[1] /ˈdʒuːniə(r)/ *adj.* **1 junior (to sb)** having a low or lower position (than sb) in an organization, etc. ஒரு நிறுவனம் முதலியவற்றில் கீழ்நிலையில் அல்லது ஒருவரை விடத் தாழ்ந்த நிலையில் உள்ள; தாழ்ந்த படிநிலையில் உள்ள; இள நிலையில் உள்ள *a junior officer/doctor/ employee* • *A lieutenant is junior to a captain in the army.* **2 Junior** (*abbr.* **Jnr, Jr.**) (*AmE*) used after the name of a son who has the same first name as his father தனது தந்தையின் முதற்பெயரையே தானும் கொண்டுள்ள ஒருவரது பெயருக்குப் பின் பயன்படுத்தப்படும் சொல்; இளைய *Sammy Davis, Junior* **3** (*BrE*) of or for children below a particular age குறிப்பிட்ட வயதுக்குக் குறைந்த சிறுவர்களுக்குரிய, சிறுவர்களுக்கான அல்லது சிறுவர்கள் தொடர்பான *the junior athletics championships* ➪ **senior**[1] பார்க்க.

junior[2] /ˈdʒuːniə(r)/ *noun* **1** [C] a person who has a low position in an organization, etc. ஒரு நிறுவனம் முதலியவற்றில் கீழ்ப்படி நிலையில் உள்ளவர்; இளம்படியினர் **2** [*sing.*] (with his, her, your, etc.) a person who is younger than sb else by the number of years mentioned குறிப்பிட்ட ஆண்டுகள் அளவில் வேறொருவரை விட வயதில் குறைந்தவர்; இளையவர்; சிறியவர் *She's two years his junior/his junior by two years.* **3** [C] (*BrE*) a child who goes to junior school இளநிலைப் பள்ளியில் பயிலும் சிறுவன்/சிறுமி *The juniors are having an outing to a museum today.* ➪ **senior**[2] பார்க்க.

junk /dʒʌŋk/ *noun* [U] (*informal*) things that are old or useless or do not have much value பழைமைப்பட்டுவிட்ட, பயன்தீர்ந்த அல்லது மதிப்பிழந்த பொருள்கள்; கழிபொருள்கள் *There's an awful lot of junk up in the attic.*

junk food *noun* [U] (*informal*) food that is not very good for you but that is ready to eat or quick to prepare உண்ணுவதற்குத் தயார் நிலையில் உள்ள அல்லது விரைவாகத் தயாரிக்கக்கூடிய, எனினும் உடல் நலத்திற்கு அவ்வளவாக நல்லதல்லாத உணவு; ஆயத்த உணவு

junta /ˈdʒʌntə/ *noun* [C, *with sing. or pl. verb*] a group, especially of military officers, who rule a country by force வலிமையால் ஒரு நாட்டை ஆட்சி செய்யும், குறிப்பாக படைத்துறை அதிகாரிகள் அடங்கிய குழு; வல்லாட்சிக் குழு

Jupiter /ˈdʒuːpɪtə(r)/ *noun* [*sing.*] the planet that is fifth in order from the sun சூரியனிடமிருந்து வரிசை முறையில் ஐந்தாவதாக உள்ள கோள்; வியாழன் ➪ **the solar system** பதிவில் படம் பார்க்க.

jurisdiction /ˌdʒʊərɪsˈdɪkʃn/ *noun* [U] legal power or authority; the area in which this power can be used சட்ட ஆட்சி; சட்ட அதிகாரம்; சட்ட ஆட்சிப் பரப்பு அல்லது அதிகார எல்லை; நீதியின் செயலாட்சி அல்லது செயலாட்சிப் பரப்பு *That question is outside the jurisdiction of this council.*

juror /ˈdʒʊərə(r)/ *noun* [C] a member of a jury முறைமன்ற நடுவர் குழு உறுப்பினர்; அறங்கூறாய உறுப்பினர்

jury /ˈdʒʊəri/ *noun* [C, *with sing. or pl. verb*] (*pl.* **juries**) **1** a group of members of the public in a court of law who listen to the facts about a crime and decide if sb is guilty or not guilty நீதிமன்றத்தில் ஒரு குற்றம் பற்றிய உண்மைகளைக் கேட்டறிந்து ஒருவர் குற்றவாளி/நிரபராதி என்பதை முடிவு செய்யும் பொதுமக்கள் சார்ந்த ஒரு குழுவினர்; முறைமன்ற ஆயம்; அறங்கூறாயம் *Has/have the jury reached a verdict?* **2** a group of people who decide who is the winner in a competition ஒரு போட்டியில் வெற்றி பெற்றவரை முடிவு செய்யும் குழுவினர் *The jury is/are about to announce the winners.*

just¹ /dʒʌst/ *adv.* **1** a very short time before சற்று நேரத்திற்கு முன்பு; சற்று முன் *She's just been to the shops.* **2** at exactly this/that moment, or immediately after சரியாக இந்த/அந்தக் கணத்தில்; இப்போதுதான்/அப்போதுதான்; உடனடியாகப் பின்னர்; அடுத்த கணத்தில் *He was **just about to** break the window when he noticed a policeman.* • *I was **just going to** phone my mother when she arrived.* • ***Just as** I was beginning to enjoy myself, John said it was time to go.* • ***Just then** the door opened.* **3** exactly சரியாக; சரி நுட்பமாக; துல்லியமாக; அப்படியே; கணக்காக *You're **just as** clever **as** he is.* **4** only மட்டும்; மட்டுமே; தான்; வெறும்; வேறல்லாது *She's just a child.* • *Just a minute! I'm nearly ready.* **5** almost not; hardly போதும் போதாததாக; அரிதாக; சற்றுக் குறைந்த நிலையிலேயே *We got to the station **just in time**.* **6** (*often with the imperative*) used for getting attention or to emphasize what you are saying பிறர் கவனத்தை ஈர்க்க அல்லது தான் கூறுவதை வலியுறுத்தப் பயன்படுத்தப்படுவது *Just let me speak for a moment, will you?* **7** used with 'might', 'may' or 'could' to express a slight possibility மிகுதியாயிராத அல்லது அருகலான வாய்ப்பு நிலையைக் குறிப்பிட 'might', 'may' அல்லது 'could'-உடன் பயன்படுத்தப்படுவது *This might just/just might be the most important decision of your life.* **8** really; absolutely உண்மையிலேயே; முற்றிலும்; மெய்யாக; உறுதியாக; ஐயத்திற்கிடமின்றி *The whole day was just fantastic!*

IDM all/just the same ⇨ **same** பார்க்க.

it is just as well (that...) it is a good thing நல்லது; நலமானது; விரும்பத்தக்கது; சரியானது *It's just as well you remembered to bring your umbrella!* ⇨ **(just) as well (to do sth)** என்னும் தொடரை **well** பதிவில் பார்க்க.

just about almost or approximately பெரும்பாலும்; ஏறத்தாழ; கிட்டத்தட்ட *I've just about finished.*

just in case in order to be completely prepared or safe முழு ஆயத்தநிலையில் இருக்கும் பொருட்டு அல்லது பாதுகாப்புக்காக *It might be hot in Goa—take your shorts just in case.*

just now 1 at this exact moment or during this exact period இக்கணத்தில்; இவ்வேளையில்; சரியாக இக்கணத்திலேயே அல்லது இந்தக் காலப்பகுதியிலேயே *I can't come with you just now—can you wait 20 minutes?* **2** a very short time ago சற்று முன்; இப்போதுதான் *I saw Venkatesh just now.*

just so exactly right முற்றிலும் சரி; சரி நுட்பமானது; துளிகூடப் பிசகாதது

not just yet not now, but probably quite soon தற்போது முடியாதெனினும் பெரும்பாலும் மிக விரைவில்

just² /dʒʌst/ *adj.* fair and right; reasonable நேர்மையான; முறை தவறாத; நடுநிலையான; நியாயமான *I don't think that was a very just decision.* ▶ **justly** *adv.*

justice /ˈdʒʌstɪs/ *noun* **1** [U] the fair treatment of people பிறரை நியாயமான முறையில் நடத்துதல்; முறை தவறாமை; நீதி *a struggle for justice* **2** [U] the quality of being fair or reasonable நடுநிலை; நேர்மை; நியாய உணர்வு *Everybody realized the justice of what he was saying.* **3** [U] the law and the way it is used சட்டமும் அதன் செயல்பாடும்; சட்ட நடவடிக்கை *the criminal justice system* **4** [C] (*AmE*) a judge in a court of law நீதிமன்ற நடுவர்; நீதிபதி

IDM do justice to sb/sth; do sb/sth justice to treat sb/sth fairly or to show the real quality of sb/sth ஒருவரை/ஒன்றை நியாயமான முறையில் அல்லது நடுநிலை தவறாது நடத்து; நேர்மை காட்டு; ஒருவருடைய/ஒன்றின் உண்மையான இயல்பை வெளிப்படுத்து *I don't like him, but to do him justice, he's a very clever man.* • *The photograph doesn't do her justice—she's actually very pretty.*

a miscarriage of justice ⇨ **miscarriage** பார்க்க.

justifiable /ˌdʒʌstɪˈfaɪəbl/ *adj.* that you can accept because there is a good reason for it பொருத்தமான காரணமிருப்பதால் ஏற்கத்தக்கதான; சரியெனக் காட்டத்தக்க; நியாயப்படுத்தக்கூடிய; நேர்மையானது என நிறுவத்தக்க *His action was entirely justifiable.* ▶ **justifiably** /ˈdʒʌstɪfaɪəbli; ˌdʒʌstɪˈfaɪəbli/ *adv.*

justification /ˌdʒʌstɪfɪˈkeɪʃn/ *noun* [C, U] **(a) justification (for sth/doing sth)** (a) good reason சரியான காரணம்; நியாய அடிப்படை; ஏற்கத்தக்க முகாந்திரம் *I can't see any justification for cutting his salary.*

justify /ˈdʒʌstɪfaɪ/ *verb* [T] (*pres. part.* **justifying**; *3rd person. sing. pres.* **justifies**; *pt, pp* **justified**) to give or be a good reason for sth ஒன்றுக்குச் சரியான காரணம் கூறு அல்லது சரியான காரணமாகு; ஒன்றை நியாயப்படுத்து *Can you justify your decision?*

jut /dʒʌt/ *verb* [I] (**jutting; jutted**) **jut (out) (from/into/over sth)** to stick out further than the surrounding surface, objects, etc. சுற்றுப்பரப்பு, சுற்றியுள்ள பொருள்கள் முதலியவற்றை விடக் கூடுதலாக முன்னால் துருத்திக் கொண்டிரு *rocks that jut out into the sea*

jute /dʒu:t/ *noun* [U] thin threads from a plant that are used for making rope and rough cloth (**sackcloth**) கயிறு, சாக்குத் துணி ஆகியவை தயாரிக்கப் பயன்படுத்தப்படும் சணல் நார்

juvenile /ˈdʒu:vənaɪl/ *adj.* **1** (*formal*) of, for or involving young people who are not yet adults வயதுக்கு வராத இளம் வயதினருக்கு உரிய, இளம் வயதினர் தொடர்பான, இளம் வயதினருக்கான அல்லது இளம் வயதினரை உள்ளடக்கிய; இளமைப்பருவம் சார்ந்த; இளைஞருக்குரிய *juvenile crime* **2** behaving like sb of a younger age; childish வயது வராத இளம் பருவத்தினரைப் போல நடந்துகொள்கிற; சிறு பிள்ளைத்தனமான; பக்குவப்படாத *He's twenty but he is still quite juvenile.* ▶ **juvenile** *noun* [C]

juvenile delinquent *noun* [C] a young person who is guilty of committing a crime குற்றம் செய்துள்ள இளம் வயதுடைய ஒருவர்; இளம் குற்றவாளி

juxtapose /ˌdʒʌkstəˈpəʊz/ *verb* [T] (*formal*) to put two people, things, etc. very close together, especially in order to show how they are different குறிப்பாக இரு நபர்கள், பொருள்கள் முதலியவற்றின் வேறுபாட்டுத் தன்மையைத் தெளிவுபடுத்தும் பொருட்டு அவர்களை/அவற்றை அடுத்தடுத்து அமையச்செய்; அருகருகாக வைத்து நோக்கு *The artist achieves a special effect by juxtaposing light and dark.* ▶ **juxtaposition** /ˌdʒʌkstəpəˈzɪʃn/ *noun* [U]

K k

K, k[1] /keɪ/ *noun* [C, U] (*pl.* **K's; k's** /keɪz/) the eleventh letter of the English alphabet ஆங்கில நெடுங்கணக்கின் பதினோராம் எழுத்து *'Kaveri' begins with (a) 'K'.*

K[2] /keɪ/ *abbr.* **1** (*informal*) one thousand ஓராயிரத்தைக் குறிக்கும் சுருக்கக் குறியீடு *She earns 22K (= Rs 22,000) a year.* **2** (*technical*) kelvin வெப்ப அளவீட்டு அலகான kelvin என்பதன் குறுக்கம்

kabab *noun* [C] small pieces of meat, vegetables, etc. that are cooked on a stick (**a skewer**) ஒரு பற்றுக்கோலில் செருகிச் சமைக்கப்படும் இறைச்சி மற்றும் காய்கறிகளின் சிறு கூறுகள்

kabaddi *noun* [C] a game of Indian origin played by two teams of twelve players each, of which seven are on court at a time. A player from each team while uttering the word 'kabaddi' has to cross the dividing line to the other team, try to touch one or more player(s) of the rival team and return to his side without being caught கபடி ஆட்டம்

kaivalya *noun* [U] (*IndE*) the state of absolute **bliss** or inner freedom; final **emancipation** முழு நிறைவான இன்ப நிலை அல்லது ஆத்ம சுதந்திரம்; மோட்சம்; கைவல்லியம்

kaju *noun* [C] (*IndE*) = **cashew**

kaleidoscope /kəˈlaɪdəskəʊp/ *noun* [C] **1** a large number of different things பேரளவிலான வெவ்வேறான பொருள்கள்; பல்வேறு பொருள்களின் நிறைவளம்; பல்பொருட்குவை **2** a toy that consists of a tube containing mirrors and small pieces of coloured glass. When you look into one end of the tube and turn it, you see changing patterns of colours முகம் பார்க்கும் கண்ணாடிகளும் சிறு வண்ணக் கண்ணாடித் துண்டுகளும் உள்ளடங்கிய குழலை உடைய விளையாட்டுக் கருவி. குழலின் ஒரு முனையின் ஊடாகப் பார்த்துக்கொண்டு அதனைத் திருப்பும்போது வெவ்வேறாக மாறும் வண்ணப் படிவங்கள் அதில் காணப்படும்; பல்வண்ணக் காட்சிக் கருவி

kameez *noun* [C] a piece of clothing like a long shirt worn by many people from south Asia and the Middle East தெற்கு ஆசியாவிலும் மத்திய கிழக்கு நாடுகளிலும் பலர் அணியும் நீண்ட சட்டை போன்ற உடுப்பு

kangaroo /ˌkæŋɡəˈruː/ *noun* [C] (*pl.* **kangaroos**) an Australian animal that moves by jumping on its strong back legs and that carries its young in a pocket of skin (**a pouch**) on its stomach தன் உறுதியான பின்கால்களால் குதித்துச் செல்வதும் வயிற்றுப் பையில் தன் குட்டியினைக் கொண்டுசெல்வதுமான ஆஸ்திரேலிய விலங்கு வகை; கங்காரு ➪ **marsupial** பதிவில் படம் பார்க்க.

kaolin /ˈkeɪəlɪn/ (*also* **china clay**) *noun* [U] a type of fine white clay that is used in some medicines and in making cups, plates, etc. சிலவகை மருந்துகளிலும், கோப்பைகள், தட்டங்கள் முதலியவை செய்வதிலும் பயன்படுத்தப்படும் மென்மையான வெள்ளைக் களிமண் வகை

karaoke /ˌkæriˈəʊki/ *noun* [U] a type of entertainment in which a machine plays only the music of popular songs so that people can sing the words themselves குழுமியுள்ளவர்கள் உடனிணைந்து பாடுவதற்கு ஏற்றவாறு பொதுமக்களிடையே வழங்குகிற பாடல்களின் இசையை மட்டும் ஒரு பொறியமைப்பை இசைக்கச்செய்யும் பொழுதுபோக்கு நிகழ்ச்சி வகை

karat (*AmE*) = **carat**

karate /kəˈrɑːti/ *noun* [U] a style of fighting originally from Japan in which the hands and feet are used as weapons (ஜப்பான் நாட்டில் தோன்றிய) கைகளையும் பாதங்களையும் ஆயுதங்களாகப் பயன்படுத்திச் சண்டை செய்யும் பாணி; கராத்தே ➪ **martial arts** பார்க்க.

karma *noun* [U] **1** (in Hinduism and Buddhism) the sum of a person's good and bad actions in this and previous states of existence, viewed as affecting his/her future fate அடுத்து வரும் பிறவியில் விளைபயன் உண்டுபண்ணுவதாகக் கருதப்படும் முற்பிறவியில் மற்றும் இப்பிறவியில் செய்த நல்ல மற்றும் தீய செயல்களின் தொகுதி; கருமம்; முன்வினைப் பயன்; ஊழ் **2** (*informal*) the good or bad effect of doing something ஒரு செயலின் நல்ல அல்லது கெட்ட விளைவு *They believe that killing insects is bad karma.*

kart /kɑːt/ = **go-kart**

Kathakali *noun* [U] a traditional dramatic dance form from Kerala, marked by elaborate facial make-up and **minute** facial gestures விரிவான முக ஒப்பனையும் நுண்ணிய முக பாவனைகளும் கொண்ட, கேரள மாநிலத்தின் பாரம்பரிய நாட்டிய நாடகம்; கதகளி

kayak /ˈkaɪæk/ *noun* [C] a light narrow boat (**a canoe**) for one person, that you move using a stick with a flat part at each end (**a paddle**) துடுப்பை இயக்கிச் செலுத்தப்படும், ஒருவர்

செல்வதற்கான பளுவற்ற ஒடுக்கமான படகு; தோணி ⇨ **boat** பதிவில் படம் பார்க்க.

kebab = **kabab**

keel¹ /ki:l/ *noun* [C] a long piece of wood or metal on the bottom of a boat that stops it falling over sideways in the water படகு பக்கவாட்டில் சாய்ந்து கவிழ்ந்துவிடாமல் தடுக்க அதன் அடித்தளத்தில் அமைக்கப்பட்டிருக்கும் நீளமான மர அல்லது உலோகத் துண்டு; படகு அடிக்கட்டை

keel² /ki:l/ *verb*

PHR V **keel over** to fall over திடீரெனக் கீழே விழு; தரையில் கவிழ்வுறு

keen /ki:n/ *adj.* **1 keen (to do sth/that...)** very interested in sth; wanting to do sth ஒன்றில் மிகுதியான ஆர்வ ஈடுபாடு கொண்டுள்ள; ஒன்றைச் செய்ய விரும்புகிற; முனைப்பார்வம் உடைய *They are both keen gardeners.* **2** (used about one of the senses, a feeling, etc.) good or strong (புலனுணர்வு, உணர்ச்சி முதலியவை வகையில்) நன்னிலையில் உள்ள; முனைப்பான; அழுத்தமான; தீவிரமான *Foxes have a keen sense of smell.*

IDM **keen on sb/sth** very interested in or having a strong desire for sb/sth ஒருவர்/ஒன்று மீது பற்றீடுபாடு அல்லது அழுத்தமான விருப்பம் கொண்டிருக்கிற; ஆர்வம் மிக்க *He's very keen on jazz.* ▶ **keenly** *adv.* ▶ **keenness** *noun* [U]

keep¹ /ki:p/ *verb* (*pt, pp* **kept** /kept/) **1** [I] to continue to be in a particular state or position குறிப்பிட்ட நிலையில் தொடர்ந்து இரு; ஒரு நிலையில் மாறாது நீடித்திரு *You must keep warm.* • *I still keep in touch with my old school friends.* **2** [T] to make sb/sth stay in a particular state, place or condition ஒருவர்/ஒன்று குறிப்பிட்ட நிலையில், இடத்தில் அல்லது நிலைமையில் தொடர்ந்து இருக்கச் செய்; வைத்திரு *Please keep this door closed.* • *I'm sorry to keep you waiting.* **3** [T] to continue to have sth; to save sth for sb ஒன்றைத் தொடர்ந்து வைத்திரு; உடைமையாக வைத்துக்கொள்; ஒருவருக்காக ஒன்றைப் பாதுகாப்பாக வைத்திரு *You can keep that book—I don't need it any more.* • *Can you keep my seat for me till I get back?* **4** [T] to have sth in a particular place குறிப்பிட்ட இடத்தில் ஒன்றை வைத்திரு *Where do you keep the matches?* • *Keep your passport in a safe place.* **5** [T] **keep doing sth** to continue doing sth or to repeat an action many times ஒன்றைத் தொடர்ந்து செய் அல்லது ஒரு செயலை மீண்டும் மீண்டும் பலமுறை செய் *Keep going until you get to the church and then turn left.* • *She keeps asking me silly questions.* **6** [T] to do what you promised or arranged வாக்களித்த அல்லது முன்கூட்டித் திட்டப்படுத்திய ஒன்றைச் செய்; வாக்குறுதியை நிறைவேற்று; முன்னேற்பாட்டின்படி நட *Can you keep a promise?* • *She didn't keep her appointment at the dentist's.* • *to keep a secret* (= not tell it to anyone) **7** [T] to write down sth that you want to remember நினைவுபடுத்திக்கொள்ள விரும்பும் ஒன்றை எழுதிவை *Keep a record of how much you spend.* • *to keep a diary* **8** [I] (used about food) to stay fresh (உணவு வகையில்) பதனழியாதிரு; புதுமலர்ச்சி கெடாதிரு *Drink up all the milk—it won't keep in this weather.* **9** [T] to support sb with your money தனது பண வசதியைக் கொண்டு ஒருவரைத் தாங்கு; வைத்து ஆதரி *You can't keep a family on the money I earn.* **10** [T] to have and look after animals விலங்குகளை உடைமையாகக் கொண்டு பேணு; கவனித்துப் பார்த்துக்கொள் *They keep ducks on their farm.* **11** [T] to delay sb/sth; to prevent sb from leaving ஒருவரை/ஒன்றைத் தாமதப்படுத்து; ஒருவர் நீங்கிச் செல்லாமல் தடு *Where's the doctor? What's keeping him?*

IDM **keep it up** to continue doing sth as well as you are doing it now ஒன்றைத் தற்பொழுது செய்யும் சிறப்பான முறையிலேயே தொடர்ந்து செய்; ஊக்கம் தளராது தொடர்ந்து செயலாற்று

> NOTE **Keep** இணைந்து வரும் மற்ற மரபுத் தொடர்கள், இவ்வினையை உள்ளடக்கிய பெயர்ச்சொல் மற்றும் பெயரடைப் பதிவுகளில் உள்ளன. எடுத்துக்காட்டாக, **keep count** என்ற தொடர் **count** பதிவில் உள்ளது.

PHR V **keep at it/sth** to continue to work on/at sth ஒன்றின் மீது அல்லது ஒன்றில் தொடர்ந்து செயலாற்று; விடாமல் வேலை செய் *Keep at it—we should be finished soon.*

keep away from sb/sth to not go near sb/sth ஒருவருக்கு/ஒன்றுக்குப் பக்கத்தில் செல்லாதிரு; விலகியிரு *Keep away from the town centre this weekend.*

keep sb/sth back to prevent sb/sth from moving forwards ஒருவர்/ஒன்று முன்னோக்கி செல்லாமல் தடு; முன்னேற்றத்தைத் தடுத்து நிறுத்து *The police tried to keep the crowd back.*

keep sth back (from sb) to refuse to tell sb sth ஒருவரிடம் ஒன்றைக் கூற மறு *I know he's keeping something back; he knows much more than he says.*

keep sth down to make sth stay at a low level, to stop sth increasing ஒன்றைக் கீழ்மட்டத்தில் தொடர்ந்து இருக்கச் செய்; அதிகரிக்காமல் தடுத்து நிறுத்து; கீழ்ப்படுத்திவை; அடக்கிவை *Keep your voice down.*

keep sb from sth/from doing sth to prevent sb from doing sth ஒருவர் ஒன்றைச் செய்யாமல் தடுத்து நிறுத்திவை

keep sth from sb to refuse to tell sb sth ஒருவரிடம் ஒன்றைக் கூற மறு; ஒளி; மறை

keep your mouth shut ➪ **mouth**[1] பார்க்க.

keep off sth to not go near or on sth ஒன்றுக்குப் பக்கத்தில் அல்லது ஒன்றின் மேல் செல்லாதிரு; விலகியிரு *Keep off the grass!*

keep sth off (sb/sth) to stop sth touching or going on sb/sth ஒன்று ஒருவரை/ஒன்றைத் தொடாமல் அல்லது அவர்/அதன் மீது செல்லாமல் தடுத்து வை; அணுகவிடாது நிறுத்து *I'm trying to keep the flies off the food.*

keep on (doing sth) to continue doing sth or to repeat an action many times, especially in an annoying way குறிப்பாக எரிச்சலூட்டும் முறையில், ஒன்றைத் தொடர்ந்து செய் அல்லது ஒரு செயலை மீண்டும் மீண்டும் பலமுறை செய் *He keeps on interrupting me.*

keep on (at sb) (about sb/sth) to continue talking to sb in an annoying or complaining way எரிச்சலபடுத்தும் அல்லது குறைபட்டுக் கொள்ளும் முறையில் ஒருவரிடம் தொடர்ந்து பேசு *She kept on at me about my homework until I did it.*

keep (sb/sth) out (of sth) to not enter sth; to stop sb/sth entering sth ஒன்றில் உட்செல்லாமல் இரு; ஒன்றினுள் ஒருவர்/ஒன்று நுழையாமல் தடு *They put up a fence to keep people out of their garden.*

keep to sth to not leave sth; to do sth in the usual, agreed or expected way எல்லை கடந்து போகாதிரு; வழக்கமான, ஒப்புக்கொண்ட அல்லது எதிர்பார்க்கப்பட்ட முறையில் ஒன்றைச் செய் *Keep to the path!* • *He didn't keep to our agreement.*

keep sth to/at sth to not allow sth to rise above a particular level ஒன்று குறிப்பிட்ட அளவுக்குமேல் உயராது பார்த்துக்கொள்; குறிப்பிட்ட அளவுக்குள் கட்டுப்படுத்தி வை *We're trying to keep costs to a minimum.*

keep sth up **1** to prevent sth from falling down ஒன்று கீழே விழுந்துவிடாமல் தடு; வீழ்ச்சியுறாமல் பார்த்துக்கொள் **2** to make sth stay at a high level ஒன்று உயர் மட்டத்தில் நிலைத்திருக்கச் செய் *We want to keep up standards of education.* **3** to continue doing sth ஒன்றைத் தொடர்ந்து செய்

keep up (with sb) to move at the same speed as sb ஒருவர் செல்லும் வேகத்திலேயே செல்; தொடர்ந்து உடன்செல் *Can't you walk a bit slower? I can't keep up.*

keep up (with sth) to know about what is happening நடப்புகளை அறிந்திரு *You have to read the latest magazines if you want to keep up.*

keep[2] /ki:p/ *noun* [U] food, clothes and the other things that you need to live; the cost of these things வாழ்க்கைக்குத் தேவையான உணவு, உடைகள் மற்றும் பிற பொருள்கள்; வாழ்க்கைத் தேவைகள்; வாழ்க்கைத் தேவைகளுக்கான செலவுத்தொகை

IDM **for keeps** (*informal*) for always எப்பொழுதும்; எல்லாக் காலங்களிலும்; என்றென்றைக்கும் *Take it. It's yours for keeps.*

keeper /ˈki:pə(r)/ *noun* [C] **1** a person who guards or looks after sth ஒன்றுக்குக் காவல் செய்பவர் அல்லது ஒன்றைக் காத்துப் பேணுபவர்; காவலர்; காப்பாளர் *a zookeeper* **2** (*informal*) = **goalkeeper**

keeping /ˈki:pɪŋ/ *noun*

IDM **in/out of keeping (with sth)** **1** that does/does not look good with sth ஒன்றுடன் பொருந்தி அமைவதாக/பொருந்தாததாக *That modern table is out of keeping with the style of the room.* **2** in/not in agreement with a rule, belief, etc. ஒரு விதிமுறை, கோட்பாடு முதலியவற்றோடு உடன்பட்டு/உடன்படாது *The Council's decision is in keeping with government policy.*

keg /keg/ *noun* [C] a round metal or wooden container, used especially for storing beer குறிப்பாக பியர் மது இருப்பு வைப்பதற்கான, உருண்டையான உலோக அல்லது மரக் கொள்கலம்; சிறு மிடா

kelvin /ˈkelvɪn/ *noun* [C, U] (*abbr.* **K**) (*technical*) a unit for measuring temperature வெப்பத்தை அளவிடுவதற்கான ஓர் அலகு; கெல்வின் **NOTE** ஒரு **degree** (பாகை)யளவு **kelvin** ஒரு பாகையளவு **Celsius**க்கு இணையானது. பூஜ்ய அளவு கெல்வின் என்பது வெப்பத்தின் கீழ் எல்லையான **absolute zero**-வாகும்.

kendra *noun* [C] (*IndE*) a centre for some activity (research, study, business, art, etc.) ஆய்வு, படிப்பு, வணிகம், கலை முதலிய செயல்பாடுகளுக்கான மையம்; செயலகம்

kennel /ˈkenl/ *noun* [C] a small house for a dog நாய்க்கான சிறு வீடு; நாய்ப்பட்டி

kept ➪ **keep**[1] என்பதன் இறந்தகால மற்றும் இறந்தகால வினையெச்ச வடிவம்.

kerb (*AmE* **curb**) /kɜ:b/ *noun* [C] the edge of the path (**the pavement**) along the sides of a road சாலைப் பக்கங்களின் நெடுக அமைந்துள்ள நடைபாதையின் விளிம்பு; நடைபாதை ஓரம் *They stood on the kerb waiting to cross the road.*

kernel /ˈkɜ:nl/ *noun* [C] the inner part of a nut or seed கொட்டையின் அல்லது விதையின் உட்பகுதி; உட்பருப்பு

kerosene /ˈkerəsi:n/ (*AmE*) = **paraffin**

ketchup /ˈketʃəp/ *noun* [U] a cold sauce made from soft red fruit (**tomatoes**) that is eaten with hot or cold food சூடாகவோ குளிர்ந்தோ

உள்ள உணவுடன் சேர்த்து உண்ணப்படும் தக்காளிப் பழங்களிலிருந்து தயாரிக்கப்படும் குளிர்சாறு; தக்காளி ஆணம்

kettle /ˈketl/ *noun* [C] a container with a lid, used for boiling water நீரைக் கொதிக்கவைக்கப் பயன்படுத்தப்படும் மூடியுடன் கூடிய கொதிகலம்; கொதி கெண்டி *an electric kettle*

key[1] /kiː/ *noun* [C] **1** a metal object that is used for locking a door, starting a car, etc. திறவுகோல்; சாவி *Have you seen my car keys anywhere?* • *We need a spare key to the front door.* **2** [*usually sing.*] **the key (to sth)** something that helps you achieve or understand sth ஒரு செயல் நிறைவேற்றத்திற்கு அல்லது ஒன்றைப் புரிந்துகொள்வதற்கு உதவியாக உள்ள ஒன்று; துணை; வழிகாட்டி *A good education is the key to success.* **3** one of the parts of a piano, computer, etc. that you press with your fingers to make it work விரல்களால் அழுத்தி பியானோ, கணினி முதலியவற்றை இயங்கச் செய்யும் அதன் உறுப்புகளில் ஒன்று; விசைக்கட்டை; விரற்கட்டை **4** a set of musical notes that is based on one particular note குறிப்பிட்ட ஒரு சுரத்தை அல்லது தனியிசையை அடிப்படையாகக் கொண்ட சுரங்களின் தொகுதி; கிளைச்சுரத் தொகுதி *The concerto is in the key of A minor.* **5** a set of answers to exercises or problems பயிற்சிப் பாடங்களுக்கான அல்லது கடுவினாக்களுக்கான விடைத்தொகுதி; விடைக் குறிப்பேடு *an answer key* **6** a list of the symbols and signs used in a map or book, showing what they mean நிலப்படம் அல்லது நூலில் உள்ள விளக்கக் குறிப்புகளோடு கூடிய குறியீடுகள் மற்றும் அறிகுறிகளின் பட்டியல் **IDM under lock and key** ⇨ **lock**[2] பார்க்க.

key[2] /kiː/ *verb* [T] **key sth (in)** to put information into a computer or give it an instruction by typing கணிப்பொறியின் விசைக்கட்டைகளை அமுக்கித் தகவலை உட்செலுத்து அல்லது கணிப்பொறிக்கு ஓர் ஆணையிடு *Have you keyed that report yet?* • *First, key in your password.*

key[3] /kiː/ *adj.* (*only before a noun*) very important மிக முக்கியமான; இன்றியமையாத; முதன்மையான *Tourism is a key industry in India.*

keyboard /ˈkiːbɔːd/ *noun* [C] **1** the set of keys on a piano, computer, etc. பியானோ, கணிப்பொறி முதலியவற்றிலுள்ள விசைக்கட்டைகளின்/விரற்கட்டைகளின் தொகுதி; இசைக் கருவிகளின் ஆணிப் பட்டடை **2** an electrical musical instrument like a small piano சிறு பியானோ போன்ற மின் இசைக்கருவி வகை ⇨ **music** பதிவில் படம் பார்க்க.

keyhole /ˈkiːhəʊl/ *noun* [C] the hole in a lock where you put the key சாவியை உள்ளிடும் பூட்டுத் துளை; பூட்டுத் திறவுகோல் துளை

keynote /ˈkiːnəʊt/ *noun* [C] **1** (*usually sing.*) the central idea of a book, a speech, etc. ஒரு நூல், சொற்பொழிவு முதலியவற்றின் மையக் கருத்து *a keynote address/speaker* (= a very important one introducing a meeting or its subject) **2** the note on which the **key** is based ஒரு சுருதிக் கட்டையின் ஆதார சுரம்; உயிர்ப்பண்திறம்

key ring *noun* [C] a ring on which you keep keys சாவிகளை மாட்டி வைத்துக்கொள்வதற்கான வளையம்; திறவுகோல் வளையம்

keyword /ˈkiːwɜːd/ *noun* [C] **1** a word that tells you about the main idea or subject of sth ஒன்றின் முதன்மைக் கருத்தை அல்லது முதன்மைப் பொருளைச் சுட்டும் சொல்; மையப் பொருட்குறிப்புச் சொல் *When you're studying a language, the keyword is patience.* **2** a word or phrase that is used to give an instruction to a computer கணினிக்கு ஆணையிடப் பயன்படுத்தப்படும் சொல் அல்லது சொற்றொடர்; கட்டளைக் குறிப்புச் சொல்/தொடர்

kg *abbr.* kilogram(s) கிலோகிராம் என்பதன் குறுக்கம் *weight 10 kg*

khadi (*also* **khaddar**) *noun* [U] (in India) a cloth that is hand-woven and is made from a kind of cotton or silk thread made on a spinning wheel கையால் இராட்டையில் நூற்ற பருத்தி மற்றும் பட்டு இழைகளைக் கொண்டு கைத்தறியில் நெய்யப்படும் துணி; காதி; கதர் *curtains made of khadi* ▶ **khadi** *adj. khadi shirt*

khaki[1] *adj.* (of) a pale brownish-yellow colour மங்கலான பழுப்பும் மஞ்சளும் கலந்த நிறமான *a khaki uniform*

khaki[2] *noun* [U] **1** a pale brownish-yellow colour மங்கலான பழுப்பு-மஞ்சள் நிறம் *His uniform is khaki in colour.* **2** a strong brownish-yellow cloth, especially used for making military uniforms திடமான பழுப்பும் மஞ்சளும் கலந்த நிறத் துணி; முக்கியமாகப் படைவீரர்களின் சீருடை தைக்க பயன்படுத்தப்படுவது *She was wearing a dress made of khaki.*

kharif *noun* [U] (in India) a crop sown in early summer to be harvested in autumn or at the beginning of winter இந்தியாவில் இலையுதிர் காலத்தில் அல்லது குளிர்காலத் தொடக்கத்தில் அறுவடை செய்வதற்காகக் கோடைக் காலத்தின் தொடக்கத்தில் விளைவிக்கப்படும் பயிர் ▶ **kharif** *adj. kharif crops/season*

kHz *abbr.* kilohertz; (used in radio) a measure of frequency (வானொலியில் பயன்படுத்தப்படும்) ஒலியலை அதிர்வெண்ணை அளவிடப் பயன்படுத்தப்படும் அலகான kilohertz என்பதன் குறுக்கம்

kick[1] /kɪk/ *verb* **1** [T] to hit or move sb/sth with your foot பாதங்களால் ஒருவரை/ஒன்றை இடி அல்லது நகர்த்து; உதை; எட்டி மிதி *He kicked the ball wide of the net.* • *The police kicked the door down.* **2** [I, T] to move your foot or feet பாதத்தை அல்லது பாதங்களை இயக்கு; காலால் எற்று *You must kick harder if you want to swim faster.*

IDM **kick the habit** to stop doing sth harmful that you have done for a long time தீங்கு விளைவிக்கும் ஒரு நீண்ட காலப் பழக்கத்தை நிறுத்து

kick yourself to be annoyed with yourself because you have done sth stupid, missed an opportunity, etc. ஒரு மூடச்செயல், ஒரு வாய்ப்பைத் தவற விடுதல், முதலிய தான் செய்த ஒன்றுக்காகத் தன்மீது வெறுப்புக்கொள் அல்லது எரிச்சலபடு

make, kick up, etc. a fuss ➪ **fuss**[1] பார்க்க.

PHR V **kick off** to start a game of football கால்பந்தாட்ட ஆட்டத்தைத் தொடங்கு

kick sb out (of sth) (*informal*) to force sb to leave a place கட்டாயப்படுத்தி ஒருவரை ஓரிடத்தை விட்டு நீங்கச் செய்; வெளியேற்று *to be kicked out of university*

kick[2] /kɪk/ *noun* [C] **1** an act of kicking உதைத்தல்; உதை *She gave the door a kick and it closed.* **2** (*informal*) a feeling of great pleasure, excitement, etc. பெரும் இன்ப உணர்ச்சி; களிப்புணர்ச்சி; மனக் கிளர்ச்சி, இன்னதிர்ச்சி முதலியவை *He seems to* ***get a real kick out of*** *driving fast.*

kick-off *noun* [C] the start of a game of football கால்பந்தாட்டத்தின் தொடக்கம் *The kick-off is at 2.30 p.m.*

kick-start[1] *verb* [T] **1** to start a motorbike by pushing down on one of the controls with your foot விசைமிதி வண்டியின் விசைப்படி நெம்புகோலை உதைத்து இயந்திரத்தை முடுக்கி விடு **2** to do sth to help a process or project start more quickly ஒரு செயல்முறை அல்லது திட்டப்பணி மேலும் விரைவாகத் தொடங்க உதவியாக ஒன்றைச் செய்; ஊக்குதவி அளி

kick-start[2] *noun* [C] **1** (*also* **kick-starter**) the part of a motorbike that you push down with your foot in order to start it விசைமிதி வண்டியின் இயந்திரத்தை முடுக்கிவிடும் பொருட்டு உதைக்கப்படும் அவ்வண்டியின் உறுப்பு; விசைப்படி நெம்புகோல் **2** a quick start that you give to sth by taking some action ஒரு நடவடிக்கை மூலமாக ஒரு செயலுக்கு அளிக்கும் விரைந்த தொடக்கம்; ஊக்குதவி; தூண்டுதல்

kid[1] /kɪd/ *noun* **1** [C] (*informal*) a child or young person குழந்தை; சிறுவன்/சிறுமி; இளையர் *How are your kids?* **2** [C] kid brother/sister (*AmE informal*) younger brother/sister தம்பி அல்லது தங்கை **3** [C] a young **goat** வெள்ளாட்டுக் குட்டி **4** [U] soft leather made from the skin of a young goat பதனிடப்பட்ட வெள்ளாட்டுக் குட்டித் தோல்

kid[2] /kɪd/ *verb* [I, T] (**kidding; kidded**) (*informal*) to trick sb/yourself by saying sth that is not true; to make a joke about sth உண்மையல்லாத ஒன்றைக் கூறி ஒருவரை/தன்னை ஏமாற்று; கேலிப்பேச்சு பேசு; விகடம் பண்ணு *I didn't mean it. I was only kidding.*

kiddy (*also* **kiddie**) /ˈkɪdi/ *noun* [C] (*pl.* **kiddies**) (*informal*) a child குழந்தை; இளஞ்சிறுவன்; இளஞ்சிறுமி

kidnap /ˈkɪdnæp/ *verb* [T] (**kidnapping; kidnapped**) to take sb away by force and demand money for his/her safe return பலவந்தமாக ஒருவரைப் பிடித்துச் சென்று அவரைத் திருப்பி அனுப்பப் பணம் கேள்; ஆள் கடத்து *The child was kidnapped and a ransom of Rs 10 lakhs was demanded for her release.* ➪ **hijack** பார்க்க. ▶ **kidnapper** *noun* [C] *The kidnappers demanded Rs 10 lakhs.* ▶ **kidnapping** *noun* [C, U]

kidney /ˈkɪdni/ *noun* **1** [C] one of the two organs of your body that separate waste liquid from your blood குருதியிலிருந்து கழிவு நீர்ப்பொருளைப் பிரிக்கும் இரு உறுப்புகளில் ஒன்று; சிறுநீரகம் ➪ **body** பதிவில் படம் பார்க்க. **2** [U, C] the kidneys of an animal when they are cooked and eaten as food சமைத்து உணவாகப் பயன்படுத்தப்படும் விலங்கின் சிறுநீரகம்; குண்டிக்காய் *steak and kidney pie* ➪ **renal** adjective பார்க்க.

kidney bean *noun* [C] a type of reddish-brown bean shaped like a kidney சிறுநீரக வடிவிலான செம்பழுப்பு நிற மொச்சை வகை

kill[1] /kɪl/ *verb* **1** [I, T] to make sb/sth die கொலை செய்; கொல் *Smoking kills.* • *She was killed instantly in the crash.*

> NOTE முன்கருதலுடன் ஒருவரைக் கொல்வது **murder** எனப்படும்—*This was no accident. The old lady was murdered.* அரசியல் காரணங்களுக்காகக் கொல்வது **assassinate** என்ற சொல்லால் குறிக்கப்படும்—*President Kennedy was assassinated.* **Slaughter**, **massacre** ஆகியவை பெரும் எண்ணிக்கையிலானவர்களைக் கொல்வதைக் குறிக்கும்—*Hundreds of people were massacred when the army opened fire on the crowd.* விலங்கை உணவுக்காகக் கொல்வதையும் **slaughter** குறிக்கும்.

2 [T] (*informal*) to cause sb pain; to hurt ஒருவருக்கு வலி உண்டுபண்ணு; காயம் உண்டாக்கு *My feet are killing me.* **3** [T] to cause sth to end or fail ஒன்று முடிவுற அல்லது

தோல்வியடையக் காரணமாகு *The minister's opposition killed the idea stone dead.* **4** [T] (*spoken*) to be very angry with sb ஒருவர் மீது மிகு சினம் கொள்; சீறு *My mum will kill me when she sees this mess.* **5** [T] (*informal*) **kill yourself/sb** to make yourself/sb laugh a lot தனக்கு/ஒருவருக்குப் பெருஞ்சிரிப்பூட்டு/மட்டுமீறிச் சிரிக்கச் செய் *We were **killing ourselves laughing**.*

IDM **kill time, an hour, etc.** to spend time doing sth that is not interesting or important while you are waiting for sth else to happen வேறொரு நிகழ்வுக்காகக் காத்திருக்கும் போது ஆர்வமூட்டாத அல்லது முக்கியமல்லாத ஒன்றைச் செய்துகொண்டு நேரம் போக்கு

kill two birds with one stone to do one thing which will achieve two results ஒரே செயலில் இரு நோக்கங்களை நிறைவேற்றிக் கொள்; ஒரே கல்லில் இரண்டு மாங்காய்களை வீழ்த்து

PHR V **kill sth off** to cause sth to die or to not exist any more ஒன்றைக் கொன்றொழி; இனி இல்லாததாக்கு

kill² /kɪl/ *noun* [*sing.*] **1** the act of killing உயிர் போக்குதல்; கொலை *Lions often make a kill in the evening.* **2** an animal or animals that have been killed கொல்லப்பட்ட விலங்கு அல்லது விலங்குகள் *The eagle took the kill back to its young.*

killer /ˈkɪlə(r)/ *noun* [C] a person, animal or thing that kills கொல்லும் இயல்புடைய ஆள், விலங்கு அல்லது பொருள்; கொலைகாரன் *a killer disease • He's a dangerous killer who may strike again.*

killing /ˈkɪlɪŋ/ *noun* [C] an act of killing a person on purpose; a murder திட்டமிட்டு ஒருவரைக் கொல்லும் செயல்; திட்டமிட்ட கொலை *There have been a number of brutal killings in the area recently.*

IDM **make a killing** to make a large profit quickly குறுகிய காலத்தில் பெருமளவு இலாபம் ஈட்டு

kiln /kɪln/ *noun* [C] a large oven for baking clay and bricks, drying wood and grain, etc. களிமண், செங்கல் ஆகியவற்றைச் சுடுதல், மரம் மற்றும் தானியத்தை உலர வைத்தல் முதலியவற்றுக்கான பெரிய அடுப்பு; செங்கற்சூளை; சூட்டடுப்பு; சுண்ணாம்புக் காளவாய்

kilo /ˈkiːləʊ/ (*also* **kilogram; kilogramme** /ˈkɪləɡræm/) *noun* [C] (*pl.* **kilos**) (*abbr.* **kg**) a measure of weight; 1000 grams ஆயிரம் கிராம்களுக்குச் சமமான ஒரு நிறுத்தலளவை அலகு; கிலோகிராம்

kilo- /ˈkɪləʊ/ *prefix* (*used in nouns, often in units of measurement*) one thousand ஓராயிரம்; ஆயிரம் *kilometre • kilogram*

kilohertz /ˈkɪləhɜːts/ *noun* [C] [*pl.*] (*abbr.* **kHz**) (used in radio) a measure of frequency (வானொலி மின்சமிக்கைகள் வகையில்) அலை அதிர்வெண்ணை அளவிடுவதற்கான அலகு; கிலோ ஹேர்ட்ஸ்

kilojoule /ˈkɪlədʒuːl/ *noun* [C] (*abbr.* **kJ**) a measurement of the energy that you get from food; 1000 joules உணவிலிருந்து கிடைக்கும் ஆற்றலைக் கணிக்க உதவும் 1000 ஜூல்கள் கொண்ட அளவைக் கூறு; கிலோஜூல்

kilometre (*AmE* **kilometer**) /ˈkɪləmiːtə(r); kɪˈlɒmɪtə(r)/ *noun* [C] (*abbr.* **km**) a measure of length; 1000 metres ஆயிரம் மீட்டர் கொண்ட நீட்டலளவை அலகு; கிலோமீட்டர்

kilowatt /ˈkɪləwɒt/ *noun* [C] (*abbr.* **kW**) a unit for measuring electrical power; 1000 watts மின் ஆற்றலை அளவிடப் பயன்படுத்தப்படும் 1000 வாட்ஸ் கொண்ட ஓர் அலகு; கிலோவாட்

kilt /kɪlt/ *noun* [C] a skirt with many folds (**pleats**) traditionally worn by men as part of the national dress of Scotland ஸ்காத்லாந்தின் தேசியப் பாரம்பரிய உடையின் பகுதியாக ஆண்கள் அணிந்துகொள்ளும் மடிப்புகளுடன் கூடிய குறும்பாவாடை

kimono /kɪˈməʊnəʊ/ *noun* [C] (*pl.* **kimonos**) a traditional Japanese piece of clothing like a long dress with wide sleeves, worn on formal occasions வினைமுறை நிகழ்ச்சிகளின் போது அணிந்து கொள்ளப்படும் அகன்ற கைப்பகுதியுடைய நீளமான சட்டை போன்ற ஜப்பானியர்களின் பாரம்பரிய உடை

kin /kɪn/ ➪ **next of kin** பார்க்க.

kind¹ /kaɪnd/ *noun* [C] a group whose members all have the same qualities ஒத்த இயல்பு/தன்மை உடைய ஆட்கள், விலங்குகள் அல்லது பொருள்களின் தொகுதி; குழு; இனம்; வகை; பிரிவு; வகுப்பு *The concert attracted people **of all kinds**. • The concert attracted **all kinds of** people. • **What kind of** car have you got? • Many **kinds of** plants and animals are being lost every year. • In the evenings I listen to music, write letters, that **kind of thing**.* ✪ SYN **sort** or **type**

NOTE **Kind** என்பது எண்ணுதற்குரிய பெயர்ச் சொல்லாகும். எனவே—*Those kind of dogs are really dangerous.* அல்லது *I like all kind of music.* என்பது தவறாகும்—*That kind of dog is really dangerous./Those kinds of dogs are really dangerous.* மற்றும் *I like all kinds of music.* என்றே கூறவேண்டும். **Kinds of** என்ற தொடரை அடுத்து ஒருமை அல்லது பன்மைப் பெயர்ச்சொல் வரலாம்—*These are so many kinds of camera/cameras on the market that it's hard to know which is best.*

IDM **a kind of** (*informal*) used for describing sth in a way that is not very clear சற்றுத் தெளிவற்ற முறையில் ஒன்றை விவரிக்கப் பயன்படுத்தப்படும் தொடர்: ஒரு வகையான; ஒரு மாதிரியான *I had a kind of feeling that something would go wrong.* • *There's a funny kind of smell in here.*

kind of (*informal*) slightly; a little bit சிறிதளவாக; ஓரளவுக்கு; கொஞ்சம்; சற்று *I'm kind of worried about the interview.*

of a kind 1 the same ஒரே மாதிரியாக; ஒத்த பண்புடையதாக; ஒரே வகையாக *The friends were two of a kind—very similar in so many ways.* **2** not as good as it could be இயல்பான ஆற்றலிலிருந்து குறைந்து காணப்படுகிற; ஓரளவேயான *You're making progress of a kind.*

kind[2] /kaɪnd/ *adj.* **kind (to sb); kind (of sb) (to do sth)** caring about others; friendly and generous மற்றவர்கள் மீது அக்கறை காட்டுகிற; நட்பிணக்கமும் தாராள மனப்பான்மையும் கொண்ட; பரிவுடைய; கனிவான; அன்பான; தயவார்ந்த *Everyone's been so kind to us since we came here!* • *It was kind of you to offer, but I don't need any help.* ✪ OPP **unkind**

kindergarten /ˈkɪndəgɑːtn/ *noun* [C] a school for very young children, aged from about 3 to 5 ஏறக்குறைய 3 வயது முதல் 5 வயது வரையுள்ள இளஞ்சிறார்களுக்கான பள்ளி; பாலர் பள்ளி ➪ **nursery school** பார்க்க.

kind-hearted *adj.* kind and generous அன்பும் தாராள மனப்பான்மையும் உடைய; ஈர நெஞ்சம் வாய்ந்த; பரிவான; கனிவு மிக்க

kindle /ˈkɪndl/ *verb* (**kindled** /ˈkindld/, **kindling** /ˈkindliŋ/) (*formal*) [I, T] **1** to start a fire; to make something start to burn நெருப்புப் பற்றவை; ஏற்று *kindle a fire* **2** to make sth, such as an interest, emotion, feeling, etc. start to grow in sb or to get sth started ஓர் ஆர்வம், உணர்ச்சி முதலியவை ஒருவரிடம் தோன்றிப் பெருகச் செய்; உணர்ச்சி தூண்டு *It was her friends who kindled her interest in reading.*

kindling /ˈkɪndlɪŋ/ *noun* [U] thin small pieces of wood used for starting a fire தீ மூட்டுவதற்குப் பயன்படுத்தப்படும் மெல்லிய சிறு மரத்துண்டுகள்

kindly /ˈkaɪndli/ *adv., adj.* **1** in a kind way அன்பாக அன்பான; கனிவுடன் கனிவான; பரிவுணர்ச்சியுடன் *The nurse smiled kindly.* **2** (used for asking sb to do sth) please (ஒன்றைச் செய்யுமாறு ஒருவரிடம் கேட்டுக்கொள்ளப் பயன்படுத்தப்படுவது) தயவுசெய்து; அன்பு கூர்ந்து *Would you kindly wait a moment?* **3** kind and friendly அன்பும் நட்பிணக்கமும் உள்ள; கனிவாக; கனிவான

kindness /ˈkaɪndnəs/ *noun* [C, U] the quality of being kind; a kind act அன்பு காட்டும் இயல்பு; கனிவு; அன்புச் செயல் *Thank you very much for all your kindness.*

kinetic /kɪˈnetɪk/ *adj.* (*technical*) of or produced by movement இயக்கம் சார்ந்த; இயக்கத்தினால் விளைவிக்கப்படுகிற; இயங்காற்றலுக்குரிய *kinetic energy*

king /kɪŋ/ *noun* [C] **1** (the title of) a man who rules a country. A king is usually the son or close relative of the former ruler ஒரு நாட்டை ஆள்பவர் (ஆள்பவருடைய பட்டம்); அரசர்; மன்னர். வழக்கமாக அரசர் முன்னாள் அரசருடைய மகனாகவோ நெருங்கிய உறவினராகவோ இருப்பார்; மரபுரிமை ஆட்சியாளர் *King Chandragupta Maurya* • (*figurative*) *The lion is the king of the jungle.* ➪ **queen, prince** மற்றும் **princess** பார்க்க. **2** one of the four playing cards in a pack with a picture of a king ஒரு சீட்டுக்கட்டிலுள்ள அரசர் உருவம் பொறிக்கப்பட்டுள்ள நான்கு சீட்டுகளில் ஒன்று *the king of spades* **3** the most important piece in the game of chess that can move one square in any direction சதுரங்க ஆட்டத்தில் எந்த ஒரு பக்கத்திலும் ஒரு கட்டம் நகர்த்தப்படக்கூடிய மிக முக்கியமான காய்; அரசர்

kingdom /ˈkɪŋdəm/ *noun* [C] **1** a country that is ruled by a king or queen ஓர் அரசனால் அல்லது அரசியால் ஆளப்படும் நாடு; முடியரசு நாடு *the United Kingdom* **2** (*technical*) one of the three traditional divisions of the natural world, larger than a class or a phylum இன வகுப்பை விட அல்லது பேரினத்தை விடப் பெரிதான இயற்கை உலகின் மரபுவழிப்பட்ட முப்பெரும் பிரிவுகளில் ஒன்று; இனக்குடும்பம்; இனப்பிரிவு *the animal kingdom*

kingfisher /ˈkɪŋfɪʃə(r)/ *noun* [C] a small bright blue bird with a long beak, that catches fish in rivers நதிகளில் மீன்களைப் பிடித்துண்ணும் நீண்ட அலகுடைய சிறு ஒளிர் நீல நிறப் பறவை வகை; மீன்கொத்தி

king prawn *noun* [C] a small shellfish that we eat and that becomes pink when cooked உண்ணுவதற்குரியதும் சமைக்கப்பட்டவுடன் இளஞ்சிவப்பு நிறம் அடைவதுமான சிப்பி நண்டின நீர்வாழ் உயிரி; இறால் மீன் வகை **NOTE** சாதாரண இறால் மீனை விட இது பெரிதாக இருக்கும்.

king-size (*also* **king-sized**) *adj.* bigger than usual வழக்கமானதை விடப் பெரிதான *a king-size bed*

kink /kɪŋk/ *noun* [C] a turn or bend in sth that should be straight நேராக இருக்கவேண்டிய ஒன்றில் காணப்படும் திருக்கு அல்லது வளைவு; கோணல்

kinship /ˈkɪnʃɪp/ *noun* (*literary*) **1** [U] the relationship between the members of the same family ஒரே குடும்பத்தில் உள்ளவர்களுக்கு இடையே இருக்கும் உறவு *the ties of kinship* **2** [U] [*sing.*] a feeling of being close to sb because you have similar attitudes or characteristics ஒத்த இயல்பு காரணமாக அல்லது ஒரே மாதிரியான கருத்துகள் அல்லது எண்ணப்போக்கு காரணமாக ஒருவரோடொருவர் கொள்ளும் நெருக்க உணர்வு; பண்பொற்றுமை *They felt a kinship with the local peasants.*

kiosk /ˈkiːɒsk/ *noun* [C] a very small building in the street where newspapers, sweets, cigarettes, etc. are sold செய்தித்தாள்கள், இனிப்புப் பண்டங்கள், பூஞ்சுருட்டுகள் (சிகரெட்டுகள்) முதலியவை விற்கப்படும் தெருவோர சிறுமனை; வெளிப்புறக் கடை

kipper /ˈkɪpə(r)/ *noun* [C] a type of fish that has been kept for a long time in salt, and then smoked உப்பிட்டுப் புகைப்பதனஞ் செய்யப்பட்ட மீன் வகை

kiss /kɪs/ *verb* [I, T] to touch sb with your lips to show love or friendship முத்தமிடு; முத்தம் கொடு *He kissed her on the cheek.* • *They kissed each other goodbye.* ▶ **kiss** *noun* [C] *a kiss on the lips/cheek*

kit¹ /kɪt/ *noun* **1** [C, U] a set of tools, equipment or clothes that you need for a particular purpose, sport or activity குறிப்பிட்ட ஒரு நோக்கம், விளையாட்டு அல்லது செயலுக்கு வேண்டப்படும் கைவினைக் கருவிகள், துணைப் பொருள் சாதனங்கள் அல்லது ஆடைகளின் தொகுதி; கருவிகலத் தொகுதி, மூட்டை முடிச்சுத் தொகுதி முதலியவை *a tool kit* • *football/gym kit* **2** [C] a set of parts that you buy and put together in order to make sth ஒன்றை உருவாக்குவதற்காக விலைக்கு வாங்கி ஒன்றாகப் பொருத்தப்படும் பாகங்களின் தொகுதி; ஆக்கப் பொருள் தொகுதி *a kit for a model aeroplane*

kit² /kɪt/ *verb* (**kitting; kitted**)

PHR V **kit sb/yourself out/up (in/with sth)** to give sb all the necessary clothes, equipment, tools, etc. for sth ஒரு பணி அல்லது செயலுக்கு வேண்டிய அனைத்து உடைகள், துணைப்பொருள் சாதனங்கள், கைவினைக் கருவிகள் முதலியவற்றை ஒருவருக்குக் கொடு

kitchen /ˈkɪtʃɪn/ *noun* [C] a room where food is prepared and cooked உணவு ஆயத்தம் செய்யப்படும் மற்றும் சமைக்கப்படும் இடம்; சமையல் அறை; அடுக்களை *We usually eat in the kitchen.*

kite¹ /kaɪt/ *noun* [C] a toy which consists of a light frame covered with paper or cloth. Kites are flown in the wind on the end of a long piece of string பட்டம்; காற்றாடி *to fly a kite*

kite² /kait/ *noun* [C] a large powerful bird (of the hawk family) with strong wings that kills other birds and small animals for food மற்ற பறவைகளையும் சிறு விலங்குகளையும் உணவுக்காகக் கொல்லும் திடமான இறகுகள் உள்ள பருந்து இனத்தைச் சேர்ந்த பெரிய பறவை

kith /kɪθ/ *noun*

IDM **kith and kin** (*old-fashioned*) people with whom you are connected like friends and relatives உற்றார் உறவினர்

kitten /ˈkɪtn/ *noun* [C] a young cat பூனைக்குட்டி

kitty /ˈkɪti/ *noun* [C] (*pl.* **kitties**) **1** a sum of money that is collected from a group of people and used for a particular purpose ஒரு பிரிவினரிடம் திரட்டிக் குறிப்பிட்ட நோக்கத்திற்குப் பயன்படுத்தப்படும் பணத்தொகை; தனிப்பயன்பாட்டு நிதி *All the students in the flat put Rs 100 a week into the kitty.* **2** (*spoken*) a way of calling or referring to a cat பூனையை விளிக்கும் அல்லது பூனையைக் குறிப்பிடும் ஒரு முறை

kiwi /ˈkiːwiː/ *noun* [C] (*pl.* **kiwis**) **1** a New Zealand bird with a long beak and short wings that cannot fly நீண்ட அலகும் குட்டையான இறகுகளும் கொண்ட பறக்க முடியாத நியூஸிலாந்து நாட்டுப் பறவை வகை **2** (*also* **kiwi fruit**) a fruit with brown skin that is green inside with black seeds பழுப்பு நிற மேல் தோடும் கரு நிற விதைகளை உள்ளடக்கிய பச்சை நிற உள்ளீடும் உடைய பழ வகை

kJ *abbr.* kilojoule(s) கிலோஜூல் என்பதன் குறுக்கம்

km *abbr.* kilometre(s) (கிலோமீட்டர்) என்பதன் குறுக்கம்; கி.மீ

knack /næk/ *noun* [*sing.*] (*informal*) **knack (of/for doing sth)** skill or ability to do sth (difficult) that you have naturally or you can learn இயல்பாகக் கைவரப்பெற்ற அல்லது கற்றறியக்கூடிய (கடினமான) ஒன்றைச் செய்வதற்கு வேண்டிய பயிற்சித் திறம் அல்லது செயலாற்றல்; தனித் திறம் *Knitting isn't difficult once you've got the knack of it.*

knapsack /ˈnæpsæk/ *noun* [C] a small **rucksack** like bag with straps that is usually carried on the back or on the shoulders முதுகில் அல்லது தோளில் வார்பட்டையால் தாங்கப்படும் சிறு பை

knead /niːd/ *verb* [T] to press and squeeze a mixture of flour and water (**dough**) with your hands in order to make bread, etc. ரொட்டி முதலியவை தயாரிப்பதற்காக, மாவும் நீரும்

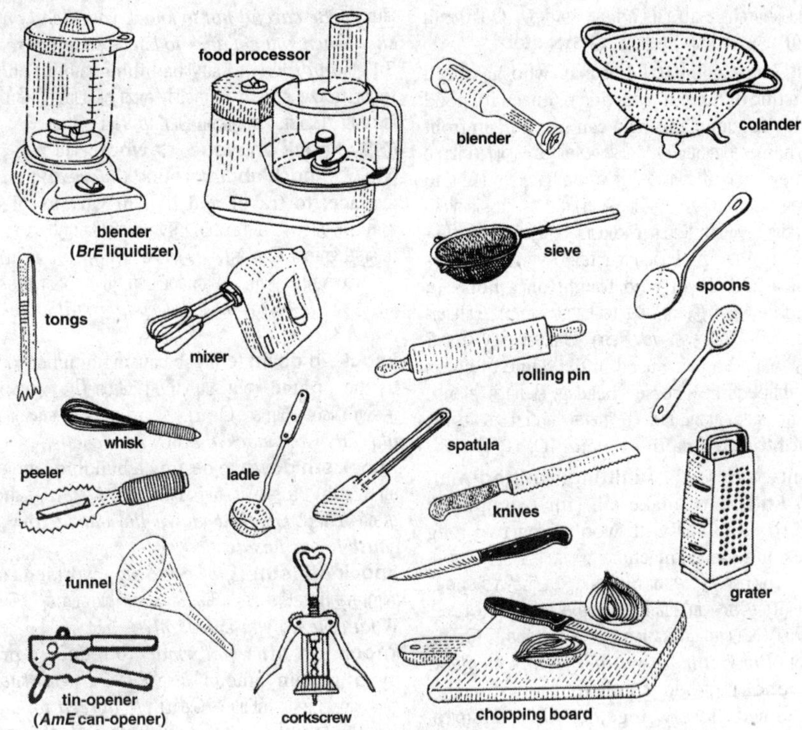

kitchen utensils

சேர்ந்த கலவையைக் கைகளால் அமுக்கிப் பிசை; மாவு பிசை

knee /ni:/ *noun* [C] **1** the place where your leg bends in the middle முழங்கால் முட்டு; முழங்கால் *Anjali fell and grazed her knee.* • *She was* ***on her hands and knees*** *on the floor looking for her earrings.* • *Come and sit on my knee.* ➪ **body** பதிவில் படம் பார்க்க. **2** the part of a pair of trousers, etc. that covers the knee முழங்காலை மறைக்கும் காற்சட்டை முதலியவற்றின் பகுதி *There's a hole in the knee of those jeans.*

IDM **bring sth to its knees** to badly affect an organization, etc. so that it can no longer function ஒரு நிறுவனம் முதலியவற்றின் செயற்பாட்டை முடக்கும் வகையில் அதற்கு மோசமான பாதிப்பை உண்டாக்கு; இணங்கி வணங்க வை *The strikes brought the industry to its knees.*

kneecap /ˈni:kæp/ *noun* [C] the bone that covers the front of the knee முழங்காலின் முன்பகுதியை மூடியிருக்கும் எலும்பு; முட்டெலும்பு ✪ SYN **patella** ➪ **body** பதிவில் படம் பார்க்க.

knee-deep *adj., adv.* up to your knees முழங்கால் வரையுள்ள/முழங்கால் வரை; முட்டளவான/முட்டளவாக *The water was knee-deep in places.*

kneel /ni:l/ *verb* [I] (*pt, pp* **knelt** /nelt/ or **kneeled**) **kneel (down)** to rest on one or both knees ஒரு முழங்காலை அல்லது இரண்டையும் ஊன்று; முட்டூன்றிநில்; மண்டியிடு *She knelt down to talk to the child.*

knew ➪ **know**[1] என்பதன் இறந்தகால வடிவம்

knickers /ˈnɪkəz/ (*AmE* **panties**) *noun* [*pl.*] a piece of underwear for women that covers the area between the waist and the top of the legs மகளிர் உள்ளாடையாக அணியும் குறுங்காற் சட்டை *a pair of knickers*

knife[1] /naɪf/ *noun* [C] (*pl.* **knives** /naɪvz/) a sharp flat piece of metal (**a blade**) with a handle. A knife is used for cutting things or as a weapon பொருள்களைத் தறிப்பதற்கு அல்லது ஆயுதமாகப் பயன்படுத்தப்படும், கூரிய தட்டையான வெட்டுப்பகுதியும் கைப்பிடியும் கொண்ட உலோகப் பொருள்; கத்தி *The carving knife is very blunt/sharp.* • *a knife and fork* • *a penknife/pocket knife/flick knife*

knife[2] /naɪf/ *verb* [T] to deliberately injure sb with a knife வேண்டும் என்றே ஒருவரைக்

கத்தியினால் காயப்படுத்து; கத்தி கொண்டு வெட்டு அல்லது குத்து ✪ SYN **stab**

knight /naɪt/ *noun* [C] **1** a man who has been given a title of honour by a king or queen for good work he has done and who can use 'Sir' in front of his name சிறப்பான பணிக்காக அரசனால் அல்லது அரசியால் நன்மதிப்புப் பட்டம் வழங்கப்பட்டவரும், தன் பெயருக்கு முன்னால் Sir என்ற அடைமொழியைப் பயன்படுத்திக்கொள்வதற்கு உரியவருமான ஒருவர் **2** a soldier of a high level who fought on a horse in the Middle Ages இடைக்காலங்களில் உயர்படிநிலையில் இருந்த, குதிரை மேலேறிப் போர் புரிந்த வீரர் **3** a piece used in the game of chess that is shaped like a horse's head குதிரைத் தலை போன்ற வடிவுடைய சதுரங்க ஆட்டக் காய் ▶ **knighthood** /ˈnaɪthʊd/ *noun* [C, U]

knit /nɪt/ *verb* [I, T] (**knitting; knitted** *AmE pt, pp* **knit**) **1** to make sth (for example an article of clothing) with wool using two long needles or a special machine இரு நீண்ட ஊசிகளை அல்லது தனிவகை இயந்திரத்தைப் பயன்படுத்திக் கம்பளி இழைகளால் (ஆடை முதலிய) பொருள்களை உருவாக்கு; இழை பின்னு *I'm knitting a sweater for my nephew.* ➪ **crochet** பார்க்க. **2 knit** (only used in this form) joined closely together நெருக்கமாக ஒன்றிணைக்கப்பட்டிரு; பின்னிப் பிணைக்கப்பட்டிரு *The fabric is tightly knit.* ▶ **knitting** *noun* [U] *I usually do some knitting while I'm watching TV.*

knitting needle = **needle 2**

knitwear /ˈnɪtweə(r)/ *noun* [U] articles of clothing that have been knitted கம்பளி இழைகளைக் கொண்டு பின்னித் தயாரிக்கப்படும் உடைகள்; பின்னலாடைகள் *the knitwear department*

knob /nɒb/ *noun* [C] **1** a round switch on a machine (for example a television) that you press or turn (தொலைக்காட்சிப் பெட்டி முதலிய) பொறியமைப்புகளில் உள்ள அழுத்துவதற்கான அல்லது திருப்புவதற்கு உரிய உருண்டை வடிவ மின்விசை மாற்றுக் குமிழ் *the volume control knob* **2** a round handle on a door, drawer, etc. கதவு, மேசை இழுப்பறை முதலியவற்றில் உள்ள உருண்டை வடிவக் கைப்பிடி; கைப்பிடிக் குமிழ்

knock¹ /nɒk/ *verb* **1** [I] **knock (at/on sth)** to make a noise by hitting sth firmly with your hand கையால் ஒன்றை உறுதிபட அடித்து ஒலி உண்டாக்கு; (கதவு முதலியவற்றை) வலுவுடன் தட்டு *Someone is knocking at the door.* • *I knocked on the window but she didn't hear me.* **2** [T] **knock sth (on/against sth)** to hit sb/sth hard, often by accident பெரும்பாலும் தற்செயலாக, ஒன்றை விசையுடன் இடி; மோது *Be careful not to knock your head on the shelf when you get up.* • *to knock sb unconscious* **3** [T] (*informal*) to say bad things about sb/sth; to criticize sb/sth ஒருவர்/ஒன்று பற்றி மோசமாகப் பேசு; சிறுமைப்படுத்திப் பேசு

IDM **knock on wood** ➪ **wood** பார்க்க.

PHR V **knock about/around** (*informal*) to be in a place; to travel and live in various places ஓரிடத்தில் காணப்படு; பல்வேறு இடங்களுக்கும் சென்று அங்கங்குத் தங்கியிரு; அலைந்து திரி; நிலைப்பாடற்ற வாழ்க்கை நடத்து *Is last week's newspaper still knocking about?*

knock sb down to hit sb causing him/her to fall to the ground ஒருவர் மீது மோதி அவரைத் தரையில் விழச் செய்; இடித்துத் தள்ளு *The old lady was knocked down by a cyclist.*

knock sth down to destroy a building, etc. ஒரு கட்டடம் முதலியவற்றை இடித்துத் தள்ளு; தகர் *They knocked down the old factory because it was unsafe.*

knock off (sth) (*spoken*) to stop working பணி நிறுத்தம் செய்; வேலை முடிவுறச் செய் *What time do you knock off?*

knock sth off 1 (*informal*) to reduce a price by a certain amount குறிப்பிட்ட அளவுக்கு விலைக் குறைப்புச் செய் *He agreed to knock Rs 10 off the price.* **2** (*slang*) to steal sth ஒன்றைத் திருடு; களவாடு

knock sb out 1 to hit sb so that he/she becomes unconscious or cannot get up again for a while சிறிது நேரம் உணர்விழந்து போகுமாறு அல்லது சிறிது நேரம் எழுந்திருக்க முடியாதவாறு ஒருவரைத் தாக்கு **2** (used about a drug, alcohol, etc.) to cause sb to sleep (போதை மருந்து, மது முதலியவை வகையில்) ஒருவரைத் தூங்கச் செய்; உறக்கமூட்டு

knock sb out (of sth) to beat a person or team in a competition so that they do not play any more games in it போட்டியில் மேலும் உள்ள ஆட்டங்களில் பங்குபெற முடியாதவாறு ஒருவரை அல்லது ஓரணியைத் தோல்வியுறச் செய் *England was knocked out of the World Cup by Bangladesh.*

knock sb/sth over to cause sb/sth to fall over ஒருவர்/ஒன்று விழச்செய் *Be careful not to knock over the drinks.*

knock² /nɒk/ *noun* [C] a sharp hit from sth hard or the sound it makes உறுதியான ஒரு பொருளின் முனைப்பான அடி அல்லது அவ்வடி உண்டாக்கும் ஓசை; இடிப்பு; இடிப்பொலி *a nasty knock on the head* • *I thought I heard a knock at the door.* • (*figurative*) *She has suffered some hard knocks* (= bad experiences) *in her life.*

knocker /ˈnɒkə(r)/ *noun* [C] a piece of metal fixed to the outside of a door that you hit against the door to attract attention கதவின் மீது தட்டி உள்ளிருப்பவர்களின் கவனத்தை ஈர்க்குமாறு கதவின் வெளிப்புறத்தில் பொருத்தப்பட்டிருக்கும் உலோகப் பொருள்; கதவு தட்டும் கருவி

knock-on *adj.* (*BrE*) causing other events to happen one after the other அடுத்தடுத்த பின் நிகழ்வுகளுக்குக் காரணமான *An increase in the price of oil has* ***a knock-on effect*** *on other fuels.*

knockout /'nɒkaʊt/ *noun* [C] **1** a hard hit that causes sb to become unconscious or to be unable to get up again for a while ஒருவர் சிறிது நேரம் உணர்விழந்துவிடுமாறு அல்லது எழுந்திருக்க முடியாதவாறு செய்யும் வன்தாக்கு; படுகுலையடி **2** (*BrE*) a competition in which the winner of each game goes on to the next part but the person who loses plays no more games ஓர் ஆட்டத்தில் வெற்றி பெற்றவர் போட்டியின் அடுத்த கட்டத்திற்குச் செல்லுமாறும் தோல்வியுற்றவர் மேலும் விளையாடாது போட்டியிலிருந்து விலகிவிடுமாறும் ஏற்பாடு செய்யப்படும் போட்டி வகை; படியேற்ற ஆட்ட முறை

knot[1] /nɒt/ *noun* [C] **1** a place where two ends or pieces of rope, string, etc. have been tied together கயிறு, நூல் முதலியவற்றின் இரு முனைகள் அல்லது இரு துண்டுகள் ஒன்றிணைத்துக் கட்டப்படும் இடம்; முடிச்சு *to tie/untie a knot* **2** a measure of the speed of a ship; approximately 1.8 kilometres per hour ஏறத்தாழ மணிக்கு 1.8 கிலோமீட்டருக்கு இணையான, கப்பலின் வேக அளவீட்டு அலகு

knot[2] /nɒt/ *verb* [T] (**kno<u>tt</u>ing; kno<u>tt</u>ed**) to fasten sth together with a knot ஒன்றை முடிச்சிட்டு இணை; முடிச்சாகக் கட்டு

know[1] /nəʊ/ *verb* (*pt* **knew** /nju:/; *pp* **known** /nəʊn/) (*not used in the continuous tenses*) **1** [I, T] **know (about sth); know that...** to have knowledge or information in your mind (ஒன்றை) அறி; தகவல் உடையவராயிரு; தெரிந்திரு *Do you* ***know the way*** *to the restaurant?* • *Knowing Sudha, she'll be out with her friends.* **2** [T] to be familiar with a person or a place; to have met sb or been somewhere before ஒருவரை அல்லது ஓரிடத்தைப் பற்றி நன்கு தெரிந்திரு; பழகி அறிந்திரு *We've known each other for years.*

NOTE ஒருவரிடம் அறிமுகப்படுத்தப்படும் அல்லது ஒருவரைப் பார்த்துப் பேசும் முதல் முறையைக் குறிக்க **meet** (சந்தி) என்ற வினைச்சொல்லைப் பயன்படுத்துகிறோம்—*Prabhu and I met at university in 1997.* ஒருவரைச் சந்தித்துப் படிப்படியாக நண்பர்களாவதை **get to know sb** என்னும் தொடரால் குறிப்பிடுகிறோம்—*Rahul's wife seems very interesting. I'd like to get to know her better.* முதல் முறையாகச் செல்லும் இடங்களைப் பற்றிப் பேச, நாம் **see** அல்லது **visit** என்ற வினையைப் பயன்படுத்துகிறோம்—*I'd love to go to the States and see/visit San Francisco and New York.*

3 [T, I] to feel certain; to be sure of sth (ஒன்றை) ஐயமற உணர்ந்திரு; உறுதியாக நம்பு ***As far as I know*** (= I think it is true but I am not absolutely sure), *the meeting is next Monday afternoon.* **4** [T] (*only in the past and perfect tenses*) to have seen, heard, or experienced sth ஒன்றைப் பார்த்திரு, கேட்டிரு அல்லது அனுபவத்தால் அறிந்திரு *I've known him go a whole day without eating.* **5** [T] (*usually passive*) **know sb/sth as sth** to give sth a particular name; to recognize sb/sth as sth ஒன்றைக் குறிப்பிட்ட பெயரால் வழங்கு; ஒன்றுக்குக் குறிப்பிட்ட பெயர் கொடு *Istanbul was previously known as Constantinople.* **6** [T] **know how to do sth** to have learned sth and be able to do it ஒன்றைக் கற்றறிந்து அதனைச் செய்யும் ஆற்றல் பெற்றிரு; தேர்ச்சி பெற்றவராயிரு *Do you know how to use a computer?*

NOTE வினைச்சொல்லுக்கு முன் **how to** என்ற தொடர் வரவேண்டும்—*I know use a computer* எனக் கூறுவது தவறாகும். *I know how to use a computer* என்று கூறவேண்டும்.

7 [T] to have personal experience of sth ஒன்றைத் தனிப்பட அறிந்திரு; ஒன்றைப் பற்றிச் சொந்த அனுபவத்தின் வழி அறிந்திரு *Many people don't know what it's like to be hungry.*

NOTE இவ்வினைச்சொல் தொடர் வினையாக வராவிடினும், இதன் நிகழ்கால வினையெச்ச வடிவம் (-ing வடிவம்) பொது வழக்காகும்—*Knowing how he'd react if he ever found out about it, she kept quiet.*

IDM **God/goodness/Heaven knows 1** I do not know எனக்குத் தெரியாது; நான் அறிந்திருக்கவில்லை; கடவுளுக்கே வெளிச்சம் *They've ordered a new car but goodness knows how they're going to pay for it.* **2** used for emphasizing sth ஒன்றை வலியுறுத்திக் கூறப் பயன்படுத்தப்படுவது *I hope I get an answer soon. Goodness knows, I've waited long enough.*

know better (than that/than to do sth) to have enough sense to realize that you should not do sth ஒன்றைச் செய்யக்கூடாது என உணர்ந்துகொள்ளும் அளவுக்குப் பகுத்தறிவு கொண்டிரு

know sth inside out/like the back of your hand (*informal*) to be very familiar with sth ஒன்றை நன்கு தெரிந்திரு; நுணுக்க விவரங்களுடன் அறிந்திரு

know what you are talking about (*informal*) to have knowledge of sth from your own experience சொந்த அனுபவத்தின் வழி ஒன்று குறித்து அறிந்திரு
know what's what (*informal*) to have all the important information about sth; to fully understand sth ஒன்று குறித்த முக்கியமான தகவல்கள் அனைத்தையும் பெற்றிரு; முழுமையாக அறிந்து வைத்திரு
let sb know to tell sb; to inform sb about sth ஒருவரிடம் கூறு; ஒன்றைப் பற்றி ஒருவருக்குத் தெரிவி *Could you let me know what time you're arriving?*
you know used when the speaker is thinking of what to say next, or to remind sb of sth அடுத்துக் கூற வேண்டியதைப் பற்றிப் பேசுபவர் சிந்தித்துக் கொண்டிருக்கும்போது அல்லது ஒருவருக்கு ஒன்றை நினைவூட்டும்போது பயன்படுத்தப்படும் தொடர் *Well, you know, it's rather difficult to explain.*
you never know (*spoken*) you cannot be certain உங்களுக்கு உறுதிபடத் தெரிந்திருக்க முடியாது; உங்களால் உறுதியாகக் கூற முடியாது *Keep those empty boxes. You never know, they might come in handy one day.*
PHR V **know of sb/sth** to have information about or experience of sb/sth ஒருவர்/ஒன்று குறித்துத் தகவல் அறிந்திரு அல்லது அனுபவ அறிவு பெற்றிரு *Do you know of any pubs around here that serve food?*

know² /nəʊ/ *noun*
IDM **in the know** (*informal*) having information that other people do not possess மற்றவர்களுக்குத் தெரியாத தகவலைத் தான் அறிந்திருப்பவராக

know-all (*AmE* **know-it-all**) *noun* [C] an annoying person who behaves as if he/she knows everything அனைத்தையும் அறிந்தவர் போல நடந்துகொள்ளும் எரிச்சலூட்டும் இயல்புள்ள ஒருவர்; எல்லாம் தெரிந்தவராகச் சொல்லிக்கொள்பவர்

know-how *noun* [U] (*informal*) practical knowledge of or skill in sth ஒன்று குறித்த அனுபவ அறிவு அல்லது செயல்வழிப் பயிற்சித் திறம்; பட்டறிவு

knowing /ˈnəʊɪŋ/ *adj.* showing that you know about sth that is thought to be secret இரகசியமானதாகக் கருதப்படும் ஒன்றைப் பற்றித் தான் அறிந்துள்ளதைக் காட்டும் முறையிலான; மறைபொருள் அறிவுக்குறிப்புக் காட்டுகிற *a knowing look*

knowingly /ˈnəʊɪŋli/ *adv.* **1** on purpose; deliberately முன் கருதலுடன்; வேண்டுமென்றே; திட்டமிட்டு *I've never knowingly lied to you.* **2** in a way that shows that you know about sth that is thought to be secret இரகசியமானதாகக் கருதப்படும் ஒன்றைப் பற்றித் தான் அறிந்துள்ளதைக் காட்டும் முறையில்; மறைபொருள் அறிவுக் குறிப்புடன் *He smiled knowingly at her.*

knowledge /ˈnɒlɪdʒ/ *noun* **1** [U] [*sing.*] **knowledge (of/about sth)** information, understanding and skills that you have gained through learning or experience கல்வி அல்லது அனுபவம் வழியாகப் பெற்ற தகவல்கள், அறிவு மற்றும் செயல்திறம்; அறிவாற்றல் *I have **a working knowledge** of French* (= enough to be able to make myself understood). **2** [U] the state of knowing about a particular fact or situation குறிப்பிட்ட மெய்ம்மை, நடப்பு அல்லது சூழல் பற்றி அறிந்திருக்கும் நிலை; புற அறிவு; அனுபவ அறிவு ***To my knowledge*** (= from the information I have, although I may not know everything) *they are still living there.* • *She did it **without my knowledge*** (= I did not know about it).
IDM **be common/public knowledge** to be sth that everyone knows அனைவருக்கும் தெரிந்துள்ள ஒன்றாக இரு; பொதுநிலையில் வழங்குவதாக அல்லது வெளிப்படையானதாக இரு

knowledgeable /ˈnɒlɪdʒəbl/ *adj.* having a lot of knowledge பெருமளவு அறிந்திருக்கிற; விவரமறிந்த *She's very knowledgeable about history.* ▶ **knowledgeably** /-əbli/ *adv.*

knuckle (*pl.* **knuckles**) /ˈnʌkl/ *noun* [C] the bones where your fingers join the rest of your hand விரல்கள் கையின் எஞ்சிய பகுதியோடு இணையும் இடத்திலுள்ள எலும்புகள்; விரலடி இணை எலும்புகள்; கைவிரல் கணுக்கள் ⇨ **body** பதிவில் படம் பார்க்க.

koala /kəʊˈɑːlə/ *noun* [C] an Australian animal with thick grey fur that lives in trees and looks like a small bear மரங்களில் வாழ்வதும் சிறு கரடி போன்ற தோற்றமுடையதுமான அடர்ந்த சாம்பல் நிற மென்மயிருடைய ஆஸ்திரேலிய விலங்கு வகை ⇨ **marsupial** பதிவில் படம் பார்க்க.

koel *noun* [C] any of the several species of **cuckoos** found in India and Australasia இந்தியாவிலும் ஆஸ்திரேலியாவிலும் காணப்படும் குயில் இனப் பறவைகளில் ஒன்று

kolam *noun* [C] decorative designs drawn on the floor, traditionally with rice flour, etc. in southern India தரையில் அரிசி மாவு முதலியவற்றால் வரையப்படும் தென்னிந்திய மரபு வழி ஒப்பனை வடிவம்; கோலம் ⇨ **rangoli** பார்க்க.

the Koran (*also* **Quran, Qur'an**) *noun* [*sing.*] the **sacred** book of the Muslims முஸ்லிம்களின் புனித நூல்; இஸ்லாமியர் திருமறை; குரான்

kosher /ˈkəʊʃə(r)/ *adj.* (used about food) prepared according to the rules of Jewish law (உணவு வகையில்) யூத சட்டத்தின் விதிமுறைகளின்படி தயாரிக்கப்படுகிற; யூதர் மரபுணவான

kph /ˌkeɪ piː ˈeɪtʃ/ (*abbr.*) kilometres per hour (மணிக்கு இத்தனை கிலோமீட்டர் என்ற விகிதத்தில்) என்பதன் குறுக்கம்

krill /krɪl/ *noun* [*pl.*] very small shellfish that live in the sea around the Antarctic and are eaten by large sea animals (**whales**) அன்டார்டிக் பகுதியைச் சுற்றியுள்ள கடலில் வாழ்வதும் திமிங்கலங்களால் உண்ணப்படுவதுமான மிகச் சிறிய சிப்பி மீன் வகை

krypton /ˈkrɪptɒn/ *noun* [U] (*symbol* **Kr**) a colourless gas that does not react with chemicals, used in **fluorescent** lights வேதியியல் பொருள்களுடன் எதிர்வினை ஆற்றாததும் வெள்ளொளிர் விளக்குகளில் பயன்படுத்தப்படுவதுமான நிறமற்ற ஒரு வாயு; மறையம்; கிரிப்டான் **NOTE** **Krypton** (மறையம்) ஒரு **noble gas** (மந்தவளி) ஆகும்.

Kuchupudi *noun* [U] a classical Indian dance form from Andhra Pradesh ஆந்திர மாநிலத்தின் செவ்வியல் நாட்டியப் பாணி; குச்சுபுடி

kudos /ˈkjuːdɒs/ *noun* [U] (originally from Greek) a word that is used as an expression of approval and praise for a particular achievement ஒரு குறிப்பிட்ட சாதனைக்கு உரிய அங்கீகாரமாகவும் பாராட்டாகவும் கூறப்படும், கிரேக்க மொழியிலிருந்து வந்த சொல் *He received much kudos for his work.*

kulfi *noun* [C] a cone-shaped Indian ice cream usually made with boiled milk. It comes in various flavours like **pistachio**, **saffron**, etc. கொதிக்க வைத்த பாலில் செய்யப்படும் கூம்பு வடிவிலான இந்திய ஐஸ்கிரீம்; குல்ஃபி. இது பிஸ்தா, குங்குமப்பூ முதலிய பலரக மணங்களில் கிடைக்கும்

kumkum *noun* [U] a dark red powder used by married Hindu women to make a mark on the forehead குங்குமம்

kung fu /ˌkʌŋˈfuː/ *noun* [U] a Chinese style of fighting using the feet and hands as weapons பாதங்களையும் கைகளையும் ஆயுதங்களாகப் பயன்படுத்தும் சீன நாட்டுச் சண்டைப் பாணி ⇨ **martial arts** பார்க்க.

kurta *noun* [C] a long, loose shirt worn by men and women in South Asia தென் ஆசியாவில் ஆண்களும் பெண்களும் அணியும் நீண்ட தளர் சட்டை; குர்தா

kW (*also* **kw**) *abbr.* kilowatt(s) (கிலோவாட்) என்பதன் குறுக்கம் *a 2kw electric heater*

L l

L, l[1] /el/ *noun* [C, U] (*pl.* **L's; l's** /elz/) the twelfth letter of the English alphabet ஆங்கில நெடுங்கணக்கின் பன்னிரண்டாவது எழுத்து *'Lake' begins with (an) 'L'.*

l[2] *abbr.* **1 l** litre(s) Litre(s) (லிட்டர்) என்பதன் குறுக்கம் **2** (*BrE*) **L** (a sign on a car) learner driver (சீருந்திலுள்ள அறிகுறி) பயிற்சி ஓட்டுநரைக் குறிக்கும் learner driver என்பதன் குறுக்கம் **3 L** large (size of clothes) (உடைகள் வகையில்) பேரளவைக் குறிக்கும் large என்பதன் குறுக்கம்

label[1] /ˈleɪbl/ *noun* [C] **1** a piece of paper, etc. that is fixed to sth and which gives information about it ஒரு பொருளின் மீது பொருத்தப்படுவதும் அப்பொருள் பற்றிய தகவலைக் கொண்டிருப்பதுமான துண்டுத் தாள் முதலியவை; அடையாளக் குறிப்புத் தாள்; பொருள் விவரத் தாள் நறுக்கு; முகப்புவரிச் சீட்டு *There is a list of all the ingredients on the label.* **2 record label** a company that produces and sells records, CDs, etc. இசைத்தட்டுகள், குறுவட்டுகள் முதலியவற்றைத் தயாரித்து விற்பனை செய்யும் நிறுவனம்

label[2] /ˈleɪbl/ *verb* [T] (**labelling; labelled** *AmE* **labeling; labeled**) **1** (*usually passive*) to fix a label or write information on sth ஒன்றின் மீது அடையாளமாகக் குறிப்புத் தாளை அல்லது தலைச்சின்னத்தை ஒட்டு; ஒன்றன் மீது அப்பொருள் பற்றிய விவரத்தைக் குறி **2 label sb/sth (as) sth** to describe sb/sth in a particular way, especially unfairly குறிப்பிட்ட முறையில், குறிப்பாக நியாயமற்ற முறையில், ஒருவர்/ஒன்று பற்றி விவரி

labial /ˈleɪbiəl/ *noun* [C] (*technical*) a speech sound made with the lips, for example m, p, v (ம, ப, வ முதலிய) உதடுகளின் துணையால் ஒலிக்கப்பெறும் பேச்சொலி; இதழ் ஒலி ▶ **labial** *adj.*

laboratory /ləˈbɒrətri/ *noun* [C] (*pl.* **laboratories**) (*informal* **lab**) a room or building that is used for scientific research, testing, experiments, etc. or for teaching about science அறிவியல் ஆய்வு, சோதனை, செய்முறைப் பயிற்சி முதலியவற்றுக்கு அல்லது அறிவியல் கல்விக்குப் பயன்படுத்தப்படும் அறை அல்லது கட்டடம்; சோதனைச் சாலை; ஆய்வுக் கூடம்; *The blood samples were sent to the laboratory*

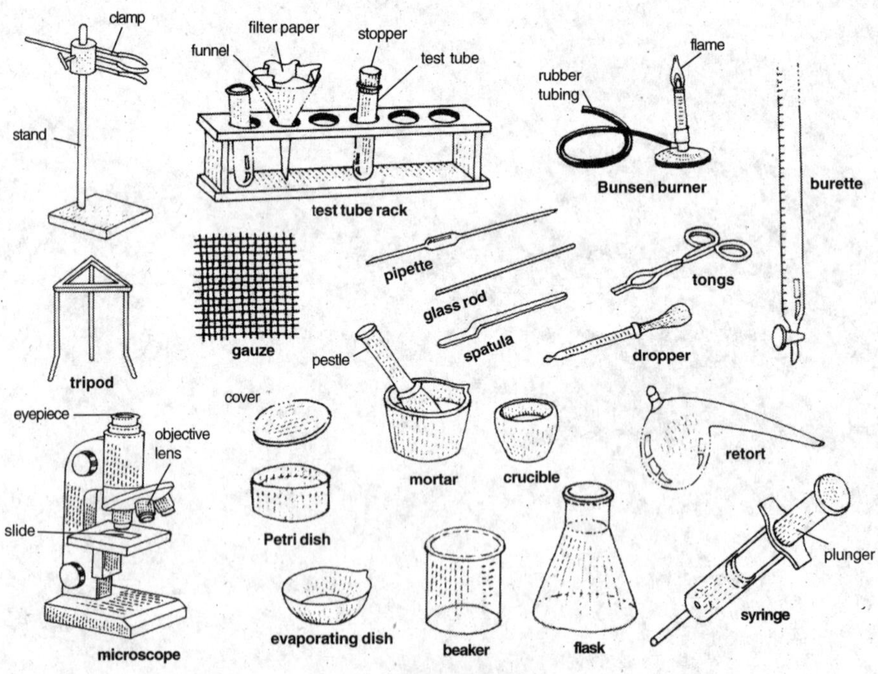

laboratory apparatus

for analysis. • *a physics laboratory* ⇨ **language laboratory** பார்க்க.

laborious /lə'bɔːriəs/ *adj.* needing a lot of time and effort பேரளவு நேரமும் செயல் முயற்சியும் வேண்டப்படுகிற; நீடித்த உழைப்பு தேவைப்படுகிற *a laborious task/process/job* ▶ **laboriously** *adv.*

labour[1] (*AmE* **labor**) /'leɪbə(r)/ *noun* **1** [U] work, usually of a hard, physical kind வேலை, குறிப்பாக உடலுழைப்புடன் கூடிய கடினமான வேலை; உழைப்பு *manual labour* (= work using your hands) **2** [U] workers, when thought of as a group (குழுநிலையில்) தொழிலாளர்கள்; பாட்டாளிகள்; உழைப்பாளர்கள் *There is a shortage of skilled labour.* **3** [U, C *usually sing.*] the process of giving birth to a baby பிள்ளைப்பேற்று வினைமுறை; குழந்தை பெறுதல் *She **went into labour** in the early hours of this morning.* • *She was **in labour** for ten hours.*

labour[2] (*AmE* **labor**) /'leɪbə(r)/ *verb* [I] **1 labour (away)** to work hard at sth ஒரு பணி தொடர்பாக கடினமாக உழை *She laboured on her book for two years.* **2** to move or do sth with difficulty and effort இடர்ப்பாட்டுடன் அல்லது செயல் முனைப்புடன் இயங்கு அல்லது ஒன்றைச் செய்

laboured (*AmE* **labored**) /'leɪbəd/ *adj.* done slowly or with difficulty மெதுவாக அல்லது இடர்ப்பாட்டுடன் செய்யப்படுகிற *laboured breathing*

labourer (*AmE* **laborer**) /'leɪbərə(r)/ *noun* [C] a person whose job involves hard physical work கடினமான உடல் உழைப்பை உள்ளடக்கிய பணி செய்பவர், தொழிலாளி, பாட்டாளி *unskilled/farm labourers*

labour-saving *adj.* reducing the amount of work needed to do sth ஒரு செயலுக்குத் தேவையான உழைப்பின் அளவைக் குறைக்கிற *labour-saving devices such as washing machines*

labyrinth /'læbərɪnθ/ *noun* [C] a complicated set of paths and passages, through which it is difficult to find your way செல்வழியைக் கண்டறிவதற்கு இடர்ப்பாடு உண்டாக்கும் குறுக்கு மறுக்கான பாதையமைப்பு; குழப்பமூட்டும் சிக்கலான பாதைகளின் தொகுதி *a labyrinth of corridors* ✪ SYN **maze**

lac /læk/ *noun* [U] a sticky substance produced by certain insects that is used in making varnishes, dyes and sealing wax சிலவகைப் பூச்சிகளில் சுரப்பதும் எண்ணெய்ச் சாயம், சாயப் பொருள்கள் மற்றும் அரக்கு தயாரிக்கப் பயன்படுவதுமான பிசின் போன்ற பொருள்; அரக்கு

lace[1] /leɪs/ *noun* **1** [U] cloth that is made of very thin threads sewn in patterns with small holes in between இடைக் கண்ணிகளுடன் உருப்படிவங்களாக இழை நூல்களால் பின்னப்படும் துணி; கண்ணிகளுடைய பூத்தையல் இழை *lace curtains* • *a collar made of lace* ⇨ **lacy** adjective பார்க்க. **2** [C] a string that is used for tying a shoe காலணியை (புதை மிதியடியை) இறுக்கிக் கட்டுவதற்கான மென்கயிறு *Your shoelace is undone.* • *Do up your laces or you'll trip over them.*

lace[2] /leɪs/ *verb* [I, T] **lace (sth) (up)** to tie or fasten sth with a **lace**[1] **2** மென்கயிற்றால் புதை மிதியடி, முதலியவற்றைக் கட்டி இறுக்கு அல்லது சேர்த்துக்கட்டு *She was sitting on the edge of the bed lacing up her boots.* ▶ **lace-up** *adj., noun* [*pl.*] *lace-up boots/shoes*

lack[1] /læk/ *noun* [U] [*sing.*] **(a) lack (of sth)** the state of not having sth or not having enough of sth ஒன்றைக் கொண்டிராத அல்லது ஒன்று போதுமான அளவு இல்லாத நிலை; பற்றாக்குறை *A lack of food forced many people to leave their homes.*

lack[2] /læk/ *verb* [T] to have none or not enough of sth ஒன்று முற்றிலும் அல்லது போதுமான அளவு இல்லாமலிரு; இல்லாது குறைபடு *She seems to lack the will to succeed.*

lacking /'lækɪŋ/ *adj.* (*not before a noun*) **1 lacking in sth** not having enough of sth ஒன்று போதுமான அளவு இல்லாத; குறைபாடுற்ற; பற்றாக்குறையாக உள்ள *He's certainly not lacking in intelligence.* **2** not present or available இல்லாதிருக்கிற; கிடைக்கப்பெறாத *I feel there is something lacking in my life.*

lacklustre /'læklʌstə(r)/ *adj.* not interesting or exciting; dull ஆர்வத்தைத் தூண்டாத; கிளர்ச்சியூட்டாத; சலிப்புத் தருகிற *a lacklustre performance*

laconic /lə'kɒnɪk/ *adj.* (*formal*) using only a few words to say sth ஒன்றைக் கூறக் குறைவான சொற்களை மட்டுமே பயன்படுத்துகிற; மணிச் சுருக்கமாகப் பேசுகிற ▶ **laconically** /-kli/ *adv.*

lacquer /'lækə(r)/ *noun* [U] **1** a type of transparent paint that is put on wood, metal, etc. to give it a hard, shiny surface கெட்டித் தன்மையும் பளபளப்பும் ஊட்டுவதற்காக மரப்பொருள், உலோகம் முதலியவற்றின் பரப்பின் மீது பூசப்படும் ஒளி ஊடுருவக் கூடிய சாய வகை; அரக்குச் சாயம் **2** (*old-fashioned*) a liquid that you put on your hair to keep it in place முடி கலையாமல் இருப்பதற்காகத் தலையில் பீய்ச்சிக் கொள்ளப்படும் திரவ வகை ✪ SYN **hairspray**

lactate /læk'teɪt/ *verb* [I] (of a woman or female animal) to produce milk from the body to feed a baby or young animal (பெண் அல்லது பெண் விலங்கு வகையில்) குழந்தைக்கு/குட்டிக்கு ஊட்டுவதற்காகப் பால் சுர ▶ **lactation** /-teɪʃn/ *noun* [U] *the period of lactation*

lactic acid /ˌlæktɪk ˈæsɪd/ *noun* [U] a substance that forms in old milk and is also produced in your muscles when you do hard physical exercise புளித்த பாலிலும் கடுமையான உடற்பயிற்சியின்போது தசைகளிலும் உண்டாகும் காடிப்பொருள்

lactose /ˈlæktəʊs/ *noun* [U] a type of sugar found in milk and used in some baby foods பாலில் காணப்படுவதும் சிலவகைக் குழந்தை உணவுகளில் பயன்படுத்தப்படுவதுமான சர்க்கரை வகை; பாற்சர்க்கரை ⇨ **dextrose, fructose, glucose** மற்றும் **sucrose** பார்க்க.

lacy /ˈleɪsi/ *adj.* made of or looking like **lace** கண்ணிகளுடைய பூப்பின்னல் துணியால் செய்யப்பட்ட அல்லது அத்துணி போன்று காணப்படுகிற

lad /læd/ *noun* [C] (*informal*) a boy or young man சிறுவன்; இளைஞன் *School has changed since I was a lad.*

ladder /ˈlædə(r)/ *noun* [C] **1** a piece of equipment that is used for climbing up sth. A ladder consists of two long pieces of metal, wood or rope with steps fixed between them ஏணி (*figurative*) *to climb the ladder of success* ⇨ **step ladder** பார்க்க. **2** (*AmE* **run**) a long hole in the thin pieces of clothing that women wear to cover their legs (**tights** or **stockings**), where the threads have broken பெண்கள் காலுறைகளில் நூல்கள் பிரிந்து உண்டாகும் நீண்ட புழை *Oh no! I've got a ladder in my tights.* ▶ **ladder** *verb* [I, T]

laddu *noun* [C] a popular Indian sweet made from a mixture of various kinds of flour, sugar and **ghee** which is shaped into a ball மாவு, சர்க்கரை மற்றும் நெய் சேர்த்து உருண்டையாகத் தயாரிக்கப்படும் பிரபலமான இந்திய இனிப்புப் பண்டம்; லட்டு

laden /ˈleɪdn/ *adj.* (*not before a noun*) **laden (with sth)** having or carrying a lot of sth மிகுதியான அளவில் ஒன்றைக் கொண்டிருக்கிற அல்லது எடுத்துச் செல்கிற; சுமையேற்றப்பட்ட *The orange trees were laden with fruit.*

ladle¹ /ˈleɪdl/ *noun* [C] a large deep spoon with a long handle, used especially for serving soup குறிப்பாக வடிசாறு பரிமாறப் பயன்படுத்தப்படும், நீண்ட கைப்பிடியுள்ள பெரிய குழிவான கரண்டி; அகப்பை; சட்டுவம் ⇨ **kitchen** பதிவில் படம் பார்க்க.

ladle² /ˈleɪdl/ *verb* [T] to serve food with a ladle அகப்பையால் எடுத்து ஊற்று

lady /ˈleɪdi/ *noun* [C] (*pl.* **ladies**) **1** a polite way of saying 'woman', especially when you are referring to an older woman (குறிப்பாக வயதான ஒரு பெண்ணைக் குறிப்பிடும்போது) பண்பு நயத்துடன் ஒரு பெண்ணைக் குறிக்கும் முறை; பெண்மணி *The lady next door is a social worker.* **2** (*formal*) used when speaking to or about a woman or women in a polite way மரியாதை நயத்துடன் ஒரு பெண்ணிடம்/ பெண்களிடம் அல்லது ஒரு பெண்ணை/ பெண்களைப் பற்றிப் பேசப் பயன்படுத்தப்படுவது ***Ladies and gentlemen!*** (= at the beginning of a speech) • *Mrs Rai, there's a lady here to see you.* **3** a title that is used before the name of a woman who has a high social position சமுதாயத்தின் உயர்படி நிலையிலுள்ள ஒரு பெண்ணின் பெயருக்கு முன் பயன்படுத்தப்படும் பட்டம்: சீமாட்டி; பெருமாட்டி *Lady Mountbatten* ⇨ **Lord** பார்க்க.

ladybird /ˈleɪdibɜːd/ (*AmE* **ladybug** /ˈleɪdibʌg/) *noun* [C] a small insect that is red or yellow with black spots கரு நிறப் புள்ளிகளுடைய சிவப்பு அல்லது மஞ்சள் நிறமான சிறு வண்டு வகை ⇨ **insect** பதிவில் படம் பார்க்க.

lady's finger *noun* [C] = **okra**

lag¹ /læg/ *verb* [I] (**lagging; lagged**) **lag (behind) (sb/sth)** to move or develop more slowly than sb/sth ஒருவரை/ஒன்றை விட மெதுவாக இயங்கு அல்லது மெதுவாக வளர்ச்சியுறு; பின்தங்கு

lag² /læg/ (**time lag**) *noun* [C] a period of time between two events; a delay இரண்டு நிகழ்வுகளுக்கு இடைப்பட்ட காலப்பகுதி; தாமதம் ⇨ **jet lag** பார்க்க.

lager /ˈlɑːgə(r)/ *noun* [C, U] (*BrE*) a type of light beer that is a golden colour பொன்னிறமான செறிவற்ற பியர் மது வகை *Three pints of lager, please.*

lagoon /ləˈguːn/ *noun* [C] a lake of salt water that is separated from the sea by sand or rock மணலால் அல்லது பாறையால் கடலிலிருந்து துண்டிக்கப்பட்ட உப்புநீர் ஏரி; கடற்கழி; காயல்

laid ⇨ **lay¹** என்பதன் இறந்தகால மற்றும் இறந்தகால வினையெச்ச வடிவம்

laid-back /ˌleɪd ˈbæk/ *adj.* (*informal*) calm and relaxed; seeming not to worry about anything ஓய்வமைதியுடைய; கவலையற்றுத் தோன்றுகிற

lain ⇨ **lie²** என்பதன் இறந்தகால வினையெச்ச வடிவம்

laissez-faire /ˌleseɪ ˈfeə(r)/ *noun* [U] the policy of allowing private businesses to develop without government control அரசின் கட்டுப்பாடின்றித் தனியார் வணிகத் தொழில்கள் வளர அனுமதிக்கும் கொள்கை ▶ **laissez-faire**

adj. *a laissez-faire economy* • *They have a laissez-faire approach to bringing up their children* (= they give them a lot of freedom).

lake /leɪk/ *noun* [C] a large area of water that is surrounded by land நிலத்தால் சூழப்பட்ட பரந்த நீர்ப்பரப்பு; ஏரி *They've gone sailing* ***on the lake.*** • *We all swam* ***in the lake.*** **NOTE** **Pond** (குளம், குட்டை) **lake**-ஐ விடச் சிறியது. ➪ **oxbow** பதிவில் படம் பார்க்க.

lakh *noun* [C] *number* (in the Indian system of measurement) one hundred thousand; 1,00,000 (இந்திய அளவீட்டு முறையில்) நூறாயிரம்; இலட்சம்

lamb /læm/ *noun* **1** [C] a young sheep செம்மறியாட்டுக் குட்டி ➪ **sheep** பதிவிலுள்ள குறிப்பு மற்றும் படம் பார்க்க. **2** [U] the meat of a young sheep செம்மறியாட்டுக் குட்டியின் இறைச்சி *lamb chops*

lame /leɪm/ *adj.* **1** (these days, used mainly about animals) not able to walk properly because of an injury to the leg or foot (தற்பொழுது, பெரும்பாலும் விலங்குகள் வகையில்) காலில் அல்லது பாதத்தில் உண்டான காயம் காரணமாக இயல்பான முறையில் நடக்க முடியாத; நொண்டுகிற; நொண்டியான *The horse is lame and cannot work.*

> **NOTE** தற்பொழுது ஆட்கள் வகையில் **lame** என்ற சொல் மிகுதியாகப் பயன்படுத்தப்படுவதில்லை. **Limp** வினைச்சொல், பெயர்ச்சொல் வடிவங்கள் இரண்டும் பெருவழக்காக உள்ளன—*He's got a limp.* • *You're limping. Have you hurt your leg?*

2 (used about an excuse, argument, etc.) not easily believed; weak (சாக்குப்போக்கு, வாதம் முதலியவை வகையில்) எளிதில் நம்பப்படாத; வலுவற்ற; ஒப்புக்கொள்ளத்தகாத

lament /ləˈment/ *noun* [C] (*formal*) a song, poem or other expression of sadness for sb who has died or for sth that has ended இறந்துவிட்ட ஒருவர் அல்லது அழிவுற்ற ஒன்று குறித்த வருத்தத்தை வெளிப்படுத்தும் பாடல், கவிதை அல்லது பிற வெளிப்பாடுகள்; ஒப்பாரி; இரங்கற்பா; கையறுநிலைப் பாடல் ▶ **lament** *verb* [T]

laminated /ˈlæmɪneɪtɪd/ *adj.* **1** (used about wood, plastic, etc.) made by sticking several thin layers together (மரம், பிளாஸ்டிக் முதலியவை வகையில்) மென்தகடுகள் பலவற்றை ஒட்டி இணைத்து உருவாக்கப்படுகிற; மென் தகடுகளாலான *laminated glass* **2** covered with thin transparent plastic for protection ஒளி ஊடுருவும் பிளாஸ்டிக் பொருளால் பாதுகாப்பிற்காக உறையிடப்பட்டுள்ள

lamp /læmp/ *noun* [C] a device that uses electricity, gas or oil to produce light மின்சாரம், வாயு அல்லது எண்ணெய்யைப் பயன்படுத்தி ஒளி உண்டாக்கும் சாதனம்; விளக்கு *a street lamp* • *a table/desk/bicycle lamp* ➪ **bicycle** பதிவில் படம் பார்க்க.

lamp post *noun* [C] a tall pole at the side of the road with a light on top சாலையோரத்தில் உள்ள உச்சியில் விளக்குப் பொருத்தப்பட்ட உயரமான நிலைக் கம்பம்; தெருவிளக்குத் தூண்; விளக்குக் கம்பம்

lampshade /ˈlæmpʃeɪd/ *noun* [C] a cover for a lamp that makes it look more attractive and makes the light softer விளக்கின் கவர்ச்சி மிகுவிப்பதும் ஒளிர்வு முனைப்பை மட்டுப்படுத்துவதுமான மறைப்பு; ஒளித்திரை

LAN /læn/ *abbr.* (*computing*) Local Area Network (a system for communicating by computer within a large building) ஒரு பெரிய கட்டடத்தினுள் கணிப்பொறியைப் பயன்படுத்தித் தகவல் பகிர்ந்து கொள்வதற்கான அமைப்பைக் குறிக்கும் local area network (உள்ளிட வலையமைப்பு) என்பதன் குறுக்கம் ➪ **WAN** பார்க்க.

land¹ /lænd/ *noun* **1** [U] the solid part of the surface of the earth (= not sea) (கடல் அல்லாத) பூமியின் திண்ணிய மேற்பரப்பு; நிலம் *Penguins can't move very fast* ***on land.*** ➪ **ground** பதிவிலுள்ள குறிப்பைப் பார்க்க. ✪ **OPP sea** **2** [U] an area of ground நிலப்பகுதி; நிலப்பரப்பு *The land rose to the east.* **3** [U] ground, soil or earth of a particular kind குறிப்பிட்ட வகையான தரை, மண் அல்லது நிலம் *The land is rich and fertile.* • *arid/barren land* • *arable/agricultural/industrial land* **4** [C] (*written*) a country or region நாடு; நாட்டுப்பகுதி; வட்டாரம் *She died far from her native land.* • *to travel to distant lands* ➪ **country** பதிவிலுள்ள குறிப்பைப் பார்க்க.

land² /lænd/ *verb* **1** [I, T] to come down from the air or to bring sth down to the ground வான்வெளியிலிருந்து கீழே இறங்கு; தரையிறங்கு *He fell off the ladder and landed on his back.* • *The pilot landed the aeroplane safely.* **2** [I, T] to go onto land or put sth onto land from a ship கப்பலிலிருந்து தரைக்குப் போ அல்லது ஒன்றைத் தரையில் இறக்கு; கரையிறங்கு; கரையிறக்கு **3** [T] to succeed in getting sth, especially sth that a lot of people want குறிப்பாகப் பலரும் பெறப் போட்டியிடும் ஒன்றை அடைவதில் வெற்றிபெறு; போட்டியில் ஒன்றை வென்று கைக்கொள் *The company has just landed a million-dollar contract.*

IDM **fall/land on your feet** ➪ **foot¹** பார்க்க.

PHR V **land up (in...)** (*BrE informal*) to finish in a certain position or situation குறிப்பிட்ட ஒரு நிலையில் அல்லது சூழலில் முடிவுறு *He landed up in a prison cell for the night.*

land sb with sb/sth (*informal*) to give sb sth unpleasant to do, especially because no one else wants to do it குறிப்பாக வேறொருவரும் செய்ய விரும்பாத காரணத்தினால், இனியதல்லாத ஒன்றைச் செய்ய ஒருவரை அமர்த்து

landfill /ˈlændfɪl/ *noun* **1** [C, U] an area of land where large amounts of waste material are buried பேரளவிலான கழிவுப்பொருள்கள் மண்ணில் புதைக்கப்பட்டுள்ள இடப்பகுதி; குப்பை-கூளங்கள் திரளாகப் புதைக்கப்படும் இடம் **2** [U] waste material that will be buried; the burying of waste material புதைக்கப்பட இருக்கும் கழிவுப்பொருள்கள்; குப்பைகூளங்களை மண்ணில் புதைத்தல்

landing /ˈlændɪŋ/ *noun* [C] **1** the action of coming down onto the ground (in an aircraft) (விமானம்) தரையிறங்குதல்; நிலத்தில் இறங்குதல் *The plane made an* ***emergency landing*** *in a field.* • *a crash landing* • *a safe landing* ✪ OPP **take-off** **2** the area at the top of a staircase in a house, or between one staircase and another in a large building வீட்டின் படிக்கட்டு வரிசையின் மேற்பகுதியிலுள்ள இடப்பகுதி அல்லது ஒரு பெரிய கட்டடத்தில் இரண்டு படிக்கட்டு வரிசை-களின் இடைப்பட்ட பகுதி

landing card *noun* [C] a form on which you have to write details about yourself when flying to a foreign country அயல்நாடு ஒன்றுக்கு விமானப் பயணம் மேற்கொள்ளும்போது தன்னைப் பற்றிய விவரங்கள் எழுதித் தரவேண்டிய படிவம்; அயற்புலப் பயணத் தன்-விவர அட்டை

landing gear *noun* [U] = **undercarriage**

landing stage (*AmE* **dock**) *noun* [C] a wooden platform built out into the sea or a river where boats are tied and where people can get on or off them கடலில் அல்லது நதியில் உள்-முகமாகத் தள்ளிக் கட்டப்பட்டிருக்கும், படகு-களை நிலைநிறுத்திக் கட்டி வைப்பதற்குரிய மற்றும் பயணிகள் அவற்றில் ஏறுவதற்கு அல்லது அவற்றிலிருந்து இறங்குவதற்குரிய மரமேடை; படித்துறை/படகுத்துறை மேடை ✪ SYN **jetty**

landing strip = **airstrip**

landlady /ˈlændleɪdi/ *noun* [C] (*pl.* **landladies**) **1** a woman who rents a house or room to people ஒரு வீட்டை அல்லது ஓர் அறையை மற்றவர்-களுக்கு வாடகைக்கு விடும் பெண்; வாடகைக் குடியிருப்பு மனைத் தலைவி **2** a woman who owns or manages a pub, small hotel, etc. மது அருந்தகம், சிறு வழித்தங்கல் மனை முதலியவற்றை உடைமையாக வைத்திருக்கும் அல்லது நிருவகிக்கும் பெண்; தேறல்மனை/தங்கல்மனைத் தலைவி

landlocked /ˈlændlɒkt/ *adj.* completely surrounded by land முழுதும் நிலத்தால் சூழப்பட்ட

landlord /ˈlændlɔːd/ *noun* [C] **1** a person who rents a house or room to people ஒரு வீட்டை அல்லது ஓர் அறையை மற்றவர்களுக்கு வாடகைக்கு விடுபவர்; வாடகைக் குடியிருப்பு மனைத் தலைவர் **2** a person who owns or manages a pub, small hotel, etc. மது அருந்தகம், சிறு வழித்தங்கல் மனை முதலியவற்றின் உரிமையாளர் அல்லது நிருவாகி; தேறல்-மனை/வழித் தங்கல் மனைத் தலைவர்

landmark /ˈlændmɑːk/ *noun* [C] **1** an object (often a building) that can be seen easily from a distance and will help you to recognize where you are தொலைவிலிருந்து எளிதாகப் பார்க்கக் கூடியதும் தான் இருக்குமிடத்தை அடையாளம் காண உதவுவதுமான ஒரு பொருள் (குறிப்-பாக ஒரு கட்டடம்); இட அடையாளப் பொருள்; இட எல்லைக் குறி *Qutub Minar is one of the landmarks on Delhi's skyline.* **2 a landmark (in sth)** an important stage or change in the development of sth ஒன்றின் வளர்ச்சிப்போக்கில் காணப்படும் ஒரு முக்கியமான கட்டம் அல்லது மாற்றம்; மைல்கல்; திருப்புமுனை

landmine /ˈlændmaɪn/ *noun* [C] a bomb placed on or under the ground, which explodes when vehicles or people move over it தரை மீது அல்லது நிலத்தடியில் வைக்கப்படுவதும் ஊர்திகள் அல்லது ஆட்கள் அதன்மீது செல்லும்போது வெடிப்பதுமான குண்டு; நிலச்சுரங்கவெடி; கண்ணிவெடி

landowner /ˈlændəʊnə(r)/ *noun* [C] a person who owns land, especially a large area of land நில உடைமையாளர், குறிப்பாகப் பேரளவி-லான நிலத்தின் சொந்தக்காரர்

landscape¹ /ˈlændskeɪp/ *noun* **1** [C, *usually sing.*] everything you can see when you look across a large area of land அகல் விரிவான நிலப்-பரப்பு ஒன்றைக் குறுக்குவெட்டாக நோக்கும்-போது பார்வையில் படக்கூடிய அனைத்துப் பொருள்களின் தொகுதி; இயற்கைக் காட்சிப் பரப்பு; அகல் பரப்புக் காட்சி *an urban/industrial landscape* ➪ **scenery** பதிவிலுள்ள குறிப்பைப் பார்க்க. **2** [C, U] a picture or a painting that shows a view of the countryside; this style of painting நாட்டுப்புறக் காட்சியைச் சித்தரிக்கும் படம் அல்லது ஓவியம்; இவ்வகை ஓவியங்களைச் சித்தரிக்கும் பாணி

landscape² /ˈlændskeɪp/ *verb* [T] to improve the appearance of an area of land by changing its design and planting trees, flowers, etc. வடிவமைப்பை மாற்றுதல், மரங்கள் மற்றும் பூச்செடிகள் வளர்த்தல் முதலியவற்றால் ஒரு நிலப்பரப்பின் தோற்றத்தை மேம்படுத்து; இயற்கைக் காட்சிப்பொலிவூட்டு

landslide /ˈlændslaɪd/ *noun* [C] **1** the sudden fall of a mass of earth, rocks, etc. down the side of a mountain மலையின் பக்கப் பரப்பு முதலிய-வற்றிலிருந்து பெருந்தொகுதியாக மண், பாறைகள் முதலியவை திடீரெனச் சரிந்து விழுதல்; நிலச்சரிவு **2** a great victory for one person or one political party in an election ஒரு தேர்தலில் தனி ஒருவருக்கு அல்லது தனி-யொரு கட்சிக்குக் கிடைக்கும் பெரும் வெற்றி

lane /leɪn/ *noun* [C] **1** a narrow road in the country நாட்டுப்புறத்திலுள்ள ஒடுக்கமான தெரு; சந்து *We found a route through country lanes to avoid the traffic jam on the main road.* **2** used in the names of roads சாலைகளின் பெயர்களோடு பயன்படுத்தப்படும் சொல் *Bhagwandas Lane* • *Janpath Lane* **3** a section of a wide road that is marked by painted white lines to keep lines of traffic separate பெருஞ்சாலை ஒன்றில் போக்கு-வரத்துப் பிரிவினை செய்யும் பொருட்டு வெண்ணிறக் கோடுகள் தீட்டிக் காட்டப்படும் சாலைப்பகுதி; வண்ண வரைகோடிட்ட பெருஞ்-சாலைத் தடம் *a four-lane highway* • *the inside/middle/fast/outside lane* **4** a section of a sports track, swimming pool, etc. for one person to go along விளையாட்டுப் பந்தயப் பாதை, நீச்சல் குளம் முதலியவற்றில் உள்ள, ஒருவர் செல்வதற்கான தடம் **5** a route or path that is regularly used by ships or aircraft கப்பல்கள் மற்றும் வானூர்திகள் வழக்கமாகப் பயன்-படுத்தும் தடம் அல்லது பாதை; கடற்பாதை; வான்தடம்

language /ˈlæŋgwɪdʒ/ *noun* **1** [C] the system of communication in speech and writing that is used by people of a particular country குறிப்பிட்ட ஒரு நாட்டு மக்களால் பயன்படுத்தப்படும் பேச்சு மற்றும் எழுத்து வடிவத் தகவல் தொடர்புக் கூறுகளின் இணைதொகுதி; ஒரு நாட்டின் மொழி *They fell in love in spite of the language barrier* (= being unable to speak or understand each other's native language). • *What is your first language* (= your mother tongue)*?* **2** [U] the system of sounds and writing that human beings use to express their thoughts, ideas and feelings தங்களது எண்ணங்கள், கருத்துகள் மற்றும் உணர்ச்சிகளை வெளிப்படுத்த மனிதர்களால் பயன்படுத்தப்படும் ஒலி மற்றும் வரி வடி-வங்களின் இணைதொகுதி; மொழி *written/spoken language* **3** [U] words of a particular type or words that are used by a particular person or group குறிப்பிட்டத் தன்மையிலான மற்றும் குறிப்பிட்ட பிரிவினரால் பயன்படுத்தப்படுகிற சொல்; தொகுதி *bad* (= rude) *language* • *legal language* **4** [U] any system of signs, symbols, movements, etc. that is used to express sth ஒன்றை வெளிப்படுத்தப் பயன்படுத்தப்படும் அறிகுறிகள், குறியீடுகள், சமிக்ஞைகள், முதலியவற்றின் இணைதொகுதி; குறியீட்டு மொழி *sign language* (= using your hands, not speaking) ➪ **body language** பார்க்க. **5** [C, U] (*computing*) a system of symbols and rules that is used to operate a computer கணிப்பொறியை இயக்குவதற்குப் பயன்படுத்தப்படும் குறியீடுகள், மற்றும், விதிமுறைகளின் தொகுதி; கணினி மொழி

language laboratory *noun* [C] a room in a school or college that contains special equipment to help students learn foreign languages by listening to tapes, watching videos, recording themselves, etc. ஒலி நாடாக்களை உன்னிப்-பாகக் கேட்பது, ஒளிப்படங்களைக் காண்பது, தங்கள் பேச்சைப் பதிவுசெய்வது முதலிய-வற்றின் வாயிலாக அயல்மொழிகளைக் கற்பதற்கு மாணவர்களுக்குத் துணை செய்யும் சிறப்புச் சாதனங்களைக் கொண்ட பள்ளி அல்லது கல்லூரியிலுள்ள அறை; மொழி ஆய்வுக் கூடம்

langur *noun* [C] (*IndE*) a long-tailed large monkey usually with a grey or cream coloured body and a black face, native to S and SE Asia தென் மற்றும் தென் கிழக்கு ஆசியாவில் இருக்கும், நீண்ட வாலும் சாம்பல் நிற அல்லது இள-மஞ்சள் நிற உடலும் கறுப்பு முகமும் உள்ள பெரிய குரங்கு

lanky /ˈlæŋki/ *adj.* (used about a person) very tall and thin (ஆள் வகையில்) மிகவும் உயரமாகவும் ஒல்லியாகவும் உள்ள; நெட்டையான

lantern /ˈlæntən/ *noun* [C] a type of light with a metal frame, glass sides and a light or candle inside that can be carried உலோகச் சட்டமும் கண்ணாடியாலான பக்கங்களும் உட்பகுதியில் விளக்கு அல்லது மெழுகுத் திரியும் கொண்ட உடன் கொண்டு செல்லக்கூடிய விளக்கு வகை; ஒளிக்கூண்டு கண்ணாடிக்கூட்டு விளக்கு; லாந்தர்

lap¹ /læp/ *noun* [C] **1** the flat area that is formed by the upper part of your legs when you are sitting down அமர்ந்திருக்கும்போது கால்களின் மேற்பகுதி வடிவம் கொள்ளும் தட்டையான பரப்பு; மடி *The child sat quietly on his mother's lap.* **2** one journey around a running track, etc. ஓட்டப் பந்தயச் சுற்றுத்தடம் முதலியவற்றில் ஒரு முறை ஓடிய ஓட்டம்; ஒரு சுற்று ஓட்டம் *There are three more laps to go in the race.* **3** one part of a long journey நீண்ட பயணத்தின் ஒரு பகுதி

lap² /læp/ *verb* (**lapping; lapped**) **1** [I] (used about water) to make gentle sounds as it moves against sth (நீர் வகையில்) ஒன்றின் மீது மோதி மெல்லமைதியான ஒலி செய்; சிற்றலை மோதொலி எழுப்பு *The waves lapped against* *the side of the boat.* **2** [T] **lap sth (up)** (usually used about an animal) to drink sth using the tongue (வழக்கமாக விலங்கு வகையில்) நாவால் ஒன்றைக் குடி; நாவால் நக்கிக் குடி *The cat lapped up the cream.* **3** [T] to pass another competitor in a race who has been round the track fewer times than you ஓர் ஓட்டப் பந்தயத்தில் தன்னைவிடக் குறைந்த சுற்றுகள் ஓடிய மற்றொரு போட்டியாளரைக் கடந்து செல்

PHR V **lap sth up** (*informal*) to accept sth with great enjoyment without stopping to think if it is good, true, etc. ஒன்றின் நலநிறைவு, உண்மைத் தன்மை முதலியவற்றை ஆற அமர ஆராயாது மகிழ்வார்வத்துடன் ஏற்றுக்கொள்

lapel /lə'pel/ *noun* [C] one of the two parts of the front of a coat or jacket that are folded back மேற்சட்டையின் அல்லது குறுஞ்சட்டையின் முன்புறத்திலுள்ள பின்பக்கமாக மடித்துவிடப்படும் இரு பகுதிகளில் ஒன்று; மார்புப்புறப் பின்மடிப்புப் பகுதி

lapse[1] /læps/ *noun* [C] **1** a short time when you cannot remember sth or you are not thinking about what you are doing ஒன்று நினைவில்லாது போகும் அல்லது தான் செய்துகொண்டிருக்கும் ஒன்றைப் பற்றிய எண்ணமில்லாதிருக்கும் குறுகிய கால அளவு; இடைமறதி *a lapse of memory • The crash was the result of a temporary lapse in concentration.* **2** a period of time between two things that happen இரண்டு நிகழ்வுகளுக்கு இடைப்பட்ட காலப் பகுதி; கால இடையீடு; இடைவெளி *She returned to work after a lapse of ten years bringing up her family.* ➪ **elapse** verb பார்க்க. **3** a piece of bad behaviour from sb who usually behaves well வழக்கமாக நல்ல முறையில் ஒழுகும் ஒருவரிடம் காணப்படும் மோசமான நடத்தை; நெறிப் பிறழ்வு; பிழைபாடு

lapse[2] /læps/ *verb* [I] **1** (used about a contract, an agreement, etc.) to finish or stop, often by accident (ஒப்பந்தம், உடன்படிக்கை முதலியவை வகையில்) பெரும்பாலும் தற்செயலாக முடிவுறு அல்லது செல்லுபடியற்றதாகு *My membership has lapsed because I forgot to renew it.* **2** to become weaker or stop for a short time தளர்வுறு; வலிவு குன்று; சிறிது நேரம் நின்றுபோ *My concentration lapsed during the last part of the exam.*

PHR V **lapse into sth** to gradually pass into a worse or less active state or condition; to start speaking or behaving in a less acceptable way படிப்படியாக மோசமான அல்லது செயல் முனைப்புக் குன்றிய நிலைக்குச் செல்; ஏற்புத் தன்மை குன்றிய முறையில் பேசு அல்லது நடந்துகொள் *to lapse into silence/a coma*

laptop /'læptɒp/ *noun* [C] a small computer that is easy to carry and that can use batteries for power உடன் கொண்டு செல்ல எளிதானதும் மின்கலங்களைக் கொண்டு இயக்கக் கூடியதுமான சிறு கணினி; மடிக் கணிப்பொறி ➪ **desktop** மற்றும் **palmtop** பார்க்க.

lard /lɑ:d/ *noun* [U] a firm white substance made from melted fat that is used in cooking சமையலில் பயன்படுத்துகிற, உருக்கப்பட்ட கொழுப்பிலிருந்து தயாரிக்கப்படும் கெட்டியான வெண்ணிறப் பொருள்

larder /'lɑ:də(r)/ *noun* [C] a large cupboard or small room that is used for storing food உணவை இருப்பு வைப்பதற்குரிய பெரிய நிலைப்பேழை அல்லது சிறு அறை; உணவுச் சேம அறை ✪ SYN **pantry**

large /lɑ:dʒ/ *adj.* greater in size, amount, etc. than usual; big வழக்கமானதை விட உருவளவு, எண்ணிக்கை முதலியவற்றில் அதிகமான; பெரிதான *a large area/house/family/appetite I'd like a large coffee, please. • We have this shirt in small, medium or large.* ➪ **big** பதிவிலுள்ள குறிப்பைப் பார்க்க.

IDM **at large 1** as a whole; in general முழு அளவில்; பொதுவாக *He is well known to scientists but not to the public at large.* **2** (used about a criminal, animal, etc.) not caught; free (ஒரு குற்றவாளி, விலங்கு முதலியோர்/ முதலியவை வகையில்) அகப்படுத்தப்படாது; சுதந்திரமாக

by and large mostly; in general பெரும்பாலும்; பொதுவாகக் கூறுமிடத்து; மொத்தத்தில் *By and large the school is very efficient.*

largely /'lɑ:dʒli/ *adv.* mostly பெரிதும்; பெருமளவில்; *His success was largely due to hard work.*

large-scale *adj.* happening over a large area or affecting a lot of people பெரும் பரப்பளவில் நிகழ்கிற அல்லது மிகப்பலரைப் பாதிக்கிற *large-scale production/unemployment*

lark /lɑ:k/ *noun* [C] a small brown bird that makes a pleasant sound இனிமையான ஒலி எழுப்பும் சிறு பழுப்பு நிறப் பறவை வகை; வானம்பாடியினப் பறவை

larva /'lɑ:və/ *noun* [C] (*pl.* **larvae** /'lɑ:vi:/) an insect at the stage when it has just come out of an egg, with a short fat soft body and no legs முட்டையிலிருந்து சற்று முன்னரே வெளிவந்த, குட்டையான, பருத்த, மென்மையான உடலுடைய, கால்கள் இல்லாத, பூச்சி; (பூச்சியின்) முட்டைப்புழு ➪ **pupa** பார்க்க; மற்றும் **insect** பதிவில் படம் பார்க்க.

laryngitis /ˌlærɪn'dʒaɪtɪs/ *noun* [U] a mild illness of the throat that makes it difficult to speak பேசுவதற்கு இடர்ப்பாடு உண்டாக்கக் கூடியதாகக் குரல்வளையில் உண்டாகும் கடுமையானதல்லாத நலக்கேடு; குரல்வளை அழற்சி

larynx /ˈlærɪŋks/ *noun* [C] the area at the top of your throat that contains the muscles that move to produce the voice (**vocal cords**) ஒலி அதிர்வு நாளங்களை உள்ளடக்கிய மூச்சுக் குழாயின் மேற்பகுதி; குரல்வளை ✪ SYN **voice box** *informal* ⇨ **body** மற்றும் **epiglottis** பதிவுகளில் படம் பார்க்க.

laser /ˈleɪzə(r)/ *noun* [C] a device that produces a controlled ray of very powerful light that can be used as a tool ஒரு செயற்கருவியாகப் பயன்படுத்துதற்குரிய, இயக்கக் கட்டுப்பாடுடைய ஆற்றல் மிக்க ஒளிக்கதிரை உண்டுபண்ணும் கருவி; லேசர்

laser printer *noun* [C] (*computing*) a machine that produces very good quality printed material from a computer by using a controlled ray of very powerful light (**a laser**) ஆற்றல் மிக்க லேசர் ஒளிக்கதிரைப் பயன்படுத்திக் கணிப்பொறியிலிருந்து உயர்தரமான அச்சுப்படிவங்களைப் பெற்றுத் தரவல்ல இயந்திரம்; லேசர் அச்சுப்பொறி

lash[1] /læʃ/ *verb* **1** [I, T] (used especially about wind, rain and storms) to hit sth with great force (குறிப்பாகக் காற்று, மழை, புயல் ஆகியவை வகையில்) பெரு வலிமையுடன் ஒன்றைத் தாக்கு; தாக்கு விசையுடன் மோது *The rain lashed against the windows.* **2** [T] to hit sb with a piece of rope, leather, etc.; to move sth like a piece of rope, leather, etc. violently ஒருவரைக் கயிறு, வார் முதலியவற்றால் அடி; சாட்டை முதலியவற்றைச் சுண்டு **3** [T] **lash A to B; lash A and B together** to tie two things together firmly with rope, etc. கயிறு முதலியவற்றால் இரு பொருள்களை ஒன்றிணைத்து உறுதியாகக் கட்டு *The two boats were lashed together.*

PHR V **lash out (at/against sb/sth)** to suddenly attack sb/sth (with words or by hitting him/her/it) (சொற்கள் அல்லது அடியால்) திடீரென ஒருவரை/ஒன்றைத் தாக்கு; வன்சொல் வீசு; சடாரென்றடி *The actor lashed out at a photographer outside his house.*

lash[2] /læʃ/ *noun* [C] **1** = **eyelash** **2** a hit with a long piece of rope, leather, etc. (**a whip**) நீளமான கயிறு, வார் முதலியவற்றால் கொடுக்கப்படும் அடி; கசையடி; சாட்டையடி

lass /læs/ (*also* **lassie** /ˈlæsi/) *noun* [C] (*informal*) a girl or young woman சிறுமி அல்லது இளம் பெண் NOTE ஸ்காத்லாந்திலும் வட இங்கிலாந்திலும் **lass** என்ற சொல் வழங்குகிறது.

lassi *noun* [U, C] a traditional Indian drink, sweet or salty, made by blending yogurt with water, sugar or salt, and spices like **cardamom, cumin**, etc. தயிருடன் தண்ணீர், சர்க்கரை/உப்பு மற்றும் ஏலக்காய்/சீரகம் போன்ற மசாலாப் பொருள்கள் சேர்த்துத் தயாரிக்கப்படும் மரபு வழி இனிப்பு அல்லது உப்புச் சுவையுள்ள பானம்

lasso /læˈsuː/ *noun* [C] (*pl.* **lassos** or **lassoes**) a long rope tied in a circle at one end that is used for catching cows and horses பசுக்கள் மற்றும் குதிரைகளை அகப்படுத்துவதற்காக ஒரு முனையில் வளையமாகப் பிணைக்கப்பட்ட நீள் கயிறு; சுருக்குக் கண்ணி ▶ **lasso** *verb* [T]

last[1] /lɑːst/ *det., adj., adv.* **1** at the end; after all the others இறுதியான; இறுதியில்; இறுதியாக; மற்ற அனைவருக்கும்/அனைத்துக்கும் பிறகு; கடைசியான; கடைசியில் *December is the last month of the year.* **2** used about a time, period, an event, etc. in the past that is nearest to the present நிகழ்காலத்தை ஒட்டியுள்ள இறந்த காலத்திற்குரிய நேரம், காலப்பகுதி, நிகழ்வு முதலியவை குறித்துப் பேசப் பயன்படுத்தப்படுவது: மிக அண்மைக் காலத்திய; முந்திய; சென்ற; கடந்த *last night/week/Saturday/summer* • *We have been working on the book for the last six months.* **3** final இறுதியாக வருகிற; இறுதியான; முடிவாக; முடிவான *This is my last chance to take the exam.* • *Anjana's retiring—tomorrow is her last day at work.* **4** (*only before a noun*) not expected or not suitable எதிர்பார்க்கப்படாத/எதிர்பார்க்கப்படாது; பொருத்தமற்ற/பொருத்தமற்று; இறுதியாக எஞ்சியுள்ளதான/எஞ்சியுள்ளதாக *He's the last person I thought would get the job.* ▶ **lastly** *adv. Lastly, I would like to thank the band who played this evening.* ✪ SYN **finally**

IDM **the last/next but one, two, etc.** one, two, etc. away from the last/next இறுதியிலிருந்து/அடுத்ததிலிருந்து ஒன்று, இரண்டு... தள்ளி *I live in the next house but one on the right.*

first/last thing ⇨ **thing** பார்க்க.

have the last laugh to be the person, team, etc. who is successful in the end இறுதியாக வெற்றிபெற்ற ஒருவராக, ஓர் அணியாக இரு; இறுதி வெற்றிக்கு உரியவராகு

have, etc. the last word to be the person who makes the final decision or the final comment இறுதி முடிவெடுக்கும் அல்லது இறுதிக் கருத்துக்கூறும் ஒருவராக இரு

in the last resort; (as) a last resort when everything else has failed; the person or thing that helps when everything else has failed மற்ற அனைத்தும் தோல்வியில் முடிந்த நிலையில்; மற்ற அனைத்தும் தோல்வியில் முடிந்த நிலையில் துணைநிற்கும் ஒருவர் அல்லது ஒன்று; இறுதிப் புகலிடம்

last but not least (used to mention the final item in a list) just as important as all the other items (ஒரு பட்டியலில் இறுதியாக உள்ளதைக்

குறிப்பிடுவதற்கு (முன் கூறப்படுவது) மற்ற எல்லாவற்றையும் போலவே முக்கியமானதாக; கடைசியாகக் குறிப்பிடினும் முக்கியத்துவம் குறையாத

a last-ditch attempt a final effort to avoid sth unpleasant or dangerous இன்னாத அல்லது ஆபத்தான ஒன்றைத் தவிர்க்க வேண்டிச் செய்யப்படும் இறுதி முயற்சி

the last/final straw ⇨ **straw** பார்க்க.

the last minute/moment the final minute/moment before sth happens ஒன்று நிகழ்வதற்கு முன்னதான கடைசி நிமிடம்/வினாடி *We arrived at the last minute to catch the train.* • *a last-minute change of plan*

last² /lɑːst/ *noun* **1 the last** (*pl.* **the last**) the person or thing that comes or happens after all other similar people or things ஒத்த நிலையிலான அனைவருக்கும் பின்னால் வருபவர்; கடைசி ஆள்; ஒத்த தன்மையிலான அனைத்துக்கும் பின்னால் நிகழ்வது; கடைசிப் பொருள் *Sudha was the last to arrive.*

> NOTE **The latest** என்னும் தொடர் 'மிகவும் அண்மைக் காலத்திற்குரிய' அல்லது 'புதிதான' எனப் பொருள்படும். **The last** என்பது இப்பொழுதுள்ளதற்கு முந்தியதைக் குறிக்கும்—*His last novel was a huge success but the latest one is much less popular.*

2 the last of sth [*sing.*] the only remaining part or items of sth ஒன்றின் எஞ்சியுள்ள பகுதி அல்லது கூறுகள்; இறுதிப் பகுதி/பகுதிகள் *We finished the last of the bread at breakfast so we'd better get some more.*

IDM **at (long) last** in the end; finally முடிவில்; இறுதியாக *After months of separation they were together at last.*

last³ /lɑːst/ *verb* (*not used in the continuous tenses*) **1** *linking verb* to continue for a period of time ஒரு கால அளவுக்குத் தொடர்; நீடித்திரு *The exam lasts three hours.* • *The flight seemed to last forever.* **2** [I, T] to continue to be good or to function நீடித்துழைப்பதாயிரு; நிலைத்திரு *Do you think this weather will last till the weekend?* • *It's only a cheap radio but it'll probably last a year or so.* **3** [I, T] to be enough for what sb needs ஒருவருடைய தேவைக்குப் போதுமானதாயிரு *This money won't last me till the end of the month.*

> NOTE இவ்வினை தொடர்வினையாக வராவிடினும் இதன் நிகழ்கால வினையெச்ச வடிவம் (= -ing வடிவம்) பெரு வழக்காகும்—*An earthquake lasting approximately 20 seconds struck the city last night.*

lasting /ˈlɑːstɪŋ/ *adj.* continuing for a long time நீண்ட காலம்/நேரம் தொடர்கிற; நீடித்திருக்கிற *The museum left a lasting impression on me.*

last name = **surname** ⇨ **name** பதிவிலுள்ள குறிப்பைப் பார்க்க.

latch¹ /lætʃ/ *noun* [C] **1** a small metal bar that is used for fastening a door or a gate. You have to lift the latch in order to open the door கதவை அல்லது நுழைவாயிலைத் தாளிடப் பயன்படுத்தப்படும் உலோகக் கம்பி; தாழ்ப்பாள். கதவை அல்லது வாயிலைத் திறப்பதற்குத் தாழ்ப்பாளை உயர்த்த வேண்டும் **2** a type of lock for a door that you open with a key from the outside மூடப்பட்டுள்ள கதவை வெளியிலிருந்து திறவுகோலைக் கொண்டு மட்டுமே திறக்கும்படியாகக் கதவில் பொருத்தப்படும் பூட்டு; கதவின் விசையடைப்பு; புறவிசைப் பூட்டு

latch² /lætʃ/ *verb*

PHR V **latch on (to sth)** (*informal*) to understand sth ஒன்றைப் புரிந்துகொள் *It took them a while to latch on to what she was talking about.*

late /leɪt/ *adj., adv.* **1** near the end of a period of time ஒரு காலப் பகுதியின் இறுதியை ஒட்டியதான/ஒட்டியதாக; இறுதிக்கு அண்மையிலான *in the late afternoon/summer/twentieth century* • *His mother's in her late fifties* (= between 55 and 60). • *in late May/late in May* **2** after the usual or expected time வழக்கமான அல்லது எதிர்பார்க்கப்படும் நேரத்திற்குப் பிந்தியதான/பிந்தியதாக; உரிய காலம் கடந்த/கடந்து; தாமதமான/தாமதமாக *I'm sorry I'm late.* • *to stay up late* **3** near the end of the day நாளின் இறுதிக்கு; அண்மையில் பொழுது சென்ற/பொழுது சென்று *It's getting late—let's go home.* **4** (*only before a noun*) no longer alive; dead தற்போது உயிருடன் இல்லாத/இல்லாது; இறந்துபோன; காலம் சென்ற/காலம் சென்று *his late wife*

IDM **an early/a late night** ⇨ **night** பார்க்க.

later on at a later time பின்னொரு காலத்தில்/சமயத்தில்; பின்னால் *Later on you'll probably wish that you'd worked harder at school.*

sooner or later ⇨ **soon** பார்க்க.

latecomer /ˈleɪtkʌmə(r)/ *noun* [C] a person who arrives or starts sth late உரிய காலத்திற்குப் பின் வருபவர்; ஒன்றை உரிய காலத்திற்குப் பின் தொடங்குபவர்; தாமதமாக வருபவர்; ஒன்றைக் காலம் தாழ்த்தித் தொடங்குபவர்

lately /ˈleɪtli/ *adv.* in the period of time up until now; recently இப்போது வரையான காலப்பகுதியில்; அண்மையில்; அண்மைக் காலங்களில் *What have you been doing lately?*

latent /ˈleɪtnt/ *adj.* (*usually before a noun*) existing, but not yet very noticeable, active or well developed உளதாயிருக்கிற ஆயினும் தெளிவாகப் புலப்படாத, முனைப்புடன் காணப்படாத அல்லது நன்கு வளர்ச்சியுற்றிராத;

மறைபொருளான; உள்ளார்ந்த *latent defects/disease* • *latent talent* ▶ **latency** *noun* [U]

lateral /ˈlætərəl/ *adj.* (*usually before a noun*) connected with the side of sth or with movement to the side ஒன்றின் பக்கப் பகுதி தொடர்பான அல்லது பக்கம் நோக்கிய இயக்கம் தொடர்பான; பக்கம் சார்ந்த; பக்கவாட்டில் செல்கிற *the lateral branches of a tree* • *lateral eye movements* ▶ **laterally** *adv.*

latest /ˈleɪtɪst/ *adj.* very recent or new மிக அண்மைக் காலத்திற்குரிய; புத்தம் புதிதான *the latest fashions/news* • *the terrorists' latest attack on the town* ⇨ **last²** பதிவிலுள்ள குறிப்பைப் பார்க்க.

the latest *noun* [*sing.*] (*informal*) the most recent or the newest thing or piece of news மிக அண்மைக் காலத்திற்குரிய ஒன்று; சற்று முன் நிகழ்ந்தது; புத்தம் புதியது *This is the very latest in computer technology.*

IDM **at the latest** no later than the time or the date mentioned குறிப்பிட்ட நேரத்திற்கு அல்லது நாளுக்குப் பிந்தி இராது *You need to hand your projects in by Friday at the latest.*

latex /ˈleɪteks/ *noun* [U] **1** a thick white liquid that is produced by some plants and trees, especially rubber trees சிலவகைச் செடிகள் மற்றும் மரங்களிலிருந்து, குறிப்பாக இரப்பர் மரத்திலிருந்து, பெறப்படும் கெட்டியான வெண்ணிற திரவம்; (இரப்பர்) மரப்பால் **2** an artificial substance that is used to make paint, **glues** and materials சாயம், பசைகள் மற்றும் பல பொருள்கள் தயாரிக்கப் பயன்படுத்தப்படும் செயற்கைப் பொருள்

lathe /leɪð/ *noun* [C] a machine that shapes pieces of wood or metal by holding and turning them against a fixed cutting tool மர அல்லது உலோகத் துண்டுகளை உறுதியாகப் பொருத்தப்பட்ட வெட்டு கருவிக்கு எதிராகப் பிடித்துச் சுழற்றி அவற்றை உருப்படுத்துவதற்கான பொறி; கடைசல் இயந்திரம்

lather /ˈlɑːðə(r); ˈlæðə(r)/ *noun* [U] a white mass of bubbles that is produced when you mix soap with water சோப்பை நீருடன் கலக்கும்போது உண்டாகும் வெண்ணிறக் குமிழித் திரள்; நுரை

lathi *noun* [C] (*IndE*) **1** a long stick made of bamboo நீண்ட மூங்கில் தடி **2** (in the Indian subcontinent) a heavy bamboo stick with a metal rim, used as a weapon especially by the police; a baton (இந்தியத் துணைக் கண்டத்தில்) குறிப்பாக, காவல் துறையினர் ஆயுதமாகப் பயன்படுத்தும் உலோகப் பூண் பொருத்தப்பட்ட மூங்கில் கழி; லத்தி; குண்டாந்தடி; குறுந்தடி

Latin /ˈlætɪn/ *noun* [U] the language that was used in ancient Rome பண்டைக்கால ரோமாபுரியில் வழக்கில் இருந்த மொழி; இலத்தீன் மொழி ▶ **Latin** *adj. Latin poetry* • *Spanish, Italian and other Latin languages* (= that developed from Latin)

Latin American *noun* [C], *adj.* (a person who comes) from Latin America (Mexico or the parts of Central and South America where Spanish or Portuguese is spoken) (ஸ்பானிய அல்லது போர்ச்சுக்கீசிய மொழி பேசப்படும் மெக்சிகோ அல்லது மைய மற்றும் தென் அமெரிக்கப் பகுதிகளான) இலத்தீன் அமெரிக்காவைச் சார்ந்த (ஒருவர்) *Latin American music*

latitude /ˈlætɪtjuːd/ *noun* [U] the distance of a place north or south of the line that we imagine around the middle of the earth (**the equator**) நில நடுக்கோட்டிலிருந்து வடக்கு அல்லது தெற்குத் திசையிலுள்ள ஓரிடத்தின் தொலைவு; வீச்செல்லை NOTE இத்தொலைவு **degrees** ஆக (பாகைக் கூறுகளாக)க் கணக்கிடப்படுகிறது. ⇨ **longitude** பார்க்க; மற்றும் **earth** பதிவில் படம் பார்க்க.

latrine /ləˈtriːn/ *noun* [C] a type of toilet made by digging a hole in the ground தரையில் குழி தோண்டி அமைக்கப்படும் கழிப்பிட வகை

latter /ˈlætə(r)/ *adj.* (*formal*) (*only before a noun*) nearer to the end of a period of time; later ஒரு காலப்பகுதியின் இறுதிக்கு அண்மையிலான; இறுதியை ஒட்டிய; பிற்பகுதியான *Interest rates should fall in the latter half of the year.* ▶ **latterly** *adv.*

the latter *noun* [*sing.*], *pronoun* the second (of two people or things that are mentioned) (குறிப்பிடப்பட்ட இரு ஆட்களில் அல்லது பொருள்களில்) இரண்டாமவர்; இரண்டாவது; பின் குறிப்பிடப்பட்டவர்; பின் குறிப்பிடப்பட்டது *The options were History and Geography. I chose the latter.*

NOTE குறிப்பிடப்பட்ட இருவரில்/இரண்டில் முதலில் குறிப்பிடப்பட்டவர்/குறிப்பிடப்பட்டது **the former** (முதலாமவர்/முதலாவது) என்ற தொடரால் வழங்கப்படும்.

lattice /ˈlætɪs/ *noun* [C, U] **1** (*also* **latticework** [U]) a structure that is made of long thin pieces of wood or metal that cross over each other with spaces shaped like a diamond between them, used as a fence or a support for climbing plants; any structure or pattern like this வேலியாக அல்லது தழுவுகொடிகளுக்கு ஆதாரமாகப் பயன்படுத்தப்படும், வயிரக்கல் வடிவில் இடைவெளிகள் உண்டாகுமாறு, நீண்டு மெலிதான மர அல்லது உலோகக் கம்பிகளைக் குறுக்கு நெடுக்காக இட்டு உருவாக்கப்படும் கட்டமைப்பு; வலைப்பின்னலுரு; பின்னற்சட்டம் *a lattice of branches* **2** (*technical*) a regular repeated arrangement of points or objects over an area or in space, for example atoms in a

crystal (= a regular shape that some minerals form when they become solid) படிகக் கல்லின் அணுத்திரள்கள் போன்று, ஓர் இடப்பரப்பில் அல்லது இடவெளியில் விளிம்புகள் அல்லது பொருள்கள் திரும்பத் திரும்பக் காணப்படும் செவ்வொழுங்கமைவு; பின்னல் அமைப்புள்ள பிழம்புரு

laugh[1] /lɑ:f/ *verb* [I] to make the sounds that show you are happy or amused மகிழ்ச்சி அல்லது களிப்புணர்வின் வெளிப்பாடாக ஒலி எழுப்பு; சிரி *His jokes always make me laugh.*

IDM **die laughing** ➪ **die** பார்க்க.

PHR V **laugh at sb/sth 1** to show, by laughing, that you think sb/sth is funny ஒருவரை/ஒன்றைத் தான் வேடிக்கைப் பொருளாகக் கருது-வதைச் சிரிப்பால் வெளிப்படுத்து *The children laughed at the clown.* **2** to show that you think sb is ridiculous ஒருவரைத் தான் கேலிக்குரிய-வராகக் கருதுவதை வெளிக்காட்டு; ஏளனம்-செய்; கேலி பண்ணு *Don't laugh at him. He can't help the way he speaks.*

laugh[2] /lɑ:f/ *noun* [C] **1** the sound or act of laughing சிரிப்பு; நகைப்பொலி *Her jokes got a lot of laughs.* • *We all had a good laugh at what he'd written.* **2** (*informal*) a person or thing that is amusing வேடிக்கையான/சிரிப்பூட்டும் ஆள் அல்லது பொருள்

IDM **for a laugh** as a joke வேடிக்கையாக; நகையாடும் பொருட்டு

have the last laugh ➪ **last**[1] பார்க்க.

laughable /'lɑ:fəbl/ *adj.* deserving to be laughed at; ridiculous சிரிக்கத்தக்க; நகைப்புக்கிட-மான; கேலிக்குரிய

laughing stock *noun* [C] a person or thing that other people laugh at or make fun of (in an unpleasant way) (வெறுப்பூட்டும் முறையில்) மற்றவர்கள் பார்த்துச் சிரிக்கும் அல்லது கேலி செய்யும் ஆள் அல்லது பொருள்; நகைப்புக்கு இடமானவர்; கேலிக்குரியவர்; பழிப்புப் பொருள்

laughter /'lɑ:ftə(r)/ *noun* [U] the sound or act of laughing சிரிப்பொலி; சிரித்தல் *Everyone roared with laughter.*

launch[1] /lɔ:ntʃ/ *verb* [T] **1** to send a ship into the water or a spacecraft into the sky கப்பலை நீரினுள் அல்லது வானூர்தியை விண்ணில் செலுத்து; கப்பலை/வானூர்தியை இயக்கத்திற்குக் கொண்டுவா **2** to start sth new or to show sth for the first time புதிதாக ஒன்றைத் தொடங்கு அல்லது ஒன்றை முதன்முறையாக வெளிக்-கொண்டுவா; புது முயற்சியில் இறங்கு; புதிதாக ஒன்றை அறிமுகப்படுத்து *to launch a new product into the market*

launch[2] /lɔ:ntʃ/ *noun* [C] **1** (*usually sing.*) the act of launching a ship, spacecraft, new product, etc. கப்பல், விண்வெளிக்கப்பல் ஆகியவற்றை முதன் முதலாகச் செலுத்துதல்; புதிய விளை-பொருள் ஒன்றை அறிமுகப்படுத்துதல்; புது முயற்சியில் இறங்குதல் **2** a large motor boat பெரிய விசைப்படகு

launder /'lɔ:ndə(r)/ *verb* [T] **1** (*formal*) to wash and dry clothes, etc. ஆடைகள் முதலியவற்றைத் துவைத்து உலர்த்து; வெளு ; சலவை செய் *sheets to be laundered* **2** to move money that sb has got illegally into foreign bank accounts or legal businesses so that it is difficult for people to know where the money came from ஒருவர் சட்ட விரோதமாகப் பெற்ற பணத்தின் மூலத்தைப் பிறர் எளிதில் அறிந்துகொள்ளாதவாறு செய்யும் முறையாக, அப்பணத்தை அயல்-நாட்டு வங்கிக் கணக்குகளில் அல்லது சட்டப்-படியான தொழிலில் இடு; கறுப்புப் பணத்தை வெள்ளையாக்கு *Most of the money was laundered through Swiss bank accounts.*

launderette /lɔ:n'dret/ (*AmE* **Laundromat**) /'lɔ:ndrəmæt/ *noun* [C] a type of shop where you pay to wash and dry your clothes in machines கட்டணம் செலுத்தி நாம் விசைப்பொறி-களில் ஆடைகளைத் துவைத்து உலர்த்திக் கொள்ளக் கூடிய கடை

laundry /'lɔ:ndri/ *noun* (*pl.* **laundries**) **1** [U] clothes, etc. that need washing or that are being washed வெளுக்கப்படுவதற்குரிய அல்லது வெளுக்கப்படும் துணிமணித் தொகுதி; சலவை *dirty laundry* **2** [C] a business where you send sheets, clothes, etc. to be washed and dried ஆடை வெளுப்புத் தொழிலகம்; சலவை மனை

lava /'lɑ:və/ *noun* [U] hot liquid rock that comes out of a large opening at the top of a mountain (**volcano**) எரிமலைப் பிளவின் வழியாக வெளிப்படும் வெப்பமான திரவ நிலையிலுள்ள பாறை; உருகிய பாறைக் குழம்பு; எரிமலைக் குழம்பு ➪ **volcano** பதிவில் படம் பார்க்க.

lavatory /'lævətri/ *noun* [C] (*pl.* **lavatories**) (*formal*) **1** a toilet கழிப்பிடம்; கழிப்புக் கலம் **2** a room that contains a toilet, a place to wash your hands, etc. கழிப்புக் கலம், கையலம்பு-மிடம் முதலியவை அமைந்துள்ள அறை; கழிப்பறை *Where's the ladies' lavatory, please?* ➪ **toilet** பதிவிலுள்ள குறிப்பைப் பார்க்க.

lavender /'lævəndə(r)/ *noun* [U] a garden plant with purple flowers that smell very pleasant நறுமணம் மிக்க ஊதா நிறப் பூக்களையுடைய தோட்டச்செடி வகை

lavish[1] /'lævɪʃ/ *adj.* **1** giving or spending a large amount of money பெருமளவில் பணம் வழங்கு-கிற அல்லது செலவழிக்கிற; பண வகையில் தாராளமான; மட்டு மிஞ்சிச் செலவழிக்கிற *She was always very lavish with her presents.* **2** large in amount or number அளவில் அல்லது எண்ணிக்கையில் மிகுதியான; மிகைப்படியான; ஏராளமான *a lavish meal*

lavish[2] /'lævɪʃ/ *verb*

PHR V **lavish sth on sb/sth** to give sth generously or in large quantities to sb ஒருவருக்கு ஒன்றைத் தாராளமாக அல்லது பெருமளவில் கொடு; வாரி வழங்கு

law /lɔ:/ *noun* **1** [C] an official rule of a country or state that says what people may or may not do மக்கள் செய்யத்தக்கது அல்லது செய்யத்தகாதது இவையிவை எனக் கூறும் ஒரு நாட்டின் அல்லது மாநிலத்தின் அதிகாரபூர்வமான விதிமுறை; சட்டம் *There's a new law about wearing seat belts in the back of cars.* **2 the law** [U] all the laws in a country or state ஒரு நாட்டின் அல்லது மாநிலத்தின் சட்டங்களின் தொகுதி; சட்ட திட்டங்கள்; சட்டம் *Stealing is **against the law**.* • *to break/obey the law* ➪ **legal** பார்க்க. **3** [U] the law as a subject of study or as a profession சட்டக் கல்வி; சட்டத் தொழில் *She is studying law.* • *My brother works for **a law firm** in Bhopal.* ➪ **legal** பார்க்க. **4** [C] (in science) a statement of what always happens in certain situations or conditions (அறிவியலில்) குறிப்பிட்ட சூழல்களில் அல்லது நிலைகளில் வழக்கமுறையாக மாறாது நிகழ்வன குறித்த வாசகம்; இயல்முறை நியதி(கள்); இயற்கை விதி(கள்) *the laws of mathematics/gravity*

IDM **law and order** a situation in which the law is obeyed சட்டத்திற்குக் கீழ்ப்படிகிற சூழ்நிலை; சட்ட ஒழுங்கு முறை

law-abiding *adj.* (used about a person) obeying the law (ஆள் வகையில்) சட்டத்திற்குக் கீழ்ப்படிகிற *law-abiding citizens*

lawbreaker /'lɔ:breɪkə(r)/ *noun* [C] a person who does not obey the law; a criminal சட்டத்திற்குக் கீழ்ப்படியாதவர்; சட்டம் மீறுபவர்; குற்றவாளி

law court (*also* **court of law**) *noun* [C] a place where legal cases are decided by a judge and often by twelve members of the public (**a jury**) ஒரு நீதிபதி மற்றும் வழக்கமாகப் பன்னிரண்டு உறுப்பினர்களைக் கொண்ட அறங்கூறாயத்தால் சட்ட வழக்குகள் முடிவுசெய்யப்படும் இடம்; நீதி மன்றம்

> **NOTE** நீதி மன்றத்தில் ஒரு வழக்கு **(case)** விசாரணை செய்யப்படும் **(is tried)** ➪ **defence, prosecution** மற்றும் **witness** பார்க்க.

lawful /'lɔ:fl/ *adj.* allowed or recognized by law சட்டத்தால் அனுமதிக்கப்படுகிற அல்லது அங்கீகரிக்கப்படுகிற; சட்ட ஒப்புதல் பெறுகிற; சட்ட முறையான *We shall use all lawful means to obtain our demands.* ➪ **legal** மற்றும் **legitimate** பார்க்க.

lawless /'lɔ:ləs/ *adj.* (used about a person or his/her actions) breaking the law (ஆள் அல்லது அவரது செயல்கள் வகையில்) சட்டம் மீறுகிற; சட்டத்திற்குக் கீழ்ப்படியாத ▶ **lawlessness** *noun* [U]

lawn /lɔ:n/ *noun* [C, U] an area of grass in a garden or park that is regularly cut தோட்டத்தில் அல்லது பூங்காவில் உள்ள, அவ்வப்போது தறித்து விடப்படும் புல் பரப்பு; புல்வெளி

lawnmower /'lɔ:nməʊə(r)/ *noun* [C] a machine that is used for cutting the grass in a garden தோட்டத்தில் உள்ள புல்லை வெட்டிவிடப் பயன்படுத்தப்படும் பொறி; புல் அறுக்கும் இயந்திரம்

lawn tennis = **tennis**

lawsuit /'lɔ:su:t/ *noun* [C] a legal argument in a court of law that is between two people or groups and not between the police and a criminal நீதிமன்றத்தில், காவல் துறையினருக்கும் குற்றவாளிக்கும் இடையே அல்லாத, இரு ஆட்களுக்கு அல்லது குழுக்களுக்கு இடையே நிகழும் சட்ட வாதம்; உரிமைக் கோரிக்கை வழக்கு

lawyer /'lɔ:jə(r)/ *noun* [C] a person who practises law for a profession வழக்கறிஞர் *to consult a lawyer*

> **NOTE** சட்ட ஆலோசனை வழங்குதல், சட்ட ஆவணங்கள் தயாரித்தல், நிலம் வாங்கல்/விற்றலை ஏற்பாடு செய்தல் முதலிய சேவைகளை வழங்குபவர் **solicitor** எனப்படுவார். நீதிமன்றத்தில் ஒருவருக்காக வழக்காடும் சட்ட அறிஞர் **barrister** ஆவார். **Barrister** என்பதன் அமெரிக்க வழக்கு **attorney** என்பதாகும்.

lax /læks/ *adj.* not having high standards; not strict உயர் தரம் உடையதல்லாத; கண்டிப்பில்லாத *Their security checks are rather lax.*

laxative /'læksətɪv/ *noun* [C] a medicine, food or drink that sb can take to make him/her get rid of solid waste from his/her body more easily உடலின் திடக்கழிவை எளிதாக வெளியேற்றுவதற்காக உட்கொள்ளப்படும் மருந்து, உணவு அல்லது பானம்; மலமிளக்கி ▶ **laxative** *adj.*

lay[1] /leɪ/ *verb* [T] (*pt, pp* **laid** /leɪd/) **1** to put sb/sth carefully in a particular position or on a surface குறிப்பிட்ட ஒரு நிலையில் அல்லது ஒரு பரப்பின் மீது ஒருவரை/ஒன்றைக் கவனமாக கிடத்து; வை *She laid a sheet over the dead body.* • *He laid the child gently down on her bed.* **2** to put sth in the correct position for a particular purpose குறிப்பிட்ட நோக்கத்திற்காக ஒன்றைச் சரியான நிலையில் வை அல்லது இடு; படிந்த நிலையில் வை *They're laying new electricity cables in our street.* **3** to prepare sth for use பயன்பாட்டுக்காக ஒன்றை ஆயத்தம் செய்; ஏற்பாடு செய் *The police have laid a trap for him and I think they'll catch him this time.* • *Can you lay the table please* (= put the knives, forks, plates, etc. on it)? **4** to produce eggs முட்டையிடு *Hens lay eggs.* **5** (*used with some nouns to give a similar meaning to a verb*) to put போடு; கொடு; வை *They laid all the blame on him* (= they blamed him). • *to lay emphasis on sth* (= emphasize it)

PHR V **lay sth down** to give sth as a rule ஒன்றை விதிமுறையாக அளி *It's all laid down in the rules of the club.*

lay off (sb) (*informal*) to stop annoying sb ஒருவரைத் தொல்லைப்படுத்துவதை நிறுத்து *Can't you lay off me for a bit?*

lay sb off to stop giving work to sb ஒருவருக்குப் பணி வழங்குவதை நிறுத்திவை; ஒருவரை வேலையினின்று விலக்கி வை *They've laid off 500 workers at the car factory.*

lay sth on (*informal*) to provide sth ஒன்றை வழங்கு; அளி *They're laying on a trip to Lucknow for everybody.*

lay sth out 1 to spread out a number of things so that you can see them easily or so that they look nice எளிதாகக் காணக் கூடியவாறு அல்லது காட்சி நயத்துடன் தோன்றுமாறு, பலவாக உள்ள பொருள்களைப் பரப்பி வை *All the food was laid out on a table in the garden.* **2** to arrange sth in a planned way திட்டமிட்டு ஒன்றை ஒழுங்கமைவு செய்

lay² /leɪ/ *adj.* (*only before a noun*) **1** (used about a religious teacher) not been officially trained as a priest (சமய போதகர் வகையில்) சமய குருவுக்குரிய வினைமுறைப் பயிற்சி அளிக்கப்படாத *a lay preacher* **2** without special training in or knowledge of a particular subject தனித்துறைப் பயிற்சியற்ற; குறிப்பிட்ட துறையில் வல்லுநர் அல்லாத

lay³ ➪ **lie²** என்பதன் இறந்தகால வடிவம்

layabout /ˈleɪəbaʊt/ *noun* [C] (*BrE informal*) a person who is lazy and does not do much work சோம்பற் பண்புடையவரும் குறிப்பிடத்தக்க வேலையீடுபாடற்றவருமான ஒருவர்; செயலூக்கமற்றவர்; மந்தமானவர்

lay-by (*AmE* **rest stop**) *noun* [C] (*pl.* **lay-bys**) an area at the side of a road where vehicles can stop for a short time ஊர்திகள் சிறிது நேரம் தங்கிச் செல்வதற்கான சாலையோரப் பகுதி

layer /ˈleɪə(r)/ *noun* [C] a thickness or quantity of sth that is on sth else or between other things வேறொன்றின் மீதுள்ள அல்லது பிற பொருள்களுக்கு இடையில் உள்ள ஒரு பொருளின் திட்ப நிலை, திரட்சி அல்லது பரும அளவு; படுகை; அடுக்கு; பாளம் *A thin layer of dust covered everything in the room.* • *the top/bottom layer* • *the inner/outer layer*

layman /ˈleɪmən/ *noun* [C] (*pl.* **-men** /-mən/) a person who does not have special training in or knowledge of a particular subject குறிப்பிட்ட துறையில் சிறப்புப் பயிற்சி அல்லது தனித்திறம் இல்லாத ஒருவர்; தனித்துறைப் பயிற்சி அல்லது அறிவு பெற்றிராதவர்; வல்லுநர் அல்லாதவர் *a medical reference book for the layman*

laze /leɪz/ *verb* [I] **laze (about/around)** to do very little; to rest or relax சோம்பலாயிரு; சுறுசுறுப்பின்றி இரு; ஓய்வுகொள்

lazy /ˈleɪzi/ *adj.* (**lazier**; **laziest**) **1** (used about a person) not wanting to work (ஆள் வகையில்) வேலை செய்ய மனமில்லாத; செயலூக்கம் அற்ற; சோம்பலான *Don't be lazy. Come and give me a hand.* **2** moving slowly or without much energy மெல்ல இயங்குகிற; ஊக்கம் குன்றிய; எழுச்சியற்ற; சோர்ந்த; மந்தமான *a lazy smile* **3** making you feel that you do not want to do very much சோம்பலைத் தூண்டுகிற *a lazy summer's afternoon* ▶ **lazily** *adv.* ▶ **laziness** *noun* [U]

lb *abbr.* pound(s); a measurement of weight equal to about 454 grams ஏறத்தாழ 454 கிராம் எடையளவுக்கு ஈடான pound (பவுண்டு) என்னும் நிறுத்தலளவை அலகின் குறுக்கம்

LCD /ˌel siː ˈdiː/ *abbr.* **1** liquid crystal display; a way of showing information in electronic equipment. An electric current is passed through a special liquid and numbers and letters can be seen on a small screen மின்னணுச் சாதனத்தில் தகவலைக் காட்சிப்படுத்தும் முறையான liquid crystal display (திரவப் படிகக் காட்சி) என்பதன் குறுக்கம். இம்முறையில் ஒரு தனிவகைத் திரவத்தின் ஊடாக மின்சாரம் பாய்ச்சப்பட்டு எண்களும் எழுத்துகளும் சிறு திரையில் காட்டப்படுகின்றன. *a pocket calculator with LCD* **2** (*mathematics*) = **lowest common denominator**

leach /liːtʃ/ *verb* (*technical*) **1** [I] (used about chemicals, etc.) to be removed from soil by liquids passing through it (வேதியியற் பொருள்கள் முதலியவை வகையில்) மண்ணின் ஊடாகச் செல்லும் திரவங்களால் வேதியியற் பொருள்கள் முதலியவை அகற்றப்படு; கசிவூறல் மூலம் வெளியேற்றப்படு **2** [T] (used about liquids) to remove chemicals, etc. from soil by passing through it (திரவங்கள் வகையில்) மண்ணின் ஊடாகச் சென்று வேதியியற் பொருள்கள் முதலியவற்றை வெளியேற்று

lead¹ /liːd/ *verb* (*pt, pp* **led** /led/) **1** [T] to go with or in front of a person or animal to show the way or to make him/her/it go in the right direction ஓர் ஆளுக்கு அல்லது ஒரு விலங்குக்கு வழிகாட்டுவதற்காக அல்லது அவரை/அதனைச் சரியான திசையில் போகச் செய்வதற்காக அவருடன்/அதனுடன் அல்லது அவர்/அதன்

முன்பாகச் செல்; வழிகாட்டு *The teacher led the children out of the hall and back to the classroom.* • *She led the horse into its stable.* • *The receptionist* ***led the way*** *to the boardroom.* • *to lead sb by the hand*

NOTE வழக்கமாகச் சுற்றுலா செல்லும் அல்லது சிறப்பு உதவி தேவைப்படும் ஒருவருக்கு வழிகாட்டுகிறோம் **(guide)**—*to guide visitors around Madurai.* • *He guided the blind woman to her seat.* **Direct** என்னும் சொல் ஓரிடத்திற்கு எப்படிச் செல்ல வேண்டும் என்பதை விளக்கிக் கூறுதலைக் குறிக்கும்—*Could you direct me to the nearest Post Office, please?*

2 [I] (used about a road or path) to go to a place (சாலை அல்லது பாதை வகையில்) ஓரிடத்திற்கு இட்டுச் செல் *I don't think this path leads anywhere.* **3** [I] **lead to sth** to have sth as a result பயன்விளைவாக அல்லது தாக்கவிளைவாக ஒன்றைக் கொண்டிரு; விளைவுக்கு வழிவகு *Eating too much sugar can lead to all sorts of health problems.* **4** [T] **lead sb to do sth** to influence what sb does or thinks ஒருவரது செயல் அல்லது எண்ணத்தின் மீது தாக்கம் உண்டாக்கு *He led me to believe he really meant what he said.* **5** [T] to have a particular type of life குறிப்பிட்ட முறையிலான வாழ்க்கை மேற்கொள் *They lead a very busy life.* • *to lead a life of crime* **6** [I, T] to be winning or in first place in front of sb வெற்றிப் பாதையில் ஒருவரை முந்தியிரு; முந்திச்செல் *Paes is leading Bhupathi by two games to love.* **7** [I, T] to be in control or be the leader of sth ஒன்றை நெறிப்படுத்து; ஒன்றுக்குத் தலைமை தாங்கு *Who is going to lead the discussion?*

IDM **lead sb astray** to make sb start behaving or thinking in the wrong way தவறான வழியில் ஒருவருடைய நடத்தை அல்லது சிந்தனை செல்லத் தூண்டு; தவறான வழிகாட்டு

PHR V **lead up to sth** to be an introduction to or cause of sth ஒன்றின் தொடக்கமாக அல்லது காரணமாக இரு; ஒன்றிற்குக் கொண்டு செல்

lead² /li:d/ *noun* **1 the lead** [*sing.*] the first place or position in front of other people or organizations மற்ற ஆட்களுக்கு அல்லது நிறுவனங்களுக்கு முன்னாலான முதலிடம் அல்லது முதல்நிலை; முதன்மை; முந்துநிலை *Who is* ***in the lead****?* • *India has* ***taken the lead*** *in developing computer software for that market.* **2** [*sing.*] the distance or amount by which sb/sth is in front of another person or thing ஒருவர் மற்றொருவரை முந்தியிருக்கும் அல்லது ஒன்று மற்றொன்றை முந்தியிருக்கும் தொலைவு, தரம் முதலியவற்றின் அளவு; முந்து தூர அல்லது முந்துநிலை அளவு *The company has a lead of several years in the development of the new technology.* **3** [C] the main part in a play, show or other situation ஒரு நாடகம், காட்சிப்படம் அல்லது வேறொரு நிகழ்வில் ஒருவர் ஏற்கும் முதன்மைப் பாத்திரம் அல்லது பங்கு *Who's playing the lead in the new film?* • *Krishnan played* ***a lead role*** *in getting the company back into profit.* **4** [C] a piece of information that may help to give the answer to a problem ஒரு சிக்கல் தீர்வுக்கு உதவியாக அமையக்கூடிய தகவல் கூறு; துப்பு *The police are* ***following*** *all possible* ***leads*** *to track down the killer.* **5** [C] a long chain or piece of leather that is connected to the collar around a dog's neck and used for keeping the dog under control ஒரு நாயின் கழுத்துப்பட்டியில் இணைக்கப்பட்டதும் அதனைக் கட்டுப்பாட்டில் வைத்திருக்க உதவுவதுமான நீண்ட சங்கிலி அல்லது வார் *All dogs must be* ***kept on a lead****.* **6** [C] a piece of wire that carries electricity to a piece of equipment ஒரு மின்சாதனத்திற்கு மின்சாரம் செலுத்தும் துண்டுக் கம்பி; மின்னிணைப்புக் கம்பி

IDM **follow sb's example/lead** ⇨ **follow** பார்க்க.

lead³ /led/ *noun* **1** [U] (*symbol* **Pb**) a soft heavy grey metal. Lead is used in pipes, roofs, etc. குழாய்கள், கூரைகள் முதலியவற்றில் பயன்படுத்தப்படும் மென்மையான கனமுள்ள சாம்பல் நிற உலோகம்; ஈயம் **2** [C, U] the black substance inside a pencil that makes a mark when you write பென்சிலின் உட்பகுதியிலுள்ள எழுதுதற்குப் பயன்படும் கரு நிறப் பொருள்; கரிக்கீற்றுப் பொருள் ⇨ **stationery** பதிவில் படம் பார்க்க.

leader /ˈli:də(r)/ *noun* [C] **1** a person who is a manager or in charge of sth ஒன்றை மேலாட்சி செய்பவர் அல்லது பொறுப்பேற்று நடத்துபவர்; தலைவர்; முதல்வர் *a weak/strong leader* **2** the person or thing that is best or in first place உயர் சிறப்புடைய அல்லது முதலிடத்திலுள்ள ஆள் அல்லது பொருள்; தனிச் சிறப்பானவர்; தனிச் சிறப்பான பொருள் *The leader has just finished the third lap.* • *The new shampoo soon became a market leader.*

leadership /ˈli:dəʃɪp/ *noun* **1** [U] the state or position of being a manager or the person in charge ஒன்றை மேலாட்சி செய்யும் அல்லது பொறுப்பேற்று நடத்தும் நிலை அல்லது தகுதிப்பாடு; தலைமை; முதன்மை; தலைமைப் பதவி *Who will take over the leadership of the party?* **2** [U] the qualities that a leader should have ஒரு தலைவருக்கு வேண்டிய பண்புகள் அல்லது தனியியல்புகள்; தலைமைப் பண்பு *She's got good leadership skills.* **3** [C] the people who are in charge of a country, organisation, etc. ஒரு நாடு, நிறுவனம் முதலியவற்றின் ஆட்சிப்

பொறுப்பில் உள்ளவர்கள்; ஆட்சியாளர்கள்; நிருவாகிகள்

leading /ˈli:dɪŋ/ *adj.* **1** best or most important தலைசிறந்த; முதன்மையான; மிக முக்கியமான *He's one of the leading experts in this field.* **2** that tries to make sb give a particular answer ஒருவர் குறிப்பிட்ட ஒரு பதிலைக் கூறத் தூண்டுகிற *The lawyer was warned not to ask the witness **leading questions**.*

lead story *noun* [C] the most important piece of news in a newspaper or on a news programme ஒரு செய்தித்தாளில் உள்ள அல்லது ஒரு (வானொலி/தொலைக்காட்சி) செய்தித் தொகுப்பின் முதன்மையான செய்திக் கூறு; முக்கியத்துவம் தந்து வெளியிடப்படும் செய்தி; தலைப்புச் செய்தி

leaf[1] /li:f/ *noun* [C] (*pl.* **leaves** /li:vz/) one of the thin, flat, usually green parts of a plant or tree ஒரு செடி அல்லது மரத்தின் இலை; தழை *The trees lose their leaves in autumn.* ➪ **tree** பதிவில் படம் பார்க்க.

leaf[2] /li:f/ *verb*

PHR V **leaf through sth** to turn the pages of a book, etc. quickly and without looking at them carefully ஒரு நூலின் பக்கங்களைக் கருத்தூன்றி நோக்காது விரைந்து புரட்டு

leaflet /ˈli:flət/ *noun* [C] a printed piece of paper that gives information about sth. Leaflets are usually given free of charge பெரும்பாலும் இலவசமாக வழங்கப்படுவதும், ஒன்றைப் பற்றிய தகவலை உள்ளடக்கியதுமான அச்சிட்ட தாள்; துண்டு வெளியீடு *I picked up a leaflet advertising a new club.*

leafy /ˈli:fi/ *adj.* **1** having many leaves இலைகள் நிறைந்த; இலை மயமான *a leafy bush* **2** (used about a place) with many trees (இட வகையில்) மரங்கள் நிறைந்த

league /li:g/ *noun* [C] **1** a group of sports clubs that compete with each other for a prize ஒரு பரிசுக்காக ஒன்றோடொன்று போட்டியிடும் விளையாட்டுக் கழகங்களின் குழுமம்; இணைக் குழு; கூட்டிணைப்புக் கழகம் *the football league • Which team is top of the league at the moment?* **2** a group of people, countries, etc. that join together for a particular purpose குறிப்பிட்ட நோக்கத்திற்காக ஒன்றிணைந்துள்ள ஆட்கள், நாடுகள் முதலியவற்றின் குழு; இணை குழு; குழுமம்; சங்கம் *the League of Nations* **3** a level of quality, ability, etc. தரம், ஆற்றல் முதலியவற்றின் அளவு அல்லது படிநிலை *He is so much better than the others. They're just not in the same league.*

IDM **in league (with sb)** having a secret agreement (with sb) (ஒருவருடன்) இரகசிய ஒப்பந்தம் செய்துகொண்டு

leak[1] /li:k/ *verb* **1** [I, T] to allow liquid or gas to get through a hole or crack திரவத்தை அல்லது வாயுவை ஒரு துளை அல்லது பிளவு வழியாக வெளியேற விடு; கசியவிடு *The boat was leaking badly.* **2** [I] (used about liquid or gas) to get out through a hole or crack (திரவம் அல்லது வாயு வகையில்) ஒரு துளை அல்லது வெடிப்பு வழியாக வெளியேறு; கசி; ஒழுகு *Water is leaking in through the roof.* **3** [T] **leak sth (to sb)** to give secret information to sb இரகசியத் தகவலை ஒருவருக்கு அளி *The committee's findings were leaked to the press before the report was published.*

PHR V **leak out** (used about secret information) to become known (இரகசியத் தகவல் வகையில்) வெளிவரப்பெறு; பலராலும் அறியப்படு

leak[2] /li:k/ *noun* [C] **1** a small hole or crack which liquid or gas can get through நீர்மம் அல்லது வாயு வெளிவரக் கூடிய சிறு துளை, வெடிப்பு அல்லது பிளவு *There's a leak in the pipe.* **2** the liquid or gas that gets through a hole ஒரு துளை வழியாக ஒழுகும் அல்லது கசியும் திரவம் அல்லது வாயு; ஒழுக்கு; கசிவு *a gas leak* **3** the act of giving away information that should be kept secret இரகசியமாக வைத்திருக்க வேண்டிய ஒரு தகவலை வெளிப்படுத்துதல்; மறைசெய்தி வெளியீடு ▶ **leaky** *adj.*

leakage /ˈli:kɪdʒ/ *noun* [C, U] the action of coming out of a hole or crack; the liquid or gas that comes out ஒரு துளை அல்லது பிளவு வழியாக (திரவம் அல்லது வாயு) ஒழுகுதல்; கசிதல்; ஒழுகும் திரவம் அல்லது வாயு; கசிவு; ஒழுகல் *a leakage of dangerous chemicals*

lean[1] /li:n/ *verb* (*pt, pp* **leant** /lent/ or **leaned** /li:nd/) **1** [I] to move the top part of your body and head forwards, backwards or to the side உடலின் மேற்பகுதியை மற்றும் தலையை முன்னோக்கி, பின்னோக்கி அல்லது பக்கவாட்டில் செலுத்து; சாய் *He leaned across the table to pick up the phone. • Just lean back and relax.* **2** [I] to be in a position that is not straight or upright நேராக அல்லது செங்குத்தாக இல்லாத நிலையில் அமைவுறு; சாய்ந்திரு; கோணலாக அல்லது வளைந்து இரு *That wardrobe leans to the right.* **3** [I, T] **lean (sth) against/on sth** to rest against sth so that it gives support; to put sth in this position ஒன்று ஆதாரமாக அமையுமாறு அதன் மீது சாய்ந்துகொள்; ஒரு பொருளை ஒன்றன் மீது சார்த்தி வை *She had to stop and lean on the gate. • Please don't lean bicycles against this window.*

lean[2] /li:n/ *adj.* **1** (used about a person or animal) thin and in good health (ஆள் அல்லது விலங்கு வகையில்) மெலிந்து உடல் நலத்துடன் இருக்கிற; கொழுத்திராத **2** (used about meat) having little or no fat (இறைச்சி வகையில்)

கொழுப்பு அருகியே உள்ள; கொழுப்பு உள்ளடங்கியிராத **3** not producing much மிகுதியான விளைச்சல் அல்லது உற்பத்தி இல்லாத *a lean harvest*

leap[1] /li:p/ *verb* [I] (*pt, pp* **leapt** /lept/ or **leaped** /li:pt/) **1** to jump high or a long way உயரவாக்கில் அல்லது நீளவாக்கில் குதி; தாவு *The horse leapt over the wall.* • (*figurative*) *Share prices leapt to a record high yesterday.* **2** to move quickly விரைந்து இயங்கு; வேகமாகச் செல்; துள்ளு *I looked at the clock and leapt out of bed.* • *She leapt back when the pan caught fire.*

PHR V **leap at sth** to accept a chance or offer with enthusiasm ஒரு வாய்ப்பை அல்லது சலுகையை ஆர்வத்துடன் ஏற்றுக்கொள் *She leapt at the chance to work in television.*

leap[2] /li:p/ *noun* [C] **1** a big jump விசையுடன் கூடிய குதிப்பு; பாய்ச்சல்; துள்ளுதல்; தாவல் *He took **a flying leap** at the wall but didn't get over it.* • (*figurative*) *My heart gave a leap when I heard the news.* **2** a sudden large change or increase in sth ஒன்றில் காணப்படும் பெரும்படியான திடீர் மாற்றம் அல்லது பெருக்கம்; பேரெழுச்சி *The development of penicillin was a great **leap forward** in the field of medicine.*

leapfrog /'li:pfrɒg/ *noun* [U] a children's game in which one person bends over and another person jumps over his/her back ஒருவர் குனிந்துகொள்ள மற்றொருவர் அவரது முதுகின் மேலாகத் தாண்டிக் குதிக்கும் சிறுவர் விளையாட்டு; பச்சைக்குதிரை; தவளைப்பாய்ச்சல் விளையாட்டு

leap year *noun* [C] one year in every four, in which February has 29 days instead of 28 பிப்ரவரி மாதத்தில் 28 நாட்களுக்குப் பதிலாக 29 நாட்கள் உள்ள, ஒவ்வொரு நான்காண்டுகளுக்கும் ஒரு முறை வரும் ஆண்டு; மிகுநாள் ஆண்டு

learn /lɜ:n/ *verb* (*pt, pp* **learnt** /lɜ:nt/ or **learned** /lɜ:nd/) **1** [I, T] **learn (sth) (from sb/sth)** to get knowledge, a skill, etc. (from sb/sth) (ஒருவரிடமிருந்து/ஒன்றிடமிருந்து) அறிவு, பயிற்சித்திறம் முதலியவற்றைப் பெறு; பயின்று, கற்பிக்கப்பட்டு அல்லது அனுபவத்தின் வழி அறிவு அல்லது செயல்திறம் கைவரப்பெறு; கற்றுக்கொள் *I'm not very good at driving yet—I'm still learning.* • *We're learning about China at school.* **2** [I] **learn (of/about) sth** to get some information about sth; to find out ஒன்று பற்றிய தகவல் கிடைக்கப்பெறு; தெரிந்துகொள்; அறிந்துகொள் *I was sorry to learn about your father's death.* **3** [T] to study sth so that you can repeat it from memory மனத்தில் இருத்தி மீண்டும் வெளிப்படுத்த ஏதுவாக ஒன்றை ஆழ்ந்து படி; மனத்தில் பதியுமாறு கவனமாகப் படி **4** [I] to understand or realize புரிந்துகொள்; உணர்ந்துகொள் *It's important to learn from your mistakes.*

IDM **learn your lesson** to understand what you must do/not do in the future because you have had an unpleasant experience தனக்கு நேர்ந்த இனியதல்லாத ஓர் அனுபவத்தை மனத்தில் கொண்டு, எதிர்காலத்தில் செய்ய வேண்டியதை/செய்யக்கூடாததைப் பற்றித் தெளிவாக அறிந்துகொள்; இன்னாத ஒன்றிலிருந்து படிப்பினைபெறு

learned /'lɜ:nɪd/ *adj.* having a lot of knowledge from studying; for people who have a lot of knowledge கல்வி வழியாகப் பெருமளவு அறிவு கைவரப் பெற்ற; கற்றறிந்த; படித்துத் தேர்ந்த; கற்றவர்களுக்கு உரிய

learner /'lɜ:nə(r)/ *noun* [C] a person who is learning பயின்று கொண்டிருப்பவர்; கற்றுக் கொண்டிருப்பவர்; மாணவர்; பயிற்சியாளர் *a learner driver* • *books for young learners*

learning /'lɜ:nɪŋ/ *noun* [U] **1** the process of learning sth ஒன்றைக் கற்றல்; கல்வி *new methods of language learning* **2** knowledge that you get from studying கல்வி வழிப் பெறும் அறிவு; கல்வியறிவு; புலமை

lease /li:s/ *noun* [C] a legal agreement that allows you to use a building or land for a fixed period of time in return for rent குத்தகைத் தொகையின் பேரில் குறிப்பிட்ட காலத்திற்கு ஒரு கட்டடத்தை அல்லது நிலத்தைப் பயன்படுத்திக்கொள்ள வழிசெய்யும் சட்டப்படியான ஒப்பந்தம்; குத்தகை *The lease on the flat runs out/expires next year.* ► **lease** *verb* [T] *They lease the land from a local farmer.* • *Part of the building is leased out to tenants.*

leasehold /'li:shəʊld/ *adj.* (used about property or land) that you can pay to use for a limited period of time (உடைமை மற்றும் நில வகையில்) பணம் செலுத்தி வரையறுக்கப்பட்ட அனுபோக உரிமை கொள்ளத்தக்க; கட்டுக்குத்தகைக்கு உரிய *a leasehold property* ► **leasehold** *noun* [U] ⇨ **freehold** பார்க்க.

least /li:st/ *det., pronoun, adv.* **1** (used as the superlative of **little**) smallest in size, amount, degree, etc. உருவளவு, மதிப்பளவு, படியளவு முதலியவற்றில் கீழ் எல்லையான/கீழ் எல்லையாக; மிகமிகக் குறைவான/குறைவாக *He's got the least experience of all of us.* • *You've done the most work, and I'm afraid Janu has done the least.* **2** less than anyone/anything else; less than at any other time வேறெவரையும்/வேறெதனையும் விடக் குறைவான/குறைவாக; வேறெந்த நேரத்தோடும் ஒப்பிடும்போது, குறைந்த அளவிலேயே *I bought the least expensive* *tickets.* • *My uncle always appears when we're least expecting him.* ✪ OPP **most**

IDM **at least 1** not less than, and probably more (குறிப்பிடப்பட்டதை விட) குறைவாக இல்லாது, பெரும்பாலும் அதிகமாகவே; குறைந்தபட்சமாக; கீழ் எல்லையாக *It'll take us at least two hours to get there.* • *You could at least say you're sorry!* **2** even if other things are wrong மற்ற வகையில் தவறாக இருப்பினும் கூட; எப்படியாயினும் *It may not be beautiful but at least it's cheap.* **3** used for correcting sth that you have just said சற்றுமுன் தான் கூறிய ஒன்றைத் திருத்திக்கொள்ளப் பயன்படுத்தப்படுவது *I saw him—at least I think I saw him.*

at the (very) least not less and probably much more குறைவாக இல்லாது பெரும்பாலும் மிக அதிகமாகவே; மிகக் குறைந்தபட்சமாக *It'll take six months to build at the very least.*

least of all especially not குறிப்பாக (குறிப்பிடப்பட்ட ஒருவர்/ஒன்று) உள்ளடங்காது *Nobody should be worried, least of all you.*

not in the least (bit) not at all அறவே இல்லை; துளிக்கூட இல்லை *It doesn't matter in the least.* • *I'm not in the least bit worried.*

last but not least ➪ **last**[1] பார்க்க.

to say the least used to say that sth is in fact much worse, more serious, etc. than you are saying தான் கூறுவதை விட ஒன்று உண்மையில் அதிகப்படியாகவே மோசமானதாக, கடுமையானதாக... உள்ளது என்பதைக் குறிப்பிடப் பயன்படுத்தப்படும் தொடர்; மட்டான அளவில் கூறினாலும் கூட *Shridhar's going to be annoyed, to say the least, when he sees his car.*

leather /'leðə(r)/ *noun* [U] the skin of animals which has been specially treated. Leather is used to make shoes, bags, coats, etc. காலணிகள், பைகள், புறச்சட்டைகள் முதலியவை தயாரிக்கப் பயன்படுத்தப்படும் பதனிடப்பட்ட விலங்குத் தோல் *a wallet made of leather* ▶ **leather** *adj. a leather jacket*

leave[1] /liːv/ *verb* (*pt, pp* **left** /left/) **1** [I, T] to go away from sb/sth ஒருவரை/ஒன்றை விட்டு அகல்; நீங்கிச் செல்; பிரிந்து செல் *I felt sick in class so I left the room.* • *At what age do most people leave school in your country?*

NOTE ஒருவரை/ஒன்றை விட்டு நீங்கிச் செல்லுதல் (leave) நிரந்தரமானதாகவோ குறுகிய காலத்திற்கு உரியதாகவோ இருக்கலாம்—*He leaves the house at 8.00 every morning.* • *He left New York and went to live in Canada.* இப்பொருளில் வழங்கும் **depart** என்ற சொல் முறைசார்பு மிக்கது. இச்சொல் கப்பல்கள். இருப்பூர்திகள், விமானங்கள் முதலியவற்றின் புறப்பாட்டைக் குறிக்கும்—*The 6.15 train for Bengaluru departs from platform 3.*

2 [T] to cause or allow sb/sth to stay in a particular place or condition; to not deal with sth ஒருவர்/ஒன்று குறிப்பிட்ட இடத்தில் அல்லது நிலையில் இருக்கச் செய்/இருக்கவிடு *Leave the door open, please.* • *Don't leave the iron on when you are not using it.* **3** [T] **leave sth (behind)** to forget to bring sth with you ஒன்றை உடன் கொண்டுசெல்ல மறந்துபோ; விட்டுச் செல் *I'm afraid I've left my homework at home. Can I give it to you tomorrow?* **4** [T] to make sth happen or stay as a result விளைபயனாக ஒன்று நிகழச் செய் அல்லது விளைவுறச் செய்; சுவடு விட்டுச் செல் *Don't put that cup on the table. It'll leave a mark.* **5** [T] to not use sth ஒன்றைப் பயன்படுத்தாது விட்டுவை; எஞ்சவிடு *Leave some milk for me, please.* **6** [T] to put sth somewhere ஓரிடத்தில் ஒன்றை வை; விட்டுவிட்டுப் போ *I left him a note.* **7** [T] to give sth to sb when you die தான் இறக்கும்போது ஒருவருக்கு ஒன்றைக் கொடு; விருப்ப ஆவணம் வாயிலாக ஒன்றை விட்டுச் செல் *In his will he left everything to his three sons.* **8** [T] to give the care of or responsibility for sb/sth to another person ஒருவரை/ஒன்றைப் பேணிக்காக்கும் பொறுப்பை அல்லது ஒருவருக்கான/ஒன்றற்கான பொறுப்பை வேறொருவருக்குக் கொடு; ஒரு பொறுப்பை ஒருவரிடம் ஒப்படை. *I'll **leave it to** you to organize all the food.*

IDM **leave sb/sth alone** to not touch, annoy or speak to sb/sth ஒருவரை/ஒன்றைத் தொடாது, எரிச்சலூட்டாது, அல்லது அவரிடம்/அதனிடம் பேசாது இரு; தனிமையில் இருக்கவிடு

leave go (of sth) to stop touching or holding sth ஒன்றைத் தொட்டுக்கொண்டிருப்பதை அல்லது பிடித்துக்கொண்டிருப்பதை விலக்கிக்கொள்; பிடியை விடு *Will you please leave go of my arm?*

be left high and dry ➪ **high**[1] பார்க்க.

leave sb in the lurch to leave sb without help in a difficult situation ஓர் இடர்ப்பாடான சூழலில் உதவி செய்யாது ஒருவரை விட்டுவிடு; கைவிடு

leave sth on one side ➪ **side**[1] பார்க்க.

PHR V **leave sb/sth out (of sth)** to not include sb/sth ஒருவரை/ஒன்றைச் சேர்க்காது விடு; விலக்கி விடு *This doesn't make sense. I think the typist has left out a line.*

leave[2] /liːv/ *noun* [U] a period of time when you do not go to work பணிக்குச் செல்லாதிருக்கும் காலம்; விடுப்புக் காலம்; விடுப்பு *annual leave* • *sick leave* • *She's **on** maternity **leave**.* ➪ **holiday** பதிவிலுள்ள குறிப்பைப் பார்க்க.

leaves ➪ **leaf**[1] என்பதன் பன்மை வடிவம்

lecture /'lektʃə(r)/ *noun* [C] **1 a lecture (on/about sth)** a talk that is given to a group of people to teach them about a particular subject, especially as part of a university course (பல்கலைக்கழக/கல்லூரி பாடப் பயிற்சி வகையில்) குறிப்பிட்ட பாடப் பயிற்றுவிப்பாக ஒரு குழுவினரிடையே ஆற்றப்படும் உரை; விரிவுரை *The college has asked a journalist to come and **give a lecture** on the media.* • *a course of lectures* **2** a serious talk to sb that explains what he/she has done wrong or how he/she should behave ஒருவர் செய்த தவறு குறித்து அல்லது ஒருவர் நடந்துகொள்ள வேண்டிய முறை குறித்து விளக்கும் தன்மையில் அவர்முன் பேசப்படும் கருத்தார்ந்த பேச்சு; போதனை; அறிவுரை; கண்டன உரை *We got a lecture from a policeman about playing near the railway.* ▶ **lecture** *verb* [I, T] *The policeman lectured the boys about playing ball games in the road.*

lecturer /ˈlektʃərə(r)/ *noun* [C] a person who gives talks to teach people about a subject, especially as a job in a university குறிப்பாக பல்கலைக்கழக/கல்லூரிப் பணிமுறைப் பயிற்றுவிப்பாக, ஒரு பாடத்தைக் கற்பிக்கும் முறையில் ஒரு குழுவினரிடையே உரையாற்றுபவர்; விரிவுரையாளர்

LED /ˌel iː ˈdiː/ *abbr.* light emitting diode (a device that produces a light on electrical and electronic equipment) மின் சாதனங்கள் மற்றும் மின்னணு சாதனங்கள் மீது ஒளிர்வு உண்டுபண்ணும் பொறியாகிய light emitting diode (ஒளி உமிழும் குழல்) என்பதன் குறுக்கம்

led ⇨ **lead**[1] என்பதன் இறந்தகால மற்றும் இறந்தகால வினையெச்ச வடிவம்

ledge /ledʒ/ *noun* [C] a narrow shelf underneath a window, or a narrow piece of rock that sticks out on the side of a cliff or mountain சன்னலின் கீழ்ப்பகுதியிலுள்ள ஒடுக்கமான நீள் விளிம்பு அல்லது தண்டயம்; செங்குத்துப் பாறையின் அல்லது மலையின் பக்கப்பகுதியில் துருத்திக் கொண்டிருக்கும் ஒடுக்கமான பாறை; பாறைப் பக்கப் படிவிளிம்பு

lee /liː/ *noun* [*sing.*] the side or part of a hill, building, etc. that provides protection from the wind காற்றுக் காப்பாக அமையும் குன்று, கட்டடம் முதலியவற்றின் பக்கம் அல்லது பகுதி; காற்றுத் தடுப்புப் பக்கம் *We built the house **in the lee of** the hill.* ⇨ **leeward** மற்றும் **windward** பார்க்க.

leech /liːtʃ/ *noun* [C] a small creature with a soft body and no legs that usually lives in water. Leeches fasten themselves to other creatures and suck their blood மென்மையான உடலுடையதும் கால்களற்றதுமான பெரும்பாலும் நீரில் வாழும் சிறு உயிரினம்; அட்டை. அட்டைகள் பிற உயிரினங்கள் மீது ஒட்டிக்கொண்டு அவற்றின் குருதியை உறிஞ்சுகின்றன

leek /liːk/ *noun* [C] a long thin vegetable that is white at one end with thin green leaves அடிப்பகுதியில் வெண்மையாகவும் மேற்பகுதியில் மெல்லிய பச்சை இலைகளைக் கொண்டும் உள்ள நீளமான, வெங்காயம் போன்ற காய்கறி வகை

leeward /ˈliːwəd/ *adj.* on the side of a hill, building, etc. that is protected from the wind குன்று, கட்டடம் முதலியவற்றின் காற்றுப் படாத பக்கத்தில் உள்ள; காற்றொதுக்கமான ⇨ **lee** மற்றும் **windward** பார்க்க.

left[1] ⇨ **leave**[1] என்பதன் இறந்தகால மற்றும் இறந்தகால வினையெச்ச வடிவம்

left[2] /left/ *adj.* **1** (of the body) on the side that is to the west when you face north; towards the opposite of 'right' இடப்பக்கத்திலுள்ள *I've broken my left arm.* ✪ OPP **right** **2** still available after everything else has been taken or used மற்ற அனைத்தும் எடுத்துக்கொள்ளப்பட்ட பின் அல்லது பயன்படுத்தப்பட்டபின் இன்னும் இருக்கிற; மீதமுள்ள ***Is** there any bread **left**?* • *How much time do we **have left**?* • *If there's any money **left over**, we'll have a cup of coffee.*

left[3] /left/ *adv.* to or towards the left இடது புறமாக; இடப்பக்கம் நோக்கி *Turn left just past the Post Office.* ✪ OPP **right**

left[4] /left/ *noun* **1** [U] the left side இடது பக்கம்; இடப்பக்கப் பகுதி *In India they drive **on the left**.* • *Our house is just **to/on the left of** that tall building.* ✪ OPP **right** **2** (**the Left**) [*with sing. or pl. verb*] political groups who support the ideas and beliefs of **socialism** சம தருமக் கருத்துகளையும் கோட்பாடுகளையும் ஆதரிக்கும் அரசியல் குழுக்கள்; இடதுசாரிக் கட்சிகள்

left-hand *adj.* (*only before a noun*) of or on the left இடது பக்கத்திற்குரிய; இடது பக்கத்திற்கான; இடப்பக்கமான; இடப் பக்கத்திலுள்ள *the left-hand side of the road* • *a left-hand drive car*

left-handed *adj., adv.* **1** using the left hand rather than the right hand வலது கைக்குப் பதிலாக இடது கையைப் பயன்படுத்துகிற; இடது கைப் பழக்கமுள்ள; இடது கையைப் பயன்படுத்தி *Are you left-handed?* **2** made for left-handed people to use இடது கைப் பழக்கமுள்ளவர்களின் பயன்பாட்டுக்கென உருவாக்கப்பட்ட; இடதுகைப் பழக்கமுள்ளவர்களின் பயன்பாட்டுக்காக *left-handed scissors*

leftovers /ˈleftəʊvəz/ *noun* [*pl.*] food that has not been eaten when a meal has finished உண்டு முடித்தபின் உணவுக் கலத்தில் எஞ்சியுள்ள (சாப்பிடப்படாத) உணவு

left wing *noun* [*sing.*] **1** [*with sing. or pl. verb*] the members of a political party, group, etc. that want more social change than the others in their party ஓர் அரசியல் கட்சி, ஒரு குழு

முதலியவற்றில், தங்களது கட்சியில் உள்ள மற்றவர்களை விட அதிகமான அளவில் சமுதாய மாற்றங்களை விரும்பும் உறுப்பினர்கள்; முற்போக்காளர்கள்; இடதுசாரி உறுப்பினர்கள் **2** the left side of the field in some team sports சிலவகைக் குழு விளையாட்டுகள் வகையில், ஆட்டக்களத்தின் இடதுபக்கம் *He plays on the left wing for his team.* ▶ **left-wing** *adj.* ✪ **OPP right-wing**

leg /leg/ *noun* [C] **1** one of the parts of the body on which a person or animal stands or walks (ஓர் ஆள் அல்லது ஒரு விலங்கு வகையில்) கால் *A spider has eight legs. • She sat down and crossed her legs.* ➪ **body** பதிவில் படம் பார்க்க. **2** one of the parts of a chair, table etc. on which it stands நாற்காலி, மேசை முதலியவை வகையில், அதனைத் தாங்கி நிற்கும் பகுதிகளில் ஒன்று; கால் *the leg of a chair/table • a chair/table leg* **3** the part of a pair of trousers, shorts, etc. that covers the leg கால் பகுதியை மறைக்கும் காற்சட்டை, குறுங்காற் சட்டை முதலியவற்றின் பகுதி; காற்சட்டையின் கால் பகுதி *There's a hole in the leg of my trousers/my trouser leg.* **4** one part or section of a journey, competition, etc. பயணம், போட்டி முதலியவற்றின் ஒரு பகுதி அல்லது பிரிவு; கட்டம் *The band are in Germany on the first leg of their world tour.*

IDM pull sb's leg ➪ **pull**[1] பார்க்க.
stretch your legs ➪ **stretch**[1] பார்க்க.

legacy /'legəsi/ *noun* [C] (*pl.* **legacies**) money or property that is given to you after sb dies, because he/she wanted you to have it ஒருவர் இறந்த பின் அவரது விருப்பத்தின்படி தனக்கு அளிக்கப்படும் பணம் அல்லது உடைமைப் பொருள்; விருப்புரிமைக்கொடை

legal /'li:gl/ *adj.* **1** (*only before a noun*) using or connected with the law சட்டம் தொடர்பான; சட்டத்தைப் பயன்படுத்துகிற; சட்டம் சார்ந்த *legal advice • to take legal action against sb • the legal profession* **2** allowed by law சட்ட ஏற்புக்குரிய; சட்டத்திற்கு உடன்பாடான; சட்ட முறைப்படியான; சட்டத்தினால் நியமிக்கப்பட்ட; சட்டக் கட்டுப்பாட்டிற்கு உரிய *It is not legal to own a gun without a licence.* ✪ **OPP illegal** ➪ **lawful** மேலும் **legitimate** பார்க்க. ▶ **legally** /-gəli/ *adv. Schools are legally responsible for the safety of their pupils.*

legality /li:'gæləti/ *noun* [U] the state of being legal சட்ட ஏற்புக்குரிய நிலை; சட்ட முறைமை ➪ **illegality** பார்க்க.

legalize (*also* **-ise**) /'li:gəlaɪz/ *verb* [T] to make sth legal ஒன்றைச் சட்ட ஏற்புக்கு உரியதாக்கு; சட்ட முறைமைக்கு உட்படுத்து ▶ **legalization** (*also* **-isation**) /ˌli:gəlaɪ'zeɪʃn/ *noun* [U]

legend /'ledʒənd/ *noun* **1** [C] an old story that may or may not be true உண்மையானதாகவோ உண்மையல்லாததாகவோ இருக்கக்கூடிய புராணக்கதை; பழங்கதை; மரபுவழிக் கதை *the legend of Rama* **2** [U] such stories when they are grouped together பழங்கதைகளின் தொகுதி; பழங்கதை மரபு *According to legend, Robin Hood lived in Sherwood Forest.* **3** [C] a famous person or event புகழ்பெற்ற ஒருவர் அல்லது ஒரு நிகழ்ச்சி *a movie/jazz/baseball legend* ▶ **legendary** /-dri/ *adj. the legendary heroes of Greek myths • Madonna, the legendary pop star*

leggings /'legɪŋz/ *noun* [*pl.*] a piece of women's clothing that fits tightly over both legs from the waist to the feet, like a very thin pair of trousers மிகவும் மெலிதான காற்சட்டை போன்ற, இடுப்பிலிருந்து பாதம் வரை கால்களில் இறுக்கமாகப் பொருந்தி அமையுமாறு மகளிர் அணியும் ஆடை வகை; இறுக்கமான மகளிர் முழுக்காற் சட்டை

legible /'ledʒəbl/ *adj.* that is clear enough to be read easily எளிதாகப் படிப்பதற்கு ஏற்ற முறையில் தெளிவாக உள்ள; எளிதில் படிக்கத்தக்க *His writing is so small that it's barely legible.* ✪ **OPP illegible** ➪ **readable** பார்க்க. ▶ **legibility** /ˌledʒə'bɪləti/ *noun* [U] ▶ **legibly** /-əbli/ *adv.*

legislate /'ledʒɪsleɪt/ *verb* [I] **legislate (for/against sth)** to make a law or laws ஒரு சட்டம் அல்லது சட்டங்கள் இயற்று

legislation /ˌledʒɪs'leɪʃn/ *noun* [U] **1** a group of laws சட்டங்களின் தொகுதி *The government is introducing new legislation to help small businesses.* **2** the process of making laws சட்டமியற்றும் செயல் முறை; சட்டமியற்றுதல்

legislative /'ledʒɪslətɪv/ *adj.* (*formal*) (*only before a noun*) connected with the act of making laws சட்டம் இயற்றுதல் தொடர்பான *a legislative assembly/body/council*

legislature /'ledʒɪsleɪtʃə(r)/ *noun* [C] (*formal*) a group of people who have the power to make and change laws சட்டங்கள் இயற்றும் மற்றும் சட்டங்களில் மாற்றம் செய்யும் அதிகாரமுள்ள நபர்களின் குழுமம்; சட்டமன்றம்

legitimate /lɪ'dʒɪtɪmət/ *adj.* **1** reasonable or acceptable நியாயமான; நேர்மையான; முறையான; ஏற்கத்தக்க *a legitimate excuse/question/concern* **2** allowed by law சட்ட ஏற்புக்குரிய; சட்டமுறைப்படியான *Could he earn so much from legitimate business activities?* ➪ **lawful** மற்றும் **legal** பார்க்க. **3** (*old-fashioned*) (used about a child) having parents who are married to each other (குழந்தை வகையில்) ஒருவரையொருவர் திருமணம் செய்துகொண்ட பெற்றோர்களை உடைய; சட்டப்படியான திருமண

மூலமாகப் பிறந்த ✪ OPP **illegitimate** ▶ **legitimacy** /-məsi/ *noun* [U] *I intend to challenge the legitimacy of his claim.* ▶ **legitimately** *adv.*

legume /ˈlegju:m; lɪˈgju:m/ *noun* [C] (*technical*) any plant that has seeds in long **pods** (= seed containers). Peas and beans are legumes நீண்ட விதையுறைகளில் விதைகள் உள்ள (பட்டாணி போன்ற) தாவர வகை; பயற்றினத் தாவரம்

leisure /ˈleʒə(r)/ *noun* [U] the time when you do not have to work; free time வேலை செய்ய வேண்டியிராத சமயம்; ஓழிவு வேளை; ஓய்வு நேரம் *Shorter working hours mean that people have more leisure.* • *leisure activities*

IDM **at your leisure** (*formal*) when you have free time ஓய்வாக இருக்கும்போது; ஓய்வு கிடைக்கும்போது *Look through the catalogue at your leisure and then order by telephone.*

leisure centre *noun* [C] a public building where you can go to do sports and other activities in your free time ஓய்வு வேளையில் விளையாட்டு மற்றும் பிற செயல்களில் ஈடுபடுவதற்குரிய பொதுக் கட்டடம்

leisurely /ˈleʒəli/ *adj.* without hurry பரபரப்பு இல்லாத; நிதானமான; சாவதானமான *a leisurely Sunday breakfast* • *I always cycle at a leisurely pace.*

lemon /ˈlemən/ *noun* [C, U] a yellow fruit with sour juice that is used for giving flavour to food and drink உணவுக்கும் பானங்களுக்கும் நறுமணச் சுவையூட்டப் பயன்படுத்தப்படும் புளிப்புச்சுவையுள்ள சாறுடைய மஞ்சள் நிறக் கனி வகை; எலுமிச்சைப் பழம் *a slice of lemon* • *Add the juice of 2 lemons.* ⇨ **fruit** பதிவில் படம் பார்க்க.

lemonade /ˌleməˈneɪd/ *noun* [C, U] **1** (*BrE*) a colourless sweet drink with a lot of bubbles in it நுரை பொங்கும் தன்மையுள்ள நிறமற்ற இன்குடி வகை **2** a drink that is made from fresh lemon juice, sugar and water அப்போதே பிழிந்த எலுமிச்சம்பழச்சாறு, சர்க்கரை, நீர் ஆகியவற்றைக் கலந்து தயாரிக்கப்படும் பான வகை; எலுமிச்சம்பழச் சாற்றுப் பானம்

lemur /ˈli:mə(r)/ *noun* [C] an animal like a monkey, with thick fur and a long tail, that lives in trees in Madagascar. There are many different types of lemur மடகாஸ்கர் தீவுப் பகுதியில் மரங்களில் வாழும் அடர்ந்த மென்மயிரும் நீண்ட வாலும் உடைய, குரங்கை ஒத்த, விலங்கு வகை. இவ்விலங்கினத்தில் பல்வேறு வகைகள் உள்ளன.

lend /lend/ *verb* [T] (*pt, pp* **lent** /lent/) **1 lend sb sth; lend sth to sb** to allow sb to use sth for a short time or to give sb money that must be paid back after a certain period of time ஒருவர் சிறிது காலத்திற்கு ஒன்றைப் பயன்படுத்த அனுமதி; ஒரு பொருளை இரவல் கொடு; குறிப்பிட்ட காலத்திற்குப் பின் திருப்பித்தர வேண்டியவாறு ஒருவருக்குப் பணம் கொடு; கடன் கொடு *He lent me his bicycle.* • *He lent his bicycle to me.* • *Could you lend me some money?* ✪ OPP **borrow**

NOTE வங்கி முதலியவற்றிலிருந்து பெறும் கடனைக் குறிப்பிடப்பட்ட கால அளவில் **interest**-உடன் (வட்டியுடன்) திருப்பிச் செலுத்த வேண்டும் (**pay it back** அல்லது **repay**).

2 (*formal*) **lend sth (to sth)** to give or add sth ஒன்றைக் கொடு; கொடுத்துதவு; வழங்கு; *to lend advice/support* • *This evidence lends weight to our theory.*

IDM **lend (sb) a hand/lend a hand (to sb)** to help sb ஒருவருக்கு உதவி செய்; துணையாய் நில்

PHR V **lend itself to sth** to be suitable for sth ஒன்றுக்குப் பொருத்தமானதாக இரு

lender /ˈlendə(r)/ *noun* [C] a person or organization that lends sth, especially money ஒன்றை, குறிப்பாகப் பணத்தை, ஒருவருக்குக் கடனாகக் கொடுக்கும் ஆள் அல்லது நிறுவனம்; கடன் தருபவர்

length /leŋθ/ *noun* **1** [U, C] the size of sth from one end to the other; how long sth is ஒரு பொருளின் ஒரு முனையிலிருந்து மற்றொரு முனை வரையிலான தொலைவு; நீளம் *to measure the length of a room* • *The tiny insect is only one millimetre* ***in length***. ⇨ **width** மற்றும் **breadth** பார்க்க. **2** [U] the amount of time that sth lasts ஒன்று நீடித்திருக்கும் கால அளவு; கால நீட்சி *Many people complained about the* ***length of time*** *they had to wait.* • *the length of a class/speech/film* **3** [U] the number of pages in a book, a letter, etc. ஒரு நூல், கடிதம் முதலியவற்றிலுள்ள பக்கங்களின் எண்ணிக்கை; புத்தகம் முதலியவற்றின் பக்க அளவு **4** [C] the distance from one end of a swimming pool to the other நீச்சல் குளத்தின் ஒரு கோடியிலிருந்து மறுகோடி வரையிலான தொலைவு *I can swim a length in thirty seconds.* **5** [C] a piece of sth long and thin ஒரு பொருளின் நீண்டு மெலிதான துண்டு *a length of material/rope/string*

IDM **at length** for a long time or in great detail நீண்ட நேரமாக; விரிவாக *We discussed the matter at great length.*

go to great lengths to make more effort than usual in order to achieve sth ஒன்றை நிறைவேற்ற வேண்டி மிகைப்படியான முயற்சி செய்; வழக்க மீறிய முனைப்புடன் ஒரு செயலில் ஈடுபடு

the length and breadth of sth to or in all parts of sth ஒன்றின் அனைத்துப் பகுதிகளுக்கும் அல்லது பகுதிகளிலும் *They travelled the length and breadth of India.*

lengthen /ˈleŋθən/ *verb* [I, T] to become longer or to make sth longer நீளமாகு; நீளமாக்கு; நீட்டு

lengthways /ˈleŋθweɪz/ (*also* **leangthwise** /ˈleŋθwaɪz/) *adv.* in a direction from one end to the other of sth ஒன்றின் ஒரு முனையிலிருந்து மறுமுனை வரையிலான போக்கில்; நீளவாக்கில் *Fold the paper lengthwise.*

lengthy /ˈleŋθi/ *adj.* very long மிக நீண்ட; வழக்க மீறி நீண்டுள்ள

lenient /ˈliːniənt/ *adj.* (used about a punishment or person who punishes) not as strict as expected (தண்டனை அல்லது தண்டிப்பவர் குறித்துக் கூறுகையில்) எதிர்பார்த்த அளவுக்குக் கடுமையாக அல்லது கண்டிப்பாக இல்லாத; கனிவான ▶ **lenience** (*also* **leniency** /-ənsi/) *noun* [U] ▶ **leniently** *adv.*

lens /lenz/ *noun* [C] (*pl.* **lenses**) **1** a curved piece of glass that makes things look bigger, clearer, etc. when you look through it ஊடாக நோக்கும்போது பொருள்களின் தோற்ற அளவு, தெளிவு முதலியவற்றை மிகுதிப்படுத்திக் காட்டும் வளைந்த கண்ணாடி வில்லை

NOTE பார்வைத் தெளிவுக்காக வேண்டி சிலர் கண் விழியோடு ஒட்டிய **contact lens** (பிளாஸ்டிக் வில்லை) அணிந்துகொள்கின்றனர். நிழற்படக் கருவியில் உருத் தொலைவை மாற்றும் **zoom**-ஐ அல்லது தொலைப்படமெடுக்கும் **telephoto lens**-ஐப் பயன்படுத்தலாம்.

2 = **contact lens** **3** the transparent part of the eye, behind the round hole in the middle of the eye (**pupil**), that changes shape in order to direct light so that you can see clearly பொருள்களைத் தெளிவாகப் பார்க்கத் துணைசெய்யும் முறையில் ஒளியைச் செலுத்த வேண்டித் தன் வடிவத்தை மாற்றிக்கொள்ளும், கண் பாவைக்குப் பின்புறத்திலுள்ள ஒளி ஊடுருவும் கண் பகுதி; விழியடி ➪ **eye** பதிவில் படம் பார்க்க.

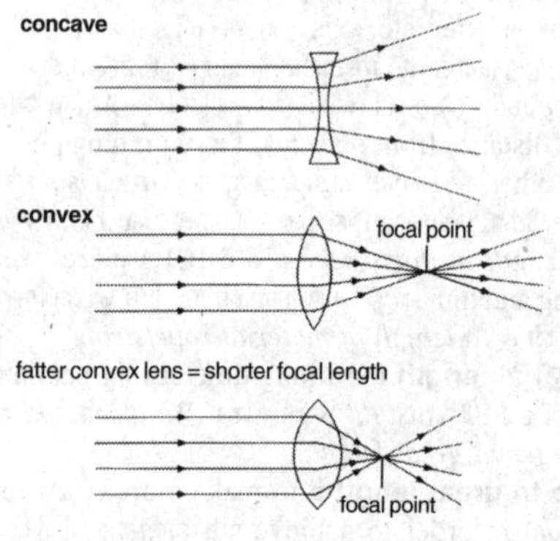

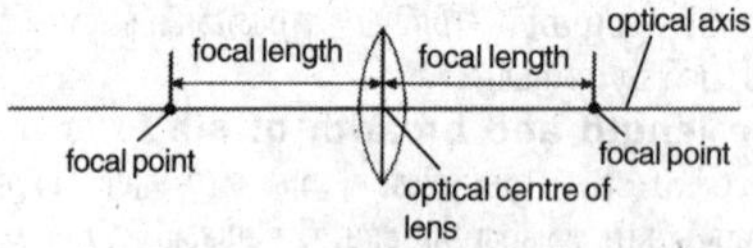

lenses

Lent /lent/ *noun* [U] a period of 40 days starting in February or March, when some Christians stop doing or eating certain things for religious reasons சில கிறிஸ்தவப் பிரிவினர் சமய நோன்பாக குறிப்பிட்ட சில செயல்களில் ஈடுபடாதும் குறிப்பிட்ட சிலவற்றை உண்ணாதும் இருக்கும், பிப்ரவரி அல்லது மார்ச் மாதத்தில் தொடங்கும் 40 நாட்கள் கொண்ட காலப்பகுதி; 40 நாள் நோன்பு *I'm giving up smoking for Lent.*

lent ➪ **lend** என்பதன் இறந்தகால மற்றும் இறந்தகால வினையெச்ச வடிவம்

lentil /ˈlentl/ *noun* [C] a small brown, orange or green seed that can be dried and used in cooking உலர்த்திச் சமையலில் பயன்படுத்தக்கூடிய பழுப்பு, செம்மஞ்சள் அல்லது பச்சை நிறச் சிறு விதை; பருப்பு வகை *lentil soup/stew*

Leo /ˈliːəʊ/ *noun* [U] the fifth sign of the **zodiac**, the Lion சிங்கத்தைக் குறியீட்டு வடிவமாக உடைய ஐந்தாவது இராசி; சிம்மராசி

leopard /ˈlepəd/ *noun* [C] a large wild animal of the cat family that has yellow fur with dark spots. Leopards live in Africa and Southern Asia மஞ்சள் நிற மென்மயிர்களையும் கரும் புள்ளிகளையும் உடைய, பூனை இனத்தைச் சேர்ந்த, அளவில் பெரிய காட்டு விலங்கு; சிறுத்தைப் புலி. இவ்விலங்குகள் ஆப்பிரிக்காவிலும் தெற்கு ஆசியாவிலும் காணப்படுகின்றன.

NOTE சிறுத்தைப் புலியின் பெண்பால் **leopardess** என்றும் அதன் குட்டி **cub** என்றும் அழைக்கப்படுகின்றன. ➪ **lion** பதிவில் படம் பார்க்க.

leotard /ˈliːətɑːd/ *noun* [C] a piece of clothing that fits the body tightly from the neck down to the tops of the legs. Leotards are worn by dancers or women doing certain sports நடனமாடுவோர் அல்லது சிலவகை விளையாட்டுகளில் கலந்துகொள்ளும் பெண்கள் அணிந்துகொள்ளும், கழுத்திலிருந்து கால் மேற்பகுதி வரையான இறுக்கமான உடை

leper /ˈlepə(r)/ *noun* [C] a person who has leprosy குட்டநோய் உடையவர்; தொழுநோயாளி

leprosy /ˈleprəsi/ *noun* [U] a serious infectious disease that affects the skin, nerves, etc. and can cause parts of the body to fall off தோல், நரம்புகள் முதலியவற்றைப் பாதிப்பதும் உடலின் சில பகுதிகள் இற்றுப்போகச் செய்யக்கூடியதுமான கடுமையான தொற்றுநோய் வகை; தொழுநோய்; குஷ்டம்; குட்டம்

lesbian /ˈlezbiən/ *noun* [C] a woman who is sexually attracted to other women பிற பெண்களிடம் பாலியற் கவர்ச்சி கொண்ட பெண்; ஒருபாற் காமம் கொண்ட பெண் ▶ **lesbian** *adj. a lesbian relationship* ▶ **lesbianism** *noun* [U] ➪ **gay** மற்றும் **homosexual** பார்க்க.

less¹ /les/ *det., pronoun, adv.* **1** (*used with uncountable nouns*) a smaller amount (of) மேலும் குறைந்த அளவு/அளவுடைய; மேலும் குறைவாக; முன்னிலும் குறைந்த அளவில் *It took less time than I thought.* • *It's not far—it'll take less than an hour to get there.*

NOTE **Less** என்ற சொல் பன்மைப் பெயர்களிலும் சிலரால் பயன்படுத்தப்படுகிறது—*less cars*—எனினும் **fewer** என்ற சொல்லே பன்மைப்பெயர்களில் பயன்படுத்துவதற்குரிய சரியான வழக்காக இன்றும் கருதப்படுகிறது—*fewer cars.*

2 not so much (as) குறிப்பிடப்பட்ட ஒன்றின் மதிப்பளவினும் தாழ்ந்த/தாழ்ந்ததாக; பிறிதினும் குறைந்த/குறைந்த அளவாக; முன்னிலும் குறைந்த/குறைந்து *He's less intelligent than his brother.* • *People work less well when they're tired.* ✪ OPP **more**

IDM **less and less** becoming smaller and smaller in amount or degree எண்ணிக்கையில் அல்லது அளவில் அல்லது படித்தரத்தில் மேலும் மேலும் குறைவதாக; குறைந்துகொண்டே செல்வதாக
more or less ➪ **more²** பார்க்க.

less² /les/ *prep.* taking a certain number or amount away; minus குறிப்பிட்ட ஓர் எண்ணிக்கை அல்லது ஒரு தொகை நீக்கப்பட்டு/குறைக்கப்பட்டு *You'll earn Rs 600 an hour, less tax.*

lessee /leˈsiː/ *noun* [C] (in law) a person who has a legal agreement (**a lease**) allowing him/her use of a building, an area of land, etc. (சட்ட இயலில்) ஒரு கட்டடம், நிலப்பரப்பு முதலியவற்றின் அனுபோக உரிமையைப் பெறுவதற்கான குத்தகை ஒப்பந்தம் செய்துகொண்டவர்; மனை, நிலம் முதலியவற்றைக் குத்தகைக்கு எடுத்தவர்

lessen /ˈlesn/ *verb* [I, T] to become less; to make sth less (எண்ணிக்கை, அளவு, மதிப்பு முதலியவை) மேலும் குறைவாகு; மேலும் குறை

lesser /ˈlesə(r)/ *adj., adv.* (*only before a noun*) not as great/much as குறிப்பிடப்பட்ட ஒன்றின் அளவுக்குப் பெரிதாக அல்லது மிகுதியாக இல்லாத/இல்லாது *He is guilty and so, **to a lesser extent**, is his wife.* • *a lesser-known artist*

IDM **the lesser of two evils** the better of two bad things இரண்டு தீமைகளுள் குறைந்த ஊறுபாடு விளைவிக்கும் ஒன்று

lesson /ˈlesn/ *noun* [C] **1** a period of time when you learn or teach sth ஒன்றைக் கற்கும் அல்லது கற்பிக்கும் சமயம்; பாட வேளை; பாடம் *She gives piano lessons.* • *I want to take extra lessons in English conversation.* **2** something that is intended to be or should be learnt அறிவு புகட்டும் நோக்கமுடைய அல்லது அறிந்துகொள்ள வேண்டிய ஒன்று; படிப்பினை *I hope we can learn some lessons from this disaster.*

IDM **learn your lesson** ➪ **learn** பார்க்க.
teach sb a lesson ➪ **teach** பார்க்க.

lessor /leˈsɔː(r)/ *noun* [C] (in law) a person who gives sb the use of a building, an area of land, etc., having made a legal agreement (**a lease**) (சட்ட இயலில்) குத்தகை ஒப்பந்தம் செய்துகொண்டு ஒரு கட்டடம், நிலம் முதலியவற்றின் அனுபோக உரிமையை ஒருவருக்கு வழங்குபவர்; குத்தகைக்கு விடுபவர்

let /let/ *verb* [T] (*pres. part.* **letting**; *pt, pp* **let**) **1 let sb/sth do sth** to allow sb/sth to do sth; to make sb/sth able to do sth ஒருவரை/ஒன்றை ஒரு செயலைச் செய்யவிடு; இசைவளி; அனுமதி *My parents let me stay out till 11 o'clock.* • *This ticket lets you travel anywhere in the city for a day.*

NOTE இப்பொருள் வழக்கில் செயப்பாட்டு வடிவில் **let** வராது. செயப்பாட்டு வினையுடன் **to** சேர்த்து **allow** அல்லது **permit** பயன்படுத்தப்பட வேண்டும்—*They let him take the exam again.* • *He was allowed to take the exam again.* ➪ **allow** பதிவிலுள்ள குறிப்பைப் பார்க்க.

2 to allow sth to happen ஒன்று நிகழவிடு *He's let the dinner burn again!* • *Don't let the fire go out.* **3** used for offering help to sb தான் ஒருவருக்கு உதவி செய்ய முன்வருவதைக் குறிக்கப் பயன்படுத்தப்படுவது *Let me help you carry your bags.* **4** to allow sb/sth to go somewhere ஒருவர்/ஒன்று ஓரிடத்திற்குச் செல்லவிடு *Open the windows and let some fresh air in.* • *She was let out of prison yesterday.* **5** used for making suggestions about what you and other people can do தான் மற்றும் பிறர் ஒரு செயலைச் செய்வதற்கான யோசனை கூறப் பயன்படுத்தப்படுவது *'Let's go to the cinema tonight.' 'Yes, let's.'*

NOTE இப்பொருள் வழக்கில் **let**-இன் எதிர்மறை **let's not** அல்லது (பிரிட்டன் வழக்கில் மட்டும்) **don't let's** ஆகும்—*Let's not/Don't let's go to that awful restaurant again.*

6 let sth (out) (to sb) to allow sb to use a building, room, etc. in return for rent வாடகைத் தொகை பெற்றுக்கொண்டு ஒரு கட்டடம், ஓர் அறை முதலியவற்றை ஒருவர் பயன்பாட்டுக்கு விடு; வாடகைக்கு விடு *They let out two rooms to students.* • *There's a flat to let in our block.* ➪ **hire** பதிவிலுள்ள குறிப்பைப் பார்க்க.

IDM **let alone** and certainly not மேலும் (ஒன்று) உறுதியாக இல்லை *We haven't decided where we're going yet, let alone booked the tickets.*

let sb/sth go; let go of sb/sth to stop holding sb/sth ஒருவரை/ஒன்றைத் தடைப்படுத்தி வைத்திருக்கும் கட்டை அல்லது பிடியை விலக்கிக்கொள்; பிடி தளர்த்திப் போகவிடு *Let me go. You're hurting me!* • *Hold the rope and don't let go of it.*

let sb know ⇨ **know**[1] பார்க்க.

let me see; let's see used when you are thinking or trying to remember sth சிந்தித்துக் கொண்டிருக்கும்போது அல்லது ஒன்றை நினைவுக்குக் கொண்டுவர முயலும்போது பயன்படுத்தப்படுவது *Where did I put the car keys? Let's see. I think I left them by the telephone.*

let sth slip to accidentally say sth that you should keep secret இரகசியமாக வைத்திருக்க வேண்டிய ஒன்றைத் தற்செயலாகக் கூறிவிடு

let's say for example எடுத்துக்காட்டாக; உதாரணமாக *You could work two mornings a week, let's say Tuesday and Friday.*

let yourself go 1 to relax without worrying what other people think மற்றவர்கள் எண்ணுவதைப் பற்றிக் கவலைப்படாது ஓய்வமைதியுடன் இரு; மன உளைச்சலின்றி அமைதிகொள் **2** to allow yourself to become untidy, dirty, etc. தோற்றப் பாங்கு, துப்புரவு முதலியவை இன்றித் தன்னை வைத்துக்கொள்; அலங்கோலமாகக் கிட

PHR V **let sb down** to not do sth that you promised to do for sb; to disappoint sb ஒருவருக்காகச் செய்வதாக வாக்களித்திருந்த ஒன்றைச் செய்யாது விடு; ஒருவரை ஏமாற்றமடையச் செய்; கைவிடு

let on (about sth) (to sb) to tell sb a secret ஓர் இரகசியத்தை ஒருவரிடம் கூறு *He didn't let on how much he'd paid for the vase.*

let sb off to not punish sb, or to give sb a less serious punishment than expected ஒருவரைத் தண்டிக்காது விடு அல்லது எதிர்பார்க்கப்பட்டதை விடக் கடுமை குறைந்த தண்டனையை ஒருவருக்கு வழங்கு *He expected to go to prison but they let him off with a fine.*

let sth out to make a sound with your voice (தனது குரலில்) ஓர் ஒலி செய் *to let out a scream/sigh/groan/yell*

lethal /ˈliːθl/ *adj.* that can cause death or great damage மரணத்தை அல்லது பெரும் பாதிப்பை உண்டாக்கவல்ல; உயிர் போகடிக்கத்தக்க; அழிவார்ந்த; கேடார்ந்த *a lethal weapon/drug* ▶ **lethally** /-əli/ *adv.*

lethargy /ˈleθədʒi/ *noun* [U] the feeling of being very tired and not having any energy உரம் இழந்து பெரும் சோர்வுற்றிருப்பதாகிய உணர்வு; மந்த நிலை ▶ **lethargic** /ləˈθɑːdʒɪk/ *adj.*

letter /ˈletə(r)/ *noun* [C] **1** a written or printed message that you send to sb தான் ஒருவருக்கு அனுப்பும் கையால் எழுதப்பட்ட அல்லது அச்சிடப்பட்ட செய்தி; கடிதம்; மடல் *I got a letter from Mithun this morning.* • *I'm writing* ***a thank-you letter*** *to my uncle for the flowers he sent.*

NOTE ஒரு letter-ஐ (கடிதம்) எழுதியதும் அதை **envelope** (உறை)இல் போட்டு **address** (முகவரி) எழுதி **stamp**-ஐ (அஞ்சல் தலையை) **stick** செய்து (ஒட்டி) **post** (அஞ்சல்) செய்கிறோம். அமெரிக்க வழக்கில், கடிதத்தை **mail** செய்கிறோம். வேறிடம் சென்று விட்ட ஒருவருக்கு வரும் கடிதத்தை அவருக்கு **forward** செய்யலாம் (மேலே அனுப்பலாம்).

2 a written or printed sign that represents a sound in a language ஒரு மொழியிலுள்ள ஓர் ஒலியைக் குறிக்கும் எழுதப்பட்ட அல்லது அச்சிடப்பட்ட குறியீடு; வரிவடிவ ஒலிக்குறி; எழுத்துரு; எழுத்து *'Z' is the last letter of the English alphabet.*

NOTE எழுத்துகளை **capitals** (பெரிய/முகட்டு எழுத்துகள்) அல்லது **small letters** (சிறிய எழுத்துகள்) ஆக எழுதலாம் அல்லது அச்சிடலாம்—*Is 'east' written with a capital or a small 'e'?*

letter box *noun* [C] **1** a hole in a door or wall for putting letters, etc. through கதவு அல்லது சுவரில் உள்ள, கடிதங்கள் முதலியவற்றை ஊடாக உள்ளிடுவதற்கான துளை; அஞ்சல் புழை **2** (*AmE* **mailbox**) a small box near the main door of a building or by the road close to the main door in which letters are left for the owner to collect மனையின் உரிமையாளர் ஒருசேர எடுத்துக்கொள்வதற்காகக் கடிதங்கள் சேர்ப்பிக்கப்படும், அம்மனையின் முதன்மை வாசலுக்கு அருகிலுள்ள அல்லது சாலையோரத்தில் மனை வாசற்கதவிற்கு அருகில் உள்ள சிறு பெட்டி; அஞ்சல் பெட்டி **3** = **postbox**

lettuce /ˈletɪs/ *noun* [C, U] a plant with large green leaves which are eaten cold in salads குளிர்ந்த நிலையில் இலையமுதில் சேர்த்து உண்ணப்படும் பெரிய பச்சை நிற இலைகளையுடைய செடி வகை; பச்சடிக் கீரை; *a lettuce leaf*

leucocyte /ˈluːkəsaɪt/ *noun* [C] (*technical*) a white blood cell இரத்தத்தில் உள்ள வெண்ணிற நுண்மம்; குருதி வெள்ளணு

leukaemia (*AmE* **leukemia**) /luːˈkiːmɪə/ *noun* [U] a serious disease of the blood which often results in death பெரும்பாலான சமயங்களில் மரணத்தை ஏற்படுத்தக்கூடிய கடுமையான குருதி நோய் வகை; குருதி வெள்ளணுப் புற்று

levee /ˈlevi/ *noun* [C] (in geography) a low wall built at the side of a river to prevent it from flooding வெள்ளப் பெருக்கைக் கட்டுப்படுத்த ஆற்றின் பக்கப் பகுதியில் எழுப்பப்படும் தாழ்வான சுவர்; ஆற்றின் வெள்ளக்காப்பு அணைகரை ➪ **flood plain** பதிவில் படம் பார்க்க.

level[1] /ˈlevl/ *noun* [C] **1** the amount, size or number of sth (compared to sth else) (வேறொன்றுடன் ஒப்பிட்டு நோக்கப்படும்) ஒன்றின் தொகை, உருவளவு, அளவு அல்லது எண்ணிக்கை *a low level of unemployment • high stress/pollution levels* **2** the height, position, standard, etc. of sth ஒன்றின் உயரம், படிநிலை, தர நிலை முதலியவை *He used to play tennis at a high level. • an intermediate-level student • top-level discussions* **3** a way of considering sth ஒன்றைக் கருதிப் பார்க்கும் முறை; பார்வை; நோக்கு ***on a*** *spiritual/personal/professional* ***level*** **4** a flat surface or layer மட்டம்; படித்தளம்; தளமட்டம் *a multi-level shopping centre*

level[2] /ˈlevl/ *adj.* **1** with no part higher than any other; flat எந்தவொரு பகுதியும் மற்றெதனையும் விட உயரமாக இல்லாத, ஒத்த உயரமுடைய; சரிமட்டமான; சமதளமான *Make sure the shelves are level before you fix them in position. • a level teaspoon of sugar* **2 level (with sb/sth)** at the same height, standard or position ஒரே அளவான உயரம், தரநிலை அல்லது படிநிலை உடைய; ஒத்த உயரமுடைய; ஒரே தரமான; ஒப்பான படிநிலையில் உள்ள; ஒரு நிலைப்பட்ட *The boy's head was level with his father's shoulder. • The teams are level on 34 points.*

IDM **a level playing field** a situation in which everyone has an equal chance of success அனைவருக்கும் சமமான வெற்றி வாய்ப்புள்ள சூழல் அல்லது நிலை

level[3] /ˈlevl/ *verb* [T] (**levelling; levelled**: *AmE* **leveling; leveled**) to make sth flat, equal or level ஒன்றைச் சமதளப்படுத்து, ஒருநிலைப்படுத்து அல்லது ஒரே மட்டமாக்கு; சரிசமமாக்கு *The ground needs levelling before we lay the patio. • Many buildings were levelled* (= destroyed) *in the earthquake.*

PHR V **level sth at sb/sth** to aim sth at sb/sth ஒருவர்/ஒன்றின் மீது இலக்குக் குறிவை; ஒருவரை/ஒன்றைக் குறியாகக் கொண்டு ஒன்றைச் செலுத்து *They levelled serious criticisms at the standard of teaching.*

level off/out to become flat, equal or level கிடைமட்டமாகு, சரி சமமாகு அல்லது சமதளமாகு

level crossing (*AmE* **railroad crossing**) *noun* [C] a place where a railway track crosses the surface of a road தொடர்வண்டியின் இருப்புப்பாதை சாலையைத் தரைமட்டத்தில் வெட்டிச் செல்லும் இடம்; இருப்புப்பாதைச் சந்திக்கடவு

level-headed *adj.* calm and sensible; able to make good decisions in a difficult situation அமைதியான மற்றும் நல்லறிவுடைய; ஒரு சிக்கலான சூழ்நிலையில் சரியான முடிவுகள் எடுக்கக்கூடிய; பதற்றப்படாத; உணர்ச்சி வயப்படாத

lever /ˈliːvə(r)/ *noun* [C] **1** a handle that you pull or push in order to make a machine, etc. work இயந்திரம் முதலியவற்றை இயங்கச் செய்வதற்காகப் பிடித்து இழுக்கும் அல்லது தள்ளும் கைப்பிடி; இயக்கத் தூண்டுகோல்; நெம்புகோல் *Pull the lever towards you. • the gear lever in a car* **2** a bar or tool that is used to lift or open sth when you put pressure or force on one end ஒரு முனை மீது அழுத்தத்தை அல்லது உந்தாற்றலைச் செலுத்தி ஒரு பொருளை உயர்த்த அல்லது திறக்கப் பயன்படுத்தப்படும் கம்பி அல்லது செயற்கருவி; நெம்புகோல் *You need to get the tyre off with a lever.* ▶ **lever** *verb* [T] *The police had to lever the door open.*

leverage /ˈliːvərɪdʒ/ *noun* [U] the act of using a lever to lift or open sth; the force needed to do this ஒன்றை உயர்த்த அல்லது திறக்க நெம்புகோலைப் பயன்படுத்துதல்; நெம்புகோலை இயக்கத் தேவையான ஆற்றல் அல்லது விசைத்திறன்

levy /ˈlevi/ *verb* [T] (*pres. part.* **levying**; *3rd person sing. pres.* **levies**; *pt, pp* **levied**) (*written*) **levy sth (on sb)** to officially demand and collect money, etc. பணம் முதலியவற்றை அதிகாரபூர்வமாகக் கோரித் திரட்டு; வரி வசூல் செய் *to levy a tax/fine*

lexicon /ˈleksɪkən/ *noun* **1** (*also* **the lexicon**) [*sing.*] all the words and phrases used in a particular language or subject; all the words and phrases used and known by a particular person or group of people குறிப்பிட்ட மொழியில் அல்லது துறையில் பயன்பாட்டில் உள்ள சொற்கள் மற்றும் தொடர்களின் முழுமைத் தொகுதி; குறிப்பிட்ட ஒரு நபர் அல்லது குழுவினர் அறிந்துள்ள அல்லது பயன்படுத்துகிற சொற்கள் மற்றும் தொடர்களின் முழுமைத் தொகுதி; சொற்களஞ்சியம் **2** [C] a list of words from A to Z on a particular subject or in a language ஒரு மொழியிலுள்ள அல்லது குறிப்பிட்ட துறை சார்ந்த சொற்களின் அகர வரிசையிலான தொகுப்பு; மொழி அகராதி அல்லது துறை வழக்கு அகராதி *a lexicon of technical scientific terms*

liability /ˌlaɪəˈbɪləti/ *noun* (*pl.* **liabilities**) **1** [U] **liability (for sth)** the state of being responsible for sth ஒன்றுக்குப் பொறுப்பேற்கும் அல்லது பதில் சொல்ல வேண்டிய நிலை; பொறுப்புடைமை *The company cannot accept liability* *for damage to cars in this car park.* **2** [C] (*informal*) a person or thing that can cause a lot of problems, cost a lot of money, etc. பெருமளவில் சிக்கல்கள், இடர்ப்பாடுகள், பணச்செலவு முதலியவற்றை விளைவிக்கக் கூடிய ஆள் அல்லது பொருள் **3** [C, *usually pl.*] = **debt**

liable /ˈlaɪəbl/ *adj.* (*not before a noun*) **1 liable to do sth** likely to do sth ஒன்றைச் செய்யத்தக்கவர்/செய்யக்கூடியது போலத் தோன்றுகிற; ஒன்றைச் செய்யக்கூடிய *We're all liable to have accidents when we are very tired.* **2 liable to sth** likely to have or suffer from sth ஒன்றுக்கு ஆட்படக்கூடிய அல்லது உள்ளாகக் கூடிய *The area is liable to floods.* **3 liable (for sth)** (in law) responsible for sth (சட்ட வகையில்) சட்டக் கட்டுப்பாட்டிற்கு உட்பட்ட; ஒன்றுக்குப் பொறுப்பான

liaise /liˈeɪz/ *verb* [I] **liaise (with sb/sth)** to work closely with a person, group, etc. and give him/her/it regular information about what you are doing ஒரு நபர், குழு முதலியவற்றோடு அணுக்கமாகச் செயலாற்று மற்றும் அவருக்கு/அதற்குத் தனது செயல் குறித்து அவ்வப்போது தகவல் தந்துகொண்டிரு; ஒத்தியல்வுடன் செயலாற்று

liaison /liˈeɪzn/ *noun* **1** [U] [*sing.*] **liaison (between A and B)** communication between two or more people or groups that work together ஒருங்கிணைந்து பணியாற்றும் இரண்டு அல்லது இரண்டுக்கு மேற்பட்ட நபர்கள் அல்லது குழுக்களுக்கு இடையேயான செய்தித் தொடர்பு; ஒத்தியல்வு; கூட்டுறவு **2** [C] a secret sexual relationship இரகசிய பாலியல் உறவு; கள்ளப் புணர்ச்சி

liar /ˈlaɪə(r)/ *noun* [C] a person who does not tell the truth உண்மை பேசாதவர்; வழக்க முறையாகப் பொய் பேசுபவர்; பொய்யர் *She called me a liar.* ➪ **lie** verb மற்றும் noun, பதிவுகள் பார்க்க.

libel /ˈlaɪbl/ *noun* [C, U] the act of printing a statement about sb that is not true and would give people a bad opinion of him/her ஒருவரைப் பற்றி மோசமான எண்ணத்தைத் தோற்றுவிக்கும் உண்மையல்லாத ஓர் அறிக்கையை அச்சில் கொண்டுவருதல்; நற்பெயருக்குக் களங்கம் உண்டாக்கும் பொய்ச்செய்தி வெளியீடு; அவதூறு *The singer is suing the newspaper for libel.* ▶ **libel** *verb* [T] (**libelling; libelled** *AmE* **libeling; libeled**) *The actor claims he was libelled in the magazine article.*

liberal /ˈlɪbərəl/ *adj.* **1** accepting different opinions or kinds of behaviour; tolerant மாறுபட்ட கருத்துகளை அல்லது நடத்தை வகைகளை ஏற்றுக்கொள்கிற; பெருந்தன்மை வாய்ந்த; பரந்த மனப்பான்மை உடைய *He has very liberal parents.* **2** (in politics) believing in or based on principles of commercial freedom, freedom of choice, and avoiding extreme social and political change (அரசியலில்) வணிகக் கட்டுப்பாடின்மை, தேர்வு உரிமை, தீவிர சமுதாய அரசியல் மாற்றத்தைத் தவிர்த்தல் ஆகிய கொள்கைகளில் நம்பிக்கை கொண்ட அல்லது அக்கொள்கைகளை அடிப்படையாகக் கொண்ட; தனிமனிதச் சுதந்திரத்தை அடிப்படையாகக் கொண்ட மற்றும் மிதவாதக் கோட்பாடுடைய *liberal policies/politicians* **3** not strictly limited in amount or variety அளவில் அல்லது வகைப்பாட்டில் வரம்பிடப்படாத; கட்டற்ற; தாராளமான ▶ **liberal** *noun* [C] *He's always considered himself a liberal* ▶ **liberalism** /-ɪzəm/ *noun* [U]

liberally /ˈlɪbərəli/ *adv.* freely or in large amounts தாராளமாக; பெருமளவில்; ஏராளமாக

liberate /ˈlɪbəreɪt/ *verb* [T] **liberate sb/sth (from sth)** to allow sb/sth to be free ஒருவருக்கு/ஒன்றுக்கு சுதந்திரம் அளி; ஒருவரை/ஒன்றை விடுதலை செய் *India was liberated in 1947.* ▶ **liberation** /ˌlɪbəˈreɪʃn/ *noun* [U]

liberated /ˈlɪbəreɪtɪd/ *adj.* free from traditional opinions or ways of behaving that might limit you in what you think or do தன் எண்ணங்களை அல்லது செயல்களைக் கட்டுப்படுத்தக்கூடிய மரபு வழிப்பட்ட கருத்துகளிலிருந்து அல்லது நடத்தை முறைகளிலிருந்து விடுபட்ட; அவற்றிற்கு அடிமைப்பட்டிராத; முற்போக்கான; சுதந்திரமான

liberty /ˈlɪbəti/ *noun* [C, U] (*pl.* **liberties**) the freedom to go where you want, do what you want, etc. விரும்பும் இடத்திற்குச் செல்லுதல், விரும்பியதைச் செய்தல் முதலியவற்றுக்கான சுதந்திரம்; இயக்கம் அல்லது செயல் கட்டுப்பாடு இன்மை; தனியுரிமை *We must defend our civil liberties at all costs.* ➪ **freedom** பார்க்க.

IDM **at liberty (to do sth)** free or allowed to do sth ஒன்றைச் செய்தவற்கு வேண்டிய உரிமை உடையவராக; தடையற்ற அல்லது கட்டுப்பாடற்ற தன்னுரிமையுடன் *You are at liberty to leave when you wish.*

Libra /ˈliːbrə/ *noun* [U] the seventh sign of the **zodiac**, the Scales நிறைகோலைக் குறியீட்டு வடிவமாக உடைய ஏழாவது இராசி; துலா ராசி

librarian /laɪˈbreəriən/ *noun* [C] a person who works in or is in charge of a library ஒரு நூலகத்தில் பணியாற்றும் அல்லது அதனை நிருவகிக்கும் ஒருவர்; நூலகர்

library /ˈlaɪbrəri; ˈlaɪbri/ *noun* [C] (*pl.* **libraries**) **1** a room or building that contains a collection of books, etc. that can be looked at or borrowed படிப்பதற்குரிய அல்லது கடனாகப் பெற்றுச் செல்வதற்குரிய நூல்கள் முதலியவை திரட்டி

வைக்கப்பட்டுள்ள அறை அல்லது கட்டடம்; நூல் நிலையம்; நூலகம் *My library books are due back tomorrow.* ➪ **bookshop** பார்க்க. **2** a private collection of books, etc. தனி ஒருவருக்குச் சொந்தமான நூல்கள் முதலிய-வற்றின் தொகுதி; தனி மனிதர் ஏட்டுத் திரட்டு

lice ➪ **louse** என்பதன் பன்மை வடிவம்

licence (*AmE* **license**) /ˈlaɪsns/ *noun* **1** [C] **a licence (for sth/to do sth)** an official paper that shows you are allowed to do or have sth தான் ஒன்றைச் செய்ய அல்லது வைத்திருக்க அனுமதிக்கப்படுவதைக் காட்டும் அதிகார-பூர்வமான ஆவணம்; உரிமம் *Do you have a licence for this gun?* • *The shop has applied for a licence to sell alcoholic drinks.* ➪ **driving licence** பார்க்க. **2** [U] (*formal*) **licence (to do sth)** permission or freedom to do sth ஒன்றைச் செய்வதற்கான அனுமதி அல்லது சுதந்திரம்; இசைவு; உரிமை *The soldiers were given licence to kill if they were attacked.*

licence plate (*AmE* **license plate**) = **number plate**

license¹ /ˈlaɪsns/ *verb* [T] to give official permission for sth ஒன்றுக்கு அதிகாரபூர்வமான அனுமதி கொடு *Is that gun licensed?*

license² (*AmE*) = **licence**

lichen /ˈlaɪkən; ˈlɪtʃən/ *noun* [U, C] a very small grey or yellow plant that spreads over the surface of rocks, walls and trees and does not have any flowers பாறைப்பரப்பு, சுவர்கள் மற்றும் மரங்கள் மீது படர்வதும் பூக்கள் அற்றதுமான மிகச் சிறிய சாம்பல் அல்லது மஞ்சள் நிறத் தாவரம்; மரப்பாசி அல்லது கற்பாசி

lick /lɪk/ *verb* [T] to move your tongue across sth நாவால் துழாவு; நக்கு *The child licked the spoon clean.* • *I licked the envelope and stuck it down.* ▶ **lick** *noun* [C]

licorice = **liquorice**

lid /lɪd/ *noun* [C] **1** the top part of a box, pot, etc. that can be lifted up or taken off மேலுயர்த்தக் கூடிய அல்லது தனியாக எடுத்துவிடக் கூடிய, பெட்டி, பானை முதலியவற்றின் மேல்பகுதி; மூடி **2** = **eyelid**

lie¹ /laɪ/ *verb* [I] (*pres. part.* **lying**; *pt, pp* **lied**) **lie (to sb) (about sth)** to say or write sth that you know is not true உண்மையல்லாதது எனத் தான் அறிந்த ஒன்றைக் கூறு அல்லது எழுது; பொய் பேசு *He lied about his age in order to join the army.* ▶ **lie** /laɪ/ *noun* [C] *to tell a lie* • *That story about his mother being ill was just* ***a pack of lies***.

> NOTE ஒருவருடைய உணர்ச்சிகளைப் புண்-படுத்தாதிருக்க வேண்டிக் கூறப்படும் பொய் **white lie** எனப்படும். ➪ **liar** மற்றும் **fib** பார்க்க.

lie² /laɪ/ *verb* [I] (*pres. part.* **lying**; *pt* **lay** /leɪ/; *pp* **lain** /leɪn/) **1** to be in or move into a flat or horizontal position (so that you are not standing or sitting) (நின்றுகொண்டு அல்லது உட்கார்ந்துகொண்டு இருக்கிற நிலையில் இல்லாது) கிடை நிலையில் இரு; படு *He lay on the sofa and went to sleep.* • *to lie on your back/side/front*

> NOTE செயப்படுபொருளுடன் **lie** வராது. படுத்த நிலையில் ஒரு பொருளை வைப்பதை **lay** என்ற வினையால் குறிக்கிறோம்—*to lay a book on the desk*

2 to be or stay in a certain state or position குறிப்பிட்ட இருக்கை நிலையில் அல்லது படி-நிலையில் இரு அல்லது நிலைகொள் *They are young and their whole lives* ***lie ahead*** *of them.* **3 lie (in sth)** to exist or to be found somewhere ஓரிடத்தில் உளதாயிரு அல்லது காணப்படு *The problem lies in deciding when to stop.*

IDM **lie in wait (for sb)** to hide somewhere waiting to attack, surprise or catch sb ஒருவரைத் திடீரெனத் தாக்கும், திகைப்பூட்டும் அல்லது அகப்படுத்தும் எண்ணத்துடன் ஓரிடத்தில் மறைந்திரு; பதுங்கியிரு

lie low to try not to attract attention to yourself பிறர் கவனத்தைத் தன் மீது ஈர்க்காதிருக்க முயல்; அமைதியாக அல்லது பிறர் கண்ணில் படாது இரு

PHR V **lie about/around** to relax and do nothing செயல் ஈடுபாடு இன்றி ஓய்வமைதி கொள்; செயலாற்றாதிரு

lie back to relax and do nothing while sb else works, etc. பிறர் செயலில் ஈடுபட்டிருத்தல் முதலிய சமயங்களில் செயலாற்றாதிரு

lie behind sth to be the real hidden reason for sth ஒன்றிற்கான உண்மையான உட்காரணமாயிரு *We may never know what lay behind his decision to resign.*

lie down (used about a person) to be in or move into a flat or horizontal position so that you can rest (ஆள் வகையில்) ஓய்வெடுத்துக்கொள்ள வசதியாகப் படுத்த நிலையில் இரு அல்லது படுத்துக்கொள் NOTE இதன் இணைப்பொருள் தொடர் **have a lie-down** என்பதாகும்.

lie in (*informal*) to stay in bed later than usual because you do not have to get up எழுந்து செல்லவேண்டிய தேவையில்லாததால், நேரம் கடந்தும் படுக்கையில் இரு NOTE இதன் இணைப்பொருள் தொடர் **have a lie-in** என்பதாகும். ➪ **oversleep** பார்க்க.

lie with sb (to do sth) (*informal*) to be sb's responsibility to do sth ஒன்றைச் செய்யும் பொறுப்பு ஒருவருடையதாயிரு

lie detector *noun* [C] a piece of equipment that can show if a person is telling the truth or not ஒருவர் பேசுவது உண்மை அல்லது பொய் என்பதைக் காட்டக்கூடிய சாதனம்; பொய்யறி பொறி

Lieut. (*also* **Lt**) *abbr.* Lieutenant (படைத்துறை இடைநிலை அதிகாரி) என்பதன் குறுக்கம்

lieutenant /lef'tenənt/ *noun* [C] an officer at a middle level in the army, navy or air force தரைப்படை, கடற்படை அல்லது விமானப் படையில் பணியாற்றும் இடைநிலை அதிகாரி

life /laɪf/ *noun* (*pl.* **lives** /laɪvz/) **1** [U] the quality that people, animals or plants have when they are not dead மனிதர்கள், விலங்குகள் அல்லது தாவரங்களின் இறப்புக்கு முன் உள்ள இயல் நிலை; உயிருடன் இருத்தல்; உயிர் மெய்ம்மை; உயிரியக்கம் *Do you believe in life after death?* • *to bring sb/come back to life* **2** [U] living things உயிர்ப் பொருள்கள்; உயிர் வாழ்வன; உயிரினம் *No life was found on the moon.* • *There was no sign of life in the deserted house.* • *plant life* **3** [C, U] the state of being alive as a human being மனிதர் உயிருடன் இருக்கும் நிலை; பிழைத்திருத்தல்; உயிர் வாழ்க்கை *Would you **risk** your **life** to protect your property?* • *Doctors fought all night to **save** her **life**.* **4** [C, U] the period during which sb/sth is alive or exists ஒருவர்/ஒன்று உயிருடன் இருக்கும் அல்லது உளதாயிருக்கும் காலம்; வாழ்நாள்; ஆயுட்காலம் *I've lived in this town **all** my **life**.* • *I spent my early life in Mumbai.* **5** [U] the things that you may experience while you are alive வாழ்நாளில் ஒருவர் கண்டும், கேட்டும், துய்த்தும் அறிவன; வாழ்க்கை அனுபவம் *Life can be hard for a single parent.* • *I'm not happy with the situation, but I suppose **that's life**.* **6** [C, U] a way of living வாழ்க்கை முறை; வாழ்க்கையின் திரிபு வளம் *They went to America to **start a new life**.* • *They **lead a** busy **life**.* • *married life* **7** [U] energy; activity உயிர்த் துடிப்பு; உள்ளக் கிளர்ச்சி; ஊக்கம்; எழுச்சி *Young children are **full of life**.* • *These streets **come to life** in the evenings.* **8** [U] something that really exists and is not just a story, a picture, etc. வெறுமனே புனைகதை, வரைபடம், முதலியவையாக இல்லாமல் உண்மையில் காணப்படும் ஒன்று; இயல் வாழ்க்கை சார்ந்தது; உலகியல் மெய்ம்மை சார்ந்தது *I wonder what that actor's like **in real life**.* • *Do you draw people **from life** or from photographs?*

IDM **a fact of life** ⇨ **fact** பார்க்க.

the facts of life ⇨ **fact** பார்க்க.

full of beans/life ⇨ **full**[1] பார்க்க.

get a life (*spoken*) used to tell sb to stop being boring and do sth more interesting சலிப்பூட்டுவதை நிறுத்தி ஆர்வம் மிகுவிக்கும் ஒன்றைச் செய்யுமாறு ஒருவரிடம் கூறப் பயன்படுத்தப்படுவது

lose your life ⇨ **lose** பார்க்க.

a matter of life and/or death ⇨ **matter**[1] பார்க்க.

take your (own) life to kill yourself தற்கொலை செய்துகொள்

a walk of life ⇨ **walk**[2] பார்க்க.

a/sb's way of life ⇨ **way**[1] பார்க்க.

have the time of your life ⇨ **time**[1] பார்க்க.

life-and-death (*also* **life-or-death**) *adj.* (*only before a noun*) very serious or dangerous மிகக் கடுமையான; ஆபத்தான; வாழ்வா சாவா என்பது போன்ற தன்மையிலான *a life-and-death struggle/matter/decision*

lifebelt /'laɪfbelt/ (*also* **lifebuoy** /'laɪfbɔɪ/) *noun* [C] (*BrE*) a ring that is made from light material which will float. A lifebelt is thrown to a person who has fallen into water to stop him/her from drowning நீரில் விழுந்துவிட்ட ஒருவர் மூழ்கி இறந்து விடாமல் இருக்கச்செய்யும் பொருட்டு அவரிடம் வீசப்படும் மிதக்கும் தன்மையுள்ள, கனமற்ற பொருளாலான வளையம்; உயிர்க்காப்பு மிதவைக் கச்சை

lifeboat /'laɪfbəʊt/ *noun* [C] **1** a small boat that is carried on a large ship and that is used to escape from the ship if it is in danger of sinking கப்பல் மூழ்கிவிடும் ஆபத்து நேரும் நிலையில் அதிலிருந்து தப்பிக்க உதவியாக அக்கப்பலில் கொண்டு செல்லப்படும் சிறு படகு; உயிர்க்காப்புப் படகு **2** a special boat that is used for rescuing people who are in danger at sea கடலில் ஆபத்தான நிலையில் உள்ளவர்களைக் காப்பாற்றுவதற்குப் பயன்படுத்தப்படும் தனிவகைப் படகு; இடர்க்காப்புப் படகு

life cycle *noun* [C] the series of forms into which a living thing changes as it develops ஓர் உயிர்ப்பொருள் தனது வளர்ச்சிக் காலத்தில் பெறும் மாற்ற வடிவங்களின் தொடர்வரிசை; வாழ்க்கை மாற்றங்களின் தொகுதி; வாழ்க்கைச் சுழல்வட்டம் *the life cycle of a frog*

life expectancy *noun* [C, U] (*pl.* **life expectancies**) the number of years that a person is likely to live ஒருவர் உயிர்வாழும் வாய்ப்புள்ள கால அளவு

lifeguard /'laɪfgɑːd/ *noun* [C] a person at a beach or swimming pool whose job is to rescue people who are in difficulty in the water நீரில் இடர்ப்பாட்டுக்கு உள்ளானவர்களைக் காப்பாற்றுவதற்காகக் கடற்கரையில் அல்லது நீச்சல் குளம் உள்ள இடத்தில் பணி அமர்த்தப்பட்டவர்; நீர்நிலை இடர்க்காப்புதவிப் பணியாளர்

life jacket *noun* [C] a plastic or rubber jacket without sleeves that can be filled with air. A life jacket is used to make sb float if he/she falls into water ஒருவர் நீரில் விழ நேரும்போது மூழ்கிவிடாமல் மிதக்கச் செய்யப் பயன்படுத்தப்படும்,

காற்று நிரப்பக்கூடிய, கைப்பகுதி அற்ற, பிளாஸ்டிக் அல்லது இரப்பர் பொருளாலான மேற்சட்டை; நீரில் மூழ்காமல் மிதக்கவைக்கும் குறுஞ்சட்டை

lifeless /'laɪfləs/ *adj.* **1** dead or appearing to be dead இறந்துவிட்ட அல்லது இறந்துவிட்டது போலக் காணப்படுகிற; உயிரற்ற; செத்த; மரத்துப்போன **2** without energy or interest; dull எழுச்சியற்ற; ஊக்கமிழந்த; ஆர்வத் துடிப்பற்ற

lifelike /'laɪflaɪk/ *adj.* looking like a real person or thing உண்மையான ஆளை அல்லது பொருளைப் போன்று தோற்றமளிக்கிற; உயிர்க்களையுடைய; உயிரோட்டமுடைய *The flowers are made of silk but they are very lifelike.*

lifeline /'laɪflaɪn/ *noun* [C] something that is very important for sb and that he/she depends on ஒருவருக்கு இன்றியமையாததும் அவர் சார்ந்திருப்பதுமான ஒன்று *For many old people their telephone is a lifeline.*

lifelong /'laɪflɒŋ/ *adj.* (*only before a noun*) for all of your life வாழ்நாள் முழுதும் நீடித்திருக்கிற *a lifelong friend*

life-size(d) *adj.* of the same size as the real person or thing உண்மையான ஆளின் அல்லது பொருளின் சரி அளவுடைய; ஒருவரது/ஒன்றின் இயற்கை வடிவளவினதான *a life-sized statue*

lifespan /'laɪfspæn/ *noun* [C] the length of time that sth is likely to live, work, last, etc. ஒன்றினுடைய வாழ்வு, தொழிற்பாடு, நிலைத்திருத்தல், முதலியவற்றின் எதிர்பார்க்கத்தக்க கால நீட்சி எல்லை; ஆயுட்காலம்; வாழ்நாள் *A mosquito has a lifespan of only a few days.*

life story *noun* [C] (*pl.* **life stories**) the story of sb's life ஒருவரது வாழ்வில் நடந்த உண்மை நிகழ்ச்சிகளின் விவரத் தொகுப்பு; வாழ்க்கை வரலாறு

lifestyle /'laɪfstaɪl/ *noun* [C] the way that you live ஒருவர் வாழும் முறை; வாழ்க்கை முறை

life support *noun* [U] the fact of being kept alive by a special machine ஒரு சிறப்புப் பொறியின் துணையுடன் ஒருவர் இறவாது வைக்கப்பட்டிருத்தல்; உயிர்ப்பாதாரம் *After the accident he was* ***on life support*** *for a week.*

life-support machine *noun* [C] a piece of equipment in a hospital that keeps sb alive when he/she cannot breathe without help இயல்பாக மூச்சுவிட முடியாத நிலையிலுள்ள ஒருவரை இறவாமல் வைத்திருக்கும் மருத்துவமனைச் சாதனம்; உயிர்ப்பாதாரப் பொறியமைப்பு

lifetime /'laɪftaɪm/ *noun* [C] the period of time that sb is alive ஒருவர் உயிரோடிருக்கும் காலம்; வாழுங்காலம்; ஆயுட்காலம்; வாழ்நாள்

lift[1] /lɪft/ *verb* **1** [T] **lift sb/sth (up)** to move sb/sth to a higher level or position ஒருவரை/ஒன்றை உயர்மட்டத்திற்கு அல்லது உயர்நிலைக்குக் கொண்டுபோ; மேல்நோக்கி உயர்த்து; தூக்கு *Lift your arm very gently and see if it hurts.* • *It took two men to lift the piano.* **2** [T] to move sb/sth from one place or position to another ஒருவரை/ஒன்றை ஓரிடத்திலிருந்து அல்லது ஒரு நிலையிலிருந்து மற்றொன்றுக்குக் கொண்டுசெல்; இடம் பெயர்த்து *She lifted the suitcase down from the rack.* **3** [T] to end or remove a rule, law, etc. ஒரு விதிமுறை, சட்டம் முதலியவற்றை முடிவுறச் செய் அல்லது விலக்கு *The ban on public meetings has been lifted.* **4** [I, T] to become or make sb happier மகிழ்வடை அல்லது மகிழ்வூட்டு *The news lifted our spirits.* **5** [I] (used about clouds, fog, etc.) to rise up or disappear (மேகங்கள், மூடுபனி முதலியவை வகையில்) எழு; விலகு; கலைந்துபோ *The mist lifted towards the end of the morning.* **6** [T] (*informal*) **lift sth (from sb/sth)** to steal or copy sth ஒன்றைத் திருடு; களவுசெய்; முறைகேடான வழியில் ஒன்றைப் பார்த்தெழுது *Most of his essay was lifted straight from the textbook.* ⇨ **shoplifting** பார்க்க.

PHR V **lift off** (used about a spacecraft) to rise straight up from the ground (விண்கலம் வகையில்) தரையிலிருந்து நேர்க்குத்தாகக் கிளம்பு

lift[2] /lɪft/ *noun* **1** (*AmE* **elevator**) [C] a machine in a large building that is used for carrying people or goods from one floor to another ஒரு பெரிய கட்டடத்தில் ஆட்களை அல்லது பொருள்களை ஒரு தளத்திலிருந்து மற்றொன்றுக்குக் கொண்டுசெல்லப் பயன்படுத்தப்படும் இயந்திரம்; இயங்கு ஏணி; தூக்கு பொறி *It's on the third floor so we'd better* ***take the lift***. **2** [C] a free ride in a car, etc. சீருந்து முதலியவற்றில் இலவசமாக ஏற்றிச் செல்லும் உதவி *Can you* ***give me a lift*** *to the station, please?* • *I got a lift from a passing car.* **3** [*sing.*] (*informal*) a feeling of being happier or more confident than before முன்னிலும் கூடுதலான மகிழ்வுணர்வு அல்லது தன்னம்பிக்கை உணர்வு; எழுச்சி; உள்ளுயிர்ப்பு *Her words of encouragement* ***gave*** *the whole team* ***a lift***. **4** [*sing.*] the action of moving or being moved to a higher position உயர்நிலைக்குச் செல்லுதல் அல்லது செலுத்தப்படுதல்; உயர்த்துதல்; உயர்தல்; மேம்பாடுறுதல்; மேம்படுத்துதல்

IDM **thumb a lift** ⇨ **thumb**[2] பார்க்க.

lift-off *noun* [C] the start of the flight of a spacecraft when it leaves the ground விண்கலம் தரையிலிருந்து கிளம்பும்போது, அதன் மேனோக்கிய இயக்கத்தின் தொடக்கம்; கிளம்பு நிலை

ligament /ˈlɪɡəmənt/ *noun* [C] a strong band of tissue in a person's or animal's body that holds the bones, etc. together மனித அல்லது விலங்கு உடலில் எலும்புகள் முதலியவற்றை ஒன்றிணைத்துப் பிடித்திருக்கும் உறுதியான நார்த்திசுக்களாலான கட்டு; தசை நார்; பிணையம்

light[1] /laɪt/ *noun* **1** [U, C] the energy from the sun, a lamp, etc. that allows you to see things சூரியன், விளக்கு முதலியவற்றிலிருந்து கிடைப்பதும் பொருள்களைப் பார்க்க உதவுவதுமான ஆற்றல்; ஒளி; வெளிச்சம் *a beam/ray of light* • *The light was too dim for us to read by.* **2** [C] something that produces light, for example an electric lamp ஒளியை உண்டுபண்ணும், மின் விளக்குப் போன்ற பொருள்; விளக்கு *Suddenly all the lights went out/came on.* • *If the lights* (= traffic lights) *are red, stop!* **3** [C] something, for example a match, that can be used to light a cigarette, start a fire, etc. சிகரெட்டு, தீ முதலியவற்றைப் பற்றவைக்கப் பயன்படுத்தப்படும் (தீக்குச்சி முதலிய) பொருள் *Have you got a light?*

IDM **bring sth/come to light** to make sth known or to become known ஒன்றை வெளிப்படுத்து; விளக்கமாக்கு; வெளிப்படு

cast light on sth ➪ **cast**[1] பார்க்க.

give sb/get the green light ➪ **green**[1] பார்க்க.

in a good, bad, etc. light (used about the way that sth is seen or described by other people) well, badly, etc. (மற்றவர்களால் ஒன்று நோக்கப்படும் அல்லது விவரிக்கப்படும் முறை குறித்துப் பேசுகையில்) நல்ல முறையில், மோசமாகத் தோன்றும்படி... *The newspapers often portray his behaviour in a bad light.*

in the light of because of; considering ஒன்றை முன்னிட்டு; காரணத்தினால்; ஒன்றைக் கருதிப்பார்த்த நிலையில்

set light to sth to cause sth to start burning ஒன்று எரியத் தொடங்குமாறு செய்; தீ மூட்டு; கொளுத்து

shed light on sth ➪ **shed**[2] பார்க்க.

light[2] /laɪt/ *adj.* **1** not of great weight கனம் அதிகமாக இல்லாத; எடை குறைவான; இலேசான *Carry this bag—it's the lightest.* • *I've lost weight—I'm five kilos lighter than I used to be.* • *light clothes* (= for summer) ✪ **OPP heavy** **2** having a lot of light ஒளி மிகுதியாக உள்ள; வெளிச்சம் மிக்க; ஒளிர்வான *In summer it's still light at 10 o'clock.* • *a light room* ✪ **OPP dark** **3** (used about a colour) pale (நிற வகையில்) வெளிறிய; ஒளிர்வற்ற; இளஞ்சாயலான *a light-blue sweater* ✪ **OPP dark** **4** not great in amount, degree, etc. அளவு, படிநிலை முதலியவற்றில், மிகுதியாக இல்லாத; மிதமான; மட்டான *a light prison sentence* • *a light wind* • *a light breakfast* **5** not using much force; gentle மிகுதியான வலிமையை/விசையைப் பயன்படுத்தாத; மென்மையான; இலேசான *a light touch on the shoulder* **6** not hard or tiring கடினமற்ற; களைப்பூட்டாத; பெரு முயற்சி வேண்டப்படாத; எளிதான *light exercise* • *light entertainment/reading* **7** (used about sleep) not deep (தூக்க வகையில்) ஆழ்ந்ததாக இல்லாத; எளிதில் கலையத்தக்க *I'm a light sleeper, so the slightest noise wakes me.* ▶ **lightness** *noun* [U]

light[3] /laɪt/ *verb* (*pt, pp* **lit** or **lighted**) **1** [I, T] to begin or to make sth begin to burn எரியத் தொடங்கு; தீப்பற்று; ஒன்று எரியத் தொடங்கச் செய்; ஒன்றைப் பற்றவை; விளக்கைப் பொருத்து *The gas cooker won't light.* • *to light a fire*

> **NOTE** **Lighted** என்ற சொல் வழக்கமாக பெயரடையாகப் பெயர்ச்சொல்லுக்கு முன் பயன்படுத்தப்படுகிறது. **Lit** என்பது இறந்தகால வினையெச்சமாக வரும்—*Candles were lit in memory of the dead.* • *The church was full of lighted candles.*

2 [T] to give light to sth ஒளி கொடு *The street is well/badly lit at night.* • *We only had a small torch to light our way.*

PHR V **light (sth) up 1** to make sth bright with light ஒளி வழங்கி ஒன்று பிரகாசமாகத் தோன்றச் செய்; ஒளிர்வி *The fireworks lit up the whole sky.* **2** (used about sb's face, eyes, etc.) to become bright with happiness or excitement (ஒருவரது முகம், கண்கள் முதலியவை வகையில்) மகிழ்ச்சி அல்லது மன எழுச்சி காரணமாகப் பிரகாசமாகத் தோன்று; பொலிவுறு; **3** to start smoking a cigarette சிகரெட் புகைக்கத் தொடங்கு.

light[4] /laɪt/ *adv.* without much luggage மிகுதியான பயணக்கட்டு இல்லாது *I always travel light.*

light bulb = **bulb 1**

lighten /ˈlaɪtn/ *verb* [I, T] **1** to become lighter in weight or to make sth lighter கனம் அல்லது பாரம் குறைவாகு; பளுக்குறை; ஒன்றின் பாரம் குறையச் செய்; எடை குறைவானதாக்கு **2** to become or to make sth brighter ஒளிர்; பொலிவுறு; ஒளிரச் செய்

lighter /ˈlaɪtə(r)/ = **cigarette lighter**

light-headed *adj.* feeling slightly ill and not in control of your thoughts and movements சற்று உடல் நலம் குன்றி, எண்ணங்களும் இயக்கங்களும் கட்டுப்பாட்டில் இல்லாத; தலை சுற்றுகிற

light-hearted *adj.* **1** intended to be funny and enjoyable விளையாட்டுத் தன்மையிலான மற்றும் இன்புறத்தக்க; வேடிக்கையான; களிப்பூட்டக்கூடிய **2** happy and without problems மனச்சுமையற்று மகிழ்ச்சியாக உள்ள; கவலை இல்லாத

lighthouse /ˈlaɪthaʊs/ *noun* [C] a tall building with a light at the top to warn and guide ships near the coast கடற்கரை ஓரமாக வரும் கப்பல்களை எச்சரிக்கவும் வழிப்படுத்தவும் உதவும் விளக்கு உச்சியில் அமைக்கப்பட்டுள்ள உயரமான கட்டடம்; கலங்கரை விளக்கம்

lighting /ˈlaɪtɪŋ/ *noun* [U] the quality or type of lights used in a room, building, etc. ஓர் அறை, ஒரு கட்டடம் முதலியவற்றில் பயன்படுத்தப்படும் விளக்குகளின் தர நிலை அல்லது வகை; விளக்கமைப்பு; விளக்குகளின் பயன்திறம்

lightly /ˈlaɪtli/ *adv.* **1** gently; with very little force மென்மையாக; மிகக் குறைவான வலிமையை அல்லது விசையைப் பயன்படுத்தி *He touched her lightly on the arm.* **2** only a little; not much சிறிதளவு மட்டுமே; சொற்ப அளவாக; கொஞ்சமாக; மிகுதியாக அல்லாமல் *lightly cooked/spiced/whisked* **3** not seriously; without serious thought கடுமையாக இன்றி; உள்ளார்ந்த எண்ணமில்லாது; மேற்போக்கியல்பாக *We do not take our customers' complaints lightly.*

IDM **get off/be let off lightly** to avoid serious punishment or trouble கடுமையான தண்டனையிலிருந்து அல்லது தொல்லையிலிருந்து தப்பு

lightning¹ /ˈlaɪtnɪŋ/ *noun* [U] a bright flash of light that appears in the sky during a storm, and is usually followed by **thunder** மோசமான வானிலையின் போது இடி ஓசைக்கு முன் வானத்தில் தோன்றும் ஒளிர்வு மிக்க கணநேர வெட்டொளி; மின்னல் *The tree was* ***struck by lightning*** *and burst into flames.* • *a flash of lightning*

lightning² /ˈlaɪtnɪŋ/ *adj.* (*only before a noun*) very quick or sudden திடு விரைவான; திடீரென்ற; முன்னெச்சரிப்பற்ற; எதிர்பாராத *a lightning attack*

lightweight /ˈlaɪtweɪt/ *noun* [C], *adj.* **1** a person who is in one of the lightest weight groups in certain fighting sports சிலவகைக் குத்துச்சண்டை விளையாட்டுகளில் கீழ் எல்லையிலான எடையுள்ளவர்கள் பிரிவில் இடம்பெறும் ஒருவர் *a lightweight boxing champion* **2** (a thing) weighing less than usual (பொருள் வகையில்) வழக்கமானதை விடக் குறைந்த எடையுள்ள(து) *a lightweight suit for the summer*

light year *noun* [C] (*technical*) the distance that light travels in one year, 9.4607×10^{12} kilometres ஓராண்டில் ஒளி பயணம் செய்யும் தொலைவு (9.4607×10^{12} கி.மீ); ஒளியாண்டு

lignite /ˈlɪgnaɪt/ *noun* [U] a soft brown type of coal மென்மையான பழுப்பு நிற நிலக்கரி வகை; பழுப்பு நிலக்கரி

likable = **likeable**

like¹ /laɪk/ *verb* [T] **1 like sb/sth; like doing sth; like to do sth; like sth about sb/sth** to find sb/sth pleasant; to enjoy sth ஒருவர்/ஒன்று மனத்துக்கு உகந்தவராக/உகந்ததாகக் கருது; ஒன்றில் ஈடுபட்டு மகிழ் *He's nice. I like him a lot.* • *I like my coffee strong.* • *She didn't like it when I shouted at her.* • *The job seems strange at first, but you'll* ***get to like*** *it.* ✪ OPP **dislike**

> NOTE 'பழக்கம் உடையவராயிரு' அல்லது 'ஒன்று உகந்தது எனக் கருது' என்ற பொருளில் **like** வழங்கும்போது, அடுத்து வினையெச்சம் (infinitive) வரும்—*I like to get up early so that I can go for a run before breakfast.*

2 to want விரும்பு; நாட்டம் கொள்; ஆசைப்படு; ஒன்றில் மனம் செலுத்து *Do what you like. I don't care.*

> NOTE **Want** என்பதைக் காட்டிலும் இணக்க நயம் மிக்க தொடர் **would like** என்பதாகும்—*Would you like something to eat?* • *I'd like to speak to the manager.* • *How would you like to come to Scotland with us?* **Would like**-ஐ அடுத்து எப்போதும் எச்ச வடிவமே (infinitive மட்டும்) வரும்; வினைச்சொல்லின் -ing வடிவம் பயன்படுத்தப்படுவதில்லை.

IDM **if you like** used for agreeing with sb or suggesting sth in a polite way ஒருவருடன் ஒத்துப்போவதைக் குறிக்க அல்லது இணக்க நயத்துடன் ஒன்றை முன்கருத்தாக வைக்கப் பயன்படுத்தப்படுவது *'Shall we stop for a rest?' 'Yes, if you like.'*

I like that! (*BrE informal*) used for saying that sth is not true or not fair ஒன்று உண்மையானதல்ல அல்லது நியாயமானதல்ல என்று கூறப் பயன்படுத்தப்படுவது

like the look/sound of sb/sth to have a good impression of sb/sth after seeing or hearing about him/her/it ஒருவரை/ஒன்றைப் பார்த்தபின் அல்லது அவரை/அதனைப் பற்றிக் கேள்விப்பட்ட பின் அவர்/அதன் மீது நல்லெண்ணம் கொள்

like² /laɪk/ *prep., conj.* **1** similar to sb/sth ஒருவரை/ஒன்றை ஒத்த தன்மையில்; ஒப்புமை உடையதாக; போலிருப்பதாக *You* ***look*** *very/just/exactly* ***like*** *your father.*

> NOTE ஒன்றை விவரிக்குமாறு ஒருவரிடம் கேட்க நாம் பயன்படுத்துவது **What's he/she/it like?** என்பதாகும்—*Tell me about your town. What's it like?* • *What was it like being interviewed on TV?*

2 (*in compounds*) in the manner of; similar to குறிப்பிடப்பட்ட முறையில் அல்லது தன்மையில்; குறிப்பிடப்பட்ட ஒன்றை ஒத்தமைந்து *child-like innocence/simplicity* • *a very lifelike statue* 3 in the same way as sb/sth ஒருவரை/ஒன்றைப் போன்று அதே முறையில்; அதே விதமாக *Stop behaving like children.* • *That's not right. Do it like this.* 4 for example; such as எடுத்துக்காட்டாக; முதலிய; போன்ற *They enjoy most team games, like football and rugby.* 5 typical of a particular person குறிப்பிட்ட ஒருவருக்குரிய; குறிப்பிட்ட ஒருவருடைய இயல்பாக *It was just like Prabhu to be late.* 6 (*informal*) as if (ஒருவர்) குறிப்பிடப்பட்ட நிலையில் இருந்தால் எப்படியோ அப்படியே *She behaves like she owns the place.* 7 (*slang*) (used before saying what sb said, how sb felt, etc.) ஒருவர் கூறியது, ஒருவரது எண்ணப்போக்கு முதலியவற்றைக் குறிப்பிடுவதற்கு முன் பயன்படுத்தப்படுவது *When I saw the colour of my hair I was like 'Wow, I can't believe it!'*

IDM **like anything** (*spoken*) very much, fast, hard, etc. மிக அதிகமாக, மிக வேகமாக, மிகக் கடுமையாக முதலியவை *We had to pedal like anything to get up the hill.*

nothing like ➪ **nothing** பார்க்க.

something like about; approximately ஏறத்தாழ; கிட்டத்தட்ட; பெரும்பாலும் *The monument took something like 20 years to build.*

that's more like it (used to say that sth is better than before) ஒன்று முன்பிருந்ததை விட மேம்பட்டதாக உள்ளது என்று கூறப் பயன்படுத்தப்படுவது. *The sun's coming out now—that's more like it!*

like³ /laɪk/ *noun* 1 [*sing.*] a person or thing that is similar to sb/sth else வேறொருவரை/வேறொன்றை ஒத்துள்ள ஒருவர் அல்லது ஒரு பொருள்; சரிநேர் ஆள் அல்லது சரிநேர்ப் பொருள் *I enjoy going round castles, old churches* ***and the like.*** • *She was a great singer, and we may never see her like/the like of her again.* 2 [*pl.*] **likes** things that you like தான் விரும்புவன; தனக்குப் பிடித்தமானவை *Tell me about some of your* ***likes and dislikes.*** ▶ **like** *adj.* (*formal*) [*only before a noun*]

likeable (*also* **likable**) /ˈlaɪkəbl/ *adj.* (used about a person) easy to like; pleasant (ஆள் வகையில்) எளிதில் விருப்பம் கொள்ளத்தக்க; இனிமையான; மனத்திற்கு உகந்த

likelihood /ˈlaɪklihʊd/ *noun* [U] the chance of sth happening; how likely sth is to happen ஒன்று நிகழ்வதற்கான வாய்ப்பு நிலை; சாத்தியக்கூறு *There seems very little likelihood of success.*

likely /ˈlaɪkli/ *adj., adv.* (**likelier; likeliest**) 1 **likely (to do sth)** probable or expected எதிர்பார்க்கத்தக்க/எதிர்பார்க்கத்தக்கதாக; நிகழும் வாய்ப்புள்ள *Do you think it's likely to rain?* • *The boss is not likely to agree.* 2 probably suitable பெரும்பாலும் பொருத்தமான/பொருத்தமாக அல்லது ஏற்புக்கான வாய்ப்புள்ள/வாய்ப்புள்ளவராக *a likely candidate for the job* ✪ OPP **unlikely**

IDM **not likely!** (*informal*) certainly not உறுதியாக இல்லை; கிடையாது

liken /ˈlaɪkən/ *verb* [T] (*formal*) **liken sb/sth to sb/sth** to compare one person or thing with another ஒருவரை மற்றொருவரோடு அல்லது ஒன்றை மற்றொன்றோடு ஒப்பிடு; ஒப்புமை காண் *This young artist has been likened to Picasso.*

likeness /ˈlaɪknəs/ *noun* [C, U] the fact of being similar in appearance; an example of this தோற்றத்தில் ஒத்திருக்கும் தன்மை; போன்றிருத்தல்; ஒத்த படிவம்/தோற்றம் *The witness's drawing turned out to be* ***a good likeness of*** *the attacker.*

likewise /ˈlaɪkwaɪz/ *adv.* (*formal*) the same; in a similar way அவ்வாறே; இது போலவே *I intend to send a letter of apology and suggest that you do likewise.*

liking /ˈlaɪkɪŋ/ *noun* [*sing.*] **a liking (for sb/sth)** the feeling that you like sb/sth ஒருவரை/ஒன்றைத் தான் விரும்புவதாகிய உணர்வு; விருப்பம்; நாட்டம் *I have a liking for spicy food.*

IDM **too... for your liking** that you do not like because he/she/it has too much of a particular quality ஒருவருடைய/ஒன்றின் மிகைப்படியான ஒரு பண்பின் காரணமாக அவர்/அதன் மீது விருப்பம் கொள்ளாமல் *The music was a bit too loud for my liking.*

lilac /ˈlaɪlək/ *noun* [C, U], *adj.* 1 a tree or large bush that has pale purple or white flowers in spring இளவேனிற் பருவத்தில் மங்கலான ஊதா (நீலம் கலந்த சிவப்பு) அல்லது வெண்மை நிறப் பூக்கள் பூக்கும் மர அல்லது கொத்துச் செடி வகை 2 (of) a pale purple colour மங்கலான ஊதா நிறம்/நிறமான

lily /ˈlɪli/ *noun* [C] (*pl.* **lilies**) a type of plant that has large white or coloured flowers in the shape of a bell மணி வடிவான பெரிய வெண்மையான அல்லது வண்ண மலர்களையுடைய மலர்ச் செடி வகை ➪ **water lily** பார்க்க.

limb /lɪm/ *noun* [C] 1 a leg or an arm of a person ஒருவருடைய கால் அல்லது கை; மனிதர்களின் இயக்க உறுப்பு 2 one of the main branches of a tree மரத்தின் முதன்மையான கிளைகளில் ஒன்று; பெருங்கிளை

IDM **out on a limb** without the support of other people மற்றவர்களின் துணையில்லாது; தனித்து விடப்பட்டு

lime /laɪm/ *noun* **1** [C] a fruit that looks like a small green lemon சிறு எலுமிச்சங்காய் போன்று காணப்படும் கனி வகை ➪ **fruit** பதிவில் படம் பார்க்க. **2** [U] (*also* **lime green**) a yellowish-green colour மஞ்சள் கலந்த பச்சை நிறம்; எலுமிச்சை நிறம் **3** [U] a white substance that is used for making cement and also for adding to soil to improve its quality சிமிண்டு தயாரிக்கவும் மண் தரத்தை மேம்படுத்த அதனுடன் கலக்கவும் பயன்படுத்தப்படும் வெண்ணிறப் பொருள்; சுண்ணாம்பு

the limelight /ˈlaɪmlaɪt/ *noun* [U] the centre of public attention பொதுமக்கள் கவனத்தை ஈர்க்கும் நிலை; பலரறி நிலை *to be in/out of the limelight*

limestone /ˈlaɪmstəʊn/ *noun* [U] a type of hard white **sedimentary** rock that is used for building or for making cement கட்டட வேலைக்கு அல்லது சிமிண்டு தயாரிப்பதற்குப் பயன்படுத்தப்படும் கெட்டியான வெண்ணிற படிவியற் படுகைப் பாறை வகை; சுண்ணாம்புக் கல்

limit¹ /ˈlɪmɪt/ *noun* [C] **1** the greatest or smallest amount of sth that is allowed or possible அனுமதிக்கப்படத்தக்க அல்லது இயலக்கூடிய உச்ச உயர் அளவு அல்லது அடிநிலை அளவு; வரம்பு *a speed/age/time limit • There's a limit to the amount of time I'm prepared to spend on this.* **2** the outside edge of a place or an area ஓரிடத்தின் அல்லது ஒரு பகுதியின் வெளிப்புற முனை; எல்லைக்கோடி முனை; எல்லைக்கோடு *the city limits • Trucks are not allowed within a two-kilometre limit of the town centre.*

IDM **off limits** (*AmE*) = **out of bounds**

within limits only up to a reasonable point or amount நியாயமான கட்டம் அல்லது அளவு வரை மட்டுமே; வரையறைக்கு உள்ளாக; வரம்பு மீறாது

limit² /ˈlɪmɪt/ *verb* [T] **limit sb/sth (to sth)** to keep sb/sth within or below a certain amount, size, degree or area ஒரு குறிப்பிட்ட எண்ணிக்கை, உருவளவு, படிநிலை அல்லது இடப்பகுதிக்கு உள்ளாக அல்லது அதற்குக் கீழ்நிலையில் ஒருவரை/ஒன்றை வைத்திரு; வரம்புக்கு உட்படுத்து; வரையறு *In China families are limited to just one child.*

limitation /ˌlɪmɪˈteɪʃn/ *noun* **1** [C, U] **(a) limitation (on sth)** the act of limiting or controlling sth; a condition that puts a limit on sth கட்டுப்படுத்துதல்; வரம்பிடுதல்; கட்டுப்பாட்டு நிலை *There are no limitations on what we can do.* **2** [*pl.*] **limitations** things that you cannot do தன்னால் செய்ய முடியாதவை; குறைபாடுகள் *It is important to know your own limitations.*

limited /ˈlɪmɪtɪd/ *adj.* small or controlled in number, amount, etc. எண்ணிக்கை, அளவு முதலியவற்றில் குறைவான அல்லது கட்டுப்பாட்டுக்கு உட்படுத்தப்பட்ட; வரம்பிடப்பட்ட *Book early because there are only a limited number of seats available.* ✪ **OPP unlimited**

limited company *noun* [C] (*abbr.* **Ltd**) a company whose owners only have to pay a limited amount of its debts if it fails தோல்வியுறும் நிலையில் அதன் கடன்களின் வரையறுக்கப்பட்ட தொகையை மட்டுமே அதன் உரிமையாளர்கள் செலுத்த வேண்டியிருக்கும் ஏற்பாடுடைய நிறுவனம்; வரையறுக்கப்பட்ட கழகம்

limousine /ˈlɪməziːn; ˌlɪməˈziːn/ (*informal* **limo** /ˈlɪməʊ/) *noun* [C] a large expensive car that usually has a sheet of glass between the driver and the passengers in the back வழக்கமாக ஓட்டுநருக்கும் பின் பகுதியிலுள்ள பயணிகளுக்கும் இடையில் கண்ணாடித் தகடு

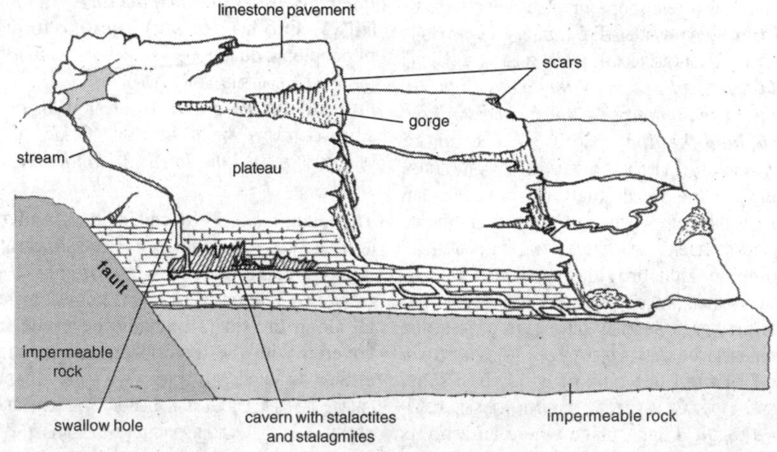

limestone landscape

பொருத்தப்பட்ட பெரிய, விலை மதிப்பு மிக்க சீருந்து

limp[1] /lɪmp/ *verb* [I] to walk with difficulty because you have hurt your leg or foot கால் அல்லது பாதத்தில் உண்டான காயம் காரணமாக இடர்ப்பாட்டுடன் நட; நொண்டு ▶ **limp** *noun* [*sing.*] *to walk with a limp*

limp[2] /lɪmp/ *adj.* not firm or strong உறுதியற்ற; வலிமை இல்லாத; விறைப்பாக நிற்காத; தளர்வுற்ற; எளிதில் வளைகிற *You should put those flowers in water before they go limp.*

line[1] /laɪn/ *noun* [C] **1** a long thin mark on the surface of sth or on the ground ஒன்றின் பரப்பின் மீது அல்லது தரையின் மீது இடப்படும் நீண்டு மெலிதான குறி; கோடு; வரை *to draw a line • a straight/wiggly/dotted line* **2** a row of people, things, words on a page, etc. ஆட்கள், பொருள்கள், தாள் பக்கத்தில் உள்ள சொற்கள் முதலியவற்றின் வரிசை; அணி நிரை; ஏட்டின் வரி *There was a long line of people waiting at the Post Office. • a five-line poem • Start each paragraph on a new line.* **3** a border or limit between one place or thing and another ஓரிடத்திற்கும் மற்றோர் இடத்திற்கும் அல்லது ஒரு பொருளுக்கும் மற்றொரு பொருளுக்கும் இடையில் உள்ள எல்லைக்கோடு அல்லது வரம்பு *to cross state lines • There's a thin line between showing interest and being nosy.* **4** a direction or course of movement, thought or action இயக்கம், எண்ணம் அல்லது செயலின் திசை, வழி, போக்கு அல்லது நெறி *He was so drunk he couldn't walk **in a straight line**. • The answer's not quite correct, but you're **on the right lines**. • The two countries' economies are developing **along** similar **lines**.* **5** a piece of rope or string கயிற்றுத் துண்டு; கயிறு; நூல் *Hang out the clothes on the (washing) line, please. • a fishing line* **6** a telephone or electricity wire or connection தொலைபேசிக் கம்பி அல்லது மின்கம்பி; தொலைபேசி இணைப்பு அல்லது மின் இணைப்பு *I'm sorry—the line is engaged. Can you try again later? • I'll just check for you. Can you **hold the line*** (= wait)? **7** a section of railway track இருப்புப்பாதையின் பகுதி/பிரிவு **8 lines** [*pl.*] the words that are spoken by an actor in a play, etc. நாடகம் முதலியவற்றில் ஒரு நடிகர் பேசும் சொற்கள்; உரை; வசனம் **9** a company that provides transport by air, ship, etc. வான், கடல் முதலியவை வழியாகப் போக்குவரத்துச் சேவை வழங்கும் நிறுவனம்; விமான/கப்பல் போக்குவரத்து நிறுவனம் *an airline* **10** [*sing.*] one type of goods in a shop, etc. கடை முதலியவற்றில் உள்ள ஒருவகைப்பட்ட சரக்கு **11** the place where an army is fighting தரைப்படையினர் போர் நிகழ்த்தும் இடம்; போர்முனை *There's renewed fighting **on the frontline**.* **12** a series of people in a family, things or events that follow one another in time ஒரு குடும்பத்திலுள்ள ஆட்களின், பொருள்களின் அல்லது நிகழ்ச்சிகளின் கால முறையிலான தொடர்வரிசை; குடும்பக் கால்வழி; வழிமரபு; மரபு வரிசை *He comes from **a long line of** musicians.* **13** something that you do as a job, do well, or enjoy doing பணி முறையில் சிறப்பாக அல்லது மகிழ்ச்சியுடன் ஒருவர் செய்யும் ஒன்று; தொழில் முறை; விரும்பும் வாழ்க்கைத் துறை *What **line of business/work** are you in?*

IDM **draw the line at sth/doing sth** ➪ **draw**[1] பார்க்க.

drop sb a line ➪ **drop**[1] பார்க்க.

in line for sth likely to get sth ஒன்றை அடையப்பெறும் வாய்ப்புள்ள நிலையில்; ஒன்றைப் பெறுவதற்கான சாத்தியக்கூறு உடையதாக/உடையவராக *You could be in line for promotion if you keep working like this.*

in line with sth similar to sth; in agreement with sth ஒன்றை ஒத்த நிலையில்; ஒன்றுடன் ஒத்திசைவு உடையதாக; இயைந்து போவதாக; ஒருநிலைப்பட்டதாக *These changes will bring the industry in line with the new laws.*

somewhere along/down the line at some time; sooner or later ஏதாவது ஒரு நேரத்தில்; முன்னோ பின்னோ எப்போதாவது

take a hard line (on sth) ➪ **hard**[1] பார்க்க.

toe the (party) line ➪ **toe**[2] பார்க்க.

line[2] /laɪn/ *verb* [T] **1** (*often passive*) to cover the inside surface of sth with a different material ஒன்றின் உட்பரப்பை வேறொரு பொருள் கொண்டு போர்த்து; மூடு **2** to form lines or rows along sth ஒன்றின் நெடுகிலும் வரிசை வரிசையாக அமைவுறு; வரிசைப்படு *Crowds lined the streets to watch the race.*

PHR V **line up (for sth)** (*AmE*) to form a line of people; to queue ஆட்களை வரிசைப்படுத்து; ஒழுங்கு வரிசையில் நில்

line sth up (*informal*) to arrange or organize sth ஒன்றை ஒழுங்கமைவு செய்; சேர்த்து ஒன்றுபடுத்து *She lined the bottles up on the shelf.*

lined /laɪnd/ *adj.* **1** covered in lines கோடுகளால் நிரப்பப்பட்ட; கோடுகளை உடைய; வரியிட்ட *a face lined with age • lined paper* **2 -lined** (*used in compounds*) having the object mentioned all along the side(s); having the inside surface covered with the material mentioned பக்கங்களின் நெடுகிலும் அல்லது ஓரம் முழுவதும் குறிப்பிடப்பட்ட பொருளைக் கொண்டிருக்கிற; குறிப்பிட்ட பொருளால் உட்பரப்பு மூடப்பட்டுள்ள *a tree-lined avenue • fur-lined boots*

linen /ˈlɪnɪn/ *noun* [U] **1** a type of strong cloth that is made from a natural substance (**flax**) மென்சணல் நூலில் நெய்யப்பட்ட உறுதியான துணி வகை; நார்த் துணி **2** sheets and other cloth coverings used in the house on a bed, table, etc. வீட்டில் படுக்கை, மேசை முதலியவற்றில் மேல்விரிப்பாக மற்றும் உறையாகப் பயன்படுத்தப்படும் துணிகள் *bedlinen*

liner /ˈlaɪnə(r)/ *noun* [C] **1** a large ship that carries people, etc. long distances தொலை தூரப் பயணக் கப்பல் ➪ **boat** பதிவில் படம் பார்க்க. **2** something that is put inside sth else to keep it clean or protect it. A liner is usually thrown away after it has been used ஒன்றைத் தூய்மையாக வைத்திருக்க அல்லது அதற்குக் காப்பாக அதன் உட்புறத்தில் பூசப்படும் அல்லது படிவிக்கப்படும், பயன்பாட்டுக்குப் பின் அகற்றிவிடக் கூடிய, பொருள்; உள்வரிக் காப்புறை *a dustbin liner*

linger /ˈlɪŋgə(r)/ *verb* [I] **linger (on)** to stay somewhere or do sth for longer than usual வழக்கத்தை விட அதிகமான நேர அளவுக்கு ஓரிடத்தில் தங்கியிரு அல்லது ஒன்றைச் செய்துகொண்டிரு; சுற்றி வட்டமிடு; தயங்கி நில்; நிலைகொள் *His eyes lingered on the money in her bag.*

lingerie /ˈlænʒəri/ *noun* [U] (used in shops, etc.) women's underwear (கடைகள் முதலியவற்றில் காணப்படும் வழக்கு) மகளிர் உள் உடுப்பு

lingua franca /ˌlɪŋgwəˈfræŋkə/ *noun* [*usually sing.*] (*technical*) a shared language of communication used by people who are speakers of different languages வெவ்வேறு மொழிகள் பேசும் மக்கள் தங்களுக்கிடையே இணைப்பு மொழியாகப் பயன்படுத்தும் மொழி; தொடர்பு மொழி; இணைப்பு மொழி; பொது மொழி *In India, English is used as the lingua franca.*

linguist /ˈlɪŋgwɪst/ *noun* [C] **1** a person who knows several foreign languages well அயல்மொழிகள் பலவற்றை நன்கு அறிந்துள்ளவர்; பன் மொழியறிஞர் **2** a person who studies languages or **linguistics** மொழிகளை அல்லது மொழியியலை ஆய்பவர்; மொழியியலாளர்; மொழித்துறை வல்லுநர்

linguistic /lɪŋˈgwɪstɪk/ *adj.* connected with language or the study of language மொழி அல்லது மொழியியல் சார்ந்த

linguistics /lɪŋˈgwɪstɪks/ *noun* [U] the scientific study of language மொழி குறித்த அறிவியல் முறையிலான ஆய்வு; மொழியியல்

lining /ˈlaɪnɪŋ/ *noun* [C, U] material that covers the inside surface of sth ஒன்றின் உட்புறப் பரப்பை மூடியிருப்பது; உள்வரிப் பூச்சு; உள்வரித் துணி *I've torn the lining of my coat.*

IDM **every cloud has a silver lining** ➪ **cloud**[1] பார்க்க.

link[1] /lɪŋk/ *noun* [C] **1 a link (between A and B); a link (with sb/sth)** a connection or relationship between two or more people or things இரண்டு அல்லது இரண்டுக்கு மேற்பட்ட ஆட்களுக்கு அல்லது பொருள்களுக்கு இடையேயான தொடர்பு அல்லது உறவு *There is a strong link between smoking and heart disease.* **2** one ring of a chain சங்கிலியின் தனி வளையம்; கண்ணி **3** a means of travelling or communicating between two places இரு இடங்களுக்கு இடையேயான பயண அல்லது செய்தித் தொடர்புச் சாதனம்; இடை இணைப்புக் கருவி அல்லது பொருள் *To visit similar websites to this one, click on the links at the bottom of the page.*

link[2] /lɪŋk/ *verb* [T] **link A to/with B; link A and B (together)** to make a connection between two or more people or things இரண்டு அல்லது இரண்டுக்கு மேற்பட்ட ஆட்களுக்கு அல்லது பொருள்களுக்கு இடையே இணைப்பு ஏற்படுத்து; தொடர்பு உண்டாக்கு *The new bridge will link the island to the mainland.* • *The computers are linked together in a network.*

PHR V **link up (with sb/sth)** to join together (with sb/sth) (ஒருவருடன்/ஒன்றுடன்) சேர்த்திணை; ஒன்றுசேர் *All our branches are linked up by computer.*

linking verb *noun* [C] (*grammar*) a verb such as 'be' or 'become' that connects a subject with the adjective or noun that describes it எழுவாயை அதன் விளக்கமாக அமையும் பெயரடையுடன் அல்லது பெயர்ச்சொல்லுடன் இணைக்கும் (be, become, முதலிய) வினைச்சொல்; இணைப்பு வினை *In 'She became angry', the verb 'became' is a linking verb.*

link-up *noun* [C] the joining together or connection of two or more things இரண்டு அல்லது இரண்டுக்கு மேற்பட்ட பொருள்களை ஒன்றிணைத்தல் அல்லது அவற்றின் இணைப்பு/தொடர்பு; ஒருங்கிணைப்பு

linoleum /lɪˈnəʊliəm/ (*informal* **lino** /ˈlaɪnəʊ/) *noun* [U] strong, shiny material used for covering floors தரை விரிப்பாகப் பயன்படுத்தப்படும் மெருகிட்ட உறுதியான துணி

lint /lɪnt/ *noun* [U] **1** soft cotton cloth used for covering and protecting injuries காயங்களுக்கும் புண்களுக்கும் காப்பு மேற்கட்டுப் போட உதவும் மென்மையான பருத்தித் துணி வகை; புண்கட்டுத் துணி **2** small soft pieces of wool, cotton, etc. that stick on the surface of clothes, etc. ஆடைகள் முதலியவற்றின்

மேற்பரப்பில் ஒட்டிக்கொண்டிருக்கும் கம்பளி, பருத்தி முதலியவற்றின் சிறு மென்மையான இழைத் துண்டுகள்

lintel /ˈlɪntl/ *noun* [C] a piece of wood or stone over a door or window கதவு அல்லது சன்னலுக்கு மேலுள்ள கட்டை அல்லது கல்; வாசல் நிலை/சன்னல் மேற்பாகம்

lion /ˈlaɪən/ *noun* [C] a large animal of the cat family that lives in Africa and parts of southern Asia. Male lions have a large amount of hair around their head and neck (**a mane**) சிங்கம். ஆண் சிங்கங்களுக்கு **mane** (பிடரி மயிர்) உண்டு ➪ 839ஆம் பக்கத்தில் படம் பார்க்க.

NOTE பெண் சிங்கம் **lioness** என்றும் சிங்கத்தின் குட்டி **cub** என்றும் சிங்கத்தின் ஒலி **roar** (கர்ஜனை) என்றும் வழங்கப்படுகின்றன.

IDM **the lion's share (of sth)** (*BrE*) the largest or best part of sth when it is divided உச்ச உயர் அளவான அல்லது உயர் மதிப்புடைய பங்கீட்டுக் கூறு

lioness /ˈlaɪənes/ *noun* [C] a female lion பெண் சிங்கம் ➪ 839-ஆம் பக்கத்தில் படம் பார்க்க.

lip /lɪp/ *noun* [C] **1** either of the two soft edges at the opening of your mouth உதடு; இதழ் *top/upper lip • bottom/lower lip* ➪ **body** பதிவில் படம் பார்க்க. **2 -lipped** (*used to form compound adjectives*) having the type of lips mentioned குறிப்பிட்ட வகையான/முறையிலுள்ள உதடுகளையுடைய *thin-lipped* **3** the edge of a cup or sth that is shaped like a cup குவளையின் அல்லது குவளை வடிவான ஒன்றின் விளிம்புப் பகுதி; கிண்ணத்தின் விளிம்பு

IDM **purse your lips** ➪ **purse²** பார்க்க.

lipase /ˈlaɪpeɪz/ *noun* [U] an **enzyme** that makes fats change into acids and alcohol கொழுப்புப் பொருள்களை காடிப் பொருள்களாகவும் வெறியப் பொருள்களாகவும் மாறச் செய்யும் நொதி வகை

lip-read *verb* [I, T] (*pt, pp* **lip-read** /ˈlipred/) to understand what sb is saying by looking at the movements of his/her lips ஒருவரது உதட்டசைவுகளைக் கூர்ந்து கவனித்து அவர் சொல்வதைப் புரிந்துகொள்; உதட்டசைவிலிருந்து பேச்சுப் பொருளறி

lipstick /ˈlɪpstɪk/ *noun* [C, U] a substance that is used for giving colour to your lips உதடுகளுக்கு வண்ணமூட்டப் பயன்படுத்தப்படும் பொருள்; உதட்டுச் சாயம் *to put on some lipstick • a new lipstick*

liquefy /ˈlɪkwɪfaɪ/ *verb* [I, T] (*pres. part.* **liquefying**; *3rd person sing. pres.* **liquefies**; *pt, pp* **liquefied**) (*formal*) to become liquid; to make sth liquid நீர்மப் பொருளாகு; திரவமாகு; திரவமாக்கு

liqueur /lɪˈkjʊə(r)/ *noun* [U, C] a strong sweet alcoholic drink that is often drunk in small quantities after a meal பெரும்பாலும் சாப்பாட்டுக்குப் பின் சிறு சிறு அளவுகளாக அருந்தப்படும் வெறியத்தன்மை மிக்க இனிப்பான மது வகை; இன்சுவையூட்டப்பட்ட கடுந்தேறல் வகை

liquid /ˈlɪkwɪd/ *noun* [C, U] a substance, for example water, that is not solid or a gas and that can flow or be poured திடப்பொருளாகவோ வாயுப்பொருளாகவோ இன்றி, ஊற்றப்படத்தக்க, நீர் முதலிய பொருள்; திரவ வடிவுடைய பொருள்; நீர்மம் ▶ **liquid** *adj.*

liquidate /ˈlɪkwɪdeɪt/ *verb* [T] **1** to close a business because it has no money left பணமில்லாது போனதன் காரணமாக ஒரு வணிகத் தொழிலை நிறுத்தம் செய் அல்லது மூடிவிடு **2** to destroy or remove sb/sth that causes problems பிரச்சினைகள் உண்டுபண்ணும் ஒருவரை/ஒன்றை ஒழித்துக்கட்டு அல்லது நீக்கிவிடு ▶ **liquidation** /ˌlɪkwɪˈdeɪʃn/ *noun* [U] *If the company doesn't receive a big order soon, it will have to* ***go into liquidation****.*

liquidity /lɪˈkwɪdəti/ *noun* [U] (*technical*) the state of owning things of value that can be exchanged for cash பணத்திற்குப் பரிமாறிக்கொள்ளத்தக்க மதிப்பு வாய்ந்த பொருள்களை உடைமையாக வைத்திருக்கும் நிலை; பண மதிப்புடைய பொருள்களின் கையிருப்பு

liquidize (*also* **-ise**) /ˈlɪkwɪdaɪz/ *verb* [T] to cause sth to become liquid ஒரு பொருளைத் திரவமாகச் செய்; ஒன்றைத் திரவ நிலைக்குக் கொண்டுவா ▶ **liquidizer** (*also* **-iser**) = **blender**

liquor /ˈlɪkə(r)/ *noun* [U] (*AmE*) strong alcoholic drinks; spirits வெறியத்தன்மை மிக்க குடி வகைகள்; கடுந்தேறல் வகைகள்

liquorice (*AmE* **licorice**) /ˈlɪkərɪʃ/ *noun* [U] a black substance, made from a plant, that is used in some sweets சில வகை இனிப்புகளில் பயன்படுத்தப்படும், ஒரு வகைத் தாவரத்திலிருந்து தயாரிக்கப்பட்ட கருநிறப் பொருள்; அதிமதுரம்

lisp /lɪsp/ *noun* [C] **1** a speech fault in which 's' is pronounced as 'th'; ஒருவகைப் பேச்சுக் குறைபாடு; இதனால் 's' ஒலி 'th' போன்று உச்சரிக்கப்படும் *He speaks with a slight lisp.* **2** The indistinct speech of small children குழந்தைகளின் மழலைப்பேச்சு ▶ **lisp** *verb* [I, T]

list /lɪst/ *noun* [C] a series of names, figures, items, etc. that are written, printed or said one after another ஒன்றன் பின் ஒன்றாக எழுதப்படும், அச்சிடப்படும் அல்லது கூறப்படும் பெயர்கள், இலக்கங்கள், உருப்படிகள் முதலியவற்றின் வரிசைத் தொகுதி; பட்டியல் *a checklist of*

mane
lioness
cub
lion

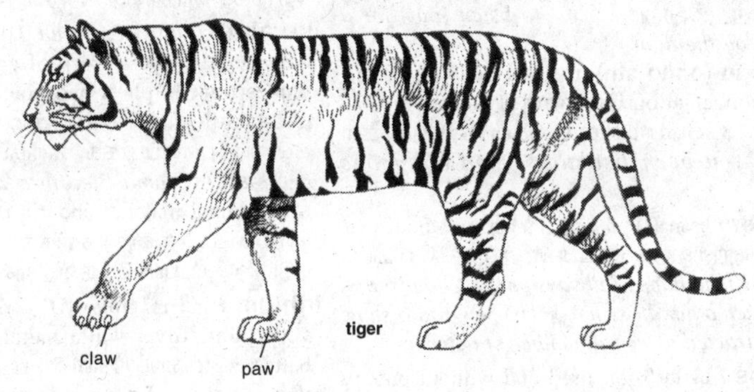
claw
paw
tiger

jaguar
whiskers
leopard
panther

everything that needs to be done • a waiting list • Your name is third ***on the list***. ▶ **list** *verb* [T] *to list items in alphabetical order*

listen /ˈlɪsn/ *verb* [I] **1 listen (to sb/sth)** to pay attention to sb/sth in order to hear him/her/it ஒருவர்/ஒன்று பேசுவதைக் கேட்டுணர வேண்டி அவர்/அதன் மீது கவனம் செலுத்து; உற்றுக்கேள் *Now please listen carefully to what I have to say. • to listen to music/the radio* ➪ **hear** பதிவிலுள்ள குறிப்பைப் பார்க்க. **2 listen to sb/sth** to take notice of or believe what sb says ஒருவர் கூறுவதைக் கருத்தில் கொள் அல்லது நம்பு; ஒருவர் கூறுவதற்குச் செவிசாய் *You should listen to your parents' advice.*

PHR V **listen (out) for sth** to wait to hear sth ஒன்றைக் காதால் கேட்டறிவதற்குக் காத்திரு; ஒன்றை உற்றுக்கேள் *to listen (out) for a knock on the door*

listen in (on/to sth) to listen to sb else's private conversation வேறொருவருடைய தனிமுறை உரையாடலைக் கேள்; ஒற்றுக்கேள் *Have you been listening in on my phone calls?*

listener /ˈlɪsənə(r)/ *noun* [C] a person who listens பிறர் கூறுவதைக் கேட்பவர்; உற்றுக்கேட்பவர் *When I'm unhappy I always phone Chandran—he's such a good listener. • The new radio show has attracted a record number of listeners.*

listless /ˈlɪstləs/ *adj.* tired and without energy சோர்வுற்ற மற்றும் ஆற்றல் இழந்த; ஊக்கம் கெட்ட; எழுச்சியற்ற; கருத்தில்லாத; மந்தமான ▶ **listlessly** *adv.*

lit ➪ **light³** என்பதன் இறந்தகால மற்றும் இறந்தகால வினையெச்ச வடிவம்

liter (*AmE*) = **litre**

literacy /ˈlɪtərəsi/ *noun* [U] the ability to read and write எழுத்து மற்றும் படிப்புத் திறன்; கல்வியறிவு; படிப்பு வாசனை ✪ **OPP illiteracy**

literal /ˈlɪtərəl/ *adj.* **1** (used about the meaning of a word or phrase) original or basic (சொல்லின் அல்லது தொடரின் பொருள் வகையில்) மூலமான; அடிப்படையான *The adjective 'big-headed' is hardly ever used in its literal sense.* ➪ **figurative** மற்றும் **metaphor** பார்க்க. **2** (used when translating, etc.) dealing with each word separately without looking at the general meaning (மொழிபெயர்ப்பு முதலியவை வகையில்) முழு நிலையில் அன்றி, ஒவ்வொரு சொல்லையும் கருத்தில் கொள்கிற; சொல்லுக்குச் சொல் பொருள் காண்கிற

literally /ˈlɪtərəli/ *adv.* **1** according to the basic or original meaning of the word, etc. சொல் முதலியவற்றின் அடிப்படையான அல்லது மூலமான பொருள் சார்ந்து; நேர்ப்பொருளை அடியொற்றி *You can't translate these idioms literally.* **2** (*informal*) used for emphasizing sth ஒன்றை வலியுறுத்திக் கூறப் பயன்படுத்தப்படுவது: உண்மையிலேயே; மெய்யாகவே *We were literally frozen to death* (= we were very cold).

literary /ˈlɪtərəri/ *adj.* of or concerned with literature இலக்கியத்திற்குரிய அல்லது இலக்கியம் சார்ந்த; இலக்கியப் பண்புடைய; இலக்கிய வழக்கான *literary criticism • a literary journal*

literate /ˈlɪtərət/ *adj.* **1** able to read and write எழுதப்படிக்கத் தெரிந்த; கல்வியறிவுள்ள ✪ **OPP illiterate** ➪ **literacy** noun மற்றும் **numerate** பார்க்க. **2** well educated படித்துத் தேர்ந்த; கற்றறிந்த; அறிவு வளம் உடைய

literature /ˈlɪtrətʃə(r)/ *noun* [U] **1** writing that is considered to be a work of art. Literature includes novels, plays and poetry புதினங்கள், நாடகங்கள் மற்றும் கவிதைகளை உள்ளடக்கிய, கலைப் படைப்பாகக் கருதப்படும் எழுத்து; இலக்கியம் *Tamil literature* **2 literature (on sth)** printed material about a particular subject குறிப்பிட்ட துறை சார்ந்த அச்சுருவிலான ஏடு; அச்சிடப்பட்ட தனித்துறை ஏடு

lithium /ˈlɪθiəm/ *noun* [U] (*symbol* **Li**) a soft, very light, silver-white metal that is used in batteries மின்கலங்களில் பயன்படுத்தப்படும் மிருதுவான, மிகக் குறைந்த எடையுள்ள, ஒளிர் சாம்பல் நிறமான உலோகத் தனிம வகை; லிதியம்; கல்லியம்

litigant /ˈlɪtɪɡənt/ *noun* [C] (*technical*) a person who is taking legal action in a court of law நீதிமன்றம் வழியாகச் சட்டபூர்வமான நடவடிக்கை மேற்கொள்பவர்; வழக்குத் தொடுப்பவர்; வழக்காடி

litigate /ˈlɪtɪɡeɪt/ *verb* [I, T] (*technical*) to take legal action in a court of law நீதிமன்றத்தின் வழியாகச் சட்டபூர்வமான நடவடிக்கை மேற்கொள்; வழக்காடு ▶ **litigator** *noun* [C]

litigation /ˌlɪtɪˈɡeɪʃn/ *noun* [U] (*technical*) the process of taking legal action in a court of law நீதிமன்றத்தின் வழியாகச் சட்ட நடவடிக்கை மேற்கொள்ளுதல்; வழக்காடல்

litmus /ˈlɪtməs/ *noun* [U] a substance that turns red when it touches an acid and blue when it touches an **alkali** காடிப்பொருளோடு தொடர்புறும்போது சிவப்பாகவும் காரப்பொருளோடு தொடர்புறும்போது நீல நிறமாகவும் மாறும் பொருள்; வேதியியல் நிறமாற்ற இயல்புடைய வண்ணப் பொருள் ➪ **pH** பதிவில் படம் பார்க்க.

litre (*AmE* **liter**) /ˈliːtə(r)/ *noun* [C] (*abbr.* **l**) a measure of liquid ஒரு முகத்தலளவை அலகு;

லிட்டர் *ten litres of petrol • a litre bottle of wine*

litter /'lɪtə(r)/ *noun* **1** [U] pieces of paper, rubbish, etc. that are left in a public place பொது இடத்தில்/திறந்தவெளியில் எறியப்படும் தாள் துண்டுகள், குப்பை கூளம் முதலியவை **2** [C] all the young animals that are born to one mother at the same time ஒரு தாய் விலங்குக்கு ஒரே சமயத்தில் பிறந்த குட்டிகளின்/கன்றுகளின் தொகுதி; ஓரீற்றுக் குட்டிகள் *a litter of six puppies* ▶ **litter** *verb* [T] *The streets were littered with rubbish.*

litter bin *noun* [C] a container to put rubbish in, in the street or a public building தெருவில் அல்லது பொதுக்கட்டடம் ஒன்றில் வைத்திருக்கப்படும் குப்பை போடுவதற்கான கொள்கலம்; குப்பைத் தொட்டி

little¹ /'lɪtl/ *adj.* **1** not big; small பெரிதல்லாத; சிறிய *a little bag of sweets • Do you want the big one or the little one? • a little mistake/problem*

NOTE பெரும்பாலும் **little** என்ற பெயரடை (adjective) வேறொரு பெயரடையுடன் சேர்ந்து வரும்—*a little old lady • a cute little kitten • What a funny little shop!* ➪ **small** பதிவிலுள்ள குறிப்பைப் பார்க்க.

2 (used about distance or time) short (தொலைவு அல்லது கால வகையில்) குறுகிய; குறைந்த அளவான; சிறிது காலமே பிடிக்கிற *Do you mind waiting **a little while**? • We only live **a little way** from here. • It's only a little further.* **3** young இளைய; இள வயதினரான *a little girl/boy • my little brother*

little² /'lɪtl/ *adv., pronoun, det.* (**less**; **least**) **1** (also as a noun after **the**) not much or not enough (**the**-க்குப்பின் பெயர்ச்சொல்லாகவும் பயன்படுத்தப்படும்) மிகுதியாக அல்லது போதுமானதாக இல்லாது/இல்லாத; சிறிதளவாக மட்டுமே; கொஞ்சமாகவே/கொஞ்சம் *I slept very little last night. • a little-known author • very little money* **2 a little** a small amount of sth ஒன்றின் சிறிதளவு; கொஞ்சம் *I like a little sugar in my tea. • Could I have a little help, please?* **3** rather; to a small degree சற்றே; சற்றுக் குறைந்த நிலையிலேயே; சிறிய அளவு வீதத்தில் *This skirt is a little too tight.*

NOTE 'A little' என்பதற்குப் பதிலாக பெரும்பாலும் **a little bit** அல்லது **a bit** என்ற தொடர் பயன்படுத்தப்படுகிறது—*I was feeling a little bit tired so I decided not to go out.*

IDM **little by little** slowly சிறிது சிறிதாக; மெல்ல மெல்ல; கொஞ்சம் கொஞ்சமாக *After the accident her strength returned little by little.*

live¹ /lɪv/ *verb* **1** [I] to have your home in a particular place குறிப்பிட்ட ஓரிடத்தில் குடியிரு; தங்கி வாழ்; குறிப்பிட்ட ஓரிடத்தை வாழ்விடமாகக் கொண்டிரு *Where do you live? • He still lives with his parents.* **2** [I] to be or stay alive உயிருடனிரு; வாழ்ந்திரு *She hasn't got long to live. • to live to a great age* **3** [I, T] to pass or spend your life in a certain way குறிப்பிட்ட முறையில் வாழ்நாளைக் கழி அல்லது வாழ்க்கை நடத்து *to live a quiet life • to live in comfort/poverty* **4** [I] to enjoy all the opportunities of life fully வாழ்க்கையின் வாய்ப்பு நலங்கள் அனைத்தையும் முழுவதுமாக அனுபவி; நிறைவாக வாழ்; வாழ்க்கை இன்பங்களை நுகர் *I want to live a bit before settling down and getting married.*

IDM **live/sleep rough** ➪ **rough³** பார்க்க.

PHR V **live by sth** to follow a particular belief or set of principles குறிப்பிட்ட கோட்பாட்டை அல்லது கொள்கையைப் பின்பற்றி வாழ்; குறிப்பிட்ட நெறிமுறைகளைக் கடைப்பிடி

live by doing sth to get the money, food, etc. you need by doing a particular activity குறிப்பிட்ட செயலை மேற்கொண்டு தனக்குத் தேவையான பணம், உணவு முதலியவற்றை ஈட்டு; குறிப்பிட்ட தொழில்/பணி செய்து வாழ்க்கை நடத்து *They live by hunting and fishing.*

live for sb/sth to consider sb/sth to be the most important thing in your life ஒருவரை/ஒன்றைத் தன் வாழ்க்கையின் இன்றியமையாத ஒன்றாகக் கருது; ஒருவருக்காக/ஒன்றுக்காக வாழ் *He felt he had nothing to live for after his wife died.*

not live sth down to be unable to make people forget sth bad or embarrassing that you have done தான் செய்துள்ள நல்லதல்லாத அல்லது அவமானமான செயலை பிறர் மனத்திலிருந்து அகற்ற முடியாதிரு

live it up to enjoy yourself in an exciting way, usually spending a lot of money வழக்கமாகப் பெருமளவு பணம் செலவழித்து, மனக் கிளர்ச்சிக்கு உள்ளாகும் முறையில் இன்பம் நுகர்; படாடோபமாக வாழ்க்கையை அனுபவி

live off sb/sth to depend on sb/sth in order to live வாழ்க்கை நடத்த வேண்டி ஒருவரை/ஒன்றைச் சார்ந்திரு; ஒருவரை நம்பி வாழ் *He could easily get a job but he still lives off his parents.*

live on to continue to live or exist தொடர்ந்து வாழ் அல்லது உளதாயிரு; நீடித்திரு *Mozart is dead but his music lives on.*

live on sth 1 to have sth as your only food ஒன்றை மட்டுமே உணவாகக் கொள்; ஒரே பொருளை உண்டுவாழ் *to live on bread and water* **2** to manage to buy what you need to live வாழ்க்கை நடத்தத் தேவையானவற்றை ஒருவழியாகச் சமாளித்து வாங்கு; ஒப்பேற்று *I don't know how they live on so little money!*

live out sth 1 to actually do sth that you only imagined doing before முன்னர் கற்பனையில்

மட்டுமே கொண்டிருந்ததை நடைமுறை வாழ்க்கையில் செய்; கருத்துருவாக இருந்ததைப் புறவாழ்க்கையில் நடத்திக் காட்டு *to live out your dreams/fantasies* **2** to spend the rest of your life in a particular way வாழ்க்கையின் எஞ்சிய காலத்தைக் குறிப்பிட்ட முறையில் கழி

live through sth to survive an unpleasant experience இன்னாத ஓர் அனுபவத்தைக் கடந்து வாழ் *She lived through two wars.*

live together to live in the same house, etc. as sb and have a sexual relationship with him/her ஒரே வீடு முதலியவற்றில் ஒருவருடன் பாலியல் துணைவராக இணைந்து வாழ்

live up to sth to be as good as expected எதிர்பார்ப்புக்கு ஏற்ற சீருடன் இரு; எதிர்பார்ப்பை நிறைவு செய் *Children sometimes find it hard to live up to their parents' expectations.*

live with sb = live together

live with sth to accept sth unpleasant that you cannot change தன்னால் மாற்ற முடியாத இன்னாத ஒன்றை ஏற்றுக்கொள் *It can be hard to live with the fact that you are getting older.*

live² /laɪv/ *adj., adv.* **1** having life; not dead உயிரோடிருக்கிற; உயிருள்ளதாக *Have you ever touched a* ***real live*** *snake?* **2** (used about a radio or television programme) seen or heard as it is happening (வானொலி/தொலைக்காட்சி நிகழ்ச்சி வகையில்) ஒன்று நிகழ்ந்து கொண்டிருக்கும்போதே காணப்படுகிற அல்லது கேட்கப்படுகிற; ஒலி/ஒளிப் பதிவு மூலமாக அன்றி நேரடி ஒலி/ஒளி பரப்பான *to go out live on TV* **3** performed or performing for an audience பார்வையாளர்கள் முன் நேரே மேடையில் நிகழ்த்தப்படுகிற *That pub has live music on Saturdays.* **4** (used about a bomb, bullet, etc.) that has not yet exploded (வெடிகுண்டு, துப்பாக்கிக் குண்டு முதலியவை வகையில்) இன்னும் வெடிக்காத **5** (used about a wire, etc.) carrying electricity (கம்பி முதலியவை வகையில்) மின்சாரம் பாய்ந்து கொண்டிருக்கிற

livelihood /ˈlaɪvlihʊd/ *noun* [C, *usually sing.*] the way you earn money பணம் ஈட்டும் முறை; பிழைப்பு; வாழ்க்கைத் தொழில் *to lose your livelihood*

lively /ˈlaɪvli/ *adj.* (**livelier; liveliest**) full of energy, interest, excitement, etc. ஊக்கம், ஆர்வம், எழுச்சி முதலியவை ஏராளமாக உள்ள; கிளர்ச்சி மிக்க; உயிர்த்துடிப்புடைய *lively children* • *The town is quite lively at night.*

liven /ˈlaɪvn/ *verb*

PHR V **liven (sb/sth) up** to become or make sb/sth become more interesting and exciting ஆர்வமும் மனக்கிளர்ச்சியும் கொள்; ஒருவர்/ஒன்று மேலும் ஆர்வமும் மனக்கிளர்ச்சியும் கொள்ளச் செய்; எழுச்சி கொள்; எழுச்சியூட்டு *Once the band began to play the party livened up.*

liver /ˈlɪvə(r)/ *noun* **1** [C] the part of your body that cleans your blood குருதியைத் தூய்மை செய்யும் உடலுறுப்பு; ஈரல்; கல்லீரல் ➪ **body** பதிவில் படம் பார்க்க. **2** [U] the liver of an animal when it is cooked and eaten as food சமைத்து உண்ணப்படும் விலங்கின் ஈரல்தசை *fried liver and onions*

lives ➪ **life** என்பதன் பன்மை வடிவம்

livestock /ˈlaɪvstɒk/ *noun* [U] animals that are kept on a farm, such as cows, pigs, sheep, etc. பண்ணையில் வளர்க்கப்படும் பசுக்கள், பன்றிகள், செம்மறியாடுகள் போன்றவை; பண்ணை விலங்குகள்

living¹ /ˈlɪvɪŋ/ *adj.* **1** alive now வாழ்கிற; உயிருடனுள்ள *He has no living relatives.* ➪ **alive** பதிவிலுள்ள குறிப்பைப் பார்க்க. **2** still used or practised now தற்சமயம் பயன்படுத்தப்படுகிற அல்லது நடைமுறையில் உள்ள *living languages/traditions* ✪ OPP **dead**

living² /ˈlɪvɪŋ/ *noun* **1** [C, *usually sing.*] money to buy things that you need in life வாழ்க்கைக்குத் தேவையான பொருள்களை வாங்குவதற்கு வேண்டிய பணம்; வாழ்க்கைத் தேவை; பிழைப்பாதாரம் *What do you do* ***for a living****?* **2** [U] your way or quality of life ஒருவர் வாழ்க்கை நடத்தும் முறை அல்லது வாழ்க்கைத் தரம் *The* ***cost of living*** *has risen in recent years.* • *The* ***standard of living*** *is very high in that country.*

living room (*BrE* **sitting room**) *noun* [C] the room in a house where people sit, relax, watch television, etc. together ஒருசேர அமர்ந்திருத்தல், இளைப்பாறுதல், தொலைக்காட்சிப் படம் பார்த்தல் முதலியவற்றுக்கான வீட்டு அறை; அமர்வுக் கூடம்

lizard /ˈlɪzəd/ *noun* [C] a small reptile with four legs, dry skin and a long tail பல்லி

load¹ /ləʊd/ *noun* [C] **1** something (heavy) that is being or is waiting to be carried எடுத்துச்செல்லப்படும் அல்லது எடுத்துச்செல்லப்பட வேண்டிய (கனமான) பொருள்; சுமை; பளு; பாரம் *a truck carrying a load of sand* **2** (*often in compounds*) the quantity of sth that can be carried ஒரு பொருளின் எடுத்துச் செல்லக்கூடிய அளவு; சுமை அளவு *bus loads of tourists* **3 loads (of sth)** [*pl.*] (*informal*) a lot (of sth) ஒன்றின் பேரளவு; ஏராளம் *There are loads of things to do in Chennai in the evenings.*

IDM **a load of rubbish, etc.** (*informal*) nonsense முட்டாள்தனமானது; பொருளற்றது

load² /ləʊd/ *verb* **1** [I, T] **load (sth/sb) (up) (with sth); load (sth/sb) (into/onto sth)** to put a large quantity of sth into or onto sb/sth ஒன்றினுள் அல்லது ஒருவர்/ஒன்றின் மேல் பெருமளவிலான ஒரு பொருளை இடு; சுமையேற்று *They loaded the plane (up) with supplies.* • *Load the washing into the machine.* **2** [I] to receive a load சுமை ஏற்றப்படு; இட்டு நிரப்பப்படு *The ship is still loading.* **3** [I, T] to put a program or disk into a computer கணிப்பொறியினுள் ஒரு நிரலை அல்லது குறுவட்டை ஏற்று *First, switch on the machine and load the disk.* **4** [T] to put sth into a machine, a weapon, etc. so that it can be used ஓர் இயந்திரம், ஒரு படைக்கருவி முதலியவற்றினுள் பயன்பாட்டுக்குரிய ஒன்றை இடு *to load film into a camera* • *to load a gun* ✪ OPP **unload**

loaded /ˈləʊdɪd/ *adj.* **1 loaded (with sth)** carrying a load; full and heavy சுமையை ஏற்றிச் செல்கிற; நிறைந்து கனக்கிற **2** (used especially about a gun or a camera) containing a bullet, a film, etc. (குறிப்பாக, துப்பாக்கி அல்லது நிழற்படக் கருவி வகையில்) இரவையை/படச் சுருளை உட்கொண்டுள்ள, உள்ளிடப்பட்டுள்ள **3** giving an advantage அனுகூலமான; ஆதரவான *The system is loaded in their favour.* **4** (*informal*) (*not before a noun*) having a lot of money; rich பெருமளவு பணமுடைய; செல்வமுடைய; பொருள் வளம் மிக்க

loaf /ləʊf/ *noun* [C] (*pl.* **loaves** /ləʊvz/) bread baked in one piece தனிக் கூறாக சுடப்பட்ட ரொட்டி *a loaf of bread*

loam /ləʊm/ *noun* [U] (*technical*) good quality soil containing sand, clay and dead plants மணல், களிமண் மற்றும் மக்கிய தாவரங்களை உள்ளடக்கிய வளம் மிக்க மண்; வண்டல் மண்

loan /ləʊn/ *noun* **1** [C] money, etc. that sb/sth lends you ஒருவரால்/ஒன்றால் கடனாகத் தரப்படும் பணம் முதலியவை; கடன்; கடனுதவித் தொகை *to **take out a** bank loan* • *to pay off a loan* **2** [U] the act of lending sth or the state of being lent ஒன்றைக் கடனாகக் கொடுத்தல்; கடனாகக் கொடுக்கப்படுதல்; கடன் கொடுப்பு; கடனுதவி *The books are **on loan** from the library.* ▶ **loan** *verb* [T] (*formal*) **loan sth (to sb)**

loath /ləʊθ/ *adj.* **loath to do sth** (*formal*) not willing to do sth ஒன்றைச் செய்ய விருப்பமில்லாத; மனமில்லாத

loathe /ləʊð/ *verb* [T] (*not used in the continuous tenses*) to hate sb/sth ஒருவரை/ஒன்றை வெறு; அருவருப்புடன் பார்

NOTE இவ்வினை தொடர்வினையாக வராவிடினும் இதன் நிகழ்கால வினையெச்ச வடிவம் (-ing வடிவம்) பொது வழக்காகும்—*Loathing the thought of having to apologize, she knocked on his door.*

▶ **loathsome** /ˈləʊðsəm/ *adj.* ▶ **loathing** *noun* [U]

loaves ⇨ **loaf** என்பதன் பன்மை வடிவம்

lob /lɒb/ *verb* [I, T] (**lo<u>bb</u>ing; lo<u>bb</u>ed**) (*sport*) to hit, kick or throw a ball high into the air, so that it lands behind your opponent உயரத்தில் சென்று எதிரணி ஆட்டக்காரருக்குப் பின்னால் தரையில் விழுமாறு பந்தைத் தாக்கு, உதை அல்லது எறி ▶ **lob** *noun* [C]

lobby¹ /ˈlɒbi/ *noun* [C] (*pl.* **lobbies**) **1** the area that is just inside a large building, where people can meet and wait பெரிய கட்டடத்தில் கூடிப் பேசுவதற்கும் காத்திருப்பதற்கும் ஆன, வாசலை அடுத்துள்ள பகுதி; முகப்பு அறை; பொதுக் கூடம் *a hotel lobby* **2** [*with sing. or pl. verb*] a group of people who try to influence politicians to do or not do sth ஒரு செயலுக்கு ஆதரவாக அல்லது எதிராக அரசியல்வாதிகளிடையே நிலை மாற்றத்தை உண்டுபண்ண முயலும் குழுவினர்; ஒரு நிலைப்பாடு குறித்து அரசியல் ஆதரவு திரட்டும் பிரிவினர் *the anti-smoking lobby*

lobby² /ˈlɒbi/ *verb* [I, T] (*pres. part.* **lobbying**; *3rd person sing. pres.* **lobbies**; *pt, pp* **lobbied**) to try to influence a politician or the government to do or not do sth ஒன்றைச் செய்யுமாறு அல்லது செய்யாதிருக்குமாறு ஓர் அரசியல்வாதியிடம் அல்லது அரசிடம் நிலைமாற்றம் உண்டுபண்ண முயல்; ஒரு கருத்துக்கு/செயலுக்கு ஆதரவாக அல்லது எதிராக அரசியல் ஆதரவு திரட்ட முயல்

lobe /ləʊb/ *noun* [C] **1** = **ear lobe 2** one part of an organ of the body, especially the brain or lungs ஓர் உடல் உறுப்பின், குறிப்பாக மூளை அல்லது நுரையீரல்களின், ஒரு பகுதி; தொங்கு சதை; மடல்

lobster /ˈlɒbstə(r)/ *noun* **1** [C] a large shellfish that has eight legs. A lobster is bluish-black but it turns red when it is cooked கரு நீல நிறமான, ஆனால் சமைத்த பின் சிவப்பு நிறம் அடைகிற, எட்டுக் கால்கள் உடைய பெரிய சிப்பி நண்டின நீர்வாழ் உயிரி; கடல் நண்டு வகை ⇨ **shellfish** பதிவில் படம் பார்க்க. **2** [U] a cooked lobster eaten as food உணவாகக் கொள்ளப்படும் சமைத்த கடல் நண்டு இறைச்சி

local¹ /ˈləʊkl/ *adj.* of a particular place (near you) (அண்மையில் உள்ள) குறிப்பிட்ட இடத்திற்குரிய; உள்ளூருக்குரிய *local newspapers/radio* • *the local doctor/policeman* ⇨ **international, national** மற்றும் **regional** பார்க்க. ▶ **locally** *adv.* *I do most of my shopping locally.*

local² /ˈləʊkl/ *noun* [C] **1** [*usually pl.*] a person who lives in a particular place குறிப்பிட்ட இடத்தில் வாழும் ஒருவர்; உள்ளூர்க்காரர் *The locals seem* *very friendly.* **2** (*BrE informal*) a pub that is near your home where you often go to drink தன் வீட்டுக்கு அருகில் உள்ள, தான் வழக்கமாகச் செல்லும் மது அருந்தகம்

local government *noun* [U] (*BrE*) the system of government of a town or an area by elected representatives of the people who live there ஒரு நகரத்தின் அல்லது வட்டாரத்தின் நிர்வாகம் அப்பகுதியிலேயே வாழும் மக்கள் பிரதிநிதிகளால் நடத்தப்படும் ஆட்சி முறை; உள்ளாட்சி முறை

localize (*also* **-ise**) /ˈləʊkəlaɪz/ *verb* [T] to limit sth to a particular place or area ஒன்றைக் குறிப்பிட்ட இடத்திற்கு அல்லது பகுதிக்கு மட்டும் உரியதாக்கு; இட எல்லைக்குட்படுத்து

local time *noun* [U] the time at a particular place in the world உலகின் குறிப்பிட்ட ஒரு பகுதியில் வழங்கும் நேரம்; உள்ளூர் நேரம் *We arrive in Singapore at 2 o'clock in the afternoon, local time.*

locate /ləʊˈkeɪt/ *verb* [T] **1** to find the exact position of sb/sth ஒருவருடைய/ஒன்றின் சரியான நிலையிடத்தைக் கண்டுபிடி; இடம் குறிப்பிட்டுக் காண் *The damaged ship has been located two kilometres off the coast.* **2** to put or build sth in a particular place குறிப்பிட்ட ஓரிடத்தில் ஒன்றை அமை, நிறுவு அல்லது கட்டு ▶ **located** *adj. Where exactly is your office located?*

location /ləʊˈkeɪʃn/ *noun* **1** [C] a place or position இடம்; நிலை; இடச் சூழல் *Several locations have been suggested for the new office block.* **2** [U] the action of finding where sb/sth is ஒருவருடைய/ஒன்றின் இருப்பிடத்தை/நிலையிடத்தை அல்லது சூழலைக் கண்டறிதல்
IDM on location (used about a film, television programme, etc.) made in a suitable place outside a **studio** (திரைப்படம், தொலைக்காட்சி நிகழ்ச்சி முதலியவை வகையில்) படப்பிடிப்பு வளாகத்திற்கு வெளியே சூழற்பொருத்தம் வாய்ந்த ஓரிடத்தில் படமெடுக்கப்படுகிற; வெளிப்புறத் தயாரிப்பான *The series was filmed on location in Thailand.*

loch /lɒk/ *noun* [C] the Scottish word for a lake ஏரியைக் குறிக்கும் ஸ்காத்லாந்து வழக்கு *the Loch Ness monster*

lock¹ /lɒk/ *verb* **1** [I, T] to close or fasten (sth) so that it can only be opened with a key திறவுகோல் கொண்டு மட்டுமே திறக்கக்கூடியவாறு ஒன்றை மூடு அல்லது பூட்டு *Have you locked the car? • The door won't lock.* ✪ **OPP unlock** **2** [T] to put sb/sth in a safe place and lock it ஒருவரை/ஒன்றைப் பாதுகாப்பான ஓரிடத்தில் இட்டு அவ்விடத்தைப் பூட்டி வை *Lock your passport in a safe place.* **3** [T] **be locked in sth** to be involved in an angry argument, etc. with sth, or to be holding sb very tightly கடுமையான வாதாடுதல் முதலியவற்றில் அகப்பட்டிரு; ஒருவரை இறுக்கமாகப் பற்றிப் பிடித்துக்கொண்டிரு *The two sides were locked in a bitter dispute. • They were locked in a passionate embrace.*
PHR V lock sth away to keep sth in a safe or secret place that is locked பூட்டப்பட்டுள்ள பாதுகாப்பான அல்லது இரகசியமான ஓரிடத்தில் ஒன்றை வைத்திரு
lock sb in/out to lock a door so that a person cannot get in/out ஓர் ஆள் உள்ளே செல்ல அல்லது வெளியே வர முடியாதவாறு கதவைப் பூட்டு; உள்ளே இட்டு/வெளியே நிறுத்திப் பூட்டிவிடு *I locked myself out of the house and had to climb in through the window.*
lock (sth) up to lock all the doors, windows, etc. of a building ஒரு கட்டடத்தின் கதவுகள், சன்னல்கள் முதலிய அனைத்தையும் பூட்டு *Make sure that you lock up before you leave.*
lock sb up to put sb in prison ஒருவரைச் சிறையில் அடை; சிறைவை

lock² /lɒk/ *noun* [C] **1** something that is used for fastening a door, lid, etc. so that you need a key to open it again திறவுகோல் கொண்டு மீண்டும் திறக்கத்தக்க வகையில், கதவு, மூடி முதலியவற்றைப் பூட்டி வைக்கப் பயன்படுத்தப்படும் ஒன்று; பூட்டு; தாழ் அமைப்பு *to turn the key in the lock* ➪ **padlock** பார்க்க. **2** a part of a river or a canal where the level of water changes. Locks have gates at each end and are used to allow boats to move to a higher or lower part of the canal or river நீர் மட்டம் மாறுபடும் நதியின் அல்லது கால்வாயின் பகுதி; தளமாற்ற அடைப்பமைப்பு. இவ்வமைப்புகளின் ஒவ்வொரு முனையிலும் மதகுகள் இருக்கும். இவற்றை இயக்கிப் படகுகள் நதியின்/கால்வாயின் உயர்மட்டத்திற்கு/தாழ்மட்டத்திற்குச் செல்ல விடப்படும்
IDM pick a lock ➪ **pick¹** பார்க்க.
under lock and key in a locked place பூட்டி வைக்கப்பட்டுள்ள இடத்தில்

locker /ˈlɒkə(r)/ *noun* [C] a small cupboard that can be locked in a bank, school or sports centre, where you can leave your clothes, books, etc. உடைகள், புத்தகங்கள் முதலியவற்றைப் பூட்டி வைத்துவிட்டுச் செல்வதற்கான, பள்ளி அல்லது விளையாட்டு மையத்திலுள்ள சிறு நிலையடுக்கு; பூட்டி வைக்கக்கூடிய சிறிய அலமாரி

locket /ˈlɒkɪt/ *noun* [C] a piece of jewellery that you wear on a chain around your neck and which opens so that you can put a picture, etc. inside திறந்து படம் முதலியவற்றை உள்ளே வைத்துக்கொள்ளக்கூடிய அமைப்புள்ள, கழுத்துச் சங்கிலியில் மாட்டிக்கொள்ளப்படும் அணிமணி வகை; பதக்கம்

locksmith /ˈlɒksmɪθ/ *noun* [C] a person who makes and repairs locks பூட்டுத் தயாரித்தல் மற்றும் பழுதுபார்த்தல் தொழில் செய்பவர்

locomotion /ˌləʊkəˈməʊʃn/ *noun* [U] (*formal*) movement or the ability to move இயக்கம் அல்லது இயக்க ஆற்றல்

locomotive /ˌləʊkəˈməʊtɪv/ = **engine 2**

locust /ˈləʊkəst/ *noun* [C] a flying insect from Africa and Asia that moves in very large groups, eating and destroying large quantities of plants கூட்டங்கூட்டமாகச் சென்றுப் பெருமளவில் தாவரங்களை உண்டு சேதப்படுத்தும், ஆப்பிரிக்காவிலும் ஆசியாவிலும் காணப்படும் பறக்கும் பூச்சி வகை; வெட்டுக்கிளி ➪ **insect** பதிவில் படம் பார்க்க.

lodge¹ /lɒdʒ/ *verb* **1** [I] to pay to live in sb's house with him/her ஒருவருடன் அவரது வீட்டில் கட்டணம் செலுத்தித் தங்கியிரு; வாடகைக்கு ஒருவரது வீட்டில் குடியிரு *He lodged with a family for his first term at university.* **2** [I, T] to become firmly fixed or to make sth do this உறுதியாகப் பதிந்திரு; ஒன்றைப் பதியவை **3** [T] (*formal*) to make an official statement complaining about sth ஒன்று பற்றிய தனது குறையீட்டை முறைப்படியாகத் தெரிவி; புகார் கொடு

lodge² /lɒdʒ/ *noun* [C] **1** a room at the entrance to a large building such as a college or factory கல்லூரி, தொழிற்சாலை முதலிய பெரிய கட்டடம் ஒன்றின் முகப்பில் உள்ள அறை; வாயிற் குடில் **2** a small house in the country சிறு நாட்டுப்புற வீடு **3** = **lodging 2**

lodger /ˈlɒdʒə(r)/ *noun* [C] a person who pays rent to live in a house as a member of the family வாடகைச் செலுத்தி ஒரு குடும்பத்துடன் தங்கியிருப்பவர்; கட்டண விருந்தினர் ➪ **boarder** பார்க்க.

lodging /ˈlɒdʒɪŋ/ *noun* **1** [C, U] a place where you can stay தங்குதற்குரிய இடம்; தங்குமிடம் *The family offered full board and lodging* (= a room and all meals) *in exchange for English lessons.* **2** (*old-fashioned*) **lodgings** [*pl.*] a room or rooms in sb's house where you can pay to stay ஒருவரது வீட்டிலுள்ள வாடகை செலுத்தி தங்குதற்குரிய அறை அல்லது அறைகள்; கட்டண விருந்தினர் அறை/அறைகள்

loft /lɒft/ *noun* [C] the room or space under the roof of a house or other building ஒரு வீட்டின் அல்லது கட்டடத்தின் உட்கூரையின் கீழ் உள்ள அறை அல்லது இடவெளி; பரண் ➪ **attic** பார்க்க.

lofty /ˈlɒfti/ *adj.* (**loftier; loftiest**) (*formal*) **1** (of buildings, mountains, etc.) very tall and impressive (கட்டடங்கள், மலைகள் முதலியவை வகையில்) மிக உயரமாகவும், பிரமிக்க வைப்பதாகவும் உள்ள; ஓங்கி உயர்ந்து கம்பீரமாக உள்ள *lofty ceilings/rooms/towers* **2** (*usually before a noun*) (approving) (of a thought, an aim, etc.) of high moral quality, or noble character (ஒரு கருத்து, நோக்கம் முதலியவை வகையில்) உயர்ந்த ஒழுக்கநெறியை அடிப்படையாகக் கொண்டிருக்கிற; மேன்மை வாய்ந்த *lofty ambition/ideal/principles* **3** (*disapproving*) proud and arrogant தன்மதிப்புணர்வும், இறுமாப்புமுள்ள; உயரப் பறக்கின்ற *her lofty disdain for other people* ▶ **loftily** /-ɪli/ *adv.* ▶ **loftiness** *noun* [U]

log¹ /lɒg/ *noun* [C] **1** a thick piece of wood that has fallen or been cut from a tree மரத்திலிருந்து முறிந்து விழுந்த அல்லது வெட்டப்பட்ட தடிப்பான மரத்துண்டு; மரக்கட்டை **2** (*also* **logbook**) the official written record of a ship's or an aircraft's journey ஒரு கப்பலின் அல்லது வானூர்தியின் பயணம் பற்றிய அதிகாரபூர்வமான குறிப்பேடு; பயண விவரப் பதிவேடு *to keep a log*

log² /lɒg/ *verb* [T] (**logging; logged**) to keep an official written record of sth ஒன்று குறித்து அதிகாரபூர்வமாக எழுத்து வடிவில் பதிவுசெய்து வைத்திரு

PHR V **log in/on** to perform the actions that allow you to start using a computer system ஒரு கணிப்பொறி அமைப்பைப் பயன்கொள்ளத் தொடங்குதற்குரிய முன்வினைகள் ஆற்று; கணிப்பொறித் தொடங்கல் செய் *You need to key in your password to log on.*

log off/out to perform the actions that allow you to finish using a computer system ஒரு கணிப்பொறி அமைப்பின் பயன்பாடு நிறுத்தத்துக்குரிய முன்வினைகள் ஆற்று; கணிப்பொறி நிறுத்தம் செய்

logarithm /ˈlɒgərɪðəm/ (*informal* **log**) *noun* [C] one of a series of numbers arranged in lists (**tables**) that allow you to solve problems in mathematics by adding or subtracting numbers instead of multiplying or dividing எண்களின் பெருக்கல் அல்லது வகுத்தல் முறையில் அல்லாது, கூட்டி அல்லது கழித்துக் கணிதக் கடுவினாக்களுக்குத் தீர்வுகாணப் பயன்படுத்தப்படும் அட்டவணைப்படுத்தப்பட்ட எண்களின் வரிசைத் தொகுதியில் ஓர் எண்; மடங்கெண்

loggerheads /ˈlɒgəhedz/ *noun*

IDM **at loggerheads (with sb)** strongly disagreeing (with sb) (ஒருவருடன்) தீவிர மன வேறுபாடு கொண்டு; கடுமையான முரண்பாடுடன்

logic /ˈlɒdʒɪk/ *noun* [U] **1** a sensible reason or way of thinking பகுத்தறிவுக்குப் பொருத்தமான காரணம் அல்லது எண்ணப்போக்கு *There is no logic in your argument.* **2** the science of using reason காரண காரியத் தொடர்பு குறித்த அறிவியல்; தர்க்கவியல்; அளவையியல்

logical /ˈlɒdʒɪkl/ *adj.* **1** seeming natural, reasonable or sensible இயல்பானதாக, காரண காரியத் தொடர்புடையதாக அல்லது அறிவுக்குப் பொருத்தமானதாகத் தோன்றுகிற; வாத நேர்மை வாய்ந்த *As I see it, there is only one logical conclusion.* ✪ OPP **illogical** **2** thinking in a sensible way நியாயமான முறையில் சிந்திக்கிற *a logical mind* ▶ **logically** /-kli/ *adv.*

logjam /ˈlɒgdʒæm/ *noun* [C] **1** a mass of logs that are floating on a river and blocking it ஆற்றில் மிதந்து செல்வதும் நீரோட்டத்தைத் தடைப்படுத்துவதுமான மரக்கட்டைகளின் பெருந்தொகுதி **2** a difficult situation in which you cannot make progress easily because there are too many things to do செய்ய வேண்டியவை மிகப் பலவாக உள்ள காரணத்தினால் முன்னேற்றம் தடைப்படும் இடர்ப்பாட்டு நிலை; முட்டுக்கட்டை நிலை

logo /ˈləʊgəʊ/ *noun* [C] (*pl.* **logos**) a printed symbol or design that a company or an organization uses as its special sign தனது தனி அடையாளச் சின்னமாக ஒரு வணிக நிறுவனம் அல்லது ஓர் அமைப்பு பயன்படுத்தும் அச்சிடப்பட்ட குறியீடு அல்லது உருப்படம்; அடையாளக் குறி; சிறப்புச் சின்னம்

loiter /ˈlɔɪtə(r)/ *verb* [I] to stand or walk around somewhere for no obvious reason வெளிப்படையான காரணமின்றி ஓரிடத்தில் நின்றிரு அல்லது சுற்றித்திரி; சோம்பித்திரி

Lok Sabha *noun* [U] the lower house of the Indian Parliament இந்திய நாடாளுமன்றத்தின் கீழவை; மக்களவை

lollipop /ˈlɒlipɒp/ (*also* **lolly**) *noun* [C] a sweet on a stick சிறு குச்சியில் பொருத்தப்பட்டுள்ள இனிப்புப் பண்டம்; குச்சிமிட்டாய் ⇨ **ice lolly** பார்க்க.

lone /ləʊn/ *adj.* (*only before a noun*) **1** without any other people; alone தனிமையான; துணையற்ற தன்னந்தனியான *a lone swimmer* ✪ SYN **solitary** **2** (used about a parent) single; without a partner (பெற்றோர் வகையில்) தனித்த; மணத்துணைவர் உடனில்லாத; *a support group for lone parents*

lonely /ˈləʊnli/ *adj.* (**lonelier; loneliest**) **1** unhappy because you are not with other people தன்னந்தனியாக இருப்பதால் மனச்சோர்வுற்ற; தனிமையில் வாடுகிற *to feel sad and lonely* **2** (used about a situation or a period of time) sad and spent alone (ஒரு சூழல் அல்லது காலப்பகுதி பற்றிக் குறிப்பிடுகையில்) மனம் சோர்ந்து தனிமையில் கழிக்கப்படுகிற **3** (*only before a noun*) far from other people and places where people live மற்ற ஆட்கள் அல்லது குடியிருப்புகளிலிருந்து தொலை தூரத்திலுள்ள; நடமாட்டமில்லாத; ஆள் அரவமற்ற; ஒதுக்கமான ⇨ **alone** பதிவிலுள்ள குறிப்பைப் பார்க்க. ▶ **loneliness** *noun* [U] ⇨ **solitude** மற்றும் **isolation** பார்க்க.

loner /ˈləʊnə(r)/ *noun* [C] (*informal*) a person who prefers being alone to being with other people மக்கள் கூட்டத்தில் இருப்பதை விடத் தனிமையில் இருப்பதில் நாட்டம் உள்ளவர்

lonesome /ˈləʊnsəm/ *adj.* (*AmE*) lonely or making you feel lonely தனிமையில் வாடுகிற அல்லது தனிமை உணர்வு கொள்ளச் செய்கிற ⇨ **alone** பதிவிலுள்ள குறிப்பைப் பார்க்க.

long[1] /lɒŋ/ *adj.* (**longer** /ˈlɒŋgə(r)/, **longest** /ˈlɒŋgɪst/) **1** measuring or covering a large amount in distance or time தொலைவு அல்லது கால வகையில் பெருமளவிலான; நீளமான; நீண்ட; நெடிய *She has lovely long hair.* • *We had to wait **a long time**.* • *I walked **a long way** today.* • *Nurses work very long hours.* **2** used for asking or talking about how much something measures in length, distance or time நீளம், தொலைவு அல்லது கால வகையில், ஒன்றின் அளவு குறித்து வினவ அல்லது பேசப் பயன்படுத்தப்படுவது ***How long** is the film?* • *a five-mile-long traffic jam* ⇨ **length** noun பார்க்க. ✪ OPP **short**

IDM **a long shot** an attempt or a guess that may not succeed but is worth trying வெற்றிகரமாக முடியாது போகக்கூடிய ஆனாலும் முயன்று பார்க்கத்தக்க ஒரு செயல் அல்லது ஊகம்

at (long) last ⇨ **last**[2] பார்க்க.

at the longest not longer than the stated time குறித்த நேர அளவை விட அதிகமாகாது *It will take a week at the longest.*

go a long way (used about money, food, etc.) to be used for buying a lot of things, feeding a lot of people, etc. (பணம், உணவு முதலியவை வகையில்) ஏராளமான பொருள்களை வாங்குதல், பெருமளவிலானவர்களுக்கு உணவு வழங்குதல் முதலியவற்றுக்குப் பயன்படுத்தப்படு; நீடித்துப் பயன்படுவதாயிரு

have a long way to go to need to make a lot more progress before sth can be achieved ஒன்றில் வெற்றி காண்பதற்கு முன் பெருமளவு முன்னேற்றம் அடைய வேண்டியிரு

in the long run after a long time; in the end நீண்ட காலம் கடந்த பின்; நாளடைவில்; இறுதியில்

in the long/short term ⇨ **term**[1] பார்க்க.

long[2] /lɒŋ/ *adv.* (**longer** /-ŋgə(r)/, **longest** /-ŋgɪst/) **1** for a long time நீண்ட காலமாக; நெடுநேரமாக *She didn't stay long.* • *They won't be gone **for long**.* • *Just wait here—I won't be long.*

NOTE கால அளவைக் குறிக்க **long, a long time** ஆகிய இரண்டுமே பயன்படுத்தப்படுகின்றன. நேர்நிலை வாக்கியங்களில் (positive sentence) வழக்கமாக **a long time** வரும்—*They stood there for a long time.* இவ்வாக்கியங்களில் 'too', 'enough', 'ago', முதலிய வினையடைகளுடன் இணைந்தே **long** வரும்—*We lived here long ago • I've put up with their noise long enough. I'm going to make a complaint.* **Long, a long time** இரண்டுமே வினாக்களில் பயின்று வரும்—*Were you away long/a long time?* எதிர்மறை (negative) வாக்கியங்களில், சில சமயங்களில் **long, a long time** இரண்டுக்கும் இடையே பொருள் வேறுபாடு காணப்படுகிறது—*I haven't been here long* (= I arrived only a short time ago). • *I haven't been here for a long time* (= it is a long time since I was last here).

2 a long time before or after a particular time or event குறிப்பிட்ட நேரத்திற்கு அல்லது நிகழ்வுக்கு நீண்ட நேரம்/காலம் முன்னதாக அல்லது பிந்தி; காலம் நீடித்து *We got married **long before** we moved here. • Don't worry—they'll be here **before long**.* **3** for the whole of the time that is mentioned குறிப்பிடப்பட்ட கால முழுவதும் *The baby cried **all night long**.*

IDM **as/so long as** on condition that; provided (that) குறிப்பிட்ட நிலை இருக்குமட்டும்; குறிப்பிட்ட நிலையில்; குறிப்பிட்ட நிபந்தனைக்கு உட்பட்டு; குறிப்பிட்ட ஒன்றைச் சார்ந்து *As long as no problems arise we should get the job finished by Friday.*

no/not any longer not any more இனி இல்லாததாக; இனிமேலும் நிகழாததாக *They no longer live here. • They don't live here any longer.*

long³ /lɒŋ/ *verb* [I] **long for sth; long (for sb) to do sth** to want sth very much, especially sth that is not likely ஒன்றை, குறிப்பாகக் கிடைக்கும் வாய்ப்பில்லாத ஒன்றை, பெரிதும் விரும்பு; அவாவுறு *She longed to return to Greece.* ▶ **longing** *noun* [C, U] *a longing for peace* ▶ **longingly** *adv.*

long-distance *adj., adv.* (used about travel or communication) of or between places that are far from each other (பயணம் அல்லது செய்தித் தொடர்பு வகையில்) நெடுந்தொலைவு இடைவெளி உள்ள இடங்களுக்கு இடையேயான/இடையே; நெடுந்தூரமான *to phone long-distance*

longevity /lɒnˈdʒevəti/ *noun* [U] (*formal*) long life; the fact of lasting a long time நீண்ட ஆயுட்காலம்; பன்னாள் வாழ்வு; நீண்ட காலம் நீடித்திருத்தல் *Elephants are known for their longevity.*

longhand /ˈlɒŋhænd/ *noun* [U] ordinary writing that is not typed and does not use any special signs or short forms தட்டச்சுப் பொறியில் அல்லது சொல் தொகுப்பியில் அச்சிடப்படாத அல்லது சிறப்புக் குறியீடுகளை அல்லது குறுக்க வடிவங்களைப் பயன்படுத்தாத, சாதாரண எழுத்து முறை ➪ **shorthand** பார்க்க.

long-haul *adj.* (*only before a noun*) connected with the transport of people or goods over long distances தொலைதூர இடங்களுக்கு ஆட்களை அல்லது பொருள்களை ஏற்றிச் செல்லுதல் தொடர்பான; தொலை தூரப் போக்குவரத்துக்குரிய *a long-haul flight*

longitude /ˈlɒndʒɪtjuːd; lɒŋgɪ-/ *noun* [U] the distance of a place east or west of a line from the North Pole to the South Pole that passes through Greenwich in London. Longitude is measured in degrees லண்டனிலுள்ள கிரீனிச்சின் ஊடாகச் செல்லும் வட-தென் துருவ நிரைகோட்டிலிருந்து மேற்கில் அல்லது கிழக்கில் உள்ள ஓரிடத்தின் தொலைவு; தீர்க்கரேகை. இது பாகைக் கூறுகளாக அளவிடப்படுகிறது ➪ **latitude** பார்க்க; மற்றும் **earth** பதிவில் படம் பார்க்க.

longitudinal wave *noun* [C] (*technical*) a wave that **vibrates** in the direction that it is moving தான் சென்று கொண்டிருக்கும் திசையில் அதிர்வுகளை உண்டுபண்ணும் அலை ➪ **transverse wave** பார்க்க.

long jump *noun* [*sing.*] the sport in which people try to jump as far as possible ஒரே பாய்ச்சலில் இயன்ற அளவு தொலைவுக்குத் தாண்ட முயலும் விளையாட்டுப் போட்டி; நீளம் தாண்டல் ➪ **high jump** பார்க்க.

long-life *adj.* made to last for a long time நீண்ட காலம் கெடாது/அழியாது இருக்குமாறு தயாரிக்கப்படுகிற *a long-life battery*

long-lived *adj.* that has lived or lasted for a long time நீண்ட காலம் வாழ்ந்திருக்கிற அல்லது நீடித்திருக்கிற *a long-lived dispute*

long-range *adj.* **1** of or for a long period of time starting from the present (நிகழ்காலத்திலிருந்து தொடங்கி) நீண்ட காலத்துக்குரிய; நீண்ட காலத்திற்கான *the long-range weather forecast* **2** that can go or be sent over long distances நெடுந்தொலைவு செல்லக்கூடிய அல்லது செல்லுதற்குரிய *long-range nuclear missiles*

longshore drift /ˌlɒŋʃɔː ˈdrɪft/ *noun* [U] (in geography) the movement of sand, etc. along a beach caused by waves hitting the beach at an angle and going back in a straight line (புவியியலில்) கரையைச் சாய்கோணத்தில் தாக்கிவிட்டு நேர்கோட்டில் திரும்பிச் செல்லும் அலைகளின்

தாக்காற்றல் காரணமாக உண்டாகும் மணல் முதலியவற்றின் கரை நெடுகிலுமான புடைபெயர்ச்சி

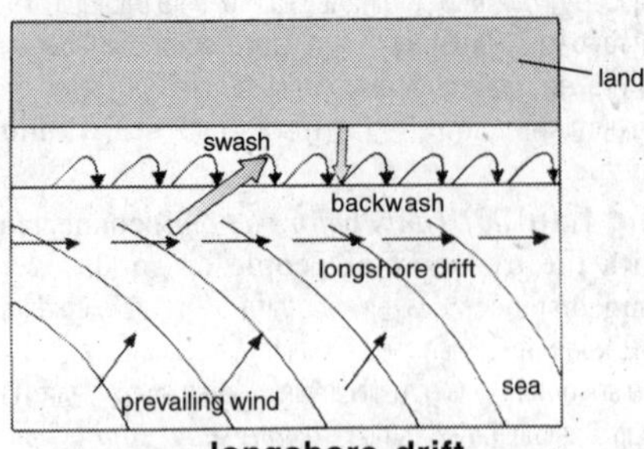

longshore drift

long-sighted (*AmE* **far-sighted**) *adj.* able to see things clearly only when they are quite far away பொருள்கள் தொலைவில் உள்ளபோது மட்டுமே அவற்றைத் தெளிவாகப் பார்க்க முடிகிற; தூரப் பார்வையான ✪ OPP **short-sighted** (*AmE* **near-sighted**) ⇨ **short-sighted** பதிவில் படம் பார்க்க.

long-standing *adj.* that has lasted for a long time நீண்ட காலம் நிலைத்திருக்கிற; நெடுங்காலமாயுள்ள; நீடித்து நிலவுகிற *a long-standing arrangement*

long-suffering *adj.* (used about a person) having a lot of troubles but not complaining (ஆள் வகையில்) ஏராளமான தொல்லைகளுக்கு ஆட்பட்டும் அவை குறித்து முறையிடாத; நெடுங்காலம் துன்பங்களைப் பொறுத்துக்கொண்டிருக்கிற; சகிப்புத்தன்மையுடைய

long-term *adj.* of or for a long period of time நெடுங்கால எல்லையுடைய; நீண்ட காலத்திற்குரிய *long-term planning*

long wave *noun* [U] (*abbr.* **LW**) the system of sending radio signals using sound waves of 1000 metres or more நீள் அலைவரிசை முறை; 1000 மீட்டர் அல்லது அதற்கு அதிகமான அலை நீளமுள்ள ஒலி அலைகளைப் பயன்படுத்தி வானொலிச் சமிக்ஞைகளைச் செலுத்து முறை ⇨ **short wave** மற்றும் **medium wave** பார்க்க.

long-winded *adj.* (used about sth that is written or spoken) boring because it is too long (எழுத்து அல்லது பேச்சு வகையில்) மிகைப்படியான நீளம் காரணமாகச் சலிப்பூட்டுகிற; சோர்வூட்டும் முறையில் நீண்டதான

loo /lu:/ *noun* [C] (*pl.* **loos**) (*BrE informal*) toilet கழிப்பறை; கழிப்புக் கலம் ⇨ **toilet** பதிவிலுள்ள குறிப்பைப் பார்க்க.

look[1] /lʊk/ *verb* **1** [I, T] **look (at sth)** to turn your eyes in a particular direction (in order to pay attention to sb/sth) (ஒருவரை/ஒன்றைக் கவனிக்க வேண்டி) குறிப்பிட்ட திசையில் கண்களைத் திருப்பு; பார்; நோக்கு *to look out of the window • She blushed and looked away. • Look who's come to see us. • Look where you're going!*

> **NOTE** ஒன்றின் மீது கவனம் செலுத்தாது பார்த்தல் **see** என்ற சொல்லால் குறிக்கப்படும்—*I saw a girl riding past on a horse.* ஒன்றில் கருத்தூன்றிப் பார்த்தல் **look (at)** எனப்படும்—*Look carefully. Can you see anything strange?*

2 [I] **look (for sb/sth)** to try to find (sb/sth) (ஒருவரை/ஒன்றைக்) கண்டுபிடிக்க முயல்; தேடு *We've been looking for you everywhere. Where have you been? • to look for work • 'I can't find my shoes.' 'Have you looked under the bed?'* **3** *linking verb* **look (like sb/sth) (to sb); look (to sb) as if.../as though...** to seem or appear காணப்படு; தோன்று; தோற்றமளி *to look tired/ill/sad/well/happy • That film looks good—I might go and see it.* **4** [I] used for asking sb to listen to what you are saying தான் கூறுவதைக் கவனிக்குமாறு ஒருவரைக் கேட்டுக்கொள்ளப் பயன்படுத்தப்படுவது *Look, Radha, I know you are busy but could you give me a hand?* **5** [I] to face a particular direction குறிப்பிட்ட திசை நோக்கி அமைவுறு; குறிப்பிட்ட பக்கம் பார்த்திரு; குறிப்பிட்ட திசை நோக்கியிரு *This room looks south so it gets the sun.* **6** [I] **look to do sth** to aim to do sth ஒன்றைச் செய்ய எண்ணம் கொள் *We are looking to double our profits over the next five years.*

IDM look bad; not look good to be considered bad manners தீயொழுக்கமாகக் கருதப்படு; கெட்ட நடத்தைமுறையாகத் தோன்று *It'll look bad if we get there an hour late.*

look good to seem to be encouraging ஊக்கமளிப்பதாகக் காணப்படு; மன நிறைவு தருவதாகத் தோன்று *This year's sales figures are looking good.*

look sb in the eye to look straight at sb without feeling embarrassed or afraid கூச்சவுணர்வு அல்லது அச்சம் இன்றி ஒருவரை நேராக நோக்கு

(not) look yourself to (not) look as well or healthy as usual இயல்பான தோற்ற நலத்துடன் அல்லது உடல் ஆரோக்கியத்துடன் காணப்படு (காணப்படாதிரு)

look on the bright side (of sth) to think only about the good side of a bad situation and be happy and hopeful தீய சூழல் ஒன்றின் நலமான பக்கத்தை மனத்தில் கொண்டு மகிழ்ச்சியுடனும் நம்பிக்கையுடனும் இரு

never/not look back to become and continue being successful வெற்றிப் பாதையில் தொடர்ந்து செல்

PHR V **look after sb/sth/yourself** to be responsible for or take care of sb/sth/yourself ஒருவருக்கு/ஒன்றுக்கு/தனக்குப் பொறுப்பேற்பவராக இரு அல்லது ஒருவரை/ஒன்றை/தன்னைக் கவனித்துப் பார்த்துக்கொள்; பேணு *I want to go back to work if I can find somebody to look after the children.* • *The old lady's son looked after all her financial affairs.*

look ahead to think about or plan for the future எதிர்காலம் குறித்துச் சிந்தி அல்லது திட்டமிடு

look at sth 1 to examine or study sth ஒன்றைக் கவனமாக நோக்கு; கூர்ந்து ஆராய் *My tooth aches. I think a dentist should look at it.* • *The government is looking at ways of reducing unemployment.* **2** to read sth படி; வாசி *Could I look at the newspaper when you've finished with it?* **3** to consider sth கருது; எண்ணு *Different races and nationalities look at life differently.*

look back (on sth) to think about sth in your past தனது கடந்த கால நிகழ்வு ஒன்று குறித்து எண்ணிப் பார்; பின்னோக்கு

look down on sb/sth to think that you are better than sb/sth ஒருவரை/ஒன்றை விடத் தான் மேம்பட்டவர் எனக் கருது; ஒருவரை/ஒன்றைத் தாழ்வாக எண்ணு

look forward to sth/doing sth to wait with pleasure for sth to happen ஒரு நிகழ்வுக்காக மகிழ்ச்சியுடன் காத்திரு; ஒன்றை ஆவலுடன் எதிர்நோக்கியிரு *I'm really looking forward to the weekend.*

look in (on sb) to make a short visit to a place, especially somebody's house, when they are ill/sick or need help ஓர் இடத்திற்கு, குறிப்பாக ஒருவர் இல்லத்திற்கு, அவர் உடல் நலமின்றி/நோயுற்று இருக்கும்போது அல்லது அவருக்கு உதவி தேவைப்படும்போது, சென்று வா; போய்ப் பார்த்துவா

look into sth to study or try to find out sth ஒன்றை ஆராய் அல்லது கண்டுபிடிக்க முயல் *A committee was set up to look into the causes of the accident.*

look on to watch sth happening without taking any action ஒரு நிகழ்வைச் செயலற்ற முறையில் கவனித்துக் கொண்டிரு; பார்த்துக்கொண்டு வாளாவிரு *All we could do was look on as the house burned.*

look on sb/sth as sth; look on sb with sth to think of sb/sth in a particular way ஒருவரை/ஒன்றைக் குறிப்பிட்ட முறையில் கருது *They seem to look on me as someone who can advise them.*

look out to be careful or to pay attention to sth dangerous விழிப்புடனிரு; ஆபத்தான ஒன்றைக் கவனத்தில் கொள் *Look out! There's a bike coming.*

look out (for sb/sth) to pay attention in order to see, find or avoid sb/sth ஒருவரை/ஒன்றைக் கண்டுபிடிக்க அல்லது விலக்க வேண்டி அதில் கவனம் செலுத்து அல்லது கருத்தூன்று; எச்சரிக்கையோடு பார் *Look out for thieves!*

look round 1 to turn your head in order to see sb/sth ஒருவரை/ஒன்றைப் பார்க்க வேண்டித் தலையைத் திருப்பு; திரும்பி நோக்கு **2** to look at many things (before buying sth) (ஒன்றை விலைக்கு வாங்குவதற்கு முன்) பலவற்றைக் கூர்ந்து ஆராய் *She looked round but couldn't find anything she liked.*

look round sth to walk around a place looking at things ஓரிடத்தைச் சுற்றிப் பார் *to look round a town/shop/museum*

look through sth to read sth quickly ஒன்றை விரைவாகப் படி

look to sb for sth; look to sb to do sth to expect sb to do or to provide sth (தனக்காக) ஒருவர் ஒன்றைச் செய்வதை அல்லது வழங்குவதை எதிர்நோக்கு அல்லது எதிர்பார்த்திரு *He always looked to his father for advice.*

look up 1 to move your eyes upwards to look at sb/sth கண்களை உயர்த்திப் பார் *She looked up and smiled.* **2** (*informal*) to improve வளர்ச்சியுறு; மேம்படு *Business is looking up.*

look sth up to search for information in a book (வேண்டிய) தகவலை ஒரு நூலில் தேடிப்பார் *to look up a word in a dictionary*

look up to sb to respect and admire sb ஒருவரை மதித்துப் போற்று

look² /lʊk/ *noun* **1** [C] the act of looking ஒன்றில் பார்வையைச் செலுத்துதல்; பார்வை; நோட்டம்; நோக்கு ***Have a look** at this article.* • ***Take a** close **look** at the contract before you sign it.* **2** [C, *usually sing.*] **a look (for sb/sth)** a search ஒன்றைத் தேடுதல்; தேடு முயற்சி *I'll **have a** good **look** for that book later.* **3** [C] the expression on sb's face ஒருவருடைய முகத்தில் தோன்றும் உணர்ச்சி அல்லது எண்ணக் குறிப்பு; முக பாவம்; முகத்தோற்றம்; சாயல் *He had a worried look on his face.* **4** [*pl.*] **looks** a person's appearance ஒருவருடைய வெளித் தோற்றம்; புறத் தோற்றம் *He's lucky—he's got good looks and intelligence.* **5** [C] a fashion or style நடை; பாணி *The shop has a new look to appeal to younger customers.*

IDM **by/from the look of sb/sth** judging by the appearance of sb/sth ஒருவருடைய/ஒன்றின் புறத் தோற்றத்தை வைத்து மதிப்பிடும்போது; வெளித்தோற்றத்தின் அடிப்படையில் நோக்குகையில் *It's going to be a fine day by the look of it.*

like the look/sound of sb/sth ⇨ **like¹** பார்க்க.

look-in *noun*

IDM **(not) give sb a look-in; (not) get/have a look-in** (*informal*) to (not) give sb, or to (not) have a chance to do sth ஒன்றைச் செய்வதற்கான வாய்ப்பை ஒருவருக்கு அளி/அளிக்காது விடு; ஒன்றைச் செய்வதற்கான வாய்ப்பைப் பெற்றிரு/பெறாது போ

-looking /'lʊkɪŋ/ *suffix* (*used to form compound adjectives*) having the appearance mentioned குறிப்பிடப்பட்ட வகையான புறத்தோற்றத்தை உடைய *an odd-looking building* • *He's very good-looking.*

lookout /'lʊkaʊt/ *noun* [C] (a person who has) the responsibility of watching for danger; the place this person watches from ஆபத்து வருகையைக் கண்காணிக்கும் பொறுப்பு (இப்பொறுப்புடையவர்); ஆபத்து வருகையைக் கண்காணித்துக் கொண்டிருக்கும் இடம்; காவல்தளம் *One of the gang acted as lookout.*

IDM **be on the look out for sb/sth; keep a look out for sb/sth** to pay attention in order to see, find or avoid sb/sth ஒருவரை/ஒன்றைக் காண, கண்டுபிடிக்க அல்லது விலக்க வேண்டி அதில் கவனம் செலுத்து அல்லது கருத்தூன்றியிரு; எச்சரிக்கையோடு பார்

loom¹ /lu:m/ *noun* [C] a machine that is used for making cloth (**weaving**) by passing pieces of thread across and under other pieces நூல் இழைகளை மற்ற நூல் இழைகளுக்குக் குறுக்காகவும் அடியிலும் செலுத்தி நெய்து துணியாக்கப் பயன்படுத்தப்படும் பொறி; நெசவுத் தறி

loom² /lu:m/ *verb* [I] **loom (up)** to appear as a shape that is not clear and in a way that seems frightening தெளிவற்றும் அச்சமூட்டும் முறையிலும் தோற்றமளி *The mountain loomed (up) in the distance.*

loony /'lu:ni/ *noun* [C] (*pl.* **loonies**) (*slang*) a person who is crazy பைத்தியக்காரன்; கிறுக்கன் ▶ **loony** *adj.*

loop /lu:p/ *noun* [C] a curved or round shape made by a line curving round and joining or crossing itself சுற்றி வளைத்து இணைகிற அல்லது தன்னைத்தானே குறுக்காக வெட்டிச் செல்கிற கோட்டினால் உருவமைக்கப்பட்ட வளை வடிவம் அல்லது உருள் வடிவம்; கயிற்று மடிப்பு வளையம்; கண்ணி *a loop in a rope* • *The road goes around the lake in a loop.* ▶ **loop** *verb* [I, T] *He was trying to loop a rope over the horse's head.*

loophole /'lu:phəʊl/ *noun* [C] a way of avoiding sth because the words of a rule or law are badly chosen ஒரு விதிமுறையிலுள்ள அல்லது சட்ட வாசகத்திலுள்ள சொற்கள் பொருத்தமின்றித் தேர்வு செய்யப்பட்டுள்ளதால், அவ்விதி அல்லது சட்டத்தில் காணப்படும் தப்பிக்கும் வழிமுறை; சட்டமீறி நடப்பதற்குரிய வகை துறை

loose¹ /lu:s/ *adj.* **1** not tied up or shut in sth; free கட்டிப் பிணைக்கப்பட்டிராத அல்லது ஒன்றினுள் மூடி வைக்கப்பட்டிராத; கட்டற்ற; சுதந்திரமான *The horse managed to* ***get loose*** *and escape.* • *I take the dog to the woods and* ***let*** *him* ***loose****.* • *She wore her long hair loose.* **2** not firmly fixed உறுதியாகப் பொருந்தியிராத; பிடிப்பற்ற; எளிதில் விடுபடக்கூடிய *a loose tooth* **3** not contained in sth or joined together ஒன்றில் உள்ளடங்கியிராத; ஒன்றிணைந்திராத; உதிரியான; தனித்துத் தொங்குகிற *loose change* (= coins) • *some loose sheets of paper* **4** not fitting closely; not tight கட்டிறுக்கமற்ற; இறுக்கமான பிடிப்பற்ற; தளர்ச்சியான *These trousers don't fit. They're much too loose round the waist.* ✪ OPP **tight** **5** not completely accurate or the same as sth சரி நுட்பமானதாக இல்லாத; ஒன்றை முழுதும் ஒத்தமைந்திராத *a loose translation* ▶ **loosely** *adv. The film is loosely based on the life of Mohan Lal.*

IDM **all hell broke loose** ➪ **hell** பார்க்க.

at a loose end having nothing to do and feeling bored செய்வதற்கு ஒன்றுமில்லாது சலிப்புணர்வுடன்

loose² /lu:s/ *noun*

IDM **on the loose** escaped and dangerous தப்பி வெளியேறிய மற்றும் ஆபத்தான *a lion on the loose from a zoo*

loose-leaf *adj.* (used about a book, file, etc.) with pages that can be removed or added separately (புத்தகம், கோப்பு முதலியவை வகையில்) பக்கங்கள் நீக்கப்படத்தக்க அல்லது தனியாகச் சேர்க்கக்கூடிய நிலையில் உள்ள; தாள்கள் தனித்தனியாகப் பிரித்தெடுக்கக் கூடியதாக உள்ள

loosen /'lu:sn/ *verb* [I, T] to become or make sth less tight இறுக்கமற்றதாகு; ஒன்றை இறுக்கமற்றதாக்கு; தளர்வுறு; தளர்த்து *to loosen your tie/belt* • *Don't loosen your grip on the rope or you'll fall.*

PHR V **loosen (sb/sth) up** to relax or move more easily உடல்/மன இறுக்கம் நீங்கி இயலமைதியுடன் இயங்கு; ஓய்வமைதி கொள் *These exercises will help you to loosen up.*

loot¹ /lu:t/ *verb* [I, T] to steal things from shops or buildings during a war, a **riot**, a fire, etc. போர், கலகம், தீ விபத்து முதலிய சமயங்களில் கடைகள் அல்லது மனைகளிலிருந்து பொருள்களைக் களவு செய்; கொள்ளையடி ▶ **looting** *noun* [U]

loot² /lu:t/ *noun* [U] **1** money and valuable objects taken by soldiers from the enemy after winning a battle போரில் வெற்றி பெற்ற பின், வீரர்கள் பகைவரிடமிருந்து கவர்ந்துக் கைக்கொண்ட பணம் மற்றும் விலை மதிப்புடைய

பொருள்கள்; போரில் கைப்பற்றிய கொள்ளைப் பொருள் **2** (*informal*) money and valuable objects that have been stolen by thieves திருடர்களால் களவாடப்பட்ட பணம் மற்றும் விலை மதிப்புடைய பொருள்கள்; கொள்ளைச் செல்வம்

lop /lɒp/ *verb* [T] (**lopping; lopped**) to cut branches off a tree மரக் கிளைகளை வெட்டு; தறி

PHR V **lop sth off/away** to cut sth off/away ஒன்றை வெட்டி நீக்கு; துண்டி

lopsided /ˌlɒpˈsaɪdɪd/ *adj.* with one side lower or smaller than the other ஒரு பக்கம் மற்றதை விடத் தாழ்ந்ததாக அல்லது சிறியதாக இருக்கிற; பக்கங்கள் ஏற்றத்தாழ்வாய் அல்லது பெரிது-சிறிதாய் அமைந்த *a lopsided smile*

lorry /ˈlɒri/ (*BrE*) *noun* [C] (*pl.* **lorries**) (*AmE* **truck**) a large strong motor vehicle that is used for carrying goods by road தரைவழிச் சரக்குப் போக்குவரத்துக்கான பெரிய, உறுதி வாய்ந்த விசையுந்து; பார உந்து; சுமையூர்தி

lose /luːz/ *verb* (*pt, pp* **lost** /lɒst/) **1** [T] to become unable to find sth ஒன்றைக் கண்டுபிடிக்க முடியாதுபோ; தொலைத்துவிடு *I've lost my purse. I can't find it anywhere.* **2** [T] to no longer have sb/sth ஒருவர்/ஒன்று இனிமேல் தன்னிடம் இல்லாதுபோ; நீங்கப்பெறு; இழ *She lost a leg in the accident.* • *He lost his wife last year* (= she died). • *to lose your job* **3** [T] to have less of sth தன்னிடம் உள்ள ஒன்றின் அளவு குறைவுறு; குறைபடு *to lose weight/interest/patience* • *The company is losing money all the time.* ✪ **OPP** **gain 4** [I, T] to not win; to be defeated வெற்றி வாய்ப்பை இழ; தோல்வியுறு *We played well but we lost 2–1.* • *to lose a court case/an argument* **5** [T] to waste time, a chance, etc. இழ; வீணாக்கு; தவறவிடு *Hurry up! There's* ***no time to lose***. **6** [I, T] to become poorer (as a result of sth) (ஒன்றின் விளைவாக) ஏழ்மையுறு; பொருட்சேதமடை *The company lost on the deal.* **7** [T] (*informal*) to cause sb not to understand sth ஒருவர் ஒன்றைப் புரிந்துகொள்ளாது போகக் காரணமாகு *You've totally lost me! Please explain again.*

IDM **give/lose ground (to sb/sth)** ⇨ **ground**[1] பார்க்க.

keep/lose your cool ⇨ **cool**[3] பார்க்க.

keep/lose count (of sth) ⇨ **count**[2] பார்க்க.

keep/lose your temper ⇨ **temper** பார்க்க.

keep/lose track of sb/sth ⇨ **track**[1] பார்க்க.

lose your bearings to become confused about where you are இருக்குமிடம் குறித்துக் குழப்பத்திற்கு உள்ளாகு

lose face to lose the respect of other people மதிப்பிழ; நற்பெயரை இழ

lose your head to become confused or very excited குழப்பத்திற்கு உள்ளாகு; பதற்றப்படு

lose heart to stop believing that you will be successful in sth you are trying to do செயல் நிறைவேற்றத்தில் நம்பிக்கை இழ; மனம் தளர்

lose it (*spoken*) to go crazy or suddenly become unable to control your emotions பித்துப்பிடி; வெறி கொள்; திடீரென உணர்ச்சிகளைக் கட்டுப்படுத்த முடியாதுபோ

lose your life to be killed உயிரிழ; கொல்லப்படு

lose sight of sb/sth to no longer be able to see sb/sth ஒருவரை/ஒன்றை இனிக் காணமுடியாது போ; காட்சியிலிருந்து மறைந்து போ *We eventually lost sight of the animal in some trees.* • *(figurative) We mustn't lose sight of our original aim.*

lose your touch to lose a special skill or ability தனிப் பயிற்சித் திறம் அல்லது தனியாற்றல் ஒன்றை இழந்துவிடு

lose touch (with sb/sth) to no longer have contact (with sb/sth) (ஒருவருடன்/ஒன்றுடன்) இனித் தொடர்பு இல்லாதுபோ *I've lost touch with a lot of my old school friends.*

a losing battle a competition, fight, etc. in which it seems that you will not be successful தனக்கு வெற்றி வாய்ப்பு இல்லாது போவதாகத் தோன்றும் போட்டி, சண்டை முதலியவை

win/lose the toss ⇨ **toss** பார்க்க.

PHR V **lose out (on sth/to sb)** (*informal*) to be at a disadvantage வாய்ப்பு நலம் குன்றிய நிலையில் இரு *If a teacher pays too much attention to the bright students, the others lose out.*

loser /ˈluːzə(r)/ *noun* [C] **1** a person who is defeated தோல்வி அடைபவர்; தோல்வியுற்றவர் *He is a bad loser. He always gets angry if I beat him.* **2** a person who is never successful ஒருபோதும் வெற்றி காணாதவர் **3** a person who suffers because of a particular situation, decision, etc. குறிப்பிட்ட சூழல், முடிவு முதலியவற்றின் காரணமாகத் துன்பத்திற்கு ஆளாகும் ஒருவர்; பாதிக்கப்படுபவர்

loss /lɒs/ *noun* **1** [C, U] **(a) loss (of sth)** the state of no longer having sth or not having as much as before; the act of losing sth ஒன்று தன்னிடம் இனி இல்லாதிருக்கிற அல்லது முன்பு இருந்த அளவுக்கு இல்லாதிருக்கிற நிலை; இழப்பு; குறைபாடு *loss of blood/sleep* • *weight/hair loss* • *The plane crashed with great* ***loss of life***. **2** [C] **a loss (of sth)** the amount of money which is lost by a business வணிகத் தொழில் ஒன்றில் இழக்கப்பட்ட பணத் தொகை; நட்டம் *The firm made a loss of five million.* ⇨ **profit** பார்க்க. **3** [C] **a loss (to sb)** the disadvantage that is caused when sb/sth leaves or is taken away; the person or thing that causes this disadvantage ஒருவர்/ஒன்று விட்டு நீங்குவதால் அல்லது பறிக்கப்படுவதால்

உண்டாகும் பாதிப்பு; இழப்பு; இவ்வகையான பாதிப்புக்குக் காரணமான ஆள் அல்லது பொருள் *If she leaves, it/she will be a big loss to the school.*

IDM **at a loss** not knowing what to do or say செயல் அல்லது பேச்சு இழந்த நிலையில்; திகைப்புற்று; தடுமாற்ற நிலையில்

cut your losses to stop wasting time or money on sth that is not successful பயன் நிறைவு இல்லாத ஒன்றில் நேரத்தை அல்லது பணத்தை வீணடிப்பதை நிறுத்து

lost¹ ⇨ **lose** என்பதன் இறந்தகால மற்றும் இறந்தகால வினையெச்ச வடிவம்

lost² /lɒst/ *adj.* **1** unable to find your way; not knowing where you are தனது வழியைக் கண்டுபிடிக்க முடியாத; வழி தவறவிட்ட; தன் இருப்பிடம் தெரியாத *This isn't the right road—we're completely lost!* • *If you **get lost**, stop and ask someone the way.* **2** that cannot be found or that no longer exists கண்டுபிடிக்க இயலாத; இனி இல்லாதுபோன *The letter must have **got lost** in the post.* **3** unable to deal with a situation or to understand sth ஒரு சூழலைக் கையாள முடியாதிருக்கிற அல்லது ஒன்றைப் புரிந்து-கொள்ள முடியாதிருக்கிற *Sorry, I'm lost. Could you explain the last part again?* **4 lost on sb** not noticed or understood by sb ஒருவரால் கவனிக்கப்படாத அல்லது புரிந்துகொள்ளப்-படாத *The humour of the situation was completely lost on Hari.*

IDM **get lost** (*slang*) used to rudely tell sb to go away போய்விடுமாறு ஒருவரிடம் கடுமையான முறையில் கூறப் பயன்படுத்தப்படுவது

a lost cause a goal or an aim that cannot be achieved அடைய முடியாத இலக்கு அல்லது குறிக்கோள்

lost for words not knowing what to say இன்னது சொல்வதென்று அறியாது நிற்கிற; பேச்சற்றுப் போன

lost property *noun* [U] things that people have lost or left in a public place and that are kept in a special office for the owners to collect உரிமையாளர்கள் பெற்றுச் செல்வதற்காகத் தனி அலுவலகம் ஒன்றில் வைக்கப்பட்டுள்ள, அவர்களால் தொலைக்கப்பட்ட அல்லது பொது இடம் ஒன்றில் விட்டுச் செல்லப்பட்ட பொருள்கள்; காணாது போன உடைமைகள்

lot¹ /lɒt/ *noun* **1** [C] **a lot (of sth); lots (of sth)** a large amount or number of things or people பெருமளவிலான அல்லது பெரும் எண்ணிக்கையிலான பொருள்கள் அல்லது ஆட்கள்; பெரிய அளவு; ஏராளம் *There seem to be **quite a lot** of new shops opening.* • ***An awful lot** of* (= very many) *people will be disappointed if the concert is cancelled.* • *I've got a lot to do today.*

> **NOTE** எதிர்மறை வாக்கியங்களிலும் வினாக்-களிலும் **much, many** ஆகியவை **lot**-ஐ விடப் பெருவழக்காகப் பயன்படுத்தப்படு-கின்றன—*A lot of girls go to dancing classes, but not many boys.* • *'How much would a car like that cost?' 'A lot!'*

2 [*sing., with sing. or pl. verb*] all of sth; the whole of a group of things or people ஒரு தொகுதியின் அனைத்தும்; ஒரு குழுவின் அனைவரும்; ஒன்றின் முழுமைத் தொகுதி; ஓரினக் கூட்டு *When we opened the bag of potatoes **the whole lot** was/were bad.* • *The manager has just sacked **the lot of them!*** • *You count those kids and I'll count **this lot**.* **3** [C] an object or group of objects that are being sold at a public sale (**an auction**) ஏல விற்பனை செய்யப்படும் பொருள் அல்லது பொருள்களின் தொகுதி; ஏலப்பொருள்/ஏலப்பொருள்கள் *Lot 27 is six chairs.* **4** [*sing.*] the quality or state of your life; your fate வாழ்க்கையின் தரப்பாடு அல்லது வாய்ப்புநிலை; விதி; ஊழ் *I'm quite happy with my lot in life.* **5** [C] (*AmE*) an area of land used for a particular purpose குறிப்பிட்ட நோக்கத்திற்கான/பயன்பாட்டுக்கான இடப்-பகுதி; நிலக்கூறு *a parking lot*

IDM **draw lots** ⇨ **draw¹** பார்க்க.

lot² /lɒt/ *adv.* (*informal*) **1 a lot; lots** (*before adjectives and adverbs*) very much மிகைப்படியான அளவில்; பேரளவில் *a lot bigger/better/faster* **2 a lot** very much or often பேரளவாக; பல தடவை; அடுத்தடுத்து ***Thanks a lot**—that's very kind.* • *It generally rains a lot at this time of year.*

a lot of /ˈə lɒt əv/ (*also informal* **lots of** /ˈlɒts əv/) *det.* a large amount or number of (sb/sth) (ஆள் அல்லது பொருள் வகையில்) பேரள-வான; பெரும் எண்ணிக்கையிலான; ஏராள-மான *There's been a lot of rain this year.* • *Lots of love, Bindu* (= an informal ending for a letter). • *There were a lot of people at the meeting.*

lotion /ˈləʊʃn/ *noun* [C,U] liquid that you use on your hair or skin (ஒப்பனையாக அல்லது மருந்தாக) முடி அல்லது சருமத்தின் மீது இட்டுக்கொள்ளப்படும் திரவம் *suntan lotion*

lottery /ˈlɒtəri/ *noun* [C] (*pl.* **lotteries**) a way of making money for the government, for charity, etc. by selling tickets with numbers on them and giving prizes to the people who have bought certain numbers which are chosen by chance குலுக்குச் சீட்டுப்பரிசு முறை

loud /laʊd/ *adj., adv.* **1** making a lot of noise; not quiet மிக்க அளவில் ஒலி எழுப்புகிற; கூச்சலிடுகிற; கூச்சலாக; உரத்த/உரத்து; முழக்கமான/முழக்கமாக *Can you turn the television down, it's too loud.* • *Could you speak a bit louder—the people at the back can't hear.* ✪ **OPP quiet** or **soft**

NOTE பெரும்பாலும், எழுப்பப்படும் ஒலியை அல்லது ஒலி எழுப்பும் பொருளை **loud** என்ற சொல் குறிக்கும்—*a loud noise/bang* • *loud music*. **Noisy** என்ற சொல் மிகுந்த அல்லது மிகைப்படியான ஒலி எழுப்பும் ஆள், விலங்கு, நிகழ்வு முதலியவற்றைக் குறிக்கும்—*a noisy road/party/engine/child*

2 (used about clothes or colours) too bright (ஆடைகள் அல்லது வண்ணங்கள் வகையில்) பளபளப்பான/பளபளப்பாக; வெளிப்பகட்டு மிகுந்த/மிகுந்ததாக *a loud shirt* ▶ **loudly** *adv.* ▶ **loudness** *noun* [U]

IDM **out loud** so that people can hear it பிறர் கேட்கும்படியாக *Shall I read this bit out loud to you?*

loudspeaker /ˌlaʊdˈspiːkə(r)/ *noun* [C] **1** (*also* **speaker**) the part of a radio, CD player, etc. which the sound comes out of வானொலிப்பெட்டி, குறுவட்டு இயக்குப் பொறி முதலியவற்றின் ஒலிபெருக்கி **2** a piece of electrical equipment for speaking, playing music, etc. to a lot of people மிகப்பலர் கேட்கும்படிப் பேசுதல், இசைத்தல் முதலியவற்றுக்கான மின்னணுக் கருவி; ஒலி-பெருக்கி

lounge[1] /laʊndʒ/ *noun* [C] **1** a comfortable room in a house or hotel where you can sit and relax வீட்டில் அல்லது தங்கல்மனையில் உள்ள, அமர்ந்து இளைப்பாறுவதற்கான வசதியான அறை; ஓய்வறை; முன்கூடம்; முன்கட்டு **2** the part of an airport where passengers wait விமான நிலையத்தில் பயணிகள் காத்திருப்பதற்கான பகுதி *the departure lounge*

lounge[2] /laʊndʒ/ *verb* [I] **lounge (about/around)** to sit, stand or lie in a lazy way சோம்பலான முறையில் அமர்ந்திரு, நின்றிரு அல்லது படுத்திரு; ஓய்வாகக்கிட; சோம்பியிரு

louse /laʊs/ *noun* [C] (*pl.* **lice** /laɪs/) a small insect that lives on the bodies of animals and people விலங்குகள் மற்றும் மனிதர்கள் உடல்களை உணவாதாரமாகக் கொண்டு வாழும் சிறு பூச்சி வகை; பேன்

lousy /ˈlaʊzi/ *adj.* (*informal*) very bad மிக மோசமான; வெறுப்பூட்டுகிற *We had lousy weather on holiday.*

lout /laʊt/ *noun* [C] a young man who behaves in a rude, rough or stupid way பண்பு நயமற்று, முரட்டுத்தனமாக அல்லது முட்டாள்தனமாக நடந்துகொள்ளும் இளைஞன்; காட்டான்; முரடன் ➪ **hooligan** மற்றும் **yob** பார்க்க.

lovable (*also* **loveable**) /ˈlʌvəbl/ *adj.* having a personality or appearance that is easy to love எளிதில் அன்பு கொள்ளத்தக்க ஆளுமைத் தன்மை அல்லது தோற்றம் கொண்டுள்ள; விரும்பத்தக்க; அன்புக்குரிய *a lovable little boy*

love[1] /lʌv/ *noun* **1** [U] a strong feeling that you have when you like sb/sth very much அன்பு; பாசம்; காதல் *a mother's love for her children* • *to* ***fall in love*** *with sb* • *It was* ***love at first sight****. They got married two months after they met!* • *He's* ***madly in love*** *with her.* • *a love song/story* **2** [U, *sing.*] a strong feeling of interest in or enjoyment of sth ஒன்றின் மீதான அழுத்தமான பற்றார்வம் அல்லது இன்ப ஈடுபாடு; நாட்டம் *a love of adventure/nature/sport* **3** [C] a person, a thing or an activity that you like very much பெரு விருப்பத்திற்குரிய ஆள், பொருள் அல்லது செயல் *His great love was always music.* • *Who was your first love?* **4** [U] (used in tennis) a score of zero (டென்னிஸ் ஆட்டத்தில்) பூஜ்ய எண்ணிக்கையுடைய ஆட்டப்புள்ளி *The score is forty-love.*

IDM **give/send sb your love** to give/send sb a friendly message ஒருவருக்கு நட்பு முறையி-லான ஒரு செய்தி தெரிவி அல்லது அனுப்பு *Give Meenakshi my love when you next see her.*

(lots of) love (from) used at the end of a letter to a friend or a member of your family நண்பர் அல்லது குடும்ப உறுப்பினர் ஒருவருக்கு எழுதும் கடிதத்தின் இறுதியில் பயன்படுத்தப்-படும் தொடர் *See you soon. Love, Prashant.*

make love (to sb) to have sex உடலுறவு கொள்

love[2] /lʌv/ *verb* [T] **1** to like sb/sth in the strongest possible way ஒருவரை/ஒன்றை மிக்க உணர்ச்சி முனைப்புடன் விரும்பு; அன்பு கொள்; காதலி *I split up with my girlfriend last year, but I still love her.* • *She loves her children.* **2** to like or enjoy sth very much ஒன்றின் மீது அழுத்தமான விருப்பம் கொள் அல்லது ஒன்றில் மனமார்ந்த இன்பம் காண்; நுகர்ந்து மகிழ் *I love the summer!* • *I really love swimming in the sea.* • *'What do you think of this music?' 'I love it!'* **3 would love sth/to do sth** used to say that you would very much like sth/to do sth ஒன்றில் தான் மிக்க விருப்பம் கொண்டிருப்பதை அல்லது ஒன்றைச் செய்யப் பெரிதும் ஆவல் கொண்டிருப்பதைக் கூறப் பயன்படுத்தப்படுவது *'Would you like to come?' 'I'd love to.'* • *'What about a drink?' 'I'd love one.'* • *We'd love you to come and stay with us.*

love affair *noun* [C] **1** a usually sexual relationship between two people who love each other but are not married காதல் கொண்டுள்ள ஆனால் திருமணமாகாத இருவரிடையேயான, பெரும்பாலும் பாலியல் முறையிலான உறவு *She had a love affair with her tennis coach.* **2** a great enthusiasm for sth மிகுதியான ஆர்வம்; உற்சாகம்; உணர்ச்சிக் கனிவு

lovely /ˈlʌvli/ *adj.* (**lovelier; loveliest**) **1** beautiful or attractive அழகான; வனப்புள்ள; கவர்ச்சி

வாய்ந்த *a lovely room/voice/expression • You look lovely with your hair short.* **2** enjoyable or pleasant; very nice மகிழ்ச்சியூட்டுகிற; இனிமையான *We had a lovely holiday.* ▶ **loveliness** *noun* [U]

IDM lovely and warm, peaceful, fresh, etc. used for emphasizing how good sth is because of the quality mentioned குறிப்பிட்ட பண்பு நலத்தின் காரணமாக, ஒன்று சிறப்புற்றுக் காணப்படுவதை வலியுறுத்திக் கூறப் பயன்படுத்தப்படும் தொடர் *These blankets are lovely and soft.*

lover /ˈlʌvə(r)/ *noun* [C] **1** a partner in a sexual relationship with sb who he/she is not married to மணத்துணைவராக அல்லாத ஒருவருடன் பாலியல் உறவு வைத்துள்ளவர்; கள்ளக் காதலர் *He discovered that his wife had a lover. • The park was full of young lovers holding hands.* **2** a person who likes or enjoys the thing mentioned குறிப்பிடப்பட்ட ஒன்றை விரும்புபவர் அல்லது துய்த்து மகிழ்பவர்; பற்றார்வமுடையவர் *a music lover • an animal lover*

loving /ˈlʌvɪŋ/ *adj.* **1** feeling or showing love or care அன்பு அல்லது பரிவு கொண்டுள்ள அல்லது காட்டுகிற; பற்று மிக்க; அன்பார்ந்த; பாசமுள்ள *She's very loving towards her brother.* **2 -loving** (*used to form compound adjectives*) loving the thing or activity mentioned குறிப்பிட்ட பொருள் அல்லது செயல் மீது நாட்ட ஈடுபாடு கொண்டுள்ள; ஆசைப்படுகிற; நேசிக்கிற *a fun-loving girl* ▶ **lovingly** *adv.*

low¹ /ləʊ/ *adj., adv.* **1** close to the ground or to the bottom of sth தரைக்கு அல்லது ஒன்றின் அடிப்பகுதிக்கு அண்மையில் உள்ள/உள்ளதாக; தாழ்நிலையில் உள்ள/உள்ளதாக *Hang that picture a bit higher, it's much too low! • That plane is flying very low.* **2** below the usual or normal level or amount வழக்கமான அல்லது இயல்பான மட்டத்திற்கு/அளவுக்குக் கீழ் உள்ள/கீழ் உள்ளதாக; அளவு, தொகை அல்லது மட்டம் குறைந்த/குறைந்த நிலையில்; தாழ்ந்த/தாழ்ந்து *Temperatures were very low last winter. • low wages • low-fat yogurt* **3** below what is normal or acceptable in quality, importance or development தரம், முக்கியத்துவம் அல்லது வளர்ச்சியில் இயல்பு நிலைக்கு அல்லது ஏற்பு நிலைக்குக் கீழ் உள்ள/கீழே உள்ளதாக; கீழ்த்தரமான/கீழ்த்தரமாக; மட்டமான/மட்டமாக *a low standard of living • low status* **4** (used about a sound or voice) deep or quiet (ஒலி அல்லது குரல் வகையில்) உள்ளடங்கிய/உள்ளடங்கி; தாழ்ந்த/தாழ்ந்து *His voice is already lower than his father's. • A group of people in the library were speaking in low voices.* **5** not happy and lacking energy மனச் சோர்வுற்ற/மனச்சோர்வுற்று; ஊக்காற்றல் குறைந்த/குறைந்து *He's been **feeling** a bit **low** since his illness.* **6** (used about a light, an oven, etc.) made to produce only a little light or heat (விளக்கு, வெப்ப அடுப்பு முதலியவை வகையில்) சிறிதளவே ஒளி அல்லது வெப்பம் வெளிப்படுமாறு திட்டப்படுத்தப்பட்டுள்ள/திட்டப்படுத்தப்பட்டுள்ளதாக; முனைப்புக் குறைந்த/குறைந்து *Cook the rice on a low heat for 20 minutes. • The low lighting adds to the restaurant's atmosphere.* **7** (used about a gear in a car) that allows a slower speed (விசையுந்தின் விசைமுடுக்கி வகையில்) குறைந்த வேகத்தில் செல்ல விடுகிற ✪ OPP அனைத்துப் பொருள்களுக்கும் **high**

IDM high and low ➪ **high²** பார்க்க.

lie low ➪ **lie²** பார்க்க.

run low (on sth) to start to have less of sth than you need; to be less than is needed தேவையினும் குறைந்த அளவில் ஒன்றைப் பெறத் தொடங்கு; வேண்டும் அளவினும் குறைபடத் தொடங்கு *We're running low on coffee—shall I go and buy some?*

low² /ləʊ/ *noun* [C] a low point, level, figure, etc. தாழ் நிலை, தாழ் மட்டம், குறைந்த எண்ணிக்கை, குறைந்த அளவு முதலியவை *Unemployment has fallen to a new low.* ✪ OPP **high**

low-down *noun* [*sing.*] (*informal*)

IDM give sb/get the low-down (on sb/sth) to tell sb/be told the true facts or secret information (about sb/sth) (ஒருவர்/ஒன்று குறித்த) உண்மைகளை அல்லது மறை தகவலை ஒருவருக்குக் கூறு அல்லது ஒருவர் சொல்லப்படு

lower¹ /ˈləʊə(r)/ *adj.* (*only before a noun*) below sth or at the bottom of sth ஒன்றின் கீழ் அமைந்துள்ள அல்லது ஒன்றின் அடிப்பகுதியிலுள்ள; தாழ்படியிலுள்ள *She bit her lower lip. • the lower deck of a ship* ✪ OPP **upper**

lower² /ˈləʊə(r)/ *verb* [T] **1** to make or let sb/sth go down ஒருவரை/ஒன்றைக் கீழ் மட்டத்திற்குப் போகச் செய் அல்லது போக விடு; இறக்கு; தாழ்த்து *They lowered the boat into the water. • to lower your head/eyes* **2** to make sth less in amount, quality, etc. அளவு, எண்ணிக்கை, தரம் முதலியவற்றில் ஒன்று குறையச் செய்; குறை *The virus lowers resistance to other diseases. • Could you **lower** your **voice** slightly? I'm trying to sleep.* ✪ OPP **raise**

lower case *noun* [U] letters that are written or printed in their small form; not in capital letters சிறு வடிவில் எழுதப்படும் அல்லது அச்சிடப்படும் எழுத்துகள்; சிற்றெழுத்து வடிவம் *The text is all in lower case. • lower-case letters* ✪ OPP **upper case**

lowest common denominator *noun* [C] (*abbr.* **LCD**) (*mathematics*) the smallest number that the bottom numbers of a group of **fractions** can be divided into exactly ஒரு பின்னத் தொகுதியின் கீழ்வாய் இலக்கங்களால் மீதியில்லாது வகுக்கப்படக்கூடிய மிகச் சிறிய எண்

low-key *adj.* quiet and not wanting to attract a lot of attention மிகைப்படியான கவனத்தை ஈர்க்க விரும்பாது அடக்கமாக உள்ள *The wedding will be very low-key. We're only inviting ten people.*

lowland /'ləʊlənd/ *noun* [C, *usually pl.*] a flat area of land at about sea level ஏறத்தாழக் கடல் மட்டத்திலுள்ள சமதள நிலப்பகுதி *the lowlands near the coast • lowland areas*

low-level *adj.* (*computing*) (used about a computer language) not like an existing language, but using a system of numbers that a computer can understand and act on; similar to **machine code** (கணினி நிரல்மொழி வகையில்) வழக்கிலுள்ள மொழியைப் போலல்லாது, கணிப்பொறி உணர்ந்து செயல்படத்தக்க வகையிலான இலக்க முறையைப் பயன்படுத்துகிற; கீழ் நிலை மொழியான பொறிக் குறிமுறையைப் பயன்படுத்துகிற ✪ OPP **high-level**

low-lying *adj.* (used about land) near to sea level; not high (நில வகையில்) ஏறத்தாழக் கடல் மட்டத்திலுள்ள; உயர் மட்டத்தில் உள்ளதல்லாத

low-pitched *adj.* (used about sounds) deep; low (ஒலிகள் வகையில்) உள்ளடங்கி ஒலிக்கிற; தாழ் குரலான; மெல்லொலியான *a low-pitched voice* ✪ OPP **high-pitched**

low season *noun* [C] (*BrE*) the time of year when a hotel or tourist area receives fewest visitors ஒரு தங்கல் மனை அல்லது சுற்றுலாப் பகுதி மிகக் குறைந்த அளவில் வருகையாளர்களைப் பெறும் ஆண்டின் பகுதி; மந்த காலம் ⇨ **high season** பார்க்க.

low tide *noun* [U] the time when the sea is at its lowest level கடல் மட்டம் மிகத் தாழ்ந்து காணப்படும் காலம் *At low tide you can walk out to the island.* ✪ OPP **high tide**

loyal /'lɔɪəl/ *adj.* (used about a person) not changing in your friendship or beliefs (ஆள் வகையில்) நட்பு அல்லது கொள்கைகளில் மாறாதிருக்கிற; திடப்பற்றுடைய; விசுவாசமான *a loyal friend/supporter* ✪ SYN **faithful** ✪ OPP **disloyal** ▶ **loyally** *adv.* ▶ **loyalty** /'lɔɪəlti/ *noun* [C, U] (*pl.* **loyalties**)

lozenge /'lɒzɪndʒ/ *noun* [C] **1** (*mathematics*) a figure with four sides in the shape of a diamond that has two opposite angles more than 90⁰ and the other two less than 90⁰ இரண்டு எதிர்க்கோணங்கள் 90⁰-க்கு அதிகமாகவும் மற்ற இரண்டு 90⁰-க்குக் குறைவாகவும் உள்ளதும், வைரக்கல் வடிவிலான நான்கு பக்கங்களைக் கொண்டதுமான வடிவம்; எதிர்ச்சமகோணத்தீர்க்க சதுரம்; சாய் சதுரம் ⇨ **shape** பதிவில் படம் பார்க்க. **2** a sweet that you suck if you have a cough or a sore throat இருமல் அல்லது தொண்டை அழற்சியின்போது சப்பி உண்ணப்படும் இனிப்புப் பண்ட வகை

LPG /ˌel piː 'dʒiː/ *abbr.* Liquified Petroleum Gas (சமையல் எரிவாயு) என்பதன் சுருக்கம்

L-plate *noun* [C] a sign with a large red letter L (for 'learner') on it, that you fix to a car to show that the driver is learning to drive ஒரு சீருந்தைச் செலுத்துபவர் பயிற்சி பெற்றுக்கொண்டிருக்கும் ஓட்டுநர் என்பதைக் காட்ட அவ்வண்டியில் பொருத்தப்படும் பெரிய சிவப்பு நிற L என்று எழுத்து; 'பயிற்சி ஓட்டுநர்' குறிப்புத் தகடு

Lt *abbr.* (*written*) Lieutenant (படைத்துறை இடைநிலை அதிகாரி) என்பதன் குறுக்கம்.

Ltd *abbr.* (*BrE*) (used about private companies) Limited (தனியார் நிறுவனங்கள் வகையில்) 'வரையறுக்கப்பட்ட' என்பதைக் குறிக்கும் *Limited* என்பதன் குறுக்கம் *Pierce and Co. Ltd*

lubricant /'luːbrɪkənt/ *noun* [C, U] a substance, for example oil, that makes the parts of a machine work easily and smoothly இயந்திரப் பகுதிகள் எளிதாகவும் உராய்வற்றும் இயங்கச் செய்யும் எண்ணெய் முதலிய பொருள்; மசகுப்பொருள்

lubricate /'luːbrɪkeɪt/ *verb* [T] to put oil, etc. onto or into sth so that it works smoothly ஒன்றை உராய்வின்றி இயங்கச் செய்யும் பொருட்டு அதன் மீது அல்லது அதனுள் எண்ணெய் முதலியவற்றை இடு; மசகிடு ▶ **lubrication** /ˌluːbrɪ'keɪʃn/ *noun* [U]

lucid /'luːsɪd/ *adj.* (*formal*) **1** (used about sth that is said or written) clear and easy to understand (பேச்சு அல்லது எழுத்து வகையில்) தெளிவாகவும் புரிந்துகொள்வதற்கு எளிதாகவும் உள்ள; நன்கு விளங்குகிற *a lucid style/description* **2** (used about a person's mind) not confused; clear and normal (ஒருவரது மனம் பற்றிக் குறிப்பிடுகையில்) குழப்பமற்ற; இயல்பாகவும் தெளிவாகவும் உள்ள ▶ **lucidly** *adv.* ▶ **lucidity** /luː'sɪdəti/ *noun* [U]

luck /lʌk/ *noun* [U] **1** success or good things that happen by chance தற்செயலாக நிகழும் வெற்றி அல்லது ஆதாயங்கள்; நற்பேறு; நல்வாய்ப்பு; யோகம் *We'd like to **wish** you lots **of luck** in your new career. • He says this necklace will **bring** you **luck**.* **2** chance; the force that people believe makes things happen தற்செயல் நேர்வு; நிகழ்ச்சிகளுக்கும் நடப்புகளுக்கும் காரணமானதென நம்பப்படும் ஆற்றல்; ஊழ்

There's no skill in this game—it's all luck. • *to have good/bad luck*

IDM **bad luck!; hard luck!** used to show pity for sb ஒருவர் மீதான பரிவை அல்லது இரக்கத்தை வெளிப்படுத்தப் பயன்படுத்தப்படுவது *'Bad luck. Maybe you'll win next time.'*
be in/out of luck to be lucky/to not be lucky நல்வாய்ப்புப் பெற்றிரு/நல்வாய்ப்பு இல்லாது போ *I was in luck—they had one ticket left!*
good luck (to sb) used to wish that sb is successful ஒருவர் வெற்றி பெறுமாறு வாழ்த்தப் பயன்படுத்தப்படுவது *Good luck! I'm sure you'll get the job.*
worse luck ⇨ **worse** பார்க்க.

lucky /ˈlʌki/ *adj.* (**luckier; luckiest**) **1** (used about a person) having good luck (ஆள் வகையில்) நல்வாய்ப்புள்ள; நற்பேறுடைய *He's lucky to be alive after an accident like that.* • *With so much unemployment, I* ***count myself lucky*** *that I've got a job.* • *'I'm off on holiday next week.' 'Lucky you!'* **2** (used about a situation, event, etc.) having a good result (சூழல், நேர்வு முதலியவை வகையில்) நலமான விளைவுடைய; நற்பயன் தருகிற *It's lucky I got here before the rain started.* • *a lucky escape* **3** (used about a thing) bringing success or good luck (ஒரு பொருள் பற்றிக் குறிப்பிடுகையில்) வெற்றியை அல்லது நல்வாய்ப்பைத் தருகிற *a lucky number* • *It was not my lucky day.* ✪ OPP **unlucky** ▶ **luckily** *adv. Luckily, I remembered to bring some money.*

IDM **you'll be lucky** used to tell sb that sth that he/she is expecting will probably not happen ஒருவர் எதிர்பார்த்துக்கொண்டிருப்பது நிகழ்வதற்கான வாய்ப்பு மிகக் குறைவு என அவரிடம் கூறப் பயன்படுத்தப்படும் தொடர் *You're looking for a good English restaurant? You'll be lucky!*

lucrative /ˈlu:krətɪv/ *adj.* (*formal*) allowing sb to earn a lot of money ஏராளமான பணம் ஈட்டுவதற்கான வாய்ப்புடைய; மிகு வருவாய் தரவல்ல *a lucrative contract/business*

ludicrous /ˈlu:dɪkrəs/ *adj.* very silly; ridiculous பெரிதும் முட்டாள்தனமான; நகைப்புக்கிடமான *What a ludicrous idea!* ▶ **ludicrously** *adv.*

lug /lʌg/ *verb* [T] (**lugging; lugged**) (*informal*) to carry or pull sth very heavy with great difficulty கனம் மிக்க ஒன்றை மிக வருந்தி எடுத்துச் செல் அல்லது இழுத்துச் செல்

luggage /ˈlʌgɪdʒ/ *noun* [U] bags, suitcases, etc. used for carrying a person's clothes and things on a journey பயண உடைகள் மற்றும் பிற பொருள்கள் உள்ளடங்கிய பைகள், கைப்பெட்டிகள் முதலியவை; பயணக்கட்டு; பயணமூட்டை *'How much luggage are you taking with you?' 'Only one suitcase.'* • *You're only allowed one piece of* ***hand luggage*** (= a bag that you carry with you on the plane). ✪ SYN **baggage**

luggage rack *noun* [C] a shelf above the seats in a train or bus for putting your bags, etc. on தொடர்வண்டியில் அல்லது பேருந்தில் இருக்கைக்கு மேலுள்ள, பைகள் முதலியவற்றை வைத்துக் கொள்வதற்கான நிலைச்சட்டம்; பயணமூட்டைச் சட்டம்

lukewarm /ˌlu:kˈwɔ:m/ *adj.* **1** (used about liquids) only slightly warm (திரவங்கள் வகையில்) சிறிதளவே வெம்மையாக உள்ள; இளவெப்பமுள்ள; மிதமான சூடுள்ள; வெதுவெதுப்பான **2 lukewarm (about sb/sth)** not showing much interest; not keen அரைகுறை ஆர்வமுடைய; அக்கறையில்லாத

lull[1] /lʌl/ *noun* [C, *usually sing.*] **a lull (in sth)** a short period of quiet between times of activity பரபரப்பான சமயங்களுக்கு இடையில் காணப்படும் சிறிது நேர அமைதி நிலை; இடையமைதி

lull[2] /lʌl/ *verb* [T] **1** to make sb relaxed and calm ஒருவர் பரபரப்பு அடங்கி அமைதி கொள்ளச் செய்; அமைதியூட்டு *She sang a song to* ***lull*** *the children* ***to sleep***. **2 lull sb into sth** to make sb feel safe, and not expect anything bad to happen ஒருவர் பதற்ற நிலை தணிந்து பாதுகாப்பு உணர்வு கொள்ளச் செய்; கொந்தளிப்பு/கவலை தணிவி *Our first success* ***lulled us into a false sense of security***.

lullaby /ˈlʌləbaɪ/ *noun* [C] (*pl.* **lullabies**) a gentle song that you sing to help a child to go to sleep குழந்தையைத் தூங்கவைப்பதற்காகப் பாடப்படும் மெல்லமைதி வாய்ந்த பாட்டு; தாலாட்டுப்பாட்டு

lumber[1] /ˈlʌmbə(r)/ (*AmE*) = **timber 1**

lumber[2] /ˈlʌmbə(r)/ *verb* **1** [I] to move in a slow, heavy way மெதுவாக அழுந்திய நடையுடன் செல்; பெரும்பளுவுடன் அசைந்தசைந்து நட *A family of elephants lumbered past.* **2** [T] (*informal*) **lumber sb (with sb/sth)** (*usually passive*) to give sb a responsibility or job that he/she does not want ஒருவர் விரும்பாத பொறுப்பை அல்லது பணியை அவருக்குக் கொடு; திணி; சுமத்து

luminous /ˈlu:mɪnəs/ *adj.* that shines in the dark இருளில் ஒளி வீசுகின்ற *a luminous watch*

lump[1] /lʌmp/ *noun* [C] **1** a piece of sth solid of any size or shape உருவளவு அல்லது வடிவ வரையறையற்ற திடப்பொருள்; கட்டி; மொத்தை *a lump of coal/cheese/wood* • *The sauce was full of lumps.* **2** a swelling under the skin தோல் அடிப்பகுதியில் உண்டாகும் வீக்கம்;

புடைப்பு; தசைப்பெருக்கம் *You'll have a bit of a lump on your head where you banged it.*

IDM have/feel a lump in your throat to feel pressure in your throat because you are about to cry அழுகைக்கு முன் ஏற்படும் உணர்ச்சிப் பெருக்கம் காரணமாகக் குரல்வளையில் அழுத்த உணர்வு தோன்று

lump² /lʌmp/ *verb* [T] **lump A and B together; lump A (in) with B** to put or consider different people or things together in the same group வெவ்வேறான ஆட்களை அல்லது பொருள்களை ஒன்றுகூட்டு அல்லது ஒருசேரக் கருது; வகைதொகையற்று ஒன்றுசேர்

IDM lump it (*informal*) to accept sth unpleasant because you have no choice தேர்வுரிமை அல்லது மாற்று இல்லாத காரணத்தினால், மனம் விரும்பாத ஒன்றை ஏற்றுக்கொள் *That's the deal—like it or lump it.*

lump sum *noun* [C] an amount of money paid all at once rather than in several smaller amounts சிறிது சிறிதாக அல்லாது, ஒரே சமயத்தில் செலுத்தப்படும் முழுப் பணத்தொகை; ஒட்டு-மொத்தத் தொகை

lumpy /ˈlʌmpi/ *adj.* full of or covered with lumps கட்டிகள் நிறைந்த அல்லது கட்டிகள் உள்ள; புடைப்புகள் நிறைந்துள்ள *This bed is very lumpy.* ✪ **OPP smooth**

lunacy /ˈluːnəsi/ *noun* [U] very stupid behaviour மிகவும் மடத்தனமான நடத்தை; படு முட்டாள்-தனம்; பைத்தியக்காரத்தனம் *It was lunacy to drive so fast in that terrible weather.* ✪ **SYN madness**

lunar /ˈluːnə(r)/ *adj.* (*usually before a noun*) connected with the moon நிலவு தொடர்பான; நிலாக்கோளத்திற்குரிய *a lunar spacecraft/eclipse/landscape*

lunatic¹ /ˈluːnətɪk/ *noun* (*informal*) a person who behaves in a stupid way doing crazy and often dangerous things கிறுக்குத்தனமான, பல சமயங்களில் ஆபத்து விளைவிக்கக்கூடிய செயல்களில் ஈடுபடுகிற, மதிகேடுற்ற ஒருவர்; கிறுக்கன்; பித்தன் ✪ **SYN madman**

lunatic² /ˈluːnətɪk/ *adj.* stupid; crazy முட்டாள்-தனமான; அறிவற்ற; கிறுக்குத்தனமான; பித்துப்-பிடித்த *a lunatic idea*

lunch /lʌntʃ/ *noun* [C, U] a meal that you have in the middle of the day நாளின் இடைப்-பகுதியில் உண்ணும் உணவு; நண்பகல் உணவு *What would you like for lunch?* ▶ **lunch** *verb* [I] (*formal*)

luncheon /ˈlʌntʃən/ *noun* [C, U] (*formal*) lunch நண்பகல் உணவு

lunch hour *noun* [C, *usually sing.*] the time around the middle of the day when you stop work or school to have lunch நாளின் நண்பகலை ஒட்டி உணவு கொள்வதற்காகப் பணி நிறுத்தம் அல்லது பள்ளிப்பாட இடைநிறுத்தம் செய்யும் நேரம்; நண்பகல் உணவு நேரம் *I went to the shops in my lunch hour.*

lunchtime /ˈlʌntʃtaɪm/ *noun* [C, U] the time around the middle of the day when lunch is eaten நண்பகலை ஒட்டி உணவு கொள்ளும் நேரம்; நண்பகல் உணவு வேளை *I'll meet you at lunchtime.*

lung /lʌŋ/ *noun* [C] one of the two organs of your body that are inside your chest and are used for breathing மார்பின் உட்பகுதியில் உள்ளதும் உயிர்ப்புக்குப் பயன்படுத்தப்படுவதுமாகிய இரு உறுப்புகளில் ஒன்று; நுரையீரல் ➪ **body** பதிவில் படம் பார்க்க.

lunge /lʌndʒ/ *noun* [C, *usually sing.*] **a lunge (at sb); a lunge (for sb/sth)** a sudden powerful forward movement of the body, especially when trying to attack sb/sth குறிப்பாக ஒன்றைத் தாக்க முனையும்போது, திடீரென உண்டாகும், உடலின் ஆற்றல் மிக்க முன்னோக்கிய இயக்கம்; பாய்வு; பாய்ச்சல் *She made a lunge for the ball.* ▶ **lunge** *verb* [I] *He lunged towards me with a knife.*

lungi *noun* [C] (*IndE*) a kind of cloth white or coloured, usually wrapped around the waist, the two ends of which are knotted together. It is worn in various ways in different parts of India, Bangladesh and Myanmar இரண்டு முனை-களையும் ஒன்றுசேர்த்து இடுப்பில் கட்டி அணியப்படுவதும் வெள்ளை அல்லது வண்ணத் துணியால் ஆனதுமான வேட்டி வகை; கைலி. இந்தியாவில் பல பகுதிகளிலும் பங்ளாதேஷ், மயன்மார் ஆகிய நாடுகளிலும் இது ஆண்-களால் பலவிதமாக அணியப்படுகிறது

lurch /lɜːtʃ/ *noun* [C, *usually sing.*] a sudden movement forward or to one side திடீரென்ற முன்னோக்கிய அல்லது ஒருபக்கமான இயக்கம்; திடீர் ஒருபக்கச் சாய்வு ▶ **lurch** *verb* [I]

IDM leave sb in the lurch ➪ **leave¹** பார்க்க.

lure¹ /lʊə(r)/ *verb* [T] to persuade or trick sb to go somewhere or do sth, usually by offering him/her sth nice பெரும்பாலும் விருப்புக்-குரிய ஒன்றை முன்வைத்து, ஓரிடத்திற்குச் செல்லுமாறு அல்லது ஒன்றைச் செய்யுமாறு திறமையாக அல்லது தந்திரமாக ஒருவரை இணங்கவை; ஆசை காட்டி இழு *Young people are lured to the city by the prospect of a job and money.*

lure² /lʊə(r)/ *noun* [C] the attractive qualities of sth ஒன்றின் கவர்ச்சியூட்டும் பண்பு; மயக்காற்றல்; ஈர்ப்பியல்பு *the lure of money/fame/adventure*

lurid /ˈlʊərɪd; ˈljʊə-/ *adj.* **1** having colours that are too bright, in a way that is not attractive கவர்ச்சியற்ற முறையில் பளபளப்பு மிக்க

நிறங்களை உடைய *a lurid purple and orange dress* **2** (used about a story or a piece of writing) deliberately shocking, especially because of violent or unpleasant detail (கதை அல்லது கட்டுரை வகையில்) குறிப்பாக வன்முறை சார்ந்த அல்லது வெறுப்பூட்டுகிற விவரக் கூறுகளை உள்ளடக்கி, திட்டமிட்டு அதிர்ச்சி அளிக்கிற ▶ **luridly** *adv.*

lurk /lɜːk/ *verb* [I] to wait somewhere secretly especially in order to do sth bad or illegal குறிப்பாக, மோசமான அல்லது சட்டத்திற்கு மாறான ஒன்றைச் செய்யும் நோக்கத்துடன், இரகசியமாக ஓரிடத்தில் காத்திரு; பதுங்கியிரு *I thought I saw somebody lurking among the trees.*

luscious /ˈlʌʃəs/ *adj.* (used about food) tasting very good (உணவு வகையில்) நறுஞ்சுவையுள்ள; இன்சுவை மிக்க *luscious fruit*

lush /lʌʃ/ *adj.* (used about plants or gardens) growing very thickly and well (தாவரங்கள் அல்லது தோட்டங்கள் வகையில்) மிக அடர்த்தியாகவும் செழிப்பாகவும் வளர்கிற; வளமை ததும்புகிற; செழிப்பு மிக்க

lust[1] /lʌst/ *noun* **1** [U] **lust (for sb)** strong sexual desire தீவிரமான பாலியல் வேட்கை; கழிகாமம் **2** [C, U] **(a) lust (for sth)** (a) very strong desire to have or get sth ஒன்றை உடைமையாகக் கொண்டிருக்க வேண்டுமென்ற அல்லது அடைய வேண்டுமென்ற அழுத்தமான விருப்பம்; இச்சை; மிகை விருப்பம் *a lust for power • (a) lust for life* (= enjoyment of life)

lust[2] /lʌst/ *verb* [I] **lust (after sb); lust (after/for sth)** to feel a very strong desire for sb/sth ஒருவர்/ஒன்றின் மீது தீவிர விருப்பம் கொள்; இச்சை கொள்; காமுறு *to lust for power/success/fame*

lustful /ˈlʌstfl/ *adj.* full of sexual desire பாலியல் வேட்கை மிக்க; காமவெறி கொண்ட *lustful thoughts* ▶ **lustfully** /-fəli/ *adv.*

luxurious /lʌgˈʒʊəriəs/ *adj.* very comfortable; full of expensive and beautiful things ஓய்வமைதிக்கான வசதிகள் நிறைந்த; விலை மதிப்புடைய அல்லது அழகான பொருள்கள் ஏராளமாக உள்ள; உயர் இன்ப வாழ்வுக்கு ஏற்ற; ஆடம்பரமான *a luxurious hotel* ▶ **luxuriously** *adv.*

luxury /ˈlʌkʃəri/ *noun* (*pl.* **luxuries**) **1** [U] the enjoyment of expensive and beautiful things; a very comfortable and enjoyable situation விலை மதிப்புடைய மற்றும் அழகான பொருள்கள் வழியாக இன்பம் நுகர்தல்; வசதி மிக்க இன்பமான சூழல்; ஆடம்பர வாழ்க்கை *They are said to be* ***living in luxury*** *in Barbados. • to lead* ***a life of luxury*** *• a luxury hotel/car/yacht* **2** [C] something that is enjoyable and expensive that you do not really need தேவைப்படாத ஆனால் இன்பமூட்டவல்ல உயர்விலைப் பொருள்; ஆடம்பரப் பொருள் *luxury goods, such as wine and chocolates* **3** [U, *sing.*] a pleasure which you do not often have அரிதாகப் பெறக்கூடிய இன்ப நலம் *It was (an) absolute luxury to do nothing all weekend.*

LW *abbr.* = **long wave** ⇨ **wave length** பதிவில் படம் பார்க்க.

lychee *noun* [C] a small fruit with thick rough red skin, that is white inside and has a large stone வெண்ணிற உள்ளீடும் பெரிய கொட்டையும், தடித்த சொரசொரப்பான செந்நிற மேல்தோலும் உடைய சிறு கனி வகை

lymph /lɪmf/ *noun* [U] a colourless liquid containing white blood cells that cleans the inside of your body and helps to prevent infections from spreading உடலின் உட்பகுதியைத் தூய்மை செய்வதும் நோய்த்தொற்று பரவாமல் தடுக்க உதவுவதுமான, குருதி வெள்ளணுக்களை உள்ளடக்கிய நிறமற்ற திரவம்; நிணநீர் ▶ **lymphatic** /lɪmˈfætɪk/ *adj.* (*only before a noun*) *the lymphatic system*

lymph node (*also* **lymph gland**) *noun* [C] a small hard mass in your body through which **lymph** passes உடலில் நிண நீர் ஊடாகச் செல்லும் சிறிய கெட்டியான ஊண் திரள்; நிணநீர்ச் சுரப்பி; நிணநீர்க் கணு

lymphocyte /ˈlɪmfəsaɪt/ *noun* [C] (*technical*) a type of **leucocyte** குருதி வெள்ளணு வகை; நிணநீர் நுண்மம்

lynch /lɪntʃ/ *verb* [T] (used about a crowd of people) to kill sb who is thought to be guilty of a crime, usually by hanging him/her, without a legal trial in a court of law (ஒரு கூட்டத்தினர்) குற்றவாளியாகக் கருதப்படும் ஒருவரை நீதிமன்ற விசாரணையின்றிப் பெரும்பாலும் தூக்கிலிட்டுக் கொல்; தான்தோன்றித்தனமாக ஒருவருக்குக் கொலைத் தண்டனை விதித்துக் கொல்

lyric /ˈlɪrɪk/ *adj.* (used about poetry) expressing personal feelings and thoughts (செய்யுள் வகையில்) ஒருவரது தனிப்பட்ட உணர்ச்சிகளையும் எண்ணங்களையும் வெளிப்படுத்துகிற; தன்னுணர்ச்சி சார்ந்த

lyrical /ˈlɪrɪkl/ *adj.* like a song or a poem, expressing strong personal feelings தன்னுணர்ச்சிப் பாடல் அல்லது செய்யுள் முறையிலான; தனியொருவரது முனைப்பான உணர்ச்சிகளையும் எண்ணங்களையும் வெளிப்படுத்துகிற

lyrics /ˈlɪrɪks/ *noun* [*pl.*] the words of a song ஒரு பாடலில் பயிலும் சொற்கள்

M m

M[1], **m** /em/ *noun* [C, U] (*pl.* **M's; m's** /emz/) the thirteenth letter of the English alphabet ஆங்கில நெடுங்கணக்கின் பதின்மூன்றாவது எழுத்து *'Meera' begins with (an) 'M'.*

M[2] *abbr.* **1** (*also* **med**) medium (size) இடைத்தர அளவைக் குறிக்கும் medium என்பதன் குறுக்கம் **2 M** (*BrE*) used with a number to indicate the name of a **motorway** ஒரு பெருவழிச்சாலையைக் குறிக்க ஓர் எண்ணுடன் பயன்படுத்தப்படுவது *heavy traffic on the M25* **3 m** metre(s) நீட்டலளவைக் குறிக்கும் meter என்பதன் குறுக்கம் *a 500 m race* **4 m** million(s) பத்து இலட்சத்தைக் குறிக்கும் million என்பதன் குறுக்கம் *population: 10 m*

MA /ˌem ˈeɪ/ *abbr.* Master of Arts; a second degree that you receive when you complete a more advanced course or piece of research in an arts subject at university or college கலை முதல்வரைக் குறிக்கும் Master of Arts என்பதன் குறுக்கம். பல்கலைக்கழகத்தில் அல்லது கல்லூரியில் கலைப்பாடம் ஒன்றில் உயர்நிலைப் படிப்பு அல்லது ஆராய்ச்சியை நிறைவு செய்த ஒருவருக்கு வழங்கப்படும் இரண்டாவது கல்விப் பட்டம்; முதுகலைப் பட்டம் ➪ **BA** மற்றும் **MSc** பார்க்க.

ma'am /mæm; mɑːm/ *noun* [*sing.*] (*AmE*) used as a polite way of addressing a woman ஒரு பெண்ணை இணக்க வணக்கமுடன் விளிக்கப் பயன்படுத்தப்படுவது ➪ **sir** பார்க்க.

mac /mæk/ (*also* **mackintosh** /ˈmækɪntɒʃ/) *noun* [C] (*BrE*) a coat that is made to keep out the rain மழைக் காப்பாக அணிந்துகொள்ளப்படும் மேற்சட்டை; மழைக்காப்பு மேலங்கி

macabre /məˈkɑːbrə/ *adj.* unpleasant and frightening because it is connected with death இறப்புடன் தொடர்பானதாக இருப்பதன் காரணமாக, வெறுப்பூட்டுகிற மற்றும் அச்சம் தருகிற; கோரமான *a macabre tale/joke/ritual*

macaroni /ˌmækəˈrəʊni/ *noun* [U] a type of dried Italian food made from flour and water (**pasta**) in the shape of short tubes சிறு குழல்களாக மாவில் செய்யப்படும் இத்தாலிய உலர் பண்ட வகை; கோதுமை மாக்குழல் பண்ணியம்

mace /meɪs/ *noun* **1** [C] a special stick, carried as a sign of authority by an official such as a **mayor** மாநகரத்தலைவர் முதலியோர் அதிகாரச் சின்னமாக ஏந்திச் செல்லும் தனி வகைக் கோல்; முத்திரைக் கோல் **2** [C] a large heavy stick that has a head with metal points on it, used in the past as a weapon கடந்த காலத்தில் ஆயுதமாகப் பயன்படுத்தப்பட்ட, உலோக முனைகளைக் கொண்ட தலைபகுதியுடைய பெரிய கனமான தடி; கதாயுதம் **3** [U] the dried outer covering of **nutmegs** used in cooking as a spice சமையலில் நறுமணப் பொருளாகப் பயன்படுத்தப்படும் சாதிக்காயின் உலர்ந்த மேல் தோடு; சாதிபத்திரி

Mach /mɑːk; mæk/ *noun* [U] (often followed by a number) a measurement of speed, used especially for aircraft. Mach 1 is the speed of sound (பெரும்பாலும் ஓர் இலக்கத்திற்கு முன் வருவது) குறிப்பாக விமானங்களில் பயன்படுத்தப்படும் வேக அளவீட்டு அலகு. Mach 1 என்பது ஒலியின் வேகத்தைக் குறிக்கும்

machete /məˈʃeti/ *noun* [C] a broad heavy knife used as a cutting tool and as a weapon வெட்டு கருவியாகவும் தாக்காயுதமாகவும் பயன்படுத்தப்படும் கனமான அகல் அலகுக் கத்தி; பட்டைக்கத்தி; வெட்டுக் கத்தி

machine /məˈʃiːn/ *noun* [C] (*often in compounds*) a piece of equipment with moving parts that is designed to do a particular job. A machine usually needs electricity, gas, steam, etc. in order to work மின்சாரம், வளி, நீராவி முதலியவற்றால் இயங்குவதும் குறிப்பிட்ட செயலுக்காக வடிவமைக்கப்படுவதும், இயங்குறுப்புகளைக் கொண்டதுமான இயந்திரம்; விசைப்பொறி *a washing/sewing/knitting machine* • *a machine for making pasta* ➪ **tool** பதிவிலுள்ள குறிப்பைப் பார்க்க.

machine code *noun* [U] (*computing*) a language used for computer programs in which instructions are written in the form of numbers so that a computer can understand and act on them கணிப்பொறி உணர்ந்து செயலாற்றுவதற்கு ஏதுவாக ஆணைகள் இலக்கக் குறியீடுகளாக எழுதப்படும் கணினி நிரல் மொழி; பொறிக் குறிமுறை

machine-gun *noun* [C] a gun that fires bullets very quickly and continuously விரைவியக்கமுடனும் தொடர்ச்சியாகவும் குண்டுகளைச் செலுத்தும் துப்பாக்கி; இயந்திரத் துப்பாக்கி

machine-readable *adj.* (*computing*) (of data) in a form that a computer can understand (தரவுகள் வகையில்) கணினியால் புரிந்துகொள்ளத்தக்க வடிவில் உள்ள; பொறி உணர் வடிவான

machinery /məˈʃiːnəri/ *noun* [U] machines in general, especially large ones; the moving parts of a machine இயந்திரங்கள், குறிப்பாகப் பெரும் இயந்திரங்கள்; இயந்திரத்தின் இயங்கு பகுதிகள் *farm/agricultural/industrial machinery*

machine tool *noun* [C] a tool for cutting or shaping metal, wood, etc., driven by a machine உலோகம், மரம் முதலியவற்றை வெட்டு-தற்கான அல்லது வடிவமைப்பதற்கான, இயந்திரத்தால் இயக்கப்படும் கருவி; இயந்திர இயக்கக் கருவி

machinist /məˈʃiːnɪst/ *noun* [C] **1** a person whose job is operating a machine, especially machines used in industry for cutting and shaping things, or a sewing machine இயந்திரத்தை, குறிப்பாகத் தொழிற்சாலைகளில் வெட்டு-தற்கும் வடிவமைப்பதற்கும் பயன்படுத்தப்படும் இயந்திரங்களை அல்லது தையற்பொறியை, இயக்குபவர் **2** a person whose job is to make or repair machines இயந்திரங்களைத் தயாரிப்பவர் அல்லது பழுதுபார்ப்பவர்

macho /ˈmætʃəʊ/ *adj.* (*informal*) (used about a man or his behaviour) having typically male qualities like strength and courage, but using them in an aggressive way (ஆண் அல்லது அவரது நடத்தை வகையில்) வலிமை, துணிவு முதலிய சிறப்பான ஆண்மைப் பண்புகளை உடைய, ஆனால் அவற்றை முரட்டுத்தனமான முறையில் அல்லது தாக்கு முனைப்புடன் பயன்படுத்துகிற *He's too macho to ever admit he was wrong and apologize.*

mackerel /ˈmækrəl/ *noun* [C, U] (*pl.* **mackerel**) a sea fish with greenish-blue bands on its body that you can eat உடல் மீது பசுமை கலந்த நீல நிறப் பட்டைகளை உடைய, உணவாகப் பயன்படக்கூடிய, கடல் மீன்; கானாங்கெளுத்தி

mackintosh = **mac**

macro /ˈmækrəʊ/ *noun* [C] (*pl.* **macros**) (*computing*) a single instruction that a computer automatically reads as a set of instructions necessary to do a particular task குறிப்பிட்ட செயல் புரிவதற்கான ஆணைகளின் தொகுப்பாகத் தானாகவே கணினி உணர்ந்து கொள்ளும் ஒற்றை ஆணை; பெருங் கட்டளை

macro- /ˈmækrəʊ/ *prefix* (*used with nouns adjectives and adverbs*) large; on a large scale பெரிய; பேரளவிலான *macroeconomics* ✪ OPP **micro-**

macrobiotic /ˌmækrəʊbaɪˈɒtɪk/ *adj.* (used about food) that is grown without using chemicals and is thought to make us live longer (உணவு வகையில்) இரசாயனப் பொருள்களைப் பயன்-படுத்தாது விளைவிக்கப்படுவதும் நீண்ட காலம் உயிர் வாழ உதவக்கூடியதாகக் கருதப்-படுவதுமான

macrocosm /ˈmækrəʊkɒzəm/ *noun* [C] (*technical*) any large complete structure that contains smaller structures, for example the universe (பேரண்டம் முதலிய) சிற்றளவிலான கட்டமைப்புகளை உள்ளடக்கிய நிறை பேரளவுள்ள பொருள் ➪ **microcosm** பார்க்க.

mad /mæd/ *adj.* **1** having a mind that does not work normally; mentally ill இயல்பான முறையில் இயங்காத மனமுடைய; மன நலம் குன்றிய; மூளை திறம்பிய; பைத்தியமான

> NOTE தற்பொழுது, மன நலம் குன்றிய ஒருவரைக் குறிக்க **mad** அல்லது **insane** என்ற சொல்லைப் பயன்படுத்தும் வழக்கு இல்லை. மாறாக **mentally ill** என்ற தொடரே இப்போது பயன்படுத்தப்படுகிறது.

2 (*BrE*) not at all sensible; crazy பகுத்துணர்வற்ற; அறிவு முதிர்ச்சியற்ற; கிறுக்குத்தனமான *You must be mad to drive in this weather.* **3** (*not before a noun*) **mad (at/with sb) (about sth)** very angry சினம் மிக்க; சீற்றம் கொண்ட; எரிச்சலடைந்த *His laziness **drives** me **mad**!* • *(AmE) Don't **get/go mad** at him. He didn't mean to do it.* **4** (*informal*) **mad about/on sb/sth** liking sb/sth very much ஒருவரை/ஒன்றைத் தீவிரமாக விரும்புகிற; உணர்ச்சிப் பற்றுடைய; வெறியார்வம் கொண்ட *He's mad on computer games at the moment.* **5** not controlled; wild or very excited கட்டுக்குள் இல்லாத; மிகையுணர்ச்சிக்கு ஆட்பட்ட; மட்டுமீறி உணர்ச்சி வெளிப்படுத்துகிற *When Rajnikanth appeared on the hotel balcony his fans **went mad**.*

madam /ˈmædəm/ *noun* [*sing.*] **1** (*formal*) used as a polite way of speaking to a woman, especially to a customer in a shop or restaurant ஒரு பெண்ணிடம், குறிப்பாகக் கடை அல்லது உணவக வாடிக்கையாளரான பெண்ணிடம், மரியாதை நயமுடன் பேசப் பயன்படுத்தப்படும் சொல்; மகளிரைக் குறிக்கும் நன்மதிப்புச் சொல் *Can I help you, madam?* ➪ **sir** பார்க்க. **2 Madam** used for beginning a formal letter to a woman when you do not know her name பெயர் அறிந்திராத ஒரு பெண்ணுக்கு எழுதும் வினைமுறை சார்ந்த கடிதத்தைத் தொடங்கப் பயன்படுத்தப்படும் சொல் *Dear Madam, I am writing in reply to the advertisement.*

madame /məˈdɑːm/ *noun* (*pl.* **Mesdames** /meɪˈdæm/ a title used especially to address or refer to a French or French-speaking woman, usually a married one வழக்கமாய்த் திருமணம் ஆன ஒரு ஃபிரான்ஸ் நாட்டுப் பெண்ணை அல்லது பிரெஞ்சு மொழி பேசும் பெண்ணை விளிக்க/குறிப்பிடப் பயன்படுத்தப்-படும் 'திருமதி'க்கு ஒப்பான பட்டம்

mad cow disease = **BSE**

maddening /ˈmædnɪŋ/ *adj.* that makes you very angry or annoyed சீற்றம் கொள்ளச் செய்கிற அல்லது மிக்க எரிச்சல் ஊட்டுகிற *She has some really maddening habits.* ▶ **maddeningly** *adv.*

made ➪ **make**[1] என்பதன் இறந்தகால மற்றும் இறந்தகால வினையெச்ச வடிவம்
IDM **made to measure** ➪ **measure**[2] பார்க்க.

madly /ˈmædli/ *adv.* **1** in a wild or crazy way கட்டு மீறி; பெரும் பதற்றத்துடன்; மூர்க்கத்தனமாக *They were rushing about madly.* **2** (*informal*) very; extremely மிகு பேரளவில்; தீவிரமாக; மிக்க முனைப்புடன் *They're madly in love.*

madman /ˈmædmən/ *noun* [C] (*pl.* **madmen** /-mən/) a person who behaves in a wild or crazy way கட்டுப்பாடற்ற முறையில் அல்லது கிறுக்குத்தனமாக நடந்துகொள்பவர்; பித்தன்; கிறுக்கன் ✪ SYN **lunatic**

madness /ˈmædnəs/ *noun* [U] crazy or stupid behaviour that could be dangerous ஆபத்து விளைவிக்கக்கூடிய கட்டுமீறிய அல்லது மடத்தனமான நடத்தை; மூர்க்கத்தனம்; உணர்ச்சி வெறி *It would be madness to take a boat out in such rough weather.*

maestro /ˈmaɪstrəʊ/ *noun* [C] (*pl.* **maestros** /ˈmaɪstrəʊs/ or **maestri** /ˈmaɪstri/) a title used to refer to someone who is very skilled or gifted in a specified art especially a musician, **conductor**, performer, etc. 'Maestro' is an Italian word that literally means 'master' இசை வல்லுநர், மேற்கத்திய இசைக்குழுவை நடத்துபவர், நாடக/திரை நடிகர் முதலிய குறிப்பிட்ட ஒரு கலைத்துறையில் திறமையுள்ள அல்லது மேதையான ஒருவரைக் குறிக்க பயன்படுத்தப்படும் பட்டப்பெயர். 'Maestro' என்பது 'வல்லவர்' என்ற பொருளுடைய ஒரு இத்தாலியச் சொல்லாகும் *Maestro Zubin Mehta*

mafia /ˈmæfiə/ *noun* **1 the Mafia** [*sing.*] a secret international organization of criminals active especially in Italy and the US இத்தாலி, அமெரிக்கா நாடுகளில் செயல்படும் குற்றவாளிகளின் இரகசியப் பன்னாட்டு அமைப்பு **2** [C] a closely knit group of trusted **associates** who use ruthless or criminal methods to get advantages for themselves சொந்த ஆதாயங்களுக்காக இரக்கமற்ற, சட்ட விரோதமான வழிகளைக் கடைப்பிடிக்கும் நம்பகமான கூட்டாளிகளின் நெருக்கமான கும்பல்

magazine /ˌmægəˈziːn/ (*informal* **mag** /mæg/) *noun* [C] a type of large thin book with a paper cover that you can buy every week or month containing articles, photographs, etc. often on a particular topic வார, மாத இதழ்; பருவ இதழ் *a woman's/computer/gardening magazine*

magenta /məˈdʒentə/ *adj.* reddish-purple in colour சிவப்பு கலந்த ஊதா நிறமுள்ள ▶ **magenta** *noun* [U]

maggot /ˈmægət/ *noun* [C] a young insect before it grows wings and legs and becomes a fly இறகுகளும் கால்களும் வளர்ந்து ஈ ஆவதற்கு முன்னுள்ள பூச்சிப் பருவம்; முட்டைப் புழு

magic[1] /ˈmædʒɪk/ *noun* [U] **1** the secret power that some people believe can make strange or impossible things happen if you say special words or do special things தனிவகைச் சொற்களைக் கூறும்போது அல்லது தனிவகைச் செயல்களைச் செய்யும்போது வழக்கமீறிய அல்லது இயல்பாற்றல் கடந்த நிகழ்வுகளைத் தோற்றுவிக்கக் கூடியதாகச் சிலரால் நம்பப்படும் மறை திறம்; மந்திர சக்தி; மந்திரம் ➪ **black magic** பார்க்க. **2** the art of doing tricks that seem impossible in order to entertain people மக்களை மகிழ்விக்கும் நோக்கத்துடன் இயல் திறனுக்கு அப்பாற்பட்டதாகத் தோன்றும் தந்திரச் செயல்களைச் செய்யும் கலை; மாய வித்தை; **3** a special quality that makes sth seem wonderful ஒன்றை வியப்பூட்டக்கூடியதாகத் தோன்றச் செய்யும் தனித்திறம்; அதிசயம்; அற்புதம் *I'll never forget the magic of that moment.*

magic[2] /ˈmædʒɪk/ *adj.* **1** used in or using magic மந்திரத்தில் பயன்படுத்தப்படுகிற அல்லது மந்திரத்தைப் பயன்படுத்துகிற; மாய வித்தை சார்ந்த *a magic spell/potion/charm/trick • There is no magic formula for passing exams—just hard work.* **2** having a special quality that makes sth seem wonderful ஒன்றை வியப்புக்குரியதாகச் செய்யும் தனிப்பண்புடைய; வியத்தக்க; அற்புதமான *Respect is the magic ingredient in our relationship.* ▶ **magically** /-kli/ *adv.*

magical /ˈmædʒɪkl/ *adj.* **1** that seems to use magic மந்திர ஆற்றலைப் பயன்படுத்துவதாகத் தோன்றுகிற; மந்திரம் போன்ற *a herb with magical powers to heal* **2** wonderful and exciting மிகச் சிறப்பான மற்றும் மனக்கிளர்ச்சியூட்டுகிற; அற்புதமான; *Our holiday was absolutely magical.*

magician /məˈdʒɪʃn/ *noun* [C] **1** a person who performs magic tricks to entertain people மக்களை மகிழ்விப்பதற்காகத் தந்திரச் செயல்களைச் செய்பவர் ➪ **conjuror** பார்க்க. **2** (in stories) a man who has magic powers (புனை கதைகளில்) மந்திர ஆற்றல்கள் உடையவர்; மந்திரவாதி ➪ **wizard** பார்க்க.

magisterial /ˈmædʒɪˈstieriəl/ *adj* **1** (especially of a person or his behaviour) having or seeming to have power or authority (ஆள் அல்லது அவரது நடத்தை வகையில்) ஆற்றலும் அதிகாரமும் உள்ள அல்லது உளதாகத் தோன்றுகிற *her magisterial presence* **2** (of a book or piece of writing) having great knowledge or understanding (புத்தகம் அல்லது எழுத்து வகையில்) பேரறிவு அல்லது மிக்க புரிதிறன் உள்ள *his magisterial account of the history of India* **3** (*only before a noun*) connected with or related to a magistrate சிறு குற்ற வழக்குகளைக் கையாளும் நீதிபதி தொடர்பான ▶ **magisterially** /mædʒɪstiəriəli/ *adv.*

magistrate /ˈmædʒɪstreɪt/ *noun* [C] an official who acts as a judge in cases involving less serious crimes கடுமையானதல்லாத குற்ற வழக்குகளைக் கையாளும் நடுவர்/நீதிபதி

magma /ˈmægmə/ *noun* [U] (*technical*) very hot liquid rock found below the earth's surface பூமியின் அடியில் காணப்படும் கடும் வெப்பமுள்ள பாறைக் குழம்பு ⇨ **volcano** பதிவில் படம் பார்க்க.

magnanimous /mægˈnænɪməs/ *adj.* kind, generous and forgiving (especially towards an enemy or a competitor that you have beaten) (குறிப்பாகப் பகைவரிடம் அல்லது தன்னிடம் தோல்வியுற்ற போட்டியாளரிடம்) பரிவும், தாராள மனப்பான்மையும், மன்னிக்கும் பண்பும் வெளிப்படுத்துகிற; பெருந்தன்மையுள்ள

magnate /ˈmægneɪt/ *noun* [C] a person who is rich, powerful and successful, especially in business குறிப்பாக வணிகத் தொழிலில், செல்வ வளமும் செல்வாக்கும் வெற்றியும் அடையப்பெற்ற ஒருவர் *a media/property/shipping magnate*

magnesium /mægˈniːziəm/ *noun* [U] (*symbol* **Mg**) a light, silver-white metal that burns with a bright white flame ஒளிர்கிற வெண்ணிறச் சுடருடன் எரியும், கனமற்ற ஒளிர் சாம்பல் நிற உலோக வகை; வெளிமம்; மக்னீசியம்

magnet /ˈmægnət/ *noun* [C] a piece of iron, steel, etc. that can attract and pick up other metal objects காந்தம்

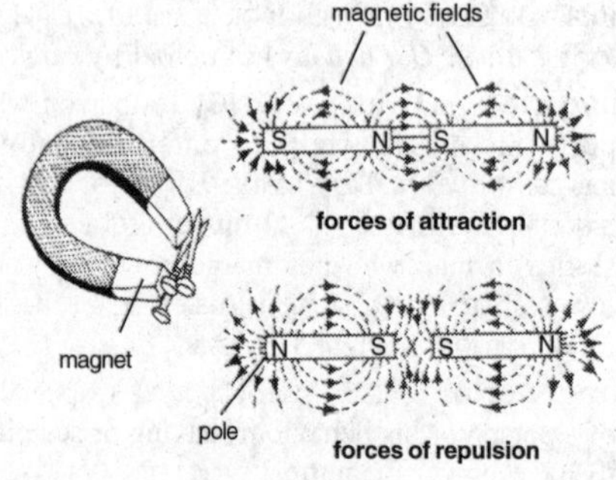

magnet

magnetic /mægˈnetɪk/ *adj.* **1** having the ability to attract metal objects உலோகப் பொருள்களை ஈர்க்கும் ஆற்றலுள்ள; காந்த சக்தியுள்ள *a magnetic tape/disk* (= containing electronic information which can be read by a computer or other machine) **2** having a quality that strongly attracts people மற்றவர்களைப் பெரிதும் கவரும் பண்புள்ள; ஈர்ப்புத் திறனுள்ள; தன்வயப்படுத்தக்கூடிய *a magnetic personality*

magnetic field *noun* [C] an area around a magnet or materials that behave like a magnet, where there is a force that will attract some metals towards it ஒரு காந்தப்பொருளை அல்லது காந்தத்தன்மையுள்ள பொருள்களைச் சுற்றிலும், சிலவகை உலோகங்களைத் தன்பால் ஈர்க்கும் ஆற்றல் சூழ்ந்து காணப்படும் பகுதி; காந்தப்புலம்

magnetic north *noun* [U] (*technical*) the direction that is approximately north as it is shown on a **compass** திசையறி கருவி(யின் காந்த ஊசி-முனை) காட்டும் வடக்குப் பக்கம் ⇨ **true north** பார்க்க.

magnetism /ˈmægnətɪzəm/ *noun* [U] **1** a characteristic of magnets, that causes attraction or repulsion பொருள்களை ஒன்றையொன்று ஈர்க்கும் அல்லது அப்பால் தள்ளும் விசை-யாற்றல்களுக்குக் காரணமான, காந்தத்தின் தனியியல்பு; காந்த விசை; காந்த சக்தி **2** qualities that strongly attract people விலக்க முடியாதவாறு பிறரைத் தன்பால் ஈர்க்கும் பண்புக் கூறுகள்; ஈர்ப்பாற்றல்; அழுத்தமான கவர்ச்சித் திறம் *Nobody could resist his magnetism.*

magnetize (*also* **-ise**) /ˈmægnətaɪz/ *verb* [T] **1** to make sth behave like a **magnet** ஒரு பொருளுக்குக் காந்தத்தின் இயல்புகளை ஏற்று; காந்த விசையூட்டு **2** (*written*) to strongly attract sb விலக்க முடியாதவாறு ஒருவரைத் தன்பால் ஈர்; மிக்க முனைப்புடன் கவர்ந்திழு

magnificent /mægˈnɪfɪsnt/ *adj.* extremely impressive and attractive பிரமிக்கச் செய்கிற; மெச்சத்தக்க; உன்னதமான ▶ **magnificence** /-sns/ *noun* [U] ▶ **magnificently** *adv.*

magnify /ˈmægnɪfaɪ/ *verb* [T] (*pres. part.* **magnifying**; *3rd person sing. pres.* **magnifies**; *pt, pp* **magnified**) **1** to make sth look bigger than it is, usually using a special piece of equipment பெரும்பாலும் ஒரு தனிவகைக் கருவியைப் பயன்படுத்தி ஒரு பொருள் அதன் இயல்பை விடப் பெரிதாகத் தோன்றச் செய்; பெரிதாக்கிக் காட்டு *to magnify sth under a microscope* **2** to make sth seem more important than it really is உண்மை நிலையை விட ஒன்று முக்கிய-மானதாக அல்லது கடுமையானதாகத் தோன்றச் செய்; மிகைப்படுத்து; பெரிதுபடுத்து *to magnify a problem* ▶ **magnification** /ˌmægnɪfɪˈkeɪʃn/ *noun* [U]

magnifying glass *noun* [C] a round piece of glass, usually with a handle, that is used for making things look bigger than they are பொருள்களை இயல்பை விடப் பெரிதாகத்

தோன்றச் செய்வதற்குப் பயன்படுத்தப்படும், வழக்கமாகக் கைப்பிடியுள்ள, வட்ட வடிவக் கண்ணாடி; பூதக் கண்ணாடி; உருப்பெருக்காடி

magnitude /ˈmægnɪtjuːd/ *noun* [U] the great size or importance of sth ஒன்றின் பெரும் உருவளவு அல்லது முக்கியத்துவம்; மிகு பருமன்; பெருமை; முதன்மை; உயர்வு

magnum opus /ˌmægnəm ˈəʊpəs/ *noun* [*sing.*] an artist's or writer's most important or best work. It is a Latin phrase that literally means 'great work' ஒரு கலைஞரின் அல்லது எழுத்தாளரின் மிக முக்கிய/தலை சிறந்த படைப்பு. இது 'மிகச் சிறந்த படைப்பு' என்று பொருள்படும் இலத்தீன் தொடர். *'Mona Lisa' is Leonardo Da Vinci's magnum opus.*

maha *adj.* (*IndE*) very large or great மிகப் பெரிய; உயர்ந்த; மேம்பட்ட; சிறந்த *Mahasabha • Maharaja/Maharani*

mahal *noun* [C] (*IndE*) a palace; a large mansion அரண்மனை; மாளிகை

Maharaja (*also* **maharaja**) *noun* [C] (*IndE*) (in the past) a great Indian king; an Indian ruler of a big state usually ranking above a raja (கடந்த காலத்தில்) (இந்தியாவில்) பெரும் நிலப்பகுதியை ஆண்ட அரசர்; பேரரசர்; மாமன்னர்; மகாராஜா; மாமன்னன் *Maharaja of Jaipur*

Maharani (*also* **maharani**) *noun* [C] (*IndE*) the title of a queen; the wife or widow of a **maharaja** அரசியின் பட்டப்பெயர்; மாமன்னரின் மனைவி அல்லது விதவை; பேரரசி; மகாராணி

Mahatma (*also* **mahatma**) *noun* [C] (*IndE*) a term of respect for a person who is regarded with **reverence**; a great spiritual being, a great soul பெரு மதிப்புக்குரிய ஒருவரை மரியாதையுடன் குறிக்கும் சொல்; அருட்பெரியார்; மகாத்மா *Mahatma Gandhi*

mahogany /məˈhɒgəni/ *noun* [U] hard dark reddish-brown wood (from a tropical tree) that is used for making furniture அறைகலங்கள் செய்யப் பயன்படுத்தப்படும் (ஒரு வெப்ப மண்டல மரத்தின்) கடினத் தன்மையுள்ள அடர் செம்பழுப்பு நிறக் கட்டை; நூக்கு மரக்கட்டை

mahout (*also* **mahavat**) *noun* [C] (*IndE*) a person who drives, trains and looks after elephants யானைப்பாகன்

maid /meɪd/ *noun* [C] a woman whose job is to clean in a hotel or large house தங்கல்மனைகளில் அல்லது பெரும் வீடுகளில் துப்புரவுப்பணி செய்யும் பெண்; மனைப் பணிப்பெண் ➪ **chambermaid** பார்க்க.

maidan *noun* (*IndE*) large open ground or playfield in a town or village ஒரு நகரில் அல்லது கிராமத்தில் உள்ள திறந்த வெளி; விளையாட்டுத் திடல்; மைதானம். *Pragati Maidan in New Delhi*

maiden name /ˈmeɪdn neɪm/ *noun* [C] a woman's family name before marriage திருமணத்திற்கு முன் ஒரு பெண்ணுக்கு வழங்கும் குடிப்பெயர்; கன்னிமைப் பெயர் ➪ **née** பார்க்க.

maiden voyage /ˌmeɪdn ˈvɔɪɪdʒ/ *noun* [C] the first journey of a new ship புதிதாகக் கட்டப்பட்ட கப்பலின் முதற் பயணம்

mail /meɪl/ (*BrE* **post**) *noun* [U] **1** the system for collecting and sending letters and packages கடிதங்களையும் பொருட்கட்டுகளையும் ஒருங்கு சேர்த்து அனுப்பும் முறை; அஞ்சல் *to send a parcel by airmail/surface mail* **2** the letters, etc. that you receive தனக்கு வரும் கடிதங்கள் முதலியவை; அஞ்சல் *junk mail* (= letters, usually advertising sth, that are sent to people although they have not asked for them) ➪ **post** பதிவிலுள்ள குறிப்பைப் பார்க்க. **3** = **email**

▶ **mail** *verb* [T] (*AmE*)

mailbox /ˈmeɪlbɒks/ *noun* [C] **1** (*AmE*) = **letter box 2 2** (*AmE*) = **postbox 3** a computer program that receives and stores electronic messages (**email**) மின்னணு வடிவிலான செய்திகளைப் பெற்றுத் தேக்கி வைக்கும் கணினி நிரல்; மின்அஞ்சல் நிரல்

mailing list *noun* [C] a list of the names and addresses of people to whom advertising material or information is regularly sent by a business or an organization ஒரு வணிக அமைப்பால் அல்லது நிறுவனத்தால் வழக்கமாக விளம்பரப் பொருள்கள் அல்லது தகவல் அனுப்பப்படுவோருடைய பெயர்கள் மற்றும் முகவரிகளின் பட்டியல்

mailman /ˈmeɪlmæn/ (*pl.* **-men** /-mən/) (*AmE*) = **postman**

mail order *noun* [U] a method of shopping. You choose what you want from a special book (**a catalogue**) and the goods are then sent to you by post ஒரு பட்டியலிலிருந்து தனக்குத் தேவையான பொருள்களைத் தேர்ந்தெடுத்து, அஞ்சல் வழியாக அப்பொருள்களைப் பெற்றுக்கொள்ளும் முறை

maim /meɪm/ *verb* [T] to hurt sb so badly that part of his/her body can no longer be used உடல் உறுப்புக்கு ஊறுபாடு உண்டாகுமாறு ஒருவரை மோசமான முறையில் காயப்படுத்து; ஊனமாக்கு

main[1] /meɪn/ *adj.* (*only before a noun*) most important உயர் முக்கியத்துவம் உடைய; முதன்மையான; தலைமையான *My main reason for wanting to learn English is to get a better job.* • *a busy main road* ✪ SYN **chief**

IDM **in the main** (*formal*) generally; mostly பொதுப்படையாகப் பார்க்குமிடத்து; பொது நிலையில்; மொத்தத்தில் *We found English people very friendly in the main.*

main² /meɪn/ *noun* **1** [C] a large pipe or wire that carries water, gas or electricity between buildings கட்டடங்களுக்கு இடையே நீர், வாயு அல்லது மின்சாரத்தைக் கொண்டுசெல்லும் பெரிய குழாய் அல்லது கம்பி; தலைக்குழாய்; தலைக்கம்பி *The water main has burst.* **2 the mains** [*pl.*] (*BrE*) the place where the supply of gas, water or electricity to a building starts; the system of providing these services to a building ஒரு மனைக்கு வாயு, நீர் அல்லது மின்சார வழங்கல் தொடங்குமிடம்; மூல வழங்கீட்டு முனை; ஒரு மனைக்கு இச்சேவைகள் வழங்கல் முறை *Turn the water off at the mains.*

mainframe /ˈmeɪnfreɪm/ (*also* **mainframe computer**) *noun* [C] (*computing*) a large powerful computer, usually the centre of a system (**network**) that is shared by many people (**users**) பயன்பாட்டாளர்கள் பலரால் பகிர்ந்துகொள்ளப்படும் பெரிய ஆற்றல் மிக்க கணிப்பொறி, வழக்கமாக ஒரு வலையமைப்பு; தலைமைக் கணிப்பொறி

mainland /ˈmeɪnlænd/ *noun* [*sing.*] the main part of a country or continent, not including the islands around it ஒரு நாட்டின் அல்லது கண்டத்தின், சுற்றியுள்ள தீவுகளை உள்ளடக்கியிராத, முதன்மைப் பகுதி; தலைநிலப் பகுதி *mainland China*

mainline /ˈmeɪnlaɪn/ *adj.* (*AmE*) belonging to the system, or connected with the ideas that most people accept or believe in பெரும்பான்மையினருக்கு ஏற்புடையதான அல்லது பெரும்பான்மையினரால் நம்பப்படுகிற அமைப்பு முறை சார்ந்த அல்லது கருத்துகள் தொடர்பான; பெருவழக்கான நடைமுறை, கருத்துப்போக்கு முதலியவை தொடர்பான ✪ **SYN mainstream**

mainly /ˈmeɪnli/ *adv.* mostly பெரும்பாலும்; முக்கியமாக; மொத்தத்தில் *The students here are mainly from Japan.*

mainsail /ˈmeɪnseɪl; ˈmeɪnsl/ *noun* [C] the largest and most important sail on a boat or ship ஒரு படகு அல்லது கப்பல் மீதுள்ள மிகப்பெரிய, மிக முக்கியமான பாய்; தலைப்பாய் ➪ **boat** பதிவில் படம் பார்க்க.

mainstay /ˈmeɪnsteɪ/ *noun* [C] a person or thing that is the most important part of sth, which makes it possible for it to exist or to be successful ஒன்று உளதாயிருப்பதற்கு அல்லது வெற்றி பெறுவதற்கு ஏதுவாக அமையும் இன்றியமையாத ஆள் அல்லது பொருள்; ஆதாரப் பொருள்; மூல பலம் *Cocoa is the mainstay of the country's economy.*

mainstream /ˈmeɪnstriːm/ *noun* [*sing.*] **the mainstream** the ideas and opinions that are considered normal because they are shared by most people; the people who hold these opinions and beliefs பொதுநிலைப்பட்ட நடைமுறைப் போக்கு; பெரும்பான்மை நடைமுறை வழக்கு; நடைமுறையோடு இயைந்து செல்பவர்கள் *The Green Party is not* ***in the mainstream*** *of British politics.* ▶ **mainstream** *adj.*

maintain /meɪnˈteɪn/ *verb* [T] **1** to make sth continue at the same level, standard, etc. (கூறப்பட்ட) அதே அளவு, தர நிலை முதலியவற்றில் ஒன்று தொடர்ந்து இருக்கச் செய்; நிலைநிறுத்து; பராமரி *We need to maintain the quality of our goods but not increase the price.* • *to maintain law and order* **2** to keep sth in good condition by checking and repairing it regularly ஒன்றைக் கால முறைப்படிச் சரிபார்த்து மற்றும் செப்பனிட்டு நன்னிலையில் வைத்திரு; கெடாது பராமரி *to maintain a road/building/machine* • *The house is large and expensive to maintain.* **3** to keep saying that sth is true even when others disagree or do not believe it மற்றவர்கள் ஏற்காத அல்லது நம்பாத நிலையிலும் ஒன்று உண்மை எனக் கூறிக்கொண்டிரு; ஒரு கருத்து முதலியவற்றைத் தொடர்ந்து வலியுறுத்து *She has always maintained her innocence.* **4** to support sb with your own money சொந்தப் பணத்தைக் கொண்டு ஒருவரை ஆதரி, காப்பாற்று அல்லது பேணு *He has to maintain two children from his previous marriage.*

maintenance /ˈmeɪntənəns/ *noun* [U] **1** keeping sth in good condition ஒன்றை நன்னிலையில் வைத்திருத்தல்; பேணுகை; பராமரிப்பு *This house needs a lot of maintenance.* • *car maintenance* **2** (*BrE*) money that sb must pay regularly to a former wife, husband or partner especially when they have had children together குறிப்பாகத் தங்களுடைய உறவின் வழியாகக் குழந்தைகள் பிறந்துள்ள நிலையில், ஒருவர் தன் முன்னாள் மனைவி, கணவன் அல்லது துணைவருக்குத் தொடர்ந்து தரவேண்டிய பணம்; ஜீவனாம்சம் *He has to pay maintenance to his ex-wife.*

maisonette /ˌmeɪzəˈnet/ *noun* [C] (*BrE*) a flat on two floors that is part of a larger building ஒரு பெரிய கட்டடத்தின் இரண்டு தளங்களில் அமைந்துள்ள தனிக் குடியிருப்பு மனை; இருதள அறைக்கட்டு

maize /meɪz/ (*AmE* **corn**) *noun* [U] a tall plant that produces yellow grains in a large mass (**a cob**) காம்பு முனையில் அடர்தொகுதியான கதிராக மஞ்சள் நிற மணிகள் உடைய உயரமான பயிர் வகை; மக்காச்சோளம்

NOTE கறிகாயாக உண்ணப்படும் மஞ்சள் நிற மக்காச்சோள மணிகள் **sweetcorn** எனப்படும். ➪ **cereal** பதிவில் படம் பார்க்க.

Maj. *abbr.* (*written*) Major; an officer of a middle level in the army or the US air force தரைப்படையின் அல்லது அமெரிக்க விமானப்படையின் இடைநிலை அதிகாரியைக் குறிக்கும் Major என்பதன் குறுக்கம்

majestic /mə'dʒestɪk/ *adj.* impressive because of its size or beauty உருவளவு அல்லது அழகான தோற்றம் காரணமாக ஆழ்ந்த உணர்ச்சியைத் தூண்டத்தக்கதாக உள்ள; பெருமிதத் தோற்றம் வாய்ந்த; கம்பீரமான *a majestic mountain/landscape* ▶ **majestically** /mə'dʒestɪkli/ *adv.*

majesty /'mædʒəsti/ *noun* (*pl.* **majesties**) **1** [U] the impressive and attractive quality that sth has கருத்தைக் கவரக்கூடிய மற்றும் மெச்சத் தகுந்த ஒன்றனது இயல்நலம் அல்லது பண்பு; மேன்மை; கம்பீரம் *the splendour and majesty of the palace and its gardens* **2 His/Her/Your Majesty** [C] (*formal*) used when speaking to or about a royal person அரசக் குடும்பத்தைச் சேர்ந்த ஒருவரிடம் அல்லது ஒருவர் பற்றிப் பேசும்போது பயன்படுத்தப்படும் மதிப்புக் குறிப்புத் தொடர் *Her Majesty the Queen*

major[1] /'meɪdʒə(r)/ *adj.* **1** (*only before a noun*) very large, important or serious பேரளவிலான; முக்கியத்துவமிக்க; மிகக் கடுமையான; சீரிய *The patient needs major heart surgery.* • *There haven't been any major problems.* ✪ OPP **minor** **2** of one of the two types of **key[1] 4** in which music is usually written வரிவடிவ இசையில், இருவகைக் கிளைச்சுரத் தொகுதியில் ஒன்றான *the key of D major* ➪ **minor** பார்க்க.

major[2] /'meɪdʒə(r)/ *noun* **1** (*abbr.* **Maj.**) [C] an officer of a middle level in the army or the US air force தரைப்படையின் அல்லது அமெரிக்க விமானப்படையின் ஓர் இடைநிலை அதிகாரி **2** [C] (*AmE*) the main subject or course of a student at college or university; the student who studies it கல்லூரியில் அல்லது பல்கலைக் கழகத்தில் மாணவர் பயிலும் முதன்மைப் பாடம் அல்லது பாடப் பிரிவு; அவ்வகையில் பயிலும் மாணவர் *Her major is French.*

major[3] /'meɪdʒə(r)/ *verb*

PHR V **major in sth** (*AmE*) to study sth as your main subject at college or university கல்லூரியில் அல்லது பல்கலைக்கழகத்தில் ஒன்றை முதன்மைப் பாடமாகப் பயில்

major general *noun* [C] an officer of a high level in the army தரைப்படையின் ஓர் உயர்நிலை அதிகாரி

majority /mə'dʒɒrəti/ *noun* (*pl.* **majorities**) **1** [*sing., with sing. or pl. verb*] **majority (of sb/sth)** the largest number or part of a group of people or things ஒரு குழுவின் அல்லது தொகுதியின் உச்ச உயர் எண்ணிக்கை அல்லது மிகப் பெரும் பகுதி; பெரும்பான்மை *The majority of students in the class come/comes from Japan.* • *This treatment is not available in **the vast majority** of hospitals.* ✪ OPP **minority** **2** [C, *usually sing.*] **majority (over sb)** (in an election) the difference in the number of votes for the person/party who came first and the person/party who came second (ஒரு தேர்தலில்) முதலாவதாக வந்த ஆளுக்கும்/கட்சிக்கும் இரண்டாவதாக வந்த ஆளுக்கும்/கட்சிக்கும் இடையில் உள்ள வாக்கு எண்ணிக்கை வேறுபாட்டளவு *He was elected by/with a majority of almost 5000 votes.* **NOTE** **Overall majority** என்பது மற்ற அனைத்து வேட்பாளர்களின்/கட்சிகளின் ஒட்டுமொத்த வாக்குகளை விடக் கூடுதலான வாக்குகளைப் பெற்றதைக் குறிக்கும். ➪ மேலும் **absolute majority** பார்க்க.

IDM **be in the/a majority** to form the largest number or part of sth ஒரு குழுவில் அல்லது தொகுதியில் பெரும்பான்மையினராக அல்லது பெரும்பகுதியாக அமைந்திரு *Women are in the majority in the teaching profession.*

make[1] /meɪk/ *verb* (*pt, pp* **made** /meɪd/) **1** [T] to produce or create sth ஒன்றை உருவாக்கு; ஆக்கு; படை; உண்டுபண்ணு; உற்பத்தி செய் *to make bread* • *Cheese is **made from** milk.* • *Those cars are **made in** Mumbai.* **2** [T] (*used with nouns*) to perform a certain action குறிப்பிட்ட ஒரு செயல் நிகழ்த்து; ஒன்றைச் செய் *to make a mistake* • *to make a guess/comment/statement/suggestion* • *I've made an appointment to see the doctor.*

NOTE பெரும்பாலும் make-ஐ ஒத்த வடிவத்தில் ('ஒரு செயலைச் செய்தல்' என்பதைக் குறிக்கும்) தனி வினைகளும் உண்டு. எ.டு. **decide = make a decision**. 'Make' + noun தொடரில் இடையே ஒரு பெயரடையையும் பயன்படுத்தலாம்—*He made the right decision.* • *They made a generous offer.*

3 [T] to cause a particular effect, feeling, situation, etc. குறிப்பிட்ட விளைபயன், உணர்ச்சி, சூழல் முதலியவற்றுக்குக் காரணமாக அமை; குறிப்பிட்ட விளைவை உண்டுபண்ணு *The film made me cry.* • *I'll **make it clear** to him that we won't pay.* • *to **make sure*** • *to **make yourself understood*** • *to make a mess/a noise* **4** [T] to force sb/sth to do sth ஒரு செயலைச் செய்யுமாறு ஒருவரை/ஒன்றைக் கட்டாயப்படுத்து; செய்யவை *You can't make her come with us if she doesn't want to.* • *They made him wait at the police station all day.*

NOTE செயப்பாட்டு வினையில் **to** வர வேண்டும்—*He was made to wait at the police station.*

5 [T] used with money, numbers and time (பணம், இலக்கங்கள், நேரம்/காலம் ஆகியவை வகையில்) ஈட்டு; ஆக்கு *How much do you think he makes* (= earns) *a month?* • *5 and 7 make 12.* **6** *linking verb* to make sb/sth become sth; to have the right qualities to become sth ஓராள் அல்லது ஒரு பொருள் குறிப்பிட்ட ஒன்றாக ஆகும்படிச் செய்; குறிப்பிட்ட ஒன்றாக ஆவதற்கான சரியான பண்புகளை/தகுதிக் கூறுகளைப் பெற்றிரு *You can borrow some money this time, but don't* ***make a habit of*** *it.* • *Kiran explains things very clearly—she'd make a good teacher.* **7** *linking verb* to become sth; to achieve sth குறிப்பிட்ட ஒன்றாக ஆகு; ஒன்றைச் செய்துமுடி; நிறைவேற்று *I'm hoping to make head of department by the time I'm thirty.* **8** to manage to reach a place or go somewhere முயன்று ஓரிடத்திற்குச் சென்று-சேர் அல்லது ஓரிடத்திற்குப் போ; போய்ச்சேர் *We should make Bengaluru by about 10 p.m.* • *I can't make the meeting next week.*

IDM **make do with sth** to use sth that is not good enough because nothing better is available அதைவிட நல்லதான வேறொன்று கிடைக்காத நிலையில் சுமாரான ஒன்றைப் பயன்படுத்து; சுமாரான ஒன்றை வைத்துச் சமாளித்துக் கொள் *If we can't get limes, we'll have to make do with lemons.*

make it to manage to do sth; to succeed முயன்று ஒன்றைச் செய்துமுடி; வெற்றியுடன் முடிவுறச் செய் *She'll never make it as an actress.* • *He's badly injured—it looks like he might not make it* (= survive).

make the most of sth to get as much pleasure, profit, etc. as possible from sth ஒன்றிலிருந்து முடிந்த அளவுக்கு இன்பம், ஆதாயம் முதலிய-வற்றைப் பெறு; இயன்ற அளவு உயர் பயன் ஈட்டு *You won't get another chance—make the most of it!*

NOTE **Make**-ஐ உள்ளடக்கிய மற்ற மரபுத் தொடர்கள் பெயர்ச்சொல் மற்றும் பெயரடைப் பதிவுகளில் தரப்பட்டுள்ளன. எடுத்துக்-காட்டாக, **make amends** என்ற தொடர் **amends** பதிவில் உள்ளது.

PHR V **make for sb/sth** to move towards sb/sth ஒருவரை/ஒன்றை நோக்கிச் செல்; ஒருவரை/ஒன்றைக் குறிக்கொண்டு முன்னேறு

make for sth to help or allow sth to happen ஒன்று நிகழத் துணைசெய் அல்லது ஒன்றை நிகழவிடு *Arguing all the time doesn't make for a happy marriage.*

be made for sb/each other to be well suited to sb/each other ஒருவருக்கொருவர் மிக்க பொருத்தமுடையவராயிரு *Juhi and Arun seem made for each other.*

make sb/sth into sb/sth to change sb/sth into sb/sth ஒருவரை/ஒன்றை மாற்றியமை; வேறாக்கு *She made her spare room into an office.*

make sth of sb/sth to understand the meaning or nature of sb/sth ஒருவரது இயல்பை அல்லது ஒன்றின் பொருளைப் புரிந்துகொள்; இன்னார்/இன்னது எனப் புரிந்துகொள் *What do you make of Chetan's letter?*

make off (with sth) (*informal*) to leave or escape in a hurry, for example after stealing sth (ஒன்றைத் திருடிக்கொண்டு) அவசரமாக வெளியேறு அல்லது தப்பிச் செல்; ஓடிவிடு *Someone's made off with my wallet!*

make sb/sth out 1 to understand sb/sth ஒருவரை/ஒன்றைப் புரிந்துகொள்; ஒன்றன் பொருளறி *I just can't make him out.* **2** to be able to see or hear sb/sth; to manage to read sth ஒருவரை/ஒன்றைப் பார்க்க அல்லது கேட்க முடிவதாகு; முயன்று ஒன்றைப் படி; கண்டறி; கேட்டறி *I could just make out her signature.*

make out that...; make yourself out to be sth to say that sth is true and try to make people believe it ஒன்று உண்மை எனக் கூறி அதனைப் பிறரை நம்பவைக்க முயல் *He made out that he was a millionaire.* • *She's not as clever as she makes herself out to be.*

make (yourself/sb) up to put powder, colour, etc. on your/sb's face to make it look attractive கவர்ச்சியாகத் தோன்றச் செய்ய வேண்டித் தன்னுடைய/ஒருவருடைய முகத்தில் நறுமணப் பொடி, வண்ணம் முதலியவற்றை இடு அல்லது பூசு; முக ஒப்பனை செய்

make sth up 1 to form sth உருவாக்கு; கட்டமை *the different groups that make up our society* **2** to invent sth, often sth that is not true பெரும்பாலும் உண்மையல்லாத ஒன்றைக் கற்பனையாக உருவாக்கு; இட்டுக்கட்டு *to make up an excuse* **3** to make a number or an amount complete; to replace sth that has been lost ஓர் எண்ணிக்கையை அல்லது ஒரு தொகையை முழுமையாக்கு அல்லது நிறைவு-படுத்து; இல்லாது போன ஒன்றின் இடத்தை இட்டு நிரப்பு *We need one more person to make up our team.*

make up for sth to do sth that corrects a bad situation மோசமான ஒரு சூழலைச் சரிசெய்யும் முறையில் ஒன்றைச் செய்; சீர்படுத்து; நேராக்கு *Her enthusiasm makes up for her lack of experience.*

make it up to sb (*informal*) to do sth that shows that you are sorry for what you have done to sb or that you are grateful for what he/she has done for you ஒருவருக்குத் தான் செய்துவிட்ட ஒன்றுக்காக வருத்தம் தெரிவிக்கும் முறையில்

அல்லது ஒருவர் தனக்குச் செய்துள்ள ஒன்றுக்காக நன்றி பாராட்டும் முறையில் ஒரு செயலைச் செய்; ஈடு செய் *You've done me a big favour. How can I make it up to you?*

make (it) up (with sb) to become friends again after an argument ஒரு பூசலுக்குப் பின் மீண்டும் நண்பர்களாகு; பிணக்குத் தீர்ந்துபோ; சமரசப்படு *Has she made it up with him yet?*

make² /meɪk/ *noun* [C] the name of the company that produces sth ஒரு பொருளை உற்பத்தி செய்யும் நிறுவனத்தின் பெயர் *'What make is your television?' 'It's a Sony.'*

IDM on the make always trying to make money for yourself, especially in a dishonest way குறிப்பாக நேர்மையற்ற வழியில், எந்நேரமும் தனக்காகப் பணம் ஈட்டும் முனைப்புடன் உள்ள *The country is being ruined by politicians on the make.*

make-believe *noun* [U] things that sb imagines or invents that are not real உண்மையல்லாது, ஒருவரது கற்பனையில் உருவானவை அல்லது புனைந்துரைக்கப்பட்டவை; கற்பனைப் பொருள்

maker /ˈmeɪkə(r)/ *noun* [C] a person, company or machine that makes sth ஒன்றை உற்பத்தி செய்யும் அல்லது தயாரிக்கும் ஆள், நிறுவனம் அல்லது இயந்திரம்; உற்பத்தியாளர்; தயாரிப்பாளர்; படைப்பாளர் *a film-maker* • *If it doesn't work, send it back to the maker.* • *an ice cream maker*

makeshift /ˈmeɪkʃɪft/ *adj.* made to be used for only a short time until there is sth better மேம்பட்ட ஒன்று கிடைக்கப்பெறும் வரை தற்காலிகமாகப் பயன்படுத்துவதற்காக உருவாக்கப்பட்ட; அவசரத் தேவைக்கான; இடைக்கால ஏற்பாடான *makeshift shelters of old cardboard boxes*

make-up *noun* **1** [U] powder, cream, etc. that you put on your face to make yourself more attractive. Actors use make-up to change their appearance when they are acting நடிகர்கள் ஏற்கும் பாத்திரத்திற்குத் தகுந்தபடி தோற்றத்தை மாற்றிக்கொள்ளவும் தங்களை கவர்ச்சிப்படுத்திக்கொள்வதற்காகவும் அவர்கள் முகத்தில் பூசப்படும் நறுமணப் பொடி, களிம்பு முதலியவை; முக ஒப்பனைப் பொருள் *to put on/take off make-up* ➪ **cosmetic¹** மற்றும் **make (yourself/sb) up** பார்க்க. **2** [*sing.*] a person's character ஒருவரது குணம்; தனி இயல்பு *He can't help his temper. It's part of his make-up.*

making /ˈmeɪkɪŋ/ *noun* [*sing.*] the act of doing or producing sth; the process of being made செய்தல்; உருவாக்கம்; தயாரிப்பு *breadmaking* • *This movie has been three years in the making.*

IDM be the making of sb to be the reason that sb is successful ஒருவரது வெற்றிக்குக் காரணமாக இரு; வழிவகு *University education was the making of Ganesh.*

have the makings of sth to have the necessary qualities for sth ஒன்றுக்குத் தேவையான பண்புகளை அல்லது தனியியல்புகளைப் பெற்றிரு *The book has the makings of a good film.*

mal- /mæl/ *prefix* (*used in nouns, verbs and adjectives*) bad or badly; not correct or correctly மோசமான/மோசமாக; தவறான/தவறாக; முறைகெட்ட/முறைகெட்டு *malnutrition* • *maltreat*

Malabar *noun* [U] a region lying between the Western Ghats and the Arabian Sea in Southern India. Also known as the Malabar Coast, it is famous for its tropical moist forests தென்னிந்தியாவில் மேற்குத் தொடர்ச்சி மலைகளுக்கும்/அரபிக் கடலுக்கும் இடையே இருக்கும் பகுதி. மலபார் கடற்கரை என்றும் கூறப்படும் இப்பகுதி அதன் வெப்ப மண்டலக் காடுகளுக்குப் பெயர்பெற்றது

maladjusted /ˌmæləˈdʒʌstɪd/ *adj.* (used about a person) not able to behave well with other people (ஆள் வகையில்) பிறருடன் இணக்கமான முறையில் நடந்துகொள்ள முடியாத; ஒத்திசைவற்ற

malady /ˈmælədi/ *noun* [C] (*pl.* **maladies**) **1** (*formal*) a serious problem ஒரு சிக்கலான பிரச்சினை **2** (*old-fashioned*) a disease or an **ailment** பிணி; உடற் கோளாறு

malaria /məˈleəriə/ *noun* [U] a serious disease in hot countries that you get from the bite of a small flying insect (**a mosquito**) வெப்ப நாடுகளில் கொசுக்கடியால் உண்டாகும் கடுமையான நோய் வகை; குளிர்க்காய்ச்சல் ▶ **malarial** *adj. a malarial mosquito*

male /meɪl/ *adj.* belonging to the sex that does not give birth to babies or produce eggs குழந்தை பெறாத/குட்டி ஈனாத/முட்டை இடாத பாலினத்தைச் சேர்ந்த; ஆண்பாலுக்குரிய *a male goat* • *a male model/nurse* ➪ **masculine** பதிவையும் **female** பதிவிலுள்ள வழக்குக் குறிப்பையும் பார்க்க. ▶ **male** *noun* [C] *The male of the species has a white tail.*

malformation /ˌmælfɔːˈmeɪʃn/ *noun* **1** [C] a part of the body that is not formed correctly சரியான முறையில் உருப்பெற்றிராத உடலுறுப்பு; இயல்பு சிதைந்த உறுப்பு *foetal malformations* **2** [U] the state of not being correctly formed சரியான முறையில் உருப்பெற்றிராத நிலை; செப்பக்கேடு

malice /ˈmælɪs/ *noun* [U] a wish to hurt other people பிறருக்கு மன வருத்தம் உண்டுபண்ண வேண்டுமென்ற விருப்பம்; கெட்ட

எண்ணம்; வன்மம் ▶ **malicious** /məˈlɪʃəs/ *adj.* ▶ **maliciously** *adv.*

IDM **with malice aforethought** (*technical*) with the deliberate intention of committing a crime or harming sb ஒரு குற்றம் செய்ய வேண்டுமென்ற அல்லது ஒருவருக்குத் தீங்கிழைக்க வேண்டுமென்ற முன்கருதலுடன்

malign¹ /məˈlaɪn/ *verb* [T] (*formal*) to say or write bad things about sb/sth publicly especially in an unfair manner வெளிப்படையாக ஒருவரை/ஒன்றைப் பற்றி, குறிப்பாக நியாயமற்ற முறையில், மோசமாகப் பேசு அல்லது எழுது; பழிகூறு; அவதூறாக எழுது

malign² /məˈlain/ *adj.* (*formal*) (*usually before a noun*) causing harm or harmful தீங்கு விளைவிக்கிற; கேடான *a malign effect*

malignant /məˈlɪgnənt/ *adj.* (used about a disease (**cancer**) that spreads in the body, or a growing mass (**a tumour**) caused by disease) likely to cause death if not controlled (புற்றுநோய் அல்லது நோய்ப்புற்று வகையில்) கட்டுப்படுத்தப்படாத நிலையில் மரணம் உண்டாக்கக் கூடிய *He has a malignant brain tumour.* ✪ OPP **benign**

mall /mɔːl; mæl/ = **shopping centre**

malleable /ˈmæliəbl/ *adj.* **1** (*technical*) (used about metals, etc.) that can be hit or pressed into shape easily without breaking or cracking (உலோகங்கள் முதலியவை வகையில்) எளிதாக அடித்து அல்லது அமுக்கி உடையாமல் அல்லது பிளவுறாமல் உருப்படுத்தக் கூடிய; அடித்து நீட்டத்தக்க; வளைந்து கொடுக்கிற **2** (used about people, ideas, etc.) easily influenced or changed (ஆட்கள், கருத்துகள் முதலியவை வகையில்) எளிதில் நிலைமாற்றம் உண்டுபண்ணத்தக்க; வளைந்து கொடுக்கிற ▶ **malleability** /ˌmæliəˈbɪləti/ *noun* [U]

mallet /ˈmælɪt/ *noun* [C] a heavy wooden hammer கனமான மரச் சம்மட்டி; கொட்டாப்புளி ➪ **tool** பதிவில் படம் பார்க்க.

malnutrition /ˌmælnjuːˈtrɪʃn/ *noun* [U] bad health that is the result of not having enough food or enough of the right kind of food போதுமான உணவின்மையால் அல்லது உடல் நலத்திற்கு ஏற்ற உணவு போதுமான அளவு இல்லாமையால் உண்டாகும் உடல்நலக் கேடு; உணவு அல்லது சத்துணவு பற்றாக்குறையால் உண்டாகும் நலக்கோளாறு ▶ **malnourished** /ˌmælˈnʌrɪʃt/ *adj. The children were badly malnourished.*

malpractice /ˌmælˈpræktɪs/ *noun* [U, C] (*law*) careless, wrong or illegal behaviour while in a professional job உயர்திறத் தொழில் ஒன்றில் ஈடுபட்டுள்ளபோது ஒருவரிடம் காணப்படும் அசட்டைப்போக்கான, தவறான அல்லது சட்டத்திற்கு மாறான நடத்தை; நேர்மையின்மை; பணி முறைகேடு *medical malpractice* • *He is standing trial for alleged malpractices.*

malt /mɔːlt/ *noun* [U] grain that is used for making beer and **whisky** மென்தேறல் மற்றும் வன்தேறல் வகைகள் தயாரிக்கப் பயன்படுத்தப்படும் தானியம்

maltose /ˈmɔːltəʊz/ *noun* [U] a sugar that chemicals in the body make from **starch** உடலில் உள்ள வேதியியற் பொருள்கள் உணவுப் பொருள்களிலிருந்து கிடைக்கும் மாச்சத்திலிருந்து தயாரிக்கும் சர்க்கரை

maltreat /ˌmælˈtriːt/ *verb* [T] (*formal*) to treat a person or an animal in a cruel or unkind way ஓராளை அல்லது ஒரு விலங்கை இரக்கமற்ற முறையில் நடத்து; துன்புறுத்து; கொடுமைப்படுத்து ▶ **maltreatment** *noun* [U]

mammal /ˈmæml/ *noun* [C] an animal of the type that gives birth to live babies, not eggs, and feeds its young on milk from its own body முட்டையிடாது கன்று/குட்டி ஈன்று தன் உடலிலிருந்து அதற்குப் பாலூட்டும் விலங்கு வகை; பாலூட்டி விலங்கு; பாலூட்டி *Whales, dogs and humans are mammals.*

mammary /ˈmæməri/ *adj.* (*only before a noun*) (*medical*) connected with the breasts முலைகள் தொடர்பான; முலைகளுக்குரிய *mammary glands* (= parts of the breast that produce milk)

mammoth /ˈmæməθ/ *adj.* very big மிகப் பெரிய

man¹ /mæn/ *noun* (*pl.* **men** /men/) **1** [C] an adult male person முழு வளர்ச்சியடைந்த அல்லது வயது வந்த ஆண்; ஆடவன் **2** [C] a person of either sex, male or female ஆண்பாலை அல்லது பெண்பாலைச் சார்ந்த ஒருவர்; ஆள்; மனிதர் *All men are equal.* • *No man could survive long in such conditions.* **3** [U] the human race; human beings மனித இனம்; மனிதர்கள் *Early man lived by hunting.* • *the damage man has caused to the environment* **4** [C] (*often in compounds*) a man who comes from a particular place; a man who has a particular job or interest குறிப்பிட்ட இடத்தைச் சார்ந்த ஆண்; குறிப்பிட்ட தொழில் செய்யும் அல்லது குறிப்பிட்ட ஆர்வ ஈடுபாடு உடைய ஆண் *a Frenchman* • *a businessman* • *sportsmen and women*

IDM **the man in the street** (*BrE*) an ordinary man or woman சாதாரண நிலையிலுள்ள ஆண் அல்லது பெண்; பொதுநிலை மனிதர்; சாமானியர்

the odd man/one out ➪ **odd** பார்க்க.

man² /mæn/ *verb* [T] (**manning; manned**) to operate sth or to provide people to operate sth

ஒன்றை இயக்கு அல்லது ஒன்றை இயக்கு-வதற்கு ஆட்களைத் திட்டப்படுத்தி அமர்த்து *The telephones are manned 24 hours a day.*

manage /ˈmænɪdʒ/ *verb* **1** [I, T] (*often with* **can** *or* **could**) to succeed in doing or dealing with sth difficult; to be able to do sth கடினமான ஒன்றைச் செய்வதில் அல்லது கையாள்வதில் வெற்றி-காண்; ஒன்றைச் செய்ய இயல் *However did you manage to find us here?* • *I can't manage this suitcase. It's too heavy.* **2** [T] to be in charge or control of sth ஒன்றைத் தன் பொறுப்பில் அல்லது கட்டுப்பாட்டில் வைத்திரு; ஒன்றைக் கையாள்; நிருவகி *She manages a small advertising business.* • *You need to manage your time more efficiently.* **3** [I] **manage (without/with sb/sth)** to deal with a difficult situation; to continue in spite of difficulties ஒரு சிக்கலான சூழலைக் கையாள்; சிக்கல்களுக்கு இடையிலும் தொடர்ந்து செயலாற்று; சமாளி *Can you manage with just one assistant?* **4** [I] **manage (on sth)** to live or survive on a meagre income மிகக் குறைந்த வருமானத்தில் வாழ்க்கை அல்லது பிழைப்பு நடத்து *It's hard for a family of seven to manage on just one income.*

manageable /ˈmænɪdʒəbl/ *adj.* not too big or too difficult to deal with கையாள முடியாத அளவுக்குப் பெரிதாக அல்லது கடினமாக இல்லாத; சமாளிக்கக் கூடியதான; கட்டுக்குள் கொண்டுவரத்தக்க

management /ˈmænɪdʒmənt/ *noun* **1** [U] the control or organization of sth ஒன்றைக் கட்டுப்படுத்துதல் அல்லது ஒழுங்கமைவு செய்தல்; செயலாட்சி; மேலாண்மை *Good classroom management is vital with large groups of children.* **2** [C, U] the people who control a business or company ஒரு வணிக அமைப்பை அல்லது தொழில் நிறுவனத்தைச் செயலாட்சி செய்யும் குழு; இயக்குநர் குழு *The hotel is now* ***under new management.***

> NOTE **Management** என்ற சொல் ஒருமையில் உள்ளபோது அதனை அடுத்து ஒருமை (singular) அல்லது பன்மை (plural) வினை வரும்—*The management is/are considering making some workers redundant.*

manager /ˈmænɪdʒə(r)/ *noun* [C] **1** a man or woman who controls an organization or part of an organization ஓர் அமைப்பை அல்லது அமைப்பின் ஒரு பிரிவைச் செயலாட்சி செய்யும் ஆண் அல்லது பெண்; செயலாட்சியர்; மேலாளர் *a bank manager* **2** a person who looks after the business affairs of a singer, actor, etc. ஒரு பாடகர், நடிகர் முதலியோருடைய தொழில்முறை விவகாரங்களைக் கவனித்துக் கொள்பவர்; மேலாளர் **3** a person who is in charge of a sports team விளையாட்டு அணி ஒன்றின் பொறுப்பாளர் *the manager of the English Cricket team*

manageress /ˌmænɪdʒəˈres/ *noun* [C] the woman who is in charge of a shop or restaurant ஒரு கடை அல்லது ஓர் உணவகத்தின் பொறுப்பாளராக உள்ள பெண்; பெண் மேலாளர்

managerial /ˌmænəˈdʒɪəriəl/ *adj.* connected with the work of a manager மேலாளர் பணிப்பொறுப்பு சார்ந்த; மேலாண்மை தொடர்பான *Do you have any managerial experience?*

managing director *noun* [C] a person who controls a business or company ஒரு வணிக அமைப்பை அல்லது தொழில் நிறுவனத்தை மேலாட்சி செய்பவர்; மேலாண்மை இயக்குநர்

mandarin /ˈmændərɪn/ *noun* [C] **1** a type of small orange சிறு கிச்சிலிப் பழ வகை **2** (*also* **Mandarin**) the official language of China சீனாவின் ஆட்சி மொழி

mandate /ˈmændeɪt/ *noun* [C, *usually sing.*] the power that is officially given to a group of people to do sth, especially after they have won an election குறிப்பாக, தேர்தலில் வெற்றிபெற்ற ஒரு குழுவினருக்கு ஒரு செயலைச் செய்ய அதிகாரபூர்வமாக வழங்கப்படும் அதிகாரம்; ஆட்சிக் கட்டளை உரிமை; வாக்களிப்பு மூலம் அளிக்கப்படும் ஆட்சி உரிமை *The union leaders had a clear mandate from their members to call a strike.*

mandatory /ˈmændətəri; mænˈdeɪtəri/ *adj.* (*formal*) that you must do, have, obey, etc. கட்டாயமான; செய்து தீரவேண்டிய; விலக்க முடியாத *The crime carries a mandatory life sentence.* ✪ SYN **obligatory** ✪ OPP **optional**

mandible /ˈmændɪbl/ *noun* [C] (*technical*) **1** the lower of the two bones in your face that contain your teeth முகத்தில் பற்களை உள்ளடக்கியுள்ள இரண்டு எலும்புகளுள் கீழுள்ள எலும்பு; கீழ்த்தாடை; தாடை எலும்பு ✪ SYN **jawbone** இது செறிவு குன்றிய புல வழக்கு ஆகும். ⇨ **body** பதிவில் படம் பார்க்க. **2** either of the two parts that are at the front and on either side of an insect's mouth, used especially for biting and crushing food பூச்சி வாயின் முன்புறத்தில் இரண்டு பக்கங்களிலும் இரு பாதிகளாக அமைந்துள்ள உறுப்பின் ஒரு பாதி; இவ்வுறுப்பு குறிப்பாக உணவைக் கடிப்பதற்கும் நொறுக்கு-வதற்கும் பயன்படுத்தப்படுகிறது ⇨ **insect** பதிவில் படம் பார்க்க.

mane /meɪn/ *noun* [C] the long hair on the neck of a horse or male lion குதிரை அல்லது ஆண் சிங்கத்தின் கழுத்தில் உள்ள நீண்ட மயிர்த் தொகுதி; பிடரி மயிர் ⇨ **lion** பதிவில் படம் பார்க்க.

man-eater *noun* [C] a wild animal like a tiger that can kill and eat a human being மனிதனைக் கொன்று தின்னக்கூடிய புலி முதலிய காட்டு விலங்கு ▶ **man-eating** *adj.* (*only before a noun*) *a man-eating shark/tiger*

maneuver (*AmE*) = **manoeuvre**

mangalsutra *noun* [C] (in India) a gold ornament strung from a string of black beads, a gold chain or a yellow thread that is put round a bride's neck by the groom during the wedding ceremony. It is called 'thaali' or 'thirumangalyam' in southern India இந்தியத் திருமணத்தில் மணமகள் கழுத்தில் மணமகன் அணிவிக்கும் மஞ்சள் நூல், கறுப்பு மணிச்சரம் அல்லது தங்கச் சங்கிலியில் தொங்கும் தங்க ஆபரணம். தென்னிந்தியாவில் இதைத் தாலி அல்லது திருமாங்கல்யம் என்று கூறுவர்

manganese /'mæŋɡəni:z/ *noun* [U] (*symbol* **Mn**) a type of hard grey metal கடினத் தன்மையுள்ள சாம்பல் நிற உலோக வகை; மங்கனம்; மங்கனீஸ்

mangle /'mæŋɡl/ *verb* [T] (*usually passive*) to damage sth so badly that it is difficult to see what it looked like originally ஒன்றின் மூல உருவை அடையாளம் காணுதல் சிரமமாகுமாறு மோசமான முறையில் பழுதுபடுத்து; உருக்கெடச் சிதை; சின்னாபின்னப்படுத்து *The highway was covered with the mangled wreckage of cars.*

mango /'mæŋɡəʊ/ *noun* [C] (*pl.* **mangoes**) a tropical fruit that has a yellow and red skin and is yellow inside மாங்கனி ⇨ **fruit** பதிவில் படம் பார்க்க.

mangrove /'mæŋɡrəʊv/ *noun* [C] a tropical tree that grows in wet ground or at the edge of rivers and has some roots that are above the ground ஈர நிலத்தில் அல்லது ஆற்றங்கரையில் வளர்வதும் தரைக்கு மேல் சில வேர்ப்பகுதிகள் காணப்படுவதுமான வெப்ப மண்டல மர வகை; வெப்ப மண்டலச் சதுப்பு நில மர வகை

manhole /'mænhəʊl/ *noun* [C] a hole in the street with a lid over it through which sb can go to look at the pipes, wires, etc. that are underground தரைக்கு அடியில் உள்ள குழாய்கள், கம்பிகள் முதலியவற்றை ஆய்வு செய்வதற்காக ஆள் இறங்கக்கூடியவாறு தெருவில் அமைக்கப்பட்டுள்ள மூடியுடன் கூடிய புழை; புதை சாக்கடை வாயிற்புழை

manhood /'mænhʊd/ *noun* [U] the state of being a man rather than a boy சிறுவனாக அன்றி வயது வந்த ஆளாக இருக்கும் நிலை; ஆண் பருவம்; ஆண்மை

mania /'meɪniə/ *noun* **1** [C] (*informal*) a great enthusiasm for sth பேரளவிலான மன எழுச்சி அல்லது ஆர்வக் கிளர்ச்சி; மிகு உற்சாகம்; மிகையார்வம் *World Cup mania is sweeping the country.* **2** [U] a serious mental illness that may cause sb to be very excited or violent மனக் கொந்தளிப்பு அல்லது வன்செயல் தூண்டும் கடுமையான மன நலக் கோளாறு; கட்டுமீறிய மனக்கிளர்ச்சி; பித்துவெறி

maniac /'meɪniæk/ *noun* [C] **1** a person who behaves in a wild and stupid way கட்டுப்பாடற்று அறிவற்ற முறையில் நடந்துகொள்ளும் ஒருவர்; வெறியர்; பித்தர் *to drive like a maniac* **2** a person who has a stronger love of sth than is normal ஒன்றின் மீது மட்டுமீறிய பற்றுடையவர்; வெறியார்வம் கொண்டவர் *a football maniac*

manic /'mænɪk/ *adj.* **1** full of nervous energy or excited activity பதற்றம் நிறைந்த; உணர்ச்சிக் கொந்தளிப்புக்கு ஆட்பட்ட; கலக்கமுற்ற *His behaviour became more manic as he began to feel stressed.* **2** (*medical*) connected with **mania2** மனநலக் கோளாறு தொடர்பான; பித்துவெறி சார்ந்த

manicure /'mænɪkjʊə(r)/ *noun* [C, U] treatment to make your hands and fingernails look attractive கை மற்றும் கைவிரல் நக ஒப்பனை

manifest /'mænɪfest/ *verb* [I, T] (*formal*) **manifest (sth/itself) (in/as sth)** to show sth or to be shown clearly ஒன்றை வெளிக்காட்டு; வெளிப்படுத்திக் காட்டு; வெளிப்படையாகத் தோன்றச் செய்; ஒன்று வெளிப்படையாகத் தோன்று *Mental illness can manifest itself in many forms.* ▶ **manifest** *adj. manifest failure/anger* ▶ **manifestly** *adv.*

manifestation /ˌmænɪfe'steɪʃn/ *noun* [C, U] (*formal*) a sign that sth is happening ஒரு நிகழ்வின் அறிகுறி; செயற்குறிப்பு; வெளிப்பாடு; தோற்றம்

manifesto /ˌmænɪ'festəʊ/ *noun* [C] (*pl.* **manifestos**) a written statement by a political party that explains what it hopes to do if it becomes the government in the future ஓர் அரசியல் கட்சி தான் ஆட்சிப் பொறுப்புக்கு வந்தால் இன்ன செயல்கள் செய்யக் கருதியிருப்பதாகத் தெரிவிக்கும் எழுத்து மூலமான அறிக்கை; கொள்கை விளக்க அறிக்கை; அரசியல் கட்சியின் தேர்தல் அறிக்கை

manifold[1] /'mænɪfəʊld/ *adj.* (*formal*) many; of many different types பல; பலவான; பல வகையான

manifold[2] /'mænɪfəʊld/ *noun* [C] (*technical*) a pipe or an enclosed space with several openings for taking gases in and out of a car engine சீருந்து இயந்திரத்தில் வாயுப்பொருளை உட்செலுத்த அல்லது வெளியே எடுக்க ஏதுவான பல துளைகளை உடைய அடைப்பிடம் அல்லது குழாய்; பலவாயிற் குழாய்

manipulate /məˈnɪpjuleɪt/ *verb* [T] **1** to influence sb so that he/she does or thinks what you want தான் விரும்புவதை ஒருவர் செய்யுமாறு அல்லது எண்ணுமாறு அவரிடம் மாற்றம் உண்டுபண்ணு; தனக்கு நலம் பயக்கும் வகையில் ஒருவரைப் பயன்படுத்திக் கொள் அல்லது செயலாற்றச் செய் *Clever politicians know how to manipulate public opinion.* **2** to use, move or control sth with skill திறமையுடன் ஒன்றை இயக்கு, பயன்படுத்து அல்லது கட்டுப்படுத்து; சாமர்த்தியமாக ஒன்றைக் கையாள் அல்லது செயல்படச் செய் *The doctor manipulated the bone back into place.* ▶**manipulation** /məˌnɪpjuˈleɪʃn/ *noun* [C, U]

manipulative /məˈnɪpjələtɪv/ *adj.* **1** skilful at influencing sb or forcing sb to do what you want, often in an unfair way பெரும்பாலும் நேர்மையற்ற முறையில் தான் விரும்புவதைச் செய்யுமாறு ஒருவரிடம் நிலைமாற்றம் உண்டுபண்ணும் அல்லது செய்துதீர வேண்டிய நிலையை உண்டாக்கும் திறமையுள்ள; தன்னல நோக்கில் ஒருவர் மீது செல்வாக்குச் செலுத்துகிற **2** (*formal*) connected with the ability to move things with your hands skilfully செயற்கருவிகள் முதலியவற்றைத் திறமையான முறையில் கையாளும் ஆற்றல் சார்ந்த; கைவினைத் திறன்/பயில்திறம் தொடர்பான *manipulative skills such as typing and knitting*

mankind /mænˈkaɪnd/ *noun* [U] all the people in the world உலகிலுள்ள அனைத்து மக்களின் தொகுதி; மனித இனம் *A nuclear war would be a threat to all mankind.* ⇨ **man** பதிவிலுள்ள குறிப்பைப் பார்க்க.

manly /ˈmænli/ *adj.* typical of or suitable for a man ஆணுக்குரிய; ஆணுக்கேற்ற; ஆணுக்குப் பொருந்துகிற *a deep manly voice* ▶ **manliness** *noun* [U]

man-made *adj.* made by people, not formed in a natural way; artificial இயற்கையான முறையில் உருவாகாமல், மனிதர்களால் செய்யப்பட்ட; செயற்கையான *man-made fabrics such as nylon and polyester*

manner /ˈmænə(r)/ *noun* **1** [*sing.*] the way that you do sth or that sth happens ஒன்றைச் செய்யும் அல்லது ஒன்று நிகழும் முறை; பாங்கு; பாணி *Stop arguing! Let's try to act* ***in a*** *civilized* ***manner****.* **2** [*sing.*] the way that sb behaves towards other people மற்றவர்களிடம் ஒருவர் நடந்துகொள்ளும் முறை; நடைப்பாங்கு *to have an aggressive/a relaxed/a professional manner* **3 manners** [*pl.*] a way of behaving that is considered acceptable in your country or culture தனது நாட்டில் அல்லது பண்பாட்டு வழக்கில் ஏற்புடையதாகக் கருதப்படும் நடத்தை முறை; நன்னடத்தை; நல்லொழுக்கம்; சமுதாய ஒழுக்க முறை *In some countries it is bad manners to show the soles of your feet.*

IDM **all manner of...** every kind of... பல்வேறு வகையான; பலதிறப்பட்ட *You meet all manner of people in my job.*

mannerism /ˈmænərɪzəm/ *noun* [C] sb's particular way of speaking or a particular movement he/she often does ஒருவரது தனிவகையான பேச்சுமுறை அல்லது வழக்கமான தனிவகை உடல் உறுப்பசைவு

manoeuvre[1] (*AmE* **maneuver**) /məˈnuːvə(r)/ *noun* **1** [C] a movement that needs care or skill கவனம் அல்லது பயிற்சித் திறன் வேண்டப்படும் இயக்கம்; திட்டமிட்ட, கட்டுப்பாடான இயக்கம்; சாமர்த்தியமான செயலாட்சி *Parking the car in such a small space would be a tricky manoeuvre.* **2** [C, U] something clever that you do in order to win sth, trick sb, etc. ஒன்றை வென்றடைதல், ஒருவரை ஏமாற்றுதல் முதலியவற்றுக்காகச் செய்யப்படும் அறிவுத்திறன் வாய்ந்த செயல்; சூழ்ச்சிமுறை; ஏய்ப்பு நடவடிக்கை *political manoeuvre(s)* **3 manoeuvres** [*pl.*] a way of training soldiers when large numbers of them practise fighting in battles பெருமளவிலான படைவீரர்களுக்கு ஒருசேர அளிக்கப்படும் போர்ப்பயிற்சி முறை

manoeuvre[2] (*AmE* **maneuver**) /məˈnuːvə(r)/ *verb* [I, T] to move (sth) to a different position using skill சாமர்த்தியமாக ஒன்றை வேறு நிலைக்குச் செலுத்து; பயிற்சித் திறமையைப் பயன்படுத்தி ஒன்றை இடம் பெயர்வி *The driver was manoeuvring his lorry into a narrow gateway.*

manor /ˈmænə(r)/ (*also* **manor house**) *noun* [C] a large house in the country that has land around it நாட்டுப்புறத்திலுள்ள, சுற்றிலும் நிலம் அமைந்துள்ள பெரிய வீடு; பண்ணை மாளிகை

manpower /ˈmænpaʊə(r)/ *noun* [U] the people that you need to do a particular job குறிப்பிட்ட பணியைச் செய்வதற்குத் தேவையான ஆட்கள்; பணியாள் வளம் *There is a shortage of skilled manpower in the computer industry.*

mansion /ˈmænʃn/ *noun* [C] a very large house மிகப் பெரிய வீடு; மாளிகை

manslaughter /ˈmænslɔːtə(r)/ *noun* [U] the crime of killing sb without intending to do so முன்கருதல் இன்றி ஒருவரைக் கொலை செய்தல்; திட்டமிடாது செய்யப்படும் கொலை; ஆட்கொலை ⇨ **murder** பார்க்க.

mantelpiece /ˈmæntlpiːs/ *noun* [C] a narrow shelf above the space in a room where a fire is lit (**fireplace**) அறையில் கணப்புக்கு மேல் அமைந்துள்ள குறுகலான நிலையடுக்கு

mantle /'mæntl/ *noun* [*sing.*] (in geology) the part of the earth between the surface (**crust**) and the centre (**core**) (புவி அமைப்பியலில்) பூமியின் மேற்பகுதிக்கும் உள் மையப்பகுதிக்கும் இடைப்பட்ட பகுதி; பூமியின் இடைப்படுகை ⇨ **seismic** பதிவில் படம் பார்க்க.

mantra *noun* [C] **1** a word or a prayer that is chanted or sung உச்சரிக்கப்படும் அல்லது பாடப்படும் பிரார்த்தனை; இறைவணக்கப் பாடல் **2** a commonly repeated word or phrase பொதுவாக மீண்டும் மீண்டும் சொல்லப்படும் சொல் அல்லது சொற்றொடர் *Today's self-help books come packed with the magic mantra 'easy-to-follow'.*

manual[1] /'mænjuəl/ *adj.* using your hands; operated by hand கைகளைப் பயன்படுத்துகிற; கையால் இயக்கப்படுகிற; கைத்திறன் சார்ந்த *Office work can sometimes be more tiring than* ***manual work***. ▶ **manually** *adv.*

manual[2] /'mænjuəl/ *noun* [C] a book that explains how to do or operate sth ஒன்றைச் செய்யும் அல்லது இயக்கும் முறை குறித்து விவரிக்கும் நூல்; செய்முறைக் குறிப்பு நூல்; கையேடு *a training manual • a car manual*

manufacture /ˌmænju'fæktʃə(r)/ *verb* [T] to make sth in large quantities using machines இயந்திரங்களைப் பயன்படுத்தி ஒரு பொருளைப் பெருமளவில் தயாரி; தொழிற்சாலையில் உற்பத்தி செய் *a local factory that manufactures furniture • manufacturing industries* ✪ SYN **produce** ▶ **manufacture** *noun* [U] *The manufacture of chemical weapons should be illegal.*

manufacturer /ˌmænju'fæktʃərə(r)/ *noun* [C] a person or company that makes sth ஒரு பொருளைத் தொழிற்சாலையில் உற்பத்தி செய்யும் ஆள் அல்லது வணிக நிறுவனம்; உற்பத்தியாளர் *a car manufacturer*

manure /mə'njʊə(r)/ *noun* [U] the waste matter from animals that is put on the ground in order to make plants grow better பயிர்கள் செழித்து வளரச் செய்யும் பொருட்டு நிலத்தில் உரமாக இடப்படும் விலங்குகளின் கழிவுப்பொருள்; எரு ⇨ **fertilizer** பார்க்க.

manuscript /'mænjuskrɪpt/ *noun* [C] **1** a copy of a book, piece of music, etc. before it has been printed அச்சிடப்படுவதற்கு முன்புள்ள நூல், இசைக்கூறு முதலியவற்றின் பிரதி; கையெழுத்துப் படி; மூல வரைப்படி **2** a very old book or document that was written by hand கையால் எழுதப்பட்ட மிகப் பழமையான நூல் அல்லது ஆவணம்; பழஞ்சுவடி

many /'meni/ *det., pronoun* (*used with plural nouns or verbs*) **1** a large number of people or things அதிகமான எண்ணிக்கையிலான ஆட்கள் அல்லது பொருள்கள்; பலர்; பல; பலவான; பலரான *Have you made many friends at school yet? • There are* ***too many*** *mistakes in this essay.*

> **NOTE** நேர்நிலை (**positive**) வாக்கியங்களில் **many** என்ற சொல்லின் பயன்பாடு முறைசார்பு மிக்கதாகத் தோன்றுகிறது—*Many schools teach computing nowadays.* முறைசாரா பேச்சு அல்லது எழுத்து வழக்கில் நாம் பெரும்பாலும் பயன்படுத்துவது **a lot of** என்பதாகும்—*A lot of schools teach computing nowadays.* எனினும் எதிர்மறை (negative) வாக்கியங்களிலும் வினாக்களிலும் **many** முறைசார்பின்றி வழங்கக் கூடியது—*I don't know many cheap places to eat. • Are there many hotels in this town?*

2 used to ask about the number of people or things, or to refer to a known number ஆட்கள் அல்லது பொருள்களின் எண்ணிக்கை குறித்துக் கேட்க அல்லது தெரிந்த ஓர் எண்ணிக்கையைக் குறிப்பிடப் பயன்படுத்தப்படுவது. *How many came to the meeting? • There are* ***half/twice as many*** *boys as girls in the class.* **3** (*used to form compound adjectives*) having a lot of the thing mentioned குறிப்பிடப்பட்ட பொருள் பலவாக உள்ள; பலவான *a many-sided shape* **4 many a** (*formal*) (*used with a singular noun and verb*) a large number of பெரும் எண்ணிக்கையிலான; மிகப் பலரான/மிகப் பலவான *I've heard him say that many a time.*

IDM a good/great many very many மிகப் பலரான; மிகப் பலவான

Maori /'maʊri/ *noun* [C] (*pl.* **Maori** or **Maoris**) a member of the race of people who were the original inhabitants of New Zealand நியூசிலாந்தின் முதற்குடி இனத்தைச் சார்ந்த ஒருவர்; நியூசிலாந்தின் தொன்முது இனத்தவர் ▶ **Maori** *adj.*

map /mæp/ *noun* [C] a drawing or plan of (part of) the surface of the earth that shows countries, rivers, mountains, roads, etc. நாடுகள், நதிகள், மலைகள், சாலைகள் முதலியவற்றைக் காட்டும் பூமியின்/பூமிப்பகுதியின் வரைபடம் அல்லது வரைபடிவம்; நிலப்படம் *a map of the world • a road/street map* **NOTE** நிலப்படங்கள் அடங்கிய நூல் **atlas** எனப்படும் ▶ **map** *verb* [T] (**mapping; mapped**) *The region is so remote it has not yet been mapped.*

maple /'meɪpl/ *noun* [C] a tree that has leaves with five points and that produces a very sweet liquid that is **edible** ஐந்து கூர்விளிம்புகளையுடைய இலைகளைக் கொண்டதும் அருந்தக்கூடிய இனிமையான திரவப்பொருளைத் தருவதுமான மர வகை *maple syrup*

Mar. *abbr.* March மார்ச்சு மாதத்தைக் குறிக்கும் March என்பதன் குறுக்கம் *17 Mar. 1956*

marathon /'mærəθən/ *noun* [C] **1** a long-distance running race, in which people run about 42 kilometres or 26 miles ஏறத்தாழ 42 கிலோமீட்டர் அல்லது 26 மைல் ஓடும் தொலைதூர ஓட்டப் பந்தயம்; நெடுந்தொலை ஓட்டப் போட்டி **2** an activity that lasts much longer than expected எதிர்பார்த்ததை விட மிக அதிகமான நேரம் நீடிக்கும் செயல்; மிகை நீட்சியுடைய செயல் *The interview was a real marathon.*

marble /'mɑ:bl/ *noun* **1** [U] a hard attractive stone that is used to make statues and parts of buildings சிலைகள் மற்றும் கட்டடப் பகுதிகள் உருவமைக்கப் பயன்படுத்தப்படும் கடினத்தன்மை உடைய அழகான கல் வகை; சலவைக் கல்; பளிங்குக் கல் *a marble statue* **2** [C] a small ball of coloured glass that children play with சிறுவர்கள் விளையாட்டுப் பொருளாகப் பயன்படுத்தும் வண்ணக் கண்ணாடியாலான சிறு குண்டு; கோலி **3 marbles** [U] the children's game that you play by rolling marbles along the ground trying to hit other marbles தரையிலுள்ள மற்ற கோலிகளைத் தாக்குமாறு கோலிகளை உருட்டி விளையாடும் குழந்தைகள் விளையாட்டு வகை; கோலி விளையாட்டு

March /mɑ:tʃ/ *noun* [U, C] (*abbr.* **Mar.**) the third month of the year, coming after February பிப்ரவரி மாதத்திற்கு அடுத்து வரும், ஆங்கில ஆண்டின் மூன்றாம் மாதம்; மார்ச்சு மாதம்

> **NOTE** மாதங்கள் வாக்கியங்களில் பயன்படுத்தப்படும் முறை குறித்து அறிய **January** பதிவிலுள்ள எடுத்துக்காட்டுகளை மற்றும் குறிப்பைப் பார்க்க.

march¹ /mɑ:tʃ/ *verb* **1** [I] to walk with regular steps (like a soldier) (படைவீரர் போன்று) ஒரே சீராக அடிவைத்து நட *The President saluted as the troops marched past.* **2** [I] to walk in a determined way உறுதிபட நடந்து செல்; தளராது முன்னேறு *She marched up to the manager and demanded an apology.* **3** [T] to make sb walk or march somewhere ஒருவரை ஓரிடத்திற்கு நடத்திச் செல் அல்லது ஒழுங்கு நடையிட்டுச் செல்லச் செய் *The prisoner was marched away.* **4** [I] to walk in a large group to protest about sth ஒன்றுக்கு எதிர்ப்பை வெளிக்காட்ட பெருந்திரளாக நடந்து செல்; அணிவகுத்துச் செல்; எதிர்ப்பு ஊர்வலம் நடத்து *The demonstrators marched through the centre of town.*

march² *noun* [C] **1** an organized walk by a large group of people who are protesting about sth ஒன்று குறித்துத் தமது எதிர்ப்பை வெளிக்காட்ட மிகப்பலர் அணிவகுப்பாக நடந்து செல்லுதல்; கிளர்ச்சி அணிவகுப்பு; எதிர்ப்பு ஊர்வலம் *a peace march* ➪ **demonstration** பார்க்க. **2** a journey made by marching ஒழுங்கு நடையிட்டுச் செல்லும் பயணம்; அணிவகுப்புப் பயணம் *The soldiers were tired after their long march.*

mare /meə(r)/ *noun* [C] a female horse பெண் குதிரை ➪ **horse** பதிவிலுள்ள குறிப்பைப் பார்க்க.

marg *noun* (*IndE*) a way; a road; a path வழி; சாலை; பாதை *Madhya Marg*

margarine /ˌmɑ:dʒə'ri:n/ *noun* [U] a food that is similar to butter, made of animal or vegetable fats விலங்கு அல்லது தாவரத்தின் நெய்ப்பசையுள்ள கூறுகளிலிருந்து தயாரிக்கப்படும் செயற்கை வெண்ணெய்

margin /'mɑ:dʒɪn/ *noun* [C] **1** the empty space at the side of a page in a book, etc. புத்தகம் முதலியவற்றின் ஒவ்வொரு பக்க ஓரத்திலும் உள்ள காலி இடம்; பக்க ஓரம்; பக்க விளிம்பு **2** [*sing.*] the amount of space, time, votes, etc. by which you win sth வெற்றி வித்தியாசமாக அமையும் இடவெளி, நேரம், வாக்குகள் முதலியவற்றின் அளவு *He won by a wide/narrow/comfortable margin.* **3** the amount of profit that a company makes on sth ஒரு வணிக நிறுவனம் ஒரு பொருள் மீது ஈட்டும் இலாபத் தொகையின் அளவு **4** the area around the edge of sth ஒன்றின் விளிம்பை ஒட்டியுள்ள இடப்பரப்பு; எல்லைக் கோடியை அடுத்த பகுதி *the margins of the Pacific Ocean* **5** (*usually sing.*) an amount of space, time, etc. that is more than you need தேவைக்கு அதிகமாக உள்ள இடப்பரப்பு, நேரம் முதலியவற்றின் அளவு; ஒன்றின் மிகையளவு *It is a complex operation with little* ***margin for error***.

marginal /'mɑ:dʒɪnl/ *adj.* small in size or importance உருவளவில் அல்லது முக்கியத்துவத்தில் சிறிதான அல்லது குறைந்த; சொற்ப அளவான; பொருட்படுத்த வேண்டியிராத *The differences are marginal.* ▶ **marginally** *adv. In most cases costs will increase only marginally.*

marigold /'mærɪgəʊld/ *noun* [C] a plant of the daisy family, also known as calendula, with bright yellow or orange flowers ஒளிர் மஞ்சள் அல்லது செம்மஞ்சள் நிறத்தில் பூக்கும் காலண்டுலா எனப்படும் சிறு தோட்டச்செடி; சாமந்தி வகை

marijuana /ˌmærə'wɑ:nə/ *noun* [U] a drug that is smoked and is illegal in many countries புகைத்து உட்கொள்ளப்படுவதும் பல நாடுகளில் சட்டத்தால் தடை செய்யப்பட்டதுமான போதைப்பொருள் வகை; கஞ்சாச் சுருட்டு

marina /mə'ri:nə/ *noun* [C] a small area of water (**a harbour**) designed for pleasure boats இன்ப உலாப் படகுகளுக்காகத் தனிவகையாக அமைக்கப்பட்ட சிறு துறைமுகம்; உல்லாசப் படகுத் துறை

marinade /ˌmærɪ'neɪd/ *noun* [C, U] a mixture of oil, spices, etc. which you leave meat or fish in for a long time before it is cooked in order to make it softer or give it a particular flavour மென்மைப்படுத்துவதற்காக அல்லது குறிப்பிட்ட நறுமணச் சுவை ஊட்டுவதற்காக, சமைப்பதற்கு முன் இறைச்சி அல்லது மீன் நீண்ட நேரம் இட்டுவைக்கப்படும் எண்ணெய், நறுமணப் பொருள்கள் முதலியவற்றின் கலவை

marinate /ˈmærɪneɪt/ (*also* **marinade**) *verb* [I, T] if you marinate food or it marinates, you leave it in a mixture of oil, spices, etc. (**a marinade**) for a long time before it is cooked in order to make it softer or give it a particular flavour மென்மைப்படுத்துவதற்காக அல்லது குறிப்பிட்ட நறுமணச் சுவை ஊட்டுவதற்காக, சமைப்பதற்கு முன் இறைச்சி முதலியவற்றை நீண்ட நேரம் எண்ணெய், நறுமணப் பொருள்கள் முதலியவற்றின் கலவையில் இட்டுவை அல்லது ஊறச் செய்; இறைச்சி முதலியவை மேற்கண்டவாறு ஊறு

marine[1] /məˈriːn/ *adj.* **1** connected with the sea கடல் சார்ந்த; கடலில் காணப்படுகிற *the study of marine life* **2** connected with ships or sailing கப்பல்கள் அல்லது கடற்பயணம் சார்ந்த *marine insurance*

marine[2] /məˈriːn/ *noun* [C] a soldier who has been trained to fight on land or at sea தரையில் அல்லது கடலில் போரிடுவதில் பயிற்சி பெற்ற படைத்துறை வீரர்; நில நீர்ப் படைத்துறை ஆள்

marital /ˈmærɪtl/ *adj.* (*only before a noun*) connected with marriage திருமணம் தொடர்பான; கணவன் மனைவி உறவு பற்றிய *marital problems*

marital status *noun* [U] (*written*) (used on official documents) the state of being married, single, divorced, etc. (பணிமுறை ஆவணங்களில் பயன்படுத்தப்படுவது) மணமானவர், மணமாகாதவர், மண விலக்குப் பெற்றவர் முதலிய நிலை பற்றிய விவரம்

maritime /ˈmærɪtaɪm/ *adj.* connected with the sea or ships கடல் அல்லது கப்பல்கள் தொடர்பான; கடற்பயணம் பற்றிய

mark[1] /mɑːk/ *noun* [C] **1** a spot or line that spoils the appearance of sth ஒன்றின் வெளித்தோற்றத்தைக் கெடச்செய்யும் புள்ளி அல்லது கோடு; அழுக்குத் தடம்; கறை *There's a dirty mark on the front of your shirt.* • *If you put a hot cup down on the table it will* ***leave a mark****.* ⇨ **birthmark** பார்க்க. **2** something that shows who or what sb/sth is, especially by making him/her/it different from others குறிப்பாக மற்றவர்களிடமிருந்து/மற்றவற்றிடமிருந்து வேறுபடுத்தி, ஒருவரை/ஒன்றை அடையாளப்படுத்தும் பொருள்; அடையாளக் குறி; அடையாளச் சின்னம் *My horse is the one with the white mark on its face.* **3** a written or printed symbol that is a sign of sth ஒன்றின் அறிகுறியாக அமையுமாறு எழுதப்படும் அல்லது அச்சிடப்படும் குறியீடு; குறி *a question/punctuation/exclamation mark* **4** a sign of a quality or feeling தரம், பண்பு அல்லது உணர்வை வெளிக்காட்டும் ஒன்று; அடையாளக் குறிப்பு *They stood in silence for two minutes as* ***a mark of respect****.* **5** a number or letter you get for school work that tells you how good your work was பள்ளிப் பாடத்தில் ஒருவரது தர மதிப்பைக் காட்டும் இலக்கம் அல்லது எழுத்துக் குறி; மதிப்பெண்; மதிப்புக் குறியீடு *She got very good marks in the exam.* • *The* ***pass mark*** *is 60 out of 100.* **6** the level or point that sth/sb has reached ஒருவர்/ஒன்று சென்றடைந்த இடம், படிநிலை அல்லது கட்டம்; எல்லை வரை *The race is almost at the half-way mark.* **7** an effect that people notice and will remember மற்றவர்களால் காணப்பட்டு நினைவில் கொள்ளப்படும் தாக்கம்; தடம்; முத்திரை *The time he spent in prison* ***left*** *its* ***mark on*** *him.* • *He was only eighteen when he first* ***made*** *his* ***mark*** *in politics.* **8** a particular model or type of sth ஒரு பொருளின் குறிப்பிட்ட மாதிரிப் படிவம் அல்லது வகைமாதிரி *the new SL 53 Mark III*

NOTE ஒரு பொருளை அல்லது அப்பொருளைத் தயாரித்த நிறுவனத்தைக் குறிக்க **mark** என்ற சொல்லைப் பயன்படுத்த முடியாது. அப்பொருளில் வழங்கும் சொல் **brand** அல்லது **make** ஆகும்—*What make is your car?* • *What brand of coffee do you buy?*

9 (*formal*) a person or an object towards which sth is directed; a target செலுத்தப்படும் ஒன்று சென்று சேர வேண்டிய ஆள் அல்லது பொருள்; இலக்கு; குறியிலக்கு *the arrow hit/missed its mark* • *His judgement of the situation is* ***wide of the mark*** (= wrong). **10** the unit of money in Germany ஜெர்மனி நாட்டின் நாணயம்

IDM **on your marks, get set, go!** used at the start of a sports race ஒரு விளையாட்டுப் பந்தயத்தின் தொடக்கத்தின்போது கூறப் பயன்படுத்தப்படும் தொடர்

quick, slow, etc. off the mark quick, slow, etc. in reacting to a situation ஒரு சூழலுக்கு எதிர்வினையாற்றுவதில் காட்டப்படும் விரைவு, சுணக்கம் முதலியவை

mark[2] /mɑːk/ *verb* [T] **1** to put a sign on sth ஒன்றின் மீது குறியிடு; அடையாளமிடு *We marked the price on all items in the sale.* • *I'll mark all the boxes I want you to move.* **2** to spoil the appearance of sth by making a mark on it ஒன்றின் மீது குறியிட்டு அதன் வெளித்தோற்றத்தைக் கெடு; கறைபடுத்து; வடுசெய் *The white walls were dirty and marked.* **3** to show where sth is or where sth happened ஒன்று இருக்கும் இடத்தை அல்லது ஒன்று நிகழ்ந்த

இடத்தைச் சுட்டிக்காட்டு; இட அடையாளம் குறி *The route is marked in red.* • *Flowers mark the spot where he died.* **4** to celebrate or officially remember an important event முக்கியமான ஒரு நிகழ்வைக் கொண்டாடு அல்லது அதிகாரபூர்வமாக நினைவூட்டிக்கொள் *The ceremony marked the fiftieth anniversary of the opening of the school.* **5** to be a sign that sth new is going to happen புதிதாக நிகழப்போகும் ஒன்றைக் குறிக்கும் அறிகுறியாக இரு; முற்குறிப்புச் செய் *This decision marks a change in government policy.* **6** to look at sb's school work, etc. show where there are mistakes and give it a number or letter to show how good it is பள்ளிப் பாடப்பயிற்சி முதலியவற்றைக் கூர்ந்து நோக்கி, பிழைகளைக் குறித்துக் காட்டி, அதன் மதிப்பீடாக ஓர் இலக்கத்தை அல்லது எழுத்துக் குறியை இடு; தேர்வுத் தாள் முதலியவற்றைத் திருத்தி மதிப்பெண் வழங்கு *Why did you mark that answer wrong?* • *He has 100 exam papers to mark.* **7** (in sport) to stay close to a player of the opposite team so that he/she cannot play easily (விளையாட்டில்) எதிரணி விளையாட்டு வீரர் எளிதாக விளையாட முடியாதவாறு அவருக்கு மிக அருகில் இரு; ஆட்டத்தடையாக ஒட்டி இரு

PHR V **mark sb/sth down as/for sth** to decide that sb/sth is of a particular type or suitable for a particular use ஒருவர்/ஒன்று குறிப்பிட்ட வகைமாதிரியைச் சார்ந்தவர்/சார்ந்தது அல்லது குறிப்பிட்ட பயன்பாட்டுக்கு உரியவர்/உரியது என்று முடிவுசெய்; ஒருவரை/ஒன்றைக் குறிப்பிட்டவாறு வகைப்படுத்து அல்லது இனம் பிரி *From the first day of school, the teachers marked Gopal down as a troublemaker.*

mark sth out to draw lines to show the position of sth ஒன்றின் இருக்கை/அமர்வு நிலையைச் சுட்டிக்காட்ட கோடுகள் வரை; ஒன்றின் எல்லையைக் குறி *Spaces for each car were marked out in the car park.*

mark sth up/down to increase/decrease the price of sth that you are selling விற்பனைப் பொருளின் விலையை ஏற்று/குறை *All goods have been marked down by 15%.*

marked /mɑːkt/ *adj.* clear; noticeable தெளிவான; தெளிவாகத் தெரிகிற; எளிதில் காணத்தக்க அல்லது கவனத்தை ஈர்க்கக் கூடிய *There has been a marked increase in vandalism in recent years.* ▶ **markedly** /ˈmɑːkɪdli/ *adv. This year's sales have risen markedly.*

marker /ˈmɑːkə(r)/ *noun* **1** [C] something that shows the position of sth ஒன்றின் இருப்பு/மதிப்பு/படி நிலையைச் சுட்டிக் காட்டும் பொருள்; குறி விளக்கம் *They placed a marker where the discus fell.* **2** [C] (*also* **marker pen**) a type of pen that draws thick lines தடித்த கோடுகள் வரையப் பயன்படுத்தப்படும் எழுதுகோல் *I've highlighted the important sentences with a marker pen.* ➪ **stationery** பதிவில் படம் பார்க்க.

market¹ /ˈmɑːkɪt/ *noun* **1** [C] a place where people go to buy and sell things பொருள்கள் வாங்கல் விற்றல் நடைபெறும் இடம்; சந்தை; சந்தைக் களம்; அங்காடி *a market stall/trader/town* • *a cattle/fish/meat market* ➪ **flea market, hypermarket** மற்றும் **super market** பார்க்க. **2** [C] business or commercial activity; the amount of buying or selling of a particular type of goods வணிகம்; வணிகத் தொழில்; வணிகச் செயல்பாடு; குறிப்பிட்ட வகை சார்ந்த பொருள்களின் வாங்கல் அல்லது விற்பனை அளவு *The company currently has a 10% share of the market.* • *the property/job market* **3** [C, U] a country, an area or a group of people that buys sth; the number of people who buy sth ஒன்றை விலைக்கு வாங்கும் நாடு, நாட்டுப் பகுதி அல்லது மக்கட் பிரிவினர்; விற்பனைக் களம்; சந்தை; ஒன்றை வாங்குவோர் எண்ணிக்கை *The company is hoping to expand into the European Market.* • *There's no market for very large cars when petrol is so expensive.* ➪ **black market** மற்றும் **stock market** பார்க்க.

IDM **on the market** available to buy விலைக்குக் கிடைக்கக் கூடியதாக; விற்பனையில் உள்ளதாக *This is one of the best cameras on the market.*

market² /ˈmɑːkɪt/ *verb* [T] to sell sth with the help of advertising ஒரு பொருளை விளம்பரப்படுத்தி விற்பனை செய்; சந்தைப்படுத்து

marketable /ˈmɑːkɪtəbl/ *adj.* that can be sold easily because people want it தேவை காரணமாக எளிதில் விற்கப்படக்கூடிய

market day *noun* [C, U] the day of the week when a town usually has a market ஒரு நகரில் வழக்கமாகச் சந்தை கூடும் வார நாள்; சந்தை நாள் *All the farmers come to town* ***on market day.***

market garden *noun* [C] a type of farm where vegetables and fruit are grown for sale விற்பனைக்காகக் காய்கறிகள் மற்றும் பழங்கள் விளைவிக்கப்படும் பண்ணை வகை; விற்பனைக் காய்கறித் தோட்டம்

marketing /ˈmɑːkɪtɪŋ/ *noun* [U] the activity of showing and advertising a company's products in the best possible way இயன்ற அளவு சிறப்பான முறையில் ஒரு நிறுவனத்தின் உற்பத்திப் பொருள்களை நுகர்வோர் முன் காட்சிப்படுத்தும் மற்றும் விளம்பரப்படுத்தும் செயல்பாடு; விற்பனை நடவடிக்கை;

சந்தைப்படுத்துதல் *Effective marketing will lead to increased sales.* • *the marketing department*

marketing mix *noun* [C] (*technical*) the combination of things that a company decides to try in order to persuade people to buy a product விற்பனை உத்தியாக ஒரு நிறுவனம் மேற்கொள்ளும் வழிமுறைகளின் கூட்டிணைவு

market place *noun* **1 the market place** [*sing.*] the activity of competing with other companies to buy and sell goods, services, etc. பொருள்கள், சேவைகள் முதலியவற்றை வாங்கவும் விற்கவும் மற்ற நிறுவனங்களுடன் போட்டியிடும் செயல்பாடு; வணிகச் செயல்பாட்டுக் களம் **2** [C] the place in a town where a market is held நகரில் சந்தை கூடுமிடம்; சந்தைக் களம்

market price *noun* [C] the price that people in general will pay for sth at a particular time குறிப்பிட்ட சமயத்தில் ஒரு பொருளுக்கு நுகர்வோர் செலுத்தும் விலை; நிலவர விலை; சந்தை விலை

market research *noun* [U] the study of what people want to buy and why மக்கள் வாங்க விரும்பும் பொருள்கள் மற்றும் அதற்கான காரணங்கள் பற்றிய ஆய்வு; நுகர்வோர் தேவைகள் மற்றும் விருப்பச் சார்புகள் குறித்த ஆய்வு; சந்தைஆய்வு *to carry out/do market research*

market town *noun* [C] a town that has a regular market, or that had one in the past வழக்க முறையாக சந்தை கூடும் நகரம் அல்லது கடந்த காலத்தில் சந்தை கூடிய நகரம்; சந்தை அமைந்துள்ள நகரம்

marking /ˈmɑːkɪŋ/ *noun* [C, *usually pl.*] shapes, lines and patterns of colour on an animal or a bird, or painted on a road, vehicle, etc. விலங்கு அல்லது பறவையின் உடலில் காணப்படும் அல்லது சாலை, ஊர்தி முதலியவற்றின் மீது தீட்டப்படும் வண்ண உருக்காட்சிகள், உருவரை கோடுகள், ஒப்பனை உருப்படிவங்கள் ஆகியவை; தோல் வண்ணம்; சிறகு வண்ணம்; வரையுரு

marksman /ˈmɑːksmən/ *noun* [C] (*pl.* **-men** /-mən/) a person who can shoot very well with a gun துப்பாக்கி சுடுவதில் பயிற்சித் திறன் மிக்கவர்; குறி வல்லவர்

mark-up *noun* [C, *usually sing.*] the difference between the cost of producing sth and the price it is sold at ஒரு பொருளின் உற்பத்திச் செலவுக்கும் விற்பனை விலைக்கும் இடையே உள்ள வேறுபாடு

marmalade /ˈmɑːməleɪd/ *noun* [U] a type of jam that is made from oranges or lemons கிச்சிலி அல்லது எலுமிச்சை வகைப் பழங்களிலிருந்து தயாரிக்கப்படும் பழப்பாகு

maroon /məˈruːn/ *adj.*, *noun* [U] (of) a dark brownish-red colour அடர் பழுப்பு கலந்த செந்நிறமான/செந்நிறம்

marooned /məˈruːnd/ *adj.* in a place that you cannot leave நீங்கிச் செல்ல முடியாதவாறு ஓரிடத்தில் நிலைப்பட்ட; தப்ப வழியின்றி ஓரிடத்தில் விடப்பட்ட *The sailors were marooned on a desert island.*

marquee /mɑːˈkiː/ *noun* [C] a very large tent that is used for parties, shows, etc. விருந்து நிகழ்ச்சிகள், கேளிக்கைக் காட்சிகள் முதலியவற்றுக்காக அமைக்கப்படும் மிகப் பெரிய கூடாரம்

marriage /ˈmærɪdʒ/ *noun* **1** [C, U] the state of being husband and wife கணவன் மனைவியாக ஒன்றிணைந்து வாழும் நிலை; திருமணமான நிலை; திருமண வாழ்வு *They are getting divorced after five years of marriage.* • *a happy marriage* **2** [C] a wedding ceremony திருமண வினை முறை; திருமண நிகழ்ச்சி *The marriage took place at a registry office in Bengaluru.* ➪ **wedding** பதிவிலுள்ள குறிப்பைப் பார்க்க.

married /ˈmærid/ *adj.* **1 married (to sb)** having a husband or wife கணவனை/மனைவியை உடையவராயிருக்கிற; திருமணமான *a married man/woman/couple* • *They're planning to* ***get married*** *in the summer.* ✪ **OPP unmarried** or **single 2** (*only before a noun*) connected with marriage திருமணம் தொடர்பான; திருமண வகையிலான; திருமண *How do you like married life?*

marrow /ˈmærəʊ/ *noun* **1** [C, U] a large vegetable with green skin that is white inside பச்சை நிற மேல் தோலும் வெண்மை நிற உள்ளீடும் உடைய பெரிய காய்கறி வகை; சுரையினக் காய் **2** = **bone marrow**

marry /ˈmæri/ *verb* (*pres. part.* **marrying**; *3rd person sing. pres.* **marries**; *pt, pp* **married**) **1** [I, T] to take sb as your husband or wife ஒருவரைக் கணவனாக அல்லது மனைவியாகக் கொள்; திருமணம் செய்துகொள்; மணம் செய் *They married when they were very young.* • *When did Raj ask you to marry him?*

> **NOTE** **Marry** என்ற சொல்லை விட **get married (to sb)** என்பது பெரு வழக்காகப் பயன்படுத்தப்படுகிறது—*When are Shruti and Inder getting married?* • *They got married in 2000.*

2 [T] to join two people together as husband and wife கணவன் மனைவியாக இருவரை ஒன்றுசேர்த்து வை; மணம் செய்துவை *We asked the local priest to marry us.* ➪ **marriage** noun பார்க்க.

Mars /mɑːz/ *noun* [*sing.*] the red planet, that is fourth in order from the sun வரிசை முறையில்

சூரியனிலிருந்து நான்காவதாக உள்ள செந்நிறக் கோள்; செவ்வாய் ➪ **Martian** பார்க்க; மேலும் **the solar system** பதிவில் படம் பார்க்க.

marsh /mɑːʃ/ *noun* [C, U] an area of soft wet land குழைவான ஈரமண் பகுதி; சதுப்பு நிலம் ▶ **marshy** *adj.*

marshal /ˈmɑːʃl/ *noun* [C] **1** a person who helps to organize or control a large public event பெருமளவிலான பொது நிகழ்ச்சி ஒன்றை ஏற்பாடு செய்ய அல்லது கட்டுப்படுத்த துணைசெய்பவர்; ஒழுங்குமுறைப் பணியாளர் *Marshals are directing traffic in the car park.* **2** (*AmE*) an officer of a high level in the police or fire department or in a court of law காவல் துறை, தீயணைப்புத் துறை அல்லது நீதிமன்ற உயர்நிலை அலுவலர்

marsupial /mɑːˈsuːpiəl/ *noun* [C] any Australian animal that carries its baby in a pocket of skin (**pouch**) on the mother's stomach தனது வயிற்றிலுள்ள பையில் குட்டியை எடுத்துச் செல்லும் ஆஸ்திரேலிய விலங்கினம்; பைம்மாவினம் *Kangaroos are marsupials.* ▶ **marsupial** *adj.*

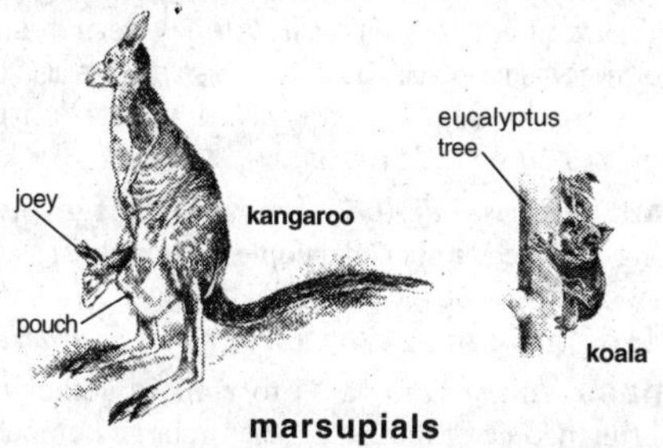

marsupials

martial /ˈmɑːʃl/ *adj.* (*formal*) connected with war போர் தொடர்பான

martial arts *noun* [*plural*] fighting sports such as **karate** or **judo**, in which you use your hands and feet as weapons கைகளையும் பாதங்களையும் ஆயுதங்களாகப் பயன்படுத்தும் கராத்தே, ஜூடோ முதலிய வீர விளையாட்டுகள்

martial law *noun* [U] a situation in which the army of a country instead of the police controls an area during a time of trouble கலகம் நிகழும் சமயங்களில் அமைதியை நிலைநாட்டக் காவல்துறையினருக்குப் பதிலாகப் படைத்துறையின் தரைப்படை கலகப் பகுதிக்கு அனுப்பப்படும் சூழல்; இராணுவச் சட்டம் அமல்படுத்தப்படும் நிலை *The city remains* ***under martial law***.

Martian /ˈmɑːʃn/ *noun* [C] (in stories) a creature that comes from the planet Mars (புனைகதைகளில்) செவ்வாய்க் கோளைச் சார்ந்த ஓர் உயிரினம்

martyr /ˈmɑːtə(r)/ *noun* [C] **1** a person who is killed because of what he/she believes தனது கொள்கைப்பற்றுக் காரணமாகக் கொலை செய்யப்படுபவர்; கொள்கைத் தியாகி **2** a person who tries to make people feel sorry for him/her பிறரது இரக்கத்தைப் பெற முயல்பவர் *Don't be such a martyr! You don't have to do all the housework.* ▶ **martyrdom** /ˈmɑːtədəm/ *noun* [U]

marvel /ˈmɑːvl/ *noun* [C] a person or thing that is wonderful or that surprises you சிறப்பு மிக்க அல்லது வியக்கத்தக்க ஆள் அல்லது பொருள்; அற்புதம் *the marvels of modern technology* ▶ **marvel** *verb* [I] (**marvelling, marvelled**; *AmE* **marveling, marveled**) (*formal*) **marvel (at sth)** *We marvelled at how much they had managed to do.*

marvellous (*AmE* **marvelous**) /ˈmɑːvələs/ *adj.* very good; wonderful சிறப்பு மிக்க; நேர்த்தி வாய்ந்த; அற்புதமான; உன்னதமான; வியக்கத்தக்க *a marvellous opportunity* ▶ **marvellously** (*AmE* **marvelously**) *adv.*

Marxism /ˈmɑːksɪzəm/ *noun* [U] the political and economic thought of Karl Marx கார்ல் மார்க்ஸின் அரசியல் மற்றும் பொருளியல் கோட்பாடு; மார்க்சியம் ➪ **communism, socialism** மற்றும் **capitalism** பார்க்க. ▶ **Marxist** *noun* [C], *adj. Marxist ideology*

marzipan /ˈmɑːzɪpæn/ *noun* [U] a food that is made of sugar, egg and **almonds**. Marzipan is used to make sweets or to put on cakes சர்க்கரை, முட்டை மற்றும் வாதுமைக்கொட்டை கொண்டு தயாரிக்கப்படும் உணவு வகை; இப்பண்டம் இனிப்பு வகைகள் செய்வதற்கும் இனிப்புப் பண்டங்களின் மீது இடுவதற்கும் பயன்படுத்தப்படுகிறது.

masc *abbr.* masculine (ஆண்பாலுக்குரிய) என்பதன் குறுக்கம்

mascara /mæˈskɑːrə/ *noun* [U] a beauty product that is used to make the hairs around your eyes (**eyelashes**) dark and attractive கண்ணிமை மயிர்களுக்கு மேலும் கருமையூட்டிக் கவர்ச்சியாக்குவதற்குப் பயன்படுத்தப்படும் ஒப்பனைப் பொருள்

mascot /ˈmæskət; -skɒt/ *noun* [C] a person, animal or thing that is thought to bring good luck நல்வாய்ப்பு கொணர்விப்பவராக/கொணர்விப்பதாகக் கருதப்படும் ஆள், விலங்கு அல்லது பொருள்

masculine /ˈmæskjəlɪn/ *adj.* **1** typical of or looking like a man; connected with men ஆணுக்குரிய; ஆண் போலத் தோன்றுகிற; ஆண்கள் தொடர்பான; ஆண்பாலுக்குரிய *a deep, masculine voice* • *Her short hair makes her look quite masculine.* ➪ **feminine** மற்றும் **female** பதிவுகளிலுள்ள

குறிப்பைப் பார்க்க. **2** (*abbr.* **masc**) (*grammar*) belonging to a class of words that refer to male people or animals and often have a special form ஆண்கள் மற்றும் ஆண் விலங்குகளைக் குறிப்பனவும் பெரும்பாலும் தனிவகைச் சொல் வடிவங்கள் உடையனவுமாகிய சொற்களின் பிரிவுக்குரிய; ஆண்பால் சொற்களுக்குரிய *'He' is a masculine pronoun.* **3** (*abbr.* **masc**) (*grammar*) (in the grammar of some languages) belonging to a certain class of nouns, pronouns or adjectives (சில மொழிகளின் இலக்கணத்தில்) குறிப்பிட்ட சிலவகைப் பெயர்ச்சொற்கள், மாற்றுப்பெயர்கள் மற்றும் பெயரடைகளுக்குரிய; ஆண்பாலுக்குரிய *The French word for 'sun' is masculine.* ➪ **feminine** மற்றும் **neuter** பார்க்க. ▶ **masculinity** /ˌmæskjuˈlɪnəti/ *noun* [U]

mash /mæʃ/ *verb* [T] to mix or crush sth until it is soft குழைவாக ஆகும் வரை ஒன்றைக் கலக்கு அல்லது மசியலாக்கு; கூழாக்கு *mashed potatoes*

masjid *noun* [C] = **mosque**

mask¹ /mɑːsk/ *noun* [C] something that you wear that covers your face or part of your face. People wear masks in order to hide or protect their faces or to make themselves look different (முகத்தை மறைத்துக்கொள்ள, முகத்திற்குக் காப்பாக அல்லது வேறான தோற்றம் கொள்ள) முகத்தை அல்லது முகத்தின் பகுதியை மூடுமாறு அணிந்துகொள்ளப்படும் ஒன்று; முகமூடி; முகத்திரை; பொய்முகம் ➪ **gas mask** மற்றும் **goggles** பார்க்க.

mask² /mɑːsk/ *verb* [T] **1** to cover or hide your face with a mask முகமூடியினால் முகத்தை மூடு அல்லது மறை; முகமூடி அணிந்துகொள் *a masked gunman* **2** to hide a feeling, smell, fact, etc. ஓர் உணர்ச்சி, ஒரு மணம், உண்மை முதலியவற்றை மறைத்துக்கொள் *He masked his anger with a smile.*

masochism /ˈmæsəkɪzəm/ *noun* [U] the enjoyment of pain, or of what most people would find unpleasant துன்பத்தை அல்லது பெரும்பாலானவர்களுக்கு இன்னாததாகத் தோன்றும் ஒன்றை மகிழ்ந்து துய்த்தல்; இடர்ப்பாட்டில் அல்லது இன்னாததில் இன்பம் காண்பது *He swims in the sea even in winter—that's sheer masochism!* ➪ **sadism** பார்க்க. ▶ **masochist** /ˈ-kɪst/ *noun* [C] ▶ **masochistic** /ˌmæsəˈkɪstɪk/ *adj.*

mason /ˈmeɪsn/ *noun* [C] **1** a person who makes things from stone கற்களைக் கொண்டு பொருள்கள் செய்பவர்; கல்தச்சன்; கொற்றன்; கொல்லத்துக்காரன் **2** = **Freemason**

masonry /ˈmeɪsənri/ *noun* [U] the parts of a building that are made of stone கற்களாலான கட்டடப் பகுதிகள்; கல்தச்சு வேலைப்பாடு

masquerade /ˌmæskəˈreɪd; ˌmɑːsk-/ *noun* [C] a way of behaving that hides the truth or sb's true feelings உண்மையை அல்லது ஒருவரது உண்மையான உணர்வுகளை மறைக்கும்படியான நடத்தை முறை; பொய்த் தோற்றம்; போலி நடிப்பு ▶ **masquerade** *verb* [I] **masquerade as sth** *Two people, masquerading as doctors, knocked at the door and asked to see the child.*

mass¹ /mæs/ *noun* **1** [C] **a mass (of sth)** a large amount or number of sth ஒன்றின் பெரும் அளவு அல்லது பெரும் எண்ணிக்கை; குவியல்; திரள் *a dense mass of smoke* • (*informal*) *There were masses of people at the market today.* **2 the masses** [*pl.*] ordinary people when considered as a political group (அரசியல் நோக்கில்) சாதாரண மக்கள்; பொது மக்கள்; கீழ்த்தட்டு மக்கள் **3** [U] (in physics) the quantity of material that sth contains (இயற்பியலில்) ஒன்றின் உள்ளடக்கமாக உள்ள பொருளின் அளவு; பொருண்மை **4 Mass** [C, U] the ceremony in some Christian churches when people eat bread and drink wine in order to remember the last meal that Christ had before he died இயேசுநாதர் இறப்பதற்கு முன் உண்ட இறுதி உணவை நினைவுகூரும் பொருட்டுச் சிலவகைக் கிறிஸ்தவ ஆலயங்களில் அனுசரிக்கப்படும் அப்பமும் திராட்சை ரசமும் உட்கொள்ளும் சடங்கு *to go to Mass*

mass² /mæs/ *adj.* (*only before a noun*) involving a large number of people or things பெரும் எண்ணிக்கையிலான ஆட்களை அல்லது பொருள்களை உள்ளடக்கிய *a mass murderer*

mass³ /mæs/ *verb* [I, T] to come together or bring people or things together in large numbers பெரும் எண்ணிக்கையில் ஒன்றுசேர்; கூட்டமாகக் கூடு; பேரளவில் ஆட்களை அல்லது பொருள்களை ஒன்றுசேர்; திரட்டு *The students massed in the square.*

massacre /ˈmæsəkə(r)/ *noun* [C] the killing of a large number of people or animals பெரும் எண்ணிக்கையில் ஆட்களை அல்லது விலங்குகளைக் கொலை செய்தல்; கொன்று குவித்தல்; படுகொலைக்களரி ▶ **massacre** *verb* [T] ➪ **kill** பதிவிலுள்ள குறிப்பைப் பார்க்க.

massage /ˈmæsɑːʒ/ *noun* [C, U] the act of rubbing and pressing sb's body in order to reduce pain or to help him/her relax ஒருவரது நோவு தணிப்பதற்காக அல்லது அயர்ச்சி போக்க உதவும் பொருட்டு அவருடைய உடலைத் தேய்த்தலும் அமுக்குதலுமாகிய செயல்; தேய்த்துப் பிசைந்துவிடுதல்; உருவுதல் *to give sb a massage* ▶ **massage** *verb* [T]

massive /ˈmæsɪv/ *adj.* very big மிகப் பெரிய; பெருத்த; பெரும்படியான *a massive increase in prices* ✪ SYN **huge** ▶ **massively** *adv.*

mass media *noun* [*pl.*] newspapers, television and radio that reach a large number of people பெரும் எண்ணிக்கையிலான மக்களைச் சென்றடையும் பத்திரிகைகள், தொலைக்காட்சி மற்றும் வானொலி; மக்கள் தொடர்பு ஊடகங்கள்

mass number *noun* [C] (*technical*) the total number of **protons** and **neutrons** in an atom ஓர் அணுவிலுள்ள நேர்மின்மங்கள் (protons) மற்றும் நொதுமங்களின் (neutron) மொத்த எண்ணிக்கை

mass-produce *verb* [T] to make large numbers of similar things by machine in a factory தொழிற்சாலையில் இயந்திரத்தின் உதவியால் ஒத்த வகையான பொருள்களைப் பெரும் எண்ணிக்கையில் உற்பத்தி செய் *mass-produced goods* ▶ **mass production** *noun* [U]

mast /mɑːst/ *noun* [C] **1** a tall wooden or metal pole for a flag, a ship's sails, etc. கொடியேற்றுதல், கப்பல் பாய்களைக் கட்டுதல் முதலியவற்றுக்கான உயரமான மர அல்லது உலோகக் கம்பம்; கொடிக் கம்பம்; பாய்மரம் முதலியவை ➪ **boat** பதிவில் படம் பார்க்க. **2** a tall pole that is used for sending out radio or television signals வானொலி அல்லது தொலைக்காட்சிச் சமிக்ஞைகளைச் செலுத்துவதற்கான உயரமான கம்பம்

master[1] /ˈmɑːstə(r)/ *noun* [C] **1** a person who has great skill at doing sth ஒரு செயலுக்கான பயிற்சித்திறம் மிக்க அளவில் கைவரப் பெற்றவர்; செயல் வல்லார்; திறலாளர் *a master builder* • *an exhibition of work by French masters* (= painters) **2** (*old-fashioned*) a male teacher (usually in a private school) (பெரும்பாலும் தனியார் பள்ளியிலுள்ள) ஆண் ஆசிரியர் *the chemistry master* **3** a film or tape from which copies can be made படி எடுக்கத்தக்க ஒளி/ஒலிப் பதிவு மென்தகடு அல்லது நாடா; மூல ஒளி/ஒலிப் பதிவுத் தகடு அல்லது நாடா

master[2] /ˈmɑːstə(r)/ *verb* [T] **1** to learn how to do sth well ஒன்றை நன்கு கற்றுக்கொள்; ஒன்றில் தேர்ச்சித் திறம் பெறு *It takes a long time to master a foreign language.* **2** to control sth ஒன்றைக் கட்டுப்படுத்து; அடக்கி ஆள் *to master a situation*

mastermind /ˈmɑːstəmaɪnd/ *noun* [C] a very clever person who has planned or organized sth (ஒன்றைத் திட்டமிட்ட அல்லது ஏற்பாடு செய்த) அறிவுத்திறம் மிக்க ஒருவர்; ஒன்றைக் கூர்மதியுடன் திட்டமிடுபவர்; சூழ்ச்சித் திறம் மிக்கவர் *The mastermind behind the robbery was never caught.* ▶ **mastermind** *verb* [T] *The police failed to catch the man who masterminded the robbery.*

masterpiece /ˈmɑːstəpiːs/ *noun* [C] a work of art, music, literature, etc. that is of the highest quality கலை, இசை, இலக்கியம் முதலிய துறை சார்ந்த உச்ச உயர்தரமான படைப்பு; தலைசிறந்த படைப்பு

Master's degree (*also* **Master's**) *noun* [C] a second or higher university degree. You usually get a Master's degree by studying for one or two years after your first degree பல்கலைக் கழகத்தில்/கல்லூரியில் இளநிலைப் பட்டம் பெற்றபின் பெரும்பாலும் ஓராண்டு அல்லது இரண்டாண்டுகள் பயின்று பெறும் இரண்டாவது அல்லது மேல்நிலைப் பட்டம்; முதுநிலைப் பட்டம் *Master of Arts (MA)* • *Master of Science (MSc)* ➪ **Bachelor's degree** பார்க்க.

mastery /ˈmɑːstəri/ *noun* [U] **1 mastery (of sth)** great skill at doing sth ஒன்றைச் செய்வதில் வெளிப்படுத்தும் சிறந்த பயிற்சித் திறம்; தேர்ச்சித் திறம்; செயல் வல்லமை *His mastery of the violin was quite exceptional for a child.* **2 mastery (of/over sb/sth)** control over sb/sth ஒருவர்/ஒன்றன் மீதான கட்டுப்பாடு; மேலாட்சி; ஆதிக்கம் *The battle was fought for mastery of the seas.*

mat /mæt/ *noun* [C] **1** a piece of carpet or other thick material that you put on the floor தரை மீது பரப்பப்படும் (புல்லீர்க்கு முதலியவற்றாலான) விரிப்பு அல்லது பிற கெட்டியான துணி; பாய்; தரைவிரிப்பு *a doormat* ➪ **rug** பார்க்க. **2** a small piece of material that you put under sth on a table மேசையின் மேல் ஒரு பொருளின் கீழ் இடப்படும் சிறு திண்டு; அடிக்காப்புத் தட்டு *a table mat* • *a mouse mat*

match[1] /mætʃ/ *noun* **1** [C] a small stick of wood, cardboard, etc. that you use for starting a fire, lighting a cigarette, etc. தீக்குச்சி *to light/strike a match* • *a box of matches* **2** [C] an organized game or sports event ஏற்பாடு செய்யப்பட்ட விளையாட்டு அல்லது போட்டி விளையாட்டு நிகழ்ச்சி *a tennis/football match* **3** [*sing.*] **a match for sb; sb's match** a person or thing that is as good as or better than sb/sth else வேறொருவரை/வேறொன்றை ஒத்த அல்லது விஞ்சிய பண்பு நலம் அல்லது திறமை உடையவர்/உடையது; நிகரானவர்/நிகரானது *Charu is no match for her mother when it comes to cooking* (= she doesn't cook as well as her mother). • *I think you've* ***met*** *your* ***match*** *in Dinesh—you won't beat him.* **4** [*sing.*] a person or thing that combines well with sb/sth else வேறொருவருடன்/வேறொன்றுடன் நன்கு இணைந்து அல்லது ஒத்திசைந்து அமைபவர்/அமைவது; இணையர்/இணைபொருள் *Rahul and Veena are a* ***perfect match*** *for each other.*

match² /mætʃ/ *verb* **1** [I, T] to have the same colour or pattern as sth else; to look good with sth else நிறம் அல்லது உருப்படிவத்தில் வேறொன்றை ஒத்திரு; ஒத்திசைந்திரு *That shirt doesn't match your jacket.* **2** [T] to find sb/sth that is like or suitable for sb/sth else வேறொருவரை/வேறொன்றை ஒத்த அல்லது அவருக்கு/அதனுக்குப் பொருத்தமான ஆளை/பொருளைக் கண்டுபிடி *The agency tries to match single people with suitable partners.* **3** [T] to be as good as or better than sb/sth else வேறொருவரை/வேறொன்றை ஒத்த அல்லது விஞ்சிய பண்பு நலம் அல்லது திறமை உடையவராயிரு/உடையதாயிரு; ஈடு-கொடுக்கத் தக்கவராக/தக்கதாக இரு *The two teams are very evenly matched.* • *Taiwan produces the goods at a price that Europe cannot match.*

PHR V **match up** to be the same ஒத்ததாயிரு; ஒரே இயல்புடையதாக அல்லது வகையானதாக இரு *The statements of the two witnesses don't match up.*

match sth up (with sth) to fit or put sth together (with sth else) (வேறொன்றுடன்) ஒன்றைச் சேர்த்துப் பொருத்து; ஒரு சேர வை *What you have to do is match up each country with its capital.*

match up to sb/sth to be as good as sb/sth (பண்பு நலம், திறமை முதலியவற்றில்) ஒருவரை/ஒன்றை ஒத்திரு; நிகராயிரு *The film didn't match up to my expectations.*

matchbox /ˈmætʃbɒks/ *noun* [C] a small box for matches தீப்பெட்டி

matchstick /ˈmætʃstɪk/ *noun* [C] the thin wooden part of a match தீக்குச்சியின் மெலிதான மரத்துண்டுப் பகுதி; தீக்குச்சி

mate¹ /meɪt/ *noun* [C] **1** (*informal*) a friend or sb you live, work or do an activity with நண்பர், உடன் வசிப்பவர், உடன் பணிபுரிபவர் அல்லது உடன் செயலாற்றுபவர்; தோழர்; கூட்டாளி; துணைவர் *He's an old mate of mine.* • *a flat mate/classmate/team-mate/playmate* **2** (*BrE slang*) used when speaking to a man ஓர் ஆணுடன் உரையாடும்போது பயன்படுத்தப்படுவது *Can you give me a hand, mate?* **3** one of a male and female pair of animals, birds, etc. விலங்குகள், பறவைகள் முதலியவற்றின் ஆண்-பெண் இணைகளில் ஒன்று; இணை விலங்கு; இணை பறவை *The female sits on the eggs while her mate hunts for food.* **4** an officer on a ship கப்பலில் உள்ள ஓர் உயர்நிலை அலுவலர்

mate² /meɪt/ *verb* **1** [I] (used about animals and birds) to have sex and produce young (விலங்குகள் மற்றும் பறவைகள் வகையில்) கூடி இணைவுற்று இனப்பெருக்கம் செய் *Pandas rarely mate in zoos.* **2** [T] to bring two animals together so that they can mate இனப்பெருக்கத்திற்காக இரு விலங்குகளை இணைகூட்டு ✪ SYN **breed**

material¹ /məˈtɪəriəl/ *noun* **1** [C, U] a substance that can be used for making or doing sth ஒன்றைத் தயாரிப்பதற்கு அல்லது செய்வதற்குப் பயன்படுத்தக் கூடிய பொருள்; மூலப்பொருள்; செயற்பொருள் *raw materials* • *writing/teaching/building materials* **2** [C, U] cloth (for making clothes, etc.) (ஆடைகள் முதலியவை தயாரிப்பதற்கான) துணி *Is there enough material for a dress?* **3** [U] facts or information that you collect before you write a book, article, etc. நூல், கட்டுரை முதலியவை எழுதுவதற்காகத் திரட்டப்படும் மெய்ம்மைக் கூறுகள் அல்லது தகவல்

material² /məˈtɪəriəl/ *adj.* **1** connected with real or physical things rather than the spirit or emotions ஆன்மா அல்லது உள்ளுணர்ச்சிகள் அல்லாத, உண்மைப்பொருள்கள் அல்லது இயற்பொருள்கள் தொடர்பான; இயலுலகு சார்ந்த *We should not value material comforts too highly.* ⇨ **spiritual** பார்க்க. **2** important and needing to be considered முக்கியமானதும் கருத்தில் கொள்ளப்பட்ட வேண்டியதுமான; கருதுபொருளோடு தொடர்புடைய *material evidence* **NOTE** இச்சொல் பொது வழக்கன்று. ஆனால் **immaterial** பார்க்க. ▶ **materially** *adv.*

materialism /məˈtɪəriəlɪzəm/ *noun* [U] the belief that money and possessions are the most important things in life வாழ்க்கையில் பணமும் உடைமைகளுமே முதன்மையானவை என்னும் கோட்பாடு; பொருள் முதல்வாதம் ▶ **materialist** /məˈtɪəriəlɪst/ *noun* [C] ▶ **materialistic** /məˌtɪəriəˈlɪstɪk/ *adj.*

materialize (*also* **-ise**) /məˈtɪəriəlaɪz/ *verb* [I] to become real; to happen மெய்யாகு; நிகழ்வுறு *The pay rise that they had promised never materialized.*

maternal /məˈtɜːnl/ *adj.* **1** behaving as a mother would behave; connected with being a mother தாய் போன்று நடந்துகொள்கிற; தாய் போன்ற; தாய்மையோடு தொடர்புடைய; தாய்க்குரிய *maternal love/instincts* **2** (*only before a noun*) related through your mother's side of the family தாய்வழி உறவுடைய *your maternal grandfather* ⇨ **paternal** பார்க்க.

maternity /məˈtɜːnəti/ *adj.* connected with women who are going to have or have just had a baby குழந்தை பெறப்போகும் அல்லது சற்று முன்னர் குழந்தை பெற்ற பெண்கள் தொடர்பான; பிள்ளைப்பேற்றின் போதான அல்லது பிள்ளை பெற்றெடுத்த பெண்களுக்கான;

பேறுகாலப் பெண்களுக்குரிய *maternity clothes* • *the hospital's maternity ward* ➪ **paternity** பார்க்க.

mathematician /ˌmæθəməˈtɪʃn/ *noun* [C] a person who studies or is an expert in mathematics கணிதவியல் ஆய்வாளர் அல்லது கணிதவியல் வல்லுநர்

mathematics /ˌmæθəˈmætɪks/ *noun* [U] the science or study of numbers, quantities or shapes இலக்கங்கள், எண்ணிக்கைகள் அல்லது வடிவங்கள் சார்ந்த அறிவியல் அல்லது ஆய்வு; கணிதவியல் **NOTE** இச்சொல்லின் குறுக்கம் **maths** (*BrE*), **math** (*AmE*)—*Maths/math is my favourite subject.* ➪ **arithmetic, algebra** மற்றும் **geometry** பார்க்க. ▶ **mathematical**/ˌmæθəˈmætɪkl/ *adj. mathematical calculations* ▶ **mathematically** /ˌmæθəˈmætɪkli/ *adv.*

matinée /ˈmætɪneɪ/ *noun* [C] an afternoon performance of a play, film, etc. நாடகம், திரைப்படம் முதலியவற்றின் பிற்பகல் காட்சி

matriarch /ˈmeɪtriɑːk/ *noun* [C] a woman who is the head of a family or social group ஒரு குடியின் அல்லது சமுதாயக் குழுவின் தலைமைப் பொறுப்பிலுள்ள பெண்; குலத் தலைவி ➪ **patriarch** பார்க்க.

matriarchal /ˌmeɪtriˈɑːkl/ *adj.* (used about a society or system) controlled by women rather than men; passing power, property, etc. from mother to daughter rather than from father to son (ஒரு சமுதாயம் அல்லது ஓர் அமைப்புப் பற்றிக் கூறுகையில்) ஆண்களாலல்லாது, பெண்களால் ஆளுமை செலுத்தப்படுகிற; அதிகாரம், சொத்து, முதலியவை தந்தையிடமிருந்து மகனுக்கு அல்லாது, தாயிடமிருந்து மகளுக்குச் செல்கிற; பெண்ணாதிக்கம் சார்ந்த; பெண் வழி மரபுரிமை பெறுகிற ➪ **patriarchal** பார்க்க.

matriarchy /ˈmeɪtriɑːki/ *noun* [C, U] (*pl.* **matriarchies**) a social system that gives power and control to women rather than men அதிகாரமும் கட்டுப்பாட்டுரிமையும் ஆண்களுக்கல்லாது பெண்களுக்கு வழங்கப்படும் சமுதாய அமைப்பு முறை; பெண்ணாதிக்கச் சமுதாய அமைப்பு ➪ **patriarchy** பார்க்க.

matricide /ˈmætrɪsaɪd/ *noun* [U] (*formal*) the crime of killing your mother தாயைக் கொல்வதாகிய குற்றம்; தாய்க்கொலை ➪ **patricide** பார்க்க.

matrimony /ˈmætrɪməni/ *noun* [U] (*formal*) the state of being married திருமணமான நிலை; திருமணம் ▶ **matrimonial** /ˌmætrɪˈməʊniəl/ *adj.*

matrix /ˈmeɪtrɪks/ *noun* [C] (*pl.* **matrices** /ˈmeɪtrɪsiːz/) **1** (in mathematics) an arrangement of numbers, symbols, etc. in rows and columns, treated as a single quantity (கணிதவியலில்) ஒரே எண்ணிக்கையாகக் கொள்ளப்படும், அகல மற்றும் நீள வரிசைகளில் அமைக்கப்படுகிற இலக்கங்கள், குறியீடுகள் முதலியவை; அடுக்கம் **2** (*formal*) the social, political, etc. situation from which a society or person grows and develops ஒரு சமூகம் அல்லது தனிமனிதன் வளர்ச்சியுறும் சமுதாயம், அரசியல் முதலியவை சார்ந்த சூழல்; வளர்ச்சிச் சூழல் *the European cultural matrix* **3** (*formal*) a system of lines, roads, etc. that cross each other, forming a series of squares or shapes in between ஒன்றையொன்று வெட்டிச்சென்று, இடையிடையே கட்டங்களின் அல்லது உருவமைப்புகளின் தொடர்வரிசையாக அமையும் கோடுகள், சாலைகள் முதலியவற்றின் தொகுதி; வலைப்பின்னல் தொகுதி ✪ SYN **network** *a matrix of paths* **4** (*technical*) a mould in which sth is shaped ஒரு பொருள் உருப்படுத்தப்படும் அச்சு; வார்ப்புரு **5** (*technical*) a mass of rock in which minerals, precious stones, etc. are found in the ground மண்ணினுள் கனிமங்கள், மணிக்கற்கள் முதலியவை காணப்படும் பாறைத் தொகுதி; கனிமப் பாறைத் திரள்

matron /ˈmeɪtrən/ *noun* [C] **1** (*old-fashioned*) a nurse who is in charge of the other nurses in a hospital மருத்துவமனையின் தலைமைச் செவிலி **2** a woman who works as a nurse in a school பள்ளியில் தாதியாகப் பணிபுரியும் பெண்

matt (*AmE* **matte**) /mæt/ *adj.* not shiny பளபளப்பாக இல்லாத; ஒளிர்வற்ற *This paint gives a matt finish.* ➪ **gloss** பார்க்க.

matted /ˈmætɪd/ *adj.* (used especially about hair) forming a thick mass, especially because it is wet and/or dirty (குறிப்பாக முடி வகையில்) குறிப்பாக ஈரப்பசை மற்றும்/அல்லது அழுக்குக் காரணமாக, அடர்திரளாக அமைந்த; சிக்குப் பிடித்த; சடையான

matter[1] /ˈmætə(r)/ *noun* **1** [C] a subject or situation that you must think about and give your attention to சிந்தித்துக் கவனம் செலுத்தவேண்டிய பொருள் அல்லது சூழல்; காரியம்; விஷயம்; கருத்து *Finding a job will be* ***no easy matter***. • *to simplify/complicate matters* **2** [*sing.*] **the matter (with sb/sth)** the reason sb/sth has a problem or is not good ஒருவர்/ஒன்று ஓர் இடர்ப்பாட்டில் உள்ளதற்கான அல்லது நன்னிலையில் இல்லாததற்கான காரணம்; ஒன்றற்கான முகாந்தரம் *She looks sad.* ***What's the matter*** *with her?* • *There seems to be* ***something the matter*** *with the car.* • *Eat that food! There's* ***nothing the matter*** *with it.* **3** [U] all physical substances; a substance of a particular kind

இயற்கைப் பொருள்களின் தொகுதி; குறிப்பிட்ட வகையிலான பொருள்; இயற்பொருள் *Matter is of three kinds—solid, liquid and gas.* **4** [U] the contents of a book, film, etc. ஒரு நூல், திரைப்படம் முதலியவற்றின் உள்ளடக்கம்; பொருள் *I don't think the* ***subject matter*** *of this programme is suitable for children.*

IDM **a matter of hours, miles, etc.** used to say that sth is not very long, far, expensive, etc. ஒன்றின் கால நீட்சி, தொலைவு, விலை, முதலியவை அதிகமில்லை எனக் கூறப் பயன்படுத்தப்படுவது *The fight lasted a matter of seconds.*

a matter of life and/or death extremely urgent and important மிகமிக அவசரமானதும் முக்கியமானதுமான

another/a different matter something much more serious, difficult, etc. கடுமை, இடர்ப்பாடு முதலியவை கூடுதலாக உள்ள ஒன்று *I can speak a little Japanese, but reading it is quite another matter.*

as a matter of fact to tell the truth; in reality உண்மையைக் கூறுவதானால்; உண்மையில் *I like him very much, as a matter of fact.*

for that matter in addition; now that I think about it மேலும்; அத்துடன்; அது குறித்துச் சிந்திக்கையில் *Murthy is really fed up with his course. I am too, for that matter.*

to make matters/things worse ⇨ **worse** பார்க்க.

a matter of course something that you always do; the usual thing to do வழக்கமுறையாகச் செய்வது; இயல்பான நடைமுறை *Goods leaving the factory are checked as a matter of course.*

a matter of opinion a subject on which people do not agree ஒருவரோடொருவர் ஒத்துப்போகாத பொருள்; கருத்து வேறுபாட்டுக்கு அல்லது வாதத்திற்கு உரிய பொருள் *'I think the government is doing a good job.' 'That's a matter of opinion.'*

(be) a matter of sth/doing sth a situation in which sth is needed ஒன்று தேவைப்படும் அல்லது செய்யப்பட வேண்டியிருக்கும் சூழல் *Learning a language is largely a matter of practice.*

no matter who, what, where, etc. whoever, whatever, wherever, etc. எவராயினும், எதுவாயினும், எங்காயினும் முதலியவை *They never listen no matter what you say.*

matter² /ˈmætə(r)/ *verb* [I] **matter (to sb)** (*not used in the continuous tenses*) to be important முக்கியமானதாயிரு; குறிப்பிடத்தக்கதாயிரு ***It doesn't*** *really* ***matter*** *how much it costs.* • *Nobody's hurt, and* ***that's all that matters****.*

matter-of-fact *adj.* said or done without showing any emotion, especially when it would seem more normal to express your feelings குறிப்பாக உணர்ச்சிகளை வெளிப்படுத்துவது இயல்பானதாகக் காணப்படும் ஒரு சூழலில், சிறிதும் உணர்ச்சிவசப்படாது கூறப்படுகிற அல்லது செய்யப்படுகிற; இயல்முறைப்போக்கான *He was very matter-of-fact about his illness.*

mattress /ˈmætrəs/ *noun* [C] a large soft thing that you lie on to sleep, usually put on a bed மெத்தை

mature /məˈtʃʊə(r)/ *adj.* **1** fully grown or fully developed முழு வளர்ச்சியடைந்த; முதிர்ந்த *a mature tree/bird/animal* **2** behaving in a sensible adult way வயது மற்றும் அறிவு முதிர்ச்சியுடன் நடந்துகொள்கிற; மனப் பக்குவமுள்ள *Is she mature enough for such responsibility?* ✪ OPP **immature** ▶ **mature** *verb* [I] *He matured a lot during his two years at college.* ▶ **maturity** /məˈtʃʊərəti/ *noun* [U]

maul /mɔːl/ *verb* [T] (usually used about a wild animal) to attack and injure sb (வழக்கமாகக் காட்டு விலங்கு பற்றிக் கூறுகையில்) ஒருவரைத் தாக்கிக் காயப்படுத்து

mauve /məʊv/ *adj.*, *noun* [U] (of) a pale purple colour மங்கலான ஊதா நிறமுள்ள/மங்கலான ஊதா நிறம்

maverick /ˈmævərɪk/ *noun* [C] a person who does not behave or think like everyone else, but who has independent, unusual opinions மற்ற எல்லோரையும் போல் நடந்துகொள்ளாது அல்லது சிந்திக்காது, தன்னியல்பான வழக்க மீறிய கருத்துகளை உடையவர்; தனிப்போக்குடையவர் ▶ **maverick** *adj.*

max /mæks/ *abbr.* maximum (மேல் எல்லை) என்பதன் குறுக்கம் *max temp 21°C*

maxim /ˈmæksɪm/ *noun* [C] a few words that express a rule for good or sensible behaviour நன்னடத்தை அல்லது நல்லறிவு குறித்த நியதியை எடுத்துரைக்கும் சிலவாகிய சொற்கள்; மூதுரை; ஒழுக்க விதி *Our maxim is: 'If a job's worth doing, it's worth doing well.'*

maximize (*also* **-ise**) /ˈmæksɪmaɪz/ *verb* [T] to increase sth as much as possible இயன்ற அளவுக்கு ஒன்றை மிகுதிப்படுத்து அல்லது பெருக்கு *to maximize profits* ✪ OPP **minimize**

maximum /ˈmæksɪməm/ *noun* [*sing.*] (*abbr.* **max**) the greatest amount or level of sth that is possible, allowed, etc. (இயலக்கூடியதான, அனுமதிக்கப்படுகிற) உச்ச உயர் அளவு; மேல் எல்லை; உச்ச வரம்பு; பெருமம் *The bus can carry a maximum of 40 people.* • *That is the maximum we can afford.* ✪ OPP **minimum** ▶ **maximum**

adj. (*only before a noun*) *a maximum speed of 120 kilometres per hour*

May /meɪ/ *noun* [U, C] the fifth month of the year, coming after April ஏப்பிரல் மாதத்தை அடுத்து வருகிற, ஆங்கில ஆண்டின் ஐந்தாவது மாதம்; மே

NOTE மாதங்கள் வாக்கியங்களில் பயன்படுத்தப்படும் முறை பற்றி அறிய, **January** பதிவிலுள்ள எடுத்துக்காட்டுகள் மற்றும் குறிப்பைப் பார்க்க.

may /meɪ/ *modal verb* (*negative* **may not**) **1** used for saying that sth is possible ஒன்று இயலக்கூடியது அல்லது ஒன்றுக்கு வாய்ப்புள்ளது எனக் கூறப் பயன்படுத்தப்படுவது: கூடும்; ஒருவேளை நடைபெறலாம்; சாத்தியமானது *You may be right.* • *I may be going to China next year.* **2** used as a polite way of asking for and giving permission இணக்க நயமுடன் அனுமதி கோருவதற்கும் அனுமதி வழங்குவதற்கும் பயன்படுத்தப்படும் சொல் *May I use your phone?* • *You may not take photographs in the museum.* **3** used for contrasting two facts இரண்டு மெய்ம்மைகளை வேறுபடுத்திக் காட்டப் பயன்படுத்தப்படுவது *He may be very clever but he can't do anything practical.* **4** (*formal*) used for expressing wishes and hopes வாழ்த்து மற்றும் நம்பிக்கை தெரிவிக்கப் பயன்படுத்தப்படுவது *May you both be very happy.*

NOTE வினைநோக்கத் துணைவினைகள் (modal verbs) பற்றி மேலும் அறிய அகராதிப் பகுதியின் பின்னால் உள்ள **Quick Grammar Reference** பகுதியைப் பார்க்க.

IDM **may/might as well (do sth)** ➪ **well**[1] பார்க்க.

maybe /ˈmeɪbi/ *adv.* perhaps; possibly நிகழக்கூடியதாக; ஓரளவு வாய்ப்பு உள்ளதாக; ஒருவேளை; ஒருக்கால் *There were three, maybe four armed men.* • *Maybe I'll accept the invitation and maybe I won't.* ➪ **perhaps** பதிவிலுள்ள குறிப்பைப் பார்க்க.

May Day *noun* [C] 1st May மே மாதம் முதல்நாள்; மே தினம்

NOTE மே தினம் வழக்கமுறையாக இளவேனில் (வசந்த) விழாவாகக் கொண்டாடப்படுகிறது. சில நாடுகளில் இந்நாள் தொழிலாளர் தினமாக விடுமுறையுடன் கொண்டாடப்படுகிறது.

mayonnaise /ˌmeɪəˈneɪz/ *noun* [U] a cold thick pale yellow sauce made with eggs and oil முட்டைகள் மற்றும் எண்ணெய்யில் தயாரிக்கப்படும் குளிர்ந்த கெட்டியான இள மஞ்சள் நிறக் கூட்டுச்சாறு

mayor /meə(r)/ *noun* [C] a person who is elected to be the leader of the group of people (**a council**) who manage the affairs of a town or city ஒரு நகரத்தின் அல்லது மாநகரத்தின் ஆட்சிக்குழுவின் தேர்ந்தெடுக்கப்பட்ட தலைவர்; நகர/மாநகரத் தலைவர்

mayoress /meəˈres/ *noun* [C] a woman mayor, or a woman who is married to or helps a mayor நகர/மாநகரத் தலைவி; நகர/மாநகரத் தலைவரின் மனைவி; நகர/மாநகரத் தலைவருக்குத் துணைபுரியும் பெண்

maze /meɪz/ *noun* [C] a system of paths which is designed to confuse you so that it is difficult to find your way out வெளியேறும் வழியைக் கண்டறிதல் எளிதாக இல்லாதவாறு குழப்பமூட்டும் முறையில் அமைக்கப்பட்டுள்ள பாதைகளின் தொகுதி; வலைப்பின்னல் தடம் (*figurative*) *a maze of winding streets* ✪ SYN **labyrinth**

MBA /ˌem biː ˈeɪ/ *abbr.* Master of Business Administration; an advanced university degree in business உயர்நிலை வாணிகத் தொழிற்கல்விப் பட்டமான Master of Business Administration (வாணிக மேலாண்மை முதல்வர்) என்பதன் குறுக்கம்

MBE /ˌem biː ˈiː/ *noun* [C] the abbreviation for 'Member of the Order of the British Empire'; an honour given to some people in Britain because they have achieved something special பிரிட்டனில் சிறப்பான சாதனையாளர்களுக்கு வழங்கப்படும் விருதான Member of the Order of the British Empire என்பதன் குறுக்கம் *She was made an MBE in 2001.*

MD /ˌem ˈdiː/ *abbr.* Doctor of Medicine மருத்துவ இயல் வல்லுநரைக் குறிக்கும் Doctor of Medicine என்பதன் குறுக்கம்

me /miː/ *pronoun* used by the speaker to refer to himself/herself பேசிக்கொண்டிருப்பவர் தன்னைக் குறிப்பிடப் பயன்படுத்தும் சொல்: என்னை; எனக்கு; நானே; என்னையே *He telephoned me yesterday.* • *She wrote to me last week.* • *Hello, is that Farooq? It's me, Sadiq.*

meadow /ˈmedəʊ/ *noun* [C] a field of grass புல்வயல்; பசும்புல் நிலம்.

meagre (*also AmE* **meager**) /ˈmiːgə(r)/ *adj.* too small in amount மிகக் குறைந்த அளவான; சொற்பமான *a meagre salary*

meal /miːl/ *noun* [C] the time when you eat or the food that is eaten at that time உணவு நேரம் அல்லது உணவு நேரத்தில் உண்ணப்படும் உணவு; சாப்பாடு *Shall we* ***go out for a meal*** *on Friday?* • *a heavy/light meal*

NOTE ஒரு நாளின் முக்கிய உணவுகள் **breakfast** (காலை உணவு), **lunch** (நண்பகல் உணவு) மற்றும் **dinner** (இரவுப் பேருண்டி)

ஆகியவை. **Tea** மற்றும் **supper** சிற்றுண்டிகளாகும். (**Dinner** பதிவிலுள்ள குறிப்பைப் பார்க்க.) சாப்பாட்டுக்கு இடைப்பட்ட நேரங்களில் உண்ணப்படுவது **snacks** ஆகும்.

IDM **a square meal** ⇨ **square²** பார்க்க.

mealtime /ˈmiːltaɪm/ *noun* [C] the time at which a meal is usually eaten வழக்கமாக உணவருந்தும் வேளை; சாப்பாட்டு நேரம்

mean¹ /miːn/ *verb* [T] (*pt, pp* **meant** /ment/) **1** (*not used in the continuous tenses*) to express, show or have as a meaning பொருளாகக் கூறு, பொருளாகக் காட்டு அல்லது பொருளாக இரு; பொருள்கொள்; பொருள்படு ***What does** this word **mean**?*

NOTE **Mean** தொடர்வினையாக வராவிடினும் இதன் நிகழ்கால வினையெச்ச வடிவம் (= -ing வடிவம்) பெருவழக்காகும்—*The weather during filming was terrible, meaning that several scenes had to be reshot later.*

2 to want or intend to say sth; to refer to sb/sth ஒன்றைக் கூற விரும்பு அல்லது கூறக் கருது; ஒருவரை/ஒன்றைப் பற்றிப் பேசு *What do you mean by 'a lot of money'?* • *I only meant that I couldn't come tomorrow—any other day would be fine.* • ***I see what you mean**, but I'm afraid it's not possible.*

NOTE '... என்ற கருத்து உடையவராயிரு' என்னும் பொருளில் **mean** என்ற சொல்லைப் பயன்படுத்த முடியாது. அவ்வாறு கூற விரும்பும்போது *'I think that'* அல்லது *'In my opinion'* என்று வழங்கவேண்டும்—*I think that she'd be silly to buy that car.* பெரும்பாலும் சற்று முன் தான் கூறிய ஒன்றை விவரிக்க அல்லது கூடுதலான தகவல் அளிக்க விரும்பும்போது **'I mean'** என்ற தொடர் பயன்படுத்தப்படுகிறது—*What a terrible summer—I mean it's rained almost all the time.* சற்று முன் தான் கூறிய ஒன்றில் திருத்தம் செய்யவும் **I mean** பயன்படுத்தப்படுகிறது—*We went there on Tuesday, I mean Thursday.*

3 (*usually passive*) **mean (sb) to do sth; mean sth (as/for sth/sb); mean sb/sth to be sth** to intend sth; to be supposed to be/do sth ஒன்றைக் கருது; ஒன்றை மனத்துள் கொண்டிரு; ஒன்றாக அல்லது ஒன்றைச் செய்வதாகக் கருதப்படு *I'm sure she didn't mean to upset you.* • *It was only meant as a joke.* • *What's this picture meant to be?* **4** to make sth likely; to cause ஒன்று நிகழ வாய்ப்புள்ளதாகச் செய்; ஒன்றைச் சாத்தியமாக்கு; விளைவி *The shortage of teachers means that classes are larger.* **5 mean sth (to sb)** to be important to sb ஒருவருக்கு முக்கியமானவராக/முக்கியமானதாக இரு *This job means a lot to me.* • *Money means nothing to her.* **6** to be serious or sincere about sth ஒன்று குறித்து உள்ளார்ந்த அக்கறையுடன் இரு; உண்மையாக இரு *He said he loved me but I don't think he meant it!*

IDM **be meant to be sth** to be considered or said to be sth குறிப்பிட்ட பண்பு முதலியவை கொண்டுள்ளவராக/கொண்டுள்ளதாகக் கருதப்படு அல்லது கூறப்படு *That restaurant is meant to be excellent.*

mean well to want to be kind and helpful but usually without success (பெரும்பாலும் பயன் நிறைவை எட்டாத) அன்பாதரவு காட்ட விரும்பு; நலம் விரும்பு; பரிவு காட்டு *My mother means well but I wish she'd stop treating me like a child.*

mean² /miːn/ *adj.* **1 mean (with sth)** wanting to keep money, etc. for yourself rather than let other people have it பணம் முதலியவற்றை மற்றவர்களுக்குப் போக விடாமல் தனக்கே வைத்துக்கொள்ள விரும்புகிற; பெருந்தன்மையற்ற; சிறுமனம் படைத்த; அற்பத்தனமான *It's no good asking him for any money—he's much too mean.* • *They're mean with the food in the canteen.* **2 mean (to sb)** (used about people or their behaviour) unkind (ஆட்கள் அல்லது அவர்களது நடத்தை வகையில்) நட்பிணக்கமற்ற; அன்பில்லாத; பரிவில்லாத *It was mean of him not to invite you too.* **3** (*only before a noun*) average சராசரியான *What is the mean annual temperature in Chennai?* ▶ **meanness** *noun* [U]

meander /miˈændə(r)/ *verb* [I] **1** (used about a river, road, etc.) to have a lot of curves and bends (நதி, சாலை முதலியவை வகையில்) ஏராளமான வளைவுகளும் திருப்பங்களும் உடையதாயிரு; வளைந்து நெளிந்து செல் **2** (used about a person or animal) to walk or travel slowly or without any definite direction (ஆள் அல்லது விலங்கு வகையில்) மந்த நிலையில் அல்லது செல்வழி குறித்துத் தெளிவின்றி நட அல்லது பயணம் செய்; கால் போனபடி செல் ▶ **meander** *noun* [C] *the meanders of a river* ⇨ **oxbow** பதிவில் படம் பார்க்க.

meaning /ˈmiːnɪŋ/ *noun* **1** [C, U] the thing or idea that sth represents; what sb is trying to communicate ஒன்று சுட்டும் பொருள் அல்லது கருத்து; ஒருவர் தெரிவிக்க முயலும் ஒன்று; சொற்பொருள்; பொருள்; கருத்து; விளக்கம் *This word has two different meanings in English.* • *What's the meaning of the last line of the poem?* **2** [U] the purpose or importance of an experience ஒரு புலனுணர்வின் அல்லது அனுபவத்தின் குறிக்கோள் அல்லது முக்கியத்துவம்; மதிப்பு; நோக்கம்; பொருள் *With his child dead there seemed to be no meaning in life.*

meaningful /ˈmiːnɪŋfl/ *adj.* **1** useful, important or interesting பயனுள்ள, முக்கியமான அல்லது ஆர்வம் தூண்டுகிற *Most people need a meaningful relationship with another person.* **2** (used about a look, expression, etc.) trying to express a certain feeling or idea (பார்வை, உணர்ச்சிக் குறிப்பு முதலியவை வகையில்) குறிப்பிட்ட உணர்ச்சியை அல்லது கருத்தை வெளிப்படுத்த முயல்கிற; குறிப்புணர்த்துகிற; பொருள் பொதிந்த *They kept giving each other meaningful glances across the table.* ▶ **meaningfully** /ˈmiːnɪŋfəli/ *adv.*

meaningless /ˈmiːnɪŋləs/ *adj.* without meaning, reason or sense பொருளற்ற; முகாந்தரமற்ற; அறிவுக்கு ஒவ்வாத; கருத்தற்ற *The figures are meaningless if we have nothing to compare them with.*

means /miːnz/ *noun* (*pl.* **means**) **1** [C] **a means (of doing sth)** a method of doing sth ஒன்றைச் செய்யும் முறை; வழிவகை *Do you have any means of transport* (= a car, bicycle, etc.)? • *Is there any means of contacting your husband?* **2** [*pl.*] (*formal*) all the money that sb has ஒருவரிடமுள்ள முழுமொத்தப் பணத்தொகை; செல்வம்; வசதி *This car is* ***beyond the means of*** *most people.*

IDM **by all means** used to say that you are happy for sb to have or do sth ஒருவர் ஒன்றைப் பயன்கொள்வதில், பெற்றிருப்பதில் அல்லது செய்வதில் தான் மகிழ்ச்சி அடைவதாகக் கூறப் பயன்படுத்தப்படுவது *'Can I borrow your newspaper?' 'By all means.'*

by means of by using ஒன்றைப் பயன்படுத்தி; ஒன்றின் துணைகொண்டு *We got out of the hotel by means of the fire escape.*

by no means; not by any means (used to emphasize sth) not at all (ஒன்றை வலியுறுத்திக் கூறப் பயன்படுத்தப்படுவது) அறவே இல்லை; இல்லவே இல்லை; கிடையவே கிடையாது *I'm by no means sure that this is the right thing to do.*

a means to an end an action or thing that is not important in itself but is a way of achieving sth else தனிப்படக் காணும்போது முக்கியத்துவம் உடையதாக இல்லாது, வேறொரு பயன் நிறைவுக்கு வழிவகையாக அமையும் ஒரு செயல் அல்லது பொருள்; ஓர் இலக்கின் வழிமுறை *I don't enjoy my job, but it's a means to an end.*

meant ➪ **mean¹** என்பதன் இறந்தகால மற்றும் இறந்தகால வினையெச்ச வடிவம்

meantime /ˈmiːntaɪm/ *noun*

IDM **in the meantime** in the time between two things happening இரு நிகழ்வுகளுக்கு இடைப்பட்ட வேளையில்; இடைநேரத்தில் *Our house isn't finished so in the meantime we're living with my mother.*

meanwhile /ˈmiːnwaɪl/ *adv.* during the same time or during the time between two things happening அதே நேரத்தில் அல்லது இரு நிகழ்வுகளுக்கு இடைப்பட்ட வேளையில் *Prakash was at home studying. Omar, meanwhile, was out with his friends.*

measles /ˈmiːzlz/ *noun* [U] a common infectious disease, especially among children, in which your body feels hot and your skin is covered in small red spots உடலில் வெம்மை உணர்ச்சி உண்டாகித் தோல் முழுவதும் சிறு செந்நிறக் கொப்புளங்கள் தோன்றும் தொற்று வகை; தட்டம்மை; பரவலாகக் காணப்படும் இந்நோய், குறிப்பாகக் குழந்தைகளைத் தாக்கக் கூடியது.

NOTE இச்சொல் பன்மை போலக் காணப்படினும் ஒருமை வினையுடனேயே வரும்—*In many countries measles is a very dangerous disease.*

measly /ˈmiːzli/ *adj.* (*informal*) much too small in size, amount or value உருவளவில், எண்ணிக்கையில் அல்லது மதிப்பில் மிகமிகக் குறைந்த; அற்ப அளவான; சொற்பமான *All that work for this measly amount of money!*

measurable /ˈmeʒərəbl/ *adj.* **1** that can be measured அளவிடத்தக்க; கணக்கிடக்கூடிய **2** (*usually before a noun*) large enough to be noticed or to have a clear and noticeable effect தெளிவாகத் தெரியுமளவுக்குப் பெரிதான; முனைப்பாகக் காணப்படுகிற; தெளிவான, குறிப்பிடத்தக்க பயன்விளைவைக் காட்டுகிற *measurable improvements* ▶ **measurably** /-əbli/ *adv. Working conditions have changed measurably in the last ten years.*

measure¹ /ˈmeʒə(r)/ *verb* **1** [I, T] to find the size, weight, quantity, etc. of sb/sth in standard units by using an instrument ஒரு கருவியைப் பயன்படுத்தி ஒருவருடைய/ஒன்றின் உருவளவு, எடை, எண்ணிக்கை முதலியவற்றைப் பொதுத்திட்ட அளவைக் கூறுகளாகக் கூறு; பரிமாணங்களை அள *to measure the height/width/length/depth of sth* • *Could you measure the table to see if it will fit into our room?* **2** *linking verb* to be a certain height, width, length, etc. குறிப்பிட்ட உயரம், அகலம், நீளம் முதலியவை உடைய வராகு/உடையதாக இரு *The room measures five metres across.* **3** [T] **measure sth (against sth)** to judge the value or effect of sth ஒன்றின் மதிப்பை அல்லது பயன் விளைவை/தாக்க விளைவைத் தேர்ந்தறி அல்லது மதிப்பிடு *Our sales do not look good when measured against those of our competitors.*

PHR V **measure up (to sth)** to be as good as you need to be or as sb expects you to be வேண்டிய

அளவுக்கு அல்லது ஒருவர் எதிர்பார்க்கும் அளவுக்கு நல்லவராக/நல்லதாக, தகுதி உடையவராக/உடையதாக இரு; எதிர்பார்ப்பை எட்டு *Did the holiday measure up to your expectations?*

measure² /ˈmeʒə(r)/ *noun* **1** [C, *usually pl.*] an action that is done for a special reason குறிப்பிட்ட நோக்கத்தை முன்னிட்டுச் செய்யப்படும் ஒரு செயல்; நடவடிக்கை *The government is to* ***take*** *new* ***measures*** *to reduce inflation.* **2** [*sing.*] (*formal*) **a/some measure of sth** a certain amount of sth; some ஓரளவு; கொஞ்சம்; மட்டான அளவு *The play achieved a measure of success.* **3** [*sing.*] a way of understanding or judging sth ஒன்றைப் புரிந்துகொள்வதற்கான அல்லது மதிப்பிடுவதற்கான வழிமுறை; அளவுகோல் *The school's popularity is a measure of the teachers' success.* **4** [C] a way of describing the size, amount, etc. of sth ஒன்றின் பரிமாணம், எண்ணிக்கை முதலியவற்றை விவரிக்கும் முறை; அளவு முறை; அளவை *A metre is a measure of length.* ⇨ **tape measure** பார்க்க.

IDM **for good measure** in addition to sth, especially to make sure that there is enough (குறிப்பாக ஒன்று போதுமான அளவில் உள்ளதை உறுதிப்படுத்திக்கொள்ள வேண்டி) அத்தோடு சேர்த்து; கூடுதலாக; மேலும் *He made a few extra sandwiches for good measure.*

made to measure specially made or perfectly suitable for a particular person, use, etc. குறிப்பிட்ட ஆள், பயன்பாடு முதலியவற்றுக்காகத் தனிப்படத் தயாரிக்கப்பட்ட அல்லது துல்லியமாகப் பொருந்தி அமைகிற *I'm getting a suit made to measure for the wedding.*

measurement /ˈmeʒəmənt/ *noun* **1** [C] a size, amount, etc. that is found by measuring அளவிட்டு அறியப்படும் பரிமாணம், எண்ணிக்கை முதலியவை; அளவு *What are the exact measurements of the room* (= how wide, long, etc. is it)? **2** [U] the act or process of measuring sth ஒன்றை அளவிடுதல்; அளவீடு

meat /miːt/ *noun* [U] the parts of animals or birds that people eat மனிதர்கள் உண்ணுவதற்குப் பயன்படுத்தும் விலங்குகளின் அல்லது பறவைகளின் உடற் பகுதிகள்; இறைச்சி; புலால் உணவு *She doesn't eat meat—she's a vegetarian.* • *meat-eating animals*

meatball /ˈmiːtbɔːl/ *noun* [C] a small round ball of meat, usually eaten hot with a sauce பெரும்பாலும் சூடாகத் தாளிதக் கூட்டுடன் சேர்த்து உண்ணப்படும், சிறு உருண்டையான இறைச்சித் துண்டு

meaty /ˈmiːti/ *adj.* **1** like meat, or containing a lot of meat இறைச்சி போன்ற அல்லது பெருமளவு இறைச்சி உள்ளடங்கியுள்ள *meaty sausages* **2** large and fat பெரிதாகவும் சதைப்பற்றுடனும் உள்ள; கொழுத்த *meaty tomatoes* **3** containing a lot of important or good ideas முக்கியமான அல்லது நல்ல கருத்துகள் மிகப்பல உள்ளடங்கியுள்ள; பொருட்செறிவான *a meaty topic for discussion*

Mecca *noun* **1** [*sing.*] the city in Saudi Arabia where Muhammad was born, which is the centre of Islam முகம்மது நபியின் பிறப்பிடமும் இஸ்லாம் சமயத்தின் மையப் பகுதியுமான சௌதி அரேபிய நகரம்; மெக்கா **2 mecca** [C, *usually sing.*] a place that many people wish to visit because of a particular interest குறிப்பிட்ட ஈர்ப்புத் தன்மை கொண்டுள்ளதன் காரணமாக, பலர் சென்று காண விரும்பும் இடம் *Italy is a mecca for art lovers.*

mechanic /məˈkænɪk/ *noun* **1** [C] a person whose job is to repair and work with machines இயந்திரங்கள் தொடர்பான பணிபுரிதல், அவற்றைப் பழுதுபார்த்தல் ஆகியவற்றைச் செய்யும் வினைஞர்; பொறித்துறைத் தொழிலர் *a car mechanic* **2 mechanics** [U] the science of how machines work இயந்திரங்கள் செயல்பாடு தொடர்பான அறிவியல்; இயந்திரவியல் **3 the mechanics** [*pl.*] the way in which sth works or is done ஒன்றின் செயற்பாட்டு முறை அல்லது இயக்க முறை; செயல் முறைமை; செயல் நுணுக்கம் *Don't ask me—I don't understand the mechanics of the legal system.*

mechanical /məˈkænɪkl/ *adj.* **1** connected with or produced by machines இயந்திரங்கள் தொடர்பான அல்லது இயந்திரங்களால் ஆக்கப்படுகிற *a mechanical pump* • *mechanical engineering* • *mechanical problems* **2** (used about a person's behaviour) done like a machine, as if you are not thinking about what you are doing (ஒருவருடைய நடத்தை பற்றிக் குறிப்பிடுகையில்) செயலில் கருத்தூன்றாது இயந்திரம் போன்று வினையாற்றுகிற; இயந்திரத்தன்மையிலான *He played the piano in a dull and mechanical way.* ▶ **mechanically** /meˈkænikli/ *adv.*

mechanism /ˈmekənɪzəm/ *noun* [C] **1** a set of moving parts in a machine that does a certain task ஓர் இயந்திரத்தின் குறிப்பிட்ட செயல்பாட்டுக்குரிய இயங்குறுப்புகளின் தொகுதி; பொறியமைப்பு *Our car has an automatic locking mechanism.* **2** the way in which sth works or is done ஒன்றின் இயக்கமுறை அல்லது செயல்முறை; வழிமுறை *I'm afraid there is no mechanism for dealing with your complaint.*

mechanize (*also* **-ise**) /ˈmekənaɪz/ *verb* [T] to use machines instead of people to do work ஒரு பணியைச் செய்வதற்கு ஆட்களுக்குப் பதிலாக இயந்திரங்களைப் பயன்படுத்து; இயந்திரமயமாக்கு *We have mechanized the entire production process.* ▶ **mechanization** (*also* **-isation**) /ˌmekənaɪˈzeɪʃn/ *noun* [U]

medal /ˈmedl/ *noun* [C] a small flat piece of metal, usually with a design and words on it, which is given to sb who has shown courage or as a prize in a sporting event வீரச்செயல் புரிந்த ஒருவருக்கு அல்லது ஒரு விளையாட்டுப் போட்டியில் பரிசாக அளிக்கப்படும், பெரும்பாலும் ஒப்பனை உருவப்படமும் வாசகங்களும் பொறிக்கப்பட்ட சிறிய தட்டையான உலோகத் துண்டு; பதக்கம்; சின்னப்பூ *to win a gold/silver/bronze medal in the Olympics*

medallion /məˈdæliən/ *noun* [C] a small round piece of metal on a chain which is worn as jewellery around the neck கழுத்தில் அணிகலனாக அணிந்துகொள்ளப்படும் சங்கிலியில் பொருத்தப்பட்ட சிறிய வட்ட வடிவ உலோகத் துண்டு; பதக்கம்

medallist (*AmE* **medalist**) /ˈmedəlɪst/ *noun* [C] a person who has won a medal, especially in sport குறிப்பாக ஒரு விளையாட்டுப் போட்டியில், பதக்கம் வென்றவர் *an Olympic gold medallist*

meddle /ˈmedl/ *verb* [I] **meddle (in/with sth)** to take too much interest in sb's private affairs or to touch sth that does not belong to you ஒருவருடைய சொந்த விவகாரங்களில் மட்டு மீறிய ஆர்வம் செலுத்து அல்லது தனக்கு உடைமையாக இல்லாத ஒன்றில் ஈடுபாடு கொள்; தலையிடு *She criticized her mother for meddling in her private life.*

media /ˈmi:diə/ *noun* [*pl.*] television, radio and newspapers used as a means of communication தகவல் தொடர்புச் சாதனங்களாகப் பயன்படுத்தப்படும் தொலைக்காட்சி, வானொலி மற்றும் பத்திரிகைகள்; ஊடகம்/ஊடகங்கள் *The reports* ***in the media*** *have been greatly exaggerated.* ⇨ **mass media** மற்றும் **the press** பார்க்க.

> NOTE **Media** பன்மைப் பெயர்ச்சொல் ஆயினும் சில சமயங்களில் ஒருமை வினையுடன் பயன்படுத்தப்படுகிறது—*The media always take/takes a great interest in the lives of cricketers.*

mediaeval = **medieval**

median¹ /ˈmi:diən/ *adj.* (*only before a noun*) (*technical*) **1** having a value in the middle of a series of values மதிப்பளவுகளின் வரிசைத் தொகுப்பில் இடைநிலையிலுள்ள; இடை மதிப்பான; நடுத்தர அளவான *the median age/price* **2** situated in or passing through the middle இடையில்/நடுப்பகுதியில் அமைந்துள்ள; நடுப்பகுதியின் ஊடாகச் செல்கிற; இடையூடான *a median point/line* **3 median strip** = **central reservation**

median² /ˈmi:diən/ *noun* [C] **1** the middle value of a series of numbers arranged in order of size மதிப்பளவின் அடிப்படையில் வரிசைப்படுத்தப்பட்டுள்ள எண் தொகுதியின் நடுத்தர மதிப்பு; இடைமதிப்பு **2** a straight line passing from a point of a triangle to the centre of the opposite side ஒரு முக்கோணத்தின் ஒரு முனையிலிருந்து எதிர்ப்பக்கத்தின் மையம் வரை செல்லும் நேர்க்கோடு; நடுக்கோடு

media studies *noun* [U] [*pl.*] the study of newspapers, television, radio, etc., especially as an academic subject பத்திரிகைகள், தொலைக்காட்சி, வானொலி முதலிய தகவல் தொடர்புச் சாதனங்கள் பற்றிய ஆய்வு, குறிப்பாகக் கல்விப் பாட நிலையில் செய்யப்படும் ஆய்வு; ஊடக ஆய்வு

mediate /ˈmi:dieɪt/ *verb* [I, T] **mediate (in sth) (between A and B)** to try to end a disagreement between two or more people or groups இரண்டு அல்லது இரண்டுக்கு மேற்பட்ட ஆட்களுக்கு அல்லது குழுக்களுக்கு இடையேயான பிணக்கைத் தீர்க்க முயல்; சமரச முயற்சியில் ஈடுபடு *As a supervisor she had to mediate between her colleagues and the management.* ▶ **mediation** /ˌmi:diˈeɪʃn/ *noun* [U] ▶ **mediator** *noun* [C]

medical¹ /ˈmedɪkl/ *adj.* connected with medicine and the treatment of illness மருத்துவம் மற்றும் மருத்துவச் சிகிச்சை தொடர்பான; மருத்துவ இயல் சார்ந்த *medical treatment/care* • *the medical profession* ▶ **medically** /ˈmedikli/ *adv.*

medical² /ˈmedɪkl/ *noun* [C] an examination of your body by a doctor to check your state of health மருத்துவர் ஒருவரது உடலைப் பரிசோதனை செய்தல்; மருத்துவப் பரிசோதனை *to have a medical check-up*

medication /ˌmedɪˈkeɪʃn/ *noun* [C, U] (*AmE*) medicine that a doctor has given to you மருத்துவரால் வழங்கப்பட்டுள்ள மருந்து *Are you* ***on any medication****?*

medicinal /məˈdɪsɪnl/ *adj.* useful for curing illness or infection உடல்நலக் கேட்டை அல்லது நோய்த் தொற்றைக் குணப்படுத்துவதற்கு உதவியாக உள்ள; நோய் தணிக்கிற *medicinal plants*

medicine /ˈmedsn/ *noun* **1** [U] the science of preventing and treating illness நோய்த் தடுப்பு மற்றும் நோய்ப் பண்டுவம் தொடர்பான அறிவியல்; மருத்துவ இயல் *to study medicine* **2** [C, U] a substance, especially a liquid, that you take in order to cure an illness நோய்

தணிப்பதற்காகப் பயன்படுத்தப்படும் பொருள், குறிப்பாக நீர்மப் பொருள்; மருந்து *Take this medicine three times a day.* • *cough medicine*

medieval (*also* **mediaeval**) /ˌmedi'iːvl/ *adj.* connected with the period in history between about 1100 and 1500 AD (**the Middle Ages**) ஏறத்தாழ கி.பி.1100-க்கும் 1500-க்கும் இடைப்பட்ட வரலாற்றுக் காலப்பகுதியைச் சார்ந்த; வரலாற்றின் இடைக்காலப் பகுதி தொடர்பான *medieval architecture*

mediocre /ˌmiːdi'əʊkə(r)/ *adj.* of not very high quality உயர்தரமானதல்லாத; நடுத்தரமான; சாதாரணமான *a mediocre performance* ▶ **mediocrity** /ˌmiːdi'ɒkrəti/ *noun* [U]

meditate /'medɪteɪt/ *verb* [I] **meditate (on/upon sth)** to think carefully and deeply, especially for religious reasons or to make your mind calm குறிப்பாகச் சமயக் காரணங்களுக்காக அல்லது மனத்தை அமைதிப்படுத்த வேண்டி, ஊன்றிய கவனத்துடன் ஆழ்ந்த சிந்தனையில் ஈடுபடு; தியானம் செய் *I've been meditating on what you said last week.* ▶ **meditation** /ˌmedɪ'teɪʃn/ *noun* [U]

the Mediterranean /ˌmedɪtə'reɪniən/ (*informal* **the Med**) *noun* [*sing.*], *adj.* (of) the Mediterranean Sea or the countries around it நடுநிலக் கடல் (சார்ந்த) அல்லது அதன் சுற்றிலுமுள்ள நாடுகள் (தொடர்பான) *Mediterranean cookery/climate*

medium¹ /'miːdiəm/ *adj.* **1** in the middle between two sizes, lengths, temperatures, etc.; average இரண்டு உருவளவுகள், நீளங்கள், வெப்ப நிலைகள் முதலியவற்றில் இடைநிலையில் உள்ள; இடைப்பட்ட; நடுத்தரமான; சராசரியான *She was of medium height.* • *Would you like the small, medium or large packet?* **2** (used about meat) cooked until it is brown all the way through (இறைச்சி வகையில்) முழுதும் பழுப்பு நிறமாகும் வரை சமைத்துப் பதப்படுத்தப்பட்ட ➪ **rare** மற்றும் **well done** பார்க்க.

medium² /'miːdiəm/ *noun* **1** [C] (*pl.* **media** or **mediums**) a means you can use to express or communicate sth ஒன்றை வெளிப்படுத்த அல்லது தெரிவிக்கப் பயன்படுத்தப்படும் வழிமுறை அல்லது சாதனம்; ஊடகம்; செயற்கருவி *English is the medium of instruction in the school.* ➪ **media** மற்றும் **mass media** பார்க்க. **2** [C, U] medium size இடைத்தர அளவு; நடுத்தரம் *Have you got this shirt in (a) medium?* **3** [C] (*pl.* **mediums**) a person who says that he/she can speak to the spirits of dead people இறந்தவர்களுடைய ஆவிகளுடன் பேசும் ஆற்றல் உள்ளவராகக் கூறிக்கொள்ளும் ஒருவர்; ஆவியுலக இடையீட்டாளர் **4** (in biology) a substance that sth exists or grows in or that it travels through (உயிரியலில்) ஒன்று அமைந்திருக்கும், வளர்ச்சியுறும் அல்லது ஊடாகச் செல்லும் பொருள்; ஊடகம் *Good clean garden soil is the best sowing medium.*

medium wave *noun* [U] (*abbr.* **MW**) the system of sending out radio signals using sound waves between 100 and 1000 metres இடைத்தர அதிர்வெண்ணுள்ள ஒலி அலை; 100 மீட்டருக்கும் 1,000 மீட்டருக்கும் இடைப்பட்ட நீட்சியுள்ள ஒலி அலைகளைப் பயன்படுத்தி வானொலிச் சமிக்ஞைகளைச் செலுத்தும் முறை ➪ **long wave** மற்றும் **short wave** பார்க்க.

medley /'medli/ *noun* [C] **1** a piece of music consisting of several tunes or songs played one after the other without a break இடையீடின்றி அடுத்தடுத்து இசைக்கப்படும் பல இசைக் கூறுகளை அல்லது பாடல்களை உள்ளடக்கிய இசை; கதம்ப இசை **2** a mixture of different things வெவ்வேறு பொருள்களின் கலவை; கதம்பம்; கூட்டுக்கலவை *a medley of styles/flavours*

meek /miːk/ *adj.* (used about people) quiet, and doing what other people say without asking questions (ஆட்கள் வகையில்) அடக்கமாகத் தடைச்சொல்லின்றிப் பிறர் சொல்வதைச் செய்து கொண்டிருக்கிற; அடக்கவொடுக்கமான; அமரிக்கையான ▶ **meekly** *adv.* ▶ **meekness** *noun* [U]

meet /miːt/ *verb* (*pt, pp* **met** /met/) **1** [I, T] to come together by chance or because you have arranged it தற்செயலாக அல்லது முன்னேற்பாடாக ஒன்றுகூடு; ஒருங்குசேர்; சந்தி *I just met Kareem on the train.* • *What time shall we meet for lunch?* **2** [I, T] to see and know sb for the first time முதன்முறையாக ஒருவரைப் பார்த்து அறிந்துகொள்; அறிமுகமாகு; சந்தி *Where did you first meet your husband?* • *Have you two met before?* **3** [T] to go to a place and wait for sb/sth to arrive ஓரிடத்திற்குச் சென்று ஒருவரது/ஒன்றின் வருகைக்காகக் காத்திரு; சென்று எதிர்கொள் *I'll come and meet you at the station.* **4** [I, T] to play, fight, etc. together as opponents in a sports competition ஒரு விளையாட்டுப் போட்டியில் எதிராளியாக விளையாடுதல், சண்டையிடுதல் முதலியவற்றைச் செய்; (எதிரெதிர் அணியினர்/ஆட்கள்) சந்தி *These two teams met in last year's final.* • *Yamaha will meet Suzuki in the second round.* **5** [T] to experience sth, often sth unpleasant ஒன்றை, பெரும்பாலும் இன்னாத ஒன்றை, அனுபவி; படு; தாங்கிக்கொள் *We will never know how he met his death.* **6** [I, T] to touch, join or make contact with தொடு; ஒன்றுசேர்; சந்தி; கூடு *The two roads meet not far from here.* • *His eyes met hers.* **7** [T] to be enough for sth; to be able to deal with sth

ஒன்றுக்குப் போதுமானதாயிரு; ஒன்றைக் கையாளக்கூடியத் திறமையுடனிரு; எதிர்கொள்ள அல்லது சமாளிக்கக் கூடியவராக/கூடியதாக இரு *The money that I earn is enough to meet our basic needs.* • *to meet a challenge*

IDM **make ends meet** ⇨ **end**[1] பார்க்க.

there is more to sb/sth than meets the eye sb/sth is more interesting or complicated than he/she/it seems தோற்றத்தில் காணப்படுவதை விட அதிகமான ஆர்வத் தூண்டுதல் பண்பு அல்லது சிக்கல் உடையவராக/உடையதாக ஒருவர்/ஒன்று உள்ளது *Do you think there's more to their relationship than meets the eye?*

PHR V **meet up (with sb)** to meet sb, especially after a period of being apart குறிப்பாக, பிரிவுக்குப் பின் ஒருவரைச் சந்தி *I have a few things I need to do now, but let's meet up later.*

meet with sb (*AmE*) to meet sb, especially for discussion குறிப்பாக, கலந்தாய்வுக்காக ஒருவரைச் சந்தி *The President met with his advisers early this morning.*

meet with sth to get a particular answer, reaction or result குறிப்பிட்ட ஒரு மறுமொழியை, ஓர் எதிர்வினையை அல்லது ஒரு விளைபயனைப் பெறு *to meet with success/failure/opposition*

meeting /ˈmiːtɪŋ/ *noun* **1** [C] an organized occasion when a number of people come together in order to discuss or decide sth ஒன்று குறித்துக் கலந்துரையாட அல்லது முடிவு செய்யப் பலர் ஒருங்கு கூடும் ஏற்பாடு செய்யப்பட்ட நிகழ்ச்சி; கூட்டம்; சந்திப்பு *The group **holds regular meetings** all year.* • *We need to **have a meeting** to discuss these matters.*

NOTE ஒரு **meeting**-ஐ நாம் கூட்டலாம் (**call**); ஏற்பாடு செய்யலாம் (**arrange** அல்லது **organize**), இரத்து செய்யலாம் (**cancel**) அல்லது தள்ளிவைக்கலாம் (**postpone**).

2 [*sing.*] the people at a meeting கூட்டத்தில் கலந்துகொள்பவர்கள்; கூட்டத்தினர்; அவையோர் *The meeting was in favour of the new proposals.* **3** [C] the coming together of two or more people இரண்டு அல்லது அதற்கு மேற்பட்டவர்கள் ஒன்றுகூடுதல்; சந்திப்பு *Christmas is a time of family meetings and reunions.*

mega- /ˈmegə/ *prefix* (*used in nouns*) **1** (*informal*) very large or great மிகப்பெரிய; பேரளவான; பெரும்படியான; வழக்கமீறிப் பெரிதான; மிகையளவான *a megastore* **2** (used in units of measurement) one million (அளவைக் கூறுகளில் பயன்படுத்தப்படுவது) பத்து இலட்சம் *a megawatt* **3** (*computing*) 1048576 (= 2^{20}) கணிப்பொறி வழக்கில் 1048576 (= 2^{20}) எண்ணிக்கையுள்ள *megabyte*

megaphone /ˈmegəfəʊn/ *noun* [C] a piece of equipment that you speak through to make your voice sound louder when speaking to a crowd ஒரு கூட்டத்தினிடையே பேசும்போது குரலை ஓங்கி ஒலிக்கச் செய்ய வேண்டி, குரல் ஒலியை மிகுவிக்கும் கருவி; குரல் பெருக்கி

meiosis /maɪˈəʊsɪs/ *noun* [U] (*technical*) the division of a cell in two stages that results in four cells, each with half the number of **chromosomes** of the original cell ஒவ்வொன்றும் மூல உயிரணுவின் இனக்கீற்றில் பாதியைக் கொண்டதாக இரண்டு படிநிலைகளில் நான்கு உயிரணுக்கள் உண்டாகுமாறு நிகழும், உடல் உயிரணு ஒன்றின் கூறுபாடு ⇨ **mitosis** பார்க்க.

melancholy /ˈmelənkəli; -kɒli/ *noun* [U] (*formal*) a feeling of sadness which lasts for a long time நீடித்த வருத்த உணர்வு; மனச்சோர்வு; துயரார்ந்த நிலை ▶ **melancholy** *adj.*

melanin /ˈmelənɪn/ *noun* [U] a dark substance in the skin and hair that causes the skin to change colour in the sun's light சூரிய ஒளியில் தோல் நிறம் மாறக் காரணமாக உள்ள, தோலிலும் முடியிலும் காணப்படும் கருநிறப் பொருள்; கருநிறமி

melee /ˈmeleɪ/ *noun* [C, *sing.*] a situation in which a crowd of people are in a hurry or pushing each other in a confused way ஒரு கூட்டம் பரபரப்புடன் காணப்படுகிற அல்லது தாறுமாறாக ஒருவரை ஒருவர் இடித்துத் தள்ளிக்கொள்கிற சூழல்; பெருங் குழப்ப நிலை

mellow /ˈmeləʊ/ *adj.* **1** (used about colours or sounds) soft and pleasant (நிறங்கள் அல்லது ஒலிகள் வகையில்) மென்மையாகவும் இனிமையாகவும் உள்ள; இதமான **2** (used about people) calm and relaxed (ஆட்கள் வகையில்) மெல்லமைதியுடைய; மனம் கனிவுற்ற *My dad's grown mellower as he's got older.* ▶ **mellow** *verb* [I, T] *Experience had mellowed her views about many things.*

melodic /məˈlɒdɪk/ *adj.* **1** (*only before a noun*) connected with the main tune in a piece of music இசையின் முதன்மைக் கூறு சார்ந்த; பண் தொடர்பான *The melodic line is carried by the two clarinets.* **2** = **melodious**

melodious /məˈləʊdiəs/ (*also* **melodic**) *adj.* pleasant to listen to, like music இசை போன்று செவிக்கு இனிமையான; இனிமையாக ஒலிக்கிற *a rich melodious voice*

melodrama /ˈmelədrɑːmə/ *noun* [C, U] a story, play or film in which a lot of exciting things happen and in which people's emotions are stronger than in real life மனக் கிளர்ச்சியூட்டும் நிகழ்வுகளும் பாத்திரங்களின் இயல்பு மீறிய உணர்ச்சிப் பெருக்கும் காணப்படும் புனை கதை, நாடகம் அல்லது திரைப்படம்; மிகையுணர்ச்சிப் படைப்பு

melodramatic /ˌmelədrəˈmætɪk/ *adj.* (used about a person's behaviour) making things seem more exciting or serious than they really are (ஒருவரது நடத்தை பற்றிக் குறிப்பிடுகையில்) இயல்பு மீறிய பரபரப்பு அல்லது கடுமை தோன்றுமாறு செய்கிற; மிகை உணர்ச்சியைக் கிளறிவிடுகிற; நாடகத்தன்மையூட்டுகிற *Don't be so melodramatic, Somu—of course you're not going to die!*

melody /ˈmelədi/ *noun* [C] (*pl.* **melodies**) a song or tune; the main tune of a piece of music பாட்டு அல்லது பண்; ஓர் இசையின் முதன்மைக் கூறு

melon /ˈmelən/ *noun* [C, U] a large roundish fruit with a thick yellow or green skin and a lot of seeds முலாம்பழம்

melt /melt/ *verb* **1** [I, T] to change or make sth change from a solid to a liquid by means of heat வெம்மையினால் திடப்பொருள் நிலையிலிருந்து திரவ நிலைக்கு மாறு அல்லது வெம்மையூட்டி ஒரு பொருளை இவ்வாறு மாறச் செய்; உருகு; கரை; உருக்கு; கரையச் செய் *When we got up in the morning the snow had melted.* • *First melt the butter in a saucepan.* ➪ **thaw** பார்க்க. **2** [I] (used about sb's feelings, etc.) to become softer or less strong (ஒருவரது உணர்ச்சிகள் முதலியவற்றைப் பற்றிக் கூறுகையில்) மேலும் மென்மையாகு அல்லது கடுமை குன்று; மனம் கனிவுறு *My heart melted when I saw the baby.*

PHR V **melt away** to disappear காணாது போ; மறைவுறு *The crowd slowly melted away when the speaker had finished.*

melt sth down to heat a metal or glass object until it becomes liquid உலோக அல்லது கண்ணாடிப் பொருளைத் திரவமாகும் வரை வெம்மைப்படுத்து; உருக்கிப் பிழம்பாக்கு

melting point *noun* [U, C] the temperature at which a substance will melt ஒரு பொருள் உருகும் வெப்ப நிலை; உருகு நிலை

melting pot *noun* [C] a place where a lot of different cultures, ideas, etc. come together பல்வேறு பண்பாடுகள், கருத்துகள் முதலியவை ஒருங்கிணையும் இடம்; பண்பாடுகள் முதலியவற்றின் கூடல் அல்லது சங்கம இடம்

member /ˈmembə(r)/ *noun* [C] a person, an animal or a thing that belongs to a group, club, organization, etc. ஒரு குழு, கூட்டம், சங்கம், நிறுவனம் முதலியவற்றைச் சேர்ந்த ஆள், விலங்கு அல்லது பொருள்; உறுப்பினர்; அங்கம் *All the members of the family were there.* • *to become a member of a club* • *a member of staff*

Member of Parliament *noun* [C] (*abbr.* **MP**) a person who has been elected to represent people from a particular area in Parliament குறிப்பிட்ட தொகுதியின் பிரதிநிதியாக நாடாளுமன்றத்திற்குத் தேர்ந்தெடுக்கப்பட்டவர்; நாடாளுமன்ற உறுப்பினர் *the MP for Kanpur*

membership /ˈmembəʃɪp/ *noun* **1** [U] the state of being a member of a group, organization, etc. ஒரு குழு, நிறுவனம் முதலியவற்றின் உறுப்பினராக இருக்கும் நிலை *To **apply for membership**, please fill in the enclosed form.* • *a membership card/fee* **2** [C, U] the people who belong to a group, organization, etc. ஒரு குழு, நிறுவனம் முதலியவற்றின் உறுப்பினர்கள்; உறுப்பினர் தொகுதி *Membership has fallen in the past year.*

membrane /ˈmembreɪn/ *noun* [C] a thin skin which covers certain parts of a person's or an animal's body மனித அல்லது விலங்கு உடலில் சில வகை உறுப்புகளை மூடியிருக்கும் மெல்லிய தோல்; சவ்வு

memento /məˈmentəʊ/ *noun* [C] (*pl.* **mementoes; mementos**) something that you keep to remind you of sb/sth ஒருவரை/ஒன்றை நினைவூட்டும் முறையில் வைத்துப் பாதுகாக்கும் பொருள்; நினைவுக்குறிப்புப் பொருள்

memo /ˈmeməʊ/ *noun* [C] (*pl.* **memos**) (*formal* **memorandum**) a note sent from one person or office to another within an organization ஒரு நிறுவனத்திற்குள் ஒருவர் மற்றொருவருக்கு அல்லது ஓர் அலுவலகம் மற்றொன்றுக்கு அனுப்பும் குறிப்பு; குறிப்பாணை; செயல்/நடவடிக்கைக் குறிப்பு

memoirs /ˈmemwɑːz/ *noun* [*pl.*] a person's written account of his/her own life and experiences ஒருவரது வாழ்க்கை மற்றும் அனுபவங்கள் குறித்து அவரால் எழுதப்படும் விவரத் தொகுப்பு; தன் வரலாற்றுக் குறிப்பு; சுய சரிதை ✪ SYN **autobiography**

memorabilia /ˌmemərəˈbɪliə/ *noun* [U] things that people buy because they are connected with a famous person, event, etc. புகழ் வாய்ந்த ஓராள், ஒரு நிகழ்ச்சி முதலியவற்றோடு தொடர்புடையவனாக உள்ள காரணத்தினால், மக்களால் வாங்கப்படும் பொருள்கள்; நினைவுப் பொருள்கள் *Beatles/war/Titanic memorabilia*

memorable /ˈmemərəbl/ *adj.* worth remembering or easy to remember நினைவில் வைக்கத்தக்க அல்லது எளிதில் நினைவுபடுத்திக் கொள்ளக்கூடிய; எளிதில் மறக்க முடியாத ▶ **memorably** *adv.*

memorandum /ˌmeməˈrændəm/ (*pl.* **memoranda** /-də/) (*formal*) = **memo**

memorial /məˈmɔːriəl/ *noun* [C] **a memorial (to sb/sth)** something that is built or done to remind people of an event or a person ஒரு நிகழ்வை அல்லது ஓராளை மக்களுக்கு நினைவூட்டும் முறையில் கட்டி எழுப்பப்படும் அல்லது செய்யப்படும் ஒன்று; நினைவுச்

சின்னம் *a memorial to the victims of the bombing • a war memorial • a memorial service*

memorize (*also* **-ise**) /ˈmeməraɪz/ *verb* [T] to learn sth so that you can remember it exactly சரி நுட்பமாக மனத்தில் இருத்திக்கொள்ளும் முறையில் ஒன்றைக் கல்; மனப்பாடம் செய் *Actors have to memorize their lines.*

memory /ˈmeməri/ *noun* (*pl.* **memories**) **1** [C] a person's ability to remember things கற்றவைகளை நினைவில் இருத்திக்கொள்ளும் திறமை; நினைவாற்றல் *to have a good/bad memory • The drug can affect your short-term memory.* **2** [C, U] the part of your mind in which you store things that you remember நினைவில் உள்ளவைகளைத் தேக்கி வைக்கும் மனத்தின் பகுதி *That day remained firmly* ***in** my **memory** for the rest of my life. • Are you going to do your speech* ***from memory****, or are you going to use notes?* **3** [C] something that you remember நினைவில் வைத்துக்கொள்ளும் ஒன்று *That is one of my happiest memories. • childhood memories* **4** [C, U] the part of a computer where information is stored கணிப்பொறியில் தகவல் தேக்கி வைக்கப்படும் பகுதி; நினைவகம் *This computer has a 640k memory/640k of memory.*

IDM **in memory of sb** in order to remind people of sb who has died இறந்துவிட்ட ஒருவரை நினைவுகூரும் பொருட்டு; இறந்துவிட்ட ஒருவரது நினைவுக் குறிப்பாக *A service was held in memory of the dead.*

jog sb's memory ⇨ **jog**[1] பார்க்க.

refresh your memory ⇨ **refresh** பார்க்க.

men ⇨ **man**[1] என்பதன் பன்மை வடிவம்

menace /ˈmenəs/ *noun* **1** [C] **a menace (to sb/sth)** a danger or threat ஆபத்து; அச்சுறுத்தல்; பாதுகாப்பற்ற நிலை *The new road is a menace to every one's safety.* **2** [U] a quality, feeling, etc. that is threatening or frightening அச்சுறுத்தலான அல்லது மருட்டலான பண்புக் கூறு, உணர்ச்சி முதலியவை *He spoke with menace in his voice.* **3** [C] a person or thing that causes trouble தொல்லை உண்டாக்கும் ஆள் அல்லது பொருள் ▶ **menace** *verb* [T] ▶ **menacing** *adj.*

mend[1] /mend/ *verb* [T] to repair sth that is damaged or broken பழுதுபட்ட அல்லது உடைந்துபோன ஒன்றைச் சீர்படுத்து; சரிசெய்; பழுதுபார் *Can you mend the hole in this sweater for me?*
✪ SYN **repair**

mend[2] /mend/ *noun*

IDM **be on the mend** (*informal*) to be getting better after an illness or injury ஒரு பிணிக்கு அல்லது காயத்திற்குப் பின் நன்னிலைக்கு வந்துகொண்டிரு; குணமடையத் தொடங்கு

menial /ˈmiːniəl/ *adj.* (used about work) not skilled or important (பணி வகையில்) பயிற்சித் திறம் சார்ந்ததல்லாத; முக்கியமானதல்லாத; சிறுதிறமான; தாழ்ந்த *a menial job*

meningitis /ˌmenɪnˈdʒaɪtɪs/ *noun* [U] a dangerous illness which affects the brain and the inside of the bones in your back (**the spinal cord**) மூளையை மற்றும் முதுகுத்தண்டின் உட்புறத்தைப் பாதிக்கும் ஆபத்தான உடல்நலக் கேடு; மூளை மற்றும் முதுகுத்தண்டு அழற்சி

the menopause /ˈmenəpɔːz/ *noun* [*sing.*] the time when a woman stops losing blood once a month (**menstruating**) and can no longer have children. This usually happens around the age of 50 பெண்களுக்கு ஏறத்தாழ ஐம்பது வயதில் மாதவிடாய் மற்றும் கருத்தரிப்பு நிறுத்தம் நிகழும் சமயம்

menstrual /ˈmenstruəl/ *adj.* connected with the time when a woman loses blood once a month (**menstruates**) பெண்ணுக்கு நிகழும் மாதவிடாய் தொடர்பான; மாதவிலக்குக்குரிய *The average length of a woman's* ***menstrual cycle*** *is 28 days.*

menstruate /ˈmenstrueɪt/ *verb* [I] (*formal*) (used about women) to lose blood once a month from the part of the body where a baby would develop (**the womb**) (பெண்கள் வகையில்) மாதம் ஒருமுறை கருப்பையிலிருந்து குருதி இழ; மாதவிடாய் வெளியேறப்பெறு NOTE இதன் முறைசார்பு குன்றிய வழக்கு **have a period** என்பதாகும். ▶ **menstruation** /ˌmenstruˈeɪʃn/ *noun* [U]

mental /ˈmentl/ *adj.* (*only before a noun*) **1** connected with or happening in the mind; involving the process of thinking மனம் சார்ந்த; மனத்தில் நிகழ்கிற; சிந்தித்தல் தொடர்பான *It's fascinating to watch a child's mental development.* **2** connected with illness of the mind மனநலக் கேடு தொடர்பான; மனநோய் சார்ந்த *a mental disorder/illness* ▶ **mentally** /ˈmentəli/ *adv. She's mentally ill.*

mental arithmetic *noun* [U] adding, multiplying, etc. numbers in your mind without writing anything down or using a **calculator** எழுதி வைத்துக்கொண்டோ கணிப்பானைப் பயன்படுத்தியோ செய்யாமல், இலக்கங்களை மனத்தினுள் கூட்டுதல், பெருக்குதல் முதலியவை; மனக்கணக்கு

mentality /menˈtæləti/ *noun* [C] (*pl.* **mentalities**) a type of mind or way of thinking சிந்தனை வகை; உள்ளப்பாங்கு; மனப்போக்கு; மனப்பான்மை *I just can't understand his mentality! • the criminal mentality*

mention /ˈmenʃn/ *verb* [T] to say or write sth about sb/sth without giving much information ஒருவரை/ஒன்றைப் பற்றி, விளக்கமான

முறையில் இல்லாமல், பேசு அல்லது எழுது; குறிப்பிடு; தெரிவி *He mentioned (to me) that he might be late. • Did she mention what time the film starts?*

IDM **don't mention it** used as a polite reply when sb thanks you for sth ஒருவர் தான் செய்த ஒன்றுக்காக நன்றி கூறும்போது பண்பிணக்கமான மறுமொழியாகக் கூறப்படுவது *'Thank you for all your help.' 'Don't mention it.'*

not to mention (used to emphasize sth) and also; as well as (ஒன்றை வலியுறுத்தப் பயன்படுத்தப்படுவது) மேலும்; அத்துடன் கூட; அதே வகையில்; உடனொத்த நிலையில் *This is a great habitat for birds, not to mention other wildlife.* ▶ **mention** *noun* [C, U] *It was odd that there wasn't even a mention of the riots in the newspaper.*

mentor /ˈmentɔ:(r)/ *noun* [C] an experienced person who advises and helps sb with less experience over a period of time அனுபவம் குறைந்த ஒருவருக்குச் சிலகாலம் தொடர்ந்து அறிவுரையும் துணையாதரவும் வழங்கும் அனுபவ முதிர்ச்சியுள்ள ஆள்; ஆலோசகர்; வழிகாட்டி; நெறியாளர் ▶ **mentoring** *noun* [U] *She could have passed the examination without her father's mentoring.*

menu /ˈmenju:/ *noun* [C] **1** a list of the food that you can choose at a restaurant உணவகம் ஒன்றில் வழங்கப்படும் உணவு வகைகளின் பட்டியல் *I hope there's soup on the menu. • They do a special lunch time menu here.* **2** a list of choices in a computer program which is shown on the screen கணினித் திரையில் காணப்படும் தேர்ந்தெடுத்துக்கொள்வதற்குரிய நிரல்களின் பட்டி; விருப்பத்தேர்வுப் பட்டி *a pull-down menu*

mercenary[1] /ˈmɜ:sənəri/ *adj.* interested only in making money பணம் ஈட்டுவதை மட்டுமே குறியாகக் கொண்ட; பொருட்பயனுக்கு முதலிடம் தருகிற *His motives are entirely mercenary.*

mercenary[2] /ˈmɜ:sənəri/ *noun* [C] (*pl.* **mercenaries**) a soldier who fights for any group or country that will pay him/her பணத்திற்காக எக்குழுவுடனும் அல்லது எந்நாட்டுடனும் இணைந்து போரிடும் படைவீரர்; கூலிப்படை வீரர்

merchandise /ˈmɜ:tʃəndaɪs, daɪz/ *noun* [U] (*formal*) goods that are for sale விற்பனைப் பொருள்கள்; வணிகச் சரக்கு

merchandising /ˈmɜ:tʃəndaɪzɪŋ/ *noun* [U] **1** (*AmE*) (*technical*) the activity of selling goods, or of trying to sell them, by advertising or showing them விளம்பரம் மூலமாக அல்லது காட்சிப்படுத்திப் பொருள்களை விற்பனை செய்யும் அல்லது விற்பனை செய்ய முயலும் செயல்பாடு; வாணிகச் செயல்பாடு; விளம்பர வழி வாணிகம் **2** products connected with a popular film, person or event; the process of selling these goods பெயர்பெற்ற திரைப்படம், ஆள் அல்லது நிகழ்ச்சி தொடர்பான செய்பொருள்கள்; இப்பொருள்களை விற்பனை செய்தல் *millions of rupees' worth of Sivaji merchandising*

merchant /ˈmɜ:tʃənt/ *noun* [C] a person whose job is to buy and sell goods, usually of one particular type, in large amounts வணிகப் பொருள்களை, பெரும்பாலும் குறிப்பிட்ட ஒரே வகையான பொருள்களை, பெருமளவில் வாங்குவதும் விற்பதும் ஆகிய தொழில் செய்பவர்; மொத்த வாணிகம் செய்பவர்; பெருவணிகர்

the merchant navy *noun* [C, *with sing. or pl. verb*] a country's commercial ships and the people who work on them ஒரு நாட்டினுடைய வணிகச் சரக்குக் கப்பல்களும் அவை சார்ந்த பணியாளர்களும்; வணிகக் கப்பல் குழாம்

merciful /ˈmɜ:sɪfl/ *adj.* feeling or showing mercy தயையுள்ள; கருணையுள்ள; கருணை காட்டுகிற *His death was a merciful release from pain.* ▶ **mercifully** /ˈmɜ:sɪfəli/ *adv.*

merciless /ˈmɜ:sɪləs/ *adj.* showing no mercy கருணை காட்டாத; இரக்கமற்ற ▶ **mercilessly** *adv.*

Mercury /ˈmɜ:kjəri/ *noun* [*sing.*] the planet that is nearest to the sun சூரியனுக்கு மிக அண்மையில் உள்ள கோள்; புதன் ➪ **the solar system** பதிவில் படம் பார்க்க.

mercury /ˈmɜ:kjəri/ *noun* [U] (*symbol* **Hg**) a heavy silver-coloured metal that is usually in liquid form. Mercury is used in instruments that measure temperature (**thermometers**) வெப்பமானிகளில் பயன்படுத்தப்படும், வழக்கமாகத் திரவ நிலையில் உள்ள, கனமான ஒளிர் வெண்மை நிறமுள்ள உலோகம்; பாதரசம்; மெர்குரி

mercy /ˈmɜ:si/ *noun* [U] kindness shown by sb/sth who has the power to make sb suffer துன்பம் விளைவிக்கும் ஆற்றலுள்ள ஒருவரால்/ஒன்றினால் காட்டப்படும் கருணை; தயவு; இரக்கம் *The rebels were shown no mercy. They were taken out and shot.*

IDM **at the mercy of sb/sth** having no power against sb/sth that is strong வலிமையுள்ள ஒருவரை/ஒன்றை எதிர்த்து நிற்கும் ஆற்றலற்ற நிலையில்; ஒருவருடைய/ஒன்றின் தயவை எதிர்பார்த்த நிலையில் *The climbers spent the night on the mountain at the mercy of the wind and rain.*

mere /mɪə(r)/ *adj.* (*only before a noun*) **1** (used for emphasizing how small or unimportant sth is) nothing more than (ஒன்றின் சிறுமையின்

அல்லது முக்கியத்துவமின்மையின் அளவை வலியுறுத்தப் பயன்படுத்தப்படுவது) அதிகப்படியாக வேறெதுவும் இல்லாத; அவ்வளவேயான; வெறும் *90% of the country's land is owned by a mere 2% of the population.* **2** used to say that just the fact that sb/sth is present in a situation is enough to have an influence ஒருவர்/ஒன்று ஒரு சூழலில் காணப்படுவது மட்டுமே அவருடைய/அதனது தாக்கம் நிகழ்வதற்குப் போதுமானது எனக் கூறப் பயன்படுத்தப்படுவது; வெறும் *The mere thought of giving a speech in public makes me feel sick.*

IDM **the merest** even a very small amount of sth ஒன்றின் மிகமிகச் சிறிய அளவு மட்டுமேயான; ஒன்றின் சொற்ப அளவே கூட *The merest smell of the fish market made her feel ill.*

merely /ˈmɪəli/ *adv.* (*formal*) only; just மட்டும்; தான்; (கூறப்பட்டதன்றி) வேறல்லாது *I don't want to place an order. I am merely making an enquiry.*

merge /mɜːdʒ/ *verb* **1** [I] **merge (with/into sth); merge (together)** to become part of sth larger பெரிதான ஒன்றின் பகுதியாகு; இணைந்து ஒன்றாகு *Three small companies merged into one large one.* • *This stream merges with the river a few miles downstream.* **2** [T] to join things together so that they become one ஒன்றாகுமாறு பொருள்களை ஒருங்குசேர்; இரண்டறக் கல *We have merged the two classes into one.*

merger /ˈmɜːdʒə(r)/ *noun* [C, U] **a merger (with sb/sth); a merger (between/of A and B)** the act of joining two or more companies together இரண்டு அல்லது இரண்டுக்கு மேற்பட்ட நிறுவனங்களை ஒருங்கிணைத்தல்; இணைப்பு

meridian /məˈrɪdiən/ *noun* [C] a line that we imagine on the surface of the earth that joins the North Pole to the South Pole and passes through a particular place வட துருவத்தையும் தென் துருவத்தையும் இணைப்பதும் குறிப்பிட்ட பகுதியின்/இடத்தின் வழியாகச் செல்வதுமான, பூமியின் மேற்பரப்பிலுள்ள கற்பனைக் கோடு; நெடுக்குவரை *the Greenwich meridian* ⇨ **longitude** பார்க்க; மற்றும் **earth** பதிவில் படம் பார்க்க.

meringue /məˈræŋ/ *noun* [C, U] a mixture of sugar and egg whites that is cooked in the oven; a cake made from this சூட்டடுப்பில் சமைக்கப்படும் சர்க்கரை மற்றும் முட்டை வெண்கருவின் கலவை; இக்கலவையிலிருந்து தயாரிக்கப்படும் கேக் வகை

merit¹ /ˈmerɪt/ *noun* **1** [U] the quality of being good நல்லதாக இருக்கும் தன்மை; மதிப்பு; தகுதி *There is a lot of merit in her ideas.* • *He got the job* ***on merit****, not because he's the manager's son.* **2** [C, *usually pl.*] an advantage or a good quality of sb/sth ஒருவருடைய/ஒன்றின் மேன்மை அல்லது நற்பண்பு; இயல்நலம்; சிறப்பு; நலக்கூறு *Each case must be judged separately on its own merits.*

merit² /ˈmerɪt/ *verb* [T] (*formal*) to be good enough for sth; to deserve ஒன்றுக்குப் போதுமான அளவில் நல்லவராக/நல்லதாக அல்லது தகுதியுடையவராக/தகுதியுடையதாக இரு *This suggestion merits further discussion.*

meritocracy /ˌmerɪˈtɒkrəsi/ *noun* [C] (*pl.* **meritocracies**) **1** [C, U] a country or social system where people get power or money on the basis of their ability அவரவர் ஆற்றலின் அடிப்படையில் மக்கள் அதிகாரத்தை அல்லது செல்வத்தை அடைய வாய்ப்புள்ள நாடு அல்லது சமுதாய அமைப்பு; தகுதியாட்சி முறை **2 the meritocracy** [*sing.*] the group of people with power in this kind of social system தகுதியாட்சி முறையில் அதிகாரம் செலுத்தும் குழு; தகுதியாட்சிக் குழு

meritorious /ˌmerɪˈtɔːriəs/ *adj.* (*formal*) deserving great praise or reward; having merit மெச்சுதலுக்கு அல்லது பரிசுக்கு உரிய; தகுதி வாய்ந்த; சிறப்பான

mermaid /ˈmɜːmeɪd/ *noun* [C] (in stories) a woman who has the tail of a fish instead of legs and who lives in the sea (புனைகதைகளில்) கால்களுக்குப் பதிலாக மீனின் வாலை உடையவரும் கடலில் வாழ்பவருமான பெண்; கடற்கன்னி

merriment /ˈmerimənt/ *noun* [U] laughter and enjoyment சிரிப்பும் இன்ப நுகர்வும்; களிப்பு; குதூகலம்; மகிழ்ச்சியாரவாரம்

merry /ˈmeri/ *adj.* (**merrier; merriest**) **1** happy மகிழ்ச்சியான; குதூகலமான *merry laughter* • ***Merry Christmas*** (= used at christmas time to say you hope sb has a happy holiday) **2** (*informal*) slightly drunk சற்றே குடிபோதையிலுள்ள; மட்டான வெறியக் களிப்புற்ற ▶ **merrily** *adv.*

merry-go-round (*BrE* **roundabout** *AmE* **carousel**) *noun* [C] a big round platform that turns round and round and has model animals, etc. on it for children to ride on சுற்றிச் சுற்றி வருவதும் சிறுவர்கள் மேலமர்ந்து கொள்வதற்கான விலங்கு முதலியவற்றின் உருக்கள் இணைக்கப்பட்டதுமான பெரிய வட்ட வடிவ மேடைத்தள அமைப்பு; குடை இராட்டினம்

mesh /meʃ/ *noun* [C, U] material that is like a **net** (பிளாஸ்டிக் கம்பி அல்லது கயிற்று இழைகளாலான) வலையமைப்பு; வலைப் பின்னல்; கண்ணி வலை *a fence made of wire mesh*

mesmerize (*also* **-ise**) /ˈmezməraɪz/ *verb* [T] to hold sb's attention completely ஒருவருடைய

கவனத்தை/கருத்தை முற்றிலுமாக ஈர்த்துப் பிடி; தன்வயப்படுத்து; வசியப்படுத்து *The audience seemed to be mesmerized by the speaker's voice.*

mesophyll /ˈmesəʊfɪl/ *noun* [U] (*technical*) the material that the inside of a leaf is made of இலை உட்பகுதியின் ஆக்கப்பொருள்; இலையின் உள்ளிழைமம்

mesosphere /ˈmesəsfɪə(r); ˈmez-/ *noun* [*sing.*] **the mesosphere** the region of the earth's atmosphere between about 50 and 80 kilometres above the surface of the earth, above the **stratosphere** and below the **thermosphere** பூமியின் மேற்பரப்புக்கு மேல் மீவளி மண்டலத்திற்கு மேலாகவும் வெப்ப மண்டலத்திற்குக் கீழாகவும், ஐம்பது கிலோமீட்டருக்கும் எண்பது கிலோமீட்டருக்கும் இடைப்பட்டப் பகுதி

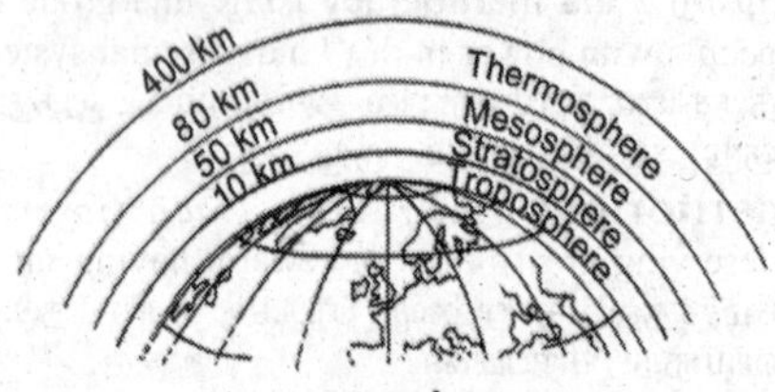

mesosphere

mess¹ /mes/ *noun* **1** [C, *usually sing.*] the state of being dirty or untidy; a person or thing that is dirty or untidy மாசு படிந்து அல்லது ஒழுங்கமைவின்றி இருக்கும் நிலை; துப்புரவின்மை; சீர்கேடு; ஒழுங்கமைவின்மை; தாறுமாறு; அழுக்காக அல்லது துப்புரவின்றி உள்ள ஆள் அல்லது பொருள் *The kitchen's* ***in a terrible mess!*** • *My hair is a mess.* **2** [*sing.*] the state of having problems or troubles சிக்கல்கள் அல்லது தொல்லைகள் காணப்படும் நிலை; குளறுபடி; இடர்ப்பாடு; சீர்குலைவு *The company is* ***in a financial mess.*** • *to* ***make a mess of*** *your life*

mess² /mes/ *verb* [T] (*AmE informal*) to make sth dirty or untidy ஒன்றை அழுக்காக்கு; மாசுபடுத்து; ஒழுங்கு குலை; குளறுபடி செய் *Don't mess your hands.*

PHR V **mess about/around 1** to behave in a silly and annoying way மடத்தனமாக அல்லது எரிச்சலூட்டும் முறையில் நடந்துகொள் **2** to spend your time in a relaxed way without any real purpose உண்மையான குறிக்கோள் அல்லது செயல்நோக்கம் எதுவுமின்றி, ஓய்வமைதி கொள்ளும் முறையில் நேரத்தைப் போக்கு *We spent Sunday just messing around at home.*

mess sb about/around to treat sb in a way that is not fair or reasonable, for example by changing your plans without telling him/her (ஒருவரிடம் முன்கூட்டியே தெரிவிக்காமல் தன் திட்டங்களை மாற்றுதல் முதலிய) நியாயமற்ற அல்லது நேர்மையற்ற முறையில் ஒருவரை நடத்து; ஒருவரை அலைக்கழி

mess about/around with sth to touch or use sth in a careless way அசட்டையான முறையில் ஒன்றைத் தொடு அல்லது பயன்படுத்து *It is dangerous to mess about with fireworks.*

mess sth up 1 to make sth dirty or untidy ஒன்றை அழுக்காக்கு அல்லது சீர்குலை; ஒழுங்கு கெடச்செய் **2** to do sth badly or spoil sth ஒன்றை மோசமான முறையில் செய்; ஏறுமாறாகச் செய்; குளறுபடி செய் *I really messed up the last question in the exam.*

mess with sb/sth to deal or behave with sb/sth in a way that you should not ஏற்புக்குரியதல்லாத அல்லது தவறான முறையில் ஒருவரிடம்/ஒன்றிடம் நடந்துகொள் அல்லது அவ்வாறு ஒருவரை/ஒன்றைக் கையாளு *You shouldn't mess with people's feelings.*

mess³ /mes/ *noun* [C] a place where people from the armed forces take meals together and socialize படைத்துறையினர் ஒருசேர உணவு உண்ணும் மற்றும் அளவளாவும் இடம்; தோழமை உண்டிச்சாலை; உண்பகம்

message /ˈmesɪdʒ/ *noun* **1** [C] a written or spoken piece of information that you send to or leave for a person when you cannot speak to him/her ஒருவரிடம் (நேரில்) பேச முடியாதபோது அவருக்கு அனுப்பும் அல்லது விட்டுச்செல்லும் எழுத்து அல்லது பேச்சு வடிவிலான தகவல் கூறு; செய்தி; செய்திக் குறிப்பு *Mr Khan is not here at the moment. Can I* ***take a message****?* • *Could you* ***give a message*** *to Jagan, please?* • *If he's not in I'll* ***leave a message*** *on his answering machine.* **2** [*sing.*] an important idea that a book, speech, etc. is trying to communicate ஒரு நூல், சொற்பொழிவு முதலியவை தெரிவிக்க முயலும் ஒரு முக்கியமான கருத்து; உட்கோள்; உட்கருத்து; அறிவுரைக் கூறு *It was a funny film but it also had a serious message.* • *The advertising campaign is trying to* ***get the message across*** *that smoking kills.*

IDM **get the message** (*informal*) to understand what sb means even if it is not clearly stated தெளிவாகக் கூறப்படாத நிலையிலும் ஒருவர் கூற விரும்புவதைப் புரிந்துகொள் *He finally got the message and went home.*

messenger /ˈmesɪndʒə(r)/ *noun* [C] a person who carries a message ஒரு செய்தியைக் கொண்டுசெல்பவர்; தூதர்

Messiah (*also* **messiah**) /məˈsaɪə/ *noun* [C] a person, for example Jesus Christ, who came to save the world உலகத்தைக் காக்க வந்த ஒருவர், உதாரணமாக இயேசு கிறிஸ்து; மீட்பர்

Messrs *abbr.* (used as the plural of Mr before a list of men's names and before names of business firms) ஆண்களின் பெயர் வரிசைக்கு மற்றும் வணிக நிறுவனங்களின் பெயர்களுக்கு முன்னால் Mr (திருவாளர்) என்பதன் பன்மையாகப் பயன்படுத்தப்படுவது: திருவாளர்கள் *Messrs Swami, Saravanan and Pillai* • *Messrs T Saravanan and Co.*

messy /ˈmesi/ *adj.* (**messier; messiest**) **1** dirty or untidy துப்புரவற்ற; அழுக்கான; ஒழுங்கற்ற; தாறுமாறான *a messy room* **2** that makes sb/sth dirty ஒருவரை/ஒன்றை மாசுபடுத்துகிற; அழுக்காக்குகிற *Painting the ceiling is a messy job.* **3** having or causing problems or trouble சிக்கலான; தொந்தரவான; சிக்கல் உண்டாக்குகிற; தொல்லைப்படுத்துகிற *a messy divorce*

met ➪ **meet** என்பதன் இறந்தகால மற்றும் இறந்தகால வினையெச்ச வடிவம்

meta- /ˈmetə/ *prefix* (*used in nouns, adjectives and verbs*) **1** connected with a change of position or state படிநிலை அல்லது இருப்பு நிலை மாற்றம் தொடர்பான; நிலைமாற்றம் சார்ந்த *metamorphosis* • *metabolism* **2** higher; beyond மீஉயர் நிலையான; அப்பாலுள்ள; கடந்த நிலையான *metaphysics*

metabolism /məˈtæbəlɪzəm/ *noun* [U, *sing.*] the chemical processes in plants or animals that change food into energy and help them grow தாவரங்கள் அல்லது விலங்குகள் வகையில், உணவுப்பொருளை ஆக்கச் சக்தியாக மாற்றி வளர்ச்சிக்கு உதவும் வேதியியல் வினைமாற்ற முறைகள்; வளர்சிதை மாற்றம் *An athlete has a faster metabolism than most ordinary people.* ▶ **metabolic** /ˌmetəˈbɒlɪk/ *adj. a high/low metabolic rate*

metal /ˈmetl/ *noun* [C, U] a type of solid substance that is usually hard and shiny and that heat and electricity can travel through உலோகம் *metals such as tin, iron, gold and steel* • *a metal bar/pipe*

metallic /məˈtælɪk/ *adj.* **1** connected with metal or metals உலோகம் அல்லது உலோகங்கள் தொடர்பான; உலோக வகைக்குரிய; உலோகப் பண்பு வாய்ந்த *metallic alloys* **2** looking like metal or making a noise like one piece of metal hitting another உலோகம் போன்று காணப்படுகிற; உலோகத் துண்டுகள் மோதுவது போன்ற ஒலி எழுப்புகிற; தட்டொலி அல்லது அதிர்வொலி செய்கிற *a metallic blue car* • *harsh metallic sounds*

metallurgist /məˈtælədʒɪst/ *noun* [C] a scientist who studies metals and their uses உலோகங்கள் மற்றும் அவற்றின் பயன்பாடுகள் குறித்து ஆய்வு செய்யும் அறிவியல் அறிஞர்; உலோகவியல் அறிஞர்

metallurgy /məˈtælədʒi/ *noun* [U] the scientific study of metals and their uses உலோகங்கள் மற்றும் அவற்றின் பயன்பாடுகள் குறித்த அறிவியல் முறையிலான ஆய்வு; உலோகவியல்

metamorphic /ˌmetəˈmɔːfɪk/ *adj.* (*technical*) (used about rocks) that have been changed by heat or pressure (பாறைகள் வகையில்) வெப்பத்தால் அல்லது அழுத்தத்தால் மாற்றமடைகிற; இயல்மாற்றத்திற்கு உள்ளாகிற ➪ **igneous** மற்றும் **sedimentary** பார்க்க; மேலும் **rock** பதிவில் படம் பார்க்க.

metamorphosis /ˌmetəˈmɔːfəsɪs/ *noun* [C] (*pl.* **metamorphoses** /-əsiːz/) (*formal*) a complete change of form (as part of natural development) (இயற்கையான வளர்ச்சிப்போக்கின் பகுதியாக நிகழும்) முழுமையான உருமாற்றம்; இயல் வேறுபாடு; உருத்திரிபு *the metamorphosis of a tadpole into a frog*

metaphor /ˈmetəfə(r)/ *noun* [C, U] a word or phrase that is used in an imaginative way to show that sb/sth has the same qualities as another thing. 'Her words were a knife in his heart' is a metaphor கற்பனை ஆற்றலைப் பயன்படுத்தி ஒருவர்/ஒன்று வேறொருவரது/வேறொன்றின் பண்புகளோடு ஒத்த பண்புகளைக் கொண்டுள்ளதாகக் காட்டப் பயன்படுத்தப்படும் சொல் அல்லது தொடர்; உருவகம் ➪ **figurative, literal** மற்றும் **simile** பார்க்க. ▶ **metaphorical** /ˌmetəˈfɒrɪkl/ *adj.* ▶ **metaphorically** /-kli/ *adv.*

metaphysics /ˌmetəˈfɪzɪks/ *noun* [U] the area of **philosophy** that deals with the nature of existence, truth and knowledge வாழ்வு, உண்மை, அறிவு ஆகியவற்றின் தன்மை குறித்துப் பேசும் மெய்ப்பொருள் துறை

mete /miːt/ *verb*

PHR V **mete sth out (to sb)** (*formal*) to give sb a punishment or harsh treatment ஒருவருக்கு ஒரு தண்டனை அளி அல்லது ஒருவரை ஒரு கடுமையான நடவடிக்கைக்கு உட்படுத்து

meteor /ˈmiːtiə(r); -iɔː(r)/ *noun* [C] a small piece of rock, etc. in space. When a meteor enters the earth's atmosphere it makes a bright line in the night sky பூமியின் வளி மண்டலத்தினுள் நுழையும்போது இரவு வானில் ஒளிர்வு மிக்க ஒளிக்கீற்றை உண்டுபண்ணக்கூடியதான விண்வெளியிலுள்ள பாறை முதலியவற்றின் சிறு கூறு; விண்வீழ் கொள்ளி; எரிமீன்

meteoric /ˌmiːtiˈɒrɪk/ *adj.* very fast or successful விரைவேகமான; வெற்றி ஆக்கம் மிக்க; பெரு முனைப்புடன் நிகழ்கிற *a meteoric rise to fame*

meteorologist /ˌmiːtiəˈrɒlədʒɪst/ *noun* [C] a person who studies the weather வானிலை ஆராய்ச்சியாளர்

meteorology /ˌmiːtiəˈrɒlədʒi/ *noun* [U] the study of the weather and climate வானிலை மற்றும்

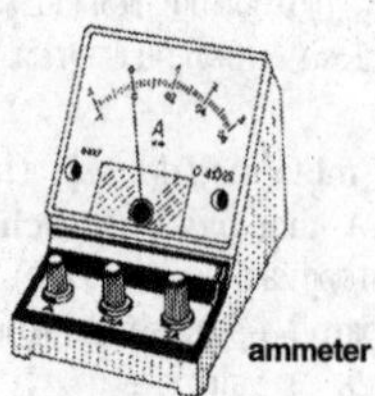

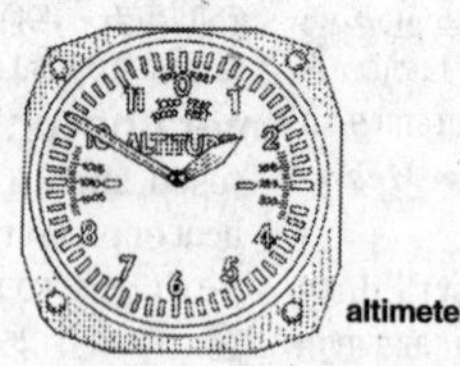

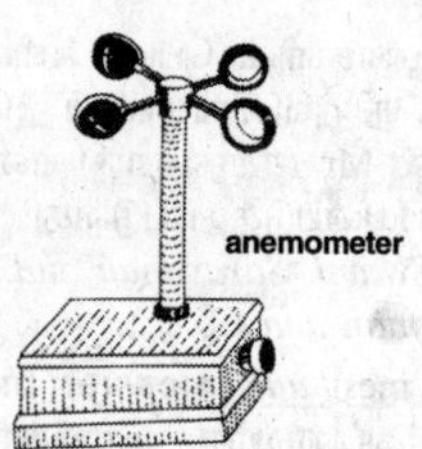

meters

தட்பவெப்ப நிலை குறித்த ஆய்வு; வானிலை ஆய்வு ▶ **meteorological** /ˌmiːtiərəˈlɒdʒɪkl/ *adj.*

meter /ˈmiːtə(r)/ *noun* [C] **1** a piece of equipment that measures the amount of gas, water, electricity, etc. you have used வாயு, நீர், மின்சாரம் முதலியவற்றின் பயன்பாட்டளவைக் கணக்கிடும் அளவு கருவி; அளவி *a voltmeter* **2** (*AmE*) = **metre** ▶ **meter** *verb* [T] *Is your water metered?*

methane /ˈmiːθeɪn/ *noun* [U] (*symbol* **CH_4**) a gas without colour or smell, that burns easily and that we can use to produce heat நிறமோ மணமோ இல்லாத, எளிதில் தீப்பிடிக்கக்கூடிய, வெப்பம் உண்டுபண்ணப் பயன்படுத்தப்படும் வாயுப்பொருள்; மீதேன்

methanol /ˈmeθənɒl/ *noun* [U] (*symbol* **CH_3OH**) a poisonous form of alcohol that is colourless, has no smell and changes easily into a gas நிறமோ மணமோ இல்லாத, எளிதில் ஆவியாகக்கூடிய, நச்சுத்தன்மையுள்ள வெறியப்பொருள் வகை; எரி சாராயம்; மெத்தனால்

method /ˈmeθəd/ *noun* [C] a way of doing sth ஒன்றைச் செய்யும் முறை; வழிமுறை *What method of payment do you prefer? Cash, cheque or credit card?* • *modern teaching methods*

methodical /məˈθɒdɪkl/ *adj.* having or using a well-organized and careful way of doing sth ஒன்றைச் செய்வதற்கு நன்கு திட்டமிடப்பட்ட, கருத்தார்ந்த வழிமுறையைக் கைக்கொண்டுள்ள அல்லது பயன்படுத்துகிற; முறையார்ந்த *Prashant is a very methodical worker.* ▶ **methodically** /-kli/ *adv.*

methodist /ˈmeθədɪst/ *noun* [C], *adj.* (a member) of a Protestant Church that was started by John Wesley in the 18th century பதினெட்டாம் நூற்றாண்டில் ஜான் வெஸ்லியால் தோற்றுவிக்கப்பட்ட சீர்திருத்தத் திருச்சபையின் உறுப்பினர்; அத்திருச்சபை சார்ந்த

methodology /ˌmeθəˈdɒlədʒi/ (*pl.* **methodologies**) *noun* [C, U] a way of doing sth based on particular principles and methods குறிப்பிட்ட கோட்பாடுகளையும் செய்முறைகளையும் அடிப்படையாகக் கொண்டு ஒரு செயலைச் செய்யும் முறை; நெறிமுறை *language teaching methodologies* ▶ **methodological** /ˌmeθədəˈlɒdʒɪkl/ *adj.*

methylated spirits /ˌmeθəleɪtɪd ˈspɪrɪts/ (*informal* **meths** /meθs/) *noun* [U] a type of alcohol that you cannot drink, used as a fuel for lighting and heating and for cleaning off dirty marks அருந்துவதற்கு ஏற்றதல்லாததும், விளக்கு வகைகள், வெம்மையூட்டுதல் ஆகியவற்றுக்கு எரிபொருளாகவும் அழுக்குக் கறைகளைப் போக்கும் பொருளாகவும் பயன்படுத்தப்படுவதுமான சாராய வகை; எரிசாராயச் சத்து ஊட்டப்பட்ட சாராய வகை

meticulous /məˈtɪkjələs/ *adj.* giving or showing great attention to detail; very careful நுணுக்க விவரங்களில் ஆழ்ந்த கவனம் செலுத்துகிற; மிகவும் விழிப்புடன் ஒன்றைச் செய்கிற; கருத்தார்ந்த ▶ **meticulously** *adv.*

metonymy /məˈtɒnəmi/ *noun* [U] (*technical*) the act of referring to sth by the name of sth else that is closely connected with it, for example using the White House for the US President (வெள்ளை மாளிகை என்ற பெயர் அமெரிக்கக் குடியரசுத் தலைவரைக் குறிக்கப் பயன்படுத்தப்படுவது போன்று) நெருங்கிய தொடர்புடைய வேறொன்றின் பெயரால் ஒன்றைச் சுட்டுதல்; ஆகுபெயர்

metre (*AmE* **meter**) /ˈmiːtə(r)/ *noun* **1** [C] (*abbr.* **m**) a measure of length; 100 centimetres மீட்டர் எனப்படும் நீட்டலளவைக் கூறு; இது 100 சென்டி மீட்டர் அளவுடையது *a two-metre high wall* • *Who won the 100 metres?* **2 metres** used in the name of races ஓட்டப் பந்தயங்களின் பெயருடன் பயன்படுத்தப்படுவது *She came second in the 100 metres.* **3** [U, C] the arrangement of strong and weak **stresses** in lines of poetry that produces the rhythm; a particular example of this கவிதை வரிகளில் சந்தத்தை (ஓசை ஒழுங்கை) உண்டுபண்ணக் கூடியதாக அமையும் வல்லசை-மெல்லசைகளின் ஒழுங்கமைவு; யாப்பு

metric /ˈmetrɪk/ *adj.* using the system of measurement that is based on metres, grams, litres, etc. (**the metric system**) மீட்டர், கிராம், லிட்டர் முதலியவற்றை அடிப்படையாகக் கொண்ட அளவை முறையைப் பயன்படுத்துகிற; மெட்ரிக்

அளவை முறையைப் பயன்படுத்துகிற ➪ **imperial** பார்க்க.

metrication /ˌmetrɪˈkeɪʃn/ *noun* [U] the process of changing from measuring in imperial system to using the metric system இம்பீரியல் அளவை முறையிலிருந்து மெட்ரிக் அளவை முறைக்கு மாறுதல்

the metric system *noun* [*sing.*] the system of measurement that uses the metre, the kilogram and the litre as basic units மீட்டர், கிலோகிராம், லிட்டர் ஆகியவற்றை அடிப்படை அலகுகளாகப் பயன்படுத்தும் அளவை முறை; மெட்ரிக் அளவை முறை

metric ton (*also* **tonne**) *noun* [C] a unit for measuring weight, equal to 1000 kilograms டன் என்னும் நிறுத்தலளவைக் கூறு; இது 1000 கிலோகிராமுக்கு நிகரானது

metro /ˈmetrəʊ/ *noun* [*sing.*] **1** an underground train system in a large city ஒரு பெரிய நகரத்தில் இயங்கும் சுரங்க இருப்பூர்தி அமைப்பு *to travel on the metro/by metro • a metro station.* **2** (*IndE*) a large and important city பெரிய முக்கியத்துவம் வாய்ந்த நகரம்; பெருநகர் *Fashion is ever changing in the metros like Delhi, Mumbai and Kolkata.* ➪ **metropolis** பார்க்க.

metropolis /məˈtrɒpəlɪs/ *noun* [C] a very large city மிகப் பெரிய மாநகரம் ▶ **metropolitan** /ˌmetrəˈpɒlɪtən/ *adj.*

mezzanine /ˈmezəniːn/ *noun* [C] a floor that is built between two floors of a building and is smaller than the other floors ஒரு கட்டடத்தின் இரண்டு தளங்களுக்கு இடையில் கட்டப்படுவதும் மற்றத் தளங்களை விடச் சிறியதுமான தளம்; இடைத்தளம்; மட்டத்தளம்

mg *abbr.* milligram(s) மில்லிகிராமைக் குறிக்கும் milligram என்பதன் குறுக்கம்

MHz *abbr.* megahertz; (used in radio) a measure of **frequency** (வானொலி மின்னலைகள் வகையில்) அதிர்வெண் அளவை அலகான megahertz என்பதன் குறுக்கம்

miaow /miˈaʊ/ *noun* [C] the sound that a cat makes பூனை எழுப்பும் ஒலி ▶ **miaow** *verb* [I] ➪ **purr** பார்க்க.

mice ➪ **mouse** என்பதன் பன்மை வடிவம்

micro- /ˈmaɪkrəʊ/ *prefix* (*used in nouns, adjectives and adverbs*) small; on a small scale சிறிய; சிற்றளவிலான; சிறுகூறான *microchip • micro-organism* ✪ OPP **macro-**

microbe /ˈmaɪkrəʊb/ *noun* [C] an extremely small living thing that you can only see with a special piece of equipment (**a microscope**) and that can cause disease நுண்ணோக்காடியில் மட்டுமே பார்க்கக்கூடியதான, நோய் உண்டாக்கக்கூடிய, மிகமிகச் சிறிய உயிர்; நுண்ணுயிர்; நோய் நுண்மம்

microbiologist /ˌmaɪkrəʊbaɪˈɒlədʒɪst/ *noun* [C] a scientist who studies very small living things நுண்ணுயிர்களை ஆராயும் அறிவியல் அறிஞர்; நுண்ணுயிரியல் அறிஞர்

microbiology /ˌmaɪkrəʊbaɪˈɒlədʒi/ *noun* [U] the scientific study of very small living things நுண்ணுயிர்களைப் பற்றிய அறிவியல் முறையிலான ஆய்வு; நுண்ணுயிரியல்

microchip /ˈmaɪkrəʊtʃɪp/ (*also* **chip**) *noun* [C] a very small piece of a special material (**silicon**) that is used inside a computer, etc. to make it work கணிப்பொறி முதலியவற்றைச் செயல்படச் செய்ய அதன் உட்பகுதியில் பயன்படுத்தப்படும் சிலிக்கன் சில்லு; நுண் சில்லு

microcomputer /ˈmaɪkrəʊkəmpjuːtə(r)/ *noun* [C] (*computing*) a small computer that contains a **microprocessor** நுண்செயலகத்தைத் தன்னகத்தே கொண்டுள்ள சிறு கணிப்பொறி; நுண் கணிப்பொறி

microcosm /ˈmaɪkrəʊkɒzəm/ *noun* [C] **a microcosm (of sth)** something that is a small example of sth larger பெரிதான ஒன்றின் சிறு அளவிலான எடுத்துக்காட்டாக அமையும் பொருள்; நுணுக்க மாதிரிப் படிவம் *Our little village is a microcosm of society as a whole.* ➪ **macrocosm** பார்க்க.

microfiche /ˈmaɪkrəʊfiːʃ/ *noun* [C, U] a piece of film on which information is stored in very small print மிகச் சிறிய அச்செழுத்தில் தகவல் தேக்கிவைக்கப்படும் படச்சுருள்; நுண்படத் தகடு

microgram /ˈmaɪkrəʊɡræm/ *noun* [C] (*symbol* **µg**) (*technical*) a unit for measuring weight. There are one million micrograms in one gram நிறை அலகு; மைக்ரோகிராம். ஒரு கிராம் என்பது பத்து இலட்சம் மைக்ரோகிராம் கொண்டது

micrometre /ˈmaɪkrəʊmiːtə(r)/ *noun* [C] (*symbol* **µm**) (*technical*) a unit for measuring length. There are one million micrometres in one metre நீட்டலளவை அலகு; மைக்ரோமீட்டர். ஒரு மீட்டர் பத்து இலட்சம் மைக்ரோமீட்டர் கொண்டது

micron /ˈmaɪkrɒn/ *noun* [C] = **micrometre**

micro-organism *noun* [C] a very small living thing that you can only see with a special piece of equipment (**a microscope**) நுண்ணோக்காடியில் மட்டுமே பார்க்கக்கூடியதான மிகச் சிறிய உயிர்; நுண்ணுயிர்

microphone /ˈmaɪkrəfəʊn/ (*also* **mike**) *noun* [C] a piece of electrical equipment that is used for making sounds louder or for recording them

ஒலிகளைப் பெருக்க அல்லது பதிவுசெய்யப் பயன்படுத்தப்படும் மின்கருவி; ஒலிபெருக்கி அல்லது ஒலிவாங்கி

microprocessor /ˌmaɪkrəʊˈprəʊsesə(r)/ *noun* [C] (*computing*) a small unit of a computer that contains all the functions of the **central processing unit** கணிப்பொறியின் மையச் செயலகத்தின் செயற்பாடுகளைத் தன்னகத்தே அடக்கியுள்ள சிறு பகுதி; நுண் செயலகம்

microscope /ˈmaɪkrəskəʊp/ *noun* [C] a piece of equipment that makes very small objects look big enough for you to be able to see them மிக-மிகச் சிறிய பொருள்களைக் கண்ணுக்குப் புலப்படும் அளவுக்குப் பெரிதாக்கிக் காட்டும் கருவி; நுண்ணோக்காடி *to examine sth* ***under a microscope*** ⇨ **laboratory** பதிவில் படம் பார்க்க.

microscopic /ˌmaɪkrəˈskɒpɪk/ *adj.* too small to be seen without a microscope நுண்ணோக்காடி இன்றிப் பார்க்க முடியாத அளவுக்குச் சிறி-தான; மிக நுண்மையான

microwave /ˈmaɪkrəweɪv/ *noun* [C] **1** a short electric wave that is used for sending radio messages and for cooking food வானொலியாகச் செய்திகளை அனுப்புவதற்கும், உணவு சமைப்பதற்கும் பயன்படுத்தப்படும் அலைநீளம் குறைந்த மின் அலை; நுண் மின் அலை **2** (*also* **microwave oven**) a type of oven that cooks or heats food very quickly using microwaves நுண் மின் அலைகளைப் பயன்படுத்தி மிக விரைவாக உணவு சமைப்பதற்கான அல்லது சூடு பண்ணுவதற்கான அடுப்பு வகை; நுண் மின் அலை அடுப்பு ⇨ **wavelength** பதிவில் படம் பார்க்க.

mid /mɪd/ *adj.* (*only before a noun*) the middle of நடுவான; இடைப்பட்டதான; இடைநிலையான *I'm away from mid June.* • *the mid 1990s*

mid- /mɪd/ *prefix* (*used in nouns and adjectives*) in the middle of நடுவில் உள்ள; இடைப்பட்ட; இடைநிலையான *mid-afternoon* • *a mid-air collision*

midday /ˌmɪdˈdeɪ/ *noun* [U] at or around twelve o'clock in the middle of the day நாளின் இடைப்பகுதியில் பன்னிரண்டு மணி குறிக்கும் அல்லது பன்னிரண்டு மணியை ஒட்டிய நேரம்; நண்பகல் *We arranged to meet* ***at midday***. • *the heat of the midday sun* ✪ SYN **noon** ⇨ **midnight** பார்க்க.

middle[1] /ˈmɪdl/ *noun* **1** [*sing.*] **the middle (of sth)** the part, point or position that is at about the same distance from the two ends or sides of sth ஒரு பொருளின் இரு முனைகளிலிருந்து அல்லது பக்கங்களிலிருந்து ஏறத்தாழ ஒத்த தொலைவில் உள்ளாக அமைந்துள்ள பகுதி, புள்ளி அல்லது இருப்பு நிலை; நடு; நடுப்-பகுதி; நடுவிடம் *the white line* ***in the middle of*** *the road* • *Here's a photo of me with my two brothers. I'm the one* ***in the middle***.

> NOTE **Centre, middle** ஆகிய இரு சொற்களும் பெரும்பாலும் ஒத்த பொருளில் வழங்கப்படுகின்றன. எனினும் **centre** என்ற சொல் ஒரு பொருளின் சரி நுட்பமான நடு-விடத்தைக் குறிக்கும்—*How do you find the centre of the circle?* • *There was a large table in the middle of the room.* • *The bee stung me* ***right in the middle*** *of my back.* ஒரு காலப்-பகுதியைக் குறிப்பிடும்போது **middle** மட்டுமே பயன்படுத்தப்படும்—*in the middle of the night* • *the middle of July*

2 [C] (*informal*) your waist அரை; இடுப்பு *I want to lose weight around my middle.*

IDM **be in the middle of sth/doing sth** to be busy doing sth ஒரு செயலில் முனைப்புடன் ஈடுபட்டிரு *Can you call back in five minutes—I'm in the middle of a meeting.*

in the middle of nowhere a long way from any town எந்த ஓர் ஊரிலிருந்தும் தொலை தூரத்தில்; எந்த ஓர் ஊரும் அருகில் இல்லாது

middle[2] /ˈmɪdl/ *adj.* (*only before a noun*) in the middle நடுவில் உள்ள; இடைப்பட்ட; இடை-நிலையான *I wear a ring on my middle finger.*

middle age *noun* [U] the time when you are about 40 to 60 years old (இளமைக்கும் முதுமைக்கும் இடைப்பட்ட) ஏறத்தாழ 40-இல் இருந்து 60 வயது வரை உள்ள வாழ்க்கைப் பருவம்; நடுத்தர வயது; நடுவயது *a woman in early middle age* ▶ **middle-aged** *adj. a middle-aged man*

the Middle Ages *noun* [*pl.*] the period of European history from about 1100 to 1500 AD ஐரோப்பிய வரலாற்றில் ஏறத்தாழ கி.பி. 1100-இல் இருந்து 1500 வரையான காலப் பகுதி; இடைக்காலம்

the middle class *noun* [*sing.*] (*also* **the middle classes**) [*pl.*] the group of people in a society who are neither very rich nor very poor and that includes professional and business people மிகுதி-யான செல்வ வளமுடனோ ஏழ்மை நிலை-யிலோ இல்லாத, திறத்தொழிலர்களையும் வாணிகத் தொழிலர்களையும் உள்ளடக்கிய, சமுதாயப் பிரிவினர்; நடுத்தர வகுப்பினர் ▶ **middle class** *adj. They're middle class.* • *a middle-class background* ⇨ **the upper class** மற்றும் **the working class** பார்க்க.

middle ear *noun* [*sing.*] the central part of your ear behind your **eardrum** செவிப்பறைக்குப் பின்பக்கமாக உள்ள காதின் மையப் பகுதி; நடுக்காது ⇨ **inner ear** பார்க்க; மேலும் **ear** பதிவில் படம் பார்க்க.

the Middle East *noun* [*sing.*] an area that covers SW Asia and NE Africa தென்மேற்கு ஆசியாவையும் வடகிழக்கு ஆப்பிரிக்காவையும் உள்ளடக்கிய பகுதி; மையக் கிழக்குப் பகுதி ⇨ **the Far East** பார்க்க.

middleman /ˈmɪdlmæn/ *noun* [C] (*pl.* **-men** /-men/) **1** a person or company who buys goods from the company that makes them and then sells them to sb else உற்பத்தி நிறுவனத்திடமிருந்து பொருளை வாங்கி நுகர்வோருக்கு விற்கும் ஆள் அல்லது நிறுவனம்; இடைவணிகர் **2** a person who helps to arrange things between two people who do not want to meet each other ஒருவரையொருவர் சந்திக்க விரும்பாத இருவரிடையே செயல் உறவு நிகழத் துணை செய்பவர்; நடுவர்; இடையீட்டாளர்

middle-of-the-road *adj.* (used about people, policies, etc.) not extreme; acceptable to most people (ஆட்கள், கொள்கைகள் முதலியவை வகையில்) வரம்பு மீறிய நிலைப்பாடுகளைத் தவிர்க்கிற; தீவிரவாதப் போக்குடையவரல்லாத; பலருக்கும் ஏற்புடையதான

middle school *noun* [C] (*BrE*) a school for children aged between 9 and 13 ஒன்பதிலிருந்து பதின்மூன்று வயது வரையிலுள்ள சிறுவர் சிறுமியருக்கான பள்ளிக்கூடம்; இடைநிலைப் பள்ளி

midge /mɪdʒ/ *noun* [C] a very small flying insect that can bite people மனிதர்களைக் கடிக்கக் கூடிய மிகச் சிறிய பறக்கும் பூச்சி வகை; கொசுவினப் பூச்சி ✪ SYN **gnat**

midget /ˈmɪdʒɪt/ *noun* [C] a very small person சிற்றுருவுடையவர்; குள்ளர் **NOTE** இவ்வழக்கு சிலரால் இழிவுக் குறிப்பாகக் கொள்ளப்படுகிறது. கவனமாகப் பயன்படுத்தவும்.

midnight /ˈmɪdnaɪt/ *noun* [U] twelve o'clock at night இரவு 12 மணி; நடு இரவு; நள்ளிரவு *They left the party* ***at midnight.*** • *The clock struck midnight.* ⇨ **midday** பார்க்க.

midriff /ˈmɪdrɪf/ *noun* [C] the part of your body between your chest and your waist மார்புக்கும் இடுப்புக்கும் இடைப்பட்ட உடற்பகுதி

midst /mɪdst/ *noun* [U] the middle of sth; among a group of people or things ஒன்றின் நடுப்பகுதி; நடு; ஒரு குழுவின் அல்லது பொருட்தொகுதியின் அல்லது நேர்வுகளின் இடையே இருத்தல்; சூழப்பட்டிருத்தல் *The country is* ***in the midst of*** *a recession.* • *They realized with a shock that there was an enemy* ***in their midst.***

midsummer /ˌmɪdˈsʌmə(r)/ *noun* [U] the time around the middle of summer முதுவேனிற் பருவத்தின் நடுப்பகுதியை ஒட்டிய காலப் பகுதி; கோடை நடுநாட்கள் *a beautiful midsummer's evening*

midway /ˌmɪdˈweɪ/ *adj., adv.* in the middle of a period of time or between two places (கால அல்லது இட வகையில்) இடையில்/இடையில் உள்ள; நடுவில்/நடுவிலுள்ள; பாதியில்/பாதியில் உள்ள *The village lies midway between two large towns.* ✪ SYN **halfway**

midweek /ˌmɪdˈwiːk/ *noun* [U] the middle of the week (= Tuesday, Wednesday and Thursday) வாரத்தின் நடுப்பகுதி; (செவ்வாய், புதன், வியாழன் ஆகிய நாட்கள் அடங்கிய) வார நடு ▶ **midweek** *adv. If you travel midweek it will be less crowded.*

midwife /ˈmɪdwaɪf/ *noun* [C] (*pl.* **midwives** /-waɪvz/) a person, especially a woman, who has been trained to help women give birth to babies பேறுகாலப் பெண்களுக்குத் துணைபுரியும் பயிற்சி பெற்ற ஒருவர்; பேறுகாலப் (பெண்) பணியாளர்

midwifery /ˌmɪdˈwɪfəri/ *noun* [U] the work of a **midwife** பேறுகாலப் பெண்களுக்குத் துணைசெய்யும் பணி; பேறுகால உதவிப் பணி

midwinter /ˌmɪdˈwɪntə(r)/ *noun* [U] the time around the middle of winter குளிர்ப்பருவத்தின் நடுப்பகுதியை ஒட்டிய காலப்பகுதி; குளிர் நடுநாட்கள்

might[1] /maɪt/ *modal verb* (*negative* **might not**; *short form* **mightn't** /ˈmaɪtnt/) **1** used for saying that sth is possible ஒன்று இயலக்கூடியது, செய்யக்கூடியது அல்லது ஒன்றுக்கு வாய்ப்புள்ளது எனக் கூறப் பயன்படுத்தப்படுவது *'Where's Vinay?' 'He might be upstairs.'* • *I think I might have forgotten the tickets.* **2** (*BrE formal*) used to ask for sth or suggest sth very politely பணிவிணக்கமுடன் ஒன்றைக் கோர அல்லது ஒன்று குறித்துக் கருத்துக் கூறப் பயன்படுத்தப்படுவது *I wonder if I might go home half an hour early today?* **3** used as the form of 'may' when you report what sb has said ஒருவர் சொன்னதை அயற்கூற்றாகக் கூறும்போது 'may' வின் (இறந்தகால) வடிவமாகப் பயன்படுத்தப்படுவது *He said he might be late* (= his words were, 'I may be late').

NOTE வினைநோக்கத் துணைவினைகள் (modal verbs) பற்றி மேலும் அறிய, அகராதிப் பகுதியை அடுத்துள்ள **Quick Grammar Reference** பகுதியைப் பார்க்க.

IDM **may/might as well (do sth)** ⇨ **well**[1] பார்க்க.

you, etc. might do sth used when you are angry to say what sb could or should have done ஒருவர் செய்திருக்கக் கூடியது அல்லது செய்திருக்க வேண்டியது இன்னது என்று சினக்குறிப்புடன் கூறப் பயன்படுத்தப்படுவது *They might at least have phoned if they're not coming.*

I might have known used for saying that you are not surprised that sth has happened ஒரு நிகழ்வு குறித்துத் தான் வியப்படையவில்லை என்று கூறப் பயன்படுத்தப்படுவது *I might have known he wouldn't help.*

might² /maɪt/ *noun* [U] (*formal*) great strength or power பேரளவிலான உடல் அல்லது மன வலிமை; வல்லமை; பேராற்றல் *I pushed* ***with all*** *my* ***might****, but the rock did not move.*

mighty¹ /ˈmaɪti/ *adj.* (**mightier; mightiest**) very strong or powerful பேராற்றல் உடைய; வல்லமை மிக்க

mighty² /ˈmaɪti/ *adv.* (*AmE informal*) very மிக்க; மிகவும்; பெரிதும் *That's mighty kind of you.*

migraine /ˈmiːgreɪn, ˈmaɪgreɪn/ *noun* [C, U] very bad pain in your head that makes you feel sick; a severe headache உடல் நலம் குன்றிய உணர்வை உண்டாக்கும் மிகக் கடுமையான தலைவலி; ஒற்றைத் தலைவலி

migrant /ˈmaɪgrənt/ *noun* [C] **1** a person who moves from place to place looking for work வேலை தேடி இடம்விட்டு இடம் செல்பவர் *migrant workers* **2** a bird or an animal that moves from one place to another according to the season பருவ மாற்றத்தை ஒட்டி இடம்விட்டு இடம் செல்லும் பறவை அல்லது விலங்கு

migrate /maɪˈgreɪt/ *verb* [I] **1** (used about animals and birds) to travel from one part of the world to another at the same time every year (விலங்குகள் மற்றும் பறவைகள் வகையில்) ஒவ்வோர் ஆண்டும் குறிப்பிட்ட அதே பருவத்தில் உலகின் ஒரு பகுதியிலிருந்து மற்றொரு பகுதிக்குச் செல்; பருவ காலங்களை ஒட்டிப் புலம் பெயர்ந்து செல் **2** (used about a large number of people) to go and live and work in another place (பெருவாரியான ஆட்களைப் பற்றிக் குறிப்பிடும்போது) வேறோர் இடத்திற்குக் குடிபெயர்ந்து சென்று தொழில் செய்; பணி நிமித்தமாக இடம்பெயர்ந்து செல் *Many country people were forced to migrate to the cities to look for work.* ⇨ **emigrate** பார்க்க. ▶ **migration** /maɪˈgreɪʃn/ *noun* [C, U]

migratory /ˈmaɪgrətri; maɪˈgreɪtəri/ *adj.* (used about animals and birds) travelling from one part of the world to another at the same time every year (விலங்குகள் மற்றும் பறவைகள் வகையில்) ஒவ்வோர் ஆண்டும் குறிப்பிட்ட அதே பருவத்தில் உலகின் ஒரு பகுதியிலிருந்து மற்றொரு பகுதிக்குச் செல்கிற; புலம்பெயரும் வழக்கமுடைய

mike /maɪk/ (*informal*) = **microphone**

milage = **mileage**

mild /maɪld/ *adj.* **1** not strong; not very bad தீவிரத்தன்மை உடையதல்லாத; கடுமையாயிராத; மிக மோசமானதல்லாத; மிதமான; மென்னயமுடைய *a mild soap • a mild winter • a mild punishment* **2** (used about food) not having a strong taste (உணவு வகையில்) உறைப்பாயிராத; கார மிகுதியற்ற *mild cheese* **3** kind and gentle பரிவு மற்றும் கனிவான; முரட்டுத்தனமாயிராத *He's a very mild man—you never see him get angry.* ▶ **mildness** *noun* [U]

mildew /ˈmɪldjuː/ *noun* [U] a living white substance (**fungus**) that grows on walls, plants, food, etc. in warm wet conditions வெதுவெதுப்பான, மற்றும் மட்டான ஈரப்பதம் உள்ள இடங்களில் சுவர்கள், தாவரங்கள், உணவு முதலியவற்றின் மீது வளரும் காளான்; பூஞ்சக்காளான்; பூஞ்சணம்

mildly /ˈmaɪldli/ *adv.* **1** not very; slightly அதிகமின்றி; மட்டாக; சிறிதளவாக; மிதமாக *mildly surprised* **2** in a gentle way மென்மையாக; மென்னயமுடன்

mile /maɪl/ *noun* **1** [C] a measure of length; 1.6 kilometres. There are 1760 yards in a mile மைல்; இது 1.6 கிலோமீட்டருக்குச் சமமான கல்தொலையளவு; 1760 கெஜமுள்ள நீட்சியளவு *The nearest beach is seven miles away. • It's a seven-mile drive to the beach.* **2** [C] a lot ஏராளம்; பேரளவு *He missed the target by a mile. • I'm feeling miles better this morning.* **3 miles** [*pl.*] a long way நெடுந்தொலைவு; நீண்ட தூரம் *How much further is it? We've walked miles already. • From the top of the hill you can see* ***for miles****.*

IDM **see, hear, tell, spot, etc. sb/sth a mile off** (*informal*) used to say that sb/sth is very obvious ஒருவர்/ஒன்று மிகவும் வெளிப்படையானது அல்லது தெளிவானது எனக் கூறப் பயன்படுத்தப்படுவது *He's lying—you can tell that a mile off.*

mileage (*also* **milage**) /ˈmaɪlɪdʒ/ *noun* **1** [C, U] the distance that has been travelled, measured in miles மைல் கணக்கில் அளவிடப்படும், பயணம் செய்த தொலையளவு *The car is five years old but it has a low mileage.* **2** [U] (*informal*) the amount of use that you get from sth ஒன்றிலிருந்து பெறப்படும் பயன்பாட்டளவு; பலன்; ஆதாயம்; அனுகூலம் *The newspapers got a lot of mileage out of the scandal.*

mileometer *noun* [C] = **milometer**

milestone /ˈmaɪlstəʊn/ *noun* [C] a very important event (வாழ்க்கை, வரலாறு முதலியவற்றில் காணப்படும்) மிக முக்கியமான நிகழ்வு அல்லது கட்டம்; திருப்புமுனை; மைல்கல் *The concert was a milestone in the band's history.*

militant /ˈmɪlɪtənt/ *adj.* ready to use force to get what you want தான் விரும்புவதை அடைய வேண்டி வலிமையைப் பயன்படுத்துகிற;

தீவிரப் போக்குடைய; தாக்கியல்புடைய *The workers were in a very militant mood.* ▶ **militant** *noun* [C] ▶ **militancy** /ˈmilitənsi/ *noun* [U]

military /ˈmɪlətri/ *adj.* (*only before a noun*) connected with soldiers or the army, navy, etc. படை-வீரர்கள் அல்லது தரைப்படை, கடற்படை முதலிய படைத்துறை சார்ந்த *All men in that country have to do two years' **military service**.* • *to take military action*

militia /məˈlɪʃə/ *noun* [C, *with sing. or pl. verb*] a group of people who are not professional soldiers but who have had military training பணி முறை வீரர்கள் அல்லாத (ஆனால்) படைப் பயிற்சியுள்ள குழுவினர்; படைத்துறைசாராப் படை

milk[1] /mɪlk/ *noun* [U] **1** a white liquid that is produced by women and female animals to feed their babies. People drink the milk of some animals and use it to make butter and cheese பால். சிலவகை விலங்குகளின் பால் மனிதர்கள் அருந்தவும் வெண்ணெய் மற்றும் பாலடைக்-கட்டி தயாரிக்கவும் பயன்படுத்தப்படுகிறது *skimmed/long-life/low-fat milk* • *a bottle/carton of milk* **2** the juice of some plants or trees that looks like milk சிலவகைச் செடிகளின் அல்லது மரங்களின் பால் போன்ற சாறு *coconut milk*

milk[2] /mɪlk/ *verb* [T] **1** to take milk from a cow, **goat**, etc. பசு, வெள்ளாடு முதலியவற்றிலிருந்து பால் கற **2** to get as much money, advantage, etc. for yourself from sb/sth as you can, without caring about others மற்றவர்களைப் பற்றி அக்கறை இன்றித் தன்னல நோக்கில் ஒருவரிடமிருந்து/ஒன்றிடமிருந்து முடிந்த அளவு பணம், ஆதாயம் முதலியவற்றைப் பெறு; பணம் கற

milkman /ˈmɪlkmən/ *noun* [C] (*pl.* **-men** /-mən/; /-men/) a person who takes milk to people's houses every day நாள்தோறும் வீடுவீடாகச் சென்று பால் வழங்குபவர்; பால்காரர்

milkshake /ˈmɪlkʃeɪk/ *noun* [C, U] a drink made of milk with an added flavour of fruit or chocolate பாலிலிருந்துத் தயாரிக்கப்பட்டு பழம் அல்லது சாக்லெட்டின் நறுஞ்சுவை ஊட்டப்-பட்ட இன்குடி வகை

milk tooth *noun* [C] any of the first set of teeth in young children that fall out and are replaced by others சிறு குழந்தைகளுக்கு முதன்-முதலில் முளைக்கும் பற்களில் ஒன்று; பாற்-பல். பின்னர் பாற்பற்கள் விழுந்து வேறு பற்கள் முளைக்கும்

milky /ˈmɪlki/ *adj.* like milk, or made with milk பால் போன்ற அல்லது பால் சேர்த்துத் தயாரிக்கப்படுகிற *milky white skin* • *milky coffee*

the Milky Way = **the Galaxy**

mill[1] /mɪl/ *noun* [C] **1** a factory that is used for making certain kinds of material சில வகைப் பொருள்கள் தயாரிப்பதற்கான தொழிற்சாலை; ஆலை *a cotton/paper/steel mill* **2** a building that contains a large machine that was used in the past for making grain into flour தானிய மாவரைக்கக் கடந்த காலத்தில் பயன்படுத்தப்-பட்ட, பெரிய இயந்திரத்தை உள்ளடக்கிய கட்டடம்; மாவாலை *a windmill* **3** a kitchen tool that is used for making sth into powder பொருள்களைப் பொடியாக்கப் பயன்படுத்தப்-படும் சமையலறைக் கருவி *a pepper mill*

mill[2] /mɪl/ *verb* [T] to produce sth in a mill ஆலையில் ஒரு பொருளை உற்பத்தி செய்

PHR V **mill about/around** (*informal*) (used about a large number of people or animals) to move around in a place with no real purpose (பெரு-மளவிலான ஆட்கள் அல்லது விலங்குகள் குறித்துப் பேசுகையில்) உண்மையான நோக்கம் எதுவுமின்றி ஓரிடத்தில் சுற்றிக் கொண்டிரு; சுற்றிச் சுற்றி வா

millennium /mɪˈleniəm/ *noun* [C] (*pl.* **millennia** /-niə/ or **millenniums**) a period of 1000 years ஆயிரம் ஆண்டுக் காலம்; 1000 வருடங்கள் அடங்கிய கால அளவு *We are at the start of the new millennium.*

millet /ˈmɪlɪt/ *noun* [U] a plant with a lot of small seeds that are used as food for people and birds மனிதர்கள் மற்றும் பறவைகளுக்கு உணவாகப் பயன்படுத்தப்படும் சிறு விதைகள் நிறைந்-துள்ள பயிர்; தினை; சாமை ⇨ **cereal** பதிவில் படம் பார்க்க.

milli- /ˈmɪli/ *prefix* (*used in nouns, often in units of measurement*) one **thousandth** ஆயிரத்தில் ஒரு கூறான *millisecond* • *millimetre*

millibar /ˈmɪlibɑː(r)/ (*also* **bar**) *noun* [C] a unit for measuring the pressure of the atmosphere வளி மண்டலத்தின் அழுத்தத்தை அளவிடு-வதற்கான ஓர் அலகு

milligram (*also* **milligramme**) /ˈmɪligræm/ *noun* [C] (*abbr.* **mg**) a measure of weight. There are 1000 milligrams in a gram கிராமின் ஆயிரத்தில் ஒரு கூறான நிறையளவை அலகு; மில்லி-கிராம்

millilitre (*AmE* **milliliter**) /ˈmɪliliːtə(r)/ *noun* [C] (*abbr.* **ml**) a measure of liquid. There are 1000 millilitres in a litre லிட்டரின் ஆயிரத்தில் ஒரு கூறான நீர்ம அளவை அலகு; மில்லி-லிட்டர்

millimetre (*AmE* **millimeter**) /ˈmɪlimiːtə(r)/ *noun* [C] (*abbr.* **mm**) a measure of length. There are 1000 millimetres in a metre மீட்டரின் ஆயிரத்தில் ஒரு கூறான நீட்டலளவை அலகு; மில்லிமீட்டர்

millinery /ˈmɪlɪnəri/ *noun* [U] the business of making or selling women's hats and other articles மகளிருக்கான தொப்பிகளையும் பிற பொருள்களையும் தயாரிக்கும் அல்லது விற்பனை செய்யும் வணிகத் தொழில்

million /ˈmɪljən/ **1** 1,000,000 பத்து இலட்சம் *Nearly 60 million people live in Britain. • Millions of people are at risk from the disease.*

NOTE ஒன்றுக்கு மேற்பட்ட **million** அளவாகப் பயன்படுத்தும்போது **million**-உடன் **s** சேர்க்கப்படுவதில்லை—*six million people.* வாக்கியங்களில் எண்கள் பயன்படுத்தும் முறை குறித்த எடுத்துக்காட்டுகள் **six** பதிவில் தரப்பட்டுள்ளன.

2 a million; millions (of) (*informal*) a very large amount ஏராளமான/ஏராளம் *I still have a million things to do. • There are millions of reasons why you shouldn't go.*

NOTE எண்கள் பற்றி மேலும் அறிய, அகராதிப் பகுதியை அடுத்துள்ள எண்கள் பகுதியைப் பார்க்க.

millionaire /ˌmɪljəˈneə(r)/ *noun* [C] a person who has a million pounds, dollars, etc.; a very rich person பத்து இலட்சம் பவுண்டு, டாலர் முதலியவை வைத்திருப்பவர்; இலட்சங்களின் அதிபதி; பெருஞ்செல்வர்

millionth[1] /ˈmɪljənθ/ *det.* 1,000,000th பத்து இலட்சமாவது

millionth[2] /ˈmɪljənθ/ *noun* [C] one of a million equal parts of sth ஒரு பொருளின் பத்து இலட்சம் சமக் கூறுகளில் ஒன்று; பத்து இலட்சத்தில் ஒன்று *a millionth of a second*

millipede /ˈmɪlɪpi:d/ *noun* [C] a small animal like an insect with a long thin body divided into many sections, each with two pairs of legs ஒவ்வொரு பகுதியிலும் இரு சோடிக் கால்களுடன் பகுதிப் பகுதியாக அமைந்துள்ள நீண்ட மெல்லுடலுடைய பூச்சி போன்ற சிறு விலங்கு; மரவட்டை

milometer (*also* **mileometer**) /maɪˈlɒmɪtə(r)/ (*AmE* **odometer**) *noun* [C] a piece of equipment in a vehicle that measures the number of miles you have travelled விசையுந்து வண்டியிலுள்ள அது பயணம் செய்துள்ள கல்தொலைவு அளவைக் கணக்கிடும் கருவி; தொலைவுமானி ➪ **car** பதிவில் படம் பார்க்க.

mime /maɪm/ (*AmE* **pantomime**) *noun* [U, C] the use of movements of your hands and body and the expression on your face to tell a story or to act sth without speaking; a performance using this method of acting பேசுதல் இன்றிக் கை மற்றும் உடல் இயக்கங்களாலும் முகக் குறிப்புகளாலும் கதை கூறுதல் அல்லது நடித்துக் காட்டுதல்; இம்முறையில் நிகழ்த்தப்படும் நாடகம் முதலியவை; அபிநயக் கூத்து *The performance consisted of dance, music and mime.* ▶ **mime** *verb* [I, T]

mimic[1] /ˈmɪmɪk/ *verb* [T] (*pres. part.* **mimicking**; *pt, pp* **mimicked**) to copy sb's behaviour, movements, voice, etc. in an amusing way ஒருவருடைய நடத்தை, உடலசைவு, பேச்சு முதலியவற்றைப் பார்த்துச் சிரிப்பூட்டும் முறையில் அவ்வாறே செய்துகாட்டு; பிறர் போல நடித்து நையாண்டி செய்

mimic[2] /ˈmɪmɪk/ *noun* [C] a person who can copy sb's behaviour, movements, voice, etc. in an amusing way ஒருவருடைய நடத்தை, உடல்சைவு, பேச்சு முதலியவற்றைப் பார்த்துச் சிரிப்பூட்டும் முறையில் அவ்வாறே செய்துகாட்டும் திறமையுடையவர்; ஒப்புப்போலி நையாண்டி செய்பவர் ▶ **mimicry** /ˈmɪmɪkri/ *noun* [U]

min. *abbr.* **1** minimum கீழ் எல்லையைக் குறிக்கும் minimum என்பதன் குறுக்கம் *min. temp tomorrow 2ºC* **2** minute(s) நிமிடம்/நிமிடங்களைக் குறிக்கும் minute(s) என்பதன் குறுக்கம் *fastest time: 6 min*

minaret *noun* [C] a tall thin tower, usually forming part of a building where Muslims meet and pray (**a mosque**) பெரும்பாலும் இஸ்லாமியத் தொழுகைமனையின் பகுதியாக அமையும் உயரமான ஒடுங்கிய கோபுரம்; பள்ளிவாயில் தூபி

mince /mɪns/ (*BrE*) *noun* [U] meat that has been cut into very small pieces with a special machine தனிவகைப் பொறியைப் பயன்படுத்திச் சிறுசிறு துண்டுகளாக நறுக்கப்பட்ட இறைச்சி; கொத்திறைச்சி ▶ **mince** *verb* [T]

mincemeat /ˈmɪnsmi:t/ *noun* [U] a mixture of dried fruit, nuts, sugar, etc. (but no meat) that is used as a filling for sweet dishes, especially mince pies இனிப்புப் பண்டங்களுக்கு, குறிப்பாக உறையப்பத்திற்கு, பூரணமாகப் பயன்படுத்தப்படும் (இறைச்சி சேர்க்காத) உலர் பழங்கள், கொட்டைகள், சர்க்கரை முதலியவற்றின் கலவை

mincepie *noun* [C] a small round cake with a mixture of dried fruit, sugar, etc. (**mincemeat**) inside, traditionally eaten at Christmas time வழக்கமுறையாகக் கிறிஸ்துமஸ் விழாக்காலத்தில் பிரிட்டனில் உண்ணப்படும், உலர் பழங்கள், கொட்டைகள், சர்க்கரை முதலியவற்றின் பூரணம் உள்ளிடப்பட்ட சிறு உருண்டை வடிவ கேக் வகை; உறையப்பம்

mind[1] /maɪnd/ *noun* [C, U] the part of your brain that thinks and remembers; your thoughts, feelings and intelligence சிந்தித்தல், ஒன்றை நினைவில் இருத்துதல் ஆகியவற்றுக்கான மூளைப்பகுதி; மனம்; சிந்தனை, எண்ணங்கள், உணர்ச்சிகள் மற்றும் அறிவு *He has a bril-*

liant mind. • *Not everybody has the right sort of mind for this work.*

IDM **at/in the back of your mind** ➪ **back**¹ பார்க்க.

be in two minds (about sth/doing sth) to not feel sure of sth ஒன்று குறித்து உறுதியான நிலைப்பாடு இல்லாதிரு; உறுதியான முடிவுக்கு வராதிரு; மனம் ஊசலாடு *I'm in two minds about leaving Vimala alone in the house while we're away.*

be/go out of your mind (*informal*) to be or become crazy or very worried பெரிதும் பதற்றப்படு; கொந்தளிப்படை; மனம் கலங்கு *I was going out of my mind when Tina didn't come home on time.*

bear in mind (that); bear/keep sb/sth in mind to remember or consider (that); to remember sb/sth மனத்தில் கொள்; ஒருவரை/ஒன்றை நினைவில் வைத்துக்கொள் *We'll bear/keep your suggestion in mind for the future.*

bring/call sb/sth to mind to be reminded of sb/sth; to remember sb/sth ஒருவரை/ஒன்றை நினைவுபடுத்திக்கொள்; நினைவுக்குக் கொண்டுவா; நினைவுபடுத்திப் பார்

cast your mind back ➪ **cast**¹ பார்க்க.

change your mind ➪ **change**¹ பார்க்க.

come/spring to mind if sth comes/springs to mind, you suddenly remember or think of it திடீரென ஒன்றை நினைவுபடுத்திக்கொள் அல்லது ஒன்று குறித்து எண்ணு

cross your mind ➪ **cross**² பார்க்க.

ease sb's mind ➪ **ease**² பார்க்க.

frame of mind ➪ **frame**¹ பார்க்க.

give sb a piece of your mind ➪ **piece**¹ பார்க்க.

go clean out of your mind ➪ **clean**³ பார்க்க.

have/keep an open mind ➪ **open**¹ பார்க்க.

have sb/sth in mind (for sth) to be considering sb/sth as suitable for sth; to have a plan ஒரு செயலுக்கு ஒருவர்/ஒன்று பொருத்தமானது எனக் கருது; ஒரு திட்டம் வைத்திரு. *Who do you have in mind for the job?*

keep your mind on sth to continue to pay attention to sth ஒன்றில் தொடர்ந்து கவனம் செலுத்து *Keep your mind on the road while you're driving!*

make up your mind to decide முடிவுசெய் *I can't make up my mind which sweater to buy.*

on your mind worrying you கவலைப்படுத்துவதாக; மனக்கலக்கம் உண்டுபண்ணுவதாக *Don't bother her with that. She's got enough on her mind already.*

prey on sb's mind ➪ **prey**² பார்க்க.

put/set sb's mind at rest to make sb stop worrying ஒருவர் கவலைப்படுவதை நிறுத்தச் செய்; விசனம் தணிவி; அமைதிப்படுத்து *The results of the blood test set his mind at rest.*

slip your mind ➪ **slip**¹ பார்க்க.

speak your mind ➪ **speak** பார்க்க.

state of mind ➪ **state**¹ பார்க்க.

take sb's mind off sth to help sb not to think or worry about sth ஒருவர் ஒன்று குறித்துச் சிந்திக்காமல் அல்லது கவலைப்படாமல் இருக்கத் துணைசெய்

to my mind in my opinion எனது கருத்துப்படி; எனது நோக்கில் *To my mind, this is a complete waste of time!*

mind² /maɪnd/ *verb* **1** [I, T] (*especially in questions, answers, and negative sentences*) to feel annoyed, upset or uncomfortable about sth/sb ஒருவர்/ஒன்று குறித்து எரிச்சல்படு, வருத்தமடை அல்லது சங்கடப்படு; பொருட்படுத்து *I'm sure Sravan won't mind if you don't invite him.* • *'Would you like tea or coffee?' 'I don't mind.'* (= I'm happy to have either) • *I wouldn't mind a break right now* (= I would like one). **2** [T] (used in a question as a polite way of asking sb to do sth or for permission to do sth) could you...?; may I? (ஒன்றைச் செய்யுமாறு ஒருவரைப் பண்புநயத்துடன் கேட்டுக்கொள்ளும் அல்லது இணக்க வணக்கமுடன் ஒன்றைச் செய்ய அனுமதி கோரும் முறையிலான வினாவில் பயன்படுத்தப்படுவது) ... தங்களால் இயலுமா? ... நான் செய்யலாமா? *Would you mind closing the window for me?* • *Do you mind driving? I'm feeling rather tired.* **3** [T] used to tell sb to be careful of sth or to pay attention to sb/sth ஒன்று குறித்து எச்சரிக்கையுடன் இருக்கும்படி அல்லது ஒருவர்/ஒன்றின் மீது கவனம் செலுத்தும்படி ஒருவரிடம் கூறப் பயன்படுத்தப்படுவது; விழிப்பாயிரு; கவனம்/அக்கறை எடுத்துக்கொள் *It's a very low door way so mind your head.* • *Mind that step!* **4** [T] (*BrE*) to look after or watch sb/sth for a short time சிறிது நேரம்/காலம் ஒருவரை/ஒன்றை கவனித்துக்கொள், பார்த்துக்கொள், அல்லது கவனித்து மேற்பார் *Could you mind my bag while I go and get us some drinks?*

IDM **mind you** used for attracting attention to a point you are making or for giving more information தான் கூறும் கருத்தின்மீது ஒருவரது கவனத்தை ஈர்க்க அல்லது மேலும் தகவல் தெரிவிக்கப் பயன்படுத்தப்படுவது *Prasad seems very tired. Mind you, he has been working very hard recently.*

mind your own business used to tell sb to pay attention to his/her own affairs, not other people's பிறர் விவகாரங்களில் தலையிடாது, தனது அலுவல்களில் கவனம் செலுத்துமாறு ஒருவரிடம் கூறப் பயன்படுத்தப்படுவது *Stop* *asking me personal questions and mind your own business!*

never mind don't worry; it doesn't matter அது பற்றிக் கவலை வேண்டாம்; அது கிடக்கட்டும்; போனால் போகட்டும் விடு *'I forgot to post your letter.' 'Never mind, I'll do it later.'*

PHR V **mind out** (*informal*) used to tell sb to get out of the way ஒருவரை வழியை விட்டு விலகும்படிச் சொல்லப் பயன்படுத்துவது *Mind out! There's a car coming.*

mind-boggling *adj.* (*informal*) difficult to imagine, understand or believe எண்ணிப்பார்ப்பதற்கு, புரிந்துகொள்வதற்கு அல்லது நம்புவதற்குக் கடினமான; மலைப்பூட்டுகிற; திகைக்க வைக்கிற *Mind-boggling amounts of money were being discussed.*

-minded /'maɪndɪd/ *adj.* (*used to form compound adjectives*) **1** having the type of mind mentioned குறிப்பிடப்பட்ட வகையான சிந்தனைப் போக்கு அல்லது மனப்பான்மை உள்ள *a strong-minded/open-minded/narrow-minded person* **2** interested in the thing mentioned குறிப்பிடப்பட்ட ஒன்றில் மனம் செல்கிற அல்லது பற்றீடுபாடு உடைய *money-minded*

minder /'maɪndə(r)/ *noun* [C] a person whose job is to look after and protect sb/sth ஒருவரை/ஒன்றைக் கவனித்துப் பார்த்துக்கொள்பவர்; பேணிப் பாதுகாப்பவர்; பொறுப்பாளர்; பேணுநர் *My son goes to a childminder so that I can work part-time.*

mindful /'maɪndfl/ *adj.* **mindful of sb/sth; mindful that...** (*formal*) remembering sb/sth and considering him/her/it when you do sth ஒரு செயலைச் செய்யும்போது ஒருவரை/ஒன்றை மனத்தில் இருத்தி அவர்/அது குறித்துக் கருத்து செலுத்துகிற; கவனத்தில் கொள்கிற; பொருட்படுத்துகிற; சிந்தனையுள்ள *Mindful of the danger of tropical storms, I decided not to go out.* ✪ SYN **conscious**

mindless /'maɪndləs/ *adj.* **1** done or acting without thought and for no particular reason சிந்திக்காது, காரணமின்றிச் செய்யப்படுகிற அல்லது செயல்படுகிற; அறிவற்ற; முட்டாள்தனமான *mindless violence* **2** not needing thought or intelligence சிந்தனையோ அறிவோ தேவைப்படாத; முன்பின் யோசித்துப் பார்க்கவேண்டியிராத; இயந்திரம் போன்று வினையாற்றத்தக்க *a mindless and repetitive task*

mine[1] /maɪn/ *pronoun* of or belonging to me எனக்குரியது; எனது; என்னுடையது. *'Whose is this jacket?' 'It's mine.'* • *Don't take your car—you can come in mine.* • *May I introduce a friend of mine* (= one of my friends)*?* ➪ **my** பார்க்க.

mine[2] /maɪn/ *noun* [C] **1** a deep hole, or a system of passages under the ground where minerals such as coal, tin, gold, etc. are dug நிலக்கரி, வெள்ளீயம், தங்கம் முதலியவற்றைத் தோண்டி எடுப்பதற்கான நிலத்தடியில் அகழப்படும் ஆழமான குழி அல்லது உட்புழைகளின் தொகுதி; சுரங்கம் *a coal/salt/gold mine* ➪ **quarry** பார்க்க. **2** a bomb that is hidden under the ground or under water and explodes when sb/sth touches it தரைக்கடியில் அல்லது நீருக்கடியில் மறைத்து வைக்கப்படுவதும் ஒருவர்/ஒன்று தொடர்புறும்போது வெடிப்பதுமான குண்டு; கண்ணிவெடி *The car went over a mine and blew up.*

mine[3] /maɪn/ *verb* **1** [I, T] to dig in the ground for minerals such as coal, tin, gold, etc. நிலக்கரி, வெள்ளீயம், தங்கம் முதலிய கனிப்பொருள்களைப் பெற நிலத்தடியில் தோண்டு; சுரங்கம் தோண்டு *Diamonds are mined in South Africa.* ➪ **mining** பார்க்க. **2** [T] to put **mines[2] 2** in an area of land or sea தரையினுள் அல்லது கடலில் கண்ணிவெடிகளை மறைத்து வை; கண்ணியிடு

minefield /'maɪnfi:ld/ *noun* [C] **1** an area of land or sea where **mines[2] 2** have been hidden கண்ணிவெடிகள் மறைத்து வைக்கப்பட்டுள்ள நில அல்லது கடற்பகுதி **2** a situation that is full of hidden dangers or difficulties வெளித்தெரியாத ஆபத்துகள் அல்லது இடர்ப்பாடுகள் நிறைந்துள்ள சூழல் *a political minefield*

miner /'maɪnə(r)/ *noun* [C] a person whose job is to work in a **mine[2] 1** to get coal, salt, tin, etc. சுரங்கத்தில் நிலக்கரி, உப்பு வெள்ளீயம் முதலியவற்றை அகழ்ந்தெடுக்கும் பணி செய்பவர்; சுரங்கத் தொழிலாளி

mineral /'mɪnərəl/ *noun* [C] a natural substance such as coal, salt, oil, etc., especially one that is found in the ground. Some minerals are also present in food and drink and are very important for good health இயற்கையில் கிடைக்கக்கூடிய நிலக்கரி, உப்பு முதலியவை, குறிப்பாக நிலத்தடியில் உள்ள இயற்கைப்பொருள்; கனிமம். சிலவகைக் கனிமங்கள் உணவு மற்றும் குடிநீர்மங்களிலும் காணப்படுகின்றன. இவை உடல்நலத்திற்கு இன்றியமையாதவை ஆகும். *a country rich in minerals*

mineral water *noun* [U] water that comes straight from a place in the ground (**a spring**), which contains minerals or gases and is thought to be good for your health கனிமப்பொருள்களை அல்லது வாயுப்பொருள்களை உள்ளடக்கியதும் உடல்நலத்திற்கு ஏற்றதாகக் கருதப்படுவதும், ஊற்றிலிருந்து நேரடியாகப் பெறப்படுவதுமான நீர்; கனிம நீர்

mingle /'mɪŋgl/ *verb* [I, T] **mingle A and B (together); mingle (A) (with B)** to mix with other things or people பிற பொருள்களோடு அல்லது ஆட்களோடு கூடு; கல; ஒன்றுசேர்; ஒருங்கிணை; கூட்டு *The colours slowly mingled* *together to make a muddy brown.* • *His excitement was mingled with fear.*

mini- /ˈmɪni/ (*used to form compound nouns*) very small மிகச் சிறிதான; சிற்றளவுள்ள; சுருக்கமான; குறுகிய *a miniskirt* • *minigolf*

miniature /ˈmɪnətʃə(r)/ *noun* [C] a small copy of sth which is much larger பெரிதான ஒரு பொருளின் சிறிய சரிபடிவம்; சிற்றுருவாக்கப்பட்ட ஒன்றின் மறுபடிவம்; நுண்படிவம் *a miniature camera*

IDM **in miniature** exactly the same as sb/sth else but in a very small form ஒருவரை/ஒன்றைச் சரி நுட்பமாக ஒத்து ஆனால் அளவில் குறுகியிருப்பதாக; சிற்றளவாக்கப்பட்ட சரிநேர் படிவமாக

minibus /ˈmɪnibʌs/ *noun* [C] (*BrE*) a small bus, usually for no more than 12 people பெரும்பாலும் பன்னிரண்டு பேருக்கு உட்பட்ட பயணிகளுக்கான சிற்றுந்து

minidisc /ˈmɪnɪdɪsk/ *noun* [C] a disc like a small **CD** that can record and play sound or data ஒலியை அல்லது தகவல்களைப் பதிவுசெய்து கேட்கக்கூடிய சிறு குறுவட்டு போன்ற வட்டு; நுண்வட்டு

minimal /ˈmɪnɪməl/ *adj.* very small in amount, size or level; as little as possible எண்ணிக்கை, உருவளவு அல்லது படிநிலையில் மிகக் குறைவான; சிற்றெல்லையான; கீழ்மட்ட அளவான *The project must be carried out at minimal cost.*

minimize (*also* **-ise**) /ˈmɪnɪmaɪz/ *verb* [T] **1** to make sth as small as possible (in amount or level) (எண்ணிக்கையில் அல்லது படிநிலையில்) முடிந்தவரை கீழ் எல்லைக்குக் கொண்டுவா; கீழ்ப்படிக்கு இறக்கு; கூடியவரை குறை *We shall try to minimize the risks to the public.* **2** to try to make sth seem less important than it really is ஒன்று அதன் உண்மை மதிப்பளவினும் குறைந்து காணப்படுமாறு செய்ய முயல்; ஒன்றன் மதிப்பு அல்லது முக்கியத்துவம் குறைந்து தோன்றச் செய் **3** (*computing*) to make sth small on a computer screen ஒன்று கணினித் திரையில் சிறிதாகத் தோன்றச் செய்; அளவு குறுக்கு; சிற்றளவாக்கு ✪ OPP **maximize**

minimum[1] /ˈmɪnɪməm/ *noun* [*sing.*] the smallest amount or level that is possible or allowed இயலக் கூடியதான அல்லது அனுமதிக்கப்பட்ட மிகக் குறைந்த அளவு அல்லது படிநிலை; கீழ் எல்லை; குறைந்த பட்சம் *I need a minimum of seven hours' sleep.* • *We will try and **keep the cost of the tickets to a minimum**.* ✪ OPP **maximum**

minimum[2] /ˈmɪnɪməm/ *adj.* (*only before a noun*) the smallest possible or allowed; extremely small இயலக்கூடிய அல்லது அனுமதிக்கப்பட்ட மிகக் குறைந்த அளவான; சிற்றெல்லையான; குறைந்த பட்சமான *to introduce a national **minimum wage*** (= the lowest wage that an employer is legally allowed to pay) ✪ OPP **maximum** ▶ **minimum** *adv. We'll need Rs 200 minimum for expenses.*

mining /ˈmaɪnɪŋ/ *noun* [U] (*often used to form compound nouns*) the process or industry of getting minerals, metals, etc. out of the ground by digging கனிமப்பொருள்கள், உலோகங்கள் முதலியவற்றை நிலத்தடியிலிருந்து தோண்டி எடுக்கும் செயல்முறை அல்லது தொழில்; சுரங்க வேலை; சுரங்கத் தொழில் *coal/tin/gold mining*

minister /ˈmɪnɪstə(r)/ *noun* [C] **1 Minister** (*AmE* **Secretary**) a member of the government, often the head of a government department அரசாட்சிக் குழுவின் உறுப்பினர், பெரும்பாலும் அரசுத் துறை ஒன்றின் தலைவர்; அமைச்சர்; மந்திரி *the Minister for Trade and Industry* ➪ **Prime Minister** மற்றும் **Cabinet Minister** பார்க்க. **2** a priest in some Protestant churches சிலவகைச் சீர்திருத்தத் திருச்சபைகளில் உள்ள மத குரு ➪ **vicar** பார்க்க.

ministerial /ˌmɪnɪˈstɪəriəl/ *adj.* connected with a government minister or department அரசின் அமைச்சர் அல்லது அரசுத்துறை சார்ந்த; அமைச்சருக்கு அல்லது அரசுத்துறைக்கு உரிய

ministry /ˈmɪnɪstri/ *noun* [C] (*pl.* **ministries**) (*also* **department**) a government department that has a particular area of responsibility குறிப்பிட்ட பணிப் பொறுப்புள்ள அல்லது ஓர் அமைச்சரின் பொறுப்பில் உள்ள அரசு நிருவாகத் துறை; துறை *the Ministry of Defence*

minivan /ˈmɪnivæn/ (*AmE*) = **people carrier**

mink /mɪŋk/ *noun* [C] a small wild animal that is kept for its thick brown fur which is used to make expensive coats விலையுயர்ந்த புறச்சட்டைகள் நெய்யப் பயன்படுத்தப்படுகிற அடர்ந்த பழுப்பு நிற மென்மயிருக்காக வளர்க்கப்படும் சிறு காட்டு விலங்கு

minor[1] /ˈmaɪnə(r)/ *adj.* **1** not very big, serious or important (when compared with others) (பிறவற்றுடன் ஒப்பிடும்போது) குறிப்பிடத்தக்க அளவு பெரிதாக, கடுமையானதாக அல்லது முக்கியமானதாக இல்லாத; சிறுதிறமான *It's only a minor problem. Don't worry.* • *She's gone into hospital for a minor operation.* ✪ OPP **major** **2** of one of the two types of **key[1] 4** in which music is usually written பெரும்பான்மையான வரிவடிவ இசைக் குறிப்பீட்டில் அமையும், இருவகைக் கிளைச்சுரத் தொகுதிகளில் ஒன்று *a symphony in F minor* ➪ **major** பார்க்க.

minor² /ˈmaɪnə(r)/ *noun* [C] (used in law) a person who is not legally an adult (சட்ட வழக்கில்) சட்டப்படி வயது வராத ஒருவர் (18 வயதை அடையாதவர்)

minority /maɪˈnɒrəti/ *noun* [C] (*pl.* **minorities**) **1** [*usually sing., with sing. or pl. verb*] the smaller number or part of a group; less than half ஒரு குழுவின் சிறுபான்மையினர்; பாதியிற் குறைந்தோர் *Only a minority of teenagers become/becomes involved in crime.* ✪ OPP **majority 2** a small group of people who are of a different race or religion to most of the people in the community or country where they live ஒரு சமுதாயத்தின் அல்லது நாட்டின் பெரும்பான்மை மக்களிலிருந்து இனத்தால் அல்லது சமயத்தால் வேறுபட்ட சிறு தொகுதியினர்; சிறுபான்மை இனத்தவர்/சமயத்தவர் *Schools in Britain need to do more to help children of **ethnic/racial minorities**.*

IDM **be in a/the minority** to be the smaller of two groups இரு குழுக்களில் அல்லது பிரிவுகளில் சிறிய குழுவாக அல்லது பிரிவாக இரு; சிறுபான்மையினராக இரு *Men are in the minority in the teaching profession.* ➪ **in a/the majority** பார்க்க.

mint /mɪnt/ *noun* **1** [U] a type of plant (**a herb**) whose leaves are used to give flavour to food, drinks, toothpaste, etc. உணவு, பருகு நீர்மங்கள், பற்பசை முதலியவற்றுக்கு நறுஞ்சுவை ஊட்டப் பயன்படுத்தப்படும் இலைகளுடைய தாவர வகை; புதினா *lamb with mint sauce* **2** [C] a type of sweet with a strong fresh flavour உறைப்பான நறுமணச் சுவையுடைய இனிப்புப் பண்ட வகை **3** [*sing.*] the place where money in the form of coins and notes is made by the government அரசால் தாள் மற்றும் உலோக நாணயம் அடிக்கப்படும் இடம்; நாணயச் சாலை ▶ **mint** *verb* [T] *freshly minted coins*

minus¹ /ˈmaɪnəs/ *prep.* **1** (used in sums) less; with the subtraction of (கணக்குகள் வகையில்) குறைக்கப்பட்டு; கழித்து; நீக்கப்பட்டுவிட்டு *Six minus two is four (6 – 2 = 4).* ✪ OPP **plus 2** (used about a number) below zero (ஓர் இலக்கம் பற்றிக் குறிப்பிடுகையில்) பூஜ்யத்தினும் குறைவாக *The temperature will fall to minus 10°C.* **3** (*informal*) without sth that was there before முன்பு இருந்த ஒன்று இல்லாது; ஒன்று விடுபட்ட நிலையில் *We're going to be minus a car for a while.*

minus² /ˈmaɪnəs/ *noun* [C] **1** (*also* **minus sign**) (*symbol* –) the symbol which is used in mathematics to show that a number is below zero or that you should subtract the second number from the first ஓர் எண் பூஜ்யத்தினும் குறைந்தது என்றோ இரண்டாவது எண்ணை முதல் எண்ணிலிருந்து கழிக்க வேண்டும் என்றோ காட்டப் பயன்படுத்தப்படும் (–) ஆகிய குறியீடு; கழித்தற்குறி **2** (*also* **minus point**) (*informal*) a negative quality; a disadvantage எதிர்மறைப் பண்பு; குறைபாடு; நலமின்மை; தீமை *Let's consider the pluses and minuses of moving out of the city.* ✪ OPP **plus**

minus³ /ˈmaɪnəs/ *adj.* **1** (used in mathematics) lower than zero (கணித இயலில்) பூஜ்யத்தை விடக் குறைந்த *a minus figure* **2** (*not before a noun*) (used in a system of grades given for school work) slightly lower than (பாடப்பயிற்சிக்கு வழங்கப்படும் தரமதிப்பீட்டுப்படி முறை வகையில்) சற்றே குறைவான; சிறிதளவு குறைந்த *I got A minus (A–) for my essay.* ✪ OPP **plus**

minuscule /ˈmɪnəskjuːl/ *adj.* extremely small மிகமிகச் சிறிதான; நுண்ணளவான

minute¹ /ˈmɪnɪt/ *noun* **1** [C] (*abbr.* **min.**) one of the 60 parts that make up one hour; 60 seconds ஒரு மணி நேரத்தின் அறுபதில் ஒரு கூறு; 60 நொடிகள் கொண்டது; நிமிடம் *It's twelve minutes to nine.* • *He telephoned ten minutes ago.* **2** [*sing.*] (*spoken*) a very short time; a moment மிகக் குறைந்த கால அளவு; கண நேரம்; சிறிது நேரம் ***Just/Wait a minute*** (= wait)*! You've forgotten your notes.* **3 the minutes** [*pl.*] a written record of what is said and decided at a meeting ஒரு கூட்டத்தில் பேசப்பட்டு முடிவு செய்யப்பட்டவைகளின் எழுத்துப்படி; கூட்ட நடவடிக்கைக் குறிப்பு **4** each of the 60 equal parts of a degree, used in measuring angles கோணங்களை அளவிடப் பயன்படுத்தப்படும், பாகையின் அறுபது சமக் கூறுகளில் ஒன்று *37 degrees 30 minutes (37° 30')*

IDM **(at) any minute/moment (now)** (*informal*) very soon மிக விரைவில்; கணப்பொழுதில்; கால தாமதமின்றி *The plane should be landing any minute now.*

in a minute very soon மிக விரைவில்; கணப்பொழுதில்; சற்று நேரத்தில் *I'll be with you in a minute.*

the last minute/moment ➪ **last¹ 1** பார்க்க.

the minute/moment (that) as soon as அதே சமயத்திலேயே; அக்கணத்திலேயே *I'll tell him you rang the minute (that) he gets here.*

this minute immediately; now இக்கணத்திலேயே; இப்பொழுதே; உடனடியாக *I don't know what I'm going to do yet—I've just found out this minute.*

up to the minute (*informal*) having the most recent information மிக அண்மைக்காலம் வரையிலான நடப்புகளைப் பற்றி அறிந்திருக்கிற; இன்றைய நாள் வரையிலான தகவல்களைக்

கொண்டுள்ள *For up-to-the-minute information on flight times, phone this number.*

minute² /maɪˈnjuːt/ *adj.* (*superlative* **minutest**) (*no comparative*) **1** very small மிகச் சிறிதான; சிறுதிறமான; நுட்பமான *I couldn't read his writing. It was minute!* **2** very exact or accurate சரி நுட்பமான; மிகவும் துல்லியமான; அணுப் பிசகாத; முழுத்திருத்தமான *She was able to describe the man **in minute detail/the minutest detail**.*

miracle /ˈmɪrəkl/ *noun* **1** [C] a wonderful event that seems impossible and that is believed to be caused by God or a god நடக்கமுடியாததாகத் தோன்றுகிற, இறைவனால் அல்லது ஒரு கடவுளால் நிகழ்விக்கப்பட்டதாக நம்பப்படும் வியத்தகு நிகழ்வு; அரு நிகழ்ச்சி; அற்புதம் **2** [*sing.*] a lucky thing that happens that you did not expect or think was possible எதிர்பாராத நிலையில் நிகழ்கிற அல்லது இயலக் கூடியது எனக் கருதப்படாத ஒரு நன்னிகழ்வு *It's a miracle (that) nobody was killed in the crash.*

IDM **work/perform miracles** to achieve very good results மிகச் சிறந்த பயன்விளைவுகளை உண்டுபண்ணு; வியத்தகு அனுகூலங்களை விளைவி *The new diet and exercise programme have worked miracles for her.*

miraculous /mɪˈrækjələs/ *adj.* completely unexpected and very lucky முற்றிலும் எதிர்பாராததும் மிகவும் அதிர்ஷ்டவசமானதுமான; வியக்கத்தக்க நன்னிகழ்வான *She's made a miraculous recovery.* ▶ **miraculously** *adv.*

mirage /ˈmɪrɑːʒ; mɪˈrɑːʒ/ *noun* **1** [C] an image that you think you see in very hot weather, for example water in a desert, but which does not really exist வெப்பம் மிகுந்த வானிலையின்போது, (பாலைவனத்தில் நீர் போன்ற உண்மையில் இல்லாத ஒன்று) காணப்படுவதாகிய தோற்றம்; கானல்நீர்; பொய்த் தோற்றம் **2** a hope or wish that cannot be achieved நிறைவேறக் கூடியதல்லாத ஒரு நம்பிக்கை அல்லது விருப்பம் *His victory in the election is just a mirage.*

mirror /ˈmɪrə(r)/ *noun* [C] a piece of special flat glass that you can look into in order to see yourself or what is behind you முகம் பார்க்கும் கண்ணாடி *to look **in the mirror*** • *a **rear-view mirror*** (= in a car, so that the driver can see what is behind) • *a **mirror image***

NOTE இக்கண்ணாடி உருவங்களைப் பிரதிபலிக்கும் (**reflect** செய்யும்). இதில் காண்பது **reflection** எனப்படும்.

▶ **mirror** *verb* [T] *The trees were mirrored in the lake.*

mirth /mɜːθ/ *noun* [U] (*written*) amusement or laughter களிப்பு; இன்ப உணர்ச்சி; சிரிப்பு

mis- /mɪs/ *prefix* (*used in verbs and nouns*) bad or wrong; badly or wrongly மோசமாக/மோசமான; தவறாக/தவறான; ஒழுங்கு மீறியதாக/ஒழுங்கு மீறிய *misbehaviour* • *misunderstand*

misapprehension /ˌmɪsæprɪˈhenʃn/ *noun* [U, C] (*formal*) to have the wrong idea about sth or to believe sth is true when it is not ஒன்று குறித்துத் தவறான கருத்துக் கொண்டிருத்தல் அல்லது உண்மையல்லாத ஒன்றை உண்மை என்று நம்புதல்; தப்பெண்ணம் *I was **under the misapprehension** that this course was for beginners.*

misbehave /ˌmɪsbɪˈheɪv/ *verb* [I] to behave badly மோசமான முறையில் நடந்துகொள்; முறைகேடாக ஒழுகு ✪ OPP **behave** ▶ **misbehaviour** (*AmE* **misbehavior**) /ˌmɪsbɪˈheɪvjə(r)/ *noun* [U]

misc. *abbr.* miscellaneous (பல்பொருள் கலவையான) என்பதன் குறுக்கம்

miscalculate /ˌmɪsˈkælkjuleɪt/ *verb* [I, T] to make a mistake in calculating or judging a situation, an amount, etc. ஒரு சூழலை மதிப்பிடுதல், ஓர் எண்ணிக்கையைக் கணக்கிடுதல் முதலியவற்றில் தவறு செய்; தவறாகக் கணி அல்லது மதிப்பிடு ▶ **miscalculation** /ˌmɪskælkjuˈleɪʃn/ *noun* [C, U]

miscarriage /ˈmɪskærɪdʒ/ *noun* [C, U] (*medical*) giving birth to a baby before it is fully developed, causing its death கரு முதிர்ச்சியுறுதற்கு முன்பாகவே, உயிர்வாழும் வாய்ப்பில்லாத குழந்தை பெறுதல்; குறைப்பிரசவம் ⇨ **abortion** பார்க்க.

IDM **a miscarriage of justice** an occasion when sb is punished for a crime that he/she did not do ஒருவர் செய்யாத குற்றத்திற்காகத் தண்டிக்கப்படுவதாகிய நிகழ்வு; நீதிமுறைச் சீர்குலைவு

miscarry /ˌmɪsˈkæri/ *verb* [I] (*pres. part.* **miscarrying**; *3rd person sing. pres.* **miscarries**; *pt, pp* **miscarried**) to give birth to a baby before it is ready to be born, with the result that it cannot live உரிய காலத்திற்கு நீண்ட நாட்கள் முன்பாகவே, உயிர்வாழும் வாய்ப்பில்லாத குழந்தையைப் பெறு; குறைப்பிரசவம் ஆகு

miscellaneous /ˌmɪsəˈleɪniəs/ *adj.* (*abbr.* **misc.**) consisting of many different types or things வேறுவேறான பல வகையான அல்லது பல பொருள்களை உள்ளடக்கியுள்ள; பல்பொருள் கலவையான; பல்கூட்டான *a box of miscellaneous items for sale*

mischief /ˈmɪstʃɪf/ *noun* [U] bad behaviour (usually of children) that is not very serious (பெரும்பாலும் குழந்தைகளின்) மிகக் கடுமையானதல்லாத, ஒழுங்கற்ற நடத்தை; குறும்பு;

விளையாட்டுத்தனமான சிறுதிற தீச்செயல்கள் *The children are always **getting into mischief**.*

mischievous /ˈmɪstʃɪvəs/ *adj.* (usually used about children) liking to behave badly and embarrassing or annoying people (பெரும்பாலும் குழந்தைகள் வகையில்) மோசமான முறையில் நடந்துகொண்டு பிறருக்குச் சங்கடம் உண்டாக்குவதில் அல்லது எரிச்சலூட்டுவதில் விருப்பமுள்ள; குறும்புச் சேட்டைகள் செய்கிற; போக்கிரித்தனமான ▶ **mischievously** *adv.*

miscible /ˈmɪsəbl/ *adj.* (*technical*) (used about liquids) that can be mixed together (திரவங்கள் வகையில்) ஒன்றுசேர்க்கக் கூடிய; கலக்கக்கூடிய ✪ OPP **immiscible**

misconception /ˌmɪskənˈsepʃn/ *noun* [C] a wrong idea or understanding of sth ஒன்று குறித்தத் தவறான கருத்து அல்லது ஒன்றைத் தவறாகப் புரிந்துகொள்ளுதல்; தப்பெண்ணம்; தவறான மதிப்பீடு *It is a popular misconception* (= many people wrongly believe) *that people need meat to be healthy.*

misconduct /ˌmɪsˈkɒndʌkt/ *noun* [U] (*formal*) unacceptable behaviour, especially by a professional person குறிப்பாகத் திறத்தொழிலில் ஈடுபட்டுள்ள ஒருவரது, ஏற்கத் தக்கதல்லாத நடத்தை; தவறான அல்லது முறைகேடான ஒழுக்கம்; ஒழுக்கக்கேடு *The doctor was dismissed for **gross** (= very serious) **misconduct**.*

misconstrue /ˌmɪskənˈstruː/ *verb* [T] (*formal*) **misconstrue sth (as sth)** to understand sb's words or actions wrongly ஒருவரது சொற்களை அல்லது செயல்களைத் தவறான முறையில் புரிந்துகொள்; பிழைபடப் பொருள்கொள் ➪ **construe** பார்க்க.

misdemeanour (*AmE* **misdemeanor**) /ˌmɪsdɪˈmiːnə(r)/ *noun* [C] something slightly bad or wrong that a person does; a crime that is not very serious மிகுதியாகப் பொருட்படுத்த வேண்டாத தீச்செயல் அல்லது தவறான நடத்தை; மிகக் கடுமையானதல்லாத குற்றம்; சிறு குற்றம்; பிழைபட்ட நடத்தை ➪ **felony** பார்க்க.

misdirect /ˌmɪsdəˈrekt; ˌmɪsdaɪˈrekt/ *verb* **1** to send sb/sth in the wrong direction or to a wrong place ஒருவரை/ஒன்றைத் தவறான திசையில் அல்லது தவறான இடத்திற்கு அனுப்பு; வழிதப்பிச் செல்லும்படி செய் **2** (*formal*) to use something (like funds) for an unsuitable purpose or in a way that is inappropriate to a particular situation ஓர் ஏற்கத்தகாத நோக்கத்துடன் அல்லது ஒரு குறிப்பிட்ட சூழ்நிலைக்குப் பொருந்தாத முறையில் (நிதி முதலியவற்றை) பயன்படுத்து **3** (*legal*) to provide incorrect legal information (சட்ட வழக்கு) சட்டம் பற்றித் தவறான தகவல் கொடு

miser /ˈmaɪzə(r)/ *noun* [C] a person who loves having a lot of money but hates spending it பணம் சேர்ப்பதில் பற்றார்வமும் அதைச் செலவிடுவதில் விருப்பமின்மையும் உள்ள ஒருவர்; கஞ்சன்; கருமி; உலோபி ▶ **miserly** *adj.*

miserable /ˈmɪzrəbl/ *adj.* **1** very unhappy மிக்க வருத்தமுற்றுள்ள; சிறிதும் மகிழ்ச்சியற்ற *Oh dear, you look miserable. What's wrong?* **2** unpleasant; making you feel unhappy மகிழ்ச்சி தராத; இன்பக் கேடான; வெறுப்பூட்டுகிற; மனச்சோர்வு அளிக்கிற *What miserable weather* (= grey, cold and wet)*!* ✪ SYN **dismal** **3** too small or of bad quality சொற்ப அளவான; அற்பமான; தரம்கெட்ட *I was offered a miserable salary so I didn't take the job.* ▶ **miserably** /-əbli/ *adv. He **failed miserably** as an actor.*

misery /ˈmɪzəri/ *noun* [U, C] (*pl.* **miseries**) great unhappiness or suffering பெரும் வருத்தம்; பெருந்துயர்; அல்லல்; அவதி *I couldn't bear to see him in such misery. • the miseries of war*

IDM **put sb out of his/her misery** (*informal*) to stop sb worrying about sth by telling the person what he/she wants to know ஒருவர் தெரிந்துகொள்ள விரும்புவதைக் கூறி அது குறித்த அவரது கவலையைப் போக்கு *Put me out of my misery—did I pass or not?*

put sth out of its misery to kill an animal because it has an illness or injury that cannot be treated குணப்படுத்த இயலாத நோய் அல்லது காயம் உள்ள விலங்கைக் கொன்றுவிடு

misfire /ˌmɪsˈfaɪə(r)/ *verb* [I] to fail to have the intended result or effect கருதிய விளைவை அல்லது விளைபயனை உண்டுபண்ணத் தவறு; திட்டம் முதலியவை தோல்வியுறு *The plan misfired.*

misfit /ˈmɪsfɪt/ *noun* [C] a person who is not accepted by other people, especially because his/her behaviour or ideas are very different குறிப்பாக நடத்தை முறை அல்லது கருத்துகளில் வேறுபட்டு, பிறரது ஏற்புக்கு உரியவரல்லாதுபோன ஒருவர்; குறிப்பிட்ட சூழல், தொழில் முதலியவற்றுக்குப் பொருத்தமற்றவர்

misfortune /ˌmɪsˈfɔːtʃuːn/ *noun* [C, U] (*formal*) (an event, accident, etc. that brings) bad luck or disaster (ஒரு நிகழ்ச்சி, விபத்து முதலியவை காரணமாக விளையும்) துரதிர்ஷ்டம்; பெருந்தீங்கு; வாய்ப்புக் கேடு *I hope I don't ever **have the misfortune to** meet him again.*

misgiving /ˌmɪsˈɡɪvɪŋ/ *noun* [C, U] a feeling of doubt, worry or suspicion ஐயப்பாடு, கவலை அல்லது அவநம்பிக்கை *I **had serious misgivings** about leaving him on his own.*

misguided /ˌmɪsˈɡaɪdɪd/ *adj.* wrong because you have understood or judged a situation badly ஒரு சூழலைச் சரியாகப் புரிந்துகொள்ளாததால்

அல்லது மதிப்பிடாததால் தவறுபட்டுப்போன; தவறுதலான வழிகாட்டுதலுக்கு ஆட்பட்ட

mishap /ˈmɪshæp/ *noun* [C, U] a small accident or piece of bad luck that does not have serious results கடுமையான பின்விளைவுகளை உண்டாக்காத சிறு விபத்து அல்லது இடையூறு *to have a slight mishap*

misinform /ˌmɪsɪnˈfɔːm/ *verb* [T] (*formal*) to give sb the wrong information ஒருவருக்குத் தவறான தகவல் கொடு *I think you've been misinformed—no one is going to lose their job.*

misinterpret /ˌmɪsɪnˈtɜːprɪt/ *verb* [T] **misinterpret sth (as sth)** to understand sth wrongly ஒன்றைத் தவறாகப் புரிந்துகொள்; ஒன்றிலிருந்து தவறான முடிவு வருவி *His comments were misinterpreted as a criticism of the project.* ✪ OPP **interpret** ▶ **misinterpretation** /ˌmɪsɪntɜːprɪˈteɪʃn/ *noun* [C, U] *Parts of the speech were* ***open to misinterpretation*** (= easy to understand wrongly).

misjudge /ˌmɪsˈdʒʌdʒ/ *verb* [T] **1** to form a wrong opinion of sb/sth, usually in a way which is unfair to him/her/it பெரும்பாலும் ஒருவருக்கு/ஒன்றுக்கு நியாயமாக இல்லாத முறையில், அவர்/அது குறித்துத் தவறான ஒரு கருத்துக்கொள்; தவறாக மதிப்பிடு **2** to guess time, distance, etc. wrongly நேரம், தொலைவு முதலியவற்றைத் தவறாக ஊகம் செய் *He completely misjudged the speed of the other car and almost crashed.* ▶ **misjudgement** (*also* **misjudgment**) *noun* [C, U]

mislay /ˌmɪsˈleɪ/ *verb* [T] (*pres. part.* **mislaying**; *3rd person sing pres.* **mislays**; *pt, pp* **mislaid** /-ˈleɪd/) to lose sth, usually for a short time, because you cannot remember where you put it வைத்த இடம் நினைவில் இல்லாத காரணத்தினால், பெரும்பாலும் குறுகிய கால அளவுக்கு, ஒரு பொருளை இழந்துவிட்டிரு; ஒரு பொருளைத் தவறான இடத்தில் வை அல்லது வைத்த இடத்தைத் தற்காலிகமாக மறந்துவிடு

mislead /ˌmɪsˈliːd/ *verb* [T] (*pt, pp* **misled** /-ˈled/) to make sb have the wrong idea or opinion about sb/sth ஓராள்/ஒரு பொருள் குறித்து ஒருவர் தவறான கருத்து அல்லது எண்ணம் கொள்ளச் செய்; திரித்துக் கூறு ▶ **misleading** *adj. a misleading advertisement*

mismanage /ˌmɪsˈmænɪdʒ/ *verb* [T] to manage or organize sth badly மோசமான அல்லது தவறான முறையில் ஒன்றைக் கையாள், நிர்வகி அல்லது ஏற்பாடு செய் ▶ **mismanagement** *noun* [U]

misogynist /mɪˈsɒdʒɪnɪst/ *noun* [C] (*formal*) a man who hates women பெண்களை வெறுக்கும் ஆண்; பெண்ணின வெறுப்பாளர் ▶ **misogynistic** /mɪˌsɒdʒɪˈnɪstɪk/ (*also* **misogynist**) *adj.* ▶ **misogyny** /mɪˈsɒdʒɪni/ *noun* [U]

misplaced /ˌmɪsˈpleɪst/ *adj.* given to sb/sth that is not suitable or good enough to have it கொள்ளும் தகுதியற்ற அல்லது பண்பற்ற ஒருவருக்கு/ஒன்றுக்குக் கொடுக்கப்படுகிற; (அன்பு, நம்பிக்கை முதலியவை வகையில்) பெறத்தகுதியற்ற *misplaced loyalty*

misprint /ˈmɪsprɪnt/ *noun* [C] a mistake in printing or typing அச்சிடும்போது அல்லது தட்டச்சு செய்யும்போது நேரும் தவறு; அச்சுப் பிழை

mispronounce /ˌmɪsprəˈnaʊns/ *verb* [T] to say a word or letter wrongly சொல்லை அல்லது எழுத்தைத் தவறுபடச் சொல்; பிழைபட உச்சரி *People always mispronounce my surname.* ▶ **mispronunciation** /ˌmɪsprənʌnsiˈeɪʃn/ *noun* [C, U]

misread /ˌmɪsˈriːd/ *verb* [T] (*pt, pp* **misread** /-ˈred/) **misread sth (as sth)** to read or understand sth wrongly (ஒரு வாசகம் முதலியவற்றைத்) தவறாகப் படி அல்லது தவறாகப் புரிந்துகொள் *He misread my silence as a refusal.*

misrepresent /ˌmɪsˌreprɪˈzent/ *verb* [T] (*usually passive*) to give a wrong description of sb/sth ஒருவர்/ஒன்றைப் பற்றித் தவறான விளக்கம் கொடு; தவறான எண்ணம் தோற்றுவி *In the newspaper article they were misrepresented as uncaring parents.* ▶ **misrepresentation** /ˌmɪsˌreprɪzenˈteɪʃn/ *noun* [C, U]

Miss[1] /mɪs/ used as a title before the family name of a young woman or a woman who is not married இளம்பெண்ணின் அல்லது திருமணமாகாத பெண்ணின் குடிப்பெயருக்கு முன் வழங்கப்படும் அடைமொழி

> **NOTE** **Miss, Mrs, Ms, Mr** ஆகியவை அனைத்தும் ஒருவரது குடிப்பெயருக்கு முன் பயன்படுத்தப்படும் அடைகளாகும். முதற்பெயர் குடிப்பெயரோடு சேர்ந்து வந்தாலன்றி, முதற்பெயருக்கு முன் இவ்வடைகள் பயன்படுத்தப்படுவதில்லை—*Is there a Miss (Tanvi) Sharma here? Miss Tanvi* என வராது. *'Dear Miss Rao', the letter began.*

miss[2] /mɪs/ *verb* **1** [I, T] to fail to hit, catch, etc. sth ஒன்றை அடித்தல், பிடித்தல் முதலியவற்றைத் தவறவிடு; இலக்குத் தவறு; தப்பவிடு *She tried to catch the ball but she missed.* • *The bullet narrowly missed his heart.* **2** [T] to not see, hear, understand, etc. sb/sth ஒருவரை/ஒன்றைப் பார்ப்பது, கேட்பது, புரிந்துகொள்வது, முதலியவற்றைச் செய்யாதுபோ; பார்வை முதலியவற்றிலிருந்து தப்பவிடு *The house is on the corner so* ***you can't miss it.*** • *They completely* ***missed the point*** *of what I was saying.* **3** [T] to arrive too late for sth or to fail to go to or do sth ஒரு நிகழ்ச்சிக்கு மிக்க கால

தாமதமாகச் சென்றுசேர்; ஒன்றுக்குச் செல்ல முடியாதுபோ அல்லது ஒன்றைச் செய்ய முடியாதுபோ; செல்ல/செய்யத் தவறு *Hurry up or you'll miss the plane!* • *Of course I'm coming to your wedding. I* ***wouldn't miss it for the world*** (= used to emphasize that you really want to do sth). **4** [T] to feel sad because sb is not with you any more, or because you have not got or cannot do sth that you once had or did தன்னுடன் இருந்த ஒருவர் இல்லாது போனதால் அல்லது தன்னிடம் இருந்த ஒன்று கைவிட்டுப் போனதால் அல்லது தான் செய்த ஒன்றை இனிச் செய்ய முடியாததால், வருத்தம் கொள்; இல்லாக் குறையால் மனம் கலங்கு; இழப்புணர்ச்சிக்கு ஆட்படு *I'll miss you terribly when you go away.* • *What did you miss most when you lived abroad?* **5** [T] to notice that sb/sth is not where he/she/it should be ஒருவர்/ஒன்று இருக்க வேண்டிய இடத்தில் இல்லாததைக் கவனி *When did you first miss your handbag?* **6** [T] to avoid sth unpleasant இன்னாத ஒன்றைத் தவிர் அல்லது விலக்கு *If we leave now, we'll miss the rush-hour traffic.*

PHR V **miss sb/sth out** to not include sb/sth ஒருவரை/ஒன்றை உள்ளடக்காது விடு *You've missed out several important points in your report.*

miss out (on sth) to not have a chance to have or do sth ஒன்றைப் பெறுவதற்கான அல்லது செய்வதற்கான வாய்ப்பை இழ; ஒரு வாய்ப்பு கைநழுவிப்போ *You'll miss out on all the fun if you stay at home.*

miss³ /mɪs/ *noun* [C] a failure to hit, catch or reach sth ஒன்றை அடிப்பதில், பிடிப்பதில் அல்லது சென்றடைவதில் தோல்வி; முயற்சித் தோல்வி *After several misses he finally managed to hit the target.*

IDM **give sth a miss** (*BrE informal*) to decide not to do or have sth ஒன்றைச் செய்ய வேண்டாமென அல்லது கைக்கொள்ள வேண்டாமென முடிவு செய்; தவிர் *I think I'll give aerobics a miss tonight.*

a near miss ⇨ **near¹** பார்க்க.

missile /ˈmɪsaɪl/ *noun* [C] **1** a powerful exploding weapon that can be sent long distances through the air வான் வழியாக நெடுந்தொலைவு செலுத்தக்கூடிய ஆற்றல் மிக்க வெடி ஆயுதம்; ஏவுகணை *nuclear missiles* **2** an object or weapon that is fired from a gun or thrown in order to hurt sb or damage sth ஒருவரைக் காயப்படுத்த அல்லது ஒன்றைச் சேதமுறச் செய்ய வேண்டி, துப்பாக்கியிலிருந்து வெடித்துச் செலுத்தப்படும் அல்லது எறியப்படும் பொருள் அல்லது ஆயுதம்; எறிகுண்டு; எறிபடை *The rioters threw missiles such as bottles and stones.*

missing /ˈmɪsɪŋ/ *adj.* **1** lost, or not in the right or usual place தொலைந்துவிட்ட; உரிய இடத்தில் அல்லது வழக்கமாக உள்ள இடத்தில் காணப்படாத *a missing person* • *Two files have* ***gone missing*** *from my office.* **2** (used about a person) not present after a battle, an accident, etc. but not known to have been killed (ஆள் வகையில்) போர், விபத்து முதலியவற்றுக்குப் பின் காணப்படாத, எனினும் கொல்லப்பட்டு-விட்டதாக அறியப்படாத; காணாமற்போன *Many soldiers were listed as* ***missing in action.*** **3** not included, often when it should have been பெரும்பாலும் உள்ளடங்கி இருக்க வேண்டிய, ஆனால் சேர்க்கப்படாதுபோன; விடுபட்ட *Fill in the missing words in the text.*

mission /ˈmɪʃn/ *noun* [C] **1** an important official job that sb is sent somewhere to do, especially to another country ஒருவரை ஓரிடத்திலிருந்து, குறிப்பாக மற்றொரு நாட்டுக்கு, அனுப்பிச் செய்யப்படுகிற முக்கியமான, அதிகாரபூர்வமான வேலை; கட்டளைப் பணி; தூதுப் பணி *Your mission is to send back information about the enemy's movements.* **2** a group of people who are sent to a foreign country to perform a special task ஒரு சிறப்புப் பணியை ஆற்ற அயல்நாடு ஒன்றுக்கு அனுப்பப்படும் குழு; தூதுக்குழு *an Indian trade mission to China* **3** a special journey made by a spacecraft or military aircraft ஒரு விண்கலத்தின் அல்லது படைத்துறை விமானத்தின் தனிமுறைப் பயணம் *a mission to the moon* **4** a place where people are taught about the Christian religion, given medical help, etc. by people who are sent from another country to do this (**missionaries**) வேறொரு நாட்டிலிருந்து அனுப்பப்பட்டவர்களால் வழங்கப்படும் கிறிஸ்தவச் சமய போதனை, மருத்துவச் சேவை முதலியவை நடைபெறும் இடம் **5** a particular task which you feel it is your duty to do கடமைப் பொறுப்பாகக் கருதிச் செய்யப்படும் குறிப்பிட்ட ஒரு பணி *Her work with the poor was more than just a job—it was her* ***mission in life.***

missionary /ˈmɪʃənri/ *noun* [C] (*pl.* **missionaries**) a person who is sent to a foreign country to teach about the Christian religion கிறிஸ்தவச் சமய போதனை செய்ய வேற்று நாட்டுக்கு அனுப்பப்பட்ட ஒருவர்; அயல்நாட்டுச் சமய போதகர்

mission statement *noun* [C] an official statement of the aims of a company or an organization ஒரு நிறுவனத்தின் அல்லது ஓர் அமைப்பின் நோக்கங்கள்/குறிக்கோள்கள் அடங்கிய அதிகாரபூர்வமான அறிக்கை; குறிக்கோள் வாசகம்

misspell /ˌmɪsˈspel/ *verb* [T] (*pt, pp* **misspelled** or **misspelt** /ˌmɪsˈspelt/) to spell sth wrongly ஒன்றைத் தவறாக எழுத்துக்கூட்டு; ஒரு

சொல்லின் எழுத்துகளைத் தவறான முறையில் எழுது அல்லது கூறு

misspent /ˌmɪsˈspent/ (of time or money) used in a foolish way; wasted (காலம் அல்லது பணம் பற்றிக் குறிப்பிடுகையில்) அறிவற்ற முறையில் செலவிடப்படுகிற; வீணடிக்கப்படுகிற

mist[1] /mɪst/ *noun* [C, U] a cloud made of very small drops of water in the air just above the ground, that makes it difficult to see தரையிலிருந்து சற்று உயரத்தில் வான்வெளியில் காணப்படும் நுண்ணிய நீர்த்துளிகளாலான, பொருள்களை மங்கலாகத் தோன்றச் செய்யும், மேகப்படலம்; மூடுபனி *The fields were covered in mist.* ➪ **fog** மற்றும் **weather** பதிவுகளிலுள்ள குறிப்பைப் பார்க்க. ▶ **misty** *adj. a misty morning* ➪ **foggy** பார்க்க.

mist[2] /mɪst/ *verb*

PHR V **mist (sth) up/over** to cover or be covered with very small drops of water that make it difficult to see பொருள்களைத் தெளிவாக பார்க்க முடியாது மூடுபனி மறைத்துவிடு; மூடுபனியால்/நீர்த்துளிகளால் சூழப்படு அல்லது மறைக்கப்படு *My glasses keep misting up.*

mistake[1] /mɪˈsteɪk/ *noun* [C] something that you think or do that is wrong தவறான எண்ணம் அல்லது செயல்; தவறு; குற்றம்; பிழை *Try not to **make** any **mistakes** in your essays.*

IDM **by mistake** as a result of being careless கவனக் குறைவின் விளைவாக; தவறுதலாக *The terrorists shot the wrong man by mistake.*

NOTE **Mistake**-ஐ விட **error** என்ற சொல் முறைசார்பு மிக்கதாகும்—*a computer error.* மோசமான ஒன்றுக்குப் பொறுப்பான ஆளைச் சுட்டிக் காட்டுவதற்கு **fault** பயன்படும்—*The accident wasn't my fault. The other driver pulled out in front of me.* ஒருவருடைய குறைபாட்டையும் அல்லது ஓர் இடர்ப்பாட்டு நிலையையும் **fault** குறிக்கும்—*a technical fault.*

mistake[2] /mɪˈsteɪk/ *verb* [T] (*pt* **mistook** /mɪˈs-tʊk/; *pp* **mistaken** /mɪˈsteɪkən/) **1 mistake A for B** to think wrongly that sb/sth is sb/sth else ஒருவரை/ஒன்றைத் தவறுதலாக வேறொருவராக/வேறொன்றாகக் கருது; ஒருவரை மற்றொருவராக அல்லது ஒன்றை மற்றொன்றாகத் திரித்துணர் *I'm sorry, I mistook you for a friend of mine.* **2** to be wrong about sth ஒன்று குறித்துப் பிழைசெய்; தவறாகக் கருது *I think you've mistaken my meaning.*

mistaken /mɪˈsteɪkən/ *adj.* wrong; not correct தவறான; சரியானதல்லாத; பிழைபட்ட *a case of mistaken identity • a mistaken belief/idea* ▶ **mistakenly** *adv.*

mister ➪ **Mr** பார்க்க.

mistletoe /ˈmɪsltəʊ/ *noun* [U] a plant with white berries and green leaves. Mistletoe grows on trees வெண்ணிறச் சதைக் கனிகளையும் பச்சை நிற இலைகளையும் உடையதும் மரங்களில் வளர்வதுமான தாவர வகை

NOTE பிரிட்டனில் கிறித்துமஸ் சமயத்தில் வீட்டினுள் பொருத்தப்படும் அலங்காரப் பொருளாக **mistletoe** பயன்படுத்தப்படுகிறது.

mistook ➪ **mistake[2]** என்பதன் இறந்தகால வடிவம்

mistreat /ˌmɪsˈtriːt/ *verb* [T] to be cruel to a person or animal ஓர் ஆள் அல்லது ஒரு விலங்கை இரக்கமற்ற முறையில் நடத்து; துன்புறுத்து *The owner of the zoo was accused of mistreating the animals.* ▶ **mistreatment** *noun* [U]

mistress /ˈmɪstrəs/ *noun* [C] a man's (usually a married man's) mistress is a woman that he is having a regular sexual relationship with and who is not his wife ஓர் ஆண் (பொதுவாகத் திருமணமான ஆண்) வாடிக்கையாகப் பாலியல் உறவு கொண்டுள்ள, மனைவியல்லாத பெண்; காமக்கிழத்தி; வைப்பாட்டி

mistrust /ˌmɪsˈtrʌst/ *verb* [T] to have no confidence in sb/sth because you think he/she/it may be harmful ஒருவர்/ஒன்று தனக்குத் தீங்கு செய்யக்கூடும் என்ற எண்ணத்தின் காரணமாக, அவர்/அதன் மீது அவநம்பிக்கை கொள் *I always mistrust politicians who smile too much.* ▶ **mistrust** *noun* [U] [*sing.*] *She has a deep mistrust of strangers.* ➪ **distrust** பார்க்க.

misty /ˈmɪsti/ ➪ **mist[1]** பார்க்க.

misunderstand /ˌmɪsʌndəˈstænd/ *verb* [I, T] (*pt, pp* **misunderstood** /-ˈstʊd/) to understand sb/sth wrongly ஒருவரை/ஒன்றைத் தவறாகப் புரிந்துகொள்; பிழைபடப் பொருள்கொள் *I misunderstood the instructions and answered too many questions.*

misunderstanding /ˌmɪsʌndəˈstændɪŋ/ *noun* **1** [C, U] a situation in which sb/sth is not understood correctly ஒருவர்/ஒன்று சரியான முறையில் புரிந்துகொள்ளப்படாத சூழல் *The contract is written in both languages to avoid any misunderstanding.* **2** [C] a disagreement or an argument கருத்து வேறுபாடு; பூசல்; பிணக்கு

misuse /ˌmɪsˈjuːz/ *verb* [T] to use sth in the wrong way or for the wrong purpose ஒன்றைத் தவறான முறையில் அல்லது தவறான நோக்கத்திற்குப் பயன்படுத்து *These chemicals can be dangerous if misused.* ▶ **misuse** /ˌmɪsˈjuːs/ *noun* [C, U]

mite /maɪt/ *noun* [C] a very small creature like a spider that lives on plants and animals and in carpets, etc. உணவுக்காகத் தாவரங்களையும் விலங்குகளையும் சார்ந்து வாழ்வதும், தரை

விரிப்புகள் முதலியவற்றில் காணப்படுவதுமான சிலந்திப் பூச்சி போன்ற சிறு உயிரி; சிலந்திப் பேன்

mitigate /ˈmɪtɪgeɪt/ *verb* [T] (*formal*) to make sth less serious, painful, unpleasant, etc. நோய், துன்பம், இடர் முதலியவற்றின் கடுமையை அல்லது தீவிரத்தைக் குறையச் செய்; மட்டுப்படுத்து; தணி

mitigating /ˈmɪtɪgeɪtɪŋ/ *adj.* (*formal*) (*only before a noun*) providing a reason that explains sb's actions or why he/she committed a crime, which makes it easier to understand so that the punishment may be less harsh ஒருவருக்கு அளிக்கப்பட இருக்கும் தண்டனையின் கடுமை குறையச் செய்யும் பொருட்டு, அவரது செயல்களை அல்லது குற்றத்திற்கான காரணத்தை/ காரணங்களை எளிதில் புரிந்துகொள்ளும் முறையில் விளக்கம் தருகிற; தண்டனையில் சலுகை வேண்டப்படுவதற்கான சூழ்நிலை அல்லது காரணம் குறித்த *mitigating circumstances/factors*

mitosis /maɪˈtəʊsɪs/ *noun* [U] (*technical*) the division of a cell of the body that results in two cells, each with the same number of **chromosomes** as the original cell ஒவ்வொன்றும் மூல உயிரணுவின் இனக் கீற்றின் எண்ணிக்கையையே கொண்டு, இரண்டு உயிரணுக்கள் உண்டாகுமாறு நிகழும், உடலில் உள்ள உயிரணு ஒன்றின் கூறுபாடு ➪ **meiosis** பார்க்க.

mitten /ˈmɪtn/ *noun* [C] a type of glove that has one part for the thumb and another part for all four fingers பெரு விரலுக்கு ஒரு பகுதியும் மற்ற நான்கு விரல்களுக்கும் மற்றொரு பகுதியுமாக அமைந்துள்ள கையுறை வகை ➪ **glove** பார்க்க.

mix¹ /mɪks/ *verb* **1** [I, T] **mix (A) (with B); mix (A and B) (together)** if two or more substances mix or if you mix them, they combine to form a new substance இரண்டு அல்லது இரண்டுக்கு மேற்பட்ட பொருள்கள் ஒன்று கலந்து புதிதாக ஒரு பொருள் உண்டாகு; அவ்வாறு கலந்து புதிதாக ஒரு பொருள் உண்டாகச் செய் கல; கலப்புறு *Oil and water don't mix.* **2** [I] **mix (with sb)** to be with and talk to other people பிறருடன் கலந்து பழகு; கூடி உறவாடு *He mixes with all types of people at work.*

IDM be/get mixed up in sth (*informal*) to be/become involved in sth bad or unpleasant மோசமான அல்லது மனம் ஒவ்வாத ஒன்றில் தொடர்புறு/தொடர்புற்றிரு

PHR V mix sth up to put something in the wrong order ஒன்றைத் தாறுமாறாகக் கலக்கு; ஒழுங்கின்றி அடுக்கு *He was so nervous that he dropped his speech and got the pages all mixed up.*

mix sb/sth up (with sb/sth) to confuse sb/sth with sb/sth else ஒருவரை மற்றொருவராக அல்லது ஒன்றை மற்றொன்றாக மாறுபடக் கருது *I always get him mixed up with his brother.*

mix² /mɪks/ *noun* **1** [C, *usually sing.*] a group of different types of people or things வெவ்வேறு வகைப்பட்ட ஆட்கள் அல்லது பொருள்களின் தொகுதி; கலவை; கூட்டு *We had a good mix of people from all age groups at the cultural show.* **2** [C, U] a special powder that contains all the substances needed to make sth. You add water or another liquid to this powder நீர் அல்லது வேறொரு நீர்மப்பொருள் சேர்த்து ஒன்றைத் தயாரிப்பதற்கு வேண்டிய அனைத்துப் பொருள்களையும் உள்ளடக்கிய தனிவகைப் பொடி *cake mix*

mixed /mɪkst/ *adj.* **1** being both good and bad நல்லது கெட்டது ஆகிய இரண்டுமான; இனியது இன்னாதது இரண்டும் கலந்த; கலப்பான *I have **mixed feelings** about leaving my job.* **2** made or consisting of different types of persons or things ஆட்கள் அல்லது பொருள்கள் வகையில், பல்வேறு வகைகளை உள்ளடக்கிய; கலவையான; பல்வகையான *mixed school • a mixed salad*

mixed doubles *noun* [U] a game of tennis, etc. in which there is a man and a woman on each side ஒவ்வொரு பக்கத்திலும் ஓராணும் ஒரு பெண்ணும் உள்ள டென்னிஸ் ஆட்டம், முதலியவை; கலப்பு இரட்டையர் ஆட்டம்

mixed-up *adj.* (*informal*) confused because of emotional problems உணர்ச்சி நிலையிலான சிக்கல்கள் காரணமாக மனக்குழப்பத்திற்கு உள்ளான *He has been very mixed-up since his parents' divorce.*

mixer /ˈmɪksə(r)/ *noun* [C] a machine that is used for mixing sth கலவைகளை அல்லது கூட்டுப்பொருள்கள் தயாரிக்கப் பயன்படுத்தப்படும் விசைப்பொறி; கலப்பி *a food/cement mixer* ➪ **kitchen** பதிவில் படம் பார்க்க.

mixture /ˈmɪkstʃə(r)/ *noun* **1** [*sing.*] a combination of different things வெவ்வேறு பொருள்களின் தொகுதி; தனிப்பண்பு மாறா இயற்கூட்டு; கலவை *Monkeys eat a mixture of leaves and fruit.* **2** [C, U] a substance that is made by mixing other substances together பிற பொருள்களை ஒன்று கலந்து தயாரிக்கப்படும் பொருள்; கூட்டு; கலவை *cake mixture • a mixture of eggs, flour and milk*

mix-up *noun* [C] (*informal*) a mistake in the planning or organization of sth ஒன்றைத் திட்டமிடுவதில் அல்லது ஒருங்கிணைப்பதில் நேரிடும் தவறு; ஏறுமாறு; குளறுபடி *There was a mix-up and we were given the wrong ticket.*

ml *abbr.* millilitre(s) மில்லிலிட்டரைக் குறிக்கும் millilitre என்பதன் குறுக்கம் *contents 75 ml*

mm *abbr.* millimetre(s) மில்லிமீட்டரைக் குறிக்கும் millimetre என்பதன் குறுக்கம் *a 35 mm camera*

moan /məʊn/ *verb* [I] **1** to make a low sound because you are in pain, very sad, etc. வலி, வருத்த மிகுதி முதலியவற்றின் காரணமாகத் தாழ்ந்த குரலில் ஒலி எழுப்பு; முனகு; அரற்று *to moan with pain* **2** (*informal*) to keep complaining about sth ஒன்று குறித்து முணுமுணுத்துக் கொண்டிரு; குறைபட்டுக்கொள் *The English are always moaning about the weather.* ▶ **moan** *noun* [C]

moat /məʊt/ *noun* [C] a long, wide channel that is dug around a castle and filled with water to make it difficult for enemies to attack பகைவர் தாக்குவதிலிருந்து பாதுகாப்புச் செய்துகொள்ளும் பொருட்டுக் கோட்டை மதிலைச் சுற்றி அகழப்பட்டு நீர் நிரப்பி வைக்கப்படும் நீண்ட, அகலமான குழி; அகழி

mob¹ /mɒb/ *noun* [C, *with sing. or pl. verb*] a large crowd of people that may become violent or cause trouble வன்முறையில் ஈடுபடும் அல்லது கலகம் உண்டாக்கும் வாய்ப்புள்ள மக்கள் திரள்; வன்முறைக் கூட்டம்; கும்பல்

mob² /mɒb/ *verb* [T] (**mobbing; mobbed**) to form a large crowd around sb, for example in order to see or touch him/her ஒருவரைப் பார்த்தல், தொடுதல் முதலியவற்றுக்காக அவரைக் கூட்டமாகச் சூழ்ந்துகொள்; கும்பலாகத் திரண்டு அணுகு *The cricket team was mobbed by fans as they left the hotel.*

mobile¹ /ˈməʊbaɪl/ *adj.* able to move or be moved easily எளிதாக இடம் விட்டு இடம் செல்லக்கூடிய அல்லது எடுத்துச் செல்லக்கூடிய; இயங்கு நிலையில் உள்ள *My daughter is much more mobile now she has her own car.* ✪ OPP **immobile** ▶ **mobility** /məʊˈbɪləti/ *noun* [U]

mobile² /ˈməʊbaɪl/ *noun* [C] **1** a decoration that you hang from the ceiling and that moves when the air around it moves கூரையிலிருந்து தொங்கவிடப்பட்டுக் காற்றில் அசையும் அலங்காரப் பொருள் **2** = **mobile phone**

mobile home *noun* [C] (*AmE*) a building that can be moved on wheels, and is used for living in சக்கரங்களில் பொருத்தப்பட்டு இடம் விட்டு இடம் கொண்டு செல்லக் கூடிய குடியிருப்பு மனை; இயங்கு இல்லம்

mobile phone (*also* **mobile; cellphone**) *noun* [C] a telephone that you can carry around with you உடன் கொண்டு செல்லக்கூடிய தொலைபேசி; கைப்பேசி; செல்பேசி

mobilize (*also* **-ise**) /ˈməʊbɪlaɪz/ *verb* **1** [T] to organize people or things to do sth ஒன்றைச் செய்யும் பொருட்டு ஆட்களை அல்லது பொருள்களை ஒருங்கு திரட்டு அல்லது ஏற்பாடு செய் *They mobilized the local residents to oppose the new development.* **2** [I, T] (used about the army, navy, etc.) to get ready for war (போர்ப்படை வகையில்) போருக்காக ஆய்த்தமாகு/ஆயத்தப்படுத்து; தயார் நிலையில் இரு/வை ✪ OPP **immobilize**

mock¹ /mɒk/ *verb* [I, T] (*formal*) to laugh at sb/sth in an unkind way or to make other people laugh at him/her/it நட்பிணக்கமற்ற முறையில் ஒருவரை/ஒன்றைப் பார்த்துச் சிரி அல்லது பிறர் சிரிக்கச் செய்; கிண்டல் செய்

> NOTE **Laugh at, make fun of** ஆகிய இரண்டும் **mock**-ஐ விட முறைசார்பு குறைந்த மிகு வழக்கான தொடர்களாகும்.

mock² /mɒk/ *adj.* (*only before a noun*) not real or genuine மெய்யானதல்லாத; உண்மையானதல்லாத; பொய்யான; போலி நடிப்பான *He held up his hands in mock surprise.* • *a mock* (= practice) *exam*

mock³ /mɒk/ *noun* [C, *usually pl.*] a practice exam that you do before the official one அதிகாரபூர்வமான தேர்வுக்கு முன் நடத்தப்படும் பயிற்சித் தேர்வு

mockery /ˈmɒkəri/ *noun* **1** [U] comments or actions that are intended to make sb/sth seem ridiculous ஒருவரை/ஒன்றை ஏளனப் பொருளாகத் தோன்றச்செய்ய வேண்டிக் கூறப்படும் விமர்சனச் சொற்கள் அல்லது செய்யப்படும் செயல்கள்; ஏளனம்; இகழ்ச்சி; கேலி *She couldn't face any more of their mockery.* **2** [*sing.*] an action, a decision, etc. that is a failure and that is not as it should be தோல்வியில் முடிவதும் முறைப்படி இல்லாததுமான செயல், தீர்மானம் முதலியவை; கேலிக்கிடமான பயன் விளைவற்ற ஒன்று *It was a mockery of a trial.*

IDM **make a mockery of sth** to make sth seem ridiculous or useless ஒன்று இகழ்ச்சிக்குரியதாக அல்லது பயனற்றதாகத் தோன்றச் செய்; ஒன்றை ஏளனப் பொருளாக்கு

mock-up *noun* [C] a model of sth that shows what it will look like or how it will work ஒன்றின் தோற்ற அமைப்பை அல்லது இயங்கு முறையை உணர்த்தும் அதன் மாதிரிப் படிவம்; முன்னோடி உரு மாதிரி

modal /ˈməʊdl/ (*also* **modal verb**) *noun* [C] (*grammar*) a verb, for example 'might', 'can' or 'must' that is used with another verb for expressing possibility, permission, intention, etc. சாத்தியக் கூறு, இசைவு, முன்கருதல் முதலியவற்றைக் குறிப்பதற்காக மற்றொரு வினைச்சொல்லுடன் இணைந்துவரும் 'might', 'can', 'must', முதலிய வினைச்சொல்; வினை-நோக்கத் துணைவினை

NOTE வினைநோக்கத் துணைவினை (modal verb) பற்றி மேலும் அறிய அகராதிப் பகுதியை அடுத்துள்ள **Quick Grammar Reference** பகுதியைப் பார்க்க.

mode /məʊd/ *noun* [C] **1** a type of sth or way of doing sth ஒன்றின் வகை அல்லது ஒன்றைச் செய்யும் முறை; மாதிரி; செயல் வகை; பாணி; பாங்கு *a mode of transport/life* **2** one of the ways in which a machine can work ஒரு விசைப்பொறி இயங்கும் முறைகளில் ஒன்று; இயங்கு முறை; இயக்க வகை; இயங்கு பாணி *Switch the camera to automatic mode.* **3** (*technical*) a particular arrangement of notes in music for example the musical **scale** system இசைக்கூறுகளின் குறிப்பிட்ட முறையிலான ஒழுங்கமைவு; சுரவரிசைத் திட்டம் *major/minor mode* **4** the most frequent number or value in a group of numbers ஓர் எண் தொகுதியில் அடிக்கடி வரும் எண் அல்லது மதிப்பு

model¹ /ˈmɒdl/ *noun* [C] **1** a copy of sth that is usually smaller than the real thing ஓர் உண்மையான பொருளினுடைய, பெரும்பாலும் அப்பொருளை விடச் சிறிதான ஒத்த வடிவம்; உருமாதிரி; உருப்படிவம் *a model aeroplane* **2** one of the machines, vehicles, etc. that is made by a particular company குறிப்பிட்ட நிறுவனத்தால் தயாரிக்கப்படும் இயந்திரப் பொருள்கள், விசையூர்திகள் முதலியவற்றில் ஒன்று; செய்பொருள் வகைமாதிரி *The latest models are on display at the show.* **3** a person or thing that is a good example to copy பின்பற்றத் தக்கவாறு சிறந்த எடுத்துக்காட்டாக உள்ள ஆள் அல்லது பொருள்; முன்மாதிரி; முன்னோடி; எடுத்துக்காட்டு மாதிரி; வழிகாட்டி *a model student • Children often use older brothers or sisters as **role models*** (= copy the way they behave). **4** a person who is employed to wear clothes at a fashion show or for magazine photographs உடைப்பாணிக் காட்சியில் அல்லது பத்திரிகை நிழற்படங்களுக்காக ஆடைகள் அணிந்துகொள்ள அமர்த்தப்படும் ஒருவர்; காட்சி மாதிரி **5** a person who is painted, drawn or photographed by an artist ஒரு கலைஞரால் உருவாக்கப்படும் சித்திரம், ஓவியம் அல்லது நிழற்படத்தின் மூல ஆள்; கலைஞரின் உருமாதிரி

model² /ˈmɒdl/ *verb* (**modelling; modelled**: *AmE* **modeling; modeled**) **1** [T] **model sth/yourself on sb/sth** to make sth/yourself similar to sth/sb else வேறொருவரை ஒத்திருக்குமாறு தன்னை ஆக்கிக்கொள்; வேறொன்றை ஒத்திருக்குமாறு ஒன்றை உருவாக்கு; பார்த்துப் பின்பற்று *The house is modelled on a Roman villa.* **2** [I, T] to wear and show clothes at a fashion show or for photographs உடைப்பாணிக் காட்சியில் அல்லது பத்திரிகை நிழற்படங்களுக்காக உடைகள் அணிந்து அவற்றைக் காட்சிப்படுத்து; காட்சி மாதிரியாயிரு *to model swim suits* **3** [I, T] to make a model of sth ஒன்றின் உருமாதிரி வடிவமை *This clay is difficult to model.*

modelling (*AmE* **modeling**) /ˈmɒdəlɪŋ/ *noun* [U] the work of a fashion model உடைப்பாணிக் காட்சியில் தோன்றும் தொழில்

modem /ˈməʊdem/ *noun* [C] a piece of equipment that connects two or more computers together by means of a telephone line so that information can go from one to the other ஒரு கணிப்பொறியிலிருந்து மற்றொன்றுக்குத் தகவல் செல்லுமாறு தொலைபேசித் தடம் மூலமாக இரண்டு அல்லது இரண்டுக்கும் மேற்பட்ட கணிப்பொறிகளை இணைக்கும் கருவி; கணினி ஒலித்தொடர்புக் கருவி; மோடெம்

moderate¹ /ˈmɒdərət/ *adj.* **1** being, having, using, etc. neither too much nor too little of sth இருத்தல், கொள்ளுதல், பயன்படுத்துதல் முதலியவற்றில் மிகைப் பெரும்படியாகவோ சிற்றளவாகவோ இல்லாத; அளவோடிருக்கிற; அளவான; மிதமான *a moderate speed • We've had a moderate amount of success.* **2** having or showing opinions, especially about politics, that are not extreme ஒன்று குறித்து, குறிப்பாக அரசியல் பற்றி, தீவிரப் போக்குடைய கருத்துகளைக் கொண்டிராத அல்லது வெளிப்படுத்தாத; (அரசியலில்) மிதவாதமான *moderate policies/views* ⇨ **extreme** மற்றும் **radical** பார்க்க. ▶ **moderately** *adv. His career has been moderately successful.*

moderate² /ˈmɒdəreɪt/ *verb* [I, T] to become or to make sth less strong or extreme முனைப்பு, கடுமை அல்லது தீவிரம் குறைவுறு அல்லது குறையச் செய்; முனைப்புத் தணி *The union moderated its original demands.*

moderate³ /ˈmɒdərət/ *noun* [C] a person whose opinions, especially about politics, are not extreme ஒன்று குறித்து, குறிப்பாக அரசியல் பற்றி, தீவிரப் போக்குடைய கருத்துகளைக் கொண்டிராதவர்; நடுநிலைக் கொள்கை உடையவர்; மிதவாதி ⇨ **extremist** பார்க்க.

moderation /ˌmɒdəˈreɪʃn/ *noun* [U] **1** the quality of being reasonable and not being extreme மிகையளவாக அல்லது மிகைப்படியாக இல்லாது அளவோடிருக்கும் தன்மை; மிதவாதம்; நடுநிலைப் பண்பு *Alcohol can* *harm unborn babies even if it's taken* ***in moderation***. **2** (in education) the process of making sure that the same standards are used by different people in marking exams, etc. (கல்வி வகையில்) தேர்வு மதிப்பீடு முதலியவற்றில் வெவ்வேறான பலரும் ஒரே மாதிரியான தர அளவீட்டு முறையைப் பயன்படுத்துதலை உறுதிசெய்யும் செயல் முறை; பொதுத்திட்ட மதிப்பீடு; தரச் சீர்பாட்டு முறை

modern /ˈmɒdn/ *adj.* **1** of the present or recent times நிகழ்காலத்திற்கு அல்லது அண்மைக் காலத்திற்கு உரிய; தற்காலத்திய; இன்றைய *Pollution is one of the major problems in the modern world.* • *modern history* **2** (used about styles of art, music, etc.) new and different from traditional styles (கலைப்பாணி, இசைப்பாணி முதலியவை வகையில்) புதியதும் மரபு வழக்கிலிருந்து மாறுபட்டதுமான; புதுப்பாணியிலான; புதுநடைப் பாங்குடைய *modern jazz/architecture* **3** with all the newest methods, equipment, designs, etc.; up to date முற்றிலும் புதிதான செய்முறைகள், கருவிகள், வடிவமைப்பு முதலியவற்றைக் கொண்டுள்ள; புத்தம் புதிதான; நவீன *It is one of the most modern hospitals in the country.* ➪ **old-fashioned** பார்க்க.

modernity /məˈdɜːnəti/ *noun* [U] (*written*) the condition of being new and modern புதிதாகவும் தற்காலத்திற்கு உரியதாகவும் இருக்கும் நிலை; புதுமைப் பாங்கு

modernize (*also* **-ise**) /ˈmɒdənaɪz/ *verb* [T] to make sth suitable for use today using new methods, styles, etc. புதிய செயல்முறைகள், புதுச் செயற்பாணி முதலியவற்றைப் பயன்படுத்தி ஒன்றை இன்றைய பயன்பாட்டுக்கு ஏற்றதாகச் செய்; நவீனப்படுத்து ▶ **modernization** (*also* **-isation**) /ˌmɒdənaɪˈzeɪʃn/ *noun* [U] *The house is large but is in need of modernization.*

modern languages *noun* [*pl.*] languages that are spoken now இப்பொழுது பேச்சு வழக்கிலுள்ள மொழிகள்; இக்கால மொழிகள்

modest /ˈmɒdɪst/ *adj.* **1** not talking too much about your own abilities, good qualities, etc. தன்னுடைய ஆற்றல்கள், நற்பண்புகள் முதலியவற்றைப் பற்றி மிகுதியாகப் பேசாத; தற்பெருமை கொள்ளாத; தன்னடக்கமுள்ள *She got the best results in the exam but she was too modest to tell anyone.* ➪ **humble** மற்றும் **proud** பார்க்க. **2** not very large மிகவும் அதிகமாக அல்லது பெரிதாக இல்லாத; மட்டான; அளவான *a modest pay increase* **3** (used about a woman's clothes) not showing much of the body (ஒரு பெண்ணின் ஆடைகள் குறித்துப் பேசுகையில்) உடல் அதிகமாக வெளியே தெரியாத; உடலின் பெரும்பகுதியை மூடியுள்ள ▶ **modesty** *noun* [U] ▶ **modestly** *adv.*

modifier /ˈmɒdɪfaɪə(r)/ *noun* [C] (*grammar*) a word, such as an adjective or adverb, that describes another word, or changes its meaning in some way வேறொரு சொல்லின் விளக்கமாக அமைகிற அல்லது அச்சொல்லின் பொருளில் ஏதோ ஒரு முறையில் மாற்றம் உண்டாக்குகிற பெயரடை, வினையடை முதலிய ஒரு சொல்; சொல்லடை ➪ **intensifier** பார்க்க.

modify /ˈmɒdɪfaɪ/ *verb* [T] (*pres. part.* **modifying**; *3rd person sing. pres.* **modifies**; *pt, pp* **modified**) to change sth slightly ஒன்றைச் சிறிதளவு மாற்றியமை; திருத்தி அமை ▶ **modification** /ˌmɒdɪfɪˈkeɪʃn/ *noun* [C, U]

modular /ˈmɒdjələ(r)/ *adj.* (*technical*) (used about machines, buildings, etc.) consisting of separate parts or units that can be joined together (விசைப் பொறிகள், கட்டடங்கள் முதலியவை வகையில்) ஒருங்கிணைத்துக் கொள்ளத்தக்க தனித்தனிப் பகுதிகளை உள்ளடக்கியுள்ள; ஒரு முழுமையின் உறுப்புகளாக அமையத்தக்க கூறுகளைக் கொண்டுள்ள

module /ˈmɒdjuːl/ *noun* [C] a unit that forms part of sth bigger பெரிதான ஒன்றின் பகுதி; ஒரு பொருளின் அலகுகளில் ஒன்று *You must complete three modules* (= courses that you study) *in your first year.*

mohair /ˈməʊheə(r)/ *noun* [U] very soft wool that comes from a **goat** ஒரு வகை ஆட்டிலிருந்து பெறப்படும் மிகவும் மென்மையான கம்பளி மயிர்

Mohammed = **Muhammad**

Mohiniattam *noun* [U] a traditional dance form from Kerala. It is a graceful dance and is usually performed as a solo **recital** by women கேரள மாநிலத்திற்குரிய, ஒரு பெண் தனித்து நிகழ்த்தும் நேர்த்தியான உடலசைவுகளுடன் கூடிய மரபுவழி நாட்டியம்; மோகினி ஆட்டம்

moist /mɔɪst/ *adj.* slightly wet; damp சிறிதளவு ஈரமாக உள்ள; ஈரக்கசிவுள்ள; நீர்த் தோய்வான *Her eyes were moist with tears.* • *Keep the soil moist or the plant will die.* ➪ **wet** பதிவிலுள்ள குறிப்பைப் பார்க்க. ▶ **moisten** /ˈmɔɪsn/ *verb* [I, T]

moisture /ˈmɔɪstʃə(r)/ *noun* [U] water in small drops on a surface, in the air, etc. ஒரு பரப்பு, காற்று முதலியவற்றில் சிறு துளிகளாகக் காணப்படும் நீர்; ஈரக்கசிவு

moisturize (*also* **-ise**) /ˈmɔɪstʃəraɪz/ *verb* [I, T] to put special cream on your skin to make it less dry தோல் வறட்சியைக் குறைப்பதற்காகத் தனிவகைக் களிம்பைத் தோல் மீது பூசு; தோல் மீது பசைக்களிம்பு தேய்

moisturizer (*also* **-iser**) /ˈmɔɪstʃəraɪzə(r)/ *noun* [C, U] a special cream that you put on your skin to make it less dry தோல் வறட்சியைக் குறைப்பதற்காகப் பூசிக்கொள்ளப்படும் தனிவகைக் களிம்பு

molar /ˈməʊlə(r)/ *noun* [C] one of the large teeth at the back of your mouth வாயின் பின்பகுதியிலுள்ள பெரிய பற்களில் ஒன்று; பின் கடைவாய்ப் பல் ➪ **canine** மற்றும் **incisor** பார்க்க; மேலும் **teeth** பதிவில் படம் பார்க்க.

molasses /məˈlæsɪz/ (*AmE*) = **treacle**

mold (*AmE*) = **mould**

moldy (*AmE*) = **mouldy**

mole /məʊl/ *noun* [C] **1** a small dark spot on a person's skin that never goes away ஒருவரது தோல் மீது நிலையாகக் காணப்படும் சிறு கரு நிறப் புள்ளி; மரு; மச்சம் ➪ **freckle** பார்க்க. **2** a small animal with dark fur that lives underground and is almost blind நிலத்தில் வளை தோண்டி அதில் வாழ்வதும், கட் புலன் பெரிதும் குன்றியதுமான கரு நிற மென்மயிருடைய சிறு விலங்கு; துன்னெலி **3** (*informal*) a person who works in one organization and gives secret information to another organization ஒரு நிறுவனத்தில் பணிபுரிந்துகொண்டு மற்றொரு நிறுவனத்திற்கு இரகசியத் தகவல் அளிக்கும் ஆள்; ஒற்றன் ✪ SYN **spy 4** (in chemistry) a unit for measuring the amount of a substance (வேதியியலில்) ஒரு பொருளின் அளவைக் கணக்கிடுவதற்கான அலகு; ஓர் அளவைக் கூறு

molecule /ˈmɒlɪkju:l/ *noun* [C] the smallest unit into which a substance can be divided without changing its chemical nature வேதியியல் பண்பு மாறாது பகுக்கப்பட்ட ஒரு பொருளின் மிகச் சிறிய பகுதி; மூலக்கூறு ➪ **atom** பார்க்க. ▶ **molecular** /məˈlekjələ(r)/ *adj.*

molest /məˈlest/ *verb* [T] to attack sb, especially a child, in a sexual way ஒருவரை, குறிப்பாக வயது வராத ஒருவரை, பாலியல் வன்முறைக்கு உட்படுத்து

mollify /ˈmɒlɪfaɪ/ *verb* [T] (*pres. part.* **mollifying**; *3rd person sing. pres.* **mollifies**; *pt, pp* **mollified**) (*formal*) to make sb feel less angry or upset ஒருவரது சினம் அல்லது மனக்கலக்கம் குறையச் செய்; தணி *His explanation failed to mollify her.*

mollusc (*AmE* **mollusk**) /ˈmɒləsk/ *noun* [C] any creature with a soft body that is not divided into different sections, and usually a hard outer shell. Molluscs can live either on land or in water பகுப்புகளற்ற மெல்லுடலை உடையதும், பெரும்பாலும் கடினமான புறத்தோலுடையதும், நீரிலும் நிலத்திலும் வாழக்கூடியதுமான உயிரினம்; சிப்பி இன உயிரினம் *Snails and mussels are molluscs.*

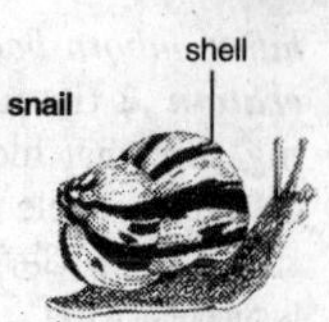

molt (*AmE*) = **moult**

molten /ˈməʊltən/ *adj.* (used about metal or rock) made liquid by very great heat (உலோக அல்லது பாறை வகையில்) பெரும் வெப்பம் காரணமாகத் திரவமான; உருகி அல்லது உருக்கப்பட்டுக் குழம்பான

mom (*AmE*) = **mum**

moment /ˈməʊmənt/ *noun* **1** [C] a very short period of time மிகக் குறுகிய கால அளவு; கண நேரம்; கணம்; நொடிப்பொழுது *One moment, please* (= please wait). • *Jeeva left just a few moments ago.* **2** [*sing.*] a particular point in time குறிப்பிட்ட நேரம் அல்லது காலக்கூறு *Just at that moment my mother arrived.* • *the moment of birth/death*

IDM **(at) any minute/moment (now)** ➪ **minute**[1] பார்க்க.

at the moment now தற்போது; இக்கணத்தில்; இந்நேரத்தில்; இப்பொழுது *I'm afraid she's busy at the moment. Can I take a message?*

for the moment/present for a short time; for now சிறிது காலத்திற்கு; இப்போதைக்கு *I'm not very happy at work but I'll stay there for the moment.*

in a moment very soon மிக விரைவில்; சீக்கிரமாக; கண நேரத்தில் *Just wait here. I'll be back in a moment.*

the last minute/moment ➪ **last**[1] பார்க்க.

the minute/moment (that) ➪ **minute**[1] பார்க்க.

on the spur of the moment ➪ **spur**[1] பார்க்க.

momentary /ˈməʊməntri/ *adj.* lasting for a very short time மிகக் குறுகிய கால அளவே நீடித்திருக்கிற; சுருங்கிய வாழ்வுடைய ▶ **momentarily** /ˈməʊməntrəli/ *adv.*

momentous /məˈmentəs/ *adj.* very important மிக முக்கியமான; தனிச் சிறப்பு வாய்ந்த; குறிப்பிடத்தக்க *a momentous decision/event/change*

momentum /məˈmentəm/ *noun* [U] the ability to keep increasing or developing; the force that makes sth move faster and faster பெருக்க நிலையில் அல்லது வளர் நிலையில் நீடித்திருக்கும் ஆற்றல்; வளர்திறம்; ஒன்றுக்கு மேலும் மேலும் விரைவியக்கம் அளிக்கும் விசை; இயக்க உந்து விசை *The environmental movement is* ***gathering momentum.***

mommy (*AmE*) = **mummy 1**

Mon. *abbr.* Monday (திங்கட்கிழமை) என்பதன் குறுக்கம் *Mon. 6 June*

monarch /'mɒnək/ *noun* [C] a king or queen அரசன் அல்லது அரசி; முடிமன்னர்

monarchy /'mɒnəki/ *noun* [*pl.* **monarchies**] **1** [*sing.* U] the system of government or rule by a king or queen அரசன் அல்லது அரசியால் ஆளப்படும் அரசு முறை; முடியரசு **2** [C] a country that is governed by a king or queen அரசன் அல்லது அரசியால் ஆளப்படும் நாடு; முடியாட்சி நாடு ➪ **republic** பார்க்க.

monastery /'mɒnəstri/ *noun* [C] (*pl.* **monasteries**) a place where **monks** live together ஆண் சமயத் துறவிகள் ஒருங்கிணைந்து வாழும் இடம்; ஆண் துறவி மடம் ➪ **convent** பார்க்க.

Monday /'mʌndeɪ/; /-di/ *noun* [C, U] (*abbr.* **Mon.**) the day of the week after Sunday ஞாயிற்றுக் கிழமையை அடுத்து வரும் வார நாள்; திங்கட்கிழமை *I'm going to see her* ***on Monday***. • (*informal*) *I'll see you Monday.* • *a week on Monday/Monday week* (= not next Monday, but the Monday after that)

NOTE வார நாட்களின் பெயர்கள் எப்போதும் முகட்டெழுத்தில் தொடங்கும்.

monetary /'mʌnɪtri/ *adj.* connected with money பணம் தொடர்பான; நிதி சார்ந்த *the government's monetary policy*

money /'mʌni/ *noun* [U] the means of paying for sth or buying sth (= coins or notes) ஒன்றுக்குக் கட்டணமாகச் செலுத்த அல்லது ஒன்றை விலைக்கு வாங்கப் பயன்படுத்தப்படும் துணைப்பொருள்; கொடுக்கல் வாங்கலுக்கான சாதனம்; பணம்; நாணயம் *Will you* ***earn*** *more* ***money*** *in your new job?* • *The new road will* ***cost*** *a lot of* ***money***. • *If we do the work ourselves we will* ***save money***. • *The government* ***make*** *a huge amount of* ***money*** *out of tobacco tax.* ➪ மற்றும் **pocket money** பார்க்க.

IDM **be rolling in money/in it** ➪ **roll²** பார்க்க.

get your money's worth to get full value for the money you have spent செலவு செய்த பணத்திற்கான முழு விலைமதிப்புக்குரிய பொருளைப் பெறு

mongoose /'mɒŋgu:s/ *noun* [C] (*pl.* **mongooses**) a small animal with fur that lives in hot countries and kills snakes, rats, etc. கீரிப்பிள்ளை; கீரி

mongrel /'mʌŋgrəl/ *noun* [C] a dog that has parents of different types (**breeds**) வெவ்வேறு வகைகளைச் சேர்ந்த பெற்றோர்களுக்குப் பிறந்த நாய் வகை; கலப்பின நாய் ➪ **pedigree** பார்க்க.

monitor¹ /'mɒnɪtə(r)/ *noun* [C] **1** (*computing*) a machine that shows information or pictures on a screen like a television; a screen that shows information from a computer தொலைக்காட்சிப் பெட்டி போன்று, தகவல்களை அல்லது படங்களைத் திரையில் காட்டும் இயந்திரச் சாதனம்; கணிப்பொறியிலிருந்து வரும் தகவல்கள் காணத் தோன்றும் திரை **2** a machine that records or checks sth ஒன்றைப் பதிவு செய்யும் அல்லது ஒன்றின் நன்னிலையைச் சரிபார்க்கும் இயந்திரச் சாதனம் *A monitor checks the baby's heartbeat.*

monitor² /'mɒnɪtə(r)/ *verb* [T] to check, record or test sth regularly for a period of time ஒரு கால அளவுக்கு வழக்கமுறையாகத் தொடர்ந்து ஒன்றைச் சரிபார், பதிவுசெய் அல்லது தொடர்ந்து கவனித்துக்கொண்டுவா *Pollution levels in the lake are closely monitored.*

monk /mʌŋk/ *noun* [C] a member of a religious group of men who live in a special building (**monastery**) and do not get married or have possessions திருமணம் செய்துகொள்ளாமலும் சொந்த உடைமைகளில்லாமலும் மடத்தில் வாழும் சமயத்துறவிகளுள் ஒருவர் ➪ **nun** பார்க்க.

monkey /'mʌŋki/ *noun* [C] an animal with a long tail that lives in hot countries and can climb trees குரங்கு ➪ **ape** பார்க்க. **NOTE** **Chimpanzees** மற்றும் **gorillas** 'ape' (வாலில்லாக்குரங்கு) இனத்தைச் சார்ந்தவை, ஆனால் சில சமயங்களில் இவை 'monkeys' எனப்படுகின்றன. ➪ **primate** பார்க்க.

IDM **monkey business** (*informal*) silly or dishonest behaviour மடத்தனமான அல்லது நேர்மையற்ற நடத்தை

monkey wrench = **adjustable spanner**

mono /'mɒnəʊ/ *adj.* (used about recorded music or a system for playing it) having the sound coming from one direction only (பதிவு செய்யப்பட்ட இசை அல்லது இசையை ஒலிக்கச்செய்யும் பொறியமைப்பு பற்றிக் கூறுகையில்) ஒரே திசையிலிருந்து மட்டும் ஒலி வருகிற ➪ **stereo** பார்க்க.

mono- /'mɒnəʊ/ *prefix* (*used in nouns and adjectives*) one; single ஒன்றான; ஒற்றையான; தனியான *monorail* • *monolingual*

monochrome /'mɒnəkrəʊm/ *adj.* (used about a photograph or picture) using only black, white and shades of grey (நிழற்படம் அல்லது வரைபடம் பற்றிக் கூறுகையில்) கறுப்பு, வெள்ளை, சாம்பல் நிறக் கூறுகள் ஆகியவற்றை மட்டுமே பயன்படுத்துகிற; ஒற்றை நிறமுள்ள

monoculture /'mɒnəʊkʌltʃə(r)/ *noun* [U] (*technical*) the growing of a single crop in a particular area குறிப்பிட்ட பகுதியில் ஒரே வகையான பயிர்களை மட்டுமே விளைவித்தல்; ஒற்றைப் பயிர் வேளாண்மை

monogamy /mə'nɒgəmi/ *noun* [U] the fact or custom of being married to only one person at a particular time ஒரு சமயத்தில் ஒருவருடன் மட்டுமே மண வாழ்க்கை நடத்தும் உண்மை நிலை அல்லது வழக்கம்; ஒரு துணை மணம்; ஒற்றை மணவாழ்க்கை ➪ **bigamy** மற்றும் **polygamy** பார்க்க. ▶ **monogamous** /mə'nɒgəməs/ *adj. a monogamous society*

monolingual /ˌmɒnə'lɪŋgwəl/ *adj.* using only one language ஒரு மொழியை மட்டுமே பயன்படுத்துகிற *This is a monolingual dictionary.* ➪ **bilingual** பார்க்க.

monolith /'mɒnəlɪθ/ *noun* [C] a large single standing block of stone, especially one that was put there by people living in ancient times குறிப்பாக, பண்டை காலத்தில் நிறுவப்பட்ட, பெரிய ஒற்றைப் பாளக்கல் ▶ **monolithic** /ˌmɒnə'lɪθɪk/ *adj.*

monologue (*AmE* **monolog**) /'mɒnəlɒg/ *noun* [C] a long speech by one person, for example in a play நாடகம் முதலியவற்றில், தனி ஒருவர் பேசும் நீண்ட பேச்சு; நெடுமொழி ➪ **soliloquy** பார்க்க.

monopolize (*also* **-ise**) /mə'nɒpəlaɪz/ *verb* [T] to control sth so that other people cannot share it ஒன்றில் பிறர் உடனிணைந்து பங்குகொள்ள முடியாதபடி முழு ஆளுமை செலுத்து; முழுவதையும் தன் கட்டுப்பாட்டில் வைத்திரு; ஏகபோக உரிமை செலுத்து *She completely monopolized the conversation. I couldn't get a word in.*

monopoly /mə'nɒpəli/ *noun* [C] (*pl.* **monopolies**) **a monopoly (on/in sth) 1** the control of an industry or service by only one company; a type of goods or a service that is controlled in this way ஒரு தொழில் அல்லது சேவை மீது தனி ஒரு நிறுவனம் செலுத்தும் கட்டுப்பாட்டு உரிமை அல்லது மேலாட்சி; இவ்வாறு தனி ஆளுமைக்கு உட்பட்ட பொருள் அல்லது சேவை வகை *The company has a monopoly on broadcasting international football.* **2** the complete control, possession or use of sth; something that belongs to only one person or group and is not shared ஒன்றின் மீதான முழுக் கட்டுப்பாடு, உரிமை அல்லது ஒன்றின் முழுமையான பயன் நுகர்வு; ஏகபோகத் தனியுரிமை; ஒருவரது/ஒரு குழுவின் ஏகபோகத் தனியுடைமையான ஒன்று

monorail /'mɒnəʊreɪl/ *noun* [C] a railway in which the train runs on a single track, usually high above the ground பெரும்பாலும் தரை மட்டத்திற்கு மேல், ஒற்றைப் பாதையில் இருப்பூர்தி செல்லும் இருப்பூர்திப் போக்குவரத்து முறை; ஒற்றைப் பாதை இருப்பூர்தி

monosodium glutamate /ˌmɒnəˌsəʊdiəm 'glu:təmeɪt/ *noun* [U] (*abbr.* **MSG**) a chemical mixture (**compound**) that is sometimes added to food to improve its flavour சில சமயங்களில் சுவை கூட்ட உணவுடன் சேர்க்கப்படும் வேதியியல் கலவை வகை

monosyllabic /ˌmɒnəsɪ'læbɪk/ *adj.* **1** having only one syllable ஓரசை மட்டும் உடைய; ஓரசைச் சொல்லான **2** (used about a person or his/her way of speaking) saying very little, in a way that appears rude to other people (ஓராள் அல்லது அவர் பேசும் முறை பற்றிக் குறிப்பிடுகையில்) இணக்க நயமற்றுத் தோன்றும் முறையில் மிகச் சுருக்கமான பேச்சாக உள்ள; ஒன்றிரண்டு சொற்களை மட்டுமே பயன்படுத்துகிற *He gave monosyllabic replies to everything I asked him.*

monosyllable /'mɒnəsɪləbl/ *noun* [C] a short word, such as 'leg', that has only one syllable ஓரசை மட்டுமே உள்ள, *leg* போன்ற, குறுஞ்சொல்; ஓரசைச் சொல்

monotonous /mə'nɒtənəs/ *adj.* never changing and therefore boring என்றும் மாறாததும் அதன் காரணமாகச் சலிப்பூட்டுவதுமான; மாறுபாடின்றி மனச் சோர்வூட்டுகிற *monotonous work* • *a monotonous voice* ▶ **monotonously** *adv.*

monotony /mə'nɒtəni/ *noun* [U] the state of being always the same and therefore boring மாற்றமின்றி ஒரே மாதிரியாக இருந்து அதனால் சலிப்பூட்டும் நிலை; எழுச்சியின்மை *the monotony of working on a production line*

monozygotic /ˌmɒnəʊzaɪ'gɒtɪk/ *adj.* (*technical*) (used about **twins**) from the same egg and therefore **identical** (இரட்டைக் குழவிகள் வகையில்) சினைப்பட்ட ஒரே உயிரணுவிலிருந்து வளர்ச்சியடைந்து முழுமையாக ஒத்துக் காணப்படுகிற

monsoon /ˌmɒn'su:n/ *noun* [C] the season when it rains a lot in Southern Asia; the rain that falls during this period தென்ஆசியாவில் நிறைமழை பொழியும் பருவம்; மழைக்காலம்; இப்பருவத்தில் பெய்யும் மழை; பருவ மழை

monster /'mɒnstə(r)/ *noun* [C] (in stories) a creature that is large, ugly and frightening (புனைகதைகளில்) உருவத்தில் பெரியதும் அழகற்ற தோற்றம் உடையதும் அச்சமூட்டுவதுமான உயிர்ப்பொருள்; பூதம்; கோர உரு (*figurative*) *The murderer was described as a dangerous monster.*

monstrosity /mɒn'strɒsəti/ *noun* [C] (*pl.* **monstrosities**) something that is very large and ugly, especially a building பேருருவும் அழகில்லாத

தோற்றமும் உடைய ஒன்று, குறிப்பாக ஒரு கட்டடம்

monstrous /ˈmɒnstrəs/ *adj.* **1** that people think is shocking and unacceptable because it is morally wrong or unfair அறநெறி தவறியதாக அல்லது முறைகேடானதாக இருப்பதன் காரணமாக அதிர்ச்சியூட்டுவதாகவும் ஏற்கத்தகாததாகவும் கருதப்படுகிற; அருவருப்பூட்டும் அளவுக்கு நேர்மைக் கேடான *It's monstrous that she earns less than he does for the same job!* **2** very large (and often ugly or frightening) பேருருவுடைய (மற்றும் பெரும்பாலும் கோரமான அல்லது அச்சம் உண்டாக்குகிற); *a monstrous spider/wave*

month /mʌnθ/ *noun* [C] **1** one of the twelve periods of time into which the year is divided ஓராண்டின் பன்னிரண்டு காலப்பகுப்புகளில் ஒன்று; மாதம் *They are starting work next month.* • *Have you seen this month's 'travel shedule?'* **2** the period of about four weeks from a certain date in one month to the same date in the next, for example 13 May to 13 June; a calendar month ஒரு மாதத்தின் குறிப்பிட்ட நாளிலிருந்து அடுத்த மாதத்தின் அதே நாள் வரையிலான (13 மேயிலிருந்து 13 ஜுன் வரை போன்று) ஏறத்தாழ நான்கு வாரங்கள் கொண்ட காலப்பகுதி; மாத காலம் *'How long will you be away?' 'For about a month.'* • *a six-month course*

monthly[1] /ˈmʌnθli/ *adj., adv.* (happening or produced) once every month (நிகழ்வு, வெளியீடு முதலியவை வகையில்) மாதமொரு முறையான *a monthly meeting/magazine/visit* • *Are you paid weekly or monthly?*

monthly[2] /ˈmʌnθli/ *noun* [C] (*pl.* **monthlies**) a magazine that is published once a month மாதமொருமுறை வெளியிடப்படும் பருவ இதழ்

monument /ˈmɒnjumənt/ *noun* [C] **a monument (to sb/sth) 1** a building or statue that is built to remind people of a famous person or event புகழ்பெற்ற ஒருவரை அல்லது ஒரு நிகழ்வை மக்களுக்கு நினைவூட்டும் முறையில் எழுப்பப்படும் கட்டடம் அல்லது உருவச் சிலை; நினைவு மண்டபம்; நினைவுச் சிலை; நினைவுச் சின்னம் **2** an old building or other place that is of historical importance வரலாற்று முக்கியத்துவம் உடைய பழைமையான கட்டடம் அல்லது இடம்; வரலாற்று நினைவுச் சின்னம்

monumental /ˌmɒnjuˈmentl/ *adj.* (*only before a noun*) very great, large or important மிகச் சிறந்த, மிகப் பெரிய அல்லது மிகவும் முக்கியமான; பெரும் சிறப்புக்குரிய *a monumental success/task/achievement*

moo /muː/ *noun* [C] the sound that a cow makes பசுவின் குரல் ஒலி ▶ **moo** *verb* [I]

mood /muːd/ *noun* **1** [C, U] the way that you are feeling at a particular time குறிப்பிட்ட சமயத்தில் ஒருவரிடம் காணப்படும் உணர்ச்சிப் போக்கு அல்லது உணர்வு நிலை; மனநிலை *to be in a bad/good mood* (= to feel angry/happy) • *Turn that music down a bit—I'm not* ***in the mood for*** *it.* **2** [C] a time when you are angry or bad-tempered ஒருவர் சினத்திற்கு அல்லது எரிச்சலான மன நிலைக்கு ஆட்பட்ட சமயம்; கடுகடுப்பான/சிடுசிடுப்பான மனநிலை *Deepti's in one of her moods again.* ✪ SYN **temper** **3** [*sing.*] the way that a group of people feel about sth ஒன்று பற்றி ஒரு குழுவினரின் உணர்ச்சிப் போக்கு அல்லது மனநிலை *The mood of the crowd suddenly changed and violence broke out.*

moody /ˈmuːdi/ *adj.* **1** often changing moods in a way that people cannot predict முன்னறிந்து கூறமுடியாதபடி அடிக்கடி மனநிலையை மாற்றிக்கொள்கிற; ஓயாது மனம் மாறும் இயல்புடைய; ஒருநிலைப்படாத *You never know where you are with Anand because he's so moody.* **2** bad-tempered or unhappy, often for no particular reason பெரும்பாலும் காரணம் எதுவுமின்றி, எரிச்சல் அடைகிற அல்லது மனச் சோர்வடைகிற ▶ **moodily** *adv.* ▶ **moodiness** *noun* [U]

moon /muːn/ *noun* **1 the moon** [*sing.*] the object that shines in the sky at night and that moves around the earth once every 28 days சந்திரன்; நிலா

> **NOTE** நிலவின் ஒளி அதன் படிநிலைகளுக்கேற்ப **new moon** (அமாவாசை), **full moon** (முழு நிலா/நிறை மதி), **half-moon** (பாதி நிலா) அல்லது **crescent moon** (பிறை மதி) எனப்படும். ➪ **lunar** adjective பார்க்க.

2 [C] an object like the moon that moves around another planet மற்றொரு கோளைச் சுற்றி வலம் வரும் நிலவு போன்ற ஒன்று; துணைக்கோள் *How many moons does Neptune have?*

IDM **once in a blue moon** ➪ **once** பார்க்க.

over the moon (*BrE informal*) extremely happy and excited about sth ஒன்று குறித்த பெரு மகிழ்ச்சியும் மனக்கிளர்ச்சியும் அடைந்த; பெருங்களிப்பில் திளைக்கிற; எழுச்சியுற்ற

moonlight /ˈmuːnlaɪt/ *noun* [U] light that comes from the moon நிலவொளி *The lake looked beautiful in the moonlight.*

moonlit /ˈmuːnlɪt/ *adj.* lit by the moon நிலவொளியூட்டப்பட்ட; நிலவொளியிலான

moor[1] /mɔː(r)/ (*also* **moorland** /ˈmɔːlənd /) *noun* [C, U] a wild open area of high land that is covered with grass and **heather** புல்லும் புதர்ச்செடிகளும் நிறைந்து பரவியுள்ள பண்படுத்தப்படாத மேட்டுப்பகுதி; புதர் சூழ்ந்த தரிசுவெளிக் காடு *We walked across* ***the moors***. ➪ **heath** பார்க்க.

moor² /mɔː(r)/ *verb* [I, T] **moor (sth to sth)** to fasten a boat to the land or to an object in the water with a rope or chain வடக்கயிறு அல்லது சங்கிலி கொண்டு படகைத் தரையில் அல்லது நீரினுள் உள்ள ஒரு பொருளுடன் பிணைத்துக் கட்டு; படகை நங்கூரமிட்டு நிலைப்படுத்து

mooring /ˈmɔːrɪŋ/ *noun* [C, *usually pl.*] a place where a boat is tied; the ropes, chains, etc. used to fasten a boat படகு நங்கூரமிட்டு நிலைப்படுத்தப்படும் இடம்; நங்கூரமிடப் பயன்படுத்தப்படும் வடக்கயிறு, சங்கிலி முதலியவை

moose /muːs/ (*AmE*) = **elk**

mop¹ /mɒp/ *noun* [C] a tool for washing floors that consists of a long stick with thick strings, pieces of cloth or a **sponge** on the end ஒரு முனையில் தடிப்பான கயிறுகள், துண்டுத் துணிகள் அல்லது தேய்ப்புப் பஞ்சு பிணைக்கப்பட்ட நீண்ட கழியுடன் கூடிய, தரையைக் கழுவித் துப்புரவு செய்யப் பயன்படுத்தப்படும் கருவி; தரை கழுவுகோல்

mop² /mɒp/ *verb* [T] (**mopping; mopped**) **1** to clean a floor with water and a mop நீர் மற்றும் கழுவுகோல் கொண்டு தரையைத் தேய்த்துக் கழுவித் தூய்மைப்படுத்து **2** to remove liquid from sth using a dry cloth உலர் துணியால் ஒற்றி ஒன்றில் படிந்துள்ள நீர்மத்தை அகற்று *to mop your forehead with a handkerchief*

PHR V **mop sth up** to get rid of liquid from a surface with a mop or dry cloth தரை கழுவுகோல் அல்லது உலர் துணி கொண்டு ஒரு பரப்பின் மீது படிந்துள்ள நீர்மத்தைத் துடைத்தகற்று

mope /məʊp/ *verb* [I] **mope (about/around)** to spend your time doing nothing and feeling sorry for yourself because you are unhappy வருத்தம் காரணமாகச் செயலற்றுத் தன்மேல் கழிவிரக்கம் கொண்டிரு; மனச்சோர்வுற்றுச் செயலற்றிரு

moped /ˈməʊped/ *noun* [C] a type of small, not very powerful motorbike மட்டான ஆற்றல் உடைய சிறு விசைமிதி வண்டி வகை ➪ **motorbike** பதிவில் படம் பார்க்க.

moraine /məˈreɪn/ *noun* [U] (in geography) earth, stones, etc., that have been carried along by a mass of ice (**a glacier**) and left when it melted (புவியியலில்) பனிக்கட்டிப் பாளத்தால் அடித்துச்செல்லப்பட்டு அது உருகும் இடத்தில் விடப்படும் மண், கற்கள் முதலியவை; பனிப்படல வண்டல் ➪ **glacial** பதிவில் படம் பார்க்க.

moral¹ /ˈmɒrəl/ *adj.* **1** (*only before a noun*) concerned with what is right and wrong நல்லது கெட்டது தொடர்பான; மனித ஒழுக்கம் சார்ந்த; அறநெறி பற்றிய *Some people refuse to eat meat **on moral grounds*** (= because they believe it to be wrong). • *a moral dilemma/issue/question* **2** having a high standard of behaviour that is considered good and right by most people பெரும்பான்மையினரால் ஏற்புக்குரியது மற்றும் சரியானது எனக் கருதப்படும் உயர்ந்த ஒழுக்க நெறியில் நிற்கிற; நிறைவான நேர்மையும் நல்லொழுக்கமும் உடைய *She has always led a very moral life.* ✪ OPP **immoral** ➪ **amoral** பார்க்க. இச்சொல் வேறு பொருளுடையது.

IDM **moral support** help or encouragement that you give to sb who is nervous or worried அச்சம் அல்லது மனக்கலக்கத்திற்கு உள்ளான ஒருவருக்குத் தன்னம்பிக்கை அல்லது துணிவு ஊட்டும் முறையிலான உதவி அல்லது ஊக்குவிப்பு *I went to the dentist's with him just to give him some moral support.*

moral² /ˈmɒrəl/ *noun* **1 morals** [*plural*] standards of good behaviour நல்லொழுக்கம்; நன்னடத்தை சார்ந்த விதி முறைகள்; அறவழிப்பட்ட சொல்லும் செயலும் *These people appear to have no morals.* **2** [C] a lesson in the right way to behave that can be learnt from a story or an experience ஒரு கதை அல்லது ஓர் அனுபவத்தின்வழி அறியப்படும் நன்னடத்தை நியதி, அறநெறி அல்லது படிப்பினை *The moral of the play is that friendship is more important than money.*

morale /məˈrɑːl/ *noun* [U] how happy, sad, confident, etc. a group of people feels at a particular time குறிப்பிட்ட சமயத்தில் ஒரு குழுவினரிடையே காணப்படும் மகிழ்ச்சி, வருத்தம், நம்பிக்கை முதலிய உணர்ச்சி எல்லை; இவ்வுணர்ச்சி சார்ந்த மனநிலை அல்லது மனப்பான்மை *The team's morale was low/high before the match* (= they felt worried/confident). • *to boost/raise/improve morale*

moralistic /ˌmɒrəˈlɪstɪk/ *adj.* (*formal*) having or showing very fixed ideas about what is right and wrong, especially when this causes you to judge other people's behaviour (குறிப்பாக, பிறருடைய நடத்தை முறை பற்றி மதிப்பீடு செய்யும் வகையில்) நன்மை தீமை குறித்து நெகிழ்வற்ற உறுதியான கருத்துகளை உடைய அல்லது வெளிப்படுத்துகிற

morality /məˈræləti/ *noun* [U] principles concerning what is good and bad or right and wrong behaviour நல்லது கெட்டது அல்லது முறையானது முறையற்றது என்பது தொடர்பான கோட்பாடுகள்; ஒழுக்க முறைமை; நீதிநெறி; அறம் *a debate about the morality of abortion* ✪ OPP **immorality**

moralize (*also* **-ise**) /ˈmɒrəlaɪz/ *verb* [I] **moralize (about/on sth)** to tell other people what the right or wrong way to behave is ஒழுக்கமுறை குறித்துப் பிறருக்கு அறிவுறுத்து; நீதிபோதனை செய்; நல்லது கெட்டது பற்றி எடுத்துரை

morally /ˈmɒrəli/ *adv.* connected with standards of what is right or wrong நல்லது கெட்டது பற்றிய பொது நியதிகள் தொடர்பாக; ஒழுக்க நெறிமுறைகள் சார்ந்து; நடத்தை முறைமை குறித்து

morass /məˈræs/ *noun* (*usually sing.*) **1** a complicated and dangerous situation that is especially difficult to escape from எளிதில் விடுபட்டு வர முடியாத, சிக்கலான மற்றும் ஆபத்தான சூழ்நிலை; கடும் சிக்கல்; குழப்ப நிலை *a morass of lies and deceit* **2** [C] an area of low soft wet marshy land ஆபத்தான தாழ்ந்த குழைவான ஈர நிலப் பகுதி; சதுப்பு நிலம்; படு சேறு

moratorium /ˌmɒrəˈtɔːriəm/ *noun* [C] **a moratorium (on sth)** a temporary stopping of an activity, especially by official agreement குறிப்பாக அதிகாரபூர்வமான உடன்பாட்டின் அடிப்படையில், ஒரு செயல்பாட்டைத் தற்காலிகமாக நிறுத்தி வைத்தல்; முறையான தற்காலிகச் செயல் முடக்கம் அல்லது இடைநிறுத்தம் *The convention called for a two-year moratorium on tobacco import.*

morbid /ˈmɔːbɪd/ *adj.* showing interest in unpleasant things, for example disease and death நோய், மரணம் முதலிய இன்னாதவைகளில் ஆர்வ ஈடுபாடு கொண்டுள்ள; ஆரோக்கியமான சிந்தனையற்ற

more[1] /mɔː(r)/ *det., pronoun* a larger number or amount of people or things; sth extra as well as what you have எண்ணிக்கையில் அல்லது அளவில் கூடுதலான; இன்னும் கூடுதலான; மேலும் அதிகமான *There were* ***more*** *people* ***than*** *I expected.* • *There's room for three more people.* • *I couldn't eat any more.* ✪ OPP **less** or **fewer**

IDM **more and more** an increasing amount or number தொடர்ந்து மிகுகிற அளவு அல்லது எண்ணிக்கை; பெருக்க நிலை; ஒன்று மேலும் மேலும் அதிகரித்தல் *There are more and more cars on the road.*

what's more (used for adding another fact) also; in addition (மற்றுமொரு உண்மையைக் கூறப் பயன்படுத்தப்படுவது) அது மட்டுமன்றி; மேலும் *The hotel was awful and what's more it was miles from the beach.*

more[2] /mɔː(r)/ *adv.* **1** used to form the comparative of many adjectives and adverbs (பல பெயரடைகளுக்கும் வினையடைகளுக்கும் ஒப்பு அளவுகூறப் பயன்படுத்தப்படுவது) மேலும் அதிகமாக; இன்னும் கூடியதாக *She was* ***far/much*** *more intelligent* ***than*** *her sister.* ✪ OPP **less** **2** to a greater degree than usual or than sth else இயல்பு நிலையை விட அல்லது வேறொன்றை விட அதிகமான அளவில்; மிகைப்படியாக *I like him* ***far/much more*** *than his wife.* ✪ OPP **less**

IDM **not any more** not any longer இனியும் இல்லாததாக; மேலும் தொடராததாக *She doesn't live here any more.*

more or less approximately; almost ஏறத்தாழ; கிட்டத்தட்ட; பெரும்பாலும் *We are more or less the same age.*

moreover /mɔːrˈəʊvə(r)/ *adv.* (*written*) (used for adding another fact) also; in addition (மற்றுமோர் உண்மையைக் கூறப் பயன்படுத்தப்படுவது) அதுமட்டுமன்றி; மேலும்; பின்னும் *This firm did the work very well. Moreover, the cost was not too high.*

morgue /mɔːg/ *noun* [C] a building where dead bodies are kept until they are buried or burned புதைக்கப்படும் வரை அல்லது எரியூட்டப்படும் வரை இறந்தோர் உடல்கள் வைத்துப் பேணப்படும் கட்டடம்; பிண மனை ⇨ **mortuary** பார்க்க.

morning /ˈmɔːnɪŋ/ *noun* [C, U] **1** the early part of the day between the time when the sun rises and midday சூரிய உதயத்திற்கும் நண்பகலுக்கும் இடைப்பட்ட நாளின் முற்பகுதி; காலை நேரம்; காலை *Bye, see you* ***in the morning*** (= tomorrow morning). • *I've been studying hard* ***all morning***. **2** the part of the night that is after midnight நள்ளிரவுக்குப் பின்னுள்ள இரவு நேரப் பகுதி; அதிகாலை; சிறுகாலை *I was woken by a strange noise in* ***the early hours of the morning***. • *He didn't come home until three* ***in the morning***.

> NOTE 'Morning', 'afternoon' அல்லது 'evening' என்ற சொல்லுக்கு முன் 'early' அல்லது 'late' என்னும் பெயரடையைப் பயன்படுத்தும்போது **in** என்ற முன்னுருபு (preposition) வரவேண்டும்—*The accident happened in the early morning.* • *We arrived in the late afternoon.* மற்ற பெயரடைகளைப் பயன்படுத்தும்போது **on** வரவேண்டும்—*School starts on Monday morning.* • *They set out on a cold, windy afternoon.* 'This', 'tomorrow', 'yesterday' ஆகியவற்றுக்கு முன் முன்னுருபு எதுவும் வராது—*Let's go swimming this morning.* • *I'll phone Lata tomorrow evening.*
>
> **Good morning** என்பது காலை நேரத்தில் ஒருவரை முதன் முறையாகச் சந்திக்கும்போது காலைவணக்கம் கூறப் பயன்படுத்தப்படும் தொடர்; முறைசார்பு குறைந்த, நட்பார்ந்த சூழல்களில் 'Morning' என்று மட்டுமே கூறுகிறோம்—*Morning Kiran, how are you today?*

moron /ˈmɔːrɒn/ *noun* [C] (*informal*) a rude way of referring to sb who you think is very stupid சிறிதும் அறிவற்றவர் எனத் தான் கருதும்

ஒருவரைப் பண்பு நயமற்ற முறையில் குறிப்பிடப் பயன்படுத்தப்படும் சொல்: அடி முட்டாள்; மடையன்; அறிவிலி *Stop treating me like a moron!* ▶ **moronic** /məˈrɒnɪk/ *adj.*

morose /məˈrəʊs/ *adj.* bad-tempered, and not saying much to other people மற்றவர்களோடு அதிகமாகப் பேசாது, சிடுசிடுப்பாக உள்ள; சுமுகமாகப் பழகாது கடுகடுப்புடன் நடந்துகொள்கிற ▶ **morosely** *adv.*

morphine /ˈmɔːfiːn/ *noun* [U] a powerful drug that is used for reducing pain வலியைத் தணிக்கப் பயன்படுத்தப்படும் ஆற்றல் வாய்ந்த மருந்து வகை; வலிநிவாரணி

morphology /mɔːˈfɒlədʒi/ *noun* [U] (*technical*) **1** the form and structure of animals and plants, studied as a science அறிவியல் அடிப்படையில் ஆராயப்படும், விலங்குகள் மற்றும் தாவரங்களின் வடிவ அமைதியும் கட்டமைப்பும்; விலங்கு தாவர வடிவ அமைப்பியல் **2** (*grammar*) the form of words, studied as a branch of **linguistics** மொழியியலின் பிரிவாக ஆராயப்படும், சொற்களின் வடிவமைப்பு; சொல் வடிவமைப்பியல்; உருபனியல் ➪ **grammar** பார்க்க. ▶ **morphological** /ˌmɔːfəˈlɒdʒɪkl/ *adj.*

Morse code /ˌmɔːsˈkəʊd/ *noun* [U] **1** a system of communication developed by Samuel Morse in which letters of the alphabet are coded as a combination of dots and dashes so that messages can either be sent using light, sound or wireless ஒளி, ஒலி அல்லது கம்பியில்லாத் தந்தி மூலம் தகவல்களை அனுப்ப நெடுங்கணக்கின் எழுத்துக்களை, புள்ளிகள் மற்றும் கோடுகளின் சேர்க்கையாக மாற்றிச் சங்கேதமாக்கும் செய்திப் போக்குவரத்து அமைப்பு. சாம்யுவெல் மார்ஸ் என்பவரால் உருவாக்கப்பட்டது **2** a method of sending messages using these signals இக்குறியீடுகளைக் கொண்டு செய்திகளை அனுப்பும் முறை; மார்ஸ் சங்கேதமுறை

morsel /ˈmɔːsl/ *noun* [C] a very small piece of sth, usually food ஒன்றின், பெரும்பாலும் உணவின், மிகச் சிறிய கூறு; சிறு துண்டு; துணுக்கு

mortal¹ /ˈmɔːtl/ *adj.* **1** that cannot live forever and must die (உயிர்ப்பொருள், குறிப்பாக மனிதர்கள், வகையில்) நிலைபேறு அற்ற; ஒருநாள் இறந்தாக வேண்டிய; இறக்கும் இயல்புடைய *We are all mortal.* ✪ OPP **immortal** **2** (*written*) that will result in death உயிருக்கு ஊறு விளைவிக்கக்கூடிய; மரணம் உண்டாக்கவல்ல; உயிர் போக்கக்கூடிய *a mortal wound/blow* ➪ **fatal** பார்க்க. **3** very great or extreme மிகப் பெரிய; மட்டுமீறிய; எல்லை கடந்த *They were in mortal fear of the enemy.* ▶ **mortally** /-təli/ *adv.*

mortal² /ˈmɔːtl/ *noun* [C] (*formal*) a human being மனிதன்

mortality /mɔːˈtæləti/ *noun* [U] **1** the number of deaths in one period of time or in one place ஒரு கால அளவில் அல்லது ஓரிடத்தில் நிகழும் இறப்புகளின் எண்ணிக்கை *Infant mortality is high in the region.* **2** the fact that nobody can live for ever மரணமின்றி என்றும் நிலைபேறுடன் இருக்கமுடியாத மெய்ம்மை நிலை; இறப்புக்கு ஆட்பட வேண்டிய நிலை; இறக்கும் இயல்பு *He didn't like to think about his own mortality.*

mortar /ˈmɔːtə(r)/ *noun* **1** [U] a mixture of cement, sand and water used in building for holding bricks and stones together செங்கற்களையும் கற்களையும் பற்றிப் பிணைப்பதற்குக் கட்டடங்களில் பயன்படுத்தப்படும் சிமிண்டு, மணல், நீர் ஆகியவற்றின் கலவை; மென்காரை **2** [C] a type of heavy gun that fires a type of bomb high into the air ஒருவகைக் குண்டை உயரமாக வானத்தில் சுட்டுச் செலுத்தப் பயன்படுத்தப்படும் கனரக துப்பாக்கி; சிறு பீரங்கி வகை **3** [C] a small heavy bowl used when crushing food, etc. into powder with a special object (**a pestle**) உணவுப் பொருள்களை உலக்கை கொண்டு பொடியாக இடிக்கும்பொருட்டு உள்ளிடுவதற்கான சிறிய உட்குழிவுடைய கனமான கிண்ண அமைப்பு; சிறு உரல் ➪ **laboratory** பதிவில் படம் பார்க்க.

mortgage /ˈmɔːɡɪdʒ/ *noun* [C] money that you borrow in order to buy a house or flat வீடு அல்லது அறைக்கட்டு வாங்குவதற்காகக் கடனாகப் பெறப்படும் பணம்; (ஒரு பொருளை அடைமானம் வைத்துப் பெறப்பட்ட கடன்) *We took out a Rs. 40,000 mortgage.*

NOTE வழக்கமாக ஒரு வங்கி (**bank**) யிலிருந்து அல்லது வீட்டுவசதிச் சங்கத்தில் (**building society**)இருந்து கடன் வாங்குகிறோம். கடன் தரும் bank அல்லது society கடனு(**loan**)க்கான வட்டி வீதத்தை (**rate of interest**) நிர்ணயிக்கிறது.

mortician /mɔːˈtɪʃn/ (*AmE*) = **undertaker**

mortify /ˈmɔːtɪfaɪ/ *verb* [T] (*usually passive*) (*pres. part* **mortifying**; *3rd person sing. pres.* **mortifies**; *pt, pp* **mortified**) (*formal*) to make sb feel very embarrassed ஒருவரைப் பெரும் சங்கட உணர்வுக்கு உள்ளாக்கு; நாணச் செய் *She **was mortified to** realize he had heard every word she said.* ▶ **mortification** /ˌmɔːtɪfɪˈkeɪʃn/ *noun* [U] ▶ **mortifying** *adj. How mortifying to have to apologize to him!*

mortise (*also* **mortice**) /ˈmɔːtɪs/ *noun* [C] (*technical*) a hole cut in a piece of wood, etc. to receive the end of another piece of wood, so that the two are held together இரண்டு மரத் துண்டுகள் முதலியவற்றை இணைக்கும் பொருட்டு மற்றதன் முனையை உட்செலுத்த ஒரு துண்டில் செய்யப்படும் துளை; துளைப்பொருத்து

mortuary /ˈmɔːtʃəri/ *noun* [C] (*pl.* **mortuaries**) a room, usually in a hospital, where dead bodies are kept before they are buried or burned புதைக்கப்படுவதற்கு அல்லது எரியூட்டப்படுவதற்கு முன் இறந்தோர் உடல்கள் வைத்துப் பேணப்படும், பெரும்பாலும் மருத்துவமனையிலுள்ள அறை; (மருத்துவமனைப்) பிணவறை ➪ **morgue** பார்க்க.

mosaic /məʊˈzeɪɪk/ *noun* [C, U] a picture or pattern that is made by placing together small coloured stones, pieces of glass, etc. சிறு வண்ணக் கற்கள், கண்ணாடித் துண்டுகள் முதலியவற்றை ஒருங்கிணைத்து வைத்து உருவாக்கப்படும் உருவப்படம் அல்லது ஒப்பனை உருப்படிவம்; பன்னிற ஒட்டுருப் படம்

Moslem = **Muslim**

mosque /mɒsk/ *noun* [C] a building where Muslims meet and pray இஸ்லாமிய சமயத்தவர் ஒன்றுகூடி வழிபடும் மனை; மசூதி

mosquito /məˈskiːtəʊ/; mɒs-/ *noun* [C] (*pl.* **mosquitoes**) a small flying insect that lives in hot countries and bites people or animals to drink their blood. Some types of mosquito spread a very serious disease (**malaria**) கொசு. சிலவகைக் கொசுக்கள் மலேரியா நோயைப் பரப்பக்கூடியவை ➪ **insect** பதிவில் படம் பார்க்க.

moss /mɒs/ *noun* [C, U] a small soft green plant, with no flowers, that grows in wet places, especially on rocks or trees ஈரக் கசிவுள்ள இடங்களில், குறிப்பாகப் பாறைகள் அல்லது மரங்கள் மீது, வளரும் பூவாத சிறிய மென்மையான பசுந் தாவர வகை; பாசி வகை; கற்பாசி/மரப்பாசி ▶ **mossy** *adj.*

most[1] /məʊst/ *det., pronoun* **1** (used as the superlative of 'many' and 'much') greatest in number or amount (தொகையைக் குறிக்கும் சொற்களான 'many' மற்றும் 'much' இன் மீயளவு வடிவம்) எண்ணிக்கையில் அல்லது அளவில் உச்ச உயர் அளவு/அளவான; மிகப் பேரளவு/பேரளவான *Who got the most points?* ✪ OPP **least** or **fewest** **2** nearly all of a group of people or things ஒரு தொகுதியிலுள்ள ஆட்களில் அல்லது பொருள்களில் கிட்டத்தட்ட அனைவரும்/அனைத்தும், அனைவருமான/அனைத்துமான *Most people in this country have a television.* • *I like most Italian food.*

> NOTE **Most**-ஐ அடுத்து, **the, this, my** முதலியவை முன்னதாக உள்ள பெயர்ச்சொல் வரும்போது, **most of** என்ற தொடர் பயன்படுத்தப்பட வேண்டும்—*Most of my friends were able to come to the wedding.* • *It rained most of the time we were in Ireland.*

IDM **at (the) most** not more than a certain number, and probably fewer குறிப்பிட்ட எண்ணிக்கையை விடக் கூடுதலாக இல்லாமல், குறைவாகவே இருக்கக்கூடிய வாய்ப்புள்ளதாக; அதிகபட்சமாக; மேல் எல்லையாக *There were 20 people there, at the most.*

make the most of sth ➪ **make**[1] பார்க்க.

most[2] /məʊst/ *adv.* **1** used to form the superlative of many adjectives and adverbs பெயரடைகள் மற்றும் வினையடைகள் பலவற்றுக்கு மீயளவு கூறப் பயன்படுத்தப்படுவது: குறிப்பிடப்பட்ட பண்பு முதலியவற்றின் உச்ச உயர் அளவாக *It's the most beautiful house I've ever seen.* • *I work most efficiently in the morning.* ✪ OPP **least** **2** more than anyone/anything else வேறு எவரையும்/எதனையும் விட மிகுதியாக அல்லது கூடுதலான அளவில் *What do you miss most when you're abroad?* ✪ OPP **least** **3** (*formal*) very மிகவும்; மிக்க அளவில்; பெரிதும் *We heard a most interesting talk about Japan.*

mostly /ˈməʊstli/ *adv.* in almost every case; almost all the time கிட்டத்தட்ட அனைத்து ஆட்கள்/பொருள்கள் வகையிலும்; ஏறத்தாழ எல்லா நேரத்திலும் *Our students come mostly from Japan.*

motel /məʊˈtel/ *noun* [C] a hotel near a main road for people who are travelling by car விசையூர்திப் பயணிகளின் வசதிக்காகப் பெருஞ்சாலை ஓரத்தில் அமைக்கப்பட்டிருக்கும் தங்குமனை; சாலையோரத் தங்கல் விடுதி

moth /mɒθ/ *noun* [C] an insect with a hairy body and large wings that usually flies at night. Some moths eat cloth and leave small holes in your clothes மயிர் அடர்ந்த உடலும் பெரிய இறக்கைகளும் உடைய, வழக்கமாக இரவில் பறக்கும், பூச்சி; அந்துப்பூச்சி; விட்டில். சிலவகை அந்துப்பூச்சிகள் துணியை உண்ணக்கூடியவை. இவை ஆடைகளில் துளைசெய்துவிடுகின்றன. ➪ **insect** பதிவில் படம் பார்க்க.

mothball /ˈmɒθbɔːl/ *noun* [C] a small ball made of a chemical substance that protects clothes in cupboards from moths அலமாரிகளில் உள்ள ஆடைகளை அந்துப்பூச்சிகள் துளை செய்யாமல் காப்பதற்காகப் பயன்படுத்தப்படும் ஒருவகை வேதியியற் பொருளாலான சிறு உருண்டை; அந்துருண்டை

mother[1] /ˈmʌðə(r)/ *noun* [C] the female parent of a person or an animal தாய்; அன்னை ➪ **mum, mummy** மற்றும் **stepmother** பார்க்க.

mother[2] /ˈmʌðə(r)/ *verb* [T] to look after sb as a mother does தாயைப் போன்று ஒருவரைக் கவனித்துப் பேணு *Stop mothering me— I can look after myself!*

motherhood /ˈmʌðəhʊd/ *noun* [U] the state of being a mother தாயாக இருக்கும் நிலை; தாய்மை

mother-in-law *noun* [C] (*pl.* **mothers-in-law**) the mother of your husband or wife மாமியார்

motherland /ˈmʌðəlænd/ *noun* [C] (*formal*) the country where you or your family were born and which you feel a strong emotional connection with தானோ தன் குடும்பத்தினரோ பிறந்ததும் தான் அழுத்தமான உணர்வுப் பிணைப்புக் கொண்டுள்ளதுமான நாடு; தாய்நாடு

motherly /ˈmʌðəli/ *adj.* having the qualities of a good mother நல்ல தாய்க்குரிய பண்புகள் கொண்டுள்ள; தாய்மைக் குணமுடைய *motherly love*

mother tongue *noun* [C] the first language that you learned to speak as a child பிள்ளைப் பருவத்தில் பேசப் பழகிய முதல்மொழி; தாய்மொழி

motif /məʊˈtiːf/ *noun* [C] a picture or pattern on sth ஒன்றின் உருவப்படம் அல்லது ஒப்பனை உருப்படிவம்

motion[1] /ˈməʊʃn/ *noun* **1** [U] movement or a way of moving இயக்கம்; அசைவு; இடம் பெயர்தல்; இயங்கு முறை *The motion of the ship made us all feel sick.* • *Pull the lever to set the machine* ***in motion*** (= make it start moving). ➪ **slow motion** பார்க்க. **2** [C] a formal suggestion at a meeting that you discuss and vote on அவையில் விவாதித்து வாக்கெடுப்புக்கு விடுவதற்காக முறைப்படி முன்வைக்கப்படும் கருத்து; மன்றத் தீர்மானக் கோரிக்கை *The motion was carried/rejected by a majority of eight votes.*

motion[2] /ˈməʊʃn/ *verb* [I, T] **motion to sb (to do sth); motion (for) sb (to do sth)** to make a movement, usually with your hand, that tells sb what to do ஒன்றைச் செய்யுமாறு ஒருவரிடம் கூறும் முறையில், பெரும்பாலும் கைகளை ஆட்டு; (கை) சைகை மூலம் ஒன்றைச் செய்யுமாறு ஒருவரிடம் கூறு *I motioned to the waiter.* • *The manager motioned for me to sit down.*

motionless /ˈməʊʃnləs/ *adj.* not moving இயக்கமற்றுள்ள; அசைவற்ற; இடம் பெயராத

motivate /ˈməʊtɪveɪt/ *verb* [T] **1** (*usually passive*) to cause sb to act in a particular way குறிப்பிட்ட முறையில் செயல்படுமாறு ஒருவரைத் தூண்டு அல்லது அவர் மீது தாக்கம் செலுத்து; ஒருவரது குறிப்பிட்ட செயலுக்குக் காரணமாயிரு *Her reaction was motivated by fear.* **2** to make sb want to do sth, especially sth that involves hard work and effort ஒன்றை, குறிப்பாக, கடின உழைப்பும் முயற்சியும் வேண்டப்படும் ஒன்றை, செய்ய ஒருவர் விருப்பம் கொள்ளச் செய்; செயலார்வம் தூண்டு *Our new teacher certainly knows how to motivate his classes.*

▶ **motivated** *adj. highly motivated students* ▶ **motivation** /ˌməʊtɪˈveɪʃn/ *noun* [C, U] *He's clever enough, but he lacks motivation.*

motive /ˈməʊtɪv/ *noun* [C, U] **(a) motive (for sth/doing sth)** a reason for doing sth, often sth bad ஒன்றை, பெரும்பாலும் நல்லதல்லாத ஒன்றை, செய்வதற்கான காரணம்; உள்ளெண்ணம்; உள்நோக்கம் *The police couldn't discover a motive for the murder.*

motor[1] /ˈməʊtə(r)/ *noun* [C] a device that uses petrol, gas, electricity, etc. to produce movement and makes a machine, etc. work பெட்ரோல், எரிவாயு, மின்சாரம் முதலியவற்றின் பயன்கொண்டு, இயக்கத்தை உண்டுபண்ணி, இயந்திரம் முதலியவற்றைச் செயல்படச் செய்யும் சாதனம்; விசைப்பொறி; இயக்கி *The washing machine doesn't work. I think something is wrong with the motor.*

> **NOTE** வழக்கமாக, சீருந்து மற்றும் விசைமிதி வண்டி தொடர்பாகப் பயன்படுத்தப்படுவது **engine** என்ற சொல்லாகும்; **motor** அல்ல. எனினும் சில சமயங்களில் முறைசார் வழக்கில் சீருந்து **motor car** என்றும் குறிப்பிடப்படுகிறது.

motor[2] /ˈməʊtə(r)/ *adj.* (*only before a noun*) **1** having or using the power of an engine or a motor இயந்திரத்தின் அல்லது விசைப்பொறியின் ஆற்றலைக் கொண்டுள்ள அல்லது அவ்வாற்றலைப் பயன்படுத்துகிற *a motor vehicle* **2** connected with vehicles that have engines, especially cars இயந்திர வாகனங்கள் தொடர்பான, குறிப்பாகச் சீருந்து வண்டிகள் தொடர்பான *the motor industry* • *motor racing*

motorbike /ˈməʊtəbaɪk/ (*formal* **motorcycle**) *noun* [C] a vehicle that has two wheels and an engine இரண்டு சக்கரங்களும் இயந்திரமும் உடைய விசையுந்து; விசைமிதி வண்டி

motor boat *noun* [C] a small fast boat that has a motor விசைப்பொறி பொருத்தப்பட்ட விரைவியக்கமுடைய சிறு படகு; விசைப்படகு

motor car (*BrE formal*) = **car 1**

motorcycle /ˈməʊtəsaɪkl/ (*formal*) = **motorbike**

motorcyclist /ˈməʊtəsaɪklɪst/ *noun* [C] a person who rides a motorbike விசைமிதி வண்டி ஓட்டிச் செல்பவர்

motoring /ˈməʊtərɪŋ/ *noun* [U] driving in a car சீருந்துப் பயணம் *a motoring holiday*

motorist /ˈməʊtərɪst/ *noun* [C] a person who drives a car சீருந்து ஓட்டி ➪ **pedestrian** பார்க்க.

motorized (*also* **-ised**) /ˈməʊtəraɪzd/ *adj.* (*only before a noun*) that has an engine இயந்திரம்

பொருத்தப்பட்ட; இயந்திரத்தால் இயக்கப்படுகிற *a motorized wheelchair*

motorway /ˈməʊtəweɪ/ (*AmE* **expressway; freeway**) *noun* [C] a wide road connecting cities that is specially built for fast traffic நகரங்களுக்கு இடையிலான, குறிப்பாக விரைவுப் போக்குவரத்துக்கென அமைக்கப்பட்ட, அகலமான சாலை; பெருவழிச் சாலை; நெடுஞ்சாலை

mottled /ˈmɒtld/ *adj.* marked with shapes of different colours without a regular pattern ஒழுங்கமைவற்ற வெவ்வேறு வண்ணங்களாலான வடிவங்களைக் கொண்ட *the mottled skin of a snake*

motto /ˈmɒtəʊ/ *noun* [C] (*pl.* **mottoes** or **mottos**) a short sentence or phrase that expresses the aims and beliefs of a person, a group, an organization, etc. ஓராள், ஒரு குழு, நிறுவனம் முதலியவற்றின் குறிக்கோள்களையும் நம்பிக்கைகளையும் வெளிப்படுத்தும் முறையிலான சிறு வாக்கியம் அல்லது தொடர்; குறிக்கோள் வாசகம் *'Live and let live' – that's my motto.*

mould[1] (*AmE* **mold**) /məʊld/ *noun* **1** [C] a container that you pour a liquid or substance into. The liquid then becomes solid (**sets**) in the same shape as the container, for example after it has cooled or cooked ஒரு திரவத்தை அல்லது வேறு பொருளை ஊற்றி வைக்கப்படும் கொள்கலம். உள்ளிடப்பட்ட திரவம் பக்குவப் படுத்தப்பட்ட பின் அல்லது குளிர்ந்த பின் கொள்கலத்தின் வடிவிலேயே கெட்டியாகிவிடும்; வார்ப்பட அச்சு **2** [C, *usually sing.*] a particular type குறிப்பிட்ட வகைமாதிரி; இனம்; வகை *She doesn't fit into the usual mould of sales directors.* **3** [U] a soft green or black substance like fur (**fungus**) that grows in wet places or on old food ஈரக் கசிவான இடங்களில் வளரும் அல்லது நாட்பட்ட உணவின் மீது தோன்றும், விலங்குகளின் மென்மயிர் போன்ற மென்மையான பச்சை அல்லது கருமை நிறப் பொருள்; பூஞ்சக்காளான் ▶ **mouldy** (*AmE* **moldy**) *adj. The cheese had gone mouldy.*

mould[2] (*AmE* **mold**) /məʊld/ *verb* [T] **mould A (into B); mould B (from/out of A)** to make sth into a particular shape or form by pressing it or by putting it into a **mould**[1] **1** ஒன்றை அழுத்தி அமுக்கி அல்லது அச்சில் வார்த்துக் குறிக்கப்பட்ட வடிவம் அல்லது உருவமைப்புப் பெறச் செய்; வார்ப்படம் செய் *First mould the dough into a ball.* • *a bowl moulded from clay*

moult (*AmE* **molt**) /məʊlt/ *verb* [I] (used about an animal or a bird) to lose hair or feathers before growing new ones (விலங்கு அல்லது பறவை வகையில்) புது மயிர் அல்லது இறகுகள் வளரும் முன் உடலில் உள்ளவை உதிர்ந்துபோ; சிறகுதிர்

mound /maʊnd/ *noun* [C] **1** a large pile of earth or stones; a small hill மண்ணின் அல்லது கற்களின் பெருங்குவியல்; மண்மேடு; சிறு குன்று **2** (*spoken*) **a mound (of sth)** a pile or a large amount of sth ஒன்றின் பெருந்திரள் அல்லது குவியல் *I've got a mound of work to do.*

mount[1] /maʊnt/ *verb* **1** [T] to organize sth ஒன்றை ஏற்பாடு செய்; திட்ட ஆக்கம் செய்; ஆயத்தப்படுத்து *to mount a protest/a campaign/an exhibition/an attack* **2** [I] to increase gradually in level or amount அளவில் அல்லது எண்ணிக்கையில் படிப்படியாகப் பெருகு; உயர்ந்து செல் *The tension mounted as the end of the match approached.* **3** [T] (*written*) to go up sth or up on to sth ஒன்றில் அல்லது ஒன்றின் மேல் ஏறு; மேலே ஏறு *He mounted the platform and began to speak.* **4** [I, T] to get on a horse or bicycle குதிரை அல்லது மிதிவண்டி மீது ஏறு ✪ **OPP dismount 5** [T] **mount sth (on/onto/in sth)** to fix sth firmly on sth else ஒன்றை வேறொன்றின் மேல் உறுதியாகப் பொருத்து; ஒன்றின் மேல் நிலைநிறுத்து *The gas boiler was mounted on the wall.*

PHR V **mount up** to increase (often more than you want) (பெரும்பாலும் தான் விரும்பியதை விட மிகுதியான அளவில்) மிகுதிப்படு; பெருகு *When you're buying food for six people the cost soon mounts up.*

mount[2] /maʊnt/ *noun* [C] (*abbr.* **Mt**) (used in names) a mountain (பெயர்களில் பயன்படுத்தப்படுவது) மலை *Mt Everest*

mountain /ˈmaʊntən/ *noun* [C] **1** a very high hill மிகவும் உயரமான குன்று; மலை *Which is the highest mountain in the world?* • *mountain roads/scenery/villages* **2 a mountain (of sth)** a large amount of sth ஒன்றின் பேரளவு; திரள்; ஏராளம் *I've got a mountain of work to do.* • *the problem of Europe's butter mountain* (= the large amount of butter that has to be stored because it is not needed)

mountain bike *noun* [C] a bicycle with a strong frame, wide tyres and many different **gears**, designed for riding on rough ground உறுதியான சட்டம், அகலமான இரப்பர் சக்கரம், வெவ்வேறு திறனுடைய பல விசைமுடுக்கிகள் ஆகியவற்றை உடைய கரடுமுரடான தரையில் பயணம் செய்வதற்கென வடிவமைக்கப்பட்ட விசைமிதிவண்டி

mountaineering /ˌmaʊntəˈnɪərɪŋ/ *noun* [U] the sport of climbing mountains மலையேறும்

விளையாட்டு வகை; மலையேற்றம் ▶ **mountaineer** /ˌmaʊntəˈnɪə(r)/ *noun* [C]

mountain lion (*AmE*) = **puma**

mountainous /ˈmaʊntənəs/ *adj.* **1** having many mountains மலைகள் நிறைந்த; மலைப்பாங்கான *a mountainous region* **2** very large in size or amount அளவில் அல்லது எண்ணிக்கையில் மிக்கதான; பேருருவான; பேரளவான *The mountainous waves made sailing impossible.*

mountainside /ˈmaʊntənsaɪd/ *noun* [C] the land on the side of a mountain மலைச்சரிவிலுள்ள நிலப்பகுதி

mounted /ˈmaʊntɪd/ *adj.* riding a horse குதிரை மீது அமர்ந்து சவாரி செய்கிற *mounted police*

mounting /ˈmaʊntɪŋ/ *adj.* (*only before a noun*) increasing மிகுந்து செல்கிற; பெருக்கமுறுகிற *mounting unemployment/tension*

mourn /mɔːn/ *verb* [I, T] **mourn (for/over) sb/sth** to feel and show great sadness, especially because sb has died குறிப்பாக ஒருவரது இறப்பின் காரணமாகப் பெரிதும் வருந்து; துக்கப்படு; துயரங் கொண்டாடு *She is still mourning (for) her child.* ▶ **mourning** *noun* [U] *He wore a black armband to show he was **in mourning**.*

mourner /ˈmɔːnə(r)/ *noun* [C] a person who goes to a funeral as a friend or relative of the person who has died இறந்தவரது நண்பராக அல்லது உறவினராக அவருடைய ஈமச்சடங்கில் கலந்துகொள்பவர்

mournful /ˈmɔːnfl/ *adj.* (*written*) very sad வருத்தம் மிக்க; துயரார்ந்த; துன்பம் நிறைந்த *a mournful song* ▶ **mournfully** /ˈmɔːnfəli/ *adv.*

mouse /maʊs/ *noun* [C] (*pl.* **mice** /maɪs/) **1** a very small animal with fur and a long thin tail சுண்டெலி

> **NOTE** சுண்டெலிகள் (**mice**), எலிகள் (**rats**), வாலில்லா எலிகள் (**hamsters**) முதலியவை கொறி விலங்கு (**rodent**) இனத்தைச் சேர்ந்தவை.

2 a piece of equipment, connected to a computer, for moving around the screen and entering commands without touching the keys கணிப்பொறியின் விசைகளைப் பயன்படுத்தாமல் திரையில் அங்குமிங்கும் நகர்த்தவும் ஆணைகளை உட்செலுத்தவும் பயன்படுத்தப்படும் கணிப்பொறியுடன் இணைக்கப்பட்ட கருவி; சுட்டி (mouse) *Use the mouse to drag the icon to a new position.*

mousse /muːs/ *noun* [C, U] **1** a type of light food that is made by mixing together cream and egg whites and adding another food for flavour பாலேடு, முட்டை வெண்கரு இரண்டையும் ஒன்றுகலந்து சுவைப்பொருள் ஒன்றைச் சேர்த்துத் தயாரிக்கப்படும் சிற்றுண்டி வகை *(a) chocolate/salmon mousse* **2** a light substance containing a lot of bubbles that you use to make your hair stay in a particular style தலைமுடியைக் குறிப்பிட்ட பாணியில் நிலைநிறுத்தப் பயன்படுத்தப்படும் நுரை நிறைந்த மென் பொருள்

moustache /məˈstɑːʃ; ˈmʌstʃ/ (*AmE* **mustache**) *noun* [C] hair that grows on a man's top lip, between the mouth and nose மீசை

mouth[1] /maʊθ/ *noun* [C] (*pl.* **mouths** /maʊðz/) **1** the part of your face that you use for eating and speaking வாய் *to open/close your mouth* ⇨ **body** பதிவில் படம் பார்க்க. **2 -mouthed** /maʊðd/ (*used to form compound adjectives*) having a particular type of mouth or a particular way of speaking குறிப்பிட்ட வகையிலான வாயுடைய அல்லது குறிப்பிட்ட முறையில் பேசுகிற *We stared open-mouthed in surprise.* • *He's a loud-mouthed bully.* **3** the place where a river enters the sea நதி கடலில் கலக்குமிடம்; ஆற்றுமுகம்

IDM **keep your mouth shut** (*informal*) to not say sth to sb because it is a secret or because it will upset or annoy him/her ஒன்று இரகசியமாதலால் அல்லது அது ஒருவருக்கு வருத்தம் அல்லது எரிச்சல் உண்டாக்குமாதலால், அதை அவரிடம் கூறாதிரு; வாயை மூடிக்கொண்டிரு

mouth[2] /maʊð/ *verb* [I, T] to move your mouth as if you were speaking but without making any sound பேசுவது போன்று தோன்றுமாறு ஆனால் ஒலி எழுப்பாமல் உதடுகளை அசை *Vinay was outside the window, mouthing something to us.*

mouthful /ˈmaʊθfʊl/ *noun* **1** [C] the amount of food or drink that you can put in your mouth at one time ஒரு முறை வாயினுள் இடக்கூடிய உணவு அல்லது குடிநீர்மத்தின் அளவு; வாயளவு உணவு; கவளம் **2** [*sing.*] a word or phrase that is long or difficult to say நீளமான அல்லது உச்சரிப்பதற்குக் கடினமான சொல் அல்லது தொடர் *Her name is a bit of a mouthful.*

mouth organ = **harmonica**

mouthpiece /ˈmaʊθpiːs/ *noun* [C] **1** the part of a telephone, musical instrument, etc. that you put in or near your mouth வாயில் பொருந்தும் இசைக்கருவிப் பகுதி; வாயருகில் அமைவிப்பதற்குரிய தொலைபேசிப் பகுதி; வாயுடன் தொடர்புறுத்தும் ஒன்றின் பகுதி **2** a person, newspaper, etc. that a particular group uses to express its opinions குறிப்பிட்ட பிரிவினர் தங்களது கருத்துகளை வெளிப்படுத்துவதற்குப் பயன்படுத்தும் ஆள், பத்திரிகை முதலியவை; முகவர்

mouth-watering *adj.* (used about food) that looks or smells very good (உணவு வகையில்) நறுஞ்சுவை மணம் வீசுகிற; வாயில் நீர் ஊற-வைக்கிற

movable /'mu:vəbl/ *adj.* that can be moved இடம் பெயர்க்கத்தக்க; இயங்கக் கூடிய ✪ **OPP fixed** ⇨ **portable** மற்றும் **mobile** பார்க்க.

move[1] /mu:v/ *verb* **1** [I, T] to change position or to put sth in a different position நிலைமாறு; நிலைமாற்று; இடம் பெயர்; பெயர்வி *The station is so crowded you* ***can hardly move.*** • *The meeting has been moved to Thursday.* **2** [I, T] **move along, down, over, up, etc.** to move (sth) further in a particular direction in order to make space for sb/sth else வேறொருவருக்கு/ வேறொன்றுக்கு இடமளிக்கும் பொருட்டு, குறிப்பிட்ட திசையில் தள்ளிச்செல் அல்லது ஒன்றைத் தள்ளிப் போகச் செய்; நகர்; நகர்த்து *If we move up a bit, Ram can sit here too.* • *Move your head down—I can't see the screen.* **3** [I, T] to change the place where you live, work, study, etc. குடியிருப்பிடம், பணியிடம் முதலியவற்றை மாற்று; இடம் மாறு; இடம் மாற்று *Our neighbours are moving to Jaipur next week.* • *to* ***move house*** **4** [I] **move (on/ahead)** to make progress முன்னேறு; விருத்தியடை; மேம்படு *When the new team of builders arrived things started moving very quickly.* **5** [I] to take action நடவடிக்கை எடு *Unless we move quickly lives will be lost.* **6** [T] to cause sb to have strong feelings, especially of sadness ஒருவரிடம் அழுத்தமான உணர்ச்சிகளை, குறிப்பாக வருத்தத்தை, தூண்டு; உணர்ச்சியூட்டு *Many people were* ***moved to tears*** *by reports of the massacre.*

IDM get moving to go, leave or do sth quickly தாமதமின்றிப் புறப்படு அல்லது ஒன்றைச் செய்

get sth moving to cause sth to make progress ஒன்றின் வளர்ச்சியை அல்லது மேம்பாட்டைத் தூண்டு; முன்னேற்றம் காணச்செய்

PHR V move in (with sb) to start living in a house (with sb) (ஒருவருடன் சேர்ந்து) ஒரு வீட்டில் வாழத் தொடங்கு

move on (to sth) to start doing or discussing sth new புதிதாக ஒன்றைச் செய் அல்லது விவாதிக்கத் தொடங்கு; புதிய ஒன்றுக்குச் செல்

move off (used about a vehicle) to start a journey; to leave (ஊர்தி வகையில்) பயணத்தைத் தொடங்கு; புறப்படு

move out to leave your old home பழைய வீட்டை விட்டுப்போ

move[2] /mu:v/ *noun* [C] **1** a change of place or position இட மாற்றம்; நிலை மாற்றம் *She was watching every move I made.* **2** a change in the place where you live or work குடியிருப்பிட மாற்றம், பணியிட மாற்றம் *a move to a bigger house* **3** action that you take because you want to achieve a paricular result குறிப்பிட்ட விளைபயனைப் பெறவேண்டி நிகழ்த்தப்படும் செயல், செயல் முயற்சி; நடவடிக்கை *Both sides want to negotiate but neither is prepared to* ***make the first move.*** • *Asking him to help me was* ***a good move.*** **4** (in chess and other games) a change in the position of a piece (சதுரங்கம், மற்றும் பிற விளையாட்டுகள் வகையில்) ஆட்டக்காய் பெயர்ப்பு; காய் நகர்த்து முறை *It's your move.*

IDM be on the move to be going somewhere ஓரிடத்திற்குச் சென்றுகொண்டிரு

get a move on (*informal*) to hurry (மிகுதியான நேரமின்மை காரணமாக) விரைந்து செல் அல்லது ஒன்றை விரைவாகச் செய் *I'm late. I'll have to get a move on.*

make a move to start to go somewhere ஓரிடத்திற்குச் செல்லத் தொடங்கு; புறப்படு *It's time to go home. Let's make a move.*

movement /'mu:vmənt/ *noun* **1** [C, U] an act of moving இயக்கம்; அசைவு *The dancer's movements were smooth and controlled.* • *The seat belt doesn't allow much freedom of movement.* **2** [C, U] an act of moving or being moved from one place to another இடம் விட்டு இடம் செல்லுதல்; இடம் விட்டு இடம் மாற்றுதல்; இடப்பெயர்ப்பு *the slow movement of the clouds across the sky* **3** [C; *usually sing.*] **a movement (away from/towards sth)** a general change in the way people think or behave மக்களின் சிந்தனை அல்லது நடத்தை முறையில் காணப்படும் பொதுப்படையான மாற்றம் *There's been a movement away from the materialism of the 1980s.* **4 movements** [*pl.*] a person's actions or plans during a period of time ஒரு காலப்பகுதியில் காணப்படும் ஒருவரது செயல்கள், நடவடிக்கைகள் அல்லது திட்டங்கள் *Detectives have been watching the man's movements for several weeks.* **5** [C] a group of people who have the same aims or ideas ஒத்த குறிக்கோள்களை அல்லது கருத்துகளை உடைய ஒரு குழு; இயக்கம்; அமைப்பு *I support the Animal Rights movement.*

movie /'mu:vi/ *noun* (*AmE*) **1** = **film**[1] **1** *Shall we go and* ***see a movie?*** • *a sciencefiction/horror movie* • *a movie theater* (= cinema) **2 the movies** [*pl.*] = **cinema** *Let's* ***go to the movies.***

moving /'mu:vɪŋ/ *adj.* **1** causing strong feelings, especially of sadness அழுத்தமான உணர்ச்சி-களை, குறிப்பாகத் துன்ப உணர்ச்சியைத் தூண்டுகிற; மனத்தைத் தொடுகிற *a deeply* *moving speech/story* **2** that moves இயங்குகிற; இயக்கத்தன்மை உடைய; இடம்/நிலை மாறக்கூடிய *It's a computerized machine with few moving parts.*

mow /məʊ/ *verb* [I, T] (*pt* **mowed**; *pp* **mown** /məʊn/ or **mowed**) to cut grass using a machine (**a mower**) புல் வெட்டும் விசைப்பொறியைப் பயன்படுத்திப் புல் வெட்டு *to mow the lawn*

PHR V **mow sb down** to kill sb with a gun or a car துப்பாக்கியால் சுட்டு அல்லது சீருந்தை மோதி ஒருவரைக் கொல்

mower /ˈməʊə(r)/ *noun* [C] a machine for cutting grass புல் வெட்டும் விசைப்பொறி *a lawnmower*

MP /ˌem ˈpiː/ *abbr.* Member of Parliament நாடாளுமன்ற உறுப்பினரைக் குறிக்கும் Member of Parliament என்பதன் குறுக்கம்

mpg /ˌem piː ˈdʒiː/ *abbr.* miles per gallon ஒரு காலன் அளவுக்கு இத்தனை கல் தொலை என்பதைக் குறிக்கும் miles per gallon என்பதன் குறுக்கம் *This car does 40 mpg* (= you can drive 40 miles on one gallon of petrol).

mph /ˌem piː ˈeɪtʃ/ *abbr.* miles per hour ஒரு மணிக்கு இத்தனை கல்தொலைவு என்பதைக் குறிக்கும் miles per hour என்பதன் குறுக்கம் *a 70 mph speed limit*

MPV /ˌem piː ˈviː/ *noun* [C] the abbreviation for 'multi-purpose vehicle', a large car like a van சிற்றுந்தைவிடச் சற்று பெரிய பல பயன்பாடுகளுக்கு உரிய, வண்டியைக் குறிக்கும் multi-purpose vehicle என்பதன் குறுக்கம் ✪ SYN **people carrier**

Mr /ˈmɪstə(r)/ used as a title before the name of a man ஆணின் பெயருக்கு முன் பயன்படுத்தப்படும் அடைமொழி: திருவாளர் *Mr (Mohan) Bosle* ⇨ **Miss** பதிவிலுள்ள குறிப்பைப் பார்க்க.

mridangam *noun* [C] a barrel-shaped drum from South India, especially used in **Carnatic music** தென்னிந்தியாவில், குறிப்பாக கர்நாடக இசையில், வாசிக்கப்படும் பீப்பாய் வடிவில் உள்ள தாளக் கருவி; மிருதங்கம்

Mrs /ˈmɪsɪz/ used as a title before the name of a married woman திருமணமான பெண்ணின் பெயருக்கு முன் பயன்படுத்தப்படும் அடைமொழி; திருவாட்டி *Mrs (Shanta) Kumar* ⇨ **Miss** பார்க்க.

MS /ˌem ˈes/ *abbr.* multiple sclerosis (அணும உள்ளரிக் காழ்ப்பு) என்பதன் குறுக்கம்

Ms /mɪz; məz/ used as a title before the family name of a woman who may or may not be married திருமணமான அல்லது திருமணமாகாத பெண்ணின் குடிப்பெயருக்கு முன் இடப்படும் அடைமொழி *Ms (Divya) Singh*

NOTE சில பெண்கள் **Mrs** அல்லது **Miss**-ஐ விட **Ms** என்ற அடைமொழியையே விரும்பிப் பயன்படுத்துகின்றனர். ஒரு பெண் மணமானவரா மணமாகாதவரா என்பது குறித்து அறியப்படாத நிலையிலும் **Ms**-ஐப் பயன்படுத்தலாம். **Miss** பதிவிலுள்ள வழக்குக் குறிப்பையும் பார்க்க.

MSc /ˌem es ˈsiː/ *abbr.* Master of Science: a second degree that you receive when you complete a more advanced course or piece of research in a science subject at university or college அறிவியல் முதுகலைப் பட்டதாரியைக் குறிக்கும் Master of Science என்பதன் குறுக்கம்; பல்கலைக்கழகத்தில் அல்லது கல்லூரியில் ஓர் அறிவியல் பிரிவில் உயர் படிநிலைக் கல்வி அல்லது ஆராய்ச்சிப் படிப்பு நிறைவு செய்த நிலையில் ஒருவருக்கு வழங்கப்படும் இரண்டாவது பட்டம் ⇨ **BSc** மற்றும் **MA** பார்க்க.

MSG /ˌem es ˈdʒiː/ *abbr.* monosodium glutamate சில சமயங்களில் சுவை கூட்ட உணவுடன் சேர்க்கப்படும் வேதியியல் கலவை வகையான monosodium glutamate என்பதன் குறுக்கம்

Mt *abbr.* Mount மலையைக் குறிக்கும் Mount என்பதன் குறுக்கம் *Mt Everest*

mth (*AmE* **mo**) (*pl.* **mths**; *AmE* **mos**) *abbr.* month மாதத்தைக் குறிக்கும் month என்பதன் குறுக்கம் *6 mths old*

much /mʌtʃ/ *det, pron, adv.* **1** (used with uncountable nouns, mainly in negative sentences and questions, or after *as, how, so, too*) a large amount of sth (எண்ணுதற்கியலா பெயர்ச்சொற்களுடன், குறிப்பாக எதிர்மறை வாக்கியங்கள் மற்றும் வினாக்களில், அல்லது as, how, so, too என்பவைக்குப்பின் பயன்படுத்தப்படுவது) ஒன்றின் மிகுதியான அளவு; ஏராளம் *I haven't got much money.* • *You've given me **too much** food.*

NOTE கூற்று வாசகங்களில் (statements) **much** என்ற சொல்லுக்குப் பதிலாகப் பெரும்பாலும் **a lot of** என்ற தொடர் பயன்படுத்தப்படுகிறது—*I've got a lot of experience.*

2 to a great degree மிகு அளவாக; உயர் படி/தர நிலையில்; உயர் மதிப்பளவில் *much taller/prettier/harder* • *You ate **much more** than me.* **3** (*with past participles used as adjectives*) very மிக்க அளவில்; பெரிதும் *She was much loved by all her friends.*

IDM **much the same** very similar பெரிதும் ஒத்ததாக; கிட்டத்தட்ட ஒரே வகையாக அல்லது இயல்புடையதாக *Softball is much the same as baseball.*

nothing much ⇨ **nothing** பார்க்க.

not much good (at sth) not skilled (at sth) (ஒன்றில்) பயிற்சித் திறன் இல்லாத; திறமையற்ற *I'm not much good at singing.*

not much of a... not a good .... ஒன்றில் திறமை அல்லது நிறைநலம் பெற்றிராது; சிறப்பானவராக/சிறப்பானதாக இல்லாது *She's not much of a cook.*

not up to much ➪ **up** பார்க்க.

muck¹ /mʌk/ *noun* [U] **1** the waste from farm animals, used to make plants grow better பயிர்களுக்கு உரமாகப் பயன்படுத்தப்படும் பண்ணை விலங்குகளின் கழிவு; பண்ணை உரம்; எரு ✪ SYN **manure 2** (*informal*) dirt or mud அழுக்கு; மாசு; சேறு

muck² /mʌk/ *verb* (*informal*)

PHR V **muck about/around** to behave in a silly way or to waste time மடத்தனமாக நடந்து-கொள்; வீணே பொழுதுபோக்கு; நேரத்தைப் பயனின்றிக் கழி *Stop mucking around and come and help me!*

muck sth up to do sth badly; to spoil sth ஒன்றை மோசமான முறையில் செய்; பாழ்படுத்து *I was so nervous that I completely mucked up my interview.*

mucous membrane *noun* [C] a thin layer of skin that covers the inside of the nose and mouth and the outside of other organs in the body, producing a sticky substance (**mucus**) to stop these parts from becoming dry மூக்கு மற்றும் வாயின் உட்புறத்தையும் உடலின் மற்ற உறுப்புகளின் வெளிப்புறத்தையும் மூடியுள்ளதும், இவ்வுறுப்புகள் வறண்டுவிடாமல் தடுக்கும்பொருட்டு ஒட்டும் தன்மையுள்ள பசைப்பொருளை உண்டுபண்ணுவதுமான மெல்லிய தோல் படலம்; சீதப்படலம்; சளிச்சவ்வு

mucus /ˈmju:kəs/ *noun* [U] (*formal*) a sticky substance that is produced in some parts of the body, especially the nose உடலின் சில உறுப்புகளில், குறிப்பாக மூக்கில் உற்பத்தி-யாகும் ஒட்டும் தன்மையுள்ள பொருள்; சளி ▶ **mucous** /ˈmju:kəs/ *adj. mucous glands*

mud /mʌd/ *noun* [U] soft, wet earth குழைவான ஈரமண்; சேறு; சகதி *He came home from the football match* ***covered in mud.***

muddle /ˈmʌdl/ *verb* [T] **1 muddle sth (up)** to put things in the wrong place or order or to make them untidy பொருள்களைத் தவறான இடத்தில் அல்லது தவறான வரிசை முறையில் வை அல்லது பொருள்களின் ஒழுங்கமைவைக் குலை; தாறுமாறாக வை *Try not to* ***get*** *those papers* ***muddled up***. **2 muddle sb (up)** to confuse sb ஒருவரது மனத்தைக் குழப்பு; மனத் தடுமாற்றம் உண்டுபண்ணு *I do my homework and schoolwork in separate books so that I don't* ***get muddled up***. ▶ **muddle** *noun* [C, U] *If you* ***get in a muddle***, *I'll help you.* ▶ **muddled** *adj.*

muddy /ˈmʌdi/ *adj.* full of or covered in mud சேறு நிறைந்துள்ள; முழுதும் சேறான; சேறு படிந்த *muddy boots* • *It's very muddy down by the river.*

mudflat /ˈmʌdflæt/ *noun* [C] (*pl.* **mudflats**) an area of flat wet land that is covered by the sea when it is at its highest level (**high tide**) கடல் அலையின் உச்ச ஏற்றத்தின்போது கடல் நீரால் சூழ்ந்துகொள்ளப்படும் சமதளச் சதுப்பு நிலப் பகுதி

mudguard /ˈmʌdgɑ:d/ *noun* [C] a curved cover over the wheel of a bicycle or motorbike மிதிவண்டி அல்லது விசை மிதிவண்டியின் சக்கரத்திற்கு மேலுள்ள வளைவான மூடி; சக்கர மட்காப்புப் பட்டை

muesli /ˈmju:zli/ *noun* [U] food made of grains, nuts, dried fruit, etc. that you eat with milk for breakfast காலை உண்டியாகப் பாலுடன் உண்ணப்படும் தானிய மணிகள், கொட்டைகள், உலர்கனிகள் முதலியவற்றைக் கொண்டு தயாரிக்கப்படும் உணவு

muezzin /mu:ˈezɪn/ *noun* [C] a man who calls Muslims to come to a special building (**a mosque**) to pray தொழுகை புரியப் பள்ளிக்கு வரு-மாறு இஸ்லாமியர்களை அழைக்கும் ஆண்; தொழுகை அழைப்பாளர்

muffin /ˈmʌfɪn/ *noun* [C] **1** (*AmE* **English muffin**) type of bread roll often eaten hot with butter வெண்ணெய்யுடன் சேர்த்துச் சூடாக உண்ணப்படும் ரொட்டிச் சுருள் வகை **2** a type of small cake சிறு கேக் வகை

muffle /ˈmʌfl/ *verb* [T] to make a sound quieter and more difficult to hear தெளிவாகக் கேட்க முடியாதவாறு ஒலியை மட்டுப்படுத்து; ஓசை அடங்கி ஒலிக்கச் செய் *He put his hand over his mouth to muffle his laughter* ▶ **muffled** *adj. I heard muffled voices outside.*

muffler¹ /ˈmʌflə(r)/ *noun* [C] (**old-fashioned**) a thick scarf worn around the neck for warmth வெதுவெதுப்புக்காகக் கழுத்தைச் சுற்றி அணியப்படும் தடித்த துணி; கழுத்துக்குட்டை

muffler² /ˈmʌflə(r)/ = (*AmE*) **silencer**

mug¹ /mʌg/ *noun* [C] **1** a large cup with straight sides and a handle நேர் நிமிர்வான பக்கங்களும் கைப்பிடியும் உடைய பெரிய குவளை; நீளுருளை வடிவக் குடுவை *a coffee mug* **2** (*informal*) a person who seems stupid அறிவிலியாகத் தோன்றும் ஒருவர்; ஏமாளி; மூடன்

mug² /mʌg/ *verb* [T] (**mugging; mugged**) to attack and rob sb in the street சாலையில் ஒருவரைத் தாக்கிக் கொள்ளையிடு, வழிப்பறி செய் *Keep your wallet out of sight or you'll get mugged.* ▶ **mugger** *noun* [C] ➪ **thief**

பதிவிலுள்ள குறிப்பைப் பார்க்க. ▶ **mugging** *noun* [C, U] *The mugging took place around midnight.*

muggy /'mʌgi/ *adj.* (used about the weather) warm and slightly wet in an unpleasant way (**humid**) (வானிலை வகையில்) இனியதல்லாத முறையில், வெதுவெதுப்பாகவும் ஈரத் தோய்வாகவும் உள்ள; புழுக்கமான

Muhammad (*also* **Mohammed**) *noun* [*sing.*] the **prophet** who started the religion of Islam இஸ்லாமிய சமயத்தைத் தோற்றுவித்த இறைத் தூதர்; முகம்மது நபிகள் நாயகம்

mulch /mʌltʃ/ *noun* [C, U] (*technical*) material, for example dead leaves, that you put around a plant to protect its base and its roots, to improve the quality of the soil or to stop **weeds** from growing தாவரத்தின் அடிப்பகுதிக்கும் வேர்களுக்கும் காப்பாக, மண் வளத்தை மேம்படுத்த அல்லது களைகள் தோன்றாமல் தடுக்கத் தாவரத்தைச் சுற்றி இடப்படும் சருகு, கூளம் முதலிய பொருள் ▶ **mulch** *verb* [T]

mule /mju:l/ *noun* [C] an animal that is used for carrying heavy loads and whose parents are a horse and a **donkey** பொதி சுமக்கப் பயன்படுத்தப்படுவதும் குதிரைக்கும் கழுதைக்கும் பிறந்ததுமான கலப்பின விலங்கு வகை; கோவேறு கழுதை

mull /mʌl/ *verb*

PHR V **mull sth over** to think about sth carefully and for a long time ஒன்று குறித்து நெடுநேரம் கவனமாகச் சிந்தி; தீர எண்ணிப் பார் *Don't ask me for a decision right now. I'll have to mull it over.*

mulligatawny /ˌmʌlɪgə'tːni/ *noun* [U] a spicy soup, originally from India முதன்முதலில் இந்தியாவில் பயன்படுத்தப்பட்ட, காரச்சுவையுடைய குழம்பு வகை; மிளகுச்சாறு ⇨ **rasam** பார்க்க.

multi- /'mʌlti/ *prefix* (*used in nouns and adjectives*) more than one; many ஒன்றுக்கு மேற்பட்ட; பலவான; பல *multicoloured*

multicultural /ˌmʌlti'kʌltʃərəl/ *adj.* for or including people of many different races, languages, religions and traditions பல்வேறு இனங்கள், மொழிகள், சமயங்கள், மரபு நெறிகள் ஆகியவற்றைச் சார்ந்த மக்களுக்கான அல்லது மக்களை உள்ளடக்கிய; பல்வேறு பண்பாடுகளைச் சார்ந்த மக்கள் குறித்த *a multicultural society*

multilateral /ˌmʌlti'lætərəl/ *adj.* involving more than two groups of people, countries, etc. இரண்டுக்கு மேற்பட்ட நாடுகள், குழுக்கள் முதலியவை உள்ளடங்கிய அல்லது சேர்ந்திணைந்துள்ள ⇨ **unilateral** பார்க்க.

multimedia /ˌmʌlti'mi:diə/ *adj.* (*only before a noun*) (*computing*) using sound, pictures and film in addition to text on a screen தகவலோடு கூட ஒலி, படங்கள், காட்சிப் படம் ஆகியவையும் கணினித் திரையில் தோன்றுகிற; பல் ஊடக வசதியுடைய *multimedia systems/products*

multinational /ˌmʌlti'næʃnəl/ *adj.* existing in or involving many countries பல நாடுகளில் காணப்படுகிற அல்லது பல நாடுகள் உள்ளடங்கிய; பன்னாட்டு நிலையிலான *multinational companies* ▶ **multinational** *noun* [C] *The company is owned by Ford, the US multinational.*

multiple[1] /'mʌltɪpl/ *adj.* involving many people or things or having many parts பலர் அல்லது பல பொருள்கள் உள்ளடங்கியுள்ள/சேர்ந்திணைந்துள்ள; பல பகுதிகளை/கூறுகளையுடைய; பல்கூட்டான; பன்முகமான *Three drivers died in a multiple pile-up on the highway.* • *multiple choice question*

multiple[2] /'mʌltɪpl/ *noun* [C] a number that can be divided by another number without any remainder வேறோர் எண்ணினால் சரி நுட்பமாக மீதியின்றி வகுபடக்கூடிய ஓர் எண்; எண்ணின் மடங்கு *12, 18 and 24 are multiples of 6.*

multiple-choice *adj.* (used about exam questions) showing several different answers from which you have to choose the right one (தேர்வு வினாக்கள் வகையில்) ஒன்றின் சரி நுட்பமான விடையைத் தேர்ந்து காணுதற்காக வெவ்வேறான பல விடைகளைக் கொண்டுள்ள; பல விடைகளிலிருந்து சரியான விடையைத் தேர்வு செய்யவேண்டிய முறையிலான

multiple sclerosis /ˌmʌltɪpl sklə'rəʊsɪs/ *noun* [U] (*abbr.* **MS**) a serious disease which causes you to slowly lose control of your body and become less able to move படிப்படியாக உடல் மீதான கட்டுப்பாடு தளர்ந்து இயக்கத் திறன் குன்றுமாறு செய்யும் கடுமையான நோய் வகை; அணும உள்ளரிக் காழ்ப்பு

multiply /'mʌltɪplaɪ/ *verb* (*pres, part.* **multiplying**; *3rd person sing., pres* **multiplies**; *pt, pp* **multiplied**) **1** [I, T] **multiply A by B** to increase a number by the number of times mentioned குறிப்பிட்ட மடங்காக ஓர் எண்ணை மிகுதிப்படுத்து; ஓர் எண்ணைக் குறிப்பிட்ட வேறோர் எண்ணால் பெருக்கு *2 multiplied by 4 makes 8* (2 × 4 = 8) ✪ OPP **divide 2** [I, T] to increase or make sth increase by a very large amount மிகப் பேரளவில் ஒன்று பெருகு அல்லது ஒன்றை மிகுதிப்படுத்து; பெருக்கமுறு; பெருக்கமுறச் செய் *We've multiplied our profits over the last two years.* ▶ **multiplication** /ˌmʌltɪplɪ'keɪʃn/ *noun* [U] ⇨ **division, addition** மற்றும் **subtraction** பார்க்க.

multi-purpose *adj.* that can be used for several different purposes வெவ்வேறான பல நோக்கங்களுக்குப் பயன்படுத்துதற்குரிய; பன்முகப் பயன்பாடுடைய *a multi-purpose tool/machine*

multitasking /ˌmʌltiˈtɑːskɪŋ/ *noun* [U] **1** (*computing*) the ability of a computer to operate several programs at the same time கணிப்பொறியின் ஒரே சமயத்தில் பல நிரல்களைக் கையாளும் ஆற்றல்; பல் பணியாக்கத் திறன் **2** the ability of a person to do more than one thing at a time ஒரே நேரத்தில் ஒருவர் ஒன்றுக்கு மேற்பட்ட பணிகளைச் செய்யும் திறன்

multitude /ˈmʌltɪtjuːd/ *noun* [C] (*formal*) a very large number of people or things பெரும் எண்ணிக்கையிலான ஆட்கள் அல்லது பொருள்கள்; பெருந்திரள்; கூட்டம்

mum /mʌm/ (*AmE* **mom** /mɒm/) *noun* [C] (*informal*) mother தாய்; அம்மா *Is that your mum? • Can I have a drink, Mum?* ➪ **mummy** பார்க்க.

mumble /ˈmʌmbl/ *verb* [I, T] to speak quietly without opening your mouth properly, so that people cannot hear the words பிறருக்குக் கேட்காதவாறு சரியாக வாய் திறவாமல் பேசு; அடங்கிய குரலில் தெளிவின்றிச் சொற்களை வெளிப்படுத்து; முணுமுணு *I can't hear if you mumble.* ➪ **mutter** பார்க்க.

mummy /ˈmʌmi/ *noun* [C] (*pl.* **mummies**) **1** (*AmE* **mommy** /ˈmɒmi/) (*informal*) (used by or to children) mother (குழந்தைகளால் அல்லது குழந்தைகளிடம் கூறப்படுவது) அம்மா *Here comes your mummy now.* **2** the dead body of a person or animal which has been kept by rubbing it with special oils and covering it in cloth தனி வகை எண்ணெய்களைப் பூசித் துணியில் மூடிப் பாதுகாத்து வைத்திருக்கப்படும் இறந்த ஆள் அல்லது விலங்கு உடல்; பதனம் செய்யப்பட்ட உயிரற்ற உடல் *an Egyptian mummy*

mumps /mʌmps/ *noun* [U] an infectious disease, especially of children, that causes the neck to swell குறிப்பாகக் குழந்தைகளைப் பாதிக்கக்கூடிய, கழுத்தில் வீக்கம் உண்டாக்கும் தொற்று நோய் வகை; பொன்னுக்குவீங்கி *to have/catch (the) mumps*

munch /mʌntʃ/ *verb* [I, T] **munch (on sth)** to bite and eat sth noisily ஓசையுடன் ஒன்றைக் கடித்துத் தின்னு; அரை; மெல்லு *He sat there munching (on) an apple.*

mundane /mʌnˈdeɪn/ *adj.* ordinary; not interesting or exciting சாதாரணமான; ஆர்வ ஈடுபாடு கொள்ளச் செய்யாத; மனக்கிளர்ச்சி ஊட்டாத *a mundane job*

municipal /mjuːˈnɪsɪpl/ *adj.* connected with a town or city that has its own local government உள்ளாட்சி அமைப்புடைய நகரம் அல்லது மாநகரம் தொடர்பான; நகராட்சிக்குரிய *municipal buildings* (= the town hall, public library, etc.)

munitions /mjuːˈnɪʃnz/ *noun* [*pl.*] military supplies, especially bombs and guns படைத்துறைக்கான தேவைப்பொருள்கள், குறிப்பாகக் குண்டுகளும் துப்பாக்கிகளும்; படைக்கலங்கள்

mural /ˈmjʊərəl/ *noun* [C] a large picture painted on a wall சுவரில் தீட்டப்படும் பெரிய படம்; சுவர்ச் சித்திரம்

murder /ˈmɜːdə(r)/ *noun* **1** [C, U] the crime of killing a person illegally and on purpose சட்டத்திற்கு மாறாக முன்கருதலுடன் ஒருவரைக் கொல்வதாகிய குற்றம்; திட்டமிட்ட ஆட்கொலை; கொலைக் குற்றம் *to* ***commit murder*** *• a vicious murder • the murder victim/weapon* ➪ **manslaughter** பார்க்க. **2** [U] (*informal*) a very difficult or unpleasant experience மிகக் கடினமான அல்லது மிகு வெறுப்பூட்டுகிற அனுபவம் *It's murder trying to work when it's as hot as this.*

IDM **get away with murder** to do whatever you want without being stopped or punished தடையின்றி அல்லது தண்டனைக்கு உள்ளாகாது விரும்பியதை எல்லாம் செய் *He lets his students get away with murder.* ▶ **murder** *verb* [I, T] ➪ **kill** பார்க்க. ▶ **murderer** *noun* [C]

murderous /ˈmɜːdərəs/ *adj.* intending or likely to murder கொலை செய்யக் கருதியுள்ள அல்லது கொலை செய்யக்கூடிய

murky /ˈmɜːki/ *adj.* dark and unpleasant or dirty கரு நிறமாக மனத்திற்கு இனிமையற்றுத் தோன்றுகிற; இருளார்ந்த; வெளிச்சமில்லாத; அழுக்கான *The water in the river looked very murky. • (figurative) According to rumours, the new boss had a murky past.*

murmur /ˈmɜːmə(r)/ *verb* [I, T] to say sth in a low quiet voice தாழ்ந்து அடங்கிய குரலில் ஒன்றைக் கூறு; முணுமுணு *He murmured a name in his sleep.* ▶ **murmur** *noun* [C]

Murugan *noun* [*sing.*] one of the most popular Hindu deities among the Tamils. He has a youthful appearance and holds a spear in his hand. He has a peacock as his mount and is known by many names like Kartikeya, Subramanian, etc. இளமைத் தோற்றமும் கையில் வேலும் உள்ள, தமிழ் மக்களால் மிகவும் விரும்பப்படும் இந்துக்கடவுள். மயிலை வாகனமாகக் கொண்ட இவருக்குக் கார்த்திகேயன், சுப்பிரமணியன் முதலிய பல பெயர்களுண்டு

muscle /ˈmʌsl/ *noun* [C, U] one of the parts inside your body that you can make tight or relax in order to produce movement உடல் இயக்கத்தை உண்டுபண்ணும் பொருட்டு விறைப்பாகவோ தளர்ச்சியாகவோ ஆக்கக்கூடிய உள்ளுறுப்புகளில் ஒன்று; தசை; தசைநார் *Riding a bicycle is good for developing the leg muscles.* • *Lifting weights builds muscle.*

muscular /ˈmʌskjələ(r)/ *adj.* **1** connected with the muscles தசைகள் தொடர்பான; தசைகளுக்குரிய *muscular pain/tissue* **2** having large strong muscles பெரிய உறுதியான தசைகளையுடைய; தசை முறுக்குடைய; தசைப்பற்று மிக்க *a muscular body*

muse[1] /mju:z/ *verb* [I] **1 muse (about/on/over/upon sth)** to think carefully about sth for a time, without noticing what is happening around you சூழலை மறந்து சிறிது நேரம் ஒன்றில் கருத்தூன்றி இரு; சற்று நேரம் சிந்தனையில் மூழ்கியிரு *She looked out to sea, musing on what he had said.* **2** to say sth, usually to yourself, in a way that shows you are thinking carefully about it ஒன்றைப் பற்றிக் கவனமாகச் சிந்திப்பதன் அறிகுறியாக, பெரும்பாலும் தனக்குத் தானே, பேசிக்கொள்; ஒன்று குறித்த எண்ணங்களை அசைபோடு *'I wonder if I should tell him?' she mused.*

muse[2] /mju:z/ *noun* [C] a person or spirit that gives a writer, painter, musician, etc. ideas and the desire to create things எழுத்தாளர், ஓவியர், இசைக் கலைஞர் முதலியோருக்குப் படைப்புச் செயலுக்கான தூண்டுதலும் கருத்துகளும் அளிக்கும் ஆள் அல்லது ஆத்மா; படைப்பாளியின் புறத்தூண்டுதல் அல்லது அகத்தூண்டுதல் *He felt that his muse had deserted him* (= that he could no longer write, paint, etc.).

museum /mjuˈzi:əm/ *noun* [C] a building where collections of valuable and interesting objects are kept and shown to the public மதிப்பு மிக்க, ஆர்வத்தைத் தூண்டும் பொருள்களின் தொகுதி வைத்துப் பாதுகாக்கப்படும் மற்றும் பொதுமக்களின் காட்சிக்கு வைக்கப்படும் கட்டடம்; அருங்காட்சியகம்; அரும்பொருட்காட்சி மனை *Have you been to the National Museum in Delhi?*

mushroom /ˈmʌʃrʊm; -ru:m/ *noun* [C] a type of plant which grows very quickly, has a flat or rounded top and can be eaten as a vegetable தட்டையான அல்லது உருண்டை வடிவத் தலைப்பகுதியை உடையதும் காய்கறியாக உண்ணத்தக்கதும் மிக விரைவில் வளரக்கூடியதுமான தாவர வகை; காளான்; மழைக்குடைத் தாவரம்

NOTE **Mushroom** காளான் (**fungus**) வகையைச் சார்ந்தது. இத்தாவரத்தின் சில வகை மட்டுமே உண்ணக் கூடியவை. நச்சுத் தன்மை உடைய சில காளான் வகைகள் **toadstool** என அழைக்கப்படும்.

music /ˈmju:zɪk/ *noun* [U] **1** an arrangement of sounds in patterns to be sung or played on instruments பாடுவதற்காக அல்லது இசைக்கருவிகளில் வாசிப்பதற்காக ஒழுங்கமைவு செய்யப்பட்ட ஒலிகளின் நிரல்கள்; இசை *What sort of music do you like?* • *classical/pop/rock music* **2** the written signs that represent the sounds of music இசையின் ஒலிகளைக் குறிக்கும் எழுத்து வடிவக் குறியீடுகள்; வரிவடிவ இசைக்குறிப்பு *Can you read music?*

musical[1] /ˈmju:zɪkl/ *adj.* **1** connected with music இசை தொடர்பான; இசைக்குரிய *Can you play a musical instrument* (= the piano, the violin, the trumpet, etc.)? **2** interested in or good at music இசையில் ஆர்வமுடைய அல்லது இசைக்கலையில் திறமை வாய்ந்த *He's very musical.* **3** having a pleasant sound like music இசை போன்று இனிமையாக ஒலிக்கிற; செவிக்கு இனிமையான *a musical voice* ▶ **musically** /ˈ-kli/ *adv.*

musical[2] /ˈmju:zɪkl/ *noun* [C] a play or film which has singing and dancing in it பாடலும் நடனமும் உள்ளடக்கிய நாடகம் அல்லது திரைப்படம்; ஆடல் பாடல் நிரம்பிய நாடகம்/திரைப்படம்

musician /mjuˈzɪʃn/ *noun* [C] a person who plays a musical instrument or writes music, especially as a job குறிப்பாக, தொழில் முறையாக இசைக்கருவி வாசிப்பவர் அல்லது இசையமைப்பாளர்; இசைக் கலைஞர்

musket /ˈmʌskɪt/ *noun* [C] an early type of long gun that was used by soldiers in the past முற்காலத்தில் படைவீரர்களால் பயன்படுத்தப்பட்ட தொடக்க கால நீண்ட துப்பாக்கி வகை

Muslim /ˈmʊzlɪm/ (*also* **Moslem** /ˈmɒzləm/) *noun* [C] a person whose religion is Islam இஸ்லாமிய சமயத்தைச் சார்ந்தவர்; முஸ்லிம் ▶ **Muslim** (*also* **Moslem**) *adj. Muslim tradtions/beliefs*

muslin /ˈmʌzlɪn/ *noun* [U] thin cotton cloth that is almost transparent, used, especially in the past, for making clothes and curtains குறிப்பாக, கடந்த காலத்தில் ஆடைகளும் திரைச்சீலைகளும் தயாரிக்கப் பயன்படுத்தப்பட்ட, பெரும்பாலும் ஒளி ஊடுருவக்கூடிய மெல்லிய பருத்தித் துணி; ஒளி புகும் மென்துகில்

mussel /ˈmʌsl/ *noun* [C] a type of small sea animal (**a shellfish**) that can be eaten, with a

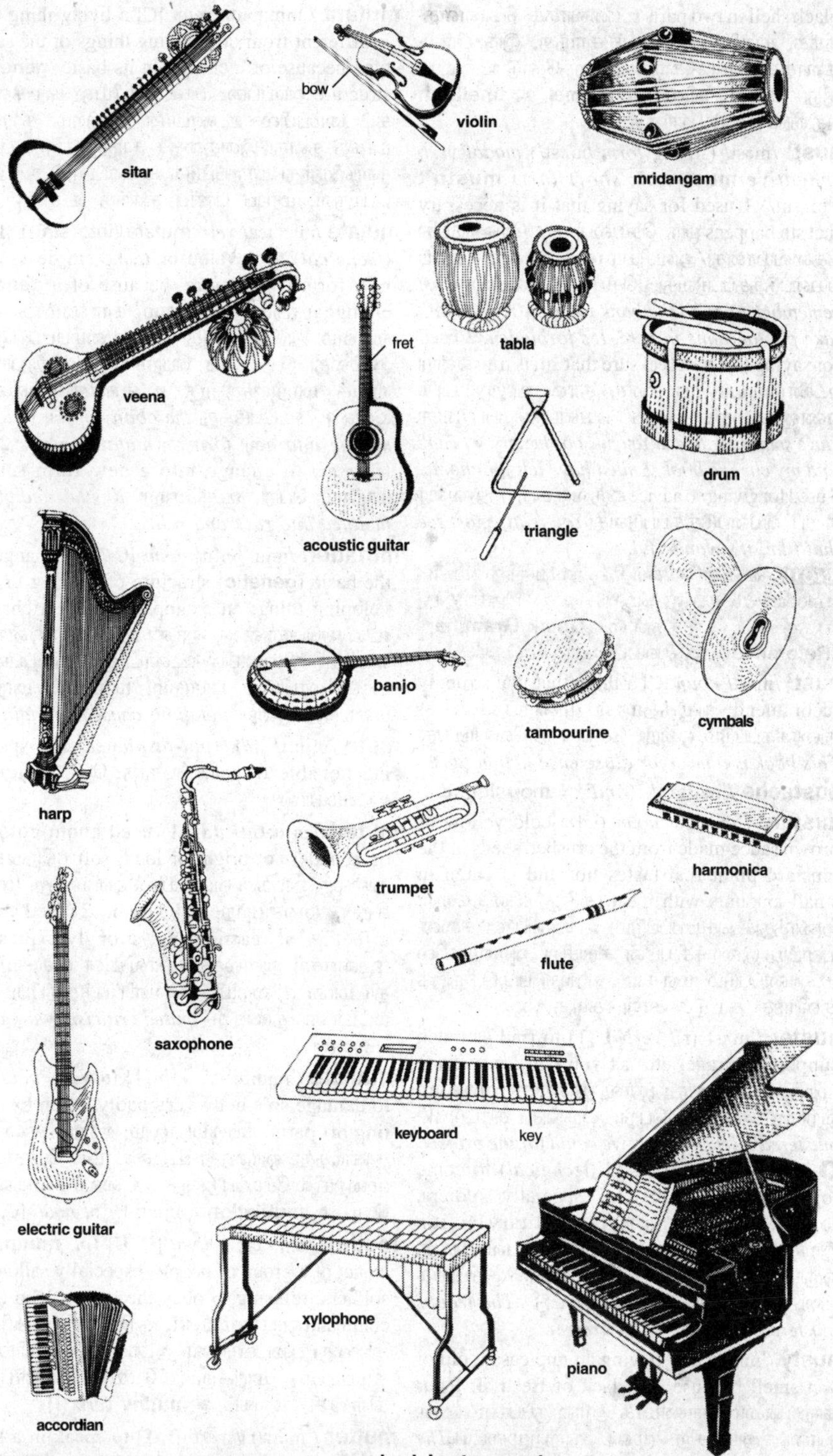

musical instruments

black shell in two parts உணவாகக் கொள்ளத்தக்க, சிப்பி இனத்தைச் சார்ந்த, இரு பிரிவுகளாக அமைந்த கருநிறப் புறத்தோடு உடைய, சிறு கடல் விலங்கு வகை ⇨ **shellfish** பதிவில் படம் பார்க்க.

must¹ /məst/ (*strong form* /mʌst/) *modal verb* (*negative* **must not**; *short form* **mustn't** /'mʌsnt/) **1** used for saying that it is necessary that sth happens ஒரு செயல் நிகழ வேண்டியது தேவையானது/அவசியமானது என்று கூறப் பயன்படுத்தப்படுவது; 'செய' + வேண்டும் *I must remember to go to the bank today. • You mustn't take photographs in here. It's forbidden.* **2** used for saying that you feel sure that sth is true ஒன்று உண்மையானது எனத் தான் உறுதியாக எண்ணுவதைக் கூறப் பயன்படுத்தப்படுவது *Have something to eat. You must be hungry. • I can't find my cheque book. I must have left it at home.* **3** used for giving sb advice ஒருவருக்கு அறிவுரை கூறப் பயன்படுத்தப்படுவது *You really must see that film. It's wonderful.*

NOTE வினைநோக்கத் துணைவினைகள் (modal verbs) பற்றி மேலும் அறிய, அகராதிப் பகுதியை அடுத்துள்ள **Quick Grammar Reference** பகுதியைப் பார்க்க.

must² /mʌst/ *noun* [C] a thing that you strongly recommend அழுத்தமான முறையில் பரிந்துரைக்கப்படும் ஒன்று; செய்து தீரவேண்டியது *This book is a must for all science fiction fans.*

mustache /'mʌstæʃ/ (*AmE*) = **moustache**

mustard /'mʌstəd/ *noun* [U] a cold yellow or brown sauce made from the crushed seeds of the mustard plant that tastes hot and is eaten in small amounts with meat (கடுகு விதைகளை அரைத்துச் செய்யப்படும்) உறைப்பான சுவையுடைய இறைச்சியுடன் சிறுசிறு அளவுகளில் உண்ணப்படும், மஞ்சள் அல்லது பழுப்பு நிறக் குளிர்ந்த கூட்டுச் சாறு; கடுகு ஆணம்

muster /'mʌstə(r)/ *verb* **1** [T] to find as much support, courage, etc. as you can தன்னால் முடிந்த அளவுக்கு ஆதரவு, துணிச்சல் முதலியவற்றை அடையப்பெறு; ஒருங்கு திரட்டு *We mustered all the support we could for the project.* ✪ SYN **summon 2** [I, T] (*technical*) to come together, or bring people, especially soldiers, together, for example for military action இராணுவச் செயல்பாடு முதலியவற்றுக்கு ஒருங்கு சேர் அல்லது ஆட்களை, குறிப்பாக படைவீரர்களை, ஒருங்குதிரட்டு *The troops mustered. • to muster an army*

musty /'mʌsti/ *adj.* having an unpleasant old or wet smell because of a lack of fresh air தூய காற்றின்மை காரணமாக அருவருப்பான/ஊசல் வாடை அடிக்கிற; முடை நாற்றமுடைய *The rooms in the old house were dark and musty.*

mutant /'mju:tənt/ *noun* [C] a living thing that is different from other living things of the same type because of a change in its basic (**genetic**) structure அடிப்படையான மரபியல் கூறுகளின் கட்டமைப்பில் உண்டான மாற்றம் காரணமாகத் தனது இனத்தைச் சார்ந்த பிற உயிர்களிலிருந்து மாறுபட்டுக் காணப்படும் உயிர்ப்பொருள்; மரபுப் பண்பு திரிந்த உயிர்

mutate /mju:'teɪt/ *verb* **mutate (into sth) 1** [I, T] (*technical*) to develop or make sth develop a new form or structure, because of a **genetic** change மரபியல் மாற்றம் காரணமாக புது வடிவம் அல்லது புது உருவமைப்புப் பெறு அல்லது இதனைப் பெறச் செய்; மரபியல் வகை மாற்றத்திற்கு உள்ளாகு அல்லது ஒன்றை உட்படுத்து *the ability of the virus to mutate into new forms • mutated genes* **2** [I] (*formal*) to change into a new form வடிவ மாற்றம் பெறு; உரு மாறு *Rhythm and blues mutated into rock and roll.*

mutation /mju:'teɪʃn/ *noun* [C, U] a change in the basic (**genetic**) structure of a living or developing thing; an example of such a change உயிர்ப்பொருள் ஒன்றில் அல்லது ஒன்றின் வளர்ச்சி நிலையில் உண்டாகும் அடிப்படையான மரபியல் மாற்றம்; மரபியல் மாற்றமடைந்த ஒன்று *mutations caused by radiation*

mute /mju:t/ *adj.* (*old-fashioned*) not speaking; not able to speak பேசாத; பேச முடியாத; ஊமையான

muted /'mju:tɪd/ *adj.* **1** (used about colours or sounds) not bright or loud; soft (நிறங்கள் அல்லது ஒலிகள் வகையில்) ஒளிர்வற்ற; மங்கலான; ஓசையற்ற; மந்தமான **2** (used about a feeling or reaction) not strongly expressed (உணர்ச்சி அல்லது எதிர்வினை வகையில்) திடமான முறையில் வெளிப்படுத்தப்படாத; மட்டான; தணிந்த *muted criticism • a muted response*

mutilate /'mju:tɪleɪt/ *verb* [T] (*usually passive*) to damage sb's body very badly, often by cutting off parts பெரும்பாலும் உறுப்புகளைத் துண்டித்து, ஒருவரது உடலை மிக மோசமான முறையில் சேதப்படுத்து; உடலைச் சிதைவுறச் செய் ▶ **mutilation** /ˌmju:tɪ'leɪʃn/ *noun* [C, U]

mutiny /'mju:təni/ *noun* [C, U] (*pl.* **mutinies**) an act of a group of people, especially sailors or soldiers, refusing to obey the person who is in command ஒரு குழுவினர், குறிப்பாக மாலுமிகள் அல்லது படைவீரர்கள், ஆணை அதிகாரிக்குக் கீழ்ப்படிய மறுக்கும் செயல்; எதிர்ப்புக் கிளர்ச்சி; கலகம் ▶ **mutiny** *verb* [I]

mutter /'mʌtə(r)/ *verb* [I, T] to speak in a low, quiet and often angry voice that is difficult to hear தெளிவாகக் கேட்க முடியாத வகையில், பெரும்பாலும் சினம் தொனிக்க, தாழ்ந்து அடங்கிய குரலில் பேசு; முணுமுணு *He muttered something about being late and left the room.* ➪ **mumble** பார்க்க.

mutton /ˈmʌtn/ *noun* [U] the meat from an adult sheep or goat முழு வளர்ச்சியடைந்த ஆட்டின் இறைச்சி; ஆட்டிறைச்சி

mutual /ˈmju:tʃuəl/ *adj.* **1** (used about a feeling or an action) felt or done equally by both people involved (உணர்ச்சி அல்லது செயல் வகையில்) குறிப்பிட்ட ஒன்றில் தொடர்புற்றுள்ள இருவராலும் சம நிலையில் உணரப்படுகிற அல்லது செய்யப்படுகிற; பரஸ்பரமான *We have **a mutual agreement*** (= we both agree) *to help each other out when necessary.* • *I just can't stand her and I'm sure **the feeling is mutual*** (= she doesn't like me either). **2** shared by two or more people இருவரால் அல்லது இரண்டுக்கு மேற்பட்டவர்களால் பகிர்ந்துகொள்ளப்படுகிற *mutual interests* • *It seems that Juhi is **a mutual friend** of ours.* ▶ **mutually** /ˈmju:tʃuəli/ *adv.*

muzzle /ˈmʌzl/ *noun* [C] **1** the nose and mouth of an animal (for example a dog or fox) (நாய், நரி, முதலிய) விலங்கின் மூக்கும் வாயும் உள்ளடங்கிய, முனை நீட்டிக்கொண்டுள்ள, முகப்பகுதி **2** a cover made of leather or wire that is put over an animal's nose and mouth so that it cannot bite கடிக்க முடியாதவாறு செய்ய விலங்கின் மூக்கையும் வாயையும் மூடிப் பொருத்தப்படும் தோல் அல்லது கம்பியால் ஆன உறை; முகவாய்க் கட்டு; வாய்மூடி **3** the open end of a gun where the bullets come out குண்டுகள் வெளியேறும் துப்பாக்கியின் வெளிமுனை; துப்பாக்கி வாய் முகப்பு ▶ **muzzle** *verb* [T] (*usually passive*) *Dogs must be kept muzzled.*

MW *abbr.* = **medium wave** ➪ **wavelength** பதிவில் படம் பார்க்க.

my /maɪ/ *det.* of or belonging to me என்னுடைய; எனக்குரிய *This is my husband, Vijay.* ➪ **mine**[1] பார்க்க.

myelin /ˈmaɪəlɪn/ *noun* [U] (*technical*) a substance that forms a covering over many of the **nerves** in the body, increasing the speed at which messages travel உடல் நரம்புகள் பலவற்றின் மேலுறையாக அமைந்துள்ள, ஊடாகச் செல்லும் தகவல் விரைந்து செல்ல உதவும் பொருள்; நரம்புறை; வெண்கொழும உறை

myopia /maɪˈəʊpiə/ *noun* [U] (*technical*) the inability to see things clearly when they are far away தொலைவில் உள்ள பொருள்களைத் தெளிவாகப் பார்க்க இயலாமை; கிட்டப்பார்வை; அணுக்கப் பார்வைக் கோளாறு ▶ **myopic** /maɪˈɒpɪk/ *adj.* ✪ SYN **short-sightedness** ➪ **short-sighted** பதிவில் படம் பார்க்க.

myself /maɪˈself/ *pronoun* **1** used when the person who does an action is also affected by it தான் செய்யும் செயலின் விளைவு தன்னை வந்தடைவதைக் குறிக்கப் பயன்படுத்தப்படுவது *I saw myself in the mirror.* • *I felt rather pleased with myself.* **2** used to emphasize the person who does the action செயலைச் செய்த ஒருவரை (தன்னை) வலியுறுத்திக் கூறப் பயன்படுத்தப்படுவது: நானே; என்னையே *I'll speak to her myself.* • *I'll do it myself* (= if you don't want to do it for me).

IDM **(all) by myself 1** alone (நான்) தனியாக, தன்னந்தனியாக; தனிப்பட்ட முறையில் *I live by myself.* ➪ **alone** பதிவிலுள்ள குறிப்பைப் பார்க்க. **2** without help துணையின்றி; தனி ஒருவராக *I painted the house all by myself.*

mysterious /mɪˈstɪəriəs/ *adj.* **1** that you do not understand or cannot explain; strange புரிந்துகொள்ளப்படாத; விளக்க முடியாத; மர்மமான *Several people reported seeing mysterious lights in the sky.* **2** (used about a person) keeping sth secret or refusing to explain sth (ஆள் வகையில்) ஒன்றை இரகசியமாக வைத்திருக்கிற; ஒன்றைத் தெளிவுபடுத்த மறுக்கிற *They're being very mysterious about where they're going this evening.* ▶ **mysteriously** *adv.*

mystery /ˈmɪstri/ *noun* (*pl.* **mysteries**) **1** [C] a thing that you cannot understand or explain புரிந்துகொள்ள இயலாத அல்லது விவரிக்க முடியாத ஒன்று; புதிர்; மர்மம் *The cause of the accident is a complete mystery.* **2** [U] the quality of being strange and secret and full of things that are difficult to explain விசித்திரமாக, இரகசியமாக மற்றும் விவரிக்க இயலாது இருக்கும் தன்மை; புதிர் நிலை; மர்மம் *There's a lot of mystery surrounding this case.* **3** [C] a story, film or play in which crimes or strange events are only explained at the end குற்றங்கள் அல்லது புதிரான நிகழ்வுகள் இறுதிக்கட்டத்தில் மட்டுமே தெளிவுபடுத்தப்படும் கதை, திரைப்படம் அல்லது நாடகம்

mystic /ˈmɪstɪk/ *noun* [C] a person who spends his/her life developing his/her spirit and communicating with God or a god தனது ஆன்ம வளர்ச்சியிலும் இறைவனுடன் அல்லது ஒரு கடவுளுடன் ஆன்மீகத் தொடர்பு கொள்வதிலும் வாழ்க்கையைச் செலவழிப்பவர்; இறை உணர்வாளர்; மெய்ஞ்ஞானி

mystical /ˈmɪstɪkl/ (*also* **mystic** /ˈmɪstɪk/) *adj.* connected with the spirit; strange and wonderful மெய்யுணர்வு அல்லது ஆன்மா தொடர்பான; புலன் உணர்வுகளுக்கு அப்பாற்பட்ட

உள்ளுணர்வு சார்ந்த; வழக்கமீறியதும் வியப்புக்குரியதும் ஆன; மறைபொருளான *Watching the sun set over the island was an almost mystical experience.*

mysticism /ˈmɪstɪsɪzəm/ *noun* [U] the belief that you can reach complete truth and knowledge of God or gods by prayer, thought and development of the spirit வழிபாடு, ஆழ்ந்த சிந்தனை, ஆன்ம வளர்ச்சி ஆகியவை வழியாக நிறைபேருண்மையையும் இறையறிவையும் அடைய முடியும் என்னும் கோட்பாடு; மெய்யுணர்வு/இறையுணர்வுக் கோட்பாடு

mystify /ˈmɪstɪfaɪ/ *verb* [T] (*pres. part.* **mystifying**; *3rd person sing. pres.* **mystifies**; *pt, pp* **mystified**) to make sb confused because he/she cannot understand sth ஒருவர் ஒன்றைப் புரிந்துகொள்ளமுடியாது குழப்பமுறச் செய்; மருட்சியூட்டு; புதிரிடு *I was mystified by the strange note he'd left behind.*

mystique /mɪˈstiːk/ *noun* [U] [*sing.*] the quality of having hidden or secret characteristics that makes sb/sth seem interesting or attractive ஒருவர்/ஒன்று ஆர்வ ஈடுபாட்டிற்கு அல்லது கவர்ச்சிக்கு உரியவராக/உரியதாகத் தோன்றுமாறு, வெளிப்படாத அல்லது இரகசியமான சிறப்பியல்புகளைக் கொண்டிருக்கும் பண்பு; விளங்கா மெய்ம்மைப் பண்பு

myth /mɪθ/ *noun* [C] **1** a story from past times, especially one about gods and men of courage. Myths often explain natural or historical events பழங்காலத்திற்குரிய புனை கதை, குறிப்பாகக் கடவுள்கள் மற்றும் துணிவாற்றல் உடையவர்கள் பற்றிய கதை; புராணக் கதை; இக்கதைகள் இயற்கை அல்லது வரலாற்று நிகழ்வுகளை விவரிக்கின்றன. **2** an idea or story which many people believe but that does not exist or is false பலரால் நம்பப்படுகிற ஆனால் மெய்ம்மை அடிப்படை அற்ற அல்லது பொய்யான கருத்து அல்லது கதை; கற்பனைக் கூறு; புனைந்துரை *The idea that money makes you happy is a myth.*

mythical /ˈmɪθɪkl/ *adj.* **1** existing only in **myths** புராணக் கதைகளில் மட்டுமே காணப்படுகிற *mythical beasts/heroes* **2** not real or true; existing only in the imagination உண்மையல்லாத; மெய்யானதல்லாத; முற்றிலும் கற்பனையான; இட்டுக்கட்டான

mythology /mɪˈθɒlədʒi/ *noun* [U] very old stories and the beliefs contained in them தொன்மைக் காலக் கதைகளும் அவற்றுள் உள்ளடங்கியுள்ள நம்பிக்கைளும்; தொன மரபியல்; புராண மரபியல் *Greek and Roman mythology* ▶ **mythological** /ˌmɪθəˈlɒdʒɪkl/ *adj.* *mythological beasts/figures/stories*

N n

N, n[1] /en/ *noun* [C, U] (*pl.* **N's; n's** /enz/) the fourteenth letter of the English alphabet ஆங்கில நெடுங்கணக்கின் பதினான்காவது எழுத்து *'Neha' begins with (an) 'N'.*

N[2] *abbr.* **1** (*AmE* **No**) north(ern) (வடக்கு அல்லது வடதிசையிலுள்ள) என்பதன் குறுக்கம் *N Delhi* **2** the abbreviation for 'newton'; a unit of force விசையாற்றலின் அலகான newton என்பதன் குறுக்கம்

nab /næb/ *verb* [T] (**nabbing; nabbed**) (*informal*) **1** to catch or arrest sb who is doing sth wrong தவறான செயலில் ஈடுபட்டுள்ள ஒருவரைப் பிடி அல்லது கைதுசெய் *The criminal was nabbed by the police.* **2** to take or get sth before anyone else can get to it பிறர் ஒன்றை அடையுமுன் அதை எடுத்துக்கொள் அல்லது பெறு *Someone nabbed my sandwich while I was away.*

nadaswaram *noun* [C] a long conical Indian **reed 2** instrument similar to the 'shehnai'. Considered **auspicious**, it is played at temples and weddings in the **Carnatic** style of **music** ஷெனாயை ஒத்த நீண்ட கூம்பு வடிவான இந்தியத் துளை இசைக் கருவி; நாதஸ்வரம். நன்னிமித்தத்தின் அறிகுறியாகக் கருதப்படும் இது கோவில்களிலும் திருமணங்களிலும் கர்நாடக இசைப் பாணியில் வாசிக்கப்படுகிறது

nadir /ˈneɪdɪə(r)/ *noun* [*sing.*] (*written*) the worst moment of a particular situation குறிப்பிட்ட சூழலின் மிக மோசமான கட்டம்; அடிமட்ட நிலை; தாழ்வெல்லை *She is at the nadir of her career.* ✪ OPP **zenith**

nag /næg/ *verb* (**nagging; nagged**) **1** [I, T] **nag (at) sb** to continuously complain to sb about his/her behaviour or to ask him/her to do sth many times ஒருவரது நடத்தை குறித்து அவரிடம் தொடர்ந்து குறைபட்டுக்கொள் அல்லது ஒன்றைச் செய்யுமாறு அவரிடம் மீண்டும் மீண்டும் சொல்லிக்கொண்டிரு; நச்சரி *My parents are always nagging (at) me to work harder.* **2** [T] to worry or irritate sb continuously தொடர்ந்து கவலையளி; விடாது எரிச்சல் படுத்து; தொந்தரவு செய் *a nagging doubt/headache*

nail /neɪl/ *noun* [C] **1** the thin hard layer that covers the ends of your fingers and toes நகம் *fingernails/toenails* **2** a small thin piece of metal that is used for holding pieces of wood together, hanging pictures on, etc. ஆணி ➪ **bolt** பதிவில் படம் பார்க்க. ▶ **nail** *verb* [T]

IDM **hit the nail on the head** ➪ **hit**[1] பார்க்க.

PHR V **nail sb down (to sth)** to make a person say clearly what he/she wants or intends to do ஒருவர் செய்ய விரும்புவதை அல்லது செய்யக் கருதியிருப்பதைத் தெளிவாகக் கூறச் செய் *She says she'll visit us in the summer but I can't nail her down to a definite date.*

nail brush *noun* [C] a small brush for cleaning your fingernails கைவிரல் நகங்களைத் தூய்மைப்படுத்துவதற்கான சிறு தூரிகை; நகம் துடைக்கும் தூரிகை

nail file *noun* [C] a small metal tool with a rough surface that you use for shaping your nails நகங்களை உருச்செப்பம் செய்வதற்குப் பயன்படுத்தப்படும் சொரசொரப்பான பரப்புடைய சிறு உலோகக் கருவி; நகம் அராவி

nail polish (*BrE* **nail varnish**) *noun* [U] a liquid that people paint on their nails to give them colour நகங்களுக்கு வண்ணமூட்டப் பயன்படுத்தப்படும் திரவப் பொருள்; நகச்சாயம்

naive (*also* **naïve**) /naɪˈiːv/ *adj.* without enough experience of life and too ready to believe or trust other people அனுபவ முதிர்ச்சியற்ற மற்றும் எளிதில் பிறரை நம்பிவிடுகிற அல்லது பிறரிடம் நம்பிக்கை வைக்கிற; சூதுவாதற்ற; அப்பாவியான *a naive remark/question/view* ✪ SYN **innocent** ▶ **naively** (*also* **naïvely**) *adv. She naively accepted the first price he offered.* ▶ **naivety** (*also* **naïvety** /naɪˈiːvəti/) *noun* [U]

naked /ˈneɪkɪd/ *adj.* **1** not wearing any clothes உடை எதுவும் அணிந்திராத; ஆடையில்லாத *He came to the door naked except for a towel.* • *naked shoulders/arms* ➪ **bare** மற்றும் **nude** பார்க்க. **2** (*only before a noun*) (used about sth that is usually covered) not covered மூடப்பட்டிராத; உறையிடப்படாத *a naked flame/bulb/light* **3** (*only before a noun*) clearly shown or expressed in a way that is often shocking பெரும்பாலும் அதிர்ச்சியூட்டத்தக்க வகையில் தெளிவாக வெளிக்காட்டப்படுகிற அல்லது புலப்படுத்தப்படுகிற; ஒளிவுமறைவற்ற; வெளிப்படையான *naked aggression/ambition/fear*

IDM **the naked eye** the normal power of your eyes without the help of glasses, a machine, etc. மூக்குக் கண்ணாடி, இயந்திர சாதனம் முதலியவற்றின் துணையில்லாத இயல்பான பார்வைத் திறன் *Bacteria are too small to be seen with the naked eye.*

name[1] /neɪm/ *noun* **1** [C] a word or words by which sb/sth is known ஒருவரை/ஒன்றை இனம்காண அல்லது அடையாளப்படுத்தப் பயன்படுத்தப்படும் சொல் அல்லது சொற்கள்; பெயர் *What's your name, please?* • *Do you know the name of this flower?* **2** [*sing.*] an opinion that people have of a person or thing ஒருவர்/ஒன்று பற்றிப் பொதுவாக நிலவும் கருத்து; பொதுக் கருத்து; மதிப்பு *That area of Delhi has rather a bad name.* ✪ SYN **reputation** **3** [C] a famous person புகழ் வாய்ந்த ஒருவர்; பலரறிந்தவர் *All the big names in show business were invited to the party.*

IDM **by name** using the name of sb/sth பெயரைக் குறிப்பிட்டு *It's a big school but the head teacher knows all the children by name.*

call sb names ➪ **call**[1] பார்க்க.

in the name of sb; in sb's name for sb/sth; officially belonging to sb ஒருவருக்காக/ஒன்றுக்காக; அதிகாரபூர்வமாக ஒருவருக்கு உரியதாக; ஒருவர் பெயரில் *The contract is in my name.*

in the name of sth used to give a reason or excuse for an action, even when what you are doing might be wrong பெயரால்; சார்பாக; தனது செயல் தவறானதாக இருப்பதற்கு வாய்ப்புள்ள நிலையிலும், அச்செயலைச் செய்வதற்கான காரணம் அல்லது மழுப்பலான காரண விளக்கம் அளிக்கப் பயன்படுத்தப்படுவது; குறிப்பிடப்பட்ட ஒன்றை முன்னிட்டு, ஒன்றின் நிமித்தமாக *They acted in the name of democracy.*

make a name for yourself; make your name to become well known and respected பலரால் அறியப்பட்டவராகவும் பலரது மதிப்புக்கு உரியவராகவும் ஆகு; பெயர் பெறு *She made a name for herself as a journalist.*

NOTE பிறக்கும்போது பெற்றோர்கள் வைக்கும் பெயர் **first name** (முதற்பெயர்) (*AmE* பெரும்பாலும் **given name**) எனப்படும். கிறிஸ்தவ நாடுகளில், சில வேளைகளில் இப்பெயர் **Christian name** என்று வழங்கப்படும். ஒரு **middle name**-ஐ (இடைப்பெயர்) பெற்றோர்கள் தம் குழந்தைகளுக்கு வைக்கலாம். இப்பெயர் பணிமுறை ஆவணங்களைத் தவிர பிற சூழல்களில் அருகியே பயன்படுத்தப்படுகிறது. இவ்வாறு பயன்படும் இடங்களில் முதற்பெயர், இடைப்பெயர் இரண்டும் **forenames** என வழங்கப்படுகின்றன. **Family name** அல்லது தனது குடும்பத்தைக் குறிக்கும் பொதுப்பெயர் **surname** எனப்படும். திருமணத்திற்குப் பின் ஒரு பெண் தன் கணவனது குடிப்பெயரைக் கொள்ளக் கூடும். திருமணத்திற்கு முன் ஒரு பெண்ணின் குடிப்பெயர் **maiden name** (கன்னிமைப்பெயர்) என வழங்கப்படும்.

name[2] /neɪm/ *verb* [T] **1 name sb/sth (after sb)** to give sb/sth a name ஒருவருக்கு/ஒன்றுக்குப் பெயரிடு; பெயர் சூட்டு *Columbia was named after Christopher Columbus.*

NOTE குறிப்பிட்ட பெயரால் ஒருவர் அறியப்படுவதைக் கூறும்போது **be called** என்ற தொடர் பயன்படுத்தப்படுகிறது—*Their youngest daughter is called Mala.*

2 to say what the name of sb/sth is ஒருவருடைய/ஒன்றின் பெயர் இன்னதென்று கூறு; பெயர் குறிப்பிடு *The journalist refused to name the person who had given her the information.* • *Can you name all the planets?* **3** to state sth exactly ஒன்றைத் துல்லியமாகத் தெரிவி *Name your price—we'll pay it!*

nameless /ˈneɪmləs/ *adj.* **1** without a name or with a name that you do not know பெயரில்லாத அல்லது பெயர் தெரியாத **2** whose name is kept a secret பெயர் வெளியிடப்படாத அல்லது இரகசியமாக வைக்கப்பட்டுள்ள *a well-known public figure who shall* ***remain nameless***

namely /ˈneɪmli/ *adv.* (used for giving more detail about what you are saying) that is to say (தான் பேசிக்கொண்டிருக்கும் பொருள் குறித்து மேலும் விவரம் அளிக்கப் பயன்படுத்தப்படுவது) அதாவது *There is only one person who can overrule the death sentence, namely the President.*

namesake /ˈneɪmseɪk/ *noun* [C] a person who has the same name as another மற்றொருவரது பெயரைக் கொண்ட ஒருவர்

nan (*also* **naan**) /nɑːn/ *noun* [C, U] a type of flat Indian bread தட்டை வடிவ இந்திய ரொட்டி வகை

nanny /ˈnæni/ *noun* [C] (*pl.* **nannies**) a woman whose job is to look after a family's children and who usually lives in the family home ஒரு குடும்பத்தின் குழந்தைகளை, பெரும்பாலும் அக்குடும்பத்தின் இல்லத்தில் தங்கியிருந்து, கவனித்துப் பார்த்துக்கொள்ளும் பெண்-பணியாளர்; செவிலித்தாய்

nanny goat *noun* [C] a female **goat** வெள்ளாட்டின் பெட்டை ➪ **billy goat** பார்க்க.

nano- /ˈnænəʊ/ *prefix* (*technical*) (*used in nouns and adjectives, especially in units of measurement*) one **billionth** (= one of one thousand million equal parts of sth) குறிப்பாக அளவைக் கூறுகளைக் குறிக்க, பெயர்ச்சொல் மற்றும் பெயரடைகளில் பயன்படுத்தப்படுவது ஒன்றின் நூறு கோடி சமக்கூறுகளில் ஒன்றான *nanosecond*

nap /næp/ *noun* [C] a short sleep that you have during the day பகல் நேரத்தில் தூங்கும் சிறு தூக்கம்; பகல் உறக்கம் ➪ **snooze** பார்க்க. ▶ **nap** *verb* [I] (**napping; napped**)

nape /neɪp/ *noun* [*sing.*] the back part of your neck கழுத்தின் பின்பகுதி; பிடரி; பின்கழுத்து

naphthalene /ˈnæfθəliːn/ *noun* [U] a white **crystalline** aromatic subtance produced by the **distillation** of **coal tar**, or petroleum that is used in the manufacture of dyes, mothballs, etc. கரி எண்ணெய் அல்லது பெட்ரோலி-யத்தை வடித்திறக்கித் தயாரிக்கப்படுவதும், அந்துருண்டைகள் மற்றும் சாயப் பொருள்கள் முதலியவை தயாரிப்பதில் பயன்படுத்தப்-படுவதுமான, வெண்ணிறப் படிகமாகக் காணப்-படும் மணமுள்ள பொருள்; இரசக் கற்பூரம்

napkin /ˈnæpkɪn/ *noun* [C] a piece of cloth or paper that you use when you are eating to protect your clothes or for cleaning your hands and mouth உண்ணும்பொழுது உடைக்குக் காப்பாக அல்லது கைகள் மற்றும் வாய் துடைக்கப் பயன்படுத்தப்படும் சிறு துணி அல்லது தாள்; துடைப்புக்குட்டை; மேசைக் கைக்குட்டை; குறுந்துணி *a paper napkin* ✪ SYN **serviette**

nappy /ˈnæpi/ *noun* [C] (*pl.* **nappies**) (*AmE* **diaper**) a piece of soft thick cloth or paper that a baby or very young child wears around its bottom and between its legs குழந்தை அணையாடை; இளஞ்சிறாருக்குப் பிட்டத்தைச் சுற்றிக் கால்-களுக்கு இடையில் அணிவிக்கப்படும் மெத்-தென்ற திண்மையான துணி அல்லது தாள் *Does his nappy need changing?* • *disposable nappies* (= that you throw away when they have been used)

narcotic /nɑːˈkɒtɪk/ *noun* [C] **1** a powerful illegal drug that affects your mind in a harmful way தீங்கு உண்டாக்கும் முறையில் மனத்தைப் பாதிக்கக் கூடிய ஆற்றல் மிக்க, சட்டத்தால் தடைசெய்யப்பட்ட மருந்து; போதை மருந்து **2** a substance or drug that relaxes you, stops pain, or makes you sleep களைப்புணர்ச்சி நீக்கும், நோவு தணிக்கும் அல்லது துயிலூட்டும் பொருள் அல்லது மருந்து ▶ **narcotic** *adj.*

narrate /nəˈreɪt/ *verb* [T] (*formal*) to tell a story கதை சொல்; வரிசைப்பட எடுத்துரை ▶ **narration** /-reɪʃn/ *noun* [C, U]

narrative /ˈnærətɪv/ *noun* (*formal*) **1** [C] the description of events in a story ஒரு கதையின் நிகழ்ச்சிகளை வரிசைப்பட விவரித்தல் **2** [U] the process or skill of telling a story கதை சொல்லுதல் அல்லது கதை சொல்லும் திறமை

narrator /nəˈreɪtə(r)/ *noun* [C] the person who tells a story or explains what is happening in a play, film, etc. கதை சொல்பவர் அல்லது ஒரு நாடகம், திரைப்படம் முதலியவற்றின் நிகழ்ச்சி-களை (வரிசைப்பட) விவரிப்பவர்

narrow /ˈnærəʊ/ *adj.* **1** having only a short distance from side to side ஒடுக்கமான; இரு பக்கங்களுக்கு இடையில் குறைந்த தொலைவே உள்ள; இடையகலம் குறைந்த; குறுகலான; குறுகிய *The bridge is too narrow for two cars to pass.* ✪ OPP **wide** or **broad 2** not large பெரிதாக இல்லாத; சுருங்கிய; சிறிதான *a narrow circle of friends* **3** by a small amount குறுகிய அளவிலான; குறைந்த வேறுபாடு உடைய; சிறிதே விலகிய *That was a very narrow escape. You were lucky.* • *a narrow defeat/victory* ▶ **narrow** *verb* [I, T] *The road narrows in 5 metres.* ▶ **narrowness** *noun* [U]

PHR V **narrow sth down** to make a list of things smaller பட்டியலைச் சுருக்கு *The police have narrowed down their list of suspects to three.*

narrowly /ˈnærəʊli/ *adv.* only by a small amount குறுகிய அளவிலேயே; குறைந்த வேறு-பாட்டிலேயே; சிறிதே விலகிய நிலையில்

narrow-minded *adj.* not wanting to accept new ideas or the opinions of other people if they are not the same as your own தனது எண்ணங்களை அல்லது கருத்துகளை ஒத்ததல்லாத புதிய கருத்துகளையோ பிறருடைய எண்ணங்-களையோ ஏற்றுக்கொள்ள விரும்பாத; பரந்த நோக்கமற்ற; குறுகிய மனப்பான்மையுடைய ✪ SYN **insular** ✪ OPP **broad-minded**

NASA /ˈnæsə/ *abbr.* National Aeronautics and Space Administration; a US government organization that does research into space and organizes space travel விண்வெளி ஆராய்ச்சி மற்றும் விண்வெளிப்பயண ஏற்பாட்டிற்குப் பொறுப்-பான அமெரிக்க அரசு நிறுவனமான National Aeronautics and Space Administration (தேசிய விண்பயண அறிவியல் மற்றும் விண்வெளி மேலாண்மை நிறுவனம்) என்பதன் குறுக்கம்

nasal /ˈneɪzl/ *adj.* **1** of or for the nose மூக்குக்-குரிய; மூக்குத் தொடர்பான **2** produced partly through the nose பகுதியளவு மூக்கு வழியாக ஒலிக்கிற *a nasal voice*

nasty /ˈnɑːsti/ *adj.* (**nastier; nastiest**) very bad or unpleasant மிக மோசமான; விரும்பத்தகாத; கேடார்ந்த; குணங்கெட்ட *a nasty accident* • *I had a nasty feeling he would follow me.* • *When she was asked to leave she* ***got/turned nasty***. ▶ **nastily** *adv.* ▶ **nastiness** *noun* [U]

nation /ˈneɪʃn/ *noun* [C] a country or all the people in a country நாடு; தேசம்; நாட்டு மக்கள் *a summit of the leaders of seven nations*

national¹ /ˈnæʃnəl/ *adj.* connected with all of a country; typical of a particular country நாட்டினத்துக்குரிய; ஒரு நாட்டின் அனைவரும்/ அனைத்தும் உள்ளடங்கிய; நாட்டுப் பொதுத்-தளம் தொடர்பான; தேசிய *Here is today's national and international news.* • *a national newspaper* ⇨ **international, regional** மற்றும் **local** பார்க்க. ▶ **nationally** *adv.*

national² /ˈnæʃnəl/ *noun* [C, *usually pl.*] (*formal*) a citizen of a particular country குறிப்பிட்ட ஒரு நாட்டின் குடிமகன்/குடிமகள்

national anthem *noun* [C] the official song of a country that is played at public events பொது நிகழ்ச்சிகளில் இசைக்கப்படும் ஒரு நாட்டின் அதிகாரபூர்வமான பாடல்; நாட்டுப்பண்; தேசிய கீதம்

National Insurance *noun* [U] (*abbr.* **NI**) (*BrE*) the system of payments that have to be made by employers and employees to the government to help people who are ill, unemployed, old, etc. நோய்வாய்ப்பட்டோர், வேலையில்லாதோர், முதியோர் முதலியவர்களுக்கு உதவி செய்வதற்காகப் பணி வழங்குவோரும் பணியாளர்களும் அரசுக்குப் பணம் செலுத்த வேண்டிய முறை; தேசியக் காப்பீட்டு முறை *to pay National Insurance contributions*

nationalism /ˈnæʃnəlɪzəm/ *noun* [U] **1** the desire of a group of people who share the same race, culture, language, etc. to form an independent country இனம், பண்பாடு, மொழி முதலியவற்றால் ஒன்றுபட்ட ஒரு குழுவினரின் தங்களுக்கெனச் சுதந்திர நாட்டை உருவாக்கிக் கொள்ளவேண்டுமென்ற விருப்பம்; தேசியவாதம் **2** a feeling of love or pride for your own country; a feeling that your country is better than any other சொந்த நாட்டின் மீதான பற்றுணர்வு; சொந்த நாடு குறித்த பெருமித உணர்வு அல்லது உயர்வு மனப்பான்மை; அழுத்தமான நாட்டுப் பற்று

nationalist /ˈnæʃnəlɪst/ *noun* [C] a person who wants his/her country or region to become independent சொந்த நாடு அல்லது நாட்டுப்பகுதி சுதந்திரம் பெற வேண்டுமென்று விரும்புபவர்; தேசியத் தனியாட்சியுரிமைக் கோட்பாட்டாளர்; தேசியவாதி *a Welsh nationalist*

nationalistic /ˌnæʃnəˈlɪstɪk/ *adj.* having strong feelings of love for or pride in your own country so that you think it is better than any other தன் நாடு குறித்து உயர்வு மனப்பான்மை உண்டாகும் முறையில் தன் நாட்டின் மீது அழுத்தமான பற்றும் தன் நாடு பற்றிப் பெருமித உணர்வும் கொண்டுள்ள; தீவிர நாட்டுப் பற்றுடைய; தேசிய உணர்வு மிக்க **NOTE** **Nationalistic** என்ற சொல் பெரும்பாலும் மிகையான நாட்டுப்பற்று என்ற பொருளில் கண்டனக் குறிப்புத் தோன்றப் பயன்படுத்தப்படுகிறது.

nationality /ˌnæʃəˈnæləti/ *noun* [C, U] (*pl.* **nationalities**) the state of being legally a citizen of a particular nation or country குறிப்பிட்ட நாட்டின் சட்டப்படியான குடிமகனாக/குடிமகளாக இருக்கும் நிலை; நாட்டுரிமைப் பண்பு; தேசிய உறுப்பாண்மை *students of many nationalities* • *to have* ***dual nationality*** (= of two countries)

nationalize (*also* **-ise**) /ˈnæʃnəlaɪz/ *verb* [T] to put a company or organization under the control of the government ஒரு நிறுவனத்தை அல்லது ஓர் அமைப்பை அரசின் கட்டுப்பாட்டிற்குள் கொண்டுவா; நாட்டுடைமையாக்கு; தேசியமயமாக்கு ✪ OPP **privatize** ▶ **nationalization** (*also* **-isation**) /ˌnæʃnəl-aɪˈzeɪʃn/ *noun* [U]

national park *noun* [C] a large area of beautiful land that is protected by the government so that the public can enjoy it பொது மக்களின் இன்பப் பயன்பாட்டிற்குரிய, அரசின் பாதுகாப்பில் உள்ள, எழில் வாய்ந்த பரந்த நிலப்பகுதி; தேசியப் பூங்கா

nationwide /ˌneɪʃnˈwaɪd/ *adj., adv.* over the whole of a country நாடு முழுவதிலுமான/முழுவதிலுமாக *The police launched a nationwide hunt for the killer.*

native¹ /ˈneɪtɪv/ *adj.* **1** (*only before a noun*) connected with the place where you were born or where you have always lived பிறப்பிடம் அல்லது வாழ்விடம் தொடர்பான; பிறப்பிடத்திற்குரிய அல்லது வாழ்விடத்திற்குரிய *your native language/country/city* • *native Londoners* **2** (*only before a noun*) connected with the people who originally lived in a country before other people, especially white people, came to live there பிறர், குறிப்பாக வெள்ளை இனத்தவர், குடியேறுவதற்கு முன், தொடக்க முதலே ஒரு நாட்டில் வாழும் மக்கள் தொடர்பான; முதற்குடி (பூர்வீக)ப் பிறப்புரிமையாளர்கள் சார்ந்த; இனமக்களுக்குரிய; அயல்வரவல்லாத *native art/dance* **NOTE** சில சமயங்களில் இப்பொருள் அவமதிப்பானதாகக் கருதப்படுகிறது. கவனமாக இப்பொருளைப் பயன்படுத்துதல் வேண்டும். **3 native (to...)** (used about an animal or a plant) living or growing naturally in a particular place (விலங்கு அல்லது தாவர வகையில்) குறிப்பிட்ட இடத்தில் இயற்கையாக வாழ்கிற அல்லது வளர்கிற; குறிப்பிட்ட இடத்திற்குரிய *This plant is native to South America.* • *a native species/habitat*

native² /ˈneɪtɪv/ *noun* [C] **1** a person who was born in a particular place குறிப்பிட்ட இடத்தில் பிறந்த ஒருவர்; பிறப்பால் குறிப்பிட்ட இடத்தைச் சார்ந்தவர் *a native of New York* **2** [*usually pl*]. (*old-fashioned*) the people who were living in Africa, America, etc. originally, before the Europeans arrived there ஆப்பிரிக்கா, அமெரிக்கா முதலியவற்றில் ஐரோப்பியர்களின் வருகைக்கு முன் தொடக்கக் காலத்திலிருந்து வாழ்ந்திருப்பவர்கள்; பூர்வக் குடிமக்கள்

NOTE இப்போது இப்பொருள் அவமதிப்பானதாகக் கருதப்படுகிறது. இதனைக் கவனமாகப் பயன்படுத்துதல் வேண்டும்

Native American (*also* **American Indian**) *adj., noun* [C] (of) a member of the race of people who were the original inhabitants of America அமெரிக்காவின் பூர்வக்குடியைச் சார்ந்தவர்; அமெரிக்க இந்தியர்

native speaker *noun* [C] a person who speaks a language as his/her first language and has not learned it as a foreign language ஒரு மொழியை அயல்மொழியாகக் கற்றறிந்திராது தனது முதல்(தாய்) மொழியாகப் பேசுபவர் *All our Spanish teachers are native speakers.*

NATO (*also* **Nato**) /ˈneɪtəʊ/ *abbr.* North Atlantic Treaty Organization; a group of European countries, Canada and the US, who agree to give each other military help if necessary தேவைப்படும்போது ஒருவருக்கொருவர் படையுதவி வழங்கும் உடன்படிக்கை செய்துகொண்டுள்ள ஐரோப்பிய நாடுகள், கனடா, அமெரிக்கா ஆகியவற்றின் கூட்டமைப்பான North Atlantic Treaty Organization (வட அட்லாண்டிக் உடன்படிக்கைக் கூட்டமைப்பு) என்பதன் குறுக்கம்

natter /ˈnætə(r)/ *verb* [I] (*BrE informal*) to talk a lot about things that are not important முக்கியமல்லாதவைகளைப் பற்றி மிகுதியாகப் பேசு; அரட்டையடி; வெற்றுரையாடு ✪ SYN **chat**. ▶ **natter** *noun* [*sing.*] *to have a natter*

natural[1] /ˈnætʃrəl/ *adj.* **1** (*only before a noun*) existing in nature; not made or caused by human beings இயற்கை சார்ந்த; இயற்கையில் காணப்படுகிற; இயற்கையாக உள்ள; இயற்கையாக உண்டான *I prefer to see animals in their **natural habitat** rather than in zoos.* • *Britain's **natural resources** include coal, oil and gas.* • *She died of **natural causes**.* **2** usual or normal வழக்க முறையான; இயல்பான; இயற்கையான; இயல் நிகழ்வான *It's natural to feel nervous before an interview.* ✪ OPP **unnatural** **3** that you had from birth or that was easy for you to learn பிறப்பிலிருந்தே கைவரப்பெற்ற; இயல் எளிமை வாய்ந்த *a natural gift for languages* **4** (*only before a noun*) (used about parents or their children) related by blood (பெற்றோர்கள் அல்லது அவர்களது பிள்ளைகள் வகையில்) குருதி வழித் தொடர்புடைய; பிறப்பினால் உறவான *She's his stepmother, not his natural mother.*

natural gas *noun* [U] gas that is found under the ground or the sea, and that we burn for light and heat நிலத்தடியிலிருந்து அல்லது கடலடியிலிருந்து பெறப்படுவதும் ஒளி மற்றும் வெப்பம் உண்டுபண்ண எரிக்கப்படுவதுமான வளி; இயற்கை எரிவாயு

natural history *noun* [U] the study of plants and animals தாவரங்கள் மற்றும் விலங்குகள் பற்றிய ஆய்வு; இயற்கை வரலாறு

naturalist /ˈnætʃrəlɪst/ *noun* [C] a person who studies plants and animals தாவரங்கள் மற்றும் விலங்குகள் பற்றி ஆய்பவர்; இயற்கை ஆராய்ச்சியாளர்

naturalize (*also* **-ise**) /ˈnætʃrəlaɪz/ *verb* [T] (*usually passive*) to make sb a citizen of a country where he/she was not born ஒரு நாட்டில் பிறந்திராத ஒருவரை அந்நாட்டின் குடிமகனாக்கு/குடிமகளாக்கு; அயல் நாட்டவர் ஒருவருக்குக் குடியுரிமை வழங்கு ▶ **naturalization** (*also* **-isation**) /ˌnætʃrəlaɪˈzeɪʃn/ *noun* [U]

naturally /ˈnætʃrəli/ *adv.* **1** of course; as you would expect இயல்பாக; எதிர்பார்க்கப்பட்டபடியே *The team was naturally upset about its defeat.* **2** in a natural way; not forced or made artificially இயற்கையான முறையில்; இயல் நிகழ்வாக; வலிந்து செய்யப்படாது; செயற்கையாக இல்லாது *naturally wavy hair* • *Vimala is naturally a very cheerful person.* **3** in a way that is relaxed and normal இயல்பான முறையில்; தன்னியல்பாக *Don't try and impress people. Just **act naturally**.*

natural selection *noun* [U] the process by which those animals and plants which are best suited to the conditions in which they live have more young and live longer தமது இருப்பிடச் சூழலுக்குப் பெரிதும் ஒத்திசைந்து வாழும் விலங்குகளும் தாவரங்களும் கூடுதலான இனப்பெருக்கமும் வாழ்நாள் நீட்சியும் அடையப்பெறும் நடைமுறை; இயல் தேர்வு விளைவு

nature /ˈneɪtʃə(r)/ *noun* **1** [U] all the plants, animals, etc. in the universe and all the things that happen in it that are not made or caused by people மனிதர்களால் தோற்றுவிக்கப்படாது அல்லது நிகழ்த்தப்படாது பிரபஞ்சத்தில் உளதாக இருக்கும் அனைத்துத் தாவரங்கள், விலங்குகள் முதலியவற்றின் தொகுதி மற்றும் பிரபஞ்சத்தில் நிகழும் அனைத்து நிகழ்வுகளின் தொகுதி; இயற்கை; இயலுலகு *the forces of nature* (= for example volcanoes, hurricanes, etc.) • *the wonders/beauties of nature* **2** [C, U] the qualities or character of a person or thing ஓராளின் அல்லது ஒரு பொருளின் பண்பியல்புகள் அல்லது சிறப்பியல்பு; இயற்பண்பு; இயல்பு *He's basically honest **by nature**.* • *It's not in his **nature** to be unkind.* • *It's **human nature** never to be completely satisfied.* **3** [*sing.*] a type or sort of sth ஒன்றின் வகை, வகுப்பு, பிரிவு, மாதிரி அல்லது இனம் *I'm not very interested in things of that nature.* • *books of a scientific nature* **4 -natured** (*used to form compound adjectives*) having a particular quality or type of character குறிப்பிட்ட இயல்புடைய அல்லது குறிப்பிட்ட வகையான தனிப்பண்புடைய *a kind-natured man*

IDM **second nature** ➪ **second**[1] பார்க்க.

naughty /ˈnɔːti/ *adj.* (*BrE*) (used when you are talking to or about a child) badly behaved; not obeying (ஒரு குழந்தையிடம் அல்லது குழந்தையைப் பற்றிப் பேசும்போது பயன்படுத்தப்படுவது) நன்னடக்கையற்ற; கீழ்ப்படியாத; குறும்புத்தனமான *It was very naughty of you to wander off on your own.* ▶ **naughtily** *adv.* ▶ **naughtiness** *noun* [U]

nausea /ˈnɔːziə/ *noun* [U] the feeling that you are going to vomit வாந்தி வருவது போன்ற உணர்வு; குமட்டல் உணர்ச்சி ➪ **sick 2** பார்க்க.

nauseate /ˈnɔːzieɪt/ *verb* [T] to cause sb to feel sick or disgusted குமட்டல் உணர்ச்சி அல்லது அருவருப்பு கொள்ளச் செய் ▶ **nauseating** *adj.*

nautical /ˈnɔːtɪkl/ *adj.* connected with ships, sailors or sailing கப்பல்துறை சார்ந்த; கப்பலோட்டிகள் பற்றிய; கடற்பயணம் தொடர்பான

nautical mile (*also* **sea mile**) *noun* [C] a unit for measuring distance at sea; 1852 metres கடற்கல் தொலையளவு; 1852 மீட்டருக்குச் சம அளவிலான, கடலில் தொலைவைக் கணக்கிடும் அளவைக் கூறு

naval /ˈneɪvl/ *adj.* connected with the navy கடற்படை சார்ந்த; கடற்படைக்குரிய *a naval base/officer/battle*

navel /ˈneɪvl/ (*informal* **belly button**) *noun* [C] the small hole or lump in the middle of your stomach வயிற்றின் இடைப்பகுதியிலுள்ள சிறு துளை அல்லது புடைப்பு; கொப்பூழ்; உந்தி

navigable /ˈnævɪgəbl/ *adj.* (used about a river or narrow area of sea) that boats can sail along (ஆறு அல்லது கடலின் ஒடுக்கமான ஒரு பகுதி குறித்துப் பேசுகையில்) படகுகள்/கப்பல்கள் ஊடாகச் செல்லத்தக்கதான; கப்பற் போக்குவரத்துக்கு ஏற்ற

navigate /ˈnævɪgeɪt/ *verb* **1** [I] to use a map, etc. to find your way to somewhere ஓரிடத்திற்குச் செல்லும் வழியைக் கண்டறிய நிலப்படம் முதலியவற்றைப் பயன்படுத்து *If you drive, I'll navigate.* **2** [T] (*written*) to sail a boat along a river or across a sea நதியில் அல்லது கடலில் கப்பலை/படகைச் செலுத்து ▶ **navigator** *noun* [C] ▶ **navigation** /ˌnævɪˈgeɪʃn/ *noun* [U]

navy /ˈneɪvi/ *noun* [C] (*pl.* **navies**) the part of a country's armed forces that fights at sea in times of war போர்க்காலங்களில் கடலில் போரிடும், ஒரு நாட்டின் படைப் பிரிவு; கப்பற்படை; கடற்படை *Their son is* ***in the Navy***. NOTE **Navy** என்ற சொல்லை ஒருமை வடிவில் பயன்படுத்தும்போது அது ஒருமை அல்லது பன்மை வினையை ஏற்கும்—*The Navy is/are introducing a new warship this year.* ➪ **Army, airforce** மற்றும் **merchant navy** பார்க்க; மேலும் **naval** *adj.* பார்க்க.

navy blue *adj., noun* [U] (of) a very dark blue colour அடர் கரு நீல நிறமான

Nazi /ˈnɑːtsi/ *noun* [C] **1** a member of the National Socialist party which controlled Germany from 1933 to 1945 ஜெர்மனியில் 1933-இல் இருந்து 1945 வரை ஆட்சி செலுத்திய தேசிய சமநெறிக் கட்சியின் உறுப்பினர் **2** a person who uses his power in a cruel way; a person with extreme and unreasonable views about race இரக்கமற்ற முறையில் அதிகாரத்தைப் பயன்படுத்தும் ஒருவர்; கொடுங்கோலர்; அறிவுக்கு ஒவ்வாத தீவிரவாத இனக்கோட்பாட்டாளர் ▶ **Nazi** *adj.* ▶ **Nazism** /ˈnɑːtsɪzəm/ *noun* [U]

NB (*also* **nb**) /ˌen ˈbiː/ *abbr.* (used before a written note) take special notice of (எழுத்து வடிவிலான ஒரு குறிப்புரையின் முன் பயன்படுத்தப்படுவது) சிறப்புக் கவனத்திற்காக; பின் வருவதைக் கவனத்தில் கொள்க *NB There is an extra charge for reservations.*

NE *abbr.* north-east வடகிழக்கைக் குறிக்கும் north-east என்பதன் குறுக்கம் *NE India*

near[1] /nɪə(r)/ *adj., adv., prep.* **1** not far away in time or distance; close (கால அல்லது தொலைவு வகையில்) மிகு தொலைவில் இல்லாத; நீடித்த கால இடைவெளியற்ற; நெருங்கிய தொலைவில் உள்ள/தொலைவில் *We're hoping to move to Kerala* ***in the near future*** (= very soon). • *Where's the nearest Post Office?*

> NOTE பல சமயங்களில் **close, near** இரண்டும் ஒரே பொருளில் பயன்படுத்தப்படுகின்றன. எனினும் சில தொடர்களில், இரண்டில் ஒன்று மட்டுமே பயின்று வரும்—*a close friend/relative • the near future • close contest.* ➪ **Next** பதிவிலுள்ள குறிப்பைப் பார்க்க.

2 near- (*used to form compound adjectives*) almost கிட்டத்தட்ட; ஏறத்தாழ *a near-perfect performance*

IDM **close/dear/near to sb's heart** ➪ **heart** பார்க்க.

a near miss a situation where sth nearly hits you or where sth bad nearly happens மயிரிழையில் தப்பிய நிலை

nowhere near far from ஒன்றினும் மிகக் குறைவாக; கிட்டத்தட்ட இல்லாததாக *We've sold nowhere near enough tickets to make a profit.*

near² /nɪə(r)/ *verb* [T, I] to get closer to sth in time or distance (கால அல்லது தொலைவு வகையில்) ஒன்றுக்கு மிக அண்மையில் செல்; நெருங்கு *At last we were nearing the end of the project.*

nearby /ˌnɪəˈbaɪ/ *adj., adv.* not far away in distance தொலை தூரத்தில் இல்லாத/இல்லாது; அண்மையில் உள்ள/அண்மையில் *A new restaurant has opened nearby.* • *We went out to a nearby restaurant.*

> **NOTE** பெயர்ச்சொல்லுக்கு முன்னர் மட்டுமே **nearby** பெயரடையாக வருவதைக் கருத்தில் கொள்க—*We went out to a nearby restaurant.* • *The restaurant we went to is quite near.*

nearly /ˈnɪəli/ *adv.* almost; not completely or exactly ஏறக்குறைய; கிட்டத்தட்ட *It's nearly five years since I've seen him.* • *It's not far now. We're nearly there.*

IDM **not nearly** much less than; not at all மிகக் குறைந்த நிலையில்; அறவே இல்லாததாக *It's not nearly as warm as it was yesterday.*

near-sighted (*AmE*) = **short-sighted 1**

neat /niːt/ *adj.* **1** arranged or done carefully; tidy and in order கவனமாகச் செய்யப்பட்ட; ஒழுங்கமைவான; துப்புரவான; நேர்த்தியான *Please keep your room* ***neat and tidy***. • *neat rows of figures* **2** (used about a person) liking to keep things tidy and in order (ஆள் வகையில்) நேர்த்தியான முறையில் பொருள்களைப் பராமரிக்க விரும்புகிற; துப்புரவிலும் பொருள்களை ஒழுங்கமைவுடன் வைத்திருப்பதிலும் கவனமாக உள்ள *The new secretary was very neat and efficient.* **3** simple but clever எளிமையான ஆனால் அறிவு நுட்பம் வாய்ந்த *a neat solution/explanation/idea/trick* **4** (*AmE spoken*) good; nice நல்ல; நலமான; நேரிய *That's a really neat car!* **5** (*AmE* **straight**) (used about an alcoholic drink) on its own, without ice, water or any other liquid (மதுக் குடி வகையில்) பனிக்கட்டி, நீர் அல்லது வேறெந்த நீர்மமும் கலவாத *a neat whisky* ► **neatly** *adv.* *neatly folded clothes* ► **neatness** *noun* [U]

nebula /ˈnebjələ/ *noun* [C] (*pl.* **nebulae** /-liː/) a bright area in the night sky that is caused by a mass of dust or gas or by a large cloud of stars that are far away வானில் தொலை உயரத்தில் உள்ள மாசு அல்லது வாயுப்பொருளின் திரள் தொகுதி காரணமாக அல்லது திரளான விண்மீன் தொகுதி காரணமாக இரவு வானில் தோன்றும் ஒளிப் பரப்பு; ஒண்மீன்/ஒண்முகில் படலம்

necessarily /ˈnesəsərəli; ˌnesəˈserəli/ *adv.* used to say that sth cannot be avoided or has to happen ஒன்று தவிர்க்க முடியாதது அல்லது நிகழ்ந்தாக வேண்டியது எனக் கூறப் பயன்படுத்தப்படுவது: தவிர்க்க முடியாததாக; இன்றியமையாததாக; அவசியமானதாக *The number of tickets available is necessarily limited.*

IDM **not necessarily** used to say that sth might be true but is not definitely or always true ஒன்று உண்மையாக இருக்கக் கூடும், ஆனால் அதை மறுக்க முடியாத அல்லது மாறாத உண்மையாகக் கொள்ள முடியாது எனக் கூறப் பயன்படுத்தப்படுவது

necessary /ˈnesəsəri/ *adj.* **necessary (for sb/sth) (to do sth)** that is needed for a purpose or a reason ஒரு நோக்கத்திற்காக அல்லது காரணத்திற்காகத் தேவையாக உள்ள; கட்டாயத் தேவையான; தீராது வேண்டப்படுகிற; அவசியமான; இன்றியமையாத *A good diet is necessary for a healthy life.* • *It's not necessary for you all to come.* • *If necessary I can take you to work that day.* ✪ OPP **unnecessary**

necessitate /nəˈsesɪteɪt/ *verb* [T] (*formal*) to make sth necessary ஒன்றை அவசியமானதாக்கு; இன்றியமையாததாக்கு; தேவைப்படுவதாக்கு

necessity /nəˈsesəti/ *noun* (*pl.* **necessities**) **1** [U] **necessity (for sth/to do sth)** the need for sth; the fact that sth must be done or must happen ஒன்றின் தேவை; அவசியம்; இன்றியமையாமை; தவிர்க்க முடியாமை; ஒன்று செய்யப்பட வேண்டிய அல்லது நிகழ்ந்தாக வேண்டிய நிலை Is *there any necessity for change?* • *They sold the car* ***out of necessity*** (= because they had to). **2** [C] something that you must have பெற்றிருக்க வேண்டிய ஒன்று; அவசியமான அல்லது இன்றியமையாத பொருள் *Clean water is an absolute necessity.*

neck /nek/ *noun* **1** [C] the part of your body that joins your head to your shoulders கழுத்து *Giraffes have long necks.* ➪ **body** பதிவில் படம் பார்க்க. **2** [C] the part of a piece of clothing that goes round your neck கழுத்தைச் சுற்றி அமையும் உடைப்பகுதி; சட்டையின் கழுத்துப்பகுதி *a polo-neck/V-neck sweater* **3** [C] the long narrow part of sth ஒரு பொருளின் நீண்டு குறுகலான பகுதி; குப்பி, புட்டி முதலியவற்றின் கழுத்துப் பகுதி *the neck of a bottle* **4 -necked** (*used to form compound adjectives*) having the type of neck mentioned குறிப்பிட்ட வகையிலான கழுத்தை/கழுத்துப் பகுதியை உடைய *a round-necked sweater*

IDM **by the scruff (of the/your neck)** ➪ **scruff** பார்க்க.

neck and neck (with sb/sth) equal or level with sb in a race or competition ஒரு பந்தயத்தில் அல்லது போட்டியில் ஒருவரோடு சரிசமமாக அல்லது சமநிலையில்

up to your neck in sth having a lot of sth to deal with கையாள வேண்டியது ஏராளமாக உள்ளதாக *We're up to our necks in work at the moment.*

necklace /ˈnekləs/ *noun* [C] a piece of jewellery that you wear around your neck கழுத்தில் அணிந்துகொள்ளும் அணிமணி வகை; கழுத்து மாலை; ஆரம்; கண்ட சரம்

neckline /ˈneklaɪn/ *noun* [C] the edge of a piece of clothing, especially a woman's, which fits around or below the neck ஓராடையின், குறிப்பாக மகளிர் ஆடையின், கழுத்தைச் சுற்றி அல்லது கழுத்துக்குக் கீழாக உள்ள விளிம்பு; பொருத்துப்பட்டி *a dress with a low/round neckline*

necktie /ˈnektaɪ/ (*AmE*) = **tie**[1] **1**

nectar /ˈnektə(r)/ *noun* [U] **1** the sweet liquid that bees collect from flowers to make **honey** தேனீக்கள் தேன் தயாரிப்பதற்காக மலர்களிலிருந்து திரட்டும் இனிப்பான நீர்மம்; மலர்த் தேன்; அமிழ்தம் **2** the thick juice of some fruit, used as a drink அருந்து நீர்மமாகப் பயன்படுத்தப்படும் சிலவகைப் பழங்களின் சாறு *apricot nectar*

nectarine /ˈnektəriːn/ *noun* [C] a soft round red and yellow fruit that looks like a **peach** with smooth skin மென்மையான உருண்டை வடிவிலான சிவப்பு மற்றும் மஞ்சள் நிறப் பழ வகை

née /neɪ/ *adj.* used in front of the family name that a woman had before she got married திருமணத்திற்கு முன்பிருந்த தன் குடிப்பெயருக்கு முன்னர் ஒரு பெண் பயன்படுத்தும் அடை; குடிப்பெயரடை *Aishwarya Bachchan, née Rai* ⇨ **maiden name** பார்க்க.

need[1] /niːd/ *verb* [T] (*usually not used in the continuous tenses*) **1 need sb/sth (for sth/to do sth)** if you need sth, you want it or must have it வேண்டி நாடு; தேவைப்படு; இன்றியமையாததாயிரு *All living things need water. • I need a new film for my camera. • I need to find a doctor.* **2** to have to; to be obliged to ஒன்றைச் செய்து தீரவேண்டியிரு; செய்யக் கடமைப்பட்டிரு *I need to ask some advice. • You didn't need to bring any food but it was very kind of you.*

> **NOTE** முதன்மை வினையாக (main verb) **need** பயன்படுத்தப்படும் போது அதன் வினா வடிவம் **do I need**? இறந்தகால வடிவம் **needed** (வினா வடிவம் **did you need**?; எதிர்மறை வடிவம் **didn't need**) என்பனவாகும்.

3 need (sth) doing if sth needs doing, it is necessary or must be done ஒன்று கட்டாயமாகச் செய்யப்பட வேண்டியதாயிரு *This sweater needs washing. • His eyes need testing.*

> **NOTE** **Need** பொதுவாக தொடர்வினையில் வராவிடினும், இதன் நிகழ்கால வினையெச்ச வடிவம் (= ing வடிவம்) பொது வழக்காகும்—*Patients needing emergency treatment will go to the top of the waiting list.*

need[2] /niːd/ *modal verb* (*not used in the continuous tenses; used mainly in questions or negative sentences after* if *and* whether *or with words like* hardly, only *and* never) to have to; to be obliged to (தொடர்வினைகளில் வராது. பெரும்பாலும் வினாக்களிலும் எதிர்மறை வாக்கியங்களிலும் *if* மற்றும் *whether*-க்குப் பின்னர் அல்லது hardly, only, never முதலிய சொற்களுடன் பயன்படுத்தப்படுவது) ஒன்றைச் செய்ய வேண்டியிரு; செய்து தீர வேண்டியிரு; செய்யக் கடமைப்பட்டிரு *Need we pay the whole amount now? • I **hardly need** remind you* (= you already know) *that this is very serious.*

> **NOTE** மூவிடங்களிலும் இதன் நிகழ்கால வடிவம் **need** என்பதாகும். எதிர்மறை வடிவம் **need not (needn't)** என்பது. வினா வடிவம் **need I**? முதலியவை. இறந்தகாலம் பற்றிக் குறிப்பிடுகையில், இறந்தகால வினையெச்சத்துடன் சேர்ந்துவரும் **needn't have** ஒரு செயலைச் செய்து, அதனைச் செய்து முடித்த பிறகு அதனைச் செய்திருக்க வேண்டியதில்லை என்று உணர்வதைச் சுட்டுவது—*I needn't have gone to the hospital* (= I went but it wasn't necessary). வினையெச்சத்துடன் (infinitive) சேர்ந்துவரும் **didn't need to** பெரும்பாலும் ஒன்றைச் செய்வது தேவையற்றது என்று முன்பே தெரிந்திருந்ததால் அச்செயலைச் செய்யாது விட்டதைக் குறிக்கும்—*I didn't need to go to the hospital* (= I didn't go because it wasn't necessary). வினைநோக்கத் துணைவினைகள்(modal verbs) பற்றி மேலும் அறிய, அகராதிப் பகுதிக்குப் பின் உள்ள **Quick Grammar Reference** பகுதியைப் பார்க்க.

need[3] /niːd/ *noun* **1** [U] [*sing.*] **need (for sth); need (for sb/sth) to do sth** a situation in which you must have or do sth தேவைப்படு நிலை; இன்றியமையாமை *We are all **in need of** a rest. • There's **no need for** you to come if you don't want to. • Do phone me if you **feel the need** to talk to someone.* **2** [C, *usually pl.*] the things that you must have பெற்றிருக்க வேண்டியவை; தேவைப் பொருள்கள் *He doesn't earn enough to pay for his basic needs. • Parents must consider their children's emotional as well as physical needs.* **3** [U] the state of not having enough food, money or support வேண்டிய அளவு உணவு, பணம் அல்லது ஆதரவு இல்லாத நிலை; இல்லாமை; பற்றாக்குறை; வறுமை *a campaign to help families **in need***

needle /ˈni:dl/ *noun* [C] **1** a small thin piece of metal with a point at one end and a hole (**an eye**) at the other that is used for sewing ஊசி; தையல் ஊசி *to thread a needle with cotton* ➪ **pins and needles** பார்க்க. **2** (*also* **knitting needle**) one of two long thin pieces of metal or plastic with a point at one end that is used for knitting பின்னல் வேலைக்குப் பயன்படுத்தப்படும், ஒரு பக்கத்தில் கூர் முனையுள்ள இரண்டு நீளமான மெலிதான உலோக அல்லது பிளாஸ்டிக் பொருள்களில் ஒன்று; பின்னலிழைக்கோல்; துன்னூசி **3** the sharp metal part of a **syringe** மருந்தூசியின் கூர்மையான உலோகப் பகுதி; பீற்றுகுழலின் ஊசிப்பகுதி **4** the thin metal part on a scientific instrument that moves to point to the correct measurement or direction அறிவியல் செய்கருவியின் இடம்பெயர்ந்து சரியான அளவீட்டைச் சுட்டும் அல்லது சரியான திசையைக் காட்டும் மெலிதான உலோகப் பகுதி; கூர் முட்கருவி, காந்த ஊசி **5** the thin, hard pointed leaf of certain trees that stay green all year ஆண்டு முழுவதும் பசுமை மாறாத சிலவகை மரங்களின் மெலிதான உறுதி வாய்ந்த கூர்முனையுடைய இலை; ஊசி வடிவ இலை *pine needles* ➪ **tree** பதிவில் படம் பார்க்க.

needless /ˈni:dləs/ *adj.* that is not necessary and that you can easily avoid தேவையற்றதும் எளிதில் தவிர்க்கக் கூடியதுமான; தேவையில்லாத ➪ **unnecessary** பார்க்க. இது needless-யிலிருந்து மாறுபட்ட பொருளுடையது. ▶ **needlessly** *adv.*

needlework /ˈni:dlwɜ:k/ *noun* [U] sth that you sew by hand, especially for decoration குறிப்பாக ஒப்பனையாக, கையால் தைக்கப்படுவது; கைப்பின்னல்; பூத்தையல்; சித்திரப் பின்னல்

needy /ˈni:di/ *adj.* **1** not having enough money, food, clothes, etc. வேண்டிய அளவு பணம், உணவு, உடை முதலியவை இல்லாதிருக்கிற; அடிப்படைத் தேவைகள் குறைபட்ட; இல்லாமை நிலையிலுள்ள; ஏழ்மை நிலையிலுள்ள **2 the needy** *noun* [*pl.*] people who do not have enough money, food, clothes, etc. வேண்டிய அளவு பணம், உணவு, உடை முதலியவை இல்லாத நிலையில் உள்ளவர்கள்; வறியோர்; ஏழைகள்

neem *noun* [C] a large, usually evergreen tree commonly found in India that has small pointed leaves. Different parts of the tree are used in the preparation of medicines as well as in insecticides வேப்பமரம். இதன் வெவ்வேறு பகுதிகள் மருந்துகள் மற்றும் பூச்சிக் கொல்லிகள் செய்யப் பயன்படுத்தப்படுகின்றன

neg. *abbr.* negative (எதிர்மறையான) என்பதன் குறுக்கம்

negative¹ /ˈnegətɪv/ *adj.* **1** bad or harmful நலமற்ற; தீய; தீங்கான; இன்னாத; கெட்ட *The effects of the new rule have been rather negative.* **2** only thinking about the bad qualities of sb/sth ஒருவரது/ஒன்றின் நல்லதல்லாத பண்புகளை மட்டுமே கருத்தில் கொள்கிற; எதிர்மறையான மனப்பாங்குடைய *I'm feeling very negative about my job—in fact I'm thinking about leaving.* **3** (used about a word, phrase or sentence) meaning 'no' or 'not' (சொல், தொடர் அல்லது வாக்கியம் பற்றிக் குறிப்பிடுகையில்) இன்மைப் பொருளில் வழங்குகிற; எதிர்மறைப் பொருள் தருகிற; மறுப்பு தெரிவிக்கிற *a negative sentence* • *His reply was negative/He gave a negative reply* (= he said 'no'). ✪ **OPP affirmative** **4** (used about a medical or scientific test) showing that sth has not happened or has not been found (மருத்துவ அல்லது அறிவியல் பரிசோதனை வகையில்) ஒன்று நிகழாமையை அல்லது காணப்படாமையை வெளிப்படுத்துகிற; இன்மை காட்டுகிற *The results of the pregnancy test were negative.* **5** (used about a number) less than zero (இலக்கம் வகையில்) பூஜ்யத்தை விடக் குறைந்த; பூஜ்யத்தினும் கீழான ✪ **OPP** பொருள்கள் 1, 2, 4, மற்றும் 5-க்கு **positive** ▶ **negatively** *adv.*

negative² /ˈnegətɪv/ *noun* [C] **1** a word, phrase or sentence that says or means 'no' or 'not' இன்மைப் பொருளில் வழங்கும் அல்லது ஒன்றன் மறுப்பாக அமையும் சொல், தொடர் அல்லது வாக்கியம்; மறுப்புரை; எதிர்மறை வாசகம் *Aisha answered* ***in the negative*** (= she said no). • *'Never', 'neither' and 'nobody' are all negatives.* ✪ **OPP affirmative** **2** a piece of film from which we can make a photograph. The light areas of a negative are dark on the final photograph and the dark areas are light. நிழற்படம் உருப்பெறும் மென்தகடு; மறிநிலைத்தகடு. உரு விளக்கம் செய்யப்பட்ட நிழற்படத்தில் மறிநிலைத் தகட்டின் ஒளிப்பகுதிகள் இருண்டும், இருட்பகுதிகள் ஒளி பொருந்தியும் காணப்படும்

neglect /nɪˈglekt/ *verb* [T] **1** to give too little or no attention or care to sb/sth ஒருவர்/ஒன்றின் மீது மிகக் குறைந்த கவனம் அல்லது அக்கறை செலுத்து அல்லது கவனம்/அக்கறை செலுத்தாது விடு; அலட்சியப்படுத்து *Don't neglect your health.* • *The old house had stood neglected for years.* **2 neglect to do sth** to fail or forget to do sth ஒன்றைச் செய்யத் தவறு அல்லது செய்ய மறந்துபோ *He neglected to mention that he had spent time in prison.* ▶ **neglect** *noun* [U] *The garden was like a jungle after years of neglect.* ▶ **neglected** *adj. neglected children*

negligence /ˈneglɪdʒəns/ *noun* [U] not being careful enough; lack of care போதுமான அளவு விழிப்புடன் இல்லாமை; கவனக் குறைவு; அலட்சியம் *The accident was a result of negligence.* ▶ **negligent** /-dʒənt/ *adj.* ▶ **negligently** *adv.*

negligible /ˈneglɪdʒəbl/ *adj.* very small and therefore not important குறிப்பிடத்தக்க அளவுக்குப் பெரிதாக அல்லது முக்கியமானதாக இல்லாத; புறக்கணிக்கத்தக்க; பொருட்படுத்தத் தேவையில்லாத; அலட்சியப்படுத்தற்குரிய

negotiable /nɪˈɡəʊʃiəbl/ *adj.* that can be decided or changed by discussion விவாதித்து முடிவு செய்யத்தக்க அல்லது மாற்றத்தக்க; கலந்து பேசித் தீர்வு காணக்கூடிய *The price is not negotiable/non-negotiable.*

negotiate /nɪˈɡəʊʃieɪt/ *verb* **1** [I] **negotiate (with sb) (for/about sth)** to talk to sb in order to decide or agree about sth ஒன்று குறித்து முடிவு செய்ய அல்லது உடன்பாட்டை எட்ட வேண்டி ஒருவருடன் பேசு; பேச்சுவார்த்தை நடத்து *The unions are still negotiating with the management about this year's pay claim.* **2** [T] to decide or agree to sth by talking about it கலந்து பேசி ஒன்றை முடிவு செய்; ஒப்பந்த நோக்குடன் கலந்துரையாடு *to negotiate an agreement/a deal/a settlement* **3** [T] to get over, past or through sth difficult இக்கட்டான ஒன்றிலிருந்து விடுபடு; இடர்கடந்து மேல்செல் அல்லது இடர் நீக்கு *To escape, prisoners would have to negotiate a five-metre wall.* ▶ **negotiator** *noun* [C]

negotiation /nɪˌɡəʊʃiˈeɪʃn/ *noun* [*pl.*] [U] discussions at which people try to decide or agree to sth ஒன்று குறித்து முடிவு செய்வதற்கான அல்லது உடன்பாடு காண்பதற்கான கலந்துரையாடல்; பேரப் பேச்சு; பேச்சுவார்த்தை *to enter into/break off negotiations* • *The pay rise is still* ***under negotiation***.

Negro /ˈniːɡrəʊ/ *noun* [C] (*pl.* **Negroes**) (*old-fashioned*) a black person (நீக்ரோ) கறுப்பர் இனத்தைச் சார்ந்தவர் **NOTE** கவனம் செலுத்தவும். இப்பொழுது இது இழிவு வழக்காகக் கருதப்படுகிறது.

neigh /neɪ/ *noun* [C] the long high sound that a horse makes குதிரை எழுப்பும் நீண்டு ஓங்கிய ஒலி; கனைப்பு ▶ **neigh** *verb* [I]

neighbour (*AmE* **neighbor**) /ˈneɪbə(r)/ *noun* [C] **1** a person who lives near you தனக்குப் பக்கத்தில் குடியிருப்பவர்; அருகில் இருப்பவர்; அண்டை வீட்டார் *My neighbours are very friendly.* • *our* ***next-door neighbours*** **2** a person or thing that is near or next to another மற்றொருவருக்கு/மற்றொன்றுக்கு அருகில் அல்லது பக்கத்தில் உள்ளவர்/உள்ளது; அடுத்தவர்/அடுத்தது *Pakistan is India's neighbour.* • *Try not to look at what your neighbour is writing.*

neighbourhood (*AmE* **neighborhood**) /ˈneɪbəhʊd/ *noun* [C] a particular part of a town and the people who live there ஒரு நகரின் குறிப்பிட்ட பகுதியும் அங்கு வசிப்பவர்களும்; நகர்ப்பகுதி

neighbouring (*AmE* **neighboring**) /ˈneɪbərɪŋ/ *adj.* (*only before a noun*) near or next to அருகில் உள்ள; அடுத்துள்ள; பக்கத்தில் உள்ள *Farmers from neighbouring villages come into town each week for the market.*

neighbourly (*AmE* **neighborly**) /ˈneɪbəli/ *adj.* friendly and helpful நட்புணர்ச்சி மற்றும் உதவி மனப்பான்மை உள்ள

neither /ˈnaɪðə(r); ˈniːðə(r)/ *det., pronoun, adv.* **1** (used about two people or things) not one and not the other (இரண்டு ஆட்கள் அல்லது பொருள்கள் வகையில்) இவரும் இல்லை அவரும் இல்லை; இதுவும் இல்லை அதுவும் இல்லை; இருவருமே/இரண்டுமே அல்லாத/அல்லாததாக *Neither team played very well.* • *'Would you like tea or juice?' 'Neither, thank you. I'm not thirsty.'*

> **NOTE** **Neither**-ஐ அடுத்து ஒருமைப் பெயர்சொல் மற்றும் ஒருமை வினைச்சொல் வருவதைக் கருத்தில் கொள்க—*Neither day was suitable.* **Neither of**-ஐ அடுத்து வரும் பெயர்சொல் அல்லது மாற்றுப்பெயர் பன்மையாகவும் வினைச்சொல் ஒருமையாகவோ பன்மையாகவோ அமையும்—*Neither of the days is/are suitable.*

2 also not; not either அவரும்/அதுவும் இல்லை; இருவரில் ஒருவரும் இல்லை; இரண்டில் ஒன்றும் இல்லை *I don't eat meat and neither does Kamal.* • *'I don't like fish.' 'Neither do I.'*

> **NOTE** இப்பொருள்படுமாறு மேற்கண்ட முறையிலேயே **nor**-உம் பயன்படுத்துதற்குரியது; **Not...either**-ஐப் பயன்படுத்தும்போது சொற்களின் வைப்பு முறை மாறுபடுவதைக் கவனிக்கவும்—*I don't eat meat and Carlos doesn't either. 'I haven't seen that film.' 'I haven't either.'*

3 neither... nor not... and not (இவரும்/இதுவும்) இல்லை (அவரும்/அதுவும்) இல்லை *Neither Krishnan nor I eat meat.*

> **NOTE** **Neither... nor** ஒருமை வினையுடனோ பன்மை வினையுடனோ வரும்—*Neither Stella nor Meena was/were at the meeting.*

nemesis /ˈneməsɪs/ *noun* [U, *sing.*] (*formal*) a punishment or defeat that sb deserves and cannot avoid ஒருவர் பெற வேண்டியதும் அவரால் விலக்க முடியாததுமான தண்டனை; சூழ்வினை

neo- /ˈniːəʊ/ *prefix* (*used in adjectives and nouns*) new; in a later form புதிதான; (ஒன்றின்) பிந்திய வடிவிலான *neo-Georgian* • *neo-fascist*

Neolithic /ˌniːəˈlɪθɪk/ *adj.* referring to the later part of the **Stone Age** (மனித வரலாற்றில்) கற்காலத்தின் பிற்பகுதி சார்ந்த

neon /ˈniːɒn/ *noun* [U] (*symbol* **Ne**) a type of gas that does not react with anything and is used for making bright lights and signs எதனுடனும் எதிர்வினை புரியாததும் ஒளிர்வு மிக்க விளக்குகள் மற்றும் அறிவிப்புக்குறி விளக்குகள் செய்வதற்குப் பயன்படுத்தப்படுவதுமான வாயு வகை **NOTE** **Neon** ஒரு **noble gas** ஆகும்.

nephew /ˈnefjuː, ˈnevjuː/ *noun* [C] the son of your brother or sister, or the son of your husband's or wife's brother or sister உடன் பிறந்தார் மகன் அல்லது கணவனின்/ மனைவியின் உடன் பிறந்தார் மகன் ➪ **niece** பார்க்க.

nepotism /ˈnepətɪzəm/ *noun* [U] using your power or influence to give unfair advantage to your family, especially by giving them jobs தனது குடும்பத்தினர் நேர்மையற்ற முறையில் ஆதாயம் பெறுவதற்காக, குறிப்பாகப் பணியமர்வு பெறுவதற்காகத் தனது அதிகாரத்தை அல்லது செல்வாக்கைப் பயன்படுத்துதல்; உயர் பணியர் உறவினருக்குத் தனிச் சலுகைகள் வழங்கும் அதிகார முறைகேடு; குருதிச்சலுகை

Neptune /ˈneptjuːn/ *noun* [*sing.*] the planet that is eighth in order from the sun சூரியனிடமிருந்து வரிசை முறையில் எட்டாவதாக உள்ள கோள் ➪ **the solar system** பதிவில் படம் பார்க்க.

nerd /nɜːd/ *noun* [C] a person who is not fashionable and has a boring hobby கால நடைமுறையோடு ஒத்தமையாத, சலிப்பூட்டும் ஒன்றை விருப்பார்வப் பணியாகக் கைக்கொண்டுள்ள ஒருவர் ▶ **nerdy** *adj.*

nerve /nɜːv/ *noun* **1** [C] one of the long thin threads in your body that carry feelings or other messages to and from your brain உடலில், மூளைக்கும் மூளையிலிருந்தும் உணர்ச்சிகளை அல்லது பிற தகவல் கூறுகளைக் கொண்டு செல்லும் நீண்டு மெலிதான இழைகளில் ஒன்று; நரம்பு; தசைநாண்; உணர்ச்சி நாளம் **2 nerves** [*pl.*] worried, nervous feelings அச்ச உணர்வு; மனக்கலக்கம்; கவலை; மன உளைச்சல் *Breathing deeply should help to* ***calm/steady your nerves.*** • *I was* ***a bag of nerves*** *before my interview.* **3** [U] the courage that you need to do sth difficult or dangerous கடினமான அல்லது இடர்மிக்க ஒன்றைச் செய்வதற்கு வேண்டிய துணிவு; துணிச்சல்; மன உரம்; மனத் திட்பம் *Racing drivers need a lot of nerve.* • *He didn't* ***have the nerve*** *to tell his father that he had failed.* • *Some pilots* ***lose their nerve*** *and can't fly any more.* **4** [*sing.*] a way of behaving that people think is not acceptable ஏற்புக்குரியதல்லாததாகக் கருதப்படும் நடத்தை முறை; துடுக்குத்தனம்; திமிர் *You've got a nerve, calling me lazy!*

IDM **get on sb's nerves** (*informal*) to annoy sb or make sb angry ஒருவரை எரிச்சல் கொள்ளச் செய்; தொந்தரவு செய்

nerve cell *noun* [C] a cell that carries information between the brain and the other parts of the body மூளைக்கும் மற்ற உறுப்புகளுக்கும் இடையே தகவல் கொண்டு செல்லும் உயிரணு; நரம்பணு ✪ SYN **neuron**

nerve-racking *adj.* making you very nervous or worried மனக்கலக்கம் ஊட்டுகிற; அச்சம் உண்டாக்குகிற; அமைதி இழக்கச் செய்கிற

nervous /ˈnɜːvəs/ *adj.* **1 nervous (about/of sth/doing sth)** worried or afraid மனக்கலக்கம் அடைகிற; அச்சம் கொள்கிற *I'm a bit nervous about travelling on my own.* • *I always* ***get nervous*** *just before a match.* • *a nervous laugh/smile/voice* **2** connected with the nerves of the body உடலின் நரம்புகள் தொடர்பான; உணர்ச்சி நாளங்கள் சார்ந்த *a nervous disorder* ▶ **nervously** *adv.* ▶ **nervousness** *noun* [U]

nervous breakdown (*also* **breakdown**) *noun* [C] a condition when sb suddenly becomes so unhappy that he/she cannot continue living and working normally இயல்பான உயிரியக்கமும் செயல்பாடும் பாதிக்கப்படுமாறு திடீரெனப் பெரும் மனக்கலக்கத்திற்கு உள்ளாகும் நிலை *to have a nervous breakdown*

the nervous system *noun* [C] your brain and all the nerves in your body மூளை மற்றும் அனைத்து நரம்புகளின் தொகுதி; நரம்பு மண்டலம்

nest /nest/ *noun* [C] **1** a structure that a bird builds to keep its eggs and young ones in முட்டைகளையும் குஞ்சுகளையும் பாதுகாப்பாக வைத்திருப்பதற்காகப் பறவை உருவாக்கும் கட்டமைப்பு; பறவைக் கூடு **2** the home of certain animals or insects சிலவகை விலங்குகளின் அல்லது பூச்சிகளின் வாழ்விடம்; பூச்சிக் கூடு *a wasps' nest* ▶ **nest** *verb* [I]

nestle /ˈnesl/ *verb* [I, T] to be or go into a position where you are comfortable, protected or hidden வசதியாக, பாதுகாப்பாக அல்லது மறைவாக உள்ள நிலையில் இரு அல்லது அந்நிலையை அடை; ஒட்டி அணைந்திரு; தழுவியிரு *The baby nestled her head on her mother's shoulder.*

net¹ /net/ *noun* **1** [U] material that has large, often square, spaces between the threads நூல்களுக்கு இடையில் பெரிய, பெரும்பாலும் சதுர வடிவ, இடைவெளிகள் உடைய துணி; வலை **2** [C] a piece of net that is used for a particular purpose குறிப்பிட்ட பயன்பாட்டுக்கான வலை *a tennis/fishing/mosquito net* ➪ **safety net** பார்க்க. **3** the net [*sing.*] = **the Internet**

IDM surf the net ➪ **surf²** பார்க்க.

net² /net/ *verb* [T] (**netting; netted**) **1** to catch sth with a net; to kick a ball into a net வலையிட்டு ஒன்றைப் பிடி; பந்தை உதைத்து வலையினுள் செலுத்து **2** to gain sth as a profit ஆதாயமாக ஒன்றைப் பெறு

net³ (*also* **nett**) /net/ *adj.* **net (of sth)** (used about a number or amount) from which nothing more needs to be taken away (ஓர் இயக்கம் அல்லது எண்ணிக்கை வகையில்) மேலும் கழிக்கத் தேவையற்ற; கழிவு நீங்கிய; கழிவு போக எஞ்சியுள்ள; நிகர *The net weight of the jam is 350g* (= not including the jar). ✪ **OPP gross**

netball /ˈnetbɔːl/ *noun* [U] a game that is played by two teams of seven players, usually women. Players score by throwing the ball through a high net hanging from a ring அணிக்கு எழுவராக இரு அணியினர், பெரும்பாலும் மகளிர், உயரத்தில் அமைந்துள்ள வலைத் தொங்கல் உடைய வளையத்தின் ஊடாகப் பந்து விழுமாறு செய்து ஆட்டப்புள்ளிகள் ஈட்டும் விளையாட்டு; வலைக் கூடைப் பந்தாட்டம்

netting /ˈnetɪŋ/ *noun* [U] material that is made of long pieces of string, thread, wire, etc. that are tied together with spaces between them நீளமான கயிறு, நூல், கம்பி முதலியவற்றால் இடைவெளிகளுடன் பின்னப்படும் பொருள்; வலைப் பின்னல் அமைப்பு

nettle /ˈnetl/ *noun* [C] a wild plant with hairy leaves. Some nettles make your skin red and painful if you touch them மயிரிழைகள் கொண்ட இலைகளை உடைய காட்டுச்செடி வகை; பூனைக்காஞ்சொறிச் செடி வகை; இச்செடியின் சில வகைகள் உடல் மீது படும்போது தோல் சிவந்து வலி உண்டாகும்

network /ˈnetwɜːk/ *noun* [C] **1** a system of roads, railway lines, nerves, etc. that are connected to each other ஒன்றோடொன்று தொடர்புற்றுள்ள சாலைகள், இருப்புப் பாதைகள், நரம்புகள் முதலியவற்றின் பின்னல் அமைப்பு; வலையமைப்பு *an underground railway network* **2** a group of people or companies that work closely together அணுக்கமாக ஒருங்கிணைந்து செயலாற்றும் ஆட்கள் அல்லது நிறுவனங்களின் தொகுதி; குழுமம் *We have a network of agents who sell our goods all over the country.* **3** a number of computers that are connected together so that information can be shared தகவலைப் பகிர்ந்துகொள்ளும் முறையில் ஒன்றோடொன்று இணைக்கப்பட்டுள்ள கணிப்பொறிகளின் தொகுதி; கணினி வலையமைப்பு **4** a group of television or radio companies that are connected and that send out the same programmes at the same time in different parts of a country ஒன்றிணைக்கப்பட்டு ஒரே வகையான நிகழ்ச்சிகளை ஒரே நேரத்தில் நாட்டின் பல பகுதிகளிலும் ஒலி/ஒளி பரப்பு செய்யும் தொலைக்காட்சி அல்லது வானொலி நிறுவன அமைப்புகளின் குழுமம்; வானொலி/தொலைக்காட்சிக் கூட்டிணைவு

neuro- /ˈnjʊərəʊ/ *prefix* (*used in nouns, adjectives and adverbs*) connected with the nerves நரம்புகள் தொடர்பான; உணர்வு நாளங்களுக்குரிய *neuroscience • a neurosurgeon*

neurologist /njʊəˈrɒlədʒɪst/ *noun* [C] a scientist who studies nerves and treats their diseases நரம்புகள் பற்றிய ஆய்வும் நரம்புகள் தொடர்பான நோய்களுக்கு மருத்துவமும் செய்யும் அறிவியல் அறிஞர்; நரம்பியல் நிபுணர்

neurology /njʊəˈrɒlədʒi/ *noun* [U] the scientific study of nerves and their diseases நரம்புகள் மற்றும் அவை தொடர்பான நோய்கள் பற்றிய அறிவியல் ஆய்வு; நரம்பியல் ▶ **neurological** /ˌnjʊərəˈlɒdʒɪkl/ *adj. neurological damage/diseases*

neuron /ˈnjʊərɒn/ (*also* **neurone** /ˈnjʊərəʊn/) *noun* [C] (*technical*) a cell that carries information between the brain and the other parts of the body மூளைக்கும் மற்ற உறுப்புகளுக்கும் இடையே தகவல் கொண்டு செல்லும் உயிரணு; நரம்பணு ✪ **SYN nerve cell**

neurosis /njʊəˈrəʊsɪs/ *noun* [C] (*pl.* **neuroses** /-əʊsiːz/) (*medical*) a mental illness that causes strong feelings of fear and worry ஆழ்ந்த அச்ச உணர்வையும் மனக்கலக்கத்தையும் உண்டுபண்ணும் மனநலக் கேடு; நரம்பு மண்டலக் கோளாறு உளச்சோர்வாக வெளிப்படும் மனநோய்

neurotic /njʊəˈrɒtɪk/ *adj.* **1** worried about things in a way that is not normal இயல்பு மீறிய சஞ்சல உணர்ச்சிக்கு ஆட்படுகிற; மிகையான கவலை கொள்கிற **2** (*medical*) suffering from **neurosis** நரம்புக் கோளாறுக்கு ஆட்பட்ட

neuter¹ /ˈnjuːtə(r)/ *adj.* (used about a word in some languages) not **masculine** or **feminine** according to the rules of grammar (சில மொழிகளில் காணப்படும் சொல் வகை குறித்துப் பேசுகையில்) இலக்கண விதிகளின் படி, ஆண்பாலோ பெண்பாலோ அல்லாத; பொதுப்பாலான

neuter² /ˈnjuːtə(r)/ *verb* [T] to remove the sexual parts of an animal ஒரு விலங்கின் பாலியல் உறுப்புகளை நீக்கு ➪ **castrate** பார்க்க.

neutral¹ /ˈnjuːtrəl/ *adj.* **1** not supporting or belonging to either side in an argument, war, etc.

விவாதம், போர் முதலியவற்றில் எந்த ஒரு பக்கத்தையும் ஆதரிக்காத அல்லது எந்த பக்கத்தையும் சார்ந்திருக்காத; நடுநிலையான; ஒருதலைச் சார்பற்ற *I don't take sides when my brothers argue—I* ***remain neutral.*** *• The two sides agreed to meet on neutral ground.* **2** having or showing no strong qualities, emotions or colour அழுத்தமான பண்புக் கூறுகள், உணர்ச்சிகள் அல்லது நிறம் உள்ளதாயிராத; தனிமுனைப்புப் பண்பில்லாத; மட்டான; வண்ண உறுதியற்ற *neutral colours • a neutral tone of voice* **3** (in chemistry) neither acid nor **alkaline** (வேதியியலில்) அமிலமோ காரப்பொருளோ அல்லாத ➪ **pH** பதிவில் படம் பார்க்க. **4** (in physics) having neither a positive nor a negative charge (இயற்பியலில்) நேர் மின்னூட்டமோ எதிர் மின்னூட்டமோ உடையதாயிராத; நொதுமின்னான

neutral² /ˈnjuːtrəl/ *noun* [U] the position of the **gears** in a vehicle when no power is sent from the engine to the wheels இயந்திரப் பொறியிலிருந்து சக்கரங்களுக்கு உந்தாற்றல் செல்லாதிருக்கிற விசை முடுக்கி நிலை; முடுக்கியின் இயக்கம் ஊட்டப்படா நிலை

neutrality /njuːˈtræləti/ *noun* [U] the state of not supporting either side in an argument, war, etc. விவாதம், போர் முதலியவற்றில் எந்த ஒரு பக்கத்திற்கும் ஆதரவாக இல்லாத நிலை; நடுநிலை

neutralize (*also* **-ise**) /ˈnjuːtrəlaɪz/ *verb* [T] **1** to take away the effect of sth ஒன்றின் தாக்க விளைவு இல்லாது போகச் செய்; மட்டுப்படுத்து *to neutralize a threat* **2** to have an effect on a substance so that it becomes neither an acid nor an **alkali** ஒரு பொருள் காடிப்பொருளாகவோ காரப்பொருளாகவோ ஆகாதவாறு அப்பொருள் மீது தாக்க விளைவு உண்டுபண்ணு **3** to make a country or area **neutral** ஒரு நாடு அல்லது மண்டலம் நடுநிலை வகிக்கச் செய்; அணிசேரா நாடாக்கு அல்லது இடமாக்கு

neutron /ˈnjuːtrɒn/ *noun* [C] one of the three types of **particles** that form all atoms. Neutrons have no electric charge அணுவின் மூவகையான ஆக்கக் கூறுகளில் ஒன்று; நொதுமம். நொதுமங்கள் மின்னூட்டமற்றவையாகும். ➪ **electron** மற்றும் **proton** பார்க்க.

never /ˈnevə(r)/ *adv.* **1** at no time; not ever ஒருபோதும் இல்லாத நிலையில்; என்றும் இல்லாது; எப்போதும் அல்லாததாக *He never ever eats meat. •* (*formal*) *Never before has such a high standard been achieved.* **2** used for emphasizing a negative statement ஓர் எதிர்மறைக் கூற்றை வலியுறுத்தப் பயன்படுத்தப்படுவது *Roy never so much as looked at us* (= he didn't even look at us). *• 'I got the job!' 'Never!'* (= expressing surprise)

IDM **never mind** ➪ **mind²** பார்க்க.
you never know ➪ **know¹** பார்க்க.

nevertheless /ˌnevəðəˈles/ *adv., conj.* (*formal*) in spite of that இருந்தபோதிலும்; எனினும்; அவ்வாறாயினும் *It was a cold, rainy day. Nevertheless, more people came than we had expected.* ✪ SYN **nonetheless**

new /njuː/ *adj.* **1** that has recently been built, made, discovered, etc. (கட்டடம், தயாரிப்பு, கண்டுபிடிப்பு முதலியவை வகையில்) அண்மைக் காலத்தைச் சார்ந்த; புதிய; புதிதான; புதிதாகக் கண்டுபிடிக்கப்பட்ட *a new design/film/hospital • new evidence* ✪ OPP **old 2** different or changed from what was before முன்பு இருந்ததிலிருந்து மாறுபட்ட அல்லது மாற்றம் செய்யப்பட்ட; புது நிலையில் உள்ள; புதுப்பிக்கப்பட்ட *I've just started reading a new book. • to make new friends* ✪ OPP **old 3 new (to sb)** that you have not seen, learnt, etc. before முன்பு பார்த்திராத, கேட்டிராத, அல்லது அறிந்திராத; புது வரவான; புதுமையான *This type of machine is new to me. • to learn a new language* **4 new (to sth)** having just started being or doing sth இக்கணத்தில் ஒரு நிலையில் இருக்க அல்லது ஒன்றைச் செய்யத் தொடங்கியுள்ள; அண்மையில் தோன்றிய; அனுபவமற்ற *a new parent • She's new to the job and needs a lot of help.*
▶ **newness** *noun* [U]

IDM **break fresh/new ground** ➪ **ground¹** பார்க்க.

news reporter = **reporter**

New Age *adj.* connected with a way of life that rejects modern Western values and is based on spiritual ideas and beliefs தற்கால மேற்கத்திய மதிப்பீடுகளைப் புறக்கணித்து, ஆன்மீகக் கருத்துகளையும் கோட்பாடுகளையும் அடியொற்றிய வாழ்க்கை முறை சார்ந்த *a New Age festival*

newborn /ˈnjuːbɔːn/ *adj.* (*only before a noun*) (used about a baby) that has been born very recently (குழந்தை வகையில்) அண்மையில் பிறந்த; புதிதாகப் பிறந்த

newcomer /ˈnjuːkʌmə(r)/ *noun* [C] a person who has just arrived in a place ஓரிடத்திற்குச் சற்றுமுன் வந்து சேர்ந்த ஒருவர்; புதிதாக வந்தவர்

newfangled /ˌnjuːˈfæŋgld/ *adj.* new or modern in a way that the speaker does not like ஒவ்வாத முறையில் புதுவரவான அல்லது புதுமைப் போக்குடைய

newly /ˈnjuːli/ *adv.* (*usually before a past participle*) recently புதிதாக; அண்மையில்; சிறிது காலத்திற்கு முன் *the newly appointed Minister of Health*

newly-wed *noun* [C, *usually pl.*] a person who has recently got married அண்மையில் திருமணமான ஒருவர்

new moon *noun* [*sing.*] the moon when it appears as a thin curved line மெல்லிய வளைகோடாகத் தோன்றும் மதிவட்டக் கூறு; முதற் பிறை நிலா ➪ **full moon** பார்க்க.

news /nju:z/ *noun* **1** [U] information about sth that has happened recently அண்மையில் நிகழ்ந்த ஒன்று பற்றிய தகவல்; புதுத் தகவல்; செய்தி *Write and tell me all your news.* • *That's news to me* (= I didn't know that).

> NOTE **News** எண்ணுதற்கியலாத பெயர்ச்-சொல் ஆகும். தனிப்பட்ட ஒரு தகவல் பற்றிக் கூறும்போது 'a piece of news' எனக் கூற வேண்டும்—*We had two pieces of good news yesterday.*

2 the news [*sing.*] a regular programme giving the latest news on the radio or television வானொலி/தொலைக்காட்சிச் செய்திகள் *We always watch the nine o'clock news on television.* • *I heard about the accident* ***on the news.***

IDM **break the news (to sb)** to be the first to tell sb about sth important that has happened முக்கியமான நிகழ்வு ஒன்றைப் பற்றி முதன்-முதலில் கூறுபவராயிரு

newsagent /'nju:zeɪdʒənt/ (*AmE* **newsdealer**) *noun* **1** [C] a person who owns or works in a shop that sells newspapers, magazines, etc. செய்தித்-தாள்கள், பருவ இதழ்கள் முதலியவற்றை விற்கும் கடைக்காரர்/பணியாளர்; பத்திரிகை முகவர்/விற்பவர் **2 the newsagent's** [*sing.*] a shop that sells newspapers, magazines, etc. செய்தித்தாள்கள், பருவ இதழ்கள் முதலிய-வற்றை விற்கும் கடை

newsflash /'nju:zflæʃ/ *noun* [C] a short report on television or radio, which often interrupts the normal programme to give information about an important event that has just happened தொலைக்காட்சியில் அல்லது வானொலியில், பெரும்பாலும் வழக்கமான நிகழ்ச்சியின் இடையீடாக ஒளி/ஒலி பரப்பப்படும் சற்று முன் நிகழ்ந்த முக்கியமான நிகழ்ச்சி பற்றிய சிற்றறிக்கை

newsletter /'nju:zletə(r)/ *noun* [C] a printed report about a club or an organization that is sent regularly to members and other people who may be interested ஒரு சங்கம் அல்லது நிறுவனம் தனது உறுப்பினர்களுக்கும் ஆர்வலர்களுக்கும் தொடர்ந்து வழக்கமாக அனுப்பும் அச்சிடப்பட்ட செய்தி மடல்

newspaper /'nju:zpeɪpə(r)/ *noun* **1** (*also* **paper**) [C] large folded pieces of paper printed with news, advertisements and articles on various subjects. Newspapers are printed and sold either every day or every week செய்தித்தாள்; பத்திரிகை *a daily/weekly/Sunday newspaper* • *I read about it* ***in the paper.*** **2** (*also* **paper**) [C] an organization that produces a newspaper பத்திரிகை நிறுவனம் *Which newspaper does he work for?* **3** [U] the paper on which newspapers are printed பத்திரிகைகள் அச்சிடப்படும் தாள்; பத்திரிகைத் தாள் *We wrapped the plates in newspaper so they would not get damaged.*

> NOTE **Journalists** (பத்திரிகையாளர்) மற்றும் **reporters** (நிருபர்கள்) செய்திகளைத் திரட்டித் தர, அவற்றுள் வெளியிடுவதற்கு உரியனவற்றை **editor** (பத்திரிகை ஆசிரியர்) தேர்வு செய்வார். **Quality** (தரமான) பத்திரிகைகள் செய்திகளை கருத்தார்ந்த முறையில் கையாளுகின்றன. **Tabloids** (குறு இதழ்கள்) சாதாரண மக்களின் சுவைக்கேற்ப அமைவன. அவை அளவில் சிறிதாகவும் புகழ் பெற்றவர்களைப் பற்றிய கூடுதலான படங்கள் மற்றும் செய்திகள் உள்ளடக்கியும் இருக்கும்.

newsreader /'nju:zri:də(r)/ (*also* **newscaster** /'nju:zkɑ:stə(r)/) *noun* [C] a person who reads the news on the radio or television வானொலியில் அல்லது தொலைக்காட்சியில் செய்தி வாசிப்பவர்

news reporter = **reporter**

news-stand (*AmE*) = **bookstall**

the New Testament *noun* [*sing.*] the second part of the Bible, that describes the life and teachings of Jesus Christ இயேசு கிறிஸ்துவின் வாழ்க்கை மற்றும் போதனைகளை விவரிக்கும், விவிலிய நூலின் இரண்டாம் பகுதி; புதிய ஏற்பாடு/ஆகமம் ➪ **the Old Testament** பார்க்க.

newton /'nju:tən/ *noun* [C] (*abbr.* **N**) a unit of force. One newton is equal to the force that would give a mass of one kilogram an **acceleration** of one metre per second ஒவ்வொரு வினாடியும் ஒரு கிலோகிராம் எடையளவு பொருண்மையை அதன் இயங்கு திசையில் வினாடிக்கு ஒரு மீட்டர் வேக வீதத்தில் செலுத்தும் உந்து ஆற்றலுக்குச் சமமான விசை அலகு

new year (*also* **New Year**) *noun* [*sing.*] the first few days of January வருடத் தொடக்கத்தில் உள்ள சில நாட்கள்; புத்தாண்டு (நாட்கள்) *New Year's Eve* (= 31 December) • *New Year's Day* (= 1 January)

next /nekst/ *adj., adv.* **1** (*usually with 'the'*) coming immediately after sth in order, space or time; closest (வரிசை முறையில் அல்லது இட அல்லது கால வகையில்) உடனடியாகப் பின் தொடர்கிற; அடுத்து வருகிற/வருவதாக; அடுத்த/அடுத்து; ஒட்டியதாக/ஒட்டி *The next bus leaves in twenty minutes.* • *The next name on the list is Prashant.*

NOTE **Nearest, next** இரண்டையும் ஒப்பிடுக. நிகழ்ச்சிகள் அல்லது இடங்களின் தொடர் வரிசையில் அடுத்து வரும் ஒன்றை **the next** குறிக்கும்—*When is your next appointment?* • *Turn left at the next traffic lights.* கால அல்லது இட வகையில் ஒன்று மிக அண்மையில் இருப்பதை **the nearest** காட்டும்—*Where's the nearest supermarket?*

2 (used without 'the' before days of the week, months, seasons, years, etc.) the one immediately following the present one (வார நாட்கள், மாதங்கள், பருவங்கள், ஆண்டுகள் முதலியவற்றுக்கு முன் 'the' இல்லாமல் பயன்படுத்தப்படுவது) உடனடியாகப் பின்தொடர்கிற/பின்தொடர்வதாக *Let's go camping next weekend.* • *next summer/next year/next Christmas* **3** after this or after that; then இதற்குப் பிறகு; அதற்குப் பிறகு; பின்னர்; பிறகு; இனி *I wonder what will happen next.* • *It was ten years until I next saw her.* **4 the next** *noun* [*sing.*] the person or thing that is next அடுத்து அமைந்துள்ள/வருகிற ஆள் அல்லது பொருள்; அடுத்தவர்; அடுத்தது *If we miss this train we'll have to wait two hours for the next.*

IDM **last/next but one, two etc.** ➪ **last**[1] பார்க்க

next door *adj., adv.* in or into the next house or building அடுத்த வீட்டில் அல்லது கட்டடத்தில்; அடுத்த வீட்டில் அல்லது கட்டடத்தில் உள்ள; அடுத்த வீட்டினுள் அல்லது கட்டடத்தினுள் *our **next-door neighbours** • The school is **next door to** an old people's home.*

next of kin *noun* [C] (*pl.* **next of kin**) your closest living relative or relatives உயிரோடுள்ள மிக நெருக்கமான உறவினர் அல்லது உறவினர்கள்; அணுக்க உறவினர் *My husband is my next of kin.*

next to *prep.* **1** at the side of sb/sth; beside ஒருவர்/ஒன்றின் பக்கத்தில்; அடுத்து; அருகில்; அண்மையில் *He sat down next to Gita.* • *There's a public telephone next to the bus stop.* **2** in a position after sth ஒன்றை அடுத்த நிலையில்; அடுத்த படிநிலையில் *Next to English my favourite subject is Maths.*

IDM **next to nothing** almost nothing கிட்டத்தட்ட ஒன்றுமில்லை என்று சொல்லும்படியான அளவு *We took plenty of money but we've got next to nothing left.*

nexus /ˈneksəs/ *noun* [C, *usually sing.*] a complicated and important series of connections between different things வெவ்வேறான பொருள்களுக்கு இடையேயான சிக்கலான இணைப்புகளின் வரிசைத் தொகுதி; தொடர்புப் பின்னல்; பிணைப்பு

nib /nɪb/ *noun* [C] the metal point of a pen எழுதுகோலின் உலோகத்தாலான கூர்முனை; பேனா அலகு ➪ **stationery** பதிவில் படம் பார்க்க.

nibble /ˈnɪbl/ *verb* [I, T] to eat sth by taking small bites சிறுகச் சிறுகக் கடித்துத் தின்; கொறி *The bread had been nibbled by mice.* ▶ **nibble** *noun* [C]

nice /naɪs/ *adj.* **1** pleasant, enjoyable or attractive மனத்திற்கு உகந்த; நயமான; இனிய; விரும்பத்தக்க *a nice place/feeling/smile* • *I'm not eating this—it doesn't taste very nice.* • *'Hi, I'm Ganesh.' 'I'm Subramaniam—**nice to meet you.**'* **2 nice (to sb); nice (of sb) (to do sth); nice (about sth)** kind; friendly நட்பிணக்கமுள்ள; அன்பான; பாசமுள்ள; கனிவான *What a nice girl!* • *Everyone was very nice to me when I fell ill.* **3** (*informal*) used before adjectives and adverbs to emphasize how pleasant or suitable sth is ஒன்றின் மகிழ்ச்சியூட்டும் பண்பை அல்லது ஏற்பு நிலையை வலியுறுத்தும் முறையில் பெயரடைகளுக்கும் வினையடைகளுக்கும் முன்னர் பயன்படுத்தப்படுவது; இனிய; திருப்தியான *It's nice and warm by the fire.* • *a nice long chat* ▶ **nicely** *adv.* ▶ **niceness** *noun* [U]

niche /nɪtʃ; niːʃ/ *noun* [C] **1** a job, position, etc. that is suitable for you தனக்கு உகந்ததாக அமையும் பணி, பதவி முதலியவை; உரிய வாய்ப்பிடம்; தனி ஒதுக்கிடம் *to find your niche in life* **2** (in business) an opportunity to sell a particular product to a particular group of people (வணிகத் தொழிலில்) குறிப்பிட்ட விளைபொருளைக் குறிப்பிட்ட பிரிவினருக்கு விற்பதற்கான வாய்ப்பு நிலை; வணிக வாய்ப்பு **3** a place in a wall that is further back, where a statue, etc. can be put சிலை முதலியவற்றை வைப்பதற்காகச் சுவரில் உட்குழிவாக அமைக்கப்படும் இடம்; மாடக் குழி; சுவர் மாடம்

nick[1] /nɪk/ *noun* [C] a small cut in sth சிறு வடு; வெட்டுத் தடம்

IDM **in good/bad nick** (*BrE slang*) in a good/bad state or condition நல்ல/கெட்ட நிலையில் அல்லது சூழலில்

in the nick of time only just in time மிகச் சரியான தருணத்தில்

nick[2] /nɪk/ *verb* [T] **1** to make a very small cut in sb/sth சிறு வடு உண்டாக்கு **2** (*BrE slang*) to arrest sb ஒருவரைக் கைதுசெய் **3** (*BrE slang*) to steal sth ஒன்றைக் களவுசெய்; திருடு

nickel /ˈnɪkl/ *noun* **1** (*symbol* **Ni**) a hard silver-white metal that is often mixed with other metals உலோகக் கலவைகளில் பெரிதும் பயன்படுத்தப்படும் கடினத் தன்மையுள்ள ஒளிர் வெள்ளை நிற உலோகம்; நிக்கல் **2** [C] an

American or Canadian coin that is worth five cents ஐந்து செண்ட் மதிப்புள்ள அமெரிக்க அல்லது கனடா நாட்டு உலோகப் பணம்

nickname /ˈnɪkneɪm/ *noun* [C] an informal name that is used instead of your real name, usually by your family or friends ஒருவரது உண்மையான பெயருக்குப் பதிலாகப் பெரும்பாலும் குடும்பத்தினர் அல்லது நண்பர்களால் பயன்படுத்தப்படும் பேச்சு வழக்குப் பெயர்; செல்லப்பெயர் ▶ **nickname** *verb* [T]

nicotine /ˈnɪkəti:n/ *noun* [U] the poisonous chemical substance in tobacco புகையிலையில் காணப்படும் நச்சுத்தன்மையுள்ள வேதியியல் பொருள்; புகையிலை நஞ்சு

niece /ni:s/ *noun* [C] the daughter of your brother or sister; the daughter of your husband's or wife's brother or sister உடன்பிறந்தாரின் மகள்; கணவன் அல்லது மனைவியின் உடன் பிறந்தார் மகள் ➪ **nephew** பார்க்க.

niggle /ˈnɪgl/ *verb* **1** [I, T] **niggle (at) sb** to annoy or worry sb ஒருவரைத் தொந்தரவு செய்; எரிச்சல் படுத்து *His untidy habits really niggled her.* **2** [I] **niggle (about/over sth)** to complain or argue about things that are not important முக்கியமற்றவை குறித்துக் குறைகூறு அல்லது வாதிடு

niggling /ˈnɪglɪŋ/ *adj.* not very serious (but that does not go away) சிறுதிறமான, அற்பமான (ஆனால் நீங்காது பற்றி நிற்கிற) *niggling doubts • a niggling injury*

night /naɪt/ *noun* [C, U] **1** the part of the day when it is dark and when most people sleep இரவு; இராக்காலம் *The baby cried **all night**. • It's a long way home. Why don't you **stay the night**? • We will be away for a few nights.* **2** the time between late afternoon and when you go to bed பிற்பகலின் இறுதி நேரத்திற்கும் உறங்கச் செல்லும் நேரத்திற்கும் இடைப்பட்ட நேரம் *Let's go out on Saturday night. • He doesn't get home until 8 o'clock **at night**. • I went out with Kavya **the other night*** (= a few nights ago).

> NOTE **Night** என்ற சொல்லுடன் பல்வேறு முன்னுருபுகள் (prepositions) பயன்படுத்தப்படுகின்றன. அவற்றுள் **at** பெரு வழக்காகும்—*I'm not allowed out after 11 O'clock at night.* வழக்கமாக இரவு நேரத்தில் செய்யும் ஒரு செயலைக் குறிக்கும்போது **by** பயன்படுத்தப்படுகிறது—*These animals sleep by day and hunt by night.* **In/during** the night என்ற தொடர் பெரும்பாலும் சற்று முன் கழிந்த இரவு நேரத்தைக் குறிப்பது—*I woke up twice in the night.* குறிப்பிட்ட ஓர் இரவைக் குறிக்கும்போது **on** வரும்—*On the night of Saturday 30 June.* **Tonight** என்பது இன்றைய நாளின் இரவு அல்லது மாலை எனப் பொருள்படும்—*Where are you staying tonight?*

IDM **an early/a late night** an evening when you go to bed earlier/later than usual வழக்கமான நேரத்திற்கு முன்பாக/பிந்தி உறங்கச் செல்லும் இரவு நேரம்

a night out an evening that you spend out of the house enjoying yourself வெளியில் சென்று மகிழ்ச்சியாகப் பொழுதுபோக்கும் மாலை வேளை

in the/at dead of night ➪ **dead²** பார்க்க.

good night said late in the evening, before you go home or before you go to sleep வீட்டிற்குச் செல்லும் முன் அல்லது உறங்கச் செல்லும் முன் பின்மாலை நேரத்தில் சொல்லப்படும் முகமனுரை

nightclub /ˈnaɪtklʌb/ *noun* [C] = **club¹ 2**

nightdress /ˈnaɪtdres/ (*informal* **nightie** /ˈnaɪti/) *noun* [C] a loose dress that a girl or woman wears in bed படுக்கையில் உள்ளபோது சிறுமி அல்லது பெண் அணிந்துகொள்ளும் தளர் உடை; பெண்டிர் இரவு உடை

nightingale /ˈnaɪtɪŋgeɪl/ *noun* [C] a small brown bird that has a beautiful song இனிமையான குரலுடைய சிறு பழுப்பு நிறப் பறவை வகை; இன்னிசைப் பறவை வகை

nightlife /ˈnaɪtlaɪf/ *noun* [U] the entertainment that is available in the evenings in a particular place குறிப்பிட்ட இடத்தில் கிடைக்கப்பெறும் இரவு நேரக் கேளிக்கை வசதி *It's a small town with very little nightlife.*

nightly /ˈnaɪtli/ *adj., adv.* happening every night இரவுதோறும் நிகழ்கிற *a nightly news bulletin*

nightmare /ˈnaɪtmeə(r)/ *noun* [C] **1** a frightening or unpleasant dream அச்சமூட்டக்கூடிய கனவு; கொடுங்கனவு; கோரக் கனாக்காட்சி *I had a terrible nightmare about being stuck in a lift last night.* **2** (*informal*) an experience that is very unpleasant or frightening வெறுக்கத்தக்க அல்லது திகில் அடையச் செய்கிற அனுபவம் *Travelling in the rush hour can be a real nightmare.*

night-time *noun* [U] the time when it is dark இருட்டு வேளை; இரவு நேரம்; இராக் காலம்

nightwatchman /naɪtˈwɒtʃmən/ *noun* [C] (*pl.* **nightwatchmen** /-mən/) **1** a person who guards a building at night ஒரு கட்டடத்தை இரவு நேரத்தில் காவல் காப்பவர்; இராக் காவல் பணியாளர் **2** (in cricket) a player, usually a bowler, who is sent in to bat at the end of the day in a test match with the intention of saving a regular batsman's wicket (கிரிக்கெட் ஆட்டத்தில்) டெஸ்ட் போட்டியில் வழக்கமாக நன்கு பந்தடிக்கும் ஒரு வீரரின் விக்கெட்டை/இடத்தை மறுநாள் வரை காப்பாற்றும் பொருட்டு ஒருநாளின் இறுதியில் பந்தடிக்க அனுப்பப்படும் ஒரு ஆட்டக்காரர், பெரும்பாலும் அவ்வணியின் பந்து வீச்சாளர்

nil /nɪl/ *noun* [U] the number 0 (especially as the score in some games) (குறிப்பாக, சிலவகை விளையாட்டுகளின் ஆட்டக்கணிப்பு எண்ணான) பூஜ்யம்; சுன்னம் *We won two-nil/by two goals to nil.* ➪ **zero** பதிவிலுள்ள குறிப்பைப் பார்க்க.

nimble /ˈnɪmbl/ *adj.* able to move quickly and lightly குறைந்த வலிமையைப் பயன்படுத்தி மிகுவிரைவாக இயங்கக் கூடிய; சுறுசுறுப்பு மிக்க; விரைவெளிமை வாய்ந்த ▶ **nimbly** /ˈnɪmbli/ *adv.*

nimbostratus /ˌnɪmbəʊˈstrɑːtəs; -ˈstreɪtəs/ *noun* [U] (*technical*) a type of cloud that forms a thick grey layer at a low level, from which rain or snow often falls பெரும்பாலும் மழை அல்லது பனிப்பொழிவுக்குரியதாகத் தாழ்மட்டத்தில் உருவாகும் செறிவான சாம்பல் நிற மேகப் படிவு வகை; மழை முகிற் படலம் ➪ **cloud** பதிவில் படம் பார்க்க.

nimbus /ˈnɪmbəs/ *noun* [C, *usually sing.*] (*technical*) a large grey rain cloud பெருந்திரளான சாம்பல் நிற மழைமேகம்

nine /naɪn/ *number* 9 ஒன்பது என்ற எண்; 9

NOTE வாக்கியங்களில் எண்களைப் பயன்படுத்தும் முறை குறித்த எடுத்துக்காட்டுகள் **six** பதிவில் தரப்பட்டுள்ளன.

IDM **nine to five** the hours that you work in most offices பெரும்பான்மை அலுவலகங்களின் 9 மணி முதல் 5 மணி வரையான பணி நேரம்; அலுவலக வேலை நேரம் *a nine-to-five job*

nineteen /ˌnaɪnˈtiːn/ *number* 19 பத்தொன்பது; 19

NOTE வாக்கியங்களில் எண்களைப் பயன்படுத்தும் முறை குறித்த எடுத்துக்காட்டுகள் **six** பதிவில் தரப்பட்டுள்ளன.

nineteenth /ˌnaɪnˈtiːnθ/ *det., adj., adv.* 19th (as a word) பத்தொன்பதாவது; பத்தொன்பதாவதான; பத்தொன்பதாவதாக ➪ **sixth** பதிவிலுள்ள எடுத்துக்காட்டுகள் பார்க்க.

ninetieth /ˈnaɪntiəθ/ **1** *det., adj., adv.*, 90th தொண்ணூறாவது; தொண்ணூறாவதான; தொண்ணூறாவதாக ➪ **sixth** பதிவிலுள்ள எடுத்துக்காட்டுகள் பார்க்க. **2** *noun* [C] one of 90 equal parts of sth ஒன்றின் தொண்ணூறு சமக்கூறுகளில் ஒன்று; தொண்ணூறில் ஒரு கூறு

ninety /ˈnaɪnti/ *number* 90 தொண்ணூறு; 90

NOTE வாக்கியங்களில் எண்களைப் பயன்படுத்தும் முறை குறித்த எடுத்துக்காட்டுகள் **sixty** பதிவில் தரப்பட்டுள்ளன.

ninth[1] /naɪnθ/ *noun* [C] the fraction $^1/_9$; one of nine equal parts of sth ஒன்றன் ஒன்பது சமக்கூறுகளில் ஒன்று; $^1/_9$ என்னும் பின்னம் ➪ **sixth** பதிவிலுள்ள எடுத்துக்காட்டுகள் பார்க்க.

ninth[2] /naɪnθ/ *det., adj., adv.* 9th ஒன்பதாவது; ஒன்பதாவதான; ஒன்பதாவதாக ➪ **sixth** பதிவிலுள்ள எடுத்துக்காட்டுகள் பார்க்க.

nip /nɪp/ *verb* (**nipping; nipped**) **1** [I, T] to give sb/sth a quick bite or to quickly squeeze a piece of sb's skin between your thumb and finger ஒருவரை/ஒன்றைச் சட்டெனக் கடி; விரைந்து ஒருவருடைய தோல் பகுதியைப் பெரு விரலுக்கும் மற்ற விரல்களுக்கும் இடையில் பிடித்துப் பிசை; கிள்ளு *She nipped him on the arm.* **2** [I] (*BrE spoken*) to go somewhere quickly and/or for a short time விரைவாக மற்றும்/அல்லது குறுகிய நேரப் பயணமாக ஓரிடத்திற்குச் செல் ▶ **nip** *noun* [C]

IDM **nip sth in the bud** to stop sth bad before it develops or gets worse மோசமான ஒன்று வளர்ச்சி பெறுவதற்கு முன் அல்லது மேலும் மோசமாவதற்கு முன் அதனைத் தடுத்து நிறுத்து; முளையிலேயே கிள்ளி எறி

nipple /ˈnɪpl/ *noun* [C] either of the two small dark circles on either side of your chest. A baby can suck milk from his/her mother's breast through the nipples மார்பின் இரு பக்கங்களிலும் உள்ள சிறு கரு நிற வட்ட வடிவப் பகுதிகளில் ஒன்று; முலைக்காம்பு. குழந்தை தன் தாயின் முலையிலிருந்து முலைக்காம்புகள் வழியாகப் பாலை உறிஞ்சிக் குடிக்கும்

nit /nɪt/ *noun* [C] the egg of a small insect that lives in the hair of people or animals மனிதர்களின் அல்லது விலங்குகளின் முடியில் தங்கி வாழும் சிறு பூச்சியின் முட்டை; பேன் முட்டை; ஈர்

nit-picking *adj, noun* [U] the habit of finding small mistakes in sb's work or paying too much attention to small, unimportant details ஒருவரது பணியில் குறை கண்டுபிடிக்கும் அல்லது சிறிய முக்கியமல்லாத விவரங்களில் மிகைக் கவனம் செலுத்தும் பழக்கம்

nitrate /ˈnaɪtreɪt/ *noun* [U, C] a compound containing **nitrogen**. Nitrates are often used to improve the quality of soil வெடியத்தை (நைட்ரஜெனை) உள்ளடக்கிய கலவைப் பொருள்; வெடியகி; நைட்ரேட். இது மண் வளத்தைப் பெருக்கப் பெருமளவில் பயன்படுத்தப்படுகிறது

nitric acid /ˌnaɪtrɪk ˈæsɪd/ *noun* [U] (*symbol* **HNO_3**) a powerful acid that can destroy most substances and is used to make explosive substances and other chemical products பெரும்பான்மையான பொருள் வகைகளை அழிக்கக் கூடியதும் வெடி பொருள்கள் மற்றும் பிற வேதியியல் சேர்மங்கள் தயாரிக்கப் பயன்படுத்தப்படுவதுமான ஆற்றல் மிக்க அமிலம்; வெடியக்காடி; நைட்ரிக் ஆஸிட்

nitrify /ˈnaɪtrɪfaɪ/ *verb* [T] (*pres. part.* **nitrifying**; *3rd person sing. pres.* **nitrifies**; *pt, pp*

nitrified) to change a substance into a compound that contains **nitrogen** ஒரு பொருளை நைட்ரஜென் உள்ளடக்கிய கலவைப் பொருளாக மாற்று; வெடிய வளமூட்டு ⇨ **nitrates** பார்க்க.

nitrogen /ˈnaɪtrədʒən/ *noun* [U] (*symbol* **N**) a gas that has no colour, taste or smell. Nitrogen forms about 80% of the air around the earth நிறம், சுவை அல்லது மணம் இல்லாத வாயு; வெடியம்; நைட்ரஜென்; பூமியைச் சூழ்ந்துள்ள வாயு மண்டலத்தின் 80 விழுக்காடு வெடியப்பொருளாகும்

nitrogen dioxide *noun* [U] a reddish-brown poisonous gas. Nitrogen dioxide is formed when some metals dissolve in **nitric acid** சிலவகை உலோகங்கள் நைட்ரிக் அமிலத்தில் கரையும் போது உண்டாகும் செம்பழுப்பு நிற நச்சு வாயு; நைட்ரஜென் டைஆக்ஸைட்

the nitty-gritty /ˌnɪti ˈɡrɪti/ *noun* [*sing.*] (*spoken*) the most important facts, not the small or unimportant details சாதாரணமான அல்லது முக்கியமற்ற விவரக் கூறுகளாக இல்லாது, முதன்மையான, இன்றியமையாத உண்மைகள்

No. (*also* **no.**) (*pl.* **Nos; nos**) *abbr.* number (எண்/இலக்கம்) என்பதன் குறுக்கம் *No. 10 Mahabat Khan Road • tel. no. 512364*

no[1] /nəʊ/ *det., adv.* **1** not any; not a எதுவும்/எவரும் இல்லாத; எதுவும்/எவரும் அல்லாது; இல்லாத; இல்லாது; இல்லை; அல்ல *I have no time to talk now. • No visitors may enter without a ticket.* **2** used for saying that sth is not allowed ஒன்றுக்கு அனுமதி இல்லை/ஒன்று தடைசெய்யப்பட்டுள்ளது எனத் தெரிவிக்கப் பயன்படுத்தப்படுவது *No smoking. • No parking.*

no[2] /nəʊ/ *exclamation* **1** used for giving a negative reply எதிர்மறையான மறுமொழி கூறப் பயன்படுத்தப்படுவது; இல்லை; வேண்டாம்; கூடாது; முடியாது *'Are you ready?' 'No, I'm not.' • 'Would you like something to eat?' **No, thank you.**'* ✪ OPP **Yes, please** • *'Can I borrow the car?' 'No, you can't.'*

> **NOTE** ஓர் எதிர்மறையான (negative) கூற்றுடன் உடன்பட விரும்பும் நிலையிலும் **no** பயன்படுத்தப்படும்—*'This programme's not very good': 'No, you're right. It isn't'.* ✪ OPP **yes**

2 used for expressing surprise or shock வியப்பை அல்லது அதிர்ச்சியை வெளிப்படுத்தப் பயன்படுத்தப்படுவது; வியப்பு/அதிர்ச்சிக் குறிப்பு *'Ganesh's had an accident.' 'Oh, no!'*

nobility /nəʊˈbɪləti/ *noun* **1 the nobility** [*sing.,with sing. or pl. verb*] the group of people who belong to the highest social class and have special titles such as **Duke** or **Duchess** கோமான் அல்லது கோமகள் போன்ற சிறப்புப் பட்டங்களை உடையவர்களும் சமுதாயத்தின் உச்ச உயர் படிநிலையில் உள்ளவர்களுமான சமூகப் பிரிவினர்; மேற்குடி மக்கள்; உயர் குடியினர் ✪ SYN **aristocracy 2** [U] (*formal*) the quality of having courage and honour துணிவும் உயர் ஒழுக்க நெறியும் பெற்றிருப்பதாகிய பண்பு நிலை; பெருந்தகைமை

noble[1] /ˈnəʊbl/ *adj.* **1** honest; full of courage and care for others நேர்மையான; பெரும் துணிவும் பரிவுணர்ச்சியும் உடைய; உயர் குணமுடைய; பெருந்தன்மையுடைய *a noble leader* **2** belonging to the highest social class உச்ச உயர் சமுதாயப் பிரிவைச் சார்ந்த; மேற்குடியினரான *a man of noble birth* ▶ **nobly** /ˈnəʊbli/ *adv.*

noble[2] /ˈnəʊbl/ *noun* [C] (in past times) a person who belonged to the highest social class and had a special title (கடந்தகால வழக்கு) சமுதாயத்தில் மேற்படியிலிருந்த பிரிவைச் சார்ந்தவரும் தனிமதிப்புப் பெயரடை பெற்றிருப்பவருமான ஒருவர்; உயர்குடி மகன்; பெருங்குடி மகன் **NOTE** இப்பொழுது பெரு வழக்கில் உள்ள இதன் இணைப்பொருட்சொல் **peer** என்பதாகும்.

noble gas *noun* [C] (in chemistry) any of a group of gases that do not react with other chemicals (வேதியியலில்) மற்ற வேதியியல் பொருள்களுடன் எதிர்வினை புரியாத வாயுப்பொருள்களில் ஒன்று; மந்த வாயு

> **NOTE** **Noble gases** (மந்த வளிகள்) **inert gases** என்றும் அழைக்கப்படுகின்றன. **Argon** (பரிதியம்), **helium** (மடியம்), **krypton** (மறையம்), **neon** ஆகியவை மந்த வாயுக்களாகும்.

nobleman /ˈnəʊblmən/ or **noblewoman** /ˈnəʊblwʊmən/ *noun* (*pl.* **noblemen** or **noblewomen**) a person from a family of high social rank; a member of the nobility சமுதாயத்தின் உயர் படிநிலையில் உள்ள ஒரு குடும்பத்தில் பிறந்தவர்; உயர் குடி மகன்/மகள் ⇨ **aristocrat** பார்க்க.

nobody[1] /ˈnəʊbədi/ (*also* **no one** /ˈnəʊ wʌn/) *pronoun* no person; not any one ஒருவரும்... இல்லை; எவரும்... இல்லை *He screamed but nobody came to help him. • There was nobody at home.*

> **NOTE** *Them, his, her, those,* முதலிய சொற்களுக்கு முன்னர் அல்லது ஒரு மாற்றுப்பெயருக்கு முன்னர் **none of** பயன்படுத்தப்பட வேண்டும்—*None of my friends remembered my birthday. • I've asked all my classmates but none of them are free.*

nobody[2] /ˈnəʊbədi/ *noun* [C] (*pl.* **nobodies**) a person who is not important or famous முக்கியத்துவமற்ற அல்லது புகழ்பெற்றிராத ஒருவர் *She rose from being a nobody to a superstar.*

nocturnal /nɒk'tɜːnl/ *adj.* **1** (used about animals and birds) awake and active at night and asleep during the day (விலங்குகள் மற்றும் பறவைகள் வகையில்) இரவில் விழித்திருந்து இயங்கிப் பகலில் தூங்குகிற; இரவில் நடமாடுகிற *Owls are nocturnal birds.* ✪ OPP **diurnal 2** (*written*) happening in the night இரவுப் பொழுதில் நிகழ்கிற; இரவில் செய்யப்படுகிற *a nocturnal adventure*

nod /nɒd/ *verb* [I, T] (**nodding; nodded**) to move your head up and down as a way of saying 'yes' or as a sign to sb to do sth ஒன்று குறித்துத் தனது ஒப்புதலை/உடன்பாட்டைத் தெரிவிக்கும் முறையில் அல்லது ஒன்றைச் செய்யுமாறு ஒருவருக்குக் குறிப்பாக உணர்த்தும் முறையில் தலையை மேலும் கீழும் ஆட்டு; தலை அசைத்து ஒன்றைக் குறிப்பாகத் தெரிவி *Everybody at the meeting nodded in agreement.* • *Nod your head if you understand what I'm saying and shake it if you don't.* ▶ **nod** *noun* [C]

PHR V **nod off** (*informal*) to fall asleep for a short time சிறிது நேரம் உறக்கம் கொள்; சிறுதுயில் கொள்

node /nəʊd/ *noun* [C] (*technical*) **1** (in biology) a place on the long thin part (**stem**) of a plant from which a branch or leaf grows (உயிரியலில்) தாவரத்தில் கிளை அல்லது இலை தோன்றும் தண்டுப் பகுதி; கணு **2** (in maths) a point at which two lines or systems meet or cross (கணிதவியலில்) இரண்டு கோடுகள் அல்லது அமைப்புகள் சந்திக்கும் அல்லது குறுக்காக வெட்டிச் செல்லும் இடம்; சந்திப்பு மையம்; குறுக்கீட்டுச் சந்திப்புப் புள்ளி **3** (in biology) a small hard mass, especially near a place where two bones meet (**joint**) in the human body (உயிரியலில்) குறிப்பாக மனித உடலில் மூட்டுகளுக்கு அருகில் உள்ள, சிறிய கெட்டியான திரட்சி; நரம்புக் கணு ➪ **lymph node** பார்க்க.

nodule /'nɒdjuːl/ *noun* [C] a small round lump, especially on a plant குறிப்பாகத் தாவரத்தில் காணப்படும், சிறிய உருண்டை வடிவப் புடைப்பு; திரளை; முடிச்சு

no-go area *noun* [*sing.*] a place, especially part of a city, where it is very dangerous to go because there is a lot of violence or crime வன்முறை அல்லது குற்றச் செயல்கள் பெருமளவில் நிகழ்கிற, நடமாடுவதற்கு ஆபத்தான நகர்ப்பகுதி; விலக்கிடம்

noise /nɔɪz/ *noun* [C, U] a sound, especially one that is loud or unpleasant ஒலி, குறிப்பாக உரத்த அல்லது இனிமையற்ற ஒலி; கூச்சல்; இரைச்சல் *Did you hear a noise downstairs?* • *Try not to* ***make a noise*** *if you come home late.* • *Why is the engine making so much noise?*

noiseless /'nɔɪzləs/ *adj.* making no sound ஒலி எழுப்பாத; ஒலியற்ற; அமைதியான ▶ **noiselessly** *adv.*

noisy /'nɔɪzi/ *adj.* (**noisier; noisiest**) making a lot of or too much noise; full of noise மிகுதியான அல்லது மிகையளவான ஒலி செய்கிற; இரைச்சல் மிக்க; கூச்சலான *The clock was so noisy that it kept me awake.* • *noisy children/traffic/crowds* • *The classroom was very noisy.* ➪ **loud** பதிவிலுள்ள குறிப்பைப் பார்க்க. ▶ **noisily** *adv.*

nomad /'nəʊmæd/ *noun* [C] a member of a tribe that moves with its animal from place to place தங்களது விலங்குகளுடன் இடம் விட்டு இடம் செல்லும் இன மரபுக் குழுவைச் சார்ந்த ஒருவர்; நாடோடி இனத்தைச் சார்ந்தவர் ▶ **nomadic** /naʊ'mædɪk/ *adj.*

no-man's-land *noun* [U] [*sing.*] an area of land between the borders of two countries or between two armies during a war and which is not controlled by either இரண்டு நாடுகளின் எல்லைகளுக்கு இடைப்பட்ட நிலப்பகுதி அல்லது ஒரு போரின் போது இரு தரப்புப் படைகளின் கட்டுப்பாட்டிலும் இல்லாத இடைப்பட்ட பகுதி

nomenclature /nə'menklətʃə(r)/ *noun* [U, C] (*formal*) a system of naming things, especially in science குறிப்பாக அறிவியலில், பொருள்களைப் பெயரிட்டு அழைக்கும் முறை; இடுபெயர் வழக்கமுறை *zoological nomenclature*

nominal /'nɒmɪnl/ *adj.* **1** being sth in name only but not in reality உண்மை நிலையில் இல்லாது, பெயரளவில் மட்டுமே காணப்படுகிற; பெயரளவேயான *the nominal leader of the country* (= sb else is really in control) **2** (used about a price, sum of money, etc.) very small; much less than normal (விலை, பணத்தொகை முதலியவை வகையில்) மிகக் குறைந்த அளவிலான; இயல்பாக உள்ளதை விடப் பெரிதும் குறைவான; அடிமட்ட அளவான; மட்டளவான; சொற்ப அளவான *Because we are friends he only charges me* ***a nominal rent.*** ▶ **nominally** /'nɒmɪnəli/ *adv.*

nominate /'nɒmɪneɪt/ *verb* [T] **nominate sb/sth (for/as sth)** to formally suggest that sb/sth should be given a job, role, prize, etc. ஒருவருக்கு/ஒன்றுக்கு ஒரு பணி, தனிப்பொறுப்பு, பரிசு முதலியவை அளிக்கப்பட வேண்டுமென முறையாகப் பிரேரணை செய்; நியமனம் செய்; முன்மொழி *The novel has been nominated for the Booker prize.* • *You may nominate a representative to speak for you.* ▶ **nomination** /ˌnɒmɪ'neɪʃn/ *noun* [C, U]

nominative /'nɒmɪnətɪv/ *noun* [C] (*grammar*) (in some languages) the form of a noun, a pronoun or an adjective when it is the subject of a verb (சில மொழிகளில்) ஒரு வினையின் எழுவாயாக அமையும் பெயர்ச்சொல், மாற்றுப்பெயர் அல்லது பெயரடை; எழுவாய் வேற்றுமை வடிவம். ▶ **nominative** *adj.* ⇨ **accusative, dative, genitive** மற்றும் **vocative** பார்க்க.

nominee /ˌnɒmɪˈniː/ *noun* [C] a person who is suggested for an important job, prize, etc. முக்கியமான பணிப்பொறுப்பு, பரிசு முதலியவற்றுக்குப் பரிந்துரை செய்யப்பட்ட ஒருவர்; நியமிக்கப்பட்டவர்; முன்மொழியப்பட்டவர்

non- /nɒn/ (*used to form compounds*) not இல்லாததாக; பெற்றிராததாக; கொண்டிராததாக *non-biodegradable* • *non-flammable*

nona- /ˈnɒnə; ˈnəʊnə/ (*used in nouns and adjectives*) nine; having nine ஒன்பது; ஒன்பதான; ஒன்பதுடைய *nonagenarian* (= a person who is between 90 and 99 years old)

non-academic *adj.* connected with technical or practical subjects rather than subjects of interest to the mind அறிவுத் துறைகள் அல்லாது தொழில்நுட்ப/செயல்முறைத் துறைகள் சார்ந்த

non-alcoholic *adj.* (used about drinks) not containing any alcohol (பானங்கள் வகையில்) வெறியப் பொருள் உள்ளடங்கியிராத

non-aligned *adj.* (used about a country) not providing support for or receiving support from any of the powerful countries in the world (ஒரு நாடு பற்றிக் குறிப்பிடுகையில்) வல்லரசு நாடு எதனிடமிருந்தும் ஆதரவு பெறாத அல்லது எதற்கும் ஆதரவு அளிக்காத; வல்லரசு நாடுகளுடன் அணி சேராத ✪ OPP **aligned**

nonchalant /ˈnɒnʃələnt/ *adj.* not feeling or showing interest or excitement about sth ஒன்றில் ஆர்வ ஈடுபாடு அல்லது உணர்ச்சியார்வம் கொண்டிராத; மனக்கிளர்ச்சியற்ற; ▶ **nonchalance** /ˈnɒnʃələns/ *noun* [U] ▶ **nonchalantly** *adv.*

non-committal *adj.* not saying or showing exactly what your opinion is or which side of an argument you agree with தனது கருத்தை அல்லது ஒரு வாதத்தில் தனது நிலைப்பாட்டைத் தெளிவுபடக் கூறாத அல்லது வெளிக்காட்டாத; ஒருபாலும் சாராத

nonconformist /ˌnɒnkənˈfɔːmɪst/ *noun* [C] a person who behaves or thinks differently from most other people in society சமுதாயத்தின் பெரும்பான்மையினர் நடத்தை அல்லது சிந்தனையிலிருந்து வேறுபட்டு நிற்கும் ஒருவர்; சமுதாயத்தோடு ஒத்துப்போகாது இருப்பவர்; தனிப் போக்காளர் ✪ OPP **conformist** ▶ **nonconformist** *adj.*

nondescript /ˈnɒndɪskrɪpt/ *adj.* not having any interesting or unusual qualities ஆர்வத்தைத் தூண்டுகிற அல்லது தனிச்சிறப்பான பண்புகள் எதுவும் கொண்டிராத; சாதாரணமான; சிறப்பற்ற

none[1] /nʌn/ *pronoun* **none (of sb/sth)** not any, not one (of a group of three or more) யாருமிலர்; எதுவுமில்லை; ஒருவரும் இல்லை; ஒன்றும் இல்லை *I went to several shops but none had what I wanted.*

NOTE பன்மைப் பெயருடன் **none of** வரும்போது, கூறப்படும் பொருளுக்கு ஏற்ப வினைச்சொல் ஒருமையாகவோ பன்மையாகவோ இருக்கும். (ஒரு தொகுதியில்) ஒருவர்/ஒன்று கூட இல்லை எனப் பொருள் கொள்ளும்போது அதனை வலியுறுத்த ஒருமை வினையைப் பயன்படுத்துகிறோம்—*None of these trains goes to Kolkata.* எவருமே/எதுவுமே இல்லை எனக் கூறும்போது பன்மை வினை பயின்று வரும்—*None of the children like spinach.* இரண்டு ஆட்கள் அல்லது பொருள்கள் குறித்துப் பேசுகையில் **none** வராது; **neither** பயன்படுத்தப்படும்—*Neither of my brothers lives nearby.*

None, no இரண்டுக்கும் உள்ள வேறுபாட்டை உணர்ந்தறிக. **No** பெயர்ச்சொல்லுக்கு முன்னால் வரும்; **None** பெயர்ச்சொல்லுக்குப் பதிலாக அமையும்—*I told him that I had no money left.* • *When he asked me how much money I had left, I told him that I had none.*

none[2] /nʌn/ *adv.*

IDM **none the wiser/worse** knowing no more than before; no worse than before முன்பை விடக் கூடுதலாகத் தெரிந்திராத; முன்பை விட மோசமான நிலையை அடைந்திராத *We talked for a long time but I'm still* ***none the wiser.***

none too happy, clean, pleased, etc. (*informal*) not very happy, clean, pleased, etc. நிறைவான மகிழ்ச்சி, துப்புரவு, இன்பம் முதலியவை காணப்படாத; மட்டளவிலான

nonentity /nɒˈnentəti/ *noun* (*pl.* **nonentities**) (disapproving) a person without any significant quality or character; someone who has not achieved anything important (ஏற்பின்மைக் குறிப்பு) தனிச்சிறப்பான தகுதிப்பாட்டை/பண்பைக் கொண்டிராத, அல்லது முக்கியமான எதனையும் சாதித்திராத ஒருவர்; மதிப்பேதும் இல்லாதவர் ✪ SYN **nobody**

nonetheless /ˌnʌnðəˈles/ *adv.* (*written*) in spite of this fact ஆயினும் கூட; எனினும்; இருந்தபோதிலும் *It won't be easy but they're going to try nonetheless.* ✪ SYN **nevertheless**

non-existent *adj.* not existing or not available உளதாயிராத; காணப்பெறாத; இன்மையான; வழக்கில் இல்லாத

non-fiction *noun* [U] writing that is about real people, events and facts உண்மையில் காணப்படும் மனிதர்கள், நிகழ்வுகள் மற்றும் மெய்ம்மைகளை அடிப்படையாகக் கொண்ட படைப்பு; இயலுலகு சார்ந்த அல்லது கற்பனையல்லாத இலக்கியப் படைப்பு *You'll find biographies in the non-fiction section of the library.* ✪ OPP **fiction**

nonplussed /ˌnɒnˈplʌst/ *adj.* confused; not able to understand மனம் குழம்பிய; திகைப்புற்ற; மனத்தடுமாற்றம் உற்ற

non-renewable *adj.* (used about natural sources of energy such as gas or oil) that cannot be replaced after use (இயற்கை வாயு, எண்ணெய் முதலிய இயற்கை வளங்கள் குறித்துப் பேசுகையில்) பயன்படுத்தப்பட்ட பின் மீண்டும் நிரப்ப/பதிலீடு செய்ய இயலாத; புதுப்பிக்கப்படத் தக்கதல்லாத

nonsense /ˈnɒnsns/ *noun* [U] **1** ideas, statements or beliefs that you think are ridiculous or not true இகழத்தக்கவையாக அல்லது உண்மையல்லாதவையாகத் தான் கருதும் கருத்துகள், கூற்றுகள் அல்லது நம்பிக்கைகள்; அறிவுக்குப் பொருந்தாதவை; அபத்தமானவை *Don't **talk nonsense**!* **2** silly or unacceptable behaviour மடத்தனமான அல்லது ஏற்கத்தக்கதல்லாத நடத்தை; அறிவு முதிர்ச்சியற்ற, அற்பத்தனமான செயல்பாடு *The head teacher won't stand for any nonsense.*

nonsensical /nɒnˈsensɪkl/ *adj.* ridiculous; without meaning முட்டாள்தனமான; பொருளற்ற; அறிவற்ற

non-smoker *noun* [C] a person who does not smoke cigarettes or **cigars** புகை பிடிக்காதவர் ✪ OPP **smoker** ▶ **non-smoking** *adj. Would you like a table in the smoking or the non-smoking section?*

non-starter *noun* [C] a person, plan or idea that has no chance of success வெற்றி வாய்ப்பில்லாத ஆள், திட்டம் அல்லது கருத்து; பயன் நிறைவுக்கான சாத்தியமற்ற ஒன்று

non-stick *adj.* (used about a pan, etc.) covered with a substance that prevents food from sticking to it (கொதிகலத் தட்டம் முதலியவை வகையில்) உணவு ஒட்டிக்கொள்ளாத மேற்பூச்சுடைய

non-stop *adj., adv.* without a stop or a rest இடையில் நிற்காத/நிற்காது அல்லது இடையில் ஓய்வுகொள்ளாத/ஓய்வுகொள்ளாது *a non-stop flight to Delhi • He talked non-stop for two hours about his holiday.*

non-violence *noun* [U] fighting for political or social change without using force, for example by not obeying laws வன்முறையைப் பயன்படுத்தாது அமைதியாக அரசியல் அல்லது சமுதாய மாற்றத்திற்காகப் போராடுதல்; அகிம்சை ▶ **non-violent** *adj.*

noodle /ˈnuːdl/ *noun* [C] long thin strips of food made of flour, egg and water that are cooked in boiling water or used in soups மாவு, முட்டை, நீர் ஆகியவற்றைக் கொண்டு தயாரிக்கப்பட்டு வெந்நீரில் கொதிக்க வைத்து எடுக்கப்படும் அல்லது வடிசாறுகளில் பயன்படுத்தப்படும் நீண்டு மெலிதான துண்டுகளாக உள்ள உணவு வகை; மாவீடு

nook /nʊk/ *noun* [C] a small quiet place or corner (in a house, garden, etc.) (வீடு, தோட்டம் முதலியவற்றிலுள்ள) சிறு அமைதியான இடம் அல்லது மூலை; ஒதுக்கிடம்; தனியிடம்

IDM **every nook and cranny** (*informal*) every part of a place ஓரிடத்தின் ஒவ்வொரு பகுதியும்; மூலை முடுக்கு அனைத்தும்; எல்லா இடங்களும்

noon /nuːn/ *noun* [U] 12 o'clock in the middle of the day; midday பகல் பன்னிரண்டு மணி; உச்சி வேளை; நண்பகல் ***At noon** the sun is at its highest point in the sky.* ⇨ **midnight** பார்க்க.

no one = **nobody**[1]

noose /nuːs/ *noun* [C] a circle that is tied in the end of a rope and that gets smaller as one end of the rope is pulled கயிற்றின் முனையில் பிணைக்கப்படுவதும் ஒரு முனையில் இழுக்கும்போது சுருங்குவதுமான வளையமைப்பு; சுருக்குக்கயிறு; சுருக்குக்கண்ணி

nor /nɔː(r)/ *conjunction, adv.* **1 neither... nor...** and not இவருமல்ல/இதுவுமல்ல; இவருமின்றி/இதுவுமின்றி; இவரும்/இதுவும் இல்லாததாக *I have neither the time nor the inclination to listen to his complaints again.* **2** (*used before a positive verb to agree with sth negative that has just been said*) also not; neither (சற்றுமுன் கூறப்பட்ட எதிர்மறையான ஒன்றுடன் உடன்படும் முறையில் எதிர்மறையல்லாத வினைச்சொல்லுக்கு முன் பயன்படுத்தப்படுவது) அல்லதும் *'I don't like football.' 'Nor do I.' • 'We haven't been to America.' 'Nor have we.'* ✪ SYN இப்பொருள்படுமாறு **neither** என்ற சொல்லையும் இதே முறையில் பயன்படுத்தலாம்—*'I won't be here tomorrow'. 'Nor/Neither will I'.* **3** (*used after a negative statement to add some more information*) also not (மேலும் ஒன்றைக் கூறுவதற்காக எதிர்மறைக் கூற்றுக்குப் பின் பயன்படுத்தப்படுவது) அல்லதும்; இன்றி *Subramanium never forgot her birthday. Nor their wedding anniversary for that matter.*

Nordic /ˈnɔːdɪk/ *adj.* **1** connected with Scandinavia, Finland and Iceland ஸ்காண்டிநேவியா, ஃபின்லாந்து மற்றும் ஐஸ்லாந்தைச் சார்ந்த அல்லது அந்நாடுகளுக்குரிய **2** typical of a member of a European race of people who are tall and have blue eyes and fair hair உயரமாகவும் நீல நிறக் கண்களுடன் வெளிறிய முடியுடனும் காணப்படும் ஐரோப்பிய இனம் ஒன்றைச் சார்ந்த ஆளுக்குரிய *Nordic features*

norm /nɔːm/ *noun* [C] (*often with 'the'*) a situation or way of behaving that is usual or expected வழக்கமான அல்லது எதிர்பார்க்கப்படுகிற சூழல், நடப்பு அல்லது நடத்தை முறை; கட்டளை நியதி; இயல்பு நிலை; பொதுமாதிரி

normal¹ /ˈnɔːml/ *adj.* typical, usual or ordinary; what you expect பொது முறையான; இயல்பான; கட்டளைப்படியான; வழக்கமான; எதிர்பார்க்கப்படுகிற *I'll meet you at the normal time.* • *It's quite normal to feel angry in a situation like this.* ✪ OPP **abnormal**

normal² /ˈnɔːml/ *noun* [U] the usual or average state, level or standard வழக்கமான அல்லது பொதுமாதிரியான நிலை, அளவு அல்லது படித்தரம்; இயல்பு நிலை; பொதுமாதிரி *temperatures above/below normal* • *Things are* ***back to normal*** *at work now.*

normality /nɔːˈmæləti/ (*AmE* **normalcy** /ˈnɔːmlsi/) *noun* [U] the state of being normal இயல்புநிலை; வழக்கமுறை; நடைமுறை ஒழுங்கு

normalize (*also* **-ise**) /ˈnɔːməlaɪz/ *verb* [I, T] (*written*) to become or make sth become normal again or return to how it was before மீண்டும் இயல்பு நிலைக்கு அல்லது முன்பிருந்த நிலைக்குக் கொண்டுவா *The two countries agreed to normalize relations* (= return to a normal, friendly relationship, for example after a disagreement or a war).

normally /ˈnɔːməli/ *adv.* **1** usually வழக்கமாக; பொதுமுறையாக; நடைமுறை வழக்கமாக *I normally leave the house at 8 o'clock.* • *Normally he takes the bus.* **2** in the usual or ordinary way வழக்கமான அல்லது இயல்பான முறையில் *His heart is beating normally.*

north¹ /nɔːθ/ *noun* [*sing.*] (*abbr.* **N**) (*also* **the north**) **1** the direction that is on your left when you watch the sun rise; one of the four main directions that we give names to (**the points of the compass**) வடக்கு; வடதிசை *cold winds from the north* • *Which way is north?* • *I live to* ***the north of*** (= further north than) *Chennai.* ➪ **compass** பதிவில் படம் பார்க்க. **2** (*also* **the North**) the northern part of any country, city, region or the world ஒரு நாடு, நகரம், மண்டலம் அல்லது உலகத்தின் வடபகுதி *Houses are less expensive in the North of the city than in the South.* • *I live in the north of Delhi.* ➪ **south, east, west, magnetic north** மற்றும் **true north** பார்க்க.

north² /nɔːθ/ *adj., adv.* **1** (*also* **North**) (*only before a noun*) in the north வடதிசையில் உள்ள/வடதிசையில்; வடக்கே *The new offices will be in North Chennai.* • *The north wing of the hospital was destroyed in a fire.* **2** to or towards the north வடதிசைக்கான/வடதிசைக்கு; வடக்கு நோக்கிய/வடக்கு நோக்கி *The house faces north.* • *Is Delhi north of Bhopal?* **3** (used about a wind) coming from the north (காற்று வகையில்) வட திசையிலிருந்து வீசுகிற

North Atlantic Drift *noun* [*sing.*] a current of warm water in the Atlantic Ocean, that has the effect of making the climate of NW Europe warmer வட மேற்கு ஐரோப்பாவின் வானிலை வெம்மை மிக்கதாகுமாறு தாக்கத்தை உண்டுபண்ணும் அட்லாண்டிக் மாக்கடலின் வெப்ப நீரோட்டம்

northbound /ˈnɔːθbaʊnd/ *adj.* travelling or leading towards the north வடக்கு நோக்கிப் பயணம் செய்கிற அல்லது வடக்கு திசையில் இட்டுச்செல்கிற *northbound traffic*

north-east¹ *noun* [*sing.*] (*abbr.* **NE**) (*also* **the North-East**) the direction or a region halfway between north and east வடகிழக்குத் திசை; வடகிழக்குப் பகுதி

north-east² *adj., adv.* in, from or to the north-east of a place or country (ஓரிடத்தின் அல்லது ஒரு நாட்டின்) வடகிழக்குத் திசையில் உள்ள/வடகிழக்குத் திசையில்; வடகிழக்குத் திசையில் இருந்ததான/வடகிழக்குத் திசையில் இருந்து; வடகிழக்குத் திசைக்கு *the north-east coast of Australia* • *If you look north-east you can see the sea.* ➪ **compass** பதிவில் படம் பார்க்க.

north-easterly *adj.* **1** towards the north-east வடகிழக்குத் திசை நோக்கிய *in a north-easterly direction* **2** (used about a wind) coming from the north-east (காற்று வகையில்) வடகிழக்குத் திசையிலிருந்து வீசுகிற

north-eastern *adj.* (*only before a noun*) connected with the north-east of a place or country ஓரிடத்தின் அல்லது ஒரு நாட்டின் வடகிழக்குப் பகுதி சார்ந்த

north-eastward(s) *adv.* towards the north-east வடகிழக்குத் திசை நோக்கி *Follow the highway north-eastward.*

northerly /ˈnɔːðəli/ *adj.* **1** to, towards or in the north வடதிசைக்கான, வடக்கு நோக்கிய அல்லது வடக்கே உள்ள *Keep going in a northerly direction.* **2** (used about a wind) coming from the north (காற்று வகையில்) வட திசையிலிருந்து வீசுகிற

northern (*also* **Northern**) /ˈnɔːðən/ *adj.* of, in or from the north of a place ஓரிடத்தின் வட பகுதிக்குரிய, வட பகுதியிலுள்ள அல்லது வட பகுதியிலிருந்து வருகிற *She has a northern accent.* • *in northern Australia*

northerner (*also* **Northerner**) /ˈnɔːðənə(r)/ *noun* [C] a person who was born in or who lives in the northern part of a country ஒரு நாட்டின் வட பகுதியில் பிறந்த அல்லது வட பகுதியில் வசிக்கிற ஒருவர்; வட பகுதியர் ✪ OPP **southerner**

northernmost /ˈnɔːðənməʊst/ *adj.* furthest north வட திசையின் உச்ச உயர் தொலைவில் உள்ள; வடகோடியான *the northernmost island of the Andamans*

the North Pole *noun* [*sing.*] the point on the Earth's surface which is furthest north நில உலகின் வடமுனைக் கோடி; வட துருவம் ➪ **earth** பதிவில் படம் பார்க்க.

northward /ˈnɔːθwəd/ (*also* **northwards**) *adv., adj.* towards the north வடதிசை நோக்கி/நோக்கிய *Continue northwards out of the city for about five miles.* • *in a northward direction*

north-west[1] *adj., adv.* in, from or to the north-west of a place or country (ஓரிடத்தின் அல்லது ஒரு நாட்டின்) வடமேற்குத் திசையில் உள்ள/வடமேற்குத் திசையில்; வடமேற்குத் திசையில் இருந்ததான/வடமேற்குத் திசையில் இருந்து; வடமேற்குத் திசைக்கு *the north-west coast of Sri Lanka* • *Our house faces north-west.* ➪ **compass** பதிவில் படம் பார்க்க.

north-west[2] *noun* [*sing.*] (*abbr.* **NW**) (*also* **the North-West**) the direction or region halfway between north and west வடமேற்குத் திசை; வடமேற்குப் பகுதி

north-westerly *adj.* **1** towards the north-west வடமேற்குத் திசை நோக்கிய *in a north-westerly direction* **2** (used about a wind) coming from the north-west (காற்று வகையில்) வடமேற்குத் திசையிலிருந்து வீசுகிற

north-western *adj.* (*only before a noun*) connected with the north-west of a place or country ஓரிடத்தின் அல்லது ஒரு நாட்டின் வடமேற்குப் பகுதி சார்ந்த

north-westward(s) *adv.* towards the north-west வடமேற்குத் திசை நோக்கி *Follow the road north-westward for ten kilometres.*

nose[1] /nəʊz/ *noun* [C] **1** the part of your face, above your mouth, that is used for breathing and smelling மூக்கு ➪ **body** பதிவில் படம் பார்க்க. **2 -nosed** (*used to form compound adjectives*) having the type of nose mentioned குறிப்பிடப்பட்ட வகையான மூக்குடைய *red-nosed* • *big-nosed* **3** the front part of a plane, spacecraft, etc. விமானம், விண்வெளிக் கப்பல் முதலியவற்றின் முகப்புப் பகுதி; முன்புறக் கூம்புப் பகுதி ➪ **plane** பதிவில் படம் பார்க்க.

IDM **blow your nose** ➪ **blow**[1] பார்க்க.

follow your nose ➪ **follow** பார்க்க.

look down your nose at sb/sth (*BrE informal*) to think that you are better than sb else; to think that sth is not good enough for you வேறொருவரை விடத் தான் சிறந்தவர் எனக் கருது; ஒருவரைத் தாழ்வாகக் கருது

poke/stick your nose into sth (*spoken*) to be interested in or try to become involved in sth which does not concern you தனக்குத் தொடர்பில்லாத ஒன்றில் ஆர்வ ஈடுபாடு கொள் அல்லது அதில் தன்னைத் தொடர்புபடுத்திக்கொள்ள முயல்; தேவையின்றித் தலையிடு; மூக்கை நுழை

turn your nose up at sth (*informal*) to refuse sth because you do not think it is good enough for you ஏற்புடையதல்ல எனத் தான் கருதும் ஒன்றை மறுத்தொதுக்கு

nose[2] /nəʊz/ *verb* [I] (used about a vehicle) to move forward slowly and carefully (ஊர்தி வகையில்) நிதானமாகவும் கவனமாகவும் முன்னேறு

PHR V **nose about/around** (*informal*) to look for sth, especially private information about sb ஒன்றை, குறிப்பாக ஒருவரைப் பற்றிய அந்தரங்கமான தகவலைக் கண்டறிய முயல்

nosebleed /ˈnəʊzbliːd/ *noun* [C] a sudden flow of blood that comes from your nose திடீரென மூக்கிலிருந்து கொட்டும் குருதி; மூக்கு வழியான இரத்தப்போக்கு

nosedive /ˈnəʊzdaɪv/ *noun* [C] a sudden sharp fall or drop திடீரென நிகழும் பெரும்படியான வீழ்ச்சி அல்லது இறக்கம் *Oil prices **took a nosedive** in the crisis.* ▶ **nosedive** *verb* [I]

nostalgia /nɒˈstældʒə/ *noun* [U] a feeling of pleasure, mixed with sadness, when you think of happy times in the past கடந்த காலத்தின் மகிழ்ச்சியான தருணங்களை எண்ணும்போது உண்டாகும் வருத்தம் கலந்த இன்ப உணர்வு; ஏக்க உணர்வு *She was suddenly filled with **nostalgia for** her university days.* ▶ **nostalgic** /-dʒɪk/ *adj.* ▶ **nostalgically** /-dʒɪkli/ *adv.*

nostril /ˈnɒstrəl/ *noun* [C] one of the two openings at the end of your nose that you breathe through மூக்குத் துளை ➪ **body** பதிவில் படம் பார்க்க.

nosy (*also* **nosey**) /ˈnəʊzi/ *adj.* too interested in other people's personal affairs மற்றவர்களுடைய தனிப்பட்ட செயல்களில் மிகையார்வம் கொள்கிற; வேண்டாத வகையில் பிறர்

செயல்களில் கருத்துச் செலுத்துகிற *a nosy neighbour*

not /nɒt/ *adv.* **1** used to form the negative with the verbs **be**, **do** and **have** (**auxiliary verbs**) and with verbs such as **can**, **must**, **will**, etc. (**modal verbs**). *Not* is often pronounced or written *n't* in informal situations துணை வினைகளான *be, do, have* என்பனவற்றையும் வினை நோக்கத் துணைவினைகளான *can, must, will* முதலியவற்றையும் இன்மைப்பொருள் தருமாறு எதிர்மறைச் சொற்களாகச் சொல்லாக்கம் செய்ய உடன் சேர்க்கப்படுவது; முறைசாரா வழக்குகளில் not என்பது n't ஆக ஒலிப்பு அல்லது எழுத்து வடிவம் பெறும் *It's not/it isn't raining now.* • *I cannot/can't see from here.* • *He didn't invite me.* • *I hope she will not/won't be late.* **2** used to give the following word or phrase a negative meaning அடுத்து வரும் சொல்லுக்கு அல்லது தொடருக்கு எதிர்மறைப் பொருள் தரப் பயன்படுத்தப்படுவது *He told me not to telephone.* • *It's not easy.* • *He's not very tall.* **3** used to give a short negative reply சுருக்கமான எதிர்மறைப் பதில் தரப் பயன்படுத்தப்படுவது *'Do you think they'll get divorced?' 'I hope not.'* (= I hope that they will not.) • *'Can I borrow Rs 20,000 ?'* ***'Certainly not!'*** • *'Whose turn is it to do the shopping?' 'Not mine.'* **4** used with or to give a negative possibility ஓர் எதிர்மறையான வாய்ப்பு நிலையுடன்/தேர்வுரிமையுடன் அல்லது எதிர்மறையான வாய்ப்பு நிலையை/தேர்வுரிமையை முன்வைக்கப் பயன்படுத்தப்படுவது *Shall we tell her **or not**?*

IDM **not at all 1** used as a way of replying when sb has thanked you ஒருவர் நன்றி தெரிவிக்கும்போது அவருக்கு மறுமொழி கூறும் ஒரு முறையாக வழங்கும் தொடர் *'Thanks for the present.' 'Not at all, don't mention it.'* **2** used as a way of saying 'no' or 'definitely not' இல்லவே இல்லை; அறவே இல்லை; உறுதியாக இல்லை *'Do you mind if I come too?' 'Not at all.'* • *The instructions are not at all clear.*

not only... (but) also used for emphasizing the fact that there is something more to add மேலும் கூற வேண்டியது ஒன்று உள்ளது என்பதை வலிறுத்தப் பயன்படுத்தப்படுவது: இது மட்டுமன்று; இத்துடன் கூட *They not only have two houses in Chennai, they also have one in Delhi.*

notable /ˈnəʊtəbl/ *adj.* **notable (for sth)** interesting or important enough to receive attention கவனம் செலுத்த வேண்டிய அளவுக்கு ஆர்வத்தைத் தூண்டுகிற அல்லது முக்கியமான; குறிப்பிடத்தக்க; தனிச் சிறப்புடைய *The area is notable for its wildlife.*

notably /ˈnəʊtəbli/ *adv.* used for giving an especially important example of what you are talking about தனது கூற்றுக்குத் தனிச்சிறப்பான ஓர் எடுத்துக்காட்டு தரப் பயன்படுத்தப்படுவது; குறிப்பாக; முக்கியமாக *Several politicians, most notably the Prime Minister and the Home Secretary, have given the proposal their full support.*

notation /nəʊˈteɪʃn/ *noun* [U, C] a system of symbols that represent information, especially in mathematics, science and music தகவல் கூறுகளை, குறிப்பாகக் கணிதவியல், அறிவியல் மற்றும் இசையியல் சார்ந்த தகவல் கூறுகளைக் குறியீடுகளாகக் காட்டப் பயன்படுத்தப்படும் முறை; குறிமான முறை

notch[1] /nɒtʃ/ *noun* [C] **1** a level on a scale of quality தர அளவீட்டில் ஒரு படிநிலை; அளவுக் கூறு; தரநிலை *This meal is certainly **a notch above** the last one we had here.* **2** a cut in an edge or a surface in the shape of a V or a circle, sometimes used to help you count sth சில சமயங்களில் ஒன்றைக் கணக்கிடுவதற்குப் பயன்படும் முறையில், ஒரு பொருளின் விளிம்பில் அல்லது மேற்பரப்பில் வெட்டி உண்டாக்கப்படும் V-வடிவ அல்லது வட்ட வடிவ வடு; வெட்டுத் தடம்

notch[2] /nɒtʃ/ *verb*

PHR V **notch sth up** to score or achieve sth ஆட்டக் கெலிப்பெண் பெறு; ஒரு சாதனை நிகழ்த்து *Lewis notched up his best ever time in the 100 metres.*

note[1] /nəʊt/ *noun* **1** [C] some words that you write down quickly to help you remember sth ஒன்றை நினைவுபடுத்திக்கொள்ள உதவும்பொருட்டு அவசரமாகத் தாளில் எழுதிவைக்கும் சில சொற்கள்; கவனக் குறிப்பு; நினைவுக் குறிப்பு; சுருக்கக் குறிப்பு; குறிப்பீடு *I'd better **make a note of** your name and address.* • ***Keep a note of** who has paid and who hasn't.* • *The lecturer advised the students to **take notes** while he was speaking.* **2** [C] a short letter கடிதக் குறிப்பு; குறிப்புச் சீட்டு *This is just a note to thank you for having us to dinner.* • *a sick note from your doctor* **3** [C] a short explanation or extra piece of information that is given at the back of a book, etc. or at the bottom or side of a page ஒரு நூல் முதலியவற்றின் பின்பகுதியில், அல்லது ஒரு பக்கத்தின் அடியில் அல்லது ஓரத்தில் தரப்படும் சிறு விளக்கம் அல்லது மிகைத் தகவல்; குறிப்புரை; பின்குறிப்பு; அடிக்குறிப்பு *See note 5, page 340.* ⇨ **footnote** பார்க்க. **4** [C] (*also* **banknote** *AmE* **bill**) a piece of paper money தாள் பணம் *I'd like the money in Rs 500 notes, please.* **5** [C] a single musical sound made by a voice or an instrument; a written sign that represents a musical sound தனிக் குரலிசை அல்லது

இசைக்கருவியில் எழுப்பப்படும் தனியிசை; இசைக் கூறு; சுரம்; சுரத்தின் வரி வடிவம்; இசைக் குறிப்பு *I can only remember the first few notes of the song.* **6** [*sing.*] something that shows a certain quality or feeling குறிப்பிட்ட பண்பை அல்லது உணர்ச்சியை வெளிக்காட்டும் ஒன்று; பண்புக்குறிப்பு; உணர்ச்சிக் குறிப்பு *The meeting ended on a rather unpleasant note.*

IDM **compare notes (with sb)** ⇨ **compare** பார்க்க.

take note (of sth) to pay attention to sth and be sure to remember it ஒன்றைக் கவனித்துக் கருத்தில் கொள்

note[2] /nəʊt/ *verb* [T] **1** to notice or pay careful attention to sth ஒன்றைக் கவனி; கவனம் செலுத்திப் பார்; மனத்திற் பதிய வைத்துக்கொள் *He noted a slight change in her attitude towards him.* • *Please note that this office is closed on Tuesdays.* **2** to mention sth ஒன்றைக் குறிப்பிடு; சுட்டு *I'd like to note that the project has so far been extremely successful.*

PHR V **note sth down** to write sth down so that you remember it ஒன்றை நினைவில் வைத்துக்கொள்ள உதவும் பொருட்டுக் குறித்துக்கொள்

notebook /ˈnəʊtbʊk/ *noun* [C] a small book in which you write things that you want to remember நினைவுபடுத்திக்கொள்ள விரும்பும் தகவல் கூறுகளை எழுதி வைக்கும் சிறு புத்தகம்; குறிப்பேடு; குறிப்புப் புத்தகம்

noted /ˈnəʊtɪd/ *adj.* (*formal*) **noted (for/as sth)** well known; famous நன்கு அறியப்பெற்ற; பெயர்பெற்ற; புகழ் வாய்ந்த *The hotel is noted for its food.*

notepad /ˈnəʊtpæd/ *noun* [C] some sheets of paper in a block that are used for writing things on எழுதுவதற்குப் பயன்படுத்தப்படும் தாள்களின் தனிமொத்தம் அல்லது தனிக்கட்டு; குறிப்புத்தாள் பொதி

notepaper /ˈnəʊtpeɪpə(r)/ *noun* [U] paper that you write letters on கடிதங்கள் எழுதுவதற்கான தாள்; கடிதத் தாள்

noteworthy /ˈnəʊtwɜːði/ *adj.* interesting or important; that is worth noticing ஆர்வத்தைத் தூண்டுகிற; முக்கியமான; கருத்துச் செலுத்தத்தக்க

nothing /ˈnʌθɪŋ/ *pronoun* not anything; no thing எதுவுமின்மை; ஒன்றுமின்மை; இல்லாதது; வெறுமை; இல்பொருள்; இன்மை *There's nothing in this suitcase.* • *I'm bored—there's* ***nothing to do*** *here.* • *'What's the matter?' 'Oh, nothing.'* • *'Thank you so much for all your help.' 'It was nothing.'* • *The doctor said there's nothing wrong with me.* ⇨ **zero** பதிவிலுள்ள குறிப்பைப் பார்க்க.

IDM **be/have nothing to do with sb/sth** to have no connection with sb/sth ஒருவருடன்/ஒன்றுடன் எத்தகைய தொடர்பும் இன்றி இரு; தொடர்பற்றிரு *That question has nothing to do with what we're discussing.* • *Put my diary down—it's nothing to do with you.*

come to nothing ⇨ **come** பார்க்க.

for nothing 1 for no good reason or with no good result சரியான காரணத்திற்காக இல்லாமல்; சரியான முகாந்தரமின்றி; நிறைவான விளைபயன் இன்றி *His hard work was all for nothing.* **2** for no payment; free கட்டணமின்றி; இலவசமாக *Children under four are allowed in for nothing.*

nothing but only மட்டுமே *He does nothing but sit around watching TV all day.*

nothing like 1 not at all like அறவே ஒத்திராது; முற்றிலும் வேறாக *She looks nothing like either of her parents.* **2** not at all; not nearly அறவே இல்லாததாக; சிறிதும் இன்றி; ஓரளவேனும் இல்லாது *There's nothing like enough food for all of us.*

nothing much not a lot of sth; nothing of importance பெருமளவாக இல்லாது; குறிப்பிடத்தக்கதாக எதுவுமின்றி *It's a nice town but there's nothing much to do in the evenings.* • *'What did you do at the weekend?' 'Nothing much.'*

(there's) nothing to it (it's) very easy மிக எளிதானதாக *You'll soon learn—there's nothing to it really.*

there is/was nothing (else) for it (but to do sth) there is/was no other action possible வேறெந்தச் செயலும் செய்யக்கூடியதாக இல்லை; மாற்றாக வேறெதுவும் செய்வதற்கில்லை *There was nothing for it but to resign.*

notice[1] /ˈnəʊtɪs/ *noun* **1** [U] the act of paying attention to sth or knowing about sth ஒன்றில் கவனம் செலுத்துதல் அல்லது ஒன்று பற்றி அறிந்துகொள்ளுதல்; கவனம் *The protests are finally making the government* ***take notice.*** • ***Take no notice of*** *what he said—he was just being silly.* • *Some people don't take any notice of* (= choose to ignore) *speed limits.* **2** [C] a piece of paper or a sign giving information, a warning, etc. that is put up where everyone can read it பொது இடத்தில் வைக்கப்படும் தகவல், எச்சரிக்கை முதலியவற்றைத் தாங்கிய தாள் அல்லது அறிகுறி; பொது அறிவிப்பு; தகவல்/செய்தி தெரிவிப்பு *There's a notice on the board saying that the meeting has been cancelled.* • *The notice said 'No dogs allowed'.* **3** [U] a warning that sth is going to happen ஒன்று நிகழப்போவதாகத் தெரிவிக்கும் எச்சரிக்கை; முன்னறிவிப்பு *I can't produce a meal* ***at*** *such* ***short notice!*** • *I wish you'd* ***give*** *me more* ***notice*** *when you're going to be off work.*

notice² /ˈnəʊtɪs/ *verb* [I, T] (*usually not in the continuous tenses*) to see and become conscious of sth ஒன்றைப் பார்த்து மனதில் பதிய வைத்துக்கொள்; கவனம் செலுத்திப் பார்; உற்று நோக்கு *Did you notice which direction she went in?* • *We didn't notice him leave/him leaving.*

noticeable /ˈnəʊtɪsəbl/ *adj.* easy to see or notice எளிதில் பார்க்கக்கூடிய அல்லது பார்த்தறியக் கூடிய *The scar from the accident was hardly noticeable.* ▶ **noticeably** /-əbli/ *adv.*

noticeboard /ˈnəʊtɪsbɔːd/ (*AmE* **bulletin board**) *noun* [C] a board on a wall for putting up written information where everyone can read it அனைவரும் படித்தறியத்தக்க வகையில் தகவல் எழுதி வைப்பதற்கான, சுவரில் பொருத்தப்பட்டுள்ள பலகை; பொது அறிவிப்புப் பலகை

notify /ˈnəʊtɪfaɪ/ *verb* [T] (*pres. part.* **notifying**; *3rd person sing. pres.* **notifies**; *pt, pp* **notified**) **notify sb (of sth)** to inform sb about sth officially ஒன்று பற்றி அதிகாரபூர்வமாக ஒருவருக்குத் தெரியப்படுத்து; அறிவி ▶ **notification** /ˌnəʊtɪfɪˈkeɪʃn/ *noun* [C, U]

notion /ˈnəʊʃn/ *noun* [C] **a notion (that.../of sth)** something that you have in your mind; an idea மனத்தில் உள்ள ஒன்று; கருத்து; எண்ணம் *I had a vague notion that I had seen her before.*

notional /ˈnəʊʃənl/ *adj.* existing only in the mind; not based on facts or reality மனத்தில் மட்டுமே உளதாயிருக்கிற; மெய்ம்மைகளை அல்லது நடப்பு நிலையை அடிப்படையாகக் கொண்டிராத; கருத்தியலான

notoriety /ˌnəʊtəˈraɪəti/ *noun* [U] the state of being well known for sth bad மோசமான ஒரு செயலின் காரணமாகப் பலரால் அறியப்பட்டுள்ள நிலை; வசைப் பெயர் எடுத்த நிலை

notorious /nəʊˈtɔːriəs/ *adj.* **notorious (for/as sth)** well known for sth bad மோசமான ஒரு செயலால் பலராலும் அறியப்பட்டுள்ள; கெட்ட பெயர் எடுத்த; பொதுப் பழிப்புக்கு ஆளான *a notorious drug dealer* • *This road is notorious for the number of accidents on it.* ✪ SYN **infamous** ▶ **notoriously** *adv.*

notwithstanding /ˌnɒtwɪθˈstændɪŋ/ *prep., adv.* (*written*) in spite of sth இருந்தபோதிலும்; ஆயினும்; எனினும்

nougat /ˈnuːɡɑː/ *noun* [U] a hard sweet containing nuts that is pink or white in colour கொட்டைப் பருப்புகள் உள்ளடங்கிய இளஞ்சிவப்பு அல்லது வெண்மை நிறமான கெட்டியான இனிப்புப் பண்டம்

nought /nɔːt/ (*AmE* **zero**) *noun* [C] the figure 0 பூஜ்யம்; சுன்னம் 0 *A million is written with six noughts.* • *We say 0.1 'nought point one'.*

IDM **noughts and crosses** a game for two players in which each person tries to win by writing three 0s or three Xs in a line ஒவ்வொரு ஆட்டக்காரரும் ஒரு வரிசையில் மூன்று 0 அல்லது X குறிகள் வருமாறு எழுதி வெற்றிபெற முயலும், இருவர் விளையாட்டு வகை

noun /naʊn/ *noun* [C] (*grammar*) a word that is the name of a thing, an idea, a place or a person பொருள், கருத்து, இடம் அல்லது ஆள் பெயராகப் பயன்படுத்தப்படும் சொல்; பெயர்ச்சொல் *'Water', 'happiness', 'Jagan' and 'France' are all nouns.* ➪ **countable** மற்றும் **uncountable** பார்க்க.

nourish /ˈnʌrɪʃ/ *verb* [T] **1** to give sb/sth the right kind of food so that he/she/it can grow and be healthy ஒருவரது/ஒன்றின் வளர்ச்சிக்கும் உடல்நலத்திற்கும் உதவும் முறையில் அவருக்கு/அதற்கு ஏற்ற வகையான உணவு அளி; ஊட்டமளி; சத்துணவு அளி **2** (*formal*) to allow a feeling, an idea, etc. to grow stronger ஓர் உணர்ச்சி, ஒரு கருத்து முதலியவை மேலும் வலுப்பெறத் துணைசெய்; மன ஊட்டம்/அறிவூட்டம் பெறச் செய் ▶ **nourishment** *noun* [U]

Nov. *abbr.* November (நவம்பர் மாதம்) என்பதன் குறுக்கம் *17 Nov. 2006*

nova /ˈnəʊvə/ *noun* [C] (*pl.* **novae** or **novas**) (*technical*) a star that suddenly becomes much brighter for a short period திடீரெனச் சிறிது நேரம் மிகு ஒளிர்வுடன் விளங்கும் விண்மீன் ➪ **supernova** பார்க்க.

novel¹ /ˈnɒvl/ *noun* [C] a book that tells a story about people and events that are not real உண்மையில் காணப்படாத ஆட்கள் மற்றும் நிகழ்வுகளைப் பற்றிக் கதை வடிவில் விவரிக்கும் நூல்; புனை கதை; புதினம்; நாவல் *a romantic/historical/detective novel*

novel² /ˈnɒvl/ *adj.* new and different புதிதாகவும் மாறுபட்டதாகவும் உள்ள; புதுவகையான; புதுமையான *That's a novel idea! Let's try it.*

novelist /ˈnɒvəlɪst/ *noun* [C] a person who writes novels கதையாசிரியர்; புதினவாசிரியர்

novelty /ˈnɒvlti/ *noun* (*pl.* **novelties**) **1** [U] the quality of being new and different புதிதாகவும் மாறுபட்டதாகவும் இருக்கும் தன்மை; புதுமை; புத்தியல்பு *The novelty of her new job soon wore off.* **2** [C] something new and unusual புதுமையான, வழக்கத்திற்கு மாறான ஒன்று *It was quite a novelty not to have to get up early.* **3** [C] a small, cheap object that is sold as a toy or decoration விளையாட்டுப் பொருளாக அல்லது

அலங்காரப் பொருளாக விற்கப்படும் சிறிய, விலை மலிவான பொருள்; மலிவு விலை விளையாட்டு/அலங்காரப் பொருள்

November /nəʊˈvembə(r)/ *noun* [U, C] (*abbr.* **Nov.**) the eleventh month of the year, coming after October ஆண்டில் பதினொன்றாவதாக அக்டோபர் மாதத்தை அடுத்துவரும் மாதம்; நவம்பர்

NOTE வாக்கியங்களில் மாதங்கள் பயன்படுத்தப்படும் முறை பற்றி அறிய, **January** பதிவிலுள்ள எடுத்துக்காட்டுகள் மற்றும் குறிப்பைப் பார்க்க.

novice /ˈnɒvɪs/ *noun* [C] a person who is new and without experience in a certain job, situation, etc. ஒரு பணி, சூழல் முதலியவற்றில் புதியவராக, முன்பயிற்சியற்றுள்ளவராக உள்ள ஒருவர்; அனுபவமற்றவர்; கற்றுக்குட்டி ✪ SYN **beginner**

now /naʊ/ *adv., conj.* **1** (at) the present time தற்சமயம்; தற்சமயத்தில்; இப்பொழுது; இந்நேரத்தில்; இக்காலத்தில் *We can't go for a walk now—it's raining. • Where are you living now? •* ***From now on*** *I'm going to work harder. •* ***Up till now*** *we haven't been able to afford a house of our own.* **2** immediately உடனடியாக; காலதாமதமின்றி; இப்பொழுதே *Go now before anyone sees you. • You must go to the doctor* ***right now***. **3** used to introduce or to emphasize what you are saying, or while pausing to think சொல்லப்போகும் ஒன்றைத் தொடக்கம் செய்ய, சொல்லுகிற ஒன்றை வலியுறுத்த அல்லது சிந்திப்பதற்காகப் பேச்சை இடைநிறுத்தம் செய்யும்போது பயன்படுத்தப்படுவது *Now listen to what he's saying. • What does he want now? • Now, let me think.* **NOTE** இச்சூழலில் **now then** என்ற தொடரும் பயன்படுத்தப்படுகிறது—*Now then, what was I saying?* **4 now (that)...** because of the fact that குறிப்பிடப்பட்ட காரணத்தினால்; குறிப்பிடப்பட்ட காரணத்தை முன்னிட்டு *Now (that) the children have left home we can move to a smaller house.*

IDM any moment/second/minute/day (now) ➪ **any** பார்க்க.

(every) now and again/then from time to time; occasionally அவ்வப்போது; விட்டு விட்டு; சில சமயங்களில்; எப்போதாவது *We see each other now and then, but not very often.*

just now ➪ **just**[1] பார்க்க.

right now ➪ **right**[2] பார்க்க.

nowadays /ˈnaʊədeɪz/ *adv.* at the present time (when compared with the past) (கடந்த காலத்துடன் ஒப்பிட்டுப் பார்க்கையில்) நடப்புக் காலத்தில்; தற்பொழுது; இப்போது; இந்நாட்களில் *I don't go to London much nowadays* (= but I did in the past).

nowhere /ˈnəʊweə(r)/ *adv.* not in or to any place; not anywhere எந்த இடத்திலும்/இடத்திற்கும் இன்றி; எங்குமின்றி; ஓரிடத்துமின்றி *I'm afraid there's nowhere to stay in this village. • I don't like it here, but there's* ***nowhere else*** *for us to sit.*

IDM get nowhere (with sth) to not make any progress with sth ஒன்றில் எந்த விதமான முன்னேற்றமும் காணாதிரு

in the middle of nowhere ➪ **middle**[1] பார்க்க.

nowhere near ➪ **near**[1] பார்க்க.

noxious /ˈnɒkʃəs/ *adj.* (*formal*) harmful or poisonous தீங்கு விளைவிக்கக்கூடிய அல்லது நச்சுத்தன்மையுள்ள *noxious gases*

nozzle /ˈnɒzl/ *noun* [C] a narrow tube that is put on the end of a pipe to control the liquid or gas coming out ஒரு குழாயிலிருந்து வெளிவரும் நீர்மத்தின் அல்லது வாயுவின் விரைவை அல்லது அளவைக் கட்டுப்படுத்த அக்குழாயின் முனையில் பொருத்தப்படும் ஒடுக்கமான குழல்; குழாய்க் கூம்பலகு ➪ **gardening** பதிவில் படம் பார்க்க.

nuance /ˈnjuːɑːns/ *noun* [C] a very small difference in meaning, feeling, sound, etc. பொருள், உணர்ச்சி, ஒலி முதலியவற்றில் காணப்படும் நுட்பமான வேறுபாடு; நய நுட்ப வேற்றுமை

nuclear /ˈnjuːkliə(r)/ *adj.* **1** using, producing or resulting from the energy that is produced when the central part (**nucleus**) of an atom is split அணுவின் மையக்கரு பிளக்கப்படும்போது வெளிப்படும் ஆற்றலைப் பயன்படுத்துகிற, அவ்வாற்றலிலிருந்து உண்டுபண்ணப்படுகிற அல்லது அவ்வாற்றலின் விளைபயனான; அணு ஆற்றலினால் விளைகிற *nuclear energy • a nuclear power station • nuclear war/weapons* ➪ **atomic** பார்க்க. **2** connected with the nucleus of an atom அணுவின் மையக்கரு சார்ந்த *nuclear physics*

nuclear disarmament *noun* [U] stopping the use and development of nuclear weapons அணு ஆயுதங்களின் பயன்பாட்டையும் பெருக்கத்தையும் தடுத்து நிறுத்துதல்

nuclear fission = **fission**

nuclear-free *adj.* not having or allowing nuclear weapons or nuclear energy அணு ஆயுதங்களை அல்லது அணு ஆற்றலைக் கைக்கொண்டிராத அல்லது அனுமதிக்காத; அணு ஆற்றல் பயன்பாடு தடைசெய்யப்பட்ட *This town has been declared a nuclear-free zone.*

nuclear fusion = **fusion**

nuclear physics *noun* [U] the scientific study of the centres (**nuclei**) of atoms, especially of how energy can be produced from them அணுக்களின் மையக்கருக்கள் பற்றிய

அறிவியல் ஆய்வு, குறிப்பாக அவற்றிலிருந்து ஆற்றல் உற்பத்தி செய்யும் வழிமுறை குறித்த ஆய்வு; அணு ஆற்றல் இயற்பியல்

nuclear reactor (*also* **reactor**) *noun* [C] a very large machine that produces nuclear energy அணு ஆற்றலை உற்பத்தி செய்யும் மிகப் பெரிய பொறியமைப்பு; அணு உலை

nucleic acid /nju:ˌkli:ɪk ˈæsɪd/ *noun* [U] either of two acids (**DNA** and **RNA**), that are present in all living cells அனைத்து உயிரணுக்களிலும் காணப்படும் DNA (மரபுக்கூறு சார்ந்த), RNA (சர்க்கரைச் சத்து சார்ந்த) ஆகிய இரு அமிலப்-பொருள்களுள் ஒன்று

nucleus /ˈnju:kliəs/ *noun* [C] (*pl.* **nuclei** /-kliaɪ/) **1** the central part of an atom or of certain cells அணுவின் அல்லது சிலவகை உயிரணுக்களின் மையப்பகுதி; அணு மையக் கரு; உயிரணுவின் கருமூலம் **2** the central or most important part of sth ஒன்றின் மையப்பகுதி அல்லது முதன்மைப் பகுதி

nude[1] /nju:d/ *adj.* not wearing any clothes ஆடை எதுவும் அணிந்திராத; அம்மணமான; வெறுமேனியான; நிர்வாண ➪ **bare** மற்றும் **naked** பார்க்க. ▶ **nudity** /ˈnju:dəti/ *noun* [U] *This film contains scenes of nudity.*

nude[2] /nju:d/ *noun* [C] a picture or photograph of a person who is not wearing any clothes ஆடையற்ற உருவ ஓவியம் அல்லது நிழற்படம்; நிர்வாணப் படம்

IDM **in the nude** not wearing any clothes ஆடை எதுவும் அணிந்திராமல்; அம்மணமாக

nudge /nʌdʒ/ *verb* [T] to touch or push sb/sth with your elbow ஒருவரை/ஒன்றை முழங்கையால் தீண்டு அல்லது தள்ளு; முழங்கையால் இடி ▶ **nudge** *noun* [C]

nuisance /ˈnju:sns/ *noun* [C] a person, thing or situation that annoys you or causes you trouble எரிச்சல் உண்டாக்கும் அல்லது தொல்லைப்-படுத்தும் ஆள், பொருள் அல்லது சூழல்; நச்சரிப்பாளர்; தொல்லை; தொந்தரவு *It's a nuisance having to queue for everything.*

null /nʌl/ *adj.*

IDM **null and void** (*written*) not valid in law சட்டப்படிச் செல்லுபடியாகாத

numb /nʌm/ *adj.* not able to feel anything; not able to move உணர்ச்சியற்ற; மரத்த; இயக்க ஆற்றலற்ற *My fingers were numb with cold.* • *I'll give you an injection and the tooth will* ***go numb****.* ▶ **numb** *verb* [T] *We were numbed by the dreadful news.* ▶ **numbness** *noun* [U]

number[1] /ˈnʌmbə(r)/ *noun* **1** [C] a word or symbol that indicates a quantity ஓர் அளவை அல்லது எண்ணிக்கையைக் குறிக்கும் சொல் அல்லது எண் குறி; எண்ணின் வரிவடிவு; எண்; இலக்கம் *Choose a number between ten and twenty.* • *2, 4, 6, etc. are* ***even numbers*** *and 1, 3, 5, etc. are* ***odd numbers****.* • *a three-figure number* (= from 100 to 999) **2** [C] a group of numbers that is used to identify sb/sth ஒருவரை/ஒன்றை அடையாளப்படுத்த அல்லது இனம்காணப் பயன்படுத்தப்படும் எண்தொகுதி *a telephone number* • *a code number* **3** [C, U] **a number (of sth)** a quantity of people or things ஆட்களின் அல்லது பொருள்களின் ஓர் எண்ணிக்கை, அளவு அல்லது தொகுதி; பலர்; பல *Pupils in the school have doubled* ***in number*** *in recent years.* • *There are* ***a number of*** (= several) *things I don't understand.* **4** [C] (*abbr.* **No.**) (*symbol* #) used before a number to show the position of sth in a series ஒரு வரிசைத் தொகுதியில் ஒன்றின் இருப்பு நிலையை/அமர்வு நிலையைச் சுட்டிக்காட்டும் முறையில் ஓர் இலக்கத்தின் முன் பயன்படுத்தப்படுவது *We live in Hazel Road, at No. 21.* • *room No. 347* **5** [C] a copy of a magazine, newspaper, etc. பருவ இதழ், செய்தித்தாள் முதலியவற்றின் பிரதி/தனி இதழ் *Back numbers of 'New Scientist' are available from the publishers.* **6** [C] (*informal*) a song or dance பாடல் அல்லது நடனம்

IDM **any number of** very many மிகப்பல; ஏராளமான; மிகுதியான *There could be any number of reasons why she hasn't arrived yet.*

in round figures/numbers ➪ **round**[1] பார்க்க.

opposite number ➪ **opposite** பார்க்க.

number[2] /ˈnʌmbə(r)/ *verb* [T] **1** to give a number to sth ஒன்றுக்கு எண் குறியிடு; இலக்கம் குறி *The houses are numbered from 1 to 52.* **2** used for saying how many people or things there are ஆட்களின் அல்லது பொருள்களின் மொத்த எண்ணிக்கையைக் குறிப்பிடப் பயன்படுத்தப்படுவது: தொகைப்படு *Our forces number 40,000.*

number plate (*AmE* **license plate**) *noun* [C] the sign on the front and back of a vehicle that shows a particular combination of numbers and letters (**the registration number**) ஊர்தியின் முன்பக்கமும் பின்பக்கமும் உள்ள அவ்வூர்தியின் பதிவெண் பொறிக்கப்-பட்ட தகடு; ஊர்திப் பதிவெண் தகடு; எண் தகடு

numeracy /ˈnju:mərəsi/ *noun* [U] a good basic knowledge of mathematics; the ability to work with and understand numbers கணிதவியலில் நிறைவான அடிப்படை அறிவு; கணித அறிவு; எண்களைக் கையாளும் மற்றும் புரிந்துகொள்ளும் ஆற்றல்; கணக்குத் திறம் *standards of literacy and numeracy*

numeral /ˈnju:mərəl/ *noun* [C] a sign or symbol that represents a quantity ஓர் அளவை அல்லது எண்ணிக்கையைக் குறிக்கும் குறி அல்லது குறியீடு; எண்குறி; இலக்கம் *Roman numerals* (= I, II, III, IV, etc.)

numerate /ˈnju:mərət/ *adj.* having a good basic knowledge of mathematics கணிதவியலில் நிறைவான அடிப்படை அறிவுடைய; கணிதவியல் அடிப்படைக் கோட்பாடுகளை அறிந்துள்ள ➪ **literate** பார்க்க.

numerator /ˈnju:məreɪtə(r)/ *noun* [C] (*mathematics*) the number above the line in a fraction, for example the 3 in 3/4 பின்னத்தில் கோட்டுக்கு மேலுள்ள (3/4 என்ற பின்ன எண்ணில் உள்ள 3 போன்ற) எண்; பின்னத்தின் மேல்வாய் இலக்கம் ➪ **denominator** பார்க்க.

numerical /nju:ˈmerɪkl/ *adj.* of or shown by numbers எண்கள் தொடர்பான; எண்களுக்குரிய; எண்களால் காட்டப்படுகிற *to put sth* ***in numerical order***

numerous /ˈnju:mərəs/ *adj.* (*formal*) existing in large numbers; many பெரும் எண்ணிக்கையில் காணப்படுகிற; பேரளவான; ஏராளமான; பலவான

nun /nʌn/ *noun* [C] a member of a religious group of women who live together in a special building (**a convent**) away from other people தனி ஒதுக்கமாகப் பெண் துறவியர் மடத்தில் ஒருங்கிணைந்து வாழும் சமய நெறிப்பட்ட மகளிர் குழுவைச் சார்ந்த ஒருவர்; கன்னிமாடத்தில் வாழும் பெண் துறவி ➪ **monk** பார்க்க.

nurse¹ /nɜ:s/ *noun* [C] a person who is trained to look after sick or injured people நோய்வாய்ப்பட்டவர்களை அல்லது காயமுற்றோரைக் கவனித்துப் பேணுவதற்கான பயிற்சி பெற்ற ஒருவர்; செவிலி; தாதி *a male nurse • a psychiatric nurse*

nurse² /nɜ:s/ *verb* **1** [T] to take care of sb who is sick or injured; to take care of an injury நோய்வாய்ப்பட்ட அல்லது காயமுற்ற ஒருவரைக் கவனித்துப்பேணு; பணிவிடை செய்; காயம் குணமடைவதற்கு வேண்டியவற்றைச் செய் *She nursed her mother back to health. • Ahmed is still nursing a back injury.* **2** [T] to hold sb/sth in a loving way ஒருவரை/ஒன்றை அன்புடன் தழுவிக் கொஞ்சு; பரிவுடன் அணைத்துக்கொள் *He nursed the child in his arms.* **3** [T] (*formal*) to have a strong feeling or idea in your mind for a long time நீண்ட கால அளவுக்கு மனத்தில் ஓர் அழுத்தமான உணர்வை அல்லது கருத்தைக் கொண்டிரு; உள்ளத்தில் பொதிந்து வைத்திரு *Mohan had long nursed the hope that Mini would marry him.* **4** [I, T] to feed a baby or young animal with milk from the breast; to drink milk from the mother's breast குழந்தைக்கு அல்லது கன்றுக்கு/குட்டிக்கு முலைப்பால்/மடிப்பால் ஊட்டு; தாய் முலையில்/மடியில் பால் குடி

nursery /ˈnɜ:səri/ *noun* [C] (*pl.* **nurseries**) **1** a place where small children and babies are looked after so that their parents can go to work பெற்றோர்கள் பணிக்குச் செல்ல ஏதுவாகக் குழந்தைகளையும் இளஞ்சிறார்களையும் கவனித்துப் பேணும் இடம்; குழந்தையர் பேணகம் ➪ **créche** பார்க்க. **2** a place where young plants are grown and sold இளஞ்செடிகளை வளர்த்து விற்பனை செய்யும் இடம்; நாற்றுப் பண்ணை

nursery rhyme *noun* [C] a traditional poem or song for young children இளஞ்சிறாருக்கான மரபுவழிச் செய்யுள் அல்லது பாடல்

nursery school (*also* **playgroup; playschool**) *noun* [C] a school for children aged between three and five மூன்று வயது முதல் ஐந்து வயது வரை உள்ள இளஞ்சிறார்களுக்கான பள்ளி; மழலையர் பள்ளி ➪ **kindergarten** பார்க்க.

nursing /ˈnɜ:sɪŋ/ *noun* [U] the job of being a nurse செவிலியர் பணி

nursing home *noun* [C] a small private hospital, often for old people பெரும்பாலும் முதியோருக்கான சிறிய தனியார் மருத்துவமனை; நலம் பேணகம்

nurture¹ /ˈnɜ:tʃə(r)/ *verb* [T] **1** to look after and protect sb/sth while he/she/it are growing and developing வளர்ச்சிப் பருவத்தில் ஒருவரை/ஒன்றைப் பேணிக் கவனி; ஊட்டி வளர் **2** to encourage sth to develop and to help it succeed ஒன்றின் வளர்ச்சியை ஊக்குவித்து நிறைநலம் பெறச் செய்; வளர்ச்சிக்கு உதவு *This is a talent which should be nurtured.*

nurture² /ˈnɜ:tʃə(r)/ *noun* [U] care, encouragement and support for sb/sth while he/she/it is growing and developing ஒருவரது/ஒன்றின் வளர்ச்சிப் பருவத்தில் அவருக்கு/அதனுக்கு அளிக்கும் கவனிப்பு, ஊக்கம் மற்றும் ஆதரவு; ஊட்டி வளர்த்தல்

nut /nʌt/ *noun* [C] **1** a dry fruit that consists of a hard shell with a seed inside. Many types of nut can be eaten கெட்டியான புறத்தோடும் உள்ளீடாக விதையும் உள்ள, பெரும்பாலும் உண்ணுவதற்குரிய உலர்கனி; கொட்டை **2** a small piece of metal with a round hole in the middle through which you screw a long round piece of metal (**a bolt**) to fasten things together பொருள்களைப் பிணைக்கும் பொருட்டு, மரையாணியை உள்ளிட்டுத் திருகி இறுக்குவதற்கு ஏற்ற வகையில் நடுவில் வட்டத் துளையுடைய சிறு உலோகத் தண்டு; திருகுமரை ➪ **bolt** பதிவில் படம் பார்க்க.

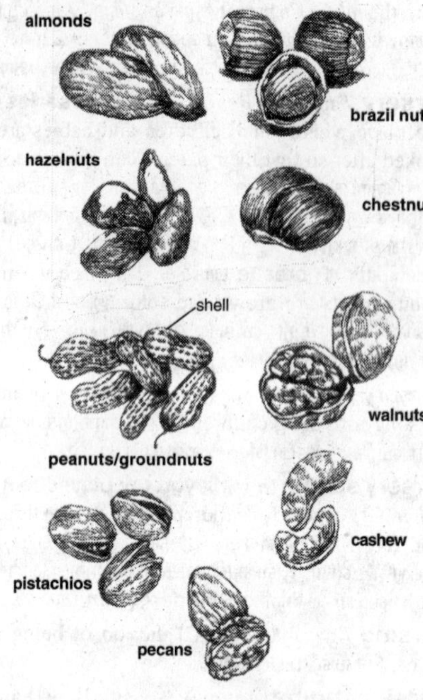

nuts

nutcrackers /ˈnʌtkrækəz/ *noun* (*pl.*) a tool that you use for breaking open the shell of a nut கொட்டையின் புறத்தோட்டை உடைப்பதற்குப் பயன்படுத்தப்படும் கருவி; கொட்டை வெட்டி

nutmeg /ˈnʌtmeg/ *noun* [C, U] a type of hard seed that is often made into powder and used as a spice in cooking வழக்கமாகப் பொடி செய்து சமையலில் நறுமணப் பொருளாகப் பயன்படுத்தப்படும் கெட்டியான விதை வகை; சாதிக்காய்

nutrient /ˈnju:triənt/ *noun* [C] (*technical*) a substance that is needed to keep a living thing alive and to help it grow உயிர் வாழ்வதற்கும் வளர்ச்சிக்கும் இன்றியமையாத பொருள்; உயிர்ச் சத்து; ஊட்டச் சத்து *Plants get minerals and other nutrients from the soil.*

nutrition /njuˈtrɪʃn/ *noun* [U] the food that you eat and the way it affects your health உண்ணும் உணவும் அவ்வுணவு உடல் நலத்தின் மீது உண்டாக்கும் பயன்விளைவும்; உணவின் ஊட்டவினை ▶ **nutritional** /-ʃənl/ *adj.*

nutritious /njuˈtrɪʃəs/ *adj.* (used about food) very good for you (உணவு வகையில்) நலம் பயக்கிற; சத்தான; ஊட்ட வளமுள்ள

nuts /nʌts/ *adj.* (*informal*) (*not before a noun*) crazy மதிமயக்கமுற்ற; கிறுக்குத்தனமான; மனம் பேதுற்ற *She's driving me nuts with her stupid questions.*

nutshell /ˈnʌtʃel/ *noun*

IDM **in a nutshell** using few words சிலவாகிய சொற்களைப் பயன்படுத்தி; மணிச்சுருக்கமாக; செறிவான முறையில்

nutty /ˈnʌti/ *adj.* containing or tasting of nuts கொட்டைகளை உள்ளடக்கிய; கொட்டையின் சுவையுடைய

nuzzle /ˈnʌzl/ *verb* [I, T] to press or rub sb/sth gently with the nose ஒருவரை/ஒன்றை மூக்கினால் மென்மையாக அழுத்து அல்லது தேய்

NW *abbr.* north-west(ern) (வடமேற்கு) என்பதன் குறுக்கம் *NW Australia*

nylon /ˈnaɪlɒn/ *noun* [U] a very strong artificial material that is used for making clothes, rope, brushes, etc. ஆடைகள், கயிறு, தூரிகைகள் முதலியவை செய்யப் பயன்படுத்தப்படும் உறுதி மிக்க செயற்கை இழை; நொசிவிழை

nymph /nɪmf/ *noun* [C] (in Greek and Roman stories) a spirit in the form of a young woman that lives in rivers, woods, etc. (கிரேக்க மற்றும் உரோமானியப் புனைகதைகளில் வரும்) நதிகள், காடுகள் முதலியவற்றில் வாழும் இளம்பெண் தோற்றமுள்ள ஆவியுரு; வனதேவதை

O o

O, o /əʊ/ *noun* [C, U] (*pl.* **O's; o's** /əʊz/) **1** the fifteenth letter of the English alphabet ஆங்கில நெடுங்கணக்கின் பதினைந்தாம் எழுத்து *'Orange' begins with (an) 'O'.* **2** (used when you are speaking) zero (பேச்சு வழக்கில்) பூஜ்யம் *My number is five O nine double four* (= 50944). ⇨ **zero** பதிவிலுள்ள குறிப்பைப் பார்க்க.

oak /əʊk/ *noun* **1** (*also* **oak tree**) [C] a type of large tree with hard wood that is common in many northern parts of the world உலகின் வட பகுதிகளில் பரவலாகக் காணப்படும் கெட்டியான பெரு மர வகை; கருவாலி மர வகை NOTE இதன் கனி **acorn** எனப்படும் கொட்டையாகும். **2** [U] the wood from the oak tree கருவாலி மரத்தின் கட்டை *a solid oak table*

oar /ɔ:(r)/ *noun* [C] a long pole that is flat and wide at one end and that you use for moving a small boat through water (**rowing**) ஒரு முனையில் தட்டையாகவும் அகலமாகவும் உள்ளதும் சிறு படகை நீரில் செலுத்தப் பயன்படுத்தப்படுவதுமான நீண்ட கழி; துடுப்பு ⇨ **paddle** பார்க்க; மேலும் **boat** பதிவில் படம் பார்க்க.

oasis /əʊ'eɪsɪs/ *noun* [C] (*pl.* **oases** /-si:z/) a place in the desert where there is water and where plants grow நீரும் தாவரங்களும் காணப்படும் பாலைவனப் பகுதி; பாலைவனச் சோலை

oath /əʊθ/ *noun* [C] **1** a formal promise வினைமுறை சார்ந்த உறுதிமொழி; ஆணை; சபதம் *They have to **swear/take an oath** of loyalty.* **2** (*old-fashioned*) = **swear word**

IDM **be on/under oath** to have made a formal promise to tell the truth in a court of law நீதிமன்றத்தில் உண்மை கூறுவதாக முறைப்படி உறுதிமொழி எடுத்திரு

oatmeal /'əʊtmi:l/ *noun* [U] **1** flour made from a particular type of grain (**oats**) that is used to make biscuits, cakes, etc. பிஸ்கோத்து (மாச்சில்லு), கேக் முதலியவை தயாரிக்கப் பயன்படுத்தப்படும் புல்லரிசி வகைத் தானியத்தின் மாவு **2** a pale brown colour வெளிறிய பழுப்பு நிறம்

oats /əʊts/ *noun* [*pl.*] a type of grain that is used as food for people and animals மனிதர்களுக்கும் விலங்குகளுக்கும் உணவாகப் பயன்படுத்தப்படும் தானிய வகை; புல்லரிசிக் கூல வகை ⇨ **cereal** பதிவில் படம் பார்க்க.

obedient /ə'bi:diənt/ *adj.* **obedient (to sb/sth)** doing what you are told to do செய்யுமாறு கூறப்படுவதைச் செய்கிற; கீழ்ப்படிதலுள்ள; பணிவான; இணங்கி நடக்கிற *As a child he was always obedient to his parents.* ✪ OPP **disobedient** ▶ **obedience** *noun* [U] ▶ **obediently** *adv.*

obese /əʊ'bi:s/ *adj.* (used about people) very fat, in a way that is not healthy (ஆட்கள் வகையில்) ஆரோக்கியமற்ற வகையில் மிகுதியாகப் பெருத்துக் காணப்படுகிற; மட்டுமீறித் தடித்துள்ள; பருத்த; கொழுத்த ▶ **obesity** /-əti/ *noun* [U]

obey /ə'beɪ/ *verb* [I, T] to do what you are told to do செய்யுமாறு கூறப்படுவதைச் செய்; சொற்படி நட *Soldiers are trained to obey orders.* ✪ OPP **disobey**

obituary /ə'bɪtʃuəri/ *noun* [C] (*pl.* **obituaries**) a piece of writing about a person's life that is printed in a newspaper soon after he/she has died ஒருவர் இறந்தவுடன் அவரது வாழ்க்கை குறித்துச் செய்தித்தாளில் வெளியிடப்படும் குறிப்பு; இறப்பு அறிவிப்புப் பற்றிய பத்திரிகைக் குறிப்பு; இறப்புச் செய்தி

object[1] /'ɒbdʒɪkt/ *noun* [C] **1** a thing that can be seen and touched, but is not alive கண்ணால் காணக்கூடியதும் தொட்டுணரக்கூடியதும் ஆனால் உயிரற்றதுமான பொருள் *The shelves were filled with objects of all shapes and sizes.* • *everyday/household objects* **2** an aim or purpose குறிக்கோள்; நோக்கம்; செயல் இலக்கு *Making money is his sole object in life.* **3** (*written*) **the object of sth** a person or thing that causes a feeling, interest, thought, etc. உணர்ச்சி, ஆர்வம், சிந்தனை முதலியவற்றைத் தூண்டும் ஆள் அல்லது பொருள் *the object of his desire/affections/interest* **4** (*grammar*) the noun or phrase describing the person or thing that is affected by the action of a verb வினையின் செயல்பாட்டுக்கு ஆட்பட்ட ஆளை அல்லது பொருளை விவரிக்கும் பெயர் அல்லது தொடர்; செயப்படுபொருள்

NOTE *I sent a letter to Meera.* • *I sent Meera a letter.* ஆகிய வாக்கியங்களில் 'a letter' என்பது வினைச்சொல்லின் **direct object** ஆகும். *'Meera'* **indirect object** ஆக அமையும். ⇨ **subject** பார்க்க.

IDM **money, etc. is no object** money, etc. is not important or is no problem பணம் முதலியவை முக்கியமல்ல அல்லது ஒரு பிரச்சினை அல்ல; பணம் முதலியவை ஒரு பொருட்டன்று அல்லது தடையன்று *They always want the best. Expense is no object.*

object[2] /əbˈdʒekt/ *verb* **1** [I] **object (to sb/sth); object (to doing sth/to sb doing sth)** to not like or to be against sb/sth ஒருவரை/ஒன்றை விரும்பாதிரு அல்லது ஒருவருக்கு/ஒன்றுக்கு எதிராயிரு; ஆட்சேபி; தடை சொல் *Many people object to the new tax.* • *I object to companies trying to sell me things over the phone.* **2** [T] to say a reason why you think sth is wrong ஒன்று தவறானதென்று கருதுவதற்கான காரணம் கூறு; ஒன்று குறித்து உடன்பாடின்மையை ஆதாரத்துடன் தெளிவுபடுத்து *'I think that's unfair,' he objected.* ▶ **objector** *noun* [C]

objection /əbˈdʒekʃn/ *noun* [C] **an objection (to sb/sth); an objection (to doing sth/to sb doing sth)** a reason why you do not like or are against sb/sth ஒருவரை/ஒன்றை விரும்பாமைக்கான அல்லது ஒருவருக்கு/ஒன்றுக்கு எதிராயிருப்பதற்கான காரணம்; மறுப்பு; எதிரீடு *We listed our objections to the proposed new road.* • *I* ***have no objection*** *to you using my desk while I'm away.*

objectionable /əbˈdʒekʃənəbl/ *adj.* very unpleasant மனம் ஒவ்வாத; வெறுப்பூட்டுகிற; ஆட்சேபனைக்குரிய

objective[1] /əbˈdʒektɪv/ *noun* [C] **1** something that you are trying to achieve; an aim செய்துமுடிக்க முனையும் ஒன்று; குறியிலக்கு; செயல் நோக்கம்; குறிக்கோள் *Our objective is to finish by the end of the year.* • *to achieve your objective* **2** (*also* **objective lens**) (*technical*) the lens that is nearest to the object being looked at in a microscope பார்க்கப்படும் பொருளுக்கு மிக அருகில் உள்ள நுண்ணோக்காடியின் கண்ணாடி வில்லை ➪ **laboratory** பதிவில் படம் பார்க்க.

objective[2] /əbˈdʒektɪv/ *adj.* not influenced by your own personal feelings; considering only facts சொந்த உணர்ச்சிகளின் பாதிப்புக்கு உள்ளாகாத; புற மெய்ம்மைகளை மட்டுமே கருத்தில் கொள்கிற *Please try and give an objective report of what happened.* • *It's hard to be objective about your own family.* ✪ OPP **subjective** ▶ **objectively** *adv.* ▶ **objectivity** /ˌɒbdʒekˈtɪvəti/ *noun* [U]

obligation /ˌɒblɪˈgeɪʃn/ *noun* [C, U] **(an) obligation (to sb) (to do sth)** the state of having to do sth because it is a law or duty, or because you have promised சட்டத்தின் படி அல்லது கடமையாக அல்லது தன்னால் அளிக்கப்பட்டுள்ள வாக்குறுதிக்கு இணங்க ஒன்றைச் செய்ய வேண்டியிருக்கும் நிலை; கடமைப் பொறுப்பு; கடப்பாடு; நன்றிக் கடன் *The shop is* ***under no obligation*** *to give you your money back.* • *We* ***have an obligation*** *to help people who are in need.*

obligatory /əˈblɪgətri/ *adj.* (*formal*) that you must do செய்து தீரவேண்டிய; கட்டாயமான *It is obligatory to get insurance before you drive a car.* ✪ OPP **optional**

oblige /əˈblaɪdʒ/ *verb* **1** [T] (*usually passive*) to force sb to do sth ஒன்றைச் செய்யுமாறு ஒருவரைக் கட்டாயப்படுத்து; செய்து தீர வேண்டியதாக்கு *Parents are obliged by law to send their children to school.* **2** [I, T] (*formal*) to do what sb asks; to be helpful ஒருவர் கோருவதைச் செய்; உதவிபுரி; அனுகூலம் வழங்கு *If you ever need any help, I'd be happy to oblige.* ▶ **obliged** *adj. Thanks for your help. I'm* ***much obliged*** *to you.* ▶ **obliging** *adj. I asked my neighbour for advice and he was very obliging.*

oblique[1] /əˈbliːk/ *adj.* **1** not expressed or done in a direct way நேரடியாகத் தெரிவிக்கப்படாத அல்லது செய்யப்படாத; மறைமுகமான; சுற்றிவளைத்துக் கூறுகிற ✪ SYN **indirect** **2** (used about a line) at an angle; sloping (ஒரு கோடு பற்றிக் குறிப்பிடும்போது) சாய்வான; படுவரையிலிருந்து அல்லது நிமிர்வரையிலிருந்து சாய்ந்த **3** used to describe an angle that is not an angle of 90° செங்கோணமல்லாத; சாய்கோணமான *The extension was built at an oblique angle to the house.* ▶ **obliquely** *adv.*

oblique[2] /əˈbliːk/ *noun* [C] (*BrE*) = **slash**[2] **3**

obliterate /əˈblɪtəreɪt/ *verb* [T] (*formal*) (*usually passive*) to remove all signs of sth by destroying or covering it completely ஒன்றை அழிப்பதன் மூலம் அல்லது முழுமையாக மூடி மறைத்து அதன் அறிகுறிகள் எதுவும் காணப்படாதவாறு செய்; தடமில்லாமல் அழி

oblivion /əˈblɪviən/ *noun* [U] **1** a state in which you do not realize what is happening around you, usually because you are unconscious or asleep பெரும்பாலும் உணர்விழப்பு அல்லது துயில்நிலை காரணமாகத் தன்னைச் சுற்றி நடப்பவைகளை உணர முடியாத நிலை; மறதி நிலை; தன் விழிப்பற்ற நிலை *I was in a state of complete oblivion.* **2** the state in which sb/sth has been forgotten and is no longer famous or important ஒருவர்/ஒன்று மறக்கப்பட்டு அவர் புகழ் அல்லது முக்கியத்துவம் மறைந்து போன நிலை; புகழ் மறைவு; புறக்கணிப்பு *His work* ***faded into oblivion*** *after his death.*

oblivious /əˈblɪviəs/ *adj.* **oblivious (to/of sb/sth)** not noticing or realizing what is happening around you தன்னைச் சுற்றிலும் நிகழ்பவைகளைக் கவனியாது அல்லது உணர்ந்தறியாது இருக்கிற; மறதி நிலையிலுள்ள *She was completely oblivious of all the trouble she had caused.*

oblong /ˈɒblɒŋ/ *adj., noun* [C] (of) a shape with two long sides and two short sides and four angles of 90⁰ (**right angles**) நீண்ட பக்கங்கள் இரண்டும் நீளம் குறைந்த பக்கங்கள் இரண்டும் செங்கோணங்கள் நான்கும் கொண்ட உருவான/உரு; நீள் சதுரமான/நீள் சதுரம் ⇨ **rectangle** பார்க்க.

obnoxious /əbˈnɒkʃəs/ *adj.* extremely unpleasant, especially in a way that offends people குறிப்பாக உணர்ச்சிகளுக்கு ஊறு விளைவிக்கும் முறையில் மிகவும் மோசமாக உள்ள; அருவருக்கத்தக்க; வெறுப்பூட்டுகிற

oboe /ˈəʊbəʊ/ *noun* [C] a musical instrument made of wood that you play by blowing through it ஊதி முழக்குதற்குரிய, மரத்தினால் செய்யப்பட்ட துளை இசைக்கருவி

obscene /əbˈsiːn/ *adj.* **1** connected with sex in a way that most people find disgusting and which causes offence பெரும்பான்மையான மக்களுக்கு அருவருப்பாகத் தோன்றும் முறையிலும், உணர்ச்சிகளைப் புண்படுத்தும் முறையிலும் வெளிப்படுத்தும் பாலியல் தொடர்பான; பாலியல் மெய்ம்மைகளை இழிவான/கொச்சையான முறையில் வெளிப்படுத்துகிற; ஆபாசமான *obscene books* **2** very large in size or amount in a way that some people find unacceptable சிலரது ஏற்புக்கு உரியதல்லாத முறையில், மட்டுமீறிப் பேருருவாக அல்லது பெருந்தொகையாக உள்ள *He earns an obscene amount of money.*

obscenity /əbˈsenəti/ *noun* (*pl.* **obscenities**) **1** [C] words or acts especially those related to sex that shock people and cause offence அதிர்ச்சி ஊட்டக் கூடியனவும் மனம் புண்படச் செய்யக் கூடியனவுமான, குறிப்பாகப் பாலியல் சார்ந்த, சொற்கள் அல்லது செயல்கள்; விரசம்; ஆபாசம் **2** [U] sexual language or behaviour, especially in books, plays, etc. which shocks people and causes offence அதிர்ச்சி ஊட்டக் கூடியனவும் மனம் புண்படச் செய்யக் கூடியனவும் குறிப்பாக நூல்கள், நாடகங்கள் முதலியவற்றில் சித்திரிக்கப்படும், விரசமான பாலியல் மொழி அல்லது நடத்தை

obscure¹ /əbˈskjʊə(r)/ *adj.* **1** not well known பலராலும் அறியப்பட்டிராத; புகழ் பெற்றிராத; முக்கியத்துவம் அற்ற *an obscure Spanish poet* **2** not easy to see or understand எளிதாகப் பார்க்க முடியாத அல்லது புரிந்துகொள்ள முடியாத; மங்கலான; தெளிவற்ற ***For some obscure reason**, he decided to give up his well-paid job, to become a writer.* ▶ **obscurity** /-rəti/ *noun* [U]

obscure² /əbˈskjʊə(r)/ *verb* [T] to make sth difficult to see or understand ஒன்றைப் புரியாததாக்கு; தெளிவற்றதாக்கு

observance /əb ˈzɜːvəns/ *noun* [U] [*sing.*] **observance (of sth)** the practice of obeying or following a law, custom, etc. சட்டம், வழக்கு முதலிவற்றுக்குக் கீழ்ப்படியும் அல்லது அதனைப் பின்பற்றும் நடைமுறை ஒழுங்கு; கடைப்பிடிப்பு

observant /əbˈzɜːvənt/ *adj.* good at noticing things around you சுற்றிலுமுள்ள பொருள்களைக் கூர்ந்து கவனிக்கிற; நுண்காட்சித் திறமுடைய; விழிப்புணர்ச்சியுடைய *An observant passer-by gave the police a full description of the men.*

observation /ˌɒbzəˈveɪʃn/ *noun* **1** [U] the act of watching sb/sth carefully, especially to learn sth குறிப்பாக ஒன்றை அறிந்துகொள்ளும் பொருட்டு, ஒருவரை/ஒன்றைக் கூர்ந்து கவனித்தல்; கூர்நோக்கு; நுட்பக் கவனம்; கவனிப்பு *My research involves the observation of animals in their natural surroundings. • The patient is being kept **under observation**.* **2** [U] the ability to notice things பொருள்களைக் கவனம் செலுத்திப் பார்க்கும் ஆற்றல்; கூர் நோக்காற்றல் *Scientists need good **powers of observation**.* **3** [C] **an observation (about/on sth)** something that you say or write about sth ஒன்று குறித்துப் பேசப்படுவது அல்லது எழுதப்படுவது; காட்சிப் பதிவீடு; கருத்துப் பதிவீடு; கருத்துரை *He began by making a few general observations about the sales figures.* ⇨ **remark** மற்றும் **comment** பார்க்க.

observatory /əbˈzɜːvətri/ *noun* [C] (*pl.* **observatories**) a building from which scientists can watch the stars, the weather, etc. அறிவியல் அறிஞர்கள் விண்மீன்கள், பருவநிலை முதலியவற்றை நுணுகிக் காணும் கட்டடம்; வானிலை ஆய்வுக் கூடம்

observe /əbˈzɜːv/ *verb* [T] **1** to watch sb/sth carefully, especially to learn more about him/her/it குறிப்பாக ஒருவரை/ஒன்றைப் பற்றி மேலும் தெரிந்துகொள்ள வேண்டி அவரை/அதனை உன்னிப்பாகக் கவனி; கூர்ந்து நோக்கு *We observed the birds throughout the breeding season.* **2** (*formal*) to see or notice sb/sth ஒருவரை/ஒன்றைக் கண்ணால் காண் அல்லது கவனி *A man and a woman were observed leaving by the back door.* **3** (*formal*) to make a comment கருத்துச் சொல்; கருத்துரை கூறு *'We're late,' she observed.* **4** (*formal*) to obey a law, rule, etc. சட்டம், விதி முதலியவற்றுக்குக் கீழ்ப்படி; பணிந்து நட; பின்பற்று *to observe the speed limit*

observer /əbˈzɜːvə(r)/ *noun* [C] **1** a person who watches sb/sth ஒருவரை/ஒன்றைக் கூர்ந்து கவனிப்பவர்; கவனித்துப் பார்ப்பவர் *According to observers, the plane exploded shortly* *after take-off.* **2** a person who attends a meeting, lesson, etc. to watch and listen but who does not take part ஒரு கூட்டம், பயிற்சி வகுப்பு முதலியவற்றில் பங்குகொள்வதற்கல்லாமல் கவனிப்பதற்காக மட்டுமே செல்பவர்; பார்வையாளர்; நோக்கர்

obsess /əbˈses/ *verb* [T] (*usually passive*) **be obsessed (about/with sb/sth)** to completely fill your mind so that you cannot think of anything else வேறொன்றிலும் சிந்தனை செல்லாதவாறு, (ஒன்று) மனத்தை முழுவதுமாக நிரப்பு; மனத்தில் முழுவதுமாக இடம்பிடித்துக்கொள்; முழுக் கவனத்தையும் கவர்ந்து தனதாக்கு *He became obsessed with getting his revenge.*

obsession /əbˈseʃn/ *noun* **obsession (with sb/sth)** **1** [U] the state in which you can only think about one person or thing so that you cannot think of anything else வேறொன்றிலும் சிந்தனை செல்லாதவாறு, ஒருவரை/ஒன்றைப் பற்றி மட்டுமே எண்ணிக்கொண்டிருக்கும் நிலை; ஒருவர்/ஒன்று முழுக் கவனத்தையும் ஆட்கொண்டிருக்கும் நிலை *the tabloid press's obsession with the sordid details of the affair* **2** [C] a person or thing that you think about too much ஒருவரது முழுக் கவனத்தையும் தன்பால் ஈர்த்துள்ள ஆள் அல்லது பொருள்

obsessive /əbˈsesɪv/ *adj.* thinking too much about one particular person or thing; behaving in a way that shows this குறிப்பிட்ட ஓராள் அல்லது ஒரு பொருள் பற்றி மிகைப்படியாக எண்ணிக்கொண்டிருக்கிற; ஒருவர்/ஒன்றில் மட்டுமே கருத்தூன்றியிருப்பதைக் காட்டும் முறையில் நடந்துகொள்கிற *He's obsessive about not being late.* • *obsessive cleanliness*

obsolete /ˈɒbsəliːt/ *adj.* no longer useful because sth better has been invented மேம்பட்ட ஒன்று உருவாக்கப்பட்டுவிட்டதன் காரணமாகப் பயனொழிந்து போன; பழமைப்பட்டுவிட்ட; வழக்கிழந்த

obstacle /ˈɒbstəkl/ *noun* [C] **an obstacle (to sth/doing sth)** something that makes it difficult for you to do sth or go somewhere ஒன்றைச் செய்வதற்கு அல்லது ஓரிடத்திற்குச் செல்வதற்கு இடையூறாக உள்ள ஒன்று; தடை; தடங்கல் *Not speaking a foreign language was a major obstacle to her career.*

obstacle course *noun* [C] **1** a series of objects that competitors in a race have to climb over, under, through, etc. ஒரு பந்தயத்தின் போட்டியாளர்கள் மேலேறுதல், அடியில் நுழைதல், ஊடாகச் செல்லுதல் முதலிய முறைகளில் கடந்து செல்ல வேண்டிய பொருள்களின் வரிசைத் தொகுதி; தடங்கல் தாண்டு பந்தயப் பாதையில் உள்ள தடைப் பொருள்கள் **2** a series of difficulties that people have to deal with in order to achieve a particular aim குறிப்பிட்ட குறிக்கோளை அடைவதற்காக எதிர்கொள்ள வேண்டியிருக்கும் ஒன்றன் பின் ஒன்றாக வரும் இடர்ப்பாடுகள்; ஓர் இலக்கை நோக்கிய பயணத்தில் எதிர்ப்படும் தடங்கல்கள் **3** (*AmE*) = **assault course**

obstetrician /ˌɒbstəˈtrɪʃn/ *noun* [C] a doctor who looks after women who are pregnant கருவுற்றுள்ள பெண்களைக் கவனித்துப் பார்த்துக்கொள்ளும் மருத்துவர்; தாய்மை மருத்துவர்; மகப்பேற்று மருத்துவர்

obstetrics /əbˈstetrɪks/ *noun* [U] the area of medicine connected with the birth of children மகப்பேறு தொடர்பான மருத்துவ இயல்; தாய்மை மருத்துவம்; மகப்பேற்று மருத்துவம்

obstinate /ˈɒbstɪnət/ *adj.* refusing to change your opinions, way of behaving, etc. when other people try to persuade you to பிறரது அறிவுறுத்தல்களை ஏற்காது, தனது கருத்துகள், நடத்தை முறை முதலியவற்றில் பிடிவாதமாக உள்ள; வளைந்து கொடுக்காத *an obstinate refusal to apologize* ✪ SYN **stubborn** ▶ **obstinacy** /-nəsi/ *noun* [U] ▶ **obstinately** *adv.*

obstruct /əbˈstrʌkt/ *verb* [T] to stop sth from happening or sb/sth from moving either by accident or deliberately தற்செயலாகவோ வேண்டுமென்றோ ஒன்று நிகழாமல் அல்லது ஒருவர்/ஒன்று இயங்காமல் தடு; முட்டுக்கட்டையிடு; இடைஞ்சல் உண்டாக்கு *Could you move on, please? You're obstructing the traffic if you park there.*

obstruction /əbˈstrʌkʃn/ *noun* **1** [U] the act of stopping sth from happening or moving ஒன்று நிகழாமல் அல்லது இயங்காமல் தடைசெய்தல் **2** [C] a thing that stops sb/sth from moving or doing sth ஒருவர்/ஒன்று இயங்காமல் அல்லது செயல்படாமல் தடைசெய்யும் பொருள்; தடைக்கல்; முட்டுக்கட்டை *This car is **causing an obstruction**.*

obstructive /əbˈstrʌktɪv/ *adj.* trying to stop sb/sth from moving or doing sth ஒருவரது/ஒன்றின் இயக்கத்தை அல்லது செயல்பாட்டைத் தடைசெய்ய முயல்கிற; முட்டுக்கட்டையிடுகிற

obtain /əbˈteɪn/ *verb* [T] (*formal*) to get sth ஒன்றைப் பெறு; அடை *to obtain advice/information/permission*

obtainable /əbˈteɪnəbl/ *adj.* that you can get அடையத் தக்க; பெறக் கூடிய; கிடைக்கக்கூடிய *That make of vacuum cleaner is no longer obtainable.*

obtuse /əbˈtjuːs/ *adj.* (*formal*) slow to or not wanting to understand sth ஒன்றைத் தாமதமாகப் புரிந்துகொள்கிற அல்லது ஒன்றைப்

புரிந்துகொள்ள விரும்பாத; மந்த அறிவுள்ள ▶ **obtuseness** *noun* [U]

obtuse angle *noun* [C] (*mathematics*) an angle between 90^0 and 180^0 விரிகோணம்; 90^0-க்கும் 180^0-க்கும் இடைப்பட்ட கோணம் ➪ **acute-angle, reflex angle** மற்றும் **right angle** பார்க்க; மற்றும் **angle** பதிவில் படம் பார்க்க.

obvious /'ɒbviəs/ *adj.* **obvious (to sb)** easily seen or understood; clear எளிதாகப் பார்க்கக்கூடிய அல்லது புரிந்துகொள்ளக் கூடிய; தெளிவான; வெளிப்படையான ***For obvious reasons****, I'd prefer not to give my name.* ▶ **obviously** *adv. There has obviously been a mistake.*

occasion /ə'keɪʒn/ *noun* **1** [C] a particular time when sth happens ஒரு செயல் நிகழ்கிற குறிப்பிட்ட நேரம்; தறுவாய்; வேளை *I have met Ganesh on two occasions.* **2** [C] a special event, ceremony, etc. தனிமுறையான நிகழ்ச்சி; சிறப்பு நிகழ்ச்சி; சிறப்புப் பருவம் *Their wedding was a memorable occasion.* **3** [*sing.*] the suitable or right time (for sth) (ஒரு செயலுக்கு) ஏற்ற அல்லது சரியான காலம்; தக்க சமயம்; வாய்ப்பு வேளை *I shall tell her what I think if the occasion arises* (= if I get the chance).

NOTE ஒரு செயலுக்கு ஏற்புடைய அல்லது பொருந்திய நேரத்தைக் குறிக்க **occasion** என்ற சொல் பயன்படுத்தப்படுகிறது—*I saw him at the funeral, but it was not the suitable occasion for discussing holiday plans.* ஒன்றைச் செய்வதற்கான வாய்ப்பு நிலையைக் குறிப்பிடும்போது **opportunity** அல்லது **chance** பயன்படுத்தப்படுகிறது—*I was in Agra for only one day and I didn't get the opportunity/chance to visit the Taj Mahal.*

IDM **on occasion(s)** sometimes but not often அடிக்கடி அல்லாது சில வேளைகளில்; அவ்வப்போது

occasional /ə'keɪʒənl/ *adj.* done or happening from time to time but not very often அடிக்கடி அல்லாது அவ்வப்போது செய்யப்படுகிற அல்லது நிகழ்கிற; இடையிடை நிகழ்வான *We have the occasional argument but most of the time we get on.* ▶ **occasionally** /-nəli/ *adv. We see each other occasionally.*

occlusion /ə'klu:ʒn/ *noun* (*technical*) **1** [U] the closing or blocking of a **blood vessel** or an organ of the body குருதிநாளம் மூடிக்கொள்ளுதல் அல்லது அடைபடுதல்; உடல் உறுப்பு அடைப்பு அல்லது ஒடுக்கம் **2** [C] a process by which, when a band of cold air meets and passes a band of warm air in the atmosphere, the warm air is pushed upwards off the earth's surface வான்வெளியில் ஒரு குளிர்க்காற்றுத் திரள் வெப்பக்காற்றுத் திரளை நேர்பட்டுக் கடந்து செல்லும்போது, வெப்பக்காற்றுத் திரள் பூமிக்கு அப்பால் மேல்நோக்கித் தள்ளப்படும் இயல்முறை

occult /'ɒkʌlt/ *adj.* **1** (*only before a noun*) connected with magic powers and things that cannot be explained by reason or science மந்திர ஆற்றல்கள் மற்றும் அறிவு/அறிவியல் வழி விளக்கப்பட முடியாதவை தொடர்பான; மாய மந்திரம் சார்ந்த **2 the occult** /ə'kʌlt/ *noun* [*sing.*] magic powers, ceremonies, etc. மந்திர ஆற்றல்கள், வினைமுறைகள் முதலியன; மறை திறன் தொடர்பான சடங்குகள்

occupant /'ɒkjəpənt/ *noun* [C] a person who is in a building, car, etc. at a particular time குறிப்பிட்ட காலப் பகுதியில் ஒரு மனை, ஊர்தி முதலியவற்றில் இடங்கொண்டிருப்பவர்; தங்கியிருப்பவர்; நடப்பு உடைமையாட்சி/குடியிருப்பாட்சி கொண்டிருப்பவர்

occupation /ˌɒkju'peɪʃn/ *noun* **1** [C] (*written*) a job or profession; the way in which you spend your time தொழில்; வேலை; திறத்தொழில்; பணி *Please state your occupation on the form.* ➪ **work**[1] பதிவிலுள்ள குறிப்பைப் பார்க்க. **2** [U] the act of the army of one country taking control of another country; the period of time that this situation lasts ஒரு நாட்டின் படை மற்றொரு நாட்டைக் கைப்பற்றுதல்; பற்றாட்சி; பற்றாட்சி நீடிக்கும் காலம் *the British occupation of India.* **3** [U] the act of living in or using a room, building, etc. அறை, மனை முதலியவற்றில் குடியிருத்தல் அல்லது அதனைப் பயன்படுத்துதல்; குடியிருக்கை

occupational /ˌɒkju'peɪʃənl/ *adj.* (*only before a noun*) connected with your work பணி/தொழில் தொடர்பான; தொழிலுக்குரிய *Accidents are an* ***occupational hazard*** (= a risk connected with a particular job) *on building sites.*

occupied /'ɒkjupaɪd/ *adj.* **1** (*not before a noun*) being used by sb ஒருவரால் பயன்படுத்தப்படுகிற *Is this seat occupied?* **2** busy doing sth ஒரு செயலில் முனைப்புடன் ஈடுபட்டுள்ள; வேலையில் மும்முரமாக உள்ள *Looking after the children keeps me fully occupied.* ➪ **preoccupied** பார்க்க. **3** (used about a country or a piece of land) under the control of another country (ஒரு நாடு அல்லது நிலப்பகுதி பற்றிக் குறிப்பிடுகையில்) வேறொரு நாட்டின் ஆளுமையில் உள்ள

occupier /'ɒkjupaɪə(r)/ *noun* [C] (*written*) a person who owns, lives in or uses a house, piece of land, etc. வீடு, நிலம் முதலியவற்றை உடைமையாக வைத்திருக்கிற, குடியிருப்பாகக் கொண்டுள்ள அல்லது அனுபவிக்கிற ஒருவர்; உடைமையாளர்; குடியிருப்பவர்; அனுபவிப்பவர்

occupy /ˈɒkjupaɪ/ *verb* [T] (*pres. part.* **occupying**; *3rd person sing. pres.* **occupies**; *pt, pp* **occupied**) **1** to fill a space or period of time ஓர் இடத்தை அல்லது ஒரு காலப்பகுதியை நிரப்பு; இடம்/நேரம் முழுதும் கொள் *The large table occupied most of the room.* ✪ SYN **take up** **2** (*formal*) to live in or use a house, piece of land, etc. வீட்டில் வாழ் அல்லது குடியிரு; வீடு, நிலம் முதலியவற்றை அனுபவி **3** to take control of a building, country, etc. by force வலுக்கட்டாயமாக ஒரு கட்டடம், நாடு முதலியவற்றைத் தன் ஆளுமைக்கு உட்படுத்து; கைப்பற்று **4 occupy sb/yourself** to keep sb/yourself busy ஒருவர் ஒரு செயலில் மும்முரமாக ஈடுபடச் செய்; ஒரு செயலில் மும்முரமாக ஈடுபட்டிரு

occur /əˈkɜː(r)/ *verb* [I] (**occurring; occurred**) **1** (*formal*) to happen, especially in a way that has not been planned குறிப்பாக முன்னேற்பாடு செய்யப்படாது, ஒன்று நிகழ்; நேரிடு *The accident occurred late last night.* ⇨ **happen** பதிவிலுள்ள குறிப்பைப் பார்க்க. **2** to exist or be found somewhere ஓரிடத்தில் உளதாயிரு அல்லது காணப்படு *The virus occurs more frequently in children.* **3 occur to sb** (used about an idea or a thought) to come into your mind (கருத்து அல்லது எண்ணம் வகையில்) மனத்தில் தோன்று; மனத்தில் உதி *It never occurred to Salil that his wife might be unhappy.*

occurrence /əˈkʌrəns/ *noun* [C] something that happens or exists நிகழ்கிற அல்லது உளதாயிருக்கிற ஒன்று; நேர்வு; நிகழ்வு; சம்பவம்

ocean /ˈəʊʃn/ *noun* **1** [U] (*AmE*) the mass of salt water that covers most of the surface of the earth பெருங்கடல் *Two thirds of the earth's surface is covered by ocean.* **2** [C] (*also* **Ocean**) one of the five main areas into which the water surrounding the earth is divided நிலவுலகைச் சூழ்ந்துள்ள நீர்ப்பரப்பின் ஐந்து பெரும் பிரிவுகளில் ஒன்று; மா கடல்; ஆழி *the Atlantic/Indian/Pacific Ocean* ⇨ **sea** பார்க்க.

IDM **a drop in the ocean** ⇨ **drop²** பார்க்க.

oceanic /ˌəʊʃiˈænɪk/ *adj.* connected with the oceans கடல்கள் தொடர்பான; கடல்களுக்குரிய

oceanography /ˌəʊʃəˈnɒɡrəfi/ *noun* [U] the scientific study of the ocean கடல் பற்றிய அறிவியல் முறையிலான ஆய்வு; ஆழியியல்

ochre (*AmE* **ocher**) /ˈəʊkə(r)/ *noun* [U] a pale brownish-yellow colour வெளிறிய பழுப்பு கலந்த மஞ்சள் நிறம்; காவி நிறம் ▶ **ochre** *adj.*

o'clock /əˈklɒk/ *adv.* used after the numbers one to twelve for saying what the time is நேரத்தைக் குறிப்பிட ஒன்று முதல் பன்னிரண்டு வரையிலான எண்களுக்குப் பின் பயன்படுத்தப்படுவது *Lunch is at twelve o'clock.*

NOTE இவ்வழக்கு குறித்து கவனம் தேவை. பகுதி சேராத முழு நேரத்தைக் குறிக்க மட்டுமே **o'clock** பயன்படுத்தப்படும்—*We arranged to meet at 5 o'clock.* • *It's 5.30 already and he's still not here.*

octa- /ˈɒktə/ *prefix* (*used in nouns, adjectives and adverbs*) eight; having eight எட்டு; எட்டாக உள்ள; எட்டுக் கூறுகள் கொண்ட *octagon* • *octagonal*

octagon /ˈɒktəɡən/ *noun* [C] a shape that has eight straight sides எட்டு நேர்ப்பக்கங்கள் உடைய உரு; எண்கோண வடிவம் ▶ **octagonal** /ɒkˈtæɡənl/ *adj.*

octane /ˈɒkteɪn/ *noun* [U] a chemical substance in petrol that is used for measuring its quality பெட்ரோலிலுள்ள, அதன் தரத்தை அளவிடப் பயன்படுத்தப்படும், ஒரு வேதியியல் பொருள் *high-octane fuel*

octo- /ˈɒktəʊ/ *prefix* (*used in nouns, adjectives and adverbs*) eight; having eight எட்டு; எட்டாக உள்ள; எட்டுக் கூறுகள் கொண்ட *octogenarian*

October /ɒkˈtəʊbə(r)/ *noun* [U, C] (*abbr.* **Oct.**) the tenth month of the year, coming after September செப்டம்பர் மாதத்தை அடுத்து வரும் ஆங்கில ஆண்டின் பத்தாவது மாதம்; அக்டோபர்

NOTE வாக்கியங்களில் மாதங்கள் பயன்படுத்தும் முறை குறித்து அறிய, **January** பதிவிலுள்ள எடுத்துக்காட்டுகளையும் வழக்குக் குறிப்பையும் பார்க்க.

octopus /ˈɒktəpəs/ *noun* [C] (*pl.* **octopuses**) a sea animal with a soft body and eight long arms (**tentacles**) மென்மையான உடலும் எட்டு நீண்ட உணர்ச்சிக்கொடுக்குகளும் உள்ள கடல் வாழ் விலங்கு; எண்காலி

odd /ɒd/ *adj.* **1** strange; unusual விசித்திரமான; புதுமையான; வழக்கம் மீறிய; தனிப்போக்குடைய *There's something odd about him.* ✪ SYN **peculiar** **2 odd-** (*used to form compound adjectives*) strange or unusual in the way mentioned குறிப்பிடப்பட்டுள்ள முறையில் தனியியல்புடைய, புதுமையான அல்லது விசித்திரமான *an odd-sounding name* **3** (*only before a noun*) not regular or fixed; happening sometimes வழக்கமானதாகவோ என்றும் இருப்பதாகவோ அல்லாத; சில வேளைகளில் நிகழ்கிற *He makes the odd mistake, but nothing very serious.* **4** (*only before a noun*) that is left after other similar things have been used ஒரு தொகுதியில் பயன்படுத்தப்பட்டுவிட்டது போக மீதமுள்ள; எஞ்சியுள்ள; மிச்சம் மீதியான

He made the bookshelves out of a few odd bits of wood. **5** not with the pair or set it belongs to; not matching தனது இணையோடு அல்லது தொகுதியில் சேராது நிற்கிற; தனித்த; உதிரியான *You're wearing odd socks.* **6** (used about a number) that cannot be divided by two (எண் வகையில்) இரண்டால் வகுபடாத; ஒற்றைப்படை எண்ணான *One, three, five and seven are all odd numbers.* ✪ OPP **even 7** (usually used after a number) a little more than (வழக்கமாக ஓர் எண்ணிக்கைக்குப் பின் பயன்படுத்தப்படுவது) சற்று அதிகமாக உள்ள; சிறிது மிகைப்பட்ட *'How old do you think he is?' 'Well, he must be thirty-odd, I suppose.'* ▶ **oddly** *adv.* ***Oddly enough**, the most expensive tickets sold fastest.* ▶ **oddness** *noun* [U]

IDM **the odd man/one out** one that is different from all the others in a group ஒரு குழுவில்/தொகுதியில் உள்ள மற்ற அனைவரிடமிருந்து/அனைத்திடமிருந்து மாறுபட்ட ஒருவர்/ஒன்று; தனித்து நிற்பவர்/நிற்பது *Her brothers and sisters were much older than she was. She was always the odd one out.*

oddity /ˈɒdəti/ *noun* (*pl.* **oddities**) [C] a person or thing that is unusual புது வகையான அல்லது பொதுப் பண்பு கடந்த ஆள் அல்லது பொருள்; விசித்திரமானவர்; விந்தைப் பொருள்

odd jobs *noun* [*pl.*] small jobs or tasks of various types வெவ்வேறு வகைப்பட்ட சிறுசிறு-வேலைகள் அல்லது இடுபணிகள்; சில்லறை வேலைகள்

oddment /ˈɒdmənt/ *noun* [C, *usually pl.*] (*BrE*) a small piece of material, wood, etc. that is left after the rest has been used துணி, மரம் முதலிய-வற்றின் ஒரு தொகுதியில் மற்ற அனைத்தும் பயன்படுத்தப்பட்டுவிட்ட பின் எஞ்சியுள்ள சிறு கூறு; மிச்சம்; துண்டு

odds /ɒdz/ *noun* [*pl.*] **the odds (on/against sth/sb)** the degree to which sth is likely to happen; the probability of sth happening ஒன்று நிகழ்வதற்கான வாய்ப்பளவு; சாத்தியக் கூறு; வாய்ப்புக் கூறு; முன்பின்னான செயல் கூடு-நிலை *The odds on him surviving are very slim* (= he will probably die). • *The odds are against you* (= you are not likely to succeed). • *The odds are in your favour* (= you are likely to succeed).

IDM **against (all) the odds** happening although it seemed impossible இயலாததாகக் காணப்பட்டுப் பின்னர் நிகழ்கிற

be at odds (with sb) (over sth) to disagree with sb about sth ஒன்று குறித்து ஒருவருடன் கருத்து வேறுபாடு கொள்; முரண்படு

be at odds (with sth) to be different from sth, when the two things should be the same இரண்டும் ஒரே தன்மை உடையதாக இருக்க வேண்டிய நிலையில், மற்றதிலிருந்து மாறுபட்டிரு; தனித்து நில்

odds and ends (*BrE informal*) small things of little value or importance சிறிதளவே மதிப்பு அல்லது முக்கியத்துவம் உள்ள சிறுசிறு பொருள்கள், சில்லறைப் பொருள்கள்; உதிரிப் பொருள்கள்

ode /əʊd/ *noun* [C] a poem that is written for a special occasion or that speaks to a particular person or thing சிறப்பு நிகழ்ச்சி ஒன்றை முன்னிட்டு அல்லது குறிப்பிட்ட ஓராள் அல்லது ஒரு பொருளிடம் பேசும் முறையில் இயற்றப்படும் செய்யுள் வகை *Keats 'Ode to a Nightingale'*

odious /ˈəʊdiəs/ *adj.* (*formal*) extremely unpleasant மிக மோசமான; வெறுக்கத்தக்க

Odissi *noun* [U] (*IndE*) a traditional dance form from the state of Orissa which originated in the temples முதலில் கோவில்களில் ஆடப்பட்ட ஒரிசா மாநிலத்தின் மரபுவழி நாட்டிய வகை; ஒதிசி

odometer /əʊˈdɒmɪtə(r)/ (*AmE*) = **milometer**

odour (*AmE* **odor**) /ˈəʊdə(r)/ *noun* [C] (*formal*) a smell (often an unpleasant one) (பெரும்பாலும் இனியதல்லாத) மணம்; வாடை

odourless (*AmE* **odorless**) /ˈəʊdələs/ *adj.* without a smell மணமற்ற

odyssey /ˈɒdəsi/ *noun* (*pl.* **odysseys**) **1** (*literary*) a long, eventful and adventurous journey or experience மிகப் பல நிகழ்வுகளும் தீரச்செயல்களும் உள்ளடங்கிய நீள் பயணம் அல்லது அனுபவம் **2 Odyssey** an epic poem written by the Greek poet, Homer, describing an adventurous journey கிரேக்கக்கவி ஹோமரால் இயற்றப்பட்ட, எழுச்சியூட்டும் அனுபவங்கள் உள்ளடங்கிய நீள் பயணத்தை விவரிக்கும் நெடுங்காவியம்; ஒடிசி

oesophagus (*AmE* **esophagus**) /iˈsɒfəgəs/ *noun* [C, *usually sing.*] (*formal*) the tube through which food passes from your mouth to your stomach வாயிலிருந்து இரைப்பைக்கு உணவு செல்லும் குழல்; உணவுக் குழாய் ✪ SYN **gullet** ⇨ **body** மற்றும் **epiglottis** பதிவுகளில் படம் பார்க்க.

oestrogen (*AmE* **estrogen**) /ˈiːstrədʒən/ *noun* [U] a substance (**hormone**) produced in a woman's body that makes her develop female physical and sexual characteristics and that causes the body to prepare to become pregnant பெண்களுக்குரிய பாலியல் பண்புகளின் வளர்ச்சியைத் தூண்டுவதும் கருவுறுதலுக்-கான தகுதியூட்டுவதுமான பெண்கள் உடலில் சுரக்கும் இயக்கு நீர்; பெண்ணியல் சுரப்பு ⇨ **progesterone** மற்றும் **testosterone** பார்க்க.

of /əv; *strong form* ɒv/ *prep.* **1** belonging to, connected with, or part of sth/sb ஒன்றுக்கு/ ஒருவருக்கு உரிய; ஒன்று/ஒருவர் தொடர்பான; ஒன்றன்/ஒருவரது பகுதியான; உடைய; உள்ள; சார்ந்த; கொண்ட *the roof of the house* • *the result of the exam* **2** made, done or produced by sb ஒருவரால் உருவாக்கப்பட்ட, செய்யப்பட்ட அல்லது விளைவிக்கப்பட்ட *the poems of Milton* **3** used for saying what sb/ sth is or what a thing contains or is made of ஒருவரது/ஒன்றின் இயல் நிலையை, உள்ளடக்கத்தை அல்லது ஆக்கப் பகுதியைக் குறிக்கப் பயன்படுத்தப்படுவது *a woman of intelligence* • *It's made of silver.* • *a feeling of anger* **4** showing sb/sth ஒருவரை/ஒன்றை வெளிக்காட்டுகிற, காட்சிக்கு முன்வைக்கிற அல்லது தெரியச் செய்கிற *a map of Chennai* • *a photograph of my parents* **5** showing that sb/sth is part of a larger group ஒருவர்/ஒன்று பெரிய குழு அல்லது தொகுதி ஒன்றின் கூறாக/பகுதியாக இருப்பதைச் சுட்டுவது *some of the people* • *three of the houses* **6** with measurements, directions and expressions of time and age அளவீடுகள், திசைக் குறிப்பு, கால/ நேர, வயதுக் குறிப்பீடு ஆகியவற்றுடன் பயன்படுத்தப்படுவது *a litre of milk* • *the fourth of July* • *a girl of 12* **7** indicating the reason for or cause of sth ஒன்றற்கான காரணத்தை அல்லது தூண்டுதலைச் சுட்டிக் காட்டப் பயன்படுத்தப்படுவது *He died of pneumonia.* **8** with some adjectives சில வகைப் பெயரடைகளுடன் பயன்படுத்தப்படுவது *I'm proud of you.* • *She's jealous of her.* **9** with some verbs சில வகை வினைச்சொற்களுடன் இணைந்து வருவது *This perfume smells of roses.* • *Think of a number.* • *It reminds me of you.* **10** used after a noun describing an action to show either who did the action or who it happened to ஒரு செயல் நிகழக் காரணமானவரையோ அச்செயலின் விளைவுக்கு உள்ளானவரையோ குறிப்பிடுவதற்காக அச்செயலை விவரிக்கும் தொழிற்பெயருக்குப் பின் பயன்படுத்தப்படுவது *the arrival of the president* (= he arrives) • *the murder of the president* (= he is murdered)

off[1] /ɒf/ *adv., prep.*

NOTE (**Go off** போன்ற) வினைச்சொற்களுடன் இணைந்த இதன் சிறப்புப் பயன்பாடுகள் பற்றி அறிய, உரிய வினைச்சொல் பதிவுகளைப் பார்க்க.

1 down or away from a place or a position on sth ஒரு பொருளின் மேல் உள்ள ஓரிடத்திலிருந்து அல்லது ஒரு நிலையிலிருந்து கீழே அல்லது அப்பால்; மேலிருந்து கீழாக; விலகி; தள்ளி; ஒதுங்கி *to fall off a ladder/motorbike/wall* • *I **must be off*** (= I must leave here). *It's getting late.* • *When are you off to Spain?* • (*figurative*) *We've got off the subject.* **2** used with verbs that mean 'remove' or 'separate' அகற்றுதல்/ நீக்குதல் அல்லது பிரித்தல்/தனிப்படுத்துதல் எனப் பொருள்படும் வினைகளுடன் பயன்படுத்தப்படுவது *She took her coat off.* • *He shook the rain off his umbrella.* **3** joined to and leading away from இணைவுற்று விலகி அப்பால் செல்வதாக; கூடிப் பிரிந்து செல்வதாக **4** at some distance from sth ஒன்றிலிருந்து சிறிது தொலைவில் உள்ளதாக; சற்று தூரம் தள்ளி *Christmas is still a long way off* (= it is a long time till then). **5** (used about a machine, a light, etc.) not connected, working or being used (விசைப்பொறி, விளக்கு முதலியவை வகையில்) இணைக்கப்படாது; இயங்காமல் அல்லது பயன்பாட்டில் இல்லாமல்; இணைப்பு துண்டிக்கப்பட்டு; தொழிற்பாடு இன்றி *Please make sure the TV/light/heating is off.* ✪ OPP **on** **6** not present at work, school, etc. பணியிடம், பள்ளி, முதலியவற்றில் காணப்படாது; வந்திராது *She's **off work/off sick** with a cold.* • *I'm having **a day off*** (= a day's holiday) *next week.* **7** (used about a plan or arrangement) not going to happen; cancelled (செயல் திட்டம் அல்லது முன்னேற்பாடு வகையில்) நடைபெறாது போவதாக; ரத்து செய்யப்பட்டதாக *The meeting/wedding/trip is off.* ✪ OPP **on** **8** cheaper; less by a certain amount விலை இறங்கி; மலிவானதாக; குறிப்பிட்ட தொகையளவு குறைந்ததாக *cars with Rs 20,000 off* • *Rs 20,000 off the price of a car* **9** not eating or using sth ஒன்றை உண்ணாது அல்லது பயன்படுத்தாது *The baby's off his food.*

IDM **off and on; on and off** sometimes; starting and stopping சில சமயங்களில்; விட்டு விட்டு; இடையிட்டு; அவ்வப்போது *It rained on and off all day.*

off limits (*AmE*) forbidden; not to be entered by sb தடை செய்யப்பட்டதாக; ஒருவர் உட்செல்லக் கூடாததாக

off the top of your head ⇨ **top**[1] பார்க்க.

well/badly off having/not having a lot of money செல்வ வளமுடன்/செல்வ வளம் குன்றி; வசதியாக/வசதியற்று

off[2] /ɒf/ *adj.* (*not before a noun*) **1** (used about food or drink) no longer fresh enough to eat or drink (உணவு அல்லது பானம் வகையில்) கெடாத; ஊசாத; உண்ணுதற்கு/அருந்துதற்கு ஏற்ற நிலையில் இல்லாத *The milk's off.* **2** (*spoken*) unfriendly நட்பிணக்கமற்ற; அன்பில்லாத; ஒத்துணர்வற்ற *My neighbour was rather off with me today.*

off- /ɒf/ *prefix* (*used in nouns, adjectives, verbs and adverbs*) not on; away from மேல் இல்லாது; தள்ளி; விலகி; தொலைவில்; அப்பால் *offstage* • *offload*

offal /'ɒfl/ *noun* [U] the heart and other organs of an animal, used as food உணவாகக் கொள்ளப்படும் விலங்கின் நெஞ்சு, ஈரல் முதலிய உள்ளுறுப்புகள்

off chance *noun* [*sing.*] a slight possibility சிறு வாய்ப்பு நிலை; அருகிய வாய்ப்பு *She popped round **on the off chance** of finding him at home.*

off day *noun* [C] (*informal*) a day when things go badly or you do not work well அனுகூலக் கேடான, சாதகமாக இல்லாத அல்லது நல்ல முறையில் செயலாற்றாத நாள்; மோசமான நாள் *Even the best players have off days occasionally.*

offence (*AmE* **offense**) /ə'fens/ *noun* **1** [C] (*formal*) **an offence (against sth)** a crime; an illegal action குற்றச் செயல்; சட்ட மீறிய செயல்; குற்றம் *to commit an offence • a criminal/minor/serious/sexual offence* **2** [U] **offence (to sb/sth)** the act of upsetting or insulting sb ஒருவருக்கு மனவருத்தம் அல்லது அவமதிப்பு உண்டாக்குதல்; உணர்ச்சியைப் புண்படுத்துதல்; இகழ்ச்சிக்கு உள்ளாக்குதல் *I didn't mean to **cause** you any **offence**.*

IDM **take offence (at sth)** to feel upset or hurt by sb/sth ஒருவரது/ஒன்றின் செயலால் மனம் புண்படு அல்லது வருத்தமடை

offend /ə'fend/ *verb* **1** [T] (*usually passive*) to hurt sb's feelings; to upset sb ஒருவரது உணர்ச்சிகளைப் புண்படுத்து; வருத்தமுண்டாக்கு; மனம் நோகச் செய் *I hope they won't be offended if I don't come. • He felt offended that she hadn't written for so long.* **2** [I] (*formal*) to do sth illegal; to commit a crime சட்ட மீறிய ஒரு செயலைச் செய்; குற்றம் புரி

offender /ə'fendə(r)/ *noun* [C] **1** (*formal*) a person who breaks the law or commits a crime சட்டம் மீறுபவர் அல்லது குற்றம் புரிபவர்; குற்றவாளி ***Young offenders** should not be sent to adult prisons. • a first offender* (= sb who has committed a crime for the first time) **2** a person or thing that does sth wrong தவறு செய்யும் ஒருவர் அல்லது ஒன்று; தீங்கிழைப்பவர்/தீங்கிழைப்பது

offensive¹ /ə'fensɪv/ *adj.* **1 offensive (to sb)** unpleasant; insulting வெறுப்பூட்டுகிற; அவமதிப்பான; மனம் நோகச் செய்கிற *offensive behaviour/language/remarks* ✪ OPP **inoffensive** **2** (*formal*) (*only before a noun*) used for or connected with attacking தாக்குதலுக்குப் பயன்படுத்தப்படுகிற அல்லது தாக்குதல் தொடர்பான *offensive weapons* ✪ OPP **defensive** ▶ **offensively** *adv.*

offensive² /ə'fensɪv/ *noun* [C] a military attack போர்ப்படைத் தாக்குதல்

IDM **be on the offensive** to be the first to attack, rather than waiting for others to attack you பிறர் தன்னைத் தாக்குவதற்காகக் காத்திராது, முதலில் தாக்குதல் தொடு; வலிந்து மேற்சென்று தாக்கு

offer¹ /'ɒfə(r)/ *verb* **1** [T] **offer sth (to sb) (for sth); offer (sb) sth** to ask if sb would like sth or to give sb the chance to have sth ஒருவர் ஒரு பொருளை விரும்புகிறாரா என்று கேள் அல்லது ஒருவர் ஒரு பொருளைக் கொள்வதற்கான வாய்ப்பளி; ஒருவருக்கு ஒன்றைக் கொடுக்க முன்வா *He offered his seat on the bus to an old lady. • He offered (me) Rs 50,000 for the car and I accepted.* **2** [I] **offer (to do sth)** to say or show that you will do sth for sb if he/she wants ஒருவர் விரும்புகையில் அவருக்காக ஒன்றைச் செய்வதாகக் கூறு அல்லது உணர்த்து; உதவ முன்வா *I don't want to do it but I suppose I'll have to offer. • My brother's offered to help me paint the house.* **3** [T] to make sth available or to provide the opportunity for sth ஒன்று கிடைக்கக் கூடியதாகச் செய் அல்லது ஒன்றுக்கான வாய்ப்பளி *The job offers plenty of opportunity for travel.*

offer² /'ɒfə(r)/ *noun* [C] **1 an offer (of sth); an offer (to do sth)** an act of offering or a statement offering to do sth or to give sth to sb ஒருவருக்கு ஒன்றைச் செய்ய அல்லது ஒன்றைத் தர முன்வருவதாகக் கூறும் கூற்று; ஒன்றை அளிக்க அல்லது உதவ முன்வருகை *She accepted my offer of help. • Thank you for your kind offer to help.*

> NOTE ஓர் **offer**-ஐ (உதவ முன்வருகையை) அறிவிக்கலாம் (**make**), ஏற்றுக்கொள்ளலாம் (**accept**), மறுக்கலாம் (**refuse**), நிராகரிக்கலாம் (**turn down**), அல்லது விலக்கிக் கொள்ளலாம் (**withdraw**).

2 an offer (of sth) (for sth) an amount of money that you say you will give for sth ஒரு காரணத்திற்காகத் தான் அளிப்பதாகக் கூறும் பணத்தொகை; விலைக்குறிப்பீடு *They've made an offer for the house. • We've turned down* (= refused) *an offer of Rs 40,000.* **3** a low price for sth in a shop, usually for a short time வழக்கமாகக் குறுகிய கால அளவுக்கு நீடிக்கிற, ஒரு பொருள் மீது கடைக்காரர் வழங்கும் விலைக்குறைப்பு; விலைச் சலுகை *See below for details of our special holiday offer.*

IDM **on offer 1** for sale or available விற்பனைக்காக அல்லது பெறத்தக்க நிலையில் *The college has a wide range of courses on offer.* **2** (*BrE*) for sale at a lower price than usual for a certain time குறிப்பிட்ட கால அளவுக்கு, வழக்கத்தை விடக் குறைந்த விலையில் விற்பனைக்கு உள்ளதாக *This cheese is on offer until next week.*

IDM **or nearest offer; ono** ⇨ **near¹** பார்க்க.

offering /ˈɒfərɪŋ/ *noun* [C] something that is given or produced for other people to watch, enjoy, etc. பிறர் காண, துய்த்து மகிழ அல்லது இத்தகையவற்றுக்காக வழங்கப்படும் அல்லது தயாரிக்கப்படும் பொருள்; வழங்கீடு *'Space Buddies' is the latest offering from Walt Disney Pictures.*

offhand¹ /ˌɒfˈhænd/ *adj.* (used about behaviour) not showing any interest in sb/sth in a way that seems rude (நடத்தை வகையில்) பண்பு நயமற்றுத் தோன்றுமாறு ஒருவர்/ஒன்றின் மீது சிறிதும் அக்கறை காட்டாது நடந்துகொள்கிற; அலட்சியப் போக்குடைய *an offhand manner/voice*

offhand² /ˌɒfˈhænd/ *adv.* without having time to think; immediately சிந்திப்பதற்கு நேரம் எடுத்துக்கொள்ளாது; உடனடியாக; மேற்போக்கியல்பாக; முன் கருதல் இன்றி *I can't tell you what it's worth offhand.*

office /ˈɒfɪs/ *noun* **1** [C] a room, set of rooms or a building where people work, usually sitting at desks வழக்கமாக எழுதுமேசைகளுக்கு முன் அமர்ந்து ஆட்கள் பணி புரியும் அறை, அறைத் தொகுதி அல்லது கட்டடம்; அலுவலகம் *I usually get to the office at about 9 o'clock.* • *The firm's* ***head office*** (= the main branch of the company) *is in Mumbai.* • *Please phone again during* ***office hours***. **2** [C] (*often used to form compound nouns*) a room or building that is used for a particular purpose, especially for providing a service குறிப்பிட்ட நோக்கத்திற்காக, குறிப்பாக ஒரு சேவை வழங்குமிடமாகப் பயன்படுத்தப்படும் அறை அல்லது கட்டடம் *the tax/ticket/tourist office* ➪ **booking office, box office** மற்றும் **post office** பார்க்க. **3 Office** [*sing.*] a government department, including the people who work there and the work they do பணியாளர், அவர்களால் செய்யப்படும் பணி ஆகியவற்றை உள்ளடக்கிய அரசுத் துறை; ஆட்சிப் பொறுப்பிடம்; அரசு அலுவலகம் *the Foreign/Home Office* **4** [U] an official position, often as part of a government or other organization பெரும்பாலும் அரசின் அல்லது பிற நிறுவனத்தின் அங்கமாக அமையும் அதிகாரப் பொறுப்பு *The Labour party has been* ***in office*** *since 1997.*

office block *noun* [C] a large building that contains offices, usually belonging to more than one company. பெரும்பாலும் ஒன்றுக்கு மேற்பட்ட நிறுவனங்களுக்குச் சொந்தமான, அலுவலகங்களை உள்ளடக்கிய பெரிய கட்டடம்; அலுவலக வளாகம்

officer /ˈɒfɪsə(r)/ *noun* [C] **1** a person who is in a position of authority in the armed forces படைத்துறைகளில் அதிகாரப் பொறுப்பிலுள்ள ஒருவர்; படைத்துறை அதிகாரி; படைத்துறை ஆணையர் *an army/airforce officer* **2** a person who is in a position of authority in the government or a large organization அரசில் அல்லது பெரிய நிறுவனம் ஒன்றில் அதிகாரப் பொறுப்பிலுள்ளவர்; உயர் அலுவலர்; அதிகாரி *a prison/customs/welfare officer* **3** = **police officer** ➪ **official²** பதிவிலுள்ள குறிப்பைப் பார்க்க.

official¹ /əˈfɪʃl/ *adj.* **1** (*only before a noun*) connected with the position of sb in authority ஒருவரது அதிகாரப் பொறுப்புச் சார்ந்த அல்லது அப்பொறுப்புக்குரிய *official duties/responsibilities* **2** accepted and approved by the government or some other authority அரசால் அல்லது வேறோர் அதிகார அமைப்பால் ஏற்றுக்கொள்ளப்பட்டுகிற மற்றும் அங்கீகரிக்கப்படுகிற; அதிகாரபூர்வமான *The scheme has not yet received official approval.* • *The country's official language is Spanish.* **3** that is told to the public, but which may or may not be true பொதுமக்களுக்குத் தெரிவிக்கப்படுகிற (ஆனால் உண்மையானதாகவோ உண்மையற்றதாகவோ இருக்கக்கூடிய) *The official reason for his resignation was that he wanted to spend more time with his family.* ✪ OPP **unofficial**

official² /əˈfɪʃl/ *noun* [C] a person who has a position of authority அதிகாரப் பொறுப்பிலுள்ள ஒருவர்; உயர் அலுவலர் *The reception was attended by MPs and high-ranking officials.*

> **NOTE** **Office worker** (அலுவலகப் பணியாளர்) என்பவர் அலுவலகத்தில் எழுதுமேசை முன் அமர்ந்து பணிபுரிபவர். ஒரு நிறுவன அமைப்பில், பெரும்பாலும் அரசில், பொறுப்பு வாய்ந்த பதவி வகிப்பவர் **official** (உயர் அலுவலர்) எனப்படுவார்—*senior government officials.* படைத்துறைகளில் அல்லது காவல் துறையில் ஆணையிடும் பொறுப்பில் உள்ளவர் **officer** எனப்படுவார். சில சமயங்களில் இச்சொல் **official** என்னும் பொருள்படப் பயன்படுத்தப்படுகிறது—*She's a tax officer in the Income Tax Department.*

officialdom /əˈfɪʃldəm/ *noun* [U] groups of people in positions of authority in large organizations who seem more interested in following the rules than in being helpful உதவி மனப்பான்மையை விட விதிகளைப் பின்பற்றுவதில் அதிகமான அக்கறை காட்டுவதாகத் தோன்றும், பெரும் நிறுவனங்களில் அதிகாரப் பொறுப்பு வகிக்கும் பிரிவினர்; அதிகார வர்க்கத்தினர்

officially /əˈfɪʃəli/ *adv.* **1** that is done publicly and by sb in a position of authority வெளிப்படையாக அதிகாரப் பொறுப்பில் உள்ள

ஒருவரால் செய்யப்படுவதாக; அதிகாரபூர்வமாக *The new school was officially opened last week.* **2** according to a particular set of laws, rules, etc. குறிப்பிட்ட சட்டங்கள், விதிமுறைகள் முதலியவற்றுக்கு இணங்க; சட்டப்படி; விதிமுறைகளின்படி; சட்டபூர்வமாக *Officially we don't accept children under six, but we'll make an exception in this case.*

officious /əˈfɪʃəs/ *adj.* too ready to tell other people what to do and use the power you have to give orders மற்றவர்களுக்கு அறிவுறுத்துவதிலும் கட்டளையிட அதிகாரத்தைப் பயன்படுத்துவதிலும் மிகை முனைப்புடைய; அதிகார மனப்பான்மையுடைய

offing /ˈɒfɪŋ/ *noun*

IDM **in the offing** (*informal*) likely to appear or happen soon விரைவில் தோன்ற அல்லது நிகழ இருக்கிற; எதிர்பார்க்கப்படுகிற

off-licence (*AmE* **liquor store**) *noun* [C] a shop which sells alcoholic drinks in bottles and cans புட்டிகளிலும் கொள்கலன்களிலும் மது விற்பனை செய்யும் கடை

off-line *adj., adv.* (*computing*) not directly controlled by or connected to a computer or to the Internet கணிப்பொறியின் அல்லது இணையத்தின் நேர்முகக் கட்டுப்பாட்டில் இல்லாத/இல்லாது; கணிப்பொறியுடன் அல்லது இணையத்துடன் நேரடியாக இணைக்கப்பட்டிராத/இணைக்கப்பட்டிராது

offload /ˌɒfˈləʊd/ *verb* [T] (*informal*) **offload sth (on/onto sb);** to give away sth that you do not want to sb else தனக்கு வேண்டாத ஒன்றை வேறொருவரிடம் கொடுத்துவிடு; சுமையை வேறொருவர் மீது இறக்கிவை *It's nice to have someone you can offload your problems onto.*

off-peak *adj., adv.* (*only before a noun*) available, used or done at a less popular or busy time கூட்டம் குறைந்த அல்லது தொழில் மும்முரம் தணிந்த சமயத்தில் கிடைக்கிற, பயன்படுத்தப்படுகிற அல்லது செய்யப்படுகிற; மும்முரம் தணிந்த நேரச் செயல்பாடாக *an off-peak train ticket/bus pass/phone call • It's cheaper to travel off-peak.* ➪ **peak** பார்க்க.

off-putting *adj.* (*BrE*) unpleasant in a way that stops you from liking sb/sth நாட்டம் இல்லாது போகும் முறையில் இன்னாதவராக/இன்னாததாக உள்ள; விலக்கிவிடத் தக்க

offset /ˈɒfset/ *verb* [T] (**offsetting**; *pt, pp* **offset**) to make the effect of sth less strong or noticeable ஒன்றனுடைய தாக்க விளைவின் கடுமையைக் குறை அல்லது தணிவுறச் செய்; மட்டுப்படுத்து; சரியீடு செய் *The disadvantages of the scheme are more than offset by the advantages.*

offshoot /ˈɒfʃuːt/ *noun* [C] a thing that develops from sth else, especially a small organization that develops from a larger one வேறொன்றிலிருந்துத் தோன்றி வளர்ச்சியுறும் ஒன்று, குறிப்பாகப் பேரமைப்பு ஒன்றிலிருந்து கிளைத்து வளரும் சிறு நிறுவனம்; கிளை அமைப்பு; துணை விளைவு

offshore /ˌɒfˈʃɔː(r)/ *adj.* in the sea but not very far from the land கடலில் உள்ள ஆனால் நிலப்பகுதியிலிருந்து மிகு தொலைவில் இல்லாத; கரையிலிருந்துச் சற்று உள்தள்ளியுள்ள *an offshore oil rig*

offside *adj.* **1** /ˌɒfˈsaɪd/ (used about a player in football) in a position that is not allowed by the rules of the game (காற்பந்தாட்டத்தில் விளையாடும் ஒருவர் பற்றிக் குறிப்பிடுகையில்) விளையாட்டு விதிகளுக்கு எதிரான ஒரு நிலையில் காணப்படுகிற **2** /ˈɒfsaid/ (*BrE*) (used about a part of a vehicle) on the side that is furthest away from the edge of the road (ஊர்திப் பகுதி வகையில்) சாலை விளிம்பிலிருந்து மிகு தொலைவு தள்ளியுள்ள

offspring /ˈɒfsprɪŋ/ *noun* [C] (*pl.* **offspring**) (*formal*) a child or children; the young of an animal குழந்தை; குழந்தைகள்; விலங்கின் கன்று; வழிமரபு; சந்ததி *to produce/raise offspring*

off-white *adj.* not pure white தூய வெண்மை நிறம் அல்லாத; மஞ்சள் நிறம் படர்ந்த வெண்மை நிறமான

often /ˈɒfn; ˈɒftən/ *adv.* **1** many times; frequently அடிக்கடி; பல தடவை; மீண்டும் மீண்டும் *We often go swimming at the weekend. • I'm sorry I didn't write very often. •* ***How often*** *should you go to the dentist?* **2** in many cases; commonly பல சமயங்களில்; பெரும்பாலும்; வழக்கமாக; பொது முறையாக *Old houses are often damp.*

IDM **every so often** sometimes; from time to time சில சமயங்களில்; அவ்வப்போது

more often than not usually வழக்கமாக; பெரும்பாலும்

ogre /ˈəʊɡə(r)/ *noun* [C] **1** (in children's stories) a very large, cruel and frightening creature that eats people (குழந்தைகள் கதைகளில் வரும்) பேருருவும் கொடிய அச்சமூட்டும் தோற்றமும் உடைய, மனிதர்களைத் தின்னும் உயிர்; அரக்கன் **2** a person who is unpleasant and frightening அருவருப்பான அச்சமூட்டும் ஆள்

Oh (*also* **O**) /əʊ/ *exclamation* used for reacting to sth that sb has said, for emphasizing what you are saying, or when you are thinking of what to say next ஒருவர் கூறிய ஒன்றுக்குப் பதில் குறிப்பாக, தான் கூறுகிற ஒன்றை வலியுறுத்த அல்லது அடுத்துக் கூற வேண்டியது பற்றிச்

சிந்தித்துக் கொண்டிருக்கும்போது பயன்படுத்தப்படுவது: ஓ *'I'm a teacher.' 'Oh? Where?'* • *'Oh no!' she cried as she began to read the letter.*

ohm /əʊm/ *noun* [C] (*technical*) (*symbol* Ω) a unit for measuring electrical resistance மின்தடையை அளவிடுவதற்கான அலகு ➪ **resistor** பதிவில் படம் பார்க்க.

oil /ɔɪl/ *noun* [U] **1** a thick dark liquid that comes from under the ground and is used as a fuel or to make machines work smoothly நிலத்தடியிலிருந்து பெறப்படுவதும் எரிபொருளாகவோ விசைப்பொறிகள் உராய்வின்றி இயங்குவதற்கான மசகுப்பொருளாகவோ பயன்படுத்தப்படும் கெட்டித் தன்மையுள்ள கரு நிறத் திரவம்; எண்ணெய் **2** a thick liquid that comes from animals or plants which is used in cooking விலங்குகள் அல்லது தாவரங்களிலிருந்து பெறப்படுவதும் சமையலில் பயன்படுத்தப்படுவதுமான கெட்டியான திரவம்; விலங்கெண்ணெய் மற்றும் தாவர எண்ணெய் *cooking/vegetable/sunflower/olive oil* ▶ **oil** *verb* [T]

oilfield /ˈɔɪlfiːld/ *noun* [C] an area where there is oil under the ground or under the sea நிலத்தடியில் அல்லது கடலடியில் எண்ணெய் கிடைக்கும் இடம்; எண்ணெய் வயல்

oil painting *noun* [C] a picture that has been painted using paint made with oil எண்ணெய் கலந்து தயாரிக்கப்படும் வண்ணச் சாயத்தைப் பயன்படுத்தித் தீட்டப்படும் ஓவியம்; எண்ணெய்ச் சாயப் படம்.

oil rig (*also* **rig**) *noun* [C] a large platform in the sea with equipment for getting oil out from under the sea கடலடியிலிருந்து எண்ணெய் எடுப்பதற்கான சாதனங்களுடன் கூடிய பெரிய மேடையமைப்பு

oilseed rape /ˌɔɪlsiːd ˈreɪp/ = **rape² 3**

oil slick (*also* **slick**) *noun* [C] an area of oil that floats on the sea, usually after a ship carrying oil has crashed பெரும்பாலும் எண்ணெய்க் கப்பல் விபத்தில் உடைந்த பின் கடலில் மிதக்கும் எண்ணெய்ப் படிவுப் பகுதி

oil well (*also* **well**) *noun* [C] a hole that is made deep in the ground or under the sea in order to obtain oil எண்ணெய் எடுப்பதற்காக நிலத்தில் அல்லது கடலடியில் ஆழமாகத் தோண்டப்படும் துளை; எண்ணெய்க் கிணறு

oily /ˈɔɪli/ *adj.* covered with oil or like oil எண்ணெய் படிந்துள்ள; எண்ணெய் போன்ற *oily food* • *Mechanics always have oily hands.*

ointment /ˈɔɪntmənt/ *noun* [C, U] a smooth substance that you put on sore skin or on an injury to help it get better வலி அல்லது காயத்தைக் குணப்படுத்தத் தோலின் மீது இடப்படும் மெல்லிழையான பொருள்; மருந்து நெய்; களிம்பு

OK¹ (*also* **okay**) /əʊˈkeɪ/ *adj., adv., exclamation* (*informal*) **1** all right; good or well enough நன்றாக; நலமாக/நலமான; மன நிறைவாக/மன நிறைவான; நல்லதாக/நல்ல முறையில் *'Did you have a nice day?' 'Well, it was OK, I suppose.'* • *Is it okay if I come at about 7?* **2** yes; all right ஆம்; சரி; அப்படியே ஆகட்டும் *'Do you want to come with us?' 'OK.'*

OK² (*also* **okay**) /ˌəʊˈkeɪ/ *noun* [*sing.*] agreement or permission இசைவு; சம்மதம்; அனுமதி; உடன்பாடு *As soon as my parents* ***give me the OK****, I'll come and stay with you.*

OK³ (*also* **okay**) /ˌəʊˈkeɪ/ (*3rd person sing. pres.* **OK's**; *pres. part.* **OK'ing**; *pt, pp* **OK'd**) *verb* [T] (*informal*) **OK sth (with sb)** to officially agree to something or allow it to happen ஒரு செயலுக்கு அல்லது நிகழ்ச்சிக்கு அதிகாரபூர்வமாக அனுமதி அளி; அங்கீகாரம் கொடு *If you need time off, you have to OK it with your boss.*

okra /ˈəʊkrə; ˈɒkrə/ *noun* [U] (*also* **ladies finger**) the green seed cases of the **okra** plant, eaten as a vegetable வெண்டை வகை

old /əʊld/ *adj.* **1** that has existed for a long time; connected with past times நீண்ட காலமாக உளதாயிருக்கிற அல்லது காணப்படுகிற; கடந்த காலத்தோடு தொடர்புடைய; பழைய; பழங்காலத்திய *This house is quite old.* • *old ideas/traditions* ✪ OPP **new** or **modern** **2** (used about people and animals) having lived a long time (மனிதர்கள் மற்றும் விலங்குகள் வகையில்) நீண்ட காலம் வாழ்ந்திருக்கிற; வயது சென்ற; வயது முதிர்ந்த; முதிய *My mother wasn't very old when she died.* • *He's only 50 but he looks older.* • *to* ***get/grow old*** ✪ OPP **young** **3** (used with a period of time or with 'how') of a particular age (ஒரு காலப் பகுதியைக் குறிக்க அல்லது *how* என்ற சொல்லுடன் பயன்படுத்தப்படுவது) குறிப்பிட்ட வயதுடைய *The book is aimed at eight to ten-year-olds.* • *How old are you?* ➪ **age¹** பதிவிலுள்ள குறிப்பைப் பார்க்க.

> **NOTE** **Older, oldest** ஆகியவை **old** என்ற சொல்லின் வழக்கமான ஒப்பளபு மற்றும் மீயளபு வடிவங்களாகும்—*My father's older than my mother.* • *I'm the oldest in the class.* ஆட்களின், குறிப்பாக ஒரு குடும்ப உறுப்பினர்களின் வயதுகளை ஒப்பிடும்போது **elder, eldest** ஆகிய வடிவங்களைப் பயன்படுத்தலாம். எனினும் இவை **than** என்ற சொல்லுடன் சேர்ந்துவர முடியாது.

4 the old *noun* [*pl.*] old people வயதானவர்கள்; முதியோர் ➪ **the elderly** மற்றும் **the aged** பார்க்க. **5** having been used a lot பெருமளவு

பயன்படுத்தப்பட்டுவிட்ட; பழமைப்பட்டுவிட்ட; பழையதாகிப்போன *I got rid of all my old clothes.* ✪ OPP **new** ➪ **second-hand** பார்க்க. **6** (*only before a noun*) former; previous முந்திய; முற்பட்ட; முன் நிகழ்ந்த *I earn more now than I did in my old job.* **7** (*only before a noun*) known for a long time நீண்ட காலமாகத் தெரிந்திருக்கிற; பழகிய; பழக்கப்பட்ட *She's a very old friend of mine. We knew each other at school.* **8** (*only before a noun*) (*informal*) used for emphasizing that sth has little importance or value ஒன்றின் முக்கியத்துவம் அல்லது மதிப்பு குன்றிய நிலையை வலியுறுத்தப் பயன்படுத்தப்படுவது; அற்பமான; வேண்டாத *I write any old rubbish in my diary.*

IDM **be an old hand (at sth)** to be good at sth because you have done it often before ஒன்றில் பயிற்சி உள்ள காரணத்தினால்; அதனைத் திறம்படச் செய்; அனுபவத் தேர்ச்சி பெற்றவராயிரு

old age *noun* [U] the part of your life when you are old வாழ்க்கையின் வயது முதிர்ந்த பருவம்; முதுமைக் காலம் *He's enjoying life* ***in his old age****.* ➪ **youth** பார்க்க.

old-age pension *noun* [U] money paid by the state to people above a certain age குறித்த வயதுக்கு மேல் உள்ளவர்களுக்கு அரசால் வழங்கப்படும் பணம்; முதியோர் உதவித் தொகை

old-fashioned *adj.* **1** usual in the past but not now தற்பொழுது இல்லாது, கடந்த காலத்தில் வழக்க முறையாக இருந்த; பழைய வழக்கான *old-fashioned clothes/ideas* **2** (used about people) believing in old ideas, customs, etc. (ஆட்கள் வகையில்) கடந்த கால கருத்துகள், வழக்கங்கள் முதலியவற்றில் நம்பிக்கை கொண்டுள்ள; பழம்பாணியான *My parents are quite old-fashioned about some things.* ➪ **modern** மற்றும் **unfashionable** பார்க்க.

the Old Testament *noun* [*sing.*] the first part of the Bible that tells the history of the Jewish people யூத இன மக்களின் வரலாற்றை விவரிக்கும் விவிலிய ஏட்டின் முதற்பகுதி; பழைய ஏற்பாடு/பழைய ஆகமம் ➪ **the New Testament** பார்க்க.

olive /ˈɒlɪv/ **1** *noun* [C] a small green or black fruit with a bitter taste, used for food and oil உணவு மற்றும் எண்ணெய் தயாரிக்கப் பயன்படுத்தப்படுவதும் கசப்புச் சுவை உடையதுமான சிறு பச்சை அல்லது கருமை நிறக் கனி; ஆலிவ் பழம் *Fry the onions in a little olive oil.* ➪ **virgin olive oil** பார்க்க. **2** (*also* **olive green**) *adj., noun* [U] (of) a colour between yellow and green மஞ்சளுக்கும் பச்சைக்கும் இடைப்பட்ட நிறமான/நிறம்; ஆலிவ் நிறமான/நிறம்

the Olympic Games (*also* **the Olympics** /əˈlɪmpɪks/) *noun* [*pl.*] an international sports competition which is organized every four years in a different country நான்கு ஆண்டுகளுக்கு ஒரு முறை நாடு மாற்றி நடத்தப்படும் பன்னாட்டளவிலான விளையாட்டுப் போட்டி; ஒலிம்பிக் போட்டி *to win a medal at/in the Olympics* ▶ **Olympic** *adj.* (*only before a noun*) *Who holds the Olympic record for the 1500 metres?*

ombudsman /ˈɒmbʊdzmən; ˈɒmbʌdzmæn/ *noun* [C] (*pl.* **-men** /-mən/) a government official who deals with complaints made by ordinary people against public organizations பொது நிறுவனங்களுக்கு எதிரான சாதாரண மக்களின் குறையீடுகளைக் கையாளும் அரசு உயர் அதிகாரி; முறைமன்ற நடுவர்

omega /ˈəʊmɪgə/ *noun* [C] the last letter of the Greek alphabet (Ω, ω) கிரேக்க நெடுங்கணக்கின் இறுதி எழுத்து (Ω, ω)

omelette (*also* **omelet**) /ˈɒmlət/ *noun* [C] a dish made of eggs that have been mixed together very fast (**beaten**) and fried முட்டைகளை மிக விரைவாகக் கலக்கிப் பொரித்துத் தயாரிக்கப்படும் உணவு வகை; முட்டை அப்பம்

omen /ˈəʊmən/ *noun* [C] a sign of sth that will happen in the future எதிர்காலத்தில் நிகழ இருக்கும் ஒன்றின் அறிகுறி; முன்னம்; நிமித்தம் *a good/bad omen for the future*

ominous /ˈɒmɪnəs/ *adj.* suggesting that sth bad is going to happen இன்னாத ஒன்று நிகழ இருப்பதைக் குறிப்பாக உணர்த்துகிற; தீக்குறியான; இடர் வரவின் முன்னறிகுறியான *Those black clouds look ominous.*

omission /əˈmɪʃn/ *noun* [C, U] something that has not been included; the act of not including sb/sth சேர்க்காது விடப்பட்ட ஒன்று; விடுபாடு; ஒருவரை/ஒன்றைச் சேர்க்காது விடுதல்; விட்டுவிடுதல் *There were several omissions on the list of names.*

omit /əˈmɪt/ *verb* [T] (**omitting; omitted**) **1** to not include sth; to leave sth out ஒன்றைச் சேர்க்காது விடு; விட்டுவிடு; விலக்கி விடு *Several verses of the song can be omitted.* **2** (*formal*) **omit to do sth** to forget or choose not to do sth ஒன்றைச் செய்ய மறந்துபோ அல்லது செய்யாது விடு; செய்யத் தவறு

omni- /ˈɒmni/ *prefix* (*used in nouns, adjectives and adverbs*) of all things; in all ways or places அனைத்துப் பொருள்களும் சார்ந்த; அனைத்துக்கும் உரிய; எல்லா முறைகளிலுமாக; எல்லா இடங்களிலுமாக *omnivore*

omniscient /ɒmˈnɪsiənt/ *adj* (*formal*) knowing everything அனைத்தும் அறிந்திருக்கிற; நிறைபேரறிவுடைய *The novel has an omniscient narrator.* ▶ **omniscience** /-siəns/ *noun* [U]

omnivore /ˈɒmnɪvɔː(r)/ *noun* [C] an animal that eats both plants and meat தாவர உணவு, இறைச்சி இரண்டையும் உண்ணும் விலங்கு; தாவர இறைச்சி உண்ணி ⇨ **carnivore, herbivore** மற்றும் **insectivore** பார்க்க. ▶ **omnivorous** /ɒmˈnɪvərəs/ *adj. an omnivorous diet*

on /ɒn/ *adv., prep.*

NOTE (**Get on, on holiday** போன்ற) வினைச்சொற்கள் மற்றும் பெயர்ச்சொற்களுடன் சேர்ந்து வரும் **on**-இன் சிறப்புப் பயன்பாடுகள் ஆங்காங்கு வினைச்சொல் மற்றும் பெயர்ச்சொல் பதிவுகளில் தரப்பட்டுள்ளன.

1 (*also* **upon** *formal*) supported by, fixed to or touching sth, especially a surface ஒன்றினால், குறிப்பாக ஒரு பரப்பினால், தாங்கப்படுகிற, அதனுடன் பொருத்தப்பட்ட அல்லது அதனைத் தொட்டுக்கொண்டிருக்கிற; மேலே; மேல்; மீது *on the table/ceiling/wall • We sat on the beach/grass/floor. • She was carrying the baby on her back. • Write it down on a piece of paper. • The ball hit me on the head.* **2** in a place or position ஓரிடத்தில் அல்லது ஒரு (இருப்பு/ இருக்கை) நிலையில்; இல் *a house on the river/seafront/border • I live on the other side of town.* **3** showing direction திசைக் குறிப்பாகப் பயன்படுத்தப்படுவது: திசையில்; பக்கத்தில் *on the right/left • on the way to school* **4** used with ways of travelling and types of travel பயண முறைகள் மற்றும் பயண வகைகளைக் குறிக்கும் சொல்லுடன்/தொடருடன் சேர்ந்துவருவது *on the bus/train/plane • We came* ***on foot*** (= we walked). ⇨ **in the car** என்ற வழக்கைக் கருத்தில் கொள்க. **5** with expressions of time காலக் குறிப்பீடுகளுடன் வருவது: இல்; போது *on Monday • on your birthday* **6** working; being used தொழிற்பாட்டில் உள்ளதாக; செயல் நிலையில்; பயன்பாட்டில்; இயங்கிக்கொண்டு *All the lights were on. •* ***Switch*** *the television* ***on***. ✪ **OPP off** **7** wearing sth; carrying sth in your pocket or bag ஒன்றை அணிந்துகொண்டு; உடுப்பாகக் கொண்டு; சட்டைப்பையில் அல்லது கைப்பையில் ஒன்றை உடன் வைத்துக்கொண்டு *What did she* ***have on****? • I've got no money on me. • You should carry your ID on you at all times.* **8** about sth ஒன்றைப் பற்றி; ஒன்று குறித்து *We've got a test on irregular verbs tomorrow. • a talk/a book/an article on Japan* **9** happening or arranged to happen நடைபெற்றுக்கொண்டு; நிகழ்வு நிலையில்; ஒரு நிகழ்ச்சி முன்னேற்பாடு செய்யப்பட்டுள்ள நிலையில்; ஏற்பாடு செய்யப்பட்டதாக *What's on at the cinema? • Is the meeting still on, or has it been cancelled?* **10** using sth; by means of sth ஒன்றைப் பயன்படுத்தி; ஒன்றின் துணைகொண்டு; ஒன்றின் வாயிலாக *I was (talking)* ***on the phone*** *to Lata. • I saw it* ***on television***. **11** showing the thing or person that is affected by an action or is the object of an action ஒரு செயலின் விளைபயனுக்கு உட்பட்ட அல்லது ஒரு செயலின் வினைப்படுபொருளான ஆளை அல்லது பொருளைக் குறிக்கப் பயன்படுத்தப்படுவது; மீது; மேல் *Divorce can have a bad effect on children. • He spends a lot on clothes. • Don't waste your time on that.* **12** using drugs or medicine; using a particular kind of food or fuel போதைப் பொருள்களை அல்லது மருந்தை உட்கொண்டு; குறிப்பிட்ட வகையான உணவை உட்கொண்டு அல்லது எரிபொருளைப் பயன்படுத்தி *to be on medication/antibiotics/heroin • Does this car run on petrol or diesel?* **13** receiving a certain amount of money (பேரளவு அல்லாத) ஒரு பணத்தொகையைப் பெறுபவராக; ஒரு பணத்தொகையைச் சார்ந்து *What will you be on* (= how much will you earn) *in your new job? • He's been (living) on unemployment benefit since he lost his job.* **14** showing that sth continues (ஒன்று) தொடர்வதாக; தொடர்ந்து *The man shouted at us but we walked on. • The speech went* ***on and on*** *until everyone was bored.* **15** showing the reason for or basis for sth ஒன்றற்கான காரணத்தை அல்லது அடிப்படையைச் சுட்டுவது *She doesn't eat meat* ***on principle***. • *The film is* ***based on*** *a true story.* **16** compared to ஒப்பிட்டு நோக்குகையில்; ஒப்பிட்டுக் காணும்போது *Sales are up by 10% on last year.* **17** immediately; soon after உடனடியாக; உடனே; தாமதிக்காது *He telephoned her on his return from New York.* **18** paid for by sb ஒருவரால் கட்டணம் செலுத்தப்படுவதாக *The drinks are on me!*

IDM **from now/then on** starting from this/that time and continuing இப்பொழுது/இந்நேரத்தில்/அந்நேரத்தில் தொடங்கித் தொடர்ந்து நிகழ்வதாக; தற்பொழுதிலிருந்து; இப்போதிலிருந்து/அப்போதிலிருந்து *From then on she never smoked another cigarette.*

not on (*informal*) not acceptable ஏற்புக்குரியதல்லாததாக; ஏற்க முடியாததாக *No, you can't stay out that late. It's just not on.*

off and on; on and off ⇨ **off**[1] பார்க்க.

be/go on at sb ⇨ **go**[1] பார்க்க.

once /wʌns/ *adv., conj.* **1** one time only; on one occasion ஒரு வேளை மட்டுமே; ஒரு முறை; ஒரு தடவை *once a week/month/year • I visit them about once every six months.* **2** at some time in the past; formerly கடந்த காலத்தில்; ஒரு சமயத்தில்; முன்னாளில், முன் ஒரு காலத்தில் *This house was once the village school.* **3** as soon as; when அதே சமயத்திலேயே; உடனேயே; அப்பொழுதே *Once you've practised a bit you'll find that it's quite easy.*

IDM **all at once** all at the same time or suddenly அனைவரும்/அனைத்தும் ஒரே நேரத்தில்; ஒருங்கே; திடீரென்று *People began talking all at once.* • *All at once she got up and left the room.*
at once 1 immediately; now உடனடியாக; இப்பொழுதே *Come here at once!* **2** at the same time ஒரே நேரத்தில்; ஒருங்கே *I can't hear if you all speak at once.*
just this once; (just) for once on this occasion only இம்முறை மட்டும் *Just this once, I'll help you with your homework.*
once again; once more one more time; another time மேலும் ஒரு முறை; மீண்டும் ஒரு முறை; இன்னொரு தடவை; மறுபடியும் *Once again the train was late.* • *Let's listen to that song once more.*
once and for all now and for the last time தற்பொழுது இறுதி முறையாக; தற்போது மட்டும் கடைசியாக *You've got to make a decision once and for all.*
once in a blue moon (*informal*) very rarely; almost never மிகவும் அரிதாக; எப்போதுமே இல்லாததாக
once in a while sometimes but not often அடிக்கடி இல்லாது, சில சமயங்களில்; எப்போதாவது
once upon a time (used at the beginning of a children's story) a long time ago; in the past (ஒரு குழந்தைகள் கதையின் தொடக்கமாக வருவது) நெடுங்காலத்திற்கு முன்னால்; முன்பொரு காலத்தில் *Once upon a time there was a beautiful princess...*

oncoming /ˈɒnkʌmɪŋ/ *adj.* (*only before a noun*) coming towards you தன்னை நோக்கி வருகிற; தன்னை அணுகுகிற *oncoming traffic*

one¹ /wʌn/ *det., pronoun, noun* [C] **1** (the number) 1 ஒன்று; 1 என்னும் எண்; ஒருவர்; ஒரு பொருள்; ஒரு; ஒன்றான *There's only one biscuit left.* • *The journey takes one hour.* ➪ **first** பார்க்க.

> **NOTE** எண்களை வாக்கியங்களில் பயன்படுத்தும் முறை குறித்த எடுத்துக்காட்டுகள் **six** பதிவில் தரப்பட்டுள்ளன.

2 (used when you are talking about a time in the past or future without actually saying when) a certain (கடந்த காலத்திற்குரிய அல்லது எதிர்காலத்திற்குரிய, குறிப்பாக இந்த நேரம் என்றில்லாத, ஒரு தருணத்தைப் பற்றிப் பேசப் பயன்படுத்தப்படுவது) ஏதோ ஒரு *He came to see me one evening last week.* • *We must go and visit them one day.* **3** used with 'the other', 'another' or 'other'(s) to make a contrast ஒரு வேறுபாட்டைக் காட்டும் முறையில் 'the other', 'another' அல்லது 'other(s)'-உடன் சேர்ந்து வருவது *The twins are so alike that it's hard to tell one from the other.* **4 the one** used for emphasizing that there is only one of sth ஒரு வகையில் ஒருவர் அல்லது ஒன்று மட்டுமே காணப்படுவதை வலியுறுத்தப் பயன்படுத்தப்படுவது *She's the one person I trust.* • *Mathematics was the one subject she liked.*

IDM **(all) in one** all together or combined எல்லாம் சேர்ந்த தொகுதியாக; கூட்டிணைவாக; ஒருங்கிணைந்ததாக *It's a phone and fax machine all in one.*
one after another/the other first one, then the next, etc. ஒருவரை அடுத்து மற்றொருவராக; ஒன்றை அடுத்து மற்றொன்றாக; ஒருவருக்குப் பின் ஒருவராக; ஒன்றுக்குப் பின் ஒன்றாக *One after another the winners went up to get their prizes.*
one at a time separately; individually தனித்தனியாக; ஒவ்வொருவராக; ஒவ்வொன்றாக *I'll deal with the problems one at a time.*
one by one separately; individually தனித்தனியாக; ஒவ்வொருவராக; ஒவ்வொன்றாக *One by one, people began to arrive at the meeting.*
one or two a few ஒரு சில; ஒன்றிரண்டு *I've borrowed one or two new books from the library.*

one² /wʌn/ *pronoun, noun* [C] **1** used instead of repeating a noun ஒரு பெயர்ச்சொல்லை மறுமுறை குறிப்பிடுவதற்குப் பதிலாக அப்பெயர்ச்சொல்லின் இடத்தில் பயன்படுத்தப்படுவது; பெயர்ச்சொல்லின் மாற்றுப்பெயராக வருவது; (முன் கூறப்பட்ட) அவர் அல்லது அது *I think I'll have an apple. Would you like one?* **2 one of** a member (of a certain group) (ஒரு குழுவின்/தொகுதியின்) ஓர் உறுப்பு, ஒருவர் அல்லது ஒன்று *He's staying with one of his friends.* • *One of the children is crying.*

> **NOTE** **One of**-ஐ அடுத்து எப்போதும் பன்மைப் பெயர்ச்சொல் வரும். எழுவாய் ஒருமை ஆதலால் வினைச்சொல்லும் ஒருமையாகவே அமையும்—*One of our assistants is ill.* • *One of the buses was late.*

3 used after 'this', 'that', 'which' or after an adjective instead of a noun ஒரு பெயரடைக்குப் பின் பெயர்ச்சொல்லுக்குப் பதில் அல்லது 'this', 'that', 'which' என்னும் சொற்களுக்குப் பின் பயன்படுத்தப்படுவது *'Which dress do you like?' 'This one.'* • *'Can I borrow some books of yours?' 'Yes. Which ones?'* • *That idea is a very good one.* **4 the one/the ones** used before a group of words that show which person or thing you are talking about தன்னால் குறிப்பிடப்படும் ஆள் அல்லது பொருளை இனம் காட்டும் தொடருக்கு முன் பயன்படுத்தப்படுவது *My house is the one after the post office.* • *If you find some questions difficult, leave out the ones you don't understand.* **5** (*formal*) used for referring to people in general, including the speaker or writer கூற்றுக்கு உரியவரையும் சேர்த்து அனைவரையும் பொதுப்படையாகக் குறிப்பிடப் பயன்படுத்தப்படுவது *One must be sure of one's facts before criticizing other people.*

NOTE இப்பொருளில் **one** வருவது பெரிதும் முறைசார்புடைய வழக்காகும். அன்றாட வழக்கில் நாம் பயன்படுத்தும் சொல் **you** ஆகும்.

one another *pronoun* each other ஒருவரோடொருவர், ஒருவரையொருவர் *We exchanged news with one another.*

one-off *noun* [C], *adj.* (*informal*) something that is made or that happens only once ஒரு முறை மட்டுமே செய்யப்படும் அல்லது நிகழும் ஒன்று; ஒரே ஒரு முறை செய்யப்படுகிற அல்லது நிகழ்கிற *a one-off payment/opportunity*

onerous /ˈəʊnərəs/ *adj.* (*formal*) difficult and needing a lot of effort கடினமானதும் பெரு முயற்சி வேண்டப்படுவதுமான; கடும் உழைப்புக்குரிய

oneself /wʌnˈself/ *pronoun* (*formal*) **1** used when the person who does an action is also affected by it ஒரு செயல் புரிபவருக்கு அச்செயலின் விளைபயன் வந்துசேர்வதைக் குறிக்கப் பயன்படுத்தப்படுவது: தனக்கு; தன்னை *One can teach oneself to play the piano but it is easier to have lessons.* **2** used to emphasize sth ஒன்றை வலியுறுத்திக் கூறப் பயன்படுத்தப்படுவது: தனக்கே; தன்னையே; தானே *One could easily do it oneself.*

IDM **(all) by oneself** **1** alone தனியாக; தன்னந்தனியாக; தனிப்பட்ட நிலையில் ➪ **alone** பதிவிலுள்ள குறிப்பைப் பார்க்க. **2** without help துணையின்றி; தானே

one-sided *adj.* **1** (used about an opinion, an argument, etc.) showing only one point of view; not balanced (கருத்து, விவாதம் முதலியவை வகையில்) கருத்தின் ஒரு கோணத்தை மட்டுமே முன்வைக்கிற; ஒருசார்புடைய; நடுநிலையற்ற *Some newspapers give a very one-sided view of politics.* **2** (used about a relationship or a competition) not equal (உறவுமுறை அல்லது போட்டி வகையில்) சரிசம நிலையற்ற; ஒரு தரப்புக்கு மிகை ஆதாயம் அளிக்கிற *The match was very one-sided—we lost 12—1.*

one-to-one (*also* **one-on-one**) *adj., adv.* between only two people இருவருக்கு மட்டுமே இடையேயான/இடையேயாக; ஒருவருக்கு ஒருவர் என்ற முறையிலான/முறையில் *one-to-one English lessons* (= one teacher to one student)

one-way *adj.* (*usually before a noun*) **1** (used about roads) that you can only drive along in one direction (சாலைகள் வகையில்) ஒரு திசையில் மட்டுமே செல்லக்கூடிய; ஒரு திசைப் பயணத்திற்கு மட்டுமே உரிய; ஒருவழிப் பாதையான *a one-way street* **2** (*AmE*) (used about a ticket) that you can use to travel somewhere but not back again (பயணச் சீட்டு வகையில்) திரும்பி வருவதற்கு அல்லாமல், ஓரிடத்திற்குச் செல்வதற்கு மட்டுமே பயன்படுத்துதற்குரிய; ஒருவழிப் பயணத்திற்குரிய *a one-way ticket* ✪ **SYN single** ✪ **OPP return**

ongoing /ˈɒngəʊɪŋ/ *adj.* (*only before a noun*) continuing to exist now தொடர்ந்து வந்து தற்பொழுதும் காணப்படுகிற; விடாது தொடர்கிற *It's an ongoing problem.*

onion /ˈʌnjən/ *noun* [C, U] a white or red vegetable with many layers. Onions are often used in cooking and have a strong smell that makes some people cry வெங்காயம் *a kilo of onions* • *onion soup* ➪ **vegetable** பதிவில் படம் பார்க்க.

online /ˌɒnˈlaɪn/ *adj., adv.* (*computing*) controlled by or connected to a computer or to the Internet கணிப்பொறியின் அல்லது இணையத்தின் இயக்கக் கட்டுப்பாட்டில் உள்ள/உள்ளதாக; கணிப்பொறியுடன் அல்லது இணையத்துடன் இணைக்கப்பட்டுள்ள/இணைக்கப்பட்டுள்ளதாக *an online ticket booking system* • *I'm studying French online.*

onlooker /ˈɒnlʊkə(r)/ *noun* [C] a person who watches sth happening without taking part in it ஒன்றில் இணைந்து பங்குகொள்ளாமல் அதைக் கருத்தூன்றிப் பார்ப்பவர்; பார்வையாளர்

only /ˈəʊnli/ *adj., adv., conj.* (*only before a noun*) **1** with no others existing or present வேறெவரும்/வேறெதுவும் இல்லாத/இல்லாது அல்லது காணப்படாத/காணப்படாது; ஒருவர்/ஒன்று மட்டுமேயான/மட்டுமேயாக; ஒரே ஒரு; ஒற்றையான *I was the only woman in the room.* • *This is the only dress we have in your size.* **2** and no one or nothing else; no more than வேறொருவரும்/வேறொன்றும் அல்லாத/அல்லாது; குறிப்பிட்ட ஒருவர்/ஒன்று மட்டும்; ஒருவரை/ஒன்றை மட்டும்; மட்டும்; தான் *I've only asked a few friends to the party.* • *It's only one o'clock.* **3** the most suitable or the best முழு நிறைவான அல்லது முற்றிலும் பொருத்தமான/பொருத்தமாக; ஒன்றேயான/ஒன்றேயாக *It's so cold that the only thing to do is to sit by the fire.*

NOTE எழுத்து வழக்கில் பெரும்பாலும் அதனால் சுட்டப்படும் சொல்லுக்கு முன்பாக **only** வரும். பேச்சு வழக்கில் வாக்கியத்தில் உள்ள **only**-இன் இடத்தை மாற்றாமல் அசையழுத்தத்தால் அது சுட்டும் சொல்லைக் காட்ட முடியும். *I only saw 'Preetha* (= I saw Preetha and no one else). *I only' saw Preetha* (= I saw Preetha but I didn't do anything else).

4 (*informal*) except that; but தவிர; நீங்கலாக/நீங்கலான; எனினும்; ஆயினும்; ஆனால் *The film was very good, only it was a bit too long.*

IDM if only ⇨ **if** பார்க்க.

not only...but also both...and கூறப்படுகிற (இதுவும் அதுவுமாகிய/இவரும் அவரும் ஆகிய) இரண்டுமே/இருவருமே, இருவரையும்/இரண்டையும்; ஒருவர்/ஒன்று மட்டுமல்லாது மற்றவரும்/மற்றதும் சேர்ந்ததாக *He not only did the shopping but he also cooked the meal.*

only just 1 not long ago நீண்ட நேரத்திற்கு முன்பல்லாது; சற்று முன்பு தான் *I've only just started this job.* **2** almost not; hardly சொற்ப அளவிலேயே; கிட்டத்தட்ட இல்லாததாக *We only just had enough money to pay for the meal.*

only child *noun* [C] a child who has no brothers or sisters உடன்பிறந்தார் இல்லாத குழந்தை; ஒரே குழந்தை

onomatopoeia /ˌɒnəˌmætəˈpiːə/ *noun* [U] (*technical*) the fact of words containing sounds similar to the noises they describe, for example 'hiss' or 'thud'; the use of words like this in a piece of writing பொருளாக அமையக்கூடிய ஒலிகளை ஒத்த ஒலிப்புடையனவாகச் சொற்கள் அமைந்திருத்தல் (எடுத்துக்காட்டாக 'hiss' அல்லது 'thud'); சொற்களின் ஒலிக்குறிப்புத் தன்மை; இத்தன்மையுள்ள சொற்களை எழுத்து வழக்கில் பயன்படுத்துதல்; சொற்பொருள் இசைவணி; ஒலி அனுகரணம் ▶ **onomatopoeic** /-ˈpiːɪk/ *adj.*

onset /ˈɒnset/ *noun* [*sing.*] **the onset (of sth)** the beginning (often of sth unpleasant) ஒன்றின் (பெரும்பாலும் இன்னாத ஒன்றின்) தொடக்கம்; வருகை; தாக்குதல் *the onset of winter/a headache*

onslaught /ˈɒnslɔːt/ *noun* [C] **an onslaught (on/against sb/sth)** a violent or strong attack வன்மையான அல்லது கடுமையான தாக்குதல்; கடுந்தாக்குதல் *an onslaught on government policy*

onto (*also* **on to**) /ˈɒntə; *before vowels* ˈɒntu/ *prep.* to a position on sth ஒன்றின் மீதான ஒரு இருப்பு நிலைக்கு; ஒன்றுடன் தொடர்புற்றதாக *The cat jumped onto the sofa.* • *The crowd ran onto the pitch.*

IDM be onto sb (*informal*) to have found out about sth illegal that sb is doing ஒருவரது குற்றச் செயல்பாடு ஒன்றைக் கண்டுபிடித்திரு *The police were onto the car thieves.*

be onto sth to have some information, etc. that could lead to an important discovery ஒரு முக்கியமான கண்டுபிடிப்புக்கு இட்டுச் செல்லக் கூடிய தகவல் முதலியவற்றை வைத்திரு

onwards /ˈɒnwədz/ (*also* **onward** /ˈɒnwəd/) *adv.* **1 from...onwards** continuing from a particular time குறிப்பிட்ட நேரத்திலிருந்து/காலத்திலிருந்து தொடர்ந்து நிகழ்வதாக; குறிப்பிட்ட காலத்தில் தொடங்கி மேல்செல்வதாக *From September onwards it usually begins to get colder.* **2** (*formal*) forward முன்னோக்கி; முன்னாக *The road stretched onwards into the distance.*

ooze /uːz/ *verb* [I, T] **ooze from/out of sth; ooze (with) sth** to flow slowly out or to allow sth to flow slowly out சிறிது சிறிதாக ஒழுகு அல்லது ஒழுகச் செய்; கசிந்து ஒழுகு *Blood oozed from the cut on his head.* • *The fruit was oozing with juice.*

op /ɒp/ (*spoken*) = **operation¹**

opaque /əʊˈpeɪk/ *adj.* **1** that you cannot see through ஊடாகப் பார்க்க முடியாத; ஒளி ஊடுருவிச் செல்ல விடாத; ஒளி புகாத *opaque glass in the door* **2** (*formal*) difficult to understand; not clear புரிந்துகொள்வதற்குக் கடினமான; தெளிவற்ற ✪ OPP **transparent**

OPEC /ˈəʊpek/ *abbr.* Organization of Petroleum Exporting Countries பெட்ரோலியம் ஏற்றுமதி செய்யும் நாடுகளின் கூட்டமைப்பான Organization of Petroleum Exporting Countries என்பதன் குறுக்கம்

open¹ /ˈəʊpən/ *adj.* **1** not closed or covered மூடப்பட்டிராத அல்லது மேல் மறைப்பற்ற; திறந்துள்ள *an open window* • *The door was open so we didn't knock.* • *His shirt was open at the neck.* **2 open (to sb/sth); open (for sth)** available for people to enter, visit, use, etc.; not closed to the public உட்செல்லுதல், பார்வையிடுதல், பயன்படுத்துதல் முதலியவற்றுக்கு ஏற்ற நிலையில் உள்ள; திறந்துள்ள; பொது மக்கள் பயன்பாட்டுக்காகத் திறந்துவைக்கப்பட்டுள்ள *The bank isn't open on Sundays.* • *The hotel damaged by the bomb is now* ***open for business*** *again.* ✪ OPP **closed** or **shut 3** not keeping feelings and thoughts hidden உணர்ச்சிகளையும் எண்ணங்களையும் மறைத்து வைத்திராத; மூடி மறைக்காத; வெளிப்படையான *Subalakshmi doesn't mind talking about her feelings—she's a very open person.* • *He looked at him with open dislike.* **4** (*only before a noun*) (used about an area of land) away from towns and buildings; (used about an area of sea) at a distance from the land (ஒரு நிலப்பகுதி பற்றிக் குறிப்பிடுகையில்) நகரங்கள் மற்றும் கட்டடங்களிலிருந்து தள்ளியுள்ள; திறந்த வெளியிடமான; (ஒரு கடற்பகுதி பற்றிக் குறிப்பிடுகையில்) நிலப் பகுதியிலிருந்து தொலைவிலுள்ள *open country* **5** (*not before a noun*) not finally decided; still being considered இறுதியான முடிவு எட்டப்படாத; இன்னும் ஆய்வு நிலையில் உள்ள *Let's leave the details open.*

IDM have/keep an open mind (about/on sth) to be ready to listen to or consider new ideas and suggestions புதுக் கருத்துகளுக்கும் ஆலோசனைகளுக்கும் செவி சாய்க்க அல்லது அவற்றைக் கருதிப் பார்க்க ஆயத்தமாக இரு; திறந்த மனத்துடன் இரு

in the open air outside வெளியிடத்தில்; திறந்த வெளியில் *Somehow, food eaten in the open air tastes much better.*

keep an eye open/out (for sb/sth) ➪ **eye¹** பார்க்க.

open to sth willing to receive sth ஒன்றை ஏற்றுக்கொள்ளும் மனதுடைய; ஒன்றை வரவேற்கிற; திறந்த மனதுடைய *I'm always open to suggestions.*

with your eyes open ➪ **eye¹** பார்க்க.

with open arms in a friendly way that shows that you are pleased to see sb or have sth ஒருவரைக் காண்பதில் அல்லது ஒன்றைப் பெற்றுக்கொள்வதில் மகிழ்ச்சி அடைவதை வெளிப்படுத்தும் நட்பிணக்கமான முறையில்; உளமார *The unions welcomed the government's decision with open arms.*

open² /ˈəʊpən/ *verb* **1** [I, T] to move sth or part of sth so that it is no longer closed; to move so as to be no longer closed மூடப்பட்டுள்ள ஒன்றை அல்லது அதன் பகுதியை நிலைபெயர்வி; மூடப்பட்டுள்ள ஒன்று திறந்துகொள்; திற *This window won't open—it's stuck.* • *He opened the box.* ✪ OPP **close** or **shut** **2** [I, T] to make it possible for people to enter a place ஓரிடத்தினுள் ஆட்கள் நுழைய/செல்ல முடியுமாறு செய்; திறந்துவை *Does that shop open on Sundays?* • *The company are opening two new branches soon.* ✪ OPP **close** or **shut** **3** [I, T] to start தொடங்கு; துவக்கு *The chairman opened the meeting by welcoming everybody.* • *I'd like to open a bank account.* ✪ OPP **close** **4** [T] (*computing*) to start a program or file so that you can use it on the screen கணினித் திரையில் பார்த்துப் பயன்படுத்த வேண்டிக் கணினி நிரலை அல்லது கணினிக்கோப்பைத் தொடக்கம் செய் அல்லது திற ✪ OPP **close**

IDM open fire (at/on sb/sth) to start shooting துப்பாக்கியால் சுடத் தொடங்கு *He ordered his men to open fire.*

PHR V open into/onto sth to lead to another room, area or place மற்றொரு பகுதிக்கு, மற்றோர் அறைக்கு அல்லது இடத்திற்கு இட்டுச் செல்; வழிசெய் *This door opens onto the garden.*

open out to become wider மேலும் விரிவடை; விசாலமாகு

open up 1 to talk about what you feel and think தான் உணர்வதையும் எண்ணுவதையும் பற்றிப் பேசு; மனத்தில் உள்ளதை வெளிப்படுத்து **2** to open a door கதவைத் திற

open (sth) up 1 to become available or to make sth available ஒன்று பெறத்தக்க நிலையில் அல்லது கிடைக்கும் வாய்ப்புள்ளதாக இரு; ஒன்றைக் கிடைக்கும் வாய்ப்புள்ளதாகச் செய் *When I left school all sorts of opportunities opened up for me.* **2** to start business வணிகத் தொழில் தொடங்கு *The restaurant opened up last year.*

the open³ /ˈəʊpən/ *noun* [*sing.*] outside or in the countryside திறந்த வெளியிடம்; நாட்டுப்புறம் *After working in an office I like to be* ***out in the open*** *at weekends.*

IDM bring sth out into the open; come out into the open to make sth known publicly; to be known publicly ஒன்றை வெளிப்படையாகத் தெரியச் செய்; வெளிப்படுத்து; வெளிப்படு *Their secret came out into the open at last.*

open-air *adj.* not inside a building கட்டடத்தின் உட்பகுதியல்லாத; வெளிப்புறமான; வெளியிடமான; திறந்தவெளியான *an open-air swimming pool*

opencast /ˈəʊpənkɑːst/ *adj.* in opencast mines, coal is taken out of the ground near the surface தரையின் மேல் தளத்தை ஒட்டியே நிலக்கரி வெட்டி எடுக்கப்படுகிற; சுரங்கக் குழிகளுக்குள் அல்லாது, தரைத்தளத்தை ஒட்டிய அடுக்குகளிலேயே நிலக்கரி கிடைக்கிற

open day *noun* [C] a day when the public can visit a place that they cannot usually go into மற்ற நாட்களில் பொது மக்கள் நுழைவு தடை செய்யப்பட்டுள்ள ஓரிடத்திற்கு அவர்கள் செல்ல அனுமதிக்கப்படும் நாள்; பொதுமக்கள் பார்வை நாள் *The hostel has an open day on the first Sunday of every month.*

opener /ˈəʊpnə(r)/ *noun* [C] (*used in compound nouns*) a thing that takes the lid, etc. off sth ஒன்றின் மேல்மூடி முதலியவற்றைத் திறக்கப் பயன்படுத்தப்படுவது *a tin-opener* • *a bottle-opener*

opening /ˈəʊpnɪŋ/ *noun* [C] **1** a space or hole that sb/sth can go through ஒருவர்/ஒன்று ஊடாகச் செல்லக் கூடிய இடைவெளி அல்லது துளை; திறப்பு *The cat got through an opening in the window.* **2** the beginning or first part of sth ஒன்றின் தொடக்கம் அல்லது முதற்பகுதி; தோற்றுவாய் *The film is famous for its dramatic opening.* **3** a ceremony to celebrate the first time a public building, road, etc. is used ஒரு பொதுக் கட்டடம், சாலை முதலியவற்றின் முதற் பயன்பாட்டைக் குறிக்க நடத்தப்படும் சடங்கு முறையிலான விழா; தொடக்க விழா *the opening of the new hospital* **4** a job which is available காலியாக உள்ள அல்லது ஆள் தேவையாக உள்ள பணியிடம் *We have an opening for a sales manager at the moment.* **5** a good opportunity

நல்வாய்ப்பு, தக்க தறுவாய்; வாய்ப்பு வேளை *I'm sure she'll be a great journalist—all she needs is an opening.* ▶ **opening** *adj.* (*only before a noun*) *the opening chapter of a book* • *the opening ceremony of the Olympic Games*

openly /ˈəʊpənli/ *adv.* honestly; not keeping anything secret உண்மையான முறையில்; நேர்மையாக; ஒளிவு மறைவு இன்றி; வெளிப்படையாக *I think you should discuss your feelings openly with each other.*

open-minded *adj.* ready to consider new ideas and opinions புதிய சிந்தனைகளையும் கருத்துகளையும் கருதிப் பார்க்க ஆயத்தமாக உள்ள; திறந்த மனதுடைய; பரந்த/விரிந்த மனப்பான்மையுள்ள

openness /ˈəʊpənnəs/ *noun* [U] the quality of being honest and ready to talk about your feelings உண்மையாகவும் தனது எண்ணங்களைப் பற்றிப் பேச ஆயத்தமாகவும் உள்ள இயல்பு; ஒளிவுமறைவின்மை; வெள்ளை உள்ளமுடைமை

open-plan *adj.* (used about a large area indoors) not divided into separate rooms (மனையில் உள்ளடங்கிய பெரிய இடப்பகுதி குறித்துப் பேசுகையில்) தனித்தனி அறைகளாகப் பிரிவினை செய்யப்படாத; பிரிவினை அற்ற பெரிய அறைகளையுடைய *an open-plan office*

the Open University *noun* [*sing.*] a university that offers distance education to students who study mainly at home. Their work is sent to them by post and there are special television and radio programmes for them பெரும்பாலும் வீட்டில் இருந்தபடியே அஞ்சல் வழியாகப் பயிற்சி ஏடுகளைப் பெற்றும் தனிவகைத் தொலைக்காட்சி மற்றும் வானொலி நிகழ்ச்சிகள் வழியாகவும் மாணவர்கள் கல்வி பயில வசதியுள்ள பல்கலைக்கழகம்; திறந்த நிலைப் பல்கலைக்கழகம்

opera /ˈɒprə/ *noun* [C, U] a play in which the actors (**opera singers**) sing the words to music நடிகர்கள் இசைக்கேற்பப் பாடி நடிக்கும் நாடக வகை; இசை நாடகம் *Do you like opera?* • *a comic opera* ➪ **soap opera** பார்க்க.

operable /ˈɒpərəbl/ *adj.* **1** that can be used பயன்படுத்தக்கூடிய *When will the new machine become operable?* **2** (used about a disease) that can be cured by a medical operation அறுவை மருத்துவத்தால் குணப்படுத்தக்கூடிய ✪ **OPP inoperable**

opera house *noun* [C] a theatre where operas are performed இசை நாடக அரங்கம்

operate /ˈɒpəreɪt/ *verb* **1** [I, T] to work, or to make sth work இயங்கு; ஒன்றை இயக்கு; கையாள் *I don't understand how this machine operates.* • *These switches here operate the central heating.* **2** [I, T] to do business; to manage sth தொழில் செய்; மேலாட்சி செய் *The firm operates from its central office in Mumbai.* **3** [I] to act or to have an effect செயல்புரி; செயல் விளைவு உண்டுபண்ணு *Several factors were operating to our advantage.* **4** [I] **operate (on sb/sth) (for sth)** to cut open a person's body in hospital in order to remove or set right a part that is damaged, infected, etc. ஊறுபாடு, நச்சுப்பாடு முதலியவற்றுக்கு உள்ளான ஒருவரது உடற் பகுதியை நீக்க அல்லது சரிசெய்ய மருத்துவமனையில் அவரது உடற்பகுதியை அறுத்துப் பிளவுசெய்; அறுவை மருத்துவம் செய் *The surgeon is going to operate on her in the morning.* • *He was operated on for appendicitis.*

operatic /ˌɒpəˈrætɪk/ *adj.* connected with opera இசை நாடகம் தொடர்பான; இசை நாடகத்திற்குரிய *operatic music*

operating system *noun* [C] a computer program that organizes a number of other programs at the same time கணிப்பொறியில் மற்ற நிரல்கள் பலவற்றை ஒரே நேரத்தில் ஒருங்கமைவு செய்யும் நிரல்; நிரல் இணைத்தொகுதி

operating theatre (*also* **theatre**) *noun* [C] a room in a hospital where operations are performed அறுவை சிகிச்சைகள் செய்யப்படும் மருத்துவமனை அறை; அறுவை மருத்துவ அறை

operation /ˌɒpəˈreɪʃn/ *noun* **1** [C] (*spoken* **op**) the process of cutting open a patient's body in order to remove or set right a part inside உள்ளுறுப்பு ஒன்றை அகற்ற அல்லது சரிசெய்ய வேண்டி நோயாளியின் உடற்பகுதியை அறுத்துத் திறக்கும் செயல்முறை; அறுவை மருத்துவச் செயல்முறை *He **had an operation** to remove his appendix.* **2** [C] an organized activity that involves many people doing different things பல்வேறு துணைச்செயல்களில் பலர் ஈடுபட்டிருக்கும் திட்டமிடப்பட்ட ஒருங்கிணைந்த செயல்; ஒருங்கிணைந்த செயற்பாடு *A rescue operation was planned to find the missing children.* **3** [C] a business or company involving many parts ஒன்றுக்கு மேற்பட்ட பிரிவுகளை உள்ளடக்கிய வணிக அமைப்பு அல்லது நிறுவனம்; தொழில்நிறுவனத்தின் பல்திற அமைப்பு **4** [C] an act performed by a machine, especially a computer ஒரு விசைப்பொறியின், குறிப்பாகக் கணிப்பொறியின், ஓர் இயக்கச் செயல்; செயற்கூறு **5** [U] the way in which you make sth work ஒன்றை இயங்கச் செய்வதற்கான வழிமுறை; இயக்க முறை *The operation of these machines is extremely simple.*

IDM **be in operation; come into operation** to be/start working or having an effect இயக்க

நிலையில் அல்லது செயற்பாட்டில் இரு; இயங்கத் தொடங்கு; பயன்விளைவு உண்டு-பண்ணத் தொடங்கு *The new tax system will come into operation in the spring.*

operational /ˌɒpəˈreɪʃənl/ *adj.* **1** (*usually before a noun*) connected with the way a business, machine, system, etc. works வாணிக அமைப்பு, விசைப்பொறி, ஓர் இணைவுத்தொகுதி முதலியவை செயற்படும் முறை தொடர்பான; அதன் செயற்பாடு சார்ந்த **2** (*usually not before a noun*) ready for use பயன்கொள்ளத்தக்க நிலையில் உள்ள; இயக்கத்திற்கு, தொழிற்பாட்டுக்கு அல்லது செயற்பாட்டுக்கு ஆயத்தமாக உள்ள *The new factory is now fully operational.* **3** (*only before a noun*) connected with military operations படைத்துறை நடவடிக்கைகள் தொடர்பான

operative /ˈɒpərətɪv/ *adj.* (*formal*) **1** working, able to be used; in use தொழிற்பாட்டில் உள்ள; செயல்படுகிற; இயங்குகிற; பயன் கொள்ளத் தக்க *The new law will be operative from 1 May.* **2** connected with a medical operation அறுவை மருத்துவம் தொடர்பான-

operator /ˈɒpəreɪtə(r)/ *noun* [C] **1** a person whose job is to connect telephone calls for the public or in a particular building பொதுத் தொலைபேசி அல்லது குறிப்பிட்ட ஒரு கட்டடத்திலுள்ள தொலைபேசி அழைப்புகளைத் தொடர்புறச் செய்பவர்; தொலைபேசி இணைப்பாளர் *Dial 9 for the operator.* • *a switchboard operator* **2** a person whose job is to work a particular machine or piece of equipment குறிப்பிட்ட விசைப்-பொறியை அல்லது செயற் கருவியை இயக்கு-பவர் *a computer operator* **3** a person or company that does certain types of business சில வகை வணிகச் சேவைகளில் ஈடுபட்டுள்ள ஆள் அல்லது நிறுவனம்; வணிகச் சேவை நிறுவனம் *a tour operator*

opinion /əˈpɪnjən/ *noun* **1** [C] **an opinion (of sb/sth); an opinion (on/about sth)** what you think about sb/sth ஒருவர்/ஒன்று குறித்துத் தான் நினைப்பது; எண்ணம்; கருத்து; தனிப்பட்ட கருத்து *She asked me for my opinion of her new hairstyle and I told her.* • ***In my opinion**, you're making a terrible mistake.* **2** [U] what people in general think about sth ஒன்று பற்றி மக்கள் கொண்டுள்ள பொதுப்படையான எண்ணம்; பொதுக் கருத்து *Public opinion is in favour of a change in the law.*

IDM **be of the opinion that...** (*formal*) to think or believe that... ... என எண்ணு, கருது அல்லது நம்பு

have a good/high opinion of sb/sth; have a bad/low/poor opinion of sb/sth to think that sb/sth is good/bad ஒருவர்/ஒன்று பற்றி நல்ல, உயர்வான/மோசமான, தாழ்ந்த எண்ணம் கொள்; உயர்வாக/தாழ்வாகக் கருது

a matter of opinion ➪ **matter**[1] பார்க்க.

opinion poll = **poll**[1] **1**

opium /ˈəʊpiəm/ *noun* [U] a powerful drug that is made from **poppy** seeds கசகசாவிலிருந்து தயாரிக்கப்படும் ஆற்றல் மிக்க போதை மருந்து; அபினி

opp. *abbr.* opposite (எதிர்நிலையான/எதிர்முக-மான) என்பதன் குறுக்கம்

opponent /əˈpəʊnənt/ *noun* [C] **1** (in sports or competitions) a person who plays against sb (விளையாட்டு அல்லது போட்டிகள் வகையில்) ஒருவருக்கு எதிராக விளையாடுபவர்; போட்டி-யாளர் *They are the toughest opponents we've played against.* **2 an opponent (of sth)** a person who disagrees with sb's actions, plans or beliefs and tries to stop or change them ஒருவரது செயல்கள், திட்டங்கள் அல்லது நம்பிக்கை-களுடன் உடன்படாது அவற்றைத் தடை-செய்ய அல்லது மாற்ற முயல்பவர்; எதிராளி; எதிரி *the President's political opponents*

opportune /ˈɒpətjuːn/ *adj.* (*formal*) **1** (used about time) suitable for doing sth or for sth to happen (கால/நேர வகையில்) ஒன்றைச் செய்வதற்கு அல்லது ஒன்று நடைபெறுவதற்கு ஏற்ற; உகந்த; பொருத்தமான; வாய்ப்பான *I waited for an opportune moment to ask him.* **2** done or happening at the right time to be successful வெற்றிக்கு உகந்த சரியான நேரத்தில் செய்யப்படுகிற அல்லது நிகழ்கிற; தக்க வேளையிலான; பொருந்தி அமைந்த தறுவாயிலான *the opportune visit of the managing director* ✪ OPP **inopportune**

opportunism /ˌɒpəˈtjuːnɪzəm/ *noun* [U] the practice of using situations unfairly to get an advantage for yourself without thinking about how your actions will affect other people தனது செயல்கள் மற்றவர்கள் மீது ஏற்படுத்தும் பாதிப்பைப் பற்றிச் சிந்திக்காது, தான் ஓர் அனுகூலம் பெற வேண்டி வாய்ப்புகளை நேர்மையற்ற முறையில் பயன்படுத்தும் நடை-முறை; சந்தர்ப்பவாதம் *political opportunism*

opportunist /ˌɒpəˈtjuːnɪst/ (*also* **opportunistic**) *adj.* (*usually before a noun*) making use of an opportunity, especially to get an advantage for yourself; not done in a planned way குறிப்பாகத் தனக்கு அனுகூலம் கிடைக்கும் முறையில், ஒரு வாய்ப்பைப் பயன்படுத்திக்-கொள்கிற; சந்தர்ப்பவாத; திட்டமிட்டு முறை-யாகச் செய்யப்படாத ▶ **opportunist** *noun* [C] *Eighty per cent of burglaries are committed by casual opportunists.*

opportunistic /ˌɒpətjuːˈnɪstɪk/ *adj.* **1** = **opportunist** **2** (*only before a noun*) (*medical*) harmful to people whose **immune system** has been made weak by disease or drugs நோய் அல்லது மருந்து காரணமாக நோய்த் தடுப்பாற்றல் குன்றியவர்களுக்குத் தீங்கு விளைவிக்கக்கூடிய *an opportunistic infection*

opportunity /ˌɒpəˈtjuːnəti/ *noun* [C, U] (*pl.* **opportunities**) **an opportunity (for sth/to do sth)** a chance to do sth that you would like to do; a situation or a time in which it is possible to do sth that you would like to do செய்ய விரும்பும் ஒன்றைச் செய்வதற்கான வாய்ப்பு; செய்ய விரும்பும் ஒரு செயலுக்குச் சாத்தியமான சூழ்ல் அல்லது வேளை *There will be plenty of opportunity for asking questions later.* • *Sunita Williams had the* ***golden opportunity*** *of going into space.* • *When we're finally alone, I'll* ***take the opportunity*** *to ask him a few personal questions.* • *I'll give Sudarshan your message if I* ***get the opportunity***. ➪ **occasion** பதிவிலுள்ள குறிப்பைப் பார்க்க.

oppose /əˈpəʊz/ *verb* [T] to disagree with sb's beliefs, actions or plans and to try to change or stop them ஒருவரது கொள்கைகள், செயல்கள் அல்லது திட்டங்களுக்கு உடன்படாது, அவற்றை மாற்ற அல்லது தடைசெய்ய முயல்; எதிர்த்துநில் *They opposed the plan to build a new road.*

opposed /əˈpəʊzd/ *adj.* **opposed to sth** disagreeing with a plan, action, etc.; believing that sth is wrong ஒரு திட்டம், செயல் முதலியவற்றுடன் உடன்படாத; ஒன்றைத் தவறானதாகக் கருதுகிற; எதிரான; முரண்படுகிற *She has always been strongly opposed to experiments on animals.*

IDM **as opposed to** (used to emphasize the difference between two things) rather than; and not (இரண்டு பொருள்களுக்கு இடையிலான வேற்றுமையை வலியுறுத்தப் பயன்படுத்தப்படுவது) பதிலாக; பிரதியாக; ஒன்றின் இடத்தில்; அல்லாது *Your work will be judged by quality, as opposed to quantity.*

opposite /ˈɒpəzɪt/ *adj., adv., prep.* **1** in a position on the other side of sb/sth; facing ஒருவருடைய/ஒன்றின் மறுபக்கத்திலுள்ள ஒரு நிலையிலான/நிலையில்; எதிர்முகமான/எதிர்முகமாக; நேர் எதிரான/நேர் எதிராக *The old town and the new town are on opposite sides of the river.* • *You sit there and I'll sit opposite you.*

NOTE சில சமயங்களில் பெயர்ச்சொல்லுக்குப் பின் **opposite** பயன்படுத்தப்படுகிறது—*Write your answer in the space opposite.*

2 completely different முற்றிலும் வேறான/வேறாக; முற்றிலும் மாறுபட்டதான/மாறுபட்டதாக; எதிர்மாறான/எதிர்மாறாக; எதிரான/எதிராக *I can't walk with you because I'm going in the opposite direction.* • *the opposite sex* (= the other sex) ▶ **opposite** *noun* [C] *'Hot' is the opposite of 'cold'.*

IDM **your opposite number** a person who does the same job or has the same position as you in a different company, organization, team, etc. வேறொரு நிறுவனம், அமைப்பு, அணி முதலியவற்றில் தன்னுடையதை ஒத்த பணியைச் செய்யும் அல்லது பணி நிலையில் உள்ள ஆள்; சரி இணைப் பணியாளர் *The Prime Minister met his Italian opposite number.*

opposition /ˌɒpəˈzɪʃn/ *noun* [U] **1 opposition (to sb/sth)** the feeling of disagreeing with sth and the action of trying to change it ஒன்றுடன் ஒத்திசைவின்மையும் அதனை மாற்ற முயலும் செயலும்; எதிரான நிலை; எதிர்ப்பு *He expressed strong opposition to the plan.* **2 the opposition** [*sing.*] the person or team who you compete against in sport, business, etc. விளையாட்டு, வணிகச் செயல்பாடு முதலியவற்றில் தான் போட்டி போடும் ஆள் அல்லது அணி; எதிராளி; எதிரணி *We need to find out what the opposition is doing.* **3 the Opposition** [*sing.*] the politicians or the political parties that are in Parliament but not in the government நாடாளுமன்றத்தில் உள்ள, ஆனால் ஆட்சிப் பொறுப்பு வகிக்காத அரசியல்வாதிகள் அல்லது அரசியல் கட்சிகள்; எதிர்க்கட்சியினர் *the leader of the Opposition* • *Opposition MPs*

NOTE பொருள்கள் **2** மற்றும் **3** வகையில், **opposition** ஒருமை வினையுடனோ பன்மை வினையுடனோ வரும்.

oppress /əˈpres/ *verb* [T] (*usually passive*) to treat a group of people in a cruel and unfair way by not allowing them the same freedom and rights as others ஒரு பிரிவினருக்கு மற்றவர்களுடையதை ஒத்த சுதந்திரத்தையும் உரிமைகளையும் வழங்காது, அவர்களை இரக்கமற்ற மற்றும் நேர்மையற்ற முறையில் நடத்து; ஒடுக்கு; அடக்கிவை ▶ **oppressed** *adj. an oppressed minority* ▶ **oppression** *noun* [U] *a struggle against oppression*

oppressive /əˈpresɪv/ *adj.* **1** allowing no freedom; controlling by force தன்னுரிமை மறுக்கிற; வலிமையைப் பயன்படுத்தி அடக்கி ஆள்கிற; ஒடுக்குகிற **2** (used especially about heat or the atmosphere) causing you to feel very uncomfortable (குறிப்பாக வெப்பம் அல்லது காற்று மண்டலம் பற்றிக் கூறுகையில்) மிகுதியான அசௌகரிய உணர்வு உண்டுபண்ணுகிற; இயலினிமையைக் கெடுக்கிற

opt /ɒpt/ *verb* [I] **opt to do sth/for sth** to choose or decide to do or have sth after thinking about it ஒன்றைப் பற்றிச் சிந்தித்துப் பார்த்து அதனைச் செய்வதற்குரியதென அல்லது பெறுவதற்குரியதெனத் தேர்ந்தெடு அல்லது முடிவுசெய்

PHR V **opt out (of sth)** to choose not to take part in sth; to decide to stop being involved in sth ஒன்றில் பங்குகொள்ள வேண்டாமென அல்லது ஒன்றில் ஈடுபாடு கொண்டிருப்பதை நிறுத்திக்கொள்ள முடிவுசெய்

optic /ˈɒptɪk/ *adj.* connected with the eye or the sense of sight கண் அல்லது கட்புலன் தொடர்பான; கண்ணுக்கு அல்லது கண்பார்வைக்கு உரிய *the **optic nerve*** (= from the eye to the brain) ➪ **eye** பதிவில் படம் பார்க்க.

optical /ˈɒptɪkl/ *adj.* connected with the sense of sight கட்புலன் தொடர்பான; பார்வைக்குரிய *optical instruments*

optical illusion *noun* [C] an image that tricks the eye and makes you think you can see sth that you cannot கண்ணை ஏமாற்றிப் பார்க்க முடியாததைப் பார்க்கக் கூடியதாக எண்ண வைக்கும் உருப்படிவம்; விழிக்காட்சி மயக்கம்; பொய்த்தோற்றம்

optician /ɒpˈtɪʃn/ *noun* [C] a person whose job is to test eyes, sell glasses, etc. கண்களைப் பரிசோதித்தல், மூக்குக் கண்ணாடி விற்பனை முதலியவற்றைத் தொழில் முறையில் செய்பவர் *I have to go to the optician's* (= the shop) *for an eye test.*

optics /ˈɒptɪks/ *noun* [U] the scientific study of sight and light கண்பார்வை மற்றும் ஒளி குறித்த அறிவியல் ஆய்வு; கண்ணொளியியல்; காட்சியொளியியல்

optimal /ˈɒptɪməl/ = **optimum**[1]

optimism /ˈɒptɪmɪzəm/ *noun* [U] the feeling that the future will be good or successful எதிர்காலம் நலமானதாக அல்லது பயன்நிறைவு அளிப்பதாக அமையும் என்னும் உணர்வு; இன்னல நம்பிக்கை உணர்வு; அனுகூலவாதம் *There is considerable optimism that the economy will improve.* ✪ OPP **pessimism** ▶ **optimist** *noun* [C] ✪ OPP **pessimist**

optimistic /ˌɒptɪˈmɪstɪk/ *adj.* **optimistic (about sth/that...)** expecting good things to happen or sth to be successful; showing this feeling நலமானவை நிகழும் அல்லது பயன் நிறைவு கிட்டும் என்று நம்பிக்கையுடன் எதிர்பார்க்கிற; இன்னல நம்பிக்கை உணர்வை வெளிப்படுத்துகிற *I've applied for the job but I'm not very optimistic that I'll get it.* ✪ OPP **pessimistic** ▶ **optimistically** /-ikli/ *adv.* ✪ OPP **pessimistically**

optimum /ˈɒptɪməm/ *adj.* (*only before a noun*) **1** (*also* **optimal**) the best possible, giving the best possible results பெறக்கூடிய உச்ச உயர் அளவு விளைபயனான; விளைபயனின் மேல் எல்லையான **2 the optimum** *noun* [*sing.*] the best possible result or the best set of conditions to get good results பெறக் கூடிய உச்ச உயர் அளவு விளைபயன்; சிறந்த விளைபயனைத் தரத் தக்கப் பெரிதும் சாதகமான சூழல்களின் கூட்டிணைவு

option /ˈɒpʃn/ *noun* [U, C] something that you can choose to do; the freedom to choose செய்வதற்குத் தேர்வு செய்துகொள்ளப்படும் ஒன்று; தேர்ந்தெடுத்துக் கொள்வதற்கான சுதந்திரம் *Students **have the option** of studying part-time or full-time.* • *If you're late again, you will give us **no option but to** dismiss you.* ✪ SYN **choice**

optional /ˈɒpʃənl/ *adj.* that you can choose or not choose விருப்பத் தேர்ந்தெடுப்புக்குரிய; கட்டாயமல்லாத; தன் விருப்புரிமை சார்ந்த *an optional subject at school* ✪ OPP **compulsory** or **obligatory**

or /ɔː(r)/ *conj.* **1** used in a list of possibilities or choices சாத்தியக் கூறுகளை அல்லது தேர்வு செய்யப்பட வேண்டியவற்றைப் பட்டியலிடப் பயன்படுத்தப்படுவது: அல்லது *Would you like to sit here or next to the window?* • *Are you interested or not?* ➪ **either... or** பார்க்க. **2** if not; otherwise அல்லாவிட்டால்; இல்லையெனில் *Don't drive so fast or you'll have an accident!* ✪ SYN **Or else or otherwise** can be used with this meaning. **3** (*after a negative*) and neither; and not மற்றதும் அல்லாததாக; அதுவும் இல்லாது *She hasn't phoned or written to me for weeks.* • *I've never been either to Italy or Spain.* ➪ **neither... nor** பார்க்க. **4** used between two numbers to show approximately how many தோராயமான ஓர் எண்ணிக்கையைக் குறிப்பிட இரண்டு எண்களுக்கு இடையில் (ஐந்தாறு, ஏழெட்டு என்பன போன்று) பயன்படுத்தப்படுவது *I've been to Delhi, five or six times.* **5** used before a word or phrase that explains or comments on what has been said before முன்னர் கூறப்பட்டுள்ள ஒன்றின் விளக்கமாக அல்லது குறிப்புரையாக அமையும் சொல் அல்லது தொடரின் முன் பயன்படுத்தப்படுவது: அதாவது *twenty per cent of the population, or one in five*

IDM **or else** ➪ **else** பார்க்க.

or so (used after an amount or number) about (ஓர் எண்ணிக்கை அல்லது எண்ணுக்குப் பின் வருவது) முன் கூறப்பட்ட எண்ணிக்கையை ஒட்டியதான; கிட்டத்தட்ட; ஏறத்தாழ *You should feel better in three days or so.*

or something/somewhere (*spoken*) used for showing that you are not sure, cannot remember or do not know which thing or place எப்பொருள் அல்லது எவ்விடம் என்பது குறித்துத் தனக்கு உறுதியாகத் தெரியாதிருப்பதை, நினைவுக்கு வராதிருப்பதை அல்லது தான் அறியா-திருப்பதைக் காட்டப் பயன்படுத்தப்படுவது *She's a computer programmer or something.*

oracle /ˈɒrəkl/ *noun* [C] **1** (in ancient Greece) a place where people could go to ask the gods for advice and information about the future; the priest through whom the gods were thought to give their message (பண்டைக் காலக் கிரேக்க நாட்டில்) எதிர்காலம் குறித்துக் கடவுளரிடம் அறிவுரையும் தகவலும் கேட்டறிய மக்கள் செல்லுதற்கு உரியதாக இருந்த இடம்; தெய்வ வாக்குத் தலம்; கடவுளரது வாக்கை மக்களுக்கு உரைக்கும் வாயிலாகக் கருதப்-பட்ட சமய குரு; தெய்வ வாக்குரைப்பவர் *They consulted the oracle at Delphi.* **2** (in ancient Greece) the advice or information that the gods gave, which often had a hidden meaning (பண்டைக் காலக் கிரேக்க நாட்டில்) பெரும்-பாலும் மறைபொருள் ஒன்றை உள்ளடக்கிய, கடவுளரின் அறிவுரை அல்லது தகவல்; தெய்வ மொழி; இறைவாக்கு **3** [*usually sing.*] a person or book that gives valuable advice or information மதிப்பு வாய்ந்த அறிவுரை அல்லது செய்தி தெரிவிக்கும் ஆள் அல்லது ஏடு; சான்றோர்; சான்றோர் வாக்கு *My sister's the oracle on financial matters.*

oral[1] /ˈɔːrəl/ *adj.* **1** spoken, not written பேச்சு வழக்கான; வாய்மொழியான; எழுதப்பட்ட-தல்லாத *an oral test* **2** concerning or using the mouth வாய் தொடர்பான; வாயைப் பயன்படுத்து-கிற *oral hygiene* ⇨ **aural** பார்க்க. ▶ **orally** *adv. You can ask the questions orally or in writing.* • *This medicine is taken orally* (= is swallowed).

oral[2] /ˈɔːrəl/ *noun* [C] a spoken exam வாய்மொழித் தேர்வு *I've got my German oral next week.*

orange[1] /ˈɒrɪndʒ/ *noun* **1** [C, U] (*BrE*) a round fruit with a thick skin that is divided into sections (**segments**) inside and is a colour between red and yellow தடித்த புறத்தோடும் சுளை-களாக அமைந்த உள்ளீடும் சிவப்புக்கும் மஞ்சளுக்கும் இடைப்பட்ட நிறமும் உள்ள உருண்டை வடிவப் பழ வகை; கிச்சிலிப்பழம்; ஆரஞ்சுப்பழம் *orange juice/peel* • *an orange tree* ⇨ **fruit** பதிவில் படம் பார்க்க. **2** [U, C] a drink made from oranges or with the taste of oranges; a glass of this drink ஆரஞ்சுப் பழங்களி-லிருந்து தயாரிக்கப்படும் அல்லது ஆரஞ்சுப் பழ நறுஞ்சுவையுடைய பான வகை; ஒரு கண்ணாடிக் குவளை அளவான இப்பழச் சாறு **3** [U, C] the colour of this fruit, between red and yellow இக்கனியின் சிவப்புக்கும் மஞ்சளுக்கும் இடைப்பட்ட நிறம்; செம்மஞ்சள் நிறம்

orange[2] /ˈɒrɪndʒ/ *adj.* of the colour orange செம்மஞ்சள் நிறமான *orange paint*

orange squash *noun* [C, U] (*BrE*) a drink made by adding water to an orange-flavoured liquid கிச்சிலிப் பழத்தின் (ஆரஞ்சு பழத்தின்) நறுஞ்-சுவையூட்டப்பட்ட சாறுடன் நீர் கலந்து தயாரிக்கப்படும் இன்குடி வகை

orang-utan /ɔːˌræŋuːˈtæn/ *noun* [C] a large ape with long arms and reddish hair, that lives in Borneo and Sumatra போர்னியோ மற்றும் சுமத்திராவில் காணப்படும் நீண்ட கைகளும் செந்நிற மயிரும் உடைய பெரிய வாலில்லாக் குரங்கு வகை

orator /ˈɒrətə(r)/ *noun* [C] (*formal*) a person who is good at making public speeches மேடைப் பேச்சில் வல்லவர்; பேச்சாளர்; சொற்பொழிவாளர்

orbit /ˈɔːbɪt/ *noun* [C, U] a curved path taken by a planet or another object as it moves around another planet, star, moon, etc. ஒரு கோள் அல்லது விண்பொருள் மற்றொரு கோள், விண்மீன், சந்திரன் முதலியவற்றைச் சுற்றிச் செல்லும் வட்டப் பாதை; கோளப்பாதை; கோள்வீதி ⇨ **season** பதிவில் படம் பார்க்க. ▶ **orbit** *verb* [I, T]

orbital /ˈɔːbɪtl/ *adj.* **1** (used about a road) built around the outside of a city or town to reduce the amount of traffic travelling through the centre (சாலை வகையில்) ஒரு நகரத்தின் அல்லது மாநகரத்தின் ஊடாகச் செல்லும் போக்கு-வரத்து நெரிசலைக் குறைக்கும் பொருட்டு அந்நகரத்தின் வெளிப்பகுதியைச் சுற்றி அமைக்கப்பட்டுள்ள; நகரப் புறவழிச் சுற்றுச் சாலையான **2** connected with the orbit of a planet or another object in space விண்வெளியிலுள்ள கோளப்பாதை தொடர்பான; கோள் வீதிக்குரிய ▶ **orbital** *noun* [C, *usually sing.*]

orchard /ˈɔːtʃəd/ *noun* [C] a piece of land on which fruit trees are grown கனி மரங்கள் வளர்க்கப்படும் நிலப்பகுதி; பழத் தோட்டம் *a cherry orchard*

orchestra /ˈɔːkɪstrə/ *noun* [C] a large group of musicians who play different musical instruments together, led by one person (**a conductor**) இயக்குநர் ஒருவர் நெறிப்படுத்த, பல்வேறு இசைக்கருவிகளை ஒருங்கிணைத்து வாசிக்கும் இசைக்கலைஞர்களின் பெருங்குழு; பல்லிய இசைக்குழு *a symphony orchestra*

> **NOTE** பல்லிய இசைக் கலைஞர்கள் வழக்க-மாக classical (மரபு வழி) இசையை வாசிப்பர். Pop music (பெருவிருப்ப நடைப்பாணி இசை), jazz (ஆப்பிரிக்க அமெரிக்க வல்லிசை) முதலியவை **group** (குழு) அல்லது **band** (இசைக்கலைஞர்களின் கூட்டமைப்பு) மூலம் இசைக்கப்படுகின்றன.

▶ **orchestral** /ɔːˈkestrəl/ *adj.*

orchestration /ˌɔ:kɪˈstreɪʃn/ *noun* [U] **1** the way a piece of music is written so that an orchestra can play it பல்லியத்திற்கு ஏற்ற வகையில் இசை வடிவமைக்கப்படும் முறை; பல்லிய இசை வடிவம் **2** (*written*) the careful organization of a complicated plan or event, done secretly இரகசியமான முறையில் கவனத்துடன் செய்யப்படுகிற ஒரு சிக்கலான திட்ட அல்லது நிகழ்ச்சி ஏற்பாடு

orchid /ˈɔ:kɪd/ *noun* [C] a beautiful and sometimes rare type of plant that has flowers of unusual shapes and bright colours புது மாதிரியான வடிவங்களும் ஒளிர் வண்ணங்களும் கொண்ட மலர்களையுடைய அழகான, சில சமயங்களில் அருகிக் காணப்படும் செடி வகை; ஒளிர் வண்ண மலர்ச்செடி வகை

ordain /ɔ:ˈdeɪn/ *verb* [T] (*usually passive*) **ordain sb (as) (sth)** to make sb a priest of the Church ஒருவரைக் கிறிஸ்தவத் திருச்சபையின் குருவாக அமர்த்து *He was ordained (as) a priest last year.* ➪ **ordination** noun பார்க்க.

ordeal /ɔ:ˈdi:l; ˈɔ:di:l/ *noun* [C, *usually sing.*] a very unpleasant or difficult experience பெரிதும் மனக் கசப்பூட்டும் அல்லது தொல்லை மிகுந்த அனுபவம்; சோதனை

order[1] /ˈɔ:də(r)/ *noun* **1** [U, C] the way in which people or things are arranged in relation to each other ஆட்கள் அல்லது பொருள்கள் தொடர்புற்று இருக்குமாறு சீர்படுத்தி வைக்கும் முறை; வரிசை முறை; வரிசை ஒழுங்கு *a list of names in **alphabetical order** • Try to put the things you have to do **in order of importance**.* **2** [U] an organized state, where everything is in its right place ஒவ்வொரு பொருளும் தனக்குரிய இடத்தில் இருக்குமாறு சீராக வைக்கப்பட்டுள்ள நிலை; சீரமைவு; ஒழுங்கமைவு *I really must **put** my notes **in order**, because I can never find what I'm looking for.* ✪ OPP **disorder 3** [C] **an order (for sb) (to do sth)** sth that you are told to do by sb in a position of authority அதிகாரப் பொறுப்பில் உள்ள ஒருவரால் இடப்படும் செயற்கட்டளை; ஆணை; உத்தரவு *In the army, you have to strictly **obey orders** at all times. • The Police officer **gave the order** for the search.* **4** [U] the situation in which laws, rules, authority, etc. are obeyed சட்டங்கள், விதி முறைகள், ஆட்சி அதிகாரம் முதலியவற்றைப் பணிந்து பின்பற்றப்படும் சூழல்; அமைதி நிலை; கட்டுப்பாட்டு நிலை *Following last week's riots, order has now been restored.* ➪ **disorder** பார்க்க. **5** [C, U] **an order (for sth)** a request asking for sth to be made, supplied or sent ஒன்றைத் தயாரித்து அளிக்குமாறு, வழங்குமாறு அல்லது அனுப்பி வைக்குமாறு கோரும் வேண்டுகோள்; அளிப்பாணை; கட்டளை *The company has just received a major export order. • The book I need is **on order*** (= they are waiting for it to arrive). **6** [C] a request for food or drinks in a hotel, restaurant, etc.; the food or drinks you asked for தங்கல் மனை, உணவகம் முதலியவற்றில் உணவு அல்லது பானங்கள் கேட்டு விடுக்கப்படும் வேண்டுகோள்; உணவுக் கோரிக்கை; வழங்குமாறு கேட்டுக்கொள்ளப்பட்ட உணவு அல்லது பானங்கள் *Can I **take your order** now, sir?*

IDM **in order to do sth** with the purpose or intention of doing sth; so that sth can be done ஒன்றைச் செய்யும் நோக்கத்துடன்; ஒன்றைச் செய்யக் கருதி; ஒன்றைச் செய்யும் பொருட்டு *We left early in order to avoid the traffic.*

in/into reverse order ➪ **reverse**[3] பார்க்க.

in working order (used about machines, etc.) working properly, not broken (விசைப்பொறி முதலியவை வகையில்) சீராக இயங்குவதாக; நன்னிலையில்; சேதமுற்றிராது

law and order ➪ **law** பார்க்க.

out of order 1 (used about a machine, etc.) not working properly or not working at all (விசைப்பொறி முதலியவை வகையில்) சீராக இயங்காது; இயக்க நிலையில் இல்லாமல்; செயல்படாது; பழுதுற்று *I had to walk up to the tenth floor because the lift was out of order.* **2** (*informal*) (used about a person's behaviour) unacceptable, because it is rude, etc. (ஒருவரது நடத்தை பற்றிக் குறிப்பிடுகையில்) பண்பு நயமின்மை முதலியவை காரணமாக ஏற்புக்கு உரியதாக இல்லாது; முறையற்று; ஒழுங்கின்றி *That comment was completely out of order!*

order[2] /ˈɔ:də(r)/ *verb* **1** [T] **order sb (to do sth)** to use your position of authority to tell sb to do sth or to say that sth must happen ஒன்றைச் செய்யுமாறு ஒருவரிடம் கூற அல்லது ஒன்று நடைபெற வேண்டுமென்று கூற அதிகார உரிமையைப் பயன்படுத்து; உத்தரவிடு; ஆணை/கட்டளை இடு *The principal ordered all the students to assemble in the auditorium. • The company was ordered to pay compensation to its former employees.* **2** [T] to ask for sth to be made, supplied or sent somewhere ஒன்றைத் தயாரிக்குமாறு, வழங்குமாறு அல்லது ஓரிடத்திற்கு அனுப்புமாறு கேட்டுக்கொள்; கட்டளை இடு *The shop didn't have the book I wanted so I ordered it.* **3** [I, T] **order (sb) (sth); order (sth) (for sb)** to ask for food or drinks in a restaurant, hotel, etc. உணவகம், தங்கல் மனை முதலியவற்றில் உணவு அல்லது பானங்கள் வழங்குமாறு கோரு *Are you ready* *to order yet, madam?* • *Can you order me a sandwich while I make a phone call?*

PHR V **order sb about/around** to keep telling sb what to do and how to do it இன்னது செய்ய வேண்டுமென்றும் இன்ன முறையில் செய்ய வேண்டுமென்றும் ஒருவரிடம் தொடர்ந்து கூறிக்கொண்டிரு *Stop ordering me about! You're not my father.*

order form *noun* [C] a form that is filled in by sb ordering goods from a factory, shop, etc. ஒரு தொழிலகம், கடை முதலியவற்றிலிருந்து பொருள்களைப் பெற நிரப்பித் தரப்படும் படிவம்; வழங்கற் கட்டளை அல்லது அளிப்பாணைப் படிவம்

orderly[1] /ˈɔːdəli/ *adj.* **1** arranged or organized in a tidy way நேர்த்தியான முறையில் ஒழுங்குபடுத்தப்பட்டுள்ள; சீர்நிலையில் உள்ள *an orderly office/desk* **2** well behaved; peaceful நன்னடத்தையுள்ள; ஒழுக்கமுள்ள *an orderly crowd* ✪ OPP **disorderly**

orderly[2] /ˈɔːdəli/ *noun* [C] (*pl.* **orderlies**) an untrained worker (in a hospital or army, etc.) who attends to a superior officer மருத்துவமனை, இராணுவம் முதலியவற்றில் ஓர் உயர்நிலை அதிகாரிக்குப் பணி செய்யும் பயிற்சித் திறன் பெற்றிராத பணியாள்; ஏவலர்

ordinal /ˈɔːdɪnl/ (*also* **ordinal number**) *noun* [C] a number that shows the order or position of sth in a series ஒரு வரிசைத் தொகுதியில் உள்ள ஒன்றின் வரிசை முறையை அல்லது இருப்பு நிலையைக் காட்டும் எண்; வரிசை முறை அல்லது படிமுறைக் குறியீட்டு எண் *'First', 'second', and 'third' are ordinals.* ➪ **cardinal** பார்க்க.

ordinance /ˈɔːdɪnəns/ *noun* [C, U] (*formal*) a rule or a law made by a government or sb in a position of authority ஓர் அரசினால் அல்லது அதிகாரப் பொறுப்பில் உள்ள ஒருவரால் பிறப்பிக்கப்படும் ஆணை அல்லது சட்டம்

ordinarily /ˈɔːdnrəli/ *adv.* usually; generally வழக்க முறையாக; வழக்கமாக; பொதுவாக; பொதுப்படையாக; பெரும்பாலும் *Ordinarily, I don't work as late as this.*

ordinary /ˈɔːdnri/ *adj.* normal; not unusual or different from others இயல்பான; வழக்கமான; பொது முறையான; சாதாரணமான *It's interesting to see how ordinary people live in other countries.*

IDM **out of the ordinary** unusual; different from normal வழக்க மீறிய; இயல்பு நிலை திரிந்த; அசாதாரணமான

ordination /ɔːdɪˈneɪʃn/ *noun* [U, C] the act or ceremony of making sb a priest of the Church ஒருவரைத் திருச்சபையின் குருவாக அமர்த்தும் செயல் அல்லது வினைமுறை; திருச்சபைப் பணி அமர்த்துதல் அல்லது அதற்குரிய சடங்கு முறை

ordnance /ˈɔːdnəns/ *noun* [U] military supplies comprising ammunition, equipment, etc. இராணுவ வழங்கீட்டுப் பொருள்கள்; படைக்கலங்கள்; இராணுவத் தளவாடங்கள் ➪ **ordain** verb பார்க்க.

ore /ɔː(r)/ *noun* [C, U] rock or earth from which metal can be taken உலோகங்கள் பிரித்தெடுக்கப்படும் பாறை அல்லது மண்; உலோகக் கரு; தாது *iron ore*

organ /ˈɔːgən/ *noun* [C] **1** one of the parts inside your body that have a particular function குறிப்பிட்ட செயல்புரியும் உடல் உட்பகுதியிலுள்ள உறுப்புகளில் ஒன்று; உறுப்பு; அங்கம் ***vital organs*** (= those such as the heart and liver which help to keep you alive) • *sexual/reproductive organs* **2** a large musical instrument like a piano with pipes through which air is forced. Organs are often found in churches பெரும்பாலும் கிறிஸ்தவ ஆலயங்களில் காணப்படும், கின்னரப்பெட்டி போன்ற, ஊது குழல் இணைந்த பெரிய இசைக்கருவி வகை; இசைப்பேழை *organ music* ▶ **organist** *noun* [C]

organic /ɔːˈgænɪk/ *adj.* **1** (used about food or farming methods) produced by or using natural materials, without artificial chemicals (உணவு அல்லது வேளாண் முறைகள் பற்றிக் குறிப்பிடுகையில்) செயற்கையான வேதியியற் பொருள்களால் அல்லாமல் இயற்கைப் பொருள்களால் விளைவிக்கப்படுகிற அல்லது இயற்கைப் பொருள்களைப் பயன்படுத்துகிற *organic vegetables* • *organic farming* **2** produced by or existing in living things உயிர்ப்பொருள்களால் உண்டாக்கப்படுகிற அலலது உயிர்ப்பொருள்களில் காணப்படுகிற; உயிர்ப்பொருட் கூறான; உயிராக்க விளைவான *organic compounds/molecules* ✪ OPP **inorganic** ▶ **organically** /-kli/ *adv.* *organically grown/produced*

organism /ˈɔːgənɪzəm/ *noun* [C] a living thing, especially one that is so small that you can only see it with a special instrument (**a microscope**) உயிர்ப்பொருள், குறிப்பாக நுண்ணோக்காடி வழியாக மட்டுமே காணக்கூடிய சிற்றுயிர்; நுண்ணுயிர்

organization (*also* **-isation**) /ˌɔːgənaɪˈzeɪʃn/ *noun* **1** [C] a group of people who form a business, club, etc. together in order to achieve a particular aim குறிப்பிட்ட செயல்நோக்கத்தை நிறைவேற்றும் பொருட்டு ஒரு தொழிலமைப்பு, மன்றம் முதலியவற்றில் ஒருங்கிணைந்து செயலாற்றும் குழுவினர்; செயலாண்மைக் குழு; அமைப்பு; சங்கம்; நிறுவனம் *She works for a voluntary organization helping homeless people.* **2** [U] the activity of making preparations or arrangements for sth ஒன்றற்கான ஆயத்தப்பணி அல்லது முன்னேற்பாடு *An enormous amount of organization went into the festival.* **3** [U] the way in which sth is organized, arranged or prepared ஒன்று ஒருங்கமைவு, ஏற்பாடு அல்லது ஆயத்தம் செய்யப்படும் முறை; திட்ட ஆக்க முறை ✪ OPP **disorganization** ▶ **organizational** (*also* **-isational**) /-ʃənl/ *adj. The job requires a high level of organizational ability.*

organize (*also* **-ise**) /ˈɔːɡənaɪz/ *verb* **1** [T] to plan or arrange an event, activity, etc. ஒரு நிகழ்ச்சி, செயல் முதலியவற்றைத் திட்டமிடு அல்லது ஏற்பாடு செய் *The school organizes trips to various places of interest.* **2** [I, T] to put or arrange things into a system or logical order பொருள்களை ஒரு கட்டமைப்பாக/தொகுதியாக அல்லது அறிவுக்குப் பொருத்தமான முறையில் வை அல்லது சீர்படுத்து; ஒருங்கமை *Can you decide what needs doing? I'm hopeless at organizing. • You need to organize your work more carefully.* ▶ **organizer** (*also* **-iser**) *noun* [C] *The organizers of the concert said that it had been a great success.*

organized (*also* **-ised**) /ˈɔːɡənaɪzd/ *adj.* **1** arranged or planned in the way mentioned குறிப்பிடப்பட்டுள்ள முறையில் ஏற்பாடு செய்யப்பட்டுள்ள அல்லது திட்டமிடப்பட்டுள்ள *a carefully/badly/well-organized trip* **2** (used about a person) able to plan your work, life, etc. well (ஆள் வகையில்) பணி, வாழ்க்கை முதலியவற்றைச் சீரான முறையில் திட்டமிடக்கூடிய *I wish I were as organized as you!* ✪ OPP பொருள்கள் **1** மற்றும் **2**-க்கு **disorganized** **3** (*only before a noun*) involving a large number of people working together to do sth in a way that has been carefully planned கவனமாகத் திட்டமிடப்பட்டுள்ள ஒன்றைச் செய்ய ஒருங்கிணைந்து செயலாற்றும் மிகப் பலரை உள்ளடக்கிய; கூட்டிணைவான; ஒருங்கிணைந்த; அமைப்பு சார்ந்த *an organized campaign against cruelty to animals • organized crime* (= done by a large group of professional criminals)

orgasm /ˈɔːɡæzəm/ *noun* [U, C] the point of greatest sexual pleasure பாலியல் இன்பத்தின் உச்ச நிலை; புணர்ச்சிப் பரவச நிலை *to have an orgasm*

orgy /ˈɔːdʒi/ *noun* [C] (*pl.* **orgies**) **1** a party, involving a lot of eating, drinking and sexual activity பெருமளவு உண்ணுதல், மது அருந்துதல், பாலியல் செயல்களில் ஈடுபடுதல் ஆகியவற்றை உள்ளடக்கிய விருந்து நிகழ்ச்சி; இன்பக் களியாட்டம்; மட்டு மீறிய புலனுகர்ச்சி **2 an orgy (of sth)** a period of doing sth in a wild way, without control கட்டுப்பாடற்று, மூர்க்கத்தனமாக ஒரு செயலில் ஈடுபடும் வேளை *an orgy of destruction*

the Orient /ˈɔːriənt/ *noun* [*sing.*] (*formal*) the eastern part of the world, especially China and Japan உலகின் கிழக்குப் பகுதி, குறிப்பாக சீனாவும் ஜப்பானும்; கீழைநாடுகள்; கீழ்த்திசை உலகு

orient /ˈɔːrient/ (*BrE* **orientate** /ˈɔːriənteɪt/) *verb* [T] **orient yourself** to find out where you are; to become familiar with a place தான் இருக்குமிடத்தைக் கண்டறி; ஓரிடத்திற்குப் பழக்கப்படுத்திக்கொள் ⇨ **disorientate** பார்க்க.

oriental (*also* **Oriental**) /ˌɔːriˈentl/ *adj.* (*old-fashioned*) coming from or belonging to the East or Far East கீழை நாடுகள் அல்லது தூரக் கிழக்கு நாடுகள் சார்ந்த; கீழை நாடுகளுக்கு அல்லது தூரக்கிழக்கு நாடுகளுக்குரிய *oriental languages*

NOTE இப்பொருள் வழக்கைக் கவனமாகப் பயன்படுத்தவும். இது பலருக்கு ஏற்புடையதல்லாததாக உள்ளது. இங்கு **Asian** என்ற சொல்லைப் பயன்படுத்துதல் நலம்.

oriented /ˈɔːrientɪd/ (*also* **orientated** /ˈɔːriənteɪtɪd/) *adj.* for or interested in a particular type of person or thing குறிப்பிட்ட வகைப்பட்ட ஒருவருக்கான/ஒருவர் பொருட்டான அல்லது ஒன்றற்கான/ஒன்றை முன்னிட்ட; குறிப்பிட்ட வகைப்பட்ட ஒருவர்/ஒன்றன் நலங்கருதிய *Our products are male-oriented. • She's very career orientated.*

orienteering /ˌɔːriənˈtɪərɪŋ/ *noun* [U] a sport in which you find your way across country on foot, using a map and an instrument that shows direction (**a compass**) நிலப்படத்தையும் திசையறி கருவியையும் பயன்படுத்தி வழியறிந்து நாட்டுப்புறத்தின் ஊடாகக் கால்நடையாகச் செல்லும் விளையாட்டு வகை

orifice /ˈɒrɪfɪs/ *noun* [C] (*formal*) a hole or opening, especially in the body துளை; பிளவு; திறப்பு; குறிப்பாக உடலில் காணப்படும் துளை; துவாரம்

origin /ˈɒrɪdʒɪn/ *noun* [C, U] **1** (*often used in the plural*) the point from which sth starts; the cause of sth ஒன்றின் தொடக்க நிலை; மூலமுதல்; மூலம் *This particular tradition* ***has its origins in*** *Tirunelveli. • Many English words are* ***of*** *Latin* ***origin****.* **2** (*often used in the plural*) the country, race, culture, etc. that a person comes from ஒருவரது நாடு, இனம், பண்பாடு முதலியவை; பிறப்பிடம் *people of African origin*

original[1] /əˈrɪdʒənl/ *adj.* **1** (*only before a noun*) first; earliest (before any changes or developments) முதலாவதான; (மாற்றங்கள் அல்லது வளர்ச்சி உண்டாவதற்கு) முற்பட்ட; தொடக்க

காலத்திற்குரிய *The original meaning of this word is different from the meaning it has nowadays.* **2** new and interesting; different from others of its type புதிதான மற்றும் ஆர்வத்தைத் தூண்டுகிற; தனது வகையைச் சார்ந்த மற்றவை களிலிருந்து மாறுபட்ட *There are no original ideas in his work.* **3** made or created first, before copies (நகல்கள் எடுக்கப்படுவதற்கு முந்திய) மூலப் படிவமான; படிமூலமான *'Is that the original painting?' 'No, it's a copy.'*

original² /ə'rɪdʒənl/ *noun* [C] the first document, painting, etc. that was made; not a copy (ஓர் ஆவணம், ஓவியம் முதலியவை பற்றிக் குறிப்பிடும்போது) மூலப்படிவம்; மெய்ம்மூலம்; படியெடுக்க உதவும் மூலம் *Could you make a photocopy of my birth certificate and give the original back to me?*

originality /əˌrɪdʒə'næləti/ *noun* [U] the quality of being new and interesting புதிதாகவும் ஆர்வத்தைத் தூண்டுவதாகவும் உள்ள தன்மை; புதுமைப் பண்பு; புதுவளம்; புத்தாக்கம்

originally /ə'rɪdʒənəli/ *adv.* **1** in the beginning, before any changes or developments (மாற்றங்கள் அல்லது வளர்ச்சி நிகழ்வதற்கு முந்திய) தொடக்கத்தில்; முதன்முதலில் *Originally, his childhood dream was to become a pilot, but after he grew up he decided to become a lawyer.* **2** in a way or style that is new and different from any others புதிய மற்றும் பிறவற்றிலிருந்து மாறுபட்ட முறையில் அல்லது பாணியில்; தனி முதன்மை வாய்ந்ததாக; மூல முதலாக *She has a talent for expressing ideas originally.*

originate /ə'rɪdʒɪneɪt/ *verb* [I] (*formal*) to happen or appear for the first time in a particular place or situation குறிப்பிட்ட இடத்தில் அல்லது சூழலில் முதன்முதலாக நிகழ் அல்லது தோன்று; பிறப்புறு; தொடங்கு

ornament /'ɔːnəmənt/ *noun* [C] an object that is attractive, but not useful. Ornaments are used to decorate rooms, etc. பயன்பாட்டுக்காக அன்றி, (அறைகள் முதலியவற்றில்) அழகுக்காக வைத்திருக்கும் பொருள்; ஒப்பனைப் பொருள்; அழகுப்பொருள்; நகை

ornamental /ˌɔːnə'mentl/ *adj.* made or put somewhere in order to look attractive, not for any practical use பயன் நோக்கம் எதுவுமின்றி அழகுப் பொருளாக உருவாக்கப்பட்டுள்ள அல்லது ஓரிடத்தில் வைக்கப்பட்டுள்ள; ஒப்பனைப் பொருளான; ஒப்பனை செய்வதற்கான

ornate /ɔː'neɪt/ *adj.* covered with a lot of small complicated designs as decoration ஒப்பனைப் பாங்குடன் சிறுசிறு வரைவடிவங்கள் பின்னி அமைந்துள்ள; மிகைப்படியான ஒப்பனைக் கூறுகள் கொண்டுள்ள

ornithology /ˌɔːnɪ'θɒlədʒi/ *noun* [U] the study of birds பறவைகள் பற்றிய ஆய்வு; பறவையியல் ▶ **ornithologist** /-dʒɪst/ *noun* [C]

orographic /ɒrə'græfɪk/ *adj.* (*technical*) connected with mountains, especially with their position and shape மலைகள், குறிப்பாக மலைகளின் இருப்பு நிலை மற்றும் உருவமைப்பு தொடர்பான; மலையமைப்புச் சார்ந்த

orphan /'ɔːfn/ *noun* [C] a child whose parents are dead பெற்றோர் இறந்துவிட்ட குழந்தை; பெற்றோரற்ற பிள்ளை; அனாதை ▶ **orphan** *verb* [T] (*usually passive*) *She was orphaned when she was three and went to live with her grandparents.*

orphanage /'ɔːfənɪdʒ/ *noun* [C] a home for children whose parents are dead பெற்றோர் இறந்துவிட்ட குழந்தைகளுக்கான இல்லம்; அனாதைக் குழந்தைகள் காப்பகம் **NOTE** இதன் பொது வழக்கு **children's home** என்பதாகும்.

ortho- /'ɔːθəʊ/ *prefix* (*used in nouns, adjectives and adverbs*) correct; standard சரியான; திருத்தமான; ஒழுங்கமைவான; சரி திட்டமான; வரையளவான; கட்டளைப்படியான *orthography*

orthodox /'ɔːθədɒks/ *adj.* **1** that most people believe, do or accept; usual பெரும்பான்மையினரால் நம்பப்படுகிற, செய்யப்படுகிற அல்லது ஏற்றுக்கொள்ளப்படுகிற; நடைமுறை வழக்கான; மரபாட்சியான *orthodox opinions/methods* ✪ OPP **unorthodox** **2** (in certain religions) closely following the old, traditional beliefs, ceremonies, etc. (சில மதங்களில்) பழமையான, மரபு வழிப்பட்ட நம்பிக்கைகள், வினைமுறைகள் முதலியவற்றைக் கவனமாகப் பின்பற்றுகிற; மரபுறுதி வாய்ந்த *an orthodox Jew • the Greek Orthodox Church*

orthography /ɔː'θɒgrəfi/ *noun* [U] (*formal*) the system of spelling in a language ஒரு மொழியின் எழுத்து/எழுத்துக்கூட்டு முறை; எழுத்திலக்கணம் ▶ **orthographic** /ˌɔːθə'græfɪk/ *adj.*

orthopaedics (*AmE* **orthopedics**) /ˌɔːθə'piːdɪks/ *noun* [U] the area of medicine connected with injuries and diseases of the bones or muscles எலும்புகளில் அல்லது தசைகளில் உண்டாகும் ஊறுபாடுகள் மற்றும் நோய்கள் தொடர்பான மருத்துவவியல் பிரிவு; எலும்பியல் ▶ **orthopaedic** (*AmE* **orthopedic**) *adj.*

oscillate /'ɒsɪleɪt/ *verb* [I] (*formal*) (**between A and B**) **1** to keep changing from one extreme of feeling or behaviour to another, and back again (உணர்ச்சி அல்லது நடத்தை வகையில்) ஓர் உச்ச நிலையிலிருந்து மறு உச்ச நிலைக்கு மாறிக்கொண்டிரு; இருதிறக் கோடிகளுக்கு இடையே ஊசலாடு *Her moods oscillated between joy and depression.* **2** (*technical*) to keep moving from one position to another and back again தொடர்ந்து ஒரு நிலையிலிருந்து மற்றொரு நிலைக்குப் போய் வா; முன்னும் பின்னுமாக அசைவுறு *Watch how the needle in the meter oscillates as the current changes.* **3** (*technical*) (used about electric current, radio waves, etc.) to change in strength or direction at regular times (மின்னோட்டம், வானொலி அலைகள் முதலியவை வகையில்) கால முறைப்படித் திறன் அல்லது திசை மாற்றம் நிகழ்ந்துகொண்டிரு; மின் அலைகள் அல்லது மின்காந்த அலைகள் மாறிமாறிப் பாய் ▶ **oscillation** *noun* [C, U]

oscilloscope /əˈsɪləskəʊp/ *noun* [C] (*technical*) a piece of equipment that shows changes in electrical current as waves in a line on a screen மின்னோட்ட மாற்றங்களை ஒரு திரையில் அலையலையான வரிசையாகக் காட்டும் கருவி

osmosis /ɒzˈməʊsɪs/ *noun* [U] (*technical*) the gradual passing of a liquid through a thin layer of material (**a membrane**) ஒரு சவ்வு வழியாக ஒரு திரவம் படிப்படியாகச் செல்லுதல்; சவ்வூடு பரவல் *Water passes into the roots of a plant by osmosis.*

ostensible /ɒˈstensəbl/ *adj* (*only before a noun*) seeming or stated to be real or true, but not necessarily real or true பெரும்பாலும் மெய்யானதாகவோ உண்மையானதாகவோ இருக்க வாய்ப்பில்லாத நிலையில், அவ்வாறு இருப்பதாகத் தோன்றுகிற அல்லது கூறப்படுகிற; மேலீடாகத் தோன்றுகிற; வெளிப்படையான; உறுதிப்படுத்தப்படாத *The ostensible reason given for his absence was illness.* ▶ **ostensibly** /-əbli/ *adv. Troops were sent in, ostensibly to protect the civilian population.* ▶ **ostentation** /ɒstenˈteɪʃn/ *noun* [U] *His lifestyle is surprisingly free of ostentation.*

ostentatious /ˌɒstenˈteɪʃəs/ *adj.* **1** expensive or noticeable in a way that is intended to impress other people பிறரது பாராட்டை அல்லது நன்மதிப்பைத் தூண்டும் நோக்கத்துடனான, விலை மதிப்புடையதாக அல்லது கவனத்தை ஈர்ப்பதாக உள்ள; பகட்டான *ostentatious gold jewellery* **2** behaving in a way that is intended to impress people with how rich or important you are தனது செல்வ வளத்தை அல்லது முக்கியத்துவத்தைக் காட்டிப் பிறரது பாராட்டை அல்லது நன்மதிப்பைத் தூண்டும் நோக்கத்துடன் நடந்துகொள்கிற; பகட்டாரவாரமான; பகட்டிக்கொள்கிற ▶ **ostentatiously** *adv.*

osteo- /ˈɒstiəʊ/ *prefix* (*used in nouns and adjectives*) connected with bones எலும்புகள் சார்ந்த; எலும்புகளுக்குரிய *osteopath*

osteopath /ˈɒstiəpæθ/ *noun* [C] a person whose job involves treating some diseases and physical problems by pressing and moving the bones and muscles எலும்புகள் மற்றும் தசைகளை அமுக்கியும் அசைத்தும் விடுவதன் மூலம் சில வகை நோய்களுக்கும் உடற் சிக்கல்களுக்கும் மருத்துவம் செய்யும் பணியாளர்; எலும்புதசைகளைப் பிடித்துவிடும் மருத்துவத் தொழிலர் ➪ **chiropractor** பார்க்க.

osteoporosis /ˌɒstiəʊpəˈrəʊsɪs/ *noun* [U] a medical condition in which the bones become weak and are easily broken எலும்புகள் மெலிவுற்று எளிதில் முறிந்துவிடக் கூடிய உடற்கேடு; எலும்பு மெலிவு நிலை

ostracize (*also* **-ise**) /ˈɒstrəsaɪz/ *verb* [T] (*formal*) to refuse to allow sb to be a member of a social group; to refuse to meet or talk to sb ஒரு சமூகப் பிரிவின் உறுப்பினராக ஒருவர் இருக்க அனுமதி மறு; சமுதாயக் குழுவிலிருந்து ஒருவரை விலக்கிவை; ஒருவரைச் சந்திக்க அல்லது அவருடன் பேச மறு; ஒதுக்கிவை

ostrich /ˈɒstrɪtʃ/ *noun* [C] a very large African bird with a long neck and long legs, which can run very fast but which cannot fly நீண்ட கழுத்தும் உயரமான கால்களும் உடையதும் மிக விரைவாக ஓடக் கூடியதும் ஆனால் பறக்க முடியாததுமான மிகப் பெரிய ஆப்பிரிக்கப் பறவை வகை; நெருப்புக்கோழி

other /ˈʌðə(r)/ *det., pronoun* **1** in addition to or different from the one or ones that have already been mentioned ஏற்கனவே குறிப்பிடப்பட்டுள்ள ஆளுடன்/பொருளுடன் அல்லது ஆட்களுடன்/பொருள்களுடன் சேர்ந்த/சேர்ந்தவர்/சேர்ந்தது; குறிப்பிடப்பட்ட ஆள்/பொருள் அல்லது ஆட்கள்/பொருள்களிலிருந்து மாறுபட்டவர்/மாறுபட்டது *Some of my friends went to university, others didn't. • She doesn't care what other people think.*

NOTE An என்ற சொல்லை அடுத்து **other** வரும்போது, இது **another** என எழுதப்படும்.

2 (*after 'the', 'my', 'your', 'his', 'her', etc. with a singular noun*) the second of two people or things, when the first has already been mentioned (இரண்டு ஆட்கள் அல்லது பொருள்களில் முதலாமவர்/முதலாவது ஏற்கனவே குறிப்பிடப்பட்ட பின்) இரண்டாமவரான/இரண்டாவதான; இரண்டாமவர்/இரண்டாவது; மற்றவர்/மற்றது *I can only find one shoe. Have you seen the other one?* **3** (*after 'the', 'my', 'your', 'his', 'her', etc. with a plural noun*) the rest of a group or number of people or things (ஒரு குழுவில் அல்லது ஆட்கள்/பொருள்கள் தொகுதியில்) ஏனைய; எஞ்சிய; இன்னும் உள்ள; எஞ்சியோர்; இன்னும் உள்ளவர்கள் *Their youngest son still lives with them but their other children have left home.*

• *I'll have to wear this shirt because all the others are dirty.*

IDM **every other** ➪ **every** பார்க்க.

in other words used for saying sth in a different way ஒன்றை வேறொரு முறையில் கூறப் பயன்படுத்தப்படுவது: அதாவது *My sister loves talking. In other words, she is a chatterbox.*

one after another/the other ➪ **one**[1] பார்க்க.

other than (*usually after a negative*) apart from; except (for) தவிர; நீங்கலாக; தவிர்த்து *The plane was a little late, but other than that the journey was fine.*

the other day/morning/week recently, not long ago நீண்ட காலத்திற்கு முன்பல்லாது; அண்மையில்; சிறிது காலத்திற்கு முன் *An old friend rang me the other day.*

the other way round ➪ **round**[2] பார்க்க.

sb/sth/somewhere or other ➪ **or** பார்க்க.

otherwise /ˈʌðəwaɪz/ *adv., conj.* **1** (used for stating what would happen if you do not do sth or if sth does not happen) if not (தான் ஒன்றைச் செய்யாவிடில் அல்லது ஒன்று நிகழாவிடில் இன்னது நடக்கும் எனக் கூறப் பயன்படுத்தப்படுவது) இல்லாவிடில்; இல்லையெனில் *You have to press the red button, otherwise it won't work.* **2** apart from that மற்றபடி; அது தவிர *I'm a bit tired but otherwise I feel fine.* **3** in a different way to the way mentioned; differently குறிப்பிடப்பட்டதிலிருந்து வேறான முறையில்; வேறு வகையாக; வேறு நிலையில்

otter /ˈɒtə(r)/ *noun* [C] a river animal with brown fur that eats fish மீன்களை உண்ணும் பழுப்பு நிற மென்மயிருடைய, நதிகளில் வாழும் விலங்கு வகை; நீர்நாய்

ouch /aʊtʃ/ *exclamation* used when reacting to a sudden feeling of pain திடீர் வலியுணர்ச்சியின் போது வெளிப்படுத்தும் உணர்ச்சிக் குறிப்புச் சொல்

ought to /ˈɔːt tə; *before vowels and in final position* ˈɔːt tuː/ *modal verb* (*negative* **ought not to**; *short form* **oughtn't to** /ˈɔːtnt tə/) **1** used to say what sb should do ஒருவர் இன்னது செய்ய வேண்டும் எனக் கூறப் பயன்படுத்தப்படுவது *You ought to visit your parents more often.* • *She oughtn't to make private phone calls during office hours time.* **2** used to say what should happen or what you expect இன்னது நிகழ வேண்டும் அல்லது தான் எதிர்பார்ப்பது இன்னது என்று கூறப் பயன்படுத்தப்படுவது *She ought to pass her test.* • *They ought to be here by now. They left at six.* • *There ought to be more buses in the rush hour.* **3** used for asking for and giving advice about what to do செய்ய வேண்டியது குறித்து அறிவுரை கோரவும் அறிவுரை வழங்கவும் பயன்படுத்தப்படுவது *You ought to read this book. It's really interesting.*

NOTE Modal verbs பற்றி மேலும் அறிய, அகராதிப் பகுதியை அடுத்துள்ள **Quick Grammar Reference** பகுதியைப் பார்க்க.

ounce /aʊns/ *noun* **1** [C] (*abbr.* **oz**) a measure of weight; 28.35 grams. There are 16 ounces in a pound ஒரு பவுண்டில் பதினாறில் ஒரு கூறானதும், 28.35 கிராமுக்கு சமமானதுமான எடையளவைக் குறிக்கும் அலகு *For this recipe you need four ounces of flour.* **2** [*sing.*] **an ounce of sth** (*usually in negative statements*) a very small amount of sth ஒன்றின் மிகச் சிறிய அளவு; சொற்ப அளவு *He hasn't got an ounce of imagination.*

our /ɑː(r); ˈaʊə(r)/ *det.* of or belonging to us நமக்குரிய; நம்முடைய; எங்களுடைய; எங்களுக்குரிய *Our house is at the bottom of the road.* • *This is our first visit to Britain.*

ours /ɑːz; ˈaʊəz/ *pronoun* the one or ones belonging to us நம்முடையது; நம்முடையவை; எங்களுடையது; எம்முடையவை *Their garden is quite nice but I prefer ours.*

ourselves /ɑːˈselvz; ˌaʊəˈs-/ *pronoun* **1** used when the people who do an action are also affected by it (நாம் செய்யும்) ஒரு வினையின் விளைபயன் அவ்வினையைச் செய்பவர்களை (நம்மையே) வந்துசேர்வதைக் குறிப்பிடப் பயன்படுத்தப்படுவது *Let's forget all about work and just enjoy ourselves.* • *They asked us to wait so we sat down and made ourselves comfortable.* **2** used to emphasize sth ஒன்றை வலியுறுத்தப் பயன்படுத்தப்படுவது; நாமே; நாங்களே; நம்மையே; எங்களையே *Do you think we should paint the flat ourselves* (= or should we ask sb else to do it for us)*?*

IDM **(all) by ourselves 1** alone தனியாக; தன்னந்தனியாக; தனிப்பட்ட முறையில் *Now that we're by ourselves, could I ask you a personal question?* ➪ **alone** பதிவிலுள்ள குறிப்பைப் பார்க்க. **2** without help துணையின்றி; தனி ஒருவராக *We managed to move all our furniture into the new flat by ourselves.*

oust /aʊst/ *verb* [T] (*written*) **oust sb (from/as sth)** to force sb out of a job or position of power, especially in order to take his/her place குறிப்பாக ஒருவருடைய இடத்தைத் தான் கைக்கொள்ள வேண்டி, அவரை நிர்ப்பந்தப்படுத்தி ஒரு பணியிலிருந்து அல்லது பதவிப் பொறுப்பிலிருந்து போகச் செய்; பணியிலிருந்து வெளியேற்று *He was ousted as chairman.*

out /aʊt/ *adv., prep.*

NOTE (**Look out** போன்ற) பல வினைச்சொற்களுடன் சேர்ந்த இதன் சிறப்பு வழக்குகள் வினைப்பதிவுகளில் ஆங்காங்கே தரப்பட்டுள்ளன.

1 away from the inside of a place ஓரிடத்தின் உட்பகுதியிலிருந்து தள்ளியுள்ளதாக; உட்பகுதிக்கு அப்பால்; உள்ளே இராமல்; வெளிப்புறமாக; வெளியே *He opened the drawer and took a fork out.* • *She opened the window and put her head out.* • *Can you show me the way out?* ➪ **out of** பார்க்க. **2** not at home or in your place of work வீட்டில் அல்லது பணியிடத்தில் இல்லாமல்; வீட்டுக்கு/பணியிடத்திற்கு வெளியே *My manager was out when she called.* • *When I visited my cousin, her husband was out*. **3** a long distance away from a place, for example from land or your country ஓரிடத்திலிருந்து தொலை தூரம் தள்ளி; தொலைவிடத்தே *The current is quite strong so don't swim too far out.* **4** (used about the sea) when the water is furthest away from the land நிலத்திலிருந்து நீர் உச்ச உயர் தொலைவு உள்தள்ளி இருக்கும்போது *Don't swim when the tide is on the way out.* **5** used for showing that sth is no longer hidden ஒன்று மறைந்திருக்கும் நிலை நீங்கிவிட்டதைக் குறிக்கப் பயன்படுத்தப்படுவது: இனியும் மறைந்திராது; வெளிப்படையாக *I love the spring when all the flowers are out.* • *The secret's out now. There's no point pretending any more.* **6** made available to the public; published பொது மக்களுக்குக் கிடைக்கக்கூடிய நிலையில்; வெளியிடப்பட்டதாக *There'll be a lot of controversy when her book comes out next year.* **7** in a loud voice; clearly உரத்த குரலில்; உரக்க *She cried out in pain.* **8** not in fashion புதுநடைப்பாணியில் இல்லாது; கால நடைமுறையைப் பின்பற்றாது; வழக்காற்றில் இராமல் *Short skirts are out this season.* **9** (*spoken*) not possible or acceptable இயலாததாக; ஏற்புக்குரியதல்லாது; ஒத்துப் போகாததாக; விலக்கத்தக்கதாக *I'm afraid Friday is out. I've got a meeting that day.* **10** (used about a player in a game or sport) not allowed to continue playing (ஒரு விளையாட்டில் பங்குபெற்றுள்ள வீரர் பற்றிக் குறிப்பிடுகையில்) விளையாட அனுமதிக்கப்படாது; ஆட்டத்திலிருந்து விலக்கப்பட்டு *If you miss all three throws, you're out.* **11** (used about a ball, etc. in a game or sport) not inside the playing area and therefore not allowed (விளையாட்டில் பந்து முதலியவை வகையில்) ஆட்டக்கள எல்லைக்குள் இராது, அதன் காரணமாக அனுமதிக்கப்படாததாக **12** (used when you are calculating sth) making or containing a mistake; wrong (ஒன்றைக் கணக்கிடுகையில் பயன்படுத்தப்படுவது) தவறாக; பிழை உடையதாக *My guess was only out by a few centimetres.* **13** (used about a light or a fire) not on; not burning (விளக்கு அல்லது தீ வகையில்) எரிந்து கொண்டிராது; அவிந்துபோன நிலையில் *The lights are out. They must be in bed.* • *Once the fire was completely out, experts were sent in to inspect the damage.*

IDM **be out for sth; be out to do sth** to try hard to get or do sth ஒன்றைப் பெற அல்லது ஒன்றைச் செய்யக் கடுமையாக முயல்; செயல் முனைப்புடனிரு *I'm not out for revenge.*

out-and-out complete முழு நிலையிலான; முழுமையான *It was out-and-out war between us.*

out loud = **aloud**

out- /aʊt/ *prefix* **1** (*used in verbs*) greater, better, further, longer, etc. உருவளவு, பருமானம், செயற்பாடு, சிறப்பு முதலியவற்றில் மேம்பட்ட; விஞ்சிய; உயரளவான; மிகைப்படியான *outdo* • *outrun* **2** (*used in nouns and adjectives*) outside; away from வெளிப்பக்கத்தில் உள்ள; உள்ளே இராத; வெளிப்புறமான; புறம்பான; அப்பால் உள்ள *outhouse* • *outpatient*

the outback /ˈaʊtbæk/ *noun* [*sing.*] the part of a country (especially Australia) which is a long way from the coast and towns, where few people live ஒரு நாட்டின் (குறிப்பாக ஆஸ்திரேலியாவின்) கடலோரப் பகுதிகளிலிருந்தும் நகரங்களிலிருந்தும் தொலைதூரம் தள்ளியுள்ளதும் மிகக் குறைந்த எண்ணிக்கையிலான மக்களே வாழ்வதுமான இடப்பகுதி

outboard motor /ˌaʊtbɔːd ˈməʊtə(r)/ *noun* [C] an engine that can be fixed to a boat படகில் பொருத்தக்கூடிய இயந்திர வகை ➪ **boat** பதிவில் படம் பார்க்க.

outbreak /ˈaʊtbreɪk/ *noun* [C] the sudden start of sth unpleasant (especially a disease or violence) இன்னாத ஒன்றின் (குறிப்பாக ஒரு நோய் அல்லது வன்செயலின்) திடீர்த் தொடக்கம்; திடீர் வெடிப்பு; எதிர்பாராக் கிளர்ச்சி *an outbreak of cholera/fighting*

outburst /ˈaʊtbɜːst/ *noun* [C] a sudden expression of a strong feeling, especially anger முனைப்பான உணர்ச்சி ஒன்றின், குறிப்பாக சினத்தின், திடீர் வெளிப்பாடு; எதிர்பாரா வெடிப்பு *Afterwards, she apologized for her outburst.*

outcast /ˈaʊtkɑːst/ *noun* [C] a person who is no longer accepted by society or by a group of people ஒரு சமுதாயப் பிரிவினரின் அல்லது குழுவினரின் ஏற்பின்மைக்கு ஆளான ஒருவர்; ஒதுக்கி வைக்கப்பட்டவர்; தள்ளி வைக்கப்பட்டுள்ளவர் *a social outcast*

outclass /ˌaʊtˈklɑːs/ *verb* [T] (*usually passive*) to be much better than sb/sth, especially in a game or competition குறிப்பாக ஒரு விளையாட்டில் அல்லது போட்டியில், ஒருவரை/ஒன்றை விடப் பெரிதும் மேம்பட்டிரு; விஞ்சி நில்

outcome /ˈaʊtkʌm/ *noun* [C] the result or effect of an action or an event ஒரு செயலின் அல்லது நிகழ்வின் விளைவு; பயன் முடிவு; பலன்

outcrop /ˈaʊtkrɒp/ *noun* [C] (in geography) a large mass of rock that stands above the surface of the ground (புவியியலில்) தரைப் பரப்புக்கு மேல் உயர்ந்து நிற்கும் பெரும் பாறை; தெரிபாறை

outcry /ˈaʊtkraɪ/ *noun* [C, *usually pl.*] (*pl.* **outcries**) a strong protest by a large number of people because they disagree with sth ஒன்றுடன் உடன்படாது ஒரு கூட்டத்தினர் வெளிப்படுத்தும் கடுமையான எதிர்ப்பு; கண்டனக் குரல்; கூக்குரல் *The public outcry forced the government to change its mind about the new tax policy.*

outdated /ˌaʊtˈdeɪtɪd/ *adj.* not useful or common any more; old-fashioned பயனொழிந்து போன; வழக்காறு அற்றுப் போன; பழைய வழக்கான *A lot of the computer equipment is getting outdated.*

outdo /ˌaʊtˈduː/ *verb* [T] (*pres. part.* **outdoing**; *3rd person sing. pres.* **outdoes;** *pt* **outdid**; *pp* **outdone**) to do sth better than another person; to be more successful than sb else மற்றொருவரை விடச் சிறப்பான முறையில் ஒன்றைச் செய்; விஞ்சி நில்; வேறொருவரை விட வெற்றியாக்கம் மிக்கவராக இரு ***Not to be outdone*** (= not wanting anyone else to do better), *she tried again.*

outdoor /ˈaʊtdɔː(r)/ *adj.* (*only before a noun*) happening, done, or used outside, not in a building ஒரு கட்டடத்தினுள் அல்லாது, வெளியிடத்தில்/திறந்த வெளியில் நிகழ்கிற, செய்யப்படுகிற அல்லது பயன்படுத்தப்படுகிற *an outdoor swimming pool* ✪ OPP **indoor**

outdoors /ˌaʊtˈdɔːz/ *adv.* outside a building ஒரு கட்டடத்திற்கு வெளியே; திறந்த வெளியில் *It's a very warm evening so why don't we eat outdoors?* ✪ SYN **out of doors** ✪ OPP **indoors** ➪ **outside** பார்க்க.

outer /ˈaʊtə(r)/ *adj.* (*only before a noun*) **1** on the outside of sth ஒன்றின் வெளிப்புறத்திலுள்ள; புறப்பகுதியான *the outer layer of skin on an onion* **2** far from the inside or the centre of sth ஒன்றின் உட்பகுதியிலிருந்து அல்லது மையத்திலிருந்து தொலை தூரத்தில் அமைந்துள்ள; தொலை தூரப் புறப்பகுதியான *the outer suburbs of a city* ✪ OPP **inner**

outermost /ˈaʊtəməʊst/ *adj.* (*only before a noun*) furthest from the inside or centre; most distant ஒன்றின் உட்பகுதியிலிருந்து அல்லது மையத்திலிருந்து உச்ச உயர் தொலைவு தள்ளி அமைந்துள்ள; மிகத் தொலைவில் உள்ள; புறக் கோடியான ✪ OPP **innermost**

outer space = **space**[1] **2**

outfit /ˈaʊtfɪt/ *noun* [C] a set of clothes that are worn together for a particular occasion or purpose குறிப்பிட்ட ஒரு நிகழ்ச்சியின் போது அல்லது ஒரு நோக்கத்திற்காக ஒருசேர அணிந்து கொள்ளப்படும் உடுப்புகளின் தொகுதி; சிறப்பு உடைத்தொகுதி *I'm going to buy a whole new outfit for the party.*

outgoing /ˈaʊtɡəʊɪŋ/ *adj.* **1** friendly and interested in other people and new experiences தோழமைப் பண்பும் பிறர் பால் ஈடுபாடும் புது அனுபவங்களில் ஆர்வமும் உடைய; இன்னிணக்கமுடைய; ஆர்வ ஒத்துணர்வுடைய **2** (*only before a noun*) leaving a job or a place ஒரு பணியை அல்லது ஓரிடத்தை விட்டுச்செல்கிற; நீங்கிச் செல்கிற; விலகிச் செல்கிற *the outgoing president/government • Put all the outgoing mail in a pile on that table.* ✪ OPP **incoming**

outgoings /ˈaʊtɡəʊɪŋz/ *noun* [*pl.*] (*BrE*) an amount of money that you spend regularly for example every week or month (வாரந்தோறும், மாதந்தோறும் என்ற முறையில்) வழக்கமாகச் செலவிடும் பணத்தொகை; வழக்கமுறைச் செலவீடு ✪ OPP **income**

outgrow /ˌaʊtˈɡrəʊ/ *verb* [T] (*pt* **outgrew** /-ˈɡruː/; *pp* **outgrown** /-ˈɡrəʊn/) to become too old or too big for sth ஒன்றுக்கு உதவாதவாறு வயது அல்லது வளர்ச்சி அதிகமாகு

outing /ˈaʊtɪŋ/ *noun* [C] a short trip for pleasure இன்பச் சிற்றுலா; சிறு பொழுதுபோக்குப் பயணம் *to* ***go on an outing*** *to the zoo*

outlandish /aʊtˈlændɪʃ/ *adj.* very strange or unusual மிகவும் அந்நியமான; விசித்திரமான; வழக்க மீறிய; பழக்கமற்ற *outlandish clothes*

outlast /ˌaʊtˈlɑːst/ *verb* [T] to continue to exist or to do sth for a longer time than sb/sth ஒருவரை/ஒன்றை விட நீண்ட காலம் நிலைத்திரு அல்லது ஒரு செயலைச் செய்; கடந்து வாழ்ந்திரு அல்லது நீடித்திரு

outlaw[1] /ˈaʊtlɔː/ *verb* [T] to make sth illegal ஒன்றைச் சட்டப்படி செல்லாததாக்கு

outlaw[2] /ˈaʊtlɔː/ *noun* [C] (*old-fashioned*) (used in past times) a person who has done sth illegal and is hiding to avoid being caught (கடந்த காலத்தில்) சட்டத்திற்கு மாறான ஒன்றைச் செய்து பிடிபடாமல் ஒளிந்து வாழ்பவர்; மறைந்து திரியும் குற்றவாளி

outlay /ˈaʊtleɪ/ *noun* [C, *usually sing.*] **outlay (on sth)** money that is spent, especially in order to start a business or project ஒன்றிற்காக, குறிப்பாக ஒரு தொழில் அல்லது திட்டம் தொடங்குவதற்காகச் செலவிடப்படும் பணம்; திட்டச் செலவு; முதலீடு; செலவுத்தொகை

outlet /ˈaʊtlet/ *noun* [C] **an outlet (for sth) 1** a way of expressing and making good use of strong feelings, ideas or energy அழுத்தமான

உணர்ச்சிகளை, கருத்துகளை அல்லது ஆற்றலை வெளிப்படுத்தும் மற்றும் நன்முறையில் பயன்படுத்தும் முறை அல்லது வழிவகை; வெளிப்பாட்டு முறை; வடிகால் *Madhu found an outlet for her aggression in boxing.* **2** a shop, business, etc. that sells goods made by a particular company or of a particular type குறிப்பிட்ட நிறுவனத்தின் தயாரிப்பான அல்லது குறிப்பிட்ட வகையான பொருள்களை விற்பனை செய்யும் கடை, வணிக நிறுவனம் முதலியவை; விற்பனை நிலையம் *fast food/retail outlets* **3** a pipe through which a gas or liquid can escape ஒரு வாயு அல்லது நீர்மம் வெளியேறுவதற்கான குழாய்

outline[1] /ˈaʊtlaɪn/ *noun* [C] **1** a description of the most important facts or ideas about sth ஒன்று பற்றிய மிக முக்கியமான தகவல்களின் அல்லது கருத்துகளின் விவரத் தொகுப்பு; பொருட் சுருக்கம் *a brief outline of Indian history* **2** a line that shows the shape or outside edge of sb/sth ஒன்றன்/ஒருவரது உருவமைப்பை அல்லது வெளிப்புற விளிம்பைக் காட்டும் வரைகோடு; உருவரைக் கோடு *She could see the outline of a person through the mist.*

outline[2] /ˈaʊtlaɪn/ *verb* [T] **outline sth (to sb)** to tell sb or give the most important facts or ideas about sth ஒன்றைப் பற்றிய இன்றியமையாத விவரங்களை அல்லது கருத்துகளை ஒருவரிடம் கூறு

outlive /ˌaʊtˈlɪv/ *verb* [T] to live or exist longer than sb/sth ஒருவரை/ஒன்றை விட நீண்ட நாள் வாழ்ந்திரு; கடந்து வாழ்ந்திரு அல்லது உளதாயிரு

outlook /ˈaʊtlʊk/ *noun* [C] **1 an outlook (on sth)** your attitude to or feeling about life and the world வாழ்க்கை மற்றும் உலகம் பற்றிய தனது கருத்து அல்லது எண்ணப் போக்கு; நோக்கு; பார்வை *an optimistic outlook on life* **2 outlook (for sth)** what will probably happen பெரும்பாலும் நிகழக் கூடியது; வருங்கால வாய்ப்பு; வாய்ப்பு நிலை; எதிர்பார்ப்பு *The outlook for the economy is not good.*

outlying /ˈaʊtlaɪɪŋ/ *adj.* (*only before a noun*) far from the centre of a town or city ஒரு நகரின் அல்லது மாநகரின் மையத்திலிருந்து தொலை தூரத்தில் அமைந்துள்ள; புறத்தே மிகத் தொலைவில் உள்ள; தொலை ஒதுக்கமான *The bus service to the outlying villages is very poor.*

outmoded /ˌaʊtˈməʊdɪd/ *adj.* (*only before a noun*) no longer common or fashionable நடப்பு வழக்கில் இல்லாத; பழமைப்பட்டுவிட்ட

outnumber /ˌaʊtˈnʌmbə(r)/ *verb* [T] (*usually passive*) to be greater in number than an enemy, another team, etc. பகைவர், வேறோர் அணி முதலியவற்றை விடக் கூடுதலான எண்ணிக்கையில் இரு; எண்ணிக்கையில் வேறொருவரை விஞ்சியிரு *The demonstrators were heavily outnumbered by the police.* • *The enemy troops outnumbered us by three to one.*

out of *prep.* **1** (*used with verbs expressing movement*) away from the inside of sth ஒன்றின் உட்புறத்திற்கு அப்பால்; உட்புறத்திலிருந்து தள்ளி; வெளியே *She took her purse out of her bag.* • *to get out of bed* ✪ **OPP into 2** away from or no longer in a place or situation ஓரிடத்திற்கு அல்லது ஒரு சூழலுக்கு வெளியே அல்லது அப்பால்; விலகிச் சென்று; எட்டத்தில் *He's out of the country on business.* • *The doctors say she's **out of danger**.* **3** at a distance from a place ஓரிடத்திலிருந்து தொலைவில் *We live a long way out of Mumbai.* **4** used for saying which feeling causes you to do sth இன்ன உணர்ச்சியால் தூண்டப்பட்டு; இன்ன உணர்ச்சியின் உந்துதல் காரணமாக *I was only asking out of curiosity.* **5** used for saying what you use to make sth else ஒன்றை உருவாக்கத் தான் பயன்படுத்திய பொருள் இன்னது எனக் கூறப் பயன்படுத்தப்படுவது: இன்ன பொருளை மூலப் பொருளாகக் கொண்டு; இன்ன பொருளிலிருந்து *What is this knife **made out of**?* • *made out of wood/metal/plastic/gold* **6** from among a number or set ஓர் எண்ணிக்கையில் அல்லது ஒரு தொகுதியில் அடங்கியவர்களுள்/அடங்கியவையுள் *Nine out of ten people prefer this model.* **7** from; having sth as its source ஒன்றிலிருந்து; ஒன்றை மூலமாகக் கொண்டு *I copied the recipe out of a book.* • *I paid for it out of my pocket money.* **8** used for saying that you no longer have sth ஒன்று இல்லாது போனதாக; தீர்ந்துவிட்டதாக *to be out of milk/sugar/tea* • *He's been **out of work** for months.* **9** used for saying that sth is not as it should be ஒன்று இருக்க வேண்டிய முறையில் இல்லாததாக; சீர்குலைந்ததாக; ஒழுங்குகெட்டு *My notes are all **out of order** and I can't find the right page.*

IDM **be/feel out of it** to be/feel lonely and unhappy because you are not included in sth ஒன்றில் சேர்த்துக்கொள்ளப்படாததால், தனிமை உணர்வும் வருத்தமும் கொள் *I don't speak French so I felt rather out of it at the meeting.*

out of bounds ⇨ **bounds** பார்க்க.

out of order ⇨ **order[1]** பார்க்க.

out-of-work *adj.* unable to find a job; unemployed வேலை கிடைக்காத; பணியமர்வு பெறாத *an out-of-work actor*

outpatient /ˈaʊtpeɪʃnt/ *noun* [C] a person who goes to a hospital for treatment but who does not stay there during the night மருத்துவமனையில் இரவில் தங்காது, சிகிச்சை

பெற்றுக்கொண்டுத் திரும்பிவிடும் நோயாளி; மருத்துவமனைப் புறநோயாளி

outpost /ˈaʊtpəʊst/ *noun* [C] **1** a small military camp away from the main army, used for watching an enemy's movements, etc. பகைவரது நடமாட்டம் முதலியவற்றைக் கண்காணிப்பதற்காக முதன்மைப் படைத்தளத்திலிருந்து தள்ளி அமைக்கப்பட்டிருக்கும் பாசறை; படைத்துறை புறக்காவல் பாசறை **2** a small town or group of buildings in a lonely part of a country ஒரு நாட்டின் ஒதுக்கமான பகுதியில் அமைந்துள்ள சிறு நகரம் அல்லது கட்டடங்களின் தொகுதி

output /ˈaʊtpʊt/ *noun* [U, C] **1** the amount that a person or machine produces ஓர் ஆள் அல்லது இயந்திரம் விளைவிக்கும் பொருள் அளவு; விளைவளவு; உற்பத்தி அளவு **2** the information that a computer produces ஒரு கணிப்பொறியிலிருந்து கிடைக்கும் தகவல்; கணினி வெளியீட்டுத் தரவு ➪ **input** பார்க்க. **3** the power, energy, etc. produced by a piece of equipment ஓர் ஆக்கக் கருவியிலிருந்து பெறப்படும் ஆற்றல், இயக்கு விசை முதலியவை *an output of 100 watts* **4** the place where power, energy, etc. leaves a system ஆற்றல், இயக்கு விசை முதலியவை ஒரு பொறியமைப்பிலிருந்து வெளிச்செல்லும் இடம்

outrage /ˈaʊtreɪdʒ/ *noun* **1** [C] something that is very bad or wrong and that causes you to feel great anger மிக்க சினம் உண்டாக்கக் கூடிய பெரிதும் மோசமான அல்லது தவறான ஒன்று; அட்டூழியம்; அழிசெயல் *It's an outrage that such poverty should exist in the 21st century.* **2** [U] great anger பெரும் சினம்; சீற்றம்; மனக் கொந்தளிப்பு *a feeling of outrage* ▶ **outrage** *verb* [T]

outrageous /aʊtˈreɪdʒəs/ *adj.* that makes you very angry or shocked மிகு சினம் உண்டாக்குகிற; சீற்றம் தூண்டுகிற; திடுக்கிடச் செய்கிற *outrageous behaviour/prices* ▶ **outrageously** *adv.*

outright /ˈaʊtraɪt/ *adj., adv.* **1** open and direct; in an open and direct way வெளிப்படையான மற்றும் நேர்முகமான; வெளிப்படையாக மற்றும் நேர்முகமாக; நேரடியான *She told them outright what she thought about it.* **2** complete and clear; completely and clearly முழுமையான மற்றும் தெளிவான; முழுமையாகவும் தெளிவாகவும்; முழு நிறைவான; முழு நிறைவாக *an outright victory* • *to win outright* **3** not gradually; immediately படிப்படியாக இல்லாத/இல்லாது; உடனடியான/உடனடியாக *They were able to buy the house outright.*

outrun /ˌaʊtˈrʌn/ *verb* [T] (*pres. part.* **outrunning**; *pt* **outran**; *pp* **outrun**) to run faster or further than sb/sth ஒருவரை/ஒன்றை விட விரைவாக அல்லது கூடுதலான தொலைவு ஓடு; ஓட்டத்தில் ஒருவரை/ஒன்றை விஞ்சு *He couldn't outrun his pursuers.*

outset /ˈaʊtset/ *noun*

IDM **at/from the outset (of sth)** at/from the beginning (of sth) (ஒன்றின்) தொடக்கத்தில்/தொடக்கத்திலிருந்து; எடுத்த எடுப்பில்/எடுத்த எடுப்பிலிருந்து

outside¹ /ˌaʊtˈsaɪd/ *adv., prep.* **1** in, at or to a place that is not in a room or not in a building ஓர் அறையினுள் அல்லது ஒரு கட்டடத்தினுள் அமைந்திராத; வெளியே; ஓரிடத்தின் அல்லது ஓரிடத்திற்கு வெளிப்புறத்தில் *Please wait outside.* • *Leave your muddy boots outside.* ➪ **outdoors** மற்றும் **out of doors** இவ்விரண்டையும் **door** பதிவில் பார்க்க. **2** (*AmE* **outside of**) not in உள்ளாக அல்லது உள்ளடங்கி அல்லாது; உள்ளே இராமல்; வெளியில்; புறம்பாக *You may do as you wish outside office hours.* • *a small village just outside Delhi*

outside² /ˈaʊtsaɪd/ *adj.* (*only before a noun*) **1** of or on the outer side or surface of sth ஒன்றின் வெளிப்பக்கம் அல்லது வெளிப்பரப்பைச் சார்ந்த; வெளிப்பக்கத்திற்குரிய; வெளிப்பரப்பின் மீதான *the outside walls of a building* **2** not part of the main building முதன்மைக் கட்டடத்தின் பகுதியாயிராத; புறக்கட்டான *an outside toilet* **3** not connected with or belonging to a particular group or organization குறிப்பிட்ட குழுவுடன் அல்லது அமைப்புடன் தொடர்புடையதாயில்லாத அல்லது குறிப்பிட்ட குழுவை அல்லது அமைப்பைச் சேர்ந்தவராக/சேர்ந்ததாக இல்லாத *We can't do all the work by ourselves. We'll need outside help.* **4** (used about a chance or possibility) very small (வாய்ப்பு/சாத்தியம் வகையில்) மிகக் குறைவான *The team has only an outside chance of winning.*

IDM **the outside world** people, places, activities, etc. that are away from the area where you live and your own experience of life தனது வாழ்விடத்திலிருந்தும் வாழ்க்கை அனுபவங்களிலிருந்தும் தள்ளிப் புறம்பாக உள்ள ஆட்கள், இடங்கள், செயல்கள் முதலியவை; வெளி உலகு; புற உலக அனுபவங்கள்

outside³ /ˌaʊtˈsaɪd/ *noun* **1** [C, *usually sing.*] the outer side or surface of sth ஒன்றின் வெளிப்பக்கம் அல்லது வெளிப்பரப்பு *There is a list of all the ingredients on the outside of the packet.* **2** [*sing.*] the area that is near or round a building, etc. ஒரு கட்டடம் முதலியவற்றின் அருகிலுள்ள அல்லது அதனைச் சுற்றியுள்ள இடப்பகுதி; புறப்பகுதி; சுற்றுப்புறம் *We've only seen the church from the outside.* **3** [*sing.*] the part of a road, a track, etc. that is away from the side that you usually drive on, run on, etc. வழக்கமாகப் பயன்படுத்தப்படும் சாலை, தடம் முதலியவற்றின் பகுதியிலிருந்து தள்ளியுள்ள அச்சாலை அல்லது அத்தடப்பகுதி; சாலையின் புறப்பகுதி *The other runners all overtook him on the outside.* அனைத்துப் பொருள்களுக்கும் ✪ OPP **inside**

IDM **at the outside** at the most உச்ச அளவாக; அதிகபட்சமாக *It will take us 3 days at the outside.*

outsider /ˌaʊtˈsaɪdə(r)/ *noun* [C] **1** a person who is not accepted as a member of a particular group குறிப்பிட்ட குழுவின் உறுப்பினராக ஏற்றுக்கொள்ளப்படாத ஒருவர்; வெளியாள்; அயலாள் **2** a person or animal in a race or competition that is not expected to win ஒரு பந்தயத்தில் அல்லது போட்டியில் வெற்றிவாய்ப்பு இல்லாதவராக/இல்லாததாகக் கருதப்படும் ஆள் அல்லது விலங்கு ✪ OPP **favourite**

outsize /ˈaʊtsaɪz/ *adj.* (often used about clothes) larger than usual (பெரும்பாலும் ஆடைகள் வகையில்) வழக்கமான அளவினும் பெரிதாக உள்ள; மிகை அளவினதான

outskirts /ˈaʊtskɜːts/ *noun* [*pl.*] the parts of a town or city that are furthest from the centre ஒரு நகரத்தின் அல்லது மாநகரத்தின் மையத்திலிருந்து உச்ச உயர் தொலைவு தள்ளியுள்ள அதன் பகுதிகள்; நகர் கடைக்கோடிப் பகுதிகள்; புறநகர்ப் பகுதிகள் *They live* ***on the outskirts*** *of Chennai.*

outspoken /aʊtˈspəʊkən/ *adj.* saying exactly what you think or feel although you may shock or upset other people தான் கூறுவது பிறருக்கு அதிர்ச்சி அல்லது வருத்தம் உண்டாக்கக் கூடுமாயினும் அதனைப் பொருட்படுத்தாது தான் எண்ணுவதை அல்லது உணர்வதை அவ்வாறே கூறுகிற; அஞ்சாமல் வெளிப்படையாகப் பேசுகிற *Nagesh is very outspoken in his criticism.*

outstanding /aʊtˈstændɪŋ/ *adj.* **1** extremely good; excellent மிகமிகச் சிறந்த; முதல் தரமான; உயர்ந்த *Shantha is an outstanding student.* **2** not yet paid, done or dealt with இதுவரை செலுத்தப்படாத, செய்யப்படாத அல்லது நடவடிக்கை மேற்கொள்ளப்படாத; தீர்வு காணப்பெறாத; செய்யவேண்டியிருக்கிற; எஞ்சியுள்ள *Some of the work is still outstanding.* • *outstanding debts/issues*

outstandingly /aʊtˈstændɪŋli/ *adv.* extremely; very well உச்ச உயர் அளவில்; முதன்மை நிலையில்; மிகச் சிறப்பான முறையில்; விஞ்சிய நிலையில் *outstandingly good*

outstretched /ˌaʊtˈstretʃt/ *adj.* reaching as far as possible இயன்ற அளவு எட்டுகிற; முழு அளவு நீளுகிற; முழு வீச்சளவான *He came towards her with his arms outstretched.*

outstrip /ˌaʊtˈstrɪp/ *verb* [T] (**outstripping; outstripped**) **1** to become large or greater in quantity தொகையில் பெரிதாகு அல்லது முன்பிருந்ததை விட அதிகமாகு *Demand is outstripping supply.* **2** to be better than sb or more successful ஒருவரை விஞ்சு அல்லது ஒருவரைக் காட்டிலும் மேம்பட்டவராக இரு *We are hoping to outstrip our competitor.* **3** to be faster than sb or sth ஒருவரை/ஒன்றைக் காட்டிலும் வேகமாகச் செல்; வேகத்தில் ஒருவரை/ஒன்றை முந்திச்செல் *She ran so fast that soon she had outstripped other runners.* ✪ SYN **surpass**

outward /ˈaʊtwəd/ *adj.* (*only before a noun*) **1** on the outside வெளிப்புறமான; புறம்பான; புறத்தோற்றமான; வெளிநோக்கிய *Despite her cheerful outward appearance, she was in fact very unhappy.* **2** (used about a journey) going away from the place that you will return to later (பயண வகையில்) பின்னர் திரும்பி வர இருக்கிற ஓரிடத்திலிருந்து செல்கிற; செல்கைப் பயணமான ✪ OPP **return 3** away from the centre or from a particular point (ஒன்றின்) மையத்திலிருந்து அல்லது குறிப்பிட்ட இடத்திலிருந்து வெளித்தள்ளிய அல்லது அப்பாலான அல்லது வெளிநோக்கிய *outward movement/pressure* ✪ OPP **inward** ▶ **outwardly** *adv. He remained outwardly calm so as not to frighten the children.*

outwards /ˈaʊtwədz/ (*AmE* **outward**) *adv.* towards the outside or away from the place where you are தான் உள்ள இடத்திலிருந்து வெளிப்புறம் நோக்கி அல்லது விலகி; வெளிநோக்கிய திசையில்; அப்பாலாக *This door opens outwards.*

outweigh /ˌaʊtˈweɪ/ *verb* [T] to be more in amount or importance than sth ஒன்றை விட அளவில் அல்லது மதிப்பில் மிகைப்படு; விஞ்சியிரு *The advantages outweigh the disadvantages.*

outwit /ˌaʊtˈwɪt/ *verb* [T] (**outwitting; outwitted**) to gain an advantage over sb by doing sth clever அறிவார்ந்த ஒன்றைச் செய்து வேறொருவரை விஞ்சி ஓர் அனுகூலம் பெறு

oval /ˈəʊvl/ *adj., noun* [C] shaped like an egg; a shape like that of an egg முட்டை வடிவான; நீள் உருண்டை வடிவுடைய; முட்டை வடிவம் ⇨ **shape** பதிவில் படம் பார்க்க.

ovary /ˈəʊvəri/ *noun* [C] (*pl.* **ovaries**) **1** one of the two parts of the female body that produce eggs பெண்பாலர் உடலில் முட்டைகள் உண்டாகும் இரு உறுப்புகளில் ஒன்று; கருவகம் **2** (*technical*) the part of a plant that produces seeds

விதைகள் உருவாகும் தாவரப் பகுதி; சூலகம் ➪ **flower** பதிவில் படம் பார்க்க.

ovation /əʊˈveɪʃn/ *noun* [C] an enthusiastic reaction given by an audience when it likes sb/sth very much. The people in the audience make a noise with their hands (**clap**) and shout (**cheer**) and often stand up ஒருவர்/ஒன்றன் மீது மிகு விருப்பம் கொண்ட நிலையில், கூட்டத்தினர் பெரும்பாலும் எழுந்து நின்று, கைதட்டல் மற்றும் மகிழ்ச்சி ஆரவாரத்துடன் செய்யும் மன எழுச்சி மிக்க செயல்; ஆரவார வரவேற்பு; எழுச்சி மிக்க பாராட்டு *The dancers got* ***a standing ovation*** *at the end of the performance.*

oven /ˈʌvn/ *noun* [C] a box-like **equipment** with a door. You put things inside an oven to cook them பொருள்களை உள்ளிட்டுச் சமைப்பதற்குரிய, கதவுடன் கூடிய பெட்டி போன்ற அடுகலன்; சூட்டடுப்பு *Cook in a hot oven for 50 minutes.* • *a microwave oven*

over[1] /ˈəʊvə(r)/ *adv., prep.*

NOTE (**Get over sth** போன்ற) வினைச்சொற்களுடன் கூடிய இதன் சிறப்புப் பயன்பாடுகள், ஆங்காங்கே வினைச்சொல் பதிவுகளில் தரப்பட்டுள்ளன.

1 straight above sth, but not touching it ஒன்றைத் தொடாது, அதன் நேர் மேல்நிலையில்; மேலாக; மேலே *There's a painting over the bookcase.* • *We watched the plane fly over.* ➪ **above** பார்க்க. **2** covering sth ஒன்றை மூடியுள்ளதாக; மேற்கவிழ்ந்து *He was holding a towel over the cut.* • *She hung her coat over the back of the chair.* **3** across to the other side of sth ஒன்றின் (மறுபக்கத்தை எட்டுமாறு) குறுக்காக *The horse jumped over the fence.* • *a bridge over the river* **4** on or to the other side மறுபக்கத்தில் அல்லது மறுபக்கத்திற்கு *The student turned the paper over and read the first question.* **5** down or sideways from an upright position நிமிர் நேர்வான நிலையிலிருந்து கீழாக அல்லது பக்கவாட்டில்; கவிழ்ந்து; சாய்ந்து *He leaned over to speak to the boy next to him.* • *I fell over in the street this morning.* **6** above or more than a number, price, etc. ஓர் எண்ணிக்கை, ஒரு விலை முதலியவற்றுக்கு மேற்பட்டு அல்லது கூடுதலாக *She lived in Athens for over ten years.* • *suitable for children aged 10 and over* **7** used for expressing distance ஒரு தொலைவைக் கடந்து; மேற்சென்று *He's over in America at the moment.* • *Sit down* ***over there.*** **8** not used; still remaining பயன்படுத்தப்படாது; எஞ்சியுள்ளதாக *There are a lot of cakes* ***left over*** *from the party.* **9** (used with 'all') everywhere எங்கும்; எல்லா இடங்களிலும்; எல்லா இடங்களுக்கும் *There was blood* ***all over the place.*** • *I can't find my glasses. I've looked all over for them.* **10** used for saying that sth is repeated திரும்பத் திரும்ப; மீண்டும் புதிதாக *You'll have to start* ***all over again*** (= from the beginning). • *She kept saying the same thing* ***over and over again.*** **11** about; on the subject of ஒன்றைப் பற்றி; ஒரு பொருள் குறித்து *We quarrelled over money.* **12** during குறிப்பிட்ட காலப் பகுதியில் *We met several times over the Christmas holiday.*

over[2] /ˈəʊvə(r)/ *adj.* finished முடிவுற்றதான; நடந்து முடிந்த *The exams are over now.*

over- /ˈəʊvə(r)/ *prefix* (*used in nouns, verbs, adjectives and adverbs*) **1** more than usual; too much வழக்கத்தை விடக் கூடுதலாக; மிகையளவாக *oversleep/overeat* • *overcrowded/overexcited* **2** completely முழுமையாக; முழு நிறைவாக; குறையின்றி *overjoyed* **3** upper; outer; extra மேற்பகுதியில்; வெளியில், புறம் சார்ந்து; மிகைப்படியாக *overcoat* • *overtime* **4** over; above மேலாக; மேலே; தலைக்கு மேல் *overcast* • *overhang*

overall[1] /ˌəʊvərˈɔːl/ *adv., adj.* **1** including everything; total அனைத்தையும் உள்ளடக்கி/உள்ளடக்கியதாக; முழு நிலையில்/முழு நிலையான; மொத்தத்தில்/மொத்த *What will the overall cost of the work be?* **2** generally; when you consider everything பொது நிலையில்/பொது நிலையான; எல்லாவற்றையும் கருத்தில் கொள்ளும்போது *Overall, I can say that we are pleased with the year's work.*

overall[2] /ˈəʊvərɔːl/ *noun* **1** [C] a piece of clothing like a coat that you wear over your clothes to keep them clean when you are working பணி செய்யும் போது உடைகள் அழுக்காகாமல் இருப்பதற்காக அவற்றின் மேல் அணிந்துகொள்ளும் புறச்சட்டை வகை; மாசுக்காப்பு அங்கி **2 overalls** (*AmE* **coveralls**) [*pl.*] a piece of clothing like a shirt and trousers in one piece that you wear over your clothes to keep them clean when you are working பணி செய்யும் போது உடுப்பில் அழுக்குப் படாமல் காப்பதற்காக அவற்றின் மேல் அணிந்துகொள்ளும் காற்சட்டை மற்றும் மேற்சட்டை இரண்டும் இணைந்த நீண்ட மேலாடை வகை

overawe /ˌəʊvərˈɔː/ *verb* [T] (*usually passive*) to impress sb so much that he/she feels nervous or frightened ஒருவர் மனக்கலக்கம் அல்லது அச்சம் கொள்ளும் அளவுக்கு அவரிடத்தில் ஒரு கருத்து/உணர்ச்சி விளைவை உண்டுபண்ணு

overbalance /ˌəʊvəˈbæləns/ *verb* [I] to lose your balance and fall சம நிலை இழந்து கீழே விழு; நிலைகுலைவுறு

overbearing /ˌəʊvəˈbeərɪŋ/ *adj.* having an unpleasant way of telling other people what to do

வெறுப்பூட்டும் முறையில் மேலாட்சி செய்கிற; பிறரை அடக்கியாளப்பரிக்கிற

overboard /ˈəʊvəbɔːd/ *adv.* over the side of a boat or ship into the water படகு அல்லது கப்பலின் விளிம்புப் பகுதி மீதிருந்து நீரினுள்

IDM **go overboard (on/about/for sb/sth)** to be too excited or enthusiastic about sb/sth ஒருவர்/ஒன்று குறித்து மிகைப்படியான உணர்ச்சியார்வம் அல்லது பரபரப்புக் கொள்; உணர்ச்சி வசப்படு

overcast /ˌəʊvəˈkɑːst/ *adj.* (used about the sky) covered with clouds (வானம் வகையில்) மேகம் கவிந்துள்ள; மப்பு மந்தாரமான

overcharge /ˌəʊvəˈtʃɑːdʒ/ *verb* [I, T] to ask sb to pay too much money for sth ஒன்றுக்கு மிகைப்படியாகப் பணம் செலுத்துமாறு ஒருவரிடம் கோரு; மிகைக் கட்டணம் விதி; விலையேற்றிக் கூறு *The taxi driver overcharged me.* ➪ **charge** பார்க்க.

overcoat /ˈəʊvəkəʊt/ *noun* [C] a long thick coat that you wear in cold weather குளிர்ப் பருவத்தில் அணிந்துகொள்ளும் நீண்ட தடிப்பான புறச் சட்டை; மேலங்கி

overcome /ˌəʊvəˈkʌm/ *verb* [T] (*pt* **overcame** /-ˈkeɪm/; *pp* **overcome**) **1** to manage to control or defeat sb/sth முயன்று ஒருவரை/ஒன்றைக் கட்டுக்குள் கொண்டுவா; தோற்கடித்துக் கீழடக்கு *She tried hard to overcome her fear of flying.* **2** (*usually passive*) to be strongly affected by sth ஒன்றால் மிகக் கடுமையாகப் பாதிக்கப்படு; ஒன்றன் ஆழ்ந்த தாக்க விளைவுக்கு உட்படு

overcook /ˌəʊvəˈkʊk/ *verb* [T] to cook food for too long உணவை மிகையளவு நேரம் சமை ✪ OPP **undercook**

overcrowded /ˌəʊvəˈkraʊdɪd/ *adj.* (used about a place) with too many people inside (இட வகையில்) மிகையளவான ஆட்கள் உள்ளடங்கியுள்ள; ஆட்கள் நிரம்பி வழிகிற; நெரிசலான; பெருங்கூட்டமான

overdo /ˌəʊvəˈduː/ *verb* [T] (*pt* **overdid** /-ˈdɪd/; *pp* **overdone** /-ˈdʌn/) **1** to use or do too much of sth ஒன்றை மட்டுமீறிய அளவில் பயன்படுத்து அல்லது ஒன்றை மிகையாகச் செய் **2** to cook sth too long உணவை மிகையளவு நேரம் சமை; அளவு மீறிப் பக்குவம்கெடச் செய் *The meat was overdone.*

IDM **overdo it/things** to work, etc. too hard மிகைப்பட வருந்தி ஒன்றைச் செய்; மிகை ஊக்கம் கொள் *Exercise is fine but don't overdo it.*

overdose /ˈəʊvədəʊs/ *noun* [C] an amount of a drug or medicine that is too much and so is not safe தீங்கு விளைவிக்கும் வாய்ப்புடைய மிகையளவான மருந்துப்பொருள்/மருந்து *to take an overdose* ➪ **dose** பார்க்க.

overdraft /ˈəʊvədrɑːft/ *noun* [C] an amount of money that you have spent that is greater than the amount you have in your bank account; an arrangement with your bank that allows you to spend more money than you have தனது வங்கிக் கணக்கிலுள்ள தொகையினும் அதிகமாகத் தான் செலவழித்த பணத்தொகை; இவ்வாறு மிகையளவாகச் செலவழிப்பதற்காக வங்கியுடன் தான் செய்துகொள்ளும் ஏற்பாடு; இருப்புக்கு மேல் மிகைப்பணம் எடுப்பு ஏற்பாடு

overdrawn /ˌəʊvəˈdrɔːn/ *adj.* having spent more money than you have in your bank account தனது வங்கிக்கணக்கிலுள்ள இருப்புத் தொகைக்கு மேற்பட்டு பணம் எடுத்திருக்கிற/ செலவழித்திருக்கிற; மிகைப்பற்றான *I checked my balance and discovered I was overdrawn.*

overdue /ˌəʊvəˈdjuː/ *adj.* late in arriving, happening, being paid, returned, etc. சென்றடைதல், நிகழ்வு, பணம் செலுத்துகை, திரும்பித் தருதல் முதலியவற்றில் உரிய காலம் கடந்த; கெடுக் கடந்த; கால எல்லை முடிந்துவிட்ட *an overdue library book • Her baby is a week overdue.*

overeat /ˌəʊvərˈiːt/ *verb* [I] to eat more than is necessary or healthy தேவைக்கு அதிகமாக அல்லது உடல் நலம் கெடுமாறு உண்; பெருந்தீனி தின்னு

overestimate /ˌəʊvərˈestɪmeɪt/ *verb* [T] to guess that sb/sth is bigger, better, more important, etc. than he/she/it really is ஒருவரது/ஒன்றன் அளவு, ஆற்றல், முக்கியத்துவம் முதலியவை உண்மையில் உள்ளதை விட மேம்பட்டதாக இருப்பதாக ஊகி; மிகை மதிப்பீடு செய் *I overestimated how much we could paint in a day.* ✪ OPP **underestimate**

overfishing /ˌəʊvəˈfɪʃɪŋ/ *noun* [U] the process of taking so many fish from the sea, a river, etc. that only few fish are left கடல், ஒரு நதி முதலியவற்றில் மீன்களின் எண்ணிக்கை குறைந்துபோகுமாறு மிகையளவாக மீன் பிடித்தல்; வரம்பின்றி மீன் பிடித்து நீர் நிலையை வறிதாக்குதல்

overflow /ˌəʊvəˈfləʊ/ *verb* **1** [I, T] **overflow (with sth)** to be so full that there is no more space இடம் கொள்ள முடியாத அளவு நிறைந்திரு; முழுதும் நிரம்பியிரு *The tap was left on and the bath overflowed. • The roads are overflowing with cars.* **2** [I] **overflow (into sth)** to be forced out of a place or a container that is too full முழுதும் நிறைந்துள்ள ஓரிடத்திலிருந்து அல்லது ஒரு கொள்கலத்திலிருந்து வலிந்து வெளியேறு; நிரம்பி வழி *The crowd overflowed into the street.*

overgrazing /ˌəʊvəˈgreɪzɪŋ/ *noun* [U] allowing animals such as cows to eat the grass on an area of land for too long so that the grass disappears completely and the land can no longer be used ஒரு நிலப்பகுதியிலுள்ள புல் முற்றிலுமாக இல்லாதுபோய் மேய்ச்சலுக்குப் பயன்படாது போகுமாறு, அந்நிலத்தில் பசுக்கள் முதலிய விலங்குகளை அளவு மீறிய கால அளவுக்கு மேய விடுதல்; மிகைப் பயன்பாட்டால் மேய்ச்சல் நிலம் வறிதுபடுதல்

overgrown /ˌəʊvəˈgrəʊn/ *adj.* covered with plants that have grown too big and untidy பெரிதாகவும் ஒழுங்கற்றும் வளர்ந்துள்ள தாவரங்கள் நிறைந்துள்ள; மட்டுமீறி வளர்ந்து காடாக அடர்ந்துள்ள

overhang /ˌəʊvəˈhæŋ/ *verb* [I, T] (*pt, pp* **overhung**) to stick out above sth else வேறொன்றின் மேற்பகுதியில் நீட்டிக்கொண்டிரு அல்லது தொங்கலாயிரு *The overhanging trees kept the sun off us.*

overhaul /ˌəʊvəˈhɔːl/ *verb* [T] to look at sth carefully and change or repair it if necessary ஒன்றைக் கவனமாக ஆராய்ந்து, தேவைப்படின், மாற்று அல்லது சீர்செய்; செப்பனிடு *to overhaul an engine* ▶ **overhaul** /ˈəʊvəhɔːl/ *noun* [C]

overhead /ˈəʊvəhed/ *adj., adv.* above your head தலைக்கு மேல் உள்ள; தலைக்கு மேலே *overhead electricity cables* • *A helicopter flew overhead.*

overheads /ˈəʊvəhedz/ *noun* [*pl.*] money that a company must spend on things like heat, light, rent, etc. ஒரு வணிக நிறுவனம் எரிபொருள், விளக்குகள், வாடகை முதலியவற்றுக்காகச் செலவு செய்யவேண்டிய பண ஒதுக்கீடு

overhear /ˌəʊvəˈhɪə(r)/ *verb* [T] (*pt, pp* **overheard** /-ˈhɜːd/) to hear what sb is saying by accident, when he/she is speaking to sb else and not to you ஒருவர் தன்னுடன் அல்லாது வேறொருவருடன் பேசிக்கொண்டிருக்கும்போது அவரது பேச்சைத் தற்செயலாகக் கேள்

overjoyed /ˌəʊvəˈdʒɔɪd/ *adj.* (*not before a noun*) **overjoyed (at sth/to do sth)** very happy மிக்க மகிழ்ச்சியுற்ற; பெரு மகிழ்ச்சி கொண்ட; பூரிப்படைந்த

overland /ˈəʊvəlænd/ *adj., adv.* not by sea or by air கடல் அல்லது வான் வழி அல்லாத/அல்லாது; தரை வழியான/வழியாக *an overland journey*

overlap /ˌəʊvəˈlæp/ *verb* [I, T] (**overlapping; overlapped**) **1** when two things overlap, part of one covers part of the other (இரு பொருள்களில்) ஒன்றின் பகுதி மற்றொன்றின் பகுதியை மறை அல்லது மறைக்கச் செய்; பகுதியளவாக மேலே கவி அல்லது கவியச் செய் *Make sure that the two pieces of material overlap.* **2** to be partly the same as sth ஒன்றைப் பகுதியளவில் ஒத்திரு *Our jobs overlap to some extent.* ▶ **overlap** /ˈəʊvəlæp/ *noun* [C, U]

overleaf /ˌəʊvəˈliːf/ *adv.* on the other side of the page தாளின் மறுபக்கத்தில் *Full details are given overleaf.*

overload /ˌəʊvəˈləʊd/ *verb* [T] **1** (*usually passive*) to put too many people or things into or onto sth ஒன்றினுள் அல்லது ஒன்றின் மேல் மிகையளவில் ஆட்களை அல்லது பொருள்களை ஏற்று; அளவு கடந்து ஆள்/சுமை ஏற்று *overload vehicle* **2 overload sb (with sth)** to give sb too much of sth ஒருவருக்கு மிகையளவில் ஒன்றைக் கொடு; சுமையேற்று *to be overloaded with work/information* **3** to put too much electricity through sth ஒன்றின் ஊடாக மிகையளவில் மின்சாரம் செலுத்து *If you use too many electrical appliances at the same time you may overload the system.*

overlook /ˌəʊvəˈlʊk/ *verb* [T] **1** to fail to see or notice sth ஒன்றைக் காண அல்லது கவனிக்கத் தவறு; தப்பவிடு *to overlook a spelling mistake* • *She felt that her opinion had been completely overlooked.* **2** to see sth wrong but decide to forget it தவறான ஒன்றைக் கண்டும் அதனை மறந்துவிட முடிவு செய்; பொருட்படுத்தாமல் விடு *I will overlook your behaviour this time but don't let it happen again.* **3** to have a view over sth ஒன்றைப் பார்த்திரு; நோக்கியிரு *My room overlooks the sea.*

overnight /ˌəʊvəˈnaɪt/ *adj., adv.* **1** for one night ஓர் இராப்பொழுதுக்கான/இராப்பொழுதுக்காக *an overnight bag* • *We stayed overnight in Ooty.* **2** (happening) very suddenly திடுமென நிகழ்வதான/நிகழ்கிற; உடனடி நிகழ்வான/நிகழ்வாக *She became a star overnight.*

overpass /ˈəʊvəpɑːs/ (*AmE*) = **flyover**

overpay /ˌəʊvəˈpeɪ/ *verb* [T] (*pt, pp* **overpaid**) (*usually passive*) to pay sb too much; to pay sb more than his/her job is worth ஒருவருக்கு மிகையாக ஊதியம் கொடு; ஒருவரது பணியின் தகுதி நிலைக்கு மேற்பட்ட ஊதியம் கொடு *She is grossly overpaid for what she does.* ✪ OPP **underpay**

overpopulated /ˌəʊvəˈpɒpjuleɪtɪd/ *adj.* (used about a country or city) with too many people living in it (ஒரு நாடு அல்லது மாநகரம் பற்றிக் குறிப்பிடுகையில்) மிகையளவாக மக்கள் வாழ்கிற; மக்கள் தொகை மட்டுமீறியுள்ள ▶ **overpopulation** /ˌəʊvəˌpɒpjuˈleɪʃn/ *noun* [U]

overpower /ˌəʊvəˈpaʊə(r)/ *verb* [T] to be too strong for sb வலிமையில் ஒருவரினும்/ஒன்றினும்

மேம்பட்டு நில்; ஒருவரை/ஒன்றை வலிமையால் கீழடக்கு *The fireman was overpowered by the heat and smoke.* ▶ **overpowering** *adj. an overpowering smell*

overrate /ˌəʊvəˈreɪt/ *verb* [T] (*usually passive*) to think that sth/sb is better than he/she/it really is ஒருவர்/ஒன்று உண்மையில் உள்ளதை விடச் சிறப்பாக இருப்பதாகக் கருது; மிகையாக மதிப்பீடு செய் ✪ OPP **underrate**

overreach /ˌəʊvəˈriːtʃ/ *verb* [I, T] **overreach yourself** to fail by trying to do or achieve more than is possible இயல் திறனுக்கு விஞ்சி ஒன்றைச் செய்ய முயன்று தோல்வியுறு; அளவு மீறி சாதிக்க முயன்று காரியத்தைக் கெடுத்துக்கொள் *In making these promises, the organization had clearly overreached itself.*

overreact /ˌəʊvəriˈækt/ *verb* [I] **overreact (to sth)** to react too strongly, especially to sth unpleasant குறிப்பாக இன்னாத ஒன்று குறித்து மிகை முனைப்புடன் எதிர்ச்செயலாற்று; மட்டுமீறிய உணர்ச்சி ஆர்வம் அல்லது பரபரப்பு கொள் ▶ **overreaction** /-ˈækʃn/ *noun* [*sing.*] [U]

override /ˌəʊvəˈraɪd/ *verb* [T] (*pt* **overrode** /-ˈrəʊd/; *pp* **overridden** /-ˈrɪdn/) **1** to use your authority to reject sb's decision, order, etc. தனது அதிகாரத்தைப் பயன்படுத்தி ஒருவருடைய முடிவு, ஆணை முதலியவற்றை மறுத்தொதுக்கு; புறக்கணி *They overrode my protest and continued with the meeting.* **2** to be more important than sth ஒன்றை விஞ்சிய முக்கியத்துவம் உடையதாய் இரு **3** to stop sth being done automatically in order to control it yourself ஒன்றைத் தன் கட்டுப்பாட்டிற்குள் வைத்திருக்க வேண்டி அதன் தன்னியல்பான செயல்பாட்டைத் தடைசெய் *You need a special password to override the safety lock.*

overriding /ˌəʊvəˈraɪdɪŋ/ *adj.* (*only before a noun*) more important than anything else வேறெதனையும் விட முக்கியமானதாக இருக்கிற; விஞ்சிய மதிப்புடைய; முதன்மைக் கருதலுக்குரிய *Our overriding concern is safety.*

overrule /ˌəʊvəˈruːl/ *verb* [T] to use your authority to change what sb else has already decided or done தனது அதிகாரத்தைப் பயன்படுத்தி வேறொருவர் ஏற்கனவே முடிவெடுத்துள்ள அல்லது செய்திருக்கிற ஒன்றை மாற்று; ஒதுக்கித்தள்ளு *The Supreme Court overruled the High Court's decision.*

overrun /ˌəʊvəˈrʌn/ *verb* (*pt* **overran** /-ˈræn/; *pp* **overrun**) **1** [T] (*usually passive*) to spread all over an area in great numbers பெரும் எண்ணிக்கையில் ஒரு பகுதி முழுதும் பரவு; படர்ந்து பரவு *The city was overrun by rats.* **2** [I, T] to use more time or money than expected எதிர்பார்க்கப்பட்டதை விடக் கூடுதலான நேரத்தை அல்லது பணத்தைச் செலவிடு; மிகைப்படு *The meeting overran by 30 minutes.*

overseas /ˌəʊvəˈsiːz/ *adj.* (*only before a noun*) *adv.* in, to or from another country that you have to cross the sea to get to (கடல் கடந்து வந்து) வேறொரு நாட்டில்/வேறொரு நாட்டில் உள்ள; வேறொரு நாட்டிற்கு; வேறொரு நாட்டிலிருந்து கடல் கடந்து வந்து/வந்த; (கடலுக்கு அப்பால் உள்ள) வெளிநாட்டில்/வெளிநாட்டிற்கு *overseas students studying in Britain* • *Satyaprakash has gone to live overseas.*

oversee /ˌəʊvəˈsiː/ *verb* [T] (*pt* **oversaw** /-ˈsɔː/; *pp* **overseen** /-ˈsiːn/) to watch sth to make sure that it is done properly ஒரு செயல் முறையாகச் செய்யப்படுவதை உறுதிசெய்யும் பொருட்டு அதனை கவனித்துக்கொள்; கண்காணி

overshadow /ˌəʊvəˈʃædəʊ/ *verb* [T] **1** to cause sb/sth to seem less important or successful ஒருவர்/ஒன்று முக்கியத்துவம் அல்லது வெற்றிச் சிறப்பு குறைபட்டுத் தோன்றுமாறு செய்; ஒருவரது/ஒன்றின் பெருமை, மதிப்பு முதலியவற்றை நிழலடிப்புச் செய் *Chinnaswamy always seemed to be overshadowed by his sister.* **2** to cause sth to be less enjoyable ஒன்றின் நுகர்வினிமை குன்றச் செய்; துய்ப்பு வளத்தைக் குறைபடுத்து

oversight /ˈəʊvəsaɪt/ *noun* [C, U] something that you do not notice or do (that you should have noticed or done) கவனிக்காது அல்லது செய்யாது தவற விட்ட ஒன்று; கருதாப் பிழை

oversimplify /ˌəʊvəˈsɪmplɪfaɪ/ *verb* [I, T] (*pres. part.* **oversimplifying**; *3rd person sing. pres.* **oversimplifies**; *pt, pp* **oversimplified**) to explain sth in such a simple way that its real meaning is lost ஒன்றன் உண்மையான பொருள் மறைந்துபோகுமாறு அதனை மிகை எளிமையுடன் விவரி; மிகச் சாதாரணமான முறையில் கூறி ஒன்றில் பொருள் திரிபு உண்டுபண்ணு

oversleep /ˌəʊvəˈsliːp/ *verb* [I] (*pt, pp* **overslept** /-ˈslept/) to sleep longer than you should have done தூக்க நேரம் கடந்து தூங்கு *I overslept and was late for school.* ➪ **lie in** மற்றும் **sleep in** பார்க்க.

overstate /ˌəʊvəˈsteɪt/ *verb* [T] to say sth in a way that makes it seem more important than it really is ஒன்று அதன் உண்மையான நிலையினும் முக்கியத்துவம் மிக்கதாகத் தோன்றுமாறு அதனைப் பற்றிக் கூறு; மிகைபடக் கூறு ✪ OPP **understate**

overstep /ˌəʊvəˈstep/ *verb* [T] (*pres. part.* **overstepping**; *pt, pp* **overstepped**) to go further than an acceptable limit ஏற்புக்குரிய ஓர்

எல்லைக்கு அப்பால் செல்; வரம்பு மீறு; எல்லை கட.

overt /ˈəʊvɜːt/ *adj.* (*usually before a noun*) (*formal*) done in an open way and not secretly இரகசியமாக அல்லாமல் வெளிப்படையாகச் செய்யப்படுகிற; ஒளிவுமறைவற்ற; வெளிப்படையான ✪ OPP **covert** ▶ **overtly** *adv.*

overtake /ˌəʊvəˈteɪk/ *verb* [I, T] (*pt* **overtook** /-ˈtʊk/; *pp* **overtaken** /-ˈteɪkən/) to go past another person, car, etc. because you are moving faster தனது மிகு விரைவு காரணமாக மற்றோர் ஆள், உந்து வண்டி முதலியவற்றைத் தாண்டிச் செல்; முந்திச்செல்; கடந்துசெல் *The lorry overtook me on the bend.*

overthrow /ˌəʊvəˈθrəʊ/ *verb* [T] (*pt* **overthrew** /-ˈθruː/; *pp* **overthrown** /-ˈθrəʊn/) to remove a leader or government from power, by using force வலிமையைப் பயன்படுத்தி ஒரு தலைவரை அல்லது ஓர் அரசை அதிகாரத்திலிருந்து நீக்கு; கவிழ் ▶ **overthrow** /ˈəʊvəθrəʊ/ *noun* [*sing.*]

overtime /ˈəʊvətaɪm/ *noun* [U] time that you spend at work after your usual working hours; the money that you are paid for this வழக்கமான வேலை நேரத்திற்குப் பிறகு பணியில் தான் செலவிடும் நேரம்; மிகை நேரம்; மிகை நேரப் பணிக்காகத் தனக்குச் செலுத்தப்படும் பணம்; மிகை நேர ஊதியம் *Bala did ten hours' overtime last week.* ▶ **overtime** *adv. I'm tired because I have been working overtime.*

overtone /ˈəʊvətəʊn/ *noun* [C, *usually pl.*] something that is suggested but not expressed in an obvious way வெளிப்படையாக அல்லாமல் குறிப்பாகக் கூறப்படும் ஒன்று; நுட்பக் குறிப்பீடு *Some people claimed there were racist overtones in the advertisement.*

overture /ˈəʊvətʃʊə(r); -tjʊə(r)/ *noun* **1** [C] a piece of music that is the introduction to a musical play (such as an opera or a ballet) இசை நாடகம், நாட்டிய நாடகம் முதலியவற்றின் தொடக்க நிகழ்ச்சியாக அமையும் இசை **2** [C, *usually pl.*] (*formal*) a suggestion or action of wanting to be friends with sb, wanting to start a business relationship, etc. குறிப்பாக நட்புறவு, வாணிகத் தொழிலுறவு முதலியவற்றை ஏற்படுத்திக்கொள்ளும் கருத்துடன் ஒருவருடன் நட்பிணக்கத்துடன் பழகுதல்; நேசத் தொடர்பு முயற்சி; தோழமைக் குறிப்பு

overturn /ˌəʊvəˈtɜːn/ *verb* **1** [I, T] to turn over so that the top is at the bottom மேற்பகுதி கீழ் வருமாறு நிலைமாறு அல்லது ஒன்றை நிலைமாற்று; கவிழ்; கவிழச்செய் *The car overturned but the driver escaped unhurt.* **2** [T] to officially decide that a decision is wrong and change it ஒரு முடிவு தவறானதென அதிகாரபூர்வமாக முடிவுசெய்து அதனை மாற்று; செல்லாததாக்கு

overview /ˈəʊvəvjuː/ *noun* [C] a general description of sth without any details ஒன்றின் விவரக் கூறுகள் உள்ளடங்காத பொதுப்படையான விளக்கம்; பொது மதிப்பீடு

overweight /ˌəʊvəˈweɪt/ *adj.* too heavy or fat மிகை எடையுள்ள; அளவு மீறிக் கனமான *I'm a bit overweight—I think I might go on a diet.* ➪ **fat** பதிவிலுள்ள குறிப்பைப் பார்க்க. ✪ OPP **underweight**

overwhelm /ˌəʊvəˈwelm/ *verb* [T] (*usually passive*) **1** to cause sb to feel such a strong emotion that he/she does not know how to react ஒருவர் எதிர்வினை புரியாது செயலற்று நிற்குமாறு ஆழ்ந்த உணர்ச்சிக்கு உள்ளாகச் செய்; உணர்ச்சியில் ஆழ்த்து; திகைப்பில் மூழ்கடி *The new world champion was overwhelmed by all the publicity.* **2** to be so powerful, big, etc., that sb cannot deal with it ஆற்றல், பரிமாணம் முதலியவை வகையில் ஒருவரால் கையாள முடியாதவாறு பேரளவு உடையவராக/உடையதாக இரு; திணற அடி *He overwhelmed his opponent with his superb technique.* • *The television company were overwhelmed by complaints.*

overwhelming /ˌəʊvəˈwelmɪŋ/ *adj.* extremely great or strong மிகப் பெரிய; அளவு கடந்த; கடுமை மிக்க; தீவிர மிக்க *Anand had an overwhelming desire to return home.* ▶ **overwhelmingly** *adv.*

overwork /ˌəʊvəˈwɜːk/ *verb* [T] to make sb work too hard ஒருவரை மிகக் கடுமையாக உழைக்கச் செய்; வரம்பு மீறி வேலைவாங்கு *The staff are overworked and underpaid.* ▶ **overwork** *noun* [U]

oviparous /əʊˈvɪpərəs/ *adj.* (*technical*) (used about animals) producing eggs rather than live babies (விலங்கு வகையில்) குட்டி/கன்று ஈனாது முட்டையிடுகிற; முட்டையிட்டுக் குஞ்சு பொரிக்கும் வகையைச் சார்ந்த ➪ **viviparous** பார்க்க.

ovulate /ˈɒvjuleɪt/ *verb* [I] (used about a woman or female animal) to produce an egg (**ovum**) (பெண் அல்லது பெண் விலங்கு வகையில்) சினை முட்டை உண்டுபண்ணு ▶ **ovulation** /ˌɒvjuˈleɪʃn/ *noun* [U]

ovule /ˈɒvjuːl/ *noun* [C] (*technical*) (in plants that produce seeds) the part of the ovary that contains the female cell that becomes the seed (வித்துக்கள் உண்டுபண்ணும் தாவரங்களில்) விதையாக உருவாகும் பெண் உயிரணுவை உள்ளடக்கிய சூலகப் பகுதி; கருவணு; கருநிலை விதை ➪ **flower** பதிவில் படம் பார்க்க.

ovum /ˈəʊvəm/ *noun* [C] (*pl.* **ova** /ˈəʊvə/) an egg produced by a woman or female animal பெண் அல்லது பெண் விலங்கு உடலில் உருவாகும் சினை; சினை முட்டை

ow /aʊ/ *exclamation* used when reacting to a sudden feeling of pain திடீர் வலியுணர்ச்சியின் போது எதிர்வினையாகக் கூறப்படும் சொல்; வலிக் குறிப்புச் சொல்

owe /əʊ/ *verb* [T] **1 owe sth (to sb); owe sb for sth** to have to pay money to sb for sth that he/she has done or given ஒருவர் செய்துள்ள அல்லது கொடுத்துள்ள ஒன்றுக்காக அவருக்குப் பணம் செலுத்த வேண்டியிரு; கடன்பட்டிரு *I still owe you for that bread you bought yesterday.* **2** to feel that you should do sth for sb or give sth to sb, especially because he/she has done sth for you குறிப்பாக ஒருவர் தனக்காகச் செய்துள்ள ஒன்றின் காரணமாக, அவருக்காக ஒன்றைச் செய்ய வேண்டுமென்ற அல்லது அவருக்கு ஒன்றைத் தரவேண்டுமென்ற உணர்வு கொள்; கைம்மாறு செய்ய வேண்டியிரு *I owe you an apology.* **3 owe sth (to sb/sth)** to have sth (for the reason given) (குறிப்பிட்ட காரணத்தினால்/குறிப்பிடப்பட்ட ஒன்றின் விளைபயனாக) ஒன்றைப் பெற்றிரு *She said she owes her success to hard work and determination.*

owing /ˈəʊɪŋ/ *adj.* (*not before a noun*) **owing (to sb)** not yet paid இன்னும் செலுத்தப்படாத; கடனாக உள்ள

owing to *prep.* because of காரணத்தினால்; முன்னிட்டு *The match was cancelled owing to bad weather.*

owl /aʊl/ *noun* [C] a bird with large eyes that hunts small animals at night ஆந்தை

own¹ /əʊn/ *det., pronoun* **1** used to emphasize that sth belongs to a particular person ஒன்று குறிப்பிட்ட ஆளுக்குச் சொந்தமானது என்பதை வலியுறுத்தப் பயன்படுத்தப்படுவது: சொந்தமான; தனக்கே உரிய *I saw him do it with* ***my own*** *eyes.* • *This is* ***his own*** *house.* **2** used to show that sth is done or made without help from another person வேறொருவர் உதவியின்றி ஒன்று செய்யப்படுகிறது அல்லது உருவாக்கப்படுகிறது என்பதைத் தெளிவுபடுத்தப் பயன்படுத்தப்படுவது *The children are old enough to get their own breakfast.*

IDM come into your own to have the opportunity to show your special qualities தனது தனிப் பண்புகளை வெளிப்படுத்துவதற்கான நல்வாய்ப்புப் பெறு; தனது தகுதிப்பாடு மலர்ச்சியுறப்பெறு

hold your own (against sb/sth) to be as strong, good, etc. as sb/sth else வலிமை, நன்னிலை முதலியவற்றில் வேறொருவருக்கு/வேறொன்றுக்கு ஒப்பாக இரு.

(all) on your, etc. own 1 alone தனியாக; தன்னந்தனியாக; தனிப்பட்ட முறையில் *Satya lives all on his own.* ➪ **alone** பதிவிலுள்ள குறிப்பைப் பார்க்க. **2** without help துணையின்றி; தனி ஒருவராக *I managed to repair the car all on my own.*

get/have your own back (on sb) (*informal*) to hurt sb who has hurt you தனக்குத் தீங்கு செய்தவருக்குத் தானும் தீங்கு செய்; பழிவாங்கு

own² /əʊn/ *verb* [T] to have sth belonging to you; to possess ஒன்றை உடைமையாகக் கொண்டிரு; சொந்தமாகப் பெற்றிரு *We don't own the house. We just rent it.* • *a privately owned company*

PHR V own up (to sth) (*informal*) to tell sb that you have done sth wrong தவறான ஒன்றைத் தான் செய்துவிட்டதாக ஒருவரிடம் கூறு; குற்றப்பொறுப்பு ஏற்றுக்கொள் *None of the children owned up to breaking the window.* ➪ **confess** பார்க்க. இச்சொல் முறைசார்பு மிக்கதாகும்.

owner /ˈəʊnə(r)/ *noun* [C] a person who owns sth ஒன்றைத் தனது உடைமையாக வைத்துள்ளவர்; ஒன்றின் சொந்தக்காரர் *a house/dog owner*

ownership /ˈəʊnəʃɪp/ *noun* [U] the state of owning sth ஒன்றைத் தனது உடைமையாக வைத்திருக்கும் நிலை; உடைமை *in private/public* ***ownership***

ox /ɒks/ *noun* [C] (*pl.* **oxen** /ˈɒksn/) a male cow that has been **castrated**. Oxen are used in some places for pulling or carrying heavy loads விதையகற்றப்பட்ட ஆண் பசு; எருது; சில இடங்களில் சுமையேற்றிச் செல்லவும் சுமை இழுக்கவும் எருதுகள் பயன்படுத்தப்படுகின்றன. ➪ **bull** பார்க்க.

oxbow /ˈɒksbəʊ/ *noun* [C] (in geography) a bend in a river that almost forms a full circle; a lake that forms when this bend is separated from the river (புவியியலில்) லாட வடிவில் முழு வட்டமாக அமையும் நதியின் வளை போக்கு; இவ்வளைவு நதியிலிருந்து பிரிவுறும்போது உண்டாகும் ஏரி; லாட அமைப்பு ஏரி

oxbow lake

oxide /ˈɒksaɪd/ *noun* [C, U] a combination of **oxygen** and another chemical element உயிரியம்(ஆக்ஸிஜன்) வேறொரு வேதியியல்

தனிமத்துடன் சேர்ந்து உருவாகும் கலவைப் பொருள்; உயிரகை; ஆக்சைட் *iron oxide*

oxidize (*also* **-ise**) /ˈɒksɪdaɪz/ *verb* [I, T] to combine or to make sth combine with oxygen ஆக்ஸிஜனுடன் இணைவுறு அல்லது ஒரு பொருளை ஆக்ஸிஜனுடன் இணைவுறச் செய் ▶ **oxidization** (*also* **-isation**) /ˌɒksɪdaɪˈzeɪʃn/ (*also* **oxidation** /ˌɒksɪˈdeɪʃn/) *noun* [U]

oxygen /ˈɒksɪdʒən/ *noun* [U] (*symbol* **O**) a gas that you cannot see, taste or smell. Plants and animals cannot live without oxygen தாவரங்கள் மற்றும் விலங்குகள் உயிர் வாழ்வதற்கு இன்றியமையாததும் கண்ணால் காணவோ, சுவை பார்க்கவோ நுகரவோ இயலாததுமான வாயுப்பொருள்; உயிரியம்; உயிர் வளி; ஆக்ஸிஜன்

oxygenate /ˈɒksɪdʒəneɪt/ *verb* [T] to add oxygen to sth ஒரு பொருளுடன் உயிரியத்தைக் கல; ஒரு பொருளுக்கு உயிரியச் செறிவூட்டு

oxymoron /ˌɒksɪˈmɔːrɒn/ *noun* [C] a phrase that combines two words that seem to be the opposite of each other, such as *a deafening silence* ஒன்றுக்கொன்று நேர் எதிரானவையாகத் தோன்றும் இரு சொற்கள் இணைந்த தொடர்; *deafening silence* போன்ற முரண் தொடர்

oyster /ˈɔɪstə(r)/ *noun* [C] a shellfish that we eat. Some oysters produce precious jewels (**pearls**) உணவாகப் பயன்படுத்தப்படும் சிப்பி நண்டின நீர்வாழ் உயிரி; ஈரிதழ்ச் சிப்பி. சில வகைச் சிப்பிகள் முத்துகளை உண்டுபண்ணுகின்றன. ➪ **shellfish** பதிவில் படம் பார்க்க.

oz *abbr.* ounce(s) வீசம் கல்லெடையைக்-குறிக்கும் ounce என்பதன் குறுக்கம் *Add 4oz flour.*

ozone /ˈəʊzəʊn/ *noun* [U] a poisonous gas which is a form of **oxygen** உயிரியத்தின் ஒரு வகையான நச்சு வாயு; கமழி; ஓஸோன்

ozone-friendly *adj.* (used about cleaning products, etc.) not containing chemicals that could harm **the ozone layer** (தூய்மை செய்யும் பொருள்கள் முதலியவை பற்றிக் குறிப்பிடுகையில்) கமழிப் படலத்திற்குச் சேதம் உண்டாக்கக்கூடிய வேதியியற் பொருள்களைக் கொண்டிராத

the ozone layer *noun* [*sing.*] the layer of the gas (**ozone**) high up in the atmosphere that helps to protect the earth from the dangerous rays of the sun சூரியனுடைய ஆபத்து விளைவிக்கும் கதிர்களிலிருந்து பூமிக்குக் காப்பாக அமைகிற வாயு மண்டலத்தின் தொலை உயரத்திலுள்ள கமழிப் படலம் *a hole in the ozone layer* ➪ **CFC** பார்க்க.

P p

P, p¹ /piː/ *noun* [C, U] (*pl.* **P's; p's** /piːz/) the sixteenth letter of the English alphabet ஆங்கில நெடுங்கணக்கின் பதினாறாவது எழுத்து *'Pencil' begins with (a) 'P'.*

p² *abbr.* **1** (*pl.* **pp**) page (பக்கம்) என்பதன் குறுக்கம் *See p 94.* • *pp 63-96* **2 P** (on a road sign) parking சாலை அறிவிப்புக் குறியான parking (ஊர்தி நிறுத்த இடம்) என்பதன் குறுக்கம்

PA /ˌpiː ˈeɪ/ *abbr., noun* [C] (*BrE*) personal assistant; a **secretary** for just one manager நேர்முக உதவியாளரைக் குறிக்கும் personal assistant என்பதன் குறுக்கம். இவர் ஒரே ஒரு மேலாளருக்கான செயலர் ஆவார்

p.a. *abbr.* per annum; in or for a year ஆண்டு தோறும் அல்லது ஆண்டுக்கு அல்லது ஓராண்டில் எனப் பொருள்படும் per annum என்பதன் குறுக்கம் *salary Rs 5 lakhs p.a.*

paan (*also* **pan**) *noun* [C, U] (*IndE*) **1** betel leaf வெற்றிலை **2 betel** leaf that is stuffed with a mixture of **areca nut**, lime, nuts, etc. for eating பாக்கு, சுண்ணாம்பு, கொட்டைப்பருப்புகள் முதலியவை உள்ளிடப்பட்ட உண்பதற்கான வெற்றிலைச்சுருள்; மடி வெற்றிலை

pace¹ /peɪs/ *noun* **1** [U] [*sing.*] **pace (of sth)** the speed at which you walk, run, etc. or at which sth happens நடை, ஓட்டம் முதலியவற்றின் அல்லது ஒரு நிகழ்வின் வேகம் அல்லது வேகப்பாணி *to run at a steady/gentle pace* **2** [C] the distance that you move when you take one step ஒரு முறை அடியெடுத்து வைத்துக் கடக்கும் தொலைவு; ஒரு காலடித் தொலைவு; ஓர் எட்டு *Take two paces forward and then stop.*

IDM keep pace (with sb/sth) to move or do sth at the same speed as sb/sth else; to change as quickly as sth else is changing ஒருவரின்/ஒன்றின் வேகத்திற்கு இணையான வேகத்தில் செல் அல்லது ஒன்றைச் செய்; ஒன்று மாறும் வேகத்திற்கு இனணயாக மாறு *Wages are not keeping pace with inflation.*

set the pace to move or do sth at the speed that others must follow மற்றவர்கள்/மற்றவை பின்பற்ற வேண்டிய வேகத்தில் செல் அல்லது ஒன்றைச் செய்; முன்சென்று மற்றவர்களுக்கான வேகத்தை வரையறு *Usha set the pace for the first three kilometres.*

pace² /peɪs/ *verb* [I, T] to walk up and down in the same area many times, especially because you are nervous or angry குறிப்பாக மனக்கலக்கம் அல்லது சினம் கொண்டுள்ள நிலையில், ஒரே இடப்பரப்பில் முன்னும் பின்னும் பலமுறை நட

pacemaker /ˈpeɪsmeɪkə(r)/ *noun* [C] **1** a machine that helps to make a person's heart beat regularly or more strongly இதயம் ஒரே சீராக அல்லது அதிக வலுவுடன் துடிக்கச் செய்யப் பயன்படுத்தப்படும் பொறி; இதய முடுக்கி **2** a person in a race who sets the speed that the others must follow ஒரு பந்தயத்தில் முற்படச்சென்று மற்றவர்கள் பின்பற்ற வேண்டிய வேகத்தை அறுதி செய்பவர்

pachyderm /ˈpækidɜːm/ *noun* [C] (*technical*) a type of animal with a very thick skin, for example an elephant (யானை, முதலிய) தடிப்பு மிக்க தோலுடைய விலங்கு வகை; திண்தோல் விலங்கு

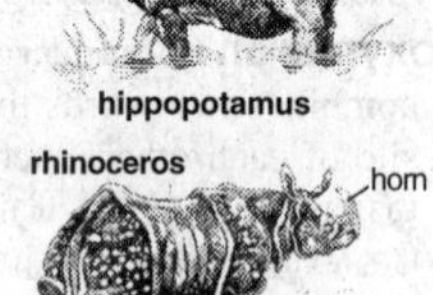

pachyderms

pacifier /ˈpæsɪfaɪə(r)/ (*AmE*) = **dummy 3**

pacifism /ˈpæsɪfɪzəm/ *noun* [U] the belief that all wars are wrong and that you should not fight in them அனைத்து வகையான போர்களும் தவறானவை மற்றும் போரில் ஈடுபடுதல் தவிர்க்கப்பட வேண்டியது என்னும் கொள்கை; போர் ஒழிப்புக் கோட்பாடு; அமைதிக் கோட்பாடு ▶ **pacifist** /-ɪst/ *noun* [C]

pacify /ˈpæsɪfaɪ/ *verb* [T] (*pres. part.* **pacifying**; *3rd person sing. pres.* **pacifies**; *pt, pp* **pacified**) to make sb who is angry or upset be calm or quiet சினம் கொண்ட அல்லது மனக் கலக்கமுற்ற ஒருவரை அமைதிப்படுத்து; கோபம் தணிவி

pack¹ /pæk/ *noun* [C] **1** a set of things that are supplied together for a particular purpose குறிப்பிட்ட நோக்கத்திற்காக ஒருசேர வழங்கப்படும் பொருள்களின் தொகுதி; ஓரினக் கூட்டு *These batteries are sold in packs of four.* • (*figurative*) *Everything she told me was **a pack of lies**.* ➪ **package, packet** மற்றும் **parcel** பார்க்க. **2** (*AmE*) = **packet¹ 3** a bag that you carry on your back முதுகில் சுமந்து செல்லும் பை; முதுகுப்பை ✪ SYN **rucksack** or **backpack** **4** [*with sing. or pl. verb*] a group of wild animals that hunt together ஒன்றிணைந்து வேட்டையாடும் காட்டு விலங்குகளின் தொகுதி; வேட்டை விலங்குத் திரள் *a pack of dogs/*

wolves **5** a large group of similar people or things, especially one that you do not like or approve of குறிப்பாகத் தனது விருப்பத்திற்கு அல்லது ஏற்பிசைவுக்கு உரியவரல்லாத/உரியவையல்லாத, ஒரே வகையான பெருமளவு ஆட்கள் அல்லது பொருள்களின் தொகுதி; கும்பல்; கூட்டம் *a pack of journalists* **6** (*AmE* **deck**) a complete set of playing cards சீட்டாட்டச் சீட்டுகளின் முழுமைத் தொகுதி; சீட்டுக்கட்டு

pack² /pæk/ *verb* **1** [I, T] to put your things into a suitcase, etc. before you go away or go on holiday வெளியே செல்லும் முன் அல்லது விடுமுறை உலா மேற்கொள்ளும் முன் பொருள்களைக் கைப்பெட்டி முதலியவற்றினுள் வை *I'll have to pack my suitcase in the morning.* ✪ **OPP unpack** **2** [I, T] to put things into containers so they can be stored, transported or sold இருப்பு வைத்தல், இடம் விட்டு இடம் கொண்டு செல்லுதல், விற்பனை ஆகியவற்றுக்காகக் கொள் கலங்களில் பொருள்களை இட்டு நிரப்பு; மூட்டையாகக் கட்டு *I packed all my books into boxes.* ✪ **OPP unpack** **3** [T] (*usually passive*) (*informal*) to fill with people or things until crowded or full நெருக்கடியாகும் வரை அல்லது இடம் நிரம்பும் வரை ஆட்களை அல்லது பொருள்களைத் திணி *The train was absolutely packed.* • *The book is **packed with** useful information.*

PHR V **pack sth in** (*informal*) to stop doing sth ஒன்றைச் செய்வதை நிறுத்து *I've packed in my job.* • *I've had enough of you boys arguing—just pack it in, will you!*

pack sth in/into sth to do a lot in a short time குறுகிய நேரத்தில் மிகப் பலவற்றைச் செய்; வரிந்து கட்டிக்கொண்டு செயல்புரி *They packed a lot into their three days in Rome.*

pack sth out (*usually passive*) to fill sth with people ஒன்றில் ஆட்களைத் திரட்டிக் குவி; கூட்டம் சேர் *The bars **are packed out** every night.*

pack up (*informal*) **1** to finish working or doing sth வேலை நிறைவுறச் செய்; செய்து முடி *There was nothing else to do so we packed up and went home.* **2** (used about a machine, engine, etc.) to stop working (விசைப்பொறி, இயந்திரம் முதலியவை வகையில்) இயக்கம் நின்று போ *My old car packed up last week so now I cycle to work.*

package /ˈpækɪdʒ/ *noun* [C] **1** (*BrE*) something, or a number of things, covered in paper or in a box தாள் உறையிடப்பட்ட அல்லது ஒரு பெட்டியில் இடப்பட்ட ஒரு பொருள் அல்லது பல பொருள்களின் தொகுதி; கட்டு; பொட்டலம் *There's a large package on the table for you.* ➪ **pack, packet,** மற்றும் **parcel** பார்க்க. **2** a number of things that must be bought or accepted together ஒருசேர வாங்க வேண்டிய அல்லது ஏற்றுக்கொள்ள வேண்டிய பல பொருள்களின் தொகுதி; பொருள்திரள்; தொகுப்பு *a word-processing package* • *a financial aid package* **3** (*AmE*) = **packet¹** and **parcel** ▶ **package** *verb* [T] *Goods that are attractively packaged sell more quickly.*

package holiday (*AmE* **package tour**) *noun* [C] a holiday that is organized by a company for a fixed price that includes the cost of travel, hotels, etc. பயணம், இடைத்தடங்கல் முதலியவற்றுக்கான செலவுகள் உள்ளடங்கிய, அறுதியிடப்பட்ட கட்டணத்தில் ஒரு வணிக நிறுவனம் ஏற்பாடு செய்யும் விடுமுறை உலா; தொகுப்புலா

packaging /ˈpækɪdʒɪŋ/ *noun* [U] all the materials (boxes, bags, paper, etc.) that are used to cover or protect goods before they are sold விற்பனைக்காகப் பொருள்களைப் பொதிந்து அல்லது கட்டி வைப்பதற்குப் பயன்படுத்தப்படும் (பெட்டிகள், பைகள், தாள்கள் முதலிய) பொருள்கள்; சிப்பப் பொருள்கள்

packed lunch *noun* [C] food that you prepare at home and take with you to eat at work or school பணியிடத்தில் அல்லது பள்ளியில் உண்பதற்காக வீட்டில் தயாரித்து உடன் கொண்டுசெல்லும் உணவு; பொட்டல உணவு

packer /ˈpækə(r)/ *noun* [C] a person, company or machine that puts goods, especially food, into boxes, plastic, paper, etc. to be sold பொருள்களை, குறிப்பாக உணவுப் பொருள்களை, பெட்டிகள், பிளாஸ்டிக் கலம், தாள் முதலியவற்றில் இட்டு அடைக்கும் ஆள், வணிக நிறுவனம் அல்லது பொறியமைப்பு; சிப்பங்கட்டி

packet /ˈpækɪt/ *noun* **1** (*AmE* **pack; package**) [C] a small box, bag, etc. in which things are packed to be sold in a shop கடையில் விற்பனைப் பொருள்கள் உள்ளிட்டுக் கட்டி வைக்கப்படும் சிறு பெட்டி, பை முதலியவை; கட்டு; சிறு சிப்பம்; பொதி; பொட்டலம் ***a packet of** sweets/biscuits/crisps* • *a cigarette packet* ➪ **pack, package** மற்றும் **parcel** பார்க்க. **2** [*sing.*] (*spoken*) a large amount of money பெரும் பணத்தொகை; ஏராளமான பணம் *That new kitchen must have cost them a packet.* **3** (*computing*) [C] an amount of data that is sent through a computer network கணினி வலையமைப்பு வழியாக அனுப்பப்படும் ஓரளவிலான தகவல் தொகுதி; தரவுப் பொட்டலம்

packing /ˈpækɪŋ/ *noun* [U] **1** the act of putting your clothes, possessions, etc. into boxes or cases in order to take or send them somewhere ஓரிடத்திற்குக் கொண்டு செல்வதற்காக அல்லது அனுப்புவதற்காக ஆடைகள், உடைமைகள் முதலியவற்றைப் பெட்டிகளில் அல்லது பைகளில் இட்டுப் பொதிந்து வைத்தல்; மூட்டை கட்டல் *We're going on holiday tomorrow so I'll **do my packing** tonight.* **2** (*BrE*) soft material that you use to stop things from being damaged or broken when you are sending them somewhere ஓரிடத்திற்கு அனுப்பப்படும் பொருள்கள் சேதமுறாமல் அல்லது உடைபடாமல் காப்பதற்குப் பயன்படுத்தப்படும் மெல்லணைவான பொருள்; மென்பொதியுறை *The price of the book includes **postage and packing**.*

packing case *noun* [C] a wooden box that you put things in before they are sent somewhere or stored பொருள்களை உள்ளிட்டு ஓரிடத்திற்கு அனுப்புவதற்கு அல்லது இருப்பு வைப்பதற்குப் பயன்படுத்தப்படும் மரப் பெட்டி; பொருள் நிரப்புப் பெட்டி

pact /pækt/ *noun* [C] a formal agreement between two or more people, groups or countries இரண்டு அல்லது இரண்டுக்கு மேற்பட்ட ஆட்கள், குழுக்கள் அல்லது நாடுகளுக்கு இடையே செய்துகொள்ளப்படும் அதிகாரபூர்வமான ஒப்பந்தம்; உடன்படிக்கை

pad[1] /pæd/ *noun* [C] **1** a thick piece of soft material, used for cleaning or protecting sth or to make sth a different shape ஒன்றைத் தூய்மை செய்வதற்கு அல்லது ஒன்றுக்குக் காப்பாக அல்லது ஒன்றின் வடிவமைப்பை மாற்றுவதற்குப் பயன்படுத்தப்படும் திண்மையான மென்பொருள்; உறை; மெல்லணை *Remove eye make-up with cleanser and a cotton-wool pad.* • *a jacket with shoulder pads* **2** a number of pieces of paper that are fastened together at one end ஒரு முனையில் ஒன்றிணைக்கப்பட்டுள்ள தாள்களின் தொகுதி; தாள் கட்டு *a notepad* **3** the place where a spacecraft takes off விண்கலம் நிலத்திலிருந்து எழும்புவதற்குரிய இடம்; விண்கலப் புறப்பாட்டிடம் *a launch pad* **4** the soft part on the bottom of the feet of some animals, for example dogs and cats நாய்கள், பூனைகள் முதலிய விலங்குகளின் மென்மையான பாத அடிப்பகுதி; அடிகாப்புத் தசைத் திண்டு

pad[2] /pæd/ *verb* (**pa<u>dd</u>ing; pa<u>dd</u>ed**) **1** [T] **pad sth (with sth)** (*usually passive*) to fill or cover sth with soft material in order to protect it, make it larger or more comfortable, etc. ஒன்றைக் காப்பு செய்தல், பெரிதாக்குதல், வசதியாக அமைவித்தல் முதலியவற்றுக்காக அதனை மெல்லணைவான பொருளால் சுற்றி மூடு அல்லது அதனுள் மிருதுவான பொருளை இட்டு நிரப்பு; திண்டு அமை *I sent the photograph frame in a padded envelope.* **2** [I] **pad about, along, around, etc.** to walk quietly, especially because you are not wearing shoes குறிப்பாகக் காலணிகள் அணிந்திராத காரணத்தால், மெல்லமைதியுடன் நட *He got up and padded into the bathroom.*

PHR V **pad sth out** to make a book, speech, etc. longer by adding things that are not necessary தேவையற்றவைகளை உடன் சேர்த்து ஒரு நூல், ஓர் உரை முதலியவற்றைப் பெரிதாக்கு; வேண்டாத விவரங்களைச் சேர்த்து விரிவுபடுத்து

padding /ˈpædɪŋ/ *noun* [U] soft material that is put inside sth to protect it or to make it larger, more comfortable, etc. ஒன்றைக் காப்பு செய்தல், பெரிதாக்குதல், வசதியாக அமைவித்தல் முதலியவற்றுக்காக அதன் உட்பகுதியில் திணித்து வைக்கப்படும் மென்மையான பொருள்; மென் பொதிபொருள்

paddle[1] /ˈpædl/ *noun* [C] a short pole that is flat and wide at one or both ends and that you use for moving a small boat through water சிறு படகை நீரில் செலுத்தப் பயன்படுத்தப்படும் ஒரு முனை அல்லது இரு முனைகளும் தட்டையாகவும் அகலமாகவும் உள்ள குறுங்கழி; படகு வலிக்கும் அகல் துடுப்பு ➪ **boat** பதிவில் படம் பார்க்க.

paddle[2] /ˈpædl/ *verb* **1** [I, T] to move a small boat through water using a short pole that is flat and wide at one or both ends துடுப்பை இயக்கிப் படகைச் செலுத்து *We paddled down the river.* ➪ **row** பார்க்க. **2** [I] to walk in water that is not very deep ஆழம் அதிகமில்லாத நீரில் நடந்து செல் *We paddled in the stream.*

paddock /ˈpædək/ *noun* [C] a small field where horses are kept குதிரைகள் வைத்துப் பேணப்படும் சிறு நிலப்பகுதி

paddy /ˈpædi/ (*also* **paddy field**) *noun* [C] (*pl.* **paddies**) **1** a field with rice being grown in water நெல் விளைவிக்கப்படும் நீர் நிறைக்கப்பட்டுள்ள வயல்; நெல் வயல் **2** rice that has not been processed in any way and is still in its husk, or rice as a growing crop பதனிடப்படாத, உமியுடன் இருக்கும் அரிசி; நெல் அல்லது நெற்பயிர்

padlock /ˈpædlɒk/ *noun* [C] a type of lock that you can use for fastening gates, bicycles, etc. புறவாயில், மிதிவண்டி முதலியவற்றைப் பூட்டி வைப்பதற்குப் பயன்படுத்தப்படும் பூட்டு வகை; கொண்டிப் பூட்டு ▶ **padlock** *verb* [T] **padlock sth (to sth)** *I padlocked my bicycle to a post.*

Padma Bhushan *noun* [C, U] an Indian civil decoration that is awarded by the Government of India for distinguished service to the nation, in any field இந்தியாவில் படைத்துறையல்லாத ஒரு துறையில் நாட்டிற்குச் சிறந்த சேவை செய்ததற்காக இந்திய அரசால் வழங்கப்படும் உயர்ந்த விருது; பத்ம பூஷணம்

NOTE இந்தியாவில் படைத்துறை சாராத விருதுகள் உயர் படிநிலையிலிருந்து கீழ்க்கண்டவாறு வரிசைப்படுத்தப்படும்—**Bharat Ratna, Padma Vibushan, Padma Bhushan,** மற்றும் **Padma Shri.**

Padma Shri *noun* [C, U] a civilian decoration **conferred** on a distinguished Indian by the Government of India இந்தியச் சாதனையாளர்களுக்கு இந்திய அரசால் வழங்கப்படும் படைத்துறையினருக்கல்லாத உயர் விருது; பத்மஸ்ரீ ➪ **Padma Bhushan** பதிவில் உள்ள குறிப்பைப் பார்க்க.

Padma Vibhushan *noun* [C, U] India's second highest civilian decoration conferred on a distinguished Indian by the Goverment of India இந்தியாவில் படைத்துறை சாராச் சாதனையாளர்களுக்கு இந்திய அரசால் வழங்கப்படும், இரண்டாம் படிநிலை உயர்ந்த விருது; பத்ம விபூஷணம்.

padyatra (*also* **padayatra**) *noun* [C, U] (*IndE*) a long walk undertaken as a (social, political or religious) demonstration in order to highlight an issue of public importance பொது முக்கியத்துவம் வாய்ந்த ஒரு பிரச்சினையை மக்கள் கவனத்திற்குக் கொண்டுவர மேற்கொள்ளப்படும் சமூகம், அரசியல் அல்லது சமயம் சார்ந்த நடவடிக்கையான நீண்ட நடைப்பயணம் *A padyatra was organized by the local schools on World Literacy Day.*

paed- (*AmE* **ped-**) /pi:d/ *prefix* (*used in nouns and adjectives*) connected with children குழந்தைகள் தொடர்பான; குழந்தைகளுக்குரிய *paediatrics*

paediatrician (*AmE* **pediatrician**) /ˌpi:diəˈtrɪʃn/ *noun* [C] a doctor who deals with the diseases of children குழந்தைகளைத் தாக்கும் நோய்களுக்கான மருத்துவம் செய்பவர்; குழந்தை மருத்துவர்

paediatrics (*AmE* **pediatrics**) /ˌpi:diˈætrɪks/ *noun* [U] the area of medicine connected with the diseases of children குழந்தை நோய்கள் தொடர்பான மருத்துவ இயல்; குழந்தை மருத்துவ இயல் ➪ **paediatric** (*AmE* **pediatric**) *adj.*

paedophile (*AmE* **pedo-**) /ˈpi:dəʊfaɪl/ *noun* [C] a person who is sexually attracted to children குழந்தைகள் மீது பாலியல் கவர்ச்சி கொள்பவர்

paedophilia (*AmE* **pedo-**) /ˌpi:dəˈfɪliə/ *noun* [U] the condition of being sexually attracted to children; sexual activity with children குழந்தைகள் மீது பாலியல் கவர்ச்சி கொள்ளும் நிலை; குழந்தைகளுடனான பாலியல் செய்கைகள்

paella /paɪˈelə/ *noun* [U, C] a Spanish dish made with rice, meat, fish and vegetables அரிசி, இறைச்சி, மீன் மற்றும் காய்கறிகளைக் கொண்டு தயாரிக்கப்படும் ஸ்பெய்ன் நாட்டு உணவு வகை

pagan /ˈpeɪgən/ *adj.* having religious beliefs that do not belong to any of the main world religions பெரு வழக்கான உலகச் சமயங்களுக்கு உரியவையல்லாத சமய நம்பிக்கைகளை உடைய; புறச் சமயச் சார்புடைய ▶ **pagan** *noun* [C]

page¹ /peɪdʒ/ *noun* [C] **1** (*abbr.* **p**) one or both sides of a piece of paper in a book, magazine, etc. நூல், பருவ இதழ் முதலியவற்றிலுள்ள தாளின் ஒருபுறம் அல்லது இருபுறங்களும்; பக்கம் *The letter was three pages long.* • ***the front page*** *of a newspaper* **2** (*computing*) a section of data or information that can be shown on a computer screen at any one time ஒரு சமயத்தில் கணினித் திரையில் காட்டுதற்குரிய தரவு அல்லது தகவல் பகுதி; கணினிப் பக்கம் ➪ **home page** பார்க்க.

page² /peɪdʒ/ *verb* [T] to call sb by sending a message to a small machine (**a pager**) that he/she carries, or by calling his/her name publicly through a device fixed to the wall (**a loudspeaker**) ஒருவர் உடன் வைத்துள்ள மின்னணு ஒலிப்பானுக்குச் செய்தி அனுப்பி, அல்லது சுவரில் பொருத்தப்பட்டுள்ள ஒலிபெருக்கியில் வெளிப்படையாகக் கூவி, அவரை அழை

pageant /ˈpædʒənt/ *noun* [C] **1** a type of public entertainment at which people dress in clothes from past times and give outdoor performances of scenes from history முற்காலங்களுக்குரிய உடையணிந்து வரலாற்று நிகழ்ச்சிகள் வெளியிடங்களில் நிகழ்த்திக் காட்டப்படுவதான பொதுக் கேளிக்கை வகை; வரலாற்று நிகழ்ச்சிகளை நடித்துக் காட்டும் ஒப்பனைக் காட்சி **2** (*AmE*) = **beauty contest**

pageantry /ˈpædʒəntri/ *noun* [U] the feeling and appearance of a big, colourful ceremony பேரளவிலான, வண்ணச் சிறப்பு மிக்க காட்சியுணர்வைத் தோற்றுவிக்கும் மற்றும் காட்சிப்படுத்தும் பொது நிகழ்ச்சி; பல்வண்ண ஒப்பனைக் காட்சி *Millions of people enjoyed the pageantry of the Olympic opening ceremony on television.*

pager /ˈpeɪdʒə(r)/ *noun* [C] a small machine that you carry, that makes a sound when sb sends you a message ஒருவர் தன்னுடன் தொடர்புகொள்ள முயல்வதைத் தான் அறிந்துகொள்ளும் முறையில் குற்றோசை எழுப்பும் சிறு மின்னணுக் கருவி; மின்னணு ஒலிப்பான்; விளிப்பான் ✪ SYN **bleeper**

pagoda /pə'gəʊdə/ *noun* [C] a Buddhist temple in India or South-East Asia which usually is in the form of a tall tower with several levels, each of which has its own roof இந்தியாவில் அல்லது தென் கிழக்காசியாவில் காணப்படும் தனித்தனி மேற்கூரைகளையுடைய பல நிலையடுக்குகளை உள்ளடக்கிய உயரமான கோபுர வடிவிலான பௌத்த சமயக் கோயில்

paid ➪ **pay²** என்பதன் இறந்தகால மற்றும் இறந்தகால வினையெச்ச வடிவம்

paid-up *adj.* (*only before a noun*) having paid all the money that you owe, for example to become a member of a club (ஒரு சங்க உறுப்பினராதல் முதலியவற்றுக்குச்) செலுத்த வேண்டிய பணத்தொகை முழுதையும் செலுத்திவிட்ட *He's a fully paid-up member of Friends of the Earth.*

pail /peɪl/ (*old-fashioned*) = **bucket**

pain¹ /peɪn/ *noun* **1** [C, U] the unpleasant feeling that you have when a part of your body has been hurt or when you are ill உடற்பகுதி ஒன்றுக்கு ஊறுபாடு அல்லது உடல்நலக் கேடு காரணமாக உண்டாகும் இன்னாத உணர்வு; நோவு; வலி *to **be in pain** • He screamed with pain. • chest pains*

> NOTE **Ache** என்ற சொல் நீண்ட நேர, தொடர்ந்த வலியையும், **pain** என்பது திடீரெனத் தோன்றி சிறிது நேரமே நீடிக்கும் கடுமையான வலியையும் குறிப்பன. எனவே பொதுவாகக் கீழ்க்கண்ட முறைகளில் நாம் பேசுகிறோம்—*I've got earache/backache/toothache/a headache. • He was admitted to hospital with pains in his chest.*

2 [U] sadness that you feel because sth bad has happened பாதகமான ஒரு நிகழ்வு காரணமாக உண்டாகும் மன வருத்தம்; வேதனை; மனத்துயர் *the pain of losing a parent*

IDM **be a pain (in the neck)** (*spoken*) a person, thing or situation that makes you angry or annoyed சினம் அல்லது எரிச்சல் உண்டாக்கும் ஆள், பொருள் அல்லது சூழல்

pain² /peɪn/ *verb* [T] (*formal*) to make sb feel sad or upset ஒருவர் மன வருத்தம் அல்லது மனக் கலக்கம் கொள்ளச் செய்; துன்புறுத்து ***It pains me** to think how much money we've wasted.*

pained /peɪnd/ *adj.* showing that you are sad or upset மனத்துன்பத்தை அல்லது மனக் கலக்கத்தை வெளிப்படுத்துகிற; துயரார்ந்த; கவலையுற்ற *a pained expression*

painful /'peɪnfl/ *adj.* **painful (for sb) (to do sth) 1** that causes pain or hurts நோவு உண்டுபண்ணுகிற; வலிக்கிற *A sprained ankle can be very painful.* **2** making you feel upset or embarrassed மனக்கலக்கம் அல்லது மனச் சங்கடம் உண்டாக்குகிற; வேதனையான *The break-up of their marriage was very painful for the children.* ▶ **painfully** /-fəli/ *adv.*

painkiller /'peɪnkɪlə(r)/ *noun* [C] a drug that is used for reducing pain வலியைக் குறைக்கப் பயன்படுத்தப்படும் மருந்து; வலி நிவாரணி

painless /'peɪnləs/ *adj.* that does not cause pain வலி உண்டாக்காத; நோவற்ற *His pet's death was quick and painless.* ▶ **painlessly** *adv.*

pains /peɪnz/ *noun*

IDM **be at/take (great) pains to do sth; take (great) pains (with/over sth)** to make a special effort to do sth well ஒன்றைச் சிறப்பாகச் செய்ய வேண்டி தனிவகை முயற்சியில் ஈடுபடு; தனி முனைப்புடன் ஒன்றைச் செய் *He was at pains to hide his true feelings.*

painstaking /'peɪnzteɪkɪŋ/ *adj.* very careful and taking a long time நெடுநேரம் மிகக் கவனமாகச் செய்யப்படுகிற; முழு நிறைவான முயற்சியுடைய; கருத்தார்ந்த *The painstaking search of the wreckage gave us clues as to the cause of the crash.* ▶ **painstakingly** *adv.*

paint¹ /peɪnt/ *noun* **1** [U] coloured liquid that you put onto a surface to decorate or protect it ஒப்பனையாக அல்லது காப்பீடாக ஒரு பரப்பின் மீது பூசப்படும் நிறமூட்டப்பட்ட திரவம்; சாயம் *green/orange/yellow paint • The door will need another **coat of paint**.* **2** [U] coloured liquid that you can use to make a picture ஓவியம் தீட்டப் பயன்படுத்தக்கூடிய வண்ண நீர்மப் பொருள்; வண்ணச் சாயம் *oil paint • watercolour paint* **3 paints** [*pl.*] a collection of tubes or blocks of paint that an artist uses for painting pictures ஓர் ஓவியர் வண்ணம் தீட்டப் பயன்படுத்தும் குழாய் வடிவக் கொள்கலங்கள் அல்லது வண்ணக் கட்டிகளின் தொகுதி

paint² /peɪnt/ *verb* [I, T] **1** to put paint onto a surface or an object ஒரு பரப்பின் மீது அல்லது பொருளின் மீது சாயம் பூசு *We painted the fence. • The walls were painted pink.* **2** to make a picture of sb/sth using paints வண்ணக் குழல்களை அல்லது வண்ணக் கட்டிகளைப் பயன்படுத்தி ஒருவரது/ஒன்றின் உருவப் படம் வரை; ஓவியம் தீட்டு *We painted some animals on the wall.*

paintbox /'peɪntbɒks/ *noun* [C] a box that contains blocks or tubes of paint of many colours பல நிறங்களிலான வண்ணக் கட்டிகள் அல்லது வண்ணக் குழல்கள் உள்ளடங்கிய பெட்டி

paintbrush /'peɪntbrʌʃ/ *noun* [C] a brush that you use for painting with ஓவியம் தீட்ட அல்லது சாயம் பூசப் பயன்படுத்தப்படும் தூரிகை; சாயந்தீட்டுகோல்

painter /'peɪntə(r)/ *noun* [C] **1** a person whose job is to paint buildings, walls, etc. கட்டடங்கள், சுவர்கள் முதலியவற்றுக்குச் சாயமிடும்

தொழிலர்; சாயப்பூச்சு வினைஞர் **2** a person who paints pictures உருவப்படங்கள் தீட்டுபவர்; ஓவியர்

painting /ˈpeɪntɪŋ/ *noun* **1** [C] a picture that sb has painted ஒருவரால் தீட்டப்பட்டுள்ள உருவப் படம்; ஓவியம் *a famous painting by Ravi Varma*

NOTE **Painting, drawing** இரண்டும் ஒத்த பொருளுடையவை ஆயினும், பின்னது பென்சில்கள், பேனாக்கள் அல்லது வண்ணக் குச்சிகளைப் பயன்படுத்தி வரையப்படுவன-வற்றைக் குறிக்கும்.

2 [U] the act of painting pictures or buildings ஓவியம் தீட்டுதல் அல்லது சாயப்பூச்சு வேலை *She studies Indian painting.*

paintwork /ˈpeɪntwɜːk/ *noun* [U] a painted surface, especially on a vehicle ஒன்றின், குறிப்பாக ஓர் ஊர்தியின், வண்ணப்பூச்சு இடப்பட்ட பரப்பு; வண்ணப் பரப்பு

pair[1] /peə(r)/ *noun* [C] **1** two things of the same type that are used or worn together ஒருசேரப் பயன்படுத்தப்படும் அல்லது அணிந்துகொள்ளப்படும் ஒரே வகையைச் சார்ந்த இரண்டு பொருள்கள்; இணை; சோடி *a pair of shoes/gloves/earrings* **2** a thing that consists of two parts that are joined together ஒன்றிணைக்கப்பட்டுள்ள இரு பகுதிகளையுடைய ஒன்று; இரு பகுதிகள் இணைந்தே அமையும் (கத்தரிக்கோல், காற்சட்டை முதலிய) பொருள் *a pair of scissors/glasses/trousers* **3** [*with pl. verb*] two people or animals that are doing sth together ஒன்றிணைந்து செயலாற்றும்/வினைபுரியும் இரு ஆட்கள் அல்லது விலங்குகள்; இணை *These boxers have fought several times, and tonight the pair meet again.*

NOTE திருமணத்தால் அல்லது வேறோர் உறவால் இணைந்த இருவரைக் குறிக்க **couple** (இணையர்) என்ற சொல்லைப் பயன்படுத்துகிறோம்.

IDM **in pairs** two at a time இரண்டிரண்டாக; சோடியாக *The students were working in pairs.*

pair[2] /peə(r)/ *verb*

PHR V **pair (sb/sth) off (with sb)** to come together, especially to form a romantic relationship; to bring two people together for this purpose (குறிப்பாகக் காதல் உறவில்) ஒன்றுசேர் இணைவுறு அல்லது இணைவுறச் செய் *She's always trying to pair me off with her brother.*

pair up (with sb) to join together with another person or group to work, play a game, etc. பணி, விளையாட்டு முதலியவற்றுக்காக வேறொருவருடன் இணை சேர்; சோடியாகு *I paired up with another student and we did the project together.*

paisa *noun* [C] (*pl.* **paise**) a unit of money that is used in India, Pakistan and Nepal. There are 100 paise in one rupee இந்தியா, பாகிஸ்தான் மற்றும் நேபாளத்தில் புழங்கும் பணத்தின் அளவைக்கூறு; ஒரு ரூபாயில் 100 பைசாக்கள்/காசுகள் உண்டு.

pajamas (*AmE*) = **pyjamas**

pakhawaj *noun* [C] a barrel-shaped Indian **percussion** instrument, similar to the **mridangam**. It is usually used as an **accompaniment** for **Odissi** dancers and sometimes for **Kathak** மிருதங்கத்தை ஒத்த, பீப்பாய் வடிவுடைய தாள இசைக்கருவி. இது பெரும்பாலும் ஒடிசி நாட்டியத்திற்கும் சில சமயங்களில் கத்தக் நாட்டியத்திற்கும் பக்க வாத்தியமாகப் பயன்படுத்தப்படுகிறது.

palace /ˈpæləs/ *noun* [C] a large house that is or was the home of a king or queen (தற்போதுள்ள அல்லது கடந்த காலத்தில் இருந்த) அரசன் அல்லது அரசியின் பெரிய அளவிலான வீடு; அரச மாளிகை; அரண்மனை

palaeontologist (*AmE* **paleo-**) /ˌpæliɒnˈtɒlədʒɪst; ˌpeɪli-/ *noun* [C] a person who studies very old dead animals or plants in **fossils** மிகப் பழமையான, இறந்துபோன/பட்டுப்போன விலங்குகளின்/தாவரங்களின் புதைபடிவங்களை ஆய்வுசெய்பவர்; புதைபடிவ ஆய்வாளர்

palaeontology (*AmE* **paleo-**) /ˌpæliɒnˈtɒlədʒi; ˌpeɪli-/ *noun* [U] the scientific study of **fossils** புதைபடிவங்களை அறிவியல் முறையில் ஆய்தல்; புதைபடிவ இயல்

palanquin /ˌpælənˈkiːn/ *noun* [C] a big covered box-like vehicle usually with a seat for one person. It is attached to poles and is carried on shoulders by four or six men வழக்கமாக ஒருவருக்கான இருக்கையுள்ள மேல் மூடாக்குடன் கூடிய பெட்டி போன்ற பயண வண்டி; பல்லக்கு. இது கழிகளில் இணைக்கப்பட்டு, நான்கு அல்லது ஆறு ஆட்களால் தோளில் சுமந்து செல்லப்படும்

palate /ˈpælət/ *noun* [C] the top part of the inside of your mouth வாய் உட்புறத்தின் மேற்பகுதி; அண்ணம்

palatial /pəˈleɪʃl/ *adj.* (about a room or building) like a palace; extremely large and spacious (அறை அல்லது கட்டடம் வகையில்) அரண்மனை போன்று மிகப்பெரிதாகவும் விசாலமாகவும் உள்ள *a palatial house*

pale /peɪl/ *adj.* **1** (used about a person or his/her face) having skin that is light in colour, often because of fear or illness (ஓராள் அல்லது அவரது முகம் பற்றிக் குறிப்பிடுகையில்) பெரும்பாலும் அச்சம் அல்லது நோய் காரணமாகத் தோல் நிறம் குன்றிய; வெளிறிய; வெளுத்த *She has a pale complexion.* • *I felt myself go/turn pale with fear.* ⇨ **pallor** noun மற்றும் **pallid**

adjective பார்க்க. **2** not bright or strong in colour ஒளிர்வற்ற; மங்கலான; ஒளி மங்கிய *a pale yellow dress* ✪ OPP **dark** ▶ **pale** *verb* [I]

palette /ˈpælɪt/ *noun* **1** a small thin board with a curved edge on which an artist mixes colours while painting, with a hole for the thumb to hold it ஓவியர் ஓவியம் தீட்டும்போது வண்ணக் கலப்புக்குப் பயன்படுத்தும், கைப் பெருவிரலை உள் விடுவதற்கான துளையுடன் கூடிய மெல்லிய, வளைந்த விளிம்புடைய பலகை; ஓவியர் வண்ணத் தட்டு **2** [*usually sing.*] the colours used by a particular artist or the colours in a particular painting குறிப்பிட்ட ஓவியர் பயன்படுத்தும் வண்ணங்கள் அல்லது குறிப்பிட்ட ஓர் ஓவியத்திலிருக்கும் வண்ணங்கள் *Browns, greens, and blues are typical of Leonardo da Vinci's palette.* **3** the range of colours that are available in a computer program ஒரு கணினி நிரலில் கிடைக்கக் கூடிய வண்ணச்சாயல்களின் தொகுதி

pall /pɔːl/ *verb* [I] to become less interesting or important ஆர்வத் தூண்டுதல் அல்லது முக்கியத்துவம் குறைபடு; சுவையற்றுப்போ *After a few months, the excitement of his new job began to pall.*

pallid /ˈpælɪd/ *adj.* (used about a person or his/her face) light in colour, especially because of illness (ஓராள் அல்லது அவரது முகம் பற்றிக் கூறுகையில்) குறிப்பாக நோய் காரணமாகத் தோல் நிறம் குன்றிய; வெளிறிய; வெளுத்த *His pallid complexion made him look unhealthy.* ➪ **pale** பார்க்க.

pallor /ˈpælə(r)/ *noun* [U] pale colouring of the face, especially because of illness or fear குறிப்பாக நோய் அல்லது அச்சம் காரணமாக முகம் அடையும் வெளிறிய நிறம்

palm¹ /pɑːm/ *noun* [C] **1** the flat, inner surface of your hand கையின் தட்டையான உட்பரப்பு; உள்ளங்கை *She held the coins tightly in the palm of her hand.* ➪ **body** பதிவில் படம் பார்க்க. **2** (*also* **palm tree**) a tall straight type of tree that grows in hot countries. Palms have a lot of large leaves at the top but no branches உச்சியில் அகல் விரிவான இலைகள் நிறைந்த, கிளைகள் அற்ற, உயரமாக நெடுங்குத்தாக வெப்ப நாடுகளில் வளரும் மர வகை; தென்னை, பனை முதலிய ஒற்றைத் தடி மரவகை; புல்லின மரம் ➪ **plant** பதிவில் படம் பார்க்க.

palm² /pɑːm/ *verb*

PHR V **palm sb off (with sth)** (*informal*) to persuade sb to believe sth that is not true in order to stop him/her asking questions or complaining ஒருவர் கேள்விகள் கேட்பதை அல்லது குறை கூறுவதைத் தடுக்கும் பொருட்டுத் திறமையாகப் பேசி உண்மையல்லாத ஒன்றை அவர் நம்புமாறு செய்

palm sth off (on sb) to persuade sb to accept sth that he/she does not want ஒருவர் விரும்பாத ஒன்றை ஏற்றுக்கொள்ள அவரை இணங்க வை *She's always palming off the worst jobs on her assistant.*

palmist /ˈpɑːmɪst/ *noun* [C] a person who practices palmistry கைரேகை சாத்திர நிபுணர்

palmistry /ˈpɑːmɪstri/ *noun* [U] the art or practice of telling fortunes and describing the character of a person by looking at the lines and marks on the palm of the hand ஒருவருடைய உள்ளங்கைகளிலுள்ள கோடுகளையும் குறிகளையும் பார்த்து அவரது வருங்காலத்தையும் அவர் எத்தகையவர் என்பதையும் விவரிக்கும் கலை; கைரேகை சாத்திரம்

palm oil *noun* [U] oil that we get from the fruit of a **palm tree** that is used in cooking and in making soap, candles, etc. புல்லின மரத்தின் கனியிலிருந்து பெறப்படுவதும் சமையலிலும் சோப்பு, மெழுகுவர்த்திகள் முதலியவற்றின் தயாரிப்பிலும் பயன்படுத்தப்படுவதுமான எண்ணெய்; பனையின மர எண்ணெய்

palmtop /ˈpɑːmtɒp/ *noun* [C] (*computing*) a very small computer that can be held on the **palm** of one hand உள்ளங்கையில் வைத்துக்கொள்ளத்தக்க சிற்றளவுடைய கணிப்பொறி வகை; அகைக் கணினி ➪ **desktop** மற்றும் **laptop** பார்க்க.

palpitate /ˈpælpɪteɪt/ *verb* [T] (of the heart) to beat rapidly and/or irregularly, especially because of fear or excitement (இதயம்) குறிப்பாக அச்சம் அல்லது பதற்றம் காரணமாக, விரைவாக மற்றும்/அல்லது சீரற்ற முறையில் அடித்துக்கொள்; துடி

palpitation /ˌpælpɪˈteɪʃn/ *noun* [C] (*usually* **palpitations**) rapid or irregular beating of your heart caused by fear or excitement அச்சம் அல்லது பதற்றத்தினால் ஏற்படும் விரைவான அல்லது சீரற்ற முறையிலான இதயத் துடிப்பு

palsy /ˈpɔːlzi/ = **cerebral palsy**

paltry /ˈpɔːltri/ *adj.* too small to be considered important or useful முக்கியமானதாக அல்லது பயனுடையதாகக் கருத இயலாதவாறு சிறிதான; சிறுதிறமான; அற்பமான *a paltry sum of money*

the pampas /ˈpæmpəs/ *noun* [*sing.*] the large area of land in South America that has no trees and is covered in grass தென் அமெரிக்காவில் உள்ள மரங்கள் அற்றுப் புல் நிறைந்த பரந்த சமவெளிப் பகுதி

pamper /ˈpæmpə(r)/ *verb* [T] to take care of sb very well and make him/her feel as comfortable as possible ஒருவரை மிக நல்ல முறையில் பேணி அவர் நிறைவான இன்னல உணர்வு கொள்ளச் செய்; மிகு சலுகை வழங்கிச் சீராட்டு; செல்லங்கொடு

pamphlet /'pæmflət/ *noun* [C] a very thin book with a paper cover containing information about a particular subject குறிப்பிட்ட பொருள்/துறை பற்றிய தகவல் தாங்கிய தாளுறை இடப்பட்ட சிற்றளவிலான நூல்; சிற்றேடு; துண்டு வெளியீடு

pan /pæn/ *noun* [C] a metal container with a handle or handles that is used for cooking food in; the contents of a pan உணவு சமைக்கப் பயன்படுத்தப்படும் கைப்பிடி அல்லது கைப்பிடிகள் கொண்ட உலோகக் கொள்கலம்; கொதிகலத் தட்டம்; இத்தட்டத்திலுள்ள பொருள்கள் *Cook the noodles in a large pan of boiling water.*

pans

pan- /pæn/ *prefix* (*used in adjective and nouns*) including all of sth; connected with the whole of sth ஒன்றின் அனைத்தையும் உள்ளடக்கிய; ஒன்றின் முழுமையும் சார்ந்த; அனைத்துமான *pan-African*

panacea /ˌpænə'si:ə/ *noun* **panacea (for sth)** something that will cure all diseases, and solve all problems and difficulties; a universal remedy எல்லா நோய்களையும் சரிப்படுத்தி எல்லாப் பிரச்சினைகளையும் இடர்களையும் தீர்க்கும் ஒன்று; முழு மொத்த நிவாரணம் *Education is the panacea for all social evils.*

pancake /'pænkeɪk/ *noun* [C] a type of very thin round cake that is made by frying a mixture of flour, milk and eggs (**batter**) மாவு, பால் மற்றும் முட்டைகளைக் குழைத்துப் பொரித்து வட்ட வடிவில் தயாரிக்கப்படும் மிக மெலிதான கேக் வகை

panchayat *noun* [C] (in India) the local governing body of a village; a village council (இந்தியாவில்) ஒரு கிராமத்தின் அல்லது கிராமங்களின் சிறு தொகுதியின் உள்ளாட்சிக்குப் பொறுப்பான குழு; ஊராட்சி மன்றம்; பஞ்சாயத்து

pancreas /'pæŋkriəs/ *noun* [C] an organ near the stomach that produces the substance that controls the amount of sugar in the blood (**insulin**) and which helps your body to deal with (**digest**) the food you eat குருதியிலுள்ள சர்க்கரையின் அளவைக் கட்டுப்படுத்துவதும் செரிமானத்திற்கு உதவுவதுமான சுரப்பு நீர் சுரக்கும், இரைப்பைக்கு அருகிலுள்ள உறுப்பு; கணையம் ▶ **pancreatic** /ˌpæŋkri'ætɪk/ *adj.*

panda /'pændə/ *noun* [C] a large black and white bear that comes from China கருமையும் வெண்மையும் கலந்த நிறமுள்ள பெரிய சீன நாட்டுக் கரடி வகை

pandemic /pæn'demɪk/ *noun* [C] a disease that spreads over a whole country or the whole world நாடு முழுதும் அல்லது உலக முழுதும் பரவக்கூடிய தொற்று நோய்; பெரும் கொள்ளை நோய் ▶ **pandemic** *adj.* ⇨ **endemic** மற்றும் **epidemic** பார்க்க.

pandemonium /ˌpændə'məʊniəm/ *noun* [U] a state of great noise and confusion பெரும் கூச்சலும் குழப்பமும் காணப்படும் நிலை; அமளி

pander /'pændə(r)/ *verb*

PHR V **pander to sb/sth** to do or say exactly what sb wants especially when this is not reasonable ஒருவர் விரும்புவதை, குறிப்பாக நியாயமில்லாத ஒன்றை, அவ்வாறே செய் அல்லது கூறு; ஒருவரது விருப்பம் போல் நடந்துகொள் *He refuses to pander to his boss's demands.*

pane /peɪn/ *noun* [C] a piece of glass in a window, etc. சன்னல் முதலியவற்றில் பொருத்தப்படும் கண்ணாடிப் பாளம்; கண்ணாடித் தகடு *a windowpane*

panel /'pænl/ *noun* [C] **1** a square or rectangular piece of wood, metal or glass that forms part of a door or wall கதவு அல்லது சுவரின் பகுதியாக அமையும் சதுர அல்லது நீள் சதுர வடிவான மர, உலோக அல்லது கண்ணாடித் துண்டு **2** [*with sing. or pl. verb*] a group of people who give their advice or opinions about sth; a group of people who discuss topics of interest on television or radio ஒன்று குறித்து அறிவுரை அல்லது கருத்துரை கூறும் குழு; ஆலோசனைக் குழு; தொலைக்காட்சி அல்லது வானொலியில் மக்களுக்கு ஆர்வம் ஊட்டும் பொருண்மைகள் பற்றிக் கலந்துரையாடும் குழு *a panel of judges* (= in a competition) **3** a flat surface that contains the equipment for controlling a vehicle, machine, etc. ஊர்தி, விசைப்பொறி முதலியவற்றின் கட்டுப்பாட்டுக் கருவிகளைத் தாங்கியுள்ள தட்டையான பரப்பு; தாங்குதளம் *a control/display panel*

panelling (*AmE* **paneling**) /ˈpænəlɪŋ/ *noun* [U] square or rectangular pieces of wood used to cover and decorate walls, ceilings, etc. சுவர்கள், மேற் கூரைகள் முதலியவற்றுக்கு மறைப்பாகவும் அழகூட்டவும் பயன்படுத்தப்படும் சதுர அல்லது நீள் சதுர வடிவ மரத் துண்டுகள்

panellist (*AmE* **panelist**) /ˈpænəlɪst/ *noun* [C] a member of a **panel 2** ஆலோசனைக் குழு அல்லது தொலைக்காட்சி/வானொலி கலந்துரையாடல் குழு உறுப்பினர்

pang /pæŋ/ *noun* [C, *usually pl.*] a sudden strong feeling of emotional or physical pain திடீரெனத் தோன்றும் கடுமையான உள்ளம் அல்லது உடல் சார்ந்த வலி; மன வேதனை; சுரீர் நோவு *hunger pangs • a pang of jealousy*

panic /ˈpænɪk/ *noun* [C, U] a sudden feeling of fear that cannot be controlled and stops you from thinking clearly தெளிவான சிந்தனையைத் தடைப்படுத்தக் கூடியதும் கட்டுப்படுத்த முடியாததுமான திடீர் அச்ச உணர்வு; கலவர உணர்ச்சி; கிலி; திகில் *People fled* ***in panic*** *as the fire spread. • There was a mad panic when the alarm went off.* ▶ **panic** *verb* [I] (**panicking; panicked**) *Stay calm and don't panic.*

panic-stricken /ˈpænɪk strɪkn/ *adj.* very frightened in a way that stops you from thinking clearly தெளிவான சிந்தனை தடைப்படும் முறையில் பெரும் அச்ச உணர்வுக்கு ஆட்பட்ட; பீதி அடைந்த; திகிலுற்ற; மருட்சியடைந்த

panorama /ˌpænəˈrɑːmə/ *noun* [C] a view over a wide area of land ஒரு பரந்த நிலப்பரப்பு பார்வையில் படும்படியான காட்சி; அகல் பரப்புக் காட்சி ▶ **panoramic** /ˌpænəˈræmɪk/ *adj.*

pant /pænt/ *verb* [I] to breathe quickly, for example after running or because it is very hot விரைவாக உயிர்ப்பியக்கம் செய்; மூச்சுவாங்கு ▶ **pant** *noun* [C]

panther /ˈpænθə(r)/ *noun* [C] a large wild animal of the cat family with black fur பூனைக் குடும்பத்தைச் சார்ந்த கரு நிற மென்மயிருடைய பெரிய காட்டு விலங்கு வகை; சிறுத்தை ➪ **lion** பதிவில் படம் பார்க்க.

panties /ˈpæntiz/ (*AmE*) = **knickers**

pantomime /ˈpæntəmaɪm/ *noun* [C, U] **1** (*also* **panto** /ˈpæntəʊ/) (*BrE*) a type of play for children, with music, dancing and jokes, that is usually performed at Christmas. Pantomimes are based on traditional children's stories (**fairy stories**) வழக்கமாகக் கிறிஸ்துமஸ் பண்டிகையின் போது நிகழ்த்தப்படும் மரபு வழிப்பட்ட கதைகளை அடியொற்றிய, இசை, நடனம், நகையாடல் ஆகியவை உள்ளடங்கிய சிறாருக்கான நாடக வகை **2** (*AmE*) = **mime**

pantry /ˈpæntri/ *noun* [C] (*pl.* **pantries**) a small room where food is kept உணவு இருப்பு வைப்பதற்குரிய சிறு அறை; உணவு சேம அறை ✪ SYN **larder**

pants /pænts/ *noun* [*pl.*] **1** (*BrE*) = **underpants** **2** (*AmE*) = **trousers**

pantyhose /ˈpæntihəʊz/ (*AmE*) = **tights**

papad *noun* [C, U] a thin, crisp South Asian food item that is made from ground lentils. It is eaten after being roasted or deep fried in oil பருப்பு வகைகளை அரைத்துச் செய்யப்படும் மெல்லிய, மொறுமொறுப்பான தெற்காசிய உணவுப் பண்டம்; பப்படம்; அப்பளம். இது அடுப்பில் வாட்டியோ எண்ணெய்யில் பொரித்தோ உண்ணப்படும்.

paparazzi /ˌpæpəˈrætsi/ *noun* [*pl.*] photographers who follow famous people around in order to get pictures of them to sell to a newspaper or magazine புகழ் பெற்றவர்களைப் படமெடுத்துப் பத்திரிகைகளுக்கு விற்பதற்காக அவர்களைப் பின்தொடரும் தனிமுறை நிழற்படக் கலைஞர்கள்

papaya /pəˈpaɪə/ (*also* **pawpaw** /ˈpɔːpɔː/) *noun* [C] a large tropical fruit which is sweet and orange inside and has small black seeds பப்பாளிப் பழம்

paper /ˈpeɪpə(r)/ *noun* **1** [U] a material made in thin sheets that you use for writing or drawing on, covering things, etc. காகிதம்; தாள் *a piece/sheet of paper • a paper plate*

> NOTE **Filter paper**, **tissue paper**, **toilet paper**, **writing paper** முதலியவை தாள் வகைகளில் அடங்கும்.

2 [C] = **newspaper**[1] *Where's today's paper?*

> NOTE **Paper shop**-இல் (செய்தித்தாள் கடையில்) அல்லது **newsagent's**-இல் (பத்திரிகை விற்பனையாளரின் கடையில்) செய்தித்தாள் வாங்குகிறோம்.

3 papers [*pl.*] important letters or pieces of paper that have information written on them முக்கியமான கடிதங்கள் அல்லது ஆவணங்கள் *The document you want is somewhere in the pile of papers on her desk.* **4** [C] the written questions or the written answers in an exam ஒரு தேர்வுக்குரிய எழுத்து வடிவிலான வினாக்கள் அல்லது விடைகள்; தேர்வு வினாத்தாள் அல்லது விடைத்தாள்; தேர்வுத்தாள் *The history paper was very tough.* **5** [C] a piece of writing on a particular subject that is written for specialists துறை வல்லுநர்களுக்கென எழுதப்பட்ட குறிப்பிட்ட துறை சார்ந்த கட்டுரை; தனித்துறை ஆய்வுக் கட்டுரை *At the conference, the Professor presented a paper on Sri Lankan poetry.*

IDM **on paper 1** in writing எழுத்துருவில் *I've had nothing on paper to say that I've been* *accepted.* **2** as an idea, but not in a real situation; in theory நடைமுறை மெய்ம்மை சார்ந்திராது, கருத்துருவாக; கோட்பாட்டு நிலையில்; செயல் முறை சாராது *The scheme seems fine on paper, but would it work in practice?*

paperback /ˈpeɪpəbæk/ *noun* [C, U] a book that has a paper cover தாள் மேலட்டையுடைய புத்தகம் *The novel is available **in paperback**.* ➪ **hardback** பார்க்க.

paper boy *noun* [C] a boy who takes newspapers to people's houses வீடு வீடாகச் சென்று செய்தித்தாள் வழங்கும் சிறுவன்; பத்திரிகைச் சிறுவன்

paper clip *noun* [C] a small piece of bent wire that is used for holding pieces of paper together தாள்களை ஒன்றிணைத்துப் பிடிப்பதற்குப் பயன்படுத்தப்படும் வளைவான கம்பித் துண்டு; தாள் பிடிப்பு ஊக்கு; தாள் பற்று ஊக்கு ➪ **stationery** பதிவில் படம் பார்க்க.

paper girl *noun* [C] a girl who takes newspapers to people's houses வீடு வீடாகச் சென்று செய்தித்தாள் வழங்கும் சிறுமி; பத்திரிகைச் சிறுமி

paper tiger *noun* [C] a person or thing that seems dangerous or powerful, but in fact is not ஆபத்தான அல்லது ஆற்றல் மிக்க ஒருவராக/ஒன்றாகக் காணப்படும், ஆனால் உண்மையில் அவ்வாறில்லாத, ஆள் அல்லது பொருள்; காகிதப் புலி

paperweight /ˈpeɪpəweɪt/ *noun* [C] a small heavy object that you put on top of loose papers to keep them in place உதிரித் தாள்கள் ஒழுங்கு மாறாமல் இருப்பதற்காக அவற்றின் மேல் வைக்கப்படும் சிறிய கனமான பொருள்; தாள் இருத்தி

paperwork /ˈpeɪpəwɜːk/ *noun* [U] **1** the written work that is part of a job, such as writing letters and reports and filling in forms, etc. ஒரு பணியின் பகுதியாக அமையும் (கடிதங்கள் எழுதுதல், அறிக்கைகள் தயாரித்தல், விண்ணப்பங்களின் வெற்றிடம் நிரப்புதல் முதலிய) எழுத்து வேலை; தாள்பணி *I hate doing paperwork.* **2** documents that need to be prepared, collected, etc. in order for a piece of business to be completed ஒரு வாணிக/தொழில் நடவடிக்கையின் நிறைவுக்குத் திட்டப்படுத்தப்பட வேண்டிய ஆவணங்கள் *Some of the paperwork is missing from this file.*

paprika /ˈpæprɪkə/ *noun* [U] a red powder made from sweet red pepper that you can use in cooking சமையலில் பயன்படுத்தக் கூடிய, இனிப்பான செந்நிற மிளகாயிலிருந்து தயாரிக்கப்படும் செந்நிறப் பொடி; சிவப்பு மிளகாய்ப் பொடி

papyrus /pəˈpaɪrəs/ *noun* (*pl.* **papyri** /pəˈpaɪriː/) **1** [U] a tall plant with a thick **stem** that grows in water திண்ணிய நடுத்தண்டுடைய உயரமாக வளரும் நீர்த் தாவர வகை; கோரையின நாணற்புல் வகை **2** [U] paper made from the stems of the papyrus plant, used in ancient Egypt for writing and drawing on பண்டைக் கால எகிப்து நாட்டில் எழுதுவதற்கும் படங்கள் வரைவதற்கும் பயன்படுத்தப்பட்ட நாணற்புல்லின் தண்டிலிருந்து தயாரிக்கப்படும் காகிதம் **3** [C] a document or piece of paper made of papyrus நாணற்புல் தாள் அல்லது நாணற்புல் தாளில் எழுதப்பட்ட ஆவணம்

par /pɑː(r)/ *noun* [U] (in golf) the standard number of times a player should hit the ball in order to complete a particular hole or series of holes (குழிப்பந்தாட்டத்தில்) குறிப்பிட்ட ஒரு குழியில் அல்லது வரிசைமுறையிலான குழிகளில் பந்தைச் செலுத்துவதற்காக ஆட்டக்காரர் பந்தை அடிக்கவேண்டிய அடிகளின் வரையறுக்கப்பட்ட எண்ணிக்கை

IDM **below par** (*informal*) not as good or as well as usual வழக்கமான நிலையினும் தாழ்ந்து அல்லது குறைவுற்று

on a par with sb/sth of an equal level, standard, etc. to sb/sth else படிநிலை, தரநிலை முதலியவற்றில் வேறொருவரை/வேறொன்றை ஒத்த நிலையில்; சரிசமமாக; இணையாக

par. (*also* **para.**) *abbr.* paragraph (பத்தி) என்பதன் குறுக்கம்

para- /ˈpærə/ *prefix* (*used in nouns and adjectives*) **1** beyond கடந்ததான; அப்பால் உள்ளதான; அதிகப்படியான *paranormal* **2** similar to but not official or not fully qualified ஒத்த தன்மையுள்ள ஆனால் அதிகாரபூர்வமானதாக அல்லது முழுத் தகுதி உடையதாக இல்லாத; சார்பு நிலையான *a paramedic • paramilitary*

parable /ˈpærəbl/ *noun* [C] a short story that teaches a lesson, especially one told by Jesus in the Bible அறிவுரை வழங்கும் முறையிலான சிறுகதை, குறிப்பாக விவிலிய ஏட்டில் உள்ள இயேசுநாதர் கூறிய கதை; நீதிக்கதை

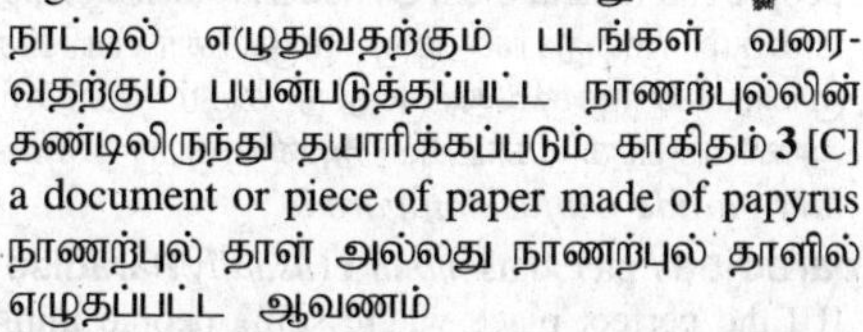

parabola /pəˈræbələ/ *noun* [C] a curve like the path of an object that is thrown through the air and falls back to earth வானத்தில் எறியப்பட்ட ஒரு பொருள் மேற்சென்று திரும்பும் பாதை போன்ற வளை வடிவம்; சாய்மாலை வட்டம்; நீள்வட்டம் ▶ **parabolic** /ˌpærəˈbɒlɪk/ *adj.* *parabolic curves*

parachute /ˈpærəʃu:t/ *noun* [C] a piece of equipment that opens and lets the person fall to the ground slowly when he/she jumps from a plane விமானத்திலிருந்து ஒருவர் குதிக்கும்போது விரிந்து அவர் மெள்ளத் தரையிறங்க உதவக்கூடியதான (குடையமைப்புடைய) செய்கருவி; வான்குடை மிதவை ▶ **parachute** *verb* [I]

parade /pəˈreɪd/ *noun* [C] an occasion when a group of people stand or walk in a line so that people can look at them பார்ப்போர் கவனத்தை ஈர்க்கும் முறையில் ஒரு குழுவினர் வரிசை முறையில் நிற்கும் அல்லது நடக்கும் நிகழ்ச்சி; அணிவகுப்புக் காட்சி; அணிவகுப்பு *a military parade • a fashion parade*

paradise /ˈpærədaɪs/ *noun* **1** (*usually* **Paradise**) [U] the perfect place where some people think that good people go after they die நல்லவர்கள் இறப்புக்குப் பின் செல்லுதற்குரியதாக சிலரால் கருதப்படும் நிறைநலம் வாய்ந்த இடம்; விண்ணுலகு; சுவர்க்கம் ✪ SYN **heaven** **2** [C] a perfect place நிறைநலம் வாய்ந்த ஓரிடம்; குறைபாடற்ற இடம்; பேரின்ப இடம் *This beach is a paradise for windsurfers.*

paradox /ˈpærədɒks/ *noun* [C] a situation or statement with two or more parts that seem strange or impossible together ஒருசேரக் காணும்போது வழக்க மீறியதாக அல்லது இயல்நிலை கடந்ததாகத் தோன்றும், இரண்டு அல்லது இரண்டுக்கு மேற்பட்டவைகள் இணைகூறுகளாக அமைந்துள்ள சூழல் அல்லது கூற்று; முரண் நிலை; முரண் கூற்று *It's a paradox that some countries produce too much food while in other countries people are starving.* ▶ **paradoxical** /ˌpærəˈdɒksɪkl/ *adj.* ▶ **paradoxically** /-ɪkli/ *adv.*

paraffin /ˈpærəfɪn/ (*AmE* **kerosene**) *noun* [U] a type of oil that is burned to produce heat or light எரிந்து ஒளி அல்லது வெப்பம் உண்டுபண்ணக் கூடிய எண்ணெய் வகை; கல்லெண்ணெய்; கன்மெழுகு

paragraph /ˈpærəgrɑ:f/ *noun* [C] a part of a piece of writing that consists of one or more sentences. A paragraph always starts on a new line ஒன்று அல்லது ஒன்றுக்கு மேற்பட்ட வாக்கியங்களை உள்ளடக்கிய கட்டுரைப் பகுதி; பத்தி; ஒரு பத்தி எப்போதும் புதிய வரியுடன் தொடங்கும்.

parakeet /ˈpærəki:t/ *noun* [C] a small bird usually with green feathers and a long tail that lives in hot countries வழக்கமாகப் பச்சை நிற இறக்கைகளும் நீண்ட வாலும் உடைய வெப்ப மண்டல நாடுகளில் காணப்படும் சிறு பறவை; கிளி வகை

parallel¹ /ˈpærəlel/ *adj., adv.* **1 parallel (to sth)** (used about two lines, etc.) with the same distance between them for all their length (இரண்டு கோடுகள் முதலியன வகையில்) அவற்றின் முழு நீளத்திற்கும் ஒரே அளவான இடைத்தொலைவு உடையனவான/உடையனவாக; இணை நிலையான/இணை நிலையாக; இணை போக்குடைய/இணை போக்குடையனவாக *parallel lines • The railway runs parallel to the road.* **2** similar and happening at the same time ஒத்தமைவனவாகவும் ஒரே சமயத்தில் நிகழ்வனவாகவும் உள்ள/ஒத்த தன்மையுடன் ஒரே சமயத்தில் நிகழ்வனவாக; இணையொத்த/இணையொத்து *The two brothers followed parallel careers in different companies.*

parallel² /ˈpærəlel/ *noun* [C, U] a person, thing or situation that is similar to another one in a different situation, place or time வேறொரு சூழலை, இடத்தை அல்லது காலத்தைச் சார்ந்த ஒருவருடன்/ஒன்றுடன் ஒத்தமைபவர்/ஒத்தமைவது; இணை *The government's huge election victory is* ***without parallel*** *this century.*

parallelogram /ˌpærəˈleləgræm/ *noun* [C] (*technical*) a flat shape with four straight sides. The opposite sides are parallel and equal to each other எதிர்ப் பக்கங்கள் இணையாகவும் சம அளவுடையனவாகவும் உள்ள நான்கு நேர்ப்பக்கங்களைக் கொண்ட தட்டையான வடிவம்; இணையகம்

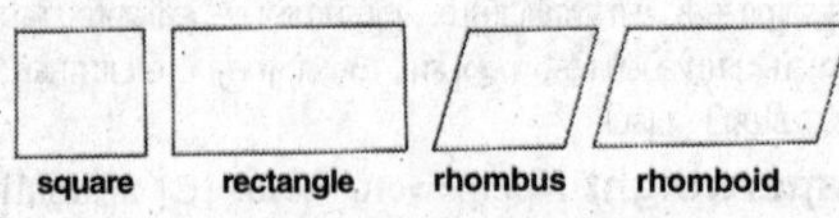

parallelograms

paralyse (*AmE* **paralyze**) /ˈpærəlaɪz/ *verb* [T] **1** to make a person unable to move his/her body or a part of it ஒருவர் உடலை அல்லது உடலின் ஒரு பகுதியை இயக்க முடியாமல் செய் *Lakshmi is paralysed from the waist down.* **2** to make sb/sth unable to work in a normal way ஒருவர்/ஒன்று இயல்பான முறையில் செயல்பட முடியாமல் செய்; செயல் முடக்கு ▶ **paralysis** /pəˈræləsɪs/ *noun* [U] *There has been complete paralysis of the railway system.*

paramedic /ˌpærəˈmedɪk/ *noun* [C] a person who has had special training in treating people who are hurt or ill, but who is not a doctor or nurse மருத்துவராகவோ செவிலியாகவோ அல்லாத, நோயுற்றோருக்கு அல்லது காயமடைந்தவர்களுக்கு மருத்துவம் செய்வதற்கான தனிப்பயிற்சி பெற்றுள்ள ஒருவர்; சார்நிலை அல்லது துணைநிலை மருத்துவப் பணியாளர்

parameter /pəˈræmɪtə(r)/ *noun* [C, *usually pl.*] (*formal*) something that decides or limits the way in which sth can be done ஒரு செயலைச் செய்யத்தக்க முறையை முடிவு செய்யும்

அல்லது வரையறைப்படுத்தும் ஒன்று; பொது நியதி; அளவெல்லை; வரையறை *to set/define the parameters*

paramilitary /ˌpærəˈmɪlətri/ *adj.* organized in the same way as, but not belonging to, an official army அதிகாரபூர்வமான தரைப்படையை ஒத்த தன்மையில் உருவாக்கப்பட்ட ஆனால் தரைப்படையைச் சார்ந்திராத; சார்பு நிலை/துணைநிலைப் படையான *a paramilitary group*

paramount /ˈpærəmaʊnt/ *adj.* (*formal*) most important முதன்மையான; தலையாய; இன்றியமையாத *Safety is paramount in car design.*

Paramvir Chakra *noun* [C, U] India's highest military honour, it is awarded by the Government of India for great courage and bravery in war இந்தியாவின் படைத்துறைக்குரிய உச்ச உயர் கௌரவச் சின்னம்/விருது. இது போரில் காட்டிய பெரும் துணிவு மற்றும் வீரத்திற்குப் பரிசாக இந்திய அரசால் கொடுக்கப்படுகிறது.

paranoia /ˌpærəˈnɔɪə/ *noun* [U] **1** a type of mental illness in which you wrongly believe that other people want to harm you மற்றவர்கள் தனக்குத் தீங்கு செய்ய விரும்புவதாகத் தவறான முறையில் நம்புகிற மன நோய் வகை **2** (*informal*) a feeling of fear and suspicion of other people பிறர் குறித்த இயல்பு மீறிய அச்ச உணர்வும் ஐய உணர்வும்

paranoid /ˈpærənɔɪd/ *adj.* wrongly believing that other people are trying to harm you or are saying bad things about you பிறர் தனக்குத் தீங்கிழைக்க முயல்வதாக அல்லது தன்னைக் குறித்து இகழ்வாகப் பேசுவதாகத் தவறான முறையில் நம்புகிற; பிறரது துன்புறுத்தலுக்கு அல்லது அவமதிப்புக்குத் தான் பொருளாக இருப்பதாக எண்ணி மருள்கிற

paraphernalia /ˌpærəfəˈneɪliə/ *noun* [U] a large number of different objects that you need for a particular purpose குறிப்பிட்ட செயல் நோக்கத்திற்குத் தேவையாக உள்ள பேரளவிலான பல்வேறு வகைப்பட்ட பொருள்கள்; துணைப்பொருட் தொகுதி

paraphrase /ˈpærəfreɪz/ *verb* [T] to express sth again using different words so that it is easier to understand ஒன்றைப் புரிந்து கொள்வதை எளிதாக்கும் பொருட்டு வேறு சொற்களைப் பயன்படுத்தி அதனை மறு ஆக்கம் செய்; பொழிப்புரை செய் ▶ **paraphrase** *noun* [C]

parasite /ˈpærəsaɪt/ *noun* [C] a plant or an animal that lives in or on another plant or animal and gets its food from it. Parasites sometimes cause disease வேறொரு தாவரத்தினுள்/விலங்கினுள் அல்லது தாவரத்தின் மீது/விலங்கின் மீது ஒட்டியிருந்து அதனிடமிருந்து தனது உணவைப் பெற்று வாழும் தாவரம் அல்லது விலங்கு; ஒட்டுயிர்; ஒட்டுண்ணி. ஒட்டுயிர்கள் சில வேளைகளில் நோய் வருவிப்பவைகளாகும். ▶ **parasitic** /ˌpærəˈsɪtɪk/ *adj.*

parasol /ˈpærəsɒl/ *noun* [C] an umbrella that you use to protect yourself from the sun சூரிய வெப்பத்திலிருந்து காப்பாகப் பயன்படுத்தப்படும் குடை; வெயிற் காப்புக் குடை

paratha (*also* **parantha**) *noun* [C, U] a flat thick piece of bread usually made with wheat flour and without yeast. It is often stuffed with vegetables like boiled potatoes, radish or cauliflower and is fried on a **griddle** புளிக்காடி சேர்க்கப்படாத கோதுமை மாவினால் செய்யப்படும் தட்டையான, மேலும் தடிமனான ரொட்டி வகை. இது பெரும்பாலும் வேகவைத்த உருளைக்கிழங்கு, முள்ளங்கி அல்லது காலி.:.ப்ளவர் (பூக்கோசு) முதலிய கறிகாய்கள் உள்ளிடப்பட்டு இரும்புக்கல்லில் எண்ணெய் விட்டு வாட்டப்படும்; ஒரு வகை பரோட்டா

paratrooper /ˈpærətruːpə(r)/ *noun* [C] a soldier in the **paratroops** வான்குடை மிதவைப் படைப் பிரிவிலுள்ள படை வீரர்

paratroops /ˈpærətruːps/ *noun* [*pl.*] soldiers who are trained to jump from planes using a **parachute** வான் குடை மிதவையைப் பயன்படுத்தி விமானத்திலிருந்து குதிப்பதில் பயிற்சியுடைய படைவீரர்கள்

parboil /ˈpɑːbɔɪl/ *verb* [T] to partly cook food, especially vegetables, by boiling காய்கறி போன்ற உணவுப் பண்டங்களைக் கொதிக்கும் நீரில் அரை வேக்காடாகச் சமை

parcel /ˈpɑːsl/ (*AmE* **package**) *noun* [C] something that is covered in brown paper and sent to sb especially by mail பழுப்பு நிற முரட்டுத் தாளால் மூடிக் காப்பு இட்டு ஒருவருக்குக் குறிப்பாக அஞ்சல் முறையில் அனுப்பப்படும் பொருள்; பொட்டலம் ➪ **pack, package, packet** ஆகிய பதிவுகளைப் பார்க்க.

parch /pɑːtʃ/ *verb* [T] (*usually passive*) to make sb/sth hot, dry or thirsty ஒருவரை/ஒன்றை வெம்மைப்படுத்து; வறட்சியூட்டு; உலர்த்து; நீர் வேட்கை கொள்ளச் செய்

parched /pɑːtʃt/ *adj.* very hot and dry, or very thirsty மிகு வெப்பத்தால் வறண்டுபோன; வறட்சி மிக்க; நீர் வேட்கை மிக்க *Can I have a drink? I'm parched!*

parchment /ˈpɑːtʃmənt/ *noun* **1** [U] a material made from the skin of animals such as sheep, calf, goat, etc. This was used in the past for writing on கடந்த காலத்தில் எழுதுவதற்குப் பயன்படுத்தப்பட்ட, செம்மறியாட்டின், கன்றுக்குட்டியின் அல்லது வெள்ளாட்டின் தோலால் ஆன பொருள்; வரைதோல் *parchment scrolls* **2** [C] piece of writing on such material வரைதோலில் எழுதப்பட்ட படைப்பு **3** [U] a thick and stiff yellowish white paper resembling the parchment made from animal skin சற்றே மஞ்சள் நிறமான, வரைதோலைப் போன்ற விரைப்பான கெட்டித்தாள் *a lampshade made of parchment*

pardon[1] /ˈpɑːdn/ (*also* **pardon me**) *exclamation* **1** used for asking sb to repeat what he/she has just said because you did not hear or understand it ஒருவர் சற்று முன் கூறியதைத் தான் கேட்காத அல்லது புரிந்து கொள்ளாத காரணத்தினால் அதனை மீண்டும் கூறுமாறு கேட்கப் பயன்படுத்தப்படுவது **2** used by some people to mean 'sorry' or 'excuse me' 'வருந்துகிறேன்' அல்லது 'மன்னியுங்கள்' அல்லது 'குறுக்கிடுவதற்கு அல்லது எதிர்த்துக் கூறுவதற்கு மன்னிக்க வேண்டும்' என்னும் பொருள்படப் பயன்படுத்தப்படுவது

pardon[2] /ˈpɑːdn/ *noun* [C, U] an official decision not to punish sb for a crime ஒரு குற்றத்திற்காக ஒருவரைத் தண்டிக்காது விட வேண்டுமென்ற அதிகாரபூர்வமான முடிவு; மன்னிப்பு

NOTE **I beg your pardon** என்ற தொடர் 'வருந்துகிறேன்' என்பதைக் கூறும் முறைசார் வழக்காகும்—*Oh, I do beg your pardon. I had no idea this was your seat.* ஒருவர் கூறியதைத் தான் கேட்காத அல்லது புரிந்துகொள்ளாத காரணத்தினால் அதனை மீண்டும் கூறுமாறு கேட்கவும் இத் தொடர் பயன்படுத்தப்படுகிறது.

▶ **pardon** *verb* [T] **pardon sb (for sth/doing sth)**

pare /peə(r)/ *verb* [T] **1 pare sth (off/away)** to remove the thin outer layer of sth ஒன்றின் மெல்லிய மேல் தோலை நீக்கு *First, pare the rind from the lemon.* **2 pare sth (back/down)** to gradually reduce the size or amount of sth ஒன்றின் அளவை அல்லது எண்ணிக்கையைப் படிப்படியாகக் குறை; கொஞ்சம் கொஞ்சமாகச் சிறிதாக்கு *The work force has been* ***pared to the bone*** (= reduced to the lowest possible level). **3** (*BrE*) to cut away the edges of sth, especially your nails, in order to make them smooth ஒன்றின், குறிப்பாக நகங்களின், விளிம்புகளை வெட்டி நீக்கு; ஓரம் நறுக்கு

parent /ˈpeərənt/ *noun* [C] **1** a person's mother or father தாய் அல்லது தந்தை; பெற்றோர்

NOTE தனது குழந்தையை/குழந்தைகளைத் தன்னந்தனியாக வளர்க்கும் தாயை அல்லது தந்தையை **single parent** என்னும் தொடர் குறிக்கும். **Foster-parent** (வளர்ப்புப் பெற்றோர்) என்பது சட்டப்படி தன்னுடையதல்லாத குழந்தையை வளர்த்துப் பேணும் ஒருவரைக் குறிக்கும்.

2 a company that owns smaller companies of the same type ஒத்த வகையான சிறு நிறுவனங்களைத் தனது உடைமையாகக் கொண்டுள்ள நிறுவனம்; தாய் நிறுவனம் *a parent company*

parentage /ˈpeərəntɪdʒ/ *noun* [U] (*formal*) the origin of a person's parents and who they are ஒருவரது பெற்றோர்களின் மரபு மூலமும் அவர்கள் இன்னார் என்பதும்; பெற்றோர் விவரம் *a young American of Indian parentage*

parental /pəˈrentl/ *adj.* (*only before a noun*) of a parent or parents பெற்றோர் அல்லது பெற்றோர்கள் சார்ந்த; பெற்றோருக்குரிய; பெற்றோருடைய *parental support/advice*

parentheses /pəˈrenθəsiːz/ (*AmE*) = **bracket[1]1**

parenthesis /pəˈrenθəsɪs/ *noun*

IDM **in parenthesis** as an extra comment or piece of information மிகைப்படியான குறிப்புரையாக அல்லது தகவலாக

parenthood /ˈpeərənthʊd/ *noun* [U] the state of being a parent பெற்றோராக இருக்கும் நிலை; பெற்றோர் நிலை

parish /ˈpærɪʃ/ *noun* [C] an area or a district which has its own church; the people who live in this area தனக்கெனத் தனியான கிறிஸ்தவத் திருக்கோயிலுள்ள வட்டாரம் அல்லது மாவட்டம்; இவ்வட்டாரத்தில் அல்லது மாவட்டத்தில் வசிப்பவர்கள் *the parish church* ▶ **parishioner** /pəˈrɪʃənə(r)/ *noun* [C]

parity /ˈpærəti/ *noun* [U] **1** (*formal*) **parity (with sb/sth); parity (between A and B)** the state of being equal, especially the state of having equal pay or position சரிசம நிலை, குறிப்பாக ஊதியத்தில் அல்லது பணிநிலையில் சரியொத்த நிலையில் இருத்தல்; சரிசமத்துவ நிலை; ஒப்புமை *Prison officers are demanding pay parity with the police force.* **2** (*technical*) (in finance) the fact of the units of money of two different countries being equal வெவ்வேறான இரு நாடுகளின் நாணய மதிப்பு சரிசமமாக இருத்தல் *to achieve parity with the dollar*

park[1] /pɑːk/ *noun* [C] **1** an open area in a town, often with grass or trees, where people can go to walk, play, etc. ஒரு நகரில் நடைப்பயிற்சி, விளையாட்டு முதலியவற்றுக்காக மக்கள் செல்லுதற்கு உகந்த, பெரும்பாலும் புல் அல்லது மரங்கள் உள்ள திறந்தவெளி; பூங்கா *Let's go for a walk in the park.* **2** (*in compounds*) a large area of land that is used for a special purpose தனிவகைப் பயன்பாடு ஒன்றுக்குரிய பரந்த நிலப்பரப்பு *a national park • a business park • a theme park*

park[2] /pɑːk/ *verb* [I, T] to leave the vehicle that you are driving somewhere for a period of time தான் ஓட்டிச்செல்லும் ஊர்தியை ஒரு நேர அளவுக்கு ஓரிடத்தில் நிறுத்திவை; ஊர்தி நிறுத்தத்தில் தனது ஊர்தியை நிறுத்து *Somebody's parked their car in front of the exit.*

parka /ˈpɑːkə/ *noun* [C] a warm jacket or coat with a part for covering your head (**a hood**) தலைக் கவிகையுடன் கூடிய, கைப்பகுதியுள்ள கதகதப்பாக வைத்திருக்க உதவும் குறுஞ்சட்டை அல்லது புறச்சட்டை

parking /ˈpɑːkɪŋ/ *noun* [U] the action of leaving a car, lorry, etc. somewhere for a time ஒரு நேர அளவுக்கு ஓரிடத்தில் சீருந்து, சுமையுந்து முதலியவற்றை நிறுத்திவிட்டுச் செல்லுதல்; ஊர்தி நிறுத்தி வைத்தல் *The sign said 'No Parking'.*

NOTE பலவான சீருந்துகள் நிறுத்தி வைக்கப்படும் இடம் **car park** எனப்படும். ஒரு சீருந்து நிறுத்தி வைக்கப்படும் இடம் **parking space** எனப்படும்.

parking lot (*AmE*) = **car park**

parking meter *noun* [C] a metal post that you put coins into to pay for parking a car in the space beside it for a period of time சீருந்து நிறுத்துமிடத்தில் ஒரு நேர அளவுக்குச் சீருந்து நிறுத்தி வைப்பதற்கான கட்டணமாக நாணயங்கள் உள்ளிடும் உலோகப் பெட்டி; சீருந்து நிறுத்தக் கட்டணப் பெட்டி

parking ticket *noun* [C] a piece of paper that orders you to pay money (**a fine**) for parking your car where it is not allowed உரியதல்லாத இடத்தில் சீருந்தை நிறுத்தும்போது அபராதக் கட்டணம் செலுத்துமாறு விதிக்கும் சீட்டு

Parkinson's disease /ˈpɑːkɪnsnz dɪziːz/ *noun* [U] a disease that gets worse over a period of time and causes the muscles to become weak and the arms and legs to shake நாளடைவில் கடுமை மிகுந்து தசைத் தளர்ச்சியும் கைகால் நடுக்கமும் உண்டுபண்ணும் நோய் வகை

parliament /ˈpɑːləmənt/ *noun* [C] **1** the group of people who are elected to make and change the laws of a country ஒரு நாட்டுக்குரிய சட்டம் இயற்றும் மற்றும் சட்டத்தில் மாற்றம் செய்யும் பொறுப்புள்ள தேர்ந்தெடுக்கப்பட்ட ஆட்களின் குழு; நாடாளுமன்றம்

NOTE **Parliament** என்னும் சொல் ஒருமையில் வரும்போது, அது ஒருமை அல்லது பன்மை வினையுடன் பயன்படுத்தப்படும்.

2 Parliament [*sing.*] the parliament of India இந்திய நாடாளுமன்றம் *a Member of Parliament (MP)*

NOTE இந்திய நாடாளுமன்றம் மக்களால் நேரடியாகத் தேர்ந்தெடுக்கப்படாத உறுப்பினர்களைக் கொண்ட **Rajya Sabha**-வையும், மக்களால் தங்கள் தொகுதிகளின் (**constituencies**) பிரதிநிதிகளாய் தேர்ந்தெடுக்கப்பட்ட உறுப்பினர்களைக் கொண்ட **Lok Sabha**-வையும் உள்ளடக்கியது.

parliamentary /ˌpɑːləˈmentri/ *adj.* (*only before a noun*) connected with parliament நாடாளுமன்றம் தொடர்பான; நாடாளுமன்றத்திற்குரிய

parlour (*AmE* **parlor**) /ˈpɑːlə(r)/ *noun* [C] **1** (*old-fashioned*) a sitting-room in a private house for entertaining visitors, etc. ஓய்வாக அமர்தல், காண வருவோரை உபசரித்தல் முதலியவற்றுக்கான தனியார் வீட்டிலுள்ள ஓர் அறை; வரவேற்பறை; வீட்டின் முகப்பறை *She led him to the parlour and asked him to be seated.* **2** (*in compounds*) a shop or store that provides specified goods or services குறிப்பிட்ட வகையான பொருள்கள் அல்லது சேவைகள் வழங்கும் கடை *ice-cream parlour • a beauty parlour*

parody /ˈpærədi/ *noun* [C, U] (*pl.* **parodies**) a piece of writing, speech or music that copies the style of sb/sth in a funny way சிரிப்பூட்டும் முறையில் ஒருவரது/ஒன்றின் பாணியைப் பார்த்துப் பின்பற்றும் எழுத்து, பேச்சு அல்லது இசை; நையாண்டிப் போலி; கிண்டல் போலிமைப் படைப்பு *a parody of a spy novel* ▶ **parody** *verb* [T] (*pres. part.* **parodying**; *3rd person sing. pres.* **parodies**; *pt, pp* **parodied**)

parole /pəˈrəʊl/ *noun* [U] permission that is given to a prisoner to leave prison early on the condition that he/she behaves well நன்னடத்தை உறுதிமொழியின் பேரில் தண்டனை முடிவுக் காலத்திற்கு முன் ஒரு சிறைக்கைதி விடுவிக்கப்படுவதற்கான அனுமதி; நன்னடத்தை உறுதிமொழியின் பேரிலான விடுதலை *He's going to be released* ***on parole***.

parrot /ˈpærət/ *noun* [C] a type of tropical bird with a curved beak and usually with very bright feathers. Parrots that are kept as pets can be trained to repeat what people say வளைந்த அலகும் வழக்கமாகப் பளபளப்பான வண்ண இறகுகளும் உடைய வெப்ப மண்டலப் பறவை வகை; கிளி; செல்லப் பறவைகளாக வளர்க்கப்படும் கிளிகள் சொல்வதைத் திரும்பச் சொல்லப் பழக்கப்படுத்தக் கூடியவை

parrot-fashion *adv.* without understanding the meaning of sth (கற்றல் அல்லது திரும்பக் கூறுதல் வகையில்) ஒன்றின் பொருளைப் புரிந்துகொள்ளாமல்; இயந்திரப் பாங்கில் *to learn sth parrot-fashion*

Parsee (*also* **parsi**) *noun* [C] a follower of **Zoroastrianism** whose ancestors originally came to India from Persia in the 7th and the 8th centuries AD பார்சி சமயத்தவர்; குறிப்பாக கி.பி.7-8-ஆம் நூற்றாண்டுகளில் பாரசீகத்திலிருந்து வந்து இந்தியாவில் குடியேறியவர்களின் மரபு வழியில் வந்தவர்; பார்சி

parsley /ˈpɑːsli/ *noun* [U] a plant (**herb**) with very small leaves that are used for adding taste to or decorating food நறுஞ்சுவைக்காக அல்லது அழகுக்காக உணவுடன் சேர்க்கப்படும் சிற்றிலைகளையுடைய தாவர வகை

parsnip /ˈpɑːsnɪp/ *noun* [C] a long thin white vegetable, that grows under the ground நிலத்தடியில் வளரும் நீண்டு மெலிதான வெண்ணிறக் கறிகாய்க் கிழங்கு வகை

part[1] /pɑːt/ *noun* **1** [C, U] **(a) part (of sth)** one of the pieces, areas, periods, things, etc. that together with others forms the whole of sth; some, but not all of sth (பொருள், இடம், காலம் முதலியவை வகையில்) ஒரு முழுமையின் பகுதிகளில் ஒன்று; பகுதி; துண்டு; கூறு; பிரிவு *Which part of India do you come from?* • *The film is good* ***in parts***. • ***spare parts*** *for a car* **2** [C] a role or character in a play, film, etc. நாடகம், திரைப்படம் முதலியவற்றின் கதைப் பாத்திரம் அல்லது பாத்திரப் பாங்கு/நடிப்புப் பகுதி *He played the part of Macbeth.* **3 parts** [*pl.*] a region or area வட்டாரம் அல்லது நில/நாட்டுப் பகுதி *Are you from these parts?* **4** [C] a section of a book, television series, etc. நூல், தொலைக்காட்சித் தொடர் முதலியவற்றின் பாகம், பகுதி அல்லது பிரிவு *You can see part two of this programme at the same time next week.* **5** [C] an amount or quantity (of a liquid or substance) (நீர்மம் அல்லது பொருள் வகையில்) ஓர் அளவுக் கூறு அல்லது எண்ணிக்கை அளவு; பாகம்; கூறு *Use one part cleaning fluid to ten parts water.*

IDM the best/better part of sth most of sth; more than half of sth, especially a period of time ஒன்றின் பெரும்பான்மை அளவு; குறிப்பாகக் கால அளவு வகையில் பாதிக்கு மேற்பட்ட பகுதி *They've lived here for the best part of forty years.*

for the most part usually or mostly வழக்கமாக; பொதுவாக; பெரும்பாலும்; அநேகமாக

for my, his, their, etc. part speaking for myself, etc.; personally (என்னை, அவரை, அவர்களை,...) பொருத்த மட்டில்; பற்றிய வரையில்

have/play a part (in sth) to be involved in sth ஒன்றில் தொடர்புற்றிரு; பங்கு கொண்டிரு

in part not completely முழுதுமாக அல்லாமல்; பகுதியளவாக; குறையளவில் *The accident was, in part, the fault of the driver.*

on the part of sb/on sb's part made, done or felt by sb ஒருவரால் உருவாக்கப்பட்ட, செய்யப்பட்ட அல்லது கருதப்பட்ட; ஒருவர் சார்ந்த *There is concern on the part of the teachers that class sizes will increase.*

take part (in sth) to join with other people in an activity ஒரு செயலில் பிறருடன் இணைந்திரு; பங்குகொள் *Everybody took part in the discussion.*

part[2] /pɑːt/ *verb* **1** [I, T] (*formal*) **part (sb) (from sb)** to leave or go away from sb; to separate people or things ஒருவரை விட்டு நீங்கிச் செல்; பிரிந்து செல்; ஆட்களை அல்லது பொருள்களைப் பிரி *We exchanged telephone numbers when we parted.* **2** [I, T] to move apart; to make things or people move apart (பொருள்கள் அல்லது ஆட்கள் வகையில்) விலகி நில்; விலகிப் போ; பிரிவுறு; பிரித்து வை *Her lips were slightly parted.* **3** [T] to separate the hair on the head with a comb so as to make a clear line தெளிவான ஓர் இடைக்கோடு தோன்றுமாறு தலைமுடியைச் சீப்பால் பிரிவினைப்படுத்து; வகிரெடு *She parts her hair in the middle.* ⇨ **parting** பார்க்க.

IDM part company (with sb/sth) to go different ways or to separate after being together கூடியிருந்த பின் அவரவர்/அதனதன் வழியில் செல்; கலைந்து செல்

PHR V part with sth to give or sell sth to sb ஒருவருக்கு ஒன்றைக் கொடு அல்லது விற்பனை செய் *When we went to live in Mumbai, we had to part with our dogs.*

part[3] /pɑːt/ *adv.* not completely one thing and not completely another முழுமையாக ஒன்றாகவோ மற்றொன்றாகவோ இல்லாது; பகுதியாக *She's part Russian and part Chinese.*

partake /pɑːˈteɪk/ *verb* [I] (*pt.* **partook** /-ˈtʊk/ (*old-fashioned*) **1 (partake of sth)** to eat or drink something (உணவு, பானம் வகையில்) சாப்பிடு அல்லது குடி *Would you care to partake of some fruit juice and a piece of cake?* **2 (partake in sth)** to join in some activity ஒரு செயல்பாட்டில் சேர்ந்துகொள் *They preferred not to partake in golfing.*

part exchange *noun* [U] a way of buying sth, such as a car, in which you give your old one as some of the payment for a more expensive one விலை மதிப்புக் கூடிய புதிய சீருந்து போன்ற ஒரு பொருளின் விலையில் ஒரு பகுதியை ஈடுகட்ட, தனது பழைய பொருளை விற்பனையாளரிடம் கொடுத்துவிடும் முறையிலான பொருள் வாங்கு முறை; பகுதிப் பரிமாற்ற முறை

partial /ˈpɑːʃl/ *adj.* **1** not complete முழுமையாயிராத; பகுதியளவான; பகுதியான *The project was only a partial success.* **2** (*old-fashioned*) **partial to sb/sth** liking sth very much ஒன்றில் மிக்க விருப்பம் கொண்டுள்ள *He's very partial to ice cream.* ► **partially** *adv.*

partiality /ˌpɑːʃiˈæləti/ *noun* [U] (*formal*) the unfair support of one person, team, etc. above another நியாயமற்ற முறையில் ஓர் ஆள், அணி முதலியவற்றுக்கு அளிக்கும் மற்றவருக்கு/மற்றதற்கு அளிப்பதை விட மேலான ஆதரவு; ஒருதலைச் சார்பு; ஓரவஞ்சனை; பாரபட்சம் *The referee was accused of partiality towards the home team.* ✪ OPP **impartiality** ⇨ **impartial** பார்க்க.

participant /pɑːˈtɪsɪpənt/ *noun* [C] a person who takes part in sth ஒன்றில் பங்குகொள்பவர்; கலந்துகொள்பவர்

participate /pɑːˈtɪsɪpeɪt/ *verb* [I] **participate (in sth)** to take part or become involved in sth ஒன்றில் பங்குகொள்; இணைவுறு; கலந்துகொள் *Students are encouraged to participate in sporting activities.* ▶ **participation** /pɑːˌtɪsɪˈpeɪʃn/ *noun* [U]

participle /ˈpɑːtɪsɪpl; ˌpɑːˈtɪsipl/ *noun* [C] (*grammar*) a word that is formed from a verb and that ends in **-ing** (present participle) or **-ed**, **-en**, etc. (past participle). Participles are used to form tenses of the verb, or adjectives வினைச் சொல்லிலிருந்து ஆக்கப்படுவதும் நிகழ்கால வினையெச்ச ஒட்டாகிய **-ing**-ஐக் கொண்டு அல்லது இறந்தகால வினையெச்ச ஒட்டாகிய **-ed**, **-en**, முதலியவற்றைக் கொண்டு முடிவதுமாகிய சொல்; எச்சம். காலம் காட்டும் வினை வடிவங்களை அல்லது பெயரடைகளை ஆக்கிக்கொள்ள எச்ச வடிவங்கள் பயன்படுத்தப்படுகின்றன. *'Hurrying' and 'hurried' are the present and past participles of 'hurry'.*

particle /ˈpɑːtɪkl/ *noun* [C] **1** a very small piece; a bit மிகச் சிறிய கூறு; சிறு துண்டு; துணுக்கு; துகள்; பொடி *dust particles* ➪ **alpha particle** பார்க்க. **2** (*grammar*) a small word that is not as important as a noun, verb or adjective பெயர்ச்சொல், வினைச்சொல் அல்லது பெயரடை அளவுக்கு முக்கியத்துவமற்ற சிறு சொல்; இடைச்சொல் *In the phrasal verb 'break down', 'down' is an adverbial particle.*

particular /pəˈtɪkjələ(r)/ *adj.* **1** (*only before a noun*) used to emphasize that you are talking about one person, thing, time, etc. and not about others மற்றவர்களை/மற்றவைகளைப் பற்றி அல்லாது, ஒரு நபர், பொருள், நேரம் முதலியவற்றைப் பற்றிப் பேசுவதை வலியுறுத்தப் பயன்படுத்தப்படுவது: குறிப்பிட்ட; தனிப்பட்ட *Is there any particular dish you enjoy making?* **2** (*only before a noun*) greater than usual; special வழக்க மீறிப் பெரிதான; தனிச் சிறப்பான; தனிக் கவனத்திற்குரிய; குறிப்பிடத்தக்க *This article is of particular interest to me.* **3** connected with one person or thing and not with others மற்றவர்களுடன்/மற்றவைகளுடன் அல்லாது, ஓர் ஆள், ஒரு பொருள் தொடர்பான; தனி ஒருவருக்கு அல்லது ஒன்றினுக்கு மட்டும் உரிய *Everybody has their own particular problems.* **4 particular (about/over sth)** (*not before a noun*) difficult to please எளிதில் மன நிறைவடையாத; தனி வகை விருப்பச் சார்புகள் உடைய *Some people are extremely particular about what they eat.* ➪ **fussy** பார்க்க.

IDM **in particular** especially தனிப்பட; முக்கியமாக; குறிப்பாக *Is there **anything in particular** you'd like to do this weekend?*

particularly /pəˈtɪkjələli/ *adv.* especially; more than usual or more than others குறிப்பாக; தனிப்பட; வழக்க மீறிய நிலையில்; மற்றவரினும் அதிகமாக *The match was excellent, particularly the second half.*

particulars /pəˈtɪkjələz/ *noun* [*pl.*] (*formal*) facts or details about sb/sth ஒருவர்/ஒன்று குறித்த மெய்ம்மைக் கூறுகள் அல்லது நுணுக்க விவரங்கள்; விவரக் கூறுகள் *The police took down all the particulars about the missing child.*

parting /ˈpɑːtɪŋ/ *noun* **1** [C, U] saying goodbye to, or being separated from, another person (usually for quite a long time) ஒருவரிடமிருந்து விடைபெற்றுக்கொள்ளுதல் அல்லது (வழக்கமாக நீண்ட கால அளவுக்குப்) பிரிந்துசெல்லல்; பிரிவு **2** [C] the line in a person's hair where it is divided in two with a comb தலை முடி சீப்பால் சீவப்பட்டுப் பிரிவுற்று உண்டாகும் கோடு; வகிடு *a side/centre parting* ➪ **part** பார்க்க.

partisan[1] /ˌpɑːtɪˈzæn; ˈpɑːtɪzæn/ *adj.* showing too much support for one person, group or idea, especially without considering it carefully குறிப்பாக, கவனமாக ஆராய்ந்து பார்க்காமல், ஓர் ஆள், ஒரு குழு அல்லது கருத்துக்கு மிகைப்படியான ஆதரவு காட்டுகிற; ஒருதலைச் சார்பான; நடுநிலையற்ற; பட்சபாதமான *Most newspapers are politically partisan.* ▶ **partisanship** *noun* [U]

partisan[2] /ˌpɑːtɪˈzæn; ˈpɑːtɪzæn/ *noun* [C] **1** a person who strongly supports a particular leader, group or idea குறிப்பிட்ட ஒரு தலைவரை, குழுவை அல்லது கருத்தைத் தீவிரமாக ஆதரிப்பவர்; தீவிர ஆதரவாளர் **2** a member of an armed group that is fighting secretly against enemy soldiers who have taken control of its country தனது நாட்டைக் கைப்பற்றியுள்ள பகை வீரர்களுக்கு எதிராக மறைந்திருந்து சண்டையிடும் ஆயுதமேந்திய குழுவின் உறுப்பினர்

partition /pɑːˈtɪʃn/ *noun* **1** [C] something that divides a room, office etc. into two or more parts, especially a thin or temporary wall ஓர் அறை, அலுவலகம் முதலியவற்றை இரண்டு அல்லது இரண்டுக்கு மேற்பட்ட பகுதிகளாகப் பிரிக்கும் கட்டமைப்பு, குறிப்பாக, உறுதியற்ற அல்லது தற்காலிகமான சுவர்; இடைச்சுவர்; இடைத்தடுக்கு; தடுப்புச் சுவர் **2** [U] the division of a country into two or more countries ஒரு நாட்டை இரண்டு அல்லது இரண்டுக்கு மேற்பட்ட நாடுகளாகப் பிரிவினை செய்தல்; நாட்டுப் பிரிவினை ▶ **partition** *verb* [T]

partly /ˈpɑːtli/ *adv.* not completely முழு அளவில் அல்லாது; பகுதியளவாக; பகுதியாக *She was only partly responsible for the mistake.*

partner /ˈpɑːtnə(r)/ *noun* [C] **1** the person that you are married to or live with as if you are married தன்னைத் திருமணம் செய்துகொண்ட அல்லது திருமணமானவர் போன்று தன்னுடன் வாழ்க்கை நடத்தும் ஒருவர்; மணத்துணைவர்; வாழ்க்கைத் துணைவர்; துணைவர்; கணவன்/மனைவி **2** one of the people who owns a business ஒரு வணிக அமைப்பின் உரிமையாளர்களில் ஒருவர்; தொழிற்கூட்டாளி; கூட்டுரிமையாளர்; பங்காளி *business partners* **3** a person that you are doing an activity with as a team, for example dancing or playing a game நாட்டியம், விளையாட்டு, முதலிய அணியாக ஈடுபடும் ஒன்றில் தன்னுடன் இணைந்து செயலாற்றுபவர்; கூட்டாளி; இணையர் **4** a country or an organization that has an agreement with another வேறொரு நாட்டுடன் அல்லது நிறுவனத்துடன் உடன்படிக்கை/ஒப்பந்தம் செய்துகொண்டுள்ள நாடு அல்லது நிறுவனம் ▶ **partner** *verb* [T] *Anil partnered his brother in the doubles, and they won the gold medal.*

partnership /ˈpɑːtnəʃɪp/ *noun* **1** [U] the state of being a partner in business வணிகத் தொழிலில் ஒரு கூட்டாளியாக இருக்கும் நிலை; கூட்டுப் பங்காண்மை *Suchi went into partnership with her sister and opened a shop in Mumbai.* **2** [C] a relationship between two people, organizations, etc. இரு ஆட்கள், நிறுவனங்கள், முதலியவற்றின் இடையிலான தொடர்புடைமை; உறவு; தோழமை *Marriage is a partnership for life.* **3** [C] a business owned by two or more people இரண்டு அல்லது இரண்டுக்கு மேற்பட்ட ஆட்களுக்குச் சொந்தமான வணிகத் தொழில்; பங்காண்மைக் கூட்டு வாணிகம்; கூட்டுப் பங்காண்மைத் தொழில்

part of speech *noun* [C] (*grammar*) one of the groups that words are divided into, for example noun, verb, adjective, etc. (பெயர்ச்சொல், வினைச்சொல், பெயரடை முதலிய) சொற் பகுப்புகளில் ஒன்று; சொல் வகை; சொல்லிணக்கணக் கூறு

partridge /ˈpɑːtrɪdʒ/ *noun* [C] a brown bird with a round body and a short tail, that people hunt for sport or food விளையாட்டு முறையில் அல்லது உணவுக்காக வேட்டையாடப்படும் உருண்டை வடிவ உடலும் குட்டையான வாலும் உடைய பழுப்பு நிறப் பறவை வகை; கௌதாரி

part-time *adj., adv.* for only a part of the working day or week வேலை நாளின் அல்லது வாரத்தின் பகுதி நேரத்திற்கு மட்டுமேயான/மட்டுமேயாக; பகுதி நேரப் பணியான/பணியாக *She's got a part-time job.* ➪ **full-time** பார்க்க.

party /ˈpɑːti/ *noun* [C] (*pl.* **parties**) **1** a social occasion to which people are invited in order to eat, drink and enjoy themselves அழைப்பின் பேரில் கலந்துகொண்டு உணவு மற்றும் பானங்களுடன் மகிழ்ந்து களிக்கும் தோழமை நிகழ்ச்சி; விருந்து நிகழ்ச்சி *to **have a party**.* • *a birthday/dinner party* **2** (*also* **Party**) a group of people who have the same political aims and ideas and who are trying to win elections to parliament, etc. ஒத்த அரசியல் நோக்கங்கள் மற்றும் கருத்துகள் உடையவர்களும் நாடாளுமன்றத் தேர்தல் முதலியவற்றில் போட்டியிடுபவர்களுமான ஒரு குழுவினர்; அரசியல் கட்சி **3** (*often in compounds*) a group of people who are working, travelling, etc. together பணி, பயணம் முதலியவற்றில் ஒன்றிணைந்துள்ள குழுவினர்; பயணக் குழு, தொழிலர் குழு முதலியவை *a party of tourists* **4** (*formal*) one of the people or groups of people involved in a legal case ஒரு சட்ட வழக்கில் தொடர்புற்றுள்ள ஆட்களில் அல்லது குழுக்களில் ஒருவர்/ஒன்று; கட்சி; கட்சியினர்; ஒரு தரப்பினர்; ஒரு சார்பினர் *the guilty/innocent party* ➪ **third party** பார்க்க.

pass[1] /pɑːs/ *verb* **1** [I, T] to move past or to the other side of sb/sth ஒருவரை/ஒன்றைக் கடந்து செல்; தாண்டிச் செல் *The street was crowded and the two buses couldn't pass.* • *I passed him in the street but he didn't say hello.*

> **NOTE** **Pass** என்பதன் இறந்தகால வடிவம் **passed** என்பதாகும், **past** அல்ல. **Past** பெயரடை அல்லது முன்னுருபு ஆகும்—*The summer months passed slowly.* • *The past week was very hot.*

2 [I, T] **pass (sth) along, down, through, etc. (sth)** to go or move, or make sth move, in the direction mentioned குறிப்பிடப்பட்ட திசையில் போ அல்லது நகர்; குறிப்பிடப்பட்ட திசையில் ஒன்றைச் செலுத்து அல்லது நகர்த்து *A plane passed overhead.* • *We'll have to pass the wire through the window.* **3** [T] **pass sth (to sb)** to give sth to sb ஒருவருக்கு ஒன்றைக் கொடு *Could you pass (me) the salt, please?* **4** [I, T] **pass (sth) (to sb)** (in some sports) to kick, hit or throw the ball to sb on your own team (சில வகை விளையாட்டுகளில்) தனது அணியைச் சேர்ந்த ஒருவரை நோக்கிச் செல்லுமாறு பந்தினை உதை, அடி அல்லது எறி **5** [I] (used about time) to go by (கால/நேர வகையில்) கட; செல்; கழி *It was a long journey but the time passed very quickly.* **6** [T] to spend time, especially when you are bored or waiting for sth (குறிப்பாகச் சலிப்புற்று உள்ளபோது அல்லது ஒருவருக்காகக் காத்திருக்கும்போது) நேரம் போக்கு, கழி *I'll have to think of something to do to **pass the time** in hospital.* **7** [I, T] to achieve the necessary standard in an exam, test, etc. ஒரு தேர்வு, சோதனை முதலியவற்றில் தேவையான தர நிலை எய்து; தேர்ச்சியடை *Good luck in the exam! I'm sure you'll pass.* ✪ OPP **fail** **8** [T] to test sb/sth and say that he/she/it is good enough ஒருவரை/ஒன்றைச் சோதித்து அல்லது தேர்வுக்கு உட்படுத்தி அவர்/அது தேவை-யான தரநிலை எய்தியதாகக் கூறு; தேர்ச்சியளி *The examiner passed most of the students.* **9** [T] to officially approve a law, etc. by voting ஒரு சட்டம் முதலியவற்றுக்கு வாக்களிப்பின் மூலமாக அதிகாரபூர்வமான ஏற்பளி அல்லது நிறைவேற்று *One of the functions of Parliament is to **pass** new **laws**.* **10** [T] **pass sth (on sb/sth)** to give an opinion, a judgement, etc. கருத்துக் கூறு; தீர்ப்பளி *The judge passed sentence on the young man* (= said what his punishment would be). **11** [I] to be allowed or accepted ஒன்று அனுமதிக்கப்பெறு; ஏற்றுக்-கொள்ளப்படு *I didn't like what they were saying but I **let it pass**.*

IDM **pass the buck (to sb)** to make sb else responsible for a difficult situation தொல்லை-யான ஒரு நேர்வுக்கு வேறொருவரைப் பொறுப்-பாக்கு; பொறுப்பை வேறொருவரிடம் தள்ளி-விடு

pass water (*formal*) to get rid of waste liquid from your body சிறுநீர் கழி

PHR V **pass away** used as a polite way of saying 'die' இறப்பைக் குறிக்கும் பண்பு நயமான தொடர்; இறந்துபடு; காலமாகு

pass by (sb/sth) to go past கடந்து செல்; தாண்டிச் செல் *I pass by your house on the way to work.*

pass sth down to give or teach sth to people who will live after you have died தனது இறப்புக்குப் பின் வாழ இருப்பவர்களுக்கு ஒன்றைக் கொடு; பிற்காலத்தினருக்கு ஒன்றை விட்டுச் செல்

pass for sb/sth to be accepted as sb/sth that he/she/it is not உண்மையில் அவ்வாறு இல்லாது ஆனால் அத்தகைய ஒருவராக/ஒன்றாக ஏற்றுக்-கொள்ளப்படு *His mother looks so young she'd pass for his sister.*

pass sb/sth off (as sb/sth) to say that a person or a thing is sth that he/she/it is not உண்மையில் ஒரு தன்மையைப் பெற்றிராத ஒருவரை/ஒன்றை அத்தன்மை உடையவர்/உடையது எனக் கூறு; ஒருவரை/ஒன்றை மற்றொருவர்/மற்றொன்று எனக் கூறு *He tried to pass the work off as his own.*

pass sth on (to sb) to give sth to sb else, especially after you have been given it or used it yourself குறிப்பாகத் தான் பயன்கொண்ட பிறகு, ஒன்றை வேறொருவருக்குக் கொடு *Could you pass the message on to Mr Jayawardhane?*

pass out to become unconscious நினைவிழ; மயக்கமடை ✪ SYN **faint** ✪ OPP **come round/to**

pass² /pɑːs/ *noun* [C] **1** a successful result in an exam ஒரு தேர்வில் அடையப்பெறும் நிறை-வான விளைபயன்; தேர்வு வெற்றி; தேர்ச்சி *The pass mark is 50%.* • *Grades A, B and C are passes.* ✪ OPP **fail** **2** an official piece of paper that gives you permission to enter or leave a building, travel on a bus or train, etc. ஒரு கட்டடத்தினுள் செல்ல அல்லது அதிலிருந்து வெளியேற, அல்லது பேருந்து, இருப்பூர்தி முதலியவற்றில் பயணம் செய்ய அனுமதிக்கும் அதிகாரபூர்வமான தாள்; நுழைவுச் சீட்டு; பயணச் சீட்டு *Show your student pass when you buy a ticket.* **3** the act of kicking, hitting or throwing the ball to sb on your own team in some sports சிலவகை விளையாட்டுகளில் தனது அணியைச் சேர்ந்த ஒருவரை நோக்கிப் பந்தினை உதைத்து, அடித்து அல்லது எறிந்து செலுத்துதல் **4** a road or way over or through mountains மலைகளின் மீது அல்லது அவற்றின் ஊடாகச் செல்லும் சாலை அல்லது வழி; கணவாய் *a mountain pass*

passable /ˈpɑːsəbl/ *adj.* **1** good enough but not very good வேண்டிய அளவுக்கு நல்லதான ஆனால் மிகச் சிறந்ததல்லாத; மனநிறை-வளிக்கக் கூடிய; ஓரளவு நல்லதான *My French is not brilliant but it's passable.* **2** (*not before a noun*) (used about roads, rivers, etc.) possible to use or cross; not blocked (சாலைகள், நதிகள் முதலியன வகையில்) பயன்படுத்தத்தக்க; கடந்து செல்லக்கூடிய; அடைபட்டிராத ✪ OPP **impassable**

passage /ˈpæsɪdʒ/ *noun* **1** [C] (*also* **passage-way**) a long, narrow way with walls on either side that connects one place with another இரண்டு இடங்களுக்கு இடையிலான, இரு பக்கமும் சுவர்களுள்ள நீண்ட குறுகலான வழி; நடை *a secret underground passage* **2** [C] a tube in your body which air, liquid, etc. can pass through காற்று, நீர்மம் முதலியவை செல்வதற்கான உடலிலுள்ள குழாய் *the nasal passages* **3** [C] a short part of a book, a speech or a piece of music ஒரு நூல், சொற்பொழிவு அல்லது இசையின் சிறு பகுதி *The students were given a passage from the novel to study.* **4** [*sing.*] the process of passing (ஊடாக/கடந்து) செல்லுதல்; செலவு; பெயர்ச்சி *His painful memories faded with **the passage of time**.*

passbook /ˈpɑːsbʊk/ *noun* [C] a small book containing a record of the money you put into and take out of your savings account at a bank or a post office ஒரு வங்கிக் கணக்கில் அல்லது அஞ்சலகக் கணக்கில் தான் செலுத்திய மற்றும் எடுத்த பணத்தின் விவரங்கள் குறிக்கப்பட்ட சிறு புத்தகம்; பற்றுவரவு ஏடு

passenger /ˈpæsɪndʒə(r)/ *noun* [C] a person who is travelling in a car, bus, train, plane, etc. but who is not driving it or working on it சீருந்து, பேருந்து, இருப்பூர்தி, விமானம் முதலியவற்றில் பயணம் செய்கிற, ஆனால் அதன் ஓட்டுநர் அல்லது பணியாளர் அல்லாத, ஒருவர்; பயணி

passer-by *noun* [C] (*pl.* **passers-by**) a person who is walking past sb/sth ஒருவரை/ஒன்றைத் தாண்டி நடந்து செல்பவர்

passing[1] /ˈpɑːsɪŋ/ *adj.* (*only before a noun*) **1** lasting for only a short time; brief குறுகிய கால அளவு மட்டுமே நீடிக்கிற; சுருங்கிய காலக் கூறு உடைய; சின்னாள் வாழ்வுடைய; இடைவரவான; சுருக்கமான *a passing phase/thought/interest* **2** going past தாண்டிச் செல்கிற; கடந்து செல்கிற *I stopped a passing car and asked for help.*

passing[2] /ˈpɑːsɪŋ/ *noun* [U] the process of going by கடந்து செல்லுதல் *the passing of time* **IDM** **in passing** done or said quickly, while you are thinking or talking about sth else வேறொன்றைப் பற்றிச் சிந்தித்துக்கொண்டு அல்லது பேசிக்கொண்டு இருக்கையில், வேகமாகச் செய்யப்படுவதாக அல்லது கூறப்படுவதாக; தற்செயலான இடைச்செயலாக *He mentioned the house in passing but he didn't give any details.*

passion /ˈpæʃn/ *noun* **1** [C, U] (a) very strong feeling, especially of love, hate or anger (குறிப்பாகக் காதல், வெறுப்பு, சினம் போன்ற) முனைப்பு மிக்க உணர்ச்சி; பெரும்பாலும் கட்டுப்படுத்துதலுக்கு எளிதல்லாத அழுத்தமான உணர்வு *He was a violent man, controlled by his passions.* **2** [*sing.*] **a passion (for sb)** very strong sexual love or attraction தீவிரம் மிக்க காம உணர்ச்சி அல்லது பாலியல் கவர்ச்சி *He longed to tell Shashi of his passion for her.* **3** [*sing.*] **a passion for sth** a very strong liking for or interest in sth ஒன்றின் மீதான தீவிர விருப்பம் அல்லது பற்றார்வம்; பேரார்வம்; உணர்ச்சியார்வம் *He has a passion for history.*

passionate /ˈpæʃənət/ *adj.* **1** showing or caused by very strong feelings அழுத்தமான உணர்ச்சியை வெளிப்படுத்துகிற அல்லது அழுத்தமான உணர்ச்சியால் தூண்டப்பட்ட; தீவிர உணர்ச்சிக்கு ஆட்பட்ட *The President gave a passionate speech about women's liberation.* **2** showing or feeling very strong love or sexual attraction அழுத்தமான காதல் அல்லது காம உணர்ச்சியை வெளிப்படுத்துகிற அல்லது அவ்வுணர்ச்சி கொள்கிற; காதல் அல்லது பாலியல் உணர்ச்சியின் வசப்பட்ட *a passionate kiss* ▶ **passionately** *adv. He believes passionately in democracy.*

passive /ˈpæsɪv/ *adj.* **1** showing no reaction, feeling or interest; not active எதிர்வினை புரியாத, உணர்ச்சியை வெளிப்படுத்தாத அல்லது ஆர்வத் தூண்டுதல் அற்ற; உணர்ச்சி/செயல் முனைப்பற்ற *Some people prefer to play a passive role in meetings.* **2** used about the form of a verb or a sentence when the subject of the sentence is affected by the action of the verb வினைச்சொல் குறிக்கும் செயலின் விளைபயன் எழுவாயைச் சென்று சேரும் நிலையிலான அவ்வினைச்சொல்லின் அல்லது அவ்வினைச்சொல்லை உள்ளடக்கிய வாக்கியத்தின் வடிவ அமைப்பைக் காட்டப் பயன்படுத்தப்படுவது: செயப்பாட்டு வினை சார்ந்த *In the sentence 'He was bitten by a dog', the verb is passive.* **NOTE** 'The verb is in the passive' என்றும் இதனைக் குறிக்கலாம். ➪ **active** பார்க்க. ▶ **passively** *adv.*

Passover /ˈpɑːsəʊvə(r)/ *noun* [*sing.*] [C] the most important Jewish festival, which takes place in spring and lasts seven or eight days வேனிற் பருவத்தில் ஏழு அல்லது எட்டு நாட்கள் நடைபெறும் மிக முக்கியமான யூதர் திருவிழா

passport /ˈpɑːspɔːt/ *noun* [C] **1** an official document that identifies you as a citizen of a particular country and that you have to show when you enter or leave a country குறிப்பிட்ட நாட்டின் குடிமகனாக/குடிமகளாக ஒருவரை அடையாளம் காட்டுவதும் ஒரு நாட்டில் நுழையும்போது அல்லது அந்நாட்டை விட்டு நீங்கிச் செல்லும்போது காட்டப்பட வேண்டியதுமான அதிகாரபூர்வமான ஆவணம்; கடவுச் சீட்டு **2 a passport to sth** a thing that makes it possible to achieve sth ஒரு செயலைச் செய்து முடிப்பதைச் சாத்தியமானதாக்கும் ஒன்று *a passport to success*

password /ˈpɑːswɜːd/ *noun* [C] **1** a secret word or phrase that you need to know in order to be allowed into a place ஓரிடத்தினுள் செல்ல அனுமதிக்கப்படத் தெரிந்திருக்க வேண்டிய மறை குறிப்புச் சொல் அல்லது தொடர்; இரகசியச்சொல் **2** a series of letters or numbers that you must type into a computer or computer system in order to be able to use it ஒரு கணிப்பொறியை அல்லது கணிப்பொறி அமைப்பைப் பயன்பாட்டுக்குக் கொண்டுவருவதற்காக அதில் உள்ளிட வேண்டிய எழுத்துகள் அல்லது இலக்கங்களின் வரிசைத் தொகுதி; கடவுச்சொல் *Please enter your password.*

past[1] /pɑːst/ *adj.* **1** already gone; belonging to a time before the present ஏற்கனவே கழிந்துவிட்ட; நிகழ்காலத்திற்கு முற்பட்ட ஒரு காலத்தைச் சார்ந்த; கடந்த காலத்திற்கு உரிய; கடந்துபோன *in past centuries/times • I'd rather forget some of my past mistakes.* **2** (*only before a noun*) just finished; last சற்று முன்னர் முடிவுற்ற; முந்திய; சென்ற; கடந்த *He's had to work very hard during the past year.*

past² /pɑːst/ *prep., adv.* **1** (used when telling the time) after; later than (நேரத்தைக் குறிப்பிடுகையில்) அடுத்து; பிந்தி; பின்னர்; கடந்து *It's ten (minutes) past three.* • *It was past midnight when we got home.* **2** from one side to the other of sb/sth; further than or on the other side of sb/sth ஒருவருடைய/ஒன்றினது ஒரு பக்கத்திலிருந்து மறு பக்கத்திற்கு; ஒருவரை/ஒன்றைக் கடந்து, தாண்டி; அப்பால்; மறு பக்கத்தில் *He walked straight past me.* • *She looked right past me without realizing who I was.* **3** above or further than a certain point, limit or age (நிலை, எல்லை அல்லது வயது வகையில்) மேல்; கடந்து; அப்பால் *I'm so tired that I'm* ***past caring*** (= I don't care any more) *what we eat.*

IDM **not put it past sb (to do sth)** (used with would) to think sb is capable of doing sth bad மோசமான ஒன்றைச் செய்யக்கூடியவர் என ஒருவரைக் கருது *I wouldn't put it past him to do a thing like that.*

past it (*informal*) too old வயதான; முதுமை அடைந்துவிட்ட; நாட்பட்டுவிட்ட; பயன் கழிந்த

past³ /pɑːst/ *noun* **1 the past** [*sing.*] the time that has gone by; the things that happened before now கடந்த காலம்; சென்ற காலம்; கடந்த காலத்தில் நடந்தவை; கடந்த கால நிகழ்ச்சிகள் *in the recent/distant past* • *The art of writing letters seems to be a thing of the past.* **2** [C] a person's life and career before now ஒருவரது கடந்த கால வாழ்க்கையும் பணியும் *We know nothing about his past.* **3 the past** [*sing.*] = **the past tense**

pasta /ˈpæstə/ *noun* [U] an Italian food made from flour, eggs and water, formed into different shapes, cooked, and usually served with a sauce மாவு, முட்டைகள், நீர் ஆகியவற்றைக் கலந்து வெவ்வேறு வடிவங்களாக்கிச் சமைத்து வழக்கமாகக் கூட்டுச்சாறுடன் பரிமாறப்படும் இத்தாலிய உணவு வகை

paste¹ /peɪst/ *noun* **1** [C, U] a soft, wet mixture, usually made of a powder and a liquid and sometimes used for sticking things வழக்கமாக ஏதாவது தூளுடன் நீர் கலந்து தயாரிக்கப்படுவதும் சில சமயங்களில் ஒட்டுப் பசையாகப் பயன்படுத்தப்படுவதுமான மிருதுவான ஈரத் தோய்வுள்ள கலவை; பிசைந்த ஈர மாவு; கூழ்; களி; பசை *Mix the flour and milk into a paste.* **2** [U] (*usually used in compound nouns*) a soft mixture of food that you can spread onto bread, etc. ரொட்டி முதலியவற்றின் மேல் பரப்பப்படும் இளக்கமான மென்கலவை வகை *fish/chicken paste*

paste² /peɪst/ *verb* [T] **1** to stick sth to sth else using paste or a similar substance (**glue**) பசைக் குழம்பை அல்லது ஒரு பசைப் பொருளைப் பயன்படுத்தி ஒன்றை வேறொன்றோடு சேர்த்து ஒட்டு; பசையிட்டு ஒட்டு **2** (*computing*) to copy or move text into a document from somewhere else ஒரு வாசகத்தை வேறோர் இடத்திலிருந்து பெற்று ஓர் ஆவணத்தில் இணை; ஒட்டு *This function allows you to* ***cut and paste*** *text.*

pastel /ˈpæstl/ *adj.* (used about colours) pale; not strong (நிறங்கள் வகையில்) வெளிறிய; வெளுத்த; முனைப்பாகத் தோன்றாத

pasteurized (*also* **-ised**) /ˈpɑːstʃəraɪzd/ *adj.* (used about milk or cream) free from bacteria because it has been heated and then cooled using a special process (பால் அல்லது பாலேடு வகையில்) தனிவகைச் செயல் முறையைப் பயன்படுத்திச் சூடாக்கிப் பின்னர் குளிரூட்டிப் பதப்படுத்தப்பட்ட; நுண்ணுயிர்கள் நீக்கப்பெற்ற

pastiche /pæˈstiːʃ/ *noun* (*written*) **1** [C] a work of art, piece of writing, etc. that is created by deliberately copying the style of sb/sth else வேறொருவரது/வேறொன்றின் பாணியைத் திட்டமிட்டுப் பின்பற்றி உருவாக்கப்பட்ட கலைப்படைப்பு, கட்டுரை முதலியவை *a pastiche of the classic detective story* **2** [C] a work of art, etc. that consists of a variety of different styles வெவ்வேறு நடைகள் பலவற்றின் கலவையாக அமைந்த கலைப்படைப்பு, முதலியவை; கதம்பப் படைப்பு **3** [U] the art of creating a pastiche கதம்பப் படைப்பை உருவாக்கும் கலை; கதம்பப் படைப்பாக்கம்

pastime /ˈpɑːstaɪm/ *noun* [C] something that you enjoy doing when you are not working பணியில் ஈடுபட்டிராத வேளையில் மகிழ்ந்து செய்யும் ஒரு செயல்; ஓய்வு நேர விருப்பார்வத் தொழில்; ஆர்வ ஈடுபாட்டுக்குரிய பொழுதுபோக்குச் செயல் ✪ SYN **hobby**

pastoral /ˈpɑːstərəl/ *adj.* **1** (connected with the work of a priest or a teacher) giving help and advice on personal matters rather than on matters of religion or education (சமய குரு அல்லது ஆசிரியர் பணி தொடர்பாக) சமயம் அல்லது கல்வி தொடர்பானவை அல்லாது, ஒருவரது தனிப்பட்ட அலுவல்கள் தொடர்பாக உதவியும் அறிவுரையும் வழங்குகிற; ஒருவரது தனிமுறைத் தேவைகளில் அக்கறை செலுத்துகிற **2** connected with pleasant country life இனிமையான நாட்டுப்புற வாழ்க்கை சார்ந்த

past participle ⇨ **participle** பார்க்க.

the past perfect (*also* **the pluperfect**) *noun* [*sing.*] (*grammar*) the tense of a verb that describes an action that was finished before another event happened வேறொரு நிகழ்ச்சி

நடைபெறுவதற்கு முன்னர் முடிவுற்ற நிகழ்வின் காலம் குறிக்கும் வினை வடிவம்; முடிவுற்ற இறந்த காலம்

NOTE இக்காலம் குறித்து மேலும் அறிய அகராதிப் பகுதியை அடுத்துள்ள **Quick Grammar Reference** பகுதியைப் பார்க்க.

pastry /ˈpeɪstri/ *noun* (*pl.* **pastries**) **1** [U] a mixture of flour, fat and water that is rolled out flat and cooked as a base or covering for pies, etc. தட்டையாக உருட்டப்பட்டுப் 'பை' (சினையப்பம்) முதலியவற்றுக்கு அடிப்பகுதியாக அல்லது மூடுபொருளாகப் பக்குவம் செய்யப்படும் மாவு, விலங்கு/தாவர நெய், நீர் ஆகியவற்றின் கலவை **2** [C] a small cake made with pastry மேற்கூறிய கலவையைக் கொண்டு தயாரிக்கப்படும் சிறு கேக் வகை

the past tense (*also* **the past**) *noun* [*sing.*] (*grammar*) the form of a verb used to describe actions in the past கடந்த காலத்திற்குரிய செயல்களைக் குறிக்கப் பயன்படுத்தப்படும் வினை வடிவம்; இறந்த காலம் *The past (tense) of the verb 'come' is 'came'.*

NOTE இக்காலம் குறித்து மேலும் அறிய அகராதிப் பகுதியை அடுத்துள்ள **Quick Grammar Reference** பகுதியைப் பார்க்க.

pasture /ˈpɑːstʃə(r)/ *noun* [C, U] a field or land covered with grass, where cows, etc. can feed பசுக்கள் முதலியன மேய்வதற்குரிய புல் வளர்ந்துள்ள வயல் அல்லது நிலப்பகுதி; மேய்ச்சல் பசும்புல் வயல் அல்லது நிலம்

pasty /ˈpæsti/ *noun* [C] (*pl.* **pasties**) (*BrE*) a small pie containing meat and/or vegetables இறைச்சி மற்றும்/அல்லது காய்கறிகள் உள்ளீடாக உள்ள சிறு 'பை' (சினையப்பம்)

pat¹ /pæt/ *verb* [T] (**patting; patted**) to touch sb/sth gently with a flat hand, especially as a sign of friendship, care, etc. குறிப்பாக நட்புணர்வு, கரிசனம் முதலியவற்றை வெளிப்படுத்தும் முறையில் ஒருவர்/ஒன்றன் மீது தனது விரிந்த கை மென்மையாகப் படும்படிச் செய்; மென்மையாகத் தட்டு

pat² /pæt/ *noun* [C] a gentle friendly touch with a flat hand விரிந்த கையால் ஒருவரை/ஒன்றைத் தோழமை உணர்வுடன் மென்மையாகத் தட்டுதல்; சொட்டு *He gave her knee an affectionate pat.*

IDM **a pat on the back (for sth/doing sth)** approval for sth good that a person has done ஒருவர் செய்த சிறப்பான ஒரு செயலுக்காக அவருக்கு அளிக்கப்படும் ஏற்பாதரவு; அங்கீகாரம் *She deserves a pat on the back for all her hard work.*

pat³ /pæt/ *adj., adv.* (*only before a noun*) (used about an answer, comment, etc.) said in a quick or simple way that does not sound natural or realistic (மறுமொழி, விமர்சனக் கருத்து, முதலியவை வகையில்) இயல்பானதாக அல்லது மெய்யானதாகத் தோன்றாதவாறு விரைவாக அல்லது எளிமையான முறையில் கூறப்படுகிற/கூறப்பட்டு

patch¹ /pætʃ/ *noun* [C] **1 a patch (of sth)** a part of a surface that is different in some way from the area around it ஒரு பரப்பில் சுற்றிலுமுள்ள பகுதியிலிருந்து ஏதோ ஒரு வகையில் மாறுபட்ட அப்பரப்பின் பகுதி; தனித்துத் தோன்றும் இடையிடைப் பகுதி; இடைவெட்டு *Drive carefully. There are patches of ice on the roads.* • *a bald patch* **2** a piece of material that you use to cover a hole in clothes, etc. ஆடைகள் முதலியவற்றில் காணப்படும் ஓட்டைகளுக்கு மறைப்பிடப் பயன்படுத்தப்படும் துண்டுத் துணி; ஒட்டுத் துணி; ஒட்டு *I sewed patches on the knees of my jeans.* **3** a small piece of material that you wear over one eye, usually because the eye is damaged வழக்கமாக ஒரு கண் பழுதுபட்டுள்ளபோது அக்கண் மீது பொருத்தி அணிந்துகொள்ளும் சிறு திரைத் துணி; கண் மறைப்புக் கட்டு **4** a small piece of land, especially for growing vegetables or fruit குறிப்பாக கறிகாய்கள் அல்லது கனிகள் விளைவிப்பதற்கான சிறு நிலப் பகுதி; பாத்தி *a vegetable patch*

IDM **go through a bad patch** (*BrE informal*) to experience a difficult or unhappy period of time தொல்லையான அல்லது மகிழ்வற்ற கால கட்டத்திற்கு ஆட்பட்டிரு

not a patch on sb/sth (*BrE informal*) not nearly as good as sb/sth ஒருவரோடு/ஒன்றுடன் வைத்து ஓரளவேனும் குறிப்பிடத் தக்கதல்லாது; பெரிதும் தாழ்ந்ததாக *Her new book isn't a patch on her others.*

patch² /pætʃ/ *verb* [T] to cover a hole in clothes, etc. with a piece of material in order to repair it ஆடைகள் முதலியவற்றைச் சீர்படுத்த வேண்டி துண்டுத் துணி கொண்டு அவற்றிலுள்ள ஓட்டைகளுக்கு மறைப்பிடு; ஒட்டுப்போடு *patched jeans*

PHR V **patch sth up 1** to repair sth, especially in a temporary way by adding a new piece of material குறிப்பாக, தற்காலிகமாக வேறொரு துண்டை இணைத்து ஒன்றைச் சரிப்படுத்து; துண்டுத் துணுக்குகள் கொண்டு ஒப்பேற்று **2** to stop arguing with sb and to be friends again ஒருவருடனான பூசலை நிறுத்தி அவருடன் மீண்டும் நட்பிணக்கம் கொள்; சமரசப்படு *Have you tried to* ***patch things up*** *with her?*

patchwork /ˈpætʃwɜːk/ *noun* [U] a type of sewing in which small pieces of cloth of different colours and patterns are sewn together வெவ்வேறு நிறங்களிலும் வெவ்வேறு ஒப்பனை

மாதிரிகளிலும் உள்ள துண்டுத் துணிகளை ஒன்றாக இணைத்துத் தைக்கும் தையல் முறை; ஒட்டிணைவுத் தையல்; ஒட்டு வேலை

patchy /ˈpætʃi/ *adj.* **1** existing or happening in some places but not others மற்ற இடங்களில் அல்லாது, ஒரு சில இடங்களில் மட்டும் காணப்படுகிற அல்லது நிகழ்கிற; அங்கொன்றும் இங்கொன்றுமான; சிதறலான *patchy fog/clouds/rain* **2** not complete; good in some parts but not in others முழு நலமுடையதல்லாத; சில பகுதிகளில் மட்டும் தன்னிலையில் உள்ள; ஏற்ற இறக்கமான தரமுடைய *My knowledge of German is rather patchy.*

pâté /ˈpæteɪ/ *noun* [U] food that is made by making meat, fish or vegetables into a smooth, thick mixture that is served cold and spread on bread, etc. இறைச்சி, மீன் அல்லது காய்கறிகள் மெல்லிழைவான கெட்டியான கூட்டாகத் தயாரிக்கப்பட்டுக் குளிர்ந்த நிலையில் ரொட்டி முதலியவற்றின் மீது பரப்பி உண்ணப்படும் உணவு வகை *liver pâté*

patella /pəˈtelə/ (*technical*) = **kneecap**

patent[1] /ˈpeɪtnt/ *adj.* (*formal*) clear; obvious தெளிவான; வெளிப்படையான; ஐயப்பாட்டுக்கு இடமற்ற *a patent lie* ▶ **patently** *adv.*

patent[2] /ˈpætnt; ˈpeɪtnt/ *noun* [C, U] the official right to be the only person to make, use or sell a product or an invention; the document that shows this is your right ஒரு விளைபொருளை அல்லது கண்டுபிடிப்பைத் தயாரிப்பதற்கான, பயன்படுத்துவதற்கான அல்லது விற்பனை செய்வதற்கான அதிகாரபூர்வமான தனியுரிமை; காப்புரிமை ஆவணம் ▶ **patent** *verb* [T]

patent leather *noun* [U] a type of leather with a hard, shiny surface, used especially for making shoes and bags குறிப்பாக, காலணிகள் மற்றும் பைகள் தயாரிக்கப் பயன்படுத்தப்படும் கெட்டியான பளபளப்பான பரப்புடைய தோல் வகை; மெருகிட்ட தோல்

paternal /pəˈtɜːnl/ *adj.* (*only before a noun*) **1** behaving as a father would behave; connected with being a father தந்தையைப் போன்று நடந்துகொள்கிற; தந்தைப் பண்புடைய; தந்தைக்குரிய; தந்தையினுடைய **2** related through the father's side of the family தந்தை வழி உறவுடைய *my paternal grandparents* ➪ **maternal** பார்க்க.

paternalism /pəˈtɜːnəlɪzəm/ *noun* [U] (*technical*) the system in which a government or an employer protects the people who are governed or employed by providing them with what they need, but does not give them any responsibility or freedom of choice ஓர் அரசு அல்லது ஒரு பணி முதல்வர் தனது பணியாளர்களது தேவைகளை மட்டும் நிறைவு செய்து அவர்களுக்கு எந்த ஒரு பொறுப்போ விருப்பத் தேர்வுரிமையோ வழங்காது ஆட்சி நடத்தும் முறை; நல்லெண்ண ஆதிக்க மேலாட்சி முறை ▶ **paternalistic** /pəˌtɜːnəˈlɪstɪk/ (*also* **paternalist**) *adj. a paternalistic employer/state*

paternity /pəˈtɜːnəti/ *noun* [U] the fact of being the father of a child தந்தையாயிருக்கும் மெய்ம்மை நிலை; தந்தைமை *paternity leave* (= time that the father of a new baby is allowed to have away from work) ➪ **maternity** பார்க்க.

path /pɑːθ/ *noun* [C] **1** a way across a piece of land that is made by or used by people walking ஒரு நிலப்பகுதியின் ஊடாக நடந்து உண்டான அல்லது நடப்பதற்குப் பயன்படுத்தும் வழி; காலடிப் பாதை; நடை பாதை *the garden path*

NOTE **Pathway** இதன் இணைபொருட்சொல்லாகும்—*There was a narrow pathway leading down the cliff.* ➪ **footpath** பார்க்க.

2 the line along which sb/sth moves; the space in front of sb/sth as he/she/it moves ஒருவர்/ஒன்று செல்லும் வழி; செல்வழி; ஒருவர்/ஒன்று செல்லும்போது அவருக்கு/அதனுக்கு முன்புறமாக உள்ள இடவெளி *He threw himself* ***into the path of*** *an oncoming vehicle.* ➪ **flight path** பார்க்க; மேலும் **diffract** பதிவில் படம் பார்க்க.

pathetic /pəˈθetɪk/ *adj.* **1** causing you to feel pity or sadness இரக்க அல்லது வருத்த உணர்ச்சியைத் தூண்டுகிற; மனம் நெகிழச் செய்கிற; துயரமான; சோகமான *the pathetic cries of the hungry children* **2** (*informal*) very bad, weak or useless மிக மோசமான; வீணான; திறமையற்ற *What a pathetic performance! The team deserved to lose.* ▶ **pathetically** /-kli/ *adv.*

pathetic fallacy *noun* [U, *sing.*] (*technical*) (used in art and literature) the act of describing animals and things as having human feelings (கலை மற்றும் இலக்கிய வழக்கு) விலங்குகளும் பொருள்களும் மனித உணர்ச்சி உடையனவாக வருணித்தல்; அவற்றின் மீது மனிதப் பண்புகளை ஏற்றி உரைத்தல்; உயிர்க்குறிப்பேற்றம்

patho- /ˈpæθəʊ/ *prefix* (*used in nouns, adjectives and adverbs*) connected with disease நோய் தொடர்பான; நோய்க்குரிய *pathology*

pathological /ˌpæθəˈlɒdʒɪkl/ *adj.* **1** caused by feelings that you cannot control; not reasonable or sensible கட்டுப்படுத்த முடியாத உணர்ச்சிகளால் தூண்டப்படுகிற; அறிவுக்கு ஒவ்வாத *pathological fear/hatred/violence* **2** caused by or connected with disease or illness நோய் அல்லது உடல்நலக்கேடு காரணமாக உண்டாகிற;

நோய் தொடர்பான; நோயினுடைய *pathological depression* **3** (*medical*) connected with pathology நோயியல்/நோய்க்குறியியல் சார்ந்த ▶ **pathologically** /-kli/ *adv.*

pathologist /pəˈθɒlədʒɪst/ *noun* [C] a doctor who is an expert in pathology, and examines dead bodies to find out why a person has died நோயியலில் வல்லுநரும் இறப்புக்கான காரணத்தைக் கண்டறிய இறந்தோர் உடல்களை ஆய்பவருமான மருத்துவர்; நோயியல் வல்லுநர்

pathology /pəˈθɒlədʒi/ *noun* [U] (*medical*) the scientific study of diseases of the body உடல் நோய்கள் பற்றிய அறிவியல் முறையிலான ஆய்வு; நோயியல்; நோய்க்குறியியல்

pathos /ˈpeɪθɒs/ *noun* [U] (in literature) the power of a performance, description, etc. to produce feelings of sadness or pity (இலக்கியத்தில்) நடிப்பு, வருணனை முதலியவற்றின் வருத்த அல்லது இரக்க உணர்ச்சியைத் தூண்டும் ஆற்றல்; அவலச் சுவை

patience /ˈpeɪʃns/ *noun* [U] **1 patience (with sb/sth)** the quality of being able to stay calm and not get angry, especially when there is a difficulty or you have to wait a long time குறிப்பாக ஓர் இக்கட்டான சூழ்நிலையில் அல்லது நீண்ட நேரம் காத்திருக்க வேண்டியிருக்கும்போது அமைதியுடனும் சினம் கொள்ளாமலும் இருக்கும் இயல்பு; பொறுமை; சகிப்புத் தன்மை *to lose patience with sb* ✪ OPP **impatience** **2** (*AmE* **solitaire**) a card game for only one player ஒருவர் மட்டுமே ஆடுதற்குரிய சீட்டாட்ட வகை

patient¹ /ˈpeɪʃnt/ *adj.* **patient (with sb/sth)** able to stay calm and not get angry, especially when there is a difficulty or you have to wait a long time குறிப்பாக ஓர் இக்கட்டான சூழ்நிலையில் அல்லது நீண்ட நேரம் காத்திருக்க வேண்டியிருக்கும்போது அமைதியுடனும் சினம் கொள்ளாமலும் இருக்க இயலுகிற; பொறுமையுள்ள; சகிப்புத் தன்மையுள்ள *She's very patient with young children.* ✪ OPP **impatient** ▶ **patiently** *adv. to wait patiently*

patient² /ˈpeɪʃnt/ *noun* [C] a person who is receiving medical treatment மருத்துவக் கவனிப்புக்கு உட்படுத்தப்பட்டுள்ள ஒருவர்; நோயாளி *a hospital patient* • *He's one of Dr Reddy's patients.*

patio /ˈpætiəʊ/ *noun* [C] (*pl.* **patios** /-əʊz/) a flat, hard area, usually behind a house, where people can sit, eat, etc. outside வெளியில் அமர்ந்துகொள்ளுதல், உண்ணுதல் முதலியவற்றுக்குப் பயன்படுத்துதற்கு ஏற்ற, வழக்கமாக வீட்டின் பின்புறமுள்ள கெட்டியான சமதளப் பகுதி; உள்முற்றம் ➪ **balcony, verandah** மற்றும் **terrace** பார்க்க.

patriarch /ˈpeɪtriɑːk/ *noun* [C] a man who is the head of a family or social group ஒரு குடும்பத்தின் அல்லது சமுதாயக் குழுவின் தலைவரான ஆண்; குடி முதல்வன்; குடும்பத் தலைவன்; குலபதி ➪ **matriarch** பார்க்க.

patriarchal /ˌpeɪtriˈɑːkl/ *adj.* (used about a society or system) controlled by men rather than women; passing power, property, etc. from father to son rather than from mother to daughter (ஒரு சமுதாயம் அல்லது ஓர் அமைப்புப் பற்றிக் குறிப்பிடுகையில்) பெண்களால் அல்லாது, ஆண்களால் கட்டுப்படுத்தப்படுகிற அல்லது மேலாட்சி செய்யப்படுகிற; ஆணாதிக்க முறையான; அதிகாரம், சொத்து முதலியவை தாயிடமிருந்து மகளுக்கு அல்லாது, தந்தையிடமிருந்து மகனுக்கு உரிமைப்படுத்தப்படுகிற; ஆண்வழி மரபுரிமை பெறுகிற ➪ **matriarchal** பார்க்க.

patriarchy /ˈpeɪtriɑːki/ *noun* [C, U] (*pl.* **patriarchies**) a social system that gives power and control to men rather than women பெண்களுக்கல்லாது ஆண்களுக்கு அதிகாரம் மற்றும் ஆளுமை வழங்கும் சமுதாய அமைப்பு; ஆணாதிக்கச் சமுதாய அமைப்பு ➪ **matriarchy** பார்க்க.

patricide /ˈpætrɪsaɪd/ *noun* [U] (*formal*) the crime of killing your father தந்தையைக் கொல்வதான குற்றம்; தந்தைக் கொலை ➪ **matricide** பார்க்க.

patriot /ˈpeɪtriət; ˈpæt-/ *noun* [C] a person who loves his/her country and is ready to defend it against an enemy தனது நாட்டை நேசிப்பவரும் பகைவரிடமிருந்து நாட்டைக் காக்க ஆயத்தமாக உள்ளவருமான ஒருவர்; நாட்டுப் பற்றுடையவர்; தேசாபிமானி ▶ **patriotism** /ˈpeɪtriətɪzəm; ˈpæt-/ *noun* [U]

patriotic /ˌpeɪtriˈɒtɪk; ˌpæt-/ *adj.* having or showing great love for your country தனது நாட்டின் மீது பேரன்பு கொண்டுள்ள அல்லது பேரன்பை வெளிப்படுத்துகிற; நாட்டுப்பற்றுள்ள ▶ **patriotically** /-kli/ *adv.*

patrol¹ /pəˈtrəʊl/ *verb* [I, T] (**patrolling; patrolled**) to go round an area, a building, etc. at regular times to make sure that it is safe and that nothing is wrong ஒரு பகுதி, கட்டடம் முதலியவற்றின் பாதுகாப்பை உறுதி செய்துகொள்ளவும் அங்குத் தவறு எதுவும் நடைபெறாது பார்த்துக்கொள்ளவும் வேண்டி வழக்கமுறையாக அவ்விடத்தைப் பார்வையிடு; சுற்றுக் காவல் புரி; ரோந்து செல்

patrol² /pəˈtrəʊl/ *noun* **1** [C, U] the act of going round an area, building, etc. at regular times to make sure that it is safe and that nothing is wrong ஒரு பகுதி, கட்டடம் முதலியவற்றின் பாதுகாப்பை உறுதிசெய்துகொள்ளவும், அங்குத்

தவறு எதுவும் நடைபெறாது பார்த்துக்-கொள்ளவும் வேண்டி வழக்கமுறையாகப் அவ்விடத்தைப் பார்வையிடுதல்; சுற்றுக்-காவல்; ரோந்து *a police car* **on patrol** *in the area* **2** [C] a group of soldiers, vehicles, etc. that patrol sth சுற்றுக்காவல் புரியும் படைவீரர்கள், ஊர்திகள் முதலியவற்றின் தொகுதி; சுற்றுக்-காவல் குழு *a naval/police patrol* • *a patrol car/boat*

patron /ˈpeɪtrən/ *noun* [C] **1** a person who gives money and support to artists, writers and musicians கலைஞர்கள், எழுத்தாளர்கள், இசைக் கலைஞர்கள் ஆகியோருக்குப் பொருளும் ஆதரவும் அளிக்கும் ஒருவர்; புரவலர் *a patron of the arts* **2** a famous person who supports an organization such as a charity and whose name is used in advertising it அறச்சாலை போன்ற ஓரமைப்புக்கு ஆதரவளிப்பவரும் அவ்வமைப்-பின் மக்கள் தொடர்புச் செயல்பாடுகளில் தனது பெயர் வழங்கப்பெறுபவருமான புகழ்-பெற்ற ஒருவர்; நலக்காப்பாளர்; மரபாதரவாளர் ⇨ **sponsor** பார்க்க. **3** (*formal*) a person who uses a particular shop, theatre, restaurant, etc. regularly குறிப்பிட்ட ஒரு கடை, திரையரங்கு, ஓர் உணவகம் முதலியவற்றுக்கு வழக்கமாகச் செல்பவர்; வாடிக்கையாளர் *This car park is for patrons only.*

patronage /ˈpætrənɪdʒ; ˈpeɪt-/ *noun* [U] (*formal*) **1** the support, especially financial, that is given to a person or an organization by a patron ஓர் ஆளுக்கு அல்லது அமைப்புக்கு ஒரு புரவலரால் வழங்கப்படும் துணையாதரவு, குறிப்பாகப் பொருள் உதவி; புரவு *Patronage of the arts comes mainly from businesses and private individuals.* **2** the system by which an important person gives help or a job to sb in return for his/her support ஒருவர் தனக்கு அளிக்கும் ஆதரவுக்கு ஈடாக முக்கியமான ஓராள் அவருக்கு உதவி அல்லது வேலை வழங்கும் முறை; ஆதரவுக்கு எதிர் மாற்றாகச் சலுகை வழங்கும் முறை **3** (*AmE*) the support that a person gives a shop restaurant, etc. by spending money there ஒரு கடை, ஓர் உணவகம் முதலியவற்றுக்கு வழக்கமாகச் செல்லுதல்; வாடிக்கையாதரவு

patronize (*also* **-ise**) /ˈpætrənaɪz/ *verb* [T] **1** to treat sb in a way that shows that you think you are better, more intelligent, experienced, etc. than he/she is ஒருவரை விட அறிவு, அனுபவம் முதலியவற்றில் மேம்பட்டவர் எனத் தன்னைப் பற்றித் தான் கருதுவதை வெளிப்படுத்தும் முறையில் ஒருவரை நடத்து; கீழோரிடத்துக் கருணை காட்டும் முறையில் ஒருவரை நடத்து **2** (*formal*) to be a regular customer of a shop, restaurant, etc. ஒரு கடை, ஓர் உணவகம் முதலியவற்றுக்கு வழக்கமுறையாகச் செல்; அதன் வாடிக்கையாளராயிரு ▶ **patronizing** (*also* **-ising**) *adj. I really hate that patronizing smile of hers.* ▶ **patronizingly** (*also* **-isingly**) *adv.*

patter /ˈpætə(r)/ *noun* **1** [*sing.*] the sound of many quick light steps or knocks on a surface விரை-வியக்கமுடைய மென்மையான பல காலடிகள் அல்லது தட்டல்கள் ஒரு பரப்பின்மீது படும்-போது உண்டாகும் ஓசை; மெல்லடி ஓசை *the patter of the children's feet on the stairs* **2** [U] [*sing.*] fast continuous talk by sb who is trying to sell you sth or entertain you ஒன்றை விற்பவர் அல்லது கேளிக்கைக் காட்சி நடத்துபவர் விரைவாகத் தொடர்ந்து பேசும்போது எழும் ஓசை; படபட அல்லது கடகட என்ற பேச்சு *sales patter* ▶ **patter** *verb* [I]

pattern /ˈpætn/ *noun* [C] **1** the way in which sth happens, develops, or is done ஒன்று நிகழும், வளர்ச்சியுறும் அல்லது செய்யப்படும் முறை; ஒழுங்கு முறை; வகை முறை *changing patterns of behaviour/work/weather* **2** an arrangement of lines, shapes, colours, etc. as a design கோடுகள், வரை வடிவங்கள், வண்ணங்கள் முதலியவை உருப்படிவமாக அமைதல்; உரு-வரைப்படம்; ஒப்பனை உருப்படிவம்; வரை-படம்; வரையுரு *a shirt with a floral pattern on it* ✪ SYN **design** **3** a design, a set of instructions or a shape to cut around that you use in order to make sth ஒன்றை உருவாக்குவதற்குப் பயன்-படுத்தும் உருப்படிவம்; விளக்கக் குறிப்புகள் அல்லது வடிவமைப்பு மாதிரி

patterned /ˈpætənd/ *adj.* decorated with a **pattern 2** வரை வடிவங்களால் அல்லது மாதிரிப் படிவங்களைக் கொண்டு ஒப்பனை செய்யப்-பட்டுள்ள

pauper /ˈpɔːpə(r)/ *noun* [C] (*old-fashioned*) a very poor person மிக்க ஏழ்மை நிலையில் உள்ளவர்; நொடித்துப்போனவர்; வறியவர் *He died a pauper.*

pause[1] /pɔːz/ *noun* **1** [C] **a pause (in sth)** a short period of time during which sb stops talking or stops what he/she is doing பேச்சை அல்லது செயலை இடையில் நிறுத்தம் செய்யும்போது தோன்றும் சிறு காலப் பகுதி; இடை நிறுத்த வேளை; இடை ஓய்வுக் காலம் *He continued playing for twenty minutes without a pause.* ⇨ **interval** பதிவிலுள்ள குறிப்பைப் பார்க்க. **2** (*also* **pause button**) [U] a control on a video, CD, DVD player, etc. that allows you to stop playing or recording for a short time ஒளிக்காட்சியை, குறுவட்டை அல்லது ஒளிப்-பதிவைச் சிறிது நேர அளவுக்கு நிறுத்த ஏது-வான ஒளிப்பதிவுக் கருவியிலுள்ள கட்டுப்-பாட்டு அமைவு; இடை நிறுத்தக் குமிழ்

pause² /pɔːz/ *verb* [I] **pause (for sth)** to stop talking or doing sth for a short time before continuing பேச்சில் அல்லது செயலில் இடைநிறுத்தம் செய்; இடையே சிறிது நிறுத்து

pave /peɪv/ *verb* [T] **pave sth (with sth)** (*usually passive*) to cover an area of ground with flat stones (**paving stones**) or bricks தரைப் பரப்பு ஒன்றில் பாவு கற்களை அல்லது செங்கற்களைப் பதி; தளவரிசை அமை

pavement /ˈpeɪvmənt/ (*AmE* **sidewalk**) *noun* [C] a hard flat area at the side of a road for people to walk on நடப்பதற்காகச் சாலையின் பக்கப் பகுதியில் அமைக்கப்படும் கெட்டியான சமதளப் பகுதி; சாலையோர நடைபாதை

pavilion /pəˈvɪliən/ *noun* [C] (*BrE*) a building at a sports ground where players can change their clothes and take rest ஆட்டக்காரர்கள் உடை மாற்றிக்கொண்டு ஓய்வெடுப்பதற்காக விளையாட்டுத் திடலில் கட்டப்பட்டிருக்கும் கட்டடம்; ஓய்வுக்கூடம்

paving stone *noun* [C] a flat piece of stone that is used for covering the ground தரையின் மீதாகப் பரப்பப் பயன்படுத்தப்படும் தட்டை வடிவக் கல்; பாவு கல்

paw¹ /pɔː/ *noun* [C] the foot of animals such as dogs, cats, bears, etc. நாய்கள், பூனைகள், கரடிகள் முதலிய விலங்குகளின் பாதம் ➪ **lion** பதிவில் படம் பார்க்க.

paw² /pɔː/ *verb* [I, T] **paw (at) sth** (used about an animal) to touch or scratch sb/sth several times with a paw (விலங்கு வகையில்) பாதத்தால் ஒருவரை/ஒன்றைக் கீறு, தொடு அல்லது பிறாண்டு *The dog pawed at my sleeve.*

pawn¹ /pɔːn/ *noun* [C] **1** (in the game of chess) one of the eight pieces that are of least value and importance (சதுரங்க விளையாட்டில்) ஆட்டக் காய்களில் அளவில் மிகச் சிறிய மற்றும் அடிமட்டத் தர மதிப்புடைய எட்டில் ஒரு காய் **2** a person who is used or controlled by other more powerful people மேலதிகாரம் உள்ளவர்களால் தங்களது நோக்கங்களுக்காகப் பயன்படுத்திக் கொள்ளப்படும் அல்லது கட்டுப்படுத்தப்படும் ஒருவர்; பிறர் கைப்பாவை

pawn² /pɔːn/ *verb* [T] to leave a valuable object with a **pawnbroker** in return for money. If you cannot pay back the money after a certain period, the object can be sold or kept by the broker அடைமான வட்டிக் கடைக்காரரிடம் தான் வாங்கும் கடனுக்கு ஈடாக மதிப்பு வாய்ந்த ஒரு பொருளை, குறிப்பிட்ட காலத்திற்குள் கடனை அடைக்க முடியாத நிலையில், அவரே வைத்துக்கொள்ளும் அல்லது விற்றுவிடும் உரிமையளித்து, அடகு வை

pawnbroker /ˈpɔːnbrəʊkə(r)/ *noun* [C] a person who lends money to people when they leave sth of value with him/her கடனுக்கு ஈடாக விலை மதிப்புடைய ஒரு பொருளைப் பெற்றுக்கொண்டு கடன் தருபவர்; அடைமான வட்டித் தொழில் செய்பவர்; அடைமானக் கடைக்காரர்

pay¹ /peɪ/ *verb* (*pt, pp* **paid**) **1** [I, T] **pay (sb) (for sth); pay (sb) sth (for sth)** to give sb money for work, goods, services, etc. வேலை, பொருள்கள், சேவைகள் முதலியவற்றை வழங்கும் ஒருவருக்குப் பணம் கொடு; ஊதியம் அளி; கட்டணம் செலுத்து *She is very **well paid**. • The work's finished but we haven't paid for it yet.* **2** [T] **pay sth (to sb)** to give the money that you owe for sth (வாடகை, வரி முதலிய) ஒன்றுக்காகச் செலுத்த வேண்டிய பணத்தைச் செலுத்து *Have you paid her the rent yet? • to pay a bill/fine* **3** [I, T] to make a profit; to be worth doing இலாபம் ஈட்டு; ஆதாயம் அடையப்பெறு; ஏற்ற பலன் கிடைக்கப்பெறு *It would pay you to get professional advice before making a decision.* **4** [I] **pay (for sth)** to suffer or be punished because of your beliefs or actions தனது நம்பிக்கைகள் அல்லது செயல்கள் காரணமாகத் துன்பமுறு அல்லது தண்டனைக்கு உள்ளாகு *You'll pay for that remark!*

IDM **be paid in arrears** ➪ **arrears** பார்க்க.

pay attention (to sb/sth) to listen carefully to or to take notice of sb/sth ஒருவர் கூறுவதைக் கவனமாகக் கேள்; ஒன்றை உன்னிப்பாகக் கவனி

pay sb a compliment; pay a compliment to sb to say that you like sth about sb ஒருவர் தொடர்பான ஒன்று தனக்கு மகிழ்ச்சி அளிப்பதாகக் கூறு; ஒருவர் பற்றிய ஒன்றிற்காக ஒருவரைப் பாராட்டு

pay your respects (to sb) (*formal*) to visit sb as a sign of respect மரியாதைக் குறிப்பாக ஒருவரைச் சென்றுபார். *Hundreds came to pay their last respects to her* (= to go to her funeral).

pay tribute to sb/sth to say good things about sb/sth and show your respect for sb/sth ஒருவரை/ஒன்றைப் புகழ்ந்துரை மற்றும் அவர்/அதன் மீதான தனது நன்மதிப்பை/மரியாதையை வெளிப்படுத்து

put paid to sth to destroy or finish sth ஒன்றைப் பாழ்படுத்து அல்லது முடிவுறச் செய் *The bad weather put paid to our picnic.*

PHR V **pay sth back (to sb)** to give money back to sb that you borrowed from him/her ஒருவரிடமிருந்து வாங்கிய கடனைத் திருப்பிச் செலுத்து; கடன் அடை *Can you lend me Rs 500? I'll pay you back/I'll pay it back to you on Friday.*

pay sb back (for sth) to punish sb for making you or sb else suffer தன்னை அல்லது வேறொருவரைத் துன்பப்படுத்தியதற்காக ஒருவரைத் தண்டி; பழிக்குப் பழி வாங்கு *What a mean trick! I'll pay you back one day.*

pay off (*informal*) to be successful நற்பயன் அளி; வெற்றி தா *All her hard work has paid off! She passed her exam.*

pay sth off to pay all the money that you owe for sth ஒன்றிற்காகச் செலுத்த வேண்டிய முழுப் பணத்தொகையையும் செலுத்து *to pay off a debt/mortgage*

pay up (*informal*) to pay the money that you owe செலுத்த வேண்டிய பணத்தைச் செலுத்து; கடனை அடை *If you don't pay up, we'll take you to court.*

pay² /peɪ/ *noun* [U] money that you get regularly for work that you have done ஒருவர் செய்துள்ள பணிக்கு வழங்கப்பெறும் திட்டப்படுத்தப்பட்ட பணத்தொகை; உழைப்பூதியம்; சம்பளம்

NOTE **Pay** என்பது ஒருவர் செய்துள்ள பணிக்கு வழங்கப்படும் அறுதி செய்யப்பட்ட பணத்தொகையைக் குறிக்கும் பொதுச் சொல்லாகும். **Wages** (கூலி) வாரந்தோறும் அல்லது நாள்தோறும் பணமாக வழங்கப்படுவது. **Salary** (சம்பளம்) என்பது மாதந்தோறும் நேரடியாக ஒருவரது வங்கிக் கணக்கில் செலுத்தப்படுவதாகும். மருத்துவர், வழக்கறிஞர் முதலியோர் அளிக்கும் தொழில் முறைச் சேவைகளுக்கு நாம் செலுத்துவது **fee** (கட்டணம்) ஆகும். அவ்வப்போது அல்லது ஒருமுறை செய்யும் வேலைக்குத் தரப்படுவது **payment** (ஊதியம்) எனப்படும். பணி ஊதியம் மற்றும் சேமிப்புக்குத் தரப்படும் வட்டி அனைத்தும் சேர்ந்த ஒருவரது நிலையான பண வரவைக் குறிப்பது **income** (வருமானம்) என்ற சொல்லாகும்.

payable /ˈpeɪəbl/ *adj.* that should or must be paid செலுத்தப்பட வேண்டிய; கொடுக்க வேண்டிய *A 10% deposit is payable in advance.* • ***Make the cheque payable to*** *Helpage India.*

payee /ˌpeɪˈiː/ *noun* [C] (*written*) a person that money, especially a cheque, is paid to பணம், குறிப்பாக காசோலை, வழங்கப்படுபவர்; பணம் பெறுபவர்

payment /ˈpeɪmənt/ *noun* **payment (for sth)** 1 [U] the act of paying sb or of being paid ஒருவருக்குப் பணம் செலுத்துதல் அல்லது ஒருவர் பணம் பெறுதல்; பணம் செலுத்துகை *I did the work last month but I haven't had any payment for it yet.* ⇨ **pay²** பதிவிலுள்ள குறிப்பைப் பார்க்க. 2 [C] an amount of money that you must pay தான் செலுத்த வேண்டிய பணத் தொகை *They asked for a payment of Rs 10,000 as a deposit.*

payroll /ˈpeɪrəʊl/ *noun* 1 [C] a list of people employed by a company showing the amount of money to be paid to each of them ஒவ்வொருவருக்கும் செலுத்தப்பட வேண்டிய ஊதியம் குறிக்கப்பட்ட, ஒரு நிறுவனத்தின் பணியாளர் பட்டியல்; சம்பளப் பட்டியல் *There are 70 people **on the payroll**.* 2 [*usually sing.*] the total amount paid by a company to its employees ஒரு நிறுவனம் தனது ஊழியர்களுக்கு ஊதியமாக வழங்கும் மொத்தப் பணத் தொகை

PC /ˌpiː ˈsiː/ *abbr.* 1 (*computing*) personal computer; a computer that is designed for one person to use at work or at home பணியிடத்தில் அல்லது வீட்டில் ஒருவர் பயன்பாட்டுக்கென வடிவமைக்கப்பட்ட கணிப்பொறியான personal computer (தனியாள் கணிப்பொறி) என்பதன் குறுக்கம். 2 (in UK) police constable; an officer of the lowest position (ஐக்கிய முடியரசில்) அடிநிலைக் காவல்துறை அதிகாரியான police constable என்பதன் குறுக்கம்

PE /ˌpiː ˈiː/ *abbr.* physical education (உடற்பயிற்சிக் கல்வி) என்பதன் குறுக்கம் *a PE lesson*

pea /piː/ *noun* [C] a small round green seed that is eaten as a vegetable. A number of peas grow together in a long thin case (**a pod**) நீண்டு மெலிதான விதைப்பையில் பலவாகக் காய்ப்பதும் காய்கறியாக உண்ணப்படுவதுமான சிறிய உருண்டையான பச்சை நிற விதை; பட்டாணி ⇨ **vegetable** பதிவில் படம் பார்க்க.

peace /piːs/ *noun* [U] 1 a situation or a period of time in which there is no war or violence in a country or area ஒரு நாட்டில் அல்லது வட்டாரத்தில் போரோ வன்முறைச் செயல்களோ நிகழாத சூழல் அல்லது காலப் பகுதி; போரற்ற அல்லது குழப்பமற்ற நிலை; சமாதானம்; அமைதி *The two communities now manage to live **in peace** together.* 2 the state of being calm or quiet மனம் அமைந்தடங்கிய நிலை அல்லது சந்தடியின்மை; மன அமைதி; சூழலமைதி *He longed to escape from the city to the **peace and quiet** of the countryside.*

peaceful /ˈpiːsfl/ *adj.* 1 not wanting or involving war, violence or argument போர், வன்முறை, பூசல் முதலியவற்றை விரும்பாத அல்லது உள்ளடக்கியிராத; அமைதி நாடுகிற; குழப்பமற்ற; சமாதானமான; கலவரமற்ற *a peaceful protest/demonstration/solution* 2 calm and quiet அமைதியுடனிருக்கிற; ஆரவாரமில்லாத *a peaceful village* ▶ **peacefully** /-fəli/ *adv.* *The siege ended peacefully.* ▶ **peacefulness** *noun* [U]

peacekeeping /ˈpiːskiːpɪŋ/ *adj.* (*only before a noun*) intended to help keep the peace and prevent war or violence in a place where this is likely போர் அல்லது வன்முறைச் செயல்கள் நிகழும் வாய்ப்புள்ள இடத்தில் அவற்றைத் தடுத்து அமைதியை நிலை நிறுத்த உதவும் நோக்கத்திற்கான; அமைதி காப்பதற்கான *a United Nations peacekeeping force*

peacetime /ˈpi:staɪm/ *noun* [U] a period when a country is not at war ஒரு நாடு போரில் ஈடு-பட்டிராத காலம்; அமைதிக் காலம்

peach /pi:tʃ/ *noun* **1** [C] a soft round fruit with orange-red skin. A peach is soft inside and has a large stone in its centre செம்மஞ்சள் நிறப் புறத்தோடும் மென்மையான உள்ளீடும், மையத்தில் பெரிய கொட்டையும் உடைய, உருண்டை வடிவக் கனி வகை **2** [U] a pinkish-orange colour இளஞ்சாயலான செம்மஞ்சள் நிறம்

peacock /ˈpi:kɒk/ *noun* [C] a large bird with beautiful long blue and green tail feathers that it can lift up and spread out உயர்த்தி விரிக்கக் கூடிய அழகான நீண்ட நீல மற்றும் பச்சை நிறத் தோகைகளையுடைய பெரிய பறவை; மயில்

peak[1] /pi:k/ *noun* [C] **1** the point at which sth is the highest, best, strongest, etc. உயரம், பெருமை, வலிமை முதலியவற்றில் ஒன்றின் உச்ச உயர் நிலை *a man **at the peak of** his career* **2** the pointed top of a mountain மலையின் கூம்பிய மேற்பகுதி; மலைச்சிகரம்; மலையுச்சி *snow-covered peaks* ➪ **glacial** பதிவில் படம் பார்க்க. **3** the rigid front part of a cap that sticks out above your eyes கண்களுக்கு மேல் வெளியே நீட்டிக்கொண்டிருக்கும் தொப்பியின் கெட்டியான முகப்புப் பகுதி; தொப்பி முனை

peak[2] /pi:k/ *adj.* (*only before a noun*) used to describe the highest level of sth, or a time when the greatest number of people are doing or using sth ஒன்றின் உச்ச உயர் அளவான அல்லது உச்ச உயர் நிலையான; ஒன்றை உச்ச உயர் எண்ணிக்கையிலான ஆட்கள் செய்யும் அல்லது பயன்படுத்தும் நேரமான *Summer is the peak period for most hotels.* • *The athletes are all in peak condition.* ➪ **off-peak** பார்க்க.

peak[3] /pi:k/ *verb* [I] to reach the highest point or value உச்ச உயர் நிலையை அல்லது மதிப்பளவை அடை; உச்சியை/சிகரத்தை எட்டு *Sales peak just before Christmas.*

peal /pi:l/ *noun* [C] the loud ringing of a bell or bells ஒரு மணியின் அல்லது மணிகளின் பலத்த அதிர்வொலி; கண கண ஒலி (*figurative*) *peals of laughter* ▶ **peal** *verb* [I]

peanut /ˈpi:nʌt/ *noun* **1** (*also* **groundnut**) [C] a nut which grows under the ground that we eat நிலக்கடலை ➪ **nut** பதிவில் படம் பார்க்க. **2 peanuts** [*pl.*] (*informal*) a very small amount of money மிகச் சிறிய அளவான பணத்-தொகை; சொற்பப் பணம்; அற்பத் தொகை *We get paid peanuts for doing this job.*

pear /peə(r)/ *noun* [C] a fruit that has a yellow or green skin and is white inside. Pears are thinner at the top than at the bottom அடிப்பகுதியை விட மேற்பகுதியில் மெலிந்த வடிவமும் மஞ்சள் அல்லது பச்சை நிறப் புறத்தோலும் வெண்மை நிற உள்ளீடும் உடைய கனி வகை; பேரியினக் காய்

pearl /pɜ:l/ *noun* [C] a small, hard, round, white object that grows inside the shell of a type of shellfish (**an oyster**). Pearls are used to make jewellery முத்து *pearl earrings*

peasant /ˈpeznt/ *noun* [C] (used especially in past times) a person who owns or rents a small piece of land on which he/she grows food and keeps animals in order to feed his/her family சிறு நிலப்பகுதியைச் சொந்தமாகக் கொண்டோ வாரத்திற்குப் பெற்றோ, வாழ்க்கை நடத்தும் பொருட்டு அந்நிலத்தில் பயிர் விளை-வித்தலையும் கால்நடையை வளர்த்துப் பேணுதலையும் செய்யும் ஒருவர்; சிறு விவ-சாயி; குடியானவர்

peat /pi:t/ *noun* [U] a soft black or brown natural substance that is formed from dead plants just under the surface of the ground in cool, wet places. It can be burned as a fuel or put on the garden to make plants grow better எரிபொருளாக அல்லது பயிர் உரமாகப் பயன்படுத்தக்கூடிய பட்டுப்-போன தாவரங்களிலிருந்து தரைத் தளத்-திற்குச் சற்று அடியில் உருவாகும் மென்மை-யான கறுப்பு அல்லது பழுப்பு நிற இயற்கைப் பொருள்; புகைக்கரி; புல்கரி; இலை மக்கு மண்

pebble /ˈpebl/ *noun* [C] a smooth round stone that is found in or near water நீரில் அல்லது நீர் நிலைகளுக்கு அருகில் காணப்படும் சொர-சொரப்பற்ற உருண்டை வடிவான கல்; கூழாங்கல்

pecan /ˈpi:kən/ *noun* [C] a type of nut that we eat உண்ணுதற்குரிய கொட்டை வகை ➪ **nut** பதிவில் படம் பார்க்க.

peck /pek/ *verb* [I, T] **1 peck (at) sth** (used about a bird) to eat or bite sth with its beak (பறவை வகையில்) தனது அலகினால் ஒன்றை உண் அல்லது கடி; கொத்தித் தின்னு **2** (*informal*) to kiss sb quickly and lightly ஒருவரை விரைவாகவும் தொட்டும் தொடாமலும் முத்தமிடு; அவசர முத்தம் கொடு *She pecked him on the cheek and then left.* ▶ **peck** *noun* [C]

peckish /ˈpekɪʃ/ *adj.* (*informal*) hungry பசித்திருக்கிற; பசி கொண்ட

pectoral /ˈpektərəl/ *adj.* on or connected with the chest or breast of a fish or animal மீன் அல்லது விலங்கின் நெஞ்சு/மார்பு அல்லது உடலின் முன்பகுதி மீதான, அல்லது அதன் நெஞ்சு/மார்பு அல்லது உடலின் முன்பகுதி தொடர்பான *pectoral fins* ➪ **dorsal** மற்றும் **ventral** பார்க்க.

pectorals /ˈpektərəlz/ (*informal* **pecs** /peks/) *noun* [*pl.*] the muscles of the chest மார்புத் தசைகள்

peculiar /pɪˈkjuːliə(r)/ *adj.* **1** unusual or strange வழக்கமீறிய; புதுமையான; விசித்திரமான *There's a very peculiar smell in here.* ✪ SYN **odd** **2 peculiar to sb/sth** only belonging to one person or found in one place தனி ஒருவருக்கு மட்டுமே உரிய அல்லது ஓரிடத்தில் மட்டுமே காணப்-படுகிற; தனித்தன்மைப்பட்ட *a species of bird peculiar to South East Asia*

peculiarity /pɪˌkjuːliˈærəti/ *noun* (*pl.* **peculiarities**) **1** [C] a strange or unusual characteristic, quality or habit விசித்திரமான அல்லது வழக்க மீறிய பண்பு, இயல்பு அல்லது பழக்கம்; தனிப்போக்கு; தனித்தன்மை *There are some peculiarities in her behaviour.* **2** [C] a characteristic or a quality that only belongs to one particular person, thing or place குறிப்பிட்ட ஓர் ஆள், இடம் அல்லது ஒரு பொருளுக்கு மட்டுமே உரிய பண்புக் கூறு அல்லது இயல்பு; தனிப் பண்பு; சிறப்பியல்பு *the cultural peculiarities of the English* **3** [U] the quality of being strange or unusual புதுமையானதாக அல்லது வழக்க மீறியதாக இருக்கும் தன்மை; புத்தியல்பு; விசித்திரம்; அந்நியம்

peculiarly /pɪˈkjuːliəli/ *adv.* **1** in a strange and unusual way புதுமையான அல்லது வழக்க மீறிய முறையில்; விசித்திரமாக; இயல்பு திரிந்ததாக *Jairaj is behaving very peculiarly.* **2** especially; very குறிப்பாக; மிகவும் *Priya's laugh can be peculiarly annoying.* **3** in a way that is especially typical of one person, thing or place ஓர் ஆள், இடம் அல்லது ஒரு பொருளுக்கு மட்டுமே உரியதாக; தனி முறையில்; சிறப்பியல்பாக *a peculiarly French custom*

ped- (*AmE*) = **paed-**

pedagogical /ˌpedəˈgɒdʒɪkl/ *adj.* connected with ways of teaching கற்பித்தல் முறைகள் தொடர்-பான அல்லது அம்முறைகளுக்கு உரிய

pedal /ˈpedl/ *noun* [C] the part of a bicycle or other machine that you push with your foot in order to make it move or work மிதிவண்டியை அல்லது வேறு பொறியமைப்பைச் செலுத்து-வதற்காக அல்லது இயங்கச் செய்ய வேண்டிப் பாதத்தால் உந்தும் அதன் பகுதி; மிதிகட்டை; நெம்படி ➪ **bicycle** பதிவில் படம் பார்க்க. ▶ **pedal** *verb* [I, T] (**pedalling; pedalled** *AmE* **pedaling; pedaled**) *She had to pedal hard to get up the hill.*

pedantic /pɪˈdæntɪk/ *adj.* too worried about rules or details விதிமுறைகள் அல்லது நுணுக்க விவரங்கள் குறித்து மிகைப்படியாகக் கவலை கொள்கிற; நுட்ப திட்பத்தில் கண்டிப்பாயுள்ள ▶ **pedantically** /-ɪkli/ *adv.*

peddle /ˈpedl/ *verb* **1** to go from place to place selling something இடம் விட்டு இடம் சென்று பொருள்களை விற்பனை செய் *The farmer came to town to peddle his surplus mangoes.* **2** to illegally sell stolen goods or drugs சட்ட விரோதமாகத் திருட்டுப் பொருள்களை அல்லது போதை மருந்துகளை விற்பனை செய்

pedestal /ˈpedɪstl/ *noun* [C] the base on which a column, statue, etc. stands தூண், உருவச்-சிலை முதலியவற்றைத் தாங்கும் அடித்தளம்; அடிப்பீடம்

pedestrian /pəˈdestriən/ *noun* [C] a person who is walking in the street (not travelling in a vehicle) (ஊர்தியில் செல்லாது) சாலையில் கால்நடையாகச் செல்பவர்; நடந்து செல்பவர் ➪ **motorist** பார்க்க.

pedestrian crossing (*AmE* **crosswalk**) *noun* [C] a place for pedestrians to cross the road நடந்து செல்பவர்கள் சாலையைக் கடப்பதற்-கான இடம்; கால்நடையர் சாலை கடக்குமிடம் ➪ **zebra crossing** பார்க்க.

pediatrician (*AmE*) = **paediatrician**

pediatrics (*AmE*) = **paediatrics**

pedigree[1] /ˈpedɪgriː/ *noun* [C] **1** an official record of the parents, grandfather, grandmother, etc. from which an animal has been bred ஒரு விலங்கின் மரபுக் கால்வழி பற்றிய அதிகார-பூர்வமான பதிவுக் குறிப்பு ➪ **mongrel** பார்க்க. **2** a person's family history, especially when this is impressive ஒருவரது குடிவழி வரலாறு, குறிப்பாக ஒருவரது பெருமைக்குரிய குல மரபு வரலாறு

pedigree[2] /ˈpedɪgriː/ *adj.* (*only before a noun*) (used about an animal) of high quality because the parents, grandfather, grandmother, etc. are all of the same breed and specially chosen (விலங்கு வகையில்) அதனுடைய முன்னோர் கலப்பற்ற ஓரினத்தைச் சேர்ந்தவையாதலாலும், அவை தனிக் கவனத்துடன் தேர்வு செய்யப்-பட்டவை ஆதலாலும், உயர் தரமானதாயுள்ள

pedophile (*AmE*) = **paedophile**

pee /piː/ *verb* [I] (*informal*) to get rid of waste water from your body; to urinate உடலிலிருந்து திரவக் கழிவை வெளியேற்று; சிறுநீர் கழி ▶ **pee** *noun* [U] [*sing.*]

peek /pi:k/ *verb* [I] (*informal*) **peek (at sth)** to look at sth quickly and secretly because you should not be looking at it பார்க்கக் கூடாத ஒன்றை அவசரமாகவும் கள்ளத்தனமாகவும் பார்; கள்ளத்தனமாக ஒன்றை நோக்கு *No peeking at your presents before your birthday!* ▶ **peek** *noun* [*sing.*] *to have a quick peek*

peel[1] /pi:l/ *verb* **1** [T] to take the skin off a fruit or vegetable ஒரு பழத்தின் அல்லது கறிகாயின் மேல் தோலை நீக்கு; தோல் உரி *Could you peel the potatoes, please?* **2** [I, T] **peel (sth) (off/away/back)** to come off or to take sth off a surface in one piece or in small pieces ஒரு பரப்பிலிருந்து ஒரு பொருள் ஒரே கூறாக அல்லது துண்டு துண்டாகப் பிரிந்துவா அல்லது அவ்வாறு பிரித்தெடு *I peeled off the price label before handing her the book.*

IDM keep your eyes peeled/skinned (for sb/sth) ➪ **eye**[1] பார்க்க.

peel[2] /pi:l/ *noun* [U] the skin of a fruit or vegetable பழத்தின் அல்லது கறிகாயின் புறத் தோல் *apple/potato peel* ➪ **rind** மற்றும் **skin** பார்க்க.

peeler /ˈpi:lə(r)/ *noun* [C] a special knife for taking the skin off fruit and vegetables பழங்கள் அல்லது கறிகாய்களின் மேல் தோலை நீக்குவதற்கான தனிவகைக் கத்தி; பழத் தோல் உரிக்கும் கத்தி *a potato peeler* ➪ **kitchen** பதிவில் படம் பார்க்க.

peep[1] /pi:p/ *verb* [I] **1 peep (at sth)** to look at sth quickly and secretly, especially through a small opening குறிப்பாகச் சிறு திறப்பு வழியாக விரைவாகவும் திருட்டுத்தனமாகவும் ஒன்றை நோக்கு; மறைந்திருந்து துளை வழியாகப் பார் **2** to be in a position where a small part of sb/sth can be seen ஒருவருடைய/ஒன்றின் சிறு பகுதி காணப்படும் நிலையில் இரு; சிறிய அளவில் தோன்று *The moon is peeping out from behind the clouds.*

peep[2] /pi:p/ *noun* [*sing.*] (*informal*) **1** a quick look கண நேர நோக்கு; கண்ணோட்டம் ***Have a peep*** *in the bedroom and see if the baby is asleep.* **2** a sound ஒலி; அரவம் *There hasn't been a peep out of the children for hours.*

peepul = **pipal**

peer[1] /pɪə(r)/ *noun* [C] **1** a person who is of the same age or position in society as you தன்னை ஒத்த வயதுள்ள அல்லது சமுதாயத்தில் தன்னை ஒத்த படிநிலையில் உள்ள ஒருவர்; சம வயதினர்; சரி நிலையாளர் *Children hate to look stupid in front of their peers.* **2** (*BrE*) a member of the top level of society (**the nobility**) சமுதாயத்தில் மேல்நிலை மக்களில் ஒருவர்; உயர் பெருங்குடி மகன்; உயர்குடிப் பெருமகனார்

peer[2] /pɪə(r)/ *verb* [I] **peer (at sb/sth)** to look closely or carefully at sb/sth, for example because you cannot see very well (சரியாகப் பார்க்க முடியாததால்) ஒருவரை/ஒன்றை உன்னிப்பாக நோக்கு; உற்றுக் காண் *He peered at the photo, but it was blurred.*

peerage /ˈpɪərɪdʒ/ *noun* **1** [*with sing. or pl. verb*] all the **peers**[1] **2** as a group பெருங்குடி மக்கள்; மேற்குடியினர்; கோமக்கள் **2** [C] the social position (**rank**) of a **peer**[1] **2** பெருங்குடி மக்களின் சமுதாய உயர்படி நிலை; சமுதாய மேனிலை

peer group *noun* [C] a group of people who are all of the same age and social position ஒத்த வயதுள்ள மற்றும் ஒத்த சமுதாயப் படிநிலையில் உள்ள ஆட்களின் குழு; சரியொத்தவர்களின் குழு

peeved /pi:vd/ *adj.* (*informal*) quite angry or annoyed மிகு சினமுற்றுள்ள அல்லது மிக்க எரிச்சல் அடைந்துள்ள; கடுகடுப்பாக உள்ள

peevish /ˈpi:vɪʃ/ *adj.* easily annoyed by things that are not important முக்கியமற்றவை குறித்து எளிதில் சினம் கொள்கிற; சிடுசிடுப்பான; முன்கோபியான ▶ **peevishly** *adv.*

peg[1] /peg/ *noun* [C] **1** a piece of wood, metal, etc. on a wall or door that you hang your coat on புறச்சட்டையை மாட்டித் தொங்கவிடுவதற்கான சுவர் அல்லது கதவில் பொருத்தப்பட்டுள்ள மரம், உலோகம் முதலியவற்றின் துண்டு; மாட்டற் கம்பி **2** (*also* **tent peg**) a piece of metal that you push into the ground to keep one of the ropes of a tent in place கூடாரத்தின் வடம் கட்டுவதற்காகத் தரையில் அடித்திருக்கும் உலோகத் துண்டு; கூடார முளை; ஆப்பு **3** (*also* **clothes peg**, *AmE* **clothes pin**) a type of small wooden or plastic object used for fastening wet clothes to a clothes line கொடிக் கயிற்றில் உலர்த்தும் துணிகளில் பொருத்தப்பட்டுள்ள சிறு மர அல்லது பிளாஸ்டிக் பற்றிறுக்கி

peg[2] /peg/ *verb* [T] (**pegging; pegged**) **1 peg sth (out)** to fix sth with a peg முளையில் ஒன்றைப் பொருத்து அல்லது பிணை **2 peg sth (at/to sth)** to fix or keep sth at a certain level ஒரு மட்டத்தில் அல்லது ஓரளவில் ஒன்றை நிலைப்படுத்து அல்லது வைத்திரு *Wage increases were pegged at 5%.*

pelican /ˈpelɪkən/ *noun* [C] a large bird that lives near water in warm countries. A pelican has a large beak that it uses for catching and holding fish வெப்ப நாடுகளில் நீர் நிலைகளுக்கு அண்மையில் வாழும் பெரிய பறவை வகை. இது தனது பெரிய அலகால் மீன்களை அகப்படுத்திப் பற்றிப் பிடிக்கும்

pellet /ˈpelɪt/ *noun* [C] **1** a small hard ball of any substance, often of soft material that has become hard பெரும்பாலும் மெல்லிழைவான ஒன்று கெட்டிப்பட்டு அமையும் சிறு உருண்டை வடிவப் பொருள்; சிறு குண்டு **2** a very small metal ball that is fired from a gun துப்பாக்கியி-லிருந்து வெடித்துச் செலுத்தப்படும் மிகச் சிறிய உலோகக் குண்டு; இரவைக் குண்டு *shotgun pellets*

pelt /pelt/ *verb* **1** [T] to attack sb/sth by throwing things பொருள்களை வீசி எறிந்து ஒருவரை/ஒன்றைத் தாக்கு; எறிபடை கொண்டு தாக்கு **2** [I] **pelt (down)** (used about rain) to fall very heavily (மழை வகையில்) மிகக் கனமாகப் பெய்; விசை மாரியாகப் பொழி *It's absolutely pelting down.* **3** [I] (*informal*) to run very fast மிக விரைவாக ஓடு; தலை தெறிக்க ஓடு *Some kids pelted past us.*

pelvis /ˈpelvɪs/ *noun* [C] (*pl.* **pelvises**) the set of wide bones at the bottom of your back, to which your leg bones are joined முதுகின் அடிப்-பகுதியிலுள்ள கால் எலும்புகள் இணைவுறும் அகலமான எலும்புகளின் தொகுதி; இடுப்புக் கூடு; இடுப்பு வளையம் ➪ **body** பதிவில் படம் பார்க்க. ▶ **pelvic** /ˈpelvɪk/ *adj.*

pen /pen/ *noun* [C] **1** an object that you use for writing in ink எழுது மையைக் கொண்டு எழுது-வதற்குப் பயன்படுத்தும் பொருள்; மைப்பேனா; எழுதுகோல் *a ballpoint/felt-tip/marker/fountain pen* **2** a small piece of ground with a fence around it that is used for keeping animals in விலங்கு-களை அடைத்து வைப்பதற்குப் பயன்படுத்தும் சுற்று வேலியுடன் கூடிய சிறு இடப்பரப்பு; பட்டி; தொழுவம்

penal /ˈpiːnl/ *adj.* (*only before a noun*) connected with punishment by law சட்டப்படியான தண்டனை தொடர்பான; சட்டப்படி தண்டிக்கக் கூடிய; தண்டனைக்குரிய *the penal system*

penalize (*also* **-ise**) /ˈpiːnəlaɪz/ *verb* [T] **1** to punish sb for breaking a law or rule ஒரு சட்டத்தை அல்லது விதியை மீறியதற்காக ஒருவரைத் தண்டி **2** to cause sb to have a disadvantage ஒருவரை ஒரு பாதிப்புக்கு உட்படுத்து; வாய்ப்புக்கேடு உண்டாக்கு *Children should not be penalized if their parents cannot afford to pay.*

penalty /ˈpenəlti/ *noun* [C] (*pl.* **penalties**) **1** a punishment for breaking a law, rule or contract ஒரு சட்டம், விதி அல்லது ஓர் ஒப்பந்தத்தை மீறும்போது அளிக்கப்படும் தண்டனை *the death penalty* • *What's the maximum penalty for smuggling drugs?* **2** a disadvantage or sth unpleasant that happens as the result of sth பாதிப்பு; வாய்ப்புக்கேடு; ஒரு செயலின் விளைபயனாக நிகழும் இன்னாத ஒன்று *I didn't work hard enough and I* ***paid the penalty****. I failed all my exams.* **3** (in sport) a punishment for one team and an advantage for the other team because a rule has been broken ஒரு விதியை மீறுகிற அணிக்கு வழங்கப்படும் தண்டனையும் எதிரணி பெறும் பலனும் *The referee awarded a penalty to the home team.*

the penalty area *noun* [C] the marked area in front of the goal in football (கால்பந்தாட்டத்தில்) ஆட்ட இலக்குக் குறியிடத்தின் முன்னுள்ள, தடுத்து ஆடும் ஆட்டக்காரர்களின் விதி மீறல் காரணமாக எதிர் அணியினர் தமக்குச் சாதக-மாகப் பந்தடி உரிமை பெறும் இடம்

penance /ˈpenəns/ *noun* [C, U] a punishment that you give yourself to show you are sorry for doing sth wrong செய்த தவறு ஒன்றுக்கான வருத்தத்தை வெளிக்காட்டும் முறையில் தனக்குத் தானே ஒருவர் அளித்துக் கொள்ளும் தண்டனை; பிராயச்சித்தம்

pence ➪ **penny** என்பதன் பன்மை வடிவம்

pencil¹ /ˈpensl/ *noun* [C, U] an object that you use for writing or drawing. Pencils are usually made of wood and contain a thin stick of a black or coloured substance எழுதுவதற்கு அல்லது படம் வரைவதற்குப் பயன்படுத்தப்படும் கருமை நிற அல்லது வண்ணப் பொருளாலான மெலிதான குச்சி உள்ளமைந்த, பெரும்பாலும் மரக் கட்டையாலான பொருள்; கரிக்கோல்; பென்சில் *Bring a pencil and a piece of paper with you.* • *Write in* ***pencil****, not ink.* ➪ **stationery** பதிவில் படம் பார்க்க.

pencil² /ˈpensl/ *verb* [T] (**pencilling; pencilled**: *AmE* **penciling; penciled**) to write or draw sth with a pencil வரைகோலால் ஒன்றை எழுது அல்லது ஒரு படம் வரை

PHR V **pencil sth/sb in** to write down the details of an arrangement that might have to be changed later பின்னர் மாற்றப்படுவதற்கான வாய்ப்புள்ள ஓர் ஏற்பாட்டின் விவரங்களை தாளில் எழுது; தற்பொழுதுக்கான ஒன்றை எழுது *Shall we pencil the next meeting in for the 14th of September?*

pencil case *noun* [C] a small bag or box that you keep pens, pencils, etc. in பேனாக்கள், பென்சில்கள் முதலியவற்றை உள்ளிட்டு வைப்பதற்கான சிறு பை அல்லது பெட்டி; வரைகோல் உறை/பெட்டி

pencil sharpener *noun* [C] an instrument that you use for making pencils sharp வரைகோல்-களைக் கூர்மைப்படுத்துவதற்குப் பயன்-படுத்தப்படும் கருவி; வரைகோல் கூராக்கும் சாதனம் ➪ **stationery** பதிவில் படம் பார்க்க.

pendant /ˈpendənt/ *noun* [C] a small attractive object that you wear on a chain around your neck கழுத்தணியில் கோக்கப்படும் கவர்ச்சி-யான சிறு பொருள்; பதக்கம்; தொங்கணி

pending /ˈpendɪŋ/ *adj., prep.* (*formal*) **1** waiting to be done or decided செய்யப்பட அல்லது அறுதியாக்கப்பட வேண்டி இருக்கிற; முடிவு முதலியவற்றுக்காகக் காத்திருக்கிற *The judge's decision is still pending.* **2** until sth happens ஒன்று நிகழும் வரையில்; முடிவு செய்யப்படும் வரையில் *He took over the leadership pending the elections.*

pendulum /ˈpendjələm/ *noun* [C] **1** a chain or stick with a heavy weight at the bottom that moves regularly from side to side to work a clock மணிப்பொறியை இயக்குவதற்காகப் பக்கவாட்டில் தொடர்ந்து ஆடிக்கொண்டிருக்கும், அடிப்பகுதியில் கனமான எடையுடன் கூடிய, சங்கிலி அல்லது கோல்; மணிப்பொறி ஊசற்குண்டு **2** a way of describing a situation that changes from one thing to its opposite ஒன்றிலிருந்து எதிர்நிலைப்பட்ட வேறொன்றுக்கு மாறிக்கொண்டிருக்கும் சூழலைக் குறிக்கும் ஒரு முறை; மாறிமாறி வரும் நிலை; ஊசலாட்டம் *Since last year's election, the pendulum of public opinion has swung against the government.*

penetrate /ˈpenɪtreɪt/ *verb* [I, T] **1** to go through or into sth, especially when this is difficult (குறிப்பாக இடர்ப்பாடான) ஒன்றின் ஊடாக அல்லது ஒன்றினுள் செல்; ஊடுருவு; உட்புகு *The knife penetrated ten centimetres into his chest.* **2** to manage to understand sth difficult கடினமான ஒன்றை முயன்று புரிந்துகொள்; புரிந்துகொள்வதில் வெற்றிகாண்; ஒருவாறு உணர்ந்தறி *Scientists have still not penetrated the workings of the brain.* **3** to be understood or realized புரிந்துகொள்ளப்படு; உணர்ந்தறியப்படு *I was back at home when the meaning of her words finally penetrated.* ▶ **penetration** /ˌpenɪˈtreɪʃn/ *noun* [U]

penetrating /ˈpenɪtreɪtɪŋ/ *adj.* **1** (used about sb's eyes or of a way of looking) making you feel uncomfortable because it seems sb knows what you are thinking (ஒருவரது கண்களைப் பற்றி அல்லது பார்க்கும் முறையைப் பற்றிக் குறிப்பிடுகையில்) தனது மனத்தில் உள்ளதை அவர் அறிந்திருப்பது போலத் தோன்றுவதால் தனக்குச் சங்கட உணர்வை உண்டாக்குகிற; துருவி நோக்குகிற; ஊடுருவிக் காண்கிற *a penetrating look/stare/gaze • penetrating blue eyes* **2** showing that you have understood sth completely and quickly ஒன்றை முழுமையாகவும் விரைவாகவும் புரிந்துகொண்டதைப் புலப்படுத்துகிற; அறிவு நுட்பம் வாய்ந்த; நுண்ணறிவுத் திறமுடைய *a penetrating question/comment* **3** that can be heard, felt, smelled, etc. a long way away தொலை தூரத்திலிருந்து அல்லது மற்றவற்றை விஞ்சி கேட்கக்கூடியதாக, உணரக்கூடியதாக, நுகரக்கூடியதாக உள்ள; துளைத்துச்செல்கிற; ஊடுருவிச் செல்லும் ஆற்றலுடைய

penfriend /ˈpenfrend/ (*AmE* **pen pal**) *noun* [C] a person that you become friendly with by exchanging letters, often a person that you have never met பெரும்பாலும் முன்பின் பார்த்திராத, கடிதத் தொடர்பு வழியாக நட்பு கொள்ளப்படும் ஒருவர்; பேனா நண்பர்; மடல்வழி நண்பர்

penguin /ˈpeŋgwɪn/ *noun* [C] a black and white sea bird that cannot fly and that lives in the Antarctic தென் துருவப் பகுதியில் வாழும் பறக்க இயலாத கறுப்பு-வெள்ளை நிறக் கடற்பறவை

penicillin /ˌpenɪˈsɪlɪn/ *noun* [U] a substance that is used as a medicine (**an antibiotic**) for preventing and treating diseases and infections caused by bacteria நுண்மங்கள் காரணமாக உண்டாகும் பிணிகளையும் தொற்று நோய்களையும் தடுக்கவும் அவற்றுக்கு மருத்துவம் செய்யவும் நுண்மக் கொல்லியாகப் பயன்படுத்தப்படும் பொருள்; பெனிசிலின்

peninsula /pəˈnɪnsjələ/ *noun* [C] an area of land that is almost surrounded by water பெரும்பான்மை நீரால் சூழப்பட்டுள்ள நிலப்பகுதி; தீபகற்பம்

penis /ˈpiːnɪs/ *noun* [C] the male sex organ that is used for getting rid of waste liquid and having sex சிறுநீர் கழிப்பதற்கும் உடற்புணர்ச்சி கொள்வதற்கும் பயன்படுத்தப்படும் ஆண் பாலியல் உறுப்பு; ஆண் குறி

penitent /ˈpenɪtənt/ *adj.* (*formal*) sorry for having done sth wrong தவறு செய்தமைக்காக வருந்துகிற; தவற்றுக்கு உள்ளுறுத்தல் கொள்கிற

penitentiary /ˌpenɪˈtenʃəri/ *noun* [C] (*pl.* **penitentiaries**) (*AmE*) a prison சிறைச்சாலை; சிறை

penknife /ˈpennaɪf/ *noun* [C] (*pl.* **penknives**) a small knife with parts used for cutting (**blades**), opening bottles, etc. that fold safely away when not being used பொருள்களை நறுக்குதல், குப்பிகளைத் திறத்தல் முதலியவற்றுக்கான பகுதிகள் உடைய, பயன்படுத்தப்படாதபோது பாதுகாப்பாக மடக்கி வைக்கத்தக்க சிறு கத்தி; பேனாக்கத்தி

penniless /ˈpeniləs/ *adj.* having no money; poor பணமில்லாத; காசில்லாத; வறிதான; ஏழ்மையான

penny /ˈpeni/ *noun* [C] (*pl.* **pence** /pens/ or **pennies**) **1** (*abbr.* **p**) a small brown British coin. There are a hundred pence in a pound பிரிட்டன்

பேரரசில் வழங்கும் பவுண்டு நாணயத்தில் நூற்றில் ஒரு கூறான சிறு பழுப்பு நிறக் காசு *a fifty-pence piece/coin* **2** (*AmE*) a cent அமெரிக்க டாலர் நாணயத்தில் நூற்றில் ஒரு கூறான காசு

pension /ˈpenʃn/ *noun* [C] money that is paid regularly by a government or company to sb who has stopped working (**retired**) because of old age or who cannot work because he/she is ill முதுமை அல்லது உடல்நலக் கேடு காரணமாகப் பணியிலிருந்து ஓய்வுபெறும் ஒருவருக்கு ஓர் அரசால் அல்லது ஒரு நிறுவனத்தால் தொடர்ந்து வழங்கப்படும் பணம்; ஓய்வூதியம்

penta- /ˈpentə/ *prefix* (*used in nouns, adjectives and adverbs*) five; having five ஐந்தான; ஐந்துடைய; ஐந்தின் தொகுதியான *pentathlon*

pentagon /ˈpentəgən/ *noun* **1** [C] a shape that has five straight and equal sides ஐந்து நேர்நிலையான சம பக்கங்களை உடைய வடிவம்; ஐங்கோண வடிவம் **2 the Pentagon** [*sing.*] a large government building near Washington DC in the US that contains the main offices of the US military forces; the military officials who work there அமெரிக்காவின் முக்கியப் படைத்துறை அலுவலகங்களை உள்ளடக்கிய, வாஷிங்டன் நகருக்கு அருகிலுள்ள பெரிய அரசுக் கட்டடம்; இக்கட்டடத்தில் பணிபுரியும் படைத்துறை அலுவலர்கள்

pentathlon /penˈtæθlən/ *noun* [C] a sports competition in which you have to take part in five different events ஐந்து வெவ்வேறான நிகழ்ச்சிகளை உள்ளடக்கிய ஒரு விளையாட்டுப் போட்டி; ஐந்து விளையாட்டுப் போட்டித் தொகுதி

penthouse /ˈpenthaʊs/ *noun* [C] an expensive flat at the top of a tall building உயரமான கட்டடம் ஒன்றின் உச்சியில் அமைந்துள்ள விலை மதிப்புடைய அறைக்கட்டு; மேற்கட்டு

pent-up /ˌpent ˈʌp/ *adj.* (*only before a noun*) (used about feelings) that you hold inside and do not express (உணர்ச்சிகள் வகையில்) உள்ளடக்கி வைக்கப்பட்டு வெளிப்படுத்தப்படாதுள்ள; உள் மனத்தினுள் அடக்கிவைக்கப்பட்டுள்ள *pent-up anger*

penultimate /penˈʌltɪmət/ *adj.* (in a series) the one before the last one (ஒரு வரிசைத் தொகுதியில்) இறுதியில் உள்ளதற்கு முன்னுள்ள; ஈற்றயலான *'Y' is the penultimate letter of the alphabet.*

penumbra /pəˈnʌmbrə/ *noun* [C] (*technical*) **1** the outer part of a **shadow**, that is less dark than the central part ஒரு நிழலுருவின் மையப்பகுதியினும் இருட்சாயல் குறைந்த அதன் வெளிப்பகுதி; அரை நிழற்பகுதி **2** a dark area on the earth caused by the moon, or a dark area on the moon caused by the earth, during a **partial eclipse** பகுதியளவு கிரகணத்தின்போது சந்திரனால் உண்டாக்கப்பட்டுப் பூமியில் தோன்றும் இருட்பகுதி அல்லது பூமியால் உண்டாக்கப்பட்டுச் சந்திரனில் தோன்றும் இருட்பகுதி ➪ **umbra** பார்க்க; மேலும் **shadow** பதிவில் படம் பார்க்க.

peon /ˈpiːən/ *noun* [C] (in India and some other SE Asian countries) an office messenger; an attendant அலுவலகப் பணியாள்; ஏவலாள்; குற்றேவலர்

people /ˈpiːpl/ *noun* **1** [*pl.*] more than one person ஆட்கள் *How many people are coming to the party?*

> **NOTE** இவ்வழக்குக் குறித்துக் கவனம் தேவை. **Persons** என்ற பன்மைச் சொல்லுக்குப் பதிலாகக் கிட்டத்தட்ட எல்லா இடங்களிலும் **people** பயன்படுத்தப்படுகிறது. **Persons** என்பது முறைசார்பு மிக்கதும் வழக்கமாகச் சட்டவழக்கில் பயன்படுத்தப்படுவதுமாகும்—*Persons under the age of sixteen are not permitted to drive motorised vehicles.*

2 [C] (*pl.* **peoples**) (*formal*) all the men, women and children who belong to a particular place or race குறிப்பிட்ட இடத்தை அல்லது இனத்தைச் சார்ந்த ஆண்கள், பெண்கள் மற்றும் குழந்தைகள் அனைவரும் சேர்ந்த தொகுதி; மக்கள்; இன/நாட்டு மக்கள் *The President addressed the American people.* **3** [*pl.*] men and women who work in a particular activity குறிப்பிட்ட செயலில் ஈடுபட்டுள்ள ஆண்கள் மற்றும் பெண்களின் தொகுதி; பணியாட்கள்; வினைக்குழு *business/sports people* **4 the people** [*pl.*] the ordinary citizens of a country ஒரு நாட்டின் சாதாரணக் குடிமக்கள்; பொதுமக்கள் *The President is popular because he listens to the people.*

people carrier (*AmE* **minivan**) *noun* [C] a large car, like a van, designed to carry upto eight people எட்டு ஆட்கள் வரை அமர்ந்து செல்லக்கூடிய, பெட்டிவண்டி போன்ற, பெரிய சீருந்து; சிற்றுந்து

pepper[1] /ˈpepə(r)/ *noun* **1** [U] a black or white powder with a hot taste that is used for flavouring food உணவுக்கு நறுமணச் சுவையூட்டப் பயன்படுத்தப்படும் காரச் சுவையுள்ள கருமை அல்லது வெண்மை நிறத் தூள்; மிளகுப் பொடி *salt and pepper* **2** [C] a green, red or yellow vegetable that is almost empty inside பெரும்பாலும் உள்ளீடற்ற பச்சை, சிவப்பு அல்லது மஞ்சள் நிறக் கறிகாய் வகை; மிளகாய் வகை

pepper² /ˈpepə(r)/ *verb* [T] **pepper sb/sth with sth** (*usually passive*) to hit sb/sth with a series of small objects, especially bullets சிறு பொருள்களால், குறிப்பாகத் துப்பாக்கிக் குண்டுகளால், ஒருவரை/ஒன்றைத் தொடர்ந்து தாக்கு; எறிபடைகளைத் தொடர்ந்து வீசு; குண்டுமாரி பொழி *The wall had been peppered with bullets.*

peppercorn /ˈpepəkɔ:n/ *noun* [C] a dried berry from a tropical plant, that is pressed into small pieces or powder to make pepper உலரவைத்து நசுக்கி மிளகுப்பொடி தயாரிக்கப் பயன்படுத்தப்படும் ஒரு வகை வெப்ப மண்டலச் செடியில் விளையும் சதைக் கனி; காய்ந்த மிளகு

peppermint /ˈpepəmɪnt/ *noun* **1** [U] a natural subtance with a strong fresh flavour that is used in sweets and medicines இனிப்புப் பண்டங்கள் மற்றும் மருந்துகளில் பயன்படுத்தப்படும் முனைப்பான புதுமணச் சுவையுடைய இயற்கைப் பொருள் **2** (*also* **mint**) [C] a sweet with a peppermint flavour மேற்கண்ட பொருளின் மணமூட்டப்பட்ட இனிப்புப் பண்ட வகை ➪ **spearmint** பார்க்க.

pepsin /ˈpepsɪn/ *noun* [U] (*technical*) the main **enzyme** in the stomach that breaks down **protein** உண்ணும் உணவிலுள்ள புரதச்சத்தைக் கரைக்கும், இரைப்பையிலுள்ள முக்கிய நொதியம்

pep talk /ˈpep tɔ:k/ *noun* [C] (*informal*) a speech that is given to encourage people or to make them work harder ஆட்களை ஊக்கப்படுத்தும் அல்லது மேலும் கடுமையாக உழைக்கத் தூண்டும் முறையில் பேசப்படும் பேச்சு; ஊக்கப் பேச்சு; எழுச்சி உரை

per /pə(r); *strong form* pɜ:(r)/ *prep.* for each ஒவ்வொருவருக்கும்; ஒவ்வொன்றிற்கும் *The speed limit is 50–60 kilometres per hour.*

per capita /pə ˈkæpɪtə/ *adj.* for each person ஒவ்வொரு ஆளுக்குமான; தனித்தனியாக ஒவ்வொருவருக்குமான; தனி நபருக்கான *Per capita income rose sharply last year.* ▶ **per capita** *adv. average earnings per capita*

perceive /pəˈsi:v/ *verb* [T] (*formal*) **1** to notice or realize sth ஒன்றைக் கருத்தூன்றிப் பார்; உணர்ந்தறி *Scientists failed to perceive how dangerous the level of pollution had become.* **2** to understand or think of sth in a particular way ஒன்றைக் குறிப்பிட்ட முறையில் புரிந்துகொள் அல்லது ஒன்று குறித்துக் குறிப்பிட்ட முறையில் கருது *I perceived his comments as a criticism.* ➪ **perception** noun பார்க்க.

per cent (*AmE* **percent**) *adj., adv., noun* [C, *with sing. or pl. verb*] (*pl.* **per cent**) (*symbol %*) in or of each hundred; one part in every hundred நூற்றில் ஒன்றான/ஒன்றாக/ஒன்று; சதவீதமான/சதவீதமாக/சதவீதம்; நூற்றில் ஒரு கூறான/கூறாக/கூறு; விழுக்காடு *90% of the population owns a television.* • *The price of land in this area has gone up* ***by 30 per cent*** *in two years.*

percentage /pəˈsentɪdʒ/ *noun* [C, *with sing. or pl. verb*] the number, amount, rate, etc. of sth, expressed as if it is part of a total which is a hundred; a part or share of a whole நூறாகிய மொத்தத்தின் பகுதியாகக் கொண்டுக் கூறப்படும் அளவு, வீதம் முதலியவை; சதவீதம்; விழுக்காடு; ஒரு முழுமையின் பகுதி அல்லது பங்கு *What percentage of people voted in the last election?*

perceptible /pəˈseptəbl/ *adj.* (*formal*) that can be seen or felt காணத்தக்க அல்லது உணரத்தக்க; புலன்களால் உணரக்கூடிய; உய்த்துணரத்தக்க *a barely perceptible change in colour* ✪ OPP **imperceptible** ▶ **perceptibly** /-əbli/ *adv.*

perception /pəˈsepʃn/ *noun* **1** [U] the ability to notice or understand sth ஒன்றைக் கருத்தூன்றிப் பார்க்கும் அல்லது உணர்ந்தறியும் ஆற்றல்; புலனுணர்வுத் திறன் **2** [C] a particular way of looking at or understanding sth; an opinion குறிப்பிட்ட முறையில் ஒன்றை நோக்குதல் அல்லது புரிந்துகொள்ளுதல்; நோக்கு; பார்வை *What is your perception of the situation?* ➪ **perceive** verb பார்க்க.

perceptive /pəˈseptɪv/ *adj.* (*formal*) quick to notice or understand things ஒன்றை விரைந்து நோக்கி அறிகிற அல்லது புரிந்துகொள்கிற; அறிவுக் கூர்மையுள்ள ▶ **perceptively** *adv.*

perch¹ /pɜ:tʃ/ *verb* **1** [I] (used about a bird) to sit on a branch, etc. (பறவை வகையில்) மரக்கிளை முதலியவற்றில் நிலைகொள்; உட்கார் **2** [I, T] to sit or be put on the edge of sth ஒன்றின் விளிம்பில் அமர் அல்லது இடம் கொண்டிரு; ஒன்றின் விளிம்பில் வைக்கப்படு *The house was perched on the edge of a cliff.*

perch² /pɜ:tʃ/ *noun* [C] a branch (or a bar in a cage) where a bird sits பறவை உட்காரும் மரக் கிளை (அல்லது கூண்டின் குறுக்குக் கம்பி)

percolate /ˈpɜ:kəleɪt/ *verb* **1** [I] (*technical*) (used about a liquid, gas, etc.) to move gradually through a surface that has very small holes or spaces in it (திரவம், வாயு முதலியவை வகையில்) சிறு சிறு துளைகள் அல்லது இடவெளிகள் உள்ள ஒரு பரப்பின் ஊடாகச் சிறிது சிறிதாகச் செல்; கசிந்து அப்பாற் செல்; கசிவுறு *Water had percolated down through the rocks.* **2** [I, T] to make coffee in a special pot (**a percolator**); to be made in this way வடிகட்டியில் காப்பி

தயார் செய்; காப்பி வடிகட்டு ▶ **percolation** /pɜ:kəˈleɪʃn/ *noun* [U]

percolator /ˈpɜ:kəleɪtə(r)/ *noun* [C] a pot for making coffee, in which boiling water is forced up a central tube and then comes down again through the coffee powder மையக் குழாய் வழியாகக் கொதிநீர் செலுத்தப்பட்டு அது மீண்டும் காப்பிப்பொடி ஊடாகக் கீழிறங்குமாறு அமைப்புள்ள காப்பி தயாரிக்கும் கலம்; காப்பி வடிகட்டி ⇨ **cafetière** பார்க்க.

percussion /pəˈkʌʃn/ *noun* [U] drums and other instruments that you play by hitting them தட்டி இசை எழுப்பும் பறை மற்றும் பிற இசைக் கருவிகள்; தாளக்கருவிகள்

perennial /pəˈreniəl/ *adj.* **1** that happens often or that lasts for a long time அடிக்கடி நிகழ்கிற அல்லது நெடுநாளிருக்கிற; தொடர்ந்து நீடித்திருக்கிற; நிலையான *a perennial problem* **2** (used about plants) living for two years or more (தாவரங்கள் வகையில்) இரண்டாண்டுகள் அல்லது இரண்டாண்டுகளுக்கு மேல் உயிர் வாழ்கிற

perfect[1] /ˈpɜ:fɪkt/ *adj.* **1** completely good; without faults or weaknesses முற்றிலும் நல்லதான; முழு நிறைவான; குறைபாடற்ற *The car is two years old but it is still in perfect condition.* ✪ OPP **imperfect** **2 perfect (for sb/sth)** exactly suitable or right சரிநுட்பமாகப் பொருந்தியமைகிற; முற்றிலும் சரியான; சரி நிறைவான; இம்மியும் பிசகாத *Ashalata would be perfect for the job.* **3** (*only before noun*) complete; total முழுமையான; அனைத்தும் உட்கொண்ட *What he was saying made perfect sense to me.* • *a perfect stranger* **4** used to describe the tense of a verb that is formed with 'has', 'have', 'had' and the past participle ஆங்கில இலக்கணத்தில் 'has', 'have' மற்றும் 'had'-உடன் இறந்தகால வினையெச்சம் சேர்ந்துவரும் வினைச்சொல்லின் காலம் குறிக்கப் பயன்படுத்தப்படுவது; வினை முடிவுறு காலமான ▶ **perfectly** *adv.*

perfect[2] /pəˈfekt/ *verb* [T] to make sth perfect ஒன்று நிறைநலம் பெறச் செய்; முழு நிறைவூட்டு *Vinay is spending a year in France to perfect his French.*

perfection /pəˈfekʃn/ *noun* [U] the state of being perfect or without fault முழு நிறைவான அல்லது குறைபாடற்ற நிலை; நிறைநலம் *The vegetable was cooked **to perfection**.*

perfectionist /pəˈfekʃənɪst/ *noun* [C] a person who always does things as well as he/she possibly can and who expects others to do the same ஒன்றைத் தன்னால் இயன்ற அளவுக்குச் செம்மையாகச் செய்வதுடன் மற்றவர்களும் அவ்வாறே செய்யவேண்டுமென எதிர்பார்க்கும் வழக்கமுடையவர்; நிறைநலக் கொள்கையர்

the perfect tense (*also* **the perfect**) *noun* [*sing.*] (*grammar*) the tense of a verb that is formed with has/have/had and the past participle ஆங்கில இலக்கணத்தில் has/have/had உடன் இறந்தகால வினையெச்சம் சேர்ந்துவரும் வினைச்சொல் வடிவம்; வினை முடிவுறுகாலம் *'I've finished' is in the present perfecte tense.*

NOTE இவ்வினை வடிவம் பற்றி மேலும் அறிய, அகராதிப் பகுதியை அடுத்துள்ள **Quick Grammar Reference** பகுதியைப் பார்க்க.

perforate /ˈpɜ:fəreɪt/ *verb* [T] to make a hole or holes in sth ஒன்றில் துளை அல்லது துளைகள் செய்

perforation /ˌpɜ:fəˈreɪʃn/ *noun* **1** [C] a series of small holes in paper, etc. that make it easy for you to tear தாள் முதலியவை கிழிப்பதற்கு எளிதாகுமாறு அதில் இடப்படும் துளைகளின் வரிசை **2** [U] the action of making a hole or holes in sth ஒன்றில் துளை அல்லது துளைகள் செய்தல்; துளையிடுதல்

perform /pəˈfɔ:m/ *verb* **1** [T] (*formal*) to do a piece of work or sth that you have been ordered to do ஒரு வேலையை அல்லது செய்யுமாறு பணிக்கப்பட்ட ஒன்றைச் செய்; பணி செய் *to perform an operation/an experiment/a task* **2** [I, T] to take part in a play or to sing, dance, etc. in front of an audience நாடகத்தில் வேடமேற்று நடி; ஓர் அவையின் முன்பாகப் பாடுதல், நடனமாடுதல் முதலியவற்றைச் செய் *She is currently performing at the National Theatre.* **3** [I] **perform (well/badly/poorly)** to work or function well or badly நல்ல முறையில் அல்லது மோசமாக வினையாற்று; செயல்புரி *The company has not been performing well recently.*

IDM **work/perform miracles** ⇨ **miracle** பார்க்க.

performance /pəˈfɔ:məns/ *noun* **1** [C] the act of performing sth in front of an audience; something that you perform ஓர் அவையினர் முன்பாக (நடித்தல், பாடுதல், நடனம் முதலிய) ஒன்றை நிகழ்த்துதல்; அவ்வாறு நிகழ்த்தப்படும் ஒன்று; பொதுக் காட்சி நிகழ்ச்சி *What time does the performance start?* **2** [C] the way a person performs in a play, concert, etc. ஒரு நாடகம், ஓர் இசை நிகழ்ச்சி முதலியவற்றில் ஒருவர் வினையாற்றும் முறை; நடிப்பு முறை, ஆடற்பாங்கு முதலியவை *His moving performance in the film won him an Oscar.* **3** [C] the way in which you do sth, especially how successful you are ஒருவர் ஒன்றைச் செய்யும் முறை, குறிப்பாக அச்செயலின் பயன்விளைவோடு தொடர்புபடுத்திக் காணப்படும் செயற்பாடு;

பணித் திறம் *The company's performance was disappointing last year.* **4** [U] (used about a machine, etc.) the ability to work well (விசைப்பொறி முதலியவை வகையில்) நல்ல முறையில் இயங்கும் ஆற்றல்; இயங்கு திறன் *This car has a high performance engine.* **5** [U, *sing.*] (*formal*) the act or process of doing a task, an action, etc. ஒரு பணி, செயல் முதலியவற்றைச் செய்தல்; பணி இயற்றுதல்; செயல் புரிதல்; செயற்பாடு *the performance of your duties*

performer /pə'fɔ:mə(r)/ *noun* [C] **1** a person who performs for an audience ஓர் அவையினருக்கு முன்பாக நிகழ்கலை ஒன்றை நிகழ்த்துபவர்; நடிகர், பாடகர், நடனமாடுபவர் முதலியோர் **2** a person or thing that behaves or works in the way mentioned குறிப்பிடப்பட்டுள்ள முறையில் நடந்துகொள்ளும் அல்லது வினைபுரியும் ஒருவர் அல்லது ஒன்று; செய்பவர்; செய்வது *Rajlakshmi is a poor performer in exams.*

perfume /'pɜ:fju:m/ *noun* [C, U] **1** (*BrE* **scent**) a liquid with a sweet smell that you put on your body to make yourself smell nice உடலில் நறுமணம் கமழச் செய்வதற்காக மேலிட்டுக்கொள்ளப்படும் இனிய மணமுள்ள திரவம்; நறுமண நீர்மம் *Are you wearing perfume?* **2** a pleasant, often sweet, smell மனத்துக்கு இதமான, பெரும்பாலும் இனிமையான மணம்; நறுமணம்; இன்மணம்

perhaps /pə'hæps; præps/ *adv.* (used when you are not sure about sth) possibly; maybe (ஒன்று குறித்து உறுதிப்பாடற்ற நிலையில் இருப்பதைக் கூறப் பயன்படுத்தப்படுவது) ஒருவேளை; ஒருக்கால்; கூடுமாயின்; சாத்தியமானதாக *Perhaps he's forgotten.* • *She was, perhaps, one of the most famous writers of the time.*

> **NOTE** **Perhaps, maybe** இரண்டும் ஒத்த பொருளுடையவை. இவை பெரும்பாலும் ஒரு கூற்றுக்கு இணக்க நயம் ஊட்டப் பயன்படுத்தப்படுகின்றன—*Perhaps I could borrow your book, if you are not using it?* • *Maybe I'd better explain...*

peril /'perəl/ *noun* (*written*) **1** [U] great danger பேராபத்து நேர்வதற்கான வாய்ப்பு நிலை; துன்ப நெருக்கடி; பெரும் இடர்ப்பாட்டு நிலை *A lack of trained nurses is putting patients' lives* ***in peril.*** **2** [C] sth that is very dangerous பேராபத்து விளைவிக்கக்கூடிய ஒன்று *the perils of drug abuse* ▶ **perilous** /'perələs/ *adj.* **NOTE** இவற்றை விட **danger** மற்றும் **dangerous** வழக்கு மிக்கவை.

perimeter /pə'rɪmɪtə(r)/ *noun* [C] the outside edge or limit of an area of land ஒரு நிலப்பகுதியின் வெளிப்புற விளிம்பு அல்லது புற எல்லை *the perimeter fence of the army camp*

period /'pɪəriəd/ *noun* [C] **1** a length of time ஒரு கால அளவு; காலப் பகுதி; காலக் கூறு *The scheme will be introduced for a six-month trial period.* **2** a lesson in school பள்ளியில் நாளின் பாட வேளை; பாட வகுப்பு *We have five periods of English a week.* **3** the time every month when a woman loses blood from her body மாதந்தோறும் ஒரு பெண்ணின் உடலிலிருந்து குருதி வெளியேறும் காலம்; மாதவிடாய் வேளை **4** (*AmE*) = **full stop**

periodic /ˌpɪəri'ɒdɪk/ (*also* **periodical** /-ɪkl/) *adj.* happening fairly regularly பெரும்பாலும் கால முறைப்படி நிகழ்கிற; கால ஒழுங்குடைய தொடர் நிகழ்வான; கால வட்ட *We have periodic meetings to check on progress.* ▶ **periodically** /-ɪkli/ *adv. All machines need to be checked periodically.*

periodical /ˌpɪəri'ɒdɪkl/ *noun* [C] (*formal*) a magazine that is produced regularly குறிப்பிட்ட இடைவெளிகளுடன் தொடர்ந்து வெளியிடப்படும் பத்திரிகை; பருவ இதழ்

the periodic table *noun* [*sing.*] a table of all the chemical elements, arranged according to the number of parts with a positive electric charge (**protons**) that they each have in their centre (**nucleus**) ஒவ்வொரு வேதியியல் தனிமத்தின் உட்கருவிலுள்ள நேர் மின்னூட்டம் கொண்ட மின்மங்களின் எண்ணிக்கை அடிப்படையில் வரிசைப்படுத்தப்பட்ட அனைத்து வேதியியல் தனிமங்களின் அட்டவணை; தனிம அட்டவணை

peripheral[1] /pə'rɪfərəl/ *adj.* **1** (*formal*) **peripheral (to sth)** not as important as the main aim, part, etc. of sth ஒன்றின் முதன்மை நோக்கம், முதன்மைப் பகுதி முதலியவற்றின் அளவுக்கு முக்கியத்துவம் உள்ளதல்லாத; துணை நிலையான; துணைக் கூறான **2** (*technical*) connected with the outer edge of a particular area குறிப்பிட்ட பகுதியின் வெளிப்புற விளிம்பு சார்ந்த *the peripheral nervous system* • *peripheral vision* **3** (*computing*) (used about equipment) connected to a computer (ஒரு கருவி பற்றிக் குறிப்பிடுகையில்) கணிப்பொறியுடன் இணைக்கப்பட்ட; புறக் கருவியான *a peripheral device* ▶ **peripherally** /-ərəli/ *adv.*

peripheral[2] /pə'rɪfərəl/ *noun* [C] (*computing*) a piece of equipment that is connected to a computer, for example a **printer** (அச்சுப்பொறி முதலிய) கணிப்பொறியுடன் இணைக்கப்பட்ட கருவி; புறக்கருவி

periphery /pə'rɪfəri/ *noun* [C, *usually sing.*] (*pl.* **peripheries**) (*formal*) **1** the outer edge of a particular area குறிப்பிட்ட பகுதியின் வெளிப்புற விளிம்பு; புற எல்லை *industrial development* ***on the periphery of*** *town* **2** the less important part of sth, for example of a particular activity or of a social or political group குறிப்பிட்ட செயல்பாடு, சமுதாய அல்லது அரசியல் குழு முதலியவற்றின் முக்கியத்துவம் குறைந்த கூறு அல்லது பிரிவு; துணைப் பகுதி *minor parties **on the periphery of** Indian politics*

periscope /ˈperɪskəʊp/ *noun* [C] a device like a long tube, containing mirrors which allow you to see over the top of sth, used especially in a **submarine** to see above the surface of the sea (குறிப்பாக நீர்மூழ்கிக் கப்பல்களில் கடற்பரப்புக்கு மேல் உள்ளவற்றைப் பார்ப்பதற்குப் பயன்படுத்தப்படும்) ஒன்றன் மேற்பகுதிக்கு மேல் நோக்குதற்கு ஏதுவாக உரு பிரதிபலிக்கும் கண்ணாடிகள் உள்ளமைக்கப்பட்ட நீண்ட குழல் வடிவக் கருவி; முகட்டு மேற்பரப்புக் காட்சிக் கருவி

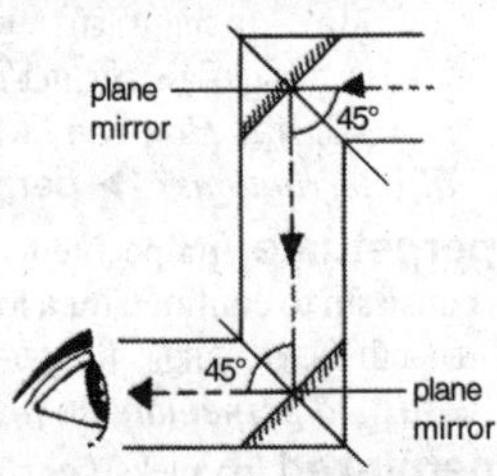

perish /ˈperɪʃ/ *verb* [I] (*written*) to die or be destroyed இறந்துபோ; அழிந்துபோ *Thousands perished in the war.*

perishable /ˈperɪʃəbl/ *adj.* (used about food) that will go bad quickly (உணவு வகையில்) விரைவில் கெட்டுவிடுகிற அல்லது பதனழிவுக்கு உள்ளாகிற; விரைவில் அழுகிப்போகிற ✪ OPP **non-perishable**

peristalsis /ˌperɪˈstælsɪs/ *noun* [U] (*technical*) the movements that the large tubes inside the body make automatically to push sth out or along ஒரு பொருளை வெளியே அல்லது ஊடாகத் தள்ளும் பொருட்டு உடலிலுள்ள பெரிய குழாய்கள் தன்னியக்கமாகச் செய்யும் அசைவுகள்

perjury /ˈpɜːdʒəri/ *noun* [U] (*formal*) the act of telling a lie in a court of law நீதிமன்றத்தில் பொய் கூறும் செயல்; பொய்ச் சத்தியம் ▶ **perjure** /ˈpɜːdʒə(r)/ *verb* [T] **perjure yourself** *She admitted that she had perjured herself while giving evidence.*

perk¹ /pɜːk/ *verb*

PHR V **perk (sb/sth) up** to become or make sb become happier and have more energy மகிழ்ச்சியும் ஊக்கமும் மிகுந்து தோன்று; மகிழ்ச்சி, ஊக்கம் மிகுவி

perk² /pɜːk/ *noun* [C] (*informal*) something extra that you get from your employer in addition to money பணி முதல்வரிடமிருந்து ஒருவர் பணத்துடன் கூட மிகைப்படியாகப் பெறுவது; மிகைப் பலன் *Travelling abroad is one of the perks of the job.*

perm /pɜːm/ *noun* [C] the treatment of hair with special chemicals in order to make it curly தலை மயிரைச் சுருள் வளைவாக்க வேண்டித் தனிவகை வேதியியற் பொருள்களைக் கொண்டு செய்யப்படும் அலை நெளிவு ➪ **wave** பார்க்க. ▶ **perm** *verb* [T] *She has had her hair permed.*

permafrost /ˈpɜːməfrɒst/ *noun* [U] (*technical*) a layer of soil that is permanently frozen, in very cold regions of the world உலகின் மிகு குளிர்ப்பகுதிகளில் காணப்படும், எப்போதும் பனிப்படலம் மூடிய நிலையில் உள்ள மண்படுகை; உறைமண் படுகை

permanent /ˈpɜːmənənt/ *adj.* lasting for a long time or forever; that will not change நீண்ட காலம் அல்லது என்றென்றைக்கும் நிலைத்திருக்கிற; மாற்றமில்லாத; நிரந்தரமான *The accident left him with a permanent scar.* • *Are you looking for a permanent or a temporary job?* ▶ **permanence** *noun* [U] ▶ **permanently** *adv. Has she settled there permanently?*

permeable /ˈpɜːmiəbl/ *adj.* allowing a liquid or gas to pass through திரவத்தை அல்லது வாயுப்பொருளை ஊடாகச் செல்ல விடுகிற; ஊடுருவ இடந்தரும் இயல்புடைய *A frog's skin is permeable to water.* ✪ OPP **impermeable** ▶ **permeability** /ˌpɜːmiəˈbɪləti/ *noun* [U]

permeate /ˈpɜːmieɪt/ *verb* [I, T] (*formal*) **1** (of a liquid or gas) to pass through a **porous** material (திரவம் அல்லது வாயுப்பொருள் வகையில்) நுண்துளைகள் உள்ள ஒரு பொருளில் ஊடுருவிச் செல் *Rain water permeates through the ground.* **2** (of a smell or gas) to spread through a room or fill every part of something (ஒரு மணம் அல்லது வாயு வகையில்) ஓர் அறையின் ஊடே அல்லது ஒன்றின் ஒவ்வொரு பகுதியிலும் நிரம்பிப் பரவு *The smell of flowers permeated the house.* **3** (of an idea, etc.) to affect every part of something (ஒரு கருத்து முதலியவை வகையில்) ஒன்றின் ஒவ்வொரு பகுதி மேலும் தாக்கம் ஏற்படுத்து *a belief that permeates all levels of society.*

permissible /pəˈmɪsəbl/ *adj.* (*formal*) **permissible (for sb) (to so sth)** that is allowed by law or by a set of rules சட்டத்தால் அல்லது விதிமுறைகளால் அனுமதிக்கப்படுகிற; சட்டப்படியான ஏற்புடைய *They have been exposed to radiation above the permissible level.*

permission /pəˈmɪʃn/ *noun* [U] **permission (for sth); permission (for sb) (to do sth)** the act of allowing sb to do sth, especially when this is done by sb in a position of authority குறிப்பாக அதிகாரப் பொறுப்பில் உள்ள ஒருவரால், ஓராள் ஒன்றைச் செய்ய அனுமதிக்கப்படுதல்; இசைவு; அனுமதி *I'm afraid you can't leave* *without permission.* • *to ask/give permission for sth*

NOTE **Permission** எண்ணுதற்கியலாப் பெயர்ச்சொல் ஆகும். ஒருவர் ஒன்றைச் செய்ய இசைவு வழங்கும் ஆவணம் **permit** எனப்படும்.

permissive /pəˈmɪsɪv/ *adj.* having, allowing or showing a lot of freedom that many people do not approve of, especially in sexual matters குறிப்பாகப் பாலியல் தொடர்பான செயல்களில், பலருக்கு ஏற்புடையதல்லாத, மிகைப்படியான தன்னுரிமை கொண்டுள்ள, வழங்குகிற அல்லது வெளிப்படுத்துகிற; பாலியல் ஒழுக்கக் கட்டுப்பாடற்ற அல்லது தன்விருப்பப் போக்குடைய

permit[1] /pəˈmɪt/ *verb* (**permitting; permitted**) **1** [T] (*formal*) to allow sb to do sth or to allow sth to happen ஒருவர் ஒன்றைச் செய்ய அல்லது ஒன்று நடைபெற அனுமதி கொடு *You are not permitted to smoke in the hospital.* • *His visa does not permit him to work.* ➪ **allow** பதிவிலுள்ள குறிப்பைப் பார்க்க. **2** [I, T] to make sth possible ஒன்றை இயலக் கூடியதாக்கு; ஒன்றிற்கு இடங்கொடு *There will be a barbecue on Saturday,* ***weather permitting.***

permit[2] /ˈpɜːmɪt/ *noun* [C] an official document that says you are allowed to do sth, especially for a limited period of time குறிப்பாக வரையறைக்கு உட்பட்ட ஒரு கால அளவுக்கு ஒன்றைச் செய்ய அனுமதி வழங்கும் அதிகாரபூர்வமான ஆவணம்; அனுமதிச் சீட்டு *Next month I'll have to apply for a new* ***work permit.***

peroxide /pəˈrɒksaɪd/ (*also* **hydrogen peroxide**) *noun* [U] a colourless liquid that is used to kill bacteria and to make hair a lighter colour நோய் நுண்மங்களை அழிக்கவும் மயிரை வெளிறிய நிறமாக்கவும் பயன்படுத்தப்படும் நிறமற்ற நீர்மம்; பர உயிரகை; பெராக்ஸைட்

perpendicular /ˌpɜːpənˈdɪkjələ(r)/ *adj.* **1** at an angle of 90° to sth ஒன்றுக்குச் செங்கோணத்திலுள்ள; செங்குத்தான *Are the lines perpendicular to each other?* ➪ **horizontal** மற்றும் **vertical** பார்க்க. **2** pointing straight up; upright மேல் நோக்கி நேர் நிமிர்வாக அமைந்துள்ள; நிலைக்குத்தான; சாய்வற்ற *The path was almost perpendicular* (= it was very steep).

perpetrate /ˈpɜːpətreɪt/ *verb* [T] (*formal*) **perpetrate sth (against/upon/on sb)** to commit a crime or do sth wrong or evil குற்றம் புரி; தவறான அல்லது தீங்கான ஒரு செயலைச் செய்; சட்ட மீறிய அல்லது முறைகேடான ஒன்றைச் செய் *to perpetrate a crime/fraud/massacre* ▶ **perpetration** /ˌpɜːpəˈtreɪʃn/ *noun* [U]

perpetual /pəˈpetʃuəl/ *adj.* **1** continuing for a long period of time without stopping இடைவிடாது நீண்ட காலம் தொடர்ந்து நிகழ்கிற; தொடர்ச்சியான; நீடித்திருக்கிற *They lived in perpetual fear of losing their jobs.* **2** frequently repeated in a way which is annoying எரிச்சலூட்டும் முறையில் அடிக்கடி திரும்பத் திரும்ப நிகழ்கிற; விடாப்பிடியாகத் தொடர்கிற; இடைவிடாத *How can I work with these perpetual interruptions?* ▶ **perpetually** /-uəli/ *adv.*

perpetuate /pəˈpetʃueɪt/ *verb* [T] (*formal*) to cause sth to continue for a long time ஒன்று நீண்ட காலம் தொடர்ந்து நிகழச் செய்; நீடித்திருக்கச் செய் *to perpetuate an argument*

perplexed /pəˈplekst/ *adj.* not understanding sth; confused ஒன்றைப் புரிந்துகொள்ளாத; குழப்பமடைந்த; மனத் தடுமாற்றமுற்ற

perquisite /ˈpɜːkwɪzɪt/ *noun* (*formal*) **1** = **perk[2]** **2** something special like a privilege to which a person has a special right because of his social position ஒருவரது சமுதாய நிலை காரணமாக அவர் தனி உரிமை கொண்டாடும் ஒன்று; உரிமைப் பேறு; சிறப்புரிமைப் பொருள் *Higher education was the perquisite of the rich in pre-independent India.*

per se /ˌpɜː ˈseɪ/ *adv.* a word used to say that something is considered alone, by or in itself and not in connection with something or someone மற்றொன்றுடன்/மற்றொருவருடன் தொடர்புறாது ஒன்று தனிப்படக் கருதப்படுவதைக் குறிக்கும் சொல்: தனி நிலையில் *The actors were good per se but the film was very badly made.*

persecute /ˈpɜːsɪkjuːt/ *verb* [T] **1 persecute sb (for sth)** to treat sb in a cruel and unfair way, especially because of race, religion or political beliefs இன, சமய அல்லது அரசியல் வேறுபாடு காரணமாக ஒருவரை இரக்கமற்ற மற்றும் நியாயமற்ற முறையில் நடத்து; கொடுமைப்படுத்து **2** to deliberately annoy sb and make his/her life unpleasant முன்கருதலுடன்/வேண்டுமென்றே ஒருவரை அலைக்கழி; இடர்ப்படுத்து; வருத்து ▶ **persecution** /ˌpɜːsɪˈkjuːʃn/ *noun* [C, U] *the persecution of minorities* ▶ **persecutor** /ˈpɜːsɪkjuːtə(r)/ *noun* [C]

persevere /ˌpɜːsɪˈvɪə(r)/ *verb* [I] **persevere (at/in/with sth)** to continue trying to do or achieve sth that is difficult கடினமான ஒன்றைச் செய்ய அல்லது நிறைவேற்ற வேண்டித் தொடர்ந்து முயல்; விடாமுயற்சியுடன், உறுதியுடன் அல்லது மனம் தளராது செயலாற்று *The treatment is painful but I'm going to persevere with it.* ▶ **perseverance** *noun* [U]

persist /pəˈsɪst/ *verb* [I] **1 persist (in sth/doing sth)** to continue doing sth even though other people say that you are wrong or that you cannot do it மற்றவர்கள் குற்றம் கூறும்போதும் அல்லது தன்னால் செய்ய இயலாது எனக் கூறும்போதும், ஒன்றைத் தொடர்ந்து செய்; விடாப்பிடியாக ஒன்றைச் செய்; ஒன்றில் பிடிவாதமாயிரு *If you persist in making trouble I shall call the police.* **2** to continue to exist தொடர்ந்து உளதாயிரு; விடாது தொடர் *If your symptoms persist you should consult your doctor.* ▶ **persistence** *noun* [U] *Finally her persistence was rewarded and she got what she wanted.*

persistent /pəˈsɪstənt/ *adj.* **1** determined to continue doing sth even though people say that you are wrong or that you cannot do it மற்றவர்கள் குற்றம் கூறும்போதும் தன்னால் செய்ய இயலாது எனக் கூறும்போதும் ஒன்றை விடாப்பிடியாகத் தொடர்ந்து செய்கிற; ஒன்றில் உறுதியாக அல்லது பிடிவாதமாக இருக்கிற *Some salesmen can be very persistent.* **2** lasting for a long time or happening often நீண்ட காலம் நிலைத்திருக்கிற; நீடித்திருக்கிற; மீண்டும் மீண்டும் நிகழ்கிற *a persistent cough* ▶ **persistently** *adv.*

person /ˈpɜːsn/ *noun* [C] (*pl.* **people**) **1** a man or woman; a human being ஓர் ஆண் அல்லது ஒரு பெண்; ஆள்; தனியொரு மனிதர்; நபர் *I would like to speak to the person in charge.*

> **NOTE** முறைசார்பு மிக்க வழக்குகள் சிலவற்றில் **person** என்ற சொல்லின் பன்மை வடிவாக **persons** வரக்கூடும். ➪ **people** பதிவிலுள்ள குறிப்பைப் பார்க்க.

2 -person (*used to form compound nouns*) a person doing the job mentioned குறிப்பிடப்பட்ட தொழிலைச் செய்யும் ஆள் *a salesperson/spokesperson* **3** (*grammar*) one of the three types of pronouns in grammar. 'I/we' are the first person, 'you' is the second person and 'he/she/it/they' are the third person தன்மை (I, we), முன்னிலை (you), படர்க்கை (he, she, it, they) ஆகிய மூவிட மாற்றுப்பெயர் வகைகளில் ஒன்று

IDM **in person** seeing or speaking to sb face to face (not speaking on the telephone or writing a letter) (தொலைபேசியிலோ கடித வழியாகவோ தொடர்பு கொள்ளாமல்) நேருக்கு நேராக ஒருவரைக் காண்பவராக அல்லது ஒருவரிடம் பேசுபவராக; நேரில்; தாமே

personal /ˈpɜːsənl/ *adj.* **1** (*only before a noun*) of or belonging to one particular person குறிப்பிட்ட ஓராள் சார்ந்த அல்லது ஓராளுக்குரிய; தனி ஒருவர் தொடர்பான; தனிப்பட்ட ஆள் சார்ந்த *personal belongings* • *Judges should not let their* ***personal feelings*** *influence their decisions.* **2** concerning your feelings, health or relationships with other people தன்னுடைய உணர்ச்சிகள், உடல் நலம் அல்லது மற்றவர்கள் உடனான தனது உறவுமுறை சார்ந்த; சொந்த விவகாரம் தொடர்பான *Do you mind if I ask you a* ***personal question****?* **3** not connected with a person's job or official position ஒருவரது தொழில் அல்லது பணிப்பொறுப்பு குறித்ததல்லாத *Please keep personal phone calls to a minimum.* • *I try not to let work interfere with my* ***personal life****.* **4** (*only before a noun*) done by a particular person rather than by sb who is acting for him/her குறிப்பிட்ட ஒருவருடைய பிரதிநிதியால் அல்லாது அவராலேயே செய்யப்படுகிற; ஒருவர் தாமே செய்கிற அல்லது நேரில் ஆற்றுகிற *The Prime Minister made a personal visit to the victims in hospital.* **5** (*only before a noun*) made or done for one particular person rather than for a large group of people or people in general ஒரு பெரும் பிரிவினருக்கோ பொதுவாக மக்களுக்கோ அல்லாது குறிப்பிட்ட தனி ஒருவருக்காக உருவாக்கப்படுகிற அல்லது செய்யப்படுகிற *We offer a personal service to all our customers.* **6** speaking about sb's appearance or character in an unpleasant or unfriendly way ஒருவரது தோற்றம் அல்லது பண்பியல்பு குறித்து விரும்பத்தகாத அல்லது நட்பிணக்கமற்ற முறையில் பேசப்படுகிற *It started as a general discussion but then people started to* ***get personal*** *and an argument began.* **7** (*only before a noun*) connected with the body உடல் தொடர்பான *personal hygiene* • *She's always worrying about her personal appearance.*

personal assistant = **PA**

personal computer = **PC1**

personality /ˌpɜːsəˈnæləti/ *noun* (*pl.* **personalities**) **1** [C, U] the different qualities of a person's character that make him/her different from other people ஒருவரை மற்றவர்களிடமிருந்து வேறுபடுத்திக் காட்டும் அவரது பல்வேறு பண்புக் கூறுகளின் அல்லது சிறப்பியல்புகளின் தொகுதி; தனித்தன்மை *Sudarshan has a kind personality.* **2** [U] the quality of having a strong, interesting and attractive character உறுதிப்பாடும், ஆர்வத் தூண்டுதலும் ஈர்ப்புத் திறனும் வாய்ந்த பண்புரு; மேம்பட்ட பண்புநலம்; ஆளுமை *A good entertainer needs a lot of personality.* **3** [C] a famous person (especially in sport, on television, etc.) (குறிப்பாக விளையாட்டு, தொலைக்காட்சி நிகழ்ச்சி முதலியவற்றில் பங்குபெறும்) புகழ் பெற்ற ஒருவர் *a television personality*

personalize (*also* **-ise**) /ˈpɜːsənəlaɪz/ *verb* [T] (*usually passive*) to mark sth with your name, etc. to show that it belongs to you ஒன்று தனக்கு உடைமையானது என்பதைக் காட்ட அதில்

தனது பெயர் முதலியவற்றைப் பொறி; உடைமைக் குறியிடு *a car with a personalized number plate*

personally /ˈpɜːsənəli/ *adv.* **1** used to show that you are expressing your own opinion ஒன்று தனது தனிப்பட்ட கருத்து என்பதைக் குறிக்கப் பயன்படுத்தப்படுவது; தன்னைப் பொறுத்த-வரை; தனது நோக்கில் *Personally, I think that nurses deserve more money.* **2** done by you yourself, not by sb else acting for you தனது சார்பாக வேறொருவர் செய்யாது, தன்னாலேயே செய்யப்படுவதாக; தாமே ஆற்றுகிற *I will deal with this matter personally.* **3** in a way that is connected with one particular person rather than a group of people ஒரு குழுவினரை அல்லாது தனிப்பட்ட ஒருவரைக் குறிப்பதாக; குறிப்பிட்ட தனிமனிதர் சார்ந்ததாக *I wasn't talking about you personally—I meant all teachers.* **4** in a way that is intended to offend மனம் புண்படச் செய்யும் முறையில்; ஒருவரை வருந்தச்செய்வதாக *Please don't **take it personally**, but I would just rather be alone this evening.* **5** in a way that is connected with sb's private life, rather than his/her job ஒருவரது தொழில் குறிக்காது அவரது தனிப்பட்ட வாழ்க்கையோடு தொடர்புடையதாக; சொந்த விவகாரம் பற்றியதாக

personal pronoun *noun* [C] (*grammar*) any of the pronouns 'I, me, she, her, he, him, we, us, you, they, them' மூவிட மாற்றுப்பெயர்களான 'I, me, she, her, he, him, we, us, you, they, them' ஆகியவற்றில் ஒன்று

personal stereo *noun* [C] a small machine that plays CDs or cassettes that you can carry round with you and listen to through a wire which goes in each ear (**headphones**) உடன் கொண்டு செல்லக்கூடியதும் இரு காதுகளிலும் கம்பியைப் பொருத்திக்கொண்டு கேட்கக்கூடிய குரல் வாங்கிகளை உடையதும் குறுவட்டு-களை அல்லது ஒலி/ஒளி நாடாக்களை இயக்கக்கூடியதுமான சிறு விசைப்பொறி; தனியாள் இசைப்பொறி

personify /pəˈsɒnɪfaɪ/ *verb* [T] (*pres. part.* **personifying**; *3rd person sing. pres.* **personifies**; *pt, pp* **personified**) **1** to be an example in human form of a particular quality குறிப்பிட்ட பண்பின் மனித உருவிலான எடுத்துக்காட்டாக இரு; ஒரு பண்பின் உருவாயிரு *She is kindness personified.* **2** to describe an object or a feeling as if it were a person, for example in a poem கவிதை முதலியவற்றில் ஒரு பொருளை அல்லது ஓர் உணர்ச்சியை ஓராளாகக் கற்பித்துக் கூறு; ஒரு பண்பைப் பண்பியாக உருவகம் செய் ▶ **personification** /pəˌsɒnɪfɪˈkeɪʃn/ *noun* [C, U]

personnel /ˌpɜːsəˈnel/ *noun* **1** [*pl.*] the people who work for a large organization or one of the armed forces பெரிய நிறுவன அமைப்பு ஒன்றின் அல்லது ஒரு படைத்துறையின் பணியாளர்களின் தொகுதி; ஊழிய ஆட்கள் *sales/medical/technical personnel* **2** (**personnel department**) [U, *with sing. or pl. verb*] the department of a large company or organization that deals with employing and training people ஆட்களைப் பணியமர்த்துதல் மற்றும் அவர்-களுக்குப் பயிற்சியளித்தல் தொடர்பானவை-களைக் கையாளும் ஒரு பெரிய நிறுவனத்தின் அல்லது நிறுவன அமைப்பின் துறை; பணியாளர் துறை *Personnel is/are currently reviewing pay scales.*

perspective /pəˈspektɪv/ *noun* **1** [U] the ability to think about problems and decisions in a reasonable way without exaggerating them பெரிதுபடுத்தாது அறிவார்ந்த முறையில் சிக்கல்கள் மற்றும் முடிவுகள் குறித்துச் சிந்திக்கும் ஆற்றல்; பொருள்களின் முக்கியத்-துவத்தைச் சரிநிலையில் காணும் திறம் *Hearing about others' experiences often helps to **put** your own problems **into perspective*** (= makes them seem less important than you thought). • *Try to **keep** these issues **in perspective*** (= do not exaggerate them). **2** [C] your opinion or attitude towards sth ஒன்று குறித்த தனது கருத்து அல்லது மனப்பான்மை; அணுகுமுறை *Try and look at this from my perspective.* **3** [U] the art of drawing on a flat surface so that some objects appear to be farther away than others சில பொருள்கள் மற்றவற்றிலிருந்து தள்ளி அமைந்திருப்பதாகத் தோன்றுமாறு ஒரு சமதளப் பரப்பில் வரைபடம் தீட்டும் கலை; தொலை-யண்மைக் காட்சிப்படம் வரையும் கலை

perspire /pəˈspaɪə(r)/ *verb* [I] (*formal*) to lose liquid through your skin when you are hot; to sweat வியர்த்தலுறு; வியர் ▶ **perspiration** /ˌpɜːspəˈreɪʃn/ *noun* [U] **NOTE** **Sweat** இப்பொருளில் வழங்கும் பெரு வழக்கான சொல்லாகும்.

persuade /pəˈsweɪd/ *verb* [T] **1 persuade sb (to do sth); persuade sb (into sth/into doing sth)** to make sb do sth by giving him/her good reasons ஏற்கத்தக்க காரணங்கள் கூறி ஒரு செயலை ஒருவர் செய்யச் செய்; அறிவார்ந்த முறையில் கூறி இணங்கவை *It was difficult to persuade Prema to change her mind.* ✪ OPP **dissuade** **2** (*formal*) **persuade sb that...; persuade sb (of sth)** to make sb believe sth ஒருவர் ஒன்றை நம்புமாறு செய்; மனம் ஏற்கும்படி செய் *The jury was not persuaded of her innocence.* ⇨ **convince** பார்க்க.

persuasion /pəˈsweɪʒn/ *noun* **1** [U] the act 1of persuading sb to do sth or to believe sth

ஏற்கத்தக்க காரணங்கள் கூறி ஒன்றைச் செய்ய ஒருவரை இணங்கவைத்தல்; செயல் தூண்டுதல்; ஒன்றை நம்பவைத்தல் *It took a lot of persuasion to get Anu to agree.* **2** [C] (*formal*) a religious or political belief சமய அல்லது அரசியல் கொள்கை *politicians of all persuasions*

persuasive /pəˈsweɪsɪv/ *adj.* able to persuade sb to do or believe sth ஒன்றைச் செய்யுமாறு அல்லது ஒன்றை நம்புமாறு ஒருவரை வழிப்படுத்தும் ஆற்றலுள்ள; ஒருவரை இணங்குவிக்கவல்ல; செயல் தூண்டுதல் அளிக்கவல்ல; மனம் ஏற்கும்படி ஒன்றைக் கூறவல்ல *the persuasive power of advertising* ▶ **persuasively** *adv.* ▶ **persuasiveness** *noun* [U]

pertinent /ˈpɜːtɪnənt/ *adj.* (*formal*) closely connected with the subject being discussed விவாதத்திற்கு/ஆய்வுக்கு எடுத்துக்கொள்ளப்பட்ட பொருளோடு நெருங்கிய தொடர்புள்ள; பொருத்தமான *to ask a pertinent question*

perturb /pəˈtɜːb/ *verb* [T] (*formal*) to make sb worried or upset ஒருவரைக் கவலை கொள்ளச் செய் அல்லது மனம் கலங்கச் செய்; சஞ்சலப்படுத்து ▶ **perturbed** *adj.*

peruse /pəˈruːz/ *verb* [T] (*formal* or *humorous*) to read sth, especially in a careful way ஒன்றைக் கவனமாகப் படி; கருத்தூன்றிப் படி *A copy of the minutes of the meeting is available for you to peruse at your leisure.* ▶ **perusal** /pəˈruːzl/ *noun* [U] [*sing.*] *The report was published after careful perusal.*

pervade /pəˈveɪd/ *verb* [T] (*formal*) to spread through and be noticeable in every part of sth ஒன்றின் அனைத்துப் பகுதிகளிலும் காணப்படுமாறு முழுதும் பரவு; ஊடுருவிப் படர் *A sadness pervades most of her novels.*

pervasive /pəˈveɪsɪv/ *adj.* that is present in all parts of sth ஒன்றின் அனைத்துப் பகுதிகளிலும் காணப்படுகிற; ஊடுருவிப் படர்ந்துள்ள; வியாபித்துள்ள *a pervasive mood of pessimism*

perverse /pəˈvɜːs/ *adj.* (*formal*) liking to behave in a way that is not acceptable or reasonable or that most people think is wrong ஏற்புக்குரியதல்லாத அல்லது அறிவுக்குப் பொருந்தாத அல்லது வழக்கத்திற்கு மாறான முறையில் நடந்துகொள்ள விரும்புகிற; ஏறுமாறான நடத்தையுள்ள; வக்கிரமான *Ravi gets perverse pleasure from shocking his parents.* ▶ **perversely** *adv.* ▶ **perversity** *noun* [U]

perversion /pəˈvɜːʃn/ *noun* [U, C] **1** sexual behaviour that is not considered normal or acceptable by most people பெரும்பான்மையினரால் இயல்பானதாகவோ ஏற்புக்குரியதாகவோ கருதப்படாத பாலியல் நடத்தை; நெறி பிறழ்ந்த, விகாரமான அல்லது வக்கிரமான பாலியல் ஒழுக்கம் **2** the action of changing sth from right to wrong or from good to bad சரியான நிலையிலிருந்து தவறான நிலைக்கு அல்லது நல்ல நிலையிலிருந்து கெட்ட நிலைக்கு ஒன்றை மாற்றும் செயல்; நெறி பிறழ்வு; முறைகேடு *That statement is a perversion of the truth.*

pervert¹ /pəˈvɜːt/ *verb* [T] **1** to change a system, process, etc. in a bad way ஓர் அமைப்பு, ஒரு செயல்முறை முதலியவற்றில் மோசமான முறையில் மாற்றம் உண்டாக்கு; நேர்மைக் கேடு உண்டுபண்ணு *to pervert the course of justice* (= to deliberately prevent the police from finding out the truth about a crime) **2** to cause sb to think or behave in a way that is not moral or acceptable ஒழுக்கக் கேடான அல்லது வழக்கத்திற்கு மாறான முறையில் ஒருவரைச் சிந்திக்க அல்லது நடந்துகொள்ளத் தூண்டு; தகா வழியில் செலுத்து

pervert² /ˈpɜːvɜːt/ *noun* [C] a person whose sexual behaviour is not thought to be natural or normal by most people பெரும்பான்மையினரால் இயல்பானதாகவோ ஏற்புக்குரியதாகவோ கருதப்படாத பாலியல் நடத்தை உள்ளவர்; நெறி பிறழ்ந்த அல்லது வக்கிரமான பாலியல் ஒழுக்கம் உள்ளவர்

pessimism /ˈpesɪmɪzəm/ *noun* [U] **pessimism (about/over sth)** the state of expecting or believing that bad things will happen and that sth will not be successful இனியவை நிகழாது என்றும் பயன் நிறைவு கிட்டாது என்றும் நம்புகிற நிலை; மருள்நோக்கு; தோல்வி மனப்பான்மை ✪ OPP **optimism** ▶ **pessimistic** /ˌpesɪˈmɪstɪk/ *adj.* ✪ OPP **optimistic** ▶ **pessimistically** /-ɪkli/ *adv.* ✪ OPP **optimistically**

pessimist /ˈpesɪmɪst/ *noun* [C] a person who always thinks that bad things will happen or that sth will be not be successful நல்லவை நடக்காது என்றும் எதிலும் பயன் நிறைவு கிட்டாது என்றும் நம்பும் மனப்பான்மை உடையவர்; தோல்வி மனப்பான்மையர் ✪ OPP **optimist**

pest /pest/ *noun* [C] **1** an insect or animal that destroys plants, food, etc. தாவரங்கள், உணவு முதலியவற்றைப் பாழ்படுத்தும் பூச்சி அல்லது விலங்கு; அழிவு செய்யும் உயிரினம் **2** (*informal*) a person or thing that annoys you தொல்லைப்படுத்தும் ஆள் அல்லது பொருள்; எரிச்சல் ஊட்டுபவர்/ஊட்டுவது *That child is such a pest!*

pester /ˈpestə(r)/ *verb* [T] **pester sb (for sth); pester sb (to do sth)** to annoy sb, for example by asking him/her sth many times (ஒன்றைத் தருமாறு அல்லது ஒன்றைச் செய்யுமாறு மீண்டும் மீண்டும் கேட்பது முதலிய செயல்களால்) ஒருவரைத் தொந்தரவு செய்; தொல்லைப்படுத்து; எரிச்சலூட்டு *to pester sb* *for money • The kids kept pestering me to take them to the park.*

pesticide /ˈpestɪsaɪd/ *noun* [C, U] a chemical substance that is used for killing animals, especially insects, that eat food crops உணவுப் பயிர்களை உண்ணும் விலங்குகளை, குறிப்பாகப் பூச்சிகளை, கொல்லப் பயன்படுத்தப்படும் வேதியியல் பொருள்; பூச்சிக்கொல்லி ➪ **insecticide** பார்க்க.

pestilence /ˈpestɪləns/ *noun* [U] [*sing.*] (*old-fashioned* or *literary*) any fatal disease that spreads quickly and kills a large number of people விரைவாகப் பரவுவதும் மிகப் பலரைக் கொல்வதுமான நோய்; கொள்ளை நோய்; மாமாரி

pestle /ˈpesl/ *noun* [C] a small heavy tool with a round end used for crushing food, etc. into powder in a special bowl (**a mortar**) உணவுப் பொருள்கள் முதலியவற்றை உரலில் இட்டு இடித்து/நசுக்கித் தூளாக்கப் பயன்படுத்தப்படும் உருள் வடிவ முனையுடைய சிறிய கனமான கருவி; குழவி; உலக்கை ➪ **laboratory** பதிவில் படம் பார்க்க.

pet /pet/ *noun* [C] **1** an animal or bird that you keep in your home for pleasure rather than for food or work உணவுக்காகவோ வேலைக்காகவோ அன்றி, மகிழ்ச்சிக்காக வீட்டில் வைத்துப் பேணப்படும் விலங்கு அல்லது பறவை; ஆசை விலங்கு; செல்லப் புள் *a pet dog/cat/hamster • a pet shop* (= where pets are sold) **2** a person who is treated as a favourite விருப்புக்குரியவராக நடத்தப்படும் ஆள்; தனிப் பாசத்திற்கு அல்லது சலுகைக்கு உரியவர்; செல்லப்பிள்ளை *teacher's pet*

petal /ˈpetl/ *noun* [C] one of the thin soft coloured parts of a flower மலரின் மெலிதான, மென்மையான வண்ணப் பகுதிகளில் ஒன்று; பூவிதழ்; மடல் ➪ **flower** பதிவில் படம் பார்க்க.

peter /ˈpiːtə(r)/ *verb*

PHR V **peter out** to slowly become smaller, quieter, etc. and then stop அளவு, செறிவு முதலியவை படிப்படியாகக் குறைந்து ஒன்றுமில்லாமல் போ; தேய்ந்து மறைவுறு

pet hate *noun* [C] sth that you particularly do not like மிகை வெறுப்புக்குரிய பொருள் *Filling in forms is one of my pet hates.*

petition /pəˈtɪʃn/ *noun* [C] a written document, signed by many people, that asks a government, etc. to do or change sth பலரால் கையொப்பமிடப்பட்டு, அரசு முதலியவற்றை ஒன்றைச் செய்யுமாறு அல்லது மாற்றுமாறு கோரும் எழுத்து வடிவிலான ஆவணம்; கோரிக்கை மனு; விண்ணப்பம் *More than 50,000 people signed the petition protesting about the new road.*
▶ **petition** *verb* [I, T]

Petri dish /ˈpetri dɪʃ; ˈpiːtri/ *noun* [C] (*technical*) a covered dish that is not very deep, used for growing bacteria, etc. in நுண்மங்கள் முதலியவற்றை வளர்க்கப் பயன்படுத்தப்படும் குழிவு அதிகமில்லாத மூடப்பட்ட தட்டம் ➪ **laboratory** பதிவில் படம் பார்க்க.

petrified /ˈpetrɪfaɪd/ *adj.* very frightened பேரச்சத்திற்கு ஆட்பட்ட

petro- /ˈpetrəʊ/ *prefix* (*used in nouns, adjectives and adverbs*) **1** connected with rocks பாறைகள் தொடர்பான *petrology* **2** connected with petrol பெட்ரோல் தொடர்பான *petrochemical*

petrochemical /ˌpetrəʊˈkemɪkl/ *noun* [C] any chemical substance obtained from petrol or natural gas கல்லெண்ணெய்யிலிருந்து (பெட்ரோலிலிருந்து) அல்லது இயற்கை வாயுவிலிருந்து பெறப்படும் வேதியியல் பொருள்

petrol /ˈpetrəl/ (*AmE* **gas; gasoline**) *noun* [U] the liquid that is used as fuel for vehicles such as cars and motorbikes சீருந்துகள், விசைமிதி வண்டிகள் முதலிய ஊர்திகளுக்கான எரிபொருளாகப் பயன்படுத்தப்படும் திரவம்; பெட்ரோல் ➪ **diesel** பார்க்க.

petroleum /pəˈtrəʊliəm/ *noun* [U] mineral oil that is found under the ground or sea and is used to make petrol, plastic and other types of chemical substances நிலத்தடியில் அல்லது கடலடியில் காணப்படுவதும், பெட்ரோல், பிளாஸ்டிக் மற்றும் பிற வகை வேதியியல் பொருள்கள் தயாரிக்கப் பயன்படுவதுமான தாது எண்ணெய்; பாறை எண்ணெய்

petrol station (*AmE* **gas station**) *noun* [C] a place where you can buy petrol and other things for your car விசையுந்துகளுக்கான பெட்ரோல் மற்றும் பிற பொருள்கள் விற்பனை செய்யப்படும் இடம்; பெட்ரோல் நிலையம் ➪ **garage** பார்க்க.

pet subject *noun* [C] a subject that you are very interested in or that you feel very strongly about விருப்பார்வத்திற்குரிய அல்லது தீவிர உணர்ச்சியைத் தூண்டும் பொருள் அல்லது துறை; பற்றீடுபாட்டுத் துறை

petticoat /ˈpetikəʊt/ *noun* [C] (*old-fashioned*) a skirt-like article of clothing for women to be worn under a skirt, dress, or sari. It often has pleats or a lace edge உடையின், பாவாடையின் அல்லது புடவையின் உள்ளே பெண்கள் அணிந்துகொள்வதும் பெரும்பாலும் கொசுவங்கள் அல்லது ஒப்பனைத் தையல் வேலை செய்யப்பட்ட கரை வைத்துத் தைத்ததுமான பாவாடை போன்ற ஆடை; உள் பாவாடை

petty /ˈpeti/ *adj.* **1** small and unimportant சிறியதும் முக்கியமற்றதுமான; மிகச் சாதாரணமான; அற்பமான *He didn't want to get involved* *with the petty details.* • *petty crime/theft* (= that is not very serious) **2** unkind or unpleasant to other people (for a reason that does not seem very important) (போதுமான அளவு முக்கியம் அற்றதாகத் தோன்றும் ஒரு காரணத்திற்காகப்) பிறரிடம் அன்பில்லாது அல்லது வெறுப்புடன் நடந்துகொள்கிற; பெருந்தன்மையற்ற; கீழ்த்தரமான *petty jealousy/revenge*

petty cash *noun* [U] a small amount of money kept in an office for small payments சிறு சிறு பண வழங்கீடுகளுக்காக அலுவலகத்தில் வைத்திருக்கும் சிறு பணத்தொகை; சில்லறைப் பணம்

pew /pju:/ *noun* [C] one of the long wooden seats in a church கிறிஸ்தவத் திருக்கோயிலிலுள்ள சாய்மானமுடைய நீண்ட மர இருக்கைகளில் ஒன்று; திருக்கோயில் மர சாய்விருக்கை

pewter /ˈpju:tə(r)/ *noun* [U] a grey metal that is made from two other metals (**tin** and **lead**), used especially in the past for making cups, dishes, etc.; objects made from this metal வெள்ளீயமும் காரீயமும் சேர்ந்த உலோகக் கலவையால் ஆனதும், குறிப்பாகக் கடந்த காலத்தில் குவளைகள், தட்டங்கள் முதலியவை செய்யப் பயன்படுத்தப்பட்டதுமான சாம்பல் நிற உலோகம்; இவ்வுலோகத்தாலான பொருள்கள்

PG /ˌpi: ˈdʒi:/ *abbr.* (in Britain, USA, etc.) (used about films in which there are scenes that are not suitable for children) parental guidance (குழந்தைகளுக்கு ஏற்றதல்லாதக் காட்சிகள் உள்ள திரைப்படங்கள் குறித்துப் பயன்படுத்தப்படுவது) parental guidance (பெற்றோர் வழிகாட்டுதல்) என்னும் வழக்கின் குறுக்கம்

pH /ˌpi: ˈeɪtʃ/ *noun* [*sing.*] a measurement of the level of acid or **alkali** in a substance ஒரு பொருளிலுள்ள அமில அல்லது காரப்பொருளின் அளவை மதிப்பிடுவதற்கான அலகு **NOTE** ஏழுக்குக் குறைந்த **pH** மதிப்பு அமிலத்தையும் ஏழுக்கு அதிகமான **pH** மதிப்பு காரத்தையும் குறிக்கும்

phagocyte /ˈfægəsaɪt/ *noun* [C] (*technical*) a type of cell in the body that can surround smaller cells or small pieces of material and take them into itself உடலில் தன்னினும் சிறிதான உயிரணுக்களை அல்லது சிறு பொருள்களைச் சூழ்ந்து அவற்றைத் தன்னுள் ஈர்த்துக் கொள்ளக்கூடிய உயிரணு வகை; விழுங்கணு

phantom /ˈfæntəm/ *noun* [C] **1** (*written*) the spirit of a dead person that is seen or heard by sb who is still living உயிரோடுள்ள ஒருவரால் காணப்படும் அல்லது பேசக் கேட்கப்படும் இறந்தவர் ஆவியுரு; பேயுரு **NOTE** இதனை விட **ghost** மிகு வழக்குடையதாகும். **2** something that you think exists, but that is not real இருப்பதாகக் கருதப்படுவதும் உண்மையில் இல்லாததுமான ஒன்று; இல்பொருள்; பொய்த் தோற்றம்; மாயத் தோற்றம் *phantom fears/illnesses*

pharmaceutical /ˌfɑ:məˈsju:tɪkl; -ˈsu:-/ *adj.* connected with the production of medicines and drugs மருந்துகள் மற்றும் மருந்துப் பொருள்கள் தயாரித்தல் தொடர்பான; மருந்தாக்கத் தொழிலுக்குரிய *pharmaceutical companies*

pharmacist /ˈfɑ:məsɪst/ = **chemist**[1]

pharmacology /ˌfɑ:məˈkɒlədʒi/ *noun* [U] (*technical*) the scientific study of drugs and their use in medicine மருந்துப்பொருள்கள் மற்றும் மருத்துவத்தில் அவற்றின் பயன்பாடு குறித்த அறிவியல் ஆய்வு; மருந்தியல் ▶ **pharmacological** /ˌfɑ:məkəˈlɒdʒɪkl/ *adj. pharmacological research*

pharmacy /ˈfɑ:məsi/ *noun* (*pl.* **pharmacies**) **1** [C] a shop or part of a shop where medicines and drugs are prepared and sold மருந்துகள் மற்றும் மருந்துப்பொருள்கள் தயார்செய்து விற்பனை செய்யும் கடை அல்லது கடையின் பகுதி; மருந்துக் கடை; மருந்தகம்

> **NOTE** மருந்துக்கடை பிரிட்டன் வழக்கில் **a chemist's (shop)** என்றும் அமெரிக்க வழக்கில் **drugstore** என்றும் அழைக்கப்படுகிறது.

2 [U] the preparation of medicines and drugs மருந்துகள் மற்றும் மருந்துப் பொருள்கள் தயார் செய்தல், மருந்தாக்கம்

pharynx /ˈfærɪŋks/ *noun* [C] the soft area at the top of the throat where the passages to the nose and mouth connect with the throat மூக்குக்கும் வாய்க்கும் பின்புறத்தில் உள்ளதும் அவை இரண்டின் செல்வழிகளை உணவுக் குழாயுடன் இணைப்பதுமான மென்பகுதி; மேல் தொண்டை ➪ **epiglottis** பதிவில் படம் பார்க்க.

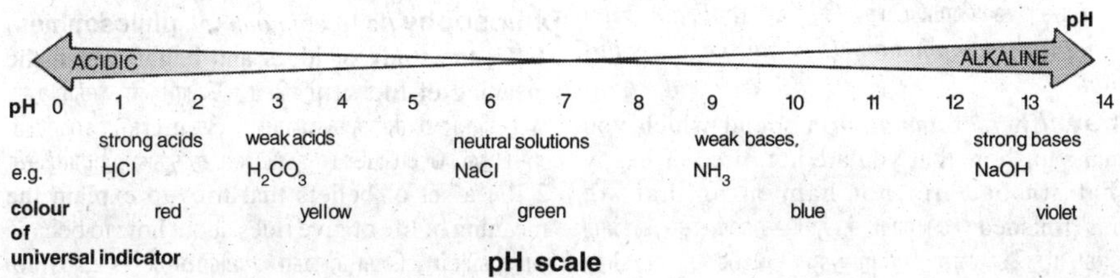

pH scale

phase[1] /feɪz/ *noun* [C] a stage in the development of sth ஒன்றின் வளர்ச்சிப்போக்கில் ஒரு நிலை; வளர்ச்சிப்படி; கட்டம் *Jaya went through a difficult phase when she started school.*

phase[2] /feɪz/ *verb*

PHR V **phase sth in** to introduce or start using sth gradually in stages over a period of time ஒரு கால அளவில் படிப்படியாக ஒன்றை அறிமுகம் செய் அல்லது பயன்படுத்தத் தொடங்கு *The metric system was phased in over several years.*

phase sth out to stop using sth gradually in stages over a period of time ஒரு கால அளவில் படிப்படியாக ஒன்றின் பயன்பாட்டை நிறுத்தம் செய்; படிப்படியாகக் குறைத்து இல்லாதாக்கு *The older machines are gradually being phased out and replaced by new ones.*

PhD /ˌpiː eɪtʃ ˈdiː/ *abbr.* Doctor of Philosophy; an advanced university degree that you receive when you complete a piece of research in a special subject குறிப்பிட்ட பொருள் மீதான ஆய்வை நிறைவு செய்யும் ஒருவருக்கு வழங்கப்படும் உயர்நிலைப் பல்கலைக்கழகப் பட்டமான Doctor of Philosophy (முனைவர்) என்பதன் குறுக்கம் *She has a PhD in History.* ✪ SYN **DPhil**

pheasant /ˈfeznt/ *noun* [C] (*pl.* **pheasants** or **pheasant**) a type of bird with a long tail. The males have brightly coloured feathers. Pheasants are often shot for sport and eaten நீண்ட வாலுள்ள பறவை வகை. இதன் ஆண் ஒளிர் வண்ண இறக்கைகளை உடையது. இப்பறவை பெரும்பாலும் கேளிக்கைக்காக வேட்டையாடப்பட்டு உணவாகக் கொள்ளப்படுகிறது.

phenomenal /fəˈnɒmɪnl/ *adj.* very great or impressive மிகப் பெரிய; பாராட்டுணர்வையும் மதிப்புணர்ச்சியையும் தூண்டுகிற; உன்னதமான *phenomenal success* ▶ **phenomenally** /fəˈnɒmɪnəli/ *adv.*

phenomenon /fəˈnɒmɪnən/ *noun* [C] (*pl.* **phenomena** /-mɪnə/) a fact or an event in nature or society, especially one that is not fully understood குறிப்பாக முழுமையாகப் புரிந்துகொள்ளப்படாத, இயற்கையில் அல்லது சமுதாயத்தில் காணப்படும் மெய்ம்மை அல்லது நிகழ்வு; காரண காரியத் தொடர்பு ஆய்ந்து காணப்படாத நேர்வு *Acid rain is not a natural phenomenon. It is caused by pollution.*

phew /fjuː/ *exclamation* a sound which you make to show that you are hot, tired or happy that sth bad did not happen or that sth has finished விருப்புக்குரியதல்லாத ஒன்று நிகழாதுபோனது குறித்து அல்லது ஒன்று முடிந்துபோனது குறித்துத் தனது உணர்ச்சி மிகைப்பாடு, களைப்பு அல்லது மகிழ்ச்சியை வெளிப்படுத்தச் செய்யப்படும் ஒலி; மனப்பளு குறைந்ததைக் குறிக்கும் ஒலி *Phew, it's hot!* • *Phew, I'm glad that interview's over!*

philanthropist /fɪˈlænθrəpɪst/ *noun* [C] a rich person who helps the poor and those in need, especially by giving money ஏழைகளுக்கும் இக்கட்டான சூழ்நிலையில் உள்ளவர்களுக்கும் (குறிப்பாகப் பணம் கொடுத்து) உதவி செய்யும் செல்வந்தர். கொடைப் பண்புள்ள செல்வர்; ஏழை பங்காளர்

philanthropy /fɪˈlænθrəpi/ *noun* [U] (*formal*) the practice of helping the poor and those in need, especially by giving money ஏழைகளுக்கும் இக்கட்டான சூழ்நிலையில் உள்ளவர்களுக்கும் (குறிப்பாகப் பணம் கொடுத்து) உதவி செய்யும் வழக்கம்; கொடையாண்மை; தாராள மனப்பான்மை; பெருந்தகைமை ▶ **philanthropic** /ˌfɪlənˈθrɒpɪk/ *adj. philanthropic work* ▶ **philanthropically** /ˌfɪlənˈθrɒpɪkli/ *adv.*

philately /fɪˈlætəli/ *noun* [U] (*technical*) the collection and study of postage stamps அஞ்சல் தலைகளைத் திரட்டுதலும் ஆராய்தலும்

philo- /ˈfɪləʊ/ *prefix* (*used in nouns, adjectives, verbs and adverbs*) liking விருப்புடைய; நாட்டமுள்ள *philanthropist*

philosopher /fəˈlɒsəfə(r)/ *noun* [C] a person who has developed a set of ideas and beliefs about the meaning of life வாழ்வின் பொருள் குறித்துக் குறிப்பிட்ட வகையான கருத்துகளையும் கோட்பாடுகளையும் வகுத்தமைத்துள்ளவர்; மெய்ப்பொருளியல் அறிஞர்; தத்துவ ஞானி

philosophical /ˌfɪləˈsɒfɪkl/ (*also* **philosophic**) *adj.* **1** of or concerning philosophy தத்துவம் சார்ந்த; மெய்ப்பொருளியல் தொடர்பான; தத்துவ ஞானத்திற்குரிய *a philosophical debate* **2 philosophical (about sth)** staying calm and not getting upset or worried about sth bad that happens இன்னாத ஒரு நிகழ்வு குறித்து மனக்கலக்கமோ மனச்சோர்வோ கொள்ளாது உள்ளமைதியுடன் இருக்கிற; ஆழ்ந்த அறிவமைதியுடைய *He is quite philosophical about failing the exam and says he will try again next year.* ▶ **philosophically** /-ɪkli/ *adv.*

philosophy /fəˈlɒsəfi/ *noun* (*pl.* **philosophies**) **1** [U] the study of ideas and beliefs about the meaning of life வாழ்வின் பொருள் குறித்து வழங்கும் கருத்துகளையும் கோட்பாடுகளையும் ஆய்தல்; மெய்ப்பொருளியல்; தத்துவ ஆராய்ச்சி **2** [C] a set of beliefs that tries to explain the meaning of life or give rules about how to behave வாழ்வின் பொருளை விளக்கி உரைக்க

முயலும் அல்லது ஒழுக்க விதிகளை வகுத்துரைக்கும் கோட்பாடுகளின் தொகுதி; மெய்ப்பொருளியல்; தத்துவம் *Her philosophy is 'If a job's worth doing, it's worth doing well'.*

phlegm /flem/ *noun* [U] the thick substance that is produced in your nose and throat when you have a cold சளி பிடித்திருக்கும்போது மூக்கிலிருந்தும் தொண்டையிலிருந்தும் வெளியேறும் கெட்டியான பொருள்; கோழை; கபம்; சளி

phlegmatic /fleg'mætɪk/ *adj.* (*formal*) not easily made angry or upset; calm எளிதில் சினம் கொள்ளாத அல்லது மனக்கலக்கம் அடையாத; உணர்ச்சி வசப்படாத; மனக் கொந்தளிப்புக்கு இடம் கொடாத; அமைந்தடங்கிய; அமைதியான

phloem /'fləʊem/ *noun* [U] (*technical*) the material in a plant containing very small tubes that carry sugars and other substances down from the leaves தாவரத்தில் சர்க்கரைச் சத்து மற்றும் பிற பொருள்களை இலைகளிலிருந்து கீழ்நோக்கிக் கொண்டுசெல்லும் நுண்குழாய்கள் அடங்கிய பொருள்; சல்லடைக் குழாய்த் திசு ➪ **flower** பதிவில் படம் பார்க்க.

phobia /'fəʊbiə/ *noun* [C] (*usually in compounds*) a very strong fear or hatred that you cannot explain விளக்கிக் கூற முடியாத கடு முனைப்பான அச்சம் அல்லது வெறுப்பு; இயல்பு கடந்த அல்லது பிணியார்ந்த பயம் அல்லது அருவருப்பு *arachnophobia* (= fear of spiders)

phone /fəʊn/ *noun* (*informal*) **1** [U] = **telephone 1** *You can book the tickets* ***over the/by phone****.* **2** [C] = **telephone 2** *The phone is ringing—could you answer it?* ▶ **phone** *verb* [I, T] *Did anybody phone while I was out?* • *Could you phone the restaurant and book a table?* ✪ SYN **ring** or **call**

IDM **on the phone/telephone 1** using the telephone தொலைபேசியில் பேசிக்கொண்டு **2** having a telephone in your home வீட்டில் தொலைபேசி வைத்திருப்பவராக *I'll have to write to her because she's not on the phone.*

phone book = **telephone directory**

phone box = **telephone box**

phonecard /'fəʊnkɑːd/ *noun* [C] a small plastic card that you can use to pay for calls in a public telephone box பொதுத் தொலைபேசிக் கூண்டிலிருந்து செய்யப்படும் அழைப்புகளுக்குக் கட்டணம் செலுத்தப் பயன்படுத்துதற்குரிய சிறு பிளாஸ்டிக் அட்டை; தொலைபேசி அட்டை

phone-in *noun* [C] a radio or television programme during which you can ask a question or give your opinion by telephone நேயர்கள் தொலைபேசி வழியாகக் கேள்விகள் கேட்கக்கூடிய அல்லது கருத்துரைக்கத்தக்க வானொலி அல்லது தொலைக்காட்சி நிகழ்ச்சி; தொலைபேசி அழைப்பு நிகழ்ச்சி

phonetic /fə'netɪk/ *adj.* **1** connected with the sounds of human speech; using special symbols to represent these sounds மனிதப் பேச்சொலிகள் தொடர்பான; பேச்சொலிகளுக்குரிய; பேச்சொலிகளைக் குறிக்கத் தனிவகைக் குறியீடுகளைப் பயன்படுத்துகிற *the phonetic alphabet* ➪ **transcribe** பார்க்க. **2** (used about spelling) having a close relationship with the sounds represented (சொற்களின் எழுத்துகள் வகையில்) இவ்வெழுத்துகள் குறிக்கும் ஒலிகளோடு நெருங்கிய தொடர்புடைய *Spanish spelling is phonetic, unlike English spelling.* ▶ **phonetically** /-kli/ *adv.*

phonetics /fə'netɪks/ *noun* [U] the study of the sounds of human speech மனிதப் பேச்சொலிகள் குறித்த ஆய்வு; பேச்சொலியியல்

phoney (*AmE* **phony**) /'fəʊni/ *adj.* not real; false உண்மையானதல்லாத; போலியான; பொய்யான; கற்பனையான; செயற்கையான *She spoke with a phoney Russian accent.* ▶ **phoney** (*AmE* **phony**) *noun* [C]

phono- /'fəʊnəʊ/ *prefix* (*used in nouns, adjectives and adverbs*) connected with sound or sounds ஒலி அல்லது ஒலிகள் தொடர்பான; ஒலிக்கு/ஒலிகளுக்கு உரிய *phonetic*

phosphate /'fɒsfeɪt/ *noun* [C, U] (in chemistry) any salt or compound containing phosphorus, used in industry or for helping plants to grow (வேதியியலில்) தொழிற்சாலைகளில் அல்லது பயிர் உரமாகப் பயன்படுத்தப்படும் எரியத்தை உள்ளடக்கிய வேதியியல் உப்பு அல்லது கலவைப்பொருள்; எரியகி; ஃபாஸ்ஃபேட்

phosphorescent /ˌfɒsfə'resnt/ *adj.* (*technical*) **1** producing a faint light in the dark இருளில் மங்கலான ஒளி வீசுகிற; ஒளி மினுக்குகிற **2** producing light without heat or with so little heat that it cannot be felt வெப்பம் இன்றி அல்லது வெப்பத்தை உணர முடியாத வகையில் மட்டான ஒளி உண்டாக்குகிற; எரிய உள்ளீடற்ற அல்லது எரியம் சிறு திறனாக அடங்கியுள்ள ▶ **phosphorescence** /ˌfɒsfə'resns/ *noun* [U]

phosphorus /'fɒsfərəs/ *noun* [U] (*symbol* **P**) a chemical element found in several different forms, including as a poisonous, pale yellow substance that shines in the dark and starts to burn as soon as it is exposed to air இருளில் ஒளிவீசக்கூடியதும் காற்றுவெளியில் காட்டியவுடன் எரியக்கூடியதுமான நச்சுத்தன்மையுடைய இளமஞ்சள் நிறப் பொருள் உட்பட, பல்வேறு வகைகளில் காணப்படும் வேதியியல் தனிம வகை; எரியம்; ஃபாஸ்ஃபரஸ்

photo /ˈfəʊtəʊ/ *noun* [C] (*pl.* **photos** /-təʊz/) (*informal*) = **photograph**

photo- /ˈfəʊtəʊ/ *prefix* (*used in nouns, adjectives, verbs and adverbs*) **1** connected with light ஒளி தொடர்பான *photosynthesis* **2** connected with photography நிழற்படம்/ஒளிப்படம் தொடர்பான *photocopier*

photocopier /ˈfəʊtəʊkɒpiə(r)/ *noun* [C] a machine that makes copies of documents by photographing them ஒளிப்பட நகல்கள் எடுக்கும் இயந்திரக் கருவி; ஒளிப்பட நகல் பொறி

photocopy /ˈfəʊtəʊkɒpi/ *noun* [C] (*pl.* **photocopies**) a copy of a document, a page in a book, etc. that is made by a photocopier ஒளிப்பட நகல் பொறியில் எடுக்கப்படும் ஆவணம், நூல், பக்கம் முதலியவற்றின் நகல்; ஒளிப்பட நகல் ✪ SYN **Xerox™** ▶ **photocopy** *verb* [I, T] (*pres. part.* **photocopying**; *3rd person sing. pres.* **photocopies**; *pt, pp* **photocopied**)

photograph /ˈfəʊtəgrɑːf/ (*also* **photo**) *noun* [C] a picture that is taken with a camera ஒளிப்படக் கருவியைப் பயன்படுத்தி எடுக்கப்படும் படம்; ஒளிப்படம்; நிழற்படம் *to take a photograph* • *She looks younger in real life than she did in the photograph.* ➪ **negative** மற்றும் **slide** பார்க்க. ▶ **photograph** *verb* [T]

photographer /fəˈtɒgrəfə(r)/ *noun* [C] a person who takes photographs நிழற்படம் எடுப்பவர்; ஒளிப்படக் கலைஞர் ➪ **cameraman** பார்க்க.

photographic /ˌfəʊtəˈgræfɪk/ *adj.* connected with photographs or photography ஒளிப்படங்கள், ஒளிப்படமெடுத்தல் அல்லது ஒளிப்படக் கலை தொடர்பான

photography /fəˈtɒgrəfi/ *noun* [U] the skill or process of taking photographs ஒளிப்படங்கள் எடுக்கும் பயிற்சித் திறம் அல்லது செயல் முறை; ஒளிப்படக் கலை

photon /ˈfəʊtɒn/ *noun* [C] a unit of a certain type of energy (**electromagnetic energy**), for example light ஒளி முதலிய சில வகை ஆற்றல்களை அளவிடுவதற்குப் பயன்படுத்தப்படும் ஓர் அலகு/அளவைக் கூறு

photosynthesis /ˌfəʊtəʊˈsɪnθəsɪs/ *noun* [U] the process by which green plants turn **carbon dioxide** and water into food using energy from sunlight பசுந்தாவரங்கள் சூரிய ஒளியிலிருந்து பெறப்படும் ஆற்றலைப் பயன்படுத்திக் கரியமில வாயுவையும் நீரையும் உணவாக மாற்றும் செயல் முறை; ஒளிச்சேர்க்கை

phototropism /ˌfəʊtəʊˈtrəʊpɪzəm/ *noun* [U] (*technical*) the action of a plant turning towards or away from light ஒரு தாவரம் ஒளியை நோக்கி அல்லது ஒளியிலிருந்து வேறு திசை நோக்கித் திரும்புதல் ▶ **phototropic** *adj.*

phrasal verb /ˌfreɪzl ˈvɜːb/ *noun* [C] (*grammar*) a verb that is combined with an adverb or a preposition, or sometimes both, to give a new meaning, such as 'look after' or 'put sb off' புதிய பொருள் ஒன்றைத் தரும்பொருட்டு ஒரு வினையடையுடன் அல்லது முன்னுருபுடன் அல்லது சில சமயங்களில் இரண்டுடனும் சேர்ந்து வரும் ('look after', 'put sb off', முதலியவை போன்ற), வினைச்சொல்; மரபுச்சேர்க்கை வினைத்தொடர்

phrase¹ /freɪz/ *noun* [C] (*grammar*) a group of words that are used together. A phrase does not contain a full verb (முற்றுவினையை உள்ளடக்கியிராத) ஒருசேர அமையும் சொற்களின் தொகுதி; சொற்றொடர்; தொடர் *'First of all' and 'a bar of chocolate' are phrases.* ➪ **sentence** பார்க்க.

phrase² /freɪz/ *verb* [T] to express sth in a particular way ஒன்றைக் குறிப்பிட்ட முறையில் வெளிப்படுத்து; குறிப்பிட்ட பொருள்படுமாறு கூறு *The statement was phrased so that it would offend no one.*

phylum /ˈfaɪləm/ *noun* [C] (*pl.* **phyla** /-lə/) a group into which animals, plants, etc. are divided, smaller than a **kingdom²** and larger than a **class¹4** விலங்குகள், தாவரங்கள் முதலியவற்றின் இனக் குடும்பத்தை விடச் சிறிய, வகுப்பினத்தை விடப் பெரிய, பகுப்பு

physical /ˈfɪzɪkl/ *adj.* **1** connected with your body rather than your mind மனம் அல்லாது உடல் தொடர்பான; உடலுக்குரிய *physical fitness/strength/exercise* **2** (*only before a noun*) connected with real things that you can touch, or with the laws of nature தொட்டுணரக்கூடிய உண்மையான பொருள்கள் அல்லது இயற்கை விதிகள் தொடர்பான; இயற்பொருள் அல்லது பருப்பொருள் சார்ந்த *physical geography* (= the natural features on the face of the earth) **3** (*only before a noun*) connected with the study of natural forces (**physics**) and things that are not alive இயற்கை ஆற்றல்கள் மற்றும் சடப்பொருள்கள் குறித்த ஆய்வு தொடர்பான; இயற்பியல் சார்ந்த ▶ **physically** /-kli/ *adv. to be physically fit* • *physically demanding wotk.*

physical education *noun* [U] (*abbr.* **PE**) sport and exercise that is taught in schools பள்ளிகளில் கற்பிக்கப்படும் விளையாட்டு மற்றும் உடற்பயிற்சி; உடற்பயிற்சிக் கல்வி

physician /fɪˈzɪʃn/ (*AmE formal*) = **doctor¹1**

physicist /ˈfɪzɪsɪst/ *noun* [C] a person who studies or is an expert in physics இயற்பியல் ஆய்வாளர் அல்லது இயற்பியல் அறிஞர்

physics /ˈfɪzɪks/ *noun* [U] the scientific study of natural forces such as light, sound, heat, electricity, pressure, etc. ஒளி, ஒலி, வெப்பம்,

மின்சாரம், காற்றழுத்தம் முதலிய இயற்கை ஆற்றல்கள் குறித்த அறிவியல் முறையிலான ஆய்வு; இயற்பியல்

physio- /ˈfɪziəʊ/ *prefix* (*used in nouns, adjectives and adverbs*) **1** connected with nature இயற்கை தொடர்பான; இயற்கைக்குரிய **2** connected with **physiology** உடல் இயங்கியல் தொடர்பான

physiologist /ˌfɪziˈɒlədʒɪst/ *noun* [C] a scientist who studies how living things function உயிர்ப்பொருள்களின் இயங்கு முறையை அல்லது இயற்கையான செயற்பாடுகளைப் பற்றி ஆய்வு செய்யும் அறிவியல் அறிஞர்; உடல் இயங்கியல் அறிஞர்

physiology /ˌfɪziˈɒlədʒi/ *noun* [U] the scientific study of how living things function உயிர்ப்பொருள்களின் இயங்குமுறை அல்லது இயற்கையான செயற்பாடுகள் குறித்த அறிவியல் முறையிலான ஆய்வு; உடல் இயங்கியல்

physiotherapist /ˌfɪziəʊˈθerəpɪst/ *noun* [C] a person who is trained to use physiotherapy பயிற்சி பெற்ற இயன்முறை மருத்துவர்

physiotherapy /ˌfɪziəʊˈθerəpi/ (*AmE* **physical therapy**) *noun* [U] the treatment of disease or injury by exercise, light, heat, rubbing the muscles (**massage**), etc. உடற்பயிற்சி, ஒளி, வெப்பம், தசைகளைப் பிடித்து விடுதல் முதலியவற்றால் நோய் அல்லது உடல் ஊறுபாட்டுக்கு மருத்துவம் செய்யும் முறை; இயன்முறை மருத்துவம்

physique /fɪˈziːk/ *noun* [C] the size and shape of a person's body ஒருவரது உடல் உருவளவும் வடிவமைப்பும்; உடலமைப்பு; உடற்கட்டு *a strong muscular physique*

pi /paɪ/ *noun* [*sing.*] the symbol π used to show the relation between the circumference of a circle and its diameter that is about 3.14159 ஒரு வட்டத்தின் சுற்றுவரைக்கும் விட்டத்திற்கும் இடையேயான தகவினைக் குறிக்கப் பயன்படுத்தப்படும், ஏறத்தாழ 3.14159 எண்ணிக்கை அளவுள்ள π என்னும் குறியீடு

pianist /ˈpɪənɪst/ *noun* [C] a person who plays the piano பியானோ இசைக்கருவி வாசிப்பவர்

piano /piˈænəʊ/ *noun* [C] (*pl.* **pianos** /-nəʊz/) a large musical instrument that you play by pressing down black and white keys கறுப்பு மற்றும் வெள்ளை நிற விசைக்கட்டைகளை அழுத்தி வாசிக்கப்படும் பெரிய இசைப்பெட்டி வகை; கின்னரப்பெட்டி; பியானோ *an upright piano* • *a grand piano* ⇨ 933-ஆம் பக்கத்தில் படம் பார்க்க.

NOTE இசைக்கருவிகளை வாசிப்பதைக் குறிக்கும்போது வழக்கமாக 'play **the** piano, **the** violin, **the** guitar' என்று குறிப்பிடுகிறோம்—*I've been learning the piano for four years.* ஜாஸ், ராக், முதலிய தற்காலத்திய இசை வகைகளைக் குறிப்பிடுகையில் **the** சேர்க்காமல் 'play drums, guitar' என வழங்குகிறோம்—*He plays bass in a band.* • *This recording features Miles Davis on trumpet.*

piccolo /ˈpɪkələʊ/ *noun* [C] (*pl.* **piccolos**) a musical instrument like a small **flute** உச்சத்தொனியில் இசை எழுப்பும் சிறு குழல் போன்ற இசைக்கருவி வகை; சிறு புல்லாங்குழல் வகை

pick[1] /pɪk/ *verb* [T] **1** to choose sb/sth from a group of people or things ஆட்களின் அல்லது பொருள்களின் ஒரு தொகுதியிலிருந்து ஒருவரை/ ஒன்றைத் தேர்ந்தெடு *I was upset not to be picked for the team.* • *Have I picked a bad time to visit?* **2** to take a flower, fruit or vegetable from the place where it is growing பூ, கனி, காய் முதலியவற்றை அது விளையும் இடத்திலிருந்து பறி; மலர்கொய்; பழம் பறி *to pick flowers/grapes/cotton* **3** to remove a small piece or pieces of sth with your fingers விரல்களால் ஒன்றின் சிறு துண்டை/துண்டுகளை அகற்று *Don't pick your nose!* • *She picked a hair off her jacket.* **4 pick your way across, over, through, etc. sth** to walk carefully, choosing the best places to put your feet மிக்க வசதியான இடங்களாகப் பார்த்து அடிவைத்துக் கவனமாக நட

IDM have a bone to pick with sb ⇨ **bone[1]** பார்க்க.

pick a fight (with sb) to start a fight with sb deliberately ஒருவருடன் வேண்டுமென்றே சண்டையிடத் தொடங்கு; வலுச்சண்டைக்குப் போ

pick a lock to open a lock without using a key சாவியைப் பயன்படுத்தாது ஒரு பூட்டைத் திற; குறிப்பாகக் களவுசெய்யும் நோக்கத்துடன், உரிய சாவியல்லாது ஒரு கருவியினால் பூட்டைத் திற

pick and choose to choose only the things that you like or want very much தான் மிகவும் விரும்புகிற அல்லது தனக்கு மிகவும் தேவைப்படுகிற பொருள்களை மட்டும் தேர்ந்தெடு; விருப்பத்தேர்வு செய்; பொறுக்கியெடு

pick sb's pocket to steal money, etc. from sb's pocket or bag ஒருவரது சட்டைப்பையிலிருந்து அல்லது கைப்பையிலிருந்து பணம் முதலியவற்றைத் திருடு

PHR V pick at sth 1 to eat only small amounts of food because you are not hungry பசியில்லாத காரணத்தினால் சிறுசிறு அளவுகளாக உணவை எடுத்து உண்; கொறி. **2** to touch sth many times with your fingers ஒன்றை விரல்களால் பலமுறை தொடு

pick on sb to behave unfairly or in a cruel way towards sb ஒருவரிடம் நியாயமற்ற முறையில் அல்லது இரக்கமின்றி நடந்துகொள்; குற்றம் தேடிக்காண்

pick sb/sth out to choose or recognize sb/sth from a number of people or things; identify பலருள்/பலவற்றினுள் ஒருவரை/ஒன்றைத் தேர்ந்தெடு அல்லது அடையாளம் காண் *I immediately picked Rekha out in the photo.*

pick up to become better; to improve முன்னேறு; செம்மைப்படு; வளர்ச்சியுறு

pick sb up to collect sb, in a car, etc. சீருந்து முதலியவற்றில் ஒருவரை ஏற்றிக்கொண்டு போ *We've ordered a taxi to pick us up at ten.*

pick sb/sth up 1 to take hold of and lift sb/sth ஒருவரை/ஒன்றைப் பற்றிப் பிடித்து உயர்த்து *Ramya picked up the child and gave him a cuddle.* **2** to receive an electronic signal, sound or picture மின்னணு சமிக்ஞை, ஒலி அல்லது படம் கிடைக்கப்பெறு *In the north of France you can pick up English television programmes.*

pick sth up 1 to learn sth without formal lessons முறையான பயிற்றுவித்தல் இன்றி ஒன்றை அறிந்துகொள் *Sudarshan picked up a few words of Hindi during his visit to Mumbai.* **2** to get or find sth ஒன்று கிடைக்கப்பெறு; ஒன்றைக் கண்டுபிடி *I picked up this book at the market.* **3** to go and get sth; to collect sth உரிய இடத்திற்குச் சென்று ஒன்றைப் பெறு; திரட்டு *I have to pick up my jacket from the cleaner's.*

pick² /pɪk/ *noun* **1** [*sing.*] the one that you choose; your choice ஒருவரால் தேர்ந்தெடுக்கப்படுவது; விருப்பத் தேர்வு *You can have whichever cake you like. **Take your pick**.* **2** [*sing.*] the best of a group ஒரு தொகுதியில் முதன்மைச் சிறப்புடையது; மிகச் சிறந்தது *You can see **the pick of** the new films at this year's festival.* **3** (*also* **pickaxe** *AmE* **pickax** /ˈpɪkæks/) [C] a tool that consists of a curved iron bar with sharp points at both ends, fixed onto a wooden handle. Picks are used for breaking stones or hard ground மரக் கைப்பிடியுடன் கூடிய இரு பக்கங்களிலும் கூர் விளிம்புகளையுடைய வளைவான இருப்புக் கருவி; குத்துக் கோடரி. இக்கோடரிகள் கற்களை அல்லது கெட்டியான தளத்தை உடைக்கப் பயன்படுகின்றன ➪ **gardening** பதிவில் படம் பார்க்க.

picket /ˈpɪkɪt/ *noun* [C] a worker or group of workers who stand outside the entrance to a building to protest about sth, especially in order to stop people entering a factory, etc. during a strike ஒரு போராட்டத்தின்போது, ஒன்று குறித்துத் தனது எதிர்ப்பைக் காட்ட, குறிப்பாகத் தொழிற்சாலை முதலியவற்றில் ஆட்கள் நுழையாது தடுக்கும் முறையில், கட்டடத்தின் நுழைவாயிலுக்கு வெளியில் நிற்கும் ஒரு தொழிலாளி அல்லது தொழிலாளிகளின் கூட்டம்; மறியல் செய்வோர் ▶ **picket** *verb* [I, T]

pickle /ˈpɪkl/ *noun* **1** [C, *usually pl.*] (*BrE*) food such as fruit or vegetables that is put in salt water or **vinegar** so that it can be kept for a long time before being eaten உண்ணப்படுவதற்குமுன், நீண்ட நாட்கள் கெடாது வைத்திருக்கும் பொருட்டு உப்பு நீரில் அல்லது புளிக்காடியில் இடப்பட்டிருக்கும் பழங்கள் அல்லது காய்கறிகளாலான உணவுப் பண்ட வகை; ஊறுகாய் **2** [U] a thick sauce-like food with a strong flavour made from fruit and vegetables that have been preserved in oil பழங்கள் மற்றும் காய்கறிகளை எண்ணெய்யில் ஊறவைத்துத் தயாரிக்கப்படும் உறைப்புச் சுவையுள்ள கெட்டியான குழம்பு **3** [C] (*AmE*) = **gherkin** ▶ **pickle** *verb* [T] *pickled onions*

pickpocket /ˈpɪkpɒkɪt/ *noun* [C] a person who steals things from other people's pockets or bags in public places பொது இடங்களில் பிறர் சட்டைப்பைகள் அல்லது கைப்பைகளிலிருந்து பொருள்களைக் களவு செய்பவர்; கத்திரிக்கள்ளன்; ஜேப்படித் திருடன்

pickup /ˈpɪkʌp/ (*also* **pickup truck**) *noun* [C] a type of vehicle that has an open part with low sides at the back பின்புறத்தில் தாழ்ந்த பக்கங்களுடன் கூடிய மேல்மறைப்பற்ற ஒரு பகுதியைக் கொண்ட விசையூர்தி வகை; மூடாக்கற்ற சிறு விசையுந்து வகை

picky /ˈpɪki/ *adj.* (*informal*) (used about a person) liking only certain things and difficult to please (ஆள் வகையில்) குறிப்பிட்ட பொருள்களை மட்டுமே விரும்புகிற மற்றும் எளிதில் மன நிறைவு கொள்ளாத; மட்டுமீறிய நுணுக்க நயம் பார்க்கிற ➪ **fussy** பார்க்க.

picnic /ˈpɪknɪk/ *noun* [C] a meal that you take with you to eat outdoors வெளியிடத்திற்குக் கொண்டு சென்று உண்ணப்படும் உணவு; வெளியிடச் சிற்றுலா விருந்து *We had a picnic on the beach.* ▶ **picnic** *verb* [I] (*pres. part.* **picnicking**; *pt, pp* **picnicked**)

pictogram /ˈpɪktəgræm/ *noun* [C] (*technical*) **1** a picture representing a word or phrase ஒரு சொல்லின் அல்லது தொடரின் குறியீடாக அமையும் வரைபடம்; சித்திர மொழி **2** a diagram that uses pictures to represent amounts or numbers of a particular thing விளக்கக் காட்சிப்படம், வரைக்கட்டம் முதலியவற்றில் சித்திரக் குறியீடாகத் தரப்படும் புள்ளிவிவரங்கள்; அளவுகளின் அல்லது எண்ணிக்கைகளின் குறியீடாக அமையும் பட விளக்கம்

pictorial /pɪkˈtɔːriəl/ *adj.* expressed in pictures படங்கள் வாயிலாகத் தெரிவிக்கப்படுகிற; பட

விளக்கங்களைக் கொண்ட *pictorial representations of objects*

picture[1] /ˈpɪktʃə(r)/ *noun* [C] **1** a painting, drawing or photograph ஓவியம்; வரைபடம்; ஒளிப்படம்; படம் *The teacher asked us to* ***draw a picture*** *of our families.* **2** an image on a television screen தொலைக்காட்சித் திரையில் தோன்றும் உருவப்படம் *They showed pictures of the crash on the news.* **3** a description of sth that gives you a good idea of what it is like ஒன்றைப் பற்றிய நிறைவான கருத்தைத் தோற்றுவிக்கும் விளக்கம்; வருணனை *The police are trying to build up a picture of exactly what happened.*

picture[2] /ˈpɪktʃə(r)/ *verb* [T] **1 picture sb/sth (as sth)** to imagine sth in your mind மனத்தில் கற்பித்துக் காண்; கற்பனை செய்து பார். *I can't picture Ramesh as a father.* **2** to make a picture of sb/sth ஒருவருடைய/ஒன்றின் படம் தீட்டு அல்லது படமெடு *She is pictured here with her parents.*

picturesque /ˌpɪktʃəˈresk/ *adj.* (usually used about an old building or place) attractive (பெரும்பாலும் பழமையான கட்டடம் அல்லது இடம் பற்றிக் குறிப்பிடப் பயன்படுத்தப்படுவது) கவர்ச்சியுடைய; கண்ணுக்கினிய *a picturesque fishing village*

pie /paɪ/ *noun* [C, U] a type of food consisting of fruit, meat or vegetables inside a pastry case பிசைந்து வேகவைத்த மா உறையில் உள்ளீடாகப் பழங்கள், இறைச்சி அல்லது காய்கறிகளைக் கொண்ட உணவு வகை; மோதக வகை; சினையப்பம்; 'பை' *apple pie • meat pie*

piece[1] /piːs/ *noun* [C] **1** an amount or example of sth ஒரு பொருளின் ஓரளவு அல்லது மாதிரி உரு; அளவுப் பகுதி; மாதிரி எடுத்துக்காட்டு *a piece of paper • a piece of advice/information/news* **2** one of the parts that sth is made of ஒரு பொருளின் பகுதிகளில் ஒன்று; ஆக்கக் கூறு *We'll have to* ***take*** *the engine* ***to pieces*** *to find the problem.* **3** one of the parts into which sth breaks ஒரு பொருளின் உடைபட்ட பகுதிகளில் ஒன்று; பிரிவுற்ற பகுதி; துண்டு; கூறு *The plate fell to the floor and smashed* ***to pieces****.* **4 a piece (on/about sb/sth)** an article in a newspaper or magazine செய்தித்தாள் அல்லது பருவ இதழில் வெளிவரும் கட்டுரை *There's a good piece on China in today's paper.* **5** a single work of art, music, etc. கலைப்படைப்பு, இசை முதலியவற்றின் தனித்த ஒன்று; தனியொரு நூல், படம், பாடல் முதலியவை *He played a piece by R.D.Burman.* **6** one of the small objects that you use when you are playing games such as **chess** சதுரங்கம் முதலிய விளையாட்டுகளில் பயனபடுத்தப்படும் ஆட்டக்காய்

IDM bits and pieces ⇨ **bit[1]** பார்க்க.

give sb a piece of your mind to speak to sb angrily because of sth he/she has done ஒருவர் செய்த ஒரு செயலின் காரணமாக அவருடன் சினக்குறிப்புடன் பேசு; கடுமையாகக் கண்டி

go to pieces to be no longer able to work or behave normally because of a difficult situation இடர்ப்பாடான சூழல் காரணமாக இயல்பான முறையில் செயல்பட அல்லது நடந்துகொள்ள முடியாதுபோ; இடிந்துபோ

in one piece not broken or injured சிதைவின்றி; அடிபட்டிராது; தகர்ந்து போகாமல்; பழுதுபடாது *I've only been on a motorbike once, and I was just glad to get home in one piece.*

a piece of cake (*informal*) something that is very easy எளிதில் பெறத்தக்க அல்லது செய்யத்தக்க ஒன்று

piece[2] /piːs/ *verb*

PHR V piece sth together 1 to discover the truth about sth from different pieces of information வெவ்வேறான தகவல் கூறுகளிலிருந்து ஒன்று பற்றிய உண்மையைக் கண்டறி *Detectives are trying to piece together the last few days of the man's life.* **2** to put sth together from several pieces பல துண்டுகளை ஒருங்கிணைத்து ஒன்றை உருப்படுத்து; சேர்த்து உருவாக்கு

piecemeal /ˈpiːsmiːl/ *adj., adv.* done or happening a little at a time கூறுகூறாகச் செய்யப்படுகிற/செய்யப்படுவதாக; கொஞ்சம் கொஞ்சமாக; துண்டுதுண்டாக

piece rate *noun* [C] an amount of money paid for each thing or amount of sth that a worker produces ஒவ்வொரு பொருளுக்கும் தனித்தனியாகச் செலுத்தப்படும் பணத்தொகை அல்லது தனியொருவரால் செய்யப்பட்ட ஒன்றின் அளவு; ஆள் வேலையளவு

pie chart *noun* [C] a diagram consisting of a circle divided into parts to show the size of particular parts in relation to the whole ஒரு முழுமையின் பகுதிகளின் அளவுகளை அம்முழுமையின் அளவோடு தொடர்புபடுத்திக் காட்டும் முறையில், பகுப்புகளைக் கொண்ட வட்டத்தின் வரைபடம் ⇨ **chart[1]** பதிவில் படம் பார்க்க.

pier /pɪə(r)/ *noun* [C] a large wooden or metal structure that is built out into the sea from the land. Boats can stop at piers so that people or goods can be taken on or off படகுகளில் ஆட்களை அல்லது பொருள்களை ஏற்றவும் அவற்றிலிருந்து இறக்கவும் வசதியாகத் தரையிலிருந்து கடலுள் நீட்டி அமைக்கப்படும் பெரிய மர அல்லது உலோகக் கட்டமைப்பு; துறைமுக அணைக்கரை; ஓடத்துறை

pierce /pɪəs/ *verb* **1** [T] to make a hole in sth with a sharp point கூர் முனையுடைய பொருளால் ஒன்றில் துளையிடு *I'm going to* ***have*** *my* ***ears*** ***pierced***. **2** [I, T] **pierce (through/into) sth** to manage to go through or into sth முயன்று ஒன்றின் ஊடாக அல்லது ஒன்றினுள் செல், ஊடுருவிச் செல் *A scream pierced the air.*

piercing /ˈpɪəsɪŋ/ *adj.* **1** (used about the wind, pain, a loud noise, etc.) strong and unpleasant (காற்று, வலி, கூச்சல் முதலியவை வகையில்) முனைப்பாகவும் ஒவ்வாததாகவும் உள்ள; கடுமையான; காதைத் துளைக்கிற **2** (used about sb's eyes or a look) seeming to know what you are thinking (ஒருவரது கண்கள் அல்லது ஒரு பார்வை பற்றிக் கூறுகையில்) தனது எண்ண ஓட்டத்தை அறிந்துள்ளதாகத் தோன்றுகிற; ஊடுருவிக் காண்கிற; கூர் நோக்கான

piety /ˈpaɪəti/ *noun* [U] a way of behaving that shows a deep respect for God and religion கடவுள் மற்றும் சமயத்தின் மீதான ஆழ்ந்த மதிப்புணர்ச்சியை அல்லது போற்றுதலை வெளிப்படுத்துகிற நடத்தை முறை; கடவுள் அல்லது சமயப் பற்று; இறையுணர்வு ➪ **pious** adjective பார்க்க.

pig¹ /pɪg/ *noun* [C] **1** a fat pinkish animal with short legs and a short tail பன்றி

> **NOTE** ஆண் பன்றி **boar** எனவும் பெண் பன்றி **sow** எனவும் பன்றிக்குட்டி **piglet** எனவும் வழங்கப்படும். பன்றிகள் **grunt** (உறுமல்) ஒலியும் பன்றிக் குட்டிகள் **squeal** (கிறீச்) ஒலியும் எழுப்பும்.

2 (*informal*) an unpleasant person or a person who eats too much அருவருப்பான ஆள் அல்லது பெருந்தீனியாளர்

pig² /pɪg/ *verb* [T] (**pigging; pigged**) (*slang*) **pig yourself** to eat too much மட்டுமீறி உண்; பெருந்தீனி தின்னு

pigeon /ˈpɪdʒɪn/ *noun* [C] a fat grey bird that often lives in towns பெரும்பாலும் நகரங்களில் வாழும் பருத்த சாம்பல் நிறப் பறவை வகை; மாடப்புறா

pigeon-hole *noun* [C] one of a set of small open boxes that are used for putting papers or letters in தாள்களை அல்லது கடிதங்களை உள்ளிட்டு வைப்பதற்குப் பயன்படுத்தப்படும் மேல் மூடியற்ற சிறு பெட்டித் தொகுதியில் ஒரு பெட்டி; கூட்டறைத் தொகுதியில் ஓர் அறை

piggyback /ˈpɪgibæk/ *noun* [C] the way of carrying sb, especially a child, on your back ஒருவரை, குறிப்பாக ஒரு குழந்தையை, முதுகில் வைத்துக்கொண்டு செல்லும் முறை *to give sb a piggyback*

piggy bank *noun* [C] a small box, often shaped like a pig, that children save money in குழந்தைகள் பணம் சேமித்து வைக்கும், பெரும்பாலும் பன்றி வடிவிலான, சிறு சேமிப்பு உண்டியல்

pig-headed *adj.* (*informal*) not prepared to change your mind or say that you are wrong மனத்தை மாற்றிக்கொள்ள அல்லது தவற்றை ஒப்புக்கொள்ளத் தயாராக இல்லாத; பிடிவாதமான; வளைந்துகொடுக்காத; நெகிழ்வற்ற ➪ **stubborn** மற்றும் **obstinate** பார்க்க.

pig iron *noun* [U] a form of iron that is not pure தூய்மைப்படுத்தப்படாத இரும்பு; தேனிரும்பு

piglet /ˈpɪglət/ *noun* [C] a young pig பன்றிக் குட்டி

pigment /ˈpɪgmənt/ *noun* [C, U] a substance that gives colour to things பொருள்களுக்கு நிறமூட்டும் பொருள்; சாயப்பொருள் *The colour of your skin depends on the amount of pigment in it.*

pigsty /ˈpɪgstaɪ/ (*also* **sty**, *AmE* **pigpen**) *noun* [C] (*pl.* **pigsties**) a small building where pigs are kept பன்றிகள் வைத்துப் பேணப்படும் சிறு கட்டடம், பன்றிக் குடில்; பன்றிப் பட்டி

pigtail /ˈpɪgteɪl/ (*AmE* **braid**) *noun* [C] hair that is tied together in one or two thick pieces made by crossing three pieces of hair over each other (**plaiting**) மூன்று மூன்று கற்றைகளைச் சேர்த்துப் பின்னி ஒன்றாக அல்லது இரண்டாக அமைக்கப்படும் கூந்தல் தொகுதி; சடைப்பின்னல்

pilchard /ˈpɪltʃəd/ *noun* [C] a small sea fish that you can eat உணவாகக் கொள்ளக்கூடிய சிறு கடல்மீன்

pile¹ /paɪl/ *noun* [C] **1** a number of things lying on top of one another, or an amount of sth lying in a mass ஒன்றின் மேல் ஒன்றாக வைக்கப்பட்டுள்ள பல பொருள்களின் தொகுதி அல்லது திரளாக உள்ள ஓரளவிலான பொருள்; அடுக்கு; குவியல் *He put the coins* ***in neat piles***.

> **NOTE** **Pile** என்பது ஒழுங்கமைவாக அல்லது ஒழுங்கின்றி உள்ள பொருள்தொகுதியைக் குறிக்கும். **Heap** ஒழுங்கமைவற்ற குவியலைச் சுட்டும்.

2 (*usually pl.*) (*informal*) **piles of sth** a lot of sth ஒன்றின் பேரளவு; ஏராளம் *I've got piles of work to do this evening.* **3 piles** [*pl.*] = **haemorrhoids**

pile² /paɪl/ *verb* [T] **1 pile sth (up)** to put things one on top of the other to form a pile அடுக்காக அமையும்படிப் பொருள்களை ஒன்றின் மேல் ஒன்றாக வை; ஒன்றின் மேல் ஒன்றாக அடுக்கு *We piled the boxes in the corner.* **2 pile A on(to) B; pile B with A** to put a lot of sth on top of sth ஒன்றின் மேல் பேரளவிலான ஒரு பொருளை வை; ஒன்றின் மேல் குவித்து வை *She piled the papers on the desk.*

PHR V **pile into, out of, off, etc. sth** (*informal*) to go into, out of, off, etc. sth quickly and all at the same time விரைவியக்கமுடனும் ஒரே சமயத்திலும் பலர் ஒன்றினுள் செல்; ஒன்றிலிருந்து வெளியேறு; வேகமாகச் செல்; கும்பல் கும்பலாகச் செல் *The children piled onto the bus.*

pile up (used about sth bad) to increase in quantity (மனம் விரும்பாத ஒன்று வகையில்) எண்ணிக்கை அதிகமாகு; குவி *Our problems are really piling up.*

pile-up *noun* [C] a crash that involves several cars, etc. பல சீருந்துகள் முதலியவை மோதி ஏற்படும் விபத்து; பன்முக விபத்து *a multiple pile-up on the highway*

pilgrim /ˈpɪlgrɪm/ *noun* [C] a person who travels a long way to visit a religious place திருத்தலம் ஒன்றைக் காண நெடுந்தொலைவுப் பயணம் மேற்கொள்பவர்; (தல) யாத்திரிகர்

pilgrimage /ˈpɪlgrɪmɪdʒ/ *noun* [C, U] a long journey that a person makes to visit a religious place திருத்தலம் ஒன்றைக் காண ஒருவர் மேற்கொள்ளும் நெடுந்தொலைவுப் பயணம்; (தல) யாத்திரை

pill /pɪl/ *noun* **1** [C] a small round piece of medicine that you swallow விழுங்கி உட்கொள்ளப்படும் சிறு உருண்டை வடிவ மருந்துப் பொருள்; மாத்திரை *Take one pill, three times a day after meals.* • *a sleeping pill* ➪ **tablet** பார்க்க. **2 the pill** [*sing.*] a pill that some women take regularly so that they do not become pregnant கருவுறுதலைத் தடுக்க வேண்டிச் சில பெண்கள் கால முறைப்படி உட்கொள்ளும் மாத்திரை; கருத்தடை மாத்திரை *She is **on the pill**.*

pillar /ˈpɪlə(r)/ *noun* [C] **1** a column of stone, wood or metal that is used for supporting part of a building கட்டடப் பகுதிக்கு ஆதாரமாக நிறுவப்படும் கல், மரம் அல்லது உலோகத்தாலான தூண்; ஆதாரக்கால்; நிலைக்கால் **2** a person who has a strong character and is important to sb/sth ஒருவருக்கு/ஒன்றுக்கு முக்கியமாகத் தேவைப்படுகிற மனஉரம் வாய்ந்த ஆள்; முக்கிய, உறுதியான ஆதரவாளர் *Damu was **a pillar of strength** to his sister when she was ill.*

pillion /ˈpɪliən/ *noun* [C] a seat for a passenger behind the driver on a motorbike விசை மிதி வண்டியில் ஓட்டுநருக்குப் பின்னால் உள்ள பயணியர் இருக்கை; பின்னிருக்கை ▶ **pillion** *adv. to ride pillion on a motorbike*

pillow /ˈpɪləʊ/ *noun* [C] a large cushion that you put under your head when you are in bed படுக்கையில் தலை வைத்துக்கொள்வதற்கான பெரிய திண்டு; தலையணை

pillowcase /ˈpɪləʊkeɪs/ *noun* [C] a thin soft cloth cover for a pillow தலையணை உறை

pilot¹ /ˈpaɪlət/ *noun* [C] a person who flies an aircraft விமானமோட்டி; வலவர்; வானூர்தி ஓட்டுநர் *an airline pilot*

pilot² /ˈpaɪlət/ *verb* [T] **1** to operate the controls of a vehicle, especially an aircraft or a boat ஒரு விசையூர்தியின், குறிப்பாக விமானத்தின் அல்லது கப்பலின் கட்டுப்பாட்டுப் பொறிகளை இயக்கு; வானூர்தி/கப்பல் வலவராகச் செயலாற்று *to pilot a ship* **2** to lead sb/sth through a difficult situation ஒரு சிக்கலான சூழ்நிலையில் ஒருவருக்கு வழிகாட்டு; ஒன்றை முன்னின்று இட்டுச்செல் *The booklet pilots you through the process of starting your own business.* **3** to be the first to test sth that will be used by everyone பின்னர் அனைவருக்கும் பயன்படக்கூடிய ஒன்றை முதலில் சோதனை செய்பவராக இரு

pilot³ /ˈpaɪlət/ *adj.* (*only before a noun*) done as an experiment or to test sth that will be used by everyone சோதனை முயற்சியாக அல்லது பொதுப் பயன்பாட்டுக்கு முன் ஒன்றைச் சோதித்துப் பார்க்கும் செயலாக இருக்கிற; முன்னோடியான *The pilot scheme will run for six months.*

pimple /ˈpɪmpl/ *noun* [C] a small spot on your skin தோலின் மேல் உண்டாகும் சிறு புள்ளி; பரு

PIN /pɪn/ (*also* **PIN number**) *noun* [C] personal identification number; a number given to you by your bank so that you can use a plastic card to take out money from a cash machine பிளாஸ்டிக் அட்டையைப் பயன்படுத்திப் பணப் பொறியிலிருந்து பணம் எடுக்க ஏதுவாக ஒருவருக்கு வங்கியால் தரப்படும் தனி அடையாள எண்ணைக் குறிக்கும் personal identification number என்பதன் குறுக்கம்

pin¹ /pɪn/ *noun* [C] **1** a short thin piece of metal with a round head at one end and a sharp point at the other. Pins are used for fastening together pieces of cloth, paper, etc. துணிகள், தாள்கள் முதலியவற்றை ஒருங்கிணைத்துப் பொருத்திவைக்கப் பயன்படுத்தப்படும் குண்டூசி; பிணைப்பூசி **2** a thin piece of wood or metal that is used for a particular purpose குறிப்பிட்ட பயன்பாட்டிற்கான மெலிதான மர அல்லது உலோகத் துண்டு; முறுக்காணி; பிரடை *a hairpin* • *a two-pin plug* ➪ **stationery** பதிவில் படம் பார்க்க.

pin² /pɪn/ *verb* [T] (**pi<u>nn</u>ing; pi<u>nn</u>ed**) **1 pin sth to/on sth; pin sth together** to fasten sth with a pin or pins குண்டூசியை அல்லது குண்டூசிகளைக் கொண்டு ஒன்றைப் பொருத்து அல்லது இணைவி *Could you pin this notice on the board, please?* **2 pin sb/sth against, to, under, etc. sth** to make sb/sth unable to move by holding or pressing down on him/her/it ஒருவரை/ஒன்றைப் பற்றிப் பிடித்து அல்லது அழுத்தி அவர்/அது இயங்க முடியாமல் செய் *He caught his brother and pinned him to the floor.*

IDM **pin (all) your hopes on sb/sth** to believe completely that sb/sth will help you or will succeed ஒருவர்/ஒன்று தனக்கு உதவுவார்/உதவும் என்று அல்லது வெற்றிபெறுவார்/வெற்றிபெறும் என்று முழுமையாக நம்பியிரு; ஒருவர்/ஒன்றின் மீது முழுநம்பிக்கை வைத்திரு

PHR V **pin sb down 1** to hold sb so he/she cannot move ஒருவர் இயங்க முடியாதவாறு அவரைப் பற்றிப் பிடி **2** to force sb to decide sth or to say exactly what he/she is going to do கட்டாயப்படுத்தி ஒருவர் ஒன்றை முடிவுசெய்யவை அல்லது அவர் செய்ய இருப்பதைத் துல்லியமாகக் கூறவை

pin sth down to describe or explain exactly what sth is ஒன்று எத்தகையது என்பதைத் துல்லியமாக விவரி அல்லது விளக்கு

pinafore /ˈpɪnəfɔː(r)/ *noun* [C] (*old-fashioned*) a piece of clothing or a dress that a woman can wear over her normal clothes to keep them clean when she is cooking or doing dirty jobs ஒரு பெண் சமையல் செய்யும்போது அல்லது துப்புரவற்ற பணிகளைச் செய்யும்போது வழக்கமாக அணியும் ஆடைகளில் அழுக்குப்படாமல் பார்த்துக்கொள்ளும் பொருட்டு அவற்றின் மேல் அணிந்துகொள்ளக் கூடிய உடுப்பு வகை ➪ **apron** பார்க்க.

pincer /ˈpɪnsə(r)/ *noun* **1** **pincers** [*pl.*] a tool made of two crossed pieces of metal that is used for holding things, pulling nails out of wood, etc. பொருள்களைப் பற்றிப் பிடித்தல், கட்டையிலிருந்து ஆணிகளைப் பிடுங்குதல் முதலியவற்றுக்குப் பயன்படுத்தப்படும், குறுக்குவாட்டில் அமைந்த இரு உலோகப் பகுதிகளாலான கருவி; குறடு; இடுக்கி **2** [C] one of the two sharp, curved front legs of some shellfish that are used for holding things சில வகை சிப்பி நண்டின வகைகள் பொருள்களைப் பற்றிப் பிடிப்பதற்குப் பயன்படுத்தும் இரண்டு கூர்மையான வளைந்த முன்கால்களில் ஒன்று ➪ **shellfish** பதிவில் படம் பார்க்க.

pinch¹ /pɪntʃ/ *verb* **1** [T] to hold a piece of sb's skin tightly between your thumb and first finger, especially in order to hurt him/her குறிப்பாக ஒருவருக்கு வலி உண்டுபண்ணும் நோக்கத்துடன் அவரது தோலின் ஒரு பகுதியைத் தனது பெருவிரலுக்கும் ஆட்காட்டி விரலுக்கும் இடையில் இறுக்கமாகப் பற்றிப் பிடி; கிள்ளு *Gopal pinched his brother and made him cry.* **2** [I, T] to hold sth too tight, often causing pain பெரும்பாலும் வலி உண்டாகும் முறையில், ஒன்றை மிக இறுக்கமாகப் பிடி; கெட்டியாக அழுத்திப் பிடி *My new shoes pinch.* **3** [T] (*informal*) to steal திருடு; களவாடு *Who's pinched my pen?*

pinch² /pɪntʃ/ *noun* [C] **1** the holding of sb's skin tightly between your finger and thumb ஒருவரது தோல் பகுதியைத் தனது பெருவிரலுக்கும் ஆட்காட்டி விரலுக்கும் இடையில் இறுக்கிப் பிடித்தல்; கிள்ளுதல் *She gave him a little pinch on the arm.* **2** the amount of sth that you can pick up with your thumb and first finger பெருவிரலுக்கும் ஆட்காட்டி விரலுக்கும் இடையில் பிடித்து எடுக்கக்கூடிய ஒரு பொருளின் அளவு; சிட்டிகை *a pinch of salt*

IDM **at a pinch** used to say that sth can be done if it is really necessary நெருக்கடிக் கட்டத்தில்; உண்மையில் தேவைப்படும் நிலையில் *We really need three cars but we could manage with two at a pinch.*

take sth with a pinch of salt to think that sth is probably not true or accurate ஒன்று உண்மையாக அல்லது துல்லியமாக இருப்பதற்கான வாய்ப்பு அருகியுள்ளதாகக் கருது

pinched /pɪntʃt/ *adj.* (used about sb's face) thin and pale because of illness or cold (ஒருவரது முகம் பற்றிக் குறிப்பிடுகையில்) உடல்நலக் குறைவு அல்லது குளிர் காரணமாக மெலிந்து வெளிறிப் போன

pine¹ /paɪn/ *noun* **1** [C] (*also* **pine tree**) a tall **evergreen** tree that has thin sharp leaves (**needles**) உயரமான பசுமை மாறாத ஊசியிலை மர வகை **2** [U] the wood from pine trees (which is often used for making furniture) பெரும்பாலும் அறைக்கலங்கள் செய்யப் பயன்படுத்தப்படும், ஊசியிலை மரக் கட்டை *a pine table*

pine² /paɪn/ *verb* [I] **pine (for sb/sth)** to be very unhappy because sb has died or gone away ஒருவரது இறப்பின் அல்லது பிரிவின் காரணமாக மிகு வருத்தத்திற்கு உள்ளாகு *The dog sat outside, pining for its owner.*

pineapple /ˈpaɪnæpl/ *noun* [C, U] a large sweet fruit that is yellow inside and has a thick brown skin with sharp points. Pineapples grow in hot countries வெப்ப நாடுகளில் விளையும், மஞ்சள் நிற உள்ளீடும் கூர்முனைகளுடன் கூடிய தடித்த பழுப்பு நிறப் புறத்தோலும் உடைய, பெரிய, இனிப்பு மிக்க பழம்; அன்னாசிப் பழம் ➪ **fruit** பதிவில் படம் பார்க்க.

pine nut (*BrE* **pine kernel**) *noun* [C] the white seed of some pine trees, used in cooking சமையலில் பயன்படுத்தப்படும் சில வகை ஊசியிலை மரங்களின் வெண்ணிற விதை

ping /pɪŋ/ *noun* [C] a short high noise that is made by a small bell or by a metal object hitting against sth சிறு மணி எழுப்பும் அல்லது ஓர் உலோகப் பொருள் ஒன்றின் மீது மோதும்போது உண்டாகும் சிறிது நேரமே ஒலிக்கக் கூடிய ஓங்கிய ஒலி; 'விண்'ணென்ற ஒலி *The lift went ping and the doors opened.* ▶ **ping** *verb* [I]

ping-pong (*informal*) = **table tennis**

pink /pɪŋk/ *adj., noun* [U] (of) a pale red colour இளஞ்சிவப்பு நிறமான; இளஞ்சிவப்பு நிறம்

pinnacle /ˈpɪnəkl/ *noun* [C] **1** the most important or successful part of sth ஒன்றின் உச்ச உயர் முக்கியத்துவம் வாய்ந்த அல்லது ஒன்றின் பயன் நிறைவின் உச்ச அளவை எட்டிய பகுதி; உச்ச நிலை *Sheeba is at the pinnacle of her career.* **2** a high pointed rock on a mountain ஒரு மலையிலுள்ள உயரமான கூர் விளிம்புடைய பாறை; மலை முகடு

pinpoint /ˈpɪnpɔɪnt/ *verb* [T] **1** to find the exact position of sth ஒன்றின் இருப்பு நிலையைத் துல்லியமாகக் கண்டறி *to pinpoint a place on the map* **2** to describe or explain exactly what sth is ஒன்றின் தன்மையைத் துல்லியமாக விவரி அல்லது விளக்கு *First we have to pinpoint the cause of the failure.*

pins and needles *noun* [*pl.*] a strange, sometimes painful feeling that you get in a part of your body after it has been in one position for too long and when the blood is returning to it உடலின் ஒரு பகுதி நீண்ட நேரம் ஒரு நிலையில் இருந்த பிறகு (மரத்துப்போன பிறகு) குருதி அப்பகுதிக்குத் திரும்ப வரும்போது அப்பகுதியில் உண்டாகும் விளக்க முடியாத, சில சமயங்களில் வலியுடன் கூடிய, உணர்வு; சிலிர்ப்புணர்வு

pint /paɪnt/ *noun* [C] (*abbr.* **pt**) a measure of liquid; 0.57 of a litre. There are 8 pints in a gallon பைன்ட்; 0.57 லிட்டருக்குச் சம அளவான முகத்தலளவைக் கூறு; ஒரு காலனில் எட்டு பைன்ட்டுகள் உண்டு *a pint of milk* **NOTE** அமெரிக்கப் பைன்ட் அலகு 0.47 லிட்டருக்குச் சமமானதாகும்.

pin-up *noun* [C] (*informal*) a picture of an attractive person, made to be put on a wall; a person who appears in these pictures சுவரில் மாட்டி அழகு பார்ப்பதற்குரிய கவர்ச்சியான ஆள் படம்; இத்தகைய படங்களில் தோன்றும் ஆள்

pioneer /ˌpaɪəˈnɪə(r)/ *noun* [C] **1 a pioneer (in/of sth)** a person who is one of the first to develop an area of human knowledge, culture, etc. அறிவுத் துறை, பண்பாட்டுக் கூறு முதலிய ஒன்றின் வளர்ச்சிக்கு வித்திடுபவர்களில் ஒருவர்; முன்னோடி *Yuri Gagarin was one of the pioneers of space exploration.* **2** a person who is one of the first to go and live in a particular area குறிப்பிட்ட பகுதியில் முதன்முதலாகக் குடியேறி வாழ்பவர்களில் ஒருவர்; புதுநிலம் காண்பவர் *the pioneers of the American West* ▶ **pioneer** *verb* [T] *a technique pioneered in India*

pious /ˈpaɪəs/ *adj.* having or showing a deep belief in religion ஆழ்ந்த சமய நம்பிக்கை கொண்டுள்ள அல்லது ஆழ்ந்த சமய நம்பிக்கையை வெளிப்படுத்துகிற; சமய/இறைப் பற்றுடைய; ஆன்மீக நெறிப்பட்ட ▶ **piously** *adv.* ➪ **piety** noun பார்க்க.

pip /pɪp/ *noun* [C] (*BrE*) the small seed of an apple, a lemon, an orange, etc. ஆப்பிள், எலுமிச்சை, கிச்சிலி முதலிய கனிகளின் சிறு விதை

pipal (*also* **peepul** or **bo tree**) /ˈpɪpəl/ *noun* a fig tree native to India with broad pointed leaves. It is regarded as sacred by Buddists (Buddha having attained **enlightenment** under the tree) and also by **Hindus** and **Jains** புத்தர் அதனடியில் மெய்யறிவு பெற்றதால் புத்த மதத்தினரும் மற்றும் இந்துக்களும் சமணர்களும் புனிதமாகப் போற்றுவதும் கூர் முனையுடைய அகன்ற இலைகளைக் கொண்டதுமான இந்திய அத்தி இன மரம்; அரச மரம்; போதி மரம்

pipe¹ /paɪp/ *noun* [C] **1** a tube that carries gas or liquid வாயு அல்லது திரவம் ஊடாகச் செல்லும் குழாய் *Waste water is carried away down the drainpipe.* **2** a tube with a small bowl at one end that is used for smoking tobacco புகைபிடிப்பதற்குப் பயன்படுத்தப்படும், ஒரு முனையில் சிறு கிண்ண அமைப்புள்ள குழல்; புகைக்குழல் *to smoke a pipe* **3** a simple musical instrument that consists of a tube with holes in it. You blow into it to play it துளைகளுடைய, குழல் வடிவான, ஊதி இசைப்பதற்கான எளிய இசைக்கருவி வகை; மிடற்றிசைக் கருவி

pipe² /paɪp/ *verb* [T] to carry liquid or gas in pipes குழாய்களில் திரவத்தை அல்லது வாயுவைக் கொண்டுசெல் *Water is piped to all the houses in the village.*

PHR V **pipe up** (*informal*) to suddenly say sth திடீரென ஒன்றைக் கூறு *Suddenly Shilpi piped up with a question.*

pipeline /ˈpaɪplaɪn/ *noun* [C] a line of pipes that are used for carrying liquid or gas over a long distance நீர்மத்தை அல்லது வாயுவைத் தொலை தூரம் கொண்டுசெல்லப் பயன்படுத்தப்படும் குழாய்களின் வரிசைத் தொகுதி; குழாய் இணைப்பு வரிசை

IDM **in the pipeline** being planned or prepared திட்டமிடப்படுவதாக; ஆயத்தம் செய்யப்படுவதாக

piper /ˈpaɪpə(r)/ *noun* [C] a person who plays music on a pipe, or who plays a musical instrument that is typical in Scotland (**the bagpipes**) குழல் ஊதும் அல்லது ஸ்காத்லாந்துக்குரிய பைக்குழல் ஊதும் இசைக் கலைஞர்

pipette /pɪˈpet/ *noun* [C] (*technical*) a narrow tube used in a laboratory for measuring or moving small amounts of liquids சிற்றளவாக நீர்மங்களை அளக்க அல்லது செலுத்த ஆய்வுக்கூடத்தில் பயன்படுத்தப்படும் ஒடுக்கமான குழாய்; வடிகுழல் ⇨ **laboratory** பதிவில் படம் பார்க்க.

piping[1] /ˈpaɪpɪŋ/ *noun* [U] **1** a narrow strip of folded cloth that is used to decorate the edge of a piece of clothing, cushion, etc. ஆடை, மெத்தை முதலியவற்றின் விளிம்புகளை ஒப்பனை செய்யப் பயன்படுத்தப்படும் மடிப்புள்ள துணிப்பட்டை; குழாய் வடிவ நுனி ஒப்பனை **2** a pipe or pipes of the type or length mentioned குறிப்பிடப்பட்ட வகையான அல்லது நீளமுள்ள குழாய் *ten metres of lead piping* **3** the sound of a pipe or pipes being played குழல் ஊதும்போது எழும் ஒலி; குழலோசை

piping[2] /ˈpaɪpɪŋ/ *adj.* (of a person's voice) high (ஒருவரது குரலோசை பற்றிக் கூறுகையில்) ஓங்கி ஒலிக்கிற; தூக்கலான

piping hot (of food) very hot (உணவு வகையில்) மிகச் சூடான

piracy /ˈpaɪrəsi/ *noun* [U] **1** the crime of attacking ships in order to steal from them கப்பல்களிலிருந்து பொருள்களைக் கொள்ளையடிக்கும் பொருட்டு அவற்றைத் தாக்கும் குற்றச் செயல்; கடற்கொள்ளை **2** the illegal copying of books, video tapes, etc. நூல்கள், ஒளி நாடாக்கள் முதலியவற்றைச் சட்டத்திற்கு மாறாகப் படி எடுக்கும் செயல்; பகர்ப்புக் குற்றம்

pirate[1] /ˈpaɪrət/ *noun* [C] **1** (usually in the past or in stories) a criminal who attacks ships in order to steal from them (பெரும்பாலும் கடந்த கால வழக்கு அல்லது கதைகளில் வருவது) கப்பல்களில் கொள்ளையிடுபவர்; கடற்கொள்ளைக்காரர் **2** a person who copies books, video tapes, computer programs, etc. in order to sell them illegally சட்டத்திற்கு மாறாக விற்பனை செய்யும் நோக்கத்துடன் நூல்கள், ஒளி நாடாக்கள், கணினி நிரல்கள் முதலியவற்றைப் படி எடுப்பவர்; இசைவுரிமை இன்றி ஏடு முதலியவற்றைப் பகர்ப்பவர்

pirate[2] /ˈpaɪrət/ *verb* [T] to make an illegal copy of a book, video tape, etc. in order to sell it விற்பதற்காக நூல், ஒளிநாடா முதலியவற்றை இசைவுரிமை இன்றிக் கள்ளத்தனமாகப் படி எடு

Pisces /ˈpaɪsiːz/ *noun* [U] the twelfth sign of the **zodiac**, the Fishes மீனைக் குறியீட்டு வடிவமாகக் கொண்ட பன்னிரண்டாவது இராசி; மீனராசி

pistachio /pɪˈstæʃiəʊ; -ˈstɑːʃiəʊ/ (*also* **pistachio nut**) *noun* [C] (*pl.* **pistachios**) the small green nut of an Asian tree ஆசியக் கண்டத்திற்குரிய மரம் ஒன்றின் சிறிய பச்சை நிறக் கொட்டை ⇨ **nut** பதிவில் படம் பார்க்க.

pistil /ˈpɪstɪl/ *noun* (*technical*) the female organs of a flower, which receive the **pollen** and produce seeds பூந்தாதுவை ஏற்று விதைகளை உண்டுபண்ணுகிற மலரின் பெண்பால் உறுப்புகள்; சூலகம்

pistol /ˈpɪstl/ *noun* [C] a small gun that you hold in one hand ஒரு கையில் பிடித்துச் சுடக்கூடிய சிறு துப்பாக்கி வகை; கைத்துப்பாக்கி

piston /ˈpɪstən/ *noun* [C] a piece of metal in an engine, etc. that fits tightly inside a tube (**cylinder**). The piston is moved up and down inside the tube and causes other parts of the engine to move இயந்திரம் முதலியவற்றின் சுழல் தண்டினுள் உறுதியாகப் பொருந்தி அமைந்துள்ள உலோகத் துண்டு; உந்து தண்டு. இது சுழல் தண்டினுள் மேலும் கீழும் இயங்கி இயந்திரத்தின் பிற உறுப்புகளின் இயக்கத்தைத் தூண்டும் ⇨ **hydraulic** பதிவில் படம் பார்க்க.

pit[1] /pɪt/ *noun* **1** [C] a large hole that is made in the ground தரையில் அகழ்ந்து உண்டாக்கப்படும் பெரிய குழி; பள்ளம் *They dug a large pit to bury the dead animals.* **2** [C] = **coal mine** **3 the pits** [*pl.*] the place on a motor racing track where cars stop for fuel, new tyres, etc. during a race பந்தய ஓட்டத்தின்போது எரிபொருள் நிரப்புதல், இரப்பர் சக்கரத்தை மாற்றுதல் முதலியவற்றுக்காக ஊர்திகள் நிறுத்துதற்குரிய பந்தயத் தடத்திலுள்ள இடம்; தளவாட உதவிக் கொட்டில்

IDM **be the pits** (*slang*) to be very bad மிக மோசமானதாக இரு *The food in that restaurant is the pits!*

pit[2] /pɪt/ *verb* [T] (**pitting; pitted**) to make small holes in the surface of sth ஒன்றின் பரப்பில் சிறு துளைகள் உண்டாக்கு. *The front of the building was pitted with bullet marks.*

PHR V **pit A against B** to test one person or thing against another in a fight or competition ஒரு சண்டையில் அல்லது போட்டியில் ஒருவரை மற்றொருவரோடு அல்லது ஒன்றை மற்றொன்றோடு மோதவிட்டுப் பார் *The two strongest teams were pitted against each other in the final.*

pitch[1] /pɪtʃ/ *noun* **1** [C] (*BrE*) a special area of ground where you play certain sports சில வகைக்கள விளையாட்டுகளுக்கான ஆட்டக்களத்தின் தனிவகைப் பகுதி *a football/hockey/cricket pitch* ⇨ **court** மற்றும் **field** பார்க்க. **2** [*sing.*] the strength or level of feelings, activity, etc. உணர்ச்சிகள், செயற்பாடு முதலியவற்றின் வலிமை அல்லது அளவு; தீவிரம் *The children's excitement almost reached fever pitch.* **3** [U] how high or low a sound is, especially a musical note ஒலியின், குறிப்பாக இசையின், ஏற்ற இறக்க அளவு; தொனியளவு **4** [C] talk or arguments used by sb who is trying to sell sth or persuade sb to do sth விற்பனை முயற்சியில் ஈடுபட்டுள்ள அல்லது ஒரு செயல் தூண்ட முயற்சிக்கும் ஒருவரது பேச்சு அல்லது வாதம் *a sales pitch • to make a pitch for sth*

pitch² /pɪtʃ/ *verb* **1** [T] to set sth at a particular level குறிப்பிட்ட அளவில் ஒன்றை அமை அல்லது நிலை நிறுத்து *The talk was pitched at people with far more experience than me.* **2** [I, T] to throw sth/sb; to be thrown எறி; வீசு; எறியப்படு *Arvind pitched his can into the bushes.* **3** [T] to put up a tent or tents கூடாரம்/கூடாரங்கள் அமை *They pitched their tents in the valley.* **4** [T] **pitch sth (at sb)** to try to sell a product to a particular group of people or in a particular way குறிப்பிட்ட ஒரு பிரிவினருக்கு அல்லது குறிப்பிட்ட ஒரு முறையில் ஒரு பொருளை விற்க முயல் *This new breakfast cereal is being pitched at kids.*

PHR V **pitch in** (*informal*) to join in and work together with other people மற்றவர்களுடன் ஒருங்கிணைந்து செயலாற்று *Everybody pitched in to clear up the flood damage.*

pitch-black *adj.* completely dark; with no light at all முழுதும் இருளான; கும்மிருட்டான

pitcher /ˈpɪtʃə(r)/ *noun* [C] **1** a large container for holding and pouring liquids நீர்மங்கள் வைத்திருப்பதற்கும் ஊற்றுதற்கும் பயன்படுத்தப்படும் பெரிய கொள்கலம்; பெரிய சாடி **2** (in baseball) the player who throws (**pitches**) the ball to a player from the other team, who tries to hit it (பேஸ்பால் ஆட்டத்தில்) தடுத்து அடிக்க முனையும் எதிரணி ஆட்டக்காரருக்குப் பந்து எறிபவர்

pitchfork /ˈpɪtʃfɔːk/ *noun* [C] a farm tool like a fork with a long handle and two or three sharp metal points. It is used for lifting and moving dried cut grass (**hay**) வைக்கோலை உயர்த்தித் தள்ளுவதற்குப் பயன்படுத்தப்படும் நீண்ட கைப்பிடியும் இரண்டு அல்லது மூன்று உலோகக் கூர் விளிம்புகளும் உடைய கவர்கோல் போன்ற வேளாண் கருவி; வைக்கோல் வாரி

piteous /ˈpɪtiəs/ *adj.* (*formal*) that makes you feel pity இரக்க உணர்ச்சியைத் தூண்டுகிற; இரங்கத்தக்க ► **piteously** *adv.*

pitfall /ˈpɪtfɔːl/ *noun* [C] a danger or difficulty, especially one that is hidden or not obvious மறைபொருளாக உள்ள அல்லது வெளிப்படையாகத் தெரியாத ஆபத்து அல்லது இடர்ப்பாடு; ஐயுறவு ஏற்படுத்தாது எதிர்ப்படும் தீங்கு அல்லது துன்பம்

pith /pɪθ/ *noun* [U] the white substance inside the skin of an orange, lemon, etc. கிச்சிலிப் பழம், எலுமிச்சை முதலியவற்றின் புறத்தோலுக்கு உட்புறத்திலுள்ள வெண்ணிறப் பொருள்; உள்வரி மாப்பொருள்

pithy /ˈpɪθi/ *adj.* expressed in a clear, direct way தெளிவாகவும் நேர்முகமாகவும் கூறப்படுகிற; வெளிப்படையான; திட்டவட்டமான *a pithy comment*

pitiful /ˈpɪtɪfl/ *adj.* causing you to feel pity இரக்க உணர்வைத் தூண்டுகிற; இரங்கத்தக்க *the pitiful groans of the wounded soldiers* ► **pitifully** /-fəli/ *adv.*

pitiless /ˈpɪtiləs/ *adj.* having or showing no pity for other people's suffering பிறர் துன்பம் கண்டு இரக்க உணர்வு கொள்ளாத அல்லது இரக்கம் காட்டாத; கருணை இல்லாத ► **pitilessly** *adv.*

pittance /ˈpɪtns/ *noun* [*usually sing.*] a very small amount of money that is received, for example as a wage or allowance (வேலைக்கான கூலி முதலிய வகையில்) ஒருவர் பெறும் சொற்ப அளவான பணம்; அற்பத்தொகை *He works for a pittance.*

pituitary /pɪˈtjuːɪtəri/ (*also* **pituitary gland**) *noun* [C] (*pl.* **pituitaries**) a small organ at the base of the brain that produces substances that affect growth and sexual development (**hormones**) உடல் வளர்ச்சியிலும் பாலியல் செயற்பாடுகளிலும் தாக்கத்தை/மாற்ற விளைவை ஏற்படுத்துகிற ஊக்கு நீரை உண்டுபண்ணும், மூளையின் அடிப்பகுதியிலுள்ள சிறு உறுப்பு; மூளையடிச் சுரப்பி

pity¹ /ˈpɪti/ *noun* **1** [U] a feeling of sadness that you have for sb/sth that is suffering or in trouble துன்பத்திற்கு அல்லது இடர்ப்பாட்டுக்கு உள்ளான ஒருவர்/ஒன்று குறித்து மனத்தில் உண்டாகும் வருத்த உணர்வு; இரக்கம் *The situation is his fault so I don't feel any pity for him.* **2** [*sing.*] something that makes you feel a little sad or disappointed சிறிதளவு வருத்தத்தை அல்லது ஏமாற்றத்தை உண்டாக்கும் ஒன்று; வாய்ப்புக் கேடான ஒரு நேர்வு அல்லது செய்தி *'You're too late. Ekta left five minutes ago.' 'Oh,* ***what a pity!'*** • *It's a pity that Bina couldn't come.*

IDM **take pity on sb** to help sb who is suffering or in trouble because you feel sorry for him/her துன்பத்திற்கு அல்லது இடர்ப்பாட்டுக்கு ஆட்பட்ட ஒருவர் மீது இரக்கம் கொண்டு அவருக்கு உதவி செய்

pity² /ˈpɪti/ *verb* [T] (*pres. part.* **pitying**; *3rd person sing. pres.* **pities**; *pt, pp* **pitied**) to feel pity or sadness for sb who is suffering or in trouble துன்பத்தில் அல்லது இக்கட்டில் சிக்கியுள்ள ஒருவர் மீது இரக்கம் அல்லது வருத்த உணர்வு கொள்; இரக்கப்படு

pivot¹ /ˈpɪvət/ *noun* [C] **1** the central point on which sth turns or balances ஒன்று பொருந்தி அமைந்து சுழலும் அல்லது சமநிலை கொள்ளும்

மையப்பகுதி; சுழல் மையம் அல்லது சமநிலை மையம் **2** the central or most important person or thing மையமான, முதன்மையான அல்லது இன்றியமையாத ஆள் அல்லது பொருள் *West Africa was the pivot of the cocoa trade.*

pivot² /ˈpɪvət/ *verb* [I] to turn or balance on a central point ஒரு மையப்பகுதியில் நிலைகொண்டு சுழல் அல்லது சமநிலை கொள்

pixel /ˈpɪksl/ *noun* [C] (*computing*) any of the very small individual areas on a computer screen, which together form the whole image கணினித் திரையில் தோன்றும் ஒரு முழு உருப்படிவத்தின் கூறுகளாக அமையும் நுண்ணளவுடைய தனித்தனி இடப்பரப்புகளில் ஒன்று; படத்துணுக்கு

pixie /ˈpɪksi/ *noun* [C] (in children's stories) a creature like a small person with pointed ears that has magic powers (சிறுவர் கதைகளில்) கூர் விளிம்புடைய காதுகளை உடைய குறுமனிதன் போலத் தோன்றும் மந்திர ஆற்றல்கள் கொண்ட உயிர்; கூளி

pizza /ˈpiːtsə/ *noun* [C, U] an Italian dish consisting of a flat round bread base with vegetables, cheese, meat, etc. on top, which is cooked in an oven தட்டையான வட்ட வடிவ மாப்பண்டத்தின் மீது காய்கறிகள், பாலடைக்கட்டி, இறைச்சி முதலியவற்றை இட்டுச் சூட்டடுப்பில் பதப்படுத்தப்பட்ட இத்தாலிய உணவு வகை

pkt *abbr.* ⇨ **packet** கட்டு/பொட்டலம் என்பதைக் குறிக்கும் packet என்பதன் குறுக்கம்

pl. *abbr.* (*grammar*) ⇨ **plural** பன்மையைக் குறிக்கும் plural என்பதன் குறுக்கம்

placard /ˈplækɑːd/ *noun* [C] a large written or printed notice that is put in a public place or carried on a stick in a protest march பொது இடத்தில் வைக்கப்படும் அல்லது ஓர் எதிர்ப்பு ஊர்வலத்தில் கழியில் பொருத்தி ஏந்திச் செல்லப்படும் பெரிய அளவிலான எழுதப்பட்ட அல்லது அச்சிடப்பட்ட தகவல் அல்லது விளம்பர வாசகம்; பொது அறிவிப்பு அட்டை

placate /pləˈkeɪt/ *verb* [T] to make sb feel less angry about sth ஒன்று பற்றி ஒருவர் கொண்டுள்ள சினம் குறையச் செய்; சினம் தணிவி

place¹ /pleɪs/ *noun* [C] **1** a particular position or area குறிப்பிட்ட நிலை அல்லது இடப்பகுதி; நிலை *Show me the exact place where it happened.* • *The wall was damaged in several places.* **2** a particular village, town, country, etc. குறிப்பிட்ட கிராமம், நகரம், நாடு முதலியவை; ஊர் *Ooty is a very beautiful place.* **3** a building or an area that is used for a particular purpose குறிப்பிட்ட நோக்கத்திற்குப் பயன்படுத்தப்படும் கட்டடம் அல்லது இடப்பகுதி *The square is a popular* ***meeting place*** *for young people.* • *The town is full of inexpensive eating places.* **4** a seat or position that can be used by sb/sth ஒருவரது/ஒன்றின் பயன்பாட்டுக்குரிய இருக்கை அல்லது நிலை; உரிமையிடம்; உரிய நிலை *They went into the classroom and sat down in their places.* • *Go on ahead and* ***save me a place*** *in the queue.*

NOTE **Place** என்பது ஒருவருக்கு/ஒன்றற்கு உரிய இருக்கையை அல்லது நிலையைக் குறிக்கும். விசையூர்தி நிறுத்துமிடம் **space** (இடவெளி) எனப்படும். காலியாக உள்ள இடப்பரப்பைக் குறிக்க **space, room** ஆகிய இரண்டையும் பயன்படுத்தலாம்—*This piano* ***takes up*** *too much* ***space***. • *There is enough* ***room for*** *three people in the back of the car.*

5 [*sing.*] your position in society; your role சமுதாயப் படிநிலை; தனிமனிதர் பங்களிப்பு அல்லது கடமைக் கூறு *I feel* ***it is not my place*** *to criticize my boss.* **6** an opportunity to study at a college, play for a team, etc. ஒரு கல்லூரியில் கல்வி பயிலுதல், ஒரு விளையாட்டு அணியில் இடம் பெறுதல் முதலியவற்றுக்கான வாய்ப்பிடம் *Sargam has got a place to study law at Delhi.* **7** the usual or correct position or occasion for sth ஒன்றிற்கான வழக்கமான அல்லது சரியான நிலை அல்லது தருணம்; உரிய இடம், நேரம் அல்லது நிலை *The room was tidy. Everything had been put away* ***in its place***. • *A funeral is not the place to discuss business.* **8** the position of a number after the **decimal point** பதின்மானப் புள்ளியை அடுத்த ஓர் இலக்கத்தின் இட மதிப்பு நிலை; பதின்முறைப் படித்தானம்; எண் தானம் *Your answer should be correct to three decimal places.* **9** [*sing.*] (*spoken*) a person's home வாழ்விடம்; குடியிருப்பிடம்; வீடு *Her parents have got a place on the coast.* **10** [*usually sing.*] the position that you have at the end of a race, competition, etc. பந்தயம், போட்டி முதலியவற்றின் இறுதியில் ஒருவர் பெற்றுள்ள தர நிலை; மதிப்புப் படிநிலை; தகுதிநிலை *Haripriya finished* ***in second place***.

IDM **all over the place** everywhere எல்லா இடங்களிலும்; எங்கும்; இடம் முழுதும்

change/swap places (with sb) to take sb's seat, position, etc. and let him/her have yours இருக்கை, இருப்பு நிலை முதலியவற்றை ஒருவருடன் பரிமாறிக்கொள்; ஒருவருக்கொருவர் மாற்றிக்கொள்

fall/slot into place (used about sth that is complicated or difficult to understand) to become organized or clear in your mind (சிக்கலான அல்லது புரிந்துகொள்வதற்கு இடர்ப்பாடான ஒன்று குறித்துப் பேசுகையில்) ஒழுங்கமைவாகு; மனத்தில் தெளிவாகு *After two weeks in my new job, everything suddenly started to fall into place.*

IDM **in my, your, etc. place/shoes** in my, your, etc. situation or position ஒருவருடைய நிலையில் அல்லது சூழலில் *If I were in your place I would wait a year before getting married.*
in place 1 in the correct or usual position சரியான அல்லது வழக்கமான இடத்தில்; உரிய இடத்தில்; தக்க இடத்தில் *Use tape to hold the picture in place.* **2** (used about plans or preparations) finished and ready to be used (திட்டங்கள் அல்லது முன்னேற்பாடுகள் வகையில்) நிறைவுற்றுப் பயன்பாட்டுக்கு உரிய நிலையில்
in place of sb/sth; in sb/sth's place instead of sb/sth ஒருவருக்கு/ஒன்றனுக்குப் பதிலாக; பிரதியாக; ஒருவருடைய/ஒன்றின் இடத்தில்
in the first, second, etc. place (*informal*) used when you are giving a list of reasons for sth or explaining sth; firstly, secondly, etc. ஒன்றிற்கான காரணங்களைப் பட்டியலிடும்போது அல்லது ஒன்றை விளக்கிக் கூறும்போது பயன்படுத்தப்படுவது: முதலாவதாக, இரண்டாவதாக...
out of place 1 not suitable for a particular situation குறிப்பிட்ட சூழலுக்கு ஏற்றதல்லாததாக; பொருந்தாததாக *I felt very out of place among all those clever people.* **2** not in the correct or usual place சரியான அல்லது வழக்கமான இடத்தில் இல்லாது; இடம் மாறியதாக
put sb in his/her place to show that sb is not as clever, important, etc. as he/she believes ஒருவர் தன்னைப் பற்றிக் கருதும் அளவுக்கு அவர் அறிவாற்றல், முக்கியத்துவம் முதலியவை உடையவர் அல்லர் எனக்காட்டு; ஒருவரை உரிய இடத்தில் வை *It really put her in her place when she failed to qualify for the race.*
put yourself in sb's place to imagine that you are in the same situation as sb else மற்றொருவர் நிலையில் தன்னை இருத்திப் பார்; மற்றொருவரது சூழலில் தான் இருப்பதாகக் கற்பித்துக் கொள்
take place (used about a meeting, an event, etc.) to happen (கூட்டம், நிகழ்ச்சி முதலியவை வகையில்) நடைபெறு *The ceremony took place in glorious sunshine.*

place[2] /pleɪs/ *verb* [T] **1** (*formal*) to put sth carefully or deliberately in a particular position குறிப்பிட்ட நிலையில் அல்லது இடத்தில் கவனமாக அல்லது முன்னேற்பாட்டுடன் ஒன்றை வை; சரியான இடத்தில் கிடத்து *The chairs had all been placed in neat rows.* • *The poster was placed where everyone could see it.* **2** to put sb in a particular position or situation ஒருவரைக் குறிப்பிட்ட ஒரு நிலையில் அல்லது சூழலில் இருத்து; ஒரு நிலைக்கு அல்லது சூழலுக்கு உட்படுத்து *His behaviour placed me in a difficult situation.* • *to place sb in charge* **3** used to express the attitude that sb has to sb/sth ஒருவர்/ஒன்று குறித்த ஒருவரது மனப்பான்மையை வெளிப்படுத்தப் பயன்படுத்தப்படுவது: நம்பிக்கை, முதலியவை வை *We placed our trust in you and you failed us.* • *The blame for the disaster was placed firmly on the company.* **4** (*usually in negative sentences*) to recognize sb/sth and be able to identify him/her/it ஒருவர்/ஒன்று இன்னார்/இன்னது என்பதை அறிய இயலுவதாகு; இனம் கண்டுகொள்; அடையாளம் காண் *Her face is familiar but I just can't place her.* **5** to give instructions about sth or to ask for sth to happen செயற்கட்டளை இடு; ஒன்று நடைபெறச் செய்யுமாறு கோரு *to place a bet on sth* • *to place an order for sth*

place name *noun* [C] the name of a city, town, etc. ஒரு மாநகரம், நகரம் முதலியவற்றின் பெயர்; ஊர்ப்பெயர்

placenta /plə'sentə/ *noun* [C] the material inside the part of a woman's body where a baby grows (**womb**) which protects the baby and supplies the food through a tube (**umbilical cord**) பெண்ணின் கருப்பையில் வளரும் குழந்தைக்குக் காப்பாக அமையும் மற்றும் கொப்பூழ்க்கொடி வழியாக அதற்கு உணவு வழங்கும் கருப்பையிலுள்ள பொருள்; நஞ்சுக்கொடி

placid /'plæsɪd/ *adj.* (used about a person or an animal) calm and not easily excited (ஆள் அல்லது விலங்கு வகையில்) அமைதியாகவும் எளிதில் உணர்ச்சி வசப்படாமலும் இருக்கிற; மெல்லமைதி வாய்ந்த ▶ **placidly** *adv.*

plagiarism /'pleɪdʒərɪzəm/ *noun* [U, C] the act of copying another person's ideas, words or work and pretending they are your own; sth that has been copied in this way வேறொருவரது கருத்துகள், சொற்கள் அல்லது படைப்பைப் பார்த்துப் பின்பற்றி அதனைத் தனதாகக் காட்டிக்கொள்ளும் செயல்; எழுத்து/கருத்துத் திருட்டு; இவ்வாறு திருடப்பட்டது ▶ **plagiarize** (*also* **-ise**) /-raɪz/ *verb* [T, I]

plague[1] /pleɪɡ/ *noun* **1** [C, U] any infectious disease that spreads quickly and kills many people விரைந்து பரவிப் பலரைக் கொல்லக்கூடிய தொற்று நோய்; கொள்ளை நோய் **2 the plague** [U] an infectious disease spread by rats that causes swellings on the body, a very high temperature and often results in death உடலில் வீக்கங்களையும் கடுமை மிக்க காய்ச்சலையும் உண்டுபண்ணிப் பல நேரங்களில் மரணம் உண்டாக்கக்கூடிய, எலிகளால் பரவும் தொற்று நோய் வகை; பிளேக்கு **3** [C] **a plague of sth** a large number of unpleasant animals or insects that come into an area at one time ஒரு நேரத்தில் ஓரிடத்தினுள் வரும் பெருமளவிலான மனம் ஒவ்வாத விலங்குகள் அல்லது பூச்சிகள்; தொல்லைப்படுத்தும் அல்லது வெறுப்பூட்டும்

உயிரினங்களின் மொய்ப்பு *a plague of ants/ locusts*

plague² /pleɪg/ *verb* [T] to cause sb/sth a lot of trouble ஒருவருக்கு/ஒன்றுக்குப் பெருமளவு தொல்லை கொடு, தொந்தரவு செய் *The project was plagued by a series of disasters.*

plaice /pleɪs/ *noun* [C, U] (*pl.* **plaice**) a type of flat sea fish that we eat உண்ணத்தக்க தட்டை-யான கடல்மீன் வகை

plain¹ /pleɪn/ *adj.* **1** easy to see, hear or understand; clear எளிதில் காணக்கூடிய, கேட்கக்கூடிய அல்லது புரிந்துகொள்ளக்கூடிய; தெளிவான *It was plain that he didn't want to talk about it.* • *She **made it plain that** she didn't want to see me again.* **2** (used about people, thoughts, actions, etc.) saying what you think; direct and honest (ஆட்கள், எண்ணங்கள், செயல்கள் முதலியவை வகையில்) நினைப்பதைக் கூறு-கிற; நேர்முகமான மற்றும் உண்மையான *I'll be plain with you. I don't like the idea.* **3** simple in style; not decorated or complicated நடை எளிமையுடைய; ஒப்பனையற்ற; சிக்கலற்ற *My father likes plain Indian cooking.* **4** (*only before a noun*) all one colour; without a pattern on it ஒரே நிறமான; ஒப்பனை வேலைப்பாடற்ற *a plain blue jumper* **5** (used especially about a woman or girl) not beautiful or attractive (குறிப்பாக ஒரு பெண் அல்லது சிறுமி பற்றிக் கூறுகையில்) அழகோ கவர்ச்சியோ அற்ற *She's a rather plain child.*

plain² /pleɪn/ *noun* [C] a large area of flat land with few trees அங்கொன்றும் இங்கொன்றுமாக மரங்களுள்ள பரந்த சமதள நிலப்பகுதி; சம-வெளி

plain³ /pleɪn/ *adv.* (*spoken*) completely முழுவது-மாக; முற்றிலுமாக *That's plain silly.*

plain clothes *adj.* (used about a police officer) in ordinary clothes; not in uniform சாதாரண உடையிலுள்ள; சீருடையில் இல்லாத *a plain-clothes detective* ▶ **plain clothes** *noun* [*pl.*] *officers **in plain clothes***

plain flour *noun* [U] flour that does not contain a powder (**baking powder**) which makes cakes, etc. rise கேக் முதலியவற்றை உப்பச்செய்யும் சமையல் சோடா சேர்க்கப்பட்டிராத மாவு ➪ **self-raising flour** பார்க்க.

plainly /ˈpleɪnli/ *adv.* **1** clearly தெளிவாக; வெளிப்படையாக *He was plainly very upset.* **2** using simple words to say sth in a direct and honest way ஒன்றை நேரடியாகவும் உண்மை-யாகவும் கூறும் பொருட்டு எளிமையான சொற்களைப் பயன்படுத்தி; ஒளிவுமறைவற்று; நடை எளிமையுடன் *She told him plainly that he was not doing his job properly.* **3** in a simple way, without decoration ஒப்பனை இன்றிச் சாதாரணமான முறையில்; இயல் எளிமையுடன் *She was plainly dressed and wore no make-up.*

plaintiff /ˈpleɪntɪf/ *noun* [C] a person who starts a legal action against sb in a court of law ஒருவருக்கெதிராக நீதிமன்றத்தில் சட்ட நடவடிக்கை தொடங்குபவர்; முறையீட்டாளர்; வாதி ➪ **defendant** பார்க்க.

plaintive /ˈpleɪntɪv/ *adj.* sounding sad, especially in a weak complaining way (குறிப்பாக, குரல் ஒடுங்கிக் குறையுணர்த்தும் முறையில்) வருத்தமாக ஒலிக்கிற ▶ **plaintively** *adv.*

plait /plæt/ (*AmE* **braid**) *verb* [T] to cross three or more long pieces of hair, rope, etc. over and under each other to make one thick piece திட்பமான ஓர் அலகாக ஆகும் முறையில் முடி, கயிறு முதலியவற்றின் மூன்று அல்லது மூன்றுக்கு மேற்பட்ட நீண்ட கூறுகளை மேலும் கீழுமாக ஒன்றோடொன்று பின்னு; சடை பின்னு ▶ **plait** *noun* [C]

plan¹ /plæn/ *noun* **1** [C] **a plan (for sth/to do sth)** an idea or arrangement for doing or achieving sth in the future எதிர்காலத்தில் ஒன்றைச் செய்வதற்கான அல்லது நிறைவேற்றுவதற்-கான கருத்துரு அல்லது முன்னேற்பாடு; திட்டம் *We usually **make** our holiday **plans** in January.* • *There has been **a change of plan**—we're meeting at the restaurant.* • *If everything **goes according to plan*** (= happens as we planned) *we should be home by midnight.* **2** [C] a detailed map of a building, town, etc. ஒரு கட்டடம், நகரம் முதலியவற்றின் நுணுக்க விவரங்கள் அடங்கிய உருவரைப் படம் அல்லது நிலவரைப் படிவம் ***a street plan** of Pune* **3 plans** [*pl.*] detailed drawings of a building, machine, road, etc. that show its size, shape and measurements கட்டடம், இயந்திரப் பொறி, சாலை முதலியவற்றின் வடி-வமைப்பு மற்றும் பரிமாணங்களைக் காட்டும் விளக்கமான வரைபடங்கள்; உருவரைப் படங்கள் *We're getting an architect to **draw up** some **plans** for a new kitchen.* **4** [C] a diagram that shows how sth is to be organized or arranged ஒன்றை ஒழுங்கமைவு அல்லது ஒருங்-கிணைப்புச் செய்வதற்கான முறையைக் காட்டும் விளக்கப்படம் *Before you start writing an essay, it's a good idea to make a brief plan.*

plan² /plæn/ *verb* (**pla<u>nn</u>ing; pla<u>nn</u>ed**) **1** [I, T] **plan (sth) (for sth)** to decide, organize or prepare for sth you want to do in the future எதிர்-காலத்தில் செய்ய விரும்பும் ஒன்று குறித்துத் தேர்ந்து முடிவு செய்; அதற்கான முன்னேற்-பாடுகள் செய்; திட்டமிடு *to plan for the future* • *You need to plan your work more carefully.* **2** [I, T] **plan (on sth/doing sth); plan (to do sth)** to intend or expect to do sth ஒன்றைச்

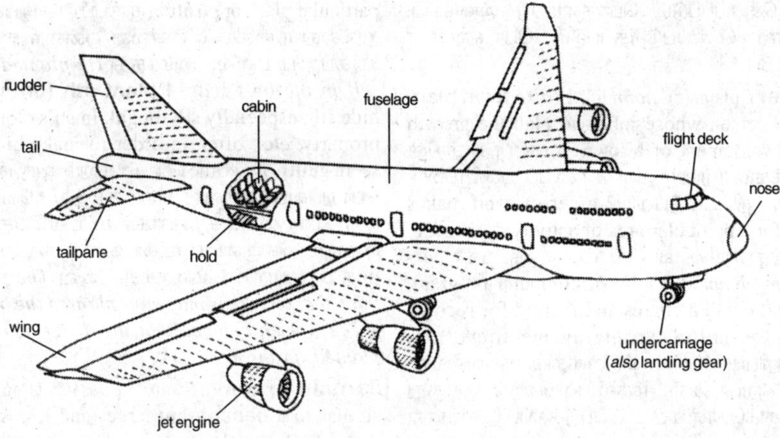

plane

செய்யக் கருது; இன்னவாறு நடக்கவேண்டுமென்று நினை *I'm planning on having a holiday in July.* • *We plan to arrive at about 4 o'clock.* **3** [T] to make a diagram or a design of sth ஒன்றின் விளக்க வரைபடம் அல்லது உருமாதிரிப் படம் தீட்டு *The new shopping centre is very badly planned.* ▶ **planning** *noun* [U] *The project requires careful planning.*

plane[1] /pleɪn/ *noun* [C] **1** a vehicle that can fly through the air, with wings and one or more engines இறக்கைகளும் ஒன்று அல்லது ஒன்றுக்கு மேற்பட்ட இயந்திரங்களும் உடைய விண்வெளியில் பறக்கக்கூடிய ஊர்தி; வானூர்தி; விமானம் *Has her plane landed yet?* **2** a tool used for making the surface of wood smooth by taking very thin pieces off it ஒரு மரத்துண்டின் பரப்பை இழைத்து அதனைச் சமதளப்படுத்துவதற்கு உதவும் கருவி; இழைப்புளி ➪ **tool** பதிவில் படம் பார்க்க. **3** (*technical*) a flat surface சமதளப் பரப்பு; சரிமட்டப் பரப்பு

plane[2] /pleɪn/ *verb* [T] to make the surface of a piece of wood flat and smooth using a **plane**[1]**2** இழைப்புளியைக் கொண்டு ஒரு மரத்துண்டின் பரப்பை இழைத்து அப்பரப்பைச் சமதளமாகவும் வழவழப்பாகவும் ஆக்கு; இழைத்துச் சொரசொரப்பற்ற சமதளப் பரப்பாக்கு

plane[3] /pleɪn/ *adj.* (*only before a noun*) (*technical*) completely flat; level முழுதும் சமதளமான; சரி மட்டமான *a plane mirror*

planet /ˈplænɪt/ *noun* **1** [C] a very large round object in space that moves around the sun or another star விண்வெளியில் சூரியனை அல்லது வேறொரு விண்மீனைச் சுற்றி இயங்கும் மிகப் பேரளவுடைய பொருள்; கோள்; கிரகம் *the planets of our solar system* **2 the planet** [*sing.*] the world we live in; the Earth, especially when talking about the environment நாம் வாழ்கின்ற உலகம்; நிலவுலகம்; பூமி

planetarium /ˌplænɪˈteəriəm/ *noun* [C] a building with a curved ceiling that represents the sky at night. It is used for showing the positions and movements of the planets and stars for education and entertainment கல்வி மற்றும் பொழுதுபோக்குக்காகக் கோள்கள், விண்மீன்கள் ஆகியவற்றின் இருப்பு நிலைகளையும் இயக்கங்களையும் காட்சிப்படுத்தப் பயன்படுத்தப்படும், வானின் இரவு நேரத் தோற்றத்தை ஒத்து வடிவமைக்கப்பட்ட, வளைவடிவ மேற்கூரையுடைய கட்டடம்; கோளரங்கு

plank /plæŋk/ *noun* [C] a long flat thin piece of wood that is used for building or making things கட்டட வேலையில் அல்லது மரச் சாமான்கள் செய்யப் பயன்படுத்தப்படும் நீண்ட சமதளமுடைய மரத்துண்டு; சமதள மரப்பலகை ➪ **vice** பதிவில் படம் பார்க்க.

plankton /ˈplæŋktən/ *noun* [U, *pl.*] the very small forms of plant and animal life that live in seas, rivers, lakes, etc. கடல்கள், நதிகள், ஏரிகள் முதலியவற்றில் வாழும் நுண்ணளவுடைய தாவர மற்றும் விலங்கு வகைகள்; நீர் நிலைகளில் வாழும் நுண்ம உயிரினத் தொகுதி

planned economy (*also* **command economy**) *noun* [C] an economy in which levels of pay, prices, production, etc. are decided by the government ஊதியம், விலைகள், உற்பத்தி முதலியவற்றின் அளவுகள் அரசால்

முடிவுசெய்யப்படும் பொருளாதார அமைப்பு; அரசால் நெறிப்படுத்தப்படும் பொருளாதார அமைப்பு

planner /ˈplænə(r)/ *noun* [C] **1** (*also* **town planner**) a person whose job is to plan the growth and development of a town ஒரு நகரத்தின் பெருக்கம் மற்றும் வளர்ச்சியைப் பணிமுறையாகத் திட்டமிடுபவர் **2** a person who makes plans for a particular area of activity குறிப்பிட்ட செயல்துறைக்கான திட்டம் வகுப்பவர் *curriculum planners* **3** a book, computer program, etc. that contains dates and is used for recording information, arranging meetings, etc. நாட்குறிப்புகள் கொண்டுள்ளதும், தகவல்கள், கூட்ட ஏற்பாடுகள் முதலியவற்றைக் குறித்து வைத்துக்கொள்ளப் பயன்படுத்தப்படுவதுமான புத்தகம், கணினி நிரல் முதலியவை; நிரல் பதிவேடு

plant[1] /plɑ:nt/ *noun* [C] **1** a living thing that grows in the ground and usually has leaves, a long thin green central part (**a stem**) and roots தாவரம்; செடி *a tomato plant • a plant pot* (= a container for plants) ➪ **flower** பகுதியில் படம் பார்க்க. **2** a very large factory மிகப் பெரிய அளவிலான தொழிற்சாலை அல்லது பொருள் உற்பத்தி நிலையம் *a car plant • a nuclear reprocessing plant*

plant[2] /plɑ:nt/ *verb* [T] **1** to put plants, seeds, etc. in the ground to grow தாவரங்கள், விதைகள் முதலியவற்றை வளரச்செய்யும் பொருட்டுத் தரையில் ஊன்று; செடிகளை நடு **2 plant sth (with sth)** to cover or supply a garden, area of land, etc. with plants ஒரு தோட்டம், நிலப்பகுதி முதலியவற்றில் தாவரங்களைப் பயிரிடு *The field's been planted with wheat this year.* **3** to put yourself/sth firmly in a particular place or position குறிப்பிட்ட இடத்தில் அல்லது நிலையில் தன்னை/ஒன்றை உறுதியாகப் படியவை; அமர்த்து *He planted himself in the best seat.* **4 plant sth (on sb)** to hide sth, especially sth illegal, in sb's clothing, property, etc., often in order to make him/her seem guilty of a crime பெரும்பாலும் ஒரு குற்றப் பொறுப்பை ஒருவர் மீது சுமத்த வேண்டி, ஒரு பொருளை, குறிப்பாகச் சட்டவிரோதமான ஒன்றை, அவருடைய உடைகள், உடைமைகள் முதலியவற்றில் மறைத்து வை *The police think that terrorists may have **planted the bomb**. • The women claimed that the drugs had been planted on them.*

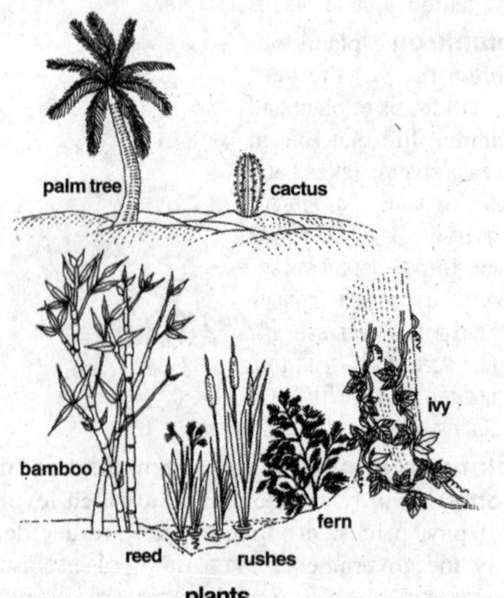

plants

plantain /ˈplæntɪn; -teɪn/ *noun* [C, U] a fruit similar to a **banana** but larger and less sweet, that is cooked and eaten as a vegetable வாழைப்பழத்தைப் போன்றதும் ஆனால் அதைவிடப் பெரியதும் சுவை குறைந்ததும் காய்கறியாகச் சமைத்து உண்ணப்படுவதுமான கனி வகை; வாழை வகை

plantation /plɑ:nˈteɪʃn/ *noun* [C] **1** a large area of land, especially in a hot country, where tea, cotton, tobacco, etc. are grown குறிப்பாக வெப்ப நாடுகளில், தேயிலை, பருத்தி, புகையிலை முதலியவை பயிரிடப்படும் பரந்த நிலப்பரப்பு; தோட்டம்; தோட்டப்பண்ணை *a coffee plantation* **2** an area of land where trees are grown to produce wood கட்டைகளுக்காக மரங்கள் வளர்க்கப்படும் நிலப் பகுதி; தோப்பு

plaque /plɑ:k/ *noun* **1** [C] a flat piece of stone or metal, usually with names and dates on it, that is fixed on a wall in memory of a famous person or event புகழ் பெற்ற ஒருவரது அல்லது ஒரு நிகழ்ச்சியின் நினைவுக் குறிப்பாகச் சுவரில் பொருத்தப்படும், வழக்கமாகப் பெயர்கள் மற்றும் தேதிகள் பொறிக்கப்பட்ட தட்டை வடிவக் கல் அல்லது உலோகத் துண்டு; நினைவுப் பட்டயத் தகடு; பெயர்ப்பொறி கல் **2** [U] a harmful substance that forms on your teeth பல்லில் படியும் தீங்கு விளைவிக்கக்கூடிய பொருள்

plasma /ˈplæzmə/ (*also* **plasm** /ˈplæzəm/) *noun* [U] the colourless liquid part of blood, in which the blood cells, etc. float குருதி அணுக்கள் முதலியவை மிதந்துகொண்டிருக்கும் குருதியின் நிறமற்ற நீர்மக் கூறு; ஊனீர்

plaster[1] /ˈplɑ:stə(r)/ *noun* **1** [U] a mixture of a special powder and water that becomes hard when it is dry. Plaster is put on walls and ceilings to form a smooth surface சுவர் மற்றும் உட்கூரைப் பரப்புகளில் சொரசொரப்பு நீக்கிச் சமதளப்படுத்துவதற்காக அவற்றின் மீது பூசப் பயன்படுத்தப்படும், உலர்ந்து கெட்டியாகக் கூடிய, ஒரு வகைப் பொடியும் நீரும் சேர்ந்த கலவை;

அரைசாந்து **2** (*also* **sticking plaster**) [C] a small piece of sticky material that is used to cover a cut, etc. on the body உடலில் உள்ள வெட்டுக் காயம் முதலியவற்றுக்கு மறைப்பிடப் பயன்படுத்தப்படும் ஒட்டும் தன்மையுள்ள சிறு துணி; காயங்களுக்கான ஒட்டுப்பசைத் துணி **3** (*also* **plaster of Paris**) [U] a white powder that is mixed with water and becomes hard when dry. It is used for putting around broken bones, etc. until they get better எலும்பு முறிவு, முதலியவை குணமாகும் வரை அதனைச் சுற்றிப் பூசப் பயன்படுத்தப்படும் உலர்ந்து கெட்டியாகும் தன்மையுள்ள, நீருடன் கலந்த வெண்ணிறப் பொடி; களிக்கல் தூள் *When Srikant broke his leg it was* ***in plaster*** *for six weeks.*

plaster² /ˈplɑːstə(r)/ *verb* [T] **1** to cover a wall, etc. with **plaster¹ 1** to make the surface smooth சொரசொரப்பு நீக்கிச் சமதளப்படுத்துவதற்காகச் சுவர் முதலியவற்றின் பரப்பின் மீது மென்சாந்துக் கலவை பூசு **2 plaster sb/sth (in/with sth)** to cover sb/sth with a large amount of sth ஒருவரை/ஒன்றைப் பேரளவான ஒரு பொருளால் மூடு; பூசி மறை *He plastered his walls with posters.*

plaster cast *noun* [C] **1** a case made of **plaster of Paris** that covers a broken bone and protects it முறிவுற்ற எலும்புக்கு மறைப்பாகவும் பாதுகாப்பாகவும் பொருத்தப்படும் களிக்கல் தூளால் செய்யப்படும் உறை அல்லது கூடு; எலும்பு மருத்துவக் காப்புறை **2** a copy of sth, made using **plaster of Paris** களிக்கல் தூளைப் பயன்படுத்தித் தயாரிக்கப்படும் ஒன்றின் மாதிரிப் படிவம் *They took a plaster cast of the teeth for identification purposes.*

plastic¹ /ˈplæstɪk/ *noun* [C, U] a light, strong material that is made with chemicals and is used for making many different sorts of objects வேதியியல் பொருள்களைக் கொண்டு தயாரிக்கப்படுவதும் பல்வேறு வகையான பொருள்கள் செய்யப் பயன்படுத்தப்படுவதுமான கனமற்ற உறுதி வாய்ந்த பொருள்; நெகிழி; பிளாஸ்டிக்

plastic² /ˈplæstɪk/ *adj.* made of plastic பிளாஸ்டிக்கினால் செய்யப்பட்ட *plastic cups* • *a plastic bag*

plastic surgery *noun* [U] a medical operation to repair or replace damaged skin or to improve the appearance of a person's face or body சேதமுற்ற தோல் பகுதியைச் சரிசெய்வதற்காக அல்லது மாற்றீடு செய்வதற்காக அல்லது ஒருவரது முக அல்லது உடல் தோற்றத்தைச் செம்மைப்படுத்துவதற்காகச் செய்யப்படும் அறுவை மருத்துவம்; ஒட்டறுவை மருத்துவம் ➪ **facelift** மற்றும் **surgery** பார்க்க.

plate¹ /pleɪt/ *noun* **1** [C] a flat, usually round, dish for eating or serving food from உண்கலமாக அல்லது உணவு பரிமாறும் கலமாகப் பயன்படுத்தப்படும் தட்டையான, வழக்கமாக வட்ட வடிவுள்ள தட்டு; சிறு தாம்பாளம் *a plastic/paper/china plate* • *a plate of food*

> NOTE முக்கிய உணவை **dinner plate**-டிலும் ரொட்டி முதலியவற்றை **side plate**-டிலும் தானிய உணவு அல்லது இனிப்புத் தின்பண்டத்தை **bowl**-இலும் உண்ணுகிறோம்.

2 [C] a thin flat piece of metal or glass மெலிதான, தட்டையான உலோக அல்லது கண்ணாடித் தகடு; பாளம் *a steel/metal plate* **3** [C] a flat piece of metal with sth written on it எழுத்து பொறிக்கப்பட்ட தட்டையான உலோகத் தகடு; செதுக்குத் தகடு; பொறிப்புத் தகடு *The brass plate beside the door said 'Mr Gopalan'.* **4** [U] metal that has a thin covering of gold or silver பொன் அல்லது வெள்ளி முலாம் பூசப்பட்ட உலோகம் *gold/silver plate* **5** [C] (in geology) one of the sheets of rock that cover the earth's surface (புவி அமைப்பியலில்) பூமியின் பரப்பை மூடியிருக்கும் பாறை அடுக்குகளில் ஒன்று ➪ **plate tectonics** பார்க்க.

plate² /pleɪt/ *verb* [T] (*usually passive*) (*technical*) **1** to cover a metal with a thin layer of another metal, especially gold or silver ஓர் உலோகத்தின் பரப்பை வேறோர் உலோகத்தின், குறிப்பாகப் பொன் அல்லது வெள்ளியின், மென்படிவால் மூடு; முலாம் பூசு *a silver ring plated with gold* **2** to cover sth with sheets of metal or another hard substance ஒரு பொருளை உலோகத்தால் அல்லது வேறோர் உறுதியான பொருளால் ஆன தகடுகளால் மூடு *The walls of the vault were plated with steel.*

plateau /ˈplætəʊ/ *noun* [C] (*pl.* **plateaus** /-təʊz/ or **plateaux** /-təʊ/) **1** a large high area of flat land பரந்த மேடான சமதளப் பகுதி; மேட்டு நிலம் ➪ **limestone** பதிவில் படம் பார்க்க. **2** a state where there is little development or change வளர்ச்சி அல்லது மாற்றம் அருகிக் காணப்படும் நிலை; மந்த நிலை; தேக்க நிலை *House prices seem to have* ***reached a plateau.***

plateful /ˈpleɪtfʊl/ *noun* [C] the amount of food that a **plate¹ 1** can hold ஒரு தட்டம் கொள்ளும் உணவளவு; தட்ட அளவு உணவு

platelet /ˈpleɪtlət/ *noun* [C] a very small blood cell, shaped like a disc. Platelets make your blood become thicker so that it **clots** when you cut yourself உடலில் வெட்டுக்காயம் உண்டாகும்போது குருதி கெட்டிப்பட்டு உறைகட்டிகளாகச் செய்யும் குறுவட்டு வடிவுடைய நுண்ணிய குருதி அணு; குருதிவட்டு

plate tectonics *noun* [U] (in geology) the movements of the large sheets of rock (**plates**) that form the earth's surface; the scientific study of these movements (புவியமைப்பியலில்) பூமியின் மேற்பரப்பாக அமைந்துள்ள பெரும் பாறைப் பாளங்களின் இடப்பெயர்ச்சி; பாறைப் பாளங்களின் இடப்பெயர்ச்சி பற்றிய அறிவியல் முறையிலான ஆய்வு ➪ **continental drift** பார்க்க.

platform /'plætfɔ:m/ *noun* [C] **1** the place where you get on or off trains at a railway station தொடர்வண்டி நிலையத்தில் தொடர்வண்டிகளில் ஏறுவதற்கும் அவற்றிலிருந்து இறங்குவதற்கும் உரிய இடம்; நடைமேடை; தளமேடை *Which platform does the train to Kolkata leave from?* **2** a flat surface, higher than the level of the floor or ground, on which public speakers or performers stand so that the audience can see them அவையினர் பார்க்கும்படியாகப் பேச்சாளர்கள் அல்லது கலை நிகழ்ச்சி முதலியவை வழங்குவோர் நிற்கும் தரையின் அல்லது அறைத்தளத்தின் மட்டத்திலிருந்து உயர்ந்து அமைந்துள்ள சமதளப் பரப்பு; பேச்சு மேடை, கலையரங்க மேடை முதலியவை **3** [*usually sing.*] the ideas and aims of a political party who want to be elected தேர்தலின்போது மக்கள் முன் ஓர் அரசியல் கட்சி வைக்கும் கருத்துகளும் நோக்கங்களும் *They fought the election on a platform of low taxes.*

platinum /'plætɪnəm/ *noun* [U] (*symbol* **Pt**) a silver-grey metal that is often used for making expensive jewellery பெரும்பாலும் விலை மதிப்புடைய அணிமணிகள் செய்யப் பயன்படுத்தப்படும் பளபளப்பான வெள்ளி-சாம்பல் நிற உலோக வகை; விழுப்பொன்; பிளாட்டினம் *a platinum wedding ring*

platonic /plə'tɒnɪk/ *adj.* (used about a relationship between two people) friendly but not sexual (இருவருக்கிடையேயான உறவு முறை வகையில்) நண்பர்களாக உள்ள ஆனால் பாலியல் உறவு கொண்டிராத; உடலுறவு அல்லாது முற்றிலும் உள்ளுணர்வுகள் மற்றும் கருத்தியல் சார்ந்த

platoon /plə'tu:n/ *noun* [C] a small group of soldiers சிறு தரைப்படைப் பிரிவு

plausible /'plɔ:zəbl/ *adj.* that you can believe; reasonable நம்பத்தக்க; குறிப்பிட்ட சூழலில் ஏற்புக்குரியதும் பொருத்தமானதுமான; உண்மையாக இருப்பதற்கான வாய்ப்புள்ள *a plausible excuse* ✪ OPP **implausible**

play[1] /pleɪ/ *verb* **1** [I] **play (with sb/sth)** to do sth to enjoy yourself; to have fun தனக்கு மகிழ்ச்சி உண்டாகும் முறையில் ஒன்றைச் செய்; இன்பப் பொழுதுபோக்கில் ஈடுபடு; விளையாடு *The children have been playing on the beach all day.* **2** [I, T] to take part in a game or sport பயிற்சி விளையாட்டு அல்லது போட்டி விளையாட்டில் பங்குகொள் *to play football/tennis/hockey • She played him at table tennis and won.* **3** [I, T] **play (sth) (on sth)** to make music with a musical instrument இசைக்கருவி வாசி; ஓர் இசைக்கருவியை இயக்கி இசை எழுப்பு *to play the piano/guitar/trumpet • My son's learning the piano. He plays very well.* ➪ **piano** பதிவிலுள்ள குறிப்பைப் பார்க்க. **4** [T] to turn on a video, tape, etc. so that it produces sound ஒளி நாடா/ஒலி நாடா முதலியவற்றின் இயக்கம் தூண்டி ஒலிக்கச் செய்/ஒளிப்படம் தோன்றச் செய் *Shall I play the CD for you again?* **5** [I, T] to act in a play, film, television programme, etc.; to act the role of sb நாடகம், திரைப்படம், தொலைக்காட்சி நிகழ்ச்சி முதலியவற்றில் நடி/ஒரு பாத்திரம் ஏற்று நடி *Krishnan is going to play Tenali Rama.*

> NOTE **Play a part, role,** முதலியவை பல நேரங்களில் உருவக வழக்காகப் பயன்படுத்தப்படுகிறது—*India has played an active part in the recent discussions. • Jatin played a key role in organizing the protest.*

6 [I] (*formal*) to move quickly and lightly விரைவாகவும் மென்மை நயமுடனும் இயங்கு; துள்ளியாடு *Sunlight played on the surface of the sea.*

> NOTE **Play** உள்ளடங்கிய மரபு வழக்குத் தொடர்கள், அவை இணைந்து வரும் பெயர்ச்சொற்கள் மற்றும் பெயரடைகள் முதலியவற்றில் தரப்பட்டுள்ளன. உதாரணமாக **play it by ear** என்ற தொடர் **ear** பதிவில் உள்ளது.

PHR V **play at sth/being sth** to do sth with little interest or effort போதுமான ஆர்வம் அல்லது முயற்சி இன்றி ஒரு செயலைச் செய் *He's only playing at studying. He'd prefer to get a job now. • What is that driver playing at* (= doing)*?*

play sth back (to sb) to turn on and watch or listen to a film, tape, etc. that you have recorded தான் பதிவுசெய்துள்ள ஒளிப்படம், ஒளி/ஒலி நாடா முதலியவற்றின் இயக்கம் தூண்டி படம் பார் அல்லது ஒலி கேள் *Play that last scene back to me again.*

play sth down to make sth seem less important than it really is ஒன்றின் முக்கியத்துவம் குறைந்து தோன்றுமாறு செய் *to play down a crisis*

play A off against B to make people compete or argue with each other, especially for your own advantage குறிப்பாகத் தனக்கு ஆதாயம் உண்டாகும் முறையில், ஆட்களை ஒருவரோடொருவர் போட்டி போட அல்லது

பூசலிடச் செய் *I think she enjoys playing one friend off against another.*

play on sth to use and take advantage of sb's fears or weaknesses ஒருவரது அச்சங்களை அல்லது பலவீனங்களைத் தனக்குச் சாதகமாகப் பயன்படுத்திக் கொள் *This advertising campaign plays on people's fears of illness.*

play (sb) up (*informal*) to cause sb trouble or pain ஒருவருக்குத் தொல்லை உண்டாக்கு அல்லது வருத்தமூட்டு *The car always plays up in wet weather.*

play² /pleɪ/ *noun* **1** [C] a piece of writing performed by actors in the theatre, or on television or radio நாடக அரங்கு, தொலைக்காட்சி அல்லது வானொலியில் காட்சிப்படுத்தப்படும் இலக்கியப் படைப்பு; நாடகம் *Would you like to see a play while you're in Chennai? • a radio/television play*

> NOTE நடிகர்களும் நடிகைகளும் ஒரு நாடகத்தை **rehearse** (ஒத்திகை) செய்வார்கள். ஒரு நாடகக்குழு நாடகத்தை **produce** (நிகழ்கலையாக்கம்) செய்யும். நாடகம் வழக்கமாக **stage** (மேடை)-இல் நடிக்கப்படும்.

2 [U] the playing of a game or sport பயிற்சி விளையாட்டை அல்லது போட்டி விளையாட்டை விளையாடுதல்; விளையாட்டு; ஆட்டம் *Bad weather stopped play yesterday.*

> NOTE டென்னிஸ் ஆட்டம், கால் பந்தாட்டம் முதலியவற்றைக் குறிப்பிடும்போது **play** என்ற வினை பயன்படுத்தப்படுகிறது. எனினும் **a play** of tennis என்று வராது; **a game** of tennis என்றே குறிப்பிட வேண்டும்.

3 [U] activity done for enjoyment only, especially by children குறிப்பாக, குழந்தைகள், இன்பப் பொழுதுபோக்காக மட்டும் செய்யும் செயல்; பொழுதுபோக்கு விளையாட்டு; கேளிக்கை ஆட்டபாட்டம் *the happy sound of children **at play*** **4** [U] a control on a video or cassette player, etc. that you press to start the tape running ஒலி/ஒளி நாடா அல்லது ஒளிப்பேழை இயங்கு பொறியில் (video cassette player) நாடாவின் ஓட்டத்தைத் தூண்ட அமுக்கப்படும் கட்டுப்பாட்டு அமைப்பு *Put the video into the machine and then **press play**.*

IDM **fair play** ➪ **fair¹** பார்க்க.

playback singer *noun* [C] (*IndE*) a singer who records songs for use in films and the actors mouth (= move their lips as if they were singing) the words of the songs for the camera திரைப்படங்களில் பயன்படுத்துவதற்காகத் தான் பாடுவதை ஒலிப்பதிவு செய்யும் பாடகர்; பின்னணிப் பாடகர். படம் எடுக்கும்போது நடிகர்கள் இப்பாடல்களின் சொற்களுக்கு ஏற்ப வாயை அசைப்பார்கள் *Lata Mangeshkar is a well-known playback singer of India.*

playboy /ˈpleɪbɔɪ/ *noun* [C] a rich man who spends his time enjoying himself இன்ப நுகர்ச்சியில் பொழுதைக் கழிக்கும் செல்வந்தர்; கேளிக்கை நாட்டம் மிக்க பணக்காரர்

player /ˈpleɪə(r)/ *noun* [C] **1** a person who plays a game or sport பயிற்சி/போட்டி விளையாட்டில் பங்குகொள்பவர்; விளையாட்டு வீரர்; ஆட்டக்காரர் *a game for four players • She's an excellent tennis player.* **2** (*used to form compound nouns*) a machine on which you can listen to sound that has been recorded on CD, tape, etc. குறுவட்டு, ஒலி நாடா முதலியவற்றை ஓடச் செய்து அதில் பதிவு செய்யப்பட்டுள்ள ஒலியைக் கேட்பதற்கான பொறியமைப்பு; ஒலிநாடா/குறுவட்டு இயக்கு பொறி *a CD/cassette player* **3** a person who plays a musical instrument இசைக்கருவி வாசிப்பவர் *a piano player*

playful /ˈpleɪfl/ *adj.* **1** done or said in fun; not serious வேடிக்கையாகச் செய்யப்படுகிற அல்லது சொல்லப்படுகிற; விளையாட்டுத்தனமான *a playful remark* **2** full of fun; wanting to play வேடிக்கைச் செயல்கள் நிறைந்த; நகைச்சுவை மிக்க; விளையாட்டு விருப்புடைய *a playful puppy*

playground /ˈpleɪgraʊnd/ *noun* [C] an area of land where children can play சிறுவர்கள் விளையாடுவதற்கான வெளியிடம்; விளையாட்டுத் திடல் *the school playground*

playgroup /ˈpleɪgru:p/ (*also* **playschool** /ˈpleɪsku:l/) (*BrE*) = **nursery school**

playhouse /ˈpleɪhaʊs/ *noun* **1** [*sing.*] used in the name of some theatres சிலவகைக் கலை அரங்குகளின் பெயரோடு இணைந்து வரும் சொல்: நாடக சாலை; கலையரங்கு *the Liverpool Playhouse* **2** [C] a model of a house for children to play in சிறுவர்கள் விளையாடுவதற்கு ஏற்ற மாதிரிமனை அல்லது பொம்மைவீடு

playing card = **card 4**

playing field *noun* [C] a large field used for sports such as cricket and football கிரிகெட், கால் பந்தாட்டம் முதலிய போட்டி விளையாட்டுகளுக்கான பரந்த வெளியிடம்; விளையாட்டுக் களம்

IDM **a level playing field** ➪ **level²** பார்க்க.

play-off *noun* [C] a match between two teams or players who have equal scores to decide the winner சமமான ஆட்டப் புள்ளிகள் பெற்றுள்ள இரு விளையாட்டு அணிகளுக்கு அல்லது ஆட்டக்காரர்களுக்கு இடையே வெற்றி தோல்விகளை முடிவு செய்வதற்காக நடத்தப்படும் மிகையாட்டம்

plaything /ˈpleɪθɪŋ/ *noun* [C] (*formal*) a toy விளையாட்டுப்பொருள்; பொம்மை

playtime /ˈpleɪtaɪm/ *noun* [C, U] a period of time between lessons when children at school can go outside to play பள்ளியில் பாட வகுப்புகளுக்கு இடையில் சிறுவர்கள் வெளியில் சென்று விளையாடுவதற்கான நேரப்பகுதி; பள்ளி விளையாட்டு நேரம்

playwright /ˈpleɪraɪt/ *noun* [C] a person who writes plays for the theatre, television or radio மேடை நாடகம், தொலைக்காட்சி நாடகம் அல்லது வானொலி நாடகம் எழுதுபவர்; நாடக ஆசிரியர்

plea /pliː/ *noun* [C] **1** (*formal*) **a plea (for sth)** an important and emotional request முக்கியமானதும் உணர்ச்சிபூர்வமானதுமான ஒரு கோரிக்கை அல்லது வேண்டுகோள்; முறையீடு *a plea for help* **2 a plea of sth** a statement made by or for sb in a court of law ஒருவரால் அல்லது ஒருவர் சார்பாக நீதிமன்றத்தில் கூறப்படும் வாசகம் *a plea of guilty/not guilty*

plead /pliːd/ *verb* **1** [I] **plead (with sb) (to do/for sth)** to ask sb for sth in a very strong and serious way ஒன்றைச் செய்யுமாறு ஒருவரிடம் மிகவும் அழுத்தமாகவும் சீரிய முறையிலும் கேள்; மன்றாடு *She pleaded with him not to leave her.* • *He pleaded for mercy.* **2** [I, T] to state in a court of law that you did or did not do a crime தான் ஒரு குற்றச் செயலைச் செய்ததாக அல்லது செய்யவில்லை என்று நீதிமன்றத்தில் கூறு; நீதிமன்றத்தில் ஒரு குற்றச்சாட்டை ஒப்புக்கொள் அல்லது மறு *The defendant* ***pleaded not guilty*** *to the charge of theft.* **3** [I, T] **plead (sth) (for sb/sth)** (used especially about a lawyer in a court of law) to support sb's case (குறிப்பாக நீதிமன்றத்தில் வாதாடும் ஒரு வழக்கறிஞர் பற்றிக் கூறுகையில்) ஒருவரது வழக்கை ஆதரித்துப் பேசு; ஒருவர் சார்பாக வாதாடு *He needs the very best lawyer to plead (his case) for him.* **4** [T] to give sth as an excuse or explanation for sth பிழை மன்னிப்புக் கோரிக்கையாக அல்லது செயல் விளக்கமாக ஒன்று கூறு; குறை விளக்கம் கூறு *He pleaded family problems as the reason for his lack of concentration.*

pleasant /ˈpleznt/ *adj.* nice, enjoyable or friendly மனத்திற்கு, உணர்ச்சிகளுக்கு அல்லது புலன்களுக்கு உகந்ததாக உள்ள; மகிழ்வளிக்கிற; இனிய *a pleasant evening/climate/place/view* • *a pleasant smile/voice/manner* ✪ OPP **unpleasant** ▶ **pleasantly** *adv.*

please¹ /pliːz/ *exclamation* **1** used as a polite way of asking for sth or telling sb to do sth இணக்க வணக்கத்துடன் ஒன்றைக் கோருவதற்கு அல்லது ஒன்றைச் செய்யுமாறு ஒருவரிடம் கூறுவதற்குப் பயன்படுத்தப்படும் சொல்: தயவுசெய்து *Come in, please.* • *Please don't spend too much money.* **2** used when you are accepting an offer of sth politely ஒருவர் ஒன்றைக் கொடுக்க அல்லது செய்ய முன்வரும்போது அதனைப் பணிவிணக்கத்துடன் ஏற்றுக்கொள்கையில் கூறப்படுவது *'Sugar?' 'Yes, please.'* ✪ OPP **no, thank you**

please² /pliːz/ *verb* **1** [I, T] to make sb happy; to satisfy ஒருவரை மகிழ்வி; ஒருவருக்கு இன்பமூட்டு *There's just no pleasing some people* (= some people are impossible to please). **2** [I] (not used as the main verb in a sentence; used after words like 'as', 'what', 'whatever' anything), etc. to want; to choose (வாக்கியத்தில் முதன்மை வினையாக வராது 'as', 'what', 'whatever', 'anything' போன்ற சொற்களுக்குப்பின் பயன்படுத்தப்படுவது) விரும்பு; தேர்ந்தெடு *You can't always* ***do as you please.*** • *She has so much money she can buy anything she pleases.*

IDM **please yourself** to be able to do whatever you want விருப்பம் போல் செய்ய, மனத்திற்கு உகந்த எதனையும் செய்ய இயலக்கூடியவராக இரு *Without anyone else to cook for, I can please myself what I eat.*

pleased /pliːzd/ *adj.* (*not before a noun*) **pleased (with sb/sth); pleased to do sth; pleased that...** happy or satisfied about sth ஒன்று குறித்து மனம் மகிழ்கிற அல்லது மனநிறைவடைகிற *Jai seems very pleased with his new car.* • *We're* ***only too pleased*** (= very happy) *to help.* ➪ **glad** பதிவிலுள்ள குறிப்பைப் பார்க்க. ✪ OPP **displeased**

pleasing /ˈpliːzɪŋ/ *adj.* giving you pleasure and satisfaction மகிழ்வும் மனநிறைவும் அளிக்கிற; மனத்திற்கு உகந்ததான *The exam results are very pleasing this year.* ✪ OPP **displeasing**

pleasurable /ˈpleʒərəbl/ *adj.* (*formal*) enjoyable துய்த்து மகிழத்தக்க; மகிழ்வூட்டுகிற; இனிமையான *a pleasurable experience*

pleasure /ˈpleʒə(r)/ *noun* **1** [U] the feeling of being happy or satisfied இன்ப உணர்வு; மகிழ்ச்சி; மனநிறைவு; திருப்தி *Parents* ***get a*** *lot* ***of pleasure out of*** *watching their children grow up.* • ***It gives me great pleasure*** *to introduce our next speaker.* **2** [U] enjoyment (rather than work) (பணிப்பொறுப்பு அல்லாது) இன்பநுகர்வு; இன்பப் பொழுதுபோக்கு *What brings you to Paris—business or pleasure?* **3** [C] an event or activity, that you enjoy or that makes you happy துய்த்து மகிழும் அல்லது மன நிறைவு அளிக்கும் ஒரு நிகழ்வு அல்லது செயல் *It's been a pleasure to work with you.* • *'Thanks for your help.'* ***'It's a pleasure.'***

IDM **take (no) pleasure in sth/doing sth** to (not) enjoy (doing) sth ஒன்றைச் செய்வதில்/ ஒன்றில் மகிழ்ச்சியடை; ஒன்று/ஒரு செயல் மகிழ்ச்சி அளிக்காதுபோ
with pleasure used as a polite way of saying that you are happy to do sth ஒன்றைச் செய்வதில் தான் மகிழ்ச்சி அடைவதாக இணக்க நயமுடன் கூறப் பயன்படுத்தப்படும் தொடர் *'Could you give me a lift into town?' 'Yes, with pleasure.'*

pleat /pli:t/ *noun* [C] a permanent fold that is sewn or pressed into a piece of cloth ஒரு துணியில் தைக்கப்பட்டு அல்லது அழுத்தித் தேய்க்கப்பட்டு உண்டாகும் நிலையான மடிப்பு; கொசுவம் *a skirt with pleats at the front*

plebiscite /'plebɪsɪt; -saɪt/ *noun* [C] (*technical*) **a plebiscite (on sth)** a vote by the people of a country or a region on a question that is very important பெரிதும் முக்கியத்துவம் வாய்ந்த ஒரு பிரச்சினை மீது ஒரு நாட்டின் அல்லது வட்டாரத்தின் மக்கள் அளிக்கும் வாக்கு; பொதுவாக்கெடுப்பு *to hold a plebiscite on the country's future system of government*

plectrum /'plektrəm/ *noun* [C] a small piece of plastic, metal, etc., that you use to play the strings of a guitar or similar musical instrument instead of using your fingers நரம்பிசைக் கருவியின் நாண்களை மீட்ட, விரல்களுக்குப் பதிலாகப் பயன்படுத்தப்படும் பிளாஸ்டிக், உலோகம் முதலியவற்றாலான சிறு பொருள்; இறகடிக்கோல்

pledge /pledʒ/ *noun* [C] **a pledge (to do sth)** a formal promise or agreement முறைப்படி செய்துகொள்ளப்பட்ட ஒப்பந்தம் அல்லது அளிக்கப்பட்ட வாக்குறுதி ▶ **pledge** *verb* [T] **pledge (sth) (to sb/sth)** *The Government has pledged Rs 90 lakhs to help the victims of the crash.*

plenary /'pli:nəri/ *adj.* (used about meetings, etc.) that should be attended by everyone who has the right to attend (கூட்டங்கள் முதலியவை வகையில்) கலந்துகொள்ள உரிமையுள்ள அனைவரும் கலந்துகொள்ள வேண்டிய *The new committee holds its first **plenary session** this week.* ▶ **plenary** *noun* [C] (*pl.* **plenaries**) *the opening/final plenary of the conference*

plentiful /'plentɪfl/ *adj.* available in large amounts or numbers பெருமளவில் அல்லது பெரும் எண்ணிக்கையில் கிடைக்கிற; ஏராளமாக உள்ள *Fruit is plentiful at this time of year.* ✪ OPP **scarce**

plenty /'plenti/ *pronoun, adv.* **1 plenty (of sb/sth)** as much or as many of sth as you need வேண்டிய அளவு; வேண்டிய அளவு கிடைப்பதாக; தேவைக்குப் போதுமானதாக *'Shall I get some more coffee?' 'No, we've still got plenty.'* • *There's still plenty of time to get there.* **2** (before 'more') a lot ஏராளம்; பெருமளவு; ஏராளமாக *There's plenty more ice cream.* **3** (*informal*) (with big, long, tall, etc., followed by enough) easily எளிதாக; எளிதில்; எளிது *'This shirt's too small.' 'Well, it looks plenty big enough to me.'*

pliable /'plaɪəbl/ (*also* **pliant** /'plaɪənt/) *adj.* **1** easy to bend or shape வளைப்பதற்கு அல்லது உருப்படுத்துவதற்கு எளிதான; நெகிழ்வான **2** (used about a person) easy to influence (ஆள் வகையில்) எளிதில் வசப்படுத்தத்தக்க; வளைந்துகொடுக்கிற

pliers /'plaɪəz/ *noun* [*pl.*] a tool made of two crossed pieces of metal with handles, that is used for holding things firmly and for cutting wire பொருள்களை உறுதியாகப் பற்றிப் பிடிக்கவும் கம்பிகளைக் கத்தரிக்கவும் பயன்படுத்தப்படும் கைப்பிடியுடன் கூடிய குறுக்குவாட்டாகப் பொருத்தப்பட்ட இரு உலோகப் பகுதிகளாலான கருவி; குறடு *a pair of pliers* ⇨ **tool** பதிவில் படம் பார்க்க.

plight /plaɪt/ *noun* [*sing.*] (*formal*) a bad or difficult state or situation மோசமான அல்லது இடர்ப்பாடான நிலைமை அல்லது சூழல்; நலக்கேடான நிலை; இக்கட்டு நிலை

plinth /plɪnθ/ *noun* [C] a block of stone on which a column or statue stands தூண் அல்லது சிலையின் அடிப்பீடமாக அமையும் கற்பாளம்

plod /plɒd/ *verb* [I] (**plodding; plodded**) **plod (along/on) 1** to walk slowly and in a heavy or tired way மெல்ல, கனத்த அடியுடன் அல்லது சோர்வுடன் நட *We plodded on through the rain for nearly an hour.* **2** to make slow progress, especially with difficult or boring work குறிப்பாக இடர்ப்பாடானஅல்லது சலிப்பூட்டுகிற பணியைக் கைக்கொண்டு, மந்தமாக முன்னேறு; எழுச்சியின்றி வருந்திச் செயலாற்று

plonk /plɒŋk/ *verb* [T] (*spoken*) **1 plonk sth (down)** to put sth down on sth, especially noisily or carelessly குறிப்பாக ஓசையுடன் அல்லது அசட்டையாக, ஒரு பொருளை ஒன்றன் மேல் வை; விட்டெறி *Just plonk your bag down anywhere.* **2 plonk (yourself) (down)** to sit down heavily and carelessly கருத்தின்றி அழுந்த உட்கார் *He just plonked himself down in front of the TV.*

plop¹ /plɒp/ *noun* [C, *usually sing.*] a sound like that of a small object dropping into water சிறு பொருள் நீரினுள் விழுவது போன்ற ஒலி; தொப்பென்ற ஒலி

plop² /plɒp/ *verb* [I] (**plopping; plopped**) to fall making a plopping noise தொப்பென்ற

ஒலியோடு விழு *The frog plopped back into the water.*

plot[1] /plɒt/ *noun* [C] **1** the series of events which form the story of a novel, film, etc. ஒரு நாவல், திரைப்படம் முதலியவற்றில் அமையும் நிகழ்ச்சிகளின் தொடர்; கதைப்பின்னல் *The play had a very weak plot.* • *I can't follow the plot of this novel.* **2 a plot (to do sth)** a secret plan made by several people to do sth wrong or illegal தீய அல்லது சட்டத்திற்கு மாறான ஒரு செயலைச் செய்யும் நோக்கத்துடன் பலர் சேர்ந்து தீட்டும் மறைதிட்டம்; சதித்திட்டம் *a plot to kill the president* **3** a small piece of land, used for a special purpose குறிப்பிட்ட நோக்கத்திற்காகப் பயன்படுத்தப்படும், சிறிய நிலப்பகுதி; மனையிடம் *a plot of land*

plot[2] /plɒt/ *verb* (**plotting; plotted**) **1** [I, T] **plot (with sb) (against sb)** to make a secret plan to do sth wrong or illegal தீய அல்லது சட்டத்திற்கு மாறான ஒரு செயலைச் செய்யும் நோக்கத்துடன் மறைதிட்டம் தீட்டு; சதித் திட்டமிடு *They were accused of plotting against the government.* • *The terrorists had been plotting this campaign for years.* **2** [T] to mark sth on a map, diagram, etc. நிலப்படம், விளக்க வரைபடம் முதலியவற்றில் ஒன்றைக் குறி *to plot the figures on a graph*

plough (*AmE* **plow**) /plaʊ/ *noun* [C] a large farm tool which is pulled by a tractor or by an animal. A plough turns the soil over and makes it ready for seeds to be planted விதைப்பதற்கு நிலத்தை ஆயத்தம் செய்யும் பொருட்டு மண்ணைக் கிளறிவிடுவதற்கு (உழுவதற்கு)ப் பயன்படுத்தப்படுவதும் இழுவைப் பொறியால் அல்லது விலங்கினால் இழுத்துச் செல்லப்படுவதுமான பெரிய வேளாண் கருவி; கலப்பை ⇨ **snowplough** பார்க்க. ▶ **plough** *verb* [I, T] (*figurative*) *The book was long and boring but I managed to plough through it* (= read it with difficulty).

ploy /plɔɪ/ *noun* [C] **a ploy (to do sth)** something that you say or do in order to get what you want or to persuade sb to do sth விரும்புவதை அடையும் பொருட்டு அல்லது ஒரு செயலைச் செய்ய ஒருவரை இணங்கவைக்கும் பொருட்டுத் தான் கூறுகிற அல்லது செய்கிற ஒன்று; தந்திரச் செயல்; சூழ்ச்சி

pluck[1] /plʌk/ *verb* [T] **1 pluck sth/sb (from sth/out)** to remove or take sth/sb from a place ஓரிடத்திலிருந்து ஒருவரை/ஒன்றை அகற்று அல்லது எடு; பறி *He plucked the letter from my hands.* **2** to pull the feathers out of a dead bird in order to prepare it for cooking இறந்த பறவையைச் சமைப்பதற்குத் தயார் செய்யும் பொருட்டு, அதன் இறகுகளைப் பிடுங்கு **3** to make the strings of a musical instrument play notes by moving your fingers across them ஓர் இசைக்கருவியின் நாண்களின் குறுக்காக விரல்களைச் செலுத்தி அக்கருவி இசையொலி எழுப்பச் செய்

IDM **pluck up courage** to try to get enough courage to do sth ஒன்றைச் செய்வதற்குப் போதுமான துணிச்சலைப் பெற முயல்

PHR V **pluck at sth** to pull sth gently several times ஒன்றைப் பலமுறை மென்மையாக இழு

pluck[2] /plʌk/ *noun* [U] (*informal*) courage and determination துணிச்சலும் மன உறுதியும் ▶ **plucky** *adj.*

plug[1] /plʌg/ *noun* [C] **1** a plastic or rubber object with two or three metal pins, which connects a piece of electrical equipment to the electricity supply ஒரு மின்கருவியை மின்னோட்டத்துடன் இணைக்கும் இரண்டு அல்லது மூன்று உலோக முளைகளுடைய பிளாஸ்டிக் அல்லது இரப்பர் பொருள்; மின் இணைப்பி **2** a round piece of rubber or plastic that you use to block the hole in a bath, etc. குளியல் தொட்டி முதலியவற்றின் துளையை அடைப்பிடப் பயன்படுத்தும் உருண்டை வடிவ இரப்பர் அல்லது பிளாஸ்டிக் பொருள்; அடைப்புக் கட்டை; அடைப்பான் **3** a mention that sb makes of a new book, film, etc. in order to encourage people to buy or see it புதிதாக வெளியிடப்பட்ட ஒரு நூல், திரைப்படம் முதலியவற்றை வாங்க அல்லது பார்க்க மக்களை ஊக்குவிக்கும் முறையில் ஒருவர் அளிக்கும் குறிப்பீடு; பரிந்துரை; பாராட்டுரை; விளம்பரக் குறிப்பு

plug[2] /plʌg/ *verb* [T] (**plugging; plugged**) **1** to fill or block a hole with sth that fits tightly into it ஒரு துளை முற்றிலும் அடைபடுமாறு ஒரு பொருளைக் கொண்டு அடைப்பிடு *He managed to plug the leak in the pipe.* **2** (*informal*) to say good things about a new book, film, etc. in order to make people buy or see it புதிதாக வெளியிடப்பட்ட ஒரு நூல், திரைப்படம் முதலியவற்றை வாங்க/பார்க்க மக்களை ஊக்குவிக்கும் முறையில் பாராட்டுரை வழங்கு; பரிந்துரை *They're really plugging that song on the radio at the moment.*

PHR V **plug sth in** to connect a piece of electrical equipment to the electricity supply or to another piece of equipment ஒரு மின்கருவியை மின்னோட்டத்துடன் அல்லது வேறொரு மின்கருவியுடன் இணை *Is the microphone plugged in?* ✪ OPP **unplug**

plughole /ˈplʌghəʊl/ *noun* [C] (*BrE*) a hole in a bath, etc. where the water flows away குளியல் தொட்டி முதலியவற்றிலிருந்து நீர் வெளியேறும் துளை

plum /plʌm/ *noun* [C] a soft, round fruit with red or yellow skin and a stone in the middle சிவப்பு அல்லது மஞ்சள் நிறப் புறத்தோலும் நடுப்பகுதியில் ஒரு கொட்டையும் உடைய மிருதுவான உருண்டை வடிவக் கனி வகை

plumage /ˈplu:mɪdʒ/ *noun* [U] the feathers covering a bird's body பறவையின் உடலை மூடியுள்ள இறகுகளின் தொகுதி

plumb[1] /plʌm/ *verb* [T] **1** to measure the depth of water or check whether things like a wall, etc. are vertical by using a lead weight suspended from a line ஓர் ஈயக்குண்டை ஒரு நூலில்/கயிற்றில் தொங்கவிட்டுத் தண்ணீரின் ஆழத்தை அள அல்லது ஒரு சுவர் முதலியவற்றின் செங்குத்தான நிலையை உறுதிசெய்துகொள் **2** to successfully and completely understand something mysterious by carefully examining it புதிரான ஒன்றைக் கவனமாக ஆராய்ந்து அதை முழுமையாகப் புரிந்துகொள்வதில் வெற்றிகாண் *plumbing the mysteries of the human psyche* ✪ SYN **fathom**

IDM **plumb the depths of sth** to experience the worst of something unpleasant இன்னாத ஒன்றின் மிக மோசமான கட்டத்தை அனுபவி *His latest novel plumbs the depths of horror and violence.*

PHR V **plumb sth... in** (*BrE*) to connect something like toilets, washing machines etc. to the water supply in a building கழிவறைகள், சலவை இயந்திரங்கள் முதலியவற்றை ஒரு கட்டடத்தின் நீர் வழங்கீட்டில் இணை

plumb[2] /plʌm/ *adv.* **1** (*used before prepositions*) exactly துல்லியமாக; சரிநுட்பமாக *He was standing plumb in the middle of the road.* **2** (*old-fashioned*) (*AmE informal*) completely முழுவதுமாக; முற்றிலும் *She's plumb crazy!*

plumb line *noun* [C] a lead weight suspended from a line that is used for measuring the depth of water as for checking whether things, like a wall are vertical ஒரு சுவர் முதலியவற்றின் நிமிர்வு நிலையை மற்றும் நீரின் ஆழத்தை அளப்பதற்கான கயிற்றில் தொங்கவிடப்பட்டிருக்கும் ஈயக்குண்டு; தூக்குநூல்

plumber /ˈplʌmə(r)/ *noun* [C] a person whose job is to put in or repair water pipes, baths, toilets, etc. நீர்க்குழாய்கள், குளியல் தொட்டிகள், கழிப்புக் கலங்கள் முதலியவற்றைப் பொருத்தும் அல்லது பழுதுபார்க்கும் பணியாளர்

plumbing /ˈplʌmɪŋ/ *noun* [U] **1** all the pipes, taps, etc. in a building ஒரு கட்டடத்திலுள்ள அனைத்துக் குழாய்கள், குழாய்களின் வடி முனைகள் முதலியவற்றின் தொகுதி; மனை குழாய் அமைப்பு **2** the work of a person who puts in and repairs water pipes, taps, etc. ஒரு கட்டடத்தில் குழாய்கள் பொருத்துதல் மற்றும் அவற்றைப் பழுதுபார்த்தல் தொடர்பான பணி; மனை குழாய் அமைப்புத் தொழில்

plume /plu:m/ *noun* [C] **1** a quantity of smoke that rises in the air மேல் நோக்கி எழும் புகைத்தொகுதி; புகைப்படலம் **2** a large feather or group of feathers, often worn as a decoration பெரும்பாலும் ஒப்பனையாக அணிந்துகொள்ளப்படும் பெரிய இறகு அல்லது இறகுகளின் தொகுதி; இறகுச் சூட்டு

plummet /ˈplʌmɪt/ *verb* [I] (*formal*) to fall suddenly and quickly from a high level or position ஓர் உயர் மட்டத்திலிருந்து அல்லது உயர் நிலையிலிருந்து திடீரெனவும் விரைவாகவும் விழு; கீழ் நோக்கிப் பாய்; எதிர்பாராது விரைவியக்கமுடன் கீழிறங்கு *Share prices plummeted to an all-time low.* • *The jet plummeted into a row of houses.* ✪ SYN **plunge**

plump[1] /plʌmp/ *adj.* (used about a person or an animal) pleasantly fat (ஆள் அல்லது விலங்கு வகையில்) மகிழ்வூட்டும் முறையில் பருமனாக உள்ள; கொழுகொழுத்த *the baby's plump cheeks*

plump[2] /plʌmp/ *verb*

PHR V **plump (yourself/sb/sth) down** to sit down or to put sb/sth down heavily தடாலெனக் கீழே உட்கார் அல்லது ஒருவரை/ஒன்றைக் கீழே போடு *She plumped herself down by the fire.*

plump for sb/sth (*BrE informal*) to choose or decide to have sb/sth ஒருவரை/ஒன்றைத் தேர்வு செய் அல்லது கைக்கொள்ளத் தீர்மானி *I think I'll plump for the roast chicken, after all.*

plunder /ˈplʌndə(r)/ *noun* [U] the action of stealing from people or places, especially during war or fighting; the goods that are stolen குறிப்பாகப் போர் அல்லது சண்டையின்போது, ஆட்களிடமிருந்து அல்லது இடங்களிலிருந்து களவாடுதல்; கொள்ளை; சூறை; சூறைப்பொருள் ▶ **plunder** *verb* [I, T]

plunge[1] /plʌndʒ/ *verb* **1** [I] **plunge (into sth/in)** to jump, drop or fall suddenly and with force திடீரெனவும் விசையுடனும் குதி அல்லது விழு; தடாலெனக் கீழ்நோக்கிப் பாய் *He ran to the river and plunged in.* • (*figurative*) *Share prices plunged overnight.* **2** [T] **plunge sth in/into sth** to push sth suddenly and with force into sth திடீரெனவும் விசையுடனும் ஒரு பொருளை ஒன்றினுள் செலுத்து *He plunged the knife into the table in anger.* **3** [T] to cause sb/sth to suddenly be in the state mentioned திடீரென ஒருவரை/ஒன்றைக் குறிப்பிடப்பட்ட நிலைக்கு உட்படுத்து *The country has been plunged into chaos by the floods.* **4** [I] **plunge into (doing) sth** to start doing sth with energy and enthusiasm செயல் முனைப்புடனும் ஆர்வத்துடனும் ஒன்றைச் செய்யத் தொடங்கு; ஒரு செயலில் துணிந்து இறங்கு *Think carefully before you plunge into buying a house.*

plunge² /plʌndʒ/ *noun* [C] a sudden jump, drop or fall திடீர்ப் பாய்ச்சல், வீழ்வு அல்லது இறக்கம் *I slipped and took a plunge in the river.* • *the plunge in house prices*

IDM **take the plunge** to decide to do sth difficult after thinking about it for quite a long time நீண்ட காலம் கருதிப் பார்த்த பிறகு கடினமான ஒன்றைச் செய்ய முடிவு செய் *After much thought, he took the plunge and started a business of his own.*

plunge pool *noun* [C] (in geography) an area of deep water that is formed by water falling from above (**a waterfall**) (புவியியலில்) நீர்வீழ்ச்சி காரணமாக உருவாகும் ஆழமான நீர்நிலை

plunger /plʌndʒə(r)/ *noun* [C] a part of a piece of equipment that can be pushed down, for example in a **syringe** (பீற்று மருந்தூசி முதலிய) கருவியின் உள்ளழுத்தக்கூடிய பகுதி ⇨ **laboratory** பதிவில் படம் பார்க்க.

pluperfect /ˌpluːˈpɜːfɪkt/ = **the past perfect**

plural /ˈplʊərəl/ *noun* [C] (*grammar*) the form of a noun, verb, etc. which refers to more than one person or thing ஒன்றுக்கு மேற்பட்ட ஆட்களை அல்லது பொருள்களைக் குறிக்கும் பெயர்ச்சொல், வினைச்சொல் முதலியவற்றின் வடிவம்; பன்மை; பன்மை எண் *The plural of 'boat' is 'boats'.* • *The verb should be* ***in the plural.*** ▶ **plural** *adj.* ⇨ **singular** பார்க்க.

plus¹ /plʌs/ *prep.* **1** and; added to உடன்; கூட; உம் *Two plus two is four (2 + 2 = 4).* ✪ OPP **minus 2** in addition to; and also கூடுதலாக; மிகுதிப்படியாக; மேலும் *You have to work five days a week plus every other weekend.*

plus² /plʌs/ *noun* [C] **1** the sign (+) கூட்டல் குறி (+) ✪ OPP **minus 2** an advantage of a situation ஒரு சூழலில் மிகைப்படியாகக் கிடைப்பது; மிகை ஆதாயம்; கூடுதல் பலன்; சாதக நிலை *Her experience in advertising was a plus in her jab.*

plus³ /plʌs/ *adj.* (*only after a noun*) **1** or more அல்லது கூடுதலான; அல்லது மிகைப்படியான *I'd say there were 30,000 plus at the match.* **2** (used for marking work done by students) slightly above சற்றுக் கூடுதலான அல்லது மேலான *I got a B plus (= B+) for my homework.* ✪ OPP **minus**

plush /plʌʃ/ *adj.* comfortable and expensive வசதி மிக்க மற்றும் விலைமதிப்புடைய; ஆடம்பரமான; சொகுசான *a plush hotel*

Pluto /ˈpluːtəʊ/ *noun* [*sing.*] a **dwarf planet** that moves round the sun and comes after the eighth planet **Neptune** சூரியனைச் சுற்றி வருவதும் நெப்டியூனை அடுத்துள்ளதுமான சிறு கோள்; புளூடோ ⇨ **the solar system** பதிவில் படம் பார்க்க.

plutonium /pluːˈtəʊniəm/ *noun* [U] a dangerous (**radioactive**) substance used especially as a fuel in nuclear power stations குறிப்பாக அணுமின் நிலையங்களில் எரிபொருளாகப் பயன்படுத்தப்படும், ஆபத்து விளைவிக்கக்கூடிய கதிரியக்கமுடைய பொருள்; பொன்னாகம்; புளூடோனியம்

ply /plaɪ/ *verb* (*pres. part.* **plying**; *3rd person sing. pres.* **plies**; *pt, pp* **plied**) [I, T] to try to sell services or goods to people, especially on the street குறிப்பாகத் தெருவில், சேவைகளை அல்லது பொருள்களை விற்க முயல் *Boat owners were* ***plying their trade*** *to passing tourists.* • *to ply for business*

PHR V **ply sb with sth** to keep giving sb food and drink, or asking sb questions உணவு மற்றும் குடிநீர்மங்களை ஒருவருக்குத் தொடர்ந்து பரிமாறிக்கொண்டிரு; ஒருவரிடம் தொடர்ந்து கேள்விகள் கேட்டுக்கொண்டிரு *They plied us with food from the moment we arrived.*

plywood /ˈplaɪwʊd/ *noun* [U] board made by sticking several thin layers of wood together மெலிதான மரப்பாளங்கள் பலவற்றை ஒட்டி உருவாக்கப்படும் பலகை; ஒட்டுப்பலகை

p.m. (*AmE* **P.M.**) /ˌpiː ˈem/ *abbr.* post meridiem; after midday நண்பகலுக்குப் பின்; பிற்பகலில் *2 p.m.* (= 2 o'clock in the afternoon) • *11.30 p.m.* (= 11.30 in the evening)

pneumatic /njuːˈmætɪk/ *adj.* **1** filled with air காற்று நிரப்பப்பட்ட; காற்றடைத்த *a pneumatic tyre* **2** worked by air under pressure அழுத்த நிலையில் உள்ள காற்றால் இயக்கப்படுகிற; காற்றழுத்தத்தினால் இயக்கப்படுகிற *pneumatic tools*

pneumatic drill (*AmE* **jackhammer**) *noun* [C] a large powerful tool, worked by air pressure, used especially for breaking up road surfaces குறிப்பாக சாலையின் மேற்பரப்பை உடைத்தெடுக்கப் பயன்படுத்தப்படும், காற்றழுத்தத்தினால் இயக்கப்படுகிற பெரிய ஆற்றல் மிக்க கருவி ⇨ **tools** பதிவில் படம் பார்க்க.

pneumonia /njuːˈməʊniə/ *noun* [U] a serious illness of the lungs which makes breathing difficult மூச்சுத் திணறலை உண்டாக்கும் கடுமையான நுரையீரல் நோய்; நுரையீரல் அழற்சி

PO /ˌpiːˈəʊ/ *abbr.* (*used in compound nouns*) Post Office அஞ்சல் நிலையத்தைக் குறிக்கும் Post Office என்பதன் குறுக்கம் *a PO box*

poach /pəʊtʃ/ *verb* [T] **1** to cook food (especially fish or eggs) gently in a small amount of liquid உணவுப் பொருளை (குறிப்பாக மீன்களை அல்லது முட்டைகளை) சிறிதளவு

திரவத்தில் மட்டளவாகப் பதப்படுத்து **2** to hunt animals illegally விலங்குகளைச் சட்டத்திற்கு மாறாக வேட்டையாடு **3** to take an idea from sb else and use it as though it is your own வேறொருவருடைய கருத்தைத் தனதாகப் பயன்படுத்து; கருத்தைக் களவுசெய் **4** to take members of staff from another company in an unfair way முறைகேடான வழியில் வேறொரு நிறுவனத்தின் பணியாட்களைத் தனது நிறுவனத்தில் சேர்த்துக்கொள்

poacher /ˈpəʊtʃə(r)/ *noun* [C] a person who hunts animals illegally விலங்குகளைச் சட்டத்திற்கு மாறாக வேட்டையாடுபவர்

PO box *noun* [C] a place in a post office where letters, packages, etc. are kept until they are collected by the person they were sent to கடிதங்கள், கட்டுகள் முதலியவை அவற்றின் பெறுநரால் எடுத்துச் செல்லப்படும் வரை அஞ்சலகத்தில் பாதுகாப்பாக வைத்திருக்கப்படும் இடம்; அஞ்சலகப் பெட்டி *The address is PO Box 1075, Rajajinagar, Bengaluru.*

pocket[1] /ˈpɒkɪt/ *noun* [C] **1** a piece of material like a small bag that is sewn inside or on a piece of clothing and is used for carrying things in ஆடையின் உட்புறத்தில் அல்லது மேற்பகுதியில் இணைத்துத் தைக்கப்படுவதும் பொருள்களை உள்ளிட்டுக் கொண்டுசெல்லப் பயன்படுத்தப்படுவதுமான சிறு பை போன்ற துணி; சட்டைப்பை; ஆடைப்பை *He always walks with his hands in his trouser pockets.* • *a pocket dictionary/calculator* (= one small enough to fit in your pocket) **2** a small bag or container that is fixed to the inside of a car door, suitcase, etc. and used for putting things in சீருந்தின் கதவு, கைப்பெட்டி முதலியவற்றின் உட்புறத்தில் இணைத்துப் பொருத்தப்படுவதும் பொருள்களை உள்ளிட்டு வைக்கப் பயன்படுத்தப்படுவதுமான சிறு பை அல்லது கொள்கலம் *There are safety instructions in the pocket of the seat in front of you.* **3** used to talk about the amount of money that you have to spend தான் செலவிட வேண்டிய பணத்தொகை குறித்துப் பேசப் பயன்படுத்தப்படுவது: பொருள் வாங்கு திறம் *They sell cars to suit every pocket.* • *The school couldn't afford a CD player, so the teacher bought one* ***out of*** *his* ***own pocket.*** **4** a small area or group that is different from its surroundings சுற்றுச்சூழலிலிருந்து மாறுபட்ட சிறு பகுதி அல்லது பிரிவு *pockets of warm water* ⇨ **air pocket** பார்க்க.

IDM pick sb's pocket ⇨ **pick[1]** பார்க்க.

pocket[2] /ˈpɒkɪt/ *verb* [T] **1** to put sth in your pocket ஒரு பொருளைச் சட்டைப்பையில் வைத்துக்கொள் *He took the letter and pocketed it quickly.* **2** to steal or win money பணத்தைக் களவாடு; பணத்தை வென்று பெறு

pocket book /pɒkɪt bʊk/ *noun* [C] **1** a small book or notebook சிறிய நூல் அல்லது குறிப்பேடு **2** (*AmE*) **wallet**

pocket money *noun* [U] (*AmE* **allowance**) an amount of money that parents give a child to spend, usually every week வழக்கமாக வாரந்தோறும், பெற்றோர்கள் தங்களது பிள்ளைகளுக்குக் கைச்செலவுக்காகக் கொடுக்கும் பணத்தொகை; கைச்செலவுப் பணம்

pod /pɒd/ *noun* [C] the long, green part of some plants, such as peas and beans, that contains the seeds பட்டாணி, அவரை முதலிய சிலவகைப் பயிர்களின் விதைகளை உள்ளடக்கிய நீண்ட பச்சை நிறப் பகுதி; விதைப்பை; நீண்ட விதையுறை

podiatrist /pəˈdaɪətrɪst/ (*AmE*) = **chiropodist**

podiatry /pəˈdaɪətri/ (*AmE*) = **chiropody**

podium /ˈpəʊdiəm/ *noun* [C] a small platform for a speaker, a performer, etc. to stand on பேச்சாளர், நிகழ்கலை நிகழ்த்துபவர் முதலியோர் நிற்பதற்கான சிறு மேடை; உயர்மேடை

poem /ˈpəʊɪm/ *noun* [C] a piece of writing arranged in short lines. Poems try to express thoughts and feelings with the help of sound and rhythm ஒலி மற்றும் சந்தத்தின் துணைகொண்டு எண்ணங்களையும் உணர்ச்சிகளையும் வெளிப்படுத்த முயல்வதும் சிறு வரிகளாக ஒழுங்கமைக்கப்படுவதுமான எழுத்துப் படைப்பு; செய்யுள்; கவிதை; பா

poet /ˈpəʊɪt/ *noun* [C] a person who writes poems கவிதை இயற்றுபவர்; கவிஞர்; பாவலர்

poetic /pəʊˈetɪk/ (*also* **poetical** /-ɪkl/) *adj.* connected with poets or like a poem கவிஞர்கள் தொடர்பான; கவிஞர்களுக்குரிய; கவிதை இயல்புடைய; கவிதை வடிவான ▶ **poetically** /-kli/ *adv.*

poetry /ˈpəʊətri/ *noun* [U] a collection of poems; poems in general கவிதைத் தொகுப்பு; கவிதைகள் *Kalidasa's poetry and plays* • *Do you like poetry?* ⇨ **prose** பார்க்க.

poignant /ˈpɔɪnjənt/ *adj.* causing sadness or pity வருத்தத்தை அல்லது இரக்க உணர்வைத் தூண்டுகிற; அனுதாபம் உண்டுபண்ணுகிற *a poignant memory* ▶ **poignancy** /-jənsi/ *noun* [U] ▶ **poignantly** *adv.*

point[1] /pɔɪnt/ *noun* **1** [C] a particular fact, idea or opinion that sb expresses ஒருவர் வெளிப்படுத்தும் தனிப்பட்ட உண்மை, கருத்து அல்லது எண்ணம் *You* ***make*** *some interesting* ***points*** *in your essay.* • *I see your point but I don't agree with you.* **2 the point** [*sing.*] the most important part of what is being said; the main piece of information கூறப்படும் ஒன்றின் முதன்மைப் பகுதி; மையக்

கூறு; முதன்மையான அல்லது இன்றியமையாத செய்தி *It makes no difference how much it costs—**the point is** we don't have any money!* • *She always talks and talks and takes ages to **get to the point**.* **3** [C] an important idea or thought that needs to be considered மனத்தில் கொள்ளவேண்டிய அல்லது கருதிப் பார்க்கவேண்டிய முக்கியமான கருத்து அல்லது எண்ணம் *'Have you checked what time the last bus back is?' 'That's a point—no I haven't.'* **4** [C] a detail, characteristic or quality of sb/sth ஒருவர்/ஒன்று பற்றிய விவரக் கூறு; ஒருவரது/ஒன்றன் சிறப்புப் பண்பு அல்லது தனி இயல்பு; சிறப்புக்கூறு *Make a list of your **strong points** and your **weak points*** (= good and bad qualities). **5** [*sing.*] **the point (of/in sth/doing sth)** the meaning, reason or purpose of sth ஒன்றன் பொருள் அல்லது கருத்து; ஒன்றிற்கான காரணம்; ஒன்றின் நோக்கம் *She's said no, so **what's the point** of telephoning her again?* • ***There's no point** in talking to my parents—they never listen.* **6** [C] (*often in compounds*) a particular place, position or moment குறிப்பிட்ட இடம், நிலை அல்லது தருணம் *The library is a good **starting point** for that sort of information.* • *He has reached the **high point** of his career.* • *He waved to the crowd and it was **at that point** that the shot was fired.* • *the boiling/freezing point of water* • ***At one point** I thought I was going to laugh.* **7** [C] the thin sharp end of sth ஒன்றின் கூர்முனை; கூர் விளிம்பு *the point of a pin/needle/pencil* **8** [C] a small round mark used when writing parts of numbers இலக்கங்களின் கூறுகளை எழுதும்போது பயன்படுத்தப்படும் சிறு வட்டக்குறி; புள்ளி *She ran the race in 11.2 (eleven point two) seconds.* **9** [C] a single mark in some games, sports, etc. that you add to others to get the score சில வகை விளையாட்டுகளில் ஒருவர் ஈட்டும் மற்ற ஆட்டப்புள்ளிகளோடு சேர்த்துக்கொள்வதற்குரிய ஒற்றைப் புள்ளி; ஒன்றான ஆட்டப்புள்ளி *to score a point* • *Sania needs two more points to win the match.* **10** [C] a unit of measurement for certain things சில வகைப் பொருள்களுக்கான அளவீட்டு அலகு; அளவைக் கூறு *The value of the dollar has fallen by a few points.*

IDM be on the point of doing sth just going to do sth ஒன்றைச் செய்யப்போகும் தருணத்தில் இரு *I was on the point of going out when the phone rang.*

ˌbeside the point ⇨ **beside** பார்க்க.

have your, etc. (good) points to have some good qualities சில நற்பண்புகளை உடையவராயிரு *Balu has his good points, but he's very unreliable.*

make a point of doing sth to make sure you do sth because it is important or necessary ஒன்று முக்கியமானதாக அல்லது தேவையானதாக இருப்பதால் அது தன்னால் செய்யப்படுவதை உறுதிசெய்துகொள் *I made a point of locking all the doors and windows before leaving the house.*

point of view a way of looking at a situation; an opinion ஒரு சூழலை நோக்கும் முறை; பார்வை *From my point of view it would be better to wait a little longer.* ✪ SYN **viewpoint** or **standpoint**

prove your/the case/point ⇨ **prove** பார்க்க.

a sore point ⇨ **sore**[1] பார்க்க.

sb's strong point ⇨ **strong** பார்க்க.

take sb's point to understand and accept what sb is saying ஒருவர் கூறுவதைப் புரிந்துகொண்டு அதனை ஏற்றுக்கொள்

to the point connected with what is being discussed; relevant விவாதப் பொருளோடு தொடர்புடையதாக; பொருந்தி அமைவதாக; இயைபுடையதாக *His speech was short and to the point.*

up to a point partly பகுதியளவாக; ஓரளவுக்கு *I agree with you up to a point.*

point[2] /pɔɪnt/ *verb* **1** [I] **point (at/to sb/sth)** to show where sth is or to draw attention to sth using your finger, a stick, etc. தனது விரல், ஒரு குச்சி முதலியவற்றைப் பயன்படுத்தி ஒன்று இருக்குமிடத்தைச் சுட்டிக்காட்டு அல்லது ஒன்றைப் பார்வைக்குக் கொண்டுவா *'I'll have that one,' she said, pointing to a chocolate cake.* **2** [I, T] **point (sth) (at/towards sb/sth)** to aim (sth) in the direction of sb/sth ஒருவர்/ஒன்று உள்ள திசைநோக்கி (ஒரு பொருளைக்) குறிபார்; இலக்குவை *She pointed the gun at the target and fired.* **3** [I] to face in a particular direction or to show that sth is in a particular direction குறிப்பிட்ட திசை நோக்கியிரு; குறிப்பிட்ட திசையில் ஒன்று இருப்பதைச் சுட்டிக்காட்டு *The sign pointed towards the bridge.* • *Turn round until you're pointing north.* **4** [I] **point to sth** to show that sth is likely to exist, happen or be true ஒன்று உளதாயிருப்பதற்கான, நிகழ்வதற்கான அல்லது உண்மையாயிருப்பதற்கான வாய்ப்புள்ளதைப் புலப்படுத்து *Research points to a connection between diet and cancer.*

PHR V point sth out (to sb) to make sb look at sth; to make sth clear to sb ஒருவர் ஒன்றைக் காணச் செய்; ஒருவருக்கு ஒன்றைத் தெளிவுபடுத்து *The guide pointed out all the places of interest to us on the way.* • *I'd like to point out that we haven't got much time left.*

point-blank *adj., adv.* **1** (used about a shot) from a very close position (துப்பாக்கிக் குண்டு செலுத்தப்படுவதைக் குறிப்பிடுகையில்) இலக்குக்கு மிகவும் அண்மையில் உள்ள/அண்மையில் இருந்து *He was shot in the head* *at point-blank range*. **2** (used about sth that is said) very direct and not polite; not allowing any discussion (கூற்று வகையில்) நேர்முகமானதும் இணக்க நயம் அற்றதுமான/அற்று; விவாதத்திற்கு இடமளிக்காத/இடமளிக்காது *He told her point-blank to get out of the house and never come back.*

pointed /ˈpɔɪntɪd/ *adj.* **1** having a sharp end கூர்முனையுடைய *a pointed stick/nose* **2** (used about sth that is said) critical of sb in a very clear way (கூற்று வகையில்) நேர்முகமானதும் விமர்சனப் போக்குடையதுமான; குத்தலான; கூர்மையான *She made a pointed comment about people who are always late.* ▶ **pointedly** *adv.*

pointer /ˈpɔɪntə(r)/ *noun* [C] **1** a piece of helpful advice or information பயனுள்ள அறிவுரை அல்லது தகவல்; ஆலோசனை *Could you give me some* ***pointers*** *on how best to tackle the problem?* **2** a small arrow on a computer screen that you move by moving the mouse சுட்டியை நகர்த்திக் கணினித்திரையில் அங்குமிங்கும் இடம் மாற்றப்படும் சிறு அம்புக்குறி **3** a stick that is used to point to things on a map, etc. நிலப்படம் முதலியவற்றில் உள்ளவற்றைச் சுட்டிக்காட்டப் பயன்படுத்தப்படும் கோல்

pointless /ˈpɔɪntləs/ *adj.* without any use or purpose எந்த ஒரு பயனோ குறிக்கோளோ இல்லாத; பொருளற்ற; பயனற்ற; வீணான *It's pointless to try and make him agree.* ▶ **pointlessly** *adv.* ▶ **pointlessness** *noun* [U]

poise /pɔɪz/ *noun* [U] a calm, confident way of behaving அமைதியான தன்னம்பிக்கையுடன் கூடிய நடத்தை முறை; நிதானம்; அமைவடக்கம்

poised /pɔɪzd/ *adj.* **1** not moving but ready to move இயங்காமல் ஆனால் இயங்க ஆயத்தமாக உள்ள *'Shall I call the doctor or not?' he asked, his hand poised above the telephone.* **2 poised (to do sth)** ready to act; about to do sth செயலில் இறங்க ஆயத்தமாக உள்ள; செயல் நோக்கிக் காத்திருக்கிற; ஒன்றைச் செய்யப்போகும் நிலையில் உள்ள *The government is poised to take action if the crisis continues.* **3** calm and confident அமைதியாகவும் தன்னம்பிக்கையுடனும் உள்ள; நிதானமான

poison[1] /ˈpɔɪzn/ *noun* [C, U] a substance that kills or harms you if you eat or drink it உண்டால் அல்லது குடித்தால் உயிர் போக்கக்கூடிய அல்லது தீங்கு விளைவிக்கக்கூடிய பொருள்; நஞ்சு; விடம் *rat poison • poison gas*

poison[2] /ˈpɔɪzn/ *verb* [T] **1** to kill, harm or damage sb/sth with poison நஞ்சூட்டி ஒருவரை/ஒன்றைக் கொல் அல்லது ஒருவருக்கு/ஒன்றுக்குக் கேடு விளைவி **2** to put poison in sth ஒன்றில் நஞ்சிடு; நஞ்சு கல *The cup of coffee had been poisoned.* **3** to spoil or ruin sth ஒன்றுக்குச் சீர்கேடு அல்லது அழிவு உண்டாக்கு; ஒன்றை மோசமாக்கு *The quarrel had poisoned their relationship.* ▶ **poisoned** *adj. a poisoned drink*

poisoning /ˈpɔɪzənɪŋ/ *noun* [U] the giving or taking of poison or a dangerous substance நஞ்சை அல்லது ஆபத்து உண்டாக்கும் ஒரு பொருளை உட்கொள்ளச் செய்தல் அல்லது உட்கொள்ளுதல் *He got* ***food poisoning*** *from eating fish that wasn't fresh.*

poisonous /ˈpɔɪzənəs/ *adj.* **1** causing death or illness if you eat or drink it உண்டால் அல்லது குடித்தால் உயிர் போக்குகிற அல்லது உடல்நலக்கேடு உண்டாக்குகிற **2** (used about animals, etc.) producing and using poison to attack its enemies (விலங்குகள் முதலியவை வகையில்) நஞ்சைத் தன்னுள் உண்டுபண்ணி அதனைப் பகைவர்களைத் தாக்கப் பயன்படுத்துகிற; நஞ்சுள்ள *He was bitten by a poisonous snake.* **3** very unpleasant and intended to upset sb வெறுப்பூட்டுவதும் ஒருவரை வேதனைப்படுத்தும் நோக்கமுடையதுமான; கொடிய *The poisonous atmosphere in the house is having an effect on the minds of the young children .*

poke /pəʊk/ *verb* **1** [T] to push sb/sth with a finger, stick or other long, thin object விரலால், கோலால் அல்லது வேறொரு நீண்டு மெலிதான பொருளால் ஒருவரை/ஒன்றைத் தள்ளு; குத்தித் தள்ளு *Be careful you don't poke yourself in the eye with that stick!* **2** [I, T] **poke (sth) into, through, out of, down, etc. sth** to move or to push sth quickly into sth or in a certain direction ஒரு பொருளை ஒன்றனுள் அல்லது ஒரு திசையில் விரைவியக்கமுடன் செலுத்து அல்லது தள்ளு; ஒன்றனுள் நுழையச் செய் *He poked the stick down the hole to see how deep it was. • A child's head poked up from behind the wall.* ▶ **poke** *noun* [C]

IDM **poke fun at sb/sth** to make jokes about sb/sth, often in an unkind way பெரும்பாலும் நட்பிணக்கமற்ற முறையில், ஒருவர்/ஒன்று குறித்து வேடிக்கையாகப் பேசு; ஏளனம் செய்

poke/stick your nose into sth ⇨ **nose**[1] பார்க்க.

poker /ˈpəʊkə(r)/ *noun* **1** [U] a type of card game usually played to win money வழக்கமாகப் பணப் பந்தயம் வைத்து விளையாடும் சீட்டாட்ட வகை **2** [C] a metal stick for moving the coal or wood in a fire நெருப்பில் கரியை அல்லது கட்டைகளைக் கிளறிவிடுவதற்கான உலோகக் கம்பி; தீக்கோல்

polar /ˈpəʊlə(r)/ *adj.* (*only before a noun*) of or near the North or South Pole வட துருவம் அல்லது தென் துருவம் சார்ந்த; வட துருவத்திற்கு

அல்லது தென் துருவத்திற்கு அண்மையில் உள்ள *the polar regions*

polar bear *noun* [C] a large white bear that lives in the area near the North Pole வட துருவத்தை ஒட்டியுள்ள பகுதியில் வாழும் பெரிய வெண்ணிறக் கரடி

polarize (*also* **-ise**) /ˈpəʊləraɪz/ *verb* **1** [I, T] (*formal*) to separate or make people separate into two groups with completely opposite opinions முற்றிலும் எதிரெதிரான கருத்துகளை உடைய இரண்டு குழுக்களாகப் பிரிவினைப்படு அல்லது ஆட்களை அவ்வாறு பிரிவினை செய் *Public opinion has polarized on this issue.* **2** [T] (*technical*) to make waves of light, etc. **vibrate** in a single direction ஒரே திசையில் ஒளி அலைகள் முதலியவற்றை அதிர்ந்தியங்கச் செய் **3** [T] (*technical*) to make sth have two **poles 3** with opposite qualities ஒன்றை எதிரெதிர்ப் பண்புகளுடைய இரு காந்த முனைகள் உடையதாக அல்லது நேர்-மின்னூட்ட- எதிர்மின்னூட்ட முனைகள் உடைய-தாக ஆக்கு *to polarize a magnet* ▶ **polarization** (*also* **-isation**) /ˌpəʊləraɪˈzeɪʃn/ *noun* [U] **1**

pole /pəʊl/ *noun* [C] **1** a long, thin piece of wood or metal, used especially to hold sth up குறிப்பாக மேலே ஒன்றைப் பொருத்தி நிறுத்தப் பயன்-படுத்தப்படும், நீண்டு மெலிதான மர அல்லது உலோகத் துண்டு; கழி; கம்பம் *a flagpole • a tent pole* **2** either of the two points at the exact top and bottom of the earth பூமிக்கோளத்தின் சரிநுட்பமான மேற்பகுதியிலும் அடிப்பகுதியிலும் உள்ள இரு முனைகளில் ஒன்று; துருவம் *the North/South Pole* ⇨ **earth** பதிவில் படம் பார்க்க. **3** either of the two ends of a magnet, or the positive or negative points of an electric battery ஒரு காந்த ஊசியின் இரு முனைகளில் ஒன்று, அல்லது மின்கலத்தின் நேர்மின்வாய் அல்லது எதிர்மின்வாய் ⇨ **magnet** பதிவில் படம் பார்க்க.

the pole vault *noun* [C] the sport of jumping over a high bar with the help of a long pole நீண்ட கழியைப் பிடித்துக்கொண்டு உயரத்தில் பொருத்தப்பட்டுள்ள ஒரு குறுக்குக் கம்பிக்கு மேல் தாவிக் குதித்தல்; கழி தாவு குதி

police[1] /pəˈliːs/ *noun* [*pl.*] the official organization whose job is to make sure that people obey the law, and to prevent and solve crime மக்கள் சட்டத்திற்குக் கீழ்ப்படிதலை உறுதிசெய்தல், குற்றத்தடுப்பு மற்றும் குற்றத் தீர்வு ஆகிய-வற்றுக்குப் பொறுப்பான அதிகாரபூர்வமான நிறுவன அமைப்பு; காவல்துறை *Dial 100 if you need to* ***call the police****. • Kamal wants to join* ***the police force*** *when he finishes school. • the local* ***police station***

NOTE **Police** பன்மைச் சொல்லாகும். இது எப்போதும் பன்மை வினையுடனேயே பயின்று வரும். தனியொருவரைக் குறிக்கும் முறையில் **a police** என்று கூறுதல் தவறாகும். பொது-நிலையில் காவல்துறை பற்றிப் பேசும்போது **police**-உடன் **the** வரும்—*There were over 100 police on duty. • The police are investigating the murder.*

police[2] /pəˈliːs/ *verb* [T] to keep control in a place by using the police or a similar official group காவல் துறையினரை அல்லது அவர்களை ஒத்த பணித்துறைக் குழுவைப் பயன்படுத்தி ஓரிடத்தின் கட்டுப்பாட்டொழுங்கைப் பராமரி; ஒழுங்கமைதி நிலைநாட்டு *The cost of policing football games is extremely high.*

police constable (*also* **constable**) *noun* [C] (*BrE*) (*abbr.* **PC**) a police officer of the lowest position (**rank**) அடிநிலைக் காவல்துறை அதிகாரி

police officer (*also* **officer**) (*also* **policeman, policewoman**) *noun* [C] a member of the police காவல்துறைப் பணியாளர்; காவல்துறை அதிகாரி

police state *noun* [C] a country where people's freedom, especially to travel and to express political opinions, is controlled by the government, with the help of the police மக்களது சுதந்திரம், குறிப்பாக அவர்களது இடம் விட்டு இடம் செல்லும் மற்றும் அரசியல் கருத்துகளை வெளிப்படுத்தும் சுதந்திரம், காவல்துறையின் உதவியுடன் அரசால் கட்டுப்படுத்தப்படும் நாடு; காவல்துறை ஆதிக்க ஆட்சி நாடு

policy /ˈpɒləsi/ *noun* (*pl.* **policies**) **1** [C, U] **policy (on sth)** a plan of action agreed or chosen by a government, a company, etc. ஓர் அரசு, ஒரு நிறுவனம் முதலியவற்றால் ஒப்புக்கொள்ளப்-பட்ட அல்லது விரும்பி ஏற்றுக்கொள்ளப்பட்ட செயல் திட்டம்; கொள்கை; கோட்பாடு *It is company policy not to allow smoking in meetings.* **2** [C, U] a way of behaving that you think is best in a particular situation குறிப்பிட்ட சூழலுக்கு முற்றிலும் ஏற்புடையதாகத் தன்னால் கருதப்படும் நடத்தை முறை; உலகியல் நடத்தை *It's my policy only to do business with people I like.* **3** [C] a document that shows an agreement that you have made with an insurance company ஒரு காப்பீட்டு நிறுவனத்துடன் ஒருவர் செய்துகொண்டுள்ள ஒப்பந்தத்தைக் குறிக்கும் ஆவணம்; காப்புறுதிப் பத்திரம் *an insurance policy*

polio /ˈpəʊliəʊ/ *noun* [U] a serious disease which can cause you to lose the power in certain muscles குறிப்பிட்ட தசைகளின் ஆற்றலை இழக்கச் செய்யக்கூடிய கடுமையான நோய் வகை; இளம்பிள்ளை வாதம்

polish[1] /ˈpɒlɪʃ/ *verb* [T] to make sth shine by rubbing it and often by putting a special cream or liquid on it ஒன்றைத் தேய்த்து, பெரும்பாலும் அதன்மீது தனிவகைக் களிம்பை அல்லது திரவத்தைப் பூசி, அது பளபளப்பாகத் தோன்றச் செய்; மெருகேற்று *to polish your shoes/a table* **PHR V** **polish sth off** (*informal*) to finish sth, especially food, quickly ஒன்றை, குறிப்பாக உணவை, விரைவாக உண்டு முடிவுறச் செய்; விரைவில் செய்து தீர் *The two of them polished off a whole chicken for dinner!*

polish[2] /ˈpɒlɪʃ/ *noun* **1** [U] a cream, liquid, etc. that you put on sth to clean it and make it shine ஒன்றைத் தூய்மைப்படுத்தவும் அதற்குப் பளபளப்பூட்டவும் அதன்மீது தேய்க்கப்படும் களிம்பு, நீர்மம் முதலியவை; மெருகுப்பொருள் *a tin of shoe polish* **2** [*sing.*] the action of polishing sth ஒன்றுக்குப் பளபளப்பூட்டும் செயல்; மெருகிடல் *I'll **give** the glasses **a polish** before the guests arrive.*

polished /ˈpɒlɪʃt/ *adj.* **1** shiny because of polishing மெருகிடப்பட்டுப் பளபளப்பாகக் காணப்படுகிற *polished wood floors* **2** (used about a performance, etc.) of a high standard (நிகழ்கலை முதலியவை வகையில்) உயர்தரமான; நேர்த்தி மிக்க; பெரிதும் பண்பட்ட *Most of the actors gave **a polished performance**.*

politburo /ˈpɒlɪtbjʊərəʊ/ *noun* [C] (*pl.* **politburos**) the most important committee of a Communist party, with the power to decide on policy, especially in the former USSR (குறிப்பாகக் கடந்தகால சோவியத் நாட்டில் இயங்கிய) கொள்கை முடிவு எடுக்கும் அதிகாரம் கொண்ட, பொதுவுடைமைக் கட்சியின் தலைமைக் குழு

polite /pəˈlaɪt/ *adj.* having good manners and showing respect for others நன்னடத்தையும் பிறரிடம் மரியாதையும் கொண்டுள்ள; நடையொழுங்குடைய; பண்பார்ந்த *The assistants in that shop are always very helpful and polite.* • *He gave me a polite smile.* ✪ **OPP impolite** or **impertinent** ▶ **politely** *adv.* ▶ **politeness** *noun* [U]

political /pəˈlɪtɪkl/ *adj.* **1** connected with politics and government அரசியல் மற்றும் ஆட்சி செலுத்துதல் தொடர்பான; அரசியல் சார்ந்த *a political leader/debate/party* • *She has very strong political opinions.* **2** (used about people) interested in politics (ஆட்கள் வகையில்) அரசியலில் பற்றார்வம் அல்லது ஆர்வ ஈடுபாடு உள்ள அல்லது அக்கறை செலுத்துகிற **3** concerned with the competition for power inside an organization ஒரு நிறுவனத்தினுள் நிகழும் அதிகாரப் போட்டி தொடர்பான *I suspect he was dismissed for political reasons.* ▶ **politically** *adv. Politically he's fairly right wing.*

political asylum *noun* [U] protection given by a state to a person who has left his/her own country for political reasons அரசியல் காரணங்களுக்காகத் தனது சொந்த நாட்டை விட்டு வெளியேறியவருக்கு ஒரு நாடு தரும் பாதுகாப்பு; அரசியல் புகலிடம்

politically correct *adj.* (*abbr.* **PC**) used to describe language or behaviour that carefully avoids offending particular groups of people விழிப்புடன் இருந்து தனியொரு பிரிவினருக்கு மனவருத்தம் உண்டாக்குதலைத் தவிர்க்கும் முறையிலான மொழிப் பயன்பாட்டை அல்லது நடத்தையைக் குறிக்கப் பயன்படுத்தப்படும் தொடர் ▶ **political correctness** *noun* [U]

politician /ˌpɒləˈtɪʃn/ *noun* [C] a person whose job is in politics, especially one who is a member of parliament or of the government அரசியலைத் தொழிலாகக் கொண்டவர், குறிப்பாக நாடாளுமன்ற உறுப்பினர் அல்லது ஆட்சியில் அங்கம் வகிப்பவர்; அரசியல்வாதி *Politicians of all parties supported the war.*

politics /ˈpɒlətɪks/ *noun* **1** [U, *with sing. or pl. verb*] the work and ideas that are connected with governing a country, a town, etc. ஒரு நாடு, நகரம் முதலியவற்றை ஆளுதல் தொடர்பான செயல்பாடுகளும் கருத்துகளும்; அரசியல் *to go into politics* • *Politics has/have never been of great interest to me.* **2** [*pl.*] a person's political opinions and beliefs ஒருவரது அரசியல் தொடர்பான கருத்துகளும் கொள்கைகளும்; அரசியல் கோட்பாடுகள் *His politics are extreme.* **3** [U, *with sing. or pl. verb*] matters concerned with competition for power between people in an organization ஒரு நிறுவனத்தினுள் நிகழும் அதிகாரப் போட்டி தொடர்பான காரியங்கள் *I never get involved in office politics.* **4** (*AmE* **Political Science**) [U] the scientific study of government அரசு செலுத்துதல் குறித்த அறிவியல் முறையிலான ஆய்வு; அரசியல் ஆய்வியல்; ஆட்சியியல் *a degree in Politics*

poll[1] /pəʊl/ *noun* [C] **1** (*also* **opinion poll**) a way of finding out public opinion by asking a number of people their views on sth ஒன்று குறித்துப் பலரது கருத்துகளைக் கேட்டறிவதன் மூலம் பொதுக் கருத்தை எட்டும் முறை; பொதுக் கருத்துக் கணிப்பு *This was voted best drama series in a viewers' poll.* **2** the process of voting in a political election; the number of votes given ஆட்சி உரிமையை வழங்குவதற்காகத் தேர்தலில் வாக்களிக்கும் செயல்முறை; தேர்தல் வாக்களிப்பு; தேர்தலில் அளிக்கப்பட்ட வாக்குகளின் எண்ணிக்கை *The country will **go to the polls** (= vote) in June.*

poll² /pəʊl/ *verb* [T] **1** to receive a certain number of votes in an election ஒரு தேர்தலில் குறிப்பிட்ட எண்ணிக்கையிலான வாக்குகளைப் பெறு *The ruling party's candidate polled over 30,000 votes.* **2** to ask members of the public their opinion on a subject ஒரு பொருள் குறித்துப் பொதுமக்களிடம் கருத்துக் கேள்; பொதுக் கருத்துக் கணிப்பு நடத்து *Of those polled, only 20 per cent were in favour of changing the law.*

pollen /ˈpɒlən/ *noun* [U] a fine, usually yellow, powder which is formed in flowers. It makes other flowers of the same type produce seeds when it is carried to them by wind, insects, etc. மலர்களில் உண்டாகும் வழக்கமாக மஞ்சள் நிறமுள்ள நுண்துகள்; பூந்தாது; மகரந்தம். பூந்தாது காற்று, பூச்சிகள் முதலியவை வழியாகச் சென்று அதே இனத்தைச் சார்ந்த பிற மலர்களில் படிந்து அம்மலர்கள் விதையை உண்டுபண்ணச் செய்கின்றது ➪ **flower** பதிவில் படம் பார்க்க.

pollen count *noun* [C, *usually sing.*] a number that shows how much pollen is in the air காற்றில் உள்ள பூந்தாதுவின் அளவைக் குறிக்கும் எண் குறியீடு

pollen tube *noun* [C] a tube which grows when pollen lands on the top of the female part in the middle of a flower (**stigma**) to carry the male cell to the part that contains the female cell (**ovule**) மலரின் பெண்பாற் கூறினது சூலக முகட்டில் பூந்தாது படியும்போது ஆண்பால் உயிரணுவைக் கருவணுவுக்குக் கொண்டு செல்வதற்காக வளர்ச்சியுறும் குழல்; மகரந்தக் குழல் ➪ **flower** பதிவில் படம் பார்க்க.

pollinate /ˈpɒləneɪt/ *verb* [T] to put a fine powder (**pollen**) into a flower or plant so that it produces seeds ஒரு மலர் அல்லது தாவரம் விதையை உண்டுபண்ணும் பொருட்டு அதனுள் பூந்தாதுவைப் படியவை; மலரின்/தாவரத்தின் சூலக முகட்டில் பூந்தாது தூவு ▶ **pollination** /ˌpɒləˈneɪʃn/ *noun* [U]

polling /ˈpəʊlɪŋ/ *noun* [U] **1** the activity of voting in an election தேர்தலில் வாக்களிக்கும் செயற்பாடு; வாக்களிப்பு; வாக்குப்பதிவு *Polling has been heavy since 8 a.m.* **2** the act of asking questions in order to find out public opinion ஒன்று குறித்துப் பொதுமக்களின் கருத்தை அறிய அவர்களிடம் கேள்விகள் கேட்டல்; பொதுக் கருத்துக்கணிப்பு

polling booth (*AmE* **voting booth**) *noun* [C] a small, partly enclosed place where you stand to mark your card in order to vote in an election தேர்தலில் வாக்களிக்கும் பொருட்டு வாக்குச்சீட்டில் குறியிடுவதற்காக ஒருவர் நிற்கும் சிறிய பகுதியளவு மூடப்பட்டுள்ள இடம்; வாக்குச் சாவடி

polling day *noun* [U, C] (*BrE*) a day on which people vote in an election ஒரு தேர்தலில் வாக்களிக்கும் நாள்; தேர்தல் நாள்

polling station *noun* [C] (*usually BrE*) a building where you go to vote in an election தேர்தலின்போது வாக்குப்பதிவு நடைபெறும் கட்டடம், தேர்தல் வாக்குப்பதிவு நிலையம்

poll tax *noun* [*sing.*] a fixed amount of money to be paid for local services by all adults in a particular area குறிப்பிட்ட பகுதியில் வாழும் வயது வந்த ஒவ்வொருவரும் ஒரே வீதத்தில் செலுத்தவேண்டிய, உள்ளூர்ச் சேவைகளுக்கான வரி; உள்ளூர் வரி

pollutant /pəˈluːtənt/ *noun* [C] a substance that pollutes air, rivers, etc. காற்று, நீர் நிலைகள் முதலியவற்றை மாசுபடுத்தும் பொருள்

pollute /pəˈluːt/ *verb* [T] to make air, rivers, etc. dirty and dangerous காற்று, நீர் நிலைகள் முதலியவற்றின் தூய்மையைக் கெடுத்து அவற்றைத் தீங்கு விளைவிக்கக் கூடியதாக்கு; மாசுபடுத்து *Traffic fumes are polluting our cities.* • *The beach has been polluted with oil.*

pollution /pəˈluːʃn/ *noun* [U] **1** the action of making the air, water, etc. dirty and dangerous காற்று, நீர் முதலியவற்றின் தூய்மையைக் கெடுத்து அவற்றைத் தீங்கு விளைவிக்கக் கூடியதாகச் செய்தல்; மாசுபடுத்துதல் *Major steps are being taken to control the pollution of beaches.* **2** substances that pollute தூய்மைக்கேடு உண்டாக்கும் பொருள்கள்; மாசு *The rivers are full of pollution.*

polo /ˈpəʊləʊ/ *noun* [U] a game for two teams of horses and riders. The players try to score goals by hitting a ball with long wooden hammers இரு அணியினர் குதிரை மீது அமர்ந்து நீண்ட கைப்பிடியுள்ள மரச் சுத்திகளைக் கொண்டு பந்தை அடித்து இலக்கிடத்திற்குச் செலுத்த முயலும் பந்தாட்ட வகை

polo neck *noun* [C] a high collar on a piece of clothing that is rolled over and that covers most of your neck; a piece of clothing with this type of collar வழக்கத்தை விடத் தூக்கலாக உள்ளதும் மேற்பகுதியை மடக்கி கழுத்தின் பெரும்பகுதியை மறைக்கக் கூடியதுமான சட்டையின் கழுத்துப்பட்டை; இத்தகைய கழுத்துப்பட்டை கொண்ட சட்டை

poly- /ˈpɒli/ *prefix* (*used in nouns, adjectives and adverbs*) many பலவான; பலவற்றை உள்ளடக்கிய; பல *polygamy*

polyester /ˌpɒliˈestə(r)/ *noun* [U] an artificial material that is used for making clothes, etc. ஆடைகள் முதலியவற்றைத் தயாரிக்கப் பயன்படுத்தப்படும் செயற்கை இழைத் துணி வகை

polyethylene (*AmE*) = **polythene**

polygamy /pəˈlɪgəmi/ *noun* [U] the custom of having more than one wife at the same time ஒரே சமயத்தில் ஒன்றுக்கு மேற்பட்ட மனைவிகளுடன் வாழும் வழக்கம்; பலதார மணம் ➪ **bigamy** மற்றும் **monogamy** பார்க்க. ▶ **polygamous** /-gəməs/ *adj. a polygamous society*

polygon /ˈpɒlɪgən/ *noun* [C] a flat shape with at least three, and usually five or more, angles and straight sides குறைந்த அளவாக மூன்றும், வழக்கமாக ஐந்து அல்லது ஐந்துக்கு மேற்பட்டதுமான கோணங்களையும் நேர்ப்பக்கங்களையும் உடைய தட்டையான வடிவம்; பல்கோண உரு ▶ **polygonal** /pəˈlɪgənl/ *adj.*

polymer /ˈpɒlɪmə(r)/ *noun* [C] (*technical*) a natural or artificial chemical compound consisting of large **molecules** அளவில் பெரிய மூலக்கூறுகளை உள்ளடக்கிய இயற்கையான அல்லது செயற்கையான வேதியியல் கலவை; மீச்சேர்மம்

polyp /ˈpɒlɪp/ *noun* [C] **1** (*medical*) a small lump that grows inside the body, especially in the nose. It is caused by disease but is usually harmless உடலினுள், குறிப்பாக மூக்கில், ஒரு நோயின் காரணமாக உண்டாகும், வழக்கமாகத் தீங்கற்ற, சிறு கட்டி **2** a small and very simple sea creature with a body shaped like a tube குழல் போன்ற உடலமைப்புடைய, உட்கூறுகளற்ற சிறு கடல்வாழ் உயிரி

polystyrene /ˌpɒliˈstaɪriːn/ *noun* [U] a light firm plastic substance that is used for packing things so that they do not get broken உள்ளிடும் பொருள்கள் உடைந்துவிடாதவாறு சிப்பம் கட்டப் பயன்படுத்தப்படும், கனமற்ற உறுதியான பிளாஸ்டிக் பொருள்

polytechnic /ˌpɒliˈteknɪk/ (*informal* **poly**) *noun* [C] a college for students who are 18 or over, offering more practical courses than those at traditional universities பதினெட்டு வயதைக் கடந்த மாணவர்களுக்கான, மரபுவழிப் பல்கலைக்கழகங்களை விடக் கூடுதலான செய்முறைப் பாடங்கள் கற்பிக்கப்படும் கல்லூரி; பல்தொழில் நுட்பக் கல்லூரி

polythene /ˈpɒlɪθiːn/ (*AmE* **polyethylene** /ˌpɒliˈeθəliːn/) *noun* [U] a type of very thin plastic material often used to make bags for food, etc. or to keep things dry பெரும்பாலும் உணவு, முதலியவற்றுக்கான பைகள் தயாரிக்க அல்லது பொருள்களை உலர் நிலையில் வைத்திருக்கப் பயன்படுத்தப்படும், மிக மெலிதான பிளாஸ்டிக் பொருள் வகை

polyunsaturated /ˌpɒliʌnˈsætʃəreɪtɪd/ *adj.* (used about fats and oils) having the type of chemical structure that is thought to be good for your health (கொழுப்பு நெய் மற்றும் எண்ணெய் வகையில்) உடல் நலத்திற்கு ஏற்றதாகக் கருதப்படும் வேதியியல் கூறுகள் ஒருங்கிணைந்து அமைந்துள்ள *polyunsaturated margarine* ➪ **saturated** மற்றும் **unsaturated** பார்க்க.

pomegranate /ˈpɒmɪgrænɪt/ *noun* [C] a round fruit with thick smooth skin that is red inside and full of seeds மாதுளை; மாதுளம்பழம் ➪ **fruit** பதிவில் படம் பார்க்க.

pomp /pɒmp/ *noun* [U] the impressive nature of a large official occasion or ceremony பெரிய அளவிலான அதிகாரபூர்வமான நிகழ்ச்சி அல்லது வினைமுறை ஒன்றின் மனம் கொள்ளத்தக்க தன்மை; காட்சிப் பொலிவு; பகட்டழகு

pompous /ˈpɒmpəs/ *adj.* showing that you think you are more important than other people, for example by using long words that sound impressive மெச்சுதலுக்கு உரியதாகத் தோன்றும் நீண்ட சொற்களைப் பயன்படுத்துதல் முதலியவற்றால் மற்றவர்களை விடத் தான் உயர்ந்தவர் எனத் தன்னைப் பற்றித் தான் நினைப்பதைக் காட்டிக்கொள்கிற; பகட்டாரவாரப் போக்குடைய **NOTE** இச்சொல் கண்டனக் குறிப்புடன் பயன்படுத்தப்படுகிறது.

pond /pɒnd/ *noun* [C] an area of water that is smaller than a lake ஏரியைவிடச் சிறிதான நீர் நிலை; குளம்

NOTE **Lake** (ஏரி) என்பது பெரும்பாலும் படகுப் பயணத்திற்குப் போதுமான அளவு பெரிதாகும்—*Lake Como*. **Pond** (குளம்) விலங்குகள் நீர் அருந்தும் அளவுக்குப் பெரிதாகவோ தோட்டத்திலுள்ள நீர் தேக்கிட அளவுக்குச் சிறியதாகவோ இருக்கலாம்—*We have a fish pond in our garden*. **Pool** (குட்டை) என்பது குளத்தினும் சிறிதான நீர்நிலையாகும்—*When the tide went out, pools of water were left among the rocks*. எனினும், செயற்கையாக அமைக்கப்படும் குட்டைகள் பெரிதாகவும் இருக்கக்கூடும்—*a swimming pool*. மழைப்பொழிவினால் உண்டாகும் சிறு நீர்நிலை **puddle** எனப்படும்.

ponder /ˈpɒndə(r)/ *verb* [I, T] **ponder (on/over sth)** to think about sth carefully or for a long time ஒன்று குறித்துக் கவனமாக அல்லது நீண்ட நேரம் சிந்தி; தீர எண்ணிப்பார்

Pongal *noun* **1** the harvest festival of the Tamils that is celebrated in January when newly harvested rice is cooked தமிழ் ஆண்டின் தை (ஜனவரி) மாதத்தில் புதிதாக அறுவடை செய்த அரிசியைச் சமைத்துக் கொண்டாடப்படும் தமிழர்களின் அறுவடைத் திருவிழா; பொங்கல் **2** a dish made of rice, lentils and pepper and cumin or rice, **seasoned** milk, sugar, jaggery, etc. This is popular in South India அரிசி, பயறு கலவையைச் சமைத்து, மிளகு, சீரகம் முதலியவை சேர்த்தோ பால், சர்க்கரை,

வெல்லம் முதலியவை சேர்த்து நறுஞ்சுவையூட்டியோ தயாரிக்கப்படும் தென்னிந்திய உணவுப்பண்டம்; பொங்கல்

Pontiff /ˈpɒntɪf/ *noun* [C] (*formal*) **pope** போப்பாண்டவர்

pony /ˈpəʊni/ *noun* [C] (*pl.* **ponies**) a small horse சிறு குதிரை வகை; மட்டக் குதிரை

ponytail /ˈpəʊniteɪl/ *noun* [C] long hair that is tied at the back of the head and that hangs down in one piece தலையின் பின்புறமாக முடிந்துகொள்ளப்படுவதும் ஒரே கற்றையாகத் தொங்குவதுமான நீண்ட ஒற்றைவால் முடி

pony-trekking (*AmE* **trail riding**) *noun* [U] the activity of riding horses for pleasure in the country நாட்டுப்புறத்தில் இன்பப்பொழுதுபோக்காக மேற்கொள்ளப்படும் குதிரைச் சவாரி

poodle /ˈpuːdl/ *noun* [C] a type of dog with thick curly fur that is sometimes cut into a special pattern சில சமயங்களில் தனிப்பாணியில் கத்தரித்து விடப்படும் அடர்ந்து சுருளான மென்மயிருடைய நாய் வகை; சடை நாய்

pool[1] /puːl/ *noun* **1** [C] **a pool (of sth)** a small amount of liquid lying on a surface ஒரு பரப்பின் மீது தேங்கியுள்ள சிறு அளவிலான நீர்மம்; நீர்மத் தேக்கம் *There's a huge pool of water on the kitchen floor.* ➪ **pond** பதிவிலுள்ள குறிப்பைப் பார்க்க. **2** [C] a small area of light ஒரு சிறு பரப்பில் காணப்படும் ஒளி; சிறு ஒளிப்பகுதி *a pool of light* **3** [C] = **swimming pool** *He swam ten lengths of the pool.* **4** [C] a quantity of money, goods, etc. that is shared between a group of people ஒரு குழுவினரிடையே பகிர்ந்துகொள்ளப்படும் ஓரளவிலான பணம், பொருள்கள் முதலியவை; ஒரு குழுவின் பொதுப் பயன்பாட்டுப் பொருள்களின் தொகுதி *There is a pool of cars that anyone in the company can use.* **5** [U] a game that is played on a table with 16 coloured and numbered balls. Two players try to hit these balls into holes in the table (**pockets**) with long thin sticks (**cues**) நீண்டு மெலிதான கோல்களைக் கொண்டு இரண்டு ஆட்டக்காரர்கள் மேசையிலுள்ள குழிகளில் பந்துகளைத் தள்ளிச் செலுத்த முயலும், எண் குறியிட்ட பதினாறு வண்ணப் பந்துகளைப் பயன்படுத்தும் மேசைப் பந்தாட்ட வகை ➪ **billiards** மற்றும் **snooker** பார்க்க.

pool[2] /puːl/ *verb* [T] to collect money, ideas, etc. together from a number of people பலரிடமிருந்து பணம், கருத்துகள் முதலியவற்றை ஒருங்கு திரட்டு; கூட்டிச் சேர் *If we pool our ideas we should come up with a good plan.*

poor /pɔː(r)/ *adj.* **1** not having enough money to have a comfortable life வசதியான வாழ்க்கைக்கு வேண்டிய அளவு பணம் இல்லாத; பண வசதி குறைவாயுள்ள; ஏழ்மையான *Richer countries could do more to help poorer countries.* ✪ **OPP rich 2 the poor** *noun* [*pl.*] people who do not have enough money to have a comfortable life வசதியான வாழ்க்கைக்கு வேண்டிய அளவு பணம் இல்லாதவர்கள்; ஏழைகள் **3** of low quality or in a bad condition தரம் தாழ்ந்த; மோசமான நிலையில் உள்ள; குறைபாடுடைய; மட்டமான *The industry has a poor safety record.* **4** used when you are showing that you feel sorry for sb ஒருவர் மீதான இரக்கத்தை வெளிப்படுத்தப் பயன்படுத்தப்படும் சொல்: இரங்கத்தக்க; வருத்தததிற்குரிய *Poor Karthik! He's very upset!*

poorly[1] /ˈpɔːli/ *adv.* not well; badly குறைபட்டதாக; பற்றாக்குறையாக; மோசமாக *a poorly paid job*

poorly[2] /ˈpɔːli/ *adj.* (*BrE informal*) not well; ill உடல்நலமற்ற; நோயுற்ற *I'm feeling a bit poorly.*

pop[1] /pɒp/ *verb* (**popping; popped**) **1** [I, T] to make a short sudden sound like a small explosion; to cause sth to do this சிறு வெடி போன்ற திடீர் ஒலி எழுப்பு; விரைந்த சிறு வெடிப்பொலி செய் *He popped the balloon.* **2** [I] **pop across, down, out, etc.** to come or go somewhere quickly or suddenly அவசரமாக அல்லது திடீரென்று ஓரிடத்திற்கு வா அல்லது போ *I'm just popping out to the shops.* **3** [T] **pop sth in, into, etc. sth** to put or take sth somewhere quickly or suddenly விரைவியக்கமுடன் அல்லது திடீரென்று ஓரிடத்தில் ஒன்றை வை அல்லது ஓரிடத்திற்கு ஒன்றைக் கொண்டுசெல் *She popped the note into her bag.*

PHR V pop in to make a quick visit விரை பயணமாக ஓரிடத்திற்குச் செல்; எட்டிப் பார்த்துவிட்டுப் போ *Why don't you pop in for a cup of tea?*

pop out to come out (of sth) suddenly or quickly திடீரென அல்லது வேகமாக (ஒன்றிலிருந்து) வெளிப்படு *Her eyes nearly popped out of her head in surprise.*

pop up (*informal*) to appear or happen when you are not expecting it எதிர்பாராத சமயத்தில் தோன்று அல்லது நிகழ்வுறு

pop[2] /pɒp/ *noun* **1** [U] (*also* **pop music**) modern music that is most popular among young people இள வயதினரிடையே பெரு விருப்புக்குரியதாக உள்ள இக்கால இசை வகை; பொது விருப்பு இசை *a pop group* ➪ **jazz, rock** மற்றும் **classical** பார்க்க. **2** [C] a short sudden sound like a small explosion திடீரென்ற சிறு வெடிப்பொலி *There was a loud pop as the champagne cork came out of the bottle.*

pop. *abbr.* population (மக்கள் தொகை) என்பதன் குறுக்கம் *pop. 12 m*

popcorn /ˈpɒpkɔ:n/ *noun* [U] a type of corn that is heated until it bursts and forms light whitish balls that are eaten with salt or sugar sprinkled on them வெடித்துக் கனமற்ற வெண்ணிற உருண்டைகள் ஆகுமாறு வெம்மையூட்டி உப்பு அல்லது சர்க்கரை சேர்த்து உண்ணப்படும் தானிய வகை; மக்காச்சோளப் பொறி

pope /pəʊp/ *noun* [C] the head of the Roman Catholic Church ரோமன் கத்தோலிக்கத் திருச்சபையின் தலைவர்; போப்பாண்டவர்

poplar /ˈpɒplə(r)/ *noun* [C] a tall straight tree with soft wood நேர்க்குத்தாக வளரும் உயரமான உறுதியற்ற மர வகை

poppadum = **papad**

popper /ˈpɒpə(r)/ (*also* **press stud**, *AmE* **snap**) *noun* [C] two round pieces of metal or plastic that you press together in order to fasten a piece of clothing ஆடையைப் பொருத்துவதற்காக ஒருங்குசேர்த்து அமுக்கி இணைக்கப்படும், இரண்டு உருண்டை வடிவ உலோக அல்லது பிளாஸ்டிக் பொருள்கள்; குமிழ்ப் பொத்தான் ➪ **button** பதிவில் படம் பார்க்க.

poppy /ˈpɒpi/ *noun* [C] (*pl.* **poppies**) a bright red wild flower that has small black seeds சிறு கரு நிற விதைகளுடைய ஒளிர் செந்நிறக் காட்டுப் பூ வகை; கசகசாச் செடியின் பூ

Popsicle™ /ˈpɒpsɪkl/ *noun* [C] (*AmE*) = **ice lolly**

popular /ˈpɒpjələ(r)/ *adj.* **1 popular (with sb)** liked by many people or by most people in a group பலரால் அல்லது ஒரு பிரிவைச் சேர்ந்த பெரும்பான்மையினரால் விரும்பப்படுகிற; பிரபலமான *a popular holiday resort* • *He's always been very popular with his pupils.* ✪ OPP **unpopular 2** made for the tastes and knowledge of ordinary people சாதாரண மக்களது சுவைக்கும் அறிவு நிலைக்கும் ஏற்பத் தயாரிக்கப்படுகிற *The popular newspapers seem more interested in scandal than news.* **3** (*only before a noun*) of or for a lot of people மிகப் பலருக்குரிய; மிகப்பலருடைய; பேரளவினருக்கான *The programme is being repeated **by popular demand**.*

popularity /ˌpɒpjuˈlærəti/ *noun* [U] the quality or state of being liked by many people பலரால் விரும்பப்படும் தன்மை அல்லது நிலை; பொது மதிப்பு; நற்பெயர்; பிரபலம் *The band's popularity is growing.*

popularize (*also* **-ise**) /ˈpɒpjʊləraɪz/ *verb* [T] to make a lot of or most people like sth ஒன்றை மிகப் பலர் அல்லது பெரும்பான்மையினர் விரும்பச் செய்; பலரது விருப்புக்கு அல்லது பாராட்டுக்கு ஒன்றை உரியதாக்கு; பிரபலப்படுத்து *The film popularized her novels.*

popularly /ˈpɒpjələli/ *adv.* by many people; generally பலரால்; பலரிடையே; பரவலாக; பொதுநிலையில் *Tendulkar is popularly known as the Little Master.*

populate /ˈpɒpjuleɪt/ *verb* [T] (*usually passive*) to fill a particular area with people குறிப்பிட்ட பகுதியில் மக்கள் இடங்கொள்ளச் செய்; குடியேற்று *Parts of the country are very thinly populated.*

population /ˌpɒpjuˈleɪʃn/ *noun* **1** [C, U] the number of people who live in a particular area, city or country குறிப்பிட்ட பகுதியில், நகரத்தில் அல்லது நாட்டில் வாழும் மக்களின் எண்ணிக்கை; ஓரிடத்தின் மக்கள் தொகை *What is the population of your country?* • *an increase/a fall in population* **2** [C] all the people who live in a particular place or all the people or animals of a particular type that live somewhere குறிப்பிட்ட இடத்தில் வாழும் அனைத்து மக்களின் தொகுதி; ஓரிடத்தில் வாழும் குறிப்பிட்ட வகைப்பட்ட அனைத்து மக்களின் அல்லது விலங்குகளின் தொகுதி *the local population* • *the male/female population*

porcelain /ˈpɔ:səlɪn/ *noun* [U] a hard white substance that is used for making expensive cups, plates, etc. விலை மதிப்புடைய குவளைகள், தட்டங்கள் முதலியவை செய்யப் பயன்படுத்தப்படும் கடினத் தன்மையுள்ள வெண்ணிறப் பொருள்; பீங்கான்

porch /pɔ:tʃ/ *noun* [C] **1** (*BrE*) a small covered area at the entrance to a house or church வீடு அல்லது கிறிஸ்தவத் தேவாலய முகப்பின் மேற்கவிகையுள்ள சிறு பகுதி; மூடு முன்றில் **2** (*AmE*) = **veranda**

porcupine /ˈpɔ:kjupaɪn/ *noun* [C] an animal covered with long thin sharp parts (**quills**) which it can lift up to protect itself when it is attacked தாக்கப்படும்போது தன்னைப் பாதுகாத்துக்கொள்வதற்காக மேலுயர்த்தக் கூடிய நீண்டு மெலிதான முட்கள் கொண்ட உடலுடைய விலங்கு; முள்ளம்பன்றி

pore¹ /pɔ:(r)/ *noun* [C] one of the small holes in your skin through which sweat can pass வியர்வை வெளிவரக்கூடிய தோலிலுள்ள சிறு துளைகளில் ஒன்று; மயிர்க்கண்

pore² /pɔ:(r)/ *verb*

PHR V **pore over sth** to study or read sth very carefully ஒன்றை மிக உன்னிப்பாக அல்லது கருத்தூன்றிப் படி அல்லது பயில்

pork /pɔ:k/ *noun* [U] meat from a pig பன்றி இறைச்சி ➪ **bacon** பார்க்க.

pornography /pɔ:ˈnɒgrəfi/ (*informal* **porn** /pɔ:n/) *noun* [U] books, magazines, films, etc. that describe or show sexual acts in order to cause sexual excitement பாலியல் கிளர்ச்சியைத் தூண்டும் நோக்கத்துடன் உடற் புணர்ச்சி சார்ந்த செயல்களை வெளிப்படையாக விவரிக்கும்

அல்லது காட்சிப்படுத்தும் நூல்கள், இதழ்கள், திரைப்படங்கள் முதலியவை; ஆபாசப் படைப்பு ▶ **pornographic** /ˌpɔːnəˈɡræfɪk/ *adj.*

porous /ˈpɔːrəs/ *adj.* allowing liquid or air to pass through slowly நீர்மத்தை அல்லது காற்றைக் கசிய விடுகிற; நுண் துளைகளுடைய *porous rock* ✪ OPP **non-porous**

porpoise /ˈpɔːpəs/ *noun* [C] a sea animal with a pointed nose that lives in groups. Porpoises are similar to **dolphins** but smaller டால்ஃபின்கள் போன்ற தோற்றமுடைய ஆனால் அவற்றை விடச் சிறிய, கூரிய மூக்குடைய, கூட்டங்கூட்டமாக வாழும் கடல் விலங்கு வகை

porridge /ˈpɒrɪdʒ/ *noun* [U] a soft, thick white food that is made from a type of grain (**oats**) boiled with milk or water and eaten hot புல்லரிசி மணிகளிலிருந்து தயாரிக்கப்படும், பாலுடன் அல்லது நீருடன் சேர்த்துக் கொதிக்க வைக்கப்பட்டுச் சூடாக உண்ணப்படுகிற கெட்டித்தன்மையுள்ள வெண்ணிறத் திரவ உணவு வகை; (புல்லரிசிக்) கூழ்; கஞ்சி

port /pɔːt/ *noun* **1** [C, U] an area where ships stop to let goods and passengers on and off பொருள்களை மற்றும் பயணிகளை ஏற்றவும் இறக்கவும் கப்பல்கள் நிற்கும் இடம்; துறைமுகம் *a fishing port • The damaged ship reached port safely.* **2** [C] a town or city that has a large area of water where ships load cargo, etc. கப்பல்கள் சரக்கு முதலியவற்றை ஏற்றிக்கொள்வதற்கு வசதியாகப் பரந்த நீர்ப்பரப்புடைய நகரம் அல்லது மாநகரம்; துறைமுகப் பட்டினம் *Mumbai is a major port.* **3** [U] a strong sweet red wine வெறியத் திறன் மிக்க, இனிப்பான செந்நிறத் திராட்சை மது **4** [U] the side of a ship that is on your left when you are facing towards the front of the ship கப்பலின் முன்பகுதியை நோக்கி நிற்கும்போது தனது இடது பக்கமாகக் காணப்படும் கப்பலின் பகுதி ✪ OPP **starboard**

portable /ˈpɔːtəbl/ *adj.* that can be moved or carried easily எளிதாக இடம் பெயர்க்கத்தக்க அல்லது எடுத்துச் செல்லக்கூடிய *a portable television* ➪ **movable** மற்றும் **mobile** பார்க்க.

portal /ˈpɔːtl/ *noun* [C] a **website** that is used as a point of entry to the Internet, where information has been collected that will be useful to a person interested in particular kinds of things தனிப்பட்ட துறை ஈடுபாடு உள்ளவர்களுக்குப் பயன்படத்தக்க தகவல் திரட்டி வைக்கப்பட்டிருக்கும், இணையத்திற்கு நுழைவாயிலாகப் பயன்படுத்தப்படும் வலைத் தள முகவரி *a business/health/children's portal*

portal vein (*also* **hepatic portal vein**) *noun* [C] (*medical*) a vein that takes blood from the stomach and other organs near the stomach to the **liver** இரைப்பை மற்றும் இரைப்பையை ஒட்டியுள்ள உறுப்புகளிலிருந்து குருதியைக் கல்லீரலுக்குக் கொண்டுசெல்லும் குருதி நாளம்; ஈரல் சிரை

porter /ˈpɔːtə(r)/ *noun* [C] **1** a person whose job is to carry suitcases, etc. at a railway station, airport, etc. தொடர்வண்டி நிலையம், விமான நிலையம் முதலிய இடங்களில் பயணிகள் கைப்பெட்டிகள் முதலியவற்றைச் சுமந்து செல்லும் தொழிலர்; சுமைக் கூலியாள் **2** a person whose job is to be in charge of the entrance of a hotel or other large building தங்கல் மனை அல்லது பிற பெரிய கட்டடத்தின் நுழைவாயில் காவற் பணியாளர்; வாயிற்காவலர்

portfolio /pɔːtˈfəʊliəʊ/ *noun* (*pl.* **portfolios**) **1** a thin flat case used for carrying papers, drawings, etc. வரைபடங்கள், ஆவணங்கள் முதலியவற்றை உள்ளிட்டுக் கொண்டுசெல்லப் பயன்படுத்தப்படும் மெல்லிய, தட்டையான உறை; பையுறை **2** a collection of photographs, drawings, documents, etc. that you carry as an example of your work, especially when applying for a job குறிப்பாக ஒரு வேலைக்கு விண்ணப்பிக்கும்போது, தனது சாதனையின் எடுத்துக்காட்டாக ஒருவர் காண்பிப்பதற்குரிய புகைப்படங்கள், வரைபடங்கள் முதலியவற்றின் தொகுதி; பணித் தகுதிச் சான்று *She spent most of last year getting her portfolio together.* **3** (*finance*) a list of shares owned by a particular person or organization (நிதி வகையில்) குறிப்பிட்ட ஒரு நபருக்கு அல்லது நிறுவனத்திற்கு உரிமையான பங்குகளின் பட்டியல் **4** (*formal, especially BrE*) the specific area of responsibility of a government minister ஓர் அமைச்சரின் பொறுப்பில் உள்ள துறை *the defence portfolio • a minister without portfolio*

porthole /ˈpɔːthəʊl/ *noun* [C] a small round window in a ship கப்பலின் சிறு வட்ட வடிவச் சன்னல்; கப்பற் சாளரம்

portion /ˈpɔːʃn/ *noun* [C] **a portion (of sth) 1** a part or share of sth ஒன்றன் பகுதி அல்லது பங்கு; பாகம்; கூறு *What portion of your salary goes on tax? • We must both accept a portion of the blame.* **2** an amount of food for one person (especially in a restaurant) (குறிப்பாக உணவகத்தில் வழங்கப்படும்) ஓராளுக்கான உணவளவு *Could we have two extra portions of chips, please?* ➪ **helping** பார்க்க.

portrait /ˈpɔːtreɪt/ *noun* [C] **1** a picture, painting or photograph of a person ஓராளினுடைய வரைபடம், ஓவியம் அல்லது நிழற்படம்; உருவப்படம் *to paint sb's portrait* **2** a description of sb/sth in words ஒருவரை/ஒன்றைப் பற்றிய சொற்களாலான வருணனை; சொல்லோவியம்

portray /pɔːˈtreɪ/ *verb* [T] **1** to show sb/sth in a picture; to describe sb/sth in a piece of writing

ஒருவரை/ஒன்றை உருவப்படமாகத் தோற்றுவி; உருவப்படம் எழுது; ஒருவரை/ஒன்றைச் சொற்களால் வருணி *Girish Karnard portrayed the problems of today using history and mythology.* **2 portray sb/sth as sth** to describe sb/sth in a particular way குறிப்பிட்ட முறையில் ஒருவரை/ ஒன்றை விவரி *In many of his novels life is portrayed as being hard.* **3** to act the part of sb in a play or film ஒரு நாடகத்தில் அல்லது திரைப்படத்தில் ஒரு பாத்திரமேற்று நடி *In this film she portrays a very old woman.* ▶ **portrayal** /pɔː ˈtreɪəl/ *noun* [C]

pose[1] /pəʊz/ *verb* **1** [T] to create or give sb sth that he/she has to deal with ஒருவர் கையாள வேண்டிய அல்லது தீர்வு காண வேண்டிய ஒன்றை உருவாக்கு அல்லது ஒன்றை அவருக்குக் கொடு *to pose a problem/threat/ challenge/risk* • *to pose* (= ask) *a question* **2** [I] to sit or stand in a particular position for a painting, photograph, etc. ஓவியம் தீட்டுதல், நிழற்படம் எடுத்தல் முதலியவற்றுக்காகக் குறிப்பிட்ட முறையில் உட்கார் அல்லது நில்; குறிப்பிட்ட தோற்ற நிலையில் அமைவுறு *After the wedding we all posed for photographs.* **3** [I] **pose as sb/sth** to pretend to be sb/sth ஒருவராக/ஒன்றாகப் பாவனை செய்; நடி *The robbers got into the house by posing as telephone engineers.* **4** [I] to behave in a way that is intended to impress people who see you பார்ப்போர் மெச்சுதலை நோக்கமாகக் கொண்டு குறிப்பிட்ட முறையில் நடந்துகொள்; பிறர் கருத்தை ஈர்க்கும் நோக்கத்துடன் தனித்திறம் பாவி *They hardly swam at all. They just sat posing at the side of the pool.*

pose[2] /pəʊz/ *noun* [C] **1** a position in which sb stands, sits, etc. especially in order to be painted or photographed குறிப்பாகத் தனது உருவம் தீட்டப்படுவதற்கான அல்லது நிழற்படம் எடுக்கப்படுவதற்கான, ஒருவரது நிற்கும் அல்லது உட்காரும் நிலை; தோற்ற நிலை **2** a way of behaving that is intended to impress people who see you தன்னைப் பார்ப்போரது மெச்சுதலைப் பெறும் நோக்கத்துடனான ஒருவரது நடத்தை முறை; பாவிப்பு

posh /pɒʃ/ *adj.* (*informal*) **1** fashionable and expensive புது நடைப்பாணியும் மிகு விலை மதிப்பும் உடைய; நவ நாகரிகமான *We went for a meal in a really posh hotel.* **2** (*BrE*) (used about people) belonging to or typical of a high social class (ஆட்கள் வகையில்) மேற்குடியினருக்குரிய; சமுதாய உயர்படி நிலையில் உள்ளவர்களுக்கு உரித்தான

position[1] /pəˈzɪʃn/ *noun* **1** [C, U] the place where sb/sth is or should be ஒருவர்/ஒன்று இருக்கிற அல்லது இருக்க வேண்டிய இடம்; இருப்பு நிலை *Are you happy with the position of the chairs?* • *All the dancers were* ***in position*** *waiting for the music to begin.* **2** [C, U] the way in which sb/sth sits or stands, or the direction that sth is pointing in ஒருவர்/ஒன்று உட்காரும் அல்லது நிற்கும் முறை; ஒன்று நோக்கியிருக்கும் திசை *My leg hurts when I* ***change position***. • *Turn the switch to the off position.* **3** [C, *usually sing.*] the state or situation that sb/ sth is in ஒருவர்/ஒன்று காணப்படுகிற நிலை அல்லது சூழல்; நிலைமை *I'm in a very* ***difficult position***. • *I'm not* ***in a position*** *to help you financially.* **4** [C] **a position (on sth)** what you think about sth; your opinion ஒன்று குறித்த எண்ணம்; கருத்து *What is your position on smoking?* **5** [C, U] the place or level of a person, company, team, etc. compared to others பிறருடன்/பிறவற்றுடன் ஒப்பிட்டு நோக்கும்போது ஓராள், ஒரு நிறுவனம், ஓர் அணி முதலியவை அடையப் பெற்றுள்ள இடம் அல்லது நிலை; படிநிலை; தர நிலை; தகுதி நிலை *the position of women in society* • *Wealth and position are very important to some people.* **6** [C] a job வேலை; தொழில்; பணியிடம்; பணி நிலை *There have been over a hundred applications for the position of Sales Manager.* ✪ SYN **post 7** [C] the part you play in a team game அணி விளையாட்டில் ஒருவரது பங்கு அல்லது கடமைப் பொறுப்பு *Ponnudurai can play any position except goalkeeper.*

position[2] /pəˈzɪʃn/ *verb* [T] to put sb/sth in a particular place or position குறிப்பிட்ட இடத்தில் அல்லது நிலையில் ஒருவரை/ஒன்றை வை; இருத்து *Maya positioned herself near the door so she could get out quickly.*

positive /ˈpɒzətɪv/ *adj.* **1** thinking or talking mainly about the good things in a situation, in a way that makes you or sb else feel hopeful and confident நம்பிக்கை உணர்வும் தன்னம்பிக்கையும் கொள்ளச் செய்யும் முறையில் ஒரு சூழல் குறித்துப் பெரும்பாலும் நல் வாய்ப்புகளைப் பற்றிச் சிந்திக்கிற அல்லது பேசுகிற; ஆக்கபூர்வமான *Their reaction to my idea was generally positive.* • ***Positive thinking*** *will help you to succeed.* ✪ OPP **negative 2 positive (about sth/that...)** certain; sure உறுதிப்பாடுடைய; ஐயுறவு கொள்ளாத; உறுதியாக நம்புகிற *Are you positive that this is the woman you saw?* **3** clear; definite தெளிவான; ஐயத்துக்கு இடமற்ற; வெளிப்படையான; உறுதியான *There is no positive evidence that he is guilty.* • *to take positive action* **4** (used about a medical or scientific test) showing that sth has happened or is present (மருத்துவ அல்லது அறிவியல் சோதனை வகையில்) ஒன்று நிகழ்ந்துள்ளதாக அல்லது இருப்பதாகக்

காட்டுகிற; ஒரு மெய்ம்மையை உறுதி செய்கிற *The result of the pregnancy test was positive.* • *Two athletes tested positive for steroids.* ✪ OPP **negative 5** (used about a number) more than zero பூஜ்யத்தை விடப் பெரிதான; நேர் எண்ணான ✪ OPP **negative**

positively /ˈpɒzətɪvli/ *adv.* **1** with no doubt; firmly ஐயத்துக்கு இடமில்லாமல்; உறுதியாக *I was positively convinced that I was doing the right thing.* **2** in a way that shows you are thinking about the good things in a situation, not the bad ஒரு சூழல் குறித்த மோசமானவைகளை அல்லாது நலமானவைகளைப் பற்றிச் சிந்திப்பதை வெளிப்படுத்தும் முறையில்; எதிர்மறையான சிந்தனையாக அல்லாது ஆக்கபூர்வமாக *Thinking positively helps many people deal with stress.* **3** (used about a person's way of speaking or acting) in a confident and hopeful way (ஒருவர் பேசும் அல்லது செயல்படும் முறை குறித்துப் பேசுகையில்) தன்னம்பிக்கையுடன்; நம்பிக்கை உணர்வுடன் *The team played cautiously for the first ten minutes, then continued more positively.* **4** (*informal*) (used for emphasizing sth) really; extremely (ஒன்றை வலியுறுத்தும் முறையில் பயன்படுத்தப்படுவது) மிகவும்; உண்மையாகவே; மிக்க அளவில்; பெரிதும் *He wasn't just annoyed—he was positively furious!*

possess /pəˈzes/ *verb* [T] (*not used in the continuous tense*) **1** (*formal*) to have or own sth ஒன்றை உடைமையாகப் பெற்றிரு; உடையவராயிரு; உடையதாயிரு *They lost everything they possessed in the fire.* • *Neetu possesses a natural ability to make people laugh.* **2** to influence sb or to make sb do sth ஒருவர் மீது தாக்கம் ஏற்படுத்து; மாற்ற விளைவு உண்டுபண்ணு; ஒருவர் ஒரு செயலைச் செய்யச் செய் *What possessed you to say a thing like that!*

NOTE இவ்வினை தொடர்வினையாக வராவிடினும் இதன் நிகழ்கால வினையெச்ச வடிவம் (= -ing வடிவம்) பொதுவழக்காகும்—*Any student possessing the necessary qualifications will be considered for the course.*

possession /pəˈzeʃn/ *noun* **1** [U] the state of having or owning sth ஒன்றைக் கைக்கொண்டிருக்கும் அல்லது உடைமையாகப் பெற்றிருக்கும் நிலை; கையாட்சி; அனுபவ உரிமை *The gang were caught* ***in possession of*** *stolen goods.* • *Enemy forces managed to* ***take possession of*** *the town.* **2** [C, *usually pl.*] something that you have or own தான் வைத்திருக்கும் அல்லது உடைமையாகப் பெற்றிருக்கும் ஒன்று; உடைமை; சொத்து *Balu packed all his possessions and left.*

possessive /pəˈzesɪv/ *adj.* **1 possessive (of/about sb/sth)** not wanting to share sb/sth ஒருவரை/ஒன்றைப் பகிர்ந்துகொள்ள விரும்பாத; மிகைப் பற்றீடுபாடு உடைய *Aditya is so possessive with his toys—he won't let other children play with them.* **2** (*grammar*) used to describe words that show who or what a person or thing belongs to ஒருவர்/ஒன்று இன்னாருக்கு அல்லது இன்னதற்கு உரியர்/உரிது என்பதைக் காட்டும் சொற்களைக் குறிப்பிடப் பயன்படுத்தப்படுகிற; உடைமைப் பொருளைக் குறிக்கும் சொற்கள் சார்ந்த; ஆறாம் வேற்றுமை குறித்த *'My', 'your' and 'his' are possessive adjectives.* • *'Mine', 'yours' and 'his' are possessive pronouns.*

possessor /pəˈzesə(r)/ *noun* [C] a person who has or owns sth ஒன்றைப் பெற்றிருப்பவர் அல்லது உடைமையாகக் கொண்டிருப்பவர்; உரிமையாளர்; உடைமையாளர்; ஒன்றின் சொந்தக்காரர்

possibility /ˌpɒsəˈbɪləti/ *noun* (*pl.* **possibilities**) **1** [U, C] **(a) possibility (of sth/doing sth); (a) possibility that...** the fact that sth might exist or happen, but is not likely to ஒன்று இருப்பதற்கான அல்லது நிகழ்வதற்கான வாய்ப்புள்ள ஆனால் இல்லாது அல்லது நிகழாது போகக்கூடிய மெய்ம்மை நிலை; சாத்தியம்; வாய்ப்பு நிலை *There's not much possibility of the letter reaching you before Saturday.* • *There is* ***a strong possibility*** *that the fire was started deliberately.* **2** [C] one of the different things that you can do in a particular situation or in order to achieve sth குறிப்பிட்ட சூழ்நிலையில் அல்லது ஒன்றை நிறைவேற்ற வேண்டி ஒருவர் செய்யத்தக்கதாகக் காணப்படுகிற வெவ்வேறான செயல்களில் ஒன்று; சாத்தியக் கூறு; வாய்ப்புக் கூறு *There is a wide range of possibilities open to us.*

possible /ˈpɒsəbl/ *adj.* **1** that can happen or be done நிகழக்கூடிய அல்லது செய்யக்கூடிய *I'll phone you back* ***as soon as possible.*** • *Could you give me your answer today,* ***if possible****?* • *The doctors did* ***everything possible*** *to save his life.* • *You were warned of all the possible dangers.* ✪ OPP **impossible 2** that may be suitable or acceptable பொருத்தமாக அல்லது ஏற்புடையதாக/ஏற்புடையவராக இருக்கக்கூடிய; தகுதிப்பாட்டுக்கான வாய்ப்புடைய *There are four possible candidates for the job.* ⇨ **probable** பார்க்க. **3** used after adjectives to emphasize that sth is the best, worst, etc. of its type ஒரே வகையைச் சார்ந்த பலவற்றுள் ஒன்றின் மேல்எல்லையை அல்லது கீழ் எல்லையை வலியுறுத்திக் கூறும் முறையில் பெயரடைகளுக்குப் பின் வருவது *Alone and with no job or money, I was in the worst possible situation.*

possibly /ˈpɒsəbli/ *adv.* **1** perhaps; maybe ஒரு வேளை; ஓரளவு வாய்ப்புள்ளதாக அல்லது நிகழக் கூடியதாக *'Will you be free on Sunday?' 'Possibly.'* **2** (used for emphasizing sth) according to what is possible (ஒன்றை வலியுறுத்தப் பயன்படுத்தப்படுவது) கூடியவரையில்; இயலுமளவில்; வாய்ப்பு நிலையைப் பொறுத்து *I will leave as soon as I possibly can.*

post[1] /pəʊst/ *noun* **1** (*also AmE* **mail**) [U] the system or organization for collecting and dealing with letters, packages, etc. கடிதங்கள், கட்டுகள் முதலியவற்றைத் திரட்டி அவற்றைக் கையாள்வதற்கான அமைப்பு அல்லது நிறுவனம்; அஞ்சல் அமைப்பு; அஞ்சல் துறை *The document is too valuable to send **by post**. • If you hurry you might **catch the post*** (= post it before everything is collected). **2** (*AmE* **mail**) [U] letters, packages, etc. that are collected or brought to your house அஞ்சல் துறையினரால் திரட்டி எடுத்துச் செல்லப்படும் அல்லது உரியோருக்கு வழங்கப்படும் கடிதங்கள், கட்டுகள் முதலியவை *Has the post come yet this morning? • There wasn't any post for you.* **3** [C] a job தொழில்; வேலை; பணியிடம்; பணிநிலை *The post was advertised in the local newspaper.* ✪ **SYN position** **4** [C] a place where sb is on duty or is guarding sth ஒருவர் பணி செய்யும் அல்லது ஒன்றைக் காவல்புரியும் இடம்; பணியிடம்; காவலிடம் *The soldiers had to remain at their posts all night.* **5** [C] an upright piece of metal or wood that is put in the ground to mark a position or to support sth ஒன்றின் இருப்பு நிலையைக் குறிப்பதற்காக அல்லது ஒன்றைத் தாங்கி நிற்பதற்காகத் தரையில் ஊன்றப்படும் நேர்க்குத்தான உலோக அல்லது மரத்துண்டு; நிலைக்கால்; கம்பம்; இலக்குக்குறிக் கம்பம் *a goalpost • Can you see a sign post any where?*

IDM **by return (of post)** ➪ **return**[2] பார்க்க.

post[2] /pəʊst/ *verb* [T] **1** (especially *AmE* **mail**) to send a letter, package, etc. by post கடிதம், கட்டு முதலியவற்றை அஞ்சல் வழியாக அனுப்பு *This letter was posted yesterday.*

> **NOTE** (பெயர், வினை ஆகிய இரு வடிவங்களிலும்) பிரிட்டன் வழக்கில் **post** என்ற சொல்லும் அமெரிக்க வழக்கில் **mail** என்ற சொல்லும் பெருமளவு பயன்பாட்டில் உள்ளன. பிரிட்டன் வழக்கில் **mail** பெயர்ச்சொல்லாகவும் பயன்படுத்தப்படுகிறது. **Airmail** (வான்வழி அஞ்சல்), **surface mail** (தரைவழி அஞ்சல்) ஆகிய வழக்குகளையும் கவனத்தில் கொள்க.

2 to send sb to go and work somewhere ஓரிடத்திற்குச் சென்று பணி செய்ய ஒருவரை அனுப்பி வை *After two years in London, she was posted to the Tokyo office.* **3** to put sb on guard or on duty in a particular place குறிப்பிட்ட இடத்தில் காவற்பணிக்கு அல்லது ஒரு பணிப்பொறுப்புடன் ஒருவரை அமர்த்து *Policemen were posted outside the building.* **4** (*formal*) (*usually passive*) to put a notice where everyone can see it பொது இடத்தில் ஒரு தகவல் அறிக்கையை ஒன்றில் பொருத்தி வை *The exam results will be posted on the main noticeboard.*

post- /pəʊst/ *prefix* (*used in nouns, verbs and adjectives*) after அடுத்து; பின்தொடர்வான; பின் நிகழ்வான *postgraduate • post-war* ➪ **ante-** மற்றும் **pre-** பார்க்க.

postage /ˈpəʊstɪdʒ/ *noun* [U] the amount that you must pay to send a letter, package, etc. ஒரு கடிதம், கட்டு முதலியவற்றை அனுப்புவதற்குச் செலுத்தப்பட வேண்டிய பணத் தொகை; அஞ்சல் கட்டணம்

postage stamp = **stamp**[1] **1**

postal /ˈpəʊstl/ *adj.* connected with the sending and collecting of letters, packages, etc. கடிதங்கள், கட்டுகள் முதலியவற்றை அனுப்புதல் மற்றும் பெறுதல் தொடர்பான; அஞ்சல் சேவை சார்ந்த

postal order (*also* **money order**) *noun* [C] a piece of paper that you can buy at a post office that represents a certain amount of money. A postal order is a safe way of sending money by post அஞ்சல் நிலையத்தில் விலைக்கு வாங்குதற்குரிய, குறிப்பிட்ட பண மதிப்புள்ள தாள்; அஞ்சல் ஆணை. அஞ்சல் ஆணை என்பது அஞ்சல் வழியாகப் பாதுகாப்பாகப் பணம் அனுப்புதற்குரிய ஒரு வழிமுறையாகும்

postbox /ˈpəʊstbɒks/ (*also* **letter box**, *AmE* **mailbox**) *noun* [C] a box in a public place where you put letters, etc. that you want to send அஞ்சல் வழி அனுப்புதற்குரிய கடிதங்கள் முதலியவற்றைப் போடுவதற்கான பொது இடத்தில் வைக்கப்பட்டுள்ள பெட்டி; அஞ்சல் பெட்டி

postcard /ˈpəʊstkɑːd/ *noun* [C] a card that you write a message on and send to sb. Postcards have a picture on one side and are usually sent without an envelope உரிய செய்தியை எழுதி அஞ்சல் வழியாக ஒருவருக்கு அனுப்பப் பயன்படுத்தும் அட்டை; அஞ்சல் அட்டை. இதன் ஒரு பக்கத்தில் படம் அச்சிடப்பட்டிருக்கும். இது வழக்கமாக உறையில் இடாது அனுப்பப்படும்.

postcode /ˈpəʊstkəʊd/ (*AmE* **ZIP code**) *noun* [C] a group of letters and/or numbers that you put at the end of an address (ஓரிடத்தின் அடையாளக் குறியீடாகக்) கடித முகவரியின் இறுதியில் எழுதப்படும் எழுத்துகள் மற்றும்/

அல்லது எண்களின் தொகுதி; அஞ்சல் குறியீட்டு எண்

poster /ˈpəʊstə(r)/ *noun* [C] **1** a large printed picture or a notice in a public place, often used to advertise sth பெரும்பாலும் ஒன்றை விளம்பரப்படுத்தப் பொது இடத்தில் வைக்கப்படும் பெரிய அச்சிடப்பட்ட உருவப் படம் அல்லது அறிவிப்பு வாசகம்; விளம்பரப் படம் **2** a large picture printed on paper that is put on a wall for decoration ஒப்பனையாகச் சுவரில் பொருத்தப்படும், தாளில் அச்சிடப்பட்ட பெரிய உருவப் படம்

posterity /pɒˈsterəti/ *noun* [U] the future and the people who will be alive then எதிர்காலமும் எதிர்காலத்தில் வாழ இருக்கும் மக்களும்; வருங்காலச் சந்ததி; வழித் தோன்றல்கள்; பின்வரும் தலைமுறைகள் *We should look after our environment for the sake of posterity.*

postgraduate /ˌpəʊstˈɡrædʒuət/ *noun* [C] a person who is doing further studies at a university after taking his/her first degree முதல் பட்டம் பெற்றபின் பல்கலைக்கழகத்தில் மேற்படிப்புப் படிப்பவர்; முதுநிலைப் பட்டப்படிப்பு மாணவர் ➪ **graduate** மற்றும் **undergraduate** பார்க்க.

posthumous /ˈpɒstjʊməs/ *adj.* given or happening after sb has died ஒருவரது மரணத்திற்குப் பின் தரப்படுகிற அல்லது நிகழ்கிற; மறைவிற்குப் பிற்பட்ட *a posthumous medal for bravery* ▶ **posthumously** *adv.*

posting /ˈpəʊstɪŋ/ *noun* [C] a job in another country that you are sent to do by your employer ஒருவர் தனது பணி முதல்வரால் அனுப்பப்பட்டு வேறொரு நாட்டில் (அல்லது ஊரில்) செய்ய வேண்டிய பணி; அயல் நாட்டு (அயலூர்)ப் பணி

Post-it™ (*also* **Post-it note**) *noun* [C] a small piece of coloured, sticky paper that you use for writing a note on, and that can be easily removed குறிப்பு எழுதுவதற்காகப் பயன்படுத்தப்படுவதும் எளிதில் அகற்றி விடக் கூடியதுமான ஒட்டும் தன்மையுள்ள சிறு வண்ணத்தாள் ➪ **stationery** பதிவில் படம் பார்க்க.

postman /ˈpəʊstmən/ (*AmE* **mailman**) *noun* [C] (*pl.* **-men** /-mən/) a person whose job is to collect letters, packages, etc. and take them to people's houses கடிதங்கள், கட்டுகள் முதலியவற்றைத் திரட்டி எடுத்துச் சென்று அவற்றை முகவரியாளர்களது வீடுகளில் வழங்குபவர்; கடிதப் பட்டுவாடா செய்யும் அஞ்சல் துறைப் பணியாளர்; தபால்காரர்

postmark /ˈpəʊstmɑːk/ *noun* [C] an official mark over a stamp on a letter, package, etc. that says when and where it was posted ஒரு கடிதம், கட்டு முதலியவை அஞ்சல் செய்யப்பட்ட காட்டக்கூடியதாகக் கடித அஞ்சல் தலைகள் மேல் பதிக்கப்படும் அஞ்சல் துறை முத்திரை; அஞ்சல் முத்திரை

post-mortem /ˌpəʊst ˈmɔːtəm/ *noun* [C] a medical examination of a dead body to find out how the person died இறப்புக்கான காரணத்தைக் கண்டறியும் பொருட்டு இறந்தவர் உடலில் செய்யும் மருத்துவப் பரிசோதனை; பிணப் பரிசோதனை

post-natal /ˌpəʊst ˈneɪtl/ *adj.* (*only before a noun*) connected with the period after the birth of a baby குழந்தை பிறந்த பிறகான காலம் சார்ந்த அல்லது அக்காலத்திற்குரிய; குழந்தையின் பிறப்புக்குப் பிந்தைய ➪ **antenatal** பார்க்க.

post office *noun* [C] **1** a place where you can buy stamps, post packages, etc. அஞ்சல் வில்லைகள் வாங்குதல், கட்டுகளை அஞ்சல் செய்தல் முதலியவற்றுக்கான இடம்; அஞ்சல் நிலையம்; அஞ்சலகம் **2 the Post Office** the national organization that is responsible for collecting and dealing with letters, packages, etc. கடிதங்கள், கட்டுகள் முதலியவற்றைத் திரட்டி அவற்றைக் கையாளுதற்குப் பொறுப்பான தேசிய நிறுவனம்; தேசிய அஞ்சல் நிறுவனம்

postpone /pəˈspəʊn/ *verb* [T] to arrange that sth will happen at a later time than the time you had planned; to delay முன் திட்டமிடப்பட்டிருந்த காலத்திற்கு/நேரத்திற்குப் பிந்தி ஒன்று நடைபெறுவதற்கான ஏற்பாடு செய்; ஒரு நிகழ்ச்சியைத் தள்ளி வை; காலம் தாழ்த்து *The match was postponed because of water on the pitch.* ➪ **cancel** பார்க்க. ▶ **postponement** *noun* [C, U]

postscript /ˈpəʊstskrɪpt/ *noun* [C] an extra message or extra information that is added at the end of a letter, note, etc. கடிதம், குறிப்பு முதலியவற்றின் இறுதியில் சேர்க்கப்படும் மிகைப்படியான செய்தி அல்லது தகவல்; பின் குறிப்பு ➪ **PS** பார்க்க.

posture /ˈpɒstʃə(r)/ *noun* [C, U] the way that a person sits, stands, walks, etc. ஒருவர் உட்கார்வது, நிற்பது, நடப்பது முதலியவற்றின் பாங்கு; தோற்ற அமைவு *Poor posture can lead to backache.*

post-war *adj.* existing or happening in the period after the end of a war, especially the Second World War ஒரு போரின் இறுதிக்குப் பின்னான, குறிப்பாக இரண்டாம் உலகப்போரின் முடிவுக்குப் பிந்தைய, காலப்பகுதியில் காணப்படுகிற அல்லது நிகழ்கிற

pot¹ /pɒt/ *noun* [C] **1** a round container that is used for cooking food in உணவு சமைப்பதற்குப் பயன்படுத்தப்படும் உருண்டை வடிவக் கொள்கலம்; பானை; சட்டி **2** a container that you use for a particular purpose தனிவகைப் பயன்பாட்டுக்குரிய கொள்கலம்; மைப்புட்டி, மலர்த்தொட்டி முதலியவை *a flowerpot • a pot of paint* **3** the amount that a pot contains பானையின் கொள்ளளவு *We drank two pots of tea.*

pot[2] /pɒt/ *verb* [T] (**potting; potted**) **1** to put a plant into a pot filled with soil மண் நிரப்பப்பட்ட தொட்டியில் ஒரு செடியை ஊன்றிவை **2** to hit a ball into one of the pockets in the table in the game of pool, billiards or snooker மேசைக் கோற் பந்தாட்டம் ஒன்றில் ஒரு பையில் விழும்படியாகப் பந்தினை அடி *He potted the black ball into the corner pocket.*

potable /ˈpəʊtəbl/ *adj.* (*formal*) (used about water) safe to drink (நீர் வகையில்) குடிக்கத்தக்க; தீங்கு விளைவிக்காத

potassium /pəˈtæsiəm/ *noun* [U] (*symbol* **K**) a soft silver-white metal that exists mainly in mixtures (**compounds**) which are used in industry and farming தொழிற்சாலைகளிலும் வேளாண் தொழிலிலும் பயன்படுத்தப்படும் பெரும்பாலும் கலவையாக உள்ள மென்மையான ஒளிர் சாம்பல் நிற உலோக வகை; பொட்டாசியம்

potato /pəˈteɪtəʊ/ *noun* [C, U] (*pl.* **potatoes**) a round vegetable that grows under the ground with a brown, yellow or red skin. Potatoes are white or yellow inside உருளைக்கிழங்கு *mashed potato • to peel potatoes* ➪ **vegetable** பதிவில் படம் பார்க்க.

potato crisp (*AmE* **potato chip**) = **crisp**[2]

potent /ˈpəʊtnt/ *adj.* powerful; mighty ஆற்றல் வாய்ந்த; வலிமை உடைய *a potent fighting force* ▶ **potency** /-tnsi/ *noun* [U]

potential[1] /pəˈtenʃl/ *adj.* (*only before a noun*) that may possibly become sth, happen, be used, etc. ஒன்றாக ஆகுதல், நிகழ்தல், பயன்பாடு முதலியவற்றுக்குச் சாத்தியமுள்ள; பின்வள வாய்ப்புடைய; உள்ளார்ந்த ஆற்றல் கொண்டுள்ள *Wind power is a potential source of energy. • potential customers* ▶ **potentially** /pəˈtenʃəli/ *adv.*

potential[2] /pəˈtenʃl/ *noun* [U] the qualities or abilities that sb/sth has but that may not be fully developed yet ஒருவரிடம்/ஒன்றனிடம் உள்ளதும் ஆனால் முழு வளர்ச்சியுறாததாகத் தோன்றுவதுமான இயல்புக் கூறுகள் அல்லது ஆற்றல் கூறுகள்; உள்ளார்ந்த ஆற்றல் *That boy **has great potential** as an athlete.*

potential energy *noun* [U] (*technical*) the form of energy that an object gains as it is lifted ஒரு பொருளை மேலுயர்த்தும்போது அப்பொருள் பெறுகிற ஆற்றல் வகை; உள்நிலை ஆற்றல்

pothole /ˈpɒthəʊl/ *noun* [C] **1** a hole in the surface of a road that is formed by traffic and bad weather போக்குவரத்து, கடுமையான மழை முதலியவற்றின் காரணமாகச் சாலையின் மேற்பரப்பில் உண்டாகும் பள்ளம்; சாலைக் குழி **2** a deep hole in rock that is formed by water over thousands of years and often leads to underground rooms (**caves**) நீர்ப்பிடிப்புக் காரணமாக ஆயிரக்கணக்கான ஆண்டுகளில் பாறையில் உண்டாகும் ஆழமான துளை. இத்துளை பெரும்பாலும் நிலத்தடிக் குகையாக உருவாகிறது.

potholing /ˈpɒthəʊlɪŋ/ *noun* [U] the sport of climbing down inside **potholes 2**, walking through underground tunnels, etc. நிலத்தடியிலுள்ள கற்குகைகளினுள் இறங்கிச் செல்லுதல், சுருங்கைகளில் நடத்தல் முதலிய விளையாட்டு *to go potholing*

pot plant *noun* [C] (*BrE*) a plant that you keep indoors உள்ளிடங்களில் (தொட்டியில்) வைத்து வளர்க்கப்படும் செடி

potter[1] /ˈpɒtə(r)/ (*AmE* **putter**) *verb* [I] **potter (about/around)** to spend your time doing small jobs or things that you enjoy without hurrying சிறு சிறு வேலைகளில் அல்லது நிதானமாகச் செய்யும் மகிழ்வூட்டுச் செயல்களில் நேரத்தைக் கழி; செயல் முனைப்பு வேண்டப்படாத பணிகளைப் பொழுதுபோக்காகச் செய்

potter[2] /ˈpɒtə(r)/ *noun* [C] a person who makes pots, dishes, etc. (**pottery**) from baked clay சுட்ட களிமண்ணால் மண் பாண்டங்கள் முதலியவை செய்யும் வினைஞர்; குயவர்

pottery /ˈpɒtəri/ *noun* (*pl.* **potteries**) **1** [U] pots, dishes, etc. that are made from baked clay சுட்ட களிமண்ணால் செய்யப்படும் மண்குடம், தட்டம் முதலியவை; மட்கலத் தொகுதி; மட்பாண்டம் **2** [U] the activity or skill of making dishes, etc. from clay களிமண்ணால் மட்பாண்டங்கள் செய்யும் செயல் அல்லது செயல் திறன்; மட்பாண்டத் தொழில்; மட்பாண்டக் கலை *a pottery class* **3** [C] a place where clay pots and dishes are made மட்பாண்டங்கள் செய்யும் இடம்

potty /ˈpɒti/ *noun* [C] (*pl.* **potties**) a plastic bowl that young children use when they are too small to use a toilet கழிகலத்தைப் பயன்படுத்த முடியாத இளஞ்சிறார்களுக்கான பிளாஸ்டிக் தட்டம்

pouch /paʊtʃ/ *noun* [C] **1** a small leather bag சிறு தோற்பை வகை **2** a pocket of skin on the stomach of some female animals, for example **kangaroos**, in which they carry their babies கங்காரு போன்ற சில வகை விலங்குகள் தமது குட்டிகளை உடன்கொண்டு செல்லும் வயிற்றுப்பை ➪ **marsupial** பதிவில் படம் பார்க்க.

poultice /ˈpəʊltɪs/ *noun* [C] a soft substance that you spread on a cloth and put on the skin to reduce pain or swelling வலியை அல்லது வீக்கத்தைக் குறைப்பதற்காக ஒரு துணியின் மேல் பரப்பித் தோல் மீது இட்டுக்கொள்ளப்படும் மசிவான பொருள்; பற்று

poultry /ˈpəʊltri/ *noun* **1** [*pl.*] birds, for example chickens, ducks, etc. that are kept for their eggs or their meat முட்டைகளுக்காக அல்லது இறைச்சிக்காக வைத்துப் பேணப்படும் கோழி, வாத்து முதலிய பறவைகள் **2** [U] the meat from these birds மேற்கண்ட பறவைகளின் இறைச்சி

pounce /paʊns/ *verb* [I] **pounce (on sb/sth)** to attack sb/sth by jumping suddenly on him/her/it ஒருவர்/ஒன்றின் மீது திடீரெனத் தாவிக் குதித்து அவரை/அதனைத் தாக்கு; திடுமெனப் பாய்ந்து தாக்கு (*figurative*) *He was quick to pounce on any mistakes I made.*

pound[1] /paʊnd/ *noun* **1** [C] (*also* **pound sterling**) (*symbol* **£**) the unit of money in Britain; one hundred pence (100 p) பிரிட்டனில் புழக்கத்தில் உள்ள 100 பென்னி காசுகள் கொண்ட நாணய அலகு; பவுண்டு *Can you change a ten-pound note?* • *Madhuri earns £ 16,000 a year.* **2** [*sing.*] **the pound** the value of the British pound on international money markets பன்னாட்டுப் பணச் சந்தைகளில் நிலவும் பிரிட்டனின் நாணயத்தின் மதிப்பளவு *The pound has fallen against the dollar.* • *How many yen are there **to the pound**?* **3** [C] (*abbr.* **lb**) a measurement of weight, equal to 0.454 of a kilogram பவுண்டு எடை; 0.454 கிலோகிராம் எடைக்குச் சரியளவான ஒரு நிறையளவைக் கூறு *The carrots cost Rs 10 a pound.* • *Half a pound of mushrooms, please.*

NOTE அளவைகள் பற்றி மேலும் அறிய அகராதிப் பகுதியை அடுத்துள்ள இலக்கங்கள் பற்றிய தனிப்பகுதியைப் பார்க்க.

pound[2] /paʊnd/ *verb* **1** [I] **pound (at/against/on sth)** to hit sth hard many times making a lot of noise ஓசையுடன் ஒன்றைப் பலமுறை வன்மையாகத் தாக்கு; மீண்டும் மீண்டும் பலமாக இடி *She pounded on the door with her fists.* **2** [I] **pound along, down, up, etc.** to walk with heavy, noisy steps in a particular direction குறிப்பிட்ட திசையில் ஓசைப்பட, அழுத்தமாக அடிவைத்து நடந்துசெல்; மிதிப்பொலி எழ நட *Jaya went pounding up the stairs three at a time.* **3** [I] (used about your heart, blood, etc.) to beat quickly and loudly (இதயம், குருதி முதலியவை வகையில்) விரைவாகவும் ஓசையுடனும் அடித்துக்கொள்; ஓசைபட விரைந்து இயங்கு *Her heart was pounding with fear.* **4** [T] to hit sth many times to break it into smaller pieces ஒன்றை மேலும் சிறிதான துண்டுகளாக்க வேண்டி அதனைப் பலமுறை இடி; இடித்துத் தூளாக்கு

pour /pɔ:(r)/ *verb* **1** [T] to make a liquid or other substance flow steadily out of or into a container ஒரு நீர்மம் அல்லது வேறொரு பொருள் ஒரு கொள்கலத்திலிருந்து அல்லது கொள்கலத்தினுள் ஒரே சீராகக் கொட்டச் செய்; ஊற்று *Pour the sugar into a bowl.* **2** [I] (used about a liquid, smoke, light, etc.) to flow out of or into sth quickly and steadily, and in large quantities (திரவம், புகை, ஒளி முதலியவை வகையில்) விரைவாகவும் ஒரே சீராகவும் பெருமளவில் ஒன்றிலிருந்து அல்லது ஒன்றினுள் பாய்; பெய் *Tears were pouring down her cheeks.* • *She opened the curtains and sunlight poured into the room.* **3** [T] **pour sth (out)** to serve a drink to sb by letting it flow from a container into a cup or glass ஒரு கொள்கலத்திலிருந்து ஒரு குடிகலத்தில் அல்லது கண்ணாடிக் குவளையில் ஊற்றி ஒருவருக்குக் குடிநீர்மம் பரிமாறு *Have you poured out the tea?* **4** [I] **pour (down) (with rain)** to rain heavily கன மழை பெய்; மழை கொட்டு *The rain poured down all day long.* **5** [I] to come or go somewhere continuously in large numbers தொடர்ச்சியாகப் பேரெண்ணிக்கையில் ஓரிடத்திற்கு வா அல்லது ஓரிடத்திற்குப் போ; திரளாக வந்து-கொண்டிரு அல்லது போய்க்கொண்டிரு *People were pouring out of the station.*

IDM **pour your heart out (to sb)** to tell sb all your personal problems, feelings, etc. தனது தனிப்பட்ட பிரச்சினைகள், உணர்ச்சிகள் முதலியவற்றை முழுவதுமாக ஒருவரிடம் கூறு; மனத்தில் உள்ளதைக் கொட்டு

PHR V **pour sth out** to speak freely about what you think or feel about sth that has happened to you தனக்கு நேர்ந்த ஒன்று குறித்துத் தனது எண்ணத்தை அல்லது உணர்வை வெளிப்படையாகப் பேசு; மனத்தில் உள்ளதைத் தயக்கமின்றி வெளிப்படுத்து *to pour out all your troubles*

pout /paʊt/ *verb* [I] to push your lips, or your bottom lip, forward to show that you are annoyed about sth or to look sexually attractive ஒன்று குறித்துத் தனது எரிச்சலை வெளிப்படுத்த அல்லது பாலியல் கவர்ச்சியுடன் தோன்ற உதடுகளை அல்லது கீழுதட்டை முன்னோக்கித் தள்ளு; உதடுகளை/கீழுதட்டைப் பிதுக்கு ▶ **pout** *noun* [C]

poverty /ˈpɒvəti/ *noun* [U] the state of being poor ஏழ்மை நிலை; வறுமை *There are millions of people in this country who are living **in poverty**.*

poverty-stricken *adj.* very poor மிகவும் ஏழ்மை நிலையில் உள்ள; வறுமையால் பீடிக்கப்பட்ட

POW /ˌpiː əʊ ˈdʌbljuː/ *abbr.* prisoner of war போர்க்கைதியைக் குறிக்கும் prisoner of war என்பதன் குறுக்கம்

powder /ˈpaʊdə(r)/ *noun* [U, C] a dry substance that is in the form of very small grains நுண் துகள்களாக உள்ள நீர்ப்பசையற்ற பொருள்; பொடி; தூள் *washing powder • Grind the spices into a fine powder.* ▶ **powder** *verb* [T]

powdered /ˈpaʊdəd/ *adj.* (used about a substance that is usually liquid) dried and made into powder (வழக்கமாகத் திரவமாக உள்ள ஒரு பொருள் பற்றிக் குறிப்பிடுகையில்) நீர்ப்பசையறச் செய்து நுண் துகள்களாக்கப்பட்ட; உலர்த்திப் பொடியாக்கப்பட்ட *powdered milk/soup*

power[1] /ˈpaʊə(r)/ *noun* 1 [U] **power (over sb/sth); power (to do sth)** the ability to control people or things or to do sth ஆட்களை அல்லது பொருள்களைக் கட்டுப்படுத்தும் அல்லது செயல்புரியும் வல்லமை; ஆளுமைத் திறம்; செய்திறம் *to have sb **in your power** • **It's not in my power** (= I am unable) to help you.* 2 [U] political control of a country or area ஒரு நாட்டின் அல்லது வட்டாரத்தின் மீதான அரசியல் ஆளுமை; ஆட்சி அதிகாரம்; அரசியல் மேலாட்சி *When did this government **come to power**? • to take/seize power* 3 [C] **the power (to do sth)** the right or authority to do sth ஒன்றைச் செய்வதற்கான உரிமை அல்லது அதிகாரம்; ஆணையுரிமை *Do the police have the power to stop cars without good reason?* 4 [C] a country with a lot of influence in world affairs or that has great military strength உலக விவகாரங்களில் பெருமளவு செல்வாக்குள்ள அல்லது பெரும் படை வலிமையுள்ள நாடு; வல்லரசு நாடு *a military/economic power* ➪ **superpower** மற்றும் **world power** பார்க்க. 5 **powers** [*pl.*] a particular ability of the body or mind உடலின் அல்லது மனத்தின் தனித்திறம்; சிறப்பாற்றல்; உட்திறன்; வல்லமை *He has great powers of observation. • She had to use all her powers of persuasion on him.* 6 [U] the energy or strength that sb/sth has ஒருவரது/ஒன்றின் ஆற்றல் அல்லது வலிமை; இயல் திறம்; சக்தி; உடல் வலிமை; மனவுரம் *The ship was helpless against the power of the storm.* 7 [U] energy that can be collected and used for operating machines, making electricity, etc. ஒன்றிலிருந்து பெற்று இயந்திரங்களை இயக்குதல், மின்சாரம் உற்பத்தி செய்தல் முதலியவற்றுக்குப் பயன்படுத்தப்படும் ஆற்றல்; விசையாற்றல் *nuclear/wind/solar power • This car has power steering.*

power[2] /ˈpaʊə(r)/ *verb* [T] to supply energy to sth to make it work ஒன்றை இயங்க அல்லது செயல்புரியச் செய்வதற்காக அதனுக்கு விசையாற்றல் வழங்கு *What powers the motor in this machine?* ▶ **-powered** *adj. a solar-powered calculator • a high-powered engine*

power cut *noun* [C] a time when the supply of electricity stops, for example during a storm புயல் முதலிய சமயங்களில் மின் வழங்கல் தடைப்படுதல்; மின் தடை

powerful /ˈpaʊəfl/ *adj.* 1 having a lot of control or influence over other people பிறர் மீது பெருமளவு அதிகாரம் அல்லது செல்வாக்குச் செலுத்துகிற; அதிகாரம் அல்லது செல்வாக்கு மிக்க *a powerful nation* 2 having great strength or force பெரும் வலிமை அல்லது விசைத்திறம் கொண்ட; உரம் மிக்க; ஆற்றல் மிக்க *a powerful car/engine/telescope • a powerful swimmer* 3 having a strong effect on your mind or body உடல் அல்லது மனம் மீது அழுத்தமான தாக்கத்தை ஏற்படுத்துகிற; விளைதிறன் மிக்க *The Prime Minister made a powerful speech. • a powerful drug* ▶ **powerfully** /-fəli/ *adv.*

powerless /ˈpaʊələs/ *adj.* 1 without strength, influence or control வலிமையற்ற; செல்வாக்கற்ற; அதிகாரமில்லாத 2 **powerless to do sth** completely unable to do sth அறவே ஒன்றைச் செய்ய முடியாதுள்ள; செயலற்ற *I stood and watched him struggle, powerless to help.*

power point (*BrE*) = **socket[1]**

power station (*AmE* **power plant**) *noun* [C] a place where electricity is made (**generated**) மின்சாரம் உற்பத்தி செய்யப்படும் இடம்; மின் உற்பத்தி நிலையம்

pp *abbr.* 1 **pp.** pages பக்கங்களைக் குறிக்கும் pages என்பதன் குறுக்கம் *See pp. 100–178.* 2 (*also* **p.p.**) 'on behalf of' '(ஒருவர்) சார்பாக' என்னும் பொருள்படப் பயன்படுத்தப்படுவது *pp John Abraham* (= from John Abraham but signed by sb else because he is away)

PR /ˌpiː ˈɑː(r)/ *abbr.* 1 public relations மக்கள் தொடர்பு எனப் பொருள்படும் public relations என்பதன் குறுக்கம் 2 proportional representation சரிவீதப் பிரதிநிதித்துவத்தைக் குறிக்கும் proportional representation என்பதன் குறுக்கம்

practicable /ˈpræktɪkəbl/ *adj.* (used about an idea, a plan or a suggestion) able to be done successfully (கருத்து, திட்டம் அல்லது ஆலோசனை வகையில்) நிறைவாகச் செய்து முடிக்கத்தக்க; நடைமுறைப்படுத்தக்கூடிய; செயற்படுத்தக்கூடிய *The scheme is just not practicable.* ✪ OPP **impracticable**

practical[1] /ˈpræktɪkl/ *adj.* 1 concerned with actually doing sth rather than with ideas or thought கருத்துகள் அல்லது சிந்தனை அல்லாது, ஒன்றை உண்மையாகச் செய்தல் தொடர்பான;

செய்முறை சார்ந்த; நடைமுறைக்குரிய *Have you got any **practical experience** of working on a farm?* ➪ **theoretical** பார்க்க. **2** that is likely to succeed; right or sensible வெற்றியுடன் முடிவுறக் கூடிய; சரியான; அறிவார்ந்த *We need to find a practical solution to the problem.* **3** very suitable for a particular purpose; useful குறிப்பிட்ட நோக்கத்திற்கு மிகவும் பொருத்தமான; பயனுடைய *a practical little car, ideal for the city* **4** (used about people) making sensible decisions and good at dealing with problems (ஆட்கள் வகையில்) அறிவுக்குப் பொருத்தமான முடிவுகள் எடுக்கிற மற்றும் சிக்கல்களை நல்ல முறையில் கையாளுகிற; அனுபவ முதிர்ச்சியுடைய *We must be practical. It's no good buying a house we cannot afford.* ✪ **OPP** பொருள்கள் 2, 3 மற்றும் 4-க்கு **impractical** **5** (used about a person) good at making and repairing things (ஓராள் பற்றிக் குறிப்பிடுகையில்) பொருள்களைச் செய்வதிலும் சீர்படுத்துவதிலும் கைதேர்ந்த; செயல்திறம் மிக்க

practical[2] /ˈpræktɪkl/ *noun* [C] (*BrE informal*) a lesson or an exam where you do or make sth rather than just writing எழுதுதல் மட்டுமே அல்லாமல் ஒன்றைச் செய்தல் அல்லது உருவாக்குதல் சார்ந்த பாடப் பயிற்சி அல்லது தேர்வு; செய்முறைப் பயிற்சி/செய்முறைத் தேர்வு *He passed the theory paper but failed the practical.*

practicality /ˌpræktɪˈkæləti/ (*pl.* **practicalities**) *noun* **1** [U] the quality of being suitable and realistic, or likely to succeed பொருத்தமானதாகவும் நடைமுறை சார்ந்ததாகவும் இருக்கும் தன்மை அல்லது காரிய சாத்தியமானதாயிருத்தல்; நடைமுறைச் சாத்தியப் பண்பு *I am not convinced of the practicality of the scheme.* **2 practicalities** [*pl.*] the real facts rather than ideas or thoughts கருத்துகள் அல்லது சிந்தனைகள் அல்லாது, மெய்ம்மைக் கூறுகள் அல்லது நடைமுறை மெய்ம்மைகள்; உலகியல் உண்மைகள் *Let's look at the practicalities of the situation.*

practical joke *noun* [C] a trick that you play on sb that makes him/her look silly and makes other people laugh ஒருவர் அறிவற்றவராகத் தோன்றுமாறும் மற்றவர்கள் அவரைப் பார்த்து நகையாடுமாறும் அவரை இலக்காகக் கொண்டு செய்யப்படும் குறும்புச் செயல்

practically /ˈpræktɪkli/ *adv.* **1** (*spoken*) almost; very nearly பெரும்பாலும்; கிட்டத்தட்ட; மிக நெருங்கிய நிலையில் *My essay is practically finished now.* **2** in a realistic or sensible way நடைமுறைக்கு ஏற்ற அல்லது அறிவுக்குப் பொருத்தமான முறையில்; விவேகமுடன்; அனுபவ ஈடுபாட்டுடன்

practice /ˈpræktɪs/ *noun* **1** [U] action rather than ideas or thought (கருத்துகள் அல்லது சிந்தனை அல்லாது) செயல் *the **theory and practice** of language teaching* • *I can't wait to **put** what I've learnt **into practice**.* **2** [C, U] (*formal*) the usual or expected way of doing sth in a particular organization or situation; a habit or custom குறிப்பிட்ட நிறுவனத்தில் அல்லது சூழ்நிலையில் காணப்படும் பொதுவான அல்லது எதிர்பார்க்கப்படுகிற செயல்முறை; வழக்கம்; நடைமுறை ஒழுங்கு *It is standard practice not to pay bills until the end of the month.* **3** [C, U] (a period of) doing an activity many times or training regularly so that you become good at it ஒன்றில் தேர்ச்சி பெறும் பொருட்டு அதனைத் தொடர்ந்து செய்தல் அல்லது அதில் பயிற்சி பெறுதல்; அவ்வாறு பயிற்சி பெறும் காலப்பகுதி; நீடித்த செய்முறைப் பயிற்சி *piano/football practice* • *His accent should improve **with practice**.* **4** [U] the work of a doctor or lawyer மருத்துவர் அல்லது வழக்கறிஞர் பணி *Dr Kumar doesn't work in a hospital. He's in **general practice*** (= he's a family doctor). **5** [C] the business of a doctor, dentist or lawyer மருத்துவர், பல் மருத்துவர் அல்லது வழக்கறிஞர் தொழில்முறைப் பணி *a successful medical/dental practice*

IDM be/get out of practice to find it difficult to do sth because you have not done it for a long time நீண்ட காலமாக ஒன்றைச் செய்யாதிருந்ததன் காரணமாக அதனைச் செய்வதற்குச் சிரமப்படு; பழக்கம் விட்டுப்போயிரு *I'm not playing very well at the moment. I'm really out of practice.*

in practice in reality நடைமுறையில்; பழக்கத்தில்; வழக்கமாக *Prisoners have legal rights, but in practice these rights are not always respected.*

practise (*AmE* **practice**) /ˈpræktɪs/ *verb* [I, T] **1** to do an activity or train regularly so that you become very good at sth ஒரு செயலில் தேர்ச்சித் திறம் பெற வேண்டி அச்செயலைத் தொடர்ந்து செய் அல்லது அதில் பயிற்சி மேற்கொள் *If you want to play a musical instrument well, you must practise every day.* • *He always wants to **practise** his English **on me**.* **2** to be involved in religious activities regularly or publicly வழக்க முறையாக அல்லது வெளிப்படையாகச் சமயப் பணி செய் அல்லது சமயப் பணியில் ஈடுபட்டிரு *a practising Catholic/Jew/Muslim* **3 practise (sth/as sth)** to work as a doctor or lawyer மருத்துவராக அல்லது வழக்கறிஞராகத் தொழில் நடத்து *She's practising as a lawyer in Lucknow.* • *He was banned from practising medicine.*

practised (*AmE* **practiced**) /ˈpræktɪst/ *adj.* **practised (in sth)** very good at sth, because you have done it a lot or often நீடித்த அல்லது பெருமளவிலான பயிற்சியின் காரணமாக ஒன்றில் தேர்ச்சித் திறன் பெற்றுள்ள; நிறைவான பயிற்சியுள்ள *He was practised in the art of inventing excuses.*

practitioner /præk'tɪʃənə(r)/ *noun* [C] (*formal*) a person who works as a doctor, dentist or lawyer மருத்துவராக, பல் மருத்துவராக அல்லது வழக்கறிஞராகத் தொழில் நடத்துபவர் ➪ **GP** பார்க்க.

pragmatic /præg'mætɪk/ *adj.* dealing with problems in a practical way rather than by following ideas or principles கருத்துகளை அல்லது கோட்பாடுகளைப் பின்பற்றாது அனுபவத்தின் அடிப்படையில் சிக்கல்களைக் கையாளுகிற; நடைமுறை மெய்ம்மைகளைப் பின்பற்றுகிற

pragmatism /'prægmətɪzəm/ *noun* [U] (*formal*) thinking about solving problems in a practical and sensible way rather than by having fixed ideas மாற்றமற்ற கருத்துகளில் அழுந்தியிராது பட்டறிவின் அடிப்படையிலும் அறிவுக்குப் பொருத்தமான முறையிலும் பிரச்சினைகளை அணுகுதல்; அனுபவ நோக்கு ▶ **pragmatist** /-mətɪst/ *noun* [C] *Most successful teachers are pragmatists and realists.*

prairie /'preəri/ *noun* [C] a very large area of flat land covered in grass with few trees (especially in North America) (குறிப்பாக வட அமெரிக்காவில் உள்ள) ஒன்றிரண்டு மரங்களுடன் புல் சூழ்ந்துள்ள பரந்த சமதளப் பகுதி; பெரும் பரப்புடைய புல்வெளி

praise[1] /preɪz/ *verb* [T] **praise sb/sth (for sth)** to say that sb/sth is good and should be admired ஒருவர்/ஒன்று சிறப்பாகவும் மெச்சத்தக்க முறையிலும் இருப்பதாகக் கூறு; பாராட்டு *The fireman was praised for his courage.*

praise[2] /preɪz/ *noun* [U] what you say when you are expressing admiration for sb/sth ஒருவரை/ஒன்றைப் பாராட்டும்போது கூறப்படுவது: புகழ்ச்சி; பாராட்டு *The survivors were full of praise for the paramedics.*

praiseworthy /'preɪzwɜːði/ *adj.* that should be admired and recognized as good புகழ்ச்சிக்கும் பாராட்டுக்கும் உரிய; மெச்சத்தக்க; சிறந்த

pram /præm/ (*AmE* **baby carriage**) *noun* [C] a small vehicle on four wheels for a baby, pushed by a person on foot குழந்தைக்கான, ஒருவரால் தள்ளிச் செலுத்தப்படும், சிறு நான்கு சக்கர வண்டி; குழந்தைக்கான தள்ளு வண்டி

prance /prɑːns/ *verb* [I] to move about with quick, high steps, often because you feel proud or pleased with yourself பெரும்பாலும் தற்பெருமை அல்லது செருக்குக் காரணமாக, துள்ளல் நடையுடன் செல்; பகட்டு நடை நட

prawn /prɔːn/ (*AmE* **shrimp**) *noun* [C] a small shellfish that we eat and that becomes pink when cooked உணவாகக் கொள்ளப்படுவதும் சமைத்ததும் இளஞ்சிவப்பு நிறமடைவதுமான சிறு தோடுடைய மீன் வகை; இறால் மீன் ➪ **shrimp** பார்க்க; மற்றும் **shellfish** பதிவில் படம் பார்க்க.

pray /preɪ/ *verb* [I, T] **pray (to sb) (for sb/sth)** to speak to God or a god in order to give thanks or to ask for help நன்றி செலுத்துவதற்காக அல்லது உதவி கோருவதற்காக இறைவனிடம் அல்லது ஒரு கடவுளிடம் பேசு; வழிபடு *They knelt down and prayed for peace.*

prayer /preə(r)/ *noun* **1** [C] **a prayer (for sb/sth)** the words that you use when you speak to God or a god இறைவனிடம் அல்லது ஒரு கடவுளிடம் பேசும்போது கூறப்படும் சொற்கள்; வழிபாட்டு வாசகம்; விண்ணப்பம் *Let's **say a prayer** for all the people who are ill.* • *a prayer book* **2** [U] the act of speaking to God or a god இறைவனை அல்லது ஒரு கடவுளை வழிபடுதல்; வழிபாடு; இறையருள் வேண்டுதல் *to kneel **in prayer***

pre- /priː/ *prefix* (*used in verbs, nouns and adjective*) before முற்பட்ட; முந்திய; முன்னதான *preview* • *pre-war* ➪ **ante-**, **post-** பார்க்க.

preach /priːtʃ/ *verb* **1** [I, T] to give a talk (**a sermon**) on a religious subject குறிப்பாக கிறிஸ்தவத் தேவாலயத்தில், சமயம் சார்ந்த ஒரு பொருள் குறித்துப் பேசு; சமயச் சொற்பொழிவாற்று **2** [T] to say that sth is good and persuade other people to accept it ஒன்று நன்மை தருவது எனக் கூறி அதனைப் பிறர் ஏற்கச் செய்ய முயல்; அறிவுரை கூறு *I always preach caution in situations like this.* **3** [I] to give sb advice on how to behave, on what is considered morally acceptable, etc., in a way that he/she finds boring or annoying நடத்தை முறை, நல்லொழுக்கம் முதலியவை குறித்துச் சலிப்பு அல்லது எரிச்சல் உண்டாக்கும் முறையில் ஒருவருக்கு அறிவுரை கூறு *I'm sorry, I didn't mean to preach.*

preacher /'priːtʃə(r)/ *noun* [C] a person who gives religious talks (**sermons**), for example in a church கிறிஸ்தவத் தேவாலயம் முதலியவற்றில், சமயச் சொற்பொழிவாற்றுபவர்; சமய போதகர்

preamble /prɪ'æmbl; 'priːæmbl/ *noun* [C, U] (*formal*) an introduction or a preface, for example to a book, a written document, speech, etc. that explains its purpose நூல், ஆவணம், சொற்பொழிவு முதலியவற்றின் நோக்கத்தை விவரிக்கும் அதன் முகப்புரை அல்லது முன்னுரை *The preamble highlights the salient features of the Constitution of India.*

precarious /prɪˈkeəriəs/ *adj.* not safe or certain; dangerous பாதுகாப்பற்ற; ஆபத்தான; உறுதிப்பாடற்ற ▶ **precariously** *adv.*

precaution /prɪˈkɔːʃn/ *noun* [C] **a precaution (against sth)** something that you do now in order to avoid danger or problems in the future ஓர் எதிர்கால ஆபத்தை அல்லது பிரச்சினையைத் தவிர்க்கும் பொருட்டுத் தற்போது செய்யப்படும் ஒன்று; முன்னெச்சரிக்கை நடவடிக்கை; பாதுகாப்பு/இடர்க்காப்புச் செயல் *You should always* ***take the precaution of*** *locking your valuables in the hotel safe.* • *precautions against fire/theft* ▶ **precautionary** /prɪˈkɔːʃənəri/ *adj.*

precede /prɪˈsiːd/ *verb* [I, T] (*written*) to happen, come or go before sb/sth ஒருவருக்கு/ஒன்றுக்கு முன்னதாக நிகழ்வுறு, வா அல்லது போ; முற்படு *See the preceding page.*

precedence /ˈpresɪdəns/ *noun* [U] **precedence (over sb/sth)** the right that sb/sth has to come before sb/sth else because he/she/it is more important ஒருவர்/ஒன்று மிகைப்படியான முக்கியத்துவம் உள்ளவராக/உள்ளதாக இருப்பதால், அவர்/அது மற்றவரை/மற்றதை விட முற்பட்டு நிற்கும் உரிமை; முன்னுரிமை *In business, making a profit seems to* ***take precedence*** *over everything else.*

precedent /ˈpresɪdənt/ *noun* [C, U] an official action or decision that has happened in the past and that is considered as an example or rule to follow in the same situation later கடந்த காலத்தில் நிகழ்ந்ததும் பின்னர் அதே சூழ்நிலையில் முன்னுதாரணமாக அல்லது பின்பற்றப்பட வேண்டிய விதிமுறையாகக் கருதப்படுவதுமான அதிகாரபூர்வமான செயல் அல்லது முடிவு; முன்னுதாரணம் *Such protests are* ***without precedent*** *in recent history.* ➪ **unprecedented** பார்க்க.

precinct /ˈpriːsɪŋkt/ *noun* **1** [C] (*BrE*) a special area of shops in a town where cars are not allowed ஒரு நகரத்தில் விசையுந்துகள் வர அனுமதியில்லாத தனியான அங்காடிப் பகுதி *a shopping precinct* **2** [C] (*AmE*) a part of a town that has its own police station தனக்கெனத் தனியாகக் காவல் நிலையம் உள்ள நகரப் பகுதி **3 precincts** [*pl.*] (*formal*) the area near or around a building ஒரு கட்டடத்தை ஒட்டியுள்ள அல்லது அதனைச் சுற்றியுள்ள பகுதி; கட்டடத்தின் சுற்றுப்புறம் *the hospital and its precincts*

precious /ˈpreʃəs/ *adj.* **1** of great value (usually because it is rare or difficult to find) (வழக்கமாக அரிதாகக் காணப்படுகிற அல்லது பெறுவதற்கு எளிதாக இல்லாத காரணத்தினால்) பெரு மதிப்பு வாய்ந்த; அருமையான *In overcrowded Mumbai, every small piece of land is precious.* **2** loved very much பெரு விருப்புக்குரிய; அருமந்த *The painting was very precious to her.*

precious metal *noun* [C] a metal which is very rare and valuable and often used in jewellery அரிதாகக் கிடைப்பதும் மிக்க மதிப்புள்ளதும், வழக்கமாக அணிமணிகளில் பயன்படுத்தப்படுவதுமான உலோக வகை; தங்கம், வெள்ளி ஆகியவை *Gold and silver are precious metals.*

precious stone (*also* **stone**) *noun* [C] a stone which is very rare and valuable and often used in jewellery மிக அரிதானதும், மதிப்பு வாய்ந்ததும் பெரும்பாலும் அணிமணிகளில் பயன்படுத்தப்படுவதுமான கல் வகை; மணிக்கல் *diamonds and other precious stones*

precipice /ˈpresəpɪs/ *noun* [C] a very steep side of a high mountain or cliff உயர்ந்த மலையின் அல்லது பாறையின் செங்குத்தான பக்கம்

precipitate[1] /prɪˈsɪpɪteɪt/ *verb* [T] (*formal*) **1** to make sth, especially sth bad, happen suddenly or sooner than it should ஒன்று, குறிப்பாக மோசமான ஒன்று, திடீரென அல்லது உரிய காலத்திற்கு முன்னதாக நிகழச் செய்; (விரும்பத் தகாத) ஒரு செயலை விரைவுபடுத்து **2 precipitate sb/sth into sth** to suddenly force sb/sth into a particular state or condition ஒருவரை/ஒன்றைக் குறிப்பிட்ட நிலைக்கு அல்லது சூழலுக்குத் திடீரென பலவந்தமாக உட்படுத்து *The president's assassination precipitated the country into war.*

precipitate[2] /prɪˈsɪpɪtət/ *adj.* (*formal*) (used about an action or a decision) happening very quickly or suddenly and usually without enough care and thought (ஒரு செயல் அல்லது முடிவு குறித்துப் பேசுகையில்) பெரும்பாலும் உரிய கவனமோ கருத்தோ செலுத்தப்படாது கடு வேகமாக அல்லது திடீரென நேர்கிற; முன்பின் ஆராயாது திடீரென செய்யப்படுகிற ▶ **precipitately** *adv.*

precipitate[3] /prɪˈsɪpɪteɪt/ *noun* [C] (*technical*) a solid substance that has been separated from a liquid in a chemical process ஒரு திரவத்திலிருந்து வேதியியல் செயல்முறையில் பிரித்தெடுக்கப்பட்ட திடப்பொருள்

precipitation /prɪˌsɪpɪˈteɪʃn/ *noun* **1** [U] (*technical*) rain, snow, etc. that falls; the amount of this that falls மழை, பனி முதலியவற்றின் பொழிவு; பெய்யும் பனி, மழை முதலியவற்றின் அளவு **2** [U, C] a chemical process in which solid material is separated from a liquid ஒரு திரவத்திலிருந்து திடப்பொருள் பிரித்தெடுக்கப்படும் வேதியியல் செயல் முறை

precipitous /prɪˈsɪpɪtəs/ *adj.* (*formal*) **1** very steep and often dangerous செங்குத்தான,

உயரமான மற்றும் ஆபத்து வாய்ப்பு மிக்க *precipitous slopes of the mountains* **2** fast and great விரைவான மற்றும் பேரளவான *a precipitous decline in scooter sales* **3** done very quickly without enough thought or care; rash போதுமான முன்கருதலோ அக்கறையோ இன்றி மிக விரைவாகச் செய்யப்படுகிற; அவசரத்தில் செய்யப்படுகிற *a precipitous action* ▶ **precipitously** *adv.*

precis /ˈpreɪsiː/ *noun* [C, U] (*pl.* **precis** /-siːz/) a short version of a speech or written text that contains only the most important points ஒரு சொற்பொழிவு அல்லது கட்டுரையின் இன்றியமையாத கருத்துகளை மட்டும் உள்ளடக்கிய சுருக்க வடிவம்; சுருக்கம் ✪ SYN **summary**

precise /prɪˈsaɪs/ *adj.* **1** clear and accurate தெளிவானதும் துல்லியமானதுமான; திட்ப நுட்பமான *precise details/instructions/measurements* • *He's in his forties—well, forty-four, **to be precise**.* • *She couldn't be very precise about what her attacker was wearing.* ✪ OPP **imprecise** **2** (*only before a noun*) exact; particular சரி நுட்பமான; நன்கு வரையறுக்கப்பட்ட; குறிப்பிடப்பட்ட *I'm sorry. I can't come just **at this precise moment**.* **3** (used about a person) taking care to get small details right (ஆள் வகையில்) சிறு சிறு கூறுகளிலும் கவனம் செலுத்திப் பார்க்கிற; ஒன்றை நுணுகிக் காண்கிற *He's very precise about his work.*

precisely /prɪˈsaɪsli/ *adv.* **1** exactly சரி நுட்பமாக; துல்லியமாக *The time is 10.03 a.m. precisely.* ✪ SYN **exactly** **2** used to emphasize that sth is very true or obvious ஒன்று முற்றிலும் உண்மையானது அல்லது வெளிப்படையானது என்பதை வலியுறுத்தப் பயன்படுத்தப்படுவது. *It's precisely because I care about you that I got so angry when you stayed out late.* **3** (*spoken*) (used for agreeing with a statement) yes, that is right (ஒரு கூற்றுடன் உடன்படுவதைக் குறிப்பது) ஆமாம்; சரி; உண்மை *'So, if we don't book now, we probably won't get a flight?' 'Precisely.'*

precision /prɪˈsɪʒn/ *noun* [U] the quality of being clear or exact தெளிவாக அல்லது துல்லியமாக இருக்கும் தன்மை; துல்லியம்; திட்ப நுட்பம் *The plans were drawn with great precision.*

preclude /prɪˈkluːd/ *verb* [T] (*formal*) **preclude sth; preclude sb from doing sth** to prevent sth from happening or sb from doing sth; to make sth impossible ஒரு நிகழ்வை அல்லது ஒருவரது செயலைத் தடுத்து நிறுத்து; இயலாததாக்கு *Lack of time precludes any discussion.* • *His religious beliefs precluded him/his serving in the army.*

precocious /prɪˈkəʊʃəs/ *adj.* (used about children) having developed certain abilities and ways of behaving at a much younger age than usual (இளஞ்சிறுவர்கள் வகையில்) வழக்கத்திற்கு மாறாக மிக இளம் வயதிலேயே குறிப்பிட்ட சில ஆற்றல்களும் நடத்தை முறைகளும் கைவரப்பெற்ற; பிஞ்சில் முதிர்ந்த *a precocious child who started her acting career at the age of five* **NOTE** இச்சொல் பல நேரங்களில் விமர்சனக் குறிப்புடன் பயன்படுத்தப்படுகிறது.

preconceived /ˌpriːkənˈsiːvd/ *adj.* (*only before a noun*) (used about an idea or opinion) formed before you have enough information or experience (ஒரு கருத்து அல்லது ஓர் எண்ணம் பற்றிக் குறிப்பிடுகையில்) போதுமான தகவல் அல்லது அனுபவம் கிடைக்கப்பெறுவதற்கு முன் உருவான; முற்புனைவான

preconception /ˌpriːkənˈsepʃn/ *noun* [C] an idea or opinion that you have formed about sb/sth before you have enough information or experience போதுமான அளவு தகவல் அல்லது நேருணர்வு கிடைக்கப்பெறுவதற்கு முன் ஒருவர்/ஒன்று பற்றி உருவாக்கிக்கொண்ட கருத்து அல்லது எண்ணம்; முற்புனைவு

precondition /ˌpriːkənˈdɪʃn/ *noun* [C] (*written*) **a precondition (for/of sth)** something that must happen or exist before sth else can exist or be done வேறொன்று நிகழ்வதற்கு அல்லது செய்யப்படுவதற்கு முன் நிகழ வேண்டிய அல்லது இருக்க வேண்டிய ஒன்று; முன் நிபந்தனை ✪ SYN **prerequisite**

predator /ˈpredətə(r)/ *noun* [C] an animal that kills and eats other animals மற்ற விலங்குகளைக் கொன்று தின்னும் விலங்கு

predatory /ˈpredətri/ *adj.* **1** (*technical*) (used about an animal) living by killing and eating other animals (விலங்கு வகையில்) மற்ற விலங்குகளைக் கொன்று உண்டு உயிர் வாழ்கிற **2** (*written*) (used about a person) using weaker people for his/her own financial or sexual advantage (ஆள் வகையில்) தனது பண அல்லது பாலியல் தொடர்பான ஆதாயத்திற்காகத் தன்னினும் ஆற்றல் குறைந்தவர்களைப் பயன்படுத்திக்கொள்கிற; மெலியோரை முறைகேடாகப் பயன்படுத்துகிற

predecessor /ˈpriːdɪsesə(r)/ *noun* [C] **1** the person who was in the job or position before the person who is in it now ஒரு பணியில் அல்லது படிநிலையில் இப்பொழுது உள்ளவருக்கு முன்னர் இருந்தவர்; முன்னிருந்தவர் **2** a thing such as a machine, that has been followed or replaced by sth else வேறொன்றுக்கு முன்பிருந்த அல்லது வேறொன்றால் மாற்றீடு செய்யப்பட்ட இயந்திரம் முதலிய ஒரு பொருள்; முந்தியது; முன்னது ⇨ **successor** பார்க்க.

predicament /prɪˈdɪkəmənt/ *noun* [C] an unpleasant and difficult situation that is hard to get out of விடுபட்டு வருவதற்கு எளிதானதல்லாத இடர்ப்பாடான ஒரு சூழல்; இக்கட்டு நிலை; சிக்கல்

predicate /ˈpredɪkət/ *noun* (*grammar*) the part of a sentence which has the verb, and which tells us what the subject is or does. In the sentence—*'He went cycling after returning from school'* the predicate is *'went cycling after returning from school'*. வினைச்சொல்லை உள்ளடக்கியதும் எழுவாயின் தன்மையை/செயலைச் சுட்டுவதுமான வாக்கியப் பகுதி; பயனிலை *'He went cycling after returning from school'* என்ற வாக்கியத்தில் *'went cycling after returning from school'* என்னும் தொடர் predicate ஆகும். ⇨ **object**[1] பார்க்க.

predicative /prɪˈdɪkətɪv/ *adj.* (*grammar*) (used about an adjective) not used before a noun (பெயரடை பற்றிக் குறிப்பிடுகையில்) பெயர்ச்சொல்லுக்கு முன்னர் வராத; பயனிலைக் கூறான *You cannot say 'an asleep child' because 'asleep' is a predicative adjective.*

NOTE பெயர்ச்சொல்லுக்கு முன் பயன்படுத்தப்படும் பெயரடை **attributive** (பண்புப் பெயரடை) எனப்படும். Big, முதலிய பல பெயரடைகள் **predicative** (பயனிலைக் கூறு) ஆகவோ **attributive** ஆகவோ வரக்கூடியவை—*The house is big.* • *It's a big house.*

▶ **predicatively** *adv. 'Asleep' can only be used predicatively.*

predict /prɪˈdɪkt/ *verb* [T] to say that sth will happen in the future வருங்காலத்தில் ஒன்று நிகழும் எனக் கூறு; வருவதுரை *Scientists still cannot predict exactly when earthquakes will happen.*

predictable /prɪˈdɪktəbl/ *adj.* **1** that was or could be expected to happen (இன்னது/இன்னமுறையில்) நிகழுமென்று எதிர்பார்க்கப்பட்ட அல்லது எதிர்பார்க்கப்படத்தக்க; முன் மதிப்பீட்டோடு இயைந்து போகிற *The match had a predictable result.* **2** (used about a person) always behaving in a way that you would expect and therefore rather boring (ஆள் வகையில்) மாற்றம் இன்றி எதிர்பார்க்கப்படும் முறையிலேயே நடந்துகொள்கிற மற்றும் அதன் காரணமாகச் சலிப்பூட்டுகிற; *I knew you were going to say that—you're so predictable.* ▶ **predictably** *adv.*

prediction /prɪˈdɪkʃn/ *noun* [C, U] saying what will happen; what sb thinks will happen நிகழப்போவதை உணர்த்துதல்; வருவதுரைத்தல் *The exam results confirmed my predictions.*

predominance /prɪˈdɒmɪnəns/ *noun* [*sing.*] the state of being more important or greater in number than other people or things மற்றவர்களை/மற்றவற்றை விடக் கூடுதலான முக்கியத்துவம் அல்லது எண்ணிக்கை உள்ள நிலை; விஞ்சிய நிலை; உயர் நிலை; உயர் எண்ணிக்கை *There is a predominance of Japanese tourists in Hawaii.*

predominant /prɪˈdɒmɪnənt/ *adj.* most noticeable, powerful or important உச்ச உயர் முனைப்புடன் தோன்றுகிற; உச்ச உயர் அளவான செல்வாக்கு அல்லது முக்கியத்துவம் உடைய *The predominant colour was blue.*

predominantly /prɪˈdɒmɪnəntli/ *adv.* mostly; mainly பெரும்பான்மையாக; முக்கியமாக *The population of the island is predominantly Spanish.*

predominate /prɪˈdɒmɪneɪt/ *verb* [I] (*formal*) **predominate (over sb/sth)** to be most important or greatest in number உச்ச உயர் முக்கியத்துவம் பெற்றிரு அல்லது உச்ச உயர் எண்ணிக்கையில் இரு; முதன்மை நிலையில் இரு *Private interest was not allowed to predominate over public good.*

pre-empt /priˈempt/ *verb* [T] (*formal*) **1** to prevent sth from happening by taking action to stop it ஒன்றைத் தடைசெய்வதற்கு நடவடிக்கை எடுப்பதன் மூலம் அது நிகழாதவாறு செய்; முன் நடவடிக்கை எடுத்து ஒன்றைத் தடுத்து நிறுத்து *Her departure pre-empted any further questions.* • *A good training course will pre-empt many problems.* **2** to do or say sth before sb else does வேறொருவருக்கு முன்னதாக ஒன்றைச் செய் அல்லது சொல்; மற்றவர்களுக்கு வாய்ப்பளிக்கப்படுவதற்கு முன்னரே ஒன்றைச் செய்துவிடு *She was just about to apologize when he pre-empted her.*

preen /priːn/ *verb* **1** [I, T] (of a bird) to clean and tidy its feathers with its beak (பறவை வகையில்) அலகால் கோதித் தன்னைத் துப்புரவு செய்துகொள் அல்லது தனது இறகுகளைச் சீர்செய் **2** [T] **preen (yourself)** (*usually disapproving*) to spend too much time making yourself look attractive and then admiring your appearance தன்னைக் கவர்ச்சியாக ஒப்பனை செய்துகொள்வதிலும் பின்னர் தன் தோற்றத்தை மெச்சிக்கொள்வதிலும் பெருமளவு நேரத்தைச் செலவிடு; கோலம் செய்துகொள்வதில் மட்டுமீறி கருத்துச் செலுத்து *Will you stop preening yourself in front of the mirror?*

preface /ˈprefəs/ *noun* [C] a written introduction to a book that explains what it is about or why it was written ஒரு நூல் இன்னது பற்றியது அல்லது இன்ன காரணத்திற்காக எழுதப்பட்டது என்பதை விளக்கும் அதன் எழுத்து வடிவிலான முன்னுரை; முகப்புரை

prefect /ˈpri:fekt/ *noun* [C] (*BrE*) an older girl or boy in a school who has special duties and responsibilities. Prefects often help to make sure that the younger school children behave properly தனிப்பட்ட கடமைகளும் பொறுப்புகளும் உடைய பள்ளி மூத்த மாணவர்; சட்டாம்பிள்ளை. பெரும்பாலும் இளைய மாணவர்களின் நன்னடத்தையைப் பராமரிப்பதில் இவர் உதவி செய்வார்.

prefer /prɪˈfɜ:(r)/ *verb* [T] (**preferring; preferred**) **prefer sth (to sth); prefer to do sth; prefer doing sth** (*not used in the continuous tense*) to choose sth rather than sth else; to like sth better வேறொன்றுக்குப் பதிலாக ஒன்றைத் தேர்ந்தெடு; ஒன்றை மேம்பட்ட அளவில் விரும்பு *Would you prefer tea or coffee?* • *My parents would prefer me to study law at university.*

> **NOTE** **Prefer** என்ற வினையின் வெவ்வேறான பயன்பாடுகளை நோக்குக—*Helen prefers going by train to flying* (= generally or usually). • *Helen* ***would prefer to go*** *by train rather than (to) fly* (= on this occasion).
> பொதுவாக **prefer** முறைசார்ந்த வழக்காகப் பயன்படுத்தப்படுகிறது. *Would you prefer tea or coffee?* என்பதற்குப் பதிலாக—*Would you rather have tea or coffee?* எனக் கூறலாம்—*I prefer skating to skiing* என்பதற்குப் பதிலாக *I like skating better than skiing* என வழங்கலாம்.
> **Prefer** தொடர்வினையில் வராவிடினும் இதன் நிகழ்கால வினையெச்சப் பயன்பாடு (= -ing வடிவம்) பெருவழக்காகும்—*Their elder son had gone to work in London preferring not to join the family firm.*

preferable /ˈprefrəbl/ *adj.* **preferable (to sth/doing sth)** better or more suitable (ஒருவரை/ஒன்றை விட) மேம்பட்டதான அல்லது ஏற்புடையதான; முன்னுரிமை தரத்தக்க; விருப்பத்தேர்வுக்குரிய *Going anywhere is preferable to staying at home for the weekend.*

preferably /ˈprefrəbli/ *adv.* used to show which person or thing would be better or preferred, if you are given a choice தேர்வுரிமை தரப்படும்போது இன்னவர் அல்லது இன்னது (மற்றவர்களை/மற்றவைகளை விட)ச் சிறந்தவராக/சிறந்ததாக அல்லது ஏற்புக்குரியவராக/ஏற்புக்குரியதாக இருப்பார்/இருக்கும் எனக் கூறப் பயன்படுத்தப்படுவது: விருப்பத் தேர்வுக்கு அல்லது முன்னுரிமைக்கு உரியவராக/உரியதாக *Give me a ring tonight—preferably after 7 o'clock.*

preference /ˈprefrəns/ *noun* **1** [C, U] **a preference (for sth)** an interest in or desire for one thing more than another மற்றொருவரை/மற்றொன்றை விட ஒருவர்/ஒன்றன் மீது காட்டும் பற்றீடுபாடு அல்லது விருப்பம்; விருப்பத் தேர்வு *What you wear is entirely a matter of* ***personal preference***. • *Please list your choices* ***in order of preference*** (= put the things you want most first on the list). **2** [U] special treatment that you give to one person or group rather than to others மற்றவர்களுக்கு அல்லாது ஒருவருக்கு அல்லது ஒரு பிரிவினருக்கு வழங்கும் தனிப்பட்ட கவனிப்பு; முன்னுரிமை; ஒருதலைச் சார்பு *When allocating accommodation, we will* ***give preference to*** *families with young children.*

preferential /ˌprefəˈrenʃl/ *adj.* (*only before a noun*) giving or showing special treatment to one person or group rather than to others மற்றவர்களுக்கு அல்லாது ஒருவருக்கு அல்லது ஒரு குழுவினருக்கு முன்னுரிமை தருகிற அல்லது அவர்/அவர்கள் மீது சிறப்புக் கவனம் செலுத்துகிற; ஒருதலைச்சார்புடைய *He gets* ***preferential treatment*** *at office.*

prefix /ˈpri:fɪks/ *noun* [C] (*grammar*) a letter or group of letters that you put at the beginning of a word to change its meaning ஒரு சொல்லின் பொருளை மாற்ற வேண்டி அச்சொல்லின் தொடக்கத்தில் சேர்க்கப்படும் எழுத்து அல்லது எழுத்துகளின் தொகுதி; முன்னொட்டு ⇨ **affix**[2] மற்றும் **suffix** பார்க்க.

pregnancy /ˈpregnənsi/ *noun* (*pl.* **pregnancies**) [U, C] the state of being pregnant கருவுற்றிருக்கும் நிலை; கர்ப்பம்

pregnant /ˈpregnənt/ *adj.* (used about a woman or female animal) having a baby developing in her body (பெண் அல்லது பெண் விலங்கு வகையில்) உடலினுள் குழந்தை வளர்ந்துகொண்டிருக்கிற; கருவுற்றுள்ள *Ramya is five months pregnant.* • *to get pregnant* **NOTE** *Latha is expecting a baby.* அல்லது *Latha is going to have a baby.* எனவும் கூறலாம்.

prehensile /prɪˈhensaɪl/ *adj.* (*technical*) (used about a part of an animal's body) able to hold things (விலங்கு உடற்பகுதி பற்றிக் குறிப்பிடுகையில்) பொருள்களைப் பற்றிப் பிடிக்கக் கூடிய; பற்றிக்கொள்ளும் ஆற்றல் வாய்ந்த *the monkey's prehensile tail* ⇨ **primate** பதிவில் படம் பார்க்க.

prehistoric /ˌpri:hɪˈstɒrɪk/ *adj.* from the time in history before events were written down நிகழ்வுகள் பதிவுசெய்து வைக்கப்பட்டதற்கு முந்திய வரலாற்றுக் காலத்திற்கு உரிய; வரலாற்றுக்கு முற்பட்ட

prejudice[1] /ˈpredʒudɪs/ *noun* [C, U] **prejudice (against sb/sth)** a strong unreasonable feeling of not liking or trusting sb/sth, especially when it is based on his/her/its race, religion or sex குறிப்பாக இனம், சமயம் அல்லது பால் வேறுபாட்டை

அடிப்படையாகக் கொண்ட, அழுத்தமான, அறிவுக்குப் பொருந்தாத, ஒருவரை/ஒன்றை விரும்பாமை அல்லது நம்பாமை உணர்வு *a victim of* ***racial prejudice***

prejudice² /ˈpredʒudɪs/ *verb* [T] **1 prejudice sb (against sb/sth)** to influence sb so that he/she has an unreasonable or unfair opinion about sb/sth ஒருவர்/ஒன்று குறித்து நியாயமற்ற அல்லது நடுநிலை தவறிய கருத்துக் கொள்ளும்படியாக ஓராள் மனத்தில் மாற்ற விளைவு உண்டு-பண்ணு; தப்பெண்ணம் ஊட்டு *The newspaper stories had prejudiced the jury against him.* **2** to have a harmful effect on sb/sth ஒருவர்/ஒன்றன் மீது தீய விளைவு உண்டுபண்ணு; கேடு விளைவி *Continuing to live with her violent father may prejudice the child's welfare.*

prejudiced /ˈpredʒədɪst/ *adj.* not liking or trusting sb/sth for no other reason than his/her/its race, religion or sex ஒருவரது/ஒன்றின் இனம், சமயம் அல்லது பால் வேறுபாடு தவிர வேறு காரணம் எதுவுமின்றி அவரை/அதனை வெறுக்கிற அல்லது சந்தேகிக்கிற; தப்பெண்ணம் ஊட்டப்-பட்ட

preliminary¹ /prɪˈlɪmɪnəri/ *adj.* coming or happening before sth else that is more important அதிகப்படியான முக்கியத்துவம் உடைய வேறொன்றுக்கு முன் வருகிற அல்லது நிகழ்கிற; பூர்வாங்கமான

preliminary² /prɪˈlɪmɪnəri/ *noun* [C, *usually pl.*] (*pl.* **preliminaries**) an action or event that is done before and in preparation for another event மற்றொரு நிகழ்விற்கு முன் அதற்கான ஆயத்த-மாகச் செய்யப்படும் அல்லது நடத்தப்படும் செயல் அல்லது நிகழ்ச்சி; முன்னேற்பாடு; ஆயத்தப்பணி

prelude /ˈpreljuːd/ *noun* [C] **1** a short piece of music, especially an introduction to a longer piece குறிப்பாக நீண்ட இசைப்பகுதி ஒன்றன் அறிமுகமாக அமையும் சிறு இசைப் பகுதி; முன் தரவு **2** (*written*) **prelude (to sth)** an action or event that happens before sth else or that forms an introduction to sth மற்றொரு செயலுக்கு அல்லது நிகழ்வுக்கு முன்னதாக நிகழும் அல்லது ஒன்றுக்கு அறிமுகமாக அமையும் செயல் அல்லது நிகழ்ச்சி; முற்செயல்; பீடிகை

premature /ˈpremətʃə(r); ˌpreməˈtʃʊə(r)/ *adj.* **1** happening before the normal or expected time வழக்கமான அல்லது எதிர்பார்க்கப்படும் நேரத்திற்கு/காலத்திற்கு முன்னதாக நிகழ்கிற, உரிய காலத்திற்கு முற்பட்ட; பருவமுறாத; முதிராத *Her baby was premature* (= born before the expected time). **2** acting or happening too soon குறிப்பிட்ட காலத்திற்கு முன்ன-தாகவே செய்யப்படுகிற அல்லது நிகழ்கிற; அவசரப்படுகிற *I think our decision was premature. We should have thought about it for longer.* ▶ **prematurely** *adv.*

premeditated /ˌpriːˈmedɪteɪtɪd/ *adj.* (used about a crime) planned in advance (ஒரு குற்றம் பற்றிக் குறிப்பிடுகையில்) திட்டமிட்டுச் செய்யப்-பட்ட; முன்கருதலோடு செய்யப்பட்ட

premier¹ /ˈpremiə(r)/ *adj.* (*only before a noun*) most important; best முதன்மையான; உயர் சிறப்புடைய; இன்றியமையாத; தலைசான்ற *a premier chef • the Premier Division* (= in football)

premier² /ˈpremiə(r)/ *noun* [C] (used especially in newspapers) the leader of the government of a country (**prime minister**) ஒரு நாட்டின் ஆட்சித் தலைவர்; தலைமை அமைச்சர்; பிரதமர்

premiere /ˈpremieə(r)/ *noun* [C] the first public performance of a play, film, etc. ஒரு நாடகம், திரைப்படம் முதலியவற்றின் முதல் பொதுக்-காட்சி; முதலாட்டம்

premise /ˈpremɪs/ *noun* [C] (*formal*) an idea or theory that forms the basis for a reasonable line of argument அறிவார்ந்த ஒரு வாதத்தின் அடிப்-படையாக அமையும் கூற்று அல்லது கருத்து; மெய்க்கோள் *His research is based on the premise stated earlier.* ▶ **premise** *verb He premised his reasoning on the theory that all people are equally capable of good and evil.*

premises /ˈpremɪsɪz/ *noun* [*pl.*] the building and the land around it that a business owns or uses ஒரு வாணிக நிறுவனத்திற்குச் சொந்தமான அல்லது அந்நிறுவனத்தின் பயன்பாட்டில் உள்ள கட்டடமும் அதனைச் சுற்றியுள்ள இடப்-பகுதியும்; வணிக வளாகம் *Smoking is not allowed* ***on the premises.***

premium /ˈpriːmiəm/ *noun* [C] **1** an amount of money that you pay regularly to a company for insurance against accidents, damage, etc. விபத்துகள், அழிபாடு முதலியவற்றுக்கான காப்-பீடாக ஒரு நிறுவனத்திற்குக் கால முறைப்படி தொடர்ந்து செலுத்தும் பணத்தொகை; காப்-பீட்டுத் தவணைப் பணம்; காப்பீட்டுக் கட்டணம் *a monthly premium of Rs 1000* **2** an extra payment மிகைக் கட்டணம் *You must pay a premium for express delivery.*

premonition /ˌpriːməˈnɪʃn; ˌprem-/ *noun* [C] a **premonition (of sth)** a feeling that sth unpleasant is going to happen in the future இன்னாத ஒன்று எதிர்காலத்தில் நிகழ இருப்பதாகத் தோன்றும் உணர்வு; தீய நிகழ்வு குறித்த முன்னுணர்வு; முன்னெச்சரிக்கை உணர்வு *a premonition of disaster*

prenatal /ˌpriːˈneɪtl/ *adj.* (*AmE*) = **antenatal** ⇨ **post-natal** பார்க்க.

preoccupation /pri:ˌɒkjəˈpeɪʃn/ *noun* [U, C] **preoccupation (with sth)** the state of thinking and/or worrying continuously about sth ஒன்று குறித்து இடைவிடாது சிந்தித்துக்கொண்டிருக்கும் மற்றும்/அல்லது கவலைப்பட்டுக்கொண்டிருக்கும் நிலை; ஒரு கருத்து அல்லது ஓர் எண்ணம் மனத்தின் மீது ஆதிக்கம் செலுத்தும் அல்லது மனத்தைத் தன்வசப்படுத்திக்கொண்டிருக்கும் நிலை *She was irritated by his preoccupation with money.*

preoccupied /pri:ˈɒkjəpaɪd/ *adj.* **preoccupied (with sth)** not paying attention to sb/sth because you are thinking or worrying about sb/sth else வேறொருவரை/வேறொன்றைப் பற்றிச் சிந்தித்துக்கொண்டு அல்லது கவலைப்பட்டுக்கொண்டு இருப்பதால், ஒருவர்/ஒன்றன் மீது கவனம் செலுத்தாதிருக்கிற; பிறிதில் ஈடுபாடு கொண்ட; பிறிதில் கவனமான ➪ **occupied** பார்க்க.

preoccupy /pri:ˈɒkjəpaɪ/ *verb* [T] (*pres. part.* **preoccupying**; *3rd person sing. pres.* **preoccupies**; *pt, pp* **preoccupied**) to fill sb's mind so that he/she does not think about anything else; to worry ஒருவர் வேறெதனையும் பற்றிச் சிந்திக்காதவாறு அவரது மனத்தை ஆட்கொள்; கவலைப்படச்செய்

preparation /ˌprepəˈreɪʃn/ *noun* **1** [U] getting sb/sth ready ஒருவரை/ஒன்றை ஆயத்தப்படுத்துதல்; தயார் செய்தல்; முன்னேற்பாடு செய்தல் *The team has been training hard* ***in preparation for*** *the big game.* • *exam preparation* **2** [C, *usually pl.*] **preparation (for sth/to do sth)** something that you do to get ready for sth ஒன்றுக்கு ஆயத்தமாகும் பொருட்டுச் செய்யப்படுவது; ஆயத்தப்பணி; முன்னேற்பாடு; முன்னொருக்கம் *We started to* ***make preparations*** *for the wedding six months ago.*

preparatory /prɪˈpærətri/ *adj.* done in order to get ready for sth ஒன்றுக்கு ஆயத்தமாகும் பொருட்டுச் செய்யப்படுகிற; முன்னேற்பாடான

preparatory school (*also* **prep school**) *noun* [C] **1** (*BrE*) a private school for children aged between 7 and 13 சிறார்களுக்கான தனியார் பள்ளி; 7 வயது முதல் 13 வயது வரையுள்ளவர்களுக்கானது **2** (*AmE*) a private school that prepares students for college or university கல்லூரி அல்லது பல்கலைக்கழகப் படிப்பிற்கு மாணவர்களைத் தயார் செய்யும் தனியார் பள்ளி; முற்பயிற்சிப் பள்ளி

prepare /prɪˈpeə(r)/ *verb* [I, T] **prepare (sb/sth) (for sb/sth)** to get ready or to make sb/sth ready ஒன்றற்குத் தயாராகு; ஆயத்தம் செய்; ஒருவரை/ஒன்றை ஆயத்தப்படுத்து *Paras helped me prepare for the exam.* • *to prepare a meal*

IDM **be prepared for sth** to be ready for sth difficult or unpleasant சிக்கலான அல்லது இன்னாத ஒன்றுக்கு ஆயத்தமாக இரு
be prepared to do sth to be ready and happy to do sth ஒன்றைச் செய்வதற்கு ஆயத்தமாகவும் மகிழ்ச்சியுடனும் இரு *I am not prepared to stay here and be insulted.*

preponderance /prɪˈpɒndərəns/ *noun* [*sing.*] if there is a preponderance of one type of people or things in a group, there are more of them than others ஒரு குழுவில் ஒரு பிரிவினர் அல்லது ஒரு தொகுதியில் ஒரு வகையைச் சார்ந்த பொருள்கள் மற்றவர்களை/மற்றவற்றை விட அதிகமாக இருத்தல்; பெரும்பான்மை நிலை ✪ SYN **predominance**

preponderant /prɪˈpɒndərənt/ *adj.* (*formal*) (*usually used before a noun*) larger in number or more important than other people or things in a group ஒரு குழுவில்/தொகுதியில் மற்றவர்களை/மற்றவையை விட அதிக எண்ணிக்கையில் அல்லது அதிக முக்கியத்துவம் பெற்று இருக்கிற; விஞ்சிய எண்ணிக்கையிலான; விஞ்சிய செல்வாக்குடைய

prepone /ˌpri:ˈpəun/ *verb* [T] (*IndE*) to change the time or date of an event so that it takes place earlier; to advance something ஒரு நிகழ்ச்சி குறிப்பிட்ட காலத்திற்கு முன்கூட்டியே நடைபெறுமாறு நேரத்தை அல்லது தேதியை மாற்று; முன்கொணர் *The reception was preponed from 18th December to 15th December.*

preposition /ˌprepəˈzɪʃn/ *noun* [C] (*grammar*) a word or phrase that is used before a noun or pronoun to show place, time, direction, etc. இடம், காலம், திசை முதலியவற்றைச் சுட்டப் பெயர்ச்சொல்லுக்கு அல்லது மாற்றுப்பெயருக்கு முன் பயன்படுத்தப்படும் சொல் அல்லது தொடர்; முன்னுருபு *'In', 'for', 'to' and 'out of' are all prepositions.*

preposterous /prɪˈpɒstərəs/ *adj.* silly; ridiculous; not to be taken seriously அறிவற்ற; பொருட்படுத்தத் தேவையில்லாத; அபத்தமான

prerequisite /ˌpri:ˈrekwəzɪt/ *noun* [C] **a prerequisite (for/of sth)** something that is necessary for sth else to happen or exist வேறொன்று நிகழ்வதற்கு அல்லது உளதாயிருப்பதற்குத் தேவையான ஒன்று; முன் தேவை

prerogative /prɪˈrɒgətɪv/ *noun* [C] a special right that sb/sth has ஒருவர்/ஒன்று பெற்றிருக்கிற தனி உரிமை; சிறப்புரிமை *It is the Prime Minister's prerogative to fix the date of the election.*

Pres. *abbr.* President தலைவரைக் குறிக்கும் President என்பதன் குறுக்கம்

prescribe /prɪˈskraɪb/ *verb* [T] **1** to say what medicine or treatment sb should have ஒருவருக்கு

இன்ன வகையான மருந்து அல்லது மருத்துவம் அளிக்கப்பட வேண்டும் என்று கூறு; மருந்து/சிகிச்சை குறித்துக்கொடு *Can you prescribe something for my cough please, doctor?* **2** (*formal*) (used about a person or an organization with authority) to say that sth must be done (அதிகாரத்தில் உள்ள ஆள் அல்லது நிறுவனம் வகையில்) ஒன்று செய்யப்பட வேண்டுமெனக் கூறு; விதி செய் *The law prescribes that the document must be signed in the presence of two witnesses.*

prescription /prɪˈskrɪpʃn/ *noun* [C, U] a paper on which a doctor has written the name of the medicine that you need. You take your prescription to the **chemist's** and get the medicine there மருந்தகத்தில் காட்டிப் பெற்றுக்கொள்ளத்தக்க மருந்தின் பெயரைக் குறிப்பிட்டு நோயாளிக்கு மருத்துவர் தரும் தாள்; மருந்துச் சீட்டு *Some medicines are only available* ***on prescription*** (= with a prescription from a doctor).

presence /ˈprezns/ *noun* **1** [U] the fact of being in a particular place குறிப்பிட்ட இடத்தில் இருத்தல் அல்லது காணப்படுதல் *He apologized to her* ***in the presence of*** *the whole family.* ✪ OPP **absence** **2** [*sing.*] a number of soldiers or police officers who are in a place for a special reason குறிப்பிட்ட காரணத்தை முன்னிட்டு ஓரிடத்திலுள்ள படைத்துறை அல்லது காவல் துறை அலுவலர்களின் நிறைதொகுதி *There was a huge police presence at the rally.*

present[1] /ˈpreznt/ *adj.* **1** (*only before a noun*) existing or happening now இப்பொழுது உள்ள, காணப்படுகிற அல்லது நிகழ்கிற; தற்போதுள்ள; தற்போதைய *We hope to overcome our present difficulties very soon.* **2** (*not before a noun*) being in a particular place குறிப்பிட்ட ஓரிடத்தில் இருக்கிற அல்லது காணப்படுகிற *There were 200 people present at the meeting.* ✪ OPP **absent**

IDM **the present day** modern times தற்காலம்; நடப்புக்காலம் *In some countries traditional methods of farming have survived to the present day.*

present[2] /ˈpreznt/ *noun* **1** [C] something that you give to sb or receive from sb ஒருவருக்கு அளிக்கப்படுவது அல்லது ஒருவரிடமிருந்து பெறப்படுவது; பரிசு *a birthday/wedding/Christmas present*

NOTE **Gift** என்ற சொல் முறைசார்பு மிக்கதும் கடைகள், பட்டியல்கள் முதலியவற்றில் பெருவழக்காகப் பயன்படுத்தப்படுவதும் ஆகும்.

2 (*usually* **the present**) [*sing.*] the time now நிகழ்காலம்; தற்பொழுது; நடப்பு நேரம் *We live* ***in the present*** *but we must learn from the past.* • *I'm rather busy* ***at present.*** **3 the present** [*sing.*] = **the present tense**

IDM **for the moment/present** ⇨ **moment** பார்க்க.

present[3] /prɪˈzent/ *verb* [T] **1 present sb with sth; present sth (to sb)** to give sth to sb, especially at a formal ceremony குறிப்பாக ஒரு வினைமுறை நிகழ்ச்சியின்போது ஒருவருக்கு ஒன்றைக் கொடு; அன்பளிப்புச் செய் *All the dancers were presented with flowers.* • *Flowers were presented to all the dancers.* **2 present sth (to sb)** to show sth that you have prepared to people தான் உருவாக்கியுள்ள ஒன்றைப் பிறரிடம் காட்டு, பிறர் முன் வை அல்லது அறிமுகப்படுத்து *Good teachers try to present their material in an interesting way.* **3 present sb with sth; present sth (to sb)** to give sb sth that has to be dealt with கையாளப்பட வேண்டிய அல்லது நடவடிக்கை எடுக்கப்பட வேண்டிய ஒன்றை ஒருவரிடம் கொடு *Learning English presented no problem to him.* • *The manager presented us with a bill for the broken chair.* **4** to introduce a television or radio programme ஒரு தொலைக்காட்சி அல்லது வானொலி நிகழ்ச்சியை அறிமுகப்படுத்து **5** to show a play, etc. to the public ஒரு நாடகம் முதலியவற்றைப் பொதுமக்களுக்குக் காட்டு; மேடையேற்று *The Theatre Royal is presenting a new production of 'Ghosts'.* **6 present sb (to sb)** to introduce sb to a person in a formal ceremony ஒரு சம்பிரதாய/முறைசார் நிகழ்ச்சியில் ஓராளை ஒருவருக்கு அறிமுகப்படுத்து *The teams were presented to the President before the game.*

presentable /prɪˈzentəbl/ *adj.* good enough to be seen by people you do not know well பிறர் முன் தோன்றுவதற்கு ஏற்ற முறையில் நேர்த்தியான நடையுடையுடன் காணப்படுகிற; தோற்ற இனிமையுடைய

presentation /ˌpreznˈteɪʃn/ *noun* **1** [C, U] the act of giving or showing sth to sb ஒன்றை, குறிப்பாக ஒரு செய்பொருளை/கருத்தை/படைப்பை ஒருவருக்கு அளித்தல் அல்லது காட்டுதல்; முன்வைப்பு *The head will now* ***make a presentation*** *to the winners of the competition.* **2** [U] the way in which sth is shown, explained, offered, etc. to people பிறருக்கு ஒன்று காட்டப்படுதல், விளக்கப்படுதல், அளிக்கப்படுதல் முதலியவற்றின் முறை அல்லது பாங்கு *Untidy presentation of your work may lose you marks.* **3** [C] a meeting at which sth, especially a new product or idea, or piece of work, is shown or explained to a group of people ஒன்று, குறிப்பாக ஒரு புதிய செய்பொருள், கருத்து அல்லது படைப்பு ஒரு குழுவினர் முன் காட்டப்படும் அல்லது விளக்கப்படும் கூட்டம் அல்லது நிகழ்ச்சி; அறிமுகப்படுத்துகை *Each student has to* ***give a*** *short* ***presentation*** *on a subject of* *his/her choice.* **4** [C] a formal ceremony at which a prize, etc. is given to sb பரிசு முதலியவை ஒருவருக்கு வழங்கப்படும் வினைமுறை சார்ந்த நிகழ்ச்சி; பரிசளிப்பு நிகழ்ச்சி

presenter /prɪˈzentə(r)/ *noun* [C] a person who introduces a television or radio programme ஒரு தொலைக்காட்சி அல்லது வானொலி நிகழ்ச்சியை அறிமுகப்படுத்துபவர்; வழங்குபவர்

presently /ˈprezntli/ *adv.* **1** soon; shortly விரைவில்; சீக்கிரமாக; சற்று நேரத்தில்; உடனே *I'll be finished presently.* **2** (*written*) after a short time சற்று நேரத்திற்குப் பிறகு *Presently I heard the car door shut.* **3** (*AmE*) now; currently இப்பொழுது; இந்நேரத்தில் *The management is presently discussing the matter.*

present participle *noun* [C] (*grammar*) the form of the verb that ends in -ing நிகழ்கால வினையெச்சம்; -ing-உடன் முடியும் வினை வடிவம்

the present perfect *noun* [*sing.*] (*grammar*) the form of a verb that expresses an action done in a time period from the past to the present formed with the present tense of **have** and the past participle of the verb கடந்த காலத்திலிருந்து நிகழ்காலம் வரையிலான காலப்பகுதியில் செய்யப்பட்ட செயலைக் குறிப்பதாக அமையும், 'have' என்ற துணைவினையின் நிகழ்கால வடிவமும் வினையின் இறந்தகால வினையெச்ச வடிவமும் சேர்ந்த கூட்டுவினை வடிவம்; முடிவுற்ற நிகழ்காலம் *'I've finished', 'She hasn't arrived' and 'I've been studying' are all in the* ***present perfect.***

NOTE வினையின் காலம் குறிக்கும் வடிவங்கள் பற்றி மேலும் அறிய, அகராதிப் பகுதியை அடுத்துள்ள **Quick Grammar Reference** பகுதியைப் பார்க்க.

the present tense *noun* [C] (*also* **the present**) [*sing.*] (*grammar*) the tense of the verb that you use when you are talking about what is happening or what exists now தற்சமயத்தில் நிகழ்கிற அல்லது உள்ள ஒன்று பற்றிக் குறிப்பிடப் பயன்படுத்தப்படும் வினை வடிவம்; நிகழ்கால வினை; நிகழ்காலம்

preservative /prɪˈzɜːvətɪv/ *noun* [C, U] a substance that is used for keeping food, etc. in good condition உணவு முதலியவற்றை நன்னிலையில் வைத்திருக்கப் பயன்படுத்தப்படும் பொருள்; பதனச் சரக்கு

preserve /prɪˈzɜːv/ *verb* [T] to keep sth safe or in good condition ஒன்றைப் பாதுகாப்பாக அல்லது நன்னிலையில் வைத்திரு; அழியாது பாதுகாப்புச் செய்; பதனம் செய் *They've managed to preserve most of the wall paintings in the caves.* ▶ **preservation** /ˌprezəˈveɪʃn/ *noun* [U]

preside /prɪˈzaɪd/ *verb* [I] to be in charge of a discussion, meeting, etc. ஒரு கலந்துரையாடல், கூட்டம் முதலியவற்றுக்குப் பொறுப்பாயிரு; தலைமை ஏற்று வழிநடத்து

PHR V **preside over sth** to be in control of or responsible for sth ஒன்றை மேலாட்சி செய் அல்லது ஒன்றுக்குப் பொறுப்பேற்றிரு

presidency /ˈprezɪdənsi/ *noun* (*pl.* **presidencies**) **1 the presidency** [*sing.*] the position of being president ஒரு குடியரசு நாட்டின் அல்லது ஒரு நிறுவனத்தின் தலைமைப் பதவி **2** [C] the period of time that sb is president ஒருவரது தலைமைப் பதவிக் காலம்

president /ˈprezɪdənt/ *noun* [C] **1** (*also* **President**) the leader of a republic ஒரு குடியரசு நாட்டின் தலைவர்; குடியரசுத் தலைவர் *the President of India* • *the US President* **2** the person with the highest position in some organizations சிலவகை நிறுவனங்களில் தலைமைப் பதவி வகிப்பவர்; நிறுவனத் தலைவர் ▶ **presidential** /ˌprezɪˈdenʃl/ *adj.* *presidential elections*

press¹ /pres/ *noun* **1** (*usually* **the press**) [*with sing. or pl. verb*] newspapers and the journalists who work for them பத்திரிகைகள் மற்றும் அவற்றில் பணிபுரியும் பத்திரிகையாளர்கள்; பத்திரிகைத் துறை *The story has been reported on TV and* ***in the press.*** • *the local/national press* **2** [*sing.*,U] what or the amount that is written about sb/sth in newspapers ஒருவர்/ஒன்று பற்றிப் பத்திரிகைகளில் எழுதப்படுவது அல்லது எழுதப்படுவதன் அளவு *This company has had* ***a bad press*** *recently.* • *The strike got very little press.* **3** [C, U] a machine for printing books, newspapers, etc.; the process of printing them நூல்கள், பத்திரிகைகள் முதலியவற்றை அச்சிடுவதற்கான விசைப்பொறி; அச்சு இயந்திரம்; நூல்கள், பத்திரிகைகள் முதலியவற்றை அச்சிடும் செயல்முறை *All details were correct at the time of* ***going to press.*** **4** [C] a business that prints books, etc. நூல்கள் முதலியவற்றை அச்சிடும் நிறுவனம் அல்லது வணிக அமைப்பு; அச்சீட்டுத் துறை *Oxford University Press* **5** [C] an act of pushing sth firmly ஒன்றை அழுத்தி அமுக்குதல்; அழுத்தம் *Give that button* ***a press*** *and see what happens.*

press² /pres/ *verb* **1** [I, T] to push sth firmly ஒன்றை அமுக்கு; பலமாகத் தள்ளு; அழுத்து *Just press that button and the door will open.* • *He pressed the lid firmly shut.* **2** [T] to put weight onto sth, for example in order to get juice out of it ஒன்றிலிருந்து சாறு எடுத்தல் முதலியவற்றுக்காக அதனை அழுத்தி அமுக்கு; பிழி *to press grapes* **3** [T] to make a piece of clothing smooth by using an iron சலவைப்பெட்டியைப் பயன்படுத்தி ஆடையின் சுருக்கம் நீக்கு *I need* *to press this shirt.* **4** [T] to hold sb/sth firmly in a loving way அன்பான முறையில் ஒருவரை/ ஒன்றை உறுதியாகப் பற்றிப் பிடி; அணைத்துப் பிடி *She pressed the photo to her chest.* **5** [I] **press across, against, around, etc. (sth)** (used about people) to move in a particular direction by pushing (ஆட்கள் வகையில்) உந்தித் தள்ளிக்கொண்டு குறிப்பிட்ட திசையில் செல் *The crowd pressed against the wall of policemen.* **6** [I, T] **press (sb) (for sth/to do sth)** to try to persuade or force sb to do sth நயமாகப் பேசி அல்லது பலவந்தப்படுத்தி ஒருவரை ஒரு செயலைச் செய்யவைக்க முயல்; இசையச்செய் அல்லது வற்புறுத்து *I pressed them to stay for dinner. • to press sb for an answer* **7** [T] to express or repeat sth in an urgent way அவசரமாக ஒன்றைக் கூறு அல்லது கூறியதை மீண்டும் கூறு *I don't want to press the point, but you still owe me money.*

IDM **be hard pressed/pushed/put to do sth** ⇨ **hard**[2] பார்க்க.

be pressed for sth to not have enough of sth ஒன்றைப் போதுமான அளவு வைத்திராதிரு; ஒன்றின் பற்றாக்குறைக்கு உள்ளாகியிரு *I must hurry. I'm really pressed for time.*

bring/press charges (against sb) ⇨ **charge**[1] பார்க்க.

PHR V **press ahead/forward/on (with sth)** to continue doing sth even though it is difficult or hard work ஒன்று இடர்ப்பாடானதாக அல்லது கடின உழைப்பு வேண்டுவதாக இருக்கும் நிலையிலும் அதனைத் தொடர்ந்து செய்துகொண்டிரு *They pressed on with the building work in spite of the bad weather.*

press conference *noun* [C] a meeting when a famous or important person answers questions from newspaper and television journalists பத்திரிகை மற்றும் தொலைக்காட்சி நிருபர்களின் கேள்விகளுக்குப் புகழ்பெற்ற அல்லது முக்கியமான ஒருவர் பதில் அளிக்கும் கூட்டம்; செய்தியாளர் கூட்டம் *to hold a press conference*

pressing /ˈpresɪŋ/ *adj.* that must be dealt with immediately; urgent உடனடியாக நடவடிக்கை மேற்கொள்ளப்பட வேண்டிய; அவசரமான

press stud *noun* [C] = **popper**

press-up (*AmE* **push-up**) *noun* [C] a type of exercise in which you lie on your front on the floor and push your body up with your arms தரையில் கவிழ்ந்து படுத்துக் கைகளைக் கொண்டு உடலை மேலுயர்த்தித் தாழ்த்திச் செய்யும் உடற்பயிற்சி வகை; தண்டால் *I do 50 press-ups every morning.*

pressure /ˈpreʃə(r)/ *noun* **1** [U] the force that is produced when you press on or against sth ஒன்றின் மேல் அல்லது ஒன்றுக்கு எதிராக அழுத்தும்போது உண்டாகும் விசை; அழுத்தம்; எதிர்ப்பழுத்தம் *Apply pressure to the cut and it will stop bleeding. • The pressure of the water caused the dam to crack.* **2** [C, U] the force that a gas or liquid has when it is contained inside sth வாயுப்பொருள் அல்லது நீர்மப்பொருள், ஒன்றில் உள்ளடங்கி இருக்கும்போது காணப்படும் அப்பொருளின் அழுத்த விசை; காற்றழுத்தம்; நீர்ம அழுத்தம் *high/low blood pressure • You should check your tyre pressures regularly.* **3** [C, U] worries or difficulties that you have because you have too much to deal with; stress பணிப்பளுவின் காரணமாக ஒருவருக்கு உண்டாகும் கவலைகள் அல்லது இடர்ப்பாடுகள்; நெருக்கடி; துன்பம்; மன அழுத்தம் *financial pressures • I find it difficult to cope with pressure at work.*

IDM **put pressure on sb (to do sth)** to force sb to do sth ஒன்றைச் செய்யுமாறு ஒருவரைக் கட்டாயப்படுத்து; நெருக்கு *The press is putting pressure on him to resign.*

under pressure 1 being forced to do sth ஒன்றைச் செய்யுமாறு கட்டாயப்படுத்தப்படும் நிலையில்; வற்புறுத்தலுக்கு ஆட்பட்டு *Radha was under pressure from her parents to leave school and get a job.* **2** worried or in difficulty because you have too much to deal with பணிப்பளுவின் காரணமாகத் துன்பத்திற்கு அல்லது இடர்ப்பாட்டுக்கு உள்ளாகிய நிலையில்; மிகைப் பணியால் உண்டாகும் மன அழுத்த நிலையில் *I perform poorly under pressure, so I hate exams.* **3** (used about liquid or gas) contained inside sth or sent somewhere using force (திரவ அல்லது வாயுப்பொருள் வகையில்) ஒன்றில் உள்ளடங்கிய நிலையில் அல்லது விசையைப் பயன்படுத்தி ஓரிடத்திற்குச் செலுத்தப்படும்போது; அழுத்த நிலையில் *Water is forced out through the hose under pressure.* ▶ **pressure** *verb* [T] = **pressurize**

pressure cook *verb* [T] (*IndE*) to cook in a **pressure cooker** உயர் அழுத்தச் சமையற்கலத்தில் சமையல் செய்

pressure cooker *noun* [C] a strong metal pot with a tight lid, that cooks food quickly using steam under high pressure நீராவியின் உயர் அழுத்த நிலையில் விரைவாக உணவு சமைப்பதற்குரிய, இறுக்கமான மேல் மூடியுடன் கூடிய உறுதியான சமையற்கலம்; உயர் அழுத்தச் சமையற்கலம் ⇨ **pan** பதிவில் படம் பார்க்க.

pressure group *noun* [C, *with sing. or pl. verb*] a group of people who are trying to influence what a government or other organization does அரசின் அல்லது ஒரு நிறுவனத்தின் செயல்பாடுகளில் மாற்ற விளைவு உண்டுபண்ண

முயலும் குழுவினர்; பொதுக் கொள்கைகளைக் குறிப்பிட்ட திசையில் செலுத்தச் செய்ய முயலும் குழு

pressurize (*also* **-ise**) /'preʃəraɪz/ (*also* **pressure**) *verb* [T] **pressurize sb (into sth/doing sth)** to use force or influence to make sb do sth தனது ஆற்றலை அல்லது செல்வாக்கைப் பயன்படுத்தி ஒருவரை ஒரு செயலைச் செய்ய வை; ஒன்றைச் செய்யுமாறு ஒருவரைக் கட்டாயப் படுத்து அல்லது நெருக்கு *Some workers were pressurized into taking early retirement.*

pressurized (*also* **-ised**) /'preʃəraɪzd/ *adj.* (used about air in an aircraft) kept at the pressure at which people can breathe (ஒரு விமானத்திலுள்ள காற்று பற்றிக் குறிப்பிடுகையில்) பயணிகளின் மூச்சியக்கத்திற்கு ஏற்ற அழுத்த அளவில் வைக்கப்பட்டுள்ள; காற்றழுத்தக் கட்டுப்பாடு செய்யப்பட்டுள்ள

prestige /pre'stiːʒ/ *noun* [U] the respect and admiration that people feel for a person because he/she has a high social position or has been very successful ஒருவரது சமுதாய உயர்நிலை அல்லது உயர் வெற்றிச் சிறப்பின் காரணமாக அவர் மீது பிறர் கொண்டுள்ள மதிப்புணர்ச்சி; கௌரவம்; பெருமை ▶ **prestigious** /pre'stɪdʒəs/ *adj. a prestigious prize/school/job*

presumably /prɪ'zjuːməbli/ *adv.* used to say that you imagine or suppose sth is possibly true ஊகத்தின்படி; மனத்தில் தோன்றுவதாவது *Presumably this rain means the match will be cancelled?*

presume /prɪ'zjuːm/ *verb* [T] to think that sth is true even if you do not know for sure; to suppose உறுதியாக அறிந்திராத நிலையிலும் ஒன்று மெய்யானது எனக் கருது; ஊகி *The house looks empty so I presume they are away on holiday.* ▶ **presumption** /prɪ'zʌmpʃn/ *noun* [C]

presumptuous /prɪ'zʌmptʃuəs/ *adj.* confident that sth will happen or that sb will do sth without making sure first, in a way that annoys people உறுதிப்படுத்திக் கொள்ளாமலேயே ஒன்று நிகழும் அல்லது ஒருவர் ஒன்றைச் செய்வார் என்று மற்றவர்கள் எரிச்சல் அடையும் முறையில் நம்புகிற; மட்டுமீறிய தன்னம்பிக்கை உடைய

presuppose /ˌpriːsə'pəʊz/ *verb* [T] (*formal*) **1** to accept sth as true or existing and act on that basis, before it has been shown to be true ஒன்று மெய்ப்பிக்கப்படுவதற்கு முன்பு அதனை உண்மை எனக் கொள்; முன்னூகி *Teachers sometimes presuppose a fairly high level of knowledge on the part of the students.* ✪ **SYN presume 2** to depend on sth in order to exist or be true உளதாயிருப்பதற்கு அல்லது உண்மையாயிருப்பதற்கு ஒன்றைச் சார்ந்திரு; ஒன்றை அடிப்படையாக அல்லது முன் தேவையாகக் கொள் *His argument presupposes that it does not matter who is in power.*

pretence (*AmE* **pretense**) /prɪ'tens/ *noun* [U, *sing.*] an action that makes people believe sth that is not true மெய்யானதல்லாத ஒன்றைப் பிறர் நம்புமாறு செய்யும் செயல்; பாவனை; பாசாங்கு *She was unable to keep up the pretence that she loved him.*

IDM on/under false pretences ➪ **false** பார்க்க.

pretend /prɪ'tend/ *verb* [I, T] **1** to behave in a particular way in order to make other people believe sth that is not true மெய்யானதல்லாத ஒன்றைப் பிறர் நம்புமாறு செய்யவேண்டி குறிப்பிட்ட முறையில் நடந்துகொள்; பாசாங்கு செய் *You can't just pretend that the problem doesn't exist.* • *Prakash's not really asleep. He's just pretending.* **2** (used especially about children) to imagine that sth is true as part of a game (குறிப்பாக இளஞ்சிறார் பற்றிய வழக்கு) ஒரு விளையாட்டின் பகுதியாக ஒன்று உண்மையானது எனக் கற்பித்துக்கொள்; விளையாட்டு முறையில் பாவனை செய் *The kids were under the bed pretending to be snakes.*

pretentious /prɪ'tenʃəs/ *adj.* trying to appear more serious or important than you really are உண்மையில் உள்ளதை விடக் கருத்தார்ந்து இருப்பதாக அல்லது மதிப்பு மிக்கவராகத் தோன்ற முயல்கிற; போலியாகப் பகட்டிக்கொள்கிற

pretext /'priːtekst/ *noun* [C] a reason that you give for doing sth that is not the real reason ஒன்றைச் செய்வதற்கான காரணமாகக் கூறப்படும் உண்மையல்லாத ஒன்று; போலிக்காரணம்; சாக்குப்போக்கு *Babu left* ***on the pretext of*** *having an appointment at the dentist's.*

pretty[1] /'prɪti/ *adj.* (**prettier; prettiest**) attractive and pleasant to look at or hear பார்க்கும்போது அல்லது கேட்கும்போது இன்ப உணர்வும் மகிழ்ச்சியும் தருகிற; கண்ணுக்கினிய; செவிக்கு இன்பமான; வனப்புள்ள *a pretty girl/smile/dress/garden/name*

> **NOTE** ஆண்களை அல்லது சிறுவர்களைப் பற்றிக் குறிப்பிடப் பெரும்பாலும் **pretty** பயன்படுத்தப்படுவதில்லை. **Good-looking**-ஐப் பயன்படுத்தலாம். வழக்கமாக ஆண்களைப் பற்றிப் பேச **handsome** பயன்படுத்தப்படும். மேலும் **beautiful** பதிவிலுள்ள குறிப்பைப் பார்க்க.

▶ **prettily** *adv. The room is prettily decorated.* ▶ **prettiness** *noun* [U]

pretty[2] /'prɪti/ *adv.* (*informal*) quite; fairly மட்டான அளவில்; ஓரளவுக்கு; விரும்பத்தக்க அளவில் *The film was pretty good but not* *fantastic.* • *I'm pretty certain that Arvind will agree.* ➪ **rather** பதிவிலுள்ள குறிப்பைப் பார்க்க.

IDM **pretty much/nearly/well** almost; very nearly பெரும்பாலும்; சற்றேறக் குறைய; கிட்டத்தட்ட *I won't be long. I've pretty well finished.*

prevail /prɪ'veɪl/ *verb* [I] **1** to exist or be common in a particular place or at a particular time குறிப்பிட்ட இடத்தில் அல்லது காலத்தில் உளதாயிரு அல்லது பரவலாகக் காணப்படு; நடப்பில் இரு **2** (*formal*) **prevail (against/over sb/sth)** to win or be accepted, especially after a fight or discussion குறிப்பாக ஒரு சண்டைக்கு அல்லது விவாதத்திற்குப் பின் வெற்றி பெறு அல்லது ஏற்கப்படு *In the end justice prevailed and the men were set free.*

prevailing /prɪ'veɪlɪŋ/ *adj.* (*only before a noun*) **1** existing or most common at a particular time குறிப்பிட்ட காலத்தில் உளதாயிருக்கிற அல்லது பெருவழக்காகக் காணப்படுகிற; நடப்பிலுள்ள *the prevailing mood of optimism* **2** (used about the wind) most common in a particular area (காற்று வகையில்) குறிப்பிட்ட பகுதியில் வழக்கமாக அல்லது அடிக்கடி வீசுகிற *The prevailing wind is from the south-west.*

prevalent /'prevələnt/ *adj.* (*formal*) most common in a particular place at a particular time குறிப்பிட்ட இடத்தில்/குறிப்பிட்ட காலத்தில் மிகப் பரவலாகக் காணப்படுகிற; வழக்கமாக நிகழ்கிற; பெரு வழக்கில் இருக்கிற; மேலோங்கிக் காணப்படுகிற *The prevalent atmosphere was one of fear.* ▶ **prevalence** /'prevələns/ *noun* [U]

prevent /prɪ'vent/ *verb* [T] **prevent sb/sth (from) (doing sth)** to stop sth happening or to stop sb doing sth ஒன்று நிகழாமல் அல்லது ஒருவர் ஒன்றைச் செய்யாமல் தடு; தடை செய் *This accident could have been prevented.* • *Her parents tried to prevent her from joining the air force.* **NOTE** **Prevent** என்பது **stop** என்பதை விட முறைசார்ந்த சொல்லாகும். ▶ **prevention** *noun* [U] *accident/crime prevention*

preventable /prɪ'ventəbl/ *adj.* that can be prevented தடுக்கக்கூடிய; முன்னறிந்து விலக்கத்தக்க *Many accidents are preventable.*

preventive /prɪ'ventɪv/ (*also* **preventative** /prɪ'ventətɪv/) *adj.* intended to stop or prevent sth from happening ஒன்றை நிகழாமல் நிறுத்தும் அல்லது தடைசெய்யும் நோக்கத்திலான; ஒன்றை நீக்குதற்கு அல்லது விலக்குதற்கு உரிய *preventative medicine*

preview /'priːvjuː/ *noun* [C] a chance to see a play, film, etc. before it is shown to the general public நாடகம், திரைப்படம் முதலியவற்றைப் பொதுமக்களுக்குக் காட்டுவதற்கு முன் காணும் வாய்ப்பு; முற்காட்சி

previous /'priːviəs/ *adj.* coming or happening before or earlier முன்னதாக அல்லது முற்பட வருகிற அல்லது நிகழ்கிற; முந்தைய; முற்பட்ட *Do you have previous experience of this type of work?* ▶ **previously** *adv. Before I moved to Spain I had previously worked in Italy.*

prey[1] /preɪ/ *noun* [U] an animal or bird that is killed and eaten by another animal or bird வேறொரு விலங்கால் அல்லது பறவையால் கொன்று தின்னப்படும் விலங்கு அல்லது பறவை; இரை விலங்கு/இரைப் பறவை *The eagle is a bird of prey* (= it kills and eats other birds or small animals).

prey[2] /preɪ/ *verb*

IDM **prey on sb's mind** to cause sb to worry or think about sth ஒன்று குறித்துக் கவலை கொள்ள அல்லது எண்ணிப் பார்க்கக் காரணமாகு; மனதை அரி *The thought that he was responsible for the accident preyed on the train driver's mind.*

PHR V **prey on sth** (used about an animal or a bird) to kill and eat other animals or birds (விலங்கு அல்லது பறவை வகையில்) பிற விலங்குகளை அல்லது பறவைகளைக் கொன்று தின்; கொன்று இரையாகக் கொள் *Owls prey on mice and other small animals.*

price[1] /praɪs/ *noun* **1** [C] the amount of money that you must pay in order to buy sth ஒன்றை விலைக்கு வாங்கும் பொருட்டுச் செலுத்தப்படவேண்டிய பணத் தொகை; விலை *We can't afford to buy the car at that price.* • *There's no price on* (= written on) *this jar of coffee.*

NOTE **Charge** (கட்டணம்) என்ற சொல் ஒன்றைப் பயன்படுத்தவதற்காகச் செலுத்தப்படவேண்டிய பணத்தொகையைக் குறிக்கும்—*Is there a charge for parking here?* • *admission charges* சேவைகளைப் பெறப் பணம் செலுத்துதலை அல்லது ஒன்றின் விலையைக் குறிப்பாகக் கூறாமல் விலைகளைப் பற்றிப் பொதுப்படையாகப் பேசுதலை **cost** (விலைமதிப்பு; விலை நிலவரம்) என்ற சொல் குறிக்கும்—*The cost of electricity is going up.* • *the cost of living.* **Price** என்பது ஒன்றை விலைக்கு வாங்கும் பொருட்டுச் செலுத்தப்பட வேண்டிய பணத்தொகையைக் குறிக்கும். ஒரு கடைக்காரர் விலைகளை **raise/increase** செய்யலாம் (அதிகப்படுத்தலாம்); **reduce/bring down** செய்யலாம் (குறைக்கலாம்) அல்லது **freeze** செய்யலாம் (ஒருநிலைப்படுத்தலாம்). விலைகள் **rise/go up** (உயர்கின்றன) அல்லது **fall/go down** (இறங்குகின்றன).

2 [*sing.*] unpleasant things that you have to experience in order to achieve sth or as a result of sth ஒன்றை அடைவதற்காக அல்லது ஒன்றின் விளைவாக அனுபவிக்க வேண்டிய இன்னாத நேர்வுகள், மன உளைச்சல்கள் முதலியன *She won the elections but at a heavy price.*

IDM **at a price** costing a lot of money or involving sth unpleasant பெரும் செலவு பிடிக்கிற அல்லது மன உளைச்சல் உண்டாக்குகிற ஒன்றாக *Fame and success always come at a price.*

at any price even if the cost is very high or if it will have unpleasant results என்ன விலை கொடுத்தேனும்; இன்னாத விளைவுகள் நேரிடினும்; எப்பாடுபட்டாவது *Rakesh was determined to succeed at any price.*

not at any price never; under no circumstances எத்தகைய சூழ்நிலைகளிலும் கூடாததாக; எப்போதும் இல்லாததாக

price² /praɪs/ *verb* [T] to fix the price of sth or to write the price on sth ஒன்றின் விலையை வரையறு; ஒன்றின் மேல் விலை குறி *The books were all priced at between Rs 50 and Rs 100.*

priceless /ˈpraɪsləs/ *adj.* of very great value அருமதிப்புடைய; விலை மதிப்பற்ற; விலை மதிக்க முடியாத *priceless jewels and antiques* ➪ **worthless, valuable** மற்றும் **invaluable** பார்க்க.

price list *noun* [C] a list of the prices of the goods that are on sale விற்பனையில் உள்ள பொருள்களின் விலைப்பட்டியல்

pricey /ˈpraɪsi/ *adj.* (*informal*) expensive மிகு விலையுள்ள; பெரும் செலவு பிடிக்கிற *a pricey restaurant*

prick¹ /prɪk/ *verb* [T] to make a small hole in sth or to cause sb pain with a sharp point ஒன்றில் குத்திச் சிறு துளை செய்; ஒருவரைக் கூர்முனையால் குத்தி வலி உண்டாக்கு *He pricked the ballon with a pin.*

IDM **prick up your ears** (used about an animal) to hold up the ears in order to listen carefully to sth (விலங்கு வகையில்) ஒன்றைக் கவனமாகக் கேட்கும் பொருட்டுக் காதுகளை உயர்த்து; காதுகளை விறைப்பாக்கிக் கூர்ந்து கேள் (*figurative*) *Arindam pricked up his ears when he heard Monica's name mentioned.*

prick² /prɪk/ *noun* [C] the sudden pain that you feel when sth sharp goes into your skin கூர்மையான ஒன்று தோலில் குத்தும்போது உண்டாகும் திடீர் வலி

prickle¹ /ˈprɪkl/ *noun* [C] one of the sharp points on some plants and animals சிலவகைத் தாவரங்கள் மற்றும் விலங்குகள் மேல் வளரும் கூர்முனைகளில் ஒன்று முள்; சுணை *Hedgehogs are covered in prickles.* ➪ **spine** பார்க்க.

prickle² /ˈprɪkl/ *verb* [I] to have or make sb/sth have an uncomfortable feeling on the skin தோலில் தொல்லையான குத்துணர்ச்சி உண்டாகு; ஒருவருக்கு/ஒன்றுக்கு இவ்வுணர்ச்சி உண்டாக்கு *His skin prickled with fear.*

prickly /ˈprɪkli/ *adj.* **1** covered with sharp points கூர் நுனிகளையுடைய; முட்கள் உள்ள *a prickly bush* **2** causing an uncomfortable feeling on the skin தோல் மீது அசௌகரிய உணர்ச்சி உண்டுபண்ணுகிற; சுணை உணர்ச்சி தோன்றச் செய்கிற **3** (*informal*) (used about a person) easily made angry (ஆள் வகையில்) எளிதில் சின உணர்ச்சிக்கு ஆட்படுகிற; முன்கோபியான; சிடுசிடுப்பு மிக்க

pride¹ /praɪd/ *noun* **1** [U, *sing.*] **pride (in sth/doing sth)** the feeling of pleasure that you have when you or people who are close to you do sth good or own sth good தான் அல்லது தனக்கு நெருக்கமானவர்கள் சிறப்பான ஒன்றைச் செய்யும்போது அல்லது மதிப்பு வாய்ந்த ஒன்றை அடையும்போது தனக்கு உண்டாகும் மகிழ்வுணர்வு; பெருமை உணர்ச்சி; பெருமிதம் *I take great **pride** in my work.* • *You should **feel pride** in your achievement.* **2** [U] the respect that you have for yourself தன்மான உணர்ச்சி; சுயமரியாதை; தன்மதிப்பு *You'll hurt his pride if you refuse to accept the present.* **3** [U] the feeling that you are better than other people மற்றவர்களை விடத் தான் சிறந்தவர் என்னும் உணர்வு; தற்பெருமை; இறுமாப்பு; செருக்கு **4** [*sing.*] **the pride of sth/sb** a person or thing that is very important or of great value to sth/sb ஒருவருக்கு/ஒன்றுக்கு மிக முக்கியமான அல்லது பெரு மதிப்புப் பெற்றுத் தருகிற ஆள் அல்லது பொருள்; பெருமைக்குரியவர்/பெருமைக்குரியது *The new stadium was the pride of the whole town.* ➪ **proud** adjective பார்க்க.

IDM **sb's pride and joy** a thing or person that gives sb great pleasure or satisfaction ஒருவருக்குப் பெரு மகிழ்ச்சி அல்லது மன நிறைவு தரும் ஆள் அல்லது பொருள்

pride² /praɪd/ *verb*

PHR V **pride yourself on sth/doing sth** to feel pleased about sth good or clever that you can do தான் செய்யக்கூடிய சிறப்பான அல்லது அறிவார்ந்த ஒன்று குறித்து மகிழ்ச்சியடை; பெருமை கொள் *Imran prides himself on his ability to cook.*

priest /priːst/ *noun* [C] a person who performs religious ceremonies in some religions சில மதங்களில், சமயச் சடங்குகள் செய்பவர்; சமய குரு; புரோகிதர்; பூசாரி NOTE சில சமய வழக்குகளில் பெண் சமயகுரு **priestess** என்று அழைக்கப்படுகிறார்.

prim /prɪm/ *adj.* (used about a person) always behaving in a careful or formal way and easily shocked by anything that is rude (ஆள் வகையில்) எப்பொழுதும் கவனமாக அல்லது ஒழுங்குமுறையுடன் நடந்துகொள்கிற மற்றும் நாகரிக நயமற்றவை கண்டு அதிர்ச்சிக்கு உள்ளாகிற; ஆசாரமிக்க ▶ **primly** *adv.*

primarily /ˈpraɪmərəli; praɪˈmerəli/ *adv.* more than anything else; mainly வேறெதனையும் விட; முக்கியமாக; முதன்மை நிலையில் *The course is aimed primarily at beginners.*

primary[1] /ˈpraɪməri/ *adj.* **1** most important; main மிக முக்கியமான; முதன்மையான; மூலமான; அடிப்படையான *Smoking is one of the primary causes of lung cancer.* **2** connected with the education of children between about five and eleven years old தோராயமாக ஐந்து வயதிற்கும் பதினோரு வயதிற்கும் இடைப்பட்ட சிறார்களுக்கான கல்வி சார்ந்த; தொடக்கக் கல்விக்குரிய *Their children are at primary school.*

primary[2] /ˈpraɪməri/ (*also* **primary election**) *noun* [C] (*pl.* **primaries**) (*AmE*) an election in which people from a particular area vote to choose a **candidate** for a future important election எதிர்காலத்தில் நடைபெற இருக்கிற ஒரு முக்கியமான தேர்தலுக்கான வேட்பாளரைத் தேர்ந்தெடுக்கக் குறிப்பிட்ட பகுதியின் மக்கள் வாக்களிக்கும் தேர்தல்; முதல்நிலைத் தேர்தல்

primary colour *noun* [C] any of the colours red, yellow or blue. You can make any other colour by mixing primary colours in different ways வெவ்வேறு முறைகளில் ஒன்றுடன் ஒன்றைக் கலந்து மற்ற அனைத்து நிறங்களும் உருவாக்குவதற்கு உதவக்கூடிய, சிவப்பு, மஞ்சள், நீலம் ஆகிய மூன்று முதன்மை வண்ணங்களில் ஒன்று; மூல வண்ணம்

primates

primate /ˈpraɪmeɪt/ *noun* [C] any animal that belongs to the group that includes humans, monkeys and animals like monkeys without a tail (**apes**) மனிதர்கள், குரங்குகள் மற்றும் வாலில்லாக் குரங்குகளை உள்ளடக்கிய பேரினத்தைச் சார்ந்த விலங்கு; உச்ச உயர்படி உயிரினத் தொகுதியைச் சார்ந்த விலங்கு

prime[1] /praɪm/ *adj.* (*only before a noun*) **1** main; the first example of sth that sb would think of or choose ஒருவரால் கருத்தில் கொள்ளப்படுகிற அல்லது தேர்வு செய்யப்படுகிற ஒன்றின் முதல் எடுத்துக்காட்டாக அமைகிற; முதன்மையான; முதலாவதான *She is a prime candidate as the next team captain.* **2** of very good quality; best உச்ச உயர் தரமுள்ள; மிகச் சிறந்த; முதல் தரமான *prime pieces of meat* **3** having all the typical qualities ஒரு வகைக்குரிய அனைத்துப் பண்புகளும் உடையதான; முழு நிறைவான *That's **a prime example** of what I was talking about.*

prime[2] /praɪm/ *noun* [*sing.*] the time when sb is strongest, most beautiful, most successful, etc. வலிமை, அழகு, பயனிறைவு முதலியவற்றில் ஒருவர் உச்ச உயர் நிலையில் இருக்கும் வேளை; முழு நிறைவு நிலை; விஞ்சிய திறன் அல்லது பண்பு நிலை *Several of the team are **past their prime**. • **In** his **prime**, he was a fine actor. • to be **in the prime of life***

prime[3] /praɪm/ *verb* [T] **prime sb (for/with sth)** to give sb information in order to prepare him/her for sth ஒன்றிற்கு ஒருவரை ஆயத்தம் செய்யும் பொருட்டு, அவருக்குத் தகவல் அளி; சித்தப்படுத்து *The politician had been well primed with all the facts before the interview.*

prime minister *noun* [C] (*abbr.* **PM**) the leader of the government in some countries, for example India, Britain etc. இந்தியா, பிரிட்டன் முதலிய நாடுகளில் அரசின் தலைமைப் பொறுப்பில் உள்ளவர்; பிரதமர் ➪ **minister** பார்க்க.

prime number *noun* [C] (*mathematics*) a number that can be divided exactly only by itself and 1, for example 7, 17 and 41 அதே எண்ணாலும் மற்றும் ஒன்றாலும் மட்டுமே மீதமின்றி வகுபடக்கூடிய எண்; 7, 17, 41 போன்ற பகா எண்

primeval (*also* **primaeval**) /praɪˈmiːvl/ *adj.* from the earliest period of the history of the world; very ancient உலக வரலாற்றின் தொடக்கக் காலத்திலிருந்ததான; மிகவும் தொன்மையான; தொடக்கக் காலத்திற்குரிய

primitive /ˈprɪmətɪv/ *adj.* **1** very simple and not developed மிக எளிமையானதும் முன்னேற்றம் அடைந்திராததுமான; நாகரிக முதிர்ச்சியற்ற; பழம்பாணியான *The washing facilities in the camp were very primitive.* **2** (*only before a noun*) connected with a very early stage in the development of humans or animals மனிதர்களின் அல்லது விலங்குகளின் வளர்ச்சிப் படிநிலையில் மிகப் பழமையான காலப்பகுதியைச் சார்ந்த; தொன்மை காலத்திய *Primitive man lived in caves and hunted wild animals.*

primrose /ˈprɪmrəʊz/ *noun* [C] a yellow spring flower இளவேனிற்காலத்தில் மலரும் மஞ்சள் நிறப் பூ வகை

prince /prɪns/ *noun* [C] **1** a son or other close male relative of a king or queen ஓர் அரசரின் அல்லது அரசியின் மகன் அல்லது நெருங்கிய ஆண் உறவினர்; அரச குடி இளவல்; இளவரசன் **2** the male ruler of a small country or state ஒரு சிறு நாட்டின் அல்லது மாநிலத்தின் ஆண் ஆட்சியாளர்; சிற்றரசர்

princess /ˌprɪnˈses/ *noun* [C] **1** a daughter or other close female relative of a king or queen ஓர் அரசரின் அல்லது அரசியின் மகள் அல்லது நெருங்கிய பெண் உறவினர்; இளவரசி **2** the wife of a prince இளவரசரின் மனைவி

principal¹ /ˈprɪnsəpl/ *adj.* (*only before a noun*) most important; main உயர் முக்கியத்துவம் உடைய; முதன்மையான; இன்றியமையாத *the principal characters in a play* ▶ **principally** /-pli/ *adv. Our products are designed principally for the European market.*

principal² /ˈprɪnsəpl/ *noun* [C] the head of some schools, colleges, etc. சில பள்ளிகள், கல்லூரிகள் முதலியவற்றின் தலைவர்; முதல்வர்

principle /ˈprɪnsəpl/ *noun* **1** [C, U] a rule for good behaviour, based on what a person believes is right முறையானது என ஒருவரால் நம்பப்படுவதை அடிப்படையாகக் கொண்ட, நன்னடத்தை விதி; தனிமுறை ஒழுக்க நியதி; தனி நடைமுறைக் கட்டுப்பாடு *He doesn't eat meat* ***on principle****. • She refuses to wear fur. It's* ***a matter of principle*** *with her.* **2** [C] a basic general law, rule or idea அடிப்படையான பொதுச்சட்டம், பொதுவிதி; மூலக் கோட்பாடு *The system works* ***on the principle that*** *hot air rises. • The course teaches the basic principles of car maintenance.*

IDM **in principle** in general, but possibly not in detail அனேகமாக நுணுக்க விவரங்களைக் கருத்தில் கொள்ளாத; பொது நிலையில்; பொதுப்படையாகக் காணும்போது *His proposal sounds fine in principle, but there are a few points I'm not happy about.*

print¹ /prɪnt/ *verb* **1** [I, T] to put words, pictures, etc. onto paper by using a special machine ஒரு தனிவகை விசைப்பொறியைப் பயன்படுத்திச் சொற்கள், படங்கள் முதலியவற்றைத் தாள் மீது பதியவை; அச்சிடு *How much did it cost to print the posters?* **2** [T] to produce books, newspapers, etc. in this way தாளில் அச்சிட்டு நூல்கள், செய்தித்தாள்கள் முதலியவற்றை உருவாக்கு அல்லது தயார் செய் *Fifty thousand copies of the textbook were printed.* **3** [T] to include sth in a book, newspaper, etc. ஒரு நூல், செய்தித்தாள் முதலியவற்றில் ஒன்றை உள்ளடக்கு அல்லது சேர் *The newspaper should not have printed the photographs of the crash.* **4** [T] to make a photograph from a piece of negative film மறிநிலைத் தகட்டிலிருந்து நிழற்படத்தை உருவிளக்கம் செய் **5** [I, T] to write with letters that are not joined together (அச்செழுத்துப் போன்று) தனித்தனி எழுத்துகளாக (ஒன்றை) எழுது *Please print your name clearly at the top of the paper.* **6** [T] to put a pattern onto cloth, paper, etc. துணி, தாள் முதலியவற்றின் மீது ஒப்பனை உருவரைகள் அச்சிடு ▶ **printing** *noun* [U]

PHR V **print (sth) out** to print information from a computer onto paper கணிப்பொறியிலுள்ள தகவலை அச்சுப்படி எடு *I'll just print out this file.*

print² /prɪnt/ *noun* **1** [U] the letters, words, etc. in a book, newspaper, etc. ஒரு நூல், செய்தித்தாள் முதலியவற்றிலுள்ள எழுத்துகள், சொற்கள் முதலியவை; அச்செழுத்து; அச்சிடப்பட்ட பகுதி *The print is too small for me to read without my glasses.* **2** [U] used to refer to the business of producing newspapers, books, etc. செய்தித்தாள்கள், நூல்கள் முதலியவற்றை அச்சிட்டு உருவாக்கும் வாணிகச் செயல்பாடு; அச்சுத் தொழில் *the print unions/workers* **3** [C] a mark that is made by sth pressing onto sth else வேறொன்றின் மீது அழுத்திப் பதித்த ஒன்றின் குறி; சுவடு; பொறிப்புத் தடம் *The police are searching the room for fingerprints. • footprints in the snow* **4** [C] a picture that was made by printing அச்சிடப்பட்ட படம் **5** [C] a photograph (when it has been printed from a negative) நிழற்படத் தகட்டச்சுப்படம் *I ordered an extra set of prints for my friends.*

IDM **in print 1** (used about a book) still available from the company that published it அச்சிட்ட நிறுவனத்தில் கிடைக்கக்கூடியதாக **2** (used about a person's work) published in a book, newspaper, etc. நூல், செய்தித்தாள் முதலியவற்றில் அச்சிடப்படுகிற

out of print (used about a book) no longer available from the company that published it; not being printed any more அச்சிட்ட நிறுவனத்தில் கைவசமில்லாத; மேலும் அச்சிடப்படாத

printer /ˈprɪntə(r)/ *noun* [C] **1** a person or company that prints books, newspapers, etc. நூல்கள், செய்தித்தாள்கள் முதலியவற்றை

அச்சிடும் ஆள் அல்லது நிறுவனம்; அச்சிடுபவர் **2** a machine that prints out information from a computer onto paper கணிப்பொறியிலுள்ள தகவலை அச்சுப்படி எடுக்கும் பொறி; கணினி அச்சுப்பொறி *a laser printer*

printing press (*also* **press**) *noun* [C] a machine that is used for printing books, newspapers, etc. நூல்கள், செய்தித்தாள்கள் முதலியவற்றை அச்சிடுவதற்குப் பயன்படுத்தப்படும் பொறி; அச்சு இயந்திரம்

printout /ˈprɪntaʊt/ *noun* [C, U] information from a computer that is printed onto paper தாளில் அச்சிடப்பட்ட கணினித் தகவல்

prior /ˈpraɪə(r)/ *adj.* (*only before a noun*) coming before or earlier முன்னதாக அல்லது முற்பட வருகிற; முன்னதாக உள்ள; முந்தைய; முற்பட்ட

prioritize (*also* **-ise**) /praɪˈɒrətaɪz/ *verb* **1** [I, T] to put tasks, problems, etc. in order of importance, so that you can deal with the most important first (பணிகள், பிரச்சினைகள் முதலியவை வகையில்) இன்றியமையாத ஒன்றை முதற்கண் கையாள்வதற்கு ஏதுவாக, அவற்றை ஒவ்வொன்றின் முக்கியத்துவத்தின் அடிப்படையில் வரிசைப்படுத்து *You should make a list of all the jobs you have to do and prioritize them.* **2** [T] (*formal*) to treat sth as being more important than other things மற்றவைகளை விட அதிக முக்கியத்துவம் உடையதாக ஒன்றைக் கருது; ஒன்றிற்கு முன்னுரிமை அளி *The organization was formed to prioritize the needs of older people.*

priority /praɪˈɒrəti/ *noun* (*pl.* **priorities**) **1** [U] **priority (over sb/sth)** the state of being more important than sb/sth or of coming before sb/sth else ஒருவரை/ஒன்றை விட முக்கியமானவராக/முக்கியமானதாக இருக்கும் நிலை; வேறொருவருக்கு/வேறொன்றுக்கு முன்னதாக வரும் நிலை; முந்து நிலை; முன்னிலை; முந்துரிமை; முன்னுரிமை *We **give priority** to families with small children.* • *Emergency cases **take priority** over other patients in hospital.* **2** [C] something that is most important or that you must do before anything else உயர் முக்கியத்துவம் உடைய அல்லது முதன்முதலில் செய்யப்பட வேண்டிய ஒன்று; முன்னுரிமை தரப்பட வேண்டியது *Our **top priority** is to get food and water to the refugee camps.* • *I'll **make it** my **priority** to sort out your problem.*

prior to *prep.* (*formal*) before முன்பாக; முன்னதாக; முன்னே *Passengers are asked to report to the check-in desk prior to departure.*

prise /praɪz/ (*AmE* **prize, pry**) *verb* [T] **prise sth off, apart, open, etc.** to use force to open sth, remove a lid, etc. ஒன்றைத் திறக்க

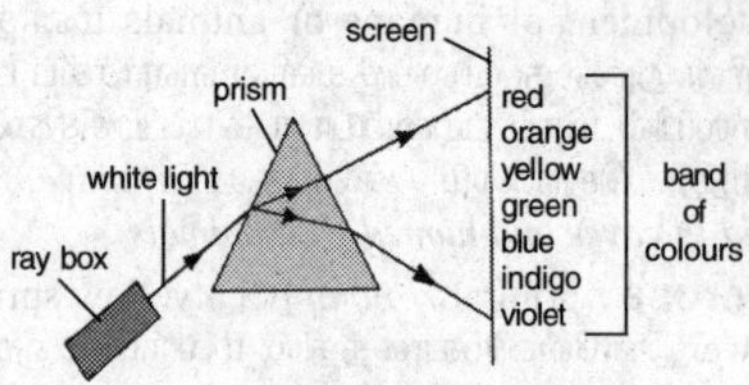

white light can be split into its components using a prism

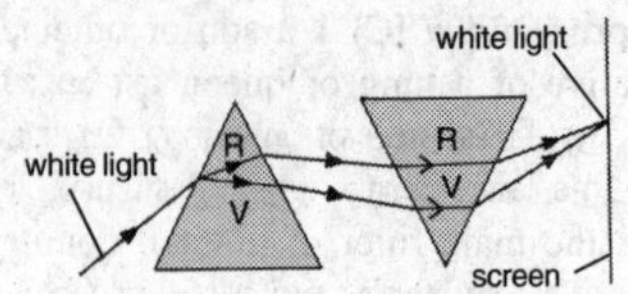

splitting and recombining the colours in white light

R = red V = violet

prisms

அல்லது ஒரு மூடியை நீக்க உந்துவலிவைப் பயன்படுத்து; நெம்பு திறனைப் பயன்படுத்தி ஒன்றைத் திற அல்லது அகற்று *He prised the door open with an iron bar.*

prism /ˈprɪzəm/ *noun* [C] **1** a solid object with ends that are parallel and of the same size and shape, and with sides whose opposite edges are equal and parallel ஒன்றுக்கொன்று இணையான மற்றும் ஒத்த அளவும் வடிவும் உடைய விளிம்புகளும், எதிரெதிர் விளிம்புகள் சமமாகவும் இணையாகவும் உள்ள பக்கங்களும் உடைய திடப்பொருள்; பட்டகம் ➪ **solid** பதிவில் படம் பார்க்க. **2** a transparent glass or plastic object which separates light that passes through it into the seven different colours தன்னூடாகச் செல்லும் ஒளியை ஏழு வெவ்வேறான நிறங்களாகப் பிரிக்கும், ஒளி ஊடுருவும் தன்மையுள்ள கண்ணாடி அல்லது பிளாஸ்டிக் பொருள்; நிறப்பிரிகை

prison /ˈprɪzn/ (*also* **jail**) *noun* [C, U] a building where criminals are kept as a punishment குற்றவாளிகள் தண்டனையாக வைத்திருக்கப்படும் கட்டடம்; சிறைச்சாலை; சிறை *The terrorists were **sent to prison** for twenty-five years.* • *He will be **released from prison** next month.* ➪ **imprison** மற்றும் **jail** பார்க்க.

NOTE (The சேர்க்கப்படாது) ஒருவர் goes **to prison** அல்லது is **in prison** என்பது ஒருவர் கைதியாகச் சிறையில் அடைக்கப்பட்டிருப்பதைக் குறிக்கும்—*He was sent to prison for two years.* 'The prison' என்பது குறிப்பிட்ட ஒரு சிறையை அல்லது ஒருவர் தற்காலிகமாகச் சிறைக் கட்டடத்தைப் பார்க்கச் செல்வதைக் குறிக்கும்—*The politician visited the prison and said that conditions were poor.*

prisoner /ˈprɪznə(r)/ *noun* [C] a person who is being kept in prison சிறையில் அடைக்கப்பட்டிருப்பவர்; சிறைக்கைதி *a political prisoner*

prisoner of war *noun* [C] (*pl.* **prisoners of war**) (*abbr.* **POW**) a soldier, etc. who is caught by the enemy during a war and who is kept in prison until the end of the war போரின்போது பகைவரால் பிடிக்கப்பட்டுப் போர் முடியும் வரை சிறையில் வைக்கப்பட்டிருக்கும் படைவீரர் முதலியோர்; போர்க்கைதி

privacy /ˈprɪvəsi/ *noun* [U] **1** the state of being alone and not watched or disturbed by other people பிறரால் கவனிக்கப்படாது அல்லது தொந்தரவு செய்யப்படாது தனித்து இருக்கும் நிலை; தனிமை *There is not much privacy in large hospital wards.* **2** the state of being free from the attention of the public பொதுமக்கள் கவனத்தில் இருந்து விலகி இருக்கும் நிலை; அந்தரங்க நிலை *The actress claimed that the photographs were an **invasion of privacy**.*

private[1] /ˈpraɪvət/ *adj.* **1** belonging to or intended for one particular person or group and not to be shared by others மற்றவர்கள் பகிர்ந்துகொள்ளத் தக்கதல்லாது, தனியொரு குழுவுக்கு அல்லது தனி ஓராளுக்கு உடைமையான அல்லது உரிய; தனி உரிமைப்பட்ட; தனிமுறைப்பட்ட *This is private property. You may not park here.* • *a private letter/conversation* **2** not connected with work or business பணி அல்லது தொழில் சாராத; தனி வாழ்வுக்குரிய; அந்தரங்கமான *He never discusses his **private life** with his colleagues at work.* **3** owned, done or organized by a person or company, and not by the government அரசால் அல்லாது ஓராளால் அல்லது ஒரு நிறுவனத்தால் செய்யப்படுகிற அல்லது திட்டமிடப்படுகிற; தனி உடைமையாகக் கொள்ளப்பட்ட; தனியார் சார்ந்த; தனியாருக்குரிய; பொதுத்துறை சாராத *a private hospital/school* (= you pay to go there) • *a private detective* (= one who is not in the police) ➪ **public** பார்க்க. **4** with no one else present வேறெவரும் உடனில்லாத; தனிமையான; தனிப்பட்ட; தனி முறையான *I would like a private interview with the personnel manager.* **5** not wanting to share thoughts and feelings with other people தனது எண்ணங்களையும் உணர்வுகளையும் பிறருடன் பகிர்ந்துகொள்ள விரும்பாத; சமூகப் பண்பில்லாத *He's a very private person.* **6** (used about classes, lessons, etc.) given by a teacher to one student or a small group for payment (பயிற்சி வகுப்புகள், பாடங்கள் முதலியவை வகையில்) கட்டணம் பெற்றுக்கொண்டு ஓராசிரியர் ஒரு மாணவருக்கு அல்லது ஒரு சிறு குழுவினருக்குக் கற்பிக்கிற; தனிமுறைக் கட்டணப் பயிற்சியான *Ramya gives private English lessons at her house.* ▶ **privately** *adv.*

private[2] /ˈpraɪvət/ *noun* [C] a soldier of the lowest level கீழ்ப்படிநிலை சார்ந்த படைவீரர்; சாதாரணப் படைவீரர்

IDM **in private** with no one else present வேறொருவரும் உடனில்லாது; தனிமையில்; தனி ஒதுக்கமாக *May I speak to you in private?*

privatize (*also* **-ise**) /ˈpraɪvɪtaɪz/ *verb* [T] to sell a business or an industry that was owned by the government to a private company அரசுக்குச் சொந்தமான வாணிக அல்லது தொழில் நிறுவனத்தைத் தனியார் நிறுவனம் ஒன்றுக்கு விற்பனை செய்; அரசு நிறுவனத்தைத் தனியார் உடைமையாக்கு *The water industry has been privatized.* ✪ OPP **nationalize** ▶ **privatization** (*also* **-isation**) /ˌpraɪvɪtaɪˈzeɪʃn/ *noun* [U]

privilege /ˈprɪvəlɪdʒ/ *noun* **1** [C, U] a special right or advantage that only one person or group has ஒருவருக்கு அல்லது ஒரு பிரிவினருக்கு மட்டுமே உரிய தனிவகையான உரிமை அல்லது ஆதாயம்; சிறப்புரிமை; தனிச்சலுகை *Prisoners who behave well **enjoy** special **privileges**.* **2** [*sing.*] a special advantage or opportunity that gives you great pleasure பெரு மகிழ்ச்சி தரும் தனிவகையான அனுகூலம் அல்லது வாய்ப்பு நிலை; தனி உரிமைப் பேறு *It was a great privilege to hear her sing.*

privileged /ˈprɪvəlɪdʒd/ *adj.* having an advantage or opportunity that most people do not have பெரும்பான்மையினருக்குக் கிடைத்திராத அனுகூலத்தை அல்லது நல்வாய்ப்பைப் பெற்றிருக்கிற; தனிச்சலுகை அடையப்பெற்றுள்ள *Only **a privileged few** are allowed to enter this room.* • *I feel very privileged to be playing for the national team.* ✪ OPP **underprivileged**

prize[1] /praɪz/ *noun* [C] something of value that is given to sb who is successful in a race, competition, game, etc. பந்தயம், போட்டி, விளையாட்டு முதலியவற்றில் வெற்றி பெறும் ஒருவருக்கு வழங்கப்படும் மதிப்பு வாய்ந்த ஒன்று; பரிசு *She won **first prize** in the competition.* • *a prize-winning novel*

prize[2] /praɪz/ *adj.* (*only before a noun*) winning, or good enough to win, a prize பரிசு பெறுகிற அல்லது பரிசு பெறத்தக்க; பரிசுக்குரிய *a prize flower display*

prize[3] /praɪz/ *verb* [T] to consider sth to be very valuable ஒன்றை மிக்க மதிப்பு வாய்ந்ததாகக் கருது; உயர்வாக மதி; பாராட்டு *This picture is one of my most prized possessions.*

prize[4] /praɪz/ (*AmE*) = **prise**

pro /prəʊ/ *noun* [C] (*pl.* **pros**) (*informal*) **1** a person who plays or teaches a sport for money தொழில் முறையில் ஓர் உடற்பயிற்சி விளையாட்டு விளையாடுபவர் அல்லது அதற்கான பயிற்சி அளிப்பவர் *a golf pro* **2** a person who has a lot of skill and experience நிறைவான

பயிற்சியும் அனுபவமும் உள்ள ஒருவர் ✪ SYN **professional**

IDM **the pros and cons** the reasons for and against doing sth ஒரு செயலைச் செய்வதற்கு ஆதரவான மற்றும் எதிரான காரணங்கள்; சாதக பாதகக் கூறுகள்; நன்மை தீமைகள் *We should consider all the pros and cons before reaching a decision.*

pro- /prəʊ/ *prefix* (*used in adjectives*) in favour of; supporting சாதகமாக; ஆதரவாக *pro-democracy • pro-European*

proactive /ˌprəʊˈæktɪv/ *adj.* controlling a situation by making things happen rather than waiting for things to happen and then reacting to them செயல்கள் நிகழ்வதற்காகக் காத்திருந்து பின்னர் மாற்றுவினை ஆற்றாது, செயல்களைத் தானே நிகழச் செய்வதன் மூலம் ஒரு சூழ்நிலையைத் தன் கட்டுப்பாட்டுக்குள் வைத்துக்கொள்கிற; தானே தொடக்கம் செய்து ஒரு சூழ்நிலையை உருவாக்குகிற அல்லது அதனை ஆட்சி செய்கிற ⇨ **reactive** பார்க்க. ▶ **proactively** *adv.*

probability /ˌprɒbəˈbɪləti/ *noun* (*pl.* **probabilities**) **1** [U, *sing.*] how likely sth is to happen ஒன்று நிகழ்வதற்கான வாய்ப்பு நிலை; வாய்ப்புக் கூறு; சாத்தியம் *At that time there seemed little probability of success.* **2** [C] something that is likely to happen நிகழ வாய்ப்புள்ள ஒன்று *Closure of the factory now seems a probability.*

probable /ˈprɒbəbl/ *adj.* that you expect to happen or to be true; likely நிகழக்கூடியதாக அல்லது உண்மையாக இருக்கக்கூடியதாக எதிர்பார்க்கப்படுகிற; நிகழ்வாய்ப்புள்ள; எதிர்பார்க்கத்தக்க ✪ OPP **improbable** ⇨ **possible** பார்க்க.

NOTE **Probable, likely** ஆகிய இரண்டும் ஒரே பொருளுள்ளவையாயினும், அவை வெவ்வேறு முறைகளில் பயன்படுத்தப்படுவதைக் கருத்தில் கொள்க—*It's* ***probable that*** *he will be late.* • *He is* ***likely to be*** *late.*

probably /ˈprɒbəbli/ *adv.* almost certainly கிட்டத்தட்ட உறுதியாக; அநேகமாக; பெரும்பாலும் *I will phone next week, probably on Wednesday.*

probation /prəˈbeɪʃn/ *noun* [U] **1** a system that allows sb who has committed a crime not to go to prison if he/she goes to see to an official (**a probation officer**) regularly for a fixed period of time குற்றம் புரிந்த ஒருவர் குறிப்பிட்ட கால அளவுக்கு நன்னடத்தை அதிகாரியின் தொடர்ந்த கண்காணிப்பில் இருப்பதன் மூலம் சிறைத் தண்டனையைத் தவிர்க்கும் முறை; நன்னடத்தைக் கண்காணிப்பு *Sunita is on probation for two years.* **2** a period of time at the start of a new job when you are tested to see if you are suitable புதிதாகப் பணியில் சேர்ந்த ஒருவரது தகுதிப்பாடு தேர்ந்தாய்வு செய்யப்படும் பணித் தொடக்ககாலப் பகுதி; தகுதிகாண் பருவம் *a three-month probation period*

probe[1] /prəʊb/ *verb* [I, T] **1 probe (into sth)** to ask questions in order to find out secret or hidden information இரகசியமான அல்லது மறைத்து வைக்கப்பட்டுள்ள தகவல்களைக் கண்டறியும் பொருட்டுக் கேள்விகள் கேள்; நுணுக்கமாக விசாரணை செய்; துருவிக் காண் *The newspapers are now probing into the President's past.* **2** to examine or look for sth, especially with a long thin instrument குறிப்பாக நீண்டு மெலிதான ஒரு கருவியைக் கொண்டு, ஒன்றைச் சோதித்துப் பார் அல்லது தேடு; துருவுகோலால் சோதனை செய் *The doctor probed the cut for pieces of broken glass.* ▶ **probing** *adj. to ask probing questions*

probe[2] /prəʊb/ *noun* [C] **1** the process of asking questions, collecting facts, etc. in order to find out hidden information about sth ஒன்று பற்றிய இரகசியத் தகவல்களைக் கண்டறியும் பொருட்டு விசாரணை செய்தல்; விசாரணை; புலனாய்வு; கூராய்வு *a police probe into illegal financial dealing* **2** a long thin tool that you use for examining sth that is difficult to reach, especially a part of the body எட்டும் தொலைவில் இல்லாத ஒன்றை, குறிப்பாக உடற்பகுதி ஒன்றை, சோதனை செய்வதற்குப் பயன்படுத்தப்படும் நீண்டு மெலிதான கருவி; சலாகை; துருவுகோல்

problem /ˈprɒbləm/ *noun* [C] **1** a thing that is difficult to deal with or to understand கையாள்வதற்கு அல்லது புரிந்துகொள்வதற்குக் கடினமான ஒன்று; சிக்கல்; பிரச்சினை; இடர்ப்பாடு; இக்கட்டு *social/family/financial/technical problems • The company will* ***face problems*** *from unions if it sacks workers. • It's a great painting—****the problem is*** *I've got nowhere to put it.* **2** a question that you have to solve by thinking about it சிந்தித்துத் தீர்வு காண வேண்டிய வினா; கடுவினா; புதிர் *a maths/logic problem*

problematic /ˌprɒbləˈmætɪk/ (*also* **problematical** /-ɪkl/) *adj.* difficult to deal with or to understand; full of problems; not certain to be successful கையாள்வதற்கு அல்லது புரிந்துகொள்வதற்குக் கடினமான; சிக்கலான; இடர்ப்பாடான; செயல் நிறைவு உறுதியில்லாத *Finding replacement parts for such an old car could be problematic.* ✪ OPP **unproblematic**

procedure /prəˈsiːdʒə(r)/ *noun* [C, U] the usual or correct way for doing sth ஒன்றைச் செய்வதற்கான வழக்கமான அல்லது சரியான

வழிமுறை; செயல்முறை; நடைமுறை *What's the procedure for making a complaint?*

proceed /prə'si:d/ *verb* [I] **1** (*formal*) to continue doing sth; to continue being done ஒன்றைத் தொடர்ந்து செய்; தொடர்ந்து செய்யப்படு *The building work was proceeding according to schedule.* **2** (*formal*) **proceed (with sth/to do sth)** to start doing the next thing after finishing the last one முன்னது முடிந்தவுடன் அடுத்த செயலைச் செய்யத் தொடங்கு; தொடர்ந்து மேற்செல்; அடுத்த படிக்குச் செல் *Once he had calmed down he proceeded to tell us what had happened.*

proceedings /prə'si:dɪŋz/ *noun* [*pl.*] **1 proceedings (against sb/for sth)** legal action சட்ட நடவடிக்கை *to start divorce proceedings* **2** events that happen, especially at a formal meeting, ceremony, etc. நிகழ்ச்சிகள், குறிப்பாக அதிகாரபூர்வமான கூட்டம், வினைமுறை முதலியவற்றில் நடைபெறும் நிகழ்ச்சிகள்; நடவடிக்கைகள்; செயல்முறைகள் *The proceedings were interrupted by demonstrators.*

proceeds /'prəʊsi:dz/ *noun* [*pl.*] **proceeds (of/from sth)** money that you get when you sell sth ஒன்றின் விற்பனை மூலமாகப் பெறப்படும் பணம்; விளைபயன் *The proceeds from the sale will go to charity.*

process[1] /'prəʊses/ *noun* [C] **1** a series of actions that you do for a particular purpose குறிப்பிட்ட நோக்கத்திற்காக ஒன்றன் பின் ஒன்றாகச் செய்யப்படும் செயல்களின் தொகுதி; செயல்முறை; நடவடிக்கை *We've just begun the complicated process of selling the house.* **2** series of changes that happen naturally இயல்பான முறையில் ஒன்றன் பின் ஒன்றாக நிகழும் மாற்றங்களின் தொகுதி, வளர்ச்சி முறை *Mistakes are part of the learning process.*

IDM **in the process** while you are doing sth else வேறொன்றைச் செய்துகொண்டிருக்கும்போது *We washed the dog yesterday—and we all got very wet in the process.*

in the process of sth/doing sth in the middle of doing sth ஒரு செயலின் இடையில் அல்லது நடுவே *They are in the process of moving house.*

process[2] /'prəʊses/ *verb* [T] **1** to treat sth, for example with chemicals, in order to keep it, change it, etc. ஒரு பொருளைக் கெடாமல் பாதுகாத்தல், பொருளில் மாற்றம் உண்டுபண்ணுதல் முதலியவற்றுக்காக வேதியியல் பொருள்கள் முதலியவற்றைக் கொண்டு அப்பொருளை வேதிமுறைப்படுத்து; பதனம் செய் *Cheese is processed so that it lasts longer. • I sent two rolls of film away to be processed.* **2** to deal with information, for example on a computer கணிப்பொறி, முதலியவற்றில் தகவல்களைக் கையாள்; செயலாக்கம் செய் *It will take about ten days to process your application.*

procession /prə'seʃn/ *noun* [C, U] a number of people, vehicles, etc. that move slowly in a line, especially as part of a ceremony குறிப்பாக ஒரு வினைமுறை நிகழ்ச்சியின் பகுதியாக, ஒரு வரிசையில் மெதுவாகச் செல்லும் ஆட்கள், ஊர்திகள் முதலியவற்றின் தொகுதி; ஊர்வலம் *to walk* ***in procession*** *• a funeral procession*

processor /'prəʊsesə(r)/ *noun* [C] **1** a machine or a person that processes things தகவல்களைக் கையாளும் விசைப்பொறி அல்லது ஆள்; தகவல் இயக்கு பொறி; தகவல் இயக்குநர் ⇨ **food processor** மற்றும் **word processor** பார்க்க. **2** (*computing*) a part of a computer that controls all the other parts of the system கணினி அமைப்பின் மற்ற பகுதிகளை இயக்கும் அதன் பகுதி; கணினிச் செயலகம்

proclaim /prə'kleɪm/ *verb* [T] (*written*) to make sth known officially or publicly அதிகாரபூர்வமாக அல்லது வெளிப்படையாக ஒன்றைத் தெரிவி; பொது அறிவிப்புச் செய் *The day was proclaimed a national holiday.* ▶ **proclamation** /ˌprɒklə'meɪʃn/ *noun* [C, U] *to make a proclamation of war*

procrastinate /prəʊ'kræstɪneɪt/ *verb* [T] (*formal*) (*disapproving*) to put off till another day or time doing sth that you should do, because you do not want to do it செய்ய விரும்பாத காரணத்தினால், செய்ய வேண்டிய ஒன்றை மற்றொரு நாள் அல்லது காலம் வரை தாமதப்படுத்து *People were dying of starvation while governments procrastinated.*

procrastination /prəʊˌkræstɪ'nəɪʃn/ *noun* [U] (*disapproving*) the act of putting off doing sth that you should do till another day or time, because you do not want to do it ஒன்றைச் செய்ய விருப்பமில்லாததால் அதனைப் பின்னொரு நாள் அல்லது நேரத்திற்கு ஒத்திவைத்தல்; காலந்தாழ்த்துதல் *Procrastination may cause one to lose a good opportunity.*

procure /prə'kjʊə(r)/ *verb* [T] (*written*) **procure sth (for sb)** to obtain sth, especially with difficulty குறிப்பாக ஊக்கம் அல்லது உழைப்பின் மூலமாக, ஒன்றைப் பெறு; முயன்று பெறு *I managed to procure two tickets for the match.*

prod /prɒd/ *verb* [I, T] (**prodding; prodded**) to push or press sb/sth with your finger or a pointed object விரலால் அல்லது கூர்மையான ஒரு பொருளால் ஒருவரை/ஒன்றைத் தள்ளு அல்லது அழுத்து; தூண்டு (*figurative*) *Rekha works quite hard but she does need prodding occasionally.* ▶ **prod** *noun* [C] *to give the fire a prod with a stick* ▶ **prodding** *noun* [U]

prodigal /ˈprɒdɪgl/ *adj* (*formal*) **1** (*disapproving*) spending money freely and rather wastefully பணத்தை வரையில்லாமல் வீணாகச் செலவழிக்கிற; ஊதாரியான *a prodigal/administration* ✪ SYN **extravagant** **2** (*old-fashioned*) very generous தாராள மனதுடைய ▶ **prodigality** /ˌprɒdɪˈgæləti/ *noun* [U]

IDM **the/a prodigal son/daughter** a person who leaves home to lead a prodigal life but who is sorry later and returns home வீட்டை விட்டுச் சென்று இன்பக் களியாட்டத்தில் பணத்தையும் நேரத்தையும் வீணழிவு செய்து பின்னர் அதற்காக வருந்தி வீட்டுக்குத் திரும்பும் ஒருவர்; கெட்டழிந்து மீள்பவர்

prodigious /prəˈdɪdʒəs/ *adj.* very large or powerful and surprising மிகப் பெரியதான; பேராற்றல் வாய்ந்ததும் வியப்பூட்டக்கூடியதுமான *He seemed to have a prodigious amount of energy.*

prodigy /ˈprɒdədʒi/ *noun* [C] (*pl.* **prodigies**) a child who is unusually good at sth ஒன்றில் வயது மீறிய திறமையுள்ள சிறுவன்/சிறுமி; இளம் மேதை; அருந்திறல் பிள்ளை *Mozart was a child prodigy.* ⇨ **genius** பார்க்க.

produce[1] /prəˈdjuːs/ *verb* [T] **1** to make sth to be sold, especially in large quantities குறிப்பாகப் பேரளவில், விற்பனைக்காக ஒரு பொருளை உருவாக்கு; உற்பத்தி செய் *The factory produces 20,000 cars a year.* ✪ SYN **manufacture** **2** to grow or make sth by a natural process இயற்கையான செயல்முறையில் ஒன்றை விளைவி அல்லது உருவாக்கு *This region produces most of the country's wheat.* • (*figurative*) *He's the greatest athlete this country has produced.* **3** to create sth using skill பயிற்சித் திறமையை அல்லது செயலாற்றலைப் பயன்படுத்தி ஒன்றை உருவாக்கு அல்லது படை *The children have produced some beautiful pictures for the exhibition.* **4** to cause a particular effect or result குறிப்பிட்ட தாக்கத்தை அல்லது பயன்விளைவை உண்டுபண்ணு அல்லது தோற்றுவி *Her remarks produced roars of laughter.* **5** to show sth so that sb else can look at or examine it வேறொருவர் காணும் பொருட்டு அல்லது ஆராயும் பொருட்டு ஒன்றை வெளிக்காட்டு; பார்வைக்கு வை; முன்வை *to produce evidence in court* **6** to be in charge of preparing a film, play, etc. so that it can be shown to the public பொதுக்காட்சிக்கு உரியதாகத் திரைப்படம், நாடகம் முதலியவற்றைத் தயாரி *She is producing 'Meghaduta' at the local theatre.*

produce[2] /ˈprɒdjuːs/ *noun* [U] food, etc. that is grown on a farm and sold நிலத்தில் விளைவித்து விற்பனை செய்யப்படும் உணவுப் பொருள் முதலியவை; வேளாண் உற்பத்திப் பொருள்; விளைபொருள் *fresh farm produce*

producer /prəˈdjuːsə(r)/ *noun* [C] **1** a person, company or country that makes or grows sth ஒரு பொருளை உற்பத்தி செய்யும் அல்லது விளைவிக்கும் ஆள், நிறுவனம் அல்லது நாடு; உற்பத்தியாளர் *Brazil is a major producer of coffee.* **2** a person who deals with the business side of organizing a play, film, etc. ஒரு நாடகம், திரைப்படம் முதலியவற்றின் வாணிகத் தொடர்பான ஏற்பாடுகளைச் செய்யும் ஆள்; தயாரிப்பாளர் **3** a person who arranges for sb to make a programme for television or radio, or a record தொலைக்காட்சி அல்லது வானொலி நிகழ்ச்சி அல்லது இசைத்தட்டு தயாரிப்பவருக்கு ஏற்பாடு செய்துதருபவர்; நிகழ்ச்சி அமைப்பாளர்

product /ˈprɒdʌkt/ *noun* [C] **1** something that is made in a factory or that is formed naturally தொழிற்சாலையில் செய்யப்படுகிற அல்லது இயற்கையாக உருவாக்கப்படுகிற பொருள்; இயற்கைப் பொருள்; செய்பொருள்; விளைபொருள் *dairy/meat/pharmaceutical/software products* • *Carbon dioxide is one of the waste products of this process.* **2 product of sth** the result of sth ஒன்றன் விளைவு; விளைபயன் *The industry's problems are the product of government policy.* **3** the amount that you get if you multiply one number by another ஓர் எண்ணை மற்றொன்றால் பெருக்கும்போது கிடைக்கும் எண்ணிக்கை; பெருக்கல் தொகை; பெருக்கம் *The product of three and five is fifteen.*

production /prəˈdʌkʃn/ *noun* **1** [U] the making or growing of sth, especially in large quantities ஒரு பொருளை, குறிப்பாகப் பேரளவில், உற்பத்தி செய்தல் அல்லது விளைவித்தல்; உற்பத்தி; விளைவாக்கம் *The latest model will be* ***in production*** *from April.* • *mass production* **2** [U] the amount of sth that is made or grown உற்பத்தி செய்யப்படுகிற அல்லது விளைவிக்கப்படுகிற ஒன்றின் அளவு; உற்பத்தியளவு *a rise/fall in production* • *a high level of production* **3** [C] a play, film or programme that has been made for the public பொதுக்காட்சிக்காகத் தயாரிக்கப்படும் நாடகம், திரைப்படம் அல்லது நிகழ்ச்சி

IDM **on production of sth** when you show sth ஒன்றைக் காட்டும்போது *You can get a 10% discount on production of your membership card.*

productive /prəˈdʌktɪv/ *adj.* **1** that makes or grows sth, especially in large quantities ஒரு பொருளை, குறிப்பாகப் பேரளவில், உற்பத்தி செய்கிற அல்லது விளைவிக்கிற *The company wants to sell off its less productive factories.* **2** useful (because results come from it) (அதிலிருந்து ஒரு விளைபயன் பெறப்படுவதன் காரணமாகப்) பயனுள்ளதாக இருக்கிற; நற்பயன்

அளிக்கிற *a productive discussion* ▶ **productivity** /ˌprɒdʌkˈtɪvəti/ *noun* [U]

Prof. *abbr.* (*written*) Professor பேராசிரியர் எனப் பொருள்படும் Professor என்பதன் குறுக்கம்

profane /prəˈfein/ *adj.* **1** (*formal*) having or showing a lack of respect for sacred or holy things புனிதமான பொருள்கள் மீது மதிப்புணர்ச்சி கொண்டிராத அல்லது மதிப்புக் காட்டாத *profane language/behaviour* **2** (*technical*) not connected with religion or holy things; secular சமயச் சார்பற்ற அல்லது புனிதமானவையோடு தொடர்புற்றிராத *A discussion was organized on topics both sacred and profane.* ▶ **profanity** /prəˈfænəti/*noun* [C, U]

profess /prəˈfes/ *verb* [T] (*formal*) **1** to say that sth is true or correct, even when it is not ஒன்று மாறானதாக இருந்தபோதும் அது உண்மையானது அல்லது சரியானது எனக் கூறு; ஒன்றை நிலைநிறுத்த முயல்; மெய்யென வாதிடு *Lakshmi professed to know nothing at all about it, but I did not believe her.* **2** to state honestly that you have a particular belief, feeling, etc. குறிப்பிட்ட நம்பிக்கை, உணர்வு முதலியவற்றைத் தான் கொண்டிருப்பதாக உள்ளார்ந்த நேர்மையுடன் கூறு; மனத்தில் உள்ளதை உண்மையாக வெளிப்படுத்து *He professed his hatred of war.*

profession /prəˈfeʃn/ *noun* [C] **1** a job that needs a high level of training and/or education உயர்தரமான பயிற்சித் திறம் மற்றும்/அல்லது உயர் கல்வித் தகுதி வேண்டப்படும் தொழில்; திறத்தொழில், சிறப்புத் தொழில் *the medical/legal/teaching profession* ⇨ **work**[1] பதிவிலுள்ள குறிப்பைப் பார்க்க. **2 the... profession** [*with sing. or pl. verb*] all the people who work in a particular profession குறிப்பிட்ட திறத்தொழிலில் ஈடுபட்டுள்ள அனைவரும்; திறத் தொழிலர் *The legal profession is/are trying to resist the reforms.*

IDM **by profession** as your job தனது தொழிலாக; தொழில் வகையில் *Girish is an accountant by profession.*

professional[1] /prəˈfeʃənl/ *adj.* **1** (*only before a noun*) connected with a job that needs a high level of training and/or education உயர் பயிற்சித் திறன் மற்றும்/அல்லது உயர் கல்வித்தகுதி வேண்டப்படும் தொழில் சார்ந்த அல்லது தொழிலுக்குரிய; திறத்தொழில் தொடர்பான *Get professional advice from your lawyer before you take any action.* **2** doing sth in a way that shows skill, training or care செயலாற்றல், பயிற்சித் திறன் அல்லது கவனம் வெளிப்படும் முறையில் செய்யப்படுகிற; தேர்ச்சித்திறன் வாய்ந்த; கைதேர்ந்த *The police are trained to deal with every situation in a calm and professional manner.* ✪ OPP **unprofessional** **3** doing a sport, etc. as a job or for money; (used about a sport, etc.) done by people who are paid தொழில் முறையில் அல்லது ஊதியத்திற்காக ஒரு விளையாட்டு முதலியவற்றில் ஈடுபடுகிற; (விளையாட்டு, முதலியவை வகையில்) ஊதியம் பெறுவோரால் செய்யப்படுகிற; ஊதியத்துக்குரியதான *He's planning to* ***turn professional*** *after the Olympics.* • *professional football* ✪ OPP **amateur**

professional[2] /prəˈfeʃənl/ *noun* [C] **1** a person who works in a job that needs a high level of training and/or education உயர் பயிற்சித் திறன் மற்றும்/அல்லது உயர் கல்வித் தகுதி வேண்டப்படும் தொழில் செய்பவர்; திறத் தொழிலர் **2** (*informal* **pro**) a person who plays or teaches a sport, etc. for money தொழில் முறையில் ஓர் உடற்பயிற்சி விளையாட்டு விளையாடுபவர் அல்லது அதற்கான பயிற்சி அளிப்பவர் **3** (*also informal* **pro**) a person who has a lot of skill and experience நிறைவான பயிற்சியும் அனுபவமும் உள்ள ஒருவர்

professionalism /prəˈfeʃənəlɪzəm/ *noun* [U] a way of doing a job that shows great skill and experience மேம்பட்ட தனிப்பயிற்சித் திறனும் அனுபவமும் வெளிப்படுமாறு ஒரு தொழிலைச் செய்யும் முறை; தொழில் வல்லமை; தனித்திறச் செயலாண்மை *We were impressed by the professionalism of the staff.*

professionally /prəˈfeʃənəli/ *adv.* **1** in a way that shows great skill and experience மேம்பட்ட தனிப்பயிற்சித் திறனும் அனுபவமும் வெளிப்படும் முறையில்; தொழில் வல்லமையுடன் **2** for money; by a professional person தனிப்பயிற்சித் திறன் உள்ள ஒருவரால் செய்யப்படுவதாக; ஊதியத்திற்காக *Ravi plays the guitar professionally.*

professor /prəˈfesə(r)/ *noun* [C] (*abbr.* **Prof.**) **1** a university teacher of the highest level பல்கலைக்கழக மேற்படி நிலை ஆசிரியர்; பேராசிரியர் **2** (*AmE*) a teacher at a college or university கல்லூரி அல்லது பல்கலைக்கழக ஆசிரியர்

proficient /prəˈfɪʃnt/ *adj.* **proficient (in/at sth/doing sth)** able to do a particular thing well; skilled குறிப்பிட்ட ஒரு செயலைச் சிறப்பான முறையில் செய்யக்கூடிய; பயிற்சித் திறன் அல்லது செயல் அனுபவம் மிக்க; கைதேர்ந்த *We are looking for someone who is proficient in Tamil.* ▶ **proficiency** *noun* [U] **proficiency (in sth/doing sth)** *a certificate of proficiency in English*

profile /ˈprəʊfaɪl/ *noun* [C] **1** a person's face or head seen from the side, not the front எதிரிலிருந்து அல்லாமல், பக்கவாட்டில் காணத்

தோன்றும் ஒருவரது முகம் அல்லது தலை; பக்கத்தோற்ற முக அல்லது தலை வடிவம் *I did a sketch of him* ***in profile***. **2** a short description of sb/sth that gives useful information ஒருவர்/ஒன்று பற்றிய முக்கியமான விவரங்களின் தொகுப்பு; சுருக்க விவர அறிக்கை *We're building up a profile of our average customer.*

IDM **a high/low profile** a way of behaving that does/does not attract other people's attention பிறரது கவனத்தை ஈர்க்கும்/ஈர்க்காத முறையிலான நடத்தை *I don't know much about the subject—I'm going to keep a low profile at the meeting tomorrow.*

profit[1] /ˈprɒfɪt/ *noun* [C, U] the money that you make when you sell sth for more than it cost you கொள்விலையை விடக் கூடுதலான விலைக்கு ஒன்றை விற்கும்போது கிடைக்கும் மிகைப் பணம்; இலாபம்; ஆதாயம் *Did you* ***make a profit on*** *your house when you sold it?* • *I'm hoping to sell my shares* ***at a profit.*** ➪ **loss** பார்க்க.

profit[2] /ˈprɒfɪt/ *verb* [I, T] (*formal*) **profit (from/by sth)** to get an advantage from sth; to give sb an advantage ஒன்றிலிருந்து ஆதாயம் பெறு; பலனடை; ஒருவருக்குப் பலனளி; ஆதாயம் வழங்கு *Who will profit most from the tax reforms?*

profitable /ˈprɒfɪtəbl/ *adj.* **1** that makes money இலாபம் தருகிற; ஆதாயமான; பணம் ஈட்டுகிற *a profitable business* **2** helpful or useful அனுகூலமான; பயனுள்ள; நன்மை விளைவிக்கிற *We had a very profitable discussion yesterday.* ▶ **profitably** *adv. to spend your time profitably* ▶ **profitability** /ˌprɒfɪtəˈbɪləti/ *noun* [U]

profit and loss account *noun* [C] (*technical*) a written record of the amounts of money that a business or organization earns and spends in a particular period ஒரு வணிக அமைப்பின் அல்லது நிறுவனத்தின் குறிப்பிட்ட காலப் பகுதிக்குரிய வருவாய் மற்றும் செலவுத் தொகைகளின் பதிவுக் குறிப்பு; இலாப நட்டக் கணக்கு

pro forma /ˌprəʊ ˈfɔːmə/ *adj.* (*usually before a noun*) (*technical*) **1** (used especially about a document) prepared in order to show the usual way of doing sth or to provide a standard method (குறிப்பாக ஓர் ஆவணம் பற்றிக் கூறுகையில்) ஒன்றை வழக்கமாகச் செய்யும் முறையைக் காட்டுதற்காக அல்லது ஒரு கட்டளை மாதிரியை வழங்குவதற்காக உருவாக்கப்பட்ட; வழக்க முறையைக் காட்டுகிற; மாதிரிப் படிவமான *a pro forma letter* • *pro forma instructions* **2** (used about a document) sent in advance (ஓர் ஆவணம் பற்றிக் கூறும்போது) முன்னதாக அனுப்பப்படுகிற; முன்னீடான *a pro forma invoice* (= a document that gives details of the goods being sent to a customer) ▶ **pro forma** *noun* [C] *I enclose a pro forma for you to complete, sign and return.*

profound /prəˈfaʊnd/ *adj.* **1** very great; that you feel very strongly மிகப் பெரிய; உள்ளார்ந்த; ஆழ்ந்த; அழுத்தமான *The experience had a profound influence on her.* **2** needing or showing a lot of knowledge or thought பேரளவிலான அறிவு அல்லது சிந்தனை வேண்டப்படுகிற அல்லது அதனை வெளிப்படுத்துகிற; ஆழ்ந்த சிந்தனை தோய்ந்த; புலமை நிரம்பிய *He's always making profound statements about the meaning of life.* ▶ **profoundly** *adv. I was profoundly relieved to hear the news.*

profuse /prəˈfjuːs/ *adj.* (*formal*) given or produced in great quantity பேரளவில் வழங்கப்படுகிற அல்லது உற்பத்தி செய்யப்படுகிற; ஏராளமான; நிறைவளமான *profuse apologies* ▶ **profusely** *adv. She apologized profusely for being late.*

profusion /prəˈfjuːʒn/ *noun* [*sing., with sing. or pl. verb*] [U] (*formal*) a very large quantity of sth ஒன்றின் மிகப் பெரிய அளவு; ஏராளம் *a profusion of colours/flowers* • *Roses grew* ***in profusion*** *against the old wall.*

progeny /ˈprɒdʒeni/ *noun* [*pl.*] (*formal* or *humorous*) someone's children; the young or offspring of animals and plants ஒருவரது பிள்ளைகள்; விலங்குகள் மற்றும் தாவரங்களின் மரபுத் தோன்றல்கள்; சந்ததி; வழித் தோன்றல்கள்.

progesterone /prəˈdʒestərəʊn/ *noun* [U] a substance (**hormone**) produced in the bodies of women and female animals which prepares the body to become pregnant பெண்கள் மற்றும் பெண் விலங்குகளின் உடலில் சுரப்பதும் கருவுறுதலுக்கு உடலை ஆயத்தம் செய்வதுமான இயக்கு நீர் ➪ **oestrogen** மற்றும் **testosterone** பார்க்க.

prognosis /prɒgˈnəʊsɪs/ *noun* [C] (*pl.* **prognoses** /-siːz/) **1** (*medical*) an opinion, based on medical experience, of the likely development of a disease or an illness நோய் அல்லது நோய் வளர்ச்சி குறித்த, மருத்துவ அனுபவத்தின் அடிப்படையிலான, கருத்து; நோய்/நோய்த் தாக்க முன்கணிப்பு **2** (*formal*) a judgement about how sth is likely to develop in the future ஒன்றன் எதிர்கால வளர்ச்சி வாய்ப்புப் பற்றிய மதிப்பீடு; முன்கணிப்பு, *The prognosis is for more people to work part-time in the future.*

program[1] /ˈprəʊgræm/ *noun* [C] **1** a set of instructions that you give to a computer so that it will do a particular task கணிப்பொறி குறிப்பிட்ட செயல் ஆற்றவேண்டி அதற்கு அளிக்கப்படும்

செயற்குறிப்புகளின் தொகுதி; செயற் கட்டளை; நிரல் *to write a program*

NOTE கணிப்பொறி சார் மொழிப் பயன்பாட்டில் அமெரிக்க, பிரிட்டன் வழக்குகள் இரண்டிலும் நாம் பயன்படுத்தும் எழுத்துரு **program** எனப்படும். மற்ற அனைத்துப் பயன்பாடுகளிலும் **programme** பிரிட்டன் வழக்காகவும், **program** அமெரிக்க வழக்காகவும் வரும்.

2 (*AmE*) = **programme[1]**

program[2] /'prəʊgræm/ *verb* [I, T] (**programming; programmed**) to give a set of instructions to a computer, etc. to make it perform a particular task கணிப்பொறி குறிப்பிட்ட செயல் ஆற்றச் செய்வதற்காக அதற்கு ஒரு செயற்குறிப்புத் தொகுதியை வழங்கு; செயற்கட்டளை இடு

programme[1] (*AmE* **program**) /'prəʊgræm/ *noun* [C] **1** a show or other item that is sent out on the radio or television வானொலியில் அல்லது தொலைக்காட்சியில் ஒளி/ஒலி பரப்பப்படும் காட்சி அல்லது நிகழ்ச்சி; வானொலி/தொலைக்காட்சி நிகழ்ச்சி *a TV/radio programme* • *We've just missed an interesting programme on elephants.* **2** a plan of things to do; a scheme செய்ய வேண்டியவை குறித்த முன்வரைவு; பணி ஏற்பாடு; செயல் திட்டம் *What's (on) your programme today* (= what are you going to do today)*?* • *The leaflet outlines the government's programme of educational reforms.* **3** a little book or piece of paper which you get at a concert, a sports event, etc. that gives you information about what you are going to see ஓர் இசை நிகழ்ச்சி, ஒரு விளையாட்டு நிகழ்ச்சி முதலியவற்றின் நிகழ்ச்சிக் கூறுகள் பட்டியலிடப்பட்ட சிற்றேடு அல்லது தாள்; நிகழ்ச்சி நிரல்

programme[2] /'prəʊgræm/ (*AmE* **program**) *verb* [T] (**programming; programmed**; *AmE* **programing; programed**) **1** to plan for sth to happen at a particular time குறிப்பிட்ட சமயத்தில் ஒன்று நடைபெறுமாறு ஏற்பாடு செய்; செயல் திட்டம் வரை *The road is programmed for completion next May.* **2** to make sb/sth work or act automatically in a particular way குறிப்பிட்ட முறையில் தன்னியக்கமாக ஒருவர்/ஒன்று இயங்குமாறு அல்லது செயல்படுமாறு திட்டப்படுத்து அல்லது அமைவி *The lights are programmed to come on as soon as it gets dark.*

programmer /'prəʊgræmə(r)/ *noun* [C] a person whose job is to write programs for a computer கணிப்பொறிக்கான செயற்கட்டளைகளை எழுதுபவர்

progress[1] /'prəʊgres/ *noun* [U] **1** movement forwards or towards achieving sth ஒன்றைச் செய்து முடிப்பதைக் கருத்தாகக் கொண்ட தொடர்ந்த செயற்பாடு; முன்னேற்றம்; வளர்ச்சி *Raju's* ***making progress*** *at school.* • *to make slow/steady/rapid/good progress* **2** change or improvement in society சமுதாயத்தில் நிகழும் மாற்றம் அல்லது மேம்பாடு/வளர்ச்சி *scientific progress*

IDM **in progress** happening now தற்பொழுது நடைபெற்றுக்கொண்டிருக்கிற *Silence! Examination in progress.*

progress[2] /prə'gres/ *verb* [I] **1** to become better; to develop (well) மேம்பாடு அடை; வளர்ச்சி அடை; உயர்நிலை அடை *Medical knowledge has progressed rapidly in the last twenty years.* **2** to move forward; to continue முன்னோக்கிச் செல்; தொடர்ந்து மேல்செல்; முன்னேறு *I got more and more tired as the evening progressed.*

progression /prə'greʃn/ *noun* [C, U] **(a) progression (from sth) (to sth)** movement forward or a development from one stage to another முன்னோக்கிய இயக்கம்; முன்னேற்றம்; ஒரு படியிலிருந்து மற்றொன்றுக்கு வளர்ச்சியுறுதல்; படிநிலை வளர்ச்சி *You've made the progression from beginner to intermediate level.*

progressive /prə'gresɪv/ *adj.* **1** using modern methods and ideas தற்காலச் செயல்முறைகளையும் கருத்துகளையும் பயன்படுத்துகிற; முற்போக்கு மனப்பான்மையுள்ள *a progressive school* **2** happening or developing steadily தொடர்ந்து அல்லது ஒரே சீராக நடைபெறுகிற அல்லது வளர்ச்சியுறுகிற *a progressive reduction in the number of staff*

progressively /prə'gresɪvli/ *adv.* steadily; a little at a time ஒரே சீராக; சிறிது சிறிதாக; படிப்படியாக *The situation became progressively worse.*

the progressive tense *noun* [*sing.*] (*grammar*) = **the continuous tense**

prohibit /prə'hɪbɪt/ *verb* [T] (*formal*) **prohibit sb/sth (from doing sth)** to say that sth is not allowed by law; to forbid சட்டப்படி அனுமதிக்கத் தக்கதல்ல என்று கூறு; அதிகாரபூர்வமாகத் தடை செய் *The law prohibits children under 18 from buying cigarettes.*

prohibition /ˌprəʊɪ'bɪʃn/ *noun* **1** [C] (*formal*) **a prohibition (on/against sth)** a law or rule that forbids sth ஒன்றைத் தடைசெய்யும் சட்டம் அல்லது விதி; தடையுத்தரவு *There is a prohibition on the carrying of knives.* **2** [U] the action of stopping sth being done or used, especially by law குறிப்பாகச் சட்டப்படி, ஒரு செயல் அல்லது ஒன்றின் பயன்பாடு தடை செய்யப்படுதல் *the prohibition of alcohol in the 1920s*

prohibitive /prə'hɪbətɪv/ *adj.* (used about a price or cost) so high that it prevents people from buying sth or doing sth (விலை அல்லது செலவு வகையில்) ஒன்றை வாங்க முடியாத அல்லது

செய்ய முடியாத அளவுக்கு உயர்ந்துள்ள; மட்டுமீறிய விலையான அல்லது செலவு பிடிக்கிற *The price of houses in the centre of town is prohibitive.* ▶ **prohibitively** *adv.*

project¹ /ˈprɒdʒekt/ *noun* [C] **1** a piece of work, often involving many people, that is planned and organized carefully கவனமாகத் திட்டமிடப்பட்டு ஏற்பாடு செய்யப்படும், பெரும்பாலும் பலர் உள்ளடங்கிய வேலை; செயல் திட்டம்; திட்டப்பணி *a major project to reduce pollution in our rivers* **2** a piece of school work in which the student has to collect information about a certain subject and then write about it மாணவர் ஒரு பொருள் குறித்துத் தகவல் திரட்டிக் கட்டுரை எழுதும் பாடம் சார்ந்த இடுபணி; பாட வகுப்பீட்டுப் பணி *Our group chose to do a project on rainforests.*

project² /prɒˈdʒekt/ *verb* **1** [T] (*usually passive*) to plan sth that will happen in the future எதிர் காலத்திற்குரிய ஒன்றைத் திட்டமிடு; திட்டம் வகு *the band's projected world tour* **2** [T] (*usually passive*) to guess or calculate the size, cost or amount of sth ஒன்றின் உருவளவு, விலை மதிப்பு அல்லது எண்ணிக்கையை ஊகி அல்லது கணக்கிடு *a projected increase of 10%* **3** [T] **project sth (on/onto sth)** to make light, a picture from a film, etc. appear on a flat surface or screen ஒளி, ஒளிப்படம் முதலியவை ஒரு சமதளப் பரப்பில் அல்லது திரையில் தோன்றச் செய் **4** [T] to show or represent sb/sth/ yourself in a certain way ஒருவரை/ஒன்றை/தன்னைக் குறிப்பிட்ட முறையில் வெளிக்காட்டு; ஒருவரை/ஒன்றை/தன்னைப் பற்றிப் பிறர் குறிப்பிட்ட கருத்துக் கொள்ளச் செய் *The government is trying to project a more caring image.* **5** [I] (*formal*) to stick out துருத்திக் கொண்டிரு; முனை நீட்டிக்கொண்டிரு *The balcony projects one metre out from the wall.* **6** [T] to send or throw sth upwards or away from you ஒன்று மேல் நோக்கி அல்லது அப்பால் போகும்படிச் செலுத்து அல்லது எறி *Actors have to learn to project their voice.*

projectile /prəˈdʒektaɪl/ *noun* [C] (*formal*) or (*technical*) **1** an object, such as a bullet, that is fired from a gun or other weapon துப்பாக்கி அல்லது பிற படைக்கருவியிலிருந்து உந்துவிசையினால் செலுத்தப்படும் இரவைக் குண்டு முதலிய பொருள் **2** any object that is thrown as a weapon தாக்காயுதமாக வீசப்படும் பொருள்; எறிபடை; ஏவுகணை

projection /prəˈdʒekʃn/ *noun* **1** [C] a guess about a future amount, situation, etc. based on the present situation இப்போதைய சூழ்நிலையை அடிப்படையாகக் கொண்டு, வருங்கால அளவு, சூழ்நிலை முதலியவற்றைப் பற்றிச் செய்யும் ஊகம்; மதிப்பீடு; முற்கணிப்பு *sales projections for the next five years* **2** [U] the act of making light, a picture from a film, etc. appear on a surface ஒளி, ஒளிப்படம் முதலியவை ஒரு பரப்பின் மீது தோன்றச்செய்தல்; ஒளி நிழல் திரை மீது எறியுருவைப் படியச்செய்தல்

projector /prəˈdʒektə(r)/ *noun* [C] a piece of equipment that projects pictures or films onto a screen or wall உருவப் படங்களை அல்லது ஒளிப்படங்களைத் திரை அல்லது சுவர் மீது எறியுருவாகப் படியச் செய்யும் கருவி; ஒளி எறிவுக் கருவி; ஒளியுருப் படிவுக் கருவி *a film/slide/overhead projector*

proletariat /ˌprəʊləˈteəriət/ *noun* [*sing.*] **1** (used with reference to Marxism) working class people especially those who do not own any property (மார்க்ஸியக் கோட்பாட்டில்) உழைத்துப் பணம் ஈட்டி வாழ்க்கை நடத்தும் சாதாரண சமுதாய வகுப்பினர், குறிப்பாக எந்த வகையான சொத்தும் சொந்தமாக வைத்திராதவர்கள்; பாட்டாளி மக்கள்; தொழிலாளர் வகுப்பு *the industrial proletariat* ⇨ **bourgeoisie** பார்க்க. **2** the lowest class of people in ancient Rome பண்டைய உரோம் நகரிலிலிருந்த அடிமட்ட அல்லது கீழ்நிலை மக்கள்

proliferate /prəˈlɪfəreɪt/ *verb* [I] (*formal*) to increase quickly in number ஓர் எண்ணிக்கை விரைந்து மிகுதிப்படு அல்லது பெருகு ▶ **proliferation** /prəˌlɪfəˈreɪʃn/ *noun* [U]

prolific /prəˈlɪfɪk/ *adj.* (used especially about a writer, artist, etc.) producing a lot (எழுத்தாளர், கலைஞர் முதலியோர் வகையில்) ஏராளமாகப் படைத்தளிக்கிற; ஆக்க வளம் மிக்க *a prolific goal scorer*

prologue /ˈprəʊlɒg/ *noun* [C] a piece of writing or a speech that introduces a play, poem, etc. ஒரு நாடகம், செய்யுள் முதலியவற்றுக்கு அறிமுகமாக அமையும் கட்டுரை அல்லது பேச்சு; முகவுரை; பாயிரம்; முன்னுரை ⇨ **epilogue** பார்க்க.

prolong /prəˈlɒŋ/ *verb* [T] to make sth last longer ஒன்று நீடித்திருக்கச் செய்

prolonged /prəˈlɒŋd/ *adj.* continuing for a long time நீடித்திருக்கிற; தொடர்ந்து காணப்படுகிற; நீண்ட நேரம் நிகழ்கிற *There was a prolonged silence before anybody spoke.*

prom /prɒm/ *noun* [C] **1** = **promenade 2** (*AmE*) a formal dance that is held by a high school class at the end of a school year உயர்நிலைப் பள்ளியில் பள்ளி ஆண்டின் இறுதியில் ஒரு வகுப்பு மாணவர்கள் நடத்தும் முறைசார்ந்த நடன நிகழ்ச்சி; பள்ளி ஆண்டிறுதி நடன நிகழ்ச்சி

promenade /ˌprɒməˈnɑːd/ (*also* **prom**) *noun* [C] a wide path where people walk beside the sea in a town on the coast கடற்கரை நகரத்தில் மக்கள் உலாவுவதற்கான கடலை ஒட்டியுள்ள அகலமான பாதை

prominent /ˈprɒmɪnənt/ *adj.* **1** important or famous முக்கியமான; புகழ்பெற்ற; குறிப்பிடத்தக்க *a prominent political figure* **2** noticeable; easy to see கவனத்தை ஈர்க்கிற; எளிதாகக் காணத்தக்க; எடுப்பான *The church is the most prominent feature of the village.* ▶ **prominence** *noun* [U] *The newspaper gave the scandal great prominence.* ▶ **prominently** *adv.*

promiscuous /prəˈmɪskjuəs/ *adj.* having sexual relations with many people பலருடன் பாலியல் உறவு கொண்டுள்ள; பாலியல் ஒழுக்கமற்ற ▶ **promiscuity** /ˌprɒmɪsˈkjuːəti/ *noun* [U]

promise[1] /ˈprɒmɪs/ *verb* **1** [I, T] **promise (to do sth); promise (sb) that...** to say definitely that you will do or not do sth or that sth will happen ஒன்றைச் செய்யப்போவதாக அல்லது செய்யமாட்டேன் என அல்லது ஒன்று நடக்கும் என்று உறுதிபடக் கூறு; உறுதியளி *She promised to write every week.* • *She promised (me) that she would write every week.* **2** [T] **promise sth (to sb); promise sb sth** to say definitely that you will give sth to sb ஒருவருக்கு ஒன்றைத் தரப்போவதாக உறுதியாகக் கூறு; வாக்களி *Can you promise your support?* • *My dad has promised me a bicycle.* **3** [T] to show signs of sth, so that you expect it to happen ஒன்று பின்னர் நிகழுமென எதிர்பார்க்கத்தக்க வகையில் அதற்கான அறிகுறிகள் காட்டு; வாய்ப்புவள நம்பிக்கையூட்டு *It promises to be an exciting occasion.*

promise[2] /ˈprɒmɪs/ *noun* **1** [C] **a promise (to do sth/that...)** a written or spoken statement or agreement that you will or will not do sth ஒன்றைத் தான் செய்யப்போவதாக அல்லது செய்யமாட்டேன் எனக் கூறும் எழுத்து அல்லது பேச்சு வடிவிலான வாசகம் அல்லது ஒப்பந்தம்; உறுதிமொழி; வாக்குறுதி *I want you to **make a promise** that you won't do that again.* • *Make sure you **keep** your **promise** to always do your homework.* • *You should never **break a promise**.* **2** [U] signs that you will be able to do sth well or be successful ஒருவரால் ஒன்றைச் சிறப்பாகச் செய்யமுடியும் அல்லது அவருக்கு வெற்றி கிட்டும் என்பதற்கான அறிகுறிகள்; உள்ளார்ந்த ஆற்றல் அல்லது தகுதி பற்றிய அறிகுறி *He **showed** great **promise** as a musician.*

promising /ˈprɒmɪsɪŋ/ *adj.* showing signs of being very good or successful சிறப்பான ஆற்றல் அல்லது செயல்திறம் கொண்டிருப்பதற்கான அறிகுறிகளை வெளிப்படுத்துகிற; எதிர்கால மேன்மை குறித்து நம்பிக்கையூட்டுகிற *a promising young writer*

promontory /ˈprɒməntri/ *noun* [C] (*pl.* **-ies**) a long narrow area of highland that goes out into the sea கடலினுள் துருத்திக்கொண்டிருக்கும் நீண்டு ஒடுங்கிய மேட்டு நிலப்பகுதி; நிலக்கூம்பு *a rocky promontory overlooking the bay*

promote /prəˈməʊt/ *verb* [T] **1** to encourage sth; to help sth to happen or develop ஒன்றை ஊக்குவி; ஒன்று நிகழ அல்லது வளர்ச்சியுறத் துணை செய்; ஒரு நோக்கம் நிறைவேற அல்லது விரும்பிய விளைபயனைப் பெறத் துணைசெய் *to promote good relations between countries* **2 promote sth (as sth)** to advertise sth in order to increase its sales or make it popular ஒன்றின் விற்பனை பெருகச் செய்ய வேண்டி அல்லது ஒன்றைப் பலரது விருப்புக்கு அல்லது பாராட்டுக்கு உரியதாக்க வேண்டி, அதனை விளம்பரப்படுத்து *The new face cream is being promoted as a miracle cure for wrinkles.* **3** (*usually passive*) **promote sb (from sth) (to sth)** to give sb a higher position or more important job ஒருவருக்கு உயர் படிநிலை/பதவி உயர்வு அல்லது உயர் முக்கியத்துவம் உள்ள பணி வழங்கு; மேல்நிலைக்கு உயர்த்து *He's been promoted from assistant manager to manager.* ✪ OPP **demote**

promoter /prəˈməʊtə(r)/ *noun* [C] a person who organizes or provides the money for an event ஒரு நிகழ்ச்சியை ஏற்பாடு செய்பவர் அல்லது அதற்கான பண உதவி செய்பவர்; நிகழ்ச்சி அமைப்பாளர் அல்லது ஆதரவாளர்

promotion /prəˈməʊʃn/ *noun* **1** [C, U] **promotion (to sth)** a move to a higher position or more important job உயர் படிநிலைக்கு அல்லது உயர் முக்கியத்துவம் உள்ள பணிக்கு முன்னேறுதல்; பதவி/பணி உயர்வு *The new job is a promotion for her.* ✪ OPP **demotion** **2** [U, C] things that you do in order to advertise a product and increase its sales ஒரு பொருளை விளம்பரப்படுத்தி அதன் விற்பனையைப் பெருக்குவதற்கான செயல்பாடுகள்; விளம்பர முயற்சி *It's all part of a special promotion of the new book.* **3** [U] (*formal*) **promotion (of sth)** the activity of trying to make sth develop or become accepted by people ஒன்றை வளர்ச்சியுறச் செய்ய அல்லது மக்களின் ஏற்புக்குரியதாக்க வேண்டி மேற்கொள்ளும் முயற்சி; ஒன்றன் வளர்ச்சி அல்லது முன்னேற்றத்திற்கான செயல் முயற்சி *We need to work on the promotion of health, not the treatment of disease.*

prompt[1] /prɒmpt/ *adj.* **1** immediate; done without delay உடனடியாக; தாமதமின்றிச் செய்யப்படுகிற *We need a prompt decision on this matter.* **2 prompt (in doing sth/to do sth)** (*not before a noun*) (used about a person) quick; acting without delay (ஆள் வகையில்) விரைவியக்கமுள்ள; காலந் தாழ்த்தாது சுறுசுறுப்புடன் செயலாற்றுகிற *We are always prompt in paying our bills.*

prompt² /prɒmpt/ *verb* **1** [T] to cause sth to happen; to make sb decide to do sth ஒன்று நிகழச் செய்; ஒன்றைச் செய்ய முடிவு செய்யுமாறு ஒருவரைத் தூண்டு *What prompted you to give up your job?* **2** [I, T] to encourage sb to speak by asking questions or to remind an actor of his/her words in a play வினாக்கள் எழுப்பி ஒருவரைப் பேசுமாறு ஊக்கப்படுத்து; நாடகத்தில் ஒரு நடிகர் பேச வேண்டிய சொற்களை நினைப்பூட்டு *The speaker had to be prompted several times.* ▶ **prompting** *noun* [U] *He apologized without any prompting.*

prompt³ /prɒmpt/ *noun* [C] **1** a word or words said to an actor to remind him/her of what to say next நாடகத்தில் ஒரு நடிகர் அடுத்துப் பேச வேண்டியதை நினைப்பூட்டுவதற்காக அவருக்குக் கூறப்படும் சொல் அல்லது சொற்கள்; நினைவுத் தூண்டும் சொல்/சொற்கள் *When she forgot her lines I had to give her a prompt.* **2** (*computing*) a sign on a computer screen that shows that the computer has finished what it was doing and is ready for more instructions கணிப்பொறி ஒரு நிரலைச் செயல் நிறைவு செய்துவிட்டு மேலும் நிரல்களுக்காக ஆயத்தமாக உள்ள நிலையைக் காட்டும் முறையில் திரையில் தோன்றும் அறிகுறி; நினைப்பூட்டுக் குறி *Wait for the prompt to come up then type in your password.*

promptly /ˈprɒmptli/ *adv.* **1** immediately; without delay உடனடியாக; காலதாமதமின்றி *I invited her to dinner and she promptly accepted.* **2** (*also* **prompt**) at exactly the time that you have arranged; punctually முன் குறிக்கப்பட்ட சரியான நேரத்தில்; நேரந்தவறாது *We arrived promptly at 12 o'clock.* • *I'll pick you up at 7 o'clock prompt.*

promulgate /ˈprɒmlgeɪt/ *verb* [T] (*formal*) **1** (*usually passive*) to promote an idea, a belief, etc. among many people ஒரு கருத்து, கொள்கை முதலியவற்றைப் பலரிடையே பரப்பு; பலர் அறியச்செய் **2** to officially announce a new law or system புதிதாக இயற்றப்பட்ட சட்டம், வகுக்கப்பட்ட முறை ஆகியவற்றை அதிகாரபூர்வமாக அல்லது வெளிப்படையாக அறிவி; பிரகடனம் செய்; பறைசாற்று; பிறப்பி ▶ **promulgation** /ˌprɒmlˈgeɪʃn/ *noun* [U]

prone /prəʊn/ *adj.* **prone to sth/to do sth** likely to suffer from sth or to do sth bad ஒரு துன்பத்திற்கு உள்ளாகும் அல்லது மோசமான ஒன்றைச் செய்யும் வாய்ப்புள்ள; இன்னாத ஒன்றுக்கு ஆட்படக்கூடிய நிலையில் உள்ள *prone to infection/injury/heart attacks* • *to be **accident-prone*** (= to have a lot of accidents)

prong /prɒŋ/ *noun* [C] **1** each of the two or more long pointed parts of a fork ஒரு கவர்கோலின் இரண்டு அல்லது இரண்டுக்கு மேற்பட்ட நீண்ட கூர்முனையுள்ள பிரிவுகளுள் ஒன்று; கவர் முள் **2** each of the separate parts of an attack, argument, etc. that sb uses to achieve sth ஒரு செயல் நிறைவேற்றத்திற்காக ஒருவர் மேற்கொள்ளும் தாக்குதல், வாதம் முதலியவற்றின் தனித்தனிக் கூறுபாடுகளுள் ஒன்று **3 -pronged** (*used to form compound adjectives*) having the number or type of prongs mentioned குறிப்பிடப்பட்ட எண்ணிக்கையிலான அல்லது வகையான கூறுபாடுகளையுடைய *a three-pronged attack*

pronoun /ˈprəʊnaʊn/ *noun* [C] (*grammar*) a word that is used in place of a noun or a phrase that contains a noun ஒரு பெயர்ச்சொல்லுக்கு அல்லது பெயர்த்தொடருக்குப் பதிலாகப் பயன்படுத்தப்படும் சொல்; மாற்றுப்பெயர் *'He', 'it', 'hers', 'me', 'them', etc. are all pronouns.* ⇨ மேலும் **personal pronoun** பார்க்க.

pronounce /prəˈnaʊns/ *verb* **1** [T] to make the sound of a word or letter in a particular way குறிப்பிட்ட முறையில் ஒரு சொல்லின் அல்லது எழுத்தின் ஒலியை வெளிப்படுத்து; ஒரு சொல்லை/எழுத்தை உச்சரி *You don't pronounce the 'b' at the end of 'comb'.* • *How do you pronounce your surname?* ⇨ **pronunciation** noun பார்க்க. **2** [T] (*formal*) to say or give sth formally, officially or publicly ஒன்றை முறைப்பட, அதிகாரபூர்வமாக அல்லது வெளிப்படையாகக் கூறு அல்லது வழங்கு *The judge will pronounce sentence today.* **3** [I, T] (*formal*) **pronounce (on sth)** to give your opinion on sth, especially formally குறிப்பாக முறைப்பட, ஒன்று குறித்துக் கருத்துக் கூறு *The play was pronounced 'brilliant' by all the critics.*

pronounced /prəˈnaʊnst/ *adj.* very noticeable; obvious கவனிக்கத்தக்கதான; தெளிவாகத் தெரிகிற; அழுத்தம் திருத்தமான *His English is excellent although he speaks with a pronounced Tamil accent.*

pronunciation /prəˌnʌnsiˈeɪʃn/ *noun* **1** [U, C] the way in which a language or a particular word or sound is said ஒரு மொழி அல்லது குறிப்பிட்ட சொல்/எழுத்து ஒலிக்கப்படும் முறை; ஒரு மொழியின் உச்சரிப்பு முறை *American pronunciation* ⇨ **pronounce** verb பார்க்க. **2** [U] a person's way of speaking a language தனியொருவர் ஒரு மொழியை உச்சரிக்கும் முறை *His grammar is good but his pronunciation is awful!*

proof /pruːf/ *noun* **1** [U] **proof (of sth); proof that...** information, documents, etc. which show that sth is true ஒன்று மெய்யானது என்பதைக் காட்டும் தகவல்கள், ஆவணங்கள் முதலியவை; சான்றாதாரம்; சான்று விளக்கம்; சான்று *'We need some **proof of identity**,' the shop assistant said.* ➪ **prove** verb பார்க்க. **2** [C, *usually pl.*] (*technical*) a first copy of printed material that is produced so that mistakes can be corrected அச்சிடப்படும் ஒரு நூல் முதலியவற்றிலுள்ள பிழைகளைச் சரிசெய்வதற்குப் பயன்படுத்தப்படும் அதன் முதற்படி; திருத்தத்துக்கான அச்சுப்படி; பார்வைப்படி

-proof /pru:f/ (*used to form compound adjectives*) able to protect against the thing mentioned குறிப்பிடப்பட்ட பொருளிலிருந்து பாதுகாக்கவல்ல அல்லது காப்பளிக்கவல்ல; தடைக் காப்பான *a soundproof room • a waterproof/windproof jacket • bulletproof glass*

prop[1] /prɒp/ *verb* [T] (**propping; propped**) to support sb/sth or keep sb/sth in position by putting him/her/it against or on sth ஒருவருக்கு/ஒன்றுக்கு ஆதாரமாயிரு; ஒருவரை/ஒன்றைத் தாங்கு; ஒருவரை/ஒன்றை ஒரு பொருளுக்கு எதிராக அல்லது அப்பொருளின் மீது வைத்து அவரை/அதனை நிலைகொள்ளச் செய்; *I'll use this book to prop the window open. • He propped his bicycle against the wall.*

PHR V **prop sth up** to support sth that would otherwise fall விழுந்துவிடக் கூடிய ஒன்றைத் தாங்கி நில்; ஆதாரமாயிரு

prop[2] /prɒp/ *noun* [C] **1** a stick or other object that you use to support sth or to keep sth in position ஒன்றுக்கு ஆதாரமாக அல்லது ஒன்றைத் தாங்கிநிறுத்தப் பயன்படுத்தப்படும் கோல் அல்லது ஒரு பொருள்; ஆதாரக் கம்பம்; நிலைக்கால்; முட்டு *Rescuers used props to stop the roof of the tunnel collapsing.* **2** [*usually pl.*] an object that is used in a play, film, etc. நாடகம், திரைப்படம் முதலியவற்றில் பயன்படுத்தப்படும் பொருள்; துணைப்பொருள் *He's responsible for all the stage props, machinery and lighting.*

propaganda /ˌprɒpəˈgændə/ *noun* [U] information and ideas that may be false or exaggerated, which are used to gain support for a political leader, party, etc. ஓர் அரசியல் தலைவர், அரசியல் கட்சி முதலியவற்றுக்கு ஆதரவு திரட்டப் பயன்படுத்தப்படும் பொய்யாகவோ மிகைப்படுத்தப்பட்டதாகவோ இருக்க வாய்ப்புள்ள தகவல்கள் மற்றும் கருத்துகள்; பிரசாரம்; பரப்புரை

propagate /ˈprɒpəgeɪt/ *verb* [I, T] 1 to spread an idea, a belief or a piece of information among many people ஒரு கருத்து, நம்பிக்கை அல்லது தகவலைப் பலரிடையே பரப்பு **2** to produce new plants from a parent plant தாய்த் தாவரத்திலிருந்து புதிய தாவரங்கள் உருவாகு அல்லது புதிய தாவரங்களை உருவாக்கு ▶ **propagation** /ˌprɒpəˈgeɪʃn/ *noun* [U]

propane /ˈprəʊpeɪn/ *noun* [U] a colourless gas that is found in natural gas and petrol and that we use as a fuel for cooking and heating இயற்கை வாயு மற்றும் பெட்ரோலில் காணப்படுவதும் சமையலுக்கும் வெம்மையூட்டுவதற்கும் எரிபொருளாகப் பயன்படுத்தப்படுவதுமான நிறமற்ற வாயு; சமையல் வாயு

propel /prəˈpel/ *verb* [T] (**propelling; propelled**) to move, drive or push sb/sth forward or in a particular direction ஒருவரை/ஒன்றை முன்னோக்கி அல்லது குறிப்பிட்ட திசையில் நகர்த்து, இயக்கு அல்லது தள்ளு

propeller /prəˈpelə(r)/ *noun* [C] a device with several flat metal parts (**blades**) which turn round very fast in order to make a ship or a plane move கப்பலை அல்லது விமானத்தை இயங்கச் செய்வதற்காக மிகு விரைவுடன் சுழலும் உலோக அலகுகளைக் கொண்ட கருவி; கப்பல்/விமான முற்செலுத்து சுழலி அல்லது உந்து சுழலி

propensity /prəˈpensəti/ *noun* [C] (*pl.* **propensities**) (*formal*) **a propensity (for sth); a propensity (for doing sth); a propensity (to do sth)** a habit of behaving in a particular way குறிப்பிட்ட முறையில் நடந்துகொள்ளும் பழக்கம்; மனப்பாங்கு; நடத்தைப் போக்கு *He showed a propensity for violence. • She has a propensity to exaggerate.*

proper /ˈprɒpə(r)/ *adj.* **1** (*only before a noun*) right, suitable or correct சரியான; பிழைபடாத; பொருத்தமான *If you're going skiing you must have the proper clothes. • I've got to get these pieces of paper in the proper order.* **2** (*only before a noun*) that you consider to be real or good enough உண்மையானதாக அல்லது நிறைவானதாகக் கருதத்தக்க *I didn't see much of the flat yesterday. I'm going to go today and have a proper look.* **3** (*formal*) socially and morally acceptable சமுதாய மற்றும் ஒழுக்க நியதிகளின் படி ஏற்புக்குரியதான; நன்னெறிப்பட்ட; முறையான *I think it would be only proper for you to apologize.* ✪ OPP **improper 4** (*only after a noun*) real or main இயல்நிலை சார்ந்த; மெய்யான; முதன்மையான; முக்கியமான *We travelled through miles of suburbs before we got to the city proper.*

properly /ˈprɒpəli/ *adv.* **1** correctly; in an acceptable way சரியாக; திருத்தமாக; ஏற்புக்குரிய முறையில்; பொருத்தமாக *The teacher said I hadn't done my homework properly. • These shoes don't fit properly.* **2** in a way that is socially and morally acceptable; politely சமுதாய மற்றும் ஒழுக்க

நியதிகளுக்கு உட்பட்டு; நல்லொழுக்கத்தோடு; நன்னெறிப்பட்டதாக; முறையாக *If you two children can't behave properly then we'll have to go home.* ✪ OPP **improperly**

proper name (*also* **proper noun**) *noun* [C] (*grammar*) a word which is the name of a particular person or place and begins with a **capital letter** குறிப்பிட்ட ஆள், இடம் முதலியவற்றின் பெயராக அமைவதும் முகட்டெழுத்தில் தொடங்குவதுமான சொல்; இயற்பெயர் *'Mary' and 'Rome' are proper names.*

property /ˈprɒpəti/ *noun* (*pl.* **properties**) **1** [U] a thing or things that belong to sb ஒருவருக்குச் சொந்தமான பொருள் அல்லது பொருள்கள்; உடைமை; சொத்து *The sack contained* ***stolen property***. • *This file is government property.* ➪ **lost property** பார்க்க. **2** [U] land and buildings நிலம் மற்றும் கட்டடங்கள் *Property prices vary enormously from area to area.* **3** [C] one building and the land around it ஒரு கட்டடமும் அதனைச் சுற்றியுள்ள நிலப்பகுதியும் *There are a lot of empty properties in the area.* **4** [C, *usually pl.*] (*formal*) a special quality or characteristic that a substance, etc. has ஒரு பொருள் முதலியவற்றின் தனிப்பண்பு அல்லது சிறப்பியல்பு *Some plants have healing properties.*

prophecy /ˈprɒfəsi/ *noun* [C] (*pl.* **prophecies**) a statement about what is going to happen in the future எதிர்காலத்தில் இன்னது நிகழக்கூடும் எனக் கூறும் வாசகம்; குறி; முன்னறிவிப்புரை *to fulfil a prophecy* (= to make it come true)

prophesy /ˈprɒfəsaɪ/ *verb* [T] (*pres. part.* **prophesying**; *3rd person sing. pres.* **prophesies**; *pt, pp* **prophesied**) to say what you think will happen in the future எதிர்காலத்தில் இன்னது நிகழக்கூடும் எனத் தான் கருதுவதைக் கூறு; குறி கூறு; வருவதுரை *to prophesy disaster/war*

prophet /ˈprɒfɪt/ *noun* [C] **1** (*also* **Prophet**) (in the Christian, Jewish and Muslim religions) a person who is sent by God to teach the people and give them messages from God (கிறிஸ்தவ, யூத மற்றும் இஸ்லாமிய சமயங்களில்) மக்களுக்கு நல்லுரை வழங்கவும் இறைச்செய்தி கூறவும் இறைவனால் அனுப்பப்பட்டவர், இறைத்தூதர் **2** a person who says what will happen in the future வருங்காலத்தில் இன்னது நிகழும் எனக் கூறுபவர்; வருவதுரைப்பவர் ▶ **prophetic** /prəˈfetɪk/ *adj.*

prophylactic¹ /ˌprɒfɪˈlæktɪk/ *adj.* (*medical*) done or used in order to prevent a disease நோய் வராது தடுப்பதற்காகச் செய்யப்படுகிற அல்லது பயன்படுத்தப்படுகிற; நோய்த் தடுப்புக்குரிய *prophylactic treatment*

prophylactic² /ˌprɒfɪˈlæktɪk/ *noun* [C] (*formal*) or (*technical*) a medicine, device or course of action that prevents disease நோயத் தடுப்புக்கான மருந்து, கருவி அல்லது செயல்முறை

propitiate /prəˈpɪʃieɪt/ *verb* [T] (*formal*) to stop sb from being angry and make peace with them by trying to please them ஒருவரை மகிழ்விக்க முயற்சி செய்வதன் வழியாக அவரது சினத்தைத் தணித்து அவருடன் சமாதானம் செய்து கொள் *Sacrifices were made to propitiate the gods.*

propitious /prəˈpɪʃəs/ *adj.* (*formal*) **propitious (for sth/sb)** favourable; likely to produce a successful result பயன் நிறைவான விளைவு உண்டுபண்ணும் வாய்ப்புள்ள; ஆக்கநலம் வாய்ந்த; நல்லிசைவான; நன்னிமித்தமான *It was a propitious time to start a new business.*

proportion /prəˈpɔːʃn/ *noun* **1** [C] a part or share of a whole ஒரு முழுமையின் பகுதி அல்லது பங்கு; கூறு *A large proportion of the earth's surface is covered by sea.* **2** [U] **proportion (of sth to sth)** the relationship between the size or amount of two things இரண்டு பொருள்களின் உருவளவுக்கு அல்லது எண்ணிக்கைக்கு இடையேயான தொடர்பு; இடை ஒப்புமை; வீத அளவு; தகவுப் பொருத்த அளவு *The proportion of men to women in the college has changed dramatically over the years.* **3 proportions** [*pl.*] the size or shape of sth ஒன்றின் உருவளவு அல்லது வடிவமைப்பு; பரிமாணம் *a room of odd proportions* • *Political unrest is reaching alarming proportions.*

IDM **in proportion** the right size in relation to other things மற்ற பொருள்களோடு பொருந்தி அமைகிற சரியளவாக; தகவுப் பொருத்த அளவாக *to draw sth in proportion* • *She's so upset that it's hard for her to keep the problem in proportion* (= to her it seems more important or serious than it really is).

in proportion to sth 1 by the same amount or number as sth else; relative to வேறொன்றை ஒத்த அளவில் அல்லது எண்ணிக்கையில்; வேறொன்றோடு இயைந்து அமைவதாக *Salaries have not risen in proportion to inflation.* **2** compared with ஒப்பிட்டு நோக்குகையில் *In proportion to the number of students as a whole, there are very few women.*

out of proportion (to sth) 1 too big, small, etc. in relation to other things பிற பொருள்களோடு ஒப்பிடுகையில், அளவு, எண்ணிக்கை முதலியவற்றில் மிகையாக அல்லது குறைபட்டுக் காணப்படுவதாக; இசைவுப் பொருத்தமற்றதாக **2** too great, serious, important, etc. in relation to sth ஒன்றோடு ஒப்பிட்டுக் காணும்போது பரிமாணம், தீவிரத் தன்மை, முக்கியத்துவம்

முதலியவற்றில் மிகைப்படியாக உள்ளதாக; மட்டு மீறியதாக; அளவு கடந்து *His reaction was completely out of proportion to the situation.*

proportional /prəˈpɔːʃənl/ *adj.* **proportional (to sth)** of the right size, amount or degree compared with sth else வேறொன்றோடு ஒப்பிட்டுக் காண்கையில் உருவளவு, எண்ணிக்கை அல்லது படிநிலையில் ஏற்புடையதாக அல்லது சரியானதாக உள்ள; தகவுப் பொருத்தமுள்ள; சரிசம வீத அளவான *Salary is proportional to years of experience.* ▶ **proportionally** *adv.*

proportional representation *noun* [U] (*abbr.* **PR**) a system that gives each political party in an election a number of representatives in parliament in direct relation to the number of votes its **candidates** receive தேர்தலில் ஒவ்வோர் அரசியல் கட்சியின் வேட்பாளர்களும் பெறும் வாக்குகளின் வீத அடிப்படையில், கட்சிகள் குறிப்பிட்ட எண்ணிக்கையிலான நாடாளுமன்ற உறுப்பினர்களைப் பெறும் முறை; சரிசம வீத பிரதிநிதித்துவ முறை ➪ **representation** பார்க்க.

proportionate /prəˈpɔːʃənet/ *adj.* in due proportion சரி விகிதமான ▶ **proportionately** *adv. He divided the cake proportionately into six pieces.*

proposal /prəˈpəʊzl/ *noun* [C] **1 a proposal (for/to do sth); a proposal that...** a plan that is formally suggested அதிகாரபூர்வமாக முன்மொழியப்பட்ட செயல் திட்டம்; முறைப்படியான கருத்துரு *a new proposal for raising money • a proposal to build more student accommodation • to* ***make a proposal*** **2** an act of formally asking sb to marry you தன்னைத் திருமணம் செய்துகொள்ளுமாறு முறைப்படி ஒருவரிடம் கோருதல்; திருமணக் கோரிக்கை

propose /prəˈpəʊz/ *verb* **1** [T] to formally suggest sth as a possible plan or action இயலக்கூடிய திட்டமாக அல்லது செயலாக ஒன்றை முறைப்படி முன்மொழி; நடைமுறைச் சாத்தியமுள்ள ஒரு செயல் திட்டத்திற்கான கருத்துருவை முன்வை *At the meeting a new advertising campaign was proposed.* **2** [T] to intend to do sth; to have sth as a plan ஒன்றைச் செய்யக் கருது; திட்டமிடு *What do you propose to do now?* **3** [I, T] **propose (to sb)** to ask sb to marry you தன்னைத் திருமணம் செய்துகொள்ளுமாறு முறைப்படி ஒருவரிடம் கோரு; மணம் கோரு *to propose marriage* **4** [T] **propose sb for/as sth** to suggest sb for an official position ஒரு பணிப் பொறுப்புக்கு அல்லது பதவிக்கு ஒருவரை முறைப்படி முன்மொழி, குறிப்பிடு *I'd like to propose Anil Joshi as chairperson.*

proposition /ˌprɒpəˈzɪʃn/ *noun* [C] **1** an idea, a plan or an offer, especially in business; a suggestion குறிப்பாக வாணிகச் செயல்பாடு சார்ந்த, ஒரு கருத்து, திட்டம் அல்லது தருமொழி; கருத்துரை; முன்மொழிவுரை *A month's holiday in Spain is an* ***attractive proposition.*** **2** an idea or opinion that sb expresses about sth ஒன்று குறித்து ஒருவர் முன்வைக்கும் எண்ணம் அல்லது கருத்து *That's a very interesting proposition. Are you sure you can prove it?*

proprietor /prəˈpraɪətə(r)/ *noun* [C] (*feminine* **proprietress** /prəˈpraɪətres/) the owner of a business, a hotel, etc. ஒரு வாணிக நிறுவனம், தங்கல் மனை முதலியவற்றின் உரிமையாளர்

prose /prəʊz/ *noun* [U] written or spoken language that is not poetry கவிதை அல்லாத, எழுத்து அல்லது பேச்சு மொழி; உரைநடை; வசனம் *to write* ***in prose*** ➪ **poetry** பார்க்க.

prosecute /ˈprɒsɪkjuːt/ *verb* [I, T] **prosecute sb (for sth)** to officially charge sb with a crime and try to show that he/she is guilty, in a court of law அதிகாரபூர்வமாக ஒருவர் மீது குற்றம் சாட்டி அவர் குற்றவாளி என நீதிமன்றத்தில் மெய்ப்பித்துக்காட்ட முயல்; ஒருவர் மீது குற்ற வழக்குத் தொடர் *the prosecuting counsel/lawyer/attorney • He was prosecuted for theft.* ➪ **defend** பார்க்க.

prosecution /ˌprɒsɪˈkjuːʃn/ *noun* **1** [U, C] the process of officially charging sb with a crime and of trying to show that he/she is guilty, in a court of law அதிகாரபூர்வமாக ஒருவர் மீது குற்றம் சாட்டி அவர் குற்றவாளி என நீதிமன்றத்தில் மெய்ப்பித்துக் காட்ட முயலும் செயல்முறை; குற்ற வழக்குத் தொடர்வு *to bring a prosecution against sb • Failure to pay your parking fine will result in prosecution.* **2 the prosecution** [*sing., with sing. or pl. verb*] a person or group of people who try to show that sb is guilty of a crime in a court of law ஒருவர் ஒரு குற்றத்திற்குப் பொறுப்பானவர் என நீதிமன்றத்தில் மெய்ப்பித்துக்காட்ட முயலும் ஆள் அல்லது குழுவினர்; வழக்குத் தொடர்பவர் அல்லது வழக்குத் தொடரும் கட்சியினர் *The prosecution claim/claims that Rohan was driving at 100 kilometres per hour.* ➪ **defence** பார்க்க.

prosecutor /ˈprɒsɪkjuːtə(r)/ *noun* [C] **1** a public official who charges sb with a crime and tries to show that he/she is guilty in a court of law அதிகாரபூர்வமாக ஒருவர் மீது குற்றம் சாட்டி அவர் குற்றவாளி என நீதிமன்றத்தில் மெய்ப்பித்துக் காட்ட முயலும் அரசு அலுவலர்; அரசு வழக்கறிஞர் *the public/state prosecutor* **2** a lawyer who leads the case against the accused person (**the defendant**) in a court of law குற்றம் சாட்டப்பட்ட ஒருவருக்கு (பிரதிவாதிக்கு) எதிராக நீதிமன்றத்தில் வழக்கு நடத்தும் வழக்கறிஞர்

prosody /ˈprɒsədi/ *noun* [U] (*technical*) the patterns of sounds and rhythms in poetry and speech; the study of this கவிதை மற்றும் பேச்சு மொழியில் காணப்படும் ஒலிகள் மற்றும் சந்தங்களின் ஒழுங்குமுறை; ஓசை ஒழுங்கு; இது குறித்த ஆய்வு; சந்தவியல்; யாப்பியல்

prospect /ˈprɒspekt/ *noun* **1** [U, *sing.*] **prospect (of sth/of doing sth)** the possibility that sth will happen ஒன்று நிகழ்வதற்கான வாய்ப்பு நிலை; நிகழ்வாய்ப்பு *There's little prospect of better weather before next week.* **2** [*sing.*] **prospect (of sth/of doing sth)** a thought about what may or will happen in the future எதிர்காலத்தில் நிகழ்வதற்கான வாய்ப்புள்ள அல்லது நிகழ இருக்கிற ஒன்று குறித்த எண்ணம்; வருங்கால நிகழ்வாய்ப்பு ஒன்று குறித்த மனக்காட்சி அல்லது எதிர்பார்ப்பு *The prospect of becoming a father filled Ramu with happiness.* **3 prospects** [*pl.*] chances of being successful in the future எதிர்கால வெற்றி வாய்ப்பு; வருங்கால வாய்ப்பு; வாய்ப்பு வளம் *good job/career/promotion prospects*

prospective /prəˈspektɪv/ *adj.* likely to be or to happen; possible இருப்பதற்கான அல்லது நிகழ்வதற்கான சாத்தியமுள்ள; நிகழ்வாய்ப்புள்ள; நிகழக்கூடிய; சாத்தியமான *prospective changes in the law*

prospectus /prəˈspektəs/ *noun* [C] a small book which gives information about a school or college in order to advertise it ஒரு பள்ளி அல்லது கல்லூரி பற்றி விளம்பரம் செய்யும் முறையிலான தகவல் அடங்கிய சிறு நூல்; பள்ளி/ கல்லூரித் தகவல் ஏடு

prosper /ˈprɒspə(r)/ *verb* [I] to develop in a successful way; to be successful, especially with money நிறைவான வளர்ச்சி காண்; செழிப்படை; குறிப்பாகப் பண வகையில் வளமுடன் இரு

prosperity /prɒˈsperəti/ *noun* [U] the state of being successful, especially with money குறிப்பாக பண வகையில், நிறைவாக இருக்கும் நிலை; செல்வச் செழிப்பு; வளமை *Tourism has brought prosperity to many parts of Kerala.*

prosperous /ˈprɒspərəs/ *adj.* rich and successful செல்வ வளமும் வெற்றியாக்கமும் உடைய; செழிப்பான; நிறை வளமுடைய

prostate /ˈprɒsteɪt/ (*also* **prostate gland**) *noun* [C] a small organ in a man's body near the bladder that produces a liquid in which sperm is carried ஆண் உடலில் சிறுநீர்ப்பையின் அருகில் உள்ள, விந்தைக் கொண்டு செலுத்தும் நீர்மம் சுரக்கும் சிறு உறுப்பு; சுக்கியன்

prostitute /ˈprɒstɪtjuːt/ *noun* [C] a person, especially a woman, who earns money by having sex with people பிறருடன் உடலுறவு கொண்டு பணம் ஈட்டும் நபர்; குறிப்பாக ஒரு பெண்; விலைமகள்

prostitution /ˌprɒstɪˈtjuːʃn/ *noun* [U] working as a prostitute பிறருடன் உடல் உறவு கொண்டு பணம் ஈட்டும் தொழில்; விபசாரம்; பரத்தைமை

prostrate /prɒˈstreɪt/ *adj.* lying flat on the ground, facing downwards கீழ் நோக்கி நெடுஞ்சாண்கிடையாகத் தரையில் படுத்திருக்கிற; குப்புறப் படுத்த நிலையில் உள்ள

protagonist /prəˈtæɡənɪst/ *noun* [C] (*formal*) (in literature) the main character in a play, film or book (இலக்கியத்தில்) நாடகம், திரைப்படம் அல்லது நூலில் உள்ள முதன்மைப் பாத்திரம்; தலைமைப் பாத்திரம்

protease /ˈprəʊtieɪz/ *noun* [U] (*technical*) an enzyme that breaks down protein புரதச்சத்தை வேதியியல் மாற்றம் அடையச் செய்யும் நொதியம்; புரத நொதியம்

protect /prəˈtekt/ *verb* [T] **protect sb/sth (against/from sth)** to keep sb/sth safe; to defend sb/sth ஒருவரை/ஒன்றைப் பாதுகாப்பாக வைத்திரு; காப்பாற்று *Parents try to protect their children from danger as far as possible.* • *Bats are a* ***protected species*** (= they must not be killed).

protection /prəˈtekʃn/ *noun* [U] **protection (against/from sth)** the act of keeping sb/sth safe so that he/she/it is not harmed or damaged ஒருவருக்கு/ஒன்றுக்குத் தீங்கு அல்லது சேதம் ஏற்படாதவாறு அவரை/அதனைப் பாதுகாப்பாக வைத்திருத்தல்; பாதுகாப்பு; இடர்காப்பு; ஆதரவு *Vaccination gives protection against diseases.* • *After the attack he was put* ***under*** *police* ***protection****.*

protectionism /prəˈtekʃənɪzəm/ *noun* [U] (*technical*) the principle or practice of protecting a country's own industry by taxing foreign goods வெளிநாட்டுப் பொருள்களுக்கு வரி விதிப்பதன் வழியாக உள்நாட்டுத் தொழில்களுக்குப் பாதுகாப்பு அளிக்கும் கொள்கை அல்லது நடைமுறை; உள்நாட்டுத் தொழில் காப்பீடு/காப்பீட்டுக் கொள்கை ▶ **protectionist** /prəˈtekʃənɪst/ *adj. protectionist measures/policies*

protective /prəˈtektɪv/ *adj.* **1** (*only before a noun*) that prevents sb/sth from being damaged or harmed சேதம் அல்லது தீங்கில் இருந்து ஒருவருக்கு/ஒன்றுக்குப் பாதுகாப்பு அளிக்கிற; இடர்க் காப்பான *In certain jobs workers need to wear protective clothing.* **2 protective (of/towards sb/sth)** wanting to keep sb/sth safe ஒருவர்/ஒன்றைப் பாதுகாப்பாக வைத்துக்கொள்ள விரும்புகிற; பாதுகாப்பு நோக்கம் கொண்ட *Female animals are very protective of their young.*

protector /prəˈtektə(r)/ *noun* [C] a person who protects sb/sth ஒருவரை/ஒன்றைப் பாதுகாப்பவர்; காப்பாளர்; பாதுகாவலர்

protein /ˈprəʊtiːn/ *noun* [C, U] a substance found in food such as meat, fish, eggs and beans. It is important for helping people and animals to grow and be healthy இறைச்சி, மீன், முட்டை, பருப்பு முதலிய உணவுப் பொருள்களில் காணப்படுவதும் மனிதர்கள் மற்றும் விலங்குகளின் வளர்ச்சிக்கும் உடல் நலத்திற்கும் முக்கியமாக வேண்டப்படுவதுமான இயற்கைப் பொருள்; புரதப்பொருள்; புரதம்

protest¹ /ˈprəʊtest/ *noun* [U, C] **protest (against sth)** a statement or action that shows that you do not like or approve of sth ஒன்றை விரும்பாமையை அல்லது ஒப்புக்கொள்ளாமையை வெளிப்படுத்தும் கூற்று அல்லது செயல்; எதிர்ப்பு; மறுப்பு; கண்டனம் *He resigned **in protest** against the decision. • The union organized a protest against the redundancies.*

IDM **under protest** not happily and after expressing disagreement மகிழ்ச்சியின்றி மற்றும் உடன்பாடின்மையை வெளிப்படுத்திய பின்னர், கண்டன எதிர்ப்புடன்; கருத்து வேறுபாட்டுடன் *Kamala agreed to pay in the end but only under protest.*

protest² /ˈprəʊtest/ *verb* **1** [I, T] **protest (about/against/at sth)** to say or show that you do not approve of or agree with sth, especially publicly ஒன்றில் தனக்கு உடன்பாடின்மையை அல்லது ஒன்று குறித்த தனது கருத்து வேறுபாட்டை, குறிப்பாக, வெளிப்படையாகக் கூறு; எதிர்ப்பை வெளிப்படுத்து *Students have been protesting against the government's decision.*

NOTE அமெரிக்க வழக்கில் **protest**- உடன் முன்னுருபு (preposition) பயன்படுத்தப்படுவதில்லை—*They protested the government's handling of the situation.* **2** [T] to say sth firmly, especially when others do not believe you குறிப்பாக, பிறர் தன்னை நம்பாத நிலையில், ஒன்றை உறுதியாகக் கூறு; வலியுறுத்திக் கூறு *She has always **protested** her **innocence**.*

> NOTE **Complain** (குறை தெரிவிப்பு) என்ற சொல்லை விட **protest** அழுத்தமானதும் மிகக் கடுமையான சூழல்களில் பயன்படுத்தப்படுவதும் ஆகும். தவறான அல்லது முறையற்ற ஒன்று குறித்து எதிர்ப்பை வெளிப்படுத்த **protest** பயன்படுத்தப்படுகிறது. ஒன்றின் தரத்தைப் பற்றி அல்லது கடுமையானதல்லாத ஒன்றைப் பற்றிப் பேச **complain** பயன்படுத்தப்படலாம்—*to protest about a new tax • to complain about the poor weather.*

▶ **protester** *noun* [C] *Protesters blocked the road outside the factory.*

Protestant /ˈprɒtɪstənt/ *noun* [C] a member of the Christian church that separated from the Catholic church in the 16th century பதினாறாம் நூற்றாண்டில் கத்தோலிக்கத் திருச்சபையிலிருந்து பிரிந்து சென்ற கிறிஸ்தவத் திருச்சபை உறுப்பினர் ▶ **Protestant** *adj. a Protestant church* ➪ **Roman Catholic** பார்க்க.

proto- /ˈprəʊtəʊ/ *prefix* (*used in nouns and adjectives*) original; from which others develop முதற்பொருளான; மூல முதலான; பிற பொருள்களின் தோற்ற மூலமான *prototype*

protocol /ˈprəʊtəkɒl/ *noun* **1** [U] (*formal*) a system of fixed rules and formal behaviour used at official meetings, usually between governments குறிப்பாக அரசுகளுக்கு இடையே, அதிகாரபூர்வமான கூட்டங்களில் வரையறுக்கப்பட்ட விதிமுறைகளையும் பணிமுறை சார்ந்த நடையொழுங்கையும் கடைப்பிடிக்கும் முறை; மரபுச் சீர்முறை *a breach of protocol • the protocol of diplomatic visits* **2** [C] (*technical*) the first or original version of a written agreement, especially one between countries; an extra part added to a written agreement குறிப்பாக நாடுகளுக்கு இடையேயான, எழுத்துப்பூர்வமான உடன்படிக்கை; ஆவணத்தின் முதற்படி அல்லது மூலப்படி; எழுத்து வடிவ ஒப்பந்தத்தின் மிகைச் சேர்க்கை அல்லது பின்னிணைப்பு *the first Geneva Protocol • It is set out in a legally binding protocol which forms part of the treaty.* **3** [C] (*computing*) a set of rules that control the way information is sent between computers கணினிகளுக்கு இடையேயான தகவல் பரிமாற்றத்தை நெறிப்படுத்தும் விதிமுறைத் தொகுதி; தகவல் பரிமாற்ற வரைமுறை **4** [C] (*technical*) a plan for carrying out a scientific experiment or medical treatment அறிவியல் சோதனை அல்லது மருத்துவப் பரிசோதனை செய்வதற்கான முன்னேற்பாடு அல்லது முன் நடவடிக்கை

proton /ˈprəʊtɒn/ *noun* [C] one of the three types of particles that form all atoms. Protons have a positive electric charge அணுவின் மூன்று வகையான ஆக்கக் கூறுகளில் நேர் மின்னூட்டம் உடைய கூறு ➪ **electron** மற்றும் **neutron** பார்க்க.

prototype /ˈprəʊtətaɪp/ *noun* [C] the first model or design of sth from which other forms will be developed மற்ற உருப்படிவங்களை உருவாக்கப் பயன்படுத்தப்படும் முதல் பொருள்; மூலப் படிவம்

protozoan /ˌprəʊtəˈzəʊən/ *noun* [C] (*pl.* **protozoans** or **protozoa** /-ˈzəʊə/) a very small living thing, usually with only one cell, that can only be seen using a special piece of equipment that makes it look bigger (**a microscope**) நுண்ணோக்காடி ஊடாக மட்டுமே காணக்கூடிய, பெரும்பாலும்

ஒற்றை உயிரணு உடைய மிகச் சிறிய உயிர்ப்பொருள்; ஓரணு நுண்ணுயிர்

protrude /prəˈtruːd/ *verb* [I] **protrude (from sth)** to stick out from a place or surface ஓரிடத்திலிருந்து அல்லது ஒரு பரப்பிலிருந்து முன்னால் துருத்திக்கொண்டிரு;. முன்பிதுங்கியிரு *protruding eyes/teeth*

protrusion /prəˈtruːʒn/ *noun* [C, U] (*formal*) a thing that sticks out from a place or surface; the fact of doing this ஓரிடத்திலிருந்து அல்லது ஒரு பரப்பிலிருந்து முன்னால் துருத்திக்கொண்டிருக்கும் பொருள்; முன்னால் துருத்திக்கொண்டிருத்தல்; முன்பிதுக்கம் *a protrusion on the rock face*

protuberance /prəˈtjuːbərəns/ *noun* [C] (*formal*) a round part that sticks out from a surface ஒரு பரப்பிலிருந்து முன்புறமாகத் துருத்திக்கொண்டிருக்கும் அப்பரப்பின் உருண்டை வடிவப் பகுதி; புடைப்பு; வீக்கம் *The diseased trees have protuberances on their trunks.*

proud /praʊd/ *adj.* **1 proud (of sb/sth); proud to do sth/that...** feeling pleased and satisfied about sth that you own or have done தனக்கு உடைமையான ஒரு பொருள் குறித்து அல்லது தனது செயல் ஒன்று குறித்து மகிழ்ச்சியும் மன நிறைவும் கொள்கிற; பெருமைப்படுகிற; பெருமிதம் அடைகிற *They are very proud of their new house.* • *I feel very proud to be part of such a successful organization.* **2** feeling that you are better and more important than other people மற்றவர்களை விடத் தான் சிறந்தவர் மற்றும் முக்கியமானவர் என்ற உணர்வு கொள்கிற; இறுமாப்புடைய; கர்வம் கொள்கிற *Now she's at university she'll be much too proud to talk to us!* **3** having respect for yourself and not wanting to lose the respect of others தன்மதிப்புடைய மற்றும் பிறர் தன் மீது கொண்டுள்ள மதிப்புணர்ச்சியை இழந்துவிட விரும்பாத; தன்மான உணர்ச்சியுடைய *He was too proud to ask for help.* ➪ **pride** noun பார்க்க. ▶ **proudly** *adv.* *'I did all the work myself,' he said proudly.*

prove /pruːv/ *verb* (*pp* **proved**; *AmE* **proven**) **1** [T] **prove sth (to sb)** to use facts and evidence to show that sth is true ஒன்று உண்மை என மெய்ப்பித்துக்காட்டும் பொருட்டு நிகழ்வுக் கூறுகளையும் சான்றாதாரங்களையும் பயன்படுத்து; மெய்ப்பி *It will be difficult to prove that she was lying.* • *He felt he needed* ***to prove a point*** (= show other people that he was right). ➪ **proof** noun பார்க்க. **2** *linking verb* to show a particular quality over a period of time குறிப்பிட்ட ஒரு பண்பை ஒரு கால அளவுக்கு வெளிப்படுத்திக்கொண்டிரு; ஒரு பண்பு தொடர்ந்து காணப்படு *The job proved more difficult than we'd expected.* **3** [T] **prove yourself (to sb)** to show other people how good you are at doing sth and/or that you are capable of doing sth தனது தகுதிப்பாட்டை அல்லது செயல் வல்லமையை மற்றவர்கள் அறியச் செய்; தனது திறமையை நிலைநாட்டு *He constantly feels that he has to prove himself to others.*

proven /ˈprəʊvn; ˈpruːvn/ *adj.* that has been shown to be true உண்மையானது என மெய்ப்பிக்கப்பட்டுள்ள; சான்றுறுதி செய்யப்பட்ட; நிலைநாட்டப்பட்ட *a proven fact*

proverb /ˈprɒvɜːb/ *noun* [C] a short well-known sentence or phrase that gives advice or says that sth is generally true in life ஓர் அறிவுரையை அல்லது வாழ்க்கையின் பொதுப்படையான மெய்ம்மை ஒன்றை உள்ளடக்கிய சிறு வாக்கியம் அல்லது தொடர்; பழமொழி; முதுரை *'Too many cooks spoil the broth,' is a proverb.* ➪ **saying** பார்க்க.

proverbial /prəˈvɜːbiəl/ *adj.* **1** (*only before a noun*) used to show you are referring to a well-known phrase (**a proverb**) ஒரு பழமொழியைக் குறிக்கிற; பழமொழியை அடியொற்றிய *Let's not count our proverbial chickens.* **2** well known and talked about by a lot of people பெரு வழக்காக உள்ள; நாடறிந்த; பெயர் பெற்ற

provide /prəˈvaɪd/ *verb* [T] **provide sb (with sth); provide sth (for sb)** to give sth to sb or make sth available for sb to use; to supply sth ஒருவருக்கு ஒன்றைக் கொடு; ஒருவருக்கு ஒன்றைக் கிடைக்கக்கூடியதாக்கு; தருவித்து வழங்கு *This book will provide you with all the information you need.* • *We are able to provide accommodation for two students.* ➪ **provision** noun பார்க்க.

PHR V **provide for sb** to give sb all that he/she needs to live, for example food and clothing உணவு, உடை முதலிய ஒருவரது வாழ்க்கைக்கு வேண்டிய அனைத்தையும் அவருக்கு வழங்கு

provide for sth to make preparations to deal with sth that might happen in the future எதிர்காலத்தில் நிகழ வாய்ப்புள்ள ஒன்றை எதிர்கொள்வதற்கான அல்லது கையாள்வதற்கான முன்னேற்பாடுகள் செய் *We did not provide for such a large increase in prices.*

provided /prəˈvaɪdɪd/ (*also* **providing**) *conj.* **provided/providing (that)** only if; on condition that (குறிப்பிடப்பட்ட) நிபந்தனைக்கு உட்பட்டு; (குறிப்பிட்டவாறு) நிகழ்ந்தால் மட்டும்; என்ற நிலையில் மட்டும் *She agreed to go and work abroad provided (that) her family could go with her.*

province /ˈprɒvɪns/ *noun* **1** [C] one of the areas that some countries are divided into with its own local government சில நாடுகளில் காணப்படும்

உள்ளாட்சி அமைப்புள்ள பெரும் பகுப்புகளில் ஒன்று; மாகாணம் *Canada has ten provinces.* ➪ **county** மற்றும் **state** பார்க்க. **2 the provinces** [*pl.*] (*BrE*) the part of a country that is outside the most important city (**the capital**) ஒரு நாட்டின் தலைநகருக்கு வெளிப்புறத்தில் அமைந்துள்ள அந்நாட்டுப் பகுதி; ஒரு நாட்டின் வெளி மாகாணம்

provincial /prəˈvɪnʃl/ *adj.* **1** (*only before a noun*) connected with one of the large areas that some countries are divided into சில நாடுகளில் காணப்படும் உள்ளாட்சி அமைப்புள்ள பெரும் பகுப்புகளில் ஒன்றைச் சார்ந்த; ஒரு நாட்டின் மாகாணத்திற்குரிய *provincial governments/elections* **2** connected with the parts of a country that do not include its most important city ஒரு நாட்டின் தலைநகர் அல்லாத பகுதிகள் தொடர்பான; நாட்டின் வெளி மாகாணங்கள் சார்ந்த அல்லது அவற்றுக்குரிய *a provincial town/newspaper* **3** (used about a person or his/her ideas) not wanting to consider new or different ideas or fashions (ஓராள் அல்லது அவரது கருத்துகள் பற்றிக் கூறும்போது) புதிய அல்லது மாறுபட்ட கருத்துகளை அல்லது நடையுடைப் பாணிகளைக் கருதிப்பார்க்க விரும்பாத; பழம்பாணியான; குறுகிய மனப்பான்மையுடைய *provincial attitudes*

provision /prəˈvɪʒn/ *noun* **1** [U] the giving or supplying of sth to sb or making sth available for sb to use ஒருவருக்கு ஒன்றைக் கொடுத்தல் அல்லது வினியோகித்தல் அல்லது ஒருவரது பயன்பாட்டுக்கு ஒன்றைச் கிடைக்கக்கூடியதாக்குதல் *The council is responsible for the provision of education and social services.* **2** [U] **provision for sb/sth** preparations that you make to deal with sth that might happen in the future எதிர்காலத்தில் நிகழ வாய்ப்புள்ள ஒன்றைக் கையாள்வதற்கான முன்னேற்பாடுகள்; முற்காப்பு *She **made provision for** (= planned for the financial future of) the children in the event of her death.* **3 provisions** [*pl.*] (*formal*) supplies of food and drink, especially for a long journey குறிப்பாகத் தொலை தூரப் பயணத்திற்கான உணவு மற்றும் குடிநீர்ப் பொருள்கள் ➪ **provide** verb பார்க்க.

provisional /prəˈvɪʒənl/ *adj.* only for the present time, that is likely to be changed in the future எதிர்காலத்தில் மாற்றத்தக்கதான, இப்போதைக்கு மட்டுமே உரிய; உடனடித் தேவைக்கான; தற்காலிக ஏற்பாடான *The provisional date for the next meeting is 18 November.* • *a **provisional driving licence*** (= that you use when you are learning to drive) ▶ **provisionally** /-nəli/ *adv.* *I've only repaired the bike provisionally—we'll have to do it properly later.*

proviso /prəˈvaɪzəʊ/ *noun* [C] (*pl.* **provisos**) a condition that must be accepted before an agreement can be made ஓர் உடன்படிக்கை செய்துகொள்வதற்கு முன் ஏற்றுக்கொள்ளப்பட-வேண்டிய நிபந்தனை; கட்டு வரையறை *He agreed to the visit **with the proviso that** they should stay no longer than a week.*

provocation /ˌprɒvəˈkeɪʃn/ *noun* [U, C] doing or saying sth deliberately to try to make sb angry or upset; sth that is said or done to cause this ஒருவருக்குச் சினம் அல்லது மனக்கலக்கம் உண்டுபண்ணும் முயற்சியாக வேண்டுமென்றே ஒன்றைச் செய்தல் அல்லது கூறுதல்; அவ்வாறு கூறப்படும் அல்லது செய்யப்படும் ஒன்று; ஆத்திரத்தைக் கிளறுதல்; சினமூட்டும் அல்லது கலக்கமூட்டும் கூற்று அல்லது செயல் *You should never hit children, even **under** extreme **provocation**.* ➪ **provoke** verb பார்க்க.

provocative /prəˈvɒkətɪv/ *adj.* **1** intended to make sb angry or upset or to cause an argument ஒருவருக்குச் சினமூட்டும் அல்லது மனக்கலக்கம் உண்டுபண்ணும் அல்லது ஒரு வாதத்தைத் தூண்டும் நோக்கம் கொண்ட *He made a provocative remark about a woman's place being in the home.* **2** intended to cause sexual excitement பாலியல் கிளர்ச்சியைத் தூண்டும் நோக்கத்துடனான ▶ **provocatively** *adv.*

provoke /prəˈvəʊk/ *verb* [T] **1** to cause a particular feeling or reaction குறிப்பிட்ட உணர்ச்சியை அல்லது எதிர்வினையைத் தூண்டு அல்லது கிளறிவிடு *an article intended to provoke discussion* **2 provoke sb (into sth/into doing sth)** to say or do sth that you know will make a person angry or upset ஒருவருக்குச் சினம் அல்லது மனக்கலக்கம் உண்டுபண்ணக்கூடிய ஒன்றைத் தெரிந்தே கூறு அல்லது செய்; சொல்லால் அல்லது செயலால் ஒருவருக்கு ஆத்திரம் அல்லது நிலைகுலைவு உண்டாக்கு *The lawyer claimed his client was provoked into acts of violence.* ➪ **provocation** noun பார்க்க.

prow /praʊ/ *noun* [C] the front part of a ship or boat கப்பல் அல்லது படகின் முன்பகுதி, முகப்பு **NOTE** கப்பலின் பின்பகுதி **stern** எனப்படும்.

prowess /ˈpraʊəs/ *noun* [U] (*formal*) great skill at doing sth பெரும் செயலாற்றல்; வல்லமை; சாமர்த்தியம்; திறம் *academic/sporting prowess*

prowl /praʊl/ *verb* [I, T] **prowl (about/around)** (used about an animal that is hunting or a person who is waiting for a chance to steal sth or do sth bad) to move around an area quietly so that you are not seen or heard (வேட்டையில் ஈடுபட்டுள்ள ஒரு விலங்கு பற்றி, அல்லது களவாடும் வாய்ப்புக்காக அல்லது தீய ஒன்றைச் செய்யும்

நோக்கத்துடன் காத்திருக்கும் ஓராள் பற்றிக் குறிப்பிடுகையில்) ஒளிவுமறைவாக ஓரிடத்தில் நடமாடிக்கொண்டிரு; பதுங்கிப் பதுங்கிச் சுற்றிக்கொண்டிரு *I could hear someone prowling around outside so I called the police.* **NOTE** மேற்கண்டவாறு நடமாடிக்கொண்டிருக்கும் ஆள் அல்லது விலங்கு பற்றிய வழக்கு **on the prowl** என்பதாகும். ▶ **prowler** *noun* [C] *The police arrested a prowler outside the hospital.*

proximity /prɒkˈsɪməti/ *noun* [U] (*formal*) **proximity (of sb/sth) (to sb/sth)** the state of being near to sb/sth in distance or time (தொலைவு அல்லது கால வகையில்) ஒருவருக்கு/ஒன்றுக்கு அண்மையில் உள்ள நிலை; அண்மை நிலை; நெருக்கம்; சமீபம் *An advantage is the proximity of the new offices to the airport.*

proxy /ˈprɒksi/ *noun* [U] the authority that you give to sb to act for you if you cannot do sth yourself ஒன்றைத் தன்னால் செய்யமுடியாத நிலையில் தனது சார்பாக அச்செயலைச் செய்ய ஒருவருக்குத் தான் வழங்கும் அதிகாரம்; சார்பாண்மை *to vote **by proxy***

prude /pruːd/ *noun* [C] a person who is easily shocked by anything connected with sex பாலியல் தொடர்பான எதனாலும் எளிதில் அதிர்ச்சிக்கு உள்ளாகக் கூடியவர்; பாலியல் விவகாரங்களில் கடுங் கண்டிப்புடன் நடந்துகொள்பவர் ▶ **prudish** *adj.*

prudent /ˈpruːdnt/ *adj.* (*formal*) sensible and careful when making judgements and decisions; avoiding unnecessary risks மதிப்பீடுகள் மற்றும் முடிவுகள் செய்யும்போது அறிவுக்கு ஏற்ற முறையிலும் கவனமாகவும் நடந்துகொள்கிற; தேவையற்ற இடர்நேர்வுகளைத் தவிர்க்கிற; முன்மதியுள்ள *It would be prudent to get some more advice before you invest your money.* ✪ OPP **imprudent** ▶ **prudence** *noun* [U] ▶ **prudently** *adv.*

prune¹ /pruːn/ *noun* [C] a dried fruit (**plum**) உலர்ந்த ப்ளம் பழம்

prune² /pruːn/ *verb* [T] to cut branches or parts of branches off a tree or bush in order to make it a better shape ஒரு மரத்தின் அல்லது புதர்ச்செடியின் உருத்தோற்றத்தைச் சீர்படுத்த வேண்டி அதன் கிளைகளை அல்லது கிளைப் பகுதிகளை வெட்டி நீக்கு; நறுக்கு; தறி

pry /praɪ/ *verb* (*pres. part.* **prying**; *3rd person sing. pres.* **pries**; *pt, pp* **pried**) **1** [I] **pry (into sth)** to try to find out about other people's private affairs பிறரது அந்தரங்க விவகாரங்களைப் பற்றி அறிந்துகொள்ள முயல் *I'm sick of you prying into my personal life.* **2** [T] (*AmE*) = **prise**

PS (*also* **ps**) /ˌpiː ˈes/ *abbr.* (used for adding sth to the end of a letter) postscript கடிதத்தின் இறுதியில் சேர்க்கப்படும் மிகைப்படியான செய்தியை அல்லது தகவலைக் குறிக்கும் postscript (பின்குறிப்பு) என்பதன் குறுக்கம் *Love, Sudha. PS I'll bring the car.*

psalm /sɑːm/ *noun* [C] a song, poem or prayer that praises God, especially one in the Bible இறைவனைப் போற்றும் பாடல், செய்யுள் அல்லது வழிபாட்டு வாசகம், குறிப்பாக விவிலிய ஏட்டில் காணப்படுவது; வழிபாட்டுப் பாடல்; தோத்திரம்

pseudo- /ˈsuːdəʊ; ˈsjuː-/ *prefix* (*used in nouns, adjectives and adverbs*) not genuine; false or pretended உண்மையானதல்லாத; பொய்யான; பாசாங்கான *pseudonym • pseudo-science*

pseudocode /ˈsuːdəʊkəʊd; ˈsjuː-/ *noun* [C] (*computing*) a very simple form of computer language used in program design நிரலாக்கத்தில் பயன்படுத்தப்படும் மிக எளிமையான கணினி மொழி வகை; போலிக்குறி முறை

pseudonym /ˈsuːdənɪm; ˈsjuː-/ *noun* [C] a name used by sb, especially a writer, instead of his/her real name ஒருவரால், குறிப்பாக ஓர் எழுத்தாளரால், தனது உண்மையான பெயருக்குப் பதிலாகப் பயன்படுத்தப்படும் பெயர்; புனைபெயர்

psych **PHR V** /saɪk/ *verb*

psych yourself up (*informal*) to prepare yourself in your mind for sth difficult இடர்ப்பாடுடைய ஒன்றை எதிர்கொள்ள மனதளவில் தன்னை ஆயத்தப்படுத்திக்கொள் *I've got to psych myself up for this interview.*

psyche /ˈsaɪki/ *noun* [C] (*formal*) the mind; your deepest feelings and attitudes மனம்; உள்ளம்; ஆழ்ந்த உணர்ச்சிகளும் எண்ணப்பாங்குகளும்; மனப்போக்கு *the human/female/national psyche*

psychedelic /ˌsaɪkəˈdelɪk/ *adj.* (used about art, music, clothes, etc.) having bright colours or patterns or strange sounds (கலை, இசை, ஆடைகள் முதலியவை வகையில்) எடுப்பான வண்ணங்களை அல்லது வடிவமைப்புகளை அல்லது விசித்திரமான ஒலிகளை உடைய

psychiatrist /saɪˈkaɪətrɪst/ *noun* [C] a doctor who is trained to treat people with mental illness மன நோயாளிகளுக்கு மருத்துவம் செய்வதில் பயிற்சி பெற்ற மருத்துவர்; உளநோய் மருத்துவர்

psychiatry /saɪˈkaɪətri/ *noun* [U] the study and treatment of mental illness மனநோய் குறித்த ஆய்வு மற்றும் மருத்துவம்; உளநோயியல் ⇨ **psychology** பார்க்க. ▶ **psychiatric** /ˌsaɪkiˈætrɪk/ *adj. a psychiatric hospital/unit/nurse*

psychic /ˈsaɪkɪk/ *adj.* (used about a person or his/her mind) having unusual powers that cannot be explained, for example knowing what sb else is thinking or being able to see into the future (ஓராள் அல்லது அவரது மனம் குறித்துப் பேசுகையில்) பிறருடைய எண்ணங்களை அறிந்துகொள்ளுதல், எதிர்கால முன்னுணர்வு முதலிய விளக்க முடியாத ஆற்றல்களைக் கொண்டுள்ள; இயல் இயக்கமீறிய தனித்திறன் கைவரப்பெற்ற

psycho /ˈsaɪkəʊ/ = **psychopath**

psycho- /ˈsaɪkəʊ/ (*also* **psych-**) *prefix* (*used in nouns, adjectives and adverbs*) connected with the mind மனம் தொடர்பான; மனத்திற்குரிய; உள்ளம் சார்ந்த *psychology • psychiatrist*

psychoanalysis /ˌsaɪkəʊəˈnæləsɪs/ (*also* **analysis**) *noun* [U] a method of treating sb with a mental illness by asking about his/her past experiences, feelings, dreams, etc. in order to find out what is making him/her ill மன நோயாளி ஒருவரது நோய்க்கான காரணங்களைக் கண்டறியும் பொருட்டு அவரது கடந்தகால அனுபவங்கள், உணர்ச்சிகள், கனவுகள் முதலியவை குறித்து வினவி அறிந்து அவரது நோய்க்கு மருத்துவம் செய்யும் முறை; உளவியல் மருத்துவ முறை ▶ **psychoanalyse** (*AmE* **-yze**) /ˌsaɪkəʊˈænəlaɪz/ *verb* [T]

psychoanalyst /ˌsaɪkəʊˈænəlɪst/ *noun* [C] a person who treats sb with a mental illness by using psychoanalysis உளவியல் மருத்துவ முறையைப் பயன்படுத்தி மன நோயாளிக்கு மருத்துவம் செய்பவர்; உளவியல் மருத்துவர்

psychological /ˌsaɪkəˈlɒdʒɪkl/ *adj.* **1** connected with the mind or the way that it works மனம் அல்லது மனத்தின் செயல்பாடு தொடர்பான; உள இயல்பு சார்ந்த *Has her ordeal caused her long-term psychological damage?* **2** connected with the study of the mind and the way people behave (**psychology**) மனம் மற்றும் மனிதர்களின் நடத்தை முறை குறித்த ஆய்வு தொடர்பான; உளவியல் சார்ந்த; உளவியல் முறையிலான; உளவியல் நோக்கிலான ▶ **psychologically** /ˌsaɪkəˈlɒdʒɪkli/ *adv. Psychologically, it was a bad time to be starting a new job.*

psychologist /saɪˈkɒlədʒɪst/ *noun* [C] a scientist who studies the mind and the way that people behave மனம் மற்றும் மனிதர்களின் நடத்தை முறை குறித்து ஆய்வு செய்யும் அறிவியல் அறிஞர்; உளவியல் அறிஞர்

psychology /saɪˈkɒlədʒi/ *noun* **1** [U] the scientific study of the mind and the way that people behave மனம் மற்றும் மனிதர்களின் நடத்தை முறை குறித்த அறிவியல் ஆய்வு; உளவியல்; நடத்தையியல் *child psychology* ⇨ **psychiatry** பார்க்க. **2** [*sing.*] the type of mind that a person or group of people has தனியொருவரது அல்லது ஒரு குழுவின் மனப்பாங்கு; மன நிலை; உள இயல்பு *If we understood the psychology of the killer we would have a better chance of catching him.*

psychopath /ˈsaɪkəpæθ/ (*also* **psycho**) *noun* [C] a person who has a serious mental illness that may cause him/her to hurt or kill other people மற்றவர்களுக்கு ஊறு விளைவிக்க அல்லது கொலை செய்யத் தூண்டக்கூடிய கடுமையான மனநோய்க்கு ஆட்பட்டவர்; மனநிலை திரிந்தவர்

psychosis /saɪˈkəʊsɪs/ *noun* [C, U] (*pl.* **psychoses** /-siːz/) a very serious mental illness that affects your whole personality ஒருவரது முழு ஆளுமைத் தன்மையையும் பாதிக்கக்கூடிய மிகக் கடுமையான உள நோய்; பைத்தியம் ▶ **psychotic** /saɪˈkɒtɪk/ *adj., noun* [C] *a psychotic patient/individual*

psychosomatic /ˌsaɪkəʊsəˈmætɪk/ *adj.* (of an illness) caused by mental problems rather than physical problems (நோய் வகையில்) உடலியல் சிக்கல்கள் அன்றி உளவியல் பிரச்சினைகள் காரணமாக உண்டாகிற

psychotherapy /ˌsaɪkəʊˈθerəpi/ *noun* [U] the treatment of mental illness by discussing sb's problems rather than by giving him/her drugs மருந்து மூலமாக அன்றி, நோயாளியின் பிரச்சினைகள் குறித்து அவருடன் விவாதிப்பதன் வழியாக அவரது உள நோய்க்கு மருத்துவம் செய்யும் முறை; உள மருத்துவம்

PT /ˌpiː ˈtiː/ *abbr.* physical training உடற்பயிற்சியைக் குறிக்கும் physical training என்பதன் குறுக்கம்

pt (*pl.* **pts**) *abbr.* **1** pint அரைக்கால் காலனைக் குறிக்கும் pint என்பதன் குறுக்கம் *2 pts milk* **2** (in a game or competition) point (விளையாட்டு அல்லது போட்டி வகையில்) ஆட்டப்புள்ளியைக் குறிக்கும் point என்பதன் குறுக்கம் *Lata 5 pts, Amit 4 pts*

PTO (*also* **pto**) /ˌpiː tiː ˈəʊ/ *abbr.* (at the bottom of a page) please turn over ஒரு தாள் பக்கத்தின் அடிப்பகுதியில் காணப்படும் please turn over (திருப்புக) என்பதன் குறுக்கம்

pub /pʌb/ (*formal*) (*also* **public house**) *noun* [C] (*BrE*) a place where people go to buy and drink alcohol and that also often serves food மது வகைகள் வாங்கி அருந்துவதற்கானதும் பல சமயங்களில் உணவு வழங்குவதுமான இடம்; குடிமனை; தேறல் அருந்து மனை; பொதுவிடுதி

puberty /ˈpjuːbəti/ *noun* [U] the time when a child's body is changing and becoming physically like that of an adult வளர்இளம் பருவத்தினர் உடலில் மாற்றங்கள் உண்டாகி வயது வந்தவர் நிலையை/பாலியல் முதிர்ச்சியை

அடையும் பருவம்; பருவமுறுதல்; வயது வருதல்; (பெண்கள் வகையில்) பூப்புப் பருவம்

pubic /'pju:bɪk/ *adj.* of the area around the sexual organs பாலியல் உறுப்புகளைச் சுற்றியுள்ள பகுதி சார்ந்த அல்லது அப்பகுதிக்கு உரிய *pubic hair*

public[1] /'pʌblɪk/ *adj.* **1** (*only before a noun*) connected with ordinary people in general, not those who have an important position in society சமுதாயத்தில் முக்கியமான படிநிலையில் உள்ளவர்கள் தொடர்பானது அல்லாது, சாதாரண மக்கள் பற்றிய; பொதுமக்கள் சார்ந்த; பொதுமக்களுக்குரிய ***Public opinion*** *was in favour of the war.* • *How much public support is there for the government's policy?* **2** provided for the use of people in general; not private பொதுமக்கள் பயன்படுத்துவதற்கென வழங்கப்படுகிற; பொதுமக்கள் பயன்பாட்டுக்குரிய; தனி உரிமைப்பட்டதல்லாத *a public library/telephone* • *public spending* (= money that the government spends on education, health care, etc.) **3** known by many people பலரால் அறியப்பட்டுள்ளதான; வெளிப்படையான *We're going to* ***make*** *the news* ***public*** *soon.* ➪ **private** பார்க்க.

▶ **publicly** /-kli/ *adv. The company refused to admit publicly that it had acted wrongly.*

IDM **be common/public knowledge** ➪ **knowledge** பார்க்க.

go public 1 to tell people about sth that is a secret இரகசியமான ஒன்றை மக்களுக்குக் கூறு; இரகசியத்தை வெளிப்படுத்து *The sacked employee went public with his stories of corruption inside the company.* **2** (used about a company) to start selling shares to the public பொது மக்களுக்குப் பங்குகளை விற்கத் தொடங்கு

in the public eye often appearing on television, in magazines, etc. தொலைக்காட்சி, பத்திரிகைகள் முதலியவற்றில் அடிக்கடி தோன்றுகிற

public[2] /'pʌblɪk/ *noun* [*sing., with sing. or pl. verb*] **1 the public** people in general பொதுமக்கள்; மக்கள் *The university swimming pool is* ***open to the public*** *in the evenings.* • *The police have asked for help from* ***members of the public****.* **2** a group of people who are all interested in sth or who have sth in common பொதுவான செயல் அல்லது கருத்து ஈடுபாடுடைய ஒரு குழுவினர் *the travelling public*

IDM **in public** when other people are present பிறர் முன்னிலையில்; பலர் அறியும்படி; வெளிப்படையாக *This is the first time that Gayathri has spoken about her experience in public.*

publican /'pʌblɪkən/ *noun* [C] a person who owns or manages a pub குடிமனை உரிமையாளர் அல்லது மேலாளர்

publication /ˌpʌblɪ'keɪʃn/ *noun* **1** [U] the act of printing a book, magazine, etc. and making it available to the public புத்தகம், பத்திரிகை முதலியவற்றை அச்சிட்டுப் பொதுமக்கள் பெறக்கூடியதாகச் செய்தல்; வெளியிடுதல்; வெளியீடு *His latest book has just been accepted for publication.* **2** [C] a book, magazine, etc. that has been published அச்சிட்டு வெளியிடப்படும் புத்தகம், பத்திரிகை முதலியவை; வெளியீடு **3** [U] the action of making sth known to the public ஒன்றைப் பொதுமக்கள் அறியச் செய்தல்; பொது அறிவிப்பு; தகவல் வெளியீடு *the publication of exam results*

public company (*also* **public limited company**) *noun* [C] (*BrE*) (*abbr.* **plc**) a large company that sells shares in itself to the public தனது பங்குகளைப் பொதுச் சந்தையில் விற்பனை செய்யும் பெரும் வணிக நிறுவனம்

public convenience *noun* [C] (*BrE*) a toilet in a public place that anyone can use பொதுமக்கள் பயன்பாட்டிற்கான கழிப்பிடம்; பொதுக் கழிப்பிடம்

public house (*formal*) = **pub**

publicity /pʌb'lɪsəti/ *noun* [U] **1** notice or attention from the newspapers, television, etc. பத்திரிகைகள், தொலைக்காட்சி முதலியவற்றின் வழியாக ஒருவர் பெறும் கவன ஈர்ப்பு அல்லது பலரறி நிலை; விளம்பரம் *to seek/avoid publicity* **2** the business of attracting people's attention to sth/sb; advertising ஒன்றின்/ஒருவர் மீது மக்கள் கவனத்தை ஈர்க்கும் வாணிகத் தொழில்; விளம்பரம் செய்தல்; விளம்பரம் *There has been a lot of publicity for this film.*

publicize (*also* **-ise**) /'pʌblɪsaɪz/ *verb* [T] to attract people's attention to sth ஒன்றின் மீது மக்கள் கவனத்தை ஈர்; ஒன்றை விளம்பரப்படுத்து *The event has been well publicized and should attract a lot of people.*

public relations *noun* (*abbr.* **PR**) **1** [*pl.*] the state of the relationship between an organization and the public ஒரு நிறுவனத்திற்கும் பொது மக்களுக்கும் இடையே உள்ள உறவு நிலை; ஒரு நிறுவனத்தின் மக்கள் தொடர்பு நிலை *Giving money to local charities is good for public relations.* **2** [U] the job of making a company, organization, etc. popular with the public ஒரு நிறுவனம், வாணிக அமைப்பு முதலியவற்றைப் பொதுமக்களின் மதிப்புக்கு அல்லது மெச்சுதலுக்கு உரியதாகச் செய்யும் பணி; மக்கள் தொடர்புப் பணி *a Public Relations Officer*

public school *noun* [C] **1** (in Britain, especially in England) a private school for children aged between 13 and 18. Parents have to pay to send their children to one of these schools. Many of the children at public schools live (**board**) there while they are studying கட்டணம் செலுத்திப் படிப்பதற்கான, தங்கல் உணவு வசதிகள் உடைய, 13 வயது முதல் 18 வயது வரையான சிறாருக்கு உரிய, தனியார் பள்ளி **2** (in the US, Australia, Scotland and other countries) a local school that provides free education (அமெரிக்கா, ஆஸ்திரேலியா, ஸ்காத்லாந்து மற்றும் பிற நாடுகளில் உள்ள) இலவசமாகக் கல்வி அளிக்கும் உள்ளூர்ப் பள்ளி

public-spirited *adj.* always ready to help other people and the public in general மற்றவர்களுக்கு, பொதுமக்களுக்கு, உதவும் மனப்பான்மை உள்ள; பொதுநலச் செயல்களில் ஈடுபடுகிற

public transport *noun* [U] (the system of) buses, trains, etc. that run according to a series of planned times and that anyone can use வேண்டும் அனைவரும் பயன்படுத்தத்தக்க, நேர முறைப்படித் தொடர்ந்து இயங்கும் பேருந்துகள், இருப்பூர்திகள் முதலியவை; பொதுப் போக்குவரத்து (முறை) *to travel by/on public transport*

publish /ˈpʌblɪʃ/ *verb* **1** [I, T] to prepare and print a book, magazine, etc. and make it available to the public ஒரு நூல், பத்திரிகை முதலியவற்றை உருவாக்கி அச்சிட்டுப் பொதுமக்களுக்குக் கிடைக்கச் செய்; வெளியிடு *This dictionary was published by Oxford University Press.* **2** [T] (used about a writer, etc.) to have your work put in a book, magazine, etc. (எழுத்தாளர் முதலியோர் வகையில்) தனது கதை, கட்டுரை முதலியவற்றை ஒரு நூல், பத்திரிகை முதலியவற்றில் வெளியிடு *Dr Mehta has published several articles on the subject.* **3** [T] to make sth known to the public ஒன்றைப் பொதுமக்கள் அறியச் செய்; வெளிப்படையாகத் தெரிவி *Large companies must publish their accounts every year.*

publisher /ˈpʌblɪʃə(r)/ *noun* [C] a person or company that publishes books, magazines, etc. நூல்கள், பத்திரிகைகள் முதலியவற்றை வெளியிடும் ஆள் அல்லது நிறுவனம்; வெளியீட்டாளர்; வெளியீட்டு நிறுவனம்

publishing /ˈpʌblɪʃɪŋ/ *noun* [U] the business of preparing books, magazines, etc. to be printed and sold அச்சிட்டு விற்பனை செய்வதற்காக நூல்கள், பத்திரிகைகள் முதலியவற்றை ஆயத்தம் செய்யும் வணிகத் தொழில்; வெளியீட்டுத் தொழில் *She's aiming for a career in publishing.*

pudding /ˈpʊdɪŋ/ *noun* [C, U] (*BrE*) **1** any sweet food that is eaten at the end of a meal சாப்பாட்டின் இறுதியில் உண்ணும் இனிப்புப் பண்டம் *What's for pudding today?* **NOTE** இச்சொல்லின் முறைசார்பு மிக்க வழக்கு **dessert** என்பதாகும். ➪ **sweet** பார்க்க. **2** a type of sweet food that is made from bread, flour or rice with eggs, milk, etc. முட்டைகள், பால் முதலியவற்றைச் சேர்த்து ரொட்டி, மாவு அல்லது அரிசியில் தயாரிக்கப்படும் இனிப்புப் பண்ட வகை *rice pudding*

puddle /ˈpʌdl/ *noun* [C] a small pool of water or other liquid, especially rain, that has formed on the ground நீர் அல்லது வேறொரு நீர்மம், குறிப்பாக மழை நீர், தேங்கியுள்ள இயற்கையான சிறு நீர்நிலை; குட்டை ➪ **pond** பதிவிலுள்ள குறிப்பைப் பார்க்க.

puff¹ /pʌf/ *verb* **1** [I, T] (used about air, smoke, wind, etc.) to blow or come out in clouds (காற்று, புகை, வளி முதலியவை வகையில்) ஊது; திரளாக அல்லது அலையலையாக வெளிப்படு *Smoke was puffing out of the chimney.* **2** [I, T] to smoke a cigarette, pipe, etc. சிகரெட்டைக் குடித்து/புகைக்குழலை உறிஞ்சிப் புகையை வெளியூது; புகையூதித் தள்ளு *to puff on a cigarette* **3** [I] to breathe loudly or quickly, for example when you are running ஓடுதல் முதலிய சமயங்களில், ஓசைபட அல்லது விரைவாக மூச்சு விடு; மூச்சு வாங்கு *He was puffing hard as he ran up the hill.* **4** [I] **puff along, in, out, up, etc.** to move in a particular direction with loud breaths or small clouds of smoke ஓசைபட மூச்சு விட்டுக்கொண்டு அல்லது 'குப்' 'குப்' என்று புகைவிட்டுக்கொண்டு குறிப்பிட்ட திசையில் செல் *The train puffed into the station.*
PHR V **puff sth out/up** to cause sth to become larger by filling it with air ஒன்றினுள் காற்று நிரப்பி அதனைப் புடைக்கச் செய் *The trumpet player was puffing out his cheeks.*
puff up (used about part of the body) to become swollen (உடற்பகுதி வகையில்) வீங்கு; வீக்கம் கொள் *Her arm puffed up when she was stung by a wasp.*

puff² /pʌf/ *noun* [C] **1** a small amount of air, smoke, wind, etc. that is blown or sent out ஊதப்படும் அல்லது வெளிவிடப்படும் சிற்றளவான காற்று, புகை, முதலியவை; சிறு காற்றலை, புகைக்கற்றை, முதலியவை *a puff of smoke* **2** one breath that you take when you are smoking a cigarette or pipe சிகரெட் அல்லது புகைக்குழல் புகைக்கும்போது செய்யும் ஒரு புகை உள்ளிழுப்பு அல்லது வெளிவிடுகை *to take/have a puff on a cigarette*

puffed /pʌft/ (*also* **puffed out**) *adj.* finding it difficult to breathe, for example because you have been running ஓட்டம் முதலியவை காரணமாக மூச்சு விட இடர்ப்படுகிற; மூச்சு வாங்குகிற

puffin /ˈpʌfɪn/ *noun* [C] a North Atlantic sea bird with a large brightly-coloured beak பெரிய ஒளிர்வண்ண அலகுடைய வட அட்லான்டிக் பகுதியைச் சார்ந்த கடற்பறவை ➪ **seabird** பதிவில் படம் பார்க்க.

puffy /ˈpʌfi/ *adj.* (used about a part of a person's body) looking soft and swollen (ஒருவரது உடற்

பகுதி ஒன்று பற்றிக் கூறுகையில்) மிருதுவாகவும் புடைத்தும் காணப்படுகிற *Your eyes look a bit puffy. Have you been crying?*

pug mark *noun* [C] the trail or footprint of an animal விலங்கின் காலடிச்சுவடு

puke /pju:k/ *verb* [I, T] (*slang*) to be sick; to vomit வாந்தியெடு; குமட்டு ► **puke** *noun* [U]

pulao *noun* [U] a rice dish cooked with meat or vegetables. The rice can be **seasoned** with various spices பலவிதமான நறுஞ்சுவையூட்டு பொருள்களைச் சேர்த்து, இறைச்சி அல்லது காய்கறிகளுடன் சமைக்கப்படும் அரிசி உணவு; புலவு

pull[1] /pʊl/ *verb* **1** [I, T] to use force to move sb/sth towards yourself ஒருவர்/ஒன்று தன்னை நோக்கி வரச்செய்ய வலிமையைப் பயன்படுத்து; தன்னை நோக்கி இழு *to pull the trigger of a gun* • *I felt someone pull at my sleeve and turned round.* **2** [T] **pull sth on, out, up, down, etc.** to move sth in the direction that is described குறிப்பிடப்பட்ட திசையில் ஒன்றை நகர்த்து அல்லது இழு *She pulled her sweater on/She pulled on her sweater.* • *I switched off the TV and pulled out the plug.* **3** [T] to hold or be fastened to sth and move it along behind you in the direction that you are going ஒன்றைப் பற்றிப் பிடித்து அல்லது ஒன்றுடன் பிணைக்கப்பட்டுத் தான் செல்லும் திசையில் தனக்குப் பின்னால் அது உடன்வரச் செய்; ஒன்றை இழுத்துச் செல் *That cart is too heavy for one horse to pull.* **4** [I, T] to move your body or a part of your body away with force தனது உடலை அல்லது உடலின் ஒரு பகுதியை விசையுடன் அப்பால் நகர்த்து; வேகமாக அப்பால் இழுத்துக்கொள் *She pulled away as the stranger tried to attack her.* • *I pulled back my fingers just as the door slammed.* **5** [T] to damage a muscle, etc. by using too much force அளவு மீறிய இயக்கவிசை காரணமாக, தசை முதலியவற்றைப் பாதிப்புக்கு உள்ளாக்கு; சுளுக்கு முதலியவை உண்டாகச் செய் *I've* ***pulled a muscle*** *in my thigh.*

IDM **make/pull faces/a face (at sb)** ⇨ **face**[1] பார்க்க.

pull sb's leg (*informal*) to play a joke on sb by trying to make him/her believe sth that is not true உண்மையல்லாத ஒன்றை நம்புமாறு செய்து விளையாட்டாக ஒருவரை ஏமாற்று அல்லது முட்டாளாக்கு

pull out all the stops (*informal*) to make the greatest possible effort to achieve sth ஒன்றை நிறைவேற்றுவதற்காக தனது ஆற்றல் எட்டிய அளவு முயற்சி செய்

pull your punches (*informal*) (*usually used in negative sentences*) to be careful what you say or do in order not to shock or upset anyone எவரும் அதிர்ச்சியோ மனக்கலக்கமோ அடையாதவாறு கவனமாக ஒன்றைக் கூறு அல்லது செய் *The film pulls no punches in its portrayal of urban violence.*

pull strings to use your influence to gain an advantage ஓர் ஆதாயத்தைப் பெறும் பொருட்டுத் தனது செல்வாக்கைப் பயன்படுத்து

pull your weight to do your fair share of the work ஒரு வேலையில் தனது நியாயமான பங்கைச் செலுத்து

PHR V **pull away (from sb/sth)** to start moving forward, leaving sb/sth behind ஒருவரை/ஒன்றைப் பின்னால் விட்டுவிட்டு முன்னோக்கிச் செல்லத் தொடங்கு *We waved as the bus pulled away.*

pull sth down to destroy a building ஒரு கட்டடத்தை இடித்துத் தள்ளு

pull in (to sth); pull into sth 1 (used about a train) to enter a station (தொடர்வண்டி வகையில்) தொடர்வண்டி நிலையத்திற்குள் நுழை **2** (used about a car, etc.) to move to the side of the road and stop (சீருந்து முதலியவை வகையில்) சாலையோரமாகச் சென்று நில்

pull sth off (*informal*) to succeed in sth ஒன்றில் வெற்றியடை; ஒன்றைச் செய்துமுடி *to pull off a business deal*

pull out (used about a car, etc.) to move away from the side of the road (சீருந்து முதலியவை வகையில்) சாலை எல்லைவரையிலிருந்து விலகி அப்பால் செல் *I braked as a car suddenly pulled out in front of me.*

pull out (of sth) (used about a train) to leave a station (தொடர்வண்டி வகையில்) நிலையத்தை விட்டுச் செல்

pull (sb/sth) out (of sth) (to cause sb/sth) to leave sth ஒருவர்/ஒன்று ஒன்றை விட்டு நீங்கச் செய்; வெளியேற்று *The Americans have pulled their forces out of the area.* • *We've pulled out of the deal.*

pull sth out to take sth out of a place suddenly or with force திடீரென அல்லது விசையுடன் ஒன்றை வெளியே எடு *She walked into the bank and pulled out a gun.*

pull over (used about a vehicle or its driver) to slow down and move to the side of the road (ஓர் ஊர்தி அல்லது அதன் ஓட்டுநர் பற்றிக் குறிப்பிடுகையில்) வேகத்தைக் குறைத்துச் சாலையோரத்திற்குச் செல்/செலுத்து *I pulled over to let the ambulance past.*

pull through (sth) to survive a dangerous illness or a difficult time ஒரு கடுமையான நோயை அல்லது இடர்ப்பாட்டைக் கடந்து வாழ்ந்திரு

pull together to do sth or work together with other people in an organized way and without fighting மற்றவர்களுடன் ஒருங்கிணைந்து சச்சரவின்றி ஒருமுகமாக ஒன்றைச் செய் அல்லது செயலாற்று

pull yourself together to control your feelings and behave in a calm way தனது உணர்ச்சிகளைக் கட்டுப்படுத்தி அமைதியான முறையில் நடந்துகொள் *Pull yourself together and stop crying.*

pull up (to cause a car, etc.) to stop (சீருந்து முதலியவற்றை) நிற்கச் செய்; நிறுத்து

pull² /pʊl/ *noun* **1** [C] **a pull (at/on sth)** the action of moving sb/sth towards you using force வலிமையைப் பயன்படுத்தி ஒருவரை/ஒன்றைத் தன்னை நோக்கி வரச் செய்தல்; இழுத்தல் *I gave a pull on the rope to check it was secure.* **2** [*sing.*] a physical force or an attraction that makes sb/sth move in a particular direction ஒருவரை/ஒன்றைக் குறிப்பிட்ட திசையில் இடம்பெயரச் செய்யும் இயலாற்றல் அல்லது ஈர்ப்பு விசை; இழுப்பு விசை; ஈர்ப்பாற்றல் *the earth's gravitational pull* • *He couldn't resist the pull of the city.* **3** [*sing.*] the act of taking a breath of smoke from a cigarette பூஞ்சுருட்டிலிருந்து ஒருமுறை புகையை உள்ளிழுத்தல்; ஓர் இழுப்பு

pulley /ˈpʊli/ *noun* [C] a piece of equipment, consisting of a wheel and a rope, that is used for lifting heavy things கனமான பொருள்களை மேலுயர்த்தப் பயன்படுத்தப்படும் ஒரு சக்கரமும் வடக்கயிறும் கொண்ட கருவி; உருளை

wheel
rope
load

pullover /ˈpʊləʊvə(r)/ *noun* [C] a knitted woollen piece of clothing for the upper part of the body, with long sleeves and no buttons நீண்ட கைப்பகுதிகள் உடைய, பொத்தான்கள் இல்லாத கம்பளித் துணியால் பின்னப்பட்ட மேலாடை; கம்பளிச் சட்டை ➪ **sweater** பதிவிலுள்ள குறிப்பைப் பார்க்க.

pulmonary /ˈpʌlmənəri/ *adj.* (*technical*) connected with the lungs நுரையீரல்கள் தொடர்பான; நுரையீரல்களுக்குரிய *the pulmonary artery* ➪ **heart** பதிவில் படம் பார்க்க.

pulp /pʌlp/ *noun* **1** [*sing.*,U] a soft substance that is made especially by pressing sth ஒன்றிலிருந்து, குறிப்பாக அதனைப் பிசைந்து, தயாரிக்கப்படும் மசிவான பொருள்; கூழ்; களி *Mash the beans to a pulp.* ➪ **wood pulp** பார்க்க. **2** [U] the soft inner part of some fruits or vegetables சிலவகைப் பழங்களின் அல்லது கறிகாய்களின் மென்மையான உள்ளீடு; (பழச்) சதை

pulpit /ˈpʊlpɪt/ *noun* [C] a raised platform in a church where the priest stands when he/she is speaking ஒரு தேவாலயத்தில் உரை நிகழ்த்தும்போது சமயகுரு நிற்கும் உயரமான மேடை; திருக்கோயில் சமய உரை மேடை

pulsar /ˈpʌlsɑː(r)/ *noun* [C] (*technical*) a star that cannot be seen but that sends out fast regular radio signals காண முடியாததும், விரைவியக்கமுடைய தொடர்ச்சியான மின் சமிக்ஞைகளை அனுப்புவதுமான விண்மீன் ➪ **quasar** பார்க்க.

pulsate /pʌlˈseɪt/ *verb* [I] to move or shake with strong regular movements அழுத்தமான தொடர் இயக்கமாக அசைவுறு அல்லது அதிர்வுறு; துடி *a pulsating rhythm*

pulse¹ /pʌls/ *noun* **1** [C, *usually sing.*] the regular beating in your body as blood is pushed around it by your heart. You can feel your pulse at your wrist, neck, etc. மணிக்கட்டு, கழுத்து முதலிய இடங்களில் உணரக் கூடிய, இதயத்தால் உடல் முழுவதும் குருதி செலுத்தப்படும் போது உண்டாகும் தொடர்ந்த அடிப்பு; இதயத் துடிப்பு; நாடித் துடிப்பு *Your pulse rate increases after exercise.* • *to feel/take sb's pulse* (= to count how many times it beats in one minute) **2 pulses** [*pl.*] the seeds of some plants such as beans and peas that are cooked and eaten as food அவரை மற்றும் பயறு வகைத் தாவரங்களின் சமைத்து உண்ணக்கூடிய விதைகள்; பயறு வகைகள்

pulse² /pʌls/ *verb* [I] to move with strong regular movements அழுத்தமான தொடர் இயக்கமாக அசைவுறு; துடி

pulverize (*also* **-ise**) /ˈpʌlvəraɪz/ *verb* [T] (*formal*) to crush sth into a fine powder நுண்துகளாக ஒன்றை அரை அல்லது நொறுக்கு *pulverized bones*

puma /ˈpjuːmə/ (*AmE* **cougar** or **mountain lion**) *noun* [C] a large American wild animal of the cat family, with yellowish-brown or greyish fur அமெரிக்காவில் காணப்படும் மஞ்சள் கலந்த பழுப்பு அல்லது சாம்பல் நிற மென்மயிருடைய, பூனைக் குடும்பத்தைச் சேர்ந்த பெரிய காட்டு விலங்கு

pumice /ˈpʌmɪs/ (*also* **pumice stone**) *noun* [U] a type of grey stone that is very light in weight. It is used as a powder for cleaning and polishing, and in larger pieces for rubbing on the skin to make it softer மிக இலேசான சாம்பல் நிறக் கல் வகை; நுரைகல். இக்கல்லின் பொடி துப்புரவு செய்வதற்கும் மெருகூட்டுவதற்கும் பயன்படுத்தப்படுகிறது. இதன் பெரிய துண்டுகள் தோல் மீது தேய்த்து மென்மையூட்டுவதற்குப் பயன்படுத்தப்படுகின்றன.

pump¹ /pʌmp/ *verb* **1** [T] to force a gas or liquid to go in a particular direction ஒரு வாயு அல்லது நீர்மப்பொருளைக் (குழாய் முதலியவற்றின் ஊடாக) குறிப்பிட்ட திசையில் விசையுடன் செலுத்து *Your heart pumps blood around your body.* **2** [I] (used about a liquid) to flow in a particular direction as if forced by a pump

(திரவ வகையில்) ஒரு குழாய் வழியாக விசையுடன் செலுத்தப்படுவது போன்று, குறிப்பிட்ட திசையில் பாய்ந்துசெல் *Blood was pumping out of the wound.* **3** [I, T] to be moved or to move sth very quickly up and down or in and out மேலும் கீழுமாக அல்லது உள்ளேயும் வெளியிலுமாக விரைவியக்கமுடன் அசைவுறு அல்லது ஒன்றை ஆட்டு *He pumped his arms up and down to keep warm.*

PHR V **pump sth into sth/sb** to put a lot of sth into sth/sb பேரளவிலான ஒரு பொருளை ஒன்றினுள் இடு அல்லது ஒருவரிடம் சேர்ப்பி *He pumped all his savings into the business.*

pump sth up to fill sth with air, for example by using a pump விசைக்குழாய் முதலியவற்றைப் பயன்படுத்தி ஒன்றினுள் காற்று நிரப்பு; ஒன்றுக்குக் காற்றடி *to pump up a car tyre*

pump² /pʌmp/ *noun* [C] **1** a machine that is used for forcing a gas or liquid in a particular direction வாயு அல்லது நீர்மத்தை குறிப்பிட்ட திசையில் விசையுடன் செலுத்துவதற்கான பொறி; விசைக்குழாய் *Have you got a bicycle pump? • a petrol pump* ➪ **bicycle** பதிவில் படம் பார்க்க. **2** [*usually pl.*] a flat woman's shoe with no fastening பிணைப்புக் கட்டில்லாத தட்டையான மகளிர் காலணி *ballet pumps*

pump-action *adj.* (used about a machine or device) that you operate using a pumping action of your hand or arm (விசைப்பொறி அல்லது விசைக்கருவி வகையில்) நீர்வாங்கு குழாயை இயக்கும் முறையில் கையால் இயக்கப்படுகிற *a pump-action spray/shotgun*

pumpkin /ˈpʌmpkɪn/ *noun* [C, U] a very large round fruit with thick orange-coloured skin that is cooked and eaten as a vegetable பறங்கிக்காய்; பூசணி ➪ **vegetable** பதிவில் படம் பார்க்க.

pun /pʌn/ *noun* [C] an amusing use of a word that can have two meanings or of different words that sound the same இரு பொருள்களில் வழங்கத்தக்க ஒரு சொல்லின் அல்லது ஒன்று போலத் தோன்றுகிற வெவ்வேறு சொற்களின் விளையாட்டு முறையிலான பயன்பாடு; சிலேடை

punch¹ /pʌntʃ/ *verb* [T] **1 punch sb (in/on sth)** to hit sb/sth hard with your closed hand (fist) கைமுட்டியால் ஒருவரை/ஒன்றை வலுவுடன் தாக்கு; முட்டியால் குத்து *to punch sb on the nose • He punched the air when he heard the good news.* **2** to make a hole in sth with a special tool (**a punch**) துளையிடும் கருவியால்/தமரூசியால் ஒன்றில் துளைசெய்; துளையிடு *He punched a hole in the ticket.*

punch² /pʌntʃ/ *noun* **1** [C] a hard hit with your closed hand (**fist**) கைமுட்டியால் தரப்படும் வன்மையான இடி; கைமுட்டிக் குத்து **2** [C] a machine or tool that you use for making holes in sth ஒன்றில் துளைகள் செய்வதற்குப் பயன்படுத்தப்படும் விசைப்பொறி அல்லது கருவி; துளையிடும் கருவி *a ticket punch • a hole punch* **3** [U] a drink made from wine, fruit juice and sugar திராட்சை மது, பழச்சாறு, சர்க்கரை ஆகியவற்றைப் பயன்படுத்தித் தயாரிக்கப்படும் பானம்

IDM **pull your punches** ➪ **pull¹** பார்க்க.

punchline /ˈpʌntʃlaɪn/ *noun* [C] the last and most important words of a joke or story ஒரு விகடக் கூற்றின் அல்லது கதையின் இறுதியானவையும் மிக முக்கியமானவையுமான சொற்கள்; தலைக்கூறு

punch-up *noun* [C] (*BrE informal*) a fight in which people hit each other ஒருவரையொருவர் தாக்கிக்கொள்ளும் சண்டை; குத்துச்சண்டை

punctual /ˈpʌŋktʃuəl/ *adj.* doing sth or happening at the right time; not late குறித்த நேரத்தில் ஒன்றைச் செய்கிற; குறித்த நேரத்தில் நிகழ்கிற; காலம் தவறாத; தாமதப்படாத *It is important to be punctual for your classes.* **NOTE** தொடர்வண்டி, பேருந்து முதலியவற்றைப் பற்றிக் குறிப்பிடுகையில் **punctual** என்ற சொல்லைப் பயன்படுத்தாது, **on time** என்று கூறுகிறோம். ▶ **punctuality** /ˌpʌŋktʃuˈæləti/ *noun* [U] *Dr. Singh is known for his punctuality.* ▶ **punctually** *adv.*

punctuate /ˈpʌŋktʃueɪt/ *verb* **1** [T] **punctuate sth (with sth)** to interrupt sth many times ஒன்றில் மீண்டும் மீண்டும் குறுக்கீடு செய்; இடையிடையே ஒன்றைத் தடுத்து நிறுத்து *Her speech was punctuated with bursts of applause.* **2** [I, T] to divide writing into sentences and phrases by adding full stops, question marks, etc. நிறுத்தக் குறிகள் இட்டு ஒரு கட்டுரை முதலியவற்றை வாக்கியங்களாகவும் தொடர்களாகவும் பிரி

punctuation /ˌpʌŋktʃuˈeɪʃn/ *noun* [U] the marks used for dividing writing into sentences and phrases ஒரு கட்டுரை முதலியவற்றை வாக்கியங்களாகவும் தொடர்களாகவும் பிரித்தமைப்பதற்குப் பயன்படுத்தப்படும் முற்றுப்புள்ளி, அரைப்புள்ளி, வினாக்குறி முதலிய குறிகள்; நிறுத்தக் குறிகள் ***Punctuation marks** include full stops, commas and question marks.*

puncture /ˈpʌŋktʃə(r)/ *noun* [C] a small hole made by a sharp point, especially in a bicycle or car tyre குறிப்பாக மிதிவண்டி அல்லது விசையுந்தின் இரப்பர் சக்கரங்களில் (டயர்களில்) கூர் நுனியுடைய ஒரு பொருளால் ஏற்படும் சிறு துளை; ஓட்டை ▶ **puncture** *verb* [I, T]

pungent /ˈpʌndʒənt/ *adj.* (used about a smell) very strong (மணம் வகையில்) மிகவும் உறைப்பான; மூக்கைத் துளைக்கிற

punish /ˈpʌnɪʃ/ *verb* [T] **punish sb (for sth/for doing sth)** to make sb suffer because he/she has done sth bad or wrong மோசமான அல்லது தவறான ஒன்றைச் செய்தமைக்காக ஒருவரை வருத்தத்திற்குள்ளாக்கு; தண்டனை அளி *The children were severely punished for telling lies.*

punishable /ˈpʌnɪʃəbl/ *adj.* **punishable (by sth)** (used about a crime, etc.) that can be punished for doing தண்டிக்கத்தக்க; தண்டனைக்குரிய *a punishable offence • In some countries drug smuggling is punishable by death.*

punishing /ˈpʌnɪʃɪŋ/ *adj.* that makes you very tired or weak மிகுந்த சோர்வு அல்லது தளர்ச்சி உண்டாக்கக்கூடிய; மிகவும் வருத்துகிற; கடுஞ்சுமையான *The Prime Minister had a punishing schedule, visiting five countries in five days.*

punishment /ˈpʌnɪʃmənt/ *noun* [C, U] the action or way of punishing sb ஒருவரைத் தண்டித்தல் அல்லது தண்டிக்கும் முறை; தண்டனை *He was excluded from school for a week as a punishment.* • ***capital punishment*** (= punishment by death)

punitive /ˈpjuːnətɪv/ *adj.* (*formal*) **1** intended as a punishment தண்டிக்கும் நோக்கத்திலான; தண்டனை இயல்புடைய; தண்டனையாக விதிக்கப்படுகிற *to take punitive measures against sb* **2** very harsh and that people find difficult to pay மிகக் கடுமையானதும் செலுத்துவதற்கு எளிதல்லாததுமான; பெரிதும் வருத்தக்கூடிய *punitive taxation*

punk /pʌŋk/ *noun* **1** [U] a type of loud music that was popular in Britain in the late 1970s and early 1980s. Punk deliberately tried to offend people with traditional views and behaviour, 1970-களின் பிற்பகுதியிலும் 1980-களின் முற்பகுதியிலும், பிரிட்டனில் பிரபலமாக இருந்ததும் சம்பிரதாயப் பற்றுடையவர்கள் மனதை வேண்டுமென்றே புண்படுத்தும் நோக்குடையதானதுமான உரத்த இசை வகை **2** [C] a person who likes punk music and often has brightly-coloured hair and unusual clothes மேற்கண்ட இசையில் விருப்பம் கொண்டவரும் பெரும்பாலும் ஒளிர்நிறம் ஊட்டப்பட்ட முடியுடையவரும் வழக்கமீறிய உடை அணிபவருமான ஒருவர்

punt /pʌnt/ *noun* [C] a long narrow boat with a flat bottom and square ends which is moved by pushing a long pole against the bottom of a river நீண்ட கோலால் வலித்துச் செலுத்தப்படும், தட்டையான அடிப்பகுதியும் சதுர வடிவ முனைகளும் உடைய நீண்டு ஒடுங்கிய படகு வகை; பரிசல் ▶ **punt** *verb* [I, T] *to go punting*

puny /ˈpjuːni/ *adj.* very small and weak மிகவும் சிறியதாகவும் வலிமையற்றும் காணப்படுகிற

pup /pʌp/ *noun* [C] **1** = **puppy 2** the young of some animals, for example seals கடல்நாய் முதலிய சில வகை விலங்குகளின் குட்டி

pupa /ˈpjuːpə/ *noun* [C] (*pl.* **pupae** /-piː/) an insect in the stage of development before it becomes an adult insect முழு வளர்ச்சி நிலைக்கு முந்திய வளர்ச்சிப் பருவத்திலுள்ள பூச்சி; முட்டைப் புழு ➪ **larva** பார்க்க. **NOTE** வண்ணத்துப்பூச்சி அல்லது அந்துப்பூச்சியின் முட்டைப்புழு **chrysalis** எனப்படும்.

pupil /ˈpjuːpl/ *noun* [C] **1** a child in school பள்ளியில் படிக்கும் சிறுவன்/சிறுமி; பள்ளி மாணவர் *There are 28 pupils in my class.* **2** a person who is taught artistic, musical, etc. skills by an expert ஒரு வல்லுநரால் கலைகள், இசை முதலியவற்றில் பயிற்சி அளிக்கப்படுபவர்; சீடர் *He was a pupil of Birju Maharaj.* ➪ **student** பார்க்க. **3** the round black hole in the middle of your eye கண்ணின் இடைப்பகுதியில் உள்ள உருண்டையான கரு நிறப் புழை; கண்ணின் மணி; பாவை ➪ **eye** பதிவில் படம் பார்க்க.

puppet /ˈpʌpɪt/ *noun* [C] **1** a model of a person or an animal that you can move by pulling the strings which are tied to it or by putting your hand inside it and moving your fingers பிணைத்துக் கட்டப்பட்டுள்ள கயிறுகளை இழுத்து அல்லது கையை உள்ளிட்டு விரல்களை அசைத்து இயக்கக் கூடிய ஆள் அல்லது விலங்கின் மாதிரி உரு; கூத்தாட்டுப் பொம்மை **2** a person or an organization that is controlled by sb else வேறொருவரால் இயக்கப்படும் ஆள் அல்லது நிறுவனம்; பிறர் கைப்பாவை *The occupying forces set up a puppet government.*

puppy /ˈpʌpi/ *noun* [C] (*pl.* **puppies**) (*also* **pup**) a young dog நாய்க்குட்டி

purchase /ˈpɜːtʃəs/ *noun* (*formal*) **1** [U] the action of buying sth ஒன்றை விலைக்கு வாங்குதல் *to take out a loan for the purchase of a car* **2** [C] something that you buy விலைக்கு வாங்கிய பொருள் *These shoes were a poor purchase—they're falling apart already.* • *to make a purchase* ▶ **purchase** *verb* [T] *Many employees have the opportunity to purchase shares in the company they work for.*

purchaser /ˈpɜːtʃəsə(r)/ *noun* [C] (*formal*) a person who buys sth ஒன்றை விலைக்கு வாங்குபவர் *The purchaser of the house agrees to pay a deposit of 10%.* ➪ **vendor** பார்க்க.

pure /pjʊə(r)/ *adj.* **1** not mixed with anything else வேறெதனுடனும் கலக்கப்படாத; கலப்படமற்ற; தூய்மையான *pure orange juice/silk/alcohol* **2** clean and not containing any harmful substances தூய்மையானதும் ஊறு விளைவிக்கும் எந்தப் பொருளும் உள்ளடங்கியிராததுமான; பரிசுத்தமான; தூய; மாசற்ற *pure air/water* ✪ **OPP impure 3** (*only before a noun*) complete and total நிறைவானதும் முழுமையானதுமான; முற்றிலுமான *We met by pure chance.*

4 (used about a sound, colour or light) very clear; perfect (ஒலி, நிறம் அல்லது ஒளி வகையில்) மிகத் தெளிவான; துல்லியமான; சரி நுட்பமான; கலப்பற்ற *She was dressed in pure white.* **5** (*only before a noun*) (used about an area of learning) concerned only with increasing your knowledge rather than having practical uses (அறிவுத் துறை ஒன்று பற்றிக் குறிப்பிடுகையில்) செயல்முறைப் பயன்பாடு சாராது அறிவு மேம்பாடு மட்டுமே சார்ந்த; அறிவுத் துறையான *pure mathematics* ✪ OPP **applied 6** not doing or knowing anything evil or anything that is connected with sex தீயதான அல்லது பாலியல் தொடர்பான எதனையும் செய்யாத அல்லது தெரிந்திராத; களங்கமில்லாத; குற்றமற்ற ✪ OPP **impure**

purée /ˈpjʊəreɪ/ *noun* [C, U] a food that you make by cooking a fruit or vegetable and then pressing and mixing it until it is smooth and liquid ஒரு பழத்தை அல்லது கறிகாயைச் சமைத்து அது குழைவாகவும் நீர்மமாகவும் ஆகும்வரை பிசைந்து கலக்கித் தயாரிக்கப்படும் உணவு வகை; வடிசாறு *tomato purée*

purely /ˈpjʊəli/ *adv.* only or completely மட்டும்; தான்; முற்றிலும்; முழுமையாக *It's not purely a question of money.*

purge /pɜːdʒ/ *verb* [T] **purge sth (of sb); purge sb (from sth)** to remove people that you do not want from a political party or other organization ஓர் அரசியல் கட்சியிலிருந்து அல்லது ஒரு நிறுவனத்திலிருந்து தனக்கு வேண்டாதவர்களை வெளியேற்று ▶ **purge** *noun* [C] *The General carried out a purge of his political enemies.*

puri (*also* **poori**) *noun* [C] (in India) a small round unleavened wheat bread that is deep fried until it puffs up and turns brown. It is usually served with vegetables or chickpeas புளிக்காடி சேர்க்காத கோதுமை மாவைச் சிறிய வட்ட வடிவ ரொட்டிகளாகச் செய்து பழுப்பு நிறமாகி உப்பும் வரை எண்ணெய்யில் பொரித்துத் தயாரிக்கப்பட்டுக் காய்கறி அல்லது கொத்துக்கடலை சேர்த்து உண்ணப்படும் உணவுப் பண்டம்; பூரி

purify /ˈpjʊərɪfaɪ/ *verb* [T] (*pres. part.* **purifying**; *3rd person sing. pres.* **purifies**; *pt, pp* **purified**) to remove dirty or harmful substances from sth ஒன்றிலிருந்து மாசுப்பொருளை அல்லது ஊறு விளைவிக்கும் பொருள்களை நீக்கு; தூய்மையாக்கு; சுத்தம் செய் *purified water*

puritan /ˈpjʊərɪtən/ *noun* [C] a person who has high moral standards and who thinks that it is wrong to enjoy yourself இன்பத் துய்ப்பில் ஈடுபடுவது தவறு எனக் கருதும் உயர் ஒழுக்கவாதி; கடுந் தூய்மைவாதி ▶ **puritan** (*also* **puritanical** /ˌpjʊərɪˈtænɪkl/) *adj. a puritan attitude to life*

purity /ˈpjʊərəti/ *noun* [U] the state of being pure தூய்மையாக உள்ள நிலை; தூய்மை; கலப்படமின்மை; மாசின்மை *to test the purity of the air* ⇨ **impurity** பார்க்க.

purl /pɜːl/ *noun* [U] a simple stitch used in knitting பின்னலில் பயன்படுத்தப்படும் எளிய தையல் வகை; கோப்புத் தையல்; திருப்புத் தையல்

purple /ˈpɜːpl/ *adj., noun* [U] (of) a reddish-blue colour சிவப்பு கலந்த நீல நிறமான; சிவப்பு கலந்த நீல நிறம்; ஊதா நிறமான/நிறம் *His face was purple with rage.*

purport /pəˈpɔːt/ *verb* [I] (*formal*) to give the impression of being sth or of having done sth, when this may not be true (உண்மையல்லாதுபோகும் வாய்ப்புள்ள) ஒன்றாக இருப்பதான அல்லது ஒன்றைச் செய்துள்ளதான எண்ணத்தைத் தோற்றுவி; ஒன்று உண்மை எனக் கூறிக்கொள் *The book does not purport to be a true history of the period.*

purpose /ˈpɜːpəs/ *noun* **1** [C] the aim or intention of sth ஒன்றின் நோக்கம் அல்லது உட்கருத்து; குறிக்கோள்; இலக்கு *The main purpose of this meeting is to decide what we should do next.* • *You may only use the telephone for business purposes.* **2 purposes** [*pl.*] what is needed in a particular situation குறிப்பிட்ட சூழ்நிலையில் தேவையானவை ***For the purposes of*** *this demonstration, I will use model cars.* **3** [U] a meaning or reason that is important to you ஒருவருக்கு முக்கியமானதாக உள்ள கருத்து அல்லது காரணம்; நம்பிக்கை ஆதாரம்; செயற்காரணம்; நியாயம் *A good leader inspires people with a* ***sense of purpose.*** **4** [U] the ability to plan sth and work hard to achieve it ஒன்றைத் திட்டமிட்டு அதனை முனைப்புடன் செய்து முடிக்கும் ஆற்றல்; நோக்க உறுதி; விடா முயற்சி *I was impressed by his* ***strength of purpose.***

IDM to/for all intents and purposes ⇨ **intent²** பார்க்க.

on purpose not by accident; with a particular intention தற்செயலாக அல்லாது; குறிப்பிட்ட நோக்கத்தோடு; வேண்டுமென்றே *'You've torn a page out of my book!' 'I'm sorry, I didn't do it on purpose.'* ✪ SYN **deliberately**

purposeful /ˈpɜːpəsfl/ *adj.* having a definite aim or plan தெளிவான நோக்கத்துடனான; தெளிவான திட்டமுள்ள; உறுதியான குறிக்கோளுடைய *Kumar strode off down the street looking purposeful.* ▶ **purposefully** -fəli/ *adv.*

purposely /ˈpɜːpəsli/ *adv.* with a particular intention குறிப்பிட்ட நோக்கத்தோடு அல்லது முன்கருதலுடன்; வேண்டுமென்றே *I purposely waited* *till everyone had gone so that I could speak to you in private.* ✪ SYN **deliberately**

purr /pɜː(r)/ *verb* [I] (used about a cat) to make a continuous low sound that shows pleasure (பூனை வகையில்) மகிழ்ச்சிக் குறியாகத் தொடர்ந்த தாழ்குரல் எழுப்பு ➪ **miaow** பார்க்க.

purse[1] /pɜːs/ *noun* [C] **1** a small bag made of leather, etc., for carrying coins and often also paper money, used especially by women உலோக நாணயங்கள் மற்றும் பல சமயங்களில் தாள் பணம் உடன்கொண்டு செல்வதற்கு, குறிப்பாகப் பெண்கள் பயன்படுத்தும் தோல் முதலியவற்றால் செய்யப்பட்ட சிறு பை; பணப்பை ➪ **wallet** பார்க்க. **2** (*AmE*) = **handbag**

purse[2] /pɜːs/ *verb*

IDM **purse your lips** to press your lips together to show that you do not like sth ஒன்றைத் தான் விரும்பாமையை வெளிப்படுத்த உதடுகளை சேர்த்துச் சுருக்கு அல்லது குவிவுறச் செய்

purser /ˈpɜːsə(r)/ *noun* [C] the person on a ship who looks after the accounts and deals with passengers' problems கப்பலில் கணக்குகளையும் பயணிகள் பிரச்சினைகளையும் கையாள்பவர்; கப்பல் கணக்கர்

pursue /pəˈsjuː/ *verb* [T] (*formal*) **1** to follow sb/sth in order to catch him/her/it ஒருவரை/ஒன்றை அகப்படுத்தும் பொருட்டு அவரை/அதனைப் பின்தொடர்ந்து செல்; துரத்திச் செல் *The robber ran off pursued by two policemen.* NOTE இச்சொல் **chase**- ஐ விட முறைசார்பு மிக்கதாகும். **2** to try to achieve sth or to continue to do sth over a period of time ஒன்றை நாடிப்பெற முயல் அல்லது ஒரு கால அளவில் ஒன்றைத் தொடர்ந்து செய்துகொண்டிரு *to pursue a career in banking • She didn't seem to want to pursue the discussion so I changed the subject.*

pursuer /pəˈsjuːə(r)/ *noun* [C] a person who is following and trying to catch sb/sth ஒருவரை/ஒன்றைப் பின்தொடர்ந்து சென்று அகப்படுத்த முயல்பவர்; துரத்திச்செல்பவர்

pursuit /pəˈsjuːt/ *noun* **1** [U] the action of trying to achieve or get sth ஒன்றைச் செய்து முடிக்க அல்லது ஒன்றைப் பெற முயல்தல்; செயல் முயற்சி *the pursuit of pleasure* **2** [C] an activity that you do either for work or for pleasure தொழில் முறையில் அல்லது மகிழ்ச்சிக்காகச் செய்யப்படும் செயல்; தொழில்; பொழுதுபோக்கு *outdoor/leisure pursuits*

IDM **in hot pursuit** ➪ **hot[1]** பார்க்க.

in pursuit (of sb/sth) trying to catch or get sb/sth ஒருவரை/ஒன்றை அகப்படுத்தும் அல்லது அடையப்பெறும் முயற்சியாக; ஒன்றைப் பின்தொடர்ந்து *He neglected his family in pursuit of his own personal ambitions.*

pus /pʌs/ *noun* [U] a thick yellowish liquid that may form in a part of your body that has been hurt ஊறுபட்ட உடற்பகுதியில் உண்டாகக்கூடிய சீழ்

push[1] /pʊʃ/ *verb* **1** [I, T] to use force to move sb/sth forward or away from you ஒருவர்/ஒன்று முன்னோக்கி அல்லது அப்பால் செல்லுமாறு செய்ய வலிமையைப் பயன்படுத்து; முன்னோக்கி/அப்பால் தள்ளு; உந்தித் தள்ளு *She pushed him into the water. • to push a pram* **2** [I, T] to move forward by pushing sb/sth ஒருவரை/ஒன்றைத் தள்ளிவிட்டு முன்னோக்கிச் செல்; தள்ளிக்கொண்டு முன்னேறு *to push past sb • People were **pushing and shoving** to try to get to the front.* **3** [I, T] to press a switch, button, etc., for example in order to start a machine ஒரு பொறி இயக்கம் தொடங்கச் செய்தல் முதலியவற்றுக்காக மின்விசை மாற்றுக்குமிழ், விசைக்குமிழ் முதலியவற்றை அமுக்கு *Push the red button if you want the bus to stop.* **4** [T] **push sb (to do sth/into doing sth); push sb (for sth)** to try to make sb do sth that he/she does not want to do ஒருவர் விரும்பாத ஒன்றைச் செய்யவைக்க முயல்; ஒன்றைச் செய்யுமாறு ஒருவரைக் கட்டாயப்படுத்து *My friend pushed me into entering the competition.* **5** [T] (*informal*) to try to make sth seem attractive, for example so that people will buy it விற்பனை நோக்கம் முதலியவற்றுக்காக, ஒன்றைக் கவர்ச்சியாகத் தோன்றச் செய் *They are launching a major publicity campaign to push their new product.*

IDM **be hard pressed/pushed/put to do sth** ➪ **hard[2]** பார்க்க.

be pushed for sth (*informal*) to not have enough of sth ஒன்று போதுமான அளவு இல்லாதிரு; ஒன்றின் பற்றாக்குறைக்கு உள்ளாகு *Hurry up. We're really **pushed for time**.*

PHR V **push sb about/around** to give orders to sb in a rude and unpleasant way வெறுப்பூட்டும் முறையில் கடுஞ்சொற்களால் ஒருவருக்குக் கட்டளை இடு *Don't let your boss push you around.*

push ahead/forward (with sth) to continue with sth ஒன்றைத் தொடர்; ஒன்றில் தொடர்ந்து ஈடுபாடு கொள்

push for sth to try hard to get sth ஒன்றைப் பெற முனைப்புடன் முயல்; ஒன்றுக்காகக் கடுமுயற்சி செய் *Nalini is pushing for a pay rise.*

push in to join a line of people waiting for sth by standing in front of others who were there before you ஒன்றுக்காகக் காத்திருப்பவர்களின் வரிசையில் முன்பிருந்தே நிற்பவர்களுக்கு

முன்னால் இணைந்துகொள்; முறைகேடாக வரிசையில் முந்து

push on to continue a journey ஒரு பயணத்தைத் தொடர் *Although it was getting dark, we decided to push on.*

push sb/sth over to make sb/sth fall down by pushing him/her/it ஒருவரை/ஒன்றை உந்தித் தள்ளிக் கீழே விழச்செய்; கீழே தள்ளு

push² /pʊʃ/ *noun* [C] an act of pushing தள்ளுதல்; தள்ளு; இடி *Can you help me* ***give*** *the car* ***a push*** *to get it started?* • *The car windows opened at the push of a button.*

IDM **at a push** (*informal*) if it is really necessary (but only with difficulty) உண்மையிலேயே தேவை ஏற்படும்போது (ஆனால் சிரமப்பட்டே) *We can get ten people round the table at a push.*

give sb the push to tell sb you no longer want him/her in a relationship, or in a job ஒருவரது உறவு அல்லது பணி இனிமேல் தேவையில்லை என்று அவரிடம் கூறு; உறவை வெட்டிக்கொள் அல்லது வேலையிலிருந்து நீக்கு

push-button *adj.* (*only before a noun*) (used about a machine, etc.) that you work by pressing a button (இயந்திரம் முதலியவை வகையில்) விசைக்குமிழை அமுக்கி இயக்கப்படுவதான *a radio with push-button controls*

pushchair /ˈpʊʃtʃeə(r)/ (*BrE also* **buggy**) *noun* [C] a chair on wheels that you use for pushing a young child in குழந்தையை உட்காரவைத்துத் தள்ளிச்செல்லப் பயன்படுத்தப்படும் சக்கர நாற்காலி; தள்ளு நாற்காலி

pusher /ˈpʊʃə(r)/ *noun* [C] a person who sells illegal drugs தடை செய்யப்பட்ட போதை மருந்து விற்பவர்

pushover /ˈpʊʃəʊvə(r)/ *noun* [C] (*informal*) **1** something that is easy to do or win எளிதாகச் செய்யத்தக்க அல்லது வெற்றி கொள்ளத்தக்க ஒன்று **2** a person who is easy to persuade to do sth ஒன்றைச் செய்யுமாறு எளிதில் இணங்க வைக்கக்கூடிய ஒருவர்; எளிதில் வசப்படுபவர்

push-up (*AmE*) = **press-up**

pushy /ˈpʊʃi/ *adj.* (*informal*) (used about a person) trying hard to get what you want, in a way that seems rude (ஆள் வகையில்) நாகரிகமற்றதாகத் தோன்றும் முறையில் தான் விரும்புவதை அடையக் கடுமையாக முயற்சிக்கிற; மட்டுமீறிய அல்லது வெறுப்பூட்டும் தன்முனைப்புடைய

puss /pʊs/ *noun* [C] used when you are speaking to or calling a cat பூனையுடன் பேசும்போது அல்லது பூனையை விளிக்கும்போது பயன்படுத்தப்படுவது

pussy /ˈpʊsi/ *noun* [C] (*informal*) a cat பூனை

put /pʊt/ *verb* [T] (*pres. part.* **putting**; *pt, pp* **put**) **1** to move sb/sth into a particular place or position குறிப்பிட்ட இடத்திற்கு அல்லது நிலைக்கு ஒருவரை/ஒன்றை நகர்த்து; இடம் பெயர்த்து; வை *She put the book on the table.* • *Did you put sugar in my tea?* **2** to fix sth to or in sth else வேறொன்றுடன் அல்லது வேறொன்றில் ஒன்றைப் பொறுத்து; இணை *Can you put* (= sew) *a button on this shirt?* • *We're going to put a picture on this wall.* **3** to write sth ஒன்றை எழுது *Lunch 12.30 on Friday? I'll put it in my diary.* • *What did you put for question number 2?* **4 put sb/sth in/into sth** to bring sb/sth into the state or condition mentioned குறிப்பிடப்பட்ட நிலைக்கு அல்லது சூழ்நிலைக்கு ஒருவரை/ஒன்றை உள்ளாக்கு; குறிப்பிடப்பட்ட நிலையில் இருத்து *I was* ***put in charge*** *of the project.* • *It was time to* ***put*** *our ideas* ***into practice****.* **5** to make sb/sth feel sth or be affected by sth ஒருவர்/ஒன்று, ஒன்றை உணரச் செய் அல்லது ஒன்றால் பாதிக்கப்படச் செய் *This will* ***put pressure on*** *them to finish the job quickly.* • *Don't* ***put the blame on*** *me!* **6** to give or fix a particular value or importance to sb/sth குறிப்பிட்ட மதிப்பீட்டை அல்லது முக்கியத்துவத்தை ஒருவருக்கு/ஒன்றுக்கு அளி அல்லது அறுதிசெய் *We'll have to* ***put a limit on*** *how much we spend.* • *I'd put him in my top five favourite writers.* **7** to say or express sth ஒன்றைக் கூறு அல்லது வெளிப்படுத்து; புலப்படுத்து ***To put it another way****, you're sacked.* • ***Put simply****, he just wasn't good enough.*

IDM **put it to sb that...** (*formal*) to suggest to sb that sth is true ஒன்று மெய்யானது என ஒருவருக்கு உணர்த்து *I put it to you that this man is innocent.*

put together (*used after a noun or nouns*) (referring to a group of people or things) combined; in total (ஆட்கள்/பொருள்கள் வகையில்) ஒன்றிணைந்து; மொத்தமாக; மொத்தத்தில் *You got more presents than the rest of the family put together.*

> NOTE **Put** உள்ளடங்கிய மற்ற மரபுத் தொடர்கள் ஆங்காங்கே பெயர்ச்சொல், பெயரடை முதலிய பதிவுகளில் தரப்பட்டுள்ளன. உதாரணமாக, **put an end to sth** என்ற தொடர் **end** பதிவில் உள்ளது.

PHR V **put sth/yourself across/over** to say what you want to say clearly, so that people can understand it கூற விரும்புவதைப் பிறருக்குப் புரியும் வகையில் தெளிவுபடக் கூறு; தனது கருத்து பிறருக்குச் சென்றுசேரச் செய் *He didn't put his ideas across very well at the meeting.*

put sth aside 1 to save sth, especially money, to use later வருங்காலப் பயன்பாட்டிற்காக

ஒன்றை, குறிப்பாகப் பணத்தை, சேமித்து வை **2** to ignore or forget sth ஒன்றை ஒதுக்கிவிடு அல்லது மறந்துவிடு; புறக்கணி *We agreed to put aside our differences and work together.*

put sb away (*informal*) to send sb to prison ஒருவரைச் சிறைக்கு அனுப்பு

put sth away 1 to put sth where you usually keep it because you have finished using it ஒன்றின் பயன்பாடு தீர்ந்துவிட்டதால், அதனை வழக்கமாக வைக்கும் இடத்தில் வைத்துவிடு *Put the tools away if you've finished with them.* **2** to save money to spend later வருங்காலப் பயன்பாட்டிற்காகப் பணத்தை ஒதுக்கிவை

put sth back 1 to return sth to its place ஒன்றை உரிய இடத்தில் திரும்ப வை *to put books back on the shelf* **2** to move sth to a later time ஒன்றைப் பின்னொரு சமயத்திற்குத் தள்ளிவை *The meeting's been put back until next week.* ✪ OPP **bring sth forward 3** to change the time shown on a clock to an earlier time ஒரு மணிப்பொறியில் நேரத்தைக் குறித்த நேரத்திற்கு முன்னதாகத் தள்ளி வை *We have to put the clocks back tonight.* ✪ OPP **bring sth forward**

put sb/sth before/above sb/sth to treat sb/sth as more important than sb/sth else வேறொருவரை/வேறொன்றை விட முக்கியமானவராக/முக்கியமானதாக ஒருவரை/ஒன்றைக் கருதி அதற்கேற்ப நடத்து; மேம்பட்ட நிலையில் வை *He puts his children before anything else.*

put sth by to save money to use later வருங்காலப் பயன்பாட்டிற்காகப் பணத்தைச் சேமித்து வை; ஒதுக்கி வை *Her grandparents had put some money by for her wedding.*

put sb down 1 (*informal*) to say things to make sb seem stupid or foolish ஒருவர் அறிவற்றவராக அல்லது ஏமாளியாகத் தோன்றச் செய்யுமாறு அவரிடம் பேசு; தாழ்த்திப் பேசு; அவமானப்படுத்து **2** to put a baby to bed குழந்தையைப் படுக்கையில் இடு

put sth down 1 to stop holding sth and put it on the floor, a table, etc. ஒன்றைப் பற்றியிருப்பதை விட்டு அதனைத் தரை முதலியவற்றின் மீது வை; கீழே வை *The policeman persuaded him to put the gun down.* **2** to write sth ஒன்றை எழுது *I'll put that down in my diary.* **3** to pay part of the cost of sth ஒன்றன் விலையில் ஒரு பகுதியைச் செலுத்து *We put down a 10% deposit on a car.* **4** (used about a government, an army or the police) to stop sth by force (அரசு, இராணுவம் அல்லது காவல்துறை வகையில்) பலத்தைப் பயன்படுத்தி ஒன்றைத் தடுத்து நிறுத்து அல்லது அடக்கு *to put down a rebellion* **5** to kill an animal because it is old, sick or dangerous முதுமையுற்ற, நோய்வாய்ப்பட்ட அல்லது ஆபத்தான ஒரு விலங்கைக் கொல் *The dog was put down after it attacked a child.*

put sth down to sth to believe that sth is caused by sth ஒரு காரணத்தினால் ஒரு செயல் நடப்பதாக நம்பு; ஒரு நிகழ்வுக்கு ஒன்றைக் காரணமாகக் கொள் *I put his bad exam results down to laziness rather than a lack of ability.*

put yourself/sb forward to suggest that you or another person should be considered for a job, etc. ஒரு வேலை முதலியவற்றுக்குத் தான் அல்லது வேறொருவர் கருதிப்பார்க்கப்பட வேண்டுமென்று கருத்துக் கூறு; ஒரு வேலை, முதலியவற்றுக்கு ஒருவர் பெயரை முன்மொழி *His name was put forward for the position of chairman.*

put sth forward 1 to change the time shown on a clock to a later time ஒரு மணிப்பொறியில் நேரத்தைக் கூடுதலாகத் தள்ளிவை *We put the clocks forward in spring.* ✪ OPP **put sth back 2** to suggest sth ஒன்று குறித்துக் கருத்துரை வழங்கு; ஒரு யோசனையை முன்வை *She put forward a plan to help the homeless.*

put sth in 1 to fix equipment or furniture in position so that it can be used பயன்படுத்தத் தக்கவாறு உரிய நிலையில் ஒரு கருவி அல்லது ஓர் அறைக்கலத்தைப் பொருத்து *We're having a shower put in.* ✪ SYN **install 2** to include a piece of information, etc. in sth that you write தான் எழுதும் ஒன்றில் ஒரு தகவல் கூறு முதலியவற்றைச் சேர்த்துக்கொள் **3** to ask for sth officially அதிகாரபூர்வமாக/முறைப்பட ஒன்றைக் கோரு *to put in an invoice/request*

put sth in; put sth into sth/into doing sth to spend time, etc. on sth ஒன்றில் நேரம் முதலியவற்றைச் செலவிடு *She puts all her time and energy into her business.*

put sb off (sb/sth/doing sth) 1 to make sb not like sb/sth or not want to do sth ஒருவர் ஓராள் அல்லது ஒரு பொருளை விரும்பாதுபோகச் செய் அல்லது ஒரு செயலைச் செய்ய விரும்பாதுபோகச் செய் *The accident put me off driving for a long time.* **2** to say to a person that you can no longer do what you had agreed ஒப்புக்கொண்டிருந்த ஒன்றைத் தான் செய்ய முடியாத நிலையில் இருப்பதாக ஒருவரிடம் கூறு *They were coming to stay last weekend but I had to put them off at the last moment.* **3** to make sb unable to give his/her attention to sth ஒருவர் ஒன்றில் கருத்துச் செலுத்த முடியாது செய்; ஒருவர் கவனத்தைத் திருப்பு *Don't stare at me—you're putting me off!*

put sth off to turn or switch a light off (விசைக்குமிழைத் திருப்பி அல்லது அமுக்கி) விளக்கை அணை *She put off the light and went to sleep.*

put sth off; put off doing sth to move sth to a later time; to delay doing sth ஒன்றைப் பின்னொரு சமயத்திற்குத் தள்ளிவை; தள்ளிப்போடு *She put off writing her essay until the last minute.*

put sth on 1 to dress yourself in sth ஓராடையை அணிந்துகொள் *Put on your coat!* • *I'll have to put my glasses on.* **2** to cover an area of your skin with sth ஒரு தோல்பகுதியில் ஒன்றைப் பூசிக்கொள் *You'd better put some sun cream on.* **3** to switch on a piece of electrical equipment மின்விசை மாற்றுக்குமிழை அமுக்கி மின்கருவி ஒன்றின் இயக்கம் தொடங்கச் செய்; மின் ஆற்றலைத் திறந்துவிடு *It's too early to put the lights on yet.* **4** to make a tape, a CD, etc. begin to play ஒளி/ஒலி நாடா, குறுவட்டு, முதலியவை ஓடச் செய், ஒலிக்க அல்லது காட்சிப்படம் தொடங்கச் செய் *Let's put some music on.* **5** to become heavier, especially by the amount mentioned குறிப்பாக, குறிப்பிடப்பட்ட அளவில் கனம் அதிகரி அல்லது எடை கூடு *I **put on weight** very easily.* ✪ OPP **lose** **6** to organize or prepare sth for people to see or use மக்கள் பார்ப்பதற்காக அல்லது பயன்படுத்துவதற்காக ஒன்றைத் திட்டப்படுத்து அல்லது ஏற்பாடு செய் *The school is putting on 'Hamlet'.* • *They put on extra trains in the summer.* **7** to pretend to be feeling sth; to pretend to have sth ஓர் உணர்ச்சிக்கு ஆட்பட்டுள்ளவராக அல்லது ஒன்றைக் கொண்டுள்ளவராகப் பாவனை செய் *He's not angry with you really—he's just putting it on.*

put sth on sth 1 to add an amount of money, etc. to the cost or value of sth ஒன்றன் விலையுடன் அல்லது மதிப்புடன் ஒரு பணத்தொகை முதலியவற்றைக் கூட்டிவை; விலை முதலியவற்றின் மீது ஒன்றைச் சேர் *The government want to put more tax on the price of a packet of cigarettes.* **2** to bet money on sth ஒன்றின் மீது பணையம் வை; பந்தயம் கட்டு *He put all his money on a horse.* ✪ SYN **bet**

put sb out 1 to give sb trouble or extra work ஒருவருக்குத் தொல்லை கொடு; எரிச்சலூட்டு; மிகைப்பணி சுமத்து *He put his hosts out by arriving very late.* **2** to make sb upset or angry ஒருவரை மன உலைவுபடுத்து; சினமூட்டு *I was quite put out by their selfish behaviour.*

put sth out 1 to make sth stop burning ஒன்று எரிவது நின்றுபோகச் செய்; அணை *to put out a fire* ✪ SYN **extinguish** **2** to switch off a piece of electrical equipment மின்விசைமாற்றுக்குமிழை அமுக்கி மின்கருவி ஒன்றின் இயக்கத்தை அல்லது அதன் ஊடான மின்னோட்டத்தைத் தடைப்படுத்து; மின் விளக்கு, முதலியவற்றை அணை *They put out the lights and locked the door.* **3** to take sth out of your house and leave it ஒரு பொருளை வீட்டிலிருந்து அப்புறப்படுத்து *to put the rubbish out* **4** to give or tell the public sth, often on the television or radio or in newspapers பெரும்பாலும் தொலைக்காட்சி அல்லது வானொலி அல்லது பத்திரிகைகள் வாயிலாகப் பொதுமக்களுக்கு ஒன்றை அறிவி *The police put out a warning about the escaped prisoner.*

put yourself out (*informal*) to do sth for sb, even though it brings you trouble or extra work அதனால் தான் தொந்தரவுக்கு உள்ளாக நேரிடினும் அல்லது மிகைப்படியாக வேலை செய்யவேண்டியிருப்பினும், ஒருவருக்காக ஒன்றைச் செய் *'I'll give you a lift home.' 'I don't want you to put yourself out. I'll take a taxi.'*

put sth/yourself over ➪ **put sth/yourself across/ over** பார்க்க.

put sb through sth to make sb experience sth unpleasant ஒருவரை இனியதல்லாத ஓர் அனுபவத்திற்கு உள்ளாக்கு

put sb/sth through to make a telephone connection that allows sb to speak to sb ஒருவர் தொலைபேசியில் ஓராளுடன் பேசும்படித் தொடர்புறுத்து *Could you put me through to Subbu, please?*

put sth to sb to suggest sth to sb; to ask sb sth ஒருவரிடம் ஒன்றைக் குறிப்பிடு; ஒரு கருத்து முதலியவற்றை ஒருவர் முன் வை *I put the question to her.*

put sth together to build or repair sth by joining its parts together ஒன்றன் பகுதிகளை ஒன்றிணைத்து அதனை உருப்படுத்து அல்லது சீர்செய் *The furniture comes with instructions on how to put it together.*

put sb up to give sb food and a place to stay ஒருவருக்கு உணவும் தங்க இடமும் கொடு *She had missed the last train home, so I offered to put her up for the night.*

put sth up 1 to lift or hold sth up ஒன்றை உயர்த்து அல்லது தூக்கிப்பிடி *Put your hand up if you know the answer.* **2** to build sth ஒன்றைக் கட்டு; கட்டி எழுப்பு *to put up a fence/tent* **3** to fix sth to a wall, etc. so that everyone can see it அனைவரும் பார்க்கும்படியாக ஒன்றைச் சுவர் முதலியவற்றில் பொருத்தி வை *to put up a notice* **4** to increase sth ஒன்றை அதிகப்படுத்து *Some shops put up their prices just before Diwali.*

put up sth to try to stop sb attacking you ஒருவர் தன்னைத் தாக்குவதைத் தடுத்து நிறுத்த முயல் *The old lady put up a struggle against her attacker.*

put up with sb/sth to suffer sb/sth unpleasant and not complain about it இன்னாத ஒன்றுக்கு ஆட்பட்டு அது குறித்துக் குறைபட்டுக்கொள்ளாதிரு; பொறுத்துக்கொள் *I don't know how they put up with this noise.*

putrid /ˈpjuːtrɪd/ *adj.* **1** (used about dead animals and plants) smelling bad after being dead for some time (இறந்துபோன விலங்குகள் மற்றும் பட்டுப்போன தாவரங்கள் வகையில்) சிறிது காலத்திற்குப் பின் அழுகல் நாற்றமடிக்கிற; வாடை

வீசுகிற **2** (*informal*) very unpleasant வெறுப்பூட்டுகிற; அருவருப்பான; படுமோசமான *The food there was putrid.*

putt /pʌt/ *verb* [I, T] (used in golf) to hit the ball gently when it is near the hole (குழிப்பந்தாட்டத்தில்) பந்து குழிக்குப் பக்கத்தில் இருக்கும்போது அதனை மெள்ள அடி

putter /ˈpʌtə(r)/ (*AmE*) = **potter**[1]

putty /ˈpʌti/ *noun* [U] a soft substance that is used for fixing glass into windows that becomes hard when dry சன்னல்களில் கண்ணாடி பதியவைக்கப் பயன்படுத்தப்படும் உலர்ந்து கெட்டியாகும் தன்மையுள்ள குழைவுப்பொருள்; மக்கு

puzzle[1] /ˈpʌzl/ *noun* [C] **1** [*usually sing.*] something that is difficult to understand or explain; a mystery எளிதில் புரிந்துகொள்ளவோ விளக்கவோ முடியாத ஒன்று; புதிர்; மறைபொருள் *The reasons for his actions have remained a puzzle to historians.* **2** a game or toy that makes you think a lot மிக்க சிந்தனை வேண்டப்படும் விளையாட்டு அல்லது விளையாட்டுப் பொருள் *a crossword/jigsaw puzzle* • *I like to* ***do puzzles.***

puzzle[2] /ˈpʌzl/ *verb* **1** [T] to make sb feel confused because he/she does not understand sth ஒருவர் ஒன்றைப் புரிந்துகொள்ளாது குழம்பச் செய்; மலைப்பூட்டு *Her strange illness puzzled all the experts.* **2** [I] **puzzle over sth** to think hard about sth in order to understand or explain it ஒன்றைப் புரிந்துகொள்ள அல்லது விவரிக்க வேண்டி அது குறித்துக் கடுமையாகச் சிந்தி; தீர எண்ணிப் பார் *to puzzle over a mathematical problem*

PHR V **puzzle sth out** to find the answer to sth by thinking hard ஆழ்ந்து சிந்தித்து ஒன்றின் விடை காண்

puzzled /ˈpʌzld/ *adj.* not able to understand or explain sth ஒன்றைப் புரிந்துகொள்ள அல்லது விவரிக்க முடியாத; குழப்பமுற்ற *a puzzled expression*

PVC /ˌpiː viː ˈsiː/ *noun* [U] a strong plastic material used to make clothing, pipes, floor coverings, etc. ஆடைகள், குழாய்கள், தரை விரிப்புகள் முதலியவை செய்யப் பயன்படுத்தப்படும் உறுதியான பிளாஸ்டிக் பொருள்

pygmy[1] (*also* **pigmy**) /ˈpɪgmi/ *noun* [C] (*pl.* **pygmies; pigmies**) **1 Pygmy** a member of a race of very small people living in parts of Africa and SE Asia ஆப்பிரிக்கா மற்றும் தென்கிழக்கு ஆசியாவின் சில பகுதிகளில் வாழும் மிகக் குறைந்த உயரமுள்ள இனத்தைச் சார்ந்தவர்; குள்ள இனத்தவர் **2** a very small person or thing or one that is weak in some way மிகவும் குள்ளமான ஆள் அல்லது பொருள் அல்லது ஏதேனும் ஒரு குறைபாடுடையவர்

pygmy[2] (*also* **pigmy**) /ˈpɪgmi/ *adj.* (*only before a noun*) used to describe a plant or **species** of animal that is much smaller than other similar kinds (தாவரம் அல்லது விலங்கு வகையில்) ஒத்த இனங்களை அல்லது வகைகளைச் சார்ந்த பிறவற்றினும் மிகவும் சிறிதான; வளர்ச்சி குன்றிய *a pygmy shrew*

pyjamas (*AmE* **pajamas**) /pəˈdʒɑːməz/ *noun* [*pl.*] loose trousers and a loose jacket or **T-shirt** that you wear in bed படுக்கையில் அணிந்துகொள்ளும் தளர்த்தியான காற்சட்டை மற்றும் மேற்சட்டை (அல்லது குறுங்கைச் சட்டை); இரவு உடுப்பு **NOTE** இச்சொல் வேறொரு பெயருக்கு முன் வரும்போது 's' சேர்க்கப்படாது **pyjama** என வழங்கப்படுவதைக் கருத்தில் கொள்க—*pyjama trousers*

pylon /ˈpaɪlən/ *noun* [C] a tall metal tower that supports heavy electrical wires கனத்த மின்கம்பிகளைத் தாங்கி நிற்கும் உயரமான உலோகக் கோபுர அமைப்பு

pyramid /ˈpɪrəmɪd/ *noun* [C] a shape with a flat base and three or four sides in the shape of triangles சமதள அடிப்பகுதியும் முக்கோண வடிவிலான மூன்று அல்லது நான்கு பக்கங்களும் உள்ள வடிவம்; பட்டைக் கூம்புரு ⇨ **solid** பதிவில் படம் பார்க்க. ▶ **pyramidal** /-mɪdl/ *adj.*

pyre /ˈpaɪə(r)/ *noun* a large pile of wood on which a dead body is placed and burned as part of a funeral ceremony ஈமச் சடங்கில் சடலம் மேலிடப்பட்டு எரிக்கப்படும் ஈம விறகு அடுக்கு; சிதை

python /ˈpaɪθən/ *noun* [C] a large snake that kills animals by squeezing them very hard விலங்குகளைத் தன் உடலால் மிக்க வலுவுடன் இறுக்கி நெரித்துக் கொல்லும் பெரிய பாம்பு வகை; மலைப்பாம்பு

Q q

Q[1]**, q** /kju:/ *noun* [C, U] (*pl.* **Q's; q's** /kju:z/) the seventeenth letter of the English alphabet ஆங்கில நெடுங்கணக்கின் பதினேழாவது எழுத்து *'Queen' begins with a 'Q'.*

Q[2] *abbr.* Question வினாவைக் குறிக்கும் Question என்பதன் குறுக்கம் *Qs 1–5 are compulsory.*

qt *abbr.* quart(s) திரவத்தின் ஓர் அளவீட்டு அலகான quart என்பதன் குறுக்கம்

quack[1] /kwæk/ *noun* [C] the sound that a duck makes வாத்து எழுப்பும் ஒலி ▶ **quack** *verb* [I]

quack[2] /kwæk/ *noun* [C] (*informal, disapproving*) a person who pretends to have medical knowlege or skill and practices medicine without any formal training in the subject மருத்துவத்துறையில் முறையான பயிற்சியின்றி அதில் தனக்கு நிறை அறிவும் திறனும் உள்ளதாகப் பாவனை செய்துகொண்டு தொழில்முறையாக மருத்துவம் செய்பவர்; போலி மருத்துவர்

quad /kwɒd/ **1** = **quadrangle 2** (*informal*) = **quadruplet**

quad- /kwɒd/ *prefix* (*used in nouns, adjectives, verbs and adverbs*) four; having four நான்கு; நான்கு (கூறுகள்) கொண்ட *quadruple*

quadrangle /ˈkwɒdræŋgl/ (*also* **quad**) *noun* [C] a square open area with buildings round it in a school, college, etc. பள்ளி, கல்லூரி முதலியவற்றில் உள்ள கட்டடங்கள் சூழ்ந்த சதுர வடிவிலான திறந்த வெளி; கட்டடம் சூழ்ந்த நாற்கட்டு வெளி

quadrant /ˈkwɒdrənt/ *noun* [C] **1** a quarter of a circle or of its **circumference** ஒரு வட்டத்தின் அல்லது அதன் சுற்றளவின் கால் பங்கு; கால்வட்டம்; வட்டக் காற்சுற்றுவரை ➪ **circle** பதிவில் படம் பார்க்க. **2** an instrument for measuring angles, especially to check your position at sea or to look at stars கோணங்களை அளக்கப் பயன்படுத்தப்படும் கருவி, குறிப்பாக கடலில் ஒருவரது இருப்புநிலையைச் சரிபார்க்க அல்லது விண்மீன்களை நோக்குதற்குப் பயன்படுத்தப்படும் கருவி; கோணமானி

quadri- /ˈkwɒdri/ *prefix* (*used in nouns, adjectives, verbs and adverbs*) four; having four நான்கு; நான்கு (கூறுகள்) கொண்ட *quadrilateral*

quadrilateral /ˌkwɒdrɪˈlætərəl/ *noun* [C] a flat shape with four straight sides நான்கு நேர் பக்கங்களை உடைய தட்டை வடிவம்; நாற்கரம் ▶ **quadrilateral** *adj.*

quadruped /ˈkwɒdrʊped/ *noun* [C] any creature with four feet நான்கு கால்களை உடைய உயிர்; நாற்கால் விலங்கு ➪ **biped** பார்க்க.

quadruple /kwɒˈdru:pl/ *verb* [I, T] to multiply or be multiplied by four நான்கினால் பெருக்கு அல்லது பெருக்கப்படு; நான் மடங்காக்கு; நான் மடங்காகு

quadruplet /ˈkwɒdrʊplət/ (*informal* **quad**) *noun* [C] one of four children or animals that are born to one mother at the same time ஒரே சமயத்தில் ஒரு தாய்க்குப் பிறக்கும் நான்கு குழந்தைகளில் அல்லது விலங்குகளில் ஒன்று; ஓரீற்று நான்கு குழவிகளுள் ஒன்று

quail /kweɪl/ *noun* **1** [C] a small brown bird whose meat and eggs we eat நாம் உணவாகப் பயன்படுத்தும் இறைச்சி மற்றும் முட்டைகள் தரும் சிறு பழுப்பு நிறப் பறவை வகை; கவுதாரி இனப் பறவை வகை **2** [U] the meat of this bird இப்பறவையின் இறைச்சி

quaint /kweɪnt/ *adj.* attractive or unusual because it seems to belong to the past பழமைத் தோற்றம் காரணமாகக் கவர்ச்சியாக உள்ள அல்லது விசித்திரமான; மனம் கவரும் பழம்பாணியான

quake[1] /kweɪk/ *verb* [I] (used about a person) to shake (ஆள் வகையில்) நடுங்கு; உதறல் கொள் *to quake with fear*

quake[2] /kweɪk/ (*informal*) = **earthquake**

qualification /ˌkwɒlɪfɪˈkeɪʃn/ *noun* **1** [C] an exam that you have passed or a course of study that you have completed தேர்ச்சி அடைந்த ஒரு தேர்வு அல்லது நிறைவு செய்த ஒரு படிப்புப் பிரிவு; கல்வித் தகுதி *to* ***have a*** *teaching/nursing* ***qualification*** • *She left school at 16 with no formal qualifications.* **2** [C] a skill or quality that you need to do a particular job குறிப்பிட்ட பணியைச் செய்யத் தேவைப்படும் பயிற்சித் திறன் அல்லது தனித் திறம்; பணித் தகுதி *Is there a height qualification for the police force?* **3** [C, U] something that limits the meaning of a general statement or makes it weaker ஒரு பொதுக் கூற்றின் பொருளை வரையறைக்கு உட்படுத்தும் அல்லது அப்பொருளைப் பலவீனப்படுத்தும் ஒன்று; எல்லை வரையறை; நிபந்தனை *I can recommend him for the job* ***without qualification***. • *She accepted the proposal with only a few qualifications.* **4** [U] the fact of doing what is necessary in order to be able to do a job, play in a competition, etc. ஒரு பணியைச் செய்தல், ஒரு போட்டியில் கலந்து

கொள்ளுதல் முதலியவற்றுக்குத் தேவையான ஆற்றலைப் பெறவேண்டி ஒன்றைச் செய்தல்; தகுதி பெறுதல்; தகுதிப்படுத்திக்கொள்ளுதல்

qualified /ˈkwɒlɪfaɪd/ *adj.* **1 qualified (for sth/ to do sth)** having passed an exam or having the knowledge, experience, etc. in order to be able to do sth ஒரு செயலுக்குத் தகுதி பெறும் பொருட்டு ஒரு தேர்வில் தேர்ச்சி பெற்றிருக்கிற அல்லது அறிவு, அனுபவம் முதலியவை கொண்டிருக்கிற; தகுதியுடைய *Rathinam is well qualified for this job.* • *a fully qualified doctor* **2** not complete; limited முழுமையற்ற; வரையறுக்கப்பட்ட; நிபந்தனைக்கு உட்படுத்தப்பட்ட *My boss gave only qualified approval to the plan.* ✪ OPP **unqualified**

qualify /ˈkwɒlɪfaɪ/ *verb* (*pres. part.* **qualifying**; *3rd person sing. pres.* **qualifies**; *pt, pp* **qualified**) **1** [I] **qualify (as sth)** to pass the examination that is necessary to do a particular job; to have the qualities that are necessary for sth குறிப்பிட்ட பணியைச் செய்வதற்குரிய தேர்வில் தேர்ச்சியடை; ஒன்றுக்குத் தேவைப்படும் திறக் கூறுகளைப் பெற்றிரு; பணித்தகுதி பெறு *It takes five years to qualify as a vet.* • *A cup of coffee and a sandwich doesn't really qualify as a meal.* **2** [I, T] **qualify (sb) (for sth/to do sth)** to have or give sb the right to have or do sth ஒன்றைப் பெறும் அல்லது ஒன்றைச் செய்யும் உரிமையைக் கொண்டிரு அல்லது அவ்வுரிமையை ஒருவருக்கு அளி *How many years must you work to qualify for a pension?* • *This exam will qualify me to teach music.* **3** [I] **qualify (for sth)** to win the right to enter a competition or continue to the next part ஒரு போட்டியில் நுழைவதற்கான அல்லது அதன் அடுத்த கட்டத்திற்குச் செல்வதற்கான உரிமையை வெல்; தகுதி பெறு *Our team has qualified for the final.* **4** [T] to limit the meaning of a general statement or make it weaker ஒரு பொதுக் கூற்றின் பொருளை வரையறைக்கு உட்படுத்து அல்லது அப்பொருளை பலவீனப்படுத்து; நிபந்தனைக்கு உட்படுத்து *To qualify what I said earlier, I did not mean that she can't do the work but that she will need help.*

qualitative /ˈkwɒlɪtətɪv/ *adj.* (*formal*) connected with how good sth is, rather than with how much of it there is ஒன்றின் அளவோடு அல்லாத அதன் தரத்தோடு தொடர்புடைய; தரம் சார்ந்த; தர அடிப்படையிலான *qualitative analysis/research* • *There are qualitative differences between the two products.*

quality /ˈkwɒləti/ *noun* (*pl.* **qualities**) **1** [U, *sing.*] how good or bad sth is ஒன்று எத்துணை நல்லது அல்லது மோசமானது என்பது; தர நிலை; பண்புத் தரம் *to be of good/poor/top quality* • *goods of a high quality* • *the* ***quality of life*** *in our cities* **2** [U] a high standard or level உயர் தரம்; உயர் படிநிலை; உயர் மதிப்பளவு *Aim for quality rather than quantity in your writing.* **3** [C] something that is typical of a person or thing ஒருவரது/ஒன்றின் தனியியல்பு; தனித்திறம்; தனித்தன்மை; சிறப்புக் கூறு; சிறப்பியல்பு *Vikram has all the qualities of a good manager.*

qualm /kwɑːm/ *noun* [C, *usually pl.*] a feeling of doubt or worry that what you are doing may not be morally right தனது செயல் அறநெறியிலிருந்து விலகியிருக்கக் கூடும் என்னும் ஐய உணர்வு அல்லது மன உளைச்சல்; மன உறுத்தல்; மனசாட்சியின் குத்தல் *I don't* ***have any qualms about*** *asking them to lend us some money.*

quandary /ˈkwɒndəri/ *noun* (*pl.* **quandaries**) [C, *usually sing.*] a state of not being able to decide what to do; a difficult situation ஒன்று குறித்து முடிவுசெய்ய முடியாத நிலை; குழப்ப நிலை; இருதலைக் கொள்ளி எறும்பு நிலை *I'm* ***in a quandary****—should I ask her or not?*

quantify /ˈkwɒntɪfaɪ/ *verb* [T] (*pres. part.* **quantifying**; *3rd person sing. pres.* **quantifies**; *pt, pp* **quantified**) to describe or express sth as an amount or a number ஒன்றை ஒரு தொகையாக அல்லது எண்ணிக்கையாக விரித்துரை அல்லது கூறு; ஒன்றன் அளவினை அல்லது எண்ணிக்கையை அறுதிசெய் அல்லது கணக்கிடு ▶ **quantifiable** /-faɪəbl/ *adj.* ▶ **quantification** /ˌkwɒntɪfɪˈkeɪʃn/ *noun* [U]

quantitative /ˈkwɒntɪtətɪv/ *adj.* (*formal*) connected with the amount or number of sth rather than with how good it is ஒன்றின் தர நிலையோடு அல்லாது அதன் அளவோடு அல்லது எண்ணிக்கையோடு தொடர்புடைய; அளவு/ எண்ணிக்கை சார்ந்த அல்லது அதன் அடிப்படையிலான *quantitative analysis/research* • *There is no difference between the two in quantitative terms.*

quantity /ˈkwɒntəti/ *noun* (*pl.* **quantities**) [C, U] **1** a number or an amount of sth ஒன்றின் எண்ணிக்கை அல்லது அளவு; தொகை *Add a small quantity of salt.* • *It's cheaper to buy goods in large quantities.* **2** a large number or amount of sth ஒன்றின் பெரும் எண்ணிக்கை அல்லது அளவு; பேரளவு; ஏராளம் *It's cheaper to buy goods* ***in quantity****.*

IDM **an unknown quantity** ⇨ **unknown**[1] பார்க்க.

quantity surveyor *noun* [C] (*BrE*) a person whose job is to calculate the quantity of materials needed for building sth, how much it will cost and how long it will take ஒரு கட்டுமானப் பணிக்குத் தேவையான பொருள்களின் அளவு, விலை மதிப்பு, கால அளவு ஆகியவற்றைக் கணக்கிடும் தொழிலர்; கட்டுமான மதிப்பீட்டாளர்

quantum /ˈkwɒntəm/ *noun* [C] (*pl.* **quanta** /-tə/) (*technical*) a very small quantity of **electromagnetic** energy மின்காந்த ஆற்றலின் மிகைச்சிற்றளவு

quarantine /ˈkwɒrənti:n/ *noun* [U] a period of time when a person or animal that has or may have an infectious disease must be kept away from other people or animals தொற்றுநோய் கொண்டுள்ள அல்லது கொள்ள வாய்ப்புள்ள ஆளை அல்லது விலங்கைப் பிறரிடமிருந்து/பிற விலங்குகளிடமிருந்து தனிப்படுத்தி வைக்க வேண்டிய கால அளவு; ஒருவரை/ஒரு விலங்கைத் தொற்றுத் தடைக்காப்புச் செய்ய வேண்டிய கால அளவு

quarrel[1] /ˈkwɒrəl/ *noun* [C] **1 a quarrel (about/over sth)** an angry argument or disagreement சூடான வாதம் அல்லது கருத்து வேறுபாடு; பூசல்; சச்சரவு *We sometimes **have a quarrel** about who should do the washing-up.* ➪ **argument** மற்றும் **fight[2] 3** பார்க்க. **2 a quarrel with sb/sth** a reason for complaining about or disagreeing with sb/sth ஒருவர்/ஒன்று பற்றிக் குற்றம் கூறுவதற்கான அல்லது ஒருவருடன்/ஒன்றுடன் கருத்து வேறுபாடு கொள்வதற்கான காரணம்; பூசலுக்கான முகாந்தரம் *I have no quarrel with what has just been said.*

quarrel[2] /ˈkwɒrəl/ *verb* [I] (**quarrelling; quarrelled;** *AmE* **quarreling; quarreled**) **1 quarrel (with sb) (about/over sth)** to have an angry argument or disagreement ஒருவருடன் சினத்துடன் வாதிடு அல்லது கருத்து முரண்பாடு கொள்; சண்டையிடு; பூசலிடு *The children are always quarrelling!* ➪ **argue** மற்றும் **fight[1] 4** பார்க்க. **2 quarrel with sth** to disagree with sth ஒன்று குறித்துக் கருத்து வேறுபாடு கொள்; ஒன்றிலிருந்து முரண்படு

quarrelsome /ˈkwɒrəlsəm/ *adj.* (used about a person) liking to argue with other people (ஆள் வகையில்) பிறருடன் வாதம் செய்வதில் விருப்பமுடைய; பூசலிடும் இயல்புள்ள; சச்சரவிடுகிற

quarry[1] /ˈkwɒri/ *noun* (*pl.* **quarries**) **1** [C] a place where sand, stone, etc. is dug out of the ground நிலத்திலிருந்து மணல், கல் முதலியவை தோண்டி எடுக்கப்படும் இடம்; கற் சுரங்கம் ➪ **mine** பார்க்க. **2** [*sing.*] a person or animal that is being hunted தேடப்படும் ஆள் அல்லது வேட்டையாடப்படும் விலங்கு

quarry[2] /ˈkwɒri/ *verb* [I, T] (*pres. part.* **quarrying**; *3rd person sing. pres.* **quarries**; *pt, pp* **quarried**) to dig, stone, sand, etc. out of the ground நிலத்திலிருந்து கல், மணல் முதலியவற்றைத் தோண்டியெடு *to quarry for marble*

quart /kwɔ:t/ *noun* [C] (*abbr.* **qt**) a measure of liquid; 1.14 litres. There are 2 pints in a quart குவோட்; 1.14 லிட்டருக்குச் சமமான திரவ அளவீட்டு அலகு; ஒரு குவோட்டில் 2 பைண்டுகள் உள்ளன **NOTE** அமெரிக்க வழக்கில் ஒரு குவோட் 0.94 லிட்டருக்குச் சமமானது.

quarter /ˈkwɔ:tə(r)/ *noun* **1** [C] one of four equal parts of sth ஒன்றின் நான்கு சமக் கூறுகளில் ஒன்று; கால்; கால் பகுதி *The programme lasts for three quarters of an hour.* • *a mile and a quarter* **2** [*sing.*] 15 minutes before or after every hour ஒவ்வொரு மணி நேரத்திற்கும் முந்தைய அல்லது பிந்தைய 15 நிமிடங்கள்; கால் மணி நேரம் *I'll meet you at **(a) quarter past** six.* • *It's **(a) quarter to** three.* **NOTE** அமெரிக்க வழக்கில் இது 'a quarter **after**' என்றும் 'a quarter **of**' என்றும் கூறப்படும்—*I'll meet you at (a) quarter after six.* • *It's a quarter of three.* **3** [C] a period of three months மூன்று மாதங்கள் கொண்ட கால அளவு; காலாண்டு *You get a gas bill every quarter.* **4** [C] a part of a town, especially a part where a particular group of people live ஒரு நகரத்தின் பகுதி, குறிப்பாக குறிப்பிட்ட பிரிவினர் வசிக்கும் பகுதி; தனிக் குடியிருப்புப் பகுதி *the Chinese quarter of the city* **5** [C] a person or group of people who may give help or information or who have certain opinions உதவி அல்லது தகவல் அளிக்கக்கூடிய அல்லது குறிப்பிட்ட கருத்துகளைக் கொண்டிருக்கும் ஒருவர் அல்லது ஒரு குழுவினர் **6** [C] (in the US or Canada) a coin that is worth 25 cents (¼ dollar) (அமெரிக்கா அல்லது கனடாவில்) 25 சென்ட் (¼ டாலர்) மதிப்புள்ள நாணயம் **7 quarters** [*pl.*] a place that is provided for people, especially soldiers, to live in குடியிருப்புக்கென ஒதுக்கப்பட்ட இடப்பகுதி, குறிப்பாகப் படைவீரர்கள் குடியிருப்புப் பகுதி **8** [C] four ounces of sth; 1/4 of a pound ஒன்றின் நான்கு அவுன்சு அல்லது 1/4 பவுண்டு அளவு *a quarter of mushrooms*

IDM **at close quarters** ➪ **close[3]** பார்க்க.

quarter-final *noun* [C] one of the four matches between the eight players or teams left in a competition ஒரு போட்டியில் எஞ்சி நிற்கும் எட்டு விளையாட்டு வீரர்களுக்கு அல்லது அணிகளுக்கு இடையேயான நான்கு ஆட்டங்களுள் ஒன்று; கால் இறுதி ஆட்டம் ➪ **semi-final** பார்க்க.

quarterly /ˈkwɔ:təli/ *adj., adv.* (produced or happening) once every three months (ஒரு வெளியீடு அல்லது நிகழ்வு வகையில்) மூன்று மாதங்களுக்கு ஒருமுறையான/ஒருமுறையாக;

காலாண்டுக்கு ஒருமுறையான/ஒருமுறையாக *a quarterly magazine*

quartet /kwɔːˈtet/ *noun* [C] **1** four people who sing or play a piece of music together ஒருங்கிணைந்து பாடும் அல்லது இசைக்கருவி மீட்டும் நால்வர் **2** a piece of music for four people to sing or play together நால்வர் ஒருங்கிணைந்து பாடுவதற்கான அல்லது இசைக்கருவி மீட்டுவதற்கான இசை; நாற்குரல் பாட்டு அல்லது நாற்கருவி இசை

quartz /kwɔːts/ *noun* [U] a type of hard rock that is used in making very accurate clocks or watches துல்லியமான கடிகாரங்கள் அல்லது கைக்கடிகாரங்கள் தயாரிக்கப் பயன்படுத்தப்படும் கெட்டிப் பாறை வகை

quasar /ˈkweɪzɑː(r)/ *noun* [C] (*technical*) a large object like a star, that is far away and that shines very brightly and sometimes sends out strong radio signals தொலை தூரத்தில் உள்ளதும் ஒளிர்வு மிக்கதும், சில சமயங்களில் ஆற்றல் வாய்ந்த மின் சமிக்கைகளை வெளியிடுவதுமான விண்மீன் போன்ற பெரிய பொருள்; ஒளிர்வு மிக்க நட்சத்திரம் போன்ற விண்பொருள் ➪ **pulsar** பார்க்க.

quash /kwɒʃ/ *verb* [T] (*formal*) **1** to say that an official decision is no longer true or legal அதிகாரபூர்வமான ஒரு முடிவு இனி ஏற்புக்குரியதல்ல அல்லது சட்டப்படியானதல்ல எனக் கூறு; சட்ட முறைப்படி செல்லாததாக்கு; நடைமுறையிலிருந்து நீக்கு **2** to stop or defeat sth by force வலுக்கட்டாயமாக ஒன்றைத் தடுத்து நிறுத்து; அடக்கு *to quash a rebellion*

quasi- /ˈkweɪzaɪ; -saɪ/ *prefix* (*used in adjectives and nouns*) **1** that appears to be sth but is not really so உண்மையில் இல்லாது தோற்றத்தில் மட்டுமேயான; மேலீடாகத் தோன்றுகிற; வெளித்தோற்றத்திலான; போன்ற *a quasi-scientific explanation* **2** partly; almost பகுதியளவான; ஓரளவான; அரைகுறையான; சற்றே குறைந்த *a quasi-official body*

quay /kiː/ *noun* [C] a platform where goods and passengers are loaded on and off boats பொருள்கள் மற்றும் பயணிகளைப் படகுகளில்/கப்பல்களில் ஏற்றவும் அவற்றிலிருந்து இறக்கவும் பயன்படுத்தப்படும் மேடை அமைப்பு; கப்பல் துறை; ஓடத்துறை

quayside /ˈkiːsaɪd/ *noun* [*sing.*] the area of land that is near a quay கப்பல் துறையை/படகுத் துறையை ஒட்டியுள்ள நிலப்பரப்பு

queasy /ˈkwiːzi/ *adj.* feeling sick; wanting to vomit குமட்டல் உணர்வுடைய; ஓக்களிக்கிற; வாந்திசெய்யத் தோன்றுகிற

queen /kwiːn/ *noun* [C] **1** (*also* **Queen**) the female ruler of a country ஒரு நாட்டின் பெண் ஆட்சியாளர்; அரசி; ராணி *Queen Elizabeth II* ➪ **king, prince** மற்றும் **princess** பார்க்க. **2** (*also* **Queen**) the wife of a king அரசனின் மனைவி; அரசி **3** the largest and most important female in a group of insects பூச்சியினம் ஒன்றில் மிகப் பெரியதும் முதன்மையானதுமான பெண் பூச்சி *the queen bee* **4** one of the four playing cards in a pack with a picture of a queen சீட்டுக்கட்டில் அரசி படம் உள்ள நான்கு சீட்டுகளில் ஒன்று; சீட்டரசி *the queen of hearts* **5** (in chess) the most powerful piece, that can move any distance and in all directions (சதுரங்க விளையாட்டில்) எல்லாப் பக்கங்களிலும் எவ்வளவு தொலைவும் நகர்த்துதற்குரிய உச்ச உயர் ஆற்றல் வாய்ந்த காய்

queer /kwɪə(r)/ *adj.* (*old-fashioned*) strange or unusual விநோதமான; விசித்திரமான; வழக்கத்திற்கு மாறான *His face was a queer pink colour.*

quell /kwel/ *verb* [T] (*formal*) to end sth ஒன்றை முடிந்திடச் செய்; ஒழித்துக்கட்டு

quench /kwentʃ/ *verb* [T] to satisfy your feeling of thirst by drinking liquid ஒரு நீர்மப்பொருளை அருந்தித் தாகம் தணித்துக்கொள்; நீர் விடாயினைத் தீர் *He drank some juice to quench his thirst.*

query /ˈkwɪəri/ *noun* [C] (*pl.* **queries**) a question, especially one asking for information or expressing a doubt about sth வினா, குறிப்பாக ஒன்றைப் பற்றிய தகவலுக்காக அல்லது ஐயத்தை வெளிப்படுத்துவதற்காகக் கேட்கப்படும் கேள்வி; அறி வினா; ஐய வினா *Does anyone have any queries?* ▶ **query** *verb* [T] (*pres. part.* **querying**; *3rd person sing. pres.* **queries**; *pt, pp* **queried**) *We queried the bill but were told it was correct.*

quest /kwest/ *noun* [C] (*formal*) a long search for sth that is difficult to find எளிதில் கண்டறிய முடியாத ஒன்றிற்கான கால நீட்சியுடைய தேடல்; நீள் தேட்டம்; புகுந்தாய்வு *the quest for happiness/knowledge/truth*

question[1] /ˈkwestʃən/ *noun* **1** [C] **a question (about/on sth)** a sentence or phrase that asks for an answer மறுமொழி அளிக்க வேண்டிய வாக்கியம் அல்லது தொடர்; வினா; கேள்வி *Put up your hand if you want to* ***ask a question****.* • *In the examination, you must* ***answer*** *five* ***questions*** *in one hour.* **2** [C] a problem or difficulty that needs to be discussed or dealt with கலந்தாலோசிக்க வேண்டிய அல்லது கையாள வேண்டிய சிக்கல் அல்லது இடர்ப்பாடு; பிரச்சினை *to* ***raise the question*** • ***The question is****, how are we going to raise the money?* **3** [U] doubt or uncertainty ஐயப்பாடு; தயக்கம்; உறுதியற்ற நிலை *There is no question about Brinda's enthusiasm for the job.* • *His honesty is*

beyond question. • *The results of the report were accepted* ***without question***.

IDM (be) a question of sth/of doing sth a situation in which sth is needed ஒன்று தேவைப்படும் சூழல்/நிலை *It's not difficult— it's just a question of finding the time to do it.*

in question that is being considered or talked about பரிசீலனையில் உள்ள அல்லது விவாதிக்கப்படுகிற ஒன்றாக; சுட்டிப் பேசப்படுவதாக; கருத்து வேறுபாட்டுக்கு உரியதாக *The lawyer asked where she was on the night in question.*

no question of no possibility of நிகழ் வாய்ப்பற்றதாக; இயலக்கூடியதல்லாது; சாத்தியமற்றதாக *There is no question of him leaving hospital yet.*

out of the question impossible கருதிப் பார்ப்பதற்கு இயலாததாக; நடக்க முடியாததாக *A new car is out of the question. It's just too expensive.*

question² /ˈkwestʃən/ *verb* [T] **1 question sb (about/on sth)** to ask sb a question or questions ஒருவரைக் கேள்வி/கேள்விகள் கேள்; விசாரி *The police questioned him for several hours.* **2** to express or feel doubt about sth ஒன்று குறித்து ஐயப்பாடு எழுப்பு; சந்தேகம் கொள் *She told me she was from the council so I didn't question her right to be there.* • *to question sb's sincerity/honesty*

questionable /ˈkwestʃənəbl/ *adj.* **1** that you have doubts about; not certain ஐயத்திற்கிடமான; சந்தேகத்திற்குரிய; கேள்வி எழுப்பத்தக்க; உறுதியற்ற *It's questionable whether we'll be able to finish in time.* **2** likely to be dishonest or morally wrong நேர்மைக்கேடானதாக அல்லது நெறி தவறியதாக இருக்கக்கூடிய; அவநம்பிக்கை கொள்ளத்தக்க *questionable motives* ✪ OPP **unquestionable**

question mark *noun* [C] the sign (?) that you use when you write a question எழுத்து வடிவிலான வினாவின் இறுதியில் இடப்படும் (?) என்ற குறி; வினாக்குறி

questionnaire /ˌkwestʃəˈneə(r)/ *noun* [C] a list of questions that are answered by many people. A questionnaire is used to collect information about a particular subject குறிப்பிட்ட பொருள் குறித்துத் தகவல் திரட்டப் பயன்படுத்தப்படுவதும் பலரது பதில்கள் உள்ளடக்கியதுமான வினாக்களின் பட்டியல்; வினா நிரல்; வினாப்பட்டி *to complete/fill in a questionnaire*

question tag (*also* **tag**) *noun* [C] a short phrase such as 'isn't it?' or 'did you?' at the end of a sentence that changes it into a question and is often used to ask sb to agree with you வாக்கியத்தின் இறுதியில் வருவதும் அவ்வாக்கியத்தை வினாவாக மாற்றுவதும் பெரும்பாலும் ஒருவரது ஒத்திசைவைக் கோருவதுமான (isn't it? did you? முதலிய) சிறு தொடர்; குறுவினா *You told the truth, didn't you?*

queue /kjuː/ (*AmE* **line**) *noun* [C] a line of people, cars, etc. that are waiting for sth or to do sth ஒன்றிற்காக அல்லது ஒன்றைச் செய்ய வேண்டிக் காத்திருக்கும் ஆட்கள், ஊர்திகள் முதலியவற்றின் வரிசை; முறை வரிசை *We had to* ***wait in a queue*** *for hours to get tickets.* • *to* ***join*** *the end of* ***a queue*** ▶ **queue** *verb* [I] **queue (up) (for sth)** *to queue for a bus*

IDM jump the queue ⇨ **jump¹** பார்க்க.

quiche /kiːʃ/ *noun* [C, U] a type of food made of pastry filled with a mixture of eggs and milk with cheese, onion, etc. and cooked in the oven. You can eat quiche hot or cold பாலடைக்கட்டி, வெங்காயம் முதலியவற்றுடன் முட்டைகள் மற்றும் பால் சேர்த்த பூரணத்தைப் பிசைந்து வேகவைத்த மாவினுள் இட்டு மூடுலை அடுப்பில் இட்டுச் சமைத்துச் சூடாகவோ குளிர்ந்த நிலையிலோ உண்ணப்படும் உணவு வகை; மாப்பணியார வகை

quick¹ /kwɪk/ *adj.* **1** done with speed; taking or lasting a short time வேகமாகச் செய்யப்படுகிற; விரைவுச்செயலான; குறைந்த அளவு நேரம் எடுத்துக்கொள்கிற அல்லது நீடிக்கிற; விரைவான; வேகமான *May I make a quick telephone call?* • *This dish is quick and easy to make.* • *We need to make a quick decision.* **2 quick (to do sth)** doing sth at speed or in a short time விரைவியக்கமுடன் அல்லது குறைந்த அளவு நேரத்தில் ஒன்றைச் செய்கிற; சுறுசுறுப்பான; விரைவுத்திறம் உடைய; ஊக்கமிக்க *It's quicker to travel by train.* • *She was quick to point out all the mistakes I had made.*

> **NOTE** வேகமாகச் செல்கிற அல்லது செல்லக்கூடிய ஒருவரை/ஒன்றைக் குறிக்கும் பெருவழக்கான சொல் **fast** என்பதாகும்— *a fast horse/car/runner* குறைந்த அளவு நேரத்தில் செய்யப்படுகிற ஒன்றைக் குறிக்கும் வழக்கமான சொல் **quick** என்பதாகும்— *a quick decision/visit.*

3 used to form compound adjectives கூட்டுப்பெயரடைகள் ஆக்கப்பயன்படுத்தப்படுவது *quick-thinking* • *quick-drying paint*

IDM (as) quick as a flash very quickly மிகவும் வேகமாக; மிக்க விரைவுடன்; மின்பாய்ச்சலாக; கண நேரத்தில்

quick/slow on the uptake ⇨ **uptake¹** பார்க்க.

quick² /kwɪk/ *adv.* (*informal*) quickly விரைந்து; வேகமாக; குறைந்த நேரத்தில் *Come over here quick!*

quicken /ˈkwɪkən/ *verb* [I, T] (*written*) **1** to become quicker or make sth quicker விரைவு மிகு;

ஒன்றை விரைவுபடுத்து *She felt her heartbeat quicken as he approached.* • *He quickened his pace to catch up with them.* **2** (*written*) to become more active; to make sth more active தீவிரமாகு; எழுச்சியுறு; சுறுசுறுப்படை; ஒன்றைத் தீவிரப்படுத்து; எழுச்சியூட்டு *His interest quickened as he heard more about the plan.*

quickly /ˈkwɪkli/ *adv.* fast; in a short time விரைந்து; வேகமாக; குறுகிய நேரத்தில்; சீக்கிரமாக *I'd like you to get here as quickly as possible.*

quicksand /ˈkwɪksænd/ *noun* [U] (*also* **quicksands**) [*pl.*] deep wet sand that you sink into if you walk on it கால் வைத்ததும் உள்ளிழுத்து மூழ்கடிக்கும் ஆழமான ஈர மணல்; புதைமணல்; புதைசேறு

quid /kwɪd/ *noun* [C] (*pl.* **quid**) (*BrE informal*) a pound (in money); £1 (பண வகையில்) ஒரு பவுண்டு *Can you lend me a couple of quid until tomorrow?*

quiet[1] /ˈkwaɪət/ *adj.* **1** with very little or no noise மிகக் குறைந்த ஓசையுள்ள அல்லது ஓசையற்ற; ஓசை தணிந்த; அரவமற்ற; அமைதியான *Be quiet!* • *His voice was quiet but firm.* ✪ OPP **loud 2** without much activity or many people பெருமளவு செயற்பாடு அல்லது ஆட்கள் காணப்படாத; சந்தடியற்ற; அடங்கிய; தனிஒதுக்கமான; ஆரவாரமற்ற *The streets are very quiet on Sundays.* • *We lead a quiet life.* **3** (used about a person) not talking very much (ஆள் வகையில்) மிகுதியாகப் பேசாத; அமைவடக்கமான; அமைதியான *He's very quiet and shy.* ▶ **quietly** *adv. Try and shut the door quietly!* ▶ **quietness** *noun* [U]

IDM keep quiet about sth; keep sth quiet to say nothing about sth ஒன்று குறித்து எதுவும் பேசாதிரு

quiet[2] /ˈkwaɪət/ *noun* [U] the state of being calm and without much noise or activity கூச்சல் அல்லது சந்தடி இல்லாது அமைதி நிலவும் நிலை; அமைதி; ஆரவாரமின்மை *the* ***peace and quiet*** *of the countryside*

IDM on the quiet secretly இரகசியமாக *She's given up smoking but she still has an occasional cigarette on the quiet.*

quieten /ˈkwaɪətn/ *verb* [T] to make sb/sth quiet ஒருவர்/ஒன்று அமைதியாக இருக்கச் செய்; அமைதிப்படுத்து

PHR V quieten (sb/sth) down to become quiet or to make sb/sth quiet அமைதிப்படு அல்லது ஒருவரை/ஒன்றை அமைதிப்படுத்து *When you've quietened down, I'll tell you what happened.*

quill /kwɪl/ *noun* [C] **1** (*also* **quill feather**) a large feather from the wing or tail of a bird பறவையின் சிறகில் அல்லது வாலில் உள்ள பெரிய இறகு; தூவல் **2** (*also* **quill pen**) a pen made from a quill feather பறவை இறகினாலான எழுதுகோல்; இறகு மைக்கோல் **3** one of the long, thin, sharp points on the body of a **porcupine** முள்ளம்பன்றியின் உடல் மீது அமைந்துள்ள நீண்டு மெலிதான கூரிய முனைகளில் ஒன்று; முள்ளம்பன்றி முள்

quilt /kwɪlt/ *noun* [C] a cover for a bed that has a thick warm material, for example feathers, inside it இறகுகள் முதலிய வெதுவெதுப்பான பொருள்கள் பொதிந்து அடைக்கப்பெற்ற மெத்தை உறை ➪ **duvet** பார்க்க.

quinine /kwɪˈniːn/ *noun* [U] a drug made from the **bark** of a South American tree, used in the past to treat a tropical disease (**malaria**) (குளிர்) முறைக்காய்ச்சல் மருத்துவத்திற்கு முற்காலத்தில் பயன்படுத்தப்பட்ட ஒருவகைத் தென் அமெரிக்க மரத்தின் பட்டையிலிருந்து தயாரிக்கப்படும் மருந்து; கொயினா

quintessential /ˌkwɪntɪˈsenʃl/ *adj.* being the perfect example of sth ஒன்றின் முழு நிறைவான எடுத்துக்காட்டான; ஒரு பண்பின் முழு நிலை வெளிப்பாடான *He was the quintessential tough guy.* ▶ **quintessence** /kwɪnˈtesns/ *noun* [*sing.*] *It was the quintessence of an Indian palace.* ▶ **quintessentially** /-ˈsenʃəli/ *adv. a sense of humour that is quintessentially British*

quintet /kwɪnˈtet/ *noun* [C] **1** a group of five people who sing or play music together ஒருங்கிணைந்து பாடும் அல்லது இசைக்கருவி மீட்டும் ஐவர் குழு; ஐங்குரற் பாடகர்; ஐங்கருவிப் பாடகர் **2** a piece of music for five people to sing or play together ஐவர் சேர்ந்து பாடுதற்கான அல்லது கருவியில் இசைப்பதற்கான இசை; ஐங்குரல்/ஐங்கருவி இசை **3** any group of five persons or things ஐவர் அல்லது ஐந்து பொருள்கள் அடங்கிய குழு/தொகுதி

quintuplet /ˈkwɪntʊplət/ *noun* [C] one of five children or animals that are born to one mother at the same time ஒரு தாய்க்கு ஒரே சமயத்தில் பிறக்கும் ஐந்து குழந்தைகளுள்/விலங்குகளுள் ஒன்று; ஓரீற்று ஐந்து குழவிகளுள் ஒன்று

quirk /kwɜːk/ *noun* [C] **1** an aspect of sb's character or behaviour that is strange ஒருவரது வழக்க மீறிய பண்புக் கூறு அல்லது நடத்தைக் கூறு; தனிப்போக்கு; விசித்திர நடத்தை *You'll soon get used to the boss's little quirks.* **2** a strange thing that happens by chance தற்செயலாக நிகழும் வழக்க மீறிய ஒன்று; எதிர்பாரா விசித்திர நிகழ்வு; விநோதம் *By* ***a strange quirk of fate*** *they met again several years later.* ▶ **quirky** *adj. Some people don't like his quirky sense of humour.*

quit /kwɪt/ *verb* (*pres. part.* **quitting**; *pt, pp* **quit**) **1** [I, T] **quit (as sth)** to leave a job, etc. or to go away from a place வேலை முதலியவற்றை விட்டுவிடு அல்லது ஓரிடத்தை விட்டு நீங்கிச் செல் *She quit as manager of the volleyball team.* **2** [T] (*AmE informal*) to stop doing sth ஒன்றைச் செய்வதை நிறுத்து; கைவிடு *to quit smoking* **3** [I, T] (*computing*) to close a computer program ஒரு கணினி நிரலை மூடு

quite /kwaɪt/ *adv.* **1** not very; to a certain degree; rather மிகுதியாக அல்லாது; ஓரளவுக்கு; மட்டான அளவில் *The film's quite good.* • *They had to wait quite a long time.* ➪ **rather** பதிவிலுள்ள குறிப்பைப் பார்க்க. **2** (used for emphasizing sth) completely; very (ஒன்றை வலியுறுத்தப் பயன்படுத்தப்படுவது) முற்றிலும்; முழுவதும்; தீர *Are you quite sure you don't mind?* • *To my surprise, the room was quite empty.* **3** used for showing that you agree with or understand sth ஒன்றுடன் உடன்படுவதை அல்லது ஒன்றைப் புரிந்துகொள்வதைத் தெளிவுபடுத்தப் பயன்படுத்தப்படுவது: அதுவேயாக; அப்படியே *'He'll find it difficult.' 'Well, quite* (= I agree).'

IDM **not quite** used for showing that there is almost enough of sth, or that it is almost suitable ஒன்று முற்றிலும் அல்லாது ஏறக்குறையப் போதுமான அளவு உள்ளது அல்லது பொருத்தமாக உள்ளது என்பதைக் காட்டப் பயன்படுத்தப்படுவது *There's not quite enough bread for breakfast.* • *These shoes don't quite fit.*

quite a used for showing that sth is unusual ஒன்று வழக்கத்திற்கு மாறானது, புதுமையானது என்பதைக் காட்டப் பயன்படுத்தப்படுவது *It's quite a climb to the top of the hill.*

quite a few; quite a lot (of) a fairly large amount or number ஓரளவுக்குப் பெருந்தொகை அல்லது பெரும் எண்ணிக்கை *We've received quite a few enquiries.*

quite enough used for emphasizing that no more of sth is wanted or needed மேற்கொண்டு ஒன்று வேண்டியதில்லை அல்லது தேவைப்படவில்லை என்பதை வலியுறுத்தப் பயன்படுத்தப்படுவது *I've had quite enough of listening to you two arguing!*

quits /kwɪts/ *adj.*

IDM **be quits (with sb)** (*informal*) if two people are quits, it means that neither of them owes the other anything (இருவருள்) ஒருவருக்கொருவர் தர வேண்டியது எதுவுமில்லை அல்லது கடப்பாடு அற்றவர்கள் *You give me a treat and then we're quits.*

quiver[1] /ˈkwɪvə(r)/ *verb* [I] to shake slightly இலேசாக நடுங்கு; அதிர்வுறு *to quiver with rage/excitement/fear* ✪ SYN **tremble** ▶ **quiver** *noun* [C] *He felt a quiver of excitement run through him.*

quiver[2] /ˈkwɪvə(r)/ *noun* [C] a long narrow case for carrying arrows அம்புகளை உள்ளிட்டுக் கொண்டு செல்வதற்கான நீண்டு ஒடுக்கமான கூடு; அம்பறாத் தூணி

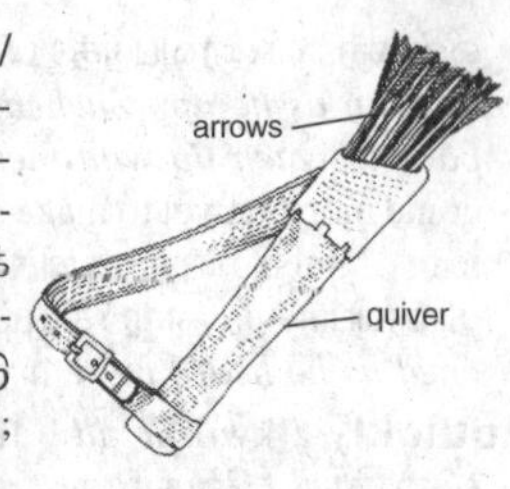

quiz[1] /kwɪz/ *noun* [C] (*pl.* **quizzes**) a game or competition in which you have to answer questions கேட்கப்படும் வினாக்களுக்கு விடை கூறும் விளையாட்டு அல்லது போட்டி; வினா-விடைப் போட்டி *a quiz programme on TV* • *a general knowledge quiz*

quiz[2] /kwɪz/ (*3rd person sing. pres.* **quizzes**; *pres. part.* **quizzing**; *pt* **quizzed**) *verb* [T] to ask sb a lot of questions in order to get information தகவல் பெறுவதற்காக ஒருவரிடம் ஏராளமான கேள்விகள் கேள்; விசாரணை செய்

quizzical /ˈkwɪzɪkl/ *adj.* (used about a look, smile, etc.) seeming to ask a question (பார்வை, புன்முறுவல் முதலியவை வகையில்) கேள்விக் குறிப்பு உடையதாகத் தோன்றுகிற; ஒன்றை வினவுவதைப் போலக் காணப்படுகிற ▶ **quizzically** /-kli/ *adv.*

quorum /ˈkwɔːrəm/ *noun* [*sing.*] the smallest number of people that must be at a meeting before it can make official decisions மிக முக்கியமான முடிவுகள் எடுக்கவேண்டியபோது ஓர் அவையில் இருக்கவேண்டியவர்களின் குறைந்தபட்ச எண்ணிக்கை; குறைவெண் வரம்பு; குறை நிறைவெண்

quota /ˈkwəʊtə/ *noun* [C] the number or amount of sth that is allowed or that you must do அனுமதிக்கப்படுகிற அல்லது மேற்கொள்ளப்பட வேண்டிய ஒன்றின் எண்ணிக்கை அல்லது அளவு; பங்கீட்டளவு *We have a fixed quota of work to get through each day.*

quotation /kwəʊˈteɪʃn/ (*informal* **quote**) *noun* [C] **1** a phrase from a book, speech, play, etc., that sb repeats because it is interesting or useful சுவை நயம் அல்லது பயன்மதிப்புக் காரணமாக ஒருவரால் திரும்பத் திரும்ப எடுத்தாளப்படும் நூல், பேச்சு, நாடகம் முதலியவற்றின் ஒரு தொடர்; மேற்கோள் *a quotation from Rabindranath Tagore* **2** a statement that says how much a piece of work will probably cost ஒரு பணிக்கான தோராயமான செலவுத் தொகையைக் குறிக்கும் அறிக்கை; விலைப்புள்ளி *You should get quotations from three different builders.* ➪ **estimate** பார்க்க.

quotation marks (*also* **speech marks**) (*informal*) (*also* **quotes**, *BrE* **inverted commas**) *noun* [*pl.*] the signs '...' or "..." that you put around a word, a sentence, etc. to show that it is what sb said or wrote, that it is a title, or that you are using it in a special way ஒருவரது பேச்சு அல்லது எழுத்து, ஒரு தலைப்பு ஆகியவற்றை அவ்வாறே காட்ட அல்லது ஒரு சிறப்புப் பயன்பாட்டைக் குறிக்க அதன் தொடக்கத்திலும் முடிவிலும் மேல்பொதிவாக இடப்படும் '...' அல்லது "..." என்னும் குறிகள்; மேற்கோள் குறிகள்

quote /kwəʊt/ *verb* **1** [I, T] **quote (sth) (from sb/sth)** to repeat exactly sth that sb else has said or written before ஒருவரது கூற்றை அல்லது எழுத்தை அப்படியே திரும்பக் கூறு அல்லது எழுது; எடுத்தாள் *The minister asked the newspaper not to quote him.* **2** [T] to give sth as an example to support what you are saying தனது கூற்றுக்கு வலுச் சேர்ப்பதற்காக ஒன்றை எடுத்துக்காட்டாகக் கொடு; மேற்கோள் காட்டு **3** [I, T] to say what the cost of a piece of work, etc. will probably be ஒரு வேலை, முதலியவற்றுக்கு ஆகும் தோராய செலவுத் தொகையைக் கூறு; விலைப்புள்ளி கொடு

quotient /ˈkwəʊʃnt/ *noun* [C] (*technical*) a number which is the result when one number is divided by another ஓர் எண் இன்னோர் எண்ணால் வகுக்கப்படும்போது பெறப்படும் எண்; ஈவு ⇨ **IQ** பார்க்க.

R r

R¹, r /ɑː(r)/ *noun* [C, U] (*pl.* **R's; r's** /ɑːz/) the eighteenth letter of the English alphabet ஆங்கில நெடுங்கணக்கின் பதினெட்டாவது எழுத்து *'Rabbit' begins with an 'R'.*

R² *abbr.* river ஆற்றைக் குறிக்கும் river என்பதன் சுருக்கம் *R Narmada*

rabbi /ˈræbaɪ/ *noun* [C] (*pl.* **rabbis**) a Jewish religious leader and teacher of Jewish law யூத மதகுரு மற்றும் யூத சட்ட ஆசிரியர்

rabbit /ˈræbɪt/ *noun* [C] a small animal with long ears குழிமுயல் *a wild rabbit* • *a rabbit hutch* (= a cage for rabbits) **NOTE** குழந்தைகள் வழக்கில் குழி முயல் **bunny** எனப்படும்.

rabbit warren *noun* [C] a system of holes and underground tunnels where wild rabbits live காட்டுக் குழிமுயல்கள் வசிக்கும் குழிகள் மற்றும் நிலத்தடிக் குடைவுகளின் இணைதொகுதி

rabble /ˈræbl/ *noun* [C] a noisy crowd of people who are or may become violent வன்முறைப் போக்குடைய அல்லது வன்செயலில் ஈடுபடக்கூடிய ஆரவார மக்கட் கூட்டம்; கொந்தளிப்பான கும்பல்; உணர்ச்சி மிக்க மக்கள் திரள்

rabi *noun* [U] (in the Indian subcontinent) a crop sown in autumn or early winter and harvested in spring or at the beginning of summer (இந்திய துணைக்கண்டத்தில்) இலையுதிர் காலத்தில் அல்லது குளிர்காலத் தொடக்கத்தில் விதைக்கப்பட்டு இளவேனிற் காலத்திலோ கோடை காலத்தின் தொடக்கத்திலோ அறுவடை செய்யப்படும் பயிர் ➪ **kharif** பார்க்க.

rabies /ˈreɪbiːz/ *noun* [U] a very dangerous disease that a person can get if he/she is bitten by an animal that has the disease வெறிநோய் உள்ள ஒரு விலங்கால் கடிக்கப்படும்போது ஒருவருக்கு உண்டாக வாய்ப்புள்ள மிக ஆபத்தான நோய்; வெறி விலங்குக்கடி நோய்; வெறிநோய்

race¹ /reɪs/ *noun* **1** [C] **a race (against/with sb/sth); a race for sth/to do sth** a competition between people, animals, cars etc. to see which is the fastest or to see which can achieve sth first வேகத்தில் அல்லது செயல் நிறைவேற்றத்தில் முதன்மையை அறுதியிடுவதற்காக ஆட்கள், விலங்குகள், விசையூர்திகள் முதலியவற்றுக்கு இடையே நடத்தப்படும் போட்டி; விரைவேகப் போட்டி; முந்துவேகப் பந்தயம்; ஓட்டப் பந்தயம் *to run/win/lose a race* • *to come first/second/last* ***in a race*** • *Rescuing victims of the earthquake is now* ***a race against time.*** **2 the races** [*pl.*] (*BrE*) an occasion when a number of horse races are held in one place பற்பல குதிரைப் பந்தயங்கள் ஓரிடத்தில் நடைபெறும் நிகழ்ச்சி; குதிரைப் பந்தயம் **3** [C, U] one of the groups into which people can be divided according to the colour of their skin, their hair type, the shape of their face, etc. உடலின் தோல் நிறம், முடி வகை, முக வடிவம் முதலியவற்றின் அடிப்படையில் பாகுபடுத்தக்கூடிய மக்கட் பிரிவுகளுள் ஒன்று; பொதுவான சிறப்புக் கூறுகளையுடைய மக்கள் தொகுதி; இனக்குழு; இனப்பிரிவு; இனம் ➪ **human race** பார்க்க. **4** [C] a group of people who have the same language, customs, history, etc. ஒரே மொழி, பழக்க வழக்கங்கள், வரலாறு முதலியவற்றையுடைய மக்கள் தொகுதி; பொது மரபுக் குடி; கால்வழிக் குழு; இனம் **IDM the rat race** ➪ **rat** பார்க்க.

race² /reɪs/ *verb* **1** [I, T] **race (against/with sb/sth); race sb/sth** to have a competition with sb/sth to find out who is the fastest or to see who can do sth first வேகத்தில் அல்லது செயல் நிறைவேற்றத்தில் முதன்மையை அறுதியிடுவதற்காக ஒருவருடன்/ஒன்றுடன் போட்டியிடு அல்லது போட்டி வை *I'll race you home.* **2** [I, T] to go very fast or to move sb/sth very fast மிக்க விரைவுடன் செல்; ஒருவரை/ஒன்றை விரை வேகத்தில் செலுத்து அல்லது கொண்டு செல் *We raced up the stairs.* • *The child had to be raced to hospital.* **3** [T] to make an animal or a vehicle take part in a race விரைவேகப் பந்தயத்தில் ஒரு விலங்கை அல்லது ஓர் ஊர்தியை பங்குகொள்ளச் செய்

racecourse /ˈreɪskɔːs/ (*AmE* **racetrack**) *noun* [C] a place where horse races take place குதிரைப் பந்தயங்கள் நடைபெறும் இடம்; குதிரைப் பந்தய வெளி

racehorse /ˈreɪshɔːs/ *noun* [C] a horse that is trained to run in races பந்தய ஓட்டத்திற்குப் பயிற்சி அளிக்கப்பட்ட குதிரை; பந்தயக் குதிரை

race relations *noun* [*pl.*] the relations between people of different races who live in the same town, area, etc. ஒரே நகரம், பகுதி முதலியவற்றில் வசிக்கும் வெவ்வேறு இனத்தவரிடையேயான உறவு முறை; இன இடையுறவு

racetrack /ˈreɪstræk/ *noun* [C] **1** a track for races between runners, cars, bicycles, etc.

ஓட்டக்காரர்கள், விசையூர்திகள், மிதிவண்டிகள் முதலியவை பந்தயங்களில் ஓடுவதற்கான பாதை; பந்தயப் பாதை/ஓடுகளம் **2** (*AmE*) = **racecourse**

racial /ˈreɪʃl/ *adj.* connected with people's race; happening between people of different races இனம் அல்லது இனப்பிரிவு தொடர்பான; இனம் சார்ந்த; வெவ்வேறு இன மக்களுக்கு இடையே நிகழ்கிற; இனங்களின் இடையுறவு தொடர்பான *racial tension/discrimination* ▶ **racially** /ˈreɪʃəli/ *adv. a racially mixed school*

racing /ˈreɪsɪŋ/ *noun* [U] **1** = **horse racing 2** the sport of taking part in races பந்தய ஓட்டங்களில் பங்குபெறுதல்; ஓட்டப் பந்தய விளையாட்டு *motor racing • a racing driver/car*

racism /ˈreɪsɪzəm/ *noun* [U] the belief that some races of people are better than others; unfair ways of treating people that show this belief சில மக்கள் இனங்கள் பிற இனங்களைவிட மேம்பட்டவை என்னும் நம்பிக்கை; இன உயர்வுக் கோட்பாடு; இந்நம்பிக்கையின் அடிப்படையில் வேற்றுமை பாராட்டுதல்; இன வேறுபாட்டுணர்ச்சி *to take measures to combat racism* ▶ **racist** /ˈreɪsɪst/ *noun* [C], *adj. He's a racist. • racist beliefs/views/remarks*

rack[1] /ræk/ *noun* [C] (*often in compounds*) a piece of equipment, usually made of bars, that you can put things in or on பொருள்களை உள்ளிட்டு அல்லது மேல்பகுதியில் வைப்பதற்கான, பெரும்பாலும் உலோகச் சட்டங்களாலான, சாதனம்; கொள்கலச் சட்டம்; நிலை அடுக்கம்; அடுக்குச் சட்டம் *I got on the train and put my bags up in the luggage rack.* ➪ **laboratory** பதிவில் படம் பார்க்க.

IDM go to rack and ruin to be in or get into a bad state because of a lack of care அக்கறை அல்லது கவனம் இன்மையால் மோசமான நிலையில் இரு அல்லது மோசமான நிலைக்கு உள்ளாகு

rack[2] /ræk/ *verb*

IDM rack your brains to try hard to think of sth or remember sth ஒன்று குறித்துச் சிந்திக்க அல்லது ஒன்றை நினைவுக்குக் கொண்டுவரப் பெருமுயற்சி செய்; மூளையைப் பெரிதும் வருத்து; மூளையைக் கசக்கு

racket /ˈrækɪt/ *noun* **1** [*sing.*] (*informal*) a loud noise உரத்த ஒலி; கூச்சல்; இரைச்சல் *Stop making that terrible racket!* **2** [C] an illegal way of making money சட்ட மீறிய பொருள்செய் முறை; ஏய்த்துப் பணம் ஈட்டுதல்; முறைகேடான ஆதாயத் தொழில் முறை *a drugs racket* **3** (*also* **racquet**) [C] a piece of sports equipment that you use to hit the ball with in sports such as tennis and **badminton** டென்னிஸ், பூப்பந்து ஆட்டம் முதலியவற்றில் பந்தை அடிக்கப் பயன்படுத்தும் கருவி வகை; டென்னிஸ் அல்லது பூப்பந்தாட்ட மட்டை

racy /ˈreɪsi/ *adj.* (used especially about speech and writing) having a style that is exciting and amusing, often in a way that is connected with sex (குறிப்பாக, பேச்சு மற்றும் எழுத்து வகையில்) பெரும்பாலும் பாலுணர்ச்சி சார்ந்த, கிளர்ச்சி மற்றும் களிப்பு ஊட்டும் நடையுடைய; எழுச்சி வாய்ந்த நடையினிமை கொண்ட; விறுவிறுப்புடைய *a racy novel*

radar /ˈreɪdɑː(r)/ *noun* [U] a system that uses radio waves for finding the position of moving objects, for example ships and planes கப்பல்கள், விமானங்கள் முதலிய இயங்கு நிலையில் உள்ள பொருள்களின் இருப்பைக் கண்டறிய வானொலி அலைகளைப் பயன்படுத்தும் பொறியமைப்பு; தொலை நிலை இயக்கம் அறிகருவி; ரேடார் *This plane is hard to detect by radar.* ➪ **sonar** பார்க்க.

radiant /ˈreɪdiənt/ *adj.* **1** showing great happiness பெரு மகிழ்ச்சியை வெளிப்படுத்துகிற; இன்ப உணர்வு தோற்றுகிற; களிப்பார்ந்த *a radiant smile* **2** sending out light or heat ஒளி அல்லது வெப்பம் வெளிவிடுகிற; ஒளி/வெப்பக்கதிர் உமிழ்கிற *the radiant heat/energy of the sun*

radiate /ˈreɪdieɪt/ *verb* **1** [T] (used about people) to clearly show a particular quality or emotion in your appearance or behaviour (ஆட்கள் வகையில்) தோற்றத்தில் அல்லது நடத்தையில் குறிப்பிட்ட பண்பை அல்லது உணர்ச்சியைத் தெளிவாக வெளிப்படுத்து; அன்பு, மகிழ்ச்சி முதலியவற்றை வெளிப்படுத்திக் காட்டு *She radiated self-confidence in the interview.* **2** [T] to send out light or heat ஒளியை அல்லது வெப்பத்தை வெளிவிடு; ஒளி/வெப்பக் கதிர்களை வீசு **3** [I] to go out in all directions from a central point ஒரு மையப் புள்ளியிலிருந்து பல திசைகளிலும் விரிந்து செல்; சூழ்ந்து பரவு *Narrow streets radiate from the village square.*

radiation /ˌreɪdiˈeɪʃn/ *noun* [U] **1** powerful and very dangerous rays that are sent out from certain substances. You cannot see or feel radiation but it can cause serious illness or death சில பொருள்களிலிருந்து வெளிப்படும், கண்ணால் காணவோ உணர்ந்தறியவோ முடியாத ஆனால் கடுமையான நோய் அல்லது மரணம் உண்டாக்கக்கூடிய, ஆற்றல் மிக்க கதிர்கள்; கதிர்வீச்சு ➪ **radioactive** பார்க்க. **2** heat, light or energy that is sent out from sth ஒரு பொருளிலிருந்து வெளிப்படும் வெப்பம், ஒளி அல்லது ஆற்றல் *ultraviolet radiation*

radiator /ˈreɪdieɪtə(r)/ *noun* [C] **1** a piece of equipment that is usually fixed to the wall and is used for heating a room. Radiators are made of metal and filled with hot water வழக்கமாக, சுவரில் பொருத்தப்பட்டு ஓர் அறைக்கு வெப்பூட்டுவிக்கப் பயன்படுத்தப்படும் உலோகத்தால் ஆனதும் வெந்நீர் நிரப்பப்பட்டதுமான சாதனம்; அறை வெப்பூட்டி **2** a piece of equipment that is used for keeping a car engine cool விசையூர்தி இயந்திரத்தைக் குளிர்ச்சி நிலையில் வைத்திருக்கப் பயன்படுத்தப்படும் சாதனம்; விசையூர்திப் பொறி வெப்பாற்றி

radical[1] /ˈrædɪkl/ *adj.* **1** (used about changes in sth) very great; complete (ஒன்றில் நிகழும் மாற்றங்கள் குறித்துக் கூறுகையில்) பேரளவான; முழு அளவிலான; முழுவதுமான *The tax system needs radical reform.* • *radical change* **2** wanting great social or political change பேரளவிலான சமுதாய அல்லது அரசியல் மாற்றத்தை விரும்புகிற; தீவிரவாதப் போக்குடைய *to have radical views* ⇨ **moderate[1] 2** மற்றும் **extreme 2** பார்க்க. ▶ **radically** /ˈrædɪkli/ *adv. The First World War radically altered the political map of Europe.*

radical[2] /ˈrædɪkl/ *noun* [C] a person who wants great social or political change பேரளவிலான சமுதாய அல்லது அரசியல் மாற்றத்தை விரும்புபவர்; தீவிர முன்னேற்றவாதி ⇨ **moderate[3]** மற்றும் **extremist** பார்க்க.

radii ⇨ **radius** என்பதன் பன்மை வடிவம்

radio /ˈreɪdiəʊ/ *noun* (*pl.* **radios**) **1** (*often* **the radio**) [U, *sing.*] the activity of sending out programmes for people to listen to; the programmes that are sent out மக்கள் கேட்பதற்காக நிகழ்ச்சிகளை ஒலிபரப்புதல்; ஒலிபரப்புகை; வானொலி ஒலிபரப்பு; ஒலிபரப்பப்படும் நிகழ்ச்சிகள் *to* ***listen to the radio.*** • *I heard an interesting report* ***on the radio*** *this morning.* **2** [C] a piece of equipment that is used for receiving and/or sending radio messages or programmes (on a ship, plane, etc. or in your house) (கப்பல், விமானம் முதலியவற்றில் அல்லது வீட்டில் உள்ள) வானொலிச் செய்திகள் அல்லது நிகழ்ச்சிகளைப் பெற மற்றும்/அல்லது அனுப்பப் பயன்படுத்தப்படும் சாதனம்; வானொலிப் பெட்டி

> **NOTE** வானொலிப் பெட்டியை இயக்குவதை **put/switch/turn on** என்ற தொடரும், அதன் இயக்கத்தை நிறுத்துவதை **put/switch/turn off** என்ற தொடரும் குறிக்கும். ஒலி அளவைக் கூட்டுவதைக் குறிக்க **turn up** என்ற தொடரும், குறைப்பதைக் குறிக்க **turn down** என்ற தொடரும் பயன்படுத்தப்படும்.

3 [U] the sending or receiving of messages through the air by electrical signals செய்திகளை மின்னணுக் குறிகளாக வான் வழி அனுப்புதல் அல்லது பெறுதல்; வானொலித் தொடர்பு *to keep in radio contact* • *radio signals/waves* ▶ **radio** *verb* [I, T] (*pt, pp* **radioed**)

radio- /ˈreɪdiəʊ/ *prefix* (*used in nouns, adjectives and adverbs*) **1** connected with radio waves or the activity of sending out radio or television programmes (**broadcasting**) மின் காந்த அலைகள் தொடர்பான அல்லது வானொலி/தொலைக்காட்சி நிகழ்ச்சிகளை ஒலி/ஒளி பரப்புதல் தொடர்பான *a radio-controlled car* **2** connected with **radioactivity** அணுக்கள் பிளக்கப்படும்போது வெளிப்படும் ஆற்றல் மிக்க, ஆபத்தான கதிர்களின் இயக்கம் தொடர்பான; கதிரியக்கம் தொடர்பான *radiographer*

radioactive /ˌreɪdiəʊˈæktɪv/ *adj.* sending out powerful and very dangerous rays that are produced when atoms are broken up. These rays cannot be seen or felt but can cause serious illness or death அணுக்கள் பிளக்கப்படும்போது கண்ணால் காணவோ உணர்ந்தறியவோ முடியாத ஆனால் கடுமையான நோய் அல்லது மரணம் உண்டாக்கக்கூடிய ஆற்றல் மிக்க கதிர்களை வெளிப்படுத்துகிற; கதிரியக்கமுடைய *the problem of the disposal of* ***radioactive waste*** *from power stations* ⇨ **radiation** பார்க்க. ▶ **radioactivity** /ˌreɪdiəʊækˈtɪvəti/ *noun* [U]

radiographer /ˌreɪdiˈɒɡrəfə(r)/ *noun* [C] a person who is trained to take pictures of your bones, etc. (**X-rays**) in a hospital or to use them for the treatment of certain illnesses மருத்துவமனையில் ஊடுகதிர்ப் படங்கள் எடுப்பதில் அல்லது அப்படங்களைப் பயன்படுத்திச் சில வகை நோய்களுக்கான மருத்துவம் செய்வதில் பயிற்சியுள்ளவர்; ஊடுகதிர் படம் எடுப்பவர்; ஊடுகதிர் படங்களைக் கொண்டு மருத்துவம் செய்பவர்

radish /ˈrædɪʃ/ *noun* [C] a small red vegetable that is white inside with a strong taste. You eat radishes in salads முள்ளங்கி ⇨ **vegetable** பதிவில் படம் பார்க்க.

radium /ˈreɪdiəm/ *noun* [U] (*symbol* **Ra**) a chemical element. Radium is a white **radioactive** metal used in the treatment of some serious diseases சில வகைக் கடுமையான நோய்களுக்கு மருத்துவம் செய்வதில் பயன்படுத்தப்படும் வெண்ணிற, கதிரியக்கமுள்ள உலோகத் தனிம வகை; ரேடியம்

radius /ˈreɪdiəs/ *noun* [C] (*pl.* **radii**) /-diaɪ/ **1** the distance from the centre of a circle to the outside edge வட்டத்தின் மையத்திலிருந்து அதன் வெளிப்புற விளிம்பு வரையுள்ள தொலைவு; அரைவிட்டம்; ஆரம் ⇨ **diameter, circumference** பார்க்க; மற்றும் **circle** பதிவில் படம் பார்க்க. **2** a circular area that is measured from a point in its centre மையத்தின் ஒரு புள்ளியிலிருந்து கணக்கிடப்படும் வட்ட வடிவப் பரப்பு; சுற்று வட்டாரம் *The wreckage of the plane was scattered over a radius of several miles.* **3** (*medical*) the shorter bone of the two bones in the lower part of your arm between your wrist and your elbow (மருத்துவம்) மணிக்கட்டுக்கும் முழங்கைக்கும் இடைப்பட்ட கைக் கீழ்ப்பகுதியில் உள்ள இரு எலும்புகளுள் குட்டையான எலும்பு; (முன்கை) ஆரை எலும்பு ➪ **ulna** பார்க்க; மற்றும் **arm** பதிவில் படம் பார்க்க.

radon /ˈreɪdɒn/ *noun* [U] (*symbol* **Rn**) a chemical element. Radon is a colourless **radioactive** gas used in the treatment of some serious diseases சில வகைக் கடுமையான நோய்களுக்கு மருத்துவம் செய்வதில் பயன்படுத்தப்படும் நிறமற்ற, வாயுப்பொருளாக உள்ள கதிரியக்கத் தனிம வகை; ரேடான்

raffle /ˈræfl/ *noun* [C] a way of making money for a charity or a project by selling tickets with numbers on them. Later some numbers are chosen and the tickets with these numbers on them win prizes எண்கள் அச்சிடப்பட்ட சீட்டுகளை விற்று ஓர் அறச்செயலுக்கு அல்லது ஒரு திட்ட நிறைவேற்றத்திற்குப் பணம் திரட்டும் முறை. பின்னர் இவற்றுள் சில எண்கள் (குலுக்கல் முறையில்) எடுக்கப்பட்டு அவ்வெண்கள் உடைய சீட்டுகளுக்குப் பரிசு வழங்கப்படும் பரிசுச்சீட்டு முறை

raft /rɑːft/ *noun* [C] a flat structure made of pieces of wood tied together and used as a boat or a floating platform மரத்துண்டுகள் இணைத்துக் கட்டப்பட்டுப் படகாக அல்லது மிதவைத் தள மேடையாகப் பயன்படுத்தப்படும் தட்டை வடிவக் கட்டமைப்பு; தெப்பம்; கட்டுமரத் தோணி; மிதவை ➪ **boat** பதிவில் படம் பார்க்க.

rafter /ˈrɑːftə(r)/ *noun* [C] one of the long pieces of wood that support a roof கூரையின் ஆதாரமாக அமைக்கப்படும் நீண்ட மரக்கழிகளில் ஒன்று; இறைவாரக் கை

rag /ræg/ *noun* **1** [C, U] a small piece of old cloth that you use for cleaning மாசு துடைக்கப் பயன்படுத்தப்படும் சிறு பழந்துணி; கந்தைத் துணி **2 rags** [*pl.*] clothes that are very old and torn மிகப் பழையதான கிழிந்த ஆடைகள்; கந்தல் ஆடைகள்

raga *noun* [C] (in Indian classical music) a series of musical notes on which a melody is based and which expresses different moods for different times of the day (இந்திய செவ்வியல் இசையில்) ஒரு நாளின் வெவ்வேறு நேரங்களில் வெவ்வேறு பாவங்களை அல்லது மன நிலைகளை வெளிப்படுத்துவதும் ஓர் இசையின் ஆதாரமாக அமைவதுமான சுரங்களின் தொகுதி; ராகம்.

rage¹ /reɪdʒ/ *noun* [C, U] a feeling of violent anger that is difficult to control எளிதில் கட்டுப்படுத்த முடியாத கடுமையான சின உணர்ச்சி; சீற்றம் *He was trembling with rage.* • *to fly into a rage*

rage² /reɪdʒ/ *verb* [I] **1 rage (at/against/about sb/sth)** to show great anger about sth, especially by shouting ஒன்று குறித்து, குறிப்பாக உரத்த குரலில், கடுஞ்சினத்தை வெளிப்படுத்து; சீறு; வெகுண்டு பேசு *He raged against the injustice of it all.* **2** (used about a battle, disease, storm, etc.) to continue with great force (போர், நோய், புயல் முதலியவை வகையில்) மிக்க வலுவுடன் தொடர்; மேலும் பீறியெழு; பொங்கு; கொந்தளி *The battle raged for several days.* ▶ **raging** *adj.* (*only before a noun*) *a raging headache*

ragged /ˈrægɪd/ *adj.* **1** (used about clothes) old and torn (ஆடைகள் வகையில்) பழையதும் கிழிந்ததுமான; கந்தையான **2** not straight; untidy நேராக இல்லாத; ஏறுமாறான; தாறுமாறான விளிம்புடைய; ஒழுங்கற்ற *a ragged edge/coastline*

ragi *noun* [U] a kind of millet that is widely grown as a cereal in the **arid** areas of Africa and Asia; finger millet ஆப்பிரிக்காவிலும் ஆசியாவிலும் வறண்ட பகுதிகளில் பரவலாகப் பயிரிடப்படும் தானிய வகை; ராகி; கேழ்வரகு

raid /reɪd/ *noun* [C] **a raid (on sth) 1** a short surprise attack on an enemy by soldiers, ships or aircraft படை வீரர்கள், கப்பல்கள் அல்லது விமானங்கள் பகைவர் மீது நடத்தும் குறுகிய கால எதிர்பாராத தாக்குதல்; திடீர்த் தாக்கு *an air raid* **2** a surprise visit by the police looking for criminals or illegal goods குற்றவாளிகளை அல்லது சட்டத்திற்கு மாறாகப் பதுக்கி வைக்கப்பட்டுள்ள பொருள்களைத் தேடும் நோக்கிலான காவல் துறையினரின் எதிர்பாராத வருகை; திடீர்ச் சோதனை **3** a surprise attack on a building in order to steal sth களவு செய்யும் நோக்கத்துடன் வீடு, கடை முதலியவற்றின் மீது நடத்தப்படும் எதிர்பாராத தாக்குதல்; சூறை *a bank raid* ▶ **raid** *verb* [T] *Police raided the club at dawn this morning.*

rail /reɪl/ *noun* **1** [C] a wooden or metal bar fixed to a wall, which you can hang things on பொருள்களைத் தொங்கவிடுதல் முதலியவற்றுக்காகச் சுவரில் பொருத்தப்படும் மர அல்லது உலோகக் கம்பி *a towel/curtain/picture rail* **2** [C] a bar which you can hold to stop you from falling (on stairs, from a building, etc.) படிக்கட்டு, கட்டடம் முதலியவற்றிலிருந்து

விழாமல் இருக்கப் பிடித்துக் கொள்வதற்காகப் பொருத்தப்படும் கம்பி; கம்பிக் கைப்பிடி **3** [C, *usually pl.*] each of the two metal bars that form the track that trains run on தொடர்வண்டி செல்வதற்கான இணை இருப்புச் சட்டங்களில் ஒன்று; தண்டவாளக் கம்பி; தண்டவாளம் **4** [U] the railway system; trains as a means of transport இருப்புப்பாதைத் தொகுதி; இருப்புப்பாதை அமைப்பு; இருப்பூர்திப் போக்குவரத்து *rail travel/services/fares*

railing /ˈreɪlɪŋ/ *noun* [C, *usually pl.*] a fence (around a park, garden, etc.) that is made of metal bars (பூங்கா, தோட்டம் முதலியவற்றைச் சுற்றி இடப்படும்) உலோகக் கம்பிகளாலான வேலி; கம்பித் தடைவேலி

railway /ˈreɪlweɪ/ (*AmE* **railroad**) *noun* [C] **1** (*BrE* **railway line**) the metal lines on which trains travel between one place and another இருப்பூர்திகள் செல்வதற்கான உலோகச் சட்டங்களின் இணை; தண்டவாளம்; இருப்புப்பாதை **2** the whole system of tracks, the trains and the organization and people needed to operate them இருப்புப்பாதைகள், இருப்பூர்திகள், இருப்பூர்தி நிறுவனம், அதன் பணியாட்கள் ஆகியவற்றின் முழுமைத் தொகுதி; இருப்பூர்தி நிறுவன அமைப்பு *He works on the railways.* • *a railway engine/company*

railway station = **station**[1] **1**

rain[1] /reɪn/ *noun* **1** [U] the drops of water that fall from the sky விண்ணிலிருந்து விழும் நீர்; மழை *Take your umbrella, **it looks like rain*** (= as if it is going to rain). • *It's **pouring with rain*** (= the rain is very heavy). ➪ **shower 3, acid rain** மற்றும் **weather** பதிவிலுள்ள குறிப்பைப் பார்க்க. **2 rains** [*pl.*] (in tropical countries) the time of the year when there is a lot of rain (வெப்ப மண்டல நாடுகளில்) பெருமளவு மழை பெய்யும் ஆண்டுப் பகுதி; மழைக்காலம்

IDM **(as) right as rain** ➪ **right**[1] பார்க்க.

rain[2] /reɪn/ *verb* **1** [I] (used with it) to fall as rain (it- உடன் சேர்ந்து வருவது) மழை பெய்; மழை பொழி *Oh no! **It's raining** again!* • *Is it **raining hard**?* **2** [I, T] **rain (sth) (down) (on sb/sth)** to fall or make sth fall on sb/sth in large quantities ஒருவர்/ஒன்றின் மீது பெருமளவில் விழு அல்லது ஒரு பொருள் விழச்செய் *Bombs rained down on the city.*

PHR V **be rained off** to be cancelled or to have to stop because it is raining மழை பொழிந்து கொண்டிருப்பதால் நீக்கம் அல்லது நிறுத்தம் செய்யப்பட வேண்டியிரு.

rainbow /ˈreɪnbəʊ/ *noun* [C] an arch of many colours that sometimes appears in the sky when the sun shines through rain மழை ஊடான வெயிலின் போது சில சமயங்களில் வானில் தோன்றும் பல நிறங்களுடைய வில் வளைவான வடிவம்; வானவில்

rain check *noun* (*AmE*)

IDM **take a rain check on sth** (*spoken*) to refuse an invitation or offer but say that you might accept it later ஓர் அழைப்பை அல்லது உதவு குறிப்பை மறுதலிக்கும்போது பின்னர் அதனை ஏற்றுக்கொள்ள வாய்ப்புள்ளதாகக் கூறு

raincoat /ˈreɪnkəʊt/ *noun* [C] a long light coat which keeps you dry in the rain மழைக் காப்பாக அணிந்துகொள்ளப்படும் நீண்ட கனமற்ற மேற்சட்டை; மழைக்காப்பங்கி

raindrop /ˈreɪndrɒp/ *noun* [C] a single drop of rain மழைத்துளி

rainfall /ˈreɪnfɔːl/ *noun* [U] [*sing.*] the total amount of rain that falls in a particular place during a month, year, etc. குறிப்பிட்ட இடத்தில் குறிப்பிட்ட (மாத, வருட) காலப்பகுதியில் பெய்யும் மழையின் மொத்த அளவு; மழைப் பொழிவளவு

rainforest /ˈreɪnfɒrɪst/ *noun* [C] a thick forest in tropical parts of the world that have a lot of rain பெருமளவு மழைப்பொழிவு உள்ள வெப்ப மண்டலப் பகுதிகளில் காணப்படும் அடர்ந்த காடு *the Amazon rainforest*

rainwater /ˈreɪnwɔːtə(r)/ *noun* [U] water that has fallen as rain மழை நீர்

rainy /ˈreɪni/ *adj.* having or bringing a lot of rain பெருமளவு மழைப் பொழிவுள்ள அல்லது பெருமளவு மழை கொணர்கிற *a rainy day* • *the rainy season*

IDM **keep/save sth for a rainy day** to save sth, especially money, for a time when you really need it மிகவும் தேவைப்படும் வேளைக்காக ஒன்றை, குறிப்பாகப் பணத்தைச், சேமித்து வை

raise /reɪz/ *verb* [T] **1** to lift sth up ஒன்றை உயர்த்து; தூக்கு *If you want to leave the room raise your hand.* • *He raised himself up on one elbow.* **2 raise sth (to sth)** to increase the level of sth or to make sth better or stronger ஒன்றின் அளவை அல்லது மட்டத்தை அதிகப்படுத்து; ஒன்றை உயர்த்து அல்லது மேலும் வலுப்பெறச் செய் *to raise taxes/salaries/prices* • *The hotel needs to **raise its standards**.* • *There's no need to **raise your voice*** (= speak loudly or angrily). ✪ OPP பொருள்கள் 1 மற்றும் 2-க்கு **lower 3** to get money from people for a particular purpose குறிப்பிட்ட நோக்கத்திற்காக மக்களிடமிருந்து பணம் திரட்டு *We are doing a sponsored walk to **raise money** for charity.* • *a **fund-raising** event* **4** to introduce a subject that needs to be talked about or dealt with

விவாதிக்கப்பட வேண்டிய அல்லது நடவடிக்கை மேற்கொள்ளப்பட வேண்டிய ஒரு பொருளை/கருத்தை முன்வை; பிரச்சினை எழுப்பு *I would like to* ***raise the subject*** *of money.* • *This* ***raises the question*** *of why nothing was done before.* **5** to cause a particular reaction or emotion குறிப்பிட்ட எதிர்வினையை அல்லது உணர்ச்சியைத் தூண்டு அல்லது எழுப்பு *The neighbours* ***raised the alarm*** *when they saw smoke coming out of the window.* • *to* ***raise hopes/fears/suspicions*** *in people's minds* **6** to look after a child or an animal until he/she is an adult வயது வரும்வரை ஒரு குழந்தையை அல்லது விலங்கைக் கவனித்துப் பேணு; வளர்த்து உருவாக்கு *You can't* ***raise a family*** *on what I earn.* ➪ **bring sb up** பார்க்க. **7** to breed animals or grow a particular plant for a special purpose தனிப்பட்ட ஒரு நோக்கத்திற்காக விலங்குகள் இனப் பெருக்கமுறச் செய் அல்லது குறிப்பிட்ட தாவரத்தை வளர்

IDM **raise your eyebrows** to show that you are surprised or that you do not approve of sth ஒன்று குறித்த வியப்பை அல்லது ஒன்றை ஏற்காமையை வெளிப்படுத்து

raisin /ˈreɪzn/ *noun* [C] a dried grape, used in cakes, etc. கேக் முதலியவற்றில் பயன்படுத்தப்படும் உலர் திராட்சை ➪ **sultana** பார்க்க.

rake /reɪk/ *noun* [C] a garden tool with a long handle and a row of metal teeth, used for collecting leaves or making the earth smooth இலைகளைத் திரட்டிச் சேர்க்க அல்லது கட்டிகளை உடைத்து மண்ணைச் சமப்படுத்தப் பயன்படுத்தப்படும் நீண்ட கைப்பிடியும் உலோகப் பல்வரிசையும் உடைய தோட்டவேலைக் கருவி; பரம்பு; வாரி ➪ **gardening** பதிவில் படம் பார்க்க. ▶ **rake** *verb* [T] *to rake up the leaves*

PHR V **rake sth in** (*informal*) to earn a lot of money, especially when it is done easily குறிப்பாக எளிதாக, பெருமளவு பணம் ஈட்டு; (முயற்சிக் கடுமையின்றி) பணம் குவி *She's been* ***raking*** *it in since she got promoted.*

rake sth up to start talking about sth that would be better to forget மறக்கத்தக்க ஒன்றைப் பற்றிப் பேசத் தொடங்கு; கிண்டிக் கிளறு *Don't rake up all those old stories again.*

rally[1] /ˈræli/ *noun* [C] (*pl.* **rallies**) **1** a large public meeting, especially one held to support a political idea குறிப்பாக ஓர் அரசியல் கருத்துக்கு ஆதரவாக நடத்தப்படும் பேரளவிலான பொதுக்கூட்டம்; (அரசியல்) பேரணி **2** (*BrE*) a race for cars or motorbikes on public roads பொதுச் சாலைகளில் நடத்தப்படும் சீருந்து அல்லது விசைமிதி வண்டிப் பந்தயம் **3** (used in tennis and similar sports) a series of hits of the ball before a point is won (டென்னிஸ் மற்றும் அதனையொத்த விளையாட்டுகளில்) ஓர் ஆட்டப்புள்ளியைப் பெறுவதற்கு முன் நடக்கும் தொடர்ந்த பந்தடிப்புகள்

rally[2] /ˈræli/ *verb* (*pres. part.* **rallying**; *3rd person sing. pres.* **rallies**; *pt, pp* **rallied**) **1** [I, T] **rally (sb/sth) (around/behind/to sb)** to come together or to bring people together in order to help or support sb/sth ஒருவருக்கு/ஒன்றுக்குத் துணையாக அல்லது ஆதரவாக ஒன்றுசேர் அல்லது ஆட்களை ஒன்றுகூட்டு *The cabinet rallied behind the Prime Minister.* **2** [I] to get stronger, healthier, etc. after an illness or a period of weakness பிணி நீங்கப்பெற்று அல்லது நலிவு நிலை கழிந்து புதுநலம் அடை; எழுச்சி பெறு

PHR V **rally round** to come together to help sb ஒருவருக்குத் துணையாக அணிதிரள் *When I was in trouble my family all rallied round.*

RAM /ræm/ *abbr.* (*computing*) random-access memory (computer memory in which data can be changed or removed and can be looked at in any order) தரவுகளை மாற்றி அல்லது இடம்பெயர்த்து அவற்றை எந்த வரிசை முறையிலும் காணத்தக்கதான கணினி நினைவகத்தைக் குறிக்கும் random access memory என்பதன் குறுக்கம் *32 megabytes of RAM*

ram[1] /ræm/ *noun* [C] a male sheep செம்மறியாட்டின் ஆண்; ஆட்டுக்கடா ➪ **sheep** பதிவிலுள்ள குறிப்பு மற்றும் படம் பார்க்க.

ram[2] /ræm/ *verb* [T] (**ramming; rammed**) to crash into sth or push sth with great force மிக்க விசையுடன் ஒன்றில் மோதி உட்செல் அல்லது ஒன்றைத் தள்ளு

ramble[1] /ˈræmbl/ *verb* [I] **1** to walk in the countryside for pleasure மகிழ்ச்சிப் பொழுதுபோக்காக நாட்டுப்புறத்தில் நடந்துசெல்; நாட்டுப்புறத்தில் உலாவு, இன்ப நடைப்பயணம் மேற்கொள் *to go rambling* **2 ramble (on) (about sth)** to talk for a long time in a confused way குழப்பமான முறையில் அல்லது தெளிவின்றி நெடுநேரம் பேசு; மனம் போனபடி தொடர்பின்றி உரையாடு

ramble[2] /ˈræmbl/ *noun* [C] a long, organized walk in the country for pleasure மகிழ்ச்சிக்காக நாட்டுப்புறத்தில் மேற்கொள்ளும் நீண்ட திட்டமிடப்பட்ட நடை; இன்ப நடைப்பயணம்

rambler /ˈræmblə(r)/ *noun* [C] **1** (*BrE*) a person who walks in the countryside for pleasure, especially as part of an organized group குறிப்பாக ஏற்பாடு செய்யப்பட்ட ஒரு குழுவின் பகுதியாக, நாட்டுப்புறத்தில் இன்ப நடைப்பயணம் மேற்கொள்பவர் **2** a plant that grows up walls, fences, etc. சுவர்கள், வேலிகள்

முதலியவற்றின் மீது பற்றி வளரும் தாவர வகை; தழுவுகொடி வகை

rambling /ˈræmblɪŋ/ *adj.* **1** (used about speech or writing) very long and confused (பேச்சு அல்லது எழுத்து வகையில்) மிக நீண்டதும் தெளிவற்றதுமான; சுற்றி வளைத்துச் செல்கிற; தொடர்பிசைவற்ற **2** (used about a building) spreading in many directions (கட்டட வகையில்) பல திசைகளிலும் விரிந்து பரந்துள்ள *a rambling old house*

ramp /ræmp/ *noun* [C] **1** a path going up or down which you can use instead of steps or stairs to get from one place to a higher or lower place மேலே அல்லது கீழே உள்ள ஓரிடத்திற்குச் செல்வதற்குப் படிகள் அல்லது படிக்கட்டுக்குப் பதிலாகப் பயன்படுத்துதற்குரிய பாதை; சாய்தளப் பாதை *There are ramps at both entrances for wheelchair access.* **2** an artificial slope made of wood etc. for models to walk while displaying clothes, jewellery etc. ஆடைகள், துணிமணிகள் முதலியவற்றை அணிந்து காட்சிப்படுத்துவோர் நடப்பதற்கு ஏதுவாக மரம் முதலியவற்றால் செய்யப்பட்ட செயற்கைச் சரிவு

rampage¹ /ræmˈpeɪdʒ/ *verb* [I] to move through a place in a violent group, usually breaking things and attacking people வழக்கமாக, பொருள்களை உடைத்துக்கொண்டும் ஆட்களைத் தாக்கிக்கொண்டும், வன்முறைக் கும்பலாக ஓரிடத்தின் ஊடாகச் செல்; வெறியாட்டம் போட்டுக்கொண்டு செல் *The football fans rampaged through the town.*

rampage² /ræmˈpeɪdʒ/ *noun*

IDM **be/go on the rampage** to move through a place in a violent group, usually breaking things and attacking people வழக்கமாக, பொருள்களை உடைத்துக்கொண்டும் ஆட்களைத் தாக்கிக்கொண்டும், வன்முறைக் கும்பலாக ஓரிடத்தின் ஊடாகச் செல்; வெறியாட்டம் போடு

rampant /ˈræmpənt/ *adj.* (used about sth bad) existing or spreading everywhere in a way that is very difficult to control (இன்னாத ஒன்று குறித்துக் கூறுகையில்) எளிதில் கட்டுப்படுத்த இயலாதவாறு எங்கும் காணப்படுகிற அல்லது பரவுகிற; கட்டற்றுப் பெருகுகிற *Car theft is rampant in this town.*

ramshackle /ˈræmʃækl/ *adj.* (usually used about a building) old and needing repair (வழக்கமாகக் கட்டடம் பற்றிய வழக்கு) பழையதும் பழுதுபார்க்க வேண்டியதுமான; சீர்குலைந்துள்ள; பாழ் நிலையிலுள்ள

Ramzan (*also* **Ramadan**) *noun* [C, U] a period of a month when, for religious reasons, Muslims do not eat anything from early morning until the sun goes down in the evening சமயக் காரணங்களுக்காக முஸ்லிம் மக்கள் விடியற்காலையில் இருந்து மாலையில் சூரியன் மறையும் வரை உணவு கொள்ளாமல் இருக்கும் ஒரு மாத காலம்; ரம்சான் நோன்பு மாதம் ➪ **Eid** பார்க்க.

ran ➪ **run¹** என்பதன் இறந்தகால வடிவம்

ranch /rɑːntʃ/ *noun* [C] a large farm, especially in the US or Australia, where cows, horses, sheep, etc. are kept குறிப்பாக அமெரிக்காவில் அல்லது ஆஸ்திரேலியாவில் உள்ள, பசுக்கள், குதிரைகள், செம்மறியாடுகள் முதலியவை வளர்த்துப் பேணப்படும் பெரிய பண்ணை; கால்நடை வளர்ப்புப் பண்ணை

rancid /ˈrænsɪd/ *adj.* if food containing fat is rancid, it tastes or smells unpleasant because it is no longer fresh (கொழுப்புப்பொருள் அடங்கிய உணவு) நாட்பட்டதால் சுவை அல்லது மணம் கெட்டுள்ள; ஊசிப்போன; முடை நாற்றம் வீசுகிற *rancid butter*

random /ˈrændəm/ *adj.* chosen by chance முன் கருதல் இன்றித் தேர்வு செய்யப்படுகிற; முன்னறுதி செய்யப்படாத; அங்கொன்று இங்கொன்றான *For the opinion poll they interviewed **a random selection** of people in the street.* ▶ **randomly** *adv.*

IDM **at random** without thinking or deciding in advance what is going to happen இன்னது நிகழும் என முன்னரே சிந்திக்காது அல்லது முடிவுசெய்யாது; முன் குறிப்பின்றி; முன்னறுதி செய்யாது; அங்கொன்று இங்கொன்றாக *The competitors were chosen at random from the audience.*

random-access memory *noun* [U] (*computing*) = **RAM**

rang ➪ **ring²** என்பதன் இறந்தகால வடிவம்

range¹ /reɪndʒ/ *noun* **1** [C, *usually sing.*] **a range (of sth)** a variety of things that belong to the same group ஒரே வகையைச் சார்ந்த பல்வேறு பொருள்களின் தொகுதி; இனம் ஒத்த வெவ்வேறான பொருள்கள்; ஓரினப் பல்திறப் பொருள்கள் *The course will cover a **whole range** of topics.* • *This shop has a very **wide range** of clothes.* **2** [C] the limits between which sth can vary ஒன்றின் விகற்ப வடிவங்-களின் எல்லை; வேறுபாட்டெல்லை; ஏற்ற இறக்க வரம்பு *That car is outside my **price range**.* • *I don't think this game is suitable for all **age ranges**.* **3** [C, U] the distance that it is possible for sb/sth to travel, see, hear, etc. ஒருவர்/ஒன்று சென்று எட்டுதல், காண்பது, கேட்பது முதலியவை இயலும் தொலைவு; தொலைவெல்லை; வீச்சு; ஆற்றல் எல்லை; இலக்கின் தொலையளவு *Keep out* *of range of the guns.* • *The gunman shot the policeman* ***at close range.*** **4** [C] a line of mountains or hills மலைகள் அல்லது குன்றுகளின் வரிசை அல்லது வரிசைத் தொகுதி; மலைத்தொடர்

range² /reɪndʒ/ *verb* [I] **1 range between A and B; range from A to B** to vary between two amounts, sizes, etc., including all those between them இடைப்பட்ட அனைத்தும் உட்பட, இரு எண்ணிக்கைகள், அளவுகள் முதலியவற்றின் இடையே மாறுபடுவதாயிரு; எல்லை இடையே வேறுபாடுறு *The ages of the students range from 15 to 50.* **2 range (from A to B)** to include a variety of things in addition to those mentioned குறிப்பிட்டவற்றுடன் கூட, பல்வேறு பொருள்களையும் உள்ளடக்கியிரு; எல்லையினின்றும் விரிந்து செல்

rangoli *noun* [C, U] a popular Indian art form in which a pattern is made on the floor, commonly outside homes, usually with finely ground rice powder and colours. Sometimes flower petals are also used to make these decorative patterns வழக்கமாக வீடுகளுக்கு வெளியே நுண்துகள்களாக அரைக்கப்பட்ட அரிசி மாவையும் வண்ணப் பொடிகளையும் பயன்படுத்தித் தரையில் ஒப்பனை உருப்படிவங்கள் செய்யும் இந்தியாவின் விருப்பார்வக் கலை; ரங்கோலி. இந்த அலங்கார வேலைப்பாடுகளைச் செய்யச் சில சமயங்களில் பூவிதழ்களையும் பயன்படுத்துகின்றனர் ➪ **kolam** பார்க்க.

rank¹ /ræŋk/ *noun* **1** [C, U] the position, especially a high position, that sb has in an organization such as the army, or in society படைத்துறை முதலிய ஓர் அமைப்பில் அல்லது சமுதாயத்தில் ஒருவர் பெற்றிருக்கும் படி நிலை, குறிப்பாக உயர் படி நிலை *General is one of the highest ranks in the army.* • *She's much higher in rank than I am.* **2** [C] a group or line of things or people பொருள்கள் அல்லது ஆட்களின் தொகுதி அல்லது வரிசை; அணிவரிசை; அணிவகுப்பு *a taxi rank* **3 the ranks** [*pl.*] the ordinary soldiers in the army; the members of any large group தரைப்படையின் பொது நிலைப் படைவீரர்கள்; சாதாரணப் படைவீரர்கள்; ஓர் அமைப்பின்/ஒரு பெருங்குழுவின் உறுப்பினர்கள் *At the age of 43, he was forced to* ***join the ranks of*** *the unemployed.*

IDM **the rank and file** the ordinary soldiers in the army; the ordinary members of an organization தரைப்படையின் பொதுநிலைப் படைவீரர்கள்; சாதாரணப் படைவீரர்கள்; ஓர் அமைப்பின் சாதாரண உறுப்பினர்கள்

rank² /ræŋk/ *verb* [I, T] **rank (sb/sth) (as sth)** (*not used in the continuous tenses*) to give sb/sth a particular position on a scale according to importance, quality, success, etc.; to have a position of this kind முக்கியத்துவம், தகுதி, வெற்றி முதலியவற்றின் அடிப்படையிலான படிவரிசையில் ஒருவருக்கு/ஒன்றுக்கு உரிய இடம் வழங்கு அல்லது உரிய இடம் பெறு; படிவரிசையில் சரியிடம் கொடு அல்லது பெறு *She's ranked as one of the world's top players.* • *a high-ranking police officer*

rankle /ˈræŋkl/ *verb* [I, T] **rankle (with sb)** if an event or a remark rankles, you still remember it angrily because it upset or annoyed you a lot (நிகழ்ச்சி, கருத்து முதலியவை வகையில்) நீடித்த சினம் அல்லது மனக்கவலை உண்டுபண்ணு; மனத்தில் உறுத்திக்கொண்டிரு *Her immature comments still rankled with him.*

ransack /ˈrænsæk/ *verb* [T] **ransack sth (for sth)** to search a place, making it untidy and causing damage, usually because you are looking for sth பெரும்பாலும் ஒரு பொருளைத் தேடிக் காணும் நோக்கில் ஓரிடத்தின் ஒழுங்கு கெடுமாறும் அங்குச் சேதம் உண்டாகுமாறும் அவ்விடத்தைத் துருவி ஆராய்; கிண்டிக் கிளறிப் பார்; கலைத்துப் போட்டுத் தேடு *The house had been ransacked by burglars.*

ransom /ˈrænsəm/ *noun* [C, U] the money that you must pay to free sb who has been captured illegally and who is being kept as a prisoner சட்டத்திற்கு மாறாகப் பிடித்துக் கைதியாக வைக்கப்பட்டுள்ள ஒருவரை விடுவிப்பதற்காகச் செலுத்தப்பட வேண்டிய பணம்; பிணைய மீட்புப் பணம் *The kidnappers demanded a ransom of Rs 500,000 for the boy's release.*

IDM **hold sb to ransom** to keep sb as a prisoner and say that you will not free him/her until you have received a certain amount of money ஒருவரைக் கைதியாகப் பிடித்து வைத்துக்கொண்டு குறிப்பிடப்படும் தொகையை மீட்புப் பணமாகக் கொடுக்கும்வரை அவரை விடுதலை செய்ய முடியாது என்று கூறு; விடுதலைப் பணம் கோரி ஒருவரைப் பிணையம் வைத்திரு ➪ **hostage** பார்க்க.

rant /rænt/ *verb* [I] **rant (on) (about sth) rant (at sb)** (*disapproving*) to speak or complain about sth in a loud, angry, and rather confused way ஒன்றைப் பற்றி உணர்ச்சிவசப்பட்ட உரத்த குரலில் சினத்துடனும் ஓரளவு குழப்பத்துடனும் பேசு அல்லது குற்றம் கூறு ▶ **rant** *noun* [C]

IDM **rant and rave** to show that you are angry by shouting or complaining loudly for a long time நீடித்த கத்தல் அல்லது குறையீடு வழியாகச் சினத்தை வெளிப்படுத்து; குமுறு

rap¹ /ræp/ *noun* **1** [C] a quick, sharp hit or knock on a door, window, etc. கதவு, சன்னல் முதலியவற்றின் மீதான விரைவியக்கமுடன் கூடிய திடீர் அடி அல்லது தட்டு அல்லது கொட்டு *There was a sharp rap on the door.* **2** [C, U] a style or a piece of music with a fast strong rhythm, in which the words are spoken fast, not sung பாட்டாக அல்லாது உரைநடையில் சொற்கள் விரைந்து கூறப்படும் அழுத்தமான சந்தத்துடன் கூடிய இசைப்பாணி அல்லது இசைக்கூறு

rap² /ræp/ *verb* (**rapping; rapped**) **1** [I, T] to hit a hard object or surface several times quickly and lightly, making a noise ஒரு கெட்டியான பொருள் அல்லது பரப்பின் மீது விரைவாகவும் மென்மையாகவும் ஓசைபடப் பலமுறை தட்டு அல்லது கொட்டு *She rapped angrily on/at the door.* **2** [T] (*informal*) (used mainly in newspaper headlines) to criticize sb strongly (பெரும்பாலும் பத்திரிகைத் தலைப்புகளில் பயன்படுத்தப்படுவது) ஒருவரைக் கடுமையாக விமர்சனம் செய்; இடித்துரை; கண்டனம் செய் *Minister raps police over rise in crime.* **3** [I] to speak the words of a song (**a rap**) that has music with a very fast strong rhythm அழுத்தமான சந்தத்துடன் கூடிய விரைந்த ஒசை ஒழுங்குடைய பாடலின் சொற்களை உரைநடை வடிவில் பேசு

rape¹ /reɪp/ *verb* [T] to force a person to have sex when he/she does not want to, using threats or violence அச்சுறுத்தி அல்லது வன்முறைப்படுத்தி ஒருவரது விருப்பத்திற்கெதிராக அவரைத் தன்னுடன் உடலுறவு கொள்ளச் செய்; கற்பழி

rape² /reɪp/ *noun* **1** [U, C] the crime of forcing sb to have sex when he/she does not want to ஒருவரது விருப்பத்திற்கெதிராக வன்முறைப்படுத்தி அவரைத் தன்னுடன் உடலுறவு கொள்ளச் செய்வதாகிய குற்றம்; கற்பழிப்பு *to commit rape* **2** [*sing.*] (*written*) **the rape (of sth)** the destruction of sth beautiful அழகான ஒன்றைப் பாழ்படுத்துதல்; நலங்குலைத்தல்; சீரழித்தல் **3** (*also* **oilseed rape**) [U] a plant with bright yellow flowers, that farmers grow as food for farm animals and for its seeds, which are used to make oil எண்ணெய் வித்துக்காகவும் பண்ணை விலங்குகளுக்கு உணவுக்காகவும் பயிரிடப்படும் ஒளிர் மஞ்சள் நிறப் பூக்கள் உடைய தாவர வகை *rape oil/seed*

rapid /ˈræpɪd/ *adj.* happening very quickly or moving with great speed மிகத் துரிதமாக நிகழ்கிற அல்லது பெரும் வேகத்துடன் இயங்குகிற; விரைவியக்கம் மிக்க; குறுகிய காலச் செயல்பாடான அல்லது வளர்ச்சியான *She made rapid progress and was soon the best in the class.* ▶ **rapidity** /rəˈpɪdəti/ *noun* [U] (*formal*) *The rapidity of change has astonished most people.* ▶ **rapidly** *adv.*

rapids /ˈræpɪdz/ *noun* [*pl.*] a part of a river where the water flows very fast over rocks பாறைகள் மீது மிகு விரைவாக நீர் பாய்ந்து செல்லும் ஆற்றின் பகுதி; ஆற்றின் செவ்விறக்க விரைவு நீரோட்டம்

rapist /ˈreɪpɪst/ *noun* [C] a person who forces sb to have sex when he/she does not want to ஒருவரது விருப்பத்திற்கெதிராக வன்முறைப்படுத்தி அவருடன் பாலியல் புணர்ச்சி கொள்பவர்; கற்பழிப்பவர்

rappel /ræˈpel/ (*AmE*) = **abseil**

rapport /ræˈpɔː(r)/ *noun* (*sing.*), [U] **(a) rapport (with sb); (a) rapport (between A and B)** a friendly relationship in which people understand each other very well ஆட்களுக்கு இடையேயான பரஸ்பர நேச உணர்வு; ஒத்திசைவு; ஒத்துணர்வு மிக்க நட்புறவு *She understood the importance of establishing a close rapport with clients.*

rapt /ræpt/ *adj.* (*written*) so interested in one particular thing that you do not notice anything else வேறெதுவும் மனத்தில் பதியாதவாறு குறிப்பிட்ட ஒன்றில் ஆழ்ந்த ஈடுபாடு கொள்கிற; மனம் ஒன்றிய *a rapt audience* • *She listened to the speaker with rapt attention.*

rapture /ˈræptʃə(r)/ *noun* [U] a feeling of extreme happiness எல்லை கடந்த மகிழ்வுணர்வு; பேரின்பம்; இன்பப் பரவசம்

IDM **go into raptures (about/over sb/sth)** to feel and show that you think that sb/sth is very good ஒருவர்/ஒன்று சிறப்பு மிக்கவராக/மிக்கதாக இருப்பதாக உள்ளுணர்ந்து அதனை வெளிப்படுத்து; ஒன்றின் நலம் குறித்த உவகையை வெளிப்படக் காட்டு *I didn't like the film much but my sister went into raptures about it.*

rapturous /ˈræptʃərəs/ *adj.* (*usually before a noun*) expressing extreme pleasure or enthusiasm for sb/sth ஒருவர்/ஒன்று குறித்த தனது கட்டற்ற மகிழ்ச்சியை அல்லது உற்சாகத்தை வெளிப்படுத்துகிற *rapturous applause*

rare /reə(r)/ *adj.* **1 rare (for sb/sth to do sth); rare (to do sth)** not done, seen, happening, etc. very often (ஒரு செயல், காட்சி, நிகழ்வு முதலியவை வகையில்) அடிக்கடி நிகழாத; அரிதான; *a rare bird/flower/plant* **2** (used about meat) not cooked for very long so that the inside is still red (இறைச்சி வகையில்) நீண்ட நேரம் சமைக்கப்படாது, உட்பகுதி செந்நிறம் மாறாதுள்ள; வெந்த பக்குவம் வராத *a rare* *steak* ➪ **medium** மற்றும் **well done** பார்க்க. ▶ **rarely** *adv. People rarely live to be 100 years old.*

raring /ˈreərɪŋ/ *adj.* **raring to do sth** wanting to start doing sth very much ஒன்றைச் செய்யத் தொடங்க மிகு விருப்பம் கொண்டுள்ள; துடித்துக் கொண்டிருக்கிற *They were raring to try out the new computer.*

rarity /ˈreərəti/ *noun* (*pl.* **rarities**) **1** [C] a thing or a person that is unusual and is therefore often valuable or interesting வழக்க மீறியதாக அமைந்து அதன் காரணமாகப் பெரும்பாலும் மதிப்பிற்குரியதாக அல்லது ஆர்வத்தைத் தூண்டுவதாக உள்ள பொருள் அல்லது ஆள்; அரும்பொருள்; அரியவர்; அபூர்வமானவர் *Women lorry drivers are still quite a rarity.* **2** [U] the quality of being rare அரியதாக இருத்தல்; அருநிலை; அபூர்வம் *The rarity of this stamp increases its value a lot.*

rasam /ˈrʌsəm/ *noun* [U] a kind of thin soup prepared in South India by adding lentils and certain spices like pepper and **cumin** to a diluted mix of tomatoes and tamarind water புளி நீரில் தக்காளிப்பழத்துடன் பருப்பு மற்றும் மிளகு, சீரகம் முதலிய விறுவிறுப்பூட்டும் பொருள்களைச் சேர்த்து நீர்த்த குழம்பாகத் தயாரிக்கப்படும் தென்னிந்திய உணவு; ரசம ➪ **mulligatawny** பார்க்க.

rascal /ˈrɑːskl/ *noun* [C] a person, especially a child, who shows a lack of respect for other people and enjoys playing tricks on them பிறரிடம் மரியாதை இன்றிக் குறும்புச் சேட்டைகள் செய்வதில் மகிழ்ந்து ஈடுபடும் ஒருவர், குறிப்பாக ஒரு குழந்தை; போக்கிரி

NOTE ஒருவரை **rascal** என்று அழைக்கும்போது அது பெரும்பாலும் அவர் மீது உள்ளார்ந்த சினம் கொண்டில்லாமையைக் குறிக்கும்.

rash¹ /ræʃ/ *noun* **1** [C, (*usually sing.*)] an area of small red spots that appear on your skin when you are ill or have a reaction to sth நோய்வாய்ப்பட்ட நிலையில் அல்லது அயற்பொருள் ஒன்றின் எதிர்விளைவாகத் தோல் மீது தோன்றும் சிறு செந்நிறப் பொட்டுகள் அடங்கிய பகுதி; சினப்பு; செந்நிறத் தடிப்பு *He **came out in a rash** where the plant had touched him.* **2** [*sing.*] **a rash (of sth)** a series of unpleasant events of the same kind happening close together அடுத்தடுத்துத் தோன்றும் ஒரே மாதிரியான இன்னாத நிகழ்வுகளின் தொகுதி அல்லது தொடர்வரிசை

rash² /ræʃ/ *adj.* (used about people) doing things that might be dangerous or bad without thinking about the possible results first; (used about actions) done in this way (ஆட்கள் வகையில்) விளைவுகளைப் பற்றிச் சிந்திக்காது ஆபத்தான அல்லது தீங்கு விளைய வாய்ப்புள்ள செயல்களைச் செய்கிற; எண்ணாது துணிகிற; கண்மூடித்தனமாகச் செயலாற்றுகிற; (செயல்கள் வகையில்) எண்ணாது செய்யப்படுகிற; விவேகமற்ற; முன்பின் பாராத *a rash decision/promise* ▶ **rashly** *adv.*

raspberry /ˈrɑːzbəri/ *noun* [C] (*pl.* **raspberries**) a small, soft, red fruit which grows on bushes புதர்ச் செடிகளில் விளையும் சிறு மென்மையான செந்நிறக் கனி *raspberry jam* ➪ **fruit** பதிவில் படம் பார்க்க.

rat /ræt/ *noun* [C] an animal like a large mouse எலி NOTE எலிகள் **rodent** (கொறி விலங்கு) குடும்பத்தைச் சார்ந்தவை.

IDM **rat race** the way of life in which everyone is only interested in being better or more successful than everyone else மற்றவர்களை விட மேம்பட்டிருக்க வேண்டும் என்ற ஆர்வம் மட்டுமே ஒவ்வொருவரிடமும் காணப்படும் வாழ்க்கை முறை; பதவி, அதிகாரம் முதலியவற்றுக்கான கடும் போட்டி

rate¹ /reɪt/ *noun* [C] **1** a measurement of the speed at which sth happens or the number of times sth happens or exists during a particular period குறிப்பிட்ட காலப்பகுதியில் ஒன்று இன்ன வேகத்தில் நிகழும் அல்லது இத்தனை முறை நிகழும் அல்லது காணப்படும் என்பதன் அளவீடு; வேகமானம்; நிகழ்வீதம்; வீதம் *The **birth rate** is falling.* • ***death rate*** **2** a fixed amount of money that sth costs or that sb is paid ஒன்றின் அறுதியிடப்பட்ட விலை மதிப்பு அல்லது அறுதியிடப்பட்ட வழங்கீட்டுத் தொகை; விலைவீதம், செலவு வீதம், கட்டண வீதம் முதலியவை ➪ **first-rate** மற்றும் **second-rate** பார்க்க.

IDM **at any rate** (*spoken*) **1** used when you are giving more exact information about sth ஒன்று குறித்து மேலும் துல்லியமான தகவல் தரும் நிலையில் பயன்படுத்தப்படுவது: எப்படியிருந்த போதிலும் *He said that they would be here by ten. At any rate, I think that's what he said.* **2** whatever else might happen வேறு எவை நிகழ்ந்தபோதிலும்; மற்றவை எப்படியானாலும் *Well, that's one good piece of news at any rate.*

the going rate (for sth) ➪ **going²** பார்க்க.

rate² /reɪt/ *verb* (*not used in the continuous tenses*) **1** [I, T] to say how good you think sb/sth is ஒருவரை/ஒன்றை மதிப்பீடு செய்; கணி; படிவரிசையில் உரிய இடம் வழங்கு; தரப்படுத்து *She's rated among the best tennis players of all time.* • *The match was rated as one of their worst defeats.* **2** [T] to be good, important, etc. enough to be treated in a particular way குறிப்பிட்ட முறையில் நோக்குவதற்கு ஏற்றவாறு சிறப்பு, முக்கியத்துவம் முதலியவை பெற்றிரு, உரிய தகுதியுற்றிரு; ஏற்றவராயிரு/ ஏற்றதாயிரு *The accident wasn't very serious—it didn't rate a mention in the local newspaper.*

rather /ˈrɑːðə(r)/ *adv.* quite; to some extent ஓரளவுக்கு; மட்டான அளவில்; சற்றே *It was a rather nice day.* • *I was rather hoping that you'd be free on Friday.*

NOTE **Fairly, quite, rather, pretty** ஆகிய நான்கிற்கும் 'மட்டான அளவில்' எனப் பொருள் கொள்ளலாம். இவற்றுள் **fairly** மேற்கண்ட பொருளின் கீழ்ப்படிநிலை அழுத்தத்தைக் குறிக்கும். **Rather, pretty** இரண்டும் மேல்படி நிலை சார்ந்த முறைசாரா வழக்குகளாகும். **Fairly, quite** இரண்டும் எதிர்மறையல்லாத பொருள் குறிக்கும் சொற்களோடு இணைந்து வருவன—*The room was fairly tidy.* ஒன்றை விமர்சனம் செய்யும்போது **rather** பயன்படுத்தப்படும்—*The room's rather untidy.* **Rather** எதிர்மறையல்லாத சொல்லுடன் வரும்போது வியப்பையும் மகிழ்ச்சியையும் வெளிப்படுத்துவதாகத் தோன்றும்—*The new teacher is actually rather nice, though he doesn't look very friendly.*

IDM **or rather** used as a way of correcting sth you have said, or making it more exact முன் கூறப்பட்டதன் திருத்தமாக ஒன்றைக் கூற அல்லது அதனை மேலும் துல்லியமான முறையில் தெரிவிக்கப் பயன்படுத்தப்படுவது: இன்னும் சரியாகச் சொல்லுமிடத்தில்; மிக நுட்பமாகக் கூறுவதானால் *She lives in Chennai, or rather she lives in a suburb of Chennai.*

rather than instead of; in place of பதிலாக; மாற்றாக; ஒன்றன் இடத்தில்; ஈடாக *I think I'll just have a sandwich rather than a full meal.*

would rather... (than) would prefer to விரும்பித் தேர்ந்தெடு; முன்னுரிமை வழங்கு; மேம்பட்டதாகக் கொள் *I'd rather go to the cinema than watch television.*

ratify /ˈrætɪfaɪ/ *verb* [T] (*pres. part.* **ratifying**; *3rd person sing. pres.* **ratifies**; *pt, pp* **ratified**) to make an agreement officially acceptable by voting for or signing it ஓர் ஒப்பந்தத்திற்கு ஆதரவாக வாக்களித்து அல்லது அதில் கையொப்பமிட்டு அவ்வொப்பந்தத்தை அதிகாரபூர்வமாக ஏற்புடையதாக்கு; பின் ஏற்பு அளி; உறுதிசெய் ▶ **ratification** /ˌrætɪfɪˈkeɪʃn/ *noun* [U] *The agreement is subject to ratification by the Parliament.*

rating /ˈreɪtɪŋ/ *noun* [C] **1** a measurement of how popular, important, good, etc. sth is ஒன்றின் பொது விருப்புக்குரிய நிலை, முக்கியத்துவம், பயன்நிறைவு முதலியவற்றின் மதிப்பீடு; கணிப்பு **2** (*usually* **the ratings**) a set of figures showing the number of people who watch a particular television programme, etc., used to show how popular the programme is குறிப்பிட்ட தொலைக்காட்சி நிகழ்ச்சி முதலியவை மக்களிடையே பெற்றுள்ள வரவேற்பைக் காட்டப் பயன்படுத்தப்படும், அந்நிகழ்ச்சியைப் பார்ப்பவர்களின் எண்ணிக்கையைக் குறிக்கும் இலக்கத் தொகுதி; நேயர் விருப்பக் கணிப்பீட்டு எண்ணிக்கை

ratio /ˈreɪʃiəʊ/ *noun* [C] **ratio (of A to B)** the relation between two numbers which shows how much bigger one quantity is than another இரு எண்ணிக்கைகளுக்கு இடையேயான வேறுபாட்டைக் குறிக்கும் அவற்றின் தொடர்பு முறை; வீதத் தொடர்பு; தகவு *The ratio of boys to girls in this class is three to one* (= there are three times as many boys as girls).

ration /ˈræʃn/ *noun* [C] a limited amount of food, petrol, etc. that you are allowed to have when there is not enough for everyone to have as much as he/she wants உணவுப்பொருள், எரிபொருள் முதலியவை அனைவருக்கும் நிறைவூட்டும் அளவு இல்லாத நிலையில், ஒவ்வொருவருக்கும் பகிர்ந்தளிக்கப்படும் அவற்றின் வரையறுக்கப்பட்ட அளவு; பங்கீட்டு முறை உணவுப்பொருள் முதலியவை ▶ **ration** *verb* [T] *In the desert water is strictly rationed.* ▶ **rationing** *noun* [U]

rational /ˈræʃnəl/ *adj.* **1** (used about a person) able to use logical thought rather than emotions to make decisions (ஆள் வகையில்) உணர்வுகளைச் சார்ந்து அல்லாமல், காரண காரிய அடிப்படையில் முடிவுகள் எடுக்கக்கூடிய; சிந்தனை ஆற்றல் கொண்ட; பகுத்துணரவல்ல ✪ OPP **irrational 2** based on reason; sensible or logical பகுத்தறிவின் அடிப்படையிலான; அறிவுக்குப் பொருத்தமான; நியாயமான; விவேகமுள்ள *There must be a rational explanation for why he's behaving like this.* ▶ **rationally** *adv.*

rationale /ˌræʃəˈnɑːl/ *noun* [C] (*formal*) **the rationale (behind/for/of sth)** the principles or reasons which explain a particular decision, course of action, belief, etc. குறிப்பிட்ட முடிவு, செயற்பாடு, நம்பிக்கை முதலியவற்றின் அடிப்படையாக அமையும் கோட்பாடுகள் அல்லது காரணங்கள்; காரண விளக்கம்; காரண காரிய அடிப்படை; அடிப்படைக் கோட்பாடு *What is the rationale behind these new exams?*

rationalize (*also* **-ise**) /ˈræʃnəlaɪz/ *verb* **1** [I, T] to find reasons that explain why you have done sth (perhaps because you do not like the real reason) தனது செயல் ஒன்றுக்கான (சில சமயம் உண்மையான காரணத்தைக் கூற விரும்பாத நிலையில்) பொருத்தமான காரணங்களைக் கண்டறி; அறிவார்ந்த விளக்கம் கூறு **2** [T] make a business or a system better organized ஒரு வாணிகத் தொழிலை அல்லது ஓர் அமைப்பை மறுசீரமை; மேலும் செம்மைப்படுத்து ▶ **rationalization** (*also* **-isation**) /ˌræʃnəlaɪˈzeɪʃn/ *noun* [C, U]

rattle¹ /ˈrætl/ *verb* **1** [I, T] to make a noise like hard things hitting each other or to shake sth so that it makes this noise கெட்டியான பொருள்கள் ஒன்றின்மீது ஒன்று மோதுவது போன்ற ஒலி எழுப்பு அல்லது இவ்வாறு ஒலி எழுமாறு ஒன்றை ஆட்டு; சடசட/தடதட ஒலி செய்; கிலுகிலுப்பையை ஆட்டி ஒலிக்கச்செய் *The windows were rattling all night in the wind.* **2** [T] (*informal*) to make sb suddenly become worried ஒருவர் திடீரென மனத் துயர் கொள்ளச்செய்; கலக்கம் உண்டுபண்ணு; சஞ்சலப்படுத்து *The news of his arrival really rattled her.*

PHR V **rattle sth off** to say a list of things you have learned very quickly தான் அறிந்துள்ள பொருள்களின் பட்டியலை விசு விரைவுடன் கூறு; கடகட என்று ஒப்புவி *She rattled off the names of every player in the team.*

rattle² /ˈrætl/ *noun* [C] **1** a toy that a baby can shake to make a noise ஒலி எழுமாறு குழந்தைகள் ஆட்டும் விளையாட்டுப் பொருள்; கிலுகிலுப்பை **2** a noise made by hard things hitting each other கடினத்தன்மையுள்ள பொருள்கள் ஒன்றின் மீது ஒன்று மோதி எழுப்பும் ஒலி; கடகட/சடசட/தடதட ஒலி

rattlesnake /ˈrætlsneɪk/ *noun* [C] a poisonous American snake that makes a noise by moving the end of its tail quickly when it is angry or afraid சினம் அல்லது அச்சம் கொள்ளும்போது வால் நுனியை வேகமாக ஆட்டிக் கலகல என்று ஒலி எழுப்பும் அமெரிக்க நச்சுப்பாம்பு வகை

raucous /ˈrɔːkəs/ *adj.* (used about people's voices) loud and unpleasant (ஆட்கள் குரல் வகையில்) உரத்தும் இனிமையற்றும் ஒலிக்கிற; கரகரப்பான

rava *noun* [U] coarsely ground wheat; semolina (used in Indian cooking) (இந்தியச் சமையலில் பயன்படுத்தப்படும்) பொடியாக உடைக்கப்பட்ட கோதுமை; ரவை

ravage /ˈrævɪdʒ/ *verb* [T] to damage sth very badly; to destroy sth ஒன்றுக்கு மிக மோசமான சேதம் உண்டாக்கு; பாழ்படுத்து

rave¹ /reɪv/ *verb* [I] **1** (*informal*) **rave (about sb/sth)** to say very good things about sb/sth ஒருவரை/ஒன்றைப் பெரிதும் மெச்சு; உணர்ச்சி பொங்கப் பாராட்டு; மிக உயர்வாகப் புகழ் *Everyone's raving about her latest record!* **2** to speak angrily or wildly சினத்துடன் அல்லது கட்டுமீறிப் பேசு; மூர்க்கமாகப் பேசு

rave² /reɪv/ *noun* [C] (*BrE*) a large party held outside or in an empty building, at which people dance to electronic music வெறுமையான கட்டடத்தினுள் அல்லது அதற்கு வெளியே நடைபெறும், மின்னிசைக்கு ஏற்ப ஆடப்படும் நடனத்துடன் கூடிய பெரும் விருந்து நிகழ்ச்சி

raven /ˈreɪvn/ *noun* [C] a large black bird that has an unpleasant voice இனிமையற்ற குரல் உடைய பெரிய கருநிறப் பறவை வகை; அண்டங்காக்கை

ravenous /ˈrævənəs/ *adj.* very hungry கடும் பசியுள்ள; தீராப் பெரும் பசியுடைய ▶ **ravenously** *adv.*

rave review *noun* [C] an article in a newspaper, etc. that says very good things about a new book, film, play, etc. புதிதாக வெளிவந்துள்ள நூல், திரைப்படம், நாடகம் முதலியவை குறித்துப் புகழ்ந்து உரைக்கும் (பத்திரிகை) மதிப்புரை; பாராட்டுமுறை மதிப்புரை

ravine /rəˈviːn/ *noun* [C] a narrow deep valley with steep sides செங்குத்தான பக்கங்களையுடைய ஒடுக்கமான ஆழ்ந்த பள்ளத்தாக்கு; குறுகிய மலையிடுக்கு

raving /ˈreɪvɪŋ/ *adj., adv.* (*informal*) used to emphasize a particular state or quality குறிப்பிட்ட நிலையை அல்லது பண்பை வலியுறுத்தப் பயன்படுத்தப்படுவது: முழுதும்; மிகவும் *He went raving mad.*

raw /rɔː/ *adj.* **1** not cooked சமைக்கப்படாத; பச்சையான *Raw vegetables are good for your health.* **2** in the natural state; not yet made into anything இயற்கை நிலையில் உள்ள; கைவினைப்படாத; (செய்பொருளின்) மூலப் பொருளாக உள்ள *raw materials* (= that are used to make things in factories, etc.) **3** used about an injury where the skin has come off from being rubbed உராய்வுற்றுத் தோல் பிரிந்து காயமாக உள்ள; பச்சைப் புண்ணாயுள்ள

ray /reɪ/ *noun* [C] a line of light, heat or energy ஒளி, வெப்பம் அல்லது ஆற்றலின் கீற்று; ஒளிக்கதிர்; வெப்பக்கதிர்; ஆற்றல் அலைக்கதிர் *the sun's rays • ultraviolet rays* ⇨ **X-ray** பார்க்க.

IDM **a ray of hope** a small chance that things will get better ஒன்று மேம்பாடு அடையும் என்பதற்கான சிறு வாய்ப்புக் கூறு; நம்பிக்கைக் கீற்று

raze /reɪz/ *verb* [T] (*usually passive*) to completely destroy a building, town, etc. so that nothing is left ஒரு கட்டடம், நகரம் முதலியவற்றை அதன் சுவடு தெரியாது போகுமாறு முற்றிலுமாக அழி; தரைமட்டமாக்கு *The building was razed to the ground.*

razor /ˈreɪzə(r)/ *noun* [C] a sharp instrument which people use to cut off the hair from their skin (**shave**) மயிர் மழிக்கப் பயன்படுத்தப்படும்

கூர்மையான கருவி வகை; சவரக் கத்தி *an electric razor • a disposable razor*

razor blade *noun* [C] the thin sharp piece of metal that you put in a razor சவரக் கத்தியினுள் பொருத்தும் மெல்லிய கூர்மையான உலோகப் பொருள்; மழிப்புத்தகடு

Rd *abbr.* road சாலையைக் குறிக்கும் road என்பதன் குறுக்கம் *Poonamallee High Rd*

re /riː/ *prep.* (*written*) used at the beginning of a business letter, etc. to introduce the subject that it is about தொழில் முறைக் கடிதம் முதலியவற்றின் தொடக்கத்தில் கடிதப் பொருளை அறிமுகப்படுத்தப் பயன்படுத்தப்படும் சொல் *Re: travel expenses*

re- /riː/ *prefix* (*used in verbs and related nouns, adjectives and adverbs*) again மீண்டும்; மறுபடியும்; திரும்பவும் *rebuild • reappearance*

reach[1] /riːtʃ/ *verb* **1** [T] to arrive at a place or condition that you have been going towards இலக்கு இடத்திற்கு அல்லது நிலைக்குச் சென்று சேர்; சென்றடை *The two sides hope to **reach an agreement** sometime today. • The team reached the semi-final last year.* **2** [I, T] **reach (out) (for sb/sth); reach (sth) (down)** to stretch out your arm to try and touch or get sth ஒன்றைத் தொடும் அல்லது பெறும் முயற்சியாகக் கையை நீட்டு; கை நீட்டித் தொடு *The child reached out for her mother. • She reached into her bag for her purse.* **3** [I, T] to be able to touch sth ஒன்றைத் தொட/எட்ட முடிவதாகு; எட்டு *I can't reach the top shelf.* **4** [T] to communicate with sb, especially by telephone; contact குறிப்பாக, தொலைபேசி வழியாக, ஒருவருடன் தொடர்புகொள் *You can reach me at this number.*

reach[2] /riːtʃ/ *noun* [U] the distance that you can stretch your arm கை எட்டும் தொலைவு

IDM **beyond/out of (sb's) reach 1** outside the distance that you can stretch your arm கை எட்டும் தொலைவுக்கு அப்பால்; கை எட்டாத் தொலைவில் *Keep this medicine out of the reach of children.* **2** not able to be got or done by sb ஒருவரால் பெற அல்லது செய்ய முடியாததாக; கிட்டும் வாய்ப்பெல்லைக்கு, செயல்வரம்புக்கு அல்லது ஆற்றல் எல்லைக்கு அப்பால் *A job like that is beyond his reach.*

within (sb's) reach 1 inside the distance that you can stretch your arm கை எட்டும் தொலைவில் **2** able to be achieved by sb ஒருவருக்கு இயலக் கூடியதாக; கிட்டும் வாய்ப்பெல்லைக்குள்; ஆற்றல் வரம்புக்குள் *We could sense that victory was within our reach.*

within (easy) reach of sth not far from sth ஒன்றிலிருந்து தொலை தூரத்தில் இல்லாது; (எளிதில்) சென்றடையக்கூடிய தொலைவில்

react /riˈækt/ *verb* [I] **1 react (to sth) (by doing sth)** to do or say sth because of sth that has happened or been said ஒரு நிகழ்வின் அல்லது கூறப்பட்ட ஒன்றின் எதிர்ச்செயலாக ஒன்றைச் செய் அல்லது சொல்; எதிர்வினையாற்று *The players reacted angrily to the decision.* **2 react (to sth)** to become ill after eating, breathing, etc. a particular substance குறிப்பிட்ட பொருளை உட்கொண்டு/சுவாசித்து அல்லது அப்பொருளுடன் தொடர்புற்று உடல்நலம் குன்று **3 react (with sth/together)** (used about a chemical substance) to change after coming into contact with another substance (வேதியியல் பொருள் வகையில்) வேறொரு பொருளுடன் தொடர்புற்று இயல் மாற்றம் அடை

PHR V **react against sb/sth** to behave or talk in a way that shows that you do not like the influence of sb/sth (for example authority, your family, etc.) (பிறர் மேலாண்மை, தன் குடும்பத்தினர் முதலிய) ஒன்றின்/ஒருவரது தாக்கத்திற்கு உட்பட விரும்பாமை முதலியவற்றைக் காட்டும் முறையில் நடந்துகொள் அல்லது பேசு; எதிர்ச்செயல் எழுப்பு; எதிர்வினைபுரி

reaction /riˈækʃn/ *noun* **1** [C, U] **(a) reaction (to sb/sth)** something that you do or say because of sth that has happened ஒரு நிகழ்வின் எதிர்ச்செயலாகச் செய்யும் அல்லது கூறும் ஒன்று; எதிர்வினை; கருத்து எதிரலை; பதில் குறிப்பு *Could we have your reaction to the latest news? • I shook him to try and wake him up but there was no reaction.* **2** [C, U] **(a) reaction (against sb/sth)** behaviour that shows that you do not like the influence of sb/sth (for example authority, your family, etc.) (பிறர் மேலாண்மை, தன் குடும்பத்தினர் முதலிய) ஒன்றின்/ஒருவரது தாக்கத்திற்கு உட்பட விரும்பாமை முதலியவற்றைக் காட்டும் முறையிலான நடத்தை; எதிர்ச்செயல்; எதிர்வினை **3** [C] **a reaction (to sth)** a bad effect that your body experiences because of sth that you have eaten, touched or breathed உட்கொண்ட, தொட்ட அல்லது சுவாசித்த ஒன்றின் காரணமாக உடலில் உணரப்படும் தீய விளைவு; எதிர்விளைவு *She had an **allergic reaction** to something in the food.* **4** [C, *usually pl.*] the physical ability to act quickly when sth happens ஒரு நிகழ்வின் போது விரைந்து செயலாற்றும் உடலின் இயல்திறன்; புறத் தூண்டுதலுக்கு எதிரான உடலின் எதிரியக்க ஆற்றல் *If the other driver's reactions hadn't been so good, there would have been an accident.* **5** [C, U] (*technical*) a chemical change produced by two or more substances coming into contact with each other இரண்டு அல்லது இரண்டுக்கு மேற்பட்ட பொருள்கள் ஒன்றோடு ஒன்று தொடர்புறும்போது உண்டாகும் வேதியியல் மாற்றம்

reactionary /riˈækʃənri/ *noun* [C] (*pl.* **reactionaries**) a person who tries to prevent political or social change அரசியல் அல்லது சமுதாய மாற்றத்தைத் தடுக்க முயலும் ஒருவர்; பிற்போக்காளர் ▶ **reactionary** *adj. reactionary views/politics/groups*

reactive /riˈæktɪv/ *adj.* **1** (*formal*) showing a reaction or response எதிர்விளைவை, எதிர்ச்செயலை அல்லது பதில் வினையை வெளிப்படுத்துகிற ➪ **proactive** பார்க்க. **2** (used about chemicals) whose chemical characteristics will change when mixed with another substance (வேதியியல் பொருள்கள் வகையில்) வேறொரு பொருளுடன் சேரும்போது தனது வேதியியல் பண்புகள் மாற்றத்திற்கு உள்ளாகிற

reactivity /ˌriːækˈtɪvəti/ *noun* [U] (*technical*) the degree to which a substance shows chemical change when mixed with another substance வேறொரு பொருளோடு சேரும்போது ஒரு பொருள் அடையும் வேதியியல் மாற்றத்தின் அளவு

reactor /riˈæktə(r)/ = **nuclear reactor**

read[1] /riːd/ *verb* (*pt, pp* **read** /red/) **1** [I, T] to look at words or symbols and understand them சொற்களை அல்லது குறியீடுகளை பார்த்துப் புரிந்துகொள்; படித்துணர்; படி *He never learnt to read and write.* • *Have you read any good books lately?* **2** [I, T] **read (sb) (sth); read sth (to sb)** to say written words to sb எழுத்து வடிவிலான சொற்களை ஒருவருக்குக் கூறு; வாய்விட்டுப் படி *My father used to read me stories when I was a child.* • *I hate reading out loud.* **3** [T] to be able to understand sth from what you can see ஒன்றைக் கண்ணால் கண்டு புரிந்துகொள்ளக்கூடிய ஆற்றல் பெற்றிரு *A man came to read the gas meter.* • *Profoundly deaf people train to* ***read lips***. **4** [T] to show words or a sign of sth ஒரு பொருளைக் குறிக்கும் சொற்களை அல்லது அறிகுறிகளைத் தாங்கியிரு; சொற்களால் அல்லது அறிகுறிகளால் குறிப்பிட்ட பொருளைப் புலப்படுத்து *The sign read 'Keep Left'.* **5** [T] (*formal*) to study a subject at university பல்கலைக்கழகத்தில் ஒரு துறைப்பாடம் பயில் *She read Modern Languages at Cambridge.*

PHR V **read sth into sth** to think that there is a meaning in sth that may not really be there ஒன்றில் உண்மையில் இல்லாதிருக்கும் வாய்ப்புள்ள ஒரு பொருள் அதில் இருப்பதாகக் கருது; பொருள் வருவி

read on to continue reading; to read the next part of sth தொடர்ந்து படி; அடுத்த பகுதியைப் படி

read sth out to read sth to other people ஒன்றை மற்றவர்களுக்குப் படித்துக் காட்டு

read sth through to read sth to check details or to look for mistakes ஒன்றின் விவரக் கூறுகளைச் சரிபார்க்க அல்லது ஒன்றிலுள்ள பிழைகளைக் கண்டறிய அதனைப் படி *I read my essay through a few times before handing it in.*

read up on sth to find out everything you can about a subject ஒரு பொருள் குறித்துத் தன்னால் இயன்ற அனைத்து விவரங்களையும் கண்டறி; ஒன்றை நிறைவாகக் கற்றறி

read[2] /riːd/ *noun* [*sing.*] (*informal*) a period or the action of reading வாசிப்பு நேரம்; வாசிப்பு *Her detective novels are usually* ***a good read***.

readable /ˈriːdəbl/ *adj.* **1** able to be read வாசிக்கக் கூடிய; படித்தறியத்தக்க *machine-readable data* ➪ **legible** பார்க்க. **2** easy or interesting to read படிப்பதற்கு எளிதான அல்லது ஆர்வத்தைத் தூண்டுகிற; கருத்தூன்றிப் படிக்கத்தக்க

reader /ˈriːdə(r)/ *noun* [C] **1** a person who reads sth (a particular newspaper, magazine, type of book, etc.) (குறிப்பிட்ட செய்தித்தாள், பருவ இதழ், நூல் வகை முதலிய) ஒன்றைப் படிப்பவர்; வாசகர் *She's an avid reader of science fiction.* **2** (*with an adjective*) a person who reads in a particular way குறிப்பிட்ட முறையில் ஒன்றைப் படிப்பவர் *a fast/slow reader* **3** a book for practising reading வாசிப்புப் பயிற்சிக்கான நூல்; வாசிப்புப் பயிற்சி ஏடு

readership /ˈriːdəʃɪp/ *noun* [*sing.*] the number of people who regularly read a particular newspaper, magazine, etc. குறிப்பிட்ட செய்தித்தாள், பருவ இதழ் முதலியவற்றை வழக்கமாகத் தொடர்ந்து படிப்பவர்களின் எண்ணிக்கை; (ஒன்றின்) வாசகர் எண்ணிக்கை *The newspaper has a readership of 200,000.*

readily /ˈredɪli/ *adv.* **1** easily, without difficulty இடர்ப்பாடு இன்றி எளிதாக; தடங்கல் இன்றி *Most vegetables are* ***readily available*** *at this time of year.* **2** without pausing; without being forced உடனடியாக; தயக்கமின்றி; தாமதமின்றி; கட்டாயத்தின் பேரில் இல்லாமல் *He readily admitted that he was wrong.*

readiness /ˈredinəs/ *noun* [U] **1 readiness (for sth)** the state of being ready or prepared தயார் நிலையில் அல்லது முன்னேற்பாட்டுடன் இருத்தல்; ஆயத்த நிலை; முன்னொருக்கம்; செயல்தகுதி நிலை **2 readiness (to do sth)** the state of being prepared to do sth without arguing or complaining வாதிடுதலோ குறை தெரிவித்தலோ இன்றி, ஒன்றைச்செய்ய ஆயத்தமாக இருக்கும் உடனடிச் செயல் ஒருக்க நிலை; தடையிலா விருப்ப நிலை; செயல் துணிவு நிலை *The bank have indicated their readiness to lend him the money.*

reading /ˈriːdɪŋ/ *noun* **1** [U] what you do when you read படித்தல்; வாசிப்பு *Her hobbies include* *painting and reading.* **2** [U] books, articles, etc. that are intended to be read படிப்பதற்குரிய நூல்கள், கட்டுரைகள் முதலியன; வாசிப்புப்-பொருள் *The information office gave me a pile of* ***reading matter*** *to take away.* **3** [C] the particular way in which sb understands sth ஒன்றை ஒருவர் புரிந்துகொள்ளும் தனிப்பட்ட முறை; பொருள்கோள் *What's your reading of the situation?* **4** [C] the number or measurement that is shown on an instrument அளவுக்கருவி காட்டும் எண் அல்லது அளவு *a reading of 20° C*

readjust /ˌriːəˈdʒʌst/ *verb* **1** [I] **readjust (to sth)** to get used to a different or new situation மாறுபட்ட அல்லது புதிய சூழலுக்குத் தன்னைப் பழக்கப்படுத்திக்கொள் *After her divorce, it took her a long time to readjust to being single again.* **2** [T] to change or move sth slightly ஒன்றைச் சிறிதளவு மாற்றியமை அல்லது இடம்பெயர்த்து ▶ **readjustment** *noun* [C, U]

read-only memory *noun* [U] (*computing*) = **ROM**

ready /ˈredi/ *adj.* **1 ready (for sb/sth); ready (to do sth)** prepared and able to do sth or to be used ஒன்றைச் செய்ய அல்லது பயன்பாட்டிற்கு ஆயத்தமாகவும் தகு நிலையிலும் உள்ள; செயல் தகுதி நிலையிலுள்ள; உடனடியாகப் பயன்படுத்தத்தக்க; முன்னேற்பாடுகள் முடிந்த *I'll go and* ***get*** *the dinner* ***ready.*** • ***Have*** *your money* ***ready*** *before you get on the bus.* **2 ready to do sth; ready (with/for sth)** prepared and happy to do sth ஒன்றைச் செய்ய ஆயத்தமாகவும் மகிழ்ச்சியுடனும் உள்ள; செயலொருக்கமும் விருப்பமும் உடைய; மனமார்ந்து தயார் நிலையில் உள்ள *I know it's early, but I'm* ***ready for bed.*** **3** *adv.* (*used to form compound adjectives*) that has already been made or done; not done especially for you ஏற்கனவே செய்துமுடிக்கப்பட்ட அல்லது தயாரிக்கப்பட்ட நிலையில்; தனக்கெனத் தனிப்படச் செய்யப்பட்டிராது; ஆயத்தப்-பொருளாக *ready-cooked food* • *There are no* ***ready-made*** *answers to this problem—we'll have to find our own solution.*

reagent /riˈeɪdʒənt/ *noun* [C] (*technical*) a substance used to cause a chemical reaction, especially in order to find out if another substance is present குறிப்பாக வேறொரு பொருளின் சேர்க்கையைக் கண்டறியும் பொருட்டு, வேதியியல் மாற்றவினை தூண்டப் பயன்படுத்தப்படும் பொருள்

real[1] /ˈriːəl; rɪəl/ *adj.* **1** actually existing, not imagined கற்பனையல்லாது, உண்மையில் இருக்கிற; இயலுலகில் காணப்படுகிற *The film is based on real life.* • *We have a real chance of winning.* **2** actually true; not only what people think is true பிறரால் உண்மை என்று கருதப்படுவது மட்டும் அல்லாது, மெய்யாகவே உள்ளதான; ஊகமல்லாத; புனைவல்லாத *The name he gave to the police wasn't his real name.* **3** (*only before a noun*) having all, not just some, of the qualities necessary to really be sth ஒன்றின் மெய்ம்மைத் தன்மைக்கு வேண்டிய கூறுகள் ஒன்றிரண்டு மட்டுமல்லாது, அனைத்தையும் கொண்டிருக்கிற; முற்றிலும் உண்மையான; நிறை மெய்ம்மைப் பண்புடைய *She was my first real girlfriend.* **4** natural, not false or artificial போலியானதோ செயற்கையானதோ அல்லாது, இயற்கையான *This shirt is real silk.* **5** (*only before a noun*) (used to emphasize a state, feeling or quality) strong or big (ஒரு நிலை, ஓர் உணர்ச்சி அல்லது ஒரு பண்பை வலியுறுத்தப் பயன்படுத்தப்படுவது) வலிமை வாய்ந்த; பலமான; ஆற்றல் வாய்ந்த; தீவிரமான; அழுத்தமான; பெரிய *Money is a real problem for us at the moment.* • *He made a real effort to be polite.*

IDM for real genuine or serious மெய்யான; போலியல்லாத; உள்ளார்ந்த; கருத்தார்ந்த *Her tears weren't for real.* • *Was he for real when he offered you the job?*

the real thing something genuine, not a copy நகல் அல்லாது, உண்மையான ஒன்று *This painting is just a copy. The real thing is in a gallery.*

real[2] /ˈriːəl; rɪəl/ *adv.* (*AmE informal*) very; really மிகவும்; பெரிதும்; உண்மையிலேயே; மெய்யாக

real estate *noun* [U] property in the form of land and buildings நிலம் மற்றும் கட்டடங்களாக உள்ள சொத்து; வீடு மற்றும் நில உடைமைகள்

real estate agent (*AmE*) = **estate agent**

realism /ˈriːəlɪzəm; (*also BrE*) ˈrɪə-/ *noun* [U] **1** behaviour that shows that you accept the facts of a situation and are not influenced by your feelings தனது உணர்ச்சிகளின் ஆளுமைக்கு உட்படாது, சூழலின் மெய்ம்மைகளை ஏற்றுக்-கொள்வதைக் காட்டும் முறையிலான நடத்தை; புற வாய்மையை ஒட்டிய நடத்தை ➪ **idealism** பார்க்க. **2** (in art, literature, etc.) showing things as they really are (கலை, இலக்கியம் முதலியவற்றில்) உலகில் உள்ளவற்றை உள்ளவாறே காட்டுதல்; இயற்கை வழுவாச் சித்தரிப்பு

realist /ˈriːəlɪst (*also BrE*) ˈrɪə-/ *noun* [C] **1** a person who accepts the facts of a situation, and does not try to pretend that it is different ஒரு சூழல் வேறாக உள்ளதாகப் பாவனை செய்ய முயலாது அச்-சூழலின் மெய்ம்மைகளை ஏற்று நடப்பவர்; புற வாய்மையாளர் *I'm a realist—I don't expect the impossible.* **2** an artist or writer who shows things as they really are உலகில் உள்ளவற்றை உள்ளவாறே சித்தரிக்கும் கலைஞர் அல்லது எழுத்தாளர்; இயல்வாய்மைப் படைப்பாளர்

realistic /ˌriːəˈlɪstɪk (*also BrE*) ˌrɪə-/ *adj.* **1** sensible and understanding what is possible to achieve in a particular situation பகுத்துணர்வும் குறிப்பிட்ட சூழலில் இயலக்கூடியதை அறியும் திறனும் கொண்ட; நடைமுறை மெய்ம்மைகளைப் புரிந்துகொண்டுள்ள; காரிய சாத்தியத்தைக் கருதி நடக்கிற *We have to be realistic about our chances of winning.* **2** showing things as they really are உள்ளதை உள்ளவாறே சித்தரிக்கிற; இயற்கை வழுவாத; இயல் வாய்மையுடைய *a realistic drawing/description* **3** not real but appearing to be real மெய்யாக இல்லாது மெய்யானது போலத் தோன்றுகிற; மெய்ம்மைத் தோற்றம் வாய்ந்த; போலச் செய்யப்படுகிற *The monsters in the film were very realistic.* ▶ **realistically** /ˌriːəˈlɪstɪkli/ *adv.*

reality /riˈæləti/ *noun* (*pl.* **realities**) **1** [U] the way life really is, not the way it may appear to be or how you would like it to be வாழ்க்கை, வெளித்தோற்ற நிலையிலோ கருத்துருவாகவோ அன்றி, உண்மையில் உள்ளவாறே காணப்படும் தன்மை; வாழ்வின் மெய்ம்மை நிலை *I enjoyed my holiday, but now it's back to reality.* • *We have to* ***face reality*** *and accept that we've failed.* **2** [C] a thing that is actually experienced, not just imagined கற்பித்துக்கொள்ளப்படாது, அனுபவ வழி அறிந்த ஒன்று; பட்டறிவு சார்ந்த மெய்ம்மை *Films portray war as heroic and exciting, but the reality is very different.*

IDM **in reality** in fact, really (not the way sth appears or has been described) உண்மையில்; மெய்யாக; வெளித்தோற்றம் அல்லது சித்தரிப்பு சாராது *People say this is an exciting city but in reality it's rather boring.*

realize (*also* **-ise**) /ˈrɪəlaɪz/ *verb* [T] **1** to know and understand that sth is true or that sth has happened ஒன்று உண்மை என்பதை அல்லது ஒன்று நிகழ்ந்துள்ளது என்பதை உணர்ந்தறி அல்லது புரிந்துகொள் *I'm sorry I mentioned it, I didn't realize how much it upset you.* • *Didn't you realize (that) you needed to bring money?* **2** to become conscious of sth or that sth has happened, usually sometime later வழக்கமாகச் சிறிது நேரம்/காலம் கடந்து, ஒன்றைப் பற்றிய உணர்வுகொள் அல்லது ஒன்று நிகழ்ந்துவிட்டதென உணர் *When I got home, I realized that I had left my keys at the office.* **3** to make sth that you imagined become reality கற்பனையில் கண்ட ஒன்று நடைமுறையில் நிகழச் செய்; ஒரு கருத்துரு செயல் வடிவம் பெறச் செய் *His worst fears were realized when he saw the damage caused by the fire.* ▶ **realization** (*also* **-isation**) /ˌrɪəlaɪˈzeɪʃn/ *noun* [U]

really /ˈrɪəli/ *adv.* **1** actually; in fact உண்மையில்; உண்மையாக; மெய்யாக *I couldn't believe it was really happening.* • *She wasn't really angry, she was only pretending.* **2** very; very much மிகவும்; மிகுதியாக; பெரிதும்; மிக்க அளவில்; நிரம்ப *I'm really tired.* • *I really hope you enjoy yourself.* **3** used as a question for expressing surprise, interest, doubt, etc. வியப்பு, ஆர்வம், ஐயம் முதலியவற்றை வெளிப்படுத்த வினாவாகப் பயன்படுத்தப்படுவது: உறுதியாக? மெய்யாக? *'She's left her job.' 'Really? When did that happen?'* **4** (*used in negative sentences*) to make what you are saying less strong கூறப்படும் ஒன்றின் கடுமையை/தீவிரத்தை மட்டுப்படுத்த எதிர்மறை வாக்கியங்களில் பயன்படுத்தப்படுவது *I don't really agree with that.* **5** used in questions when you are expecting sb to answer 'No' ஒருவரிடமிருந்து 'இல்லை' என்ற மறுமொழியை எதிர்பார்க்கும் நிலையில் வினாக்களில் பயன்படுத்தப்படுவது *You don't really expect me to believe that, do you?*

real time *noun* [U] (*computing*) the fact that there is only a very short time between a computer system receiving information and dealing with it ஒரு கணிப்பொறி அமைப்பு தகவலை உள்வாங்கும் நேரத்திற்கும் அதனைக் கையாளும் நேரத்திற்கும் இடையில் மிகக் குறுகிய இடைவெளியே இருப்பதாகிய மெய்ம்மை நிலை; நிகழ்நேரம் *To make the training realistic the simulation operates* ***in real time.*** • *real-time missile guidance systems*

reap /riːp/ *verb* [T] to cut and collect a crop (corn, wheat, etc.) தானியக் கதிர்களை அறுத்து ஒன்று திரட்டு; அறுவடை செய் (*figurative*) *Work hard now and you'll* ***reap the benefits*** *later on.*

reappear /ˌriːəˈpɪə(r)/ *verb* [I] to appear again or be seen again மறுபடியும் தோன்று; மீண்டும் பார்வைக்கு வா ▶ **reappearance** /ˌriːəˈpɪərəns/ *noun* [C, U]

reappraisal /ˌriːəˈpreɪzl/ *noun* [C, U] the new examination of a situation, way of doing sth, etc. in order to decide if any changes are necessary ஒரு சூழல், ஒன்றின் செயல்முறை முதலியவற்றில் ஏதாவது மாற்றங்கள் தேவையா என்பதை முடிவு செய்ய வேண்டி அதனைப் புதிதாக மீண்டும் ஆய்வுசெய்தல்; மறு மதிப்பீடு; புத்தாய்வு

rear[1] /rɪə(r)/ *noun* [*sing.*] **1 the rear** the back part பின் பகுதி; பின்புறம் *Smoking is only permitted at the rear of the bus.* **2** the part of your body that you sit on; bottom உட்காருகையில் தரையில் படியும் உடற்பகுதி; பிட்டம் ▶ **rear** *adj. the rear window/lights of a car*

IDM **bring up the rear** to be the last one in a race, a line of people, etc. ஒரு பந்தயம், முறை வரிசை முதலியவற்றில் இறுதியில் வா அல்லது இரு

rear[2] /rɪə(r)/ *verb* **1** [T] to look after and educate children குழந்தைகளைப் பேணிக் காத்துப்

பயிற்றுவி; வளர்த்து உருவாக்கு *This generation of children will be reared without fear of war.* **2** [T] to breed and look after animals on a farm, etc. பண்ணை முதலியவற்றில் விலங்குகளை இனப்பெருக்கமுறச் செய்து பாதுகா; பண்ணை விலங்கு வளர் *to rear cattle/poultry* **3** [I] **rear (up)** (used about horses) to stand only on the back legs (குதிரைகள் வகையில்) பின்னங்கால்களை மட்டும் ஊன்றி நில்

rearrange /ˌriːəˈreɪndʒ/ *verb* [T] **1** to change the position or order of things பொருள்களை இடம் மாற்று அல்லது அவற்றின் அமைப்பு முறையை மாற்று; வேறு முறையில் மீண்டும் ஒழுங்கமைவு செய்; மாற்றியமை **2** to change a plan, meeting, etc. that has been fixed அறுதி செய்யப்பட்டுள்ள திட்டம், சந்திப்பு முதலியவற்றை மாற்று *The match has been rearranged for next Wednesday.*

rear-view mirror *noun* [C] a mirror in which a driver can see the traffic behind பின்னால் வரும் ஊர்திகளை ஓட்டுநர் காண்பதற்கான கண்ணாடி; பின்னோக்காடி ➪ **car** பதிவில் படம் பார்க்க.

reason¹ /ˈriːzn/ *noun* **1** [C] **a reason (for sth/for doing sth); a reason why.../that...** a cause or an explanation for sth that has happened or for sth that sb has done நிகழ்ந்துள்ள அல்லது ஒருவரால் செய்யப்பட்டுள்ள ஒன்றிற்கான காரணம் அல்லது விளக்கம்; செயற்காரணம்; முகாந்தரம்; செயல் விளக்கம் *He said he couldn't come but he didn't **give a reason**.* **2** [C, U] **(a) reason (to do sth); (a) reason (for sth/for doing sth)** something that shows that it is right or fair to do sth ஒரு செயல் சரியானது அல்லது முறையானது என்பதைக் காட்டும் ஒன்று; அடிப்படை; ஆதாரம்; நியாயம் *I **have reason** to believe that you've been lying.* • *You **have every reason*** (= you are completely right) *to be angry.* **3** [U] the ability to think and to make sensible decisions சிந்தித்து அறிவார்ந்த மற்றும் நடைமுறைக்கு ஏற்ற முடிவுகளை எடுக்கும் ஆற்றல்; பகுத்தறிவு; விவேகம் *Only human beings are capable of reason.* **4** [U] what is right or acceptable சரியான அல்லது ஏற்புக்குரிய ஒன்று; நியாயம்; முறைமை; ஒழுங்கு *I tried to persuade him not to drive but he just wouldn't **listen to reason**.* • *I'll pay anything **within reason** for a ticket.*

IDM **it stands to reason** (*informal*) it is obvious if you think about it சிந்தித்துப் பார்க்கும் போது தெளிவாக அறியத்தக்கது; அறிவுக்குப் பொருத்தமானது; விவேகமானது

reason² /ˈriːzn/ *verb* [I, T] to form a judgement or an opinion, after thinking about sth in a logical way ஒன்றைப் பற்றிக் காரண காரிய அடிப்படையில் சிந்தித்து ஒரு முடிவை அல்லது கருத்தை எட்டு; சீர்தூக்கிப் பார்; பகுத்தறிவைப் பயன்படுத்து

PHR V **reason with sb** to talk to sb in order to persuade him/her to behave or think in a more reasonable way பகுத்தறிவைப் பயன்படுத்தி நியாயமான முறையில் நடந்துகொள்ள அல்லது சிந்தித்துப்பார்க்க இணங்குவிக்கும் நோக்குடன் ஒருவரிடம் பேசு; காரண காரிய அடிப்படையில் வாதிட்டு ஒருவரை இணங்க வைக்க முயல்

reasonable /ˈriːznəbl/ *adj.* **1** fair, practical and sensible முறையான, விவேகமுள்ள மற்றும் அறிவுக்கு உகந்த; பகுத்தறிவுக்கு ஒத்த *I think it's reasonable to expect people to keep their promises.* • *I tried to be reasonable even though I was very angry.* **2** acceptable and appropriate in a particular situation குறிப்பிட்ட சூழலில் ஏற்றுக்கொள்ளத்தக்க மற்றும் பொருத்தமான; ஏற்பிசைவுக்குரிய; நியாயமான *He made us a reasonable offer for the car.* ✪ **OPP unreasonable** **3** (used about prices) not too expensive (விலைகள் வகையில்) மிகு விலையல்லாத; மட்டான; நியாயமான *We sell good quality food at reasonable prices.* **4** quite good, high, big, etc. but not very நன்னிலை, உயர்வு, பெருமை முதலியவை வகையில், மிகைப்படியாக இல்லாது மட்டளவாக உள்ள; நேரியதான; ஓரளவு நிறைவாக உள்ள *His work is of a reasonable standard.*

reasonably /ˈriːznəbli/ *adv.* **1** fairly or quite (but not very) (மிகைப்படியாக இல்லாது) சம நிலையில் அல்லது மட்டான அளவில்; மிதமாக *The weather was reasonably good but not brilliant.* **2** in a sensible and fair way அறிவுக்குப் பொருத்தமான மற்றும் நியாயமான முறையில்

reasoning /ˈriːzənɪŋ/ *noun* [U] the process of thinking about sth and making a judgement or decision ஒன்று குறித்துச் சிந்தித்து ஒரு மதிப்பீடு செய்தல் அல்லது ஒரு முடிவுக்கு வருதல் *What's the reasoning behind his sudden decision to leave?*

reassurance /ˌriːəˈʃɔːrəns/ *noun* [U, C] advice or help that you give to sb to stop him/her worrying or being afraid மனக்கலக்கத்திலிருந்து அல்லது அச்சத்திலிருந்து ஒருவரை விடுவிக்கும் பொருட்டு அவருக்கு வழங்கும் அறிவுரை அல்லது துணையாதரவு; தன்னம்பிக்கையூட்டல்; அச்சம் தெளிவித்தல் *I need some reassurance that I'm doing things the right way.*

reassure /ˌriːəˈʃɔː(r)/ *verb* [T] to say or do sth in order to stop sb worrying or being afraid ஒருவரைக் கவலை அல்லது அச்சத்திலிருந்து மீட்கும் பொருட்டு ஒன்று கூறு அல்லது செய்; நம்பிக்கையூட்டு *The mechanic reassured her that the engine was fine.* ▶ **reassuring** *adj.* ▶ **reassuringly** *adv.*

rebate /ˈriːbeɪt/ *noun* [C] a sum of money that is given back to you because you have paid too much மிகைப்படியாகச் செலுத்தியுள்ள ஒருவருக்குத் திருப்பித் தரப்படும் பணத்தொகை; தள்ளுபடி *to get a tax rebate*

rebel¹ /ˈrebl/ *noun* [C] **1** a person who fights against his/her country's government because he/she wants things to change முறை மாற்றத்தை நோக்காகக் கொண்டு தனது நாட்டு அரசுக்கு எதிராகப் போராடுபவர்; புரட்சியாளர் **2** a person who refuses to obey people in authority or to accept rules மேலாட்சியில் உள்ளவர்களுக்குப் பணிய மறுப்பவர் அல்லது சட்ட திட்டங்களை ஏற்க மறுப்பவர்; ஆட்சி எதிர்ப்பாளர்; கட்டுப்பாட்டு எதிர்ப்பாளர் *At school he had a reputation as a rebel.*

rebel² /rɪˈbel/ *verb* [I] (**rebelling; rebelled**) **rebel (against sb/sth)** to fight against authority, society, a law, etc. மேலாட்சி, சமுதாயம், சட்டம் முதலியவற்றை எதிர்த்துப் போராடு; கட்டுப்பாட்டை எதிர்; கிளர்ச்சி செய் *She rebelled against her parents by marrying a man she knew they didn't approve of.*

rebellion /rɪˈbeljən/ *noun* [C, U] **1** an occasion when some of the people in a country try to change the government, using violence வன்முறையைக் கையாண்டு தமது நாட்டின் அரசை மாற்ற மக்களின் ஒருசாரார் நடத்தும் கிளர்ச்சி; ஆட்சி மாற்றப் போராட்டம்; ஆட்சி எதிர்ப்புக் கலகம் **2** the action of fighting against authority or refusing to accept rules மேலாட்சிக்கு எதிரான அல்லது சட்டதிட்டங்களைப் பணிய மறுக்கும் போராட்டம்; மேலாண்மை எதிர்ப்பு; சட்ட ஆட்சி மீறுகை; அடங்காமை *Voting against the leader of the party was an act of open rebellion.*

rebellious /rɪˈbeljəs/ *adj.* not doing what authority, society, etc. wants you to do மேலாட்சி, சமுதாய நியதிகள் முதலியவற்றை ஒட்டி ஒழுக மறுக்கிற; எதிர்ப்புணர்ச்சியுடைய *rebellious teenagers*

reboot /ˌriːˈbuːt/ *verb* [T, I] (*computing*) if you reboot a computer or if it reboots, you turn it off and then turn it on again immediately (கணிப்பொறி வழக்கு) கணிப்பொறிச் செயல்பாட்டை நிறுத்தம் செய்து, மீண்டும் உடனடியாக இயங்கச் செய்; கணிப்பொறி செயல்பாடு நின்று மீண்டும் உடனடியாக இயக்க நிலைக்கு வா

rebound /rɪˈbaʊnd/ *verb* [I] **rebound (from/off sth)** to hit sth/sb and then go in a different direction ஒன்றை/ஒருவரைத் தாக்கிவிட்டுப் பின்னர் வேறு திசையில் செல் *The ball rebounded off a defender and went into the goal.* ▶ **rebound** /ˈriːbaʊnd/ *noun* [C]

rebuff /rɪˈbʌf/ *noun* [C] an unkind refusal of an offer or suggestion ஒரு கொடையை, சலுகையை அல்லது ஆலோசனையை நட்பிணக்கமற்ற முறையில் மறுதலித்தல்; மட்டம் தட்டும் முறையிலான மறுப்பு ▶ **rebuff** *verb* [T]

rebuild /ˌriːˈbɪld/ *verb* [T] (*pt, pp* **rebuilt** /ˌriːˈbɪlt/) to build sth again ஒன்றை மீண்டும் கட்டி உருவாக்கு அல்லது வேறுமுறையில் கட்டு *Following the storm, a great many houses will have to be rebuilt.*

rebuke /rɪˈbjuːk/ *verb* [T] (*formal*) to speak angrily to sb because he/she has done sth wrong ஒருவர் தவறு செய்தமைக்காக அவரிடம் சினம் தொனிக்கப் பேசு; கண்டி ▶ **rebuke** *noun* [C]

recall /rɪˈkɔːl/ *verb* [T] **1** to remember sth (a fact, event, action, etc.) from the past (கடந்த காலத்திற்குரிய உண்மை நிகழ்ச்சி, செயல் முதலிய) ஒன்றை மீண்டும் நினைவுபடுத்திக்கொள் *She couldn't recall meeting him before.* **2** to order sb to return; to ask for sth to be returned ஒருவர் திரும்ப வருமாறு ஆணையிடு; திருப்பி அழை; ஒன்றைத் திரும்பத் தருமாறு கோரு *The company has recalled all the fridges that have this fault.*

recap /ˈriːkæp/ (**recapping; recapped**) (*spoken*) (*written* **recapitulate** /ˌriːkəˈpɪtʃuleɪt/) *verb* [I, T] to repeat or look again at the main points of sth to make sure that they have been understood ஒன்றின் முக்கியமான கருத்துகள் புரிந்துகொள்ளப்பட்டதை உறுதி செய்துகொள்ளும் பொருட்டு அவற்றை மீண்டும் கூறு அல்லது நோக்கு; தொகுத்துக் கூறு *Let's quickly recap what we've done in today's lesson.*

recapture /ˌriːˈkæptʃə(r)/ *verb* [T] **1** to win back sth that was taken from you by an enemy or a competitor பகைவரால் அல்லது போட்டியாளரால் தன்னிடமிருந்து கைக்கொள்ளப்பட்ட ஒன்றை மீண்டும் வென்றடை; மீட்டுப்பெறு *Government troops have recaptured the city.* **2** to catch a person or animal that has escaped தப்பிச் சென்றுள்ள ஆளை அல்லது விலங்கைக் கைப்பற்று; மீண்டும் பிடி **3** to create or experience again sth from the past கடந்த காலத்திற்குரிய ஒன்றை மீண்டும் தோற்றுவி அல்லது புலன் உணர்வாகக் காண், புத்துரு அளி *The film brilliantly recaptures life in the 1930s.*

recede /rɪˈsiːd/ *verb* [I] **1** to move away and begin to disappear விலகிச் சென்று பார்வையிலிருந்து மறையத் தொடங்கு; காட்சியில் பின்னடைவுறு *The coast began to recede into the distance.* **2** (used about a hope, fear, chance, etc.) to become smaller or less strong (நம்பிக்கை, அச்சம், வாய்ப்பு முதலியவை வகையில்) குறைவுறு அல்லது தீவிரம் குன்று **3** (used about a man's hair) to fall out and stop growing at the front of the head (ஆண் மயிர் வகையில்) முன் பக்கத்தில்

முடி விழுந்து மீண்டும் வளராது போ; முன்பக்கம் வழுக்கை விழு *He's got a **receding hairline**.*

receipt /rɪˈsiːt/ *noun* **1** [C] **a receipt (for sth)** a piece of paper that is given to show that you have paid for sth ஒன்றுக்குச் செலுத்த வேண்டிய பணத்தொகையைச் செலுத்தியதைக் காட்டும் தாள்; பற்றுச்சீட்டு *Keep the receipt in case you want to exchange the shirt.* **2** [U] (*formal*) **receipt (of sth)** the act of receiving sth ஒன்றைப் பெறுகை; கைக்கொள்ளுகை

receive /rɪˈsiːv/ *verb* [T] **1 receive sth (from sb/sth)** to get or accept sth that sb sends or gives to you ஒருவரால் அனுப்பப்படும் அல்லது வழங்கப்படும் ஒன்றைப் பெறு அல்லது ஏற்றுக்கொள் *to receive a phone call/a prize/a letter* **2** to experience a particular kind of treatment or injury குறிப்பிட்ட வகையான நடத்து முறைக்கு உள்ளாகு அல்லது உடற்காயம் ஏற்படு *We received a warm welcome from our hosts.* • *He received several cuts and bruises in the accident.* **3** (*often passive*) to react to sth new in a particular way புதிதான ஒன்றைக் குறிப்பிட்ட முறையில் ஏற்றுக்கொள்; வரவேற்புச் செய்; புதிதான ஒன்றுக்குக் குறிப்பிட்ட முறையில் எதிர்வினை நிகழ்த்து *The film has been well received by the critics.*

received pronunciation = **RP**

receiver /rɪˈsiːvə(r)/ *noun* [C] **1** (*also* **handset**) the part of a telephone that is used for listening and speaking கேட்பதற்கும் பேசுவதற்கும் பயன்படுத்தப்படும் தொலைபேசிப் பொறியின் பகுதி; தொலைபேசிச் செவிக்குழல் **2** a piece of television or radio equipment that changes electronic signals into sounds or pictures மின்னணுச் சமிக்ஞைகளை ஒலிகளாக அல்லது படங்களாக மாற்றும் தொலைக்காட்சி/வானொலிச் சாதனம்; ஒலி/ஒளி வாங்கி

recent /ˈriːsnt/ *adj.* that happened or began only a short time ago சிறிது காலத்திற்கு முன்புதான் நேர்ந்த அல்லது தொடங்கப்பட்ட; அண்மைக் காலத்திற்குரிய; நெடுங்காலம் ஆகியிராத ***In recent years** there have been many changes.* • *This is a recent photograph of my daughter.*

recently /ˈriːsntli/ *adv.* not long ago நெடுங்காலத்திற்கு முன்பு அல்லாது; சிறிது காலத்திற்கு முன்; கால அண்மையில் *She worked here until quite recently.* • *Have you seen Priya recently?*

NOTE **Recently** குறிப்பிட்ட நேரம், காலப்பகுதி ஆகிய இரண்டையும் குறிக்கும். நேரத்தைக் குறிக்கையில் இறந்தகாலத்தைப் பயன்படுத்த வேண்டும்—*He got married recently.* காலப் பகுதியைக் குறிப்பிடும்போது நிகழ்கால முற்றுவினை அல்லது நிகழ்காலமுற்றுத் தொடர்வினை வரும்—*I haven't done anything interesting recently.* • *She's been working hard recently.* **Lately** ஒரு காலப் பகுதியை மட்டும் குறிக்கும். இது நிகழ்கால முற்றுவினை (present perfect) அல்லது நிகழ்காலமுற்றுத் தொடர்வினை (present perfect continuous tense)-இல் மட்டுமே வரும்—*I've seen a lot of films lately.* • *I've been spending too much money lately.*

receptacle /rɪˈseptəkl/ *noun* [C] **1 a receptacle (for sth)** (*formal*) a container for putting sth in ஒன்றை உள்ளிட்டு வைப்பதற்கான கொள்கலம் **2** the rounded area at the top of a **stem** that supports the head of a flower காம்பின் மேற்பகுதியில் மலரின் தலைப்பகுதியைத் தாங்கி நிற்கும் உருண்டை வடிவப் பகுதி; மலர் அடித்தலம் ➪ **flower** பதிவில் படம் பார்க்க.

reception /rɪˈsepʃn/ *noun* **1** [U] the place inside the entrance of a hotel or office building where guests or visitors go when they first arrive விருந்தினர்கள் அல்லது பார்வையாளர்கள் தங்குமனையினுள் அல்லது அலுவலகக் கட்டடத்தினுள் நுழைந்தவுடன் செல்லும் அதன் வாயில் உட்புறப் பகுதி; வரவேற்புக்கூடம் *Leave your key **at/in reception**.* • *the reception desk* **2** [C] a formal party to celebrate sth or to welcome an important person ஒன்றைக் கொண்டாடுவதற்கு அல்லது முக்கியமான ஒருவரை வரவேற்பதற்கு ஏற்பாடு செய்யப்படும் சம்பிரதாய முறையிலான விருந்து நிகழ்ச்சி; வரவேற்பு நிகழ்ச்சி; வரவேற்பு *a **wedding reception**.* • *There will be an official reception at the embassy for the visiting ambassador.* **3** [*sing.*] the way people react to sth ஒன்று குறித்த மக்களின் எண்ண வெளிப்பாட்டு வகை; கருத்துத் தடம்; எண்ண எதிரலை *The play got a mixed reception* (= some people liked it, some people didn't). **4** [U] the quality of radio or television signals வானொலி அல்லது தொலைக்காட்சிச் சமிக்கைகளின் தரநிலை *TV reception is very poor where we live.*

receptionist /rɪˈsepʃənɪst/ *noun* [C] a person who works in a hotel, office, etc. answering the telephone and dealing with visitors and guests when they arrive தொலைபேசி அழைப்புகளைக் கையாளுதல், பார்வையாளர்கள் மற்றும் விருந்தினர்கள் வந்து சேர்ந்தவுடன் அவர்களை வரவேற்று வழிப்படுத்துதல் ஆகியவற்றைச் செய்யும் தங்கு மனை, அலுவலகம் முதலியவற்றின் பணியாளர்; வரவேற்பாளர் *a hotel receptionist*

receptive /rɪˈseptɪv/ *adj.* **receptive (to sth)** ready to listen to new ideas, suggestions, etc. புதுக் கருத்துகள், ஆலோசனைகள் முதலியவற்றைக் கருதிப் பார்க்க ஆயத்தமாக உள்ள; திறந்த மனதுடைய

recess /rɪˈses/ *noun* **1** [C, U] a period of time when Parliament, committees, etc. do not meet நாடாளு-மன்றம், குழுக்கள் முதலியவற்றின் கூட்டம் நடைபெறாத காலம்; இடை ஓய்வுக் காலம் **2** [U] a short break during a trial in a court of law நீதி மன்றத்தில் ஒரு வழக்கு விசாரணையின் போதான சிறிது நேர இடைஓய்வு **3** (*AmE*) = **break² 3** ➪ **interval** பதிவிலுள்ள குறிப்பைப் பார்க்க. **4** [C] part of a wall that is further back than the rest, forming a space உட்குழிந்துள்ள சுவர்ப்பகுதி; மாடம் **5** [C] a part of a room that receives very little light சிறிதளவே ஒளி பெறும் அறைப் பகுதி; அறையின் உள்ளிடம்

recession /rɪˈseʃn/ *noun* [C, U] a period when the business and industry of a country is not successful ஒரு நாட்டின் வாணிகமும் தொழிலும் ஆக்க வளம் குன்றிக் காணப்படும் காலம்; வாணிகம், தொழில் இவற்றின் மந்த நிலை; பின்னடைவு *The country is now* ***in recession.***

recessive /rɪˈsesɪv/ *adj.* (*technical*) a recessive physical characteristic only appears in a child if he/she has two **genes** for this characteristic, one from each parent பெற்றோர் இருவரிடமிருந்தும் ஒவ்வொரு மரபணுவினைப் பெற்றதன் வழி-யான இயற்பண்பு கொண்டுள்ள ➪ **dominant** பார்க்க.

recharge /ˌriːˈtʃɑːdʒ/ *verb* [T, I] to fill a battery with electrical power; to fill up with electrical power மின்கலத்தினுள் மீண்டும் மின்னாற்றலைச் செலுத்து; மின்கலம் மீண்டும் செறிவூட்டப்படு *He plugged the drill in to recharge it.* ➪ **charge** பார்க்க. ▶ **rechargeable** *adj. rechargeable batteries*

recipe /ˈresəpi/ *noun* [C] **1 a recipe (for sth)** the instructions for cooking or preparing sth to eat. A recipe tells you what to use (**the ingredients**) and what to do உணவு வகை ஒன்றின் சேர்மானங்களையும் அவ்வுணவைச் சமைக்கும் முறையையும் விவரிக்கும் உணவு செய்-முறைக் குறிப்பு; சமையல் குறிப்பு *a recipe for chocolate cake* **2 a recipe for sth** the way to get or produce sth ஒன்றைப் பெறுவதற்கான அல்லது தயாரிப்பதற்கான வழிமுறை; வகைதுறை ஏற்பாடு; உபாயம் *Putting Dilip in charge of the project is* ***a recipe for disaster.***

recipient /rɪˈsɪpiənt/ *noun* [C] (*formal*) a person who receives sth ஒன்று வழங்கப்பெறுபவர்; பெறுநர்

reciprocal /rɪˈsɪprəkl/ *adj.* involving two or more people or groups who agree to help each other or to behave in the same way towards one another ஒருவருக்கொருவர் உதவி செய்து-கொள்ள அல்லது ஒரே முறையில் ஒருவரிடம் மற்றொருவர் நடந்துகொள்ள உடன்படும் இரண்டு அல்லது இரண்டுக்கு மேற்பட்ட ஆட்களை/குழுக்களை உள்ளடக்கிய; கொள்ளல் கொடுத்தல் பாங்குள்ள; பரஸ்பர உறவுடைய *The arrangement is reciprocal. They help us and we help them.*

reciprocate /rɪˈsɪprəkeɪt/ *verb* **1** [T, I] (*formal*) **reciprocate (sth) (with sth)** to behave or feel towards sb in the same way as he/she behaves or feels towards you தன்னிடம் ஒருவர் நடந்து-கொள்ளும் அல்லது தன்மீது ஒருவர் உணர்வு செலுத்தும் அதே முறையில் அவரிடம் நடந்து-கொள்; கொண்டு கொடுப்புச் செய்; பரிவர்த்தனை செய் *He smiled but his smile was not reciprocated.* **2** [I] (*technical*) to move backwards and forwards in a straight line ஒரு நேர்க்-கோட்டில் பின்னோக்கியும் முன்னோக்கியும் நகர்; எதிரெதிர் இயங்கு *a reciprocating action/movement* ▶ **reciprocation** /rɪˌsɪprəˈkeɪʃn/ *noun* [U]

recital /rɪˈsaɪtl/ *noun* [C] a formal public performance of music or poetry வினைமுறை சார்ந்த இசையரங்கு; கவிதை வாசிப்பு *a piano recital* ➪ **concert** பார்க்க.

recitation /ˌresɪˈteɪʃn/ *noun* **1** [C, U] an act of saying aloud a piece of poetry or prose that you have learned, for people to listen to கற்று அறிந்-துள்ள செய்யுளை அல்லது உரைநடைப் பகுதியை அவையோர் கேட்குமாறு உரக்கக் கூறும் செயல்; ஒப்புவித்தல்

recite /rɪˈsaɪt/ *verb* [I, T] to say aloud a piece of writing, especially a poem or a list, from memory ஒன்றை, குறிப்பாக ஒரு கவிதையை அல்லது பட்டியலை, நினைவிலிருந்து உரக்கக் கூறு; ஒப்புவி

reckless /ˈrekləs/ *adj.* not thinking about possible bad or dangerous results that could come from your actions தனது செயல்களால் நேரக்-கூடிய மோசமான அல்லது ஆபத்தான விளைவு-களைப் பற்றி எண்ணிப்பார்க்காத; எண்ணாமல் துணிகிற *reckless driving* ▶ **recklessly** *adv.*

reckon /ˈrekən/ *verb* [T] (*informal*) **1** to think; to have an opinion about sth எண்ணு; எண்ணிப் பார்; ஒன்று குறித்துக் குறிப்பிடப்பட்டவாறு கருது *She's very late now. I reckon (that) she isn't coming. • I think she's forgotten. What do you reckon?* **2** to calculate sth approximately ஒன்றைத் தோராயமாகக் கணக்கிடு; மதிப்பிடு *I reckon the journey will take about half an hour.* **3** to expect to do sth ஒன்றைச் செய்ய எண்ணம் கொள்; செயல் கருது *I wasn't reckoning to pay so much.*

PHR V **reckon on sth** to expect sth to happen and therefore to base a plan or action on it ஒன்று நிகழும் என எதிர்பார்த்து அதன் அடிப்படையில் திட்டமிடு அல்லது ஒரு செயலில் ஈடுபடு *I didn't book in advance because I wasn't reckoning on tickets being so scarce.*

reckon (sth) up to calculate the total amount or number of sth ஒன்றின் மொத்த அளவை அல்லது எண்ணிக்கையைக் கணக்கிடு

reckon with sb/sth to think about sb/sth as a possible problem ஒருவர்/ஒன்று ஒரு பிரச்சினையாக இருக்கக்கூடுமெனக் கருது

reckoning /ˈrekənɪŋ/ *noun* **1** [U, C] the act of calculating sth, especially in a way that is not very exact (பெரும்பாலும் சரிநுட்பமாக அல்லாது) ஒன்றைக் கணக்கிடுதல்; கணிப்பு; மதிப்பீடு **2** [C, *usually sing.*, U] (*formal*) a time when sb's actions will be judged to be right or wrong and they may be punished ஒருவரது செயல்கள் சரியானவை அல்லது தவறானவை என மதிப்பீடு செய்யப்பட்டு அதன் அடிப்படையில் தண்டனை வழங்கப்படுவதற்கான வாய்ப்புள்ள தருணம்; இறுதித் தீர்ப்பு நாள் *In the **final reckoning** truth is rewarded.* • *Officials concerned with environmental policy predict that **a day of reckoning** will come.*

IDM **in/into/out of the reckoning** (*BrE*) (especially in sport) among/not among those who are likely to win or be successful (குறிப்பாக விளையாட்டில்) வெற்றி வாய்ப்புள்ளவர்களுள் ஒருவராக இருப்பவராக/இல்லாதவராக *Sreesanth is fit again and should come into the reckoning.*

reclaim /rɪˈkleɪm/ *verb* [T] **1 reclaim sth (from sb/sth)** to get back sth that has been lost or taken away தொலைத்துவிட்டிருந்த அல்லது தன்னிடமிருந்து பறிக்கப்பட்டிருந்த ஒன்றைத் திரும்பப் பெறு; மீட்டுக்கொள் *Reclaim your luggage after you have been through passport control.* **2** to get back useful materials from waste products கழிவுப் பொருள்களிலிருந்து பயன்கொள்ளத் தக்கவற்றைத் திரும்ப எடு **3** to make wet land suitable for use நீர்ப்பிடிப்பு நிலத்தைச் சீர்படுத்திச் சாகுபடிக்குக் கொண்டுவா ▶ **reclamation** /ˌrekləˈmeɪʃn/ *noun* [U]

recline /rɪˈklaɪn/ *verb* [I] to sit or lie back in a relaxed and comfortable way வசதியாக, ஓய்வமைதியுடன் சாய்ந்து அமர்ந்திரு அல்லது படுத்திரு ▶ **reclining** *adj. The car has **reclining seats**.*

recluse /rɪˈkluːs/ *noun* [C] **1** a person who lives alone and who maintains very little contact with other people or society மற்றவர்களிடமிருந்து விலகித் தனித்து வாழ்பவர்; சமுதாயத்திலிருந்து ஒதுங்கி வாழ்பவர் *to lead the life of a recluse* **2** a religious person who lives a life away from other people and society மற்றவர்களிடமிருந்தும் சமுதாயத்திலிருந்தும் விலகி வாழும் சமயப்பற்றுள்ள ஒருவர்; துறவி ▶ **reclusive** *adj. a reclusive lifestyle*

recognition /ˌrekəgˈnɪʃn/ *noun* **1** [U] the fact that you can identify sb/sth that you see பார்க்கும் ஒருவரை/ஒன்றை இனம்காண முடிதல்; தெரிந்துகொள்ளுதல்; அடையாளம் காண்கை *When I arrived no sign of recognition showed on her face at all.* **2** [U, *sing.*] the act of accepting that sth exists, is true or is official ஒன்று உளதாயிருப்பதை, ஒன்றின் மெய்ம்மைத் தன்மையை அல்லது ஒன்றின் அதிகாரபூர்வமான நிலையை ஒப்புக்கொள்ளுதல்; அங்கீகாரம்; ஏற்பு **3** [U] a public show of respect for sb's work or actions ஒருவரது பணி அல்லது செயல்கள் குறித்த மதிப்புணர்ச்சியை வெளிப்படையாகக் காட்டுதல்; அங்கீகாரம் *She has **received** public **recognition** for her services to charity.* • *Please accept this gift **in recognition of** the work you have done.*

recognizable (*also* **-isable**) /ˈrekəgnaɪzəbl; ˌrekəgˈnaɪzəbl/ *adj.* **recognizable (as sb/sth)** that can be identified as sb/sth இன்னார்/இன்னது என அறியத்தக்க; இனம்காணக் கூடிய; அடையாளம் தெரிந்துகொள்ளத் தக்க *He was barely recognizable with his new short haircut.* ▶ **recognizably** (*also* **-isably**) /-əbli/ *adv.*

recognize (*also* **-ise**) /ˈrekəgnaɪz/ *verb* [T] **1** to know again sb/sth that you have seen or heard before முன்பு பார்த்துள்ள அல்லது கேட்டறிந்துள்ள ஒருவரை/ஒன்றை மீண்டும் தெரிந்துகொள்; அடையாளம் கண்டுகொள் *I recognized him but I couldn't remember his name.* **2** to accept that sth is true ஒன்று மெய்யானது என்பதை ஒப்புக்கொள் **3** to accept sth officially ஒன்றை அதிகாரபூர்வமாக ஒப்புக்கொள்; அங்கீகரி *My qualifications are not recognized in other countries.* **4** to show officially that you think sth that sb has done is good ஒருவரது செயல் ஒன்று சிறப்பாக இருப்பதாகத் தான் கருதுவதை அதிகாரபூர்வமாகத் தெரிவி; ஒருவரது செயலை அங்கீகரி

recoil /rɪˈkɔɪl/ *verb* [I] to quickly move away from sb/sth unpleasant மனம் ஒவ்வாத அல்லது அருவருப்பூட்டும் ஒருவரிடமிருந்து/ஒன்றிடமிருந்து விரைவாக விலகி அப்பால் செல்; உடனே பின்னடை *She recoiled in horror at the sight of the snake.*

recollect /ˌrekəˈlekt/ *verb* [I, T] to remember sth, especially by making an effort குறிப்பாக முயற்சி செய்து, ஒன்றை மீண்டும் நினைவுக்குக் கொண்டுவா; நினைவுபடுத்திப் பார் *I don't recollect exactly when it happened.*

recollection /ˌrekəˈlekʃn/ *noun* **1** [U] **recollection (of sth/doing sth)** the ability to remember ஒன்றை நினைவில் வைத்துக்கொள்ளும் திறன்; நினைவுத்திறன்; ஞாபக சக்தி; ஒன்றை நினைவுபடுத்திக்கொள்ளுதல் *I **have no recollection** of promising to lend you money.* **2** [C, *usually pl.*] something that you remember

நினைவுக்கு வரும் ஒன்று; முன்னினைவுச் செய்தி; பழைய நினைவு *I have only vague recollections of the town where I spent my early years.*

recommend /ˌrekəˈmend/ *verb* [T] **1 recommend sb/sth (to sb) (for/as sth)** to say that sb/sth is good and that sb should try or use him/her/it ஓராள் தகுதியுடையவர்/ஒரு பொருள் தரமானது என்றும் அவரை/அதனை ஒருவர் பயன்படுத்திப் பார்க்க வேண்டும் என்றும் கூறு; சிபாரிசு செய்; பரிந்துரை *Which film would you recommend? Doctors don't always recommend drugs as the best treatment for every illness.* **2** to tell sb what you strongly believe he/she should do ஒருவர் இன்னது செய்யவேண்டுமெனத் தான் உறுதியுடன் நம்புவதை அவரிடம் கூறு; ஒருவர் செய்ய வேண்டியது குறித்து வற்புறுத்திக் கூறு; பரிந்துரை *I recommend that you get some legal advice.* • *I wouldn't recommend (your) travelling on your own. It could be dangerous.* ➪ **suggest** பார்க்க.

recommendation /ˌrekəmenˈdeɪʃn/ *noun* **1** [C, U] saying that sth is good and should be tried or used ஒருவர் தகுதியுடையவர்/ஒன்று தரமானது மற்றும் அவர்/அது பயன்படுத்திப் பார்க்கப்பட வேண்டும் எனக் கூறுவது; பரிந்துரை; சிபாரிசு *I visited Srinagar **on a friend's recommendation*** **2** [C] a statement about what should be done in a particular situation குறிப்பிட்ட சூழலில் இன்னது செய்யப்பட வேண்டும் என்னும் அறிக்கை; அறிவுரை; பரிந்துரை *In their report on the crash, the committee **make** several **recommendations** on how safety could be improved.*

recompense /ˈrekəmpens/ *verb* [T] (*formal*) **recompense sb (for sth)** to give money, etc. to sb for special efforts or work or because you are responsible for a loss he/she has suffered ஒருவரது அருஞ்செயலுக்காக அல்லது சிறப்புப் பணிக்காக அல்லது தன்னால் ஒருவருக்கு இழப்பு நேர்ந்தமைக்காக அவருக்குப் பணம், முதலியவை வழங்கு; மதிப்புக் கைம்மாறு செய்; ஈடு செய் *The airline has agreed to recompense us for the damage to our luggage.* ▶ **recompense** *noun* [*sing.*, U] *Please accept this cheque **in recompense for** the loss of your baggage.*

reconcile /ˈrekənsaɪl/ *verb* [T] **1 reconcile sth (with sth)** to find a way of dealing with two ideas, situations, statements, etc. that seem to be opposite to each other ஒன்றுக்கொன்று எதிரானவையாகத் தோன்றும் இரண்டு கருத்துகள், சூழல்கள், கூற்றுகள் முதலியவற்றை ஒருசேரக் கையாளுதற்கான வழிமுறை காண்; முரண்பட்ட இரு பொருள்கள் ஒத்திசைந்து போகச் செய் *She finds it difficult to reconcile her career ambitions with her responsibilities to her children.* **2** (*usually passive*) **reconcile sb (with sb)** to make people become friends again after an argument ஒரு பூசலுக்குப் பிறகு ஆட்கள் மீண்டும் நட்புறவு கொள்ளச் செய்; சமரசப்படுத்து *After years of not speaking to each other, she and her parents were eventually reconciled.* **3 reconcile yourself to sth** to accept an unpleasant situation because there is nothing you can do to change it இன்னாத ஒரு சூழலை மாற்ற வழி இல்லாமையால் அதனை ஏற்று அமைவுறு; ஒத்திசைந்து போ ▶ **reconciliation** /ˌrekənsɪliˈeɪʃn/ *noun* [*sing.*, U] *The negotiators are hoping to bring about a reconciliation between the two sides.*

reconnaissance /rɪˈkɒnɪsns/ *noun* [C, U] the study of a place or area for military reasons இராணுவ நோக்கங்களுக்காக ஓரிடத்தை அல்லது ஒரு வட்டாரத்தை ஆய்வு செய்தல்; (இராணுவப்) புல ஆய்வு *The plane was shot down while on a reconnaissance mission over enemy territory.*

reconnoitre /ˌrekəˈnɔɪtə(r)/ *verb* [I, T] to obtain information about an area, especially for military purposes குறிப்பாக இராணுவ நோக்கங்களுக்காக, ஓரிடத்தைப் பற்றித் தகவல் திரட்டு; வேவு பார் *A naval patrol was sent to reconnoitre the appoaches to the bay.*

reconsider /ˌriːkənˈsɪdə(r)/ *verb* [I, T] to think again about sth, especially because you may want to change your mind குறிப்பாக மன மாற்றத்திற்கான வாய்ப்புள்ளமையால், ஒன்றை மீண்டும் கருதிப் பார்; மறு ஆய்வு செய்

reconstruct /ˌriːkənˈstrʌkt/ *verb* [T] **1** to build again sth that has been destroyed or damaged சிதைவுற்றுள்ள அல்லது பழுதடைந்துள்ள ஒன்றை மீண்டும் கட்டி எழுப்பு; மறுசீரமைப்புச் செய் **2** to get a full description or picture of sth using the facts that are known கிடைத்துள்ள ஆதாரங்களின் அடிப்படையில் ஒன்று குறித்து முழுமையான விளக்கத்தை அல்லது வரையுருவை உருவாக்கு; மீட்டுருவாக்கம் செய் *The police are trying to reconstruct the victim's movements on the day of the murder.* ▶ **reconstruction** /ˌriːkənˈstrʌkʃn/ *noun* [C, U] *a reconstruction of the crime using actors*

record[1] /ˈrekɔːd/ *noun* **1** [C] **a record (of sth)** a written account of what has happened, been done, etc. முடிவுற்ற நிகழ்வு, செயல் முதலியவற்றின் எழுத்து வடிவத் தொகுப்பு; பதிவுக் குறிப்பு; பதிவேடு; ஆவணம்; பத்திரம் *The teachers **keep records** of the children's progress.* • *medical records* **2** [*sing.*] the facts, events, etc. that are known (and sometimes written down) about sb/sth ஒருவரை/ஒன்றைப் பற்றித் தெரிந்துள்ள (மற்றும் சில சமயங்களில் எழுத்து

வடிவிலான) தகவல் கூறுகள், நிகழ்வுகள் முதலியன; விவரத் தொகுதி; ஆதாரத் தகவல் தொகுதி *The police said that the man had **a criminal record*** (= he had been found guilty of crimes in the past). • *This airline has a bad safety record.* **3** [C] (*also* **album**) a thin, round piece of plastic which can store music so that you can play it when you want வேண்டும்போது இசைத்துக் கேட்கத்தக்கதான, இசைப்பதிவு செய்யப்பட்டுள்ள மெலிதான வட்ட வடிவ பிளாஸ்டிக் தட்டு; இசைத்தட்டு **4** [C] the best performance or the highest or lowest level, etc. ever reached in sth, especially in sport ஒன்றில், குறிப்பாக விளையாட்டில், செயற்பாட்டின் உச்ச உயர் எல்லை அல்லது உச்ச உயர்நிலை, அடிமட்ட நிலை முதலியவை • *She's hoping to **break the record** for the 100 metres.* • *He did it **in record time*** (= very fast).

IDM **be/go on (the) record (as saying...)** to say sth publicly or officially so that it may be written down and repeated தாளில் எழுதப்பட்டு மீண்டும் எடுத்தாளப்படுவதற்கு உரியதாக ஒன்றை வெளிப்படையாக அல்லது அதிகாரபூர்வமாகக் கூறு *He didn't want to go on the record as either praising or criticizing the proposal.*

off the record if you tell sb sth off the record, it is not yet official and you do not want it to be repeated publicly அதிகாரபூர்வமாக அல்லாது மற்றும் பிறரால் வெளிப்படையாக எடுத்தாளப்படுவதை விரும்பாது கூறப்படுகிற ஒன்றாக; பொதுநிலை அறிதலுக்கு உரியதல்லாது *She told me off the record that she was going to resign.*

put/set the record straight to correct a mistake by telling sb the true facts உண்மையான தகவல்களைக் கூறித் தவறுபட உள்ள ஒன்றைச் சரிசெய்; பிழையுற்ற ஒன்றை நேர்செய்

record² /rɪˈkɔːd/ *verb* **1** [T] to write down or film facts or events so that they can be referred to later and will not be forgotten பின்னர் பயன்படுத்துவதற்கும் மறவாதிருப்பதற்கும் ஏதுவாக மெய்ம்மைகளையும் நிகழ்வுகளையும் எழுத்தில் அல்லது படச்சுருளில் பதிவுசெய்; நிலைச் சான்றாக்கு; ஆவணப்படுத்து *He recorded everything in his diary.* **2** [I, T] to put music, a film, a programme, etc. onto a CD or cassette so that it can be listened to or watched again later பின்னர் கேட்பதற்கு அல்லது காண்பதற்கு ஏதுவாக இசை, திரைப்படம், நிகழ்ச்சி முதலியவற்றைக் குறுவட்டில் அல்லது ஒலி/ஒளி இழையில் பதிவு செய்; ஒலி/ஒளிப் பதிவு செய் *The band has recently recorded a new album.*

record-breaking *adj.* (*only before a noun*) the best, fastest, highest, etc. ever தரநிலை, செயற்பாடு, விரைவு முதலியவற்றில் இதுவரையுள்ள அனைத்தையும் விஞ்சிய நிலையான; உச்ச உயர் நிலையான *We did the journey in record-breaking time.*

recorder /rɪˈkɔːdə(r)/ *noun* [C] **1** a machine for recording sound and/or pictures ஒலி மற்றும்/அல்லது உருப்படங்களைப் பதிவு செய்வதற்கான பொறி; ஒலி மற்றும்/அல்லது ஒளிப் பதிவுப் பொறி *a tape/cassette/video recorder* **2** a type of musical instrument that is often played by children. You play it by blowing through it and covering the holes in it with your fingers பெரும்பாலும் குழந்தைகளுக்கான இசைக்கருவி வகை; வேய்ங்குழல் வகை. இதன் ஊடாகக் காற்றை ஊதி இதில் உள்ள புழைகளை விரல்களால் அடைத்துக்கொண்டு இசை எழுப்புவர்

recording /rɪˈkɔːdɪŋ/ *noun* **1** [C] sound or pictures that have been put onto a cassette, CD, film, etc. ஒலி/ஒளிப் பேழை, குறுவட்டு, படச்சுருள் முதலியவற்றில் பதிவு செய்யப்பட்டுள்ள ஒலி அல்லது உருப்படங்கள் *the recording of Lata Mangeshkar's songs* **2** [U] the process of making a cassette, record, film, etc. ஒலி/ஒளிப் பேழை, இசைத்தட்டு, படச்சுருள் முதலியவற்றை உருவாக்குதல்; ஒலி/ஒளிப் பதிவு *a recording session/studio*

record player *noun* [C] a machine that you use for playing records இசைத்தட்டுகளை ஓடச்செய்து இசை கேட்பதற்கான பொறி; இசைத்தட்டு இயக்கி

recount /rɪˈkaʊnt/ *verb* [T] (*formal*) to tell a story or describe an event ஒரு கதை சொல் அல்லது ஒரு நிகழ்வை விவரி; விரித்துரை

recourse /rɪˈkɔːs/ *noun* [C] (*formal*) having to use sth or ask sb for help in a difficult situation இடர்ப்பாடான ஒரு சூழலில் ஒன்றைப் பயன்படுத்த வேண்டியிருத்தல் அல்லது ஒருவரிடம் உதவி கோர வேண்டியிருத்தல்; போக்கிடம்; புகலிடம்; துணையாதாரம் *She made a complete recovery **without recourse to** surgery.*

recover /rɪˈkʌvə(r)/ *verb* **1** [I] **recover (from sth)** to become well again after you have been ill நோய்க்குப் பின் மீண்டும் நன்னிலை அடை; உடல் நலம் மீளப்பெறு *It took him two months to recover from the operation.* **2** [I] **recover (from sth)** to get back to normal again after a bad experience, etc. ஓர் இன்னாத அனுபவம் முதலியவற்றுக்குப் பின் மீண்டும் இயல்பு நிலைக்குத் திரும்பு *The old lady never really recovered from the shock of being robbed.* **3** [T] **recover sth (from sb/sth)** to find or get back sth that was lost or stolen காணாது போன அல்லது களவாடப்பட்ட ஒன்றைக் கண்டுபிடி அல்லது திரும்பப்பெறு *Police recovered the stolen goods from a warehouse in Saidapet.* **4** [T] to get back the use of your senses, control of your emotions, etc. புலன்களின் செயற்பாடு, உணர்ச்சிக் கட்டுப்பாடு முதலியவை மீளப் பெறு; இழந்த புலனாற்றல் கைவரப்பெறு

recovery /rɪˈkʌvəri/ *noun* **1** [*usually sing.*, U] **recovery (from sth)** a return to good health after an illness or to a normal state after a difficult period of time நோய்க்குப் பின் நன்னிலை அடைதல் அல்லது இடர்ப்பாட்டு நிலை நீங்கி இயல்பு நிலைக்குத் திரும்புதல்; நன்னிலை எய்துதல்; மீண்டெழல் *to make a good/quick/speedy/slow* ***recovery*** • *She's* ***on the road to recovery*** (= getting better all the time) *now.* • *the prospects of* ***economic recovery*** **2** [U] **recovery (of sth/sb)** getting back sth that was lost, stolen or missing காணாமற்போன, களவாடப்பட்ட அல்லது தவறவிட்ட ஒன்றை மீண்டும் பெறுதல்; இழந்தது மீட்டெய்தப் பெறுதல்; மீட்பு

recreation /ˌrekriˈeɪʃn/ *noun* [U, *sing.*] enjoying yourself and relaxing when you are not working; a way of doing this பணியில் ஈடுபட்டிராத வேளையில் ஓய்வமைதியுடன் மகிழ்ந்திருத்தல்; இவ்வாறு மகிழ்ந்திருப்பதற்கான வழிமுறை; ஓய்வுநேர இன்பப் பொழுதுபோக்கு *the need to improve facilities for leisure and recreation* ▶ **recreational** /ˌrekriˈeɪʃənl/ *adj. recreational activities*

recrimination /rɪˌkrɪmɪˈneɪʃn/ *noun* [C, *usually pl.*, U] an angry statement accusing sb of sth, especially in answer to a similar statement from him/her குறிப்பாக ஒருவரது கூற்றுக்குப் பதிலீடாக ஒத்த முறையில் அமையும் அவர் மீதான, சினக் குறிப்புடன் கூடிய குற்றச்சாட்டு; (எதிர்) குற்றச்சாட்டு *bitter recriminations*

recruit[1] /rɪˈkru:t/ *noun* [C] a person who has just joined the army or another organization படைத்துறையில் அல்லது வேறொரு நிறுவனத்தில் புதிதாகச் சேர்க்கப்பட்ட பயிற்சி பெறாத ஆள்; புதுப் பணியாள்

recruit[2] /rɪˈkru:t/ *verb* [I, T] to find new people to join a company, an organization, the armed forces, etc. ஒரு வணிக அமைப்பு, நிறுவனம், படைத்துறை முதலியவற்றுக்குப் புதிய ஆளெடுப்புச் செய்; ஆள் சேர் ▶ **recruitment** *noun* [U]

rectal /ˈrektəl/ ➪ **rectum** பார்க்க.

rectangle /ˈrektæŋgl/ *noun* [C] a shape with four straight sides and four angles of 90 degrees (**right angles**). Two of the sides are longer than the other two இரண்டு பக்கங்கள் மற்ற இரண்டை விட நீளம் மிக்கதாக நான்கு நேர்ப்பக்கங்களும் நான்கு செங்கோணங்களும் உடைய வடிவம்; நீள் சதுரம்; செவ்வகம் ✪ **SYN oblong** ➪ **shape** பதிவில் படம் பார்க்க. ▶ **rectangular** /rekˈtæŋgjələ(r)/ *adj.*

rectify /ˈrektɪfaɪ/ *verb* [T] (*pres. part.* **rectifying**; *3rd person sing. pres.* **rectifies**; *pt, pp* **rectified**) (*formal*) to correct sth that is wrong பிழைபட்டுள்ள ஒன்றைச் சரிசெய்; சீர்படுத்து

rector /ˈrektə(r)/ *noun* [C] (in the Church of England) a priest in charge of a certain area (**a parish**) (இங்கிலாந்து திருச்சபையில் உள்ள) குறிப்பிட்ட திருச்சபை வட்டாரத்திற்குப் பொறுப்பான மதகுரு; திருச்சபை வட்டார முகவர்

rectum /ˈrektəm/ *noun* [C] the end section of the tube through which solid waste leaves the body உடலிலிருந்து திடக்கழிவு வெளியேறும் குழாயின் இறுதிப் பகுதி; பெருங்குடல் அடிக்கூறு; குதவாய் ▶ **rectal** *adj.*

recuperate /rɪˈku:pəreɪt/ *verb* [I] (*formal*) **recuperate (from sth)** to get well again after an illness or injury ஒரு நோய் அல்லது ஓர் உடல் ஊறுபாடு நீங்கி மீண்டும் நன்னிலை பெறு; உடல் நலம் மீளப்பெறு; குணமாகு ▶ **recuperation** /rɪˌku:pəˈreɪʃn/ *noun* [U]

recur /rɪˈkɜ:(r)/ *verb* [I] (**recurring; recurred**) to happen again or many times மீண்டும் அல்லது மீண்டும் மீண்டும் ஒன்று நிகழ்வுறு; திரும்பத் திரும்ப நிகழ் *a recurring problem/illness/nightmare* ▶ **recurrence** /rɪˈkʌrəns/ *noun* [C, U] ▶ **recurrent** /rɪˈkʌrənt/ *adj.*

recycle /ˌri:ˈsaɪkl/ *verb* [T] **1** to put used objects and materials through a process so that they can be used again பயன்படுத்தப்பட்ட பொருள்களை மீண்டும் பயன்படுத்துவதற்கு ஏதுவாக ஒரு செயல்முறைக்கு உட்படுத்து; மறு சுழற்சி செய் *recycled paper* • *Aluminium cans can be recycled.* **2** to keep used objects and materials and use them again பயன்படுத்தப்பட்ட பொருள்களைப் பாதுகாப்பாக வைத்திருந்து மீண்டும் பயன்படுத்து *Don't throw away your plastic carrier bags—recycle them!* ▶ **recyclable** *adj. Most plastics are recyclable.*

red /red/ *noun* [C, U] *adj.* (**redder; reddest**) **1** (of) the colour of blood குருதி நிறம்; செந்நிறம்; சிவப்பு; செந்நிறமான *red wine* • *She was dressed in red.*

> **NOTE** சிவப்பு நிறத்தின் வண்ணச் சாயல்களை நாம் **crimson** (திண் சிவப்பு), **maroon** (அடர் பழுப்புடன் கூடிய சிவப்பு) மற்றும் **scarlet** (ஒளிர் சிவப்பு) என்று வகைப்படுத்துகிறோம்.

2 a colour that some people's faces become when they are embarrassed, angry, shy, etc. வெட்கம், சினம் முதலிய உணர்ச்சிகளுக்கு ஆட்படும்போது முகத்தில் தோன்றும் நிறம்; இளஞ் சிவப்பு நிறம்; இளஞ் சிவப்பு நிறமான *He went bright red when she spoke to him.* • *to turn/be/go red in the face* **3** (used about a person's hair or an animal's fur) (of) a colour between red, orange and brown (ஆள் முடி அல்லது விலங்கு மென்மயிர் வகையில்) சிவப்பு, செம்மஞ்சள், பழுப்பு ஆகிய நிறங்களுக்கு இடைப்பட்ட நிறம்/நிறமான; அழல் நிறமான

IDM **be in the red** to have spent more money than you have in the bank, etc. வங்கிக் கணக்கு முதலியவற்றில் இருப்பில் உள்ள பணத்தை விட அதிகமாகச் செலவழித்திரு *I'm Rs 500 in the red at the moment.* ✪ OPP **be in the black**

catch sb red-handed ⇨ **catch¹** பார்க்க.

a red herring an idea or a subject which takes people's attention away from what is really important உண்மையில் முக்கியத்துவம் உள்ள ஒன்றிலிருந்து கவனத்தைத் திசைதிருப்பும் கருத்து அல்லது பொருள்

see red (*informal*) to become very angry மிகு சினம் கொள்; சீறியெழு

red card *noun* [C] (in football) a card that is shown to a player who is being sent off the field for doing sth wrong (கால் பந்தாட்டத்தில்) தவறாக நடந்துகொண்டதற்காகக் களத்திலிருந்து வெளியேற்றப்படும் ஆட்டக்காரருக்கு நடுவரால் காட்டப்படும் அட்டை; சிவப்பு அட்டை ⇨ **yellow card** பார்க்க.

the red carpet *noun* [*sing.*] a piece of red carpet that is put outside to receive an important visitor; a special welcome for an important visitor ஒரு முக்கியமான வருகையாளரை வரவேற்கும் முறையில் வெளியே பரப்பப்படும் சிவப்பு நிறக் கம்பளம்; சிவப்புக் கம்பளம்; ஒரு முக்கியமான வருகையாளருக்கு அளிக்கப்படும் தனிமுறை வரவேற்பு; சிவப்புக் கம்பள வரவேற்பு *I didn't expect to be given the red carpet treatment!*

the Red Cross *noun* [*sing.*] an international organization that takes care of people who are suffering because of war or natural disasters. Its full name is 'the International Movement of the Red Cross and the Red Crescent' போர் அல்லது இயற்கைப் பேரழிவின்போது துன்பத்திற்கு உள்ளாகும் மக்களை ஆதரித்துப் பேணும் பன்னாட்டு அமைப்பு; செஞ்சிலுவைச் சங்கம்

redcurrant /ˌred'kʌrənt/ *noun* [C] a small red berry that you can eat உண்ணக்கூடிய சிறு செந்நிறச் சதைக்கனி வகை *redcurrant jelly*

redden /'redn/ *verb* [I, T] to become red or to make sth red செந்நிறமாகு அல்லது ஒன்றைச் செந்நிறமாக்கு NOTE **Go red** அல்லது **blush** இப்பொருளில் மிகு வழக்காகப் பயன்படுத்தப்படுகிறது.

reddish /'redɪʃ/ *adj.* fairly red in colour சற்றே சிவப்பான; இளஞ்சிவப்பு நிறமுள்ள

redeem /rɪ'di:m/ *verb* [T] **1** to prevent sth from being completely bad ஒன்று முற்றிலும் சீர்கேடுறாமல் தடு; குறை நிரப்பு *The **redeeming** feature of the job is the good salary.* **2 redeem yourself** to do sth to improve people's opinion of you, especially after you have done sth bad குறிப்பாக மோசமான ஒன்றைத் தான் செய்துள்ள நிலையில், பிறர் தன்னைப் பற்றிக் கொள்ளும் மதிப்பீடு மேம்படச் செய்; நற்பெயரை மீட்டுக்கொள்

redemption /rɪ'dempʃn/ *noun* [U] (according to the Christian religion) the action of being saved from evil (கிறிஸ்தவச் சமயக் கோட்பாட்டின்படி) தீமையிலிருந்து காப்பாற்றப்படுதல்; மீட்பு

IDM **beyond redemption** too bad to be saved or improved காப்பாற்றப்பட அல்லது மேம்படுத்தப்பட இயலாத அளவில் சீர்கேடுற்று; கடைத்தேற்ற முடியாத நிலையில்

redevelop /ˌri:dɪ'veləp/ *verb* [T] to build or arrange an area, a town, a building, etc. in a different and more modern way வேறு முறையில் புதுமைப் பாங்குடன் ஒரு பகுதி, நகரம், கட்டடம் முதலியவற்றை மீண்டும் உருவாக்கு அல்லது சீரமை; புதுவளமூட்டு *They're redeveloping the city centre.* ▶ **redevelopment** *noun* [U]

redhead /'redhed/ *noun* [C] a person, usually a woman, who has red hair செந்நிறத் தலைமயிருடைய ஆள், பெரும்பாலும் செம்மயிருடைய பெண்

red-hot *adj.* (used about a metal) so hot that it turns red (உலோக வகையில்) மிகு வெப்பத்தால் செந்நிறமான; பழுக்கக் காய்ச்சிய

redial /ˌri:'daɪəl/ *verb* [I, T] (on a telephone) to call the same number that you have just called (தொலைபேசியில்) சற்று முன் அழைத்த அதே இலக்கத்தை மீண்டும் அழை; மறு அழைப்பு விடு

redistribute /ˌri:dɪ'strɪbju:t; ˌri:'dɪs-/ *verb* [T] to share sth out among people in a different way from before முன்பு செய்யப்பட்டதிலிருந்து வேறான முறையில் ஆட்களுக்கிடையே ஒன்றைப் பங்கீடு செய்; மறு பகிர்வு செய் ▶ **redistribution** /ˌri:dɪstrɪ'bju:ʃn/ *noun* [U]

redo /ˌri:'du:/ *verb* [T] (*3rd person sing. pres.* **redoes** /-'dʌz/; *pt* **redid** /-'dɪd/; *pp* **redone** /-'dʌn/) to do sth again or differently ஒன்றை மீண்டும் செய் அல்லது வேறான முறையில் செய்; திரும்பச் செய் *A whole day's work had to be redone.* • *We've just redone the bathroom* (= decorated it differently).

red pepper *noun* [C] = **pepper¹ 2**

red tape *noun* [U] official rules that must be followed and papers that must be filled in, which seem unnecessary and often cause delay and difficulty in achieving sth தேவையற்றதாகத் தோன்றுகிற மற்றும் பெரும்பாலும் தாமதமும் இடர்ப்பாடும் உண்டாக்கும் கட்டாயப் பணித்துறை விதிகளும் அலுவலக நடைமுறைகளும்; சிவப்பு நாடா

reduce /rɪˈdjuːs/ *verb* [T] **1 reduce sth (from sth) (to sth); reduce sth (by sth)** to make sth less or smaller in quantity, price, size, etc. எண்ணிக்கை, விலை, உருவளவு முதலியவற்றைக் குறை; சிறிதாக்கு *The sign said 'Reduce speed now'.* ✪ OPP **increase 2 reduce sb/sth (from sth) to sth** (*usually passive*) to force sb/sth into a particular state or condition, usually a bad one குறிப்பிட்ட நிலைக்கு அல்லது நிலைமைக்கு, பெரும்பாலும் மோசமான நிலைக்கு, ஒருவரை/ஒன்றை ஆட்படுத்து; குறிப்பிட்ட நிலைக்குத் தள்ளு அல்லது துரத்து *One of the older boys* ***reduced*** *the small child* ***to tears.***

reduction /rɪˈdʌkʃn/ *noun* **1** [C, U] **reduction (in sth)** the action of becoming or making sth less or smaller குறைபடுதல் அல்லது ஒன்றைக் குறைத்தல்; குறைவு; குறைப்பு; குறுக்கம் *a sharp reduction in the number of students* **2** [C] the amount by which sth is made smaller, especially in price ஒன்றில், குறிப்பாக விலையில் செய்யப்படும் குறைப்பின் அளவு; தள்ளுபடி விலையளவு *There were massive reductions in the June sales.*

redundant /rɪˈdʌndənt/ *adj.* **1** (used about employees) no longer needed for a job and therefore out of work (பணியாளர் வகையில்) பணிக்கு இனி வேண்டப்படாத மற்றும் அதன் காரணமாகப் பணியில்லாதிருக்கிற; தேவை கடந்த அளவிலான; மிகைப்படியான *When the factory closed 800 people were made redundant.* **2** not necessary or wanted தேவைப்படாத அல்லது வேண்டாத ▶ **redundancy** /rɪˈdʌndənsi/ *noun* [C, U] (*pl.* **redundancies**) *redundancy pay*

reed /riːd/ *noun* [C] **1** a tall plant, like grass, that grows in or near water நீரில் அல்லது நீரை ஒட்டி உயரமாக வளரும் புல் போன்ற தாவரம்; நாணல் அல்லது கோரைப்புல் வகை ➪ **plant** பதிவில் படம் பார்க்க. **2** a thin piece of wood at the end of some musical instruments which produces a sound when you blow through it சில வகை இசைக்கருவிகளின் முனையில் உள்ள, ஊடாக ஊதி ஒலி எழுப்பக்கூடிய மெல்லிய மரக்கட்டை; துளை இசைக்கருவியின் வாய்க்கட்டை

reef /riːf/ *noun* [C] a long line of rocks, plants, etc. just below or above the surface of the sea கடல் அடிப்பரப்பிற்குச் சற்று மேலாக அல்லது கீழாகக் காணப்படும் பாறைகள், தாவரங்கள் முதலியவற்றின் நீண்ட தொடர் வரிசை *a coral reef*

reek /riːk/ *verb* [I] **reek (of sth)** to smell strongly of sth unpleasant மனம் ஒவ்வாத ஒன்றின் முனைப்பான மணம் வீசு; வாடையடி *His breath reeked of tobacco.* ▶ **reek** *noun* [*sing.*]

reel[1] /riːl/ *noun* [C] a round object that thread, wire, film for cameras, etc. is put around நூல், கம்பி, நிழற்பட இழை முதலியவை சுற்றி வைப்பதற்கான வட்ட வடிவப் பொருள்; நிளுருளை; சுழல்வட்டு; திருகுவட்டு *a cotton reel • a reel of film* ➪ **spool** பார்க்க; மற்றும் **gardening** பதிவில் படம் பார்க்க.

reel[2] /riːl/ *verb* **1** [I] to walk without being able to control your legs, for example because you are drunk or you have been hit குடிபோதை, தாக்குண்டிருத்தல் முதலிய சமயங்களில் கால்கள் கட்டுப்பாடு இழந்த நிலையில் நட; கால் தடுமாறு; தள்ளாடி நட **2** [I] to feel very shocked or upset about sth ஒன்று குறித்துப் பெரிதும் அதிர்ச்சியடை அல்லது மனம் கலங்கு *His mind was still reeling from the shock of seeing her again.* **3** [T] **reel sth in/out** to put sth on or take sth off a reel திருகு வட்டில் ஒன்றைச் சுற்று அல்லது திருகுவட்டிலிருந்து ஒன்றைப் பிரித்தெடு *to reel in a fish*

PHR V **reel sth off** to say or repeat sth from memory quickly and without having to think about it சிந்திக்க வேண்டியிராது நினைவிலிருந்து விரைவாக ஒன்றைக் கூறு அல்லது திரும்பச்சொல்; தங்கு தடையின்றி ஒப்புவி *She reeled off a long list of names.*

re-entry *noun* [U] **re-entry (into sth) 1** the act of returning to a place or an area of activity that you used to be in வழக்கமான தனது பழைய இடத்திற்கு அல்லது செயற் களத்திற்கு மீண்டும் வருதல்; மறு நுழைவு *She feared she would not be granted re-entry into Britain.* **2** (*technical*) the return of a spacecraft into the earth's atmosphere பூமியின் வாயு மண்டலத்தினுள் விண்கலம் மீண்டும் நுழைதல்; மீள்வருகை *The capsule gets very hot on re-entry.*

ref. *abbr.* reference குறிப்பீடு/பார்வைக் குறிப்பு எனப்பொருள்படும் reference என்பதன் குறுக்கம்

refectory /rɪˈfektri/ *noun* [C] (*pl.* **refectories**) (*BrE old-fashioned*) a large room in a college, school, etc. where meals are served கல்லூரி, பள்ளி முதலியவற்றில் உள்ள, உணவு வழங்கப்படும் பெரிய அறை; உணவுக் கூடம்

refer /rɪˈfɜː(r)/ *verb* (**referring; referred**) **1** [I] **refer to sb/sth (as sth)** to mention or talk about sb/sth ஒருவரை/ஒன்றைப் பற்றிக் குறிப்பிடு அல்லது பேசு; குறித்துப் பேசு *When he* *said 'some students', do you think he was referring to us?* • *She always referred to Balan as 'that nice man'.* **2** [I] **refer to sb/sth** to describe or be connected with sb/sth ஒருவரை/ஒன்றைப் பற்றி விவரமாக எடுத்துரை; ஒருவர்/ஒன்று பற்றியதாயிரு; தொடர்புடையதாயிரு *The term 'adolescent' refers to young people between the ages of 12 and 17.* **3** [I] **refer to sb/sth** to find out information by asking sb or by looking in a book, etc. ஒருவரைக் கேட்டு அல்லது ஒரு நூலில் பார்த்துத் தகவல் பெறு அல்லது அறிந்துகொள் *If you don't understand a word you may refer to your dictionaries.* **4** [T] **refer sb/sth to sb/sth** to send sb/sth to sb/sth else for help or to be dealt with உதவிக்காக அல்லது நடவடிக்கைக்காக ஒருவரை/ஒன்றை வேறொருவரிடம்/வேறொன்றிடம் அனுப்பு; மேற்கோளாளராகப் பரிந்துரைத்து அனுப்பு *The doctor has referred me to a specialist.*

referee /ˌrefəˈriː/ *noun* [C] **1** (*informal* **ref**) the official person in sports such as football who controls the match and prevents players from breaking the rules கால்பந்தாட்டம் முதலிய விளையாட்டுகளில் போட்டியை நெறிப்படுத்துதலும் ஆட்டக்காரர்கள் ஆட்ட விதிகளை மீறாதிருத்தலை உறுதிசெய்தலும் ஆகிய பணிகளைச் செய்யும் அதிகாரி; ஆட்ட நடுவர் **NOTE** டென்னிஸ் ஆட்டம் முதலியவற்றின் நடுவர் **umpire** எனப்படுவார். **2** (*BrE*) a person who gives information about your character and ability, usually in a letter, for example when you are hoping to be chosen for a job பணித்தேர்வு வாய்ப்புள்ள ஒருவருக்காக, அவரது பண்பு-நலம், ஆற்றல் ஆகியவை குறித்து, வழக்கமாகக் கடித வடிவில் தகவல் அளிப்பவர்; கேட்புப் பரிந்துரையாளர் *Her teacher agreed to act as her referee.* ▶ **referee** *verb* [I, T]

reference /ˈrefrəns/ *noun* **1** [C, U] **(a) reference (to sb/sth)** a written or spoken comment that mentions sb/sth ஒருவரை/ஒன்றைச் சுட்டியுரைக்கும் எழுத்து அல்லது பேச்சு வடிவிலான குறிப்புரை; குறிப்பீடு *The article **made a** direct **reference** to a certain member of the royal family.* **2** [U] looking at sth for information தகவல் நாடி ஒன்றை நோக்குதல்; தகவல் தேட்டம் *The guidebook might be useful **for future reference**.* **3** [C] a note, especially in a book, that tells you where certain information came from or can be found குறிப்பிட்ட தகவலின் மூலத்தை அல்லது குறிப்பிட்ட தகவல் கிடைக்கக் கூடிய இடத்தைச் சுட்டும் குறிப்பு, குறிப்பாக ஒரு நூலில் உள்ள குறிப்பு; தகவல் சுட்டுக்குறிப்பு; மேற்கோள் குறிப்பு **4** [C] (*abbr.* **ref.**) (used on business letters, etc.) a special number that identifies a letter, etc. (தொழில் முறைக் கடிதங்கள், முதலியவற்றில் பயன்படுத்தப்படுவது) ஒரு கடிதம், முதலியவற்றை இனம் காட்டும் தனிவகை இலக்கம் *Please quote our reference when replying.* **5** [C] a statement or letter describing a person's character and ability that is given to a possible future employer ஒரு பணித்தேர்வுக்கு விண்ணப்பித்துள்ளவரது பண்பு நலம், ஆற்றல் ஆகியவற்றை விவரித்து வேலை கொடுக்கும் வாய்ப்புள்ளவருக்குத் தரப்படும் அறிக்கை அல்லது கடிதம்; கேட்புப் பரிந்துரை *My boss gave me a good reference.*
IDM **with reference to sb/sth** (*formal*) about or concerning sb/sth ஒருவர்/ஒன்று பற்றி; குறித்து; தொடர்பாக *I am writing with reference to your letter dated 10 April, 2007.*

reference book *noun* [C] a book that you use to find a piece of information தகவல் கண்டறியப் பயன்படுத்தப்படும் நூல்; நோக்குநூல் *dictionaries, encyclopedias and other reference books*

referendum /ˌrefəˈrendəm/ *noun* [C, U] (*pl.* **referendums** or **referenda** /-də/) an occasion when all the people of a country can vote on a particular political question குறிப்பிட்ட அரசியல் பிரச்சினை மீது நாட்டு மக்கள் அனைவரும் வாக்களிக்கும் நிகழ்வு; பொது வாக்கெடுப்பு *to hold a referendum*

refill /ˌriːˈfɪl/ *verb* [T] to fill sth again ஒன்றை மீண்டும் நிரப்பு; மறு நிரப்பீடு செய் *Can I refill your glass?* ▶ **refill** /ˈriːfɪl/ *noun* [C] *a refill for a pen*

refine /rɪˈfaɪn/ *verb* [T] **1** to make a substance pure and free from other substances ஒரு பொருளில் உள்ள கலப்படம் நீக்கி அதனைத் தூய்மைப்படுத்து; சுத்திகரி; துப்புரவு செய் *to refine sugar/oil* **2** to improve sth by changing little details சிறுசிறு மாற்றங்கள் செய்து ஒன்றைச் செப்பம் செய்; செம்மைப்படுத்து *to refine a theory*

refined /rɪˈfaɪnd/ *adj.* **1** (used about a substance) that has been made pure by having other substances taken out of it (பொருள் வகையில்) கலப்படம் நீக்கித் தூய்மைப்படுத்தப்பட்ட; சுத்திகரிக்கப்பட்ட *refined sugar/oil/flour* **2** (used about a person) polite; having very good manners (ஆள் வகையில்) பண்பட்ட; நயநாகரிகமான; நன்னடத்தையுள்ள ✪ **OPP** பொருள்கள் 1 மற்றும் 2-க்கு **unrefined** **3** improved and therefore producing a better result திருத்தமான மற்றும் அதன் காரணமாக மேம்பட்ட பயன் விளைவிக்கிற; செப்பம் செய்யப்பட்ட; செம்மையான

refinement /rɪˈfaɪnmənt/ *noun* **1** [C] a small change that improves sth ஒன்றை மேம்படுத்தும் வகையிலான சிறு மாற்றம்; நேர்த்தி நயக்கூறு

The new model has electric windows and other refinements. **2** [U] good manners and polite behaviour நன்னடத்தை மற்றும் பணிவு நயம்; நயநாகரிகப் பண்பு

refinery /rɪˈfaɪnəri/ *noun* [C] (*pl.* **refineries**) a factory where a substance is made pure by having other substances taken out of it ஒரு பொருளில் உள்ள அயற்பொருள்கள் நீக்கப்பட்டு அது தூய்மைப்படுத்தப்படும் தொழிற்சாலை; சுத்திகரிப்பு ஆலை *an oil/sugar refinery*

reflect /rɪˈflekt/ *verb* **1** [T] to send back light, heat or sound from a surface தனது பரப்பில் படும் ஒளி, வெப்பம் அல்லது ஒலியைத் திருப்பி அனுப்பு; வாங்கி எறி *The windows reflected the bright morning sunlight.* **2** [T] **reflect sb/sth (in sth)** (*usually passive*) to show an image of sb/sth on the surface of sth such as a mirror, water or glass முகம் பார்க்கும் கண்ணாடி, நீர், கண்ணாடி முதலியவற்றின் மேற்பரப்பில் ஒருவரது/ஒன்றின் உரு தோன்றச் செய்; எதிரொளி; பிரதிபலி *She caught sight of herself reflected in the shop window.* **3** [T] to show or express sth ஒன்றை வெளிக்காட்டு; தோற்றுவி; தெரியக்காட்டு *His music reflects his interest in African culture.* **4** [I] **reflect (on/upon sth)** to think, especially deeply and carefully, about sth குறிப்பாக ஆழ்ந்து மற்றும் கவனமாக, ஒன்று குறித்துச் சிந்தி

IDM **reflect (well, badly, etc.) on sb/sth** to give a particular impression of sb/sth ஒருவர்/ஒன்று பற்றிக் குறிப்பிட்ட எண்ணம் அல்லது கருத்துத் தோற்றுவி; குறிப்பிட்ட கருத்துப்பதிவை உண்டுபண்ணு *It reflects badly on the whole school if some of its pupils misbehave in public.*

reflection (*BrE* **reflexion**) /rɪˈflekʃn/ *noun* **1** [C] an image that you see in a mirror, in water or on a shiny surface முகம் பார்க்கும் கண்ணாடியில், நீரில் அல்லது ஒரு பளபளப்பான பரப்பின் மீது காணப்படும் உருப்படிவம்; உரு நிழல்; பிரதிபிம்பம் *He admired his reflection in the mirror.* **2** [U] the sending back of light, heat or sound from a surface ஒளி, வெப்பம் அல்லது ஒலி ஒரு பரப்பில் பட்டுத் திருப்பி அனுப்பப்படுதல்; வாங்கி எறிதல்; முட்டி மீளல் **3** [C] a thing that shows what sb/sth is like ஒருவர் இத்தகையவர்/ஒன்று இத்தகையது என்பதைக் காட்டும் பொருள்; ஒருவரது/ஒன்றின் தன்மையைப் பிரதிபலிப்பது *Your clothes are a reflection of your personality.* **4** [*sing.*] **a reflection on/upon sb/sth** something that causes people to form a good or bad opinion about sb/sth ஒருவர்/ஒன்று குறித்துப் பிறர் மனத்தில் குறிப்பிட்ட கருத்தை அல்லது எண்ணத்தைத் தோற்றுவிக்கும் ஒன்று *Parents often feel that their children's behaviour is a reflection on themselves.* **5** [U, C] careful thought about sth ஒன்று பற்றிய உன்னிப்பான சிந்தனை; ஆழ்ந்த கருத்து *a book of his* ***reflections on*** *fatherhood*

IDM **on reflection** after thinking again மீண்டும் எண்ணிப் பார்க்கையில் *I think, on reflection, that we were wrong.*

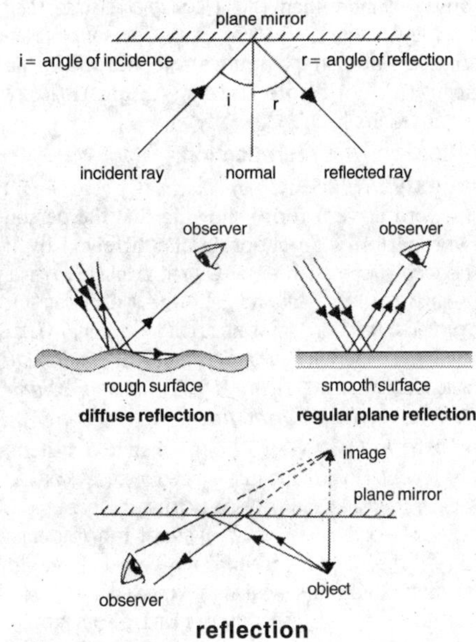

reflection

reflective /rɪˈflektɪv/ *adj.* **1** (*written*) (used about a person, mood, etc.) thinking deeply about things (ஆள், மனநிலை முதலியவை வகையில்) புறப்பொருள்கள் குறித்து ஆழ்ந்து சிந்திக்கிற; சிந்தனை வயப்பட்ட *a reflective expression* **2** (used about a surface) sending back light or heat (ஒரு பரப்புக் குறித்துக் கூறுகையில்) ஒளியை அல்லது வெப்பத்தைத் திருப்பிச் செலுத்துகிற; எதிரடிக்கிற *Wear reflective strips when you're cycling at night.* **3 reflective (of sth)** showing what sth is like ஒன்று இத்தன்மையது எனக் காட்டுகிற; ஒன்றின் இயல்பைப் பிரதிபலிக்கிற

reflector /rɪˈflektə(r)/ *noun* [C] **1** a surface that sends back (**reflects**) light, heat or sound that hits it தன்மீது படும் ஒளி, வெப்பம் அல்லது ஒலியைத் திருப்பிச் செலுத்தும் பரப்பு; கதிர்எறி பரப்பு **2** a small piece of glass or plastic on a bicycle or on clothing that can be seen at night when light shines on it மிதி வண்டியில் அல்லது ஆடையில் உள்ள, இரவில் விளக்கொளி பட்டவுடன் ஒளிகாலும் சிறு கண்ணாடி அல்லது பிளாஸ்டிக் பொருள்; எதிரொளி வில்லை

reflex /ˈriːfleks/ *noun* **1** [C] (*also* **reflex action**) a sudden movement or action that you make without thinking கருதாது செய்கிற திடீர் இயக்கம் அல்லது செயல்; திடீர் தன்னியல்வு

செய்கை; தன்னெறிவு இயக்கம்; மறிவினை *She put her hands out as a reflex to stop her fall.* **2 reflexes** [*pl.*] the ability to act quickly when necessary வேண்டும்போது தன்னியல்பாக விரைந்து செயல்படும் ஆற்றல் *A good tennis player needs to have excellent reflexes.*

reflex angle *noun* [C] (*mathematics*) an angle of more than 180° (கணிதவியலில்) 180 பாகைக் கூறுக்கும் மேற்பட்ட கோணம்; பின்வளை கோணம் ➪ **acute angle, obtuse angle** மற்றும் **right angle** பார்க்க; **angle** பதிவில் படம் பார்க்க.

reflexion (*BrE*) = **reflection**

reflexive /rɪˈfleksɪv/ *adj., noun* [C] (*grammar*) (a word or verb form) showing that the person who performs an action is also affected by it (சொல் அல்லது வினைச்சொல் வடிவம் பற்றிக் கூறுகையில்) வினை நிகழ்த்துபவரையே அவ்வினையின் விளைபயன் சென்று சேர்வதைக் குறிப்பது/குறிப்பதாகிய; தற்சுட்டு வடிவம்/வடிவாகிய *In 'He cut himself', 'himself' is a **reflexive pronoun**.*

reform /rɪˈfɔːm/ *verb* **1** [T] to change a system, the law, etc. in order to make it better ஓர் அமைப்பு முறை, ஒரு சட்டம் முதலியவற்றை முன்னிலும் செம்மையாக்க வேண்டி அதனை மாற்றியமை; சீர்திருத்து **2** [I, T] to improve your behaviour; to make sb do this நடத்தை முறையில் மேம்பாடடை; சீர்திருந்து; ஒருவரது நடத்தை முறை மேம்பாடு அடையச் செய்; சீர்திருத்து *Our prisons aim to reform criminals, not simply to punish them.* ▶ **reform** *noun* [C, U]

reformation /ˌrefəˈmeɪʃn/ *noun* **1** [U] (*formal*) the act of improving or changing sb/sth ஒருவர்/ஒன்று மேம்பாடு அடையச்செய்தல் அல்லது அவரை/அதனை மாற்றியமைத்தல்; சீர்திருத்தம்; சீரமைப்பு; சீராக்கம் **2 the Reformation** [*sing.*] new ideas in religion in 16th century Europe that led to changes in the Roman Catholic Church and the forming of the Protestant Churches; the period in history when these changes were taking place ரோமன் கத்தோலிக்கத் திருச்சபையின் மாற்றங்களுக்கும் புராடெஸ்டன்ட் திருச்சபைகளின் உருவாக்கத்திற்கும் வழிவகுத்த, பதினாறாவது நூற்றாண்டு ஐரோப்பாவில் கிறிஸ்தவச் சமயத்தில் புகுத்தப்பட்ட புதுக்கருத்துகள்; சமயச் சீர்திருத்தம்; இம்மாற்றங்கள் நிகழ்ந்த வரலாற்றுக் காலப்பகுதி

reformer /rɪˈfɔːmə(r)/ *noun* [C] a person who tries to change society and make it better சமுதாயத்தை மாற்றியமைத்து அதனை மேம்படுத்த முயலும் ஒருவர்; சீர்திருத்தவாதி

refract /rɪˈfrækt/ *verb* [T] (in physics) (used about water, glass, etc.) to make a ray of light change direction when it goes through at an angle (இயற்பியலில்) (நீர், கண்ணாடி முதலியவை வகையில்) ஒளிக்கதிர் ஒரு கோணத்திசையில் ஊடுருவிச் செல்லும்போது அது திசை மாறச் செய் ▶ **refraction** *noun* [U]

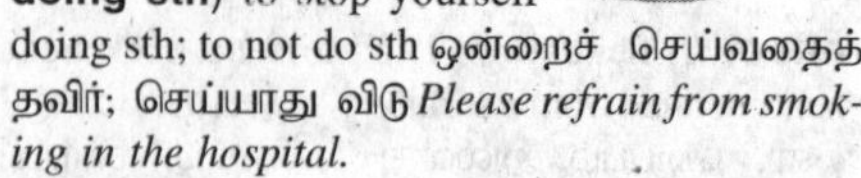

refrain¹ /rɪˈfreɪn/ *verb* [I] (*formal*) **refrain (from sth/from doing sth)** to stop yourself doing sth; to not do sth ஒன்றைச் செய்வதைத் தவிர்; செய்யாது விடு *Please refrain from smoking in the hospital.*

refrain² /rɪˈfreɪn/ *noun* [C] (*formal*) a part of a song which is repeated, usually at the end of each verse வழக்கமாக ஒவ்வொரு பாடல் பத்தியின் இறுதியிலும் திரும்ப வரும் பாடற்பகுதி; பாடலின் கடைமடக்குப் பகுதி; பல்லவி ✪ SYN **chorus**

refresh /rɪˈfreʃ/ *verb* [T] to make sb/sth feel less tired or less hot and full of energy again ஒருவர்/ஒன்று சோர்வு தணிந்து அல்லது உணர்ச்சிக் கடுமை குறைந்து மீண்டும் ஊக்கம் மிகச் செய்; புத்துணர்ச்சியூட்டு *He looked refreshed after a good night's sleep.*

IDM **refresh your memory (about sb/sth)** to remind yourself about sb/sth ஒருவரை/ஒன்றை நினைவுபடுத்திக்கொள் *Could you refresh my memory about what we said on this point last week?*

refreshing /rɪˈfreʃɪŋ/ *adj.* **1** pleasantly new or different மகிழ்வூட்டும் முறையில் புதிதான அல்லது மாறுபட்ட; புதுமையான *It makes **a refreshing change** to meet somebody who is so enthusiastic.* **2** making you feel less tired or hot சோர்வகற்றுகிற; உணர்ச்சிக் கடுமை தணிக்கிற; புதுத்தெம்பு ஊட்டுகிற; புத்துணர்ச்சி அளிக்கிற *a refreshing swim/shower/drink*

refreshment /rɪˈfreʃmənt/ *noun* **1 refreshments** [*pl.*] light food and drinks that are available at a cinema, theatre or other public places திரையரங்கு, நாடக அரங்கு அல்லது பிற பொது இடங்களில் கிடைக்கும் சிற்றுண்டி மற்றும் பானங்கள் **2** [U] (*formal*) the fact of making sb feel stronger and less tired or hot; food or drink that helps to do this ஒருவர் தளர்வு நீங்கி அல்லது கடுமை தணிந்துப் புதுத்தெம்பு பெறச்செய்தல்; புத்தூக்கம் அளித்தல்; புத்தூக்கம் பெற உதவுகிற சிற்றுண்டி அல்லது பானம்; தளர்வகற்றி; அயர்வாற்றும் சிற்றுண்டி

refrigerate /rɪˈfrɪdʒəreɪt/ *verb* [T] to make food, etc. cold in order to keep it fresh உணவு முதலியவற்றைப் புதுமலர்ச்சியுடன் வைத்திருக்க வேண்டி அதற்கு உறை குளிரூட்டு; குளிர்

பதனப்படுத்து ▶ **refrigeration** /rɪˌfrɪdʒəˈreɪʃn/ *noun* [U] ▶ **refrigerator** (*formal*) = **fridge**

refuge /ˈrefjuːdʒ/ *noun* [C, U] **refuge (from sb/sth)** protection from danger, trouble, etc.; a place that is safe ஆபத்து, தொல்லை முதலியவற்றிலிருந்து அளிக்கப்படும் பாதுகாப்பு; அடைக்கலம்; தஞ்சம்; பாதுகாப்பான இடம்; புகலிடம் *We had to* ***take refuge*** *under a tree while it rained.* • *a refuge for the homeless*

refugee /ˌrefjuˈdʒiː/ *noun* [C] a person who has been forced to leave his/her country for political or religious reasons, or because there is a war, not enough food, etc. அரசியல் அல்லது சமயம் சார் காரணங்களுக்காக அல்லது போர், பஞ்சம், முதலியவை காரணமாகச் சொந்த நாட்டிலிருந்து வெளியேறி வந்தவர்; அகதி *a refugee camp* ➪ **fugitive** மற்றும் **exile** பார்க்க.

refund /ˈriːfʌnd/ *noun* [C] a sum of money that is paid back to you, especially because you have paid too much or you are not happy with sth you have bought தான் மிகைப்படியாகச் செலுத்தியுள்ள காரணத்தினால் அல்லது விலைக்கு வாங்கியுள்ள பொருள் தனக்கு மன நிறைவு அளிக்காத காரணத்தினால் தனக்குத் திருப்பித் தரப்படும் பணத்தொகை *to claim/demand/get a refund* ▶ **refund** /rɪˈfʌnd; ˈriːfʌnd/ *verb* [T] ▶ **refundable** *adj. The deposit is not refundable.*

refusal /rɪˈfjuːzl/ *noun* [U, C] **(a) refusal (of sth); (a) refusal (to do sth)** saying or showing that you will not do, give or accept sth ஒன்றைத் தான் செய்ய, கொடுக்க அல்லது ஏற்றுக்கொள்ள மறுப்பதைக் கூறுவது அல்லது காட்டுவது; மறுப்பு *I can't understand her refusal to see me.*

refuse¹ /rɪˈfjuːz/ *verb* [I, T] to say or show that you do not want to do, give, or accept sth ஒன்றைச் செய்ய, கொடுக்க அல்லது ஏற்றுக்கொள்ளத் தான் விரும்பவில்லை என்பதைக் கூறு; மறுப்புத் தெரிவி; இசைவின்மை/விருப்பமின்மையைத் தெரிவி *He refused to listen to what I was saying.* • *My application for a grant has been refused.* ✪ **OPP agree**

refuse² /ˈrefjuːs/ *noun* [U] (*formal*) things that you throw away; rubbish பயனற்றதெனத் தள்ளிவிடப்படும் பொருள்கள்; கழிவு; குப்பை *the refuse collection* (= when dustbins are emptied)

regain /rɪˈgeɪn/ *verb* [T] to get sth back that you had lost இழந்துவிட்டிருந்த ஒன்றைத் திரும்பப் பெறு; மீண்டும் அடை *to regain consciousness*

regal /ˈriːgl/ *adj.* very impressive; typical of or suitable for a king or queen மிக்க பாராட்டுக்கும் மதிப்புக்கும் உரிய; உன்னதமான; அரசனுக்கு/அரசிக்கு உரிய, ஏற்ற அல்லது தகுதியான

regard¹ /rɪˈgɑːd/ *verb* [T] **1 regard sb/sth as sth; regard sb/sth (with sth)** to think of sb/sth (in the way mentioned) (குறிப்பிடப்பட்டுள்ள முறையில்) ஒருவர்/ஒன்று பற்றிக் கருது, எண்ணு *Her work is highly regarded* (= people have a high opinion of it). • *In some villages newcomers are regarded with suspicion.* **2** (*formal*) to look at sb/sth for a while ஒருவரை/ஒன்றைச் சிறிதுநேரம் பார்; உற்றுநோக்கு; குறிப்பாகப் பார்

IDM as regards sb/sth (*formal*) in connection with sb/sth ஒருவர்/ஒன்று குறித்து; பற்றி; தொடர்பாக; வகையில் *What are your views as regards this proposal?*

regard² /rɪˈgɑːd/ *noun* **1** [U] **regard to/for sb/sth** attention to or care for sb/sth ஒருவர்/ஒன்று மீது கருத்துச் செலுத்துதல் அல்லது அக்கறை கொள்ளுதல்; கவனிப்பு; பொருட்படுத்துதல்; கவனம் *He shows little regard for other people's feelings.* **2** [U, *sing.*] **(a) regard (for sb/sth)** a feeling of admiration for sb/sth; respect ஒருவர்/ஒன்று மீதான பாராட்டுணர்வு; மதிப்புணர்ச்சி; மரியாதை *She obviously* ***has*** *great* ***regard*** *for your ability.* **3 regards** [*pl.*] (used especially to end a letter politely) kind thoughts; best wishes (குறிப்பாக மரியாதை உணர்ச்சி/பண்பினிமை வெளிப்பட ஒரு கடிதத்தை முடிக்கப் பயன்படுத்தப்படுவது) நல்வாழ்த்துக்கள் *Please* ***give my regards to*** *your parents.*

IDM in/with regard to sb/sth; in this/that/one regard (*formal*) about sb/sth; connected with sb/sth ஒருவர்/ஒன்று பற்றி; குறித்து; தொடர்பாக; வகையில் *With regard to the details—these will be finalized later.*

regarding /rɪˈgɑːdɪŋ/ *prep.* (*formal*) about or in connection with பற்றி; வகையில்; குறித்து; தொடர்பாக *Please write if you require further information regarding this matter.*

regardless /rɪˈgɑːdləs/ *adv., prep.* **regardless (of sb/sth)** paying no attention to sb/sth; treating problems and difficulties as unimportant ஒருவரை/ஒன்றைப் பற்றிக் கவலைப்படாது; அக்கறையின்றி; கருத்துச் செலுத்தாது; சிக்கல்களையும் இடர்ப்பாடுகளையும் பொருட்படுத்தாது *I suggested she should stop but she* ***carried on regardless.*** • *Everybody will receive the same amount, regardless of how long they've worked here.*

regatta /rɪˈgætə/ *noun* [C] an event at which there are boat races படகுப் போட்டிகள் பலவற்றை உள்ளடக்கிய விளையாட்டு நிகழ்ச்சி

reggae /ˈregeɪ/ *noun* [U] a type of West Indian music with a strong rhythm சந்த அழுத்தம் மிக்க மேற்கிந்திய இசை வகை

regime /reɪˈʒiːm/ *noun* [C] a method or system of government, especially one that has not been elected in a fair way ஆட்சி முறை, குறிப்பாக முறைப்படித் தேர்ந்தெடுக்கப்படாத ஆட்சிமுறை *a military/fascist regime*

regiment /ˈredʒɪmənt/ [C, *with sing. or pl. verb*] a group of soldiers in the army who are commanded by a particular officer (**a colonel**) ஒரு படைப்பகுதி முதல்வரின் ஆணைப் பொறுப்பில் இயங்கும் தரைப்படைப் பிரிவு ▶ **regimental** /ˌredʒɪ ˈmentl/ *adj.*

regimented /ˈredʒɪmentɪd/ *adj.* (*formal*) (too) strictly controlled (மட்டு மீறிய) கட்டுப்பாட்டுக்கு உட்படுத்தப்பட்ட; நெகிழ்வற்ற, கடுமையான விதிமுறைகளின் கீழ் இயங்குகிற

region /ˈriːdʒən/ *noun* [C] **1** a part of the country or the world; a large area of land நாட்டுப் பகுதி; வட்டாரம்; உலகப் பகுதி; மண்டலம்; பரந்த நிலப்பரப்பு; பரப்பிடம் *desert/tropical/polar regions* ➪ **district** பதிவிலுள்ள குறிப்பைப் பார்க்க. **2** an area of your body உடற்பகுதி; உடலுறுப்பு ஒன்றைச் சுற்றியுள்ள அல்லது உடலுறுப்பு ஒன்றை ஒட்டி அமைந்துள்ள பகுதி

IDM **in the region of sth** about or approximately ஏறத்தாழ; கிட்டத்தட்ட; பெரிதும் ஒத்திருக்கிற *There were somewhere in the region of 30,000 people at the rally.*

regional /ˈriːdʒənl/ *adj.* connected with a particular region ஒரு நாட்டின் அல்லது உலகத்தின் குறிப்பிட்ட பகுதி சார்ந்த அல்லது பகுதிக்குரிய; வட்டார; மண்டல *regional accents* ➪ **local, international** மற்றும் **national** பார்க்க.

register[1] /ˈredʒɪstə(r)/ *verb* **1** [I, T] to put a name on an official list ஓர் அதிகாரபூர்வமான பட்டியலில் ஒரு பெயரைச் சேர்; பதிவேட்டில் பெயர் எழுது; பெயர் பதிவுசெய் *You should register with a doctor nearby.* • *All births, deaths and marriages must be registered.* **2** [I, T] to show sth or to be shown on a measuring instrument அளவீட்டுக் கருவியில் ஒன்று தோன்றச் செய் அல்லது காணப்படு; அளவைமானியில் ஒன்றைப் பதிவுசெய் அல்லது ஒன்று பதிவாகு *The thermometer registered 32°C.* • *The earthquake registered 6.4 on the Richter scale.* **3** [T] to show feelings, opinions, etc. உணர்ச்சிகள், கருத்துகள் முதலியவற்றை வெளிக்காட்டு; தோற்றுவி *Her face registered intense dislike.* **4** [I, T] (*often used in negative sentences*) to notice sth and remember it; to be noticed and remembered ஒன்றைக் கவனித்து நினைவில் வைத்துக்கொள்; ஒன்று பார்க்கப்பட்டு நினைவில் பதிவுறு *He told me his name but it didn't register.* **5** [T] to send a letter or package by special (**registered**) post பதிவு அஞ்சலில் கடிதத்தை அல்லது பொருட்கட்டை அனுப்பு

register[2] /ˈredʒɪstə(r)/ *noun* **1** [C] an official list of names, etc. or a book that contains this kind of list பெயர்கள் முதலியவற்றை உள்ளடக்கிய அதிகாரபூர்வமான பட்டியல் அல்லது இவ்வகையான பட்டியலைக் கொண்ட புத்தகம்; பதிவேடு • *the electoral register* (= of people who are able to vote in an election) **2** [C, U] the type of language (formal or informal) that is used in a piece of writing ((முறைசார் வழக்கு, முறைசாரா வழக்கு, இலக்கிய வழக்கு முதலிய) குறிப்பிட்ட சூழலுக்குரிய எழுத்துமொழி வழக்கு வகை

registered post *noun* [U] (*BrE*) a way of sending things by post that you pay extra for. If your letter or package is lost the post office will make a payment to you கூடுதல் கட்டணம் செலுத்தி, இழப்பீடு வழங்குவதற்கான ஏற்பாட்டுடன் பாதுகாப்பாக அஞ்சல் அனுப்பும் முறை; பதிவு அஞ்சல் முறை

registered trademark *noun* [C] (*symbol* ®) the sign or name of a product, etc. that is officially recorded and protected so that nobody else can use it அதிகாரபூர்வமாகப் பதிவுசெய்யப்பட்டுப் பிறர் பயன்படுத்த இயலாதவாறு தனியுரிமை பெற்றுள்ள செய்பொருள் முதலியவற்றின் குறியீடு அல்லது பெயர்; பதிவு செய்யப்பட்ட வணிக உரிமைக்குறி

register office = **registry office**

registrar /ˌredʒɪˈstrɑː(r); ˈredʒɪstrɑː(r)/ *noun* [C] **1** a person whose job is to keep official lists, especially of births, marriages and deaths அதிகாரபூர்வமான பதிவுக் குறிப்புகளை, குறிப்பாகப் பிறப்பு, திருமணம், இறப்பு ஆகியவற்றின் பதிவுக் குறிப்புகளைப் பராமரிக்கும் அலுவலர்; பதிவாளர் **2** a person who is responsible for keeping information about the students at a college or university கல்லூரியில் அல்லது பல்கலைக்கழகத்தில் மாணவர் சார்ந்த தகவல்களை வைத்துப் பராமரிக்கும் அலுவலர்; பல்கலைக்கழகத் தலைமை நிர்வாக அலுவலர்; பதிவாளர்

registration /ˌredʒɪˈstreɪʃn/ *noun* [U] putting sb/sth's name on an official list அதிகாரபூர்வமான பதிவேட்டில் ஒருவரது/ஒன்றின் பெயரைப் பதிவுசெய்தல்; பதிவீடு *Registration for evening classes will take place on 8 September.*

registration number *noun* [C] the numbers and letters on the front and back of a vehicle that are used to identify it ஓர் ஊர்தியின் அடையாளக் குறிப்பாக அதன் முன்னும் பின்னும் காணப்படும் இலக்கங்கள் மற்றும் எழுத்துகள்; ஊர்திப் பதிவெண்

registry /ˈredʒɪstri/ *noun* [C] (*pl.* **registries**) a place where official lists are kept பதிவேடுகள்/

பதிவு ஆவணங்கள் வைத்துப் பராமரிக்கப்படும் இடம்; பதிவேட்டு அலுவலகம்

registry office (*also* **register office**) *noun* [C] an office where a marriage can take place and where births, marriages and deaths are officially written down அதிகாரபூர்வமாகத் திருமணம் நடத்திவைப்பதற்கான மற்றும் பிறப்பு, திருமணம், இறப்பு ஆகியவை பதிவு செய்வதற்குரிய அலுவலகம், பதிவு அலுவலகம் ➪ **wedding** பதிவிலுள்ள குறிப்பைப் பார்க்க.

regressive /rɪˈgresɪv/ *adj.* becoming or making sth less advanced மேம்பாடு குறைவுறுகிற அல்லது மேம்பாட்டைக் குறைவுறச் செய்கிற; பின்னடைவான; பிற்போக்கான *The policy has been condemned as a regressive step.*

regret[1] /rɪˈgret/ *verb* [T] (**regretting; regretted**) **1** to feel sorry that you did sth or that you did not do sth ஒன்றைச் செய்தமைக்காக/செய்யாமைக்காக வருத்த உணர்வு கொள்; ஒன்றை எண்ணிக் கவலைப்படு, வருந்து *I hope you won't regret your decision later.* • *Do you regret not taking the job?* **2** (*formal*) used as a way of saying that you are sorry for sth ஒன்றிற்காகத் தான் வருந்துவதைக் கூறும் முறை *I regret to inform you that at present our firm has no post suited to your qualifications.*

regret[2] /rɪˈgret/ *noun* [C, U] a feeling of sadness about sth that cannot now be changed தற்போது மாற்ற இயலாத ஒன்று குறித்த வருத்த உணர்வு; சென்றது பற்றிய மன உளைவு; இரங்கல் *Do you **have** any **regrets** that you didn't go to university?* ▶ **regretful** /rɪˈgretfl/ *adj. a regretful look/smile* ▶ **regretfully** /rɪˈgretfəli/ *adv.*

regrettable /rɪˈgretəbl/ *adj.* that you should feel sorry or sad about வருந்தத்தக்க; இரங்குதற்குரிய *It is regrettable that the police were not informed sooner.* ▶ **regrettably** /-əbli/ *adv.*

regular[1] /ˈregjələ(r)/ *adj.* **1** having the same amount of space or time between each thing or part ஒன்றுக்கும் மற்றொன்றுக்கும் இடையே ஒரே அளவான கால அல்லது இட இடைவெளியுள்ள; கால/இட ஒழுங்குடைய; கால/இட முறைப்பட்ட *Nurses checked her blood pressure **at regular intervals**.* • *The fire alarms are tested **on a regular basis**.* ✪ OPP **irregular** **2** done or happening often அடிக்கடி அல்லது மீண்டும் மீண்டும் செய்யப்படுகிற அல்லது நிகழ்கிற; வழக்க முறையான *The doctor advised me to take regular exercise.* • *Accidents are **a regular occurrence** on this road.* **3** going somewhere or doing sth often அடிக்கடி ஓரிடத்திற்குச் செல்கிற அல்லது ஒன்றைச் செய்கிற; வாடிக்கையாகச் செல்கிற அல்லது செய்கிற *a regular customer* • *We're regular visitors to Goa.* **4** normal or usual வழக்கமான; பொதுமுறையான; இயல்பான *Who is your regular dentist?* **5** not having any individual part that is different from the rest மற்றவற்றிலிருந்து மாறுபட்டுத் தனித்துக் காணப்படுகிற ஒரு பகுதியைக் கொண்டிராத; அமைப்பொழுங்குடைய *regular teeth/features* • *a regular pattern* ✪ OPP **irregular** **6** fixed or permanent நிலையான; நிரந்தரமான; மாறாத *a regular income/job* • *a regular soldier/army* **7** (*AmE*) standard, average or normal கட்டளை மாதிரியான; சராசரியான; வழக்கமான *Regular or large fries?* **8** (*grammar*) (*used about a noun, verb, etc.*) having the usual or expected plural, verb form, etc. (இலக்கணம்) (பெயர்ச்சொல், வினைச்சொல் முதலியவை வகையில்) வழக்கமான அல்லது எதிர்பார்க்கத்தக்க பன்மை வடிவம், வினைத்திரிபு வடிவம் முதலியவற்றைக் கொண்டுள்ள; ஒழுங்கமைவான *'Walk' is a regular verb.* ✪ OPP **irregular** ▶ **regularly** *adv. to have a car serviced regularly* ▶ **regularity** /ˌregjuˈlærəti/ *noun* [U, C] *Aircraft passed overhead with monotonous regularity.*

regular[2] /ˈregjələ(r)/ *noun* [C] **1** (*informal*) a person who goes to a particular shop, bar, restaurant, etc. very often குறிப்பிட்ட கடை, (மது) அருந்தகம், உணவகம் முதலியவற்றுக்கு அடிக்கடி செல்பவர்; வாடிக்கையாளர் **2** a person who usually does a particular activity or sport குறிப்பிட்ட செயலில் அல்லது விளையாட்டில் வழக்கமுறையாக ஈடுபடுபவர்; நிலைத் தொழிலர் **3** a permanent member of the army, navy, etc. படைத்துறை ஒன்றின் நிரந்தரப் பணியாளர்; முறையமர்வுப் படைவீரர்

regulate /ˈregjuleɪt/ *verb* [T] **1** to control sth by using laws or rules சட்டங்களை அல்லது விதிமுறைகளைப் பயன்படுத்தி ஒன்றைக் கட்டுப்படுத்து, ஒழுங்குபடுத்து; முறைப்படுத்து **2** to control a machine, piece of equipment, etc. இயந்திரம், செயற்பொறி முதலியவற்றைக் கட்டுப்பாட்டுக்குள் கொண்டுவா; ஒழுங்கிசைவுபடுத்து *You can regulate the temperature in the car with this dial.*

regulation /ˌregjuˈleɪʃn/ *noun* **1** [C, *usually pl.*] an official rule that controls how sth is done ஒன்றின் செயல்முறையை நெறிப்படுத்தும் பணித்துறை சார்ந்த விதி; கட்டுப்பாட்டு விதிமுறை; வரையறை செய்யப்பட்ட விதி *to observe/obey the safety regulations* **2** [U] the control of sth by using rules விதிமுறைகளைப் பயன்படுத்தி ஒன்றைக் கட்டுப்படுத்துதல்; கட்டுப்பாடு *state regulation of imports and exports*

regur (*also* **black-cotton soil**) *noun* [U] (in India) rich black soil in which cotton is grown

இந்தியாவில் உள்ள, பருத்தி விளைவிப்பதற்கு ஏற்ற வளமான கருப்பு நிற மண்; கரிசல் மண்

regurgitate /rɪˈgɜːdʒɪteɪt/ *verb* [T] **1** (*formal*) to bring food that has been swallowed back up into the mouth again விழுங்கப்பட்டுள்ள உணவை மீண்டும் வாய்க்குக் கொண்டுவா *The bird regurgitates half-digested fish to feed its young.* **2** to repeat sth you have heard or read without really thinking about it or understanding it காதால் கேட்ட அல்லது படித்த ஒன்றைப் பற்றிச் சிந்தித்துப்பார்க்காது அல்லது அதைப் புரிந்துகொள்ளாது திரும்பக் கூறு; இயந்திரப் பாங்கில் ஒன்றை ஒப்புவி *He's just regurgitating what his father says.*

rehabilitate /ˌriːəˈbɪlɪteɪt/ *verb* [T] to help sb to live a normal life again after an illness, being in prison, etc. நோய், சிறை வாழ்க்கை முதலியவற்றுக்குப் பின் ஒருவர் மீண்டும் இயல்பு வாழ்க்கை வாழத் துணைசெய்; மறுவாழ்வுக்கு உதவு ▶ **rehabilitation** /ˌriːəˌbɪlɪˈteɪʃn/ *noun* [U] *a rehabilitation centre for drug addicts*

rehearsal /rɪˈhɜːsl/ *noun* [C, U] the time when you practise a play, dance, piece of music, etc. before you perform it for other people நாடகம், நடன நிகழ்ச்சி, இசை நிகழ்ச்சி முதலியவற்றைப் பொது மேடையில் நிகழ்த்துவதற்கு முன் செய்யப்படும் பயிற்சி; ஒத்திகை *a dress rehearsal* (= when all the actors wear their stage clothes) ▶ **rehearse** /rɪˈhɜːs/ *verb* [I, T]

reign /reɪn/ *verb* [I] **1 reign (over sb/sth)** (used about a king or queen) to rule a country (அரசன் அல்லது அரசி வகையில்) ஒரு நாட்டை ஆள்; அரசாட்சி செலுத்து (*figurative*) *the reigning world champion* **2 reign (over sb/sth)** to be in charge of a business or an organization ஒரு வணிக நிறுவனத்தின் அல்லது கூட்டாண்மை அமைப்பின் ஆட்சிப் பொறுப்பில் இரு; மேலாட்சி செய் **3** to be present as the most important quality of a particular situation குறிப்பிட்ட சூழலின் மேலோங்கிய பண்பாக அமைந்திரு *Chaos reigned after the first snow of the winter.* ▶ **reign** *noun* [C]

reimburse /ˌriːɪmˈbɜːs/ *verb* [T] (*formal*) to pay money back to sb ஒருவர் செலவு செய்த பணத்தைத் திருப்பிக் கொடு; செலவை ஈடுசெய் *The company will reimburse you in full for your travelling expenses.*

rein /reɪn/ *noun* [C, *usually pl.*] a long thin piece of leather that is held by the rider and used to control a horse's movements குதிரையைச் செலுத்துபவர் கையில் பிடித்துள்ளதும் குதிரையின் இயக்கத்தை நெறிப்படுத்த உதவுவதுமான நீண்டு மெலிதான வார்; குதிரையின் கடிவாள வார் ➪ **horse** பதிவில் படம் பார்க்க.

reincarnation /ˌriːɪnkɑːˈneɪʃn/ *noun* **1** [U] the belief that people who have died can live again in a different body இறந்தவர்கள் மீண்டும் வேறோர் உடலில் வாழ முடியும் என்னும் நம்பிக்கை; மறுபிறப்பு நம்பிக்கை *Do you believe in reincarnation?* **2** [C] a person or animal whose body is believed to contain the soul of a dead person இறந்த ஒருவரது ஆன்மா அவர்/அதன் உடலில் உறைவதாக நம்பப்படும் ஆள் அல்லது விலங்கு; மறுபிறப்பு எடுத்துள்ளதாக நம்பப்படும் ஆள் அல்லது விலங்கு *He believes he is the reincarnation of an Egyptian princess.* ➪ **incarnation** பார்க்க.

reindeer /ˈreɪndɪə(r)/ *noun* [C] (*pl.* **reindeer**) a type of large brownish wild animal that eats grass and lives in Arctic regions வட துருவப் பகுதிகளில் வாழும் புல் உண்ணும் பெரிய பழுப்பு நிறக் காட்டு விலங்கு வகை; கலைமான் வகை

reinforce /ˌriːɪnˈfɔːs/ *verb* [T] to make sth stronger ஒன்றை மேலும் வலுவுடையதாக்கு; மேலும் ஆட்களை அல்லது பொருள்களை உடன்சேர்த்து வலுவூட்டு *Concrete can be reinforced with steel bars.*

reinforcement /ˌriːɪnˈfɔːsmənt/ *noun* **1** [U] making sth stronger ஒன்றை மேலும் வலுப்பெறச் செய்தல்; உரமூட்டுதல்; வலிமை பெருக்குதல் *The sea wall is weak in places and needs reinforcement.* **2 reinforcements** [*pl.*] extra people who are sent to make an army, navy, etc. stronger தரைப்படை, கடற்படை முதலியவற்றை மேலும் வலிமைப்படுத்த அனுப்பப்படும் கூடுதல் படைவீரர்கள்

reinstate /ˌriːɪnˈsteɪt/ *verb* [T] **1 reinstate sb (in/as sth)** to give back a job or position that was taken from sb ஒருவரிடமிருந்து பறிக்கப்பட்ட பணியை அல்லது பதவியை அவருக்கு மீண்டும் அளி; மீண்டும் பழைய வேலையில்/பணியில் அமர்த்து *He was cleared of the charge of theft and reinstated as Head of Security.* **2** to return sth to its former position or role ஒன்று முன்பிருந்த நிலைக்கு அல்லது செயல்பாட்டுக்கு மீண்டும் வரச்செய்; பழைய நிலைக்குத் திரும்பக் கொண்டுவா ▶ **reinstatement** *noun* [U]

reject[1] /rɪˈdʒekt/ *verb* [T] to refuse to accept sb/sth ஒருவரை/ஒன்றை ஏற்றுக்கொள்ள மறு; விலக்கு *The plan was rejected as being impractical.* ▶ **rejection** *noun* [C, U] *Gargi got a rejection from Lucknow University.* • *There has been total rejection of the new policy.*

reject[2] /ˈriːdʒekt/ *noun* [C] a person or thing that is not accepted because he/she/it is not good enough நிறைவின்மை காரணமாக ஏற்றுக்கொள்ளப்படாத ஆள் அல்லது பொருள்;

தகுதியற்றவர்/தகுதியற்றது என விலக்கப்பட்டவர்/விலக்கப்பட்டது *Rejects are sold at half price.*

rejoice /rɪˈdʒɔɪs/ *verb* [I] (*formal*) **rejoice (at/over sth)** to feel or show great happiness பெரு மகிழ்ச்சியடை; பெரு மகிழ்ச்சியை வெளிப்படுத்து; மகிழ்ந்து கொண்டாடு ▶ **rejoicing** *noun* [U] *There were scenes of rejoicing when the war ended.*

rejoin /ˌriːˈdʒɔɪn/ *verb* [T, I] to join sb/sth again after leaving him/her/it பிரிவுக்குப் பின் ஒருவருடன்/ஒன்றுடன் மீண்டும் சேர் அல்லது சேரச் செய்; மீண்டும் ஒன்றுசேர் அல்லது ஒன்றுசேர்த்துவை

rejuvenate /rɪˈdʒuːvəneɪt/ *verb* [T] (*usually passive*) to make sb/sth feel or look younger ஒருவர்/ஒன்று தற்பொழுதினும் இளமை உடையவராக/உடையதாக உணரச் செய் அல்லது தோன்றச் செய்; புத்திளமையூட்டு ▶ **rejuvenation** /rɪˌdʒuːvəˈneɪʃn/ *noun* [U]

relapse /rɪˈlæps/ *verb* [I] to become worse again after an improvement மேம்பாட்டுக்குப் பின் மீண்டும் மோசமாகு; மீண்டும் சீர்கேடு அடை; மோசமான பழைய நிலைக்குத் திரும்பு; மறுகலி *He relapsed into his old bad habits.* ▶ **relapse** /ˈriːlæps/ *noun* [C] *The patient had a relapse and then died.*

relate /rɪˈleɪt/ *verb* [T] **1 relate A to/with B** to show or make a connection between two or more things இரண்டு அல்லது இரண்டுக்கு மேற்பட்ட பொருள்களுக்கு இடையே தொடர்புள்ளதாகக் காட்டு அல்லது அவற்றைத் தொடர்புபடுத்து *The report relates heart disease to high levels of stress.* **2** (*formal*) **relate sth (to sb)** to tell a story to sb ஒருவருக்கு ஒரு கதை கூறு; ஒன்றை விரித்துரை *He related his side of the story to a journalist.*

PHR V **relate to sb/sth 1** to be concerned or involved with sth ஒருவர்/ஒன்று பற்றியதாயிரு; ஒன்றுடன் தொடர்புடையவராயிரு **2** to be able to understand how sb feels ஒருவரது மனப்போக்கை அல்லது எண்ணப்பாங்கை அறிந்துகொள்ள இயலக் கூடியவராயிரு *Some teenagers find it hard to relate to their parents.*

related /rɪˈleɪtɪd/ *adj.* **related (to sb/sth)** **1** connected with sb/sth ஒருவரோடு/ஒன்றோடு தொடர்புடைய; ஒருவரை/ஒன்றைச் சார்ந்த *The rise in the cost of living is directly related to the price of oil.* **2** of the same family ஒரே குடும்பத்தைச் சார்ந்த; உறவுடைய *We are related by marriage.*

relation /rɪˈleɪʃn/ *noun* **1 relations** [*pl.*] **relations (with sb); relations (between A and B)** the way that people, groups, countries, etc. feel about or behave towards each other ஆட்கள், குழுக்கள், நாடுகள் முதலியவை ஒருவரைப் பற்றி ஒருவர்/ஒன்றைப் பற்றி ஒன்று எண்ணுகிற முறை அல்லது ஒருவரோடொருவர்/ஒன்றோடொன்று உறவு கொள்கிற முறை; உறவு முறை *The police officer stressed that good relations with the community were essential.* **2** [U] **relation (between sth and sth); relation (to sth)** the connection between two or more things இரண்டு அல்லது இரண்டுக்கு மேற்பட்ட பொருள்களுக்கு இடையேயான தொடர்பு *There seems to be little relation between the cost of the houses and their size.* • *Their salaries* ***bear no relation*** *to the number of hours they work.* **3** [C] a member of your family குடும்ப உறுப்பினர்; உறவினர் *a close/distant relation* ✪ **SYN relative**

> **NOTE** உறவுமுறை பற்றி வினவ—*'What relation are you to each other?'* மற்றும் *'Are you any relation to each other?'* ஆகிய தொடர்களைப் பயன்படுத்தலாம்.

IDM **in/with relation to sb/sth 1** concerning sb/sth ஒருவர்/ஒன்று தொடர்பாக; குறித்து; பற்றி *Many questions were asked, particularly in relation to the cost of the new buildings.* **2** compared with ஒப்பிட்டு நோக்கும்போது *Prices are low in relation to those in other parts of Asia.*

relationship /rɪˈleɪʃnʃɪp/ *noun* [C] **1 a relationship (with sb/sth); a relationship (between A and B)** the way that people, groups, countries, etc. feel about or behave towards each other ஆட்கள், குழுக்கள், நாடுகள் முதலியவை ஒருவரைப் பற்றி ஒருவர்/ஒன்றைப் பற்றி ஒன்று எண்ணுகிற முறை அல்லது ஒருவரோடொருவர்/ஒன்றோடொன்று உறவு கொள்கிற முறை; உறவு முறை *The relationship between the parents and the school has improved greatly.* **2 a relationship (with sb); a relationship (between A and B)** a friendly or loving connection between people ஆட்களுக்கு இடையேயான நட்பு முறையிலான அல்லது உணர்வு நிலையிலான தொடர்பு; நட்புறவு; காதல் உறவு; அன்புப் பிணைப்பு *Do you have a close relationship with your brother?* **3 a relationship (to sth); a relationship (between A and B)** the way in which two or more things are connected இரண்டு அல்லது இரண்டுக்கு மேற்பட்ட பொருள்கள் தொடர்புற்றுள்ள முறை; தொடர்பு *Is there a relationship between violence on TV and the increase in crime?* **4 a relationship (to sb); a relationship (between A and B)** a family connection குடும்பத் தொடர்பு; உறவு *'What is your relationship to Bhaskar?' 'He's married to my cousin.'*

relative[1] /ˈrelətɪv/ *adj.* **1 relative (to sth)** when compared to sb/sth else வேறொருவரோடு/வேறொன்றோடு ஒப்பிட்டுக் காண்கையில் பெறப்படுகிற *the position of the earth relative to the sun* • *They live in relative luxury.* **2** (*grammar*) referring to an earlier noun, sentence or part of a sentence (இலக்கணம்) முன்னர் குறிப்பிடப்பட்டுள்ள பெயர்ச்சொல்லை, வாக்கியத்தை அல்லது வாக்கியத்தின் பகுதியைச் சுட்டுகிற; எச்சச் சொல்லான; எச்சத் தொடரான *In the phrase 'the lady who lives next door', 'who' is a* ***relative pronoun*** *and 'who lives next door' is a* ***relative clause****.*

> NOTE **Relative pronouns** மற்றும் **relative clauses** பற்றி மேலும் அறிய அகராதிப் பகுதியை அடுத்துள்ள **Quick Grammar Reference** பகுதியைப் பார்க்க.

relative[2] /ˈrelətɪv/ *noun* [C] a member of your family குடும்ப உறுப்பினர்; உறவினர் *a close/distant relative* ✪ SYN **relation**

relatively /ˈrelətɪvli/ *adv.* to quite a large degree, especially when compared to others குறிப்பாகப் பிறவற்றுடன் ஒப்பிடுகையில், ஓரளவு பெரும்படியாக, பேரளவில், பெரிதும் *Spanish is a relatively easy language to learn.*

relativity /ˌreləˈtɪvəti/ *noun* [U] (in physics) Einstein's belief that all movement is affected by space, light, time and **gravity** (இயற்பியலில்) இடப்பரப்பு, ஒளி, காலம், ஈர்ப்பு விசை ஆகியவற்றால் அனைத்து இயக்க வகைகளும் பாதிப்புக்கு உள்ளாகும் என்னும் ஐன்ஸ்டைனின் கோட்பாடு; சார்பியல் கோட்பாடு

relax /rɪˈlæks/ *verb* **1** [I] to rest while you are doing sth enjoyable, especially after work or effort குறிப்பாக வேலைக்கு அல்லது கடும் உழைப்புக்குப்பின், மகிழ்ச்சியூட்டும் ஒன்றில் ஈடுபட்டு இளைப்பாறு; சோர்வு நீங்கப்பெறு *This holiday will give you a chance to relax.* • *They spent the evening relaxing in front of the television.* **2** [I] to become calmer and less worried கவலை தணிந்து அமைதிகொள்; மனம் அமைதிப்படு *Relax—everything's going to be OK!* **3** [I, T] to become or make sb/sth become less hard or tight கட்டுறுதி அல்லது இறுக்கம் தளர்வுறு; முறுக்கு அவிழ்வுறு; ஒருவரது/ஒன்றின் இறுக்க நிலை தளர்வுறச் செய்; தளர்த்து *A hot bath will relax you after a hard day's work.* • *Don't relax your grip on the rope!* **4** [T] to make rules or laws less strict விதிமுறைகளின் அல்லது சட்டங்களின் கடுமை குறையச் செய்; கண்டிப்பைத் தளர்த்து

relaxation /ˌriːlækˈseɪʃn/ *noun* **1** [C, U] something that you do in order to rest, especially after work or effort குறிப்பாக வேலைக்கு அல்லது கடும் உழைப்புக்குப் பின், சோர்வகற்றும் பொருட்டுச் செய்யப்படும் ஒன்று; அயர்வு தணிக்கும் செயல்; பொழுதுபோக்குச் செயல் *Everyone needs time for rest and relaxation.* **2** [U] making sth less strict, tight or strong ஒன்றின் கண்டிப்புத் தன்மையை, இறுக்கத்தை, கடுமையை அல்லது வலுவைக் குறையச் செய்தல்; தளர்த்துதல்; நெகிழ்வூட்டுதல்

relaxed /rɪˈlækst/ *adj.* not worried or tense கவலை அல்லது இறுக்க நிலை அற்ற; பதற்றம்/படபடப்பு நீங்கிய; மனம் அமைதிப்பட்ட *The relaxed atmosphere made everyone feel at ease.*

relaxing /rɪˈlæksɪŋ/ *adj.* pleasant, helping you to rest and become less worried கவலை தணிந்து ஓய்வமைதி கொள்ளத் துணைசெய்கிற இன்ப நிலையான; அயர்வு நீக்கி மகிழ்ச்சியூட்டுகிற இன்பப் பொழுதுபோக்கான *a quiet relaxing holiday*

relay[1] /rɪˈleɪ; ˈriːleɪ/ *verb* [T] (*pt, pp* **relayed**) **1** to receive and then pass on a signal or message ஒரு குறியை/சமிக்ஞையை அல்லது செய்தியை வாங்கி மேல்செலுத்து, வாங்கி அனுப்பு *Instructions were relayed to us by phone.* **2** (*BrE*) to put a programme on the radio or television ஒரு நிகழ்ச்சியை வானொலியில்/தொலைக்காட்சியில் ஒலி/ஒளி பரப்புச் செய்; அஞ்சல் செய்

relay[2] /ˈriːleɪ; ˈriːleɪ/ (*also* **relay race**) *noun* [C] a race in which each member of a team runs, swims, etc. one part of the race ஓரணியில் ஒவ்வொருவரும் பந்தயத் தொலைவின் ஒரு பகுதியை ஓடுதல், நீந்துதல் முதலியவற்றால் நிறைவுசெய்யும் பந்தய வகை; இடைமாற்றுப் பந்தயம்

release[1] /rɪˈliːs/ *verb* [T] **1 release sb/sth (from sth)** to allow sb/sth to be free ஒருவரை/ஒன்றைத் தன்னுரிமையுடன் செல்லவிடு; சுதந்திரம் அளி *He's been released from prison.* • (*figurative*) *His firm released him for two days a week to go on a training course.* **2** to stop holding sth so that it can move, fly, fall, etc. freely ஒன்று தன்னியல்பாக இயங்குவது, பறப்பது, விழுவது முதலியவற்றுக்கு ஏதுவாக அதனைத் தன் பிடியிலிருந்து விடுவி; கட்டு நீக்கு *Thousands of balloons were released at the ceremony.* • (*figurative*) *Crying is a good way to release pent-up emotions.* **3** to move sth from a fixed position நிலையான இருப்பு நிலையிலிருந்து ஒன்றை நகர்த்து *He released the handbrake and drove off.* **4** to allow sth to be known by the public ஒன்றைப் பொதுமக்கள் அறிந்துகொள்ளவிடு; வெளிப்படுத்து *The identity of the victim has not been released.* **5** to make a film, record, etc. available so the public can see or hear it ஒரு திரைப்படம், ஓர்

இசைத்தட்டு முதலியவை பொதுமக்கள் காண அல்லது கேட்கக் கிடைக்குமாறு செய்; வெளியிடு *Their new single is due to be released next week.*

release² /rɪˈliːs/ *noun* [C, U] **1 (a) release (of sth) (from sth)** the freeing of sth or the state of being freed ஒன்றைச் சுதந்திரமாகப் போகச் செய்தல்; ஒன்று சுதந்திரமாக விடப்படும் நிலை; விடுவிப்பு; விடுதலை; கட்டுப்பாடு நீக்கம் *The release of the hostages took place this morning.* **2** a book, film, record, piece of news, etc. that has been made available to the public; the act of making sth available to the public பொதுமக்கள் பயன்கொள்ளக் கிடைக்குமாறு செய்யப்பட்ட நூல், திரைப்படம், இசைத்தட்டு, செய்தி முதலியவை; இவ்வாறு பொதுமக்களுக்குக் கிடைக்கும்படி செய்யப்படுதல்; வெளியீட்டுப் பொருள்; வெளியீடு *a press release* • *The film won't **be/go on release** until March.*

relegate /ˈrelɪgeɪt/ *verb* [T] to put sb/sth into a lower level or position தாழ்நிலையில் ஒருவரை/ஒன்றை வை; கீழ்நிலைக்கு அனுப்பு *They were relegated to the second division.* ▶ **relegation** /ˌrelɪˈgeɪʃn/ *noun* [U]

relent /rɪˈlent/ *verb* [I] **1** to finally agree to sth that you had refused முன்பு மறுப்புத் தெரிவித்திருந்த ஒன்றுக்கு இறுதியாக இசைவளி; கண்டிப்பைத் தளர்த்திக் கொள்; மனம் இரங்கு. *Her parents finally relented and allowed her to go to the concert.* **2** to become less determined, strong, etc. உறுதி, கடுமை முதலியவை தணிவுறு *The heavy rain finally relented and we went out.*

relentless /rɪˈlentləs/ *adj.* not stopping or changing விடாது தொடர்கிற; மாறாத; தணிவுறாத *the relentless fight against crime* ▶ **relentlessly** *adv. The sun beat down relentlessly.*

relevant /ˈreləvənt/ *adj.* **relevant (to sb/sth)** **1** connected with what is happening or being talked about குறிப்பிட்ட நிகழ்வோடு அல்லது பொருளோடு தொடர்புடைய, இயைந்து செல்கிற *Much of what was said was not directly relevant to my case.* **2** important and useful முக்கியமானதும் பயனுடையதுமான *Many people feel that poetry is no longer relevant in today's world.* ✪ **OPP irrelevant** ▶ **relevance** *noun* [U] *I honestly can't see the relevance of what he said.*

reliable /rɪˈlaɪəbl/ *adj.* that you can trust நம்பிக்கைக்குரிய; நம்பகமான *Japanese cars are usually very reliable.* • *Is he a reliable witness?* ✪ **OPP unreliable** ➪ **rely** verb பார்க்க. ▶ **reliability** /rɪˌlaɪəˈbɪləti/ *noun* [U] ▶ **reliably** /-əbli/ *adv. I have been reliably informed that there will be no trains tomorrow.*

reliance /rɪˈlaɪəns/ *noun* [U] **reliance on sb/sth 1** being able to trust sb/sth ஒருவர்/ஒன்றின்மீது நம்பிக்கை கொள்ளத்தக்க நிலை; நம்பிக்கை *Don't **place** too much **reliance** on her promises.* **2** not being able to live or work without sb/sth; being dependent on sb/sth ஒருவரது/ஒன்றின் துணையின்றி வாழ்க்கை நடத்த அல்லது செயலாற்ற முடியாதிருத்தல்; ஒருவரை/ஒன்றைச் சார்ந்திருத்தல்; சார்பு நிலை; ஆதரவை எதிர்நோக்கிய நிலை ➪ **rely** verb பார்க்க.

reliant /rɪˈlaɪənt/ *adj.* **reliant on sb/sth** not being able to live or work without sb/sth ஒருவரது/ஒன்றின் துணையின்றி வாழ்க்கை நடத்த அல்லது செயலாற்ற முடியாதிருக்கிற; ஒருவரை/ஒன்றைச் சார்ந்திருக்கிற; ஆதரவை எதிர்நோக்கியிருக்கிற *They are totally reliant on the state for financial support.* ➪ **rely** verb பார்க்க; மேலும் **self-reliant** பார்க்க.

relic /ˈrelɪk/ *noun* [C] an object, tradition, etc. from the past that still survives today கடந்த காலத்திற்குரியதும் இன்றும் அழியாதிருப்பதுமான பொருள் அல்லது வழக்காறு; காலம் கடந்து வாழும் பழம்பொருள்

relief /rɪˈliːf/ *noun* **1** [U, *sing.*] **relief (from sth)** the feeling that you have when sth unpleasant stops or becomes less strong இன்னாத ஒன்று முடிவுறும்போது அல்லது அதன் கடுமை குறையும்போது உண்டாகும் உணர்வு; மன நிம்மதி *It was a great relief to know they were safe.* • *to breathe **a sigh of relief*** **2** [U] the removal or reduction of pain, worry, etc. வலி, மனக்கவலை முதலியவை நீங்குதல் அல்லது குறைதல்; நோவு தணிவு; சுமைக் குறைவு; கவலை நீக்கம்; துயர் நீக்கம் *These tablets provide pain relief for up to four hours.* **3** [U] money or food that is given to help people who are in trouble or difficulty தொல்லைக்கு அல்லது துன்பத்திற்கு ஆட்பட்டவர்களுக்கு வழங்கப்படும் பணம் அல்லது உணவு; இடர் காப்புதவி *disaster relief for the flood victims* **4** [U] a reduction in the amount of tax you have to pay செலுத்த வேண்டிய வரித்தொகையில் செய்யப்படும் குறைப்பு; வரிக்குறைப்பு

relief map *noun* [C] (in geography) a map that uses different colours to show the different heights of hills, valleys, etc. (புவியியலில்) மலைகள், பள்ளத்தாக்குகள் முதலியவற்றின் வெவ்வேறான உயர அளவுகளைக் காட்ட வெவ்வேறு நிறங்களைப் பயன்படுத்தும் நிலப்படம்; புடைப்பியல் நிலப்படம்

relieve /rɪˈliːv/ *verb* [T] to make an unpleasant feeling or situation stop or get better மனம் ஒவ்வாத ஓர் உணர்வு அல்லது ஒரு சூழல் முடிவுறச் செய் அல்லது தணிவுறச் செய்;

வலி, துன்ப உணர்வு முதலியவற்றிலிருந்து விடுவி *This injection should* ***relieve the pain.*** • *We played cards to relieve the boredom.*

PHR V **relieve sb of sth** (*formal*) to take sth away from sb ஒருவரிடமிருந்து ஒன்றை எடுத்துக்கொள்; ஒன்றிலிருந்து ஒருவரை விடுவி *to relieve sb of responsibility*

relieved /rɪˈliːvd/ *adj.* pleased because your fear or worry has been taken away அச்சம் அல்லது மனக்கவலை நீக்கப்பட்டு மகிழ்ச்சியுற்ற; துயர் தணிவுற்ற; ஆறுதலடைந்த *I was very relieved to hear that you weren't seriously hurt.*

religion /rɪˈlɪdʒən/ *noun* **1** [U] the belief in a god or gods and the activities connected with this ஒரு கடவுள் அல்லது கடவுள்கள் மீதான நம்பிக்கையும் அது தொடர்பான செயற்பாடுகளும்; கடவுள் நம்பிக்கையும் சமயச் சடங்குகளும் **2** [C] one of the systems of beliefs that is based on a belief in a god or gods கடவுள் நம்பிக்கையின் அடிப்படையிலான கோட்பாட்டமைப்புகளில் ஒன்று; சமயம்; மதம் *Representatives of all the major world religions were present at the talks.*

religious /rɪˈlɪdʒəs/ *adj.* **1** connected with religion சமயம் சார்ந்த; சமயத் தொடர்புடைய *religious faith* **2** having a strong belief in a religion ஒரு மதத்தில் ஆழ்ந்த நம்பிக்கை கொண்டுள்ள; சமயப் பற்று மிக்க *a deeply religious person*

religiously /rɪˈlɪdʒəsli/ *adv.* **1** very carefully or regularly மிக்க கவனம் செலுத்தி அல்லது ஒழுங்கு முறையாக; மிகுந்த ஈடுபாட்டுடன் *She stuck to the diet religiously.* **2** in a religious way சமய நெறி சார்ந்து; சமயக் கோட்பாடுகளின்படி

relinquish /rɪˈlɪŋkwɪʃ/ *verb* [T] (*formal*) to stop having or doing sth ஓர் உடைமையை அல்லது ஒரு செயலை விட்டுவிடு; துற NOTE இப்பொருளுடைய பெரு வழக்குத் தொடர் **give up** என்பதாகும்.

relish¹ /ˈrelɪʃ/ *verb* [T] to enjoy sth or to look forward to sth very much ஒன்றை நுகர்ந்து மகிழ்; ஒன்றில் பெரிதும் மகிழ்ந்து ஈடுபடு; ஒன்றை மிக்க ஆவலுடன் எதிர்நோக்கியிரு *I don't* ***relish the prospect*** *of getting up early tomorrow.*

relish² /ˈrelɪʃ/ *noun* **1** [U] (*written*) great enjoyment பெரு மகிழ்ச்சி; களிப்பு; இன்ப ஈடுபாடு *She accepted the award with obvious relish.* **2** [U, C] a thick, cold sauce made from fruit and vegetables பழங்கள் மற்றும் காய்கறிகளிலிருந்து தயாரிக்கப்படும் கெட்டியான, குளிர்ந்த கூட்டுச்சாறு; குளிர் சுவைக்கூட்டு

relive /ˌriːˈlɪv/ *verb* [T] to remember sth and imagine that it is happening again ஒன்றை நினைவுக்குக் கொண்டுவந்து அது மீண்டும் நிகழ்வதாகக் கற்பனை செய்துகொள்; ஒரு கடந்த கால அனுபவம் முதலியவற்றை மீண்டும் கற்பனையில் கண்டு ஈடுபாடு கொள்

reload /ˌriːˈləʊd/ *verb* [I, T] to put sth into a machine again ஒரு பொறியினுள் ஒன்றை மீண்டும் வை; மறு நிரப்பீடு செய் *to reload a gun* • *to reload a disk into a computer*

reluctant /rɪˈlʌktənt/ *adj.* **reluctant (to do sth)** not wanting to do sth because you are not sure it is the right thing to do ஒன்று முறையானது/சரியானது என்பது குறித்து உறுதியாகத் தெரிந்திராத காரணத்தினால் அதனைச் செய்ய விரும்பாத; தயக்கம் காட்டுகிற ▶ **reluctance** *noun* [U] *Thambi left* ***with*** *obvious* ***reluctance.*** ▶ **reluctantly** *adv.*

rely /rɪˈlaɪ/ *verb* [I] (*pres. part.* **relying**; *3rd person sing. pres.* **relies**; *pt, pp* **relied**) **rely on/upon sb/sth (to do sth) 1** to need sb/sth and not be able to live or work properly without him/her/it ஒருவர்/ஒன்றின் தேவையுணர் மற்றும் அவர்/அதன் துணையின்றிச் சரியான முறையில் வாழ்க்கை நடத்த அல்லது செயலாற்ற முடியாதிரு; ஒருவரை/ஒன்றைச் சார்ந்திரு; துணையாதாரமாகக் கொண்டிரு *The old lady had to rely on other people to do her shopping for her.* **2** to trust sb/sth to work or behave well நன்முறையில் செயலாற்றுவதற்கு அல்லது நடந்துகொள்வதற்கு ஒருவரை/ஒன்றை நம்பியிரு *Can I rely on you to keep a secret?* ⇨ **reliance** noun பார்க்க; மேலும் **reliable** மற்றும் **reliant** பார்க்க.

remain /rɪˈmeɪn/ *verb* **1** *linking verb* to stay or continue in the same place or condition ஒரே இடத்தில் அல்லது நிலையில் தங்கியிரு அல்லது தொடர்ந்து காணப்படு; நிலை மாறாதிரு *to remain silent/standing/seated* • *Jai went to live in America but his family remained behind in India.* **2** [I] to be left after other people or things have gone மற்றவர்கள்/மற்றவை நீங்கிவிட்ட/கழிந்துவிட்ட பிறகு எஞ்சியிரு; மீந்திரு *They spent the two remaining days of their holidays buying presents to take home.* **3** [I] to still need to be done, said or dealt with இன்னும் செய்யப்பட, கூறப்பட அல்லது கையாளப்பட வேண்டியிரு; செயல் எஞ்சியிரு *It* ***remains to be seen*** (= we do not know yet) *whether we've made the right decision.* • *Although he seems very pleasant,* ***the fact remains*** *that I don't trust him.*

remainder /rɪˈmeɪndə(r)/ *noun* [*sing., with sing. or pl. verb*] (*usually* **the remainder**) the people, things, etc. that are left after the others have gone away or been dealt with; the rest மற்றவர்கள்/மற்றவை சென்றுவிட்ட, கழிந்துவிட்ட அல்லது கையாளப்பட்டுவிட்ட பிறகு

எஞ்சியிருப்பவர்கள்/எஞ்சியிருப்பவை; மிச்சம்; மீதமுள்ளவை

remains /rɪˈmeɪnz/ *noun* [*pl.*] **1** what is left behind after other parts have been used or taken away மற்ற பகுதிகள் பயன்படுத்திக் கொள்ளப்பட்ட பிறகு அல்லது எடுத்துக்கொள்ளப்பட்ட பிறகு எஞ்சியிருப்பது; மீந்த பகுதி; மிச்சம்; எஞ்சிய பகுதி *The builders found the remains of a Roman mosaic floor.* **2** (*formal*) a dead body (sometimes one that has been found somewhere a long time after death) இறந்தவரது உடல்; உயிரற்ற உடல்; (சில சமயங்களில் ஒருவர் இறந்து நீண்ட காலத்திற்குப் பிறகு கண்டுபிடிக்கப்பட்ட உடல்) *Human remains were discovered in the woods.*

remand /rɪˈmɑːnd/ *noun* [U] (*BrE*) the time before a prisoner's trial takes place கைதியின் வழக்கு விசாரணை நடைபெறுவதற்கு முற்பட்ட காலம்; காவல் வைப்புக் காலம் *a remand prisoner* ▶ **remand** *verb* [T] *The man was **remanded in custody*** (= sent to prison until the trial).
IDM **on remand** (used about a prisoner) waiting for the trial to take place (கைதி வகையில்) வழக்கு விசாரணைக்குக் காத்திருப்பவராக; காவல் வைப்புக் கைதியாக

remark /rɪˈmɑːk/ *verb* [I, T] **remark (on/upon sb/sth)** to say or write sth; to comment ஒன்றைப் பேசு அல்லது எழுது; கருத்து எடுத்துரை; விமர்சனம் செய் *A lot of people have remarked on the similarity between them.* ⇨ **observation** மற்றும் **comment** பார்க்க. ▶ **remark** *noun* [C]

remarkable /rɪˈmɑːkəbl/ *adj.* unusual and surprising in a way that people notice கவனத்தை ஈர்க்கும் முறையில் வழக்க மீறிய மற்றும் வியப்பூட்டுகிற; குறிப்பிடத்தக்க; தனிச்சிறப்புக்குரிய *That is a remarkable achievement for someone so young.* ▶ **remarkably** /rɪˈmɑːkəbli/ *adv.*

remedial /rɪˈmiːdiəl/ *adj.* **1** aimed at improving or correcting a situation ஒரு சூழலை மேம்படுத்துவதை அல்லது சரிசெய்வதை நோக்கமாகக் கொண்ட; சீர்படுத்துவதற்குரிய **2** helping people who are slow at learning sth ஒன்றைக் கற்பதில் பின்தங்கியுள்ளவர்களுக்கு உதவி செய்யும் முறையிலான; கற்றலில் குறைநிரப்புப் பயிற்சி முறையான *remedial English classes*

remedy[1] /ˈremədi/ *noun* [C] (*pl.* **remedies**) **a remedy (for sth)** **1** something that makes you better when you are ill or in pain ஒரு நோய் அல்லது வலியின் போது நல மேம்பாடு தரும் பொருள்; நோய் தீர்க்கும் மருந்து; நிவாரணி *Hot lemon with honey is a good remedy for colds.* **2** a way of solving a problem ஒரு சிக்கலுக்குத் தீர்வு காணும் முறை; தீர்வு *There is no easy remedy for unemployment.*

remedy[2] /ˈremədi/ *verb* [T] (*pres. part.* **remedying**; *3rd person sing. pres.* **remedies**; *pt, pp* **remedied**) to change or improve sth that is wrong or bad சீர்கெட்ட அல்லது மோசமான ஒன்றை மாற்று அல்லது திருத்து; சரிசெய்; மேம்படுத்து

remember /rɪˈmembə(r)/ *verb* [I, T] **1 remember (sb/sth); remember (doing sth); remember that.....** to have sb/sth in your mind or to bring sb/sth back into your mind ஒருவரை/ஒன்றை மனத்தில் இருத்து அல்லது மீண்டும் நினைவுக்குக் கொண்டுவா; நினைவில் வைத்துக்கொள்; ஞாபகப்படுத்திக்கொள் *I'm sorry. I don't remember your name.* • *Do you remember the night we first met?* **2 remember (sth/to do sth)** to not forget to do what you have to do செய்ய வேண்டிய ஒன்றை மறவாதிரு அல்லது ஞாபகத்தில் வைத்திரு *I remembered to buy the coffee.* • *Remember to turn the lights off before you leave.*

> **NOTE** Remember **to do** something என்பது ஒன்றைச் செய்ய மறவாதிருத்தலைக் குறிக்கும். Remember **doing** something என்பது செய்திருப்பது ஒன்று மனப்பதிவாக உள்ளதைக் குறிக்கும்—*Remember to take your keys when you go out.* • *I remember leaving my keys on the table last night.*

3 [T] to give money, etc. to sb/sth ஒருவருக்கு/ஒன்றுக்குப் பணம் முதலியவற்றைக் கொடு. *to remember sb in your will* **4** (*formal*) to think about and show respect for sb who is dead இறந்துவிட்ட ஒருவரை மரியாதையுடன் நினைவுகூர்; நினைவில் வைத்துப் போற்று
IDM **remember me to sb** used when you want to send good wishes to a person you have not seen for a long time நீண்ட காலம் நேரில் காணாதுள்ள ஒருவருக்கு வாழ்த்து அனுப்பப் பயன்படுத்தப்படும் தொடர் *Please remember me to your wife.* ⇨ **remind** பதிவிலுள்ள குறிப்பைப் பார்க்க.

remembrance /rɪˈmembrəns/ *noun* [U] (*formal*) thinking about and showing respect for sb who is dead இறந்துவிட்ட ஒருவரை நினைவு கூர்ந்து மரியாதை செலுத்துதல்; நீத்தார் நினைவு அஞ்சலி *a service **in remembrance of** those killed in the war*

remind /rɪˈmaɪnd/ *verb* [T] **1 remind sb (about/of sth); remind sb (to do sth/that....)** to help sb to remember sth, especially sth important that he/she has to do ஒன்றை, குறிப்பாக ஒருவர் செய்யவேண்டிய முக்கியமான ஒன்றை, அவர் நினைவுபடுத்திக்கொள்ள உதவு; ஞாபகப்படுத்து *Can you remind me of your address?* • *He reminded the children to wash their hands.*

2 remind sb of sb/sth to cause sb to remember sb/sth ஓராளை/ஒரு பொருளை ஒருவர் மீண்டும் நினைக்கத் தூண்டு; நினைவுபடுத்து *That smell reminds me of school. • You remind me of your father.*

reminder /rɪˈmaɪndə(r)/ *noun* [C] something that makes you remember sth ஒன்றை நினைவு-படுத்திக்கொள்ளத் தூண்டுவது; நினைப்பூட்டுக் குறிப்பு; நினைவூட்டு *We received a reminder that we hadn't paid the electricity bill.*

reminisce /ˌremɪˈnɪs/ *verb* [I] **reminisce (about sb/sth)** to talk about pleasant things that happened in the past கடந்த காலத்தில் நிகழ்ந்த இனிமையானவைகளைப் பற்றிப் பேசு; இனிமையான பழைய நடப்புகளை நினைவுகூர்

reminiscence /ˌremɪˈnɪsns/ *noun* [C, U] (*often pl.*) the act of remembering, talking or writing about events or experiences remembered from the past கடந்த காலத்தின் மகிழ்ச்சி அளித்த சம்பவங்களை மற்றும் அனுபவங்-களை நினைவுகூர்தல், அல்லது அவை பற்றிப் பேசுதல் அல்லது எழுதுதல் *his reminiscences of his early days in Parliament*

reminiscent /ˌremɪˈnɪsnt/ *adj.* (*not before a noun*) that makes you remember sb/sth; similar to ஒருவரை/ஒன்றை நினைவூட்டுகிற; ஒத்துள்ள *His suit was reminiscent of an old army uniform.*

remit /rɪˈmɪt/ *verb* [T] (**remitting, remitted**) (*formal*) **1 remit sth (to sb)** to send money, etc. as a payment to a person or place செலுத்த-வேண்டிய பணம் முதலியவற்றை ஓராளுக்கு அல்லது ஓரிடத்திற்கு அனுப்பு *Payment will be remitted to you in full.* **2** to cancel sb's debt or free sb from duty or punishment ஒருவருடைய கடனை ரத்து செய் அல்லது ஒருவரைக் கடமைப் பொறுப்பு, தண்டனை முதலியவற்றி-லிருந்து விடுவி *to remit somebody's fees* **3** (of God) to forgive sins (கடவுள் பற்றிய வகையில்) பாவங்களை மன்னி

PHR V **remit sth to sb** (*usually passive*) (in law) to send a matter for decision to another authority, for example, to refer a case to a lower court (சட்ட இயல்) முடிவு எடுப்பதற்காக ஒரு விஷயத்தை அதிகாரப் பொறுப்பிலுள்ள வேறொருவருக்கு அனுப்பு; உதாரணமாக, ஒரு வழக்கைக் கீழ் நீதிமன்றத்தின் விசாரணைக்கு அனுப்பு *The case was remitted to the Court of Appeal.*

remittance /rɪˈmɪtns/ *noun* **1** [C] (*formal*) money that is sent to sb in order to pay for sth ஒன்றின் கட்டணமாக ஒருவருக்கு அனுப்பப்-படும் பணத்தொகை; செலுத்து தொகை *Kindly return the completed form with your remittance at the reception.* **2** [U] the act of sending money to sb in order to pay for sth ஒன்றின் கட்டணமாக ஒருவருக்குப் பணம் அனுப்புதல்; செலுத்து தொகை அனுப்பீடு *Remittance can be made by cash or card.*

remnant /ˈremnənt/ *noun* [C] a piece of sth that is left after the rest has gone ஒன்றின் பிற பகுதிகள் இல்லாது போய்விட்ட பின்னர் எஞ்சியிருக்கும் அதன் கூறு; எச்சக் கூறு *These few trees are the remnants of a huge forest.*

remorse /rɪˈmɔːs/ *noun* [U] **remorse (for sth/doing sth)** a feeling of sadness because you have done sth wrong தவறு செய்துள்ளமை காரண-மாக மனத்தில் தோன்றும் வருத்த உணர்வு; தவறு பற்றிய விசாரம்; கழிவிரக்கம் *She was filled with remorse for what she had done.* ▶ **remorseful** /rɪˈmɔːsfl/ *adj.*

remorseless /rɪˈmɔːsləs/ *adj.* **1** showing no pity இரக்கமற்ற; பரிவு காட்டாத; கொடிய **2** not stopping or becoming less strong இடைவிடாத; கடுமை தணியாத *a remorseless attack on sb* ▶ **remorselessly** *adv.*

remote /rɪˈməʊt/ *adj.* **1 remote (from sth)** far away from where other people live மற்றவர்கள் குடியிருக்கும் இடத்திலிருந்து தொலை தூரத்தில் உள்ள; ஒதுக்கமாயுள்ள *a remote island in the Bay of Bengal* **2** far away in time கால வகையில் தொலைவான; நெடுங்-காலத்திற்கு முந்திய *the remote past/future* **3** not very great மிகப் பெரிதானதல்லாத; மட்டளவான *I haven't **the remotest** idea who could have done such a thing. • a remote possibility* **4** not very friendly or interested in other people நட்பு வகையில், ஒதுக்கமான; நெருங்கிய உறவல்லாத; பிறரிடம் ஆர்வ ஈடுபாடு கொண்டிராத *He seemed rather remote.* ▶ **remoteness** *noun* [U]

remote control *noun* **1** [U] a system for controlling sth from a distance ஒன்றைத் தொலைவிலிருந்து கட்டுப்படுத்தும்/இயக்கும் அமைப்பு முறை *The doors can be opened by remote control.* **2** (*also* **remote**) [C] a piece of equipment for controlling sth from a distance ஒன்றைத் தொலைவிலிருந்து கட்டுப்படுத்தும்/இயக்கும் செயற்கருவி; தொலைக் கட்டுப்-பாட்டுச் சாதனம்

remotely /rɪˈməʊtli/ *adv.* (*used in negative sentences*) to a very small degree; at all மிகச் சிறிய அளவில்; மிக அருகி; அறவே *I'm not remotely interested in your problems.*

removable /rɪˈmuːvəbl/ *adj.* (*usually before a noun*) that can be taken off or out of sth ஒன்றிலிருந்து எடுத்துவிடக்கூடிய; பிரித்-தெடுக்கத்தக்க ✪ SYN **detachable**

removal /rɪˈmu:vl/ *noun* **1** [U] the action of taking sb/sth away ஒருவரை/ஒன்றை விலக்குதல் அல்லது எடுத்துவிடுதல்; விலக்கம்; நீக்கம் *the removal of restrictions/regulations/rights* **2** [C, U] the activity of moving from one house to live in another குடியிருப்பு மாற்றம்; இருப்பிட மாற்றம் *a removal van*

remove /rɪˈmu:v/ *verb* [T] (*formal*) **1 remove sb/sth (from sth)** to take sb/sth off or away ஒருவரை/ஒன்றை வெளியேற்று; அகற்று; நீக்கு *Remove the saucepan from the heat.* • *to remove doubts/fears/problems* **NOTE Take off, out,** முதலியவை முறைசார்பு குறைந்தவையாகும். **2 remove sb (from sth)** to make sb leave his/her job or position ஒருவரை அவரது வேலையிலிருந்து அல்லது பதவியிலிருந்து போகச் செய்; பணி நீக்கம் செய்; பதவி விலகச்செய்

removed /rɪˈmu:vd/ *adj.* (*not before a noun*) far or different from sth ஒன்றிலிருந்து தொலைவில் உள்ள அல்லது மாறுபட்ட; விலகியுள்ள *Hospitals today are **far removed from** what they were fifty years ago.*

remover /rɪˈmu:və(r)/ *noun* [C, U] a substance that cleans off paint, dirty marks, etc. சாயம், அழுக்குக் கறை முதலியவற்றை நீக்கித் தூய்மைப்படுத்தும் பொருள்; கறை நீக்கி *make-up remover*

the Renaissance /rɪˈneɪsns/ *noun* [*sing.*] the period in Europe during the 14th, 15th and 16th centuries when people became interested in the ideas and culture of ancient Greece and Rome and used them in their own art, literature, etc. பண்டைய கிரேக்க மற்றும் ரோமானிய கருத்தியல்களிலும் பண்பாட்டிலும் மக்கள் ஆர்வ ஈடுபாடு கொண்டு அவற்றைத் தமது கலை, இலக்கியம் முதலியவற்றில் பயன்படுத்திய ஐரோப்பிய வரலாற்றின் 14, 15 மற்றும் 16-ஆம் நூற்றாண்டுகளை உள்ளடக்கிய காலப் பகுதி; மறுமலர்ச்சிக் காலம் *Renaissance art/drama/music*

renal /ˈri:nl/ *adj.* involving or connected to your **kidneys** சிறுநீரகங்களை உள்ளடக்கிய அல்லது அவற்றோடு தொடர்புடைய; சிறுநீரகங்கள் சார்ந்த *renal failure*

render /ˈrendə(r)/ *verb* [T] (*written*) **1** to cause sb/sth to be in a certain condition ஒருவர்/ஒன்று குறிப்பிட்ட நிலை அடையச் செய்; குறிப்பிட்ட நிலைக்கு உள்ளாக்கு *She was rendered speechless by the attack.* **2** to give help, etc. to sb ஒருவருக்கு உதவி முதலியவை வழங்கு *to render sb a service/render a service to sb*

rendezvous /ˈrɒndɪvu:; -deɪ-/ *noun* [C] (*pl.* **rendezvous** /-vu:z/) **1 a rendezvous (with sb)** a meeting that you have arranged with sb ஒருவருடனான ஏற்பாடு செய்யப்பட்ட சந்திப்பு; குறியிடக் கூட்டம் *He had a secret rendezvous with Deepika.* **2** a place where people often meet ஆட்கள் வழக்கமாகச் சந்திக்கும் இடம்; குறியிடம் *The cafe is a popular rendezvous for students.*

renegade /ˈrenɪgeɪd/ *noun* [C] (*formal*) **1** (*often used as an adjective*) a person who leaves one political, religious, etc. group to join another that has very different views பெரிதும் மாறுபட்ட கருத்துகளையுடைய வேறோர் அரசியல், சமயம் முதலியவை சார்ந்த குழுவுடன் இணைவதற்காகத் தனது குழுவை விட்டு நீங்கிச் செல்பவர்; கட்சி மாறி **2** a person who decides to live outside a group or society because he/she has different opinions வேறுபட்ட கருத்துகள் காரணமாக ஒரு குழுவிலிருந்து அல்லது சமூகத்திலிருந்து பிரிந்து ஒதுங்கி வாழ முடிவு செய்பவர்; தனித்துவப் போக்காளர் *teenage renegades*

renew /rɪˈnju:/ *verb* [T] **1** to start sth again ஒன்றை மீண்டும் தொடங்கு; புதுப்பி *renewed outbreaks of violence* • *to renew a friendship* **2** to give sb new strength or energy ஒருவருக்குப் புது வலிமை/புத்தாற்றல் அளி; புத்துணர்ச்சியூட்டு *After a break he set to work with renewed enthusiasm.* **3** to make sth valid for a further period of time மேலும் ஒரு கால அளவுக்கு ஒன்றைச் சட்டப்படி செல்லக்கூடியதாக்கு; கால அவதிப்படாமல் புதுப்பி *to renew a contract/passport/library book* ▶ **renewal** /rɪˈnju:əl/ *noun* [C, U] *When is your passport due for renewal?*

renewable /rɪˈnju:əbl/ *adj.* **1** (used about sources of energy) that will always exist (ஆற்றல் மூலங்கள்/ஆதாரங்கள் வகையில்) என்றும் உளதாயிருக்கிற; தீர்ந்துபோகாத; வற்றாத *renewable resources such as wind and solar power* ✪ **OPP non-renewable 2** that can be continued or replaced with a new one for another period of time மேலும் ஒரு கால அளவுக்கு நீட்டிக்கத் தக்க அல்லது புதிய ஒன்றைக் கொண்டு மாற்றீடு செய்யத்தக்க; புதுப்பிக்கப்படத்தக்க

renounce /rɪˈnaʊns/ *verb* [T] (*formal*) to say formally that you no longer want to have sth or to be connected with sth ஒன்று இனி வேண்டாமென அல்லது ஒன்றுடன் இனி தொடர்பு கொண்டிருக்க விரும்பவில்லை என முறைப்படிக் கூறு; தொடர்பறுத்துக் கொள்; துற ⇨ **renunciation** noun பார்க்க.

renovate /ˈrenəveɪt/ *verb* [T] to repair an old building and put it back into good condition பழைய கட்டடம் ஒன்றைப் பழுதுபார்த்து

நன்னிலைக்குக் கொண்டுவா; புதுப்பி; செப்பனிடு ▶ **renovation** /ˌrenəˈveɪʃn/ *noun* [C, U] *The house is in need of complete renovation.*

renown /rɪˈnaʊn/ *noun* [U] (*formal*) fame and respect that you get for doing sth especially well ஒரு செயலுக்காக, குறிப்பாகச் சிறப்பான ஒரு செயலுக்காக, ஒருவர் பெறும் புகழும் மதிப்பும்; கீர்த்தி ▶ **renowned** *adj.* **renowned (for/as sth)** *The region is renowned for its food.*

rent[1] /rent/ *noun* [U, C] money that you pay regularly for the use of land, a house or a building நிலம், ஒரு வீடு அல்லது கட்டடத்தைப் பயன்கொள்வதற்காகக் கால முறைப்படி தொடர்ந்து செலுத்தும் பணம்; வாடகை *a high/low rent* • *She was allowed to live there* ***rent-free*** *until she found a job.* • *Is this house* ***for rent*** *?*

rent[2] /rent/ *verb* [T] **1 rent sth (from sb)** to pay money for the use of land, a building, a machine, etc. நிலம், ஒரு கட்டடம், ஓர் இயந்திரம் முதலியவற்றைப் பயன்கொள்வதற்காகக் கால முறைப்படித் தொடர்ந்து பணம் செலுத்து; வாடகைக்கு எடு *Do you own or rent your television?* • *to rent a flat* ➪ **hire**[1]**1** பதிவிலுள்ள குறிப்பைப் பார்க்க. **2 rent sth (out) (to sb)** to allow sb to use land, a building, a machine, etc. for money பணம் பெற்றுக்கொண்டு நிலம், ஒரு கட்டடம், ஓர் இயந்திரம் முதலியவற்றை ஒருவர் பயன்படுத்த அனுமதி; வாடகைக்கு விடு *We could rent out the small bedroom to a student.* ➪ **hire**[1] **3** பார்க்க. **3** (*AmE*) = **hire**[1]**1 4** (*AmE*) = **hire**[1]**3**

rental /ˈrentl/ *noun* [C, U] money that you pay when you rent a telephone, television, etc. தொலைபேசி, தொலைக்காட்சி முதலியவற்றை வாடகைக்கு எடுக்கும்போது செலுத்தவேண்டிய கட்டணம்; வாடகைத் தொகை; வாடகை

renunciation /rɪˌnʌnsiˈeɪʃn/ *noun* [U] (*formal*) saying that you no longer want sth or believe in sth ஒன்றின் மீதான பற்றை அல்லது நம்பிக்கையைத் துறத்தல்; பற்றுத் துறப்பு ➪ **renounce** verb பார்க்க.

reorganize (*also* **-ise**) /riˈɔːgənaɪz/ *verb* [I, T] to organize sth again or in a new way ஒன்றை மீண்டும் அல்லது புதிய முறையில் ஒழுங்கமைவு செய்; மறுசீரமை; புத்தமைவாக்கு ▶ **reorganization** (*also* **-isation**) /riˌɔːgənaɪˈzeɪʃn/ *noun* [C, U]

rep /rep/ (*informal*) (*also* **representative**) *noun* [C] a person whose job is to travel round a particular area and visit companies, etc., to sell the products of the firm for which he/she works தான் பணிபுரியும் நிறுவனத்தின் செய்பொருள்களை விற்பனை செய்யும் பொருட்டுக் குறிப்பிட்ட பகுதியில் சுற்றுப்பயணம் மேற்கொண்டு வணிக நிறுவனங்கள் முதலியவற்றுடன் தொடர்புகொள்பவர்; விற்பனைப் பெயராள்; வணிகப் பிரதிநிதி *a sales rep*

repair[1] /rɪˈpeə(r)/ *verb* [T] to put sth old or damaged back into good condition பழைய அல்லது சேதமுற்றுள்ள ஒன்றை மீண்டும் நன்னிலைப்படுத்து; பழுதுபார் *These cars can be expensive to repair.* • *How much will it cost to have the TV repaired?* ✪ SYN **fix** or **mend** ➪ **irreparable** பார்க்க.

repair[2] /rɪˈpeə(r)/ *noun* [C, U] something that you do to fix sth that is damaged பழுதுபட்டுள்ள ஒன்றை ஒழுங்கமைக்கும் பொருட்டுச் செய்யப்படுவது; பழுதுபார்ப்பு; செப்பனிடல் *The road is* ***in need of repair.*** • *The bridge is* ***under repair.*** • *The bike was damaged* ***beyond repair*** *so I threw it away.*

IDM **in good, bad, etc. repair** in a good, bad, etc. condition நன்னிலையில், சீர்கெட்ட நிலையில்...

repatriate /ˌriːˈpætrieɪt/ *verb* [T] to send sb back to his/her own country ஒருவரை அவரது சொந்த நாட்டுக்குத் திருப்பி அனுப்பு ▶ **repatriation** /ˌriːˌpætri ˈeɪʃn/ *noun* [C, U]

repay /rɪˈpeɪ/ *verb* [T] (*pt, pp* **repaid** /rɪˈpeɪd/) **1 repay sth (to sb); repay (sb) sth** to pay back money that you owe to sb ஒருவருக்குத் தரவேண்டிய பணத்தைத் திருப்பிக் கொடு *to repay a debt/loan* **2 repay sb (for sth)** to give sth to sb in return for help, kindness, etc. ஒருவரது உதவி, அன்பு முதலியவற்றுக்கு மாற்றீடாக ஒன்று செய்; கைம்மாறு செய் *How can I ever repay you for all you have done for me?*

repayable /rɪˈpeɪəbl/ *adj.* that you can or must pay back திருப்பிச் செலுத்தத் தக்க; திருப்பிச் செலுத்தக் கூடிய அல்லது செலுத்தப்பட வேண்டிய *The loan is repayable over three years.*

repayment /rɪˈpeɪmənt/ *noun* **1** [U] paying sth back ஒன்றைத் திருப்பிச் செலுத்தல் *the repayment of a loan* **2** [C] money that you must pay back to sb/sth regularly ஒருவருக்கு/ஒன்றுக்குக் காலமுறைப்படி ஒழுங்காகத் திருப்பிச் செலுத்தப்பட வேண்டிய பணம் *I make monthly repayments on my loan.*

repeal /rɪˈpiːl/ *verb* [T] (*formal*) to officially make a law no longer valid ஒரு சட்டத்தை அதிகாரபூர்வமாகச் செல்லாததாக்கு; ரத்து செய்

repeat[1] /rɪˈpiːt/ *verb* **1** [I, T] **repeat (sth/yourself)** to say, write or do sth again or more than once ஒன்றை மீண்டும் அல்லது ஒருமுறைக்கு மேல் சொல், எழுது அல்லது செய்; திரும்பத் திரும்பச் செய் *Could you repeat what you just said?* • *Raise and lower your left leg ten times,* *then repeat with the right.* **2** [T] **repeat sth (to sb)** to say or write sth that sb else has said or written or that you have learnt வேறொருவர் சொல்லியுள்ளதை அல்லது எழுதியுள்ளதைச் சொல் அல்லது செய்; தான் கற்றுள்ளதைக் கூறு அல்லது எழுது; ஒப்புவி *Please don't repeat what you've heard here to anyone.* • *Repeat each sentence after me.* ➪ **repetition** noun பார்க்க.

repeat² /rɪˈpiːt/ *noun* [C] something that is done, shown, given, etc. again மீண்டும் செய்யப்படும், காண்பிக்கப்படும், வழங்கப்படும் ஒன்று; கூறியது கூறல் *I think I've seen this programme before—it must be a repeat.*

repeated /rɪˈpiːtɪd/ *adj.* (*only before a noun*) done or happening many times பலமுறை அல்லது திரும்பத் திரும்பச் செய்யப்படுகிற அல்லது நிகழ்கிற *There have been repeated accidents on this stretch of road.* ▶ **repeatedly** *adv. I've asked him repeatedly not to leave his bicycle there.*

repel /rɪˈpel/ *verb* [T] (**repelling; repelled**) **1** to send or push sb/sth back or away ஒருவரை/ஒன்றைத் திருப்பி அனுப்பு அல்லது அப்பால் போகச் செய்; பின்னால் தள்ளு **2** to make sb feel disgusted ஒருவர் வெறுப்புணர்ச்சி கொள்ளச் செய்; அருவருப்பூட்டு *The dirt and smell repelled her.* ➪ **repulsion** noun பார்க்க.

repellent¹ /rɪˈpelənt/ *noun* [C, U] a chemical substance that is used to keep insects, etc. away பூச்சிகள் முதலியவை அணுகாது தடுக்கும் வேதியியல் பொருள்; பூச்சி விலக்கி

repellent² /rɪˈpelənt/ *adj.* causing a strong feeling of disgust கடுமையான வெறுப்புணர்ச்சி ஊட்டுகிற; அருவருப்பான *a repellent smell*

repent /rɪˈpent/ *verb* [I, T] (*formal*) **repent (sth); repent of sth** to feel and show that you are sorry about sth bad that you have done தான் செய்துள்ள இன்னாத ஒன்று குறித்து வருந்தி அவ்வருத்த உணர்வை வெளிப்படுத்து; செய்ததற்கிரங்கு; பச்சாதாபம் கொள் *to repent of your sins* • *He repented his hasty decision.* ▶ **repentance** /rɪˈpentəns/ *noun* [U] ▶ **repentant** /rɪˈpentənt/ *adj.*

repercussion /ˌriːpəˈkʌʃn/ *noun* [C, *usually pl.*] an unpleasant effect or result of sth you do தான் செய்யும் ஒன்றின் இன்னாத விளைபயன் அல்லது பின்விளைவு *His resignation will* ***have*** *serious* ***repercussions****.*

repertoire /ˈrepətwɑː(r)/ *noun* [C] **1** all the plays or music that an actor or a musician knows and can perform ஒரு நடிகர் அறிந்துள்ள மற்றும் நடிக்கக் கூடிய அனைத்து நாடகங்களின் தொகுதி அல்லது ஓர் இசைக் கலைஞர் கற்றுள்ள மற்றும் நிகழ்த்திக் காட்டக்கூடிய இசையின் முழுமைத் தொகுதி *He must have sung every song in his repertoire last night.* **2** all the things that a person is able to do ஒருவர் செய்யக்கூடிய அனைத்தும்; ஒருவர் செயல் திறனுக்கு உட்பட்டவற்றின் முழுமைத் தொகுதி

repetition /ˌrepəˈtɪʃn/ *noun* [U, C] doing sth again; sth that you do or that happens again ஒன்றை மீண்டும் செய்தல்; மீண்டும் செய்யப்படுகிற அல்லது நிகழ்கிற ஒன்று; செய்ததே செய்தல்; கூறியது கூறல் *to learn by repetition* • *Let's try to avoid a repetition of what happened last Friday.* ➪ **repeat** verb பார்க்க.

repetitive /rɪˈpetətɪv/ (*also* **repetitious** /ˌrepəˈtɪʃəs/) *adj.* not interesting because the same thing is repeated many times ஒன்றே பலமுறை திரும்பத் திரும்பக் கூறப்படுவதால் சலிப்பூட்டுகிற

replace /rɪˈpleɪs/ *verb* [T] **1 replace sb/sth (as/with sb/sth)** to take the place of sb/sth; to use sb/sth in place of another person or thing வேறொருவரது/வேறொன்றின் இடத்தைக் கைக்கொள்; பதிலாக இடம்கொள்; மாற்றீடாக அமைவுறு *Teachers will never be replaced by computers in the classroom.* **2 replace sb/sth (with sb/sth)** to exchange sb/sth for sb/sth that is better or newer ஒருவரது/ஒன்றின் இடத்தில் மேம்பட்ட அல்லது புதிதான ஒருவரை/ஒன்றை இருத்து அல்லது வை; ஒருவர்/ஒன்றின் இடத்தை மிகு சிறப்புடைய மற்றொருவரை/மற்றொன்றைக் கொண்டு நிரப்பு *We will replace any goods that are damaged.* **3** to put sth back in the place where it was before ஒன்றை அது முன்பு இருந்த இடத்தில் மீண்டும் வை; பழைய இடத்திலேயே மறுபடியும் வை *Please replace the books on the shelves when you have finished with them.*

> **NOTE** இப்பொருளுடைய பெரு வழக்கான மற்றும் முறைசார்பு குறைந்த தொடர் **put back** என்பதாகும்.

replaceable /rɪˈpleɪsəbl/ *adj.* that can be replaced மாற்றீடு/பதிலீடு செய்யத்தக்க; வேறொருவரை/வேறொன்றைக் கொண்டு நிரப்பத்தக்க; பரிமாற்றம் செய்யக்கூடிய ✪ OPP **irreplaceable**

replacement /rɪˈpleɪsmənt/ *noun* **1** [U] exchanging sb/sth for sb/sth that is better or newer ஒருவரது/ஒன்றின் இடத்தில் மேம்பட்ட அல்லது புதிதான ஒருவரை/ஒன்றை அமர்த்துதல் அல்லது வைத்தல்; மாற்றீடு/பதிலீடு செய்தல் *The carpets are in need of replacement.* **2** [C] a person or thing that will take the place of sb/sth ஒருவருடைய/ஒன்றின் இடத்தைப் பதிலீடாகப் பெறும் ஆள் அல்லது பொருள்; மாற்றீடு; பதிலீடு

replay[1] /ˈriːpleɪ/ *noun* [C] **1** (*BrE*) a sports match that is played again because neither team won the first time (பந்தய விளை-யாட்டில்) முதல் முறை வெற்றி தோல்வி இன்றி முடிந்தமையால் மறுமுறை ஆடப்படும் ஆட்டம்; மறு ஆட்டம் **2** something on the television, on a film or a cassette tape that you watch or listen to again தொலைக்காட்சி, திரைப்படம், ஒளி/ஒலி நாடாவில் மீண்டும் பார்க்கப்படும் அல்லது கேட்கப்படும் ஒன்று; மறு ஒளி/ஒலி பரப்பு; (இசைப்பேழை/நாடா) மறு ஓட்டம் *Now let's see **an action replay** of that tremendous goal!*

replay[2] /ˈriːpleɪ/ *verb* [T] **1** to play a sports match, etc. again because neither team won the first time (பந்தய விளையாட்டில்) ஓர் ஆட்டம் முதல் முறை வெற்றி தோல்வி இன்றி முடிந்-தமையால் அதனை மறுமுறை விளையாடு **2** to play again sth that you have recorded ஒளி/ஒலிப் பதிவு செய்யப்பட்டுள்ள ஒன்றை மீண்டும் ஓடவிட்டுப் பார் அல்லது கேள் *They kept replaying the goal over and over again.*

replenish /rɪˈplenɪʃ/ *verb* [T] (*formal*) **replenish sth (with sth)** to replace what has been used up and make sth full again பயன்படுத்தப்-பட்டுவிட்ட ஒன்றுக்குப் பதிலாக அதன் இடத்தை மீண்டும் நிரப்பு; மறு நிரப்பீடு செய் *to replenish food and water supplies.* ▶ **replenishment** *noun* [U]

replete /rɪˈpliːt/ *adj.* (*formal*) (*not before a noun*) **replete (with sth)** filled with sth; full supply of sth ஒன்றினால் நிரப்பப்பட்ட; ஒன்று நிறைந்து காணப்படுகிற; ஒன்றின் நிறைவளமுடைய *This dictionary is replete with detailed illustrations.*

replica /ˈreplɪkə/ *noun* [C] **a replica (of sth)** an exact copy of sth ஒன்றின் சரி நுட்பமான நகல்; நேர்படி; நேர் பகர்ப்பு

replicate /ˈreplɪkeɪt/ *verb* [T] (*formal*) to copy sth exactly ஒன்றைத் துல்லியமான முறையில் படியெடு; நேர்படி எடு ▶ **replication** /ˌreplɪˈkeɪʃn/ *noun* [U, C]

reply /rɪˈplaɪ/ *verb* [I, T] (*pres. part.* **replying**; *3rd person sing pres.* **replies**; *pt, pp* **replied**) **reply (to sb/sth) (with sth)** to say, write or do sth as an answer to sb/sth ஒருவருக்கு/ஒன்றிற்கு மறுமொழியாக/பதிலாக ஒன்றைக் கூறு, எழுது அல்லது செய்; விடை கூறு; எதிர்வினையாற்று *I wrote to Sita but she hasn't replied.* • *to reply to a question* ➪ **answer[1]** பதிவிலுள்ள குறிப்பைப் பார்க்க. ▶ **reply** *noun* [C, U] (*pl.* **replies**) *Ali nodded **in reply to** my question.*

report[1] /rɪˈpɔːt/ *verb* **1** [I, T] **report (on sb/sth) (to sb/sth); report sth (to sb)** to give people information about what you have seen, heard, done, etc. தான் பார்த்துள்ள, கேட்டறிந்துள்ள, செய்துள்ள ஒன்று குறித்துப் பிறருக்குத் தகவல் தெரிவி; எடுத்துரை. *Several people reported seeing/having seen the boy.* • *The company reported huge profits last year.* **2** [I, T] **report (on) sth** (in a newspaper or on the television or radio) to write or speak about sth that has happened (செய்தித்தாள் அல்லது தொலைக்காட்சி/வானொலியில்) ஒரு நிகழ்வு குறித்து எழுது அல்லது பேசு; செய்தி தெரிவி; செய்தி அறிக்கை செய் *The paper sent a journalist to report on the events.* **3** [T] **report sb (to sb) (for sth)** to tell a person in authority about an accident, a crime, etc. or about sth wrong that sb has done ஒரு விபத்து, குற்றச் செயல் முதலியவை பற்றி அல்லது ஒருவரது தவறான செயல் குறித்து அதிகாரப் பொறுப்பில் உள்ள ஒருவரிடம் கூறு; (மேலிடத்திற்குத்) தெரியப்படுத்து *All accidents must be reported to the police.* • *The boy was reported missing early this morning.* **4** [I] **report (to sb/sth) for sth** to tell sb that you have arrived தனது வருகையை ஒருவருக்குத் தெரியப்படுத்து; முறைப்படி வருகையைத் தெரிவி. *On your arrival, please report to the reception desk.* **5** [T] (*formal*) **be reported to be/as sth** used to say that you have heard sth said, but you are not sure if it is true பிறர் கூறக் கேட்டறிந்துள்ள ஆனால் அதன் உண்மைத் தன்மையைப் பற்றித் தனக்கு உறுதியாகத் தெரிந்திராத ஒன்றைக் கூறப் பயன்படுத்தப்படுவது: கூறப்படு *The 70-year-old actor is reported to be/as being comfortable in hospital.*

PHR V **report back (on sth) (to sb)** to give information to sb about sth that he/she has asked you to find out about ஒன்றைப் பற்றிக் கண்டறிந்து கூறுமாறு தன்னிடம் கேட்டுக்-கொண்டுள்ள ஒருவருக்கு அதனைப் பற்றித் தகவல் கூறு; கோரப்பட்ட தகவல் திரட்டிக் கூறு *One person in each group will then report back to the class on what you've decided.*

report to sb (*not used in the continuous tenses*) to have sb as your manager in the company or organization that you work for ஒரு வணிக நிறுவனத்தில் அல்லது கூட்டாண்மை அமைப்பில் ஒரு மேலாளரின்கீழ் பணிபுரி

NOTE இவ்வினை, தொடர்வினையாக வராவிடினும் இதன் நிகழ்கால வினையெச்ச வடிவம் (-ing வடிவம்) பரவலாகப் பயன்-படுத்தப்படுகிறது—*A new team was put together for the project, reporting to Manoj Sharma.*

report[2] /rɪˈpɔːt/ *noun* [C] **1 a report (on/of sth)** a written or spoken description of what you have seen, heard, done, studied, etc. தான் பார்த்துள்ள, கேட்டறிந்துள்ள, செய்துள்ள, ஆய்ந்தறிந்துள்ள ஒன்றைப் பற்றிய எழுத்து அல்லது பேச்சு வடிவிலான விவரக் குறிப்பு; அறிக்கை *newspaper reports • a first-hand report* (= from the person who saw what happened) **2** a written statement about the work of a student at school, college, etc. பள்ளி, கல்லூரி முதலியவற்றில் தரப்படும் ஒரு மாணவரது கல்விப் பயிற்சி குறித்த எழுத்து வடிவிலான அறிக்கை; மாணவர் முன்னேற்ற அறிக்கை *to get a good/bad report*

reportedly /rɪˈpɔːtɪdli/ *adv.* (*written*) according to what some people say சிலரது கூற்றின்படி *The band have reportedly decided to split up.*

reported speech = **indirect speech**

NOTE கூடுதல் விவரங்களுக்கு அகராதிப் பகுதியை அடுத்துள்ள **Quick Grammar Reference** பகுதியைப் பார்க்க.

reporter /rɪˈpɔːtə(r)/ *noun* [C] a person who writes about the news in a newspaper or speaks about it on the television or radio பத்திரிகைக்குச் செய்தி அளிப்பவர் அல்லது தொலைக்காட்சியில்/வானொலியில் தோன்றி செய்தி அறிவிப்பவர்; செய்தியாளர்; நிருபர் ➪ **journalist** பார்க்க.

represent /ˌreprɪˈzent/ *verb* **1** [T] to act or speak in the place of sb else; to be the representative of a group or country வேறொருவருக்குப் பதிலாகச் செயற்படு அல்லது பேசு; ஒரு குழுவின் அல்லது நாட்டின் பிரதிநிதியாயிரு *You will need a lawyer to represent you in court.* • *It's an honour for an athlete to represent his or her country.* **2** (*linking verb*) to be the result of sth; to be sth ஒன்றின் விளைவாயிரு; ஒன்றாய் அமைவுறு *These results represent a major breakthrough in our understanding of cancer.* **3** [T] to be a picture, sign, example, etc. of sb/sth ஒருவரது/ஒன்றின் பட விளக்கம், அறிகுறி, எடுத்துக்காட்டு முதலியவையாக இரு; உருப்படுத்திக் காட்டு *The yellow lines on the map represent minor roads.* **4** [T] to describe sb/sth in a particular way குறிப்பிட்ட முறையில் ஒருவரை/ஒன்றை விவரி; சித்தரி

representation /ˌreprɪzenˈteɪʃn/ *noun* **1** [U, C] the way that sb/sth is shown or described; something that shows or describes sth ஒருவர்/ஒன்று சித்தரிக்கப்படும் அல்லது விவரிக்கப்படும் முறை; சித்தரிப்பு; ஒன்றைச் சித்தரிக்கும் அல்லது விவரிக்கும் கருத்துரை *The article complains about the representation of women in advertising.* **2** [U] (*formal*) having sb to speak for you தனது சார்பாகப் பேச ஒருவரைக் கொண்டிருத்தல்; பிரதிநிதித்துவம்; பெயராண்மை ➪ **proportional representation** பார்க்க.

representative[1] /ˌreprɪˈzentətɪv/ *adj.* **representative (of sb/sth)** typical of a larger group to which sb/sth belongs ஒருவர்/ஒன்று சார்ந்துள்ள பெருங்குழுவின் மாதிரி எடுத்துக்காட்டான; வகை மாதிரியான; பிரதிநிதித்துவப்படுத்துகிற *Tonight's audience is not representative of national opinion.*

representative[2] /ˌreprɪˈzentətɪv/ *noun* [C] **1** a person who has been chosen to act or speak for sb else or for a group வேறோர் ஆளின் அல்லது குழுவின் சார்பாகப் பேச அல்லது செயல்படத் தேர்வு செய்யப்பட்ட ஒருவர்; சார்பாளர்; பிரதிநிதி **2** (*formal*) = **rep**

repress /rɪˈpres/ *verb* [T] **1** to control an emotion or to try to prevent it from being shown or felt ஓர் உணர்ச்சியைக் கட்டுப்படுத்து அல்லது அதனைப் பிறர் அறியாதவாறு அல்லது உணராதவாறு உள்ளடக்க முயலு *She tried to repress her anger.* **2** to limit the freedom of a group of people ஒரு பிரிவினரின் சுதந்திரத்தை வரையறைக்குட்படுத்து; ஒடுக்கு; அடக்கிவை ▶ **repression** /rɪˈpreʃn/ *noun* [U] *protests against government repression*

repressed /rɪˈprest/ *adj.* **1** (used about a person) having emotions and desires that he/she does not show or express (ஆள் வகையில்) உணர்ச்சிகளையும் ஆசைகளையும் வெளிப்படையாகக் காட்டாது உள்ளடக்கி வைத்துள்ள; உள் மனத்தினுள் ஒடுங்கவைத்துள்ள **2** (used about an emotion) that you do not show (உணர்ச்சி வகையில்) வெளிப்படையாகக் காட்டப்படாத; உள்ளடக்கி வைக்கப்பட்டுள்ள *repressed anger/desire*

repressive /rɪˈpresɪv/ *adj.* that limits people's freedom மக்களுடைய சுதந்திரத்தைக் கட்டுப்படுத்துகிற; ஒடுக்குகிற *a repressive government*

reprieve /rɪˈpriːv/ *verb* [T] **1** to stop or delay the punishment of a prisoner who was going to be punished by death ஒரு கைதிக்கு விதிக்கப்பட்டுள்ள மரண தண்டனையை நிறுத்து அல்லது தாமதப்படுத்து **2** to give sb/sth temporary relief from trouble, danger, etc. ஒரு இடர்ப்பாடு, ஆபத்து முதலியவற்றிலிருந்து ஒருவருக்கு/ஒன்றற்குத் தற்காலிக நிவாரணம் அளி ▶ **reprieve** *noun* [C] *The judge granted him a last-minute reprieve.*

reprimand /ˈreprɪmɑːnd/ *verb* [T] **reprimand sb (for sth)** to tell sb officially that he/she has done sth wrong ஒருவர் தவறு செய்துள்ளதாக அவரிடம் அதிகாரபூர்வமாகக் கூறு; பணிமுறைக் கண்டனம் தெரிவி ▶ **reprimand** *noun* [C] *a severe reprimand*

reprisal /rɪˈpraɪzl/ *noun* [C, U] punishment, especially by military force, for harm that one group of people does to another ஒரு குழுவினர் செய்த

தீங்கிற்காக அவர்களைத் தண்டிக்கும் செயல்; குறிப்பாகப் படைத்துறையினரின் பதிலடி-கொடுக்கும் நடவடிக்கை; பழிக்குப் பழி

reproach /rɪˈprəʊtʃ/ *verb* [T] **reproach sb (for/with sth)** to tell sb that he/she has done sth wrong; to blame sb ஒருவர் தவறு செய்-துள்ளதாக அவரிடம் கூறு; கண்டி; இடித்துரை *You've nothing to reproach yourself for. It wasn't your fault.* ▶ **reproach** *noun* [C, U] *His behaviour is **beyond reproach*** (= cannot be criticized). • *Anjali felt his reproaches were unjustified.* ▶ **reproachful** /rɪˈprəʊtʃfl/ *adj. a reproachful look* ▶ **reproachfully** /rɪˈprəʊtʃfəli/ *adv.*

reproduce /ˌriːprəˈdjuːs/ *verb* **1** [T] to produce a copy of sth ஒன்றின் உருவப்படி எடு; மீட்டுரு-வாக்கு *It is very hard to reproduce a natural environment in the laboratory.* **2** [I] (used about people, animals and plants) to produce young (மனிதர்கள், விலங்குகள் மற்றும் தாவரங்கள் வகையில்) இனப்பெருக்கம் செய்

reproduction /ˌriːprəˈdʌkʃn/ *noun* **1** [U] the process of producing babies or young இனம் பெருக்குதல்; இனப்பெருக்கம் *sexual reproduction* **2** [U] the production of copies of sth ஒன்றுக்கு உருவப்படிகள் எடுத்தல்; படி எடுப்பு; நகலாக்கம் *Digital recording gives excellent sound reproduction.* **3** [C] a copy of a painting, etc. உருவப் படம் முதலியவற்றின் நகல்; படி; பிரதி

reproductive /ˌriːprəˈdʌktɪv/ *adj.* connected with the production of young animals, plants, etc. விலங்குகள், தாவரங்கள் முதலியவற்றின் இனப்பெருக்கம் தொடர்பான; இனப்பெருக்கத்-திற்குரிய *the male reproductive organs*

reptile /ˈreptaɪl/ *noun* [C] an animal that has cold blood and a skin covered in scales, and whose young come out of eggs, for example **crocodiles** and snakes (முதலைகள், பாம்புகள் முதலிய) குளிர்ந்த குருதியும் செதில்களை உடைய தோலும் உடையதும் முட்டையிட்டுக் குட்டி ஈனுவதுமாகிய விலங்கு வகை; ஊர்வன இன விலங்கு ➪ **amphibian** பார்க்க.

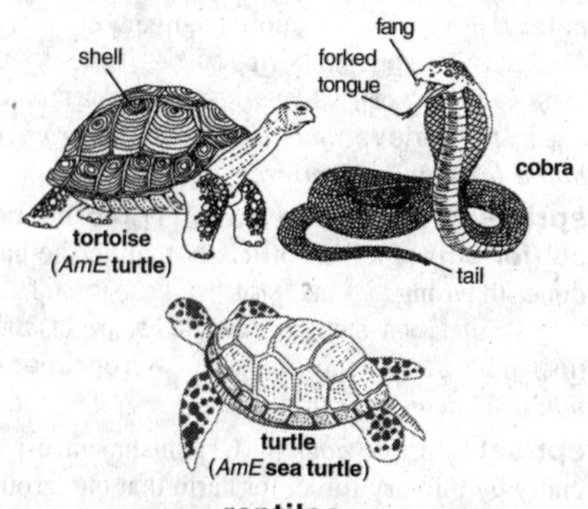

reptiles

republic /rɪˈpʌblɪk/ *noun* [C] a country that has an elected government and an elected leader (**president**) தேர்ந்தெடுக்கப்பட்ட அரசையும் தேர்ந்தெடுக்கப்பட்ட ஆட்சித் தலைவரையும் கொண்ட நாடு; குடியரசு நாடு *the Republic of Ireland* • *the Indian Republic* ➪ **monarchy** பார்க்க.

republican /rɪˈpʌblɪkən/ *noun* [C] a person who supports the system of an elected government and leader குடியரசு ஆட்சியையும் அதன் தலைவர் மக்களால் தேர்ந்தெடுக்கப் படு-வதையும் ஆதரிப்பவர்; குடியரசு ஆதரவாளர் ▶ **republican** *adj.*

repugnant /rɪˈpʌgnənt/ *adj.* (*not usually before a noun*) (*formal*) **repugnant (to sb)** making you feel disgust வெறுப்பூட்டுகிற; அருவருக்கச் செய்கிற; மனம் ஒவ்வாத *We found his suggestion absolutely repugnant.*

repulsion /rɪˈpʌlʃn/ *noun* [U] **1** a strong feeling of not liking sth that you find extremely unpleasant சிறிதும் மனம் ஒவ்வாத ஒன்றின் மீதான கடுமையான வெறுப்புணர்ச்சி; அருவருப்பு **2** the force by which objects push each other away பொருள்கள் ஒன்றையொன்று உந்தி அப்பால் தள்ளும் வினையாற்றல்; இடை-யெறிவுத் திறன் *the forces of attraction and repulsion* ➪ **repel** verb மற்றும் **magnet** பதிவில் படம் பார்க்க.

repulsive /rɪˈpʌlsɪv/ *adj.* that causes a strong feeling of disgust அழுத்தமான வெறுப்புணர்ச்சி-யூட்டுகிற; அருவருப்பான ➪ **repel** verb பார்க்க. ▶ **repulsion** *noun* [U]

reputable /ˈrepjətəbl/ *adj.* that is known to be good நற்பெயருடைய; மதிப்பு வாய்ந்த; போற்றப்படுகிற ✪ OPP **disreputable**

reputation /ˌrepjuˈteɪʃn/ *noun* [C] **a reputation (for/as sth)** the opinion that people in general have about what sb/sth is like ஒன்று/ஒருவர் இத்தகையது/இத்தகையவர் என்னும் பொதுக்கருத்து; பொது மதிப்பீடு *to **have a good/bad reputation*** • *Aslam has a reputation for being late.* ✪ SYN **name**

repute /rɪˈpjuːt/ *noun* [U] (*formal*) the opinion that people have of sb/sth ஒருவர்/ஒன்று குறித்து மக்களிடையே நிலவும் கருத்து; பொது மதிப்பீடு *I know him only by repute.* • *She is a writer of international repute.* ✪ SYN **reputation**

reputed /rɪˈpjuːtɪd/ *adj.* generally said to be sth, although it is not certain உறுதியாகத் தெரியா-விடினும் இத்தகையவர்/இத்தகையது எனப்

பரவலாகப் பேசப்படுகிற; பொது மதிப்பீட்டின்படியான *He's reputed to be the highest-paid sportsman in the world.* ▶ **reputedly** *adv.*

request¹ /rɪ'kwest/ *noun* [C, U] **request (for sth/that...)** an act of asking for sth ஒன்றைக் கோருதல்; கோரிக்கை; வேண்டுகோள் *to grant/turn down a request • Single rooms are available* ***on request****.*

request² /rɪ'kwest/ *verb* [T] (*formal*) **request sth (from/of sb)** to ask for sth ஒன்று வேண்டுமென்று கேள்; கோரு; வேண்டு *Passengers are requested not to smoke on this bus. • to request a loan from the bank* NOTE **Ask**-ஐ விட **request** முறைசார்பு மிக்கதாகும்.

require /rɪ'kwaɪə(r)/ *verb* [T] **1** to need sth ஒன்று தேவைப்படு; வேண்டியதாயிரு *a situation that requires tact and diplomacy* NOTE **Need**-ஐ விட **require** முறைசார்பு மிக்கதாகும். **2** (*often passive*) to officially demand or order sth அதிகாரபூர்வமாக ஒன்றைக் கோரு அல்லது ஒன்றைச் செய்யவேண்டுமென்று கட்டளையிடு *Passengers are required by law to wear seat belts.*

requirement /rɪ'kwaɪəmənt/ *noun* [C] something that you need or that you must do or have செய்ய வேண்டிய அல்லது பெறவேண்டிய ஒன்று; தேவையான அல்லது இன்றியமையாத ஒன்று; தேவை *university entrance requirements*

requisite /'rekwɪzɪt/ *adj.* (*only before a noun*) (*formal*) necessary for a particular purpose குறிப்பிட்ட செயல் நோக்கத்திற்குத் தேவையாக உள்ள; குறிப்பிட்ட சூழலில் வேண்டியிருக்கிற *She lacks the requisite experience for the job.* ▶ **requisite** *noun* [C] **a requisite (for/of sth)** *A university degree has become a requisite for entry into most professions.* ➪ **prerequisite** பார்க்க.

rescind /rɪ'sɪnd/ *verb* [T] (*formal*) to officially state that a law, contract, decision, etc. is no longer valid ஒரு சட்டம், முடிவு, ஓர் ஒப்பந்தம் முதலியவை இனி செல்லத்தக்கதல்ல என அதிகாரபூர்வமாகக் கூறு; ரத்து செய்

rescue /'reskju:/ *verb* [T] **rescue sb/sth (from sb/sth)** to save sb/sth from a situation that is dangerous or unpleasant ஆபத்தான அல்லது இன்னாத ஒரு சூழலிலிருந்து ஒருவரை/ஒன்றைக் காப்பாற்று; இடர் அல்லது தீங்கிலிருந்து விடுவி *He rescued a child from drowning.* ▶ **rescue** *noun* [C, U] *Ten fishermen were saved in a daring sea rescue. • rescue workers/boats/helicopters* ▶ **rescuer** *noun* [C]

research /rɪ'sɜ:tʃ/ *noun* [U] **research (into/on sth)** a detailed and careful study of sth to find out more information about it ஒரு பொருள் குறித்து மேலும் கண்டறியும் பொருட்டுச் செய்யப்படும் விரிவான மற்றும் கருத்தார்ந்த ஆய்வு; ஆராய்ச்சி; தேர்வாய்வு *scientific/medical/historical research • We are carrying out* ***market research*** *to find out who our typical customer is.* ▶ **research** *verb* [I, T] **research (into/in/on sth)** *They're researching into ways of reducing traffic in the city centre.*

researcher /rɪ'sɜ:tʃə(r)/ *noun* [C] a person who does research ஆராய்ச்சி செய்பவர்; ஆய்வாளர்

resemble /rɪ'zembl/ *verb* [T] to be or look like sb/sth else வேறொருவரை/வேறொன்றைப் போல இரு அல்லது காணப்படு; ஒத்திரு *Leela resembles her brother.* ▶ **resemblance** /rɪ'zembləns/ *noun* [C, U] **(a) resemblance (between A and B); (a) resemblance (to sb/sth)** *a family resemblance • The boys* ***bear*** *no* ***resemblance*** *to their father.*

resent /rɪ'zent/ *verb* [T] to feel angry about sth because you think it is unfair ஒன்று முறையற்றது எனக் கருதி அது குறித்துச் சினம் கொள்; மனக்குறை காரணமாக வெறுப்புணர்ச்சி கொள் *I resent his criticism. • Lalita bitterly resented being treated differently from the men.* ▶ **resentful** /rɪ'zentfl/ *adj.* ▶ **resentment** *noun* [*sing.*, U] *to feel resentment towards sb/ sth*

reservation /ˌrezə'veɪʃn/ *noun* **1** [C] a seat, table, room, etc. that you have booked முன்பதிவு செய்யப்பட்டுள்ள இருக்கை, உணவுமேசை, அறை முதலியவை; தனி ஒதுக்கீடு; தனி நேர்வு; காப்புவைப்பு *I'll phone the restaurant to* ***make a reservation****.* **2** [C, U] a feeling of doubt about sth (such as a plan or an idea) (திட்டம், கருத்து முதலிய) ஒன்று குறித்த உள்ளார்ந்த ஐயப்பாடு; தயக்கம்; தடையுணர்ச்சி *I* ***have*** *some* ***reservations*** *about letting Jyoti go out alone.*

reserve¹ /rɪ'zɜ:v/ *verb* [T] **reserve sth (for sb/sth) 1** to keep sth for a special reason or to use at a later time ஒரு சிறப்புக் காரணத்தை முன்னிட்டு அல்லது பின்னொரு சமயத்தில் பயன்படுத்துவதற்காக ஒன்றை ஒதுக்கி வைத்திரு; தனிப்பயன்/பின்பயன் கருதிக் காப்பில் வை *The car park is reserved for hotel guests only.* **2** to ask for a seat, table, room, etc. to be available at a future time; to book இருக்கை, உணவு மேசை, அறை முதலியவற்றைத் தனது எதிர்காலப் பயன்பாட்டுக்காக ஒதுக்கித் தருமாறு கோரு; முன்பதிவு செய் *to reserve theatre tickets*

reserve² /rɪ'zɜ:v/ *noun* **1** [C, *usually pl.*] something that you keep for a special reason or to use at a later date ஒரு சிறப்புக் காரணத்தை முன்னிட்டு அல்லது பின்பயன் கருதி ஒதுக்கி வைக்கப்பட்டுள்ள ஒன்று; சேமக் கையிருப்பு *The US has huge oil reserves.* **2** [C] an area of land where the plants, animals, etc. are protected by law சட்டப் பாதுகாப்புடன் கூடிய தாவரங்கள், விலங்குகள் முதலியவற்றுக்கான நிலப்பகுதி; தனிக் காப்பிடம்; சட்டக் காப்பிடம் *a nature reserve • He works as a warden on a **game reserve** in Kenya.* **3** [U] the quality of being shy or keeping your feelings hidden நாணம்; உணர்ச்சிக் காப்படக்கம் *It took a long time to break down her reserve and get her to relax.* **4** [C] (in sport) a person who will play in a game if one of the usual members of the team cannot play (விளையாட்டில்) வழக்கமான ஆட்டக்காரர்களில் ஒருவர் விளையாட இயலாதபோது சேர்த்துக்கொள்ளப்படும் ஒருவர்; தேவைக்காலப் பதில் ஆட்டக்காரர்

IDM **in reserve** that you keep and do not use unless you need to உரிய தேவை ஏற்பட்டாலன்றிப் பயன்படுத்தாது வைக்கப்பட்டுள்ளதாக; தனி ஒதுக்கீடாக *Keep some money in reserve for emergencies.*

reserved /rɪˈzɜːvd/ *adj.* shy and keeping your feelings hidden நாணம் கொள்கிற; கூச்ச உணர்வுள்ள மற்றும் உணர்ச்சிகளை வெளிக்காட்டாத; அடக்கமான ✪ OPP **unreserved**

reservoir /ˈrezəvwɑː(r)/ *noun* [C] a large lake where water is stored to be used by a particular area, city, etc. குறிப்பிட்ட பகுதியின் பயன்பாட்டிற்காக நீர் சேமித்து வைக்கப்பட்டுள்ள பெரிய ஏரி; நீர்த்தேக்கம்

reshuffle /ˌriːˈʃʌfl/ *verb* [I, T] to change around the jobs that a group of people do, for example in the Government (அரசு நிர்வாகம் முதலியவற்றில்) ஒரு பிரிவினருக்கு இடையே அவர்களது பணிகளை இடைப் பரிமாற்றம் செய் ▶ **reshuffle** /ˈriːʃʌfl/ *noun* [C] *a Cabinet reshuffle*

reside /rɪˈzaɪd/ *verb* [I] (*formal*) **reside (in/at....)** to have your home in or at a particular place குறிப்பிட்ட ஓரிடத்தில் குடியிரு; ஓரிடத்தில் தங்கி வாழ் அல்லது வசி

residence /ˈrezɪdəns/ *noun* **1** [U] the state of having your home in a particular place குறிப்பிட்ட இடத்தில் வசித்தல்; குடியிருப்பு *The family applied for permanent residence in the United States. • a **hall of residence** for college students* **2** [C] = **residency 4**

residency /ˈrezɪdənsi/ *noun* (*pl.* **residencies**) (*formal*) **1** [U, C] = **residence 1** *She has been granted permanent residency in Britain.* **2** [U, C] the period of time that an artist, a writer or a musician spends working for a particular institution குறிப்பிட்ட நிறுவனத்திற்காக ஓர் ஓவியர், எழுத்தாளர் அல்லது இசைக் கலைஞர் பணியாற்றும் கால அளவு; நிலைப்பணிக் காலம் **3** [U, C] (*AmE*) the period of time when a doctor working in a hospital receives special advanced training மருத்துவமனை மருத்துவரின் சிறப்பு உயர்பயிற்சிக் காலம்; உள்ளுறை மேல் பயிற்சிக் காலம் **4** (*also* **residence**) [C] (*formal*) the official house of sb important in the government, etc. உயர் அரசு அலுவலர் முதலியோரின் அதிகாரபூர்வமான வீடு

resident /ˈrezɪdənt/ *noun* [C] **1** a person who lives in a place ஓரிடத்தில் வசிப்பவர்; குடியிருப்பவர் *local residents* **2** a person who is staying in a hotel ஒரு தங்கல் மனையில் தங்கியிருப்பவர்; தங்கல் மனை விருந்தினர் *The hotel bar is open only to residents.* ▶ **resident** *adj.*

residential /ˌreziˈdenʃl/ *adj.* **1** (used about a place or an area) that has houses rather than offices, large shops or factories (ஓரிடம் அல்லது ஒரு பகுதி பற்றிக் குறிப்பிடுகையில்) அலுவலகங்கள், பேரங்காடிகள் அல்லது தொழிற்சாலைகள் அல்லாது, குடியிருப்புகளைக் கொண்டுள்ள; குடியிருப்புப் பகுதியான *They live in a quiet residential area.* **2** that provides a place for sb to live ஒருவர் தங்கி வாழ இடமளிக்கிற; குடியிருப்புக்குத் தகுதியான *This home provides residential care for the elderly.*

residual /rɪˈzɪdjuəl/ *adj.* (*only before a noun*) (*formal*) left at the end of a process ஒரு செயற்பாட்டின் இறுதியில் எஞ்சி நிற்கிற; எஞ்சியுள்ள *There are still a few residual problems with the computer program.*

residue /ˈrezɪdjuː/ *noun* [C, *usually sing.*] (*formal*) what is left after the main part of sth is taken or used ஒன்றின் முக்கியமான பகுதி எடுக்கப்பட்டுவிட்ட அல்லது பயன்படுத்தப்பட்டுவிட்ட பிறகு மீதமுள்ளது; எஞ்சிய பகுதி; மிச்சம் *The washing powder left a white residue on the clothes.*

resign /rɪˈzaɪn/ *verb* **1** [I, T] **resign (from/as) (sth)** to leave your job or position வேலையை அல்லது பதவியை விட்டு விலகு; இராஜிநாமா செய் *He's resigned as chairman of the committee.* **2** [T] **resign yourself to sth/doing sth** to accept sth that is unpleasant but that you cannot change மனம் ஒவ்வாத ஆனால் மாற்றமுடியாத ஒன்றை ஏற்றுக்கொள்; தவிர்க்கமுடியாத ஒன்றை ஏற்று அமைவுறு *Jitendra resigned himself to the fact that she was not coming back to him.*

resignation /ˌrezɪɡˈneɪʃn/ *noun* **1** [C, U] **resignation (from sth)** a letter or statement that says you want to leave your job or position தனது வேலையை அல்லது பதவியை விட்டு விலக விரும்புவதைத் தெரிவிக்கும் கடிதம் அல்லது அறிக்கை; பணிவிலகல் கடிதம்; இராஜிநாமா *to hand in your resignation • a letter of resignation* **2** [U] the state of accepting sth unpleasant that you cannot change மனம் ஒவ்வாத ஆனால் மாற்ற முடியாத ஒன்றை ஏற்றுக்கொள்ளும்

நிலை; தவிர்க்க இயலாத ஒன்றை ஏற்று அமைதல்

resigned /rɪˈzaɪnd/ *adj.* **resigned (to sth/doing sth)** accepting sth that is unpleasant but that you cannot change மனம் ஒவ்வாத ஆனால் மாற்ற முடியாத ஒன்றை ஏற்றுக்கொள்கிற; தவிர்க்க முடியாத ஒன்றை ஏற்று நடக்கிற *Biren was resigned to the fact that he would never be an athlete.*

resilient /rɪˈzɪliənt/ *adj.* strong enough to deal with illness, a shock, change, etc. உடற்பிணி, அதிர்ச்சி, மாற்றம் முதலியவற்றுக்கு ஈடு-கொடுக்குமளவு உறுதி வாய்ந்த; தாக்க விளைவுகளைக் கையாளவல்ல ▶ **resilience** *noun* [U]

resin /ˈrezɪn/ *noun* [U] **1** a sticky substance that is produced by some trees and is used in making **varnish**, medicine, etc. சில வகை மரங்களி-லிருந்து பெறப்படுவதும் வண்ண மெரு-கெண்ணெய், மருந்துப்பொருள் முதலியவை தயாரிக்கப் பயன்படுத்தப்படுவதுமான ஒட்டும் தன்மையுள்ள பொருள்; பற்றாற்றல் உள்ள மரப்பிசின் வகை **2** an artificial substance that is used in making plastics பிளாஸ்டிக் பொருள்கள் தயாரிப்பதில் பயன்படுத்தப்படும் செயற்கைப் பொருள் வகை

resist /rɪˈzɪst/ *verb* **1** [I, T] to try to stop sth happening or to stop sb from doing sth; to fight back against sth/sb ஒரு நிகழ்வைத் தடுத்து நிறுத்து அல்லது ஒருவர் ஒன்றைச் செய்யாது தடுக்க முயல்; எதிர்த்துப் போராடு; எதிர்ப்புச் செய் *The government are resisting pressure to change the law.* • *to resist arrest* **2** [T] to stop yourself from having or doing sth that you want to have or do தான் அடைய விரும்பும் ஒன்றை அடையாது அல்லது செய்ய விரும்பும் ஒன்றைச் செய்யாது தன்னைத் தடைப்படுத்திக் கொள்; கட்டுப்படுத்திக் கொள் *I couldn't resist telling Nirupa what we'd bought for her.*

resistance /rɪˈzɪstəns/ *noun* **1** [U] **resistance (to sb/sth)** trying to stop sth from happening or to stop sb from doing sth; fighting back against sb/sth ஒரு நிகழ்வைத் தடுத்து நிறுத்த அல்லது ஒருவரது செயலைத் தடை செய்ய முயல்தல்; எதிர்த்துப் போராடுதல்; எதிர்த்து நிற்றல்; எதிர்ப்பு *The government troops overcame the resistance of the rebel army.* **2** [U] **resistance (to sth)** the power in a person's body not to be affected by disease உடலின் நோய் எதிர்ப்-பாற்றல் **3** [C, U] (*technical*) (*symbol* **R**) the fact of a substance not **conducting** heat or electricity; a measurement of this ஒரு பொருள் வெப்பத்தை அல்லது மின்சாரத்தைத் தன்னூடாகச் செல்ல விடாமை; ஒரு பொருளின் வெப்பம்-மின்சாரம் கடத்தாத் திறன் அளவீடு

resistant /rɪˈzɪstənt/ *adj.* **resistant (to sth) 1** not wanting sth and trying to prevent sth happening ஒன்றை விரும்பாது அதன் நிகழ்வைத் தடுத்து நிறுத்த முயல்கிற; எதிர்க்கிற; இடை மறிக்க முயல்கிற *resistant to change* **2** not harmed or affected by sth ஒன்றால் தீங்கு செய்யப் படாத; ஒன்றின் தாக்க விளைவுக்கு உள்ளாகாத; ஒன்றால் பாதிக்கப்படாத *This watch is water-resistant.*

resistor /rɪˈzɪstə(r)/ *noun* [C] (*technical*) a device that does not allow electric current to flow through it freely in a **circuit** தன் ஊடாகச் சுற்றுப்-பாதையில் தடையின்றி மின் ஓட்டம் நிகழாது தடுக்கும் கருவியமைப்பு; மின்தடைக் கருவி

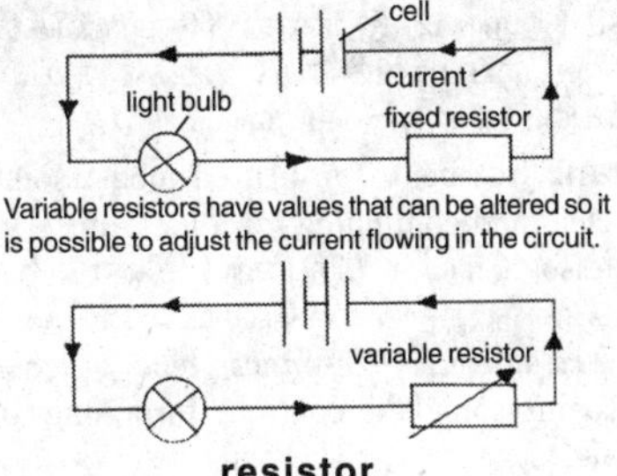

resistor

resolute /ˈrezəluːt/ *adj.* having or showing great determination மனவுறுதி மிக்க; நெஞ்சுரம் கொண்ட; பின்வாங்காத *a resolute refusal to change* ✪ SYN **determined** இது **resolute**-ஐ விட அதிகமாகப் பயன்படுத்தப்படுகிறது. ▶ **resolutely** *adv.*

resolution /ˌrezəˈluːʃn/ *noun* **1** [U] the quality of being firm and determined மனவுறுதி; நெஞ்சுரம் **2** [U] solving or settling a problem, dispute, etc. ஒரு பிரச்சினை, தகராறு முதலியவற்றுக்குத் தீர்வு காணுதல்; சிக்கல் விடுவிப்பு; பூசல் நீக்கம் **3** [C] a formal decision that is taken after a vote by a group of people ஒரு குழுவினரால் வாக்கெடுப்பு மூலமாக எட்டப்படும் வினை-முறை சார்ந்த முடிவு; கூட்ட முடிவு; மன்றத் தீர்மானம் *The UN resolution condemned the invasion.* **4** [C] a firm decision to do or not to do sth ஒன்றைச் செய்யவேண்டுமென்ற அல்லது செய்யக் கூடாதென்ற உறுதியான தீர்மானம்; உறுதிப்பாடு; செயல் துணிவு

resolve /rɪˈzɒlv/ *verb* (*formal*) **1** [T] to find an answer to a problem ஒரு பிரச்சினைக்குத் தீர்வு-காண்; சிக்கல் விடுவி *Most of the difficulties have been resolved.* **2** [I, T] to decide sth and be determined not to change your mind ஒன்றை முடிவுசெய்து அம்முடிவில் உறுதியாக இரு; உறுதியான முடிவெடு *He resolved never to repeat the experience.*

resonance /ˈrezənəns/ *noun* **1** [U] (*formal*) (used about sound) the quality of being **resonant** (ஒலி வகையில்) தாழ்ந்து தெளிவாக நீண்ட நேரம் ஒலித்தல்; நீடித்த மெல்லொலிப்பு; அதிர்வொலி *the strange and thrilling resonance of her voice* **2** [C, U] (*technical*) the sound produced in an object by sound of a similar **frequency** from another object வேறொரு பொருளிலிருந்து வரும் ஒலி ஒரு பொருளில் உண்டாக்கும் ஒத்த அதிர்வியக்கமுள்ள ஒலி; இணையதிர்வு எதிரொலி **3** [U, C] (*formal*) (in a piece of writing, music, etc.) the power to bring images, feelings, etc. into the mind of the person reading or listening; the images, etc. produced in this way (கட்டுரை, இசை முதலியவை வகையில்) வாசிப்பவர் அல்லது கேட்பவர் மனத்தில் உருப்படிவங்கள், உணர்ச்சிகள் முதலியவற்றைத் தோற்றுவிக்கும் ஆற்றல்; இவ்வாறு தோற்றுவிக்கப்படும் உருப்படிவங்கள், உணர்ச்சிகள் முதலியன; எண்ண எதிரலைகள்

resonant /ˈrezənənt/ *adj.* **1** (used about a sound) deep, clear and continuing for a long time (ஒலி வகையில்) மெல்ல, தெளிவாக நீண்ட நேரம் ஒலிக்கிற; நீடித்த மெல்லொலியான; அதிர்வொலியான *a deep resonant voice* **2** (*technical*) causing sounds to continue for a long time ஒலிகள் நீண்ட நேரம் தொடர்ந்து ஒலிக்கச் செய்கிற; அதிர்வொலி எழுப்புகிற *resonant frequencies* **3** having the power to bring images, feelings, memories, etc. into your mind வாசிப்பவர்/கேட்பவர் மனத்தில் உருப்படிவங்கள், உணர்ச்சிகள், நினைவுகள் முதலியவற்றைத் தோற்றுவிக்கவல்ல; எண்ண எதிரலைகளை எழுப்பக்கூடிய *a poem filled with resonant imagery*

resonate /ˈrezəneɪt/ *verb* [I] (*formal*) **1** (used about a voice, an instrument, etc.) to make a deep, clear sound that continues for a long time (குரல், இசைக்கருவி முதலியவை வகையில்) தாழ்ந்த, தெளிவான, நீள் ஒலி எழுப்பு; அதிர்வொலி எழுப்பு *Her voice resonated through the theatre.* **2 resonate (with sth)** (used about a place) to be filled with sound; to make a sound continue longer (இட வகையில்) ஒலி நிறைந்திரு; ஓர் ஒலி நீடித்து ஒலிக்கச் செய் *The room resonated with the chatter of 100 people.* **3 resonate (with sb/sth)** to remind sb of sth; to be similar to what sb thinks or believes ஒருவருக்கு ஒன்றை நினைவுபடுத்து; ஒருவரது கருத்தை அல்லது நம்பிக்கையை ஒத்திரு *These issues resonated with the voters.*

PHR V **resonate with sth** (*formal*) to be full of a particular quality or feeling குறிப்பிட்ட பண்பு அல்லது உணர்வு நிறைந்திரு *She makes a simple story resonate with complex themes and emotions.*

resort[1] /rɪˈzɔːt/ *noun* [C] a place where a lot of people go to on holiday விடுமுறையைக் கழிக்க மக்கள் பெரும் எண்ணிக்கையில் வரும் இடம்; விடுமுறைப் போக்கிடம் *a seaside/ski resort*

IDM **in the last resort; (as) a last resort** ⇨ **last**[1] பார்க்க.

resort[2] /rɪˈzɔːt/ *verb* [I] **resort to sth/doing sth** to do or use sth bad or unpleasant because you feel you have no choice வேறு வழிமுறை இல்லை எனக் கருதி மோசமான அல்லது மனம் ஒவ்வாத ஒன்றைச் செய் அல்லது பயன்படுத்து; வேறு வழி தெரியாது ஒன்றைத் துணையாக நாடு *After not sleeping for three nights I finally resorted to sleeping pills.*

resounding /rɪˈzaʊndɪŋ/ *adj.* (*only before a noun*) **1** very loud பேரொலியான; முழக்கமான; ஓங்கி ஒலிக்கிற; வல்லொலியான *resounding cheers* **2** very great மிகப் பெரிய; பேரளவான *a resounding victory/win/defeat/success*

resource /rɪˈsɔːs; -ˈzɔːs/ *noun* [C, *usually pl.*] a supply of sth, a piece of equipment, etc. that is available for sb to use ஒருவரது பயன்பாட்டுக்குக் கிடைக்கக் கூடியதாக உள்ள சேம இருப்பு, துணைக்கருவி, முதலியவை; இருப்பு வளம்; துணை வளம் *Russia is rich in* ***natural resources*** *such as oil and minerals.*

resourceful /rɪˈzɔːsfl; -ˈsɔːs-/ *adj.* good at finding ways of doing things செயல் வழிமுறைகளைக் கண்டறிவதில் திறமை வாய்ந்த; ஆக்கத் திறன் கைவரப்பெற்ற

respect[1] /rɪˈspekt/ *noun* **1** [U] **respect (for sb/sth)** the feeling that you have when you admire or have a high opinion of sb/sth ஒருவரை/ஒன்றைப் பாராட்டும்போது அல்லது அவரை/அதனைப் பற்றி உயர்வாக எண்ணும்போது மனத்தில் தோன்றும் உணர்வு; மதிப்புணர்ச்சி; மதிப்பு *I have little* ***respect*** *for people who are arrogant.* • *to win/lose sb's respect* ⇨ **self-respect** பார்க்க. **2** [U] **respect (for sb/sth)** polite behaviour or care towards sb/sth that you think is important முக்கியமானவராக/முக்கியமானதாகத் தான் கருதும் ஒருவர்/ஒன்றின் மீது காட்டும் அக்கறை அல்லது இணக்க வணக்கம்; மரியாதை உணர்வு; மரியாதை *We should all treat older people with more respect.* ✪ OPP **disrespect** **3** [C] a detail or point விவரக் கூறு; பொருட்கூறு; நுணுக்க விவரம்; அம்சம் ***In what respects*** *do you think things have changed in the last ten years?* • *Her performance was brilliant* ***in every respect.***

IDM **with respect to sth** (*formal*) about or concerning sth ஒன்று குறித்து; பற்றி; தொடர்பாக; வகையில்

pay your respects ⇨ **pay**[1] பார்க்க.

respect[2] /rɪˈspekt/ *verb* [T] **1 respect sb/sth (for sth)** to admire or have a high opinion of sb/sth ஒருவரை/ஒன்றைப் போற்று; உயர்வாக எண்ணு; மதி *I respect him for his honesty.* **2** to show care for or pay attention to sb/sth ஒருவர்/ஒன்றின் மீது அக்கறை கொள்; கவனம்/ கருத்துச் செலுத்து *We should respect other people's cultures and values.* ▶ **respectful** /rɪˈspektfl/ *adj.* **respectful (to/towards sb)** *The crowd listened in respectful silence.* ✪ OPP **disrespectful** ▶ **respectfully** /rɪˈspektfəli/ *adv.*

respectable /rɪˈspektəbl/ *adj.* **1** considered by society to be good, proper or correct சமுதாயத்தால் நல்லவராக/நல்லதாக, முறையானதாக அல்லது நேரியதாகக் கருதப்படுகிற; சமுதாய மதிப்புடைய; மரியாதைக்குரிய *a respectable family • He combed his hair and tried to look respectable for the interview.* **2** quite good or large போதிய அளவான; கணிசமான *a respectable salary* ▶ **respectability** /rɪˌspektəˈbɪləti/ *noun* [U]

respective /rɪˈspektɪv/ *adj.* (*only before a noun*) belonging separately to each of the people who have been mentioned குறிப்பிடப்பட்டுள்ளவர்களுள் ஒவ்வொருவருக்கும் தனித்தனியாக உரிமையுடைய; அவரவர்களுக்கு உரிய *They all left for their respective destinations.*

respectively /rɪˈspektɪvli/ *adv.* in the same order as sb/sth that was mentioned ஒவ்வொருவரும்/ ஒவ்வொன்றும் குறிப்பிடப்பட்டுள்ள அதே வரிசை முறையில்; முறையே *Rekha Johri and Rohit Vadhra, aged 17 and 19 respectively*

respiration /ˌrespəˈreɪʃn/ *noun* [U] **1** (*formal*) breathing மூச்சு வாங்கிவிடல்; உயிர்த்தல்; உயிர்ப்பு வினை; சுவாசம் **2** (*technical*) a process by which living things produce energy from food. Respiration usually needs **oxygen** உயிர்ப்பொருள்கள், வழக்கமாக ஆக்ஸிஜன் துணைகொண்டு, உணவிலிருந்து ஆற்றலை உண்டுபண்ணும் செயல் முறை; உயிர்ப்பு முறை

respirator /ˈrespəreɪtə(r)/ *noun* [C] **1** a piece of equipment that makes it possible for sb to breathe over a long period when he/she is unable to do so naturally இயற்கையான உயிர்ப்பு வினை ஒருவருக்கு இயலாதபோது, நீண்ட நேரம் மூச்சு வாங்கிவிடப் பயன்படுத்தப்படும் சாதனம்; செயற்கை உயிர்ப்புப் பொறி; மூச்சுப்பொறி *She was put on a respirator.* **2** a device worn over the nose and mouth to allow sb to breathe in a place where there is a lot of smoke, gas, etc. புகை, வாயு முதலியவை நிறைந்துள்ள இடத்தில் மூச்சுவிட உதவியாக மூக்கும் வாயும் உள்ளடங்க அணியப்பெறும் கருவி; மூச்சுக் கருவி

respiratory /rəˈspɪrətri; ˈrespərətri/ *adj.* connected with breathing மூச்சு வாங்கிவிடுதல் தொடர்பான; சுவாசித்தல் சார்ந்த *the respiratory system • respiratory diseases*

respire /rɪˈspaɪə(r)/ *verb* [I] (*technical*) to breathe மூச்சு வாங்கிவிடு; உயிர்த்தல் செய்; சுவாசி

respite /ˈrespaɪt/ *noun* [*sing.*,U] **respite (from sth)** a short period of rest from sth that is difficult or unpleasant கடினமான அல்லது இன்னாத ஒன்றிலிருந்து விடுபட்டுச் சிறிது காலம் ஓய்ந்திருக்கும் நிலை; தற்காலிக நிவாரணம் *There was a brief respite from the fighting.*

respond /rɪˈspɒnd/ *verb* [I] **1** (*formal*) **respond (to sb/sth) (with/by sth)** to say or do sth as an answer or reaction to sth ஒன்றிற்கான பதிலாக அல்லது எதிர்வினையாக ஒன்றைக் கூறு அல்லது செய்; மறுமொழி கூறு; பதில் குறிப்பாக ஒன்றைச் செய் *He responded to my question with a nod.* ✪ SYN **reply** **2 respond (to sb/sth)** to have or show a good or quick reaction to sb/sth ஒருவருக்கு/ஒன்றிற்கு நினைவூட்டக் கூடிய அல்லது விரைந்த எதிர்ச்செயல் உண்டுபண்ணு அல்லது வெளிக்காட்டு; எதிர்வினை/ எதிர்விளைவு தோற்றுவி *The patient did not respond well to the new treatment.*

response /rɪˈspɒns/ *noun* [C, U] **(a) response (to sb/sth)** an answer or reaction to sb/sth ஒருவருக்கு/ஒன்றுக்குத் தரப்படும் மறுமொழி; பதில்; எதிர்வினை *I've sent out 20 letters of enquiry but I've had no responses yet. • The government acted* ***in response to*** *economic pressure.*

responsibility /rɪˌspɒnsəˈbɪləti/ *noun* (*pl.* **responsibilities**) **1** [U, C] **responsibility (for sb/sth); responsibility (to do sth)** a duty to deal with sth so that it is your fault if sth goes wrong ஒன்று பிழைபடும்போது அதற்குத் தான் பதில் சொல்லவேண்டும் என்ற முறையிலான ஒரு

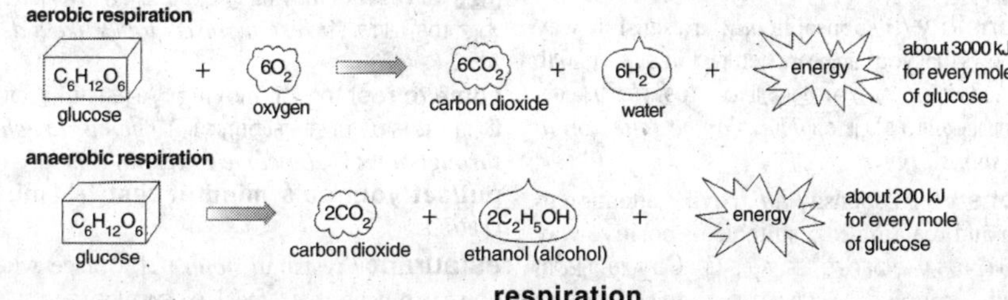

respiration

செயற்பொறுப்பு; கடமைப் பொறுப்பு; பொறுப்பு *I refuse to* ***take responsibility*** *if anything goes wrong. • I feel that I* ***have a responsibility*** *to help them—after all, they did help me.* **2** [U] the fact of sth being your fault; blame ஒன்று ஒருவரது குற்றமாக அமைதல்; குற்றம்; குற்றப்பொறுப்பு *No group has yet admitted responsibility for planting the bomb.*

IDM shift the blame/responsibility (for sth) (onto sb) ➪ **shift**[1] பார்க்க.

responsible /rɪˈspɒnsəbl/ *adj.* **1** (*not before a noun*) **responsible (for sb/sth); responsible (for doing sth)** having the job or duty of dealing with sb/sth, so that it is your fault if sth goes wrong ஒன்று பிழைபடும்போது அதற்குத் தான் பதில் சொல்லவேண்டும் என்ற முறையிலான ஒரு பணிப்பொறுப்பை அல்லது கடமைப்பொறுப்பை நிறைவேற்ற வேண்டியிருக்கிற; பதில் சொல்லக் கடமைப்பட்ட *The school is responsible for the safety of the children in school hours. • The manager is responsible for making sure the shop is run properly.* **2** (*not before a noun*) **responsible (for sth)** being the person whose fault sth is தவறுக்குப் பொறுப்பாளியான; குற்றப் பொறுப்பு ஏற்க வேண்டிய *Who was responsible for the accident?* **3** (*not before a noun*) **responsible (to sb/sth)** having to report to sb/sth with authority, or to sb who you are working for, about what you are doing தனது செயல்பாடு குறித்து அதிகாரப் பொறுப்பில் உள்ள ஒருவருக்கு/ஓரமைப்பிற்கு அல்லது தனது பணி முதல்வருக்குத் தெரியப்படுத்த வேண்டியிருக்கிற பொறுப்புடைய *Members of Parliament are responsible to the electors.* **4** (used about a person) that you can trust to behave well and in a sensible way (ஆள் வகையில்) நல்ல முறையிலும் அறிவு/அனுபவ முதிர்ச்சியுடனும் நடந்துகொள்வார் என நம்பத்தக்க; பொறுப்பான; பொறுப்பறிந்த *Meena is responsible enough to take her little sister to school.* ✪ OPP **irresponsible** **5** (used about a job) that is important and that should be done by a person who can be trusted (பணி வகையில்) முக்கியமானதும் நம்பிக்கைக்குரிய ஒருவரால் செய்யப்பட வேண்டியதுமான; பொறுப்பு வாய்ந்த

responsibly /rɪˈspɒnsəbli/ *adv.* in a sensible way that shows that you can be trusted நம்பிக்கையூட்டும் முறையிலான அறிவு/அனுபவ முதிர்ச்சியுடன்; பொறுப்புணர்ச்சியுடன் *They can be relied on to act responsibly.*

responsive /rɪˈspɒnsɪv/ *adj.* paying attention to sb/sth and reacting in a suitable or positive way ஒருவர் மீது/ஒன்றில் கருத்துச் செலுத்துகிற மற்றும் சூழலுக்கு ஏற்ற, ஆக்கபூர்வமான முறையில் எதிர்வினையாற்றுகிற; இணக்க நயமுடன் எதிர்ச்செயல் புரிகிற *By being responsive to changes in the market, the company has had great success.*

rest[1] /rest/ *verb* **1** [I] to relax, sleep or stop after a period of activity or because of illness ஒரு வேலைக்குப் பின் அல்லது உடல்நலமின்மை காரணமாக இளைப்பாறு, உறங்கு அல்லது செயல்படாதிரு; ஓய்வுகொள் *We've been walking for hours. Let's rest here for a while.* **2** [T] to not use a part of your body for a period of time because it is tired or painful களைப்புற்றுள்ள அல்லது வலிமிக்க உடல் உறுப்பு ஒன்றுக்குச் சிறிது காலம் ஓய்வளி அல்லது அதனைப் பயன்படுத்தாதிரு *Your knee will get better as long as you rest it as much as you can.* **3** [I, T] **rest (sth) on/against sth** to place sth in a position where it is supported by sth else; to be in such a position வேறொன்று தாங்கி நிற்குமாறு ஒரு பொருளை இருத்து; ஒன்றின் மீது சார்த்திவை; வேறொன்று தாங்கி நிற்கும் நிலையில் இரு; சாய் *She rested her head on his shoulder and went to sleep.*

IDM let sth rest to not talk about sth any longer ஒன்று குறித்து மேலும் பேசாதிரு

PHR V rest on sb/sth to depend on sb/sth or be based on sth ஒருவரை/ஒன்றைச் சார்ந்திரு அல்லது ஒன்றை அடிப்படையாகக் கொண்டிரு *The whole theory rests on a very simple idea.*

rest[2] /rest/ *noun* **1** [C, U] a period of relaxing, sleeping or doing nothing இளைப்பாறும், உறங்கும் அல்லது செயலின்றி இருக்கும் நேரம்; ஓய்வு *Try not to worry now.* ***Get some rest*** *and think about it again tomorrow. • I sat down to* ***give*** *my bad leg* ***a rest***. **2 the rest (of sb/sth)** [*sing., with sing. or pl. verb*] the part that is left; the ones that are left விடுபட்ட பகுதி/பகுதிகள்; மீதி; மீந்தவை; மற்றவை; கூறப்பட்டவர் தவிர மற்றையோர்; கூறப்பட்டவை நீங்கலாக எஞ்சியவை *We had lunch and spent the rest of the day on the beach. • She takes no interest in what happens in the rest of the world.* **3** [C, U] (in music) a period of silence between notes; a sign for this (இசையில்) தனி இசைக் கூறுகளுக்கு/சுரங்களுக்கு இடையிலான அமைதி; இடை நிறுத்தம்; இவ்வமைதியைக் குறிக்கும் குறியீடு; இடை நிறுத்தக் குறி

IDM at rest not moving இயக்கமற்ற நிலையில்; அமைதியாக *At rest the insect looks like a dead leaf.*

come to rest to stop moving இயக்கம் நின்றுபோ; தொடராது நின்றுவிடு *The car crashed through a wall and came to rest in a field.*

put/set your/sb's mind at rest ➪ **mind**[1] பார்க்க.

restaurant /ˈrestrɒnt/ *noun* [C] a place where you can buy and eat a meal உணவு விலைக்குப்

பெற்று உண்ணும் இடம்; உணவகம் *a fast food/hamburger restaurant • a Chinese/an Italian/a Thai restaurant* ➪ **cafe** மற்றும் **takeaway** பார்க்க.

restful /ˈrestfl/ *adj.* giving a relaxed, peaceful feeling சோர்வாற்றி அமைதி உணர்வு அளிக்கிற; அயர்வு நீக்குகிற *I find this piece of music very restful.*

restitution /ˌrestɪˈtjuːʃn/ *noun* [U] **1** (*formal*) **restitution (of sth) (to sb/sth)** the act of giving back sth that was lost or stolen to its owner இழப்புக்கு உள்ளான அல்லது களவுபோன ஒன்றை மீண்டும் அதன் உரிமையாளரிடம் சேர்ப்பித்தல்; மீட்டளிப்பு **2** (in law) payment, usually money, for some harm or wrong that sb has suffered (சட்ட இயலில்) ஒருவருக்கு நேர்ந்த ஊறுபாட்டுக்கு அல்லது தீங்கிழைப்புக்கு ஈடாக வழக்கமாகப் பணம் வழங்கல்; இழப்பீடு

restless /ˈrestləs/ *adj.* **1** unable to relax or be still because you are bored, nervous or impatient சலிப்புணர்ச்சி, மனக் கவலை அல்லது பொறுமையின்மை காரணமாக ஓய்வுகொள்ள முடியாதிருக்கிற அல்லது அமைந்தடங்கி இருக்க இயலாத; அமைதியற்ற; படபடத்துக்கொண்டிருக்கிற *The children always get restless on long journeys.* **2** (used about a period of time) without sleep or rest (காலப் பகுதி வகையில்) உறக்கம் அல்லது ஓய்வு இல்லாத ▶ **restlessly** *adv.*

restoration /ˌrestəˈreɪʃn/ *noun* **1** [C, U] the return of sth to its original condition; the things that are done to achieve this ஒன்று தனது மூலமுதல் நிலையை மீண்டும் பெறுதல்; முன்னிலை மீட்டாக்கம் *The house is in need of restoration.* **2** [U] the return of sth to its original owner ஒன்றை அதன் உண்மையான உரிமையாளரிடம் மீண்டும் ஒப்படைத்தல்; உரிமை மீட்டளிப்பு *the restoration of stolen property to its owner*

restore /rɪˈstɔː(r)/ *verb* [T] **1 restore sb/sth (to sb/sth)** to put sb/sth back into his/her/its former condition or position ஒருவர்/ஒன்று முன்பிருந்த நிலைக்கு/பதவிக்கு மீண்டும் கொண்டுவா; பழைய நிலையில் மீண்டும் வை *She restores old furniture as a hobby. • In the recent elections, the former president was restored to power.* **2 restore sth to sb** (*formal*) to give sth that was lost or stolen back to sb காணாது போன அல்லது களவாடப்பட்ட ஒன்றை அதன் உரிமையாளரிடம் மீண்டும் ஒப்படை; உரிமை மீட்டளி

restrain /rɪˈstreɪn/ *verb* [T] **restrain sb/sth (from sth/doing sth)** to keep sb or sth under control; to prevent sb or sth from doing sth ஒருவரை/ஒன்றைக் கட்டுப்பாட்டின் கீழ் வைத்திரு; அடக்கிவை; கட்டுப்படுத்தி வை *I had to restrain myself from saying something rude.*

restrained /rɪˈstreɪnd/ *adj.* not showing strong feelings அழுத்தமான உணர்ச்சிகளை வெளிக்காட்டாத; உணர்ச்சிக் கட்டுப்பாடுள்ள

restraint /rɪˈstreɪnt/ *noun* **1** [U] the quality of behaving in a calm or controlled way அமைதியான அல்லது கட்டுப்பாடான முறையில் நடந்துகொள்ளும் பண்பு *It took a lot of restraint on my part not to hit him. • Soldiers have to exercise **self-restraint** even when provoked.* **2** [C] **a restraint (on sb/sth)** a limit or control on sth ஒன்றின் மீதான வரம்பீடு அல்லது கட்டுப்பாடு; கட்டுப்பாட்டெல்லை *Are there any restraints on what the newspapers are allowed to publish?*

restrict /rɪˈstrɪkt/ *verb* [T] **restrict sb/sth (to sth/doing sth)** to put a limit on sb/sth ஒருவரை/ஒன்றை ஓரெல்லைக்கு உட்படுத்து; கட்டுப்பாடு செய் *There is a plan to restrict the use of cars in the city centre.*

restricted /rɪˈstrɪktɪd/ *adj.* controlled or limited கட்டுப்பாட்டுக்கு உட்படுத்தப்பட்ட; வரம்பிடப்பட்ட; வரையறைப்படுத்தப்பட்ட *There is only restricted parking available.*

restriction /rɪˈstrɪkʃn/ *noun* **restriction (on sth)** **1** [C] something (sometimes a rule or law) that limits the number, amount, size, freedom, etc. of sb/sth ஒருவரது/ஒன்றின் எண்ணிக்கை, தொகை, அளவு, சுதந்திரம் முதலியவற்றை வரையறைப்படுத்தும் (விதிமுறை, சட்டம் முதலிய) ஒன்று; கட்டுப்பாடு *parking restrictions in the city centre • The government is to **impose** tighter **restrictions** on the number of immigrants permitted to settle in this country.* **2** [U] the action of limiting the freedom of sb/sth ஒருவரது/ஒன்றின் சுதந்திரத்தைக் கட்டுப்படுத்தும் செயல்; உரிமைத் தடை; உரிமைக் கட்டுப்பாடு *This ticket permits you to travel anywhere, without restriction.*

restrictive /rɪˈstrɪktɪv/ *adj.* limiting; preventing people from doing what they want ஒன்றை வரையறைக்கு உட்படுத்துகிற; கட்டுப்படுத்துகிற; மக்களது சுதந்திரத்தைத் தடைப்படுத்துகிற

restroom *noun* [C] (*AmE*) a public toilet in a hotel, shop, restaurant, etc. தங்குமனை, அங்காடி, உணவகம் முதலியவற்றிலுள்ள பொதுக் கழிப்பிடம் ➪ **toilet** பதிவிலுள்ள குறிப்பைப் பார்க்க.

result[1] /rɪˈzʌlt/ *noun* **1** [C] something that happens because of sth else; the final situation at the end of a series of actions வேறொன்றின் காரணமாக நிகழ்வது; விளைவு; தொடர்ச்சியான பல செயல்களின் இறுதியில் காணப்படும் சூழல்; பின்விளைவு; விளைபயன் *The traffic was very heavy and **as a result** I arrived late. • This wasn't really the result that I was expecting.* **2** [C, U] a good effect of an action ஒரு செயலின் நல் விளைவு; பயன் விளைவு *He has tried very hard to find a job, until now without result.* • *The treatment is beginning to show results.* **3** [C] the score at the end of a game, competition or election ஒரு பந்தயம், போட்டி அல்லது தேர்தலின் இறுதியில் ஈட்டப்பட்டுள்ள கணிப்பெண்களின் எண்ணிக்கை; இறுதிக் கணிப்பெண் *Have you heard today's football results?* • *The results of this week's competition will be published next week.* **4** [C, *usually pl.*] the mark given for an exam or test ஒரு பாடத் தேர்வில் ஒருவருக்கு வழங்கப்படும் மதிப்பெண்கள் *When do you get your exam **results**?* **5** [C] something that is discovered by a medical test ஒரு மருத்துவப் பரிசோதனையில் கண்டுபிடிக்கப்படுவது; பரிசோதனை முடிவு *I'm still waiting for the result of my X-ray.* • *The result of the test was negative.*

result² /rɪˈzʌlt/ *verb* [I] **result (from sth)** to happen or exist because of sth ஒன்றின் காரணமாக நிகழ்வுறு அல்லது தோன்று; விளைவுறு; பலனாக அமை *Ninety per cent of the deaths resulted from injuries to the head.*

PHR V **result in sth** to cause sth to happen; to produce sth as an effect ஒன்று நிகழச் செய்; குறிப்பிட்ட விளைவு உண்டுபண்ணு *There has been an accident on the highway, resulting in long delays.*

resume /rɪˈzu:m; -ˈzju:-/ *verb* [I, T] to begin again or continue after a pause or interruption ஒன்று மீண்டும் தொடங்கு அல்லது தொடங்கச் செய்; இடை ஓய்வுக்குப் பின் அல்லது இடையீட்டுக்குப் பின் மீண்டும் தொடர் அல்லது ஒன்றைத் தொடரச் செய் *Normal service will resume as soon as possible.*

resumé /ˈrezjumeɪ/ (*AmE*) = **CV**

resumption /rɪˈzʌmpʃn/ *noun* [*sing.*, U] (*written*) beginning again or continuing after a pause or interruption மீண்டும் தொடங்குதல் அல்லது தொடங்கச் செய்தல்; இடை ஓய்வுக்குப் பின் அல்லது இடையீட்டுக்குப் பின் மீண்டும் தொடர்தல் அல்லது ஒன்றைத் தொடரச் செய்தல்; மறுதொடக்கம்

resurgence /rɪˈsɜ:dʒəns/ *noun* [C, *usually sing.*] (*formal*) the return and growth of an activity that had stopped தடைப்பட்டிருந்த ஒரு செயலின் மீள் வருகையும் வளர்ச்சியும்; மீட்டெழுச்சி; புத்தெழுச்சி *a resurgence of interest in the artist's work*

resurrect /ˌrezəˈrekt/ *verb* [T] to bring back sth that has not been used or has not existed for a long time நீண்ட காலமாகப் பயன்பாட்டில் இல்லாத அல்லது காணப்படாத ஒன்றை மீண்டும் வழக்குக்குக் கொண்டுவா; புத்துயிர்ப்புச் செய்

resurrection /ˌrezəˈrekʃn/ *noun* **1** [U] bringing back sth that has not existed or not been used for a long time நீண்ட காலமாகப் பயன்பாட்டில் இல்லாத அல்லது காணப்படாத ஒன்றை மீண்டும் வழக்குக்குக் கொண்டுவருதல்; புதுப்பித்தல்; புத்துயிர்ப்பிப்பு **2 the Resurrection** [*sing.*] (in the Christian religion) the return to life of Jesus Christ (கிறிஸ்தவச் சமயத்தில்) இயேசுநாதர் மீண்டும் உயிர்பெற்று வந்தமை; திருமீட்டெழுச்சி

resuscitate /rɪˈsʌsɪteɪt/ *verb* [T] to bring sb who has stopped breathing back to life உயிர்ப்பு நின்றுவிட்ட ஒருவர் மீண்டும் உயிர்ப்புறச் செய்; புத்துயிர் கொடு. *Unfortunately, all efforts to resuscitate the patient failed.* ► **resuscitation** /rɪˌsʌsɪˈteɪʃn/ *noun* [U] *mouth-to-mouth resuscitation*

retail /ˈri:teɪl/ *noun* [U] the selling of goods to the public in shops, etc. கடைகள் முதலியவற்றில் பொதுமக்களுக்குப் பொருள்களை விற்பனை செய்தல்; சில்லறை விற்பனை; சில்லறை வாணிகம் ➪ **wholesale** பார்க்க.

retailer /ˈri:teɪlə(r)/ *noun* [C] a person or company who sells goods to the public in a shop கடையில் பொதுமக்களுக்குப் பொருள்களை விற்பனை செய்யும் ஆள் அல்லது வணிக நிறுவனம்; சில்லறை விற்பனையாளர்; சில்லறை விற்பனை நிறுவனம்

retain /rɪˈteɪn/ *verb* [T] (*formal*) to keep or continue to have sth; not to lose ஒன்றை வைத்திரு; தொடர்ந்து தன்வசம் வைத்துக்கொள்; இழக்காதிரு *Despite all her problems, she has managed to retain a sense of humour.* ➪ **retention** noun பார்க்க.

retaliate /rɪˈtælieɪt/ *verb* [I] **retaliate (against sb/sth)** to react to sth unpleasant that sb does to you by doing sth unpleasant in return ஒருவர் தனக்குச் செய்த இன்னாத ஒன்றுக்குப் பதிலாக தானும் இன்னாத ஒன்றைச் செய்; பதிலடி கொடு ► **retaliation** /rɪˌtæliˈeɪʃn/ *noun* [U] **retaliation (against sb/sth) (for sth)** *The terrorist group said that the shooting was **in retaliation** for the murder of one of its members.*

retarded /rɪˈtɑ:dɪd/ *adj.* slower to develop than normal இயல்பு நிலையினும் குறைவான வளர்ச்சியுடைய; வளர்ச்சியில் பின்தங்கியுள்ள; மந்த வளர்ச்சியுடைய

retch /retʃ/ *verb* [I] to make sounds and movements as if you are going to vomit, but without bringing any food up from your stomach உண்மையில் வாந்தியெடுக்காது, வாந்தி எடுக்கப் போவது போன்று ஒலிகளையும் இயக்கங்களையும் செய்; குமட்டலுக்கு உள்ளாகு

retention /rɪˈtenʃn/ *noun* [U] the action of keeping sth or of being kept ஒன்றை விடாது

வைத்திருத்தல் அல்லது ஒன்று விடாது வைத்திருக்கப்படுதல்; ஒன்றைத் தன்வசம் வைத்திருத்தல்; தேக்கி வைப்பு ➪ **retain** verb பார்க்க.

rethink /ˈriːθɪŋk; ˌriːˈθɪŋk/ *verb* [I, T] (*pt*, *pp* **rethought** /-ˈθɔːt/) to think about sth again because you probably need to change it பெரும்பாலும் ஒன்றில் மாற்றம் செய்ய வேண்டியிருப்பதால், அதைப்பற்றி மீண்டும் சிந்தி; மறு சிந்தனை செய் *The government has been forced to rethink its economic policy.*

reticent /ˈretɪsnt/ *adj.* **reticent (about sth)** not wanting to tell people about things தனக்குத் தெரிந்த அல்லது தான் எண்ணுகிற அனைத்தையும் அல்லது தேவைக்கு மேல் பிறரிடம் கூற விரும்பாத; கட்டின்றிப் பேசுவதைத் தவிர்க்கிற *He is extremely reticent about his personal life.* ▶ **reticence** *noun* [U]

retina /ˈretɪnə/ *noun* [C] the area at the back of your eye that is sensitive to light and sends an image of what is seen to your brain நுட்பமான ஒளியுணர்வுத் திறன் வாய்ந்ததும் காட்சிப் படிவங்களை மூளைக்கு அனுப்புவதுமான கண்ணின் பின்புறத்திலுள்ள பகுதி; விழித்திரை ➪ **eye** பதிவில் படம் பார்க்க.

retinue /ˈretɪnjuː/ *noun* [C, *with sing. or pl. verb*] a group of people who travel with an important person to provide help and support முக்கியமான ஒருவருக்குத் துணையும் ஊழியமும் செய்ய வேண்டி அவருடன் பயணம் செய்யும் குழுவினர்; பரிவாரம்

retire /rɪˈtaɪə(r)/ *verb* [I] **1 retire (from sth)** to leave your job and stop working, usually because you have reached a certain age வழக்கமாகக் குறிப்பிட்ட வயதை எட்டிய காரணத்தினால் பணியிலிருந்து விலகி ஓய்வுகொள்; வேலையினின்று ஓய்வுபெறு *Most people in the company retire at 60.* • *Injury forced her to retire from professional athletics.* **2** to leave and go to a quiet or private place ஓரிடத்தை விட்டு நீங்கி அமைதியான அல்லது ஒதுக்குப்புறமான இடம் ஒன்றுக்குச் செல்; தனிமையிடம் செல்

retired /rɪˈtaɪəd/ *adj.* having stopped work permanently பணி செய்வதை நிரந்தரமாக நிறுத்திவிட்ட; ஊழியத்திலிருந்து ஓய்வுபெற்ற *a retired teacher*

retirement /rɪˈtaɪəmənt/ *noun* **1** [C, U] the act of stopping working permanently ஒருவர் பணி செய்வதை நிரந்தரமாக நிறுத்திவிடுதல்; பணி ஓய்வு *She has decided to* ***take early retirement****.* • *The former world champion has announced his retirement from the sport.* **2** [*sing.*, U] the situation or period after retiring from work பணி ஓய்வு நிலை அல்லது பணி ஓய்வுக் காலம் *We all wish you a long and happy retirement.*

NOTE **Pension** என்பது பணி ஓய்வு பெற்ற ஒருவருக்குத் தொடர்ந்து வழங்கப்பெறும் பணத்தொகை; இப்பணம் அரசிடமிருந்து அல்லது அவ்வூழியரது முன்னாள் பணி முதல்வரிடமிருந்து அல்லது அவ்விரு இடங்களிலிருந்தும் அவருக்குக் கிடைக்கும்.

retiring /rɪˈtaɪərɪŋ/ *adj.* (used about a person) shy and quiet (ஆள் வகையில்) கூச்ச இயல்பும் அமைதியும் உள்ள; ஒதுங்கி வாழ்கிற

retort¹ /rɪˈtɔːt/ *verb* [T] to reply quickly to what sb says, in an angry or amusing way சினக்குறிப்புடன் அல்லது சிரிப்பூட்டும் முறையில் ஒருவருக்கு உடனுக்குடன் மறுமொழி கூறு; சுடச்சுடப் பதிலிறு *'Who asked you for your opinion?' she retorted.*

retort² /rɪˈtɔːt/ *noun* [C] **1** a quick, angry or amusing reply சினக்குறிப்புள்ள அல்லது சிரிப்பூட்டும் முறையிலான விரைந்த மறுமொழி; உடனுக்குடனான எதிருரை அல்லது எதிர்வாதம் *an angry retort* **2** a round glass vessel with a long neck bent downwords that is used in a **laboratory** for distilling water நீர் வடித்திறக்குவதற்காக ஆய்வுக்கூடத்தில் பயன்படுத்தப்படும் நீண்ட, கீழ்நோக்கி வளையும் கழுத்துள்ள உருண்டையான கண்ணாடிக் கொள்கலம்; வாலை ➪ **laboratory** பதிவில் படம் பார்க்க.

retrace /rɪˈtreɪs/ *verb* [T] to repeat a past journey, series of events, etc. முடிந்த பயணம், நிகழ்ச்சித் தொடர் முதலியவை மீண்டும் நிகழச் செய்; மீண்டும் அடியிலிருந்து தொடங்கு; திரும்பச் செய் *If you* ***retrace*** *your* ***steps****, you might see where you dropped the ticket.*

retract /rɪˈtrækt/ *verb* [I, T] (*formal*) to say that sth you have said is not true தான் கூறியுள்ள ஒன்று உண்மையல்ல எனக் கூறு; சொன்ன சொல் மாற்று; சொன்னதிலிருந்து பின்வாங்கு *When he appeared in court, he retracted the confession he had made to the police.*

retreat¹ /rɪˈtriːt/ *verb* [I] **1** (used about an army, etc.) to move backwards in order to leave a battle or in order not to become involved in a battle (தரைப்படை முதலியவை வகையில்) சண்டையிலிருந்து விலகும் பொருட்டு அல்லது சண்டையில் ஈடுபடாதிருக்கும் பொருட்டுப் பின்னோக்கிச் செல்; பின்வாங்கு *The order was given to retreat.* ✪ OPP **advance** **2** to move backwards; to go to a safe or private place பின்னோக்கிச் செல்; பாதுகாப்பான அல்லது தனிமறைவான இடத்திற்குச் செல் (*figurative*) *She seems to retreat into a world of her own sometimes.*

retreat² /rɪˈtriːt/ *noun* **1** [C, U] the action of moving backwards, away from a difficult or dangerous situation சிக்கலான அல்லது ஆபத்தான ஒரு சூழலிலிருந்து விலகிப் பின்னுக்குச்

செல்லுதல்; பின்வாங்கல்; பின்னடைவு *The invading forces are now in retreat.* ✪ OPP **advance** 2 [C] a private place where you can go when you want to be quiet or to rest அமைதியை அல்லது ஓய்வை விரும்பிச் செல்லத்தக்க தனியிடம்; ஓய்விடம்; ஒதுக்கிடம் *a country retreat*

retrial /ˌriːˈtraɪəl/ *noun* [C, *usually sing.*] a new trial for a person whose criminal offence has already been judged once in a court of law நீதிமன்றத்தில் ஏற்கனவே ஒரு முறை தீர்ப்பு வழங்கப்பட்ட குற்றவாளி உட்படுத்தப்படும் புது வழக்கு விசாரணை; மறு விசாரணை *The judge ordered a retrial because new evidence had appeared.*

retribution /ˌretrɪˈbjuːʃn/ *noun* [U] (*written*) **retribution (for sth)** punishment for a crime ஒரு குற்றத்திற்கான தண்டனை

retrieve /rɪˈtriːv/ *verb* [T] **1 retrieve sth (from sb/sth)** to get sth back from the place where it was left or lost ஒன்று விடப்பட்ட அல்லது தொலைக்கப்பட்ட இடத்திலிருந்து அதனை மீண்டும் பெறு; மீட்பி; தேடி எடு *Police divers retrieved the body from the canal.* **2** (*computing*) to find information that has been stored (கணிப்பொறி வழக்கு) கணினியில் தேக்கி வைக்கப்பட்டுள்ள தகவலைக் கண்டுபிடி; கணினியிலிருந்து (உரிய) தகவலைப் பெறு *The computer can retrieve all the data about a particular customer.* **3** to make a bad situation or a mistake better; to put sth right மோசமான ஒரு சூழலை அல்லது பிழைபாட்டைத் திருத்து; சரிசெய்; மீண்டும் நன்னிலைக்குக் கொணர் *The team was losing two-nil at half-time but they managed to **retrieve the situation** in the second half.* ▶ **retrieval** /rɪˈtriːvl/ *noun* [U]

retro- /ˈretrəʊ/ *prefix* (*used in nouns, adjectives and adverbs*) back or backwards பின்னோக்கிய; பின்னாலுள்ள; பிற்பட்ட *retrospective*

retrograde /ˈretrəgreɪd/ *adj.* (*formal*) (used about an action) making a situation worse or returning to how sth was in the past (செயல் வகையில்) ஒரு சூழலை மோசமாக்குகிற அல்லது அது கடந்த காலத்தில் இருந்த நிலைக்குக் கொண்டு செல்கிற; இழி நிலைக்குச் செலுத்துகிற; சீரழிக்கிற; பிற்போக்கான *The closure of the factory is a **retrograde step**.*

retrospect /ˈretrəspekt/ *noun*

IDM **in retrospect** thinking about sth that happened in the past, often seeing it differently from the way you saw it at that time கடந்த காலத்தில் நிகழ்ந்த ஒன்றைக் குறித்து அப்போதைய அணுகுமுறையிலிருந்து மாறுபட்ட நிலையில் நோக்கும்போது; பின்னோக்கிய நிலையில் *In retrospect, I can see what a stupid mistake it was.*

retrospective /ˌretrəˈspektɪv/ *adj.* **1** looking again at the past கடந்த காலத்தை மீண்டும் நோக்குகிற; பின்னோக்கிய *a retrospective analysis of historical events* **2** (used about laws, decisions, payments, etc.) intended to take effect from a date in the past (சட்டங்கள், முடிவுகள், பணம் செலுத்துகை முதலியன வகையில்) கடந்த காலத்திற்குரிய ஒரு தேதியிலிருந்து நடைமுறைப்படுத்தப்படுவதான; முன்தேதியிட்டுச் செயற்படுத்தப்படுகிற *Is this new tax law retrospective?* ▶ **retrospectively** *adv.*

return¹ /rɪˈtɜːn/ *verb* **1** [I] **return (to/from)** to come or go back to a place ஓரிடத்திற்கு மீண்டும் வா அல்லது போ; திரும்பி வா; திரும்பிச் செல் *I leave on 10 July and return on 6 August.* • *I shall be returning to this country in six months.* **2** [I] **return (to sth/doing sth)** to go back to the former or usual activity, situation, condition, etc. முன்னைய அல்லது வழக்கமான செயல், சூழல், நிலை முதலியவற்றுக்கு மீண்டும் செல்; திரும்பவும் செல் *The strike is over and they will **return to work** on Monday.* • *It is hoped that train services will **return to normal** soon.* **3** [I] to come back; to happen again ஒன்று மீண்டும் வா; திரும்பவும் நிகழ்வுறு *If the pain returns, make another appointment to see me.* **4** [T] **return sth (to sb/sth)** to give, send, put or take sth back ஒன்றைத் திருப்பிக் கொடு; திருப்பி அனுப்பு; எடுத்த இடத்தில் திரும்பவும் வை *I've stopped lending him things because he never returns them.* • *Application forms must be returned by 14 March.* **5** [T] to react to sth that sb does, says or feels by doing, saying or feeling sth similar ஒருவரது கூற்று, செயல் அல்லது உணர்ச்சிக்கு ஒத்த முறையில் பதில் செய்; எதிரீடாகச் செய்; மறுமொழி கூறு *I've phoned them several times and left messages but they haven't returned any of my calls.* • *We'll be happy to return your hospitality if you ever come to our country.* **6** [T] (in tennis) to hit or throw the ball back (டென்னிஸ் ஆட்டத்தில்) பந்து திரும்பிச் செல்லுமாறு அடி; திருப்பி அடி; திருப்பி அனுப்பு

return² /rɪˈtɜːn/ *noun* **1** [*sing.*] **a return (to/from)** coming or going back to a place or to a former activity, situation or condition ஓரிடத்திற்கு அல்லது முன்னைய செயல், சூழல் அல்லது நிலைக்குத் திரும்ப வருதல் அல்லது போதல்; திரும்புகை; மீள்வரவு; மீட்சி *I'll contact you **on** my **return** from holiday.* • *He has recently made a return to form* (= started playing well again). **2** [U] giving, sending, putting or taking sth back ஒன்றைத் திருப்பிக் கொடுத்தல், அனுப்புதல், வைத்தல் அல்லது எடுத்தல் *I demand the immediate return of my passport.* **3** [C] (in tennis) the act of hitting or throwing the ball back (டென்னிஸ் ஆட்டத்தில்) பந்து

திரும்பச் செல்லுமாறு அடித்தல் அல்லது எறிதல்; பந்தைத் திருப்பி அனுப்புகை *She hit a brilliant return.* **4** [C, U] (a) **return (on sth)** the profit from a business, etc. வாணிகத் தொழில் முதலியவற்றில் ஈட்டும் ஆதாயம்; இலாபம்; விளைபயன் *This account offers high returns on all investments.* **5** [C] (*BrE* **return ticket**; *AmE* **round trip**; **round trip ticket**) a ticket to travel to a place and back again ஓரிடத்திற்குச் சென்று திரும்புவதற்கான பயணச் சீட்டு; மீள்வுப் பயணச் சீட்டு *A **day return** to Mumbai, please.* • *Is the **return fare** cheaper than two singles?* ✪ OPP **single** or **one-way** **6** (*also* **the return key**) [*sing.*] the button on a computer that you press when you reach the end of a line or of an instruction ஒரு வரியின் அல்லது கட்டளைக் குறிப்பின் இறுதியை அடையும்போது அழுத்துதற்குரிய கணினி விசைக்கட்டை

IDM **by return (of post)** (*BrE*) immediately; by the next post உடனடியாக; தாமதமின்றி; மறு அஞ்சலில்

in return (for sth) as payment or in exchange (for sth); as a reaction to sth (ஒன்றுக்கான) கட்டணமாக அல்லது மாற்றீடாக; ஒன்றின் எதிர்ச்செயலாக; பதிலாக; மாற்றாக *Please accept this present in return for all your help.*

returnable /rɪˈtɜːnəbl/ *adj.* that can or must be given or taken back திரும்பவும் கொடுக்கப்படுவதற்கு அல்லது பெற்றுக்கொள்வதற்கு உரிய; திரும்பவும் கொடுக்கப்பட அல்லது பெற்றுக்கொள்ளப்பட வேண்டிய; மீண்டும் ஒப்புவிக்கத்தக்க அல்லது ஒப்புவிக்கப்பட வேண்டிய *a non-returnable deposit*

reunion /riːˈjuːniən/ *noun* **1** [C] a party or occasion when friends or people who worked together meet again after they have not seen each other for a long time நண்பர்கள் அல்லது இணைந்து பணியாற்றியவர்கள் நீண்ட நாட்களுக்குப் பிறகு மீண்டும் கூடும் விருந்து நிகழ்ச்சி அல்லது தருணம் *The college holds an annual reunion for former students.* **2** [C, U] **a reunion (with sb/between A and B)** coming together again after being apart பிரிந்தவர் மீண்டும் ஒன்றுசேரல்; பிரிந்தவர் கூட்டம் *The released hostages had an emotional reunion with their families at the airport.*

reunite /ˌriːjuːˈnaɪt/ *verb* [I, T] **reunite (A with/and B)** to come together again; to join two or more people, groups, etc. together again மீண்டும் ஒன்றுசேர்; பிரிவின் பின் கூடு; இரண்டு அல்லது இரண்டுக்கு மேற்பட்ட ஆட்கள், குழுக்கள் முதலியவற்றை மீண்டும் ஒன்றுபடுத்து *The missing child was found by the police and reunited with his parents.*

Rev. *abbr.* Reverend அருள்திரு என்பதைக் குறிக்கும் Reverend என்பதன் குறுக்கம்

rev[1] /rev/ *verb* [I, T] (**revving; revved**) **rev (sth) (up)** when an engine revs or when you rev it, it turns quickly and noisily (இயந்திர வகையில்) விரைவாகவும் ஓசையுடனும் சுழல்/சுழலச் செய்; உரத்த ஓசையுடன் விரைவாக இயங்கு/இயங்கச் செய்

rev[2] /rev/ *noun* [C] (*informal*) (used when talking about an engine's speed) one complete turn (ஓர் இயந்திரத்தின் வேகம் பற்றிக் குறிப்பிடுகையில்) முழுச் சுழற்சி *4000 revs per minute* ➪ **revolution** பார்க்க.

reveal /rɪˈviːl/ *verb* [T] **1 reveal sth (to sb)** to make sth known that was secret or unknown before இரகசியமாக இருந்த அல்லது அறியப்பட்டிராத ஒன்றைத் தெரியச் செய்; வெளிப்படுத்து *He refused to reveal any names to the police.* **2** to show sth that was hidden before மறைந்திருந்த ஒன்றைக் காண்பி; புலப்படுத்து *The X-ray revealed a hairline fracture in her right hand.*

revealing /rɪˈviːlɪŋ/ *adj.* **1** allowing sth to be known that was secret or unknown before இரகசியமாக அல்லது அறியப்படாது இருந்த ஒன்றைத் தெரியச்செய்கிற; வெளிப்படுத்துகிற; புலப்படுத்துகிற *This book provides a revealing insight into the world of politics.* **2** allowing sth to be seen that is usually hidden, especially sb's body வழக்கமாக உள் மறைவாக உள்ள ஒன்றை, குறிப்பாக உடற்பகுதி ஒன்றை, தெரியக் காட்டுகிற *a very revealing swimsuit*

revel /ˈrevl/ *verb* (**revelling; revelled**, *AmE* **reveling; reveled**)

PHR V **revel in sth/doing sth** to enjoy sth very much ஒன்றைப் பெரிதும் துய்த்து மகிழ்; ஒன்றில் களிப்புறு; இன்ப ஈடுபாடு கொள் *He likes being famous and revels in the attention he gets.*

revelation /ˌrevəˈleɪʃn/ *noun* **1** [C] something that is made known, that was secret or unknown before, especially sth surprising இரகசியமாக அல்லது அறியப்படாது இருந்து வெளிப்படுத்தப்படும் ஒன்று, குறிப்பாக வியப்பூட்டக்கூடிய ஒன்று; வெளிப்பாடு *This magazine is full of revelations about the private lives of the stars.* **2** [*sing.*] a thing or a person that surprises you and makes you change your opinion about sb/sth தனக்கு வியப்பூட்டுவதும் ஒருவர்/ஒன்று குறித்த தனது கருத்தை மாற்றிக்கொள்ளச் செய்வதுமான பொருள் அல்லது ஆள்; புதுவரவு; புதுக்காட்சி

revenge /rɪˈvendʒ/ *noun* [U] **revenge (on sb) (for sth)** something that you do to punish sb who has hurt you, made you suffer, etc. ஊறுபாடு, மன வருத்தம் முதலியவற்றுக்குத் தன்னை

உள்ளாக்கிய ஒருவரைத் தண்டிக்கும் முறையில் தான் செய்வது; பழிக்குப் பழி *He made a fool of me and now I want to **get** my **revenge**.* ➪ **vengeance** பார்க்க. ▶ **revenge** *verb* [T] **revenge yourself on sb** *She revenged herself on her enemy.* ➪ **avenge** பார்க்க.

revenue /ˈrevənjuː/ *noun* [U, *pl.*] money regularly received by a government, company, etc. ஓர் அரசு, ஒரு வணிக நிறுவனம் முதலியவற்றுக்கு வழக்க முறைப்படி நிலையாகக் கிடைக்கும் பணம்; வருமானம் *Revenue from income tax rose last year.*

reverberate /rɪˈvɜːbəreɪt/ *verb* [I] **1** (used about a sound) to be repeated several times as it comes off different surfaces (ஒலி வகையில்) வெவ்வேறு பரப்புகளின் மீது தாக்கி மீண்டும் மீண்டும் பலமுறை ஒலி; எதிரொலி *Her voice reverberated around the hall.* ✪ SYN **echo 2 reverberate (with/to sth)** (used about a place) to seem to shake because of a loud noise (இடப் பரப்பு வகையில்) உரத்த ஒலி காரணமாக அதிர்வதாகத் தோன்று; ஒலியதிர்வு உண்டாகு *The hall reverberated with the sound of music and dancing.*

revere /rɪˈvɪə(r)/ *verb* [T] (*usually passive*) (*formal*) **revere sb/sth (as sth)** to feel great respect or admiration for sb/sth ஒருவர்/ஒன்றின் மீது மிகுந்த மரியாதை அல்லது பாராட்டுணர்ச்சி கொள்; உயர்வாக மதி; பயபக்தி கொள் *He is revered as one of the greatest musicians of his generation.*

reverence /ˈrevərəns/ *noun* [U] (*formal*) **reverence (for sb/sth)** a feeling of great respect மிகுந்த மதிப்புணர்ச்சி; மரியாதை; பயபக்தி

Reverend (*also* **reverend**) /ˈrevərənd/ *adj.* (*abbr.* **Rev.**) the title of a Christian priest கிறிஸ்தவச் சமய குருவின் மதிப்புப் பெயரடை; அருள்திரு

reverent /ˈrevərənt/ *adj.* (*formal*) showing respect மதிப்புணர்ச்சி கொள்கிற; மதிப்புணர்ச்சியை வெளிப்படுத்துகிற; போற்றிப் பாராட்டுகிற

reversal /rɪˈvɜːsl/ *noun* [U, C] the action of changing sth to the opposite of what it was before; an occasion when this happens ஒன்றை அதன் எதிர் நிலைக்கு மாற்றுதல்; ஒன்று அவ்வாறு மாற்றப்படும் நிகழ்வு; தலைகீழ் மாற்றம் *The government insists that there will be no reversal of policy.* • *The decision taken yesterday was a complete reversal of last week's decision.*

reverse[1] /rɪˈvɜːs/ *verb* **1** [T] to put sth in the opposite position to normal or to how it was before ஒன்றை அதன் வழக்கமான அல்லது முன்னைய நிலைக்கு எதிர்நிலையில் வை; மறுபக்கம் திருப்பு; தலைகீழாக்கு; நேர்மாறாக்கு *Today's results have reversed the order of the top two teams.* **2** [T] to exchange the positions or functions of two things or people இரண்டு பொருள்களின் அல்லது ஆட்களின் நிலைகளை அல்லது செயற்பாடுகளைப் பரிமாற்றம் செய் *Jaya and her husband have reversed roles—he stays at home now and she goes to work.* **3** [I, T] to go backwards in a car, etc.; to make a car go backwards சீருந்து முதலியவற்றில் பின்புறமாகச் செல்; சீருந்து முதலியவற்றை பின்புறமாகச் செலுத்து *It might be easier to reverse into that parking space.* • *He reversed his brand new car into a wall.*

IDM **reverse (the) charges** (*BrE*) to make a telephone call that will be paid for by the person who receives it தொலைபேசி அழைப்பைப் பெறுபவர் கட்டணம் செலுத்துதற்குரிய அழைப்பு முறையைப் பயன்படுத்து *Phone us when you get there, and reverse the charges.* • *a reverse charge call*

reverse[2] /rɪˈvɜːs/ *noun* **1** [*sing.*] **the reverse (of sth)** the complete opposite of what was said just before, or of what is expected சற்று முன் கூறப்பட்டதற்கு அல்லது எதிர்பார்க்கப்படுவதற்கு முற்றிலும் நேர்மாறான ஒன்று; தலைகீழ் முறை; எதிர்மறை *This course is the exact reverse of what I was expecting.* • *This situation is the reverse of the previous one.* **2** (*also* **reverse gear**) [U] the control in a car, etc. that allows it to move backwards சீருந்து முதலியவற்றைப் பின்புறமாகச் செலுத்துதற்குரிய அதன் கட்டுப்பாட்டுப் பொறி; பின்னியக்கப்பொறி *Leave the car **in reverse** while it's parked on this hill.*

IDM **in reverse** in the opposite order, starting at the end and going backwards to the beginning இறுதியில் தொடங்கிப் பின்னோக்கித் தொடக்கத்திற்குச் செல்லும் முறையில்; கீழிருந்து மேலாகச் செல்லும் வரிசை முறையில்

reverse[3] /rɪˈvɜːs/ *adj.* opposite to what is expected or has just been described எதிர்பார்க்கப்படுவதற்கு அல்லது சற்றுமுன் கூறியதற்கு எதிர்மறையான; நேர்மாறான

IDM **in/into reverse order** starting with the last one and going backwards to the first one இறுதியில் உள்ளதில் தொடங்கி பின்னோக்கி முதலில் உள்ளதற்குச் செல்லும் வரிசை முறையில்; கீழிருந்து மேலாக *The results will be announced in reverse order.*

reversible /rɪˈvɜːsəbl/ **1** *adj.* (used about clothes) that can be worn with either side on the outside (ஆடைகள் வகையில்) பின்புறத்தையும் முன்புறமாக மாற்றி அணிந்துகொள்ளத்தக்க *a reversible jacket* **2** (used about a process, an action or a disease) that can be changed so that sth returns to its original state or situation (செயல்முறை, செயல் அல்லது நோய் வகையில்) பழைய நிலைக்கு அல்லது நிலைமைக்கு மீண்டும் வருமாறு மாற்றத்தக்க; முன்னைநிலை மீட்சி இயலக்கூடிய ✪ OPP **irreversible**

revert /rɪˈvɜːt/ *verb* [I] **revert (to sth)** to return to a former state or activity முந்திய நிலைக்கு அல்லது செயலுக்கு மீண்டும் திரும்பு; முன்னை நிலைக்கு/முற்செயலுக்கு மீள்வுறு *If the experiment is unsuccessful we will revert to the old system.*

review¹ /rɪˈvjuː/ *noun* **1** [C, U] the examining or considering again of sth in order to decide if changes are necessary ஒன்றில் மாற்றங்கள் வேண்டுமா என்பதை முடிவு செய்யும் பொருட்டு அதனை மீண்டும் ஆராய்தல் அல்லது கருதிப் பார்த்தல்; மறு ஆய்வு; மறுசீராய்வு *There will be a review of your contract after the first six months.* • *The system is in need of review.* **2** [C] a look back at sth in order to check, remember, or be clear about sth ஒன்றைச் சரிபார்க்கும்/நினைவில் இருத்திக்கொள்ளும்/தெளிவுபடுத்திக்கொள்ளும் பொருட்டு அதனை மீண்டும் நோக்குதல்; மீள்பார்வை; மறுபார்வை *a review of the major events of the year* **3** [C] a newspaper or magazine article, or an item on television or radio, in which sb gives an opinion on a new book, film, play, etc. புதிய நூல், திரைப்படம், நாடகம் முதலியவற்றைப் பற்றிய ஒருவரது கருத்தாக அமையும் பத்திரிகைக் கட்டுரை அல்லது தொலைக்காட்சி/வானொலி நிகழ்ச்சி; மதிப்புரை; மதிப்பாய்வுரை *The film got bad reviews.*

review² /rɪˈvjuː/ *verb* [T] **1** to examine or consider sth again in order to decide if changes are necessary ஒன்றில் மாற்றங்கள் வேண்டுமா என்பதை முடிவுசெய்யும் பொருட்டு அதனை மீண்டும் ஆராய் அல்லது கருதிப் பார்; மறுசீராய்வு செய் *Your salary will be reviewed after one year.* **2** to look at or think about sth again to make sure that you understand it ஒன்றின் பரிமாணங்களை உணர்ந்துகொண்டதை உறுதி செய்துகொள்ளும் பொருட்டு அதனை மீண்டும் நோக்கு அல்லது அது குறித்து மீண்டும் சிந்தி; மறுபார்வைக்கு உட்படுத்து *Let's review what we've done in class this week.* **3** to write an article or to talk on television or radio, giving an opinion on a new book, film, play, etc. புதிய நூல், திரைப்படம், நாடகம் முதலியவற்றின் மீது தனது கருத்தைத் தெரிவிக்கும் முறையில் கட்டுரை எழுது அல்லது தொலைக்காட்சியில்/வானொலியில் உரைநிகழ்த்து; மதிப்புரை வழங்கு *In this week's edition our film critic reviews the latest films.*

reviewer /rɪˈvjuːə(r)/ *noun* [C] a person who writes about new books, films, etc. புதிய நூல்கள், திரைப்படங்கள் முதலியவை குறித்து எழுதுபவர்; மதிப்புரையாளர்; மதிப்பாய்வாளர்

revise /rɪˈvaɪz/ *verb* **1** [T] to make changes to sth in order to correct or improve it பிழை நீக்கும் பொருட்டு அல்லது செம்மைப்படுத்தும் பொருட்டு ஒன்றில் மாற்றங்கள் செய்; மறு ஆய்வு செய்து திருத்தியமை *The book has been revised for this new edition.* • *I revised my opinion of him when I found out that he had lied.* **2** [I, T] (*BrE*) **revise (for sth)** to read or study again sth that you have learnt, especially when preparing for an exam குறிப்பாக ஒரு தேர்வுக்கான முற்பயிற்சியாக, பயின்று அறிந்துள்ள ஒன்றை மீண்டும் படி அல்லது திருப்பிப் பார் *I can't come out tonight. I'm revising for my exam.* • *None of the things I had revised came up in the exam.*

revision /rɪˈvɪʒn/ *noun* **1** [C, U] the changing of sth in order to correct or improve it பிழை நீக்கும் பொருட்டு அல்லது செம்மைப்படுத்தும் பொருட்டு ஒன்றில் மாற்றங்கள் செய்தல்; திருத்தி அமைத்தல்; திருத்தம்; புனராய்வு; சீராய்வு *It has been suggested that the whole system is in need of revision.* **2** [U] (*BrE*) the work of reading or studying again sth you have learnt, especially when preparing for an exam குறிப்பாக ஒரு தேர்வுக்கான முற்பயிற்சியாகப் பயின்று அறிந்துள்ள ஒன்றை மீண்டும் படித்தல் அல்லது கூர்ந்து நோக்குதல்; திருப்பிப் பார்த்தல் *I'm going to have to* ***do*** *a lot of* ***revision*** *for History.*

revival /rɪˈvaɪvl/ *noun* **1** [C, U] the act of becoming or making sth strong or popular again ஒன்று மீண்டும் வலிமை பெறுதல் அல்லது பலரது விருப்புக்குரியதாதல்; ஒன்றுக்கு மீண்டும் வலுவூட்டுதல் அல்லது பலரது விருப்புக்குரியதாக ஆக்குதல்; புத்தெழுச்சி; புத்துயிரூட்டுதல் *economic revival* • *a revival of interest in traditional farming methods* **2** [C] a new performance of a play that has not been performed for some time சில காலம் நிகழ்த்தப்படாதிருந்த ஒரு நாடகம் முதலியவற்றின் புது தயாரிப்பு; புத்தாக்கம்; புதுத் தோற்றம்; புத்துயிர்ப்பு *a revival of the musical 'The Sound of Music'*

revive /rɪˈvaɪv/ *verb* [I, T] **1** to become or to make sb/sth strong or healthy again; to come or to bring sb back to life or consciousness ஒன்று மீண்டும் வலுப்பெறு அல்லது உடல்நலம் அல்லது உயிர் பெறு/பெறச் செய்; புத்தூக்கம் பெறு/ அளி *Hopes have revived for an early end to the fighting.* • *Attempts were made to revive him but he was already dead.* **2** to become or to make sth popular again; to begin to do or use sth again மீண்டும் பலர் விருப்புக்குரியதாகு அல்லது ஒன்றை விருப்புக்குரியதாக்கு; ஒன்றை மீண்டும் செய் அல்லது பயன்படுத்தத் தொடங்கு *Public interest in athletics has revived now that the national team is doing well.* • *to revive an old custom*

revoke /rɪˈvəʊk/ *verb* [T] (*formal*) to officially cancel sth so that it is no longer valid ஒன்று செல்லுபடி ஆகாது போகுமாறு அதனை அதிகாரபூர்வமாக ரத்து செய் அல்லது நீக்கு; நடைமுறையிலிருந்து விலக்கு

revolt /rɪˈvəʊlt/ *verb* **1** [I] **revolt (against sb/sth)** to protest in a group, often violently, against the person or people in power ஆட்சிப் பொறுப்பில் உள்ளவருக்கு/உள்ளவர்களுக்கு எதிராகப் பலர் சேர்ந்து, பெரும்பாலும் வன்முறையைக் கைக்கொண்டு, கிளர்ச்சி செய்; மேலாட்சிக்கு எதிராக வன்முறைக் கிளர்ச்சி செய் *A group of generals revolted against the government.* **2** [T] to make sb feel disgusted or ill ஒருவர் அருவருப்பு கொள்ளச் செய்; வெறுப்பூட்டு; குமட்டச் செய் *The sight and smell of the meat revolted him.* ➪ **revulsion** noun பார்க்க. ▶ **revolt** *noun* [C, U] *The people rose* ***in revolt*** *against the corrupt government.*

revolting /rɪˈvəʊltɪŋ/ *adj.* extremely unpleasant; disgusting வெறுப்புணர்ச்சி உண்டுபண்ணுகிற; அருவருப்பூட்டுகிற; மனம் ஒவ்வாத

revolution /ˌrevəˈluːʃn/ *noun* **1** [C, U] action taken by a large group of people to try to change the government of a country, especially by violent action குறிப்பாக வன்முறையைப் பயன்படுத்தி, ஒரு நாட்டின் அரசை மாற்ற முயல்கிற ஒரு பெரும் குழுவினரின் நடவடிக்கை; ஆட்சிக்கு எதிரான வன்முறைக் கிளர்ச்சி அல்லது புரட்சி *the French Revolution of 1789 • a country on the brink of revolution* **2** [C] **a revolution (in sth)** a complete change in methods, opinions, etc., often as a result of progress பெரும்பாலும் முன்னேற்றத்தின் விளைபயனாக செய்முறைகள், கருத்துகள் முதலியவற்றில் நிகழும் முழு அளவிலான மாற்றம்; புரட்சி *the Industrial Revolution* **3** [C, U] a movement around sth; one complete turn around a central point (for example in a car engine) ஒன்றைச் சுற்றிச் சுழலுதல்; சுழற்சி; (விசையுந்து முதலியவற்றின் இயந்திரத்திலுள்ள) ஒரு மையப் புள்ளியைச் சுற்றி ஒரு முறை சுழலும் சுழற்சி; ஒரு சுற்று *400 revolutions per minute* ➪ **rev²** பார்க்க.

revolutionary¹ /ˌrevəˈluːʃənəri/ *adj.* **1** connected with or supporting political revolution ஆட்சிக்கு எதிரான வன்முறைக் கிளர்ச்சி தொடர்பான அல்லது அக்கிளர்ச்சியை ஆதரிக்கிற; அரசியல் புரட்சி சார்ந்த *the revolutionary leaders* **2** producing great changes; very new and different பெரும் மாற்றங்கள் உண்டுபண்ணுகிற; முற்றிலும் புதிதான அல்லது மாறுபட்ட; புரட்சிகரமான *a revolutionary new scheme to ban cars from the city centre*

revolutionary² /ˌrevəˈluːʃənəri/ *noun* [C] (*pl.* **revolutionaries**) a person who starts or supports action to try to change the government of a country, especially by using violent methods பெரும்பாலும் வன்முறையைக் கைக்கொண்டு ஒரு நாட்டின் அரசுக்கு எதிராகக் கிளர்ச்சி தொடங்குபவர் அல்லது அக்கிளர்ச்சியை ஆதரிப்பவர்; அரசியல் புரட்சியாளர்; புரட்சி ஆதரவாளர்

revolutionize (*also* **-ise**) /ˌrevəˈluːʃənaɪz/ *verb* [T] to change sth completely, usually improving it பெரும்பாலும் ஒன்றை மேம்படுத்தும் வகையில், அதை முழுமையாக மாற்றியமை; ஒன்றில் புரட்சிகரமான மாற்றங்கள் புகுத்து; புத்தாக்கம் செய் *a discovery that could revolutionize the treatment of mental illness*

revolve /rɪˈvɒlv/ *verb* [I] to move in a circle around a central point ஒரு மையப் புள்ளியைச் சுற்றி வட்டப் பாதையில் செல்; சுற்றிச் செல்; சுழல் *The earth revolves around the sun.*

PHR V **revolve around sb/sth** to have sb/sth as the most important part ஒருவரை/ஒன்றை முதன்மைக் கூறாகக் கொண்டிரு; சுற்றிச் சுழன்று கொண்டிரு *Her life revolves around the family.*

revolver /rɪˈvɒlvə(r)/ *noun* [C] a type of small gun with a container for bullets that turns round இரவைக் குண்டுகள் நிரப்புதற்கான சுழல் இயக்கமுள்ள கொள்கலம் உள்ளடங்கிய சிறு துப்பாக்கி வகை; சுழல் கைத்துப்பாக்கி

revolving /rɪˈvɒlvɪŋ/ *adj.* that goes round in a circle வட்டப் பாதையில் சுற்றிவருகிற; சுழல் இயக்கமுள்ள *revolving doors*

revulsion /rɪˈvʌlʃn/ *noun* [U] a feeling of disgust (because sth is extremely unpleasant) (ஒன்றின் ஒவ்வாத்தன்மை காரணமாக உண்டாகும்) கடும் வெறுப்புணர்ச்சி; அருவருப்பு ➪ **revolt** verb பார்க்க.

reward¹ /rɪˈwɔːd/ *noun* **reward (for sth/doing sth) 1** [C, U] something that you are given because you have done sth good, worked hard, etc. நற்பணி, திறமை முதலியவற்றுக்காக ஒருவருக்கு வழங்கப்படுவது; பரிசு *Winning the match was* ***just reward*** *for all the effort.* **2** [C] an amount of money that is given in exchange for helping the police, returning sth that was lost, etc. காவல் துறையினருக்குக் குற்றக் கண்டுபிடிப்பில் உதவி புரிதல், காணாமல்போன ஒன்றை மீட்டுத் தருதல் முதலியவற்றுக்குக் கைம்மாறாக ஒருவருக்கு வழங்கப்படும் பணத்தொகை; வெகுமானம்; வெகுமதி *Police are offering a reward for information leading to a conviction.*

reward² /rɪˈwɔːd/ *verb* [T] **reward sb (for sth/for doing sth)** (*usually passive*) to give sth to sb because he/she has done sth good, worked hard, etc. நற்பணி, திறமை முதலியவற்றுக்காக

ஒருவருக்கு ஒன்றைக் கொடு; பரிசளி *Eventually her efforts were rewarded and she got a job.*

rewarding /rɪˈwɔ:dɪŋ/ *adj.* (used about an activity, job, etc.) giving satisfaction; making you happy because you think it is important, useful, etc. (செயல், பணி முதலியவை வகையில்) மன நிறைவு அளிக்கிற; முக்கியத்துவம், பயன்பாடு முதலியவை காரணமாக மகிழ்ச்சி தருகிற; அனுகூலமான

rewind /ˌri:ˈwaɪnd/ *verb* [T] (*pt, pp* **rewound**) to make a video or cassette tape go backwards ஒளி/ஒலி இழைச்சுருளைப் பின்னோக்கிச் சுழலச் செய்; மீண்டும் தலைப்பக்கம் வருமாறு பின்னோக்கிச் சுற்றச் செய் *Please rewind the tape at the end of the film.* ▶ **rewind** *noun* [U] ➪ **fast forward** பார்க்க.

rewrite /ˌri:ˈraɪt/ *verb* [T] (*pt* **rewrote** /-ˈrəʊt/; *pp* **rewritten** /-ˈrɪtn/) to write sth again in a different or better way வேறுபட்ட முறையில் அல்லது மேலும் சிறப்பாக அமையுமாறு ஒன்றை மீண்டும் எழுது

rhetoric /ˈretərɪk/ *noun* [U] (*formal*) a way of speaking or writing that is intended to impress or influence people but is not always sincere பிறரது பாராட்டை அல்லது பிறர் மீதான தாக்கத்தை நோக்கமாகக் கொண்ட, ஆனால் சில சமயங்களில் உண்மைத் தன்மை காணப்படாத, பேச்சு அல்லது எழுத்து முறை; அலங்கார நடை; பகட்டாரவார நடை ▶ **rhetorical** /rɪˈtɒrɪkl/ *adj.* ▶ **rhetorically** /rɪˈtɒrɪkli/ *adv.*

rhetorical question *noun* [C] a question that does not expect an answer மறுமொழியை எதிர்பார்க்காத வினா; உணர்ச்சிக் குறிப்பு வினா

rheumatism /ˈru:mətɪzəm/ *noun* [U] an illness that causes pain in muscles and where your bones join together (**the joints**) தசைகளிலும் எலும்பு மூட்டுகளிலும் வலி உண்டாக்கும் நோய் வகை; மூட்டுவாதம்; முடக்கு நோய்

rhino /ˈraɪnəʊ/ (*pl.* **rhinos**) (*informal*) = **rhinoceros**

rhinoceros /raɪˈnɒsərəs/ *noun* [C] (*pl.* **rhinoceros** or **rhinoceroses**) a large animal from Africa or Asia, with a thick skin and with one or two horns on its nose தடிப்பான தோலும் மூக்கின் மீது ஒன்று அல்லது இரண்டு கொம்புகளும் உடைய ஆப்பிரிக்க அல்லது ஆசியப் பெருவிலங்கு வகை; காண்டா மிருகம் ➪ **pachyderm** பதிவில் படம் பார்க்க.

rhomboid /ˈrɒmbɔɪd/ *noun* [C] (*technical*) a flat shape with four straight sides, with only the opposite sides and angles equal to each other எதிரெதிர்ப் பக்கங்களும் கோணங்களும் மட்டுமே சரிசமமாயிருக்கும் நான்கு நேர்ப்பக்கங்களைக் கொண்ட தட்டையான உரு; செவ்விணைவகம் ➪ **parallelogram** பதிவில் படம் பார்க்க.

rhombus /ˈrɒmbəs/ *noun* [C] (*mathematics*) a flat shape with four equal sides and four angles which are not 90° நான்கு சம பக்கங்களும் செங்கோணங்களாக அல்லாத நான்கு கோணங்களும் கொண்ட தட்டை உரு; சாய்சதுரம் ➪ **parallelogram** பதிவில் படம் பார்க்க.

rhubarb /ˈru:bɑ:b/ *noun* [U] a plant with long red parts (**stalks**) that can be cooked and eaten as fruit சமைத்துக் கனியாக உண்ணுதற்குரிய நீண்ட செந்நிற இலைத் தண்டுகளை உடைய தாவர வகை

rhyme[1] /raɪm/ *noun* **1** [C] a word that has the same sound as another வேறொரு சொல்லின் ஒலியை ஒத்த சொல்; ஒலி இயைபுச் சொல் **2** [C] a short piece of writing, or sth spoken, in which the word at the end of each line sounds the same as the word at the end of the line before it முன்னடியின் ஈற்றுச் சொல்லோடு ஒலி இயைபுடைய ஈற்றுச் சொல்லைக் கொண்ட அடிகளாலான எழுத்து அல்லது பேச்சு ➪ **nursery rhyme** பார்க்க. **3** [U] the use of words in a poem or song that have the same sound, especially at the ends of lines செய்யுளில் அல்லது பாட்டில், குறிப்பாக அடிகளின் இறுதியில், ஒலி இயைபுடைய சொற்களைப் பயன்படுத்துதல்; தொடைநயம் *All of his poetry was written* ***in rhyme****.*

rhyme[2] /raɪm/ *verb* **1** [I] **rhyme (with sth)** to have the same sound as another word; to contain lines that end with words that sound the same வேறொரு சொல்லின் ஒலியை ஒத்த ஒலியைக் கொண்டிரு; ஒலி இயைபுடைய ஈற்றுச் சொற்களாலான அடிகளைக் கொண்டிரு *'Tough' rhymes with 'stuff'.* **2** [T] **rhyme sth (with sth)** to put together words that have the same sound ஒலி இயைபுடைய சொற்களை ஒருங்கமை; தொடை நயம்படச் சொற்களை இணைசேர்

rhythm /ˈrɪðəm/ *noun* [C, U] a regular repeated pattern of sound or movement ஒலி அல்லது இயக்கம் ஒரே சீராக அடுத்தடுத்து வந்தமையும் பாங்கு; ஒத்திசைவு நயம்; சந்தம் *He's a terrible dancer because he has no* ***sense of rhythm****.* • *He tapped his foot* ***in rhythm*** *with the music.* ▶ **rhythmic** /ˈrɪðmɪk/ (*also* **rhythmical** /ˈrɪðmɪkl/) *adj. the rhythmic qualities of African music* ▶ **rhythmically** /-kli/ *adv.*

ria /ˈri:ə/ *noun* [C] (in geography) a long narrow area of water formed when a river valley floods (புவியியலில்) ஆற்றுப் பள்ளத்தாக்கு வெள்ளப் பெருக்கெடுக்கும்போது உருவாகும் நீண்டு குறுகிய நீர்ப்பரப்பு

rib /rɪb/ *noun* [C] one of the curved bones that go round your chest மார்பைச் சுற்றி அமைந்துள்ள வளை வடிவ எலும்புகளில் ஒன்று; விலா

எலும்பு *He's so thin that you can see his ribs.* ➪ **body** பதிவில் படம் பார்க்க.

ribbon /ˈrɪbən/ *noun* [C, U] a long, thin piece of material that is used for tying or decorating sth ஒன்றைச் சுற்றிக் கட்டுவதற்கு அல்லது அலங்கரிப்பதற்குப் பயன்படுத்தப்படும் நீண்டு மெலிதான துணி; இழைப்பட்டை

ribbon lake *noun* [C] (in geography) a long narrow lake (புவியியலில்) நீண்டு ஒடுங்கிய ஏரி ➪ **glacial** பதிவில் படம் பார்க்க.

ribcage /ˈrɪbkeɪdʒ/ *noun* [C] the structure of curved bones (**ribs**) that surrounds and protects the chest விலா எலும்புக் கூடு

rice /raɪs/ *noun* [U] short, thin, white or brown grain from a plant that grows on wet land in hot countries. We cook and eat rice நெல்; அரிசி *boiled/fried/steamed rice* ➪ **cereal** பதிவில் படம் பார்க்க.

rich /rɪtʃ/ *adj.* **1** having a lot of money or property; not poor பணம் அல்லது சொத்து பெருமளவு வைத்திருக்கிற; செல்வ வளமுடைய; வசதி படைத்த *a rich family/country* • *one of the richest women in the world* ➪ **wealthy** பார்க்க. ✪ OPP **poor** **2 the rich** *noun* (*pl.*) people with a lot of money or property செல்வ வளமுடையவர்கள்; செல்வந்தர்; பணக்கார வர்கம் **3 rich in sth** containing a lot of sth ஒன்றைப் பெருமளவு உள்ளடக்கியுள்ள; ஒன்றின் வளம் செறிந்த *Oranges are rich in vitamin C.* **4** (used about food) containing a lot of fat, oil, sugar or cream and making you feel full quickly (உணவு வகையில்) கொழுப்பு, எண்ணெய், சர்க்கரை அல்லது பாலேடு பெருமளவு உள்ளடங்கி விரைவிலேயே நிறைவு உணர்வை உண்டாக்குகிற; கொழுப்புச்சத்து மிக்க; ஊட்டமான *a rich chocolate cake* **5** (used about soil) containing the substances that make it good for growing plants in (மண் வகையில்) தாவர வளர்ச்சிக்கு உகந்த பொருள்களை உள்ளடக்கியுள்ள; செழிப்பான; வளமான **6** (used about colours, sounds or smells) strong and deep (நிறங்கள், ஒலிகள் அல்லது மணங்கள் வகையில்) முனைப்பான; திண்ணிய; செறிவான; அழுத்தமான ▶ **richness** *noun* [U]

riches /ˈrɪtʃɪz/ *noun* [*pl.*] (*formal*) a lot of money or property ஏராளமான பணம் அல்லது சொத்து; செல்வ வளம்; பொருள் வளம் ✪ SYN **wealth**

richly /ˈrɪtʃli/ *adv.* **1** in a generous way தாராளமான முறையில்; முழு நிறைவாக; பெரும்படியாக *She was richly rewarded for her hard work.* **2** in a way that people think is right பிறரால் முறையானது/நேர்மையானது எனக் கருதப்படும் முறையில்; நிறைவாக *His promotion was **richly deserved**.*

the Richter scale /ˈrɪktə skeɪl/ *noun* [*sing.*] a system for measuring how strong a movement of the earth's surface (**an earthquake**) is நில அதிர்வின் வலிமையை அளவிடுவதற்கான 0 முதல் 10 வரையுள்ள எண் குறியீடுகளைக் கொண்ட அளவை முறை *an earthquake measuring 7 **on the Richter scale***

rickets /ˈrɪkɪts/ *noun* [U] a disease of children caused by a lack of good food that makes the bones become soft and badly formed, especially in the legs சத்துணவு குறைபாடு காரணமாக உண்டாவதும், எலும்புகளை, குறிப்பாகக் கால் எலும்புகளை, கடினத் தன்மை இழக்கச்செய்து சீர்குலைப்பதுமாகிய குழந்தை நோய் வகை; எலும்பு உருக்குலைவு நோய்

rickety /ˈrɪkəti/ *adj.* likely to break; not strongly made உடையக்கூடிய; கட்டுறுதியற்ற; ஆட்டங்கொடுக்கிற *a rickety old fence* • *rickety furniture*

rickshaw *noun* [C] a small light vehicle with two wheels used in some Asian countries to carry passengers. The rickshaw is pulled by a person walking or riding a bicycle நடந்து அல்லது மிதிவண்டியில் இணைத்து இழுத்துச் செல்லப்படுவதும் இரண்டு சக்கரங்கள் உடையதுமான, சில ஆசிய நாடுகளில் காணப்படும் கனமற்ற சிறு பயணிகள் ஊர்தி; ரிக்ஷா

ricochet /ˈrɪkəʃeɪ/ *verb* [I] (*pt, pp* **ricocheted** /-ʃeɪd/) **ricochet (off sth)** (used about a moving object) to fly away from a surface after hitting it (இயக்க நிலையிலுள்ள பொருள் வகையில்) ஒரு பரப்பில் மோதி விலகி வேறு திசையில் பறந்து செல்; ஒரு பரப்பைத் தாக்கி அப்பால் பாய் *The bullet ricocheted off the wall and grazed his shoulder.*

rid /rɪd/ *verb* [T] (*pres. part.* **ridding**; *pt, pp* **rid**) (*formal*) **rid yourself/sb/sth of sb/sth** to make yourself/sb/sth free from sb/sth that is unpleasant or not wanted மனம் ஒவ்வாத அல்லது வேண்டாத ஒருவரிடமிருந்து/ஒன்றிடமிருந்து தன்னை/ஓர் ஆளை/ஒரு பொருளை விடுவி; விடுபட்டு வரச்செய் *He was unable to rid himself of his fears and suspicions.* • *He was a nuisance and we're **well rid** of him* (= it will be much better without him).

IDM **get rid of sb/sth** to make yourself free of sb/sth that is annoying you or that you do not want; to throw sth away தொல்லைப்படுத்தும் அல்லது மனம் விரும்பாத ஒருவரிடமிருந்து/ஒன்றிடமிருந்து தன்னை விடுவித்துக்கொள் *Let's get rid of that old chair and buy a new one.*

riddance /ˈrɪdns/ *noun*

IDM **good riddance (to sb/sth)** (*spoken*) used for expressing pleasure or satisfaction that sb/

sth that you do not like has gone தான் விரும்பாத ஒருவர்/ஒன்று நீங்கிச் சென்றுவிட்டது குறித்துத் தனது மகிழ்ச்சியை அல்லது திருப்தியை வெளிப்படுத்தப் பயன்படுத்தப்படும் தொடர்: வரவேற்கத்தக்க தொல்லை நீக்கம்

ridden[1] ⇨ **ride**[1] என்பதன் இறந்தகால வினையெச்ச வடிவம்

ridden[2] /ˈrɪdn/ *adj.* (*formal*) (*usually in compound adjectives*) full of நிறைந்துள்ள; நிரம்பியுள்ள; நிரம்பப்பெற்ற *She was guilt-ridden.* • *She was ridden with guilt.*

riddle /ˈrɪdl/ *noun* [C] **1** a difficult question that you ask people for fun that has a clever or amusing answer சிந்தித்து அல்லது சிரிப்பூட்டும் முறையில் விடையளிப்பதற்கு உரியதாகப் பிறரிடம் விளையாட்டாகக் கேட்கப்படும் சிக்கலான கேள்வி; விடுகதை; புதிர் **2** a person, thing or event that you cannot understand or explain புரிந்துகொள்ள முடியாத அல்லது விவரிக்க முடியாத ஆள், பொருள் அல்லது நிகழ்வு; புரியாத அல்லது புதிரான ஒருவர் அல்லது ஒன்று

riddled /ˈrɪdld/ *adj.* **riddled with sth** full of sth, especially sth unpleasant ஒன்று, குறிப்பாக விரும்பத்தக்கதல்லாத ஒன்று, நிறைந்துள்ள; ஒன்றைப் பேரளவில் உள்ளடக்கியுள்ள *This essay is riddled with mistakes.*

ride[1] /raɪd/ *verb* (*pt* **rode** /rəʊd/; *pp* **ridden** /ˈrɪdn/) **1** [I, T] to sit on a horse, etc. and control it as it moves குதிரை முதலியவற்றின் மீது அமர்ந்து அதனைக் கட்டுப்படுத்திச் செலுத்து; சவாரி செய் *We rode through the forest.* •*Which horse is Dilip riding in the next race?* **2** [I, T] to sit on a bicycle, motorbike, etc. and control it as it moves மிதிவண்டி, விசை மிதிவண்டி முதலியவற்றின் மீது அமர்ந்து அதனை இயக்கிச் செலுத்து *She jumped onto her motorbike and rode off* (= went away). • *Can Ravi ride a bike yet?* **3** [I] (*AmE*) to travel as a passenger in a bus, car, etc. பேருந்து, சீருந்து முதலியவற்றில் பயணியாகப் பயணம் செய் ▶ **rider** *noun* [C]

ride[2] /raɪd/ *noun* [C] **1** a short journey on a horse or bicycle, or in a car, bus, etc. குதிரை, மிதிவண்டி, சீருந்து, பேருந்து முதலியவற்றிலான குறுகிய தொலைவுப் பயணம்; குதிரைச் சவாரி; சிறுதொலைவு ஊர்திப் பயணம் *It's only a short bus/train ride into T. Nagar* • *We went for a bike ride on Saturday*. **2** used to describe what a journey or trip is like ஒரு பயணம் அல்லது சிறுதொலைவுப் போக்குவரவு இத்தகையதாக உள்ளது என விவரிக்கப் பயன்படுத்தப்படும் சொல் *a smooth/bumpy/comfortable ride* **3** a large machine at an amusement park which you pay to go on for amusement or excitement; an occasion when you go on one of these மகிழ்வுலாப் பூங்காவில் உள்ள, மகிழ்ச்சிக்காக அல்லது இன்பக் கிளர்ச்சிக்காகக் கட்டணம் செலுத்தி ஏறி அமர்ந்து சுற்றக்கூடிய பெரிய பொறியமைப்பு; இப்பொறியமைப்பில் அமர்ந்து சுற்றுதல் *My favourite **fairground ride** is the roller coaster*.

IDM **take sb for a ride** (*informal*) to cheat or trick sb ஒருவரை ஏமாற்று; மோசம் செய்

ridge /rɪdʒ/ *noun* [C] **1** a long, narrow piece of highland along the top of hills or mountains குன்றுகள் அல்லது மலைகளின் உச்சியின் ஊடாக நீண்டு ஒடுங்கி அமைந்துள்ள உயரமான நிலப்பகுதி; நீள்வரை உச்சி; வரைமுகடு **2** a line where two surfaces meet at an angle இரு பரப்புகள் சாய்கோணத்தில் ஒன்றுகூடும் நீள்வரை; மோட்டுவரை

ridicule /ˈrɪdɪkjuːl/ *noun* [U] unkind laughter or behaviour that is intended to make sb/sth appear silly இகழ்ச்சிச் சிரிப்பு; ஒருவரை/ஒன்றை இகழ்ச்சிக்கு உரியவராக/உரியதாகத் தோன்றச் செய்யும் முறையிலான நடத்தை; ஏளனம் *He had become an object of ridicule.* ▶ **ridicule** *verb* [T] *The idea was ridiculed by everybody present.*

ridiculous /rɪˈdɪkjələs/ *adj.* very silly or unreasonable ஏளனத்திற்குரிய; கேலிக்குரிய; முட்டாள்தனமான *They're asking a ridiculous* (= very high) *price for that house.* ▶ **ridiculously** *adv.*

riding /ˈraɪdɪŋ/ (*AmE* **horseback riding**) *noun* [U] the sport or hobby of riding a horse விளையாட்டு அல்லது ஓய்வுநேர விருப்பார்வச் செயலாக மேற்கொள்ளப்படும் குதிரைச் சவாரி *riding boots* • *a riding school*

rife /raɪf/ *adj.* (*not before a noun*) (*formal*) (used especially about bad things) very common (குறிப்பாகக் கெட்டவைகளைப் பற்றிய வழக்கு) மிகுதியான; பெருநடப்பான; பரவலான; பொதுமுறையான *Rumours are rife that his wife has left him.*

rifle[1] /ˈraɪfl/ *noun* [C] a long gun that you hold against your shoulder to shoot with தோளில் தாங்கிப் பிடித்துச் சுடுதற்குரிய நீண்ட துப்பாக்கி வகை

> NOTE Rifle-ஐ **load** செய்து (வெடி மருந்து நிரப்பி) **aim** (குறி பார்த்து) மற்றும் **fire** செய்கிறோம் (சுடுகிறோம்).

rifle[2] /ˈraɪfl/ *verb* [I, T] **rifle (through) sth** to search sth usually in order to steal from it பெரும்பாலும் ஒன்றிலிருந்து களவு செய்யும் எண்ணத்துடன் அதில் துருவித் தேடு *I caught him rifling through the papers on my desk.*

rift /rɪft/ *noun* [C] **1** a serious disagreement between friends, groups, etc. that stops their relationship from continuing நண்பர்கள், குழுக்கள்

முதலியவற்றுக்கு இடையே நிலவும் உறவை முறிக்கும் வகையிலான கடுமையான கருத்து வேறுபாடு; நட்பு முறிவு; மாறுபாடு *a growing rift between the brothers* **2** a very large crack or opening in the ground, a rock, etc. தரை, பாறை முதலியவற்றில் தோன்றும் மிகப் பெரிய வெடிப்பு அல்லது பிளவு

rift valley *noun* [C] (in geography) a valley with steep sides formed when two parallel cracks develop in the earth's surface and the land between them sinks (புவியியலில்) பூமியின் மேற்பரப்பில் இணையாக இரண்டு பிளவுகள் உண்டாகி இடைப்பட்ட நிலப்பகுதி உள்வீழ்வதினால் உருவாகும் செங்குத்தான பக்கங்களைக் கொண்ட பள்ளத்தாக்கு; நில இணைபிளவுப் பள்ளத்தாக்கு

rig[1] /rɪg/ *verb* [T] (**rigging; rigged**) to arrange or control an event, etc. in an unfair way, in order to get the result you want தான் விரும்பும் விளைபயனைப் பெறும் பொருட்டு முறைகேடான வழியில் ஒரு நிகழ்வு முதலியவற்றை ஏற்பாடு செய் அல்லது கட்டுப்படுத்து; தனக்குச் சாதகமாக அமையுமாறு ஒரு செயல்முறையில் மோசடி செய் *They claimed that the competition had been rigged.*

PHR V **rig sth up** to make sth quickly, using any materials you can find கிடைக்கும் பொருள்களைக் கொண்டு ஒன்றை விரைந்து உருவாக்கு; இட்டுக்கட்டி அமை *We tried to rig up a shelter using our coats.*

rig[2] /rɪg/ = **oil rig**

rigging /ˈrɪgɪŋ/ *noun* [U] the ropes, etc. that support a ship's sails கப்பல் பாய்களை நிலைநிறுத்தும் வடக் கயிறுகள் முதலியவை; பாய்க் கயிற்றமைவு

right[1] /raɪt/ *adj.* **1** correct; true சரியான; பிழையற்ற; திருத்தமான; சரிநுட்பமான; மெய்யான *I'm afraid that's not the right answer.* • *'You're Chinese, aren't you?' 'Yes, **that's right**.'* **2 right (for sb/sth)** best; most suitable முற்றிலும் பொருத்தமான; மிகச் சிறந்த; மேலான; ஏற்பு நலம் மிக்க *I hope I've made the right decision. I am sure we've chosen **the right person** for the job.* • *I would help you to wash the car, but I'm not wearing the right clothes.* **3** (used about behaviour, actions, etc.) fair; morally and socially correct (நடத்தை, செயல்கள் முதலியவை வகையில்) நியாயமான; நேர்மையான; ஒழுக்க நெறிப்பட்ட மற்றும் சமுதாய ஏற்புக்குரிய; நன்னடத்தையுடைய *It's not right to treat people so badly.* • *What do you think is **the right thing** to do?* ✪ **OPP** பொருள்கள் 1, 2, மற்றும் 3-க்கு **wrong** **4** healthy or normal; as it should be உடல் நலம் வாய்ந்த; இயல்பு நிலையிலுள்ள; இருக்க வேண்டிய முறையில் இருக்கிற *The car exhaust doesn't sound right—it's making a funny noise.* • *I don't feel quite right today* (= I feel ill). **5** on or of the side of the body that faces east when a person is facing north வலமான; வலப் பக்கம் சார்ந்த *Most people write with their right hand.* • *He's blind in his right eye.* ✪ **OPP left** **6** (*BrE spoken*) (used for emphasizing sth bad) real or complete (மோசமான ஒன்றை வலியுறுத்திக் கூறப் பயன்படுத்தப்படுவது) மெய்யான; முற்றிலுமான; முழுநிலையிலான *I'll look a right idiot in that hat!* ▶ **rightness** *noun* [U]

IDM **get/start off on the right/wrong foot (with sb)** ➪ **foot**[1] பார்க்க.

get on the right/wrong side of sb ➪ **side**[1] பார்க்க.

on the right/wrong track ➪ **track**[1] பார்க்க.

put/set sth right to correct sth or deal with a problem ஒன்றைச் சரிப்படுத்து; சீர்செய்; ஒரு பிரச்சினை மீது நடவடிக்கை மேற்கொள் *There's something wrong with the lawnmower. Do you think you'll be able to put it right?*

right (you are) (*spoken*) yes, I will or yes, I agree; OK அப்படியே ஆகட்டும்; சரி; ஆம் *'See you later.' 'Right you are!'*

(as) right as rain completely healthy and normal முழு நலமுடனும் இயல்பு நிலையிலும் உள்ள

right[2] /raɪt/ *adv.* **1** exactly; directly சரிநுட்பமாக; துல்லியமாக; நேராக; நேர்முகமாக *The train was right on time.* • *He was sitting right beside me.* **2** correctly; in the way that it should happen or should be done சரியாக; திருத்தமாக; பிழையின்றி; நடக்க வேண்டிய அல்லது செய்யப்பட வேண்டிய முறையில் *Have I spelt your name right?* • *Nothing seems to be going right for me at the moment.* ✪ **OPP wrong** **3** all the way; completely நெடுகிலும்; முழுவதும்; இடைநில்லாமல் *Did you watch the film right to the end?* • *There's a high wall that goes right round the house.* **4** to the right side வலது பக்கத்திற்கு *Turn right at the traffic lights.* ✪ **OPP left** **5** immediately உடனடியாக; தாமதமின்றி; இக்கணமே *Wait here a minute—I'll **be right back**.* **6** (*spoken*) (used for preparing sb for sth that is about to happen) get ready; listen (நடைபெற இருக்கும் ஒன்றுக்கு ஒருவரை ஆயத்தப்படுத்துவதற்காகக் கூறப்படுவது) தயார் நிலையில் இரு; கவனி *Have you got your seat belts on? Right, off we go.*

IDM **right/straight away** ➪ **away** பார்க்க.

right now at this moment; exactly now இக்கணத்தில்; சரியாக இப்போது *We can't discuss this right now.*

serve sb right ➪ **serve** பார்க்க.

right[3] /raɪt/ *noun* **1** [U] what is morally good and fair நல்லது; நேர்மை; நியாயம்; முறைமை *Does a child of ten really understand the difference between right and wrong? • You **did right** to tell me what happened.* ✪ OPP **wrong 2** [*sing.*] the right side or direction வலப் பக்கம் *We live in the first house **on the right**. • Take the first right and then the second left.* ✪ OPP **left 3** [U, C] **the right (to sth/to do sth)** a thing that you are allowed to do according to the law; a moral authority to do sth சட்டப்படியான உரிமை; அறவழிப்பட்ட உரிமை ***human rights • civil rights*** (= the rights each person has to political and religious freedom, etc.) • *animal rights campaigners • You have no right to tell me what to do.* **4 the Right** [*sing.*] (*with sing. or pl. verb*) the people or political parties who are against social change சமுதாய மாற்றத்திற்கு எதிராக உள்ள ஆட்கள் அல்லது அரசியல் கட்சிகள்; பழைமைவாதிகள்; வலதுசாரிகள்

IDM **be in the right** to be doing what is correct and fair சரியான மற்றும் முறையான ஒன்றைச் செய்துகொண்டிரு; நேர்மையின் பக்கம் இரு *You don't need to apologize. You were in the right and he was in the wrong.*

by rights according to what is fair or correct முறைப்படி; நியாயமாக *By rights, half the profit should be mine.*

in your own right because of what you are yourself and not because of other people பிறர் தாக்கத்தால் அன்றித் தன்னியல்பாக

within your rights (to do sth) acting in a reasonable or legal way நியாயமான முறையில் அல்லது சட்டப்படிச் செயல்படுபவராக *You are quite within your rights to demand to see your lawyer.*

right[4] /raɪt/ *verb* [T] to put sb/sth/yourself back into a normal position ஒருவரை/ஒன்றை/தன்னை மீண்டும் இயல்பு நிலைக்கு/வழக்கமான நிலைக்குக் கொண்டுவா; சீர்படுத்து *The boat tipped over and then righted itself again.*

IDM **right a wrong** to do sth to correct an unfair situation or sth bad that you have done சீர்கெட்ட ஒரு சூழலை அல்லது தான் செய்துள்ள மோசமான ஒன்றைச் சரிசெய்யும் பொருட்டு ஒரு செயலைச் செய்; பிழைபட்ட ஒன்றைச் சரிசெய்

right angle *noun* [C] (*mathematics*) an angle of 90° செங்கோணம்; 90° அளவுள்ள கோணம் *A square has four right angles.* ➪ **acute angle, obtuse angle** மற்றும் **reflex angle** பார்க்க; மேலும் **angle** பதிவில் படம் பார்க்க.

right-angled *adj.* having or consisting of a right angle (= an angle of 90°) செங்கோணத்தைக் கொண்ட அல்லது செங்கோணத்தை உள்ளடக்கிய *a right-angled triangle* ➪ **triangle** பதிவில் படம் பார்க்க.

righteous /ˈraɪtʃəs/ *adj.* (*formal*) that you think is morally good or fair நல்லொழுக்கமாக, நன்னெறியாக, நேர்மையானதாக அல்லது நியாயமானதாகக் கருதப்படுகிற *righteous anger/indignation* ➪ **self-righteous** பார்க்க.

rightful /ˈraɪtfl/ *adj.* (*only before a noun*) (*formal*) legally or morally correct; fair சட்டப்படி அல்லது ஒழுக்க நியதிப்படி சரியான அல்லது ஏற்புடைய; முறையான; நேர்மையான; நியாயமான ▶ **rightfully** /-fəli/ *adv.*

right-hand *adj.* (*only before a noun*) of or on the right of sb/sth ஒருவருக்கு/ஒன்றுக்கு வலது பக்கமான; வலது பக்கத்தில் உள்ள *The postbox is on the right-hand side of the road. • in the top right-hand corner of the screen*

right-handed *adj.* using the right hand for writing, etc. and not the left எழுதுதல் முதலியவற்றுக்கு இடதுகையை அல்லாது வலதுகையை பயன்படுத்துகிற; வலக்கையரான

right-hand man *noun* [*sing.*] the person you depend on most to help and support you in your work பணியில் உதவிபுரியவும் துணை நிற்கவும் தான் பெரிதும் சார்ந்துள்ள ஒருவர் *the President's right-hand man*

rightly /ˈraɪtli/ *adv.* correctly or fairly சரியாக; முறையாக; நியாயமாக *He's been sacked and **quite rightly**, I believe.*

right of way *noun* (*pl.* **rights of way**) **1** [C, U] (*BrE*) a path across private land that the public may use; legal permission to go into or through another person's land தனியார் நிலத்தின் குறுக்காகச் செல்லும் பொதுமக்கள் பயன்படுத்திக்கொள்ளத்தக்க பாதை; வேறொருவர் நிலத்தினுள் அல்லது நிலத்தின் ஊடாகச் செல்லுவதற்காகச் சட்டப்படியான அனுமதி, நுழைவுரிமை அல்லது வழிநடப்புரிமை *Walkers have right of way through the farmer's field.* **2** [U] (used in road traffic) the fact that a vehicle in a particular position is allowed to drive into or across a road before another vehicle in a different position (சாலைப் போக்குவரத்து வகையில்) வேறு திசையிலிருந்து வரும் வேறோர் ஊர்திக்கு முன்னதாகக் குறிப்பிட்ட திசைப்பட்ட ஓர் ஊர்தி ஒரு சாலையில் நுழைய அல்லது அச்சாலையின் குறுக்காகச் செல்ல அனுமதிக்கப்படுதல்; ஓர் ஊர்தியின் முன்னுரிமை *He should have stopped—I had the right of way.*

right wing *noun* [*sing., with sing. or pl. verb*] the people in a political party who are against social change ஓர் அரசியல் கட்சியில் உள்ள, சமுதாய மாற்றங்களுக்கு எதிரான பிரிவினர்;

ஒரு கட்சியின் வலதுசாரிப் பிரிவினர்; பழைமைவாதிகள் ▶ **right-wing** *adj. a right-wing government* ✪ OPP **left-wing**

rigid /ˈrɪdʒɪd/ *adj.* **1** not able or not wanting to change or be changed மாற இயலாத; மாற்றத்தை விரும்பாத; மாற்ற முடியாத; மாறுதலை ஏற்காத; பிடிவாதமுள்ள **2** difficult to bend; stiff எளிதில் வளையாத; விறைப்பான; கட்டிறுக்கமான; கட்டுறுதி வாய்ந்த *a rucksack with a rigid frame • She was rigid with fear.* ▶ **rigidity** /rɪˈdʒɪdəti/ *noun* [U] ▶ **rigidly** *adv. The speed limit must be rigidly enforced.*

rigor mortis /ˌrɪɡə ˈmɔːtɪs/ *noun* [U] the process by which the body becomes difficult to bend or move after death இறப்புக்குப் பின் உடல் வளைக்க அல்லது அசைக்க இயலாது ஆகிவிடுதல்; சாவின் பின் நிகழும் உடல் விறைப்பு

rigorous /ˈrɪɡərəs/ *adj.* done very carefully and with great attention to detail விவரக் கூறுகளில் கருத்தூன்றி மிக்க விழிப்புணர்ச்சியுடன் செய்யப்படுகிற; கடுமையான செயல்முறைக்கு உட்படுத்தப்படுகிற; இம்மியும் பிசகாத; கடுங் கண்டிப்பான *Rigorous tests are carried out on the drinking water.* ▶ **rigorously** *adv.*

rigour (*AmE* **rigor** /ˈrɪɡə(r)/) *noun* (*formal*) **1** [U] doing sth carefully with great attention to detail நுணுக்க விவரங்களில் கருத்தூன்றி விழிப்புணர்ச்சியுடன் ஒன்றைச் செய்தல்; கடுமை மிக்க செயல் முறை; செயலிறுக்கம் *The tests were carried out with rigour.* **2** [U] the quality of being strict கண்டிப்பாக இருத்தல்; ஒழுங்குமுறைக் கண்டிப்பு; கடுமை *the full rigour of the law* **3** [C, *usually pl.*] difficult conditions கடுமையான சூழல்; இடர்ப்பாடான நிலைமை

rim /rɪm/ *noun* [C] an edge at the top or outside of sth that is round உருள் வடிவான ஒன்றின் மேற்பகுதியில் அல்லது வெளிப்பகுதியில் உள்ள விளிம்பு; ஓரம் *the rim of a cup*

rind /raɪnd/ *noun* [C, U] the thick hard skin on the outside of some fruits, some types of cheese, meat, etc. சிலவகைப் பழங்கள், பாலடைக்கட்டி, இறைச்சி முதலியவற்றின் வெளிப்பக்கத்தில் உள்ள தடிப்பான உறுதியான தோல்/தோடு; பழத்தோல்

> **NOTE** எலுமிச்சம்பழம் அல்லது கிச்சிலிப் பழத்தினுடைய தோல் **rind** அல்லது **peel** எனப்படும். வாழைப்பழம் முதலியவற்றின் மென்தோல் **skin** எனப்படும்.

ring¹ /rɪŋ/ *noun* **1** [C] a piece of jewellery that you wear on your finger விரலில் அணிந்துகொள்ளும் அணிகலன்; மோதிரம் *a gold/diamond/wedding ring • an engagement ring* **2** [C] (*usually in compound nouns*) a round object of any material with a hole in the middle நடுவில் துளையுடைய வட்டவடிவப் பொருள்; வளையம் *curtain rings • a key ring* (= for holding keys) **3** [C] a round mark or shape வட்ட வடிவ அடையாளம் அல்லது உருப்படிவம்; வளை அடையாளம் *The coffee cup left a ring on the table top. • Stand in a ring and hold hands.* **4** [C] the space with seats all around it where a performance, boxing match, etc. takes place நிகழ்கலை, குத்துச்சண்டை முதலியவை நடைபெறும், சுற்றிலும் இருக்கைகள் உள்ள இடப்பகுதி; வட்டரங்கு; காட்சியரங்கு *a circus/boxing ring* **5** (*AmE* **burner**) [C] one of the round parts on the top of an electric or gas cooker on which you can put pans மின் அடுப்பு அல்லது எரிவாயு அடுப்பின் மேற்பகுதியில் கொதிகலத்தை வைப்பதற்கான வளை வடிவப் பகுதிகளில் ஒன்று; எரிவளையம் **6** [C] a number of people who are involved in sth that is secret or not legal இரகசியமான அல்லது சட்ட மீறிய ஒரு செயலில் ஈடுபடுவோரது குழு; சதிக் கும்பல் *a spy/drugs ring* **7** [C] the sound made by a bell; the action of ringing a bell மணியோசை; மணி அடித்தல் *There was a ring at the door.* **8** [*sing.*] **a ring of sth** a particular quality that words or sounds have சொற்களில் அல்லது ஒலிகளில் உள்ளடங்கியுள்ள குறிப்பிட்ட பண்பு; தொனி *What the man said* ***had a ring of truth about it*** (= sounded true).

IDM **give sb a ring** (*BrE informal*) to telephone sb தொலைபேசியில் பேசு *I'll give you a ring in the morning.*

ring² /rɪŋ/ *verb* (*pt* **rang** /ræŋ/; *pp* **rung** /rʌŋ/) **1** [I, T] (*AmE* **call**) **ring (sb/sth) (up)** to telephone sb/sth ஒருவருடன்/ஒன்றுடன் தொலைபேசித் தொடர்புகொள்; தொலைபேசியில் பேசு *What time will you ring tomorrow? • I rang up yesterday and booked the hotel.* ✪ SYN **phone** **2** [I, T] to make a sound like a bell or to cause sth to make this sound மணியோசை போன்ற ஒலி எழுப்பு; ஒன்று மணியோசை போன்று ஒலிக்கச் செய்; அதிர்வொலி செய் *Is that the phone ringing? • We rang the door bell but nobody answered.* **3** [I] **ring (for sb/sth)** to ring a bell in order to call sb, ask for sth, etc. ஒருவரை அழைத்தல், ஒன்றைக் கோருதல் முதலியவற்றுக்காக மணி அடி *'Did you ring, sir?' asked the stewardess. • Could you ring for a taxi, please?* **4** [I] (used about words or sounds) to have a certain effect when you hear them (சொற்கள் அல்லது ஒலிகள் வகையில்) கேட்கும்பொழுது குறிப்பிட்ட தாக்கத்தை ஏற்படுத்து; குறிப்பிட்ட பண்பு வெளிப்படு அல்லது பொருள் தொனி. *Her words didn't* ***ring true*** (= you felt that you could not believe what she said). **5** [I] **ring (with sth)** to be filled with loud sounds உரத்த ஒலிகள் நிரம்பி

இடங்கொள் முழக்கொலிகளால் இடம் நிரம்பியிரு *The music was so loud it made my ears ring*. 6 [T] (*pt*, *pp* **ringed**) (*often passive*) to surround sb/sth ஒருவரை/ஒன்றைச் சுற்றி வளைத்துக்கொள்; சூழ்ந்துகொள் 7 [T] (*AmE* **circle**) (*pt*, *pp* **ringed**) to draw a circle around sth ஒன்றைச் சுற்றி வட்டம் வரை

IDM **ring a bell** to sound familiar or to remind you, not very clearly, of sb/sth மிகத் தெளிவாக அல்லாது, பழக்கமானதாகத் தோன்று; ஒருவரை/ஒன்றை ஓரளவு தெளிவாக நினைவுபடுத்து *'Do you know Krishna Kanth?' 'Well, the name rings a bell.'*

PHR V **ring (sb) back** (*BrE*) to telephone sb again or to telephone sb who has telephoned you மீண்டும் ஒருவருடன் தொலைபேசியில் பேசு அல்லது தனக்குத் தொலைபேசி அழைப்பு விடுத்த ஒருவருடன் தொலைபேசியில் பேசு *I can't talk now—can I ring you back?*

ring in (*BrE*) to telephone a television or radio show, or the place where you work தொலைக்காட்சி அல்லது வானொலி பொழுதுபோக்குக் காட்சியினருடன் அல்லது தன் பணியிடத்துடன் தொலைபேசித் தொடர்புகொள்; தொலைபேசி வழியாகத் தகவல் தெரிவி *Malathi rang in sick this morning*.

ring out to sound loudly and clearly தெளிவான, உரத்த ஒலி எழுப்பு

ring binder *noun* [C] (*BrE*) a file for holding papers, in which metal rings go through the edges of the pages, holding them in place உலோக வளையங்களில் தாள் விளிம்புகள் கோக்கப்பட்டுத் தாள்கள் ஒழுங்கமைவுடன் கட்டாக அமைந்திருக்கும் கோப்பு வகை; வளை கட்டு கோப்பு ⇨ **stationery** பதிவில் படம் பார்க்க.

ringleader /ˈrɪŋliːdə(r)/ *noun* [C] a person who leads others in crime or in causing trouble குற்றச் செயல்களில் அல்லது கலகம் விளைவிப்பதில் மற்றவர்களை முன்னின்று நடத்துபவர்; கலகத் தலைவர்; தீயோர் கும்பல் தலைவர் *The ringleaders were jailed for 15 years*.

ring road *noun* [C] (*BrE*) a road that is built all around a town so that traffic does not have to go into the town centre நகரின் மையத்தில் போக்குவரத்து நெரிசலைத் தவிர்க்கும் பொருட்டு நகரத்தைச் சுற்றி அமைக்கப்படும் சாலை; நகரச் சுற்றுச்சாலை ⇨ **bypass[1]** பார்க்க.

ringworm /ˈrɪŋwɜːm/ *noun* [U] a skin disease that produces round red areas, especially on the head or the feet குறிப்பாகத் தலையில் அல்லது பாதங்களில் செந்நிற வட்டங்களை உண்டாக்கும் தோல் நோய் வகை; படர்தாமரை நோய்

rink /rɪŋk/ = **skating rink**

rinse /rɪns/ *verb* [T] to wash sth in water in order to remove soap or dirt ஒன்றில் படிந்துள்ள சோப்பு அல்லது அழுக்குப் போகுமாறு அதனை நீரில் கழுவு; அலசிச் சுத்தம் செய் *Rinse your hair thoroughly after each shampoo*. ▶ **rinse** *noun* [C]

riot /ˈraɪət/ *noun* [C] a situation in which a group of people behave in a violent way in a public place, often as a protest பெரும்பாலும் ஓர் எதிர்ப்புச் செயலாக, ஒரு குழுவினர் பொது இடத்தில் கட்டுமீறி நடந்துகொள்ளும் நிகழ்வு; அமளி; கலகம்; ஆர்ப்பாட்டம் ▶ **riot** *verb* [I] *There is a danger that the prisoners will riot if conditions do not improve*. ▶ **rioter** *noun* [C]

IDM **run riot 1** to behave in a wild way without any control கட்டுப்பாடின்றி மூர்க்கத்தனமாக நடந்துகொள்; வரம்பு மீறி நடந்துகொள்; அடக்கமின்றிச் செயல்படு *At the end of the football match, the crowd ran riot*. **2** (used about your imagination, feelings, etc.) to allow sth to develop and continue without trying to control it (கற்பனை, உணர்ச்சிகள் முதலியவை வகையில்) கட்டுப்படுத்த முயலாது வளர்ந்து வெளிப்பட விடு; வரம்பு கடந்து செல்லவிடு

riotous /ˈraɪətəs/ *adj*. **1** wild or violent; lacking in control கட்டுப்பாடற்ற; வரம்பு மீறுகிற; முரட்டுத்தனமான; மூர்க்கமான; கலகம் விளைவிக்கிற; அமளியில் ஈடுபடுகிற **2** wild and full of fun வரம்பு மீறிய களியாட்டத்தில் ஈடுபடுகிற; கும்மாளமடிக்கிற

RIP /ˌɑːr aɪ ˈpiː/ *abbr*. (used on graves) rest in peace (கல்லறை மீது பொறிக்கப்படுவது) அமைதி கொள்க என்பதைக் குறிக்கும் rest in peace என்பதன் குறுக்கம்

rip[1] /rɪp/ *verb* (**ripping; ripped**) **1** [I, T] to tear or be torn quickly and suddenly விரைவாகவும் திடீரெனவும் ஒன்றைக் கிழி அல்லது ஒன்று கிழிபடு; திடு விரைவாகப் பிய்த்துப்போடு *Oh no! My dress has ripped!* • *He **ripped** the letter **in half/two** and threw it in the bin.* • *The blast of the bomb ripped the house apart*. **2** [T] to remove sth quickly and violently often by pulling it விரைவாகவும் முரட்டுத்தனமாகவும் ஒன்றை (இழுத்து) அகற்று; பிரித்தெடு *He ripped the poster from the wall*.

PHR V **rip through sth** to move very quickly and violently through sth மிகு விரைவாகவும் வன்விசையுடனும் ஒன்றின் ஊடாகச் செல்; தடுக்க முடியா வேகத்துடன் ஒன்றை ஊடுருவிச் செல் *The house was badly damaged when fire ripped through the first floor*.

rip sb off (*informal*) to cheat sb by charging too much money for sth ஒன்றுக்கு மிகைக் கட்டணம் கேட்டு ஒருவரை ஏமாற்று; விலையில் மோசடி செய்

rip sth up to tear sth into small pieces சிறுசிறு துண்டுகளாக ஒன்றைக் கிழி; துண்டு துண்டாகக் கிழி

rip² /rɪp/ *noun* [C] a long tear (in material, etc.) துணி முதலியவற்றில் காணப்படும் நீண்ட கிழிப்பு; நீள்வெட்டு

ripe /raɪp/ *adj.* **1** (used about fruit, grain, etc.) ready to be picked and eaten (பழம், தானிய மணி முதலியவை வகையில்) பறித்து உண்ணுதற்கு ஏற்ற நிலையில் உள்ள; கனிந்த; பழுத்த **2 ripe (for sth)** ready for sth or in a suitable state for sth ஒன்றிற்கு ஆயத்த நிலையில் உள்ள; தகுதியான நிலையில் உள்ள; பக்குவமான ▶ **ripen** /ˈraɪpən/ *verb* [I, T]

rip-off *noun* [C, *usually sing.*] (*informal*) something that costs a lot more than it should மட்டு மீறிய விலையுள்ள ஒன்று; கொள்ளை விலை தரவேண்டிய பொருள்

ripple /ˈrɪpl/ *noun* [C] **1** a very small wave or movement on the surface of water நீரின் மேற்பரப்பில் தோன்றும் சிறு அலை அல்லது அசைவியக்கம்; சிற்றலை; அதிர்வலை **2** (*usually sing.*) **a ripple (of sth)** a sound that gradually becomes louder and then quieter again; a feeling that gradually spreads through a person or a group of people படிப்படியாக உயர்ந்து மீண்டும் தாழ்வுறும் ஒலி; ஒருவரை அல்லது ஒரு குழுவினரை படிப்படியாக அளாவிப் பரவும் உணர்ச்சி, சிரிப்பலை முதலியவை *a ripple of laughter* ▶ **ripple** *verb* [I, T]

rise¹ /raɪz/ *noun* **1** [C] **a rise (in sth)** an increase in an amount, a number or a level ஓர் அளவில், எண்ணிக்கையில் அல்லது ஒரு மட்டத்தில்/படி நிலையில் காணப்படும் உயர்வு; மிகுதிப்பாடு; ஏற்றம் *There has been a* ***sharp rise*** *in the number of people out of work.* ✪ OPP **drop** or **fall** **2** [C] (*AmE* **raise**) an increase in the money you are paid for the work you do ஊதிய உயர்வு; கூலி ஏற்றம் *I'm hoping to* ***get a rise*** *next April.* • *a 10%* ***pay rise*** **3** [*sing.*] **the rise (of sth)** the process of becoming more powerful or important வல்லமை அல்லது முக்கியத்துவம் மேலும் பெருகுதல்; வளர்ச்சி; மேம்பாடு; முன்னேற்றம்; உயர்வு *The rise of fascism in Europe.* • *her meteoric* ***rise to fame/power***

IDM **give rise to sth** (*formal*) to cause sth to happen or exist ஒன்று நிகழ அல்லது நிலவக் காரணமாகு; தோன்றச் செய்

rise² /raɪz/ *verb* [I] (*pt* **rose** /rəʊz/; *pp* **risen** /ˈrɪzn/) **1** to move upwards, to become higher, stronger or to increase மேல்நோக்கிச் செல்; மேலும் உயர்வடை, வலிமை பெறு அல்லது மிகுதிப்படு *Smoke was rising from the chimney.* • *The temperature has risen to nearly 40°C.* ✪ OPP **fall** **2** (*written*) to get up from a chair, bed, etc. இருக்கை, படுக்கை முதலியவற்றிலிருந்து எழுந்திரு *The audience rose and applauded the singers.* **3** (used about the sun, moon, etc.) to appear above the horizon (சூரியன், சந்திரன் முதலியவை வகையில்) அடிவானத்தின்மேல் வெளிப்படு; உதி *The sun rises in the east and sets in the west.* ✪ OPP **set** **4** to become more successful, powerful, important, etc. (ஆக்கத்திறன், வல்லமை, முக்கியத்துவம் முதலியவை வகையில்) மேலும் வளர்ச்சியுறு; உயர்வு பெறு; மேம்பாடு அடை *He* ***rose through the ranks*** *to become managing director.* • *She* ***rose to power*** *in the 90s.* **5** to be seen above or higher than sth else வேறொன்றுக்கு மேலே அல்லது அதனை விட உயர்ந்ததாகக் காணப்படு **6** to come from ஒன்றிலிருந்து வா, தோன்று, எழு அல்லது உண்டாகு *Shouts of protest rose from the crowd.* **7 rise (up) (against sb/sth)** to start fighting against your ruler, government, etc. தனது ஆட்சியாளர், அரசு முதலியவற்றுக்கு எதிராகப் போராடத் தொடங்கு; கிளர்ச்சி செய்; கலகம் செய் ▶ **rising** *adj. the rising cost of living* • *a rising young rock star*

IDM **rise to the occasion, challenge, task, etc.** to show that you are able to deal with a problem, etc. successfully ஒரு பிரச்சினை முதலியவற்றை வெற்றிகரமாக்க் கையாளும் திறன் கொண்டுள்ளதைக் காட்டு; நெருக்கடி நிலையைச் சமாளிக்கும் ஆற்றல் உடையவராயிரு

risk¹ /rɪsk/ *noun* **1** [C, U] **(a) risk (of sth/that...)**; **(a) risk (to sb/sth)** a possibility of sth dangerous or unpleasant happening; a situation that could be dangerous or have a bad result ஆபத்தான அல்லது இன்னாத ஒன்று நிகழ்வதற்கான வாய்ப்பு நிலை; ஆபத்து அல்லது தீமை விளைவிக்கக்கூடிய ஒரு சூழ்நிலை; இடர்வாய்ப்பு *You could drive a car without insurance, but it's* ***not worth the risk.*** • *Scientists say these pesticides* ***pose a risk*** *to wildlife.* • *If we don't leave early enough we* ***run the risk*** *of missing the plane.* • *Small children are most* ***at risk*** *from the disease.* **2** [*sing.*] a person or thing that might cause danger ஆபத்து உண்டாக்கக்கூடிய ஆள் அல்லது பொருள் *If he knows your real name he's a security risk.*

IDM **at your own risk** having the responsibility for whatever may happen வரு விளைவுக்குப் பொறுப்பு ஏற்றுக்கொள்பவராக; இடர் வரவுக்கு உட்பட்டு; வரு நேர்வைச் சொந்தப் பொறுப்பில் எதிர்கொள்பவராக *This building is in a dangerous condition—enter at your own risk.*

at the risk of sth/doing sth even though there could be a bad effect இடர்/தீங்கு வரவிற்கு வாய்ப்பிருக்கும் நிலையிலும்; வருமிடர் துணிந்து *He rescued the girl at the risk of his own life.*

risk² /rɪsk/ *verb* [T] **1** to take the chance of sth unpleasant happening தீங்கு/இடர் நேரும்

வாய்ப்பை எதிர்கொள் *If you don't work hard now you risk failing your exams.* **2** to put sth or yourself in a dangerous position ஒன்றை அல்லது தன்னை ஓர் ஆபத்தான நிலையில் இருத்து; இடர் வரவுக்கு உட்படுத்து *The man had to **risk** his **life** to save the little boy.*

risky /ˈrɪski/ *adj.* (**riskier, riskiest**) involving the possibility of sth bad happening; dangerous மோசமான ஒரு நேர்வுக்கான வாய்ப்பை உள்ளடக்கிய; தீங்கு விளைவிக்கத்தக்க; அபாய மிக்க; இடர் நிகழ வாய்ப்புள்ள

rite /raɪt/ *noun* [C] a ceremony performed by a particular group of people, often for religious purposes பெரும்பாலும் சமய நோக்கங்களுக்காக, ஒரு தனிக் குழுவினரால் நடத்தப்படும் வினைமுறை; (சமயச்) சடங்கு; கரணம்

ritual /ˈrɪtʃuəl/ *noun* [C, U] an action, ceremony or process which is always done the same way மாற்றமின்றி ஒரே முறையில் செய்யப்படும் செயல், சடங்கு அல்லது செயல்முறை; சடங்கு முறைச் செயல்; மாறா நடைமுறை *(a) religious ritual* ▶ **ritual** *adj.* ▶ **ritually** *adv.*

rival¹ /ˈraɪvl/ *noun* [C] a person or thing that is competing with you தன்னுடன் போட்டியிடும் ஒருவர் அல்லது ஒன்று; போட்டியாளர்; எதிராள்; போட்டியிடுவது *It seems that we're rivals for the sales manager's job.*

rival² /ˈraɪvl/ *verb* [T] (**rivalling; rivalled**, *AmE* **rivaling; rivaled**) **rival sb/sth (for/in sth)** to be as good as sb/sth (நலமான ஒன்று வகையில்) ஒருவரை/ஒன்றை ஒத்திரு; இணையாயிரு; ஈடாயிரு *Nothing rivals skiing for sheer excitement.*

rivalry /ˈraɪvlri/ *noun* [C, U] (*pl.* **rivalries**) **rivalry (with sb); rivalry (between A and B)** competition between people, groups, etc. ஆட்கள், குழுக்கள் முதலியவற்றுக்கு இடையேயான போட்டி; போட்டி நிலை; போட்டி மனப்பான்மை *There was a lot of rivalry between the sisters.*

river /ˈrɪvə(r)/ *noun* [C] a large, natural flow of water that goes across land and into the sea ஆறு; நதி *the River Ganga* • *He sat down on the bank of the river to fish.*

NOTE ஒரு நதி கடலில் கலப்பதை **flows** in to the sea என்னும் தொடரால் குறிப்பிடுகிறோம். அது கடலில் கலக்கும் இடம் **river mouth** எனப்படும். படகு நதியில் செல்லும் (sails **on** the river). நாம் நடப்பது அல்லது படகில் பயணம் செய்வது **up** the river (நதியின் எதிர்முகமாக) அல்லது **down river** (நீர்ப் போக்கில்) எனப்படும்.

riverside /ˈrɪvəsaɪd/ *noun* [*sing.*] the land next to a river நதியை அடுத்துள்ள நிலப்பகுதி; ஆற்றோரம் *a riverside hotel*

rivet¹ /ˈrɪvɪt/ *noun* [C] a metal pin for fastening two pieces of metal together இரண்டு உலோகத் துண்டுகளைச் சேர்த்துப் பிணைப்பதற்கான உலோக ஆணி; பிணைப்பாணி; குடையாணி

rivet² /ˈrɪvɪt/ *verb* [T] (*usually passive*) to keep sb very interested ஒருவரது கருத்தை ஈர்த்துப் பிடி; ஆர்வம் நிலைகொள்ளச் செய்; மனம் பதியச் செய் *I was riveted by her story.* ▶ **riveting** *adj.*

rm *abbr.* room அறையைக் குறிக்கும் room என்பதன் குறுக்கம்

RNA /ˌɑːr en ˈeɪ/ *noun* [U] a chemical that is found in the cells of all animals and plants அனைத்து விலங்குகள் மற்றும் தாவரங்களின் உயிரணுக்களில் காணப்படும் வேதியியல் பொருள்

roach /rəʊtʃ/ (*AmE*) = **cockroach**

road /rəʊd/ *noun* **1** [C] a way between places, with a hard surface which cars, buses, etc. can drive along சீருந்து, பேருந்து முதலியவை செல்வதற்கான, கெட்டியான மேற்பரப்புடைய, ஊர்களை இணைக்கும் பாதை; சாலை *Turn left off the **main*** (= important) *road.* • ***road** signs*

NOTE சாலைகள் (**roads,** *AmE* **highways**) நகரங்கள் மற்றும் கிராமங்களை இணைக்கின்றன—*a **road map** of Kerala*. நகரம், மாநகரம் அல்லது கிராமத்தில் ஓரத்தில் கட்டடங்கள் உள்ள சாலை வழக்கமாக **street** எனப்படும். **Street** ஊர்களுக்கு வெளியே செல்லாது—*a street map of Guntur.* பெரும்பாலும் அகலமான தெரு **avenue** எனப்படும். நீண்டதூர விரைவேகப் போக்குவரத்திற்கான ஒவ்வொரு போக்கிலும் இரண்டு அல்லது மூன்று **lane** (வழிப்பாதை)களுடன் ஊருக்கு வெளியே அமைக்கப்படுவது **highways** (*AmE* **freeways/expressways**) எனப்படும்.

2 Road (*abbr.* **Rd**) [*sing.*] used in names of roads, especially in towns சாலைகளின், குறிப்பாக நகரங்களில் உள்ள சாலைகளின், பெயர்களில் பயன்படுத்தப்படுவது *16, Medavakkam Tank Road, Chennai*

IDM by road in a car, bus, etc. சீருந்து, பேருந்து முதலியவற்றில்; சாலை வழியாக *It's going to be a terrible journey by road—let's take the train.*

on the road travelling பயணம் செய்து கொண்டு; பயண நிலையில் *We were on the road for 14 hours.*

roadblock /ˈrəʊdblɒk/ *noun* [C] a barrier put across a road by the police or army to stop traffic போக்குவரத்தை நிறுத்துவதற்காகக் காவல் துறையினர் அல்லது படைத்துறையினர்

சாலையின் குறுக்காக இடும் தடைப்பொருள்; சாலைத் தடையரண்; தடைவேலி; வழியடைப்பு

roadside /ˈrəʊdsaɪd/ *noun* [C, *usually sing.*] the edge of a road சாலை ஓரம் *a roadside cafe*

road tax *noun* [C, U] (*BrE*) a tax which the owner of a vehicle has to pay to be allowed to drive it on public roads பொதுச் சாலைகளைப் பயன்படுத்துவதற்காக ஓர் ஊர்தி உரிமையாளர் செலுத்த வேண்டிய வரி; சாலை வரி

the roadway /ˈrəʊdweɪ/ *noun* [*sing.*] the part of the road used by cars, etc.; not the side of the road சீருந்து வண்டிகள் முதலியவற்றின் பயன்பாட்டுக்கான சாலைப்பகுதி; ஓரம் அல்லாத சாலைப் பகுதி; சாலையின் ஊர்தித் தடம்; வாகன வழி

roadworks /ˈrəʊdwɜːks/ *noun* [*pl.*] work that involves repairing or building roads சாலைகள் அமைத்தல் அல்லது பழுதுபார்த்தல் தொடர்பான பணி; சாலைப் பணி

roadworthy /ˈrəʊdwɜːði/ *adj.* (used about a vehicle) in good enough condition to be driven on the road ஊர்தி வகையில் சாலையில் செலுத்துவதற்கு ஏற்ற நன்னிலையில் உள்ள; போக்குவரத்துக்குப் பயன்படுத்தத்தக்க ▶ **roadworthiness** *noun* [U]

roam /rəʊm/ *verb* [I, T] to walk or travel with no particular plan or aim குறிப்பிட்ட திட்டம் அல்லது குறிக்கோள் இன்றி நட அல்லது பயணம் செய்; சுற்றித் திரி *Gangs of youths were roaming the streets looking for trouble.*

roar /rɔː(r)/ *verb* **1** [I] to make a loud, deep sound உரத்த, அழுத்தமான ஒலி செய்; உறுமு; கர்ஜனை செய் *She* ***roared with laughter*** *at the joke.* • *The lion opened its huge mouth and roared.* **2** [I, T] to shout sth very loudly ஒன்றைப் பெருங்குரலில் கத்திக் கூறு; இரைந்து பேசு **3** [I] **roar along, down, past, etc.** to move in the direction mentioned, making a loud, deep sound முழக்க ஒலியுடன் குறிப்பிடப்பட்ட திசையில் செல்; உறுமிக்கொண்டு செல் *A motorbike roared past us.* ▶ **roar** *noun* [C] *the roar of heavy traffic on the highway* • *roars of laughter*

roaring /ˈrɔːrɪŋ/ *adj.* **1** making a very loud noise உரத்த ஓசை செய்கிற; பேரொலி எழுப்புகிற; கர்ஜனை செய்கிற **2** (used about a fire) burning very well (தீ வகையில்) கொழுந்துவிட்டு எரிகிற **3** very great மிகப் பெரிய; உயர்ந்த; மகத்தான *a roaring success*

roast¹ /rəʊst/ *verb* **1** [I, T] to cook or be cooked in an oven or over a fire மூடுலை அடுப்பில் இட்டு அல்லது தீயின்மேல் காட்டி ஒன்றைப் பக்குவம் செய் அல்லது ஒன்று சமைக்கப்படு; வாட்டு *a smell of roasting meat* • *to roast a chicken* ➪ **cook** பதிவிலுள்ள குறிப்பைப் பார்க்க. **2** [T] to heat and dry sth ஒன்றைச் சூடாக்கி உலர்த்து; வறு *roasted peanuts* ▶ **roast** *adj.* (*only before a noun*) *roast beef/potatoes/chestnuts*

roast² /rəʊst/ *noun* **1** [C, U] a piece of meat that has been cooked in an oven மூடுலை அடுப்பில் பக்குவம் செய்த இறைச்சித் துண்டு **2** [C] (*AmE*) an outdoor meal at which food is cooked over a fire நெருப்பில் வாட்டி உண்ணப்படும் வெளியிட உண்டி ➪ **barbecue** பார்க்க.

rob /rɒb/ *verb* [T] (**ro<u>bb</u>ing; ro<u>bb</u>ed**) **rob sb/sth (of sth) 1** to take money, property, etc. from a person or place illegally ஒருவரிடமிருந்து அல்லது ஓரிடத்திலிருந்து சட்ட விரோதமாகப் பணம், பொருள் முதலியவற்றை எடுத்துக்கொள்; கொள்ளையிடு *to rob a bank* ➪ **steal** பதிவிலுள்ள குறிப்பைப் பார்க்க. **2 rob sb/sth (of sth)** to take sth away from sb/sth that he/she/it should have ஒருவர்/ஒன்று பெற்றிருக்க வேண்டிய ஒன்றை அவர்/அது பெற முடியாமல் செய்; பறித்துக்கொள் *His illness robbed him of the chance to play for his country.*

robber /ˈrɒbə(r)/ *noun* [C] a person who steals from a place or a person, especially using violence or threats குறிப்பாக வன்முறையைப் பயன்படுத்தி அல்லது அச்சுறுத்தி, ஒருவரிடமிருந்து/ஓரிடத்திலிருந்து களவு செய்பவர்; கொள்ளைக்காரன் ➪ **thief** பதிவிலுள்ள குறிப்பைப் பார்க்க.

robbery /ˈrɒbəri/ *noun* [C, U] (*pl.* **robberies**) the crime of stealing from a place or a person, especially using violence or threats குறிப்பாக வன்முறையைப் பயன்படுத்தி அல்லது அச்சுறுத்தி, ஒருவரிடமிருந்து/ஓரிடத்திலிருந்து களவு செய்வதாகிய குற்றம்; கொள்ளை *They were found guilty of* ***armed robbery*** (= using a weapon).

robe /rəʊb/ *noun* [C] **1** a long, loose piece of clothing, especially one worn at ceremonies குறிப்பாக வினைமுறை நிகழ்ச்சிகளில் அணிந்துகொள்ளப்படும், நீண்ட, தளர்ச்சியான ஆடை வகை; கட்டிறுக்கமற்ற மேலங்கி **2** (*AmE*) = **dressing gown**

robin /ˈrɒbɪn/ *noun* [C] a small brown bird with a bright red chest ஒளிர் செந்நிற மார்புப் பகுதியுடைய சிறு பழுப்பு நிறப் பறவை வகை

robot /ˈrəʊbɒt/ *noun* [C] a machine that works automatically and can do some tasks that a human can do மனிதர்கள் செய்யக்கூடிய சிலவகை இடுபணிகளைச் செய்யவல்ல தன்னியக்கமுள்ள பொறியமைப்பு; இயந்திர மனிதன் *These cars are built by robots.*

robust /rəʊˈbʌst/ *adj.* strong and healthy வலிமையும் உடல் நலமும் உள்ள; கட்டுரம் வாய்ந்த

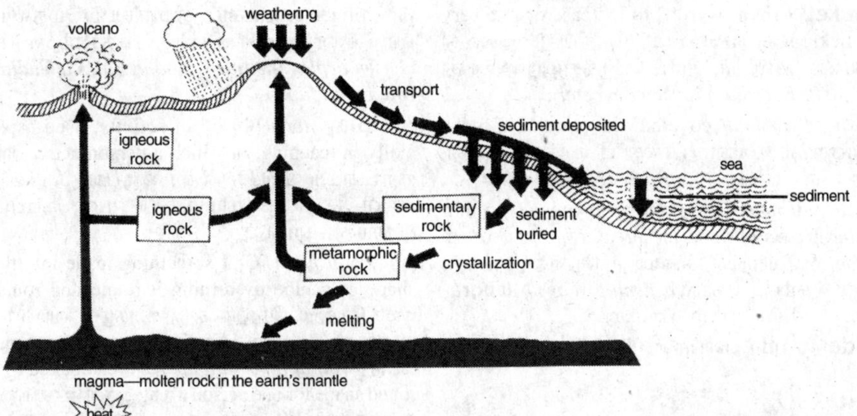

the rock cycle

rock[1] /rɒk/ *noun* **1** [U] the hard, solid material that forms part of the surface of the earth பூமி வெளிப்புறத்தின் பகுதியாக உள்ள கடினத்தன்மை வாய்ந்த திடப்பொருள்; பாறை *layers of rock formed over millions of years* **2** [C, *usually pl.*] a large mass of rock that sticks out of the sea or the ground கடலில் அல்லது நிலத்தில் வெளியே நீட்டிக்கொண்டிருக்கும் பாறைத் தொகுதி *The ship hit the rocks and started to sink.* **3** [C] a single large piece of rock உதிரியாக உள்ள பெரும் பாறை; பெருங்கல் *The beach was covered with rocks that had broken away from the cliffs.* **4** [C] (*AmE*) a small piece of rock that can be picked up; a stone கையால் பற்றி எடுக்கக்கூடிய பாறைக் கூறு; கல் *The boy threw a rock at the dog.* **5** (*also* **rock music**) [U] a type of pop music with a very strong beat, played on electric guitars, etc. மின் கிதார் முதலியவற்றில் இசைக்கப்படும் அழுத்தம் மிக்க சந்தத்தை உடைய நடப்புப் பாணி இசை வகை *I prefer jazz to rock.* • *a rock singer/band* ➪ **classical, jazz** மற்றும் **pop** பார்க்க. **6** [U] (*BrE*) a type of hard sweet made in long, round sticks நீண்ட உருண்டை வடிவக் குச்சிகளாகத் தயாரிக்கப்படும் கெட்டியான இனிப்புப் பண்ட வகை

IDM **on the rocks 1** (used about a marriage, business, etc.) having problems and likely to fail (திருமணம், வாணிகம் முதலியவை வகையில்) சிக்கல்களுக்கு உள்ளாகித் தோல்வியுறக்கூடிய நிலையில்; இடர்ப்பாட்டில் சிக்குண்டு **2** (used about drinks) served with ice but no water (பானங்கள் வகையில்) நீர் கலக்காது, பனிக்கட்டியுடன் வழங்கப்படுகிற *whisky on the rocks*

rock[2] /rɒk/ *verb* **1** [I, T] to move backwards and forwards or from side to side; to make sb/sth do this முன்னும் பின்னுமாக அல்லது பக்கவாட்டில் ஆடு; இவ்வாறு ஒருவரை/ஒன்றை ஆட்டு *boats rocking gently on the waves* • *He rocked the baby in his arms to get her to sleep.* **2** [T] to shake sth violently ஒன்றை வல்லியக்கமுடன் ஆட்டு; வன்மையாகக் குலுக்கு *The city was rocked by a bomb blast.* **3** [T] to shock sb ஒருவருக்கு அதிர்ச்சியூட்டு; திடுக்கிடச் செய்; திகைப்பூட்டு

IDM **rock the boat** to do sth that causes problems or upsets people பிறருக்குச் சிக்கல்கள் அல்லது தொல்லை விளைவிக்கக்கூடிய ஒன்றைச் செய்

rock and roll (*also* **rock 'n' roll**) *noun* [U] a type of music with a strong beat that was most popular in the 1950s அழுத்தமான சந்தத்தை உடைய இசை வகை; இது 1950களில் மிகு விருப்புக்குரியதாக இருந்தது

rock bottom *noun* [U] the lowest point அடி மட்டம்; கீழ் எல்லை *He **hit rock bottom** when he lost his job and his wife left him.* • *rock-bottom prices*

rock climbing *noun* [U] the sport of climbing rocks and mountains with ropes, etc. வடக்கயிறுகள் முதலியவற்றைப் பயன்படுத்திப் பாறைகளிலும் மலைகளிலும் ஏறும் விளையாட்டு; மலையேற்றம்

rocket[1] /ˈrɒkɪt/ *noun* [C] **1** a vehicle that is used for travel into space விண்வெளிப் பயணத்திற்குப் பயன்படுத்தப்படும் ஊர்தி; விண்வெளிப் பயண ஊர்தி *a space rocket* • *to launch a rocket* **2** a weapon that travels through the air and that carries a bomb குண்டு தாங்கி வானத்தில் செல்லக் கூடிய படைக்கருவி; எறிபடை; ஏவுகணை ✪ SYN **missile 3** a **firework** that shoots high into the air and explodes in a beautiful way when you light it with a flame தீப்பற்ற வைக்கும்போது உயரமாக வானத்தில் பாய்ந்து சென்று அழகுற வெடிக்கும் வாணவெடி வகை; வாணம்

rocket² /ˈrɒkɪt/ *verb* [I] to increase or rise very quickly மிகு விரைவாக மிகுதிப்படு அல்லது மேலே செல்; திடீரெனப் பெருக்கமுறு அல்லது உயர் *Prices have rocketed recently.*

rocky /ˈrɒki/ *adj.* covered with or made of rocks பாறைகள் உள்ள அல்லது பாறைகளால் ஆன; பாறைப் பாங்கான *a rocky road/coastline*

rod /rɒd/ *noun* [C] (*often in compounds*) a thin straight piece of wood, metal, etc. மரம், உலோகம் முதலியவற்றின் கனமற்ற நேரான துண்டு; கழி; கம்பி; கோல் *a fishing rod* ➪ **laboratory** பதிவில் படம் பார்க்க.

rode ➪ **ride¹** என்பதன் இறந்தகால வடிவம்

rodents

rodent /ˈrəʊdnt/ *noun* [C] a type of small animal, such as a rat, a rabbit, a mouse, etc., which has strong sharp front teeth உறுதி வாய்ந்த கூர்மையான முன்பற்களையுடைய (எலி, குழிமுயல், சுண்டெலி முதலிய) சிறு விலங்கு வகை; கொறி விலங்கு

rodeo /ˈrəʊdiəʊ; rəʊˈdeɪəʊ/ *noun* [C] (*pl.* **rodeos**) a competition or performance in which people show their skill in riding wild horses, catching cows, etc. பழக்கப்படாத குதிரைகளில் சவாரி செய்தல், மாடு பிடித்தல் முதலியவற்றில் ஆட்கள் தங்களது திறமையைக் காட்டும் போட்டி அல்லது கலை நிகழ்ச்சி; வீர விளையாட்டுப் போட்டி/நிகழ்ச்சி

roe /rəʊ/ *noun* [U] the eggs of a fish that we eat உண்ணுதற்குரிய ஒரு வகை மீனின் முட்டைகள்

rogue /rəʊg/ *adj.* (*only before a noun*) behaving differently from other similar people or things, often causing damage தன்னையொத்த பிற ஆட்கள் அல்லது பொருள்களிலிருந்து மாறுபட்டுப் பெரும்பாலும் ஊறு விளைவிக்கும் முறையில் நடந்துகொள்கிற; அழும்பு செய்கிற; மூர்க்கத் தன்மையுள்ள; கட்டுமீறிய *a rogue gene/program*

role /rəʊl/ *noun* [C] **1** the position or function of sb/sth in a particular situation குறிப்பிட்ட சூழலில் ஒருவரது/ஒன்றின் இருப்பு நிலை அல்லது செயற்பாடு *Parents **play a** vital **role** in their children's education.* **2** a person's part in a play, film, etc. நாடகம், திரைப்படம் முதலியவற்றில் ஒரு நடிகரின் பங்கு; பாத்திரம் *She was chosen to **play the role** of Jodha Bai.* • *a **leading role** in the film*

role play *noun* [C, U] an activity, used especially in teaching, in which a person acts a part குறிப்பாகக் கற்பித்தலில், ஒரு பாத்திரத்தை ஓராள் நடித்துக் காட்டும் செயல்; நடிப்புமுறைக் கற்பிப்பு

roll¹ /rəʊl/ *noun* [C] **1** something made into the shape of a tube by turning it round and round itself மேலும் மேலும் சுற்றிக் குழல் வடிவாக ஆக்கப்பட்ட ஒன்று; சுருள்; நீளுருளை வடிவக் கட்டு *a roll of film/wallpaper* **2** bread baked in a round shape for one person to eat ஓராள் உண்ணுவதற்கு ஏற்றவாறு சுருள் வடிவில் வாட்டப்பட்ட ரொட்டி **3** moving or making sth move by turning over and over உருளுதல் அல்லது ஒன்றை உருட்டுதல்; சுழற்சி *Everything depended on one roll of the dice.* **4** an official list of names பெயர்கள் அடங்கிய அதிகாரபூர்வமான பட்டியல்; அதிகாரபூர்வமான பெயர்ப்பட்டியல்; பெயர்ப் பதிவேடு *the electoral roll* (= the list of people who can vote in an election) **5** a long, low sound நீடித்த தாழ்ந்த ஒலி; தொடர்ந்த கீழ்மட்ட முழக்கு அல்லது அதிர்வொலி *a roll of drums* **6** a movement from side to side பக்கவாட்டான இயக்கம்; சாய்வாட்டம்; ஊசலாட்டம்

roll² /rəʊl/ *verb* **1** [I, T] to move by turning over and over; to make sth move in this way உருள்; ஒன்றை உருட்டு *The apples fell out of the bag and rolled everywhere.* • *Delivery men were rolling barrels across the yard.* **2** [I] to move smoothly, often on wheels பெரும்பாலும் சக்கரங்களில், தட்டுத்தடங்கலின்றி மெல்லிழைவாகச் செல்; உருண்டோடு *The car began to roll back down the hill.* • *Tears were rolling down her cheeks.* **3** [I, T] **roll (sth) (over)** to turn over and over; to make sth do this புரளு; ஒன்றைப் புரட்டு *The horse was rolling in the dirt.* • *The car rolled over in the crash.* **4** [I, T] **roll (sth) (up)** to make sth into the shape of a ball or tube ஒன்றைப் பந்து அல்லது குழல் வடிவாக்கு; சுருட்டு *He was rolling himself a cigarette.* • *The insect rolled up when I touched it.* ✪ OPP **unroll** **5** [T] **roll sth (out)** to make sth become flat by moving sth heavy over it கனமான ஒன்றை மேல் செலுத்தி ஒரு பொருளைத் தட்டையாக்கு; உருளையால் அமுக்கித் தட்டையாக்கு *Roll out the pastry thinly.* **6** [I] to move from side to side பக்கவாட்டாக அசைவுறு; அசைந்தாடு *The ship began to roll in the storm.*

IDM **be rolling in money/in it** (*slang*) to have a lot of money ஏராளமான பணம் வைத்திரு; பணத்தில் புரள்

PHR V **roll in** (*informal*) to arrive in large numbers or amounts பெரும் எண்ணிக்கைகளில் அல்லது பெரும் அளவுகளில் வந்துசேர்; திரள்திரளாக வந்துசேர் *Offers of help have been rolling in.*

roll up (*informal*) (used about a person or a vehicle) to arrive, especially late (ஆள் அல்லது ஊர்தி வகையில்) வந்துசேர், குறிப்பாகத் தாமதமாக வந்துசேர்

roller /ˈrəʊlə(r)/ *noun* [C] **1** a piece of equipment or part of a machine that is shaped like a tube and used, for example, to make sth flat or to help sth move ஒன்றைச் சமதளப்படுத்துதல், ஒன்று இயங்கத் துணை செய்தல் முதலியவற்றுக்குப் பயன்படுத்தப்படும் உருள் வடிவான சாதனம் அல்லது இயந்திரப் பகுதி; உருளை; குழவி; உருளிக்கட்டை; அச்சுருளை *a roller blind on a window* **2** [*usually pl.*] a small plastic tube that you roll hair around in order to make the hair curly தலைமயிரைச் சுருள்முடியாக்கும் பொருட்டு, சுற்றி முடிப்பதற்கான சிறு பிளாஸ்டிக் குழல்; முடி சுருட்டுக் குழல்

Rollerblade™ /ˈrəʊləbleɪd/ *noun* [C] a boot with one row of narrow wheels on the bottom அடிப் பகுதியில் ஒற்றை வரிசையில் குறுஞ்சக்கரங்கள் பொருத்தப்பட்ட காலணி; உருள் புதை மிதியடி *a pair of Rollerblades* ▶ **rollerblade** *verb* [I]

roller coaster *noun* [C] a narrow metal track at a **fairground** that goes up and down and round tight bends, and that people ride on in a special vehicle for fun வாணிகப் பொருட்காட்சித் திடல்களில் மக்கள் இன்பப் பொழுதுபோக்காகத் தனிவகை ஊர்தியில் அமர்ந்து செல்வதற்கான, கட்டிறுக்கமான வளைவுகளுடன் மேலும் கீழுமாக மற்றும் சுற்றுப்போக்காக அமைந்துள்ள குறுகலான உலோகப் பாதை

roller skate (*also* **skate**) *noun* [C] a type of shoe with small wheels on the bottom அடிப்பகுதியில் சிறு சக்கரங்கள் பொருத்தப்பட்ட புதை மிதியடி வகை; உருள் புதை மிதியடி *a pair of roller skates* ▶ **roller skate** *verb* [I] ▶ **roller skating** *noun* [U]

rolling pin *noun* [C] a piece of wood, etc. in the shape of a tube, that you use for making pastry flat and thin before cooking சமைப்பதற்கு முன் பிசைந்த மாவைத் தட்டையாகவும் மெல்லியதாகவும் செய்வதற்குப் பயன்படுத்தப்படும் மரம் முதலியவற்றின் குழல் வடிவத் துண்டு; சிறு குழவி; உருளிக்கட்டை ➪ **kitchen** பதிவில் படம் பார்க்க.

ROM /rɒm/ *noun* [U] (*computing*) the abbreviation for 'read-only memory' (computer memory that contains instructions or data that cannot be changed or removed) மாற்றப்படவோ நீக்கப்படவோ முடியாத, ஆணைகளை அல்லது தரவுகளை உள்ளடக்கிய கணிப்பொறி நினைவகத்தைக் குறிக்கும் read only memory (வாசிப்பு நினைவகம்) என்பதன் குறுக்கம் ➪ **CD-ROM** பார்க்க.

Roman /ˈrəʊmən/ *adj.* **1** connected with ancient Rome or the Roman Empire பண்டைக் கால ரோம் நகரம் அல்லது ரோமானியப் பேரரசு சார்ந்த அல்லது அதற்குரிய *Roman coins • the Roman invasion of Britain* **2** connected with the modern city of Rome தற்கால ரோம் நகரம் சார்ந்த, ரோம் நகருக்குரிய ▶ **Roman** *noun* [C]

the Roman alphabet *noun* [*sing.*] the letters A to Z, used especially in Western European languages குறிப்பாக மேற்கத்திய ஐரோப்பிய மொழிகளில் பயன்படுத்தப்படும், (A முதல் Z வரையிலான எழுத்துகள் அடங்கிய) நெடுங்கணக்கு

Roman Catholic (*also* **Catholic**) *noun* [C], *adj.* (a member) of the Christian Church which has the Pope as its head போப்பாண்டவரைத் தலைவராகக் கொண்ட கிறிஸ்தவ திருச்சபை சார்ந்த/சார்ந்தவர்; ரோமன் கத்தோலிக்க திருச்சபை சார்ந்த/சார்ந்தவர் *She's (a) Roman Catholic.* ➪ **Protestant** பார்க்க.

Roman Catholicism (*also* **Catholicism**) *noun* [U] the beliefs of the Roman Catholic Church ரோமன் கத்தோலிக்க திருச்சபையின் கோட்பாடுகள்

romance /rəʊˈmæns/ *noun* **1** [C] a love affair காதல் விவகாரம் *The film was about a teenage romance.* **2** [U] a feeling or atmosphere of love or of sth new, special and exciting காதலின் அல்லது புதிதான, தனிமுறையான மற்றும் எழுச்சியூட்டுகிற ஒன்றின் சூழல் அல்லது அது குறித்த உணர்வு; காதல் பின்னணி; புத்தார்வம்; புத்துணர்ச்சிச் சூழல் **3** [C] a novel about a love affair காதல் விவகாரம் குறித்த நாவல்; காதல் புதினம் *historical romances*

Roman numeral *noun* [C] one of the letters used by the ancient Romans to represent numbers and still used today, in some situations. In this system I = 1, V = 5, X = 10, L = 50, C = 100, D = 500, M = 1000 and these letters are used in combinations to form other numbers இலக்கங்களைக் குறிக்கப் பண்டைய ரோமானியர்களால் பயன்படுத்தப்பட்டவையும் இன்றும் சில சூழல்களில் பயன்படுத்தப்படுபவனவுமாகிய எழுத்துகளில் ஒன்று; ரோமானிய இலக்க முறை. இம்முறையில் I = ஒன்று; V = ஐந்து; X = பத்து; L = ஐம்பது; C = நூறு; D = ஐநூறு; M = ஆயிரம் என வரும். இவ்வெழுத்துகளை இணைத்து வேறு பல இலக்கங்களை உருவாக்கலாம் *Henry VIII*

romantic[1] /rəʊˈmæntɪk/ *adj.* **1** having a quality that strongly affects your emotions or makes you think about love; showing feelings of love உணர்ச்சிகளை அழுத்தமான முறையில் பாதிக்கும் இயல்புள்ள; காதல் குறித்துச் சிந்திக்கத் தூண்டுகிற; காதல் உணர்வுகளை வெளிப்படுத்துகிற *a romantic candlelit dinner* • *He isn't very romantic—he never says he loves me.* **2** involving a love affair திருமணத்திற்கு முந்திய பாலியல் உறவு தொடர்பான; காதல் விவகாரத்தை உள்ளடக்கிய *Reports of a romantic relationship between the two film stars have been strongly denied.* **3** having or showing ideas about life that are emotional rather than real or practical மெய்யானவையோ நடைமுறை சார்ந்தவையோ அல்லாது உணர்வுகளின் அடிப்படையிலான வாழ்வியல் கருத்துகளை உள்ளடக்கியுள்ள அல்லது வெளிப்படுத்துகிற; புனைவியலான *He has a romantic idea that he'd like to live on a farm in Scotland.* ▶ **romantically** /rəʊˈmæntɪkli/ *adv.*

romantic² /rəʊˈmæntɪk/ *noun* [C] a person who has ideas that are not based on real life or that are not very practical உலகியல் மெய்ம்மைகளை அல்லது நடைமுறை வாழ்க்கையை ஒட்டியிராத கருத்துகளை உடையவர்; புனைவியலாளர்

romanticize (*also* **-ise**) /rəʊˈmæntɪsaɪz/ *verb* [I, T] to make sth seem more interesting, exciting, etc. than it really is உண்மையில் உள்ளதை விட ஒன்று மேலும் ஆர்வக் கிளர்ச்சி, எழுச்சி முதலியவை ஊட்ட வல்லதாகத் தோன்றச் செய்; ஒன்றுக்குப் புனைவியற் பண்பூட்டு

romp /rɒmp/ *verb* [I] (used about children and animals) to play in a happy and noisy way (குழந்தைகள், மற்றும் விலங்குகள் பற்றிய வழக்கு) மகிழ்ச்சியாகவும் இரைச்சலுடனும் விளையாடு; ஆரவாரத்துடன் ஓடியாடு; கும்மாளம் அடி ▶ **romp** *noun* [C]

IDM romp home/to victory to win easily எளிதாக வெற்றியடை *Mohan Bagan romped to a 4–0 victory over East Bengal.*

roof /ru:f/ *noun* [C] (*pl.* **roofs**) **1** the part of a building, vehicle, etc. which covers the top of it கட்டடம், ஊர்தி முதலியவற்றின் மேல்பகுதியை மூடியிருக்கும் அதன் பகுதி; கட்டடத்தின் மோடு; வண்டியின் கவிகை/மூடாக்கு; கூரை *a flat/sloping/tiled roof* • *the roof of a car* • *The library and the sports hall are* ***under one roof*** (= in the same building). **2** the highest part of the inside of sth ஒன்றின் உட்புற மேற்பகுதி அல்லது உச்சி *The roof of the cave had collapsed.*

IDM a roof over your head somewhere to live இருப்பிடம்; வாழ்விடம்; குடியிருப்பிடம்; வீடு *I might not have any money, but at least I've got a roof over my head.*

roof rack *noun* [C] a structure that you fix to the roof of a car and use for carrying luggage or other large objects பயணக் கட்டு அல்லது பிற பெரிய பொருள்களை வைப்பதற்காகச் சீருந்து வண்டியின் மூடாக்கின் மேல் அமைக்கப்படும் கம்பிச்சட்டம்; சீருந்து மேற்சட்டம்; சுமைச் சட்டம்

rooftop /ˈru:ftɒp/ *noun* [C, *usually pl.*] the outside of the roofs of buildings கட்டடங்களின் கூரை வெளிப்பகுதி; வெளிக்கூரையின் உச்சி *From the tower we looked down over the rooftops of the city.*

room /ru:m; rʊm/ *noun* **1** [C] a part of a house or building that has its own walls, floor and ceiling ஒரு வீட்டில் அல்லது கட்டடத்தில் சுவர்கள், தரை, கூரை ஆகியவற்றுடன் தனி அலகாக அமையும் பகுதி; அறை *a sitting/dining/living room* • *I sat down in the waiting room until the doctor called me.* **2** [U] **room (for sb/sth); room (to do sth)** space; enough space இடப்பகுதி; இடம்; போதுமான இட வசதி *These chairs* ***take up*** *too much* ***room.*** • *How can we* ***make room*** *for all the furniture?* • *There were so many people that there wasn't any room to move.* ➪ **space** பார்க்க; மற்றும் **place¹** பதிவிலுள்ள குறிப்பைப் பார்க்க. **3** [U] **room for sth** the opportunity or need for sth ஒன்றிற்கான வாய்ப்பு அல்லது தேவை *There's* ***room for improvement*** *in your work* (= it could be much better). • *The lack of time gives us very little* ***room for manoeuvre.***

room cooler = **air cooler**

roomful /ˈru:mfʊl; ˈrʊm-/ *noun* [C] a large number of people or things in a room ஓரறையிலுள்ள பேரளவிலான ஆட்கள் அல்லது பொருள்கள்; அறை நிரம்பிய ஆட்கள் அல்லது பொருள்கள்

room-mate *noun* [C] a person that you share a room with in a flat, etc. அறைக்கட்டு முதலியவற்றிலுள்ள ஓரறையில் உடன் தங்கியிருப்பவர்; அறைத் தோழர்/அறைத் தோழி

room service *noun* [U] a service provided in a hotel, by which guests can order food and drink to be brought to their rooms தங்குமனை விருந்தினர்கள் தங்களது அறைகளுக்கு உணவு மற்றும் பானங்கள் வரவழைத்துக் கொள்ளுமாறு வழங்கப்படும் சேவை; தங்குமனை அறைச் சேவை *He ordered coffee from room service.*

roomy /ˈru:mi/ *adj.* (**roomier; roomiest**) having plenty of space ஏராளமான இடவசதியுள்ள; விரிந்தகன்ற; பரந்த *a roomy house/car*

roost /ru:st/ *noun* [C] a place where birds rest or sleep பறவைகள் ஓய்வாகக் குந்தியிருப்பதற்கான அல்லது உறங்குவதற்கான இடம்; பறவைகள் தங்கிடம் ▶ **roost** *verb* [I]

rooster /ˈru:stə(r)/ (*AmE*) = **cock¹1**

root¹ /ru:t/ *noun* **1** [C] the part of a plant that grows under the ground and takes in water and food from the soil நிலத்தடியில் வளர்ந்து நீர் மற்றும் உணவை மண்ணிலிருந்து பெறும் தாவரப் பகுதி; வேர் ***root vegetables** such as carrots and radishes* ➪ **flower** பதிவில் படம் பார்க்க. **2** [C] the part of a hair or tooth that is under the skin and that holds it in place on the body தோலடியில் உள்ளதும் முடியை அல்லது பல்லை உடலில் கட்டிறுக்கமுடன் பிடித்திருப்பதுமாகிய முடி/பல் பகுதி; முடியின்/பல்லின் வேர் **3 roots** [*pl.*] the feelings or connections that you have with a place because you have lived there or your family came from there தான் வாழ்ந்திருந்த அல்லது தனது முன்னோர்களின் பிறப்பிடமாக இருந்த ஓரிடத்தின் மீது தனக்குள்ள உணர்வுப்பற்று அல்லது ஒட்டுறவு *She's proud of her Indian roots.* **4** [C] the basic cause or origin of sth ஒன்றின் மூல காரணம்; அடிப்படை *Let's try and get to the **root of the problem**.* ➪ **square root** பார்க்க.

root² /ru:t/ *verb*

PHR V **root about/around (for sth)** to search for sth by moving things பொருள்களை நகர்த்தி ஒன்றைக் கவனமாகத் தேடு; கிண்டிக்கிளறித் தேடு *What are you rooting around in my desk for?*

root for sb to give support to sb who is in a competition, etc. ஒரு போட்டி முதலியவற்றில் பங்குகொண்டுள்ள ஒருவருக்கு ஆதரவளி அல்லது துணைநில்

root sth out to find and destroy sth bad completely கேடு விளைவிக்கக்கூடிய ஒன்றைக் கண்டுபிடித்து முற்றிலுமாக அழி; வேருடன் அழி

rope¹ /rəʊp/ *noun* [C, U] very thick, strong string that is used for tying or lifting heavy things, climbing up, etc. கனமான பொருள்களைக் கட்டுதல் அல்லது மேலுயர்த்தல், மேலேறுதல் முதலியவற்றுக்குப் பயன்படுத்தப்படும் தடிப்பான உறுதி மிக்க கயிறு; வடக்கயிறு; வடம் *We need some rope to tie up the boat with.*

show sb/know/learn the ropes to show sb/ know/ learn how a job should be done ஒரு வேலையைச் செய்யவேண்டிய முறையை ஒருவருக்குக் காட்டு/கற்றுக்கொள்

rope² /rəʊp/ *verb* [T] **rope A to B; rope A and B together** to tie sb/sth with a rope ஒருவரை/ஒன்றைக் கயிற்றால் மற்றொருவருடன்/மற்றொன்றுடன் கட்டு; கயிறு கொண்டு பிணை.

IDM **rope sb in (to do sth)** (*informal*) to persuade sb to help in an activity, especially when he/ she does not want to குறிப்பாக ஒருவர் விரும்பாத நிலையில், அவரை ஒரு வேலையில் உதவி செய்ய இணங்கவைக்க முயல்; முயன்று உடன் சேர்த்துக்கொள்

rope sth off to put ropes round or across an area in order to keep people out of it ஆட்கள் நுழைவதைத் தடுக்கவேண்டி, ஓரிடப்பரப்பைச் சுற்றி அல்லது அதன் குறுக்காகக் கயிறு கட்டு; ஓரிடத்திற்குக் கயிற்றடைப்புச் செய்

rosary /ˈrəʊzəri/ *noun* [C] (*pl.* **rosaries**) a string of small round pieces of wood, etc. used by some Roman Catholics for counting prayers வழிபாட்டு எண்ணிக்கையைக் கணக்கிடுவதற்காகச் சிலவகை ரோமன் கத்தோலிக்கப் பிரிவினரால் பயன்படுத்தப்படும் சிறு மரக் குண்டுகள் முதலியவை கோக்கப்பட்ட சரம்; ஜெபமாலை

rose¹ ➪ **rise²** என்பதன் இறந்தகால வடிவம்

rose² /rəʊz/ *noun* [C] a flower with a sweet smell, that grows on a bush that usually has sharp points (**thorns**) growing on it வழக்கமாக முட்களையுடைய குத்துச்செடியில் மலரும் இனிய மணமுள்ள பூ வகை; ரோசா மலர்

rosé /ˈrəʊzeɪ/ *noun* [U] pink wine இளஞ்சிவப்பு நிறம் உடைய திராட்சை மது

rosette /rəʊˈzet/ *noun* [C] a decoration made from long pieces of coloured material (**ribbons**) that you wear on your clothes. Rosettes are given as prizes or worn to show that sb supports a particular political party ஆடை மீது அணிந்துகொள்ளப்படும் நீண்ட வண்ண இழைப்பட்டைகளாலான ஒப்பனை அமைப்பு; அணியிழைக் கச்சை. இக்கச்சைகள் பரிசுகளாக வழங்கப்படுகின்றன அல்லது குறிப்பிட்ட அரசியல் கட்சிக்குத் தனது ஆதரவைக் காட்ட ஒருவரால் அணியப்படுகின்றன

roster /ˈrɒstə(r)/ = **rota**

rostrum /ˈrɒstrəm/ *noun* [C] a platform that sb stands on to make a public speech, etc. சொற்பொழிவு நிகழ்த்துதல் முதலியவற்றுக்காக ஒருவர் நிற்கும் மேடை; சொற்பொழிவு/காட்சி மேடை

rosy /ˈrəʊzi/ *adj.* (**rosier; rosiest**) **1** pink and pleasant in appearance இளஞ்சிவப்பான இனிய தோற்றமுடைய; மனங்கொள்ளத்தக்க இளஞ்சிவப்பு நிறமுள்ள *rosy cheeks* **2** full of good possibilities மிகப்பல நல்வாய்ப்புகள் கூடுநிலையான; வாய்ப்புவள நம்பிக்கையூட்டுகிற; இன்னல வாய்ப்புக்கூறுகள் நிறைந்த *The future was looking rosy.*

rot /rɒt/ *verb* [I, T] (**ro<u>tt</u>ing; ro<u>tt</u>ed**) to go bad or make sth go bad as part of a natural process இயற்கையான மாற்றவினையின் பகுதியாகக் கெட்டுப்போ அல்லது ஒன்றைக் கெடச் செய்; அழுகு; அழுகச் செய் *Too many sweets will rot your teeth!* ✪ SYN **decay** ▶ **rot** *noun* [U]

rota /ˈrəʊtə/ (*AmE* **roster**) *noun* [C] a list of people who share a certain job or task and the times that they are each going to do it ஒரு வேலையை அல்லது ஓர் இடுபணியைப் பங்கீட்டு முறையில்

செய்ய இருக்கும் ஆட்களும் மற்றும் அவர்கள் ஒவ்வொருவரும் அப்பணியைச் செய்யவேண்டிய நேரங்களும் அடங்கிய பட்டியல்; பங்கீட்டு வேலைமுறைப் பட்டியல் *We organize the cleaning* ***on a rota.***

rotary /ˈrəʊtəri/ *adj.* moving in circles round a central point ஒரு மையப்புள்ளியைச் சுற்றி வட்டப்பாதையில் செல்கிற; சுற்றிச் சுற்றி இயங்குகிற

rotate /rəʊˈteɪt/ *verb* [I, T] **1** to turn in circles round a central point; to make sth do this ஒரு மையப்புள்ளியைச் சுற்றி வட்டப்பாதையில் செல்; ஒன்றை இவ்வாறு வட்டப்பாதையில் செலுத்து; சுற்று; சுழல் *The earth rotates on its axis.* **2** to happen in turn or in a particular order; to make sth do this வரிசை முறையில்/தவணை முறையில் அல்லது குறிப்பிட்ட ஒழுங்கு முறையில் நிகழ்வுறு அல்லது ஒன்று நிகழச் செய்; சுழற்சி முறையில் அமைவுறு; ஒன்றைச் சுழற்சிமுறைப் படுத்து *We rotate the duties so that nobody is stuck with a job they don't like.*

rotation /rəʊˈteɪʃn/ *noun* [C, U] **1** movement in circles around a central point ஒரு மையப்புள்ளியைச் சுற்றி வட்டப்பாதையில் செல்லுதல்; சுற்றுதல்; சுழற்சி *one rotation every 24 hours* **2** happening or making things happen in a particular order குறிப்பிட்ட ஒழுங்குமுறையில்/வரிசை முறையில் நிகழ்தல் அல்லது ஒன்று நிகழச் செய்தல்; சுழற்சி முறை நிகழ்வு அல்லது ஏற்பாடு *The company is chaired by all the members* ***in rotation.***

rotor /ˈrəʊtə(r)/ *noun* [C] a part of a machine that turns around a central point ஒரு மையப்புள்ளியைச் சுற்றி வட்டப்பாதையில் சுழலும் இயந்திரப்பகுதி; இயந்திரச் சுழலுறுப்பு; சுழலி *rotor blades on a helicopter*

rotten /ˈrɒtn/ *adj.* **1** (used about food and other substances) old and not fresh enough or good enough to use (உணவு மற்றும் பிற பொருள்கள் வகையில்) பழையதும், பயன்பாட்டிற்கு ஏற்ற வகையில் புதுமலர்ச்சியுடையதாக அல்லது உடல்நலத்திற்கு ஏற்றதாக இல்லாததுமான; நாட்பட்டுப் பதனழிவுற்ற; கெட்டுப்போன; அழுகிய *rotten vegetables* **2** (*informal*) very unpleasant மிக வெறுப்பூட்டுகிற; அருவருப்பான; விரும்பத்தகாத *That was a rotten thing to say!* **3** (*spoken*) used to emphasize that you are angry ஒன்று குறித்த சின உணர்வை அழுத்தமாகக் கூறப் பயன்படுத்தப்படும் சொல் *You can keep your rotten job!*

rouge /ruːʒ/ *noun* [U] (*old-fashioned*) a red powder or cream used for giving more colour to the cheeks (கடந்தகால வழக்கு) கன்னங்களுக்கு வண்ணச் செறிவூட்டப் பயன்படுத்தப்படும் செந்நிறப் பொடி அல்லது களிம்பு; ஒப்பனைச் செவ்வண்ணப் பொடி அல்லது செவ்வண்ணச் சாயம் ➪ **blusher** பார்க்க.

rough[1] /rʌf/ *adj.* **1** not smooth, soft or level மெல்லிழைவாக இல்லாத; மென்மையற்ற; சமதளப் பரப்பாக இல்லாத; சொரசொரப்பான; கரடுமுரடான; ஏற்றத்தாழ்வான *rough ground* **2** violent; not calm or gentle முரட்டுத்தனமான; மூர்க்கமான; அமைதியாக இல்லாத; கட்டுக்கடங்காத *You can hold the baby, but don't be rough with him.* • *The sea was rough and half the people on the boat were seasick.* **3** made or done quickly or without much care; approximate திடு விரைவுடன் அல்லது போதுமான கவனம் செலுத்தாது ஆக்கப்படுகிற அல்லது செய்யப்படுகிற; அரைகுறையான; திருத்தமற்ற; தோராயமான *a rough estimate* • *Can you give me a rough idea of what time you'll be arriving?* **4** (*informal*) looking or feeling ill உடல் நலம் குன்றியவராகக் காணப்படுகிற அல்லது உடல் நலம் குன்றிய உணர்வுடைய *You look a bit rough—are you feeling all right?* ▶ **roughness** *noun* [U]

IDM **be rough (on sb)** be unpleasant or unfortunate for sb ஒருவருக்கு வெறுப்பூட்டுவதாக அல்லது வாய்ப்புக் கேடானதாக இரு; நன்னலம் கெட்டிரு.

rough[2] /rʌf/ *noun*

IDM **in rough** done quickly without worrying about mistakes, as a preparation for the finished piece of work or drawing எழுத்துப் பணியின் அல்லது ஓவியத்தின் இறுதிவரைவிற்கான முன்வரைவாக, தவறுகள் குறித்துக் கவலைப்படாது அவசரமாகச் செய்யப்படுவதாக; திருத்தாப்படியாக

take the rough with the smooth to accept difficult or unpleasant things in addition to pleasant things இனியவையுடன் சேர்த்து இன்னாதவையையும் ஏற்றுக்கொள்; நன்மை தீமைகளை ஒருங்கு வைத்து நோக்கு

rough[3] /rʌf/ *adv.* in a rough way முரட்டுத்தனமாக; கட்டுக்கடங்காது; வன்முறையாக *One of the boys was told off for playing rough.*

IDM **live/sleep rough** to live or sleep outdoors, usually because you have no home or money பெரும்பாலும் வீடோ பணமோ இல்லாத நிலையில், திறந்த வெளியில்/வெளியிடத்தில் வாழ்க்கை நடத்து அல்லது தூங்கு

rough[4] /rʌf/ *verb*

IDM **rough it** to live without all the comfortable things that you usually have வழக்கமான வசதிகள் எதுவுமின்றித் தங்கியிரு அல்லது வாழ்க்கை நடத்து; வசதிக்கேடுகளை ஏற்று அமைவுறு *You have to rough it a bit when you go camping.*

roughage /ˈrʌfɪdʒ/ *noun* [U] the types or parts of food (**fibre**) which help your stomach to deal with other foods இரைப்பை மற்ற உணவுப் பொருள்களைக் கையாள்வதற்கு உதவி-செய்யும் நார்ச்சத்து மிக்க உணவுப் பகுதி; செரிமானத்தைத் தூண்டும் உணவின் நார்ச்-சத்துக் கூறு

roughen /ˈrʌfn/ *verb* [T] to make sth less smooth or soft ஒன்றின் வழவழப்புத் தன்மை அல்லது மென்மை குன்றச் செய்; கரடுமுரடாக்கு; சொர-சொரப்பூட்டு

roughly /ˈrʌfli/ *adv.* **1** in a violent way; not gently முரட்டுத்தனமாக; மூர்க்கமாக; வன்முறை-யாக; மென்னயமின்றி *He grabbed her roughly by her arm.* **2** not exactly; approximately துல்லிய-மாக அல்லாமல்; தோராயமாக; உத்தேசமாக *It took roughly three hours, I suppose.*

roulette /ruːˈlet/ *noun* [U] a game in which a ball is dropped onto a moving wheel that has holes with numbers on them. The players bet on which hole the ball will be in when the wheel stops எண் குறியிட்ட துளைகளுடைய சுழன்று-கொண்டிருக்கும் சக்கரத்தின் மேல் பந்து விழச்-செய்யும் விளையாட்டு வகை. சக்கரம் நிற்கும்-போது இன்ன இலக்கம் கொண்ட துளையில் பந்து நிலைபெறும் என விளையாடுபவர்கள் பந்தயம் கட்டுவர்

round¹ /raʊnd/ *adj.* having the shape of a circle or a ball வட்ட வடிவான அல்லது உருண்டை வடிவான *a round table*

IDM **in round figures/numbers** given to the nearest 10, 100, 1000, etc.; not given in exact numbers சரிநுட்பமான எண்ணிக்கையாக அல்லாது அதனை ஒட்டியுள்ள 10, 100, 1000 முதலிய முழு எண்ணிக்கை அளவில்; முழு வட்டமாக

round² /raʊnd/ *adv., prep.*

NOTE **Come round, get round, go round** முதலிய வினையுடனான இதன் சிறப்புப் பயன்பாடு ஆங்காங்கே இதனை உள்ளடக்கி-யுள்ள verb பதிவுகளில் தரப்பட்டுள்ளது.

1 in a circle or curve; on all sides of sth வட்டமாக; வளைவாக; வட்ட வடிவில்; ஒன்றின் எல்லாப் பக்கங்களிலும்; ஒன்றைச் சுற்றி; சுற்றிலும்; நாற்புறமும் *He had a bandage right round his head.* • *We sat round the table, talking late into the night.* • (*figurative*) *It wasn't easy to see a way round the problem* (= a way of solving it). **2** in a full circle முழுச் சுற்றாக; முழுச் சுழற்சி-யாக; புறப்பட்ட இடத்திற்கே திரும்பும் முறையில் *The wheels spun* ***round and round*** *but the car wouldn't move.* **3** turning to look or go in the opposite direction எதிர்த்திசையில் பார்ப்பதற்-காக அல்லது செல்வதற்காகத் திரும்பி; எதிர்-முகமாகத் திரும்பி *Don't* ***look round*** *but the teacher's just come in.* • *She* ***turned*** *the car* ***round*** *and drove off.* **4** from one place, person, etc. to another ஓரிடத்திலிருந்து மற்றொன்றுக்கு; ஒருவரிடமிருந்து மற்றொருவருக்கு, இடத்துக்கு இடமாக; ஆளுக்கு ஆளாக; ஒன்றினிடமிருந்து ஒன்றாக ***Pass*** *the photographs* ***round*** *for everyone to see.* **5** in or to a particular area or place குறிப்பிட்ட பகுதியில் அல்லது இடத்தில்; குறிப்-பிட்ட பகுதிக்கு அல்லது இடத்திற்கு *Do you live round here?* • *I'll come round to see you at about 8 o'clock.* **6** in or to many parts of sth ஒன்றின் பல பகுதிகளிலும் அல்லது பகுதி-களுக்கும்; சுற்றிலும்; நாற்புறமும்; பரவலாக *Let me* ***show*** *you* ***round*** *the house.* • *He spent six months travelling round Europe.*

IDM **round about (sth)** in the area near a place; approximately ஓரிடத்தை ஒட்டிய பகுதியில்; உத்தேசமாக *We hope to arrive round about 6p.m.*

the other way round in the opposite way or order எதிர்மாறான முறையில் அல்லது எதிர்-மாறான வரிசை ஒருங்கில் *My appointment's at 3o' clock and Leela's is at 3.15—or was it the other way round?*

NOTE இப்பொருளிலேயே பயன்படுத்தப்படும் **around** என்ற சொல் அமெரிக்க வழக்கில் பெரு வழக்குடையதாகும்.

round³ /raʊnd/ *noun* [C] **1** a number or series of events, etc. நிகழ்வுகள் முதலியவற்றின் ஓர் எண்ணிக்கை அல்லது ஒரு வரிசைத் தொகுதி; ஒரு சுற்று *a further round of talks with other European countries* **2** a regular series of visits, etc., often as part of a job பெரும்பாலும் ஒரு பணியின் பகுதியாக மேற்கொள்ளப்படும் வழக்க முறையான வருகை; வருகைத் தரவு; பணி-முறை மேற்பார்வையீடு *The postman's round takes him about three hours.* • *Dr Ali is on his daily round of the wards.* **3** a number of drinks (one each for all the people in a group) (ஒரு குழுவின் ஒவ்வொருவருக்கும் ஒன்று என்றவாறு அனை-வருக்குமாக) பலவான பானங்கள் அடங்கிய சுற்றுமுறை; முறை வட்டம் *It's my round* (= it's my turn to buy the drinks). **4** one part of a game or competition ஒரு விளையாட்டின் அல்லது போட்டியின் ஒரு பகுதி; ஒரு சுற்று *Patna will play Mumbai in the next round.* **5** (in golf) one game, usually of 18 holes (குழிப்-பந்தாட்டத்தில்) வழக்கமாக 18 குழிகளிலும் பந்து விழச் செய்யும் ஒருமுறை ஆட்டம்; நிறைகுழி ஆட்டம் *to play a round of golf* **6** a bullet or a number of bullets, fired from a gun ஒரு துப்பாக்கியை வெடித்துச் செலுத்தும் ஓர் இரவைக் குண்டு அல்லது இரவைக் குண்டு-களின் தொகுதி; ஒரு சுற்று வெடி *He fired several rounds at us.* **7** a short, sudden period of loud noise திடுமெனத் தோன்றிச் சிறிது நேரமே நீடிக்கும் உரத்த ஒலி; ஓசையின் ஒரு சுற்று; ஆர்ப்பரிப்பின் அலையெழுச்சி *The last speaker got the biggest* ***round of applause.***

round[4] /raʊnd/ *verb* [T] to go round sth ஒன்றைச் சுற்றிச் செல்; சுற்று *The police car rounded the corner at high speed.*

PHR V round sth off to do sth that completes a job or an activity ஒரு பணியை அல்லது செயலை நிறைவு செய்யக்கூடிய ஒன்றைச் செய்; ஒன்றை முழுமைப்படுத்து; நிறைவுறச் செய் *We rounded off the meal with coffee and chocolates.*

round sb/sth up to bring sb/sth together in one place ஆட்களை/பொருள்களை ஓரிடத்தில் ஒன்றுதிரட்டு; ஒருங்கு சேர் *The teacher rounded up the children.*

round sth up/down to increase/decrease a number, price, etc. to the nearest whole number ஒட்டியுள்ள முழுவட்ட எண்ணாக ஆகுமாறு ஓர் எண்ணிக்கை, ஒன்றின் விலை முதலிய-வற்றில் (கூட்டி/குறைத்து) மாற்றம் செய்; முழுவட்ட எண்ணிக்கையாக்கு

roundabout[1] /ˈraʊndəbaʊt/ *noun* [C] **1** a circle where several roads meet, that all the traffic has to go round in the same direction பல சாலை-களின் சந்திப்பாகவும் அதைச் சுற்றி ஒரே திசையில் அனைத்துப் போக்குவரத்தும் இயங்க வேண்டியும் உள்ள வட்டம்; வட்டச்சுற்று வழி **2** a round platform made for children to play on. They sit or stand on it and sb pushes it round குழந்தைகள் மேலே நின்றுகொண்டு அல்லது உட்கார்ந்துகொண்டு இருக்க, ஒருவர் சுற்றித் தள்ளும்படியான வட்ட வடிவ மேடை; வட்டச் சுற்று மேடை **3** = **merry-go-round**

roundabout[2] /ˈraʊndəbaʊt/ *adj.* longer than is necessary or usual; not direct தேவைக்கு மேல் அல்லது வழக்க மீறி நீண்டிருக்கிற; சுற்றி வளைத்துச் செல்கிற; சுற்றி வளைத்துப் பேசுகிற *We got lost and came by a rather roundabout route.*

rounders /ˈraʊndəz/ *noun* [U] a British game that is similar to baseball தளக்கட்டுப்-பந்தாட்டத்தை ஒத்த பிரிட்டிஷ் ஆட்ட வகை; வட்டப் பந்தாட்டம்

round trip *noun* [C] **1** a journey to a place and back again ஓரிடத்திற்குச் சென்று மீளும் பயணம்; சுற்றுப் பயணம் *It's a four-kilometre round trip to the centre of town.* **2** (*AmE*) = **return**[2] **5**

roundworm /ˈraʊndwɜːm/ *noun* [C] a **worm** that lives inside the bodies of pigs, humans and some other animals பன்றிகள், மனிதர்கள் மற்றும் சில விலங்குகளின் உடலினுள் வாழும் புழு; உருளைப் புழு; நாக்குப்பூச்சி

rouse /raʊz/ *verb* [T] **1** (*formal*) to make sb wake up ஒருவர் உறக்கத்திலிருந்து விழிக்கச் செய்; துயிலெழுப்பு *She was sleeping so soundly that I couldn't rouse her.* **2** to make sb/sth very angry, excited, interested, etc. ஒருவர்/ஒன்று மிக்க சினம், மனக்கிளர்ச்சி, பற்றார்வம், முதலியவை கொள்ளச்செய்; உணர்ச்சி தூண்டு அல்லது கிளறிவிடு

rousing /ˈraʊzɪŋ/ *adj.* exciting and powerful கிளர்ச்சியூட்டுகிற மற்றும் ஆற்றல் வாய்ந்த; எழுச்சி மிக்க; உணர்ச்சி தூண்டுகிற *a rousing speech*

rout /raʊt/ *verb* [T] to defeat sb completely ஒருவர் முற்றிலுமாகத் தோல்வி அடையச் செய்; தோற்-றோடச் செய்; வென்றடக்கு ▶ **rout** *noun* [C]

route /ruːt/ *noun* [C] **1 a route (from A) (to B)** a way from one place to another ஓரிடத்திலிருந்து மற்றோர் இடத்திற்குச் செல்லும் வழி; செல்-வழி; பாதை; தடம் *What is the most direct route from Mumbai to Goa?* • *I got a leaflet about the bus routes from the information office.* **2 a route to sth** a way of achieving sth ஒன்றைச் செய்து முடிப்பதற்கான வழிமுறை; நெறிமுறை *Hard work is the only route to success.*

routine[1] /ruːˈtiːn/ *noun* **1** [C, U] the usual order and way in which you regularly do things ஒருவர் தனது செயல்களை வழக்கமாகச் செய்யும் ஒழுங்குமுறையும் செயற்பாங்கும்; வழக்க முறை; நடைமுறைப் பாங்கு *Make exercise part of your daily routine.* **2** [U] tasks that have to be done again and again and so are boring திரும்பத் திரும்பச் செய்யவேண்டியுள்ளவையும் அதன் காரணமாகச் சலிப்பூட்டுவனவுமாகிய கடமைப் பொறுப்புகள்; இயந்திரப்போக்கான பணிகள் **3** [C] a series of movements, jokes, etc. that are part of a performance ஒரு நிகழ்-கலையின் பகுதியாக அமையும் உடல் அசைவுகள், நகையாடல்கள் முதலியவற்றின் வரிசைத் தொகுதி *a dance/comedy routine* **4** [C] (*computing*) a list of instructions that make a computer able to perform a particular task கணிப்பொறி குறிப்பிட்ட இடுபணியைச் செய்யத் தூண்டும் வகையில் அதற்கு வழங்கப்படும் ஆணைகளின் தொகுதி; கட்டளை நிரல்

routine[2] /ruːˈtiːn/ *adj.* **1** normal and regular; not unusual or special இயல்பானதும் வழக்கமானது-மான; வழக்க மீறியதோ தனிவகையானதோ அல்லாத; பொதுப்படையான; வாலாயமான *The police would like to ask you some routine questions.* **2** boring; not exciting சலிப்பூட்டுகிற; எழுச்சியற்ற; மாறுபாடற்ற; மனக்கிளர்ச்சி-யூட்டாத; சோர்வு தருகிற *It's a very routine job, really.*

routinely /ruːˈtiːnli/ *adv.* regularly; as part of a routine வழக்கமுறையாக; வழக்கமான செயலின் பகுதியாக; நடைமுறை ஒழுங்கு சார்ந்து *The machines are routinely checked every two months.*

row[1] /rəʊ/ *noun* [C] **1** a line of people or things ஆட்கள் அல்லது பொருள்களின் வரிசை *a row of books* • *The children were all standing* ***in***

***a row** at the front of the class.* **2** a line of seats in a theatre, cinema, etc. நாடகச் சாலை, திரையரங்கு முதலியவற்றிலுள்ள இருக்கைகளின் வரிசை; இருக்கை நிரை *Our seats were in the back row.* • *a front-row seat*

IDM **in a row** one after another; without a break ஒன்றை அடுத்து ஒன்றாக; வரிசை முறையில்; இடையீடு இன்றித் தொடர்வரிசையாக *It rained for four days in a row.*

row² /rəʊ/ *verb* **1** [I, T] to move a boat through the water using long thin pieces of wood with flat parts at the end (**oars**) துடுப்புகளை வலித்து நீரின் ஊடாகப் படகு செலுத்து; படகோட்டு *We often go rowing on the lake.* **2** [T] to carry sb/sth in a boat that you row துடுப்புகளை இயக்கித் தான் செலுத்தும் படகில் ஒருவரை/ஒன்றை ஏற்றிச் செல் *Could you row us over to the island?* ⇨ **paddle** பார்க்க. ▶ **row** *noun* [*sing.*]

row³ /raʊ/ *noun* **1** [C] **a row (about/over sth)** a noisy argument or serious disagreement between two or more people, groups, etc. இரண்டு அல்லது இரண்டுக்கு மேற்பட்ட ஆட்கள், குழுக்கள் முதலியவற்றுக்கு இடையேயான உரத்த பூசல்; வாக்குவாதம்; சச்சரவு *When I **have a row** with my girlfriend, I always try to make up as soon as possible.* **2** [*sing.*] a loud noise கூச்சல்; இரைச்சல்; சந்தடி; ஆரவாரம் *What a row! Could you be a bit quieter?* ▶ **row** *verb* [I] **row (with sb) (about/over sth)** *Preeti and I are always rowing about money!*

rowdy /ˈraʊdi/ *adj.* noisy and likely to cause trouble கூச்சலான மற்றும் தொல்லை தரக்கூடிய; அமளி செய்கிற; இரகளை செய்கிற; முரட்டுக் குணம் வாய்ந்த; போக்கிரித்தனமான *a rowdy group of football fans* • *rowdy behaviour* ▶ **rowdily** *adv.* ▶ **rowdiness** *noun* [U]

rowing boat (*AmE* **row boat** /ˈrəʊbəʊt/) *noun* [C] a small boat that you move through the water using long thin pieces of wood with flat parts at the end (**oars**) துடுப்பு வலித்து நீரின் ஊடாகச் செலுத்தப்படும் சிறு படகு வகை; துடுப்புப் படகு ⇨ **boat** பதிவில் படம் பார்க்க.

royal /ˈrɔɪəl/ *adj.* **1** connected with a king or queen or a member of their family அரசன் அல்லது அரசி அல்லது அரச குடும்பத்தைச் சேர்ந்த ஒருவர் தொடர்பான; அரசனுக்கு/அரசிக்கு/அரச குடும்பத்தவருக்கு உரிய *the royal family* **2** (used in the names of organizations) supported by a member of the royal family (கூட்டாண்மை அமைப்புகளின் பெயர்களில் பயன்படுத்தப்படுவது) அரச குடும்பத்தவர் ஒருவரது ஆதரவு பெற்ற/ஆதரவுடன் இயங்குகிற ▶ **royal** *noun* [C] (*informal*) *the Queen, the Princes and other royals*

royal blue *adj, noun* (of) deep bright blue ஆழ்ந்த ஒளிர் நீல நிறமான/நீல நிறம்

Royal Highness *noun* [C] **His/Her/Your Royal Highness** used when you are speaking to or about a member of the royal family அரச குடும்பத்தைச் சேர்ந்த ஒருவரிடம் அல்லது ஒருவரைப் பற்றிப் பேசும்போது பயன்படுத்தப்படுவது; அரசருக்குரிய அடைமொழி

royalty /ˈrɔɪəlti/ *noun* (*pl.* **royalties**) **1** [U] members of the royal family அரச குடும்பத்தைச் சேர்ந்தவர்கள்; அரச குடும்பம் **2** [C] an amount of money that is paid to the person who wrote a book, piece of music, etc. every time his/her work is sold or performed ஒரு நூலின் ஆசிரியர், பண்ணமைத்தவர் முதலியோருக்கு அதன் விற்பனையின்/பொது அரங்க நிகழ்வின் அடிப்படையில் வழங்கப்படும் பணத்தொகை; உரிமைப் பங்கீட்டுத் தொகை; உரிமம் *The author earns a 2 per cent royalty on each copy sold.*

RP /ˌɑːˈpiː/ *noun* [U] received pronunciation; the standard form of British pronunciation கட்டளை வடிவ பிரிட்டிஷ் உச்சரிப்பு முறையான ஏற்புத் தகவு ஒலிப்பு முறையைக் குறிக்கும் Received pronunciation என்பதன் குறுக்கம்

rpm /ˌɑː piːˈem/ *abbr.* revolutions per minute மணித்துளிக்கு இத்தனை சுற்று எனக் குறிப்பிடும் revolutions per minute என்பதன் குறுக்கம் *an engine speed of 2500 rpm*

RSI /ˌɑːr esˈaɪ/ *noun* [U] repetitive strain injury; pain and swelling, especially in the wrists and hands, caused by doing the same movement many times in a job or an activity ஒரு செயலில் அல்லது பணியில் ஒரே மாதிரியான உறுப்பியக்கம் மீண்டும் மீண்டும் பலமுறை நிகழ்த்த வேண்டியிருப்பதால், குறிப்பாக மணிக்கட்டிலும் கையிலும் உண்டாகும் வலியையும் வீக்கத்தையும் குறிக்கும் repetitive strain injury (திரும்பத் திரும்ப நிகழும் விசையழுத்த ஊறுபாடு) என்பதன் குறுக்கம்

RSVP /ˌɑːr es viːˈpiː/ *abbr.* (used on invitations) please reply (அழைப்புக் கடிதம் முதலியவற்றில் பயன்படுத்தப்படுவது) தயை கூர்ந்து பதில் அனுப்புக

rub /rʌb/ *verb* (**rubbing; rubbed**) **1** [I, T] to move your hand, a cloth, etc. backwards and forwards on the surface of sth while pressing firmly ஒன்றின் மேற்பரப்பின் மீது கை, துணி முதலியவற்றை பின்னும் முன்னுமாக அழுத்தி நகர்த்து; அழுத்தி அல்லது உரசித் தேய் *Rajan rubbed his hands together to keep them warm.* • *The cat rubbed against my leg.* **2** [T] **rub sth in (to sth)** to put a cream, liquid, etc. onto a surface by rubbing களிம்பு, திரவம் முதலியவற்றை ஒரு பரப்பின் மேல் தேய்த்துப் படியச் செய்; தேய்த்துத் தடவு; பூசு *Apply a* *little of the lotion and rub it into the skin.* **3** [I, T] **rub (on/against sth)** to press on/against sth, often causing pain or damage பெரும்பாலும் வலி அல்லது ஊறுபாடு உண்டாகுமாறு, ஒன்றின் மீது நெருக்கு அல்லது அழுத்து; உராய் *These new shoes are rubbing my heels.* ▶ **rub** *noun* [C]

IDM **rub salt into the wound/sb's wounds** to make a situation that makes sb feel bad even worse ஒருவரைத் துன்பப்படுத்தும் ஒரு சூழ்நிலையை மேலும் மோசமாக்கு; ஒருவரது துன்பத்தைக் கிளறிவிடு

rub shoulders with sb to meet and spend time with famous people புகழ் பெற்றவர்களைச் சந்தித்து அவர்களோடு அளவளாவு; அவர்களோடு நெருங்கிய தொடர்பு கொள் *As a journalist you rub shoulders with the rich and famous.*

PHR V **rub it/sth in** to keep reminding sb of sth embarrassing that he/she wants to forget ஒருவர் மறக்க விரும்பும், சங்கடத்தை உண்டாக்கக்கூடிய ஒன்றை அவருக்கு நினைவுபடுத்திக்கொண்டிரு *I know it was a stupid mistake, but there's no need to rub it in!*

rub off (on/onto sb) (used about a good quality) to be passed from one person to another (ஒரு நல்ல பண்பு குறித்துப் பேசுகையில்) ஒருவரிடமிருந்து மற்றொருவருக்குக் கைமாறு, சென்றுசேர் *Let's hope some of her enthusiasm rubs off onto her brother.*

rub sth off (sth) to remove sth from a surface by rubbing ஒரு பரப்பிலிருந்து ஒன்றைத் தேய்த்தகற்று; துடைத்தழி *He rubbed the dirt off his boots.*

rub sth out to remove the marks made by a pencil, chalk, etc. பென்சில், சுண்ண எழுதுகோல் (சாக்) முதலியவற்றின் குறிகளை தேய்த்தழி *That answer is wrong. Rub it out.*

rubber /ˈrʌbə(r)/ *noun* **1** [U] a strong substance that can be stretched and does not allow water to pass through it, used for making tyres, boots, etc. Rubber is made from the juice of a tropical tree or is produced using chemicals ஒருவகை வெப்ப மண்டல மரத்தின் பாலிலிருந்து அல்லது வேதியியல் பொருள்களைப் பயன்படுத்தித் தயாரிக்கப்படுவதும், சக்கரக் குழற்பட்டைகள் (டயர்கள்), புதை மிதியடிகள் முதலியவை செய்யப் பயன்படுத்தப்படுவதும் இழுத்து நீட்டக்கூடியதும் நீர் ஊடுசெல்ல விடாததுமான உறுதியான பொருள்; தொய்வகம்; இரப்பர் *a rubber ball • rubber gloves • foam rubber* **2** [C] (*AmE* **eraser**) a small piece of rubber that you use for removing pencil marks from paper; soft material used for removing chalk marks or pen marks from a board தாளிலிருந்து பென்சில் குறிகளை அகற்றப் பயன்படுத்தப்படும் தொய்வகத் துண்டு; இரப்பர் அழிப்பான்; தேய்ப்பான்; மரப் பலகைகளிலிருந்து சுண்ணக் குறிகளை அல்லது மைப்பேனாக்குறிகளை அகற்றப் பயன்படுத்தப்படும் மென்பொருள்; துடைப்பான் ➪ **stationery** பதிவில் படம் பார்க்க.

rubber band (*also* **elastic band**) *noun* [C] a thin circular piece of rubber that is used for holding things together பொருள்களைச் சேர்த்துக் கட்டாகப் பிடிக்கப் பயன்படுத்தப்படும் மெல்லிய வளைவடிவ இரப்பர் துண்டு; இரப்பர் சுற்றுப் பட்டை *Her hair was tied back with a rubber band.* ➪ **stationery** பதிவில் படம் பார்க்க.

rubber stamp *noun* [C] **1** a small tool that you hold in your hand and use for printing the date, the name of an organization, etc. on a document கையில் பிடித்து ஓர் ஆவணத்தின் மீது தேதி, ஒரு நிறுவனத்தின் பெயர் முதலியவற்றை அச்சிடப் பயன்படுத்தப்படும் சிறு கருவி; முத்திரைப் பொறிப்புக் கருவி; கைப்பொறிப்பு ➪ **stationery** பதிவில் படம் பார்க்க. **2** a person or group who gives official approval to sth without thinking about it first முன் சிந்தனை இன்றி ஒன்றுக்கு அதிகாரபூர்வமான ஏற்பிசைவு வழங்கும் ஆள் அல்லது குழுவினர்; ஆராயாது அங்கீகரிப்பவர் ▶ **rubberstamp** *verb* [T] *The committee have no real power —they just rubber-stamp the chairman's ideas.*

rubbery /ˈrʌbəri/ *adj.* like rubber இரப்பர் போன்று தொய்வுடைய; நெகிழ்வுடைய *This meat is rubbery.*

rubbish /ˈrʌbɪʃ/ (*AmE* **garbage**; **trash**) *noun* [U] **1** things that you do not want any more; waste material இனியும் தேவையற்ற பொருள்கள்; பயன் தீர்ந்தவை; கழிவுப் பொருள்கள்; குப்பை கூளம் *The dustmen collect the rubbish every Monday. • a rubbish bin • It's only rubbish—throw it away.* ➪ **waste** பார்க்க. **2** something that you think is bad, silly or wrong மோசமானது, மடத்தனமானது அல்லது தவறானது எனத் தான் கருதும் ஒன்று; அபத்தமானது; மதிப்பற்றது; முட்டாள்தனமானது *I thought that film was absolute rubbish. • Don't talk such rubbish.*

rubbish tip = **tip**[1] **4**

rubble /ˈrʌbl/ *noun* [U] pieces of broken brick, stone, etc., especially from a damaged building குறிப்பாகச் சிதைவுற்ற கட்டடத்தின் செங்கல், கல் முதலியவற்றின் உடைந்த துண்டுகள்; இடிமானம்; சிதை கூளம்

rubella /ru:ˈbelə/ = **German measles**

ruby /ˈru:bi/ *noun* [C] (*pl.* **rubies**) a type of precious stone that is red சிவப்பு நிற மணிக்கல் வகை; கெம்புக்கல்; மாணிக்கம்

ruby wedding *noun* [C] the 40th anniversary of a wedding ஒரு திருமணத்தின் நாற்பதாம்

ஆண்டு நிறைவு; நாற்பதாண்டு மண நிறைவு விழா ➪ **diamond wedding, golden wedding** மற்றும் **silver wedding** பார்க்க.

rucksack /ˈrʌksæk/ *noun* [C] (*BrE*) a bag that you use for carrying things on your back பொருள்களை உள்ளிட்டு முதுகில் சுமந்து செல்லும் பை ✪ SYN **backpack** or **pack**

rudder /ˈrʌdə(r)/ *noun* [C] a piece of wood or metal that is used for controlling the direction of a boat or plane கப்பல் அல்லது விமானத்தின் செல்திசையை நெறிப்படுத்தப் பயன்படுத்தப்படும் மர அல்லது உலோகத் துண்டு; திசை திருப்புக் கருவி; சுக்கான் ➪ **boat** பதிவில் படம் பார்க்க.

rude /ru:d/ *adj.* **1 rude (to sb) (about sb/sth)** not polite நட்பிணக்கமற்ற; பண்பினிமையற்ற; முரட்டுத்தனமான; அவமதிக்கிற *It's rude to interrupt when people are speaking.* • *I think it was rude of them not to phone and say that they weren't coming.* ✪ SYN **impolite 2** connected with sex, using the toilet, etc. in a way that might offend people பிறர் மனம் புண்படக்கூடிய முறையில், பாலுறவு, கழிப்பறை பயன்பாடு முதலியவற்றைத் தொடர்புபடுத்துகிற; நய நாகரிகமற்ற; கீழ்த்தரமான; இழிவான *a rude joke/word/gesture* **3** (*written*) sudden and unpleasant எதிர்பாராத மற்றும் வெறுப்பூட்டுகிற; திடுக்கிடச் செய்கிற; திடீர் அதிர்ச்சியூட்டுகிற *If you're expecting any help from him, you're in for a rude shock.* ▶ **rudely** *adv.* ▶ **rudeness** *noun* [U]

rudimentary /ˌru:dɪˈmentri/ *adj.* (*formal*) very basic or simple மிகவும் அடிப்படையான அல்லது சாதாரணமான; எளிமையான

rudiments /ˈru:dɪmənts/ *noun* [*pl.*] **the rudiments (of sth)** (*formal*) the most basic or important facts of a particular subject, skill, etc. குறிப்பிட்ட துறை, பயிற்சித் திறம் முதலியவை தொடர்பான அடிப்படையான அல்லது இன்றியமையாத மெய்ம்மைக் கூறுகள்; ஒன்றின் முதற்படி அறிவுக் கூறுகள்

ruffle /ˈrʌfl/ *verb* [T] **1 ruffle sth (up)** to make sth untidy or no longer smooth ஒன்றின் ஒழுங்கமைவைக் குலை அல்லது மெல்லிழைவுத் தன்மையைக் கெடு; கலைவுறச் செய் *to ruffle sb's hair* **2** (*passive*) to make sb annoyed or confused ஒருவர் எரிச்சல் அல்லது குழப்பம் அடையச் செய்; அமைதி குலை; தொந்தரவு செய்

rug /rʌg/ *noun* [C] **1** a piece of thick material that covers a small part of a floor சிற்றளவான தரைப்பகுதியின் மீது பரப்பப்படும் கெட்டியான துணி; தரைவிரிப்பு; முரட்டுக் கம்பளம் ➪ **carpet** மற்றும் **mat** பார்க்க. **2** a large piece of thick cloth that you put over your legs or around your shoulders to keep warm, especially when travelling குறிப்பாகப் பயணத்தின்போது, வெதுவெதுப்பூட்டுவதற்காகக் கால்களுக்கு மேல் அல்லது தோள்களைச் சுற்றி இட்டுக்கொள்ளப்படும் பெரிய கனமான துணி வகை; கம்பளி

rugby /ˈrʌgbi/ *noun* [U] a form of football that is played by two teams of 13 or 15 players with an oval ball that can be carried, kicked or thrown ரக்பி கால்பந்தாட்டம்; 13 அல்லது 15 ஆட்டக்காரர்களைக் கொண்ட இரு அணியினர் நீள் உருண்டை வடிவப் பந்தைக் கையில் தூக்கிச் சென்று, உதைத்து அல்லது எறிந்து விளையாடும் கால்பந்தாட்ட வகை

> **NOTE** **Rugby League** (ரக்பி இணைக் குழு) ஆட்டத்தில் 13 பேரும் **Rugby union** ஆட்டத்தில் 15 பேரும் இருப்பர்.

rugged /ˈrʌgɪd/ *adj.* **1** (used about land) rough, with a lot of rocks and not many plants (நில வகையில்) பாறைகள் நிறைந்து அங்கொன்றும் இங்கொன்றுமான தாவரங்களுடன் கொடுந்தரையாக உள்ள; கரடுமுரடான **2** (used about a man) strong and attractive (ஆள் வகையில்) வலிமையும் கவர்ச்சியும் உடைய; கட்டுரம் வாய்ந்த **3** strong and made for difficult conditions உறுதியான மற்றும் கடுமையான சூழல்களில் தாக்குப் பிடிக்கக்கூடிய; கட்டுறுதி மிக்க; வலுவான

ruin¹ /ˈru:ɪn/ *verb* [T] **1** to damage sth so badly that it loses all its value, pleasure, etc. ஒன்றின் மதிப்பு, மகிழ்ச்சியூட்டும் தன்மை முதலியவை அறவே இல்லாது போகுமாறு அதனைக் கெடு; பாழாக்கு, சேதப்படுத்து *a ruined building* • *The bad news ruined my week.* • *That one mistake ruined my chances of getting the job.* **2** to cause sb to lose all his/her money, hope of being successful, etc. ஒருவரது பொருள் இழப்பு, வெற்றி வாய்ப்பு இழப்பு முதலியவற்றுக்குக் காரணமாகு; ஒருவருக்குக் கேடு விளைவி; வீழ்ச்சியுறச் செய் *The cost of the court case nearly ruined them.*

ruin² /ˈru:ɪn/ *noun* **1** [U] the state of being destroyed or very badly damaged அழிவுற்ற அல்லது மோசமான முறையில் சேதமுற்ற நிலை; அழிபாடு; பாழ்நிலை; சீர்குலைவு *The city was in a state of ruin.* **2** [U] the cause or state of having lost all your money, hope of being successful, etc. பொருள், வெற்றி வாய்ப்பு முதலியவற்றின் இழப்புக்குக் காரணம் அல்லது அதனை இழந்த நிலை; கேடுற்ற நிலை; படுவீழ்ச்சி *Many small companies are facing* ***financial ruin***. **3** [C] the parts of a building that are left standing after it has been destroyed or badly damaged ஒரு கட்டடம் அழிந்துவிட்டபின் அல்லது பேரளவு சேதமுற்ற பின் தப்பி நிற்கும் அதன்

பகுதிகள்; இடிபாடுகளில் எஞ்சி நிற்பவை; அழி-படாக் கூறுகள் *the ruins of the ancient city of Harappa*

IDM go to rack and ruin ➪ **rack**[1] பார்க்க.

in ruin(s) badly damaged or destroyed மோசமாகச் சேதமடைந்த அல்லது தகர்வுற்ற நிலையில்; சீர்குலைந்து; பாழ்பட்ட நிலையில்; கேடுற்று *After the accident her life seemed to be in ruins.*

ruinous /ˈruːɪnəs/ *adj.* causing serious problems, especially with money குறிப்பாகப் பண வகையில், கடுமையான சிக்கல்கள் உண்டுபண்ணுகிற; கேடு பயக்கிற; சீரழிவுக்கு அல்லது வீழ்ச்சிக்கு வழிவகுக்கிற

rule[1] /ruːl/ *noun* **1** [C] an official statement that tells you what you must or must not do in a particular situation or when playing a game குறிப்-பிட்ட சூழலில் அல்லது ஒரு விளையாட்டில் இன்னது செய்ய வேண்டும் அல்லது இன்னது செய்யக்கூடாது எனக் கூறும் அதிகாரபூர்வமான வாசகம்; விதி; நியதி *to **obey/break a rule** • It's **against the rules** to smoke in this area.* **2** [C] a piece of advice about what you should do in a particular situation குறிப்பிட்ட சூழலில் செய்ய-வேண்டியது குறித்த அறிவுரை; ஒழுக்க விதி; வழிகாட்டு நெறி *When you run a marathon, the **golden rule** is—don't start too fast.* **3** [*sing.*] what is usual வழக்கமுறை; நடைமுறை ஒழுங்கு; பொது நியதி • ***As a general rule**, women live longer than men.* • *I don't read much **as a rule**.* **4** [C] (in a language) a description of what is usual or correct (ஒரு மொழியில்) வழக்கமாக வருவது அல்லது சரியானது இன்னது என்னும் விளக்கம்; மொழிப் பயன்பாட்டு நியதி; மொழி ஆட்சி அல்லது மொழி மரபு. *What is the rule for forming the past tense?* **5** [U] government; control ஆட்சி; அரசாட்சி; கட்டுப்பாடு; ஆட்சிக் கட்டளை *The country is **under** military **rule**.*

IDM bend the rules ➪ **bend**[1] பார்க்க.

a rule of thumb a simple piece of practical advice, not involving exact details or figures நுட்பக் கூறுகளை அல்லது புள்ளிவிவரங்களை உள்ளடக்கி இராது எளிய நடைமுறை சார்ந்த அறிவுரை; பொதுப்படையான செயல்முறை ஒழுங்கு

work to rule to follow the rules of your job in a very strict way in order to cause delay, as a form of protest against your employer or your working conditions பணி முதல்வருக்கு அல்லது பணிச் சூழலுக்கு எதிரான கிளர்ச்சி முறையாக, வேலையைத் தாமதப்படுத்தும் நோக்கில் பணி விதிகளை மிகக் கண்டிப்பான முறையில் பின்-பற்று; விதிப்படி வேலைசெய் ➪ **work-to-rule** பார்க்க.

rule[2] /ruːl/ *verb* [I, T] **1 rule (over sb/sth)** to have the power over a country, group of people, etc. ஒரு நாடு, குழு முதலியவற்றின் மீது மேலாட்சி செலுத்து; ஆட்சி நடத்து *Ashoka ruled over a vast empire.* • *(figurative) His whole life was ruled by his ambition to become President.* **2 rule (on sth); rule (in favour of/against sb/sth); rule (that...)** to make an official decision அதிகாரபூர்வமாக ஒரு முடிவுசெய்; தீர்ப்பு வழங்கு *The judge will rule on whether or not the case can go ahead.*

PHR V rule sb/sth out to say that sb/sth is not possible, cannot do sth, etc.; to prevent sth ஒன்று இயலக்கூடியதல்ல, ஒருவர்/ஒன்று ஒரு செயலைச் செய்ய முடியாது என்ற வகையில் கூறு; தடு; விலக்கு; தள்ளு *The government has ruled out further increases in train fares next year.*

ruler /ˈruːlə(r)/ *noun* [C] **1** a person who rules a country, etc. ஒரு நாடு முதலியவற்றின் மீது மேலாண்மை செலுத்துபவர்; ஆட்சியாளர்; அரசர் **2** a straight piece of wood, plastic, etc. marked in **centimetres** or **inches**, that you use for measuring sth or for drawing straight lines ஒன்றை அளவிடுவதற்கு அல்லது நேர்-கோடுகள் வரைவதற்குப் பயன்படுத்தப்படும், சென்டிமீட்டர் அல்லது அங்குல அளவுக் கூறுகள் பொறிக்கப்பட்டுள்ள நேரான மர அல்லது பிளாஸ்டிக் துண்டு; வரைதடி; வரை-யுருளை

ruling[1] /ˈruːlɪŋ/ *adj.* (*only before a noun*) with the most power in an organization, country, etc. ஒரு நிறுவனம், நாடு முதலியவற்றில் மேலாண்மைப் பொறுப்பு வகிக்கிற; அரசு இயற்றுகிற; ஆட்சி நடத்துகிற *the ruling political party*

ruling[2] /ˈruːlɪŋ/ *noun* [C] an official decision அதிகாரபூர்வமான முடிவு; தீர்ப்பு

rum /rʌm/ *noun* [C, U] a strong alcoholic drink that is made from the juice of a plant from which sugar is made (**sugar cane**) கரும்புச் சாற்றி-லிருந்து தயாரிக்கப்படும் வெறியத் தன்மை மிக்க மது வகை

rumble /ˈrʌmbl/ *verb* [I] to make a deep heavy sound கனத்த அதிர்வொலி எழுப்பு; உறுமு; குமுறு *I was so hungry that my stomach was rumbling.* ▶ **rumble** *noun* [*sing.*] *a rumble of thunder*

ruminant /ˈruːmɪnənt/ *noun* [C] any animal that brings back food from its stomach and **chews** it again உணவை இரைப்பையிலிருந்து மீண்டும் வாய்க்குக் கொண்டுவந்து பல்லால் அரைக்கும் விலங்கு; அசைபோடும் விலங்கு *Cows and sheep are both ruminants.* ▶ **ruminant** *adj.*

rummage /ˈrʌmɪdʒ/ *verb* [I] to move things and make them untidy while you are looking for sth ஒன்றைத் தேடும்போது பொருள்களை நகர்த்தி

அவற்றின் ஒழுங்கு கெடச்செய்; ஒன்றைத் தேடுகையில் பொருள்களைக் கலைத்துப் போடு *Nina rummaged through the drawer looking for the tin-opener.*

rumour[1] (*AmE* **rumor**) /ˈru:mə(r)/ *noun* [C, U] **(a) rumour (about/of sb/sth)** (a piece of) news or information that many people are talking about but that is possibly not true பரவலாகப் பேசப்படுவதும் மெய்யல்லாததாக இருக்க வாய்ப்புள்ளதுமான செய்தி அல்லது தகவல்; வதந்தி ***Rumour has it*** (= people are saying) *that Lata has resigned.* • *to confirm/deny a rumour* (= to say that it is true/not true)

rumour[2] (*AmE* **rumor**) /ˈru:mə(r)/ *verb* [T] (*usually passive*) **be rumoured** to be reported as a rumour and possible but may not br true பெரும்பாலும் மெய்யல்லாததாக இருக்கக்கூடிய ஒரு செய்தி அல்லது தகவல் தெரிவிக்கப்படு; வதந்தி பரப்பப்படு ***It's widely rumoured that*** *they are getting divorced.* • *They are rumoured to be getting married.*

rump /rʌmp/ *noun* [C] the back end of an animal விலங்கின் பின்பகுதி; பின்தொடை *rump steak* (= meat from the rump)

run[1] /rʌn/ *verb* [I, T] (*pres. part.* **running**; *pt* **ran** /ræn/; *pp* **run**) **1** [I, T] to move using your legs, going faster than a walk நடையை விட விரைவாகச் செல்; ஓடு *I had to run to catch the bus.* • *I often* ***go running*** *in the evenings* (= as a hobby). • *I ran nearly ten kilometres this morning.* **2** [I, T] to move, or move sth, quickly in a particular direction குறிப்பிட்ட திசையில் விரைந்து செல் அல்லது ஒன்றை விரைவாகச் செலுத்து; குறிப்பிட்ட திசையில் ஓடு அல்லது ஒன்றை ஓட்டு *I've been running around after the kids all day.* • *The car ran off the road and hit a tree.* • *She ran her finger down the list of passengers.* **3** [I] to lead from one place to another; to be in a particular position ஓரிடத்திலிருந்து மற்றோர் இடத்திற்கு இட்டுச் செல்; வழியாக அமை; குறிப்பிட்ட திசையில் அமைவுறு *The road runs along the side of a lake.* **4** [T] to organize or be in charge of sth; to provide a service ஒன்றை நடத்து; ஒன்றுக்குப் பொறுப்பாயிரு; ஒரு சேவையை வழங்கு *She runs a restaurant.* • *They run English courses all the year round.* **5** [I, T] to operate or function; to make sth do this இயங்கு; செயற்படு; ஒன்றை இயக்கு; இயங்கச் செய் *The engine is running very smoothly now.* • *We're running a new computer program today.* **6** [I] to operate at a particular time குறிப்பிட்ட நேர அளவில் இயங்கு அல்லது செயற்படு *All the trains are* ***running late*** *this morning.* • *We'd better hurry up—we're running behind schedule.* **7** [T] to use and pay for a vehicle ஓர் ஊர்தியைப் பயன்கொண்டு அதற்குரிய செலவு செய் *It costs a lot to run a car.* **8** [I] to continue for a time ஒரு கால அளவுக்குத் தொடர்ந்திரு; ஒரு கால அளவுக்கு நடைபெறு *My contract has two months left to run.* • *The play ran for nearly two years in a Chennai theatre.* **9** [I, T] (used about water or other liquid) to flow; to make water flow (நீர் அல்லது மற்ற திரவ வகையில்) பாய்ந்து செல்; பாய்வுறு; பெருக்கெடுத்து ஓடு; பாயச் செய் *When it's really cold, my nose runs.* • *I can hear a tap running somewhere.* **10** [I] **run with sth** to be covered with flowing water பாய்ந்து செல்லும் நீரால் சூழப்படு; ஒழுகும் திரவம் முழுதும் பரவிப் படிந்திரு *My face was running with sweat.* **11** [I] (used about the colour in material, etc.) to spread, for example when the material is washed (துணி முதலியவற்றிலுள்ள நிறம் பற்றிக் குறிப்பிடுகையில்) துவைத்தல் முதலிய சமயங்களில் பரவு; பரவித் தோய்வுறு; சாயம்போ *Don't put that red shirt in the washing machine. It might run.* **12** [I] **run (for sth)** to be one of the people hoping to be chosen (**a candidate**) in an election ஒரு தேர்தலில் போட்டியாளர்களில் ஒருவராயிரு; தேர்தலில் போட்டியிடு *He's running for president.* **13** [T] to publish sth in a newspaper or magazine செய்தித்தாளில் அல்லது பருவ இதழில் ஒன்றை வெளியிடு *'The Independent' is running a series of articles on pollution.* **14** [T] **run a test/check (on sth)** to do a test or check on sth ஒன்றைச் சோதனை செய் அல்லது சரிபார் *They're running checks on the power supply to see what the problem is.*

IDM be running at to be at a certain level குறிப்பிட்ட மட்டத்தில் அல்லது படிநிலையில் இரு.

run for it to run in order to escape தப்பிச்செல்லும் பொருட்டு ஓடு; தப்பியோடு

> **NOTE Run** உள்ளடங்கிய பிற மரபுத்தொடர்கள் ஆங்காங்கே பெயர், பெயரடை முதலியவற்றின் பதிவுகளில் தரப்பட்டுள்ளன. எடுத்துக்காட்டாக, **run in the family** என்ற தொடர் **family** பதிவில் உள்ளது.

PHR V run across sb/sth to meet or find sb/sth by chance தற்செயலாக ஒருவரை/ஒன்றைச் சந்தி அல்லது கண்டுபிடி, தற்செயலாக எதிர்ப்படு

run after sb/sth to try to catch sb/sth ஒருவரை/ஒன்றை அகப்படுத்த முயல்; பிடிக்க முயல்

run away to escape from somewhere ஓரிடத்திலிருந்து தப்பியோடு; ஓடிப்போ *He's run away from home.*

run sb/sth down 1 to hit a person or an animal with your vehicle தனது ஊர்தியை ஓராள் அல்லது ஒரு விலங்கு மீது மோது; இடித்துத் தள்ளு *She was run down by a bus.* **2** to criticize sb/sth ஒருவரை/ஒன்றைக் கண்டி; குறை கூறு; விமர்சனம் செய் *He's always running her down in front of other people.*

run (sth) down to stop functioning gradually; to make sth do this படிப்படியாகச் செயல் நின்றுபோ/நின்றுபோகச் செய் *Turn the lights off or you'll run the battery down.*

run into sb to meet sb by chance தற்செயலாக ஒருவரைச் சந்தி

run into sth to have difficulties or a problem இடர்ப்பாடுகளுக்கு அல்லது ஒரு சிக்கலுக்கு உள்ளாகு; இடைஞ்சல்களுக்கு அல்லது சிக்கல்களுக்கு ஆளாகு *If you run into any problems, just let me know.*

run (sth) into sb/sth to hit sb/sth with a car, etc. சீருந்து முதலியவற்றை ஒருவர்/ஒன்று மீது மோது; இடி. *He ran his car into a brick wall.*

run sth off to copy sth, using a machine ஒரு பொறியைப் பயன்படுத்தி ஒன்றைப் படியெடு; நகலெடு

run off with sth to take or steal sth ஒன்றை எடுத்துக்கொள் அல்லது களவாடு

run out (of sth) to finish your supply of sth; to come to an end கையிருப்பைத் தீர்ந்துபோகச் செய்; தீர்; முடிவுறு *We've run out of coffee.* • *Time is running out.* • *My passport runs out next month.* **run sb/sth over** to hit a person or an animal with your vehicle தனது ஊர்தியை ஓராள் அல்லது ஒரு விலங்கு மீது மோது; இடி; ஏற்று *The child was run over as he was crossing the road.*

run through sth to discuss or read sth quickly ஒன்றை விரைவாக விவாதி அல்லது படி *She ran through the names on the list.*

run² /rʌn/ *noun* **1** [C] an act of running on foot ஓடுதல்; ஓட்டம் ***I go for a** three-mile **run** every morning.* • *The prisoner tried to **make a run for it*** (= to escape on foot). **2** [C] a journey by car, train, etc. சீருந்து, தொடர்வண்டி முதலியவற்றிலான பயணம் *The bus driver was picking up kids on the school run.* **3** [*sing.*] a series of similar events or sth that continues for a very long time ஒரே வகையான நிகழ்வுகளின் அல்லது நீடித்து நிகழும் ஒன்றின் தொடர்வரிசை; நிகழ்வுகளின் தொடர் அடுக்கு; தொடர் நீட்சி; நிகழ்ச்சிக் கோவை *We've had a run of bad luck recently.* **4** [*sing.*] **a run on sth** a sudden great demand for sth திடீரெனத் தோன்றும் ஒன்றின் பெருமளவிலான தேவை; திடீர்த் தேவைப் பெருக்கம் அல்லது திடீர்த் தேவை நெருக்கடி **5** [C] a point in the games of baseball and cricket பேஸ்பால் (தளக்கட்டு ஆட்டம்) மற்றும் கிரிக்கெட்டில் ஈட்டும் ஆட்டப் புள்ளி; ஓட்ட/சுற்று முறைப்புள்ளி

IDM **in the long run** ⇨ **long¹** பார்க்க.

on the run hiding or trying to escape from sb/sth ஒருவரிடமிருந்து/ஒன்றிடமிருந்து மறைந்து ஒளிந்திருக்கும் அல்லது தப்பிக்க முயலும் *The escaped prisoner is still on the run.*

runaway¹ /ˈrʌnəweɪ/ *adj.* **1** out of control கட்டுப்பாடற்ற; கட்டுமீறிய; கட்டுக்கடங்காத; தடுக்கப்படாத *a runaway horse/car/train* **2** happening very easily மிக எளிதாக நிகழ்கிற; சிக்கலற்ற; முயற்சி எளிமையுடைய *a runaway victory*

runaway² /ˈrʌnəweɪ/ *noun* [C] a person, especially a child, who has left or escaped from somewhere ஓரிடத்தை விட்டு நீங்கிய அல்லது தப்பியோடிய ஆள், குறிப்பாக குழந்தை; விட்டோடியவர்; தலைமறைவானவர்; தப்பி ஓடியவர்; ஒளிந்தோடியவர்

run-down *adj.* **1** (used about a building or place) in bad condition (ஒரு கட்டடம் அல்லது ஓரிடம் பற்றிக் குறிப்பிடுகையில்) மோசமான நிலையில் உள்ள; சீர்கெட்டுள்ள; அழிபாடுற்ற; சிதைவுற்றுள்ள *a run-down block of flats* **2** very tired and not healthy மிக்க சோர்வுடன் உடல் நலமின்றிக் காணப்படுகிற; வலுவிழந்துள்ள; (வேலைப்பளு அல்லது சத்துணவு இன்மையால்) நலிவுற்றுள்ள

rung¹ /rʌŋ/ *noun* [C] one of the bars that form the steps of a ladder ஏணியில் படிகளாக அமையும் குறுக்குக் கம்பிகளில் ஒன்று; ஏணிப்படி

rung² ⇨ **ring²** என்பதன் இறந்தகால வினையெச்ச வடிவம்

runner /ˈrʌnə(r)/ *noun* [C] **1** a person or an animal that runs, especially in a race ஓடுகிற, குறிப்பாக ஒரு பந்தயத்தில் ஓடும், ஆள் அல்லது விலங்கு; பந்தய ஓட்டக்காரர்; பந்தய ஓட்ட விலங்கு *a long-distance runner* **2** a person who takes guns, drugs, etc. illegally from one country to another சட்டத்திற்கு மாறாகத் துப்பாக்கிகள், போதை மருந்துகள் முதலியவற்றை நாடுவிட்டு நாடு கொண்டுசெல்பவர்; கள்ளக் கடத்தல்காரர்

runner-up *noun* [C] (*pl.* **runners-up**) the person or team that finished second in a race or competition ஒரு பந்தயத்தில் அல்லது போட்டியில் இரண்டாவதாக வந்த ஆள் அல்லது அணி; வெற்றி பெற்றவருக்கு அடுத்தபடியாக வந்தவர்

running¹ /ˈrʌnɪŋ/ *noun* [U] **1** the action or sport of running ஓடுதல்; ஓட்டம்; ஓட்டப் பந்தய விளையாட்டு *How often do you **go running**?* • *running shoes* **2** the process of managing a business or other organization ஒரு வாணிக அமைப்பை அல்லது நிறுவனத்தை மேலாட்சி செய்யும் செயற்பாடு; நடத்துதல்; நிருவகித்தல்; நிருவாகம் *She's not involved in the day-to-day running of the office.* • *the **running costs** of a car* (= petrol, insurance, repairs, etc.)

IDM **in/out of the running (for sth)** (*informal*) having/not having a good chance of getting or winning sth ஒன்றைப் பெறுவதற்கு அல்லது

ஒன்றில் வெற்றியடைவதற்கு நல்ல வாய்ப்புள்ள/வாய்ப்பற்ற

running² /ˈrʌnɪŋ/ *adj.* **1** used after a number and a noun to say that sth has happened a number of times in the same way without a change ஒன்று மாற்றம் இன்றி ஒரே முறையில் பல தடவை நிகழ்ந்துள்ளது எனக் கூற ஓர் எண்ணிக்கையையும் ஒரு பெயர்ச்சொல்லையும் அடுத்து வருவது: ஒன்றன் பின் ஒன்றான; தொடர்ச்சியான *Our school has won the competition for four years running.* **2** (*only before a noun*) flowing or available from a tap (used about water) (நீர் வகையில்) குழாயிலிருந்து ஒழுகுகிற அல்லது குழாயிலிருந்து பெறக்கூடியதான *There is no running water in the cottage.* **3** (*only before a noun*) not stopping; continuous நிறுத்தம் இல்லாத; தடைப்படாத; தொடர்ந்த *a running battle between two rival gangs*

running commentary *noun* [C] a spoken description of sth while it is happening ஒரு நிகழ்ச்சி நடந்துகொண்டிருக்கும்போது அது குறித்துத் தரப்படும் பேச்சு வடிவிலான விளக்கவுரை; நேர்முக வருணனை

runny /ˈrʌni/ *adj.* (*informal*) **1** containing more liquid than is usual or than you expected வழக்கத்தை விட அல்லது எதிர்பார்த்ததை விட அதிக அளவில் திரவம் உள்ளடங்கியுள்ள; மிகைத் திரவச் செறிவுள்ள **2** (used about your eyes or nose) producing too much liquid (கண்கள் அல்லது மூக்கு வகையில்) மிகைப்படியான திரவம் வெளிப்படுகிற; கண்ணீர்/சளி ஒழுகுகிற *Their children always seem to have runny noses.*

run-of-the-mill *adj.* ordinary, with no special or interesting characteristics சிறப்பான அல்லது ஆர்வம் தூண்டும் பண்புகளைக் கொண்டிராது, சாதாரணமாகக் காணப்படுகிற; வழக்கமான; பொதுமுறையான; தனிச்சிறப்பற்ற *a run-of-the-mill job*

run-up *noun* [*sing.*] **1** the period of time before a certain event குறிப்பிட்ட (முக்கியமான) நிகழ்வுக்கு முந்திய காலப்பகுதி; முகப்புக் காலம் *the run-up to the election* **2** (in sport) a run that people do in order to be going fast enough to do an action (விளையாட்டில்) விரைவியக்கம் வேண்டப்படும் ஒரு செயலுக்கான முன்னொருக்கமாக ஓடும் ஓட்டம்; ஆயத்த ஓட்டம்

runway /ˈrʌnweɪ/ *noun* [C] a long piece of ground with a hard surface where an aircraft takes off and lands at an airport விமான நிலையத்தில் விமானம் மேலெழும்ப மற்றும் தரையிறங்கப் பயன்படுத்தப்படும் கெட்டியான மேற்பரப்புடைய நீளமான தரைப்பகுதி; ஓடுபாதை

rupee *noun* [C] (*pl.* **rupees**) the common name for currencies used in India, Pakistan, Sri Lanka, Nepal, etc. இந்தியா, பாகிஸ்தான், இலங்கை, நேபாளம் முதலிய நாடுகளில் புழங்கும் பணத்தின் பொதுப்பெயர்; ரூபாய்

rupture /ˈrʌptʃə(r)/ *noun* [C, U] **1** a sudden bursting or breaking திடீரென உண்டாகும் வெடிப்பு அல்லது முறிவு; திடீர் உடைவு அல்லது தகர்வு **2** (*formal*) the sudden ending of good relations between two people or groups இரண்டு ஆட்களுக்கு அல்லது குழுக்களுக்கு இடையேயான இணக்கமான உறவில் திடீரென உண்டாகும் பிளவு; திடீர் உறவு முறிவு ▶ **rupture** *verb* [I, T] *Her appendix ruptured and she had to have emergency surgery.*

rural /ˈrʊərəl/ *adj.* connected with the country, not the town நகரங்கள் அல்லாது, நாட்டுப்புறம் சார்ந்த அல்லது நாட்டுப்புறத்திற்குரிய; ஊரக ⇨ **urban** மற்றும் **rustic** பார்க்க.

ruse /ruːz/ *noun* [C] a trick or clever plan மோசடி ஏற்பாடு; சூழ்ச்சி; திறமையான திட்ட ஏற்பாடு

rush¹ /rʌʃ/ *verb* **1** [I, T] to move or do sth with great speed, often too fast மிக வேகமாக, பெரும்பாலும் மிகை விரைவுடன் இயங்கு அல்லது செயல்படு; பாய்ந்து செல்; அவசர அவசரமாக ஒன்றைச் செய் *I rushed back home when I got the news.* • *Don't rush off—I want to talk to you.* • *We had to rush our meal.* **2** [T] to take sb/sth to a place very quickly கடுவிரைவாக ஒருவரை/ஒன்றை ஓரிடத்திற்குக் கொண்டுசெல் *He suffered a heart attack and* ***was rushed to hospital.*** **3** [I, T] **rush (sb) (into sth/into doing sth)** to do sth or make sb do sth without thinking about it first (முன்கருதல் இன்றி ஒன்றைச் செய் அல்லது ஒருவர் ஒன்றைச் செய்யத் தூண்டு; ஆராயாமல் விரைந்து செயல் மேற்கொள்; அவசரப்படு; அவசரப்படுத்து *Don't let yourself be rushed into marriage.* • *Don't rush me—I'm thinking!*

IDM **be rushed/run off your feet** ⇨ **foot¹** பார்க்க.

rush² /rʌʃ/ *noun* **1** [*sing.*] a sudden quick movement திடீர் விரைவியக்கம், விரைவுப் பாய்ச்சல்; நெருக்கியடிப்பு; பரபரப்பு *At the end of the match there was a rush for the exits.* • *I was so nervous, all my words came out* ***in a rush.*** **2** [*sing.*, U] a situation in which you are in a hurry and need to do things quickly ஒன்றை விரைந்து முடிக்க வேண்டிய அவசரத்தில் இருக்கும் நிலை; பரபரப்பு நிலை *I can't stop now. I'm* ***in a*** *terrible rush.* • *Don't hurry your meal. There's no rush.* **3** [*sing.*] **a rush (on sth)** a time when many people try to get sth மிகப்பலர் ஒன்றைப் பெற முயலும் சமயம்; கூட்ட நெருக்கடி நேரம்; நெருக்கியடிப்பு *There's been a rush to buy petrol before the price goes up.* **4** [*sing.*] a time when there is a lot of activity and people are very busy மக்களிடையே பெருமளவு செயற்பாடும் மிகுந்த

அவசர உணர்வும் காணப்படும் வேளை; பரபரப்பு நேரம் *We'll leave early to avoid the rush.* **5** [C] a type of tall grass that grows near water நீரை ஒட்டி வளரும் உயரமான புல் வகை; நாணற்புல் ➪ **plant** பதிவில் படம் பார்க்க.

rush hour *noun* [C] the times each day when there is a lot of traffic because people are travelling to or from work ஆட்கள் பணியிடத்திற்குப் பயணம் செய்வதால் அல்லது பணியிடத்திலிருந்து வீடு திரும்புவதால் ஒவ்வொரு நாளிலும் காணப்படும் போக்குவரத்து நெரிசல் மிக்க நேரங்கள்; நாளின் நெரிசல்/கூட்ட நேரம் *rush-hour traffic*

rust /rʌst/ *noun* [U] **1** a reddish-brown substance that forms on the surface of iron, etc., caused by the action of air and water காற்று மற்றும் நீரின் எதிர்வினையின் காரணமாக இரும்பு முதலியவற்றின் மேற்பரப்பில் உண்டாகும் செம்பழுப்பு நிறப் பொருள்; உலோகத் துரு ▶ **rust** *verb* [I, T] *Some parts of the car had rusted.* **2** a reddish-brown colour similar to the colour of rust உலோகத்துருவைப் போன்ற செம்பழுப்பு நிறம் *a rust-colour sari*

rustic /ˈrʌstɪk/ *adj.* typical of the country or of country people; simple நாட்டுப்புறத்திற்கு அல்லது நாட்டுப்புற மக்களுக்கு உரிய; நாட்டுப்புறப் பாங்கான; எளிமையான *The whole area is full of rustic charm.* ➪ **rural** மற்றும் **urban** பார்க்க.

rustle /ˈrʌsl/ *verb* [I, T] to make a sound like dry leaves or paper moving காய்ந்த இலைகள் அல்லது தாள் அசைவது போன்று ஒலி எழுப்பு; சரசர ஒலி செய் *There was a rustling noise in the bushes.* ▶ **rustle** *noun* [sing.]

PHR V **rustle sth up (for sb)** (*informal*) to make or find sth quickly for sb and without planning விரைவாகவும் திட்டமிடாதும் ஒருவருக்கு ஒன்றைத் தயாரித்துக் கொடு அல்லது பெற்றளி. *I can rustle you up a quick snack.*

rusty /ˈrʌsti/ *adj.* **1** (used about metal objects) covered with a brownish substance (**rust**) as a result of being in contact with water and air (உலோகப் பொருள்கள் வகையில்) நீர் மற்றும் காற்றுடன் தொடர்புற்றுத் துருப்பிடிக்கிற; துருப்பிடிக்கும் இயல்புடைய *rusty tins* **2** (used about a skill) not as good as it was because you have not used it for a long time (செயல்திறம் வகையில்) நீண்ட நாட்கள் பயன்படுத்தாமல் இருந்தமையால், கூர்மை/முனைப்பு குறைந்து காணப்படுகிற; நாட்பட்டுத் தேர்ச்சி நலம் குன்றியுள்ள; துருப்பிடித்துள்ள *My French is rather rusty.*

rut /rʌt/ *noun* [C] a deep track that a wheel makes in soft ground மென்தரையில் சக்கரம் பதிந்து உண்டாகும் ஆழமான தடம்; செல்தடக் குழி

IDM **be in a rut** to have a boring way of life that is difficult to change எளிதில் மாற்ற இயலாத சலிப்பூட்டும் வாழ்க்கை முறையைக் கொண்டிரு; எழுச்சியற்ற, வழக்கமுறையான வாழ்க்கை வாழ்

ruthless /ˈruːθləs/ *adj.* (used about people and their behaviour) hard and cruel; determined to get what you want and showing no pity to others (ஆட்கள் மற்றும் அவர்களது நடத்தை வகையில்) கடுமையும் வன்னெஞ்சமும் கொண்ட; தாம் விரும்புவதை அடைவதில் உறுதியாக உள்ள மற்றும் பிறர் மீது பரிவு காட்டாத; இரக்கமற்ற *a ruthless dictator* ▶ **ruthlessly** *adv.* ▶ **ruthlessness** *noun* [U]

rye /raɪ/ *noun* [U] a plant that is grown in colder countries for its grain, which is used to make flour and also an alcoholic drink (**whisky**) மாவாக அரைப்பதற்கும் ஒரு வகை மது (விஸ்கி) தயாரிப்பதற்கும் பயன்படுத்தப்படும் தானிய மணி தரும், குளிர்மிக்க நாடுகளில் வளரும் தாவர வகை; கம்பு வகை ➪ **cereal** பதிவில் படம் பார்க்க.

S s

S¹, s /es/ *noun* [C, U] (*pl.* **S's; s's** /ˈesɪz/) the nineteenth letter of the English alphabet ஆங்கில நெடுங்கணக்கின் பத்தொன்பதாவது எழுத்து *'Sam' begins with (an) 'S'.*

S² *abbr.* **1** small (size) சிற்றளவைக் குறிக்கும் small என்பதன் குறுக்கம் **2** (*AmE* **So**) south(ern) தென்திசையைக் குறிக்கும் south என்பதன் குறுக்கம் *S Delhi*

sabbath /ˈsæbəθ/ **the Sabbath** *noun* [*sing.*] the day of the week for rest and prayer in certain religions (Sunday for Christians, Saturday for Jews) குறிப்பிட்ட சமயங்களில் கடைப்பிடிக்கப்படும் ஓய்வு மற்றும் வழிபாட்டிற்கான வாரநாள்; வார ஓய்வுத் திருநாள்; கிறிஸ்தவர்கள் ஞாயிற்றுக்கிழமையையும் யூதர்கள் சனிக்கிழமையையும் ஓய்வு நாளாகக் கடைப்பிடிக்கின்றனர்

sabotage /ˈsæbətɑːʒ/ *noun* [U] damage that is done on purpose and secretly in order to prevent an enemy or a competitor being successful, for example by destroying machinery, roads, bridges, etc. ஒரு பகைவரது அல்லது போட்டியாளரது வெற்றி வாய்ப்பைக் குலைக்க வேண்டித் திட்டமிட்டு இரகசியமாக செய்யப்படும் (இயந்திரங்கள், சாலைகள், பாலங்கள் முதலியவற்றைச் சேதப்படுத்துதல் போன்ற) ஒரு நாச வேலை *industrial/economic/military sabotage*
▶ **sabotage** *verb* [T]

saccharin /ˈsækərɪn/ *noun* [U] a very sweet chemical substance that can be used instead of sugar சர்க்கரைக்குப் பதிலாகப் பயன்படுத்தக்கூடிய மிக இனிப்பான வேதியியற் பொருள் வகை; மணிவெல்லம்

sachet /ˈsæʃeɪ/ *noun* [C] a small plastic or paper packet that contains a small amount of liquid or powder குறைந்த அளவான திரவம் அல்லது பொடி உள்ளிடப்பட்ட சிறிய பிளாஸ்டிக் அல்லது தாள் பை; சிறு பை; பைக்கூடு *a sachet of shampoo/sugar/coffee*

sack¹ /sæk/ *noun* [C] a large bag made from a rough heavy material, paper or plastic, used for carrying or storing things பொருள்களைக் கொண்டு செல்வதற்கு அல்லது இருப்பு வைப்பதற்குப் பயன்படுத்தப்படும் நயமற்ற, கனமான துணி, தாள் அல்லது பிளாஸ்டிக்கால் ஆன பெரிய பை; சாக்கு; கோணிப்பை *sacks of flour/potatoes*

IDM get the sack (*BrE*) to be told by your employer that you can no longer continue working for him/her (usually because you have done sth wrong) (வழக்கமாகத் தனது தவறான செயல் ஒன்றின் காரணமாகப்) பணியிலிருந்து விலகுமாறு தனது பணி முதல்வரால் கூறப்படு; வேலை நீக்கம் செய்யப்படு *Tina got the sack for poor work.*

give sb the sack (*BrE*) to tell an employee that he/she can no longer continue working for you (because of bad work, behaviour, etc.) (குறைபாடு, ஒழுங்கின்மை முதலியவை காரணமாகப்) பணியாளரை வேலையிலிருந்து விலக்கு; பணி நீக்கம் செய் *Tara's work wasn't good enough and she was given the sack.*

sack² /sæk/ (*AmE* **fire**) *verb* [T] to tell an employee that he/she can no longer work for you (because of bad work, bad behaviour, etc.) (குறைபாடு, ஒழுங்கின்மை முதலியவை காரணமாகப்) பணியாளரை வேலையிலிருந்து விலக்கு; பணி நீக்கம் செய் *Her boss has threatened to sack her if she's late again.*

sackcloth /ˈsækklɒθ/ (*also* **sacking** /ˈsækɪŋ/) *noun* [U] a rough cloth that is used for making large bags (**sacks**) பெரிய பைகள் செய்வதற்குப் பயன்படுத்தப்படும் முரட்டுத் துணி வகை; கோணிப்பைத் துணி

sacred /ˈseɪkrɪd/ *adj.* **1** connected with God, a god or religion இறைவன், ஒரு கடவுள் அல்லது சமயம் தொடர்பான; தெய்வத்திற்குரிய; சமயச் சார்புடைய; புனிதமான *The Koran is the sacred book of Muslims.* **2** too important and special to be changed or harmed மாற்ற அல்லது தீங்கு செய்யக் கூடாதவாறு முக்கியத்துவம் அல்லது தனித்தன்மை உடைய; தனிச் சிறப்பான; மீற முடியாத; மதித்துப் போற்றத்தக்க *a sacred tradition*

sacrifice¹ /ˈsækrɪfaɪs/ *noun* [U, C] **1** giving up sth that is important or valuable to you in order to get or do sth that seems more important; sth that you give up in this way உயர் முக்கியத்துவம் உடையதாகத் தோன்றும் ஒன்றைப் பெறும் பொருட்டு அல்லது செய்யும் பொருட்டுத் தனக்கு முக்கியமானதாக அல்லது மதிப்பு வாய்ந்ததாக உள்ள ஒன்றைக் கைவிடுதல்; தியாகம்; தியாகம் செய்யப்படும் ஒன்று *If we're going to have a holiday this year, we'll have to* ***make some sacrifices.*** **2 sacrifice (to sb)** the act of offering sth to a god, especially an animal that has been killed in a special way; an animal, etc. that is offered in this way ஒன்றை, குறிப்பாக ஒரு விலங்கை, பலியாகக் கடவுளுக்குப் படைத்தல்; இவ்வாறு பலியாகக் கடவுளுக்குப் படைக்கப்படும் விலங்கு முதலியவை; உயிர்ப்பலி; பலி

sacrifice² /ˈsækrɪfaɪs/ *verb* **1** [T] **sacrifice sth (for sb/sth)** to give up sth that is important or valuable to you in order to get or do sth that seems more important உயர் முக்கியத்துவம் உடையதாகத் தோன்றும் ஒன்றைப் பெறும் பொருட்டு அல்லது செய்யும் பொருட்டுத் தனக்கு முக்கியமானதாக அல்லது மதிப்பு வாய்ந்ததாக உள்ள ஒன்றைக் கைவிடு; தியாகம் செய் *She is not willing to sacrifice her career in order to have children.* **2** [I, T] to kill an animal and offer it to a god, in order to please the god ஒரு கடவுளை மகிழ்விக்க வேண்டி ஒரு விலங்கைக் கொன்று அதனை அவருக்குப் படை; பலியிடு

sacrilege /ˈsækrəlɪdʒ/ *noun* [U, *sing.*] treating a religious object or place without the respect that it deserves சமயத் தொடர்புடைய ஒரு பொருளை அல்லது ஓரிடத்தை அதற்குரிய மதிப்புத் தராது நடத்துதல்; தெய்வக் குற்றம்; புனிதத்தன்மையைக் கெடுத்தல்

sad /sæd/ *adj.* (**sadder; saddest**) **1 sad (to do sth); sad (that...)** unhappy or causing sb to feel unhappy மனச் சோர்வுற்ற; வருந்துகிற; துயருற்ற; ஒருவருக்கு வருத்தம் உண்டாக்கு-கிற; துயரூட்டுகிற *We are very sad to hear that you are leaving.* • *That's one of the saddest stories I've ever heard!* • *a sad poem/song/film* **2** bad or unacceptable மோசமான; ஏற்புக்கு உரியதல்லாத; வருந்தத்தக்க *It's a sad state of affairs when your best friend doesn't trust you.* ▶ **sadden** /ˈsædn/ *verb* [T] (*formal*) *The news of your father's death saddened me greatly.* ▶ **sadness** *noun* [C, U]

saddle /ˈsædl/ *noun* [C] **1** a seat, usually made of leather, that you put on a horse so that you can ride it குதிரை மீது அமர்ந்து செல்-வதற்காக அதன் முதுகில் பொருத்தப்படும், பெரும்பாலும் தோலால் செய்யப்பட்ட, இருக்-கை; சேணம் ⇨ **horse** பதிவில் படம் பார்க்க. **2** a seat on a bicycle or motorbike மிதிவண்டி அல்லது விசை மிதிவண்டியின் இருக்கை ⇨ **bicycle** பதிவில் படம் பார்க்க. ▶ **saddle** *verb* [T]

PHR V **saddle sb with sth** to give sb a responsibility or task that he/she does not want ஒருவர் விரும்பாத பொறுப்பை அல்லது இடுபணியை அவருக்குக் கொடு; பொறுப்புச் சுமத்து; கடமையை ஒருவர் மீதேற்று

sadism /ˈseɪdɪzəm/ *noun* [U] getting pleasure, especially sexual pleasure, from hurting other people பிறரைத் துன்புறுத்தி, இன்பம், குறிப்-பாகப் பாலியல் இன்பம் பெறுதல்; கொடு வெறிக் காமம்; கொடுமை இன்பம் ⇨ **masochism** பார்க்க.

sadist /ˈseɪdɪst/ *noun* [C] a person who gets pleasure, especially sexual pleasure, from hurting other people பிறரைத் துன்புறுத்தி, இன்பம், குறிப்பாகப் பாலியல் இன்பம், பெறுபவர்; கொடுவெறிக் காமுகர்; கொடுமன இன்பத் துய்ப்பாளர் ▶ **sadistic** /səˈdɪstɪk/ *adj.* ▶ **sadistically** /səˈdɪstɪkli/ *adv.*

sadly /ˈsædli/ *adv.* **1** unfortunately துரதிட்ட-வசமாக; நலக்கேடான முறையில் *Sadly, after eight years of marriage they had grown apart.* **2** in a way that shows unhappiness வருந்தத்-தக்கவாறு; துயரார்ந்த முறையில்; மனச்-சோர்வைக் காட்டுவதாக **3** in a way that is wrong தவறான முறையில்; கேடுற்றதாக; இன்னாத-தாக *If you think that I've forgotten what you did, you're **sadly mistaken**.*

safari /səˈfɑːri/ *noun* [C, U] (*pl.* **safaris**) a trip to see or hunt wild animals, especially in East Africa குறிப்பாகக் கிழக்கு ஆப்பிரிக்காவில், காட்டுவிலங்குகளைக், காண்பதற்காக அல்லது வேட்டையாடுவதற்காக மேற்கொள்ளப்படும் சிறு பயணம்; வன விலங்குக் காட்சி/வேட்டை *to be/go **on safari***

safe¹ /seɪf/ *adj.* **1** (*not before a noun*) **safe (from sb/sth)** free from danger; not able to be hurt ஆபத்தில்லாத; இடர்க்காப்புடைய; தீங்குற முடியாத *She didn't **feel safe** in the house on her own.* • *Do you think my car will be safe in this street?* **2 safe (to do sth); safe (for sb)** not likely to cause danger, harm or risk ஆபத்து, தீங்கு அல்லது இடர் உண்டுபண்ணும் வாய்ப்-பற்ற; பாதுகாப்பான; பத்திரமான *Don't sit on that chair, it isn't safe.* • *I left my suitcase in a **safe place** and went for a cup of coffee.* • *I think **it's safe to say** that the situation is unlikely to change for some time.* **3** (*not before a noun*) not hurt, damaged or lost தீங்கு, சேதம் அல்லது இழப்புக்கு உட்பட்டிராத; பத்திரமாக உள்ள *After the accident he checked that all the passengers were safe.* • *After five days the child was found, **safe and sound**.* **4** based on good evidence உறுதியான அல்லது ஏற்புக்குரிய ஆதாரத்தின் அடிப்படையிலான; நம்பகத்-தன்மையுடைய; நிச்சயமான *a safe verdict* ▶ **safely** *adv.* *I rang my parents to tell them I had arrived safely.*

IDM **in safe hands** with sb who will take good care of you ஒருவரது நல்லாதரவில்; நம்பகமான ஒருவரது பாதுகாப்பில்

on the safe side not taking risks; being very careful இடர் வாய்ப்புகளுக்கு இடங்கொடாது; மிக்க விழிப்புணர்ச்சியுடன்; எச்சரிக்கையாக

safe² /seɪf/ *noun* [C] a strong metal box or cupboard with a special lock that is used for keeping money, jewellery, documents, etc. in பணம், அணிமணி, ஆவணங்கள் முதலியவற்றைப் பாதுகாப்பாக வைத்திருக்கப் பயன்படுத்தப்படும்

தனிவகையான பூட்டமைப்புடைய உறுதி வாய்ந்த உலோகப் பெட்டி அல்லது நிலையடுக்கு; காப்புப் பெட்டகம்

safeguard /ˈseɪfɡɑːd/ *noun* [C] **a safeguard (against sb/sth)** something that protects against possible dangers நிகழ வாய்ப்புள்ள ஆபத்துகளிலிருந்து காப்பளிக்கும் ஒன்று; இடர்காப்புப் பொருள்; பாதுகாப்பு ▶ **safeguard** *verb* [T] *to safeguard sb's interests/rights/privacy*

safety /ˈseɪfti/ *noun* [U] the state of being safe; not being dangerous or in danger பாதுகாப்பாக இருக்கும் நிலை; பாதுகாப்பு; ஆபத்து விளைவிப்பதாக அல்லது ஆபத்துக்கு உட்பட்டதாக இல்லாதிருக்கும் நிலை; இடரின்மை *In the interests of safety, smoking is forbidden.* • ***road safety*** (= the prevention of road accidents) • *New* ***safety measures*** *have been introduced on trains.*

safety belt = **seat belt**

safety net *noun* [C] **1** a net that is placed to catch sb who is performing high above the ground if he/she falls தரையிலிருந்து உயரத்தில் ஒரு பொதுக்காட்சி நிகழ்ச்சி நடத்துபவர் விழ நேரிடும்போது அவரைப் பிடித்துக்கொள்ளும் வலையமைப்பு; அரங்கக் காப்பு வலை **2** an arrangement that helps to prevent disaster (usually with money) if sth goes wrong (வழக்கமாகப் பண வகையில்) மோசமான சூழலில் பேரிடர் நேராது காப்பதற்கான ஓர் ஏற்பாடு; இடர்க் காப்பு ஏற்பாடு

safety pin *noun* [C] a metal pin with a point that is bent back towards the head, which is covered so that it cannot be dangerous தலைப்பகுதியுடன் பொருந்துமாறு மேல் நோக்கி வளைக்கப்பட்டு மேல் மூடாக்குடன் அமைந்துள்ள, கூர்நுனியுடைய உலோக ஊசி; காப்பூசி; பிணைப்பூசி

safety valve *noun* [C] a device in a machine that allows steam, gas, etc. to escape if the pressure becomes too great அழுத்தம் எல்லை மிகும்போது, நீராவி, வாயு முதலியவை வெளியேற ஏதுவாக அமைந்துள்ள இயந்திரச் சாதனம்; அழுத்தக் காப்புச் சாதனம்

saffron /ˈsæfrən/ *noun* [U] **1** a bright yellow powder from a flower (**crocus**), that is used in cooking to give colour to food உணவுக்கு நிறமூட்டச் சமையலில் பயன்படுத்தப்படும், குங்குமப்பூவிலிருந்து பெறப்படும் ஒளிர் மஞ்சள் நிறத் தூள்; குங்குமப்பூப் பொடி **2** a bright orange-yellow colour ஒளிர் செம்மஞ்சள் நிறம்; குங்குமப்பூ நிறம் ▶ **saffron** *adj.*

sag /sæɡ/ *verb* [I] (**sagging; sagged**) to hang or to bend down, especially in the middle குறிப்பாக நடுப்பகுதியில் தாழ்வுறு அல்லது கீழ்நோக்கி வளை; நடுப்பகுதியில் கீழ் நோக்கிய புடைப்பு அல்லது வளைவு கொண்டிரு

saga /ˈsɑːɡə/ *noun* [C] a very long story; a long series of events நீண்ட நெடுங்கதை; பெருங்கதை; நிகழ்ச்சிகளின் நீண்ட தொடர்வரிசை

Sagittarius /ˌsædʒɪˈteəriəs/ *noun* [U] the ninth sign of the **zodiac**, the Archer வில்லைக் குறியீட்டு வடிவமாக உடைய ஒன்பதாவது இராசி; தனுசு இராசி

sago /ˈseɪɡəʊ/ *noun* [U] hard white grains made from the soft inside of a type of tree (**palm**), often cooked with milk to make a sweet dish பெரும்பாலும் பாலுடன் சேர்ந்து சமைத்து இனிப்புப் பண்டமாக உண்ணுவதற்குரிய, ஒருவகைப் பனையின் (மரவள்ளியின்) மென்மையான உள்ளீட்டிலிருந்து தயாரிக்கப்படும் கெட்டியான வெண்ணிற மணிகள்; சவ்வரிசி *sago pudding*

said ➪ **say¹** என்பதன் இறந்தகால மற்றும் இறந்தகால வினையெச்ச வடிவம்

sail¹ /seɪl/ *verb* **1** [I] (used about a boat or ship and the people on it) to travel on water in a ship or boat of any type (படகு அல்லது கப்பல் மற்றும் அதில் உள்ளவர்கள் பற்றிக் குறிப்பிடுகையில்) கப்பலில் அல்லது படகில் பயணம் மேற்கொள்; கடற்பயணம் செய் *I stood at the window and watched the ships sailing by.* • *to sail round the world* **2** [I, T] to travel in and control a boat with sails, especially as a sport குறிப்பாக ஒரு விளையாட்டாக, பாய்மரக் கப்பலை இயக்கி, அதில் பயணம் செய்; பாய்க்கப்பல் செலுத்தும் விளையாட்டில் ஈடுபடு *My father is teaching me to sail.* • *I've never sailed this kind of yacht before.*

> NOTE பாய்க்கப்பலில் இன்ப உலா செல்வதைக் குறிக்க **go sailing** என்ற தொடரைப் பயன்படுத்துகிறோம்—*We often go sailing at weekends.*

3 [I] to begin a journey on water நீர்வழிப் பயணம் புறப்படு *When does the ship sail?* • *We sail for Lakshadweep at six o'clock tomorrow morning.* **4** [I] to move somewhere quickly in a smooth or proud way விரைவாக மென்னயத்துடன் அல்லது செருக்குடன் செல்; விரைவாகத் தட்டுத்தடங்கல் இன்றிச் செல்; வீறமைதியுடன் விரைந்து செல் *The ball sailed over the fence and into the neighbour's garden.* • *Madhavi sailed into the room, completely ignoring all of us.*

IDM **sail through (sth)** to pass a test or exam easily ஒரு சோதனையில் அல்லது தேர்வில் இடர்ப்பாடின்றித் தேர்ச்சியுறு; எளிதாக வெற்றி பெறு

sail² /seɪl/ *noun* **1** [C] a large piece of strong material that is fixed onto a ship or boat. The wind blows against the sail and moves the ship along காற்றின் உந்துவிசையைப் பயன்படுத்திக் கப்பலை/படகைச் செலுத்துவதற்கு ஏதுவாக அதன்மேல் விரித்துக் கட்டப்படும் அகல் விரிவான உறுதியான துணி வகை; கப்பற் பாய் **2** [*sing.*] a trip on water in a ship or boat with a sail பாய்க்கப்பலில்/பாய்ப்படகில் செல்லும் நீர்வழிப் பயணம்; பாய்க்கப்பல் சுற்றுப்பயணம் **3** [C] any of the long parts that the wind moves round that are fixed to a building (**windmill**) ஒரு கட்டடத்தில் பொருத்தப்பட்டுக் காற்று விசையால் சுழலும் நீள் பகுதிகளுள் ஒன்று; காற்றாலை நீள் உறுப்பு

IDM **set sail** ⇨ **set**[1] பார்க்க.

sailboard /ˈseɪlbɔːd/ = **windsurfer 1**

sailing /ˈseɪlɪŋ/ *noun* [U] the sport of being in, and controlling, small boats with sails பாய் பொருத்தப்பட்ட சிறு படகில் அமர்ந்து அதனைச் செலுத்தும் விளையாட்டு; பாய்க்கப்பல் ஓட்டும் விளையாட்டு

sailing boat (*AmE* **sailboat** /ˈseɪlbəʊt/) *noun* [C] a boat with a sail or sails பாய் அல்லது பாய்கள் பொருத்தப்பட்ட படகு; பாய்ப்படகு; பாய்மரக் கப்பல்

sailor /ˈseɪlə(r)/ *noun* [C] a person who works on a ship or a person who sails a boat கப்பலில் பணியாற்றுபவர் அல்லது படகு செலுத்துபவர்; மாலுமி; கப்பலோட்டி

saint /seɪnt; sənt/ *noun* [C] **1** a very good or religious person who is given special respect after death by the Christian church இறப்புக்குப் பின் கிறிஸ்தவத் திருச்சபையின் தனிச் சிறப்பான மரியாதைக்கு உரியவராகும் நற்பண்பு மிக்கவர் அல்லது மிகுந்த சமய ஈடுபாடு உடையவர்; அருட்தொண்டர்; புனிதர்

> **NOTE** மதிப்புப் பெயரடையாக வரும்போது இச்சொல் முகட்டெழுத்தில் தொடங்கும்—*Saint Patrick.* இடங்கள், தேவாலயங்கள் முதலியவற்றின் பெயர்களில் வழக்கமாக **St** எனக் குறுக்க வடிவில் பயன்படுத்தப்படும்—*St Andrew's Church.* பெயர்களுக்கு முன் **saint** வரும்போது, இது /sənt/ என உச்சரிக்கப்படுகிறது.

2 a very good, kind person நற்குணமும் அன்பும் மிக்க ஒருவர்; தூயவர்; போற்றத்தக்கவர்

sake /seɪk/ *noun* [C]

IDM **for Christ's/God's/goodness'/Heaven's/pity's, etc. sake** (*spoken*) used to emphasize that it is important to do sth or to show that you are annoyed ஒன்றைச் செய்யவேண்டியதன் இன்றியமையாமையை வலியுறுத்த அல்லது ஒன்று குறித்து ஒருவரது எரிச்சலை வெளிப்படுத்தப் பயன்படுத்தப்படுவது *For goodness' sake, hurry up!* • *Why have you taken so long, for God's sake?* **NOTE** **For God's sake,** குறிப்பாக **for Christ's sake,** என்பது அழுத்தமான உணர்ச்சி வெளிப்பாட்டைக் குறிப்பது. இவ்வழக்கு சிலரது மனத்தைப் புண்படுத்தக் கூடும்.

for the sake of sb/sth; for sb's/sth's sake in order to help sb/sth ஒருவருக்கு/ஒன்றுக்கு உதவி செய்யும் பொருட்டு *Don't go to any trouble for my sake.* • *They only stayed together for the sake of their children/for their children's sake.*

for the sake of sth/of doing sth in order to get or keep sth; for the purpose of sth ஒன்றைப் பெறும் அல்லது வைத்துக் காக்கும் பொருட்டு; ஒன்றை முன்னிட்டு; ஒன்றின் காரணமாக அல்லது நிமித்தமாக *She gave up her job for the sake of her health.*

salad /ˈsæləd/ *noun* [C, U] a mixture of vegetables, usually not cooked, that you often eat together with other foods பெரும்பாலும் பிற உணவு வகைகளுடன் சேர்த்து உண்ணப்படும், வழக்கமாகச் சமைக்கப்படாத, காய்கறிகளின் கலவை *All main courses are served with chips or salad.*

salamander /ˈsæləmændə(r)/ *noun* [C] a small thin animal with four legs and a long tail, of the type that lives both on land and in water (**amphibian**). Salamanders often have bright colours on their skin நிலம், நீர் இரண்டிலும் வாழும் உயிரினத்தைச் சார்ந்ததும் பெரும்பாலும் புறத்தோல் ஒளிர் நிறமானதும் நான்கு கால்களும் நீண்ட வாலும் உடையதுமான ஒல்லியான சிறு விலங்கு; அரணை ⇨ **lizard** பார்க்க; மற்றும் **amphibian** பதிவில் படம் பார்க்க.

salary /ˈsæləri/ *noun* [C, U] (*pl.* **salaries**) the money that a person receives (usually every month) for the work he/she has done தான் செய்துள்ள வேலைக்கு ஒருவர் (வழக்கமாக மாதந்தோறும்) பெறும் பணத்தொகை; (மாத) ஊதியம்; சம்பளம் *My salary is paid directly into my bank account.* • *a high/low salary* ⇨ **pay**[2] பதிவிலுள்ள குறிப்பைப் பார்க்க.

sale /seɪl/ *noun* **1** [C, U] the action of selling or being sold; the occasion when sth is sold (பொருள்களை) விற்றல் அல்லது (பொருள்கள்) விற்கப்படுதல்; விற்பனை *The sale of alcohol to anyone under the age of 25 is forbidden.* • *a sale of used toys* **2 sales** [*pl.*] the number of items sold விற்கப்படும் உருப்படிகளின் எண்ணிக்கை; விற்பனை அளவு *Sales of personal computers have increased rapidly.* • *The company reported excellent sales figures.* **3 sales** [U] (*also* **sales department**) the part of a company that deals with selling its products ஒரு வணிக நிறுவனத்தின் உற்பத்திப்

பொருள்களின் விற்பனையைக் கையாளும் அதன் துறை; விற்பனைப் பிரிவு *Janaki works in sales/in the sales department.* • *a sales representative/sales rep* **4** [C] a time when shops sell things at prices that are lower than usual கடைகள் வழக்கத்தை விடக் குறைந்த விலைக்குத் தமது பொருள்களை விற்பனை செய்யும் பருவம்; மலிவு விலை விற்பனைக் காலம்; தள்ளுபடி விற்பனைக் காலம் *The sale starts on December 28th.* • *I got several bargains **in the sales**.*

IDM **for sale** offered for sb to buy விற்பனைக்கு வைக்கப்பட்டுள்ளதாக; விற்பனைக்காக *This painting is not for sale.* • *Our neighbours have **put their house up for sale**.*

on sale 1 available for sb to buy, especially in shops குறிப்பாக, கடைகளில் விலைக்குக் கிடைக்கக்கூடியதாக; விற்பனையில் *This week's edition is on sale now at your local newsagent's.* **2** (*AmE*) offered at a lower price than usual வழக்கத்தை விடக் குறைந்த விலையில் தரப்படுகிற; மலிவு விலை விற்பனையில் கிடைக்கிற

sales clerk (*also* **clerk**) (*AmE*) = **shop assistant**

salesman /'seɪlzmən/ *noun* [C] (*pl.* **-men** /-men/) a man whose job is selling things to people பொருள்களை விற்பனை செய்யும் ஆண் பணியாளர்; ஆண் விற்பனையாளர்

salesperson /'seɪlzpɜ:sn/ *noun* [C] (*pl.* **salespeople** /'seɪlzpi:pl/) a person whose job is selling things to people, especially in a shop குறிப்பாக ஒரு கடையில், பொருள்களை விற்பனை செய்யும் பணியாளர்; விற்பனையாளர்

saleswoman /'seɪlzwʊmən/ *noun* [C] (*pl.* **-women** /-wɪmɪn/) a woman whose job is selling things to people பொருள்களை விற்பனை செய்யும் பெண் பணியாளர்; பெண் விற்பனையாளர்

salient /'seɪliənt/ *adj.* (*only before a noun*) most important or noticeable உயர் முக்கியத்துவம் உடைய; முதன்மையான; தனிச் சிறப்பான

saline /'seɪlaɪn/ *adj.* (*technical*) containing salt உப்பு உடைய; உப்படங்கிய *a saline solution*

saliva /sə'laɪvə/ *noun* [U] the liquid that is produced in the mouth வாயிலிருந்து உண்டாகும் திரவம்; உமிழ் நீர்; எச்சில் ⇨ **spit** பார்க்க.

sallow /'sæləʊ/ *adj.* (used about a person's skin or face) having a slightly yellow colour that does not look healthy (ஓராளின் தோல் அல்லது முகம் பற்றிக் குறிப்பிடுகையில்) நலக்கேடானதாகத் தோன்றுகிற, சற்றே மஞ்சள் நிறமான; வெளிறிய தோற்றமுள்ள

salmon /'sæmən/ *noun* [C, U] (*pl.* **salmon**) a large fish with silver skin and pink meat that we eat வெள்ளி நிறத் தோலும் இளம் சிவப்பு நிற இறைச்சியும் உடைய பெரிய உணவு மீன் வகை; வஞ்சிர மீன் வகை *smoked salmon*

salmonella /ˌsælmə'nelə/ *noun* [U] a type of bacteria that causes food poisoning உணவை நச்சுப்படுத்தும் நுண்ணுயிரி வகை

salon /'sælɒn/ *noun* [C] a shop where you can have beauty or hair treatment or where you can buy expensive clothes அழகு நிலையம்; முடி ஒப்பனை நிலையம்; ஆடம்பர ஆடைகள் விற்கப்படுமிடம்

saloon /sə'lu:n/ (*AmE* **sedan**) *noun* [C] a car with a fixed roof and a separate area (**boot**) for luggage நிலையான மேற்கவிகையும் தனி மூட்டை வைப்பிடமும் கொண்ட சீருந்து வகை

salt[1] /sɔ:lt (*also BrE*) sɒlt/ *noun* **1** [U] a common white substance that is found in sea water and the earth. Salt is used in cooking for flavouring food உப்பு *Season with **salt and pepper**.* • *Add a pinch* (= a small amount) *of salt.* **2** [C] (in chemistry) a chemical mixture (**compound**) of a metal and an acid (வேதியியலில்) ஓர் உலோகமும் அமிலமும் சேர்ந்த வேதியியல் கலவை வகை; வேதியியல் உப்பு ▶ **salt** *adj. salt water*

IDM **rub salt into the wound/sb's wounds** ⇨ **rub** பார்க்க.

take sth with a pinch of salt ⇨ **pinch[2]** பார்க்க.

salt[2] /sɔ:lt/ *verb* [T] (*usually passive*) to put salt on or in sth ஒன்றின் மீது அல்லது ஒன்றில் உப்பைச் சேர்; உப்பைத் தூவு; உப்பிடு *salted peanuts*

saltwater /'sɔ:ltwɔ:tə(r)/ *adj.* living in the sea கடலில் வாழ்கிற *a saltwater fish* ⇨ **freshwater** பார்க்க.

salty /'sɒlti/ *adj.* having the taste of or containing salt உப்புச் சுவையுள்ள அல்லது உப்பு உள்ளடங்கியுள்ள; உப்பிடப்பட்ட *I didn't like the meat, it was too salty.*

salute /sə'lu:t/ *noun* [C] **1** an action that a soldier, etc. does to show respect, by holding his/her hand to the forehead நெற்றியைத் தொடுமாறு கையை உயர்த்திப் படைவீரர் முதலியோர் மரியாதை செலுத்தும் செயல்; வணக்கம் செய்தல் *to give a salute* **2** something that shows respect for sb ஒருவருக்கு மரியாதை செலுத்துவதைக் குறிப்பது; வணக்கம் தெரிவிப்பு; வணக்க முறை *The next programme is **a salute to** one of the world's greatest film stars.* ▶ **salute** *verb* [I, T] *The soldiers saluted as they marched past the general.*

salvage[1] /'sælvɪdʒ/ *noun* [U] saving things that have been or are likely to be lost or damaged, especially in an accident or a disaster; the things that are saved குறிப்பாக ஒரு விபத்தில்

அல்லது பேரழிவு நிகழ்வில், இழப்புக்கு/சேதத்திற்கு உள்ளான அல்லது இழப்புக்கு/சேதத்திற்கு உள்ளாகக்கூடிய பொருள்களைப் பாதுகாத்தல்; அழிவுக் காப்பு; அழிவு மீட்பு; அழிவிலிருந்து பாதுகாக்கப்பட்ட/மீட்கப்பட்ட பொருள்கள் *a salvage operation/company/team*

salvage² /ˈsælvɪdʒ/ *verb* [T] **salvage sth (from sth)** to manage to rescue sth from being lost or damaged; to rescue sth or a situation from disaster இழப்பு அல்லது சேதத்திற்கு உள்ளாகாதவாறு ஒன்றை முயன்று கா; ஒன்றை அல்லது ஒரு நேர்வைப் பேரிடர் ஒன்றிலிருந்து காப்பாற்று; அழிவிலிருந்து மீட்டுக்கொள் *They salvaged as much as they could from the house after the fire.*

salvation /sælˈveɪʃn/ *noun* **1** [U] (in the Christian religion) being saved from the power of evil (கிறிஸ்தவச் சமயத்தில்) தீவினையின் ஆதிக்கத்திலிருந்து காக்கப்படுதல்; பாவ விமோசனம் **2** [U, *sing.*] a thing or person that rescues sb/sth from danger, disaster, etc. ஒருவரை/ஒன்றை ஆபத்து, பேரிடர் முதலியவற்றிலிருந்து காப்பாற்றுபவர்/காப்பாற்றுவது; மீட்பர்; இரட்சகர்

sambar (*also* **sambhar**) *noun* [U] a kind of soup from the southern regions of India that is prepared by using **lentils**, vegetables and spices இந்தியாவின் தெற்குப் பகுதிகளில் பருப்பு, காய்கறிகள், நறுமணப் பொருள்கள் முதலியவற்றைக் கொண்டு தயாரிக்கப்படும் குழம்பு வகை; சாம்பார்

same /seɪm/ *adj., adv., pronoun* **1 the same... (as sb/sth); the same... that...** not different, not another or other; exactly the one or ones that you have mentioned before முன்கூறப்பட்ட அவரேயான/அதுவேயான; வேறல்லாத; முன்கூறப்பட்ட அவரேயாக/அதுவேயாக; முன்கூறப்பட்டவரே/முன்கூறப்பட்டதே; அவரே/அதுவே *My brother and I had the same teacher at school.* • *This one looks* ***exactly the same*** *as that one.* **2 the same... (as sb/sth); the same... that...** exactly like the one already mentioned ஏற்கனவே குறிப்பிட்ட ஆளை/பொருளை சரி நுட்பமாக ஒத்து; சரிநுட்பமாக ஒத்துள்ளவர்/ஒத்துள்ளது; அதே தன்மையாக/தன்மையான; ஒரே வகையாக/வகையான *I wouldn't buy the same car again* (= the same model of car). • *We treat all the children in the class the same.* • *All small babies look the same.*

NOTE **A same...** என வராது. இக்கருத்தைக் குறிக்கும் தொடர் **the same sort of** என்பதாகும்—*I'd like the same sort of job as my father.*

IDM **all/just the same** in spite of this/that; anyway இவ்வாறு/அவ்வாறு இருப்பினும் அல்லது இருந்தும் கூட; இருந்தபோதிலும்; எப்படியாயினும் *I understand what you're saying. All the same, I don't agree with you.* • *I don't need to borrow any money but thanks all the same for offering.*

at the same time 1 together; at one time ஒரு சேர; ஒருங்கே; ஒரே நேரத்தில் *I can't think about more than one thing at the same time.* **2** on the other hand; however அதே சமயம்; ஆயினும்; எனினும்; என்றாலும் *It's a very good idea but at the same time it's rather risky.*

much the same ⇨ **much** பார்க்க.

on the same wavelength able to understand sb because you have similar ideas and opinions ஒத்த கருத்துகள் மற்றும் எண்ணங்கள் கொண்டிருப்பதன் காரணமாக, ஒருவரைப் புரிந்துகொள்ளக் கூடியவராக; ஒத்த கருத்தோட்டம்/மனப்பாங்கு உடைய

(the) same again (*spoken*) a request to be served or given the same drink as before முன் வழங்கப்பட்ட அதே பானத்தை மீண்டும் பரிமாற வேண்டும் அல்லது தரவேண்டும் என்னும் வேண்டுகோள்; அதுவே; முன்னர் தரப்பட்டதே

same here (*spoken*) the same thing is also true for me தன் வகையிலும் அதே நிலைதான்; இங்கும் அப்படியே *'I'm bored.' 'Same here.'*

(the) same to you (*spoken*) used as an answer when sb says sth rude to you or wishes you sth கடுஞ்சொல் அல்லது வாழ்த்துக் கூறும் ஒருவருக்கு மறுமொழியாகக் கூறப் பயன்படுத்தப்படுவது; உனக்கும்/உங்களுக்கும் அவ்வாறே ஆகுக *'Have a good weekend.' 'The same to you.'*

samosa *noun* [C] a popular triangular-shaped fried **snack** stuffed with spiced vegetables or meat மசாலா சேர்த்த காய்கறிகளை அல்லது இறைச்சியை உள்ளிட்டு முக்கோண வடிவில் மடித்து எண்ணெய்யில் பொரித்துத் தயாரிக்கப்படும் பொது விருப்பச் சிற்றுண்டி; சமோசா

sample /ˈsɑːmpl/ *noun* [C] a small number or amount of sb/sth that is looked at, tested, examined, etc. to find out what the rest is like ஒரு பொருள் இன்ன தன்மையுடையது என்பதைக் கண்டறிய பார்வைக்கு, சோதனைக்கு அல்லது ஆய்வுக்கு உட்படுத்தப்படும் அதன் சிற்றளவு அல்லது சிறுபகுதி; மாதிரி; மாதிரிக் கூறு *a* ***random sample*** *of shoppers* • *to take a blood sample* • *a free sample of shampoo* ✪ SYN **specimen** ► **sample** *verb* [T] *I got a chance to sample the local food when I was in Goa.*

sanatorium /ˌsænəˈtɔːriəm/ (*AmE* **sanitarium**) *noun* [C] a type of hospital where patients who need a long period of treatment for an illness can stay ஒரு பிணிக்கு நீண்ட கால மருத்துவம் வேண்டப்படும் நோயாளிகள் தங்கியிருப்பதற்கான ஒருவகை மருத்துவமனை; நல ஆக்க நிலையம்

sanction¹ /ˈsæŋkʃn/ *noun* **1** [C, *usually pl.*] **sanctions (against sb)** an official order that limits business, contact, etc. with a particular country, in order to make it do sth, such as obeying international law பன்னாட்டுச் சட்டத்திற்குக் கீழ்ப்படிதல் முதலிய ஒன்றுக்கு உட்படுத்த வேண்டி, ஒரு நாட்டுடனான வாணிகம், தொடர்பு முதலியவற்றுக்குக் கட்டுப்பாடு விதிக்கும் அதிகாரபூர்வமான ஆணை; தடை நடவடிக்கை; தடுப்பு *Economic sanctions were imposed on any country that refused to sign the agreement.* • *The sanctions against those countries have now been lifted.* **2** [U] (*formal*) official permission to do or change sth ஒன்றைச் செய்வதற்கான அல்லது மாற்றுவதற்கான அதிகாரபூர்வமான அனுமதி; இசைவாணை; மேலிட ஒப்புதல் **3** [C] a punishment for breaking a rule or law ஒரு சட்டத்தை அல்லது விதிமுறையை மீறும்போது விதிக்கப்படும் தண்டனை; சட்ட ஒறுப்பு விதிமுறைத் தண்டம்

sanction² /ˈsæŋkʃn/ *verb* [T] to give official permission for sth ஒன்றுக்கு அதிகாரபூர்வமான அனுமதி கொடு; மேலிட ஒப்புதல் அளி

sanctity /ˈsæŋktəti/ *noun* [U] **1 sanctity (of sth)** the quality of being important enough to make it worth protecting and perserving அழியாது பாதுகாத்து வைக்கப்பட வேண்டிய அளவுக்கு முக்கியத்துவம் உள்ள சிறப்பியல்பு நிலை; தனிமுறைச் சிறப்பு; தனிக் காப்புத் தகுதி *the sanctity of marriage* **2** the state of being holy அருள் தூய்மை; புனிதம்; திரு நிலை *a life of sanctity, like that of Kabir*

sanctuary /ˈsæŋktʃuəri/ *noun* (*pl.* **sanctuaries**) **1** [C] a place where birds or animals are protected from being hunted வேட்டையாடுதல் தடைசெய்யப்பட்டுப் பறவைகள் அல்லது விலங்குகள் பாதுகாக்கப்படும் இடம்; சரணாலயம் **2** [C, U] a place where sb can be safe from enemies, the police, etc. பகைவர், காவல் துறையினர் முதலியோரிடமிருந்து ஒருவர் பாதுகாப்பாக உள்ள இடம்; புகலிடம்

sand /sænd/ *noun* **1** [U] a powder consisting of very small grains of rock, found in deserts and on beaches மணல் **2 the sands** [*pl.*] a large area of sand பெரும் மணல்பரப்பு

sandal /ˈsændl/ *noun* [C] a type of light, open shoe that people wear when the weather is warm வெப்பமான வானிலையின் போது அணிவதற்கான கனமில்லாத, மேற்கவிகையற்ற காலணி வகை; மிதியடி

sandalwood /ˈsændlwʊd/ *noun* [U] a type of light coloured hard wood of an evergreen tree that gives sweet smelling oil which is used to make **perfume** நறுமணத்திரவங்கள் செய்யப் பயன்படுத்தப்படும் இனிய மணமுள்ள எண்ணெய்யைத் தரும் பசுமை மாறா மரத்தின் வெளிர் நிற உறுதியான கட்டை; சந்தனக்கட்டை

sandbank /ˈsændbæŋk/ *noun* [C] an area of sand that is higher than the sand around it in a river or the sea ஆற்றில் அல்லது கடலில், சுற்றிலுமுள்ள மணற்பகுதியை விட உயர் மட்டத்தில் உள்ள மணற்பரப்பு; மணல்மேடு

sandbar /ˈsændbɑː(r)/ *noun* [C] (in geography) a long mass of sand at the point where a river meets the sea that is formed by the movement of the water (புவியியலில்) ஆறு கடலோடு கலக்கும் இடத்தில் நீரின் ஓட்டத்தால் உண்டாகும் நீண்ட மணல் தொகுதி; கழிமுக மணல் திட்டு; மணல் வழியிடை

sandcastle /ˈsændkɑːsl/ *noun* [C] a pile of sand that looks like a castle, made by children playing on a beach கடற்கரையில் குழந்தைகள் விளையாட்டாக உருவாக்கும் கோட்டை போன்ற தோற்றமுடைய மணற்குவியல்; மணல் கோட்டை

sand dune = **dune**

sandpaper /ˈsændpeɪpə(r)/ *noun* [U] strong paper with sand on one side that is used for rubbing surfaces in order to make them smooth ஒன்றின் மேற்பரப்பிலுள்ள சொரசொரப்பை நீக்குவதற்காக அல்லது அதனை மெருகூட்டுவதற்காக அதன் மீது தேய்க்கப் பயன்படுத்தப்படும் ஒரு பக்கத்தில் மணல் ஒட்டியுள்ள உறுதியான தாள்; உப்புத் தாள்; உப்புக் காகிதம்

sandstone /ˈsændstəʊn/ *noun* [U] a type of stone that is formed of grains of sand tightly pressed together and that is used in building மணல் துகள்கள் ஒன்றோடு ஒன்று அழுத்தி இணைத்து உருவாவதும், கட்டட வேலையில் பயன்படுத்தப்படுவதுமான கல் வகை; மணற்கல்

sandstorm /ˈsændstɔːm/ *noun* [C] a storm in a desert in which sand is blown into the air by strong winds கடுங்காற்றினால் மணல் வீசியடிக்கப்படும் பாலைவனப் புயல் வகை; மணற்புயல்

sandwich¹ /ˈsænwɪtʃ/ *noun* [C] two slices of bread with food between them இடையில் உணவு இடப்பட்டுள்ள இரண்டு ரொட்டித் துண்டுகள்; உணவு இடையீட்டு ரொட்டி *a chicken/cheese sandwich*

sandwich² /ˈsænwɪtʃ/ *verb* [T] **sandwich sb/sth (between sb/sth)** to place sb/sth in a very narrow space between two other things or people இரண்டு பொருள்களுக்கு அல்லது ஆட்களுக்கு இடையே உள்ள மிகக் குறுகலான இடப்பரப்பில் ஒன்றை/ஒருவரை வை; ஒடுக்கமான இடைவெளியில் உட்புகுத்து

sandwich course *noun* [C] (*BrE*) a course of study which includes periods of working in business or industry வணிக நிறுவனத்தில் அல்லது தொழிற்சாலையில் பணிபுரிதலை உள்ளடக்கிய பாடப்பிரிவு; பணி இடையிட்டப் பாடப்பிரிவு

sandy /'sændi/ *adj.* covered with or full of sand மணல் நிறைந்துள்ள; மணல் சூழ்ந்துள்ள; மணற்பாங்கான

sane /seɪn/ *adj.* **1** (used about a person) mentally normal; not crazy (ஆள் வகையில்) இயல்பான மனநிலையில் உள்ள; நல்லறிவு நிலையிலுள்ள; அறிவு பிறழாத *No sane person would do anything like that.* **2** (used about a person or an idea, a decision, etc.) sensible; showing good judgement (ஆள் அல்லது கருத்து வகையில்) நல்லறிவுடைய; அறிவு/அனுபவ முதிர்ச்சியுள்ள; விவேகமான; நடைமுறைச் சாத்தியமான ✪ OPP **insane** ➪ **sanity** noun பார்க்க.

sang ➪ **sing** என்பதன் இறந்தகால வடிவம்

sangh *noun* [U] (*IndE*) a society for something; an association or an organisation ஒரு செயல் நோக்கத்திற்கான தோழமைக்குழு; கூட்டுக் கழகம்; சங்கம் *Rashtriya Swayamsevak Sangh*

sanitarium /ˌsænə'teəriəm/ (*AmE*) = **sanatorium**

sanitary /'sænətri/ *adj.* connected with the protection of health, for example how human waste is removed மனிதக் கழிவுகள் நீக்கப்படும் முறை முதலிய நலக்காப்பு முறைகள் தொடர்பான; ஆரோக்கியச் சூழல் சார்ந்த *Sanitary conditions in the refugee camps were terrible.* ➪ **insanitary** பார்க்க.

sanitary towel (*AmE* **sanitary napkin**) *noun* [C] a thick piece of soft material that women use to take in and hold blood lost during their period பெண்கள் மாதவிடாயின் போதான குருதிப்போக்கைத் தன்னுள் உறிஞ்சிக்கொள்ளும் தன்மையுள்ள தடிப்பும் மென்மையும் உடைய துணி வகை; விடாய்க் காலத் துண்டு ➪ **tampon** பார்க்க.

sanitation /ˌsænɪ'teɪʃn/ *noun* [U] the equipment and systems that keep places clean, especially by removing human waste குறிப்பாக மனிதக் கழிவுகளை நீக்கி, இடப்பகுதிகளைத் துப்புரவாக வைத்திருப்பதற்கான சாதனங்களும் கட்டமைப்பும்; சாக்கடைக் கழிவு நீக்க அமைப்பு

sanity /'sænəti/ *noun* [U] **1** the state of having a normal healthy mind இயல்பான மனநிலையில் இருத்தல்; நல்லறிவு நிலை; மனநலம் **2** the state of being sensible and reasonable விவேகம்; பகுத்துணர்வு ✪ OPP **insanity** ➪ **sane** adjective பார்க்க.

sank ➪ **sink**[1] என்பதன் இறந்தகால வடிவம்

Sanskrit *noun* [U] an ancient language of India and one of the oldest languages of the Indo-European family இந்திய-ஐரோப்பிய மொழிக் குடும்பத்தைச் சார்ந்த பழமையான இந்திய மொழி; சமஸ்கிருதம்; வடமொழி

Santa Claus /'sæntə klɔːz/ = **Father Christmas**

sap[1] /sæp/ *noun* [U] the liquid in a plant or tree தாவரத்தில் அல்லது மரத்தில் உள்ள திரவம்; சாறு அல்லது பால்

sap[2] /sæp/ *verb* [T] (**sapping; sapped**) **sap (sb of) sth** to make sb/sth weaker; to destroy sth gradually ஒருவரை/ஒன்றை நலிவடையச் செய்; ஊக்கம் இழக்கச் செய்; படிப்படியாக ஒன்றை அழி அல்லது கேடுறச் செய் *Years of failure have sapped (him of) his confidence.*

sapling /'sæplɪŋ/ *noun* [C] a young tree இளஞ்செடி; கன்று

sapphire /'sæfaɪə(r)/ *noun* [C, U] a bright blue precious stone ஒளிர் நீல நிற மணிக்கல் வகை; நீலமணி

sarcasm /'sɑːkæzəm/ *noun* [U] the use of words or expressions to mean the opposite of what they actually say. People use sarcasm in order to criticize other people or to make them look silly மற்றவர்களை விமர்சனம் அல்லது ஏளனம் செய்யும் பொருட்டு, எதிர்மறைப் பொருள் தருமாறு சொற்களை அல்லது சொற்றொடர்களைப் பயன்படுத்துதல்; விமர்சன/இகழ்ச்சி முரண்மொழி; எதிர்மறை எள்ளல் குறிப்பு ➪ **ironic** பார்க்க. ▶ **sarcastic** /sɑː'kæstɪk/ *adj. a sarcastic comment* ▶ **sarcastically** /sɑː'kæstɪkli/ *adv.*

sardine /ˌsɑː'diːn/ *noun* [C] a type of very small silver-coloured fish that we cook and eat மிகச் சிறிதான ஒளிர் சாம்பல் நிற உணவு மீன் வகை *a tin of sardines*

sari /'sɑːri/ *noun* [C] a garment that consists of a long piece of cloth that women, particularly in the Indian subcontinent, wear draped around their bodies பெண்கள், குறிப்பாக இந்தியத் துணைக் கண்டத்திலுள்ள பெண்கள், உடலைச் சுற்றி அணிந்துகொள்ளும் நீண்ட ஆடை வகை; புடவை

sarong /sə'rɒŋ/ *noun* [C] a long piece of material folded around the body from the waist or the chest, worn by Malaysian and Indonesian men and women மலேசிய மற்றும் இந்தோனேசிய ஆடவர், பெண்டிர் இருபாலாரும் இடுப்பு அல்லது மார்பிலிருந்து பட்டை மடிப்புகளாக, உடலைச் சுற்றி அணிந்துகொள்ளும் நீண்ட துணி வகை

sash /sæʃ/ *noun* [C] a long piece of material that is worn round the waist or over the shoulder, often as part of a uniform பெரும்பாலும் சீருடையின் பகுதியாக இடுப்பைச் சுற்றி அல்லது தோள்மீது அணிந்துகொள்ளும் நீண்ட துணி; அரைப்பட்டிகை/தோள்பட்டிகை

Sat. *abbr.* Saturday சனிக்கிழமையைக் குறிக்கும் Saturday என்பதன் குறுக்கம் *Sat. 2 May*

sat ➪ **sit** என்பதன் இறந்தகால மற்றும் இறந்தகால வினையெச்ச வடிவம்

Satan /ˈseɪtn/ *noun* [*sing.*] a name for the Devil தீய ஆவியின் பெயர்; சைத்தான் ➪ **devil** பார்க்க.

satchel /ˈsætʃəl/ *noun* [C] a bag, often carried over the shoulder, used by school children for taking books to and from school பள்ளிச் சிறுவர்கள் புத்தகங்களை உள்ளிட்டு, பெரும்பாலும் தோளில் சுமந்து செல்லும் பை; பள்ளிக்கூடப் பை

satellite /ˈsætəlaɪt/ *noun* [C] **1** an electronic device that is sent into space and moves around the earth or another planet for a particular purpose குறிப்பிட்ட நோக்கத்திற்காகப் பூமியை அல்லது வேறொரு கோளைச் சுற்றிச் சுழலுமாறு விண்வெளியில் செலுத்தப்படும் மின்னணு சாதனம்; செயற்கைக் கோள் *a weather/communications satellite* **2** a natural object that moves round a bigger object in space விண்வெளியில் தன்னை விடப் பெரிதான ஒரு பொருளைச் சுற்றிச் சுழலும் இயற்கைப் பொருள்; துணைக்கோள்

satellite dish (*also* **dish**) *noun* [C] a large, circular piece of equipment that people have on the outside of their houses, that receives signals from a **satellite 1** so that they can receive satellite television செயற்கைக் கோள் வழியாகத் தொலைக்காட்சி நிகழ்ச்சிகளைக் காண்பதற்காக வீட்டின் வெளியில் பொருத்தப்படும், செயற்கைக் கோள் சமிக்கைகளை உள்வாங்கக்கூடிய, பெரிய வட்ட வடிவச் செய்கருவி; செயற்கைக் கோள் தொலைக்காட்சி வட்டமைப்பு

satellite television (*also* **satellite TV**) *noun* [U] television programmes that are sent out using a **satellite 1** செயற்கைக் கோள் வழியாக ஒளிபரப்பப்படும் தொலைக்காட்சி நிகழ்ச்சிகள்; செயற்கைக் கோள் தொலைக்காட்சி

satin /ˈsætɪn/ *noun* [U] a type of cloth that is smooth and shiny மென்னயமுள்ள பளபளப்பான துணி வகை; ஒண்பட்டுத் துகில் *a satin dress/ribbon*

satire /ˈsætaɪə(r)/ *noun* **1** [U] the use of humour to attack a person, an idea or behaviour that you think is bad or silly சீர்கேடான அல்லது அற்பத்தனமான ஓர் ஆளை, ஒரு கருத்தை அல்லது நடத்தையை விமர்சனம் செய்ய நகைச்சுவையைப் பயன்படுத்துதல்; நையாண்டித் தாக்குதல்; நகைத்திறம் கலந்த பழிப்பு அல்லது வசை **2** [C] **a satire (on sb/sth)** a piece of writing or a play, film, etc. that uses satire நையாண்டித் தாக்குதலை உள்ளடக்கிய கட்டுரை அல்லது நாடகம், திரைப்படம் முதலியவை; நையாண்டி எழுத்து; அங்கதம் *a satire on political life* ▶ **satirical** /səˈtɪrɪkl/ *adj. a satirical magazine* ▶ **satirically** /-kli/ *adv.*

satirize (*also* **-ise**) /ˈsætəraɪz/ *verb* [T] to use satire to show the faults in a person, an organization, a system, etc. ஓராள், ஓர் அமைப்பு, ஒரு நிறுவனம் முதலியவற்றின் குற்றங் குறைகளை நையாண்டித் தாக்குதலுக்கு உட்படுத்து; நகைத் திறத்துடன் விமர்சனம் செய்

satisfaction /ˌsætɪsˈfækʃn/ *noun* [U, C] the feeling of pleasure that you have when you have done, got or achieved what you wanted; sth that gives you this feeling தான் விரும்பிய ஒன்றைச் செய்துமுடிக்கும்போது அல்லது அடையப்பெறும்போது ஒருவருக்கு உண்டாகும் மகிழ்ச்சி; மன நிறைவு; திருப்தி; மன நிறைவு தரும் ஒன்று *We finally found a solution that was **to everyone's satisfaction**. • She was about to **have the satisfaction of** seeing her book in print.* ✪ OPP **dissatisfaction**

satisfactory /ˌsætɪsˈfæktəri/ *adj.* good enough for a particular purpose; acceptable குறிப்பிட்ட நோக்க நிறைவேற்றத்திற்குப் போதுமானதாக உள்ள; ஏற்புக்குரிய; திருப்தியான *This piece of work is not satisfactory. Please do it again.* ✪ OPP **unsatisfactory** ▶ **satisfactorily** /ˌsætɪsˈfæktərəli/ *adv. Work is progressing satisfactorily.*

satisfied /ˈsætɪsfaɪd/ *adj.* **satisfied (with sb/sth)** pleased because you have had or done what you wanted விரும்பிய ஒன்று நிறைவேறியதால் அல்லது கிடைக்கப்பெற்றதால் மகிழ்ச்சியுற்ற; மன நிறைவு அடைந்த; திருப்தியுற்ற *a satisfied smile • a satisfied customer* ✪ OPP **dissatisfied**

satisfy /ˈsætɪsfaɪ/ *verb* [T] (*pres. part.* **satisfying**; *3rd person sing.* **satisfies**; *pt, pp* **satisfied**) **1** to make sb pleased by doing or giving him/her what he/she wants ஒருவர் விரும்புவதைச் செய்து அல்லது கொடுத்து அவருக்கு மகிழ்ச்சியூட்டு; திருப்திப்படுத்து *Nothing satisfies him—he's always complaining.* **2** to have or do what is necessary for sth ஒன்றுக்குத் தேவையானதைக் கொண்டிரு அல்லது செய்; தேவையை நிறைவு செய்; தகுதியுடையவராய்/தகுதியுடையதாய் இரு *Make sure you **satisfy** the entry **requirements** before you apply to the university. • I had a quick look inside the parcel just to **satisfy** my **curiosity**.* **3 satisfy sb (that...)** to show or give proof to sb that sth is true or has been done ஒன்று உண்மையானது அல்லது ஒன்று செய்யப்பட்டுள்ளது என்பதற்கான சான்று காட்டு

அல்லது ஆதாரம் அளி; ஐயம் அகற்று *Once the police were satisfied that they were telling the truth, they were allowed to go.*

satisfying /ˈsætɪsfaɪɪŋ/ *adj.* pleasing, giving satisfaction மகிழ்ச்சி தருகிற; மன நிறைவு அளிக்கிற; திருப்தியான *I find it satisfying to see people enjoying something I've cooked.*

satsuma /sætˈsuːmə/ *noun* [C] a type of small orange சிறு கிச்சலிப் பழ வகை

saturate /ˈsætʃəreɪt/ *verb* [T] **1** to make sth extremely wet ஒன்றை மிகையளவாக ஈரமாக்கு; திரவத்தில் முற்றும் தோய்வி **2** to fill sth so completely that it is impossible to add any more மேலும் சேர்க்க இயலாதவாறு ஒன்றை முழுவதுமாக நிரப்பு; உச்ச அளவில் நிறைவி; நிறை செறிவூட்டு; ததும்பச்செய் *The market is saturated with cheap imports.* ▶ **saturation** /ˌsætʃəˈreɪʃn/ *noun* [U]

saturated /ˈsætʃəreɪtɪd/ *adj.* **1** completely wet முழுதும் நனைந்த; ஈரம் தோய்ந்த; நீரில் ஊறிய **2** (*technical*) (used about fats in food) that are not easily dealt with by the body because of their chemical structure (உணவில் உள்ள கொழுப்புப் பொருள்கள் பற்றிக் குறிப்பிடுகையில்) இப்பொருள்களின் வேதியியல் அமைப்புக் காரணமாக உடலால் எளிதில் கையாள முடியாதிருக்கிற; தெவிட்டுகிற ➪ **polyunsaturated** மற்றும் **unsaturated** பார்க்க.

saturation point *noun* [U, *sing.*] **1** the stage at which no more of sth can be accepted or added because there is already too much of it or too many of them ஒன்று ஏற்கனவே மிகையளவாக உள்ளதனால் அதனுடன் மேலும் சேர்க்கமுடியாத அல்லது கூடுதலாக ஏற்றுக்கொள்ள முடியாத நிலை; ததும்பு நிலை; தெவிட்டு நிலை *The market for mobile phones is reaching saturation point.* **2** (in chemistry) the stage at which no more of a substance can be taken in by a liquid or **vapour** (வேதியியலில்) ஒரு திரவத்தால் அல்லது ஓர் ஆவியால் மேலும் ஒரு பொருளை உள்ளடக்க முடியாத நிலை; நிறைசெறிவு நிலை

Saturday /ˈsætədeɪ; -di/ *noun* [C, U] (*abbr.* **Sat.**) the day of the week after Friday வெள்ளிக்கிழமைக்கு அடுத்து வரும் வார நாள்; சனிக்கிழமை

NOTE வார நாட்களின் பெயர்களை எழுதும்போது எப்போதும் முகட்டெழுத்துடன் தொடங்குகிறோம். வாக்கியங்களில் வார நாட்கள் பயின்று வரும் முறை குறித்து அறிய **Monday** பதிவைப் பார்க்க.

Saturn /ˈsætɜːn; -tən/ *noun* [*sing.*] the planet that is sixth in order from the sun and that has rings around it சூரியனிலிருந்து வரிசைமுறையில் ஆறாவதாக அமைந்துள்ளதும் சுற்றிலும் வளைவடிவங்களைக் கொண்டுள்ளதுமான கோள்; சனி ➪ **the solar system** பதிவில் படம் பார்க்க.

sauce /sɔːs/ *noun* [C, U] a thick hot or cold liquid that you eat on or with food உணவின் மீது இட்டு அல்லது உணவுடன் சேர்த்துச் சூடாக அல்லது குளிர்ந்த நிலையில் உட்கொள்ளப்படும் கெட்டியான திரவம்; தாளிதக்கூட்டு; கூட்டுச்சாறு *The chicken was served in a delicious sauce.* • *ice cream with chocolate sauce* ➪ **gravy** பார்க்க.

saucepan /ˈsɔːspən/ *noun* [C] a round metal pot with a handle that is used for cooking things on top of a stove அடுப்பின் மேல் வைத்துப் பொருள்களைச் சமைக்கப் பயன்படுத்தப்படும், கைப்பிடியுடன் கூடிய வட்ட வடிவ உலோகக் கொள்கலம்; கொதிகலத் தட்டம் ➪ **pan** பதிவில் படம் பார்க்க.

saucer /ˈsɔːsə(r)/ *noun* [C] a small round plate that you put under a cup கோப்பையின் கீழ் வைக்கப்படும் சிறு வட்ட வடிவத் தட்டு; ஏந்து தட்டு

sauna /ˈsɔːnə/ *noun* [C] **1** a type of bath where you sit in a room that is very hot அறையினுள் அமைந்துள்ள வெம்மை மிக்க குளியல் தொட்டி; நீராவிக் குளியல் தொட்டி வகை *to have a sauna* **2** the room that you sit in to have a sauna நீராவிக் குளியல் தொட்டி உள்ள அறை

saunter /ˈsɔːntə(r)/ *verb* [I] to walk without hurrying சாவதானமாக நடந்துசெல்; பரபரப்பின்றி மெல்ல நட

sausage /ˈsɒsɪdʒ/ *noun* [C, U] a mixture of meat cut into very small pieces, spices, etc. that is made into a long thin shape. Some sausage is eaten cold in slices; other types are cooked and then served whole மெல்லிய நீண்ட துண்டுகளாக உருப்படுத்தப்படும் இறைச்சித் துண்டுகள், நறுமணப் பொருள்கள் முதலியவற்றின் கலவை; கொத்திறைச்சிக் குழலப்ப வகை. இதில் சிலவகை, துண்டுகளாக நறுக்கப்பட்டுப் பச்சையாகவும் மற்றும் சில வேகவைக்கப்பட்டு முழுமையாகவும் உண்ணப்படுகின்றன *garlic/liver sausage* • *We had sausages and chips for lunch.*

savage /ˈsævɪdʒ/ *adj.* very cruel or violent சிறிதும் இரக்கமற்ற அல்லது வன்செயல் ஈடுபாடுடைய; கொடிய; காட்டுமிராண்டித்தனமான *He was the victim of a savage attack.* • *The book received savage criticism.* ▶ **savage** *verb* [T] *The boy died after being savaged by a wolf.* ▶ **savagely** *adv.* ▶ **savagery** /ˈsævɪdʒri/ *noun* [U]

savannah (*also* **savanna**) /səˈvænə/ *noun* [U] a wide flat open area of land, especially in Africa, that is covered with grass but has few trees குறிப்பாக ஆப்பிரிக்காவில் உள்ள, புல் நிறைந்து இங்கொன்றும் அங்கொன்றுமாக மரங்கள் உள்ள பரந்த சமதள வெளியிடம்; மரம் அருகிய சமதள வெப்பமண்டலப் புல்வெளி

save[1] /seɪv/ *verb* 1 [T] **save sb/sth (from sth/ from doing sth)** to keep sb/sth safe from death, harm, loss, etc. இறப்பு, ஊறுபாடு, இழப்பு முதலியவற்றிலிருந்து ஒருவரை/ஒன்றைப் பாதுகா, காப்பாற்று *to **save** sb's **life** • to save sb from drowning • We are trying to save the school from closure.* 2 [I, T] **save (sth) (up) (for sth)** to keep or not spend money so that you can use it later வருங்காலப் பயன்பாட்டைக் கருத்தில் கொண்டு பணத்தை வைத்திரு அல்லது செலவழிக்காதிரு; பணம் சேமித்து வை *I'm saving up for a new bike. • Do you manage to save any of your wages?* 3 [T] to keep sth for future use எதிர்காலப் பயன்பாட்டிற்காக ஒன்றை வைத்துப் பேணு; சேமித்து வை; காத்து ஒதுக்கீடு செய் *I'll be home late so please save me some dinner. • Save that box. It might come in useful. • If you get there first, please save me a seat.* 4 [I, T] **save (sb) (sth) (on) sth** to avoid wasting time, money, etc. நேரம், பணம் முதலியவற்றை வீணடிக்காமல் இரு; சிக்கனம் செய் *It will save you twenty minutes on the journey if you take the express train.* 5 [T] **save (sb) sth/ doing sth** to avoid, or make sb able to avoid, doing sth unpleasant or difficult மனம் ஒவ்வாத அல்லது கடினமான ஒன்றைச் செய்வதைத் தவிர் அல்லது அதனை ஒருவர் தவிர்க்க வழிசெய்; தடுப்பு நடவடிக்கை மேற்கொள் *If you make an appointment it will save you waiting.* 6 [T] to store information in a computer by giving it a special instruction தனிவகைக் கட்டளை வழங்கிக் கணினியில் தகவல் தேக்கிவை *Don't forget to save the file before you close it.* 7 [T] to stop a goal being scored in sports such as football, **hockey**, etc. கால்பந்தாட்டம், ஹாக்கி முதலிய விளையாட்டுகளில் எதிரணியினர் கெலிப்பெண் ஈட்டாமல் தடு

IDM **keep/save sth for a rainy day** ➪ **rainy** பார்க்க.

save face to prevent yourself losing the respect of other people பிறர் தன்மீது காட்டும் மதிப்பை இழக்காது காத்துக்கொள்; மானத்தைக் காப்பாற்றிக்கொள்; அவமானத்திலிருந்து தப்புவித்துக்கொள்

save[2] /seɪv/ *noun* [C] (in football, etc.) the action of preventing a goal from being scored (கால் பந்தாட்டம் முதலியவற்றில்) எதிரணியினர் கெலிப்பெண் ஈட்டாதவாறு தடுக்கும் செயல் *The goalkeeper made a great save.*

saver /ˈseɪvə(r)/ *noun* [C] 1 a person who saves money for future use எதிர்காலப் பயன்பாட்டிற்காகப் பணம் சேமிப்பவர்; பணச் சேமிப்பாளர் *The rise in interest rates is good news for savers.* 2 (*often used in compounds*) a thing that helps you save time, money, or the thing mentioned காலத்தை, பணத்தை அல்லது குறிப்பிடப்பட்ட பொருளைச் சேமிக்கத் துணைசெய்வது

saving /ˈseɪvɪŋ/ *noun* 1 [C] **a saving (of sth) (on sth)** an amount of time, money, etc. that you do not have to use or spend பயன்படுத்த அல்லது செலவிட வேண்டியிராத கால அளவு, பணத்தொகை முதலியவை; சேமிப்பு, மிச்சத் தொகை; மீத அளவு *The sale price represents a saving of 25% on the usual price.* 2 **savings** [*pl.*] money that you have saved for future use எதிர்காலப் பயன்பாட்டிற்காகச் சேமித்து வைக்கப்பட்டுள்ள பணம்; சேமிப்புத் தொகை; சேமிப்பு *All our savings are in the bank.*

saviour (*AmE* **savior**) /ˈseɪvjə(r)/ *noun* [C] a person who rescues or saves sb/sth from danger, loss, death, etc. ஆபத்து, இழப்பு, மரணம் முதலியவற்றிலிருந்து ஒருவரை/ ஒன்றை மீட்கும் அல்லது பாதுகாக்கும் ஆள்; காப்பவர்; இரட்சகர்

savoury (*AmE* **savory**) /ˈseɪvəri/ *adj.* (used about food) having a taste that is not sweet but salty (உணவு வகையில்) இனிப்புச் சுவையல்லாது உப்புச் சுவையைக் கொண்டிருக்கிற ➪ **sweet** பார்க்க.

saw[1] ➪ **see** என்பதன் இறந்தகால வடிவம்

saw[2] /sɔː/ *noun* [C] a tool that is used for cutting wood, etc. A saw has a long flat metal part (**a blade**) with sharp teeth on it, and a handle at one or both ends கூரிய பற்களுடன் கூடிய நீண்ட தட்டையான உலோகப் பகுதியும் ஒரு முனையில் அல்லது இரு முனைகளிலும் கைப்பிடியும் கொண்ட, மரம் முதலியவை அறுக்கப் பயன்படுத்தப்படும் கருவி; ரம்பம் ➪ **tool** பதிவில் படம் பார்க்க. ▶ **saw** *verb* [I, T] (*pt* **sawed**; *pp* **sawn** /sɔːn/) *to saw through the trunk of a tree • He sawed the log up into small pieces.* **NOTE** அமெரிக்க வழக்கில் இதன் இறந்தகால வினையெச்ச வடிவம் **sawed** என்பதாகும்.

sawdust /ˈsɔːdʌst/ *noun* [U] very small pieces of wood that fall like powder when you are cutting a large piece of wood மரத்தை அறுக்கும்போது துண்டுகளாக விழும் மரத் துணுக்குகள்; மரத்தூள்; அறுப்புப்பொடி

saxophone /ˈsæksəfəʊn/ (*informal* **sax**) *noun* [C] a metal musical instrument that you play by blowing into it. Saxophones are especially used for playing modern music, for example **jazz** ஊதி முழக்கப்படும் உலோக இசைக்கருவி வகை. குறிப்பாக ஜாஸ் முதலிய நவீன இசை இசைக்க இக்கருவி பயன்படுத்தப்படுகிறது *This* *track features Dexter Gordon on saxophone.* ➪ **music** பதிவில் படம் பார்க்க.

say¹ /seɪ/ *verb* [T] *(3rd person sing. pres.* **says** /sez/; *pt, pp* **said** /sed/) **1 say sth (to sb); say that...; say sth (about sb)** to speak or tell sb sth, using words சொற்களைப் பயன்படுத்தி ஒன்று குறித்து ஒருவரிடம் பேசு அல்லது ஒருவரிடம் ஒன்றைக் கூறு; சொல் *The teacher said we should hand in our essays on Friday.* • *I said goodbye to her at the station.* • ***It is said that** cats can sense the presence of ghosts.*

NOTE **Say, tell** ஆகிய இரண்டு வினைச்சொற்களுள், **say** பெரும்பாலும் ஒரு கூற்றை அவ்வாறே கூற அல்லது அயற்கூற்றில் வரும் **that** என்ற சொல்லுக்கு முன் பயன்படுத்தப்படுகிறது—*'I'll catch the 9 o'clock train' he said.* • *He said that he would catch the 9 o'clock train.* ஒருவரிடம் ஒன்றைத் தெரிவிக்க **say** பயன்படுத்தப்படுவதை நோக்குக—*He said to me that he would catch the 9 o'clock train.* **Tell**-ஐ அடுத்து எப்பொழுதும் கேட்போரைக் குறிக்கும் பெயர்ச்சொல் அல்லது மாற்றுப் பெயர்ச்சொல் வரும்—*He told me that he would catch the 9 o'clock train.* கட்டளை இடுதல் அல்லது அறிவுரை கூறுதலைக் குறிக்கவும் **tell** பயன்படுத்தப்படும்; இங்கு **say** வராது—*I told them to hurry up.* • *She's always telling me what I ought to do.*

2 to express an opinion on sth ஒன்று குறித்துக் கருத்துக் கூறு; தன் எண்ணத்தைத் தெரிவி *It's **hard to say** what I like about the book.* • *'When will it be finished?' '**I couldn't say** (= I don't know)'.* **3** (used about a book, notice, etc.) to give information (நூல், அறிவிப்பு முதலியவை வகையில்) தகவல் அளி; விவரம் கூறு *The map says the hotel is just past the railway bridge.* • *The sign clearly says 'No pets allowed'.* **4 say sth (to sb)** to show a feeling, a situation, etc. without using words சொற்களைப் பயன்படுத்தாது ஓர் உணர்ச்சி, ஒரு நிலை முதலியவற்றை வெளிப்படுத்து; குறிப்பாக, பாவனையால் தெரிவி *His angry look said everything about the way he felt.* **5** to imagine or guess sth about a situation; to suppose ஒரு சூழல் குறித்து ஒன்றைக் கற்பித்து அல்லது ஊகமாகக் கூறு; உத்தேசமாகச் சொல்; கணித்துரை *We will need, say, Rs 50,000 for a new car.* • *Say you don't get a place at university, what will you do then?*

IDM **go without saying** to be clear, so that you do not need to say it சொற்களால் கூற வேண்டாமலேயே தெளிவாகு; சொல்லாமலேயே விளங்கு *It goes without saying that the children will be well looked after at all times.*

have a lot, nothing, etc. to say for yourself to have a lot, nothing, etc. to say in a particular situation குறிப்பிட்ட சூழலில் ஏராளமாகக் கூற வேண்டியிரு; ஒன்றும் கூறத் தேவையில்லாதிரு முதலியவை *Late again! What have you got to say for yourself?*

I must say (*spoken*) used to emphasize your opinion ஒருவர் தனது கருத்தை வலியுறுத்தப் பயன்படுத்தப்படுவது *I must say, I didn't believe him at first.*

I wouldn't say no (*spoken*) used to say that you would like sth ஒன்றில் தனக்கு விருப்பம் உள்ளதைக் கூறப் பயன்படுத்தப்படுவது; எனக்கு விருப்பம் இல்லாமல் இல்லை *'Coffee?' 'I wouldn't say no.'*

Say when (*spoken*) used to tell sb to say when you have poured enough drink in his/her glass or put enough food on his/her plate குடிநீர்மம் அல்லது உணவு போதுமான அளவு பரிமாறப்பட்டுள்ளதைத் தெரிவிக்குமாறு ஒருவரிடம் கூறப் பயன்படுத்தப்படுவது

that is to say... which means... அதாவது; (இன்னும்) தெளிவாகக் கூறுவதானால் *We're leaving on Friday, that's to say in a week's time.*

say² /seɪ/ *noun* [*sing.*, U] **(a) say (in sth)** the authority or right to decide sth ஒன்று குறித்து முடிவு செய்வதற்கான அதிகாரம் அல்லது உரிமை *I'd like to have some say in the arrangements for the party.*

IDM **have your say** to express your opinion தனது கருத்துகளை எடுத்துரை; தனது எண்ணத்தை வெளிப்படுத்து *Thank you for your comments. Now let somebody else have their say.*

saying /ˈseɪɪŋ/ *noun* [C] a well-known phrase that gives advice about sth or says sth that many people believe is true ஒன்று குறித்த அறிவுரையாக அமையும் அல்லது பலரால் உண்மை என நம்பப்படும் ஒன்றைத் தெரிவிக்கும் பொது வழக்கான தொடர்; முதுமொழி; மூதுரை *'Love is blind' is an old saying.* ➪ **proverb** பார்க்க.

scab /skæb/ *noun* [C, U] a mass of dried blood that forms over a part of the body where the skin has been cut or broken தோல் வெட்டுண்ட அல்லது பிளவுற்ற உடற்பகுதியில் உண்டாகும் உறைந்த குருதி; பொருக்கு ➪ **scar** பார்க்க.

scabies /ˈskeɪbiːz/ *noun* [U] a skin disease that causes small red spots and makes your skin feel uncomfortable so that you want to rub or scratch it தேய்க்க அல்லது கீறத் தூண்டும் நலக்கேடான அரிப்பு உணர்வை உண்டுபண்ணக்கூடிய செந்நிறப் புள்ளிகள் தோல் மீது தோன்றும் தோல் நோய் வகை; சொறி சிரங்கு

scaffold /ˈskæfəʊld/ *noun* [C] a platform on which criminals were killed in past times by hanging முற்காலங்களில் குற்றவாளிகளுக்குத் தூக்கு தண்டனை நிறைவேற்ற அமைக்கப்பட்ட மேடை; தூக்கு மேடை

scaffolding /ˈskæfəldɪŋ/ *noun* [U] long metal poles and wooden boards that form a structure which is put next to a building so that people who are building, painting, etc. can stand and work on it கட்டட வேலை செய்வோர், வண்ணம் பூசுவோர் முதலியவர்கள் நின்று பணியாற்று-வதற்காகக் கட்டடத்தை ஒட்டி அமைக்கப்படும் நீண்ட உலோகக் கம்பங்களும் மரப்பலகை-களும் கொண்ட கட்டமைப்பு; சாரக்கட்டு

scalar /ˈskeɪlə(r)/ *adj.* (*mathematics*) (used about a measurement or a quantity) having size but no direction (அளவீடு அல்லது எண்ணிக்கை வகையில்) திசைக் குறிப்பு இல்லாது, உரு-வளவுடைய; அளவெண்ணான ▶ **scalar** *noun* [C] ➪ **vector** பதிவிலுள்ள குறிப்பு மற்றும் படம் பார்க்க.

scald /skɔːld/ *verb* [T] to burn sb/sth with very hot liquid மிகு சூடுடைய ஒரு திரவத்தால் ஒருவரை/ ஒன்றைச் சுடு; கொதி திரவத்தால் சுட்டுப் புண் உண்டாக்கு *I scalded my arm badly when I was cooking.* ▶ **scald** *noun* [C] ▶ **scalding** *adj. scalding hot water*

scale[1] /skeɪl/ *noun* **1** [C, U] the size of sth, especially when compared to other things ஒன்றின் உருவளவு, குறிப்பாக மற்ற பொருள்களுடன் ஒப்பிட்டுக் காணும் அதன் உருவளவு *We shall be making the product* ***on a large scale*** *next year.* • *At this stage it is impossible to estimate* ***the full scale of*** *the disaster.* **2** [C] a series of marks on a tool or piece of equipment that you use for measuring sth ஒரு கருவியில் அல்லது சாதனத்தில் பொறிக்கப்பட்டுள்ள அளவைக் குறிகளின் வரிசைத் தொகுதி; அளவுக் கீற்று அடையாளங்கள்; அளவுக் கூறுகளின் வரிசை *The ruler has one scale in centimetres and one scale in inches.* **3** [C] a series of numbers, amounts, etc. that are used for measuring or fixing the level of sth ஒன்றின் அளவை அல்லது மட்டத்தைக் கணக்கிடுவதற்குப் பயன்படுத்தப்படும் இலக்-கங்கள், எண்ணிக்கைகள் முதலியவற்றின் வரிசைத் தொகுதி; அளவுப்படி நிரை *The earthquake measured 6.5 on the Richter scale.* • *the new pay scale for nurses* ➪ **the Beaufort scale** மற்றும் **the Richter scale** பார்க்க. **4** [C] the relationship between the actual size of sth and its size on a map or plan ஒன்றின் உண்மையான அளவுக்கும் நிலப் படத்தில் அல்லது உருவரைப் படிவத்தில் குறிப்பிடப்-பட்டுள்ள அதன் அளவுக்கும் உள்ள தொடர்பு முறை; அளவுத் திட்டம்; அளவு வீதம்; ஒப்புமை அளவு *The map has a scale of one centimetre to a kilometre.* • *a scale of 1:50,000* (= one to fifty thousand) • *We need a map with a larger scale.* • *a scale model* **5 scales** [*pl.*] a piece of equipment that is used for weighing sb/sth ஒருவருடைய/ஒன்றின் எடையைக் கணக்கிடப் பயன்படுத்தப்படும் சாதனம்; எடை அளக்கும் கருவி; நிறைகோல்; தராசு *I weighed it on the kitchen scales.* **6** [C] a series of musical notes which go up or down in a fixed order. People play or sing scales to improve their technical ability ஏறு வரிசையில் அல்லது இறங்கு வரிசையில் நிலையாக ஒருங்கமைவு செய்-யப்பட்டுள்ள இசைக் குறியீடுகளின் வரிசைத் தொகுதி; சுரவரிசைப் பட்டி. தங்களது இசை நுட்பத்திறனை வளர்த்துக்கொள்ள இசைக்-கலைஞர்கள் இச்சுரவரிசை முறையில் வாசிப்பர் அல்லது பாடுவர் *the scale of C major* **7** [C] one of the small flat pieces of hard material that cover the body of some fish and animals சில-வகை மீன்கள் மற்றும் விலங்குகளின் உடலை மூடியுள்ள சிறிய தட்டையான மற்றும் உறுதி வாய்ந்த பொருள்களில் ஒன்று; செதிள் *the scales of a snake* ➪ **fish** பதிவில் படம் பார்க்க.

scale[2] /skeɪl/ *verb* [T] to climb up a high wall, steep cliff, etc. உயரமான சுவர், செங்குத்துப் பாறை முதலியவற்றின் மீது ஏறு

PHR V **scale sth up/down** to increase/decrease the size, number, importance, etc. of sth ஒன்றின் அளவு, எண்ணிக்கை, முக்கியத்துவம் முதலிய-வற்றைக் கூட்டு அல்லது குறை; படிப்படி-யான அளவு வீதத்தில் ஒன்றைப் பெரிதாக்கி/ சிறிதாக்கிக் காட்டு *Police have scaled up their search for the missing boy.*

scallop /ˈskɒləp/ *noun* [C] a shellfish that we eat, with two flat round shells that fit together ஒன்றிணைந்துள்ள இரண்டு தட்டையான உருள் வடிவ மேல் தோடுகளையுடைய சிப்பி நண்டின உணவு மீன் வகை; இரட்டை வரிச் சிப்பி மீன் வகை

scalp /skælp/ *noun* [C] the skin on the top of your head that is under your hair முடியின் கீழ் உள்ள தலை மேல் பகுதியின் தோல்; உச்சி வட்டக் குடுமித் தோல்

scalpel /ˈskælpəl/ *noun* [C] a small knife that is used by doctors (**surgeons**) when they are doing operations அறுவை மருத்துவம் செய்யும்-போது மருத்துவர்களால் பயன்படுத்தப்படும் சிறு கத்தி வகை; அறுவைக்கத்தி

scam /skæm/ *noun* [C] a clever but dishonest plan for making money பணம் ஈட்டும் நோக்-கத்துடன் உருவாக்கப்படும் திறமையான மோ-சடித் திட்டம். *stamp paper scam* • *share market scam*

scamper /ˈskæmpə(r)/ *verb* [I] (used especially about a child or small animal) to run quickly (குறிப்-பாகச் சிறார் அல்லது சிறு விலங்குகள் பற்றிக் குறிப்பிடும்போது) விரைந்தோடு; அவசரமாக ஓடு

scan[1] /skæn/ *verb* [T] (**scanning; scanned**) **1** to look at or read every part of sth quickly until you find what you are looking for ஒன்றில் தான் தேடுவதைக் கண்டுபிடிக்கும் வரை அதன் ஒவ்வொரு பகுதியையும் விரைந்து நோட்டமிடு அல்லது படி; நுணுகிக் காண் *Varun scanned the list until he found his own name.* **2** (used about a machine) to examine what is inside a person's body or inside an object such as a suitcase (இயந்திரப் பொறி வகையில்) ஒருவரது உடலின் உட்பகுதியை அல்லது பயணப்பெட்டி போன்ற ஒன்றின் உட்பகுதியை நுணுகி ஆராய் *Machines scan all the luggage for bombs and guns.* **3 scan sth (into sth); scan sth (in)** (*computing*) to use a special machine (**a scanner**) to change printed words or pictures into electronic text in order to put them in the memory of a computer அச்சிடப்பட்ட சொற்களை அல்லது படங்களைக் கணிப்பொறியின் நினைவகத்தில் இடும் பொருட்டு அவற்றை மின்பனுவலாக மாற்று *Text and pictures can be scanned into the computer.*

scan² /skæn/ *noun* **1** [C] a medical test in which a machine produces a picture of the inside of a person's body on a computer screen after taking **X-rays** ஓர் இயந்திரப் பொறி ஒருவரது உடலின் உட்பகுதியை ஊடுகதிர்ப் படம் எடுத்து கணினித் திரையில் காட்டும் மருத்துவப் பரிசோதனை *to do/have a brain scan* **2** [C] a medical test for pregnant women in which a machine uses **ultrasound** to produce a picture of the baby inside its mother's body ஓர் இயந்திரப் பொறி உடல் உள்ளுருப் படம் எடுக்கும் செய்முறையைப் பயன்படுத்தித் தாய் வயிற்றில் உள்ள குழந்தையின் உருப்படிவத்தைப் படமெடுக்கும் கர்ப்பிணிப் பெண்களுக்கான மருத்துவப் பரிசோதனை *The scan showed the baby was in the normal position.* **3** [*sing.*] the act of looking quickly through sth written or printed, usually in order to find sth எழுதப்பட்ட அல்லது அச்சிடப்பட்ட பனுவலிலிருந்து, பெரும்பாலும் ஒன்றைக் கண்டறிவதற்காக, அதனை விரைந்து நோட்டமிடுதல்; அலசி ஆராய்தல் *a scan of the newspapers*

scandal /ˈskændl/ *noun* **1** [C, U] an action, a situation or behaviour that shocks people; the public feeling that is caused by such behaviour பிறருக்கு அதிர்ச்சியூட்டக்கூடிய ஒரு செயல், நேர்வு அல்லது நடத்தை; இத்தகைய நேர்வு மக்களிடையே தோற்றுவிக்கும் உணர்வு; முறைகேடு; அவதூறு *The chairman resigned after being involved in a financial scandal.* **2** [U] talk about sth bad or wrong that sb has or may have done ஒருவர் செய்துள்ள அல்லது செய்திருக்கக்கூடிய மோசமான அல்லது தவறான ஒரு செயல் குறித்த பேச்சு; அவச்சொல்; புறஞ்சொல் *to spread scandal about sb*

scandalize (*also* **-ise**) /ˈskændəlaɪz/ *verb* [T] to cause sb to feel shocked by doing sth that he/she thinks is bad or wrong மோசமானதாக அல்லது தவறானதாக ஒருவர் கருதும் செயலைச் செய்து அவருக்கு அதிர்ச்சியூட்டு; அவதூறு சொல்;

scandalous /ˈskændələs/ *adj.* very shocking or wrong மிக்க அதிர்ச்சியூட்டக்கூடிய அல்லது தவறான; ஒழுக்கக்குறைவான; முறைகேடான; அவதூறான *It is scandalous that so much money is wasted.*

Scandinavia /ˌskændɪˈneɪviə/ *noun* [*sing.*] the group of countries in northern Europe that consists of Denmark, Norway and Sweden. Sometimes Finland and Iceland are also said to be part of Scandinavia டென்மார்க், நார்வே, ஸ்வீடன் ஆகிய நாடுகளை உள்ளடக்கிய வட ஐரோப்பிய நாடுகளின் தொகுதி; ஸ்கேண்டிநேவிய நாடுகள். சில சமயங்களில் ஃபின்லாந்தும் ஐஸ்லாந்தும் ஸ்கேண்டிநேவிய நாடுகளாகக் கொள்ளப்படுகின்றன ▶ **Scandinavian** *adj., noun* [C]

scanner /ˈskænə(r)/ *noun* [C] an electronic machine that can look at, record or send images or electronic information உருப்படிவங்களை அல்லது மின்னணுத் தகவல்களை நுணுகி நோக்கும், பதிவு செய்யும் அல்லது அனுப்பும் மின்னணு இயந்திரப் பொறி *The scanner can detect cancer at an early stage.* • *I used the scanner to send the document by email.*

scant /skænt/ *adj.* (*only before a noun*) not very much; not as much as necessary பெருமளவாக இல்லாத; போதாத; தாராளமற்ற

scanty /ˈskænti/ *adj.* too small in size or amount அளவில் அல்லது எண்ணிக்கையில் குறைபட்ட; சிறு அளவான; கொஞ்சமான; தேவைக்குப் பற்றாத; போதும் போதாத *We didn't learn much from the scanty information they gave us.* ▶ **scantily** *adv. I realized I was too scantily dressed for the cold weather.*

scapegoat /ˈskeɪpɡəʊt/ *noun* [C] a person who is punished for things that are not his/her fault தனதல்லாத தவற்றுக்காகத் தண்டிக்கப்படும் ஒருவர் *When Asha was sacked she felt she had been* ***made a scapegoat*** *for all the company's problems.*

scapula /ˈskæpjʊlə/ (*formal*) = **shoulder blade** ⇨ **body** பதிவில் படம் பார்க்க.

scar /skɑː(r)/ *noun* [C] **1** a mark on the skin that is caused by a cut that skin has grown over புண் அல்லது காயம் குணமடைந்து தோல் மீது நிலைத்திருக்கும் வடு; தழும்பு *The operation didn't leave a very big scar.* ⇨ **scab** பார்க்க. **2** an area of a hill or cliff where there is rock with nothing covering it and no grass புல், செடிகொடி அற்று பெருங்கல் தொகுதிகள் மட்டுமே காணப்படும் குன்றுப் பகுதி அல்லது செங்குத்துப் பாறைப் பகுதி; கரடு *a mile-long limestone scar* ⇨ **limestone** பதிவில் படம் பார்க்க. ▶ **scar** *verb* [I, T] (**scarring; scarred**) *Velu's face was scarred for life in the accident.*

scarce /skeəs/ *adj.* not existing in large quantities; hard to find பெரும் எண்ணிக்கையில் காணப்படாத; பற்றாக்குறையாக உள்ள; கிடைப்பதற்கு அரிதான *Food for birds and animals is scarce in the winter.* ✪ **OPP plentiful** ▶ **scarcity** /ˈskeəsəti/ *noun* [C, U] (*pl.* **scarcities**) *(a) scarcity of food/jobs/resources*

scarcely /ˈskeəsli/ *adv.* **1** only just; almost not மிக அரிதாக; கிட்டத்தட்ட இல்லாமல்; போதும் போதாது *There was scarcely a car in sight.* • *She's not a friend of mine. I scarcely know her.* ⇨ **hardly** பார்க்க. **2** used to suggest that sth is not reasonable or likely நியாயமற்றதாக; ஏற்கத்தக்கதல்லாது; நிகழ்வாய்ப்பற்றதாக *You can scar-cely expect me to believe that after all you said before.*

scare[1] /skeə(r)/ *verb* **1** [T] to make a person or an animal frightened ஓராளை அல்லது ஒரு விலங்கை அச்சுறுத்து; கலவரப்படுத்து; கிலியூட்டு; பீதியடையச் செய் *The sudden noise scared us all.* • *It scares me to think what might happen.* **2** [I] to become frightened அச்சம் கொள்; பீதியடை *I don't scare easily, but when I saw the gun I was terrified.*

PHR V **scare sb/sth away/off** to make a person or animal leave or stay away by frightening them ஓராளை அல்லது ஒரு விலங்கை அச்சுறுத்தி ஓரிடத்தை விட்டு நீங்கச் செய் அல்லது ஓரிடத்திற்கு வராதிருக்கச் செய்; அச்சுறுத்தித் துரத்து

scare[2] /skeə(r)/ *noun* [C] **1** a feeling of being frightened பீதி; கிலி; கலவர உணர்ச்சி *It wasn't a serious heart attack but it gave him a scare.* **2** a situation where many people are afraid or worried about sth ஒன்று குறித்து மிகப்பலர் அச்சத்திற்கு அல்லது கவலைக்கு ஆளாகும் சூழல்; கலக்க நிலை; பீதி நிலை *Last night there was a* ***bomb scare*** *in the city centre.*

scarecrow /ˈskeəkrəʊ/ *noun* [C] a very simple model of a person that is put in a field to frighten away the birds பறவைகளை விளை நிலத்திலிருந்து அச்சுறுத்தித் துரத்துவதற்காக நிறுத்தப்படும் கலைநயமற்ற ஆள் உரு; கொல்லைப் பொம்மை

scared /skeəd/ *adj.* **scared (of sb/sth); scared (of doing sth/to do sth)** frightened அச்ச உணர்வுக்கு ஆளான; பீதியடைந்த; கிலியுற்ற *Are you scared of the dark?* • *She's scared of walking home alone.* • *Everyone was too scared to move.*

scarf /skɑːf/ *noun* [C] (*pl.* **scarves** /skɑːvz/ or **scarfs** /skɑːfs/) **1** a long thin piece of cloth, usually made of wool, that you wear around your neck to keep warm வெதுவெதுப்பு ஊட்டுவதற்காகக் கழுத்தில் சுற்றி அணிந்துகொள்ளப் படும், வழக்கமாகக் கம்பளி இழையாலான நீண்டு மெலிதான துணி; கழுத்துப் பட்டிகை **2** a square piece of cloth that women wear around their neck or shoulders or over their heads கழுத்தை அல்லது தோள்களைச் சுற்றி அல்லது தலை மீது பெண்கள் அணிந்துகொள்ளும் சதுர வடிவத் துணி; மகளிர் கழுத்து/தோள்/தலைத் துண்டு

scarlet /ˈskɑːlət/ *adj., noun* [U] (of) a bright red colour ஒளிர் செந்நிறமான/செந்நிறம்; ஒண்சிவப்பான/ஒண்சிவப்பு

scarlet fever *noun* [U] a serious disease that is passed from one person to another and that makes sb very hot and get red marks on the skin காய்ச்சலும் தோல் மீது சினப்புகளும் உண்டுபண்ணும் கடுமையான தொற்று நோய் வகை; செம்புள்ளி நச்சுக் காய்ச்சல் வகை

scarp /skɑːp/ *noun* [C] (in geography) a very steep piece of land (புவியியலில்) செங்குத்தான நிலப்பகுதி

scary /ˈskeəri/ *adj.* (**scarier; scariest**) (*informal*) frightening அச்சுறுத்துகிற; திகிலூட்டுகிற; பீதியடையச் செய்கிற *a scary ghost story* • *It was a bit scary driving in the mountains at night.*

scathing /ˈskeɪðɪŋ/ *adj.* expressing a very strong negative opinion about sb/sth; very critical ஒருவர்/ஒன்று குறித்துக் கடுமை மிக்க எதிர்மறையான கருத்து வெளிப்படுத்துகிற; கடுமையான விமர்சனமான; கண்டன முறையிலான; சூடான *a scathing attack on the new leader* • *scathing criticism*

scatter /ˈskætə(r)/ *verb* **1** [I] (used about a group of people or animals) to move away quickly in different directions (ஆட்களின் அல்லது விலங்குகளின் தொகுதி பற்றிக் குறிப்பிடுகையில்) வெவ்வேறு திசைகளில் விரைந்து அப்பால் செல்; நாற்புறமும் சிதறிச் செல் **2** [T] to drop or throw things in different directions over a wide area ஒரு பெரும்பரப்பில் வெவ்வேறு திசைகளில் பொருள்களைக் கீழே எறி; தூவு; சிதறலாக வீசு *The wind scattered the papers all over the room.*

scattered /ˈskætəd/ *adj.* spread over a large area or happening several times during a period of time ஒரு பெரும்பரப்பில் பரவிக் காணப்படுகிற அல்லது ஒரு காலப் பகுதியில் பலமுறை நிகழ்கிற; சிதறலான; பரவலான *There* *will be sunny intervals with scattered showers today.*

scavenge /ˈskævɪndʒ/ *verb* [I, T] to look for food, etc. among waste and rubbish கழிவுப் பொருள்களிலிருந்தும் குப்பையிலிருந்தும் உணவு, முதலியவற்றைத் தேடு ▶ **scavenger** *noun* [C] *Scavengers steal the food that the lion has killed.*

scenario /səˈnɑːriəʊ/ *noun* [C] (*pl.* **scenarios**) **1** one way that things may happen in the future எதிர்காலத்தில் ஒன்று நிகழக்கூடிய ஒரு முறை; ஒன்றின் எதிர்கால நிகழ்முறை *A likely scenario is that the company will get rid of some staff.* **2** a description of what happens in a play or film ஒரு நாடக அல்லது திரைப்பட நிகழ்வுகளின் விவரக் குறிப்பு; காட்சித் தொகுப்பு

scene /siːn/ *noun* **1** [C] the place where sth happened ஒன்று நடைபெற்ற இடம்; நிகழ்விடம் *the scene of a crime/an accident • An ambulance was **on the scene** in minutes.* **2** [C] an occasion when sb expresses great anger or some other strong emotion in public பலர் முன்னிலையில் ஒருவர் பெரும் சினம் முதலிய கடுமையான உணர்ச்சியை வெளிப்படுத்தும் நிகழ்வு; பிறருக்குச் சங்கடத்தை ஏற்படுத்தும் அல்லது கொந்தளிப்பான ஒரு சம்பவம் *There was quite a scene when she refused to pay the bill.* **3** [C] one part of a book, play, film, etc. in which the events happen in one place நூல், திரைப்படம், நாடகம் முதலியவற்றில் ஓரிடத்தில் நடைபெறும் நிகழ்வுகளைக் குறிக்கும் பகுதி; காட்சி *The first scene of 'Hamlet' takes place on the castle walls.* **4** [C, U] what you see around you in a particular place ஒரு குறிப்பிட்ட இடத்தில் தன்னைச் சுற்றிலும் ஒருவர் காண்பது; சூழ்நிலை; சூழல் *Her new job was no better, but at least it would be a **change of scene**.* **5 the scene** [*sing.*] the way of life or the present situation in a particular area of activity குறிப்பிட்ட செயற்களத்தில் காணப்படும் வாழ்க்கை முறை அல்லது நடப்புச் சூழல் *The political scene in Eastern Europe is very confused. • the fashion scene*

IDM **set the scene (for sth)** **1** to create a situation in which sth can easily happen or develop ஒன்று எளிதாக நிகழ்வதற்கான அல்லது வளர்ச்சியடைவதற்கான சூழலை உருவாக்கு *His arrival set the scene for another argument.* **2** to give sb the information and details that he/she needs in order to understand what comes next அடுத்து வருவதைப் புரிந்துகொள்ள ஒருவருக்குத் தேவைப்படும் தகவல் மற்றும் விவரங்களை அளி; தொடக்க நிலைத் தகவல் அளி *The first part of the programme was just setting the scene.*

scenery /ˈsiːnəri/ *noun* [U] **1** the natural beauty that you see around you in the country நாட்டுப்புறத்தில் தானுள்ள இடத்தைச் சுற்றி ஒருவர் காணும் இயற்கை அழகு; சூழிட இயற்கைக் காட்சி *The scenery is exquisite in the mountains.* **2** the furniture, painted cloth, boards, etc. that are used on the stage in a theatre நாடக அரங்கிலுள்ள காட்சி மேடையில் பயன்படுத்தப்படும் அறைக்கலங்கள், வண்ணத் துணிகள், பலகைகள் முதலியவை; நாடக மேடைக் காட்சித் துணைக்கருவித் தொகுதி *The scenery is changed during the interval.*

> **NOTE** காட்சிக்கு இனிமையான நாட்டுப்புறப் பகுதியை beautiful **scenery** என வர்ணிக்கிறோம். குறிப்பிட்ட பகுதியின் முனைப்புக் கூறுகள் அமைந்திருக்கும் முறை **landscape** எனப்படும்—*Trees and hedges are a typical feature of the British landscape. • an urban landscape* (= in a city or town). சன்னலின் ஊடாக வெளியே அல்லது உயர்ந்த இடத்திலிருந்து கீழ்நோக்கி ஒன்றைக் காண்பது **view** (காட்சி) எனப்படும்—*There was a marvellous view of the sea from our hotel room.* மேலும் **country 3** பதிவிலுள்ள குறிப்பைப் பார்க்க.

scenic /ˈsiːnɪk/ *adj.* having beautiful scenery அழகான இயற்கைக் காட்சியைக் கொண்டுள்ள; இயற்கைக் காட்சிப் பொலிவுடைய

scent /sent/ *noun* **1** [C, U] a pleasant smell இனிமையான மணம்; நறுமணம்; வாசனை *This flower has no scent.* **2** [C, U] the smell that an animal leaves behind and that some other animals can follow ஒரு விலங்கு விட்டுச்செல்வதும் மற்ற விலங்குகள் முகர்ந்து பின்தொடர ஏதுவானதுமான மணம்; மோப்பம் **3** [U] a liquid with a pleasant smell that you wear on your skin to make it smell nice உடலின்தோல் மணம் கமழச் செய்வதற்காக அதன்மீது பூசிக்கொள்ளும் இனிய மணமுள்ள திரவ வகை; நறுமணத் தைலம் ✪ SYN **perfume** **4** [*sing.*] the feeling that sth is going to happen ஒன்று நிகழப்போகிறது என்னும் உணர்வு; ஒன்று குறித்த முன்னுணர்வு *The scent of victory was in the air.* ▶ **scent** *verb* [T] *The dog scented a rabbit and shot off.* ▶ **scented** *adj.*

sceptic (*AmE* **skeptic**) /ˈskeptɪk/ *noun* [C] a person who doubts that sth is true, right, etc. ஒன்றின் மெய்ம்மைத் தன்மை, பயன்நிறைவு நிலை முதலியவை குறித்து எளிதில் நம்பிக்கை கொள்ளாதவர்; ஐயுறவு மனப்பான்மை உடையவர்; ஐயுறவாளர் ▶ **sceptical** (*AmE* **skeptical**) /ˈskeptɪkl/ *adj.* **sceptical (of/about sth)** *Many doctors are sceptical about the value of alternative medicine.*

scepticism (*AmE* **skepticism**) /ˈskeptɪsɪzəm/ *noun* [U] a general feeling of doubt about sth; a feeling that you are not likely to believe sth ஒன்று குறித்த ஐயுறவு நிலை; ஒன்றில் எளிதில் நம்பிக்கை தோன்றாத உணர்வு; ஐயுறவு மனப்பான்மை

sceptre (*AmE* **scepter**) /'septə(r)/ *noun* [C] a decorated rod carried by a king or queen on ceremonial occasions as a symbol of their power ஓர் அரசன் அல்லது அரசி தனது மேலாண்மையின் சின்னமாக வினைமுறை நிகழ்ச்சிகளில் கையில் வைத்திருக்கும் ஒப்பனை செய்யப்பட்ட கோல்; செங்கோல்

schedule[1] /'ʃedju:l/ *noun* **1** [C, U] a plan of things that will happen or of work that must be done நடைபெற இருப்பவை அல்லது செய்யப்பட வேண்டிய பணி குறித்த முன்னேற்பாடு, திட்டம் *Madhavan has a busy schedule for the next few days.* • *to be ahead of/behind schedule* (= to have done more/less than was planned) **2** (*AmE*) = **timetable**

schedule[2] /'ʃedju:l/ *verb* [T] **schedule sth (for sth)** to arrange for sth to happen or be done at a particular time குறிப்பிட்ட நேரத்தில் ஒன்று நடைபெறுவதற்கான அல்லது செய்யப்படுவதற்கான முன்னேற்பாடு செய்; நிகழ்ச்சி/செயல் திட்டமிடு *We've scheduled the meeting for Monday morning.* • *The train was scheduled to arrive at 10.07a.m.*

scheduled flight *noun* [C] a plane service that leaves at a regular time each day or week ஒவ்வொரு நாளும் அல்லது ஒவ்வொரு வாரமும் முன் திட்டமிடப்பட்ட நேரத்தில் புறப்பட்டுச் செல்லும் விமானச் சேவை; காலமுறை விமானச் சேவை ➪ **charter flight** பார்க்க.

scheme[1] /ski:m/ *noun* [C] **1 a scheme (to do sth/for doing sth)** an official plan or system for doing or organizing sth ஒன்றைச் செய்வதற்கான அல்லது உருவாக்குவதற்கான அதிகாரபூர்வமான திட்டம் அல்லது ஒழுங்கு முறை; வகை துறை ஏற்பாடு; செயல்முறை; செயல்திட்டம் *a new scheme to provide houses in the area* • *a local scheme for recycling newspapers* **2** a clever plan to do sth ஒன்றைச் செய்வதற்கான மதிநுட்பம் வாய்ந்த திட்டம்; சூழ்ச்சி முறை *He's thought of a new scheme for making money fast.* ➪ **colour scheme** பார்க்க.

scheme[2] /ski:m/ *verb* [I, T] to make a secret or dishonest plan இரகசிய அல்லது நேர்மைக்கேடான திட்டம் தீட்டு; சூழ்ச்சி செய்; சதித்திட்டம் வகு *She felt that everyone was scheming to get rid of her.*

schist /ʃɪst/ *noun* [U] (*technical*) a type of rock formed of layers of different minerals, that breaks naturally into thin flat pieces வெவ்வேறான கனிமப் பொருள்களின் அடுக்குகளால் உருவாவதும் இயற்கையாக மெல்லிய தகடுகளாக உடைவதுமான பாறை வகை; கனிமப் படுகைப் பாறை

schizophrenia /ˌskɪtsə'fri:niə/ *noun* [U] a serious mental illness in which a person confuses the real world and the world of imagination and often behaves in strange and unexpected ways கற்பனை உலகையும் மெய்யான உலகையும் ஒன்றை மற்றொன்றாக மாறுபடக் கருதுதலும், பெரும்பாலும் விசித்திரமான, எதிர்பாராத முறைகளில் நடந்துகொள்ளுதலும் ஆகிய கடுமையான மனநோய் வகை; எண்ணம், உணர்வு, செயல் ஆகியவை ஒன்றோடொன்று முரண்படுதலும் மாயத் தோற்றங்களுக்கு ஆட்படுதலுமான மூளைக் கோளாறு ▶ **schizophrenic** /ˌskɪtsə'frenɪk/ *adj., noun* [C]

scholar /'skɒlə(r)/ *noun* [C] **1** a person who studies and has a lot of knowledge about a particular subject குறிப்பிட்ட அறிவுத் துறையில் ஆய்வு செய்பவரும் அத்துறையில் நிறைவான அறிவுடையவருமான ஒருவர்; துறை ஆய்வாளர்/அறிஞர் **2** a person who has passed an exam or won a competition and has been given some money (**a scholarship**) to help pay for his/her studies ஒரு தேர்வில் தேர்ச்சியடைந்து அல்லது ஒரு போட்டியில் வெற்றி பெற்று தனது கல்விச் செலவுக்காக உதவித் தொகை பெறுபவர்; தகுதிசார் உதவித்தொகை பெறும் மாணவர் *a research scholar*

scholarly /'skɒləli/ *adj.* **1** (used about a person) spending a lot of time studying and having a lot of knowledge about an academic subject (ஆள் வகையில்) குறிப்பிட்ட பாடத்தை ஆழ்ந்து கற்று அதில் நிறைவான அறிவு கைவரப்பெற்ற; குறிப்பிட்ட அறிவுத் துறையில் புலமை பெற்றுள்ள **2** connected with academic study கல்விப் பயிற்சி சார்ந்த; கல்வி சார் ஆய்வுத் தொடர்பான

scholarship /'skɒləʃɪp/ *noun* **1** [C] an amount of money that is given to a person who has passed an exam or won a competition, in order to help pay for his/her studies ஒரு தேர்வில் தேர்ச்சியடைந்த அல்லது ஒரு போட்டியில் வெற்றிபெற்ற ஒருவருக்கு கல்விச் செலவுக்கான உதவித் தொகையாக வழங்கப்படும் பணம்; தகுதிசார் கல்வி உதவித்தொகை *to win a scholarship to Oxford* **2** [U] serious study of an academic subject குறிப்பிட்ட அறிவுத் துறையில் ஒருவர் கொள்ளும் ஆழ்ந்த ஈடுபாடு; புலமை

school /sku:l/ *noun* **1** [C] the place where children go to be educated சிறுவர், சிறுமியர் கல்வி கற்பிக்கப்படுவதற்காகச் செல்லும் இடம்; கல்விச் சாலை; பள்ளி *Where did you* ***go to school****?* • *They're building a new school in our area.* **2** [U] the time you spend at a school; the process of being educated in a school பள்ளியில்

கல்வி கற்கும் காலம்; பள்ளிக் கல்விப் பருவம்; பள்ளியில் கல்வி கற்பிக்கப்படுதல்; பள்ளிக் கல்வி *Their children are still* ***at school.*** • *After school we usually have homework to do.*

NOTE (மாணவராக அல்லது ஆசிரியராக) வழக்கமாகப் பள்ளிக்குச் செல்வதைக் குறிக்கும்போது **school**-உடன் **the** வராது—*Where do your children go to school?* • *I enjoyed being at school.* வேறொரு காரணத்திற்காக (உதாரணமாகப் பெற்றோராகப்) பள்ளிக்குச் செல்வதைக் கூறும்போது **the school** என வழங்கப்படும்—*I have to go to the school on Thursday to talk to Jaya's teacher.* பள்ளியைப் பற்றி மேலும் தகவல் அளிக்கும்போது **school**-உடன் **a** அல்லது **the** வரும்—*Rani goes to the school in the next village.* • *She teaches at a school for children with learning difficulties.*

3 [*sing., with sing. or pl. verb*] all the students and teachers in a school ஒரு பள்ளியின் அனைத்து மாணவர்களும் ஆசிரியர்களும் *The whole school cheered the winner.* **4** (*used to form compounds*) connected with school பள்ளி சார்ந்த; பள்ளிக்குரிய *children* ***of school age*** • *The bus was full of* ***schoolchildren.*** • *It is getting increasingly difficult for* ***school-leavers*** *to find jobs.* • ***Schoolteachers*** • ***schooldays*** **5** [C] a place where you go to learn a particular subject குறிப்பிட்ட துறை சார்ந்த கல்வி கற்பிக்கப்படும் இடம்; தொழிற்பயிற்சிப் பள்ளி முதலியவை *a language/driving/drama/business school* **6** [C] (*AmE*) a college or university கல்லூரி அல்லது பல்கலைக்கழகம் *Management school* **7** [C] a department of a university that teaches a particular subject குறிப்பிட்ட பாடப்பிரிவு சார்ந்த கல்வி கற்பிக்கப்படும் பல்கலைக்கழகத் துறை *the school of languages at Delhi University* **8** [C] a group of writers, painters, etc. who have the same ideas or style ஒரே வகையான கருத்துகளை அல்லது கலைப்பாணியை பின்பற்றும் எழுத்தாளர்கள், ஓவியர்கள் முதலியோரின் தொகுதி; தனிமுறைக் கொள்கைக் குழாம்; தனிமுறை மரபுக்குழு *the Kangra school of painting* **9** [C] a large group of fish swimming together ஒருசேர நீந்திச் செல்லும் மீன்களின் பெருந்திரள்

IDM **a school of thought** the ideas or opinions that one group of people share ஒரு குழுவினரிடையே பொதுவாகக் காணப்படும் கருத்துகள் அல்லது எண்ணங்கள்; தனிமுறைக் கோட்பாடு; தனிமுறைச் சிந்தனை *There are various schools of thought on this matter.*

schoolboy /ˈskuːlbɔɪ/ *noun* [C] a boy who goes to school பள்ளிக்குச் செல்லும் சிறுவன்; பள்ளி மாணவன்

schoolgirl /ˈskuːlɡɜːl/ *noun* [C] a girl who goes to school பள்ளிக்குச் செல்லும் சிறுமி; பள்ளி மாணவி

schooling /ˈskuːlɪŋ/ *noun* [U] the time that you spend at school; your education பள்ளியில் கல்வி கற்கும் காலம்; கல்விப் பருவம்; பள்ளி நாட்கள்; ஒருவர் பெறும் கல்விப் பயிற்சி அல்லது கல்வி அறிவு; படிப்பு

schoolteacher /ˈskuːltiːtʃə(r)/ *noun* [C] a person whose job is teaching in a school பள்ளியில் பாடம் கற்பிக்கும் ஆசிரியர்; பள்ளி ஆசிரியர்

schooner /ˈskuːnə(r)/ *noun* [C] a sailing ship with two or more **masts** இரண்டு அல்லது இரண்டுக்கு மேற்பட்ட பாய்மரங்களை உடைய பாய்மரக் கப்பல்

science /ˈsaɪəns/ *noun* **1** [U] the study of and knowledge about the physical world and natural laws (இயற்கைப் பொருள்களை உள்ளடக்கிய) இயல் உலகு மற்றும் இயற்கை விதிகள் குறித்த ஆய்வும் அறிவும்; விஞ்ஞானம்; அறிவியல் *Modern science has discovered a lot about the origin of life.* • *Fewer young people are studying science at university.* ⇨ **arts** பார்க்க. **2** [C] one of the subjects into which science can be divided (உயிரியல், வேதியியல், இயற்பியல், முதலிய) அறிவியல் துறைகளில் ஒன்று *Biology, chemistry and physics are all sciences.* **NOTE** மக்கள் மற்றும் சமுதாயம் பற்றிய அறிவுத் துறை **social science** (சமூக அறிவியல்) எனப்படும்.

science fiction (*also* **sci-fi**) *noun* [U] books, films, etc. about events that take place in the future, often involving travel in space பெரும்பாலும் விண்வெளிப் பயணத்தை உள்ளடக்கிய, எதிர்கால நிகழ்வுகள் குறித்த நூல்கள், திரைப்படங்கள் முதலியவை; அறிவியல் புனைகதை

scientific /ˌsaɪənˈtɪfɪk/ *adj.* **1** connected with or involving science அறிவியல் தொடர்பான அல்லது அறிவியலை உள்ளடக்கிய; அறிவியலுக்குரிய; அறிவியல் சார்ந்த *We need more funding for scientific research.* • *scientific instruments* **2** (used about a way of thinking or of doing sth) careful and logical (ஒன்று குறித்த சிந்தனை முறை அல்லது செயற்பாடு பற்றிக் கூறுகையில்) கருத்தூன்றிய மற்றும் காரண காரிய அடிப்படையிலான; அறிவியல் பூர்வமான; அறிவியல் திட்பநுட்பம் வாய்ந்த *a scientific study of the way people use language*
▶ **scientifically** /ˌsaɪənˈtɪfɪkli/ *adv. Sorting out the files won't take long if we do it scientifically.*

scientist /ˈsaɪəntɪst/ *noun* [C] a person who studies or teaches science, especially biology, chemistry or physics அறிவியல், குறிப்பாக உயிரியல், வேதியியல் அல்லது இயற்பியல், துறையில்

ஆய்வு அல்லது கற்பித்தல் பணியைச் செய்பவர்; விஞ்ஞானி; அறிவியல் அறிஞர்

sci-fi /ˈsaɪ faɪ/ (*informal*) = **science fiction**

scissors /ˈsɪzəz/ *noun* [*pl.*] a tool for cutting things that consists of two long, flat, sharp pieces of metal that are joined together ஒன்றிணைந்த இரண்டு நீண்ட தட்டையான கூர் விளிம்புகளையுடைய உலோகப் பகுதிகளைக் கொண்ட வெட்டு கருவி; கத்தரிக்கோல் **scissors** என்பது பன்மைப் பெயராகும்—*These scissors are blunt.* **'A scissors'** என வராது; **a pair of scissors** என்றே வரும்.

scoff /skɒf/ *verb* **1** [I] **scoff (at sb/sth)** to speak about sb/sth in a way that shows you think that he/she/it is stupid or ridiculous ஒருவரை/ஒன்றை அறிவற்றவராக/அறிவற்றதாக அல்லது இகழ்ச்சிக்குரியவராக/இகழ்ச்சிக்குரியதாகத் தான் கருதுவதை வெளிப்படுத்தும் முறையில் அவர்/அது குறித்துப் பேசு; ஏளனம் செய் **2** [T] (*BrE informal*) to eat a lot of sth quickly ஒன்றைப் பெருமளவில் விரைவாக உண்; அவசர அவசரமாக விழுங்கு

scold /skəʊld/ *verb* [I, T] **scold sb (for sth/for doing sth)** to speak angrily to sb because he/she has done sth bad or wrong மோசமான அல்லது தவறான ஒன்றைச் செய்துள்ள ஒருவரிடம் சினக்குறிப்புடன் பேசு; திட்டு

scone /skɒn; skəʊn/ *noun* [C] a small, simple cake, usually eaten with butter வழக்கமாக வெண்ணெய் தடவி உண்ணப்படும், சாதாரண சிறு கேக்

scoop¹ /sku:p/ *noun* [C] **1** a tool like a spoon used for picking up ice cream, flour, grain, etc. ஐஸ்க்ரீம், மாவு, தானிய மணிகள் முதலியவற்றை வாரி எடுக்கப் பயன்படுத்தப்படும் கரண்டி போன்ற கருவி; சட்டுவக் கரண்டி; கோப்பைக் கரண்டி **2** the amount that one scoop contains சட்டுவக் கரண்டியில் ஒரு முறை எடுக்கும் பொருளின் அளவு; கரண்டியளவு **3** an exciting piece of news that is reported by one newspaper, television or radio station before it is reported anywhere else ஒரு செய்தித்தாள், தொலைக்காட்சி அல்லது வானொலி மற்றவர்களுக்கு முன்னால் வெளியிடும் பரபரப்பான செய்தி; கிளர்ச்சியூட்டும் முந்து செய்தி

scoop² /sku:p/ *verb* [T] **1 scoop sth (out/up)** to make a hole in sth or to take sth out by using a scoop or sth similar ஒன்றில் துளை செய்; உட்குடைவாக்கு; சட்டுவக் கரண்டியை அல்லது அது போன்ற ஒன்றைப் பயன்படுத்தி ஒன்றை வெளியே எடு, முகந்தெடு *Scoop out the middle of the pineapple.* **2 scoop sb/sth (up)** to move or lift sb/sth using a continuous action விடாது பிடித்து ஒருவரை/ஒன்றை இடம் பெயரச் செய் அல்லது மேலுயர்த்து; அள்ளி அல்லது வாரி எடு *He scooped up the child and ran.* **3** to win a big or important prize பெரிய அல்லது முக்கியமான ஒரு பரிசை வெல்; பரிசை அள்ளிச் செல்; வாரிச் செல் *The film has scooped all the awards this year.* **4** to get a story before all other newspapers, television stations, etc. மற்ற அனைத்துச் செய்தித்தாள்கள், தொலைக்காட்சி நிலையங்கள் முதலியவற்றுக்கு முன்னர் ஒரு செய்தியைப் பெறு

scooter /ˈsku:tə(r)/ *noun* [C] **1** a light motorbike with a small engine சிற்றளவான இயந்திரத்தையுடைய கனமற்ற விசை மிதிவண்டி **2** a child's toy with two wheels that you stand on and move by pushing one foot against the ground மேலே நின்றுகொண்டு ஒரு காலைத் தரையில் உந்திச் செலுத்தும் இரு சக்கர விளையாட்டு வண்டி; சிறுவர் உந்துவண்டி

scope /skəʊp/ *noun* **1** [U] **scope (for sth/to do sth)** the chance or opportunity to do sth ஒன்றைச் செய்வதற்கான வாய்ப்பு நிலை; வாய்ப்பெல்லை; வாய்ப்பு வழி; வழிதிறப்பு *The job offers plenty of scope for creativity.* **2** [*sing.*] the variety of subjects that are being discussed or considered கலந்தாய்வுக்கு எடுத்துக்கொள்ளப்படுகிற அல்லது கருதிப்பார்க்கப்படுகிற பல்வேறான பொருள்கள்; பொருள் பரப்பு; கருதுபொருள் பரப்பெல்லை *The government was unwilling to extend the scope of the inquiry.*

scorch /skɔ:tʃ/ *verb* [T] to burn sth so that its colour changes but it is not destroyed சிதைந்து போகாது நிறம் மாறும்படியாக ஒரு பொருளைத் தீயினால் சுடு; வாட்டு; கருக்கு *I scorched my blouse when I was ironing it.*

scorching /ˈskɔ:tʃɪŋ/ *adj.* very hot மிகு வெப்பமான; சுடுகிற; வாட்டுகிற *It was absolutely scorching on Tuesday.*

score¹ /skɔ:(r)/ *noun* **1** [C] the number of points, goals, etc. that sb/sth gets in a game, competition, exam, etc. ஒரு விளையாட்டு, போட்டி, தேர்வு முதலியவற்றில் ஒருவர்/ஒன்று ஈட்டும் மதிப்பெண்கள், ஆட்டப் புள்ளிகள், கெலிப்பெண்கள் முதலியவை *What was the final score?* • *The score is 3-2 to East Bengal.* • *The top score in the test was 80%.* **2 scores** [*pl.*] very many மிகப் பலர்/மிகப் பல; ஏராளமானவர்கள்/ஏராளமானவை *Scores of people have written to offer their support.* **3** [C] the written form of a piece of music ஓர் இசைப்பகுதியின் எழுத்து வடிவம்; இசைக் குறியீடு

IDM on that score as far as that is concerned அது குறித்து; அதைப் பொருத்த மட்டில் *Lata will be well looked after. Don't worry on that score.*

score² /skɔ:(r)/ *verb* [I, T] to get points, goals, etc. in a game, competition, exam, etc. ஒரு

விளையாட்டு, போட்டி, தேர்வு முதலியவற்றில் மதிப்பெண்கள், ஆட்டப் புள்ளிகள், கெலிப்பெண்கள் முதலியவற்றை ஈட்டு *The team still hadn't scored by half-time.* • *Lakshmi scored the highest marks in the exam.*

scoreboard /ˈskɔːbɔːd/ *noun* [C] a large board that shows the score during a game, competition, etc. ஒரு விளையாட்டு, போட்டி, முதலியவற்றில் ஈட்டப்படும் ஆட்டப்புள்ளிகளை/கெலிப்பெண்களைக் குறித்துப் பொதுக்காட்சிக்கு வைக்கப்படும் பெரிய பலகை; ஆட்டக் கணிப்பெண் பலகை

scorn¹ /skɔːn/ *noun* [U] **scorn (for sb/sth)** the strong feeling that you have when you do not respect sb/sth ஒருவரை/ஒன்றை மதிக்காத நிலையில், அவர்/அது குறித்துத் தனது மனதில் உண்டாகும் அழுத்தமான உணர்வு; இழிவுணர்ச்சி; இகழ்ச்சி; ஏளனம்

scorn² /skɔːn/ *verb* [T] **1** to feel or show a complete lack of respect for sb/sth ஒருவர்/ஒன்று குறித்து இழிவுணர்ச்சி கொள் அல்லது ஒருவரை/ஒன்றை இகழ்ந்தொதுக்கு; அவமதி; ஏளனம் செய் *The President scorned his critics.* **2** to refuse to accept help or advice, especially because you are too proud குறிப்பாக, ஆணவம் காரணமாக, ஒருவரது உதவியை அல்லது அறிவுரையை ஏற்க மறு; மதியாது புறக்கணி *The old lady scorned all offers of help.* ▶ **scornful** /skɔːnfl/ *adj. a scornful look/smile/remark* ▶ **scornfully** /skɔːnfəli/ *adv.*

Scorpio /ˈskɔːpiəʊ/ *noun* [U] the eighth sign of the **zodiac**, the Scorpion தேளைக் குறியீட்டு வடிவமாகக் கொண்ட எட்டாவது வான்மனை; விருச்சிக இராசி

scorpion /ˈskɔːpiən/ *noun* [C] a creature which looks like a large insect and lives in hot countries. A scorpion has a long curved tail with a poisonous sting in it தேள்

Scot /skɒt/ *noun* [C] a person who comes from Scotland ஸ்காத்லாந்து நாட்டவர்

Scotch /skɒtʃ/ *noun* [U, C] a strong alcoholic drink (**whisky**) that is made in Scotland; a glass of this ஸ்காத்லாந்தில் தயாரிக்கப்படும் வெறியத்தன்மை மிக்க மது வகை; ஸ்காத்லாந்து வன் தேறல்; இம்மதுவின் ஒரு குவளை அளவு ➪ **Scottish** பதிவிலுள்ள குறிப்பைப் பார்க்க.

Scotch tape™ (*AmE*) = **Sellotape**

Scots /skɒts/ *adj.* of or connected with people from Scotland ஸ்காத்லாந்து மக்கள் தொடர்பான அல்லது அம்மக்களுக்குரிய ➪ **Scottish** பதிவிலுள்ள குறிப்பைப் பார்க்க.

Scottish /ˈskɒtɪʃ/ *adj.* of or connected with Scotland, its people, culture, etc. ஸ்காத்லாந்து நாடு, அதன் மக்கள், பண்பாடு முதலியவை தொடர்பான அல்லது அதற்கு/அவர்களுக்கு உரிய

NOTE **Scots** என்ற சொல் வழக்கமாக ஸ்காத்லாந்து மக்களைக் குறிக்கும்—*a Scots piper* ஸ்காத்லாந்து நாடு, அதன் மக்கள் மற்றும் அந்நாடு சார்ந்த பொருள்கள் **Scottish** என்ற சொல்லால் குறிக்கப்படுகின்றன—*Scottish law/dancing/music.* • *She speaks with a new strong Scottish accent.* • *The Scottish Highlands.* **Scotch** என்பது அந்நாட்டின் மது மற்றும் சில உணவு வகைகளைக் குறிக்கும். மக்களைக் குறிக்காது.

scoundrel /ˈskaʊndrəl/ *noun* [C] (*old-fashioned*) a man who behaves very badly towards other people, especially by being dishonest குறிப்பாக நேர்மையின்றி, பிறரிடம் தகாத முறையில் நடந்துகொள்பவர்; கயவன்; போக்கிரி

scour /ˈskaʊə(r)/ *verb* [T] **1** to clean sth by rubbing it hard with sth rough சொரசொரப்பான ஒரு பொருளைக் கொண்டு அழுத்தித் தேய்த்து ஒன்றைத் தூய்மைப்படுத்து *to scour a dirty pan* **2** to search a place very carefully because you are looking for sb/sth ஒருவரை/ஒன்றைக் கண்டுபிடிக்கும் நோக்குடன் ஓரிடத்தை மிகக் கவனமாகத் தேடு; துருவித் தேடு

scourge /skɜːdʒ/ *noun* [C] a person or thing that causes a lot of trouble or suffering பெருமளவு துன்பம் அல்லது தொல்லை விளைவிக்கும் ஆள் அல்லது பொருள்; அலைக்கழிப்பவர்; துன்புறுத்துவது; தொல்லை *Pirates were the scourge of the South China sea.*

scout /skaʊt/ *noun* [C] **1 Scout** (*also* **Boy Scout**) a member of an organization (**the Scouts**), originally for boys, that teaches young people how to look after themselves and encourages them to help others. Scouts do sport, learn useful skills, go camping, etc. தற்பொறுப்பு, பிறருக்கு உதவுதல் ஆகியவற்றில் இளைஞர்களுக்குப் பயிற்சி அளிக்கும் அமைப்பின் உறுப்பினர்; சாரணர். தொடக்கத்தில் சிறுவர்களுக்கென ஏற்படுத்தப்பட்ட இவ்வமைப்பின் உறுப்பினர்கள் விளையாட்டு, செயற்பயிற்சி, முகாமிடுதல் முதலியவற்றில் ஈடுபடுகின்றனர் ➪ **Guide** பார்க்க. **2** a soldier who is sent on in front of the rest of the group to find out where the enemy is or which is the best route to take பகைவர் இருப்பிடத்தை அல்லது மிகச் சரியான செல்வழியைக் கண்டறிவதற்காகப் படைக்கு முன்னால் அனுப்பப்படும் வீரர்; உளவாள்; வேவு காண்பவர்

scowl /skaʊl/ *noun* [C] a look on your face that shows you are angry or in a bad mood சினக் குறிப்பை அல்லது மோசமான மனநிலையைக் காட்டும் முகத்தோற்றம்; சிடுசிடுத்த பார்வை; முகஞ்சுளிப்பு; கடுகடுப்பான தோற்றம் ▶ **scowl** *verb* [I]

scrabble /ˈskræbl/ *verb* [I] to move your fingers or feet around quickly, trying to find sth or get hold of sth ஒன்றைக் கண்டுபிடிக்கும் அல்லது கைக்கொள்ளும் நோக்கத்துடன் அங்குமிங்கும் விரைவாகக் கை விரல்கள் அல்லது பாதங்களை நகர்த்து; தேடித் தடவு; துழாவு *She scrabbled about in her purse for some coins.*

scraggy /'skrægi/ *adj.* (*BrE*) (of people or animals) very thin and unhealthy looking (ஆட்கள் மற்றும் விலங்குகள் வகையில்) மிகவும் ஒல்லியாகவும் உடல் நலம் குன்றியும் காணப்படுகிற; ஒட்டி மெலிந்துள்ள; வாடி வதங்கிய *a scraggy old cat*

scramble /'skræmbl/ *verb* [I] **1** to climb quickly up or over sth using your hands to help you; to move somewhere quickly கைகளைத் துணையாகப் பயன்படுத்தி ஒன்றின் மீது அல்லது மேலே விரைவாக ஏறு; ஓரிடத்தில் விரைந்து இயங்கு; அவசர அவசரமாகச் செல்; பரபரப்புடன் முன்னேறு *He scrambled up the hill and over the wall.* • *He* ***scrambled to his feet*** (= off the ground) *and ran off into the trees.* • *The children scrambled into the car.* **2 scramble (for sth/to do sth)** to fight or move quickly to get sth which a lot of people want மிகப் பலர் அடைய விரும்பும் ஒன்றைப் பெறுவதற்காகச் சண்டையிடு அல்லது விரைந்து செல்; முட்டி இடித்துக்கொண்டு நெருக்கியடித்துக்கொண்டு செல் *People stood up and began scrambling for the exits.* • *Everyone was scrambling to get the best bargains.* ▶ **scramble** *noun* [*sing.*]

scrambled egg *noun* [U] (*also* **scrambled eggs** [*pl.*]) eggs mixed together with milk and then cooked in a pan பாலுடன் சேர்த்துக் கலக்கி வாணலியில் இட்டு வேகவைக்கப்பட்ட முட்டைகள்

scrap¹ /skræp/ *noun* **1** [C] a small piece of sth ஒன்றின் சிறு துண்டு; துணுக்கு; முறிந்த அல்லது பிரிந்து வந்துவிட்ட துண்டு *a scrap of paper/cloth* • *scraps of food* **2** [U] something that you do not want any more but that is made of material that can be used again இனித் தனக்கு வேண்டாத, ஆனால் மீண்டும் பயன்படுத்தத்தக்க ஒரு பொருளால் செய்யப்பட்ட ஒன்று; பயன்தீர்ந்த, மறுசுழற்சி செய்யத்தக்க பொருள்; ஓட்டை உடைசல் *The old car was sold* ***for scrap***. • *scrap paper* **3** [C] (*informal*) a short fight or argument சிறு சண்டை அல்லது பூசல்; சச்சரவு

scrap² /skræp/ *verb* [T] (**scrapping; scrapped**) to get rid of sth that you do not want any more இனித் தனக்குத் தேவையற்ற ஒன்றை ஒழித்துவிடு; பயன்தீர்ந்த ஒன்றைக் கழித்துக்கட்டு *I think we should scrap that idea.*

scrapbook /'skræpbʊk/ *noun* [C] a large book with empty pages that you can stick pictures, newspaper articles, etc. in படங்கள், பத்திரிகைக் கட்டுரைகள் முதலியவற்றை ஒட்டி வைத்துக்கொள்ளப் பயன்படுத்தப்படும் வெற்றுத் தாள்களால் ஆன பெரிய புத்தகம்; வெட்டி ஒட்டற் புத்தகம்

scrape¹ /skreɪp/ *verb* **1** [T] **scrape sth (down/out/off)** to remove sth from a surface by moving a sharp edge across it firmly ஒரு பரப்பின் ஊடாகக் கூர்முனை ஒன்றை அழுத்திச் செலுத்தி அப்பரப்பின் மீதுள்ள ஒரு பொருளை நீக்கு; உரசித் தேய்; சுரண்டி எடு *Scrape all the mud off your boots before you come in.* **2** [T] **scrape sth (against/ along/on sth)** to damage or hurt sth by rubbing it against sth rough or hard சொரசொரப்பான அல்லது கெட்டியான ஒன்றின் மீது ஒரு பொருளை உராயச் செய்து அதனைச் சேதப்படுத்து அல்லது ஊறுபடுத்து; உரசிக் கறைபடுத்து; சிராய்ப்பு உண்டாக்கு *Madan fell and scraped his knee.* • *Sunita scraped the car against the wall.* **3** [I, T] **scrape (sth) against/along/on sth** to rub (sth) against sth and make a sharp unpleasant noise ஒன்றின் மீது உராய்ந்து வல்லொலி எழுப்பு; கீச்சொலி செய்; உராய்வொலி/உரசொலி உண்டாக்கு *The branches scraped against the window.* **4** [T] to manage to get or win sth with difficulty இடர்ப்பட்டு ஒருவழியாக ஒன்றை அடையப்பெறு; அரிது முயன்று ஒன்றைக் கைக்கொள் அல்லது ஈட்டு *I just scraped a pass in the maths exam.*

PHR V **scrape by** to manage to live on the money you have, but with difficulty தன்னிடமுள்ள பணத்தைக் கொண்டு இடர்ப்பாட்டுடன் வாழ்க்கை நடத்து; கைப்பொருளைக் கொண்டு ஒப்பேற்று அல்லது சமாளி *We can just scrape by on my salary.*

scrape through (sth) to succeed in doing sth with difficulty இடர்ப்பட்டு ஒன்றைச் செய்து முடி; ஒருபடியாகத் தப்பிப் பிழை; ஒப்பேற்று *to scrape through an exam* (= just manage to pass it)

scrape sth together/up to get or collect sth together with difficulty சிரமப்பட்டு ஒன்றைத் திரட்டு அல்லது ஒருங்குசேர்; சிறுகச் சிறுகத் திரட்டிக் கைக்கொள்

scrape² /skreɪp/ *noun* [C] **1** the action or unpleasant sound of one thing rubbing against another ஒன்று மற்றொன்றின் மீது உரசுதல் அல்லது உரசி உண்டாகும் வல்லொலி; உராய்வு; உராய்வொலி; தேய்ப்பொலி **2** damage or an injury caused by rubbing against sth rough சொரசொரப்பான ஒன்றின் மீது உராய்ந்து உண்டாகும் சேதம் அல்லது ஊறுபாடு; சிராய்ப்பு *I got a nasty scrape on my knee.* **3** (*informal*) a difficult situation that was caused by your own stupid behaviour தனது அறிவற்ற

நடத்தை காரணமாக உருவாகும் இடர்ப்பாடான சூழல் அல்லது இக்கட்டு நிலை

scrap heap *noun* [C] a large pile of objects, especially metal, that are no longer wanted பயன் கழிந்த பொருள்களின், குறிப்பாக உலோகப் பொருள்களின், பெருங்குவியல்; ஓட்டை உடைசல் தொகுதி

IDM on the scrap heap not wanted any more இனி வேண்டப்படாத; பயன் கழிந்த; ஒதுக்கித் தள்ளப்பட்ட *Many of the unemployed feel that they are on the scrap heap.*

scrappy /ˈskræpi/ *adj.* not organized or tidy and so not pleasant to see ஒருங்கிணைக்கப்படாது அல்லது ஒழுங்கின்றிக் கண்ணுக்கு இனிமையற்றுள்ள; ஒட்டுவேலையான; திருத்தமற்ற *a scrappy essay/football match*

scratch[1] /skrætʃ/ *verb* **1** [I, T] **scratch (at sth)** to rub your skin with your nails, especially because it is irritating you (**itching**) குறிப்பாக அரிப்புணர்ச்சி உண்டாவதால், தோல் மீது நகங்களால் தேய்; கீறு; சொரி *Don't scratch at your insect bites or they'll get worse.* • *Could you scratch my back for me?* • *She sat and scratched her head as she thought about the problem.* **2** [I, T] to make a mark on a surface or a slight cut on a person's skin with sth sharp கூர்மையான ஒரு பொருளைக் கொண்டு ஒரு பரப்பின் மீது குறி உண்டாக்கு அல்லது ஒருவரது தோலில் சிறு வெட்டு உண்டுபண்ணு; கீறு காயம்/கீறு தடம் உண்டாக்கு; பிறாண்டு *The cat will scratch if you annoy it.* • *The table was badly scratched.* **3** [I] to make a sound by rubbing a surface with sth sharp கூர்மையான ஒரு பொருளால் ஒரு பரப்பின் மீது தேய்த்து ஒலி உண்டாக்கு; கீறொலி செய் *The dog was scratching at the door to go outside.* **4** [T] to use sth sharp to make or remove a mark கூர்மையான ஒரு பொருளைப் பயன்படுத்தி ஒரு குறி செய் அல்லது ஒரு குறியை நீக்கு; கீற்றடையாளமிடு; கீறல் கோடிட்டடி *He scratched his name on the top of his desk.* • *I tried to scratch the paint off the table.*

scratch[2] /skrætʃ/ *noun* **1** [C] a cut, mark or sound that was made by sb/sth sharp rubbing a surface ஒரு பரப்பின் மீது தேய்த்து அல்லது கூர்மையான ஒரு பொருளால் கீறி உண்டாக்கப்படும் சிறு வெட்டு, குறி அல்லது ஒலி; கீறல், கீறு தடம்; கீறு காயம்; கீற்று; கீறொலி *There's a scratch on the car door.* **2** [*sing.*] an act of scratching part of the body because it is irritating you (**itching**) அரிப்புணர்ச்சி உண்டாவதால் தோல் மீது நகங்களால் தேய்த்தல்; கீறுதல்; சொறிதல்; சொரிவு *The dog had a good scratch.*

IDM from scratch from the very beginning தொடக்கத்திலிருந்து; முதற்படியிலிருந்து *I'm learning Tamil from scratch.*

(be/come) up to scratch (*informal*) (to be/become) good enough நிறைவாக (இரு/ஆகு), மனம் கொள்ளத்தக்க நிலையில் இரு; மனம் கொள்ளத்தக்கதாக ஆகு

scrawl /skrɔ:l/ *verb* [I, T] to write sth quickly in an untidy and careless way ஒழுங்கின்றி அசட்டையான முறையில் அவசரமாக ஒன்றை எழுது; கிறுக்கு *He scrawled his name across the top of the paper.* ► **scrawl** *noun* [*sing.*] *Her signature was just a scrawl.* ➪ **scribble** பார்க்க.

scream[1] /skri:m/ *verb* [I, T] **scream (sth) (out) (at sb)** to cry out loudly in a high voice because you are afraid, excited, angry, in pain, etc. அச்சம், படபடப்பு, சினம், வலி முதலியவை காரணமாக உரத்த குரலில் கத்து; அலறு; கூக்குரல் எழுப்பு; கிறீச்சிடு *She saw a rat and screamed out.* • *'Don't touch that,' he screamed.* • *He screamed with pain.* • *He clung to the edge of the cliff, screaming for help.* ➪ **shout** பார்க்க.

scream[2] /skri:m/ *noun* [C] a loud cry in a high voice உரத்த குரலில் கத்துதல்; அலறல்; கூக்குரல் *a scream of pain*

scree /skri:/ *noun* [U, C] (in geography) a steep area of small loose stones, especially on a mountain (புவியியலில்) குறிப்பாக மலை மீது காணப்படும், தனித்தனியாக சிறு கற்களைக் கொண்ட செங்குத்துப்பகுதி; கற்கூளங்களையுடைய (மலை) பக்கச் சரிவு

screech /skri:tʃ/ *verb* [I, T] to make an unpleasant loud, high sound இனிமையற்ற உரத்து ஓங்கிய ஒலி செய்; கிரீச்சொலி எழுப்பு *'Get out of here,' she screeched at him.* ➪ **shriek** பார்க்க. ► **screech** *noun* [*sing.*] *the screech of brakes*

screen[1] /skri:n/ *noun* **1** [C] a flat vertical surface that is used for dividing a room or keeping sb/sth out of sight ஓர் அறையைப் பிரிவினை செய்ய அல்லது ஒருவரை/ஒன்றைப் பார்வையிலிருந்து விலக்கி வைக்கப் பயன்படுத்தப்படும் தட்டையான செங்குத்துப் பரப்பு; மறைப்புத் திரை *The nurse pulled the screen round the bed.* **2** [C] the glass surface of a television or computer where the picture or information appears தொலைக்காட்சிப் பெட்டியில் அல்லது கணிப்பொறியில் படம் அல்லது தகவல் காட்சியாகத் தோன்றும் கண்ணாடிப் பரப்பு; தொலைக்காட்சி/கணினித் திரை **3** [C] the large flat surface on which films are shown திரைப்படங்கள் காட்சியாகத் தோன்றும் பெரிய சமதளப்பரப்பு; காட்சிப்பட/ஒளிப்படத் திரை **4** [*sing.*, U] films or television in general திரைப்படங்கள் அல்லது தொலைக்காட்சி *Some actors look better in real life than on screen.*

screen² /skriːn/ *verb* [T] **1 screen sb/sth (off) (from sb/sth)** to hide or protect sb/sth from sb/sth else ஒருவரை/ஒன்றை வேறொருவரிடமிருந்து/ வேறொன்றிடமிருந்து மறை அல்லது காப்புச் செய்; இடையிட்டு மறை *The bed was screened off while the doctor examined him.* • *to screen your eyes from the sun* **2 screen sb (for sth)** to examine or test sb to find out if he/she has a particular disease or if he/she is suitable for a particular job ஒருவர் குறிப்பிட்ட நோயால் தாக்கப்பட்டுள்ளாரா என்பதை அல்லது ஒருவர் குறிப்பிட்ட பணிக்கு ஏற்றவரா என்பதைக் கண்டறிய அவரை ஆய்வுக்கு அல்லது பரிசோதனைக்கு உட்படுத்து; நுணுகி ஆராய் அல்லது சோதனை செய் *All women over 50 should be screened for breast cancer.* • *The Ministry of Defence screens all job applicants.* **3** to show sth on television or in a cinema தொலைக்காட்சியில் அல்லது திரைப்படத்தில் ஒன்றைக் காட்டு; படக்காட்சியாகக் காட்டு

screen saver *noun* [C] a computer program that replaces what is on the screen with a moving image if the computer is not used for a certain amount of time கணிப்பொறி சிலகாலம் பயன்படுத்தப்படாதிருக்கும் நிலையில் அதன் திரைக்காட்சியை இயங்கு படம் ஒன்றால் மாற்றீடு செய்யும் கணினி நிரல்; திரைக் காப்பு நிரல்

screw¹ /skruː/ *noun* [C] a thin pointed piece of metal used for fixing two things, for example pieces of wood, together. You turn a screw with a special tool (**a screwdriver**) மரத்துண்டுகள் முதலிய இரண்டு பொருள்களைச் சேர்த்துப் பொருத்தப் பயன்படுத்தப்படும் மெல்லிய கூர்நுனியுடைய உலோகத் துண்டு; திருகாணி. திருப்புளியைக் கொண்டு திருகாணி திருகி இறுக்கப்படுகிறது/கழற்றப்படுகிறது ➪ **bolt** பதிவில் படம் பார்க்க.

screw² /skruː/ *verb* **1** [T] **screw sth (on, down, etc.)** to fasten sth with a screw or screws திருகாணி/திருகாணிகளைக் கொண்டு ஒரு பொருளை ஒன்றில் சேர்த்துப் பிணை *The bookcase is screwed to the wall.* • *The lid is screwed down so you can't remove it.* **2** [I, T] to fasten sth, or to be fastened, by turning ஒன்றைத் திருகிப் பொருத்து; ஒன்று திருகிப் பொறுத்தப்படு அல்லது இணைவுறு *The legs screw into holes in the underside of the seat.* • *Make sure that you screw the top of the jar on tightly.* **3 screw sth (up) (into sth)** to squeeze sth, especially a piece of paper, into a tight ball ஒன்றை, குறிப்பாக ஒரு தாளை, கசக்கிக் கெட்டியான உருண்டையாக்கு; ஒன்றைக் குவிசுருளாக்கு *He screwed the letter up into a ball and threw it away.*

PHR V **screw (sth) up** (*slang*) to make a mistake and cause sth to fail தவறு செய்து ஒன்று தோல்வியுறச் செய் *You'd better not screw up this deal.*

screw your eyes, face, etc. up to change the expression on your face by nearly closing your eyes, in pain or because the light is strong வலியால் அல்லது முனைப்பான ஒளி காரணமாகக் கண்களை மூடும் நிலைக்குக் கொண்டு வந்து முகபாவம் மாறச் செய்; முகம் சுளிக்கச்செய்

screwdriver /ˈskruːdraɪvə(r)/ *noun* [C] a tool that you use for turning screws திருகாணிகளைத் திருகி இறுக்க அல்லது கழற்றப் பயன்படுத்தப்படும் கருவி; திருப்புளி ➪ **tool** பதிவில் படம் பார்க்க.

scribble /ˈskrɪbl/ *verb* [I, T] **1** to write sth quickly and carelessly விரைவாகவும் கருத்தூன்றாமலும் ஒன்றை எழுது; கிறுக்கலாக எழுது *to scribble a note down on a pad* ➪ **scrawl** பார்க்க. **2** to make marks with a pen or pencil that are not letters or pictures பேனா அல்லது பென்சிலைப் பயன்படுத்தி எழுத்துகளாக அல்லது படங்களாக அல்லாத குறிகளைச் செய்; கிறுக்கு *The children had scribbled all over the walls.* ▶ **scribble** *noun* [C, U]

script /skrɪpt/ *noun* **1** [C] the written form of a play, film, speech, etc. நாடகம், திரைப்படம், சொற்பொழிவு முதலியவற்றின் எழுத்துப் படிவம்; எழுத்துப் பிரதி *Who wrote the script for the movie?* **2** [C, U] a system of writing எழுத்து முறை; வரிவடிவம் *Hindi/Urdu/Marathi script*

scripture /ˈskrɪptʃə(r)/ *noun* [U] (*also* **the scriptures**) [*pl.*] books of religious importance for particular religions, such as the Bible for Christians (கிறிஸ்தவர்களின் விவிலிய ஏடு, முதலிய) குறிப்பிட்ட சமயங்களுக்குரிய முக்கியத்துவம் வாய்ந்த நூல்கள்; சமயத் திருநூல்கள்; திருமறை நூல்கள்

scroll¹ /skrəʊl/ *noun* [C] a long roll of paper with writing on it வாசகம் பொறிக்கப்பட்ட நீண்ட தாள் சுருள்; ஆவணச் சுருள்; சுருள் வடிவச் சுவடி

scroll² /skrəʊl/ *verb* [I] **scroll (up/down)** to move text up and down or left and right on a computer screen கணினித் திரையில் பனுவலை மேலும் கீழுமாக அல்லது இட வலமாக நகர்த்து; பிரதியைக் கணினித் திரையில் உருட்டு

scroll bar *noun* [C] a tool on a computer screen that you use to move the text up and down or left and right கணினித் திரையில் பனுவலை மேலும் கீழுமாக அல்லது இடவலமாக

நகர்த்துவதற்குப் பயன்படுத்தப்படும் அத்திரையில் உள்ள கருவி; பனுவல் உருட்டி

scrotum /ˈskrəʊtəm/ *noun* [C] the bag of skin that contains the two roundish male sex organs (**testicles**) ஆண் உடலில் உருண்டையாக உள்ள இரு ஆண் பாலியல் உறுப்புகளை உள்ளடக்கிய பை வடிவத் தோல் பகுதி; விரைப்பை; அண்டகோசம்

scrounge /skraʊndʒ/ *verb* [I, T] (*informal*) **scrounge (sth) (from/off sb)** to get sth by asking another person to give it to you instead of making an effort to get it for yourself ஒன்றைத் தனது முயற்சியால் அடைவதை விடுத்து வேறொருவரிடம் வேண்டிப் பெறு; ஒன்றை கெஞ்சிப் பிழை; ஒட்டிப் பிழைத்து வாழ் *Laila is always scrounging money off her friends.*

scrub[1] /skrʌb/ *verb* [I, T] (**scrubbing; scrubbed**) **1 scrub (sth) (down/out)** to clean sth with soap and water by rubbing it hard, often with a brush சவர்க்காரம் (சோப்பு) மற்றும் நீரைப் பயன்படுத்தி, பெரும்பாலும் பிரஷ் கொண்டு அழுத்தித் தேய்த்து ஒன்றைத் தூய்மை செய்; அழுத்தித் துடைத்துத் துப்புரவாக்கு *to scrub (down) the floor/walls* **2 scrub (sth) (off/out); scrub (sth) (off sth/ out of sth)** to remove sth or be removed by scrubbing அழுத்தித் தேய்த்து ஒன்றை நீக்கு; சுரண்டி எடு; ஒன்று தேய்த்து நீக்கப்படு *to scrub the dirt off the walls • I hope these coffee stains will scrub out.*

scrub[2] /skrʌb/ *noun* **1** [*sing.*] an act of cleaning sth by rubbing it hard, often with a brush பெரும்பாலும் பிரஷ் கொண்டு, அழுத்தித் தேய்த்து ஒன்றைத் தூய்மை செய்தல்; அழுத்தித் துடைப்பு; சுரண்டித் தேய்ப்பு *This floor needs a good scrub.* **2** [U] small trees and bushes that grow in an area that has very little rain மழை வளம் குன்றிய நிலப்பகுதியில் வளரும் சிறு மரங்களும் கொத்துச்செடிகளும்; தூறு **3** (*also* **scrubland** /ˈskrʌblənd/) [U] an area of dry land covered with small bushes and trees புதர் மற்றும் மரங்கள் நிறைந்துள்ள வரண்ட நிலப் பகுதி; தூறு நிறைந்த குறுங்காடு

scruff /skrʌf/ *noun*

IDM by the scruff (of the/your neck) by the back of the/your neck கழுத்தின் பின்புறத்தினால்; பிடரியினால்

scruffy /ˈskrʌfi/ *adj.* dirty and untidy அழுக்கடைந்த மற்றும் ஒழுங்கற்ற; துப்புரவற்ற *He always looks so scruffy. • scruffy jeans*

scrum /skrʌm/ *noun* [C] the part of a game of rugby when several players put their heads down in a circle and push against each other to try to get the ball ஆட்டக்காரர்கள் பலர் வட்டமாகக் குனிந்து ஒருவரை ஒருவர் நெருக்கித் தள்ளிப் பந்தைத் தன் வசப்படுத்த முயலும் ரக்பி கால்பந்தாட்டக் கட்டம்; ஆட்டக்காரர்களின் பந்து சூழ் மொய்திரள்

scruples /ˈskru:plz/ *noun* [*pl.*] a feeling that stops you from doing sth that you think is morally wrong முறைகேடானதாகத் தான் கருதும் ஒன்றைத் தான் செய்யாது தடுக்கும் உணர்வு; நேர்மை உணர்ச்சி; உள்மனத் தடுப்புணர்ச்சி; உளச்சான்று; மனசாட்சி *I've got no scruples about asking them for money* (= I don't think it's wrong).

scrupulous /ˈskru:pjələs/ *adj.* **1** very careful or paying great attention to detail விழிப்போடிருக்கிற; விவரக் கூறுகளில் மிக்க கவனம் செலுத்துகிற; சிறு நுணுக்கங்களையும் அசட்டை செய்யாதிருக்கிற *a scrupulous investigation into the causes of the disaster* **2** careful to do what is right or honest முறை தவறாத; செயல் நேர்மையுடைய; பழிபாவத்திற்கு அஞ்சுகிற; நன்னெறிப்பட்ட ✪ **OPP unscrupulous** ▶ **scrupulously** *adv. scrupulously clean/honest/tidy*

scrutinize (*also* **-ise**) /ˈskru:tənaɪz/ *verb* [T] (*written*) to look at or examine sth carefully ஒன்றை உன்னிப்பாக நோக்கு அல்லது கவனமாக ஆராய்; கூர்ந்து நோக்கு *The customs official scrutinized every page of my passport.* ▶ **scrutiny** /ˈskru:təni/ *noun* [U] *The police kept all the suspects **under close scrutiny**.*

scuba-diving /ˈsku:bə daɪvɪŋ/ *noun* [U] swimming underwater using special equipment for breathing மூச்சு விடுதலுக்குத் தனிவகைச் சாதனத்தைப் பொருத்திக்கொண்டு நீரினுள் நீந்துதல்; உயிர்ப்புக் கருவியின் துணையுடனான நீரடி நீச்சல் *to go scuba-diving*

scuff /skʌf/ *verb* [T] to make a mark on your shoes or with your shoes, for example by kicking sth or by rubbing your feet along the ground ஒன்றை உதைத்தல் அல்லது தரையின் ஊடாகப் பாதங்களை உரசுதல் முதலியவற்றால் காலணிகளில் அல்லது காலணிகளால் கறை/அடையாளக் குறி உண்டுபண்ணு

scuffle /ˈskʌfl/ *noun* [C] a short, not very violent fight மூர்க்கமானதல்லாத, சிறு சண்டை; கைகலப்பு

sculptor /ˈskʌlptə(r)/ *noun* [C] a person who makes figures or objects (**sculptures**) from stone, wood, etc. கல், மரம் முதலியவற்றைக் கொண்டு உருப்படிவங்கள் அல்லது பொருள்கள் செதுக்குபவர்; சிற்ப வேலை செய்பவர்; சிற்பி

sculpture /ˈskʌlptʃə(r)/ *noun* **1** [U] the art of making figures or objects from stone, wood, clay, etc. கல், மரம், களிமண் முதலியவற்றைக்

கொண்டு உருப்படிவங்கள் அல்லது பொருள்கள் தயாரிக்கும் கலை; சிற்பக் கலை **2** [C, U] a work or works of art that are made in this way கல், மரம், களிமண் முதலியவற்றைக் கொண்டு உருவாக்கப்படும் கலைப்பொருள்/ கலைப்பொருள்கள்; சிற்பங்கள்

scum /skʌm/ *noun* [U] **1** a dirty or unpleasant substance on the surface of a liquid ஒரு திரவத்தின் மேற்பரப்பில் காணப்படும் தூய்மையற்ற அல்லது மனம் ஒவ்வாத பொருள்; மாசேடு; கசடு; கலிப்பு நுரை **2** (*slang*) an insulting word for people that you have no respect for மதிப்புக்குரியதல்லாதவர்கள் குறித்துப் பயன்படுத்தப்படும் இழிவழக்குச் சொல்; கழிசடை *Drug dealers are scum.*

scurry /ˈskʌri/ *verb* [I] (*pres. part.* **scurrying**; *3rd person sing. pres.* **scurries**; *pt, pp* **scurried**) to run quickly with short steps; to hurry சிறுசிறு அடி வைத்து விரைந்து ஓடு; குறுநடை ஓட்டமிடு

scurvy /ˈskɜːvi/ *noun* [U] a disease caused by a lack of **vitamin C** உயிர்ச்சத்து C குறை நோய்; C வைட்டமின் குறைபாட்டால் உண்டாகும் நோய் வகை

scuttle /ˈskʌtl/ *verb* [I] to run quickly with short steps or with the body close to the ground குறுகிய அடிகளுடன் அல்லது உடல் தரையையொட்டித் தாழ விரைந்து ஓடு; குறுநடை ஓட்டமிடு; தரை தாழக் குனிந்து விரைந்தோடு *The spider scuttled away when I tried to catch it.*

scythe /saɪð/ *noun* [C] a tool with a long handle and a long, curved piece of metal with a very sharp edge (**a blade**). You use a scythe to cut long grass, corn, etc. நீண்டு வளர்ந்த புல், தானியப் பயிர் முதலியவற்றை அறுக்கப் பயன்படுத்தப்படும் நீண்ட கைப்பிடியும் நீண்டு வளைந்த கூர்மையான உலோக வெட்டுப் பகுதியும் உடைய கைவினைக் கருவி வகை; புல்/பயிர் அரிவாள்

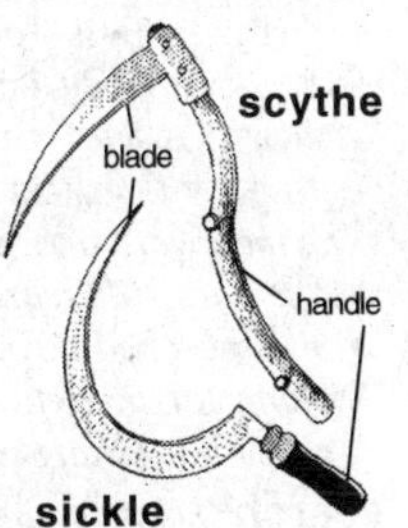

SE *abbr.* south-east(ern) தென் கிழக்கைக் குறிக்கும் south-east என்பதன் குறுக்கம் *SE Asia*

sea /siː/ *noun* **1** (*often* **the sea**) [U] the salt water that covers large parts of the surface of the earth பூமியின் பெருநீர்ப்பரப்பு; கடல் *The sea is quite calm/rough today.* • *Do you live* ***by the sea?*** • *to travel* ***by sea*** • *There were several people swimming* ***in the sea.*** **2** (*often* **Sea**) [C] a particular large area of salt water. A sea may be part of the ocean or may be surrounded by land கடற் பரப்பின் குறிப்பிட்ட பெரும்பகுதி; கடல் வளாகம். இது சமுத்திரத்தின் பகுதியாகவோ சுற்றிலும் நிலத்தால் சூழப்பட்டோ அமைந்திருக்கும். *the Mediterranean Sea* • *the Black Sea* ➪ **ocean** பார்க்க. **3** [*sing.*] (*also* **seas**) [*pl.*] the state or movement of the waves of the sea கடல் அலைகளின் நிலை அல்லது இயக்கம்; கடல் அலைகளின் ஏற்றத்தாழ்வு நிலை *The boat sank in heavy* (= rough) *seas off the Indian coast.* **4** [*sing.*] a large amount of sb/sth close together நெருங்கி அமைந்துள்ள ஆட்களின் அல்லது பொருள்களின் பெருந்தொகுதி; பேரளவு

IDM **at sea 1** sailing in a ship கப்பலில் பயணம் மேற்கொண்டு; கடற் பயணத்தில் *They spent about three weeks at sea.* **2** not understanding or not knowing what to do இன்னது செய்ய வேண்டும் எனப் புரியாது அல்லது அறிந்திராது

sea anemone *noun* [C] a small, brightly coloured sea creature that lives on rocks and looks like a flower பாறைகளைச் சார்ந்து வாழ்வதும் பூப் போன்ற தோற்றமுடையதுமான சிறு ஒளிர் வண்ணக் கடல் வாழ் உயிரினம் ➪ **anemone** பார்க்க.

the seabed /ˈsiːbed/ *noun* [*sing.*] the floor of the sea கடலின் தரைப் பரப்பு; கடல் அடிவாரம் ➪ **wave** பதிவில் படம் பார்க்க.

seabird /ˈsiːbɜːd/ *noun* [C] any bird that lives close to the sea and gets its food from it கடலை ஒட்டி வாழ்வதும் கடலிலிருந்து உணவு பெறுவதுமான பறவை வகை; கடற் பறவை ➪ **waterbird** பார்க்க.

seafood /ˈsiːfuːd/ *noun* [U] fish and shellfish from the sea that can be eaten உணவாகக் கொள்ளுதற்குரிய மீன் மற்றும் சிப்பி நண்டினம்; கடல் உணவு

the sea front *noun* [*sing.*] the part of a town facing the sea கடல் எதிர்ப்புறமாயுள்ள நகர்ப்பகுதி; கடல் பார்த்த நகரப்பகுதி *The hotel is right* ***on the sea front.*** • *to walk* ***along the sea front***

seagull /ˈsiːɡʌl/ = **gull**

seabirds

seal[1] /si:l/ *noun* [C] **1** a grey animal with short fur that lives in and near the sea and that eats fish. Seals have no legs and swim with the help of short flat arms (**flippers**) கடலிலும் கடலை ஒட்டியும் வாழ்வதும் மீன் உண்பதும் குறு மென்மயிர் உடையதும், கால்கள் அற்றதும், குறுகிய தட்டையான கை போன்ற உறுப்பு-களைப் பயன்படுத்தி நீந்துவதுமான சாம்பல் நிற விலங்கு; கடல் நாய் **2** an official design or mark that is put on a document, an envelope, etc. to show that it is genuine or that it has not been opened போலியல்லாதது அல்லது திறக்கப்படாதது என்பதைக் காட்ட ஆவணம், கடித உறை முதலியவற்றின் மீது இடப்படும் அதிகாரபூர்வமான உருவரைப் படம் அல்லது பொறிப்பு; முத்திரை **3** a small piece of paper, metal, plastic, etc. on a packet, bottle, etc. that you must break before you can open it சிறு சிப்பம், புட்டி முதலியவற்றைத் திறப்பதற்கு முன் பிய்த்து அகற்றவேண்டிய, அதன் மீது பொருத்தப்பட்டுள்ள தாள், உலோகம், பிளா-ஸ்டிக் முதலியவற்றின் சிறு துண்டு; காப்புப்-பட்டி; அடைப்புப் பட்டை; காப்பிழைத்தாள் **4** something that stops air or liquid from getting in or out of something ஒன்றிலிருந்து வாயு அல்லது திரவம் வெளியேறாதவாறு அல்லது ஒன்றினுள் அது செல்லாதவாறு தடுப்பது; புழைக்காப்பு மூடி; தடைக் காப்பு அச்சு *The seal has broken and oil is oozing from the bottle.*

seal[2] /si:l/ *verb* [T] **1 seal sth (up/down)** to close or fasten a package, envelope, etc. சிறு சிப்பம், கடித உறை முதலியவற்றை மூடு அல்லது சேர்த்துப் பொருத்து *The parcel was sealed with tape.* • *to seal (down) an envelope* **2 seal sth (up)** to fill a hole or cover sth so that air or liquid does not get in or out காற்று அல்லது திரவம் உட்புகாதவாறு அல்லது வெளியேறாதவாறு ஒன்றின் புழையை அடை அல்லது ஒன்றினை மூடு *The food is packed in sealed bags to keep it fresh.* **3** (*formal*) to make sth sure, so that it cannot be changed or argued about ஒன்றை மாற்ற முடியாதவாறு அல்லது ஒன்று குறித்து விவாதத்திற்கு இடமில்லாதவாறு அதனை உறுதிப்படுத்து; அறுதிசெய் *to seal an agreement*

PHR V **seal sth off** to stop any person or thing from entering or leaving an area or building ஓர் இடப்பகுதியினுள் ஒருவரும் நுழையாதவாறு அல்லது அதிலிருந்து வெளிச் செல்லாதவாறு தடைக்காப்புச் செய்; வழியடைப்புச் செய் *The building was sealed off by the police.*

sea level *noun* [U] the average level of the sea, used for measuring the height of places on land நிலப்பகுதியில் உள்ள இடங்களின் உயரத்தை அளவிடப் பயன்படுத்தப்-படும் சராசரிக் கடல் மட்டம்; கடல் மட்டம் *The town is 500 metres above sea level.*

sea lion *noun* [C] a type of large animal that lives in the sea and on land and uses two flat arms (**flippers**) to move through the water கடலிலும் நிலத்திலும் வாழ்வதும் இரண்டு தட்டையான கை போன்ற உறுப்புகளைப் பயன்படுத்தி நீரின் ஊடாகச் செல்வதுமான பெரிய விலங்கு வகை; பேருருவக் கடல் நாய் வகை

seam /si:m/ *noun* [C] **1** the line where two pieces of cloth are sewn together இரண்டு துணிகள் இணைத்துத் தைக்கப்படும் வரி; தைப்புத் தடம்; மூட்டுவாய்; தையல் விளிம்பு **2** a layer of coal under the ground நிலத்தடியில் காணப்-படும் நிலக்கரிப் படுகைகளில் ஒன்று

seaman /ˈsi:mən/ *noun* [C] (*pl.* **-men** /-mən/) a sailor கடலோடி; மாலுமி

seance (**séance**) /seɪɒs/ *noun* [C] a meeting at which people try to talk to the spirits of dead people இறந்தோர் ஆவிகளுடன் ஆட்கள் உரையாட முயலும் சந்திப்பு; ஆவி தொடர்புக் கூட்டம்

seaplane /ˈsi:pleɪn/ (*AmE* **hydroplane**) *noun* [C] a plane that can take off from and land on water நீர்ப்பரப்பிலிருந்து மேலெழும் மற்றும் நீர்ப்பரப்பில் இறங்கும் பொறியமைப்புடைய விமானம்; நீர்த்தள வானூர்தி

search[1] /sɜ:tʃ/ *verb* [I, T] **search (sb/sth) (for sb/sth); search (through sth) (for sth)** to examine sb/sth carefully because you are looking for sth; to look for sth that is missing ஒரு பொருளைத் தேடும் முயற்சியாக ஒருவரை/ஒன்றை கவனமாக ஆராய்; சோதனையிடு; புகுந்தாராய்; காணாது போன ஒன்றைத் தேடு *The men were arrested and searched for drugs.* • *They are still searching for the missing child.* • *She searched through the papers on the desk, looking for the letter.* • *I started searching the Web for interesting sites.*

search[2] /sɜ:tʃ/ *noun* **1** [C, U] an act of trying to find sb/sth, especially by looking carefully for him/her/it குறிப்பாக கவனமாகத் தேடி, ஒருவரை/ஒன்றைக் கண்டுபிடிக்க முயல்தல்; தேடுமுயற்சி *the search for the missing boy* • *She walked round for hours* ***in search of*** (= looking for) *her missing dog.* **2** [C] (*computing*) an act of looking for information in a computer **database** or **network** கணினித் தரவுத்-தளத்தில் அல்லது வலையமைப்பில் தகவல் தேடுதல்; தகவல் தேட்டம் *to do a search on the Internet* • *a* ***search engine*** (= a program that does searches)

searcher /ˈsɜ:tʃə(r)/ *noun* [C] **1** a person who is looking for sb/sth ஒருவரை/ஒன்றைத் தேடிக்-காண முயல்பவர்; தேடுபவர்; சோதனையிடுபவர்

2 a program that allows you to look for particular information on a computer கணிப்பொறியில் குறிப்பிட்ட தகவலைத் தேடிக் காண்பதற்கான நிரல்; தகவல் தேட்ட நிரல்

searching /ˈsɜːtʃɪŋ/ *adj.* (used about a look, question, etc.) trying to find out the truth (பார்வை, வினா முதலியவை வகையில்) உண்மையைக் கண்டுபிடிக்க முயல்கிற; ஊடுருவுகிற; துருவிச் செல்கிற *The customs officers asked a lot of searching questions about our trip.*

searchlight /ˈsɜːtʃlaɪt/ *noun* [C] a powerful lamp that can be turned in any direction, used, for example, for finding people or vehicles at night இரவில் ஆட்கள் அல்லது ஊர்திகளைக் கண்டறிதல் முதலியவற்றுக்குப் பயன்படுத்தப்படுவதும், எத்திசையிலும் திருப்பக்கூடியதுமான ஆற்றல் வாய்ந்த விளக்கு; பாவொளி விளக்கம்

search party *noun* [C] a group of people who look for sb who is lost or missing காணாமல் போன அல்லது தொலைந்துபோன ஒருவரை/ ஒன்றைத் தேடும் ஆட்கள் குழு; தேடுங்குழு

search warrant *noun* [C] an official piece of paper that gives the police the right to search a building, etc. மனை முதலியவற்றைச் சோதனையிடக் காவல் துறையினருக்கு உரிமை வழங்கும் அதிகாரபூர்வமான ஆவணம்; சோதனையிடுவதற்கான எழுத்தாணை

seashell /ˈsiːʃel/ *noun* [C] the empty shell of a small animal that lives in the sea கடல் வாழ் சிற்றுயிரியின் வெற்று ஓடு; கிளிஞ்சிற் சிப்பி; சங்கு

seashore /ˈsiːʃɔː(r)/ (*usually* **the seashore**) *noun* [U] the part of the land that is next to the sea கடலை ஒட்டியுள்ள நிலப்பகுதி; கடற்கரைப் பகுதி *We were looking for shells* ***on the seashore.***

seasick /ˈsiːsɪk/ *adj.* feeling sick or vomiting because of the movement of a boat or ship படகு அல்லது கப்பலின் இயக்கம் காரணமாகக் குமட்டல் உணர்வுக்கு உள்ளாகிற, அல்லது வாந்தி எடுக்கிற; கடற் குமட்டல் கோளாறுடைய *to feel/get/be seasick* **seasickness** *noun* [U] ➪ **airsick, carsick** மற்றும் **travel-sick** பார்க்க.

seaside /ˈsiːsaɪd/ *noun* (*usually* **the seaside**) [*sing.*] an area on the coast, especially one where people go on holiday கடலோரப் பகுதி, குறிப்பாக, விடுமுறைச் செலவுக்கான கடற்கரைப் பகுதி *to go to the seaside • a seaside town*

season[1] /ˈsiːzn/ *noun* [C] **1** one of the periods of different weather into which the year is divided பருவ நிலை மாற்றத்தின் அடிப்படையிலான ஆண்டுப் பகுப்புகளில் ஒன்று; ஆண்டின் பெரும்பொழுதுகளில் ஒன்று; பருவ காலம்; பருவம் *In cool countries the four seasons are spring, summer, autumn and winter.* **2** the period of the year when sth is common or popular or when sth usually happens or is done ஒன்று வழக்கமுறையாக அல்லது பெருவழக்காக நிகழும் அல்லது நடத்தப்படும் ஆண்டின் பகுதி; குறிப்பிட்ட நிகழ்வு/செயல் பருவம் *the holiday/football season*

IDM **in season 1** (used about fresh foods) available in large quantities (புது நிலையில் உள்ள/ பதனம் செய்யப்படாத உணவு வகைகள் பற்றிக் குறிப்பிடுகையில்) பெருமளவில் கிடைப்பதாக **2** (used about a female animal) ready to have sex (பெண் விலங்கு வகையில்) இனப்பெருக்க வினைக்கு ஒருங்கிய நிலையில் உள்ளதாக; இணை விழைச்சு எழுச்சி உள்ளதாக

out of season 1 (used about fresh foods) not available in large quantities (புது நிலையில்

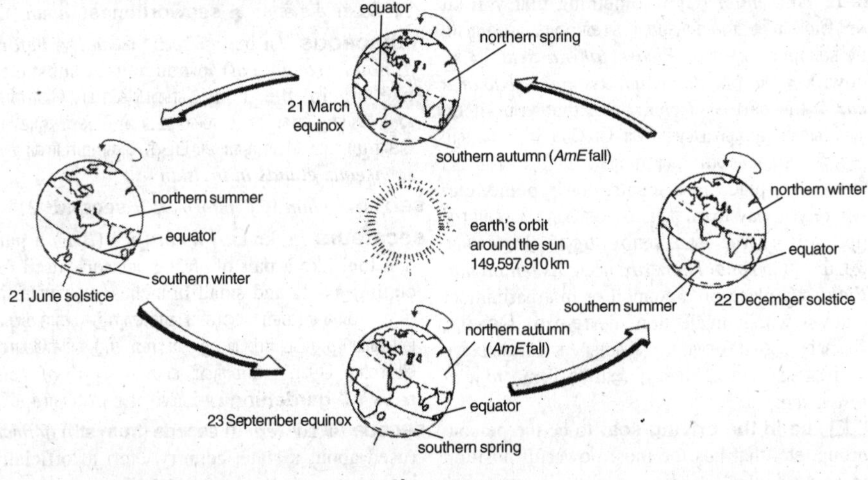

the seasons

உள்ள/பதனம் செய்யப்படாத உணவு வகைகள் பற்றிக் குறிப்பிடுகையில்) பெருமளவில் கிடைக்காததாக **2** (used about a place where people go on holiday) at the time of year when it is least popular with tourists (விடுமுறை உலாவுக்குரிய ஓரிடம் பற்றிக் குறிப்பிடுகையில்) சுற்றுலாச் செல்வோர் மிகுதியாக விரும்பி வராத காலப்பகுதியாக; விடுமுறை உலாவிற்கு உகந்த பருவம் நிலவாததாக

season² /ˈsiːzn/ *verb* [T] to add salt, pepper, spices, etc. to food in order to make it taste better உணவுக்கு நறுஞ்சுவையூட்ட வேண்டி அதனுடன் உப்பு, மிளகு, நறுமணப் பொருள்கள் முதலியவற்றைச் சேர்; தனிச்சுவையூட்டு; சுவைப்படுத்து ▶ **seasoning** *noun* [C, U] *Add seasoning to the soup and serve with bread.*

seasonal /ˈsiːzənl/ *adj.* happening or existing at a particular time of the year ஆண்டின் குறிப்பிட்ட காலப்பகுதியில் நிகழ்கிற அல்லது காணப்படுகிற; பருவ காலத்தில் வழக்கமாக நிகழ்கிற; பருவ காலத்திற்குரிய *There are a lot of seasonal jobs in the summer.*

seasoned /ˈsiːznd/ *adj.* having a lot of experience of sth ஒன்றில் பேரளவு அனுபவம் பெற்றிருக்கிற *a seasoned traveller*

season ticket *noun* [C] a ticket that allows you to make a particular journey by bus, train, etc. or to go to a theatre or watch a sports team as often as you like for a fixed period of time குறிப்பிட்ட கால எல்லைக்குள் விரும்பும்போதெல்லாம் குறிப்பிட்ட வழித்தடத்தில் பேருந்து, தொடர்வண்டி முதலியவற்றில் பயணம் செய்தல், நாடகக் காட்சிக்குச் செல்லுதல், விளையாட்டு நிகழ்ச்சி காணச் செல்லுதல ஆகியவற்றுக்கான அனுமதிச் சீட்டு; பருவச் சுழல் சீட்டு

seat¹ /siːt/ *noun* [C] **1** something that you sit on மேலே உட்காருவதற்கான ஒரு பொருள்; இருக்கை; ஆசனம் *Please **take a seat*** (= sit down). • *the back/driving/passenger seat of a car* **2** the part of a chair, etc. that you sit on நாற்காலி முதலியவற்றின் மேலே உட்காரும் பகுதி; இருக்கை அமர்வுப் பகுதி; பிட்டப் பகுதி **3** a place in a theatre, on a plane, etc. where you pay to sit நாடக அரங்கு, வானூர்தி முதலியவற்றில் கட்டணம் செலுத்தி அமரும் இடம்; இருக்கை *There are no seats left on that flight.* **4** a place on a council or in a parliament that you win in an election தேர்தலில் வென்று பெறும் ஆட்சிமன்ற அல்லது நாடாளுமன்ற உறுப்பினர் பதவி; மன்ற அமர்வுரிமை *to win/lose a seat*

IDM be in the driving seat to be the person, group, etc. that has the most powerful position in a particular situation குறிப்பிட்ட சூழலில் முதன்மை அதிகார அல்லது மேலாண்மை நிலையில் இரு; ஒரு சூழலைக் கட்டுப்படுத்தும் உயர் ஆற்றல் பெற்றிரு

take a back seat ➪ **back²** பார்க்க.

seat² /siːt/ *verb* [T] **1** (*usually passive, formal*) to sit down இருக்கையில் உட்கார் *Please be seated.* **2** to have seats or chairs for a particular number of people குறிப்பிட்ட எண்ணிக்கையிலான ஆட்களுக்கு வேண்டிய இருக்கைகள் அல்லது நாற்காலிகள் கொண்டிரு

seat belt (*also* **safety belt**) *noun* [C] a strap that is fixed to the seat in a car or plane and that you wear around your body so that you are not thrown forward if there is an accident விபத்து நேர்கையில் முன்னோக்கித் தூக்கி எறியப்படாமல் இருப்பதற்காக உடலைச் சுற்றி மாட்டிக்கொள்ளப்படும், சீருந்து அல்லது வானூர்தி இருக்கையில் பொருத்தப்பட்டுள்ள வார்ப்பட்டை; பயண ஊர்தி இருக்கைப் பட்டை *to fasten/unfasten your seat belt* ➪ **belt** பார்க்க; மற்றும் **car** பதிவில் படம் பார்க்க.

seating /ˈsiːtɪŋ/ *noun* [U] the seats or chairs in a place or the way that they are arranged ஓரிடத்திலுள்ள இருக்கைகளின் அல்லது நாற்காலிகளின் தொகுதி; இருக்கைத் தொகுதி; இருக்கைகளின் ஒழுங்கமைவு *The conference hall has seating for 500 people.*

sea turtle (*AmE*) = **turtle**

seaweed /ˈsiːwiːd/ *noun* [U] a plant that grows in the sea. There are many different types of seaweed பல்வேறு வகைகளாகக் காணப்படுவதும் கடலில் வளர்வதுமான தாவர வகை; கடற்பாசி

seaworthy /ˈsiːwɜːði/ *adj.* (used about a ship) in a suitable condition to sail (கப்பல் வகையில்) கடற் பயணத்திற்கு ஏற்ற நிலையில் உள்ள; கடலோடத்தக்க ▶ **seaworthiness** *noun* [U]

sebaceous /sɪˈbeɪʃəs/ *adj.* (*usually before a noun*) (*technical*) producing a substance like oil in the body எண்ணெய் போன்ற ஒரு பொருளை உடலில் உண்டுபண்ணுகிற; கொழுப்புப் பொருள் சுரப்புத் தொடர்பான *the sebaceous glands in the skin*

sec /sek/ *noun* [C] (*informal*) = **second² 2**

secateurs /ˌsekəˈtɜːz/ *noun* [*pl.*] (*BrE*) a garden tool like a pair of strong scissors, used for cutting plants and small branches தாவரங்கள், சிறு கிளைகள் ஆகியவற்றைத் தறிக்கப் பயன்படுத்தப்படும் உறுதியான கத்தரிக்கோல் போன்ற தோட்டக்கருவி வகை *a pair of secateurs* ➪ **gardening** பதிவில் படம் பார்க்க.

secede /sɪˈsiːd/ *verb* [I] **secede (from sth)** (*formal*) (used about a state, country, etc.) to officially leave an organization of states, countries, etc.

and become independent ஒரு மாநிலம், நாடு முதலியவை வகையில் ஒரு கூட்டாண்மை அமைப்பிலிருந்து அதிகாரபூர்வமாக விலகிச் சுதந்திர நாடாகப் பிரிந்து செல் *The Republic of Panama seceded from Colombia in 1903.*

secluded /sɪ'klu:dɪd/ *adj.* far away from other people, roads, etc.; very quiet மற்ற ஆட்கள், சாலைகள் முதலியவற்றிலிருந்து விலகித் தொலை தூரத்தில் இருக்கிற; ஒதுக்குப் புறமாக உள்ள; தனி ஒதுக்கமான *a secluded beach/garden* ▶ **seclusion** /sɪ'klu:ʒn/ *noun* [U]

second[1] /'sekənd/ *det., adv., adj., noun* 2nd இரண்டாமவர்; இரண்டாவது; இரண்டாவதான; இரண்டாவதாக *She poured herself a second cup of coffee.* • *Our team finished second.* • *I came* ***second*** *in the competition.* • ***the second of*** *January* • *January* ***the second***

IDM **second nature (to sb)** something that has become a habit or that you can do easily because you have done it so many times மிகப் பலமுறை செய்து பழக்கமாகிவிட்ட அல்லது எளிதாகிவிட்ட ஒன்று; ஆழமாகப் பதிந்துபோன வழக்கம்; வழக்கப் படிமானம்

second thoughts a change of mind or opinion about sth; doubts that you have when you are not sure if you have made the right decision ஒன்று குறித்த மன மாற்றம் அல்லது எண்ண மாற்றம்; மறு எண்ணம்; தனது முடிவின் நியாயம் குறித்து உறுதிப்பாடு உண்டாகாத நிலையில் மனத்தில் தோன்றும் ஐயுறவு ***On second thoughts****, let's go today, not tomorrow.* • *I'm starting to have second thoughts about accepting their offer.*

second[2] /'sekənd/ *noun* **1** [C] one of the 60 parts into which a minute is divided ஒரு நிமிடத்தின் அறுபது கூறுகளில் ஒன்று; நொடி; வினாடி **2** (*informal* **sec**) [C] a short time குறுகிய கால அளவு; கண நேரம் *Wait a second, please.* **3** [U] the second of the four or five speeds (**gears**) that a car can move forward in சீருந்தின் முன்னோக்கிய நான்கு அல்லது ஐந்து வேக அளவுகளில் (விசை முடுக்க அளவுகளில்) இரண்டாவது; இரண்டாம் விசை முடுக்கம் *Once the car's moving, put it* ***in second.*** **4** [C, *usually pl.*] something that has a small fault and that is sold at a lower price சிறு குறைபாடு உடையதும் விலை தாழ்ந்ததுமான பொருள்; இரண்டாம் தரப் பொருள் *The clothes are all seconds.* **5** [C] (*formal*) **a second (in sth)** the second-best result in a university degree (பல்கலைக்கழகப் பட்ட வகையில்), இரண்டாம் உயர் படிநிலைத் தேர்ச்சி *to get an upper/a lower second in physics*

second[3] /'sekənd/ *verb* [T] to support sb's suggestion or idea at a meeting so that it can then be discussed and voted on விவாதித்து வாக்கெடுப்புக்கு விட உரியதாகுமாறு ஓரவையில் வேறொருவரது யோசனையை அல்லது கருத்தை ஆதரி; வழிமொழி

second[4] /sɪ'kɒnd/ *verb* [T] **second sb (from sth) (to sth)** to move sb from his/her job for a fixed period of time to do another job ஒரு பணியாளரைக் குறிப்பிட்ட கால அளவுக்கு வேறொரு பணி மேற்கொள்ளச் செய்; வரையறுக்கப்பட்ட கால அளவுக்கு மாற்றுப்பணியில் ஒருவரை அனுப்பு *Our teacher has been seconded to another school for a year.* ▶ **secondment** *noun* [U, C] *to be on secondment*

secondary /'sekəndri/ *adj.* **1** less important than sth else வேறொன்றை விட முக்கியத்துவம் குறைந்த; பின்வருகிற; இரண்டாம் தரமான *Other people's opinions are secondary—it's my opinion that counts.* **2** caused by or developing from sth else வேறொன்றால் விளைவிக்கப்படுகிற அல்லது வேறொன்றிலிருந்து உருவாகிற; சார்ந்திருக்கிற; துணைமையான

secondary school *noun* [C] (*BrE*) a school for children aged from 11 to 18 உயர்நிலைப்பள்ளி; 11 முதல் 18 வயது வரை உள்ள சிறார்களுக்கான பள்ளி

second-best[1] *adj.* not quite the best but the next one after the best உச்ச உயர் சிறப்பானது அல்லாத, அதனினும் ஒருபடி குறைந்த; முதன்மைக்கு அடுத்தபடியான *the second-best time in the 100-metre race* ⇨ **best** பார்க்க.

second-best[2] *noun* [U] something that is not as good as the best, or not as good as you would like உச்ச உயர் சிறப்பானது அல்லாத அல்லது தனது எதிர்பார்ப்பை எட்டாத தர நிலையுடைய ஒன்று; முதன்மையான ஒன்றினும் ஒருபடி தாழ்ந்தது; இரண்டாம் படியானது *I'm not prepared to accept second-best.*

second-class *adj.* **1** (*also* **standard class**) used about ordinary accommodation in a train, etc. தொடர்வண்டி, கப்பல் முதலியவற்றில் வழங்கப்படும் சாதாரண அல்லது பொது முறையான இட வசதி சார்ந்த; இரண்டாம் வகுப்புக்குரிய *a second-class ticket* • *a second-class compartment* **2** (used about a university degree) of the level that is next after first-class (பல்கலைக்கழகப் பட்டம் குறித்துக் கூறுகையில்) முதல் வகுப்புக்கு அடுத்த படிநிலைக்குரிய; இரண்டாம் படியான; இரண்டாம் வகுப்பினதான *a second-class honours degree in geography* **3** of little importance மதிப்புக குன்றிய; கீழ் நிலையுடைய; இரண்டாம் தரமான *Old people should not be treated as second-class citizens.* ▶ **second-class** *adv. to travel second-class*

second cousin *noun* [C] the child of your mother's or father's **cousin** தாயின் அல்லது

தந்தையின் (மாமன்/அத்தை மகன்/மகள் போன்ற) நெருங்கிய உறவினரின் பிள்ளை

second-degree *adj.* (*only before a noun*) **1** (*AmE*) (used about murder) not of the most serious kind (கொலை வகையில்) கொடு-மையானதல்லாத **2** (used about burns) of the second most serious of three kinds, causing the skin to form bubbles (**blisters**) but not leaving any permanent marks (தீக்-காயங்கள் வகையில்) நீங்காத வடுக்கள் ஏற்படுத்தாது, தோல் மீது கொப்புளங்கள் உண்டாக்குகிற; மூன்று வகையான கடுமை மிக்க தீக்காயங்களுள் இரண்டாவது வகைப்-பட்ட ➪ **first-degree** மற்றும் **third-degree** பார்க்க.

second floor *noun* [C] the floor in a building that is two floors above the lowest floor ஒரு கட்டடத்தில் நிலத்தளத்திற்கு மேலுள்ள இரண்டாவது தளம்; இரண்டாம் மாடி *I live on the second floor.* • *a second-floor flat*

the second hand *noun* [C] the hand on some clocks and watches that shows seconds சிலவகை மணிப்பொறிகளிலும் கைக்கடிகாரங்களிலும் உள்ள வினாடிகளைக் காட்டும் முள்; நொடி முள்

second-hand *adj., adv.* **1** already used or owned by sb else ஏற்கனவே வேறொருவரது பயன்பாட்டில் உள்ள/உள்ளதாக அல்லது வேறொருவரது உடைமையாக உள்ள/உள்ளதாக; இரண்டாம் கைப்பொருளான/கைப்பொருளாக *a second-hand car* • *I bought this camera second-hand.* ➪ **old** பார்க்க. **2** (used about news or information) that you heard from sb else, and did not see or experience yourself (செய்தி அல்லது தகவல் வகையில்) தன்னால் கண்கூடாக அறியப்படாது, வேறொருவரால் தனக்குக் கூறப்பட்ட/கூறப்பட்டு; கேள்வி அள-வான/அளவாக ➪ **hand** பார்க்க.

second language *noun* [C] a language that is not the language that you learned first, as a child, but which you learn because it is used, often for official purposes, in your country குழந்தைப் பருவத்திலிருந்து கற்கும் முதல் மொழியாக அன்றி, வழக்கமாகத் தனது நாட்டில் ஆட்சி மொழியாக உள்ள காரணத்தினால், ஒருவர் கற்கும் மொழி; இரண்டாவது மொழி *French is the second language of several countries in Africa.*

secondly /'sekəndli/ *adv.* (used when you are giving your second reason or opinion) also (ஒருவர் இரண்டாவது காரணம் அல்லது கருத்துக் கூறும்போது பயன்படுத்தப்படுவது) மேலும்; அதுவன்றி; தவிரவும்; அன்றியும்; இரண்டாவதாக *Firstly, I think it's too expensive and secondly, we don't really need it.*

the second person *noun* [*sing.*] (*grammar*) the set of pronouns and verb forms that you use when you talk to sb ஒருவருடன் பேசும்போது பயன்படுத்தப்படும் மாற்றுப்பெயர்கள் மற்றும் வினை வடிவங்களின் தொகுதி; முன்னிலை இடம் *In the phrase 'you are', the verb 'are' is in the second person and the word 'you' is a second-person pronoun.* ➪ **first person** மற்றும் **the third person** பார்க்க.

second-rate *adj.* of poor quality தரம் தாழ்ந்த; கீழ்த்தரமான; மட்டமான; சிறப்பற்ற *a second-rate poet*

secrecy /'si:krəsi/ *noun* [U] being secret or keeping sth secret இரகசியமாக இருத்தல் அல்லது ஒன்றை இரகசியமாக வைத்திருத்தல்; இரகசியத் தன்மை *I must stress the importance of secrecy in this matter.*

secret¹ /'si:krət/ *noun* **1** [C] something that is not or must not be known by other people மற்றவர்களுக்குத் தெரியாத அல்லது தெரியப்-படுத்தக்கூடாத ஒன்று; இரகசியம் *to* ***keep a secret*** • *to let sb in on/tell sb a secret* • *I can't tell you where we're going—it's a secret.* • ***It's no secret that*** *they don't like each other* (= everybody knows). **2** [*sing.*] **the secret (of/to sth/doing sth)** the only way or the best way of doing or achieving sth ஒன்றைச் செய்வதற்கு அல்லது நிறைவேற்றுவதற்கு உரிய ஒரே வழி அல்லது மிகச் சிறந்த வழி; *What is the secret of your success* (= how did you become so successful)*?*

IDM **in secret** without other people knowing பிறருக்குத் தெரியாமல்; இரகசியமாக *to meet in secret*

secret² /'si:krət/ *adj.* **1 secret (from sb)** that is not or must not be known by other people பிறர் அறியாத அல்லது அறியக்கூடாத; மறை-வடக்கமான; மறைவடக்கமாக வைத்திருக்க வேண்டிய; இரகசியமான *We have to* ***keep*** *the party* ***secret*** *from Kala.* • *a secret address* **2** used to describe actions that you do not tell anyone about வேறெவரிடமும் கூறாது தனக்குள் வைத்திருக்கும் செயல்கள் பற்றிக் கூறப் பயன்படுத்தப்படுவது: தனி மறைவான; மறைக்-காப்பான; ஒளிவு மறைவான *a secret drinker* • *She's got a secret admirer.* ▶ **secretly** *adv. The government secretly agreed to pay the kidnappers.*

secret agent (*also* **agent**) *noun* [C] a person who tries to find out secret information especially about the government of another country இரகசியத் தகவலை, குறிப்பாக வேறொரு நாட்டின் அரசு பற்றிய இரகசியத் தகவலை, கண்டறிய முயல்பவர்; உளவாளி; ஒற்றன் ➪ **spy** பார்க்க.

secretarial /ˌsekrəˈteəriəl/ *adj.* involving or connected with the work that a secretary does செயலாளர் பணியை உள்ளடக்கிய அல்லது செயலாளர் பணி தொடர்பான; செயலாளர் பணிக்குரிய *secretarial skills/work*

secretariat /ˌsekrəˈteəriət/ *noun* [C] the department of a large international or political organization, especially the office of a **Secretary General**, that manages the way the organization is run பெரிய அளவிலான ஒரு பன்னாட்டு நிறுவனத்தின் அல்லது ஓர் அரசியல் நிறுவனத்தின் செயலாண்மைத் துறை, குறிப்பாக அந்நிறுவனத்தின் மேலாட்சிக்குப் பொறுப்பான பொதுச் செயலரது அலுவலகம்; தலைமைச் செயலகம்

secretary /ˈsekrətri/ *noun* [C] (*pl.* **secretaries**) **1** a person who works in an office. A secretary types letters, answers the telephone, keeps records, etc. கடிதங்களைத் தட்டச்சு செய்தல், தொலைபேசி அழைப்புக்குப் பதில் கூறுதல், ஆவணங்களைப் பராமரித்தல் முதலிய வேலைகளைச் செய்யும் அலுவலகப் பணியாளர்; செயலாளர் *the director's personal secretary* **2** an official of a club or society who is responsible for keeping records, writing letters, etc. ஆவணப் பராமரிப்பு, கடிதங்கள் எழுதுதல் முதலியவற்றுக்குப் பொறுப்பான ஒரு மன்றத்தின் அல்லது கூட்டுக் கழகத்தின் அலுவலர்; செயலாளர் **3** (*AmE*) the head of a government department, chosen by the President குடியரசுத் தலைவரால் தேர்வு செய்யப்படும் அரசுத்துறை ஒன்றின் தலைவர்; அமைச்சகத் தலைவர் **4** (*BrE*) = **Secretary of State 1**

Secretary General *noun* [C] the person who is in charge of the department which runs a large international or political organization பெரிய அளவிலான ஒரு பன்னாட்டு நிறுவனத்தின் அல்லது அரசியல் நிறுவனத்தின் செயலாட்சிக்குப் பொறுப்பான துறையின் நிர்வாகி; பொதுச் செயலர்; செயலாண்மைப் பொறுப்பாளர்

Secretary of State *noun* [C] **1** (*also* **Secretary**) (in Britain) the head of one of the main government departments (பிரிட்டனில்) முக்கிய அரசுத் துறை ஒன்றின் தலைவர்; அமைச்சர் *the Secretary of State for Defence* **2** (in the US) the head of the government department that deals with foreign affairs (அமெரிக்காவில்) அயல்நாட்டு விவகாரங்களுக்குப் பொறுப்பான அரசுத் துறையின் தலைவர்; அயல்துறை அமைச்சர்

secrete /sɪˈkriːt/ *verb* [T] **1** (used about a part of a plant, animal or person) to produce a liquid (தாவர, விலங்கு அல்லது மனித உறுப்பு ஒன்று பற்றிக் குறிப்பிடுகையில்) திரவப்பொருளை உண்டுபண்ணு; திரவம் சுரக்கச் செய் **2** (*formal*) to hide sth in a secret place மறைவிடத்தில் ஒன்றை ஒளித்துவை; மறைத்து வை.

secretion /sɪˈkriːʃn/ *noun* (*formal*) [C, U] a liquid that is produced by a plant or an animal; the process by which the liquid is produced தாவர அல்லது விலங்கின் உறுப்பிலிருந்து சுரக்கும் திரவம்; சுரப்பு நீர்; ஊனீர்; இவ்வாறு திரவம் சுரத்தல்; சுரப்பு *The frog covers itself in a poisonous secretion for protection.*

secretive /ˈsiːkrətɪv/ *adj.* liking to keep things secret from other people ஒன்றைப் பிறரிடமிருந்து மறைத்துவைக்க விரும்புகிற; மறைவடக்க இயல்புடைய; ஒளிவு மறைவான *Vimala is very secretive about her private life.* ▶ **secretively** *adv.* ▶ **secretiveness** *noun* [U]

secret police *noun* [C, *with sing. or pl. verb*] a police force that works secretly to make sure that people behave as their government wants அரசின் விருப்பத்திற்கு ஏற்ப மக்கள் நடந்துகொள்வதை உறுதி செய்து கொள்ளும் பொருட்டுப் பிறர் அறியாதவாறு செயல்படும் காவற்பிரிவு; இரகசியக் காவற்பிரிவு

the secret service *noun* [*sing.*] the government department that tries to find out secret information about other countries and governments பிற நாடுகள் மற்றும் அரசுகள் பற்றிய இரகசியத் தகவல்களைக் கண்டறிய முயலும் அரசுத் துறை; உளவுத் துறை; ஒற்றாடல் துறை

sect /sekt/ *noun* [C] a group of people who have a particular set of religious or political beliefs. A sect has often broken away from a larger group பெரும்பாலும் பெருங்குழு ஒன்றிலிருந்து பிரிந்துபோன, குறிப்பிட்ட சமய அல்லது அரசியல் கருத்துகளை உடைய, ஆட்களின் தொகுதி; தனிக்குழு; கிளைப்பிரிவு; தனிப்பிரிவு

sectarian /sekˈteəriən/ *adj.* connected with the differences that exist between religious groups சமயக் குழுக்களுக்கு இடையே காணப்படும் கருத்து வேறுபாடுகள் தொடர்பான; சமயப் பிரிவுணர்ச்சி சார்ந்த; சமயக் குழுப் பற்றுடைய *sectarian violence*

section /ˈsekʃn/ *noun* [C] **1** one of the parts into which sth is divided ஒரு பொருளின் பகுப்புகளில் ஒன்று; பிரிவு; பகுதி *the string section of an orchestra • the financial section of a newspaper • The library has an excellent reference section.* **2** a view or drawing of sth as if it was cut from the top to the bottom so that you can see the inside உட்பக்கத்தைக் காண ஏதுவாக மேலிருந்து கீழ்ப்பகுதி வரை வெட்டியது போலக் காணப்படும் ஒன்றன் தோற்றம்

அல்லது வரைபடம்; நீள்வெட்டுத் தோற்றம் அல்லது நீள்வெட்டு வரைபடம் *The illustration shows a section through a leaf.*

sector /ˈsektə(r)/ *noun* [C] **1** a part of the business activity of a country ஒரு நாட்டின் வணிகச் செயற்பாட்டின் ஒரு பகுதி; வணிகத் துறை அல்லது வணிகப் பிரிவு *The manufacturing sector has declined in recent years. • the public/private sector* **2** a part of an area or of a large group of people ஓர் இடப்பகுதியின் அல்லது ஒரு பெருங்குழுவின் கூறு; உட்பகுதி; உட்குழு; கிளைப் பகுதி *the residential sector of the city* **3** (*mathematics*) a part of a circle that is between two straight lines drawn from the centre to the edge (கணிதத்தில்) ஒரு வட்டத்தில் மையத்திலிருந்து விளிம்பு வரை வரையப்படும் இரண்டு நேர்கோடுகளுக்கு இடைப்பட்ட பகுதி; இரு ஆரை எல்லையுடைய வட்டக் கூறு; ஆரைச்சிறை ➪ **circle** பதிவில் படம் பார்க்க.

secular /ˈsekjələ(r)/ *adj.* not concerned with religion சமயம் அல்லது திருச்சபை சாராத; சமயச் சார்பற்ற

secure¹ /sɪˈkjʊə(r)/ *adj.* **1** free from worry or doubt; confident மனக்கவலை அல்லது ஐயத்திலிருந்து விடுபட்ட; தன்னம்பிக்கையுடைய; தன்னுறுதி வாய்ந்த; இடர் அச்சமில்லாத; பாதுகாப்புணர்வுடைய *Children need to feel secure. • to be financially secure* ✪ **OPP insecure** **2** not likely to be lost; safe இழந்துவிடக்கூடிய வாய்ப்பில்லாத; பாதுகாப்பான *Business is good so his job is secure. • a secure investment* **3** not likely to fall or be broken; firmly fixed விழுந்துவிடக்கூடிய அல்லது உடைந்துவிடக்கூடிய வாய்ப்பில்லாத; நிலையுறுதியுடைய; உறுதியாகப் பொருந்தப்பெற்றுள்ள; உறுதியான *That ladder doesn't look very secure.* **4 secure (against/from sth)** well locked or protected நன்கு தாழிடப்பட்டுள்ள; காப்புறுதி செய்யப்பட்டுள்ள; பத்திரமாகப் பூட்டப்பட்டுள்ள *Make sure the house is secure before you go to bed.* ▶ **securely** *adv. All doors and windows must be securely fastened at night.*

secure² /sɪˈkjʊə(r)/ *verb* [T] **1 secure sth (to sth)** to fix or lock sth firmly ஒன்றை உறுதியாகப் பொருத்திவை அல்லது தாழிடு; கெட்டியாகப் பிணை *The load was secured with ropes. • Secure the rope to a tree or a rock.* **2 secure sth (against/from sth)** to make sth safe ஒன்றுக்குக் காப்பு அமை; பாதுகாப்பாக்கு; அரண் செய் *The sea wall needs strengthening to secure the town against flooding.* **3** to obtain or achieve sth, especially by having to make a big effort குறிப்பாக, பெரு முயற்சியின் வழியாக ஒன்றை அடை அல்லது நிறைவேற்று *The company has secured a contract to build ten planes.*

security /sɪˈkjʊərəti/ *noun* (*pl.* **securities**) **1** [U] the state of feeling safe and being free from worry; protection against the difficulties of life கவலையிலிருந்து விடுபட்ட மற்றும் பாதுகாப்பாக உள்ள உணர்வு நிலை; வாழ்க்கையின் இடர்ப்பாடுகள் பாதிக்காத காப்பு நிலை; பாதுகாப்பு *Children need the security of a stable home environment. • financial/job security* ✪ **OPP insecurity** **2** [U] things that you do to protect sb/sth from attack, danger, thieves, etc. தாக்குதல், ஆபத்து, களவு முதலியவற்றிடமிருந்து ஒருவரை/ஒன்றைப் பாதுகாக்க ஒருவர் செய்யும் செயல்கள்; பாதுகாப்பு நடவடிக்கை *Security was tightened at the airport before the president arrived. • The robbers were caught on the bank's* ***security cameras.*** **3** [U] the section of a large company or organization that deals with the protection of buildings, equipment and staff பெரும் வணிக நிறுவனத்தின் அல்லது செயலாண்மை அமைப்பின் கட்டடங்கள், சாதனங்கள் மற்றும் பணியாளர்களின் பாதுகாப்பைக் கையாளும் அந்நிறுவனப் பிரிவு; பாதுகாப்புப் பிரிவு *If you see a suspicious bag, contact airport security immediately.* **4** [C, U] something of value that you use when you borrow money. If you cannot pay the money back then you lose the thing you gave as security கடன் வாங்கும்போது ஈடாக வைக்கும் மதிப்பு வாய்ந்த ஒரு பொருள்; ஈடு; பிணையம். கடனைத் திருப்பிச் செலுத்த முடியாத நிலையில் இப்பொருளை ஒருவர் இழக்க நேரிடும்

sedan /sɪˈdæn/ *noun* [C] (*AmE*) = **saloon**

sedate¹ /sɪˈdeɪt/ *adj.* quiet, calm and well behaved அடக்கமான, அமைதியான மற்றும் நன்னடத்தையுடைய; அமைவடக்கமான; உணர்ச்சி வேகமற்ற

sedate² /sɪˈdeɪt/ *verb* [T] to give sb a drug or medicine to make him/her feel calm or want to sleep ஒருவரை அமைதிப்படுத்துவதற்காக அல்லது உறக்கம் கொள்ளச் செய்வதற்காக அவருக்கு மருந்து கொடு; மருந்து கொடுத்து ஒருவரது உணர்ச்சி வேகம் தணி அல்லது ஒருவரைத் தூக்க உணர்வு கொள்ளச் செய் *The lion was sedated and treated by a vet.* ▶ **sedation** /sɪˈdeɪʃn/ *noun* [U] *The doctor put her* ***under sedation.***

sedative /ˈsedətɪv/ *noun* [C] a drug or medicine that makes you feel calm or want to sleep அமைதிப்படுத்தும் அல்லது உறக்க உணர்வு கொள்ளச் செய்யும் போதைப்பொருள் அல்லது மருந்து ➪ **tranquillizer** பார்க்க.

sedentary /ˈsedntri/ *adj.* involving a lot of sitting down; not active பெருமளவு நேரம் உட்கார்ந்தே இருக்கவேண்டிய; ஓடியாடிச் செயல் புரியாத; சுறுசுறுப்பற்ற *a sedentary lifestyle/job*

sediment /ˈsedɪmənt/ *noun* [C, U] a thick substance that forms at the bottom of a liquid ஒரு திரவத்தின் அடிப்பகுதியில் படியும் கெட்டியான பொருள்; மண்டி; வண்டல்

sedimentary /ˌsedɪˈmentri/ *adj.* (*technical*) (used about rocks) formed from the sand, stones, mud, etc. that are at the bottom of lakes, rivers, etc. (பாறைகள் வகையில்) ஏரிகள், நதிகள் முதலியவற்றின் அடிப்பகுதியில் உள்ள மணல், கற்கள், சேறு முதலியவற்றிலிருந்து உருவான; படிவியலான; மண்டியான ➪ **igneous** மற்றும் **metamorphic** பார்க்க; மேலும் **rock** பதிவில் படம் பார்க்க.

sedimentation /ˌsedɪmenˈteɪʃn/ *noun* [U] (*technical*) the process of leaving **sediment** மணல், கற்கள், சேறு முதலியவை ஏரி, நதி முதலியவற்றின் அடிப்பகுதியில் தங்கவிடப்பெறுதல்; வண்டற்படிவு

sedition /sɪˈdɪʃn/ *noun* [U] (*formal*) the use of words or actions that are intended to encourage people to be or act against a government ஓர் அரசுக்கு எதிராக இருக்க அல்லது செயல்பட மக்களைத் தூண்டும் நோக்குடைய சொற்களைப் பயன்படுத்துதல் அல்லது செயல்களில் ஈடுபடுதல்; ஆட்சி எதிர்ப்புத் தூண்டல் ▶ **seditious** *adj.*

seduce /sɪˈdjuːs/ *verb* [T] **1 seduce sb (into sth/doing sth)** to persuade sb to do sth he/she would not usually agree to do ஒருவர் இயல்பாகச் செய்யவிரும்பாத ஒன்றைச் செய்ய அவரை இணங்கவை; கவர்ச்சியூட்டி இழு; சபலம் உண்டுபண்ணு *Special offers seduce customers into spending their money.* **2** to persuade sb to have sex with you தன்னுடன் உடலுறவு கொள்ள ஒருவரை இணங்கவை; ஆசையூட்டிக் கற்பழி ▶ **seduction** /sɪˈdʌkʃn/ *noun* [C, U]

seductive /sɪˈdʌktɪv/ *adj.* **1** sexually attractive பாலியற் கவர்ச்சியுள்ள; காமம் தூண்டுகிற *a seductive smile* **2** attractive in a way that makes you want to have or do sth ஒன்றைப் பெறவேண்டுமென்ற அல்லது செய்ய வேண்டுமென்ற விருப்பம் கொள்ளும் முறையில் கவர்ச்சியாகக் காணப்படுகிற; ஆசையூட்டி இணங்கவைக்க முயல்கிற; சபலம் உண்டாக்குகிற *a seductive argument/opinion* (= one which you are tempted to agree with)

see /siː/ *verb* (*pt* **saw** /sɔː/; *pp* **seen** /siːn/) **1** [I, T] to become conscious of sth, using your eyes; to use the power of sight கண்களால் ஒன்றை உணர்ந்தறி; பார்வைத் திறனைப் பயன்படுத்து; பார் *It was so dark that we couldn't see.* • *On a clear day you can see for miles.* • *Have you seen my wallet anywhere?* • ➪ **look**[1] பதிவிலுள்ள குறிப்பைப் பார்க்க. **2** [T] to look at or watch a film, play, television programme, etc. திரைப்படம், நாடகம், தொலைக்காட்சி நிகழ்ச்சி முதலியவற்றைப் பார் *Did you see that programme on sharks last night?* • *Have you seen Mani Ratnam's latest film?* **3** [T] to find out sth by looking, asking or waiting கண்ணால் பார்த்து, வினவி அல்லது காத்திருந்து ஒன்றைக் கண்டுபிடி; தேடிக் காண்; வினவியறி; பொறுத்திருந்து பார் ***Go and see** who is at the door* • *I saw in the paper that they're building a new theatre.* **4** [T] to spend time with sb; to visit sb ஒருவருடன் நேரம் செலவழி; அளவளாவு; சென்று பார் *I saw Amit last weekend; we had dinner together.* • *You should see a doctor about that cough.* **5** [I, T] to understand sth; to realize sth ஒன்றைப் புரிந்துகொள்; உணர்ந்தறி *Do you **see what I mean**?* • *She doesn't **see the point in** spending so much money on a car.* **6** [T] to have an opinion about sth ஒன்றைப் பற்றி ஒரு கருத்துக்கொள்; மதித்துணர்; குறிப்பிட்டவாறு நோக்கு *How do you see the situation developing?* **7** [T] to imagine sth as a future possibility எதிர்காலத்தில் நிகழ வாய்ப்புள்ளதாக ஒன்றைப் பற்றி மனத்தினுள் எண்ணு; ஒன்றை மனத்தில் உருப்படுத்திக் காண் *I can't see her changing her mind.* **8** [T] to do what is necessary in a situation; to make sure that sb does sth குறிப்பிட்ட சூழலில் செய்ய வேண்டியதைச் செய்; ஒருவர் ஒன்றைச் செய்யவை; ஒருவர் ஒன்றைச் செய்வதை உறுதிசெய் *I'll see that he gets the letter.* **9** [T] to go with sb, for example to help or protect him/her துணையாக அல்லது பாதுகாப்பாக ஒருவருடன் செல்; அழைத்துச் செல் *He asked me if he could see me home, but I said no.* • *I'll see you to the door.* **10** [T] to be the time when an event happens ஒரு நிகழ்ச்சி நடைபெறும் தருணமாக இரு *Last year saw huge changes in the education system.*

IDM **as far as I can see** ➪ **far**[2] பார்க்க.

as far as the eye can see ➪ **far**[2] பார்க்க.

let me see; let's see ➪ **let** பார்க்க.

see eye to eye (with sb) to agree with sb; to have the same opinion as sb ஒருவருடன் உடன்படு; ஒத்திசைந்து போ; ஒத்த கருத்து கொண்டிரு *We don't always see eye to eye on political matters.*

see if... to try to do sth ஒன்றைச் செய்ய முயல்; முயன்று பார். *I'll see if I can find time to do it.* • *See if you can undo this knot.*

see you around (*informal*) used for saying goodbye to sb you have made no arrangement to see again ஒருவரை மீண்டும் சந்திப்பதற்கான ஏற்பாட்டைத் தான் செய்திராத நிலையில் அவருக்கு விடை கொடுக்கப் பயன்படுத்தப்படும் தொடர்: பார்க்கலாம்

see you (later) used for saying goodbye to sb you expect to see soon or later that day

விரைவில் அல்லது அந்நாளின் பிற்பகுதியில் சந்திப்பதற்கான வாய்ப்புள்ள ஒருவருக்கு விடைகொடுக்கப் பயன்படுத்தப்படும் தொடர்: பின்னர் சந்திப்போம்

you see used for giving a reason ஒரு காரணம் கூறப் பயன்படுத்தப்படுவது *She's very unhappy. He was her first real boyfriend, you see.*

PHR V **see about sth/doing sth** to deal with sth ஒன்றின் மீது நடவடிக்கை மேற்கொள்; ஒன்றைக் கையாள்; கவனித்து வேண்டுவன செய் *I've got to go to the bank to see about my credit card.*

see sb off to go with sb to the railway station, the airport, etc. in order to say goodbye to him/her ஒருவரை வழியனுப்புவதற்காக இருப்பூர்தி நிலையம், விமான நிலையம் முதலியவற்றுக்கு அவருடன் செல்; உடன்சென்று வழியனுப்பு

see through sb/sth to be able to see that sb/sth is not what he/she/it appears to be ஒருவர்/ஒன்று தோற்றத்திலிருந்து மாறுபட்டிருப்பதைக் கண்டுணர்; வெளித்தோற்றத்தின் ஊடாக நோக்கி உண்மையான இயல்பைக் கண்டுகொள் *The police immediately saw through his story.*

see to sb/sth to do what is necessary in a situation; to deal with sb/sth ஒரு சூழலில் செய்ய வேண்டியதைச் செய்; கவனித்து வேண்டியதைச் செய்; ஒருவர்/ஒன்று குறித்து நடவடிக்கை மேற்கொள்

seed /si:d/ *noun* **1** [C, U] the small hard part of a plant from which a new plant of the same kind can grow விதை; வித்து; முளைவிதை *a packet of sunflower seeds* **2** [C] the start of a feeling or event that continues to grow தொடர்ந்து வளர்ச்சியுறும் ஓர் உணர்ச்சியின் அல்லது ஒரு நிகழ்வின் தொடக்கம்; மூலம் **3** [C] a player in a sports competition, especially tennis, who is given a rank and expected to finish in a high position ஒரு விளையாட்டுப் போட்டியில், குறிப்பாக டென்னிஸ் ஆட்டத்தில், தரவரிசைப்படுத்தப்பட்ட மற்றும் உயர் நிலையைச் சென்றடைவார் என்று எதிர்பார்க்கப்படும் வீரர்

seeded /ˈsi:dɪd/ *adj.* (used about a player or a team in a sports competition) of a high rank and expected to finish in a high position (ஒரு விளையாட்டுப் போட்டியில் பங்குபெறும் ஒரு வீரர் அல்லது ஓர் அணி பற்றிக் குறிப்பிடுகையில்) உயர் தரநிலையில் உள்ள மற்றும் உயர்நிலையைச் சென்றடைவார்/சென்றடையும் என்று எதிர்பார்க்கப்படுகிற; விஞ்சுதிறன் உடைய

seedless /ˈsi:dləs/ *adj.* (used about fruit) having no seeds (கனி வகையில்) விதைகளை உள்ளடக்கியிராத; விதையில்லாத

seedling /ˈsi:dlɪŋ/ *noun* [C] a very young plant or tree that has grown from a seed விதையிலிருந்து தோன்றி வளர்ந்துள்ள இளம் தாவரம் அல்லது மரம்; இளஞ்செடி; கன்று; நாற்று

seedy /ˈsi:di/ *adj.* dirty and unpleasant; possibly connected with illegal or immoral activities துப்புரவற்ற மற்றும் வெறுப்பூட்டுகிற; அருவருப்பான; சட்ட விரோதமான அல்லது ஒழுக்கக் கேடான செயல்களோடு தொடர்புற்றிருக்க வாய்ப்புடைய *a seedy hotel/neighbourhood*

seeing /ˈsi:ɪŋ/ (*also* **seeing that**; **seeing as**) *conj.* (*informal*) because; as காரணமாக; காரணத்தினால்; முன்னிட்டு *Seeing as you are busy, we won't stay long.*

seek /si:k/ *verb* [T] (*pt, pp* **sought** /sɔ:t/) (*formal*) **1** to try to find or get sth ஒன்றைத் தேடிக் கண்டுபிடி அல்லது தேடிப்பெற முயல்; நாடிச் செல் *Politicians are still seeking a peaceful solution.* **2 seek sth (from sb)** to ask sb for sth ஒன்று குறித்து ஒருவரிடம் கேள்; கோரு *You should seek advice from a lawyer about what to do next.* **3 seek (to do sth)** to try to do sth ஒன்றைச் செய்ய முயல்; ஒன்றில் ஈடுபடு *They are still seeking to find a peaceful solution to the conflict.* **4 -seeking** (*used to form compound adjectives*) looking for or trying to get the thing mentioned குறிப்பிடப்பட்ட ஒன்றை நாடுகிற அல்ல பெற முயல்கிற; தேடுகிற; குறியாகக் கொண்ட *attention-seeking behaviour • a heat-seeking missile*

seeker /ˈsi:kə(r)/ *noun* [C] (*often used in compounds*) a person who is trying to find or get the thing mentioned குறிப்பிடப்பட்ட ஒன்றைத் தேடிக் கண்டுபிடிக்க அல்லது தேடிப்பெற முயல்பவர் *an attention seeker • asylum seekers*

seem /si:m/ *linking verb* **seem (to sb) (to be) sth; seem (like) sth** (*not used in the continuous tenses*) to give the impression of being or doing sth; to appear இன்னவாறு உள்ளார்/உள்ளது அல்லது இன்னதைச் செய்கிறார்/செய்கிறது என்ற எண்ணத்தைத் தோற்றுவி; தோன்று *Esha sems to be a very nice girl. • You seem happy today. • This machine doesn't seem to work.*

seeming /ˈsi:mɪŋ/ *adj.* (*only before a noun*) appearing to be sth குறிப்பிடப்பட்ட ஒன்றாகத் தோன்றுகிற; (என்பது) போன்ற; காணப்படுகிற *Despite her seeming enthusiasm, Shanti didn't really help much.* ▶ **seemingly** *adv. a seemingly endless list of complaints*

seen ⇨ **see** என்பதன் இறந்தகால வினையெச்ச வடிவம்

seep /si:p/ *verb* [I] (used about a liquid) to flow very slowly through sth (ஒரு திரவம் பற்றிக்

குறிப்பிடுகையில்) ஒன்றின் ஊடாக மிகச் சிறிய அளவில் வெளியேறு; கசிவுறு *Water started seeping in through small cracks.*

see-saw *noun* [C] an outdoor toy for children that consists of a long piece of wood that is balanced in the middle. One child sits on each end of the see-saw and one goes up while the other goes down நடுப்பகுதியில் சமநிலைப் படுத்தப்பட்டுள்ள நீண்ட மரப்பலகையின் ஒவ்வொரு முனையிலும் ஒருவராக அமர்ந்து ஒரு முனை மேல் செல்லும்போது மற்றது கீழே வருமாறு அமைப்புடைய திறந்தவெளி சிறுவர்/சிறுமியர் விளையாட்டுச் சாதனம்; ஊசற்கட்டை

seethe /si:ð/ *verb* [I] **1** to be very angry கடும் சினம் கொள்; குமுறு *I was absolutely seething.* **2 seethe (with sth)** to be very crowded நெரிசல் மிகுந்திரு; கூட்டமாயிரு *The streets were seething with people.*

segment /ˈsegmənt/ *noun* [C] **1** a section or part of sth ஒன்றின் பகுதி அல்லது கூறு; பிரிவு; துண்டு *I've divided the sheet of paper into three segments.* • *a segment of the population* ⇨ **circle** பதிவில் படம் பார்க்க. **2** one of the parts into which an orange can be divided ஆரஞ்சுப் பழத்தின் பகுதிகளுள் ஒன்று; சுளைப் பகுதி; சுளை

segmentation /ˌsegmenˈteɪʃn/ *noun* [U, C] (*usually pl.*) (*technical*) the act of dividing sth into different parts; one of these parts வெவ்வேறு பிரிவுகளாக ஒன்றைப் பகுத்தல்; கூறுபடுத்துதல்; கூறுபாடு; இப்பகுப்புகளுள் ஒன்று; கூறு *the segmentation of social classes*

segregate /ˈsegrɪgeɪt/ *verb* [T] **segregate sb/sth (from sb/sth)** to separate one group of people or things from the rest ஒரு குழுவை அல்லது தொகுதியை மற்றவற்றிலிருந்து பிரி; கூட்டிணைவிலிருந்து பிரித்து வை; தனிமைப்படுத்து *The two groups of football fans were segregated to avoid trouble.* ⇨ **integrate** பார்க்க. ▶ **segregation** /ˌsegrɪˈgeɪʃn/ *noun* [U] *racial segregation* (= separating people of different races)

seismic /ˈsaɪzmɪk/ *adj.* connected with or caused by movements in the earth's surface (**earthquakes**) நில நடுக்கம் தொடர்பான அல்லது நில நடுக்கம் காரணமாக உண்டாகிற

seismograph /ˈsaɪzməgrɑ:f/ *noun* [C] an instrument that measures and records information about **earthquakes** நில நடுக்கங்களை அளவிட்டு அவை பற்றிய தகவல்களைப் பதிவு செய்யும் கருவி; நில நடுக்கமானி

seismology /saɪzˈmɒlədʒi/ *noun* [U] the scientific study of movements in the earth's surface (**earthquakes**) நில நடுக்கங்கள் குறித்த அறிவியல் முறையிலான ஆய்வு; நிலநடுக்கவியல்

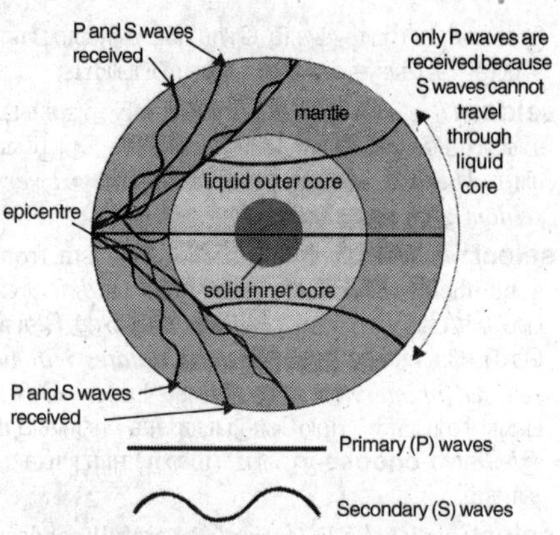

paths of seismic waves through the earth

seize /si:z/ *verb* [T] **1** to take hold of sth suddenly and firmly; to grab sth திடீரெனவும் உறுதியாகவும் ஒன்றைக் கைக்கொள்; திடீரெனக் கைப்பற்று; பறி *The thief seized her handbag and ran off with it.* • (*figurative*) *to seize a chance/an opportunity* **2** to take control or possession of sb/sth ஒருவரை/ஒன்றைத் தனது கட்டுப்பாட்டில் அல்லது உடைமையாக எடுத்துக்கொள்; கைப்பற்று *The police seized 50 kilos of illegal drugs.* **3** (*usually passive*) (used about an emotion) to affect sb suddenly and very strongly (உணர்ச்சி வகையில்) திடீரெனவும் கடுமையாகவும் ஒருவரைப் பாதி; குறிப்பிட்ட உணர்ச்சியினால் திடீரென ஆட்கொள்ளப்படு *I felt myself seized by panic.*

PHR V **seize (on/upon) sth** to make use of a good and unexpected chance நல்லதும் எதிர்பாராது வருவதுமான ஒரு வாய்ப்பைப் பயன்படுத்திக்கொள் *He seized on a mistake by the goalkeeper and scored.*

seize up (used about a machine) to stop working because it is too hot, does not have enough oil, etc. (இயந்திரக் கருவி வகையில்) மிகு வெப்பம், மசகு எண்ணெய் போதாமை முதலிய காரணத்தினால் இயக்கம் நின்றுபோ

seizure /ˈsi:ʒə(r)/ *noun* **1** [U] using force or legal authority to take control or possession of sth வலிமையை அல்லது சட்டப்படியான அதிகாரத்தைப் பயன்படுத்தி ஒன்றைத் தனது கட்டுப்பாட்டுக்கு உட்படுத்துதல் அல்லது கைவசப்படுத்துதல்; கைப்பற்றுகை *the seizure of 30 kilos of heroin by police* **2** [C] a sudden strong attack of an illness, especially one affecting the brain ஒரு நோயின், குறிப்பாக

மூளையைப் பாதிக்கும் நோயின், கடுமையான திடீர்த் தாக்குதல்; திடீர் நோய்ப்பிடிப்பு

seldom /ˈseldəm/ *adv.* not often; rarely அடிக்கடி-யில்லாமல்; எப்போதாவது; அரிதாக; அபூர்வ-மாக *There is seldom snow in Athens.* • *I very seldom go to the theatre.*

select[1] /sɪˈlekt/ *verb* [T] to choose sb/sth from a number of similar things ஒரே மாதிரியான பலருள்/பலவற்றினுள் ஒருவரை/ஒன்றைத் தேர்வு செய்; தேர்ந்தெடு *The best candidates will be selected for interview.* **NOTE** மிகுதியான விழிப்-புணர்ச்சியுடன் முடிவெடுப்பதைக் குறிக்கும் இச்சொல் **choose**-ஐ விட முறை சார்பு மிக்க-தாகும்.

select[2] /sɪˈlekt/ *adj.* (*formal*) **1** carefully chosen as the best of a group ஒரு குழுவின் முதன்மை-யானவர்களாகக் கவனமாகத் தேர்வு செய்யப்-பட்ட; தேர்ந்தெடுக்கப்பட்ட; ஒரு தொகுதியின் தலைசிறந்த அல்லது தனிச் சிறப்பான *A university education is no longer the privilege of **a select few**.* **2** used or owned by rich people வசதி படைத்தவர்களால் பயன்படுத்தப்படுகிற அல்லது அவர்களது உடைமையான

selection /sɪˈlekʃn/ *noun* **1** [U] choosing or being chosen தேர்வு செய்தல் அல்லது தேர்வு செய்யப்பெறுதல்; தேர்வு *The manager is responsible for team selection.* **2** [C] a number of people or things that have been chosen தேர்ந்தெடுக்கப் பெற்றவர்/பெற்றவை *a selection of hits from the fifties and sixties* **3** [C] a number of things from which you can choose (அவற்றிலிருந்து) விருப்பத் தேர்வு செய்தற்-குரிய பொருள்களின் தொகுதி *This shop has a very good selection of toys.*

selective /sɪˈlektɪv/ *adj.* **1** careful when choosing தேர்வு செய்யும்போது கவனமாயுள்ள; விழிப்புணர்ச்சியுடன் தேர்ந்தெடுக்கிற *She's very selective about who she invites to her parties.* **2** being careful about what or who you choose இன்னது/இன்னவர் தேர்வு செய்யப்பட வேண்டும் என்பதில் கவனமாயுள்ள; வேறு-பாடுகள் கண்டறிந்து ஒன்றை/ஒருவரைக் கவனமாகத் தேர்வு செய்கிற *selective schools/education* ▶ **selectively** *adv.*

self /self/ *noun* [C] (*pl.* **selves** /selvz/) a person's own nature or qualities ஒருவரது தனிப்பட்ட இயல்பு அல்லது பண்புக் கூறுகள்; அகநிலைப் பண்பு; தனியியல்பு; தனிநலன் *It's good to see you back to **your old self** again* (= feeling well or happy again). • *Her spiteful remark revealed her **true self*** (= what she was really like).

self- *prefix* (*used in nouns and adjectives*) of, to or by yourself or itself தனக்கு/அதனுக்கு உரிய; தன்னை/அதனைச் சார்ந்த; தனக்கே/அதனுக்கே; தன்னாலேயே/அதனாலேயே; தானே/அதுவே *self-control* • *self-addressed* • *self-taught*

self-addressed envelope = **stamped addressed envelope**

self-assured *adj.* = **assured**

self-assurance *noun* [U] = **assurance**[2]

self-catering *adj.* (*BrE*) (used about a holiday or a place to stay) where meals are not provided for you so you cook them yourself (விடுமுறைப் பயணம் அல்லது ஒரு தங்கல் இடம் பற்றிக் குறிப்பிடுகையில்) உணவு வழங்கப்படாது, தானே சமைத்துக்கொள்கிற

self-centred (*AmE* **self-centered**) *adj.* thinking only about yourself and not about other people மற்றவர்களைப் பற்றி அல்லாது, தன்னைப் பற்றி மட்டுமே சிந்திக்கிற; தன்னில் ஊன்றிய; தன் மையமான ➪ **selfish** பார்க்க.

self-confessed *adj.* admitting that you are sth or do sth that most people consider to be bad பெரும்பான்மையினரால் மோசமானதாகக் கருதப்படும் ஒரு பண்பை உடையவராக அல்லது ஒரு செயலைச் செய்பவராக ஒப்புக்-கொள்கிற; தனது குறைபாட்டை/குற்றத்தைத் தானே ஒத்துக் கொள்கிற

self-confident *adj.* feeling sure about your own value and abilities தனது மதிப்பு மற்றும் ஆற்றல்கள் குறித்து உறுதியான நம்பிக்கை கொண்ட; தன்னம்பிக்கையுடைய; தன்னுறுதி வாய்ந்த ➪ **confident** பார்க்க. ▶ **self-confidence** *noun* [U] *Many women lack the self-confidence to apply for senior jobs.*

self-conscious *adj.* too worried about what other people think about you தன்னைப் பற்றிப் பிறர் எண்ணுவது குறித்து மிகைப்படியாகக் கவலைப்படுகிற; மட்டுமீறிய கூருணர்வு உடைய ▶ **self-consciously** *adv.* ▶ **self-consciousness** *noun* [U]

self-contained *adj.* (*BrE*) (used about a flat, etc.) having its own private entrance, kitchen and bathroom (அறைக்கட்டு முதலியவை வகையில்) தனியான நுழைவாயில், சமைய-லறை மற்றும் குளியலறை கொண்டுள்ள; தன்னிறைவுடைய

self-control *noun* [U] the ability to control your emotions and appear calm even when you are angry, afraid, excited, etc. சினம், அச்சம், பதற்றம், முதலியவற்றுக்கு ஆட்பட்ட நிலையிலும் உணர்ச்சிகளைக் கட்டுப்படுத்தி அமைதியுடன் தோன்றும் ஆற்றல்; தன்னடக்கம்; தற்கட்டுப்பாடு *to lose/keep your self-control*

self-defence (*AmE* **self defense**) *noun* [U] the use of force to protect yourself or your property தன்னை அல்லது தனது உடைமையைக் காத்துக்கொள்ள வலிமையைப் பயன்படுத்துதல்;

தற்காப்பு *Leela is learning karate for self-defence.* • *to shoot sb* ***in self-defence*** (= because they are going to attack you)

self-destruct *verb* [I] to destroy him-/her-/itself தன்னையே அழித்துக்கொள் ▶ **self-destructive** *adj.* ▶ **self-destruction** *noun* [U]

self-discipline *noun* [U] the ability to make yourself do sth difficult or unpleasant கடினமான அல்லது இன்னாத ஒன்றைச் செய்யத் தன்னை ஆயத்தப்படுத்திக்கொள்ளும் ஆற்றல்; தன்னுறுதி; தற்கட்டுப்பாடு; மனத்திட்பம் *It takes a lot of self-discipline to give up smoking.*

self-employed *adj.* working for yourself and earning money from your own business தனக்காகப் பணி செய்கிற மற்றும் தனது சொந்தத் தொழில் வழியாகப் பணம் ஈட்டுகிற; சுயமாகப் பணிசெய்கிற; தற்பணியாளரான

self-esteem *noun* [U] a good opinion of your own character and abilities தனது பண்பு நலம் மற்றும் ஆற்றல்கள் குறித்து ஒருவர் கொண்டுள்ள நல்லெண்ணம்; தன் மதிப்பு *a man with high/low self-esteem*

self-evident *adj.* that does not need any proof or explanation; clear எந்தவொரு சான்றாதாரமோ விளக்கமோ தேவைப்படாத; தானே விளங்குகிற; தன்வெளிப்பாடான; தெளிவான

self-explanatory *adj.* clear and easy to understand; not needing to be explained தெளிவான மற்றும் எளிதில் புரிந்துகொள்ளக்கூடிய; விளக்கம் தேவையில்லாத; தானாக விளங்கும் தன்மையுள்ள; தன்விளக்கமான *The book's title is self-explanatory.*

self-important *adj.* thinking that you are more important than other people மற்றவர்களை விடத் தான் முக்கியமானவர் என்று எண்ணுகிற; தற்பெருமை கொண்ட; தன்முதன்மை உணர்வுடைய; இறுமாப்புடைய ▶ **self-importance** *noun* [U] ▶ **self-importantly** *adv.*

self-indulgent *adj.* allowing yourself to have or do things you enjoy (sometimes when it would be better to stop yourself) (சில சமயங்களில் மிகையளவாக) இன்ப ஈடுபாட்டுக்குரிய பொருள்களை அல்லது செயல்களை மனம் நாட விடுகிற; (மட்டு மீறிய) இன்ப நுகர்வு நாட்டமுடைய; விருப்பின்பத் துய்ப்பில் மனம் செல்கிற ▶ **self-indulgence** *noun* [C, U]

self-interest *noun* [U] thinking about what is best for yourself rather than for other people மற்றவர்களை விடத் தனக்கு ஆதாயமானதைப் பற்றிச் சிந்திக்கும் போக்கு; தன்னலப் பற்று; தன்னல முன்னிருத்தல்

selfish /ˈselfɪʃ/ *adj.* thinking only about your own needs or wishes and not about other people's மற்றவர்களது தேவைகளை அல்லது விருப்பங்களைக் கருத்தில் கொள்ளாது தன்னைப் பற்றி மட்டுமே சிந்திக்கிற; குறுகிய தன்னலப் போக்குடைய; சுயநலம் நாடுகிற *a selfish attitude* • *I'm sick of your selfish behaviour!* ✪ OPP **unselfish** or **selfless** ➪ **self-centred** பார்க்க. ▶ **selfishly** *adv.* ▶ **selfishness** *noun* [U]

selfless /ˈselfləs/ *adj.* thinking more about other people's needs or wishes than your own தனது தேவைகளை அல்லது விருப்பங்களை விடப் பிறர் தேவைகளை அல்லது விருப்பங்களைக் குறித்து மிகுதியாகச் சிந்திக்கிற; தன்னலப் பற்றற்ற; சுயநல உணர்வற்ற

self-made *adj.* having become rich or successful by your own efforts தனது சொந்த முயற்சிகளினால் செல்வ வளம் அல்லது வெற்றி வாய்ப்பு கைகூடப்பெற்ற; தன் வாழ்க்கை வளத்தைத் தானே ஆக்கிக் கொண்ட *a self-made millionaire*

self-pity *noun* [U] the state of thinking too much about your own problems or troubles and feeling sorry for yourself தனது சொந்தப் பிரச்சினைகள் அல்லது இடர்ப்பாடுகள் குறித்து மிகையளவாகச் சிந்திக்கிற மற்றும் தனக்காக வருந்துகிற நிலை; தன்னிரக்கம்

self-portrait *noun* [C] a picture that you draw or paint of yourself தானே வரைந்த அல்லது தீட்டிய தனது உருவப்படம்; தன்னோவியம்; தற்சித்திரம்

self-raising flour (*AmE* **self-rising flour**) *noun* [U] flour that contains a substance that makes cakes, etc. rise during cooking சமைக்கும்போது கேக் முதலியவற்றை உப்பச் செய்யும் பொருளை உள்ளடக்கிய மாவு ➪ **plain flour** பார்க்க.

self-reliant *adj.* not depending on help from anyone else வேறெவரிடமிருந்தும் உதவியை எதிர்நோக்கியிராத; தன்னையே தான் நம்பியிருக்கிற; தற்சார்புடைய ➪ **reliant** பார்க்க.

self-respect *noun* [U] a feeling of confidence and pride in yourself தன் மீது நம்பிக்கையும் தன்னைக் குறித்துப் பெருமித உணர்வும் கொள்ளல்; தன்மானம்; சுய மரியாதை *Old people need to keep their dignity and self-respect.* ➪ **respect** பார்க்க. ▶ **self-respecting** *adj.* (*usually in negative sentences*) *No self-respecting language student* (= nobody who is serious about learning a language) *should be without this book.*

self-restraint *noun* [U] the ability to stop yourself doing or saying sth that you want to because you know it is better not to தவிர்த்தல் நல்லது எனத் தான் உணர்ந்துள்ளமையால், மனம் விரும்பும் ஒன்றைச் செய்யாது அல்லது

கூறாது தன்னைக் கட்டுப்படுத்திக் கொள்ளும் ஆற்றல்; தன்னுணர்ச்சிக் கட்டுப்பாடு; தற்புலனடக்கம் *She **exercised** all her **self-restraint** and kept quiet.*

self-righteous *adj.* believing that you are always right and other people are wrong, so that you are better than other people பிறரை விடத் தான் மேம்பட்டவர் என்ற நிலைப்பாட்டின் அடிப்படையில், தான் என்றும் நேர்மையானவர், பிறர் குறைபட்டவர் என்று நம்புகிற; தன்னேர்மை உணர்வுடைய; ஒழுக்க வீறாப்பு உடைய ➪ **righteous** பார்க்க. ▶ **self-righteously** *adv.* ▶ **self-righteousness** *noun* [U]

self-rising flour (*AmE*) = **self-raising flour**

self-sacrifice *noun* [U] giving up what you need or want, in order to help others பிறருக்கு உதவி செய்யும் பொருட்டுத் தனக்கு வேண்டியதை அல்லது தான் விரும்புவதைக் கைவிடுதல்; தன்னல மறுப்பு; தியாக உணர்வு

self-satisfied *adj.* too pleased with yourself or with what you have done தன்னை அல்லது தனது செயல்பாட்டைக் குறித்து மிகையளவாக மன நிறைவு கொள்கிற; சுயதிருப்தி உடைய ✪ SYN **smug**

self-service *adj.* (used about a shop, restaurant, etc.) where you serve yourself and then pay at a special desk (**a cash desk**) (கடை, உணவகம் முதலியவை வகையில்) தனக்கு வேண்டியதைத் தானே எடுத்துக்கொண்டு பணம் செலுத்து மேசையில் உரிய பணத்தைச் செலுத்தும் முறையிலான; சுய சேவையான

self-study *noun* [U] the activity of learning about sth without a teacher to help you ஆசிரியர் உதவியின்றித் தன் முயற்சியினாலேயே கற்றல்; தற்கல்வி; சுய அறிவூட்டம் ▶ **self-study** *adj.*

self-styled *adj.* (*only before a noun*) using a name or title that you have given yourself, especially when you do not have the right to do it குறிப்பாக ஆணையுரிமை இன்றித் தனக்குத் தானே வழங்கிக்கொண்ட பெயரை அல்லது பட்டத்தைப் பயன்படுத்துகிற *the self-styled king of fashion*

self-sufficient *adj.* able to produce or provide everything that you need without help from or having to buy from others பிறர் உதவியின்றி அல்லது பிறரிடமிருந்து விலைக்கு வாங்க வேண்டியிராது, தனது தேவைக்கு வேண்டியதை உற்பத்தி செய்துகொள்ளும் அல்லது ஏற்பாடு செய்துகொள்ளும் திறமுடைய; தன்னிறைவுடைய

sell /sel/ *verb* (*pt, pp* **sold** /səʊld/) **1** [I, T] **sell (sb) (sth) (at/for sth); sell (sth) (to sb) (at/for sth)** to give sth to sb who pays for it and is then the owner of it உரிய பணத்தொகையைப் பெற்றுக்கொண்டு ஒரு பொருளை ஒருவருக்கு உடைமையாக்கு; விற்பனை செய் *We are going to sell our car.* • *I sold my guitar to my neighbour for Rs 700.* • *Would you sell me your ticket?* **2** [T] to offer sth for people to buy மக்கள் விலைக்கு வாங்குவதற்கு ஏதுவாக ஒன்றை அவர்களுக்குக் கிடைக்கும் நிலையில் வை; விற்பனை செய் *Excuse me, do you sell stamps?* • *to sell insurance/advertising space/stamps* **3** [I, T] to be bought by people in the way or in the numbers mentioned; to be offered at the price mentioned குறிப்பிடப்பட்ட முறையில் அல்லது எண்ணிக்கையில் அல்லது விலை மதிப்பில் (ஒன்று) மக்களால் வாங்கப்படு அல்லது விற்பனையில் இரு *Her books sell well abroad.* • *This newspaper sells over a million copies a day.* **4** [T] to make people want to buy sth ஒன்றை வாங்க மக்கள் விருப்பம் கொள்ளச் செய்; வாங்கத் தூண்டு *They rely on advertising to sell their products.* ➪ **sale** noun (1 முதல் 4 வரையான பொருள்களுக்குப்) பார்க்க. **5** [T] **sell sth/yourself to sb** to persuade sb to accept sth; to persuade sb that you are the right person for a job, position, etc. ஒன்றை ஏற்றுக்கொள்ள ஒருவரை இணங்கவை; ஒரு பணி, பதவி முதலியவற்றுக்குத் தான் ஏற்றவர் என்ற எண்ணத்தை ஒருவர் மனத்தில் படியச் செய் *Now we have to try and sell the idea to the management.*

PHR V **be sold on sth** (*informal*) to be very enthusiastic about sth ஒன்று குறித்து மிக்க உணர்ச்சியார்வம் கொள்; உற்சாகம் கொள்

sell sth off to sell sth in order to get rid of it, often at a low price ஒன்றை விட்டொழிக்கும் பொருட்டு, அதனைப் பெரும்பாலும் மலிவு விலையில் விற்பனை செய் *The shops sell their remaining winter clothes off in the spring sales.*

sell out; be sold out (used about tickets for a concert, football game, etc.) to be all sold (இசை நிகழ்ச்சி, கால்பந்தாட்டம் முதலியவற்றுக்கான நுழைவுச் சீட்டுகள் வகையில்) அனைத்துச் சீட்டுகளும் விற்கப்படு; விற்றுத் தீர்ந்துபோ *All the tickets sold out within two hours* • *The concert was sold out weeks ago.*

sell out (of sth); be sold out (of sth) to sell all of sth so that no more is/are available to be bought ஒன்றும் எஞ்சியில்லாதவாறு ஒரு பொருளின் மொத்தமும் விற்கப்படு *I'm afraid we've sold out of bread.*

sell up to sell everything you own, especially your house, your business, etc. (in order to start a new life, move to another country, etc.) (புது வாழ்க்கை தொடங்குதல், வேறு நாட்டுக்குக் குடிபெயர்தல் முதலியவற்றின் பொருட்டு) தனக்கு உடைமையாயுள்ள அனைத்தையும்,

குறிப்பாக வீடு, தொழில் முதலியவற்றை விற்று- விடு; சொத்துகள் அனைத்தையும் விற்றுவிடு

seller /ˈselə(r)/ *noun* [C] **1** (*often in compounds*) a person or business that sells பொருள்களை விற்பனை செய்யும் ஆள் அல்லது வணிக அமைப்பு; விற்பனையாளர் *a bookseller • a flower seller* **2** something that is sold, especially in the amount or way mentioned விற்பனையாகும் பொருள், குறிப்பாகக் குறிப்பிடப்பட்ட எண்ணிக்கையில் அல்லது முறையில் விற்பனையாவது *This magazine is a big seller in the 25–40 age group.* ➪ **best seller** பார்க்க.

selling price *noun* [C] the price at which sth is sold ஒரு பொருள் விற்கப்படும் விலை; விற்பனை விலை ➪ **asking price** மற்றும் **cost price** பார்க்க.

Sellotape™ /ˈseləteɪp/ (*AmE* **Scotch tape™**) *noun* [U] a type of clear tape that is sold in rolls and used for sticking things சுருள்களாக விற்கப்படுவதும் பொருள்களை ஒட்டிப் பொருத்தப் பயன்படுத்தப்படுவதுமான, உள்ளீடு விளங்குகிற இழைப்பட்டை வகை; ஒட்டு நாடா ➪ **tape** பார்க்க. ➪ **stationery** பதிவில் படம் பார்க்க. ▶ **sellotape** *verb* [T]

selves ➪ **self** என்பதன் பன்மை வடிவம்

semantic /sɪˈmæntɪk/ *adj.* connected with the meaning of words and sentences சொற்கள் மற்றும் வாக்கியங்களின் பொருள் தொடர்பான ▶ **semantically** /-kli/ *adv.*

semantics /sɪˈmæntɪks/ *noun* [U] **1** the study of the meanings of words and phrases சொற்கள் மற்றும் தொடர்களின் பொருள் குறித்த ஆய்வு; பொருளியல் **2** the meaning of words and phrases சொற்கள் மற்றும் தொடர்களின் பொருள் *the semantics of the language*

semblance /ˈsembləns/ *noun* [*sing.*, U] (*formal*) **(a) semblance of sth** the appearance of being sth or of having a certain quality ஒன்றாக அல்லது குறிப்பிட்ட பண்புடையதாகக் காணப்படுதல்; வெளித்தோற்றம்; சாயல்

semen /ˈsiːmen/ *noun* [U] the liquid that is produced by the male sex organs containing the seed (**sperm**) necessary for producing babies or young ஆண் பாலுறுப்புகளிலிருந்து உண்டாகும், இனப்பெருக்கத்திற்குத் தேவையான உயிரணுவை உள்ளடக்கிய திரவம்; விந்து

semester /sɪˈmestə(r)/ *noun* [C] one of the two periods that the school or college year is divided into பள்ளி அல்லது கல்லூரியின் கல்வியாண்டின் இரு பகுப்புகளுள் ஒன்று; பருவம் *the first/second semester*

semi /ˈsemi/ *noun* [C] (*pl.* **semis** /ˈsemiz/) (*BrE informal*) a house that is joined to another one with a shared wall between them, forming a pair of houses பொது இடைச்சுவரால் மற்றொரு வீட்டுடன் இணைந்து அமைந்துள்ள வீடு; ஒட்டிணை வீடு; இரட்டை வீடுகளுள் ஒன்று

semi- /ˈsemi/ *prefix* (*used in adjectives and nouns*) half; partly அரையளவான; பாதியான; பகுதியான *semicircular • semi-final*

semi-arid *adj.* (*technical*) (used about land or climate) dry; with little rain (நில அல்லது வானிலை வகையில்) வறண்ட; மழை அருகிய

semicircle /ˈsemisɜːkl/ *noun* [C] one half of a circle; something that is arranged in this shape அரை வட்டம்; அரைவட்ட வடிவான ஒன்று *I want you all to sit **in a semicircle**.* ➪ **circle** பதிவில் படம் பார்க்க. ▶ **semicircular** /ˌsemiˈsɜːkjələ(r)/ *adj.*

semicolon /ˌsemiˈkəʊlən/ *noun* [C] a mark (;) used in writing for separating parts of a sentence or items in a list ஒரு வாக்கியத்தின் பகுதிகளை அல்லது ஒரு பட்டியலின் உருப்படிகளைப் பிரித்துக் காட்ட எழுத்து வழக்கில் பயன்படுத்தப்படும் (;) என்ற குறி; அரைப்புள்ளி

semiconductor /ˌsemikənˈdʌktə(r)/ *noun* [C] (*technical*) a solid substance that allows heat or electricity to pass through it or along it in particular conditions குறிப்பிட்ட நிலைகளில் வெப்பம் அல்லது மின்சாரம் தன்னூடாக அல்லது தன் மீது செல்லவிடும் ஒரு திடப்பொருள் ➪ **conductor** பார்க்க.

semi-detached *adj.* (used about a house) joined to another house with a shared wall on one side forming a pair of houses (ஒரு வீடு பற்றிக் குறிப்பிடுகையில்) ஒருபக்கப் பொது இடைச்சுவரால் மற்றொரு வீட்டுடன் இணைந்துள்ள; பொதுச் சுவருடைய இணை வீடான

semi-final *noun* [C] one of the two games in a sports competition which decide which players or teams will play each other in the final ஒரு விளையாட்டுப் போட்டியில் இறுதிப் போட்டியில் விளையாடும் ஆட்டக்காரர்களை அல்லது அணிகளை முடிவு செய்வதற்காக நடத்தப்படும் இரண்டு ஆட்டங்களுள் ஒன்று; அரையிறுதிப் போட்டி ➪ **quarter-final** மற்றும் **final** பார்க்க. ▶ **semi-finalist** *noun* [C]

seminar /ˈsemɪnɑː(r)/ *noun* [C] **1** a class at a university, college, etc. in which a small group of students discuss or study a subject with a teacher பல்கலைக்கழகம், கல்லூரி முதலியவற்றில் சிறு குழுவாக மாணவர்கள் ஒரு பொருள் பற்றி ஆசிரியருடன் கலந்துரையாடும் அல்லது அவரிடமிருந்து கற்றறியும் வகுப்பு; கலந்துரையாடல் அல்லது ஆய்வுப் பயிற்சி வகுப்பு *I've got a seminar on Tagore this morning.* **2** a meeting for business people in which working methods, etc. are taught or discussed செயல் வகைமுறைகள் முதலியவை குறித்துப் பயிற்று-விக்கப்படும் அல்லது விவாதிக்கப்படும் தொழில் வினைஞர்களுக்கான கூட்டம்; கருத்தரங்கு *a one-day management seminar*

semi-skilled *adj.* (used about workers) having some special training or **qualifications**, but less than skilled people (தொழிலாளர்கள் வகையில்) ஓரளவு தனிப்பயிற்சி அல்லது பணித் தகுதி பெற்றுள்ள ஆனால் திறத் தொழிலருக்குக் கீழான; பகுதி திறத்தொழிலரான

semolina /ˌseməˈliːnə/ *noun* [U] large hard grains of wheat used for making sweet dishes and other food (**pasta**) இனிப்புப் பண்டங்கள் மற்றும் பிற உணவுப் பண்டங்கள் தயாரிக்கப் பயன்-படுத்தப்படும் பெரிய கெட்டியான கோதுமை மணிகள்

send /send/ *verb* [T] (*pt, pp* **sent** /sent/) **1 send sth (to sb/sth); send (sb) sth** to make sth go or be taken somewhere, especially by mail, radio, etc. குறிப்பாக அஞ்சல், வானொலி முதலியவை வழியாக ஒன்று செல்லச் செய் அல்லது கொண்டுபோகச்செய்; அனுப்பு *to send a letter/parcel/message/fax to sb • Don't forget to send me a postcard.* **2** to tell sb to go somewhere or to do sth; to arrange for sb to go somewhere ஓரிடத்திற்குச் செல்லுமாறு அல்லது ஒன்றைச் செய்யுமாறு ஒருவரிடம் கூறு; ஓரிடத்திற்கு ஒருவர் போக ஏற்பாடு செய்; ஒருவரை ஓரிடத்திற்கு அனுப்பு *My company is sending me on a training course next month. • She **sent** the children **to bed** early. • to **send sb to prison*** **3** to cause sb/sth to move in a particular direction, often quickly or as a reaction that cannot be prevented குறிப்பிட்ட திசையில், பெரும்பாலும் விரைவாக அல்லது தடை-செய்ய முடியாத எதிர்வினையாக, ஒருவர்/ஒன்று போகச் செய்; ஏவு; எறி *I accidentally pushed the table and **sent** all the files **flying**.* **4 send sb (to/into sth)** to make sb have a particular feeling or enter a particular state குறிப்பிட்ட உணர்ச்சிக்கு அல்லது நிலைக்கு ஒருவர் உள்ளாகுமாறு செய்; குறிப்பிட்ட உணர்ச்சி அல்லது அமைவு நிலை தூண்டு *The movement of the train **sent** me **to sleep**.*

IDM give/send sb your love ⇨ **love**[1] பார்க்க.

PHR V send for sb/sth to ask for sb to come to you; to ask for sth to be brought or sent to you ஒருவர் தன்னிடம் வரும்படி கோரு; வரும்படி சொல்லியனுப்பு; ஒன்றைத் தன்னிடம் கொண்டு-வருமாறு அல்லது அனுப்புமாறு கோரு; வர-வழை *Send for an ambulance!*

send sth in to send sth to a place where it will be officially dealt with அதிகாரபூர்வமான நட-வடிக்கைக்குரிய ஓரிடத்திற்கு ஒன்றை அனுப்பு *I sent my application in three weeks ago but I still haven't had a reply.*

send off (for sth); send away (to sb) (for sth) to write to sb and ask for sth to be sent to you ஒன்றைத் தனக்கு அனுப்பிவைக்குமாறு கோரி ஒருவருக்கு எழுது *Let's send off for some holiday brochures.*

send sb off (used in a sports match) to order a player who has broken a rule to leave the field and not to return (ஒரு விளையாட்டுப் போட்டியில்) ஒரு விதிமுறையை மீறிய ஆட்டக்-காரரைக் களத்திலிருந்து வெளியேறுமாறு கட்டளையிடு; விதிமுறையை மீறியதற்காக ஆட்டத்திலிருந்து நீக்கு *The referee had to send Manoj off the field.*

send sth off to post sth கடிதம் முதலிய-வற்றை அஞ்சல் வழியாக அனுப்பு *I'll send the information off today.*

send sth out 1 to send sth to a lot of different people or places பல்வேறு ஆட்களுக்கு அல்லது இடங்களுக்கு ஒன்றை அனுப்பு *We sent out the invitations two months before the wedding.* **2** to produce sth, for example light, heat, sound, etc. ஒளி, வெப்பம், ஒலி முதலிய-வற்றை உண்டுபண்ணு அல்லது வெளிப்-படுத்து

send sb/sth up (*informal*) to make sb/sth look ridiculous or silly especially by copying him/her/it in a way that is intended to be amusing குறிப்பாக, சிரிப்பூட்டும் நோக்கத்துடன் ஒரு-வரை/ஒன்றைப் போலச் செய்து அவர்/அது கேலிப்பொருளாகத் தோன்றச் செய்

sender /ˈsendə(r)/ *noun* [C] a person who sends sth ஒன்றை அனுப்பும் நபர்; அனுப்புநர் *The sender's name appears at the top of the email.*

senile /ˈsiːnaɪl/ *adj.* behaving in a confused and strange way, and unable to remember things because of old age வயது ஆனதன் காரணமாக குழப்பமான, வழக்க மீறிய முறையில் நடந்து-கொள்கிற மற்றும் நினைவாற்றல் குன்றிய; முதுமைத் தளர்ச்சிக்கு ஆட்பட்ட *I think she's **going senile**.* ▶ **senility** /səˈnɪləti/ *noun* [U]

senior[1] /ˈsiːniə(r)/ *adj.* **1 senior (to sb)** having a high or higher position in a company, organization, etc. ஒரு தொழில் அமைப்பு, நிறுவனம் முதலியவற்றில் மேல்நிலையில் அல்லது உயர் படிநிலையில் உள்ள; முதுநிலையில் உள்ள *a senior lecturer/officer/manager • He's senior to me.* **2** (*often* **Senior**) (*abbr.* **Snr; Sr**) (*AmE*) used after the name of a man who has the same name as his son, to avoid confusion ஒரே பெயரையுடைய தந்தை, மகன் இருவரில் குழப்பத்தைத் தவிர்ப்பதற்காக, தந்தையின் பெயர் முன் பயன்படுத்தப்படுவது: மூத்த **3** (used in schools) older (பள்ளிகளில்) மூத்த;

வயதில் மேம்பட்ட **4** (*AmE*) connected with the final year at high school or college உயர்நிலைப் பள்ளியில் அல்லது கல்லூரியில் இறுதியாண்டுத் தொடர்பான ➪ **junior**[1] பார்க்க.

senior[2] /ˈsiːniə(r)/ *noun* [C] **1** somebody who is older or of a higher position (than one or more other people) வேறு ஒருவரை அல்லது பலரை விட வயதில் மூத்தவர் அல்லது உயர்நிலையில் உள்ளவர்; மூத்தவர்; முற்பட்டவர்; முதுநிலையர் *My oldest sister is* ***ten years my senior.*** • *She felt undervalued, both by her colleagues and her seniors.* **2** one of the older students at a school பள்ளியில் உள்ள மூத்த மாணவர்களுள் ஒருவர் **3** a student in the final year of school, college or university பள்ளி, கல்லூரி அல்லது பல்கலைக்கழகத்தில் உள்ள இறுதியாண்டு மாணவர் *high school seniors* ➪ **junior**[2] பார்க்க.

senior citizen *noun* [C] an elderly person, especially sb who has retired from work (குறிப்பாக, பணியிலிருந்து ஓய்வு பெற்றிருக்கும்) முதியவர்

seniority /ˌsiːniˈɒrəti/ *noun* [U] the position or importance that a person has in a company, organization, etc. in relation to others ஒரு தொழில் அமைப்பு, நிறுவனம் முதலியவற்றில் பிறருடனான ஒப்பீட்டின் அடிப்படையில் காணப்படும் ஒருவரது படிநிலை அல்லது முக்கியத்துவம்; முதுநிலை; முன்மை *The names are listed below* ***in order of seniority.***

sensation /senˈseɪʃn/ *noun* **1** [C] a feeling that is caused by sth affecting your body or part of your body உடல் அல்லது உடற்பகுதியில் ஒன்று தாக்கம் ஏற்படுத்தும்போது உண்டாகும் உணர்வு; தூண்டுணர்ச்சி *a pleasant/unpleasant/tingling sensation* **2** [U] the ability to feel when touching or being touched ஒன்றைத் தொடும்போது அல்லது ஒன்றினால் தொடப்படும் போது அதனை உணர்ந்தறியும் ஆற்றல்; தொட்டறிவு; தொடு உணர்வு *For some time after the accident he had no sensation in his legs.* **3** [C, *usually sing.*] a general feeling or impression that is difficult to explain எளிதில் விவரிக்க இயலாத பொதுவான உணர்ச்சி அல்லது கருத்துப் பதிவு; தெளிவற்ற உணர்ச்சி அல்லது எண்ணம் *I had the peculiar sensation that I was floating in the air.* **4** [C, *usually sing.*] great excitement, surprise or interest among a group of people; sb/sth that causes this excitement ஒரு குழுவினிடையே உண்டாகும் பெரும் உணர்வுக் கிளர்ச்சி, வியப்பு அல்லது ஆர்வம்; இத்தகைய உணர்ச்சியை உண்டுபண்ணும் ஆள் அல்லது பொருள் *The young Indian* ***caused a sensation*** *by beating the top player.*

sensational /senˈseɪʃənl/ *adj.* **1** causing, or trying to cause, a feeling of great excitement, surprise or interest among people ஒரு குழுவினிடையே பெரும் பரபரப்பை, வியப்பை அல்லது ஆர்வக் கிளர்ச்சியை உண்டுபண்ணுகிற அல்லது உண்டுபண்ண முயல்கிற; பரபரப்பூட்டுகிற; வியப்பு/ஆர்வம் தூண்டுகிற *This magazine specializes in sensational stories about the rich and famous.* **2** (*informal*) extremely good or beautiful; very exciting மிகச் சிறப்பான அல்லது அழகான; உன்னதமான; எழுச்சி மிக்க ▶ **sensationally** /senˈseɪʃənəli/ *adv.*

sense[1] /sens/ *noun* **1** [U] the ability to think or act in a reasonable or sensible way; good judgement நியாயமான அல்லது அறிவுக்கு ஒத்த முறையில் சிந்திக்கும் அல்லது செயல்படும் ஆற்றல்; பகுத்தறிவு; விவேகம் *At least he* ***had the sense*** *to stop when he realized he was making a mistake.* • *I think there's a lot of sense in what you're saying.* ➪ **common sense** பார்க்க. **2** [U, *sing.*] the ability to understand sth; the ability to recognize what sth is or what its value is ஒன்றைப் புரிந்துகொள்ளும் ஆற்றல்; ஒன்று இன்னது அல்லது இன்ன மதிப்புடையது என்று அறிந்துகொள்ளும் திறம்; உணர்வாற்றல்; அறிவுத்திறம்; அறிவு நுட்பம் *She seems to have lost all* ***sense of reality.*** • *I like him—he's got a great* ***sense of humour.*** • *I'm always getting lost. I've got absolutely no* ***sense of direction.*** **3** [U] **sense (in doing sth)** the reason for doing sth; purpose ஒன்றைச் செய்வதற்கான காரணம்; ஒன்றின் நோக்கம்; குறிக்கோள்; உட்கருத்து *There's no sense in going any further —we're obviously lost.* • ***What's the sense*** *in making things more difficult for yourself?* **4** [U, *sing.*] a natural ability to do or produce sth well ஒன்றை நல்ல முறையில் செய்யும் அல்லது உருவாக்கும் இயல்பான ஆற்றல்; இயலறிவு; இயற்றிறம் ***business sense/dress sense*** **5** [*sing.*] a feeling or consciousness of sth ஒன்று குறித்த உணர்ச்சி அல்லது உணர்வு ***sense of duty*** **6** [C] one of the five natural physical powers of sight, hearing, smell, taste and touch, that people and animals have மனிதர்கள் மற்றும் விலங்குகளுக்கு இயற்கையாக உள்ள காணுதல், கேட்டல், முகர்தல், சுவையுணர்தல், தொடுதல் ஆகிய உணர்வுகளுள் ஒன்று; ஐம்புல உணர்வுகளுள் ஒன்று; புலனுணர்வு *I've got a cold and I've lost my* ***sense of smell.*** • *Dogs have an acute* ***sense of hearing.*** **7** [C] (used about a word, phrase, etc.) a meaning (சொல், தொடர் முதலியவை வகையில்) பொருள் *This word has two senses.*

IDM come to your senses to finally realize that you should do sth because it is the most sensible thing to do ஒன்று விவேகமானதாகையால் அதனைச் செய்ய வேண்டுமென இறுதியாக உணர்ந்துகொள்; அறிவுத் தெளிவு பெறு

in a sense in one particular way but not in other ways; partly மற்றவற்றில் அல்லாது, குறிப்பிட்ட ஒரு முறையில் காணும்போது; ஒரு வகையில், பகுதியளவில்; ஓரளவுக்கு *In a sense you're right, but there's more to the matter than that.*
make sense 1 to be possible to understand; to have a clear meaning புரிந்துகொள்ளக்கூடியதாக இரு; தெளிவாகப் பொருள்படு; பொருள் விளங்கு *What does this sentence mean? It doesn't make sense to me.* **2** (used about an action) to be sensible or logical (செயல் வகையில்) விவேகமானதாக அல்லது காரண காரியத் தொடர்புடையதாக இரு; அறிவுக்குப் பொருத்தமானதாயிரு *I think it would make sense to wait for a while before making a decision.*
make sense of sth to manage to understand sth that is not clear or is difficult to understand தெளிவற்ற அல்லது புரிந்துகொள்வதற்குக் கடினமான ஒன்றை முயன்று புரிந்துகொள் *I can't make sense of these instructions.*
talk sense ➪ **talk¹ 6** பார்க்க.

sense² /sens/ *verb* [T] (*not used in the continuous tenses*) to realize or become conscious of sth; to get a feeling about sth even though you cannot see it, hear it, etc. ஒன்றை உணர்ந்துகொள்; ஒன்றைப் புலன்களால் அறிய இயலாவிடினும், அதனை உள்ளுணர்வால் அறியப்பெறு *I sensed that something was wrong as soon as I went in.*

NOTE **Sense** தொடர்வினையாக வராவிடினும் இதன் இறந்தகால வினையெச்ச வடிவம் (= -ing வடிவம்) பொது வழக்காகும்—*Sensing a scandal, the tabloid photographers rushed to the star's hotel.*

senseless /ˈsensləs/ *adj.* **1** having no meaning or purpose பொருளற்ற; குறிக்கோளற்ற; பயனற்ற **2** unconscious உணர்வில்லாத; தன்னுணர்வற்ற *He was beaten senseless.*

sensibility /ˌsensəˈbɪləti/ *noun* (*pl.* **sensibilities**) **1** [U, C] the ability to understand and experience deep feelings, for example in art, literature, etc. கலை, இலக்கியம் முதலியவற்றில் காணப்படும் ஆழ்ந்த உணர்ச்சிகளைப் புரிந்துகொள்ளும் மற்றும் அவற்றில் உள்ளார்ந்த ஈடுபாடு கொள்ளும் ஆற்றல்; உணர்வறி திறம் **2 sensibilities** [*pl.*] a person's feelings, especially when he/she is easily offended குறிப்பாக எளிதில் ஊறுபடும் நிலையிலான ஒருவரது மென்மையான உணர்வுகள்

sensible /ˈsensəbl/ *adj.* (used about people and their behaviour) able to make good judgements based on reason and experience; practical (ஆட்கள் மற்றும் அவர்களது நடத்தை வகையில்) பகுத்துணர்வு மற்றும் அனுபவத்தின் அடிப்படையில் சரியான மதிப்பீடுகள் செய்யும் ஆற்றலுடைய; அறிவார்ந்த; விவேகமுள்ள; நடைமுறைக்கு ஒத்த *a sensible person/decision/precaution* • *I think it would be sensible to leave early, in case there's a lot of traffic.* ✪ OPP **silly** or **foolish** ▶ **sensibly** /ˈsensəbli/ *adv.* *Let's sit down and discuss the matter sensibly.*

NOTE **Sensible, sensitive** இரண்டையும் ஒப்பு நோக்குக. **Sensible** என்பது நல்லறிவு, செயல் விவேகம், நியாயமான மதிப்பீடு முதலியவை தொடர்பானது. **Sensitive** என்பது எண்ணங்கள், உணர்ச்சிகள், மற்றும் காணுதல், கேட்டல், தொடுதல், முகர்தல், சுவையுணர்தல் ஆகிய ஐம்புல உணர்வுகள் சார்ந்தது.

sensitive /ˈsensətɪv/ *adj.* **1 sensitive (to sth)** showing that you are conscious of and able to understand people's feelings, problems, etc. ஆட்களின் உணர்வுகள், பிரச்சினைகள் முதலியவற்றைத் தான் உணர்ந்திருப்பதையும் அவற்றைத் தன்னால் புரிந்துகொள்ள முடிவதையும் வெளிக்காட்டுகிற; உணர்திறமுடைய *to be sensitive to sb's feelings/wishes* **2 sensitive (about/to sth)** easily upset, offended or annoyed, especially about a particular subject குறிப்பாக, குறிப்பிட்ட ஒன்று பற்றி எளிதில் கலக்கமடைகிற, மனம் புண்படுகிற அல்லது எரிச்சல் அடைகிற; மட்டு மீறிய கூருணர்வுடைய; உணர்ச்சி மென்மை வாய்ந்த *He's very sensitive to criticism.* ✪ OPP பொருள்கள் 1 மற்றும் 2-க்கு **insensitive 3** (used about a subject, a situation, etc.) needing to be dealt with carefully because it is likely to cause anger or trouble (ஒரு பொருள், சூழல் முதலியவை குறித்துக் கூறுகையில்) சினம் அல்லது இடர்ப்பாடு உண்டுபண்ணும் வாய்ப்புடையதாகையால் கவனத்துடன் கையாள வேண்டியிருக்கிற *This is a sensitive period in the negotiations between the two countries.* **4 sensitive (to sth)** easily hurt or damaged; painful, especially if touched எளிதில் ஊறுபடுகிற அல்லது சேதமுறுகிற; எளிதில் புண்படுகிற; குறிப்பாக, தொடுகையில் வலி உண்டாகிற; மென்னயம் மிக்க *a new cream for sensitive skin* • *My teeth are very sensitive to hot or cold food.* **5** (used about a scientific instrument, a piece of equipment, etc.) able to measure very small changes (அறிவியல் சாதனம், துணைக்கருவி, முதலியவை வகையில்) நுண்ணிய மாற்றங்களை அளவிடக்கூடிய; பதிவீட்டு நுட்பம் வாய்ந்த ➪ **sensible** பதிவிலுள்ள குறிப்பைப் பார்க்க. ▶ **sensitively** *adv. The investigation will need to be handled sensitively.* ▶ **sensitivity** /ˌsensəˈtɪvəti/ *noun* [U] *I think your comments showed a complete lack of sensitivity.*

sensory /ˈsensəri/ *adj.* (*usually before a noun*) (*technical*) connected with your physical senses

ஐம்புலன்கள் சார்ந்த; பொறிகள் தொடர்பான *sensory organs • sensory deprivation*

sensual /ˈsenʃuəl/ *adj.* connected with physical or sexual pleasure புலன் நுகர்வு அல்லது உடற்புணர்ச்சி தரும் இன்பம் தொடர்பான; மெய்யுறு இன்பம்/தசையின்பம் சார்ந்த *the sensual rhythms of Latin music* ▶ **sensuality** /ˌsenʃuˈæləti/ *noun* [U]

sensuous /ˈsenʃuəs/ *adj.* giving pleasure to the mind or body through the senses புலன்கள் வழியாக மனத்திற்கு அல்லது உடலுக்கு இன்பம் தருகிற *the sensuous feel of pure silk* ▶ **sensuously** *adv.* ▶ **sensuousness** *noun* [U]

sent ⇨ **send** என்பதன் இறந்தகால மற்றும் இறந்தகால வினையெச்ச வடிவம்

sentence[1] /ˈsentəns/ *noun* [C] **1** (*grammar*) a group of words containing a subject and a verb, that expresses a statement, a question, etc. When a sentence is written it begins with a big (**capital**) letter and ends with a full stop ஓர் எழுவாயையும் ஒரு வினைச்சொல்லையும் உள்ளடக்கியதும், கூற்று, வினா முதலியவையாக அமைவதும், எழுத்து வடிவில் முகட்டெழுத்தில் தொடங்கி முற்றுப்புள்ளியுடன் முடிவதுமான சொற்களின் தொகுதி; முற்றுத்தொடர்; வாக்கியம் ⇨ **phrase** பார்க்க. **2** the punishment given by a judge to sb who has been found guilty of a crime ஒரு குற்றச் செயலைப் புரிந்தவர் என மெய்ப்பிக்கப்பட்ட ஒருவருக்கு நீதிபதி வழங்கும் தண்டனை *Twenty years in prison was a very harsh sentence.*

sentence[2] /ˈsentəns/ *verb* [T] **sentence sb (to sth)** (used about a judge) to tell sb who has been found guilty of a crime what the punishment will be (நீதிபதி வகையில்) ஒரு குற்றச் செயலுக்குப் பொறுப்பாளி என்று மெய்ப்பிக்கப்பட்ட ஒருவருக்கு இன்ன தண்டனை என்று கூறு; தண்டனை அறிவி *The judge sentenced her to three months in prison for shoplifting.*

sentiment /ˈsentɪmənt/ *noun* **1** [C, U] (*often pl.*) (*formal*) an attitude or opinion that is often caused or influenced by emotion பெரும்பாலும் உணர்ச்சியால் தூண்டப்பட்ட அல்லது உணர்ச்சியின் தாக்கத்திற்கு உட்பட்ட மனப்பாங்கு அல்லது கருத்து; உணர்ச்சி வயப்பட்ட மனப்போக்கு அல்லது அபிப்பிராயம் *His comments exactly expressed my sentiments.* **2** [U] feelings such as pity, romantic love, sadness, etc. that influence sb's action or behaviour (sometimes in situations where this is not appropriate) (சில சமயங்களில் பொருத்தமற்ற சூழல்களில்) ஒருவரது செயல் அல்லது நடத்தையின் மீது தாக்கம் ஏற்படுத்தும் இரக்கம், காதல், வருத்தம் முதலிய உணர்ச்சிகள்; உள்ளுணர்ச்சி; உள்மன உணர்வு *There's no room for sentiment in business.*

sentimental /ˌsentɪˈmentl/ *adj.* **1** producing or connected with emotions such as romantic love, pity, sadness, etc. which may be too strong or not appropriate மிகை முனைப்பானதாக அல்லது பொருத்தமற்றதாக இருக்கக்கூடிய காதல், இரக்கம், வருத்தம் முதலிய உணர்ச்சிகளை உண்டுபண்ணுகிற அல்லது அவ்வுணர்ச்சிகள் தொடர்பான; மட்டற்ற உணர்ச்சி தோய்ந்த; உணர்ச்சி வயப்பட்ட *How can you be sentimental about an old car! • a sentimental love song* **2** connected with happy memories or feelings of love rather than having any financial value பண மதிப்பு உடையதாக அல்லாது, இனிமையான காதல் நினைவுகள் அல்லது காதல் உணர்வுகள் தொடர்பான *The jewellery wasn't worth much but it had great **sentimental value** for me.* ▶ **sentimentality** /ˌsentɪmenˈtæləti/ *noun* [U] ▶ **sentimentally** /ˌsentɪˈmentəli/ *adv.*

sentinel /ˈsentɪnl/ *noun* [C] (*literary*) = **sentry**

sentry /ˈsentri/ *noun* [C] (*pl.* **sentries**) a soldier who stands outside a building and guards it ஒரு கட்டடத்தின் வெளிப்புறத்தில் நின்று அதனைக் காவல் செய்யும் படைவீரர்; புறக்காவல் வீரர்

sepal /ˈsepl/ *noun* [C] (*technical*) a part of a flower, like a leaf, that lies under and supports the **petals** இதழ்களின் அடியில் உள்ளதும் அவற்றைத் தாங்குவதுமான இலை போன்ற மலர்ப்பகுதி; புற இதழ்; புல்லிதழ் ⇨ **calyx** பார்க்க; மற்றும் **flower** பதிவில் படம் பார்க்க.

separable /ˈsepərəbl/ *adj.* able to be separated பிரித்து வேறாக்கக் கூடிய; கூறுகளாகப் பிரிக்கத் தக்க; தனித்தனியாகப் பிரித்துக்கொள்ளக்கூடிய ✪ OPP **inseparable**

separate[1] /ˈseprət/ *adj.* **1 separate (from sth/sb)** apart; not together தனித்தனியான; தனியான; உதிரியான; ஒன்றிணைந்திராத *You should always keep your cash and credit cards separate.* **2** different; not connected தனிவேறான; தனிப்பட்ட; தொடர்பற்ற *We stayed in separate rooms in the same hotel.*

separate[2] /ˈsepəreɪt/ *verb* **1** [I, T] **separate (sb/sth) (from sb/sth)** to stop being together; to cause people or things to stop being together பிரிந்துபோ; தனித்தனியாகு; ஆட்களை அல்லது பொருள்களைத் தனித்தனியாக்கு; கூட்டுப்பிரி *I think we should separate into two groups. • I got separated from my friends in the crowd.* **2** [T] **separate sb/sth (from sb/sth)** to keep people or things apart; to be between people or things with the result that they are apart ஆட்களை அல்லது பொருள்களைத் தனித்தனியாகப் பிரித்துவை; ஆட்கள் அல்லது பொருள்கள் பிரிவினைப்படுமாறு இடையில் அமைந்திரு *The two sides of the city are separated by the river.* **3** [I] to stop living together as a couple with your wife, husband or partner மனைவியுடன்/கணவனுடன்/துணைவருடன் இணைந்து வாழாதுபோ; இணை பிரிந்துபோ *His parents separated when he was still a baby.*

separated /ˈsepəreɪtɪd/ *adj.* not living together as a couple any more துணைவராக இணைந்து வாழாத; இணை பிரிந்துவிட்ட; விலகி நிற்கிற *My wife and I are separated.*

separately /ˈseprətli/ *adv.* apart; not together தனித்தனியாக; வெவ்வேறாக; ஒன்றிணைந்திராது *Shall we pay separately or all together?*

separation /ˌsepəˈreɪʃn/ *noun* **1** [C, U] the action of separating or being separated; a situation or period of being apart தனித்தனியாகப் பிரித்தல் அல்லது பிரிதல்; பிரிவு; பிரிவினை; பிரிந்திருக்கும் நிலை அல்லது காலம் **2** [C] an agreement where a couple decide not to live together any more மண இணையர் பிரிந்து வாழ முடிவு செய்துகொள்வதாகிய ஒப்பந்தம்; வாழ்க்கைப் பிரிவினை ஒப்பந்தம் *a trial separation*

Sept. *abbr.* September செப்டெம்பர் மாதத்தைக் குறிக்கும் September என்பதன் குறுக்கம் *2 Sept. 1920*

sept- /sept/ *prefix* (*used in nouns, adjectives and adverbs*) seven; having seven ஏழான; ஏழினையுடைய *septet • septennial*

September /sepˈtembə(r)/ *noun* [U, C] (*abbr.* **Sept.**) the ninth month of the year, coming after August ஆங்கில ஆண்டுக் கணக்கில் ஆகஸ்டு மாதத்தை அடுத்து வரும் ஒன்பதாம் மாதம்; செப்டெம்பர்

NOTE வாக்கியங்களில் மாதங்கள் பயன்படுத்தப்படும் முறை குறித்து அறிய **January** பதிவிலுள்ள எடுத்துக்காட்டுகளையும் வழக்குக் குறிப்பையும் பார்க்க.

septic /ˈseptɪk/ *adj.* infected with poisonous bacteria நோய் நுண்மங்களால் நச்சுப்பட்ட; நச்சு நுண்மங்களால் நோயூட்டப்பட்ட *The wound **went septic**.*

septicaemia (*AmE* **septicemia**) /ˌseptɪˈsiːmiə/ *noun* [U] infection of the blood by poisonous bacteria நச்சு நுண்மங்களால் குருதியில் நோய் தொற்றுதல்; குருதி நச்சூட்டு ✪ SYN **blood poisoning**

sepulchre (*AmE* **sepulcher**) /ˈseplkə(r)/ *noun* [C] a chamber that is used as a grave. This could either be cut into rock or built of stone இறந்தவர் உடலை அடக்கம் செய்வதற்காகப் பாறையில் குடைந்து உருவாக்கப்பட்ட அல்லது கல்லினால் கட்டப்பட்ட அறை; கல்லறை

sequel /ˈsiːkwəl/ *noun* [C] **a sequel (to sth)** **1** a book, film, etc. that continues the story of the one before முந்தைய நூல், திரைப்படம் முதலியவற்றின் கதையைத் தொடரும் நூல், திரைப்படம் முதலியவை; தொடர்ச்சி **2** something that happens after, or is the result of, an earlier event முந்தைய நிகழ்வின் பின்னர் அல்லது முந்தைய நிகழ்வின் விளைவாக நிகழும் ஒன்று; பின்னிகழ்வு; பின்விளைவு; தொடர்செயல்; தொடர்விளைவு

sequence /ˈsiːkwəns/ *noun* [C] **1** a number of things (actions, events, etc.) that happen or come one after another ஒன்றையடுத்து ஒன்றாக நிகழும் அல்லது வரும் செயல்கள், நிகழ்ச்சிகள் முதலியவற்றின் தொகுதி; தொடர்வரிசைத் தொகுதி; நிரல்நிறைத் தொகுதி *Complete the following sequence: 1, 4, 8, 13, ...* **2** [U] the order in which a number of things happen or are arranged பலவாகிய செயல்கள், சம்பவங்கள் முதலியவை நிகழும்/ஒழுங்கமைக்கப்படும் வரிசை முறை; நிரல் ஒழுங்கு *The photographs are **in sequence**.*

sequential /sɪˈkwenʃl/ *adj.* (*formal*) following in order of time or place கால அல்லது இட வரிசை முறையில் தொடர்கிற; வரிசை முறையான; ஒன்றையொன்று பின் தொடர்கிற *sequential data processing* ▶ **sequentially** /sɪˈkwenʃəli/ *adv.* *data stored sequentially on the computer*

sequin /ˈsiːkwɪn/ *noun* [C] a small shiny round piece of metal or plastic that is sewn onto clothing as decoration ஒப்பனையாக ஆடையில் பிணைத்துத் தைக்கப்படும் உலோகத்தால்/பிளாஸ்டிக்கால் ஆன சிறிய பளபளப்பான வட்ட வடிவப் பொருள்; உடுப்பு ஒளிர்தகடு ▶ **sequinned** *adj.*

seraph /ˈserəf/ *noun* (*pl.* **seraphim** or **seraphs**) an angel of the highest rank according the Bible விவிலிய நூலின் கூற்றுப் படி விண்ணுலகத்தவருள் மேல் நிலையில் உள்ளவர்; உச்ச கணத் தேவர் ➪ **cherub** பார்க்க.

serene /səˈriːn/ *adj.* calm and peaceful அமைதியான; மெல்லமைதி வாய்ந்த *a serene smile* ▶ **serenely** *adv.* ▶ **serenity** /səˈrenəti/ *noun* [U]

serf /sɜːf/ *noun* [C] (in the past) a person who was forced to live and work on land that belonged to a landowner whom they had to obey (கடந்த காலத்தில்) கட்டாயத்தின் பேரில் ஒரு நில உடைமையாளருக்குக் கீழடங்கி அவரது பண்ணையில் தங்கி வாழ்ந்து வேலை செய்தவர்; பண்ணைக் கொத்தடிமை

sergeant /ˈsɑːdʒənt/ *noun* [C] (*abbr.* **Sgt**) **1** an officer with a low position in the army or air force தரைப்படை அல்லது விமானப்படையில் கீழ்ப்படி நிலையில் உள்ள அதிகாரி **2** an officer with a middle position in the police force காவல் துறையில் உள்ள இடைநிலை அதிகாரி

serial /ˈsɪəriəl/ *noun* [C] a story in a magazine or on television or radio that is told in a number of parts over a period of time பருவ இதழில் அல்லது தொலைக்காட்சியில் அல்லது வானொலியில் ஒரு கால அளவில் பகுதிபகுதியாகத் தொடர்ந்து

வெளிவரும் கதை; தொடர்கதை *the first part of a six-part drama serial* ➪ **series** பதிவிலுள்ள குறிப்பைப் பார்க்க. ▶ **serialize** (*also* **-ise**) /ˈsɪəriəlaɪz/ *verb* [T]

serial number *noun* [C] the number marked on sth to identify it and to distinguish it from other things of the same type ஒன்றை அடையாளப்படுத்தவும் அதே வகையைச் சார்ந்த மற்றவைகளிலிருந்து அதனை வேறுபடுத்திக் காட்டவும் அதன் மீது குறிக்கப்படும் எண்; தொடர் எண்; வரிசை எண்

series /ˈsɪəriːz/ *noun* [C] (*pl.* **series**) **1** a number of things that happen one after another and are of the same type or connected ஒன்றின் பின் ஒன்றாக நிகழ்வனவும் ஒரே வகையைச் சார்ந்தவையும் அல்லது ஒன்றோடொன்று தொடர்புடையனவுமாகிய நேர்வுகளின் தொகுதி; தொடர் *a series of events* • *There has been a series of burglaries in this district recently.* **2** a number of programmes on radio or television which have the same main characters and each tell a complete story முதன்மைப் பாத்திரங்களில் மாற்றம் இல்லாத, ஒவ்வொன்றும் முழுமையான கதையாக அமைகிற, பல தொலைக்காட்சி/வானொலி நிகழ்ச்சிகளின் தொகுதி; நிகழ்ச்சித் தொடர்; கதைத் தொடர்

> NOTE **Series, serial** இரண்டையும் ஒப்புநோக்குக. **Series** என்பது ஒன்றிலிருந்து ஒன்று மாறுபட்ட பகுதிகளை உடையது; ஒவ்வொரு பகுதியும் முழுமையான கதை கூறுவது; இவற்றின் முதன்மைப் பாத்திரங்கள் பொதுவானவை. **Serial** என்பது ஒரே கதை ஒவ்வொரு பகுதியிலும் தொடர்வதாக அமையும்.

serious /ˈsɪəriəs/ *adj.* **1** bad or dangerous மோசமான; கேடு அல்லது தீமை விளைவிக்கிற; கடுமையான; ஆபத்தான; இடரார்ந்த; கவலைக்குரிய *a serious accident/illness/offence* • *Pollution is a very serious problem.* • *Her condition is serious and she's likely to be in hospital for some time.* **2** needing to be treated as important, not just for fun விளையாட்டாக அல்லாது, முக்கியமானதாகக் கருதப்பட வேண்டிய; அசட்டை செய்யத் தக்கதல்லாத; அற்பமானதல்லாத; மனம் கொள்ளத்தக்க *Don't laugh, it's a serious matter.* • *a serious discussion* **3 serious (about sth/about doing sth)** (used about a person) not joking; thinking about things in a careful and sensible way (ஆள் வகையில்) விளையாட்டுத்தனமாகப் பேசாத; செயல் நோக்குடைய; காரிய மனப்பான்மை கொண்ட; கருத்தூன்றிய; அறிவார்ந்த *Are you serious about starting your own business* (= are you really going to do it)? • *You're looking very serious. Was it bad news?* ▶ **seriousness** *noun* [U]

seriously /ˈsɪəriəsli/ *adv.* **1** in a serious way கடுமையாக; மோசமான முறையில்; கவலைக்குரியதாக; உள்ளார்ந்த அக்கறையுடன்; கருத்தூன்றி *Three people were seriously injured in the accident.* • *It's time you started to think seriously about the future.* **2** used at the beginning of a sentence for showing that you are not joking or that you really mean what you are saying தான் கூறுவது வேடிக்கைப் பேச்சு அன்று என்பதை வெளிப்படுத்த அல்லது கருத்தார்ந்த நிலையில் தான் பேசுவதைத் தெளிவுபடுத்த வாக்கியத்தின் தொடக்கத்தில் பயன்படுத்தப்படுவது *Seriously, I do appreciate all your help.* • *Seriously, you've got nothing to worry about.* **3** used for expressing surprise at what sb has said and asking if it is really true ஒருவர் கூறியது பற்றி வியப்பைத் தெரிவிக்கவும் அதன் மெய்ம்மைத் தன்மை குறித்து வினவவும் பயன்படுத்தப்படுவது *'I'm 40 today.' 'Seriously? You look a lot younger.'*

IDM **take sb/sth seriously** to treat sb or sth as important ஒருவரை/ஒன்றை முக்கியமானவராக/முக்கியமானதாகக் கருது *You take everything too seriously! Relax and enjoy yourself.*

sermon /ˈsɜːmən/ *noun* [C] a speech on a religious or moral subject that is given as part of a service in church தேவாலயச் சேவையின் பகுதியாக நிகழ்த்தப்படும் சமயம் அல்லது அறநெறி சார்ந்த உரை; சமயச் சொற்பொழிவு; அறவிளக்கப் பேருரை

serpent /ˈsɜːpənt/ *noun* [C] a snake, especially a large one பாம்பு, குறிப்பாக பெரிய வகைப் பாம்பு

serrated /səˈreɪtɪd/ *adj.* having a row of points in V-shapes along the edge விளிம்பு நெடுக வரிசையாக V-வடிவக் கூர்முனைகளையுடைய; இரம்பப் பல் விளிம்பமைவுடைய *a knife with a serrated edge*

serum /ˈsɪərəm/ *noun* (*pl.* **sera** /-rə/ or **serums**) **1** [U] (*medical*) the thin liquid that is left after blood has **clotted** குருதி உறை கட்டிகளாக மாறிய பின் எஞ்சி நிற்கும் மென் திரவப் பொருள்; குருதியின் நீர்த்த பகுதி; ஊனீர் **2** [U, C] a liquid that is taken from the blood of an animal and given to people to protect them from disease, poison, etc. விலங்குக் குருதியிலிருந்து பெறப்பட்டு, நோய், நஞ்சு, முதலியவற்றுக்கான தடைக்காப்பாக மனிதர்களுக்கு அளிக்கப்படும் திரவப்பொருள்; விலங்கின் குருதி நிணநீர்

servant /ˈsɜːvənt/ *noun* [C] a person who is paid to work in sb's house, doing work such as cooking, cleaning, etc. சமையல், துப்புரவு முதலிய வீட்டுப் பணிகளுக்காக அமர்த்தப்படும் வேலையாள்; வீட்டுப் பணியாள்; இல்ல ஊழியர் ➪ **civil servant** பார்க்க.

serve /sɜːv/ *verb* **1** [T] to give food or drink to sb during a meal; to take an order and then bring food or drink to sb in a restaurant, bar, etc. உணவு வேளையில் ஒருவருக்கு உணவு அல்லது பானம் பரிமாறு; உணவகம், அருந்தகம் முதலியவற்றில் வாடிக்கையாளர் கோரிக்கையின் பேரில் அவருக்கு உணவு அல்லது பானம் கொண்டுவந்து பரிமாறு *Breakfast is served from 7.30 a.m. to 9.00 a.m.* **2** [T] (used about an amount of food) to be enough for a certain number of people (உணவு அளவு குறித்துப் பேசுகையில்) குறிப்பிடப்பட்ட எண்ணிக்கையிலான ஆட்களுக்குப் போதியதாயிரு *According to the recipe, this dish serves four.* **3** [I, T] (in a shop) to take a customer's order; to give help, sell goods, etc. (கடையில்) வாடிக்கையாளர் கோரிக்கையைப் பெற்றுக்கொள்; தேவை நிறைவேற்று; விற்பனை செய் *There was a long queue of people waiting to be served.* **4** [I, T] to be useful or suitable for a particular purpose குறிப்பிட்ட நோக்கத்திற்குப் பயன்படுவதாயிரு அல்லது ஏற்றதாயிரு; நோக்கம் ஈடேற உதவு *The judge said the punishment would serve as a warning to others.* • *It's an old car but it will* ***serve*** *our* ***purpose*** *for a few months.* **5** [I, T] to perform a duty or provide a service for the public or for an organization பொதுமக்களுக்காக அல்லது ஒரு நிறுவனத்திற்காகக் கடமையாற்று; ஊழியம் செய்; தொண்டுபுரி *During the war, he served in the Army.* • *She became a nurse because she wanted to serve the community.* **6** [T] to spend a period of time in prison as punishment தண்டனையாக ஒரு காலப்பகுதியைச் சிறையில் கழி; சிறைத் தண்டனை அனுபவி *He is currently* ***serving a*** *ten-year* ***sentence*** *for fraud.* **7** [I, T] (in tennis and similar sports) to start playing by hitting the ball (டென்னிஸ் விளையாட்டு முதலியவற்றில்) பந்தை அடித்து ஆட்டம் தொடங்கு; தொடக்கப் பந்தடி.

IDM **first come, first served** ➪ **first²** பார்க்க.

serve sb right used when sth unpleasant happens to sb and you do not feel sorry for him/her because you think it is his/her own fault இன்னாத ஒன்று ஒருவருக்கு நேர்ந்து, அது அவர் தவறு காரணமாகவே நேர்ந்ததாகக் கருதி, அவருக்காக வருத்தப்படாத நிலையில் கூறப்படுவது: இது வேண்டியதுதான்; இது அவருக்குத் தகும் *'I feel sick.' 'It serves you right for eating so much.'*

server /ˈsɜːvə(r)/ *noun* [C] a computer that stores information that a number of computers can share பல கணிப்பொறிகள் பகிர்ந்துகொள்ளக்கூடிய தகவலைத் தன்னகத்தே தேக்கி வைத்துள்ள கணிப்பொறி; சேவையகம் ➪ **client** பார்க்க.

service¹ /ˈsɜːvɪs/ *noun* **1** [C] a system or organization that provides the public with sth that it needs; the job that an organization does பொதுமக்களுக்கு வேண்டிய ஒன்றை வழங்கும் ஓர் அமைப்பு அல்லது ஒரு நிறுவனம்; பொதுச் சேவை அமைப்பு/நிறுவனம்; ஊழியத் துறை; இத்தகைய நிறுவனம் ஆற்றும் பணி; பொதுப்பணி; பொதுநலச் சேவை *There is a regular bus service to the airport.* • *the postal service* ➪ **Civil Service** பார்க்க. **2** [C, U] a business whose work involves doing sth for customers but not producing goods; the work that such a service does பொருள்களை உற்பத்தி செய்தல் அல்லாது, வாடிக்கையாளர்களுக்குச் சேவை வழங்கும் வாணிக அமைப்பு; இச்சேவை தொடர்பான பணி; வாடிக்கையாளர் சேவை *financial/banking/insurance services* • *the service sector* (= the part of the economy involved in this type of business) • *a service industry* **3** [U] (*also* **the services**) [*pl.*] the armed forces; the army, navy or air force; the work done by the people in them படைத்துறை; தரைப்படை, கடற்படை அல்லது விமானப்படை; படைத்துறையினர் பணி *They both joined the services when they left school.* **4** [U, C] work done for sb; help given to sb ஒருவருக்காகச் செய்யப்படும் வேலை; ஒருவருக்கு செய்யும் உதவி; பணி; ஊழியம்; சேவை; தொண்டு *He left the police force after thirty years' service.* **5** [U] the work or the quality of work done by sb when serving a customer வாடிக்கையாளர் சேவையாக ஒருவர் செய்யும் வேலை; அவ்வேலையின் தரம்; வாடிக்கையாளர் சேவை; சேவைத்தரம் *I enjoyed the meal but the service was terrible.* • *A 10%* ***service charge*** *will be added to your bill.* **6** [C] the checks, repairs, etc. that are necessary to make sure that a machine is working properly ஒரு பொறியமைப்பு சரியாக இயங்குவதை உறுதி செய்துகொள்வதற்குத் தேவையான சரிபார்ப்பு, பழுதுபார்ப்பு முதலியவை; சீராக்கம் *We take our car for a service every six months.* **7** [C] a religious ceremony, usually including prayers, singing, etc. வழக்கமாக வழிபாடு, பாட்டிசைத்தல் முதலியவற்றை உள்ளடக்கிய, சமயச் சடங்கு; சமய வினைமுறை *a funeral service* **8** [C] (in tennis and similar sports) the first hit of the ball at the start of play; a player's turn to **serve 7** (டென்னிஸ் விளையாட்டு முதலியவற்றில்) ஆட்டத் தொடக்கத்திலான முதற் பந்தடி; ஆட்டக்காரரது முதற்பந்தடி முறை

service² /ˈsɜːvɪs/ *verb* [T] to examine and, if necessary, repair a car, machine, etc. பொறிவண்டி, இயந்திரம் முதலியவற்றை நுணுகி ஆராய்ந்து, தேவையாயின் பழுதுபார்; சீர்க்காப்பு ஏற்பாடு செய்; சீராக்கம் செய் *All cars should be serviced at regular intervals.*

serviceman /ˈsɜːvɪsmən/ *noun* [C] (*pl.* **-men** /-mən/) a man who is a member of the armed forces படைத்துறைகளுள் ஒன்றைச் சார்ந்த ஆண்; படைத்துறை ஆண் பணியாளர்

servicewoman /ˈsɜːvɪswʊmən/ *noun* [C] (*pl.* **-women** /-wɪmɪn/) a woman who is a member of the armed forces படைத்துறைகளுள் ஒன்றைச் சார்ந்த பெண்; படைத்துறை பெண் பணியாளர்

serviette /ˌsɜːviˈet/ *noun* [C] a square of cloth or paper that you use when you are eating to keep your clothes clean and to clean your mouth or hands on சாப்பிடும்போது ஆடைகளைத் துப்புரவாக வைத்திருப்பதற்கும் வாய் அல்லது கைகளைத் துடைத்துக்கொள்வதற்கும் பயன்படுத்தும் சதுர வடிவத் துணி அல்லது தாள்; உணவு மேசைக் கைக்குட்டை; துடைப்புத்தாள் ✪ SYN **napkin**

servile /ˈsɜːvaɪl/ *adj.* (*disapproving*) wanting too much to please sb and so obey them ஒருவரை மகிழ்விக்கவும் அவருக்குக் கீழ்ப்படியவும் மட்டுமீறிய விருப்பம் கொண்டுள்ள; குழைந்து பணிந்து போகிற; அடிமைத்தனமான *Parents have no right to demand servile obedience from their children.* ▶ **servility** *noun* [U]

sesame /ˈsesəmi/ *noun* [U] a tropical plant grown for its seeds that are used in cooking and the oil that is made from them உணவுப் பொருளாகவும் எண்ணெய் எடுக்கவும் பயன்படுத்தப்படுகிற வித்துகள் விளையும் வெப்ப மண்டலத் தாவர வகை; எள்ளுச் செடி *sesame seeds*

session /ˈseʃn/ *noun* **1** [C] a period of doing a particular activity குறிப்பிட்ட செயலாற்றும் காலப்பகுதி; குறிப்பிட்ட வேலை நேரம்; பணி அமர்வு நேரம் *The whole tape was recorded in one session.* • *She has a session at the gym every week.* **2** [C, U] a formal meeting or series of meetings of a court of law, parliament, etc. நீதிமன்றம், நாடாளுமன்றம் முதலியவற்றின் பணிமுறைக் கூட்டம் அல்லது கூட்டத்தொடர்; அமர்வு; அமர்வுத் தொடர்

set[1] /set/ *verb* (*pres. part.* **setting**; *pt, pp* **set**) **1** [T] to put sb/sth or to cause sb/sth to be in a particular place or position குறிப்பிட்ட இடத்தில் அல்லது நிலையில் ஒருவர்/ஒன்று இடம் கொள்ளச் செய் அல்லது இருக்கச் செய்; வை *I set the box down carefully on the floor.* **2** [T] (*often passive*) to make the action of a book, play, film, etc. take place in a particular time, situation, etc. குறிப்பிட்ட நேரம்/காலம், சூழல் முதலியவற்றில் ஒரு நூல், நாடகம், திரைப்படம் முதலியவற்றின் செயல் நிகழச் செய்; கால/இடப் பின்னணி அமைவி. *The film is set in 16th century India.* **3** [T] to cause a particular state or event; to start sth happening குறிப்பிட்ட நிலை அல்லது நிகழ்வு உண்டாகச் செய்; குறிப்பிட்ட நேர்வு/சம்பவம் நிகழத் தொடங்கச் செய்; ஆக்கு; உருவாக்கு *The new government **set** the prisoners **free**.* • *The rioters **set** a number of cars **on fire**.* **4** [T] to prepare or arrange sth for a particular purpose குறிப்பிட்ட நோக்கத்திற்காக ஒன்றை ஆயத்தம் செய் அல்லது ஏற்பாடு செய் *I set my alarm for 6.30 a.m.* • *to set the table* (= put the plates, knives, forks, etc. on it) **5** [T] to decide or arrange sth ஒன்றை முடிவுசெய்; தீர்மானி; திட்டம் செய் *Can we **set a limit** of two hours for the meeting?* • *They haven't **set the date** for their wedding yet.* **6** [T] to do sth good that people have to try to copy or achieve மற்றவர்கள் பின்பற்ற வேண்டிய அல்லது சாதிக்க வேண்டிய சிறப்பான ஒரு செயலைச் செய்; முன்மாதிரியான ஒன்றைச் செய்; வழிகாட்டு *Try to **set a good example** to the younger children.* • *He has **set a** new world **record**.* **7** [T] to give sb a piece of work or a task ஒருவருக்குப் பணி குறித்துக்கொடு *I've **set** myself **a target** of four hours' study every evening.* **8** [I] to become firm or hard உறுதிப்படு; கெட்டியாகு; இறுகு *The concrete will **set solid/hard** in just a few hours.* **9** [T] to fix a precious stone, etc. in a piece of jewellery மணிக்கல் முதலியவற்றை ஆபரணத்தில் உட்பதித்துவை; பொருத்து; உட்பொதி **10** [T] to fix a broken bone in the correct position so that it can get better முறிவுற்ற எலும்பைச் சரி நிலையில் வைத்துச் சீர்செய்; எலும்பு பொருத்து *The doctor set her broken leg.* **11** [I] (used about the sun) to go down below the horizon in the evening (சூரியனைப் பற்றிக் குறிப்பிடும்போது) மாலையில் தொடுவானத்திற்குக் கீழ் சென்று மறைவுறு ✪ OPP **rise**

IDM **set eyes on sb/sth** to see sb/sth ஒருவரை/ஒன்றைக் காண்; நோக்கு *He loved the house the moment he set eyes on it.*

set foot (in/on sth) to visit, enter or arrive at/in a place ஓரிடத்திற்கு வருகைதா, ஓரிடத்தினுள் செல் அல்லது ஓரிடத்திற்குச் சென்றுசேர் *No woman has ever set foot in this temple.*

set your heart on sth; have your heart set on sth ⇨ **heart** பார்க்க.

put/set your/sb's mind at rest ⇨ **mind[1]** பார்க்க.

put/set sth right ⇨ **right[1]** பார்க்க.

set sail to begin a journey by sea கடற்பயணம் ஒன்றைத் தொடங்கு *Columbus set sail for India.*

set the scene (for sth) ⇨ **scene** பார்க்க.

set sth aside to keep sth to use later பின்னாள் பயன்பாட்டுக்காக ஒன்றைச் சேமித்து வை; ஒதுக்கிவை *I try to set aside part of my wages every week.*

set forth (*formal*) to start a journey ஒரு பயணத்தைத் தொடங்கு

set in to arrive and stay for a period of time வந்து சேர்ந்து சிறிது காலம் நிலைகொள் *I'm afraid that the bad weather has set in.*

set off to leave on a journey பயணம் புறப்படு *We set off at 3 o'clock this morning.*

set sth off to do sth which starts a reaction எதிர்வினை புரியத் தொடங்கும் ஒரு செயலைச் செய் *When this door is opened, it sets off an alarm.*

set out to leave on a journey பயணம் புறப்படு

set out to do sth to decide to achieve sth ஒன்றைச் செய்துகாட்ட முடிவுசெய்; செயல் துணி *He set out to prove that his theory was right.*

set (sth) up to start a business, organization, system, etc. ஒரு வாணிகத் தொழில், ஒரு நிறுவனம், ஓர் அமைப்பு முதலியவற்றைத் தொடங்கு; நிறுவு

set² /set/ *noun* [C] **1 a set (of sth)** a number of things that belong together ஒருங்கிணைந்துள்ள அல்லது ஒருதன்மையான பொருள்களின் தொகுதி; ஓரினக் கூட்டு *a set of kitchen knives • a spare set of keys • a chess set* **2** [*with sing. or pl. verb*] a group of people who have similar interests and spend a lot of time together socially ஒரே வகையான விருப்ப ஈடுபாடுகளை உடையவர்களும் தோழமை உணர்வுடன் பலநேரம் கூடியிருப்பவர்களுமான ஒரு குழுவினர்; தோழமைக் குழு ⇨ **jet set** பார்க்க. **3** a piece of equipment for receiving television or radio signals தொலைக்காட்சி அல்லது வானொலி மின் சமிக்கைகளை ஏற்றமையும் சாதனம் *a television set* **4** the scenery that is made for a play or film நாடகம் அல்லது திரைப்படத்திற்காக அமைக்கப்படும் மேடைக்காட்சி துணைக்கருவித் தொகுதி; திரையமைவு **5** (used in games such as tennis and volleyball) a group of games forming part of a match (டென்னிஸ், கைப்பந்தாட்டம்) (முதலியவை வகையில்) ஒரு விளையாட்டு நிகழ்ச்சியின் பகுதியாக அமையும் ஆட்டங்களின் தொகுதி; ஆட்டத்தொகுதி *She won* ***in straight sets*** (= without losing a set). **6** (*mathematics*) a group of things that have a shared quality ஒத்த பண்புடைய பொருள்களின் தொகுதி; கணம்

set³ /set/ *adj.* **1** placed in a particular position குறிப்பிட்ட நிலையில் பொருந்தி அமைந்துள்ள அல்லது அமைவிக்கப்பட்டுள்ள *deep-set eyes • Our house is quite set back from the road.* **2** fixed and not changing; firm நிலையான; வரையறுக்கப்பட்ட; நிலையுறுதியுடைய; மாறாத *There are no set hours in my job. • I'll have the set menu* (= with a fixed price and limited choice of dishes). **3** (used about a book, text, etc.) that everyone must study for an exam (நூல், பாட ஏடு முதலியவை வகையில்) ஒரு தேர்வுக்கு ஒவ்வொருவரும் படிக்கவேண்டிய கட்டாயப் பாடமான *We have to study three set texts for English.* **4 set (for sth); be set in your ways** to be unable to change your habits, attitudes, etc. தனது பழக்கங்கள், மனப் போக்குகள் முதலியவற்றை மாற்றிக்கொள்ள முடியாதிரு

be set on sth/doing sth to be determined to do sth ஒன்றைச் செய்வதில் உறுதியாயிரு; செயல் துணிந்து நில் *She's set on a career in acting.*

setback /ˈsetbæk/ *noun* [C] a difficulty or problem that stops you progressing as fast as you would like விரும்பிய வேகத்தில் முன்னேற முடியாது தடுக்கும் இடையூறு அல்லது சிக்கல்; தடை; தடங்கல்; முட்டுக்கட்டை *She suffered a major setback when she missed the exams due to illness.*

set square (*AmE* **triangle**) *noun* [C] an instrument for drawing straight lines and angles, made from a flat piece of plastic or metal in the shape of a triangle with one angle of 90° நேர் கோடுகள் மற்றும் கோணங்கள் வரைவதற்குப் பயன்படுத்தப்படும் உலோகத்தால் அல்லது பிளாஸ்டிக்கால் செய்யப்பட்ட தட்டையான செங்கோண முக்கோண வடிவக் கருவி; செங்கோண முக்கோண வடிவ வரைகருவி; முக்கவர்

settee /seˈtiː/ *noun* [C] a long soft seat with a back and arms that more than one person can sit on ஒருவருக்கு மேற்பட்டவர்கள் அமர்வதற்கான சாய்பகுதியும் கைப்பகுதிகளும் கொண்ட நீண்ட மென்மையான இருக்கை; நீள் சாய்விருக்கை ✪ SYN **sofa**

setting /ˈsetɪŋ/ *noun* [C] **1** the position sth is in; the place and time in which sth happens ஒன்று அமைந்துள்ள நிலை; இருப்பு நிலை; கிடப்பு நிலை; ஒரு நிகழ்வின் இடமும் காலமும்; பின்னணி; சூழல் *The hotel is in a beautiful setting, close to the sea.* **2** one of the positions of the controls of a machine ஓர் இயந்திரக் கருவியின் கட்டுப்பாட்டு நிலைகளில் ஒன்று *Cook it in the oven on a moderate setting.*

settle /ˈsetl/ *verb* **1** [I, T] to put an end to an argument or disagreement ஒரு விவாதத்தை அல்லது கருத்து வேறுபாட்டை முடிவுக்குக் கொண்டுவா; தீர்த்துவை *• They settled out of court. • We didn't speak to each other for years, but we've* ***settled our differences*** *now.* **2** [T] to decide or arrange sth finally இறுதியாக ஒன்றை முடிவு செய் அல்லது சரிப்படுத்து; ஒழுங்குபண்ணு *Everything's settled. We leave on the nine o'clock flight on Friday.* **3** [I] to go and live permanently in a new country, area, town, etc. புதிய நாடு, பகுதி, நகரம் முதலியவற்றுக்குச் சென்று அங்கு நிலையாகத் தங்கு; குடியேறி வாழ் *A great many immigrants have settled in this part of India.* **4** [I, T] to put yourself or sb else into a comfortable position தன்னை அல்லது வேறொருவரை வசதியான நிலையில்

இருத்து; சௌகரியமாக அமர்ந்துகொள் அல்லது அமர்த்து *I settled in front of the television for the evening.* **5** [I, T] to become or to make sb/sth calm or relaxed அமைதிகொள்; சோர்வு நீங்கி ஓய்வுறு; ஒருவர்/ஒன்று அமைதி கொள்ளச் செய் *The baby wouldn't settle.* **6** [T] to pay money that you owe செலுத்த வேண்டிய பணத்தைச் செலுத்தி முடி; கடன் தீர் *to settle a bill/a debt* **7** [I] to land on a surface and stop moving ஒரு பரப்பின் மீது இறங்கி நிலைகொள் *A flock of birds settled on the roof.*

PHR V **settle down 1** to get into a comfortable position, sitting or lying அமர்வு நிலையில் அல்லது கிடைநிலையில் வசதியாக அமைவுறு; சௌகரியமாக இடங்கொள் **2** to start having a quieter way of life, especially by staying in the same place or getting married குறிப்பாக ஓரிடத்தில் நிலையாகத் தங்கி அல்லது திருமணம் செய்துகொண்டு, அலைவற்ற அமைதியான வாழ்க்கை தொடங்கு *She had a number of jobs abroad before she eventually settled down.* **3** to become calm and quiet அமைதிப்படு; இரைச்சல் தணிந்து அமைதியுறு *Settle down! It's time to start the lesson.*

settle down to sth to start doing sth which involves all your attention முழு ஈடுபாட்டுக்குரிய ஒன்றைச் செய்யத் தொடங்கு; ஒன்றில் படிவுறு *Before you settle down to your work, could I ask you something?*

settle for sth to accept sth that is not as good as what you wanted தான் விரும்பியதிலும் தாழ்ந்த ஒன்றை ஏற்று அமைவுறு; தனது முதல் தேர்வாக அல்லாத மாற்று ஒன்றுக்கு ஒத்துக்கொள் *We're going to have to settle for the second prize.*

settle in/into sth to start feeling comfortable in a new home, job, etc. புது வீடு, புது வேலை முதலியவற்றில் ஏற்பிணக்க உணர்வு கொள்ளத் தொடங்கு; அமைவுறு *How are the children settling in at their new school?*

settle up (with sb) to pay money that you owe to sb ஒருவருக்குத் தர வேண்டிய பணத்தைக் கொடு; கணக்குத் தீர்

settled /'setld/ *adj.* **1** not changing or not likely to change மாறாத அல்லது மாற வாய்ப்பில்லாத; நிலையான *More settled weather is forecast for the next few days.* **2** comfortable; feeling that you belong (in a home, a job, a way of life, etc.) வசதியான; சௌகரியமான; (வீடு, தொழில், வாழ்க்கை முறை முதலியவை வகையில்) தன்னுடையது என்ற உணர்வு கொள்கிற *We feel very settled here.*

settler /'setlə(r)/ *noun* [C] a person who goes to live permanently in a place where not many people live பெருமளவில் மக்கள் வசிக்காத ஓரிடத்திற்குச் சென்று நிலையாகக் குடியிருப்பவர்; வந்தேறி *the first white settlers in Australia*

seven /'sevn/ *number* **1** 7 ஏழு என்ற எண்; ஏழு

NOTE வாக்கியங்களில் எண்களைப் பயன்படுத்தும் முறை குறித்த எடுத்துக்காட்டுகள் **six** பதிவில் தரப்பட்டுள்ளன.

2 (*used to form compound adjectives*) having seven of the thing mentioned குறிப்பிடப்பட்ட ஒன்றின் ஏழு உருப்படிகளைக் கொண்டிருக்கிற *a seven-sided coin*

seventeen /ˌsevn'ti:n/ *number* 17 பதினேழு

NOTE எண்களை வாக்கியங்களில் பயன்படுத்தும் முறை குறித்த எடுத்துக்காட்டுகள் **six** பதிவில் தரப்பட்டுள்ளன.

seventeenth /ˌsevn'ti:nθ/ *det., adj; adv.* 17th பதினேழாவது; பதினேழாமவர்; பதினேழாவதான; பதினேழாவதாக ➪ **sixth** பதிவிலுள்ள எடுத்துக்காட்டுகளைப் பார்க்க.

seventh[1] /'sevnθ/ *noun* [C] the fraction $^1/_7$; one of seven equal parts of sth ஏழில் ஒன்று; $^1/_7$ என்னும் பின்ன எண்; ஒன்றின் ஏழு சமப்பகுதிகளில் ஒன்று ➪ **sixth** பதிவிலுள்ள எடுத்துக்காட்டுகளைப் பார்க்க.

seventh[2] /'sevnθ/ *det., adj., adv.* 7th ஏழாவது; ஏழாமவர்; ஏழாவதான; ஏழாவதாக ➪ **sixth** பதிவிலுள்ள எடுத்துக்காட்டுகளைப் பார்க்க.

seventieth /'sevntiəθ/ *det., adj., adv.* 70th எழுபதாவது; எழுபதாமவர்; எழுபதாவதான; எழுபதாவதாக ➪ **sixth** பதிவிலுள்ள எடுத்துக்காட்டுகளைப் பார்க்க.

seventy /'sevnti/ *number* 70 எழுபது என்ற எண்; எழுபது

NOTE வாக்கியங்களில் எண்களைப் பயன்படுத்தும் முறை குறித்த எடுத்துக்காட்டுகள் **sixty** பதிவில் தரப்பட்டுள்ளன.

sever /'sevə(r)/ *verb* [T] (*formal*) **1** to cut sth into two pieces; to cut sth off ஒன்றை இரண்டு துண்டுகளாக வெட்டு; இரண்டாகத் துண்டுபடுத்து; ஒன்றை வெட்டி நீக்கு *The builders accidentally severed a water pipe.* • *His hand was almost severed in the accident.* **2** to end a relationship or communication with sb ஒருவருடனான உறவை அல்லது தொடர்பை முறித்துக்கொள்; துண்டி *He has severed all links with his former friends.*

several /'sevrəl/ *pronoun, det.* more than two but not very many; a few இரண்டுக்கு மேற்பட்ட ஆனால் மிகப் பலவாக இல்லாதது/இல்லாத; சிலர்; சில; சிலவாக *It took her several days to recover from the shock.* • *There were lots of applications for the job—several of them from very well-qualified people.*

severe /sɪ'vɪə(r)/ *adj.* **1** causing sb to suffer, be upset or have difficulties ஒருவருக்குத் துன்பம்,

கவலை அல்லது இடர்ப்பாடு உண்டாக்குகிற; மிக வருத்துகிற; கடுமையான; துயரார்ந்த; *Such terrible crimes deserve the severest punishment.* • *I think your criticism of her work was too severe.* **2** extremely bad or serious மிக மோசமான அல்லது கடுமையான; கடுமுனைப்பான; நெருக்கடியான *severe financial difficulty* • *severe injuries* • *severe weather conditions* ▶ **severely** *adv. The roof was severely damaged in the storm.* • *The report severely criticizes the Health Service.* ▶ **severity** /sɪˈverəti/ *noun* [U] *I don't think you realize the severity of the problem.*

sew /səʊ/ *verb* [I, T] (*pt* **sewed**; *pp* **sewn** /səʊn/ or **sewed**) **sew (sth) (on)** to join pieces of cloth, or to join sth to cloth, using a needle and thread and forming stitches ஊசி, நூலைப் பயன்படுத்தித் தையலிட்டுத் துணிகளை இணை அல்லது ஒன்றைத் துணியோடு இணை; தையலிடு; தை *I can't sew.* • *A button's come off my shirt—I'll have to sew it back on.*

PHR V **sew sth up** to join two things by sewing; to repair sth by sewing two things together தைத்து இரண்டு பொருள்களை இணை; இரண்டு பொருள்களை ஒன்றுசேர்த்துத் தைத்து ஒன்றைச் சீர்செய் *The surgeon sewed up the wound.*

sewage /ˈsuːɪdʒ/ *noun* [U] the waste material from people's bodies that is carried away from their homes in water in large underground pipes (**sewers**) வீடுகளிலிருந்து பெரிய நிலத்தடிக் குழாய்கள் வழியாக நீருடன் அப்பால் கொண்டு செல்லப்படும் மனிதக் கழிவு; சாக்கடை; கழிநீர்

sewer /ˈsuːə(r)/ *noun* [C] an underground pipe that carries human waste to a place where it can be treated மனிதக் கழிவுகளை வேதிமுறைப்படுத்தும் இடத்திற்குக் கொண்டு செல்லும் நிலத்தடிக் குழாய்; கழிவுநீர்க் குழாய்

sewing /ˈsəʊɪŋ/ *noun* [U] **1** using a needle and thread to make or repair things ஊசி, நூலைப் பயன்படுத்தி ஒன்றை உருவாக்குதல் அல்லது சீர்செய்தல்; தையல் வேலை *I always take a sewing kit when I travel.* • *a* ***sewing machine*** **2** something that is being sewn தைக்கப்படுவது; தைத்து உருவாக்கப்படும் பொருள்

sewn ➪ **sew** என்பதன் இறந்தகால வினையெச்ச வடிவம்

sex /seks/ *noun* **1** [U] the state of being either male or female ஆணாகவோ பெண்ணாகவோ இருக்கும் நிலை; பால் *Applications are welcome from anyone, regardless of sex or race.* ✪ **SYN** **gender** **2** [C] one of the two groups consisting of all male people or all female people உயிரினங்களின் இரு பிரிவுகளுள் ஒன்றான ஆண்பாலார் அல்லது பெண்பாலார் *the male/female sex* • *He's always found it difficult to get on with* ***the opposite sex*** (= women). **3** (*formal* **coitus; intercourse; sexual intercourse**) [U] the physical act in which the sexual organs of two people touch and which can result in a woman having a baby இருவரது இனப்பெருக்க உறுப்புகள் ஒன்றோடொன்று தொடர்புற்று அதன் விளைவாகப் பெண் கருத்தரிக்கும் உடல் சார்ந்த வினை; புணர்ச்சி; கலவி *to* ***have sex*** *with somebody* • *sex education in schools*

sexism /ˈseksɪzəm/ *noun* [U] the unfair treatment of people, especially women, because of their sex; the attitude that causes this பால் வேறுபாட்டின் அடிப்படையில் ஆட்கள், குறிப்பாகப் பெண்கள், நியாயமற்ற முறையில் நடத்தப்படுதல்; இவ்வாறு நடத்தப்படுவதற்குக் காரணமான மனப்போக்கு; பால் வேறுபாட்டுணர்வு; பாலாதிக்கப் போக்கு ▶ **sexist** /ˈseksɪst/ *adj. a sexist attitude to women* • *sexist jokes*

sextuplet /ˈsekstʊplət; sekˈstjuːplət; -ˈstʌp-/ *noun* [C] one of six children or animals that are born to one mother at the same time ஒரு தாய்க்கு ஒரே பிரசவத்தில் பிறந்த ஆறு பிள்ளைகளில்/ குழவிகளில் ஒன்று

sexual /ˈsekʃuəl/ *adj.* connected with sex பால் தொடர்பான; பால் வேறுபாடு சார்ந்த; பாலுறவுக்குரிய *sexual problems* • *the sexual organs* • *a campaign for sexual equality* (= to get fair and equal treatment for both men and women) ➪ **sexy** பார்க்க. ▶ **sexually** /ˈsekʃəli/ *adv. to be sexually attracted to sb*

sexual intercourse (*formal*) = **sex 3**

sexuality /ˌsekʃuˈæləti/ *noun* [U] the nature of sb's sexual activities or desires ஒருவரது பால் சார்ந்த செயல்பாடுகளின் அல்லது விருப்பங்களின் இயல்பு; பாற்பண்பு

sexy /ˈseksi/ *adj.* (**sexier; sexiest**) (*informal*) sexually attractive or exciting பாற்கவர்ச்சியுடைய அல்லது பாலுணர்ச்சி தூண்டுகிற; பாற்கிளர்ச்சியூட்டுகிற *Do you find the lead singer sexy?* • *a sexy dress*

Sgt *abbr.* sergeant படைத்துறை கீழ்நிலை அதிகாரி/காவல் துறை இடைநிலை அதிகாரியைக் குறிக்கும் sergeant என்பதன் குறுக்கம்

shabby /ˈʃæbi/ *adj.* **1** in bad condition because of having been used or worn too much மிகைப் பயன்பாட்டின் காரணமாக மோசமான நிலையில் உள்ள; பஞ்சையான; நைந்துபோன; பழமைப்பட்டுப்போன *a shabby suit* **2** (used about people) dressed in an untidy way; wearing clothes that are in bad condition (ஆட்கள் வகையில்) அலங்கோலமாக ஆடை அணிந்துள்ள; மோசமான நிலையில் உள்ள ஆடை அணிந்துள்ள **3** (used about the way that sb is treated) unfair; not generous (ஒருவரை நடத்தும் முறை குறித்துக்

கூறுகையில்) முறையற்ற; இரண்டகமான; பெருந்தன்மையற்ற; கீழ்த்தரமான ▶ **shabbily** /ˈʃæbɪli/ *adv. a shabbily dressed man • She felt she'd been treated shabbily by her employers.*

shack /ʃæk/ *noun* [C] a small building, usually made of wood or metal, that has not been built well நல்ல முறையில் கட்டப்பட்டிராத, வழக்கமாக மர அல்லது உலோகப் பொருள்களால் ஆன, சிறு கட்டடம்; பலகை வீடு; கொட்டில்

shackle[1] /ˈsækl/ *noun* one of a pair of metal rings connected with a chain put around a prisoner's wrists or ankles சங்கிலியில் இணைக்கப்பட்டு ஒரு சிறைக்கைதியின் மணிக்கட்டுகளை அல்லது கணுக்கால்களைச் சுற்றி இடப்படும் உலோக வளையங்களில் ஒன்று; கொளுவி

shackle[2] /ˈsækl/ *verb* [T] **1** to put **shackles** on sb ஒருவரது மணிக்கட்டுகளில் அல்லது கணுக்கால்களில் விலங்கு மாட்டு; தளையிடு *The prisoners were kept shackled during the trial.* **2** (*usually passive*) to prevent sb from behaving or speaking as they want ஒருவர் விரும்பியவாறு நடந்துகொள்ள அல்லது பேச விடாமல் தடு; தளையிடு *She is opposed to shackling the press with privacy laws.*

shade[1] /ʃeɪd/ *noun* **1** [U] an area that is out of direct sunlight and is darker and cooler than areas in the sun நேரடியான சூரிய ஒளி படாததும், சூரிய ஒளி படும் பரப்புகளை விட ஒளி குறைந்ததும் குளிர்ச்சியாக உள்ளதுமான இடப்பரப்பு; நிழலிடம்; நிழல் *It was so hot that I had to go and sit **in the shade**.* **2** [C] something that keeps out light or makes it less bright ஒளி மறைப்பான அல்லது கூரொளியை மட்டுப்படுத்தும் ஒன்று; ஒளித்தடைப் பொருள்; நிழலீடு *a lampshade* **3 shades** [*pl.*] (*informal*) = **sunglasses** **4** [C] **a shade (of sth)** a type of a particular colour குறிப்பிட்ட நிற வகை; வண்ணக் கூறு; நிறச் சாயல் *a shade of green* **5** [C] a small difference in the form or nature of sth ஒன்றின் வடிவமைப்பில் அல்லது பண்பில் காணப்படும் சிறு வேறுபாடு; நுண்படி வேறுபாடு *a word with various shades of meaning* **6** [*sing.*] **a shade** a little bit மிகச் சிறிதளவு; நுண்படி

shade[2] /ʃeɪd/ *verb* [T] **1** to protect sth from direct light; to give shade to sth நேரடியான ஒளியிலிருந்து ஒன்றுக்குக் காப்பு செய்; ஒளி படாமல் இடையீடு செய்; வெயில் மறை *The sun was so bright that I had to shade my eyes.* **2 shade sth (in)** to make an area of a drawing darker, for example with a pencil பென்சில் முதலியவற்றைப் பயன்படுத்தி வரைபடத்தின் ஒரு பகுதிக்கு நிறத்திண்மையூட்டு; நிழற்படி வண்ணம் தீட்டு; ஓவிய நிழற்கூறு தீட்டு *The trees will look more realistic once you've shaded them in.*

shadow[1] /ˈʃædəʊ/ *noun* **1** [C] a dark shape on a surface that is caused by sth being between the light and that surface ஒளிக்கும் ஒரு பரப்பிற்கும் இடைப்பட்டு நிற்கும் ஒன்றால் அப்பரப்பில் தோன்றும் கரு நிற உரு; உரு நிழல்; நிழல் *The dog was chasing its own shadow. • The shadows lengthened as the sun went down.* ➪ **penumbra** மற்றும் **umbra** பார்க்க. **2** [U] an area that is dark because sth prevents direct light from reaching it நேரடியாக ஒளி படுவது தடுக்கப்பட்டு இருளாக உள்ள இடப்பகுதி; நிழலடிப்புப் பகுதி; ஒளிமறைவுப் பகுதி *His face was **in shadow**.* **3** [*sing.*] a very small amount of sth ஒன்றின் மிகச் சிறிய அளவு; சிறிதளவு; நுண்ணளவு *I know without **a shadow of doubt** that he's lying.*

IDM **cast a shadow (across/over sth)** ➪ **cast[1]** பார்க்க.

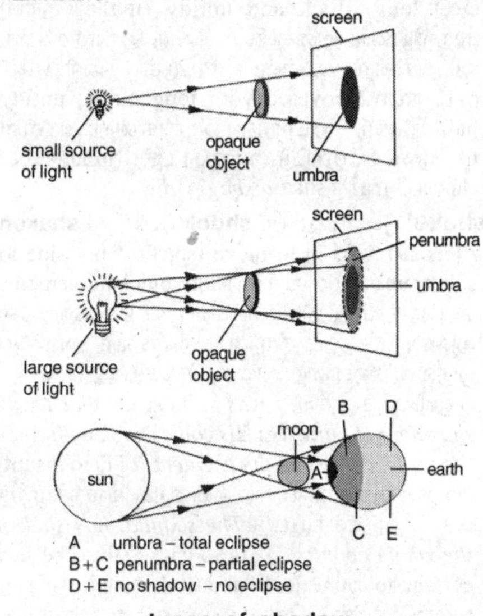

types of shadow

shadow[2] /ˈʃædəʊ/ *verb* [T] to follow and watch sb's actions பின்தொடர்ந்து சென்று ஒருவரது செயல்களைக் கண்காணி; பின்தொடர்ந்து ஒற்றாடு *The police shadowed the suspect for three days.*

shadowy /ˈʃædəʊi/ *adj.* **1** dark and full of shadows இருண்டு நிழற்படிவுகள் நிறைந்துள்ள; ஒளி மறைவுப் பகுதியான; இருட்பாங்கான *a shadowy forest* **2** difficult to see because there is not much light நிழற்படிவு காரணமாக எளிதில் கண்டறிய முடியாத; மங்கலான; தெளிவற்ற *A shadowy figure was coming towards me.* **3** that not much is known about; mysterious மறைவடக்கமான; விளங்காத; புதிரான

shady /ˈʃeɪdi/ *adj.* **1** giving shade; giving protection from the sun நிழல் தருகிற; நிழலார்ந்த;

வெயிலிலிருந்து பாதுகாப்பு அளிக்கிற *I found a shady spot under the trees and sat down.* **2** (*informal*) not completely honest or legal நேர்மை குன்றிய; முழுதும் சட்டப்படி இராத; ஒளிவுமறைவான; ஐயத்திற்கு இடந்தருகிற

shaft /ʃɑːft/ *noun* [C] **1** a long, narrow hole in which sth can go up and down or enter or leave ஒன்று முன்னும் பின்னுமாக நகரத்தக்க அல்லது உட்செல்ல அல்லது வெளிவரத்தக்க நீண்டு ஒடுங்கிய துளை; செல்குழாய்; ஊடுபுழை *a lift shaft* • *a mine shaft* **2** a bar that connects parts of a machine so that power can pass between them ஒன்றிலிருந்து ஒன்றுக்கு இயக்க விசை செல்லுவதற்கு ஏதுவாக இயந்திரப் பகுதிகளை இணைக்கும் கம்பி; இயந்திரத்தின் சுழல்தண்டு

shaggy /ˈʃægi/ *adj.* **1** (used about hair, material, etc.) long, thick and untidy (மயிர், துணி முதலியவை வகையில்) நீண்டு அடர்த்தியாக ஒழுங்கின்றி உள்ள; முரட்டுத் துணியான/முடியான **2** covered with long, thick, untidy hair நீண்டு அடர்ந்து ஒழுங்கின்றி உள்ள மயிருடைய; முரட்டு அல்லது புதர் முடியுடைய; பம்பை மயிருள்ள *a shaggy dog*

shake¹ /ʃeɪk/ *verb* (*pt* **shook** /ʃʊk/; *pp* **shaken** /ˈʃeɪkən/) **1** [I, T] to move (sb/sth) from side to side or up and down with short, quick movements விரைந்த சிறு இயக்கங்களாகப் பக்கவாட்டில் அல்லது மேலும் கீழுமாக அசைவுறு அல்லது ஒருவரை/ஒன்றை அசையச் செய் ஆடு/ஆட்டு; குலுங்கு/குலுக்கு *I was so nervous that I was shaking.* • (*figurative*) *His voice shook with emotion as he described the accident.* **2** [T] to disturb or upset sb/sth ஒருவரை/ஒன்றைக் கலக்கமுறச் செய்; அதிர்ச்சியூட்டு *The scandal has shaken the whole country.* **3** [T] to cause sth to be less certain; to cause doubt about sth ஒன்று குறித்து உறுதி குன்றச் செய்; ஐயப்பாடு உண்டாக்கு; நம்பிக்கையை ஆட்டம் காணச்செய் *Nothing seems to shake her belief that she was right.*

IDM **shake sb's hand/shake hands (with sb); shake sb by the hand** to take sb's hand and move it up and down (when you meet sb, to show that you have agreed on sth, etc.) (ஒருவருடனான சந்திப்பு, ஒன்று குறித்துத் தனது உடன்பாட்டை வெளிப்படுத்துதல் முதலிய சமயங்களில்) ஒருவரது கையைப் பிடித்து மேலும் கீழுமாக ஆட்டு; கைகுலுக்கு

shake your head to move your head from side to side, as a way of saying no மறுப்புத் தெரிவிக்கும் முறையாக, பக்கவாட்டில் தலையை ஆட்டு; பக்கவாட்டாகத் தலையசைத்து மறுப்புத் தெரிவி

PHR V **shake sb/sth off** to get rid of sb/sth; to remove sth by shaking ஒருவரை/ஒன்றைத் தொலைத்தொழி; உதறித்தள்ளு *I don't seem to be able to shake off this cold.* • *Shake the crumbs off the tablecloth.*

shake² /ʃeɪk/ *noun* [C] the action of shaking sth or being shaken ஒன்றைப் பிடித்துக் குலுக்குதல் அல்லது ஒன்று குலுங்குதல்; குலுக்கம்; அதிர்வு; நடுக்கம்

shake-up *noun* [C] a complete change in the structure or organization of sth ஒன்றின் கட்டமைப்பில் அல்லது அமைப்பு முறையில் செய்யப்படும் முழு நிலையிலான மாற்றம்; மறுசீரமைப்பு; புத்தமைவாக்கம்

shaky /ˈʃeɪki/ *adj.* (**shakier; shakiest**) **1** shaking or feeling weak because you are frightened or ill பேரச்சம் அல்லது நோய் காரணமாக நடுக்கம் கொள்கிற அல்லது நலிவுணர்ச்சிக்கு ஆட்படுகிற **2** not firm; weak or not very good உறுதியற்ற; தளர்வுற்ற; தடுமாறுகிற; தள்ளாடுகிற; ஆட்டங்கொடுக்கிற; நிலையுறுதி குன்றிய *The table's a bit shaky so don't put anything heavy on it.* • *They've had a* ***shaky start*** *to the season losing most of their games.* ▶ **shakily** /ˈʃeɪkɪli/ *adv.*

shall /ʃəl; *strong form* ʃæl/ *modal verb* (*negative* **shall not**; *short form* **shan't** /ʃɑːnt/) **1** used for asking for information or advice தகவல் அல்லது அறிவுரை கோரப் பயன்படுத்தப்படுவது *What time shall I come?* • *Where shall we go for our holiday?* **2** used for offering to do sth ஒன்றைச் செய்ய முன்வருவதைக் குறிக்கப் பயன்படுத்தப்படுவது; விருப்பக் குறிப்பு *Shall I help you carry that box?* • *Shall we drive you home?* **3 shall we** used for suggesting that you do sth with the person or people that you are talking to உடன் உரையாடும் ஆளுடன்/ஆட்களுடன் சேர்ந்துத் தான் ஒன்றைச் செய்ய யோசனை கூறுவதைக் குறிக்கப் பயன்படுத்தப்படுவது: பிரேரணைக் குறிப்பு *Shall we go out for a meal this evening?*

> **NOTE** வினைநோக்கத் துனைவினைகள் (modal verbs) பற்றி மேலும் அறிய, அகராதிப் பகுதியை அடுத்துள்ள **Quick Grammar Reference** பகுதியைப் பார்க்க.

4 (*formal*) used with 'I' and 'we' in future tenses, instead of 'will' எதிர்காலக் குறிப்பாக 'will'-க்குப் பதில் 'I' மற்றும் 'we'-உடன் வருவது: தன்மை எதிர்காலக் குறிப்பு *I shall be very happy to see him again.* • *We shan't be arriving until ten o'clock.* **5** (*formal*) used for saying that sth must happen or will definitely happen ஒன்று நிகழ வேண்டும் அல்லது ஒன்று உறுதியாக நிகழும் என்று கூறப் பயன்படுத்தப்படுவது; கடப்பாடு அல்லது கட்டாய நிலையைக் குறிக்கும் துணைவினை *In the rules it says that a player shall be sent off for using bad language.*

shallot /ʃəˈlɒt/ *noun* [C] a vegetable like a small onion with a very strong taste மிகுந்த உறைப்புச்

சுவையுள்ள, சிறு வெங்காயம் போன்ற, காய்கறி வகை; வெங்காயப் பூண்டு வகை

shallow /ˈʃæləʊ/ *adj.* **1** not deep; with not much distance between top and bottom ஆழமில்லாத; மேற்பகுதிக்கும் அடிப்பகுதிக்கும் இடையில் அதிக தொலைவு இல்லாத; ஆழ்ந்து செல்லாத; மேலீடான *The sea is very shallow here.* • *a shallow dish* **2** not having or showing serious or deep thought உள்ளார்ந்த அல்லது ஆழமான சிந்தனையற்ற அல்லது சிந்தனையை வெளிப்படுத்தாத; அறிவாழமற்ற; மேலோட்டமான *a shallow person/book* ✪ **OPP** இரு பொருள்களுக்கும் **deep** ▶ **shallowness** *noun* [U]

sham /ʃæm/ *noun* (*disapproving*) **1** [*sing.*] a situation, feeling, system, etc. that is not as good or true as it seems to be வெளிப்படையாகத் தோன்றும் அளவுக்கு நல்லதாக அல்லது உண்மையானதாக இல்லாத ஒரு சூழல், ஓர் உணர்ச்சி, அமைப்பு முறை முதலியவை; போலி *The crime figures are a complete sham.* **2** [C, *usually sing.*] a person who pretends to be sth that he is not போலி வேடம் போடுபவர்; பொய்யாக நடித்து ஏய்ப்பவர்; பாசாங்கு செய்பவர் **3** [U] behaviour, feelings, words, etc. that are intended to make sb/sth seem to be better than he/she/it really is ஒருவர்/ஒன்று உண்மையில் உள்ளதை விட உயர்ந்தவராக/உயர்ந்ததாகத் தோன்றச் செய்யும் நோக்கத்திலான நடத்தை, எண்ணங்கள், சொற்கள் முதலியவை; போலி; பாசாங்கு *Their promises turned out to be full of sham and hypocrisy.* ▶ **sham** *verb* [T] (**shamming, shammed**) *Is he really sick or is he just shamming?*

shame[1] /ʃeɪm/ *noun* **1** [U] the unpleasant feeling of guilt and embarrassment that you get when you have done sth stupid or morally wrong; the ability to have this feeling முட்டாள்தனமான அல்லது ஒழுங்கு மீறிய ஒன்றைச் செய்துள்ள நிலையில் ஒருவருக்கு உண்டாகும் வெறுப்பூட்டக்கூடிய குற்ற உணர்ச்சி அல்லது வெட்க உணர்ச்சி; இவ்வுணர்ச்சிக்கு ஆட்படுகை; வெட்கம்; மானக்கேடு; அவமானம் *She was* ***filled with shame*** *at the thought of how she had lied to her mother.* • *His actions have* ***brought shame on*** *his whole family.* ➪ **ashamed** adjective பார்க்க. **2 a shame** [*sing.*] a fact or situation that makes you feel disappointed ஏமாற்ற உணர்ச்சி கொள்ளச்செய்யும் நேர்வு அல்லது சூழல்; இழிவு நிலை; அவல நிலை; மானக்கேடு உண்டுபண்ணுவது ***What a shame*** *you have to leave so soon.*

shame[2] /ʃeɪm/ *verb* [T] to make sb feel shame for sth bad that he/she has done மோசமான ஒன்றைச் செய்தமைக்காக ஒருவர் அவமான உணர்ச்சி கொள்ளச் செய்; வெட்கப்படச் செய்; தலைகுனிவு உண்டாக்கு

shameful /ˈʃeɪmfl/ *adj.* which sb should feel bad about; shocking அவமானப்படத்தக்க; வெட்கக் கேடான; அதிர்ச்சியூட்டுகிற *a shameful waste of public money* ▶ **shamefully** /ˈʃeɪmfəli/ *adv.*

shameless /ˈʃeɪmləs/ *adj.* not feeling embarrassed about doing sth bad; having no shame மோசமான ஒரு செயல் குறித்து மனச் சங்கடத்திற்கு ஆட்படாத; வெட்கங்கெட்ட; நாணமற்ற *a shameless display of greed and bad manners* ▶ **shamelessly** *adv.*

shampoo /ʃæmˈpuː/ *noun* **1** [C, U] a liquid that you use for washing your hair; a similar liquid for cleaning carpets, cars, etc. தலைமுடியைத் தூய்மை செய்யப் பயன்படுத்தப்படும் திரவ வகை; ஷாம்பூ; தரை விரிப்புகள், விசையுந்துகள் முதலியவற்றைக் கழுவித் தூய்மை செய்யப் பயன்படுத்தப்படும் திரவம் *shampoo for greasy/dry/normal hair* **2** [C] the action of washing sth with shampoo ஷாம்பூவால் ஒன்றைத் தூய்மைப்படுத்துதல் ▶ **shampoo** *verb* [T] (*pres. part.* **shampooing**; *3rd person sing. pres.* **shampoos**; *pt, pp* **shampooed**)

shandy /ˈʃændi/ *noun* [C, U] (*pl.* **shandies**) a drink that is a mixture of beer and a sweet, colourless, drink with bubbles that is not alcoholic (**lemonade**) தானிய மதுவும் நுரைப்பு எலுமிச்சைச்சாறும் சேர்ந்த கலவைப் பானம்

shan't ➪ **shall not** என்பதன் குறுக்க வடிவம்

shape[1] /ʃeɪp/ *noun* **1** [C, U] the form of the outer edges or surfaces of sth; an example of sth that has a particular form ஒன்றின் வெளிப்புற விளிம்புகளின் அல்லது வெளிப்பரப்புகளின் வடிவமைப்பு; ஒன்றின் புறவடிவம்; குறிப்பிட்ட வடிவுடைய ஒரு பொருள்; வடிவம் *a round/square/rectangular shape* • *a cake* ***in the shape of a heart*** • *clothes to fit people of* ***all shapes and sizes*** **2 -shaped** (*used to form compound adjectives*) having the shape mentioned குறிப்பிட்ட வடிவமைப்புடைய *an L-shaped room* **3** [U] the physical condition of sb/sth; the good or bad state of sb/sth ஒருவரது/ஒன்றின் இயல்நிலை; ஒருவரது/ஒன்றின் நன்னிலை அல்லது சீர்கெட்ட நிலை *She was* ***in such bad shape*** (= so ill) *that she had to be taken to hospital.* • *I go swimming regularly to keep* ***in shape.*** **4** [*sing.*] **the shape (of sth)** the organization, form or structure of sth ஒன்றின் அமைப்பு, உருத்தோற்றம் அல்லது கட்டமைப்பு

IDM **out of shape 1** not in the usual or correct shape வழக்கமான அல்லது சரியான வடிவில் இல்லாது; வடிவொழுங்கு இன்றி *My sweater's gone out of shape now that I've washed it.* **2** not physically fit இயல் நலம் கெட்டு; உடல்தகுதி இன்றி *You're out of shape. You should get more exercise.*

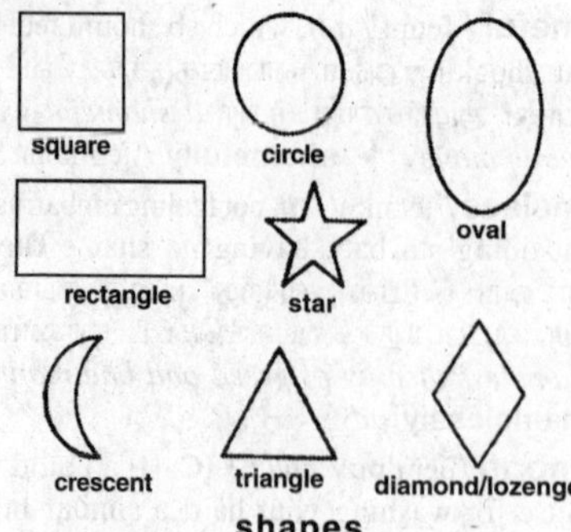

shapes

take shape to start to develop well நன்முறையில் வளர்ச்சியடையத் தொடங்கு; திட்டமாக உருப்பெறு *Plans to expand the company are beginning to take shape.*

shape² /ʃeɪp/ *verb* [T] **1 shape sth (into sth)** to make sth into a particular form ஒன்று குறிப்பிட்ட வடிவம் பெறச் செய்; ஒன்றுக்கு விரும்பிய வடிவம் கொடு *Shape the mixture into small balls.* **2** to influence the way in which sth develops; to cause sth to have a particular form or nature ஒன்றின் வளர்ச்சி முறையில் மாற்ற விளைவு உண்டுபண்ணு; ஒன்றின் வளர்ச்சிப் போக்கினை நெறிப்படுத்து; ஒன்று குறிப்பிட்ட வடிவம் அல்லது பண்பு பெறக் காரணமாயிரு *His political ideas were shaped by his upbringing.*

shapeless /ˈʃeɪpləs/ *adj.* not having a clear shape திட்டமான வடிவம் கொண்டிராத; வடிவொழுங்கற்ற; உருச்செப்பம் அற்ற *a shapeless dress*

share¹ /ʃeə(r)/ *verb* **1** [T] **share sth (out)** to divide sth between two or more people இரண்டு அல்லது இரண்டுக்கு மேற்பட்டவர்களுக்கு இடையே ஒன்றைப் பங்கிடு; பகிர்ந்து கொடு *We shared the pizza out between the four of us.* **2** [I, T] **share (sth) (with sb)** to have, use, do or pay sth together with another person or other people வேறொருவருடன் அல்லது மற்றவர்களுடன் இணைந்து ஒன்றை உடைமையாகக் கொள், பயன்படுத்து, செய் அல்லது செலுத்து *I share a flat with four other people.* பங்கிட்டுக்கொள்; பகிர்ந்துகொள் • *We share the same interests.* **3** [T] **share sth (with sb)** to tell sb about sth; to allow sb to know sth ஒன்றைப் பற்றி ஒருவரிடம் கூறு; ஒருவர் ஒன்றைத் தெரிந்துகொள்ளவிடு; தகவல், பிரச்சினை முதலியவற்றை ஒருவருடன் பகிர்ந்துகொள் *Sometimes it helps to share your problems.*

share² /ʃeə(r)/ *noun* **1** [*sing.*] **share (of sth)** a part or amount of sth that has been divided between several people பலரிடையே பகிர்ந்துகொள்ளப்படும் ஒன்றின் பகுதி அல்லது அளவு; பங்கு; பங்கீட்டுக் கூறு; பங்கீட்டளவு *We each pay a share of the household bills.* • *I'm willing to take my* ***share*** *of the blame.* **2** [C, *usually pl.*] **share (in sth)** one of many equal parts into which the value of a company is divided, that can be sold to people who want to own part of the company ஒரு வணிக நிறுவன மதிப்பளவின் சம கூறுகளுள் ஒன்றும் அந்நிறுவனத்தின் பங்காளர்களாக ஆக விரும்புவோருக்கு விற்பதற்குரியதுமான மதிப்புக் கூறு; பங்கு முதல்; முதலீட்டுப் பங்கு; பங்கு

IDM **the lion's share (of sth)** ➪ **lion** பார்க்க. **(more than) your fair share of sth** ➪ **fair 1** பார்க்க.

shareholder /ˈʃeəhəʊldə(r)/ *noun* [C] an owner of shares in a company ஒரு வணிக நிறுவனத்தில் முதலீட்டுப் பங்குகளை உடைமையாகப் பெற்று வைத்திருப்பவர்; பங்குதாரர்

shark /ʃɑːk/ *noun* [C] a large, often dangerous, sea fish that has a lot of sharp teeth மிகப் பலவான கூரிய பற்களையுடைய பெரிய, பெரும்பாலும் ஆபத்தான, கடல்மீன் வகை; சுறா மீன்

sharp¹ /ʃɑːp/ *adj.* **1** having a very thin but strong edge or point; that can cut or make a hole in sth easily மிக மெல்லிய ஆனால் உறுதியான விளிம்பை/முனையை உடைய; எளிதில் ஒன்றை வெட்ட அல்லது ஒன்றில் துளை செய்யக் கூடிய; கூரிய; கூர்முனையுடைய; கூர் விளிம்புடைய; வெட்டு அலகுடைய *a sharp knife* • *sharp teeth* ✪ OPP **blunt 2** (used about a change of direction or level) very great and sudden (திசை அல்லது அளவு மாற்றம் குறித்துக் கூறுகையில்) மிகப் பெரிய மற்றும் திடீரென்ற; நேர்குத்தான; பெரும்படியான *a sharp rise/fall in inflation* • *This is a sharp bend so slow down.* **3** clear and definite தெளிவான மற்றும் அறுதியான; விளக்கமான; நன்கு வரையறுக்கப்பட்ட; சரி நுட்பம் வாய்ந்த *the sharp outline of the hills* • *a sharp contrast between the lives of the rich and the poor* **4** able to think, act, understand, see or hear quickly விரைவாகச் சிந்திக்கும், செயல்படும், புரிந்துகொள்ளும், பார்க்கும் அல்லது கேட்கும் ஆற்றல் வாய்ந்த; கூரிய புலனுணர்வுடைய; கூர்மதியுடைய *a sharp mind* • *You must have sharp eyes if you can read that sign from here.* **5** (used about actions or movements) quick and sudden (செயல்கள் அல்லது இயக்கங்கள் வகையில்) விரைந்த மற்றும் திடீரென்ற; திடீர் விரைவியக்கமான *One short sharp blow was enough to end the fight.* **6** (used about words, comments, etc.) said in an angry way; intended to upset sb or be critical (சொற்கள், கருத்துரைகள் முதலியவை வகையில்) சினம் தொனிக்கக் கூறப்படுகிற; ஒருவரை மனம் வருந்தச்செய்யும் நோக்குடைய அல்லது கண்டன முறையிலான; குத்தலான **7** (used about pain) very strong and sudden (வலி பற்றிக்

குறிப்பிடுகையில்) கடுமை மிக்க மற்றும் திடீரென்ற; சுரீரென்ற *a sharp pain in the chest* ✪ OPP **dull** 8 (used about sth that affects the senses) strong; not mild or gentle, often causing an unpleasant feeling (புலனுணர்வுகள் வகையில் தாக்க வினை புரியும் ஒன்று பற்றிக் கூறுகையில்) பெரும்பாலும் வெறுப்புணர்ச்சி உண்டாக்கும் முறையில் அழுத்தமான சுவையுடைய அல்லது முனைப்புத் தன்மை உடைய; உறைப்பான; காரப்பான; கூர்ஞ்சுவையுடைய *a sharp taste • a sharp wind* 9 (in music) slightly higher than the correct note (இசை வகையில்) பொருந்திய சுரத்தினும் சற்று மிக்கு ஒலிக்கிற *That last note was sharp. Can you sing it again?* ➪ **flat**[1] **5** பார்க்க. ▶ **sharply** /ˈʃɑːpli/ *adv. The road bends sharply to the left. • Share prices fell sharply this morning.* ▶ **sharpness** *noun* [U]

sharp[2] /ʃɑːp/ *adv.* **1** (used about a time) exactly, punctually (நேர வகையில்) சரி நுட்பமாக; துல்லியமாக; குறித்த காலத்தில் *Be here at three o'clock sharp.* **2** turning suddenly திடீர் திருப்பமாக; நேர்குத்தாக; கூர்ங்கோணமாக *Go to the traffic lights and turn sharp right.* **3** (in music) slightly higher than the correct note (இசை வகையில்) பொருந்திய சுரத்தினும் சற்றே மிக்கு ஒலிப்பதாக; மீ எடுப்புச் சுரமாக ➪ **flat**[1] **6** பார்க்க.

sharpen /ˈʃɑːpən/ *verb* [I, T] to become or to make sth sharp or sharper கூராகு; மேலும் கூர்மையாகு; ஒன்றைக் கூர்மையாக்கு; மேலும் கூர்மையாக்கு *to sharpen a knife • The outline of the trees sharpened as it grew lighter.*

sharpener /ˈʃɑːpnə(r)/ *noun* [C] an object or a tool that is used for making sth sharp ஒன்றைக் கூர்மையாக்கப் பயன்படுத்தப்படும் பொருள் அல்லது கருவி *a pencil/knife sharpener*

shatter /ˈʃætə(r)/ *verb* **1** [I, T] (used about glass, etc.) to break or make sth break into very small pieces (கண்ணாடி முதலியவை வகையில்) சிறு சிறு துண்டுகளாக உடைபடு அல்லது உடையச் செய்; நொறுங்கு அல்லது நொறுக்கு *I dropped the glass and it shattered on the floor. • The force of the explosion shattered the windows.* **2** [T] to destroy sth completely ஒன்றை முற்றிலுமாக அழி; தகர்; பாழாக்கு *Her hopes were shattered by the news.*

shattered /ˈʃætəd/ *adj.* **1** very shocked and upset பெரும் அதிர்ச்சியும் மனக்கலக்கமும் அடைந்த; நிலைகுலைந்த **2** (*informal*) very tired பெரிதும் களைப்புற்ற; சோர்வு மிக்க *I'm absolutely shattered.*

shave[1] /ʃeɪv/ *verb* [I, T] **shave (sth) (off)** to remove hair from the face or another part of the body with an extremely sharp piece of metal (**a razor**) சவரக் கத்தியினால் முகத்தில் அல்லது உடலின் வேறு பகுதியில் உள்ள மயிரை நீக்கு; மயிர் மழி; சவரம் பண்ணு *I cut myself shaving this morning. • When did you shave off your moustache?*

PHR V **shave sth off (sth)** to cut a very small amount from sth ஒன்றிலிருந்து சிறு துண்டாக வெட்டியெடு; சீவியெடு

shave[2] /ʃeɪv/ *noun* [C, *usually sing.*] the action of shaving மயிர் மழித்தல்; மழிப்பு; சவரம் *to have a shave • I need a shave.*

IDM **a close shave/thing** ➪ **close**[3] பார்க்க.

shaven /ˈʃeɪvn/ *adj.* having been shaved மயிர் மழிக்கப்பட்ட; சவரம் செய்யப்பட்ட *clean-shaven* (= not having a beard or moustache)

shaver /ˈʃeɪvə(r)/ (*also* **electric razor**) *noun* [C] an electric tool that is used for removing hair from the face or another part of the body முகத்திலிருந்து அல்லது உடலின் வேறு பகுதியிலிருந்து மயிரை நீக்கப் பயன்படுத்தப்படும் மின் கருவி; மின் சவரக்கத்தி

shawl /ʃɔːl/ *noun* [C] a large piece of cloth that is worn by a woman round her shoulders or head or that is put round a baby பெண்கள் தோள்களில் அல்லது தலையில் சுற்றி வளைத்து அணிந்துகொள்ளும் அல்லது குழந்தைகளுக்குப் போர்த்தப்படும் நீண்ட துணி; சால்வை

she /ʃiː/ *pronoun* (*the subject of a verb*) the female person who has already been mentioned ஏற்கனவே குறிப்பிடப்பட்டுள்ள பெண்; அவள் *'What does your sister do?' 'She's a dentist.' • I asked her a question but she didn't answer.*

sheaf /ʃiːf/ *noun* [C] (*pl.* **sheaves**) **1** a number of pieces of paper tied or held together ஒருசேர கட்டப்பட்டுள்ள அல்லது இறுக்கிப் பிடிக்கப்பட்டுள்ள தாள்களின் தொகுதி; தாள் கட்டு; தாள் கற்றை *He waved a sheaf of documents at me.* **2** a bunch of corn or wheat tied together after being cut அறுத்து எடுக்கப்பட்ட சோளம், கோதுமை முதலிய கூலக் கதிர்களின் கட்டு; கதிர்க்கட்டு

shear /ʃɪə(r)/ *verb* [T] (*pt* **sheared**; *pp* **shorn** /ʃɔːn/ or **sheared**) to cut the wool off a sheep செம்மறியாட்டின் கம்பளி மயிரைக் கத்தரித்து எடு

shears /ʃɪəz/ *noun* [*pl.*] a tool that is like a very large pair of scissors and that is used for cutting things in the garden மிகப் பெரிய கத்தரிக்கோல் போன்றதும் தோட்டத்தில் செடிகொடிகளைத் தறிக்கப் பயன்படுத்தப்படுவதுமான கருவி; தழை கத்தரிக்கோல் *a pair of shears* ➪ **gardening** பதிவில் படம் பார்க்க.

sheath /ʃiːθ/ *noun* [C] (*pl.* **sheaths** /ʃiːðz/) a cover for a knife or other sharp weapon கத்தி அல்லது பிற வெட்டுக் கருவியின் உறை; பொதி கூடு

shed[1] /ʃed/ *noun* [C] a small building that is used for keeping things or animals in பொருள்களைப் பாதுகாப்பாக வைப்பதற்கான அல்லது விலங்கு-களை அடைத்து வைப்பதற்கான சிறு கட்டடம்; கொட்டகை; கால்நடைத் தொழுவம் *a garden shed • a bicycle shed • a cattle shed*

shed[2] /ʃed/ *verb* [T] (*pres. part.* **shedding**; *pt, pp* **shed**) **1** to lose sth because it falls off ஒன்று பிரிந்து விழுந்துவிடுவதன் காரணமாக அதை இழந்துவிடு; கொட்டு; உதிர்ந்துவிடு *This snake sheds its skin every year. • Autumn is coming and the trees are beginning to shed their leaves.* **2** to get rid of or remove sth that is not wanted வேண்டாத ஒன்றைத் தொலைத்தொழி; நீக்கிவிடு

IDM **shed blood** (*written*) to kill or injure people ஆட்களைக் கொல் அல்லது ஊறுபடுத்து; குருதி சிந்தச் செய்

shed light on sth to make sth clear and easy to understand ஒன்றைத் தெளிவுபடுத்திப் புரிந்துகொள்ள எளிதாக்கு; துலங்கச் செய்; விளக்கியுரை.

shed tears to cry அழு; கண்ணீர் சிந்து.

she'd /ʃi:d/ ➪ **she had, she would** ஆகிய-வற்றின் குறுக்கம்

sheen /ʃi:n/ *noun* [*sing.*] [U] a soft smooth shiny quality மென்மையும் இழைவும் கொண்ட பளபளப்புத் தன்மை; பட்டொளி *hair with a healthy sheen*

sheep /ʃi:p/ *noun* [C] (*pl.* **sheep**) an animal that is kept on farms and used for its wool or meat பண்ணைகளில் வளர்க்கப்படுவதும் கம்பளி மயிருக்காக அல்லது இறைச்சிக்காகப் பயன்படுத்தப்படுவதுமான விலங்கு வகை; செம்மறியாடு

NOTE செம்மறியாட்டின் ஆண் **ram** என்றும் பெண் **ewe** என்றும் செம்மறியாட்டுக்குட்டி **lamb** என்றும் அழைக்கப்படுகின்றன. ஆட்டின் கத்தல் **bleat** எனப்படும்.

sheep

sheepdog /ˈʃi:pdɒg/ *noun* [C] a dog that has been trained to control sheep செம்மறியாடுகளை நெறிப்படுத்தப் பயிற்சியளிக்கப்பட்ட நாய்; ஆடு-காவல் நாய்

sheepish /ˈʃi:pɪʃ/ *adj.* feeling or showing embarrassment because you have done sth silly அறிவற்ற செயல் ஒன்றின் காரணமாக வெட்க உணர்ச்சிக்கு ஆட்பட்ட அல்லது வெட்கிக் காணப்படுகிற; சங்கடப்படுகிற; நாணுகிற *a sheepish grin* ▶ **sheepishly** *adv.*

sheepskin /ˈʃi:pskɪn/ *noun* [U, C] the skin of a sheep, including the wool, from which coats, etc. are made மேலங்கி முதலியவை செய்யப் பயன்-படுத்தப்படும் கம்பளி மயிருடன் கூடிய செம்-மறியாட்டுத் தோல் *a sheepskin rug/jacket*

sheer /ʃɪə(r)/ *adj.* **1** (*only before a noun*) used to emphasize the size, degree or amount of sth ஒன்றின் உருவளவு, படியளவு அல்லது எண்ணிக்கையை வலியுறுத்தப் பயன்படுத்தப்-படுவது: முற்றிலுமான; முழுமையான *It's sheer stupidity to drink and drive. • It was **sheer luck** that I happened to be in the right place at the right time. • Her success is due to sheer hard work.* **2** very steep; almost vertical நேர் நிமிர்-வான; படு வீழ்வான; செங்குத்து வீழ்வான; கொடுஞ்சரிவான *Don't walk near the edge. It's **a sheer drop** to the sea.*

sheet /ʃi:t/ *noun* [C] **1** a large piece of material used on a bed படுக்கை மீது பரப்பப்படும் பெரிய துணி; படுக்கை மேல்விரிப்பு **2** a piece of paper that is used for writing, printing, etc. on எழுதுதல், அச்சிடுதல் முதலியவற்றுக்குப் பயன்படுத்தப்-படும் தனித் தாள்; முழுத்தாள்; ஏட்டுத்தாள் *a sheet of notepaper • Write each answer on a separate sheet.* ➪ **balance sheet** பார்க்க. **3** a flat, thin piece of any material, especially a square or rectangular one குறிப்பாக, சதுர அல்லது நீள்சதுர வடிவான, மெல்லிய சமதளப் பொருள்; தகடு *a sheet of metal/glass* **4** a wide, flat area of sth ஒன்றின் அகல் விரிவான சமதளப் பரப்பு; அகல் பரப்பு; பெருந்தளப்பரப்பு *The road was covered with **a sheet of ice**.*

sheikh (*also* **sheik**) /ʃeɪk/ *noun* [C] an Arab ruler அரபு ஆட்சியாளர்; அரபுக் குழு முதல்வர் அல்லது குடிமரபுத் தலைவர்

shelf /ʃelf/ *noun* [C] (*pl.* **shelves** /ʃelvz/) a long flat piece of wood, glass, etc. that is fixed to a wall or in a cupboard, used for putting things on பொருள்களை மேலிட்டு வைப்பதற்குப் பயன்-படுத்தப்படுவதும் சுவருடன் அல்லது நிலைப்-பேழையில் பொருத்தி வைக்கப்பட்டுள்ளதுமான மரம், கண்ணாடி முதலியவற்றால் செய்யப்-பட்ட நீண்ட சமதளப் பொருள்; நிலையடுக்குத் தட்டு; அலமாரித் தட்டு *I put up a shelf in the kitchen. • I reached up and took down the book from the top shelf. • a bookshelf*

shell[1] /ʃel/ *noun* **1** [C, U] a hard covering that protects eggs, nuts and some animals முட்டைகள், கொட்டைகள், சில வகை விலங்குகள் ஆகிய-வற்றுக்குப் பாதுகாப்பாக அமைந்துள்ள கெட்டி-யான மேலுறை; மேல்தோடு; ஆமை ஓடு; கிளிஞ்சிற் சிப்பி முதலியவை *Some children* *were collecting shells on the beach.* • *a piece of eggshell* • *Tortoises have a hard shell.* ➪ **mollusc** மற்றும் **nut** பதிவுகளில் படங்கள் பார்க்க. **2** [C] the walls or hard outer structure of sth ஒன்றின் சுவர்கள் அல்லது உறுதியான புறக்கட்டமைப்பு; மதிற் கட்டுமானம்; சுவர்க் கூடு *The body shell of the car is made in another factory.* **3** [C] a metal container that explodes when it is fired from a large gun பெரிய வகைத் துப்பாக்கியிலிருந்து சுட்டுச் செலுத்தும்போது வெடிக்கும் உலோகக் கொள்கலம்; உலோக வெடியுறை; வெடிகலம்

IDM **come out of your shell** to become less shy and more confident when talking to other people பிறருடன் பேசும்போது வெட்க உணர்ச்சி குறைந்து தன்னம்பிக்கை மிகப்பெறு; கூச்சம் நீங்கிப் பிறருடன் பேசிப் பழகு

go, retreat, etc. into your shell to suddenly become shy and stop talking திடீரென வெட்கப்பட்டுப் பேசுவதை நிறுத்து

shell² /ʃel/ *verb* [T] **1** to take the hard outer layer (**shell**) off a nut or other kind of food கொட்டையின் அல்லது பிறவகை உணவுப்பொருளின் கெட்டியான மேலுறையை நீக்கு; தோடு அகற்று *to shell peas* **2** to fire metal containers (**shells**) full of explosives from a large gun வெடிபொருள் நிரப்பியுள்ள வெடிகலத்தைப் பெரிய வகைத் துப்பாக்கியிலிருந்து வெடித்துச் செலுத்து; துப்பாக்கியிலிருந்து குண்டு வீசு

she'll /ʃiːl/ ➪ **she will** என்பதன் குறுக்கம்

shellfish /ˈʃelfɪʃ/ *noun* (*pl.* **shellfish**) **1** [C] a type of animal that lives in water and has a shell மேல் தோடுடைய நீர்வாழ் விலங்கு வகை; சிப்பி நண்டின நீர்வாழ் உயிரி **2** [U] these animals eaten as food உணவாகப் பயன்படும் சிப்பி நண்டின விலங்குகள்

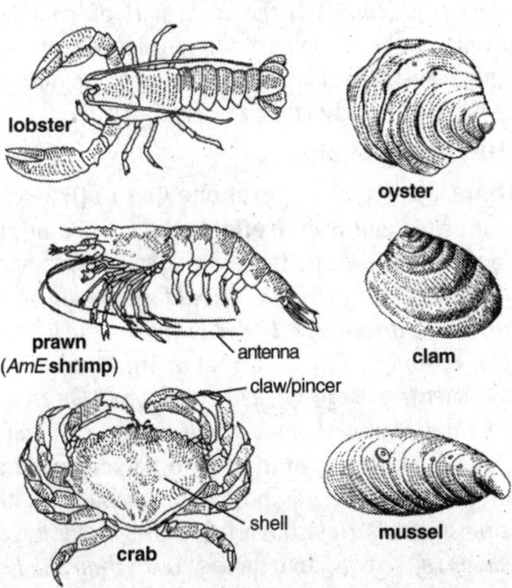

shellfish

shelter¹ /ˈʃeltə(r)/ *noun* **1** [U] **shelter (from sth)** protection from danger or bad weather ஆபத்திலிருந்து அல்லது மோசமான வானிலையிலிருந்து பெறும் பாதுகாப்பு *to give somebody food and shelter* • *We had to* ***take shelter*** *from the storm.* **2** [C] a small building that gives protection, for example from bad weather or attack மோசமான வானிலை, தாக்குதல் முதலியவற்றிலிருந்து பாதுகாப்பு அளிக்கும் சிறு கட்டடம்; புகலிடம்; காப்பிடம் *a bus shelter* • *an air-raid shelter*

shelter² /ˈʃeltə(r)/ *verb* **1** [I] **shelter (from sth)** to find protection or a safe place பாதுகாப்பு அல்லது பாதுகாப்பான இடம் தேடிப்பெறு; காப்பிடம் காண் *Let's shelter from the rain under that tree.* **2** [T] **shelter sb/sth (from sb/sth)** to protect sb/sth; to provide a safe place away from harm or danger ஒருவருக்கு/ஒன்றுக்குப் பாதுகாப்பளி; தீங்கு அல்லது ஆபத்திலிருந்து காப்பாக இருக்கக்கூடிய இடம் அளி *The trees shelter the house from the wind.*

sheltered /ˈʃeltəd/ *adj.* **1** (used about a place) protected from bad weather (ஓரிடம் பற்றிக் குறிப்பிடுகையில்) மோசமான வானிலையிலிருந்து பாதுகாப்பளிக்கிற; மழை/வெயில் காப்பான; மறைவிடமான **2** protected from unpleasant things in your life வாழ்க்கையின் இன்னாத நேர்வுகளிலிருந்து காப்பளிக்கிற; புகலிடமான *We had a sheltered childhood, living in the country.*

shelve /ʃelv/ *verb* [T] to decide not to continue with a plan, etc., either for a short time or permanently சிறிது காலத்திற்கோ நிரந்தரமாகவோ ஒரு திட்டம் முதலியவற்றைத் தொடர வேண்டாமென முடிவு செய்; தள்ளிவை; ஒத்திப்போடு *Plans for a new flyover have been shelved.*

shelves ➪ **shelf** என்பதன் பன்மை வடிவம்

shelving /ˈʃelvɪŋ/ *noun* [U] a set of shelves நிலையடுக்குத் தட்டுகளின் வரிசைத் தொகுதி அல்லது கூட்டிணைவு

shepherd¹ /ˈʃepəd/ *noun* [C] a person whose job is to look after sheep செம்மறியாடுகளைப் பேணிப் பராமரிப்பவர்; ஆட்டிடையர்; ஆயர்

shepherd² /ˈʃepəd/ *verb* [T] to guide and look after people so that they do not get lost ஆட்கள் வழிதவறிப் போகாமல் அவர்களுக்கு வழிகாட்டிக் கவனித்துப் பேணு; வழிகாட்டி ஆதரி

sherbet /ˈʃɜːbət/ *noun* [U] **1** (*BrE*) a flavoured powder that makes bubbles when you put it in your mouth and is eaten as a sweet வாயில் இடும்பொழுது நுரைப்பதும் இனிப்புப் பண்டமாக உண்ணப்படுவதுமான நறுமணச் சுவையூட்டப்பட்ட பொடி **2** (*IndE*) a drink made of sweetened fruit juices diluted in water and served with ice

இனிப்பூட்டப்பட்ட பழரசங்களுடன் நீர் கலந்து பனிக்கட்டிகளுடன் வழங்கப்படும் பானம்

sheriff /ˈʃerɪf/ *noun* [C] an officer of the law in a US county அமெரிக்க உள்ளாட்சிப் பகுதி ஒன்றின் சட்ட அதிகாரி

sherry /ˈʃeri/ *noun* [C, U] (*pl.* **sherries**) a type of strong Spanish wine; a glass of this wine வெறியத் தன்மை மிக்க ஸ்பானியத் திராட்சை மது வகை; இம்மதுவின் ஒரு கண்ணாடிக் குவளையளவு

she's /ʃi:z; ʃiz/ ⇨ **she is, she has** ஆகியவற்றின் குறுக்க வடிவம்

shield[1] /ʃi:ld/ *noun* [C] **1** (in past times) a large piece of metal or wood that soldiers carried to protect themselves (கடந்த காலங்களில்) படைவீரர்கள் தற்காப்பாக உடன் கொண்டு சென்ற பெரிய உலோக அல்லது மரப்பொருள்; கேடயம் **2 riot shield** a piece of equipment made of strong plastic, that the police use to protect themselves from angry crowds கொந்தளிப்பான கூட்டத்தினிடையே காவல் துறையினர் தற்காப்புக்காகப் பயன்படுத்தும் உறுதியான பிளாஸ்டிக் சாதனம்; கலகக் காப்புக் கேடயம் **3** a person or thing that is used to protect sb/sth especially by forming a barrier குறிப்பாக, காப்புத் தடையாக அமைந்து ஒருவருக்கு/ஒன்றுக்குப் பாதுகாப்பு அளிக்கப் பயன்படுத்தப்படும் ஆள் அல்லது பொருள்; தடையரண்; தடுப்பு வேலி *The metal door acted as a shield against the explosion.* **4** an object or drawing in the shape of a shield, sometimes used as a prize in a sports competition சில சமயங்களில் விளையாட்டுப் போட்டியில் பரிசாக அளிக்கப் பயன்படுத்தப்படும் கேடய வடிவிலான பொருள் அல்லது வரைபடம்; விருதுக் கேடயம்; பரிசுக் கேடயம்

shield[2] /ʃi:ld/ *verb* [T] **shield sb/sth (against/from sb/sth)** to protect sb/sth from danger or damage ஆபத்திலிருந்து அல்லது ஊறுபாட்டிலிருந்து ஒருவருக்கு/ஒன்றுக்குக் காப்பளி; தடுத்து மறை; தடுத்துக் காப்பாற்று *I shielded my eyes from the bright light with my hand.*

shift[1] /ʃɪft/ *verb* [I, T] **1** to move or be moved from one position or place to another ஒரு நிலையிலிருந்து அல்லது ஓரிடத்திலிருந்து மற்றொன்றுக்கு நகர்த்து அல்லது நகர் *She shifted uncomfortably in her chair.* • *He shifted his desk closer to the window.* **2** to change your opinion of or attitude towards sth ஒன்று குறித்துக் கருத்து மாறுபடு; கருத்தை மாற்றிக்கொள்; ஒன்றைப் பற்றிய மனப்போக்கு மாறு; மனப் போக்கை மாற்றிக்கொள் *Public attitudes towards marriage have shifted over the years.*

IDM **shift the blame/responsibility (for sth) (onto sb)** to make sb else responsible for sth you should do or for sth bad you have done தான் செய்ய வேண்டிய ஒன்றிற்கான அல்லது தான் செய்துள்ள கெட்ட செயல் ஒன்றிற்கான பொறுப்பை வேறொருவர் ஏற்கச்செய்

shift[2] /ʃɪft/ *noun* **1** [C] **a shift (in sth)** a change in your opinion of or attitude towards sth ஒன்று குறித்த ஒருவரது கருத்து அல்லது மனப்போக்கு மாற்றம் *There has been a shift in public opinion away from war.* **2** [C] (in a factory, etc.) one of the periods that the working day is divided into (தொழிற்சாலை முதலியவற்றில்) வேலை நாளின் நேரப் பகுப்புகளுள் ஒன்று; சுற்று முறை; முறைமாற்று வேலை *to work in shifts* • *shift work/workers* • *to be on the day/night shift* **3** [C, *with sing. or pl. verb*] the workers who work a particular shift குறிப்பிட்ட சுற்று முறையில் வேலை செய்யும் ஆட்கள்; முறைமாற்றுக் குழு *The night shift has/have just gone off duty.* **4** [U] one of the keys that you use for writing on a computer, etc., that allows you to write a big (**capital**) letter கணிப்பொறி முதலியவற்றில் எழுதுவதற்குப் பயன்படுத்தப்படும் விசைக் கட்டைகளில் ஒன்றும் முகட்டெழுத்து எழுதுவதற்குரியதுமான விசைக்கட்டை; முகட்டெழுத்து மாற்றுச் சாவி *the shift key*

shilling /ˈʃɪlɪŋ/ *noun* [C] **1** the basic unit of money in some countries, for example Kenya கென்யா முதலிய சில நாடுகளில் புழக்கத்தில் உள்ள நாணயத்தின் அடிப்படை அலகு **2** a British coin worth twelve pence that was used in past times பிரிட்டனில் கடந்த காலங்களில் புழக்கத்தில் இருந்த பன்னிரண்டு செப்புக் காசு மதிப்புள்ள நாணயம்; ஷில்லிங்

shimmer /ˈʃɪmə(r)/ *verb* [I] to shine with a soft light that seems to be moving நகர்வதாகத் தோன்றும் மட்டான ஒளியுடன் பிரகாசி; மினுமினு *Moonlight shimmered on the sea.*

shin /ʃɪn/ *noun* [C] the front part of your leg from your knee to your foot முழங்காலிலிருந்து பாதம் வரையிலான கால் முன்பகுதி; முழங்கால் தண்டு ⇨ **body** பதிவில் படம் பார்க்க.

shin bone = **tibia**

shine[1] /ʃaɪn/ *verb* (*pt, pp* **shone** /ʃɒn/) **1** [I] to send out or to send back (**reflect**) light; to be bright ஒளி வீசு; ஒளிர்; பிரகாசி; ஒளிக்கதிர்களை வாங்கி எறி; பிரதிபலி *I could see a light shining in the distance.* • *The sea shone in the light of the moon.* **2** [T] to direct a light at sb/sth ஒருவரை/ஒன்றை நோக்கி ஒளியைச் செலுத்து *The policeman shone a torch on the stranger's face.* **3** [I] **shine (at/in sth)** to be very good at a school subject, a sport, etc. பள்ளிப்பாடம், விளையாட்டு முதலியவற்றில் மிக்க சிறப்புடன் விளங்கு; முதன்மை நிலையில் இரு *She has always shone at languages.*

shine[2] /ʃaɪn/ *noun* [*sing.*] **1** a bright effect caused by light hitting a polished surface பளபளப்பான ஒரு பரப்பின் மீது ஒளி பட்டு உண்டாகும் பொலிவு; பளபளப்பு; ஒளிர்வு **2** the act of polishing sth so that it shines பளபளப்பாகுமாறு ஒன்றைத் துலக்குதல்; தேய்த்துப் பளபளப்பூட்டுதல்

shingles /ˈʃɪŋglz/ *noun* [U] a disease that affects the long thin threads in the body that carry messages to and from the brain (**nerves**) and produces a band of painful spots on the skin (மூளையிலிருந்து பிற உறுப்புகளுக்கும் பிற உறுப்புகளிலிருந்து மூளைக்கும் தகவல் கொண்டு செல்லும்) நரம்புகளைப் பாதித்துத் தோல் மீது வலியுடன் கூடிய திரளான குருக்களை உண்டாக்கும் நோய் வகை; அக்கி அம்மை

shin pad *noun* [C] a thick piece of material used to protect the front part of your leg from your knee to your foot (**the shin**) when playing some sports சில வகை விளையாட்டுகளின்போது முழங்கால் தண்டுக்குக் காப்பாக அணிந்துகொள்ளும் தடிப்பான துணி; முழந்தாள் காப்புறை

shiny /ˈʃaɪni/ *adj.* (**shinier; shiniest**) causing a bright effect when in the sun or in light சூரிய ஒளி அல்லது விளக்கொளி படும்போது பளபளப்பாகத் தோன்றுகிற; ஒளிர்கிற; மினுக்கமான *The shampoo leaves your hair soft and shiny.* • *a shiny new car*

ship[1] /ʃɪp/ *noun* [C] a large boat used for carrying passengers or cargo by sea கடல்வழிப் பயணம் அல்லது பொருள் போக்குவரத்துக்குப் பயன்படுத்தப்படும் பெரிய படகு; கப்பல் *to travel by ship* • *to launch a ship* ⇨ **boat** பதிவில் படம் பார்க்க.

ship[2] /ʃɪp/ *verb* [T] (**shipping; shipped**) to send or carry sth by ship or by another type of transport கப்பல் அல்லது வேறு போக்குவரத்துச் சாதனத்தில் ஒன்றை அனுப்பு அல்லது ஏற்றிச்செல்; கப்பலேற்றி அனுப்பு; (கப்பலில்) கொண்டு செல்

shipbuilder /ˈʃɪpbɪldə(r)/ *noun* [C] a person or company who makes or builds ships கப்பல் கட்டும் ஆள் அல்லது நிறுவனம்; கப்பல் கட்டுபவர் ▶ **shipbuilding** *noun* [U]

shipment /ˈʃɪpmənt/ *noun* **1** [U] the carrying of goods from one place to another பொருள்களை இடம்விட்டு இடம் (கப்பலில்) கொண்டு செல்லுதல்; (கப்பல்) சரக்கு அனுப்பீடு; (கப்பல்) சரக்குப் போக்குவரத்து **2** [C] a quantity of goods that are sent from one place to another (கப்பல்) அனுப்பீட்டு சரக்களவு; (கப்பல்) சுமையளவு

shipping /ˈʃɪpɪŋ/ *noun* [U] **1** ships in general or considered as a group கப்பல்கள்; கப்பல் தொகுதி **2** the carrying of goods from one place to another (கப்பல்) சரக்கு அனுப்பீடு; (கப்பல்) சரக்குப் போக்குவரத்து *a shipping company*

shipshape /ˈʃɪpʃeɪp/ *adj.* (*not usually before a noun*) clean and neat; in good condition and ready to use துப்புரவாகவும் ஒழுங்கமைவாகவும் உள்ள; நன்னிலையிலும் பயன்பாட்டுக்கு ஆயத்தமாகவும் உள்ள

shipwreck /ˈʃɪprek/ *noun* [C, U] an accident at sea in which a ship is destroyed by a storm, rocks, etc. and sinks புயல், பாறைகளில் மோதுதல் முதலியவற்றால் கப்பல் உடைபட்டு மூழ்கிவிடும் கடல் விபத்து; கப்பல் அழிபாடு **NOTE** **Shipwrecked** என்பது ஒரு கப்பல் அல்லது ஓராள் கடல் விபத்துக்குள்ளாதலைக் குறிக்கும்.

shipyard /ˈʃɪpjɑːd/ *noun* [C] a place where ships are repaired or built கப்பல்கள் பழுதுபார்க்கப்படும் அல்லது கட்டப்படும் இடம்; கப்பல் கட்டும் துறை; கப்பல் செப்பனிடும் பட்டறை

shirk /ʃɜːk/ *verb* [I, T] to avoid doing sth that is difficult or unpleasant, especially because you are too lazy குறிப்பாக மிகைப்படியான சோம்பல் காரணமாக, கடினமான அல்லது மகிழ்ச்சி தராத ஒரு செயலைச் செய்வதைத் தவிர்; தட்டிக்கழி *to shirk your responsibilities*

shirt /ʃɜːt/ *noun* [C] a piece of clothing made of cotton, etc., worn on the upper part of the body உடலின் மேற்பகுதியில் அணிந்துகொள்ளும் பருத்தித் துணி முதலியவற்றாலான ஆடை; மேற்சட்டை; சொக்காய்

> **NOTE** வழக்கமாக shirt-க்குக் கழுத்தில் **collar** (கழுத்துப்பட்டை), நீண்ட அல்லது குறுகிய **sleeves** (கைப்பகுதிகள்) மற்றும் முன்புறத்தில் நெடுக **buttons** (பொத்தான்கள்) ஆகியவை இருக்கும்.

shiver /ˈʃɪvə(r)/ *verb* [I] to shake slightly, especially because you are cold or frightened குறிப்பாக, குளிர் அல்லது பேரச்சம் காரணமாக உடல் மெல்ல அசைவுறு; வெடவெடப்புறு; நடுங்கு *shivering with cold/fright* ▶ **shiver** *noun* [C] *The thought sent a shiver down my spine.*

shoal /ʃəʊl/ *noun* [C] a large group of fish that feed and swim together ஒன்றிணைந்து உணவு கொள்ளும் மற்றும் நீந்திச் செல்லும் மீன்களின் பெருந்தொகுதி; மீன் மொய்திரள்; மீன் கும்பு

shock[1] /ʃɒk/ *noun* **1** [C, U] the feeling that you get when sth unpleasant happens suddenly; the situation that causes this feeling இன்னாத ஒன்று திடீரென நேரிடுகையில் உண்டாகும் உணர்வு; அதிர்ச்சி; அதிர்ச்சிக்குக் காரணமான சூழல் அல்லது நேர்வு; அதிர்ச்சியூட்டுவது *The bad* *news* ***came as a shock*** *to her.* • *His mother is* ***in a state of shock.*** **2** [U] a serious medical condition of extreme weakness caused by damage to the body உடல் ஊறுபாடு காரணமாக உண்டாகும் மிகைத் தளர்ச்சி தொடர்பான கடுமையான நோய் நிலை; உட்குலைவு நிலை; மன அதிர்ச்சி *He* ***was in/went into shock*** *after the accident.* **3** [C] a violent shaking movement (caused by a crash, explosion, etc.) (மோதல், வெடி முதலியவை காரணமாக உண்டாகும்) வன்மையான அதிர்வியக்கம்; வல்லதிர்வு; குலுக்கம் **4** [C] = **electric shock**

shock² /ʃɒk/ *verb* **1** [T] to cause an unpleasant feeling of surprise in sb ஒருவர் இன்னாத வியப்புணர்ச்சி கொள்ளச் செய்; திடுக்கிடச் செய்; அதிர்ச்சியூட்டு; துணுக்குறச் செய் *We were shocked by his death.* • *I'm sorry, I didn't mean to shock you when I came in.* **2** [I, T] to make sb feel disgusted or offended ஒருவர் அருவருப்பு கொள்ளச் செய்; ஒருவர் மனத்தைப் புண்படுத்து; மிகு வெறுப்பூட்டு *These films deliberately set out to shock.* ▶ **shocked** *adj. a shocked expression/look*

shock absorber *noun* [C] a device that is fitted to each wheel of a vehicle in order to reduce the effects of travelling over rough ground, so that passengers can be more comfortable மேடு-பள்ளங்கள் நிறைந்த தரையில் ஊர்தி செல்லும்போது அதன் தாக்கங்களைக் குறைத்துப் பயணிகளின் வசதியை/சௌகரியத்தை மேம்படுத்தும் பொருட்டு ஊர்தியின் ஒவ்வொரு சக்கரத்துடனும் பொருத்தப்படும் கருவி; அதிர்வு உள்வாங்கி

shocking /ˈʃɒkɪŋ/ *adj.* **1** that offends or upsets people; that is morally wrong உணர்ச்சி புண்படச் செய்கிற; மனக்கலக்கம் உண்டுபண்ணுகிற; ஒழுக்கக் கேடான; நெறி தவறிய *a shocking accident* • *shocking behaviour/news* **2** (*informal*) very bad மிக மோசமான; சீர்கெட்ட

shock wave *noun* [C] a movement of very high air pressure that is caused by an explosion, a movement of the earth's surface (**an earthquake**), etc. வெடி, நில நடுக்கம் முதலியவை காரணமாக உண்டாகும் உயர் காற்றழுத்த இயக்கம்; காற்றழுத்த அதிர்வலை

shod ➪ **shoe²** என்பதன் இறந்தகால மற்றும் இறந்தகால வினையெச்ச வடிவம்

shoddy /ˈʃɒdi/ *adj.* **1** made carelessly or with poor quality materials அக்கறையின்றி அல்லது தரக் குறைவான பொருள்களைக் கொண்டு செய்யப்பட்ட; மட்டமான; கீழ்த்தரமான *shoddy goods* **2** dishonest or unfair நேர்மையற்ற; முறைகேடான; நியாயமற்ற; இரண்டகமான ▶ **shoddily** *adv.*

shoe¹ /ʃuː/ *noun* [C] **1** a type of covering for the foot, usually made of leather or plastic வழக்கமாக, தோல் அல்லது பிளாஸ்டிக்கால் செய்யப்படும் பாத உறை; மூடு காலணி; புதைமிதி; புதையடி *a pair of shoes* • *running shoes* **2** = **horse shoe**

IDM in my, your, etc. place/shoes ➪ **place¹** பார்க்க.

shoe² /ʃuː/ *verb* [T] (*pt, pp* **shod** /ʃɒd/) to fit a shoe on a horse குதிரைக்கு இலாடமடி

shoehorn /ˈʃuːhɔːn/ *noun* [C] a curved piece of plastic or metal that you use to help the back of your foot go into your shoe பாதத்தின் பின்பகுதி காலணியினுள் நுழையச்செய்யப் பயன்படுத்தப்படும் வளைவான பிளாஸ்டிக் அல்லது உலோகப் பொருள்; புதைமிதி மாட்டி

shoelace /ˈʃuːleɪs/ (*AmE* **shoestring**) *noun* [C] a long thin piece of material like string used to fasten a shoe காலணியை இறுக்கிக் கட்டுவதற்கான மென்கயிறு போன்ற நீண்டு மெலிதான துணி; புதைமிதி நாடா *to tie/untie a shoelace* ➪ **button** பதிவில் படம் பார்க்க.

shoestring /ˈʃuːstrɪŋ/ = **shoelace**

IDM on a shoestring using very little money சொற்ப அளவான பணத்தைப் பயன்படுத்தி; போதும் போதாத பணத்தைக் கொண்டு *to live on a shoestring*

shone ➪ **shine¹** என்பதன் இறந்தகால மற்றும் இறந்தகால வினையெச்ச வடிவம்

shoo¹ /ʃuː/ *verb* [T] (*pt, pp* **shooed**) **shoo sb/sth away, off, out, etc.** to make sb/sth go away by saying 'shoo' and waving your hands 'சூ' என்ற ஒலியெழுப்பி மற்றும் கைகளையசைத்து ஒருவரை/ஒன்றை அப்பால் போகுமாறு செய்; இவ்வாறு துரத்து அல்லது வெருட்டு *She shooed the children out of the kitchen.*

shoo² /ʃuː/ *exclamation* used to tell a child or an animal to go away குழந்தையை அல்லது விலங்கை அப்பால் போகுமாறு செய்யப் பயன்படுத்தப்படும் 'சூ' என்ற ஒலிக்குறிப்பு; வெருட்டு ஒலிக்குறிப்பு

shook ➪ **shake¹** என்பதன் இறந்தகால வடிவம்

shoot¹ /ʃuːt/ *verb* (*pt, pp* **shot** /ʃɒt/) **1** [I, T] **shoot (sth) (at sb/sth)** to fire a gun or another weapon துப்பாக்கியால் சுடு; அம்பு முதலியவற்றை எறி *Don't shoot!* • *She shot an arrow at the target, but missed it.* **2** [T] to injure or kill sb/sth with a gun ஒருவரை/ஒன்றைத் துப்பாக்கியால் சுட்டுக் காயப்படுத்து அல்லது கொல் *The policeman was shot in the arm.* • *The soldier was* ***shot dead.*** **3** [I, T] to hunt and kill birds and animals with a gun as a sport ஒரு விளையாட்டாகத் துப்பாக்கியைப் பயன்படுத்திப் பறவைகள் மற்றும் விலங்குகளை வேட்டையாடிக் கொல்

He ***goes shooting*** *at the weekends.* ➪ **hunting** பார்க்க. **4** [I, T] to move somewhere quickly and suddenly; to make sth move in this way திடுவிரைவாக ஓரிடத்திற்குச் செல்; பாய்ந்து செல்; திடுவிரைவாக ஓரிடத்திற்கு ஒன்றைச் செலுத்து *The car shot past me at 100 kilometres per hour.* **5** [I] (of pain) to go very suddenly along part of your body (வலி வகையில்) உடற்பகுதி ஊடாகத் திடுவிரைவாகச் செல்; திடீர் நோவாக/குத்துவலியாக இரு *The pain shot up my leg.* • *shooting pains in the chest* **6** [I, T] to make a film or photograph of sth ஒன்றைத் திரைப்படம் அல்லது நிழற்படம் எடு. *They shot the scene ten times.* **7** [I] **shoot (at sth)** (in football, etc.) to try to kick or hit the ball into the goal (கால்பந்தாட்டம் முதலியவை வகையில்) இலக்கிடத்தினுள் பந்தை உதைத்து அல்லது அடித்துச் செலுத்த முயல்; இலக்கு நோக்கிப் பந்தினை உதை அல்லது அடி *He should have shot instead of passing.* ➪ **shot** noun பார்க்க.

PHR V **shoot sb/sth down** to make sb/sth fall to the ground by shooting him/her/it ஒருவரை/ஒன்றைச் சுட்டுத் தரையில் விழுமாறு செய்; சுட்டு வீழ்த்து *The helicopter was shot down by a missile.*

shoot up to increase by a large amount; to grow very quickly பெருமளவில் மிகுதிப்படு அல்லது உயர்; விரைந்து வளர்ச்சியுறு *Prices have shot up in the past year.*

shoot² /ʃu:t/ *noun* [C] a new part of a plant or tree செடியின் அல்லது மரத்தின் புதிதாக வளர்ந்த பகுதி; முளை; தளிர் ➪ **flower** பதிவில் படம் பார்க்க.

shooting star *noun* [C] a small piece of rock in space (**a meteor**) that travels very fast and burns with a bright light as it enters the earth's atmosphere மிகு விரைவாகப் பயணிப்பதும் பூமியின் வாயு மண்டலத்தில் நுழையும்போது மிக்க ஒளிர்வுடன் எரிவதுமான விண்வெளியில் காணப்படும் பாறைத் துண்டு; எரிமீன்; விண்வீழ் மீன்

shooting star

shop¹ /ʃɒp/ (*AmE* **store**) *noun* [C] a building or part of a building where things are bought and sold பொருள்கள் வாங்குவதும் விற்பதும் நடைபெறும் கட்டடம் அல்லது கட்டடப் பகுதி; கடை *a cake/shoe shop* • *a corner shop* (= a local shop, usually at the corner of a street)

NOTE வழக்கமாக at the butcher's shop, முதலிய வழக்குக்குப் பதிலாக **'at the butcher's'** என்ற முறையிலேயே கூறுகிறோம்.

IDM **talk shop** ➪ **talk¹** பார்க்க.

shop² /ʃɒp/ *verb* [I] (**shopping; shopped**) **shop (for sth)** to go to a shop or shops in order to buy things பொருள்களை வாங்குவதற்குக் கடைக்கு/கடைகளுக்குச் செல்; அங்காடிக்குப் போ *He's shopping for some new clothes.*

NOTE **Go shopping** என்ற தொடர் **shop**-ஐ விடப் பரவலான வழக்காகும்—*We go shopping every Saturday.*

▶ **shopper** *noun* [C]

PHR V **shop around (for sth)** to look at the price and quality of an item in different shops before you decide where to buy it ஒரு பொருள் வாங்கும் கடையை முடிவு செய்வதற்கு முன் வெவ்வேறு கடைகளில் அதன் விலை மற்றும் தரத்தைக் கண்டறி

shop assistant (*AmE* **sales clerk, clerk**) *noun* [C] a person who works in a shop கடையில் வேலை செய்பவர்; கடைப் பணியாள்

shopkeeper /ˈʃɒpki:pə(r)/ (*AmE* **storekeeper**) *noun* [C] a person who owns or manages a small shop சிறு கடை ஒன்றின் உரிமையாளர் அல்லது பொறுப்பாளர்; கடைக்காரர்; கடை விற்பனையாளர்; சில்லறை வணிகர்

shoplifter /ˈʃɒplɪftə(r)/ *noun* [C] a person who steals sth from a shop while pretending to be a customer வாடிக்கையாளராகப் பாவனை செய்துகொண்டு கடைப்பொருளைத் திருடுபவர் ➪ **thief** பதிவிலுள்ள குறிப்பைப் பார்க்க.

shoplifting /ˈʃɒplɪftɪŋ/ *noun* [U] the crime of stealing goods from a shop while pretending to be a customer வாடிக்கையாளராகப் பாவனை செய்துகொண்டு கடைப்பொருள்களைத் திருடுவதாகிய குற்றம் *He was arrested for shoplifting.* ➪ **lift¹ 6** பார்க்க.

shopping /ˈʃɒpɪŋ/ *noun* [U] **1** the activity of going to the shops and buying things கடைகளுக்குச் சென்று பொருள்களை வாங்குதல்; அங்காடிச் செலவு *We always* ***do the shopping*** *on a Friday night.* • *a shopping basket/bag/trolley* **2** (*BrE*) the things that you have bought in a shop ஒரு கடையில் வாங்கிய பொருள்கள்

shopping centre (*AmE* **shopping mall; mall**) *noun* [C] a place where there are many shops, either outside or in a covered building வெளிப்புறத்தில் அல்லது மேற்கவிகையுள்ள

கட்டடத்திற்கு உள்ளே கடைகள் பலவுள்ள பகுதி; அங்காடி மையம்; வணிக வளாகம்

shore /ʃɔ:(r)/ *noun* [C, U] the land at the edge of a sea or lake கடல் அல்லது ஏரியின் விளிம்பில் உள்ள நிலப்பகுதி; நீர்க்கரை; கரை *The sailors went on shore* (= on land) ➪ **ashore** பார்க்க.

shorn ➪ **shear** என்பதன் இறந்தகால வினையெச்ச வடிவம்

short[1] /ʃɔ:t/ *adj., adv.* **1** not measuring much from one end to the other ஒரு முனையிலிருந்து மறு முனைக்கு அதிக தொலைவு இல்லாத/இல்லாது; நீளம் அல்லது உயரம் குறைந்த/குறைந்ததாக; குறுகிய/குறுகியதாக *a short line/distance/dress • This essay is rather short. • short hair* ✪ OPP **long** ➪ **shorten** verb பார்க்க. **2** less than the average height சராசரி உயரத்தை விடக் குறைந்த/குறைந்ததாக; குள்ளமான/குள்ளமாக *a short, fat man* ✪ OPP **tall 3** not lasting a long time; brief நீண்ட காலம்/நேரம் நீடித்திருக்காத/நீடித்திருக்காது; சிறிது காலமே பிடிக்கிற/பிடிப்பதாக; குறுகிய கால எல்லையுடைய/எல்லையுடையதாக *a short visit/film • She left a short time ago. • to have a short memory* (= to only remember things that have happened recently) ✪ OPP **long** ➪ **shorten** verb பார்க்க. **4 short (of/on sth)** not having enough of what is needed வேண்டிய ஒன்று போதுமான அளவு இல்லாத/இல்லாது; குறைந்த அளவான/அளவில்; பற்றாக்குறையான/பற்றாக்குறையாக *Because of illness, the team is two players short. • Good secretaries are **in short supply*** (= there are not enough of them). • *We're a bit short of money at the moment. • Your essay is a bit short on detail.* ➪ **shortage** noun பார்க்க. **5** suddenly திடீரென்ற/திடீரென்று *She **stopped short** when she saw the accident.* **6 short for sth** used as a shorter way of saying sth or as an abbreviation ஒன்றைச் சுருங்கக் கூறும் முறையாக அல்லது ஒன்றைக் குறுக்க வடிவமாகக் கூறப் பயன்படுத்தப்படுவது; குறுக்கமான/குறுக்கமாக *'Vinnie' is short for 'Vinayak'* **7 short (with sb)** (used about a person) speaking in an impatient and angry way to sb (ஆள் வகையில்) பொறுமையின்றிச் சினக்குறிப்புத் தோன்ற ஒருவரிடம் பேசுகிற/பேசுபவராக; வெடுக்கென்று பேசுகிற/பேசுபவராக ➪ **shortly** adverb பார்க்க.

IDM cut sth/sb short to not allow sb to finish speaking; to interrupt ஒருவர் பேச்சை நிறைவு செய்யவிடாது செய்; குறுக்கிட்டு வாயடைக்கச் செய்; இடையீடு செய்

fall short (of sth) to not be enough; to not reach sth ஒன்று போதாமலிரு; பற்றாக்குறையாயிரு *The pay rise fell short of the workers' demands.*

for short as a short form சுருக்க வடிவமாக *She's called 'Urmila', or 'Urmi' for short.*

go short (of sth) to be without enough (of sth) ஒன்று போதுமான அளவு இல்லாதிரு; குறைபடு; பற்றாக்குறையாகு *He made sure his family never went short of food.*

in the long/short term ➪ **term**[1] பார்க்க.

in short in a few words; briefly சில சொற்களில் கூறுமிடத்து; சுருங்கக் கூறின்

run short (of sth) to have used up most of sth so there is not much left சிறிதளவே எஞ்சியிருக்குமாறு ஒன்றைப் பெருமளவில் பயன்படுத்தித் தீர்த்திரு; ஒன்று மிகக் குறையளவானதாகிவிடு *We're running short of coffee.*

short of sth/doing sth apart from; except for அதுவன்றி; தவிர; ஒழிய *Nothing short of a miracle will save the business now.*

stop short of sth/doing sth ➪ **stop**[1] பார்க்க.

short[2] /ʃɔ:t/ *noun* [C] (*informal*) = **short circuit**

shortage /ˈʃɔ:tɪdʒ/ *noun* [C] a situation where there is not enough of sth ஒன்று தேவைக்குப் போதுமானதாக இல்லாத நிலை; பற்றாக்குறை; குறைபாடு *a food/housing/water shortage • a shortage of trained teachers*

short circuit (*informal* **short**) *noun* [C] a bad electrical connection that causes a machine to stop working விசைப்பொறியின் இயக்கம் தடையுறச் செய்யும் பாதகமான மின்தொடர்பு; மின்னோட்டத்தின் குறுக்குவெட்டு இடைத்தொடர்பு ▶ **short-circuit** *verb* [I, T] *The lights short-circuited.*

shortcoming /ˈʃɔ:tkʌmɪŋ/ *noun* [C, *usually pl.*] a fault or weakness குற்றம்; குறைபாடு

short cut *noun* [C] a quicker, easier or more direct way to get somewhere or to do sth ஓரிடத்திற்குச் செல்வதற்கான அல்லது ஒன்றைச் செய்வதற்கான, வழக்கத்தை விடக் காலம் குறைந்த, எளிதான, குறுக்கு வழி *He **took a short cut** to school through the park.*

shorten /ˈʃɔ:tn/ *verb* [I, T] to become shorter or to make sth shorter மேலும் சிறிதாகு, சுருங்கு அல்லது குறுகு; ஒன்றை மேலும் சிறிதாக்கு, சுருக்கு அல்லது குறுக்கு

shortfall /ˈʃɔ:tfɔ:l/ *noun* [C] **shortfall (in sth)** the amount by which sth is less than you need or expect தேவையான அல்லது எதிர்பார்க்கிற அளவிற்கும் கையில் உள்ள அளவிற்கும் இடையேயான வேறுபாட்டளவு; பற்றாக்குறை அளவு

shorthand /ˈʃɔ:thænd/ *noun* [U] a method of writing quickly that uses signs or short forms of words சொற்களின் குறியீடுகளை அல்லது சுருக்க வடிவங்களைப் பயன்படுத்தி விரைவாக எழுதும் முறை; சுருக்கெழுத்து *to write **in shorthand** • a shorthand typist* ➪ **longhand** பார்க்க.

shortlist /ˈʃɔːtlɪst/ *noun* [C, *usually sing.*] a list of the best people for a job, etc. who have been chosen from all the people who want the job ஒரு பணி முதலியவற்றுக்கு விண்ணப்பித்துள்ளவர்களிலிருந்து தேர்வு செய்யப்படும் சிறப்பான தகுதியுடையவர்களின் தேர்வுப் பட்டியல் *She's one of the four people on the shortlist.* ▶ **shortlist** *verb* [T] *Six candidates were shortlisted for the post.*

short-lived *adj.* lasting only for a short time சிறிது காலமே நீடித்திருக்கிற; சின்னாள் வாழ்வுடைய

shortly /ˈʃɔːtli/ *adv.* **1** soon; not long விரைவில்; சீக்கிரமாக; சிறிது நேரத்திற்குள்ளாக *The manager will see you shortly.* **2** in an impatient, angry way பொறுமையின்றிச் சினக்குறிப்புடன்; வெடுக்கென்று; சுருக்கென்று

shorts /ʃɔːts/ *noun* [*pl.*] **1** a type of short trousers ending above the knee that you wear in hot weather, while playing sports, etc. வெயில் காலம், விளையாட்டு முதலிய சமயங்களில் அணிந்துகொள்ளும் முழங்காலுக்கு மேல் நிற்கும் நீளம் குறைந்த காற்சட்டை வகை; குறுங்காற் சட்டை **2** (*AmE*) = **boxer shorts**

NOTE **Shorts** பன்மை வடிவச் சொல்லாகும். 'a new short', முதலிய வழக்குகள் தவறானவையாகும். பின்கண்டவாறு கூறலாம்—*I need to get* ***some new shorts****—I need to get* ***a new pair of shorts.***

short-sighted *adj.* **1** (*AmE* **near-sighted**) able to see things clearly only when they are very close to you மிக அண்மையில் உள்ள பொருள்களை மட்டுமே தெளிவாகப் பார்க்க முடிகிற; அணுக்கப்பார்வைக் கோளாறுடைய *I have to wear glasses because I'm short-sighted.* ✪ SYN **myopic** ✪ OPP **long-sighted** **2** not considering what will probably happen in the future எதிர்காலத்தில் நிகழும் வாய்ப்புள்ளவைகளைக் கருத்தில் கொள்ளாத; தொலை நோக்கற்ற; குறுநோக்குடைய *a short-sighted attitude/policy* ▶ **short-sightedness** *noun* [U]

short-staffed *adj.* (used about an office, a shop, etc.) not having enough people to do the work (அலுவலகம், கடை முதலியவை வகையில்) வேலை செய்யப் போதுமான எண்ணிக்கையில் ஆட்கள் இல்லாத; பணியாளர் எண்ணிக்கை போதாத; பணியாளர் பற்றாக்குறையுள்ள

short story *noun* [C] a piece of writing that is shorter than a novel புதினத்தை விட அளவில் குறைந்த படைப்பு; சிறுகதை

short-term *adj.* lasting for a short period of time from the present தற்பொழுதிலிருந்து சிறிது காலமே நீடிக்கிற; குறுகிய கால எல்லையுடைய; காலம் சுருங்கிய *short-term plans/memory*

short wave *noun* [C, U] (*abbr.* **SW**) a system for sending radio signals வானொலி மின்சமிக்ஞைகளைச் செலுத்தும் முறைகளுள் ஒன்று; வானொலிச் சிற்றலை *Short wave is a radio wave of frequency greater then 3 MHz.* ➪ **long wave** மற்றும் **medium wave** பார்க்க.

shot[1] /ʃɒt/ *noun* [C] **1 a shot (at sb/sth)** an act of firing a gun, etc., or the noise that this makes துப்பாக்கி முதலியவற்றால் சுடுதல்; வேட்டெறிவு; வேட்டு ஓசை *to* ***take a shot*** *at the target • The policeman fired* ***a warning shot*** *into the air.* **2** (in sport) the action of kicking, throwing or hitting a ball in order to score a point or a goal (விளையாட்டில்) ஆட்டப்புள்ளி அல்லது கெலிப்பெண் ஈட்டுவதற்காகப் பந்தை உதைத்து, எறிந்து அல்லது அடித்துச் செல்லுதல்; எய்வு; எறிவு; உதை; அடி *Om Prakash scored with a low shot into the corner of the net. • Good shot!* **3** a photograph or a picture in a film ஒளிப்படம்; ஒளிப்படத்தின் ஒரு வீச்சு; திரைப்படத்தின் ஓர் உருப்படம்; திரைப்படத்தின் ஒரு வீச்செடுப்பு *I got some good shots of the runners as they crossed the line.* **4** (*usually sing., informal*) **a shot (at sth/at doing sth)** a try at doing sth; an

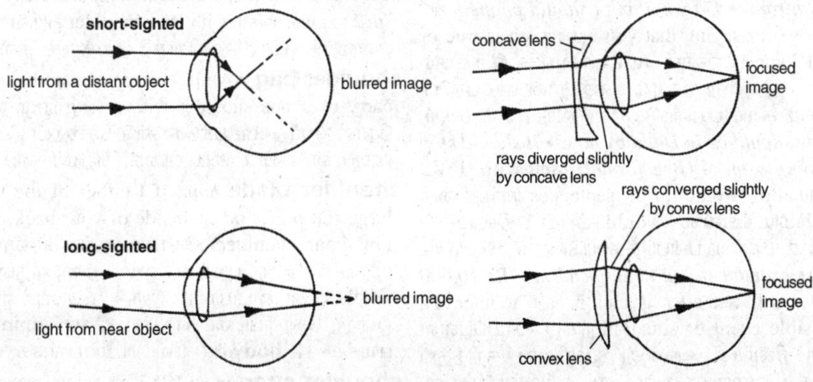

short-sighted/long-sighted

attempt ஒன்றைச் செய்ய முனைதல்; செயல் முயற்சி; முயற்சி முனைவு; முயற்சி *Let me have a shot at it* (= let me try to do it). • *Just* ***give it your best shot*** (= try as hard as you can). **5** a small amount of a drug that is put into your body using a needle (ஒரு முறை) ஊசியிட்டு உடலினுள் செலுத்தப்படும் சிறிதளவான திரவ மருந்து **6** (*often* **the shot**) a heavy metal ball that is thrown as a sport (**the shot-put**) ஒரு வகை விளையாட்டாக எறியப்படும் கனமான உலோகப் பந்து; விளையாட்டு எறிகுண்டு

IDM **a long shot** ➪ **long¹** பார்க்க.

call the shots/tune ➪ **call¹** பார்க்க.

like a shot (*informal*) very quickly; without stopping to think about it சட்டென்று; உடனுக்குடன்; நிதானமாகச் சிந்திக்காமல் *If someone invited me on a free holiday, I'd go like a shot.*

shot² ➪ **shoot¹** என்பதன் இறந்தகால மற்றும் இறந்தகால வினையெச்ச வடிவம்

shotgun /ˈʃɒtgʌn/ *noun* [C] a long gun that is used for shooting small animals and birds சிறு விலங்குகள் மற்றும் பறவைகளைச் சுடப் பயன்படுத்தப்படும் நீண்ட துப்பாக்கி வகை; வேட்டைத் துப்பாக்கி

should /ʃəd; *strong form* ʃʊd/ *modal verb* (*negative* **should not**; *short form* **shouldn't** /ˈʃʊdnt/) **1** (used for saying that it is right or appropriate for sb to do sth, or for sth to happen) ought to (ஒருவர் ஒன்றைச் செய்வது அல்லது ஒன்று நிகழ்வது சரியானது அல்லது பொருத்தமானது எனக் கூறப் பயன்படுத்தப்படுவது) இன்னது செய்யப்பட வேண்டும் அல்லது நிகழ வேண்டும்; இன்னது செய்யப்படுவது அல்லது நிகழ்வது விரும்பத்தக்கது அல்லது நலமானது *The police should do something about street crime in this area.* • *Children shouldn't be left on their own.* **2** used for giving or for asking for advice அறிவுரை வழங்க அல்லது கோரப் பயன்படுத்தப்படுவது *You should try that new restaurant.* • *Do you think I should phone him?* **3** used for saying that you expect sth is true or will happen ஒன்று மெய்யானதாக இருக்கும் அல்லது ஒன்று நிகழும் எனத் தான் எதிர்பார்ப்பதாகக் கூறப் பயன்படுத்தப்படுவது *It's 4.30 a.m. They should be in Delhi by now.* • *It should stop raining soon.* **4** (*BrE formal*) used with 'I/we' instead of 'would' in 'if' sentences சார்புநிலை வாக்கியங்களில் 'would'-க்குப் பதிலாக 'I/we'-உடன் பயன்படுத்தப்படுவது *I should be most grateful if you could send me Rs 10,000* **5** (*formal*) used after 'if' and 'in case' to refer to a possible event or situation நிகழ் வாய்ப்புள்ள ஒரு நிகழ்ச்சி அல்லது சூழ்நிலை குறித்துப் பேச 'if' மற்றும் 'in case'-ஐ அடுத்துப் பயன்படுத்தப்படுவது *If you should decide to accept, please phone us.* • *Should you decide to accept please call us.* **6** used as the past tense of 'shall' when we report what sb says ஒருவர் சொல்வதை அயற்கூற்றாகக் கூறும்போது 'shall'-இன் இறந்தகால வடிவமாகப் பயன்படுத்தப்படுவது *He asked me if he should come today* (= he asked, 'Shall I come today?'). **7 I should imagine, say, think, etc.** used to give opinions that you are not certain about தன் வகையில் ஐயப்பாட்டிற்கு உரிய கருத்துகள் கூறப் பயன்படுத்தப்படுவது

NOTE வினைநோக்கத் துணைவினைகள் (modal verbs) பற்றி மேலும் அறிய, அகராதிப் பகுதியை அடுத்துள்ள **Quick Grammar Reference** பகுதியைப் பார்க்க.

shoulder¹ /ˈʃəʊldə(r)/ *noun* **1** [C] the part of your body between your neck and the top of your arm கழுத்துக்கும் புயத்தின் மேற்பகுதிக்கும் இடைப்பட்ட மனித உடற்பகுதி; தோள் *I asked him why he'd done it but he just* ***shrugged his shoulders*** (= raised his shoulders to show that he did not know or care). • *She fell asleep with her head on his shoulder.* ➪ **body** பதிவில் படம் பார்க்க. **2 -shouldered** (*used to form compound adjectives*) having the type of shoulders mentioned குறிப்பிடப்பட்ட வகையான தோள்கள் உடைய *a broad-shouldered man* **3** [C] a part of a dress, coat, etc. that covers the shoulders மகளிர் ஆடை, புறச்சட்டை முதலியவற்றின் தோள் மறைப்புப் பகுதி ➪ **hard shoulder** பார்க்க.

IDM **a shoulder to cry on** used to describe a person who listens to your problems and understands how you feel தனது பிரச்சினைகளைக் கேட்டறிந்து தனது உணர்வுகளைப் புரிந்துகொள்ளும் ஒருவர்

have a chip on your shoulder ➪ **chip¹** பார்க்க.

rub shoulders with sb ➪ **rub** பார்க்க.

shoulder² /ˈʃəʊldə(r)/ *verb* [T] **1** to accept the responsibility for sth ஒன்றுக்குப் பொறுப்பேற்றுக்கொள் *to* ***shoulder the blame/responsibility*** *for sth* **2** to push sb/sth with your shoulder ஒருவரை/ஒன்றைத் தன் தோளினால் இடித்துத் தள்ளு

shoulder bag *noun* [C] a type of bag that you carry over one shoulder with a long strap ஒரு தோளின் மீது மாட்டிக்கொண்டு செல்லும் நீண்ட வாருடன் கூடிய பை வகை; தோள் பை

shoulder blade *noun* [C] either of the two large flat bones on each side of your back, below your shoulders தோள்களுக்குக் கீழாக முதுகின் இரு புறங்களிலும் அமைந்துள்ள பெரிய தட்டையான இரு எலும்புகளுள் ஒன்று; தோள்பட்டை எலும்பு ✪ SYN **scapula** பார்க்க. ➪ **body** பதிவில் படம் பார்க்க.

shoulder strap *noun* [C] **1** a narrow piece of material on a dress or other piece of clothing that goes over your shoulder from the front to the back மகளிர் உடையில் அல்லது பிற உடுப்பில் தோள் மீது முன்னிருந்து பின்னாக அமைந்துள்ள அகலம் குறைந்த துணி; தோள் பட்டை **2** a long narrow piece of material, leather, etc. that is part of a bag so that you can carry it over your shoulder பையைத் தோள் மீது இட்டுச் செல்ல வசதியாகப் பையுடன் இணைக்கப்பட்டுள்ள நீண்டு குறுகலாக உள்ள துணி, தோல் முதலியவற்றாலான பொருள்; தோள் பை வார்ப்பட்டை அல்லது துணிப்பட்டை

shout /ʃaʊt/ *verb* **1** [I] **shout (at/to sb); shout out** to speak or cry out in a very loud voice மிக உரத்த குரலில் பேசு அல்லது கத்து; உரக்கப் பேசு; கூச்சலிடு *There's no need to shout—I can hear you.* • *The teacher shouted angrily at the boys.* • *to shout out in pain/excitement* **2** [T] **shout sth (at/to sb); shout sth out** to say sth in a loud voice உரத்த குரலில் ஒன்றைக் கூறு; உரக்கச் சொல் *The students kept shouting out the answers, so we stopped playing in the end.* • *The captain shouted instructions to his team.* ➪ **scream** பார்க்க. ▶ **shout** *noun* [C]

PHR V **shout sb down** to shout so that sb who is speaking cannot be heard ஒருவர் பேசுவது காதில் விழாதவாறு கூச்சலிடு *The speaker was shouted down by a group of protesters.*

shove /ʃʌv/ *verb* [I, T] (*informal*) to push with a sudden, rough movement திடீரென்று முரட்டுத்தனமாகத் தள்ளு; இடித்துத் தள்ளு *Everybody in the crowd was* ***pushing and shoving.*** • *The policeman shoved the thief into the back of the police car.* ▶ **shove** *noun* [C, *usually sing.*] *to give sb/sth a shove*

shovel /ˈʃʌvl/ *noun* [C] a tool used for picking up and moving earth, snow, sand, etc. மண், பனிக்கட்டி, மணல் முதலியவற்றைக் கொத்தி எடுத்து இடம் பெயர்க்கப் பயன்படுத்தப்படும் கருவி; மண்வாரி; வாருபடை ➪ **spade** பார்க்க, மேலும் **gardening** பதிவில் படம் பார்க்க. ▶ **shovel** *verb* [I, T] (**shovelling; shovelled** *AmE* **shoveling; shoveled**)

show[1] /ʃəʊ/ *verb* (*pt* **showed**; *pp* **shown** /ʃəʊn/ or **showed**) **1** [T] **show sb/sth (to sb); show sb (sth)** to let sb see sb/sth ஓர் ஆளை அல்லது ஒரு பொருளை ஒருவர் பார்க்கவிடு; காண்பி; வெளிப்படுத்து *She showed me what she had bought.* • *They're showing his latest film at our local cinema.* • *She was showing signs of stress.* **2** [T] to make sth clear; to give information about sth ஒன்றைத் தெளிவுபடுத்து; ஒன்று குறித்துத் தகவல் அளி *Research shows that most people get too little exercise.* • *This graph shows how prices have gone up in the last few years.* **3** [I] to be able to be seen; to appear காணக்கூடியதாகு; புலப்படு; தோன்று *I tried not to let my disappointment show.* **4** [T] to help sb to do sth by doing it yourself; to explain sth தான் ஒன்றைச் செய்து ஒருவர் அதனைச் செய்யத் துணைசெய்; செய்துகாட்டு *Can you show me how to put the disk in the computer?* **5** [T] to lead sb to or round a place; to explain how to go to a place ஓரிடத்திற்கு ஒருவருக்கு வழிகாட்டு; ஓரிடத்தை ஒருவருக்குச் சுற்றிக் காண்பி; ஓரிடத்திற்குச் செல்லும் முறையை விளக்கு *Shall I show you to your room?* • *A guide showed us round the museum.*

PHR V **show (sth) off** (*informal*) to try to impress people by showing them how clever you are or by showing them sth that you are proud of தனது அறிவுத் திறமையை அல்லது தான் பெருமை கொள்கிற ஒன்றைக் காட்டிப் பிறர் பாராட்டையும் நன்மதிப்பையும் பெற முயல் *Shekhar was showing off by driving his new car very fast.* ➪ **show-off** noun பார்க்க.

show up (*informal*) to arrive, especially when sb is expecting you வந்து சேர்; குறிப்பாக, தனது வரவை ஒருவர் எதிர்பார்த்துக்கொண்டிருக்கும்போது வந்துசேர் *I thought you'd never show up.*

show[2] /ʃəʊ/ *noun* **1** [C] a type of entertainment performed for an audience பார்வையாளர்களுக்காக நிகழ்த்திக் காட்டப்படும் கேளிக்கை வகை; வேடிக்கைக் காட்சி; பொழுதுபோக்குக் காட்சி *a TV comedy show* • *a quiz show* **2** [C, U] an occasion when a collection of things are brought together for people to look at மக்கள் பார்ப்பதற்காகப் பொருள்கள் தொகுப்பாக ஓரிடத்தில் வைக்கப்படும் நிகழ்வு; காட்சி; கண்காட்சி; பொருட்காட்சி *a dog show* • *a fashion show* • *Paintings by local children will be* ***on show*** *at Pragati Maidan next week.* **3** [C, U] something that a person does or has in order to make people believe sth that is not true உண்மையல்லாத ஒன்றைப் பிறர் நம்பச் செய்வதற்காக ஒருவர் செய்வது அல்லது வைத்திருப்பது; போலித் தோற்றம்; நடிப்பு; போலிப்பொருள்; வெற்றுவேட்டு நடவடிக்கை *Although she hated him, she* ***put on a show of*** *politeness.* • *His bravery is* ***all show*** (= he is not as brave as he pretends to be). **4** [*sing.*] an occasion when you let sb see sth ஒன்றை ஒருவரைப் பார்க்கவிடும் நிகழ்வு; காட்சி; வெளிப்பாடு *a show of emotion/gratitude/temper*

show business (*informal* **showbiz** /ˈʃəʊbɪz/) *noun* [U] the business of entertaining people, in the theatre, in films, on television, etc. நாடகம், திரைப்படம், தொலைக்காட்சி முதலியவற்றின் மூலம் மக்களை மகிழ்விக்கும் வணிகத் தொழில்; கேளிக்கைத் தொழில்; இன்பப் பொழுதுபோக்குத் தொழில் *He's been* ***in show business*** *since he was five years old.*

showdown /ˈʃəʊdaʊn/ *noun* [C] a final argument, meeting or fight at the end of a long disagreement நீண்ட கருத்து வேறுபாட்டின் இறுதியில் நிகழும் கடைசி வாக்குவாதம், சந்திப்பு அல்லது பூசல்; இறுதி மோதல்; முரண்பாட்டின் உச்சம் *The management are preparing for a showdown with the union.*

shower[1] /ˈʃaʊə(r)/ *noun* [C] **1** a piece of equipment that produces a spray of water that you stand under to wash; the small room or part of a room that contains a shower கீழே நின்று உடலை அலம்புவதற்கான சிறு திவலைகளாக நீரைப் பீற்றும் சாதனம்; திவலை தூவு குழாய்; திவலை தூவு குழாய் பொருத்தப்பட்டுள்ள சிறு அறை அல்லது அறைப்பகுதி *The shower doesn't work. • She's in the shower. • I'd like a room with a shower, please.* **2** an act of washing yourself by standing under a shower திவலை தூவு குழாய்க் குளியல் *I'll just **have a** quick **shower** then we can go out.* **3** a short period of rain குறுகிய நேர மழை ➪ **rain** மற்றும் **acid rain** பார்க்க. **4** a lot of very small objects that fall or fly through the air together ஒருசேர விழும் அல்லது வானூடாகப் பாய்ந்துசெல்லும் பெருமளவிலான நுண்பொருள்களின் தொகுதி; பொருள்களின் பொழிவு, சொரிவு அல்லது வீழ்வு *a shower of sparks/broken glass*

shower[2] /ˈʃaʊə(r)/ *verb* **1** [I, T] **shower (down) on sb/sth; shower sb with sth** to cover sb/sth with a lot of small falling objects ஏராளமான சிறு வீழ்பொருள்களால் ஒருவர்/ஒன்று மூடி மறைக்கப்படு அல்லது ஒருவரை/ஒன்றை மூடி மறை; மழை போலப் பொழி *Ash from the volcano showered down on the town. • People suffered cuts after being showered with broken glass.* **2** [I] to wash yourself under a shower திவலை தூவு குழாயடியில் நின்று உடல் அலம்பு அல்லது குளி *I came back from my run, showered and got changed.*

showing /ˈʃəʊɪŋ/ *noun* **1** [C] an act of showing a film, etc. திரைப்படம் முதலியவற்றைக் காண்பித்தல்; காட்சி *The second showing of the film begins at 8 o'clock.* **2** [*sing.*] how sb/sth behaves; how successful sb/sth is ஒருவரது/ஒன்றின் நடத்தை முறை; ஒருவரது/ஒன்றின் ஆக்கவள நிலை; வெற்றிப் படிநிலை *On its present showing, the party should win the election.*

showjumping /ˈʃəʊdʒʌmpɪŋ/ *noun* [U] a competition in which a person rides a horse over a series of fences (**jumps**) வரிசையாக உள்ள தடைவேலிகளைத் தாண்டிக் குதிரையைச் செலுத்தும் போட்டி

shown ➪ **show**[1] என்பதன் இறந்தகால வினையெச்ச வடிவம்

show-off *noun* [C] a person who tries to impress others by showing them how clever he/she is, or by showing them sth he/she is proud of தனது அறிவுத் திறமையை அல்லது தான் பெருமை கொள்கிற ஒன்றைக் காட்டிப் பிறர் பாராட்டையும் நன்மதிப்பையும் பெற முயலும் ஒருவர்; பகட்டிக்கொள்பவர் *She's such a show-off, always boasting about how good she is at playing chess.*

showroom /ˈʃəʊruːm; -rʊm/ *noun* [C] a type of large shop where customers can look at goods such as cars, furniture and electrical items that are on sale விற்பனைக்கு வைக்கப்பட்டுள்ள சீருந்துகள், அறைக்கலங்கள், மின்பொருள்கள் முதலியவற்றை வாடிக்கையாளர்கள் பார்வையிடுவதற்கு வசதியான பெரிய கடை; விற்பனைப் பொருள் காட்சிக்கூடம்; காட்சிமுறை விற்பனையகம்

shrank ➪ **shrink** என்பதன் இறந்தகால வடிவம்

shrapnel /ˈʃræpnəl/ *noun* [U] small pieces of metal that fly around when a bomb explodes வெடிகுண்டு வெடிக்கும்போது சுற்றிலும் தெறித்து விழும் சிறு உலோகத் துண்டுகள்; வெடிகுண்டின் தெறிதுணுக்குகள்

shred[1] /ʃred/ *noun* **1** [C] a small thin piece of material that has been cut or torn off வெட்டி அல்லது கிழித்து எடுக்கப்பட்ட சிறிய மெல்லிய துணித்துண்டு; கிழிசல்; கீற்று *His clothes were torn to shreds by the rose bushes.* **2 a shred of sth** [*sing.*] (*in negative sentences*) a very small amount of sth ஒன்றின் மிகச் சிறிய அளவு; நுண்ணளவு; துணுக்கு; சொற்ப அளவு *There wasn't a shred of truth in her story.*

shred[2] /ʃred/ *verb* [T] (**shre<u>dd</u>ing; shre<u>dd</u>ed**) to tear or cut sth into shreds ஒன்றைச் சிறுசிறு துண்டுகளாகக் கிழி, பிய் அல்லது வெட்டு; துண்டு துண்டாக்கு *shredded cabbage*

shrew /ʃruː/ *noun* [C] **1** a small animal like a mouse with a long nose நீண்ட மூக்குள்ள சுண்டெலி போன்ற சிறு விலங்கு; மூஞ்சூறு **2** (*old-fashioned*) a bad-tempered unpleasant woman இன்முகப் பண்பற்ற வெறுப்பூட்டும் பெண்; அடங்காப் பிடாரி; சண்டி; சிடுசிடுப்பவள்

shrewd /ʃruːd/ *adj.* able to make good decisions because you understand a situation well ஒரு சூழலைத் தெளிவாகப் புரிந்துகொண்டு சரியான முடிவுகள் எடுக்கும் ஆற்றலுள்ள; தேறிவுடைய; கூர்மதி வாய்ந்த; நுண்புலம் மிக்க *a shrewd thinker/decision* ▶ **shrewdly** *adv.*

shriek /ʃriːk/ *verb* **1** [I] to make a short, loud, noise in a high voice கூரிய/ஓங்கிய குரலில் உரத்த குறுவொலி செய்; கிறீச்சிடு *She shrieked in fright. • The children were shrieking with laughter.* **2** [T] to say sth loudly in a high voice

கூரிய/ஓங்கிய குரலில் உரக்க ஒன்றைக் கூறு; கிறீச்சொலியிட்டுக் கூறு *'Stop it!' she shrieked.* ⇨ **screech** பார்க்க. ▶ **shriek** *noun* [C]

shrill /ʃrɪl/ *adj.* (used about a sound) high and unpleasant (ஒலி வகையில்) ஓங்கிய மற்றும் இனிமையற்ற; கீச்சிடுகிற *a shrill cry voice*

shrimp /ʃrɪmp/ *noun* [C] **1** a small sea creature with a shell and a lot of legs that turns pink when you cook it மேல் தோடும் ஏராளமான கால்களும் உடையதும் சமைக்கும்போது இளஞ்சிவப்பு நிறம் பெறுவதுமான சிறு கடல்வாழ் உயிரி; கூனிறால் NOTE **Shrimp prawn**-ஐ (இறால் மீனை) விடச் சிறியது. **2** (*AmE*) = **prawn** ⇨ **shellfish** பதிவில் படம் பார்க்க.

shrine /ʃraɪn/ *noun* [C] a place that is important to a particular person or group of people for religious reasons or because it is connected with a special person குறிப்பிட்ட ஒருவருக்கு அல்லது ஒரு குழுவினருக்குச் சமய முக்கியத்துவம் வாய்ந்த இடம் அல்லது தனிச்சிறப்பான ஒருவரோடு தொடர்புற்றுள்ளதன் காரணமாக முக்கியத்துவம் பெற்றுள்ள இடம்; திருவிடம்; புண்ணியத் தலம்; ஆலயம்; கோயில்

shrink /ʃrɪŋk/ *verb* (*pt* **shrank** /ʃræŋk/ or **shrunk** /ʃrʌŋk/; *pp* **shrunk**) **1** [I, T] to become smaller or make sth smaller மேலும் சிறிதாகு; சுருங்கு; ஒன்றை மேலும் சிறிதாக்கு; சுருங்கவை *My T-shirt shrank in the wash.* • *The rate of inflation has shrunk to 4%.* **2** [I] to move back because you are frightened or shocked பேரச்சம் அல்லது அதிர்ச்சி காரணமாகப் பின்வாங்கு அல்லது பின்னடைவுறு *We shrank back against the wall when the dog started to bark.*

PHR V **shrink from sth/doing sth** to not want to do sth because you find it unpleasant இன்னாததாகக் காணும் ஒன்றைச் செய்ய விரும்பாது போ; வெறுப்புற்று விலகி நில்

shrink-wrapped *adj.* covered tightly in a thin sheet of plastic மெல்லிய பிளாஸ்டிக் அட்டையினால் உறுதியாக உறையிடப்பட்டுள்ள *The books are shrink-wrapped so you can't open them in the shop.*

shrivel /ˈʃrɪvl/ *verb* [I, T] (**shrivelling; shrivelled**; *AmE* **shriveling; shriveled**) **shrivel (sth) (up)** to become smaller, especially because of dry conditions குறிப்பாக வறட்சி நிலை காரணமாக, சுருங்கிப்போ; சுருங்கு; வாடிவதங்கு; சுருங்கிப் போகச்செய் *The plants shrivelled up and died in the hot weather.*

shroud¹ /ʃraʊd/ *noun* [C] a cloth or sheet that is put round a dead body before it is buried புதைக்கப்படுவதற்கு முன் பிணத்தின் மீது போர்த்தப்படும் துணி அல்லது போர்வை; சவப் போர்வை

shroud² /ʃraʊd/ *verb* [T] **shroud sth (in sth)** (*usually passive*) to cover or hide sth ஒன்றை மூடு அல்லது மறை; மூடிமறை

shrub /ʃrʌb/ *noun* [C] a small bush சிறு புதர்ச்செடி; குத்துச்செடி

shrubbery /ˈʃrʌbəri/ *noun* [C] (*pl.* **shrubberies**) an area where a lot of small bushes have been planted சிறு புதர்ச்செடிகள் பெருமளவு நடப்பட்டுள்ள இடப்பரப்பு; புதர்ச்செடித் தோட்டம்

shrug /ʃrʌg/ *verb* [I, T] (**shrugging; shrugged**) to lift your shoulders as a way of showing that you do not know sth or are not interested ஒன்று தனக்குத் தெரியாது அல்லது ஒன்றில் தனக்கு ஆர்வமில்லை என்பதை வெளிப்படுத்தும் முறையில் தோள்களை உயர்த்து *'Who knows?' he said and shrugged.* • *'It doesn't matter to me,' he said,* ***shrugging his shoulders****.* ▶ **shrug** *noun* [C, *usually sing.*] *I asked him if he was sorry and he just answered with a shrug.*

PHR V **shrug sth off** to not allow sth to affect you in a bad way ஒன்று தன்னைப் பாதிக்காமல் பார்த்துக்கொள்; ஒதுக்கித் தள்ளு *An actor has to learn to shrug off criticism.*

shrunk ⇨ **shrink** என்பதன் இறந்தகால மற்றும் இறந்தகால வினையெச்ச வடிவம்

shudder /ˈʃʌdə(r)/ *verb* [I] to suddenly shake hard, especially because of an unpleasant feeling or thought குறிப்பாக, இன்னாத ஓர் உணர்ச்சி அல்லது எண்ணம் காரணமாகத் திடீரென விசையுடன் அசைவுறு; திடீர் நடுக்கமுறு; அதிர்ச்சியுறு *Just to think about the accident makes me shudder.* • *The engine shuddered violently and then stopped.* ▶ **shudder** *noun* [C]

shuffle¹ /ˈʃʌfl/ *verb* **1** [I] to walk by sliding your feet along instead of lifting them off the ground பாதத்தைத் தரைக்கு மேல் உயர்த்தி வைத்து நடக்காமல் தரையில் பாதங்களை தேய்த்துக்கொண்டு அல்லது உரசிக்கொண்டு நட **2** [I, T] to move your body or feet around because you are uncomfortable or nervous அசௌகரிய உணர்வு அல்லது மனக்கலக்கம் காரணமாக உடலை அல்லது பாதங்களை இங்குமங்குமாக நகர்த்து; நெளி *The audience were so bored that they began to shuffle in their seats.* **3** [I, T] to mix a pack of playing cards before a game ஆட்டம் தொடங்குவதற்கு முன்னர் சீட்டுக்கட்டைக் கலக்கு; கலை *It's your turn to shuffle.* • *She shuffled the cards carefully.*

shuffle² /ˈʃʌfl/ *noun* [C, *usually sing.*] **1** a way of walking without lifting your feet off the ground பாதங்களைத் தரைக்கு மேல் எடுத்து வைக்காமல் நடக்கும் முறை; கால் தேய்த்துக்கொண்டு நடத்தல்; சறுக்கு நடை **2** an act of shuffling cards சீட்டுக்கட்டைக் கலக்குதல்; சீட்டுக் குலுக்கீடு; கலைப்பீடு

shun /ʃʌn/ *verb* [T] (**shu<u>nn</u>ing; shu<u>nn</u>ed**) (*written*) to avoid sb/sth; to keep away from sb/sth ஒருவரை/ஒன்றைத் தவிர்; விலக்கு; விட்டு விலகியிரு *Radha was shunned by her family when she married Rahul.*

shunt /ʃʌnt/ *verb* [T] **1** to move a railway train from one track to another தொடர்வண்டியை ஒரு பாதையிலிருந்து மற்றொன்றுக்கு மாற்று; தடம் மாற்று **2** to make sb go from one place to another ஒருவர் இடம் விட்டு இடம் போகச் செய்; அலைக்கழி *He was shunted around from one hospital to another.*

shut¹ /ʃʌt/ *verb* (*pres. part.* **shutting**; *pt, pp* **shut**) **1** [I, T] to make sth close; to become closed ஒன்றை மூடு; அடை; சார்த்து; ஒன்று மூடிக்கொள்; அடைபடு *Could you shut the door, please?* • *I can't shut my suitcase.* • *The doors open and shut automatically.* **2** [I, T] (used about a shop, restaurant, etc.) to stop doing business for the day; to close (கடை, உணவகம் முதலியவை வகையில்) அன்றைய வாணிக நடவடிக்கை/செயற்பாடு/அலுவல் முடிவுறு; மூடு; மூடப்படு *What time do the shops shut on Saturday?* **3** [T] to prevent sb/sth from leaving a place; to close a door on sth ஒருவர்/ஒன்று ஓரிடத்தை விட்டுச் செல்லாமல் தடு; அடைத்து வை; ஒன்றை முடிவுறச் செய் *She shut herself in her room and refused to come out.*

PHR V **shut sb/sth away** to keep sb/sth in a place where people cannot find or see him/her/it பிறர் கண்டுபிடிக்க அல்லது பார்க்க முடியாத இடத்தில் ஒருவரை/ஒன்றை வைத்திரு; மறைத்து வைத்திரு.

shut (sth) down (used about a factory, etc.) to close for a long time or forever (தொழிற்சாலை, முதலியவை வகையில்) நீண்ட கால அளவுக்கு அல்லது நிரந்தரமாக அடைத்து விடு; மூடிவிடு *Financial problems forced the business to shut down.*

shut sb/sth off (from sth) to keep sb/sth apart from sth ஒன்றிலிருந்து ஓராளை/ஒரு பொருளை விலக்கி வை; தனியே பிரித்து வை *He shuts himself off from the rest of the world.*

shut sb/sth out to keep sb/sth out ஒருவரை/ஒன்றை அப்புறப்படுத்து; விலக்கு; உட்புகாமல் தடு *He tried to shut out all thoughts of the accident.*

shut (sb) up (*informal*) **1** to stop talking; to be quiet பேச்சை நிறுத்து; வாய் மூடு; அமைதியாயிரு *I wish you'd shut up!* **2** to make sb stop talking ஒருவர் பேசுவதை நிறுத்தச் செய்; வாயடை

shut sb/sth up (in sth) to put sb/sth somewhere and stop him/her leaving ஒருவரை/ஒன்றை ஓரிடத்தில் வைத்து அவர்/அது அங்கிருந்து செல்லவிடாமல் தடு; அடைத்து வை *He was shut up in prison for nearly ten years.*

shut² /ʃʌt/ *adj.* (*not before a noun*) **1** in a closed position மூடிய நிலையில் உள்ள; சார்த்தப்பட்ட *Make sure the door is shut properly before you leave.* **NOTE** பெயர்ச்சொல்லுக்கு முன் **closed** வரும்; **shut** வராது: *a closed door* **2** not open to the public பொதுமக்கள பயன்பாட்டுக்குத் திறந்திராத; அடைக்கப்பட்ட; அலுவல் நடைபெறாத *The restaurant was shut so we went to one round the corner.*

IDM **keep your mouth shut** ➪ **mouth¹** பார்க்க.

shutter /ˈʃʌtə(r)/ *noun* [C] **1** a wooden or metal cover that is fixed outside a window and that can be opened or shut. A shop's shutter usually slides down from the top of the shop window சன்னலின் வெளிப்புறத்தில் பொருத்தப்பட்டுள்ளதும் திறந்து மூடக் கூடியதுமான மர அல்லது உலோக மறைப்புப் பொருள்; அடைப்புப் பலகை; நழுவடைப்புச் சட்டம். கடையின் சட்டம் வழக்கமாக மேலிருந்து கீழே சறுக்குவதாக இருக்கும் **2** the part at the front of a camera that opens for a very short time to let light in so that a photograph can be taken படம் எடுக்க ஏதுவாக சற்றே திறந்து ஒளியை உள்விடும் ஒளிப்படக் கருவியின் (காமிராவின்) முன்புறப்பகுதி; ஒளித்தடுக்குத் திரை ➪ **camera** பதிவில் படம் பார்க்க.

shuttle /ˈʃʌtl/ *noun* [C] a plane, bus or train that travels regularly between two places இரண்டு இடங்களுக்கு இடையே வழக்கமுறையாகப் பயணிக்கும் விமானம், பேருந்து அல்லது தொடர்வண்டி; போக்குவரவு முறைவண்டி

shuttlecock /ˈʃʌtlkɒk/ *noun* [C] (in the sport of badminton) the small, light object that is hit over the net (பேட்மின்டெனில்) வலைக்கு மேல் அடித்து விளையாடுவதற்குரிய சிறிய கனமற்ற பொருள்; நெட்டிப் பந்து; இறகுப்பந்து

shy¹ /ʃaɪ/ *adj.* **1** nervous and uncomfortable about meeting and speaking to people; showing that sb feels like this ஆட்களைச் சந்தித்தல் மற்றும் அவர்களுடன் உரையாடுதல் குறித்து அச்ச உணர்வும் சங்கடமும் கொள்கிற; இவ்வுணர்வை வெளிக்காட்டுகிற; கூச்ச இயல்புடைய; வெட்கப்படுகிற *She's very shy with strangers.* • *a shy smile* **2** **shy (of/about sth/doing sth)** frightened to do sth or to become involved in sth ஒன்றைச் செய்ய அல்லது ஒன்றில் தொடர்புற அச்சப்படுகிற; ஒட்டாது விலகுகிற; ஒதுங்கும் இயல்புடைய *She's not shy of telling people what she thinks.* ► **shyly** *adv.* ► **shyness** *noun* [U]

shy² /ʃaɪ/ *verb* (*pres. part.* **shying**; *3rd person sing. pres.* **shies**; *pt, pp* **shied**) [I] (used about a horse) to suddenly move back or sideways in fear (குதிரை வகையில்) அச்சமுற்றுத் திடீரென

பின்னால் அல்லது பக்கவாட்டில் செல்; கலவரமடைந்து பின்னிடு அல்லது பக்கவாட்டாகப் போ

PHR V **shy away from sth/from doing sth** to avoid doing sth because you are afraid அச்சம் காரணமாக ஒன்றைச் செய்வதைத் தவிர்

SI /ˌes ˈaɪ/ *abbr.* (used to describe units of measurement) International System (from French 'Système International') அளவீட்டு அலகுகள் பற்றிக் கூறப் பயன்படுத்தப்படுவது; International System (பன்னாட்டு அளவீட்டு முறை) எனப் பொருள்படும் பிரெஞ்சு 'Système International' என்பதன் குறுக்கம் *SI units* ➪ அகராதியின் பின்னால் உள்ள **numbers** என்னும் பதிவைப் பார்க்க.

Siamese twin /ˌsaɪəmiːz ˈtwɪn/ (*also* **conjoined twin**) *noun* [C] one of two people who are born with their bodies joined together in some way, sometimes sharing the same organs உடற்பகுதி இணைந்து சில சமயங்களில் பொதுவான உறுப்புகளுடன் பிறக்கும் இரட்டையருள் ஒருவர்

sibling /ˈsɪblɪŋ/ *noun* [C] (*formal*) a brother or a sister உடன்பிறந்தார்; சகோதரன் அல்லது சகோதரி **NOTE** பொது வழக்கில் **brother(s) and sister(s)** (சகோதர சகோதரிகள்) என்ற தொடர் பயன்படுத்தப்படுகிறது—*Have you got any brothers and sisters?*

sic /sɪk; siːk/ *adv.* (written after a word that you have copied from somewhere, to show that you know that the word is wrongly spelled or wrong in some other way) ஒரு சொல் எழுத்துப் பிழையுடையது அல்லது வேறொரு வகையில் தவறானது என்பதைத் தான் அறிந்துள்ளதைக் காட்டப் பெயர்த்தெழுதும் அச்சொல்லுக்குப் பின் குறிக்கப்படுவது: உள்ளவாறே; அப்படியே *In the letter to parents it said: 'The school is proud of it's [sic] record of excellence'.*

sick¹ /sɪk/ *adj.* **1** not well; ill உடல் நலம் குன்றிய; நோய்ப்பட்ட; பிணியுற்ற *a sick child* • *Do you get paid for days when you're* ***off sick*** (= from work)? • *You're too ill to work today—you should* ***phone in sick****.*

NOTE பிரிட்டன் வழக்கில் **be sick** என்னும் தொடர் வழக்கமாகக் குமட்டு; வாந்தியெடு எனப் பொருள்படும்.

2 the sick *noun* [*pl.*] people who are ill நோய்ப்பட்டவர்கள்; பிணியுற்றவர்கள்; உடல் நலம் குன்றியவர்கள் **3** feeling ill in your stomach so that you may bring up food through your mouth (**vomit**) வாய் வழியாக உணவு வெளியே வரக்கூடிய இரைப்பைக் கோளாறுற்ற; வாந்தி வரும் உணர்வுக்கு ஆட்பட்ட; குமட்டல் உணர்ச்சியுடைய *I feel sick—I think it was that fish I ate.* • *Don't eat any more or you'll make yourself sick.* ➪ **airsick, carsick, nausea, seasick** மற்றும் **travel-sick** பார்க்க. **4 sick of sb/sth** feeling bored or annoyed because you have had too much of sb/sth ஒருவருடனான/ஒன்றுடனான மட்டுமீறிய ஈடுபாடு காரணமாகச் சலிப்புணர்ச்சி கொள்கிற அல்லது எரிச்சல் அடைகிற; உளச் சோர்வுற்ற *I'm sick of my job.* • *I'm sick of tidying up your mess!* **5 sick (at/about sth)** very annoyed or disgusted by sth ஒன்று குறித்துக் கடுவெறுப்பு அல்லது அருவருப்பு கொள்கிற *He felt sick at the sight of so much waste.* **6** (*informal*) mentioning disease, suffering, death, etc. in a cruel or disgusting way இரக்கமற்ற அல்லது அருவருப்பூட்டும் முறையில் நோய், துன்பம், மரணம் முதலியவை குறித்துப் பேசுகிற *He offended everyone with a sick joke about blind people.*

IDM **be sick** to bring up food from the stomach; vomit வாந்தியெடு

make sb sick to make sb very angry ஒருவர் மிகுதியாகச் சினம் கொள்ளச் செய்; கடுவெறுப்பூட்டு *Oh, stop complaining. You make me sick!*

sick to death of sb/sth feeling tired of or annoyed by sb/sth ஒருவரால்/ஒன்றால் சலிப்புணர்ச்சிக்கு அல்லது எரிச்சலுக்கு உள்ளான *I'm sick to death of his grumbling.*

sick² /sɪk/ *noun* [U] food that sb has brought up from his/her stomach; vomit வாந்தியாக வெளிவந்த உணவு; வாந்தி; கக்கல் *There was sick all over the car seat.*

sicken /ˈsɪkən/ *verb* [T] to make sb feel disgusted ஒருவரைக் கடுவெறுப்புறச் செய்; அருவருப்பூட்டு *The sight of people fighting sickens me.* ▶ **sickening** *adj. His head made a sickening sound as it hit the road.*

sickle /ˈsɪkl/ *noun* [C] a tool with a short handle and a long, curved metal part with a sharp edge (**a blade**) that is used for cutting long grass, corn, etc. நீண்ட புல், கதிர் முதலியவற்றை அறுக்கப் பயன்படுத்தப்படும் குறுகிய கைப்பிடியும் நீண்டு வளைந்த வெட்டுவாய்ப் பகுதியும் உடைய கருவி; அரிவாள் ➪ **scythe** பதிவில் படம் பார்க்க.

sick leave *noun* [U] a period spent away from work, etc. because of illness பிணி காரணமாக, வேலை முதலியவற்றுக்குச் செல்லாத காலப்பகுதி; நோய் விடுப்பு *Mohan's been off* ***on sick leave*** *since March.*

sickle cell anaemia *noun* [U] a serious medical condition in which the red blood cells are damaged and change shape குருதி சிவப்பணுக்கள் ஊறுபட்டு உருக்குலைவுறும் கடுமையான நோய் நிலை

sickly /ˈsɪkli/ *adj.* **1** (used about a person) weak and often ill (ஆள் வகையில்) உரம் குன்றி

நோய்ப்பட்ட; பலவீனமான; நலிவுற்றுத் தளர்ந்த; சோகை படிந்த *a sickly child* **2** unpleasant; causing you to feel ill வெறுப்பூட்டுகிற; நோயுணர்ச்சி கொள்ளச்செய்கிற; உடல் நலத்திற்கு ஒவ்வாத *the sickly smell of rotten fruit*

sickness /ˈsɪknəs/ *noun* **1** [U] the state of being ill நோய் நிலை; உடல் நலமின்மை; நோய் *A lot of workers are absent because of sickness.* **2** [U] a feeling in your stomach that may make you bring up food through your mouth உண்ட உணவை வாய் வழியாக வெளிக்கொண்டு-வரச் செய்யக்கூடிய இரைப்பைக் கோளாறு; குமட்டல் உணர்ச்சி *Symptoms of the disease include sickness and diarrhoea.* **3** [C, U] a particular type of illness குறிப்பிட்ட வகையான நோய் *pills for seasickness* ➪ **sleeping sickness** பார்க்க.

side[1] /saɪd/ *noun* [C] **1** one of the flat outer surfaces of sth ஒரு பொருளின் தட்டையான வெளிப்பரப்புகளில் ஒன்று; பக்கம் *A cube has six sides.* **2 -sided** (*used to form compound adjectives*) having the number of sides mentioned குறிப்பிட்ட எண்ணிக்கையுள்ள பக்கங்களை உடைய *a six-sided coin* **3** one of the surfaces of sth except the top, bottom, front or back ஒன்றின் மேற்பகுதி, அடிப்பகுதி, முன்பகுதி அல்லது பின்பகுதி நீங்கலான வெளிப்பரப்பு-களில் ஒன்று; பக்கப் பரப்பு *I went round to the side of the building. • The side of the car was damaged.* **4** the edge of sth, away from the middle ஒன்றின் நடுப்பகுதியிலிருந்து தள்ளியுள்ள அதன் விளிம்புப் பகுதி; ஓரம் *Make sure you stay **at the side** of the road when you're cycling. • We moved **to one side** to let the doctor get past.* **5** the area to the left or right of sth; the area in front of or behind sth ஒன்றின் இடது அல்லது வலது புறமாக அமைந்துள்ள பகுதி; ஒன்றின் முன்புறமாக அல்லது பின்புறமாக அமைந்-துள்ள பகுதி; இருசார் பகுதிகளுள் அல்லது முன்பின் பகுதிகளுள் ஒன்று *We live (on) **the other side** of the main road. • In Japan they drive on **the left-hand side** of the road.* **6** either of the two flat surfaces of sth thin மெலிவான ஒரு பொருளின் இரு தட்டையான வெளிப்-பரப்புகளுள் ஒன்று; தாள் முதலியவற்றின் ஒருபுறம் *Write on both sides of the paper.* **7** the right or the left part of your body, especially from under your arm to the top of your leg மனித உடலின், குறிப்பாக மேற்கை அடிப்-பகுதியிலிருந்து கால் மேற்பகுதி வரையிலான உடலின் வலப்பகுதி அல்லது இடப்பகுதி; பக்கம் *She lay on her side. • The soldier stood with his hands by his sides.* **8** either of two or more people or groups who are fighting, playing, arguing, etc. against each other எதிரெதிராகச் சண்டையிடுதல், விளையாடுதல், வாதம் செய்தல் முதலியவற்றில் ஈடுபட்டுள்ள இரண்டு அல்லது இரண்டுக்கு மேற்பட்ட ஆட்கள் அல்லது குழுக்-களுள் ஒருவர்/ஒன்று; கட்சி; அணி; பக்கம் *The two sides agreed to stop fighting. • the winning/losing side • Whose side are you on* (= who do you want to win)? **9** what is said by one person or group that is different from what is said by another மற்றவர் அல்லது மற்ற குழு கூறுவதிலிருந்து மாறுபட்டதாகிய ஒருவரது அல்லது ஒரு குழுவின் கூற்று; போட்டிக் கருத்துகளுள் ஒன்று; வழக்கின் இரு சார்பு-களுள் ஒன்று; ஒரு தரப்பு *I don't know whose **side of the story** to believe.* **10** your mother's or your father's family ஒருவரது தாயின் அல்லது தந்தையின் குடும்பம் *There is no history of illness **on his mother's side**.*

IDM **get on the right/wrong side of sb** to please/annoy sb ஒருவரை மகிழ்வி/எரிச்சல் படுத்து *He tried to get on the right side of his new boss.*

look on the bright side ➪ **look**[1] பார்க்க.

on/from all sides; on/from every side in/from all directions அனைத்துத் திசைகளிலும்/திசைகளிலிருந்தும்; எல்லாப் பக்கங்களிலும்/பக்கங்களிலிருந்தும்

on the big, small, high, etc. side (*informal*) slightly too big, small, high, etc. பெருமை, சிறுமை, உயரம் முதலியவற்றில் சற்றே மிகைப்-படியான

on the safe side ➪ **safe**[1] பார்க்க.

put sth on/to one side; leave sth on one side to leave or keep sth so that you can use it or deal with it later பின்னர் பயன்படுத்துவதற்கு அல்லது கையாள்வதற்கு உரியதாக ஒன்றை விட்டுவை அல்லது ஒதுக்கிவை *You should put some money to one side for the future.*

side by side next to each other; close together ஒன்றையடுத்து ஒன்றாக; நெருங்கி; இணை-யாக *They walked side by side along the road.*

take sides (with sb) to show that you support one person rather than another in an argument ஒரு விவாதத்தில் மற்றவரை விடுத்து ஒரு-வரை ஆதரிப்பதைக் காட்டு; ஒருசார்பாயிரு *Parents should never take sides when their children are quarrelling.*

side[2] /saɪd/ *verb*

PHR V **side with sb (against sb)** to support sb in an argument ஒரு விவாதத்தில் ஒருவரை ஆதரி; ஒருசார்பாயிரு

sideboard /ˈsaɪdbɔːd/ *noun* [C] a type of low cupboard about as high as a table, that is used for storing plates, etc. in a room that is used for eating (**dining room**) உணவறையில் உணவுத்-தட்டங்கள் முதலியவற்றை வைத்துக்கொள்ளப்

பயன்படுத்தப்படும் மேசையளவு உயரமுள்ள தாழ்வான நிலையடுக்கு; உணவுக்கூட நிலையடுக்கு

sideburns /ˈsaɪdbɜ:nz/ *noun* [*pl.*] hair that grows down a man's face in front of his ears ஆணின் முகத்தில் இருகாதுகளின் முன்புறம் தலைமுடியை ஒட்டிக் கீழ்நோக்கி வளரும் முடி; கிருதா

side effect *noun* [C] **1** the unpleasant effect that a drug may have in addition to its useful effects ஒரு மருந்தின் பயன்விளைவுகளுடன் சேர்ந்து வரும் வாய்ப்புள்ள இன்னாத விளைவு; பக்க விளைவு *Side effects of the drug include nausea and dizziness.* **2** an unexpected effect of sth that happens in addition to the intended effect ஒன்றின் திட்டமிட்ட விளைபயனுடன் எதிர்பாராது உண்டாகும் மற்றுமொரு விளைவு; எதிர்பாராத கூடுதல் விளைவு அல்லது துணைவிளைவு *One of the side effects when the chemical factory closed was that fish returned to the river.* ➪ **after-effect** மற்றும் **effect** பார்க்க.

sidelong /ˈsaɪdlɒŋ/ *adj.* directed from the side; sideways பக்கப் பகுதியிலிருந்து செலுத்தப்படுகிற; பக்கவாட்டான; ஒருக்களிப்பான *a sidelong glance*

side road *noun* [C] a small road which joins a bigger main road பெருஞ்சாலையுடன் இணையும் சிறு சாலை; கிளைச் சாலை; துணைப்பாதை

sidestep /ˈsaɪdstep/ *verb* (**sidestepping; sidestepped**) **1** [T] to avoid answering a question or dealing with a problem ஒரு வினாவிற்கு விடையளிப்பதை அல்லது ஒரு பிரச்சினை மீது நடவடிக்கை மேற்கொள்வதைத் தவிர்; தட்டிக்கழி *Did you notice how she neatly sidestepped the question?* **2** [T, I] to avoid sth, for example being hit, by stepping to one side ஒருபக்கமாக ஒதுங்குவதன் மூலம் தாக்கப்படுதல் முதலியவற்றைத் தவிர்; பக்கவாட்டில் விலகித் தப்பு

side street *noun* [C] a narrow or less important street near a main street முதன்மைத் தெருவை ஒட்டியுள்ள குறுகலான அல்லது முக்கியத்துவம் அற்ற தெரு; சந்து; இடைவழி; பக்கவீதி

sidetrack /ˈsaɪdtræk/ *verb* [T] (*usually passive*) to make sb forget what he/she is doing or talking about and start doing or talking about sth less important ஒருவர் செய்துகொண்டிருப்பதை அல்லது பேசிக்கொண்டிருப்பதை மறந்து அதனினும் முக்கியத்துவம் குறைந்த ஒன்றைச் செய்ய அல்லது பேசத் தொடங்கச் செய்; திசை திருப்பு; போக்கு மாற்று

sidewalk /ˈsaɪdwɔ:k/ (*AmE*) = **pavement**

sideways /ˈsaɪdweɪz/ *adv., adj.* **1** to, towards or from one side ஒரு பக்கத்திற்கு, ஒரு பக்கத்தை நோக்கி அல்லது ஒரு பக்கத்திலிருந்து; பக்கவாட்டாக/பக்கவாட்டான *He jumped sideways to avoid being hit.* **2** with one of the sides at the top பக்கங்களுள் ஒன்று மேற்புறமாக இருக்குமாறு; ஒரு பக்கம் மேற்புறமாக இருக்கிற *We'll have to turn the sofa sideways to get it through the door.*

siding /ˈsaɪdɪŋ/ *noun* [C, *usually pl.*] a short track at the side of a main railway line where trains go when they are not being used தொடர்வண்டிகள் பயன்பாட்டில் இல்லாதபோது நிறுத்தி வைப்பதற்கான, முதன்மைப் பாதைக்குப் பக்கத்தில் அமைந்துள்ள நீளம் குறைந்த பாதை; பக்க இருப்புப்பாதை; ஒதுங்கு பாட்டை

sidle /ˈsaɪdl/ *verb* [I] **sidle up/over (to sb/sth)** to move towards sb/sth in a nervous way, as if you do not want anyone to notice you ஒளிந்து செல்பவரைப் போல், அச்ச உணர்வுடன் ஒருவரை/ஒன்றை நோக்கிச் செல்; பதுங்கிச் செல்; தயங்கித் தயங்கி வா

siege /si:dʒ/ *noun* [C, U] a situation in which an army surrounds a town for a long time or the police surround a building so that nobody can get in or out ஒருவரும் வெளியேற அல்லது உட்புக முடியாதவாறு நீண்ட கால அளவுக்கு ஒரு படை ஒரு நகரத்தைச் சுற்றி வளைத்திருக்கும் அல்லது காவல் துறையினர் ஒரு கட்டடத்தைச் சூழ்ந்திருக்கும் நிலை; சுற்றிவளைப்பு; முற்றுகை

siesta /siˈestə/ *noun* [C] a short sleep or rest that people take in the afternoon, especially in hot countries குறிப்பாக வெப்ப நாடுகளில், ஆட்கள் பிற்பகலில் கொள்ளும் சிறிது நேரத் தூக்கம் அல்லது ஓய்வு; பிற்பகல் குறுந்துயில் அல்லது இளைப்பாறுகை

sieve /sɪv/ *noun* [C] a type of kitchen tool that has a metal or plastic net, used for separating solids from liquids or very small pieces of food from large pieces சல்லடை; வடிதட்டு *Pour the soup through a sieve to get rid of any lumps.* ➪ **kitchen** பதிவில் படம் பார்க்க. ▶ **sieve** *verb* [T] *to sieve flour*

sift /sɪft/ *verb* **1** [T] to pass flour, sugar or a similar substance through **a sieve** in order to remove any lumps கட்டிகளாக உள்ளவற்றை நீக்கும் பொருட்டு மாவு, சர்க்கரை அல்லது அதுபோன்ற ஒன்றைச் சல்லடை ஊடாகச் செலுத்து; சலித்து எடு *to sift flour/sugar* **2** [I, T] **sift (through) sth** to examine sth very carefully ஒன்றை மிகக் கவனமாக ஆராய்; கூர்ந்தாராய் *It took weeks to sift through all the evidence.*

sigh /saɪ/ *verb* **1** [I] to let out a long, deep breath that shows you are tired, sad, disappointed, etc. களைப்பு, வருத்தம், ஏமாற்றம் முதலியவற்றின் அறிகுறியாக நீண்டு ஆழ்ந்த

மூச்சு விடு; நெடுமூச்செறி *She sighed with disappointment.* **2** [T] to say sth with a sigh பெருமூச்சோடு ஒன்றைக் கூறு *'I'm so tired,' he sighed.* **3** [I] to make a long sound like a sigh பெருமூச்சு விடுதல் போன்று நீண்ட ஒலி-யெழுப்பு ▶ **sigh** *noun* [C]

IDM **heave a sigh** ➪ **heave¹** பார்க்க.

sight¹ /saɪt/ *noun* **1** [U] the ability to see பார்க்கும் ஆற்றல்; பார்வைத் திறம் *He lost his sight in the war* (= he became blind). • *My grandmother has very poor sight.* **2 -sighted** (*used to form compound adjectives*) able to see in the way mentioned குறிப்பிடப்பட்ட முறையில் பார்க்க-முடிகிற; குறிப்பிடப்பட்ட வகையான பார்வை-யுடைய *a partially sighted child* ➪ **long-sighted** மற்றும் **short-sighted** பார்க்க. **3** [*sing.*] **the sight of sb/sth** the act of seeing sb/sth ஒருவரை/ஒன்றைப் பார்த்தல்; பார்வை; காட்சி *I feel ill **at the sight of** blood.* **4** [U] a position where sb/sth can be seen ஒருவர்/ஒன்று பார்வையில் படும் நிலை; காட்சிப்பாட்டு நிலை; பார்வை எல்லை *They waited until the plane was **in/within sight** and then fired.* • *When we get over this hill the town should **come into sight**.* • *She didn't let the child **out of** her **sight**.* **5** [C] something that you see கண்ணால் காணும் ஒன்று; காட்சிப் பொருள்; காட்சி *The burned-out building was a terrible sight.* **6 sights** [*pl.*] places of interest that are often visited by tourists சுற்றுலாத் தலங்கள்; அருங்-காட்சி இடங்கள் *When you come to Mumbai I'll show you the sights.* **7 a sight** [*sing.*] (*informal*) a person or thing that looks strange or amusing விசித்திரமாக அல்லது வேடிக்கை-யாகத் தோன்றும் ஆள் அல்லது பொருள்; விசித்திர/வேடிக்கைக் காட்சி **8** [C, *usually pl.*] the part of a gun that you look through in order to aim it ஊடாக நோக்கிக் குறிபார்க்கும் துப்பாக்கிப் பகுதி; துப்பாக்கிக் காட்சியமைவு

IDM **at first glance/sight** ➪ **first¹** பார்க்க.

catch sight/a glimpse of sb/sth ➪ **catch¹** பார்க்க.

in sight likely to happen or come soon விரைவில் நிகழக்கூடிய அல்லது வரக்கூடிய வாய்ப்புள்ள-தாக *A peace settlement is in sight.*

lose sight of sb/sth ➪ **lose** பார்க்க.

on sight as soon as you see sb/sth ஒருவரை/ஒன்றைப் பார்த்தவுடன்; கண்டவுடனேயே *The soldiers were ordered to shoot the enemy on sight.*

sight² /saɪt/ *verb* [T] to see sb/sth, especially after looking out for him/her/it ஒருவரை/ஒன்றைக் காண், குறிப்பாகத் தேடிக்காண்

sighting /ˈsaɪtɪŋ/ *noun* [C] an occasion when sb/sth is seen ஒருவர்/ஒன்று பார்க்கப்படும் நிகழ்வு; காண்கை; காட்சி *the first sighting of a new star*

sightseeing /ˈsaɪtsiːɪŋ/ *noun* [U] visiting the sights of a city, etc. as a tourist சுற்றுலாச் செல்வோராக ஒரு நகரம் முதலியவற்றின் சுற்றுலாப் பகுதிகளுக்குச் செல்லுதல்; அருங்-காட்சிச் செலவு *We did some sightseeing in Mumbai.*

sightseer /ˈsaɪtsiːə(r)/ *noun* [C] a person who visits the sights of a city, etc. as a tourist சுற்றுலாச் செல்வோராக ஒரு நகரம் முதலியவற்றின் சுற்றுலாப் பகுதிகளுக்குச் செல்பவர்; அருங்-காட்சிப் பயணர் ➪ **tourist** பார்க்க.

sign¹ /saɪn/ *noun* [C] **1 sign (of sth)** something that shows that sb/sth is present, exists or may happen ஒருவர்/ஒன்று காணப்படுவதை, உளதா-யிருப்பதை அல்லது நிகழக்கூடியதாக இருப்-பதைக் காட்டுவது; அறிகுறி; அடையாளக் குறி *The patient was **showing** some **signs** of improvement.* • *As we drove into the village there wasn't a sign of life anywhere* (= we couldn't see anyone). **2** a piece of wood, paper, etc. that has writing or a picture on it that gives you a piece of information, an instruction or a warning தகவல், அறிவுறுத்தல் அல்லது எச்சரிக்கை தரும் எழுத்துக் குறிப்பு அல்லது உருப்படம் அடங்கிய மரத்துண்டு, தாள் முதலியவை; அறிவிப்புக் குறி; தெரிவிப்புக் குறி; எச்சரிக்கைக் குறி *What does that sign say?* • *a road sign* • *Follow the signs to Bangalore.* **3** a movement that you make with your head, hands or arms that has a particular meaning குறிப்பிட்ட பொருள் தரும் முறையில் தலை, முன் கைகள் அல்லது பின்கைகளை அசைத்தல்; சைகை *I **made a sign** for him to follow me.* • *I'll **give** you **a sign** when it's time for you to speak.* **4** a type of shape, mark or symbol that has a particular meaning குறிப்பிட்ட பொருளுடைய ஒருவகை வடிவம், குறி அல்லது சின்னம்; குறியீடு *mathematical signs,* (+, −, ×, ÷) **5** (*also* **sign of the zodiac**) one of the twelve divisions or symbols of the **zodiac** இராசி மண்டலத்திலுள்ள பன்னிரண்டு இராசிகளுள் ஒன்று; இராசிச் சின்னம்; வான்மனைக் குறி *'What sign are you?' 'Taurus.'*

sign² /saɪn/ *verb* **1** [I, T] to write your name on a letter, document, etc. to show that you have written it or that you agree with what it says ஒரு கடிதம், ஓர் ஆவணம் முதலியவை தன்னால் எழுதப்பட்டது அல்லது அதில் எழுதப்பட்டுள்ளது தனக்கு உடன்பாடானது என்பதைக் காட்ட அதில் தன் பெயரை எழுது; கையொப்பமிடு *'Could you sign here, please?'* • *I forgot to sign the cheque.* • *The two presidents signed the treaty.* ➪ **signature** noun பார்க்க. **2** [T] **sign sb (up)** to get sb to sign a contract to work for you தனக்காகப் பணியாற்ற ஒருவர் உடன்படும்

ஒப்பந்தத்தில் அவரைக் கையொப்பமிடச் செய்; கையொப்பம் மூலம் பணியேற்புச் செய் *BCCI* (= Board of Control for Cricket in India) *have signed two new players.* **3** [I] to communicate using sign language சைகை அல்லது குறியீட்டு மொழியைப் பயன்படுத்தித் தகவல் தெரிவி **PHR V** **sign in/out** to write your name to show you have arrived at or left a hotel, club, etc. தங்கல் விடுதி, கழக மனை முதலியவற்றுக்கு வந்துசேர்ந்துவிட்டதை அல்லது அதை விட்டு நீங்கிச்செல்வதைக் குறிக்கக் கையொப்பமிடு **sign up (for sth)** to agree formally to do sth ஒன்றைச் செய்ய முறைப்படி இசைவு தெரிவி; பணிமுறை ஒப்புதல் வழங்கு *I've signed up for evening classes.*

signal /ˈsɪgnəl/ *noun* [C] **1** a sign, action or sound that sends a particular message குறிப்பிட்ட தகவலைத் தெரிவிக்கும் குறியீடு, செயல் அல்லது ஒலி; அறிகுறி; சமிக்ஞை; அடையாளம் *When I give (you) the signal, run!* **2** an event, action or fact that shows that sth exists or is likely to happen ஒன்று உளதாயிருப்பதை அல்லது நிகழ வாய்ப்புள்ளதாக இருப்பதைக் காட்டும் நிகழ்வு, செயல் அல்லது மெய்ம்மைக் கூறு; முன் அறிகுறி *The fall in unemployment is a clear signal that the economy is improving.* **3** a set of lights used to give information to train drivers தொடர்வண்டி ஓட்டுநர்களுக்குத் தகவல் அளிக்கப் பயன்படுத்தப்படும் விளக்குகளின் தொகுதி; இருப்புப்பாதை விளக்கக் குறி **4** a series of radio waves, etc. that are sent out or received செலுத்தப்படும் அல்லது ஏற்றுக்கொள்ளப்படும் வானொலி அலைகள் முதலியவற்றின் வரிசைத் தொகுதி; வானொலி சமிக்ஞை *a signal from a satellite* ▶ **signal** *verb* [I, T] (**signalling; signalled**: *AmE* **signaling; signaled**) *She was signalling wildly that something was wrong.*

signatory /ˈsɪgnətri/ *noun* [C] (*pl.* **signatories**) **signatory (to sth)** one of the people or countries that sign an agreement, etc. உடன்படிக்கை முதலியவற்றில் கையொப்பமிடும் ஆட்களுள் ஒருவர் அல்லது நாடுகளுள் ஒன்று; உடன்படிக்கையில் கையொப்பமிடுபவர்

signature /ˈsɪgnətʃə(r)/ *noun* [C] a person's name, written by that person and always written in the same way ஒருவரால் எழுதப்படுவதும் எப்போதும் ஒரே மாதிரியாக இருப்பதுமான அவரது பெயர்; கையொப்பம் ➪ **sign** verb பார்க்க.

significance /sɪgˈnɪfɪkəns/ *noun* [U] the importance or meaning of sth ஒன்றின் முக்கியத்துவம்; தனிச் சிறப்பு; தனி மதிப்பு; பொருள்; உட்கருத்து *Few people realized the significance of the discovery.*

significant /sɪgˈnɪfɪkənt/ *adj.* **1** important or large enough to be noticed முக்கியமான; தனிச் சிறப்பான; குறிப்பிடத்தக்க அளவு பெரிதான; தனிக் கவனத்திற்குரிய *Police said that the time of the murder was extremely significant.* • *There has been a significant improvement in your work.* **2** having a particular meaning குறிப்பிட்ட பொருள் தருகிற; குறிப்பாகத் தெரிவிக்கிற *It could be significant that he took out life insurance shortly before he died.* ▶ **significantly** *adv. Attitudes have changed significantly since the 1960s.*

signify /ˈsɪgnɪfaɪ/ *verb* [T] (*pres. part.* **signifying**; *3rd person sing.* **signifies**; *pt, pp* **signified**) (*formal*) **1** to be a sign of sth; to mean ஒன்றின் அறிகுறியாக இரு; அடையாளமாய் அமை; குறித்துக் காட்டு *What do those lights signify?* **2** to express or indicate sth ஒன்றைத் தெரிவி அல்லது சுட்டிக் காட்டு *They signified their agreement by raising their hands.*

sign language *noun* [U] a language used especially by people who cannot hear or speak, using the hands to make signs instead of spoken words குறிப்பாகச் செவிப்புலன் அல்லது பேச்சுக் குறைபாடு உடையவர்கள், சமிக்கைகளைப் பயன்படுத்தி வழங்கும் மொழி; (செவிட்டுமர்களுக்குரிய) சைகை மொழி

signpost /ˈsaɪnpəʊst/ *noun* [C] a sign at the side of a road that gives information about directions and distances to towns ஊர்களின் திசைகளையும் தொலைவுகளையும் சுட்டும் சாலையோர அறிவிப்புக் குறி

Sikh *noun* [C] a member of one of the religions of India (**Sikhism**) that developed from Hinduism but teaches that there is only one God இந்தியாவில் இந்து மதத்திலிருந்து தோன்றி வளர்ந்ததும் ஆனால் இறைவன் ஒருவனே என்னும் கோட்பாடுடையதுமான சீக்கிய மதத்தைச் சார்ந்தவர்; சீக்கியர் ▶ **Sikh** *adj.* ▶ **Sikhism** *noun* [U] ➪ **Guru Granth Sahib** பார்க்க.

silence /ˈsaɪləns/ *noun* **1** [U] no noise or sound at all அறவே ஓசை அல்லது ஒலி இல்லாத நிலை; அரவமின்மை; சந்தடியின்மை; அமைதி *There must be silence during examinations.* **2** [C, U] a period when nobody speaks or makes a noise எவரும் பேசாதிருக்கிற அல்லது ஓசை எழுப்பாதிருக்கிற வேளை; சந்தடியற்ற நேரம்; மௌன நேரம் *My question was met with an awkward silence.* • *We ate* **in silence**. **3** [U] not making any comments about sth ஒன்று குறித்துக் கருத்துக் கூறாமை; மௌனம் ▶ **silence** *verb* [T]

silencer /ˈsaɪlənsə(r)/ (*AmE* **muffler**) *noun* [C] **1** a device which is fixed to the long tube under a vehicle (**exhaust pipe**) to reduce the noise made by the engine இயந்திரத்தின பேரொலியை மட்டுப்படுத்த ஊர்தியின் வாயு வெளியேற்றுக் குழாயுடன் பொருத்தப்படும் பொறியமைப்பு; ஊர்தி ஓசை குறைப்பி **2** the part of a gun that reduces the noise when it is fired சுடப்படும்போது உண்டாகும் ஓசையை மட்டுப்படுத்தும் துப்பாக்கிப் பகுதி; துப்பாக்கி ஓசை குறைப்பி

silent /ˈsaɪlənt/ *adj.* **1** without any noise; making no noise; very quiet ஓசையற்ற; சந்தடியற்ற; ஓசை எழுப்பாத; மிக அமைதியான *The house was empty and silent.* **2 silent (on/about sth)** refusing to speak about sth ஒன்று குறித்துப் பேச மறுக்கிற; செய்தி வெளியிடாத; மறை காக்கிற *The policeman told her she had the right to* ***remain silent****.* **3** not using spoken words வாய்விடாத; பேச்சொலிகள் வெளிப்படுத்தாத; அமைதியான *a silent prayer/protest* **4** (of a letter) not pronounced (எழுத்து வகையில்) ஒலிப்பற்ற *The 'b' in 'comb' is silent.* ▶ **silently** *adv.*

silhouette /ˌsɪluˈet/ *noun* [C] the dark solid shape of sb/sth seen against a light background இளஞ்சாயலான பின்னணியில் தோன்றும் ஒருவரது/ஒன்றின் கருநிற வடிவம்; திண்ணிழலுருவம் ▶ **silhouetted** *adj.*

silica /ˈsɪlɪkə/ *noun* [U] (*symbol* SiO_2) a chemical compound of silicon found in sand and in rocks such as **quartz**, used in making glass and cement கண்ணாடி, சிமெண்டு ஆகியவை தயாரிப்பதில் பயன்படுத்தப்படும் மணலிலும் படிகக்கல் முதலியவற்றிலும் காணப்படும் கன்மத்தின் வேதியியற் கலவை; கன்ம ஈருயிரகை; சிலிக்கா

silicon /ˈsɪlɪkən/ *noun* [U] (*symbol* **Si**) a substance that exists as a grey solid or as a brown powder and is found in rocks and sand. It is used in making glass கண்ணாடி தயாரிப்பதில் பயன்படுத்தப்படும் படிகக் கற்களில் சாம்பல் நிறக் கட்டியாக அல்லது பழுப்பு நிறப் பொடியாகக் காணப்படும் பொருள்; கன்மம்; சிலிக்கன்

silicon chip *noun* [C] (*computing*) a very small piece of silicon that is used to carry a complicated electronic **circuit** சிக்கலான மின்னணுச் சுற்றுகளைத் தாங்கும் நுண்ணிய கன்மச் சில்லு; சிலிக்கன் சில்லு

silk /sɪlk/ *noun* [U] the soft smooth cloth that is made from threads produced by an insect (**a silkworm**) பட்டுப்பூச்சியிலிருந்து பெறப்படும் இழைகளைக் கொண்டு தயாரிக்கப்படும் மென்மையும் வழவழப்பும் உடைய துணி; பட்டு *a silk shirt/dress*

silkworm /ˈsɪlkwɜːm/ *noun* [C] a small creature with a soft body and legs (**a caterpillar**) that produces very thin thread (**silk**) மெல்லிய பட்டிழைகளை உண்டுபண்ணும் கூட்டுப்புழு வகை; பட்டுப்பூச்சி

silky /ˈsɪlki/ *adj.* smooth, soft and shiny; like silk வழவழப்பும், மென்மையும், பளபளப்பும் உடைய; பட்டுப் போன்ற *silky hair*

sill /sɪl/ *noun* [C] a shelf that is at the bottom of a window, either inside or outside சன்னலின் கீழ்ப்பகுதியில் உட்புறத்தில் அல்லது வெளிப்புறத்தில் அமைக்கப்படும் படிக்கட்டை; பலகணிப் படிக்கல் *a window sill*

silly /ˈsɪli/ *adj.* (**sillier; silliest**) **1** not showing thought or understanding; foolish சிந்தனை அல்லது புரிதிறம் வெளிப்படுத்தாத; அறிவற்ற; மட்டியான; முட்டாள்தனமான *a silly mistake • Don't be so silly!* ✪ **OPP sensible** **2** appearing ridiculous, so that people will laugh சிரிக்கத்தக்க; ஏளனத்திற்குரிய; கேலி செய்யத்தக்க *I'm not wearing that hat—I'd look silly in it.* ▶ **silliness** *noun* [U]

silo /ˈsaɪləʊ/ *noun* [C] **1** a tall tower on a farm used for storing grain, etc. பண்ணையில் தானியம் முதலியவற்றை இருப்பு வைக்கப் பயன்படுத்தப்படும் உயரமான கோபுர அமைப்பு; உயரமான தானியக் களஞ்சியம் **2** an underground place where grass or other green plants are made into a substance (**silage**) that is stored until winter to feed the farm animals குளிர்காலத்தில் கால்நடைத் தீவனமாகப் பயன்படுத்துவதற்காகப் பசும்புல், பசுந்தாவரங்கள் முதலியவற்றை உலர வைக்காமல் பதனப்படுத்தி இருப்பு வைக்கும் நிலத்தடி இடம்; பசுந்தீவனப் பதனக் குழி

silt /sɪlt/ *noun* [U] sand, soil or mud that collects at the sides or on the bottom of a river நதியின் ஓரங்களில் அல்லது அடிப்பகுதியில் திரண்டு படிந்துள்ள மணல் மண் அல்லது சேறு; வண்டல்; சேற்றுப் படிவு ➪ **flood plain** பதிவில் படம் பார்க்க.

silver[1] /ˈsɪlvə(r)/ *noun* [U] **1** (*symbol* **Ag**) a valuable grey-white metal that is used for making jewellery, coins, etc. அணிமணி, நாணயங்கள் முதலியவை செய்யப் பயன்படுத்தப்படும் மதிப்பு மிக்க ஒளிர் சாம்பல் நிற உலோக வகை; வெள்ளி *a silver spoon/necklace • That's a nice ring. Is it silver?* **2** coins made from silver or sth that looks like silver வெள்ளியால் செய்யப்பட்ட நாணயங்கள்; வெள்ளிப் பணம்; வெள்ளி போலத் தோன்றும் ஒன்று **3** objects that are made of silver, for example knives, forks, spoons, dishes கத்திகள், கவை முட்கள், கரண்டிகள், தட்டங்கள் முதலிய வெள்ளியால் செய்யப்பட்ட பொருள்கள்; வெள்ளிக் கலங்கள் *The thieves stole some jewellery and some valuable silver.*

IDM **every cloud has a silver lining** ➪ **cloud**[1] பார்க்க.

silver[2] /ˈsɪlvə(r)/ *adj.* having the colour of silver வெள்ளி நிறமான; ஒண்சாம்பல் நிறமுள்ள *a silver sports car*

silver medal (*also* **silver**) *noun* [C] a small flat round piece of silver that is given to the person or team that comes second in a sports competition ஒரு விளையாட்டுப் போட்டியில் இரண்டாவதாக வரும் ஆளுக்கு அல்லது அணிக்குத் தரப்படும் சிறிய, தட்டையான, வட்ட வடிவ வெள்ளிப்பொருள்; வெள்ளிப் பதக்கம் *to win a silver medal at the Asian Games* ➪ **gold medal** மற்றும் **bronze medal** பார்க்க. ▶ **silver medallist** *noun* [C]

silver wedding *noun* [C] the 25th anniversary of a wedding ஒரு திருமணத்தின் 25 ஆண்டு நிறைவு நாள்; திருமண வெள்ளிவிழா ➪ **golden wedding** மற்றும் **diamond wedding** பார்க்க.

silvery /ˈsɪlvəri/ *adj.* having the appearance or colour of silver வெள்ளியின் தோற்றம் அல்லது நிறம் உடைய; வெள்ளி போன்ற *an old lady with silvery hair*

similar /ˈsɪmələ(r)/ *adj.* **similar (to sb/sth); similar (in sth)** like sb/sth but not exactly the same ஒருவரை/ஒன்றை முற்றிலும் ஒத்திராது, அவரை/அதனைப் போன்று காணப்படுகிற; போலிருக்கிற; கூறுகள் ஒத்த; ஒப்புமையுடைய *Our houses are very similar in size.* • *Your handwriting is very similar to mine.* ✪ OPP **different or dissimilar** ▶ **similarly** *adv. The plural of 'shelf' is 'shelves'. Similarly, the plural of 'wolf' is 'wolves'.*

similarity /ˌsɪməˈlærəti/ *noun* (*pl.* **similarities**) **1** [U, *sing.*] **similarity (to sb/sth); similarity (in sth)** the state of being like sb/sth but not exactly the same ஒருவரை/ஒன்றை முற்றிலும் ஒத்திராது, அவரை/அதனைப் போன்று காணப்படும் நிலை; ஒத்த தன்மையுடைமை; கூறொப்பு; ஒப்புடைமை *She **bears a** remarkable/striking **similarity** to her mother.* **2** [C] **a similarity (between A and B); a similarity (in/of sth)** a characteristic that people or things have which makes them similar ஆட்கள் அல்லது பொருள்கள் ஒப்புமை உடையவராக/உடையவையாகத் தோன்றச் செய்யும் அவர்களது/அவைகளின் சிறப்புக் கூறு; ஒப்புமைப் பண்பு; ஒப்புமைக் கூறு *Although there are some similarities between the two towns, there are a lot of differences too.* • *similarities in/of style*

simile /ˈsɪməli/ *noun* [C, U] (*technical*) a word or phrase that compares sth to sth else, using the words 'like' or 'as', for example face like a mask' or white as snow'; the use of such words and phrases உவமை; ஒப்புமையணி; 'like', 'as' முதலிய சொற்களைப் பயன்படுத்தி ஒன்றை வேறொன்றோடு ஒப்பிட்டுக் காட்டும் சொல் அல்லது தொடர் ➪ **metaphor** பார்க்க.

simmer /ˈsɪmə(r)/ *verb* [I, T] to cook gently in a liquid that is almost boiling கிட்டத்தட்ட கொதி நிலையில் உள்ள ஒரு நீர்மத்தில் மட்டான வேகத்தில் ஒன்று சமைக்கப்படு அல்லது ஒன்றைச் சமை; மென்கொதிப்பில் உணவு தயாராகு அல்லது தயார்செய்

simple /ˈsɪmpl/ *adj.* **1** easy to understand, do or use; not difficult or complicated புரிந்துகொள்ள, செய்ய அல்லது பயன்படுத்த எளிதாக உள்ள; கடினமானதாகவோ சிக்கலானதாகவோ இல்லாத; எளிய *This dictionary is written in simple English.* • *a simple task/method/solution* **2** without decoration or unnecessary extra things; plain and basic ஒப்பனையோ தேவையற்ற மிகைச் சேர்க்கையோ இல்லாத; எளிமையான; இயல்பெளிமையுடைய; பகட்டில்லாத *a simple black dress* • *The food is simple but perfectly cooked.* **3** used for saying that the thing you are talking about is the only thing that is important or true தான் சொல்வது மட்டுமே முக்கியமானது அல்லது மெய்யானது எனக் கூறப் பயன்படுத்தப்படுவது: கலப்பற்ற; திரிபற்ற; கூடுதல் குறைவு அற்ற *I'm not going to buy it **for the simple reason that*** (= only because) *I haven't got enough money.* **4** (used about a person or a way of life) natural and not complicated (ஓராள் அல்லது ஒரு வாழ்க்கை முறை பற்றிக் கூறுகையில்) இயற்கையான மற்றும் சிக்கலற்ற; இயல் எளிமையுடைய; வெளிப்படையான; கபடில்லாத; சூதுவாதற்ற *a simple life in the country* **5** not intelligent; slow to understand அறிவு முதிராத; கூரறிவற்ற; வெள்ளறிவுடைய; அறிவு மந்தமான **6** (*grammar*) used to describe the present or past tense of a verb that is formed without using another verb (**an auxiliary verb**), as in 'She loves him' and 'He arrived late.' துணைவினை உடன் சேராது வரும் நிகழ்கால அல்லது இறந்தகால வினைவடிவைக் குறிப்பிடப் பயன்படுத்தப்படுவது: தனி நிலையான *the simple present/past tense*

simplicity /sɪmˈplɪsəti/ *noun* [U] **1** the quality of being easy to understand, do or use புரிந்துகொள்ள, செய்ய அல்லது பயன்படுத்த எளிதாக இருக்கும் தன்மை; எளிமை; தெளிவு; விளக்கம் *We all admired the simplicity of the plan.* **2** the quality of having no decoration or unnecessary extra things; being natural and not complicated ஒப்பனையோ தேவையற்ற மிகைச் சேர்க்கையோ இல்லாமை; இயலெளிமை; ஆடம்பரப் பகட்டின்மை *I like the simplicity of her paintings.*

simplify /ˈsɪmplɪfaɪ/ *verb* [T] (*pres. part.* **simplifying**; *3rd person sing.* **simplifies**; *pt, pp* **simplified**) to make sth easier to do or understand; to make sth less complicated செய்ய அல்லது புரிந்துகொள்ள ஒன்றை எளிதாக்கு; எளிமையாக்கு; சிக்கலற்று *The process of applying for visas has been simplified.* ▶ **simplification** /ˌsɪmplɪfɪˈkeɪʃn/ *noun* [C, U]

simplistic /sɪmˈplɪstɪk/ *adj.* making a problem, situation, etc. seem less difficult and complicated than it really is ஒரு பிரச்சினை, சூழல் முதலியவற்றை இடர்ப்பாடு மற்றும் சிக்கல் குறைந்து தோன்றச் செய்கிற; எளிமையூட்டுகிற

simply /ˈsɪmpli/ *adv.* **1** used to emphasize how easy or basic sth is ஒன்று மிக எளிமையானது அல்லது அடிப்படையானது என்பதை வலியுறுத்தப் பயன்படுத்தப்படுவது; சும்மா *Simply add hot water and stir.* **2** (used to emphasize an adjective) completely; absolutely (ஒரு பெயரடையை அழுத்தம்படக் கூறப் பயன்படுத்தப்படுவது) முற்றிலும்; முழுவதுமாக; குறைபாடின்றி *That meal was simply excellent.* **3** in a way that makes sth easy to understand ஒன்றை எளிதாகப் புரிந்துகொள்ள ஏதுவான முறையில்; தெளிவுபட; விளக்கமாக *Could you explain it more simply?* **4** in a simple, basic way; without decoration or unnecessary extra things எளிமையான, சாதாரணமான முறையில்; ஒப்பனை அல்லது வேண்டாத மிகைச் சேர்க்கைகள் இன்றி; பகட்டாரவாரம் இல்லாமல் *They live simply, with very few luxuries.* **5** only; just வெறும்; தான்; வேறல்லாது; மட்டும்; மட்டுமே *There's no need to get angry. The whole problem is simply a misunderstanding.*

simulate /ˈsɪmjuleɪt/ *verb* [T] to create certain conditions that exist in real life using computers, models, etc., usually for study or training purposes பெரும்பாலும் ஆய்வு அல்லது பயிற்சியளித்தல் நோக்கத்தில் கணிப்பொறிகள், உருமாதிரிகள் முதலியவற்றைப் பயன்படுத்தி இயற்கையானவை போன்ற சூழ்நிலைகளை உருவாக்கு; ஒப்புமைப் போலிகளை உருவாக்கு *The astronauts trained in a machine that simulates conditions in space.* ▶ **simulation** /ˌsɪmjuˈleɪʃn/ *noun* [C, U] *a computer simulation of a nuclear attack*

simultaneous /ˌsɪmlˈteɪniəs/ *adj.* happening or done at exactly the same time as sth else சரியாக வேறொன்று நிகழும் அல்லது செய்யப்படும் அதே வேளையிலேயே/காலத்திலேயே நிகழ்கிற அல்லது செய்யப்படுகிற; உடன் நிகழ்வான; சம காலத்ததான ▶ **simultaneously** *adv.*

sin /sɪn/ *noun* [C, U] an action or way of behaving that is not allowed by a religion ஒரு சமயக் கோட்பாட்டின்படி, தவறான செயல் அல்லது நடத்தை முறை; தீவினை; பழிச்செயல்; பாவம் *He believes it is a sin for two people to live together without being married.* ▶ **sin** *verb* [I] (**sinning; sinned**) ▶ **sinner** *noun* [C]

since /sɪns/ *adv., conj., prep.* **1** from a particular time in the past until a later time in the past or until now கடந்த காலத்தில குறிப்பிட்ட வேளையிலிருந்து கடந்த காலத்தில் பிந்திய ஒரு சமயம் வரை அல்லது இப்பொழுது வரை *I've been working in a bank ever since I left school.* • *It was the first time they'd won since 1974.* • *I haven't seen him since last Tuesday.*

> **NOTE** ஒரு நிகழ்வின் கால நீட்சியைக் குறிக்க **since, for** இரண்டுமே பயன்படுத்தப்படுகின்றன. நிகழ்வுக் காலத்தின் தொடக்கத்தைச் சுட்டும்போது **since**-ம் நிகழ்வுக் கால நீட்சியளவைக் குறிக்கும்போது **for**-ம் பயன்படுத்தப்படுகின்றன—*I've known her since 1997.* • *I've known her for three years.*

2 at a time after a particular time in the past கடந்த காலத்தில் குறிப்பிட்ட சமயத்திற்குப் பிந்திய வேளையில் *We were divorced two years ago and she has since married someone else.* **3** because; as காரணத்தினால்; நிமித்தமாக; முன்னிட்டு *Since they did not phone me, I'll have to phone them.*

sincere /sɪnˈsɪə(r)/ *adj.* **1** (used about a person) really meaning or believing what you say; not pretending (ஆள் வகையில்) தான் சொல்வதில் உண்மையாகவே கருத்தூன்றிய அல்லது நம்பிக்கை கொண்ட; உளமார்ந்த; மனமார்ந்த; உள்ளார்ந்த *Do you think she was being sincere when she said she admired me?* • *She seems so sincere.* **2** (used about a person's feelings, beliefs or behaviour) true; showing what you really mean or feel (ஒருவரது உணர்ச்சிகள், நம்பிக்கைகள் அல்லது நடத்தை பற்றிக் குறிப்பிடுகையில்) உண்மையான; நேர்மையான; நாணயமான; உண்மையாகத் தான் எண்ணுவதை அல்லது உணர்வதை வெளிப்படுத்துகிற *Please accept our sincere thanks/apologies.* ✪ OPP **insincere** ▶ **sincerely** *adv.* *I am sincerely grateful to you for all your help.* • *Yours sincerely, ...*(at the end of a formal letter) ▶ **sincerity** /sɪnˈserəti/ *noun* [U] ✪ OPP **insincerity**

sine /saɪn/ *noun* [C] (*abbr.* **sin**) (*mathematics*) the ratio of the length of the side opposite one of the angles in a **right-angled triangle** to the length of the longest side செங்கோண முக்கோணத்தில் கோணங்களுள் ஒன்றுக்கு எதிர்த்திசையில் உள்ள பக்கத்தின் நீளத்திற்கும் உச்ச அளவான பக்கத்தின் நீளத்திற்கும் உள்ள வீதத் தொடர்பளவு ➪ **cosine** மற்றும் **tangent** பார்க்க.

sinew /ˈsɪnjuː/ *noun* [C, U] a strong band of substance that joins a muscle to a bone ஒரு தசையை எலும்புடன் இணைக்கும் உறுதியான இழைப்பொருள்; தசைப்பற்று; தசை நாண்

sinful /ˈsɪnfl/ *adj.* breaking a religious law; immoral ஒரு சமயக் கோட்பாட்டை மீறுகிற; நெறிகெட்ட; தீயொழுக்கமுள்ள; பாவம் செய்த

sing /sɪŋ/ *verb* [I, T] (*pt* **sang** /sæŋ/; *pp* **sung** /sʌŋ/) to make musical sounds with your voice வாயால் இசையொலி எழுப்பு; இன்னிசைக் குரல் எழுப்பு; வாய்ப் பாட்டிசை; பாடு *He always sings when he's in the bath.* • *The birds were singing outside my window.* • *She sang all her most popular songs at the concert.* ▶ **singing** *noun* [U] *singing lessons*

singe /sɪndʒ/ *verb* [I, T] (*pres. part.* **singeing**) to burn the surface of sth slightly, usually by accident; to be burned in this way பெரும்பாலும் விபத்தாக, ஒன்றின் மேற்பரப்பில் சிறிதளவாகத் தீப்படு அல்லது தீப்படச் செய்; மேலீடாகச் சுடு அல்லது தீய்; நுனி பொசுங்கு

singer /ˈsɪŋə(r)/ *noun* [C] a person who sings, or whose job is singing, especially in public குறிப்பாக, பொது மேடைகளில் பாடும் அல்லது பாடுவதைத் தொழிலாகக் கொண்டுள்ள ஒருவர்; பாடகர்/பாடகி *an opera singer*

single[1] /ˈsɪŋgl/ *adj.* **1** (*only before a noun*) only one ஒன்று மட்டுமேயான; ஒன்றே ஒன்றான; ஒண்டியான; ஒற்றையான *He gave her a single red rose.* • *I managed to finish the whole job in a single afternoon.* **2** (*only before a noun*) used to emphasize that you are talking about each individual item of a group or series ஒரு தொகுப்பில் அல்லது வரிசைத் தொகுதியில் உள்ள ஒவ்வோர் உருப்படி பற்றியும் தான் பேசுவதை வலியுறுத்தப் பயன்படுத்தப்படுவது: தனித்தனியான; தனிப்பட்ட *You answered* ***every single*** *question correctly. Well done!* **3** not married மணமாகியிராத; மண இணைவுறாத *Are you married or single?* • *a single man/woman* **4** (*only before a noun*) for the use of only one person ஒருவர் மட்டுமே பயன்படுத்துவதற்குரிய; தனி ஒருவருக்கான *I'd like to book a single room, please.* ➪ **bed**[1] பதிவிலுள்ள குறிப்பைப் பார்க்க. **5** (*also* **one-way**) (*only before a noun*) (used about a ticket or the price of a ticket) for a journey to a particular place, but not back again (பயணச்சீட்டு அல்லது பயணச்சீட்டுக் கட்டணம் பற்றிக் குறிப்பிடுகையில்) ஓரிடத்திற்குச் செல்வதற்கு மட்டுமேயான; ஒரு திசைப் பயணத்திற்கான *How much is the single fare to Rome?* ➪ **return**[2] **5** பார்க்க.

IDM **in single file** ➪ **file**[1] பார்க்க.

single[2] /ˈsɪŋgl/ *noun* **1** [C] a ticket for a journey to a particular place, but not back again குறிப்பிட்ட இடத்திற்குச் செல்வதற்கு மட்டுமேயான பயணச்சீட்டு; ஒரு திசைப் பயணச்சீட்டு *Two singles to Hyderabad, please.* ➪ **return**[2] **5** பார்க்க. **2** [C] a CD, tape, etc. that has only one song on each side; the main song on this tape or CD ஒவ்வொரு பக்கத்திலும் ஒரு பாட்டு மட்டுமே பதிவு செய்யப்பட்டுள்ள குறுவட்டு, ஒளி/ஒலி நாடா முதலியவை; குறுவட்டு அல்லது ஒளி/ஒலி நாடாவில் பதிவு செய்யப்பட்டுள்ள முதன்மைப் பாட்டு *Indian Ocean's new single* ➪ **album** பார்க்க. **3** [C] a bedroom for one person in a hotel, etc. தங்கு மனை முதலியவற்றிலுள்ள ஒருவருக்கான படுக்கையறை ➪ **double**[3] **5** பார்க்க. **4 singles** [*pl.*] people who are not married and do not have a romantic relationship with sb else திருமணம் ஆகியிராத மற்றும் காதல் உறவு கொண்டிராத ஆட்கள்; பிரம்மசாரிகள் **5 singles** [U] a game of tennis, etc. in which one player plays against one other player ஓர் ஆட்டக்காரர் மற்றோர் ஆட்டக்காரருக்கு எதிராக ஆடும் டென்னிஸ் ஆட்டம் முதலியவை; ஒற்றையர் ஆட்டம் ➪ **doubles** பார்க்க.

single[3] /ˈsɪŋgl/ *verb*

PHR V **single sb/sth out (for sth)** to give special attention or treatment to one person or thing from a group ஒரு குழுவில்/தொகுதியில் உள்ளவர்களுள்/உள்ளவற்றுள் ஒருவர்/ஒன்றின் மீது தனிக்கவனம் செலுத்து அல்லது ஒருவரை/ஒன்றைத் தனிப்பட நடத்து *She was singled out for criticism.*

single-breasted *adj.* (used about a jacket or a coat) having only one row of buttons that fasten in the middle (கைப்பகுதி உடைய குறுஞ்சட்டை அல்லது புறச்சட்டை பற்றிக் குறிப்பிடுகையில்) நடுப்பகுதியில் பொருத்திக் கொள்ளப்படும் ஒற்றை வரிசைப் பொத்தான்கள் மட்டுமே உடைய ➪ **double-breasted** பார்க்க.

single-decker *noun* [C] a bus with only one level ஒரு தள அடுக்கு மட்டுமே உடைய பேருந்து; ஒற்றைத் தளப் பேருந்து

single-handed *adj., adv.* on your own with nobody helping you வேறெவரும் உதவி செய்யாது தனியொருவராகச் செயலாற்றுகிற/செயலாற்றுபவராக; பிறர் உதவியில்லாத/உதவியில்லாது

single-minded *adj.* having one clear aim or goal which you are determined to achieve நிறைவேற்றுவதில் உறுதியாக உள்ள திட்டமான ஒரு நோக்கத்தை அல்லது குறிக்கோளை உடைய; ஒருதனி இலக்குடைய; ஒருமுகச் சிந்தனையுடைய ▶ **single-mindedness** *noun* [U]

singly /ˈsɪŋgli/ *adv.* one at a time; individually ஒரு முறைக்கு ஒன்றாக; தனித்தனியாக;

ஒவ்வொன்றாக; ஒவ்வொருவராக *You can buy the tapes either singly or in packs of three.*

singular /ˈsɪŋgjələ(r)/ *adj.* **1** (*grammar*) in the form that is used for talking about one person or thing only ஓராளை அல்லது ஒரு பொருளைப் பற்றி மட்டுமே பேசுவதற்குப் பயன்படுத்தப்படும் வடிவான; ஒருமைச் சொல்லான; ஒருமை எண்ணுக்குரிய *'Table' is a singular noun; 'tables' is a plural noun.* ➪ **plural** பார்க்க. **2** (*written*) unusual வழக்க மீறிய; மரபுக்கு மாறான; அரிய; அபூர்வமான; தனித்தன்மை வாய்ந்த ▶ **singular** *noun* [*sing.*] (*grammar*) *The word 'clothes' has no singular.* • *What's the singular of 'people'?*

singularly /ˈsɪŋgjələli/ *adv.* (*formal*) very; in an unusual way மிக்க அளவில்; பெரிதும்; வழக்கத்திற்கு மாறான முறையில் *The government has been singularly unsuccessful in its policy against terrorism.*

sinister /ˈsɪnɪstə(r)/ *adj.* seeming evil or dangerous; making you feel that sth bad will happen தீயதாக அல்லது ஆபத்தானதாகக் காணப்படுகிற; மோசமான ஒன்று நிகழும் என்ற எண்ணத்தை உண்டாக்குகிற; தீக்குறியான *There's something sinister about him. He frightens me.*

sink[1] /sɪŋk/ *verb* (*pt* **sank** /sæŋk/; *pp* **sunk** /sʌŋk/) **1** [I, T] to go down or make sth go down under the surface of liquid or a soft substance திரவத்தின் அல்லது ஒரு குழைவான பொருளின் மேற்பரப்புக்குக் கீழ் இறங்கு அல்லது இறங்கச் செய்; மூழ்கு; அமிழ்; அமிழ்த்து; மூழ்கவை *If you throw a stone into water, it sinks.* • *My feet sank into the mud.* **2** [I] (used about a person) to move downwards, usually by falling or sitting down (ஆள் வகையில்) வழக்கமாக விழுந்து அல்லது உட்கார்ந்து கீழ்நோக்கி நகர்; அமிழ்ந்து அமைவுறு; மெல்ல வீழ்வுறு; இறக்கமுறு; சரிவுறு *I sank into a chair, exhausted.* **3** [I] to get lower; to fall to a lower position or level கீழிறங்கு; தாழ்வுறு; கீழ்நிலையில் அல்லது கீழ்மட்டத்தில் விழு *We watched the sun sink slowly below the horizon.* **4** [I] to decrease in value, number, amount, strength, etc. மதிப்பு, எண்ணிக்கை, அளவு, வலிமை முதலியவற்றில் குறைவுறு அல்லது சரிவுறு

IDM **your heart sinks** ➪ **heart** பார்க்க.

PHR V **sink in** (used about information, an event, an experience, etc.) to be completely understood or realized (தகவல், நிகழ்வு, அனுபவம் முதலியவை வகையில்) முழுமையாகப் புரிந்துகொள்ளப்படு; மனத்தில் படிவுறு; உள்வாங்கிக்கொள்ளப்படு *It took a long time for the terrible news to sink in.*

sink in; sink into sth (used about a liquid) to go into sth solid; to be absorbed (திரவ வகையில்) கெட்டியான ஒன்றினுள் போ; உள்ளூறிஞ்சப்படு

sink[2] /sɪŋk/ *noun* [C] a large open container in a kitchen, with taps to supply water, where you wash things சமையலறையில் பொருள்களை அலம்புவதற்குரிய நீர்க்குழாயுடன் கூடிய, மேல்மூடியற்ற பெரிய கொள்கலம்; அலம்பு தொட்டி ➪ **washbasin** பார்க்க.

sinus /ˈsaɪnəs/ *noun* [C, *often pl.*] one of the spaces in the bones of your face that are connected to your nose முகத்தில் மூக்குடன் இணைந்துள்ள எலும்புகளிலுள்ள இடைவெளிகளுள் ஒன்று; எலும்பு உட்புழை *I've got a terrible cold and my sinuses are blocked.* • *a sinus infection*

sip /sɪp/ *verb* [I, T] (**sipping; sipped**) to drink, taking only a very small amount of liquid into your mouth at a time விட்டுவிட்டு சிற்றளவுகளில் பானம் அருந்து; சிறுகச் சிறுகக் குடி; உறிஞ்சி உறிஞ்சிக் குடி *We sat in the sun, sipping lemonade.* ▶ **sip** *noun* [C]

siphon (*also* **syphon**) /ˈsaɪfn/ *verb* [T] **1 siphon sth into/out of sth; siphon sth off/out** to remove a liquid from a container, often into another container, through a tube குழாய் வழியாக ஒரு திரவத்தை ஒரு கொள்கலத்திலிருந்து பெரும்பாலும் வேறொரு கொள்கலத்திற்கு மாற்று; குழாய் வழியாக நீர்மம் மாற்று **2 siphon sth off; siphon sth (from/out of sb/sth)** to take money from a company illegally over a period of time ஒரு கால அளவில் சட்டத்திற்கு மாறாக ஒரு நிறுவனத்திலிருந்து பணம் எடுத்துக்கொள், சிறுகச் சிறுகப் பணத்தைக் கையாடல் செய்

sir /sɜː(r)/ *noun* **1** [*sing.*] used as a polite way of speaking to a man whose name you do not know, for example in a shop or restaurant, or to show respect கடை, உணவகம் முதலியவற்றில் பெயர் அறிந்திராத ஒருவருடன் இணக்க வணக்கத்துடன் அல்லது மரியாதையுடன் பேசப் பயன்படுத்தப்படுவது: ஐயா *I'm afraid we haven't got your size, sir.* ➪ **madam** பார்க்க. **2** [C] used at the beginning of a formal letter to a male person or male people ஓர் ஆணுக்கு அல்லது ஆண்களுக்கு எழுதும் முறைசார்ந்த கடிதத்தின் தொடக்கத்தில் பயன்படுத்தப்படுவது: ஐயா *Dear Sir...* • *Dear Sirs...* ➪ **Madam** பார்க்க. **3** /sə(r)/ [*sing.*] the title that is used in front of the name of a man who has received one of the highest British honours பிரிட்டிஷ் அரசின் உயர் நன்மதிப்புப் பட்டங்களுள் ஒன்று வழங்கப்பெற்ற ஆணின் பெயருக்கு முன் பயன்படுத்தப்படுவது; தகவாளர் அடைமொழி

siren /ˈsaɪrən/ *noun* [C] a device that makes a long, loud sound as a warning or signal ஓர் எச்சரிக்கையாக அல்லது அறிவிப்புக் குறியாக நீண்டு உரத்த ஒலி எழுப்பும் கருவி; சங்கு *an air-raid siren • Three fire engines raced past, sirens wailing.*

sirocco /sɪˈrɒkəʊ/ (*pl.* **siroccos**) *noun* [C] a hot wind that blows from Africa into Southern Europe ஆப்பிரிக்காவிலிருந்து தென் ஐரோப்பாவினுள் வீசும் வெப்பக் காற்று

sisal /ˈsaɪsl/ *noun* [U] strong thin threads made from the leaves of a tropical plant and used for making rope, floor coverings, etc. வெப்ப மண்டலத் தாவரம் ஒன்றின் இலைகளிலிருந்து தயாரிக்கப்படுவதும் வடக்கயிறு, தரைவிரிப்புகள் முதலியவை செய்யப் பயன்படுத்தப்படுவதுமான உறுதியான மெல்லிய இழைகள்; தாழையின நாரிழை

sister /ˈsɪstə(r)/ *noun* [C] **1** a girl or woman who has the same parents as another person உடன் பிறந்த சிறுமி அல்லது பெண்; உடன் பிறந்தாள்; தங்கை அல்லது தமக்கை; சகோதரி *I've got one brother and two sisters. • We're sisters.* ➪ **half-sister** மற்றும் **stepsister** பார்க்க.

> **NOTE** சகோதரர்கள், சகோதரிகள் இருபாலரையும் குறிக்கும் பொதுச் சொல் ஆங்கிலத்தில் இல்லை—*Have you got any brothers and sisters?* **Sibling** முறைசார்பு மிக்க சொல்லாகும்.

2 (*often* **Sister**) (*BrE*) a female hospital nurse in a high position உயர் படிநிலையில் உள்ள மருத்துவமனை செவிலிப் பெண் **3 Sister** a member of certain female religious groups; a **nun** சிலவகைப் பெண் சமயக் குழுக்களின் உறுப்பினர்; பெண் துறவி **4** (*usually used as an adjective*) a thing that belongs to the same type or group as sth else ஒரே வகையை அல்லது பிரிவைச் சார்ந்தவைகளுள் ஒன்று; உடனிணை/உடனிலைப் பொருள் *We have a sister company in Japan.* **5** (*informal*) a woman who you feel close to because she is a member of the same society, group, etc. as you தான் சார்ந்துள்ள அதே கழகம், குழு முதலியவற்றின் உறுப்பினராக உள்ளமையால் தான் தோழமை உணர்வு கொண்டுள்ள பெண்; உடனொத்த குழுவினள்; சகோதரி

sister-in-law *noun* [C] (*pl.* **sisters-in-law**) **1** the sister of your husband or wife கணவன் அல்லது மனைவியின் உடன்பிறந்தாள்; நாத்தனார் அல்லது கொழுந்தி **2** the wife of your brother உடன்பிறந்தான் மனைவி; அண்ணி அல்லது மைத்துனி

sit /sɪt/ *verb* (*pres. part.* **sitting**; *pt, pp* **sat** /sæt/) **1** [I] to rest your weight on your bottom, for example in a chair பிட்டம் தனது பளுவைத் தாங்குமாறு நாற்காலி முதலியவற்றில் நிலைகொள்; உட்கார் *We sat in the garden all afternoon. • She was sitting on the sofa, talking to her mother.* **2** [T] **sit sb (down)** to put sb into a sitting position; make sb sit down அமர்வு நிலையில் ஒருவரை இருத்து; உட்கார வை *He picked up his daughter and sat her down on a chair. • She sat me down and offered me a cup of tea.* **3** [I] to be in a particular place or position குறிப்பிட்ட இடத்தில் அல்லது நிலையில் இரு; பொருந்தியிரு *The letter sat on the table for several days before anybody opened it.* **4** [T] (*BrE*) to take an exam ஒரு தேர்வு எழுது; ஒரு தேர்வுக்குச் செல் *If I fail, will I be able to **sit the exam** again?* **5** [I] (*formal*) (used about an official group of people) to have a meeting or series of meetings (அதிகார நிலையில் உள்ளவர்கள் வகையில்) ஒரு கூட்டம் அல்லது தொடர் கூட்டங்கள் நடைபெறு; அவை கூடு

IDM **sit on the fence** to avoid saying which side of an argument you support ஒரு விவாதத்தில் தான் ஆதரிக்கும் தரப்பைக் கூறுவதைத் தவிர்

PHR V **sit about/around** (*informal*) to spend time doing nothing active or useful ஊக்கத்துடன் அல்லது பயனுள்ள முறையில் எதனையும் செய்யாது நேரம் போக்கு; வெற்றுப் பொழுதுபோக்கு; வீண் காலங்கழி *We just sat around chatting all afternoon.*

sit back to relax and not take an active part in what other people are doing மற்றவர்கள் ஈடுபட்டுள்ள ஒரு செயலில் முனைப்புடன் கலந்து கொள்ளாது ஓய்வமைதியுடன் இரு; ஒதுங்கி இரு *Sit back and take it easy while I make dinner.*

sit down to lower your body into a sitting position உட்கார் *He sat down in an armchair.*

sit sth out 1 to stay in a place and wait for sth unpleasant or boring to finish ஓரிடத்தில் நிலைகொண்டு இன்னாத அல்லது சலிப்பூட்டும் ஒன்று முடியும்வரை காத்திரு **2** to not take part in a dance, game, etc. நடனம், விளையாட்டு முதலியவற்றில் கலந்து கொள்ளாதிரு; பங்கு கொள்ளாது ஒதுங்கியிரு

sit through sth to stay in your seat until sth boring or long has finished சலிப்பூட்டுகிற அல்லது நீண்டுச் செல்கிற ஒன்று முடியும் வரை இருக்கையில் அமர்ந்திரு; சென்றுவிடாது இறுதிவரை தங்கியிரு

sit up 1 to move into a sitting position when you have been lying down or to make your back straight படுத்திருக்கும்போது அல்லது உடலைக் கோணாது வைத்துக்கொள்ளும் பொருட்டு அமர்வு நிலைக்கு வா; நிமிர்ந்து உட்கார் *Sit up straight and concentrate!* **2** to not go to bed although it is very late மிகு நேரமாகியும் படுக்கைக்குப் போகாதிரு; நெடுநேரம் விழித்திரு *We sat up all night talking.*

sitar *noun* [C] a musical instrument from India like a guitar, with a long neck and two sets of metal strings நீண்ட கழுத்துப் பகுதியும் இரண்டு வரிசை உலோக நாண்களும் கொண்ட கிதார் போன்ற இந்திய இசைக்கருவி வகை ➪ **music** பதிவில் படம் பார்க்க.

sitcom /ˈsɪtkɒm/ (*also* **situation comedy**) *noun* [C, U] a funny programme on television that shows the same characters in different amusing situations each week அதே பாத்திரங்கள் வெவ்வேறான சிரிப்பூட்டும் சூழல்களில் ஒவ்வொரு வாரமும் தோன்றும் தொலைக்காட்சி நகைச்சுவை நிகழ்ச்சி; சூழல்சார் நகைச்சுவை நாடகம்

site /saɪt/ *noun* [C] **1** a piece of land where a building was, is or will be situated ஒரு கட்டடம் இருந்த, அமைந்திருக்கிற அல்லது கட்டப்பட இருக்கிற நிலம்; மனையிடம்; மனை *a building/construction site • The company is looking for a site for its new offices.* **2** a place where sth has happened or that is used for sth ஒன்று நிகழ்ந்துள்ள அல்லது ஒன்றுக்காகப் பயன்படுத்தப்படுகிற இடம்; குறியிடம்; நிகழிடம்; இடம் *the site of a famous battle* **3** (*computing*) a place on the Internet where a company, an organization, a university, etc. puts information ஒரு வணிக நிறுவனம், ஓர் அமைப்பு, ஒரு பல்கலைக்கழகம் முதலியவை அது தொடர்பான தகவலை உள்ளிட்டு வைக்கும் இணையப் பகுதி; இணையத்தளம் ➪ **website** பார்க்க. ▶ **site** *verb* [T] (*written*) *They met to discuss the siting of the new school.*

sitting /ˈsɪtɪŋ/ *noun* [C] **1** a period of time during which a court of law or a parliament meets and does its work நீதிமன்றம் அல்லது நாடாளுமன்றம் கூடி அலுவல் நடத்தும் நேர/காலப் பகுதி; அமர்வு நேரம்/காலம் **2** a time when a meal is served in a school, hotel, etc. to a number of people at the same time பள்ளி, தங்குமனை முதலியவற்றில் ஓர் எண்ணிக்கையிலான ஆட்களுக்கு ஒரே சமயத்தில் சாப்பாடு பரிமாறப்படும் நேரம்; உண்டியமர்வு *Dinner will be in two sittings.*

sitting room (*BrE*) = **living room**

situated /ˈsɪtʃueɪtɪd/ *adj.* in a particular place or position குறிப்பிட்ட இடத்தில் அல்லது நிலையில் அமைந்துள்ள; இட/சூழல் அமைவுற்ற *The hotel is conveniently situated close to the beach.*

situation /ˌsɪtʃuˈeɪʃn/ *noun* [C] **1** the things that are happening in a particular place or at a particular time குறிப்பிட்ட இடத்தில் அல்லது சமயத்தில் நடந்துகொண்டிருப்பவை; நிலைமை; சூழ்நிலை *The situation in the north of the country is extremely serious. • the economic/financial/political situation* **2** (*written*) the position of a building, town, etc. in relation to the area around it சுற்றுப்பகுதியோடு தொடர்புபடுத்திக் காணப்படும் ஒரு கட்டடம், ஓர் ஊர் முதலியவற்றின் அமைவு நிலை; சுற்றுச் சார்பு நிலை **3** (*written, old-fashioned*) a job பணி; வேலை; வேலை வாய்ப்பு நிலை *Situations Vacant* (= the part of a newspaper where jobs are advertised)

sit-up *noun* [C] an exercise for the stomach muscles in which you lie on your back with your legs bent, then lift the top half of your body from the floor கால்கள் மடங்கிய நிலையில் மல்லாந்து படுத்துப் பின்னர் மேல்பாதி உடலைத் தரையிலிருந்து உயர்த்தும் வயிற்றுத் தசைகளுக்கான உடற்பயிற்சி *to do sit-ups*

six /sɪks/ *number* **1** 6 ஆறு என்ற எண்; ஆறு *The answers are on page six. • There are six of us for dinner tonight.* **2** **six-** (*in compounds*) having six of the thing mentioned குறிப்பிட்ட ஒன்றின் ஆறு எண்ணிக்கை கொண்ட; ஆறான *She works a six-day week.*

> **NOTE** தேதிகள், அளவீடுகள், விலைகள் முதலியவற்றில் எண்கள் பயன்படுத்தப்படும் முறை குறித்து மேலும் அறிய அகராதிப் பகுதியினை அடுத்துள்ள எண்கள் பற்றிய தனிப்பகுதியைப் பார்க்க.

sixteen /ˌsɪksˈtiːn/ *number* 16 பதினாறு என்ற எண்; பதினாறு

> **NOTE** வாக்கியங்களில் எண்களைப் பயன்படுத்தும் முறை பற்றிய எடுத்துக்காட்டுகள் **six** பதிவில் தரப்பட்டுள்ளன.

sixteenth /ˌsɪksˈtiːnθ/ *det.*, adj; *adv.* 16th பதினாறாவது; பதினாறாமவர்; பதினாறாவதான; பதினாறாவதாக ➪ **sixth**[1] பதிவிலுள்ள எடுத்துக்காட்டுகள் பார்க்க.

sixth[1] /sɪksθ/ *det.*, adj; *adv.* 6th ஆறாவது; ஆறாமவர்; ஆறாவதான; ஆறாவதாக *I've had five cups of tea already, so this is my sixth. • This is the sixth time I've tried to phone him.*

> **NOTE** தேதிகள்; அளவுகள், விலைகள் முதலியவற்றிலுள்ள எண்களைப் பற்றி மேலும் அறிய அகராதியின் பிற்பகுதியிலிருக்கும் எண்கள் தொடர்பான சிறப்புப் பகுதியைப் பார்க்க.

sixth[2] /sɪksθ/ *noun* [C] the fraction $^1/_6$; one of six equal parts of sth ஆறில் ஒன்று; $^1/_6$ என்ற பின்ன எண்; ஒரு பொருளின் ஆறு சமப் பகுதிகளில் ஒன்று; ஆறில் ஒரு கூறு

sixtieth /ˈsɪkstiəθ/ *det., adv.* 60th அறுபதாவது; அறுபதாமவர்; அறுபதாவதான; அறுபதாவதாக ➪ **sixth** பதிவிலுள்ள எடுத்துக்காட்டுகளைப் பார்க்க.

sixty /ˈsɪksti/ *number* 1 60 அறுபது என்ற எண்; அறுபது *Sixty people went to the meeting. • There are sixty pages in the book. • He retired **at sixty**.*

NOTE வாக்கியங்களில் எண்களைப் பயன்படுத்தும் முறை பற்றிய எடுத்துக்காட்டுகள் **six** பதிவில் தரப்பட்டுள்ளன.

2 the sixties [*pl.*] the numbers, years or temperatures between 60 and 69; the 60s அறுபதிற்கும் அறுபத்தொன்பதிற்கும் இடைப்பட்ட எண்ணிக்கைகள், ஆண்டுகள் அல்லது தட்பவெப்ப அளவு; அறுபதுகள் *I don't know the exact number of members, but it's in the sixties.* • *My father passed out from school in the early sixties.*

IDM **in your sixties** between the age of 60 and 69, (வயது வகையில்) 60-க்கும் 69-க்கும் இடைப்பட்டதாக; அறுபதுகளில் *I'm not sure how old she is but I should think she's in her sixties.* • *in your **early/mid/late sixties***

NOTE தேதிகள், அளவுகள், விலைகள் முதலியவற்றில் உள்ள எண்களைப் பற்றி மேலும் அறிய அகராதியின் பின்னால் இருக்கும் (எண்கள்) சிறப்புப்பகுதியைப் பார்க்க.

size¹ /saɪz/ *noun* **1** [U] how big or small sth is ஒன்று எவ்வளவு பெரியது அல்லது சிறியது என்னும் கணக்கு; பெருமை, சிறுமை நிலை; உருவளவு *I was surprised at the size of the hotel. It was enormous!* • *The planet Uranus is about four times the size of Earth.*

NOTE ஒன்றின் உருவளவைப் பற்றி வினவும்போது வழக்கமாக நாம் கூறுவது How big...? (எவ்வளவு பெரிது?) என்பதாகும்.—*How big is your house?* வரையறுக்கப்பட்ட பல அளவுகளில் உருவாக்கப்படும் ஒன்றின் அளவு பற்றி வினவும்போது 'What size...?' (என்ன அளவு?) எனக் கூறுகிறோம்—***What size** shoes do you take?* • *What size are you* (= when buying clothes)*?*

2 [C] one of a number of fixed measurements in which sth is made உருவாக்கப்படும் ஒன்றின் வரையறுக்கப்பட்ட பல அளவுகளுள் ஒன்று; வரையளவு; கட்டளை அளவு; பரிமாணம் *Have you got this dress **in a** bigger **size**?* • *What size pizza would you like? Medium or large?* **3 -sized** (*also* **-size**) (*used to form compound adjectives*) of the size mentioned குறிப்பிடப்பட்ட அளவை உடைய *a medium-sized flat* • *a king-size beds*

size² /saɪz/ *verb*

PHR V **size sb/sth up** to form an opinion or judgement about sb/sth ஒருவர்/ஒன்று குறித்து ஒரு கருத்து அல்லது மதிப்பீடு உருவாக்கிக்கொள்; மதிப்பிடு

sizeable (*also* **sizable**) /ˈsaɪzəbl/ *adj.* quite large ஓரளவுக்குப் பெரிய அளவான; சற்றே பெரும்படியான *a sizeable sum of money*

sizzle /ˈsɪzl/ *verb* [I] to make the sound of food frying in hot fat சூடான எண்ணெய்யில் வறுபடும் உணவின் ஒலி எழுப்பு; வறுப்பொலி செய்

skate¹ /skeɪt/ *noun* [C] **1** (*also* **ice skate**) a boot with a thin sharp metal part on the bottom that is used for moving on ice பனிப்பரப்பில் செல்வதற்கு பயன்படுத்தப்படும் அடியில் மெல்லிய கூர்மையான உலோகப்பகுதி உடைய காலணி வகை; பனிச்சறுக்குப் புதைமிதி **2 = roller skate 3** a large flat sea fish that can be eaten உணவாகப் பயன்படுத்தப்படும் பெரிய தட்டையான கடல்மீன் வகை

skate² /skeɪt/ *verb* [I] **1** (*also* **ice-skate**) to move on ice wearing special boots (**ice skates**) பனிச்சறுக்குக் காலணி அணிந்து பனிப்பரப்பில் சறுக்கிச் செல் *Can you skate?* • *They skated across the frozen lake.*

NOTE **Go skating** என்பது இன்பப் பொழுதுபோக்காகப் பனி மீது சறுக்கிச் செல்வதைக் குறிக்கும் பொது வழக்காகும்.

2 = roller skate ▶ **skater** *noun* [C]

skateboard /ˈskeɪtbɔːd/ *noun* [C] a short narrow board with small wheels at each end that you can stand on and ride as a sport ஒரு விளையாட்டாக மேலே நின்று செலுத்திச் செல்லக்கூடிய, ஒவ்வொரு முனையிலும் சிறு சக்கரங்கள் பொருத்தப்பட்ட, நீளம் குறைந்த ஒடுக்கமான பலகை; உருள் சக்கரப் பலகை ▶ **skateboarding** *noun* [U] *When we were children we used to **go skateboarding** in the park.*

skating /ˈskeɪtɪŋ/ *noun* [U] **1** (*also* **ice skating**) the activity or sport of moving on ice wearing special boots பனிச்சறுக்குக் காலணி அணிந்து பனிப்பரப்பில் சறுக்கிச் செல்லும் செயல் அல்லது விளையாட்டு; பனிச் சறுக்கு *Would you like to **go skating** this weekend?* **2 = roller skating**

skating rink (*also* **ice rink; rink**) *noun* [C] a large area of ice, or a building containing a large area of ice, that is used for skating on பனிச்சறுக்குக்குப் பயன்படுத்தப்படும் பெரும் பனிப்பரப்பு அல்லது பெரும் பனிப்பரப்பு அமைக்கப்பட்டுள்ள கட்டடம்

skeleton¹ /ˈskelɪtn/ *noun* [C] the structure formed by all the bones in a human or animal body மனித அல்லது விலங்கு உடலிலுள்ள அனைத்து எலும்புகளின் கட்டமைப்பு; எலும்புக்கூடு *the human skeleton* • *a dinosaur skeleton*

skeleton² /ˈskelɪtn/ *adj.* (used about an organization, a service, etc.) having the smallest number of people that is necessary for it to operate (ஒரு நிறுவனம், பணித்துறை முதலியவை

பற்றிக் குறிப்பிடுகையில்) செயல் நடைபெறுவதற்கு வேண்டிய அடிமட்ட எண்ணிக்கையிலான ஆட்களையுடைய; இன்றியமையாத பணியாளர்கள் மட்டுமே உள்ள

skeptic, skeptical, skepticism (*AmE*) = **sceptic, sceptical, scepticism**

sketch /sketʃ/ *noun* [C] **1** a simple, quick drawing without many details விவரக் கூறுகள் பலவும் உள்ளடங்கியிராத எளிமையான குறைந்த நேரத்தில் உருவாக்கப்படும் வரைபடம்; முதனிலை மாதிரிப்படம் *He drew a* ***rough sketch*** *of the new building on the back of an envelope.* **2** a short description without any details நுணுக்க விவரங்கள் உள்ளடங்கியிராத சிறு வர்ணனை; மேலோட்ட வர்ணனை; சுருக்கக் கட்டுரை ▶ **sketch** *verb* [I, T] **1** *I sat on the grass and sketched the castle.*

sketchy /ˈsketʃi/ *adj.* not having many or enough details பல அல்லது போதிய விவரக் கூறுகள் உள்ளடங்கியிராத; மேலோட்டமான; சுருக்கமான

skewer /ˈskjuːə(r)/ *noun* [C] a long thin pointed piece of metal or wood that is pushed through pieces of meat, vegetables, etc. to hold them together while they are cooking சமைக்கப்படும்போது இறைச்சி, காய்கறிகள் முதலியவற்றை ஒன்று சேர்த்துப் பிடித்திருப்பதற்காக அவற்றின் ஊடாக உட்செலுத்தப்படும் நீண்டு மெல்லிய கூர்மையான மர அல்லது உலோகப் பொருள்; பற்று கம்பி ▶ **skewer** *verb* [T]

ski¹ /skiː/ *verb* [I] (*pres. part.* **skiing**; *pt, pp* **skied**) to move over snow on skis பனிச்-சறுக்குக் கட்டை பொருத்தப்பட்ட காலணிகளைப் பயன்படுத்திப் பனிப்பரப்பில் சறுக்கிச் செல் *When did you learn to ski?* • *They* ***go skiing*** *every year.* ▶ **ski** *adj. a ski resort/instructor/slope/suit* ▶ **skiing** *noun* [U] *alpine/downhill/cross-country skiing*

ski² /skiː/ *noun* [C] one of a pair of long, flat, narrow pieces of wood or plastic that are fastened to boots and used for sliding over snow பனிப்பரப்பில் சறுக்கிச் செல்லப் பயன்படுத்தப்படுவனவும் புதைமிதிகளில் இணைத்துப் பொருத்தப்படுபவையுமான இரண்டு நீண்டு தட்டையான அகலம் குறைந்த மர அல்லது பிளாஸ்டிக் பொருள்களில் ஒன்று; பனிச் சறுக்குக் கட்டை *a pair of skis*

skid /skɪd/ *verb* [I] (**ski<u>dd</u>ing; ski<u>dd</u>ed**) (usually used about a vehicle) to suddenly slide forwards or sideways without any control (வழக்கமாக ஊர்தி வகையில்) திடீரெனக் கட்டுப்பாடு இழந்து முன்னோக்கி அல்லது பக்கவாட்டில் சறுக்கு அல்லது நழுவிச்செல் *I skidded on a patch of ice and hit a tree.* ▶ **skid** *noun* [C] *The car went into a skid and came off the road.*

skier /ˈskiːə(r)/ *noun* [C] a person who skis சறுக்குக்கட்டைக் காலணி அணிந்து பனிப்பரப்பில் சறுக்கிச் செல்பவர்; பனிச்சறுக்கு மேற்கொள்பவர் *Meena's a good skier.*

skilful (*AmE* **skillful**) /ˈskɪlfl/ *adj.* **1** (used about a person) very good at doing sth (ஆள் வகையில்) ஒன்றைச் செய்வதில் திறமுடைய; செயல் வல்லமையுடைய; கை தேர்ந்த *a skilful painter/politician* • *He's very skilful with his hands.* **2** done very well மிகச் சிறப்பாகச் செய்யப்பட்ட; தேர்ச்சித் திறம் வெளிப்படுகிற; திறமை மிக்க *skilful guitar playing* ▶ **skilfully** /skɪlfəli/ *adv.*

skill /skɪl/ *noun* **1** [U] the ability to do sth well, especially because of training, practice, etc. குறிப்பாக, பயிற்சி, பழக்கம் முதலியவற்றின் காரணமாக, ஒன்றை நல்ல முறையில் செய்யும் ஆற்றல்; செயல் திறம்; பயில் திறன்; கைத்திறம் *It takes great skill to make such beautiful jewellery.* **2** [C] an ability that you need in order to do a job, an activity, etc. well ஒரு பணி, செயல் முதலியவற்றை நல்ல முறையில் செய்வதற்குத் தேவைப்படும் ஆற்றல்; தனித் திறம்; நுட்பத் திறம்; பயிற்சித் திறம் *The course will help you to develop your reading and listening skills.* • *management skills*

skilled /skɪld/ *adj.* **1** (used about a person) having skill; skilful (ஆள் வகையில்) செயல் திறன் வாய்ந்த; கை தேர்ந்த; பயிற்சித்திறம் உடைய *a skilled worker* **2** (used about work, a job etc.) needing skill or skills; done by people who have been trained (வேலை, பணி முதலியவை வகையில்) பயிற்சித் திறன் அல்லது தனித்திறம் வேண்டப்படுகிற; பயிற்சித் திறன் உடையவர்களால் செய்யப்படுகிற *a highly skilled job* • *Skilled work is difficult to find in this area.* ✪ OPP **unskilled**

skillet /ˈskɪlɪt/ (*AmE*) = **frying pan**

skim /skɪm/ *verb* (**ski<u>mm</u>ing; ski<u>mm</u>ed**) **1** [T] **skim sth (off/from sth)** to remove sth from the surface of a liquid ஒரு திரவத்தின் மேற்பரப்பிலிருந்து ஒன்றை நீக்கு; ஆடை எடு; ஏடு நீக்கு *to skim the cream off the milk* **2** [I, T] to move quickly over or past sth, almost touching it or touching it slightly ஒன்றுக்கு மிக அணுக்கமாக அல்லது ஒன்றை இலேசாகத் தொட்டுக்கொண்டு அதன் மேல் அல்லது அதனைக் கடந்து விரைவாகச் செல்/செலுத்து; மேலீடாகச் செல்/செலுத்து; தடவிச் செல் *The plane flew very low, skimming the tops of the buildings.* **3** [I, T] **skim (through/over) sth** to read sth quickly in order to get the main idea, without paying attention to the details and without reading every word ஒன்றின் முதன்மைக் கருத்தைப் பெறவேண்டி, அதன்

விவரக் கூறுகளில் கவனம் செலுத்தாமல், மற்றும் ஒவ்வொரு சொல்லையும் படித்துக் கொண்டிராமல், அதனை விரைவாகப் படி; மேலோட்டமாகப் படி *I usually just skim through the newspaper in the morning.*

skimmed milk *noun* [U] milk from which the cream has been removed ஏடு அகற்றப்பட்ட பால்; ஆடை நீக்கிய பால்

skimpy /'skɪmpi/ *adj.* using or having less than is necessary; too small or few தேவைக்குக் குறைவாக ஒன்றைப் பயன்படுத்துகிற அல்லது வைத்திருக்கிற; மிகக் குறைவான அல்லது மிகச் சிறிய

skin[1] /skɪn/ *noun* [C, U] **1** the natural outer covering of a human or animal body மனித அல்லது விலங்கு உடலில் இயற்கையாக அமைந்துள்ள மேலுறை; புறத்தோல்; உடற் தோல் *to have (a) fair/dark/sensitive skin • skin cancer* **2 -skinned** (*used to form compound adjectives*) having the type of skin mentioned குறிப்பிடப்பட்ட வகையான தோலுடைய *My sister's very dark-skinned.* **3** (*often in compounds*) the skin of a dead animal, with or without its fur, used for making things பொருள்கள் தயாரிக்கப் பயன்படுத்தப்படும் மயிருடன் கூடிய அல்லது மயிர் நீக்கப்பட்ட இறந்த விலங்கின் தோல்; பதத்தோல் *a sheepskin jacket • a bag made of crocodile skin* **4** the natural outer covering of some fruits or vegetables; the outer covering of a sausage சிலவகைப் பழங்கள் மற்றும் காய்கறிகளில் இயற்கையாக அமைந்துள்ள வெளிப்புறத் தோலி; புறச் சவ்விதழ்; கொத்திறைச்சிக் குழலப்பத்தின் (சாசேஜ்) பொதியுறை *(a) banana/tomato skin* ➪ **rind** பதிவிலுள்ள குறிப்பைப் பார்க்க. **5** the thin solid surface that can form on a liquid திரவத்தின் மேல் உண்டாகும் மெல்லிய திண் பரப்பு; ஏடு; ஆடை *A skin had formed on top of the milk.*

IDM by the skin of your teeth (*informal*) (used to show that sb almost failed to do sth) only just (கிட்டத்தட்ட தோல்வியுறும் நிலைக்கு ஒருவர் வந்துவிட்டதைக் குறிக்கப் பயன்படுத்தப்படுவது) மயிரிழையில்; மிக இடர்ப்பட்டு *I ran into the airport and caught the plane by the skin of my teeth.*

have a thick skin ➪ **thick**[1] பார்க்க.

skin-deep (used about a feeling or an attitude) not as important or as strongly felt as it appears to be; superficial (உணர்ச்சி அல்லது மனப்போக்கு வகையில்) வெளியே காணப்படும் அளவுக்கு முக்கியமானதாக அல்லது தீவிரமானதாக இல்லாத; மேற்போக்கான; ஆழ் உணர்ச்சியற்ற *I knew his concern about me was only skin-deep.*

skin[2] /skɪn/ *verb* [T] (**skinning; skinned**) to remove the skin from sth ஒன்றின் தோலை நீக்கு; தோல் உரி

IDM keep your eyes peeled/skinned (for sb/sth) ➪ **eye**[1] பார்க்க.

skinhead /'skɪnhed/ *noun* [C] a young person with shaved or extremely short hair மழிக்கப்பட்ட அல்லது மிகக் குட்டையான முடியுடைய இளம் வயதினர்

skinny /'skɪni/ *adj.* (used about a person) too thin (ஆள் வகையில்) மிகவும் மெலிந்துள்ள; ஒல்லியான; எலும்பும் தோலுமான; ஒடிசலான ➪ **thin** பதிவிலுள்ள குறிப்பைப் பார்க்க.

skintight *adj.* (used about a piece of clothing) fitting very tightly and showing the shape of the body (ஆடை வகையில்) இறுக்கமாகவும் உடல் உருவமைப்பைக் காட்டக் கூடியதாகவும் உள்ள; கட்டிறுக்கமான

skip[1] /skɪp/ *verb* (**skipping; skipped**) **1** [I] to move along quickly and lightly in a way that is similar to dancing, with little jumps and steps, from one foot to the other அடிக்கு அடி சிறு குதிப்புகள் மற்றும் சிறு அடி வைப்புகளுடன் கூடிய, நாட்டியம் போன்ற இயக்கமாக, விரைந்தும் மென்மையாகவும் முன்னேறிச் செல்; மெல்லடியிட்டுத் துள்ளி நட *A little girl came skipping along the road. • Lambs were skipping about in the field.* **2** [I] to jump over a rope that you or two other people hold at each end, turning it round and round over the head and under the feet இரண்டு முனைகளிலும் தானோ வேறு இருவரோ பிடித்துக்கொண்டு தனது தலைக்கு மேலும் காலுக்குக் கீழுமாக வட்டமாகச் சுழற்றிக் கொண்டிருக்கும் கயிற்றைத் தாண்டிக் குதி; கயிறு தாவு ஆட்டமாடு; தவ்வாட்டம் ஆடு *Some girls were skipping in the playground.* **3** [T] to not do sth that you usually do or should do வழக்கமாகச் செய்யும் அல்லது செய்ய வேண்டிய ஒன்றைச் செய்யாது விடு; தாண்டி மேல் செல்; தவிர் *I got up rather late, so I skipped breakfast.* **4** [T] to miss the next thing that you would normally read, do, etc. வழக்கமாக அடுத்து படிக்கவேண்டியதை அல்லது செய்யவேண்டியதைத் தவறவிடு; தவறுதலாக இடைவிட்டுச் செல் *I accidentally skipped one of the questions in the test.*

skip[2] /skɪp/ *noun* [C] **1** a small jumping movement சிறு துள்ளல் இயக்கம்; துள்ளல்; குதி

skipper /'skɪpə(r)/ *noun* [C] (*informal*) the captain of a boat or ship, or of a sports team படகு அல்லது கப்பல் அல்லது விளையாட்டு அணி ஒன்றின் தலைவர்

skipping rope *noun* [C] a rope, often with handles at each end, that you turn over your head and then jump over, for fun or for exercise விளையாட்டாக அல்லது உடற்பயிற்சிக்காக தலைக்கு மேலும் காலுக்குக் கீழுமாக வட்டமாகச் சுழற்றிக்கொண்டு தாண்டிக் குதிக்கும்,

பெரும்பாலும் இரு முனைகளிலும் கைப்பிடியுடன் கூடிய, கயிறு; தவ்வாட்டக் கயிறு

skirmish /ˈskɜːmɪʃ/ *noun* [C] a short fight between groups of people குழுக்களுக்கு இடையே நடைபெறும் சிறு சண்டை; சில்லறைச் சண்டை; சிறு கைகலப்பு

skirt[1] /skɜːt/ *noun* [C] **1** a piece of clothing that is worn by women and girls and that hangs down from the waist பெண்கள் மற்றும் சிறுமியர் இடுப்பிலிருந்து தொங்கும் ஆடை; பெண்டிர் பாவாடை ⇨ **culottes** பார்க்க. **2** an outer covering or protective part for the base of a vehicle or machine ஊர்தியின் அல்லது இயந்திரத்தின் அடிப்பகுதிக்கான வெளிப்புற மூடி அல்லது காப்புப்பகுதி; அடிக்காப்புறை *the rubber skirt around the bottom of a hovercraft* ⇨ **boat** பதிவில் படம் பார்க்க.

skirt[2] /skɜːt/ *verb* [I, T] to go around the edge of sth ஒன்றின் விளிம்பினைச் சுற்றிச் செல்; ஓரமாகச் செல்

PHR V **skirt round sth** to avoid talking about sth in a direct way ஒன்று குறித்து நேர்முகமாகப் பேசுவதைத் தவிர்; விட்டு விலகிச் செல் *The manager skirted round the subject of our pay increase.*

skit /skɪt/ *noun* [C] a short funny performance or a piece of writing that mimics sth to show how silly it is ஒன்று எவ்வளவு அபத்தமானது என்பதைக் காட்ட அதைக் கிண்டலாகப் பிரதிபலிக்கும் சுருக்கமான வேடிக்கை நிகழ்ச்சி அல்லது எழுத்துப்படைப்பு; நையாண்டித்துணுக்கு

skittles /ˈskɪtlz/ *noun* [U] a game in which players try to knock down as many bottle-shaped objects (**skittles**) as possible by throwing or rolling a ball at them ஆட்டக்காரர்கள் பந்தை எறிந்து அல்லது உருட்டி விட்டுப் புட்டி வடிவப் பொருள்களை இயன்ற எண்ணிக்கையில் இடித்துத் தள்ள முயலும் விளையாட்டு வகை

skulk /skʌlk/ *verb* [I] to stay somewhere quietly and secretly, hoping that nobody will notice you, especially because you are planning to do sth bad குறிப்பாக, தீய செயல் ஒன்றைச் செய்யும் திட்டத்துடன், தன்னை யாரும் கவனிக்க மாட்டார்கள் என்ற நம்பிக்கையில், ஓரிடத்தில் அரவமின்றி மறைவாகக் காத்திரு; தீய நோக்குடன் பதுங்கியிரு

skull /skʌl/ *noun* [C] the bone structure of a human or animal head மனித அல்லது விலங்குத் தலையின் எலும்புக் கட்டமைப்பு; மண்டை ஓடு; கபாலம் *She suffered a fractured skull in the fall.* ⇨ **body** பதிவில் படம் பார்க்க.

sky /skaɪ/ *noun* [C, *usually sing.*] [U] (*pl.* **skies**) the space that you can see when you look up from the earth, and where you can see the sun, moon and stars ஆகாயம்; வானம் *a cloudless/clear blue sky* • *I saw a bit of blue sky between the clouds.* • *I saw a plane high up* ***in the sky***.

sky-high *adj., adv.* very high மிக உயரமான/உயரமாக; வானளாவிய

skyline /ˈskaɪlaɪn/ *noun* [C] the shape that is made by tall buildings, etc. against the sky வானத்திற்கு எதிராகக் காணப்படும் உயர்ந்த கட்டடங்கள் முதலியவற்றின் உருத்தோற்றம்; வானகப் பின்னணியில் காணும் உயரமான பொருள்களின் தோற்ற அமைதி *the Mumbai skyline*

skyscraper /ˈskaɪskreɪpə(r)/ *noun* [C] an extremely tall building மிக உயரமான கட்டடம்; வானளாவிய கட்டடம்

slab /slæb/ *noun* [C] a thick, flat piece of sth ஒன்றின் திண்ணிய, தட்டையான துண்டு; பாளம் *huge concrete slabs*

slack /slæk/ *adj.* **1** loose; not tightly stretched தளர்த்தியான; விறைப்பாக இழுத்து நீட்டப்பட்டிராத; தொய்வான *Leave the rope slack.* **2** (used about a period of business) not busy; not having many customers (வாணிபத்தின் ஒரு காலப்பகுதி பற்றிக் கூறுகையில்) தொழில் மும்முரமாக நடைபெறாத; வாடிக்கையாளர் வரவு குறைந்த; மந்தமான *Trade is very slack here in winter.* **3** not carefully or properly done விழிப்புணர்ச்சியுடன் அல்லது சரியான முறையில் செய்யப்படாத; உன்னிப்பில்லாத; தொய்வான *Slack security made terrorist attacks possible.* **4** (used about a person) not doing your work carefully or properly (ஆள் வகையில்) தனது வேலையைக் கவனமாக அல்லது சரியான முறையில் செய்யாத; அசட்டைப் போக்குடைய; அக்கறையற்ற; தவற்றுக்கு இடமளிக்கிற *You've been rather slack about your homework lately.*

slacken /ˈslækən/ *verb* [I, T] **1** to become or make sth less tight இறுக்கம் தளர்வுறு; ஒன்றின் இறுக்கத்தைத் தளர்த்து *The rope slackened and he pulled his hand free.* **2 slacken (sth) (off)** to become or make sth slower or less active வேகம் அல்லது சுறுசுறுப்பு குறைவுறு; ஒன்றின் வேகத்தை அல்லது சுறுசுறுப்பைக் குறையச் செய்; மந்தமாக்கு *He slackened off his pace towards the end of the race.*

slacks /slæks/ *noun* [*pl.*] trousers (especially not very formal ones) (குறிப்பாக முறைசார் சூழல்களுக்கு ஏற்றதல்லாத) முழுக்காற் சட்டை *a pair of slacks*

slag /slæg/ *noun* [U] the waste material that is left after metal has been removed from rock பாறையிலிருந்து உலோகம் எடுக்கப்பட்ட பின் எஞ்சியுள்ள கழிவு; உலோகக் கசடு; தாது மண்டம்

slain ➪ **slay** என்பதன் இறந்தகால வினையெச்ச வடிவம்

slake /sleɪk/ *verb* [T] (*literary*) **1 slake your thirst** to drink in a manner so that you no longer feel thirsty வேட்கை அடங்குமாறு நீர் குடி; தாகம் தணி ✪ SYN **quench 2** to satisfy a desire ஒரு விருப்பத்தை நிறைவேற்று; அவா நிறைவு செய்

slam /slæm/ *verb* (**slamming; slammed**) **1** [I, T] to shut or make sth shut very loudly and with great force உரத்த ஓசையுடனும் பெரும் விசையுடனும் மூடிக்கொள் அல்லது ஒன்றை மூடு தடாலென அடைபடு அல்லது அடை *I heard the front door slam.* • *She slammed her book shut.* **2** [T] to put sth somewhere very quickly and with great force மிகு விரைவாகவும் மிக்க விசையுடனும் ஒன்றை ஓரிடத்தில் வை; தடாலென்று போடு *He slammed the book down on the table and stormed out.* ➪ **grand slam** பார்க்க.

slander /ˈslɑːndə(r)/ *noun* [C, U] a spoken statement about sb that is not true and that is intended to damage the good opinion that other people have of him/her; the legal offence of making this kind of statement உண்மையல்லாததும் ஒருவரது நற்பெயரைக் கெடுக்கும் நோக்கமுடையதுமான பேச்சு; அவதூறு; அவதூறு பேசுவதாகிய சட்டப்படியான குற்றம் ▶ **slander** *verb* [T] ▶ **slanderous** /ˈslɑːndərəs/ *adj.*

slang /slæŋ/ *noun* [U] very informal words and expressions that are more common in spoken language. Slang is sometimes used only by a particular group of people (for example students, young people, criminals) and often stays in fashion for a short time. Some slang is not polite பேச்சு வழக்கில் மிகப் பரவலாகக் காணப்படும் முறைசாராச் சொற்களும் தொடர்களும்; கொச்சை வழக்கு; சில சமயங்களில் கொச்சை வழக்கு (மாணவர்கள், இளைஞர்கள், குற்றச் செயல்களில் ஈடுபடுவோர் முதலிய) குறிப்பிட்ட பிரிவினரால் பயன்படுத்தப்படுகிறது. கொச்சை வழக்கு சின்னாள் வாழ்வுடையது. சில கொச்சைச் சொற்கள் பண்பினிமையற்றவை. *'Fag' is slang for 'cigarette' in British English.*

slant¹ /slɑːnt/ *verb* **1** [I] to be at an angle, not vertical or horizontal நேர் நிமிர்வு நிலையிலோ கிடைநிலையிலோ இல்லாது சாய்வு நிலையில் இரு; சாய்ந்திரு *My handwriting slants backwards.* **2** [T] (*usually passive*) to describe information, events, etc. in a way that supports a particular group or opinion குறிப்பிட்ட குழுவிற்கு அல்லது கருத்திற்கு ஆதரவாக அமையும் முறையில் தகவல்கள், நிகழ்வுகள் முதலியவற்றை எடுத்துரை; ஒரு சார்பாகக் கருத்துக் கூறு ▶ **slanting** *adj. She has beautiful slanting eyes.*

slant² /slɑːnt/ *noun* **1** [*sing.*] a position at an angle, not horizontal or vertical நேர் நிமிர்வு நிலையிலோ கிடைநிலையிலோ இல்லாத, சாய்வு நிலை; சாய்வு; சரிவு; கோட்டம் *The sunlight fell on the table **at a slant**.* **2** [C] a way of thinking, writing, etc. about sth, that sees things from a particular point of view குறிப்பிட்ட கோணத்திலிருந்து நோக்கும் முறையிலான சிந்தனைப் போக்கு, எழுத்து முதலியவை; ஒருசார்பு நிலை; ஒருபுடைச் சார்பு; திரிபு நிலை

slap¹ /slæp/ *verb* [T] (**slapping; slapped**) **1** to hit sb/sth with the inside of your hand when it is flat விரிந்த நிலையிலுள்ள உள்ளங்கையால் ஒருவரை/ஒன்றை அடி; அறை *She **slapped** him **across the face**.* • *People slapped him on the back and congratulated him on winning.* **2** to put sth onto a surface quickly and carelessly விரைவாகவும் அலட்சியமாகவும் ஒரு பரப்பின் மீது ஒன்றை வை; சட்டென விசையுடன் போடு ▶ **slap** *noun* [C] *I gave him a slap across the face.*

slap² /slæp/ (*also* **slap bang**) *adv.* (*informal*) used to show that sth happens accidentally at a bad time or place மோசமான நேரத்தில் அல்லது இடத்தில் எதிர்பாராது ஒன்று நிகழ்வதைக் குறிக்கப் பயன்படுத்தப்படுவது: சட்டென்று; திடீர் என்று *I hurried round the corner and walked slap into someone coming the other way.*

slapstick /ˈslæpstɪk/ *noun* [U] a type of humour that is based on simple physical jokes, for example people falling over or hitting each other ஒருவர் மீது ஒருவர் விழுதல், மோதிக் கொள்ளுதல் முதலிய சாதாரணமான உடல் சார்ந்த சிரிப்பூட்டும் செயல்களை அடிப்படையாகக் கொண்ட நகைச்சுவை வகை; கிளர்ச்சியூட்டும் ஆரவார நகையாட்டம்

slash¹ /slæʃ/ *verb* **1** [I, T] **slash (at) sb/sth** to make or try to make a long cut in sth with a violent movement தாக்கு விசையுடன் ஒன்றில் நீண்ட பிளவு உண்டாக்கு அல்லது உண்டாக்க முயல்; வெட்டிப் பிள **2** [T] to reduce an amount of money, etc. very much பணத்தொகை முதலியவற்றை பெருமளவு குறை *The price of coffee has been slashed by 20%.*

slash² /slæʃ/ *noun* [C] **1** a sharp movement made with a knife, etc. in order to cut sb/sth ஒருவரை/ஒன்றை வெட்டும் பொருட்டுக் கத்தி முதலியவற்றைச் சட்டென விரைந்து இயக்குதல்; வீச்சடி **2** a long narrow wound or cut நீண்டு ஒடுக்கமான காயம் அல்லது வெட்டு; வீச்சடித் தடம்; கீறல் காயம் **3** (*BrE* **oblique**) the symbol (/) used to show **alternatives**, for example 'lunch and/or dinner', and also to write **fractions**, as in '$^1/_6$' வெவ்வேறான சாத்தியக் கூறுகளைக் காட்டவும் பின்னப் பகுதிகளின்

இடைக்கோடாகவும் பயன்படுத்தப்படும் (/) என்ற குறி; சாய்கோடு ➪ **backslash** பார்க்க.

slat /slæt/ *noun* [C] one of a series of long, narrow pieces of wood, metal or plastic, used in furniture, fences, etc. அறைக்கலங்கள், வேலிகள் முதலியவற்றில் பயன்படுத்தப்படும் நீண்டு குறுகிய மர, உலோக அல்லது பிளாஸ்டிக் துண்டுகளின் வரிசைத் தொகுதியில் ஒன்று; பட்டிகை; சட்டம்

slate /sleɪt/ *noun* **1** [U] a type of dark grey rock that can easily be split into thin flat pieces தட்டையான மெல்லிய பலகைகளாக எளிதில் பிளக்கப்படத் தக்க கரும் சாம்பல் நிறப் பாறை வகை; பலகைக்கல்; சிலேட்டுப் பலகை **2** [C] one of the thin flat pieces of slate that are used for covering roofs மோடு/கூரை வேயப் பயன்படுத்தப்படும் பலகைக்கல்

slaughter /ˈslɔːtə(r)/ *verb* [T] **1** to kill an animal, usually for food வழக்கமாக உணவுக்காக, ஒரு விலங்கைக் கொல்; இறைச்சிக்காக வெட்டு **2** to kill a large number of people at one time, especially in a cruel way குறிப்பாக கொடுமையான முறையில், ஒரே சமயத்தில் மிகப் பலரைக் கொல்; வெட்டிக் குவி; படுகொலை செய் *Men, women and children were slaughtered and whole villages destroyed.* ➪ **kill** பதிவிலுள்ள குறிப்பைப்பார்க்க. ▶ **slaughter** *noun* [U]

slaughterhouse /ˈslɔːtəhaʊs/ (*BrE* **abattoir**) *noun* [C] a place where animals are killed for food இறைச்சிக்காக விலங்குகள் கொல்லப்படும் இடம்; இறைச்சிக் கொட்டில்

slave[1] /sleɪv/ *noun* [C] (in past times) a person who was owned by another person and had to work for him/her (கடந்த காலங்களில்) ஒருவரது உடைமையாக இருந்து அவருக்காக ஊழியம் செய்ய வேண்டியிருந்தவர்; அடிமை ▶ **slavery** *noun* [U] *the abolition of slavery in America*

slave[2] /sleɪv/ *verb* [I] **slave (away)** to work very hard மிக வருந்தி உழை; கடுமையாக வேலை செய்

slay /sleɪ/ *verb* [T] (*pt* **slew** /sluː/; *pp* **slain** /sleɪn/) (*old-fashioned*) to kill violently; to murder வன்முறையைக் கையாண்டு ஒருவரைக் கொல்; கொடுங்கொலை செய்

sleazy /ˈsliːzi/ *adj.* (used about a place or a person) unpleasant and probably connected with immoral activities (ஓர் இடம் அல்லது ஆள் பற்றிக் குறிப்பிடுகையில்) வெறுப்பூட்டுகிற மற்றும் பெரும்பாலும் முறைகேடான செயல்களோடு தொடர்புடைய; ஒழுக்கங்கெட்ட; இழிந்த *a sleazy nightclub*

sledge /sledʒ/ (*AmE* **sled** /sled/) *noun* [C] a vehicle without wheels that is used for travelling on snow. Large sledges are often pulled by dogs, and smaller ones are used for going down hills, for fun or as a sport பனிப்பரப்பில் பயணம் செய்யப் பயன்படுத்தப்படும் சக்கரங்கள் இல்லாத ஊர்தி; பனிச்சறுக்கு வண்டி. பெரிய பனிச்சறுக்கு வண்டிகள் பெரும்பாலும் நாய்களால் இழுத்துச் செல்லப்படுகின்றன; சிறியவை இன்பப் பொழுதுபோக்காக அல்லது ஒரு விளையாட்டாகச் சறுக்கி இறங்கப் பயன்படுத்தப்படுகின்றன ➪ **bobsleigh** மற்றும் **toboggan** பார்க்க. ▶ **sledge** *verb* [I]

sledgehammer /ˈsledʒhæmə(r)/ *noun* [C] a large heavy hammer with a long handle நீண்ட கைப்பிடியுடன் கூடிய பெரிய கனமான சம்மட்டி

sleek /sliːk/ *adj.* **1** (used about hair or fur) smooth and shiny because it is healthy (முடி அல்லது விலங்கின் மென்மயிர் வகையில்) நன்முறையில் வளர்ந்து மிருதுவாகவும் பளபளப்பாகவும் இருக்கிற; பட்டிழைவான; மென்னய நேர்த்தியுடைய **2** (used about a vehicle) having an elegant, smooth shape (ஊர்தி வயையில்) எடுப்பான சொரசொரப்பற்ற வடிவமைப்புடைய; பளபளப்பான; நேர்த்தியான *a sleek new sports car*

sleep[1] /sliːp/ *noun* **1** [U] the natural condition of rest when your eyes are closed and your mind and body are not active or conscious உறக்கம்; தூக்கம் *Most people need at least seven hours' sleep every night.* • *Do you ever talk in your sleep?* • *I couldn't* ***get to sleep*** *last night.* **2** [*sing.*] a period of sleep தூங்கும் நேரம்; துயில் வேளை *You'll feel better after a good night's sleep.* • *I sometimes have a short sleep in the afternoon.*

IDM **go to sleep 1** to start sleeping தூங்கத் தொடங்கு *He got into bed and soon went to sleep.* **2** (used about an arm, a leg, etc.) to lose the sense of feeling in it (மேல்கை, கால் முதலியவை வகையில்) உணர்ச்சி இழ; மரத்துப்போ

put (an animal) to sleep to kill an animal that is ill or injured because you want to stop it suffering நோயுற்றுள்ள அல்லது அடிபட்டுள்ள விலங்கின் துன்பத்தைப் போக்க விரும்பி அதனைக் கொல்

sleep[2] /sliːp/ *verb* (*pt, pp* **slept** /slept/) **1** [I] to rest with your eyes closed and your mind and body not active கண்கள் மூடப்பெற்று மனமும் உடலும் செயல்படாது அல்லது உணர்வு விழிப்பு நிலையில் இல்லாது இருக்குமாறு ஓய்வமைதி கொள்; துயில்கொள்; தூங்கு *Did you sleep well?* • *I only slept for a couple of hours last night.*

NOTE தூங்கிக் கொண்டிருக்கும் ஒருவரைக் குறிக்க வழக்கமாக **asleep** பயன்படுத்தப்படுகிறது—*The baby's asleep.* 'தூங்கத் தொடங்கு' என்னும் பொருளில் **go to sleep** பயன்படுத்தப்படுகிறது—*I was reading in bed last night, and I didn't go to sleep until about one o'clock.*

2 [T] (used about a place) to have enough beds for a particular number of people (ஓரிடம் பற்றிக் குறிப்பிடுகையில்) குறிப்பிட்ட எண்ணிக்கையிலான ஆட்களுக்குப் போதுமான படுக்கைகள் கொண்டிரு

IDM **sleep/live rough** ⇨ **rough³** பார்க்க.

PHR V **sleep in** to sleep until later than usual in the morning because you do not have to get up எழுந்திருக்க வேண்டியிராமையால் காலையில் வழக்கமான நேரம் கடந்து தூங்கு ⇨ **oversleep** பார்க்க.

sleep together; sleep with sb to have sex with sb (usually when you are not married to or living with that person) தான் திருமணம் செய்துகொண்டிராத அல்லது சேர்ந்து வாழாத ஒருவருடன் உடலுறவு கொள்

sleeper /ˈsliːpə(r)/ *noun* [C] **1** (*with an adjective*) a person who sleeps in a particular way. If you are a light sleeper you wake up easily (மென்துயில், ஆழ்துயில் என்ற வகையில்) குறிப்பிட்ட முறையில் தூங்குபவர் *a light/heavy sleeper* **2** a bed on a train; a train with beds தொடர்வண்டிப் படுக்கை; படுக்கைகள் உடைய தொடர்வண்டி

sleeping bag *noun* [C] a large soft bag that you use for sleeping in when you go camping, etc. வெளியிடத் தங்கல் முதலியவற்றின்போது தூங்குவதற்காகப் பயன்படுத்தப்படும் பெரிய மெத்தென்றுள்ள பை; துயிற்பை

sleeping car (*also* **sleeper**) *noun* [C] a railway **carriage** with beds for people to sleep in படுக்கைகள் கொண்டுள்ள தொடர்வண்டிப் பெட்டி; இருப்பூர்தித் துயில்பெட்டி

sleeping pill *noun* [C] a medicine in solid form that you swallow to help you sleep துயில் கொள்ள உதவியாக விழுங்கி உட்கொள்ளும் திண்பொருள் மருந்து; தூக்க மாத்திரை

sleeping sickness *noun* [U] a tropical disease carried by an insect (**tsetse fly**) that makes you want to go to sleep and usually causes death தூக்க உணர்வைத் தூண்டுவதும் வழக்கமாக மரணம் உண்டாக்குவதுமான ஆப்பிரிக்கக் கண்டத்து நச்சு ஈயினால் பரப்பப்படும் வெப்ப மண்டல நோய் வகை

sleepless /ˈsliːpləs/ *adj.* (used about a period, usually the night) without sleep (வழக்கமாக இராக்காலம் பற்றிக் கூறுகையில்) உறங்காது கழிக்கப்படுகிற; தூங்காத; உறக்கமற்ற ▶ **sleeplessness** *noun* [U] ⇨ **insomnia** பார்க்க.

sleepwalk /ˈsliːpwɔːk/ *verb* [I] to walk around while you are asleep தூங்கும் நிலையில் இங்குமங்கும் நட; தூக்கத்தில் நட

sleepy /ˈsliːpi/ *adj.* **1** tired and ready to go to sleep களைப்புற்று உறங்கத் தொடங்க ஆயத்தமாக உள்ள; உறங்கி வழிகிற *These pills might make you feel a bit sleepy.* **2** (used about a place) very quiet and not having much activity (இட வகையில்) மிக்க அமைதியுடனும் பரபரப்பு இன்றியும் உள்ள; ஆரவாரமில்லாத; சந்தடியற்ற ▶ **sleepily** *adv.*

sleet /sliːt/ *noun* [U] a mixture of rain and snow பனியும் மழையும் ஒருசேரப் பெய்தல்; பனி, மழை கூட்டுப்பொழிவு; பனிமழை ⇨ **weather** பதிவிலுள்ள குறிப்பைப் பார்க்க.

sleeve /sliːv/ *noun* [C] **1** one of the two parts of a piece of clothing that cover the arms or part of the arms மேற்கைகளை அல்லது மேற்கைப் பகுதியை மறைக்கும் ஆடையின் இரு பகுதிகளில் ஒன்று; சட்டைக்கை *a blouse with long sleeves* **2 -sleeved** (*used to form compound adjectives*) with sleeves of a particular kind குறிப்பிட்ட வகையான சட்டைக்கைகளை உடைய *a shortsleeved shirt*

sleeveless /ˈsliːvləs/ *adj.* without sleeves கைப்பகுதியற்ற *a sleeveless sweater*

sleigh /sleɪ/ *noun* [C] a vehicle without wheels that is used for travelling on snow and that is usually pulled by horses வழக்கமாகக் குதிரைகளால் இழுத்துச் செலுத்தப்படுவதும் பனிப்பரப்பில் பயணம் செய்யப் பயன்படுத்தப்படுவதுமான சக்கரங்கள் இல்லாத ஊர்தி; பனிச்சறுக்குக் குதிரைவண்டி ⇨ **bobsleigh** பார்க்க.

slender /ˈslendə(r)/ *adj.* **1** (used about a person or part of sb's body) thin in an attractive way (ஓராள் அல்லது ஒருவரது உடற்பகுதி பற்றிக் குறிப்பிடுகையில்) கவர்ச்சியூட்டும் முறையில் மெலிதாக உள்ள; ஒல்லியான *long slender fingers* **2** smaller in amount or size than you would like எதிர்பார்ப்பை விட எண்ணிக்கையில் அல்லது அளவில் சிறிதான; குறைவாயுள்ள; போதாத *My chances of winning are very slender.*

slept ⇨ **sleep¹** என்பதன் இறந்தகால மற்றும் இறந்தகால வினையெச்ச வடிவம்

slew ⇨ **slay** என்பதன் இறந்தகால வடிவம்

slice¹ /slaɪs/ *noun* [C] **1** a flat piece of food that is cut from a larger piece அளவில் பெரிய உணவுப் பண்டத்திலிருந்து வெட்டப்பட்ட அதன் தட்டையான பகுதி; துண்டம்; சீவல்; பத்தை *a thick/thin slice of bread* • *Cut the meat into thin slices.* **2** a part of sth ஒன்றின் பகுதி; பங்கு; கூறு *The directors have taken a large slice of the profits.*

slice² /slaɪs/ *verb* **1** [T] to cut into thin flat pieces மெல்லிய, தட்டையான பகுதிகளாக ஒன்றை வெட்டு; துண்டு துண்டாக நறுக்கு *Peel and slice the apples.* • *a loaf of sliced bread* **2** [I, T] to cut sth easily with sth sharp கூர்மையான ஒரு பொருளால் ஒன்று எளிதாக வெட்டப்படு அல்லது

ஒன்றை எளிதாக வெட்டு; துண்டி; சீவு *He sliced through the rope with a knife.* • *The glass sliced into her hand.* **3** [T] (in ball sports) to hit the ball on the bottom or side so that it does not travel in a straight line (பந்து விளையாட்டுகளில்) பந்து நேர்க்கோட்டில் செல்லாதவாறு அதன் அடிப்பகுதியில் அல்லது ஓரத்தில் அடி; வெட்டு-வாக்காக அடி

slick[1] /slɪk/ *adj.* **1** done smoothly and well, and seeming to be done without any effort மெல்ல-மைதியுடனும் நல்ல முறையிலும் முயற்சிக் கடுமையற்றதாகத் தோன்றுமாறு செய்யப்-படுகிற; குளறுபடியின்றி நேர்த்தியாகச் செய்யப்-படுகிற **2** clever at persuading people but perhaps not completely honest நாநயம் வாய்ந்த ஆனால் நேர்மை வகையில் ஐயுறத்தக்க; வெளியே நேர்மையாகத் தோன்றுகிற; வெறுஞ்-சொல் வளமுடைய

slick[2] /slɪk/ = **oil slick**

slide[1] /slaɪd/ *verb* (*pt, pp* **slid** /slɪd/) **1** [I, T] to move or make sth move smoothly along a surface ஒரு பரப்பின் நெடுகத் தடங்கலின்றி மெல்லிழைவாகச் செல் அல்லது ஒன்று செல்லச் செய்; வழுக்கி/சறுக்கிச் செல் *She fell over and slid along the ice.* • *The doors slide open automatically.* **2** [I, T] to move or make sth move quietly without being noticed ஓசை-யின்றிப் பிறர் கண்ணில் படாமல் செல் அல்லது ஒன்று செல்லச் செய்; நழுவிச் செல்; பதுங்கிச் செல் *I slid out of the room when nobody was looking.* • *She slid her hand into her pocket and took out a gun.* **3** [I] (used about prices, values, etc.) to go down slowly and continuously (விலைகள், மதிப்புத் தரங்கள் முதலியவை வகையில்) மெல்லமாகவும் தொடர்ந்தும் கீழிறங்கு; தாழ்வுறு; சரிவிறக்கமுறு **4** [I] to move gradually towards a worse situation ஒரு மோசமான நிலை நோக்கிப் படிப்படியாகச் செல் *The company slid into debt and eventually closed.*

slide[2] /slaɪd/ *noun* [C] **1** a small piece of glass that you put sth on when you want to examine it under a **microscope** நுண்ணோக்காடி வழி-யாக ஆய்வு செய்யும் பொருட்டு ஒன்றை மேலே வைப்பதற்கான சிறு கண்ணாடித் துண்டு; காட்சி வில்லை ➪ **laboratory** பதிவில் படம் பார்க்க. **2** a large toy consisting of a ladder and a long piece of metal, plastic, etc. Children climb up the ladder then slide down the other part ஓர் ஏணியும் உலோகம், பிளாஸ்டிக் முதலிய-வற்றாலான நீளமான ஒரு பரப்பும் கொண்ட பெரிய விளையாட்டுச் சாதனம்; சிறுவர்கள் ஏணியில் ஏறி அச்சாதனம் வழியாகச் சறுக்கிக் கீழே வருவர்; சறுக்கு மரம் **3** a continuous slow fall, for example of prices, values, levels, etc. விலைகள், மதிப்புத் தரங்கள், மட்ட நிலைகள் முதலியவற்றின் தொடர்ந்த மெல்ல-மான இறக்கம்; சரிவு **4** a small piece of photographic film in a plastic or cardboard frame பிளாஸ்டிக் அல்லது அட்டைப் பலகைச் சட்டத்தில் பொருத்தப்பட்டுள்ள சிறு ஒளிப்படத் தகடு ➪ **transparency** பார்க்க.

slide rule *noun* [C] a long narrow instrument like a ruler, with a middle part that slides backwards and forwards, used for calculating numbers எண்ணிக்கைகளைக் கணக்கிடுவதற்குப் பயன்-படுத்தப்படும் முன்னும் பின்னுமாக இழைந்து செல்லும் நடுப்பகுதியுடன் கூடிய, வரைதடி போன்ற நீண்டு ஒடுக்கமான கருவி; உறழ்படி அளவைக்கோல்

sliding scale *noun* [C] a system in which the rate at which sth is paid varies according to particular conditions ஒன்றின் செலுத்து வீதம் குறிப்பிட்ட சூழ்நிலைகளுக்கு ஏற்ப வேறுபடு-வதைக் குறிக்கும் முறை; உறழ்படி வீத அளவு முறை *Fees are calculated* ***on a sliding scale*** *according to income* (= richer people pay more).

slight /slaɪt/ *adj.* **1** very small; not important or serious மிகச் சிறிதான; சிற்றளவான; முக்கிய-மல்லாத; பொருட்படுத்த வேண்டாத • *a slight change/difference/increase/improvement* • *I haven't the slightest idea* (= no idea at all) *what you're talking about.* **2** (used about a person's body) thin and light (ஒருவரது உடல் வகையில்) ஒல்லியான; மெலிந்த; ஒடிசலான *His slight frame is perfect for a long-distance runner.*

IDM **not in the slightest** not at all அறவே இல்லை; இல்லவே இல்லை *'Are you angry with me?' 'Not in the slightest.'*

slightly /ˈslaɪtli/ *adv.* **1** a little ஒரு சிறிது; கொஞ்சம்; சிறிதளவாக *I'm slightly older than her.* **2** a slightly-built person is small and thin ஒடிசலாக; ஒல்லியாக; சிற்றளவாக

slim[1] /slɪm/ *adj.* (**slimmer; slimmest**) **1** thin in an attractive way கவர்ச்சியூட்டும் முறையில் ஒல்லியான; ஒடிசலான *a tall, slim woman* ➪ **thin** பதிவிலுள்ள குறிப்பைப் பார்க்க. **2** not as big as you would like விரும்பும் அளவுக்குப் பெரிதாக இல்லாத; தேவைக்குக் குறைந்த; பற்றாத; போதாத *Her chances of success are very slim.*

slim[2] /slɪm/ *verb* [I] (**slimming; slimmed**) to become or try to become thinner and lighter by eating less food, taking exercise, etc. உணவைக் குறைத்தல், உடற்பயிற்சி செய்தல் முதலிய-வற்றின் மூலமாக ஒல்லியாகு அல்லது ஒல்லியாக முயல் ➪ **diet** பார்க்க.

slime /slaɪm/ *noun* [U] a thick unpleasant liquid கெட்டியான அருவருப்பூட்டுகிற திரவம்; வண்டல் சகதி; படிசேறு; குழைசேறு *The pond was covered with slime and had a horrible smell.*

slimy /ˈslaɪmi/ *adj.* **1** covered with slime சகதியான; குழைசேறு உள்ளடங்கிய **2** (used about a person) pretending to be friendly, in a way that you do not trust or like (ஆள் வகையில்) நம்பிக்கை அல்லது விருப்பம் ஊட்டாத வகையில் போலி நட்பு பாராட்டுகிற; வெறுப்பூட்டும் முறையில் ஒட்டிக்கொள்கிற அல்லது குழைகிற

sling[1] /slɪŋ/ *noun* [C] a piece of cloth that you put under your arm and tie around your neck to support a broken arm, wrist, etc. முறிவுற்ற மேற்கை, மணிக்கட்டு முதலியவற்றுக்கு ஆதாரமாக மேற்கையின் கீழிட்டுக் கழுத்தைச் சுற்றிக் கட்டிக்கொள்ளும் துணி; தொங்கல் கட்டு; ஏந்து கட்டு ▶ **slinger** *noun* [C]

sling[2] /slɪŋ/ *verb* [T] (*pt, pp* **slung**) **1** to put or throw sth somewhere in a rough or careless way முரட்டுத்தனமாக அல்லது அசட்டையாக ஒன்றை ஓரிடத்தில் வை அல்லது எறி; வீசி எறி **2** to put sth into a position where it hangs loosely தளர்வாகத் தொங்கும் நிலையில் ஒன்றை வை; தூக்கு கயிற்றினால் மேலேற்று; தொங்கவிடு

slingshot /ˈslɪŋʃɒt/ (*AmE*) = **catapult**[1]

slink /slɪŋk/ *verb* [I] (*pt, pp* **slunk**) to move somewhere slowly and quietly because you do not want anyone to see you, often when you feel guilty or embarrassed பெரும்பாலும் குற்ற உணர்வு அல்லது கூச்சம் காரணமாகப் பிறர் கண்ணில் படாது மெல்ல, அமைதியாக ஓரிடத்திற்குச் செல்; பதுங்கிச் செல்; மறைந்து நழுவு

slip[1] /slɪp/ *verb* (**slipping; slipped**) **1** [I] **slip (over); slip (on sth)** to slide accidentally and fall or nearly fall எதிர்பாராது சறுக்கி விழு அல்லது விழப்போ *She slipped over on the wet floor.* • *His foot slipped on the top step and he fell down the stairs.* **2** [I] to slide accidentally out of the correct position or out of your hand சரி நிலையிலிருந்து அல்லது கையிலிருந்து எதிர்பாராது நழுவு; நழுவி விழு *This hat's too big. It keeps slipping down over my eyes.* • *The glass slipped out of my hand and smashed on the floor.* **3** [I] to move or go somewhere quietly, quickly, and often without being noticed ஓசைபடாது விரைவாக, பெரும்பாலும் பிறர் கவனிக்காதவாறு, நழுவிச் செல்; தப்பி மறை *While everyone was dancing we slipped away and went home.* **4** [T] **slip sth (to sb); slip (sb) sth** to put sth somewhere or give sth to sb quietly and often without being noticed ஓசையின்றிப் பெரும்பாலும் பிறர் கவனிக்காதவாறு ஒன்றை ஓரிடத்தில் வை அல்லது ஒருவருக்குக் கொடு *She picked up the money and slipped it into her pocket.* **5** [I, T] **slip into/out of sth; slip sth on/off** to put on or take off a piece of clothing quickly and easily ஓர் உடையை விரைந்தும் எளிதாகவும் அணிந்துகொள் அல்லது கழற்று *I slipped off my shoes.* **6** [I] to fall a little in value, level, etc. மதிப்புத் தரம், மட்ட நிலை முதலியவை சிறிதளவு இறங்கு; சற்றுத் தாழ்வுறு

IDM **let sth slip** ⇨ **let** பார்க்க.

slip your mind to be forgotten நினைவிலிருந்து தப்பு; மறந்துபோ *I'm sorry, the meeting completely slipped my mind.*

PHR V **slip out** to accidentally say sth or tell sb sth தற்செயலாக ஒன்றைக் கூறு அல்லது ஒன்றை ஒருவரிடம் சொல்; தற்செயலாக ஒன்றை வெளிப்படுத்து *I didn't intend to tell them. It just slipped out.*

slip up (*informal*) to make a mistake தவறு செய்

slip[2] /slɪp/ *noun* [C] **1** a small mistake, usually made by being careless or not paying attention வழக்கமாக அக்கறையின்மை அல்லது கவனக் குறைவு காரணமாகச் செய்யப்படும் சிறு தவறு; பிழை *to make a slip* **2** a small piece of paper தாள் துண்டு/துண்டுத்தாள் *I made a note of her name on* ***a slip of paper***. **3** an act of sliding accidentally and falling or nearly falling எதிர்பாராது வழுக்கி விழுதல் அல்லது வழுக்கி விழப்போதல்; வழுக்கல்; சறுக்கல் **4** a thin piece of clothing that is worn by a woman under a dress or skirt மகளிர் உடுப்பினுள் அல்லது பாவாடையினுள் அணிந்துகொள்ளும் மெல்லிய ஆடை; உட்கச்சு; உட்பாவாடை

IDM **give sb the slip** (*informal*) to escape from sb who is following or trying to catch you தன்னைப் பின்தொடரும் அல்லது பிடிக்க முயலும் ஒருவரிடமிருந்து தப்பிச்செல்

a slip of the tongue something that you say that you did not mean to say சொல்லக் கருதாது சொல்லப்படும் ஒன்று; நாத்தவறு

slipped disc *noun* [C] a painful injury caused when one of the flat things (**discs**) between the bones in your back (**spine**) moves out of its correct position முதுகெலும்புகளின் இடைத் தட்டுகளில் ஒன்று இடம் மாறி உண்டாகும் வலியுடன் கூடிய காயம்

slipper /ˈslɪpə(r)/ *noun* [C] a light soft shoe that is worn inside the house வீட்டினுள் அணிந்துகொள்ளும் கனமற்ற மென் செருப்பு *a pair of slippers*

slippery /ˈslɪpəri/ (*informal* **slippy**) *adj.* (used about a surface or an object) difficult to walk on or hold because it is smooth, wet, etc. (ஒரு பரப்பு அல்லது பொருள் பற்றிக் குறிப்பிடுகையில்) வழவழப்பு, ஈரத்தோய்வு முதலியவை காரணமாக நடக்க முடியாத அல்லது பற்றிப் பிடிக்க முடியாத, வழுக்கலான; சறுக்குகிற *a slippery floor*

slipshod /ˈslɪpʃɒd/ *adj.* done without care; doing things without care அக்கறையின்றிச் செய்யப்பட்ட; அசட்டைத்தனமான; அரைகுறையான; கவனக் கேடான *The work was done in a slipshod manner* ✪ SYN **careless**

slipway /ˈslɪpweɪ/ *noun* [C] a track leading down to water, on which ships are built or pulled up out of the water for repairs, or from which they are **launched** கப்பல்கள் கட்டப்படுகிற அல்லது செப்பனிடுவதற்காக நீரிலிருந்து வெளியே கொண்டுவரப்படுகிற அல்லது நீரினுள் பயணத்திற்காகச் செலுத்தப்படுகிற நீர்த்துறைக்குச் செல்லும் பாதை; கப்பல் சறுக்கு தடம்

slit[1] /slɪt/ *noun* [C] a long narrow cut or opening நீண்டு குறுகலான வெட்டு அல்லது திறப்பு; நீள்வெட்டு; பிளவு; வெடிப்பு; கீற்று *a long skirt with a slit up the back*

slit[2] /slɪt/ *verb* [T] (**slitting**; *pt, pp* **slit**) to make a long narrow cut in sth ஒன்றில் நீண்டு ஒடுக்கமான வெட்டு உண்டாக்கு; பிள *She slit the envelope open with a knife.*

slither /ˈslɪðə(r)/ *verb* [I] to move by sliding from side to side along the ground like a snake பாம்பு போன்று தரையின் ஊடாகப் பக்கத்திற்குப் பக்கமாகச் சறுக்கிச் செல்; வளைந்து நெளிந்து செல் *I saw a snake slithering down a rock.*

slob /slɒb/ *noun* [C] (*informal*) (used as an insult) a very lazy or untidy person (இகழ்ச்சிக் குறிப்பு) சோம்பல் மிக்க அல்லது அழுக்கடைந்த ஆள்; காட்டாள்; சோம்பேறி; மட்டி; அழுக்குமூட்டை

slog[1] /slɒg/ *verb* [I] (**slogging; slogged**) **1** (*informal*) **slog (away) (at sth); slog (through sth)** to work hard for a long period at sth difficult or boring கடுமையான அல்லது சலிப்பூட்டுகிற ஒரு செயலில் ஈடுபட்டு நீண்ட நேரம் வருந்தி உழை *I've been slogging away at this homework for hours.* **2 slog down, up, along, etc.** to walk or move in a certain direction with a lot of effort மிக்க முயற்சியுடன் ஒரு திசையில் நகர் அல்லது நட

slog[2] /slɒg/ *noun* [*sing.*] a period of long, hard, boring work or a long, tiring journey நீண்ட, கடினமான, சலிப்பூட்டுகிற வேலையில் ஈடுபட்டிருக்கும் அல்லது நீண்ட சோர்வூட்டும் பயணத்தை மேற்கொண்டிருக்கும் வேளை; கடு வேலை அல்லது கடுநடை வேளை

slogan /ˈsləʊgən/ *noun* [C] a short phrase that is easy to remember and that is used in politics or advertising எளிதில் நினைவில் வைத்துக்கொள்ளத் தக்கதும் அரசியலில் அல்லது விளம்பரத்தில் பயன்படுத்தப்படுவதுமான சிறு தொடர்; முழக்க வாசகம்; விளம்பரக் கவர்ச்சித் தொடர்; கொள்கைக்குரல் *Anti-government slogans had been painted all over the walls.* • *an advertising slogan*

sloop /slu:p/ *noun* [C] a small sailing ship with one **mast** சிறிய ஒற்றைப் பாய்மரக் கப்பல்

slop /slɒp/ *verb* [I, T] (**slopping; slopped**) (used about a liquid) to pour over the edge of its container; to make a liquid do this (திரவ வகையில்) கலத்தின் விளிம்பின் மீது வழிந்தோடு அல்லது வழியவிடு *He filled his glass too full and beer slopped onto the table.*

slope /sləʊp/ *noun* **1** [C] a surface or piece of land that goes up or down ஏற்றமான அல்லது இறக்கமான பரப்பு அல்லது நிலப்பகுதி; சாய்தளப் பரப்பு; சரிவு நிலப்பகுதி *The village is built* ***on a slope****.* • *a steep/gentle slope* • *The best* ***ski slopes*** *are in the Alps.* **2** [*sing.*] the amount that a surface is not level; the fact of not being level ஒரு பரப்பின் சாய்வளவு அல்லது சாய்வு நிலை; சாய்வு; சரிவு ▶ **slope** *verb* [I] *The road slopes down to the river.* • *a sloping roof*

sloppy /ˈslɒpi/ *adj.* **1** that shows lack of care, thought or effort; untidy கவனம், கருத்து அல்லது முயற்சி இல்லாமையை வெளிப்படுத்துகிற; அரைகுறையான; அசட்டையான; அக்கறையற்ற *a sloppy worker/writer/dresser* • *a sloppy piece of work* **2** (used about clothes) not tight and without much shape (ஆடைகள் வகையில்) இறுக்கமற்ற மற்றும் முற்றிலும் பொருந்தி அமையாத; வடிவொழுங்கற்ற **3** (*BrE informal*) showing emotions in a silly embarrassing way சிந்திக்காது பிறருக்குச் சங்கடம் ஏற்படுத்தப்படும் முறையில் உணர்ச்சிகளை வெளிப்படுத்துகிற; மிகையுணர்ச்சிக்கு ஆட்படுகிற; உணர்ச்சி வயப்படுகிற *I can't stand sloppy love songs.* ✪ SYN **sentimental**

slosh /slɒʃ/ *verb* (*informal*) **1** [I] (used about a liquid) to move around noisily inside a container (திரவ வகையில்) கலத்தினுள் ஓசையுடன் அசைவுறு; சளசள ஒலியுடன் தளும்பு **2** [T] to pour or drop liquid somewhere in a careless way அலட்சியமாக ஓரிடத்தில் திரவத்தை ஊற்று அல்லது சிந்து; சிதறடி

slot[1] /slɒt/ *noun* [C] **1** a straight narrow opening in a machine, etc. இயந்திரம் முதலியவற்றிலுள்ள நேரான குறுகிய திறப்பு; நீளவாட்டான சிறு துளை; வரிப்புழை *Put your money into the slot and take the ticket.* **2** a place in a list, system, organization, etc. ஒரு பட்டியல், ஓர் அமைப்பு, ஒரு நிறுவனம் முதலியவற்றில் ஓர் இடம்; வாய்ப்பிடம் *The single has occupied the Number One slot for the past two weeks.*

slot[2] /slɒt/ *verb* [I, T] (**slotting; slotted**) to put sth into a particular space that is designed for it; to fit into such a space ஒன்றுக்கென வடிவமைக்கப்பட்டுள்ள/திட்டமிடப்பட்டுள்ள குறிப்பிட்ட இடத்தினுள் அதனை இடு; உரிய அமர்விடத்தினுள் ஒன்று பொருந்தி அமை அல்லது அமையச் செய் *He slotted a tape into the VCR.*

IDM **fall/slot into place** ⇨ **place**[1] பார்க்க.

slot machine *noun* [C] a machine with an opening for coins that sells drinks, cigarettes, etc. or on which you can play games பானங்கள், சிகெரெட்டுகள் முதலிய பொருள்களை வாங்க வேண்டி அவற்றுக்கான விலையாக உலோக நாணயங்கள் உள்ளிடுவதற்கான சிறு துளையுடன் கூடிய பொறி; சில வகை விளையாட்டுகளுக்கான இத்தகைய பொறியமைப்பு

slouch /slaʊtʃ/ *verb* [I] to sit, stand or walk in a lazy way, with your head and shoulders hanging down தலையும் தோள்களும் தொய்வாக இருக்குமாறு சோம்பலாக அமர்ந்திரு, நின்றிரு அல்லது நட

slovenly /'slʌvnli/ *adj.* (*old-fashioned*) lazy, careless and untidy சோம்பியிருக்கிற, அசட்டைப் போக்குடைய மற்றும் அலங்கோலமான

slow[1] /sləʊ/ *adj., adv.* **1** moving, doing sth or happening without much speed; not fast போதுமான விரைவு இன்றி இயங்குகிற, செயலாற்றுகிற அல்லது நடைபெறுகிற; மெதுவான *The traffic is always very slow in the city centre.* • *Progress was slower than expected.* • *a slow driver/walker/reader* ✪ OPP **fast**

> NOTE **Slow** வினையடை ஆகவும் வரும். எனினும் **slowly** என்னும் வினையடை (adverb) வடிவம் பெருவழக்கானதாகும். **Slow** பெரும்பாலும் கூட்டுச்சொற்களில் பயன்படுத்தப்படுகிறது—*slow-moving traffic.* **Slower, more slowly** ஆகிய இரண்டுமே ஒப்பு அளவு வடிவங்களாகப் பரவலாகப் பயன்படுத்தப்படுகின்றன—*Could you drive a bit slower/more slowly, please?*

2 slow to do sth; slow (in/about) doing sth not doing sth immediately ஒன்றை உடனடியாகச் செய்யாத; காலம் தாழ்த்துகிற; தாமதமான *She was rather slow to realize what was going on.* • *They've been rather slow in replying to my letter!* **3** not quick to learn or understand கற்றுக்கொள்வதில் அல்லது புரிந்துகொள்வதில் விரைவில்லாத; கூரறிவற்ற; அறிவாற்றல் குன்றிய; மந்தமான *He's the slowest student in the class.* **4** not very busy; with little action போதுமான சுறுசுறுப்பு இல்லாத; ஊக்கம் குன்றிய; சோம்பிய *Business is very slow at the moment.* **5** (*not before a noun*) (used about watches and clocks) showing a time that is earlier than the real time (மணிப்பொறிகள் வகையில்) உண்மையான நேரத்திற்கு முற்பட்ட நேரத்தைக் காட்டுகிற; தாமதமாக/பிந்தி ஓடுகிற *That clock is five minutes slow* (= it says it is 8.55 when the correct time is 9.00). ✪ OPP **fast** ▶ **slowness** *noun* [U]

IDM **quick/slow on the uptake** ⇨ **uptake** பார்க்க.

slow[2] /sləʊ/ *verb* [I, T] to start to move, do sth or happen at a slower speed; to cause sth to do this குறைந்த வேகத்தில் இயங்கு, அல்லது நிகழத் தொடங்கு; ஒன்றைக் குறைந்த வேகத்தில் இயங்கச்செய், செய அல்லது நிகழச் செய்; வேகம் குறை *He slowed his pace a little.*

PHR V **slow (sb/sth) down/up** to start to move, do sth or happen at a slower speed; to cause sb/sth to do this ஓர் இயக்கம், ஒரு செயல்பாடு அல்லது நிகழ்வு வேகம் குறைவுறு அல்லது வேகம் குறையச் செய் *Can't you slow down a bit? You're driving much too fast.* • *These problems have slowed up the whole process.*

slowly /'sləʊli/ *adv.* at a slow speed; not quickly மெள்ள; மெதுவாக; விரைவின்றி; மந்த கதியில் *He walked slowly along the street.*

slow motion *noun* [U] (in a film or on television) a method of making action appear much slower than in real life (திரைப்படத்தில் அல்லது தொலைக்காட்சியில்) மெய்யான வாழ்க்கையில் உள்ளதை விட மிகக் குறைந்த வேகத்தில் செயல் நிகழ்வதாகத் தோன்றுமாறு காட்டும் முறை *They showed the winning goal again, this time **in slow motion**.*

slow-worm *noun* [C] a small brownish animal with no legs, like a snake, that is found in Europe and Asia ஐரோப்பாவிலும் ஆசியாவிலும் காணப்படும் பாம்பு போன்ற கால்கள் இல்லாத சிறு பழுப்பு நிற விலங்கு வகை; நிலப்புழு வகை

sludge /slʌdʒ/ *noun* [U] a thick, soft unpleasant substance; mud கெட்டியான, குழைவான, மனம் விரும்பாத ஒரு பொருள்; குழைசேறு; சகதி

slug /slʌg/ *noun* [C] a small black or brown animal with a soft body and no legs, that moves slowly along the ground and eats garden plants தரையில் மெள்ள நகர்ந்து செல்வதும் தோட்டப் பயிர்களை உண்ணுவதுமான கால்கள் இல்லாத, மென்மையான உடலுடைய சிறு கறுப்பு அல்லது பழுப்பு நிற விலங்கு; ஓடற்ற நத்தை வகை ⇨ **mollusc** பதிவில் படம் பார்க்க.

sluggish /'slʌgɪʃ/ *adj.* moving or working more slowly than normal in a way that seems lazy சோம்பேறித்தனமாகத் தோன்றுமாறு வழக்கத்தை விட மெதுவாக இயங்குகிற அல்லது செயல்படுகிற; சுறுசுறுப்பில்லாத; மந்தமான

sluice /slu:s/ (*also* **sluice gate**) *noun* [C] a type of gate that you can open or close to control the flow of water out of or into a canal, etc. கால்வாய்

முதலியவற்றிலிருந்து/முதலியவற்றுக்கு நீர் செல்வதைக் கட்டுப்படுத்துவதற்காக அமைக்கப்படும் திறந்து மூடக் கூடிய கதவு வகை; கண்மாய்; மதகு

slum /slʌm/ *noun* [C] an area of a city where living conditions are extremely bad, and where the buildings are dirty and have not been repaired for a long time மிக மோசமான வாழ்க்கைச் சூழல், துப்புரவற்று நீண்ட காலம் பழுதுபார்க்கப்படாதுள்ள கட்டடங்கள் ஆகியவை காணப்படும் நகரப் பகுதி; குடிசைப் பகுதி

slumber /ˈslʌmbə(r)/ *verb* [I] (*old-fashioned*) to be deeply asleep ஆழ்ந்த தூக்கத்தில் இரு; அயர்ந்து உறங்கு ▶ **slumber** *noun* [C]

slump[1] /slʌmp/ *verb* [I] **1** (used about economic activity, prices, etc.) to fall suddenly and by a large amount (பொருளாதாரச் செயற்பாடுகள், விலைகள் முதலியவை வகையில்) திடீரெனப் பெருமளவில் இறக்கம் அடை; எதிர்பாராத பெரும் சரிவுக்கு உள்ளாகு *The newspaper's circulation has slumped by 30%.* **2** to fall or sit down suddenly when your body feels heavy and weak, usually because you are tired or ill வழக்கமாக களைப்பு அல்லது உடல் நலக் குறைவு காரணமாக, உடல் சோர்ந்து தளர்வுற்ற நிலையில் திடீரென விழு அல்லது உட்கார்; சரிந்து விழு

slump[2] /slʌmp/ *noun* [C] **1 a slump (in sth)** a sudden large fall in sales, prices, the value of sth, etc. விற்பனை, விலைகள், தர மதிப்பு முதலியவற்றில் திடீரென நிகழும் கடுமையான இறக்கம்; எதிர்பாராத பெரும் சரிவு *a slump in house prices* **2** a period when a country's economy is doing very badly and a lot of people do not have jobs ஒரு நாட்டின் பொருளாதார செயற்பாடு மிகவும் மோசமடைந்து வேலையின்மை பெருகியுள்ள காலம்; பொருளாதார மந்த நிலை அல்லது சரிவு நிலை காணப்படும் காலம்

slung ⇨ **sling**[2] என்பதன் இறந்தகால மற்றும் இறந்தகால வினையெச்ச வடிவம்

slunk ⇨ **slink** என்பதன் இறந்தகால மற்றும் இறந்தகால வினையெச்ச வடிவம்

slur[1] /slɜː(r)/ *verb* [T] (**slurring; slurred**) to pronounce words in a way that is not clear, often because you are drunk பெரும்பாலும் குடி மயக்கம் காரணமாகத் தெளிவின்றிச் சொற்களை உச்சரி; குழறிப் பேசு

slur[2] /slɜː(r)/ *noun* [C] **a slur (on sb/sth)** an unfair comment or an insult that could damage people's opinion of sb/sth ஒருவரது/ஒன்றின் பெயருக்குக் களங்கம் உண்டாக்கக் கூடிய நேர்மையற்ற விமர்சனம் அல்லது இழிசொல்; அவதூறு

slurp /slɜːp/ *verb* [I, T] (*informal*) to drink noisily ஓசையுடன் குடி; ஒன்றைக் குடிக்கும்போது ஓசை எழுப்பு

slurry /ˈslʌri/ *noun* [U] a thick liquid consisting of water mixed with animal waste that farmers use on their fields to make plants grow better நிலத்திற்கு உரமாகப் பயன்படுத்தப்படும், விலங்குக் கழிவுடன் நீர் கலந்த கெட்டியான திரவம்; சாணக் குழம்பு

slush /slʌʃ/ *noun* [U] snow that has been on the ground for a time and that is now a dirty mixture of ice and water சிறிது காலம் தரையில் படிந்திருந்து, தற்பொழுது நீரும் பனிக்கட்டியும் சேர்ந்த தூய்மையற்ற கலவையாகக் காணப்படும் பனிக்கட்டி; பனிச்சேறு ▶ **slushy** *adj.*

sly /slaɪ/ *adj.* **1** (used about a person) acting or done in a secret or dishonest way, often intending to trick people (ஆள் வகையில்) பெரும்பாலும் பிறரை ஏமாற்றும் நோக்கத்துடன் இரகசியமான அல்லது நேர்மையற்ற முறையில் செயல்படுகிற; சூழ்ச்சிக் குணமுடைய; தந்திரமான ✪ SYN **cunning** **2** (used about an action) suggesting that you know sth secret (செயல் வகையில்) இரகசியமான ஒன்றைத் தான் அறிந்திருப்பதைக் குறிப்பால் உணர்த்துகிற *a sly smile/look* ▶ **slyly** *adv.*

smack /smæk/ *verb* [T] to hit sb with the inside of your hand when it is flat, especially as a punishment குறிப்பாக தண்டனையாக, ஒருவரை உள்ளங்கையால் அடி; அறை *I never smack my children.* ▶ **smack** *noun* [C] *You're going to get a smack if you don't do as I say!*

PHR V **smack of sth** to make you think that sb/sth has an unpleasant attitude or quality ஒருவர்/ஒன்று விரும்பத்தகாத மனப்பாங்கை அல்லது பண்பைக் கொண்டிருப்பதான எண்ணத்தைத் தன்னிடம் உருவாக்கு

small /smɔːl/ *adj.* **1** not large in size, number, amount, etc. உருவளவு, எண்ணிக்கை, தொகை முதலியவற்றில் பெரிதாக இல்லாத; அளவில் குறைந்த; சிற்றளவான; சிறிய *a small car/flat/town* • *a small amount of money* • *That dress is too small for you.* **2** young இள வயதுடைய; வளர்ச்சியுறாத; முதிராத *He has a wife and three small children.* • *When I was small we lived in a big old house.* **3** not important or serious; slight முக்கியமல்லாத; பொருட்படுத்த வேண்டாத; சிறு திறமான; சாதாரணமான *Don't worry. It's only a small problem.*

NOTE **Small** என்பது **big** அல்லது **large** என்ற சொல்லின் பொதுவழக்கான எதிர்ச்சொல்லாகும். ஓர் உணர்ச்சியை வெளிப்படுத்த அல்லது சிறிதான நிலையைக் குறிப்பிடப் பெரும்பாலும் வேறொரு பெயரடையுடன் **little** பயன்படுத்தப்படும்—*a horrible little* *man • a lovely little girl • a nice little house.* **Smaller, smallest** ஆகிய ஒப்பளபு, மீயளபு வடிவங்கள் பொது வழக்காகும். பெரும்பாலும் rather, quite, very ஆகிய சொற்களுடன் **small** வரும்—*My flat is smaller than yours. • The village is quite small. • a very small car.* பொதுவாக **little** இச்சொற்களுடன் சேர்ந்து வராதது மட்டுமன்றி, ஒப்பளபு, மீயளபு வடிவங்களையும் பெறாது.

▶ **small** /smɔːl/ *adv.* சிறிய அளவில், சிறியதாக *She's painted the picture far too small.*

IDM **in a big/small way** ➪ **way[1]** பார்க்க.

small ads *noun* [*pl.*] (*BrE informal*) = **classified advertisements**

small arms *noun* [C, *pl.*] small light weapons that you can carry in your hands கைகளில் எடுத்துச்செல்லத்தக்க சிறிய கனமற்ற ஆயுதங்கள்; சிறு படைக்கலங்கள்

small change *noun* [U] coins that have a low value சிறு மதிப்புடைய உலோக நாணயங்கள்; சில்லறை நாணயங்கள்

smallholder /ˈsmɔːlhəʊldə(r)/ *noun* [C] a person who owns or rents a small piece of land for farming வேளாண்மை செய்வதற்காகச் சிற்றளவு நிலத்தைச் சொந்தமாக வைத்துள்ள அல்லது குத்தகைக்கு எடுத்துவைத்துள்ளவர்; சிறு விவசாயி

smallholding /ˈsmɔːlhəʊldɪŋ/ *noun* [C] a small piece of land that is used for farming சிற்றளவான வேளாண் நிலம்; சிறு விவசாய நிலம்

the small hours *noun* [*pl.*] the early morning hours soon after midnight நள்ளிரவைத் தொடர்ந்து வரும் அதிகாலை நேரம்; முற்காலைப்பொழுது

smallpox /ˈsmɔːlpɒks/ *noun* [U] a serious infectious disease that causes a high temperature and leaves marks on the skin. In past times many people died from smallpox கடுமையான காய்ச்சலை உண்டாக்கித் தோல் மீது தழும்புகளை விட்டுச் செல்லும் இடரார்ந்த தொற்று நோய் வகை; பெரிய அம்மை நோய்; வைசூரி. முற்காலங்களில் இந்நோயால் பலர் இறந்துள்ளனர்

the small print (*AmE* **the fine print**) *noun* [U] the important details of a legal document, contract, etc. that are usually printed in small type and are therefore easy to miss வழக்கமாக சிறு எழுத்துகளில் அச்சிடப்படுவனவும் கவனிக்காது விடுபட வாய்ப்புள்ளனவுமாகிய சட்ட ஆவணம், ஒப்பந்தம் முதலியவற்றின் முக்கியமான விவரக் கூறுகள்; சிற்றெழுத்துப் பகுதிகள் *Make sure you read the small print before you sign anything.*

small-scale *adj.* (used about an organization or activity) not large; limited in what it does (நிறுவனம் அல்லது செயல்பாட்டு வகையில்) பெரியதல்லாத; செயற்பரப்புக் குன்றிய

small talk *noun* [U] polite conversation, for example at a party, about unimportant things விருந்து நிகழ்ச்சி முதலியவற்றில் நிகழும், முக்கியமானவை பற்றியதல்லாத இன்முக உரையாடல்; பண்பார்ந்த பொதுமுறை அளவளாவல் *We had to **make small talk** for half an hour.*

smart[1] /smɑːt/ *adj.* **1** (*BrE*) (used about a person) having a clean and tidy appearance (ஆள் வகையில்) துப்புரவான, சீரொழுங்கான தோற்றமுடைய; நேர்த்தியான *You look smart. Are you going somewhere special?* **2** (used about a piece of clothing, etc.) good enough to wear on a formal occasion (ஆடை முதலியவை வகையில்) வினைமுறை நிகழ்ச்சியில் அணிந்துகொள்வற்கு ஏற்ற; எடுப்பான; கச்சிதமான; நேர்த்தியான *a smart suit* **3** clever; intelligent அறிவுள்ள; அறிவுக் கூர்மையுள்ள; படுசுட்டியான; சூட்டிகையான *He's not smart enough to be a politician.* **4** (*BrE*) fashionable and usually expensive நவ நாகரிகமானதும் பெருஞ்செலவு பிடிப்பதுமான; புதுப்பாணியான *a smart restaurant/hotel* **5** (used about a movement or action) quick and usually done with force (இயக்கம் அல்லது செயல் வகையில்) விரைவானதும் வழக்கமாக வலிமையைப் பயன்படுத்துவதுமான; விரைவூக்கமுடைய; துடிப்பான ▶ **smartly** *adv. She's always smartly dressed.*

smart[2] /smɑːt/ *verb* [I] **1 smart (from sth)** to feel a stinging pain in your body உடலில் குத்தல் நோவு உண்டாகு **2 smart (from/over sth)** to feel upset or offended because of a criticism, failure, etc. கண்டன விமர்சனம், தோல்வி முதலியவை காரணமாக மனக்கலக்கம் அடை அல்லது புண்பட்ட உணர்வுகொள்

smart card *noun* [C] a plastic card, for example a credit card, on which information can be stored in electronic form மின்னணு வடிவில் தகவல் தேக்கிவைக்கப் பயன்படுத்தப்படும் கடன்சேவை அட்டை போன்ற பிளாஸ்டிக் அட்டை; மின்தகவல் அட்டை

smarten /ˈsmɑːtn/ *verb*

PHR V **smarten (yourself/sb/sth) up** to make yourself/sb/sth look tidy and more attractive ஒருவர்/ஒன்று/தான் நேர்த்தியாக, கவர்ச்சி மிக்குத் தோன்றுமாறு செய்; தோற்ற இனிமையூட்டு

smash[1] /smæʃ/ *verb* **1** [I, T] to break sth, or to be broken violently and noisily into many pieces முரட்டுத்தனமாகவும் ஓசையுடனும் ஒன்றைப் பல துண்டுகளாக உடை அல்லது இவ்வாறு ஒன்று உடைபடு; நொறுங்கு; நொறுக்கு *The glass smashed into a thousand pieces.* **2** [I, T]

smash (sth) against, into, through, etc. to move with great force in a particular direction; to hit sth very hard குறிப்பிட்ட திசையில் கடுவிசையுடன் செல்; ஒன்றை மிக்க பலத்துடன் இடி *The car smashed into a tree.* • *He smashed his fist through the window.* **3** [T] **smash sth (up)** to crash a vehicle, usually causing a lot of damage வழக்கமாகப் பெரும் சேதம் உண்டாகுமாறு, ஓர் ஊர்தியை (ஒன்றின் மீது இடித்து) விபத்துக்குள்ளாக்கு **4** [T] (in tennis) to hit a ball that is high in the air downwards very hard over the net (டென்னிஸ் ஆட்டத்தில்) உயரத்தில் வரும் பந்தை மிக்க விசையுடன் கீழ்நோக்கி அடித்து வலைக்கு அப்பால் இறக்கு

smash² /smæʃ/ *noun* **1** [*sing.*] the action or the noise of sth breaking violently ஒன்று மிக்க விசையுடன் நொறுங்குதல் அல்லது தகர்வுறுதல்; தகர்வு; நொறுங்கீடு; தகர்வோசை **2** [C] (in tennis, etc.) a way of hitting a ball that is high in the air downwards and very hard over the net (டென்னிஸ் ஆட்டத்தில்) உயரத்தில் வரும் பந்தை மிக்க விசையுடன் கீழ்நோக்கி அடித்து வலைக்கு அப்பால் இறக்குதல்; வலைதாண்டு வன்பந்தடி **3** (*also* **smash hit**) [C] (*informal*) a song, play, film, etc. that is very successful மாபெரும் வெற்றி கண்ட பாடல், நாடகம், திரைப்படம் முதலியவை

smashing /ˈsmæʃɪŋ/ *adj.* (*BrE informal*) extremely good; wonderful உயர் சிறப்பு வாய்ந்த; முதல் தரமான; வியக்கத்தக்க

smattering /ˈsmætərɪŋ/ *noun* [U] [*sing.*] **1 a smattering of sth** a small amount of sth ஒன்றின் மிகக் குறைந்த அளவு; சிற்றளவு *a smattering of raindrops* **2 have a smattering of sth** a slight knowledge of something, especially a language ஒன்றைப் பற்றிய, குறிப்பாக ஒரு மொழி வகையில், குறைவான அறிவு; சிற்றறிவு: *He only has a smattering of French.*

smear¹ /smɪə(r)/ *verb* [T] **smear sth on/over sth/sb; smear sth/sb with sth** to spread a sticky substance across sth/sb ஒருவர்/ஒன்றின் குறுக்காக ஓர் ஒட்டுந்தன்மையுள்ள பொருளைப் படரச் செய்; பூசு; மேல் தடவு *Her face wass smeared with blood.*

smear² /smɪə(r)/ *noun* [C] **1** a dirty mark made by spreading a substance across sth ஒன்றின் ஊடாக ஒட்டுப்பிசுக்கான பொருள் படிந்து உண்டாகும் அழுக்குத் தடம்; கறை **2** something that is not true that is said or written about an important person and that is intended to damage people's opinion about him/her, especially in politics குறிப்பாக அரசியலில், முக்கியமான ஒருவரது பெயரைக் கெடுக்கும் நோக்கத்துடன் பேசப்படும் அல்லது எழுதப்படும் உண்மையல்லாத ஒன்று; அவதூறு *He was the victim of a* ***smear campaign****.*

smell¹ /smel/ *verb* (*pt, pp* **smelt** /smelt/ or **smelled** /smeld/) **1** [I] **smell (of sth)** to have a particular smell குறிப்பிட்ட மணம் உடையதாயிரு; குறிப்பிட்ட மணம் வீசு *Dinner smells good!* • *This perfume smells of roses.* **2** [I] to have a bad smell மோசமான மணம் உடையதாயிரு; நாற்றமடி *Your feet smell.* **3** [T] to notice or recognize sb/sth by using your nose மூக்கினால் ஒன்றைத் தெரிந்துகொள் அல்லது உணர்ந்தறி; முகர்ந்துணர் *He could smell something burning.* • *Can you smell gas?*

> **NOTE** **Smell** அல்லது பிற புலனுணர்வு குறிக்கும் வினைகளான **taste, see, hear** முதலியவை தொடர்வினைகளாகப் பயன்படுத்தப்படுவதில்லை. மாறாக, பெரும்பாலும் **can** உடன் பயன்படுத்தப்படுகின்றன—*I can smell smoke.*

4 [T] to put your nose near sth and breathe in so that you can discover or identify its smell ஒன்றின் மணத்தைக் கண்டறிய அல்லது அடையாளம் காண அதன் அருகில் மூக்கை இருத்தி மூச்சிழு; மோந்துபார் *I smelt the milk to see if it had gone off.* **5** [I] to be able to smell முகர்ந்தறி திறம் கொண்டிரு *I can't smell properly because I've got a cold.*

smell² /smel/ *noun* **1** [C] the impression that you get of sth by using your nose; the thing that you smell முகர்வுணர்வைப் பயன்படுத்திப் பெறும் ஒன்று பற்றிய எண்ணம் அல்லது கருத்து; முகர்ந்தறியப்படுவது; ஒன்றின் மணம், வாடை முதலியவை *What's that smell?* • *a sweet/musty/fresh/sickly smell* • *a strong/faint smell of garlic* **2** [*sing.*] an unpleasant smell மனம் ஒவ்வாத மணம்; வாடை; வீச்சம் *Ugh! What's that smell?*

> **NOTE** **Stink, stench, odour** ஆகியவை மனம் ஒவ்வாத மணங்களையும் **aroma, fragrance, perfume, scent** ஆகியவை இனிய மணங்களையும் குறிப்பன.

3 [U] the ability to sense things with the nose மூக்கினால் முகர்ந்தறியும் ஆற்றல்; முகர்ந்தறி திறம்; மோப்பத் திறன் *Dogs have a very good* ***sense of smell****.* **4** [C] the action of putting your nose near sth to smell it ஒன்றை முகர்ந்தறிவதற்காக அதன் அருகே மூக்கை வைத்தல்; மோந்து பார்த்தல் *Have a smell of this milk; is it all right?*

smelly /ˈsmeli/ *adj.* (*informal*) having a bad smell இன்னாத மணமுடைய; நாற்றமடிக்கிற *smelly feet*

smelt¹ /smelt/ *verb* [T] to heat and melt rock containing metal (**ore**) in order to get the metal out உலோகத்தைப் பிரித்தெடுக்கும் பொருட்டு

உலோகத்தாது உள்ளடங்கியுள்ள பாறையை வெம்மையூட்டி உருக்கு

smelt[2] ➪ **smell** என்பதன் இறந்தகால மற்றும் இறந்தகால வினையெச்ச வடிவம்

smile[1] /smaɪl/ *noun* [C] an expression on your face in which the corners of your mouth turn up, showing happiness, pleasure, etc. மகிழ்ச்சி, இன்ப உணர்வு முதலியவற்றை வெளிப்படுத்துகிற முகபாவம்; புன்னகை; மென் சிரிப்பு; முறுவல் *to have a smile on your face • 'It's nice to see you,' he said with a smile.* ➪ **beam, grin** மற்றும் **smirk** பார்க்க.

smile[2] /smaɪl/ *verb* **1** [I] **smile (at sb/sth)** to make a smile appear on your face முகத்தில் புன்னகை தோற்றுவி; புன்முறுவல் செய் *to smile sweetly/faintly/broadly • She smiled at the camera.* **2** [T] to say or express sth with a smile புன்னகையுடன் ஒன்றைக் கூறு அல்லது வெளிப்படுத்து *I smiled a greeting to them.*

smirk /smɜːk/ *noun* [C] an unpleasant smile which you have when you are pleased with yourself or think you are very clever தன்னைக் குறித்து மகிழ்ச்சி அல்லது தான் அறிதிறன் மிக்கவர் என்ற எண்ணம் தோன்றும்போது தனக்கு உண்டாகும் இனிமையற்ற புன்னகை; அற்பச் சிரிப்பு; இளிப்பு ▶ **smirk** *verb* [I]

smith = **blacksmith**

smog /smɒg/ *noun* [U] dirty, poisonous air that can cover a whole city நகரம் முழுவதையும் சூழ்ந்திருக்கக்கூடிய தூய்மையற்ற நச்சுக்-காற்று; நச்சுப்புகை மண்டலம்

smoke[1] /sməʊk/ *noun* **1** [U] the grey, white or black gas that you can see in the air when sth is burning ஒன்று எரியும்போது காற்றுவெளியில் காணப்படும் சாம்பல் நிற, வெண்மை அல்லது கருமை நிற வாயுப்பொருள்; புகை; புகையாவி; புகைப்படலம் *Thick smoke poured from the chimney. • a room full of cigarette smoke* **2** [C, *usually sing.*] an action of smoking a cigarette, etc. சிகெரெட்டு முதலியவற்றைப் புகைத்தல்; புகை பிடிப்பு

smoke[2] /sməʊk/ *verb* **1** [I, T] to breathe in smoke through a cigarette, etc. and let it out again; to use cigarettes, etc. in this way, as a habit சிகெரெட்டு முதலியவற்றின் ஊடாகப் புகையை உள்ளிழுத்து வெளிவிடு; பழக்கமாகப் புகை பிடி *Do you mind if I smoke? • I used to smoke 20 cigarettes a day.* **2** [I] to send out smoke புகையை வெளிவிடு *The oil in the pan started to smoke.* ▶ **smoker** *noun* [C] *She's a chain smoker* (= she finishes one cigarette and then immediately lights another). ✪ OPP **non-smoker** ▶ **smoking** *noun* [U] *My doctor has advised me to give up smoking. • Would you like a table in the smoking or non-smoking section?*

smoked /sməʊkt/ *adj.* (used of certain types of food) given a special taste by being hung for a period of time in smoke from wood fires (சில உணவு வகைகள் குறித்துக் கூறுகையில்) மரக்கட்டை நெருப்பிலிருந்து வரும் புகையின் மேல் ஒரு நேர அளவுக்குத் தொங்கவிடப்-பட்டுத் தனிச்சுவையூட்டப்படுகிற; புகையூட்டிப் பதப்படுத்தப்படுகிற *smoked salmon/ham/cheese*

smoky /ˈsməʊki/ *adj.* **1** full of smoke; producing a lot of smoke புகை நிறைந்த; ஏராளமான புகையை வெளிவிடுகிற *a smoky room/fire* **2** with the smell, taste or appearance of smoke புகை மணம், புகைச்சுவை அல்லது புகைத் தோற்றம் உடைய

smolder (*AmE*) = **smoulder**

smooth[1] /smuːð/ *adj.* **1** having a completely flat surface with no lumps or holes or rough areas புடைப்புகள் அல்லது குழிகள் அல்லது கரடு-முரடான பகுதிகள் இல்லாது முழுதும் சம-தளப் பரப்புடைய; சொரசொரப்பற்ற; மேடு-பள்ளமற்ற *smooth skin • a smooth piece of wood* ✪ OPP **rough** **2** (of a liquid mixture) without lumps (திரவக் கலவை வகையில்) கட்டிகள் இல்லாத; நயமான *Stir the sauce until it is smooth.* ✪ OPP **lumpy** **3** without difficulties இடர்ப்பாடுகள் இல்லாத; சிக்கலற்ற *The transition from the old method to the new has been very smooth.* **4** (of a journey in a car, etc.) with an even, comfortable movement (விசையூர்தி முதலியவற்றிலான பயணம் பற்றிக் குறிப்பிடு-கையில்) ஒரே சீரான உலைவற்ற போக்கான; ஆட்டி அலைக்காத; குலுக்கங்கள் இல்லாத *You get a very smooth ride in this car.* ✪ OPP **bumpy** **5** too pleasant or polite to be trusted நம்பிக்கையூட்டாத முறையில் மிகைப்படியான இன்முகம் காட்டுகிற அல்லது இணக்க வணக்க-முடன் நடந்துகொள்கிற; இழைந்து குழைகிற **NOTE** இப்பொருள் கண்டனக் குறிப்புடைய-தாகும். இது வழக்கமாக ஓர் ஆணைப் பற்றிப் பேசப் பயன்படுத்தப்படுகிறது—*I don't like him. He's far too smooth.* ▶ **smoothness** *noun* [U] **IDM take the rough with the smooth** ➪ **rough**[2] பார்க்க.

smooth[2] /smuːð/ *verb* [T] **smooth sth (away, back, down, out, etc.)** to move your hands in the direction mentioned over a surface to make it smooth ஒரு பரப்பை மிருதுவாக்குவதற்காக அதன் மீது குறிப்பிடப்பட்ட திசையில் கை-களை நகர்த்து; மெல்லிழைவாக்கு

smoothly /ˈsmuːðli/ *adv.* without any difficulty இடர்ப்பாடுகள் இல்லாது; சிக்கலற்று; எளிதாக *My work has been going quite smoothly.*

smother /ˈsmʌðə(r)/ *verb* [T] **1 smother sb (with sth)** to kill sb by covering his/her face so that he/she cannot breathe மூச்சுவிட முடியாதவாறு ஒருவரது முகத்தை மூடி அவரைக் கொல்; மூச்சுத் திணறிச் சாகச் செய் *She was smothered with a pillow.* **2 smother sth/sb in/with sth** to cover sth/sb with too much of sth மிகையளவான ஒரு பொருளினால் ஒருவரை/ ஒன்றை மூடு **3** to stop a feeling, etc. from being expressed ஓர் எண்ணம் முதலியவற்றை வெளிப்படுத்தவிடாமல் தடு; வாயடை **4** to stop sth burning by covering it எரியும் ஒன்றை மூடி அணை *to smother the flames with a blanket*

smoulder (*AmE* **smolder**) /ˈsməʊldə(r)/ *verb* [I] to burn slowly without a flame அனற்கொழுந்து இன்றி மெள்ள எரி; புகைந்தெரி *a cigarette smouldering in an ashtray*

SMS /ˌes em ˈes/ *abbr.* Short Message (or Messaging) Service. It is a service available on most digital mobile phones and other mobile devices like palmtops, pocket PC, etc. that permits the sending of short messages or text messages. It is also known as text messaging குறுந்தகவல் சேவையான Short Message Service என்பதன் குறுக்கம். எண்களைப் பயன்படுத்தும் பல செல்பேசிகள், மற்றும் கையில் அல்லது ஆடைப்பையில் வைத்துக் கொள்ளக்கூடிய கணினி முதலிய கருவிகள் தரும் சுருக்கச் செய்திகளை அல்லது எழுத்து வடிவிலான செய்திகளை அனுப்புவதற்கு ஏதுவான சேவை. இது text messaging என்றும் கூறப்படும்

smudge /smʌdʒ/ *verb* **1** [T] to make sth dirty or untidy by touching it ஒன்றைத் தொட்டு மாசுபடுத்து; தொட்டு அழுக்காக்கு *Leave your painting to dry or you'll smudge it.* **2** [I] to become untidy, without a clean line around it சுற்றிலும் தெளிவான வரை இல்லாது ஒழுங்கற்றுப்போ; உருக்கெடுக்கப்படு ▶ **smudge** *noun* [C]

smug /smʌg/ *adj.* too pleased with yourself தன்னைக் குறித்து மிகைப்பட மகிழ்ச்சி அடைகிற; மட்டு மீறிய தன்னிறைவு உணர்ச்சி கொள்கிற *Don't look so smug.* **NOTE** இச்சொல் கண்டன வழக்காகப் பயன்படுத்தப்படுகிறது. ▶ **smugly** *adv. He smiled smugly as the results were announced.* ▶ **smugness** *noun* [U]

smuggle /ˈsmʌgl/ *verb* [T] to take things into or out of a country secretly in a way that is not allowed by the law; to take a person or a thing secretly into or out of a place சட்டத்தை மீறி இரகசியமாக ஒரு நாட்டினுள் அல்லது நாட்டிலிருந்து பொருள்களை எடுத்துச் செல்; ஓரிடத்திலிருந்து அல்லது ஓரிடத்திற்கு இரகசியமாக ஆளை அல்லது பொருளைக் கொண்டு செல்; கள்ளக் கடத்தல் செய் *The drugs had been smuggled through customs.* ▶ **smuggler** *noun* [C] *a drug smuggler*

snack /snæk/ *noun* [C] food that you eat quickly between main meals முக்கிய சாப்பாட்டு வேளைகளுக்கு இடைப்பட்ட நேரங்களில் விரைந்து உண்ணும் உணவு; சிற்றுண்டி; நொறுக்குத் தீனி *I had a snack on the train.* ▶ **snack** *verb* [I] (*informal*) **snack on sth**

snack bar *noun* [C] a type of small cafe where you can buy a small quick meal like a sandwich உணவு இடையீட்டு ரொட்டி (சாண்ட்விச்) முதலிய சிற்றிடையுணவு விற்கும் சிறு உணவக வகை; சிற்றுண்டிக் கடை

snag[1] /snæg/ *noun* [C] a small difficulty or disadvantage that is often unexpected or hidden பெரும்பாலும் எதிர்பாராது நிகழும் அல்லது மறைவாக உள்ள சிறு இடர்ப்பாடு அல்லது தீங்கு; எதிர்பாராத் தடங்கல்; இடைச்சிக்கல் *His offer is very generous—are you sure there isn't a snag?*

snag[2] /snæg/ *verb* [T] (**snagging; snagged**) to catch a piece of clothing, etc. on sth sharp and tear it ஆடை முதலியவற்றைக் கூர்மையான ஒன்றில் மாட்டிக் கிழி

snail /sneɪl/ *noun* [C] a type of animal with a soft body and no legs that is covered by a shell. Snails move very slowly தனது மென்மையான உடல் முழுவதும் உள்ளடங்கக் கூடிய சுருள்வட்ட ஓடுடையதும் கால்களற்றதும் மிக மெல்ல நகரக் கூடியதுமான விலங்கு வகை; நத்தை ➪ **mollusc** பதிவில் படம் பார்க்க.

snail mail *noun* [U] (*informal*) used by people who use email to describe the system of sending letters by ordinary post மின் அஞ்சலைப் பயன்படுத்துவோர் சாதாரண அஞ்சல் முறை குறித்துப் பயன்படுத்தும் தொடர்; நத்தைவேக அஞ்சல்

snake[1] /sneɪk/ *noun* [C] a type of long thin animal with no legs that slides along the ground by moving its body from side to side பாம்பு

snake[2] /sneɪk/ *verb* [I] (*written*) to move like a snake in long curves from side to side பாம்பு போன்ற நீள் வளைவுகளாகப் பக்கத்திற்குப் பக்கம் ஊர்ந்து செல்; நெளிந்து நெளிந்து செல்

snap[1] /snæp/ *verb* (**snapping; snapped**) **1** [I, T] to break or be broken suddenly, usually with a sharp noise பெரும்பாலும் திடீர் வல்லொலியுடன், முறிபடு அல்லது ஒன்றை முறி; சடசட என ஒன்றை ஒடி *The top has snapped off my pen.* • *The branch snapped.* • *I snapped my shoelace when I was tying it.* **2** [I, T] to move or be moved into a particular position, especially with a sharp noise குறிப்பாக, திடீர் வல்லொலியுடன், குறிப்பிட்ட நிலைக்கு வா அல்லது ஒன்று வரச்செய்; தடாலென/சடக்கெனத் திற, மூடு அல்லது அடை *She snapped the bag shut and walked out.* **3** [I, T] **snap**

(sth) (at sb) to speak or say sth in a quick angry way வேகமாகச் சினத்துடன் ஒன்றைப் பேசு; வெடுக்கென்று பேசு *Why do you always snap at me?* **4** [I] to try to bite sb/sth ஒருவரை/ஒன்றைக் கடிக்க முயல் *The dog snapped at the child's hand.* **5** [I, T] (*informal*) to take a quick photograph of sb/sth ஒருவரை/ஒன்றைச் சட்டென ஒளிப்படம் எடு *A tourist snapped the plane as it crashed.* **6** [I] to suddenly be unable to control your feelings any longer திடீரென உணர்ச்சிகள் கட்டுமீறிப்போ *Suddenly something just snapped and I lost my temper with him.*

IDM **snap your fingers** to make a sharp noise by moving your middle finger quickly against your thumb, especially when you want to attract sb's attention குறிப்பாக ஒருவரது கவனத்தை ஈர்க்க விரும்பும்போது, நடுவிரலை விரைவாகக் கட்டைவிரலை நோக்கிச் செலுத்தி சிறு வெடிப்போசை செய்; சுடக்கிடு

PHR V **snap sth up** to buy or take sth quickly, especially because it is very cheap குறிப்பாக விலை மிக மலிவாக உள்ளமையால், விரைந்து ஒன்றை வாங்கு அல்லது எடுத்துக்கொள்; சட்டென வாங்கிக்கொள்

snap² /snæp/ *noun* **1** [C] a sudden sharp sound of sth breaking ஒன்று முறியும்போது உண்டாகும் திடீர் வல்லோசை; முறிவோசை; சுடக்கொலி; சடசட ஒலி; சிறு வெடிப்பொலி **2** (*also* **snapshot** /ˈsnæpʃɒt/) [C] a photograph that is taken quickly and in an informal way விரைவாகவும் அலட்டிக்கொள்ளாமலும் எடுக்கப்படும் ஒளிப்படம்; நொடிப்பெடுப்பு நிழற்படம் **3** [U] (*BrE*) a card game where players call out 'Snap' when two cards that are the same are put down by different players வெவ்வேறு ஆட்டக்காரர்கள் ஒரே வகையான இரண்டு சீட்டுகளைக் கீழே போடும்போது, ஆட்டக்காரர்கள் 'snap' என்று உரத்த ஒலி செய்யும் சீட்டாட்ட வகை

snap³ /snæp/ *adj.* (*informal*) (*only before a noun*) done quickly and suddenly, often without any careful thought பெரும்பாலும் கவனத்துடன் சிந்திக்காது, விரைவாகவும் திடீரெனவும் செய்யப்படுகிற; எண்ணாது துணிகிற; திட்டமிடப்படாத; முன்பின் பாராத *a snap decision/judgement*

snare /sneə(r)/ *noun* [C] a device (**trap**) used to catch birds or small animals பறவைகளை அல்லது சிறு விலங்குகளைப் பிடிக்க பயன்படுத்தப்படும் வலைப்பொறி; கண்ணி ▶ **snare** *verb* [T]

snarl /snɑːl/ *verb* [I, T] **snarl (sth) (at sb)** (used about an animal) to make an angry sound while showing the teeth (விலங்கு வகையில்) பற்களைக் காட்டிச் சினக்குரல் எழுப்பு; உறுமு *The dog snarled at the stranger.* ▶ **snarl** *noun* [C, *usually sing.*]

snatch¹ /snætʃ/ *verb* **1** [I, T] to take sth with a quick rough movement விரைவாகவும் முரட்டுத்தனமாகவும் ஒன்றை எடு; திடீரெனப் பறி; பிடுங்கு *A boy snatched her handbag and ran off.* ➪ **grab** பார்க்க. **2** [T] to take or get sth quickly using the only time or chance that you have கிடைத்துள்ள நேரத்தை அல்லது வாய்ப்பைப் பயன்படுத்தித் தாமதமின்றி ஒன்றை எடுத்துக்கொள் அல்லது பெற்றுக்கொள் *I managed to snatch some sleep on the train.*

PHR V **snatch at sth** to try to take hold of sth suddenly திடீரெனக் கைப்பற்ற முயல்; சட்டெனப் பிடுங்க முனை *The man snatched at my wallet but I didn't let go of it.*

snatch² /snætʃ/ *noun* **1** [*sing.*] a sudden movement that sb makes when trying to take hold of sth ஒன்றைக் கைப்பற்ற முயலும் ஒருவரிடம் காணப்படும் திடீர் இயக்கம்; பற்றி எடுப்பு; திடீர் கைநீட்டம் **2** [C, *usually pl.*] a short part or period of something ஒன்றின் சிறு பகுதி அல்லது காலம்; செயற்கூறு; செயற்காலக் கூறு *I heard snatches of conversation from the next room.*

sneak¹ /sniːk/ *verb* (*pt, pp* **sneaked**; *informal, AmE* **snuck**) **1** [I] **sneak into, out of, past, etc. sth sneak in, out, away, etc.** to go very quietly in the direction mentioned, so that no one can see or hear you பிறர் அறியா வண்ணம், குறிப்பிடப்பட்ட திசையில் ஓசைப்படாமல் செல்; திருட்டுத்தனமாகப் பதுங்கிச் செல் *The prisoner sneaked past the guards.* • *Instead of working, he sneaked out to play football.* **2** [T] (*informal*) to do or take sth secretly இரகசியமாக ஒன்றைச் செய் அல்லது எடுத்துக்கொள்; மறைவான செயல்களில் ஈடுபடு *I tried to* **sneak a look** *at the test results in the teacher's bag.*

PHR V **sneak up (on sb/sth)** to go near sb very quietly, especially so that you can surprise him/her குறிப்பாக ஒருவருக்கு வியப்பை ஏற்படுத்தும் வகையில் ஓசைப்படாது அவர் அருகில் செல்

sneak² /sniːk/ *noun* [C] (*informal*) a person, especially a child, who tells sb about the bad things sb has done வேறொருவர் செய்துள்ள மோசமானவற்றை ஒருவரிடம் கூறும் ஆள், குறிப்பாகச் சிறுவன்/சிறுமி; கோட்சொல்லி NOTE இச்சொல் கண்டன வழக்காகப் பயன்படுத்தப்படுகிறது.

sneaker /ˈsniːkə(r)/ (*AmE*) = **trainer 1**

sneaking /ˈsniːkɪŋ/ *adj.* (used about feelings) not expressed; secret (உணர்வுகள் வகையில்) வெளிப்படுத்தப்படாத; மறைவடக்கமான; இரகசியமான *I've a sneaking suspicion that he's lying.*

sneer /snɪə(r)/ *verb* [I] **sneer (at sb/sth)** to show that you have no respect for sb/sth by the expression on your face or the way that you speak முகபாவனை அல்லது பேசும் முறை வழியாக ஒருவர்/ஒன்றின் மீது தனக்கு மரியாதை இல்லை என்பதை வெளிப்படுத்து; இகழ்ச்சிப் பார்வை பார்; ஏளனமாகப் பேசு *She sneered at his attempts to speak English.* ▶ **sneer** *noun* [C]

sneeze /sni:z/ *verb* [I] to make air come out of your nose suddenly and noisily in a way that you cannot control, for example because you have a cold சளி முதலிய காரணங்களால் தும்மு *Dust makes me sneeze.* ▶ **sneeze** *noun* [C]

snide /snaɪd/ *adj.* (used about an expression or comment) critical in an unpleasant way ((முகக் குறிப்பு அல்லது கருத்து வகையில்) வெறுப்பூட்டும் முறையில் கண்டனத் தன்மையிலான; ஏளன விமர்சனமான

sniff /snɪf/ *verb* **1** [I] to breathe air in through the nose in a way that makes a sound, especially because you have a cold or you are crying குறிப்பாக, சளி காரணமாக அல்லது அழுகையின்போது, ஒலி எழுமாறு மூக்கு வழியாகக் காற்றை உள்ளிழு; மூக்கு உறிஞ்சு *Stop sniffing and blow your nose.* **2** [I, T] **sniff (at) sth** to smell sth by sniffing மூச்சு வலித்து ஒன்றை மோந்து பார்; சிவ்வென்று உறிஞ்சி மோப்பம் காண் *The dog sniffed at the bone.* ▶ **sniff** *noun* [C] *Have a sniff of this milk and tell me if it's still OK.*

sniffle /'snɪfl/ *verb* [I] to make noises by breathing air suddenly up your nose, especially because you have a cold or you are crying குறிப்பாக, சளி அல்லது அழுகை காரணமாக, திடீரென மூக்கின் வழியாகக் காற்றை உள்ளிழுத்து ஓசை எழுப்பு; மூச்சு வலிப்பொலி செய்; சிவ்வொலி செய்

snigger /'snɪgə(r)/ *verb* [I] **snigger (at sb/sth)** to laugh quietly and secretly in an unpleasant way வெறுப்பூட்டும் முறையில் ஓசைப்படாதும் இரகசியமாகவும் சிரி; வாய்விடாது உள்ளாரச் சிரி ▶ **snigger** *noun* [C]

snip[1] /snɪp/ *verb* [I, T] (**snipping; snipped**) **snip (sth) (off, out, in, etc.)** to cut using scissors, with a short quick action சிறுசிறு விரைவியக்கங்களாகக் கத்தரிக்கோலால் வெட்டு; விரைவாகக் கத்தரி *He sewed on the button and snipped off the ends of the cotton.* • *to snip a hole in sth*

snip[2] /snɪp/ *noun* [C] **1** a small cut made with scissors கத்தரிக்கோலால் செய்யப்படும் சிறுவெட்டு; கத்தரிப்பு **2** (*BrE informal*) something that is much cheaper than expected எதிர்பார்த்ததை விடப் பெரிதும் விலை மலிவான ஒன்று; மன நிறைவான பேரத்தில் பெறப்பட்டது

sniper /'snaɪpə(r)/ *noun* [C] a person who shoots at sb from a hidden position மறைவிடத்திலிருந்து ஒருவரை நோக்கிச் சுடுபவர்/அம்பு எய்பவர்; பதுங்கிச் சுடுபவர்

snippet /'snɪpɪt/ *noun* [C] a small piece of sth, especially information or news ஒன்றின் சிறு கூறு, குறிப்பாக, தகவல்/செய்தித் துணுக்கு

snivel /'snɪvl/ *verb* [I] (**snivelling; snivelled** *AmE* **sniveling; sniveled**) to keep crying quietly in a way that is annoying எரிச்சல் உண்டாக்கும் முறையில் ஓசையின்றி அழுதுகொண்டிரு; சிணுங்கு

snob /snɒb/ *noun* [C] a person who thinks he/she is better than sb of a lower social class and who admires people who have a high social position சமுதாயத்தில் கீழ்ப்படி நிலையில் உள்ளவர்களை விடத் தன்னை உயர்ந்தவராகக் கருதி, மேல் நிலையில் உள்ளவர்களைப் போற்றும் இயல்புடைய ஒருவர்; போலி உயர்வுப் பகட்டர்; பகட்டு இறுமாப்பு உடையவர் ▶ **snobbish** *adj.* ▶ **snobbishly** *adv.* ▶ **snobbishness** *noun* [U]

snobbery /'snɒbəri/ *noun* [U] behaviour or attitudes typical of people who think they are better than other people in society, for example because they have more money, better education, etc. செல்வச் செழிப்பு, கல்விப் பெருமை முதலியவை காரணமாகச் சமுதாயத்தில் தங்களை உயர்ந்தவர்களாகக் கருதிக்கொள்பவர்களது நடத்தை அல்லது மனப்போக்கு; பகட்டிறுமாப்பு

snooker /'snu:kə(r)/ *noun* [U] a game in which two players try to hit a number of coloured balls into pockets at the edges of a large table using a long stick (**cue**) நீண்ட கோலைப் பயன்படுத்திப் பெரிய மேசையின் விளிம்புகளில் உள்ள பைகளுள் பலவான வண்ணப் பந்துகளை இரண்டு ஆட்டக்காரர்கள் அடித்துச் செலுத்த முயலும் விளையாட்டு வகை; மேசைக்கோல் பந்தாட்ட வகை *to play snooker* ➪ **billiards** மற்றும் **pool** பார்க்க.

snoop /snu:p/ *verb* [I] **snoop (around); snoop (on sb)** to look around secretly and without permission in order to find out information, etc. தகவல் கண்டுபிடித்தல் முதலியவற்றுக்காக அனுமதி பெறாது இரகசியமாகச் சுற்றிலும் நோக்கு; வேவு பார் *She suspected that her neighbours visited just to snoop on her.*

snooty /'snu:ti/ *adj.* (*informal*) acting in a rude way because you think you are better than other people உயர்வு மனப்பான்மை காரணமாக இணக்க வணக்கமின்றி நடந்துகொள்கிற; செருக்கான; அகந்தையுடைய; இறுமாப்புடைய

snooze /snuːz/ *verb* [I] (*informal*) to have a short sleep, especially during the day குறிப்பாக, பகல் நேரத்தில், சிறிது நேரம் தூங்கு; பகல் வேளையில் சிறுதுயில் கொள் ▶ **snooze** *noun* [C *usually sing.*] *I had a bit of a snooze on the train.* ➪ **nap** பார்க்க.

snore /snɔː(r)/ *verb* [I] to breathe noisily through your nose and mouth while you are asleep தூக்கத்தில் உள்ளபோது மூக்கு மற்றும் வாய் வழியாக உரத்த ஓசையுடன் மூச்சு விடு; குறட்டை விடு ▶ **snore** *noun* [C] *He's got the loudest snore I've ever heard.*

snorkel /ˈsnɔːkl/ *noun* [C] a short tube that a person swimming just below the surface of the water can use to breathe through நீர் மேற்பரப்புக்குச் சற்றுக் கீழே நீந்துபவர் சுவாசிக்கப் பயன்படுத்தத்தக்க நீளம் குறைந்த குழல்; நீரடி நீந்துபவரின் சுவாசக் குழல் **NOTE** சுவாசக் குழலைப் பொருத்திக்கொண்டு நீந்துவது **go snorkelling** எனப்படும்.

snort /snɔːt/ *verb* [I] **1** (used about animals) to make a noise by blowing air through the nose and mouth (விலங்குகள் வகையில்) மூக்கு மற்றும் வாய் வழியாக மூச்சு விட்டு ஓசை எழுப்பு; சீறொலி எழுப்பு; செறுமு **2** (used about people) to blow out air noisily as a way of showing that you do not like sth, or that you are impatient (ஆட்கள் வகையில்) ஒன்றை விரும்பாமையை அல்லது தனது பொறுமையின்மையை வெளிப்படுத்தும் முறையாக ஓசையுடன் மூச்சுவிடு; செறுமு ▶ **snort** *noun* [C]

snot /snɒt/ *noun* [U] (*informal*) the liquid produced by the nose மூக்கிலிருந்து உண்டாகும் நீர்மம்; மூக்கொழுகல்; சளி

snout /snaʊt/ *noun* [C] the long nose of certain animals சிலவகை விலங்குகளின் நீண்ட மூக்கு *a pig's snout*

snow¹ /snəʊ/ *noun* [U] small, soft, white pieces of frozen water that fall from the sky in cold weather குளிர்ப்பருவத்தில் வானிலிருந்து விழும் உறை நீரின் சிறிய, மென்மையான, வெண்ணிறக் கூறுகள்; பனி *Three centimetres of snow fell during the night.* • *The snow melted before it could settle* (= stay on the ground). ➪ **weather** பதிவிலுள்ள குறிப்பைப் பார்க்க.

snow² /snəʊ/ *verb* [I] (used about snow) to fall from the sky (பனி வகையில்) வானிலிருந்து விழு; பனி பெய் *It snowed all night.*

snowball¹ /ˈsnəʊbɔːl/ *noun* [C] a lump of snow that is pressed into the shape of a ball and used by children for playing ஒருங்குசேர்ந்து அமுக்கிப் பந்து வடிவாக உருப்படுத்தப்படுவதும் சிறுவர்கள் விளையாடப் பயன்படுத்துவதுமான பனிக்கட்டி; பனிப்பந்து

snowball² /ˈsnəʊbɔːl/ *verb* [I] to quickly grow bigger and bigger or more and more important விரைவாகப் பெரிதாகிக் கொண்டிரு அல்லது முக்கியத்துவம் உயர்ந்துகொண்டிரு

snowboard /ˈsnəʊbɔːd/ *noun* [C] a type of board that you fasten to both your feet and use for moving down mountains that are covered with snow இரண்டு கால்களிலும் கட்டிக்கொண்டு பனி படிந்துள்ள மலைகளிலிருந்து இறங்கப் பயன்படுத்தப்படும் பலகை வகை; பனிக் கால்பலகை ➪ **skateboard** பதிவில் படம் பார்க்க. ▶ **snowboarding** *noun* [U] *Have you ever been snowboarding?*

snowdrift /ˈsnəʊdrɪft/ *noun* [C] a deep pile of snow that has been made by the wind காற்றினால் ஒருங்கு சேர்ந்துள்ள பெரும் பனித்திரள்; பனித்திரட்டு *The car got stuck in a snowdrift.*

snowdrop /ˈsnəʊdrɒp/ *noun* [C] a type of small white flower that appears at the end of winter குளிர்ப் பருவத்தின் இறுதியில் மலரும் சிறு வெண்ணிறப் பூ வகை; பனிமலர்

snowed in *adj.* not able to leave home or travel because the snow is too deep ஆழமான பனிப்படிவு காரணமாக வீட்டை விட்டு வெளியில் செல்ல அல்லது பயணம் செய்ய முடியாதிருக்கிற; பனிப்படிவால் முடக்கப்பட்ட; பனி அடைப்புண்ட

snowed under *adj.* with more work, etc. than you can deal with சமாளிக்க முடியாத அளவுள்ள பணி முதலியவற்றைக் கையாள வேண்டியிருக்கிற; மேலழுத்துகிற; திணற அடிக்கிற

snowfall /ˈsnəʊfɔːl/ *noun* **1** [C] the snow that falls on one occasion ஒரு சமயத்தில் காணப்படும் பனிப்பொழிவு *heavy snowfalls* **2** [U] the amount of snow that falls in a particular place குறிப்பிட்ட இடத்தில் பெய்யும் பனியின் அளவு

snowflake /ˈsnəʊfleɪk/ *noun* [C] one of the small, soft, white pieces of frozen water that fall together as snow பனியாக ஒருசேர விழும் மென்மையான சிறு உறைநீர்ப் படிகங்களில் ஒன்று; பனித்திவலை; பூம்பனி

snowman /ˈsnəʊmæn/ *noun* [C] (*pl.* **-men** /-men/) the figure of a person made out of snow பனிக்கட்டியினால் செய்யப்பட்ட ஆள் உரு; பனிமனிதன்

snowplough (*AmE* **snowplow**) /ˈsnəʊplaʊ/ *noun* [C] a vehicle that is used to clear snow away from roads or railways சாலைகளில் அல்லது தொடர்வண்டித் தடங்களில் இருந்து பனி அடைவுகளை அகற்றப் பயன்படுத்தப்படும் ஊர்தி; பனிவாரி ➪ **plough** பார்க்க.

snowy /ˈsnəʊi/ *adj.* with a lot of snow பனி மிகுந்துள்ள; பனியால் மூடப்பட்ட *snowy weather* • *a snowy scene*

Snr (*also* **Sr**) *abbr.* (*AmE*) Senior (மூத்தவர்) என்பதன் குறுக்கம்

snub /snʌb/ *verb* [T] (**snubbing; snubbed**) to treat sb rudely, for example by refusing to look at or speak to him/her ஒருவரைப் பார்க்க அல்லது ஒருவருடன் பேச மறுத்தல் முதலிய செயல்களால், அவரைப் பண்பு நயமின்றி நடத்து; மட்டம்தட்டு ▶ **snub** *noun* [C]

snuck /snʌk/ (*informal*) ➪ **sneak**[1] என்பதன் இறந்தகால மற்றும் இறந்தகால வினையெச்ச வடிவம்

snuff /snʌf/ *noun* [U] (especially in past times) tobacco which people breathe up into the nose in the form of a powder (குறிப்பாக, கடந்த காலங்களில்) மூக்கு வழியாக உறிஞ்சி உட்கொள்ளும் புகையிலைத் தூள்; மூக்குப்பொடி

snuffle /ˈsnʌfl/ *verb* [I] (used about people and animals) to make a noise through your nose (ஆட்கள் மற்றும் விலங்குகள் வகையில்) மூக்கு வழியாக ஒலி எழுப்பு; மூக்குறிஞ்சு; சிவ்வொலி செய்

snug /snʌg/ *adj.* **1** warm and comfortable வெதுவெதுப்பாகவும் இன்ப நலத்திற்கு ஏற்றதாகவும் உள்ள; இன்னலக் காப்பான; சொகுசான *a snug little room* • *The children were snug in bed.* **2** fitting sb/sth closely ஒருவருக்கு/ஒன்றுக்கு அணுக்கமாகப் பொருந்தி அமைகிற; கட்டிறுக்கமான; தளர்ச்சியற்ற *Adjust the safety belt to give a snug fit.* ▶ **snugly** *adv.*

snuggle /ˈsnʌgl/ *verb* [I] **snuggle (up to sb); snuggle (up/down)** to get into a position that makes you feel safe, warm and comfortable, usually next to another person வழக்கமாக மற்றொருவருக்குப் பக்கத்தில் பாதுகாப்பு, கதகதப்பு மற்றும் இன்ப நல உணர்வு பெறுகிற நிலையில் இடம் கொள்; அணைவாக அல்லது நெருங்கி அமர் *She snuggled up to her mother.* • *I snuggled down under the blanket to get warm.*

so[1] /səʊ/ *adv.* **1** used to emphasize an adjective or adverb, especially when this produces a particular result குறிப்பாக ஒரு பெயரடை அல்லது வினையடை குறிப்பிட்ட விளைவை உண்டுபண்ணும் நிலையில் அதனை வலியுறுத்தப் பயன்படுத்தப்படுவது: என்ற அளவில்/அளவுக்கு/அளவாக *She's so ill (that) she can't get out of bed.* • *He was driving so fast that he couldn't stop.* ➪ **such** பதிவிலுள்ள குறிப்பைப் பார்க்க. **2** used in negative sentences for comparing people or things ஆட்களை அல்லது பொருள்களை ஒப்பிடுவதற்காக எதிர்மறை வாக்கியங்களில் பயன்படுத்தப்படுவது *She's not so clever as we thought.* **3** used in place of something that has been said already, to avoid repeating it ஏற்கனவே கூறப்பட்டுள்ள ஒன்று திரும்ப வருவதைத் தவிர்ப்பதற்காக அதற்குப் பதிலாகப் பயன்படுத்தப்படுவது: அப்படியே; அவ்வாறே; அப்படி; அவ்வாறு; அவ்வண்ணம் *Are you coming by plane? If so,* (= if you are coming by plane) *I can meet you at the airport.* • *'I failed, didn't I?' 'I'm afraid so.'*

> **NOTE** முறைசார் வழக்கில் ஒருவர் குறிப்பிட்டுள்ள செயலைச் சுட்டும்போது **so**-உடன் **do**-ஐப் பயன்படுத்தலாம்—*He asked me to write to him and **I did so*** (= I wrote to him).

4 (*not with verbs in the negative*) also, too கூட *He's a teacher and **so is** his wife.* • *'I've been to New York.' '**So have I.**'* • *I like singing and **so does** Heena.* **NOTE** எதிர்மறை வழக்குகள் **neither** பதிவில் தரப்பட்டுள்ளன. **5** used to show that you agree that sth is true, especially when you are surprised குறிப்பாக வியப்புற்ற நிலையில், ஒன்று உண்மை என்பதைத் தான் ஒப்புக்கொள்வதை வெளிப்படுத்தப் பயன்படுத்தப்படுவது: நன்று; சரி *'It's getting late.' 'So it is. We'd better go.'* **6** (*formal*) (used when you are showing sb sth) in this way; like this (ஒருவருக்கு ஒன்றைச் (செய்து) காண்பிக்கையில் பயன்படுத்தப்படுவது) இந்த முறையில்; இவ்வகையில்; இப்படி; இதுபோல; இவ்வாறு *It was a black insect, about so big* (= using your hands to show the size). • *Fold the paper in two diagonally, **like so**.*

IDM **and so on (and so forth)** used at the end of a list to show that it continues in the same way அதே முறையில் தொடர்கிறது எனக் கூற ஒரு பட்டியலின்/வரிசைத்தொகுதியின் இறுதியில் பயன்படுத்தப்படுவது: என்றிவ்வாறே; என்றிப்படியே; இன்னோரன்ன பிற *They sell pens, pencils, paper and so on.*

I told you so used to tell sb that he/she should have listened to your advice ஒருவர் தனது அறிவுரையைக் கருத்தில் கொண்டிருக்க வேண்டும் என்று அவரிடம் கூறப் பயன்படுத்தப்படுவது *'I missed the bus.' 'I told you so. I said you needed to leave earlier.'*

it (just) so happens (used to introduce a surprising fact) by chance (வியப்பூட்டக்கூடிய ஒரு மெய்ம்மையை அறிமுகப்படுத்தப் பயன்படுத்தப்படுவது) தற்செயலாக; எதிர்பாராது *It just so happened that we were going the same way, so he gave me a lift.*

just so ➪ **just**[1] பார்க்க.

or so (used to show that a number, time, etc. is not exact) approximately; about (ஓர் எண்ணிக்கை, ஒரு நேரம் முதலியவை சரி நுட்பமானதல்ல எனக் கூறப் பயன்படுத்தப்படுவது) ஏறத்தாழ; கிட்டத்தட்ட; சற்று முன்பின்னாக *A hundred or so people came to the meeting.*

so as to do sth with the intention of doing sth; in order to do sth ஒன்றைச் செய்யும் நோக்கத்துடன்; ஒன்றைச் செய்யும் பொருட்டு
so much for used for saying that sth was not helpful or successful ஒன்று பயனளிக்கவில்லை அல்லது வெற்றிகரமானதாக இல்லை எனக் கூறப் பயன்படுத்தப்படுவது *So much for that diet! I didn't lose any weight at all.*
that is so (*formal*) that is true அது மெய்யானது

so² /səʊ/ *conj.* **1** with the result that; therefore விளைவாக; பயனாக; எனவே; ஆகவே; ஆகையால் *She felt very tired so she went to bed early.* **2 so (that)** with the purpose that; in order that நோக்கத்துடன்; நிமித்தமாக; பொருட்டு *She wore dark glasses so (that) nobody would recognize her.* **3** used to show how one part of a story follows another ஒரு கதையின் ஒரு பகுதி மற்றொரு பகுதியை இன்ன முறையில் தொடர்கிறது எனக் காட்டப் பயன்படுத்தப்படுவது: எப்படியென்றால்; என்றவாறாக *So what happened next?*
IDM so what? (*informal*) (showing that you think sth is not important) Who cares? (ஒன்று முக்கியமானதல்ல எனத் தான் எண்ணுவதைக் குறிப்பிடப் பயன்படுத்தப்படுவது) அதனால் என்ன? இருக்கட்டுமே! கவலையில்லை; பொருட்படுத்தத் தேவையில்லை *'It's late.' 'So what? We don't have to go to school tomorrow.'*

soak /səʊk/ *verb* **1** [I, T] to become or make sth completely wet முழுவதுமாக நனைந்துவிடு; ஒன்றை முழுவதுமாக நனையச்செய் *Leave the dishes to soak for a while. • The dog came out of the river and shook itself, soaking everyone.* **2** [I] **soak into/through sth; soak in** (used about a liquid) to pass into or through sth (திரவ வகையில்) ஒன்றினுள் அல்லது ஒன்றின் ஊடாகச் செல்; ஊறித் தோய்வுறு; ஊடாகத் தோய்ந்து பரவு *Blood had soaked through the bandage.*
PHR V soak sth up to take sth in (especially a liquid) ஒன்றை, குறிப்பாக திரவத்தை, ஈர்த்துக் கொள்; உறிஞ்சு *I soaked the water up with a cloth.*

soaked /səʊkt/ *adj.* (*not before a noun*) extremely wet மிகப் பெருமளவு நனைந்துள்ள *I got soaked waiting for my bus in the rain.*

soaking /'səʊkɪŋ/ (*also* **soaking wet**) *adj.* extremely wet மிக ஈரமாக உள்ள; ஈரம் தோய்ந்துள்ள; ஈரக் கசிவான

so-and-so *noun* [C] (*pl.* **so-and-sos**) (*informal*) **1** a person who is not named பெயர் குறிப்பிடப்படாத ஆள்; இன்ன ஆள் *Imagine a Mrs So-and-so telephones. What would you say?* **2** a person that you do not like தான் விரும்பாத ஒருவர்; இன்ன பேர்வழி *He's a bad-tempered old so-and-so.*

soap /səʊp/ *noun* [U] a substance that you use for washing and cleaning உடலைக் கழுவுவதற்கும் அழுக்கை நீக்குவதற்கும் பயன்படுத்தப்படும் பொருள்; சவர்க்காரக் கட்டி; சோப்பு *He washed his hands with soap. • a bar of soap • soap powder* (= for washing clothes) ▶ **soapy** *adj.*

soap opera (*informal* **soap**) *noun* [C] a story about the lives and problems of a group of people which continues several times a week on television or radio தொலைக்காட்சியில் அல்லது வானொலியில் தொடராக வாரத்திற்குப் பலமுறை ஒளி/ஒலி பரப்பப்படும், ஒரு குழுவினரின் வாழ்க்கை மற்றும் பிரச்சினைகள் பற்றிய கதை; தொலைக்காட்சி/வானொலிக் குடும்பத் தொடர் ➪ **opera** பார்க்க.

soar /sɔː(r)/ *verb* [I] **1** to fly high in the air வானில் உயரச் செல்; உயரத்தில் பற **2** to rise very fast மிக வேகமாக உயர்ந்து செல்; விரைந்து ஏறு *Prices are soaring because of inflation.*

sob /sɒb/ *verb* [I] (**sobbing; sobbed**) to cry while taking in sudden, sharp breaths; to speak while you are crying திடீர்ப் பெருமூச்சுடன் அழு; அழுதுகொண்டே பேசு; விம்மியழு; தேம்பியழு *The child was sobbing because he'd lost his toy.* ▶ **sob** *noun* [C] *It was heartbreaking to listen to her sobs.*

sober¹ /'səʊbə(r)/ *adj.* **1** (of a person) not affected by alcohol (ஆள் வகையில்) மதுவினால் பாதிக்கப்படாத; குடி மயக்கமற்ற *He'd been drunk the first time he'd met her, but this time he was* ***stone-cold sober****.* **2** not funny; serious விளையாட்டுத்தன்மை உடையதல்லாத; அற்பமானதல்லாத; கருத்தூன்றிக் கவனிக்க வேண்டிய; மனம் கொள்ளத்தக்க *a sober expression • Her death is a sober reminder of just how dangerous drugs can be.* **3** (of a colour) not bright or likely to be noticed (நிற வகையில்) ஒளிர்வு மிக்கதல்லாத; எடுப்பாகக் காணப்படாத; முனைப்பாக இல்லாத; மட்டான *a sober grey suit*

sober² /'səʊbə(r)/ *verb*
PHR V sober (sb) up to become or make sb become normal again after being affected by alcohol மதுக்குடியின் பாதிப்புக்குப் பின் மீண்டும் இயல்பு நிலைக்கு வா அல்லது ஒருவரை வரச்செய்; குடி மயக்கம் தெளிவுறு அல்லது தெளியச் செய் *I need a cup of black coffee to sober me up. • There's no point talking to him until he's sobered up.*

sobering /'səʊbərɪŋ/ *adj.* making you feel serious கருத்தூன்றிக் கவனிக்கச் செய்கிற; அலட்சியப்படுத்த முடியாத; மனம் கொள்ளத்தக்க

*It is **a sobering thought** that over 25 million people have been killed in car accidents.*

Soc. *abbr.* Society (கழகம்/சங்கம்) என்பதன் குறுக்கம் *Amateur Dramatic Soc.*

so-called *adj.* **1** used to show that the words you describe sb/sth with are not correct ஒருவரை/ ஒன்றைப் பற்றிய தனது சொல் விளக்கம் சரியானதல்ல என்று கூறப் பயன்படுத்தப்படுவது; ... என்று சொல்லப்படுகிற, நம்பப்படுகிற அல்லது அறியப்பட்ட; பெயரளவிலான *Her so-called friends only wanted her money.* **2** used to show that a special name has been given to sb/ sth ஒருவர்/ஒன்று ஒரு தனிமுறையான பெயரால் குறிப்பிடப்படுகிறார்/குறிப்பிடப்படுகிறது என்று கூறப் பயன்படுத்தப்படுவது: ... என அழைக்கப்படுகிற

soccer /ˈsɒkə(r)/ (*AmE*) = **football**[1]

sociable /ˈsəʊʃəbl/ *adj.* enjoying being with other people; friendly பிறருடன் இணைந்திருப்பதில் மகிழ்கிற; நட்பார்வம் உடைய; கூடிப்பழகும் இயல்புடைய; தோழமைப் பண்புள்ள

social /ˈsəʊʃl/ *adj.* **1** connected with society and the way it is organized சமுதாயம் மற்றும் அதன் அமைப்பு முறை சார்ந்த; சமுதாயத்திற்குரிய *social problems/issues/reforms* **2** concerning the position of people in society சமுதாயத்தில் உள்ளவர்களின் படிநிலை தொடர்பான; சமுதாய மதிப்பு நிலை சார்ந்த *We share the same social background.* **3** connected with meeting people and enjoying yourself தோழமைக் கூட்டங்கள் சார்ந்த; பிறருடன் கூடி மகிழ்தல் அல்லது ஒத்துறவாடுதல் தொடர்பான; பொது அளவளாவலுக்குரிய *a social club • She has a busy **social life**. • Children have to develop their **social skills** when they start school.* **4** (used about animals) living in groups (விலங்குகள் வகையில்) கூட்டம் கூட்டமாக வாழ்கிற ▶ **socially** /ˈsəʊʃəli/ *adv. We work together but I don't know him socially.*

social democracy *noun* [U, C] a political system that combines the principles of one system (**socialism**) with the greater personal freedom of another system (**democracy**); a country that has this political system of government மக்களாட்சியின் தனிமனித முன்னுரிமைக் கோட்பாடும் சமதர்மக் கொள்கைகளும் ஒன்றிணைந்த அரசியல் முறை; சமதர்ம மக்களாட்சி முறை; சோசலிச ஜனநாயகம்; சமதர்ம மக்களாட்சி நடைபெறும் நாடு ▶ **social democrat** *noun* [C]

socialism /ˈsəʊʃəlɪzəm/ *noun* [U] the political idea that is based on the belief that all people are equal and that money and property should be equally divided மக்கள் அனைவரும் சமமானவர்கள் மற்றும் செல்வமும் உடைமைகளும் சமமாகப் பகிர்ந்துகொள்ளப்பட வேண்டும் என்னும் கோட்பாட்டின் அடிப்படையிலான அரசியல் கருத்து; சமதர்மக் கோட்பாடு; சோசலிசம் ⇨ **communism, Marxism** மற்றும் **capitalism** பார்க்க. ▶ **socialist** *adj., noun* [C] *socialist beliefs/policies/writers*

social science *noun* [C, U] the study of people in society சமுதாயத்திலுள்ள மக்கள் பற்றிய ஆய்வு; சமூக அறிவியல்

social services *noun* [*pl.*] a group of services organized by local government to help people who have money or family problems பண அல்லது குடும்பப் பிரச்சினைகளுக்கு உள்ளான மக்களுக்கு உதவும் பொருட்டு உள்ளாட்சி அமைப்பு ஏற்பாடு செய்யும் சேவைகள்; பொதுநலச் சேவைகள்

social work *noun* [U] paid work that involves giving help and advice to people living in the community who have financial or family problems பண அல்லது குடும்பப் பிரச்சினைகளுக்கு உள்ளான உள்ளூர்ச் சமுதாய மக்களுக்கு உதவியும் அறிவுரையும் வழங்கும் ஊதியப் பணி; சமுதாயப் பணி

social worker *noun* [C] a person whose job is social work சமுதாயப் பணியாளர்

society /səˈsaɪəti/ *noun* (*pl.* **societies**) **1** [C, U] the people in a country or area, thought of as a group, who have shared customs and laws ஒரு நாட்டில் அல்லது பகுதியில் குழுவாக வாழ்பவர்களும் பொதுவான பழக்க வழக்கங்களும் சட்ட திட்டங்களும் உடையவர்களுமான மக்கள்; சமுதாயம்; சமூகம் *a civilized society • Society's attitude to women has changed considerably this century. • The role of men **in society** is changing.* **2** [C] an organization of people who share a particular interest or purpose; a club பொதுவான பற்றீடுபாடு அல்லது நோக்கம் உடைய ஓர் அமைப்பு; சங்கம்; கழகம்; மன்றம் *a drama society*

socio- /ˈsəʊsiəʊ/ *prefix* (*used in nouns, adjectives and adverbs*) connected with society or the study of society சமுதாயம் மற்றும் சமுதாயம் பற்றிய ஆய்வு சார்ந்த; சமுதாயம் சார்ந்த; சமூகவியல் தொடர்பான *socio-economic • sociolinguistics*

sociologist /ˌsəʊsiˈɒlədʒɪst/ *noun* [C] a student of or an expert in sociology சமூகவியல் மாணவர் அல்லது சமூகவியல் வல்லுநர்

sociology /ˌsəʊsiˈɒlədʒi/ *noun* [U] the study of human societies and social behaviour மனித சமுதாயங்கள் மற்றும் சமுதாய நடத்தை பற்றிய ஆய்வு; சமூகவியல் ▶ **sociological** /ˌsəʊsiəˈlɒdʒɪkl/ *adj.*

sock /sɒk/ *noun* [C] a piece of clothing that you wear on your foot and lower leg, inside your shoe காலணிக்கு உள்ளாகப் பாதமும் கீழ்க்காலும் உள்ளடங்குமாறு அணிந்துகொள்ளும் உடுப்பு வகை; குறுங்காலுறை *a pair of socks*

IDM pull your socks up (*BrE*) to start working harder or better than before முன்பை விடக் கடுமையாக அல்லது சிறப்பாகச் செயலாற்றத் தொடங்கு; மேலும் சிறப்பாகச் செயல்பட முனை

socket /'sɒkɪt/ *noun* [C] **1** (*also* **power point**, *informal* **plug**) a place in a wall where a piece of electrical equipment can be connected to the electricity supply மின்சார வழங்கீட்டுடன் ஒரு மின் சாதனம் இணைக்கப்படும் சுவர்ப்பகுதி; மின் இணைப்பு முனை **2** a hole in a piece of electrical equipment where another piece of equipment can be connected வேறொரு சாதனத்தைப் பொருத்தி இணைப்பதற்கு ஏற்றவாறு ஒரு மின்-சாதனத்தில் அமைந்துள்ள குழி; பொருந்து பள்ளம் **3** a hole that sth fits into ஒன்று பொருந்தி அமையும் குழி; பொருந்து குழி; செருகு குழி *your eye socket*

soda /'səʊdə/ *noun* **1** (*also* **soda water**) [U] water that has bubbles in it and is usually used for mixing with other drinks வழக்கமாக மற்ற பானங்களுடன் கலக்கப் பயன்படுத்தப்படும் நுரைக்கும் தன்மையுள்ள நீர்ம வகை; சோடா *a whisky and soda* **2** [C] (*AmE*) = **fizzy drink** ⇨ **caustic soda** பார்க்க.

sodium /'səʊdiəm/ *noun* [U] (*symbol* **Na**) a soft silver-white metal that is found naturally only in chemical mixtures (**compounds**), such as salt உப்பு முதலிய வேதியியல் கலவைப் பொருள்களில் மட்டுமே இயற்கையாகக் காணப்படும் மென்மையான ஒளிர் சாம்பல் நிற உலோக வகை; சோடியம்

sodium bicarbonate (*also* **bicarbonate of soda; baking soda**) *noun* [U] (*symbol* $NaHCO_3$) a white powder that is used in baking to make cakes, etc. rise and become light கேக் முதலியவை உப்பி மென்மையாவதற்காக அடுமனைகளில் பயன்படுத்தப்படும் வெண்ணிறப் பொடி; சமையல் சோடா; சோடியம் பைகார்பனேட்

sodium carbonate (*also* **washing soda**) *noun* [U] (*symbol* Na_2CO_3) a chemical compound in the form of white crystals or powder that is used in making glass, soap and paper, and for making hard water soft கண்ணாடி, சவர்க்காரம், தாள் ஆகியவை தயாரிப்பதிலும் கடின நீரை மென்னீராக மாற்றுவதற்கும் பயன்படுத்தப்படும் வெண்ணிறப் படிகங்களாக அல்லது பொடியாகக் காணப்படும் வேதியியல் கலவைப் பொருள்; சோடியம் கார்பனேட்

sodium chloride *noun* [U] (*symbol* **NaCl**) common salt (a chemical compound of **sodium** and **chlorine**) (சோடியமும் குளோரினும் சேர்ந்த வேதியியல் கலவையான) சமையல் உப்பு; சாதாரண உப்பு; சோடியம் குளோரைட்

sofa /'səʊfə/ *noun* [C] a comfortable seat with a back and arms for two or more people to sit on இருவர் அல்லது அதற்கு மேற்பட்டவர்கள் வசதியாக அமர்வதற்கான, சாய்பகுதியும் கைப்பகுதிகளும் கொண்ட இருக்கை; நீள் சாய்விருக்கை *a sofa bed* (= a sofa that you can open out to make a bed) ✪ SYN **settee**

soft /sɒft/ *adj.* **1** not hard or firm கெட்டியாகவோ உறுதியாகவோ இல்லாத; மெல்லிழைவான; மென்மையான *a soft bed/seat • The ground is very soft after all that rain.* ✪ OPP **hard 2** smooth and pleasant to touch; not rough சொரசொரப்பற்ற; உராய்வற்ற; மென்மையான; மிருதுவான; தொடுவதற்கு இதமான *soft skin/hands • a soft towel* ✪ OPP **rough 3** (used about sounds, voices, words, etc.) quiet or gentle; not loud or angry (ஒலிகள், குரல்கள், சொற்கள் முதலியவை வகையில்) உரத்ததாகவோ கடுகடுப்பானதாகவோ இல்லாத; அமைதியான; தாழ்வான; மெல்லினிமையான; நயமான *She spoke in a soft whisper.* ✪ OPP **loud** or **harsh 4** (used about light, colours etc.) gentle and pleasant (ஒளி, நிறங்கள் முதலியவை வகையில்) முனைப்பாகக் காணப்படாத; கண்ணுறுத்தாத; மட்டான; மிதமான; இதமான *The room was decorated in soft pinks and greens.* ✪ OPP **bright 5** (used about people) kind and gentle, sometimes too much so (ஆட்கள் வகையில்) (சில சமயங்களில் மிகையளவாக) அமைதியாகவும் கனிவாகவும் உள்ள; நல்லிணக்கமான; சிடுசிடுப்பற்ற *A good manager can't afford to be too soft.* ✪ OPP **hard** or **strict 6** (used about water) not containing mineral salts and therefore good for washing as soap will make a lot of bubbles (நீர் வகையில்) தாது உப்புகள் உள்ளடங்கியிராது, அதன் காரணமாகச் சோப்பு நன்கு நுரைப்பதால், துணி வெளுப்பதற்கு ஏற்றதான; மென்னீரான ✪ OPP **hard** ▶ **softly** *adv. He closed the door softly behind him.* ▶ **softness** *noun* [U]

IDM have a soft spot for sb/sth (*informal*) to have good or loving feelings towards sb/sth ஒருவர்/ஒன்றின் மீது நல்லுணர்வு அல்லது கனிவு கொண்டிரு; அன்புடனிரு

soft drink *noun* [C] a cold drink that contains no alcohol சாராயச் சத்து உள்ளடங்கியிராத குளிர்ந்த பானம்; இன்குடி நீர்மம்

soften /'sɒfn/ *verb* **1** [I, T] to become softer or gentler; to make sb/sth softer or gentler மேலும் மென்மையாகு, மிருதுவாகு, அல்லது நயமாகு; ஒருவரை/ஒன்றை மேலும் மென்மையாக்கு,

மிருதுவாக்கு, அல்லது இதமாக்கு *a lotion to soften the skin* **2** [T] to make sth less strong and unpleasant ஒன்றின் கடுமையும் ஒவ்வாத் தன்மையும் குறையச் செய்; தீவிரம் தணியச் செய் *The air bag softened the impact of the crash.*

soft fruit *noun* [C, U] small fruits without a large seed inside or hard skin பெரிய விதையை உள்ளடக்கியிராத அல்லது கெட்டியான புறத்தோல் கொண்டிராத சிறு கனிகள்; மென் கனிகள் *raspberries, strawberries and other soft fruits*

soft-hearted *adj.* kind and good at understanding other people's feelings அன்பான மற்றும் பிறர் உணர்ச்சிகளை நன்கு புரிந்துகொள்கிற; இளகிய மனமுடைய; பரிவுணர்ச்சியுடைய ✪ OPP **hard-hearted**

soft option *noun* [C] the easier thing to do of two or more possibilities, but not the best one இரண்டு அல்லது இரண்டுக்கு மேற்பட்ட வாய்ப்புக் கூறுகளுள் எளிதான ஆனால் சிறப்பானதல்லாத ஒன்று; செயற்கெளிய தேர்வு *The government has taken the soft option of agreeing to their demands.*

soft-spoken *adj.* having a gentle, quiet voice நட்பிணக்கமுள்ள அமைதியான குரலுடைய; இன்னயமுடன் பேசுகிற; மட்டான குரலில் கனிவுடன் பேசுகிற *He was a kind, soft-spoken man.*

software /ˈsɒftweə(r)/ *noun* [U] (*computing*) the programs and other operating information used by a computer கணிப்பொறியின் பயன்பாட்டிற்கான நிரல்களும் பிற செயற்பாட்டுத் தகவல் கூறுகளும்; மென்பொருள் *There's a lot of new educational software available now.* ➪ **hardware** பார்க்க.

softwood /ˈsɒftwʊd/ *noun* [U, C] wood that is cheap to produce and can be cut easily வளர்ப்பதற்கு அதிக செலவு பிடிக்காததும் எளிதாக வெட்டுவதற்கு ஏற்றதுமான மரம்; மென்மரம் *Pine is a softwood.* ➪ **hardwood** பார்க்க.

soggy /ˈsɒgi/ *adj.* very wet and soft and so unpleasant பெரிதும் நீர் தோய்ந்து குழைவாகி வெறுப்பூட்டுகிற; சொதசொதப்பான

soil[1] /sɔɪl/ *noun* **1** [C, U] the substance that plants, trees, etc. grow in; earth செடிகள், மரங்கள் முதலியவை ஊன்றி நிலைபெற்று வளரும் பொருள்; மண்; நிலம் *poor/dry/acid/sandy soil* ➪ **ground**[1] பதிவிலுள்ள குறிப்பைப் பார்க்க. **2** [U] (*written*) the land that is part of a country ஒரு நாட்டின் பகுதியாக அமையும் நிலப்பரப்பு

soil[2] /sɔɪl/ *verb* [T] (*formal, often passive*) to make sth dirty ஒன்றை மாசுபடுத்து; அழுக்காக்கு

solace /ˈsɒləs/ *noun* [U] (*sing., written*) **solace (in sth)** a person or thing that makes you feel better or happier when you are sad or disappointed ஒருவர் வருத்தத்திற்கு அல்லது ஏமாற்றத்திற்கு ஆட்பட்டிருக்கும்போது இன்னல உணர்வு அல்லது மகிழ்வுணர்வு கொள்ளச்செய்யும் ஆள் அல்லது பொருள்; துயராற்றுபவர்/துயராற்றுவது; ஆறுதல் அளிப்பவர்/அளிப்பது; ஆறுதல் *to find/seek solace in sb/sth*

solar /ˈsəʊlə(r)/ *adj.* (*only before a noun*) **1** connected with the sun சூரியனோடு தொடர்புடைய; சூரியன் சார்ந்த; சூரியனுக்குரிய *a solar eclipse* (= when the sun is blocked by the moon) **2** using the sun's energy சூரிய ஆற்றலைப் பயன்படுத்துகிற *solar heating/power • Solar panels in the roof supply the building's electricity.*

the solar system *noun* [*sing.*] the sun and the planets that move around it சூரியனும் அதனைச் சுற்றி வரும் கோள்களும்; சூரிய மண்டலம்

solar year *noun* [C] (*technical*) the time it takes the earth to go around the sun once, approximately 365 ¼ days பூமி சூரியனை ஒருமுறை சுற்றிவர ஆகும் கால அளவு (கிட்டத்தட்ட 365 ¼ நாட்கள்); சூரிய ஆண்டு

sold ➪ **sell** என்பதன் இறந்தகால மற்றும் இறந்தகால வினையெச்ச வடிவம்

solder /ˈsəʊldə(r); ˈsɒldə(r)/ *verb* [T] **solder sth (to/onto sth); solder (A and B together)** to join pieces of metal or wire together using a mixture of metals which is heated and melted சூடுபடுத்தி உருக்கப்பட்ட உலோகக் கலவையைப் பயன்படுத்தி உலோகத் துண்டுகளை அல்லது கம்பிகளை இணை; பற்றவை ▶ **solder** *noun* [U]

soldering iron *noun* [C] a tool that is heated and used for joining metals and wires by **soldering** them உலோகத் துண்டுகளையும் கம்பிகளையும் பற்றவைத்து இணைக்கச் சூடாக்கிப் பயன்படுத்தப்படும் கருவி; பற்றாசுச் சூட்டுக்கோல்

soldier /ˈsəʊldʒə(r)/ *noun* [C] a member of an army தரைப்படை வீரர்; இராணுவ வீரர் *The soldiers marched past.*

sole[1] /səʊl/ *adj.* (*only before a noun*) **1** only; single ஒன்றேயான; ஒரே ஒன்றான; ஒரே ஒருவரான *His sole interest is football.* **2** belonging to one person only; not shared ஒருவருக்கு மட்டுமே உரிய; பிறருடன் பகிர்ந்துகொள்ளப்படாத; தனி உரிமையான ▶ **solely** *adv.* *I agreed to come solely because of your mother.*

sole[2] /səʊl/ *noun* **1** [C] the bottom surface of your foot பாதத்தின் அடிப்பரப்பு; உள்ளங்கால் ➪ **body** பதிவில் படம் பார்க்க. **2** [C] the part

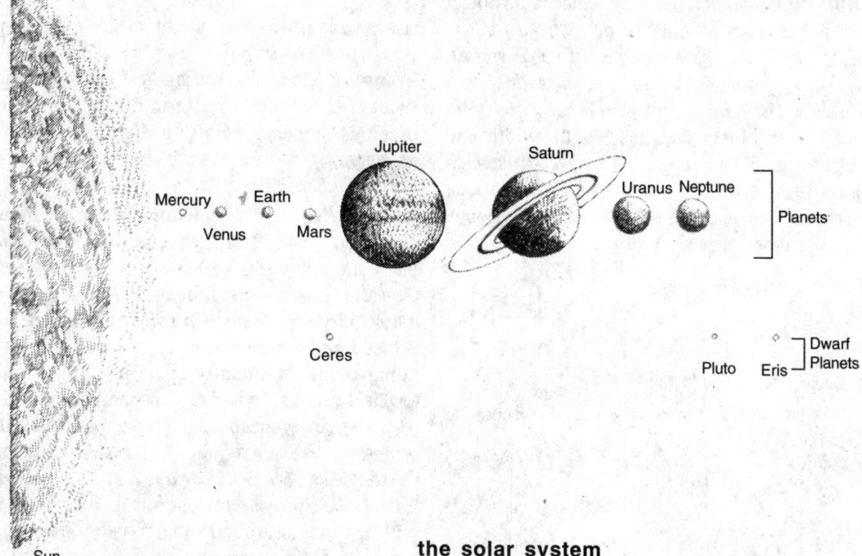

the solar system

of a shoe or sock that covers the bottom surface of your foot உள்ளங்கால் மறைப்பாக அமையும் காலணியின் பகுதி அல்லது குறுங்காலுறைப் பகுதி; செருப்பின் காலடிப் பகுதி; காலுறையின் உள்ளங்காற் பகுதி **3** [C, U] (*pl.* **sole**) a flat sea fish that we eat உணவாக உட்கொள்ளப்படும் தட்டையான கடல்மீன் வகை

solemn /ˈsɒləm/ *adj.* **1** (used about a person) very serious; not happy or smiling (ஆள் வகையில்) மிகவும் கருத்தூன்றிய நிலையில் உள்ள; வினையார்ந்த; விளையாட்டுத்தனமாக இல்லாத *Her solemn face told them that the news was bad.* **2** sincere; done or said in a formal way மனமார்ந்த; உண்மையான; வினைமுறை சார்ந்து செய்யப்படுகிற அல்லது சொல்லப்படுகிற *to make a solemn promise* ▶ **solemnity** /səˈlemnəti/ *noun* [U] ▶ **solemnly** *adv.* *'I have something very important to tell you,' she began solemnly.*

solicit /səˈlɪsɪt/ *verb* **1** [T] (*formal*) to ask sb for money, help, support, etc. பணம், உதவி, ஆதரவு முதலியவற்றை ஒருவரிடம் கோரு; வேண்டிக்கேள் *They tried to solicit support for the proposal.* **2** [I, T] (used about a woman who has sex for money) to go to sb, especially in a public place, and offer sex in return for money (விலைமாதர் வகையில்) குறிப்பாக ஒரு பொது இடத்தில், பணத்திற்காக ஒருவரிடம் உடலுறவு விருப்பக் குறிப்பு தெரிவி; உடலுறவுக்கு ஒருவரை வலிந்து அழை

solicitor /səˈlɪsɪtə(r)/ *noun* [C] a lawyer whose job is to give legal advice, prepare legal documents and arrange the buying and selling of land, etc. சட்ட ஆலோசனை வழங்குதல், சட்ட ஆவணங்கள் செய்தல் மற்றும் நிலம் முதலியவற்றின் கொடுக்கல் வாங்கலை ஏற்பாடு செய்தல் ஆகியவற்றைச் செய்யும் வழக்கறிஞர்; சட்ட முகவர் ➪ **lawyer** பதிவிலுள்ள குறிப்பைப் பார்க்க.

solid[1] /ˈsɒlɪd/ *adj.* **1** hard and firm; not in the form of liquid or gas கெட்டியான மற்றும் உறுதியான; திரவமாகவோ வாயுவாகவோ இல்லாத; திண்ணிய; திடப்பொருளான *It was so cold that the village pond had **frozen solid**.* **2** having no holes or empty spaces inside; not hollow உட்பகுதியில் துளைகளோ வெற்றிடங்களோ இல்லாத; உட்பொள்ளலாயிராத; வெறுமையானதாயில்லாத *a solid mass of rock* **3** strong, firm and well made வலிமையான, உறுதியான மற்றும் நன்கு உருவாக்கப்பட்டுள்ள; உறுதியும் ஒருசீர் வலுவும் கொண்ட *a solid little car* • (*figurative*) *They built up a solid friendship over the years.* **4** of good enough quality; that you can trust மன நிறைவு அளிக்கக்கூடிய தரமுடைய; நம்பத்தக்க; மறுக்க முடியாத; வலுவான *The police cannot make an arrest without solid evidence.* **5** (*only before a noun*) made completely of one substance, both on the inside and outside உட்புறம், வெளிப்புறம் இரண்டுமே முழுதும் ஒரே பொருளால் ஆன; கட்டொருமையுடைய; கலப்பற்ற *a **solid gold** chain* **6** (*spoken*) without a break or pause இடைவெளி இல்லாத; தொடர்ச்சியான *I was so tired that I slept for twelve solid hours/twelve hours solid.* ▶ **solidity** /səˈlɪdəti/ *noun* [U]

solid² /ˈsɒlɪd/ *noun* [C] **1** a substance or an object that is hard; not a liquid or gas திரவமாகவோ வாயுவாகவோ இல்லாதது; திடப்பொருள்; பிழம்புரு; திண்மம் *Liquids become solids when frozen.* • *The baby is not yet on solids* (= solid food). **2** an object that has length, width and height, not a flat shape தட்டை வடிவில் இல்லாது, நீள, அகல, உயரக் கூறுகளை உடைய பொருள்; மூவளவை உருப்படிவம்; முப்பரிமாண வடிவம் *A cube is a solid.*

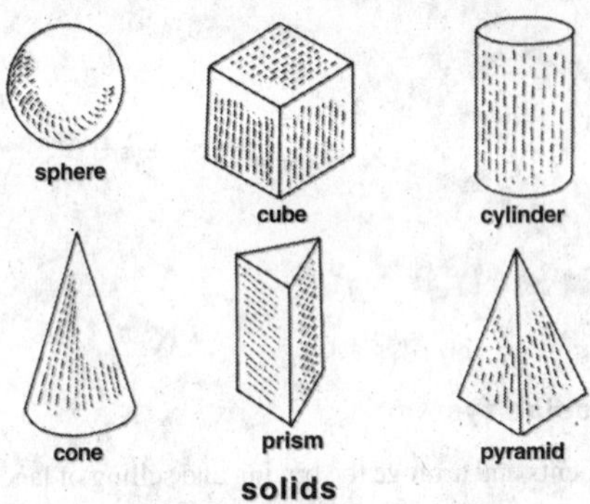

solids

solidarity /ˌsɒlɪˈdærəti/ *noun* [U] **solidarity (with sb)** the support of one group of people for another, because they agree with their aims தங்களது நோக்கங்களோடு ஒத்திசைந்து நிற்கும் மற்றொரு குழுவினருக்கு ஒரு குழுவினர் வழங்கும் ஆதரவு; ஒத்துணர்வு; பரஸ்பரச் சார்புநிலை; ஒப்புரவு

solidify /səˈlɪdɪfaɪ/ *verb* [I] (*pres. part.* **solidifying**; *3rd person sing. pres.* **solidifies**; *pt, pp* **solidified**) to become hard or solid கெட்டியாகு; இறுகு

solidly /ˈsɒlɪdli/ *adv.* **1** strongly உறுதியாக; வலுவாக; கட்டுறுதியுடன் *a solidly built house* **2** without stopping இடை நிறுத்தம் இல்லாது; இடையீடு இன்றி; தொடர்ச்சியாக *It rained solidly all day.*

soliloquy /səˈlɪləkwi/ *noun* [C, U] (*pl.* **soliloquies**) a speech in a play in which a character, who is alone on the stage, speaks his/her thoughts aloud; the act of speaking thoughts aloud in this way ஒரு நாடகப் பாத்திரம் மேடையில் தனியாக இருந்து தனது எண்ணங்களை உரத்த குரலில் பேசும் நாடகக் கூற்று; தனிமொழி; இவ்வாறு தனிமொழியாக ஒரு பாத்திரம் பேசுதல் *Hamlet's famous soliloquy, 'To be or not to be...'* ➪ **monologue** பார்க்க. ▶ **soliloquize** (*also* **-ise**) /səˈlɪləkwaɪz/ *verb* [I]

solitaire /ˌsɒlɪˈteə(r)/ *noun* [U] **1** a game for one person in which you remove pieces from a special board by moving other pieces over them until you have only one piece left இறுதியில் ஒரே ஒரு ஆட்டக்காய் எஞ்சியிருக்குமாறு ஆட்டப் பலகையிலுள்ள காய்களை ஒன்றையொன்று தாண்டிச் செல்கையில் அகற்றிவிடும் ஒருவர் விளையாடும் விளையாட்டு; பல்லாங்குழி வகை **2** (*AmE*) = **patience² 2** [C] a single precious stone especially a diamond விலையுயர்ந்த ஒற்றை மணிக்கல், குறிப்பாக வைரம் *a diamond solitaire*

solitary /ˈsɒlətri/ *adj.* **1** done alone, without other people பிறர் உடன் இல்லாது தன்னந்தனியாகச் செய்யப்படுகிற; தனித்தொதுங்கி செய்யும் பணியான; துணையில்லாத; ஒண்டியான *Writing novels is a solitary occupation.* **2** (used about a person or an animal) enjoying being alone; frequently spending time alone (ஆள் அல்லது விலங்கு வகையில்) தனித்திருப்பதில் இன்பம் காண்கிற; தனிமையை நாடுகிற; பெரும்பாலும் தனிமையில் நேரம் போக்குகிற *She was always a solitary child.* **3** (*only before a noun*) one on its/his/her own with no others around சுற்றிலும் எவரும்/எதுவும் இன்றித் தனித்துக் காணப்படுகிற; தனி ஒன்றான; ஒற்றையான *a solitary figure walking up the hillside* ✪ SYN **lone 4** (*only before a noun*) (*usually in negative sentences or questions*) only one; single ஒருவர்/ஒன்று மட்டுமேயான; ஒன்றே ஒன்றான; ஒரே ஒருவரான *I can't think of a solitary example* (= not even one).

solitary confinement *noun* [U] a punishment in which a person in prison is kept completely alone in a separate cell away from the other prisoners ஒரு கைதியை மற்ற கைதிகளிடமிருந்து விலக்கி முற்றிலும் தனி ஒதுக்கமாகத் தனியறையில் வைக்கும் தண்டனை; தனியறைச் சிறையடைப்பு

solitude /ˈsɒlɪtjuːd/ *noun* [U] the state of being alone, especially when you find this pleasant தனிமை, குறிப்பாக, மகிழ்வூட்டும் தனிமை *She longed for peace and solitude.* ➪ **loneliness** மற்றும் **isolation** பார்க்க.

solo¹ /ˈsəʊləʊ/ *noun* [C] (*pl.* **solos**) a piece of music for only one person to play or sing ஒருவர் மட்டுமே வாசிப்பதற்கான அல்லது பாடுவதற்கான இசைக் கூறு; தனிக்கருவி இசை; தனிக்குரல் இசை ➪ **duet** பார்க்க. ▶ **soloist** *noun* [C]

solo² /ˈsəʊləʊ/ *adj., adv.* **1** (done) alone; by yourself தனியான; தனியாகச் செய்யப்படுகிற; தனித்த/தனித்து; துணையற்ற/துணையின்றி; தானே; தான் ஒருவராக *a solo flight* • *to fly solo* **2** connected with or played as a musical solo தனிக்கருவி இசை/தனிக்குரலிசை தொடர்பான; தனிக்கருவி இசையாக வாசிக்கப்படுகிற; தனிக்குரல் இசையாகப் பாடப்படுகிற *a solo artist* (= a singer who is not part of a group)

solstice /ˈsɒlstɪs/ *noun* [C] either of the two times of the year at which the sun reaches its highest or lowest point in the sky at midday, marked by the longest and shortest days நண்பகல் சூரியன் வானின் உச்ச உயர் இடத்தை/கீழிடத்தை எட்டி, நாளின் நீட்சி உச்ச உயர் அளவாக/கீழ்மட்ட அளவாக அமையும் ஆண்டின் இரண்டு தடவைகளில் ஒன்று; நில நடுக்கோட்டிலிருந்து சூரியன் வடதிசையில் அல்லது தென்திசையில் உச்ச உயர் அளவு தள்ளியுள்ள நாள் *the summer/winter solstice* ➪ **equinox** பார்க்க; மற்றும் **season** பதிவில் படம் பார்க்க.

soluble /ˈsɒljəbl/ *adj.* **1 soluble (in sth)** that will dissolve in liquid திரவத்தில் கரைகிற; கரையத்தக்க *These tablets are soluble in water.* **2** (*formal*) (used about a problem, etc.) that has an answer; that can be solved (சிக்கல் முதலியவை வகையில்) தீர்வு காணத்தக்க; விடை காணக்கூடிய; விடுவிக்கக் கூடிய ✪ **OPP insoluble**

solution /səˈluːʃn/ *noun* **1** [C] **a solution (to sth)** a way of solving a problem, dealing with a difficult situation, etc. ஒரு சிக்கலுக்குத் தீர்வு காணுதல், ஓர் இடர்ப்பாடான சூழ்நிலையைக் கையாள்தல் முதலியவற்றுக்கான வழிமுறை அல்லது வழிவகை; தீர்வு *a solution to the problem of unemployment* **2** [C] **the solution (to sth)** the answer (to a game, competition etc.) (புதிர் விளையாட்டு, போட்டி முதலியவற்றுக்கான) விடை; விளக்கம் *The solution to the quiz will be published next week.* **3** [C, U] (a) liquid in which sth solid has been dissolved திடப்பொருளான ஒன்று கரைவுற்ற திரவம்; கரைசல் *saline solution* **4** [U] the process of dissolving a solid or gas in a liquid ஒரு திரவத்தில் ஒரு திடப்பொருளை அல்லது வாயுப்பொருளைக் கரையச் செய்தல்; கரைவு *the solution of glucose in water* ➪ **erode** பதிவில் படம் பார்க்க.

solve /sɒlv/ *verb* [T] **1** to find a way of dealing with a problem or difficult situation ஒரு சிக்கலை அல்லது ஓர் இடர்ப்பாடான சூழலைக் கையாள்வதற்கான வழிமுறையைக் கண்டறி; தீர்வு கண்டுபிடி *The government is trying to solve the problem of inflation.* • *The police have not managed to solve the crime.* • *to solve a mystery* **2** to find the correct answer to a competition, a problem in mathematics, a series of questions, etc. ஒரு போட்டி, கணக்கு, வினாத்தொகுதி முதலியவற்றுக்கான சரியான விடையைக் கண்டுபிடி *to solve a puzzle/equation/riddle* ➪ **solution** noun பார்க்க ; மற்றும் **soluble** adjective பார்க்க.

solvent /ˈsɒlvənt/ *noun* [C, U] a liquid that can dissolve another substance வேறொரு பொருளைக் கரையச் செய்யும் திரவம்; கரைப்பி; கரைமம்

sombre (*AmE* **somber**) /ˈsɒmbə(r)/ *adj.* **1** dark in colour; dull கரு நிறமான; இருளார்ந்த; மங்கலான **2** sad and serious துயரம் நிரம்பிய மற்றும் மன இறுக்கமுடைய; சோர்ந்த தோற்றமுடைய; மனவாட்டமுற்ற ▶ **sombrely** *adv.*

some /səm; *strong form* sʌm/ *det., pronoun* **1** (*before uncountable nouns and plural countable nouns*) a certain amount of or a number of (பெருமளவல்லாத/பெரும் எண்ணிக்கையில் அல்லாத) ஓர் அளவான அல்லது ஓர் எண்ணிக்கையிலான; சிலவான; சிலரான; சில; சிலர்; கொஞ்சம் *We need some butter and some potatoes.* • *I don't need any more money—I've still got some.*

> **NOTE** எதிர்மறை வாக்கியங்களிலும் வினாக்களிலும் **some**-க்கு பதிலாக **any** பயன்படுத்தப்படுகிறது—*Do we need any butter?* • *I need some more money. I haven't got any.* எனினும் **some** வரும் வினாக்களுக்கான எடுத்துக்காட்டுகளுக்குப் பொருள் **2** பார்க்க.

2 used in questions when you expect or want the answer 'yes' 'ஆம்' என்னும் மறுமொழியை எதிர்பார்க்கும்போது அல்லது விரும்பும்போது வினாக்களில் பயன்படுத்தப்படுவது: கொஞ்சம்; சில; சிலர் *Would you like some more cake?* • *Can I take some of this paper?* **3 some (of sb/sth)** used when you are referring to certain members of a group or certain types of a thing, but not all of them ஒரு குழுவில் அனைவரையும் அல்லாது குறிப்பிட்ட ஆட்களை மட்டும் அல்லது ஒன்றில் குறிப்பிட்டவைகளை மட்டும் சுட்டும்போது பயன்படுத்தப்படுவது: ஒரு சில; ஒரு சிலர்; குறிப்பிட்ட சில/சிலர் *Some pupils enjoy this kind of work, some don't.* • *Some of his books are very exciting.* • *Some of us are going to the park.* **4** used with singular countable nouns for talking about a person or thing without saying any details விவரம் கூறாது ஓராளை அல்லது ஒரு பொருளைப் பற்றிக் குறிப்பிட எண்ணுதற்குரிய ஒருமைப்பெயர்களுடன் பயன்படுத்தப்படுவது: ஏதோ ஒரு; யாரோ ஒரு *I'll see you again sometime, I expect.* • *There must be some mistake.* • *I read about it in* ***some*** *newspaper* ***or other***.

somebody /ˈsʌmbədi/ (*also* **someone**) *pronoun* a person who is not known or not mentioned by name அறிமுகம் இல்லாத அல்லது பெயர் குறிப்பிடப்படாத ஆள்; யாரோ ஒருவர்; ஓராள் *There's somebody at the door.* • *I think you should talk to someone else* (= another person) *about this problem.*

> **NOTE** **Somebody, anybody, everybody** ஆகியவை ஒருமை வினையுடன் பயன்படுத்தப்படுகின்றன. எனினும் அவற்றைத் தொடர்ந்து பெரும்பாலும் பன்மை மாற்றுப்பெயர் வரும். (ஆனால் முறைசார் வழக்கில்

'his/her' அல்லது 'him/her' பயன்படுத்தப்பட வேண்டும்)—*Somebody has left **their** coat behind.* • *Has anyone not brought **their** books?* • *I'll see everybody concerned and tell **them** the news.* **Somebody, anybody** இரண்டுக்குமுள்ள வேறுபாடு **some, any** இரண்டுக்குமுள்ள வேறுபாட்டைப் போன்றதேயாகும். ➪ **some** பதிவிலுள்ள குறிப்பைப் பார்க்க.

some day (*also* **someday**) *adv.* at a time in the future that is not yet known (இன்னும் குறிப்பாகத் தெரிந்திராத) எதிர்காலத்தில் ஒரு தருணத்தில், எப்பொழுதாவது ஒரு சமயம் *I hope you'll come and visit me some day.*

somehow /ˈsʌmhaʊ/ *adv.* **1** in a way that is not known or certain தெரிந்திராத அல்லது நிச்சயமானதல்லாத ஒரு முறையில்; ஏதோ ஒரு வகையில்; எப்படியாவது; எவ்வாறேனும் *The car's broken down but I'll get to work somehow.* • *Somehow we had got completely lost.* **2** for a reason you do not know or understand தனக்குத் தெரியாத அல்லது புரியாத காரணத்தினால்; எப்படியோ; எவ்வாறோ; ஏதோ ஒரு காரணத்தினால் *I somehow get the feeling that I've been here before.*

someone /ˈsʌmwʌn/ = **somebody**

someplace /ˈsʌmpleɪs/ (*AmE*) = **somewhere**

somersault /ˈsʌməsɔːlt/ *noun* [C] a movement in which you roll right over with your feet going over your head தலை காலுக்கு நேர் கீழாகவும் கால் மேலாகவும் செல்லுமாறு உருளும் இயக்கம்; குட்டிக்கரணம்

something /ˈsʌmθɪŋ/ *pronoun* **1** a thing that is not known or not named தெரிந்திராத அல்லது பெயர் குறிப்பிடப்படாத பொருள்; ஏதோ ஒன்று; ஏதாயினும் ஒன்று *I've got something in my eye.* • *Wait a minute—I've forgotten something.* • *Would you like **something else*** (= another thing) *to drink?*

NOTE **Something, anything** இரண்டுக்கும் உள்ள வேறுபாடு **some, any** இரண்டுக்கும் உள்ள வேறுபாட்டைப் போன்றதேயாகும். **Some** பதிவிலுள்ள குறிப்பைப் பார்க்க.

2 a thing that is important, useful or worth considering முக்கியமான, பயனுள்ள அல்லது கருதிப் பார்க்கத்தக்க ஒன்று; குறிப்பிடத்தக்கது; சிறப்பானது *There's **something in** what your mother says.* • *I think you've got something there—I like that idea.* **3** (*informal*) used to show that a description, an amount, etc. is not exact ஒரு விவரக் குறிப்பு, ஓர் அளவு முதலியவை சரி நுட்பமானதல்ல எனக் காட்டப் பயன்படுத்தப்படுவது: சற்று முன்பின்னாக உள்ளது; ஒட்டியதாக இருப்பது *a new comedy series aimed at **thirty-somethings*** (= people between thirty and forty years old).

IDM **or something** (*informal*) used for showing that you are not sure about what you have just said சற்று முன் தான் கூறியுள்ளது பற்றித் தனக்கு ஐயப்பாடு இருப்பதைத் தெரிவிக்கப் பயன்படுத்தப்படுவது *'What's his job?' 'I think he's a plumber, or something.'*

something like similar to ஒத்திருப்பதாக; ஒத்த தன்மையுடையதாக *A loganberry is something like a raspberry.*

something to do with connected or involved with தொடர்புடையதாக; சேர்ந்திணைந்திருப்பதாக *The programme's something to do with the environment.*

sometime (*also* **some time**) /ˈsʌmtaɪm/ *adv.* at a time that you do not know exactly or have not yet decided துல்லியமாகத் தனக்குத் தெரிந்திராத அல்லது இன்னும் முடிவு செய்திராத வேளையில்; ஏதோவொரு சமயத்தில்; எப்பொழுதாவது ஒரு சமயத்தில் *I'll phone you sometime this evening.* • *I must go and see her sometime.*

sometimes /ˈsʌmtaɪmz/ *adv.* on some occasions; now and then சில சமயங்களில்; அவ்வப்போது *Sometimes I drive to work and sometimes I go by bus.* • *I sometimes watch television in the evenings.*

somewhat /ˈsʌmwɒt/ *adv.* rather; to some degree சற்றே; ஓரளவுக்கு; ஓரளவில்; கிட்டத்தட்ட *We missed the train, which was somewhat unfortunate.*

somewhere /ˈsʌmweə(r)/ (*AmE* **someplace**) *adv.* **1** at, in, or to a place that you do not know or do not mention by name தான் அறிந்திராத அல்லது தன்னால் பெயர் குறிப்பிடப்படாத ஓரிடத்தில் அல்லது ஓரிடத்திற்கு; ஏதோ ஓரிடத்தில்; ஏதோ ஓரிடத்திற்கு *I've seen your glasses somewhere downstairs.* • *'Have they gone to France?' 'No, I think they've gone **somewhere else*** (= to another place) *this year.'*

NOTE **Somewhere, anywhere** இரண்டுக்கும் உள்ள வேறுபாடு **some, any** இரண்டுக்கும் உள்ள வேறுபாட்டைப் போன்றதேயாகும். **Some** பதிவிலுள்ள குறிப்பைப் பார்க்க.

2 used when you do not know an exact time, number, etc. துல்லியமான ஒரு நேரம், ஓர் எண்ணிக்கை முதலியவை தெரிந்திராதபோது பயன்படுத்தப்படுவது: ஒட்டியதாக; ஏறத்தாழ; சற்று முன்பின்னாக *Your ideal weight should probably be **somewhere around** 70 kilos.*

son /sʌn/ *noun* [C] a male child ஆண் குழந்தை; மகன்; புதல்வன் ➪ **daughter** பார்க்க.

sonar /ˈsəʊnɑː(r)/ *noun* [U] equipment or a system for finding objects under water using sound waves ஒலி அலைகளைப் பயன்படுத்தி நீரடியிலுள்ள பொருள்களைக் கண்டறிய உதவும் கருவி அல்லது அமைப்பு ➪ **radar** பார்க்க.

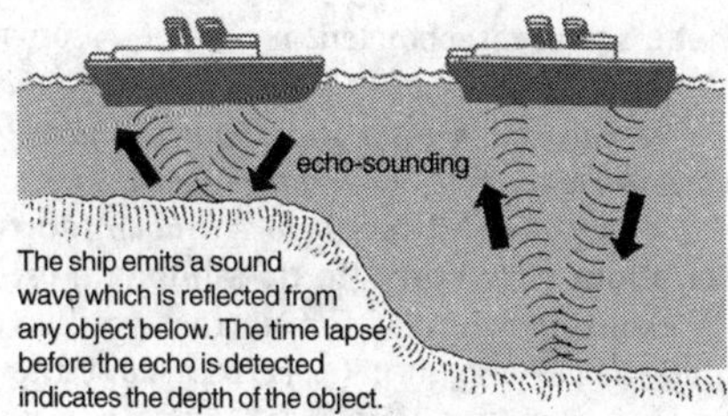

sonar

song /sɒŋ/ *noun* **1** [C] a piece of music with words that you sing பாடுவதற்கான சொற்களுடன் கூடிய இசைக்கூறு; வாய்ப்பாட்டு; குரலிசைப் பாட்டு *a folk/love/pop song* **2** [U] songs in general; music for singing பாட்டு; பாடல்; பாட்டின் இசை வடிவம்; மெட்டு *to burst/break into song* (= to suddenly start singing) **3** [U, C] the musical sounds that birds make பறவைகளின் இன்னிசை ஒலிகள் *birdsong*

songwriter /ˈsɒŋraɪtə(r)/ *noun* [C] a person whose job is to write songs தொழில் முறையாகப் பாடல் எழுதுபவர்; பாட்டு இயற்றுபவர்; கவிஞர்

sonic /ˈsɒnɪk/ *adj.* (*technical*) connected with sound waves ஒலி அலைகள் தொடர்பான; ஒலி அலைகளுக்குரிய

son-in-law *noun* [C] (*pl.* **sons-in-law**) the husband of your daughter மகளின் கணவர்; மருமகன்; மாப்பிள்ளை

sonnet /ˈsɒnɪt/ *noun* [C] a poem that has 14 lines, each usually containing 10 syllables, and a fixed pattern of **rhyme** வழக்கமாக அடிக்குப் பத்து அசைகளும், மாறாத ஈற்றசை ஒலியமைப்பையும் உடைய பதினான்கு வரிகள் கொண்ட செய்யுள் வகை; ஈரேழ் வரிப்பா

soon /suːn/ *adv.* **1** in a short time from now; a short time after sth else has happened இப்பொழுதிலிருந்து குறுகிய நேர அளவில்; வேறொரு நிகழ்வுக்குப் பின் சிறிது நேரத்தில்; விரைவில் *It will soon be dark.* • *He left soon after me.* • *We should arrive at your house soon after twelve.* • *(spoken) See you soon.* **2** early; quickly குறிப்பிட்ட காலத்திற்கு/நேரத்திற்கு முந்தியே; முன்னதாகவே; சீக்கிரமாக *Don't leave so soon. Stay for tea.* • *How soon can you get here?*

IDM **as soon as** at the moment (that); when அதே சமயத்திலேயே; அக்கணத்திலேயே; அப்பொழுதே; உடனேயே *Phone me as soon as you hear some news.* • *I'd like your reply* ***as soon as possible*** (= at the earliest possible moment).

no sooner...than (*written*) immediately when or after அப்பொழுதே உடனடியாக; அடுத்து உடனடியாக *No sooner had I shut the door than I realized I'd left my keys inside.*

NOTE இங்குச் சொல் வைப்பு முறை முக்கியமாகக் கவனிக்கப்பட வேண்டியதாகும். 'No sooner'-ஐ அடுத்து உடனடியாகத் துணைவினையும் அதனை அடுத்து எழுவாயும் முதன்மை வினை வடிவமும் வரும்.

sooner or later at sometime in the future; one day எதிர்காலத்தில் ஏதாவது ஒரு சமயத்தில்; ஏதோ ஒரு நாள்; எப்போதாவது

soot /sʊt/ *noun* [U] black powder that comes from burning things and collects in chimneys பொருள்களை எரிப்பதால் உண்டாவதும் புகைப்போக்கிகளில் படிவதுமான கரு நிறத் தூள்; புகைக்கரி; புகையொட்டு

soothe /suːð/ *verb* [T] **1** to make sb calmer or less upset; to comfort sb ஒருவரை அமைதிப்படுத்து; ஒருவரது மனக்கலக்கம் குறையச் செய்; துயராற்று **2** to make a part of the body or a feeling less painful உடற்பகுதி ஒன்றின் வலி அல்லது ஓர் உணர்வின் தீவிரம் குறையச் செய்; நோவு ஆற்று *The doctor gave me some skin cream to soothe the irritation.* ▶ **soothing** *adj. soothing music* • *a soothing massage* ▶ **soothingly** *adv.*

sophisticated /səˈfɪstɪkeɪtɪd/ *adj.* **1** having or showing a lot of experience of the world and social situations; knowing about fashion, culture, etc. பெருமளவில் உலக அனுபவமும் சமுதாய நடப்புகள் குறித்த பட்டறிவும் உடைய அல்லது அவற்றை வெளிப்படுத்துகிற; புத்தம் புதிய நடையுடைப் பாணி, பண்பாடு முதலியவற்றை அறிந்திருக்கிற; நவநாகரிகமான **2** (used about machines, systems, etc.) advanced and complicated (இயந்திரங்கள், பொறியமைப்புகள் முதலியவை வகையில்) மேம்பட்ட மற்றும் சிக்கலான நுட்ப நுணுக்கங்கள் உடைய; நுண்ணயம் வாய்ந்த **3** able to understand difficult or complicated things கடினமானவற்றை அல்லது சிக்கலானவற்றைப் புரிந்துகொள்ளக்கூடிய; நுண்ணறிவு வாய்ந்த; நுட்பத் திறன் உடைய *Voters are much more sophisticated these days.* ▶ **sophistication** /səˌfɪstɪˈkeɪʃn/ *noun* [U]

soppy /ˈsɒpi/ *adj.* (*informal*) full of unnecessary emotion; silly வேண்டாத உணர்ச்சிகள் நிறைந்த; மட்டுமீறிய உணர்ச்சி வெளிப்பாடான *a soppy romantic film*

soprano /səˈprɑːnəʊ/ *noun* [C] (*pl.* **sopranos** /-nəʊz/) the highest singing voice; a woman, girl, or boy with this voice உச்ச உயர் அளவான இசைக்குரல்; உச்ச இசைக்குரலுடைய பெண், சிறுமி அல்லது சிறுவன்

sorcerer /ˈsɔːsərə(r)/ *noun* [C] (in stories) a man with magical powers, who is helped by evil spirits

(புனை கதைகளில் காணப்படும்) தீய ஆவிகளின் துணையுடன் மாயமந்திரச் செயல்கள் புரியும் ஆண்; மந்திரவாதி; சூனியக்காரன்

sorceress /ˈsɔːsərəs/ *noun* [C] a female sorcerer சூனியக்காரி

sorcery /ˈsɔːsəri/ *noun* [U] The art or use of magic in which the power of evil, supernatural forces or black magic is used தீயவை, இயற்கை கடந்த சக்திகள் அல்லது சூனிய வினை முதலியவற்றைப் பயன்படுத்தி செய்யப்படும் மந்திர வித்தை

sordid /ˈsɔːdɪd/ *adj.* **1** unpleasant; not honest or moral அருவருப்பான; நேர்மையற்ற; ஒழுக்கமற்ற; மோசமான *We discovered the truth about his sordid past.* **2** very dirty and unpleasant மாசு நிறைந்து வெறுப்பூட்டுகிற; அழுக்கடைந்த; துப்புரவு கெட்ட

sore[1] /sɔː(r)/ *adj.* (used about a part of the body) painful, especially when touched (உடற்பகுதி வகையில்) குறிப்பாகத் தொடும்போது (காயம் அல்லது நோய் காரணமாக) வலி உண்டாகிற; புண்பட்ட; நோவுடைய *to have a sore throat* • *My feet were sore from walking so far.* ▶ **soreness** *noun* [U] *a cream to reduce soreness and swelling*

IDM **a sore point** a subject that is likely to make sb upset or angry when mentioned அதுபற்றிக் குறிப்பிடும்போது ஒருவருக்கு மன வருத்தம் அல்லது சினம் உண்டாக்கும் பொருள்/செய்தி

stand/stick out like a sore thumb to be extremely obvious, especially in a negative way குறிப்பாக எதிர்மறையான முறையில், மிக வெளிப்படையாகக் காணப்படு; எடுப்பாகத் தோன்று *A big new office block would stand out like a sore thumb in the old part of town.*

sore[2] /sɔː(r)/ *noun* [C] a painful, often red place on your body where the skin is cut or infected தோல் வெட்டுண்டு அல்லது நச்சுப்பட்டு வலி உண்டாக்குகிற, பெரும்பாலும் சிவந்த உடற்பகுதி; புண்பட்ட இடம் ⇨ **cold sore** பார்க்க.

sorely /ˈsɔːli/ *adv.* (*formal*) very much; seriously மிக்க அளவில்; நிரம்ப; மிகுதியாக; மேலோட்டமாக அல்லாததாக *You'll be **sorely missed** when you leave.*

sorrow /ˈsɒrəʊ/ *noun* (*formal*) **1** [U] a feeling of great sadness because sth bad has happened ஒரு மோசமான நிகழ்வின் காரணமாக உண்டாகும் மிகுதியான வருத்த உணர்வு; மனத் துயரம்; துக்கம் **2** [C] very sad event or situation மிகுந்த வருத்தத்திற்குரிய நிகழ்வு அல்லது நிலைமை; துயர நிகழ்ச்சி; துன்ப நிலை ▶ **sorrowful** *adj.* ▶ **sorrowfully** *adv.*

sorry[1] /ˈsɒri/ *adj.* (**sorrier; sorriest**) **1** (*not before a noun*) **sorry (to see, hear, etc.); sorry that...** sad or disappointed வருத்தம் அல்லது ஏமாற்றம் அடைந்த *I was sorry to hear that you've been ill.* • *I am sorry that we have to leave so soon.* • *'Sameer's mother died last week.' 'Oh, I am sorry.'* **2** (*not before a noun*) **sorry (for/about sth); sorry (to do sth/that...)** used for excusing yourself for sth that you have done தான் செய்துள்ள (கடுமையானதல்லாத) ஒரு செயலுக்காக மன்னிப்புக் கோரப் பயன்படுத்தப்படுவது: சிறு தவறுக்கு வருந்துகிற; பிழை பொறுத்துக்கொள்ளுமாறு வேண்டுகிற *I'm awfully sorry for spilling that coffee.* • *I'm sorry I've kept you all waiting.* **3** (*not before a noun*) used for politely saying 'no' to sth, disagreeing with sth or introducing bad news பண்பு நயத்துடன் ஒன்றை மறுத்தல், ஒன்றுக்கு இசைவின்மை தெரிவித்தல், வருத்தமூட்டும் செய்தியை முதன்முதலாகக் கூறுதல் ஆகியவற்றுக்குப் பயன்படுத்தப்படுவது *'Would you like to come to dinner on Friday?' 'I'm sorry, I'm busy that evening.'* • *I'm sorry, I don't agree with you. I think we should accept the offer.* **4** (*only before a noun*) very bad மிக மோசமான; பாழ்பட்ட; சீர்கெட்ட; அவலமான; வருந்தத்தக்க *The house was in a **sorry state** when we first moved in.* • *They were a **sorry sight** when they finally got home.*

IDM **be/feel sorry for sb** to feel sadness or pity for sb ஒருவருக்காக வருந்து அல்லது இரங்கு; அனுதாபப்படு *I feel very sorry for the families of the victims.* • *Stop feeling sorry for yourself!*

sorry[2] /ˈsɒri/ *exclamation* **1** used for making excuses, apologizing, etc. தவறுக்காக மன்னிப்புக் கோருதல், வருத்தம் தெரிவித்தல் முதலியவற்றுக்குப் பயன்படுத்தப்படுவது: மன்னிக்கவும், வருந்துகிறேன்; பொறுத்துக்கொள்க *Sorry, I didn't see you standing behind me.* • *Sorry I'm late—the bus didn't come on time.* • *He didn't even **say sorry**!* **2** (used for asking sb to repeat sth that you have not heard correctly) சரியாகக் கவனிக்கப்படாத/செவியில் விழாத ஒன்றைத் திரும்பக் கூறுமாறு ஒருவரிடம் கேட்கப் பயன்படுத்தப்படுவது *'My name's Dilip Mehra.' 'Sorry? Dilip who?'* **3** used for correcting yourself when you have said sth wrong தவறாகக் கூறிய ஒன்றைத் திருத்திக்கொள்ளப் பயன்படுத்தப்படுவது *Take the second turning, sorry, the third turning on the right.*

sort[1] /sɔːt/ *noun* **1** [C] **a sort of sb/sth** a type or kind வகை; மாதிரி; இனம் *What sort of music do you like?* • *She's got **all sorts of** problems at the moment.* • *There were snacks—peanuts, olives, **that sort of thing**.* **2** [*sing.*] (*BrE*) a particular type of character; a person குறிப்பிட்ட

வகையான இயல்பு, தன்மை அல்லது பண்பு உடையவர்; ஓர் ஆள் ✪ SYN **kind**

IDM **a sort of sth** (*informal*) a type of sth; sth that is similar to sth ஒன்றின் வகை மாதிரி; ஒரு வகைப்பட்டது; ஒன்றை ஒத்தது *Can you hear a sort of ticking noise?*

sort of (*spoken*) rather; in a way ஓரளவுக்கு; ஓரளவில்; கிட்டத்தட்ட; ஒரு வகையாக; ஒரு வழியில் *'Do you see what I mean?' 'Sort of.'* • *I'd sort of like to go, but I'm not sure.*

sort² /sɔːt/ *verb* [T] **1 sort sth (into sth)** to put things into different groups or places, according to their type, etc.; to separate things of one type from others வகை, இனம் ஆகியவற்றின் அடிப்படையில் பொருள்களை வெவ்வேறு பிரிவுகளுக்குள் அல்லது இடங்களுக்குள் அமைவி; வகைப்படுத்து; வகைப்படுத்திப் பிரி *I'm just sorting these papers into the correct files.* **2** (*informal*) (*often passive*) to find an answer to a problem or difficult situation; to organize sth/sb ஒரு சிக்கலுக்கு விடைகாண்; இடர்ப்பாடான ஒரு நிலைமைக்குத் தீர்வு காண்; ஒன்றை/ஒருவரைச் சீர்செய் *I'll have more time when I've **got things sorted** at home.*

PHR V **sort sth out 1** to find an answer to a problem; to organize sth ஒரு சிக்கலுக்குத் தீர்வு காண், ஒன்றை ஏற்பாடு செய் *I haven't found a flat yet but I hope to sort something out soon.* **2** to tidy or organize sth ஒன்றை நன்முறையில் ஒழுங்குபடுத்தி வை; சீர்செய் *The toy cupboard needs sorting out.*

sort through sth to look through a number of things, in order to find sth that you are looking for or to put them in order தேடும் ஒன்றைக் கண்டுபிடிக்கும் பொருட்டு அல்லது பொருள்களை ஒழுங்கமைவு செய்யும் பொருட்டுப் பலவற்றையும் துருவிப்பார்

SOS /ˌes əʊ ˈes/ *noun* (*pl* **SOSs**) a signal or message that a ship or plane sends when it needs urgent help; an urgent appeal for help அவசர உதவி தேவைப்படும்போது ஒரு கப்பல் அல்லது விமானம் அனுப்பும் சமிக்ஞை அல்லது செய்தி; அவசர உதவிக் கோரிக்கை *to send an SOS.* • *We have received an SOS from the area asking for food parcels.*

so-so *adj., adv.* (*informal*) all right but not particularly good/well குறைவற்ற ஆனால் சிறப்பாகக் குறிப்பிடத்தக்கதல்லாத/குறிப்பிடத்தக்கதல்லாது; சுமாரான/சுமாராக; சாதாரணமான/சாதாரணமாக *'How are you?' 'So-so.'*

soufflé /ˈsuːfleɪ/ *noun* [C, U] a type of food made mainly from egg whites, flour and milk, beaten together and baked until it rises முக்கியமாக முட்டை வெண்கரு, மாவு, பால் முதலியவற்றை ஒன்றுசேர்த்துக் கலக்கி, உப்பும் வரை சூட்டடுப்பில் வேகவைத்துத் தயாரிக்கப்படும் உணவு வகை

sought ➪ **seek** என்பதன் இறந்தகால மற்றும் இறந்தகால வினையெச்ச வடிவம்

sought after *adj.* that people want very much, because it is of high quality or rare உயர்ந்த தரநிலை அல்லது அருமைப்பாடு காரணமாகப் பெரிதும் விரும்பப்படுகிற; மிகுதியான கிராக்கியுடைய

soul /səʊl/ *noun* **1** [C] the spiritual part of a person that is believed to continue to exist after the body is dead ஒருவரது உடல் இறந்த பின்னும் உளதாயிருப்பதாக நம்பப்படும் ஆழ்நிலைக் கூறு; ஆன்மா **2** [C, U] the inner part of a person containing his/her deepest thoughts and feelings ஒருவரது உள்ளார்ந்த எண்ணங்களையும் உணர்வுகளையும் உள்ளடக்கிய ஆழ்ந்த உட்கூறு; உள்மனம் *There was a feeling of restlessness deep in her soul.* ➪ **spirit** பார்க்க. **3** [C] (*old-fashioned*) (*used with adjectives*) a particular type of person குறிப்பிட்ட வகையான ஆள் *She's a kind soul.* **4** [*sing.*] (*in negative statements*) a person ஆள்; நபர்; ஒருவர் *There wasn't a soul in sight* (= there was nobody). • *Promise me you won't tell a soul.*

IDM **heart and soul** ➪ **heart** பார்க்க.

soulful /ˈsəʊlfl/ *adj.* having or showing deep feeling ஆழ்ந்த உணர்ச்சியுடைய அல்லது ஆழ்ந்த உணர்ச்சியை வெளிப்படுத்துகிற; உள்ளார்ந்த; மனமார்ந்த *a soulful expression*

soulless /ˈsəʊlləs/ *adj.* without feeling, warmth or interest உணர்ச்சி, நட்புணர்வு அல்லது பற்றீடுபாடு இல்லாத; உள்ளார்வமற்ற; உணர்ச்சிக் கனிவற்ற *soulless industrial towns*

sound¹ /saʊnd/ *noun* **1** [C, U] something that you hear or that can be heard செவிப்புலனால் அறியும் அல்லது அறியக்கூடிய ஒன்று; ஒலி; ஓசை *the sound of voices* • *a clicking/buzzing/scratching sound* • *Light travels faster than sound.* • *sound waves* ➪ **amplitude** பதிவில் படம் பார்க்க. **2** [U] what you can hear coming from a television, radio, etc. தொலைக்காட்சிப் பெட்டி, வானொலிப் பெட்டி முதலியவற்றிலிருந்து செவி வழியாக அறிவது; ஒலிப்பு; தொனி *Can you turn the sound up/down?*

IDM **by the sound of it/things** judging from what sb has said or what you have read about sb/sth ஒருவர் கூறியதிலிருந்து அல்லது ஒருவரை/ஒன்றைப் பற்றிப் படித்ததிலிருந்து மதிப்பிடுகையில் *She must be an interesting person, by the sound of it.*

sound² /saʊnd/ *verb* **1** *linking verb* (*not usually in the continuous tenses*) to give a particular impression when heard or read about; to seem (ஒன்றைக்) காதால் கேட்கும்போது அல்லது (ஒன்றைப் பற்றிப்) படிக்கும்போது (அது) குறிப்பிட்ட எண்ணத்தைத் தோற்றுவி; தோன்று; காணப்படு; போலிரு *That **sounds like** a child crying. • She sounded upset and angry on the phone.*

NOTE பேச்சு வழக்கில், குறிப்பாக அமெரிக்கப் பேச்சு வழக்கில், பல நேரங்களில் 'as if' அல்லது 'as though'-க்குப் பதிலாக 'like' பயன்படுத்தப்படுகிறது. பிரிட்டிஷ் எழுத்து வழக்கில் இது தவறானதாகக் கருதப்படுகிறது.

2 -sounding (*used to form compound adjectives*) seeming to be of the type mentioned, from what you have heard or read காதால் கேட்டதிலிருந்து அல்லது படித்தறிந்ததிலிருந்து குறிப்பிட்ட வகையைச் சார்ந்ததாகத் தோன்றுகிற *a Tamil-sounding surname* **3** [T] to cause sth to make a sound; to give a signal by making a sound ஒன்று ஒலி எழுப்பச் செய்; ஒலி எழுப்பிக் குறிப்பிட்ட அடையாள அறிவிப்புச் செய்தி அல்லது சமிக்கை அனுப்பு *to sound the horn of your car • A student on one of the upper floors sounded the alarm.* **4** [I, T] (*technical*) to measure the depth of the sea or a lake by using a line with a weight on it, or an electronic instrument நூல் குண்டை அல்லது மின்னணுக் கருவியைப் பயன்படுத்திக் கடலின் அல்லது ஏரியின் ஆழத்தைக் கணக்கிடு; ஆழம் பார்

PHR V **sound sb out (about sth)** to ask sb questions in order to find out what he/she thinks or intends ஒருவரது கருத்தை அல்லது நோக்கத்தைக் கண்டறியும் பொருட்டு அவரிடம் கேள்விகள் கேள்; ஒருவரை ஆழம் பார்

sound³ /saʊnd/ *adj.* **1** sensible; that you can depend on and that will probably give good results அறிவார்ந்த; விவேகமுள்ள; நம்பத்தக்க மற்றும் நற்பயன் அளிக்கக்கூடிய *sound advice • a sound investment* **2** healthy and strong; in good condition உடல் நலம் மற்றும் வலிமை வாய்ந்த; உடலுரம் கொண்ட; கட்டுறுதியான; திடமான; நன்னிலையில் உள்ள *The structure of the bridge is basically sound.* ✪ OPP **unsound** ▶ **soundness** *noun* [U]

sound⁴ /saʊnd/ *adv.*

IDM **be sound asleep** to be deeply asleep ஆழ்ந்த உறக்கத்தில் இரு

the sound barrier *noun* [*sing.*] the point at which an aircraft's speed is the same as the speed of sound ஒரு விமானத்தின் வேக அளவு ஒலியின் வேக அளவாக இருக்கும் தருணம் *to break the sound barrier* (= to travel faster than the speed of sound)

sound effect *noun* [C, *usually pl.*] a sound that is made artificially, for example the sound of the wind, and used in a play, film or computer game to make it more realistic காற்று முதலியவற்றின் ஒலியைப் போன்று செயற்கையாக உண்டாக்கப்பட்டு, நாடகம், திரைப்படம், கணினி விளையாட்டு ஆகியவற்றுக்கு மெய்ம்மைத்தன்மை ஊட்டுவதற்காகப் பயன்படுத்தப்படும் ஒலி; மெய்யியல்பு ஒலி

soundly /ˈsaʊndli/ *adv.* completely or deeply முழுமையாக; நிறைவாக; ஆழ்ந்து *The children were sleeping soundly.*

soundproof /ˈsaʊndpru:f/ *adj.* made so that no sound can get in or out ஒலி உட்செல்ல அல்லது வெளியேற இயலாதவாறு உருவாக்கப்பட்ட; ஒலித்தடை அமைப்புள்ள; ஒலி புகாத *a soundproof room*

soundtrack /ˈsaʊndtræk/ *noun* [C] the recorded sound and music from a film or computer game திரைப்படம் அல்லது கணினி விளையாட்டிலிருந்து பதிவு செய்யப்பட்ட ஒலி மற்றும் இசை; ஒலித்தடம் ⇨ **track** பார்க்க.

soup /su:p/ *noun* [U, C] liquid food made by cooking meat, vegetables, etc. in water இறைச்சி, காய்கறிகள் முதலியவற்றை நீரில் வேகவைத்துத் தயாரிக்கப்படும் நீர்ம உணவு; வடிசாறு; சாறு; குழம்பு *a tin of chicken soup*

sour /ˈsaʊə(r)/ *adj.* **1** having a sharp taste like that of a lemon எலுமிச்சம் பழத்தினுடையது போன்ற உறைப்பான சுவையுடைய; புளிப்பான *This sauce is quite sour.* **2** (used especially about milk) tasting or smelling unpleasant because it is no longer fresh (குறிப்பாகப் பால் வகையில்) புதிதாக இல்லாமையால் மனம் ஒவ்வாத சுவை அல்லது மணம் உடையதாக இருக்கிற; புளித்த; புளிப்பேறிய *This cream has **gone sour**.* **3** (used about people) angry and unpleasant (ஆட்கள் வகையில்) சினம் கொண்ட மற்றும் நட்பினிமையற்ற; கடுகடுப்பான; எரிந்துவிழுகிற *a sour expression • a **sour-faced** old woman* ▶ **sour** *verb* [T] (*formal*) *The disagreement over trade tariffs has soured relations between the two countries.* ▶ **sourly** *adv.* ▶ **sourness** *noun* [U]

IDM **go/turn sour** to stop being pleasant or friendly மகிழ்ச்சி அல்லது நட்புணர்வு இல்லாது போ; வெறுப்புத்தட்டு *Their relationship turned sour after a few months.*

sour grapes pretending to not want sth that in fact you secretly want, because you cannot have it ஒன்று கிடைக்க வாய்ப்பில்லாத காரணத்தினால், அதைத் தான் இரகசியமாக விரும்பிய போதிலும், அதில் விருப்பம் இல்லாதது போலப் பாவனை செய்தல்; பெற முடியாத ஒன்றை இழித்துரைத்தல்

source /sɔːs/ *noun* [C] a place, person or thing where sth comes or starts from or where sth is obtained ஒன்று உருவாகிற, தொடங்குகிற அல்லது கிடைக்கப்பெறுகிற ஆள், இடம் அல்லது பொருள்; மூலம்; ஆதாரம்; பிறப்பிடம் *The television is a great source of entertainment.* • *Police have refused to reveal the source of their information.*

south[1] /saʊθ/ (*also* **the south**) *noun* [*sing.*] (*abbr.* **S**) **1** the direction that is on your right when you watch the sun rise; one of the four main directions that we give names to (**the points of the compass**) சூரியன் உதிக்கும் திசையை நோக்கி நிற்கும்போது தனது வலப்பக்கமுள்ள திசை; திசையறி கருவி காட்டும் நான்கு முதன்மைத் திசைகளில் ஒன்று; தென்திசை; தெற்கு *warm winds from the south* • *We live to the south of* (= further south than) *Mumbai.* ➪ **compass** பதிவில் படம் பார்க்க. **2 the South** the southern part of any country, city, region or the world ஒரு நாடு, நகரம், மண்டலம் அல்லது உலகத்தின் தென்பகுதி *Kerala is in the south of India.* ➪ **north, east** மற்றும் **west** பார்க்க.

south[2] /saʊθ/ *adj., adv.* **1** (*also* **South**) (*only before a noun*) in the south தெற்கில் உள்ள/தெற்கில் *the south coast of Tamil Nadu* **2** to or towards the south தெற்குப் பக்கமான/தெற்குப் பக்கமாக; தெற்கு நோக்கிய/தெற்கு நோக்கி *The house faces south.* • *We live just south of Bangalore.* **3** (used about a wind) coming from the south (காற்று வகையில்) தெற்கிலிருந்து வீசுகிற; தென்திசைக் காற்றான/காற்றாக

southbound /ˈsaʊθbaʊnd/ *adj.* travelling or leading towards the south தெற்கு நோக்கிப் பயணம் செய்கிற அல்லது தெற்கு நோக்கி இட்டுச் செல்கிற; தெற்கு நோக்கிய

south-east[1] (*also* **the South-East**) *noun* [*sing.*] (*abbr.* **SE**) the direction or a region that is halfway between south and east தெற்கிற்கும் கிழக்கிற்கும் சரிபாதி இடைப்பட்ட/நடுவில் உள்ள திசை அல்லது நிலப்பகுதி; தென்கிழக்குத் திசை; தென்கிழக்குப் பகுதி ➪ **compass** பதிவில் படம் பார்க்க.

south-east[2] *adj., adv.* in, from or to the south-east of a place or country ஓரிடத்தின் அல்லது ஒரு நாட்டின் தென்கிழக்கில் உள்ள, தென்கிழக்கிலிருந்து வருகிற அல்லது தென்கிழக்குத் திசைக்குச் செல்கிற; தென்கிழக்கில்; தென்கிழக்கிலிருந்து; தென்கிழக்கிற்கு *the south-east coast of India*

south-easterly *adj.* **1** towards the south-east தென்கிழக்கு நோக்கிய *in a south-easterly direction* **2** (used about a wind) coming from the south-east (காற்று வகையில்) தென்கிழக்கிலிருந்து வீசுகிற

south-eastern *adj.* (*only before a noun*) connected with the south-east of a place or country ஓரிடத்தின் அல்லது ஒரு நாட்டின் தென்கிழக்குப் பகுதி தொடர்பான; தென்கிழக்குப் பகுதியில் உள்ள *the south-eastern states of the US*

south-eastward(s) *adv.* towards the south-east தென்கிழக்குத் திசை நோக்கி

southerly /ˈsʌðəli/ *adj.* **1** to, towards or in the south தென் திசைக்கான, தெற்கு நோக்கிய அல்லது தெற்கில் உள்ள *Keep going in a southerly direction.* **2** (used about a wind) coming from the south (காற்று வகையில்) தெற்கிலிருந்து வீசுகிற

southern (*also* **Southern**) /ˈsʌðən/ *adj.* of, in or from the south of a place ஓரிடத்தின் தெற்குப் பகுதிக்குரிய, தெற்கில் உள்ள அல்லது தெற்கில் இருந்து வருகிற; தெற்கான; தெற்கு சார்ந்த *a man with a southern accent* • *Greece is in Southern Europe.*

southerner (*also* **Southerner**) /ˈsʌðənə(r)/ *noun* [C] a person who was born in or lives in the southern part of a country ஒரு நாட்டின் தெற்குப் பகுதியில் பிறந்தவர் அல்லது வாழ்பவர்; தெற்கத்தியர் ✪ OPP **northerner**

the South Pole *noun* [*sing.*] the point on the Earth's surface which is furthest south பூமிப்பரப்பின் தென்கோடி முனை; தென் துருவம் ➪ **earth** பதிவில் படம் பார்க்க.

southward /ˈsaʊθwəd/ (*also* **southwards**) *adj., adv.* towards the south தெற்கு நோக்கிய/நோக்கி; தெற்கே செல்கிற/தெற்குப் பக்கமாக

south-west[1] (*also* **the South-West**) *noun* [*sing.*] (*abbr.* **SW**) the direction or region halfway between south and west தெற்கிற்கும் மேற்கிற்கும் சரிபாதி இடைப்பட்ட/நடுவில் உள்ள திசை அல்லது நிலப்பகுதி; தென் மேற்கு; தென்மேற்குப் பகுதி ➪ **compass** பதிவில் படம் பார்க்க.

south-west[2] *adj., adv.* in, from or to the south-west of a place or country ஓரிடத்தின் அல்லது ஒரு நாட்டின் தென்மேற்கில் உள்ள, தென்மேற்கிலிருந்து வருகிற அல்லது தென்மேற்குத் திசைக்குச் செல்கிற; தென்மேற்கில், தென்மேற்கிலிருந்து அல்லது தென்மேற்குப் பக்கத்திற்கு *the south-west coast of Sri Lanka* • *Our garden faces south-west.*

south-westerly *adj.* **1** towards the south-west தென்மேற்கு நோக்கிய *in a south-westerly direction* **2** (used about a wind) coming from the south-west (காற்று வகையில்) தென்மேற்கிலிருந்து வீசுகிற

south-western *adj.* (*only before a noun*) connected with the south-west of a place or country ஓரிடத்தின் அல்லது ஒரு நாட்டின் தென்மேற்குப் பகுதி தொடர்பான, தென்மேற்குப் பகுதிக்குரிய

south-westward(s) *adv.* towards the south-west தென்மேற்குத் திசை நோக்கி *Follow the highway south-westward for twenty kilometres.*

souvenir /ˌsuːvəˈnɪə(r)/ *noun* [C] something that you keep to remind you of somewhere you have been on holiday or of a special event விடுமுறைப் பயணமாகத் தான் சென்றிருந்த ஓரிடத்தை அல்லது ஒரு சிறப்பு நிகழ்வைத் தனக்கு நினைவூட்டுவதற்காக ஒருவர் வைத்திருக்கும் ஒரு பொருள்; நினைவுப் பொருள் *I brought back a menu as a souvenir of my trip.*

sovereign[1] /ˈsɒvrɪn/ *noun* [C] a king or queen அரசன் அல்லது அரசி

sovereign[2] /ˈsɒvrɪn/ *adj.* **1** (used about a country) not controlled by any other country; independent (நாடு வகையில்) வேறொரு நாட்டின் ஆளுமையில் இல்லாத; சுதந்திரமான; இறையாண்மையுடைய **2** having the highest possible authority உச்ச உயர் அதிகாரம் உடைய

sovereignty /ˈsɒvrənti/ *noun* [U] the power that a country has to control its own government ஒரு நாடு தனது அரசைச் செலுத்துவதற்காகக் கைக்கொண்டுள்ள அதிகாரம்; ஆட்சித் தலைமை உரிமை; இறையாண்மை

sow[1] /saʊ/ *noun* [C] an adult female pig வளர்ச்சியுற்ற பெண் பன்றி ➪ **pig** பதிவிலுள்ள குறிப்பைப் பார்க்க.

sow[2] /səʊ/ *verb* [T] (*pt* **sowed**; *pp* **sown** /səʊn/ or **sowed**) **sow A (in B); sow B (with A)** to plant seeds in the ground விதைகளைத் தரையில் இடு; விதை *to sow seeds in pots • to sow a field with wheat*

soya /ˈsɔɪə/ (*AmE* **soy** /sɔɪ/) *noun* [U] a plant on which soya beans grow; the food obtained from those beans சோயா மொச்சை விளையும் தாவரம்; சோயா மொச்சையிலிருந்து கிடைக்கப்பெறும் உணவுப்பொருள் *soya flour/milk/oil*

soya bean (*AmE* **soybean**) *noun* [C] a type of bean that can be cooked and eaten or used to make many different kinds of food, for example flour, oil and a sort of milk வேகவைத்து உணவாக உட்கொள்ளக்கூடிய அல்லது மாவு, எண்ணெய், ஒருவகைப் பால், முதலிய பல்வேறு உணவுப் பொருள்கள் தயாரிக்கப் பயன்படுத்தப்படும் அவரை வகை; சோயா மொச்சை

soy sauce (*also* **soya sauce**) *noun* [U] a thin dark brown sauce that is made from soya beans and has a salty taste, used in Chinese and Japanese cooking சோயா மொச்சையிலிருந்து தயாரிக்கப்படுவதும் உவர்ப்புச்சுவை உடையதும் சீன மற்றும் ஜப்பானிய சமையலில் பயன்படுத்தப்படுவதுமான கெட்டியாக இல்லாத கரும்பழுப்பு நிறக் கூட்டுச்சாறு; சோயா மொச்சைக் குழம்பு

spa /spɑː/ *noun* [C] **1** a place where mineral water comes out of the ground and where people go to drink this water because it is considered to be healthy நிலத்திலிருந்து கனிம நீர் வெளிப்படுவதும் அந்நீரை உடல் நலத்திற்கு ஏற்றதாகக் கருதி மக்கள் அருந்தச் செல்வதுமான இடம்; கனிம நீரூற்றுத் தலம் **2** (*also* **health spa**) a place where people go to become more healthy and beautiful through regular exercises and beauty treatments வழக்கமாகச் செய்யப்படும் உடற் பயிற்சிகளாலும் அழகு சிகிச்சைகளாலும் முன்பிருந்ததைக் காட்டிலும் ஆரோக்கியமும் அழகும் பெற்று விளங்க மக்கள் செல்லுமிடம்

space[1] /speɪs/ *noun* **1** [C, U] **space (for sb/sth) (to do sth)** a place or an area that is empty or not used காலியாக உள்ள அல்லது பயன்படுத்தப்படாத ஓரிடம் அல்லது ஒரு பகுதி; இடம்; வெற்றிடம் *Is there enough space for me to park the car there? • Shelves would **take up** less **space** than a cupboard.* ➪ **room** மற்றும் **place[1]** பதிவிலுள்ள குறிப்பைப் பார்க்க. **2** [U] (*also* **outer space**) (*often used to form compound nouns*) the area which surrounds the planet Earth and the other planets and stars பூமி மற்றும் பிற கோள்களையும் விண்மீன்களையும் சூழ்ந்துள்ள இடப்பரப்பு; விண்வெளி *space travel • a spaceman/spacewoman* (= a person who travels in space) **3** [C, *usually sing.*] a period of time காலப்பகுதி; கால அளவு *Priti had been ill three times **in/within the space of** four months. • He's achieved a lot in **a short space of time**.* **4** [U] time and freedom to think and do what you want சிந்திப்பதற்கும் விரும்புவதைச் செய்வதற்கும் வேண்டிய காலமும் சுதந்திரமும் *I need some space to think.*

space[2] /speɪs/ *verb* [T] **space sth (out)** to arrange things so that there are empty spaces between them பொருள்களுக்கு இடையே இடைவெளி இருக்குமாறு அவற்றை ஒழுங்கமைவு செய்; பொருள்களை இடைவெளி விட்டு அமை

spacecraft /ˈspeɪskrɑːft/ *noun* [C] (*pl.* **spacecraft**) a vehicle that travels in space விண்வெளியில் பயணம் செய்யும் ஊர்தி; விண்கலம்

spaceship /ˈspeɪsʃɪp/ *noun* [C] a vehicle that travels in space, carrying people ஆட்களை ஏற்றிக்கொண்டு விண்வெளியில் பயணம் செய்யும் ஊர்தி; விண்வெளிக் கப்பல்

spacious /ˈspeɪʃəs/ *adj.* having a lot of space; large in size ஏராளமான இடப்பரப்புள்ள;

அளவில் பெரிய; இடம் அகன்ற; பரந்த ▶ **spaciousness** *noun* [U]

spade /speɪd/ *noun* **1** [C] a tool that you use for digging மண் தோண்டப் பயன்படுத்தப்படும் கருவி; மண்வெட்டி ⇨ **shovel** பார்க்க; மேலும் **gardening** பதிவில் படம் பார்க்க. **2 spades** [*pl.*] the group (**suit**) of playing cards with pointed black symbols on them சீட்டுக்கட்டில் உள்ள சிறு காம்புகளுடன் கூடிய கருநிறக் குறியீடுகளைக் கொண்ட சீட்டுகளின் தொகுதி *the king of spades* **3** [C] one of the cards from this suit மேற்கண்ட சீட்டுத் தொகுதியில் உள்ள ஒரு சீட்டு *Have you got a spade?*

spadework /ˈspeɪdwɜːk/ *noun* [U] the hard work that has to be done in order to prepare for sth ஒன்றிற்கான முன்னேற்பாடாகச் செய்ய வேண்டிய கடினமான வேலை; கடுமை வாய்ந்த ஆயத்தப் பணி

spaghetti /spəˈgeti/ *noun* [U] a type of Italian food (**pasta**) made from flour and water that looks like long strings மாவுடன் நீர் கலந்து தயாரிக்கப்படுகிற, நீண்ட மென்கயிறுகள் போலக் காணப்படும் இத்தாலிய உணவு வகை; திரி இடியாப்ப வகை *How long does spaghetti take to cook?*

span[1] /spæn/ *noun* [C] **1** the length of sth from one end to the other ஒன்றின் ஒரு முனையிலிருந்து மற்ற முனை வரையிலான நீள அளவு; ஒரு கோடிக்கும் மறு கோடிக்கும் இடையே உள்ள நீளம் *the wingspan of a bird* **2** the length of time that sth lasts or continues ஒன்று நீடித்திருக்கும் அல்லது தொடரும் கால அளவு; ஒன்றின் கால நீட்சி *Young children have a short attention span.*

span[2] /spæn/ *verb* [T] (**spanning; spanned**) **1** to form a bridge over sth ஒன்றின் மேல் பாலம் அமை; ஒன்றின் ஒரு முனையை மற்றொரு முனையுடன் இணை **2** to last or continue for a particular period of time குறிப்பிட்ட கால அளவுக்கு ஒன்று நீடித்திரு அல்லது தொடர்

spank /spæŋk/ *verb* [T] to hit a child on his/her bottom with an open hand as a punishment தண்டனையாக விரிந்த கையால் ஒரு சிறுவன்/சிறுமியைப் பிட்டத்தில் அடி; பிட்டத்தில் அறை

spanner /ˈspænə(r)/ (*AmE* **wrench**) *noun* [C] a metal tool with an end shaped for turning small metal rings (**nuts**) and pins (**bolts**) that are used for holding things together திருகு மரைகளையும் திருகு இணைப்பாணிகளையும் திருகுவதற்குரிய அமைப்புடன் கூடிய முனையுடைய உலோகக் கருவி; திருகு முறுக்கும் அல்லது கழற்றும் கருவி; புரிமுடுக்கி ⇨ **adjustable spanner** பார்க்க; மற்றும் **tool** பதிவில் படம் பார்க்க.

spare[1] /speə(r)/ *adj.* **1** not needed now but kept because it may be needed in the future தற்போது வேண்டப்படாத ஆனால் எதிர்காலத்தில் தேவைப்படக் கூடுமாதலால் இருப்பு வைக்கப்பட்டுள்ள; எதிர்காலப் பயன் கருதி ஒதுக்கிவைக்கப்பட்டுள்ள; தனி மிகையான; கையிருப்பான *The spare tyre is kept in the boot.* • *a spare room* **2** not used for work பணி செய்யப் பயன்படுத்தப்படாத; ஓழிவாக உள்ள; ஓய்வு வேளையான *What do you do in your spare time?* **3** not being used; free பயன்பாட்டில் இல்லாத; பயன்படுத்தப்படாத *There were no seats spare so we had to stand.* ▶ **spare** *noun* [C] *The fuse has blown. Where do you keep your spares?*

spare[2] /speə(r)/ *verb* [T] **1 spare sth (for sb); spare (sb) sth** to be able to give sth to sb ஒருவருக்கு ஒன்றைக் கொடுக்க இயலும் நிலையிலிரு; மீதத்திலிருந்து கொடு *I suppose I can spare you a few minutes.* **2 spare sb (from) sth/doing sth** to save sb from having an unpleasant experience இன்னாத ஓர் அனுபவத்திற்கு உள்ளாவதிலிருந்து ஒருவரைக் காப்பாற்று; விடுவி *You could spare yourself waiting if you book in advance.* **3 spare no effort, expense, etc.** to do sth as well as possible without limiting the money, time, etc. involved ஒரு செயலுக்கு வேண்டிய பணம், நேரம் முதலியவற்றுக்கு வரம்பிடாது, அதனை இயன்ற அளவு சிறப்பாகச் செய்; ஒன்றைச் செய்வதற்காகத் தன்னால் இயன்ற அனைத்தையும் செய் *No expense was spared at the wedding.* • *He spared no effort in trying to find a job.* **4 spare sb/sth (from sth)** to not hurt or damage sb/sth ஒருவருக்கு/ஒன்றுக்கு ஊறு அல்லது சேதம் விளைவிக்காதிரு; பிழைத்துப்போக விடு

IDM **to spare** more than is needed தேவைக்கு அதிகமான; போதிய அளவினும் மிக்க; மீத்தளிக்கக்கூடிய; மிகைப்படியான *There's no time to spare. We must leave straight away.*

spare part *noun* [C] a part for a machine, engine, etc. that you can use to replace an old part which is damaged or broken விசைப்பொறி, இயந்திரம் முதலியவற்றில் பழுதுபட்ட அல்லது உடைந்துபோன பழைய பாகத்திற்கு மாற்றீடாகப் பயன்படுத்துவதற்குரிய பாகம்; மாற்று பாகம்; உதிரி உறுப்பு

sparing /ˈspeərɪŋ/ *adj.* (*formal*) using only a little of sth; careful ஒன்றின் சிறிதளவை மட்டுமே பயன்படுத்துகிற; செட்டான; சிக்கனமான; எச்சரிக்கை உணர்வுடைய ▶ **sparingly** *adv.*

spark[1] /spɑːk/ *noun* **1** [C] a very small bright piece of burning material எரிந்துகொண்டிருக்கும் ஒன்றின் பிரகாசமான மிகச் சிறிய கூறு; தீப்பொறி; சுடர்ப்பொறி *A spark set fire to the* *carpet.* **2** [C] a flash of light that is caused by electricity மின்சாரத்தால் உண்டாகும் கண நேர் ஒளி; மின்வெட்டொளி; மின்பொறி *A spark ignites the fuel in a car engine.* **3** [C, U] an exciting quality that sb/sth has ஒருவரிடம்/ஒன்றிடம் காணப்படும் எழுச்சியூட்டும் பண்பு; உணர்வு/அறிவுப் பொறி

spark² /spɑ:k/ *verb*

PHR V **spark sth off** to cause sth ஒன்று நிகழக் காரணமாகு; ஒன்றைத் தூண்டு *Amit's comments sparked off a tremendous argument.*

sparkle /ˈspɑ:kl/ *verb* [I] to shine with many small points of light பலவான சிறுசிறு ஒளிக்கூறுகளுடன் ஒளிர்; மின்னு; பளிச்சிடு *The river sparkled in the sunlight.* ▶ **sparkle** *noun* [C, U]

sparkling /ˈspɑ:klɪŋ/ *adj.* **1** shining with many small points of light பலவான சிறுசிறு ஒளிக்கூறுகளுடன் மின்னுகிற *sparkling blue eyes* **2** (used about a drink) containing bubbles of gas (பான வகையில்) வாயுக் குமிழிகளை உள்ளடக்கிய; நுரைக்கிற *sparkling wine/mineral water*

spark plug *noun* [C] a small piece of equipment in an engine that produces a bright flash of electricity (**a spark**) to make the fuel burn and start the engine எரிபொருளை எரியச்செய்து இயந்திர இயக்கத்தைத் தொடங்கச் செய்யும் பொருட்டு மின்பொறியை உண்டுபண்ணும் அவ்வியந்திரத்திலுள்ள சிறு கருவி; மின்பொறியூட்டு கருவி

sparrow /ˈspærəʊ/ *noun* [C] a small brown and grey bird that is common in many parts of the world உலகின் பல பகுதிகளில பரவலாகக் காணப்படும் பழுப்பு நிறம் கலந்த சாம்பல் நிறமுள்ள சிறு பறவை; சிட்டுக்குருவி

sparse /spɑ:s/ *adj.* small in quantity or amount எண்ணிக்கையில் அல்லது அளவில் சிறிதான; நெருக்கமில்லாத; சிலவான *a sparse crowd* • *He just had a few sparse hairs on his head.* ▶ **sparsely** *adv. a sparsely populated area* ▶ **sparseness** *noun* [U]

spartan /ˈspɑ:tn/ *adj.* (*formal*) very simple and not comfortable மிக எளிமையான மற்றும் இன்ப வசதிகள் கொண்டிராத; ஆடம்பரமற்ற; இன்ப நுகர்வு வகையில் கட்டுப்பாடுடைய *spartan living conditions*

spasm /ˈspæzəm/ *noun* [C, U] a sudden movement of a muscle that you cannot control ஒரு தசையின் கட்டுப்படுத்த முடியாத திடீர் இயக்கம்; இசிப்பு; வலிப்பு; கடும் தசைச் சுரிப்பு *He had painful muscular spasms in his leg.*

spat ⇨ **spit¹** என்பதன் இறந்தகால மற்றும் இறந்தகால வினையெச்ச வடிவம்

spate /speɪt/ *noun* [*sing.*] a large number or amount of sth happening at one time ஒரு தடவையில் நிகழும் ஒன்றின் பெரும் அளவு அல்லது பெரும் எண்ணிக்கை; பொங்கு திரள் *There has been a spate of burglaries in the area recently.*

spatial /ˈspeɪʃl/ *adj.* (*formal*) connected with the size or position and area of sth ஒன்றின் உருவளவு அல்லது இருப்பு நிலை மற்றும் பரப்பளவு தொடர்பான; ஒன்றின் அமைவிடப்பரப்பு சார்ந்த *spatial measurements*

spatter /ˈspætə(r)/ *verb* [T] **spatter sb/sth (with sth); spatter sth (on sb/sth)** to cover sb/sth with small drops of sth wet ஈரத்தோய்வுள்ள ஒன்றின் சிறு திவலைகள் ஒருவர்/ஒன்றின் மீது பரவலாகச் சிதறச் செய்; நீர்த்துளி, சேறு முதலியவற்றை ஒருவர்/ஒன்றின் மீது சிதறியடிக்கும்படி வாரி இறை

spatula /ˈspætʃələ/ *noun* [C] a tool with a wide flat part used in cooking for mixing and spreading things பொருள்களைக் கலப்பதற்கும் பரப்புவதற்கும் சமையலில் பயன்படுத்தப்படும் அகன்று தட்டையான பகுதியுடைய கருவி; தட்டலகுக் கரண்டி; தட்டகப்பை ⇨ **kitchen** பதிவில் படம் பார்க்க.

speak /spi:k/ *verb* (*pt* **spoke** /spəʊk/; *pp* **spoken** /ˈspəʊkən/) **1** [I] **speak (to sb) (about sb/sth); speak (of sth)** to talk or say things பேசு; சொல் *I'd like to speak to the manager, please.* • *Could you speak more slowly?* • *I was so angry I could hardly speak.*

> NOTE **Speak, talk** இரண்டும் கிட்டத்தட்ட ஒரே பொருளுடையவை. ஆயினும், **talk** முறைசாரா வழக்காக இருவர் அல்லது அதற்கு மேற்பட்டவர்கள் உரையாடுவதைக் குறிக்கும். மாறாக, குறிப்பாக முறைசார் சூழலில் ஒருவர் மட்டுமே ஒன்றைப் பேசுவதை **speak** சுட்டும்—*I'd like to speak to the manager, please.* • *We talked all night.* • *The head teacher spoke to the class about university courses.*

2 [T] (*not used in the continuous tenses*) to know and be able to use a language ஒரு மொழியைத் தெரிந்திரு மற்றும் அதனைப் பேசும் ஆற்றல் பெற்றிரு; மொழி பேசு *Does anyone here speak German?* **3** [I] **speak (on/about sth)** to make a speech to a group of people ஒரு குழுவினரிடையே உரையாற்று; சொற்பொழிவாற்று **4** [I] (*informal*) **be speaking (to sb)** to be friendly with sb again after an argument ஒரு பூசலுக்குப் பின் ஒருவருடன் மீண்டும் நட்புறவு கொள்; முகமுறிவு நீங்கப்பெற்றுச் சுமுகமாகு

IDM **be on speaking terms (with sb)** to be friendly with sb again after an argument ஒரு பூசலுக்குப் பின் ஒருவருடன் மீண்டும் நட்புறவு

கொள்; முகமுறிவு நீங்கப்பெற்றுச் சுமுகமாகு *Thankfully they are back on speaking terms again.*

so to speak used when you are describing sth in a way that sounds strange வழக்கமீறியதாகத் தோன்றுமாறு ஒன்றை விவரிக்கும்போது பயன்படுத்தப்படும் தொடர்: இவ்வாறு சொல்லலாமானால் *She turned green, so to speak, after watching a television programme about the environment.*

speak for itself to be very clear so that no other explanation is needed வேறு விளக்கம் வேண்டாதவாறு மிகத் தெளிவாக இரு; துணையாதாரம் தேவையில்லாதிரு *The statistics speak for themselves.*

speak/talk of the devil ➪ **devil** பார்க்க.

speak your mind to say exactly what you think, even though you might offend sb சொல்வதால் ஒருவர் மனம் புண்பட வாய்ப்பிருப்பினும், தான் நினைப்பதை அப்படியே சொல்; கருத்தை மூடி மழுப்பாமல் அஞ்சாது கூறு

PHR V **speak for sb** to express the thoughts or opinions of sb else வேறொருவரது எண்ணங்களை அல்லது கருத்துகளைத் தெரிவி; ஒருவரின் சார்பாளராகப் பேசு

speak out (against sth) to say publicly that you think sth is bad or wrong ஒன்று மோசமானது அல்லது தவறானது என்னும் தனது கருத்தை வெளிப்படையாகக் கூறு

speak up to speak louder (மேலும்) உரத்துப் பேசு

speaker /ˈspiːkə(r)/ *noun* [C] **1** a person who makes a speech to a group of people ஒரு குழுவினரிடையே உரை நிகழ்த்துபவர்; பேச்சாளர்; சொற்பொழிவாளர் *Tonight's speaker is a well-known writer and journalist.* **2** a person who speaks a particular language குறிப்பிட்ட மொழி பேசுபவர் *She's a fluent Russian speaker.* **3** = **loudspeaker**[1] **4 the Speaker** the presiding officer (= the person whose job is to control and be in charge of the discussion) in many legislative assemblies ஒரு நாடாளுமன்றத்தின் அல்லது சட்டப் பேரவையின் நடவடிக்கைகளைக் கட்டுப்படுத்தி விவாதங்களை நெறிப்படுத்துபவரின் பதவிப் பெயர்; அவைத் தலைவர்; சபாநாயகர் *the Speaker of the Lok Sabha/Legislative Assembly*

spear /spɪə(r)/ *noun* [C] a long pole with a sharp point at one end, used for hunting or fighting வேட்டையாடுவதற்கு அல்லது சண்டையிடுவதற்குப் பயன்படுத்தப்படும் ஒரு நுனியில் கூர்முனையுடைய நீண்ட கழி; ஈட்டி; எறிவேல்

spearhead /ˈspɪəhed/ *noun* [C, *usually sing.*] a person or group that begins or leads an attack தாக்குதலைத் தொடங்கும் அல்லது முன்னின்று நடத்தும் ஆள அல்லது குழு; முன்னணிப் படைவீரர்; முன்னணிப்படை ▶ **spearhead** *verb* [T]

spearmint /ˈspɪəmɪnt/ *noun* [U] a type of leaf with a strong fresh taste that is used in sweets, etc. இனிப்புப் பண்டங்கள் முதலியவற்றில் பயன்படுத்தப்படும் உறைப்பான, புதுமணச் சுவையுள்ள இலை வகை; தோட்டப் புதினாக்கீரை வகை *spearmint chewing gum* ➪ **peppermint** பார்க்க.

special[1] /ˈspeʃl/ *adj.* **1** not usual or ordinary; important for some particular reason வழக்கமானதோ சாதாரணமானதோ அல்லாத; குறிப்பிட்ட காரணத்தினால் முக்கியமானதாக உள்ள; தனிச் சிறப்பான; குறிப்பிடத்தக்க *a special occasion • Please take special care of it.* **2** (*only before a noun*) for a particular purpose குறிப்பிட்ட நோக்கத்திற்கான; தனி வகையான; தனி மாதிரியான; தனிப்பட்ட *Anand goes to a special school for the deaf. • There's a special tool for doing that.*

special[2] /ˈspeʃl/ *noun* [C] something that is not of the usual or ordinary type வழக்கமான அல்லது சாதாரணமான வகையைச் சார்ந்ததல்லாத ஒன்று; தனி வகையானது; சிறப்புத் தன்மையுடையது; சிறப்பு நிகழ்ச்சி, சிறப்பு வெளியீடு முதலியவை *an all-night election special on TV • I'm going to cook one of my specials tonight.*

specialist /ˈspeʃəlɪst/ *noun* [C] a person with special or deep knowledge of a particular subject குறிப்பிட்ட துறையில் குறிப்பிடத்தக்க அல்லது ஆழமான அறிவு பெற்றுள்ள ஒருவர்; துறை வல்லுநர்; தனித்துறை நிபுணர் *She's a specialist in diseases of cattle. • I have to see a heart specialist.*

speciality /ˌspeʃiˈæləti/ *noun* [C] (*pl.* **specialities**) (*AmE* **specialty** *pl.* **specialties**) **1** an area of study or a subject that you know a lot about ஒருவர் நிறைவான அறிவு பெற்றுள்ள ஆய்வுப் பிரிவு அல்லது துறை; தனித்துறை; தனி ஈடுபாட்டுத் தொழில்; சிறப்புப் பயிற்சித் துறை **2** something made by a person, place, business, etc. that is very good and that he/she/it is known for ஓராள், ஓரிடம், ஒரு வாணிக அமைப்பு முதலியவற்றால் தயாரிக்கப்படுவதும் சிறப்பாகக் குறிப்பிடத்தக்கதும், தயாரிப்பாளர்/தயாரிக்கப்படும் இடம் அதனால் பெயர் பெறுவதுமான ஒன்று; சிறப்புரிமைச் செய்பொருள்; தனிவகை ஆக்கப்பொருள் *The cheese is a speciality of the region.*

specialize (*also* **-ise**) /ˈspeʃəlaɪz/ *verb* [I] **specialize (in sth)** to give most of your attention to one subject, type of product, etc. ஒரு துறை, ஒருவகைப் பொருள் ஆக்கம் முதலியவற்றில் பெருமளவு கவனம் செலுத்து; ஒன்றில் சிறப்புக் கவனம் செலுத்து; தனித்துறை

ஈடுபாடு கொள் *This shop specializes in clothes for taller men.* ▶ **specialization** (*also* **-isation**) /ˌspeʃəlaɪˈzeɪʃn/ *noun* [U]

specialized (*also* **-ised**) /ˈspeʃəlaɪzd/ *adj.* **1** to be used for a particular purpose குறிப்பிட்ட நோக்கத்திற்கான; தனிவகைப் பயன்பாட்டுக்குரிய *a specialized system* **2** having or needing deep or special knowledge of a particular subject குறிப்பிட்ட துறையில் ஆழமான அல்லது சிறப்பாகக் குறிப்பிடத்தக்க அறிவுடைய அல்லது அறிவு வேண்டப்படுகிற; துறை நிபுணத்துவம் உடைய அல்லது தேவையான *We have specialized staff to help you with any problems.*

specially /ˈspeʃəli/ (*also* **especially**) *adv.* **1** for a particular purpose or reason குறிப்பிட்ட நோக்கத்தை அல்லது காரணத்தை முன்னிட்டு *I made this specially for you.* **2** particularly; very; more than usual குறிப்பிடத்தக்க முறையில்; தனி முறையில்; தனிப்பட; தனிச் சிறப்பாக; மிக்க அளவில்; பெரிதும்; வழக்கத்திற்கு அதிகமாக *The restaurant has a great atmosphere but the food is not specially good.* • *It's not an especially difficult exam.*

specialty /ˈspeʃəlti/ (*AmE*) = **speciality**

species /ˈspiːʃiːz/ *noun* [C] (*pl.* **species**) a group of plants or animals that are all the same and that can breed together ஒரே இனத்தைச் சேர்ந்தனவும் ஒருங்கிணைந்து இனப்பெருக்கம் செய்யக்கூடியனவுமான தாவரங்களின் அல்லது விலங்குகளின் தொகுதி; உயிரின வகை; இனப் பிரிவு; இனம் *This conservation group aims to protect endangered species.* • *a rare species of frog*

specific /spəˈsɪfɪk/ *adj.* **1 specific (about sth)** detailed or exact விவரமான; நுணுக்கமான; துல்லியமான *You must give the class specific instructions on what they have to do.* **2** particular; not general குறிப்பிட்ட; பொது முறையானதல்லாத; தனி முறையான; தனிவகைப்பட்ட *Everyone has been given a specific job to do.* ▶ **specifically** /spəˈsɪfɪkli/ *adv. a play written specifically for radio*

specification /ˌspesɪfɪˈkeɪʃn/ *noun* [C, U] detailed information about how sth is or should be built or made ஒன்று கட்டப்பட வேண்டிய அல்லது உருவாக்கப்பட வேண்டிய வழிமுறை குறித்த நுணுக்க விவரங்களுடன் கூடிய தகவல்; ஆக்கத் திட்ட விவரம்; ஆக்க விவரக் குறிப்பு; வேலைமானத் திட்ட விவரம்

specify /ˈspesɪfaɪ/ *verb* [T] (*pres. part.* **specifying**; *3rd person sing. pres.* **specifies**; *pt, pp* **specified**) to say or name sth clearly or in detail ஒன்றைத் தெளிவாக அல்லது நுணுக்க விவரங்களுடன் கூறு அல்லது சுட்டிக் குறிப்பிடு; விளக்க விவரமாகக் கூறு *The fire regulations specify the maximum number of people allowed in.*

specimen /ˈspesɪmən/ *noun* [C] **1** an example of a particular type of thing, especially intended to be studied by experts or scientists குறிப்பாக, துறை நிபுணர்கள் அல்லது அறிவியல் வல்லுநர்களின்ஆய்வுக்குரிய, குறிப்பிட்ட ஒரு வகையின் எடுத்துக்காட்டு; வகைமாதிரி; உருமாதிரி **2** a small amount of sth that is tested for medical or scientific purposes மருத்துவ அல்லது அறிவியல் நோக்கத்திற்காகச் சோதனை செய்யப்படும் ஒன்றின் சிறு அளவு; மாதிரித் துணுக்கு; மாதிரிக் கூறு; சோதனை மாதிரி *Specimens of the patient's blood were tested in the hospital laboratory.* ✪ **SYN sample**

speck /spek/ *noun* [C] a very small spot or mark மிகச் சிறிய புள்ளி; பொட்டு; குறி *a speck of dust/dirt*

specs /speks/ (*informal*) = **glasses**

spectacle /ˈspektəkl/ *noun* [C] something that is impressive or shocking to look at மெச்சத்தக்க அல்லது அதிர்ச்சியூட்டும் காட்சி

spectacles /ˈspektəklz/ (*formal*) = **glasses**

spectacular /spekˈtækjələ(r)/ *adj.* very impressive to see மெச்சத்தக்க காட்சியான; பிரமிக்க வைக்கிற; வியப்பூட்டுகிற *The view from the top of the hill is quite spectacular.* ▶ **spectacularly** *adv.*

spectator /spekˈteɪtə(r)/ *noun* [C] a person who is watching an event, especially a sporting event ஒரு நிகழ்ச்சியை, குறிப்பாக ஒரு விளையாட்டு நிகழ்ச்சியை, உன்னிப்புடன் பார்த்துக்கொண்டிருப்பவர்; பார்வையாளர்

spectre (*AmE* **specter**) /ˈspektə(r)/ *noun* [C] **1** something unpleasant that people are afraid might happen in the future எதிர்காலத்தில் நிகழக்கூடும் என மக்கள் அஞ்சும் இன்னாத ஒன்று; முன்னறிகுறி காட்டும் தீமை *the spectre of unemployment* **2** (*old-fashioned*) = **ghost**

spectrum /ˈspektrəm/ *noun* [C, *usually sing.*] (*pl.* **spectra** /ˈspektrə/) **1** the set of seven colours into which white light can be separated வெண்ணிற ஒளியைப் பிரித்துக் காணக்கூடிய ஏழு நிறங்களின் தொகுதி; ஒளி நிழற்பட்டை; நிற மாலை *You can see the colours of the spectrum in a rainbow.* **2** all the possible varieties of sth ஒன்றில் காணத்தக்க அனைத்து வகை வேறுபாடுகளும்; ஒன்றின் வேறுபாட்டு வளங்களின் தொகுதி *The speakers represented the whole spectrum of political opinions.*

speculate /ˈspekjuleɪt/ *verb* **1** [I, T] **speculate (about/on sth); speculate that...** to make a guess about sth ஒன்று குறித்து ஊகம் பண்ணு; அனுமானம் செய் *to speculate about the result* *of the next election* **2** [I] to buy and sell with the aim of making money but with the risk of losing it இழப்பு வாய்ப்புடன் கூடிய பணம் ஈட்டும் செயலாக வாங்கல் விற்றலில் ஈடுபடு; வாணிகச் சூதாட்டத்தில் இறங்கு *to speculate on the stock market* ▶ **speculation** /ˌspekjuˈleɪʃn/ *noun* [U, C] ▶ **speculator** *noun* [C]

speculative /ˈspekjələtɪv/ *adj.* **1** based on guessing without knowing all the facts; showing that you are trying to guess sth அனைத்து உண்மைகளையும் அறிந்துகொள்ளாது, ஊக அடிப்படையில் செயல்படுகிற; ஒன்றை ஊகித்தறிய முயல்வதைக் காட்டுகிற; ஊக அடிப்படையிலான *a speculative look/glance* **2** (in business) done with the aim of making money but also with the risk of losing it (வாணிகத் தொழில் வகையில்) இழப்பு வாய்ப்பு இருக்கக்கூடிய பணம் ஈட்டும் குறிக்கோளுடன் செய்யப்படுகிற; ஊக வாணிகம் செய்கிற; வாணிகச் சூதாட்டத்தில் ஈடுபடுகிற *speculative investment*

sped ⇨ **speed**[2] என்பதன் இறந்தகால மற்றும் இறந்தகால வினையெச்ச வடிவம்

speech /spiːtʃ/ *noun* **1** [C] a formal talk that you give to a group of people ஒரு குழுவினரிடையே நேர்முகமாக நிகழ்த்தப்படும் வினைமுறை சார்ந்த உரை; மேடைப்பேச்சு; சொற்பொழிவு *The Chancellor is going to **make a speech** to city businessmen.* **2** [U] the ability to speak பேச்சுத்திறன்; நாவன்மை *He lost the **power of speech** after the accident.* • *freedom of speech* (= being allowed to express your opinions openly) **3** [U] the particular way of speaking of a person or group of people ஓராள் அல்லது ஒரு குழுவினரின் குறிப்பிட்ட முறையிலான பேச்சு; பேச்சு முறை; பேச்சுப்பாணி *She's doing a study of children's speech.* **4** [C] a group of words that one person must say in a play ஒரு நாடகப் பாத்திரத்தின் பேச்சு; வசனம்

speechless /ˈspiːtʃləs/ *adj.* not able to speak, for example because you are shocked, angry, etc. (அதிர்ச்சி, சினம் முதலியவை காரணமாகப்) பேச முடியாத; பேச்சுத் தடையுற்ற

speech marks = **quotation marks**

speed[1] /spiːd/ *noun* **1** [U] fast movement விரைவான இயக்கம்; வேகம்; விரைவு *The bus began to **pick up speed** down the hill.* • *The bus was travelling **at very high speed** when it hit the wall.* **2** [C, U] the rate at which sb/sth moves or travels ஒருவர்/ஒன்று இயங்கும் அல்லது பயணம் செய்யும் வேக வீதம் *The car was travelling **at a speed of** 140 kilometres an hour.* • *to travel **at top/high/full/maximum** speed.*

speed[2] /spiːd/ *verb* [I] (*pt, pp* **sped** /sped/) **1** to go or move very quickly மிக விரைவாகப் போ அல்லது மிக்க விரைவுடன் இயங்கு *He sped round the corner on his bicycle.* **2** (*only used in the continuous tenses*) to drive a car, etc. faster than the legal speed limit சட்டப்படியான வேக வரம்பினும் மிக்க வேகத்தில் சீருந்து முதலியவற்றைச் செலுத்து; வேக வரம்பை மீறு *The police said she had been speeding.*

PHR V **speed (sth) up** (*pt, pp* **speeded**) to go or make sth go faster மேலும் விரைவாகச் செல் அல்லது ஒன்றை மேலும் விரைவுபடுத்து *The new computer system should speed up production in the factory.*

speedboat /ˈspiːdbəʊt/ *noun* [C] a small fast boat with an engine இயந்திரம் பொருத்தப்பட்ட சிறிய, விரைவாகச் செல்லக்கூடிய படகு; இயந்திர விசைப்படகு

speeding /ˈspiːdɪŋ/ *noun* [U] driving a car, etc. faster than the legal speed limit சட்டப்படியான வேக வரம்பை மீறிய வேகத்தில் சீருந்து முதலியவற்றைச் செலுத்துதல்; மிகை வேகச் செலுத்துகை

speed limit *noun* [C, *usually sing.*] the highest speed at which you may drive without breaking the law on a particular road குறிப்பிட்ட சாலையில் ஊர்தியைச் செலுத்தத்தக்க சட்டப்படியான உச்ச வேக அளவு; வேக வரம்பு *He was going way **over the speed limit** when the police stopped him.*

speedometer /spiːˈdɒmɪtə(r)/ *noun* [C] a piece of equipment in a vehicle that tells you how fast you are travelling ஓர் ஊர்தியில் பொருத்தப்பட்டுள்ள அவ்வூர்தியின் வேக அளவைக் காட்டும் கருவி; வேகமானி ⇨ **car** பதிவில் படம் பார்க்க.

speedway /ˈspiːdweɪ/ *noun* [U] the sport of racing motorbikes around a track ஒரு சுற்றுப்பாதையில் விசைமிதி வண்டி ஓட்டும் பந்தய விளையாட்டு; விசைமிதிப் பந்தயம்

speedy /ˈspiːdi/ *adj.* fast; quick விரைந்த; வேகமான; உடனடியான; தாமதமில்லாத *a speedy response/reply* ▶ **speedily** *adv.* ▶ **speediness** *noun* [U]

spell[1] /spel/ *verb* (*pt, pp* **spelled** /speld/ or **spelt** /spelt/) **1** [I, T] to write or say the letters of a word in the correct order ஒரு சொல்லின் எழுத்துகளைச் சரியான வரிசை முறையில் எழுது அல்லது சொல்; ஒரு சொல்லை எழுத்தெழுத்தாக எழுது அல்லது சொல் *I could never spell very well at school.* • ***How do you spell** your surname?* • *His name is spelt P-A-R-E-S-H.* **2** [T] (used about a set of letters) to form a particular word (எழுத்துகளின் ஒரு தொகுதி பற்றிக் குறிப்பிடுகையில்) குறிப்பிட்ட சொல்லாக அமை; எழுத்துகளைக் கூட்டிக் குறிப்பிட்ட சொல்லாக்கு

If you add an 'e' to 'car' it spells 'care'. **3** [T] to mean sth; to have sth as a result ஒரு பொருளைச் சுட்டு; குறித்துக் காட்டு; விளைபயனாக ஒன்றைப் பெறு *Another poor harvest would* ***spell disaster*** *for the region.*

PHR V **spell sth out 1** to write or say the letters of a word or name in the correct order ஒரு சொல்லின் அல்லது பெயரின் எழுத்துகளைச் சரியான வரிசை முறையில் எழுது அல்லது சொல்; எழுத்துக்கூட்டு *I have an unusual name, so I always have to spell it out to people.* **2** to express sth in a very clear and direct way மிகத் தெளிவாகவும் நேர்முகமாகவும் ஒன்றை வெளிப்படுத்து; தெளிவுபடுத்து

spell² /spel/ *noun* [C] **1** a short period of time குறுகிய கால அளவு; சிறு காலப்பகுதி *a spell of cold weather* **2** (especially in stories) magic words or actions that cause sb to be in a particular state or condition (குறிப்பாக, புனைகதைகளில் காணப்படும்) ஒருவரைக் குறிப்பிட்ட நிலைக்கு அல்லது நிலைமைக்கு உள்ளாக்கும் மந்திரச் சொற்கள் அல்லது செயல்கள்; மந்திர வாய்பாடு; உச்சாடனம்; வசியம்

spell check *verb* [I, T] to use a computer program to check your writing to see if your spelling is correct எழுத்துக்கூட்டுருவின் சரித்தன்மை குறித்துத் தனது கட்டுரையைச் சரிபார்க்க ஒரு கணினி நிரலைப் பயன்படுத்து; கணினி நிரலைப் பயன்படுத்தி எழுத்தைச் சரிபார் ▶ **spell check** *noun* [C] = **spellchecker**

spellchecker /ˈspeltʃekə(r)/ (*also* **spell check**) *noun* [C] a computer program that checks your writing to see if your spelling is correct ஒரு கட்டுரையில் உள்ள சொற்களின் எழுத்து வைப்பு முறையைச் சரிபார்க்க உதவும் கணினி நிரல்; பிழைசுட்டி

spelling /ˈspelɪŋ/ *noun* **1** [C, U] the way that letters are arranged to make a word ஒரு சொல்லின் எழுத்துகள் அமைக்கப்பட்டிருக்கும் முறை; எழுத்து வைப்பு முறை; எழுத்தாக்கம் *'Center' is the American spelling of 'centre'.* **2** [U] the ability to write the letters of a word correctly ஒரு சொல்லின் எழுத்துகளை சரியான முறையில் எழுதும் ஆற்றல்; சொல் எழுத்தாக்கத் திறன்; எழுத்துக்கூட்டும் திறன் *Rohit is very poor at spelling.*

spelt ➪ **spell¹** என்பதன் இறந்தகால மற்றும் இறந்தகால வினையெச்ச வடிவம்

spend /spend/ *verb* (*pt, pp* **spent** /spent/) **1** [I, T] **spend (sth) (on sth)** to give or pay money for sth ஒன்றுக்காகப் பணம் கொடு; செலவு செய் *How much do you spend on food each week?* • *You shouldn't go on spending like that.* **2** [T] **spend sth (on sth/doing sth)** to pass time நேரம்/காலம் போக்கு; நேரத்தைப் பயன்படுத்திக் கழி *I spent a whole evening writing letters.* • *I'm spending the weekend at my parents' house.*

spending /ˈspendɪŋ/ *noun* [U] the amount of money that is spent by a government or an organization ஓர் அரசு அல்லது ஒரு நிறுவனம் செலவழிக்கும் பணத்தொகை; செலவு

sperm /spɜːm/ *noun* **1** [C] (*pl.* **sperm** or **sperms**) a cell that is produced in the sex organs of a male and that can join with a female egg to produce young கரு உருவாவதற்காகப் பெண் உயிரணுவுடன் இணையக்கூடிய ஆண் பிறப்புறுப்புகளில் உண்டாகும் உயிரணு; விந்தணு **2** [U] the liquid that contains sperms ஆணின் இனப்பெருக்க உயிரணுக்களை உள்ளடக்கிய நீர்மம்; விந்து

spew /spjuː/ *verb* [I, T] **1** to flow out quickly or to make sth flow out quickly, in large amounts பெருமளவில் விரைவாகவும் தொடர்ந்தும் தடையின்றி வெளியேறு அல்லது ஒன்றை வெளியேறச் செய்; பெருக்கெடுத்து வெளிப்படு *Flames spewed from the aircraft's engine.* • *The chimneys were spewing out smoke and flames.* **2 spew (sth) (up)** (*BrE informal*) to vomit வாந்தியெடு; கக்கு *She spewed up all the food that she had eaten.*

sphere /sfɪə(r)/ *noun* [C] **1** any round object shaped like a ball பந்து போன்ற உருண்டை வடிவப் பொருள்; உருண்டை; கோளம் ➪ **solid** பதிவில் படம் பார்க்க. **2** an area of interest or activity செயற்களம்; ஆர்வ ஈடுபாட்டுத் துறை; செயல் எல்லை, செல்வாக்கெல்லை முதலியவை ▶ **spherical** /ˈsferɪkl/ *adj.*

spheroid /ˈsfɪərɔɪd/ *noun* [C] (*technical*) a solid object that is approximately the same shape as a **sphere** பெரும்பாலும் கோள வடிவுடைய திடப்பொருள்; கோளகம்

sphincter /ˈsfɪŋktə(r)/ *noun* [C] (*technical*) a ring of muscle that surrounds an opening in the body and that can become tighter in order to close the opening உடலிலுள்ள ஒரு திறப்பைச் சுற்றியுள்ளதும் அத்திறப்பை மூடும் பொருட்டு இறுகக் கூடியதுமான தசை வளையம்; புழைவாய்ச் சுரிதசை; சுருக்கு தசை *the anal sphincter*

sphinx /sfɪŋks/ *noun* [C] an ancient Egyptian stone statue of a creature with a human head and the body of a lion lying down மனிதத் தலையும் கிடைநிலையிலுள்ள சிங்கத்தின் உடலும் கொண்ட ஓர் உயிர்ப்பொருளின் பழைமையான எகிப்தியக் கற்சிலை

spice¹ /spaɪs/ *noun* **1** [C, U] a substance, especially a powder, that is made from a plant and used to give flavour to food தாவரத்திலிருந்து தயாரிக்கப்படுவதும் உணவுக்கு நறுமணச் சுவையூட்டப் பயன்படுத்தப்படுவதுமான பொருள்,

குறிப்பாகத் தூள்; நறுமணப்பொடி *I use a lot of herbs and spices in my cooking.* • *Pepper and paprika are two common spices.* ➪ **herb** பார்க்க. **2** [U] excitement and interest கிளர்ச்சியார்வம்; காரசாரப் பண்பு; விறுவிறுப்பு; தெம்பு *to **add spice** to a situation* ▶ **spicy** *adj. Do you like spicy food?*

spice² /spaɪs/ *verb* [T] **spice sth (up) (with sth) 1** to add spice to food உணவில் நறுமணப்பொருள் சேர்; நறுமணச் சுவையூட்டு *He always spices his cooking with lots of chilli powder.* **2** to add excitement to sth ஒன்றுக்கு விறுவிறுப்பூட்டு

spider /ˈspaɪdə(r)/ *noun* [C] a type of small animal like an insect with eight legs. Spiders make (**spin**) special nets (**webs**) to catch insects for food சிலந்தி

spike /spaɪk/ *noun* [C] a piece of metal, wood, etc. that has a sharp point at one end ஒரு முனையில் கூர்மையாக உள்ள உலோகம், மரம் முதலியவற்றின் துண்டு; ஆணி; மர முளை; சட்டுவக்கோல், குத்துக்கோல் முதலியவை

spill /spɪl/ *verb* [I, T] (*pt, pp* **spilt** /spɪlt/ or **spilled**) **1** (used especially about a liquid) to accidentally come out of a container; to make a liquid, etc. do this (குறிப்பாக ஒரு திரவம் பற்றிக் குறிப்பிடுகையில்) கலத்திலிருந்து தற்செயலாக வெளிவா அல்லது வெளிவரச் செய்; சிந்து *The bag split, and sugar spilled everywhere.* • *Some water had spilled out of the bucket onto the floor.* **2** [I] **spill out, over, into, etc.** to come out of a place suddenly and go in different directions திடீரென ஓரிடத்திலிருந்து வெளியே வந்து வெவ்வேறு திசைகளில் சிதறிச் செல் *The train stopped and everyone spilled out.* ▶ **spill** *noun* [C] *Many seabirds died as a result of the oil spill.*

IDM **spill the beans** (*informal*) to tell a person about sth that should be a secret இரகசியமாக இருக்க வேண்டிய ஒன்றைப் பற்றி ஒருவரிடம் கூறு; மறைசெய்தியை வெளிப்படுத்து

spin¹ /spɪn/ *verb* (**spinning**; *pt, pp* **spun** /spʌn/) **1** [I, T] **spin (sth) (round)** to turn or to make sth turn round quickly விரைவாகச் சுழல் அல்லது ஒன்றைச் சுழற்று *Maya spun round when she heard someone call her name.* • *to spin a ball/coin/wheel* **2** [I, T] to make thread from a mass of wool, cotton, etc. கம்பளி, பஞ்சு முதலியவற்றை நூற்று இழையாக்கு; நூல் முறுக்கு *A spider spins a web.* **3** [T] to remove water from clothes that have just been washed by turning them round and round very fast in a machine ஆடை வெளுப்புப் பொறியில் மிக விரைவாகச் சுழலச்செய்து துவைக்கப்பட்ட துணிகளிலிருந்து நீரை அகற்று அல்லது பிழி

PHR V **spin sth out** to make sth last as long as possible இயன்ற அளவான கால எல்லை வரை ஒன்று நீடித்திருக்கச் செய்; முடிந்த வரை ஒன்றின் கால எல்லையை நீட்டிக்கொண்டு செல்

spin² /spɪn/ *noun* [C, U] **1** an act of making sth spin ஒன்றைச் சுழலச்செய்தல்; சுழற்றுதல்; திருகியக்கம்; சுழற்சி *She **put a lot of spin on** the ball.* **2** (especially in politics) a way of talking publicly about a difficult situation, a mistake, etc. that makes it sound positive for you (குறிப்பாக அரசியலில்) நம்பிக்கையூட்டுவதாகத் தோன்றும் முறையில் ஒரு சிக்கலான சூழ்நிலை, தவறு முதலியவை குறித்து வெளிப்படையாகப் பேசும் முறை; அரசியல் நிலைமைகள் குறித்துச் சாதகமான கருத்து விளக்கம் தருதல்

IDM **go/take sb for a spin** to go/take sb out in a car or other vehicle சீருந்தில் அல்லது வேறோர் ஊர்தியில் வெளியே செல் அல்லது ஒருவரை அழைத்துச் செல்

spinach /ˈspɪnɪtʃ; -ɪdʒ/ *noun* [U] a plant with large dark green leaves that can be cooked and eaten as a vegetable காய்கறியாகச் சமைத்து உண்ணத்தக்க பெரிய கரும்பச்சை நிற இலைகளுடைய தாவர வகை; பசலைக் கீரை

spinal /ˈspaɪnl/ *adj.* connected with the bones of your back (**the spine**) முதுகுத்தண்டுத் தொடர்பான

spinal column = **spine¹**

spinal cord *noun* [C] the mass of nerves inside the spine that connects all parts of the body to the brain முதுகுத்தண்டின் உட்புறத்திலுள்ள, உடலின் அனைத்துப் பகுதிகளையும் மூளையுடன் இணைக்கும் நரம்புத் தொகுதி; தண்டுவடம் ➪ **body** பதிவில் படம் பார்க்க.

spindle /ˈspɪndl/ *noun* [C] **1** a rod that turns in a machine, or that another part of the machine turns around ஒரு விசைப்பொறியில் சுழலுகிற அல்லது விசைப்பொறியின் வேறொரு பாகம் அதனைச் சுற்றிச் சுழலுகிற கோல்; ஊடச்சு **2** a thin pointed rod used for spinning wool into thread by hand கையினால் கம்பளி இழையை நூலாக நூற்பதற்குப் பயன்படுத்தப்படும் மெலிதான, கூர் நுனியுடைய கழி; நூற்புக் கதிர்; கதிர்ச் சலாகை

spin doctor *noun* [C] (especially in politics) a person who finds ways of talking about difficult situations, mistakes, etc. in a positive way (குறிப்பாக அரசியலில்) நம்பிக்கையூட்டுவதாகத் தோன்றும் முறையில் ஒரு சிக்கலான சூழ்நிலை, குறைபாடு முதலியவை குறித்து வெளிப்படையாகப் பேசும் ஒருவர்; அரசியல் நிலைமைகள் குறித்துச் சாதகமான கருத்து விளக்கம் தருபவர்

spin dryer *noun* [C] (*BrE*) a machine that removes water from wet clothes by turning them round and round very fast ஈரத் துணிகளை மிக விரைவாகச் சுழற்றி அவற்றிலிருந்து நீரை அகற்றும் பொறி; ஆடை பிழியும் பொறி ▶ **spin-dry** *verb* [T]

spine /spaɪn/ *noun* [C] **1** the bones of the back of a person or animal மனித அல்லது விலங்கு முதுகுப்பகுதியில் உள்ள எலும்புகள்; முதுகெலும்பு; முதுகுத் தண்டு ✪ SYN **backbone** ⇨ **body** பதிவில் படம் பார்க்க. **2** one of the sharp points like needles, on some plants and animals சிலவகைத் தாவரங்கள் மற்றும் விலங்குகளின் மேற்புறத்திலுள்ள ஊசிகள் போன்ற கூர்முனைகளில் ஒன்று; முள் *Porcupines use their spines to protect themselves.* ⇨ **prickle** பார்க்க. **3** the narrow part of the cover of a book that you can see when it is on a shelf அலமாரியில் வைத்திருக்கும்போது கண்ணில் படும் புத்தக மேலட்டையின் குறுகலான பகுதி; புத்தகப் புறவிளிம்பு

spineless /ˈspaɪnləs/ *adj.* weak and easily frightened வலுவற்ற மற்றும் எளிதில் அச்சம் கொள்கிற; மன உறுதி இல்லாத; துணிவற்ற; கோழைத்தனமான

spinnaker /ˈspɪnəkə(r)/ *noun* [C] a large extra sail on a racing **yacht** that you use when the wind is coming from behind பின்பக்கத்திலிருந்து காற்று வீசும்போது பயன்படுத்துவதற்குரிய, பந்தயப் படகின் மிகைப்படியான பெரிய பாய் ⇨ **boat** பதிவில் படம் பார்க்க.

spin-off *noun* [C] **a spin-off (from/of sth)** something unexpected and useful that develops from sth else வேறொன்றிலிருந்து உருவாகும் எதிர்பாராத மற்றும் பயனுள்ள ஒன்று; தற்செயலான துணை விளைபயன்

spinster /ˈspɪnstə(r)/ *noun* [C] (*old-fashioned*) a woman, especially an older woman, who has never been married திருமணத்தை முற்றிலுமாக விலக்கிவிட்ட பெண், குறிப்பாக வயதான பெண்; முது கன்னி **NOTE** திருமணமாகாத ஆணை அல்லது பெண்ணைக் குறிக்கத் தற்போது பொதுவழக்காகப் பயன்படுத்தப்படும் சொல் **single** (மணமாகாதவர்/தனியர்) என்பதாகும். ⇨ **bachelor** பார்க்க.

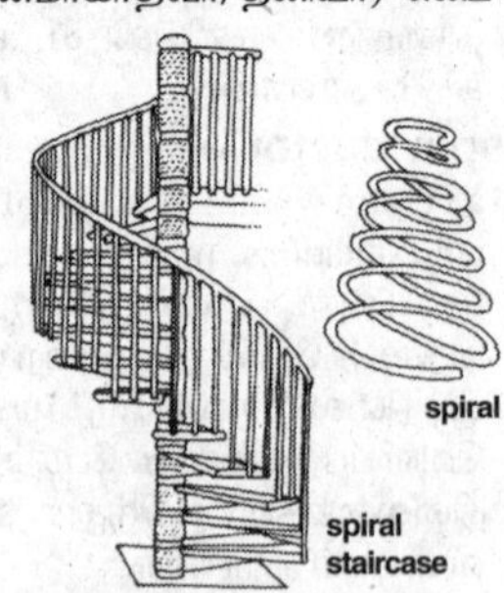

spiral /ˈspaɪrəl/ *noun* [C] a long curved line that moves round and round away from a central point மையப்புள்ளியிலிருந்து தள்ளி, சுற்றிச் சுற்றிச் செல்லும் நீண்டு வளைந்துள்ள கோடு; சுருள்-வட்டக் கோடு; சுருள்-வட்டம் ▶ **spiral** *adj.* *a spiral staircase* ▶ **spiral** *verb* [I] (**spi-ralling; spiralled**, *AmE* **spiraling; spiraled**)

spire /ˈspaɪə(r)/ *noun* [C] a tall pointed tower on the top of a church தேவாலயத்தின் உச்சியில் உள்ள உயரமான கூம்பு வடிவான கோபுரம்

spirit[1] /ˈspɪrɪt/ *noun* **1** [*sing.*] the part of a person that is not physical; your thoughts and feelings, not your body ஒரு மனிதரின் உடல் சார்ந்ததல்லாத கூறு; பரு உடல் சார்பற்ற எண்ணங்கள் மற்றும் உணர்வுகள்; உள்ளுரு; உள்ளறிவு; உள்ளுணர்வு *the power of the human spirit to overcome difficulties* **2** [C] the part of a person that many people believe still exists after his/her body is dead; a ghost or a being without a body உடல் இறந்த பின்னும் உளதாயிருப்பதாகப் பலரால் நம்பப்படும் மனிதக் கூறு; ஆன்மா; ஆவியுரு *It was believed that people could be possessed by **evil spirits**.* ⇨ **soul** பார்க்க. **3** [C] the mood, attitude or state of mind of sb/sth ஒருவரது/ஒன்றின் மனப்பாங்கு, மனப்போக்கு அல்லது மனநிலை *to be **in high/low spirits*** (= in a happy/sad mood) **4 -spirited** (*used to form compound adjectives*) having the mood or attitude of mind mentioned குறிப்பிடப்பட்ட மனப்பாங்கு அல்லது மனப்போக்கு உடைய *a group of high-spirited teenagers* **5 spirits** [*pl.*] strong alcoholic drinks, for example **whisky** and **vodka** விஸ்கி, வாட்கா முதலிய சாராயச்சத்து மிக்க குடிவகைகள்; வெறியக் குடிபானங்கள் **6** [U] energy, strength of mind or determination ஆற்றல், மன வலிமை அல்லது மன உறுதி; ஊக்கம்; உரம்; தெம்பு *The group had plenty of **team spirit**.* **7** [*sing.*] the typical or most important quality of sth ஒன்றின் இயல்பான அல்லது முதன்மையான பண்பு; இயற்பண்பு; தலைப்பண்பு *The painting perfectly captures the spirit of the times.*

spirit[2] /ˈspɪrɪt/ *verb*

PHR V **spirit sb/sth away/off** to take sb/sth away secretly ஒருவரை/ஒன்றை இரகசியமாக வேறிடத்திற்குக் கொண்டுசெல்; கடத்திச் செல்

spirited /ˈspɪrɪtɪd/ *adj.* full of energy, determination and courage ஆற்றல், மன உறுதி மற்றும் துணிவு நிறைந்த; உயிர்த்துடிப்புடைய; எழுச்சி மிக்க

spiritual /ˈspɪrɪtʃuəl/ *adj.* **1** concerning deep thoughts, feelings or emotions rather than the body or physical things உடல் அல்லது பருப்பொருள்கள் பற்றியல்லாத, ஆழமான எண்ணங்கள், உணர்வுகள் அல்லது உணர்ச்சிகள் தொடர்பான அல்லது அவற்றுக்குரிய; ஆன்மா தொடர்பான *spiritual development/growth/needs* ⇨ **material** பார்க்க. **2** concerning the Church or religion திருச்சபை அல்லது சமயம் சார்ந்த; சமய ஒழுக்கம் தொடர்பான *a spiritual leader* ▶ **spiritually** /ˈspɪrɪtʃuəli/ *adv.*

spit[1] /spɪt/ *verb* [I, T] (**spitting**; *pt, pp* **spat** /spæt/)

NOTE அமெரிக்க வழக்கில், இவ்வினையின் இறந்தகால மற்றும் இறந்தகால வினையெச்ச வடிவம் இரண்டும் **spit** என்று வழங்கப்படுகின்றன.

spit (sth) (out) to force liquid, food, etc. out from your mouth வாயிலிருந்து நீர்மம், உணவு முதலியவற்றை வலித்து வெளியேற்று; துப்பு *He took one sip of the wine and spat it out.*

spit[2] /spɪt/ *noun* **1** [U] (*informal*) the liquid in your mouth வாயிலுள்ள நீர்மப் பொருள்; எச்சில் ➪ **saliva** பார்க்க. **2** [C] a long, thin piece of land that sticks out into the sea, a lake, etc. கடல், ஏரி முதலியவற்றினுள் நீட்டிக்கொண்டிருக்கும் நீண்டு ஒடுங்கிய நிலப்பகுதி; நிலக்கூம்பு **3** [C] a long thin metal stick that you put through meat to hold it when you cook it over a fire இறைச்சியின் ஊடாகக் குத்திச் செலுத்தி, கையில் பிடித்துக்கொண்டு தீயில் வாட்டிப் பதப்படுத்தப் பயன்படுத்தப்படும் நீண்டு மெலிதான உலோகக் கம்பி; உலோக முட்கோல் *chicken roasted* ***on a spit***

spite /spaɪt/ *noun* [U] the desire to hurt or annoy sb ஒருவருக்குத் தீங்கு செய்ய அல்லது சினமூட்ட வேண்டுமென்ற விருப்பம்; வெறுப்பு; வன்மம்; பகைமை எண்ணம் *He stole her letters* ***out of spite****.* ▶ **spite** *verb* [T]

IDM **in spite of** used to show that sth happened although you did not expect it தான் எதிர்பார்த்திராத போதிலும் ஒன்று நிகழ்ந்துவிட்டது என்பதைக் குறிக்கப் பயன்படுத்தப்படுவது: இருந்தும் கூட *In spite of all her hard work, Sumana failed her exam.* ✪ SYN **despite**

spiteful /ˈspaɪtfl/ *adj.* behaving in a cruel or unkind way in order to hurt or upset sb ஒருவருக்குத் தீங்குசெய்யும் அல்லது வருத்தமூட்டும் நோக்கத்துடன் இரக்கமற்ற முறையில் பகைமை உணர்வுடன் நடந்துகொள்கிற; காழ்ப்புணர்ச்சி உடைய; கெட்ட எண்ணம் கொண்ட *He's been saying a lot of spiteful things about his ex-boss.* ▶ **spitefully** /ˈspaɪtfəli/ *adv.*

splash[1] /splæʃ/ *verb* [I, T] (used about a liquid) to fall or to make liquid fall noisily or fly in drops onto a person or thing (திரவ வகையில்) ஓராள் அல்லது ஒரு பொருள் மீது ஓசையுடன் விழு அல்லது துளிகளாகச் சிதற/விழச் செய் *Rain splashed against the windows. • The children were splashing each other with water.*

PHR V **splash out (on sth)** (*BrE informal*) to spend money on sth that is expensive and that you do not really need விலை மிகுந்ததும் தனக்கு உண்மையில் தேவைப்படாததுமான ஒன்றின் மீது பணம் செலவழி; ஆடம்பரச் செலவு செய்

splash[2] /splæʃ/ *noun* [C] **1** the sound of liquid hitting sth or of sth hitting liquid திரவத்தின் மீது ஒன்று மோதும் அல்லது ஒன்றின் மீது திரவம் மோதும் ஒலி; விசிறியடிப்பொலி *Parul jumped into the pool with a big splash.* **2** a small amount of liquid that falls onto sth ஒன்றின் மீது விழும் சிற்றளவான நீர்மம்; சிதறு நீர்மத் துளி; தெறிப்பு திரவம்; நீர்மச் சிதறல் *splashes of oil on the cooker* **3** a small bright area of colour பளபளப்பான சிறு வண்ணப் பரப்பு; வண்ணக் கற்றை *Flowers add* ***a splash of colour*** *to a room.*

splatter /ˈsplætə(r)/ *verb* [I, T] (used about a liquid) to fly about in large drops and hit sb/sth noisily; to throw or drop water, paint etc. on sb/sth in large drops (திரவ வகையில்) பெரும் துளிகளாகத் தெறித்து ஒருவர்/ஒன்றின் மீது ஓசையுடன் மோது; இரைச்சலுடன் சிதறியடி *The paint was splattered all over the floor. • Heavy rain splattered on the roof.*

splay /spleɪ/ *verb* [I, T] **splay (sth) (out)** (to cause sth) to spread out or become wide apart at one end ஒரு முனையில் விரிவுறு அல்லது அகலமாகு; ஒன்று ஒரு முனையில் விரியச் செய் அல்லது பரவச் செய்; ((முழங்கை, கால், முதலியவற்றை) நீட்டு அல்லது பரப்பு *splayed fingers*

spleen /spliːn/ *noun* **1** [C] a small organ near the stomach that controls the quality of the blood குருதியின் தரத்தைக் கட்டுப்படுத்தும் இரைப்பையின் அருகிலுள்ள சிறு உறுப்பு; மண்ணீரல் *a ruptured spleen* **2** [U] (*written*) anger சினம்; கடுகடுப்பு; வெறுப்பு *He vented his spleen on the assembled crowd.*

splendid /ˈsplendɪd/ *adj.* **1** very good; excellent மிக நல்லதான; மிகச் சிறந்த; நேர்த்தி வாய்ந்த; அருமையான *What a splendid idea!* **2** very impressive மெச்சத்தக்க; பாராட்டுக்குரிய; கருத்தைக் கவர்கிற; உன்னதமான *the splendid royal palace* ▶ **splendidly** *adv.*

splendour (*AmE* **splendor**) /ˈsplendə(r)/ *noun* [U] very impressive beauty பெரிதும் பாராட்டத்தக்க அழகு; பேரழகு; பகட்டழகு; மிகு நேர்த்தி; சீர்மை

splint /splɪnt/ *noun* [C] a piece of wood or metal that is tied to a broken arm or leg to keep it in the right position முறிவுற்ற கையை அல்லது காலைச் சரிநிலையில் வைப்பதற்காக அதனுடன் சேர்த்துக் கட்டப்படும் மர அல்லது உலோகத் துண்டு; அணைவரிக் கட்டை; அணைவரிச் சிம்பு

splinter /ˈsplɪntə(r)/ *noun* [C] a small thin sharp piece of wood, metal or glass that has broken off a larger piece மரம், உலோகம் அல்லது கண்ணாடியின் பெரிய பகுதியிலிருந்து உடைந்து வந்த மெல்லிய கூர்மையான சிறு துண்டு; சிம்பு; சிராய்; சில்லு *I've got a splinter in my finger.* ▶ **splinter** *verb* [I, T]

split¹ /splɪt/ *verb* (*pres. part.* **splitting**; *pt, pp* **split**) **1** [I, T] **split (sb) (up) (into sth)** to divide or to make a group of people divide into smaller groups சிறுசிறு குழுக்களாகப் பிரிவுறு அல்லது ஒரு குழுவைச் சிறுசிறு குழுக்களாகப் பிரி *Let's split into two groups.* **2** [T] **split sth (between sb/sth); split sth (with sb)** to divide or share sth ஒன்றைப் பகு; பங்கிடு *We split the cost of the meal between the six of us.* **3** [I, T] **split (sth) (open)** to break or make sth break along a straight line நேர்கோட்டு அமைப்பாக/நீளவாக்கில் முறி அல்லது ஒன்று முறியச் செய் *My jeans have split.*

IDM **split the difference** (used when agreeing on a price) to agree on an amount or figure that is halfway between the two amounts or figures already mentioned (ஒரு விலை குறித்து உடன்பாட்டுக்கு வரும்போது பயன்படுத்தப்படுவது) ஏற்கனவே குறிப்பிடப்பட்ட இரண்டு தொகைகளுக்கு/எண்ணிக்கைகளுக்குச் சரிபாதி இடைப்பட்ட தொகைக்கு அல்லது எண்ணிக்கைக்கு உடன்படு; சராசரித் தொகைக்கு இசைவு தெரிவி

split hairs to pay too much attention in an argument to details that are very small and not important ஒரு விவாதத்தில் நுணுக்கமான, முக்கியமல்லாத விவரக் கூறுகளில் மிகைப்படியான கவனம் செலுத்து; அற்பமான சிறுசிறு கூறுகளை வேறுபடுத்திக் காண் **NOTE** வழக்கமாக இவ்வழக்கு கண்டன முறையில் பயன்படுத்தப்படுகிறது.

PHR V **split up (with sb)** to end a marriage or relationship ஒரு திருமணத்தை அல்லது ஓர் உறவை முடிவுறச் செய்; மணம்/உறவு முறி *He's split up with his girlfriend.*

split² /splɪt/ *noun* [C] **1** a disagreement that divides a group of people ஒரு குழுவில் பிரிவினை உண்டாக்கும் கருத்து வேற்றுமை அல்லது பூசல் **2** a long cut or hole in sth ஒன்றில் காணப்படும் நீண்ட வெட்டு அல்லது துளை; நீட்டுவாக்கான கீறல் அல்லது வெடிப்பு; வரிப்பிளவு

split second *noun* [C] a very short period of time மிகக் குறுகிய நேர அளவு; அரை நொடி; அரைக்கணம்

splutter /ˈsplʌtə(r)/ *verb* **1** [I, T] to speak with difficulty for example because you are very angry or embarrassed சினம், வெட்கம் முதலியவை காரணமாக இடர்ப்பாட்டுடன் பேசு **2** [I] to make a series of sounds like a person coughing இருமுவதைப் போன்று தொடர்ச்சியான ஒலிகள் செய்; சிறு வெடியொலி செய் ▶ **splutter** *noun* [C]

spoil /spɔɪl/ *verb* [T] (*pt, pp* **spoilt** /spɔɪlt/ or **spoiled** /spɔɪld/) **1** to change sth good into sth bad, unpleasant, useless, etc.; to ruin sth நன்னிலையில் உள்ள ஒன்றை மோசமானதாக, நயம் கெட்டதாக அல்லது பயனற்றதாக ஆக்கு; ஒன்றைக் கெடு *The new office block will spoil the view.* • *Our holiday was spoilt by bad weather.* • *Eating between meals will* ***spoil*** *your* ***appetite***. **2** to do too much for sb, especially a child, so that you have a bad effect on his/her character ஒருவரது, குறிப்பாக ஒரு குழந்தையின், பண்பு நலம் கெடுமாறு அவருக்காக மட்டுமீறிச் செயல்புரி; செல்லம் கொடுத்துக் கெடு. *a spoilt child* **3** **spoil sb/yourself** to do sth special or nice to make sb/yourself happy ஒருவரை/தன்னை மகிழ்விக்க வழக்கமீறிய அல்லது இனிமையான ஒன்றைச் செய்; மிகைச் சலுகைக் காட்டு

spoils /spɔɪlz/ *noun* [*pl.*] (*written*) things that have been stolen by thieves, or taken in a war or battle திருடர்களால் களவாடப்பட்ட அல்லது போரில் கைப்பற்றப்பட்ட பொருள்கள்; கொள்ளைப் பொருள்கள்; வலிந்து பெற்ற ஆதாயங்கள் *the spoils of war*

spoilsport /ˈspɔɪlspɔːt/ *noun* [C] (*informal*) a person who tries to stop other people enjoying themselves, for example by not taking part in an activity ஒரு செயலில் கலந்துகொள்ளாதிருத்தல் முதலிய நடத்தையால் பிறரது இன்பத் துய்ப்புக்கு முட்டுக்கட்டையாக இருப்பவர்; மற்றவர் மகிழ்ச்சியைக் கெடுப்பவர்

spoke¹ /spəʊk/ *noun* [C] one of the thin pieces of metal that connect the centre of a wheel (**the hub**) to the outside edge (**the rim**) சக்கரத்தின் அச்சுப்பகுதியையும் விளிம்பையும் இணைக்கும் மெலிதான உலோக/மரத் துண்டுகளில் ஒன்று; சக்கரத்தின் குறுக்குக் கை; ஆரை ⇨ **bicycle** பதிவில் படம் பார்க்க.

spoke² ⇨ **speak** என்பதன் இறந்தகால வடிவம்

spoken ⇨ **speak** என்பதன் இறந்தகால வினையெச்ச வடிவம்

spokesman /ˈspəʊksmən/ *noun* [C] (*pl.* **-men** /-mən/) a person who is chosen to speak for a group or an organization ஒரு குழுவின் அல்லது நிறுவனத்தின் சார்பாகப் பேசத் தேர்வு செய்யப்பட்டவர்; செய்தித் தொடர்பாளர்

spokesperson /ˈspəʊkspɜːsn/ *noun* [C] (*pl.* **spokespersons** or **spokespeople** /ˈspəʊkspiːpl/) a person who is chosen to speak for a group or an organization ஒரு குழுவின் அல்லது நிறுவனத்தின் சார்பாகப் பேசத் தேர்ந்தெடுக்கப்பட்டவர்; செய்தித் தொடர்பாளர் **NOTE** இச்சொல் ஆண், பெண் இருபாலாருக்கும் பொது-

வழக்காக இருப்பதால் **spokesman** அல்லது **spokeswoman**-க்குப் பதிலாக இதுவே விரும்பிப் பயன்படுத்தப்படுகிறது.

spokeswoman /ˈspəʊkswʊmən/ *noun* [C] (*pl.* **-women** /-wɪmɪn/) a woman who is chosen to speak for a group or organization ஒரு குழுவின் அல்லது நிறுவனத்தின் சார்பாகப் பேசத் தேர்ந்தெடுக்கப்பட்ட பெண்; பெண் செய்தித் தொடர்பாளர்

sponge[1] /spʌndʒ/ *noun* [C, U] **1** a piece of artificial or natural material that is soft and light and full of holes and can hold water easily, used for washing yourself or cleaning sth குளியலுக்கு அல்லது ஒன்றைத் தூய்மை செய்வதற்குப் பயன்படுத்தப்படும் சிறு துளைகள் நிறைந்த, எளிதில் நீரை உறிஞ்சி வைத்துக்கொள்ளக்கூடிய மிருதுவான கனமற்ற இயற்கை அல்லது செயற்கைப் பொருள்; குளிப்பு/துடைப்புப் பஞ்சு **2** = **sponge cake**

sponge[2] /spʌndʒ/ *verb* [T] to remove or clean sth with a wet **sponge**[1] **1** or cloth ஈரத்துடைப்புப் பஞ்சை அல்லது துணியைக் கொண்டு ஒன்றை நீக்கு அல்லது தூய்மை செய்; ஒற்றி எடு **PHR V** **sponge off sb** (*informal*) to get money, food, etc. from sb without paying or doing anything in return கட்டணம் செலுத்தாமல் அல்லது கைம்மாறாக எதுவும் செய்யாமல் உணவு, பணம் முதலியவற்றை ஒருவரிடமிருந்து பெறு; ஒட்டிப் பிழை

sponge bag (*also* **toilet bag**) *noun* [C] (*BrE*) a small bag in which you put soap, toothpaste, etc. (**toiletries**) when you are travelling பயணத்தின் போது சோப்பு, பற்பசை முதலிய ஒப்பனைப் பொருள்களை வைத்துக்கொள்வதற்கான சிறு பை; ஒப்பனைப் பொருள்களுக்கான பை

sponge cake (*also* **sponge**) *noun* [C, U] a light cake made with eggs, flour and sugar, and usually no fat முட்டைகள், மாவு, சர்க்கரை முதலியவற்றைக் கொண்டு பெரும்பாலும் கொழுப்பு சேர்க்காது செய்யப்படும் இலேசான கேக் வகை

sponsor /ˈspɒnsə(r)/ *noun* [C] **1** a person or an organization that helps to pay for a special sports event, etc. (usually so that it can advertise its products) (வழக்கமாக, தனது உற்பத்திப் பொருள்களை விளம்பரம் செய்துகொள்ளும் பொருட்டு) முக்கியமான விளையாட்டு நிகழ்ச்சி, முதலியவற்றை நடத்துவதற்குப் பண வகையில் ஆதரவளிப்பவர்; ஊக்க ஆதரவாளர் ➪ **patron** பார்க்க. **2** a person who agrees to pay money to a charity if sb else completes a particular activity வேறொருவர் குறிப்பிட்ட பணியைச் செய்தால் அறப்பணி ஒன்றுக்குப் பணம் அளிக்க முன்வருபவர்; அறப்பணிச் செலவுக்கு உத்தரவாதம் தருபவர் ▶ **sponsor** *verb* [T] *a sponsored walk to raise money for children in need* ▶ **sponsorship** *noun* [U] *Many theatres depend on industry for sponsorship.*

spontaneous /spɒnˈteɪniəs/ *adj.* done or happening suddenly; not planned திடீரெனச் செய்யப்படுகிற அல்லது நிகழ்கிற; தன்னியல்பான; திட்டமிடப்படாத *a spontaneous burst of applause* ▶ **spontaneously** *adv.* ▶ **spontaneity** /ˌspɒntəˈneɪəti/ *noun* [U]

spoof /spu:f/ *noun* [C] an amusing copy of a film, television programme, etc. that exaggerates its typical characteristics ஒரு திரைப்படம், தொலைக்காட்சி நிகழ்ச்சி முதலியவற்றின் இயல்பான கூறுகளை மிகைப்படுத்திக் காட்டும் இன்பப் பொழுதுபோக்குப் படி; நையாண்டிப் போலி *It's a **spoof on** horror movies.*

spooky /ˈspu:ki/ *adj.* (*informal*) strange and frightening அந்நியமான மற்றும் அச்சுறுத்துகிற; வழக்கமீறியதாக நடுக்கம் உண்டுபண்ணுகிற; துணுக்குறச் செய்கிற *It's spooky being in the house alone at night.*

spool /spu:l/ *noun* [C] a round object which thread, film, wire, etc. is put around நூல், நிழற்படச் சுருள், கம்பி முதலியவற்றைச் சுற்றி வைப்பதற்கான வட்ட வடிவப் பொருள்; சுருள் தண்டு; கண்டு ➪ **reel** பார்க்க.

spoon /spu:n/ *noun* [C] an object with a round end and a long handle that you use for eating, mixing or serving food உணவு உண்பதற்கு, கலப்பதற்கு அல்லது பரிமாறுவதற்குப் பயன்படுத்தப்படும் நீண்ட கைப்பிடியுடன் கூடிய வட்டமான முனையுடைய பொருள்; கரண்டி *Give each person a **knife, fork and spoon**.* • *a wooden spoon for cooking* ➪ **kitchen** பதிவில் படம் பார்க்க. ▶ **spoon** *verb* [T]

spoonful /ˈspu:nfʊl/ *noun* [C] the amount that one spoon can hold ஒரு மேசை/தேக்கரண்டி கொள்ளத்தக்க அளவு; கரண்டியளவு *Add two spoonfuls of sugar.*

sporadic /spəˈrædɪk/ *adj.* not done or happening regularly வழக்க முறையாகச் செய்யப்படாத அல்லது நிகழாத; இங்கொன்றும் அங்கொன்றுமாக அல்லது விட்டுவிட்டு நிகழ்கிற; சிதறலான; தொடர்ச்சியற்ற ▶ **sporadically** /spəˈrædɪkli/ *adv.*

spore /spɔ:(r)/ *noun* [C] one of the very small cells like seeds that are produced by some plants and that develop into new plants சிலவகைத் தாவரங்களால் உண்டுபண்ணப்படுவனவும் புதிய தாவரங்களாக வளர்ச்சியுறுவனவுமாகிய, விதைகள் போன்ற சிறு உயிரணுக்களுள் ஒன்று; தாவர இனப்பெருக்க நுண்துகள்; சில் விதை

sport /spɔ:t/ *noun* **1** [U] physical games or activity that you do for exercise or because you enjoy it

உடற்பயிற்சியாக அல்லது மகிழ்ச்சிக்காக ஒருவர் ஈடுபடும் உடல் சார்ந்த விளையாட்டுகள் அல்லது செயல்கள்; உடற்பயிற்சி அல்லது பந்தய விளையாட்டு; கேளிக்கை அல்லது பொழுதுபோக்குச் செயல் *Jai **did** a lot of **sport** when he was at school.* • *Do you like sport?* **2** [C] a particular game or type of sport குறிப்பிட்ட பந்தய விளையாட்டு அல்லது விளையாட்டு வகை *What's your favourite sport?* • ***winter sports*** (= skiing, skating, etc.) ▶ **sporting** *adj. a major sporting event*

sports car *noun* [C] a low, fast car often with a roof that you can open பெரும்பாலும் திறக்கக்கூடிய மேற்கவிகை உள்ள தாழ்வான விரைவேகச் சீருந்து

sportsman /ˈspɔːtsmən/ *noun* [C] (*pl.* **-men** /-mən/) a man who does a lot of sport or who is good at sport மிகுதியான விளையாட்டு ஈடுபாடுடைய அல்லது விளையாட்டில் வல்லவரான ஆண்; விளையாட்டு வீரர் *a keen sportsman*

sportsmanlike /ˈspɔːtsmənlaɪk/ *adj.* behaving in a fair, generous and polite way when you are playing a game or doing sport விளையாட்டில் ஈடுபட்டிருக்கும்போது நேர்மையான, பெருந்தன்மையான மற்றும் நட்பிணக்கமான முறையில் நடந்துகொள்கிற; விளையாட்டில் நேர்மை தவறாத மற்றும் பண்பார்ந்த; கண்ணியமான

sportsmanship /ˈspɔːtsmənʃɪp/ *noun* [U] the quality of being fair, generous and polite when you are playing a game or doing sport விளையாட்டில் ஈடுபட்டிருக்கும்போது நேர்மை, பெருந்தன்மை, நட்பிணக்கம் ஆகியவற்றுடன் நடந்துகொள்ளும் பண்பு; விளையாட்டில் நேர்மை மற்றும் கண்ணியம் காத்தல்

sportswear /ˈspɔːtsweə(r)/ *noun* [U] clothes that are worn for playing sports or in informal situations விளையாட்டுகளுக்காக அல்லது வினைமுறை சாராச் சூழல்களில் அணிந்துகொள்ளப்படும் உடை; விளையாட்டு உடுப்பு அல்லது முறைசாரா உடுப்பு

sportswoman /ˈspɔːtswʊmən/ *noun* [C] (*pl.* **-women** /-wɪmɪn/) a woman who does a lot of sport or who is good at sport மிகுதியான விளையாட்டு ஈடுபாடுடைய அல்லது விளையாட்டில் வல்லவரான பெண்; விளையாட்டு வீராங்கனை

spot[1] /spɒt/ *noun* [C] **1** a small round mark on a surface ஒரு பரப்பின் மீது காணப்படும் சிறிய வட்ட வடிவமான குறி; பொட்டு; புள்ளி *Leopards have dark spots.* • *a blue skirt with red spots on it* ➪ **spotted** adjective பார்க்க. **2** a small dirty mark on sth ஒன்றின் மீது காணப்படும் சிறு அழுக்குக் குறி; அழுக்குத் தடம்; கறை *grease/rust spots* **3** a small red or yellow lump that appears on your skin தோலின் மீது உண்டாகும் சிறு சிவப்பு அல்லது மஞ்சள் நிறப் புடைப்பு; தோல்கட்டி *Many teenagers **get spots**.* ➪ **spotty** adjective பார்க்க. **4** a particular place or area குறிப்பிட்ட இடம் அல்லது பகுதி *a quiet/lonely/secluded spot* **5** [*usually sing.*] **a spot of sth** (*BrE informal*) a small amount of sth ஒன்றின் சிறு அளவு; சிற்றளவு **6** = **spotlight 1**

IDM **have a soft spot for sb/sth** ➪ **soft** பார்க்க.

on the spot 1 immediately உடனடியாக; அக்கணமே *Pankaj was caught stealing money and was dismissed on the spot.* **2** at the place where sth happened or where sb/sth is needed ஒன்று நிகழ்ந்த அல்லது ஒருவர்/ஒன்று தேவைப்படும் இடத்தில்; சம்பவ இடத்தில்; எதிர்செயல்/நடவடிக்கை வேண்டப்படும் இடத்தில் *The fire brigade were on the spot within five minutes.*

put sb on the spot to make sb answer a difficult question or make a difficult decision without having much time to think ஒருவர் சிந்திப்பதற்குப் போதுமான நேரம் இன்றிக் கடினமான ஒரு வினாவிற்கு விடையளிக்கச் செய் அல்லது சிக்கலான ஒரு முடிவு எடுக்கச் செய்; ஒருவரை இக்கட்டான ஒரு நிலைக்கு உட்படுத்து

spot[2] /spɒt/ *verb* [T] (**spotting; spotted**) (*not used in the continuous tenses*) to see or notice sb/sth, especially suddenly or when it is not easy to do குறிப்பாகத் திடீரென அல்லது எளிதாக இல்லாத நிலையில் ஒருவரை/ஒன்றைக்காண் *I've spotted a couple of spelling mistakes.*

NOTE இவ்வினை தொடர்வினையாக இல்லாவிடினும் இதன் நிகழ்கால வினையெச்ச வடிவம் (= -ing வடிவம்) பொது வழக்காகும்—*Spotting a familiar face in the crowd, he began to push his way towards her.*

spot check *noun* [C] a check that is made suddenly and without warning on a few things or people chosen from a group ஒரு தொகுதியில் சிலவற்றை அல்லது ஒரு குழுவில் சிலரை முன்னெச்சரிக்கை செய்யாது திடீரென சோதனைக்கு உட்படுத்துதல்; திடீர் சோதனை அல்லது அங்கொன்று இங்கொன்று என்ற முறையிலான சோதனை

spotless /ˈspɒtləs/ *adj.* perfectly clean முழுத் தூய்மையுடைய; அறத் தூயதான; அப்பழுக்கற்ற

spotlight /ˈspɒtlaɪt/ *noun* **1** (*also* **spot**) [C] a lamp that can send a single ray of bright light onto a small area. Spotlights are often used in theatres பெரும்பாலும் நாடக அரங்குகளில் பயன்படுத்தப்படும், சிறு இடப்பரப்பின் மீது ஒளிர்வு மிக்க ஒற்றை ஒளிக்கதிரைச் செலுத்தக்கூடிய விளக்கு; வட்டொளி தெறிவிளக்கு **2 the spotlight** [*sing.*] the centre of public attention or interest பொதுமக்கள் கவனம் அல்லது ஆர்வம் நிலைகொள்ளும் இடம்; மக்கள் கவன அல்லது ஆர்வ மையம் *to be **in the spotlight***

spot on *adj.* (*BrE informal*) (*not before a noun*) exactly right துல்லியமாகச் சரியாக இருக்கிற; சரி நுட்பமான; இம்மியும் பிசகாத; மயிரிழைத் திருத்தமுடைய *Your estimate was spot on.*

spotted /ˈspɒtɪd/ *adj.* (used about clothes, cloth, etc.) covered with round shapes of a different colour (ஆடைகள், துணி முதலியவை வகையில்) மாறுபட்ட நிறமுடைய வட்ட வடிவ உருக்கள் கொண்டுள்ள; தனி வண்ணப் புள்ளிகளுடைய *a spotted blouse*

spotty /ˈspɒti/ *adj.* having **spots** தோல் கட்டிகள் உடைய *a spotty teenager*

spouse /spaʊs/ *noun* [C] (*written*) your husband or wife கணவன் அல்லது மனைவி; வாழ்க்கைத் துணைவர் **NOTE** இச்சொல் படிவங்கள், ஆவணங்கள் முதலியவற்றில் பயன்படுத்தப்படும் முறை சார்ந்த அல்லது பணிமுறை தொடர்பான வழக்காகும்.

spout¹ /spaʊt/ *noun* [C] a tube or pipe through which liquid comes out திரவம் வெளிவரும் குழாய் அல்லது குழல்; தேநீர்க்கெண்டி, குவளை முதலியவற்றின் வாய்க்குழல் அல்லது மூக்கு *the spout of a teapot*

spout² /spaʊt/ *verb* [I, T] **1** to send out a liquid with great force; to make a liquid do this மிக்க விசையுடன் திரவத்தை வெளியேற்று அல்லது திரவம் வெளியேறு; பீறி வெளிப்படு **2** (*informal*) **spout (on/off) (about sth)** to say sth, using a lot of words, in a way that is boring or annoying சலிப்பூட்டும் அல்லது எரிச்சல் உண்டாக்கும் முறையில் மிகப்பல சொற்களைப் பயன்படுத்தி ஒன்றைக் கூறு; சொல்மாரி பொழி

sprain /spreɪn/ *verb* [T] to injure part of your body, especially your wrist or your **ankle** by suddenly bending or turning it உடற்பகுதி ஒன்றை, குறிப்பாக மணிக்கட்டை அல்லது கணுக்காலை, திடீரென வளைத்து அல்லது திருப்பி ஊறுபடுத்திக்கொள்; சுளுக்கிக்கொள்ளச் செய் *to sprain your ankle* ▶ **sprain** *noun* [C]

sprang ➪ **spring²** என்பதன் இறந்தகால வடிவம்

sprawl /sprɔːl/ *verb* [I] **1** to sit or lie with your arms and legs spread out in an untidy way ஒழுங்கற்ற முறையில் கைகளையும் கால்களையும் பரப்பிக்கொண்டு உட்கார் அல்லது படு *People lay sprawled out in the sun.* **2** to cover a large area of land பெரும் நிலப்பரப்பில் பரவியிரு; விரிந்து பரவியிரு ▶ **sprawling** *adj. the sprawling city suburbs*

spray¹ /spreɪ/ *noun* **1** [U] liquid in very small drops that is sent through the air காற்றின் ஊடாகச் செலுத்தப்படும் நுண்துளிகளாலான திரவம்; திவலை; தூவானம் *clouds of spray from the waves* **2** [C, U] liquid in a special container (**an aerosol**) that is forced out under pressure when you push a button விசைக்குமிழை அமுக்கும்போது பீறிட்டு வரும் காற்றழுத்தக் கலத்திலுள்ள திரவம்; பீற்று நீர்மம்; சிதறு நுண்துளி *hairspray*

spray² /spreɪ/ *verb* [I, T] (used about a liquid) to be forced out of a container or sent through the air in very small drops; to send a liquid out in this way (திரவ வகையில்) ஒரு கொள்கலத்திலிருந்து நுண்துளிகளாக விசையுடன் வெளிப்படு அல்லது காற்றூடாகச் செல்; இவ்வாறு வெளிப்படச் செய்; தூவு *The crops are regularly sprayed with pesticide.*

spread¹ /spred/ *verb* (*pt, pp* **spread**) **1** [I, T] to affect a larger area or a bigger group of people; to make sth do this பெரும் இடப்பரப்பின் மீது அல்லது பெருந் திரளான மக்கள் மீது பாதிப்பு ஏற்படுத்து; பரந்து தாக்கு *The fire spread rapidly because of the strong wind.* • *Rats and flies **spread disease**.* • *to **spread rumours** about sb* **2** [T] **spread sth (out) (on/over sth)** to open sth that has been folded so that it covers a larger area; to move things so that they cover a larger area மடித்து வைக்கப்பட்டுள்ள ஒன்றைப் பெரும்பரப்பில் இடம் கொள்ளுமாறு திற; விரித்து வை *Spread the map out on the table so we can all see it!* **3** [T] **spread A on/over B; spread B with A** to cover a surface with a layer of a soft substance குழைவான ஒரு பொருளின் படலம் ஒன்றின் மேற்பரப்பின் மீது பரந்து படியச் செய்; குழைபொருளை ஒன்றின் மீது இட்டுப் பரப்பு *to spread jam on bread* • *to spread bread with jam* **4** [T] **spread sth (out) (over sth)** to separate sth into parts and divide them between different times or people ஒன்றைக் கூறுகளாகப் பிரித்து வெவ்வேறு காலப் பகுதிகளுக்கு அல்லது ஆட்களுக்கு இடையே பகு; ஒன்றைக் கூறுபடுத்திக் கால நீட்சி அல்லது ஆள் எண்ணிக்கை வகையில் பங்கீடு செய் *You can spread your repayments over a period of three years.*

PHR V **spread (sb/yourself) out** to move away from the others in a group of people in order to cover a larger area பெரும்பரப்பில் இடம்கொள்ள வேண்டிக் குழுவின் மற்றவர்களிடமிருந்து விலகிச் செல்; விரிந்து செல் *The police spread out to search the whole area.*

spread² /spred/ *noun* **1** [U] an increase in the amount or number of sth that there is, or in the area that is affected by sth ஒன்றின் அளவில்

அல்லது எண்ணிக்கையில் காணப்படும் பெருக்கம்; ஒன்றால் பாதிக்கப்படும் பகுதியின் மிகுதிப்பாடு; அதிகரிப்பு; வளர்ச்சி *Dirty drinking water encourages* ***the spread of disease***. **2** [C, U] a soft food that you put on bread ரொட்டியின் மீது இட்டுப் பரப்பப்படும் குழைம உணவு *cheese spread* **3** [C] a newspaper or magazine article that covers one or more pages ஒன்று அல்லது ஒன்றுக்கு மேற்பட்ட பக்கங்களில் இடங்கொள்ளும் செய்தித்தாள்/பருவ இதழ்க் கட்டுரை; பக்க விரிவுக் கட்டுரை *a double-page spread*

spreadsheet /ˈspredʃiːt/ *noun* [C] (*computing*) a computer program for working with rows of numbers, used especially for doing accounts குறிப்பாக, கணக்குப் பதிவில் பயன்படுத்தப்படும், இலக்க வரிசைகளைக் கையாள்வதற்கான கணினி நிரல்; கணக்கியல் விரிதாள் நிரல்

spree /spriː/ *noun* [C] (*informal*) a short time that you spend doing sth you enjoy, often doing too much of it மகிழ்ச்சியூட்டும் ஒன்றைச் செய்வதில், பெரும்பாலும் மட்டுமீறிச் செய்வதில், செலவிடப்படும் குறைந்த அளவான நேரம்; மிகை முனைப்பு இன்பச் செலவழிப்பு; ஊதாரித்தனமான மகிழ்வீடுபாட்டு வேளை *to* ***go on a*** *shopping/spending spree*

sprig /sprɪɡ/ *noun* [C] a small piece of a plant with leaves on it ஒரு தாவரத்தின் இலைகளுடன் கூடிய சிறு பகுதி; சிறு கிளை அல்லது முளை

spring[1] /sprɪŋ/ *noun* **1** [C, U] the season of the year between winter and summer when the weather gets warmer and plants begin to grow மட்டான வெப்ப நிலை உடையதும் தாவரங்கள் வளர்ச்சியுறத் தொடங்குவதுமான, குளிர்காலத்திற்கும் கோடைகாலத்திற்கும் இடைப்பட்ட ஆண்டின் பருவம்; இளவேனில் பருவம்; வசந்த காலம் *Daffodils bloom* ***in spring***. ➪ **season** பதிவில் படம் பார்க்க. **2** [C] a long piece of thin metal or wire that is bent round and round. After you push or pull a spring it goes back to its original shape and size சுருள் வளைவாக உள்ளதும் இழுத்து அல்லது அமுக்கி விட்டபின் மீண்டும் தன் பழைய வடிவை அல்லது உருவளவை அடைந்துவிடுவதுமான நீண்டு மெலிதான உலோகத் துண்டு அல்லது கம்பி; சுருள்வில் *bed springs* **3** [C] a place where water comes up naturally from under the ground நிலத்தடியிலிருந்து இயற்கையாக நீர் மேலே வரும் இடம்; ஊற்று *a hot spring* **4** [C] a sudden jump upwards or forwards மேல்நோக்கிய அல்லது முன் நோக்கிய திடீர் குதிப்பு; பாய்வு; துள்ளல்

spring[2] /sprɪŋ/ *verb* [I] (*pt* **sprang** /spræŋ/; *pp* **sprung** /sprʌŋ/) **1** to jump or move quickly மேலே பாய்; தாவிக் குதி; விசையுடன் பாய்; துள்ளு *When the alarm went off, Ravi sprang out of bed.* • *to spring to your feet* (= stand up suddenly) • (*figurative*) *to spring to sb's defence/assistance* (= to quickly defend or help sb) **2** (used about an object) to move suddenly and violently (பொருள் வகையில்) திடீரெனக் கடுவிசையுடன் செல்; தெறித்தோடு *The branch sprang back and hit him in the face.* **3** to appear or come somewhere suddenly ஓரிடத்தில் திடீரென/எதிர்பாராது தோன்று; ஓரிடத்திற்குத் திடீரென வா *Tears sprang to her eyes.* • *Where did you just spring from?*

IDM **come/spring to mind** ➪ **mind[1]** பார்க்க.

PHR V **spring from sth** (*written*) to be the result of ஒன்றின் விளைவாக இரு; ஒன்றின் பலனாக அமை *The idea for the book sprang from an experience she had while travelling in India.*

spring sth on sb (*informal*) to do or say sth that sb is not expecting ஒருவர் எதிர்பார்க்காத ஒன்றைச் செய் அல்லது கூறு

spring up to appear or develop quickly or suddenly விரைவாக அல்லது திடீரெனத் தோன்று அல்லது வளர்ச்சியுறு

springboard /ˈsprɪŋbɔːd/ *noun* [C] **1** a low board that bends and that helps you jump higher, for example before you jump into a swimming pool நீச்சல் குளத்தினுள் குதித்தல் முதலிய சமயங்களில் உயர எழும்ப ஏதுவான, வளையும் தன்மையுள்ள தாழ்வான பலகை; உந்துவிசைப் பலகை **2 a springboard (for/to sth)** something that helps you start an activity, especially by giving you ideas குறிப்பாக, கருத்து வழங்கி ஒரு செயலைத் தொடங்கத் துணை செய்யும் ஒன்று; தூண்டு விசை

spring-clean *verb* [T] to clean a house, room, etc. very well, including the parts that you do not usually clean வழக்கமாக, தூசு துடைக்காத பகுதிகளையும் சேர்த்து, ஒரு வீடு, ஓர் அறை முதலியவற்றை மிக நன்றாகத் துப்புரவு செய்; முழுதும் துப்புரவு செய்

spring onion *noun* [C, U] a type of small onion with a long green central part and leaves நீண்ட பச்சை நிற நடுப்பகுதியும் இலைகளும் உடைய சிறு வெங்காய வகை

springtime /ˈsprɪŋtaɪm/ *noun* [U] (*written*) the season of spring இளவேனில் பருவம்; வசந்த காலம்

springy /ˈsprɪŋi/ *adj.* going quickly back to its original shape or size after being pushed, pulled, etc. தள்ளுதல், இழுத்தல் முதலியவற்றுக்குப் பின் மீண்டும் விரைவாகத் தன் பழைய வடிவை அல்லது உருவளவைப் பெறுகிற; நெகிழ்திறமுடைய *soft springy grass*

sprinkle /ˈsprɪŋkl/ *verb* [T] **sprinkle A (on/onto/over B); sprinkle B (with A)** to throw drops of liquid or small pieces of sth over a surface நீர்மத் துளிகளை அல்லது ஒன்றின் சிறு துண்டுகளை ஒரு பரப்பின் மீது தூவு; தெளி *to sprinkle sugar on a cake* • *to sprinkle a cake with sugar*

sprinkler /ˈsprɪŋklə(r)/ *noun* [C] a device with holes in it that sends out water in small drops. Sprinklers are used in gardens, to keep the grass green, and in buildings, to stop fires from spreading தோட்டப் புல் பரப்பிற்கு நீர் தெளிக்கவும், கட்டடங்களில் தீ பரவாமல் தடுக்கவும் பயன்படுத்தப்படும், தனது துளைகள் வழியாக சிறு துளிகளாக நீரை வெளியேற்றும் கருவி; நீர் தெளிப்பான்

sprint /sprɪnt/ *verb* [I, T] to run a short distance as fast as you can இயன்ற அளவான விரை வேகத்துடன் குறுகிய தொலைவு ஓடு; சிறு தொலை விரைவோட்டம் ஓடு ▶ **sprint** *noun* [C]

sprout[1] /spraʊt/ *verb* [I, T] (used about a plant) to begin to grow or to produce new leaves (தாவர வகையில்) வளரத் தொடங்கு; துளிர் விடு *The seeds are sprouting.*

sprout[2] /spraʊt/ *noun* [C] **1** = **Brussels sprout** மிகச் சிறிய முட்டைகோஸ் போன்ற கறிகாய் **2** a new part that has grown on a plant தாவரத்தில் புதிதாக வளர்ந்துள்ள பகுதி; தளிர்; முளை

spruce /spru:s/ *verb*

IDM **spruce (sb/yourself) up** to make sb/yourself clean and tidy ஒருவரை/தன்னைத் தூய்மை செய்து சீர்செய்; தோற்ற ஒழுங்கூட்டு

sprung ⇨ **spring**[2] என்பதன் இறந்தகால வினையெச்ச வடிவம்

spun ⇨ **spin**[1] என்பதன் இறந்தகால வினையெச்ச வடிவம்

spur[1] /spɜ:(r)/ *noun* [C] **1** a piece of metal that a rider wears on the back of his/her boots to encourage the horse to go faster குதிரையைத் தூண்டி வேகத்தை மிகுவிப்பதற்காக அதில் சவாரி செய்பவர் தனது காலணியின் பின்பக்கத்தில் அணிந்திருக்கும் உலோகத் துண்டு; தாற்று முள்; குதிமுள் ⇨ **horse** பதிவில் படம் பார்க்க. **2 a spur (to sth)** something that encourages you to do sth or that makes sth happen more quickly ஒரு செயலை மேலும் விரைவாகச் செய்யத் தூண்டுவது அல்லது ஒன்றை விரைந்து நிகழத் தூண்டுவது; தூண்டுகோல்; தூண்டுவிசை **3** (in geography) a part of a hill that sticks out from the rest, often with lower ground around it (புவியியலில்) பெரும்பாலும் சுற்றிலும் தாழ்நிலப் பகுதி அமைந்து, வெளிப்புறமாக நீட்டிக்கொண்டிருக்கும் குன்றின் பகுதி; பக்க மலை

IDM **on the spur of the moment** without planning; suddenly திட்டமிட்டிராது; முன்னேற்பாடின்றி; உடனடிச் செயலாக; முன்கருதல் இன்றி

spur[2] /spɜ:(r)/ *verb* [T] (**spurring; spurred**) **spur sb/sth (on/onto sth)** to encourage sb or make him/her work harder or faster ஒருவரை ஊக்குவி; ஒருவரை மேலும் கடுமையாக அல்லது விரைவாகச் செயலாற்றச் செய் *The letter spurred me into action.* • *We were spurred on by the positive feedback from customers.*

spurn /spɜ:n/ *verb* [T] (*formal*) to refuse sth that sb has offered to you ஒருவர் அளிக்க முன்வந்துள்ள ஒன்றை ஏற்றுக்கொள்ள மறு; புறக்கணி *to spurn an offer of friendship*

spurt /spɜ:t/ *verb* **1** [I, T] (used about a liquid) to come out quickly with great force; to make a liquid do this (திரவ வகையில்) மிக்க விசையுடன் விரைவாக வெளிவா அல்லது வெளிவரச் செய்; பீறிடு; பீறிடச்செய் *Blood spurted from the wound.* **2** [I] to suddenly increase your speed or effort திடீரென வேகத்தை அல்லது செயல் முனைப்பைக் கூட்டு ▶ **spurt** *noun* [C]

spy[1] /spaɪ/ *noun* [C] (*pl.* **spies**) a person who tries to get secret information about another country, person or organization வேறொரு நாடு, நபர் அல்லது நிறுவனம் தொடர்பான இரகசியத் தகவலைப் பெற முயலும் ஒருவர்; ஒற்றர்

spy[2] /spaɪ/ *verb* (*pres. part* **spying**; *3rd person sing. pres.* **spies**; *pt, pp* **spied**) **1** [I] to try to get secret information about sb/sth ஒருவர்/ஒன்று பற்றிய இரகசியத் தகவலைப் பெற முயல்; வேவு பார் ⇨ **espionage** பார்க்க. **2** [T] (*formal*) to see பார்; நோக்கு

IDM **spy on sb/sth** to watch sb/sth secretly மறைந்திருந்து ஒருவரை/ஒன்றை இரகசியமாகக் கண்காணி *The man next door is spying on us.*

spyhole /ˈspaɪhəʊl/ *noun* [C] a small hole in a door for looking at the person on the other side before deciding to let him/her in கதவின் மறுபக்கம் உள்ள ஒருவரை உள்ளே விடுவது குறித்து முடிவு செய்யும் முன் அவரைப் பார்ப்பதற்கான கதவுத் துளை; ஊடுபுழை

sq *abbr.* **1** = **square**[2] **6** *10 sq cm* **2 Sq.** = **square**[1] **2** *6 Sq.*

squabble /ˈskwɒbl/ *verb* [I] **squabble (over/about sth)** to argue in a noisy way about sth that is not very important அவ்வளவாக முக்கியமல்லாத/அற்பமான ஒன்று குறித்து உரத்த குரலில் வாதிடு; கூச்சலிட்டுச் சச்சரவு செய் ▶ **squabble** *noun* [C]

squad /skwɒd/ *noun* [C, *with sing. or pl. verb*] a group of people who work as a team ஓரணியாகச் செயல்படும் ஆட்களின் குழு; குழுமம்; படை; அணி *He's a policeman with the drugs squad.*

squadron /ˈskwɒdrən/ *noun* [C, *with sing. or pl. verb*] a group of military aircraft or ships இராணுவ விமானங்களின் அல்லது கப்பல்களின் தொகுதி; விமான/கப்பல் படையணி

squalid /ˈskwɒlɪd/ *adj.* very dirty, untidy and unpleasant பெரிதும் துப்புரவற்ற, சீர்கெட்ட மற்றும் அருவருப்பூட்டுகிற *squalid housing conditions*

squall /skwɔːl/ *noun* [C] a sudden storm with strong winds கடுமையான காற்றுடன் கூடிய திடீர்ப்புயல்; திடீர்ப் புயற்காற்று

squalor /ˈskwɒlə(r)/ *noun* [U] the state of being very dirty, untidy or unpleasant பெரிதும் துப்புரவற்ற, அழுக்கடைந்த அல்லது அருவருப்பூட்டும் நிலை; இழிநிலை *to live* ***in squalor***

squander /ˈskwɒndə(r)/ *verb* [T] **squander sth (on sth)** to waste time, money, etc. காலம், பணம் முதலியவற்றை வீணாக்கு; காலத்தை வீணடி; ஊதாரித்தனமாகச் செலவு செய் *He squanders his time on TV and computer games.*

square[1] /skweə(r)/ *noun* [C] **1** a shape that has four sides of the same length and four angles of 90 degrees (**right angles**) நான்கு சமநீள நேர்ப்பக்கங்களும் நான்கு செங்கோணங்களும் உடைய உரு; சரிசம நாற்கட்ட வடிவம்; சதுரம் *There are 64 squares on a chess board.* ➪ **shape** பதிவில் படம் பார்க்க. **2** (*also* **Square,** *abbr.* **Sq.**) an open space in a town or city that has buildings all around it ஒரு நகரத்தில் அல்லது மாநகரத்தில், சுற்றிலும் கட்டடங்கள் உள்ள திறந்தவெளி இடம்; சதுக்கம் *Protesters gathered in the town square.* • *Trafalgar Square* **3** (*mathematics*) the number that you get when you multiply another number by itself வேறோர் எண்ணை அவ்வெண்ணாலேயே பெருக்கும்போது கிடைக்கும் எண்; ஓர் எண்ணின் இருமடிப் பெருக்கத் தொகை; இருபடி; வர்க்கம் *Four is the square of two.* ➪ **squared** மற்றும் **square root** பார்க்க.

square[2] /skweə(r)/ *adj., adv.* **1** having four straight sides of the same length and corners of 90° சம நீளமுள்ள நான்கு நேர்ப்பக்கங்களும் நான்கு செங்கோண மூலைகளும் உடைய; சதுர வடிவான/சதுர வடிவாக *a square tablecloth* **2** shaped like a square or forming an angle of about 90° சதுர வடிவில் அமைந்துள்ள/சதுர வடிவில்; செங்கோண வாட்டான/வாட்டாக *a square face* • *square shoulders* **3** (*not before a noun*) not owing any money பணம் கொடுக்க வேண்டியிராத/கொடுக்க வேண்டியிராது; கடன்பட்டிராத/கடன்பட்டிராது *Here is the money I owe you. Now we're (all) square.* **4** (*not before a noun*) having equal points (in a game, etc.) (ஒரு போட்டி விளையாட்டு முதலியவற்றில்) ஆட்டப் புள்ளிகள் வகையில் சரிக்குச் சரியான/சரிக்குச் சரியாக; சரிசமமான/சரிசமமாக *The teams were* ***all square*** *at half-time.* **5** fair or honest, especially in business matters (குறிப்பாக வாணிகச் செயல்பாடுகளில்) முறையான/முறையாக; நியாயமான/நியாயமாக; நேர்மையான/நேர்மையாக *a square deal* **6** (*abbr.* **sq**) used for talking about the area of sth ஒன்றின் பரப்பளவைக் குறிக்கப் பயன்படுத்தப்படுவது: சதுர *If a room is 5 metres long and 4 metres wide, its area is 20 square metres.* **7** (used about sth that is square in shape) having sides of a particular length (சதுர வடிவான ஒன்றைப் பற்றிக் குறிப்பிடுகையில்) குறிப்பிட்ட நீளமுள்ள பக்கங்களைக் கொண்ட/கொண்டதாக *The picture is twenty centimetres square* (= each side is twenty centimetres long). **8** (*also* **squarely**) in an obvious and direct way வெளிப்படையான மற்றும் நேர்முகமான/வெளிப்படையாக மற்றும் நேர்முகமாக *to look sb square in the eye* • *I think the blame falls squarely on her.*

IDM **a square meal** a good meal that makes you feel satisfied நிறைவுணர்ச்சி உண்டாக்கும் சிறப்பான உணவு; நிறைவான உணவு

square[3] /skweə(r)/ *verb* [I, T] **square (sth) with sb/sth** to agree with sth; to make sure that sb/sth agrees with sth ஒன்றுடன் ஒத்துப்போ; இசைவுறு; ஒருவர்/ஒன்று ஒன்றுடன் ஒத்துப்போவதை உறுதிசெய்துகொள் *Your conclusion doesn't really square with the facts.* • *If you want time off you'll have to square it with the boss.*

PHR V **square up (with sb)** to pay sb the money that you owe him/her ஒருவருக்குக் கொடுக்க வேண்டிய பணத்தைக் கொடுத்துவிடு; கடன் தீர்

squared /skweəd/ *adj.* (*mathematics*) (used about a number) multiplied by itself (எண் வகையில்) அவ்வெண்ணாலேயே பெருக்கப்படுகிற; தற்பெருக்கமான; இருமடிப் பெருக்கமான; வர்க்கப்படுத்தப்படுகிற *Four squared is sixteen.* ➪ **square**[1] **3** மற்றும் **square root** பார்க்க.

square root *noun* [C] (*mathematics*) a number that produces another particular number when it is multiplied by itself தன்னாலேயே பெருக்கப்படும்போது குறிப்பிட்ட வேறோர் எண்ணைத் தரும் ஓர் எண்; இருமடிப் பெருக்க மூலம்; வர்க்க மூலம் *The square root of sixteen is four.* ➪ **square**[1] **3, squared, root** மற்றும் **cube root** பார்க்க.

squash[1] /skwɒʃ/ *verb* **1** [T] to press sth so that it is damaged, changes shape or becomes flat பழுதுபடும்படி, உருமாறும்படி அல்லது தட்டையாகும்படி ஒன்றை அழுத்து; கசக்கு; நசுக்கு *The fruit at the bottom of the bag will* ***get squashed.*** • *Move up—you're squashing me!*

2 [I, T] to go into a place, or move sb/sth to a place, where there is not much space இடவசதி போதாத ஓரிடத்தினுள் செல் அல்லது ஒருவரை/ஒன்றைச் செல்லச் செய்; நெருக்கு; நெருக்கியடி *We all squashed into the back of the car.* **3** [T] to destroy sth because it is a problem தொந்தரவான அல்லது பிரச்சினையான ஒன்றை ஒழித்துவிடு *to squash sb's suggestion/plan/idea*

squash² /skwɒʃ/ *noun* **1** [C, *sing.*] a lot of people in a small space ஒடுக்கமான இடத்திலுள்ள மிகப்பலர்; மொய்திரள்; நெருக்கடியான கூட்டம் *We can get ten people around the table, but it's* ***a bit of a squash***. **2** [U, C] (*BrE*) a drink that is made from fruit juice and sugar. You add water to squash before you drink it நீர் கலந்து அருந்துவதற்குரிய பழச்சாறு மற்றும் சர்க்கரையிலிருந்து தயாரிக்கப்படும் பானம்; பிழிசாறு *orange squash* **3** [U] a game for two people, played in a special room (**court**). You play squash by hitting a small rubber ball against any one of the walls of the room சிறு இரப்பர் பந்தை அறைச் சுவரில் அடித்து விளையாடும் இருவருக்கான உள்ளரங்க விளையாட்டு; சுவர்ப் பந்தாட்டம் *a squash racket* **4** [C, U] (*pl.* **squash**) a type of vegetable that grows on the ground with hard skin and orange flesh inside, or soft yellow or green skin and white flesh inside கறிகாய் வகை; சுரைக்காய், பூசணிக்காய் முதலியவை

squat¹ /skwɒt/ *verb* [I] (**squatting; squatted**) **1** to rest with your weight on your feet, your legs bent and your bottom just above the ground உடல் பளுவைப் பாதங்கள் தாங்க, கால்களை மடக்கிப் பிட்டம் தரைக்குச் சற்று மேல் இருக்குமாறு நிலைகொள்; தரையில் குந்து **2** to go and live in an empty building without permission from the owner உடைமையாளர் அனுமதியின்றிக் காலியாக உள்ள ஒரு கட்டடத்தில் குடியேறு; உரிமையின்றி யாருமில்லாத மனையைக் கைக்கொள்

squat² /skwɒt/ *adj.* short and fat or thick உயரமற்ற மற்றும் பெருத்த அல்லது தடிப்பான; பருத்துக் குட்டையான *a squat ugly building*

squatter /ˈskwɒtə(r)/ *noun* [C] a person who is living in an empty building without the owner's permission உடைமையாளர் அனுமதியின்றிக் காலியாக உள்ள ஒரு கட்டடத்தில் குடியிருப்பவர்; அத்துமீறி இடம் கொண்டுள்ளவர்

squawk /skwɔːk/ *verb* [I] (used especially about a bird) to make a loud unpleasant noise (குறிப்பாகப் பறவை வகையில்) உரத்த கரகரப்பான ஓசை செய்; அலறு ▶ **squawk** *noun* [C]

squeak /skwiːk/ *noun* [C] a short high noise that is not very loud மிக உரத்ததல்லாத குறுகிய நேர முனைப்பான ஒலி; கீச்சொலி *the squeak of a mouse • She gave a little squeak of surprise.* ▶ **squeak** *verb* [I, T] ▶ **squeaky** *adj. a squeaky floorboard • a squeaky voice*

squeal /skwiːl/ *verb* [I, T] to make a loud high noise because of pain, fear or enjoyment வலி, அச்சம், களிப்புணர்ச்சி முதலியவை காரணமாக உரத்த முனைப்பான ஓசை எழுப்பு; கீச்சொலி செய் *The baby squealed in delight at the new toy.* ▶ **squeal** *noun* [C]

squeamish /ˈskwiːmɪʃ/ *adj.* easily upset by unpleasant sights, especially blood மனம் ஒவ்வாத காட்சிகளால், குறிப்பாகக் குருதியைக் கண்டு, எளிதில் கலக்கமடைகிற; எளிதில் குமட்டல் உணர்ச்சி அல்லது அருவருப்பு கொள்கிற

squeeze¹ /skwiːz/ *verb* **1** [T] **squeeze sth (out); squeeze sth (from/out of sth)** to press sth hard for a particular purpose குறிப்பிட்ட நோக்கத்திற்காக ஒன்றை வலுவுடன் அமுக்கு; அழுத்து; பிழி *to squeeze a tube of toothpaste • Squeeze a lemon/the juice of a lemon into a glass. • I squeezed the water out of the cloth.* **2** [I, T] **squeeze (sb/sth) into, through, etc. sth; squeeze (sb/sth) through, in, past, etc.** to force sb/sth into or through a small space ஒரு சிறிய அல்லது ஒடுக்கமான இடத்தினுள் அல்லது இடத்தின் ஊடாக ஒருவரை/ஒன்றை விசையுடன் தள்ளு; வலிந்து புகுத்து *We can squeeze another person into the back of the car. • There was just room for the bus to squeeze past.*

squeeze² /skwiːz/ *noun* **1** [C] an act of pressing sth firmly ஒன்றை வலுவுடன் அழுத்துதல்; அமுக்கு; நெரிப்பு *He gave her hand a squeeze to assure her.* **2** [C] the amount of liquid that you get from squeezing an orange, a lemon, etc. கிச்சிலிப்பழம், எலுமிச்சை முதலியவற்றைப் பிழிந்து பெறும் நீர்ம அளவு; பிழிவுச் சாறு அளவு *a squeeze of lemon* **3** [*sing.*] a situation where there is not much space போதுமான இட வசதி இல்லாத நிலைமை; நெருக்கடி; கூட்டம் *It was* ***a tight squeeze*** *to get everybody around the table.* **4** [C, *usually sing.*] an effort to use less money, time, etc., especially with the result that there is not enough குறிப்பாக, போதாக்குறை காரணமாக, குறைந்த அளவான பணம், நேரம் முதலியவற்றைப் பயன்படுத்தும் முயற்சி; நெருக்கடி நிலை; தட்டுப்பாடு

squelch /skweltʃ/ *verb* [I] to make the sound your feet make when you are walking in deep wet mud ஆழமான சேற்றில் நடப்பது போன்ற ஒலி எழுப்பு; உறிஞ்சொலி செய்

squid /skwɪd/ *noun* [C, U] (*pl.* **squid** or **squids**) a sea animal that we eat with a long soft body and ten **tentacles** நீண்ட மென்மையான உடலும்,

பத்து உணர்ச்சிக் கொடுக்குகளும் உடைய, உணவாகப் பயன்படும் கடல் விலங்கு வகை

squiggle /ˈskwɪgl/ *noun* [C] (*informal*) a quickly drawn line that goes in all directions எல்லாத் திசைகளிலும் செல்லும் விரைவாக வரைந்த கோடு; கோணல்மாணலான கோடு; கிறுக்கு வரை

squint /skwɪnt/ *verb* [I] **1 squint (at sth)** to look at sth with your eyes almost closed கண்கள் கிட்டத்தட்ட மூடிய நிலையில் ஒன்றைப் பார்; பக்கவாட்டாக அல்லது ஒருக்களித்துப் பார் *to squint in bright sunlight* **2** to have eyes that appear to look in different directions at the same time ஒரே சமயத்தில் வெவ்வேறு திசைகளில் பார்ப்பதாகத் தோன்றும் கண்களை உடையவராக இரு; பக்கவாட்டுப் பார்வை கொண்டிரு; ஓரக்கண் பார்வை உடையவராயிரு ▶ **squint** *noun* [C]

squirm /skwɜːm/ *verb* [I] to move around in your chair because you are nervous, uncomfortable, etc. மனக்கவலை, அசௌகரியம் முதலியவை காரணமாக நாற்காலியில் இங்குமங்குமாக அசைவுறு; நெளி

squirrel /ˈskwɪrəl/ *noun* [C] a small red or grey animal with a long thick tail that lives in trees and eats nuts அணில் ➪ **rodent** பதிவில் படம் பார்க்க.

squirt /skwɜːt/ *verb* [I, T] If a liquid squirts or if you squirt it, it is suddenly forced out of sth in a particular direction (நீர்ம வகையில்) குறிப்பிட்ட திசையில் திடீரென விசையுடன் வெளியேறு அல்லது வெளியேற்று; பீறியடி; பீற்று *I cut the orange and juice squirted out.* • *She squirted water on the flames.* ▶ **squirt** *noun* [C] *a squirt of lemon juice*

Sr *abbr.* = **Snr**

St *abbr.* **1** = **saint** *St Peter* **2** = **street** *20 Park St* **3 st** (*BrE*) stone; a measure of weight நிறைகல்லைக் குறிக்கும் stone என்பதன் குறுக்கம்

stab¹ /stæb/ *verb* [T] (**stabbing; stabbed**) to push a knife or other pointed object into sb/sth கத்தியை அல்லது வேறொரு கூர்மையான பொருளை ஒருவர்/ஒன்றின் உள்ளாகச் செலுத்து; குத்து *The man had been stabbed in the back.* • *He stabbed a potato with his fork.*

stab² /stæb/ *noun* [C] **1** an injury that was caused by a knife, etc. கத்தி முதலியவற்றால் உண்டாக்கப்படும் காயம்; குத்துக்காயம்; குத்து *He received stab wounds to his neck and back.* **2** a sudden sharp pain கடுமையான திடீர் வலி

IDM **have a stab at sth/doing sth** (*informal*) to try to do sth ஒன்றைச் செய்ய முயல்; ஒரு செயல் முயற்சியில் இறங்கு

stabbing¹ /ˈstæbɪŋ/ *noun* [C] an occasion when sb is injured or killed with a knife or other sharp object கத்தியால் அல்லது வேறொரு கூர்மையான பொருளால் ஒருவர் காயப்படுத்தப்படும் அல்லது கொல்லப்படும் நேர்வு; கத்திக் குத்து நிகழ்ச்சி

stabbing² /ˈstæbɪŋ/ *adj.* (*only before a noun*) (used about a pain) sudden and strong திடீர்க் கடுவலியான

stability /stəˈbɪləti/ *noun* [U] the state or quality of being steady and not changing மாறாது உறுதியுடன் இருக்கும் நிலை அல்லது தன்மை; நிலையுறுதி; மாறாத் தன்மை *After so much change we now need a period of stability.* • *The ladder is slightly wider at the bottom for greater stability.* ✪ OPP **instability** ➪ **stable** adjective பார்க்க.

stabilize (*also* **-ise**) /ˈsteɪbəlaɪz/ *verb* [I, T] to become or to make sth firm, steady and unlikely to change உறுதியாகவும், ஊன்றிய நிலையிலும், மாறக்கூடிய வாய்ப்பில்லாதும் அமைவுறு; நிலைப்படு ஒன்றை இவ்வாறு அமையச் செய்; நிலைப்படுத்து *The patient's condition has stabilized.* ➪ **destabilize** பார்க்க.

stable¹ /ˈsteɪbl/ *adj.* steady, firm and unlikely to change ஊன்றி, உறுதியாக, நிலைமாறும் சாத்தியமில்லாது இருக்கிற; நிலைநிறுத்தப்பட்ட; நிலையுறுதியுடைய; மாற்றமில்லாத *This ladder doesn't seem very stable.* • *The patient is* ***in a stable condition.*** ✪ OPP **unstable** ➪ **stability** noun பார்க்க.

stable² /ˈsteɪbl/ *noun* [C] a building where horses are kept குதிரைகள் வைத்துப் பேணப்படும் கட்டடம்; குதிரைக் கொட்டில்; லாயம்

stack¹ /stæk/ *noun* [C] **1** a tidy pile of sth ஒன்றின் சீரான அடுக்கு; ஒழுங்கமைவான குவியல் *a stack of plates/books/chairs* **2** (*informal*) (*often plural*) a lot of sth ஒன்றின் பெருமளவு; ஏராளம்; நிறைதொகுதி *I've still got stacks of work to do.* **3** (in geography) a tall thin part of a cliff that has been separated from the land and stands on its own in the sea (புவியியலில்) தரையிலிருந்து பிரிந்து கடலில் தனித்து நிற்கும் கடலை ஒட்டியுள்ள செங்குத்துப் பாறையின் உயரமான ஒடுங்கிய பகுதி; கரையோரக் கொடும்பாறைக் கூம்பு

stack² /stæk/ *verb* [T] **stack sth (up)** to put sth into a tidy pile ஒன்றை ஒழுங்கமைவான அடுக்காக வை; சீராக அடுக்கி வை *Could you stack those chairs for me?*

stacked /stækt/ *adj.* full of piles of things பொருள்களின் அடுக்குகள் நிறைந்துள்ள; அடுக்குக் குவியல்கள் காணப்படுகிற *The room was stacked high with books.*

stadium /ˈsteɪdiəm/ *noun* [C] (*pl.* **stadiums** or **stadia** /-diə/) a large structure, usually with no roof, where people can sit and watch sport ஆட்கள் அமர்ந்து விளையாட்டு நிகழ்ச்சியைக் காண்பதற்குரிய, பெரும்பாலும் மேற்கூரை இல்லாத, பெரிய கட்டமைப்பு; விளையாட்ட-ரங்கம்

staff /stɑːf/ *noun* [C, *usually sing.*] [U] **1** the group of people who work for a particular organization குறிப்பிட்ட நிறுவனத்தின் பணியாளர் தொகுதி; அலுவலர் குழாம் *hotel/library/medical staff • full-time/part-time staff • a staffroom* (= in a school) **NOTE** **Staff** என்ற சொல் வழக்கமாக ஒருமை வடிவில் பன்மை வினையுடன் பயன்படுத்தப்படுகிறது—*The staff all speak good English.* **2** (*AmE*) = **stave**[1] **2** ▶ **staff** *verb* [T] (*usually passive*) *The office is staffed 24 hours a day.*

stag /stæg/ *noun* [C] the male of a deer ஆண் மான்

stage[1] /steɪdʒ/ *noun* **1** [C] one part of the progress or development of sth ஒன்றினது முன்னேற்றத்தின் அல்லது வளர்ச்சியின் ஒரு பகுதி; படிநிலை; படி; கட்டம் *I suggest we do the journey* ***in two stages.*** *•* ***At this stage*** *it's too early to say what will happen.* **2** [C] a platform in a theatre, concert hall, etc. on which actors, musicians, etc. perform நடிகர்கள், இசைக்கலைஞர்கள் முதலியோர் நிகழ்ச்சி நடத்தும் அரங்க மேடை; நாடக மேடை; இசையரங்கு மேடை **3** [*sing.*] [U] the world of theatre; the profession of acting நாடகத் துறை; நாடகத் தொழில்; நடிப்புத் தொழில் *Her parents didn't want her to* ***go on the stage.*** *• an actor of stage and screen*

stage[2] /steɪdʒ/ *verb* [T] **1** to organize a performance of a play, concert, etc. for the public பொதுக் காட்சிக்காக ஒரு நாடக நிகழ்ச்சி, ஓர் இசை நிகழ்ச்சி முதலியவற்றை ஏற்பாடு செய் **2** to organize an event ஒரு நிகழ்ச்சியை ஏற்பாடு செய் *They have decided to stage a 24-hour strike.*

stage manager *noun* [C] the person who is responsible for the stage, lights, scenery, etc. during a theatre performance ஒரு நாடக நிகழ்ச்சியின் போது மேடையமைப்பு, ஒளியமைப்பு, மேடைக்காட்சித் துணைக்கருவித் தொகுதி முதலியவற்றுக்குப் பொறுப்பானவர்; மேடைத் தொழில்நுட்பப் பொறுப்பாளர்

stagger /ˈstægə(r)/ *verb* [I] to walk with short steps as if you could fall at any moment, for example because you are ill, drunk or carrying sth heavy உடல் நலமின்மை, குடி மயக்கம், பாரம் சுமந்து வருதல் முதலியவற்றின் காரணமாக எந்தக் கணத்திலும் விழுந்துவிடுபவர் போலத் தோன்றுமாறு சிறு அடிகளுடன் நட; தள்ளாடி நட *He staggered across the finishing line and collapsed.*

staggered /ˈstægəd/ *adj.* **1** (*informal*) very surprised பெரும் வியப்புற்ற; மலைப்புக்கு உள்ளான; திகைப்படைந்த *I was absolutely staggered when I heard the news.* **2** (used about a set of times, payments, etc.) arranged so that they do not all happen at the same time (காலக் கூறுகள், பண வழங்கீடுகள் முதலியவை வகையில்) அனைத்தும் ஒரே சமயத்தில் நிகழாதவாறு திட்டப்படுத்தப்படுகிற; மாறிமாறி அல்லது விட்டுவிட்டு நிகழ்கிற *staggered working hours* (= when people start and finish work at different times)

staggering /ˈstægərɪŋ/ *adj.* that you find difficult to believe எளிதில் நம்ப இயலாத; திகைப்பூட்டுகிற ▶ **staggeringly** *adv.*

stagnant /ˈstægnənt/ *adj.* **1** (used about water) not flowing and therefore dirty and having an unpleasant smell (நீர் வகையில்) ஓட்டமற்று அதனால் தூய்மை கெட்டு ஒவ்வாத மணம் வீசுகிற; தேங்கி நின்று மாசுற்று வீச்சம் அடிக்கிற; ஓடாத அழுக்கு நீரான **2** (used about business, etc.) not active; not developing (வாணிகச் செயல்பாடு முதலியவை வகையில்) மந்தமாக உள்ள; வளர்ச்சியற்ற; தேக்க நிலையில் உள்ள *a stagnant economy*

stagnate /stægˈneɪt/ *verb* [I] **1** to stop developing, changing or being active வளர்ச்சி, மாற்றம் அல்லது செயலூக்கம் தடைப்படு; செயலற்று இரு; மந்தமாகு *a stagnating economy* **2** (used about water) to be or become stagnant (நீர் வகையில்) ஓட்டமற்றிரு; தேங்கி நில் ▶ **stagnation** /stægˈneɪʃn/ *noun* [U]

stag night (*also* **stag party**) *noun* [C] a party for men only that is given for a man just before his wedding day ஒருவரது திருமண நாளுக்குச் சற்று முன்னர் அவருக்கு அளிக்கப்படும் ஆடவர் மட்டுமே கலந்துகொள்கிற விருந்து நிகழ்ச்சி ⇨ **hen party** பார்க்க.

staid /steɪd/ *adj.* serious, old-fashioned and rather boring கருத்தார்ந்த, பழம்பாணியான மற்றும் ஓரளவு சலிப்பூட்டுகிற; எழுச்சியற்ற

stain /steɪn/ *verb* [I, T] to leave a coloured mark that is difficult to remove எளிதில் அகற்ற முடியாத வண்ணத் தடம் படிவுறு அல்லது படியச் செய்; கறைபடு; கறைப்படுத்து *Don't spill any of that red wine—it'll stain the carpet.* ▶ **stain** *noun* [C] *The blood had left a stain on his shirt.*

stained glass *noun* [U] pieces of coloured glass that are used in church windows, etc. தேவாலயச் சாளரங்கள் முதலியவற்றில் பொருத்தப்படும் வண்ணக் கண்ணாடித் துண்டுகள்

stainless steel *noun* [U] a type of steel that does not **rust** துருப் பிடிக்காத எ∴கு வகை *a stainless steel pan*

stair /steə(r)/ *noun* **1 stairs** [*pl.*] a series of steps inside a building that lead from one level to another ஒரு கட்டடத்தினுள் ஒரு மட்டத்திலிருந்து மற்றொன்றுக்குச் செல்லும் படிகளின் தொகுதி; உள் படிக்கட்டு *a **flight of stairs*** • *I heard somebody coming **down the stairs**.* • *She ran **up the stairs**.* ➪ **downstairs** மற்றும் **upstairs** பார்க்க.

> NOTE **Stair, step** இரண்டையும் ஒப்பு நோக்குக. **Stair** அல்லது **flights of stairs** வழக்கமாகக் கட்டடங்களினுள் இருப்பவை. **Steps** வழக்கமாகக் கட்டடங்களுக்கு வெளியில் இருப்பவை; இவை கற்களால் அல்லது திண்காரையால் (கான்க்ரீட்டால்) கட்டப்பட்டவை.

2 [C] one of the steps in a series inside a building கட்டடத்தின் உள் படிக்கட்டில் ஒரு படி

staircase /ˈsteəkeɪs/ (*also* **stairway** /ˈsteəweɪ/) *noun* [C] a set of stairs with rails on each side that you can hold on to இரு பக்கமும் கைப்பிடிக் கம்பிகள் பொருத்தப்பட்ட படிக்கட்டு ➪ **escalator** பார்க்க; மற்றும் **spiral** பதிவில் படம் பார்க்க.

stake¹ /steɪk/ *noun* **1** [C] a wooden or metal pole with a point at one end that you push into the ground ஒரு பக்கத்தில் தரையில் ஊன்றுவதற்கான கூர்முனையுடைய மர அல்லது உலோகக் கழி; நடுகழி; முளை **2** [C] a part of a company, etc. that you own, usually because you have put money into it வழக்கமாக, பண முதலீடு செய்து தனது உடைமையாக வைத்துள்ள வாணிக நிறுவனம் முதலியவற்றின் பகுதி; உரிமைப் பங்கு *Foreign investors now **have a** 20% **stake in** the company.* **3 stakes** [*pl.*] the things that you might win or lose in a game or in a particular situation ஒரு பந்தய விளையாட்டில் அல்லது குறிப்பிட்ட ஒரு சூழலில் வெற்றி அல்லது தோல்வி வாய்ப்புள்ளவை; ஒன்றின் மீது கட்டப்படும் பந்தயப் பொருள்; பணயம் *We play cards for money, but never for very high stakes.*

IDM **at stake** in danger of being lost; at risk இழப்பு ஆபத்து உடையதாக; இடர் வாய்ப்புள்ளதாக; வெற்றி, தோல்வி உறுதியற்றதாக *He thought very carefully about the decision because he knew his future was at stake.*

stake² /steɪk/ *verb* [T] **stake sth (on sth)** to put your future, etc. in danger by doing sth, because you hope that it will bring you a good result நற்பயன் விளையும் என்ற நம்பிக்கையில் ஒன்றைச் செய்வதன் மூலம் தனது எதிர்காலம் முதலியவற்றை இடர்ப்பாட்டு நிலைக்கு உட்படுத்து; தனது எதிர்காலம் முதலியவற்றைப் பணயமாக வைத்து ஒன்றில் ஈடுபடு *He is staking his political reputation on this issue.*

IDM **stake a/your claim (to sth)** to say that you have a right to have sth ஒன்றைப் பெறுவதற்கான உரிமை தனக்கு உள்ளது எனக் கூறு; ஒன்றின் மீது உரிமை கோரு

PHR V **stake sth out 1** to clearly mark an area of land that you are going to use தான் பயன்படுத்தவுள்ள நிலப்பகுதியின் எல்லையைத் தெளிவாகக் குறி **2** to make your position, opinion, etc. clear to everyone தனது நிலைப்பாடு, கருத்து முதலியவற்றை அனைவருக்கும் தெளிவுபடுத்து *In his speech, the President staked out his position on tax reform.* **3** to watch a place secretly for a period of time ஒரு கால அளவுக்கு ஓரிடத்தை இரகசியமாகக் கண்காணி *The police had been staking out the house for months.*

stalactite /ˈstæləktaɪt/ *noun* [C] (in geography) a long thin piece of rock hanging down from the roof of a cave (புவியியலில்) ஒரு குகையின் முகட்டிலிருந்து தொங்கிக் கொண்டிருக்கும் நீண்டு ஒடுக்கமான பாறைப் பகுதி; குகை முகட்டின் தொங்கூசிப் பாறை ➪ **limestone** பதிவில் படம் பார்க்க.

stalagmite /ˈstæləgmaɪt/ *noun* [C] (in geography) a thin piece of rock pointing upwards from the floor of a **cave** (புவியியலில்) குகையின் அடித்தளத்திலிருந்து மேல் நோக்கி அமைந்துள்ள ஒடுக்கமான பாறைப் பகுதி; குகைத் தரையின் குத்தூசிப் பாறை ➪ **limestone** பதிவில் படம் பார்க்க.

stale /steɪl/ *adj.* **1** (used about food or air) old and not fresh any more (உணவு அல்லது காற்று வகையில்) பழைமைப்பட்டுவிட்ட; நாட்பட்ட; சுவை கெட்ட *The bread will **go stale** if you don't put it away.* **2** not interesting or exciting any more ஆர்வம் தூண்டாத; பழகிச் சலித்துவிட்ட; அலுத்துப்போன ➪ **fresh** பார்க்க.

stalemate /ˈsteɪlmeɪt/ *noun* [*sing.*, U] **1** a situation in an argument in which neither side can win or make any progress ஒரு விவாதத்தில் இரண்டில் எந்தக் கட்சியும் வெற்றிபெற முடியாத அல்லது முன்னேற்றம் காண முடியாத நிலை; இக்கட்டு நிலை; முட்டு நிலை **2** (in chess) a position in which a game ends without a winner because neither side can move (சதுரங்க ஆட்டத்தில்) இரு தரப்பு ஆட்டக்காரர்களும் காயை மேலும் நகர்த்த முடியாது வெற்றி தோல்வியின்றி ஆட்டம் முடியும் நிலை; காயடைப்பு நிலை

stalk¹ /stɔːk/ *noun* [C] one of the long thin parts of a plant which the flowers, leaves or fruit grow on தாவரத்தில் மலர்கள், இலைகள் அல்லது கனிகள் உண்டாகும் நீண்டு மெலிதான பகுதிகளில் ஒன்று; காம்பு; தண்டு; தாள்

stalk² /stɔ:k/ *verb* **1** [T] to move slowly and quietly towards an animal in order to catch or kill it ஒரு விலங்கை அகப்படுத்தும் அல்லது கொல்லும் நோக்கத்துடன் அதனை நோக்கி மெதுவாகவும் ஓசைப்படாதும் செல்; ஒளிந்து மறைந்து வேட்டை விலங்கைப் பின்தொடர்; பதுங்கிப் பின்பற்றிச் செல் *a lion stalking its prey* **2** [T] to follow a person over a period of time in a frightening or annoying way அச்சுறுத்தும் அல்லது வெறுப்பூட்டும் முறையில் ஒருவரைப் பலகாலம் பின்தொடர்; நிழலாகத் தொடர்ந்து செல் *The actress claimed the man had been stalking her for two years.* **3** [I] to walk in an angry way சினத்துடன் நட; கோபம் வெளிப்படுமாறு நட

stall¹ /stɔ:l/ *noun* **1** [C] a small shop with an open front or a table with things for sale திறந்தவெளி முகப்புப் பகுதியுடைய அல்லது விற்பனைப் பொருள்கள் வைக்கப்பட்டுள்ள மேசையுடைய சிறு கடை; விற்பனைச் சாவடி *a market stall • a bookstall at the station* **2 stalls** [*pl.*] the seats nearest the front in a theatre or cinema நாடக அரங்கில் அல்லது திரையரங்கில் முன்பகுதியை ஒட்டியுள்ள இருக்கைகள்; முன்னணி இருக்கைகள் **3** [C, *usually sing.*] a situation in which a vehicle's engine suddenly stops because it is not receiving enough power போதுமான உந்தாற்றல் கிடைக்காது ஓர் ஊர்தியின் இயந்திரம் திடீரென நின்றுவிடும் நிலை; உந்தாற்றல் தடைப்பாடு *The plane went into a stall and almost crashed.*

stall² /stɔ:l/ *verb* [I, T] **1** (used about a vehicle) to stop suddenly because the engine is not receiving enough power; to make a vehicle do this accidentally (ஊர்தி வகையில்) இயந்திரத்திற்குப் போதுமான உந்தாற்றல் கிடைக்காது திடீரென நின்றுவிடு; தற்செயலான இயந்திரத்தின் உந்தாற்றல் தடைப்பாடு காரணமாக ஊர்தியை நிறுத்து *The bus often stalls on this hill. • I kept stalling the car.* **2** to avoid doing sth or to try to stop sth happening until a later time ஒன்றைச் செய்வதைத் தவிர்; செயல் விலக்கு; தட்டிக் கழி; பின்பொரு சமயம் வரை ஒன்றை நிறுத்தி வை; தள்ளிப்போடு; தாமதப்படுத்து

stallion /ˈstæliən/ *noun* [C] an adult male horse, especially one that is kept for breeding குறிப்பாக இனப்பெருக்கத்திற்காக வைத்துப் பேணப்படும் வளர்ச்சியுற்ற ஆண் குதிரை; பொலி குதிரை ➪ **horse** பார்க்க.

stalwart /ˈstɔ:lwət/ *adj.* always loyal to the same organization, team, etc. ஒரு நிறுவனம், ஓர் அணி முதலியவற்றுக்கு எப்போதும் உண்மையாக இருக்கிற; மாறாத திடப்பற்றுடைய; நம்பிக்கைக்கு உரிய *a stalwart supporter of the club* ➪ **stalwart** *noun* [C]

stamen /ˈsteɪmən/ *noun* [C] a small thin male part in the middle of a flower that produces a fine powder (**pollen**) மலரின் நடுப்பகுதியில் உள்ள, மகரந்தத்தை உண்டுபண்ணும், சிறிதான மெல்லிய ஆண் கூறு; மகரந்தக்குழல்; ➪ **flower** பதிவில் படம் பார்க்க.

stamina /ˈstæmɪnə/ *noun* [U] the ability to do sth that involves a lot of physical or mental effort for a long time நீண்ட கால அளவுக்கு உடல் அல்லது மனவலிமை வேண்டப்படும் ஒன்றைச் செய்வதற்கான ஆற்றல்; நீடித்து உழைக்கும் திறம்; உடலுரம்; உள்ளுரம்; கடும் உழைப்பாற்றல் *You need a lot of stamina to run long distances.*

stammer /ˈstæmə(r)/ *verb* [I, T] to speak with difficulty, repeating sounds and pausing before saying things correctly கூற வேண்டியவைகளைத் திருத்தமாகக் கூறுவதற்கு முன் சொற்பகுதிகளைத் திரும்பத் திரும்பக் கூறி மற்றும் இடையிடையே நிறுத்தி, இடர்ப்பாட்டுடன் பேசு; திக்கிப் பேசு *He stammered an apology and left quickly.* ▶ **stammer** *noun* [*sing.*] *to have a stammer*

stamp¹ /stæmp/ *noun* [C] **1** (*formal* **postage stamp**) a small piece of paper that you stick onto a letter or package to show that you have paid for it to be posted அஞ்சல் கட்டணம் செலுத்தப்பட்டுவிட்டதைக் குறிக்க ஒரு கடிதத்தின் அல்லது சிறு சிப்பத்தின் மீது ஒட்டப்படும் சிறு தாள் துண்டு; அஞ்சல் தலை *Balu's hobby is collecting stamps.* **2** a small object that prints some words, a design, the date, etc. when you press it onto a surface ஒன்றின் மேற்பரப்பில் அழுத்தும்போது சிலவான சொற்கள், உருவரைப் படம், தேதி முதலியவற்றை அச்சிடும் சிறு பொருள்; முத்திரை வில்லை; பொறிப்புக் கருவி *a date stamp* **3** the mark made by stamping sth onto a surface ஒரு பரப்பின் மீது பொறிப்புக் கருவியை அழுத்தி உண்டாக்கப்படும் குறி; முத்திரை; பொறிப்புரு *Have you got any visa stamps in your passport? • (figurative) The government has given the project its **stamp of approval**.* **4 the stamp of sth** (*usually sing.*) something that shows a particular quality or that sth was done by a particular person குறிப்பிட்ட பண்பை அல்லது குறிப்பிட்ட ஒருவரால் ஒன்று செய்யப்பட்டது என்பதைக் காட்டுவது; தனிப்பண்பு, தரம் முதலியவற்றின் குறியீடு, தடம் அல்லது அடையாளம்

stamp² /stæmp/ *verb* **1** [I, T] **stamp (on sth)** to put your foot down very heavily and noisily ஓசையுடனும் மோது விசையுடனும் பாதத்தைக் கீழே வை; நிலத்தில் ஓங்கி மிதி *It was so cold that I had to stamp my feet to keep warm.*

• *She stamped her foot in anger.* **2** [I] to walk with loud heavy steps உரத்த ஒலி எழுமாறு கனமான அடிவைத்து நட; கால் அழுந்த நட *She stamped around the room, shouting angrily.* **3** [T] **stamp A (on B); stamp B (with A)** to print some words, a design, the date, etc. by pressing a small object (**a stamp**) onto a surface ஒரு பரப்பின் மீது பொறிப்புக் கருவியை அழுத்திச் சிலவான சொற்கள், ஒரு சின்னம், தேதி முதலியவற்றை அச்சிடு; முத்திரையிடு *to stamp a passport*

PHR V **stamp sth out** to put an end to sth completely ஒன்றை முற்றிலுமாக இல்லாதாக்கு; ஒழித்துக்கட்டு *The police are trying to stamp out this kind of crime.*

stamp duty *noun* [U] a tax on some legal documents சிலவகைச் சட்ட ஆவணங்கள் மீது விதிக்கப்படும் வரி; ஆவண வரி; முத்திரை வரி

stamped addressed envelope (*also* **self-addressed envelope**) *noun* [C] (*abbr.* **sae**) an empty envelope with your own name and address and a stamp on it that you send to a company, etc. when you want sth sent back to you ஒரு நிறுவனம் முதலியவற்றிலிருந்து ஒன்றைத் திரும்பப் பெற விரும்பும்போது, அதற்குத் தான் அனுப்பும் தனது பெயர் மற்றும் முகவரியுடன் அஞ்சல் தலை ஒட்டப்பட்ட வெற்று உறை; அஞ்சல் தலையுடனான தன் முகவரியிட்ட உறை

stampede /stæm'pi:d/ *noun* [C] a situation in which a large number of animals or people start running in the same direction, for example because they are frightened or excited பேரச்சம், பதற்றம் முதலியவை காரணமாகப் பெரும் திரளான விலங்குகள் அல்லது ஆட்கள் ஒரே திசையில் ஓடத் தொடங்கும் நிலைமை; மிரள் திரளோட்டம்; நெருக்கியடிப்பு ▶ **stampede** *verb* [I]

stance /stæns; stɑ:ns/ *noun* [C, *usually sing.*] **1 stance (on sth)** the opinions that sb expresses publicly about sth ஒன்று குறித்து ஒருவர் வெளிப்படையாகத் தெரிவிக்கும் கருத்துகள்; நிலைப்பாடு *the Prime Minister's stance on foreign affairs* **2** the position in which sb stands, especially when playing a sport குறிப்பாக ஒரு விளையாட்டின் போது, ஒருவர் நிற்கும் நிலை

stand¹ /stænd/ *verb* [I, T] (*pt, pp* **stood** /stʊd/) **1** [I] to be on your feet, not sitting or lying down; to be upright உட்கார்ந்தோ படுத்தோ இராது, பாதங்களின் மீது நிலைகொள்; நில் ***Stand still****—I'm trying to take a photo of you!* • *Only a few houses were left standing after the earthquake.* **2** [I] **stand (up)** to rise to your feet from another position வேறொரு நிலையிலிருந்து எழுந்து நில் *He stood up when I entered the room.* **3** [T] to put sb/sth in a particular place or position குறிப்பிட்ட இடத்தில் அல்லது நிலையில் ஒருவரை/ஒன்றை இருத்து அல்லது வை *We stood the mirror against the wall while we decided where to hang it.* **4** [I] to be or to stay in a particular position or situation குறிப்பிட்ட நிலையில் அல்லது சூழலில் இரு; அமைந்திரு *The castle stands on a hill.* • *The house has stood empty for ten years.* **5** [I] (used about an offer, a decision, etc.) to stay the same as before, without being changed (உதவிக் குறிப்பீடு, சலுகை, முடிவு முதலியவை வகையில்) மாற்றமின்றி முன்புள்ளது போலவே இரு; மாறாதிரு; தொடர்ந்திரு *Does your decision still stand?* • *The world record has stood for ten years.* **6** [I] **stand (at) sth** to be of a particular height, level, amount, etc. குறிப்பிட்ட உயரம், மட்டம், படிநிலை, அளவு முதலியவை உடையவராயிரு/உடையதாயிரு *The world record stands at 6.59 metres.* • *The building stands nearly 60 metres high.* **7** [I] **stand (on sth)** to have an opinion or view about sth ஒரு கருத்து அல்லது கருத்துச் சார்பு கொண்டிரு **8** [I] **stand to do sth** to be in a situation where you are likely to do sth ஒன்றைச் செய்வதற்கான சாத்தியமுள்ள சூழலில் இரு; ஒரு நிலைமையில் சிக்கியிரு *If he has to sell the company, he stands to lose a lot of money.* **9** [I] **stand (for/as sth)** to be one of the people hoping to be chosen in an election (**a candidate**) ஒரு தேர்தலில் வேட்பாளர்களுள் ஒருவராயிரு; தேர்தலில் நில் *She's standing for Parliament.* **10** [T] (*in negative sentences and questions, with can/could*) to not like sb/sth at all; to hate sb/sth ஒருவரை/ஒன்றை அறவே விரும்பாதிரு; வெறு *I can't stand that woman—she's so rude.* • *I couldn't* ***stand the thought of*** *waiting another two hours so I went home.* ✪ **SYN bear** **11** [T] (*used especially with can/could*) to be able to survive difficult conditions இடர்ப்பாடான சூழல்களில் தொடர்ந்து நீடித்திருக்கும்/வாழ்ந்திருக்கும் ஆற்றல் பெற்றிரு; கடுமையான நிலைமையில் ஈடுகொடுத்து நிலைத்திரு *Camels can stand extremely hot and cold temperatures.* ✪ **SYN take**

PHR V **stand around** to stand somewhere not doing anything செயலின்றி ஓரிடத்தில் நின்றுகொண்டிரு; சோம்பி நின்றிரு *A lot of people were just standing around outside.*

stand aside to move to one side ஒரு பக்கமாக நகர்; ஒதுங்கி நில் *People stood aside to let the police pass.*

stand back to move back பின்புறமாக நகர்; பின்னிடு *The policeman told everybody to stand back.*

stand by 1 to be present, but do nothing in a situation ஒரு சூழலில் உள்ளவராக இருந்து ஆனால்

ஒன்றும் செய்யாதிரு; தலையிடாது பார்த்துக்கொண்டிரு *How can you stand by and let them treat their animals like that?* **2** to be ready to act செயல்பட ஆயத்தமாயிரு; தயார் நிலையில் இரு *The police are standing by in case there's trouble.*

stand for sth 1 to be a short form of sth ஒன்றின் சுருக்க வடிவமாயிரு *What does NDTV stand for?* **2** to support sth (such as an idea or opinion) (ஒரு யோசனை, கருத்து முதலியவற்றை) ஆதரி; சார்பாதரவாளராயிரு *I hate everything that the party stands for.*

stand in (for sb) to take sb's place for a short time சிறிது நேரம் ஒருவரது இடத்தைப் பிடித்திரு; ஒருவருக்குப் பதிலாகச் செயல்படு

stand out to be easily seen or noticed எளிதாகக் காணத்தக்க அல்லது கவனிக்கத்தக்க நிலையில் இரு; முனைப்பாகத் தோன்று

stand up to be or become vertical நேர் நிமிர்வு நிலையில் இரு; நிமிர்ந்து நேராக நில் *You'll look taller if you stand up straight.*

stand up for sb/sth to say or do sth which shows that you support sb/sth ஒருவரை/ஒன்றை ஆதரிப்பதைக் காட்டும் முறையில் ஒன்றைக் கூறு அல்லது செய்; ஆதரித்துப் பேசு *I admire him. He really stands up for his rights.*

stand up to sb/sth to defend yourself against sb/sth who is stronger or more powerful தன்னை விஞ்சிய பலமுள்ள அல்லது ஆற்றலுள்ள ஒருவருக்கு/ஒன்றுக்கு எதிராகத் தன்னைக் காத்துக் கொள்; துணிவுடன் எதிர்த்து நில்

stand² /stænd/ *noun* [C] **1** a table or an object that holds or supports sth, often so that people can buy it or look at it காட்சிக்காக அல்லது விற்பனைக்காக வைக்கப்பட்டுள்ள பொருள்களைப் பிடித்திருக்கும் அல்லது தாங்கி நிற்கும் மேசை அல்லது வேறொரு பொருள்; நிலைமாட்டி; நிலையடுக்கு *a newspaper/hamburger stand* • *a company stand at a trade fair* **2** a large structure where people can watch sport from seats arranged in rows that are low near the front and high near the back விளையாட்டரங்கில் முன்னிருந்து பின்னாக உயர்ந்து செல்லும் வரிசைகளாக இருக்கைகள் அமைக்கப்பட்டுள்ள பெரிய கட்டமைப்பு; படியடுக்கு வரிசை இருக்கைத் தொகுதி **3 a stand (on/against sth)** a strong effort to defend yourself or sth that you have a strong opinion about தன்னை அல்லது தான் பற்றுறுதி கொண்டுள்ள ஒன்றை எதிர்ப்பிலிருந்து காப்பாற்றிக் கொள்வதற்கான கடும் முயற்சி; உறுதியான எதிர்ப்பு நிலை; தற்காப்பு நிலை *The workers have decided to **take/make a stand** against further job losses.*

standard¹ /'stændəd/ *noun* [C] **1** a level of quality தரப் படிநிலை; படித்தரம்; தரநிலை *We complained about the low standard of service in the hotel.* • *This work is not **up to** your usual **standard**.* **2** a level of quality that you compare sth else with வேறொன்றுடன் ஒப்பிட்டுக் காணப்படும் தரப் படிநிலை *By Indian **standards** this is a very expensive city.* • *He is a brilliant player **by any standard**.* **3** [*usually pl.*] a level of behaviour that is morally acceptable அறநெறிக்கு உட்பட்ட நடத்தைப் படிநிலை; ஒழுக்கத் தரம் *Many people are worried about falling standards in modern society.*

standard² /'stændəd/ *adj.* **1** normal or average; not special or unusual இயல்பான; பொதுமாதிரியான; வழக்கமான; சராசரியான; தனி முறையாக அல்லது வழக்க மீறியதாக இல்லாத *He's got long arms, so standard sizes of shirt don't fit him.* **2** that people generally accept as normal and correct இயல்பானதாகவும் சரியானதாகவும் பொதுநிலையில் மக்களால் ஏற்றுக்கொள்ளப்படுகிற; கட்டளைப் படியளவான; வரையளவான; பொதுத்திட்ட அளவான; தரப்படுத்தப்பட்ட; ஏற்புடை மாதிரியான *standard English*

standardize (*also* **-ise**) /'stændədaɪz/ *verb* [T] to make things that are different the same வெவ்வேறானவற்றை ஒரே மாதிரியானவையாக்கு; தரப்படுத்து *Safety tests on old cars have been standardized throughout India.* ▶ **standardization** (*also* **-isation**) /stændədaɪ'zeɪʃn/ *noun* [U]

standard of living *noun* [C] a measure of how comfortable the life of a particular person or group is குறிப்பிட்ட ஒருவரது அல்லது ஒரு குழுவினரது வாழ்க்கை இன்ன அளவில் வசதி வாய்ப்புடையதாக உள்ளது என்னும் அளவீடு; வாழ்க்கைத் தரம் *There is a higher standard of living in the north than in the south.*

standby /'stændbaɪ/ *noun* **1** [C] (*pl.* **standbys**) a thing or person that can be used if needed, for example if sb/sth is not available or in an emergency (ஒருவர்/ஒன்று கிடைக்கப்பெறாத சமயம், ஒரு அவசர நிலை முதலிய வேளைகளில்) தேவையின் அடிப்படையில் பயன்படுத்துவதற்குரிய பொருள் அல்லது ஆள்; தேவைக்கால/நெருக்கடிக் காலக் கையிருப்பு ஆள் அல்லது பொருள்; பதிலாள்; பதிற்பொருள் **2** [U] the state of being ready to do sth immediately if needed or if a ticket becomes available தேவைப்படும்போது அல்லது பயணச்சீட்டு கிடைக்கப்பெறும் போது உடனடியாக ஒன்றைச் செய்ய ஆயத்தமாக இருக்கும் நிலை; செயற்படச் சித்தமாக இருக்கும் நிலை *Ambulances were **on standby** along the route of the marathon.* • *We were **put on standby** for the flight to Rome.* ▶ **standby** *adj.* (*only before a noun*) *a standby ticket/passenger*

stand-in *noun* [C] **1** a person who does sb's job for a short time when he/she is not available ஒருவர்

இல்லாதபோது அவரது பணியைக் குறுகிய கால அளவுக்குச் செய்பவர்; மாற்றாள் **2** a person who replaces an actor in some scenes in a film, especially dangerous ones ஒரு திரைப்படத்தில் சில காட்சிகளில், குறிப்பாக ஆபத்தான காட்சிகளில், ஒரு நடிகருக்குப் பதிலாக நடிப்பவர்

standing[1] /ˈstændɪŋ/ *noun* [U] **1** the position that sb/sth has, or how people think of him/her/it ஒருவரது/ஒன்றின் தகுதி நிலை அல்லது ஒருவர்/ஒன்று குறித்த பொது மதிப்பீடு *The agreement has no legal standing.* ✪ SYN **status** **2** the amount of time during which sth has continued to exist ஒன்று நீடித்திருக்கும் கால அளவு; ஒன்றின் கால நீட்சி

standing[2] /ˈstændɪŋ/ *adj.* that always exists; permanent என்றும் உளதாயிருக்கிற; நிரந்தரமான

standing order *noun* [C] an instruction to your bank to make a regular payment to sb from your account தனது கணக்கிலிருந்து ஒருவருக்கு வழக்கமுறையாகப் பணம் வழங்குமாறு வங்கிக்குத் தான் வழங்கும் அறிவுறுத்தல்; நிலையாணை

standpoint /ˈstændpɔɪnt/ *noun* [C] a particular way of thinking about sth ஒன்று குறித்த குறிப்பிட்ட முறையிலான சிந்தனை; கருத்துக் கோணம் ✪ SYN **point of view**

standstill /ˈstændstɪl/ *noun* [*sing.*] a situation when there is no movement, progress or activity இயக்கம், வளர்ச்சி அல்லது செயல் இல்லாத நிலை; அசையா/இயங்கா நிலை; முழுநிலை நிறுத்தம் *The traffic **is at/has come to a complete standstill**.*

IDM **grind to a halt/stand still** ➪ **grind**[1] பார்க்க.

stank ➪ **stink** என்பதன் இறந்தகால வடிவம்

stanza /ˈstænzə/ *noun* [C] (used about poetry) a group of lines in a repeated pattern that form a unit in some types of poem (செய்யுள் வகையில்) சில வகைச் செய்யுள்களில் தனி அலகாக அமையும், மற்ற அலகுகளை ஒத்த யாப்பமைதியுடைய, அடிகளின் தொகுதி; செய்யுள் பத்தி ✪ SYN **verse**

staple /ˈsteɪpl/ *noun* [C] a small thin piece of bent wire that you push through pieces of paper using a special tool (**stapler**) in order to fasten them together தாள்களை ஒன்றுசேர்த்துப் பொருத்த வேண்டித் தாள் தைப்பு முட்கருவியைப் பயன்படுத்தி அத்தாள்களின் ஊடாகச் செலுத்தப்படும் சிறிய, மெலிதான, இரு முனையும் வளைந்துள்ள கம்பி; தாள் தைப்பு முட்கம்பி ➪ **stationery** பதிவில் படம் பார்க்க. ▶ **staple** *verb* [T] *Staple the letter to the application form.* ▶ **stapler** *noun* [C] ➪ **stationery** பதிவில் படம் பார்க்க.

staple diet *noun* [C, *usually sing.*] the main food that a person or animal normally eats மனிதர் அல்லது விலங்கு வழக்கமாக உண்ணும் முக்கிய உணவு *a staple diet of rice and fish*

star[1] /stɑː(r)/ *noun* **1** [C] a large ball of burning gas in outer space that you see as a small point of light in the sky at night விண்மீன்; நட்சத்திரம் *It was a clear night and the stars were shining brightly.* **2** [C] a shape, decoration, mark, etc. with five or six points sticking out in a regular pattern வடிவொழுங்குடன் வெளியே நீட்டிக்கொண்டிருக்கும் ஐந்து அல்லது ஆறு முனைகளையுடைய ஒரு வடிவம், ஒப்பனைப் படிவம், குறி முதலியவை; நட்சத்திரக் குறி *I've marked the possible candidates on the list with a star.* ➪ **shape** பதிவில் படம் பார்க்க. **3** [C] a mark that represents a star that is used for telling you how good sth is, especially a hotel or restaurant ஒன்றின், குறிப்பாக ஒரு தங்குவிடுதி அல்லது ஓர் உணவகத்தின், தர நிலையைக் குறிக்கப் பயன்படுத்தப்படும் விண்மீன் குறியீடாக அமையும் குறி; நட்சத்திரத் தரமதிப்புக் குறி *a five-star hotel* **4** [C] a famous person in acting, music or sport நடிப்பு, இசை அல்லது விளையாட்டில் புகழ் பெற்ற ஒருவர்; புகழ் ஒளி சான்றவர்; நட்சத்திரம் *a pop/rock/film/movie star* • *a football/tennis star* **5 stars** [*pl.*] = **horoscope**

star[2] /stɑː(r)/ *verb* (**starring; starred**) **1** [I] **star (in sth)** to be one of the main actors in a play, film, etc. ஒரு நாடகம், திரைப்படம் முதலியவற்றில் முதன்மை நடிகர்களுள்/நடிகைகளுள் ஒருவராக இரு; முக்கிய நடிகராகத் தோன்று *Madhavan is to star in a new romantic comedy.* **2** [T] to have sb as a star ஒருவரை முக்கிய நடிகராகக் கொண்டிரு *The film stars Aamir Khan.*

starboard /ˈstɑːbəd/ *noun* [U] the side of a ship that is on the right when you are facing towards the front of it ஒருவர் கப்பலின் முன் பகுதியை நோக்கியிருக்கும்போது அவரது வலதுபுறத்திலுள்ள கப்பலின் பக்கம்; கப்பலின் வலது பக்கம் ✪ OPP **port**

starch /stɑːtʃ/ *noun* [C, U] **1** a white substance that is found in foods such as potatoes, rice and bread உருளைக் கிழங்கு, அரிசிச் சோறு, ரொட்டி முதலிய உணவு வகைகளில் காணப்படும் வெண்ணிறப் பொருள்; மாச்சத்து **2** a substance that is used for making cloth **stiff** துணியை விறைப்பாக்கப் பயன்படுத்தப்படும் பொருள்; பசை மாப்பொருள்; கஞ்சிப் பசை

stardom /ˈstɑːdəm/ *noun* [U] the state of being a famous person in acting, music or sport நடிப்பு, இசை அல்லது விளையாட்டில் புகழ் பெற்றவராக இருக்கும் நிலை; கலைப் புகழ் நிலை *She **shot to stardom** in her very first movie.*

stare /steə(r)/ *verb* [I] **stare (at sb/sth)** to look at sb or sth for a long time because you are surprised, shocked, etc. ஒருவர்/ஒன்று குறித்து வியப்பு, அதிர்ச்சி முதலியவற்றுக்கு உள்ளாகி, அவரை/அதனை நீண்ட நேரம் பார்; உறுத்து நோக்கு *Everybody stared at his hat. • He didn't reply, he just stared into the distance.*

starfish /ˈstɑːfɪʃ/ *noun* [C] (*pl.* **starfish**) a flat sea animal in the shape of a star with five or more arms ஐந்து அல்லது ஐந்துக்கு மேற்பட்ட புற முனைப்புப் பகுதிகளையுடைய விண்மீன் வடிவுடைய தட்டையான கடல் விலங்கு; உடுமீன்

starfruit /ˈstɑːfruːt/ *noun* [C] (*pl.* **starfruit**) a green or yellow tropical fruit with a shape like a star விண்மீன் வடிவான பச்சை அல்லது மஞ்சள் நிற வெப்ப மண்டலக் கனி வகை

stark¹ /stɑːk/ *adj.* **1** very empty and without decoration and therefore not attractive வெறுமையான, ஒப்பனையற்ற மற்றும் அதன் காரணமாகக் கவர்ச்சியற்றுத் தோன்றுகிற; மிகச் சாதாரணமான *a stark landscape* **2** unpleasant and impossible to avoid வெறுப்பூட்டுவதும் தவிர்க்க இயலாததுமான; மூடி மழுப்ப முடியாத; வெளிப்படையான மற்றும் மனம் ஒவ்வாத *He now faces the* ***stark reality*** *of life in prison.* **3** very different to sth in a way that is easy to see மிகத் தெளிவான முறையில் ஒன்றிலிருந்து மாறுபட்டுத் தோன்றுகிற; தனி முனைப்பான; வேறான

stark² /stɑːk/ *adv.* completely; extremely முற்றிலும்; முழுமையாக *stark naked • Have you gone stark raving mad?*

starlight /ˈstɑːlaɪt/ *noun* [U] the light that is sent out by stars in the sky விண்மீன்களிலிருந்து வரும் ஒளி; நட்சத்திர ஒளி

starry /ˈstɑːri/ *adj.* full of stars விண்மீன்கள் நிறைந்து காணப்படுகிற; விண்மீன்கள் சூழ்ந்துள்ள *a starry night*

start¹ /stɑːt/ *verb* **1** [I, T] **start (sth/to do sth/doing sth)** to begin doing sth ஒன்றைச் செய்யத் தொடங்கு; செயல் தொடங்கு *Turn over your exam papers and start now. • We'll have to start* (= leave) *early to catch the bus. • After waiting for an hour, the customers started to complain.* **2** [I, T] to begin or to make sth begin to happen ஒன்று நிகழத் தொடங்கு; ஒரு நிகழ்ச்சி தொடங்கச் செய் *What time does the concert start? • I'd like to start the meeting now.* ➪ **begin** பதிவிலுள்ள குறிப்பைப் பார்க்க. **3** [I, T] **start (sth) (up)** (used about a machine, etc.) to begin to work; to make an engine, a car, etc. begin to work (விசைப்பொறி முதலியவை வகையில்) இயங்கத் தொடங்கு; இயந்திரம், விசையுந்து முதலியவை இயக்கம் தொடங்கச் செய் *The car won't start. • We heard an engine starting up in the street. • He got onto his motorbike, started the engine and rode away.* **4** [I, T] **start (sth) (up)** to create a company, an organization, etc.; to begin to exist ஒரு வாணிக அமைப்பு, நிறுவனம் முதலியவற்றை உருவாக்கு; நிறுவு; உருவாகு; தோன்று *They've decided to start their own business. • There are a lot of new companies starting up in that area now.* **5** [I] to make a sudden, quick movement because you are surprised or afraid வியப்பு அல்லது அச்சம் காரணமாகத் திடீர் விரைவுடன் இயங்கு; படபடப்புறு; தூக்கிவாரிப்போடு *A loud noise outside made me start.*

IDM **get/start off on the right/wrong foot (with sb)** ➪ **foot¹** பார்க்க.

to start (off) with 1 used for giving your first reason for sth ஒன்றிற்கான முதற் காரணத்தைக் கூறப் பயன்படுத்தப்படுவது: முதலாவதாக *'Why are you so angry?' 'Well, to start with, you're late, and secondly you've lied to me.'* **2** in the beginning; at first முதன்முதலில்; தொடக்கத்தில்

set/start the ball rolling ➪ **ball** பார்க்க.

PHR V **start off** to begin in a particular way குறிப்பிட்ட முறையில் தொடங்கு *I'd like to start off by welcoming you all to Chennai.*

start on sth to begin doing sth that needs to be done செய்யப்பட வேண்டிய ஒன்றைச் செய்யத் தொடங்கு

start out to begin your life, career, etc. in a particular way that changed later பின்னாளில் மாற்றத்திற்கு உள்ளான ஒரு குறிப்பிட்ட முறையில் வாழ்க்கை, தொழில் முதலியவற்றைத் தொடங்கு; முதல்நிலைத் தொடக்கம் செய் *She started out as a teacher in Pune.*

start² /stɑːt/ *noun* **1** [C, *usually sing.*] the point at which sth begins ஒன்று தொடங்கும் சமயம்; தொடக்கக் கட்டம்; தொடக்க நிலை *The chairman made a short speech* ***at the start of*** *the meeting. • I told you it was a bad idea* ***from the start.*** **2** [C, *usually sing.*] the action or process of starting தொடங்குதல்; தொடக்கம் *to make a fresh start* (= do sth again in a different way) **3 the start** [*sing.*] the place where a race begins ஓர் ஓட்டப் பந்தயம் தொடங்கும் இடம்; தொடக்க இடம் *The athletes are now lining up at the start.* **4** [C, *usually sing.*] an amount of time or distance that you give to a weaker person at the beginning of a race, game, etc. ஓட்டப் பந்தயம், பந்தய விளையாட்டு முதலியவற்றின் தொடக்கத்தில் திறன் குறைந்த ஒருவருக்குச் சலுகையாக அளிக்கப்படும் நேர அல்லது தூர அளவு; தொடக்க நேர/தொலைச் சலுகை ➪ **head start** பார்க்க. **5** [C, *usually sing.*] a sudden quick movement that your body makes because you are surprised or afraid வியப்புக்கு அல்லது அச்சத்திற்கு உள்ளான நிலையில் ஒருவரிடம் காணப்படும்

திடுவிரைவான உடல் இயக்கம்; திடீர் நடுக்கம், வெட்டசைவு அல்லது வியப்பதிர்வு; படபடப்பு *She woke up* ***with a start.***

IDM **for a start** (used to emphasize your first reason for sth) ஒன்றிற்கான முதற் காரணத்தை வலியுறுத்தப் பயன்படுத்தப்படுவது: முதலாவதாகக் கூறுமிடத்து *'Why can't we go on holiday?' 'Well, for a start we can't afford it...'*

get off to a good, bad, etc. start to start well, badly, etc. நல்ல முறையில், மோசமான முறையில்... தொடங்கு.

get off to a flying start ➪ **flying** பார்க்க.

starter /ˈstɑːtə(r)/ (*AmE* **appetizer**) *noun* [C] a small amount of food that is served before the main course of a meal சாப்பாட்டுக்கு முன் பரிமாறப்பப்படும் சிறு அளவிலான உணவு; பசிச்சுவைத் தூண்டுணவு

starting point *noun* [C] **starting point (for sth) 1** an idea or a topic that you use to begin a discussion with ஒரு விவாதத்தைத் தொடங்கப் பயன்படுத்தப்படும் கருத்து அல்லது பொருள்; தொடக்க வளக்கூறு **2** the place where you begin a journey ஒருவர் பயணம் தொடங்கும் இடம்; புறப்படுமிடம்

startle /ˈstɑːtl/ *verb* [T] to surprise sb/sth in a way that slightly shocks or frightens him/her/it ஒருவருக்கு/ஒன்றுக்குச் சற்று அதிர்ச்சி அல்லது அச்சம் கலந்த வியப்பு உண்டாக்கு; திடுக்குறச் செய் *The gunshot startled the horses.* ▶ **startled** *adj.* ▶ **startling** /ˈstɑːtlɪŋ/ *adj.*

starvation /stɑːˈveɪʃn/ *noun* [U] suffering or death because there is not enough food உணவு போதாமையால் உண்டாகும் துன்பம் அல்லது மரணம்; பட்டினித் துயரம்; பட்டினிச் சாவு; பட்டினி *to die of starvation*

starve /stɑːv/ *verb* [I, T] to suffer or die because you do not have enough food to eat; to make sb/sth suffer or die in this way உணவு போதாமையால் துன்புறு அல்லது இறந்துபோ; பட்டினியால் துன்புறு அல்லது பட்டினியிட்டுக் கொல் *Millions of people are starving in the poorer countries of the world.* • *That winter many animals* ***starved to death.***

IDM **be starved of sth** to suffer because you are not getting enough of sth that you need தேவைப்படும் ஒன்று போதுமான அளவு கிடைக்காமையால் துன்பப்படு; பரிவு, அன்பு முதலியவற்றின் போதாமையால் வருந்து *The children had been starved of love and affection for years.*

be starving (*informal*) to be extremely hungry கடும் பசிக்கு உள்ளாகு

state¹ /steɪt/ *noun* **1** [C] the mental, emotional or physical condition that sb/sth is in at a particular time குறிப்பிட்ட சமயத்தில் ஒருவர்/ஒன்று உள்ளாகியிருக்கும் மன நிலை, உணர்வு நிலை அல்லது உடல் நிலை; இருப்பு நிலை; அமைவு நிலை; நிலை *the state of the economy* • *He is in a* ***state of shock.*** • *The house is in a terrible state.* **2** (*also* **State**) [C] a country considered as an organized political community controlled by one government ஓர் அரசின் ஆட்சிக்கு உட்பட்ட ஒருங்கிணைந்த அரசியல் சமுதாயமாகக் கருதப்படும் ஒரு நாடு; தனியாட்சி நாடு *Pakistan has been an independent state since 1947.* ➪ **country** பதிவிலுள்ள குறிப்பைப் பார்க்க. **3** (**the State**) [U] the government of a country ஒரு நாட்டின் அரசு; அரசு *affairs/matters of state* • *a state-owned company* • *heads of State* (= government leaders) **4** (*also* **State**) [C] an organized political community forming part of a country ஒரு நாட்டின் பகுதியாக அமைந்துள்ள ஓர் ஒருங்கிணைந்த அரசியல் சமுதாயம்; நாட்டின் தனியுறுப்பு; மாநிலம் *the southern States of India* ➪ **county** மற்றும் **province** பார்க்க. **5** [U] the formal ceremonies connected with high levels of government or with the leaders of countries அரசின் உயர் படிநிலைகள் தொடர்பான அல்லது நாடுகளின் தலைவர்கள் தொடர்பான அதிகாரபூர்வமான சடங்கு முறைகள்; அரசு சார் சம்பிரதாய வினைமுறைகள் *The President will drive in state to the Red Fort.* **6 the States** [*pl.*] (*informal*) the United States of America ஐக்கிய அமெரிக்கா *We lived in the States for about five years.*

IDM **be in/get into a state** (*BrE informal*) to be or become very nervous or upset மிகுந்த மனக் கவலைக்கு அல்லது மனக் கலக்கத்திற்கு உள்ளாகியிரு அல்லது உள்ளாகு *Now don't get into a state! I'm sure everything will be all right.*

state of affairs a situation நிலைமை; சூழ்நிலை *This state of affairs must not be allowed to continue.*

state of mind mental condition மன நிலை *She's in a very confused state of mind.*

state² /steɪt/ *verb* [T] to say or write sth, especially formally ஒன்றைக் கூறு அல்லது எழுது, குறிப்பாக முறைசார்ந்து கூறு அல்லது எழுது; அறிவி *Your letter states that you sent the goods on 31 March, but we have not received them.*

stately /ˈsteɪtli/ *adj.* formal and impressive முறைசார்ந்த மற்றும் கம்பீரமான; வீறார்ந்த; மதிப்பார்ந்த *a stately old building*

stately home *noun* [C] (*BrE*) a large old house that has historical interest and can be visited by the public வரலாற்று முக்கியத்துவம் உடையதும் பொதுமக்கள் பார்வைக்கு உரியதுமான பெரிய பழைமையான வீடு; வரலாற்றுத் தொடர்புடைய பழம் வீடு

statement /ˈsteɪtmənt/ *noun* [C] **1** something that you say or write, especially formally குறிப்பாக, முறை சார்ந்து, கூறப்படுவது அல்லது எழுதப்படுவது; அறிவிப்பு வாசகம்; அறிக்கை *The Prime Minister will* ***make a statement*** *about the defence cuts today.* **2** = **bank statement**

statesman /ˈsteɪtsmən/ *noun* [C] (*pl.* **-men** /-mən/) an important and experienced politician who has earned public respect முக்கியமான, அனுபவம் வாய்ந்த மற்றும் மக்களிடையே மதிப்புப் பெற்ற அரசியல்வாதி; முதிர்ந்த அரசியல் தலைவர்; அரசியல் ஞானி; அரசியல் மேதை

static[1] /ˈstætɪk/ *adj.* not moving, changing or developing இயங்காத, மாறுதலுக்கு உள்ளாகாத அல்லது வளர்ச்சியற்ற; ஒருநிலைப்பட்ட *House prices are never static.*

static[2] /ˈstætɪk/ *noun* [U] **1** sudden noises that disturb radio or television signals, caused by electricity in the atmosphere வானொலி அல்லது தொலைக்காட்சி சமிக்கைகளுக்கு இடையூறு ஏற்படுத்துகிற, வாயு மண்டலத்தில் உள்ள மின் ஆற்றலின் காரணமாக உண்டாகும் திடீர் ஓசைகள்; வாயு மண்டல மின் இடையொலிகள் **2** (*also* **static electricity**) electricity that collects on a surface ஒரு பரப்பில் நிலைப்படும் மின்னாற்றல்; நிலையியல் மின்னாற்றல் *My hair gets full of static when I brush it.*

station[1] /ˈsteɪʃn/ *noun* [C] **1** (*also* **railway station**) a building on a railway line where trains stop so that passengers can get on and off பயணிகள் ஏற இறங்க ஏதுவாகத் தொடர்வண்டிகள் நிற்கும் இருப்புப்பாதையை ஒட்டி அமைந்துள்ள கட்டடம்; இரயில் நிலையம் **2** (*usually in compound nouns*) a building from which buses begin and end journeys பேருந்துகளின் பயணப் புறப்பாடு மற்றும் பயண முடிவு நிகழும் கட்டடம்; பேருந்து நிலையம் **3** (*usually in compound nouns*) a building where a particular service or activity is based குறிப்பிட்ட சேவையின் அல்லது செயலின் நிலையிடமாக உள்ள கட்டடம்; நிலையம் *a police/fire station* • *a petrol station* • *a power station* (= where electricity is generated) **4** (*often in compound nouns*) a radio or television company and the programmes it sends out வானொலி அல்லது தொலைக்காட்சி நிறுவனமும் அது ஒலி/ஒளி பரப்பும் நிகழ்ச்சிகளும்; வானொலி/தொலைக்காட்சி நிலையம் *a local radio/TV station* • *He tuned in to another station.* ➪ **channel** பார்க்க.

station[2] /ˈsteɪʃn/ *verb* [T] (*often passive*) to send sb, especially members of the armed forces, to work in a place for a period of time ஒரு கால அளவுக்கு ஓரிடத்தில் பணிபுரியுமாறு ஒருவரை, குறிப்பாகப் படைத் துறையினரை, அனுப்பு; பணி நிமித்தமாக ஓரிடத்தில் நிறுத்தி வை அல்லது அமர்த்து

stationary /ˈsteɪʃənri/ *adj.* not moving இயங்காத; இடம் பெயராத *He crashed into the back of a stationary vehicle.*

stationer's /ˈsteɪʃənəz/ *noun* [*sing.*] a shop that sells writing equipment, such as paper, pens, envelopes, etc. தாள், பென்சில், தாள் உறைகள் முதலியவை விற்பனை செய்யும் கடை; எழுதுபொருள் கடை

stationery /ˈsteɪʃənri/ *noun* [U] writing equipment, for example pens, pencils, paper, envelopes பேனா, பென்சில், தாள், தாள் உறைகள் முதலியவை; எழுதுபொருள்கள்

station wagon (*AmE*) = **estate car**

statistics /stəˈtɪstɪks/ *noun* **1** [*pl.*] numbers that have been collected in order to provide information about sth ஒன்றைப் பற்றித் தகவல் வழங்குவதற்காகத் திரட்டப்பட்ட எண்களின் தொகுதி; புள்ளிவிவரம் *Statistics indicate that 90% of homes in this country have a television.* • *crime statistics* **2** [U] the science of collecting and studying these numbers புள்ளிவிவரம் திரட்டுதலும் அதனை ஆய்வதுமான அறிவியல்; புள்ளியியல் ▶ **statistical** /stəˈtɪstɪkl/ *adj. statistical information* ▶ **statistically** /stəˈtɪstɪkli/ *adv.*

statue /ˈstætʃuː/ *noun* [C] a figure of a person or animal that is made of stone or metal and usually put in a public place கல் அல்லது உலோகத்தால் செய்யப்பட்டு வழக்கமாக ஒரு பொது இடத்தில் நிறுவப்படும் ஓராள் அல்லது விலங்கின் உருவம்; உருவச் சிலை

statuette /ˌstætʃuˈet/ *noun* [C] a small statue சிறு உருவச் சிலை; சிறுதிறச் சிலை

stature /ˈstætʃə(r)/ *noun* [U] (*written*) **1** the importance and respect that sb has because people have a high opinion of his/her skill or of what he/she has done ஒருவரது செயல்திறன் அல்லது ஒருவர் செய்துள்ள ஒன்று குறித்து மக்களுக்கு அவர் மீதுள்ள உயர்ந்த எண்ணத்தின் காரணமாக அவர் பெற்றுள்ள முக்கியத்துவமும் மதிப்பும்; சமுதாய உயர்வு நிலை; மேன்மை நிலை; உயர் மதிப்பு; மதிப்பளவு **2** the height of a person ஓராளின் உயரம்; ஆள் உடல் உயர்வளவு *He's quite small* ***in stature***.

status /ˈsteɪtəs/ *noun* **1** [U] the legal position of a person, group or country ஓராள், ஒரு குழு அல்லது ஒரு நாட்டின் உரிமைகளையும் கடமைகளையும் நிர்ணயிக்கும் அவரது/அதனது சட்டப்படியான நிலை; தகு நிலை *Please indicate your name, age and* ***marital status*** (= whether you are married or single). • *They were granted refugee status.* **2** [*sing.*] your social or professional position in relation to other people மற்றவர்களுடன் ஒப்பிட்டு நோக்கப்படும் ஒருவரது சமுதாய அல்லது தொழில் சார் மதிப்பு நிலை *Teachers don't have a very high*

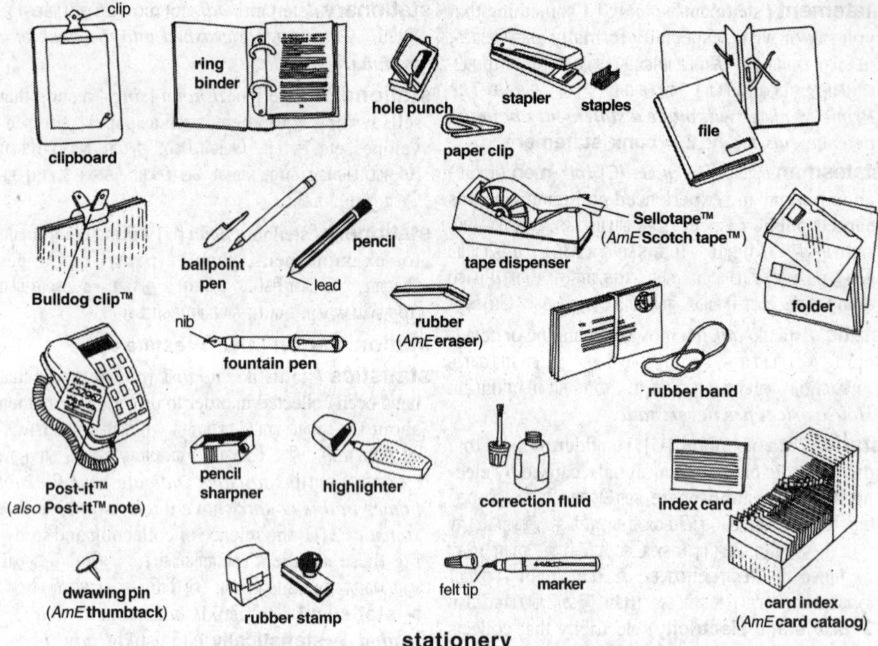

stationery

status in this country. ✪ SYN **standing 3** [U] a high social position சமுதாய உயர்வு நிலை; மேன்மை நிலை *The new job gave him much more status.*

the status quo /ˌsteɪtəs ˈkwəʊ/ *noun* [*sing.*] the situation as it is now, or as it was before a recent change இப்போது உள்ளதைப் போன்ற அல்லது உண்மையில் நிகழ்ந்த ஒரு மாற்றத்திற்கு முந்தி இருந்ததைப் போன்ற நிலை; (இடை-மாற்றம் கணக்கில் எடுத்துக்கொள்ளப்படாத) இதுகாறும் உள்ள நிலை

status symbol *noun* [C] something that a person owns that shows that he/she has a high position in society and a lot of money ஒருவர் சமுதாயத்தில் உயர்ந்த நிலையில் இருப்பதையும் பெருமளவு பணம் வைத்திருப்பதையும் குறிக்கும் அவரிடம் உடைமையாக உள்ள ஒரு பொருள்; சமுதாய மேனிலை அடையாளச் சின்னம்

statute /ˈstætʃuːt/ *noun* [C] (*formal*) a law or a rule ஒரு சட்டம் அல்லது விதிமுறை

statute law *noun* [U] (*technical*) all the written laws of a parliament, etc. நாடாளுமன்றம் முதலியவற்றால் இயற்றப்படும் எழுத்து வடிவிலான சட்டங்களின் தொகுதி; எழுத்து வடிவச் சட்டம் ➪ **case law** பார்க்க.

statutory /ˈstætʃətri/ *adj.* (*formal*) decided by law சட்டத்தினால் முடிவு செய்யப்படுகிற; சட்டப்படியான; சட்ட வரம்புக்கு உட்பட்ட; சட்டத்தை அடிப்படையாகக் கொண்ட *a statutory right*

staunch /stɔːntʃ/ *adj.* believing in sb/sth or supporting sb/sth very strongly; loyal ஒருவர்/ஒன்றின் மீது மிக உறுதியான நம்பிக்கை கொண்டுள்ள அல்லது ஒருவரை/ஒன்றை மிக்க உறுதியுடன் ஆதரிக்கிற; திடப் பற்றுடைய

stave¹ /steɪv/ *noun* [C] a strong stick or pole உறுதியான கம்பு அல்லது கழி; சலாகை; கம்பி; கோல் *fence staves*

stave² /steɪv/ *verb*

PHR V **stave sth off** to stop sth unpleasant from happening now, although it may happen at a later time; to delay sth இன்னாத ஒன்று பின்னர் ஒரு சமயம் நிகழக் கூடுமாயினும், அது இப்பொழுது நிகழாமல் தடுத்துவிடு; நலமற்ற ஒன்றைத் தாமதப்படுத்து; விலக்கிவை *to stave off hunger/illness/inflation/bankruptcy*

stay¹ /steɪ/ *verb* [I] **1** to continue to be somewhere and not go away நீங்கிச் சென்றுவிடாது ஓரிடத்தில் தொடர்ந்து இரு; இருக்கும் இடத்திலேயே இரு; தங்கு *Pavan stayed in bed until 11 o'clock.* • *I can't stay long.* • *Prabhu's staying late at the office tonight.* **2** to continue to be in a particular state or situation without change மாற்றமின்றிக் குறிப்பிட்ட நிலையில் அல்லது சூழலில் தொடர்ந்து இரு; இருக்கும் நிலையிலேயே இரு *I can't stay awake any longer.*

NOTE **Remain, stay** ஆகிய இரண்டும் ஒத்த பொருளுடையவை ஆயினும், **remain** முறைசார்பு மிக்கதாகும்.

3 to live in a place temporarily as a visitor or guest பார்வையாளராக அல்லது விருந்தினராக ஓரிடத்தில் தற்காலிகமாக வசி; தங்கியிரு *We stayed with friends in France.* • *Which hotel are you* ***staying at****?* • *Can you stay for lunch?* • *Why don't you* ***stay the night****?*

IDM **stay put** (*informal*) to continue in one place; to not leave ஓரிடத்தில் தொடர்ந்து இரு; இருக்கும் இடத்திலேயே இரு; வேறிடம் போகாதிரு

PHR V **stay behind** to not leave a place after other people have gone ஓரிடத்தை விட்டு மற்றவர்கள் சென்றுவிட்ட பின்பும் அங்கேயே இரு; பின் தங்கியிரு *I'll stay behind and help you wash up.*

stay in to be at home and not go out வெளியில் செல்லாது வீட்டில் இரு *I'm going to stay in and watch TV.*

stay on (at...) to continue studying, working, etc. somewhere for longer than expected or after other people have left எதிர்பார்க்கப்பட்டதை விட அதிக நேரம் அல்லது மற்றவர்கள் சென்றுவிட்ட பின்பும் ஓரிடத்தில் ஒரு செயலில் ஈடுபட்டிரு; தங்கியிருந்து செயலாற்று

stay out to continue to be away from your house, especially late at night குறிப்பாக, இரவேறிய பின்பும் வீட்டுக்கு வராதிரு; (இரவில்) நெடுநேரம் வெளியில் இரு

stay up to go to bed later than usual நேரம் கழித்து உறங்கச் செல்; மிகை நேரம் விழித்திரு *I'm going to stay up to watch the late film.*

stay² /steɪ/ *noun* [C] a period of time that you spend somewhere as a visitor or guest பார்வையாளராக அல்லது விருந்தினராக ஓரிடத்தில் தங்கியிருக்கும் காலம்; உறைவுக் காலம்; தங்கல் *Did you enjoy your stay in Ooty?*

STD /ˌes tiː ˈdiː/ *abbr.* **1** subscriber trunk dialling; the system by which you can make long-distance telephone calls direct நேரடியாகத் தொலைதூரத் தொலைபேசி அழைப்பு அனுப்பும் முறையைக் குறிக்கும் subscriber trunk dialling என்பதன் குறுக்கம் **2** sexually transmitted disease உடலுறவு வழி பரவும் நோயைக் குறிக்கும் sexually transmitted disease என்பதன் குறுக்கம்

steadfast /ˈstedfaːst/ *adj.* **steadfast (in sth)** (*literary*) (*approving*) faithful and loyal; not changing in your attitudes or aims (பாராட்டுக் குறிப்பாக) பற்றுறுதியுள்ள மற்றும் உண்மையான; மனப் போக்குகள் அல்லது குறிக்கோள்கள் வகையில் மாறாது நிற்கிற; நிலையுறுதியுடைய *steadfast loyalty* • *He remained steadfast in his determination to bring the killers to justice.* ▶ **steadfastly** /-li/ *adv.* ▶ **steadfastness** *noun* [U]

steady¹ /ˈstedi/ *adj.* (**steadier; steadiest**) **1** developing, growing or happening gradually and at a regular rate படிப்படியாக மற்றும் சீரான வீத அளவில் பெருக்கமுறுகிற, வளர்கிற அல்லது நிகழ்கிற; ஒரே சீரான; ஒரு மட்டளவான *a steady increase/decline* **2** staying the same; not changing and therefore safe நீடித்திருக்கிற; மாறா இயல்புடைய அதனால் காப்புறுதி வாய்ந்த; நிலையான *a steady job/income* **3** firmly fixed, supported or balanced; not shaking or likely to fall down உறுதியாகப் பொருந்தி அமைந்துள்ள; ஆதார வலுவுடைய அல்லது சரிசம நிலையில் உள்ள; ஊன்றிய; தடுமாற்றமற்ற *You need* ***a steady hand*** *to take good photographs.* • *He held the ladder steady as she climbed up it.* ▶ **steadily** *adv. Unemployment has risen steadily since April 2000.*

steady² /ˈstedi/ *verb* [I, T] (*pres. past.* **steadying**; *third person sing. pres.* **steadies**; *pt, pp* **steadied**) to stop yourself/sb/sth from moving, shaking or falling; to stop moving, shaking or falling தன்னை/ஒருவரை/ஒன்றை அசையாது, குலுங்காது அல்லது விழாது இருக்கச் செய்; ஒருநிலைப்படு/ஒருநிலைப்படுத்து *She thought she was going to fall, so she put out a hand to steady herself.* • *He had to* ***steady*** *his* ***nerves/voice*** *before beginning his speech.*

steak /steɪk/ *noun* [C, U] a thick flat piece of meat or fish தடிப்பான தட்டை வடிவ இறைச்சி அல்லது மீன் துண்டு; இறைச்சிக் கண்டம்; மீன் துண்டம் *a piece of steak* • *a cod/salmon steak* ⇨ **chop²** பார்க்க.

steal /stiːl/ *verb* (*pt* **stole** /stəʊl/; *pp* **stolen** /ˈstəʊlən/) **1** [I, T] **steal (sth) (from sb/sth)** to take sth from a person, shop, etc. without permission and without intending to return it or pay for it ஓராள், ஒரு கடை முதலியவற்றிடமிருந்து அனுமதியின்றி மற்றும் திருப்பித் தரும் அல்லது பணம் செலுத்தும் எண்ணமின்றி ஒன்றை எடுத்துக்கொள்; களவு செய்; திருடு *The terrorists were driving a stolen car.* • *We found out she had been stealing from us for years.*

> **NOTE** பொருள்களைத் திருடுவது **steal** என்ற சொல்லாலும் ஓராளை அல்லது ஓரிடத்தை கொள்ளையடிப்பது **rob** என்ற சொல்லாலும் குறிக்கப்படும்—*My camera has been stolen!* • *I've been robbed!* • *to rob a bank.* ⇨ மேலும் **thief** பதிவிலுள்ள குறிப்பைப் பார்க்க.

2 [I] **steal away, in, out, etc.** to move somewhere secretly and quietly இரகசியமாகவும் ஓசைபடாதும் ஓரிடத்திற்குச் செல்; பதுங்கிச் செல்

stealth /stelθ/ *noun* [U] (*formal*) behaviour that is secret or quiet இரகசியமான நடத்தை; ஒளிவு மறைவான நடத்தை; ஓசையில்லா இரகசியச் செயல்பாடு ▶ **stealthy** *adj. a stealthy approach/movement* ▶ **stealthily** *adv.*

steam¹ /sti:m/ *noun* [U] the hot gas that is produced by boiling water நீரைக் கொதிக்க வைத்து உண்டுபண்ணும் வெப்பக்காற்று; நீராவி *Steam was rising from the coffee.* • *a steam engine* (= that uses the power of steam)

IDM **let off steam** (*informal*) to get rid of energy or express strong feeling by behaving in a noisy or wild way ஆற்றலை வெளியேற்று அல்லது விடுவி; ஆர்ப்பாட்டமான அல்லது முரட்டுத்தனமான நடத்தை வழியாக முனைப்புடன் ஓர் உணர்ச்சியை வெளிப்படுத்து; அடக்கி வைத்துள்ள அழுத்தமான உணர்ச்சியை வெளியேற விடு

run out of steam to gradually lose energy or enthusiasm ஆற்றலை அல்லது உற்சாகத்தைப் படிப்படியாக இழ

steam² /sti:m/ *verb* **1** [I] to send out steam நீராவியை வெளிவிடு *The kettle was steaming (away) on the stove* **2** [I, T] to place food over boiling water so that it cooks in the steam; to cook in this way உணவுப் பொருளைக் கொதிநீரின் மேல் இட்டு நீராவியில் வேகவை; இம்முறையில் சமையல் செய் *Leave the potatoes to steam for 30 minutes.*

IDM **be/get steamed up** (*informal*) to be or become very angry or worried about sth ஒன்று குறித்து மிகுந்த சினத்துடன் அல்லது கவலையுடன் இரு; மிகுந்த சினம் அல்லது கவலை கொள்; கொந்தளிப்படை

PHR V **steam (sth) up** to cover sth or become covered with steam ஒன்றின் மீது நீராவி நிறைந்து படியச் செய்; நீராவி படிவுறு *My glasses have steamed up.*

steamer /'sti:mə(r)/ *noun* [C] **1** a ship that is driven by steam நீராவியால் செலுத்தப்படும் கப்பல்; நீராவிக் கப்பல் **2** a metal container with small holes in it, that is placed over a pan of boiling water in order to cook food in the steam உணவை நீராவியில் சமைக்கும் பொருட்டுக் கொதிநீர்த் தட்டத்தின் மேல் வைக்கப்படும் சிறு துளைகள் கொண்ட உலோகக் கொள்கலம்; நீராவி அடுகலன்

steamroller /'sti:mrəʊlə(r)/ *noun* [C] a big heavy vehicle with wide heavy wheels that is used for making the surface of a road flat சாலையின் மேற்பரப்பைச் சமதளப்படுத்தப் பயன்படுத்தப்படும் அகன்ற கனமான சக்கரங்கள் உடைய பெரிய கட்டுறுதி வாய்ந்த ஊர்தி; சாலை சமப்படுத்தும் பார ஊர்தி; சாலை உருளை

steel¹ /sti:l/ *noun* [U] a very strong metal that is made from iron mixed with another substance (**carbon**). Steel is used for making knives, tools, machines, etc. கத்தி வகைகள், கருவிகள், இயந்திரங்கள் முதலியவை செய்யப் பயன்படுத்தப்படும், இரும்புடன் கரியம் (கார்பன்) கலந்து தயாரிக்கப்படும் உறுதி மிக்க உலோக வகை; எ஁.கு

steel² /sti:l/ *verb* [T] **steel yourself** to prepare yourself to deal with sth difficult or unpleasant கடினமான அல்லது இன்னாத ஒன்றைச் சமாளிக்கத் தன்னை ஆயத்தப்படுத்திக்கொள்; மனத்தைத் திடப்படுத்திக்கொள் *Steel yourself for a shock.*

steel wool (*also* **wire wool**) *noun* [U] a mass of fine steel threads that you use for cleaning pots and pans, making surfaces smooth, etc. குடுவைகள் மற்றும் கொதிகலங்களைத் தூய்மைப்படுத்துதல், மேற்பரப்புகளின் சொரசொரப்பு நீக்குதல் முதலியவற்றுக்குப் பயன்படுத்தப்படும் நுண்ணிய எ஁.கு இழைகளின் கற்றை; எ஁.குச் சீவல் கற்றை

steelworks /'sti:lwɜ:ks/ *noun* [C, *with sing. or pl. verb*] (*pl.* **steelworks**) a factory where steel is made எ஁.கு தயாரிக்கப்படும் தொழிற்சாலை; எ஁.குத் தொழிற்சாலை

steep /sti:p/ *adj.* **1** (used about a hill, mountain, street, etc.) rising or falling quickly; at a sharp angle (குன்று, மலை, தெரு முதலியவை வகையில்) உடனுக்குடன் உயர்கிற அல்லது தாழ்கிற; செங்குத்து எழுச்சியான அல்லது வீழ்வான; திடீர் நிமிர்வான; கூர்ங்கோணமான *I don't think I can cycle up that hill. It's too steep.* **2** (used about an increase or fall in sth) very big (ஒன்றின் மிகுதிப்பாடு அல்லது இறக்கம் பற்றிக் குறிப்பிடுகையில்) மிகப்பெரிய; கடுமையான; பெரும்படியான **3** (*informal*) too expensive (விலை வகையில்) அளவு கடந்த; மட்டுமீறிய; மிகையளவான ▶ **steeply** *adv. House prices have risen steeply this year.* ▶ **steepness** *noun* [U]

steeped /sti:pt/ *adj.* **steeped in sth** having a lot of; full of sth நிரம்பியுள்ள; ஆழ்ந்து தோய்ந்துள்ள; ஊடுருவிப் பரவியுள்ள *a city steeped in history*

steeple /'sti:pl/ *noun* [C] a tower on the roof of a church, often with a pointed top (**spire**) தேவாலய மோட்டின் மேலுள்ள, பெரும்பாலும் மேற்கூம்புடன் கூடிய, கோபுர அமைப்பு; தேவாலய ஊசிக் கோபுரம்

steer /stɪə(r)/ *verb* **1** [I, T] to control the direction that a vehicle is going in ஊர்தி சென்றுகொண்டிருக்கும் திசையை நெறிப்படுத்து; வழிப்படுத்திச் செலுத்து; குறிப்பிட்ட திசையில் ஓட்டு *Can you push the car while I steer?* • *to steer a boat/ship/bicycle/motorbike* **2** [T] to take control of a situation and try to influence the way it develops ஒரு சூழலைக் கட்டுக்குள் கொண்டுவந்து அதன் வளர்ச்சிப் போக்கில் மாற்ற விளைவு உண்டுபண்ணு; கட்டுப்படுத்தி வழிநடத்து *She tried to steer the conversation away from the subject of money.*

IDM **keep/stay/steer clear (of sb/sth)** ⇨ **clear**[2] பார்க்க.

steering /ˈstɪərɪŋ/ *noun* [U] the parts of a vehicle that control the direction that it moves in ஊர்தி செல்லும் திசையைக் கட்டுப்படுத்தும் அதன் பகுதிகள்; ஊர்தி வழிச்செலுத்து கருவியமைவு *a car with power steering*

steering wheel (*also* **wheel**) *noun* [C] the wheel that the driver turns in a vehicle to control the direction that it moves in ஓர் ஊர்தி செல்லும் திசையைக் கட்டுப்படுத்தும் பொருட்டு ஓட்டுநரால் திருப்பப்படும் அதன் சக்கரம்; ஊர்தி இயக்காழி ⇨ **car** பதிவில் படம் பார்க்க.

stellar /ˈstelə(r)/ *adj.* (*only before a noun*) (*technical*) connected with the stars விண்மீன்கள் தொடர்பான; விண்மீன்களுக்குரிய

stem[1] /stem/ *noun* [C] **1** the main long thin part of a plant above the ground from which the leaves or flowers grow இலைகள் அல்லது மலர்கள் தோன்றி வளரும், தரைப்பரப்புக்கு மேலே உள்ள, தாவரத்தின் முதன்மையான, நீண்டு மெலிதான பகுதி; தண்டு ⇨ **flower** பதிவில் படம் பார்க்க. **2** (*grammar*) the main part of a word onto which other parts are added ஒரு சொல்லின் பிற பகுதிகள் இணையும் அதன் முதன்மைப் பகுதி; சொல்லடி *'Writ-' is the stem of the words 'write', 'writing', 'written' and 'writer'.*

stem[2] /stem/ *verb* [T] (**ste<u>mm</u>ing; ste<u>mm</u>ed**) to stop sth that is increasing or spreading ஒன்றின் பெருக்கத்தை அல்லது பரவுதலைத் தடுத்து நிறுத்து; கட்டுப்படுத்து; தடைப்படுத்து

PHR V **stem from sth** (*not used in the continuous tenses*) to be the result of sth ஒன்றின் விளைவாக இரு; ஒன்றிலிருந்து தோன்று

> NOTE இந்த வினைச்சொல் தொடர்வினையில் பயன்படுத்தப்படாவிடினும் இதன் நிகழ்கால வினையெச்ச வடிவம் (*=-ing* வடிவம்) பொதுவழக்காகும்—*He was treated for depression stemming from his domestic and business difficulties.*

stench /stentʃ/ *noun* [C, *sing.*] a very unpleasant smell அருவருப்பூட்டும் மணம்; முடை நாற்றம்

stencil /ˈstensl/ *noun* [C] a thin piece of metal, plastic or card with a design cut out of it, that you put onto a surface and paint over, so that the design is left on the surface; the pattern or design that is produced in this way வெட்டி ஓர் உருமாதிரி உருவாக்கப்பட்ட மெல்லிய உலோக, பிளாஸ்டிக் அல்லது அட்டைத் துண்டு. இதனை ஒரு பரப்பின் மேல் வைத்து வண்ணம் தீட்டும்போது அவ்வுருமாதிரி பரப்பில் படிந்து அமையும்; உள்வெட்டுச் செதுக்குத் தகடு; இவ்வாறு உருவாக்கப்படும் உருப்படிவம் ▶ **stencil** *verb* [T] (**stenci<u>ll</u>ing; stenci<u>ll</u>ed** *AmE* **stenci<u>l</u>ing; stenci<u>l</u>ed**)

stenographer /stəˈnɒɡrəfə(r)/ (*informal* **steno**) *noun* [C] a person whose job is to write down what sb else says, using a quick system of signs or abbreviations and then to type it வேறொருவர் சொல்வதை, குறியீடுகளை அல்லது சுருக்க வடிவங்களைப் பயன்படுத்தி எழுதிக்கொண்டு பின்னர் அதைத் தட்டச்சில் பதிவு செய்யும் பணியாளர்; சுருக்கெழுத்தாளர்

step[1] /step/ *noun* [C] **1** the action of lifting one foot and putting it down in a different place காலடி வைப்பு; காலடி; அடி *Nayan* ***took a step*** *forward.* • *I heard steps outside the window.* • *We were obviously lost so we decided to* ***retrace*** *our* ***steps*** (= go back the way we had come). **2** one action in a series of actions that you take in order to achieve sth ஒன்றைச் செய்து முடிக்கும்பொருட்டு மேற்கொள்ளப்படும் தொடர் செயல்களில் ஒரு செயல்; நடவடிக்கை *This will not solve the problem completely, but it is* ***a step in the right direction.*** **3** one of the surfaces on which you put your foot when you are going up or down the stairs படிக்கட்டில் ஏறும்போது அல்லது இறங்கும்போது காலடி வைக்கும் பரப்புகளில் ஒன்று; படிக்கட்டுப் படி; படி *on the top/bottom step* ⇨ **stair** பதிவிலுள்ள குறிப்பைப் பார்க்க.

IDM **in/out of step (with sb/sth)** moving/not moving your feet at the same time as other people when you are marching, dancing, etc. அணிவகுப்பு இயக்கம், நடனம் முதலியவற்றில் மற்றவர்கள் அடியெடுத்து வைக்கும் அதே நேரத்தில் அடியெடுத்து வைக்கிற/வைக்காத; ஒத்து அடியெடுத்து வைக்கிற/வைக்காத

step by step (used for talking about a series of actions) moving slowly and gradually from one action or stage to the next (தொடர் செயல்கள் வகையில்) மெதுவாகவும் படிப்படியாகவும் ஒரு செயலிலிருந்து அல்லது ஒரு கட்டத்திலிருந்து அடுத்ததற்குச் செல்கிற; மெல்ல, படிப்படியாக ஒவ்வொரு செயலாக அல்லது கட்டமாக *clear step-by-step instructions*

take steps to do sth to take action in order to achieve sth ஒன்றைச் செய்து முடிக்க வேண்டி நடவடிக்கை மேற்கொள்

watch your step 1 to be careful about where you are walking நடந்து செல்லும் இடம் குறித்து எச்சரிக்கையாயிரு **2** to be careful about how you behave தனது நடத்தை முறை குறித்து எச்சரிக்கையாயிரு.

step² /step/ *verb* [I] (**stepping; stepped**) **1** to lift one foot and put it down in a different place when you are walking நடக்கும்பொழுது ஒரு பாதத்தை உயர்த்தி அதனை வேறோர் இடத்தில் வை; அடிவை. *Be careful! Don't step in the mud.* • *to step forward/back* **2** to move a short distance; to go somewhere சிறிது தூரம் செல்; ஓரிடத்திற்குச் செல்; சற்று நட *Could you step out of the car please, sir?* • *I stepped outside for a minute to get some air.*

PHR V **step down** to leave an important job or position and let sb else take your place முக்கியமான ஒரு பணியில் அல்லது பதவியில் இருந்து விலகி வேறொருவருக்கு வழிவிடு; பதவியிலிருந்து இறங்கு

step in to help sb in a difficult situation or to become involved in a dispute இடர்ப்பாடான ஒரு சூழலில் ஒருவருக்கு உதவு அல்லது ஒரு பூசலில் தன்னைத் தொடர்புபடுத்திக்கொள்

step sth up to increase the amount, speed, etc. of sth ஒன்றின் அளவு, விரைவு முதலியவற்றைக் கூட்டு; பெருக்கு *The Army has decided to step up its security arrangements.*

step- /step-/ *prefix* (*used in compound nouns*) related as a result of one parent marrying again பெற்றோருள் ஒருவர் மறுமணம் செய்துகொண்டதன் விளைவாக உறவுடைய; மாற்றாந்தாய் அல்லது தாயின் மறு கணவர் வழி உறவுடைய

stepbrother /ˈstepbrʌðə(r)/ *noun* [C] the son from an earlier marriage of sb who has married your mother or father தாயை அல்லது தந்தையை மணந்துள்ளவரது முந்திய திருமணத்தின் வழிப் பிறந்த மகன்; தாயின் கணவர் மகன் அல்லது தந்தையின் மனைவி மகன்; மாற்று நிலைச் சகோதரன் ➪ **half-brother** பார்க்க.

stepchild /ˈsteptʃaɪld/ *noun* [C] (*pl.* **stepchildren**) the child from an earlier marriage of your husband or wife கணவரின் அல்லது மனைவியின் முந்திய திருமணத்தின் வழிப் பிறந்த பிள்ளை; மாற்றாள்/மாற்றான் மகவு

stepdaughter /ˈstepdɔːtə(r)/ *noun* [C] the daughter from an earlier marriage of your husband or wife கணவரின் அல்லது மனைவியின் முந்திய திருமணத்தின் வழிப் பிறந்த மகள்; மாற்றாள்/மாற்றான் மகள்

stepfather /ˈstepfɑːðə(r)/ *noun* [C] the man who has married your mother when your parents are divorced or your father is dead தனது பெற்றோர்களின் மண முறிவுக்குப் பின் அல்லது தந்தையின் மரணத்திற்குப் பின் தனது தாயை மணந்துள்ளவர்; தாயின் மறுகணவர்

stepladder /ˈsteplædə(r)/ *noun* [C] a short ladder with two parts, one with steps, that are joined together at the top so that it can stand on its own and be folded up when you are not using it ஒன்றின்மீது சார்த்தாது நிறுத்தவும், பயன்படுத்தாதபோது மடக்கி வைக்கவும் வசதியாக மேற்பகுதியில் ஒன்றிணைக்கப்பட்ட இரண்டு பகுதிகளாக அமைந்துள்ளதும் ஒரு பகுதியில் படிகள் உடையதுமான உயரம் குறைந்த ஏணி

stepmother /ˈstepmʌðə(r)/ *noun* [C] the woman who has married your father when your parents are divorced or your mother is dead தனது பெற்றோர்களின் மணமுறிவுக்குப் பின் அல்லது தனது தாயின் மரணத்திற்குப் பின் தனது தந்தையை மணந்துள்ளவர்; மாற்றாந்தாய்

stepney /ˈstepni/ *noun* [C] (*IndE*) spare wheel for a vehicle தேவைப்படும்போது பயன்படுத்தக்கூடிய ஊர்திச் சக்கரம்; சேமச் சக்கரம்

steppe /step/ *noun* [C, *usually pl.*] [U] a large area of land with grass but few trees, especially in south-east Europe and Siberia குறிப்பாக, தென்கிழக்கு ஐரோப்பாவிலும் சைபீரியாவிலும் உள்ள, மரங்கள் அருகலாக உள்ள பரந்தகன்ற புல்வெளி

stepping stone *noun* [C] **1** one of a line of flat stones that you can step on in order to cross a river ஓராற்றைக் கடப்பதற்காகக் கால் வைத்து நடப்பதற்குரிய தட்டையான கற்களின் வரிசையில் உள்ள ஒரு கல்; நீர் தாண்டற் கல் **2** something that allows you to make progress or helps you to achieve sth முன்னேற்றமடைவதற்கு வழிசெய்யும் ஒன்று அல்லது ஒன்றைச் செய்து முடிப்பதற்குத் துணை செய்வது; முன்னேற்றப் படிக்கல்; ஆக்கத் துணை

stepsister /ˈstepsɪstə(r)/ *noun* [C] the daughter from an earlier marriage of sb who has married your mother or father தனது தாயை அல்லது தந்தையை மணந்துள்ளவரது முந்திய திருமணத்தின் வழிப் பிறந்த மகள்; தாயின் கணவர் மகள் அல்லது தந்தையின் மனைவி மகள்; மாற்று நிலைச் சகோதரி ➪ **half-sister** பார்க்க.

stepson /ˈstepsʌn/ *noun* [C] the son from an earlier marriage of your husband or wife தனது கணவரின் அல்லது மனைவியின் முந்திய திருமணத்தின் வழிப் பிறந்த மகன்; மாற்றாள்/மாற்றான் மகன்

stereo /ˈsteriəʊ/ (*pl.* **stereos**) *noun* **1** (*also* **stereo system**) [C] a machine that plays CDs or cassettes, or a radio that has two boxes (**speakers**) so that you hear separate sounds from each குறுவட்டுகளை அல்லது ஒலி நாடாக்களை ஓடச்செய்து ஒலி எழுப்பும் இயந்திரப் பொறி அல்லது வெவ்வேறான ஒலிகளைக் கேட்க ஏதுவான இரண்டு ஒலிபெருக்கிகளுடன் கூடிய வானொலிப் பெட்டி; இசை தூண்டு பொறியமைப்பு அல்லது ஒலிப்பிரிப்பு வானொலிப்

பெட்டி *a car/personal stereo* **2** [U] the system for playing recorded music, speech etc. in which the sound is divided in two parts பதிவு செய்யப்பட்ட இசை, உரை முதலியவற்றை இரு பகுப்பான ஒலிகளாகப் பிரித்து இசைக்கும் பொறியமைப்பு; இசைப் பிரிப்பமைவு *This programme is broadcast **in stereo**.* ➪ **mono** பார்க்க. ▶ **stereo** *adj. a stereo television*

stereotype /ˈsteriətaɪp/ *noun* [C] a fixed idea about a particular type of person or thing, which is often not true in reality பெரும்பாலும் நடைமுறை மெய்ம்மையோடு ஒவ்வாத, குறிப்பிட்ட வகையான ஆள் அல்லது பொருள் பற்றிய ஒரே மாதிரியான கருத்து; மாறாக் கருத்துரு ▶ **stereotype** *verb* [T] *In advertisements, women are often stereotyped as housewives.*

sterile /ˈsteraɪl/ *adj.* **1** not able to produce young animals or babies குட்டிகள் அல்லது குழந்தைகள் ஈன/பெற முடியாத; இனப்பெருக்க ஆற்றலற்ற; மலடான **2** completely clean and free from bacteria முழுத் தூய்மையான மற்றும் நோய் நுண்மங்களிலிருந்து முற்றிலும் விடுபட்ட; தொற்று நீக்கித் துப்புரவாக்கப்பட்ட; தொற்றுத் தடைக்காப்புச் செய்யப்பட்ட *All equipment used during a medical operation must be sterile.* **3** not producing any useful result பயன் விளைவு உண்டுபண்ணாத; பயனில்லாத; ஆதாயமற்ற *a sterile discussion/argument* ▶ **sterility** /stəˈrɪləti/ *noun* [U]

sterilize (*also* **-ise**) /ˈsterəlaɪz/ *verb* [T] **1** to make sb/sth completely clean and free from bacteria ஒருவரை/ஒன்றைத் தூய்மைப்படுத்தி நோய் நுண்மங்களிலிருந்து முற்றிலும் விடுபடச் செய்; தொற்றுத் தடைக்காப்புச் செய் **2** (*usually passive*) to perform an operation on a person or an animal so that he/she/it cannot have babies ஓராள் அல்லது ஒரு விலங்கு இனப்பெருக்க ஆற்றலை இழக்குமாறு அவருக்கு/அதற்கு அறுவை மருத்துவம் செய்; இனப்பெருக்கத் திறம் அழி; மலடாக்கு ▶ **sterilization** (*also* **-isation**) /ˌsterəlaɪˈzeɪʃn/ *noun* [U]

sterling[1] /ˈstɜːlɪŋ/ *noun* [U] the system of money that is used in Britain, that uses the pound as its basic unit பவுண்டு நாணயத்தை அடிப்படை அலகாகக் கொண்ட பிரிட்டனின் நாணய முறை

sterling[2] /ˈstɜːlɪŋ/ *adj.* of very high quality முதல் தரமான; உயர் மதிப்பு வாய்ந்த; தனிச் சிறப்புடைய; நேர்த்தி மிக்க *sterling work*

stern[1] /stɜːn/ *adj.* very serious; not smiling கடுமையான; கனிவற்ற; கடுகடுப்பான *a stern expression/warning* ▶ **sternly** *adv.*

stern[2] /stɜːn/ *noun* [C] the back end of a ship or boat கப்பலின் அல்லது படகின் பின்விளிம்பு ➪ **bow**[2] பார்க்க; மற்றும் **boat** பதிவில் படம் பார்க்க.

sternum /ˈstɜːnəm/ *noun* [C] (*formal*) the long flat bone in the middle of your chest that the seven top pairs of curved bones (**ribs**) are connected to ஏழு மேல் இணை விலா எலும்புகள் இணையப்பெற்றுள்ள, மார்பின் நடுப்பகுதியிலுள்ள நீண்டு தட்டையான எலும்பு; மார்பெலும்பு ✪ SYN **breast bone** ➪ **body** பதிவில் படம் பார்க்க.

steroid /ˈsterɔɪd/ *noun* [C] a chemical substance produced naturally in the body. There are several different types of steroids. They can be used to treat various diseases and are also sometimes used illegally by people playing sports to improve their performance பல்வேறு வகையான நோய்களுக்கு மருத்துவம் செய்யப் பயன்படுத்தப்படுவதும் சில சமயங்களில் சட்டத்திற்கு மாறாக விளையாட்டு வீரர்கள் தங்களது திறனைப் பெருக்கிக்கொள்ள உட்கொள்வதுமான, உடலில் இயற்கையாக உண்டாகும் பல்வேறு வகையான வேதியியற் பொருள்களுள் ஒன்று; இயக்க ஊக்கி ➪ **anabolic steroid** பார்க்க.

stethoscope /ˈsteθəskəʊp/ *noun* [C] the piece of equipment that a doctor uses for listening to your breathing and heart உயிர்ப்பை மற்றும் இதயத் துடிப்பைக் கேட்டறிய மருத்துவர் பயன்படுத்தும் கருவி; மார்பு ஒலிமானி; இதயத் துடிப்பளவி

stew /stjuː/ *noun* [C, U] a type of food that you make by cooking meat and/or vegetables in liquid for a long time இறைச்சி மற்றும்/அல்லது காய்கறிகளை நீண்ட நேரம் நீர்மத்தில் வேக வைத்துத் தயாரிக்கப்படும் உணவு வகை ▶ **stew** *verb* [I, T]

steward /ˈstjuːəd/ *noun* [C] **1** a man whose job is to look after passengers on an aircraft, a ship or a train விமானம், கப்பல் அல்லது தொடர்வண்டியில் பயணிகளைக் கவனித்துப் பேணும் ஆண் பணியாளர்; பயணியர் தேவைப் பொறுப்பாளர் **2** (*BrE*) a person who helps to organize a large public event, for example a race குதிரைப் பந்தயம் முதலிய பெரிய அளவிலான பொது நிகழ்ச்சிகளை ஏற்பாடு செய்யத் துணைபுரிபவர்; செயல் முகவர்; செயலாட்சித் துணைவர்

stewardess /ˌstjuːəˈdes; ˈstjuːə-/ *noun* [C] **1** a woman whose job is to look after passengers on an aircraft விமானத்தில் பயணியர் நலம் பேணும் பெண் பணியாளர்; விமானப் பணிப்பெண் ✪ SYN **air hostess** **2** a woman who looks after the passengers on a ship or train கப்பலில் அல்லது தொடர்வண்டியில் பயணியர் நலம் பேணும் பெண் ஊழியர்; கப்பல்/தொடர்வண்டிப் பணிப்பெண்

stick¹ /stɪk/ *verb* (*pt, pp* **stuck** /stʌk/) **1** [I, T] **stick (sth) in/into (sth)** to push a pointed object into sth; to be pushed into sth கூர்மையான ஒரு பொருளை ஒன்றினுள் விசையுடன் செலுத்து அல்லது அவ்வாறு செலுத்தப்படு; குத்தி நுழை *Stick a fork into the meat to see if it's ready.* **2** [I, T] to fix sth to sth else by using a special substance (**glue**); to become fixed to sth else ஒரு பசைப்பொருளைப் பயன்படுத்தி ஒன்றை வேறொன்றுடன் பொருத்து; இவ்வாறு பொருத்தப்படு; பசை தடவி ஒட்டு *I stuck a stamp on an envelope.* **3** [T] (*informal*) to put sth somewhere, especially quickly or carelessly குறிப்பாக அவசரமாக அல்லது கருத்தின்றி, ஒன்றை ஓரிடத்தில் வை; தொப்பென்று போடு *Stick your bags in the bedroom.* • *Just at that moment Jagdish stuck his head round the door.* **4** [I] **stick (in sth)** (used about sth that can usually be moved) to become fixed in one position so that it cannot be moved (வழக்கமாக இடம்பெயர்க்கத்தக்க ஒன்று பற்றிக் குறிப்பிடுகையில்) நகர்த்த முடியாதபடி ஒரு நிலையில் உறுதியாக அமைவுறு; சிக்கிக்கொள் *The car was stuck in the mud.* • *This drawer keeps sticking.* **5** [T] (*informal*) (*often in negative sentences and questions*) to stay in a difficult or unpleasant situation இடர்ப்பாடான அல்லது மனம் ஒவ்வாத ஒரு சூழலில் தங்கியிரு; ஒன்றைப் பொறுத்துக்கொண்டிரு *I can't stick this job much longer.*

IDM **poke/stick your nose into sth** ⇨ **nose¹** பார்க்க.

stick/put your tongue out ⇨ **tongue** பார்க்க.

PHR V **stick around** (*informal*) to stay somewhere, waiting for sth to happen or for sb to arrive ஒரு நிகழ்வை அல்லது ஒருவரது வரவை எதிர்நோக்கி ஓரிடத்தில் தங்கியிரு; போகாது ஒரே இடத்தில் நீடித்திரு

stick at sth (*informal*) to continue working at sth even when it is difficult ஒரு செயல் கடுமையானதாக இருக்கும்போதும் அதில் தொடர்ந்து ஈடுபட்டிரு

stick by sb (*informal*) to continue to give sb help and support even in difficult times இடர்ப்பாடான சமயங்களிலும் ஒருவருக்கு உதவியும் ஆதரவும் தொடர்ந்து வழங்கு; திடப்பற்றுடன் ஒருவருக்குத் துணை நில்

stick out (*informal*) to be very noticeable and easily seen எளிதில் காணத்தக்கதாக முனைப்புடன் தோன்று; முன்னால் துருத்திக்கொண்டிரு *The new office block really sticks out from the older buildings around it.*

stick (sth) out to be further out than sth else; to push sth further out than sth else வேறொன்றை விடக் கூடுதலாக வெளியே நீட்டிக்கொண்டிரு; இவ்வாறு நீட்டிக்கொண்டிருக்குமாறு வெளியே தள்ளு *The boy's head was sticking out of the window.*

stick it/sth out (*informal*) to stay in a difficult or unpleasant situation until the end இறுதிவரை இடர்ப்பாடான அல்லது மனம் ஒவ்வாத ஒரு சூழலில் தங்கியிரு; பொறுத்துக்கொண்டிரு

stick to sth (*informal*) to continue with sth and not change to anything else வேறொன்றுக்கும் மாறிச் செல்லாது ஒன்றில் தொடர்ந்து ஈடுபாடு கொண்டிரு; ஊன்றியிரு

stick together (*informal*) (used about a group of people) to stay friendly and loyal to each other (ஒரு குழுவினர் பற்றிக் கூறும்போது) ஒருவருக்கொருவர் தொடர்ந்த நட்பிணக்கமுடனும் பற்றீடுபாட்டுடனும் இரு; நெருங்கி இணைந்திரு

stick up to point upwards மேல் நோக்கியிரு; எழுந்து நில் *You look funny. Your hair's sticking up!*

stick up for yourself/sb/sth (*informal*) to support or defend yourself/sb/sth தன்னை/ஒருவரை/ஒன்றை ஆதரி; துணைநில் *Don't worry. I'll stick up for you if there's any trouble.*

stick² /stɪk/ *noun* [C] **1** a small thin piece of wood from a tree மரக்கட்டையின் சிறிய மெலிதான துண்டு; குச்சி; கம்பு **2** (*BrE*) = **walking stick** **3** (in hockey and some other sports) a long thin piece of wood that you use for hitting the ball (ஹாக்கி மற்றும் சில விளையாட்டுகள் வகையில்) பந்தை அடிக்கப் பயன்படுத்தப்படும் நீண்டு மெலிதான பந்து மட்டை *a hockey stick* ⇨ **bat¹ 1**, **club¹ 4** மற்றும் **racket 3** பார்க்க. **4** a long thin piece of sth ஒன்றின் நீண்டு மெலிதான துண்டு; நீள்துண்டு; கம்பி *a stick of celery/dynamite*

sticker /ˈstɪkə(r)/ *noun* [C] a piece of paper with writing or a picture on one side that you can stick onto sth ஒரு பக்கத்தில் எழுத்து அல்லது படம் உள்ளதும் ஒன்றின் மேல் ஒட்டக்கூடியதுமான தாள் துண்டு; ஒட்டு தாள் நறுக்கு

stickler /ˈstɪklə(r)/ *noun* [C] **stickler (for sth)** a person who thinks that a particular quality or type of behaviour is very important and expects other people to think and behave in the same way குறிப்பிட்ட ஒரு பண்பை அல்லது நடத்தை முறையை மிக முக்கியமானதாகக் கருதுபவரும் அதனை அவ்வாறே பிறரும் கருதி அம்முறையில் நடந்துகொள்ள வேண்டும் என்று எதிர்பார்ப்பவருமான ஒருவர்; ஒன்றில் விடா உறுதியுடன் இருப்பவர்; பற்றி நிற்பவர் *a stickler for perfection*

sticky /ˈstɪki/ *adj.* (**stickier**; **stickiest**) **1** used for describing a substance that easily becomes joined to things that it touches, or sth that is covered with this kind of substance தான், படும் பொருள்களுடன் எளிதில் ஒட்டிக்கொள்கிற அல்லது ஒட்டிக்கொள்ளும் பொருளால் உறையிடப்பட்டுள்ள; ஒட்டும் இயல்புடைய; பசையான *These sweets are very sticky.* • *sticky tape* **2** (*informal*) (used about a situation) difficult or unpleasant (ஒரு சூழல் பற்றிக் குறிப்பிடுகையில்) இடர்ப்பாடான; சிக்கலான; மனம் ஒவ்வாத

stiff[1] /stɪf/ *adj.* **1** (used about material, paper, etc.) firm and difficult to bend or move (துணைப் பொருள்கள், தாள் முதலியவை வகையில்) உறுதியான மற்றும் எளிதில் வளைக்க அல்லது நகர்த்த முடியாத; கட்டிறுக்கமான; விறைப்பான *My new shoes feel rather stiff.* • *The door handle is stiff and I can't turn it.* **2** (used about parts of the body) not easy to move (உடல் உறுப்புகள் வகையில்) எளிதாக இயக்க அல்லது அசைக்க முடியாத; விறைப்பான *My arm feels really stiff after playing tennis yesterday.* **3** (used about a liquid) very thick; almost solid (திரவ வகையில்) மிகக் கெட்டியான; எளிதில் குழையாத; கிட்டத்தட்ட திடப்பொருள் நிலையில் உள்ள *Beat the egg whites until they are stiff.* **4** more difficult or stronger than usual வழக்கமீறிய கடுமை அல்லது வலிமை உடைய; கடுமுயற்சி அல்லது அருந்திறம் வேண்டப்படுகிற *The firm faces stiff competition from its rivals.* • *a stiff breeze/wind* **5** (used about sb's behaviour) not relaxed or friendly; formal (ஒருவரது நடத்தை பற்றிக் குறிப்பிடுகையில்) தாராளமாகப் பழகாத; நட்பிணக்கமற்ற **6** (used about an alcoholic drink) strong (மது வகையில்) வெறியத்தன்மை மிக்க *a stiff whisky* ▶ **stiffness** *noun* [U]

stiff[2] /stɪf/ *adv.* (*informal*) extremely மட்டு மீறிய அளவாக; மிகைப்படியாக; மிக்க அளவில் *to be bored/frozen/scared/worried stiff*

stiffen /ˈstɪfn/ *verb* **1** [I] (used about a person) to suddenly stop moving and hold your body very straight, usually because you are afraid or angry (ஆள் வகையில்) பெரும்பாலும் அச்சம் அல்லது சினம் காரணமாகத் திடீரென இயக்கத்தை நிறுத்தி உடலை நேர்நிமிர்வாக இருத்து; விறைப்பாக நில் **2** [I, T] to become rigid; to make sth rigid so that it will not bend விறைப்பாகு; கட்டிறுக்கமாகு; கெட்டிப்படு; ஒன்றை வளையாதபடி விறைப்பாக்கு; இறுகச் செய்

stiffly /ˈstɪfli/ *adv.* in an unfriendly formal way நட்பிணக்கமற்ற சம்பிரதாய முறையில்; இன்னயமின்றி; விறைப்புடன் *He smiled stiffly.*

stifle /ˈstaɪfl/ *verb* **1** [T] to stop sth happening, developing or continuing ஒன்று நிகழாது, வளர்ச்சியுறாது அல்லது தொடராது தடைப்படுத்து; அடக்கிவிடு *Her strict education had stifled her natural creativity.* • *to stifle a yawn/cry/giggle* **2** [I, T] to be or to make sb unable to breathe because it is very hot and/or there is no fresh air வெம்மை மிகுதி மற்றும்/அல்லது தூய காற்று இன்மை காரணமாகச் சுவாசிக்க முடியாதிரு அல்லது ஒருவர் சுவாசிக்க முடியாது செய்; மூச்சுத் திணறு *Rahul was almost stifled by the smoke.* ▶ **stifling** /ˈstaɪflɪŋ/ *adj. The heat was stifling.*

stigma /ˈstɪgmə/ *noun* **1** [C, U] bad and often unfair feelings that people in general have about a particular illness, way of behaving, etc. குறிப்பிட்ட நோய், நடத்தைமுறை முதலியவை பற்றிப் பொதுநிலையில் மக்கள் கொண்டுள்ள மோசமான, பெரும்பாலும் நியாயமற்ற, நம்பிக்கைகள் அல்லது கருத்துகள்; களங்க அல்லது அவமதிப்புத் தடம்; இழுக்கு; வடு *There is still a lot of stigma attached to being unemployed.* **2** [C] the top of the **carpel** where **pollen** is received மகரந்தம் ஏற்கப்படும் மலர்ச் சூலறையின் மேற்பகுதி; சூலக முகடு ⇨ **flower** பதிவில் படம் பார்க்க.

still[1] /stɪl/ *adv.* **1** continuing until now or until the time you are talking about and not finishing இப்பொழுது வரை அல்லது ஒருவர் முடித்துவிடாது பேசிக்கொண்டிருக்கும் நேரம் வரை தொடர்வதாக; இன்னும்; இனியும் *Do you still live in London?* • *It's still raining.* • *I've eaten all the food but I'm still hungry.* • *In 1997 Zoran was still a student.* **2** in addition; more மேலும்; கூடுதலாக *There are still ten days to go until my holiday.* **3** in spite of what has just been said சற்றுமுன் கூறியதைப் பொருட்படுத்தாது; அப்படியிருந்தாலும்; அதற்கு மாறாக; எனினும் *He had a bad headache but he still went to the party.* **4** used for making a **comparative** adjective stronger ஓர் ஒப்பு அளவுப் பெயரடைக்கு மேலும் வலுவூட்டப் பயன்படுத்தப்படுவது: இன்னும்; மேலும் *It was very cold yesterday, but today it's colder still.* • *There was still more bad news to come.*

still[2] /stɪl/ *adj., adv.* **1** not moving இயக்கமற்ற/இயக்கமற்று; அசைவற்ற/அசைவற்று *Stand still! I want to take a photograph!* • *Children find it hard to* ***keep/stay still*** *for long periods.* **2** quiet or calm அமைதியான/அமைதியாக; ஓசையற்ற/ஓசையற்று *The water was perfectly still.* **3** (used about a drink) not containing gas (குடிநீர்ம வகையில்) வாயுப்பொருள் உள்ளடக்கி இல்லாத/இல்லாது *still mineral water* ⇨ **fizzy** மற்றும் **sparkling** பார்க்க. ▶ **stillness** *noun* [U]

still[3] /stɪl/ *noun* [C] a single photograph that is taken from a film or video திரைப்படச் சுருளில் அல்லது ஒளிப்பேழையில் இருந்து எடுக்கப்பட்ட ஒற்றை ஒளிப்படம்; இயங்கு படத்தின் கூறல்லாத ஒளிப்படம்

stillborn /ˈstɪlbɔːn/ *adj.* (used about a baby) dead when it is born (குழந்தை வகையில்) பிறக்கும்பொழுது இறந்திருந்த; செத்துப் பிறந்த

stilt /stɪlt/ *noun* [C] **1** one of two long pieces of wood, with places to rest your feet on, on which you can walk above the ground தரைக்கு மேல் ஒரு தொலையளவு நடப்பதற்கு ஏற்றதான, பாதங்கள் நிலைகொள்வதற்கு ஏற்ற இட அமைப்புடைய, இரண்டு நீண்ட மரக்கழிகளில் ஒன்று; தாவி மிதித்தேறி நின்று நடக்கப் பயன்படுத்தப்படும் இரட்டை நெடுங்கழி; தாவு தடைக்கோல் *Have you tried walking **on stilts**?* **2** one of a set of poles that support a building above the ground or water தரைக்கு அல்லது நீருக்கு மேல் உள்ள கட்டடத்திற்கு ஆதாரமாக உள்ள கழிகளில் ஒன்று; பதிகால்; உதைகால்

stilted /ˈstɪltɪd/ *adj.* (used about a way of speaking or writing) not natural or relaxed; too formal (பேச்சு அல்லது எழுத்து முறை வகையில்) இயற்கையானதாகவோ நடை இறுக்கமற்றதாகவோ இல்லாத; மிகைப்படியான முறை சார்புடைய; சம்பிரதாய நடை செறிந்த

stimulant /ˈstɪmjələnt/ *noun* [C] a drug or medicine that makes you feel more active உடல் அல்லது மனம் சார்ந்த செயல் விரைவு தூண்டும் போதைப்பொருள் அல்லது மருந்து; வினையூக்கி; கிளர்ச்சியூட்டி

stimulate /ˈstɪmjuleɪt/ *verb* [T] **1** to make sth active or more active ஒன்று செயல் விளைவு கொள்ளத் தூண்டு; சுறுசுறுப்பூட்டு; ஊக்குவி; விறுவிறுப்பு கொள்ளச் செய்; எழுச்சியூட்டு *Exercise stimulates the blood circulation.* • *The government has decided to cut taxes in order to stimulate the economy.* **2** to make sb feel interested and excited about sth ஒன்று குறித்து ஒருவர் ஆர்வமும் உணர்வுக் கிளர்ச்சியும் கொள்ளச் செய்; ஒருவரின் அவாவைத் தூண்டு *The lessons don't really stimulate him.* ▶ **stimulation** /ˌstɪmjuˈleɪʃn/ *noun* [U]

stimulating /ˈstɪmjuleɪtɪŋ/ *adj.* interesting and exciting ஆர்வம் தூண்டுகிற மற்றும் மனக் கிளர்ச்சி கொள்ளச் செய்கிற; ஆர்வக் கிளர்ச்சி ஊட்டுகிற; எழுச்சி உண்டாக்குகிற *a stimulating discussion*

stimulus /ˈstɪmjələs/ *noun* [C, U] (*pl.* **stimuli** /-laɪ/) something that causes activity, development or interest சுறுசுறுப்பு, வளர்ச்சி அல்லது உணர்ச்சியார்வம் தூண்டும் ஒன்று; செயற் கிளர்ச்சி ஊட்டுவது; எழுச்சி தருவது *Books provide children with ideas and a stimulus for play.*

sting¹ /stɪŋ/ *verb* [I, T] (*pt, pp* **stung** /stʌŋ/) **1** (used about an insect, a plant, etc.) to prick the skin of a person or animal with a poisonous, sharp-pointed part causing sudden pain (பூச்சி, தாவரம் முதலியவை வகையில்) கூர்மையான நஞ்சுள்ள ஒரு பகுதியால் ஓராள் அல்லது ஒரு விலங்கின் தோலினுள் குத்தி திடீர் வலி உண்டுபண்ணு; கொட்டு *Ow! I've been stung by a bee!* • *Be careful. Those plants sting.* **2** to make sb/sth feel a sudden, sharp pain ஒருவர்/ஒன்று திடீரெனக் கடுவலியுணர்ச்சி கொள்ளச் செய்; சுரீரெனத் தாக்கு *Soap stings if it gets in your eyes.* **3** to make sb feel very hurt and upset because of sth you say ஒன்றைக் கூறி வேதனைப்படுத்து; சொல்லால் துன்புறுத்து; கொட்டு

sting² /stɪŋ/ *noun* [C] **1** the sharp pointed part of some insects and animals that is used for pushing into the skin of a person or an animal and putting in poison சிலவகைப் பூச்சிகள் மற்றும் விலங்குகள் ஓராள் அல்லது ஒரு விலங்கின் தோலினுள் கொட்டி நஞ்சை உட்செலுத்தப் பயன்படுத்தும் கூர்நுனியுடைய உறுப்பு; கொடுக்கு ⇨ **insect** பதிவில் படம் பார்க்க. **2** the pain that you feel when an animal or insect pushes its sting into you ஒரு விலங்கு அல்லது பூச்சி கொட்டுதலால் ஏற்படும் வலி; கடுப்பு *I got a wasp sting on the leg.* **3** a sharp pain that feels like a sting கொட்டு வலி போன்ற திடீர்க் கடுவலியுணர்ச்சி

stingy /ˈstɪndʒi/ *adj.* (*informal*) not generous, unwilling to give, especially money ஒன்றை, குறிப்பாகப் பணத்தைக் கொடுக்க மனம் வராத; தாராள குணமற்ற; கஞ்சத்தனமான *He's very stingy about lending money.* ▶ **stinginess** *noun* [U] ⇨ **miser** பார்க்க.

stink /stɪŋk/ *verb* [I] (*pt* **stank** /stæŋk/ or **stunk** /stʌŋk/; *pp* **stunk**) (*informal*) **stink (of sth) 1** to have a very strong and unpleasant smell முனைப்பான வெறுப்பூட்டும் மணம் உடையதாயிரு; முடை நாற்றம் வீசு *It stinks in here—open a window!* • *to stink of fish* **2** to seem to be very bad, unpleasant or dishonest மிக மோசமானதாக, அருவருப்பூட்டுவதாக அல்லது நேர்மைக் கேடானதாகத் தோன்று *The whole business stinks of corruption.* ▶ **stink** *noun* [C]

stint /stɪnt/ *noun* [C] a fixed period of time that you spend doing sth ஒரு செயலில் அல்லது பணியில் செலவிடும் வரையறுக்கப்பட்ட கால அளவு; கால எல்லை; வரையறைக் காலம் *He did a brief stint in the army after leaving school.*

stipend /ˈstaɪpend/ *noun* [C] (*formal*) an amount of money that is paid regularly to sb as wages or an allowance usually for some specific purpose உழைப்பூதியமாக அல்லது ஒரு குறிப்பிட்ட நோக்கத்திற்கு ஒருவருக்கு வழக்கமுறைப் படியாகத் தரப்படும் பணத்தொகை; உதவிப் பணம்; உதவி ஊதியம் *She has been granted* *a stipend of Rs 5000 per month by the University Grants Commission (UGC) as scholarship.*

stipulate /ˈstɪpjuleɪt/ *verb* [T] (*formal*) to say exactly and officially what must be done இன்னது செய்யப்பட வேண்டுமெனத் துல்லியமாகவும் அதிகாரபூர்வமாகவும் கூறு; முன்வரை செய் *The law stipulates that all schools must be inspected every three years.* ▶ **stipulation** /ˌstɪpjuˈleɪʃn/ *noun* [C, U]

stir¹ /stɜː(r)/ *verb* (**stirring; stirred**) **1** [T] to move a liquid, etc. round and round, using a spoon, etc. கரண்டி முதலியவற்றைப் பயன்படுத்தி ஒரு திரவம் முதலியவற்றைக் கலக்கு; கிளறு *She stirred her coffee with a teaspoon.* **2** [I, T] to move or make sb/ sth move slightly மெல்ல அசைவுறு; ஒருவர்/ஒன்று மெதுவாக அசையச் செய் *She heard the baby stir in the next room.* **3** [T] to make sb feel a strong emotion ஒருவர் அழுத்தமான ஓர் உணர்ச்சிக்கு உள்ளாகச் செய்; உணர்ச்சியைக் கிளறு *The story stirred Rekha's imagination.* • *a stirring speech*

PHR V **stir sth up** to cause problems, or to make people feel strong emotions பிரச்சினைகள் முதலியவை உண்டாகச் செய்; பிறரிடையே கடுமையான உணர்ச்சிகளைத் தூண்டு *He's always trying to* ***stir up trouble.*** • *The article stirred up a lot of anger among local residents.*

stir² /stɜː(r)/ *noun* **1** [C] the action of stirring கிளறுதல்; கிண்டுதல் *Give the soup a stir.* **2** [*sing.*] something exciting or shocking that everyone talks about பரவலாகப் பேசப்படும் கிளர்ச்சி அல்லது அதிர்ச்சியூட்டும் ஒன்று; பரபரப்பு, கலக்கம் முதலியவை உண்டாக்குவது

stirrup /ˈstɪrəp/ *noun* [C] one of the two metal objects that you put your feet in when you are riding a horse குதிரையில் சவாரி செய்யும்போது பாதங்களை உள்ளிட்டுக் கொள்ளும் இரண்டு உலோகப் பொருள்களுள் ஒன்று; அங்கவடி ⇨ **horse** பதிவில் படம் பார்க்க.

stitch¹ /stɪtʃ/ *noun* [C] **1** one of the small lines of thread that you can see on a piece of material after it has been sewn தைக்கப்பட்டுள்ள ஒரு துணியில் காணப்படும் சிறு நூல் வரைகளில் ஒன்று; தையல் இழை; தையல்; பின்னல் **2** one of the small pieces of thread that a doctor uses to sew your skin together if you cut yourself very badly, or after an operation தோல் வெட்டுகளை இணைத்துத் தைக்க அல்லது அறுவை செய்தபின் தையல் போட மருத்துவர் பயன்படுத்தும் சிறு இழைகளுள் ஒன்று; மருத்துவத் தையல் இழை; தையல் கண்ணி *How many stitches did you have in your leg?* **3** one of the small circles of wool that you put round a needle when you are knitting பின்னல் வேலையின்போது ஊசியைச் சுற்றி இடும் சிறு கம்பளி இழைச் சுற்றுகளுள் ஒன்று; பின்னல் இழைச்சுற்று **4** (*usually sing.*) a sudden pain that you get in the side of your body when you are running ஓட்டத்தின்போது உடல் பக்கப்பகுதியில் உண்டாகும் திடீர் வலி; பக்கவாட்டுக் குத்துவலி

IDM **in stitches** (*informal*) laughing so much that you cannot stop நிறுத்த முடியாத அளவுக்கு மிகைச் சிரிப்பாக; கட்டுமீறிய சிரிப்பாக; விலா புடைக்கச் சிரிக்கும் சிரிப்பாக

stitch² /stɪtʃ/ *verb* [I, T] to sew தையலிடு; தைத்திணை

stock¹ /stɒk/ *noun* **1** [U, C] the supply of things that a shop, etc. has for sale விற்பனைக்காக ஒரு கடை முதலியவற்றில் இருப்பாக வைக்கப்பட்டிருக்கும் பொருள்களின் தொகுதி; விற்பனைச் சரக்கு; கையிருப்புச் சரக்கு; கையிருப்பு *I'm afraid that book's* ***out of stock*** *at the moment. Shall I order it for you?* • *I'll see if we have your size* ***in stock.*** **2** [C] an amount of sth that has been kept ready to be used பயன்பாட்டுக்காக ஆயத்த நிலையில் வைக்கப்பட்டுள்ள ஒன்றின் தொகுதி; தேவைப்பொருள் சேகரம்; ஒன்றின் கையிருப்பு வளம்; கையிருப்பு *Food stocks in the village were very low.* **3** [C, U] a share that sb has bought in a company, or the value of a company's shares ஒரு வாணிக நிறுவனத்தில் ஒருவர் வாங்கியுள்ள ஒரு பங்கு; பங்குமுதல்; ஒரு நிறுவனத்தின் பங்குகளின் மதிப்பு *to invest in stocks and shares* **4** [C, U] a liquid that is made by boiling meat, bones, vegetables, etc. in water, used especially for making soups and sauces (குறிப்பாக, குழம்புகள் மற்றும் கூட்டுச் சாறுகள் தயாரிக்கப் பயன்படுத்தப்படும்) இறைச்சி, எலும்புகள், காய்கறிகள் முதலியவற்றை நீரில் வேகவைத்துத் தயாரிக்கப்படும் நீர்மம்; இறைச்சி, எலும்புகள், காய்கறிகள் முதலியவற்றின் கொதிசாறு

IDM **take stock (of sth)** to think about sth very carefully before deciding what to do next அடுத்துச் செய்யவேண்டியது குறித்து முடிவு செய்யும் முன், ஒன்றைப் பற்றி மிகக் கவனமாகச் சிந்தி; ஒரு சூழலைக் கவனமுடன் மதிப்பீடு செய்

stock² /stɒk/ *verb* [T] **1** (usually used about a shop) to have a supply of sth (வழக்கமாக ஒரு கடை பற்றிக் குறிப்பிடப் பயன்படுத்தப்படுவது) ஒன்றை வாங்கிச் சேகரித்து வை; கையிருப்புச் சரக்கு வைத்திரு *They stock food from all over the world.* **2** to fill a place with sth ஒன்றை ஓரிடத்தில் இட்டு நிரப்பு; இடம் கொள்ள நிரப்பிவை *a library that is well-stocked with books for children*

IDM **stock up (on/with sth)** to collect a large supply of sth for future use எதிர்காலப் பயன்பாட்டிற்காக ஒன்றைப் பெருமளவில் சேகரித்து

வை; இருப்பு வளம் திரட்டி வைத்திரு *to stock up with food for the winter*

stock³ /stɒk/ *adj.* (*only before a noun*) (used for describing sth that sb says) used so often that it does not have much meaning (ஒருவர் கூறும் ஒன்றை விவரிக்கப் பயன்படுத்தப்படுவது) நிறைவான பொருள் தராது போகுமாறு மிகப்பலமுறை பயன்படுத்தப்படுகிற; திரும்பத் திரும்ப வழங்கப்படுகிற *He always gives the same stock answers.*

stockbroker /ˈstɒkbrəʊkə(r)/ (*also* **broker**) *noun* [C] a person whose job it is to buy and sell shares in companies for other people மற்றவர்களுக்காக வாணிக நிறுவனங்களில் பங்குகளை வாங்குவதும் விற்பதுமாகிய தொழில் செய்பவர்; பங்குத் தரகர்

stock exchange *noun* [C] **1** a place where shares in companies are bought and sold வாணிக நிறுவனங்களின் பங்குகள் வாங்குவதும் விற்பதும் நடைபெறும் இடம்; பங்கு மாற்றுச் சந்தை *the Mumbai Stock Exchange* **2** (*also* **stock market**) the business or activity of buying and selling shares in companies வாணிக நிறுவனங்களின் பங்குகளை வாங்குவதும் விற்பதும் ஆகிய தொழில் அல்லது செயற்பாடு; பங்குமாற்று தொழில்; பங்குச் சந்தை ➪ **exchange** பார்க்க.

stocking /ˈstɒkɪŋ/ *noun* [C] one of a pair of thin pieces of clothing that fit tightly over a woman's feet and legs பெண்கள் பாதங்களிலும் கால்களிலும் இறுக்கமாக அணிந்துகொள்ளும் மெல்லிய இணை உடுப்புகளுள் ஒன்று; மகளிர் காலுறை *a pair of stockings* ➪ **tights** பார்க்க.

stockist /ˈstɒkɪst/ *noun* [C] a shop that sells goods made by a particular company குறிப்பிட்ட ஒரு நிறுவனத்தின் சரக்குகளை விற்பனை செய்யும் கடை; குறிப்பிட்ட வகைச் சரக்கு விற்பனையாளர்

stockpile /ˈstɒkpaɪl/ *noun* [C] a large supply of sth that is kept to be used in the future if necessary எதிர்காலத்தில் வேண்டும்போது பயன்படுத்துவதற்காகப் பெருமளவில் சேகரித்து வைக்கப்பட்டுள்ள ஒரு பொருள்; ஒரு பொருளின் இருப்புவளம்; கையிருப்பு மிகுவளம் ▶ **stockpile** *verb* [T] *to stockpile food/fuel*

stocktaking /ˈstɒkteɪkɪŋ/ *noun* [U] the activity of counting the total supply of things that a shop or business has at a particular time குறிப்பிட்ட சமயத்தில் ஒரு கடை அல்லது வாணிக அமைப்பு வைத்துள்ள மொத்த கையிருப்புச் சரக்குகளையும் கணக்கிடுதல்; இருப்புக் கணக்கெடுப்பு; இருப்புக் கணிப்பு *They close for an hour a month to do the stocktaking.*

stocky /ˈstɒki/ *adj.* (used about a person's body) short but strong and heavy (ஒருவரது உடம்பு பற்றிக் குறிப்பிடுகையில்) குள்ளமான ஆனால் வலுவான மற்றும் கனத்த; குறும் கட்டுடல் உடைய; குட்டையான வல்லுறுதி வாய்ந்த

stoic /ˈstəʊɪk/ (*also* **stoical** /-kl/) *adj.* (*formal*) suffering pain or difficulty without complaining குறைபட்டுக்கொள்ளாது துன்பத்தை அல்லது இடர்ப்பாட்டை ஏற்றமைகிற; துன்ப நிலையில் கடுமையான தன்னடக்கம் காட்டுகிற ▶ **stoically** /ˈstəʊɪkli/ *adv.* ▶ **stoicism** /ˈstəʊɪsɪzəm/ *noun* [U]

stoke /stəʊk/ *verb* [T] **1 stoke sth (up) (with sth)** to add fuel to a fire, etc. தீ முதலியவற்றில் எரிபொருள் இடு; எரிபொருளூட்டித் தீ வளர் *to stoke up a fire with more coal* • *to stoke a furnace* **2 stoke sth (up)** to make people feel sth more strongly ஒன்று குறித்து உணர்ச்சி மிகுவி; சினம், ஆர்வம், பொறாமை முதலியவை தீவிரமாகச் செய் *to stoke up anger/envy* • *The publicity was intended to stoke up interest in her music.*

PHR V **stoke up (on/with sth)** (*informal*) to eat or drink a lot of sth, especially so that you do not feel hungry later குறிப்பாக நெடு நேரம் வயிறு நிறைந்திருக்குமாறு பெருமளவு உண் அல்லது குடி; வயிறு முட்ட உண் அல்லது குடி *Stoke up for the day on a good breakfast.*

stole ➪ **steal** என்பதன் இறந்தகால வடிவம்

stolen ➪ **steal** என்பதன் இறந்தகால வினையெச்ச வடிவம்

stolid /ˈstɒlɪd/ *adj.* (used about a person) showing very little emotion or excitement (ஆள் வகையில்) உணர்ச்சி அல்லது மனக்கிளர்ச்சி சிறிதளவே வெளிக்காட்டுகிற; எளிதில் உணர்ச்சி வசப்படாத; உணர்ச்சி மந்தமுடைய ▶ **stolidly** *adv.*

stoma /ˈstəʊmə/ *noun* [C] (*pl.* **stomas** or **stomata** /ˈstəʊmətə/) (*technical*) **1** any of the very small holes in the surface of a leaf or the **stem** of a plant that allow gases to pass in and out ஒரு தாவரத்தின் இலையின் மேற்பரப்பில் அல்லது தண்டில் காணப்படும் வாயுப்பொருள்கள் உட்செல்லவும் வெளியேறவும் ஏதுவான நுண்துளைகளுள் ஒன்று; தாவர வளியுயிர்ப்புத் துளை **2** a small opening like a mouth in some simple creatures சில வகை எளிய உயிரினங்களில் காணப்படும் சிறு திறப்பு; நுண்புழைவாய் **3** (in medicine) a hole that is made from the surface of the body to one of the tubes inside the body (மருத்துவ இயல்) உடல் உட்குழாய் ஒன்றுக்கான ஊடுவழியாகப் புற உடற்பரப்பில் செய்யப்படும் துளை; மருத்துவ ஊடுதுளை

stomach¹ /ˈstʌmək/ (*informal* **tummy**) *noun* [C] **1** the organ in your body where food goes after you have eaten it சாப்பிட்ட உணவு சென்றுசேரும் உடற்பகுதி; இரைப்பை *He went to the* *doctor with stomach pains.* ➪ **body** பதிவில் படம் பார்க்க. **2** the front part of your body below your chest and above your legs மார்புக்குக் கீழும் கால்களுக்கு மேலும் உள்ள உடல் முன்பகுதி; வயிறு *She turned over onto her stomach.*

stomach² /ˈstʌmək/ *verb* [T] (*informal*) (*usually in negative sentences and questions*) to be able to watch, listen to, accept, etc. sth that you think is unpleasant இன்னாததாகத் தான் கருதும் ஒன்றைப் பார்க்க, கேட்க, ஏற்றுக்கொள்ள இயலுவதாகு; ஏற்றுச் சமாளி; ஜீரணி *I can't stomach too much violence in films.*

stomach-ache *noun* [C, U] a pain in your stomach வயிற்று வலி *I've got terrible stomach-ache.* ➪ **ache** பதிவிலுள்ள குறிப்பைப் பார்க்க.

stomp /stɒmp/ *verb* [I] (*informal*) to walk with heavy steps கனத்த அடிகளுடன் நட; கால் அழுத்தி மிதித்து நட

stone /stəʊn/ *noun* **1** [U] a hard solid substance that is found in the ground கல் *The house was built of grey stone.* • *a stone wall* ➪ **cornerstone** மற்றும் **foundation stone** பார்க்க. **2** [C] a small piece of rock பாறையின் சிறு கூறு; பாறைத் துணுக்கு *The boy picked up a stone and threw it into the river.* **3** [C] = **precious stone 4** [C] the hard seed inside some fruits, for example **peaches**, **plums**, **cherries** and **olives** பீச், ப்ளம், செர்ரி போன்ற சதைக்கனிகள் முதலியவற்றின் உட்பகுதியில் உள்ள கெட்டியான விதை; கொட்டை **5** [C] (*pl.* **stone**) a measure of weight; 6.35 kilograms. There are 14 pounds in a stone 'ஸ்டோன்' எனப்படும் நிறையளவு; இது 6.35 கிலோகிராம் அல்லது 14 பவுண்டு எடையுள்ளது *I weigh eleven stone two* (= 2 pounds).

the Stone Age *noun* [*sing.*] the very early period of human history when tools and weapons were made of stone மனித வரலாற்றில் கற்களால் ஆன கருவிகளும் ஆயுதங்களும் பயன்படுத்தப்பட்ட மிகவும் முற்பட்ட காலப்பகுதி; கற்காலம்

stoned /stəʊnd/ *adj.* (*slang*) not behaving or thinking normally because of drugs or alcohol போதைப்பொருள் அல்லது வெறிய மதுவின் தாக்கத்தால் இயல்பாக நடந்துகொள்ளாத அல்லது சிந்திக்காத; போதையில் உள்ள

stonemason /ˈstəʊnmeɪsn/ *noun* [C] a person whose job is cutting and preparing stone for buildings கட்டட வேலைக்காகக் கல்லை உடைத்துச் சீர்செய்யும் வினைஞர்; கல்தச்சன்

stonework /ˈstəʊnwɜːk/ *noun* [U] the parts of a building that are made of stone கற்களால் ஆன கட்டடப் பகுதிகள்; கல்கட்டுமானம்

stony /ˈstəʊni/ *adj.* **1** (used about the ground) having a lot of stones in it, or covered with stones (தரை வகையில்) கற்கள் நிறைந்துள்ள; கற்கள் படிந்துள்ள; கல்மூடிய **2** not friendly நட்பிணக்கமற்ற; நட்புணர்ச்சியற்ற; கல்மனம் கொண்ட *There was a stony silence as he walked into the room.*

stood ➪ **stand¹** என்பதன் இறந்தகால மற்றும் இறந்தகால வினையெச்ச வடிவம்

stool /stuːl/ *noun* [C] a seat that does not have a back or arms சாய்பகுதியோ கையமர்வுப் பகுதிகளோ இல்லாத இருக்கை; குந்துமணை; கால்மணை *a piano stool*

stoop /stuːp/ *verb* [I] to bend your head and shoulders forwards and downwards தலை மற்றும் தோள்களை முன்னோக்கிக் கீழாக வளை; குனி *He had to stoop to get through the low doorway.* ▶ **stoop** *noun* [*sing.*] *to walk with a stoop*

PHR V **stoop to sth/doing sth** to do sth bad or wrong that you would normally not do வழக்கத்திற்கு மாறாக மோசமான அல்லது தவறான ஒன்றைச் செய்; தன்னைத் தாழ்த்திக்கொள்

stop¹ /stɒp/ *verb* (**stopping; stopped**) **1** [I, T] to finish moving or make sth finish moving இயக்கம் முடிவுறு; ஒருவர்/ஒன்றின் இயக்கம் முடிவுறச் செய்; நில்; நிறுத்து *Does this train stop at Agra?* • *My watch has stopped.* • *I stopped someone in the street to ask the way to the station.* **2** [I, T] to no longer continue or make sth not continue மேலும் தொடராதிரு; ஒன்று மேலும் தொடராதிருக்கச் செய்; நின்றுபோ; நிறுத்திவிடு *I think the rain has stopped* • *Stop making that terrible noise! We tied a bandage round his arm to stop the bleeding.*

> NOTE **Stop doing** என்பது ஒன்றை மேலும் தொடர்ந்து செய்யாதிருப்பதைக் குறிக்கும்—*Stop talking and listen to me!* **Stop to do** என்பது ஒன்றைச் செய்வதற்காக நிற்பதைக் குறிக்கும்—*On the way I stopped to buy a newspaper.*

3 [T] **stop sb/sth (from) doing sth** to make sb/sth end or finish an activity; prevent sb/sth from doing sth ஒருவர்/ஒன்று ஒரு செயலை நிறுத்த அல்லது முடிக்கச் செய்; ஒருவர்/ஒன்று ஒரு செயலைச் செய்யாது தடு *They've built a fence to stop the dog getting out.* • *I'm going to go and you can't stop me.* **4** [I, T] **stop (for sth); stop (and do/to do sth)** to end an activity for a short time in order to do sth ஒன்றைச் செய்வதற்காக ஒரு செயலைச் சிறிது நேரம் நிறுத்திவை; இடைநிறுத்தம் செய் *Shall we stop for lunch now?* • *Let's stop and look at the map.* • *We stopped work for half an hour to have a cup of coffee.*

IDM **stop at nothing** to do anything to get what you want, even if it is wrong or dangerous

தான் விரும்புவதை அடைய எதையும் – அது தவறானதாகவோ ஆபத்தானதாகவோ இருப்பினும் – செய்

stop short of sth/doing sth to almost do sth, but then decide not to do it at the last minute ஒன்றைக் கிட்டத்தட்ட செய்யும் நிலைக்கு வந்து, கடைசி நிமிடத்தில் அதனைச் செய்ய வேண்டாமென முடிவுசெய்

PHR V **stop off (at/in...)** to stop during a journey to do sth பயணத்தின்போது ஒன்றைச் செய்வதற்காக நில்; ஒன்றைச் செய்வதற்காகப் பயணத்தை இடைநிறுத்தம் செய்

stop over (at/in...) to stay somewhere for a short time during a long journey நீண்ட பயணத்தின்போது குறுகிய கால அளவுக்கு ஓரிடத்தில் தங்கு; இடைத்தங்கலுக்காகப் பயணத்தை நிறுத்து

stop² /stɒp/ *noun* [C] **1** an act of stopping or state of being stopped நிறுத்தம்; நிற்கும் செயல்; செயல் ஒழிவு *Our first stop will be in Guntur.* • *Production at the factory will* ***come to a stop*** *at midnight tonight.* • *I managed to* ***bring*** *the car* ***to a stop*** *just in time.* **2** the place where a bus, train, etc. stops so that people can get on and off பயணிகள் ஏற, இறங்கப் பேருந்து, தொடர்வண்டி முதலியவை நிற்கும் இடம்; நிறுத்தம் *a bus stop* • *I'm getting off at the next stop.*

IDM **pull out all the stops** ➪ **pull¹** பார்க்க.

put a stop to sth to prevent sth bad or unpleasant from continuing இன்னாத அல்லது வெறுப்பூட்டும் ஒன்று தொடராது தடு; மோசமான ஒன்றுக்கு முற்றுப்புள்ளி வை

stopgap /ˈstɒpgæp/ *noun* [C] a person or a thing that does a job for a short time until sb/sth permanent can be found நிலையாக ஒருவரை/ஒன்றைக் கண்டுபிடிக்கும் வரை, குறுகிய கால அளவுக்கு ஒரு பணியைச் செய்யும் ஆள் அல்லது பொருள்; தற்காலிகப் பதிலாள்/பதிற்பொருள்; தற்காலிக இடநிரப்பு ஆள்/பொருள்

stopover /ˈstɒpəʊvə(r)/ *noun* [C] a short stop in a journey ஒரு பயணத்தின் போது குறுகிய நேர அளவு இடையில் நிறுத்துதல்; பயண இடை நிறுத்தம்

stoppage /ˈstɒpɪdʒ/ *noun* [C] **1** a situation in which people stop working as part of a protest கண்டன எதிர்ப்பின் ஒரு பகுதியாகப் பணியாளர்கள் வேலையை நிறுத்திவிடும் நிலை; பணி நிறுத்தக் கிளர்ச்சி **2** (in sport) an interruption in a game for a particular reason (விளையாட்டில்) குறிப்பிட்ட காரணத்திற்காக ஓர் ஆட்டத்தின் இடையில் ஏற்படும் தடங்கல்; ஆட்ட இடைநிறுத்தம்

stopper /ˈstɒpə(r)/ *noun* [C] an object that you put into the top of a bottle in order to close it புட்டியை மூடுவதற்காக அதன் மேற்பகுதியினுள் இடும் பொருள்; மூடி; அடைப்பான் ➪ **Thermos** பதிவில் படம் பார்க்க.

stopwatch /ˈstɒpwɒtʃ/ *noun* [C] a watch which can be started and stopped by pressing a button, so that you can measure exactly how long sth takes ஒன்றின் நேர அளவைத் துல்லியமாகக் கணக்கிடும் பொருட்டு விசைக்குமிழை அமுக்கி ஓட மற்றும் நிற்கச் செய்யும் பொறியமைவுடைய மணிப்பொறி; நிறுத்தக் கடிகாரம்

storage /ˈstɔːrɪdʒ/ *noun* [U] the keeping of things until they are needed; the place where they are kept தேவைப்படும் காலம்வரை பொருள்களைப் பாதுகாப்பாக வைத்திருத்தல்; சேம இருப்பு; சேம இருப்பாகப் பொருள்களை வைக்கும் இடம்; கிடங்கு *This room is being used for storage at the moment.* ➪ **cold storage** பார்க்க.

store¹ /stɔː(r)/ *noun* [C] **1** a large shop பெரிய கடை; பண்டக சாலை *a furniture store* • *departmental store* ➪ **chain store** பார்க்க. **2** (*AmE*) = **shop¹1** **3** a supply of sth that you keep for future use; the place where it is kept எதிர்காலப் பயன்பாட்டிற்காகச் சேகரித்து வைக்கப்பட்டிருக்கும் சரக்கு; சேம இருப்பு; சேம இருப்புப் பொருள்கள் வைத்திருக்கும் இடம்; கிடங்கு *a good store of food for the winter* • *Police discovered a weapons store in the house.*

IDM **in store (for sb/sth)** going to happen in the future எதிர்காலத்தில் நிகழ இருப்பதாக; வர இருக்கும் நிலையில் *There's a surprise in store for you when you get home!*

set...store by sth to consider sth to be important ஒன்றை முக்கியமானதாக/மதிப்புடையதாகக் கருது. *Niraj sets great store by his mother's opinion.*

store² /stɔː(r)/ *verb* [T] to keep sth or a supply of sth for future use எதிர்காலப் பயன்பாட்டிற்காக ஒன்றை வைத்திரு அல்லது சேகரி *to store information on a computer*

storekeeper /ˈstɔːkiːpə(r)/ = **shopkeeper**

storeroom /ˈstɔːruːm; -rʊm/ *noun* [C] a room where things are kept until they are needed தேவையின்போது பயன்படுத்துவதற்காகப் பொருள்கள் வைக்கப்பட்டிருக்கும் அறை; சரக்கு வைப்பறை; பொருட்சேம அறை

storey (*AmE* **story**) /ˈstɔːri/ *noun* [C] (*pl.* **storeys** *AmE* **stories**) one floor or level of a building ஒரு கட்டடத்தின் ஒரு மாடி அல்லது தள அடுக்கு; மாடி; தளம் *The building will be five storeys high.* • *a two-storey house* • *a multi-storey car park*

stork /stɔːk/ *noun* [C] a large white bird with a long beak, neck and legs. Storks often make their homes (**nests**) on the top of buildings

வழக்கமாக, கட்டட முகடுகளில் கூடுகட்டும், நீண்ட அலகு, கழுத்து மற்றும் கால்கள் உடைய பெரிய வெண்ணிறப் பறவை வகை; நாரை

storm[1] /stɔ:m/ *noun* [C] very bad weather, with a lot of rain, strong winds, etc. ஏராளமான மழை, கடுமையான காற்று முதலியவற்றுடன் கூடிய மிக மோசமான வானிலை; புயல் *Look at those black clouds. I think there's going to be a storm.* • *a hail storm/snowstorm/sandstorm/thunderstorm*

> NOTE **Storm** என்பது மிக மோசமான வானிலையைக் குறிக்கும் பொது வழக்குச் சொல்லாகும். கடுங்காற்று **gale** எனப்படும். கடுங்காற்றுடன் கூடிய மோசமான வானிலை **hurricane** எனப்படும். **Cyclone, tornado, typhoon** அல்லது **whirlwind** கடுமையான சுழற்காற்றுடன் கூடிய மோசமான வானிலையைக் குறிக்கும். மிக மோசமான பனிப்புயல் **blizzard** எனப்படும்.

storm[2] /stɔ:m/ *verb* **1** [I] to enter or leave somewhere in a very angry and noisy way கடுஞ்சினத்துடனும் கூச்சலுடனும் ஓரிடத்தினுள் நுழை அல்லது ஓரிடத்தை விட்டு வெளியேறு; குமுறலுடன் உள்ளே வா அல்லது வெளியே செல் *He threw down the book and stormed out of the room.* **2** [T] to attack a building, town, etc. suddenly and violently in order to take control of it ஒரு கட்டடம், நகரம் முதலியவற்றைக் கைப்பற்றும் நோக்கத்துடன் அதனைத் திடீரென வன்மையாகத் தாக்கு

stormy /'stɔ:mi/ *adj.* **1** used for talking about very bad weather, with strong winds, heavy rain, etc. கடுங்காற்று, கனத்த மழை முதலியவற்றுடன் கூடிய மிக மோசமான வானிலையான; கொந்தளிப்புடைய வானிலையான; புயலார்ந்த *a stormy night* • *stormy weather* **2** involving a lot of angry argument and strong feeling பெருமளவு சினம் மிக்க பூசலும் கடுமையான உணர்ச்சியும் உள்ளடங்கிய; கொந்தளிப்பான; குமுறலான *a stormy relationship*

story /'stɔ:ri/ *noun* [C] (*pl.* **stories**) **1 a story (about sb/sth)** a description of people and events that are not real மெய்யானவர்கள்/மெய்யானவை அல்லாத ஆட்கள் மற்றும் நிகழ்வுகள் பற்றிய விவரிப்பு; கதை *I always read the children **a bedtime story**.* • *a detective/fairy/ghost/love story* **2** an account, especially a spoken one, of sth that has happened ஒரு சம்பவம் பற்றிய, குறிப்பாக பேச்சு முறையிலான, விவரிப்பு; நிகழ்ச்சி விவரம்; விவரக் கூற்று *The police didn't believe his story.* **3** a description of true events that happened in the past கடந்த கால உண்மையான சம்பவங்கள் பற்றிய விவரிப்பு; சென்ற கால வரலாறு *He's writing his life story.* **4** an article or a report in a newspaper or magazine செய்தித்தாள் அல்லது பருவ இதழில் வெளிவரும் கட்டுரை அல்லது அறிக்கை; பத்திரிகைக் கட்டுரை *The plane crash was the front-page story in most newspapers.* **5** (*AmE*) = **storey**

stout /staʊt/ *adj.* **1** (used about a person) rather fat (ஆள் வகையில்) ஓரளவு பருத்த உடலுடைய; சற்றே தடித்த **2** strong and thick உறுதியான மற்றும் தடிப்பான; கெட்டியான; திண்மையான; வல்லுறுதியுடைய *stout walking boots*

stove /stəʊv/ *noun* [C] **1** the top part of a cooker that has gas or electric rings வாயு/மின் அடுப்பின் மேற்பகுதி; அடுப்பு *He put a pan of water to boil on the stove.* **2** a closed metal box in which you burn wood, coal, etc. for heating மரக்கட்டை, நிலக்கரி முதலியவற்றைக் கொண்டு சமைப்பதறகான மூடப்பட்ட உலோகப் பெட்டியமைப்பு; கணப்படுப்பு *a wood-burning stove*

stow /stəʊ/ *verb* [T] **stow sth (away)** to put sth away in a particular place until it is needed தேவை ஏற்படும் வரை ஒன்றைக் குறிப்பிட்ட இடத்தில் அப்புறப்படுத்திவை

straddle /'strædl/ *verb* [T] **1** (used about a person) to sit or stand with your legs on each side of sb/sth (ஆள் வகையில்) கால்கள் ஒருவரது/ஒன்றின் ஒவ்வொரு பக்கமும் வருமாறு உட்கார் அல்லது நில்; கால்பரப்பிக்கொண்டிரு *to straddle a chair* **2** (used about a building, bridge, etc.) to cross, or exist on both sides of, a river, a road or an area of land (கட்டடம், பாலம் முதலியவை வகையில்) ஒரு நதி, சாலை அல்லது நிலப்பகுதியின் குறுக்காக அல்லது இருபுறங்களிலும் அமைந்திரு

straggle /'strægl/ *verb* [I] **1** to walk, etc. more slowly than the rest of the group குழுவில் உள்ள மற்றவர்களை விட மெல்லச் செல்; பின்னடைவுறு *The children straggled along behind their parents.* **2** to grow, spread or move in an untidy way or in different directions ஒழுங்கற்ற முறையில் அல்லது வெவ்வேறு திசைகளில் வளர், பரவு அல்லது செல்; தாறுமாறாக வளர், பரவு அல்லது செல் *Her wet hair straggled across her forehead.* ▶ **straggler** *noun* [C] ▶ **straggly** *adj. long straggly hair*

straight[1] /streɪt/ *adj.* **1** with no bends or curves; going in one direction only சாய்வுகளோ வளைவுகளோ இல்லாத; வளையாத; கோணாத; நேரான *a straight line* • *He's got dark, straight hair.* • *Keep your back straight!* • *He was so tired he couldn't walk **in a straight line**.* **2** (*not before a noun*) in an exactly horizontal or vertical position துல்லியமாகக் கிடைநிலையில் அல்லது நேர்நிமிர்வு நிலையில் உள்ள; நேர்மட்டமான; செங்குத்தான *That picture isn't straight.* **3** honest and direct நேர்மையான மற்றும்

நேரடியான; மழுப்பலற்ற; ஒளிவுமறைவற்ற *Politicians never give **a straight answer**.* • *Are you being straight with me?* **4** tidy or organized as it should be ஒழுங்கமைவான; சீர் நிலையான; நேர்த்தியான *It took ages to **put** the room **straight** after we'd decorated it.* **5** (*informal*) attracted to people of the opposite sex எதிர்பாலரால் ஈர்க்கப்படுகிற; இயற்கையான பால் கவர்ச்சியுடைய ✪ SYN ⇨ **heterosexual** பார்க்க. ✪ OPP **gay** **6** (*informal*) used to describe a person who you think is too serious and boring உணர்ச்சி விறைப்புடையவராக மற்றும் சலிப்பூட்டுபவராகக் காணப்படுகிற; உணர்ச்சி வசப்படாத; காரிய மனப்பான்மையுடைய

IDM **get sth straight** to make sure that you understand sth completely ஒன்றை முழுமையாகப் புரிந்துகொண்டதை உறுதிப்படுத்திக்கொள்

keep a straight face to stop yourself from smiling or laughing புன்முறுவலை அல்லது சிரிப்பை நிறுத்திக்கொள்

put/set the record straight ⇨ **record¹** பார்க்க.

straight² /streɪt/ *adv.* **1** not in a curve or at an angle; in a straight line வளையாமல்; கோணாமல்; நேராக *He was looking **straight ahead**.* • *to sit up straight* (= with a straight back) **2** without stopping; directly நிறுத்தாமல்; நிற்காமல்; நேரடியாக; உடனடியாக *I took the children straight home after school.* • *to walk straight past sb/sth* • *I'm going straight to bed when I get home.* • *He joined the army straight from school.* **3** in an honest and direct way நேர்மையாக மற்றும் நேரடியாக; மழுப்பாது; ஒளிவுமறைவின்றி *Tell me straight, doctor—is it serious?*

IDM **go straight** to become honest after having been criminal குற்ற இயல்புடையவராக இருந்து பின்னர் நேர்மையானவராகு; இனி நெறி விலகாது நடந்துகொள்

right/straight away ⇨ **away** பார்க்க.

straight out in an honest and direct way நேர்மையாக மற்றும் நேரடியாக; மழுப்பாது; ஒளிவுமறைவின்றி *I told Asif straight out that I didn't want to see him any more.*

straighten /ˈstreɪtn/ *verb* [I, T] **straighten (sth) (up/out)** to become straight or to make sth straight நேராகு; ஒன்றை நேராக்கு; வளைவை நிமிர்த்து *The road straightens out at the bottom of the hill.* • *to straighten your tie*

PHR V **straighten sth out** to remove the confusion or difficulties from a situation ஒரு சூழலில் காணப்படும் குழப்பத்தை அல்லது இடர்ப்பாடுகளை நீக்கு; சரிப்படுத்து

straighten up to make your body straight and vertical உடலைச் செங்குத்து நிலையில் இருத்து; நேர் நிமிர்வாக்கு

straightforward /ˌstreɪtˈfɔːwəd/ *adj.* **1** easy to do or understand; simple செய்வதற்கு அல்லது புரிந்துகொள்வதற்கு எளிதான; எளிமையான; சிக்கலற்ற; நேரடியான *straightforward instructions* **2** honest and open நேர்மையான மற்றும் வெளிப்படையான; ஒளிவுமறைவற்ற; திறந்த மனதுடைய; கபடமற்ற *a straightforward person*

strain¹ /streɪn/ *noun* **1** [U] pressure that is put on sth when it is pulled or pushed by a physical force உடல் வலுவைப் பயன்படுத்தி ஒரு பொருளை இழுக்கும்போது அல்லது தள்ளும்போது அப்பொருள் மீது செலுத்தப்படும் அழுத்தம்; விசையழுத்தம்; பளுமானம்; விசைப்பேற்றம் *Running downhill puts strain on the knees.* • *The rope finally broke **under the strain**.* **2** [C, U] worry or pressure caused by having too much to deal with கையாள வேண்டியவை மிகைப்படியாக உள்ளமையால் ஏற்படும் கவலை அல்லது மன அழுத்தம்; வேலைப்பளுவின் துன்பம் அல்லது நெருக்கடி; உழைப்பலுப்பு *to be **under** a lot of **strain** at work* **3** [C] something that makes you feel worried and tense கவலையும் மனத் துயரும் உண்டாக்கும் ஒன்று; மனச் சோர்வுக்கும் உளைச்சலுக்கும் காரணமானது *I always find exams a terrible strain.* **4** [C, U] an injury to part of your body that is caused by using it too much மிகைப்படியான பயன்பாட்டால் உடலுறுப்பு ஒன்றுக்கு உண்டாகும் ஊறுபாடு; சுளுக்கு, வலி முதலியவை **5** [C] one type of animal, plant or disease that is slightly different from the other types மற்ற வகைகளிலிருந்து சற்றே மாறுபட்ட ஒரு வகையான விலங்கு, தாவரம் அல்லது நோய்; நுண்திரிபு வகை

strain² /streɪn/ *verb* **1** [I, T] to make a great mental or physical effort to do sth ஒரு செயலைச் செய்யும் பொருட்டு உடல் அல்லது மனம் சார்ந்த கடு முயற்சி செய்; வழக்க மீறிய முனைப்புடன் ஒன்றில் ஈடுபடு *She strained her ears* (= listened very hard) *to catch what they were saying.* • *Bend down as far as you can without straining.* **2** [T] to injure a part of your body by using it too much உடலுறுப்பு ஒன்றை மிகைப்படியாகப் பயன்படுத்தி அதற்கு ஊறுபாடு உண்டாக்கு; சுளுக்கு, வலி முதலியவை உண்டாகச் செய் *Don't read in the dark. You'll strain your eyes.* • *I think I've strained a muscle.* **3** [T] to put a lot of pressure on sth ஒன்றுக்கு மிகைப்படியான நெருக்கடி உண்டாக்கு; இறுக்கு; அழுத்து *Money problems have strained their relationship.* **4** [T] to separate a solid and a liquid by pouring them into a special container with small holes in it சல்லடை முதலியவற்றினுள் இட்டுத் திடப்பொருளையும் திரவப் பொருளையும் பிரி; வடித்தெடு; அரி *to strain tea/vegetables/spaghetti*

strained /streɪnd/ *adj.* **1** not natural or friendly இயற்கையானதல்லாத; வலிந்து கொள்ளப்பட்ட; நட்பிணக்கமற்ற; இணக்க முறிவுற்ற *Relations between the two countries are strained.* **2** worried because of having too much to deal with கையாள வேண்டியவை மிகைப்படியாக உள்ளமையால் கவலைக்கு உள்ளான; வேலைப்பளுவால் துன்பத்தில் அல்லது நெருக்கடியில் உள்ள; உழைப்பலுப்புற்ற *Mani looked tired and strained.*

strait /streɪt/ *noun* **1** [C, *usually pl.*] a narrow piece of sea that joins two larger seas இரண்டு பெரிய கடல்களை இணைக்கும் ஒடுக்கமான கடற்பகுதி; கடல் இடுக்கு; ஜலசந்தி *the straits of Gibraltar; Palk Straits* **2 straits** [*pl.*] a very difficult situation, especially one caused by having no money குறிப்பாக, பணமுடை காரணமாக உண்டாகும் இடர்ப்பாடு மிக்க நிலை; இக்கட்டு; நெருக்கடி நிலை *The company is in financial straits.*

IDM **be in dire straits** ⇨ **dire** பார்க்க.

straitjacket (*also* **straightjacket**) /ˈstreɪtdʒækɪt/ *noun* [C] a piece of clothing like a jacket with long arms which is put on people who are considered dangerous to prevent them from behaving violently ஆபத்தானவர்களாகக் கருதப்படுபவர்கள் மூர்க்கத்தனமாக நடந்துகொள்வதைத் தடுக்கும் பொருட்டு அவர்கள் மீது இடப்படும் நீண்ட கைப்பகுதிகள் உடைய புறச்சட்டை போன்ற ஆடை வகை; வன்முறையாளரைக் கட்டுப்படுத்தும் கைநீண்ட புறச்சட்டை

strand /strænd/ *noun* [C] **1** a single piece of cotton, wool, hair, etc. பஞ்சு, ஆட்டின் மென்மயிர், மனித மற்றும் விலங்கு மயிர் முதலியவற்றின் தனி இழை; மயிரிழை **2** one part of a story, situation or idea ஒரு கதை, சூழல் அல்லது கருத்தின் ஒரு பகுதி; உட்கூறு; கூறு

stranded /ˈstrændɪd/ *adj.* left in a place that you cannot get away from விடுபட்டு வர முடியாத ஓரிடத்தில் விடப்பட்ட; ஓரிடத்தில் சிக்கிக்கொண்ட *We were left stranded when our car broke down in the mountains.*

strange /streɪndʒ/ *adj.* **1** unusual or unexpected வழக்கமீறிய; பொதுப்பண்பு கடந்த; தனிப்போக்குடைய; விசித்திரமான; எதிர்பார்க்கப்படாத *A very strange thing happened to me on the way home.* • *a strange noise* **2** that you have not seen, visited, met, etc. before முன்பு பார்த்திராத, சென்று கண்டிராத, சந்தித்திராத...; அந்நியமான; முன்பின் தெரியாத *a strange town* • *My mother told me not to talk to strange men.*

NOTE வேறொரு நாட்டிலிருந்து வரும் ஒருவரை/ஒன்றைக் குறிக்க **strange** பயன்படுத்தப்படுவதில்லை. ⇨ **foreign** பார்க்க.

▶ **strangely** *adv. The streets were strangely quiet.* • *Ramesh is behaving very strangely at the moment.* ▶ **strangeness** *noun* [U]

stranger /ˈstreɪndʒə(r)/ *noun* [C] **1** a person that you do not know தனக்குத் தெரிந்திராத ஒருவர்; முன்பின் பழக்கமற்றவர்; தெரியாதவர் *I had to ask a* ***complete stranger*** *to help me with my suitcase.*

NOTE வேறொரு நாட்டிலிருந்து வரும் ஒருவரைக் குறிக்க **stranger** பயன்படுத்தப்படுவதில்லை. **foreigner** பார்க்க.

2 a person who is in a place that he/she does not know தெரிந்திராத ஓரிடத்தில் இருப்பவர்; வெளியாள்; புதியவர்; புது வரவாளர் *I'm a stranger to this part of the country.*

strangle /ˈstræŋgl/ *verb* [T] **1** to kill sb by squeezing his/her neck or throat with your hands, a rope, etc. கைகள், கயிறு முதலியவற்றால் ஒருவரது கழுத்தை அல்லது குரல்வளையை வன்மையாக அமுக்கி அவரைக் கொல்; கழுத்தை/குரல்வளையை நெரித்துக் கொல் ✪ SYN **throttle** ⇨ **choke** பார்க்க. **2** to prevent sth from developing ஒன்றின் வளர்ச்சியைத் தடுத்து நிறுத்து

strap /stræp/ *noun* [C] a long narrow piece of leather, cloth, plastic, etc. that you use for carrying sth or for keeping sth in position ஒன்றை எடுத்துச் செல்ல அல்லது சரிநிலையில் இருத்தப் பயன்படுத்தப்படும் தோல், துணி, பிளாஸ்டிக் முதலியவற்றின் நீண்டு குறுகலான துண்டு; வார்; பட்டை *I managed to fasten my watch strap but now I can't undo it.* ▶ **strap** *verb* [T] (**strapping; strapped**) *The racing driver was securely strapped into the car.*

strata ⇨ **stratum** என்பதன் பன்மை வடிவம்

strategic /strəˈtiːdʒɪk/ (*also* **strategical** /-dʒɪkl/) *adj.* **1** helping you to achieve a plan; giving you an advantage ஒரு திட்டத்தை நிறைவேற்ற உதவுகிற; செயலாக்கத்திற்குப் பயன்படுகிற; சாதகமான *They made a strategic decision to sell off part of the company.* **2** connected with a country's plans to achieve success in a war or in its defence system ஒரு போரில் அல்லது பாதுகாப்பு அமைப்பில் வெற்றி காண்பதற்கான ஒரு நாட்டின் திட்டங்கள் தொடர்பான; போர்த்திறக் கட்டமைப்புகள் அல்லது நடவடிக்கைகள் சார்ந்த **3** (used about bombs and other weapons) intended to be fired at the enemy's country rather than be used in battle (வெடிகுண்டுகள் மற்றும் பிற படைக்கருவிகள் வகையில்) போர்க்களத்தில் பயன்படுத்துவதற்கு அல்லாமல் பகைவர் நாட்டின் மீது செலுத்துவதற்குரிய ▶ **strategically** /strəˈtiːdʒɪkli/ *adv. The island is strategically important.*

strategy /ˈstrætədʒi/ *noun* (*pl.* **strategies**) **1** [C] a plan that you use in order to achieve sth ஒன்றை நிறைவேற்றுவதற்காகப் பயன்படுத்தப்படும் திட்டம்; செயல் திட்டம்; செயல்திற நுட்பம் **2** [U] the action of planning how to do or achieve sth ஒன்றைச் செய்வதற்கான அல்லது நிறைவேற்றுவதற்கான வழிமுறைத் திட்டமிடல்; செயல் அணுகுமுறை *military strategy*

stratification /ˌstrætɪfɪˈkeɪʃn/ *noun* [U] (*technical*) the division of sth into different layers or groups வெவ்வேறு படிக்கூறுகளாக அல்லது தொகுதிகளாக ஒன்றைப் பகுத்தல்; படிநிலைப் பகுப்பு; பகுப்பு; பிரிவினை *social stratification*

stratosphere /ˈstrætəsfɪə(r)/ *noun* [*sing.*] **the stratosphere** the layer of the earth's atmosphere between about 10 and 50 kilometres above the surface of the earth பூமியின் மேற்பரப்புக்கு மேல் 10 கிலோமீட்டருக்கும் 50 கிலோமீட்டருக்கும் இடைப்பட்ட உயரத்தில் உள்ள பூமியின் வாயு மண்டல அடுக்கு; மீவளி மண்டலம் ➪ **ionosphere** மற்றும் **troposphere** பார்க்க. ▶ **stratospheric** /ˌstrætəˈsferɪk/ *adj. stratospheric clouds/ozone*

stratum /ˈstrɑːtəm/ *noun* [C] (*pl.* **strata** /-tə/) (*technical*) a layer or set of layers of rock, earth, etc. in the ground தரையில் உள்ள பாறை, மண் முதலியவற்றின் ஓர் அடுக்கு அல்லது அடுக்குகளின் தொகுதி

stratus /ˈstreɪtəs; ˈstrɑːtəs/ *noun* [U] (*technical*) a type of cloud that forms a continuous grey sheet covering the sky தொடர்ச்சியான சாம்பல் நிறப் படுகையாக வானில் கவிந்திருக்கும் மேக வகை; தொடர் மேகப் படலம்

straw /strɔː/ *noun* **1** [U] the long, straight, central parts (**stems**) of plants, for example wheat, that are dried and then used for animals to sleep on or for making baskets, covering a roof, etc. உலர்த்தி விலங்குகளுக்குப் படுக்கையாகப் பயன்படுத்துதல், கூடை முடைதல், கூரை வேய்தல் முதலியவற்றுக்குப் பயன்படுத்தப்படும் கோதுமை முதலிய தாவரங்களின் நீண்ட நேர்த் தண்டு; வைக்கோல்; உலர்ந்த புல் *a straw hat* **2** [C] one piece of straw வைக்கோலின் தனித் துண்டு; வைக்கோல் இழை **3** [C] a long plastic or paper tube that you can use for drinking through பானங்களை உறிஞ்சிக் குடிப்பதற்கான நீண்ட பிளாஸ்டிக் அல்லது தாள் குழல்; உறிஞ்சு குழல்

IDM **the last/final straw** the last in a series of bad things that happen to you and that makes you decide that you cannot accept the situation any longer தான் எதிர்கொள்ளும் மோசமான தொடர் நேர்வுகளில் இறுதியானதும் இனி அச்சூழலைத் தன்னால் ஏற்றுக்கொள்ள இயலாது என முடிவு செய்ய வைப்பதுமான ஒன்று; கடைசித் துரும்பு

strawberry /ˈstrɔːbəri/ *noun* [C] (*pl.* **strawberries**) a small soft red fruit with small white seeds on it மேற்பகுதியில் சிறு வெண்ணிற விதைகளையுடைய சிறிய மென்மையான செந்நிறக் கனி வகை *strawberries and cream* ➪ **fruit** பதிவில் படம் பார்க்க.

stray[1] /streɪ/ *verb* [I] **1** to go away from the place where you should be இருக்க வேண்டிய இடத்திலிருந்து அப்பால் செல்; உரிய இடத்தைவிட்டு விலகிப்போ *The sheep had strayed onto the road.* **2** to not keep to the subject you should be thinking about or discussing சிந்தித்துக் கொண்டிருக்க வேண்டிய அல்லது விவாதித்துக்கொண்டிருக்க வேண்டிய பொருளில் நிலைகொண்டிராதிரு; பிறழ்ந்துபோ *My thoughts strayed for a few moments.*

stray[2] /streɪ/ *noun* [C] a dog, cat, etc. that does not have a home இருப்பிடம் இல்லாத நாய், பூனை, முதலியவை; திரிவிலங்கு ▶ **stray** *adj.* (*only before a noun*) *a stray dog*

streak[1] /striːk/ *noun* [C] **1 streak (of sth)** a thin line or mark மெல்லிய கோடு அல்லது குறி; கீற்று; சிறு வரை *The cat had brown fur with streaks of white in it.* **2** a part of a person's character that sometimes shows in the way he/she behaves ஒருவரது நடத்தை முறையில் சில சமயங்களில் வெளிப்படும் அவரது பண்புக் கூறு; பண்புத் தடம் *Veena's a very caring girl, but she does have a selfish streak.* **3** a continuous period of bad or good luck in a game of sport ஒரு போட்டி விளையாட்டில் ஒருவருக்கு நல்வாய்ப்பு அல்லது வாய்ப்புக்கேடு நேரும் தொடர்ந்த காலப்பகுதி; வெற்றி/தோல்வி முகமான தொடர்காலம் *The team is **on a losing/winning streak** at the moment.*

streak[2] /striːk/ *verb* [I] (*informal*) to run fast மிக்க விரைவுடன் ஓடு

streaked /striːkt/ *adj.* **streaked (with sth)** having lines of a different colour நிறம் வேறான கோடுகளை உடைய *black hair streaked with grey*

stream[1] /striːm/ *noun* [C] **1** a small river சிறு நதி; சிற்றாறு; ஓடை *I waded across the shallow stream.* **2** the continuous movement of a liquid or gas ஒரு திரவ அல்லது வாயுப்பொருளின் தொடர்ந்த இயக்கம்; பாய்வியக்கம் *a stream of blood* **3** a continuous movement of people or things ஆட்கள் அல்லது பொருள்களின் தொடர்ந்த இயக்கம்; சாரிசாரியாகச் செல்கை *a stream of traffic* **4** a large number of things which happen one after another ஒன்றுக்குப் பின் ஒன்றாக வரும் மிகப் பலவான பொருள்கள் அல்லது நேர்வுகள்; பாய்திரள் *a stream of letters/telephone calls/questions*

stream[2] /striːm/ *verb* [I] **1** (used about a liquid, gas or light) to flow in large amounts (திரவம்,

வாயுப்பொருள் அல்லது ஒளி வகையில்) பெருமளவில் பாய்; பாய்ந்தோடு; வழி *Tears were streaming down his face.* • *Sunlight was streaming in through the windows.* **2** (used about people or things) to move somewhere in a continuous flow (ஆட்கள் அல்லது பொருள்கள் வகையில்) தொடர் இயக்கமாகப் பெருமளவில் ஓரிடத்திற்குச் செல்; நீர்த்தாரை போன்று செல் *People were streaming out of the station.*

streamer /ˈstriːmə(r)/ *noun* [C] a long piece of coloured paper that you use for decorating a room before a party, etc. ஒரு விருந்து நிகழ்ச்சி முதலியவற்றுக்கு முன் ஓர் அறையை அழகுபடுத்தப் பயன்படுத்தப்படும் நீளமான வண்ணத்தாள் துண்டு; வண்ண ஒப்பனை நீள்தாள்

streamline /ˈstriːmlaɪn/ *verb* [T] **1** to give a vehicle, etc. a long smooth shape so that it will move easily through air or water ஓர் ஊர்தி முதலியவை வானில் அல்லது நீரில் எளிதாகச் செல்ல ஏதுவாக நீண்டு மிருதுவாக இருக்குமாறு வடிவமை; நீள் இழைவரி வடிவம் கொடு **2** to make an organization, process, etc. work better by making it simpler ஒரு நிறுவனம், செயல்முறை முதலியவற்றை எளிமைப்படுத்தி அதன் செயற்பாடு மேம்படச் செய்; செயல் திறமூட்டு; சீரமை ▶ **streamlined** *adj.*

stream of consciousness *noun* [U] a continuous flow of ideas, thoughts and feelings, as they are experienced by a person; a style of writing that expresses this without using the usual methods of description and conversation ஒருவரது மனத்தில் ஓடும் கருத்துகள், எண்ணங்கள், உணர்ச்சிகள் ஆகியவற்றின் தொடர்ந்த பாய்வியக்கம்; நனவோடை; வழக்கமான விவரிப்பு மற்றும் உரையாடல் முறைகளைப் பயன்படுத்தாத, நனவோடை முறையிலான படைப்புப் பாணி; நனவோடை உத்தி

street /striːt/ *noun* [C] **1** a road in a town, village or city that has shops, houses, etc. on one or both sides ஒரு நகரம், சிற்றூர் அல்லது மாநகரத்தில் ஒரு பக்கத்தில் அல்லது இரண்டு பக்கங்களிலும் வீடுகள், கடைகள் முதலியவை உள்ளதாக அமைந்துள்ள சாலை; தெரு; வீதி *to walk* ***along/down the street*** • *to* ***cross the street*** • *I met Karuna* ***in the street*** *this morning.* • *a narrow street* ⇨ **road** பதிவிலுள்ள குறிப்பைப் பார்க்க. **2 Street** (*abbr.* **St**) [*sing.*] used in the names of streets தெருப்பெயர்களில் பயன்படுத்தப்படும் சொல் *Parliament Street*

IDM the man in the street ⇨ **man[1]** பார்க்க.

streets ahead (of sb/sth) (*informal*) much better than sb/sth ஒருவரை/ஒன்றை விடப் பெரிதும் மேம்பட்ட; விஞ்சியதான; உயர் சிறப்பு வாய்ந்ததான

strength /streŋθ/ *noun* **1** [U] the quality of being physically strong; the amount of this quality that you have உடல் வலிமை; உடல் ஆற்றல்; உடல் உறுதி; உடல் ஆற்றல் அளவு *He pulled with all his strength but the rock would not move.* • *I didn't have the strength to walk any further.* **2** [U] the ability of an object to hold heavy weights or not to break or be damaged easily கனமான பொருள்களைத் தாங்கும் திறன் அல்லது எளிதில் உடைபடாதிருக்கும்/சேதமுறாதிருக்கும் ஆற்றல்; உறுதி; வலு *All our suitcases are tested for strength before they leave the factory.* **3** [U] the power and influence that sb has ஒருவரது வல்லமையும் செல்வாக்கும்; வலிமை; ஆளுமைத் திறன் *Germany's economic strength* **4** [U] how strong a feeling or opinion is ஓர் உணர்வு அல்லது ஒரு கருத்து எவ்வளவு உறுதியானது என்பது; உறுதி நிலை; முனைப்பு; தீவிரத் தன்மை **5** [C, U] a good quality or ability that sb/sth has ஒருவரது/ஒன்றின் நற்பண்பு அல்லது திறமை; இயல் திறன்; வலிமை *His greatest strength is his ability to communicate with people.* • *the strengths and weaknesses of a plan* ✪ OPP **weakness**

IDM at full strength (used about a group) having all the people it needs or usually has (ஒரு குழு பற்றிக் கூறுகையில்) வழக்கமான அல்லது தேவையான அனைவரையும் கொண்டுள்ளதாக; நிறை வலிமையுடன் *Nobody is injured, so the team will be at full strength for the game.*

below strength (used about a group) not having the number of people it needs or usually has (ஒரு குழு பற்றிக் குறிப்பிடுகையில்) வழக்கமான அல்லது தேவையான அனைவரும் உள்ளடங்கியிராத; குறை வலிமையுடன்

on the strength of as a result of information, advice, etc. தகவல், அறிவுரை முதலியவற்றின் விளைபயனாக

strengthen /ˈstreŋθn/ *verb* [I, T] to become stronger or to make sth stronger மேலும் வலுவடை அல்லது உறுதிப்படு; ஒன்றுக்கு மேலும் வலுவூட்டு அல்லது ஒன்றை மேலும் உறுதியாக்கு *exercises to strengthen your muscles* ✪ OPP **weaken**

strenuous /ˈstrenjuəs/ *adj.* needing or using a lot of effort or energy பெருமளவு முயற்சி அல்லது ஆற்றல் வேண்டியிருக்கிற அல்லது அதனைப் பயன்படுத்துகிற; விடா முயற்சி அல்லது மிக்க அளவான திறன் தேவையான/செலுத்துகிற *Don't do* ***strenuous exercise*** *after eating.* • *She's making* ***a strenuous effort*** *to be on time every day.* ▶ **strenuously** *adv.*

stress[1] /stres/ *noun* **1** [C, U] worry and pressure that is caused by having too much to deal with கையாள வேண்டியவை மிகைப்படியாக உள்ளமையால் ஏற்படும் கவலையும் மன அழுத்தமும்; வேலைப்பளுத் தொல்லை; உழைப்பலுப்பு மற்றும் மனச்சோர்வு *He's been* ***under*** *a lot of* ***stress*** *since his wife went into hospital.* ⇨ **trauma** பார்க்க. **2** [U] **stress (on sth)** the special attention that you give to sth because you think it is important முக்கியமானது எனக் கருதும் ஒன்றின் மீது செலுத்தப்படும் தனிக் கவனம்; வலியுறுத்தல்; அழுத்தம் *We should* ***put*** *more* ***stress*** *on preventing crime.* **3** [C, U] **(a) stress (on sth)** the force that you put on a particular word or part of a word when you speak பேசும்போது குறிப்பிட்ட சொல்லுக்கு அல்லது சொல்லின் பகுதிக்குத் தரப்படும் அழுத்த விசை; அசையழுத்தம் *In the word 'dictionary' the stress is on the first syllable, 'dic'.* **4** [C, U] a physical force that may cause sth to bend or break ஒன்றை வளைய அல்லது உடைபடச் செய்யக்கூடிய அழுத்த விசை; பார விசை; பார அழுத்தம் *Heavy lorries* ***put*** *too much* ***stress*** *on this bridge.*

stress[2] /stres/ *verb* [T] to give sth special force or attention because it is important முக்கியமானதாக உள்ள ஒன்றுக்குத் தனி அழுத்தம் கொடு அல்லது அதன் மீது தனிக் கவனம் செலுத்து; அழுத்தமாகக் கூறு *The minister stressed the need for a peaceful solution.* • *Which syllable is stressed in this word?* ✪ SYN **emphasize**

stressful /ˈstresfl/ *adj.* causing worry and pressure கவலையும் மன அழுத்தமும் உண்டு-பண்ணுகிற; உழைப்பலுப்பு ஏற்படுத்துகிற; மிகைப் பளுவாகி உளச் சோர்வு தருகிற *a stressful job*

stress mark *noun* [C] a mark used to show which part of a particular word or syllable is pronounced with more force than others மற்ற சொற்களை அல்லது அசைகளை விடக் கூடுதலான விசையுடன் உச்சரிக்கப்படும் சொல் அல்லது அசையைக் குறிக்க அதன் மீது இடப்படும் குறி; அசையழுத்தக் குறி

stretch[1] /stretʃ/ *verb* **1** [I, T] to pull sth so that it becomes longer or wider; to become longer or wider in this way ஒன்று மேலும் நீளமாக அல்லது அகலமாக ஆகுமாறு அதனை இழு; இழுத்து நீட்டு அல்லது விரியச் செய்; நீள்; விரிவாகு *The artist stretched the canvas tightly over the frame.* • *My T-shirt stretched when I washed it.* **2** [I, T] **stretch (sth) (out)** to push out your arms, legs, etc. as far as possible கைகள், கால்கள் முதலியவற்றை இயன்றவரை பரப்பிவை அல்லது நீட்டு *He switched off the alarm clock, yawned and stretched.* • *She stretched out her arm to take the book.* **3** [I] to cover a large area of land or a long period of time பெரும் நிலப்பரப்பில் பரவியிரு அல்லது நீண்ட காலப்பகுதியை உள்ளடக்கியிரு *The long white beaches stretch for miles along the coast.* **4** [T] to make use of all the money, ability, time, etc. that sb has available for use ஒருவரிடம் உள்ள, பயன்பாட்டுக்கு உரியதான முழுப் பணம், நேரம், ஆற்றல் முதலியவற்றைப் பயன்-படுத்து; ஒன்றின் முழுமையையும் செலவிடு *The test has been designed to really stretch students' knowledge.*

IDM **stretch your legs** to go for a walk after sitting down for a long time நீண்ட நேரம் உட்கார்ந்திருந்த பின் நடைப்பயிற்சி மேற்-கொள்; காலார நட

stretch[2] /stretʃ/ *noun* [C] **1 a stretch (of sth)** an area of land or water நில/நீர்ப் பரப்பு; பரப்-பெல்லை; அகல்வெளி *a dangerous stretch of road* **2** [*usually sing.*] the action of making the muscles in your arms, legs, back, etc. as long as possible முடிந்தவரை கைகள், கால்கள், முதுகு முதலியவற்றின் தசைகளை நீட்டி விறைப்பாக்குதல், விரியச் செய்தல் *Stand up, everybody, and have a good stretch.*

IDM **at a stretch** without stopping நிறுத்தம் இன்றி; ஒரே மூச்சில் *We travelled for six hours at a stretch.*

at full stretch ⇨ **full[1]** பார்க்க.

stretcher /ˈstretʃə(r)/ *noun* [C] a piece of cloth supported by two poles that is used for carrying a person who has been injured காயமுற்றுள்ள ஒருவரை வைத்துக் கொண்டுசெல்லப் பயன்-படுத்தப்படும் இரண்டு கழிகளில் இணைக்கப்-பட்ட துணி; தூக்கு படுக்கை

stricken /ˈstrɪkən/ *adj.* (*formal*) **1 stricken with (sb/sth)** seriously affected by an unpleasant feeling or disease or by a difficult situation இன்னாத ஓர் உணர்ச்சியினால் அல்லது ஒரு நோயினால் அல்லது ஓர் இடர்ப்பாடான நேர்வினால் கடுமையாகப் பாதிக்கப்பட்ட; பீடிக்கப்பட்ட; தாக்குண்ட; அடிபட்ட *We went to the aid of the stricken boat.* **2** (*in compounds*) seriously affected by the thing mentioned குறிப்பிடப்பட்ட ஒன்றினால் கடுமையாகப் பாதிக்கப்பட்ட *poverty-stricken families* • *grief-stricken*

strict /strɪkt/ *adj.* **1** not allowing people to break rules or behave badly சட்ட மீறலை அல்லது மோசமான நடத்தையை அனுமதிக்காத; தவறு செய்ய இடந்தராத; கண்டிப்பான *Samir's very strict with his children.* • *I went to a very strict school.* **2** that must be obeyed completely முழுதுமாகப் பின்பற்றப்பட வேண்டிய; சமரசத்-திற்கு இடந்தராத; விதிவிலக்கற்ற; கட்டுத்-தளர்வற்ற *I gave her strict instructions to be home before 9 p.m.* **3** exactly correct; accurate

முற்றிலும் சரியான; துல்லியமான; வரம்பு மீறாத *a strict interpretation of the law*

strictly /ˈstrɪktli/ *adv.* in a strict way கண்டிப்பாக; விதிவிலக்கின்றி; நெகிழ்வுக்கு இடமின்றி *Smoking is strictly forbidden.*

IDM **strictly speaking** to be exactly correct or accurate மிகச் சரியாக அல்லது துல்லியமாகக் கூறுமிடத்து; சரி நுட்பமாகப் பொருள்கொள்ளும்போது *Strictly speaking, the tomato is not a vegetable. It's a fruit.*

stride[1] /straɪd/ *verb* [I] (*pt* **strode** /strəʊd/ (*not used in the perfect tenses*) to walk with long steps, often because you feel very confident or determined பெரும்பாலும் தன்னம்பிக்கையை அல்லது மனவுறுதியை வெளிக்காட்டும் முறையில் நீண்ட, உறுதியான அடிவைத்து நட; எழுச்சி நடை நட *He strode up to the house and knocked on the door.*

stride[2] /straɪd/ *noun* [C] a long step நீண்ட அடி; தாவு அடி

IDM **get into your stride** to start to do sth in a confident way and well after an uncertain beginning ஐயப்பாடான தொடக்கத்திற்குப் பின் நம்பிக்கையுடனும் நல்ல முறையிலும் ஒன்றைச் செய்யத் தொடங்கு

make great strides to make very quick progress மிக விரைந்த முன்னேற்றம் காண்; பெரு வளர்ச்சி பெறு

take sth in your stride to deal with a new or difficult situation easily and without worrying புதிய அல்லது கடினமான ஒரு சூழலை எளிதாகவும் மனக்கலக்கமின்றியும் கையாள்; இயல் அமைதியுடன் சிக்கலின்றி முன்னேறிச் செல்

strident /ˈstraɪdnt/ *adj.* (used about a voice or a sound) loud and unpleasant (குரல் அல்லது ஒலி வகையில்) உரத்த மற்றும் இனிமையற்ற; கடுங்குரலான

strife /straɪf/ *noun* [U] (*written*) trouble or fighting between people or groups ஆட்களுக்கு அல்லது குழுக்களுக்கு இடையேயான பூசல் அல்லது சண்டை; மோதல்; சச்சரவு

strike[1] /straɪk/ *noun* [C] **1** a period of time when people refuse to go to work, usually because they want more money or better working conditions வழக்கமாக, அதிகமான ஊதியம் அல்லது மேம்பட்ட பணிச்சூழல் கோரிப் பணியாளர்கள் வேலை செய்ய மறுக்கும் காலப்பகுதி; வேலை நிறுத்தம் *a one-day strike • Union members voted to* ***go on strike***. **2** a sudden military attack, especially by aircraft திடீர் இராணுவத் தாக்குதல், குறிப்பாக விமானத் தாக்குதல்

strike[2] /straɪk/ *verb* (*pt, pp* **struck** /strʌk/) **1** [T] (*formal*) to hit sb/sth ஒருவரை/ஒன்றைத் திடீரெனப் பலமாகத் தாக்கு; திடீர் விசையுடன் அடி *The stone struck her on the head. • The boat struck a rock and began to sink.* NOTE **Hit** என்ற சொல் **strike**-ஐ விடக் கூடுதலான வழக்குடையதாகும்—*The stone hit her on the head.* **2** [I, T] to attack and harm sb/sth suddenly ஒருவரை/ஒன்றைத் திடீரெனத் தாக்கி ஊறுபடுத்து அல்லது சேதம் உண்டாக்கு *The earthquake struck Latur in 1993. • The building had been* ***struck by lightning***. **3** [I] to stop work as a protest எதிர்ப்புச் செயலாகப் பணி செய்ய மறு; வேலை நிறுத்தம் செய் *The workers voted to strike for more money.* **4** [T] **strike sb (as sth)** to give sb a particular impression ஒருவர் மனத்தில் குறிப்பிட்ட எண்ணத்தைத் தோற்றுவி *He strikes me as a very caring man.* **5** [T] (used about a thought or an idea) to come suddenly into sb's mind (எண்ணம் அல்லது கருத்து வகையில்) திடீரென ஒருவர் மனத்தில் தோன்று; சட்டெனக் கவனத்திற்கு வா *It suddenly struck me that she would be the ideal person for the job.* **6** [T] to produce fire by rubbing sth, especially a match, on a surface ஒன்றை, குறிப்பாகத் தீக்குச்சியை, ஒரு பரப்பின் மீது தேய்த்துத் தீ உண்டாக்கு; தேய்த்துப் பற்றவை *She struck a match and lit her cigarette.* **7** [I, T] (used about a clock) to ring a bell so that people know what time it is (மணிப்பொறி வகையில்) இன்ன நேரம் என்பதைக் குறிக்க மணி அடி; மணி அடித்து நேரம் காட்டு *The clock struck eight* (= 8 o'clock). **8** [T] to discover gold, oil, etc. in the ground தங்கம், எண்ணெய் முதலியவற்றை நிலத்தில் கண்டுபிடி

IDM **strike a balance (between A and B)** to find a middle way between two extremes இரு கோடிகளுக்கு/முற்றிலும் எதிரெதிரான இரு நிலைகளுக்கு இடையே ஓர் இடைநிலையைக் கண்டுபிடி

strike a bargain (with sb) to make an agreement with sb ஒருவருடன் ஓர் உடன்பாடு செய்துகொள்; ஓர் ஒப்பந்தத்திற்கு வா; சமரச முடிவு காண்

within striking distance near enough to be reached or attacked easily எளிதில் சென்றடையக் கூடிய அல்லது தாக்கக்கூடிய சிறு தூரத்தில்; எட்டும் தொலைவில்

PHR V **strike back** to attack sb/sth that has attacked you தன்னைத் தாக்கிய ஒருவரை/ஒன்றைத் தாக்கு; எதிர் தாக்குதல் செய்

strike up sth (with sb) to start a conversation or friendship with sb ஒருவருடன் உரையாடு அல்லது நட்பு கொள்ளத் தொடங்கு; புதுப் பழக்கம் ஏற்படுத்திக் கொள்

striker /ˈstraɪkə(r)/ *noun* [C] **1** a person who has stopped working as a protest ஓர் எதிர்ப்புச் செயலாகப் பணியை நிறுத்திவிட்டவர்; வேலைநிறுத்தம் செய்பவர் **2** (in football) a player whose job is to score goals (கால் பந்தாட்டத்தில்) கெலிப்பெண்களை ஈட்டுவதில் ஈடுபடும் ஆட்டக்காரர்

striking /ˈstraɪkɪŋ/ *adj.* very noticeable; making a strong impression மிகவும் முனைப்பாகத் தோன்றுகிற; அழுத்தமான மனப்பதிவை உண்டாக்குகிற; குறிப்பிடத்தக்க *There was a striking similarity between the two men.* ▶ **strikingly** *adv.*

string[1] /strɪŋ/ *noun* **1** [C, U] a piece of long, strong material like very thin rope, that you use for tying things பொருள்களைக் கட்டுவதற்கு அல்லது பிணைப்பதற்குப் பயன்படுத்தப்படும் மிக மெல்லிய கயிறு முதலிய நீண்ட உறுதியான பொருள்; மென்கயிறு; இழைக்கயிறு *a ball/piece/length of string • The key is hanging on a string.* **2** [C] one of the pieces of thin wire, etc. that produce the sound on some musical instruments சிலவகை இசைக் கருவிகளில் ஒலி எழுப்பும் மெல்லிய கம்பிகளுள் ஒன்று; நரம்பு; நாண் *A guitar has six strings.* ➪ **music** பதிவில் படம் பார்க்க. **3** [C] one of the tightly stretched pieces of **nylon**, etc. in a **racket** டென்னிஸ் ஆட்டத்தில் பயன்படுத்தப்படும் மட்டையில் உள்ள நன்கு இறுக்கி இழுத்துக் கட்டப்பட்ட நைலான் முதலிய செயற்கை இழைக் கயிறுகளுள் ஒன்று; பந்து மட்டை நரம்பு **4 the strings** [*pl.*] the instruments in an orchestra that have strings கூட்டிசை நிகழ்ச்சிகளில் பயன்படுத்தப்படும் நரம்பிசைக் கருவிகள் **5** [C] **a string of sth** a line of things that are joined together on the same piece of thread ஒரே நூலில் ஒருங்கு சேர்த்து இணைக்கப்பட்டுள்ள பொருள்களின் வரிசைத் தொகுதி; ஊடிழைக் கோவை; சரம் *a string of beads* **6** [C] **a string of sth** a series of people, things or events that follow one after another அடுத்தடுத்து வரும் ஆட்கள், பொருள்கள் அல்லது நிகழ்வுகளின் தொகுதி; வரிசைத் தொகுதி; நீள் திரள்; அடுக்கம் *a string of visitors* **7** [C] (*computing*) a series of letters, numbers, words, etc. (கணினி வழக்கு) எழுத்துகள், இலக்கங்கள், சொற்கள் முதலியவற்றின் வரிசைத் தொகுதி; சரம்; சரக் கோவை

IDM **(with) no strings attached; without strings** with no special conditions தனிவகை நிபந்தனைகள் ஏதுமற்ற

pull strings ➪ **pull**[1] பார்க்க.

string[2] /strɪŋ/ *verb* [T] (*pt, pp* **strung** /strʌŋ/) **string sth (up)** to hang up a line of things with a piece of string, etc. ஒரு மென்கயிறு முதலியவற்றில் பொருள்களை வரிசையாகத் தொங்கவிடு; சரமாகத் தொடு

PHR V **string sb/sth out** to make people or things form a line with spaces between each person or thing ஒருவருக்கொருவர்/ஒன்றுக்கொன்று இடைவெளி விட்டு ஆட்கள் அல்லது பொருள்களை வரிசையாக நிற்கவை/அமை

string sth together to put words or phrases together to make a sentence, speech, etc. வாக்கியம், கூற்று முதலியவையாக அமையுமாறு சொற்களை அல்லது தொடர்களை ஒருங்குசேர்

stringed instrument /ˌstrɪŋd ˈɪnstrəmənt/ *noun* [C] any musical instrument with strings that you play with your fingers or with a **bow** விரல்களால் அல்லது வில்லால் மீட்டி இசைப்பதற்குரிய நரம்புகளையுடைய இசைக்கருவி; நரம்பிசைக் கருவி

stringent /ˈstrɪndʒənt/ *adj.* (used about a law, rule, etc.) very strict (சட்டம், விதிமுறை முதலியவை வகையில்) மிகக் கடுமையான; கண்டிப்பாகப் பின்பற்ற வேண்டிய; கெடுபிடியான

strip[1] /strɪp/ *noun* [C] a long narrow piece of sth ஒன்றின் நீண்டு குறுகலான துண்டு; நீண்டு ஒடுங்கிய கூறு; கீற்று *a strip of paper*

strip[2] /strɪp/ *verb* (**stripping; stripped**) **1** [I, T] **strip (sth) (off)** to take off your clothes; to take off sb else's clothes தனது ஆடையைக் கழற்று; வேறொருவரது ஆடையை நீக்கு *The doctor asked him to strip to the waist. • I was stripped and searched at the airport by two customs officers.* **2** [T] **strip sb/sth (of sth)** to take sth away from sb/sth ஒருவரிடம்/ஒன்றிடம் உள்ள ஒரு பொருளை அகற்று; அப்புறப்படுத்து *They stripped the house of all its furniture.* **3** [T] **strip sth (off)** to remove sth that is covering a surface ஒரு பரப்பை மூடியுள்ள பொருளை நீக்கு; பிய்த்தெடுத்து/உரித்தெடுத்து அகற்று *to strip the paint off a door • to strip wallpaper*

stripe /straɪp/ *noun* [C] a long narrow line of colour நீண்டு குறுகலான வண்ணக் கோடு; வண்ணப் பட்டைவரி *Zebras have black and white stripes.* ▶ **striped** /straɪpt/ *adj. a red and white striped dress*

strive /straɪv/ *verb* [I] (*pt* **strove** /strəʊv/; *pp* **striven** /ˈstrɪvn/) (*formal*) **strive (for sth/to do sth)** to try very hard to do or get sth ஒன்றைச் செய்ய அல்லது அடைய மிக வருந்தி முயல்; கடுமுயற்சி செய் *to strive for perfection*

strode ➪ **stride**[1] என்பதன் இறந்தகால வடிவம்

stroke[1] /strəʊk/ *noun* **1** [C] one of the movements that you make when you are writing or painting எழுதும்போது அல்லது வண்ணம் தீட்டும்போது செய்யும் வரை இயக்கங்களுள் ஒன்று; எழுதுகோல் வீச்சுக்கோடு; தூரிகையின் கீற்றுவரை; கோடு *a brush stroke* **2** [C] one of the movements that you make when you are swimming, rowing, playing golf, etc. நீந்துதல், படகுத் துடுப்பு வலித்தல், குழிப்பந்தாட்டம்

முதலியவற்றில் செய்யும் அசைவியக்கங்களுள் ஒன்று; வீச்சு; அடித்தாக்கு *Ravi won by three strokes* (= hits of the ball in golf). **3** [C, U] (*used in compounds*) one of the styles of swimming நீச்சல் பாணிகளுள் ஒன்று *I can do backstroke and breaststroke.* ➪ **crawl** பார்க்க. **4** [C] a sudden illness which attacks the brain and can leave a person unable to move part of his/her body, speak clearly, etc. மூளையைத் தாக்கி உடற்பகுதியில் செயலிழப்பு, பேச்சுத் தடுமாற்றம் முதலியவற்றை உண்டாக்கும் திடீர் உடல்நலக்கேடு; திடீர் வன்தாக்கு *to have a stroke* **5** [*sing.*] **a stroke of sth** a sudden successful action or event எதிர்பாராத வெற்றிகரமான செய்கை அல்லது நிகழ்வு; திடீர் நல்வாய்ப்பு நேர்வு; திடீர் ஆக்கப்பேறு *It was **a stroke of luck** finding your ring on the beach, wasn't it?*

IDM **at a/one stroke** with a single action தனியொரு செயல் வழியாக; ஒரே வீச்சில்

not do a stroke (of work) to not do any work at all அறவே எந்த வேலையையும் செய்யாதிரு

stroke² /strəʊk/ *verb* [T] **1** to move your hand gently over sb/sth ஒருவர்/ஒன்றின் மேல் கையை மென்னயமுடன் நகர்த்து; வருடு; தடவு *She stroked his hair affectionately.* • *to stroke a dog* **2** to move sth somewhere with a smooth movement இழைவியக்கமாக ஒன்றை ஓரிடத்திற்கு நகர்த்து; உராய்வின்றி நகர்த்து

stroll /strəʊl/ *noun* [C] a slow walk for pleasure இன்பச் செயலாக மேற்கொள்ளும் மெதுவான நடை; சிறுநடை உலா *to **go for a stroll** along the beach* ▶ **stroll** *verb* [I]

strong¹ /strɒŋ/ *adj.* **1** (used about a person) physically powerful; able to lift or carry heavy things (ஆள் வகையில்) உடல் ஆற்றல் மிக்க; வலிமை வாய்ந்த; கனமான பொருள்களை உயர்த்தும் அல்லது சுமந்து செல்லும் திறனுடைய *I need someone strong to help me move this bookcase.* • *to have strong arms/muscles* **2** (used about an object) not easily broken or damaged (பொருள் வகையில்) எளிதில் உடையாத அல்லது சேதமுறாத; உறுதியான; கெட்டியான *That chair isn't strong enough for you to stand on.* **3** (used about a natural force) powerful (இயற்கை ஆற்றல் வகையில்) பலம் மிக்க; விசையாற்றல் உடைய; கடுமையான; தீவிரமான *strong winds/currents/sunlight* **4** having a big effect on the mind, body or senses மனம், உடல் அல்லது புலன்கள் மீது மிகுதியான தாக்க விளைவு ஏற்படுத்துகிற; முனைப்பான; அழுத்தமான; மனக்கிளர்ச்சி உண்டாக்குகிற *a **strong** smell of garlic* • *strong coffee* • *a strong drink* (= with a lot of alcohol in it) • *I have the **strong impression** that they don't like us.* **5** (used about opinions and beliefs) very firm; difficult to fight against (கருத்துகள் மற்றும் நம்பிக்கைகள் வகையில்) உறுதி மிக்க; திடமான; எளிதில் மாற்ற முடியாத; அழுத்தமான *There was **strong opposition** to the idea.* • ***strong support** for the government's plan* **6** powerful and likely to succeed பலமான மற்றும் வெற்றி வாய்ப்புடைய; வெல்திறம் வாய்ந்த *She's a strong candidate for the job.* • *a strong team* **7** (*used after a noun*) having a particular number of people குறிப்பிட்ட எண்ணிக்கையிலான ஆட்களை உடைய ➪ **strength** noun பார்க்க. **8** used to describe the way some words are pronounced when they are emphasized. For example, the strong form of *and* is /ænd/ உச்சரிக்கும்போது அசையழுத்தம் தர வேண்டிய சொற்களைக் குறிக்கப் பயன்படுத்தப்படுவது: வல்லசை வடிவான ▶ **strongly** *adv. The directors are strongly opposed to the idea.*

IDM **going strong** (*informal*) continuing, even after a long time நீண்ட காலத்திற்குப் பின்னும் தொடர்ந்திருக்கிற; நலமுடன் நீடித்திருக்கிற *The company was formed in 1851 and is still going strong.*

sb's strong point something that a person is good at ஒருவரது திறமை வெளிப்படும் ஒன்று; திறத்துறை *Maths is not my strong point.*

stronghold /ˈstrɒŋhəʊld/ *noun* [C] **1** an area in which there is a lot of support for a particular belief or group of people, especially a political party ஒரு குறிப்பிட்ட கொள்கைக்கு அல்லது பிரிவினருக்கு, குறிப்பாக ஓர் அரசியல் கட்சிக்கு, பெருமளவு ஆதரவு காணப்படும் பகுதி *a communist stronghold* **2** a castle or a place that is strongly built and difficult to attack கட்டுறுதி மிக்க, எளிதில் தாக்க முடியாத கோட்டை அல்லது இடம்; கோட்டை; காப்பரண்

strong-minded *adj.* having firm ideas or beliefs உறுதியான அல்லது எளிதில் மாற்ற முடியாத கருத்துகளை அல்லது நம்பிக்கைகளைக் கொண்டிருக்கிற

strontium /ˈstrɒntiəm; ˈstrɒnʃ-/ *noun* [U] (*symbol* **Sr**) a soft silver-white metal மென்மையான வெள்ளி நிற உலோக வகை; ஸ்ட்ரான்டியம்

strove ➪ **strive** என்பதன் இறந்தகால வடிவம்

struck ➪ **strike²** என்பதன் இறந்தகால மற்றும் இறந்தகால வினையெச்ச வடிவம்

structure¹ /ˈstrʌktʃə(r)/ *noun* **1** [C, U] the way that the parts of sth are put together or organized ஒன்றின் கூறுகள் ஒருங்கிணைக்கப்பட்டுள்ள அல்லது ஒழுங்கமைவு செய்யப்பட்டுள்ள முறை; அமைப்பு முறை; கட்டமைப்பு *the political and social structure of a country* • *the grammatical structures of a language* **2** [C] a building or sth that has been built or made from a number of parts கட்டி

உருவாக்கப்பட்டுள்ள அல்லது பல கூறுகளாலான ஒரு கட்டடம் அல்லது பொருள்; கட்டமைப்புப் பொருள்; கட்டடம் *The old office block had been replaced by a modern glass structure.* ▶ **structural** /ˈstrʌktʃərəl/ *adj.*

structure² /ˈstrʌktʃə(r)/ *verb* [T] to arrange sth in an organized way ஒன்றைக் குறிப்பிட்ட முறையில் திட்டமிட்டு ஒழுங்கமைவு செய்; கட்டமை; இணைத்து உருவாக்கு *a carefully structured English course*

struggle¹ /ˈstrʌgl/ *verb* [I] **1 struggle (with sth/for sth/to do sth)** to try very hard to do sth, especially when it is difficult ஒன்றை, குறிப்பாக எளிதாக இல்லாத ஒன்றை, செய்யக் கடுமையாக முயல்; தீவிரமான அல்லது உறுதியான முயற்சி மேற்கொள் *We struggled up the stairs with our heavy suitcases.* • *Mohini was struggling with her English homework.* **2 struggle (with sb/sth); struggle (against sth)** to fight in order to prevent sth or to escape from sb ஒன்றைத் தடுத்து நிறுத்தும் பொருட்டு அல்லது ஒருவரிடமிருந்து தப்பிச் செல்லும் பொருட்டுக் கடுமையாக முயற்சி செய்; எதிர்த்துப் போராடு; அரும்பாடுபடு *He shouted and struggled but he couldn't get free.* • *A passer-by was struggling with one of the robbers on the ground.* • *He has been struggling against cancer for years.*

PHR V **struggle on** to continue to do sth although it is difficult ஒன்று இடர்ப்பாடானதாக இருப்பினும் அதனைத் தொடர்ந்து செய் *I felt terrible but managed to struggle on to the end of the day.*

struggle² /ˈstrʌgl/ *noun* [C] **1** a fight in which sb tries to do or get sth when this is difficult கடினமானதாக உள்ள ஒன்றைச் செய்ய அல்லது அடைய ஒருவர் முயலும் போராட்டம்; எதிர்ப்பு முயற்சி *All countries should join together in the struggle against terrorism.* • *He will not give up the presidency without a struggle.* • *a struggle for independence* **2** [*usually sing.*] sth that is difficult to achieve செய்து முடிப்பதற்குக் கடினமான ஒன்று; கடுமுயற்சி வேண்டப்படுவது *It will be a struggle to get there on time.*

strum /strʌm/ *verb* [I, T] (**strumming; strummed**) to play a guitar by moving your hand up and down over the strings நரம்புகளின் ஊடாக மேலும் கீழும் கையை நகர்த்திக் கிதார் இசைக்கருவியை மீட்டு

strung ⇨ **string²** என்பதன் இறந்தகால மற்றும் இறந்தகால வினையெச்ச வடிவம்

strut /strʌt/ *verb* [I] (**strutting; strutted**) to walk in a proud way செருக்குடன் நட; இறுமாந்து நட

strychnine /ˈstrɪkniːn/ *noun* [U] a poisonous substance that can be used in very small amounts as a medicine மிகச் சிறு அளவுகளில் மருந்தாகப் பயன்படுத்தக்கூடிய ஒரு நச்சுப் பொருள்; எட்டிச்சத்து

stub /stʌb/ *noun* [C] the short piece of a cigarette or pencil that is left after the rest of it has been used சிகரெட்டின் அல்லது பென்சிலின் மற்ற பகுதி பயன்படுத்தப்பட்ட பின் எஞ்சியுள்ள சிறு துண்டு; அடித்துண்டு

stubble /ˈstʌbl/ *noun* [U] **1** the short parts of corn, wheat, etc. that are left standing after the rest has been cut மக்காச்சோளம், கோதுமை முதலியவற்றின் மற்ற பகுதிகள் அறுவடை செய்யப்பட்ட பின் எஞ்சி நிற்கும் குட்டையான பகுதிகள்; அரிதாள் கட்டைகள் **2** the short hairs that grow on a man's face when he has not shaved for some time சிறிது காலம் முகம் மழிக்காதிருக்கும்போது ஆணின் முகத்தில் வளரும் குட்டையான முடிகள்; ஆண் முகத்தின் குறுமயிர்க் கற்றை

stubborn /ˈstʌbən/ *adj.* not wanting to do what other people want you to do; refusing to change your plans or decisions தான் செய்ய வேண்டுமென்று மற்றவர்கள் விரும்புவதைச் செய்ய விரும்பாத; தனது திட்டங்களை அல்லது முடிவுகளை மாற்றிக்கொள்ள மறுக்கிற; பிடிவாதமுடைய *She's too stubborn to apologize.* ✪ SYN **obstinate** ⇨ **pigheaded** பார்க்க. ▶ **stubbornly** *adv. He stubbornly refused to apologize so he was sacked.* ▶ **stubbornness** *noun* [U]

stuck¹ ⇨ **stick²** என்பதன் இறந்தகால மற்றும் இறந்தகால வினையெச்ச வடிவம்

stuck² /stʌk/ *adj.* **1** not able to move நகர முடியாத; இயக்கம் தடைப்பட்ட; பற்றி நிற்கிற; ஒன்றில் சிக்கிக்கொண்ட *This drawer's stuck. I can't open it at all.* • *We were stuck in traffic for over two hours.* **2** not able to continue with an exercise, etc. because it is too difficult ஒரு பாடப்பயிற்சி முதலியவற்றின் கடினத்தன்மை காரணமாக அதனைத் தொடர்ந்து செய்யமுடியாதிருக்கிற; செயல் தடைப்பட்ட *If you get* ***stuck****, ask your teacher for help.*

stud /stʌd/ *noun* **1** [C] a small piece of metal that sticks out from the rest of the surface that it is fixed to தான் பொருத்தப்பட்டுள்ள ஒரு பரப்பின் மட்டத்திலிருந்து வெளியே நீட்டிக்கொண்டிருக்கும் சிறு உலோகத் துண்டு; உலோகக் குமிழ் *a black leather jacket with studs all over it* **2** [C] a small, round, solid piece of metal that you wear through a hole in your ear or other part of the body காது அல்லது வேறோர் உடற்பகுதியிலுள்ள துளை ஊடாக

அணிந்துகொள்ளும் சிறிய உருண்டை வடிவக் கெட்டி உலோகப் பொருள்; குமிழ் அணி **3** [C] one of the pieces of plastic or metal that stick out from the bottom of football boots, etc. and that help you stand up on wet ground கால் பந்தாட்டம் முதலியவற்றுக்கான காலணிகளின் அடிப்பகுதியில் நீட்டிக்கொண்டிருப்பனவும் ஈரத்தரையில் நிற்க உதவுவனவுமான பிளாஸ்டிக் அல்லது உலோகப் பொருள்களுள் ஒன்று; புதைமிதி குமிழ் ஆணி **4** [C, U] a number of high quality horses or other animals that are kept for breeding young animals; the place where these horses, etc. are kept இனப்பெருக்கத்திற்காக வைத்துப் பேணப்படும் உயர் வகுப்புக் குதிரைகளின் அல்லது பிற விலங்குகளின் தொகுதி; பொலிகுதிரைத் தொகுதி; பொலிவிலங்குத் தொகுதி *a stud farm*

studded /ˈstʌdɪd/ *adj.* **1** covered or decorated with studs குமிழ் அணிகளைக் கொண்டுள்ள அல்லது குமிழ் அணிகளால் அலங்காரம் செய்யப்பட்ட **2 studded (with sth)** containing a lot of sth பெருமளவிலான ஒன்றை உள்ளடக்கியுள்ள *a star-studded party*

student /ˈstju:dnt/ *noun* [C] a person who is studying at a college or university ஒரு கல்லூரி அல்லது பல்கலைக்கழகத்தில் கல்வி பயின்றுகொண்டிருப்பவர்; கல்லூரி/பல்கலைக்கழக மாணவர் *Padma is a medical student at Manipal University.* • *a full-time/part-time student* • *a postgraduate/research student* ⇨ **pupil** பார்க்க; மேலும் **scholar, graduate** மற்றும் **undergraduate** பார்க்க.

studied /ˈstʌdid/ *adj.* (*formal*) carefully planned or done, especially when you are trying to give a particular impression குறிப்பாக, தன்னைப் பற்றி ஒரு குறிப்பிட்ட எண்ணத்தைத் தோற்றுவிக்கும் முயற்சியாக, கவனமாகத் திட்டமிடப்பட்ட அல்லது செய்யப்பட்ட; உள்நோக்குடைய; மனமார்ந்த

studio /ˈstju:diəʊ/ *noun* [C] (*pl.* **studios**) **1** a room where an artist or photographer works ஓவியர் முதலிய கவின் கலைஞர் அல்லது ஒளிப்படக் கலைஞர் பணி செய்யும் அறை; கலைக்கூடம்; ஒளிப்படத் தொழிலகம் **2** a room or building where films or television programmes are made, or where music, radio programmes, etc. are recorded திரைப்படங்கள் அல்லது தொலைக்காட்சி நிகழ்ச்சிகள் தயாரித்தல், இசை, வானொலி நிகழ்ச்சிகள் முதலியவற்றைப் பதிவு செய்தல் ஆகியவற்றுக்கான அறை அல்லது கட்டடம்; படப்பிடிப்பு மனை; ஒலிப்பதிவு அறை *a film/TV/recording studio*

studious /ˈstju:diəs/ *adj.* (used about a person) spending a lot of time studying (ஆள் வகையில்) கற்பதில் பெருமளவு நேரம் செலவிடுகிற; கல்வி ஆர்வம் மிக்க; விடா முயற்சியுடன் கற்றறிகிற

studiously /ˈstju:diəsli/ *adv.* with great care மிகு கவனமுடன்; மனமார்ந்த அக்கறையுடன்; கருத்தூன்றி

study¹ /ˈstʌdi/ *noun* (*pl.* **studies**) **1** [U] the activity of learning about sth ஒன்றைப் பற்றிப் படித்தறிதல்; கற்றுணர்தல்; படிப்பு; கல்வி; ஆய்வு *One hour every afternoon is left free for individual study.* • *Physiology is the study of how living things work.* **2 studies** [*pl.*] the subjects that you study கற்கும் பாடங்கள்; கல்விப் பாடங்கள்; அறிவுத் துறை *business/media/Japanese studies* **3** [C] a piece of research that examines a question or a subject in detail ஒரு பிரச்சினை குறித்து அல்லது ஓர் அறிவுத் துறையில் நுட்பமாக ஆய்வு செய்யும் ஓர் ஆராய்ச்சி; ஆய்வு; நுண்ணாய்வு *They are doing a study of the causes of heart disease.* **4** [C] a room in a house where you go to read, write or study படித்தல், எழுத்து வேலை அல்லது ஆழ்ந்த படிப்புக்குப் பயன்படுத்தப்படும் வீட்டிலுள்ள அறை; படிப்பறை; ஆய்வறை

study² /ˈstʌdi/ *verb* (*pres. part.* **studying**; *3rd person sing. pres.* **studies**; *pt, pp* **studied**) **1** [I, T] **study (sth/for sth)** to spend time learning about sth ஒன்றைப் பற்றிப் படித்தறிவதில் நேரத்தைச் செலவிடு; கல்; கல்வி பயில் *to study English at university* • *Sekhar has been studying hard for his exams.* **2** [T] to look at sth very carefully ஒன்றை மிக்க கவனமுடன் பார்; கூர்ந்து நோக்கு *to study a map*

stuff¹ /stʌf/ *noun* [U] (*informal*) **1** used to refer to sth without using its name பெயர் கூறாது ஒன்றைப் பற்றிக் குறிப்பிடப் பயன்படுத்தப்படுவது: பொருள்; சரக்கு; பண்டம் *The shop was burgled and a lot of stuff was stolen.* • *They sell stationery and stuff (like that).* **2** used to refer in general to things that people do, say, think, etc. ஆட்கள் செய்பவை, பேசுபவை, எண்ணுபவை முதலியவை பற்றிப் பொதுப்படையாகக் குறிப்பிடப் பயன்படுத்தப்படுவது: விஷயம்; பொருள்; காரியம் *I've got lots of stuff to do tomorrow so I'm going to get up early.*

stuff² /stʌf/ *verb* **1** [T] **stuff sth (with sth)** to fill sth with sth ஒன்றில் ஒரு பொருளை இட்டு நிரப்பு; நிரப்பி அடை *The pillow was stuffed with feathers.* • *red peppers stuffed with rice* **2** [T] (*informal*) **stuff sth into sth** to put sth into sth else quickly or carelessly விரைவாக அல்லது அலட்சியமாக வேறொன்றினுள் ஒன்றை இடு; திணித்து அடை *He quickly stuffed a few clothes into a suitcase.* **3** [T] (*informal*) **stuff sb/yourself (with sth)** to eat too much of sth; to give sb too much to eat ஒன்றை மட்டுமீறி உண்; வயிறு முட்ட உண்; ஒருவருக்கு மிகைப்படியாக உண்ணக் கொடு *Bunty just sat there stuffing himself with sandwiches.* • *Don't stuff the kids with chocolate before their dinner.* **4** [T] to fill the body of a dead bird or animal with special material so that it looks as if it is alive இறந்த பறவை அல்லது விலங்கு உயிருள்ளது போலத் தோன்றுமாறு அதன் உடலினுள் தனிவகையான ஒரு பொருளை இட்டு நிரப்பு; இறந்த பறவை அல்லது விலங்கின் உள்ளீட்டை அகற்றிவிட்டுப் பஞ்சு முதலியவற்றைத் திணி *They've got a stuffed crocodile in the museum.*

stuffing /ˈstʌfɪŋ/ *noun* [U] **1** a mixture of small pieces of food that you put inside a chicken, vegetable, etc. before you cook it கோழி இறைச்சி, காய்கறி முதலியவற்றைச் சமைப்பதற்கு முன் அதன் உள்ளாக இடப்படும் சிறு உணவுப் பொருள்களின் கலவை; உள்ளீடு; பூரணம் **2** the material that you put inside cushions, soft toys, etc. மெத்தைகள், மென்மையான பொம்மைகள் முதலியவற்றின் உள்ளாக இடப்படும் பொருள்; திணிப்புப் பொருள்

stuffy /ˈstʌfi/ *adj.* **1** (used about a room) too warm and having no fresh air (ஓர் அறை பற்றிக் குறிப்பிடுகையில்) தூய்மையான காற்று இல்லாத மற்றும் மிகைப்படியான வெம்மையுடைய; புழுக்கமான **2** (*informal*) (used about a person) formal and old-fashioned (ஆள் வகையில்) வினைமுறை ஒழுங்குடைய மற்றும் பழம்பாணியான

stumble /ˈstʌmbl/ *verb* [I] **1 stumble (over/on sth)** to hit your foot against sth when you are walking or running and almost fall over நடக்கும்பொழுது அல்லது ஓடும்பொழுது ஒன்றில் பாதத்தை இடித்துக்கொண்டு கிட்டத்தட்ட விழுந்துவிடும் நிலைக்கு வா; இடறு **2 stumble (over/through sth)** to make a mistake when you are speaking, playing music, etc. பேசுதல், இசை மீட்டுதல் முதலியவற்றின்போது பிழை செய்; அறியாத் தவறு செய் *The newsreader stumbled over the name of the Russian tennis player.*

PHR V **stumble across/on sb/sth** to meet or find sb/sth by chance ஒருவரை/ஒன்றைத் தற்செயலாகச் சந்தி அல்லது கண்டுபிடி

stumbling block *noun* [C] something that causes trouble or a difficulty, so that you cannot achieve what you want விரும்புவதை நிறைவேற்ற முடியாமல் செய்யும் தொந்தரவான அல்லது இடர்ப்பாடான ஒன்று; தடை; முட்டுக்கட்டை *Money is still the stumbling block to settling the dispute.*

stump¹ /stʌmp/ *noun* [C] the part that is left after sth has been cut down, broken off, etc. ஒன்று வெட்டி வீழ்த்தப்படுதல், முறிக்கப்படுதல் முதலியவற்றுக்குப் பின் எஞ்சி நிற்கும் அதன் பகுதி; அடிக்கட்டை *a tree stump* ⇨ **erode** பதிவில் படம் பார்க்க. **2 the stumps** (in cricket) the set of three upright wooden sticks that form the **wicket** (கிரிக்கெட் விளையாட்டில்) இலக்கு முனையாக அமையும் மூன்று மரத்தாலான நிலைக்கழிகளின் தொகுதி

stump² /stʌmp/ *verb* [T] (*informal*) to cause sb to be unable to answer a question or find a solution for a problem ஒருவர் ஒரு வினாவிற்கு விடையளிக்க முடியாது அல்லது ஒரு சிக்கலுக்குத் தீர்வு காண முடியாது செய்; திகைக்க வை; செயலற்று நிற்கச் செய் *I was completely stumped by question 14.*

stun /stʌn/ *verb* [T] (**stunning; stunned**) **1** to make a person or animal unconscious or confused, especially by hitting him/her/it on the head குறிப்பாக தலைமீது தாக்கி, ஓராளை அல்லது ஒரு விலங்கை உணர்வு இழக்கச் செய் அல்லது மனம் குழம்பச் செய்; பொறி கலங்கவை **2** to make a person very surprised by telling him/her some unexpected news எதிர்பாராத ஒரு செய்தியைக் கூறி ஒருவரை மிகுதியான வியப்புக்கு உள்ளாக்கு; திகைப்பூட்டு *His sudden death stunned his friends and colleagues.* ▶ **stunned** *adj.*

stung ⇨ **sting¹** என்பதன் இறந்தகால மற்றும் இறந்தகால வினையெச்ச வடிவம்

stunk ⇨ **stink** என்பதன் இறந்தகால வினையெச்ச வடிவம்

stunning /ˈstʌnɪŋ/ *adj.* (*informal*) very attractive, impressive or surprising கவர்ச்சி மிக்க; பிரமிப்பூட்டுகிற; பெரு வியப்புக்குக்குரிய; மனக்கிளர்ச்சி உண்டாக்குகிற *a stunning view*

stunt¹ /stʌnt/ *noun* [C] **1** something that you do to get people's attention பிறர் கவனத்தை ஈர்ப்பதற்காகச் செய்யப்படும் ஒன்று; விளம்பரத் தந்திரம்; பகட்டுவித்தை *a publicity stunt* **2** a very difficult or dangerous thing that sb does to entertain people or as part of a film பொழுதுபோக்குக் காட்சியாக அல்லது திரைப்படத்தில் ஒருவர் செய்யும் மிகக் கடினமான அல்லது ஆபத்தான செயல்; துணிகரச் செயல்; கண்மாறாட்டத் துணிசெயல் *Some actors do their own stunts, others use a stuntman.*

stunt² /stʌnt/ *verb* [T] to stop sb/sth growing or developing properly ஒருவரது/ஒன்றின் முறையான வளர்ச்சியைத் தடு; வளர்ச்சியைத் தடைப்படுத்து *A poor diet can stunt a child's growth.*

stuntman /ˈstʌntmæn/ *noun* [C] (*pl.* **-men** /-men/) a person who does sth dangerous in a film in the place of an actor திரைப்படத்தில் ஒரு நடிகருக்குப் பதிலாக ஆபத்தான காட்சியில் நடிப்பவர்; துணிசெயல் மாற்று நடிகர்

stupa / *noun* [C] a dome-shaped structure erected as a Buddhist shrine பௌத்த சமயக் கோயிலாக அமையும் வட்ட வடிவக் கவிகைக் மாடக் கட்டடம்; கவிகை மாடக் கோயில்; தூபி

stupendous /stju:ˈpendəs/ *adj.* very large or impressive மிகப் பெரிய; பேரளவான; மெச்சத்தக்க; பாராட்டுக்குரிய *a stupendous achievement*

stupid /ˈstju:pɪd/ *adj.* **1** not intelligent or sensible அறிவில்லாத; முட்டாள்தனமான *Don't be so stupid, of course I'll help you! • a stupid mistake/suggestion/question* **2** (*only before a noun*) (*informal*) used to show that you are angry or do not like sb/sth தான் சினமுடன் இருப்பதை அல்லது ஒருவர்/ஒன்றின் மீது வெறுப்புக் கொண்டுள்ளதை வெளிப்படுத்தப் பயன்படுத்தப்படுவது *I'm tired of hearing about his stupid car.* ▶ **stupidity** /stju:ˈpɪdəti/ *noun* [U] ▶ **stupidly** *adv.*

stupor /ˈstju:pə(r)/ *noun* [*sing.,* U] the state of being nearly unconscious or being unable to think properly கிட்டத்தட்ட உணர்விழந்த அல்லது இயல்பாகச் சிந்திக்க முடியாத நிலை; மதி மயக்க நிலை

sturdy /ˈstɜ:di/ *adj.* (**sturdier; sturdiest**) strong and healthy; that will not break easily உடல் நலமும் வலிமையும் உடைய; திடகாத்திரமான; எளிதில் உடையாத *sturdy legs • sturdy shoes* ▶ **sturdily** *adv.* ▶ **sturdiness** *noun* [U]

stutter /ˈstʌtə(r)/ *verb* [I, T] to have difficulty when you speak, so that you keep repeating the first sound of a word ஒரு சொல்லின் முதல் ஒலி திரும்பத் திரும்ப வருமாறு இடர்ப்பாட்டுடன் பேசு; பேச்சு இடர்ப்படு; திக்கு ▶ **stutter** *noun* [C] *to have a stutter*

sty (*also* **stye**) /staɪ/ *noun* [C] (*pl.* **sties** or **styes**) **1** a painful spot on the **eyelid** கண்ணிமையில் உண்டாகும் வலியுடன் கூடிய பரு; கண்கட்டி **2** = **pigsty**

style /staɪl/ *noun* **1** [C, U] the way that sth is done, built, etc. ஒன்றைச் செய்தல், கட்டுதல் முதலியவற்றின் முறை; பாணி; பாங்கு; நடை *a new style of architecture • The writer's style is very clear and simple.* **2** [C, U] the fashion, shape or design of sth ஒன்றின் நாகரிகப் பாங்கு, வடிவமைப்பு அல்லது வகைமாதிரி; புதுநடைப் பாணி; தினுசு *We stock all the latest styles. • I like your new hairstyle.* **3** [U] the ability to do things in a way that other people admire பிறர் பாராட்டும் முறையில் செயலாற்றும் திறம்; தனி ஆற்றல்; சிறப்பியல்பு *He's got no sense of style.* **4** [C] (*technical*) the long thin part of the **carpel** that supports the **stigma** சூலக முகட்டைத் தாங்கும், மலரின் நடுப்பகுதியில் உள்ள, சூலகத்தின் நீண்டு மெலிதான பகுதி; சூலக இடைத்தண்டு ➪ **flower** பதிவில் படம் பார்க்க.

stylish /ˈstaɪlɪʃ/ *adj.* fashionable and attractive புதுநடைப் பாணியுடைய மற்றும் கவர்ச்சியான; நவநாகரிகத் தோற்றமும் வனப்பும் உடைய *She's a stylish dresser.*

stylus /ˈstaɪləs/ *noun* [C] (*pl.* **styluses**) **1** a device on a **record player** that looks like a small needle and is placed on the record in order to play it இசைத்தட்டை இயக்கி இசைக்கச் செய்யும் பொருட்டு அதனைத் தொட்டு நிற்குமாறு பொருத்தப்படும் சிறு ஊசி போன்ற இசைத்தட்டு இயக்கியிலுள்ள கருவி; இசைத்தட்டு இயக்கியின் தொடு ஊசி **2** a writing **implement**, like a small rod with a pointed end for writing on wax-covered tablets, on metal or on certain special computer screens மெழுகுப் படிவு உடைய பலகையில், உலோகத்தில் அல்லது தனிவகைக் கணினித்திரையில் எழுதுவதற்கு ஏற்ற ஒரு கூர் நுனியைக் கொண்ட சிறு கோல்; எழுதுகருவி; எழுத்தாணி

stymie /ˈstaɪmi/ *verb* [T] (*pres. part.* **stymieing** or **stymying**; *3rd person sing. pres.* **stymies**; *pt, pp* **stymied**) (*informal*) to prevent sb from doing sth that he/she has planned or wants to do; to prevent sth from happening ஒருவர் திட்டமிட்டுள்ள அல்லது செய்ய விரும்புகிற ஒன்றைச் செய்யாமல் தடு; ஒன்றை நிகழாமல் தடு; தடுத்து விலக்கு ✪ SYN **foil²**

suave /swɑ:v/ *adj.* (usually used about a man) confident, elegant and polite, sometimes in a way that does not seem sincere (வழக்கமாக ஓர் ஆண் பற்றிய வழக்கு) சில சமயங்களில் உண்மையானதாகத் தோன்றாதவாறு, தன்னம்பிக்கையும், புதுநடைப் பாணியும் இணக்க வணக்கமும் உடைய; நவநாகரிகமான நடத்தை மற்றும் பசப்புப் பண்பினிமை உடைய

sub- /sʌb/ *prefix* **1** (*used in nouns and adjectives*) below; less than கீழ்நிலையான; குறைந்த; தாழ்ந்த *sub-zero temperatures • a subtropical* (= almost tropical) *climate • a sub lieutenant* **2** (*used in nouns and adjectives*) under கீழே உள்ள; அடியிலான *subway • submarine* **3** (*used in verbs and nouns*) making a smaller part of sth ஒன்றின் சிறு பகுதியாக்குகிற; கூறுபடுத்துகிற; பகுக்கிற *subdivide • subset*

subconscious /ˌsʌbˈkɒnʃəs/ (*also* **unconscious**) *noun* [*sing.*] **the subconscious** the hidden part of your mind that can affect the way that you behave without you realizing தான் உணர்ந்தறியாதவாறு ஒருவரது நடத்தை முறையில் மாற்ற விளைவு உண்டுபண்ணக்கூடிய மனத்தின் உள்மறைவான பகுதி; அடிமனம்; உள்மனம் ▶ **subconscious** *adj. the* *subconscious mind* • *Many advertisements work at a subconscious level.* ▶ **subconsciously** *adv.*

subcontinent /ˌsʌbˈkɒntɪnənt/ *noun* [*sing.*] a large land mass that forms part of a continent, especially the part of Asia that includes India, Pakistan and Bangladesh ஒரு கண்டத்தின் பகுதியாக அமையும் பரந்த நிலப்பகுதி, குறிப்பாக இந்தியா, பாகிஸ்தான், பங்களாதேஷ் ஆகியவற்றை உள்ளடக்கிய ஆசியாவின் பகுதி; துணைக்கண்டம்

subcutaneous /ˌsʌbkjuˈteɪniəs/ *adj.* (*usually before a noun*) (*technical*) under the skin தோலடியிலான; தோலின் கீழான *a subcutaneous injection*

subdivide /ˌsʌbdɪˈvaɪd/ *verb* [I, T] to divide or be divided into smaller parts சிறு கூறுகளாகப் பகு அல்லது பகுக்கப்படு; உட்பிரிவு செய் ▶ **subdivision** /ˈsʌbdɪvɪʒn/ *noun* [C, U]

subdue /səbˈdjuː/ *verb* [T] to defeat sb/sth or bring sb/sth under control ஒருவரை/ஒன்றைத் தோல்வியுறச் செய்; கீழ்ப்படிய வை; கட்டுப்பாட்டிற்குள் கொண்டுவா

subdued /səbˈdjuːd/ *adj.* **1** (used about a person) quieter and with less energy than usual (ஆள் வகையில்) அமைதியுற்ற மற்றும் வழக்கத்தை விட ஊக்கம் குறைந்த; தணிவுற்ற **2** not very loud or bright பெருமளவு ஓசை அல்லது ஒளிர்வு இல்லாத; தாழ்ந்த; அடங்கிய *subdued laughter/lighting*

subject¹ /ˈsʌbdʒɪkt/ *noun* [C] **1** a person or thing that is being considered, shown or talked about கருதிப் பார்க்கப்படுகிற, வெளிக்காட்டப்படுகிற அல்லது விவாதிக்கப்படுகிற ஆள் அல்லது பொருள்; பொருள்; தலைப்பு; வாதப்பொருள்; ஆய்வுப்பொருள் *What subject is the lecture on?* • *What are your views on this subject?* • *I've tried several times to* ***bring up/raise the subject*** *of money.* **2** an area of knowledge that you study at school, university, etc. பள்ளி, பல்கலைக்கழகம் முதலியவற்றில் பயிலும் அறிவுத்துறை; படிப்புத் துறை; பாடம் *My favourite subjects at school are Biology and English.* **3** (*grammar*) the person or thing that does the action described by the verb in a sentence ஒரு வாக்கியத்தில் வினைச் சொல்லினால் குறிக்கப்படும் செயலைச் செய்யும் ஆள் அல்லது பொருள்; எழுவாய் *In the sentence 'The cat sat on the mat', 'the cat' is the subject.* ⇨ **object** பார்க்க. **4** a person from a particular country, especially one with a king or queen; a citizen குறிப்பிட்ட நாட்டை, குறிப்பாக அரசாட்சி நடைபெறும் நாட்டைச் சார்ந்தவர்; குடிமகன்(ள்); பிரஜை *a British subject*

IDM **change the subject** ⇨ **change¹** பார்க்க.

subject² /səbˈdʒekt/ *verb*

PHR V **subject sb/sth to sth** to make sb/sth experience sth unpleasant இன்னாத ஒன்றை ஒருவர்/ஒன்று அனுபவிக்கச் செய்; இன்னாத ஒன்றுக்கு உட்படுத்து *He was subjected to verbal and physical abuse from the other boys.*

subject³ /ˈsʌbdʒɪkt/ *adj.* **1 subject to sth** likely to be affected by sth ஒன்றினால் பாதிக்கப்படக்கூடிய; இன்னாத ஒரு விளைவுக்கு ஆட்படத்தக்க நிலையில் உள்ள *The area is subject to regular flooding.* • *Smokers are more subject to heart attacks than non-smokers.* **2 subject to sth** depending on sth as a condition ஒரு நிபந்தனைக்கு உட்பட்ட *The plan for new housing is still subject to approval by the minister.* **3** controlled by or having to obey sb/sth ஒருவரால்/ஒன்றினால் கட்டுப்படுத்தப்படுகிற அல்லது ஒருவருக்கு/ஒன்றுக்குக் கீழ்படிய வேண்டிய; கீழடங்கிய; தற்சார்பு உரிமையற்ற

subjective /səbˈdʒektɪv/ *adj.* based on your own tastes and opinions instead of on facts மெய்ம்மைக் கூறுகளை விட்டுவிட்டுத் தனது விருப்பங்களையும் கருத்துகளையும் சார்ந்திருக்கிற; உள்ளுணர்வு சார்ந்த ✪ OPP **objective** ▶ **subjectively** *adv.*

subject matter *noun* [U] the ideas or information contained in a book, speech, painting, etc. ஒரு நூல், ஓர் உரை, ஓவியம் முதலியவற்றின் உள்ளடக்கமாக உள்ள கருத்துகள் அல்லது தகவல் கூறுகள்; நுதல்பொருள்

sub judice /ˌsʌbˈdʒuːdəsi/ *adj.* (*not usually before a noun*) (*law*) when something is sub judice, it is under judicial consideration and therefore it is illegal for anyone to talk about it publicly ஒரு நீதிமன்றத்தின் பரிசீலனையில் உள்ளதும் அதனால் வெளிப்படையாகப் பேசுவது சட்டத்திற்கு மாறானதுமான; நீதிமன்ற விசாரணை நிலையில்

subjugate /ˈsʌbdʒʊɡeɪt/ *verb* [T] (*usually passive*) (*formal*) to defeat sb/sth and make them obey you; to gain control over sb/sth ஒருவரை/ஒன்றைத் தோல்வியுறச் செய்து கீழ்ப்படியச் செய்; வென்று அடக்கு; தனது கட்டுப்பாட்டின் கீழ் கொண்டுவா *The original inhabitants of the area were subjugated by the conquerors from Spain.* ▶ **subjugation** *noun* [U] *the subjugation of women*

subjunctive /səbˈdʒʌŋktɪv/ *noun* [*sing.*] the form of a verb in certain languages that expresses doubt, possibility, a wish, etc. (சில மொழிகளில் காணப்படும்) ஐயப்பாடு, நிகழ்வாய்ப்பு, விருப்பம் முதலியவற்றைக் குறிக்கும் வினைச்சொல் வடிவம்; மனப்பாங்கு உணர்த்தும் வினையுரு ▶ **subjunctive** *adj.*

sublime /sə'blaɪm/ *adj.* (*formal*) of extremely high quality that makes you admire sth very much பெரிதும் மெச்சத்தக்க; மிக உயர்தரமான; மேன்மை மிக்க ▶ **sublimely** *adv.*

submarine /ˌsʌbmə'riːn/ *noun* [C] a type of ship that can travel under the water as well as on the surface நீரடியிலும் நீர்ப்பரப்பின் மேலும் செல்லக்கூடிய கப்பல் வகை; நீர்மூழ்கிக் கப்பல்

submerge /səb'mɜːdʒ/ *verb* [I, T] to go or make sth go under water நீரின் கீழே செல் அல்லது ஒன்றைச் செலுத்து; நீரினுள் மூழ்கு; மூழ்கடி *The fields were submerged by the floods.* ▶ **submerged** *adj.*

submission /səb'mɪʃn/ *noun* **1** [U] the accepting of sb else's power or control because he/she has defeated you ஒருவரால் தோற்கடிக்கப்பட்ட நிலையில் அவரது ஆளுமையை அல்லது கட்டுப்பாட்டை ஏற்றுக்கொள்ளுதல்; கீழ்ப்படிவு; பணிதல் **2** [U, C] the action of giving a plan, document, etc. to an official organization so that it can be studied and considered; the plan, document, etc. that you send ஓர் அதிகார அமைப்பு ஆய்வு செய்து கருதிப்பார்க்கும் பொருட்டு அதனிடம் ஒரு திட்டம், ஓர் ஆவணம் முதலியவற்றைக் கொடுக்கும் செயல்; ஒப்படைப்பு; முன்வைப்பு; இவ்வாறு முன்வைக்கப்படும் திட்டம், ஆவணம் முதலியவை; முன்வைப்புப் பொருள்

submissive /səb'mɪsɪv/ *adj.* ready to obey other people and do whatever they want பிறருக்குக் கீழ்ப்படிந்து அவர்கள் விரும்பும் எதனையும் செய்ய ஆயத்தமாக இருக்கிற; பணிவடக்கமுள்ள; வளைந்துகொடுக்கிற

submit /səb'mɪt/ *verb* (**submitting; submitted**) **1** [T] **submit sth (to sb/sth)** to give a plan, document, etc. to an official organization so that it can be studied and considered ஓர் அதிகார அமைப்பு ஆய்வு செய்து கருதிப்பார்க்கும் பொருட்டு அதனிடம் ஒரு திட்டம், ஓர் ஆவணம் முதலியவற்றைக் கொடு; முன்வை *to submit an application/complaint/claim* **2** [I] **submit (to sb/sth)** to accept sb/sth's power or control because he/she has defeated you ஒருவரால் தோற்கடிக்கப்பட்ட நிலையில் அவரது ஆளுமையை அல்லது கட்டுப்பாட்டை ஏற்றுக்கொள்; கீழடங்கு

subordinate[1] /sə'bɔːdɪnət/ *adj.* **subordinate (to sb/sth)** having less power or authority than sb else; less important than sth else வேறொரு வரை விடக் குறைந்த மேலாண்மை அல்லது அதிகாரம் உடையவராயிருக்கிற; வேறொருவரை விட முக்கியத்துவம் குறைந்த; கீழ்நிலைப்பட்ட ▶ **subordinate** *noun* [C] *the relationship between superiors and their subordinates*

subordinate[2] /sə'bɔːdɪneɪt/ *verb* [T] to treat one person or thing as less important than another வேறொருவரை/வேறொன்றை விட முக்கியத்துவம் குறைந்தவராக/குறைந்ததாக ஒருவரை/ஒன்றை நடத்து; துணைமைப்படுத்து; கீழ்நிலைப்படுத்து

subordinate clause *noun* [C] (*grammar*) a group of words that is not a sentence but that adds information to the main part of the sentence ஒரு வாக்கியமாக இல்லாத ஆனால் வாக்கியத்தின் முதன்மைப் பகுதிக்குத் தகவல் சேர்க்கிற சொற்றொடர்; சார்புநிலைத் தொடர் *In the sentence 'We left early because it was raining', 'because it was raining' is the subordinate clause.*

subpoena /sə'piːnə/ *noun* [C] (*law*) a written order to attend a court of law to give evidence சாட்சியம் அளிப்பதற்காக நீதிமன்றத்திற்கு வரவேண்டும் எனக் கூறும் எழுத்து வடிவ ஆணை; நீதிமன்ற அழைப்பாணை *She is appearing today* ***under subpoena****.* ▶ **subpoena** *verb* [T] *The court subpoenaed her to appear as a witness.*

subscribe /səb'skraɪb/ *verb* [I] **1 subscribe (to sth)** to pay for a newspaper or magazine to be sent to you regularly ஒரு செய்தித்தாள் அல்லது பருவ இதழை வழக்கமுறையாகப் பெறவேண்டி பணம் செலுத்து; சந்தா செலுத்து **2** (*formal*) **subscribe to sth** to agree with an idea, belief, etc. ஒரு கருத்து, கோட்பாடு முதலியவற்றுடன் ஒத்துப்போ அல்லது உடன்படு *I don't subscribe to the view that all war is wrong.*

subscriber /səb'skraɪbə(r)/ *noun* [C] a person who pays to receive a newspaper or magazine regularly or to use a particular service வழக்கமுறையாக ஒரு செய்தித்தாள் அல்லது பருவ இதழைப் பெறவேண்டி அல்லது குறிப்பிட்ட சேவையைப் பயன்படுத்த வேண்டிப் பணம் செலுத்துபவர்; சந்தாதாரர் *subscribers to satellite and cable television*

subscription /səb'skrɪpʃn/ *noun* [C] an amount of money that you pay, usually once a year, to receive a newspaper or magazine regularly or to belong to an organization வழக்கமுறையாக ஒரு செய்தித்தாள் அல்லது பருவ இதழைப் பெற வேண்டி அல்லது ஓர் அமைப்பில் உறுப்பினராக இருக்க வேண்டிப் பெரும்பாலும் ஆண்டுக்கு ஒருமுறை செலுத்தப்படும் தொகை; சந்தா; உறுப்பினர் கட்டணம்

subsequent /'sʌbsɪkwənt/ *adj.* (*formal*) (*only before a noun*) coming after or later அடுத்து அல்லது பிந்தி வருகிற; பின்தொடர்ந்து வருகிற *I thought that was the end of the matter but subsequent events proved me wrong.* ▶ **subsequently** *adv. The rumours were subsequently found to be untrue.*

subservient /səbˈsɜːviənt/ *adj.* **1 subservient (to sb/sth)** too ready to obey other people மற்றவர்களுக்குக் கீழ்ப்படிவதற்கு மிகைப்படியான ஆயத்த நிலையில் உள்ள; மட்டு மீறிய பணிவு காட்டுகிற; அடிமைப் பணிவுடைய **2** (*formal*) **subservient (to sth)** considered to be less important than sth else வேறொன்றை விட மதிப்புக் குறைந்ததாகக் கருதப்படுகிற; கீழ்நிலைப்பட்ட; துணைமையான ▶ **subservience** *noun* [U]

subside /səbˈsaɪd/ *verb* [I] **1** to become calmer or quieter அமைதிப்படு; கொந்தளிப்பு அடங்கு; தணிவுறு *The storm seems to be subsiding.* **2** (used about land, a building, etc.) to sink down into the ground (நிலம், கட்டடம் முதலியவை வகையில்) தரையினுள் அமிழ்வுறு; உள்ளமுங்கு ▶ **subsidence** /ˈsʌbsɪdns; səbˈsaɪdns/ *noun* [U]

subsidiary[1] /səbˈsɪdiəri/ *adj.* connected with sth but less important than it ஒன்றோடு தொடர்புடைய ஆனால் அதனைவிட முக்கியத்துவம் குறைந்த; துணைநிலைப்பட்ட; துணைமையான; உடனுதவியான

subsidiary[2] /səbˈsɪdiəri/ *noun* [C] (*pl.* **subsidiaries**) a business company that belongs to and is controlled by another larger company மற்றொரு பெரிய வாணிக நிறுவனத்திற்குச் சொந்தமானதும் அதன் கட்டுப்பாட்டில் உள்ளதுமான நிறுவனம்; துணை நிறுவனம்

subsidize (*also* **-ise**) /ˈsʌbsɪdaɪz/ *verb* [T] (used about a government, etc.) to give money in order to keep the cost of a service low (ஓர் அரசு முதலியவை பற்றிக் கூறுகையில்) ஒரு சேவையின் கட்டணத்தைத் தாழ்ந்த நிலையில் வைத்திருக்கும் பொருட்டுப் பணம் கொடு; ஆதரவு நிதி வழங்கு; மானியம் அளி *Public transport should be subsidized.*

subsidy /ˈsʌbsədi/ *noun* [C, U] (*pl.* **subsidies**) money that the government, etc. pays to help an organization or to keep the cost of a service low ஓர் அமைப்புக்கு உதவும் பொருட்டு அல்லது ஒரு சேவையின் கட்டணத்தைக் குறைந்த நிலையில் வைத்திருக்கும் பொருட்டு அரசு முதலியவை கொடுக்கும் பணம்; மானியம்; துணையுதவி நிதி *agricultural/state/housing subsidies*

subsist /səbˈsɪst/ *verb* [I] (*formal*) **subsist (on sth)** to manage to live with very little food or money சொற்ப அளவான உணவை அல்லது பணத்தைக் கொண்டு பிழைப்பு நடத்து; உயிர் தாங்கியிரு ▶ **subsistence** *noun* [U]

subsistence crop /səbˈsɪstəns krɒp/ *noun* [C] plants that people grow to eat or use themselves, not to sell விற்பனைக்கு அன்றி, உணவுக்காக அல்லது தங்களுடைய பயன்பாட்டிற்காக விளைவிக்கப்படும் பயிர்கள்; பிழைப்பாதாரப் பயிர்கள் ➪ **cash crop** பார்க்க.

subsoil /ˈsʌbsɔɪl/ *noun* [U] (in geography) the layer of soil between the surface of the ground and the hard rock underneath it (புவியியலில்) தரைப் பரப்புக்கும் அதன் அடியில் உள்ள கடினப் பாறைக்கும் இடைப்பட்ட மண் படுகை; அடிமண்; கீழ்மண் ➪ **topsoil** பார்க்க.

substance /ˈsʌbstəns/ *noun* **1** [C] a solid or liquid material திட அல்லது திரவப்பொருள்; திண்பொருள்; நீர்மப் பொருள் *poisonous substances • The cloth is coated in a new waterproof substance* **2** [U] importance, value or truth முக்கியத்துவம்; மதிப்பு; உண்மை *The commissioner's report **gives substance to** these allegations* **3** [U] the most important or main part of sth ஒன்றின் இன்றியமையாத அல்லது முதன்மையான பகுதி; அடிப்படைக் கூறு; சாரம் *What was the substance of his argument?*

sub-standard *adj.* of poor quality; not as good as usual or as it should be தரம் தாழ்ந்த; மட்டமான; வழக்கமான அல்லது இருக்க வேண்டிய நன்னிலையில் இல்லாத

substantial /səbˈstænʃl/ *adj.* **1** large in amount பேரளவான; பெரும்படியான; கணிசமான *The storms caused substantial damage. • a substantial sum of money* **2** large or strong பெரிய; பெருத்த; உறுதியான ✪ OPP **insubstantial**

substantially /səbˈstænʃəli/ *adv.* **1** very much; greatly மிகுதியாக; மிக்க அளவில்; நிரம்ப; கணிசமாக *House prices have fallen substantially.* **2** generally; in most points பரவலாக; பெரும்பாலும்; பொதுநிலையில்; ஏறத்தாழ

substitute /ˈsʌbstɪtjuːt/ *noun* [C] **a substitute (for sb/sth)** a person or thing that takes the place of sb/sth else வேறொருவரது/வேறொன்றின் இடத்தை நிரப்பும் ஆள் அல்லது பொருள்; பதிலாள்; மாற்றாள்; பதிற்பொருள்; மாற்று *One player was injured so the substitute was sent on to play.* ▶ **substitute** *verb* [T] **substitute sb/sth (for sb/sth)** *You can substitute margarine for butter.* ▶ **substitution** /ˌsʌbstɪˈtjuːʃn/ *noun* [C, U]

subterranean /ˌsʌbtəˈreɪniən/ *adj.* (*usually before a noun*) (*formal*) under the ground நிலத்தடியில் உள்ள; அடிநிலத்தில் உள்ள *a subterranean cave/passage/tunnel*

subtitle /ˈsʌbtaɪtl/ *noun* [C, *usually pl.*] the words at the bottom of the picture on television or at the cinema. The subtitles translate the words of a foreign film or programme or show the words that are spoken, to help people with hearing problems அயல்மொழித் தொலைக்காட்சி நிகழ்ச்சியினுடைய அல்லது திரைப்படத்தினுடைய

உரையாடலின் மொழிபெயர்ப்பாகப் படத்தின் அடிப்பகுதியில் காட்டப்படும் சொற்கள், அல்லது செவிப்புலக் குறைபாடு உடையவர்களுக்கு உதவும் பொருட்டுப் படத்தின் அடிப்பகுதியில் காட்டப்படும் அப்படத்தில் பேசப்படும் சொற்களின் எழுத்து வடிவம்; துணைத் தலைப்பு *a Hindi film with English subtitles* ➪ **dub 2** பார்க்க. ▶ **subtitle** *verb* [T] (*usually passive*) *a Hindi film subtitled in English*

subtle /ˈsʌtl/ *adj.* **1** not very noticeable; not very strong or bright எளிதில் கண்டுணர முடியாத; முனைப்பாக அல்லது விளக்கமாகத் தோன்றாத; மெல்லிழைவான; மென்னயமான; நுட்பமான *subtle colours* • *I noticed a subtle difference in her* **2** very clever; and using indirect methods to achieve sth அறிவுத்திறன் மிக்க; கூரறிவுடைய; நுண்ணுணர்வுடைய; ஓர் ஆதாயத்தை முன்னிட்டு மறைமுகமான வழிமுறைகளைக் கையாள்கிற *Advertisements persuade us to buy things in very subtle ways.* ▶ **subtlety** /ˈsʌtlti/ *noun* [C, U] (*pl.* **subtleties**) ▶ **subtly** /ˈsʌtli/ *adv.*

subtract /səbˈtrækt/ *verb* [T] **subtract sth (from sth)** to take one number or quantity away from another ஓர் எண்ணை அல்லது எண்ணிக்கையை வேறொன்றிலிருந்து நீக்கு; கழி *If you subtract five from nine you get four.* ✪ OPP **add** ▶ **subtraction** /səbˈtrækʃn/ *noun* [C, U]

subtropical /ˌsʌbˈtrɒpɪkl/ *adj.* (in geography) in or connected with regions that are near tropical parts of the world (புவியியலில்) உலகின் வெப்ப மண்டலப் பகுதிகளுக்கு அண்மையில் அமைந்துள்ள பகுதிகளில் உள்ள அல்லது அப்பகுதிகள் தொடர்பான; வெப்ப மண்டல அணிமை இடங்களுக்குரிய *subtropical forests*

suburb /ˈsʌbɜːb/ *noun* [C] an area where people live that is outside the central part of a town or city ஒரு நகரத்தின் அல்லது மாநகரத்தின் மையப்பகுதிக்கு வெளிப்புறத்தில் அமைந்துள்ள குடியிருப்புப் பகுதி; புறநகர் *Most people live* ***in the suburbs*** *and work in the centre of town.* ▶ **suburban** /səˈbɜːbən/ *adj.*

NOTE புறநகர் வாழ்க்கை பெரும்பாலும் சுறுசுறுப்பற்றதாகக் கருதப்படுவதால், **suburban** என்ற சொல் சில சமயங்களில் 'எழுச்சியற்ற/மந்தமான' எனப் பொருள் கொள்ளப்படுகிறது ▶ **suburbia** /səˈbɜːbiə/ *noun* [U]

subversive /səbˈvɜːsɪv/ *adj.* trying to destroy or damage a government, religion or political system by attacking it secretly and in an indirect way இரகசியமான, மறைமுகத் தாக்குதல் மூலமாக ஓர் அரசு, ஒரு மதம் அல்லது ஓர் அரசியல் அமைப்பை அழிக்க அல்லது சீர்குலைக்க முயல்கிற; மறைமுக அரசு/சமய எதிர்ப்பு வன்கிளர்ச்சியில் ஈடுபடுகிற ▶ **subversive** *noun* [C] ▶ **subversion** /səbˈvɜːʃn/ *noun* [U]

subvert /səbˈvɜːt/ *verb* [T] to try to destroy or damage a government, religion or political system by attacking it secretly and in an indirect way இரகசியமான, மறைமுகத் தாக்குதல் மூலமாக ஓர் அரசு, ஒரு சமயம் அல்லது ஓர் அரசியல் அமைப்பை அழிக்க அல்லது சீர்குலைக்க முயல்; இரகசிய அரசு/சமய எதிர்ப்பு வன்கிளர்ச்சியில் ஈடுபடு

subway /ˈsʌbweɪ/ *noun* [C] **1** a tunnel under a busy road or railway that is for people who are walking (**pedestrians**) போக்குவரத்து மிக்க சாலையின் அல்லது இருப்புப்பாதையின் அடியில், நடந்து செல்பவர்களுக்காக அமைக்கப்படும் அடிநில வழி; சுரங்கப் பாதை **2** (*AmE*) = **underground**[3]

succeed /səkˈsiːd/ *verb* **1** [I] **succeed (in sth/doing sth)** to manage to achieve what you want; to do well தான் விரும்புவதை முயன்று திறம்படச் செய்து முடி அல்லது அடையப்பெறு; வெற்றி காண்; நோக்கம் ஈடேறப்பெறு *A good education will help you succeed in life.* • *to succeed in passing an exam* ✪ OPP **fail** **2** [I, T] to have a job or important position after sb else வேறொருவரை அடுத்து ஒரு பணியை அல்லது முக்கியமான பதவியைப் பெறு; பின்வரவாளராக/பின்னுரிமையாளராக ஒரு பணியில் அல்லது பதவியில் அமர் *Dr. Manmohan Singh succeeded Vajpayee as Prime Minister of India.*

success /səkˈses/ *noun* **1** [U] the fact that you have achieved what you want; doing well and becoming famous, rich, etc. தான் விரும்புவதை முன்னின்று திறம்படச் செய்து முடிக்கும் அல்லது அடையப்பெறும் மெய்ம்மை நிலை; சிறப்பாகச் செயல்படுதலும் செல்வம், புகழ், முதலியவற்றை அடையப்பெறுதலும்; வெற்றி *Hard work is* ***the key to success*** • *Her attempts to get a job for the summer have not* ***met with*** *much* ***success*** (= she hasn't managed to get it). • *What's the secret of your success?* **2** [C] the thing that you achieve; sth that becomes very popular முயற்சியாலும் திறமையாலும் ஒருவர் அடைவது; பலராலும் உயர்வாகப் போற்றப்படுவது; சாதனை; ஆக்க வளம்; புகழ்ப்பேறு; செல்வப்பேறு *He really tried to* ***make a success*** *of the business* • *The film 'Titanic' was a huge success.* ✪ OPP **failure**

successful /səkˈsesfl/ *adj.* having achieved what you wanted; having become popular, rich, etc. தான் விரும்பியதைத் திறம்படச் செய்து முடித்துள்ள அல்லது வினையூக்கத்தால் அடையப் பெற்றுள்ள; பாராட்டு, புகழ் முதலியவற்றை ஈட்டியுள்ள; வெற்றி கண்ட; வெற்றிகரமான

a successful attempt to climb Mount Everest • *a successful actor* ▶ **successfully** /sək'sesfəli/ *adv.*

succession /sək'seʃn/ *noun* **1** [C] a number of people or things that follow each other in time or order; a series கால முறைப்படி அல்லது வரிசை ஒழுங்கில் ஒருவரையொருவர்/ஒன்றையொன்று பின் தொடரும் ஆட்கள் அல்லது பொருள்கள்; தொடர்வரிசை *a succession of events/problems/visitors* **2** [U] the right to have an important position after sb else வேறொருவரை அடுத்து ஒரு முக்கியமான பதவியை/பொறுப்பைப் பெறும் உரிமை; பின்னுரிமை; மரபுரிமை

IDM **in succession** following one after another ஒருவர் பின் ஒருவராக/ஒன்றின் பின் ஒன்றாக; அடுத்தடுத்து; தொடர்ச்சியாக *There have been three deaths in the family in quick succession.*

successive /sək'sesɪv/ *adj.* (*only before a noun*) following immediately one after the other அடுத்தடுத்து ஒன்றின் பின் ஒன்றாக வருகிற; இடைவிடாத வரிசை முறையான *This was their fourth successive win.* ▶ **successively** *adv. The concept has been applied successively to painting, architecture and sculpture.*

successor /sək'sesə(r)/ *noun* [C] a person or thing that comes after sb/sth else and takes his/her/its place வேறொருவரை/வேறொன்றை அடுத்து வந்து அவரது/அதனது இடத்தைப் பெறுபவர்/பெறுவது; பின்னுரிமையாளர்; பின்வருவது; பின்னுரிமையுடையது ⇨ **predecessor** பார்க்க.

succinct /sək'sɪŋkt/ *adj.* said clearly, in a few words சிலவாகிய சொற்களால் தெளிவுபடக் கூறப்படுகிற; மணிச்சுருக்கமான; செறிவான ▶ **succinctly** *adv.*

succulent /'sʌkjələnt/ *adj.* (used about fruit, vegetables and meat) containing a lot of juice and tasting very good (பழங்கள், காய்கறிகள் மற்றும் இறைச்சி வகையில்) சாறு நிறைந்து நன்கு சுவைக்கிற; சாற்றுச் செறிவுடைய; சுவை கனிந்த

succumb /sə'kʌm/ *verb* [I] (*formal*) **succumb (to sth)** to stop fighting against sth ஒன்றுக்கு எதிராகப் போராடுவதை நிறுத்து; எதிர்ப்பைக் கைவிடு; கீழடங்கு

such /sʌtʃ/ *det., pronoun* **1** (used for referring to sb/sth that you mentioned earlier) of this or that type (முன் குறிப்பிடப்பட்ட ஒருவரை/ஒன்றைப் பற்றிப் பேசப் பயன்படுத்தப்படுவது) இவ்வகையை/அவ்வகையைச் சார்ந்த; இம்மாதிரியான/அம்மாதிரியான; இத்தகைய/அத்தகைய; இத்தகையவர்/அத்தகையவர்; இத்தகையது/அத்தகையது *I don't believe in ghosts. There's **no such thing**.* • *The economic situation is such that we all have less money to spend.* **2** used for emphasizing the degree of sth ஒன்றின் அளவை அல்லது படிநிலையை வலியுறுத்திக் கூறப் பயன்படுத்தப்படுவது: அத்துணையாக/இத்துணையாக; அத்துணை/இத்துணை அளவானது *It was such a fascinating book that I couldn't put it down.* • *It seems such a long time since we last met.*

NOTE ஒரு பெயர்ச்சொல்லுக்கு முன் அல்லது ஒரு பெயரடையை அடுத்து வரும் பெயர்ச்சொல்லுக்கு முன் **such** பயன்படுத்தப்படுகிறது—*Sivam is such a bore.* • *Susan is such a boring woman.* பெயர்ச்சொல் இன்றி வரும் பெயரடைக்கு முன் **so** பயன்படுத்தப்படுகிறது—*Don't be so boring.* கீழ்க்கண்ட வாக்கியங்களை ஒப்புநோக்குக—*It was so cold we stayed at home.* • *It was such a cold night that we stayed at home.*

3 used to describe the result of sth ஒன்றின் விளைபயனைக் குறிப்பிடப் பயன்படுத்தப்படுவது *The statement was worded **in such a way that** it did not upset anyone.*

IDM **as such** as the word is usually understood; exactly குறிப்பிட்ட சொல் வழக்கமாகப் புரிந்துகொள்ளப்படும் முறையில்; சரி நுட்பமாக; துல்லியமாக *It's not a promotion as such, but it will mean more money.*

such as for example எடுத்துக்காட்டாக; என்பவர்/என்பது போன்ற *Fatty foods such as chips are bad for you.*

suck /sʌk/ *verb* **1** [I, T] to pull a liquid into your mouth ஒரு நீர்மத்தை வாயினுள் இழு; உறிஞ்சு *to suck milk up through a straw* **2** [I, T] to have sth in your mouth and keep touching it with your tongue ஒன்றை வாயினுள் வைத்து நாவினால் தொட்டுக்கொண்டிரு; வாயில் சப்பு *He was noisily sucking (on) a sweet* **3** [T] to pull sth in a particular direction, using force விசையாற்றலைப் பயன்படுத்தி ஒன்றைக் குறிப்பிட்ட திசையில் இழு; விசையுடன் உறிஞ்சு; ஈர் *Vacuum cleaners suck up the dirt.*

sucker /'sʌkə(r)/ *noun* [C] **1** (*informal*) a person who believes everything that you tell him/her and who is easy to trick or persuade to do sth தன்னிடம் கூறப்படும் அனைத்தையும் நம்பிவிடுகிறவரும் எளிதில் ஏமாற்ற அல்லது ஒன்றுக்கு இணங்கவைக்கத் தக்கவருமான ஒருவர்; ஏமாளி; அப்பாவி **2** a part of some plants, animals or insects that is used for helping them stick onto a surface சில வகைத் தாவரங்கள், விலங்குகள் அல்லது பூச்சிகள் ஒரு பரப்பின் மீது ஒட்டிக்கொள்ளப் பயன்படுத்தும் உறுப்பு; பற்றுறுப்பு

sucrose /'su:krəʊz; -krəʊs/ *noun* [U] (*technical*) the form of sugar that comes from **sugar cane** or **sugar beet**, and which is used to make food sweet கரும்பிலிருந்து அல்லது சர்க்கரைக் கிழங்கிலிருந்து பெறப்படுவதும் உணவுக்கு இன்சுவையூட்டப் பயன்படுத்தப்படுவதுமான சர்க்கரை வகை ➪ **dextrose, fructose, glucose** மற்றும் **lactose** பார்க்க.

suction /ˈsʌkʃn/ *noun* [U] the action of removing air or liquid from a space or container so that sth else can be pulled into it or so that two surfaces can stick together ஓர் இடப்பரப்பினுள் அல்லது ஒரு கொள்கலத்தினுள் வேறொரு பொருளை ஈர்த்து விடும் பொருட்டு அல்லது இரண்டு பரப்புகள் ஒன்றாக ஒட்டிக்கொள்வதற்கு ஏதுவாக, அப்பரப்பிலிருந்து அல்லது கொள்கலத்திலிருந்து காற்றை அல்லது நீர்மத்தை அகற்றுதல்; உறிஞ்சி அல்லது ஒத்தி எடுத்தல்; பற்றீர்ப்பு *A vacuum cleaner works by suction.*

sudden /ˈsʌdn/ *adj.* done or happening quickly, or when you do not expect it விரைவாக அல்லது எதிர்பாராத நிலையில் செய்யப்படுகிற அல்லது நிகழ்கிற; திடுவிரைவான; திடீரென்ற; எதிர்பாராத *a sudden decision/change* ▶ **suddenly** *adv. Suddenly, everybody started shouting.* ▶ **suddenness** *noun* [U]

IDM **all of a sudden** quickly and unexpectedly விரைவாக மற்றும் எதிர்பாராது; திடீரென்று; சட்டென *All of a sudden the lights went out.*

sudden death a way of deciding who wins a game where the score is equal by playing one more point or game அணிகள் சமமாக ஆட்டப்புள்ளிகள் ஈட்டியுள்ள நிலையில் மேலும் ஓர் ஆட்டப்புள்ளி ஈட்டி அல்லது மேலும் ஓர் ஆட்டம் விளையாடி வெற்றி தோல்வியை முடிவுசெய்யும் முறை

suds /sʌdz/ *noun* (*pl.*) the bubbles that you get when you mix soap and water சோப்பையும் நீரையும் கலக்கும்போது உண்டாகும் குமிழிகள்; சோப்பு நீர் நுரை

sue /suː/ *verb* [I, T] **sue (sb) (for sth)** to go to a court of law and ask for money from sb because he/she has done sth bad to you, or said sth bad about you தனக்கு ஒரு தீங்கு செய்த அல்லது தன்னைப் பற்றி மோசமாக ஒன்றைக் கூறிய ஒருவருக்கு எதிராக நீதிமன்றம் சென்று அவரிடமிருந்து பணம் கேள்; நஷ்டஈடு கேட்டு வழக்குத் தொடு *to sue sb for libel/breach of contract/damages*

suede /sweɪd/ *noun* [U] a type of soft leather which does not have a smooth surface and feels a little like cloth மிருதுவான மேற்பரப்பற்றதும் ஓரளவு துணியை ஒத்த தோற்றமுடையதுமான மென்மையான தோல் வகை; பதனிடப்படாத் தோல் வகை; துறுதோல்

suet /ˈsuːɪt/ *noun* [U] a type of hard animal fat that is used in cooking சமையலில் பயன்படுத்தப்படும் கெட்டியான விலங்கு நெய் வகை; ஊன் கொழுப்பு

suffer /ˈsʌfə(r)/ *verb* **1** [I, T] **suffer (from sth); suffer (for sth)** to experience sth unpleasant, for example pain, sadness, difficulty, etc. வலி, வருத்தம், இடர்ப்பாடு முதலிய இன்னாத ஒன்றுக்கு உள்ளாகு; வருந்து; நோவுறு; துன்புறு; துயருறு *Mary often suffers from severe headaches. • He made a rash decision and now he's suffering for it.* **2** [I] to become worse in quality தரம் கெடு; மோசமாகு; பாதிப்புக்கு உள்ளாகு *My work is suffering as a result of problems at home.* ▶ **sufferer** *noun* [C] *asthma sufferers* ▶ **suffering** *noun* [U]

suffice /səˈfaɪs/ *verb* [I] (*formal*) **1** (*not used in the continuous tense*) to be enough for sb/sth ஒருவருக்கு/ஒன்றுக்குப் போதுமானதாக இரு; மன நிறைவு ஏற்படுத்துவதாயிரு *One example will suffice to illustrate the point.* **2 suffice (it) to say (that)...** used to suggest that although you could say more, what you do say will be enough to explain what you mean தன்னால் மேலும் கூற முடியுமாயினும், தான் கூறுவது தனது கருத்தைத் தெளிவுபடுத்தப் போதுமானது என்பதை உணர்த்தப் பயன்படுத்தப்படுவது: அவ்வளவு சொல்வதே போதுமானது

sufficient /səˈfɪʃnt/ *adj.* (*formal*) as much as is necessary; enough தேவைக்குப் போதிய அளவான; போதுமான; போதிய *We have sufficient oil reserves to last for three months* ✪ OPP **insufficient** ▶ **sufficiently** *adv.*

suffix /ˈsʌfɪks/ *noun* [C] (*grammar*) a letter or group of letters that you add at the end of a word, and that changes the meaning of the word or the way it is used ஒரு சொல்லின் இறுதியில் சேர்க்கப்படுவதும் அச்சொல்லின் பொருளில் அல்லது அச்சொல்லைப் பயன்படுத்தும் முறையில் மாற்றம் உண்டாக்குவதுமான ஓர் எழுத்து அல்லது எழுத்துகளின் தொகுதி; பின்னொட்டு; விகுதி *To form the noun from the adjective 'sad', add the suffix 'ness'.* ➪ **affix²** மற்றும் **prefix** பார்க்க.

suffocate /ˈsʌfəkeɪt/ *verb* [I, T] to die because there is no air to breathe; to kill sb in this way சுவாசிக்கக் காற்று இல்லாமையால் மரணமடை; இம்முறையில் ஒருவரைக் கொல்; மூச்சுத் திணறி இற; மூச்சுத் திணறவைத்துக் கொல் ▶ **suffocating** *adj.* ▶ **suffocation** /ˌsʌfəˈkeɪʃn/ *noun* [U]

suffrage /ˈsʌfrɪdʒ/ *noun* [U] the right to vote in political elections அரசியல் தேர்தல்களில் வாக்களிக்கும் உரிமை; வாக்குரிமை *universal suffrage* (= the right of all adults to vote) • *women's suffrage*

sugar /ˈʃʊɡə(r)/ *noun* **1** [U] a sweet substance that you get from certain plants சர்க்கரை *Do* *you **take sugar** in tea?* **2** [C] (in a cup of tea, coffee, etc.) the amount of sugar that a small spoon can hold; a lump of sugar (ஒரு கோப்பைத் தேநீர், காப்பி முதலியவற்றில் உள்ள) தேக்கரண்டி அளவு சர்க்கரை; சர்க்கரைக் கட்டி **3** [C] any of various sweet substances that are found naturally in plants, fruit, etc. தாவரங்கள், கனிகள் முதலியவற்றில் இயற்கையாகக் காணப்படும் இனிப்புச் சுவையுடைய பல்வேறு பொருள்களுள் ஒன்று; சர்க்கரைச் சத்துப் பொருள் *Glucose and fructose are sugars.*

sugar beet (*BrE* **beet**) *noun* [U] a plant with a large round root that sugar is made from சர்க்கரை தயாரிப்பதற்குரிய பெரிய உருண்டை வடிவக் கிழங்குடைய தாவர வகை; சர்க்கரைக் கிழங்கு

sugar cane *noun* [U] a tall tropical plant with thick **stems** that sugar is made from கரும்பு

sugary /'ʃʊgəri/ *adj.* very sweet மிகவும் இனிப்பான; இனிப்புச் சுவை மிக்க; தித்திப்புடைய

suggest /sə'dʒest/ *verb* [T] **1 suggest sth (to sb); suggest doing sth; suggest that...** to mention a plan or an idea that you have for sb to discuss or consider ஒருவர் விவாதிப்பதற்காக அல்லது கருதிப் பார்ப்பதற்காகத் தன்னிடமுள்ள ஒரு திட்டத்தை அல்லது கருத்தைக் குறிப்பிடு; யோசனை கூறு *Can anybody suggest ways of raising more money?* • *Ajay suggested (that) we go out for a walk.* • *Ajay suggested a walk.* **2 suggest sb/sth (for/as sth)** to say that a person, thing or place is suitable ஓராள், ஒரு பொருள் அல்லது ஓரிடம் ஏற்புக்குரியது எனக் கூறு; ஆலோசனை கூறு *Who would you suggest for the job?* ➪ **recommend** பார்க்க. **3** to say or show sth in an indirect way ஒன்றை மறைமுகமாகக் கூறு; குறிப்பாகச் சொல்; சுற்றுமுகமாகத் தெரிவி *Are you suggesting the accident was my fault?*

suggestion /sə'dʒestʃən/ *noun* **1** [C] a plan or idea that sb mentions for sb else to discuss and consider வேறொருவர் விவாதிப்பதற்காகவும் கருதிப் பார்ப்பதற்காகவும் ஒருவர் குறிப்பிடும் ஒரு திட்டம் அல்லது கருத்து; யோசனை; ஆலோசனை; பிரேரணை *May I **make a suggestion**?* **2** [U] putting an idea into a person's mind; giving advice about what to do ஒருவருக்கு யோசனை கூறுதல்; பிரேரணை செய்தல்; செய்ய வேண்டிய ஒன்று குறித்து ஆலோசனை கூறுதல் **3** [*sing.*] a slight amount or sign of sth ஒன்றின் சிற்றளவு; இம்மியளவு; அறிகுறி; சிறு தடம்; சிறு குறிப்பு

suggestive /sə'dʒestɪv/ *adj.* **1 suggestive (of sth)** making you think of sth; being a sign of sth ஒன்றைப் பற்றிச் சிந்திக்க வைக்கிற; கருத்துத் தூண்டுகிற; ஒன்றின் அறிகுறியான; குறிப்பாகத் தெரிவிக்கிற *Your symptoms are more suggestive of an allergy than a virus.* **2** making you think about sex பாலுணர்ச்சி தூண்டுகிற; பாலுறவு தொடர்பான எண்ணம் உண்டாக்குகிற *a suggestive dance/remark/posture* ▶ **suggestively** *adv.*

suicidal /ˌsuːɪ'saɪdl/ *adj.* **1** (used about a person) wanting to kill himself/herself (ஆள் வகையில்) தற்கொலை செய்துகொள்ள விரும்புகிற; தற்கொலை நாட்டமுள்ள *to be/feel suicidal* **2** likely to have a very bad result; extremely dangerous மிக மோசமான விளைவை ஏற்படுத்தக்கூடிய; பேராபத்தான; அழிவார்ந்த

suicide /'suːɪsaɪd/ *noun* [U, C] the act of killing yourself deliberately வேண்டுமென்றே உயிர் போக்கிக்கொள்ளுதல்; தற்கொலை *Brinda has tried to **commit suicide** several times.* • *There have been three suicides by university students this year.*

suit[1] /suːt/ *noun* [C] **1** a formal set of clothes that are made of the same material, consisting of a jacket and either trousers or a skirt ஒரே வகையான துணியில் தைக்கப்படும், கையுடைய புறச்சட்டை மற்றும் காற்சட்டை/பாவாடை உள்ளடங்கிய வினைமுறை சார்ந்த உடுப்புத் தொகுதி; சம்பிரதாய முழுநிறை உடுப்பு *He always wears a suit and tie to work.* **2** an article of clothing or set of clothes that you wear for a particular activity குறிப்பிட்ட செயலின்போது அணிந்துகொள்ளும் ஓர் உடை அல்லது ஆடைத்தொகுதி; தனிவகை உடுப்பு *a tracksuit/swimsuit* **3** one of the four sets of 13 playing cards (**hearts, clubs, diamonds** and **spades**) that form a pack சீட்டுக்கட்டின் (இதயக்குறிச் சீட்டுத்தொகுதி, சாய்சதுரக் குறிச் சீட்டுத்தொகுதி, முக்கவரிலைக் குறிச் சீட்டுத்தொகுதி, மண்வாரிச் சின்னச் சீட்டுத்தொகுதி ஆகிய) ஒவ்வொன்றிலும் 13 சீட்டுகள் கொண்ட நான்கு தொகுதிகளுள் ஒன்று

IDM **follow suit** ➪ **follow** பார்க்க.

suit[2] /suːt/ *verb* [T] (*not used in the continuous tenses*) **1** to be convenient or useful for sb/sth ஒருவருக்கு/ஒன்றுக்கு வசதியானதாக அல்லது பயனுடையதாக இரு; ஏற்றதாயிரு *Would Thursday at 9.30 suit you?* • *He will help around the house, but only when it suits him.* **2** (used about clothes, colours, etc.) to make you look attractive (ஆடைகள், வண்ணங்கள் முதலியவை வகையில்) ஒருவரைக் கவர்ச்சியாகத் தோன்றச் செய்; நன்கு பொருந்தி அமைந்திரு *That dress really suits you.*

suitable /'suːtəbl/ *adj.* **suitable (for sb/sth); suitable (to do sth)** right or appropriate for sb/sth ஒருவருக்கு/ஒன்றுக்குச் சரி நேர்வான அல்லது பொருத்தமான; ஏற்புடைய; தக்க

The film isn't suitable for children. • *I've got nothing suitable to wear for a wedding.* ✪ OPP **unsuitable** ▶ **suitability** /ˌsuːtəˈbɪləti/ *noun* [U] ▶ **suitably** *adv.*

suitcase /ˈsuːtkeɪs/ (*also* **case**) *noun* [C] a box with a handle that you use for carrying your clothes, etc. in when you are travelling பயணத்தின்போது ஆடைகள் முதலியவற்றை உள்ளிட்டுக் கொண்டு செல்வதற்கான கைப்பிடியுடன் கூடிய பெட்டி; கைப்பெட்டி

suite /swiːt/ *noun* [C] **1** a set of rooms, especially in a hotel குறிப்பாகத் தங்கு விடுதியிலுள்ள, அறைத் தொகுதி *the honeymoon/penthouse suite* • *a suite of rooms/offices* ⇨ **en suite** பார்க்க. **2** a set of two or more pieces of furniture of the same style or covered in the same material ஒரே பாணியில் அமைந்த அல்லது ஒரே வகைத் துணியால் உறையிடப்பட்ட இரண்டு அல்லது இரண்டுக்கு மேற்பட்ட அறைகலங்களின் தொகுதி; ஒருசீர் அறைகலத் தொகுதி *a three-piece suite* (= a sofa and two armchairs)

suited /ˈsuːtɪd/ *adj.* **suited (for/to sb/sth)** appropriate or right for sb/sth ஒருவருக்கு/ஒன்றுக்குச் சரி நேர்வான அல்லது பொருத்தமான; ஏற்புடைய; உகந்த

sulfur (*AmE*) = **sulphur**

sulk /sʌlk/ *verb* [I] to refuse to speak or smile because you want people to know that you are angry about sth ஒன்று குறித்துத் தான் சினம் கொண்டுள்ளதை மற்றவர்கள் அறியச் செய்ய வேண்டிப் பேச அல்லது சிரிக்க மறு; சிடுசிடுப்பாயிரு; ஊடு ▶ **sulky** *adj.* ▶ **sulkily** /sʌlkɪli/ *adv.*

sullen /ˈsʌlən/ *adj.* looking bad-tempered and not wanting to speak to people மற்றவர்களுடன் பேச விரும்பாது எரிச்சலான மனநிலையில் இருக்கிற; கலகலப்பாகப் பழகாத; சிடுசிடுப்பான *a sullen face/expression/glare* ▶ **sullenly** *adv.*

sulphide (*AmE* **sulfide**) /ˈsʌlfaɪd/ *noun* [C, U] a compound of sulphur with another chemical element கந்தகமும் வேறொரு வேதியியல் தனிமமும் சேர்ந்த கலவைப் பொருள்; கந்தகை; சல்.்.பைட்

sulphur (*AmE* **sulfur**) /ˈsʌlfə(r)/ *noun* [U] (*symbol* **S**) a natural yellow substance with a strong unpleasant smell முனைப்பான மூச்சுத் திணறலை உண்டாக்கும் மணமுள்ள இயற்கையான மஞ்சள் நிறப் பொருள்; கந்தகம்; சல்.்.பர்

sulphur dioxide (*AmE* **sulfur dioxide**) *noun* [U] (*symbol* SO_2) a poisonous gas with a strong smell, that is used in industry and causes air **pollution** தொழிற்சாலைகளில் பயன்படுத்தப்படுவதும் காற்றை மாசுபடுத்துவதுமான நெடியான மணமுள்ள நச்சுவளி வகை; சல்.்.பர் டை ஆக்ஸைட்

sulphuric acid (*AmE* **sulfuric acid**) /sʌlˌfjʊərɪk ˈæsɪd/ *noun* [U] (*symbol* H_2SO_4) a strong colourless acid செறிவு மிக்க நிறமற்ற அமில வகை; கந்தகக் காடி

sultan (*also* **Sultan**) *noun* [C] the ruler in some Muslim countries சில இஸ்லாமிய நாடுகளில் உள்ள ஆட்சியாளர்

sultana /sʌlˈtɑːnə/ *noun* [C] a dried grape with no seeds in it that is used in cooking சமையலில் பயன்படுத்தப்படும் விதைகளற்ற உலர் திராட்சை வகை ⇨ **raisin** பார்க்க.

sultry /ˈsʌltri/ *adj.* **1** (used about the weather) hot and uncomfortable (வானிலை வகையில்) வெம்மையான மற்றும் இதமாயிராத; இறுக்கமான; புழுக்கமான **2** (used about a woman) behaving in a way that makes her sexually attractive (பெண் வகையில்) பாற்கவர்ச்சி தோன்ற நடந்துகொள்கிற; பாற்கிளர்ச்சியூட்டுகிற

sum¹ /sʌm/ *noun* [C] **1** an amount of money பணத்தொகை *The industry has spent huge* ***sums of money*** *modernizing its equipment.* **2** (*usually sing.*) **the sum (of sth)** the amount that you get when you add two or more numbers together இரண்டு அல்லது இரண்டுக்கு மேற்பட்ட எண்களைச் சேர்த்துக் கூட்டும்போது கிடைக்கும் தொகை; கூட்டுத் தொகை; மொத்தம் *The sum of two and five is seven* **3** a simple problem that involves calculating numbers எண்களைக் கணக்கிடுதல் சார்ந்த எளிய கணக்கு; எண் கணிப்புக் கணக்கு *to* ***do sums*** *in your head*

sum² /sʌm/ *verb* (**su<u>mm</u>ing; su<u>mm</u>ed**)

PHR V **sum (sth) up** to describe in a few words the main ideas of what sb has said or written பேச்சு அல்லது எழுத்து வடிவிலான ஒரு விவரிப்பின் முக்கியக் கருத்துகளைச் சுருக்கமாகக் கூறு; பொழிப்பாகக் கூறு ***To sum up****, there are three options here...*

sum sb/sth up to form an opinion about sb/sth ஒருவரை/ஒன்றைப் பற்றி ஒரு கருத்துக் கொள் *He summed the situation up immediately.*

summary¹ /ˈsʌməri/ *noun* [C] (*pl.* **summaries**) a short description of the main ideas or points of sth but without any details விவரங்களைத் தவிர்த்து முக்கியமான கருத்துகளை அல்லது கருத்துக் கூறுகளை உள்ளடக்கிய சுருக்கமான விவரிப்பு; பொழிப்பு; தொகுப்பு *A brief summary of the experiment is given at the beginning of the report.* ✪ SYN **précis** ▶ **summarize** (*also* **-ise**) /ˈsʌməraɪz/ *verb* [I, T] *Could you summarize the story so far?*

summary² /ˈsʌməri/ *adj.* (*formal*) done quickly and without taking time to consider whether it is the right thing to do or following the right process ஒன்று சரியானதா எனக் கருதிப்பார்க்காது அல்லது முறையான நடைமுறையைப் பின்பற்றாது விரைந்து செய்யப்படுகிற; திடுவிரைவான *a summary judgment*

summer /ˈsʌmə(r)/ *noun* [C, U] one of the four seasons of the year, after spring and before autumn. Summer is the warmest season of the year ஆண்டின் நான்கு பருவங்களுள் ஒன்றான, இளவேனிற்காலத்திற்கும் இலையுதிர் காலத்திற்கும் இடைப்பட்ட, ஆண்டின் உச்ச அளவான வெம்மை நிலவும் காலம்; முதுவேனிற் பருவம்; கோடைக் காலம் *Is it very hot here* ***in summer****?* • *a summer's day* ➪ **season** பதிவில் படம் பார்க்க. ▶ **summery** *adj. summery weather* • *a summery dress*

summer house *noun* [C] a small building in a park or garden where you can sit and relax in good weather ஒரு பூங்காவில் அல்லது தோட்டத்தில் உள்ள, அமர்ந்து இளைப்பாறுவதற்கு ஏற்ற இனிய தட்பவெப்ப நிலை உள்ள, சிறு கட்டடம்; கோடைக்காப்பு இல்லம்

summer school *noun* [C, U] courses that are held in the summer at a university or college பல்கலைக்கழகத்தில் அல்லது கல்லூரியில் கோடைப் பருவத்தில் பயிற்றுவிக்கப்படும் பாடப் பிரிவுகள்; கோடைப்பருவப் பாடங்கள்

summing-up *noun* [C] (*pl.* **summings-up**) a speech in which a judge gives a short description (**summary**) of what has been said in a court of law before a decision (**verdict**) is reached தீர்ப்பை அறுதிசெய்யும் முன், நீதிமன்றத்தில் கூறப்பட்டவற்றை நீதிபதி சுருக்கத் தொகுப்பாக எடுத்துரைக்கும் அவரது உரை; தொகுப்புரை

summit /ˈsʌmɪt/ *noun* [C] **1** the top of a mountain மலையின் மேற்பகுதி; மலையுச்சி; சிகரம் **2** an important meeting or series of meetings between the leaders of two or more countries இரண்டு அல்லது இரண்டுக்கு மேற்பட்ட நாடுகளின் தலைவர்களுக்கு இடையே நடைபெறும் முக்கியமான கூட்டம் அல்லது தொடர்ச்சியான பல கூட்டங்கள்; உச்சி மாநாடு

summon /ˈsʌmən/ *verb* [T] **1** (*formal*) to order a person to come to a place ஓரிடத்திற்கு வருமாறு ஒருவருக்குக் கட்டளையிடு; அழைப்பாணையிடு *The boys were summoned to the head teacher's office* **2 summon sth (up)** to find strength, courage or some other quality that you need even though it is difficult to do so தேவையான வலிமை, துணிவு, அல்லது அத்தகைய ஒரு பண்பை முயன்று வரவழைத்துக் கொள் *She couldn't summon up the courage to ask her boss for leave.*

summons /ˈsʌmənz/ *noun* [C] (*pl.* **summonses**) an order to appear in a court of law நீதிமன்றத்தில் வந்து ஆஜராகுமாறு கூறும் ஆணை; நீதிமன்ற அழைப்பாணை

sumptuous /ˈsʌmptʃuəs/ *adj.* (*written*) very expensive and impressive; lavish விலை மதிப்பு மிக்கதும் பெரிதும் மெச்சத் தக்கதாகக் காணப்படுவதுமான; உயர்மதிப்புடைய

sun¹ /sʌn/ *noun* **1 the sun** [*sing.*] the star that shines in the sky during the day and that gives the earth heat and light சூரியன் *The sun rises in the east and sets in the west.* • *the rays of the sun* ➪ **the solar system** பதிவில் படம் பார்க்க. **2** [*sing.*, U] light and heat from the sun சூரியனிடமிருந்து பெறப்படும் ஒளியும் வெப்பமும்; சூரிய வெப்பம் மற்றும் ஒளி; வெயில் *Don't sit* ***in the sun*** *too long.* • *Too much sun can be harmful.*

IDM **catch the sun** ➪ **catch¹** பார்க்க.

sun² /sʌn/ *verb* [T] (**su<u>nn</u>ing; su<u>nn</u>ed**) **sun yourself** sit or lie outside when the sun is shining in order to enjoy the heat சூரியனின் வெம்மையை உணர்ந்து இன்புற வேண்டி வெளியிடத்தில் சூரிய ஒளியில் அமர்ந்திரு அல்லது படுத்திரு; வெயில் காய்

Sun. *abbr.* Sunday ஞாயிற்றுக்கிழமையைக் குறிக்கும் Sunday என்பதன் குறுக்கம் *Sun. 5 April*

sunbathe /ˈsʌnbeɪð/ *verb* [I] to take off most of your clothes and sit or lie in the sun in order to make your skin go darker (**get a tan**) தோல் பழுப்பு நிறம் பெறச் செய்யவேண்டிப் பெரும்பாலான ஆடைகளைக் கழற்றிவிட்டு வெயிலில் உட்கார்ந்திரு அல்லது படுத்திரு; வெயிலில் குளி ➪ **bathe** பார்க்க.

sunbeam /ˈsʌnbiːm/ *noun* [C] a **ray** of sunlight சூரிய ஒளியின் ஒரு கற்றை; சூரிய ஒளிக்கதிர்

sunburn /ˈsʌnbɜːn/ *noun* [U] red painful skin caused by spending too long in the sun மிகை நேரக் காய்வு காரணமாக, வலி உண்டாகுமாறு தோல் கன்றிச் சிவந்திருத்தல்; வெங்குரு

sunburned /ˈsʌnbɜːnd/ (*also* **sunburnt** /ˈsʌnbɜːnt/) *adj.* **1** suffering from sunburn வெயிலினால் தோல் கன்றிச் சிவந்து வருந்துகிற; வேனிற்கட்டி உண்டான **2** (used about a person or his/her skin) having an attractive brown colour from being in the sun (ஆள் அல்லது அவரது தோல் வகையில்) வெயில் காய்வால் கவர்ச்சியான பழுப்பு நிறம் பெற்றுள்ள

Sunday /ˈsʌndeɪ; -di/ *noun* [C, U] (*abbr.* **Sun.**) the day of the week after Saturday சனிக்கிழமையை அடுத்துவரும் வாரநாள்; ஞாயிற்றுக்கிழமை; ஞாயிறு

NOTE வார நாட்களின் பெயர்கள் எப்போதும் முகட்டெழுத்தில் தொடங்கும். வாக்கியங்களில் வார நாட்களைப் பயன்படுத்தும் முறை குறித்த எடுத்துக்காட்டுகள் **Monday** பதிவில் தரப்பட்டுள்ளன.

sundial /ˈsʌndaɪəl/ *noun* [C] a type of clock used in past times that uses the dark shape (**shadow**) caused by a pointed piece of metal being between the sun and the clock surface to show what the time is சூரிய ஒளிக்கும் மணிப்பொறி மேற்பரப்பிற்கும் இடையில் வைக்கப்பட்டுள்ள கூர்மையான உலோகப் பொருள் உண்டாக்கும் நிழலைப் பயன்படுத்தி நேரம் அறிய கடந்த காலத்தில் பயன்படுத்தப்பட்ட மணிப்பொறி வகை; சூரியக் கடிகாரம்; கதிர் நிழல் கடிகை

sundry /ˈsʌndri/ *adj.* (*only before a noun*) of various kinds that are not important enough to be named separately தனித்தனியாகப் பெயர் குறிப்பிடும் அளவுக்கு முக்கியத்துவம் இல்லாத பல்வேறு வகைப்பட்ட; சில்லறைப்பட்ட; சிலபலவான

IDM **all and sundry** (*informal*) everyone ஒவ்வொருவரும்; ஒவ்வொன்றும்; எவரும்/எதுவும் விடாது

sunflower /ˈsʌnflaʊə(r)/ *noun* [C] a very tall plant with large yellow flowers, often grown for its seeds and their oil, which is used in cooking பெரும்பாலும் விதைகளுக்காகவும் அவற்றிலிருந்து பெறப்பட்டுச் சமையலில் பயன்படுத்தப்படும் எண்ணெய்க்காகவும் பயிரிடப்படும், பெரிய மஞ்சள் நிறப் பூக்களையுடைய மிக உயரமாக வளரும் செடி வகை; சூரியகாந்திச் செடி

sung ➪ **sing** என்பதன் இறந்தகால வினையெச்ச வடிவம்

sunglasses /ˈsʌnglɑːsɪz/ (*also* **dark glasses**, *informal* **shades**) *noun* [*pl.*] a pair of glasses with dark glass in them to protect your eyes from bright sunlight ஒளிர்வு மிக்க சூரிய ஒளியிலிருந்து கண்களுக்குக் காப்பாக அணிந்து கொள்ளப்படும் கருநிறக் கண்ணாடி வில்லைகள் பொருத்தப்பட்ட மூக்குக் கண்ணாடி; வெயில் காப்புக் கண்ணாடி

sunk ➪ **sink**[1] என்பதன் இறந்தகால வினையெச்ச வடிவம்

sunken /ˈsʌŋkən/ *adj.* **1** below the water நீரடியில் உள்ள; நீரில் மூழ்கிவிட்ட *a sunken ship* 2 (used about cheeks or eyes) very far into the face as a result of illness or age (கன்னங்கள் அல்லது கண்கள் வகையில்) நோய் அல்லது வயது முதிர்ச்சி காரணமாக முகத்தில் மிகவும் உள்ளழுந்தி இருக்கிற; குழிபோல் ஆழ்ந்த; குழிவிழுந்த; உள்ளொடுங்கிய **3** at a lower level than the surrounding area சுற்றுப்புறப் பகுதியை விடத் தாழ்மட்டத்தில் உள்ள; குழிந்த; உள்ளிறங்கிய *a sunken bath/garden*

sunlight /ˈsʌnlaɪt/ *noun* [U] the light from the sun சூரிய ஒளி; வெயில்

sunlit /ˈsʌnlɪt/ *adj.* having bright light from the sun ஒளிர்வு மிக்க சூரிய ஒளியைப் பெறுகிற; வெயில் படுகிற *a sunlit terrace*

sunny /ˈsʌni/ *adj.* (**sunnier; sunniest**) having a lot of light from the sun ஏராளமான சூரிய ஒளி பெறுகிற; வெயிலார்ந்த *a sunny garden* • *a sunny day*

sunrise /ˈsʌnraɪz/ *noun* [U] the time when the sun comes up in the morning காலையில் சூரியன் உதிக்கும் நேரம்; சூரிய உதய நேரம்; புலர்காலை நேரம் *to get up* ***at sunrise*** ➪ **dawn** மற்றும் **sunset** பார்க்க.

sunset /ˈsʌnset/ *noun* [C, U] the time when the sun goes down in the evening மாலையில் சூரியன் மறையும் நேரம்; சூரியன் மறையும் அந்தி நேரம் *The park closes* ***at sunset.*** • *a beautiful sunset*

sunshine /ˈsʌnʃaɪn/ *noun* [U] ... from the sun சூரிய[illegible] ... வெம்மையும் [illegible] ... *We sat down* ***in t***[illegible] *lunch.*

sunspot /ˈsʌnsp[illegible] *noun* [C] a dark area that sometimes appears on the sun's surface சில சமயங்களில் சூரியனின் மேற்பரப்பில் தோன்றும் கருநிறப் பகுதி; சூரியப் புள்ளி; சூரியக் கறைத்தடம்

sunstroke /ˈsʌnstrəʊk/ *noun* [U] an illness that is caused by spending too much time in very hot, strong sunlight வெப்பம் மிகுந்த முனைப்பான சூரிய ஒளியில் மிகையளவு நேரம் செலவிடுவதால் உண்டாகும் நோய் வகை; வெயில் தாக்கு நோய் *Keep your head covered or you'll* ***get sunstroke.***

suntan /ˈsʌntæn/ (*also* **tan**) *noun* [C] when you have a suntan, your skin is darker than usual because you have spent time in the sun வெயிலில் காய்ந்து உடல் தோல் பெறும் மிகைப் பழுப்பு நிறம் *to have/get a suntan* • *suntan oil* ► **suntanned** (*also* **tanned**) *adj.*

super /ˈsuːpə(r)/ *adj.* (*informal*) **1** especially; particularly அதிகப்படியான; வழக்கமீறிய; தனிச் சிறப்பான; மேம்பட்ட; விஞ்சிய *He's been super understanding.* **2** (*old-fashioned*) very good; wonderful மிகச் சிறப்பான; உயரிய; வியக்கத்தக்க; அற்புதமான *We had a super time.*

super- /ˈsuːpə(r)/ *prefix* **1** (*used in adjectives, adverbs and nouns*) extremely; more or better than normal மிகைப்படியான; மீமிகையான; இயல் நிலையினும் மேம்பட்ட *super-rich* • *superhuman* • *superglue* **2** (*used in nouns and verbs*) above; over மேலுள்ள; மீதான; மேலேயான *superstructure* • *superimpose*

superb /su:ˈpɜ:b/ *adj.* extremely good, excellent உயர் மதிப்பு வாய்ந்த; நேர்த்தி மிக்க; உன்னதமான; தனிச் சிறப்புடைய; முதல் தரமான ▶ **superbly** *adv.*

supercilious /ˌsu:pəˈsɪliəs/ *adj.* showing that you think that you are better than other people மற்றவர்களை விடத் தான் மேம்பட்டவர் எனத் தான் எண்ணுவதைக் காட்டிக்கொள்கிற; அகந்தை கொண்ட *a supercilious smile* ▶ **superciliously** *adv.*

superconductor /ˈsu:pəkəndʌktə(r)/ *noun* [C] a substance which, at very low temperatures, allows electricity to flow completely freely through it மிகத் தாழ்ந்த வெப்ப நிலைகளில் மின்சாரத்தைத் தங்குதடையின்றித் தன் ஊடாகச் செல்லவிடும் பொருள்; மீமின் கடத்தி

superficial /ˌsu:pəˈfɪʃl/ *adj.* **1** not studying or thinking about sth in a deep or complete way ...தை முழுமையாக ஒன்றைக் கற்- ...றைப் பற்றிச் சிந்திக்காத; ...ந்தவாரியான; நுணிப்- ...*dge of the sub-* ...மாக ... இன்றி மேற்பரப்... மேலீடான *a superficial wo*... about people) not caring about se... portant things (ஆட்கள் வகையில்) ... மானவற்றில் கருத்து செலுத்தாத; அசட்டை... போக்குடைய; மேற்போக்கான; விளையாட்டுத்தனமான *He's a very superficial sort of person.* ▶ **superficiality** /ˌsu:pəˌfɪʃiˈæləti/ *noun* [U] ▶ **superficially** /ˌsu:pəˈfɪʃəli/ *adv.*

superfluous /su:ˈpɜ:fluəs/ *adj.* more than is wanted; not needed தேவைக்கு மேற்பட்ட; வேண்டியிராத; மிகையளவான

superhuman /ˌsu:pəˈhju:mən/ *adj.* greater than is usual for human beings மனித ஆற்றலுக்கு அப்பாற்பட்ட; மனித இயல்பு கடந்த; மீமானிடமான *superhuman strength*

superimpose /ˌsu:pərɪmˈpəʊz/ *verb* [T] **superimpose sth (on sth)** to put sth on top of sth else so that what is underneath can still be seen கீழுள்ளது தெரியக்கூடிய வகையில் வேறொன்றின் மேற்பகுதியில் ஒன்றை வை; மேலடுக்கு; மேல் வை *The old street plan was superimposed on a map of the modern city.*

superintendent /ˌsu:pərɪnˈtendənt/ *noun* [C] **1** a police officer with a high position உயர் படிநிலை ஒன்றில் உள்ள காவல்துறை அதிகாரி; காவல் துறைக் கண்காணிப்பாளர் *Detective Superintendent Sharma* **2** a person who looks after a large building ஒரு பெரிய கட்டடத்தைக் கவனித்துப் பார்த்துக்கொள்பவர்; கட்டடப் பொறுப்பாளர்

superior¹ /su:ˈpɪəriə(r)/ *adj.* **1 superior (to sb/sth)** better than usual or than sb/sth else வழக்கத்தை விட அல்லது வேறொருவரை/வேறொன்றை விட மேம்பட்ட; மேல் நிலையில் உள்ள; பொதுநிலை கடந்த; உயர்தரமான *He is clearly superior to all the other candidates.* ✪ OPP **inferior** **2 superior (to sb)** having a more important position உயர் முக்கியத்துவம் உடைய படிநிலையில்/பதவியில் இருக்கிற; மேல்படியில் உள்ள *a superior officer* **3** thinking that you are better than other people மற்றவர்களை விட மேம்பட்டவர் எனத் தன்னைக் கருதுகிற; உயர்வு மனப்பான்மை உடைய; உயர் பாவனை உடைய; வீறாப்பான ▶ **superiority** /su:ˌpɪəriˈɒrəti/ *noun* [U]

superior² /su:ˈpɪəriə(r)/ *noun* [C] a person of higher position (ஒருவரை விட) உயர்ந்த படிநிலையில்/பதவியில் இருப்பவர்; மேல்நிலையர் *Report any accidents to your superior.* ✪ OPP **inferior**

superlative /suˈpɜ:lətɪv/ *noun* [C] the form of an adjective or adverb that expresses its highest degree ஒரு பெயரடையின் அல்லது வினையடையின் உச்ச உயர் படியளவைக் குறிக்கும் ...ன் வடிவம்; மீயளபு வடிவம் *'Most beauti-...' and 'fastest' are all superlatives.*

... /ˈsu:pəmɑ:kɪt/ *noun* [C] a very ...ls food, drink, goods used in ...ப் பொருள்கள், பான- ... பொருள்கள் முதலியவை விற்... ...ப்படும் மிகப் பெரிய கடை; சிறப்பங்... ...பேரங்காடி

supernatu..al /ˌsu:pəˈnætʃrəl/ *adj.* **1** that cannot be explained by the laws of science அறிவியல் விதிகளால் விளக்கிக் கூற முடியாத; இயல்நிலை கடந்த; இயற்கை மீறிய *a creature with supernatural powers* **2 the supernatural** *noun* [*sing.*] events, forces or powers that cannot be explained by the laws of science அறிவியல் கோட்பாடுகளால் விளக்கிக் கூறமுடியாத நிகழ்வுகள் அல்லது ஆற்றல்கள்; இயற்கை மீறியவை; மீ இயற்கை நிகழ்வுகள்/ஆற்றல்கள் *I don't believe in the supernatural.*

supernova /ˌsu:pəˈnəʊvə/ *noun* [C] (*pl.* **supernovae** /-vi:/ or **supernovas**) (*technical*) a star that suddenly becomes much brighter because it is exploding வெடித்துக் கொண்டிருப்பதால் திடீரெனப் பேரொளியுடன் தோன்றும் ஒரு விண்மீன்; மீயொளி விண்மீன் ⇨ **nova** பார்க்க.

superpower /ˈsu:pəpaʊə(r)/ *noun* [C] one of the countries in the world that has very great military or economic power and a lot of influence, for example the US மிகப் பெரிய

படைபலம் அல்லது பொருளாதார வலிமை உடையதும் செல்வாக்கு மிக்கதுமான, அமெரிக்கா முதலிய நாடுகளில் ஒன்று; வல்லரசு நாடு ➪ **power[1] 4** மற்றும் **world power** பார்க்க.

supersede /ˌsuːpəˈsiːd/ *verb* [T] to take the place of sb/sth which existed or was used before and which has become old-fashioned முன்பிருந்த அல்லது முன்னர் பயன்படுத்தப்பட்டுப் பழம்பாணி ஆகிவிட்ட ஒருவரது/ஒன்றின் இடத்தைக் கைக்கொள்; ஒருவரை/ஒன்றை நீக்கிவிட்டு அவ்விடம் கொள் *Steam trains were gradually superseded by electric trains.*

supersonic /ˌsuːpəˈsɒnɪk/ *adj.* faster than the speed of sound ஒலியை விட விரைவாகச் செல்கிற; ஒலி விரைவு விஞ்சிய

superstar /ˈsuːpəstɑː(r)/ *noun* [C] a singer, film star, etc. who is very famous and popular பெரும் புகழ்பெற்றுள்ள, மிகப்பலரால் விரும்பப்படுகிற பாடகர், திரைப்பட நடிகர் முதலியோர்; மீ உயர் நட்சத்திரம்

superstition /ˌsuːpəˈstɪʃn/ *noun* [C, U] a belief that cannot be explained by reason or science காரண காரிய முறையிலோ அறிவியல் சார்ந்தோ விளக்கிக் கூறமுடியாத நம்பிக்கை; மூட நம்பிக்கை; குருட்டு நம்பிக்கை *According to superstition, it's unlucky to walk under a ladder.* ▶ **superstitious** /ˌsuːpəˈstɪʃəs/ *adj. I never do anything important on Friday the 13th—I'm superstitious.*

superstore /ˈsuːpəstɔː(r)/ *noun* [C] a very large shop that sells food or a wide variety of one particular type of goods உணவுப் பொருள்களை அல்லது குறிப்பிட்ட வகைப்பட்ட பொருள்களின் மிகப்பல சார்பு வகைகளை விற்பனை செய்யும் மிகப் பெரிய கடை; சிறப்புப் பேரங்காடி

supervise /ˈsuːpəvaɪz/ *verb* [I, T] to watch sb/sth to make sure that work is being done properly or that people are behaving correctly முறையாகப் பணி நடைபெறுவதை அல்லது ஆட்கள் சரியான முறையில் நடந்துகொள்வதை உறுதிசெய்யும் பொருட்டு ஒருவரை/ஒன்றைக் கண்காணி; மேற்பார்வையிடு *Your job is to supervise the building work.* ▶ **supervision** /ˌsuːpəˈvɪʒn/ *noun* [U] *Children should not burst crackers without adult supervision.* ▶ **supervisor** *noun* [C]

supper /ˈsʌpə(r)/ *noun* [C, U] (*old-fashioned*) the last meal of the day, either the main meal of the evening or a small meal that you eat quite late, not long before you go to bed இரவில் உண்ணும் முக்கிய உணவான அல்லது உறங்கச் செல்வதற்குச் சற்று முன் உண்ணும் சிற்றுண்டியான நாளின் இறுதி உணவு; இரவுண்டி

supple /ˈsʌpl/ *adj.* that bends or moves easily; not stiff எளிதில் வளைகிற அல்லது அசைவுறுகிற; விறைப்பாக இல்லாத; நெகிழ்வுத் தன்மையுடைய *Children are generally far more supple than adults.* ▶ **suppleness** *noun* [U]

supplement /ˈsʌplɪmənt/ *noun* [C] something that is added to sth else வேறொன்றுடன் கூடுதலாகச் சேர்க்கப்படும் ஒன்று; இணைப்பு; இணைச்சேர்க்கை; துணைப்பொருள் *You have to pay a small supplement if you travel on a Saturday.* ▶ **supplement** /ˈsʌplɪment/ *verb* [T] **supplement sth (with sth)** *to supplement your diet with vitamins* ▶ **supplementary** /ˌsʌplɪˈmentri/ *adj. supplementary exercises at the back of the book*

supplier /səˈplaɪə(r)/ *noun* [C] a person or company that supplies goods பயன்பாட்டுக்குரிய பொருள்களை வழங்கும் ஆள் அல்லது வாணிக நிறுவனம்; வழங்குநர்

supply[1] /səˈplaɪ/ *verb* [T] (*pres. part.* **supplying**; *3rd person sing. pres.* **supplies**; *pt, pp* **supplied**) **supply sth (to sb); supply sb (with sth)** to give or provide sth ஒன்றைக் கொடு; பயன்பாட்டுக்கு அளி *The farmer supplies eggs to the surrounding villages.* • *He supplies the surrounding villages with eggs.*

supply[2] /səˈplaɪ/ *noun* [C] (*pl.* **supplies**) a store or amount of sth that is provided or available to be used ஒருவரது பயன்பாட்டுக்கு வழங்கப்படும் அல்லது பயன்பாட்டுக்குக் கிடைப்பதாக உள்ள சேம இருப்பு அல்லது ஒன்றின் அளவு; வழங்கீட்டுப் பொருள்; தேவைப் பொருள்; மேற்கண்டவற்றின் கையிருப்பு; வினியோகப் பொருள் *The water supply was contaminated.* • *Food supplies were dropped by helicopter.* • *In many parts of the country water is* ***in short supply*** (= there is not much of it).

support[1] /səˈpɔːt/ *verb* [T] **1** to help sb by saying that you agree with him/her/it, and sometimes giving practical help such as money ஒருவருடன்/ஒன்றுடன் உடன்படுவதாகக் கூறியும், சில சமயங்களில் பணம் தருதல் முதலிய பயன் நோக்க உதவி செய்தும் அவருக்கு/அதனுக்குத் துணைபுரி; ஆதரவளி *Several large companies are supporting the project.* • *Which political party do you support?* **2** to give sb the money he/she needs for food, clothes, etc. உணவு, உடை முதலியவற்றுக்காக ஒருவருக்கு வேண்டிய பணம் கொடு; வைத்துக் காப்பாற்று; ஆதரவாயிரு *Alok has to support two children from his previous marriage.* **3** to carry the weight of sb/sth ஒருவரது/ஒன்றின் பாரத்தைத் தாங்கி நில்; பளுவுக்கு ஆதாரமாயிரு *Large columns support the roof.* **4** to show that sth is true or correct ஒன்று மெய்யானது அல்லது சரியானது

எனக் காட்டு; ஒன்றை மெய்ப்பிக்க உதவு; வாத ஆதாரம் அல்லது சான்றாதாரம் அளி *What evidence do you have to support what you say?* **5** to have a particular sports team as your favourite குறிப்பிட்ட விளையாட்டு அணியைத் தனது ஆர்வப் பற்றுதலுக்கு உரியதாகக் கொள்; சார்பாளராயிரு *Which football team do you support?*

support² /sə'pɔ:t/ *noun* **1** [U] **support (for sb/sth)** help and encouragement that you give to a person or thing ஒருவருக்கு/ஒன்றிற்கு அளிக்கப்படும் உதவி மற்றும் ஊக்குவிப்பு; ஆதரவு *public support for the campaign* • *Saurav spoke* ***in support of*** *the proposal.* **2** [C, U] something that carries the weight of sb/sth or holds sth firmly in place ஒருவரது/ஒன்றின் பளுவைத் தாங்கி நிற்பது; ஒன்றை நிலைப்படுத்தி உறுதியாகப் பிடித்திருப்பது; பளுதாங்கி; ஆதாரம் *a roof support* • *She held on to his arm for support.* **3** [U] money to buy food, clothes, etc. உணவு, உடை முதலியவற்றை வாங்குவதற்குத் தேவையான பணம்; வாழ்க்கை ஆதரவு; பிழைப்பாதாரம் *She has no job, no home and no means of support.*

IDM **moral support** ⇨ **moral¹** பார்க்க.

supporter /sə'pɔ:tə(r)/ *noun* [C] a person who supports a political party, sports team, etc. ஓர் அரசியல் கட்சி, ஒரு விளையாட்டணி முதலியவற்றின் மீது ஆர்வப் பற்றுக் கொண்டிருப்பவர்; ஆதரவாளர் *football supporters*

supportive /sə'pɔ:tɪv/ *adj.* giving help or support to sb in a difficult situation இடர்ப்பாடான ஒரு சூழலில் ஒருவருக்கு உதவி செய்கிற அல்லது துணை நிற்கிற; ஆதரவான *Everyone was very supportive when I lost my job.*

suppose /sə'pəʊz/ *verb* [T] **1** to think that sth is probable ஒன்று நிகழக்கூடும் அல்லது உண்மையாக இருக்கக்கூடும் என எண்ணு; நினைக்க விரும்பு; ஊகம் செய் *What do you suppose could have happened?* • *I don't suppose that they're coming now.* **2** to pretend that sth will happen or is true ஒன்று நிகழும் அல்லது உண்மையானது எனப் பாவனை செய்; ... எனக் கருதிக் கொள் அல்லது வைத்துக்கொள் *Suppose you won the lottery. What would you do?* **3** used to make a suggestion, request or statement less strong ஒரு யோசனை, வேண்டுகோள், கூற்று ஆகியவற்றின் முனைப்புக் குன்றச் செய்யப் பயன்படுத்தப்படுவது: ஐயுறவுறு; ... என்று பெரும்பாலும் கருது *I don't suppose you'd lend me your car tonight, would you?* **4** used when you agree with sth, but are not very happy about it முழு மன நிறைவு இன்றி ஒன்றுக்கு இணங்கும் நிலையில் பயன்படுத்தப்படுவது *'Can we give Anita a lift?' 'Yes,* ***I suppose so****, if we must.'*

IDM **be supposed to do sth 1** to be expected to do sth or to have to do sth ஒன்று செய்யப்படும் என அல்லது செய்யப்பட்டிருக்க வேண்டும் என எதிர்பார்க்கப்படு *The train was supposed to arrive ten minutes ago.* • *This is secret and I'm not supposed to talk about it.* **2** (*informal*) to be considered or thought to be sth (குறிப்பிடப்பட்ட) ஒன்றாக இருப்பதாகக் கருதப்படு அல்லது எண்ணப்படு *This is supposed to be the oldest building in the city.*

supposedly /sə'pəʊzɪdli/ *adv.* according to what many people believe பலரது நம்பிக்கையின்படி; பொது நிலையான ஊகத்தின்படி

supposing /sə'pəʊzɪŋ/ *conj.* if sth happens or is true; what if ஒன்று நிகழுமானால்; ஒன்று உண்மையானால்; அவ்வாறாயின் *Supposing the plan goes wrong, what will we do then?*

supposition /ˌsʌpə'zɪʃn/ *noun* [C, U] an idea that a person thinks is true but which has not been shown to be true ஒருவர் உண்மையானது என எண்ணுகிற ஆனால் மெய்ப்பிக்கப்படாத ஒரு கருத்து; ஊகக் கருத்து; ஊகம்; பாவிப்பு

suppress /sə'pres/ *verb* [T] **1** to stop sth by using force வலிமையைப் பயன்படுத்தி ஒன்றைத் தடைப்படுத்து; வன்முறை கொண்டு அடக்கு **2** to stop sth from being seen or known ஒன்றைக் காண அல்லது அறிய முடியாதபடி தடுத்து வை; அமுக்கி வை *to suppress the truth* **3** to stop yourself from expressing your feelings, etc. தனது உணர்ச்சிகள் முதலியவை வெளிப்படாது தடுத்துவை; உள்ளடக்கி வை *to suppress laughter/a yawn* ▶ **suppression** /sə'preʃn/ *noun* [U]

supremacy /su:'preməsi/ *noun* [U] **supremacy (over sb/sth)** the state of being the most powerful உச்ச உயர் அளவான ஆற்றல் அல்லது செல்வாக்கு உடைய நிலை; தனி முதன்மை நிலை; உச்ச உயர் நிலை மேலாண்மை அல்லது ஆதிக்கம்; மீ உயர்வு

supreme /su:'pri:m/ *adj.* the highest or greatest possible (இயல் எல்லைக்கு உட்பட்ட) உச்ச உயர் நிலையான; உச்ச உயர் படி சார்ந்த; தனி முதன்மை வாய்ந்த; விஞ்சிய நிலையான

supremely /su:'pri:mli/ *adv.* extremely உச்ச உயர் அளவாக; மிகப் பேரளவாக

Supt *abbr.* (in the police force) Superintendent (காவல் துறை வகையில்) கண்காணிப்பாளரைக் குறிக்கும் superintendent என்பதன் குறுக்கம்

surcharge /'sɜ:tʃɑ:dʒ/ *noun* [C] an extra amount of money that you have to pay for sth ஒன்றிற்காகச் செலுத்த வேண்டிய தனி மிகைக் கட்டணம்; மேற்கட்டணம்

sure /ʃɔ:(r)/ *adj., adv.* **1** (*not before a noun*) having no doubt about sth; certain ஒன்று

குறித்துச் சந்தேகம் கொள்ளாத/கொள்ளாது; ஐயுறவு இல்லாத/இல்லாது; உறுதிப்பாடு கொண்ட/கொண்டு; திட நம்பிக்கையுடைய/திட நம்பிக்கையுடன் *You must be sure of your facts before you make an accusation.* • *I'm not sure what to do next.* **2** (*not before a noun*) **sure of sth; sure to do sth** that you will definitely get or do, or that will definitely happen (ஒன்றைப் பெறுதல், செய்தல் அல்லது ஒன்று நிகழ்தல் பற்றிக் குறிப்பிடுகையில்) உறுதியான/உறுதியாக; கட்டாயமான/கட்டாயமாக; ஐயத்திற்கு இடமில்லாத/இடமில்லாது *If you go and see them you can be sure of a warm welcome.* • *If you work hard you are sure to pass the exam.* ✪ OPP **unsure** **3** that you can be certain of உறுதியாக நம்பத்தக்க/நம்பத்தக்கதாக; கட்டாயம் எதிர்பார்க்கப்படுகிற/எதிர்பார்க்கப்படுவதாக *A noise like that is a sure sign of engine trouble.* **4** (*informal*) used to say 'yes' to sb இசைவு தெரிவிக்கப் பயன்படுத்தப்படுவது *'Can I have a look at your newspaper?' 'Sure.'*

IDM **Be sure to do sth** Don't forget to do sth ஒன்றைச் செய்ய மறந்துவிடாதிரு *Be sure to write and tell me what happens.*

for sure without doubt ஐயுறவுக்கு இடமின்றி; உறுதியாக; நிச்சயமாக *Nobody knows for sure what happened.*

make sure 1 to find out whether sth is in a particular state or has been done குறிப்பிட்ட நிலையில் ஒன்று உள்ளதா என்பதை அல்லது ஒன்று செய்யப்பட்டுள்ளதா என்பதைக் கண்டறி; ஒன்றை உறுதிப்படுத்திக்கொள் *I must go back and make sure I closed the window.* **2** to take the action that is necessary (ஒன்றுக்குத்) தேவையான நடவடிக்கை மேற்கொள்; வேண்டியதைச் செய் *Make sure you are back home by 11 o'clock.*

sure enough as was expected எதிர்பார்க்கப்பட்டதற்கு ஏற்ப; எதிர்பார்க்கப்பட்டவாறே *I expected him to be early, and sure enough he arrived five minutes before the others.*

sure of yourself confident about your opinions, or about what you can do தனது கருத்துகள் அல்லது தனது செயல் திறன் குறித்து நம்பிக்கையுடன் இருக்கிற; தடுமாற்றமற்ற

sure (thing) (*AmE informal*) yes சரி; அப்படியே செய்க *'Can I borrow this book?' 'Sure thing.'*

surely /ˈʃɔːli/ *adv.* **1** without doubt ஐயமின்றி; உறுதியாக; நிச்சயமாக *This will surely cause problems.* **2** used for expressing surprise at sb else's opinions, plans, actions, etc. வேறொருவரது கருத்துகள், திட்டங்கள், செய்கைகள் முதலியவை குறித்து வியப்பை வெளிப்படுத்தப் பயன்படுத்தப்படுவது *Surely you're not going to walk home in this rain?* • *'Meena's looking for another job.' 'Surely not.'* **3** (*AmE informal*) yes; of course ஆம்; நிச்சயமாக; ஐயத்திற்கு இடமின்றி

surety /ˈʃʊərəti/ *noun* [C, U] (*pl.* **sureties**) (*law*) **1** money given as a promise that you will repay a debt, appear in a court of law, etc. ஒரு கடனைத் திருப்பிச் செலுத்துதல், நீதிமன்றத்திற்கு வருதல் முதலியவற்றுக்கான பொறுப்புறுதியாகச் செலுத்தப்படும் பணம்; பிணையத் தொகை; ஜாமீன் தொகை *She was granted bail with a surety of Rs 10,000.* **2** a person who takes the responsibility for sb else in case they do not pay a debt, appear in a court of law, etc. கடனைத் திருப்பிச் செலுத்துதல், நீதிமன்றத்திற்கு வருதல் முதலியவற்றை வேறொருவர் செய்யாத நிலையில் அதற்குப் பொறுப்பேற்றுக்கொள்ளும் ஆள்; பிணையாள்; பிணையாளி

surf¹ /sɜːf/ *noun* [U] the white part on the top of waves in the sea கடல் அலைகளின் மேலுள்ள வெண்ணிறப் பகுதி; கடல் நுரைத்திரள்

surf² /sɜːf/ *verb* [I] to stand or lie on a special board (**a surfboard**) and ride on a wave towards the beach அலை மிதவைப் பலகையின் மேல் நின்றுகொண்டு அல்லது படுத்துக்கொண்டு, கடற்கரை நோக்கி அலைமீது சவாரி செய்

IDM **surf the net** to use the Internet இணையத்தைப் பயன்படுத்து

surface¹ /ˈsɜːfɪs/ *noun* **1** [C] the outside part of sth ஒன்றின் வெளிப்புறப் பகுதி; மேற்பரப்பு *the earth's surface* • *Teeth have a hard surface called enamel.* • *This tennis court has a very uneven surface.* **2 the surface** [*sing.*] the top part of an area of water ஒரு நீர்ப்பரப்பின் மேற்பகுதி *leaves floating on the surface of a pond* **3** [C] the flat top part of a piece of furniture, used for working on ஓர் அறைகலத்தின் மேல் வேலை செய்யப் பயன்படுத்தப்படும் அதன் தட்டையான மேற்பரப்பு; அறைகலச் சமதளப் பரப்பு *a work surface* • *kitchen surfaces* **4** [*sing.*] the qualities of sb/sth that you see or notice, that are not hidden மறைபொருளாக அன்றி, கண்ணால் காணப்படும், கண்டுணரப்படும் ஒருவரது/ஒன்றின் பண்புக் கூறுகள்; வெளிப்படையாகத் தோன்றும் புறக்கூறுகள் *Everybody seems very friendly but there are a lot of tensions **below/beneath the surface**.*

surface² /ˈsɜːfɪs/ *verb* **1** [I] to come up to the surface of water நீரின் மேற்பரப்புக்கு வா **2** [I] to suddenly appear again or become obvious after having been hidden for a while சிறிது காலம் மறைந்திருந்த பின்/மறைபொருளாக இருந்தபின் திடீரென மீண்டும் தோன்று/மீண்டும் தெளிவாகு *All the old arguments surfaced again in the discussion.* **3** (*informal*) to wake up or get up after being asleep உறக்கத்திலிருந்து கண்விழி

அல்லது எழுந்திரு **4** [T] to cover the surface of sth, especially a road or a path ஒன்றின் மேற்பரப்பை, குறிப்பாக ஒரு சாலையின் அல்லது பாதையின் மேற்பரப்பை மூடு; புறத்தோய்வு ஊட்டு; மேற்பரப்பு அமை

surface mail *noun* [U] letters, packages, etc. that go by road, rail or sea, not by air வான்வழி அல்லாத, சாலை, இருப்புப்பாதை அல்லது கடல் வழியாக அனுப்பப்படும் கடிதங்கள், சிப்பங்கள் முதலியவை; நில/நீர் வழி அஞ்சல் ➪ **airmail** பார்க்க.

surfboard /ˈsɜːfbɔːd/ *noun* [C] a long narrow board used for the sport of riding on waves (**surfing**) அலைகள் மீது மிதந்து சவாரி செய்யும் விளையாட்டுக்குப் பயன்படுத்தப்படும் நீண்டு ஒடுக்கமான பலகை; அலை மிதவைப் பலகை

surfeit /ˈsɜːfɪt/ *noun* [*sing.*] (*written*) **a surfeit (of sth)** too much of sth ஒன்றின் மிகைப்படியான அளவு; மிதமிஞ்சிய அளவு; தெவிட்டளவு

surfer /ˈsɜːfə(r)/ *noun* [C] a person who rides on waves standing on a special board (**a surfboard**) அலைமிதவைப் பலகையின் மேல் நின்றுகொண்டு அலைகள் மீது சவாரி செய்பவர்

surfing /ˈsɜːfɪŋ/ *noun* [U] **1** the sport of riding on waves while standing on a narrow board (**a surfboard**) அலைமிதவைப் பலயையின் மேல் நின்றுகொண்டு அலைகள் மீது சவாரி செய்யும் விளையாட்டு; அலைமிதவை ஆட்டம் *to go surfing* **2** the activity of looking at different things on the Internet in order to find sth interesting ஆர்வத் தூண்டுதல் தரும் ஒன்றைக் கண்டுபிடிப்பதற்காக இணையத்தில் வெவ்வேறு காட்சிகளைப் பார்த்துக்கொண்டிருத்தல்; இணையத் தேடல்

surge /sɜːdʒ/ *noun* [C, *usually sing.*] **a surge (of/in sth) 1** a sudden strong movement in a particular direction by a large number of people or things பெரும் எண்ணிக்கையிலான ஆட்களின் அல்லது பொருள்களின் குறிப்பிட்ட திசையிலான, திடீரென்ற மும்முரமான இயக்கம்; ஒரு கூட்டத்தின் திடீர் பாய்வியக்கம்; அலைமோதல்; அலைபாய்வு; விசைப்பாய்ச்சல் *a surge forward* • *a surge* (= an increase) *in the demand for electricity* **2** a sudden strong feeling திடீரெனத் தோன்றும் தீவிரமான உணர்ச்சி; திடீர் வெளிப்பாடான அழுத்தமான உணர்ச்சி ▶ **surge** *verb* [I] *The crowd surged forward.*

surgeon /ˈsɜːdʒən/ *noun* [C] a doctor who performs medical operations (**surgery**) அறுவை மருத்துவம் செய்யும் மருத்துவர்; அறுவை மருத்துவர் *a brain surgeon*

surgery /ˈsɜːdʒəri/ *noun* (*pl.* **surgeries**) **1** [U] medical treatment in which your body is cut open so that part of it can be removed or repaired உடற்பகுதி ஒன்றை நீக்கிவிடுவதற்காக அல்லது சீர் செய்வதற்காக உடலில் அறுத்துத் திறப்பு உண்டாக்கிச் செய்யும் மருத்துவம்; அறுவை மருத்துவம் *to undergo surgery* ➪ **plastic surgery** மற்றும் **operation** பார்க்க. **2** [C, U] the place or time when a doctor or dentist sees patients மருத்துவர் அல்லது பல் மருத்துவர் நோயாளிகளைப் பார்க்கும் இடம் அல்லது நேரம் *Surgery hours are from 9.00 to 11.30.*

surgical /ˈsɜːdʒɪkl/ *adj.* connected with medical operations அறுவை மருத்துவம் தொடர்பான; அறுவை சிகிச்சைக்குரிய *surgical instruments* ▶ **surgically** /ˈsɜːdʒɪkli/ *adv.*

surly /ˈsɜːli/ *adj.* unfriendly and rude நட்பிணக்கமற்ற மற்றும் முரட்டுத்தனமான; பண்பினிமையற்ற; சிடுசிடுப்பான *a surly expression*

surmount /səˈmaʊnt/ *verb* [T] to deal successfully with a problem or difficulty ஒரு சிக்கலை அல்லது ஓர் இடர்ப்பாட்டை வெற்றிகரமாகக் கையாள்; தடை கடந்து மேல்செல் ➪ **insurmountable** பார்க்க.

surname /ˈsɜːneɪm/ (*also* **last name**) *noun* [C] the name that you share with other people in your family ஒருவருடைய குடும்பத்தின் உறுப்பினர்களுக்குப் பொதுவான பெயர்; குடும்பப் பெயர்; குடிப்பெயர் *'What's your surname?' 'Nair.'* ➪ **name** பதிவிலுள்ள குறிப்பைப் பார்க்க.

surpass /səˈpɑːs/ *verb* [T] (*formal*) to do sth better than sb/sth else or better than expected வேறொருவரை/வேறொன்றை விட அல்லது எதிர்பார்க்கப்பட்டதை விட நல்ல முறையில் ஒன்றைச் செய்; செயலில் விஞ்சு *The success of the film surpassed all expectations.*

surplus /ˈsɜːpləs/ *noun* [C, U] an amount that is extra or more than you need மிகைப்படியான அல்லது தேவைக்கு மேலான அளவு; மிகையளவு *the food surplus in Western Europe* ▶ **surplus** *adj. They sell their surplus grain to other countries.*

surprise[1] /səˈpraɪz/ *noun* **1** [U] the feeling that you have when sth happens that you do not expect எதிர்பாராத ஒன்று நிகழும்போது உண்டாகும் உணர்வு; வியப்பு; திகைப்பு *They looked up **in surprise** when she walked in.* • ***To my surprise** they all agreed with me.* **2** [C] something that you did not expect or know about எதிர்பார்த்திராத அல்லது அறிந்திராத ஒன்று; வியப்பளிப்பது; திகைக்க வைப்பது *The news came as a complete surprise.*

IDM **take sb by surprise** to happen or do sth when sb is not expecting it ஒருவர் எதிர்பாராத சமயத்தில் ஒன்று நிகழ்வுறு அல்லது ஒன்றைச் செய்; வியப்புக்குள்ளாக்கு

surprise[2] /sə'praɪz/ *verb* [T] **1** to make sb feel surprised ஒருவரை வியப்புணர்ச்சி கொள்ளச் செய்; வியப்பூட்டு *It wouldn't surprise me if you get the job.* **2** to attack or find sb suddenly and unexpectedly திடீரென, எதிர்பார்க்கப்படாத சமயத்தில் ஒருவரைத் தாக்கு அல்லது கண்டுபிடி

surprised /sə'praɪzd/ *adj.* feeling or showing surprise வியப்புணர்ச்சி கொள்கிற அல்லது வியப்பை வெளிப்படுத்துகிற; வியப்புற்ற *I was very surprised to see Kamala there. I thought she was still abroad.*

surprising /sə'praɪzɪŋ/ *adj.* that causes surprise வியப்பூட்டுகிற *It's surprising how many adults can't read or write.* ▶ **surprisingly** *adv. Surprisingly few people got the correct answer.*

surreal /sə'ri:əl/ (*also* **surrealistic** /səˌri:ə'lɪstɪk/) *adj.* very strange; with images mixed together in a strange way like in a dream மிக விசித்திரமான; வழக்கமீறிய; கனவில் தோன்றுவதைப் போன்று மிக விசித்திரமான முறையில் உருக்காட்சிகள் ஒன்றோடொன்று கலந்துள்ள *a surreal film/painting/situation*

surrender /sə'rendə(r)/ *verb* **1** [I, T] **surrender (yourself) (to sb)** to stop fighting and admit that you have lost சண்டையை நிறுத்தித் தோல்வியை ஒப்புக்கொள்; சரணடை *The hijackers eventually surrendered themselves to the police.* ✪ SYN **yield** **2** [T] (*formal*) **surrender sb/sth (to sb)** to give sb/sth to sb else ஒருவரை/ஒன்றை வேறொருவருக்குக் கொடுத்துவிடு; ஒப்படை *The police ordered them to surrender their weapons.* ▶ **surrender** *noun* [C, U]

surreptitious /ˌsʌrəp'tɪʃəs/ *adj.* done secretly இரகசியமாகச் செய்யப்படுகிற; ஒளிவு மறைவான; கள்ளத்தனமான *I had a surreptitious look at what she was writing.* ▶ **surreptitiously** *adv.*

surrogate /'sʌrəgət/ *noun* [C] *adj.* (a person or thing) that takes the place of sb/sth else (ஆள் அல்லது பொருள் வகையில்) வேறொருவரது/வேறொன்றினது இடத்தைக் கைக்கொள்ளும் ஆள் அல்லது பொருள்/கைக்கொள்கிற; பதிலாள்/மாற்றாள் *a surrogate mother* (= a woman who has a baby and gives it to another woman who cannot have children)

surround /sə'raʊnd/ *verb* [T] **surround sb/sth (by/with sth)** to be or go all around sb/sth ஒருவரை/ஒன்றை எல்லாத் திசைகளிலும் சுற்றியிரு அல்லது சுற்றி வளைத்துக்கொள் *The garden is surrounded by a high wall.* • *Troops have surrounded the parliament building.*

surrounding /sə'raʊndɪŋ/ *adj.* (*only before a noun*) that is near or around sth ஒன்றின் அருகிலுள்ள அல்லது ஒன்றைச் சுற்றியுள்ள; ஒட்டியுள்ள; சூழ்ந்துள்ள

surroundings /sə'raʊndɪŋz/ *noun* [*pl.*] everything that is near or around you; the place where you live ஒருவருக்கு அருகில் உள்ள அல்லது அவரைச் சுற்றியுள்ள அனைத்தும்; வாழ்விடம்; சுற்றுப்புறம்; சுற்றுச் சூழல்கள் *to live in pleasant surroundings* • *animals living in their natural surroundings* (= not in zoos) ➪ **environment** பார்க்க.

surveillance /sɜ:'veɪləns/ *noun* [U] the careful watching of sb who may have done sth wrong தவறு செய்திருக்கக்கூடிய/சந்தேகத்திற்குரிய ஒருவரைக் கவனமாகக் கண்காணித்தல்; அணுக்கக் கண்காணிப்பு *The building is protected by surveillance cameras.*

survey[1] /'sɜ:veɪ/ *noun* [C] **1** a study of the opinions, behaviour, etc. of a group of people ஒரு குழுவினரின் கருத்துகள், நடத்தை முதலியவை குறித்த ஆய்வு; பொது மதிப்பாய்வு; சுற்றாய்வு *Surveys have shown that more and more people are getting into debt.* • *to carry out/conduct/do a survey* **2** the action of examining an area of land and making a map of it ஒரு நிலப்பகுதியை ஆய்ந்து அதன் திட்ட வரைபடம் தயாரித்தல்; நில அளவீடும் வரைபடம் ஆக்கலும் **3** the action of examining a building in order to find out if it is in good condition ஒரு கட்டடம் நன்னிலையில் உள்ளதா என்பதைக் கண்டறிய அதனை ஆய்வு செய்தல்; மனையாய்வு

survey[2] /sə'veɪ/ *verb* [T] **1** to look carefully at the whole of sth ஒன்றின் முழுமையையும் உன்னிப்பாக நோக்கு; சுற்றிலும் பார் *We stood at the top of the hill and surveyed the countryside.* **2** to carefully measure and make a map of an area of land ஒரு நிலப்பகுதியைக் கவனமுடன் அளவிட்டு அதன் வரைபடம் தயாரி; நிலத்தை அளவாய்வு செய்து அதன் கூறுகளை வரைபடம் ஆக்கு **3** to examine a building carefully in order to find out if it is in good condition ஒரு கட்டடம் நன்முறையில் உள்ளதா என்பதைக் கண்டறிய அதனை ஆய்வு செய்; மனையாய்வு செய்

surveyor /sə'veɪə(r)/ *noun* [C] **1** a person whose job is to examine a building to make sure its structure is in good condition or to examine and record the details of a piece of land ஒரு கட்டடத்தை ஆய்வு செய்து அதன் கட்டமைப்பு நன்னிலையில் இருப்பதை உறுதிசெய்பவர் அல்லது ஒரு நிலப்பகுதியின் அளவைக் கூறுகளை ஆய்வுசெய்து அவற்றைப் பதிவுசெய்பவர்; மனை ஆய்வாளர்; நில அளவையாளர் ➪ **quantity surveyor** பார்க்க. **2** (*BrE*) an official whose job is to check that sth is accurate, of good quality, etc. ஒன்றின்

சரிநுட்பத் தன்மை, தர மேம்பாடு முதலிய-வற்றைச் சரிபார்க்கும் அதிகாரி; சீராய்வாளர்

survive /sə'vaɪv/ *verb* **1** [I, T] to continue to live or exist in or after a difficult or dangerous situation ஓர் இடர்ப்பாடான அல்லது ஆபத்-தான சூழ்நிலையில் அல்லது அத்தகைய சூழ்நிலைக்குப் பின் தொடர்ந்து உயிர்வாழ்; அழிந்துவிடாது தொடர்ந்து வாழ்; எஞ்சிப் பிழைத்திரு *How can she survive on such a small salary?* • *to survive a plane crash* • *Not many buildings survived the bombing.* **2** [T] to live longer than sb/sth ஒருவரை/ஒன்றை விட நீண்ட காலம் உயிருடன் இரு; ஒருவரது/ஒன்றின் முடிவுக்குப் பின்னும் நீடித்திரு ▶ **survival** /sə'vaɪvl/ *noun* [U] *A heart transplant was his only chance of survival.* ▶ **survivor** *noun* [C] *There were five survivors of the crash.*

susceptible /sə'septəbl/ *adj.* (*not before a noun*) **susceptible to sth** easily influenced, damaged or affected by sb/sth எளிதாக ஒருவரால்/ஒன்றி-னால் செல்வாக்குச் செலுத்தப்படுகிற, சேதப்-படுத்தப்படுகிற அல்லது பாதிப்பு உண்டாக்கப்-படுகிற; எளிதில் தாக்க விளைவுக்கு உள்ளா-கிற; மசிவியல்புடைய

suspect[1] /sə'spekt/ *verb* [T] **1** to believe that sth may happen or be true, especially sth bad ஒன்று, குறிப்பாக இன்னாத ஒன்று, நிகழக்கூடும் அல்லது உண்மையாயிருக்கக் கூடும் என நம்பு *The situation is worse than we first suspected.* • *Nobody suspected that she was thinking of leaving.* ➪ **unsuspecting** பார்க்க. **2** to not be sure that you can trust sb or believe sth ஒருவர் நம்பத்தக்கவர் அல்லது ஒன்று நம்புவதற்-குரியது என்பதில் உறுதியில்லாதிரு; அவ நம்பிக்கை கொள்; சந்தேகப்படு *I rather suspect his motives for offering to help.* **3 suspect sb (of sth/of doing sth)** to believe that sb is guilty of sth ஒருவர் ஒரு குற்றம் புரிந்தவர் என்று நம்பு; ஒருவர் குற்றவாளி என ஐயுறு *I suspect Lata of taking the money.* • *She strongly suspected that he was lying.* ➪ **suspicion** noun பார்க்க.

suspect[2] /'sʌspekt/ *noun* [C] a person who is thought to be guilty of a crime ஒரு குற்றம் புரிந்தவர் என்று கருதப்படும் ஒருவர்; சந்தேகத்-திற்குரியவர்; குற்றவாளி என ஐயுறப்படுபவர் *The suspects are being questioned by police.*

suspect[3] /'sʌspekt/ *adj.* possibly not true or not to be trusted ஒருவேளை உண்மையாயில்லாது போகக்கூடிய அல்லது நம்பத்தக்கதல்லாத; ஐயுறவுக்குரிய *to have suspect motives* • *a suspect parcel* (= that may contain a bomb)

suspend /sə'spend/ *verb* [T] **1 suspend sth (from sth) (by/on sth)** to hang sth from sth else வேறொன்றிலிருந்து ஒன்றைத் தொங்கவிடு **2** to stop or delay sth for a time சிறிது காலம் ஒன்றை நிறுத்திவை அல்லது தாமதப்படுத்து *Some rail services were suspended during the strike.* • *The young man was given a* ***suspended sentence*** (= he will not go to prison unless he commits another crime). **3 suspend sb (from sth)** to send sb away from his/her school, job, position, etc. for a period of time, usually as a punishment வழக்கமாக, தண்டனையாக ஒரு கால அளவுக்கு ஒருவரைப் பள்ளி, பதவி, பணி முதலியவற்றிலிருந்து அனுப்பிவிடு; தற்காலிக-மாக நீக்கு ➪ **suspension** noun பார்க்க.

suspender /sə'spendə(r)/ *noun* **1** [C, *usually pl.*] (*BrE*) a short piece of elastic that women use to hold up their **stockings** மகளிர் காலுறை-களை மேற்பகுதியில் பிடித்திருக்கும் தொய்வு நாடா; காலுறையின் பற்றிறுக்கி **2 suspenders** [*pl.*] (*AmE*) = **brace[1] 2**

suspense /sə'spens/ *noun* [U] the feeling of excitement or worry that you have when you feel sth is going to happen, when you are waiting for news, etc. ஒன்று நிகழப் போகிறது என்னும் உணர்வு, ஒரு செய்திக்காகக் காத்திருத்தல் முதலிய சமயங்களில் உண்டாகும் பரபரப்பு அல்லது கவலை; ஆவல்/கவலை/பதற்றத்-துடன் கூடிய எதிர்பார்ப்பு நிலை *Don't keep us in suspense. Tell us what happened.*

suspension /sə'spenʃn/ *noun* **1** [C, U] not being allowed to do your job or go to school for a period of time, usually as a punishment வழக்க-மாக, தண்டனையாக, ஒரு கால அளவுக்கு ஒருவர் பணிசெய்ய அல்லது பள்ளிக்குச் செல்ல அனுமதிக்கப்படாமை; தற்காலிக நீக்கம் *suspension on full pay* **2** [U] delaying sth for a period of time ஒன்றை ஒரு கால அளவுக்குத் தாமதப்படுத்துதல்; ஒத்திவைப்பு; இடை-நிறுத்தம் ➪ **suspend** verb பார்க்க. **3 the suspension** [U] the parts that are connected to the wheels of a car, etc. that make it more comfortable to ride in சீருந்து முதலியவற்றின் சக்கரங்களுடன் இணைக்கப்பட்டு வசதியான பயணத்திற்கு உதவும் அதன் பகுதிகள்; அதிர்வுத்தடை **4** [C, U] (*technical*) a liquid with very small pieces of solid matter floating in it; the state of such a liquid திடப்பொருள் நுண்-துகள்கள் மிதந்துகொண்டிருக்கும் திரவம்; ஒரு நீர்மத்தில் திடப்பொருள் நுண்துகள்கள் மிதந்து-கொண்டிருத்தல்

suspension bridge *noun* [C] a bridge that hangs from thick steel wires that are supported by towers at each end இரண்டு முனைகளிலும் தூபிகளால் தாங்கப்பட்டுத் தடிப்பான எஃகுக் கம்பிகளில் தொங்கும் பாலம்; தொங்குபாலம்

suspicion /sə'spɪʃn/ *noun* **1** [C, U] a feeling or belief that sth is wrong or that sb has done sth wrong ஒன்று தவறானது அல்லது தவறான ஒன்றை ஒருவர் செய்திருக்கிறார் என்னும் உணர்வு அல்லது நம்பிக்கை; ஐயம்; சந்தேகம்; அவநம்பிக்கை *I always treat smiling politicians with suspicion.* • *He is* ***under suspicion*** *of being involved in drug smuggling.* **2** [C] a feeling that sth may happen or be true ஒன்று நிகழக்கூடும் அல்லது உண்மையாக இருக்கக் கூடும் என்னும் உணர்வு; ஐயுறவு; ஐயப்பாடு *I have a suspicion that he's forgotten he invited us.* ➪ **suspect** verb பார்க்க.

suspicious /sə'spɪʃəs/ *adj.* **1 suspicious (of/about sb/sth)** feeling that sb has done sth wrong, dishonest or illegal தவறான, நேர்மையற்ற அல்லது சட்டத்திற்கு மாறான ஒன்றை ஒருவர் செய்திருக்கிறார் என்ற உணர்வுள்ள; சந்தேகம் கொள்கிற; ஐயுறுகிற *We became suspicious of his behaviour and alerted the police.* **2** that makes you feel that sth is wrong, dishonest or illegal ஒன்று தவறானது, நேர்மையற்றது அல்லது சட்டத்திற்கு மாறானது என்ற உணர்வைத் தோற்றுவிக்கிற; ஐயுறவுக்கு இடமான; சந்தேகத்திற்குரிய *The old man died in* ***suspicious circumstances.*** • *a suspicious-looking person* ▶ **suspiciously** *adv. to behave suspiciously*

sustain /sə'steɪn/ *verb* [T] **1** to keep sb/sth alive or healthy ஒருவரை/ஒன்றை உயிருடன் அல்லது உடல் நலத்துடன் வைத்திரு *Oxygen sustains life.* **2** to make sth continue for a long period of time without becoming less ஒன்று குறைபடாது நீண்ட காலம் தொடர்ந்து இருக்கச் செய்; நலிவுறாது நீடித்து இருக்கச் செய் *It's hard to sustain interest for such a long time.* **3** (*formal*) to experience sth bad இன்னாத ஒன்றின் தாக்கத்திற்கு உள்ளாகு *to sustain damage/an injury/a defeat*

sustainable /sə'steɪnəbl/ *adj.* **1** involving the use of natural products and energy in a way that does not harm the environment சுற்றுச் சூழலுக்குத் தீங்கு உண்டாகாத முறையில் இயற்கைப் பொருள்களையும் இயற்கை ஆற்றலையும் பயன்படுத்துதலை உள்ளடக்கிய; சுற்றுச் சூழலுக்குப் பாதிப்பு ஏற்படுத்தாத அல்லது அதனைக் காத்துப் பேணுகிற *sustainable forest management* **2** that can continue or be continued for a long time நீண்ட கால அளவுக்குத் தொடரக்கூடிய அல்லது தொடரச் செய்யக்கூடிய; நீடித்திருக்கத்தக்க; நீடித்திருக்கச் செய்யத்தக்க ✪ **OPP unsustainable**

sustenance /'sʌstənəns/ *noun* [U] (*formal*) **1** the food and drink that people, animals and plants need to live and stay healthy மனிதர்கள், விலங்குகள் மற்றும் தாவரங்கள் உயிர் வாழ்வதற்கும் நலமுடன் இருப்பதற்கும் தேவையான உணவு மற்றும் குடிநீர்; வாழ்வாதாரப் பொருள்கள் *In some regions, rice is the basis of daily sustenance.* **2 sustenance (of sth)** the process of making sth continue to exist ஒன்றை நின்று நிலவச் செய்யும் செயல் முறை; காத்துப் பேணுதல்; வலுவாதாரம் அளித்தல். *Regular elections are essential for the sustenance of democracy.*

sutra /'su:trə/ *noun* [U] (*Ind E*) **1** a rule or a formula in Sanskrit literature, or a set of these on a particular topic like grammar, Hindu law, philosophy, etc. இலக்கணம், இந்து சட்டமுறை அல்லது தத்துவ சாத்திரம் போன்ற ஒரு துறையில் சமஸ்கிருத இலக்கியத்திலுள்ள பொதுமுறை உண்மையை விளக்கும் அறிவுரை; விதிமுறை; சூத்திரம்; நூற்பா *Dharmasutra* **2** a Buddhist or Jain holy text பௌத்த அல்லது சமண மதத்தினரின் புனித மறைநூல்

SW *abbr.* **1 = short wave** ➪ **wavelength** பதிவில் படம் பார்க்க. **2** south-west(ern), தென் மேற்கைக் குறிக்கும் southwestern என்பதன் குறுக்கம் *SW Australia*

swab /swɒb/ *noun* [C] **1** a piece of soft material used by a doctor, nurse, etc. for cleaning a place where your body has been injured or cut, or for taking a substance from your body to test it காயமுற்ற அல்லது வெட்டுண்ட உடற் பகுதியை ஒற்றித் தூய்மை செய்வதற்கு அல்லது சோதனைக்காக உடலிலிருந்து ஒரு பொருளை உறிஞ்சி எடுப்பதற்கு மருத்துவர், செவிலியர் முதலியோரால் பயன்படுத்தப்படும் மென்மையான துணி; துடைப்புத் துணி; ஒற்று துணி; உறிஞ்சு துணி **2** an act of taking a substance from sb's body for testing, with a swab சோதனைக்காக உடலிலிருந்து ஒரு பொருளை உறிஞ்சு துணியால் உறிஞ்சி எடுத்தல் *to take a throat swab* ▶ **swab** *verb* [T] (*pres. part.* **swabbing**; *pt, pp* **swabbed**)

swagger /'swægə(r)/ *verb* [I] to walk in a way that shows that you are too confident or proud மட்டுமீறிய தன்னம்பிக்கையை அல்லது செருக்கை வெளிப்படுத்தும் முறையில் நட; செம்மாந்து செருக்கி நட ▶ **swagger** *noun* [*sing.*]

swallow /'swɒləʊ/ *verb* **1** [T] to make food, drink, etc. go down your throat to your stomach உணவு, பானம் முதலியவையை விழுங்கு *It's easier to swallow pills if you take them with water.* **2** [I] to make a movement in your throat, often because you are afraid or surprised, etc. பெரும்பாலும் அச்சம், திகைப்பு முதலியவை காரணமாக உணவுக் குழாய்த் தசையில் ஓர் அசைவு உண்டுபண்ணு; விழுங்குதல் போன்று தொண்டையில் அசைவு செய் *She swallowed* *hard and tried to speak, but nothing came out.* **3** [T] to accept or believe sth too easily சட்டென, ஆராயாது ஒன்றை ஏற்றுக்கொள் அல்லது நம்பிவிடு *You shouldn't swallow everything they tell you!* **4** [T] to accept an insult, etc. without complaining குறைபட்டுக்கொள்ளாது அல்லது முறையிடாது ஓர் இகழ்ச்சி முதலியவற்றை ஏற்றுக்கொள்; பொறுத்து அமைவுறு *I find her criticisms very hard to swallow.* **5** [T] **swallow sth (up)** to use all of sth, especially money ஒன்றின், குறிப்பாகப் பணத்தின், முழுமையையும் பயன்படுத்து; பயன்படுத்தித் தீர் *The rent swallows up most of our monthly income.* ▶ **swallow** *noun* [C]

IDM **hard to swallow** ➪ **hard**[1] பார்க்க.

swallow hole *noun* [C] (in geography) a large hole in the ground that a river flows into, created over a long period of time by water that has fallen as rain (புவியியலில்) மழைநீர் விழுந்து நீண்ட கால அளவில் தரையில் உருவான, ஆற்று நீர் உட்புகும் பெரிய குழி; கரைசல் குடைவு ➪ **limestone** பதிவில் படம் பார்க்க.

swam ➪ **swim** என்பதன் இறந்தகால வடிவம்

swamp[1] /swɒmp/ *noun* [C, U] an area of soft wet land குழைவான ஈர நிலப்பகுதி; சதுப்பு நிலம்

swamp[2] /swɒmp/ *verb* [T] **1** to cover or fill sth with water ஒன்றில் நீர் பரந்து மூடச்செய் அல்லது நீர் நிரப்பு *The fishing boat was swamped by enormous waves.* **2 swamp sb/sth (with sth)** (*usually passive*) to give sb so much of sth that he/she cannot deal with it ஒருவர் கையாள முடியாத அளவுக்கு ஒன்றை மிகையளவில் கொடு; மிகையளவாகக் கொடுத்துத் திணற அடி *We've been swamped with applications for the job.* ✪ SYN **inundate**

swan /swɒn/ *noun* [C] a large, usually white, bird with a very long neck that lives on lakes and rivers ஏரிகள் மற்றும் நதிகளில் வாழும் மிக நீண்ட கழுத்துடைய பெரும்பாலும் வெண்மை நிறமுள்ள பெரிய பறவை; அன்னம்

swap (*also* **swop**) /swɒp/ *verb* [I, T] (**swapping; swapped**) **swap (sth) (with sb); swap A for B** to give sth for sth else; to exchange வெறோன்றைப் பெறும் பொருட்டு ஒன்றைக் கொடு; கொடுத்துவாங்கு; பரிமாறிக்கொள் *When we finish these books shall we swap* (= you have my book and I'll have yours)*?* • *I'd swap my job for hers any day.* ▶ **swap** *noun* [*sing.*] *Let's do a swap.*

IDM **change/swap places (with sb)** ➪ **place**[1] பார்க்க.

swarm[1] /swɔːm/ *noun* [C] **1** a large group of insects, especially bees, moving around together ஒருசேர வட்டமிடும் பூச்சிகளின், குறிப்பாகத் தேனீக்களின், பெருந்தொகுதி; மொய்திரள் *a swarm of bees/locusts/flies* **2** a large number of people together ஒருசேரக் காணப்படும் பெரும் எண்ணிக்கையிலான ஆட்கள்; மக்கள் திரள்; கூட்டம்

swarm[2] /swɔːm/ *verb* [I] to fly or move in large numbers பெரும் எண்ணிக்கையில் பற அல்லது செல்; திரளாகப் பற அல்லது இயங்கு

PHR V **swarm with sb/sth** to be too crowded or full மட்டுமீறிக் கூட்டமாக இரு; மொய்த்துக்கொண்டிரு

swash /swɒʃ/ *noun* [*sing.*] the flow of water up the beach after a wave has broken அலை எழும்பித் தாழும்போது காணப்படும் கரை நோக்கிய நீர்ப்பாய்வு ➪ **backwash** பார்க்க; மற்றும் **wave** பதிவில் படம் பார்க்க.

swat /swɒt/ *verb* [T] (**swatting; swatted**) to hit sth, especially an insect, with sth flat தட்டையான ஒரு பொருளால் ஒன்றை, குறிப்பாக ஒரு பூச்சியை, அடி; நசுக்கு

swathe[1] /sweɪð/ (*also* **swath**) *noun* [C] (*written*) a large strip or area of sth ஒன்றின் பரந்தகன்ற கூறு/கீற்று அல்லது பகுதி *a swathe of hair/fabric/sunlight*

IDM **cut a swathe through sth** (of a person, fire, etc.) to pass through a particular area destroying a large part of it (ஆள், தீ முதலியவை வகையில்) ஒன்றின் பெரும்பகுதியை அழிவு செய்துகொண்டு அதன் ஊடாகச் செல்

swathe[2] /sweɪð/ *verb* [T] (*usually passive*) (*written*) **swathe sb/sth (in sth)** to wrap or cover sb/sth in sth ஓராளை/ஒரு பொருளை ஒன்றினால் மூடு; சுற்றிப் போர்த்து *He was lying on the hospital bed swathed in bandages.*

sway /sweɪ/ *verb* **1** [I] to move slowly from side to side பக்கவாட்டாக, மெதுவாக இயங்கு; அசைந்தாடு *The trees were swaying in the wind.* **2** [T] to influence sb ஒருவர் மீது தாக்கம் உண்டாக்கு; மாற்ற விளைவு உண்டுபண்ணு *Many people were swayed by his convincing arguments.*

swear /sweə(r)/ *verb* (*pt* **swore** /swɔː(r)/; *pp* **sworn** /swɔːn/) **1** [I] **swear (at sb/sth)** to use rude or bad language பண்பினிமையற்ற அல்லது இழிந்த சொற்களைப் பயன்படுத்து; கடுமையாக/கீழ்த்தரமாகப் பேசு *He hit his thumb with the hammer and swore loudly.* ➪ **curse** பார்க்க. **2** [I, T] **swear (to do sth); swear that...** to make a serious promise மனமார்ந்த வாக்குறுதி அளி; சூளுரை *When you give evidence in court you have to swear to tell the truth.*

PHR V **swear by sth** to believe completely in the value of sth ஒன்றின் மதிப்பில் முழு நம்பிக்கை வை; ஒன்றின் பேரில் ஆணையிடு

swear sb in (*usually passive*) to make sb say officially that he/she will accept the responsibility of a new position ஒருவர் ஒரு புதிய பதவிப் பொறுப்பை ஏற்றுக்கொள்வதாக அதிகாரபூர்வமாகக் கூறச் செய்; ஒருவருக்கு பதவிப் பிரமாணம் செய்துவை *The President will be sworn in next week.*

swear word (*old-fashioned* **oath**) *noun* [C] a word that is considered rude or bad and that may offend people பிறர் மனத்தைப் புண்படுத்தக் கூடியதும் பண்பு நயமற்றதாக அல்லது இழிவானதாகக் கருதப்படுவதுமான சொல்; கடுமொழி

sweat /swet/ *verb* [I] **1** to produce liquid through your skin because you are hot, ill or afraid வெப்பம், உடல் நலமின்மை அல்லது அச்சம் காரணமாகத் தோலின் ஊடாக நீர்மத்தை வெளிப்படுத்து; வியர்; வியர்வை சிந்து **2 sweat (over sth)** to work hard கடுமையான வேலை செய்; வருந்தி உழை *I've been sweating over that problem all day.* ▶ **sweat** *noun* [C, U] *He stopped digging and wiped the sweat from his forehead.* • *He woke up* ***in a sweat.*** ➪ **perspiration** பார்க்க.

IDM **work/sweat your guts out** ➪ **gut[1]** பார்க்க.

sweater /ˈswetə(r)/ *noun* [C] a warm piece of clothing with long sleeves, often made of wool, which you wear on the top half of your body உடலின் மேற்பாதியில் அணிந்துகொள்ளப்படும், பெரும்பாலும் கம்பளி இழையாலான, நீண்ட கைப்பகுதி உடைய, வெதுவெதுப்பான ஆடை வகை; கம்பளிச் சட்டை

> **NOTE** **Sweater, jumper, pullover, jersey** ஆகிய சொற்கள் அனைத்தும் மேற்கண்ட சட்டையையே குறிக்கும். இவை பெரும்பாலும் கம்பளி இழையால் அல்லது அதனை ஒத்த ஒன்றால் செய்யப்படுபவை. **Sweatshirt** என்பது வழக்கமாகப் பருத்தித் துணியால் ஆனதும் வினைமுறை சாராத சமயங்களில் அல்லது விளையாட்டின்போது அணிந்துகொள்ளத்தக்கதும் ஆகும். **Cardigan** முன்பக்கக் கூட்டிணைப்பு உடையதாகும்.

sweatshirt /ˈswetʃɜːt/ *noun* [C] a warm piece of cotton clothing with long sleeves, which you wear on the top half of your body உடலின் மேற்பாதியில் அணிந்துகொள்ளும் நீண்ட கைப்பகுதி உடைய வெதுவெதுப்பான பருத்தி ஆடை; வியர்வைக் காப்புச் சட்டை

sweaty /ˈsweti/ *adj.* **1** wet with sweat வியர்த்து ஈரமாயுள்ள *I was hot and sweaty after the match and needed a shower.* **2** causing you to sweat வியர்க்கவைக்கிற; வியர்வை தோன்றச் செய்கிற *a hot sweaty day*

swede /swiːd/ *noun* [C, U] a large, round, yellow vegetable that grows under the ground நிலத்தடியில் விளையும் பெரிய உருண்டை வடிவ மஞ்சள் நிறக் காய்கறி வகை; கிழங்கு வகை

sweep[1] /swiːp/ *verb* (*pt, pp* **swept** /swept/) **1** [I, T] to clean the floor, etc. by moving dust, dirt, etc. away with a brush துடைப்பத்தால் தூசு, மாசுப்பொருள்கள் முதலியவற்றை அகற்றித் தரை முதலியவற்றைத் தூய்மைப்படுத்து; துடைப்பத்தால் பெருக்கிக்கூட்டு *to sweep the floor* • *I'm going to sweep the leaves off the path.* ➪ **clean[2]** பதிவிலுள்ள குறிப்பைப் பார்க்க. **2** [T] to remove sth from a surface using your hand, etc. கை முதலியவற்றைப் பயன்படுத்தி ஒரு பரப்பிலிருந்து ஒன்றை அகற்று; துடைத்தகற்று; அப்பால் தள்ளு *He swept the books angrily off the table.* **3** [I, T] to move quickly and smoothly over the area or in the direction mentioned ஒரு பரப்பின் ஊடாக அல்லது குறிப்பிடப்பட்ட திசையில் விரைவாகவும் தட்டுத்தடங்கலின்றியும் செல் அல்லது ஒன்றைச் செலுத்து; வீசியடித்துச் செல்; மேவிச் செல்; இழைந்தோடிச் செல்; இவ்வாறு செல்லச் செய் *Fire swept through the building.* **4** [T] to move or push sb/sth with a lot of force மிகு தாக்கு விசையுடன் ஒருவரை/ஒன்றை நகர்த்து அல்லது தள்ளு; மோதித் தள்ளு *The huge waves swept her overboard.* • *He was swept along by the huge crowd.* **5** [I] to move in a way that impresses or is intended to impress people பிறர் மதிக்கத்தக்க முறையில் அல்லது பிறர் மதிப்பைப் பெறும் எண்ணத்துடன் செல்; கம்பீரமாகச் செல்; பீடுநடை நட *Five big black Mercedes swept past us.* **6** [I, T] to move over an area, especially in order to look for sth குறிப்பாக, ஒன்றைத் தேடிக் காணும் பொருட்டு, ஒரு பகுதியின் முழுதூடாகச் செல்; பரந்தகன்று செல் *The army were sweeping the fields for mines.* • *His eyes swept quickly over the page.*

PHR V **sweep (sb/sth) aside** to not allow sb/sth to affect your progress or plans தனது முன்னேற்றத்தை அல்லது திட்டங்களை ஒருவர்/ஒன்று பாதிக்க இடம் கொடாதிரு; முட்டுக்கட்டை, எதிர்ப்பு முதலியவற்றைத் தடுத்தகற்று; ஒதுக்கித்தள்ளு

sweep sth out to remove dirt and dust from the floor of a room or building using a brush ஓர் அறையின் அல்லது ஒரு கட்டடத்தின் தரையில் உள்ள தூசு, மாசுப்பொருள் ஆகியவற்றைத் துடைப்பத்தால் பெருக்கித்தள்ளு

sweep over sb (used about a feeling) to suddenly affect sb very strongly (உணர்ச்சி வகையில்) ஒருவர் மீது திடீரென மிகக் கடுமையான பாதிப்பு உண்டாக்கு

sweep (sth) up to remove dirt, dust, leaves, etc. using a brush குப்பை, கூளங்களை துடைப்பத்தால் பெருக்கி அகற்று

sweep² /swi:p/ *noun* [C] **1** (*usually sing.*) the action of moving dirt and dust from a floor or surface using a brush மனைத் தரையில் அல்லது ஒரு பரப்பில் உள்ள தூசு, மாசுப்பொருள்கள் ஆகியவற்றைப் பெருக்கிக் கூட்டுதல்; தூர்த்துப் பெருக்குதல் *I'd better give the floor a sweep.* **2** a long, curving shape or movement நீண்டு வளைந்த வடிவமைப்பு அல்லது இயக்கம் *He showed us which way to go with a sweep of his arm.* **3** a movement over an area, especially in order to look for sth குறிப்பாக ஒன்றைத் தேடிக் காணும் நோக்கத்துடன், ஒரு பகுதியின் முழுதூடாகச் செல்லல்; பரந்தகன்ற தேடல் **4** = **chimney sweep**

IDM **a clean sweep** ➪ **clean¹** பார்க்க.

sweeper /ˈswi:pə(r)/ *noun* [C] **1** a person or thing that cleans surfaces with a brush தரைப் பரப்புகளைத் துடைப்பத்தால் பெருக்கித் தூய்மை செய்யும் ஆள் அல்லது பொருள்; பெருக்குநர்; பெருக்கும் வாருகோல் *He's a road sweeper.* • *Do you sell carpet sweepers?* **2** (in football) the defending player who plays behind the other defending players (கால் பந்தாட்டத்தில்) மற்ற தாக்கெதிர்ப்பு ஆட்டக்காரர்களின் பின்னால் இருந்து விளையாடும் தாக்கெதிர்ப்பு ஆட்டக்காரர்

sweeping /ˈswi:pɪŋ/ *adj.* **1** (used about statements, etc.) too general and not accurate enough (கூற்றுகள் முதலியவை வகையில்) வேண்டிய அளவு துல்லியமாக இராது மிகவும் பொதுப்படையாக உள்ள *He made a sweeping statement about all politicians being dishonest.* **2** having a great and important effect பெரிய முக்கியமான மாற்ற விளைவுகளை உள்ளடக்கிய; விரிவான மற்றும் குறிப்பிடத்தக்க விளைவு உண்டுபண்ணுகிற *sweeping reforms*

sweet¹ /swi:t/ *adj.* **1** containing, or tasting as if it contains, a lot of sugar மிகுதியான சர்க்கரையை உள்ளடக்கி இருக்கிற அல்லது உள்ளடக்கி இருப்பது போன்ற சுவையுடைய; இனிப்பான *Children usually like sweet things.* • *This cake's too sweet.* ➪ **savoury** பார்க்க. **2** (used especially about children and small things) attractive (குறிப்பாக, குழந்தைகள் மற்றும் சிறு பொருள்கள் பற்றிக் குறிப்பிடுகையில்) கவர்ச்சியான; அழகான *a sweet little kitten* • *Isn't that little girl sweet?* ✪ SYN **cute** **3** having or showing a kind character கனிவான; இனிய; அன்பார்ந்த; இன்னலம் வாய்ந்த *a sweet smile* • *It's very sweet of you to remember my birthday!* **4** (used about a smell or a sound) pleasant (மணம் அல்லது ஒலி வகையில்) மகிழ்வூட்டுகிற; இனிய ▶ **sweetness** *noun* [U]

IDM **have a sweet tooth** to like eating sweet things இனிப்புப் பண்டங்களை உண்பதில் விருப்பம் கொண்டிரு

sweet² /swi:t/ *noun* **1** [C, *usually pl.*] (*AmE* **candy**) [U] a small piece of boiled sugar, chocolate, etc., often sold in a packet வேகவைக்கப்பட்ட சர்க்கரை, சாக்லேட் முதலியவற்றால் செய்யப்பட்டுப் பெரும்பாலும் உறையிடப்பட்ட தின்பண்டம்; மிட்டாய் *He was sucking a sweet.* • *a sweet shop* **2** [C, U] sweet food served at the end of a meal சாப்பாட்டின் இறுதியில் பரிமாறப்படும் இனிப்புணவு ➪ **pudding** மற்றும் **dessert** பார்க்க.

sweetcorn /ˈswi:tkɔ:n/ (*AmE* **corn**) *noun* [U] yellow grains from a tall plant (**maize**) that taste sweet and are eaten as a vegetable இனிப்புச் சுவை உடையதும் காய்கறியாக உண்ணப்படுவதுமான மக்காச்சோளப் பயிரின் மஞ்சள் நிறக் கதிர்மணிகள்; மக்காச்சோளம்

sweeten /ˈswi:tn/ *verb* [T] to make sth sweet by adding sugar, etc. சர்க்கரை முதலியவற்றைச் சேர்த்து ஒன்றை இனிப்பாக்கு; இனிப்புச் சுவையூட்டு

sweetener /ˈswi:tnə(r)/ *noun* [C, U] a substance used instead of sugar for making food or drink sweet உணவுக்கு அல்லது பானத்திற்கு இனிப்புச் சுவையூட்டச் சர்க்கரைக்குப் பதிலாகப் பயன்படுத்தப்படும் பொருள்; இனிப்பூட்டி *artificial sweeteners*

sweetheart /ˈswi:thɑ:t/ *noun* [C] **1** used when speaking to sb, especially a child, in a very friendly way ஒருவரிடம், குறிப்பாக ஒரு குழந்தையிடம், கனிவான முறையில் பேசும்போது பயன்படுத்தப்படுவது: கண்ணாளன்/கண்ணாட்டி *Do you want a drink, sweetheart?* **2** (*old-fashioned*) a boyfriend or girlfriend காதலன் அல்லது காதலி

sweetly /ˈswi:tli/ *adv.* in an attractive, kind or pleasant way கவர்ச்சியாக; கனிவாக; இனிமையாக *She smiled sweetly.* • *sweetly scented flowers*

sweet potato *noun* [C, U] a vegetable that grows under the ground and looks like a red potato, but is yellow inside and tastes sweet சர்க்கரைவள்ளிக்கிழங்கு

swell¹ /swel/ *verb* (*pt* **swelled** /sweld/; *pp* **swollen** /ˈswəʊlən/ or **swelled**) **1** [I, T] **swell (up)** to become or to make sth bigger, fuller or thicker மேலும் பெரிதாகு, நிரம்பு அல்லது தடிப்பாகு; உப்பு; ஊது; ஒன்றை மேலும் பெரிதாக்கு, நிரப்பு அல்லது தடிப்பாக்கு *After the fall her ankle began to swell up.* • *Heavy rain had swollen the rivers.* **2** [I, T] to increase or make sth increase in number or size எண்ணிக்கையில் அல்லது உருவளவில் ஒன்று பெரிதாகு அல்லது ஒன்றைப் பெரிதாக்கு *Th e crowd swelled to 600 by the end of the evening.* **3** [I] (*written*) (used about feelings or sound) to suddenly become stronger or louder (உணர்ச்சிகள் அல்லது

ஒலி வகையில்) திடீரெனத் தீவிரமாகு அல்லது உரத்ததாகு; முனைப்பு மிகு *Hatred swelled inside him.*

swell² /swel/ *noun* [*sing.*] the slow movement up and down of the surface of the sea கடலின் மேற்பரப்பில் காணப்படும் மேலும் கீழுமான மெல்லியக்கம்; அலை வாங்குதல்; அலை எழுச்சி

swelling /ˈswelɪŋ/ *noun* **1** [C] a place on your body that is bigger or fatter than usual because of an injury or illness அடிபட்டு அல்லது நோயுற்று வழக்கமீறிப் புடைத்து அல்லது தசை பெருத்துக் காணப்படும் உடற்பகுதி; வீக்கம்; ஊதல் *I've got a nasty swelling under my eye.* **2** [U] the process of becoming swollen வீங்குதல்; உப்புதல் *The disease often causes swelling of the ankles and knees.*

sweltering /ˈsweltərɪŋ/ *adj.* (*informal*) much too hot அளவு கடந்த வெம்மையுள்ள; புழுக்கம் மிக்க *It was sweltering in the office today.*

swept ⇨ **sweep¹** என்பதன் இறந்தகால மற்றும் இறந்தகால வினையெச்ச வடிவம்

swerve /swɜːv/ *verb* [I] to change direction suddenly திடீரெனத் திசைமாறு; வெட்டித்திரும்பு *The car swerved to avoid the child.* ▶ **swerve** *noun* [C]

swift /swɪft/ *adj.* happening without delay; quick தாமதமின்றி நிகழ்கிற; விரைவான; வேகமான; உடனடியான *swift reaction/decision/movement* • *a swift runner* ▶ **swiftly** *adv.*

swill /swɪl/ *verb* [T] **swill sth (out/down)** to wash sth by pouring large amounts of water, etc. into, over or through it ஒன்றினுள், ஒன்றின் மேல் அல்லது ஒன்றின் ஊடாகப் பெருமளவு தண்ணீர் முதலியவற்றை ஊற்றி அதனைக் கழுவு; நீர்மத்தைக் கொட்டி, பீற்றியடித்து அல்லது பாய்ச்சி ஒன்றை அலம்பு அல்லது துப்புரவு செய்

swim /swɪm/ *verb* (*pres. part.* **swimming**; *pt* **swam** /swæm/; *pp* **swum** /swʌm/) **1** [I, T] to move your body through water நீந்து *How far can you swim?* • *Hundreds of tiny fish swam past.*

> NOTE **Go swimming** என்னும் தொடர் இன்பச் செயலாக நீந்துவதைக் குறிக்கும்—*We go swimming every Sunday.* நீந்தச் செல்லும் ஒரு குறிப்பிட்ட தருணத்தைக் குறிக்க **go for a swim** என்றும் கூறலாம்—*I went for a swim this morning.*

2 [I] **be swimming (in/with sth)** to be covered with a lot of liquid பெருமளவு திரவத்தால் மூடப்பட்டிரு; நீர்மத்தில் மித *The salad was swimming in oil.* **3** [I] to seem to be moving or turning அசைவதாக அல்லது சுழல்வதாகத் தோன்று *The floor began to swim before my eyes and I fainted.* **4** [I] (used about your head) to feel confused (தலை வகையில்) தலைசுற்று; குழம்பு; தடுமாறு *My head was swimming with so much new information.* ▶ **swim** *noun* [*sing.*] *to go for/have a swim* ▶ **swimmer** *noun* [C] *a strong/weak swimmer*

swim

swimming bath *noun* [C] (*also* **swimming baths**) (*pl.*) a public swimming pool, usually indoors குறிப்பாக உள்ளிடத்திலுள்ள, பொது நீச்சல் குளம்

swimming pool (*also* **pool**) *noun* [C] a pool that is built especially for people to swim in குறிப்பாக மக்கள் நீந்துவதற்காகக் கட்டப்பட்டுள்ள குளம்; நீச்சல் குளம் *an indoor/out door/open-air swimming pool*

swimming trunks *noun* (*pl.*) a piece of clothing like shorts that a man wears to go swimming இன்ப நீச்சலுக்குச் செல்லும்போது ஆடவர் அணிந்துகொள்ளும் குறுங்காற் சட்டை போன்ற உடுப்பு; ஆடவர் நீச்சல் உடை *a pair of swimming trunks*

swimsuit /ˈswɪmsuːt/ (*also* **swimming costume**) *noun* [C] a piece of clothing that a woman wears to go swimming இன்ப நீச்சலுக்குச் செல்லும்போது மகளிர் அணிந்து கொள்ளும் உடுப்பு; மகளிர் நீச்சல் உடை ⇨ **bikini** பார்க்க.

swindle /ˈswɪndl/ *verb* [T] **swindle sb/sth (out of sth)** to trick sb in order to get money, etc. பணம் முதலியவற்றை அடைவதற்காக ஒருவரை ஏமாற்று; பண மோசடி செய் ▶ **swindle** *noun* [C] *a tax swindle*

swine /swaɪn/ *noun* **1** [C] (*informal*) a very unpleasant person அருவருப்பான ஆள்; வெறுப்பூட்டக்கூடியவர் **2** [*pl.*] (*old-fashioned*) pigs பன்றிகள்

swing¹ /swɪŋ/ *verb* (*pt, pp* **swung** /swʌŋ/) **1** [I, T] to move backwards and forwards or from side to side while hanging from sth; to make sb/sth move in this way ஒன்றிலிருந்து தொங்கிக்கொண்டிருக்கும் நிலையில், முன்னும் பின்னுமாக அல்லது பக்கவாட்டில் அசைந்தாடு;

ஊஞ்சலாடு; ஒருவரை/ஒன்றை இவ்வாறு ஆடச்செய் *The rope was swinging from a branch.* • *She sat on the wall, swinging her legs.* **2** [I, T] to move or make sb/sth move in a curve வளைவியக்கமாகச் செல்; ஒருவரை/ஒன்றை வளைவியக்கமாகச் செல்லச் செய்; சுழன்று செல்; சுழற்று *The door swung open and Ram walked in.* • *He swung the child up onto his shoulders.* **3** [I] to move or change from one position or situation towards the opposite one ஒரு நிலையில் அல்லது சூழலில் இருந்து நேர் எதிரான நிலையை அல்லது சூழலை நோக்கிச் செல் அல்லது அந்நிலைக்கு/சூழலுக்கு மாற்றமுறு *She swung round when she heard the door open.* • *His moods swing from one extreme to the other.* **4** [I, T] **swing (sth) (at sb/sth)** to try to hit sb/sth ஒருவரை/ஒன்றைத் தாக்க முயல்; தாக்கு எண்ணத்துடன் கையை வீசு

swing² /swɪŋ/ *noun* **1** [*sing.*] a swinging movement or rhythm ஊஞ்சலாட்டம்; ஊசலாட்டம்; அலைவியக்கம்; வீச்சியக்கம் *He took a swing at the ball.* **2** [C] a seat, a piece of rope, etc. that is hung from above so that you can swing backwards and forwards on it அமர்ந்து முன்னும் பின்னுமாக அசைந்தாடுவதற்கு ஏற்றவாறு, மேலிருந்து தொங்கவிடப்பட்டுள்ள இருக்கை, வடக்கயிறு முதலியவை; ஊஞ்சல் *Some children were playing on the swings.* **3** [C] a change from one position or situation towards the opposite one ஒரு நிலையில் அல்லது சூழலிலிருந்து நேர் எதிரான நிலையை அல்லது சூழலை நோக்கிய மாற்றம்; ஒருநிலைப்படாத ஊசலாட்டம்; தடுமாற்றம்

IDM **in full swing** ⇨ **full¹** பார்க்க.

swipe /swaɪp/ *verb* **1** [I, T] (*informal*) **swipe (at) sb/sth** to hit or try to hit sb/sth by moving your arm in a curve முன்கையைச் சுழற்றி ஒருவரை/ஒன்றை அடி அல்லது அடிக்க முயல் *He swiped at the wasp with a newspaper but missed.* **2** [T] (*informal*) to steal sth ஒன்றைக் களவாடு; திருடு **3** [T] to pass the part of a plastic card on which information is stored through a special machine for reading it தகவல் தேக்கி வைக்கப்பட்டுள்ள பிளாஸ்டிக் அட்டையை வாசிப்பதற்காக அதன் பகுதியை மின்னணுப்பொறியின் ஊடாகச் செலுத்து *The receptionist swiped my credit card and handed me the slip to sign.* ▶ **swipe** *noun* [C] *She took a swipe at him with her handbag.*

swipe card *noun* [C] a small plastic card on which information is stored which can be read by an electronic machine மின்னணுப் பொறியினால் வாசிக்கப்படத்தக்க, தகவல் தேக்கி வைக்கப்பட்டுள்ள சிறு பிளாஸ்டிக் அட்டை

swirl /swɜːl/ *verb* [I, T] to make or cause sth to make fast circular movements விரைவாகச் சுழல் அல்லது ஒன்றைச் சுழற்று *Her long skirt swirled round her legs as she danced.* • *He swirled some water round in his mouth and spat it out.* ▶ **swirl** *noun* [C]

swish¹ /swɪʃ/ *verb* [I, T] to move quickly through the air in a way that makes a soft sound; to make sth do this மெல்லோசையுடன் காற்றில் விரைவாக அசை; ஒன்று இவ்வாறு அசையச் செய்; விசிப்பொலியுடன் காற்றூடாகச் செல் அல்லது ஒன்றை வீசு *The pony's tail swished.* • *she swished her racket through the air.*

swish² /swɪʃ/ *noun* [*sing.*] the movement or soft sound made by sth moving quickly, especially through the air ஒன்றின், குறிப்பாகக் காற்றூடான, விரைவியக்கம் அல்லது அவ்வியக்கத்தின் போது எழும் மெல்லொலி; விசிப்பு; விசிப்பொலி *She turned away with a swish of her skirt.*

switch¹ /swɪtʃ/ *noun* [C] **1** a small button or sth similar that you press up or down in order to turn on electricity மின் ஓட்டத்தைத் தூண்டும் பொருட்டு மேலமுக்கும் அல்லது கீழமுக்கும் அமைப்பிலான சிறு குமிழ் அல்லது அதுபோன்ற ஒன்று; மின்விசைக் குமிழ் *a light switch* **2** a sudden change திடீர் மாற்றம்; திடீர்த் திருப்பம் *a switch in policy*

switch² /swɪtʃ/ *verb* [I, T] **1 switch (sth) (over) (to sth); switch (between A and B)** to change or be changed from one thing to another ஒன்றிலிருந்து மற்றொன்றுக்கு மாறு அல்லது மாற்று; கருத்து, திசை, பொருள், போக்கு முதலிய ஒன்றிலிருந்து மற்றொரு கருத்து முதலியவற்றுக்கு மாறு/மாற்று *I'm fed up with my glasses—I'm thinking of switching over to contact lenses.* • *Press these two keys to switch between documents on screen.* • *The match has been switched from Saturday to Sunday.* **2 switch (sth) (with sb/sth); switch (sth) (over/round)** to exchange positions, activities, etc. நிலை, செயல் முதலியவற்றைப் பரிமாறிக்கொள் அல்லது இவை பரிமாற்றத்திற்கு உள்ளாகு *This week you can have the car and I'll go on the bus, and next week we'll switch over.* • *Someone switched the signs round and everyone went the wrong way.*

PHR V **switch (sth) off/on** to press a switch in order to start/stop electric power மின் ஓட்டத்தைத் தூண்ட அல்லது நிறுத்த விசைக்குமிழை அமுக்கு; மின்விசைத் தொடர்புபடுத்து/தொடர்புறச் செய் *Don't forget to switch off the cooker.*

switch (sth) over to change to a different television programme வேறொரு தொலைக்காட்சி நிகழ்ச்சிக்கு மாற்று

switchboard /ˈswɪtʃbɔːd/ *noun* [C] the place in a large company, etc. where all the telephone calls are connected ஒரு பெரிய நிறுவனம் முதலியவற்றில் அனைத்துத் தொலைபேசி அழைப்புகளும் ஒருசேர இணைக்கப்பட்டுள்ள இடம்; தொலைபேசித் தொடர்பு இணைப்பு முனை

swivel /ˈswɪvl/ *verb* [I, T] (**swivelling; swivelled** *AmE* **swiveling; swiveled**) **swivel (sth) (round)** to turn around a central point; to make sth do this ஒரு மையப்புள்ளியைச் சுற்றிச் சுழல் அல்லது திரும்பு; இவ்வாறு ஒன்றைச் சுழற்று அல்லது திருப்பு *She swivelled round to face me.* • *He swivelled his chair towards the door.*

swollen[1] ➪ **swell**[1] என்பதன் இறந்தகால வினையெச்ச வடிவம்

swollen[2] /ˈswəʊlən/ *adj.* thicker or wider than usual இயல்பு நிலையை விடத் தடிப்பான அல்லது அகலமான; புடைத்த; உப்பிய *Her leg was badly swollen after the accident.*

swoon /swuːn/ *verb* [I] **1 swoon (over sb)** to feel very excited, emotional, etc. about sb that you think is attractive so that you almost lose consciousness கிட்டத்தட்ட தன்னுணர்வை இழந்துவிடக்கூடிய வகையில், பாற்கவர்ச்சி உடையவராகத் தனக்குத் தோன்றும் ஒருவர் குறித்துப் பெரும் உள்ளக் கிளர்ச்சி, உணர்ச்சி ஈடுபாடு முதலியவை கொள்; மட்டு மீறிய மோக உணர்ச்சிக்கு ஆட்படு; காம மயக்கத்தால் தன்வயம் இழ **2** (*old-fashioned*) to lose consciousness தன்னினைவு இழ; மயக்கமடை ✪ SYN **faint** ▶ **swoon** *noun* [*sing.*] (*old-fashioned*) *to go into a swoon*

swoop /swuːp/ *verb* [I] **1** to fly or move down suddenly திடீரெனக் கீழ்நோக்கிப் பற அல்லது கீழ்நோக்கி வா; திடீரெனக் கீழ்நோக்கிப் பாய் *The bird swooped down on its prey.* **2** (used especially about the police or the army) to visit or capture sb/sth without warning (குறிப்பாக, காவல் துறையினர் அல்லது தரைப்படையினர் வகையில்) முன்னெச்சரிப்பு இன்றி திடீர்ச் செயலாக ஒருவரை/ஒன்றைச் சென்றுபார் அல்லது அகப்படுத்து *Police swooped at dawn and arrested the man.* ▶ **swoop** *noun* [C] **a swoop (on sb/sth)**

swop = **swap**

sword /sɔːd/ *noun* [C] a long, very sharp metal weapon, like a large knife நீளமான, கூர்மைமிக்க, பெரிய கத்தி போன்ற உலோக ஆயுதம்; உடைவாள்

swordfish /ˈsɔːdfɪʃ/ *noun* [C, U] (*pl.* **swordfish**) a large sea fish that you can eat, with a very long thin sharp upper jaw மிக நீண்ட மெலிதான கூரிய மேல் தாடை உடையதும், உணவாகப் பயன்படுத்தப்படுவதுமான, பெரிய கடல்மீன் வகை; வாள்மீன்

swore ➪ **swear** என்பதன் இறந்தகால வடிவம்

sworn ➪ **swear** என்பதன் இறந்தகால வினையெச்ச வடிவம்

swot /swɒt/ *verb* [I, T] (**swotting; swotted**) (*informal*) **swot (up) (for/on sth); swot sth up** to study sth very hard, especially to prepare for an exam குறிப்பாக, ஒரு தேர்வுக்கு ஆயத்தப்படுத்திக்கொள்ளும் பொருட்டு, ஒன்றைக் கடுமையாக வருந்திப் படி; மிக்க முனைப்புடன் தேர்வுக்குத் தயார் செய் *She's swotting for her final exams.*

swum ➪ **swim** என்பதன் இறந்தகால வினையெச்ச வடிவம்

swung ➪ **swing** என்பதன் இறந்தகால மற்றும் இறந்தகால வினையெச்ச வடிவம்

sycophant /ˈsɪkəfænt/ *noun* [C] (*formal*) (*disapproving*) a person who praises important or powerful people too much and in a way that is not sincere, especially in order to get sth from them ஆதாய நோக்கில் கபட எண்ணத்துடன் முக்கியமானவர்களை அல்லது அதிகாரத்தில் உள்ளவர்களை மிகைப்படியாகப் புகழும் ஒருவர்; அண்டிப் பிழைப்பவர் *The leader is surrounded by sycophants.* ▶ **sycophancy** /ˈsaɪkəfənsi/ *noun* (*formal, disapproving*) *Sycophancy is common in Indian politics these days.*

syllable /ˈsɪləbl/ *noun* [C] a word or part of a word which contains one vowel sound ஓர் உயிரொலியை உள்ளடக்கிய சொல் அல்லது சொல்லின் பகுதி; அசை *'Mat' has one syllable and 'mattress' has two syllables.* • *The stress in 'international' is on the third syllable.*

syllabus /ˈsɪləbəs/ *noun* [C] (*pl.* **syllabuses**) a list of subjects, etc. that are included in a course of study ஒரு பாடப்பிரிவில் சேர்க்கப்பட்டுள்ள பாடங்களின் பட்டியல்; பாடப் பொருள்தொகுதி; பாடத் தொகுதி ➪ **curriculum** பார்க்க.

symbol /ˈsɪmbl/ *noun* [C] **1 a symbol (of sth)** a sign, object, etc. which represents sth ஒன்றின் சின்னமாக அல்லது எடுத்துக்காட்டாக அமையும் இடுகுறி, பொருள் முதலியவை; குறியீடு *The cross is the symbol of Christianity.* **2 a symbol (for sth)** a letter, number or sign that has a particular meaning குறிப்பிட்ட பொருள் தரும் எழுத்து, எண் அல்லது சின்னம்; அடையாளக் குறியீடு; தனிமுறைக் குறியீடு *O is the symbol for oxygen.*

symbolic /sɪmˈbɒlɪk/ (*also* **symbolical** /-kl/) *adj.* used or seen to represent sth ஒன்றின் குறியீடாகப் பயன்படுத்தப்படுகிற அல்லது கருதப்படுகிற; அடையாளமான *The white dove is symbolic of peace.* ▶ **symbolically** /sɪmˈbɒlɪkli/ *adv.*

symbolism /ˈsɪmbəlɪzəm/ *noun* [U] the use of symbols to represent things, especially in art and literature குறிப்பாக, கலை மற்றும் இலக்கியத்தில், குறிப்பிட்ட பொருள்களுக்குப் பதிலாகக் குறியீடுகளைப் பயன்படுத்துதல்; குறியீட்டியல்

symbolize (*also* **-ise**) /ˈsɪmbəlaɪz/ *verb* [T] to represent sth ஒன்றின் பிரதியாக ஒரு பொருள் அல்லது அடையாளக்குறியைப் பயன்படுத்து *The deepest notes in music are often used to symbolize danger or despair.*

symmetrical /sɪˈmetrɪkl/ (*also* **symmetric** /sɪˈmetrɪk/) *adj.* having two halves that match each other exactly in size, shape, etc. உருவளவு, உருவமைப்பு முதலியவற்றில் சரிநுட்பமாக ஒன்றையொன்று ஒத்துள்ள இரண்டு சரிபாதிக் கூறுகளை உடைய; செஞ்சீரான; செவ்வொழுங்கான ✪ OPP **asymmetric** ▶ **symmetrically** /sɪˈmetrɪkli/ *adv.*

symmetry /ˈsɪmətri/ *noun* [U] the state of having two halves that match each other exactly in size, shape, etc. உருவளவு, உருவமைப்பு முதலியவற்றில் சரி நுட்பமாக ஒன்றையொன்று ஒத்துள்ள இரண்டு சரிபாதிக் கூறுகளைக் கொண்டிருத்தல்; இருபுடை இயைவு; செவ்வொழுங்கு

sympathetic /ˌsɪmpəˈθetɪk/ *adj.* **1 sympathetic (to/towards sb)** showing that you understand other people's feelings, especially their problems மற்றவர்களது உணர்ச்சிகளை, குறிப்பாக அவர்களது பிரச்சினைகளைப், புரிந்துகொள்வதை வெளிப்படுத்துகிற; பரிவிரக்கம் காட்டுகிற; அனுதாபம் கொள்கிற *When Sita was ill, everyone was very sympathetic.* • *I felt very sympathetic towards him.*

NOTE ஆங்கிலத்தில் sympathetic என்பது 'நட்பினிமையுடைய/கனிவான' எனப் பொருள்படாது. **Nice** என்ற சொல் இப்பொருளைக் குறிக்கும்—*I met Amit's sister yesterday. She's very nice.*

2 sympathetic (to sb/sth) being in agreement with or supporting sb/sth ஒருவருடன்/ஒன்றுடன் உடன்படுகிற அல்லது ஒருவருக்கு/ஒன்றுக்கு ஆதரவாக உள்ள; ஒத்திசைவான; துணையான *I explained our ideas but she wasn't sympathetic to them.* ✪ OPP **unsympathetic** ▶ **sympathetically** /ˌsɪmpəˈθetɪkli/ *adv.*

sympathize (*also* **-ise**) /ˈsɪmpəθaɪz/ *verb* [I] **sympathize (with sb/sth) 1** to feel sorry for sb; to show that you understand sb's problems ஒருவருக்காக வருத்தப்படு; இரங்கு; ஒருவரது பிரச்சினைகளைத் தான் புரிந்துகொள்வதை வெளிப்படுத்து; அனுதாபம் கொள் *I sympathize with her, but I don't know what I can do to help.* **2** to support sb/sth ஒருவருக்கு/ஒன்றுக்கு ஆதரவு காட்டு; சாதகமாயிரு *I find it difficult to sympathize with his opinions.*

sympathizer (*also* **-iser**) /ˈsɪmpəθaɪzə(r)/ *noun* [C] a person who agrees with and supports an idea or aim ஒரு கருத்துடன் அல்லது நோக்கத்துடன் உடன்பட்டு அதற்கு ஆதரவாக இருப்பவர்; ஆதரவாளர்; அனுதாபி

sympathy /ˈsɪmpəθi/ *noun* (*pl.* **sympathies**) **1** [U] **sympathy (for/towards sb)** an understanding of other people's feelings, especially their problems மற்றவர்களுடைய உணர்ச்சிகளை, குறிப்பாக அவர்களது பிரச்சினைகளை, புரிந்துகொள்ளுதல்; பரிவு; அனுதாபம் *Everyone **feels** great **sympathy** for the victims of the attack.* • *I don't expect any sympathy from you.* • *I **have** no **sympathy** for Mahesh—it's his own fault.* **2 sympathies** (*pl.*) feelings of support or agreement ஆதரவு/ஒத்திசைவு மனப்பான்மை அல்லது ஆதரவு/ஒத்திசைவுக் கருத்து

IDM in sympathy (with sb/sth) in agreement, showing that you support or approve of sb/sth ஒருவருடன்/ஒன்றுடன் ஒத்திசைவாக; உடன்பட்டு; ஒருவருக்கு/ஒன்றுக்கு ஆதரவாக; சாதகமாக *Train drivers stopped work in sympathy with the striking bus drivers.*

symphony /ˈsɪmfəni/ *noun* [C] (*pl.* **symphonies**) a long piece of music written for a large orchestra பெரிய அளவிலான இசைக்குழுவிற்கான நீண்ட இசைவரைவு

symposium /sɪmˈpəʊziəm/ *noun* [C] (*pl.* **symposia** /-ziə/ or **symposiums**) **symposium (on sth)** a meeting at which experts have discussions about a particular subject; a conference வல்லுநர்கள் கூடி குறிப்பிட்ட துறை பற்றி விவாதிக்கும் கூட்டம்; துறை ஆய்வுக் கூட்டம்; கருத்தரங்கு

symptom /ˈsɪmptəm/ *noun* [C] **1** a change in your body that is a sign of illness நோயின் அறிகுறியாக உடலில் தோன்றும் ஒரு மாற்றம்; நோய்க்குறி *The symptoms of flu include a headache, a high temperature and aches in the body.* **2** a sign (that sth bad is happening or exists) (நிகழ்ந்துகொண்டிருக்கிற அல்லது உளதாயிருக்கிற இன்னாத ஒன்றைப் புலப்படுத்தும்) அறிகுறி; (தீக்)குறி; எச்சரிப்புக்குறி ▶ **symptomatic** /ˌsɪmptəˈmætɪk/ *adj.*

synagogue /ˈsɪnəɡɒɡ/ *noun* [C] a building where Jewish people go to pray or to study their religion வழிபாட்டுக்காக அல்லது சமயக் கல்விக்காக யூத இன மக்கள் செல்லும் மனை; யூதர் திருக்கோயில் அல்லது சமயப்பள்ளி

synchronize (*also* **-ise**) /ˈsɪŋkrənaɪz/ *verb* [T] to make sth happen or work at the same time or speed ஒரே சமயத்தில் அல்லது ஒரே வேகத்தில்

நிகழச்செய் அல்லது செயல்படச் செய்; ஒத்தியங்கச் செய் *We synchronized our watches to make sure we agreed what the time was.*

syncline /ˈsɪŋklaɪn/ *noun* [C] (*technical*) (in geology) an area of ground where layers of rock in the earth's surface have been folded into a curve that is lower in the middle than at the ends (நில அமைப்பியலில்) பூமியின் மேற்பகுதியில் உள்ள பாறைப் படுகைகள் முனைக்கோடிகளை விட நடுப்பகுதியில் தாழ்வான வளைவடிவில் மடிந்து அமைந்துள்ள தரைப்பகுதி; மடிவு பாறைப்பகுதி ➪ **anticline** பார்க்க.

syndicate /ˈsɪndɪkət/ *noun* [C] a group of people or companies that work together in order to achieve a particular aim குறிப்பிட்ட குறிக்கோளை அடைய ஒருங்கிணைந்து செயலாற்றும் ஆட்களின் அல்லது நிறுவனங்களின் தொகுதி; ஆட்சிக் குழு; நிறுவனக் கூட்டவை

syndrome /ˈsɪndrəʊm/ *noun* [C] **1** a group of signs or changes in the body that are typical of an illness ஒரு நோய்க்குரியதாக உடலில் காணப்படும் அறிகுறிகளின் அல்லது மாற்றங்களின் தொகுதி; ஒத்த நோய்க்குறித் தொகுதி *Down's syndrome • Acquired Immune Deficiency Syndrome (AIDS)* **2** a set of opinions or a way of behaving that is typical of a particular type of person, attitude or social problem குறிப்பிட்ட வகைப்பட்ட ஆள், மனப்பாங்கு அல்லது சமுதாயப் பிரச்சினைக்கு உரிய கருத்துத் தொகுதி அல்லது ஒழுக்க நெறிகளின் தொகுதி; ஒருவருக்கு/ஒன்றுக்கு உரித்தான கருத்துகள், உணர்ச்சிகள், ஒழுக்க முறை முதலியவற்றின் தொகுதி

synonym /ˈsɪnənɪm/ *noun* [C] a word or phrase that has the same meaning as another word or phrase in the same language ஒரே மொழியில், மற்றொரு சொல்லோடு அல்லது தொடரோடு ஒத்த பொருளுடைய சொல் அல்லது தொடர்; இணைப்பொருட்சொல் அல்லது தொடர் *'Big' and 'large' are synonyms.* ➪ **antonym** பார்க்க. ► **synonymous** /sɪˈnɒnɪməs/ *adj.* **synonymous (with sth)**

synopsis /sɪˈnɒpsɪs/ *noun* [C] (*pl.* **synopses** /-siːz/) a **summary** of a piece of writing, a play, etc. ஒரு கட்டுரை, நாடகம் முதலியவற்றின் (விளக்க விவரங்களைக் கொண்டிராது, முதன்மைக் கூறுகளை உள்ளடக்கிய) சுருக்கம்; சுருக்கத் தொகுப்பு ► **synoptic** /sɪˈnɒptɪk/ *adj.* (*formal*)

synovial /saɪˈnəʊviəl/ *adj.* (*technical*) connected with a type of **joint** that has a piece of very thin skin (**membrane**) containing liquid between the bones, which allows the joint to move freely மூட்டு எளிதாக அசைவதற்கு ஏதுவான திரவத்தை உள்ளடக்கியுள்ள, சவ்வினையுடைய மூட்டு வகை தொடர்பான; நீர்மச் சவ்வுடைய மூட்டுக்குரிய *a synovial joint/membrane* ➪ **arm** பதிவில் படம் பார்க்க.

syntax /ˈsɪntæks/ *noun* [U] the system of rules for the structure of a sentence in a language ஒரு மொழியில் வழங்கும் வாக்கிய அமைப்புக்குரிய விதிகளின் தொகுப்பு முறை; சொற்றொடரியல்; தொடரியல்

synthesis /ˈsɪnθəsɪs/ *noun* (*pl.* **syntheses** /-siːz/) **1** [U, C] **(a) synthesis (of sth)** the act of combining separate ideas, beliefs, styles, etc.; a mixture or combination of ideas, beliefs, styles, etc. தனித்தனியான கருத்துகள், கோட்பாடுகள், செயற்பாணிகள் முதலியவற்றை ஒருங்கிணைத்தல்; மேற்கண்டவற்றின் கலவை அல்லது இணைப்பு; கூட்டிணைப்பு; பல்பொருட் சேர்க்கை, கூட்டு *the synthesis of traditional and modern values • a synthesis of art with everyday life* **2** [U] (*technical*) the natural chemical production of a substance in animals and plants விலங்குகள் மற்றும் தாவரங்களில் ஒரு பொருள் இயற்கையான வேதியியல் முறையில் உற்பத்தியாதல் *protein synthesis* **3** [U] (*technical*) the artificial production of a substance that is present naturally in animals and plants விலங்குகள் மற்றும் தாவரங்களில் இயற்கையாகக் காணப்படும் ஒரு பொருளைச் செயற்கை முறையில் உற்பத்தி செய்தல் *the synthesis of penicillin* **4** [U] the production of sounds, music or speech by electronic means ஒலிகள், இசை அல்லது பேச்சை மின்னணுவியல் முறையில் உருவாக்குதல் *digital/sound/speech synthesis*

synthesize (*also* **-ise**) /ˈsɪnθəsaɪz/ *verb* [T] **1** (*technical*) to produce a substance by artificial means ஒரு பொருளைச் செயற்கை முறையில் உருவாக்கு அல்லது உற்பத்தி செய் **2** to produce sounds, music or speech using electronic equipment மின்னணுச் சாதனத்தைப் பயன்படுத்தி ஒலிகள், இசை அல்லது பேச்சை உருவாக்கு **3** to combine separate ideas, beliefs, styles, etc. தனித்தனியான கருத்துகள், கோட்பாடுகள், செயற்பாணிகள் முதலியவற்றை ஒன்று சேர்த்து இணை; ஒருங்கிணை

synthesizer (*also* **-iser**) /ˈsɪnθəsaɪzə(r)/ *noun* [C] an electronic musical instrument that can produce a wide variety of different sounds பல்வகைப்பட்ட வெவ்வேறான ஒலிகளை எழுப்பக்கூடிய மின்னணு இசைக்கருவி

synthetic /sɪnˈθetɪk/ *adj.* made by a chemical process; not natural வேதியியல் செயல்முறையைப் பயன்படுத்தி உண்டாக்கப்பட்ட; இயற்கைப் பொருள் அல்லாத; செயற்கையான *synthetic materials/fibres* ► **synthetically** /-kli/ *adv.*

syphilis /ˈsɪfɪlɪs/ *noun* [U] a serious disease that passes from one person to another by sexual contact உடலுறவினால் தொற்றிப் பரவும் கடுமையான நோய் வகை; பால்வினை நோய் வகை

syphon = **siphon**

syringe /sɪˈrɪndʒ/ *noun* [C] **1** a plastic or glass tube with a needle that is used for taking a small amount of blood out of the body or for putting drugs into the body உடலிலிருந்து சிறு அளவில் குருதி எடுக்க அல்லது உடலினுள் மருந்து செலுத்தப் பயன்படுத்தப்படும் ஊசியுடன் கூடிய பிளாஸ்டிக் அல்லது கண்ணாடிக் குழல்; விசைப்பீற்று மருந்தூசி; மருந்தூசி **2** a plastic or glass tube with a rubber part at the end, used for sucking up liquid and then pushing it out திரவத்தை உறிஞ்சிப் பீற்றியடிக்கப் பயன்படுத்தப்படும், முனையில் இரப்பர் பகுதியுடன் கூடிய பிளாஸ்டிக் அல்லது கண்ணாடிக் குழல்; பீற்றுகுழல் ➪ **laboratory** பதிவில் படம் பார்க்க.

syrup /ˈsɪrəp/ *noun* [U] a thick sweet liquid, often made by boiling sugar with water or fruit juice பெரும்பாலும் நீருடன் அல்லது பழச்சாற்றுடன் சர்க்கரை சேர்த்துக் கொதிக்கவைத்துத் தயாரிக்கப்படும் கெட்டியான இனிப்பு நீர்மம்; பாகு *peaches in syrup* ➪ **treacle** பார்க்க.

system /ˈsɪstəm/ *noun* **1** [C] a set of ideas or rules for organizing sth; a particular way of doing sth ஒன்றை ஒழுங்கமைவு செய்வதற்கான அல்லது ஓர் அமைப்பாக உருவாக்குவதற்கான கருத்துகளின் அல்லது விதிமுறைகளின் தொகுதி; ஒன்றைச் செய்வதற்குரிய குறிப்பிட்ட வகைமுறை *We have a new computerized system in the library.* • *The government is planning to reform the education system.* **2** [C] a group of things or parts that work together ஒருங்கிணைந்து செயல்புரியும் அல்லது இயங்கும் பொருள்களின் அல்லது கூறுகளின் தொகுதி; இணை இயக்கத் தொகுதி *a central heating system* • *a transport system* **3** [C] the body of a person or animal; parts of the body that work together மனித/விலங்கு உடல்; ஒருங்கிணைந்து இயங்கும் உடற்பகுதிகள்; மண்டலம் *the central nervous system* **4 the system** [*sing.*] (*informal*) the traditional methods and rules of a society மரபு வழிப்பட்ட சமுதாய முறைமைகளும் விதிமுறைகளும்; வழக்கு முறைமை *You can't **beat the system*** (= you must accept these rules).

IDM **get sth out of your system** (*informal*) to do sth to free yourself of a strong feeling or emotion அழுத்தமான ஓர் உணர்விலிருந்து அல்லது உணர்ச்சியிலிருந்து விடுபடும் பொருட்டு ஒன்றைச் செய்

systematic /ˌsɪstəˈmætɪk/ *adj.* done using a fixed plan or method நிலையான/வரையறுக்கப்பட்ட ஒரு திட்டத்தின் அல்லது முறையின் அடிப்படையில் செய்யப்படுகிற; முறையான; திட்டப்படியான *a systematic search* ▶ **systematically** /-kli/ *adv.*

systemic /sɪˈstemɪk; sɪˈstiːmɪk/ *adj.* (*technical*) **1** affecting or connected with the whole of sth, especially the human body ஒன்றின், குறிப்பாக மனித உடலின், முழுமையையும் பாதிக்கிற அல்லது முழுமையோடு தொடர்புடைய; முழுதும் சார்ந்த; முழுமைக்குரிய **2** systemic chemicals or drugs that are used to treat diseases in plants or animals. They enter the body of the plant or animal and spread to all parts of it (தாவரங்களின் அல்லது விலங்குகளின் நோய்களுக்கு மருத்துவம் செய்யப் பயன்படுத்தப்படும் வேதியியற் பொருள்கள் அல்லது மருந்துகள் வகையில்) தாவர/விலங்கு உடலினுள் சென்று அனைத்துப் பகுதிகளிலும் பரவுகிற *systemic weedkillers* ▶ **systemically** /sɪˈstemɪkli; sɪˈstiːmɪkli/ *adv.*

systems analyst *noun* [C] (*computing*) a person whose job is to look carefully at the needs of a business company or an organization and then design the best way of working and completing tasks using computer programs ஒரு வாணிக அமைப்பின் அல்லது நிறுவனத்தின் தேவைகளைக் கவனமாக ஆய்ந்தறிந்து, பின்னர் அவ்வமைப்பின் செயல்களை அல்லது பணிகளைக் கணினி நிரல்களைப் பயன்படுத்தி முழு நிறைவான முறையில் செய்வதற்குரிய வகைமுறையை உருவாக்கித் தரும் ஆள்; அமைப்புப் பகுப்பாய்வாளர்

T t

T, t[1] /ti:/ *noun* [C, U] (*pl.* **T's; t's** /ti:z/) the twentieth letter of the English alphabet ஆங்கில நெடுங்கணக்கின் இருபதாம் எழுத்து *'Table' begins with (a) 'T'.*

t[2] (*AmE* **tn**) *abbr.* ton(s), tonne(s) டன்/டன்கள் என்பதைக் குறிக்கும் ton(s), tonne(s) என்னும் நிறுத்தலளவை அலகின் குறுக்கம் *5t coal*

tab /tæb/ *noun* [C] **1** a small piece of cloth, metal or paper that is fixed to the edge of sth to help you open, hold or identify it திறக்க, கையால் பிடித்துக்கொள்ள அல்லது அடையாளம் காண உதவியாக ஒன்றின் விளிம்பில் பொருத்தப்படும் சிறு துணி, உலோக அல்லது தாள் துண்டு; ஒட்டுச் சீட்டு; விளிம்புப் பட்டை *You open the tin by pulling the metal tab.* **2** the money that you owe for food, drink, etc. in a bar, cafe or restaurant; the bill அருந்தகம், சிற்றுண்டிச் சாலை அல்லது உணவகத்தில் பானம் அருந்தியதற்கு அல்லது உணவு உண்டதற்குச் செலுத்த வேண்டிய பணம்; உணவுக் கட்டணம் **IDM** **keep tabs on sb/sth** (*informal*) to watch sb/sth carefully; to check sth ஒருவரை/ஒன்றைக் கவனமாகக் கண்காணி; கூர்ந்த கவனிப்பில் வைத்திரு; ஒன்றைச் சோதனை செய்

tabla *noun* [C] a pair of small hand drums, one of which is slightly larger than the other, used in Indian classical music ஒன்று மற்றொன்றை விடச் சற்றே பெரிதாக உள்ளதும் கைகளால் அடித்து வாசிக்கப்படுவதுமான, இந்தியச் செவ்வியல் இசையில் பயன்படுத்தப்படும் ஒரு சோடிச் சிறு முரசுகள்; கைம்முரசு இணை ⇨ **music** பதிவில் படம் பார்க்க.

table /ˈteɪbl/ *noun* [C] **1** a piece of furniture with a flat top supported by legs மேசை *a dining/bedside/coffee/kitchen table*

> **NOTE** பொருள்களை மேசையின் மேல் (**on the table**) வைக்கிறோம்; மேசையைச் சுற்றி (**at the table**) அமர்கிறோம்.

2 a list of facts or figures, usually arranged in rows and columns down a page வழக்கமாக, கிடைநிலை அல்லது நிமிர்நிலை வரிசைகளாக ஒழுங்கமைவு செய்யப்படும் பொருண்மைக் கூறுகளின் அல்லது இலக்கங்களின் பட்டி; வரிசைப் பட்டியல்; அட்டவணை *Table 3 shows the results.*

tableau /ˈtæbləʊ/ *noun* (*pl.* **tableaux** /-ləʊz/) **1** a scene showing, for example, events and people from history, that is presented by a group of actors who do not move or speak இயக்கமோ உரையாடலோ இன்றி ஒரு நடிகர் குழு வரலாற்று நிகழ்ச்சிகள் மற்றும் பாத்திரங்கள் முதலியவற்றைத் தோற்றுவிக்கும் காட்சி; இயங்கா உயிர்க் காட்சி *The procession included a tableau of the Battle of Panipat.* **2** a work of art, showing a group of people, animals, etc. often carved out of stone மனிதர்கள், விலங்குகள் முதலியவை குழுவாகக் குறிப்பாகக் கல்லில் செதுக்கி உருவாக்கப்பட்ட கலைப் படைப்பு; ஒப்பனைக் காட்சி

tablecloth /ˈteɪblklɒθ/ *noun* [C] a piece of cloth that you use for covering a table, especially when having a meal குறிப்பாக, சாப்பாட்டின்போது, மேசை மீது பரப்பப் பயன்படுத்தப்படும் துணி; மேசை விரிப்பு

table manners *noun* [*pl.*] behaviour that is considered correct while you are having a meal at a table with other people மற்றவர்களுடன் மேசையைச் சுற்றி அமர்ந்து சாப்பிடும்போது கடைப்பிடிப்பதற்கு உரியதாகக் கருதப்படும் நடத்தை; உணவு மேசை நடத்தை முறை, நாகரிகம்

tablespoon /ˈteɪblspu:n/ *noun* [C] **1** a large spoon used for serving or measuring food உணவு பரிமாற அல்லது அளவிடப் பயன்படுத்தப்படும் பெரிய கரண்டி; உணவு மேசைக் கரண்டி **2** (*also* **tablespoonful**) the amount that a tablespoon holds மேசைக் கரண்டி கொள்ளும் அளவு; மேசைக் கரண்டியளவு *Add two tablespoons of sugar.*

tablet /ˈtæblət/ *noun* [C] a small amount of medicine in solid form that you swallow விழுங்கி உட்கொள்ளப்படும் திடப்பொருளாக உள்ள சிற்றளவான மருந்து; மாத்திரை ***Take two tablets** every four hours.*

table tennis (*informal* **ping-pong**) *noun* [U] a game with rules like tennis in which you hit a light plastic ball across a table with a small round bat டென்னிஸ் ஆட்டத்திற்குரியன போன்ற விதிகளைப் பின்பற்றிக் கனமற்ற சிறு பிளாஸ்டிக் பந்தைச் சிறு வட்ட வடிவ மட்டையினால் மேசையின் குறுக்காக அடித்து ஆடப்படும் விளையாட்டு வகை; மேசை வரிப்பந்தாட்டம்

tabloid /ˈtæblɔɪd/ *noun* [C] a newspaper with small pages, a lot of pictures and short articles மிகப்பல படங்களும் சிறு கட்டுரைகளும் உள்ளடங்கிய சிறு தாள் பக்கங்களை உடைய செய்தித்தாள்; குறுஞ்செய்தி இதழ்

taboo /təˈbu:/ *noun* [C] (*pl.* **taboos**) something that you must not say or do because it might shock, offend or make people embarrassed

மக்களுக்கு அதிர்ச்சியூட்டக் கூடிய, மக்கள் மனத்தைப் புண்படுத்தக்கூடிய அல்லது மக்களுக்குச் சங்கடத்தை உண்டாக்கக்கூடிய இயல்புடையது ஆகையால், பேசக்கூடாத அல்லது செய்யக்கூடாத ஒன்று; சமூக விலக்குச் செயல், நடத்தை முதலியவை; தடைக்கட்டுச் செய்யப்பட்ட ஒன்று ▶ **taboo** *adj. a taboo subject/word*

tabular /ˈtæbjələ(r)/ *adj.* (*usually before a noun*) presented or arranged in a **table** சட்டப் பட்டிகை வடிவில் தரப்பட்ட அல்லது ஒழுங்கமைவு செய்யப்பட்ட; பட்டியல் வடிவான; அட்டவணைப்படுத்தப்பட்ட *tabular data* • *The results are presented **in tabular form**.*

tabulate /ˈtæbjuleɪt/ *verb* [T] to arrange facts or figures in columns or lists so that they can be read easily எளிதில் படிப்பதற்கு ஏதுவாகப் பொருண்மைகளையும் இலக்கங்களையும் சட்டப் பட்டிகைகளாக அல்லது பட்டியல்களாக ஒழுங்கமைவு செய்; பட்டியல்படுத்து ▶ **tabulation** /ˌtæbjuˈleɪʃn/ *noun* [U, C]

tacit /ˈtæsɪt/ *adj.* (*formal*) understood but not actually said வாய்விட்டுக் கூறப்படாது புரிந்துகொள்ளப்படுகிற; குறிப்பால் உணர்த்தப்படுகிற ▶ **tacitly** *adv.*

tack[1] /tæk/ *noun* **1** [*sing.*] a way of dealing with a particular situation குறிப்பிட்ட சூழலைக் கையாள்வதற்கான வழிமுறை; அணுகுமுறை; செயல் திட்டம்; உத்தி *If people won't listen we'll have to try a different tack.* **2** [C] a small nail with a sharp point and a flat head கூர் நுனியும் தட்டையான தலைப்பகுதியும் உடைய சிறு ஆணி; பொருத்தாணி

tack[2] /tæk/ *verb* [T] **1** to fasten sth in place with **tacks**[1] **2** பொருத்தாணியால் ஒன்றைச் சரிநிலையில் பொருத்திவை **2** to fasten cloth together temporarily with long stitches that can be removed easily எளிதில் பிரிக்கத்தக்கவாறு நீள் ஓட்டத் தையலிட்டுத் தற்காலிகமாகத் துணியைச் சேர்த்திணை; நீள் ஓட்டத் தையலிடு

PHR V **tack sth on (to sth)** to add sth extra on the end of sth ஒரு பொருளின் முனையில் கூடுதலாக ஒன்றைச் சேர்; ஒட்டிணைப்பாக அல்லது பின்னிணைப்பாக ஒன்றைச் சேர்

tackle[1] /ˈtækl/ *verb* **1** [T] to make an effort to deal with a difficult situation or problem இடர்ப்பாடான ஒரு சூழலை அல்லது சிக்கலைக் கையாள்வதற்கான முயற்சியில் ஈடுபடு; சமாளி *The government must tackle the problem of rising unemployment.* **2** [I, T] (used in football, etc.) to try to take the ball from sb in the other team (கால் பந்தாட்டம் முதலியவை வகையில்) எதிரணி ஆட்டக்காரர் ஒருவரிடமிருந்து பந்தைத் தன்வசப்படுத்த முயல் **3** [T] to stop sb running away by pulling him/her down ஒருவரை இழுத்துத் தள்ளி அவர் ஓடிவிடாமல் தடு; தடுத்து நிறுத்து; இடைமறி **4** [T] **tackle sb about sth** to speak to sb about a difficult subject ஒரு சிக்கலான பொருள் குறித்து ஒருவருடன் கலந்து பேசு; விவாதி *I'm going to tackle him about the money he owes me.*

tackle[2] /ˈtækl/ *noun* **1** [C] the action of trying to get the ball from another player in football, etc. கால் பந்தாட்டம் முதலியவற்றில் எதிரணி ஆட்டக்காரர் ஒருவரிடமிருந்து பந்தைத் தன்வசப்படுத்த முயல்தல் **2** [U] the equipment you use in some sports, especially fishing சிலவகை விளையாட்டுகளில், குறிப்பாக மீன் பிடித்தலில், பயன்படுத்தப்படும் சாதனம்; மீன்பிடி கலன் *fishing tackle*

tacky /ˈtæki/ *adj.* (*informal*) **1** cheap and of poor quality and/or not in good taste விலை மலிவானதும் தரம் தாழ்ந்ததும் மற்றும்/அல்லது சுவைத்திறம் அற்றதுமான *a shop selling tacky souvenirs* **2** (used about paint, etc.) not quite dry; sticky (சாயம் முதலியவை வகையில்) போதுமான அளவு உலர்ந்திராத; ஒட்டிக்கொள்கிற

tact /tækt/ *noun* [U] the ability to deal with people without offending or upsetting them மனம் புண்பட அல்லது வருத்தம் கொள்ளச் செய்யாது ஆட்களைச் சமாளிக்கும் ஆற்றல்; சாமர்த்தியம் *She handled the situation with great tact and diplomacy.*

tactful /ˈtæktfl/ *adj.* careful not to say or do things that could offend people பிறர் மனத்தைப் புண்படுத்தக் கூடியவற்றைப் பேசாதிருப்பதில் அல்லது செய்யாதிருப்பதில் கவனமாக உள்ள; சாதுரியமான; சாமர்த்தியமான ▶ **tactfully** /ˈtæktfəli/ *adv.*

tactic /ˈtæktɪk/ *noun* **1** [C, *usually pl.*] the particular method you use to achieve sth ஒன்றை நிறைவேற்றுவதற்காக அல்லது அடையப்பெறுவதற்காகக் கையாளப்படும் குறிப்பிட்ட வழிமுறை; திறச்செயல் திட்டம்; உத்தி *We must decide what our tactics are going to be at the next meeting.* **2 tactics** [*pl.*] the skilful arrangement and use of military forces in order to win a battle போரில் வெற்றிபெறும் பொருட்டுப் படைகளைச் சாமர்த்தியமான முறையில் ஒழுங்கமைவு செய்தலும் பயன்படுத்துதலும்; போர்த்திற ஆட்சி; போர்க்கள அணியமைப்புத் திறம்

tactical /ˈtæktɪkl/ *adj.* **1** connected with the particular method you use to achieve sth ஒன்றை நிறைவேற்றுவதற்காகக் கையாளப்படும் குறிப்பிட்ட வழிமுறை தொடர்பான; செயல்திறத் திட்டம் அல்லது செயல் உத்தி சார்ந்த *a tactical error* • *tactical discussions/planning* **2** designed to bring a future advantage ஓர்

எதிர்காலப் பலனைக் கருத்தில் கொண்டு உருவாக்கப்பட்ட; முன்கூட்டித் திட்டமிடப்பட்ட *a tactical decision* ▶ **tactically** /ˈtæktɪkli/ *adv.*

tactless /ˈtæktləs/ *adj.* saying and doing things that are likely to offend and upset other people பிறர் உணர்ச்சிகளைப் புண்படுத்தக் கூடியவற்றை அல்லது பிறருக்கு வருத்தமூட்டக் கூடியனவற்றைப் பேசுகிற அல்லது செய்கிற; விவேகமில்லாத; இங்கிதம் அற்ற *It was rather tactless of you to ask her how old she was.* ▶ **tactlessly** *adv.*

tadpole /ˈtædpəʊl/ *noun* [C] a young form of a **frog** when it has a large black head and a long tail பெரிய கரு நிறத் தலையும் நீண்ட வாலும் உடைய தவளையின் இளமை வடிவம்; தலைப்பிரட்டை ➪ **amphibian** பதிவில் படம் பார்க்க.

tag¹ /tæg/ *noun* [C] **1** (*often used to form compound nouns*) a small piece of card, material, etc. fastened to sth to give information about it; a label ஒன்றுடன் இணைத்துக் கட்டப்பட்டுள்ள, அதனைப் பற்றிய தகவலைக் கொண்டுள்ள, அட்டைத்தாள், துணி முதலியவற்றின் சிறு துண்டு; ஒட்டுச் சீட்டு; விவர அட்டை *How much is this dress? There isn't a* ***price tag*** *on it.* **2** (*grammar*) = **question tag**

tag² /tæg/ *verb* [T] (**tagging; tagged**) to fasten a tag onto sb/sth ஒருவர்/ஒன்றின் மேல் அடையாளச்சீட்டு பொருத்து; விவர அட்டை இணை
PHR V **tag along** to follow or go somewhere with sb, especially when you have not been invited குறிப்பாக அழைக்கப்படாத நிலையில், ஓரிடத்திற்கு ஒருவரைப் பின்தொடர் அல்லது ஒருவருடன் செல்; பின்னொட்டிச் செல்

tahr *noun* [C] a kind of wild goat-like mammal found in the Himalayas and the Nilgiris இமயமலைப் பகுதிகளிலும் நீலகிரியிலும் காணப்படும் வெள்ளாடு போன்ற பாலூட்டி காட்டு விலங்கு வகை.

tail¹ /teɪl/ *noun* **1** [C] the part at the end of the body of an animal, bird, fish, etc. விலங்கு, பறவை, மீன் முதலியவற்றின் உடல் இறுதியில் அமைந்துள்ள பகுதி; வால் *The dog barked and wagged its tail.* ➪ **fish** பதிவில் படம் பார்க்க. **2** [C] the back part of an aircraft, a spacecraft, etc. விமானம், விண்கலம் முதலியவற்றின் பின்புறப் பகுதி; வால்பகுதி ➪ **plane** பதிவில் படம் பார்க்க. **3 tails** [*pl.*] a man's formal coat that is short at the front but with a long, divided piece at the back, worn especially at weddings குறிப்பாக, திருமணங்களில் அணிந்துகொள்ளப்படும், முன்பக்கம் நீளம் குறைந்தும் பின்பக்கம் நீண்டு பிரிவுகளாகவும் உள்ள, வினைமுறை சார்ந்த ஆடவர் மேற்சட்டை **4 tails** [*pl.*] the side of a coin that does not have the head of a person on it நாணயத்தின் ஆள் தலையுரு இல்லாத பக்கம்; நாணயப் பூமுகம் *'We'll toss a coin to decide,' said my father. '****Heads or tails?****'* **5** [C] (*informal*) a person who is sent to follow sb secretly to get information about him/her ஒருவரைப் பற்றித் தகவல் திரட்டுவதற்காக அவரை இரகசியமாகப் பின்தொடர்ந்து செல்லுமாறு அனுப்பப்படும் ஆள்; பின்பற்றி உளவாடுபவர்
IDM **make head or tail of sth** ➪ **head¹** பார்க்க.

tail² /teɪl/ *verb* [T] to follow sb closely, especially to watch where he/she goes குறிப்பாக ஒருவர் செல்லுமிடத்தைக் கண்காணிப்பதற்காக, அவரை அணுக்கமாகப் பின்தொடர்; (உளவு நோக்கில்) பின்னொட்டிச் செல்
PHR V **tail away/off** (*BrE*) to become smaller and weaker சிறுத்து நலிவுறு; தேய்ந்திறு

tailor¹ /ˈteɪlə(r)/ *noun* [C] a person whose job is to make clothes, especially for men ஆடைகள், குறிப்பாக ஆடவர் ஆடைகள் தைக்கும் தொழிலர்; தையல்காரர்

tailor² /ˈteɪlə(r)/ *verb* [T] (*usually passive*) **1 tailor sth to/for sb/sth** to make or design sth for a particular person or purpose குறிப்பிட்ட ஆளுக்காக அல்லது நோக்கத்திற்காக ஒன்றைத் தயாரி அல்லது திட்டமிட்டு உருவாக்கு *programmes tailored to the needs of specific groups* **2** to make clothes ஆடைகள் தயாரி *a well-tailored coat*

tailorbird *noun* [C] a small South Asian bird of the **warbler** family that stitches leaves together with fibres to hold its nest நார்களைக் கொண்டு இலைகளைத் தையல் போல இணைத்துக் கூடமைக்கும் சிறு தெற்கு ஆசியப் பாடும் பறவை வகை

tailor-made *adj.* **tailor-made (for sb/sth)** made for a particular person or purpose and therefore very suitable குறிப்பிட்ட ஆளுக்காக அல்லது நோக்கத்திற்காக உருவாக்கப்பட்டதும் அதன் காரணமாக மிகப் பொருத்தமானதுமான; நோக்கத்திற்கு உகந்த; நேர்வான

tailplane /ˈteɪlpleɪn/ *noun* [C] a small horizontal wing at the back of an aircraft விமானத்தின் பின்பகுதியில் உள்ள சிறு கிடைநிலை இறக்கை; விமான வாலிறக்கை ➪ **plane** பதிவில் படம் பார்க்க.

tailwind /ˈteɪlwɪnd/ *noun* [C] a wind that blows from behind a moving vehicle, a runner, etc. ஓடும் ஊர்தி, ஓட்டக்காரர் ஆகியவற்றின்/ஆகியோரின் பின்புறத்திலிருந்து வீசும் காற்று; பின்காற்று ➪ **headwind** பார்க்க.

taint /teɪnt/ *noun* [C, *usually sing.*] (*formal*) the effect of sth bad or unpleasant that spoils the quality of sb/sth ஒருவரது/ஒன்றின் பண்பு

நலத்தை/தரத்தைக் கெடுக்கும் மோசமான அல்லது இன்னாத ஒன்றின் விளைபயன் கறை; இழுக்கு; மாசு *the taint of corruption* ▶ **taint** *verb* [T] (*usually passive*) *Her reputation was tainted by the scandal.*

take /teɪk/ *verb* [T] (*pt* **took** /tʊk/; *pp* **taken** /ˈteɪkən/) **1** to carry or move sb/sth; to go with sb from one place to another ஒருவரை/ஒன்றைக் கொண்டுசெல்; எடுத்துச்செல்; இட்டுச்செல்; உடன்கொண்டு செல்; ஒருவருடன் இடம்விட்டு இடம் செல் *Could you take this letter home to your parents?* • *The ambulance took him to hospital.* **2** to put your hand round sth and hold it (and move it towards you) ஒன்றைக் கையால் பற்றிப் பிடி (பிடித்துத்தன் பக்கமாகக் கொண்டுவா); பிடித்துக்கொள் *He took a sweater out of the drawer.* • *She* ***took*** *my* ***hand****/me by the hand.* **3** to remove sth from a place or a person, often without permission பெரும்பாலும் அனுமதியின்றி, ஓரிடத்திலிருந்து அல்லது ஒருவரிடமிருந்து ஒன்றை அகற்று; நீக்கு; எடுத்துக்கொள் *Who's taken my pen?* • *My name had been taken off the list.* • *The burglars took all my jewellery.* **4** to accept or receive sth ஒன்றை ஏற்றுக்கொள்; பெற்றுக்கொள்; ஒப்புக்கொள் *I'm not going to* ***take the blame*** *for the accident.* • *She's not going to* ***take the job****.* **5** to capture a place by force; to get control of sb/sth பலவந்தமாக ஓரிடத்தைக் கைப்பற்று; ஒருவரை/ஒன்றைத் தன் கட்டுப்பாட்டுக்குள் கொண்டுவா *The state will* ***take control of*** *the company.* **6** to understand sth or react to sth in a particular way குறிப்பிட்ட முறையில் ஒன்றைப் புரிந்துகொள்/பயன்படுத்திக்கொள் அல்லது ஒன்றுக்கு எதிர்ச்செயலாற்று *She took what he said as a compliment.* • *I wish you would* ***take*** *things more* ***seriously****.* **7** to get a particular feeling from sth ஒன்றின் வழி குறிப்பிட்ட உணர்ச்சிக்கு உள்ளாகு *He* ***takes*** *great* ***pleasure in*** *his grandchildren.* • *When she failed the exam she* ***took comfort from*** *the fact that it was only by a few marks.* **8** to be able to deal with sth difficult or unpleasant இடர்ப்பாடான அல்லது இன்னாத ஒன்றை ஏற்றுச் சமாளிக்க இயல்; ஈடுகொடு *I can't take much more of this heat.* ✪ SYN **stand** **9** to need sth/sb ஒன்றை/ஒருவரைத் தேவையாக்கு; வேண்டியதாக்கு *It took three people to move the piano.* • *It took a lot of courage to say that.* **10** to swallow sth ஒன்றை விழுங்கு; உட்கொள் ***Take*** *two* ***tablets*** *four times a day.* • *Do you* ***take sugar*** *in tea?* **11** to write or record sth ஒன்றை எழுதிக்கொள்; குறித்துவை *She* ***took notes*** *during the lecture.* **12** to photograph sth ஒன்றை நிழற்படம் எடு; படப்பதிவு செய் *I* ***took*** *some nice* ***photos*** *of the wedding.* **13** to measure sth ஒன்றை அள; அளவிடு *The doctor* ***took*** *my* ***temperature****/pulse/blood pressure.* **14** (*not used in the continuous tenses*) to have a certain size of shoes or clothes குறிப்பிட்ட அளவுள்ள காலணிகளை அல்லது உடைகளை அணிந்துகொள் *What size shoes do you take?* **15** (*not used in the continuous tenses*) to have enough space for sb/sth ஒருவருக்கு/ஒன்றுக்குப் போதிய இடவசதி கொண்டிரு; இடம் வைத்திரு; இடம்கொடு *How many passengers can this bus take?* **16** used with nouns to say that sb is performing an action ஒருவர் ஒரு செய்கையில் ஈடுபட்டிருப்பதைக் கூறப் பெயர்ச்சொற்களுடன் பயன்படுத்தப்படுவது: குறிப்பிட்ட செயலைச் செய்; மேற்கொள்; ஈடுபடு ***Take a look*** *at this article* (= look at it). • *We have to* ***take a decision*** (= decide). **17** to study a subject for an exam; to do an exam தேர்வுக்காக ஒரு பாடத்தைப் படி; தேர்வுக்கு அமர் *I'm taking the advanced exam this summer.* **18 take sb (for sth)** to give lessons to sb ஒருவருக்குப் பாடப்பயிற்சி அளி; பாடம் பயிற்றுவி *Who takes you for English* (= who is your teacher)*?* **19** to use a form of transport; to use a particular route ஒரு போக்குவரத்து வகையைப் பயன்படுத்து; குறிப்பிட்ட வழித்தடத்தில் செல் *I always* ***take the train*** *to Pune.* **20** (*not used in the continuous tenses*) (*grammar*) to have or need a word to go with it in a sentence or other structure ஒரு வாக்கியத்தில் அல்லது வேறொரு தொடரில் தன்னுடன் இணைந்தமையத்தக்க ஒரு சொல்லைக் கொண்டிரு அல்லது வேண்டியதாக்கு *The verb 'depend' takes the preposition 'on'.*

IDM **be taken with sb/sth** to find sb/sth attractive or interesting ஒருவர்/ஒன்று கவர்ச்சியாக அல்லது ஆர்வம் தூண்டுபவராக/தூண்டுவதாக இருக்கக் காண்; ஒருவரது/ஒன்றின் ஈர்ப்புக்கு/ஆர்வத் தூண்டுதலுக்கு உள்ளாகு

I take it (that...) (used to show that you understand sth from a situation, even though you have not been told) I imagine; I guess; I suppose (ஒன்று வெளிப்படத் தன்னிடம் கூறப்படாவிடினும், சூழலிலிருந்து அதனைத் தான் புரிந்துகொண்டதைக் குறிப்பிட்டப் பயன்படுத்தப்படுவது): நான் ஊகிக்கிறேன்; உய்த்துணர்கிறேன்; நினைக்க விரும்புகிறேன் *I take it that you're not coming?*

take it from me believe me என் சொல்லை நம்பு

take a lot out of sb to make sb very tired ஒருவர் பெரிதும் களைப்படையச் செய்; கடும் சோர்வூட்டு

take a lot of/some doing to need a lot of work or effort பெருமளவு உழைப்பு அல்லது முயற்சி வேண்டியதாகு

NOTE **Take**-ஐ உள்ளடக்கிய பிற மரபுத்தொடர்கள், அத்தொடர்களிலுள்ள பெயர்ச்சொல், பெயரடை முதலியவற்றின் பதிவுகளில் தரப்பட்டுள்ளன. எடுத்துக்காட்டாக **take place** என்ற தொடர் **place**[1] பதிவில் உள்ளது.

PHR V **take sb aback** to surprise or shock sb ஒருவரை வியப்படையச் செய்; ஒருவருக்கு அதிர்ச்சியூட்டு

take after sb (*not used in the continuous tenses*) to look or behave like an older member of your family, especially a parent குடும்பத்தின் ஒரு மூத்த உறுப்பினரை, குறிப்பாகப் பெற்றோருள் ஒருவரை ஒத்த தோற்றத்தை அல்லது நடத்தையை உடையவராயிரு; சாயல்/பண்பு ஒத்திரு

take sth apart to separate sth into the different parts it is made of ஒன்றின் ஆக்கக் கூறுகளைத் தனித்தனியாகப் பிரி

take sth away 1 to cause a feeling, etc. to disappear ஓர் உணர்ச்சி முதலியவை இல்லாது போகச்செய்; நீக்கிவிடு; போக்கு *These aspirins will take the pain away.* **2** to buy cooked food at a restaurant, etc. and carry it out to eat somewhere else, for example at home உணவகம் முதலியவற்றில் சமைத்த உணவை விலைக்குப் பெற்று, வீடு முதலிய வேறோர் இடத்திற்கு உண்ணக் கொண்டு செல் ➪ **takeaway** noun பார்க்க.

take sb/sth away (from sb) to remove sb/sth ஒருவரை/ஒன்றை ஓரிடத்திலிருந்து நீக்கு *She took the scissors away from the child.*

take sth back 1 to return sth to the place that you got it from ஒன்று பெறப்பட்ட இடத்திற்கு அதனை மீண்டும் கொண்டுசேர்; பெறப்பட்ட இடத்தில் திரும்பவை **2** to admit that sth you said was wrong தான் கூறிய ஒன்று தவறானது என ஒப்புக்கொள்

take sth down 1 to remove a structure by separating it into the pieces it is made of ஒரு கட்டமைப்பின் பகுதிகளைத் தனித்தனியாகப் பிரித்து அதனை அகற்றிவிடு *They took the tent down and started the journey home.* **2** to write down sth that is said சொல்லப்பட்ட ஒன்றை எழுதிக்கொள், எழுத்தில் பதிவு செய்

take sb in 1 to make sb believe sth that is not true உண்மையல்லாத ஒன்றை ஒருவர் நம்பும்படிச் செய் *I was completely taken in by her story.* **2** to invite sb who has no home to live with you வீடற்ற ஒருவரைத் தன்னுடன் உறையுமாறு அழை

take off 1 (used about an aircraft) to leave the ground and start flying (வானூர்தி வகையில்) தரையை விட்டுப் பறக்கத் தொடங்கு; மேல் எழும்பு ✪ **OPP land 2** (used about an idea, a product, etc.) to become successful or popular very quickly or suddenly (கருத்து, செய்பொருள் முதலியவை வகையில்) மிக விரைவாக அல்லது திடீரென நற்பலன் ஈட்டு அல்லது பாராட்டுக்கு உரியதாகு; விரைந்து வெற்றிகாண் அல்லது புகழ்பெறு

take sth off 1 to remove sth, especially clothes ஒன்றை, குறிப்பாக ஆடையை நீக்கு *Come in and take your coat off.* **2** to have the period of time mentioned as a holiday குறிப்பிடப்பட்ட காலப்பகுதியை விடுமுறையாகக் கழி *I'm going to take a week off.*

take on to start to employ sb ஒருவரைப் பணியமர்த்தத் தொடங்கு; வேலைக்கு எடு *The firm is taking on new staff.*

take sth on to accept a responsibility or decide to do sth ஒரு பொறுப்பை ஏற்றுக்கொள் அல்லது ஒன்றைச் செய்ய முடிவுசெய் *He's taken on a lot of extra work.*

take sb out to go out with sb (for a social occasion) (ஒரு தோழமை நிகழ்ச்சிக்காக) ஒருவருடன் வெளியே செல் *I'm taking Shanta out for a meal tonight.*

take sth out (of sth) to remove sth from sth ஒன்றிலிருந்து ஒரு பொருளை நீக்கு; இடம் மாற்று *He took a notebook out of his pocket.* • *I need to take some money out of the bank.*

take it out on sb to behave badly towards sb because you are angry or upset about sth, even though it is not this person's fault ஒன்று குறித்த சினம் அல்லது வருத்தம் காரணமாக, அதற்கு ஒருவர் காரணமாக இல்லாதபோதும், அவரிடம் மோசமாக நடந்துகொள்; சினத்தால்/ஏமாற்றத்தால் ஒருவரிடம் கடுகடுப்புடன் நடந்துகொள்

take (sth) over to get control of sth or responsibility for sth ஒன்றைத் தனது கட்டுப்பாட்டினுள் கொண்டுவா அல்லது தனது பொறுப்பில் எடுத்துக்கொள் *The firm is being taken over by a large company.*

take to sb/sth to start liking sb/sth ஒருவரை/ஒன்றை விரும்பத் தொடங்கு

take to sth/doing sth to begin doing sth regularly as a habit ஒன்றை வழக்கமுறையாகச் செய்யத் தொடங்கு

take sth up to start doing sth regularly (for example as a hobby) (விருப்பார்வச் செயல் முதலியவகையில்) ஒன்றை வழக்க முறையாகத் தொடர்ந்து செய்யத் தொடங்கு *I've taken up yoga recently.*

take up sth to use or fill an amount of time or space ஓர் அளவான நேரத்தை அல்லது இடத்தைப் பயன்படுத்து அல்லது நிரப்பு *All her time is taken up looking after the new baby.* ✪ **SYN occupy**

take sb up on sth 1 to say that you disagree with sth that sb has just said, and ask him/her to explain it ஒருவர் சற்றுமுன் கூறியது குறித்துத் தனது உடன்பாடின்மையைத் தெரிவித்து அக்கூற்றுக்கான காரணங்களை விளக்கச் சொல்; ஒன்றைத் தெளிவுபடுத்தச் சொல் *I must take you up on that last point.* **2** (*informal*) to accept an offer that sb has made ஒருவர் அளிக்க முன்வரும் ஒன்றை ஏற்றுக்கொள்

take sth up with sb to ask or complain about sth ஒன்று குறித்து வினவு; குறை தெரிவி *I'll take the matter up with my MP.*

takeaway /ˈteɪkəweɪ/ (*AmE* **takeout; carry-out**) *noun* [C] **1** a restaurant that sells food that you can eat somewhere else வேறோர் இடத்திற்குக் கொண்டுசென்று உண்ணக் கூடிய உணவு வழங்கும் உணவகம்; எடுப்புச் சாப்பாடு வழங்கும் உணவகம் **2** the food that such a restaurant sells மேற்கண்ட உணவகம் வழங்கும் உணவு; எடுப்புச் சாப்பாடு *Let's have a takeaway.*

take-off *noun* [U, C] the moment when an aircraft leaves the ground and starts to fly வானூர்தி தரையிலிருந்து கிளம்பிப் பறக்கத் தொடங்கும் தருணம்; வானூர்தி தரையிலிருந்து எழும்பும் சமயம் *The plane is ready for take-off.* ✪ OPP **landing**

takeover /ˈteɪkəʊvə(r)/ *noun* [C] the act of taking control of sth ஒன்றைத் தனது கட்டுப்பாட்டிற்குள் கொண்டுவருதல்; கைக்கொள்ளுகை; உடைமையாட்சி *They made a takeover bid for the company.* • *a military takeover of the government*

takings /ˈteɪkɪŋz/ *noun* [*pl.*] the amount of money that a shop, theatre, etc. gets from selling goods, tickets, etc. விற்பனைப் பொருள்கள், நுழைவுச் சீட்டுகள் முதலியவற்றின் விற்பனை வாயிலாக ஒரு கடை, திரையரங்கு முதலியவை பெறும் பணத்தொகை; கட்டண வசூல்

talcum powder /ˈtælkəm paʊdə(r)/ (*also* **talc** /tælk/) *noun* [U] a soft powder which smells nice. People often put it on their skin after a bath பெரும்பாலும் குளியலுக்குப் பின் சருமத்தின் மீது இட்டுக்கொள்ளப்படும் இனிய மணமுள்ள மிருதுவான பொடி

tale /teɪl/ *noun* [C] **1** a story about events that are not real உண்மையல்லாத நிகழ்வுகளைப் பற்றிய கதை; கற்பனைக் கதை *fairy tales* **2** a report or description of sb/sth that may not be true ஒருவரை/ஒன்றைப் பற்றிய, மெய்யாக இல்லாதிருக்கக்கூடிய, அறிக்கை அல்லது வருணனை; கட்டுக்கதை; கதை *I've heard tales of people seeing ghosts in that house.*

talent /ˈtælənt/ *noun* [C, U] **(a) talent (for sth)** a natural skill or ability இயற்கையான செயல்திறம் அல்லது ஆற்றல்; தனித்திறமை *She has a talent for painting.* • *His work shows great talent.* ▶ **talented** *adj. a talented musician*

tali *noun* (*IndE*) a special pendant made of gold strung on to the **mangalsutra** or the wedding cord tied by the groom round the neck of the bride at a wedding ceremony in Tamil Nadu தமிழகத் திருமணத்தில் மணமகள் கழுத்தில் மணமகன் அணிவிக்கும் மங்கல நாணில் பொருத்தப்படும் பொன்னாலான தனிவகைத் தொங்கல் அணி; தாலிப்பொட்டு; தாலி; மங்கல நாண்

talk[1] /tɔːk/ *verb* **1** [I] **talk (to/with sb) (about/ of sb/sth)** to say things; to speak in order to give information or to express feelings, ideas, etc. பேசு; தகவல் அளிப்பதற்காக அல்லது எண்ணங்கள், கருத்துகள் முதலியவற்றை வெளிப்படுத்துவதற்காகப் பேசு; உரை *I could hear them talking downstairs.* • *Can I talk to you for a minute?* ➪ **speak** பதிவிலுள்ள குறிப்பைப் பார்க்க. **2** [I, T] to discuss sth serious or important மனம்கொள்ளத்தக்க அல்லது முக்கியமான ஒன்றை விவாதி அல்லது கலந்து பேசு *We can't go on like this. We need to talk.* • *Could we **talk business** after dinner?* **3** [I] to discuss people's private lives பிறரது தனிப்பட்ட வாழ்க்கையைப் பற்றி விவாதி; வம்பள *His strange lifestyle started the local people talking.* ✪ SYN **gossip** **4** [I] to give information to sb, especially when you do not want to குறிப்பாக விருப்பமின்றி, ஒருவருக்குத் தகவல் கூறு; செய்தி தெரிவி

IDM **know what you are talking about** ➪ **know**[1] பார்க்க.

talk sense to say things that are correct or sensible சரியானவற்றை அல்லது நியாயமானவற்றை அல்லது நடைமுறைக்கு ஏற்றவற்றைப் பேசு *He's the only politician who talks any sense.*

talk/speak of the devil ➪ **devil** பார்க்க.

talk shop to talk about your work with the people you work with, outside working hours பணி நேரத்திற்கு அப்பால் உடன் பணியாளர்களுடன் தனது பணி பற்றிப் பேசு

PHR V **talk down to sb** to talk to sb as if he/she is less intelligent or important than you ஒருவரைத் தன்னிலும் அறிவு அல்லது மதிப்பு குறைந்தவராகப் பாவித்து அவருடன் உரையாடு

talk sb into/out of doing sth to persuade sb to do/ not to do sth ஒன்றைச் செய்ய/செய்யாதிருக்க ஒருவரை இணங்கவை; நயமாகப் பேசி இணங்கவை *She tried to talk him into buying a new car.*

talk sth over (with sb) to discuss sth with sb, especially in order to reach an agreement or make a decision குறிப்பாக ஓர் உடன்பாட்டை

எட்டவேண்டி அல்லது ஒரு முடிவு செய்ய வேண்டி, ஒருவருடன் ஒன்றை விவாதி

talk² /tɔːk/ *noun* **1** [C] **a talk (with sb) (about sth)** a conversation or discussion உரையாடல்; கலந்துரையாடல்; விவாதம் *Raju and I had a long talk about the problem.* **2 talks** [*pl.*] formal discussions between governments அரசுகளுக்கு இடையேயான வினைமுறை சார்ந்த கலந்துரையாடல்கள்; பேச்சுவார்த்தை *The Foreign Ministers of the two countries will meet for talks next week.* • *arms/pay/peace talks* **3** [C] **a talk (on sth)** a formal speech on a particular subject குறிப்பிட்ட பொருள் மீதான வினைமுறைப்பட்ட பேச்சு; விரிவுரை; சொற்பொழிவு *He's giving a talk on 'Our changing world'.* ✪ SYN **lecture 4** [U] (*informal*) things that people say that are not based on facts or reality மெய்ம்மைக் கூறுகளை அல்லது உண்மை நிலையை அடிப்படையாகக் கொண்டிராத பேச்சு; வீண்பேச்சு *He says he's going to resign but it's just talk.* ➪ மேலும் **small talk** பார்க்க.

talkative /ˈtɔːkətɪv/ *adj.* liking to talk a lot மட்டுமீறிப் பேசுவதில் நாட்டமுள்ள; வாய் அடிக்க விரும்புகிற; வாயாடியான

tall /tɔːl/ *adj.* **1** (used about people or things) of more than average height; not short (ஆட்கள் அல்லது பொருள்கள் வகையில்) சராசரிக்கு மேற்பட்ட உயரமுள்ள; உயரமான *a tall young man* • *a tall tree/tower/chimney* ✪ OPP **short** **2** (used to describe the height of sb/sth) ஒருவரது/ஒன்றின் உயர அளவைக் குறிப்பிடப் பயன்படுத்தப்படுவது: குறிப்பிட்ட அளவான உயரமுடைய *How tall are you?* • *Naresh is taller than his brother.* ➪ **height** noun பார்க்க.

NOTE **Tall, high** ஆகிய இரண்டு சொற்களும் ஒத்த பொருளுடையவை. முன்னது ஆட்கள், மரங்கள் மற்றும் பிற ஒடுக்கமான பொருள்களின் உயரத்தைக் குறிப்பிடப் பயன்படுத்தப்படுவது—*He is six foot three inches tall.* • *A tall oak tree stands in the garden.* **High** என்பது ஒன்றின் அளவை மற்றும் தரைமட்டத்திலிருந்து ஒன்றின் உயரத்தைக் குறிப்பிடப் பயன்படுத்தப்படுவது—*The fence is two metres high.* • *a room with high ceilings.*

talon /ˈtælən/ *noun* [C] a long sharp curved nail on the feet of some birds, especially ones that kill other animals and birds for food சில வகைப் பறவைகளின், குறிப்பாகப் பிற உயிரினங்களைக் கொன்று தின்னும் பறவைகளின், பாதங்களில் உள்ள நீண்டு கூர்மையான வளைநகம்; கூர்நகம்

tamarind *noun* [U, C] **1** sticky brown acidic pulp from the pod of a tree of the pea family, used as a flavouring in Asian cookery புளியம்பழம்; புளி **2** the large tropical tree which yields tamarind pods புளியமரம்

tambourine /ˌtæmbəˈriːn/ *noun* [C] a musical instrument that has a circular frame covered with plastic or skin, with metal discs round the edge. To play it, you hit it or shake it with your hand பிளாஸ்டிக் அல்லது தோலால் மூடப்பட்ட வட்ட வடிவ சட்டம் இடப்பட்ட பரப்பையும் விளிம்பைச் சுற்றி உலோக வட்டுகளையும் கொண்ட, கையால் அடித்து அல்லது குலுக்கி வாசிக்கப்படும் இசைக்கருவி வகை; கஞ்சிரா ➪ **music** பதிவில் படம் பார்க்க.

tame¹ /teɪm/ *adj.* **1** (used about animals or birds) not wild or afraid of people (விலங்குகள் அல்லது பறவைகள் வகையில்) முரட்டியல்பு உடையனவாகவோ ஆட்களைக் கண்டு அச்சம் கொள்வனவாகவோ இல்லாத; மூர்க்கத்தன்மையற்ற; காட்டியல்பற்ற; படிமானமான; பழக்கப்படுத்தப்பட்ட *The birds are so tame they will eat from your hand.* **2** boring; not interesting or exciting சலிப்பூட்டுகிற; ஆர்வத்தைத் தூண்டாத; தூங்கிவழிகிற *After the big city, you must find village life very tame.*

tame² /teɪm/ *verb* [T] to bring sth wild under your control; to make sth tame முரட்டுத் தனமுள்ள ஒன்றைத் தன் கட்டுக்குள் கொண்டுவா; படிமானமுடையதாக்கு

tamper /ˈtæmpə(r)/ *verb*

PHR V **tamper with sth** to make changes to sth without permission, especially in order to damage it குறிப்பாக ஒன்றைச் சேதப்படுத்தும் எண்ணத்தில், அனுமதி இன்றி, அதில் மாற்றங்கள் செய், இடை புகுந்து கெடு

tan¹ /tæn/ *noun* **1** [C] = **suntan 2** [U] a colour between yellow and brown மஞ்சள் நிறத்திற்கும் பழுப்பு நிறத்திற்கும் இடைப்பட்ட நிறம்; மஞ்சள் பழுப்பு நிறம்; ஆவாரம்பட்டை நிறம் ▶ **tan** *adj.*

tan² /tæn/ *verb* [I, T] (**tanning; tanned**) (used about a person's skin) to become or make sth brown as a result of spending time in the sun (ஒருவரது தோல் பற்றிக் குறிப்பிடுகையில்) வெயிலில் காய்ந்து பழுப்பு நிறமாகு; ஒன்றை வெயிலில் காயவைத்துப் பழுப்பு நிறமாக்கு *Do you tan easily?* ▶ **tanned** *adj. You're looking very tanned—have you been on holiday?*

tandem /ˈtændəm/ *noun* [C] a bicycle with seats for two people, one behind the other ஒன்றின் பின் ஒன்றாக இரண்டு இருக்கைகள் உடைய இரு சக்கர மிதிவண்டி வகை; வரியிணை இருக்கை மிதிவண்டி

IDM **in tandem (with sb/sth)** working together with sth/sb else; happening at the same time as sth else வேறொருவருடன்/வேறொன்றுடன் இணைந்து செயலாற்றுகிற; உடனிணைந்து வினைபுரிகிற; வேறொன்று நிகழும் அதே சமயத்தில் நிகழ்கிற; உடனிகழ்வான

tandoor *noun* [C] a large clay oven used in the Middle East and in South Asia மத்திய கிழக்கு மற்றும் தென் ஆசிய நாடுகளில் பயன்படுத்தப்படும் பெரிய களிமண் சூட்டடுப்பு ▶ **tandoori** *adj. tandoori chicken*

tangent /ˈtændʒənt/ *noun* [C] **1** a straight line that touches a curve but does not cross it ஒரு வளைகோட்டைத் தொடுகிற ஆனால் அதனை வெட்டிச் செல்லாத நேர்கோடு; தொடுவரை ⇨ **circle** பதிவில் படம் பார்க்க. **2** (*mathematics*) (*abbr.* **tan**) the ratio of the length of the side opposite an angle in a **right-angled triangle** to the length of the side next to it ஒரு செங்கோண முக்கோணத்தில் ஒரு கோணத்திற்கு எதிரில் உள்ள பக்கத்தின் நீளத்திற்கும் அதனை அடுத்துள்ள பக்கத்தின் நீளத்திற்கும் உள்ள வீதத் தொடர்பு ⇨ **cosine** மற்றும் **sine** பார்க்க.

IDM **go off at a tangent;** (*AmE*) **go off on a tangent** to suddenly start saying or doing sth that seems to have no connection with what has gone before முன்னர் கூறப்பட்டதுடன்/செய்யப்பட்டதுடன் தொடர்பற்றதாகத் தோன்றும் ஒன்றைத் திடீரெனக் கூறு/செய்யத் தொடங்கு; முந்திய செயல், எண்ணம் முதலியவற்றிலிருந்து திசை திரும்பு

tangerine /ˌtændʒəˈriːn/ *noun* **1** [C] a fruit like a small sweet orange with a skin that is easy to take off சிறு இனிப்புக் கிச்சிலிப் பழத்தை ஒத்த, எளிதில் உரிபடக்கூடிய தோலுடைய பழ வகை **2** [U] *adj.* (of) a deep orange colour திண் செம்மஞ்சள் நிறம்/நிறமான

tangible /ˈtændʒəbl/ *adj.* that can be clearly seen to exist உளதாயிருப்பதை எளிதில் காணத்தக்க; உணர அல்லது அறியக் கூடியதான; தெளிவாகப் புரிந்துகொள்ளத்தக்க *There are tangible benefits in the new system.* ✪ OPP **intangible**

tangle /ˈtæŋgl/ *noun* [C] a confused mass, especially of threads, hair, branches, etc. that cannot easily be separated from each other குறிப்பாக நூலிழைகள், முடி, கிளைகள் முதலியவற்றின் ஒன்றிலிருந்து ஒன்றை எளிதாகப் பிரிக்கமுடியாத குழப்பமூட்டும் திரள்; தாறுமாறான பின்னல்; சிக்கலான முடிச்சு *My hair's full of tangles. • This string's in a tangle.* ▶ **tangled** *adj. The wool was all tangled up.*

tango /ˈtæŋgəʊ/ *noun* [C] (*pl.* **tangos**) a fast South American dance with a strong rhythm, in which two people hold each other closely; a piece of music for this dance நெருக்கமாக ஒருவரையொருவர் பிடித்துக்கொண்டு இருவர் ஆடும் முனைப்பான விரைவியக்கமுள்ள தென் அமெரிக்க நடன வகை; இந்நடனத்திற்குரிய இசை ▶ **tango** *verb* [I] (*pres. pt.* **tangoing**; *part, pp* **tangoed**)

tank /tæŋk/ *noun* [C] **1** a container for holding liquids or gas; the amount that a tank will hold திரவங்களுக்கான அல்லது வாயுப்பொருள்களுக்கான கொள்கலம்; தொட்டி; இத்தகைய தொட்டி கொள்ளும் அளவு *a water/fuel/petrol/fish tank • We drove there and back on one tank of petrol.* **2** a large, heavy military vehicle covered with strong metal and armed with guns, that moves on special wheels உறுதியான உலோக மேற்கூடும் தனிவகைச் சக்கரங்களும் உடைய, பீரங்கிகள் பொருத்தப்பட்ட, பெரிய, கனரக இராணுவ ஊர்தி; பீரங்கி வண்டி

tanker /ˈtæŋkə(r)/ *noun* [C] a ship or lorry that carries oil, petrol, etc. in large amounts எண்ணெய், பெட்ரோல் முதலியவற்றைப் பெருமளவில் ஏற்றிச் செல்லும் கப்பல் அல்லது சுமையூர்தி *an oil tanker*

tantalizing (*also* **-ising**) /ˈtæntəlaɪzɪŋ/ *adj.* making you want sth that you cannot have or do; tempting பெற முடியாத அல்லது செய்யமுடியாத ஒன்றை விரும்பச் செய்கிற; ஏங்க வைக்கிற; சபலமூட்டுகிற *A tantalizing aroma of cooking was coming from the kitchen.* ▶ **tantalizingly** (*also* **-isingly**) *adv.*

tantrum /ˈtæntrəm/ *noun* [C] a sudden explosion of anger, especially by a child குறிப்பாக ஒரு குழந்தையின், திடீரென வெளிப்படும் முனைப்பு மிக்க சின உணர்ச்சி; திடீர் வெறி

tap[1] /tæp/ *verb* (**tapping; tapped**) **1** [I, T] **tap (at/on sth); tap sb/sth (on/with sth)** to touch or hit sb/sth quickly and lightly விரைவாகவும் இலேசாகவும் ஒருவரை/ஒன்றைத் தொடு அல்லது அடி; மெல்லக் கொட்டு; தட்டு *Their feet were tapping in time to the music. • She tapped me on the shoulder.* **2** [I, T] **tap (into) sth** to make use of a source of energy, knowledge, etc. that already exists ஏற்கனவே உளதாயிருக்கிற ஆற்றல், அறிவு முதலியவற்றின் வள மூலத்தைப் பயன்படுத்து; ஒரு வள ஆதாரத்திலிருந்து பயன் ஈட்டு *to tap the skills of young people* **3** [T] to fit a device to sb's telephone so that his/her calls can be listened to secretly ஒருவரது தொலைபேசி அழைப்புகளை ஒட்டுக் கேட்கும் நோக்கத்துடன் அவரது தொலைபேசியில் ஒரு கருவியைப் பொருத்து; ஒட்டுக்கேட்கும் கருவி பொருத்து

tap[2] /tæp/ *noun* [C] **1** (*AmE* **faucet**) a type of handle that you turn to let water, gas, etc. out of a pipe or container ஒரு குழாயிலிருந்து

அல்லது கொள்கலத்திலிருந்து தண்ணீர், வாயுப்பொருள் முதலியவை வெளிவரச் செய்வதற்காகத் திருப்பும் ஒருவகைப் பிடி; வடிமுனை *Turn the hot/cold tap on/off.* **2** a light hit with your hand or fingers கை அல்லது விரல்களைக் கொண்டு அடிக்கப்படும் இலோசன அடி; தட்டு; மென்கொட்டு **3** a device that is fitted to sb's telephone so that his/her calls can be listened to secretly ஒருவரது தொலைபேசி அழைப்புகளை ஒட்டுக்கேட்கும் நோக்கத்துடன் அவரது தொலைபேசியில் பொருத்தப்படும் கருவி; தொலைபேசி ஒட்டுக்கேட்கும் கருவி

tape[1] /teɪp/ *noun* **1** [U] a thin band of plastic material used for recording sound, pictures or information ஒலி, உருப்படங்கள் அல்லது தகவல் பதிவு செய்யப் பயன்படுத்தப்படும் மெல்லிழைவான பிளாஸ்டிக் பட்டை; ஒலி/ஒளிப்பதிவு நாடா *I've got the whole concert **on tape*** (= recorded). **2** [C] a cassette which is used for recording or playing music, videos, etc. ஒலி/ஒளிப்பதிவு செய்யவும் பதிவு செய்யப்பட்டவற்றை ஓடவிட்டுக் கேட்கவும்/பார்க்கவும் பயன்படுத்தப்படும் ஒலி/ஒளிப் பேழை *a **blank tape*** (= a tape which has nothing recorded on it) **3** [U] a long narrow band of plastic, etc. with a sticky substance on one side that is used for sticking things together, covering electric wires, etc. பொருள்களை இணைத்து ஒட்டுதல், மின்கம்பிகளுக்கு மேல் மறைப்பு இடுதல் முதலியவற்றுக்குப் பயன்படுத்தப்படும் ஒரு பக்கம் ஒட்டுப்பொருள் படிந்துள்ள பிளாஸ்டிக் முதலியவற்றாலான நீண்ட குறுகலான பட்டை; ஒட்டிழை நாடா *sticky/adhesive tape* ➪ **insulating tape** மற்றும் **Sellotape** பார்க்க. **4** [C, U] a narrow piece of cloth that is used for tying things together or as a label பொருள்களைச் சேர்த்துக் கட்ட அல்லது பொருள் விவரக் குறிப்புத் தொங்கலாகப் பயன்படுத்தப்படும் அகலமற்ற துணித்துண்டு; துணிப்பட்டை; துணி நாடா ➪ **red tape** பார்க்க. **5** [C] a piece of material stretched across a race track to mark where the race finishes பந்தய முடிவெல்லையைக் குறிக்க அவ்வெல்லையில் பந்தயத் தடத்தின் குறுக்காக இழுத்துக் கட்டப்பட்டிருக்கும் துணித் துண்டு; பந்தய இலக்குக்குறி நாடா

tape[2] /teɪp/ *verb* [T] **1** to record sound, music, television programmes, etc. using a cassette ஒளி/ஒலிப் பேழையைப் பயன்படுத்தி ஒலி, இசை, தொலைக்காட்சி நிகழ்ச்சிகள் முதலியவற்றைப் பதிவு செய்; ஒளி/ஒலிப்பதிவு செய் **2 tape sth (up)** to fasten sth by sticking or tying sth with **tape[1] 3** ஒட்டிழை நாடாவினால் ஒட்டி அல்லது கட்டி ஒன்றைச் சேர்த்திணை

tape deck *noun* [C] the part of a music system (**stereo**) on which you play cassettes or tapes ஒளி/ஒலிப் பேழைகளை அல்லது நாடாக்களை ஓடவிட்டுப் பார்ப்பதற்கான/கேட்பதற்கான இசைத் தூண்டு பொறியமைப்பின் பகுதி

tape measure (*also* **measuring tape**) *noun* [C] a long thin piece of plastic, cloth or metal with centimetres, etc. marked on it. It is used for measuring things பொருள்களின் பரிமாணங்களை அளவிடுவதற்குப் பயன்படுத்தப்படும் சென்டிமீட்டர் முதலிய அளவீட்டு இலக்கங்கள் குறிக்கப்பட்ட பிளாஸ்டிக், துணி அல்லது உலோகப் பொருளாலான நீண்டு மெலிதான பொருள்; அளவு நாடா; அளவுப் பட்டை ➪ **tape** பார்க்க.

tape recorder *noun* [C] a machine that is used for recording and playing sounds on tape ஒலி நாடாவில் ஒலியைப் பதிவுசெய்யவும் அதனை ஓடவிட்டுக் கேட்கவும் பயன்படுத்தப்படும் பொறி; ஒலிப்பதிவுப் பொறி

tapestry /ˈtæpəstri/ *noun* [C, U] (*pl.* **tapestries**) a piece of heavy cloth with pictures or designs sewn on it in coloured thread வண்ண நூலைக் கொண்டு படங்கள் அல்லது ஒப்பனை வடிவங்கள் பின்னப்பட்ட கெட்டித்துணி; சித்திரத் துணி

tapeworm /ˈteɪpwɜːm/ *noun* [C] a long flat creature with a soft body and no legs (**a worm**) that lives in the tube that carries food out of the stomach (**the intestines**) of humans and animals மனிதர்கள் மற்றும் விலங்குகளின் குடல்களில் வாழும் மெல்லுடலையுடைய, கால்களற்ற, நீண்ட, தட்டையான உயிரி; நாடாப்புழு

tapioca /ˌtæpiˈəʊkə/ *noun* [U] hard white grains obtained from a plant (**cassava plant**) often cooked with milk to make a sweet dish பெரும்பாலும் பாலுடன் சேர்த்துச் சமைத்து இனிப்புப் பண்டமாக உண்ணப்படுவதும் மரவள்ளியிலிருந்து பெறப்படுவதுமான கெட்டியான வெண்ணிற மணிகள்; மரவள்ளி அரிசி ➪ **cassava** பதிவில் படம் பார்க்க.

tar /tɑː(r)/ *noun* [U] **1** a thick black sticky liquid that becomes hard when it is cold. Tar is obtained from coal and is used for making roads, etc. நிலக்கரியிலிருந்து பெறப்பட்டுச் சாலைகள் முதலியவை அமைக்கப் பயன்படுத்தப்படும், குளிர்ந்த நிலையில் உறுதிப்படும் தன்மையுள்ள, ஒட்டும் இயல்புடைய கெட்டியான கருநிறத் திரவம்; கரி எண்ணெய்; தார் ➪ **Tarmac** பார்க்க. **2** a similar substance formed by burning tobacco புகையிலை எரியும்போது படியும் தார் போன்ற பொருள் *low-tar cigarettes*

tarantula /təˈræntʃələ/ *noun* [C] a large hairy spider that lives in hot countries. Some tarantulas are poisonous வெப்ப நாடுகளில் காணப்படும் பெரிய, முடி அடர்ந்துள்ள சிலந்திப்பூச்சி வகை. இவற்றில் சில நச்சுத்தன்மை உடையவை

target¹ /ˈtɑːɡɪt/ *noun* [C] **1** a result that you try to achieve நிறைவேற்ற முயலும் ஒரு செயல் இலக்கு; செயற்குறி; எதிர்நோக்கிய விளைவு *So far we're right* ***on target*** (= making the progress we expected). • *a target area/audience/group* (= the particular area, audience, etc. that a product, programme, etc. is aimed at) **2** a person, place or thing that you try to hit when shooting or attacking கணை எறிதல், சுடுதல், தாக்குதல் ஆகியவற்றின்போது தான் தாக்க முயலும் ஆள், இடம் அல்லது பொருள்; குறியிலக்கு; தாக்கிலக்கு *Doors and windows are* ***an easy target*** *for burglars.* **3** a person or thing that people criticize, laugh at, etc. கண்டனம், ஏளனம் முதலியவற்றுக்கு உட்படுத்தப்படும் ஆள் அல்லது பொருள்; கண்டன இலக்கு, ஏளன இலக்கு முதலியவை *The education system has been the target of heavy criticism.* **4** an object, often a round board with circles on it, that you try to hit in shooting practice கணை எறிதல், துப்பாக்கி சுடுதல் முதலிய பயிற்சியின்போது அடிக்க முயலும் பொருள், குறிப்பாக வட்டக் குறிகள் உடைய வட்டமான பலகை; குறி வட்டம் *to aim at/hit/miss a target*

target² /ˈtɑːɡɪt/ *verb* [T] (*usually passive*) **target sb/sth; target sth at/on sb/sth** to try to have an effect on a particular group of people; to try to attack sb/sth குறிப்பிட்ட ஒரு குழுவினர் மீது மாற்ற விளைவு உண்டாக்க முயல்; குறிப்பிட்ட ஒரு குழுவினரை இலக்காகக் கொண்டு செயலாற்று; ஒருவரை/ஒன்றைத் தாக்க முயல் *The product is targeted at teenagers.*

tariff /ˈtærɪf/ *noun* [C] **1** a tax that has to be paid on goods coming into a country இறக்குமதி செய்யப்படும் பொருள்கள் மீது விதிக்கப்படும் வரி; இறக்குமதிச் சுங்க வரி **2** a list of prices, especially in a hotel விலைப்பட்டியல், குறிப்பாக தங்குமனைக் கட்டணப் பட்டி

Tarmac™ /ˈtɑːmæk/ *noun* **1** [U] a black material used for making the surfaces of roads சாலைகளின் மேற்பரப்பு அமைக்கப் பயன்படுத்தப்படும் கரு நிறப் பொருள்; கீல் கலவை ➪ **tar** பார்க்க. **2 the tarmac** [*sing.*] an area covered with a Tarmac surface, especially at an airport குறிப்பாக விமான நிலையத்திலுள்ள, காரெண்ணெய் மேற்பூச்சுடைய பகுதி

tarnish /ˈtɑːnɪʃ/ *verb* **1** [I, T] (used about metal, etc.) to become or to make sth less bright and shiny (உலோகம் முதலியவை வகையில்) நிறம் மங்கு மற்றும் பளபளப்புக் குன்று; நிறம் மங்கிப் பளபளப்புக் குன்றச் செய் **2** [T] to spoil the good opinion people have of sb/sth ஒருவரது/ஒன்றின் நற்பெயரைக் கெடு; களங்கப்படுத்து

tarpaulin /tɑːˈpɔːlɪn/ *noun* [C, U] strong material that water cannot pass through, which is used for covering things to protect them from the rain மழைக் காப்பாகப் பொருள்கள் மீது போர்த்தப் பயன்படுத்தப்படும் நீர் புகாத கெட்டித் துணி; நீர்க்காப்பு முரட்டுத் துணி; கருங்கித்தான்

tart¹ /tɑːt/ *noun* **1** [C, U] an open pie filled with sweet food such as fruit or jam பழம், பழப்பாகு முதலியவை பூரணமாக இடப்பட்ட மூடப்படாத 'பை'; பொதியப்ப வகை

tart² /tɑːt/ *adj.* (especially in fruit) tasting unpleasatly sour (குறிப்பாகப் பழம் வகையில்) முனைப்பான, விரும்பத்தகாத புளிப்புச் சுவையுள்ள

tartan /ˈtɑːtn/ *noun* [U, C] **1** a traditional Scottish pattern of coloured squares and lines that cross each other ஒன்றையொன்று வெட்டிச் செல்லும் வண்ணக் கட்டங்களும் கோடுகளும் கொண்ட மரபு வழிப்பட்ட ஸ்காத்லாந்திய ஒப்பனை உருப்படிவம்; வண்ணக் கோல வகை **2** material made from wool with this pattern on it மேற்கண்ட உருப்படிவத்தை உடைய கம்பளித் துணி

task /tɑːsk/ *noun* [C] a piece of work that has to be done, especially an unpleasant or difficult one செய்யப்பட வேண்டிய, குறிப்பாக மனம் நாடாத அல்லது இடர்ப்பாடான பணி; இடுபணி; கடமைப் பொறுப்பு *Your first task will be to type these letters.* • *to perform/carry out/undertake a task*

tassel /ˈtæsl/ *noun* [C] a group of threads that are tied together at one end and hang from cushions, curtains, clothes, etc. as a decoration ஒரு முனையில் ஒன்றுசேர்த்துக் கட்டப்பட்டு மெத்தைகள், திரைச்சீலைகள், ஆடைகள் முதலியவற்றில் ஒப்பனையாகத் தொங்கிக்கொண்டிருக்கும் நூல்களின் தொகுதி; ஒப்பனைத் தொங்கிழைத் தொகுதி; தொங்கற் குஞ்சம்

taste¹ /teɪst/ *noun* **1** [*sing.*] the particular quality of different foods or drinks that allows you to recognize them when you put them in your mouth; flavour வெவ்வேறு வகையான உணவுகளை அல்லது பானங்களை வாயிலிட்டதும் இனம் அறிந்துகொள்ளச் செய்யும்

அவற்றின் தனிப்பண்புு; சுவை *I don't like the taste of this coffee.* • *a sweet/bitter/sour/salty taste* **2** [U] the ability to recognize the flavour of food or drink உணவு அல்லது பானத்தின் சுவையை உணர்ந்துகொள்ளும் ஆற்றல்; சுவை நுகர்வுத் திறம்; சுவையுணர்வு *I've got such a bad cold that I seem to have lost my sense of taste.* **3** [C, *usually sing.*] **a taste (of sth)** a small amount of sth to eat or drink that you have in order to see what it is like சுவை பார்ப்பதற்காக எடுக்கப்படும் உணவு அல்லது பானத்தின் சிற்றளவு; சுவை மாதிரி; சுவைக்கூறு *Have a taste of this cheese to see if you like it.* **4** [*sing.*] a short experience of sth ஒன்றினில் பெறும் குறுகிய கால அனுபவம்; சிறு அனுபவ நுகர்வு *That was my **first taste** of success.* **5** [U] the ability to decide if things are suitable, of good quality, etc. பொருள்களின் ஏற்புத்தன்மை, தரநிலை முதலியவற்றை முடிவுசெய்யும் ஆற்றல்; நய நுட்ப உணர்வு; கலைநய உணர்வு *He has excellent **taste in** music.* **6** [*sing.*] **a taste (for sth)** what a person likes or prefers ஒருவரது விருப்பம்; நாட்டம்; ஈடுபாடு; விருப்பார்வம்; பற்றார்வம் *She has developed a taste for modern art.*

IDM **(be) in bad, poor, etc. taste** (used about sb's behaviour) (to be) unpleasant and not suitable (ஒருவரது நடத்தை பற்றிக் குறிப்பிடுகையில்) வெறுப்பூட்டுவதாக மற்றும் பொருத்தமற்றதாக இரு *Some of his comments were in very bad taste.*

taste² /teɪst/ *verb* **1** *linking verb* **taste (of sth)** to have a particular flavour குறிப்பிட்ட சுவையுடையதாயிரு *to taste sour/sweet/delicious* **2** [T] to notice or recognize the flavour of food or drink உணவின் அல்லது பானத்தின் சுவை பார் அல்லது சுவையறி *Can you taste the garlic in this soup?* **3** [T] to try a small amount of food and drink; to test the flavour of sth சிறிதளவு உணவு அல்லது பானத்தை உட்கொள்; ஒன்றின் சுவையைச் சோதித்தறி *Can I taste a piece of that cheese to see what it's like?*

taste bud *noun* [C, *usually pl.*] one of the small cells on your tongue that allow you to recognize the flavours of food and drink உணவு மற்றும் பானங்களின் சுவைகளை உணர்ந்தறிய உதவும் நாவிலுள்ள சிறு உயிரணுக்களில் ஒன்று; சுவையணு

tasteful /ˈteɪstfl/ *adj.* (used especially about clothes, furniture, decorations, etc.) attractive and well chosen (குறிப்பாக ஆடைகள், அறைக்கலங்கள், ஒப்பனைகள் முதலியவை பற்றிக் கூறுகையில்) கவர்ச்சியாகவும் நன்கு தேர்வு செய்யப்பட்டனவாகவும் உள்ள; கலைநயப் பாங்குடைய; நேர்த்தியான *tasteful furniture* ✪ OPP **tasteless** ▶ **tastefully** /ˈteɪstfəli/ *adv.*

tasteless /ˈteɪstləs/ *adj.* **1** having little or no flavour சுவை குன்றிய; சுவையற்ற; சப்பென்ற *This sauce is rather tasteless.* ✪ OPP **tasty 2** likely to offend people மக்களுடைய உணர்ச்சிகளைப் புண்படுத்தக்கூடிய; பண்பு நயமற்ற; தகாத *His joke about the funeral was particularly tasteless.* **3** (used especially about clothes, furniture, decorations, etc.) not attractive; not well chosen (குறிப்பாக ஆடைகள், அறைக்கலங்கள், ஒப்பனைகள் முதலியவை பற்றிக் கூறுகையில்) கவர்ச்சியற்ற; நன்கு தேர்ந்தெடுக்கப்படாத; கலை நயப் பாங்கற்ற ✪ OPP **tasteful**

tasty /ˈteɪsti/ *adj.* (**tastier; tastiest**) having a good flavour சுவை மிக்க; இன்சுவையுடைய; நறுஞ்சுவையுடைய *spaghetti with a tasty mushroom sauce*

tattered /ˈtætəd/ *adj.* old and torn; in bad condition பழையதும் கிழிந்து போனதுமான; மோசமான நிலையிலுள்ள; கந்தலான *a tattered coat*

tatters /ˈtætəz/ *noun*

IDM **in tatters** badly torn or damaged; ruined மோசமாகக் கிழிந்த அல்லது சேதமுற்ற நிலையில்; நைந்துபோனதாக; கந்தலாக *Her dress was in tatters.*

tattoo /təˈtuː/ *noun* [C] (*pl.* **tattoos**) a picture or pattern that is marked permanently on sb's skin ஒருவரது தோல் மீது நிலைத்திருக்கும் முறையில் பொறிக்கப்படும் படம் அல்லது ஒப்பனை உருப்படிவம்; பச்சைகுத்தல் ▶ **tattoo** *verb* [T] (**tattooing; tattooed**) *She had his name tattooed on her left hand.*

taught ➪ **teach** என்பதன் இறந்தகால மற்றும் இறந்தகால வினையெச்ச வடிவம்

taunt /tɔːnt/ *verb* [T] to try to make sb angry or upset by saying unpleasant or cruel things வெறுப்பூட்டுகிற அல்லது வருத்தமூட்டுகிற சொற்களைக் கூறி ஒருவருக்குச் சினமூட்டு அல்லது மனத் துன்பம் உண்டாக்க முயல்; குத்திப்பேசு; பழி ▶ **taunt** *noun* [C]

Taurus /ˈtɔːrəs/ *noun* [U] the second sign of the **Zodiac**, the Bull காளையைக் குறியீட்டு வடிவமாக உடைய இரண்டாவது இராசி; இடப ராசி; ரிஷப ராசி

taut /tɔːt/ *adj.* (used about rope, wire, etc.) stretched very tight; not loose (கயிறு, கம்பி முதலியவை வகையில்) நன்கு இழுத்து இறுக்கப்பட்டுள்ள; தளர்வற்ற; தொய்வில்லாத; விறைப்பான

tavern /ˈtævən/ *noun* [C] (*old-fashioned*) a pub மது அருந்தகம்; தேறல் மனை

tax /tæks/ *noun* [C, U] **(a) tax (on sth)** the money that you have to pay to the government so that it can provide public services அரசு பொதுநலப் பணிகள் செய்யும் பொருட்டு நாம் அதற்குச் செலுத்த வேண்டிய பணம்; வரி; திறை *income tax • There used to be a tax on windows.* ▶ **tax** *verb* [T] *(usually passive) Alcohol, cigarettes and petrol are heavily taxed.*

taxable /ˈtæksəbl/ *adj.* on which you have to pay tax (ஒன்றின் மீது) வரி செலுத்தவேண்டிய; வரி விதிப்புக்குரிய *taxable income*

taxation /tækˈseɪʃn/ *noun* [U] **1** the system by which a government takes money from people so that it can pay for public services பொதுநலப் பணிகளுக்குச் செலவிட வேண்டி அரசு மக்களிடமிருந்து பணம் பெறும் முறை; வரிவிதிப்பு *direct/indirect taxation* **2** the amount of money that people have to pay in tax வரியாக மக்கள் செலுத்த வேண்டிய பணத்தொகை; வரிப்பணம்; வரி *to increase/reduce taxation • high/low taxation*

tax-free *adj.* on which you do not have to pay tax வரி செலுத்த வேண்டியிராத ஒன்றான; வரி விதிப்புக்குரியதல்லாத

taxi¹ /ˈtæksi/ (*also* **taxicab**, *AmE* **cab**) *noun* [C] a car with a driver whose job is to take you somewhere in exchange for money கட்டணம் செலுத்தி ஓரிடத்திற்குச் செல்வதற்குரிய ஓட்டுநர் சேவையுடன் கூடிய சீருந்து; வாடகைச் சீருந்து *Shall we go by bus or **get/take a taxi**?*

NOTE சீருந்தில் பொருத்தப்பட்டுள்ள **meter** (கட்டண அளவி) ஒருவர் செலுத்த வேண்டிய **fare**-ஐ (வாடகைத் தொகையைக்) காட்டும்

taxi² /ˈtæksi/ *verb* [I] (used about an aircraft) to move slowly along the ground before or after flying (வானூர்தி வகையில்) வானில் எழும்புவதற்கு முன் அல்லது வானிலிருந்து இறங்கிய பின் தரையில் மெதுவாகச் செல்

taxing /ˈtæksɪŋ/ *adj.* difficult; needing a lot of effort கடுமையான; பெருமுயற்சி தேவைப்படுகிற *a taxing exam*

taxi rank *noun* [C] a place where taxis park while they are waiting for passengers பயணிகளுக்காகக் காத்திருக்கும் சமயத்தில் வாடகைச் சீருந்துகள் நிறுத்தி வைக்கப்பட்டிருக்கும் இடம்; வாடகைச் சீருந்து நிற்குமிடம்

taxonomist /tækˈsɒnəmɪst/ *noun* [C] a scientist who arranges things into groups பொருள்களைத் தொகுதிகளாக ஒழுங்கமைவு செய்யும் அல்லது வகைப்படுத்தும் அறிவியல் அறிஞர்; பகுப்பியலாளர்

taxonomy /tækˈsɒnəmi/ *noun* **1** [U] the scientific process of arranging things into groups பொருள்களைத் தொகுதிகளாக வகைப்படுத்தும் அறிவியல் செயல்முறை; பகுப்பியல் **2** [C] (*pl.* **taxonomies**) one particular system of groups that things have been arranged in பொருள்கள் வகைப்படுத்தப்படும் குறிப்பிட்ட ஒரு முறை; பகுப்பியல் முறை

taxpayer /ˈtækspeɪə(r)/ *noun* [C] a person who pays tax to the government, especially on the money that he/she earns அரசுக்கு வரி செலுத்துபவர், குறிப்பாக வருமான வரி செலுத்துபவர்

TB /ˌtiː ˈbiː/ *abbr.* tuberculosis எலும்புருக்கி நோயைக் குறிக்கும் tuberculosis என்பதன் குறுக்கம்

tbsp *abbr.* tablespoonful(s) மேசைக் கரண்டியளவைக் குறிக்கும் tablespoonful என்பதன் குறுக்கம் *Add 3 tbsp sugar.*

tea /tiː/ *noun* **1** [U, C] a hot drink made by pouring boiling water onto the dried leaves of the tea plant or of some other plants; a cup of this drink உலர்ந்த தேயிலைகள் மீது அல்லது வேறு சில தாவரங்களின் உலர்ந்த இலைகள் மீது கொதிநீரை ஊற்றித் தயாரிக்கப்படும் சூடான பானம்; தேநீர்; ஒரு குவளையளவுத் தேநீர் *a cup/pot of tea • weak/strong tea • herb/mint/camomile tea* **2** [U] the dried leaves that are used for making tea தேநீர் தயாரிக்கப் பயன்படுத்தப்படும் உலர்ந்த இலைகள், உலர்ந்த தேயிலைகள். *a packet of tea* **3** [C, U] (*BrE*) a small afternoon meal of sandwiches, cakes, etc. and tea to drink, or a cooked meal eaten at 5 or 6 o'clock தேநீரோடு உண்ணும் சாண்ட்விச், கேக் முதலியவை அடங்கிய எளிய பிற்பகல் உணவு அல்லது 5 அல்லது 6 மணிக்கு உண்ணும் சமைத்த உணவு *The kids have their tea as soon as they get home from school.*

IDM **(not) sb's cup of tea** ⇨ **cup¹** பார்க்க.

tea bag *noun* [C] a small paper bag with tea leaves in it, that you use for making tea தேநீர் தயாரிக்கப் பயன்படுத்தப்படும் தேயிலைகள் அடங்கிய சிறு தாள் பை; தேயிலைப் பை

teach /tiːtʃ/ *verb* (*pt, pp* **taught** /tɔːt/) **1** [I, T] **teach sb (sth/to do sth); teach sth (to sb)** to give sb lessons or instructions so that he/she knows how to do sth ஒன்றைச் செய்யும் முறையை ஒருவருக்குக் கற்பி அல்லது செய்யும் முறை பற்றிய விவரக் குறிப்புகள் வழங்கு; செய்முறையைக் கற்றுக்கொடு *My mother taught me to play the piano. • Jai is teaching us how to use the computer.* **2** [T] to make sb believe sth or behave in a certain way ஒருவர் ஒன்றை நம்புமாறு அல்லது குறிப்பிட்ட முறையில் நடந்துகொள்ளுமாறு செய்; அறிவுறுத்து; போதனை செய் *My parents* *taught me always to tell the truth.* **3** [T] to make sb have a bad experience so that he/she is careful not to do the thing that caused it again ஒருவருக்கு நேர்ந்த ஒரு மோசமான அனுபவத்திற்குக் காரணமான ஒன்றை அவர் மீண்டும் செய்யாது எச்சரிக்கையுடன் இருக்கும் பொருட்டு அத்தகைய அனுபவத்திற்கு அவரை உட்படுத்து; ஒன்று படிப்பினையாக அமையச் செய்; பாடம் புகட்டு *All the seats are taken. That'll teach you to turn up half an hour late.*

IDM **teach sb a lesson** to make sb have a bad experience so that he/she will not do the thing that caused it again ஒருவருக்கு நேர்ந்த ஒரு மோசமான அனுபவத்திற்குக் காரணமான ஒன்றை அவர் மீண்டும் செய்யாது எச்சரிக்கையுடன் இருக்கும் பொருட்டு அத்தகைய அனுபவத்திற்கு அவரை உட்படுத்து; ஒன்று படிப்பினையாக அமையச் செய்; பாடம் புகட்டு

teacher /ˈtiːtʃə(r)/ *noun* [C] a person whose job is to teach, especially in a school or college குறிப்பாக பள்ளியில் அல்லது கல்லூரியில், பயிற்றுவிக்கும் தொழில் செய்பவர்; ஆசிரியர் *He's a teacher at a primary school.* • *a maths/chemistry/music teacher* ➪ **head¹ 6** பார்க்க.

teaching /ˈtiːtʃɪŋ/ *noun* **1** [U] the work of a teacher ஆசிரியரது பணி; கற்பித்தல் *My son went into teaching and my daughter became a doctor.* • *teaching methods* **2** [C, *usually pl.*] ideas and beliefs that are taught by sb/sth ஒருவரால்/ஒன்றினால் கற்பிக்கப்பட்ட கருத்துகள் மற்றும் நம்பிக்கைகள்; போதனை; அறிவுரை *the teachings of Gandhi*

tea cloth (*BrE*) = **tea towel**

teacup /ˈtiːkʌp/ *noun* [C] a cup that you drink tea from தேநீர் அருந்தும் கோப்பை; தேநீர்க் கோப்பை

teak /tiːk/ *noun* [U] the strong hard wood of a tall Asian tree, used especially for making furniture உயரமாக வளர்வதும் குறிப்பாக அறைக்கலங்கள் செய்யப் பயன்படுத்தப்படுவதுமான உறுதியான, கெட்டித்தன்மையுடைய ஆசிய மர வகையின் கட்டை; தேக்கு

tea leaves *noun* [*pl.*] the small leaves that are left in a cup after you have drunk the tea தேநீர் அருந்திய பின் கோப்பையில் எஞ்சியுள்ள சிறு இலைகள்; தேயிலைச் சக்கை

team¹ /tiːm/ *noun* [C] **1** a group of people who play a sport or game together against another group ஒரு விளையாட்டில் அல்லது பந்தய ஆட்டத்தில் மற்றொரு குழுவினருக்கு எதிராக இணைந்து விளையாடும் ஆட்களின் தொகுதி; ஒரு தரப்பு ஆட்டக்குழு; அணி *a football team* • *Are you* ***in/on the team****?* **2** a group of people who work together இணைந்து செயலாற்றும் ஆட்களின் குழுமம்; இணைகுழு *a team of doctors*

NOTE **Team** ஒருமை வடிவில் பயன்படுத்தப்படும்போது அதனை அடுத்துவரும் வினை ஒருமையாகவோ பன்மையாகவோ இருக்கும்—*The team play/plays two matches every week.*

team² /tiːm/ *verb*

PHR V **team up (with sb)** to join sb in order to do sth together ஒரு செயலைக் கூட்டாகச் செய்ய வேண்டி ஒருவருடன் சேர்ந்துகொள்; இணை சேர் *I teamed up with Rama to plan the project.*

teamwork /ˈtiːmwɜːk/ *noun* [U] the ability of people to work together இணைந்து செயலாற்றும் திறம்; கூட்டு முயற்சி *Teamwork is a key feature of the training programme.*

teapot /ˈtiːpɒt/ *noun* [C] a container that you use for making tea in and for serving it தேநீர் தயாரிப்பதற்கும் பரிமாறுவதற்கும் பயன்படுத்தப்படும் கலம்; தேநீர்க் கெண்டி

tear¹ /tɪə(r)/ *noun* [C, *usually pl.*] a drop of water that comes from your eye when you are crying, etc. அழுகை முதலியவற்றின்போது கண்ணிலிருந்து வரும் நீர்த்துளி; கண்ணீர் *I was* ***in tears*** (= crying) *at the end of the film.* • *The little girl* ***burst into tears*** (= suddenly started to cry).

IDM **shed tears** ➪ **shed²** பார்க்க.

tear² /teə(r)/ *verb* (*pt* **tore** /tɔː(r)/; *pp* **torn** /tɔːn/) **1** [I, T] to damage sth by pulling it apart or into pieces; to become damaged in this way ஒன்றைத் தனித்தனியாக இழுத்து அல்லது கிழித்துக் கூறுகளாக்கிச் சேதப்படுத்து; இம்முறையில் ஒன்று சேதமுறு; கிழி *I tore my shirt on that nail.* • *This material doesn't tear easily.* **2** [T] to remove sth by pulling violently and quickly ஒன்றை வன்மையாகவும் விரைவாகவும் இழுத்து அகற்று; கிழித்தெடு *Prasad tore the poster down from the wall.* • *He tore the bag out of her hands.* **3** [T] to make a hole in sth by force வலுவைப் பயன்படுத்தி ஒன்றில் துளை செய் **4** [I] **tear along, up, down, past, etc.** to move very quickly in a particular direction குறிப்பிட்ட திசையில் கடுவிரைவுடன் செல்; பாய்ந்து செல் *An ambulance went tearing past.* ▶ **tear** *noun* [C] *You've got a tear in the back of your trousers.*

IDM **wear and tear** ➪ **wear²** பார்க்க.

PHR V **tear sth apart 1** to pull sth violently into pieces ஒன்றை மூர்க்கத்தனமாக இழுத்துத் துண்டு துண்டாக்கு; பிய்த்துப் போடு **2** to destroy sth completely ஒன்றை முற்றிலுமாக

அழி; நாசப்படுத்து *The country has been torn apart by the war.*

tear yourself away (from sb/sth) to make yourself leave sb/sth or stop doing sth ஒருவரை/ஒன்றை விட்டு நீங்குமாறு அல்லது ஒன்றைச் செய்வதை நிறுத்துமாறு தன்னைச் செய்துகொள்; விருப்பமின்றி நீங்கிச் செல்

be torn between A and B to find it difficult to choose between two things or people இருவருள் அல்லது இரண்டினுள் ஒன்றைத் தேர்ந்தெடுக்க முடியாது இடர்ப்படு

tear sth down (used about a building) to destroy it (ஒரு கட்டடம் பற்றிக் குறிப்பிடுகையில்) அழி; தகர்; இடித்துத் தள்ளு *They tore down the old houses and built a shopping centre.*

tear sth up to pull sth into pieces, especially sth made of paper ஒன்றை, குறிப்பாகத் தாளாலான ஒரு பொருளை, இழுத்துத் துண்டு துண்டாக்கு; துண்டு துண்டாகக் கிழி *'I hate this photograph,' she said, tearing it up.*

tearful /ˈtɪəfl/ *adj.* crying or nearly crying அழுகையுடனான; கண்ணீருடனான; கலங்கிய கண்ணுடைய

teargas /ˈtɪə gæs/ *noun* [U] a type of gas that hurts the eyes and throat, and is used by the police, etc. to control large groups of people பெருங்கூட்டங்களைக் கட்டுப்படுத்தக் காவல் துறையினர் முதலியோரால் பயன்படுத்தப்படும், கண்களுக்கும் தொண்டைக்கும் ஊறு செய்யக்கூடிய வாயு வகை; கண்ணீர்ப்புகை

tease /ti:z/ *verb* [I, T] to laugh at sb either in a friendly way or in order to upset him/her நட்புணர்வுடன் அல்லது வருத்தமுண்டாக்கும் நோக்கத்துடன் ஒருவரைக் கேலி செய்; விளையாட்டுத்தனமாக் அல்லது வெறுப்பூட்டும் முறையில் ஒருவரை ஏளனம் செய்; சிறு குறும்புகள் செய்து தொல்லை கொடு; சீண்டு *Don't pay any attention to those boys. They're only teasing.* • *They teased her about being fat.*

teaspoon /ˈti:spu:n/ *noun* [C] **1** a small spoon used for putting sugar in tea, coffee, etc. தேநீர், காப்பி முதலியவற்றில் சர்க்கரை போடப் பயன்படுத்தப்படும் சிறு கரண்டி; தேக்கரண்டி **2** (*also* **teaspoonful** /-fʊl/) the amount that a teaspoon can hold தேக்கரண்டி கொள்ளும் அளவு; தேக்கரண்டியளவு

teat /ti:t/ *noun* [C] **1** the rubber part at the end of a baby's bottle that the baby sucks in order to get milk, etc. from the bottle குழந்தை புட்டியிலிருந்து பாலை உறிஞ்சிக் குடிக்கும் புட்டி முனையில் உள்ள இரப்பர் பகுதி; புட்டியின் பால்குடி முனை **2** one of the parts of a female animal's body that the babies drink milk from குட்டிகள்/கன்றுகள் பால் குடிக்கும் பெண் விலங்கு மடியில் உள்ள பகுதிகளில் ஒன்று; மடிக்காம்பு

tea towel (*also* **tea cloth**) *noun* [C] a small towel that is used for drying plates, knives, forks, etc. தட்டங்கள், கத்திகள், கவை முட்கரண்டிகள் முதலியவற்றைத் துடைத்து உலர்த்தப் பயன்படுத்தப்படும் சிறு துண்டு; உணவு மேசைக்கலம் துடைக்கும் துணிக்குட்டை

technical /ˈteknɪkl/ *adj.* **1** connected with the practical use of machines, methods, etc. in science and industry அறிவியல் மற்றும் தொழில் துறையில் இயந்திரங்கள், செய்முறைகள் முதலியவற்றின் நடைமுறைப் பயன்பாடு சார்ந்த; இயந்திர இயக்கமுறை தொடர்பான; இயந்திர *The train was delayed owing to a technical problem.* **2** connected with the skills involved in a particular activity or subject குறிப்பிட்ட செயல்பாட்டுக்கு அல்லது துறைக்கு உரிய தனித்திறக் கூறுகள் சார்ந்த; தொழில்நுட்பமான; துறை/புல வழக்கான *This computer magazine is too technical for me.*

technicality /ˌteknɪˈkæləti/ *noun* [C] (*pl.* **technicalities**) one of the details of a particular subject or activity குறிப்பிட்ட துறையின் அல்லது செயல்பாட்டின் நுட்பக் கூறுகளில் ஒன்று; துறை நுட்பக் கூறு

technically /ˈteknɪkli/ *adv.* **1** according to the exact meaning, facts, etc. சரிநுட்பமான பொருள், மெய்ம்மைக் கூறுகள் முதலியவற்றின் படி; நுட்பமாகக் கூறுமிடத்து; நுணுகிக் காண்கையில் *Technically, you should pay by May 1st, but it doesn't matter if it's a few days late.* **2** in a way that involves detailed knowledge of the machines, etc. that are used in industry or science தொழில் துறையில் அல்லது அறிவியலில் பயன்படுத்தப்படும் இயந்திரங்கள் முதலியவற்றைப் பற்றிய நுட்பமான அறிவு தொடர்பான; தொழில்நுட்ப வகையில் *The country is technically not very advanced.* **3** used about sb's practical ability in a particular activity குறிப்பிட்ட துறையில் ஒருவரது செய்முறை ஆற்றல் தொடர்பாக; பயிற்சித் திறம் சார்ந்து *He's a technically brilliant dancer.*

technician /tekˈnɪʃn/ *noun* [C] a person whose work involves practical skills, especially in industry or science குறிப்பாக, தொழில் துறையில் அல்லது அறிவியலில் அனுபவ அறிவு அல்லது பயிற்சித் திறன் சார்ந்த பணி செய்பவர்; தொழில் நுட்பப் பணியாளர்; அறிவியல் செய்முறை வினைஞர் *a laboratory technician*

technique /tekˈni:k/ *noun* **1** [C] a particular way of doing sth ஒன்றைச் செய்வதற்கான குறிப்பிட்ட முறை; செய்முறை; உத்தி *marketing/management techniques* **2** [U] the practical skill that sb has in a particular activity குறிப்பிட்ட

செயலில் ஒருவருக்குள்ள பயிற்சித் திறம்; அனுபவ அறிவு; செயல்முறை ஆற்றல் *He's a naturally talented runner, but he needs to work on his technique.*

techno- /ˈteknəʊ/ *prefix* (*used in nouns, adjectives and adverbs*) connected with technology தொழில்நுட்பம் சார்ந்த *technophobe* (= a person who is afraid of technology)

technology /tekˈnɒlədʒi/ *noun* [C, U] (*pl.* **technologies**) the scientific knowledge and/or equipment that is needed for a particular industry, etc. குறிப்பிட்ட தொழில்துறை முதலியவற்றுக்குத் தேவையான அறிவியல் அறிவு மற்றும்/அல்லது அறிவியல் துணைக்கருவிகள்; தொழில் நுட்பவியல் *developments in computer technology* ▶ **technological** /ˌteknəˈlɒdʒɪkl/ *adj. technological developments* ▶ **technologist** /tekˈnɒlədʒɪst/ *noun* [C] *Technologists are developing a computer that can perform surgery.*

tectonic /tekˈtɒnɪk/ *adj.* (in geology) connected with the structure of the earth's surface (புவியமைப்பியலில்) பூமி மேற்பரப்பின் அமைப்புத் தொடர்பான ➪ **plate tectonics** பார்க்க.

teddy /ˈtedi/ (*also* **teddy bear**) *noun* [C] (*pl.* **teddies**) a toy for children that looks like a bear குழந்தைகளுக்கான கரடி போன்ற தோற்றமுடைய பொம்மை; பொம்மைக் கரடி

tedious /ˈtiːdiəs/ *adj.* boring and lasting for a long time சலிப்பூட்டும் முறையில் நீடிக்கிற *a tedious train journey*

teem /tiːm/ *verb* [I] **teem with sth** (used about a place) to have a lot of people or things moving about in it (இட வகையில்) பெருமளவிலான ஆட்களின் அல்லது பொருள்களின் நடமாட்டம் உடையதாயிரு; நிறைந்து காணப்படு; மொய்த்திரு *The streets were teeming with people.*

teenage /ˈtiːneɪdʒ/ *adj.* (*only before a noun*) **1** between 13 and 19 years old பதின்மூன்றுக்கும் பத்தொன்பதிற்கும் இடைப்பட்ட வயதுள்ள *teenage children* **2** typical of or suitable for people between 13 and 19 years old பதின்மூன்று முதல் பத்தொன்பது வரையான வயதுள்ளவர்களுக்கு உரிய அல்லது ஏற்ற *teenage magazines/fashion*

teenager /ˈtiːneɪdʒə(r)/ *noun* [C] a person aged between 13 and 19 years old பதின்மூன்றுக்கும் பத்தொன்பதிற்கும் இடைப்பட்ட வயதுடையவர் *Her music is very popular with teenagers.* ➪ **adolescent** பார்க்க.

teens /tiːnz/ *noun* [*pl.*] the period of a person's life between the ages of 13 and 19 ஒருவரது பதின்மூன்று வயதுக்கும் பத்தொன்பது வயதுக்கும் இடைப்பட்ட வாழ்க்கைப் பருவம் *to be **in your** early/late **teens***

teeshirt /ˈtiːʃɜːt/ = **T-shirt**

teeth ➪ **tooth** என்பதன் பன்மை வடிவம்

teethe /tiːð/ *verb* [I] (*usually* **be teething**) (used about a baby) to start growing its first teeth (குழந்தை வகையில்) முதற் பற்கள் முளைக்கப்பெறு; பல் முளை

teething problems (*also* **teething troubles**) *noun* [*pl.*] the problems that can develop when a person, system, etc. is new ஓர் ஆள், ஒரு கட்டமைப்பு முதலியவை புதிதாக இருக்கும் நிலையில் உருவாகும் சிக்கல்கள்; (தற்காலிகமான) தொடக்க நிலைப் பிரச்சினைகள் *We've just installed this new software and are having a few teething problems with it.*

teetotal /ˌtiːˈtəʊtl/ *adj.* (*not before a noun*) (used about a person) never drinking alcohol (ஆள் வகையில்) மதுப் பழக்கம் இல்லாத; மதுவை அறவே விலக்கிய ▶ **teetotaller** (*AmE* **teetotaler**) /ˌtiːˈtəʊtlə(r)/ *noun* [C]

TEFL /ˈtefl/ *abbr.* Teaching English as a Foreign Language அயல் மொழியாக ஆங்கிலம் கற்பித்தல் என்பதைக் குறிக்கும் Teaching English as a Foreign Language என்பதன் குறுக்கம்

tehsil (*also* **taluka**) *noun* [C] (*IndE*) an administrative division in India below a district இந்தியாவில் மாவட்டத்தின் கீழுள்ள அரசு நிர்வாகப் பகுதி

tel. *abbr.* telephone (number) தொலைபேசி எண்ணைக் குறிக்கும் telephone number என்பதன் குறுக்கம் *tel. 01865 56767*

tele- /ˈteli/ *prefix* (*used in nouns, verbs, adjectives and adverbs*) **1** over a long distance; far தொலை தூர; தொலைவான *telepathy* • *telescopic* **2** connected with television தொலைக்காட்சி தொடர்பான *teletext* **3** done using a telephone தொலைபேசியைப் பயன்படுத்திச் செய்யப்படுகிற *telesales*

telecast /ˈtelikɑːst/ *noun* (*AmE*) a broadcast on television தொலைக்காட்சி மூலம் செய்யப்படும் ஒளி மற்றும் ஒலி பரப்பு; தொலைகாட்சி ▶ **telecast** *verb* [T] (*pt. pp.* **telecast**) (*usually passive*) *The event will be telecast simultaneously to nearly 150 cities.*

telecommunications /ˌtelikəˌmjuːnɪˈkeɪʃnz/ *noun* [*pl.*] the technology of sending signals, images and messages over long distances by radio, telephone, television, etc. வானொலி, தொலைபேசி, தொலைக்காட்சி முதலியவற்றின் வழியாகச் சமிக்ஞைகள், உருப்படங்கள், செய்திகள் ஆகியவற்றை அனுப்பும் தொழில் நுட்பம்; தொலைத்தொடர்புத் தொழில்நுட்பம்

telegram /ˈtelɪɡræm/ *noun* [C] a message that is sent by a system (**telegraph**) that uses electrical signals and that is then printed and given to sb

மின் சமிக்ஞைகளைப் பயன்படுத்தித் தந்தி முறையில் அனுப்பப்பட்டுப் பின்னர் அச்சிடப்பட்டு ஒருவருக்குத் தரப்படும் செய்தி; தந்தி

telegraph /ˈtelɪgrɑːf/ *noun* [U] a method of sending messages over long distances, using wires that carry electrical signals மின் சமிக்ஞைகளைக் கொண்டு செல்லும் கம்பிகளைப் பயன்படுத்தித் தொலை தூர இடங்களுக்குச் செய்தி அனுப்பும் முறை; தந்தி முறை

telegraph pole *noun* [C] a tall wooden pole that is used for supporting telephone wires தொலைபேசிக் கம்பிகளைத் தாங்கி நிற்கும் உயரமான மரக் கம்பம்; தந்திக் கம்பம்

telemarketing /ˈtelimɑːkɪtɪŋ/ = **telesales**

telepathy /təˈlepəθi/ *noun* [U] the communication of thoughts between people's minds without using speech, writing or other normal methods பேச்சு, எழுத்து அல்லது பிற வழக்கமான முறைகளைப் பயன்படுத்தாது செய்யப்படும், ஆட்களின் மனங்களுக்கு இடையேயான எண்ணத் தொடர்பு; உணர்வு நிலைத் தொலைத்தொடர்பு

telephone /ˈtelɪfəʊn/ (*informal* **phone**) *noun* **1** [U] an electrical system for talking to sb in another place by speaking into a special piece of equipment ஒரு தனிவகைக் கருவித் தொகுதியினுள் பேச்சைச் செலுத்தி வேறோர் இடத்திலுள்ள ஒருவருடன் பேசும் மின்னியல் முறை; தொலைபேசி முறை; தொலைபேசி *Can I contact you **by telephone**? • to **make a phone call*** **2** [C] the piece of equipment that you use when you talk to sb by telephone தொலைபேசி வழியாக ஒருவருடன் பேசும்போது பயன்படுத்தப்படும் கருவித் தொகுதி; தொலைபேசிக் கருவி *a mobile phone* (= one that you can carry around) • *a public telephone*

NOTE குறிப்பாக, பேச்சு வழக்கில் **telephone** என்ற சொல்லுக்குப் பதிலாக **phone** என்ற சொல் மிகுதியாகப் பயன்படுத்தப்படுகிறது. தொலைபேசி அழைப்பின்போது முதலில் எண்ணை **dial** செய்கிறோம் (சுழற்றுகிறோம்). தொலைபேசி மணி ஒலிக்கிறது (**rings**). அப்பொழுது எதிர் முனையில் இருப்பவர் மறுமொழி கூறுகிறார் (**answers**). அவர் அச்சமயம் வேறொருவருடன் தொலைபேசியில் பேசிக்கொண்டிருந்தால், தொலைபேசி **engaged**-ஆக (கட்டுண்டு) இருக்கும். பேசி முடிக்கும்போது தொலைபேசியை **hang up** செய்கிறோம் (தொங்கவிடுகிறோம்) அல்லது வைத்துவிடுகிறோம் (**put the phone down**). வேறொரு பகுதிக்கு அல்லது நாட்டிற்குத் தொலைபேசியில் பேசும்போது தொலைபேசி எண்ணுக்கு முன் சுழற்றும் எண் **code** எனப்படும்—*What's the code for Spain?*

▶ **telephone** (*also* **phone**) *verb* [I, T] *Sarla phoned. She's going to be late.*

IDM **on the phone/telephone** ⇨ **phone** பார்க்க.

telephone box (*also* **phone box; call box**) *noun* [C] a small covered place in a street, etc. that contains a telephone for public use ஒரு தெரு முதலியவற்றில் பொதுமக்கள் பயன்பாட்டிற்காகத் தொலைபேசி நிறுவப்பட்டுள்ள அடைப்பிடப்பட்ட இடம்; தொலைபேசிக் கூண்டு

telephone directory (*informal* **phone book**) *noun* [C] a book that gives a list of the names, addresses and telephone numbers of the people in a particular area குறிப்பிட்ட பகுதியில் உள்ள ஆட்களின் பெயர்கள், முகவரிகள், தொலைபேசி எண்கள் ஆகியவற்றின் பட்டியல் அடங்கிய புத்தகம்; தொலைபேசித் தகவல் சுவடி

telephone exchange (*also* **exchange**) *noun* [C] a place belonging to a telephone company where telephone lines are connected to each other தொலைபேசி இணைப்புகள் ஒன்றோடொன்று தொடர்புப்படுத்தப்பட்டுள்ள, தொலைபேசி நிறுவனத்திற்குச் சொந்தமான இடம்; தொலைபேசி இணைப்பகம்

telesales /ˈteliseɪlz/ (*also* **telemarketing**) *noun* [U] a method of selling things by telephone தொலைபேசியைப் பயன்படுத்திப் பொருள்களை விற்பனை செய்யும் முறை; தொலைபேசி வழி விற்பனை முறை *He works in telesales.*

telescope /ˈtelɪskəʊp/ *noun* [C] an instrument in the shape of a tube with special pieces of glass (**lenses**) inside it. You look through it to make things that are far away appear bigger and nearer தொலைதூரப் பொருள்களைப் பெரிதாகவும் அருகில் உள்ளன போலவும் காட்டும், கண்ணாடி வில்லைகள் பொருத்தப்பட்ட குழல் வடிவக் கருவி; தொலை நோக்காடி; தொலைநோக்கி

teletext /ˈtelitekst/ *noun* [U] a service that provides news and other information in written form on television தொலைக்காட்சியில் எழுத்து வடிவில் செய்தி மற்றும் பிற தகவல்களை வழங்கும் சேவை; தொலைவரித் தகவல் சேவை

televise /ˈtelɪvaɪz/ *verb* [T] to show sth on television தொலைக்காட்சியில் ஒன்றைக் காட்டு; ஒளிபரப்பு *a televised concert*

television /ˈtelɪvɪʒn/ (*also* **TV**) (*BrE informal* **telly**) *noun* **1** (*also* **television set**) [C] a piece of electrical equipment in the shape of a box. It has a glass screen which shows programmes with moving pictures and sounds தொலைக்காட்சிப் பெட்டி *to turn the television on/off* **2** [U] the programmes that are shown on a television set

தொலைக்காட்சிப் பெட்டியில் காட்டப்படும் நிகழ்ச்சிகள்; தொலைக்காட்சி நிகழ்ச்சிகள் *Ponni's watching television.* **3** [U] the electrical system and business of sending out programmes so that people can watch them on their television sets தொலைக்காட்சிப் பெட்டியில் மக்கள் காணத்தக்கவாறு நிகழ்ச்சிகளை ஒளிபரப்பும் வாணிகச் செயல்பாடும் அதற்கான மின் கட்டமைவு முறையும்; தொலைக்காட்சி நிகழ்ச்சி ஒளிபரப்பு *a television presenter/series/documentary • cable/satellite/terrestrial/digital television*

IDM on television being shown by television; appearing in a television programme தொலைக்காட்சியில் காட்டப்படுகிற; ஒளிபரப்பப்படுகிற; தொலைக்காட்சி நிகழ்ச்சியில் தோன்றுகிற *What's on television tonight?*

tell /tel/ *verb* (*pt, pp* **told** /təʊld/) **1** [T] **tell sb (sth/that...); tell sb (about sth); tell sth to sb** to give information to sb by speaking or writing பேச்சு அல்லது எழுத்து வடிவில் ஒருவருக்குத் தகவல் அளி; தெரிவி *Tell us about your holiday. • to **tell the truth/a lie** • to **tell a story*** ➪ **say** பதிவிலுள்ள குறிப்பைப் பார்க்க. **2** [T] **tell sb to do sth** to order or advise sb to do sth ஒன்றைச் செய்யுமாறு ஒருவருக்குக் கட்டளையிடு அல்லது அறிவுரை கூறு *The policewoman told us to get out of the car.* **3** [I, T] to know, see or judge (sth) correctly சரியான முறையில் (ஒன்றை) அறிந்துகொள் அல்லது மதிப்பிடு; துல்லியமாகத் தெரிந்துகொள் அல்லது கூறு ***You can never tell** what he's going to say next. • I can't **tell the difference between** Raju's sisters.* **4** [T] (used about a thing) to give information to sb (ஒரு பொருள் பற்றிக் குறிப்பிடுகையில்) ஒருவருக்குத் தகவல் அளி; தெரியப்படுத்து *This book will tell you all you need to know.* **5** [I] to not keep a secret ஓர் இரகசியத்தைக் காவாதிரு; வெளிப்படுத்திவிடு *Promise you won't tell!* **6** [I] **tell (on sb/sth)** to have a noticeable effect குறிப்பிடத்தக்க மாற்ற விளைவை உண்டுபண்ணு *I can't run as fast as I could—my age is beginning to tell!*

(I'll) tell you what (*informal*) used to introduce a suggestion ஒரு யோசனையை முன்வைக்கப் பயன்படுத்தப்படுவது: என்ன செய்ய வேண்டுமென்று நான் கூறுகிறேன் *I'll tell you what—let's ask Daya to take us.*

I told you (so) (*informal*) I warned you that this would happen இது நேரப்போகிறது என்று எச்சரித்தேன்

tell A and B apart ➪ **apart** பார்க்க.

tell the time to read the time from a clock or watch மணிப்பொறியில் அல்லது கைக்கடிகாரத்தில் நேரம் பார்

PHR V tell sb off (for sth/for doing sth) to speak to sb angrily because he/she has done sth wrong ஒருவர் ஒரு தவறு செய்துள்ளமைக்காக அவரிடம் சினக்குறிப்புடன் பேசு; கண்டி *The teacher told me off for not doing my homework.*

tell on sb to tell a parent, teacher, etc. about sth bad that sb has done ஒருவர் செய்துள்ள மோசமான ஒரு செயலைப் பற்றி அவரது பெற்றோர், ஆசிரியர் முதலியோரிடம் கூறு; கோள் சொல்

telling /ˈtelɪŋ/ *adj.* **1** showing, without intending to, what sb/sth is really like பெரும்பாலும் உள்நோக்கமின்றி ஒருவரது/ஒன்றின் உண்மையான நிலையை வெளிப்படுத்துகிற; மெய்யான; வெளிப்படையான *The number of homeless people is a telling comment on today's society.* **2** having a great effect பயன் முனைப்பு மிக்க; செயலுரம் வாய்ந்த; திடமான; குறிப்பிடத்தக்க *That's quite a telling argument.*

tell-tale *adj.* giving information about sth secret or private இரகசியமான அல்லது அந்தரங்கமான ஒன்றை வெளிப்படுத்துகிற அல்லது காட்டிக்கொடுத்துவிடுகிற *He said he was fine, but there were tell-tale signs of worry on his face.*

telly /ˈteli/ (*pl.* **tellies**) (*BrE informal*) = **television**

temp¹ /temp/ *noun* [C] (*informal*) a temporary employee, especially in an office, who works somewhere for a short period of time when sb else is ill or on holiday குறிப்பாக ஓர் அலுவலகத்தில், உடல்நலமற்ற அல்லது விடுப்பில் உள்ள வேறொருவரது இடத்தில் குறுகிய கால அளவு பணிபுரியும் தற்காலிகப் பணியாளர்

temp² *abbr.* temperature தட்பவெப்ப நிலையைக் குறிக்கும் temperature என்பதன் குறுக்கம் *temp 15°C*

temper /ˈtempə(r)/ *noun* **1** [C, U] if you have a temper you get angry very easily மிக எளிதாக வெளிப்படும் சினம், கடுகடுப்பு, எரிச்சல் *Be careful of Sunil. He's got quite a temper! • You must learn to control your temper.* **2** [C] the way you are feeling at a particular time குறிப்பிட்ட தருணத்தில் காணப்படும் ஒருவரது உணர்ச்சிப்போக்கு; மனநிலை; மனப்பாங்கு *It's no use talking to him when he's **in a bad temper**.* ✪ SYN **mood**

IDM in a temper feeling very angry and not controlling your behaviour மிகுந்த சின உணர்ச்சிக்கு ஆட்பட்டுத் தனது நடத்தையைக் கட்டுப்படுத்தாத நிலையில்; மட்டுமீறிய கோபத்துடன்

keep/lose your temper to stay calm/to become angry அமைந்தடங்கியிரு/சினம் கொள் ➪ **bad-tempered** பார்க்க.

temperament /ˈtemprəmənt/ *noun* [C, U] a person's character, especially as it affects the way he/she behaves and feels ஒருவரது குணநலம், குறிப்பாக அவரது நடத்தைமுறையிலும்

எண்ணப்போக்கிலும் மாற்றவிளைவு ஏற்படுத்துகிற தனிப் பண்பியல்பு; உளப்பாங்கு *to have an artistic/a fiery/a calm temperament*

temperamental /ˌtemprəˈmentl/ *adj.* often and suddenly changing the way you behave or feel நடத்தை முறையை அல்லது உணர்ச்சிப் போக்கை அடிக்கடி திடீரென மாற்றிக்கொள்கிற; வெவ்வேறான நடத்தை முறைகளுக்கு அல்லது உணர்ச்சிகளுக்கு இடம் கொடுக்கிற

temperate /ˈtempərət/ *adj.* (used about a climate) not very hot and not very cold (ஓரிடத்தின் வானிலை பற்றிக் குறிப்பிடுகையில்) மிகுதியான வெம்மையோ குளிரோ இல்லாத; மிதமான/மட்டான தட்பவெப்பமுடைய

temperature /ˈtemprətʃə(r)/ *noun* **1** [C, U] how hot or cold sth is ஒன்று இன்ன அளவு வெப்பமாக அல்லது குளிராக உள்ளது என்பது; தட்பவெப்ப அளவு *Heat the oven to a temperature of 200°C.* • *a high/low temperature* • *an increase in temperature* **2** [C] how hot or cold a person's body is ஒருவரது உடலின் தட்பவெப்ப அளவு

IDM **have a temperature** (used about a person) to be hotter than normal because you are ill (ஆள் வகையில்) உடல் நலமின்மை காரணமாக உடலின் இயல் வெப்ப நிலையை விடக் கூடுதலான வெப்பம் உடையவராயிரு; காய்ச்சல் அடி

take sb's temperature to measure the temperature of sb's body with a special instrument (**a thermometer**) வெப்பமானியால் ஒருவரது உடல் வெப்ப அளவை அள

template /ˈtempleɪt/ *noun* [C] **1** a shape cut out of a hard material, used as a model for producing exactly the same shape many times in another material சரியொத்த உருவமைப்பில் வேறொரு பொருளில் ஒன்றுக்கு மேற்பட்ட உருப்படிவங்கள் தயாரிப்பதற்கான உருமாதிரியாகப் பயன்படுத்தப்படும், ஒரு கெட்டியான பொருளிலிருந்து வெட்டியெடுக்கப்பட்ட உருப்படிவம்; திண்பொருள் பாங்கம் **2** a thing that is used as a model for producing other similar examples ஒத்த படிவங்கள் தயாரிக்கப் பயன்படுத்தப்படும் மாதிரிப் படிவம்; கட்டளை மாதிரி; எடுத்துக்காட்டு அமைப்பு *If you need to write a lot of similar letters, set up a template on your computer.*

temple /ˈtempl/ *noun* [C] **1** a building where people pray to a god or gods கடவுளை அல்லது கடவுள்களை மக்கள் வழிபடும் இடம்; ஆலயம்; கோயில் *a Buddhist/Hindu temple* **2** one of the flat parts on each side of your forehead நெற்றியின் இரு பக்கங்களிலுமுள்ள தட்டையான பகுதிகளில் ஒன்று; நெற்றிப்பொட்டு ⇨ **body** பதிவில் படம் பார்க்க.

tempo /ˈtempəʊ/ *noun* (*pl.* **tempos** /ˈtempəʊz/) **1** [*sing.*, U] the speed of an activity or event ஒரு செயலின் அல்லது நிகழ்வின் விரைவு; செயல்வேகம்; நிகழ்ச்சி வேகம் **2** [C, U] the speed of a piece of music ஓர் இசைக்கூறினது வேகம் *a fast/slow tempo* **3** [C] (in India) a three-wheeled vehicle for carrying goods (இந்தியாவில்) பொருள்களைக் கொண்டு செல்ல பயன்படுத்தப்படும் மூன்று சக்கர ஊர்தி

temporary /ˈtemprəri/ *adj.* lasting for a short time; not permanent குறுகிய கால அளவுக்கு நீடித்திருக்கிற; நிரந்தரமானதல்லாத; தற்காலிகமான *a temporary job* • *This arrangement is only temporary.* ▶ **temporarily** /ˈtemprərəli/ *adv.*

tempt /tempt/ *verb* [T] **tempt sb (into sth/into doing sth); tempt sb (to do sth)** to try to persuade or attract sb to do sth, even if it is wrong ஒன்று தவறானதாக இருக்கும் நிலையிலும், அதனைச் செய்ய ஒருவரை இணங்கவைக்க அல்லது அதன்பால் கவர்ந்திழுக்க முயல்; ஆசை காட்டி இழு; ஒன்றின் மீது சபலம் உண்டாக்கு *His dream of riches had tempted him into a life of crime.*

temptation /tempˈteɪʃn/ *noun* **1** [U] a feeling that you want to do sth, even if you know that it is wrong ஒன்று தவறானது என்று அறிந்திருக்கும் நிலையிலும் அதனைச் செய்ய விரும்புவதாகிய உணர்வு; சபலம்; கவர்ச்சி *I managed to* ***resist the temptation*** *to tell him what I really thought.* **2** [C] a thing that attracts you to do sth wrong or silly தவறான அல்லது மடத்தனமான ஒன்றைச் செய்யத் தன்னை ஈர்க்கும் பொருள்; சபலமூட்டுவது; கவர்ச்சிப் பொருள் *All that money is certainly a big temptation.*

tempting /ˈtemptɪŋ/ *adj.* attractive in a way that makes you want to do or have sth ஒன்றைச் செய்ய அல்லது அடையத் தூண்டும் முறையில் அதன் மீது கவர்ச்சியூட்டுகிற; சபலம் உண்டாக்குகிற; மயக்கி இழுக்கிற *a tempting offer*

ten /ten/ *number* 10 பத்து என்ற எண்; பத்து

NOTE வாக்கியங்களில் எண்கள் பயன்படுத்தப்படும் முறை குறித்த எடுத்துக்காட்டுகள் **six** பதிவில் தரப்பட்டுள்ளன.

tenacious /təˈneɪʃəs/ *adj.* not likely to give up or let sth go; determined ஒன்றை எளிதில் விட்டுவிடாத அல்லது போகவிடாத; விடாப்பிடியான; மன உறுதியுடைய ▶ **tenacity** /təˈnæsəti/ *noun* [U]

tenancy /ˈtenənsi/ *noun* [C, U] (*pl.* **tenancies**) the use of a room, flat, building or piece of land, for which you pay rent to the owner உடைமையாளருக்கு வாடகை செலுத்தி, ஓர்

அறை, அறைக்கட்டு, ஒரு கட்டடம், நிலப்பகுதி ஆகியவற்றைப் பயன்படுத்திக் கொள்ளுதல்; வாடகைக் குடியிருப்பு *a six-month tenancy* • *It says in the tenancy agreement that you can't keep pets.*

tenant /ˈtenənt/ *noun* [C] a person who pays money (**rent**) to the owner of a room, flat, building or piece of land so that he/she can live in it or use it உடைமையாளருக்கு வாடகை செலுத்தி, ஓர் அறை, அறைக்கட்டு, ஒரு கட்டடம், நிலப்பகுதி ஆகியவற்றில் குடியிருப்பவர் அல்லது அவற்றைப் பயன்படுத்துபவர்; குடியிருப்பவர்; குத்தகைதாரர் ➪ **landlady** மற்றும் **landlord** பார்க்க.

tend /tend/ *verb* **1** [I] **tend to do sth** to usually do or be sth வழக்கமுறையாகச் செய் அல்லது இரு *Women tend to live longer than men.* • *There tends to be a lot of heavy traffic on that road.* **2** [I] used for giving your opinion in a polite way பண்பிணக்கமுடன் தனது கருத்தைக் கூறப் பயன்படுத்தப்படுவது: மனவிருப்பம் கொள்; நாடு *I **tend to think** that we shouldn't interfere.* **3** [I, T] (*formal*) **tend (to) sb/sth** to look after sb/sth ஒருவரை/ஒன்றைக் கவனித்துப் பார்த்துக்கொள்; பேணு *Paramedics tended (to) the injured.*

tendency /ˈtendənsi/ *noun* [C] (*pl.* **tendencies**) **a tendency (to do sth/towards sth)** something that a person or thing usually does; a way of behaving ஒருவர்/ஒன்று வழக்கமுறையாகச் செய்வது; மனப்பாங்கு; நடத்தைப் பாங்கு *They both **have a tendency** to be late for appointments.* • *The dog began to show vicious tendencies.*

tender[1] /ˈtendə(r)/ *adj.* **1** kind and loving பரிவும் அன்பும் உடைய; கனிவான; கரிசனையுடைய *tender words/looks/kisses* **2** (used about food) soft and easy to cut or bite; not tough (உணவு வகையில்) மென்மையாகவும் கூறுபடுத்துவதற்கு அல்லது கடிப்பதற்கு எளிதாகவும் உள்ள; கெட்டியாக இல்லாத *The meat should be nice and tender.* **3** (used about a part of the body) painful when you touch it (ஓர் உடற்பகுதி பற்றிக் கூறுகையில்) தொடும்பொழுது வலி உண்டாகிற; உணர்ச்சி மென்மை வாய்ந்த

IDM at a tender age; at the tender age of... when still young and without much experience அனுபவ முதிர்ச்சியற்ற இளவயதில் *She went to live in Delhi at the tender age of 15.* ▶ **tenderly** *adv.* ▶ **tenderness** *noun* [U]

tender[2] /ˈtendə(r)/ *verb* [I, T] (*written*) to offer or give sth formally முறைப்படி ஒன்றைக் கொடுக்க முன்வா அல்லது கொடு *After the scandal the Foreign Minister was forced to tender her resignation.* ▶ **tender** (*also* **bid**) *noun* [C] *Several firms submitted tenders for the catering contract.*

tendon /ˈtendən/ *noun* [C] a strong, thin part inside your body that joins a muscle to a bone உடலினுள் ஒரு தசையை எலும்புடன் இணைக்கும் உறுதியான மெல்லிய பகுதி; தசை நாண் ➪ **arm** பதிவில் படம் பார்க்க.

tendril /ˈtendrəl/ *noun* [C] a long thin part that grows from a climbing plant. A plant uses tendrils to fasten itself to a wall, etc. தழுவு கொடிகளில் தோன்றும், சுவர் முதலியவற்றில் பிணைத்துக்கொள்ள ஏதுவான, நீண்டு மெலிதான உறுப்பு; தளிரிழை; தளிர்க்கை

tendu (*also* **tendu leaf**) *noun* [C] the leaf of an Asian tree used to made **beedis** (in India) (இந்தியாவில்) பீடிகள் தயாரிக்கப் பயன்படுத்தப்படும் ஓர் ஆசிய மரத்தின் இலை

tenement /ˈtenəmənt/ *noun* [C] a large building that is divided into small flats, especially in a poor area of a city குறிப்பாக மாநகரின் ஏழ்மைப்பகுதியில் உள்ள, சிறு அறைக்கட்டுகளாகப் பகுக்கப்பட்டுள்ள, பெரிய கட்டடம்; அறைக்கட்டு மனை

tenet /ˈtenɪt/ *noun* [C] (*formal*) one of the principles or beliefs that a theory or larger set of beliefs is based on ஒரு விரிவான கோட்பாட்டின் அல்லது கோட்பாட்டுத் தொகுதியின் அடிப்படையாக அமையும் கொள்கைகளில் அல்லது கோட்பாடுகளில் ஒன்று; கோட்பாட்டுக் கூறு; அம்சம் *one of the basic tenets of Christianity*

tennis /ˈtenɪs/ *noun* [U] a game for two or four players who hit a ball over a net using a piece of equipment (**a racket**) that is held in one hand ஒரு கையில் மட்டையைப் பிடித்துக்கொண்டு பந்தை வலையின் மேலாக அடித்துச் செலுத்தி இருவர் அல்லது நால்வர் ஆடும் பந்தாட்ட வகை; வரிப்பந்தாட்டம்; டென்னிஸ் *Let's play tennis.* • *to have a game of tennis* • *a tennis match*

NOTE டென்னிஸ் ஆட்டத்தில் பக்கத்திற்கு ஒருவராக ஆடும் ஆட்டம் **singles** என்றும் இருவர் இருவராக இரண்டு அணிகள் ஆடும் ஆட்டம் **doubles** என்றும் அழைக்கப்படுகின்றன.

tenor /ˈtenə(r)/ *noun* [C] a fairly high singing voice for a man; a man with this voice மட்டான அளவில் ஓங்கி ஒலிக்கும் ஆண் இசைக்குரல்; இக்குரலுடைய ஆண் *Pavarotti is a famous Italian tenor.*

tense[1] /tens/ *adj.* **1** (used about a person) not able to relax because you are worried or nervous (ஆள் வகையில்) கவலை அல்லது அச்சம் காரணமாக ஓய்வமைதியுடன் இருக்க முடியாத; மன இறுக்கமுடைய; நிதானமற்ற;

பதற்றமுடைய *She looked pale and tense.* **2** (used about a muscle or a part of the body) tight; not relaxed (ஒரு தசை அல்லது ஓர் உடலுறுப்பு பற்றிக் கூறுகையில்) தளர்வற்ற; இறுக்கமான; விறைப்பான **3** (used about an atmosphere or a situation) in which people feel worried and not relaxed (ஒரு சூழ்நிலை அல்லது நிலைமை குறித்துக் கூறுகையில்) ஆட்கள் நிதானத்துடன் இல்லாது மனக்கலக்கத்துடன் காணப்படுகிற; பதற்றமான; கொந்தளிப்பான

tense² /tens/ *verb* [I, T] **tense (up)** to have muscles that have become hard and not relaxed தளர்வற்ற, கடினமான தசைகளை உடையவராயிரு/உடையதாயிரு; தசைகள் முறுக்காகு

tense³ /tens/ *noun* [C, U] (*grammar*) a form of a verb that shows if sth happens in the past, present or future கடந்தகால, நிகழ்கால அல்லது எதிர்கால நிகழ்வைக் காட்டும் வினை வடிவம்; காலம் காட்டும் வினைவடிவம்

NOTE காலம் காட்டும் வடிவங்கள் பற்றி மேலும் அறிய அகராதிப் பகுதியை அடுத்துள்ள **Quick Grammar Reference** பகுதியைப் பார்க்க.

tension /ˈtenʃn/ *noun* **1** [U] the condition of not being able to relax because you are worried or nervous கவலை அல்லது அச்சம் காரணமாக ஓய்வமைதியுடன் இருக்க முடியாத நிலை; மன அலைவு நிலை; பதற்றம்; கொந்தளிப்பு; படபடப்பு *I could hear the tension in her voice as she spoke.* **2** [C, U] bad feeling and lack of trust between people, countries, etc. ஆட்கள், நாடுகள் முதலியவற்றுக்கு இடையேயான வெறுப்புணர்ச்சியும் நம்பிக்கை இன்மையும்; உறவின் இறுக்க நிலை; உள் முறிந்த உறவு நிலை *There are signs of growing tensions between the two countries.* **3** [U] (used about a rope, muscle, etc.) the state of being stretched tight; how tightly sth is stretched (வடக்கயிறு, தசை முதலியவை வகையில்) இழுத்து இறுக்கப்பட்ட நிலை; விறைப்பு; இறுக்கம்; இறுக்க அளவு *The massage relieved the tension in my neck.*

tent /tent/ *noun* [C] a small structure made of cloth that is held up by poles and ropes. You use a tent to sleep in when you go camping முகாம் செல்லும்போது உறங்குவதற்குப் பயன்படுத்தப்படும், கழிகள் மற்றும் வடக்கயிறுகளால் நிலை நிறுத்தப்பட்ட துணியாலான சிறு கட்டமைப்பு; கூடாரம் *to put up/take down a tent*

tentacle /ˈtentəkl/ *noun* [C] one of the long thin soft parts like legs that some sea animals have சிலவகைக் கடல் விலங்குகளில் காணப்படும் கால்கள் போன்ற நீண்டு மெலிதான மென் பகுதிகளில் ஒன்று; உணர்ச்சிக்கொடுக்கு; பற்றிழை *An octopus has eight tentacles.* ➪ **jellyfish** பதிவில் படம் பார்க்க.

tentative /ˈtentətɪv/ *adj.* **1** (used about plans, etc.) uncertain; not definite (திட்டங்கள் முதலியவை வகையில்) நிச்சயமற்ற; உறுதியில்லாத; ஐயப்பாட்டு நிலையிலுள்ள **2** (used about a person or his/her behaviour) not confident about what you are saying or doing (ஒரு நபர் அல்லது அவரது நடத்தை பற்றிக் குறிப்பிடுகையில்) தான் பேசுவது அல்லது செய்வது குறித்து நம்பிக்கை இல்லாத; மன உறுதியற்ற; தயக்கம் காட்டுகிற *a tentative smile/suggestion* ► **tentatively** *adv.*

tenterhooks /ˈtentəhʊks/ *noun* [*pl.*]

IDM **(be) on tenterhooks** to be in a very nervous or excited state because you are waiting to find out what is going to happen நிகழ இருப்பதைக் கண்டறியக் காத்திருக்கும் நிலையில், மனக்கலக்கத்துடன் அல்லது மனக்கிளர்ச்சியுடன் இரு; ஒரு நிச்சயமற்ற நிலை காரணமாகப் பதற்றத்துடன் இரு

tenth¹ /tenθ/ *det., adj., adv.* 10th பத்தாவது; பத்தாவதான; பத்தாவதாக ➪ **sixth** பதிவிலுள்ள எடுத்துக்காட்டுகள் பார்க்க.

tenth² /tenθ/ *noun* [C] the fraction 1/10; one of ten equal parts of sth ஒன்றின் பத்து சமக்கூறுகளில் ஒன்று; 1/10 என்ற பின்ன எண்; பத்தில் ஒன்று ➪ **sixth** பதிவிலுள்ள எடுத்துக்காட்டுகள் பார்க்க.

tenuous /ˈtenjuəs/ *adj.* very weak or uncertain வலுவற்ற; திடமற்ற; உறுதியில்லாத; நிச்சயமற்ற; ஐயப்பாட்டு நிலையிலுள்ள *The connection between Jai's story and what actually happened was tenuous.*

tenure /ˈtenjə(r)/ *noun* [U] a legal right to live in a place, hold a job, use land, etc. for a certain time குறிப்பிட்ட கால அளவுக்கு ஓரிடத்தில் வசித்தல், ஒரு பணிப் பொறுப்பு வகித்தல், ஒரு நிலத்தைப் பயன்படுத்துதல் முதலியவற்றுக்கான சட்டப்படியான உரிமை; உடைமை நுகர்ச்சி அல்லது பதவி வகிப்பு உரிமை (அல்லது காலம்)

tepid /ˈtepɪd/ *adj.* (used about liquids) only slightly warm (திரவங்கள் வகையில்) சிறிதளவே வெம்மையாக இருக்கிற; சற்றே சூடான; வெதுவெதுப்பான

term¹ /tɜːm/ *noun* **1** [C] a word or group of words with a particular meaning குறிப்பிட்ட பொருளுடைய சொல் அல்லது தொடர்; குறிப்பிட்ட கருத்துருவை விளக்கும் சொல் அல்லது தொடர்; கருத்து விளக்கச் சொல் அல்லது தொடர் *What exactly do you mean by the term 'racist'?* • *a technical term in computing* **2 terms** [*pl.*] **in terms of...; in...terms** used for showing which particular way you are thinking about sth or from which point of view ஒன்று குறித்த குறிப்பிட்ட முறையான சிந்தனை அல்லது

கருத்துக்கோணம் *The flat would be ideal in terms of size, but it is very expensive.* **3 terms** [*pl.*] the conditions of an agreement ஓர் ஒப்பந்தத்தின் நிபந்தனைகள் அல்லது விதிமுறைகள் ***Under the terms of*** *the contract you must give a week's notice.* **4** [C] a period of time into which a school or university year is divided பள்ளி அல்லது பல்கலைக்கழகக் கல்வியாண்டின் காலப் பகுப்புகளுள் ஒன்று; பருவம் *the autumn/spring/summer term • an end-of-term test* **5** [C] a period of time for which sth lasts ஒன்று நீடித்திருக்கும் கால அளவு; கால நீட்சி; கால எல்லை *The US President is now in his second term of office.*

IDM be on equal terms (with sb) ➪ **equal**[1] பார்க்க.

be on good, friendly, etc. terms (with sb) to have a friendly relationship with sb ஒருவருடன் நட்புறவு கொண்டிரு; தோழமையுடன் இரு

come to terms with sth to accept sth unpleasant or difficult இன்னாத அல்லது இடர்ப்பாடான ஒன்றை ஏற்று அமைவுறு; ஒத்திசைந்து போ

in the long/short term over a long/short period of time in the future எதிர்காலத்தில் நீண்ட/குறைந்த கால அளவில்

term[2] /tɜːm/ *verb* [T] to describe sb/sth by using a particular word or expression குறிப்பிட்ட சொல்லை அல்லது தொடரைப் பயன்படுத்தி ஒருவரது/ஒன்றின் தன்மையை விவரி; குறிப்பிட்ட சொல்லால்/தொடரால் ஒருவரை/ஒன்றைச் சுட்டி விளக்கு *the period of history that is often termed the 'Dark Ages'*

terminal[1] /ˈtɜːmɪnl/ *adj.* (used about an illness) slowly causing death (நோய் வகையில்) மெல்ல மரணத்திற்கு இட்டுச்செல்கிற; இறப்பில் முடிகிற; உயிர் போக்கிவிடத்தக்க *terminal cancer* ▶ **terminally** /ˈtɜːmɪnəli/ *adv. a terminally ill patient*

terminal[2] /ˈtɜːmɪnl/ *noun* [C] **1** a large railway station, bus station or building at an airport where journeys begin and end பயணம் தொடங்கும் மற்றும் முடிவடையும் பெரிய இருப்பூர்தி நிலையம், பேருந்து நிலையம் அல்லது விமான நிலையக் கட்டடம்; பயண முனை; கடைக்கோடி ஊர்தி நிலையம் *the bus terminal • Which terminal are you flying from?* **2** (*computing*) the computer that one person uses for getting information from a central computer or for putting information into it ஒரு மையக் கணினி அமைப்பிலிருந்து தகவல் பெற அல்லது அதனுள் தகவலைச் செலுத்த ஓராள் பயன்படுத்தும் கணிப்பொறி; முனையம்

terminate /ˈtɜːmɪneɪt/ *verb* [I, T] (*formal*) to end or to make sth end முடிவுறு; நின்றுபோ; ஒன்றை முடிந்திடச் செய்; நிறுத்து *to terminate a contract/an agreement* ▶ **termination** *noun* [U]

terminology /ˌtɜːmɪˈnɒlədʒi/ *noun* [U] the special words and expressions that are used in a particular profession, subject or activity குறிப்பிட்ட பணித்துறையில், அறிவுத்துறையில் அல்லது செயற்பாட்டில் பயன்படுத்தப்படும் தனிவகைச் சொற்கள் மற்றும் தொடர்கள்; துறைச்சொல் தொகுதி; புல வழக்குச் சொற்றொகுதி

terminus /ˈtɜːmɪnəs/ *noun* [C] (*pl.* **terminuses** /-nəsɪz/) the last stop or station at the end of a bus route or railway line பேருந்து அல்லது இருப்பூர்தித் தடத்தின் கடைசி நிறுத்தம் அல்லது நிலையம்; முடிவிடம்

termite /ˈtɜːmaɪt/ *noun* [C] a small insect that lives in large groups, mainly in hot countries. Termites eat the wood of trees and buildings கறையான்; செல்

terrace /ˈterəs/ *noun* **1** [C] a flat area of stone next to a restaurant or large house where people can have meals, sit in the sun, etc. உணவருந்துதல், வெயில் காய்தல் முதலியவற்றுக்குப் பயன்படுத்தக்கூடிய, ஓர் உணவகத்தை அல்லது ஒரு பெரிய வீட்டை அடுத்துள்ள கற்பாவிய சமதள இடம்; மனை ஒட்டுத்தளம் ➪ **patio, veranda** மற்றும் **balcony** பார்க்க. **2** (*BrE*) [C] a line of similar houses that are all joined together ஒன்றோடொன்று இணைந்துள்ள ஒரே மாதிரியான வீடுகளின் வரிசைத் தொகுதி; ஒட்டுமனை வரிசை **3** [C, *usually pl.*] one of a series of steps that are cut into the side of a hill so that crops can be grown there பயிரிடுவதற்குத் தக்கதாகக் குன்றுப் பக்கத்தில் பிளந்து உருவாக்கப்படும் தட்டையான தளங்களின் வரிசைத் தொகுதியில் ஒன்று; மலைச்சாரல் படியடுக்குத் தளம் ➪ **flood plain** பதிவில் படம் பார்க்க. **4 terraces** [*pl.*] the wide steps that people stand on to watch a football match கால்பந்தாட்டத்தைக் காண்போர் நிற்கும் அகன்ற படிகளின் தொகுதி; கால்பந்தாட்ட அரங்கு படியடுக்குத் தளம்

terraced /ˈterəst/ *adj.* **1** (*BrE*) (used about a house) forming part of a line of similar houses that are all joined together (வீடு வகையில்) ஒன்றோடு ஒன்று இணைந்துள்ள ஒரே மாதிரியான வீடுகளின் வரிசைத் தொகுதியில் ஒன்றான; ஒட்டுமனையான **2** (used about a hill) having steps cut out of it so that crops can be grown there (குன்று வகையில்) பயிரிடத்தக்க வகையில் வெட்டி உருவாக்கப்பட்ட படியடுக்குத் தளங்கள் உடைய

terracotta /ˌterəˈkɒtə/ *noun* [U] reddish-brown clay that has been baked but not covered in a shiny transparent substance (**glaze**), and is used for making pots, etc. மட்கலங்கள் செய்யப் பயன்படுத்தப்படும் சுடப்பட்ட ஆனால் மெருகூட்டப்படாத செம்பழுப்பு நிறக் களிமண்

terrain /tə'reɪn/ *noun* [U] land of the type mentioned குறிப்பிடப்பட்ட வகையான நிலப்பகுதி; திணை நிலம் *mountainous/steep/rocky terrain*

terrestrial /tə'restriəl/ *adj.* **1** connected with the planet Earth நில உலகம் சார்ந்த; பூமிக்குரிய; *terrestrial life* **2** (*technical*) (of animals and plants) living on the land rather than in water or air நீரிலோ வான்வெளியிலோ இன்றி, நிலத்தில்/தரையில் வாழ்கிற **3** (of television and broadcasting systems) operating on Earth rather than from a satellite (தொலைக்காட்சி மற்றும் ஒலி/ஒளிபரப்புக் கட்டமைப்பு வகையில்) செயற்கைக் கோளிலிருந்து அல்லாது பூமியிலிருந்து இயக்கப்படுகிற

terrible /'terəbl/ *adj.* **1** very unpleasant; causing great shock or injury கடுவெறுப்பூட்டுகிற; திடுக்கிடச் செய்கிற; கடுமையான உடல் தீங்கு உண்டுபண்ணுகிற; பயங்கரமான; கேடார்ந்த *a terrible accident • terrible news • What a terrible thing to do!* **2** ill or very upset உடல்நலம் கெட்ட; நோயுற்ற; பெரும் வருத்தத்தில் உள்ள; வேதனையுற்ற *I feel* ***terrible****. I think I'm going to be sick.* **3** very bad; of poor quality மிக மோசமான; சீர்கேடான; தரக்குறைவான; கீழ்த்தரமான *a terrible hotel/book/memory/driver* **4** (*only before a noun*) used to emphasize how bad sth is ஒன்றின் மோசமான அல்லது பாதகமான தன்மையை வலியுறுத்திக் கூறப் பயன்படுத்தப்படுவது: மட்டுமீறிய நிலையிலான *in terrible pain/trouble • The room was in a terrible mess.*

terribly /'terəbli/ *adv.* **1** very மிக்க அளவில்; பெரிதும்; நிரம்ப *I'm terribly sorry.* **2** very badly மிக மோசமாக; சீர்கேடாக *I played terribly. • The experiment went terribly wrong.*

terrier /'teriə(r)/ *noun* [C] a type of small dog சிறு நாய் வகை

terrific /tə'rɪfɪk/ *adj.* **1** (*informal*) extremely nice or good; excellent நேர்த்தி மிக்க; உன்னதமான; மிகச் சிறப்பான; முதல் தரமான *You're doing a terrific job!* **2** (*only before a noun*) very great மிகப் பெரிய; மாபேரளவான *I've got a terrific amount of work to do.* ► **terrifically** /-kli/ *adv. terrifically expensive*

terrified /'terɪfaɪd/ *adj.* **terrified (of sb/sth)** very afraid பெரிதும் அச்சமுற்ற; திகில் அடைந்த *I'm absolutely terrified of snakes. • What's the matter? You look terrified.*

terrify /'terɪfaɪ/ *verb* [T] (*pres. part.* **terrifying**; *3rd person sing. pres.* **terrifies**; *pt, pp* **terrified**) to frighten sb very much ஒருவரைப் பெரிதும் அச்சுறுத்து; கிலியுண்டாக்கு; திகிலடையச் செய்

territorial /ˌterə'tɔːriəl/ *adj.* (*only before a noun*) connected with the land or area of sea that belongs to a country ஒரு நாட்டிற்குச் சொந்தமான நிலம் அல்லது கடற்பகுதி சார்ந்த

territorial waters *noun* [*pl.*] the parts of a sea or an ocean which are near a country's coast and are legally under its control ஒரு நாட்டின் கடலோர நிலப்பகுதியை ஒட்டியுள்ளதும் சட்டப்படியாக அந்நாட்டின் கட்டுப்பாட்டில் இருப்பதுமான கடல் அல்லது பெருங்கடல் பகுதிகள்; நாட்டுரிமைக் கடல் எல்லை

territory /'terətri/ *noun* (*pl.* **territories**) **1** [C, U] an area of land that belongs to one country ஒரு நாட்டிற்குச் சொந்தமான நிலப்பகுதி; நாட்டாட்சிப் பரப்பு; நாட்டுரிமை எல்லை *to fly over enemy territory* **2** [C, U] an area that an animal has as its own ஒரு விலங்கின் வாழ்வுரிமைப் பகுதி; விலங்கு உரிமையாட்சி எல்லை **3** [U] an area of knowledge or responsibility அறிவுத் துறை; பொறுப்பாட்சித் துறை; செயற்களம் *Computer programming is Anand's territory.*

terror /'terə(r)/ *noun* **1** [U] very great fear பேரச்சம்; திகில்; கிலி *He screamed* ***in terror*** *as the rats came towards him.* **2** [C] a person or thing that makes you feel afraid அச்சமூட்டும் ஆள் அல்லது பொருள் *the terrors of the night* **3** [U] violence and the killing of ordinary people for political purposes அரசியல் நோக்கங்களுக்கான வன்முறைச் செயல்களும் சாதாரண மக்களைக் கொல்லுதலும்; அரசியல் சார்ந்த திட்டமிடப்பட்ட வன்முறைச் செயல்கள்; பயங்கரவாதச் செயல்கள் *a campaign of terror* **4** [C] a person or animal, especially a child, that is difficult to control எளிதில் கட்டுப்படுத்த முடியாத விலங்கு அல்லது ஆள், குறிப்பாகச் சிறுவன்/சிறுமி; மூர்க்க விலங்கு; மூர்க்கன் *Arun's a little terror.*

terrorism /'terərɪzəm/ *noun* [U] the killing of ordinary people for political purposes அரசியல் நோக்கங்களுக்காகச் சாதாரண மக்களைக் கொல்லுதல்; அரசியல் சார் வன்முறைச் செயல் அல்லது பயங்கரவாதம் *an act of terrorism* ► **terrorist** /'terərɪst/ *noun* [C], *adj.*

terrorize (*also* **-ise**) /'terəraɪz/ *verb* [T] to make sb feel frightened by using or threatening to use violence against him/her வன்முறையைப் பயன்படுத்தி அல்லது வன்முறையைப் பயன்படுத்துவதாக மிரட்டி ஒருவரை அச்சுறுத்து; பீதி அடையச் செய் *The gang has terrorized the neighbourhood for months.*

terse /tɜːs/ *adj.* said in few words and in a not very friendly way சிலவான சொற்களால் கூறப்படுவதும் நட்பினிமை குன்றியதுமான; சுருக்கென்ற; வெடுக்கென்ற *a terse reply*

tertiary /ˈtɜːʃəri/ *adj.* (used about education) at university or college level (கல்வி வகையில்) பல்கலைக்கழக அல்லது கல்லூரி அளவிலான; மூன்றாவது படிநிலையிலான *a tertiary college*

TESL /ˈtesl/ *abbr.* Teaching English as a Second Language இரண்டாவது மொழியாக ஆங்கிலம் பயிற்றுவித்தல் என்பதைக் குறிக்கும் Teaching English as a Second Language என்பதன் குறுக்கம்

test[1] /test/ *noun* [C] **1** a short exam to measure sb's knowledge or skill in sth ஒரு பாடம் முதலியவற்றில் ஒருவரது அறிவு அல்லது செயல் திறனை அளவிடுவதற்காக நடத்தப்படும் குறுகிய காலத் தேர்வு; குறுந்தேர்வு *We have a spelling test every Friday.* **2** a short medical examination of a part of your body உடலின் ஒரு பகுதியைக் குறுகிய கால மருத்துவ ஆய்வுக்கு உட்படுத்துதல்; மருத்துவப் பரிசோதனை *to have an eye test* **3** an experiment to find out if sth works or to get more information about it ஒன்றின் செயல்பாட்டை/பயன் விளைவுத் திறத்தைக் கண்டறிவதற்காக அல்லது ஒன்றைப் பற்றி மேலும் அறிந்துகொள்வதற்காகச் செய்யப்படும் ஆய்வு; தேர்வாய்வு; சோதனை *Tests show that the new drug is safe and effective.* • *to carry out/perform/do a test* **4** a situation or an event that shows how good, strong, etc. sb/sth is ஒருவரது/ஒன்றின் சிறப்பு, வலிமை முதலியவற்றின் படியளவைக் காட்டும் சூழல் அல்லது நேர்வு; உரைகல்

IDM **put sb/sth to the test** to do sth to find out how good, strong, etc. sb/sth is ஒருவரது/ஒன்றின் சிறப்பு, வலிமை முதலியவற்றின் படியளவைக் கண்டறிவதற்காக ஒன்றைச் செய்; சோதனைக்கு உட்படுத்து

test[2] /test/ *verb* [T] **1 test sb/sth (for sth); test sth (on sb/sth)** to try, use or examine sth carefully to find out if it is working properly or what it is like ஒன்றின் சரியான செயல்பாட்டை அல்லது தன்மையைக் கண்டறியும் பொருட்டு அதனைக் கவனமாகச் சோதித்துப் பார், பயன்படுத்திப் பார் அல்லது ஆராய்ந்து பார் *These cars have all been tested for safety.* • *Do you think drugs should be tested on animals?* **2** to examine a part of the body to find out if it is healthy உடற்பகுதி ஒன்று நன்னிலையில் உள்ளதா என்பதைக் கண்டறியும் பொருட்டு அதனை ஆய்வுக்கு உட்படுத்து; மருத்துவப் பரிசோதனை செய் *to have your eyes tested* **3 test sb (on sth)** to examine sb's knowledge or skill in sth ஒன்றில் ஒருவர் பெற்றுள்ள அறிவை அல்லது செயலாற்றலை ஆய்வு செய்; மதிப்பாய்வு செய் *We're being tested on irregular verbs this morning.*

testament /ˈtestəmənt/ *noun* [C, *usually sing.*] (*written*) **a testament (to sth)** something that shows that sth exists or is true ஒன்று உள்ளதாக இருப்பதை அல்லது ஒன்றின் உண்மைத் தன்மையை வெளிக்காட்டும் ஒன்று; உறுதிச் சான்று ➪ **the New Testament** மற்றும் **the Old Testament** பார்க்க.

test drive *noun* [C] an occasion when you drive a vehicle that you are thinking of buying so that you can see how well it works and if you like it தான் வாங்கக் கருதியிருக்கும் ஓர் ஊர்தியின் நன்னிலையையும் அதன் மீது தனக்குள்ள விருப்பத்தையும் பார்த்தறிவதற்காக ஒருவர் அதனை ஓட்டிப் பார்க்கும் நிகழ்வு; சோதனை ஓட்டம் ▶ **test-drive** *verb* [T]

testes ➪ **testis** என்பதின் பன்மை வடிவம்

testicle /ˈtestɪkl/ *noun* [C] one of the two round-ish male sex organs that produce the male cells (**sperm**) that are needed for making young இனப்பெருக்கத்திற்குத் தேவையான விந்தணுக்களை உண்டுபண்ணும் இரண்டு உருண்டை வடிவ ஆண் பாலுறுப்புகளில் ஒன்று; விரை; விதை

testify /ˈtestɪfaɪ/ *verb* [I, T] (*pres. part.* **testifying**; *3rd person sing. pres.* **testifies**; *pt, pp* **testified**) to make a formal statement that sth is true, especially in a court of law குறிப்பாக நீதிமன்றத்தில், ஒன்று மெய்யானது என முறைப்படியாகத் தெரிவி; சான்றளி

testimony /ˈtestɪməni/ *noun* (*pl.* **testimonies**) **1** [C, U] a formal statement that sth is true, especially one that is made in a court of law குறிப்பாக நீதிமன்றத்தில் அளிக்கப்படும் ஒன்று உண்மையானது என்பதற்கான முறைப்படியான அறிக்கை; சான்றறிக்கை; சான்றுரை **2** [U] [*sing.*] (*formal*) something that shows that sth else exists or is true ஒன்று உளதாக இருப்பதை அல்லது ஒன்று மெய்யானது என்பதைக் காட்டுவது; சான்றுறுதி; அத்தாட்சி

testis /ˈtestɪs/ (*pl.* **testes** /-tiːz/) (*technical*) = **testicle**

testosterone /teˈstɒstərəʊn/ *noun* [U] a substance (**hormone**) produced in men's bodies that makes them develop male physical and sexual characteristics ஆண்களுக்குரிய உடல் மற்றும் உடலுறவு சார்ந்த பண்புக் கூறுகள் வளர்ச்சி பெறுவதற்குக் காரணமான, அவர்களது உடலில் உற்பத்தியாகும் ஆக்கவினைப் பொருள்; இனக்கீற்றின் ஆண்பால் கூறு ➪ **oestrogen** மற்றும் **progesterone** பார்க்க.

test tube *noun* [C] a thin glass tube that is used in chemical experiments வேதியியல் ஆய்வுகளில் பயன்படுத்தப்படும் மெலிதான கண்ணாடிக் குழாய்; சோதனைக் குழாய் ➪ **laboratory** பதிவில் படம் பார்க்க.

tetanus /ˈtetənəs/ *noun* [U] a serious disease that makes your muscles, especially the muscles of your face, hard and impossible to move. It is caused by bacteria entering the body through cuts or wounds வெட்டுக்காயங்கள், புண்கள் ஆகியவற்றின் ஊடாக நோய் நுண்மங்கள் உடலினுள் புகுந்து உண்டாகும், தசைகளை, குறிப்பாக முகத்திலுள்ள தசைகளை, விறைப்பாகவும் அசைக்க முடியாமலும் செய்யும் கடுமையான நோய் வகை; இசிவு நோய்

tether[1] /ˈteðə(r)/ *verb* [T] to tie an animal to sth with a rope, etc. கயிறு முதலியவற்றினால் விலங்கை ஒன்றில் கட்டு

tether[2] /ˈteðə(r)/ *noun*

IDM **at the end of your tether** ⇨ **end[1]** பார்க்க.

text[1] /tekst/ *noun* **1** [U] the main written part of a book, newspaper, etc. (not the pictures, notes, index, etc.) நூல், செய்தித்தாள் முதலியவற்றின் (படங்கள், அடிக்குறிப்புகள்/பின்குறிப்புகள், அடைவு முதலியவை நீங்கலான) முதன்மையான எழுத்துருப் பகுதி; மூலபாடம் **2** [C] the written form of a speech, interview, etc. சொற்பொழிவு, நேர்காணல் முதலியவற்றின் எழுத்துப் படிவம்; உரை *The newspaper printed the complete text of the interview.* **3** [C] a book or a short piece of writing that people study as part of a literature or language course இலக்கிய அல்லது மொழிப் பாடத்தின் பகுதியாகக் கற்கப்படும் நூல் அல்லது கட்டுரை; பாட நூல் *a set text* (= one that has to be studied for an examination)

text[2] /tekst/ *verb* [T] to send sb a written message using a mobile phone செல்பேசியைப் பயன்படுத்தி ஒருவருக்கு எழுத்து வடிவில் செய்தி அனுப்பு *Text me when you're ready.*

textbook /ˈtekstbʊk/ *noun* [C] a book that teaches a particular subject and that is used especially in schools குறிப்பாக, பள்ளிகளில் பயன்படுத்தப்படும், குறிப்பிட்ட துறை சார்ந்த கல்விக்கான ஏடு; பாட நூல் *a history textbook*

textile /ˈtekstaɪl/ *noun* [C] any cloth made in a factory தொழிற்சாலையில் உற்பத்தி செய்யப்படும் துணி *cotton textiles • the textile industry*

text message *noun* [C] a written message that is sent from one **mobile phone** to another ஒரு செல்பேசியிலிருந்து மற்றொன்றுக்கு அனுப்பப்படும் எழுத்துவடிவச் செய்தி ▶ **text messaging** *noun* [U]

texture /ˈtekstʃə(r)/ *noun* [C, U] the way that sth feels when you touch it ஒன்றைத் தொடும்போது உணரப்படும் அதன் தன்மை; இழைநயம்; இழையமைப்பு *a rough/smooth/coarse texture • This cheese has a very creamy texture.*

than /ðən; *strong form* ðæn/ *conj., prep.* **1** used when you are comparing two things இரண்டு பொருள்களை ஒப்பிடும்போது பயன்படுத்தப்படுவது: காட்டிலும்; விட *He's taller than me. • He's taller than I am.* **2** used with 'more' and 'less' before numbers, expressions of time, distance, etc. எண்கள், காலம், தூரம் முதலியவற்றைக் குறிக்கும் சொற்கள்/தொடர்கள் முன்பாக 'more' மற்றும் 'less'-உடன் பயன்படுத்தப்படுவது: கூடுதலாக/குறைவாக *I've worked here for more than three years.* **3** used after 'would rather' to say that you prefer one thing to another மற்றொன்றை விடுத்து ஒன்றை விரும்பித் தேர்வதைக் குறிக்க 'would rather'-என்பதன் பின் பயன்படுத்தப்படுவது *I'd rather play tennis than football.*

thank /θæŋk/ *verb* [T] **thank sb (for sth/for doing sth)** to tell sb that you are grateful ஒருவருக்கு நன்றி தெரிவி; நன்றி செலுத்து *I'm writing to thank you for the present you sent me. • I'll go and thank him for offering to help.*

NOTE ஒன்றிற்காகத் தான் நன்றிக்கடன் பட்டிருப்பதை ஒருவரிடம் தெரிவிக்க **thank you, thanks** ஆகிய இரண்டும் பயன்படுத்தப்படுகின்றன. **Thanks** முறைசார்பு மிக்கதாகும்—*Thank you very much for your letter.* ஒருவர் தனக்குக் கொடுக்க முன்வரும் ஒன்றை ஏற்றுக் கொள்ளவும் **thank you, thanks** ஆகியவை பயன்படுத்தப்படுகின்றன—*'Stay for dinner'. 'Thank you. That would be nice'.* ஒன்றை மறுத்லிக்க விரும்பும்போது **no, thank you** அல்லது **no, thanks** என்று கூறலாம்—*'Would you like some more tea?' 'No, thanks.'*

IDM **thank God/goodness/heavens** used for expressing happiness that sth unpleasant has stopped or will not happen இன்னாத ஒன்று தடைப்பட்டு விட்டதை அல்லது இனி நிகழ வாய்ப்பில்லாது போனதைக் குறித்து மகிழ்ச்சி தெரிவிக்கப் பயன்படுத்தப்படுவது *Thank goodness it's stopped raining.*

thankful /ˈθæŋkfl/ *adj.* **thankful (for sth/to do sth/that...)** (*not before a noun*) pleased and grateful மகிழ்ச்சியுடன் நன்றி பாராட்டுபவராக; நன்றியுள்ளவராக *I was thankful to hear that you got home safely.*

thankfully /ˈθæŋkfəli/ *adv.* **1** used for expressing happiness that sth unpleasant did not or will not happen இன்னாத ஒன்று நிகழாதுபோனது குறித்து அல்லது இனி நிகழ வாய்ப்பில்லாதது குறித்து மகிழ்ச்சி தெரிவிக்கப் பயன்படுத்தப்படுவது; அதிர்ஷ்டவசமாக; நல்லகாலமாக ✪ SYN **fortunately** *Thankfully, no one was injured in the accident.* **2** in a pleased or grateful way மகிழ்ச்சியுடன் அல்லது நன்றியுடன் *I accepted her offer thankfully.*

thankless /ˈθæŋkləs/ *adj.* involving hard work that other people do not notice or thank you for மற்றவர்கள் கவனிக்காத அல்லது நன்றி பாராட்டாத கடினமான செயல் தொடர்பான; பாராட்டுக்கு அல்லது அங்கீகாரத்திற்கு உரியதல்லாத; நன்றிகெட்ட

thanks /θæŋks/ *noun* [*pl.*] words which show that you are grateful தனது நன்றியுணர்ச்சியை வெளிப்படுத்தும் சொற்கள்; நன்றி *I'd like to express my thanks to all of you for coming here today.*

IDM **thanks to sb/sth** because of sb/sth ஒருவர்/ஒன்றின் காரணமாக; ஒன்றின் விளைவாக; முன்னிட்டு *We're late, thanks to you!*

a vote of thanks ➪ **vote**[1] பார்க்க.

Thanksgiving (Day) /ˌθæŋksˈɡɪvɪŋ deɪ/ *noun* [U, C] a public holiday in the US and in Canada அமெரிக்காவிலும் கனடாவிலும் விடப்படும் ஒரு பொது விடுமுறை நாள்

NOTE இது அமெரிக்காவில் நவம்பர் மாதத்தின் நான்காவது வியாழன் அன்றும், கனடாவில் அக்டோபர் இரண்டாவது திங்கள் அன்றும் வரும். இந்நாள் தொடக்கத்தில் பயிர் விளைச்சலுக்காக இறைவனுக்கு மக்கள் நன்றி செலுத்தும் நாளாகக் கொண்டாடப்பட்டது.

thank you *noun* [C] an expression of thanks நன்றி தெரிவிப்பு; நன்றி

that /ðæt/ *det., pronoun, conj., adv.* **1** (*pl.* **those** /ðəʊz/) used to refer to a person or thing, especially when he/she/it is not near the person speaking ஓராளை அல்லது ஒரு பொருளை, குறிப்பாகப் பேசுபவருக்கு அருகில் இல்லாத ஆளை அல்லது பொருளை, குறிப்பிடப் பயன்படுத்தப்படுவது: அது; அந்த *What's that in the road?* • *'Could you pass me the book?' 'This one?' 'No, that one over there.'* **2** (*pl.* **those** /ðəʊz/) used for talking about a person or thing already known or mentioned ஏற்கனவே அறிந்துள்ள அல்லது குறிப்பிடப்பட்டுள்ள ஆள் அல்லது பொருள் பற்றிப் பேசப் பயன்படுத்தப்படுவது *Can you give me back that money I lent you last week?* **3** /ðət; *strong form* ðæt/ (*used for introducing a relative clause*) the person or thing already mentioned (ஒரு பெயரெச்சத் தொடரைப் புகுத்தப் பயன்படுத்தப்படுவது) ஏற்கனவே குறிப்பிடப்பட்ட ஆள் அல்லது பொருள்/ஆளாக அல்லது பொருளாக/ஆளான அல்லது பொருளான *I'm reading the book that won the Booker prize.* • *The people that live next door are Gujarati.*

NOTE பெயரெச்சத் தொடரில் வினைச்சொல்லின் செயப்படுபொருளாக **that** வரும்போது, அது பெரும்பாலும் விடப்பட்டு விடுகிறது—*I want to see the doctor (that) I saw last week.* • *I wore the dress (that) I bought in Pune.*

4 /ðət; *strong form* ðæt/ used after certain verbs, nouns and adjectives to introduce a new part of the sentence வாக்கியத்தின் ஒரு புதிய பகுதியைப் புகுத்த சிலவகை வினைச்சொற்கள், பெயர்ச்சொற்கள் மற்றும் பெயரடைகளுக்குப் பின் பயன்படுத்தப்படுவது *She told me that she was leaving.* • *I hope that you feel better soon.*

NOTE இவ்வகை வாக்கியங்களில் பெரும்பாலும் **that** விடப்பட்டுவிடுகிறது—*I thought you would like it.*

5 (*used with adjectives, adverbs*) as much as that அந்த அளவுக்கு *Ten kilometers? I can't walk that far.*

IDM **that is (to say)** used when you are giving more information about sb/sth ஒருவரை/ஒன்றைப் பற்றிக் கூடுதலாகத் தகவல் அளிக்கும்போது பயன்படுத்தப்படுவது *I'm on holiday next week. That's to say, from Tuesday.*

that's that there is nothing more to say or do இனிக் கூற/செய்ய ஒன்றுமில்லை *I'm not going and that's that.*

thatched /θætʃt/ *adj.* (used about a building) having a roof made of dried grass (**straw**) or a similar material (ஒரு கட்டடம் பற்றிக் குறிப்பிடுகையில்) வைக்கோலால் அல்லது அது போன்ற ஒரு பொருளால் வேயப்பட்ட கூரையை உடைய

thaw /θɔː/ *verb* [I, T] **thaw (sth) (out)** to become or to make sth become soft or liquid again after freezing உறைந்திருந்த பின் மீண்டும் குழைவாகு அல்லது நீர்மமாகு அல்லது அவ்வாறு ஆகச் செய்; உருகு; உருக்கு *Is the snow thawing?* • *Always thaw chicken thoroughly before you cook it.* ➪ **melt** பார்க்க. ▶ **thaw** *noun* [C, *usually sing.*]

the /ðə/; /ði/ **strong form** /ðiː/ *definite article* **1** used for talking about a person or thing that is already known or that has already been mentioned ஏற்கனவே தெரிந்திருக்கிற அல்லது ஏற்கனவே குறிப்பிடப்பட்டுள்ள ஆளை அல்லது பொருளைப் பற்றிப் பேசப் பயன்படுத்தப்படுவது *I took the children to the dentist.* • *We met the man who bought your house.* **2** used when there is only one of sth தனி ஒன்றான ஒரு பொருளைக் குறிப்பிடும்போது பயன்படுத்தப்படுவது; தனி ஒருமைச் சுட்டுச் சொல் *The sun is very strong today.* • *Who won the World Cup?* • *the government* **3** used with numbers and dates எண்களுடனும் காலக் கூறுகளுடனும் பயன்படுத்தப்படுவது *This is the third time I've seen this film.* • *Friday the thirteenth* • *I grew up in* *the sixties.* **4** used with adjectives to name a group of people ஒரு குழுவினரைக் குறிக்கும் பெயராக வரும் பெயரடைகளுடன் பயன்படுத்தப்படுவது: தனிக்குழுச் சுட்டுச்சொல் *the French • the poor* **5** (*formal*) used with a **singular** noun when you are talking generally about sth ஒன்று குறித்துப் பொதுப்படையாகப் பேசும்போது ஒருமைப்-பெயருடன் வருவது: இன ஒருமைச் சுட்டுச்-சொல் *The dolphin is an intelligent animal.* **6** with units of measurement, meaning 'every' 'ஒவ்வொரு' என்னும் பொருள்பட அளவீட்டு அலகுகளுடன் பயன்படுத்தப்படுவது *Our car does twelve kilometres to the litre.* **7** with musical instruments இசைக்கருவிகளின் பெயர்களுடன் பயன்படுத்தப்படுவது *Do you play the piano?* **8** the well-known or important one பலருக்கும் அறிமுகமான அல்லது முக்கியமான ஒருவர் அல்லது ஒன்று *'My best friend at school was Rahul Gandhi.' 'You mean the Rahul Gandhi?'*

NOTE இப்பொருளில் பயன்படுத்தப்படும்-போது 'the'-இன் உச்சரிப்பு /ði:/ என்பதாகும்.

9 the... the... used for saying that the way in which two things change is connected இரண்டு பொருள்களின் சரிசம அளவான மாற்றத்தைக் குறிக்கும் தொடர்களில் ஒப்பளபுச் சொற்-களுக்கு முன் பயன்படுத்தப்படுவது: (முற்-கூறப்பட்டது) எந்த அளவோ அந்த அளவில்; அதன் காரணமாக *The more you eat, the fatter you get.*

NOTE **Articles** பற்றி மேலும் அறிய அகராதிப் பகுதியை அடுத்துள்ள **Quick Grammar Reference** பகுதியைப் பார்க்க.

theatre (*AmE* **theater**) /ˈθɪətə(r)/ *noun* **1** [C] a building where you go to see plays, shows, etc. நாடகங்கள், கேளிக்கைக் காட்சிகள் முதலியவை நிகழ்த்தப்படும் கட்டடம்; நாடக அரங்கு; காட்சி அரங்கு *How often do you* ***go to the theatre****?* **2** [U] plays in general; drama நாடகங்கள்; நாடகம் *He's studying modern Russian theatre.* **3** [*sing.*] [U] the work of acting in or producing plays நாடகங்களில் நடித்தல் அல்லது நாடகங்கள் தயாரித்தல்; நடிப்புத் தொழில்; நாடகத் தயாரிப்பு **4** [C, U] = **operating theatre**

theatrical /θiˈætrɪkl/ *adj.* **1** (*only before a noun*) connected with the theatre நாடகம்/நடிப்புத் தொழில்/நாடகத் தயாரிப்பு தொடர்பான; நாடக மேடைக்குரிய **2** (used about behaviour) dramatic and exaggerated because you want people to notice it (நடத்தைமுறை வகையில்) பிறரது கவனத்தை ஈர்க்கும் பொருட்டு உணர்ச்சி முனைப்புடனும் மிகைப்படியாகவும் காணப்-படுகிற; நடிப்பியல்பான

theft /θeft/ *noun* [C, U] the crime of stealing sth ஒன்றைக் களவாடுவதாகிய குற்றம்; களவு; திருட்டு *There have been a lot of thefts in this area recently.* • *The woman was arrested for theft.* ➪ **thief** பதிவிலுள்ள குறிப்பைப் பார்க்க.

their /ðeə(r)/ *det.* **1** of or belonging to them முன் குறிப்பிடப்பட்ட ஆட்களுக்கு அல்லது பொருள்-களுக்கு உரிய அல்லது அவர்களுக்கு/ அவற்றிற்கு உடைமையான; அவர்களுடைய/ அவற்றினுடைய *The children picked up their books and walked to the door.* **2** (*informal*) used instead of 'his' or 'her' முறை சாரா வழக்கில் 'his' அல்லது 'her' என்னும் சொற்களுக்குப் பதில் பயன்படுத்தப்படுவது *Has everyone got their book?*

theirs /ðeəz/ *pronoun* of or belonging to them அவர்களுக்கு/அவற்றிற்கு உரியது அல்லது உடைமையானது; அவர்களுடையது/ அவற்றினுடையது *Our flat isn't as big as theirs.*

them /ðəm; *strong form* ðem/ *pronoun* (the object of a verb or preposition) வினைப்படு பெயராக அல்லது முன்னுருபுச் சார்பெயராக வருவது **1** the people or things mentioned earlier முன் குறிப்பிடப்பட்ட ஆட்கள் அல்லது பொருள்கள்; அவர்களுக்கு/அவற்றிற்கு; அவர்-களை/அவைகளை *We have students from several countries but* ***most of them*** *are Italian.* **2** (*informal*) him or her அவருக்கு; அவரை *If anyone phones, tell them I'm busy.*

NOTE முறைசாரா வழக்கில் 'them' **em** என்று குறுக்க வடிவில் எழுதப்படுகிறது.

thematic /θɪˈmætɪk/; /θi:-/ *adj.* connected with the subject or subjects of sth ஒன்றின் நுதல்-பொருள்/ஆய்வுப்பொருள் அல்லது பொருள்கள் தொடர்பான; ஒன்றின் பொருண்மை சார்ந்த *the thematic structure of a text* ▶ **thematically** /θɪˈmætɪkli/ *adv. The books have been grouped thematically.*

theme /θi:m/ *noun* [C] the subject of a talk, a piece of writing or a work of art ஓர் உரை, ஒரு கட்டுரை அல்லது கலைப் படைப்பின் உள்-ளடக்கமான பொருள்; நுதல்பொருள்; ஆய்வுப்-பொருள்; பேச்சுப்பொருள் *The theme of today's discussion will be 'Our changing cities'.*

theme park *noun* [C] a park with a lot of things to do, see, ride on, etc., which are all based on a single idea அனைத்தும் ஒரே கருத்தை அடிப்-படையாகக் கொண்ட, செய்தல், காணுதல், ஏற்றம் முதலியவற்றுக்குரிய மிகப்பலவான பொருள்களுடன் கூடிய பரந்த பொழுதுபோக்கு வளாகம்; தனிப்பொருண்மைப் பொழுதுபோக்கு வளாகம்

themselves /ðəmˈselvz/ *pronoun* **1** used when the people or things who do an action are also affected by it ஆட்கள் அல்லது பொருள்கள் செய்யும் செயலின் விளைவு அவர்களையே

வந்தடைவதைக் குறிக்கப் பயன்படுத்தப்படுவது *Mala and Gita seem to be enjoying themselves.* • *People often talk to themselves when they are worried.* **2** used to emphasize 'they' படர்க்கை பன்மையான 'they'-ஐ வலியுறுத்திக் கூறப் பயன்படுத்தப்படுவது: அவர்களே/அவைகளே; அவர்களையே/அவைகளையே *Did they paint the house themselves?* (= or did sb else do it for them?)

IDM **(all) by themselves 1** alone தனியாக; தன்னந்தனியாக; தனிப்பட்ட முறையில் *The boys are too young to go out by themselves.* ➪ **alone** பதிவிலுள்ள குறிப்பைப் பார்க்க. **2** without help துணையின்றி; பிறர் உதவி-யின்றி *The children cooked the dinner all by themselves.*

then /ðen/ *adv.* **1** (at) that time அப்பொழுது; அந்தச் சமயத்தில்; அக்காலத்தில் *In 1990? I was at university then.* • *I spoke to him on Wednesday, but I haven't seen him* ***since then***. • *They met in 1941 and remained close friends* ***from then on***. **2** next; after that அடுத்து; அதன் பின்; பிறபாடு *I'll have a shower and get changed, then we'll go out.* • *There was silence for a minute. Then he replied.* **3** used to show the logical result of a statement or situation ஒரு கூற்றின் அல்லது சூழலின் பகுத்தறிவுக்குப் பொருத்த-மான பின்விளைவை எடுத்துக்காட்டப் பயன்-படுத்தப்படுவது: அப்படியானால்; ஆகையால்; எனவே *'I don't feel at all well.' 'Why don't you go to the doctor then?'* • *If you don't do any work then you'll fail the exam.* **4** (*spoken*) used after words like now, okay, right, etc. to show the beginning or end of a conversation or statement ஓர் உரையாடலின் அல்லது ஒரு கூற்றின் தொடக்கத்தை அல்லது முடிவைக் குறிப்பிட now, okay, right முதலிய சொற்களின் பின் பயன்படுத்தப்படுவது *Now then, are we all ready to go?* • *Right then, I'll see you tomorrow.*

IDM **then/there again** ➪ **again** பார்க்க.
there and then; then and there ➪ **there** பார்க்க.

thence /ðens/ *adv.* (*old-fashioned*) from there அங்கிருந்து; அவ்விடத்திலிருந்து; அதிலிருந்து

theo- /'θi:əʊ/ *prefix* (*used in nouns, adjectives and adverbs*) connected with God or a god இறைவன் அல்லது ஒரு கடவுள் தொடர்பான; இறைமை சார்ந்த; சமயம் தொடர்பான *theology*

theodolite /θi'ɒdəlaɪt/ *noun* [C] a piece of equipment that is used for measuring angles கோணங்-களை அளவிடப் பயன்படுத்தப்படும் கருவி; கோண அளவி; கோணமானி

theology /θi'ɒlədʒi/ *noun* [U] the study of religion சமயம் பற்றிய ஆய்வு; சமயவியல்; இறை-யியல் ▶ **theological** /ˌθi:ə'lɒdʒɪkl/ *adj.*

theorem /'θɪərəm/ *noun* [C] (*technical*) a rule or principle, especially in mathematics, that can be shown to be true குறிப்பாக, கணிதத்தில் பயன்படுத்தப்படுவதும், உண்மையானது என மெய்ப்பித்துக் காட்டக் கூடியதுமான விதி-முறை அல்லது கொள்கை; எண்பிப்புக்குரிய கோட்பாடு *Pythagoras' theorem*

theoretical /ˌθɪə'retɪkl/ *adj.* **1** based on ideas and principles, not on practical experience பட்டறிவு சாராக் கருத்துகள் மற்றும் கோட்-பாடுகளின் அடிப்படையிலான; நடைமுறை அனுபவம் சாராத; கொள்கையளவேயான; கோட்பாட்டியலான *A lot of university courses are still too theoretical these days.* **2** that may possibly exist or happen, although it is unlikely உளதாயிருக்க அல்லது நிகழ வாய்ப்பில்லை-யாயினும், ஒருக்கால் இருக்கக்கூடிய அல்லது நிகழக்கூடிய; ஊக அடிப்படையிலான *There is a theoretical possibility that the world will end tomorrow.* ➪ **practical** பார்க்க. ▶ **theoretically** /ˌθɪə'rətɪkli/ *adv.*

theorist /'θɪərɪst/ (*also* **theoretician** /ˌθɪərə'tɪʃn/) *noun* [C] a person who develops ideas and principles about a particular subject in order to explain why things happen or exist நிகழ்வுகள் அல்லது பொருள்கள் உள்ளதாக இருப்பதன் காரணத்தை விளக்கி உரைக்கும் பொருட்டுக் குறிப்பிட்ட துறை சார்ந்த கருத்து-களையும் கோட்பாடுகளையும் உருவாக்குபவர்; கருத்தியலாளர்; கோட்பாட்டியலாளர்

theory /'θɪəri/ *noun* (*pl.* **theories**) **1** [C] an idea or a set of ideas that tries to explain sth ஒன்றை விளக்கி உரைக்க முயலும் ஒரு கருத்து அல்லது கருத்துகளின் தொகுதி; கருத்தியல்; கோட்பாடு *the theory about how life on earth began* **2** [U] the general idea or principles of a particular subject குறிப்பிட்ட துறை சார்ந்த பொதுக்கருத்து அல்லது கோட்பாடுகள்; கொள்கை *political theory* • *the theory and practice of language teaching* **3** [C] an opinion or a belief that has not been shown to be true உண்மை என மெய்ப்பிக்கப்படாத ஒரு கருத்து அல்லது நம்பிக்கை; ஊகக் கோட்பாடு

IDM **in theory** as a general idea which may not be true in reality நடைமுறையில் மெய்யாக இல்லாது போகக்கூடிய; பொதுக் கருத்தளவில்; கோட்பாட்டு நிலையில் *Your plan sounds fine in theory, but I don't know if it'll work in practice.*

therapeutic /ˌθerə'pju:tɪk/ *adj.* **1** helping you to relax and feel better ஓய்வமைதியும் இன்னல உணர்ச்சியும் கொள்ளத் துணைசெய்கிற; உடல் மற்றும் மன நலத்திற்கு உகந்ததும் அவற்றை மேம்படுத்துவதுமான *I find listening to music very therapeutic.* **2** helping to cure an illness ஒரு நோயைக் குணப்படுத்த உதவு-கிற; நோய் நீக்கல் சார்ந்த *therapeutic drugs*

therapy /ˈθerəpi/ *noun* [C, U] treatment to help or cure a mental or physical illness, usually without drugs or medical operations வழக்கமாக மருந்துகளையோ அறுவை மருத்துவத்தையோ பயன்படுத்தாது, ஓர் உள நோயை அல்லது உடல் நோயைக் குணப்படுத்த உதவும் மருத்துவம்; (அறுவை முறை சாரா) நோய் தீர்வு/நோய் நீக்கல் *to have/undergo therapy* ▶ **therapist** /ˈθerəpɪst/ *noun* [C] *a speech therapist*

there /ðeə(r)/ *adv., pronoun* **1** used as the subject of 'be', 'seem', 'appear', etc. to say that sth exists ஒருவர்/ஒன்று உள்ளதாக இருப்பதை அல்லது காணப்படுவதைக் குறிப்பிட 'be', 'seem', 'appear' முதலியவற்றின் எழுவாயாகப் பயன்படுத்தப்படுவது *There's a man at the door.* • *There seems to be a mistake here.* **2** in, at or to that place அவ்விடத்தில்; அவ்விடத்திற்கு; அங்கே *Could you put the table there, please?* • *Have you been to Jaipur? We're going there next week.* **3** used for calling attention to sth ஒன்றின் மீது கவனத்தை ஈர்க்கப் பயன்படுத்தப்படுவது *Oh look, there's Kamala!* • *Hello there! Can anyone hear me?* **4** at that point (in a conversation, story, etc.) (உரையாடல், கதை முதலியவற்றில்) அந்தக் கட்டத்தில்; அத்தருணத்தில் *Could I interrupt you there for a minute?* **5** available if needed தேவைப்படும்-போது கிடைக்கும் நிலையில் *Her parents are always there if she needs help.*

IDM **be there for sb** to be available to help and support sb when he/she has a problem ஒருவருக்கு ஒரு சிக்கல் நேரிடும்போது அவருக்கு உதவவும் துணைநிற்கவும் ஏதுவாக அவருக்குக் கிடைக்கக்கூடிய நிலையில் இரு *Whenever I'm in trouble, my sister is always there for me.*

then/there again ➪ **again** பார்க்க.

there and then; then and there immediately; at that time and place உடனடியாக; அவ்விடத்திலேயே மற்றும் அந்நேரத்திலேயே

there you are 1 used when you give sth to sb ஒருவருக்கு ஒன்றைத் தரும்போது கூறப்படுவது *There you are. I've bought you a newspaper.* **2** used when you are explaining sth to sb ஒருவரிடம் ஒன்றை எடுத்துரைக்கும்போது பயன்படுத்தப்படுவது *Just press the switch and there you are!*

thereabouts /ˌðeərəˈbaʊts/ (*AmE* **thereabout** /ˌðeərəˈbaʊt/) *adv.* (usually after 'or') somewhere near a number, time or place (வழக்கமாக 'or'-ஐ அடுத்து வருவது) ஓர் எண்ணிக்கை, ஒரு நேரம் அல்லது ஓர் இடத்தை ஒட்டியதாக; கிட்டத்தட்ட; நெருக்கமாக *There are 100 students, or thereabouts.* • *She lives in Shimla, or thereabouts.*

thereafter /ˌðeərˈɑːftə(r)/ *adv.* (*written*) after that அதன் பிறகு

thereby /ˌðeəˈbaɪ/ *adv.* (*written*) in that way அம்முறையில்; அதன் மூலமாக

therefore /ˈðeəfɔː(r)/ *adv.* for that reason அக்காரணத்தினால்; ஆகையால்; அதனால்; அதன் விளைவாக *The new trains have more powerful engines and are therefore faster.* ✪ SYN **thus**

therein /ˌðeərˈɪn/ *adv.* (*written*) because of sth that has just been mentioned சற்று முன் குறிப்பிடப்பட்டுள்ள ஒன்றின் காரணமாக; அவ்வகையில்

thereupon /ˌðeərəˈpɒn/ *adv.* (*written*) immediately after that and often as the result of sth அதற்குப் பிறகு மற்றும் அதன் விளைவாக உடனடியாக; அதனைத் தொடர்ந்து உடனடியாக

thermal[1] /ˈθɜːml/ *adj.* **1** connected with heat வெப்பம் தொடர்பான *thermal energy* **2** (used about clothes) made to keep you warm in cold weather (ஆடை வகையில்) குளிர்பருவத்தில் உடலை வெம்மையாக வைத்துக்கொள்வதற்காகத் தயாரிக்கப்பட்ட; வெதுவெதுப்பு ஊட்டு-கிற; குளிர் காப்பான *thermal underwear*

thermal[2] /ˈθɜːml/ *noun* **1 thermals** [*pl.*] clothes, especially underwear, made to keep you warm in cold weather குளிர்ப்பருவத்தில் உடலை வெம்மையாக வைத்துக்கொள்வதற்காகத் தயாரிக்கப்பட்ட உடுப்பு, குறிப்பாக உள்ளாடை; குளிர்காப்பு உடுப்பு **2** [C] a flow of rising warm air மேல் நோக்கி எழும் வெப்பக் காற்றோட்டம்

thermo- /ˈθɜːməʊ/ *prefix* (*used in nouns, adjectives and adverbs*) connected with heat வெப்பம் தொடர்பான *thermonuclear*

thermometer /θəˈmɒmɪtə(r)/ *noun* [C] an instrument for measuring temperature வெப்ப நிலையை அளவிடுவதற்கான கருவி; வெப்பமானி

Thermos™ /ˈθɜːməs/ (*also* **Thermos flask**) *noun* [C] a type of **vacuum flask** ஒரு நீர்மத்தை வெப்ப அல்லது குளிர்ந்த நிலையில் வைத்திருப்பதற்கான வெற்றிடக் குடுவை வகை; தட்ப/வெப்பக் காப்புக் குடுவை

thermosphere /ˈθɜːməsfɪə(r)/ *noun* [*sing.*] **the thermosphere** the region of the atmosphere above the **mesosphere** இடைநிலை

மண்டலத்திற்கு மேல் உள்ள வாயு மண்டலம்; வெப்ப மண்டலம்

thermostat /ˈθɜːməstæt/ *noun* [C] a device that controls the temperature in a house or machine by switching the heat on and off as necessary வேண்டும்போது வெப்பத்தை வரவிட்டு அல்லது நிறுத்தி ஒரு வீட்டின் அல்லது ஓர் இயந்திரத்தின் வெப்ப நிலையை ஒருசீராக வைத்திருப்பதற்கான பொறியமைப்பு; வெப்பச் சீர்காப்புக் கருவி

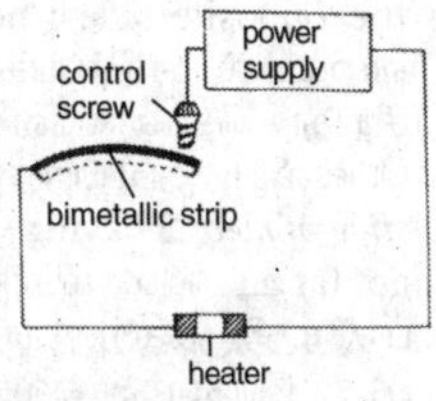

thesaurus /θɪˈsɔːrəs/ *noun* [C] (*pl.* **thesauruses**) a book that contains lists of words and phrases with similar meanings ஒத்த பொருளுடைய சொற்கள் மற்றும் தொடர்களின் பட்டியல்கள் அடங்கிய ஏடு; இணைப்பொருள் சொற்களஞ்சியம்

these ➪ **this** பார்க்க.

thesis /ˈθiːsɪs/ *noun* [C] (*pl.* **theses** /ˈθiːsiːz/) **1** a long piece of writing on a particular subject that you do as part of a university degree ஒரு பல்கலைக்கழகப் பட்டப்படிப்பின் பகுதியாக அமையும் குறிப்பிட்ட பொருள் பற்றிய நீண்ட கட்டுரை; ஆய்வேடு *He did his thesis on Japanese investment in Europe*. ➪ **dissertation** பார்க்க. **2** an idea that is discussed and presented with evidence in order to show that it is true அதன் மெய்ம்மைத் தன்மையை நிலைநாட்டும் பொருட்டு, விவாதிக்கப்பட்டுச் சான்றாதாரங்களுடன் முன்வைக்கப்படும் ஒரு கருத்து; கருதுகோள்; விவாதப்பொருள்; ஆய்வுப்பொருள்

they /ðeɪ/ *pronoun* (*the subject of a verb*) **1** the people or things that have been mentioned முன் குறிப்பிடப்பட்ட ஆட்கள் அல்லது பொருள்கள்; அவர்கள்; அவை *We've got two children. They're both boys.* • *'Have you seen my keys?' 'Yes, they're on the table.'* **2** people in general or people whose identity is not known or stated (பொதுப்படையாகக் கூறுமிடத்து) மக்கள், அல்லது இன்னார் என்று அறியப்படாத அல்லது கூறப்படாத ஆட்கள் *They say it's going to be a mild winter*. **3** (*informal*) used instead of 'he' or 'she' முறைசாரா வழக்கில் he அல்லது she-க்குப் பதிலாகப் பயன்படுத்தப்படுவது *Somebody phoned for you but they didn't leave their name.*

they'd /ðeɪd/ ➪ **they had, they would** ஆகியவற்றின் குறுக்க வடிவம்

they'll /ðeɪl/ ➪ **they will** என்பதன் குறுக்க வடிவம்

they're /ðeə(r)/ ➪ **they are** என்பதன் குறுக்க வடிவம்

they've /ðeɪv/ ➪ **they have** என்பதன் குறுக்க வடிவம்

thick¹ /θɪk/ *adj.* **1** (used about sth solid) having a large distance between its opposite sides; not thin (திடப்பொருள் வகையில்) அதன் எதிர்ப்பக்கங்களுக்கு இடையே பெருந்தொலைவுள்ள; தடிப்பான; மெல்லியதல்லாத *a thick black line* • *a thick coat/book* • *These walls are very thick.* **2** used for saying what the distance is between the two opposite sides of something ஒன்றின் எதிர்ப்பக்கங்களுக்கு இடையில் உள்ள தொலைவைக் குறிப்பிடப் பயன்படுத்தப்படுவது: குறிப்பிடப்பட்ட தடிப்பளவான *The ice was six centimetres thick*. **3** having a lot of things close together அருகருகாக ஒருசேர அமைந்துள்ள ஏராளமான பொருள்களைக் கொண்டுள்ள; நெருக்கமான; அடர்த்தியான *a thick forest* • *thick hair* **4** (used about a liquid) that does not flow easily (திரவ வகையில்) எளிதில் ஓடாத அல்லது ஒழுகாத; கெட்டியான *thick cream* • *This paint is too thick*. **5** (used about fog, smoke, etc.) difficult to see through (மூடுபனி, புகை முதலியவை வகையில்) ஊடாகப் பார்ப்பதற்குக் கடினமான; மங்கலான; தெளிவற்ற; அடர்ந்து சூழ்ந்துள்ள *There'll be a thick fog tonight.* • *thick clouds of smoke* ✪ OPP பொருள்கள் 1, 3 மற்றும் 4-க்கு **thin** **6 thick (with sth)** containing a lot of sth/sb close together அருகருகே உள்ள ஏராளமான ஆட்களை அல்லது பொருள்களை உள்ளடக்கியிருக்கிற; ஆட்கள்/பொருள்கள் நிரம்பிய; அடர்ந்து நிறைந்துள்ள *The air was thick with dust.* • *The streets were thick with shoppers*. **7** (used about sb's accent) very strong (ஒருவரது உச்சரிப்பு அல்லது பேசும் முறை பற்றிக் குறிப்பிடுகையில்) முனைப்பான; அழுத்தமான **8** (*informal*) slow to learn or understand; stupid ஒன்றைக் கற்றுக்கொள்வதில் அல்லது புரிந்துகொள்வதில் இயல்விரைவு இல்லாத; அறிவாற்றல் குறைந்த; கூரறிவற்ற; மந்தமான ▶ **thick** *adv. Snow lay thick on the ground.* ▶ **thickly** *adv. Spread the butter thickly.* • *a thickly wooded area*

IDM **have a thick skin** to be not easily upset or worried by what people say about you தன்னைப் பற்றி மற்றவர்கள் பேசுவது குறித்து எளிதில் வருத்தம் அல்லது மனக் கலக்கம் கொள்ளாதிரு; உணாச்சிக் கூர்மையற்றிரு; சுரணையில்லாதிரு

thick² /θɪk/ *noun*

IDM **in the thick of sth** in the most active or crowded part of sth; very involved in sth ஒன்றின் மிகப் பெருமளவிலான செயலியக்கம் அல்லது கூட்டம் உள்ள பகுதியில்; மிகை திரளுக்கு இடையே; ஒன்றில் மிகுதியான ஈடுபாடு கொண்டு

through thick and thin through difficult times and situations இடர்ப்பாடான காலங்கள் மற்றும்

சூழல்கள் ஊடாக; பல தொல்லைகளுக்கு இடையே

thicken /ˈθɪkən/ *verb* [I, T] to become or to make sth thicker மேலும் கெட்டியாகு அல்லது ஒன்றை மேலும் கெட்டியாக்கு; தடிப்பாகு/தடிப்பாக்கு

thickness /ˈθɪknəs/ *noun* [C, U] the quality of being thick or how thick sth is தடிப்பு அல்லது தடிப்பளவு

thick-skinned *adj.* not easily worried or upset by what other people say about you தன்னைப் பற்றி மற்றவர்கள் பேசுவது குறித்து எளிதில் வருத்தம் அல்லது மனக்கலக்கம் கொள்ளாத; உணர்ச்சிக் கூர்மையற்ற; சுரணையில்லாத

thief /θi:f/ *noun* [C] (*pl.* **thieves** /θi:vz/) a person who steals things from another person பிறர் பொருள்களைக் களவு செய்பவர்; திருடன்/திருடி

NOTE **Thief** என்பது வழக்கமாக இரகசியமாகவும் வன்முறையைப் பயன்படுத்தாமலும் பிறர் பொருள்களைத் திருடும் ஆளைக் குறிக்கும் பொதுவழக்குச் சொல்லாகும். இக்குற்றச் செயல் **theft** எனப்படும். பெரும்பாலும் வன்முறையைப் பயன்படுத்தி அல்லது அச்சுறுத்தி வங்கி, கடை முதலியவற்றில் களவு செய்பவர் **robber** எனப்படுவார். வீடு, கடை முதலியவற்றைப் பெரும்பாலும் இரவில், உடைத்துத் திறந்து களவாடுபவர் **burglar** எனப்படுவார். திறந்துள்ள கடையினுள் நுழைந்து பணம் செலுத்தாது பொருள்களை எடுத்துச் செல்பவர் **shoplifter** (வாடிக்கையாளராகப் பாவனை செய்து கடைப்பொருளைத் திருடுபவர்) ஆகும். **Mugger** என்பது வன்முறையைப் பயன்படுத்தி அல்லது மிரட்டித் தெருவில் களவு செய்யும் தெருக் கொள்ளைக்காரனைக் குறிக்கும். மேலும் **steal** பதிவிலுள்ள குறிப்பைப் பார்க்க.

thigh /θaɪ/ *noun* [C] the top part of your leg, above your knee முழங்காலுக்கு மேல் உள்ள காலின் மேல்பகுதி; தொடை ➪ **body** பதிவில் படம் பார்க்க.

thigh bone *noun* [C] the large thick bone in the top part of your leg above your knee முழங்காலுக்கு மேலுள்ள காலின் மேல்பகுதியில் அமைந்துள்ள பெரிய, கெட்டியான எலும்பு; தொடை எலும்பு ✪ SYN **femur** ➪ **body** பதிவில் படம் பார்க்க.

thimble /ˈθɪmbl/ *noun* [C] a small metal or plastic object that you wear on the end of your finger to protect it when you are sewing தையல் வேலையின்போது விரலுக்குப் பாதுகாப்பாக அதன் நுனியில் அணிந்துகொள்ளப்படும் சிறு உலோக அல்லது பிளாஸ்டிக் பொருள்; விரல் கவசம்

thin[1] /θɪn/ *adj.* (**thinner; thinnest**) **1** (used about sth solid) having a small distance between the opposite sides; not thick (திடப்பொருள் வகையில்) எதிர்ப்பக்கங்களுக்கு இடையே சிறிது தொலைவே உள்ள; மெலிதான; மெல்லிய; தடிப்பற்ற *a thin book/shirt* • *a thin slice of meat* **2** having very little fat on the body; not fat உடலில் மிகச் சிறிதளவான சதைப்பற்றே இருக்கிற; பருமனாக அல்லது தடிப்பாக இல்லாத; ஒல்லியான; ஒடிசலான *You need to eat more. You're too thin!*

NOTE **Thin, skinny, slim, underweight** ஆகியவை அனைத்தும் ஒத்த பொருளுடையவை. **Thin** என்பது உடலில் மிகக் குறைந்த சதைப்பற்று உள்ளவர்களைக் குறிக்கும் பெருவழக்கான பொதுச் சொல்லாகும். கவர்ச்சியூட்டும் முறையில் ஒல்லியாக உள்ளவர்களை **slim** என்ற சொல் குறிக்கும்—*You're so slim! How do you do it?* மிகவும் மெலிந்து கவர்ச்சியற்று இருப்பவர்களைக் குறிப்பது **skinny** ஆகும். பெரிதும் முறைசார்பு உடைய **underweight** என்ற சொல் பெரும்பாலும் மிகைப்படியாக மெலிந்துள்ளவர்களைக் குறிக்கும் மருத்துவ வழக்குச் சொல்லாகும்—*The doctor says I'm underweight.*

3 (used about a liquid) that flows easily; not thick (திரவ வகையில்) எளிதாக ஓடுகிற அல்லது ஒழுகுகிற; கெட்டியாக இல்லாத *a thin sauce* **4** (used about mist, smoke, etc.) not difficult to see through (மூடுபனி, புகை முதலியவை வகையில்) ஊடாகப் பார்ப்பதற்குச் சிரமமாக இல்லாத; எளிதில் ஒளி ஊடுருவத்தக்க; பளிங்கு போன்ற **5** having only a few people or things with a lot of space between them ஏராளமான இடைவெளியுடன் சிறிதளவேயான ஆட்களை அல்லது பொருள்களைக் கொண்டிருக்கிற; நெருக்கமற்ற; சிதறலான *The population is rather thin in this part of the country.* ✪ OPP பொருள்கள் 1, 3 மற்றும் 4-க்கு **thick** ▶ **thin** *adv. Don't slice the onion too thin.* ▶ **thinly** *adv. thinly sliced bread* • *thinly populated areas*

IDM **thin on the ground** ➪ **ground**[1] பார்க்க.

through thick and thin ➪ **thick**[2] பார்க்க.

vanish, etc. into thin air to disappear completely முற்றிலுமாக மறைந்துவிடு; காணாதுபோ

wear thin ➪ **wear**[1] பார்க்க.

thin[2] /θɪn/ *verb* [I, T] (**thinning; thinned**) **thin (sth) (out)** to become thinner or fewer in number; to make sth thinner மேலும் மெலிதாகு; அடர்த்தியில் குறைவுறு; எண்ணிக்கையில் மேலும் குறைவுபடு; ஒன்றை மேலும் மெலிதாக்கு *The trees thin out towards the edge of the forest.* • *Thin the sauce by adding milk.*

thing /θɪŋ/ *noun* **1** [C] an object that is not named பெயர் குறிப்பிடப்படாத பொருள் *What's that red thing on the table? • A pen is a thing you use for writing with.* **2** [C] a quality or state பண்பு; இயல்பு; தன்மை; நிலை *There's* ***no such thing as*** *a ghost* (= it doesn't exist). • *The best thing about my job is the way it changes all the time.* **3** [C] an action, event or statement செயல்; நிகழ்வு; கூற்று; வாசகம் *When I get home the first thing I do is have a cup of tea. • What a nice thing to say!* **4** [C] a fact, subject, etc. மெய்ம்மைக் கூறு, பொருள் முதலியவை *He told me a few things that I didn't know before.* **5 things** [*pl.*] clothes or tools that belong to sb or are used for a particular purpose ஒருவரது உடைமையான அல்லது குறிப்பிட்ட நோக்கத்திற்குப் பயன்படுத்தப்படுகிற உடைகள் அல்லது செயற்கருவிகள் *I'll just go and pack my things. • We keep all the cooking things in this cupboard.* **6 things** [*pl.*] the situation or conditions of your life வாழ்க்கைச் சூழல் அல்லது நிலைமை *How are things with you?* **7** [C] used for expressing how you feel about a person or an animal ஓராள் அல்லது ஒரு விலங்கு பற்றி இன்ன முறையில் தான் எண்ணுவதாகக் குறிப்பிடப் பயன்படுத்தப்படுவது *You've broken your finger? You poor thing!* **8 the thing** [*sing.*] exactly what is wanted or needed தான் விரும்புகிற அல்லது தனக்கு வேண்டியிருக்கிற அதே பொருள் *That's just the thing I was looking for!*

IDM a close shave/thing ➪ **close³** பார்க்க.

be a good thing (that) to be lucky that ஒன்றின் வகையில் நற்பேறு உடையவராக இரு; குறிப்பிடப்பட்ட ஒன்று நலம் பயப்பதாக இரு *It's a good thing you remembered your umbrella.*

do your own thing to do what you want to do, independently of other people தான் செய்ய விரும்புவதை மற்றவர்களின் தலையீடின்றித் தானே செய்

first/last thing as early/late as possible கூடியவரை முன்னதாக/பிந்தி *I'll telephone her first thing tomorrow morning. • I saw him last thing on Friday evening.*

to make matters/things worse ➪ **worse** பார்க்க.

take it/things easy ➪ **easy²** பார்க்க.

think /θɪŋk/ *verb* (*pt, pp* **thought** /θɔːt/) **1** [I, T] **think (sth) (of/about sb/sth); think that...** to have a particular idea or opinion about sth/sb; to believe ஒருவரை/ஒன்றைப் பற்றி ஒரு குறிப்பிட்ட கருத்து அல்லது எண்ணம் கொண்டிரு; குறிப்பிட்ட முறையில் கருது அல்லது எண்ணு; அபிப்பிராயப்படு *'Do you think (that) we'll win?' 'No, I* ***don't think so****.' What do you think about going out tonight? • Gopal's on holiday, I think.* **2** [I] **think (about sth)** to use your mind to consider sth or to form connected ideas ஒன்றை எண்ணிப்பார்ப்பதற்கு அல்லது ஒன்றோடொன்று தொடர்புடைய கருத்துகளை மனத்தில் உருப்படுத்த அறிவைப் பயன்படுத்து; ஆழ்ந்து சிந்தி *What are you thinking about? • He had to think hard* (= a lot) *about the question.* **3** [I] **think of/about doing sth; think that...** to intend or plan to do sth ஒன்றைச் செய்ய எண்ணு அல்லது திட்டமிடு *We're thinking of moving house. • I think I'll go for a swim.* **4** [T] to form an idea of sth; to imagine sth ஒன்று குறித்து ஒரு கருத்து உருவாக்கிக் கொள் ***Just think*** *what we could do with all that money!* **5** [I] **think about/of sb** to consider the feelings of sb else வேறொருவரது உணர்ச்சிகளைக் கருத்தில் கொள்; எண்ணிப்பார் *She never thinks about anyone but herself.* **6** [T] to remember sth; to have sth come into your mind ஒன்றை நினைவில் வைத்துக்கொள்; ஞாபகப்படுத்திக்கொள் *Can you think where you left the keys? • I didn't think to ask him his name.* **7** [T] to expect sth ஒன்றை எதிர்பார் *The job took longer than we thought.* **8** [I] to think in a particular way குறிப்பிட்ட முறையில் எண்ணு அல்லது சிந்தி *If you want to be successful, you have to* ***think big****. • We've got to* ***think positive****.*
▶ **think** *noun* [*sing.*] *I'm not sure. I'll have to* ***have a think*** *about it.*

IDM think better of (doing) sth to decide not to do sth; to change your mind ஒன்றைச் செய்ய வேண்டாமென முடிவுசெய்; மனதை மாற்றிக்கொள்

think highly, a lot, not much, etc. of sb/sth to have a good, bad, etc. opinion of sb/sth ஒருவரை/ஒன்றைப் பற்றி நல்ல முறையில், மோசமாக... எண்ணு *I didn't think much of that film.*

think the world of sb to love and admire sb very much ஒருவரை மிக்க அளவில் விரும்பிப் பாராட்டு; மிகுதியாகப் போற்று

PHR V think of sth to create an idea in your imagination மனத்தில் ஒரு கருத்தை உருப்படுத்திக்கொள்; கருத்து கொள்; கற்பனை செய் *Who first thought of the plan?*

think sth out to consider carefully all the details of a plan, idea, etc. ஒரு திட்டம், கருத்து முதலியவற்றின் அனைத்து விவரக் கூறுகளையும் கவனமாக ஆராய் *a well-thoughtout scheme.*

think sth over to consider sth carefully ஒன்றைத் தீர ஆராய் *I'll think your offer over and let you know tomorrow.*

think sth through to consider every detail of sth carefully ஒன்றின் ஒவ்வொரு நுணுக்க விவரத்தையும் கவனமுடன் ஆராய் *He made a bad decision because he didn't think it through.*

think sth up to create sth in your mind; to invent ஒன்றை மனதில் உருப்படுத்து; புனைந்து காண் *to think up a new advertising slogan*

thinker /'θɪŋkə(r)/ *noun* [C] **1** a person who thinks about serious and important subjects கருத்தார்ந்த, முக்கியத்துவம் வாய்ந்த பொருள்கள் குறித்துச் சிந்திப்பவர்; சிந்தனையாளர் **2** a person who thinks in a particular way குறிப்பிட்ட முறையில் சிந்திப்பவர் *a quick/creative/clear thinker*

thinking¹ /'θɪŋkɪŋ/ *noun* [U] **1** using your mind to think about sth ஒன்று குறித்து மனதில் கருத்துக் கொள்ளுதல்; சிந்தித்தல்; சிந்தனை *We're going to have to do some quick thinking.* **2** ideas or opinions about sth ஒன்றைப் பற்றிய கருத்துகள் அல்லது எண்ணங்கள் *This accident will make them change their thinking on safety matters.* ➪ **wishful thinking** பார்க்க.

thinking² /'θɪŋkɪŋ/ *adj.* intelligent and using your mind to think about important subjects அறிவுத் திறம் வாய்ந்த மற்றும் அறிவைப் பயன்படுத்தி முக்கியமான பொருள்கள் குறித்து ஆராய்ந்து பார்க்கிற; சிந்தனையாற்றல் உடைய; சிந்திக்கிற

third¹ /θɜ:d/ *det., adj., adv.* 3rd மூன்றாவது/மூன்றாமவர்; மூன்றாவதான/மூன்றாமவரான; மூன்றாவதாக/மூன்றாமவராக ➪ **sixth** பதிவிலுள்ள எடுத்துக்காட்டுகளைப் பார்க்க.

third² /θɜ:d/ *noun* [C] **1** the fraction 1/3; one of three equal parts of sth, ஒன்றின் மூன்று சமக் கூறுகளில் ஒன்று; 1/3 என்ற பின்ன அளவு; மூன்றில் ஒன்று **2** (*BrE*) a result in final university exams, below first and second class degrees பல்கலைக்கழகத் தேர்வுகளில் ஒருவருக்கு வழங்கப்படும், முதல் மற்றும் இரண்டாம் வகுப்புத் தேர்ச்சி நிலைகளுக்குக் கீழான தேர்ச்சி நிலை; மூன்றாம் வகுப்பு

third-degree *adj.* (*only before a noun*) **1** (*AmE*) (used about murder) of the least serious of three kinds (கொலை வகையில்) மூன்று வகையான கொடும் கொலைகளுள் கொடுமைத்தன்மை குறைந்ததான **2** (used about burns) of the most serious of three kinds, affecting the flesh under the skin and leaving permanent marks (தீக்காயங்கள் வகையில்) மூன்று வகையான தீக்காயங்களுள், தோலுக்குக் கீழுள்ள தசையைப் பாதித்து நிலையான வடுக்களை உண்டாக்குகிற, கடுமை மிக்கதான **first-degree** மற்றும் **second-degree** பார்க்க.

thirdly /'θɜ:dli/ *adv.* used to introduce the third point in a list கருத்துகளின் வரிசை முறையில் மூன்றாவது கருத்தைக் குறிக்கப் பயன்படுத்தப்படுவது; மூன்றாவதாக *We have made savings in three areas: firstly, defence, secondly, education and thirdly, health.*

third party *noun* [C] a person who is involved in a situation in addition to the two main people involved ஒரு சூழலுடன் அல்லது நேர்வுடன் தொடர்புற்றுள்ள இரண்டு முக்கியமான ஆட்களுடன் மூன்றாவதாகத் தொடர்புற்றுள்ளவர்; மூன்றாம் ஆள்

the third person *noun* [*sing.*] **1** (*grammar*) the set of pronouns and verb forms used by a speaker to refer to other people and things பேசுபவர் வேறு ஆட்களை அல்லது பொருள்களைக் குறிப்பிடப் பயன்படுத்தும் மாற்றுப்பெயர்கள் மற்றும் வினைவடிவங்களின் தொகுதி; படர்க்கை வடிவம்; படர்க்கை *'They are' is the third person plural of the verb 'to be'.* **2** the style of writing a novel, telling a story, etc. as the experience of sb else, using third person forms புதினப் படைப்பு, கதை கூறுதல் முதலியவற்றில் படர்க்கை வடிவங்களைப் பயன்படுத்தி வேறொருவரது அனுபவத்தைக் கூறும் பாணி; படர்க்கை நோக்குநிலை *a book written* ***in the third person*** ➪ **first person** மற்றும் **the second person** பார்க்க.

the Third World *noun* [*sing.*] a way of referring to the poor or developing countries of Africa, Asia and Latin America ஆப்பிரிக்கா, ஆசியா, இலத்தீன் அமெரிக்கா ஆகியவற்றின் ஏழ்மை அல்லது வளர்ச்சி நிலையிலுள்ள நாடுகளைக் குறிப்பிடும் முறை; மூன்றாம் உலக நாடுகள் **NOTE** சில சமயங்களில் இவ்வழக்கு மனம் புண்படுத்தக்கூடியதாகக் கருதப்படுகிறது. ➪ **the First World** பார்க்க.

thirst /θɜ:st/ *noun* **1** [U] [*sing.*] the feeling that you have when you want or need a drink பருகுநீர்மத்தை விரும்பும்போது அல்லது அது தேவைப்படும்போது உண்டாகும் உணர்வு; நீர் வேட்கை; தாகம் *Cold tea really quenches your thirst.* • *to die of thirst* **2** [*sing.*] **a thirst for sth** a strong desire for sth ஒன்றின் மீதான அழுத்தமான விருப்பம்; மிகு விருப்பம்; வேட்கை; வேணவா ➪ **hunger** பார்க்க.

thirsty /'θɜ:sti/ *adj.* (**thirstier; thirstiest**) wanting or needing a drink குடி நீர்மத்தை விரும்புகிற அல்லது வேண்டி நாடுகிற; நீர் வேட்கையுடைய; நீர்த்தாகம் கொண்ட *I'm thirsty. Can I have a drink of water, please?* ➪ **hungry** பார்க்க. ▶ **thirstily** *adv.*

thirteen /ˌθɜ:'ti:n/ *number* 13 பதின்மூன்று என்னும் எண்; பதின்மூன்று

> **NOTE** வாக்கியங்களில் எண்கள் பயன்படுத்தப்படும் முறை குறித்த எடுத்துக்காட்டுகள் **six** பதிவில் உள்ளன.

thirteenth /ˌθɜ:'ti:nθ/ *det., adj., adv.* 13th பதின்மூன்றாவது/பதின்மூன்றாமவர்; பதின்மூன்றாவதான; பதின்மூன்றாவதாக ➪ **sixth** பதிவிலுள்ள எடுத்துக்காட்டுகளைப் பார்க்க.

thirtieth /ˈθɜːtiəθ/ *det., adj., adv.* 30th முப்பதாவது/ முப்பதாமவர்; முப்பதாவதான; முப்பதாவதாக ➪ **sixth** பதிவிலுள்ள எடுத்துக்காட்டுகளைப் பார்க்க.

thirty /ˈθɜːti/ *number* 30 முப்பது என்ற எண்; முப்பது

NOTE வாக்கியங்களில் எண்கள் பயன்படுத்தப்படும் முறை குறித்த எடுத்துக்காட்டுகள் **sixty** பதிவில் உள்ளன.

this /ðɪs/ *det., pronoun* (*pl.* **these** /ðiːz/) **1** used for talking about sb/sth that is close to you in time or space கால அல்லது இட வகையில் தனக்கு அண்மையில் உள்ள ஆள் அல்லது பொருள் பற்றிப் பேசப் பயன்படுத்தப்படுவது: இவர்; இது; இந்த • *Is this the book you asked for?* • *These are the letters to be filed, not those over there.* **2** used for talking about sth that was mentioned or talked about earlier முன்னர் குறிப்பிடப்பட்ட அல்லது பேசப்பட்ட ஒன்றைப் பற்றிப் பேசப் பயன்படுத்தப்படுவது: இது; இந்த *Where did you hear about this?* **3** used for introducing sb or showing sb sth ஒருவரை அறிமுகப்படுத்த அல்லது ஒருவருக்கு ஒன்றைக் காட்டப் பயன்படுத்தப்படுவது: இவர்; இது; இந்த *This is my wife, Lalita, and these are our children, Dinesh and Vijay.* **4** (used with days of the week or periods of time) of today or the present week, year, etc. (வார நாட்களுடன் அல்லது காலப்பகுதிகளுடன் பயன்படுத்தப்படுவது) இந்த நாளின் அல்லது நடப்பு வாரம், வருடம் முதலியவற்றின் *Are you busy this afternoon?* • *this Friday* (= the Friday of this week) **5** (*informal*) (used when you are telling a story) a certain (கதை கூறும்போது) பெயர் குறிப்பிடாது குறிப்பிட்ட ஆளை அல்லது பொருளைச் சுட்டப் பயன்படுத்தப்படுவது *Then this woman said...* ▶ **this** *adv. The road is not usually this busy.*

IDM **this and that; this, that and the other** various things பல்வேறு பொருள்கள் *We chatted about this and that.*

thistle /ˈθɪsl/ *noun* [C] a wild plant with purple flowers and sharp points (**prickles**) on its leaves ஊதா நிறப் பூக்களும் கூர்முனைகளுள்ள இலைகளும் கொண்ட காட்டுச்செடி வகை

thong /θɒŋ/ (*AmE*) = **flip-flop**

thorax /ˈθɔːræks/ *noun* [C] **1** (*medical*) the middle part of your body between your neck and your waist கழுத்துக்கும் இடுப்புக்கும் இடையே இருக்கும் உடலின் நடுப் பகுதி **2** the middle section of an insect's body, to which the legs and wings are connected கால்கள் மற்றும் இறக்கைகள் இணைக்கப்பட்டுள்ள பூச்சி உடலின் நடுப் பகுதி ➪ **abdomen** பார்க்க; மேலும் **insect** பதிவில் படம் பார்க்க. ▶ **thoracic** /θɔːˈræsik/ *adj.*

thorn /θɔːn/ *noun* [C] one of the hard sharp points on some plants and bushes, for example on rose bushes ரோசாச் செடிகள் போன்ற சில வகைத் தாவரங்களின் மற்றும் குத்துச்செடிகளின் மீது காணப்படும் கடினமான, கூரிய முனைகளில் ஒன்று; முள் ➪ **flower** பதிவில் படம் பார்க்க. ▶ **thorny** /ˈθɔːni/ *adj* **1** causing difficulty or disagreement இடர்ப்பாட்டை அல்லது ஒத்திசைவின்மையை உண்டாக்குகிற *a thorny problem/question* **2** having thorns முட்களுள்ள

thorough /ˈθʌrə/ *adj.* **1** careful and complete கருத்தார்ந்த மற்றும் முழுமையான; முழு நிறைவான *The police made a thorough search of the house.* **2** doing things in a very careful way, making sure that you look at every detail ஒவ்வொரு நுணுக்க விவரத்தையும் கண்டுணர்ந்து மிக்க கவனமுடன் செயல்படுகிற; அலசி ஆராய்கிற *Prema is slow but she is very thorough.* ▶ **thoroughness** *noun* [U]

thoroughbred /ˈθʌrəbred/ *noun* [C] an animal, especially a horse, of high quality, that has parents that are both of the same type ஒரே இனத்தைச் சார்ந்த பெற்றோர்களையுடைய உயர் இன விலங்கு, குறிப்பாக குதிரை; சாதிக் குதிரை ▶ **thoroughbred** *adj.*

thoroughly /ˈθʌrəli/ *adv.* **1** in a careful and complete way கருத்துடனும் முழுமையாகவும்; அறுதீர்வாக *to study a subject thoroughly* **2** completely; very much முற்றிலும்; முழு நிறைவாக; நிரம்ப *We thoroughly enjoyed our holiday.*

those ➪ **that 1, 2**-வின் பன்மை வடிவம்

though /ðəʊ/ *conj., adv.* **1** in spite of the fact that; although என்ற போதிலும்; என்றிருந்தாலும்; அது அவ்வாறாயினும் *Though he had very little money, Ashok always managed to dress smartly.* **2** but ஆனால்; எனினும் *I'll come as soon as I can, though I can't promise to be on time.* **3** (*informal*) however ஆயினும் *I quite like him. I don't like his wife, though.* ➪ **although** பதிவிலுள்ள குறிப்பைப் பார்க்க.

IDM **as if** ➪ **as** பார்க்க.

as though ➪ **as** பார்க்க.

thought¹ ➪ **think** என்பதன் இறந்தகால மற்றும் இறந்தகால வினையெச்ச வடிவம்

thought² /θɔːt/ *noun* **1** [C] an idea or opinion கருத்து; எண்ணம்; அபிப்பிராயம் *What are your thoughts on this subject?* • *I've just had a thought* (= an idea). **2** [U] the power or process of thinking சிந்தனைத் திறன்; சிந்தித்தல்; சிந்தனை *I need to give this problem **some thought**.* **3 thoughts** [*pl.*] a person's mind and all the ideas that are in it ஒருவரது மனம் மற்றும் மனதிலுள்ள எண்ணங்கள் *You are always **in my thoughts**.* **4** [*sing.*] a feeling of care or worry அக்கறை; பரிவு; கவலை *They sent me flowers.*

What a kind thought! **5** [U] particular ideas or a particular way of thinking குறிப்பிட்ட கருத்துகள்; குறிப்பிட்ட முறையிலான சிந்தனை, கருத்து அல்லது சிந்தனைப் போக்கு *a change in medical thought on the subject*

IDM deep in thought/conversation ➪ **deep**[1] பார்க்க.

a school of thought ➪ **school** பார்க்க.

second thoughts ➪ **second**[1] பார்க்க.

thoughtful /ˈθɔ:tfl/ *adj.* **1** thinking deeply ஆழ்ந்து சிந்திக்கிற; சிந்தனை வயப்பட்ட; சிந்தனையின் விளைவான *a thoughtful expression* **2** thinking about what other people want or need பிறரது விருப்பங்களை அல்லது தேவைகளைப் பற்றிச் சிந்திக்கிற; பிறர் நலம் கருதுகிற; பிறர் மீது அக்கறை அல்லது பரிவுணர்ச்சி உடைய *It was very thoughtful of you to send her some flowers.* ▸ **thoughtfully** /ˈθɔ:tfəli/ *adv.* ▸ **thoughtfulness** *noun* [U]

thoughtless /ˈθɔ:tləs/ *adj.* not thinking about what other people want or need or what the result of your actions will be பிறரது விருப்பங்களை அல்லது தேவைகளைப் பற்றி அல்லது தன் செயல்களின் விளைவுகளைப் பற்றி எண்ணிப் பார்க்காத; பிறரைப் பற்றிக் கவலைப்படாத ✪ SYN **inconsiderate** ▸ **thoughtlessly** *adv.* ▸ **thoughtlessness** *noun* [U]

thousand /ˈθaʊznd/ *number* 1000 ஆயிரம் என்ற எண்; ஆயிரம்

> **NOTE** ஓர் எண்ணிக்கையைக் குறிக்கும்போது **thousand** ஒருமை வடிவில் வரும். 'ஏராளம்' என்னும் பொருளில் வரும்போது இது **thousands** எனப் பன்மை வடிவில் பயன்படுத்தப்படும்—*There were over 70,000 spectators at the match.* •*Thousands of people attended the meeting.* எண்கள் வாக்கியங்களில் பயன்படுத்தப்படும் முறை குறித்த எடுத்துக்காட்டுகள் **six** பதிவில் உள்ளன. எண்கள் பற்றி மேலும் அறிய அகராதிப் பகுதியின் பின்னால் உள்ள எண்கள் பற்றிய தனிப்பகுதியைப் பார்க்க.

thousandth[1] /ˈθaʊznθ/ *det.* 1000th ஆயிரமாவதான; ஆயிரமாவரான

thousandth[2] /ˈθaʊznθ/ *noun* [C] the fraction $^1/_{1000}$; one of a thousand equal parts of sth ஒன்றின் ஆயிரச் சமக்கூறுகளில் ஒன்று; $^1/_{1000}$ என்னும் பின்ன எண்; ஆயிரத்தில் ஒரு கூறு

thrash /θræʃ/ *verb* **1** [T] to hit sb/sth many times with a stick, etc. as a punishment தண்டனையாகக் குச்சி முதலியவற்றால் ஒருவரை/ஒன்றைப் பலமுறை அடி; விளாசு **2** [I, T] **thrash (sth) (about/around)** to move or make sth move wildly without any control கட்டுப்பாடின்றிக் கடுவிசையுடன் அசைவுறு அல்லது ஒன்று அசையச் செய் **3** [T] to defeat sb easily in a game, competition, etc. விளையாட்டு, போட்டி முதலியவற்றில் ஒருவரை எளிதாகத் தோற்கடி

PHR V thrash sth out to talk about sth with sb until you reach an agreement ஓர் உடன்பாட்டை எட்டும்வரை ஒன்றைப் பற்றி ஒருவருடன் பேசு; விவாதித்து முடிவுக்கு வா

thrashing /ˈθræʃɪŋ/ *noun* [C] **1** the action of hitting sb/sth many times with a stick, etc. as a punishment தண்டனையாகக் குச்சி முதலியவற்றால் ஒருவரை/ஒன்றைப் பலமுறை அடித்தல்; நையப்புடைத்தல்; விளாசல் **2** (*informal*) a bad defeat in a game ஒரு விளையாட்டில் ஏற்படும் மோசமான தோல்வி; படுதோல்வி

thread[1] /θred/ *noun* **1** [C, U] a long thin piece of cotton, wool, etc. that you use for sewing or making cloth தையலுக்கு அல்லது துணி நெய்வதற்குப் பயன்படுத்தப்படும் பஞ்சு, ஆட்டு மயிர் முதலியவற்றால் ஆன நூல்; இழை *a needle and thread* **2** [C] the connection between ideas, the parts of a story, etc. கருத்துகள், ஒரு கதையின் பகுதிகள் முதலியவற்றின் இடையேயான இணைப்பு; இழை *I've lost the thread of this argument.*

thread[2] /θred/ *verb* [T] **1** to put sth long and thin, especially thread, through a narrow opening or hole நீண்டு மெலிதான ஒன்றை, குறிப்பாக நூலை, குறுகலான ஒரு திறப்பு அல்லது துளையின் ஊடாகச் செலுத்து; இழையைத் துளையில் செருகு *to thread a needle* • *He threaded the belt through the loops on the trousers.* **2** to join things together by putting them onto a string, etc. நூல் முதலியவற்றில் பொருத்திப் பொருள்களை ஒன்றிணை; இணைத்துச் சேர்

IDM thread your way through sth to move through sth with difficulty, going around things or people that are in your way தனது வழியில் உள்ள ஆட்களை அல்லது பொருள்களைச் சுற்றிக் கொண்டு இடர்ப்பாட்டுடன் ஒன்றின் ஊடாகச் செல்; தடங்கல் இடையே வழி அமைத்துக்கொண்டு செல்

threadbare /ˈθredbeə(r)/ *adj.* (used about material or clothes) old and very thin (துணி அல்லது ஆடை வகையில்) பழையதும் மிக மெல்லிதாக இருப்பதுமான; இழையிழையான; இற்றுப்போன; நைவுற்ற

threat /θret/ *noun* **1** [C] a warning that sb may hurt, kill or punish you if you do not do what he/she wants ஒருவர் விரும்புவதைச் செய்யாவிடில் அவரால் துன்பத்திற்கு, இறப்புக்கு அல்லது தண்டனைக்கு உட்படுத்தப்படக் கூடும் என்னும் எச்சரிப்பு; அச்சுறுத்தல்; மிரட்டல்; பயமுறுத்தல் *to **make threats** against sb*

• *He keeps saying he'll resign, but he won't* ***carry out*** *his threat.* **2** [U] [*sing.*] the possibility of trouble or danger தொந்தரவு அல்லது ஆபத்து நேர்வதற்கான வாய்ப்பு நிலை; இடர் முன்னெச்சரிப்பு; முன்னறிகுறி *The forest is* ***under threat*** *from building developments.* **3** [C] a person or thing that may damage sth or hurt sb; something that indicates future danger ஒன்றைச் சேதப்படுத்தக்கூடிய அல்லது ஒருவருக்குத் துன்பம் தரக்கூடிய ஆள் அல்லது பொருள்; அச்சுறுத்தலாக அல்லது வர இருக்கும் ஆபத்தின் அறிகுறியாக இருப்பவர்/இருப்பது

threaten /ˈθretn/ *verb* **1** [T] **threaten sb (with sth); threaten (to do sth)** to warn that you may hurt, kill or punish sb if he/she does not do what you want தான் விரும்புவதைச் செய்யாவிடில் தன்னால் துன்பத்திற்கு, இறப்புக்கு அல்லது தண்டனைக்கு உட்படுத்தப்படலாம் என்று ஒருவரை எச்சரி; மிரட்டு *The boy threatened him with a knife.* • *She was threatened with dismissal.* **2** [I, T] to seem likely to do sth unpleasant இன்னாத ஒன்றைச் செய்யும் வாய்ப்புள்ளவராக/வாய்ப்புள்ளதாகக் காணப்படு; கேடு செய்யும் போக்குடையதாகத் தோன்று *The wind was threatening to destroy the bridge.* ▶ **threatening** *adj.* ▶ **threateningly** *adv.*

three /θriː/ *number* **1** 3 மூன்று என்ற எண்; மூன்று **2** (*used to form compound adjectives*) having three of the thing mentioned குறிப்பிடப்பட்ட பொருளின் மூன்று எண்ணிக்கையை உடைய; மூன்றினையுடைய *a three-legged stool* ➪ **third** பார்க்க.

NOTE வாக்கியங்களில் எண்களைப் பயன்படுத்தும் முறை குறித்த எடுத்துக்காட்டுகள் **six** பதிவில் தரப்பட்டுள்ளன.

three-dimensional (*also* **3-D**) *adj.* having length, width and height நீளம், அகலம் மற்றும் உயரத்தைக் கொண்டிருக்கிற; முத்திற அளவையுடைய; முப்பரிமாணமுடைய *a three-dimensional model*

thresh /θreʃ/ *verb* [T] to separate grains of corn, rice, etc. from the rest of the plant using a machine or, especially in the past, by hitting it with a special tool இயந்திரத்தைப் பயன்படுத்தி அல்லது (குறிப்பாகக் கடந்த காலத்தில்) கதிரடிக்கும் கருவியால் அடித்துச் சோளம், நெல் முதலியவற்றின் தானிய மணிகளை அவற்றின் தாள்களிலிருந்து தனியாகப் பிரி; கதிரடி ▶ **threshing** *noun* [U] *a threshing machine*

threshold /ˈθreʃhəʊld/ *noun* [C] **1** the ground at the entrance to a room or building அறை, கட்டடம் முதலியவற்றின் நுழைவாயிலிலுள்ள தரை; வாயிற்படி **2** the level at which sth starts to happen ஒன்று நிகழத் தொடங்கும் படிநிலை; தொடக்க நிலை *Young children have a low boredom threshold.* **3** the time when you are just about to start sth or find sth ஒன்றைத் தொடங்கப்போகும் அல்லது ஒன்றைக் கண்டுபிடிக்க இருக்கும் சமயம்; தொடக்கத் தருணம் *We could be* ***on the threshold of*** *a scientific break through.*

threw ➪ **throw** என்பதன் இறந்தகால வடிவம்

thrift /θrɪft/ *noun* [U] the quality of being careful not to spend too much money ஊதாரித்தனமாகச் செலவழிக்காதிருப்பதில் கவனமாக இருக்கும் பண்பு; சிக்கனம்; செட்டு; கையிறுக்கம் ▶ **thrifty** *adj.*

thrill /θrɪl/ *noun* [C] a sudden strong feeling of pleasure or excitement திடீரென உண்டாகும் முனைப்பான மகிழ்ச்சி அல்லது மனக்கிளர்ச்சி ▶ **thrill** *verb* [T] *His singing thrilled the audience.* ▶ **thrilled** *adj. He was absolutely thrilled with my present.* ▶ **thrilling** *adj.*

thriller /ˈθrɪlə(r)/ *noun* [C] a play, film, book, etc. with a very exciting story, often about a crime பெரும்பாலும் குற்றச் செயல் தொடர்பான, பரபரப்பூட்டும் கதையுடைய புதினம், நாடகம், திரைப்படம் முதலியவை; உணர்ச்சியார்வப் படைப்பு

thrive /θraɪv/ *verb* [I] (*pt* **thrived** or *old-fashioned* **throve** /θrəʊv/; *pp* **thrived**) to grow or develop well நல்ல முறையில் வளர்ச்சியுறு அல்லது மேம்படு; செழித்தோங்கு ▶ **thriving** *adj. a thriving industry*

throat /θrəʊt/ *noun* [C] **1** the front part of your neck கழுத்தின் முன்பகுதி; தொண்டை; குரல்வளை *The attacker grabbed the man by the throat.* ➪ **body** பதிவில் படம் பார்க்க. **2** the back part of your mouth and the passage down your neck through which air and food pass வாயின் பின்பகுதியாக உள்ளதும் கழுத்திலிருந்து கீழாக உயிர் வாயு மற்றும் உணவு ஊடு செல்வதுமான செல்வழி; உணவுக் குழாய்; மூச்சுக் குழல் *She got a piece of bread stuck in her throat.* • *I've got a sore throat.*

IDM **clear your throat** ➪ **clear**³ பார்க்க.

have/feel a lump in your throat ➪ **lump**¹ பார்க்க.

throb /θrɒb/ *verb* [I] (**throbbing; throbbed**) to make strong regular movements or noises; to beat strongly முனைப்புடன் ஒரே சீராகத் தொடர்ந்து இயங்கு அல்லது ஒலி செய்; வலுவுடன் துடி; அதிர்வுறு *Her finger throbbed with pain.* ▶ **throb** *noun* [C]

thrombosis /θrɒmˈbəʊsɪs/ *noun* [C, U] (*pl.* **thromboses** /-siːz/) a serious medical condition caused by a lump of thick blood (**clot**) forming in a tube (**blood vessel**) or in the heart குருதி நாளங்களில் அல்லது இதயத்தில் குருதி உறைவின் காரணமாக ஏற்படும் கடுமையான நோய் நிலை; குருதிக் கட்டு; இரத்த உறைவு

throne /θrəʊn/ *noun* **1** [C] the special chair where a king or queen sits அரசன் அல்லது அரசி அமரும் தனிவகை நாற்காலி; அரியணை; சிம்மாசனம் **2 the throne** [*sing.*] the position of being king or queen அரசனாக அல்லது அரசியாக இருக்கும் நிலை; அரசாட்சி அதிகாரம்

throng¹ /θrɒŋ/ *noun* [C] (*written*) a large crowd of people பெரும் ஆட்கூட்டம்; பெருங்கும்பல்

throng² /θrɒŋ/ *verb* [I, T] (*written*) (used about a crowd of people) to move into or fill a particular place (ஆட்கள் கூட்டம் பற்றிக் குறிப்பிடுகையில்) குறிப்பிட்ட இடத்தினுள் செல் அல்லது நிரம்பு; குழுமு; திரள்

throttle¹ /ˈθrɒtl/ *verb* [T] to hold sb tightly by the throat and stop him/her breathing ஒருவரது குரல்வளையைப் பற்றிப் பிடித்துச் சுவாசிக்க முடியாது செய்; குரல்வளையை நெரித்துத் திக்குமுக்காட வை; தொண்டையை நெரித்துக் கொல் ✪ SYN **strangle**

throttle² /ˈθrɒtl/ *noun* [C] the part in a vehicle that controls the speed by controlling how much fuel goes into the engine இயந்திரத்தினுள் செல்லும் எரிபொருளின் ஒழுக்கைக் கட்டுப்படுத்தி ஊர்தி வேகத்தைக் கட்டுப்படுத்தும் உறுப்பு; ஊர்தி வேகக் கட்டுப்பாட்டு உறுப்பு

through /θruː/ *prep., adv.* **1** from one end or side of sth to the other ஒரு கோடியிலிருந்து மறுகோடிக்கு; ஒரு பக்கத்திலிருந்து மறு பக்கத்திற்கு; நெடுகிலும்; ஊடாக *to look through a telescope* • *She cut through the rope.* • *to push through a crowd of people* **2** from the beginning to the end of sth ஒன்றின் தொடக்கத்திலிருந்து இறுதி வரை; முழுதூடாக; முழுவதும் *Food supplies will not last through the winter.* • *We're halfway through the book.* **3** past a limit, stage or test ஓர் எல்லையை, ஒரு படிநிலையை அல்லது சோதனையைக் கடந்து; தாண்டி; அப்பால் *He lifted the rope to let us through.* • *She didn't get through the first interview.* **4** because of; with the help of ஒன்றின் விளைவாக; ஒரு காரணத்தினால்; ஒருவரது/ ஒன்றின் உதவியுடன்; மூலமாக; வழியாக; வாயிலாக *Errors were made through bad organization.* • *Dinesh got the job through his uncle.* **5** (*AmE* **thru**) until, and including ஒன்றை உள்ளடக்கி அதுவரையிலும்; ஒன்று முடிய *They are staying Monday through Friday.* **6** connected by telephone தொலைபேசித் தொடர்புறுத்தப்பட்டு; தொலைபேசியால் இணைக்கப்பட்டு *Can you put me through to extension 5678, please?*

PHR V **be through (with sb/sth)** to have finished with sb/sth ஒருவருடனான உறவைத் துண்டித்துவிட்டிரு; ஒன்றைப் பயன்படுத்துவதை நிறுத்திவிட்டிரு

throughout /θruːˈaʊt/ *adv., prep.* **1** in every part of sth ஒன்றின் ஒவ்வொரு பகுதியிலும்; முழுதூடாக *The house is beautifully decorated throughout.* • *The match can be watched live on television throughout the world.* **2** from the beginning to the end of sth ஒன்றின் தொடக்கம் முதல் இறுதி வரை; அடியிலிருந்து முடி வரை; நெடுகிலும்; முழுவதும் *We didn't enjoy the holiday because it rained throughout.*

throve ⇨ **thrive** என்பதன் இறந்தகால வடிவம்

throw /θrəʊ/ *verb* (*pt* **threw** /θruː/; *pp* **thrown** /θrəʊn/) **1** [I, T] **throw (sth) (to/at sb); throw sb sth** to send sth from your hand through the air by moving your hand or arm quickly விசையுடன் முன்கையை அல்லது பின்கையை இயக்கிக் கையிலிருந்து ஒன்றை வானத்தின் ஊடாக வீசு; எறி *How far can you throw?* • *Throw the ball to me.* **2** [T] to put sth somewhere quickly or carelessly விரைவியக்கமுடன் அல்லது அலட்சியமாக ஒன்றை ஓரிடத்தில் வை; தூக்கி எறி; அசட்டையாகப் போடு *He threw his bag down in a corner.* • *She threw on a sweater and ran out of the door.* **3** [T] to move your body or part of it quickly or suddenly உடலை அல்லது ஓர் உடற்பகுதியை விரைவியக்கமுடன் அல்லது திடீரென இயக்கு; சட்டென ஆட்டு அல்லது திருப்பு *Jyoti threw herself onto the bed and sobbed.* • *Lakan threw back his head and roared with laughter.* **4** [T] to cause sb to fall down quickly or violently சட்டென அல்லது மோது விசையுடன் ஒருவர் கீழே விழச் செய்; கீழே எறி அல்லது தள்ளு *The bus braked and we were thrown to the floor.* **5** [T] to put sb in a particular (usually unpleasant) situation ஒரு குறிப்பிட்ட (வழக்கமாக இன்னாத) நிலையில் ஒருவரைத் தள்ளிவிடு *We were thrown into confusion by the news.* **6** [T] (*informal*) to make sb feel upset, confused or surprised ஒருவரை மனக்கலக்கம், குழப்பம், வியப்பு ஆகியவற்றுக்கு உட்படுத்து *The question threw me and I didn't know what to reply.* **7** [T] to send light or shade onto sth ஒன்றின் மீது ஒளி அல்லது நிழல் படியச் செய் *The tree threw a long shadow across the lawn.* ▶ **throw** *noun* [C] *It's your throw* (= it's your turn to throw the dice in a board game, etc.). • *a throw of 97 metres*

PHR V **throw sth away 1** (*also* **throw sth out**) to get rid of rubbish or sth that you do not want குப்பை கூளத்தை அல்லது தனக்கு வேண்டாத ஒன்றை தொலைத்தொழி; வீசி எறிந்துவிடு

I threw his letters away. **2** to waste or not use sth useful பயனுள்ள ஒன்றை வீணாக்கு அல்லது பயன்படுத்தாது விடு *to throw away a good opportunity*

throw sth in (*informal*) to include sth extra without increasing the price விலையைக் கூட்டாமல் மிகைப்படியாக ஒன்றைச் சேர்

throw sb out to force sb to leave a place பலவந்தமாக ஒருவரை ஓரிடத்தை விட்டுப் போகச் செய்; ஒருவரை வெளியே தள்ளு

throw sth out 1 to decide not to accept sb's idea or suggestion ஒருவரது கருத்தை அல்லது யோசனையை ஏற்கவேண்டாமென முடிவுசெய்; ஏற்க மறு **2** = **throw sth away 1**

throw up (*informal*) to vomit; to be sick வாந்தியெடு

throw sth up 1 to vomit food உணவை இரைப்பையிலிருந்து வெளியே தள்ளு; வாந்தி எடு **2** to produce or show sth ஒன்றை உண்டுபண்ணு; வெளிப்படுத்து **3** to leave your job, career, studies, etc. தொழில், பணி, படிப்பு முதலியவற்றை விட்டுவிடு; உதறிவிடு

throwaway /ˈθrəʊəweɪ/ *adj.* (*only before a noun*) **1** used to describe sth that you say quickly without careful thought, sometimes in order to be funny ஆழ்ந்த சிந்தனையின்றி, சில சமயங்களில் வேடிக்கையாக, திடீரெனக் கூறப்படுகிற; அசட்டையான; அலட்சியமான; விளையாட்டுப்போக்கான *a throwaway line/remark/comment* **2** (used about goods, etc.) produced at a low cost and intended to be thrown away as rubbish after being used (விலைப்பொருள்கள் முதலியவை வகையில்) குறைந்த செலவில் உற்பத்தி செய்யப்பட்டுப் பயன்பாட்டுக்குப் பிறகு கழிபொருளாக வீசியெறியப்படுகிற; பயன்படுத்திவிட்டு எறிந்துவிடத்தக்க

thru (*AmE*) = **through 5**

thrust[1] /θrʌst/ *verb* [I, T] (*pt, pp* **thrust**) **1** to push sb/sth suddenly or violently; to move quickly and suddenly in a particular direction ஒருவரை/ஒன்றைத் திடீரென அல்லது தாக்கு விசையுடன் தள்ளு; நெக்கித் தள்ளு; குறிப்பிட்ட நிலையில் விரைவாக அல்லது திடுமெனச் செல் *The man thrust his hands deeper into his pockets.* • *She thrust past him and ran out of the room.* **2** to make a sudden forward movement with a knife, etc. கத்தி முதலியவற்றைத் திடீரென முன்னோக்கிச் செலுத்து; புகுத்து

PHR V **thrust sb/sth upon sb** to force sb to accept or deal with sb/sth ஒருவரை/ஒன்றை ஏற்றுக்கொள்ளுமாறு அல்லது கையாளுமாறு ஒருவரைப் பலவந்தப்படுத்து; ஒருவர் மீது ஒன்றைத் திணி

thrust[2] /θrʌst/ *noun* **1 the thrust** [*sing.*] the main part or point of an argument, policy, etc. ஒரு வாதத்தின் அல்லது கொள்கையின் முதன்மைப்பகுதி அல்லது கூறு **2** [C] a sudden strong movement forward திடீரென்ற மற்றும் வலுவான முன்னோக்கிய இயக்கம்; நெக்கித் தள்ளல்; உந்துகை

thud /θʌd/ *noun* [C] the low sound that is made when a heavy object hits sth else கனமான ஒரு பொருள் வேறொன்றின்மீது மோதும்போது உண்டாகும் மந்தமான ஓசை; மெத்தொலி; மொத்தொலி *Her head hit the floor with a dull thud.* ▶ **thud** *verb* [I] (**thu<u>dd</u>ing; thu<u>dd</u>ed**)

thug /θʌg/ *noun* [C] a violent person who may harm other people பிறருக்கு ஊறு விளைவிக்கக்கூடிய மூர்க்கப் பண்புடைய ஆள்; போக்கிரி; முரடன்

thumb[1] /θʌm/ *noun* [C] **1** the short thick finger at the side of each hand கைப்பெருவிரல்; கட்டை விரல் ➪ **body** பதிவில் படம் பார்க்க. **2** the part of a glove, etc. that covers your **thumb1** கட்டை விரலை மறைக்கும் கையுறை முதலியவற்றின் பகுதி

IDM **a rule of thumb** ➪ **rule[1]** பார்க்க.

stand/stick out like a sore thumb ➪ **sore[1]** பார்க்க.

the thumbs up/down a sign or an expression that shows approval/disapproval ஏற்பிசைவை/உடன்பாடின்மையைக் காட்டும் ஓர் அறிகுறி அல்லது ஒரு சொல்/தொடர்

under sb's thumb (used about a person) completely controlled by sb (ஆள் வகையில்) முற்றிலுமாக ஒருவரது கட்டுப்பாட்டில் உள்ள; ஒருவரது முழு ஆதிக்கத்தின்கீழ் உள்ள *She's got him under her thumb.*

thumb[2] /θʌm/ *verb* [I, T] **thumb (through) sth** to turn the pages of a book, etc. quickly ஒரு நூல் முதலியவற்றின் பக்கங்களை விரைவாகத் திருப்பு

IDM **thumb a lift** to hold out your thumb to cars going past, to ask sb to give you a free ride இலவசமாக ஏற்றிச் செல்லக் கோருவதற்காக விரைந்து வரும் சீருந்துகளை நோக்கிக் கட்டை விரலைக் காட்டு; கட்டை விரலைக் காட்டி இலவசச் சவாரி கோரு ➪ **hitch-hike** பதிவிலுள்ள குறிப்பைப் பார்க்க.

thumbtack /ˈθʌmtæk/ (*AmE*) = **drawing pin**

thump /θʌmp/ *verb* **1** [T] to hit sb/sth hard with sth, usually your closed hand (**fist**) ஒன்றினால், வழக்கமாகக் கைமுட்டியினால், ஒருவரை/ஒன்றைப் பலமாக அடி; குத்து; செம்மையாக மொத்து *He started coughing and Shoba thumped him on the back.* **2** [I, T] to make a loud sound by hitting sth or by beating hard ஒன்றைப் பலமாகத் தட்டி அல்லது விசையுடன் அடித்து உரத்த ஒலி எழுப்பு *His heart was thumping with excitement.* ▶ **thump** *noun* [C]

thunder[1] /'θʌndə(r)/ *noun* [U] the loud noise in the sky that you can hear when there is a storm and that usually comes after a flash of light (**lightning**) மோசமான வானிலையின் போது, வழக்கமாக மின்னலை அடுத்து, வானத்தில் எழும் பேரோசை; இடியோசை; இடி *a clap/crash/roll of thunder*

thunder[2] /'θʌndə(r)/ *verb* [I] **1** (used with it) to make a loud noise in the sky during a storm மோசமான வானிலையின் போது வானத்தில் பேரொலி எழுப்பு; இடி *The rain poured down and it started to thunder.* **2** to make a loud deep noise like thunder இடியோசை போன்று உரத்த ஆழ்ந்த ஒலி எழுப்பு; பெரு முழக்கம் செய் *Traffic thundered across the bridge.*

thunderbolt /'θʌndəbəʊlt/ *noun* [C] (*written*) a flash of lightning that comes at the same time as the noise of thunder and that hits sth ஒன்றைத் தாக்குகிற, இடியோசையுடன் கூடிய மின்னல்

thunderclap /'θʌndəklæp/ *noun* [C] a loud crash made by thunder இடி முழக்கம்

thunderstorm /'θʌndəstɔːm/ *noun* [C] a storm with loud noises and flashes of light in the sky (**thunder** and **lightning**) இடி மின்னலுடன் கூடிய மோசமான வானிலை; இடிமின் புயல்

Thur. (*also* **Thurs.**) *abbr.* Thursday வியாழக்-கிழமையைக் குறிக்கும் Thursday என்பதன் குறுக்கம் *Thur. 26 June*

Thursday /'θɜːzdeɪ; -di/ *noun* [C, U] (*abbr.* **Thur.; Thurs.**) the day of the week after Wednesday புதன்கிழமைக்கு அடுத்து வரும் வார நாள்; வியாழக்கிழமை; வியாழன்

NOTE வார நாட்களின் பெயர்கள் எப்போதும் முகட்டெழுத்தில் தொடங்கும். வார நாட்களின் பெயர்களைப் பயன்படுத்தும் முறை குறித்த எடுத்துக்காட்டுகள் **Monday** பதிவில் தரப்பட்டுள்ளன.

thus /ðʌs/ *adv.* (*formal*) **1** like this; in this way இதைப் போன்று; இம்முறையில்; இப்படி; இவ்வாறு; இவ்வகையில் *Thus began the series of incidents which changed her life.* **2** because of or as a result of this இதன் காரணமாக; இதன் விளைவாக; இதனால் ✪ SYN **therefore**

thwart /θwɔːt/ *verb* [T] **thwart sth; thwart sb (in sth)** to stop sb doing what he/she planned to do; to prevent sth happening ஒருவர் செய்யத் திட்டமிட்டிருந்த ஒன்றைச் செய்யாது தடு; செயல் தடைப்படுத்து *to thwart sb's plans/ambitions/efforts*

thyme /taɪm/ *noun* [U] a plant that is used in cooking (**a herb**) and that has small leaves and a sweet smell நறுமணம் உடையதும் சிற்றிலைகள் கொண்டதும் சமையலில் பயன்படுத்தப்படுவதுமான செடி வகை; நறுமண ஓமஇலைச் செடி வகை

thyroid /'θaɪrɔɪd/ (*also* **thyroid gland**) *noun* [C] a small organ at the front of your neck that produces substances (**hormones**) that control the way in which your body grows and works உடல் வளர்ச்சியையும் இயக்கத்தையும் கட்டுப்படுத்துகிற ஊக்குபொருள் சுரக்கும் கழுத்தின் முன்பகுதியிலுள்ள சிறு உறுப்பு; கேடயச் சுரப்பி

tibia /'tɪbiə/ *noun* [C] (*technical*) the inner and larger bone of the two bones in the lower part of the leg between your knee and foot காலின் கீழ்ப்பகுதியில் முழங்காலுக்கும் பாதத்திற்கும் இடையில் அமைந்துள்ள இரண்டு எலும்புகளுள் உட்புறமாக உள்ள பெரிய எலும்பு; முன்கால் எலும்பு ✪ SYN இதன் செறிவு குன்றிய துறை வழக்குச் சொல் **shin bone** என்பதாகும். ⇨ **fibula** பார்க்க; மேலும் **body** பதிவில் படம் பார்க்க.

tic /tɪk/ *noun* [C] a sudden quick movement of a muscle, especially in your face or head, that you cannot control ஒரு தசையின், குறிப்பாக முகத்தில் அல்லது தலையில் உள்ள தசையின், கட்டுபடுத்த முடியாத திடீர் விரைவியக்கம்; தசைச் சுரிப்பு; தசை இசிப்பு *He has a nervous tic.*

tick[1] /tɪk/ *verb* **1** [I] (used about a clock or watch) to make regular short sounds (மணிப்பொறி அல்லது கைக்கடிகாரம் வகையில்) தொடர்ந்த, ஒரே சீரான குறு ஒலி செய்; 'டிக் டிக்' ஒலி எழுப்பு **2** (*AmE* **check**) [T] to put a mark (✓) next to a name, an item on a list, etc. to show that sth has been dealt with or chosen, or that it is correct கையாளப்பட்டுவிட்டது, தேர்வு செய்யப்பட்டுவிட்டது அல்லது சரியானது என்பதைக் குறிக்க ஒரு பெயர், ஒரு பட்டியலிலுள்ள ஓர் உருப்படி முதலியவற்றை அடுத்து (✓) என்ற குறியிடு; சிறு வளைகுறி இடு *Please tick the appropriate box.*

IDM **what makes sb/sth tick** the reasons why sb behaves or sth works in the way he/she/it does ஒருவர் நடந்துகொள்ளும் அல்லது ஒன்று செயல்படும் முறைக்கான காரணங்கள் *He has a strong interest in people and what makes them tick.*

PHR V **tick away/by** (used about time) to pass (கால/நேர வகையில்) கழி; கட

tick sb/sth off to put a mark (✓) next to a name, an item on a list, etc. to show that sth has been done or sb has been dealt with ஒன்று செய்யப்பட்டு விட்டது அல்லது ஒருவர் கையாளப்பட்டுவிட்டார் என்பதைக் காட்ட ஒரு பெயர், ஒரு பட்டியலிலுள்ள ஓர் உருப்படி முதலியவற்றை அடுத்து (✓) என்ற குறியிடு

tick over (*informal*) (*usually used in the continuous tenses*) **1** (used about an engine) to run slowly while the vehicle is not moving (ஓர் இயந்திரம் பற்றிக் குறிப்பிடுகையில்) ஊர்தி ஓடாதிருக்கும்போது மெதுவாக இயங்கு **2** to keep working slowly without producing or achieving very much குறிப்பிடத்தக்க உற்பத்தி அல்லது விளைபயன் இன்றி மந்த கதியில் செயல் புரிந்துகொண்டிரு

tick² /tɪk/ *noun* [C] **1** (*AmE* **check mark; check**) a mark (✓) next to an item on a list that shows that sth has been done or is correct ஒன்று செய்யப்பட்டுவிட்டது அல்லது ஒன்று சரியானது என்பதைக் காட்ட ஒரு பட்டியலிலுள்ள ஓர் உருப்படியை அடுத்து இடப்படும் (✓) என்ற குறி; புட்குறி *Put a tick after each correct answer.* **2** (*also* **ticking**) the regular short sound that a watch or clock makes when it is working ஒரு கைக்கடிகாரம் அல்லது மணிப்பொறி இயங்கிக் கொண்டிருக்கும்போது அது எழுப்பும் தொடர்ந்த குறு ஒலி; 'டிக் டிக்' என்ற மணிப்பொறி ஒலி **3** (*BrE informal*) a moment இமைப்பொழுது; கண நேரம்; நொடி **4** a small animal with eight legs, like an insect, that bites humans and animals and sucks their blood மனிதர்களையும் விலங்குகளையும் கடித்துக் குருதியை உறிஞ்சும் பூச்சி போன்ற சிறு எட்டுக்கால் விலங்கு; உண்ணி

ticket /ˈtɪkɪt/ *noun* [C] **1 a ticket (for/to sth)** a piece of paper or card that shows you have paid for a journey, or that allows you to enter a theatre, cinema, etc. ஒரு பயணத்திற்குக் கட்டணம் செலுத்திவிட்டதைக் குறிக்கும் அல்லது நாடக அரங்கு, திரையரங்கு முதலியவற்றுக்கு நுழைவுரிமை வழங்கும் சிறு தாள் அல்லது அட்டை; பயணச் சீட்டு; நுழைவுச் சீட்டு *two tickets for the World Cup • a single/return ticket to Ernakulam • a ticket office/machine/collector* ➪ **season ticket** பார்க்க. **2** a piece of paper or a label in a shop that shows the price, size, etc. of sth that is for sale கடையில் உள்ள விற்பனைப் பொருளின் விலை, அளவு முதலியவை குறிக்கப்பட்ட சிறு தாள் அல்லது பொருள் விவரச் சீட்டு; முகப்புவரிச் சீட்டு; விலை விவரக் குறிப்புச் சீட்டு **3** an official piece of paper that you get when you have parked illegally or driven too fast telling you that you must pay money as a punishment (**a fine**) ஒருவர் சட்ட விரோதமாக ஊர்தியை ஓரிடத்தில் நிறுத்தும்போது அல்லது வரம்பு மீறி ஊர்தியை ஓட்டும்போது அவருக்குத் தரப்படும் ஒறுப்புக் கட்டணம் செலுத்தவேண்டும் எனக் கூறும் அதிகாரபூர்வமான சிறு தாள்; ஒறுப்புக் கட்டண ஆணைச்சீட்டு *a parking ticket*
IDM **just the job/ticket** ➪ **job** பார்க்க.

tickle /ˈtɪkl/ *verb* **1** [T] to touch sb lightly with your fingers or with sth soft so that he/she laughs சிரிப்பூட்டும் முறையில் விரல்களால் அல்லது மிருதுவான ஒன்றால் ஒருவரை மென்மையாகத் தொடு; கிச்சுகிச்சு மூட்டு *She tickled the baby's toes.* **2** [I, T] to produce or to have an uncomfortable feeling in a part of your body உடற்பகுதி ஒன்றில் அசௌகரிய உணர்வு தோன்றச் செய் அல்லது அசௌகரிய உணர்வு கொள்; தோலில் இலேசான அரிப்புணர்ச்சி கொள் *My nose tickles/is tickling. • The woollen scarf tickled her neck.* **3** [T] (*informal*) to amuse and interest sb ஒருவருக்கு வேடிக்கை காட்டு; இன்பக் கிளர்ச்சியூட்டு *That joke really tickled me.*
▶ **tickle** *noun* [C]

ticklish /ˈtɪklɪʃ/ *adj.* if a person is ticklish, he/she laughs when sb touches him/her in a sensitive place கூருணர்ச்சியுள்ள ஓர் உடற்பகுதியில் வருடும்போது கூச்ச உணர்வுக்கு உள்ளாகிச் சிரிக்கிற *Are you ticklish?*

tidal /ˈtaɪdl/ *adj.* connected with the regular rise and fall of the sea (**tides**) கடலின் வழக்கமான ஏற்ற இறக்கம் தொடர்பான; கடல் பொங்குதலும் வடிதலும் சார்ந்த

tidal wave *noun* [C] a very large wave in the sea which destroys things when it reaches the land, and is often caused by movements under the surface of the earth (**an earthquake**) பெரும்பாலும் கடல் அடிப்பரப்பில் உண்டாகும் நில நடுக்கம் காரணமாக நிகழ்வதும் கரையைத் தொடும்போது அழிவு ஏற்படுத்துவதுமான மிகப் பெரிய அலை; ஆழிப் பேரலை **NOTE** ஆழிப் பேரலையைக் குறிக்கும் செறிவான புல வழக்குச்சொல் **tsunami** என்பதாகும்.

tidbit /ˈtɪdbɪt/ (*AmE*) = **titbit**

tide¹ /taɪd/ *noun* [C] **1** the regular change in the level of the sea caused by the moon and the sun. At high tide the sea is closer to the land, at low tide it is farther away and more of the beach can be seen சந்திரன் மற்றும் சூரியனின் ஈர்ப்புக் காரணமாகக் கடல் மட்டத்தில் ஏற்படும் வழக்க முறையான ஏற்ற இறக்கம். ஏற்றத்தின்போது கடல் நிலத்திற்கு மிக அண்மையில் வரும்; தாழும்போது நிலத்திலிருந்து கடல் பின்சென்று கடற்கரை பரந்து தோன்றும் *The tide is **coming in/going out**.* ➪ **ebb** பார்க்க. **2** [*usually sing.*] the way that most people think or feel about sth at a particular time குறிப்பிட்ட தருணத்தில் பெரும்பான்மையினரிடம் காணப்படும் ஒன்றைப் பற்றிய எண்ணப்போக்கு/எண்ண ஓட்டம் அல்லது உணர்ச்சிப்போக்கு *It appears that **the tide has turned** in the government's favour.*

tide² /taɪd/ *verb*
PHR V **tide sb over** to give sb sth to help him/her through a difficult time இடர்ப்பாடான ஒரு

சூழலில் இருக்கும் ஒருவருக்கு உதவ அவருக்கு ஒன்றைக் கொடு; இடர்ப்பாட்டைச் சமாளிக்க உதவு

tidy¹ /ˈtaɪdi/ *adj.* (**tidier; tidiest**) **1** (*BrE*) arranged with everything in good order ஒவ்வொன்றும் சீரான முறையில் இருக்குமாறு ஒழுங்குபடுத்தப்பட்ட; ஒழுங்கமைவான; நேர்த்தியான; சீரான *If you keep your room tidy it is easier to find things.* **2** (used about a person) liking to keep things in good order (ஆள் வகையில்) பொருள்களை ஒழுங்கமைவாக வைத்திருப்பதில் விருப்பமுடைய; சீரொழுங்குக் கருத்துடைய *Mohan is a very tidy boy.* ✪ SYN **neat** ✪ OPP **untidy** ▶ **tidily** *adv.* ▶ **tidiness** *noun* [U]

tidy² /ˈtaɪdi/ *verb* [I, T] (*pres. part.* **tidying**; *3rd person sing. pres.* **tidies**; *pt, pp* **tidied**) **tidy (sb/sth/yourself) (up)** to make sb/sth/yourself look in order and well arranged ஒருவர்/ஒன்று/தான் சீராகவும் ஒழுங்கமைவுடனும் இருக்குமாறு செய்; சீர்படுத்து; செப்பம் செய்; துப்புரவாக்கு *We must tidy this room up before the visitors arrive.*

PHR V **tidy sth away** to put sth into the drawer, cupboard, etc. where it is kept so that it cannot be seen ஒன்று கண்ணில் படாதவாறு அதற்குரிய இடமான இழுப்பறை, நிலைப் பேழை முதலியவற்றில் வை

tie¹ /taɪ/ *noun* [C] **1** (*AmE* **necktie**) a long thin piece of cloth worn round the neck, especially by men, with a knot at the front. A tie is usually worn with a shirt குறிப்பாக ஆடவர், வழக்கமாக மேற்சட்டையின் முன்புறத்தில் முடிச்சிட்டு கழுத்தில் சுற்றி அணிந்துகொள்ளும் நீண்டு மெலிதான துணி; கழுத்துக் கச்சை *a striped silk tie* ⇨ **bow tie** பார்க்க. **2** [*usually pl.*] a strong connection between people or organizations ஆட்கள் அல்லது நிறுவனங்களுக்கு இடையேயான உறுதியான தொடர்பு; பிணைப்பு; ஒட்டுறவு *personal/emotional ties • family ties* **3** something that limits your freedom ஒருவரது சுதந்திரத்தை வரையறைப்படுத்தும் ஒன்று; கட்டுப்பாடு; கட்டு; தளை **4** a situation in a game or competition in which two or more teams or players get the same score ஒரு விளையாட்டு ஆட்டத்தில் இரண்டு அல்லது இரண்டுக்கு மேற்பட்ட ஆட்டக்காரர்கள்/போட்டியாளர்கள் அல்லது அணிகள் சம அளவில் ஆட்டப் புள்ளிகளைப் பெற்றிருக்கும் நிலை; வெற்றி தோல்வியற்ற நிலை; சம நிலை *There was a tie for first place.*

tie² /taɪ/ *verb* (*pres. part.* **tying**; *3rd person sing. pres.* **ties**; *pt, pp* **tied**) **1** [T] to fasten sb/sth or fix sb/sth in position with rope, string, etc.; to make a knot in sth ஒருவர்/ஒன்று ஒருநிலையில் இருக்குமாறு அவரை/அதனை வடக்கயிறு, மென்கயிறு முதலியவற்றால் கட்டு அல்லது பிணை *The prisoner was tied to a chair. • Kala tied her hair back with a ribbon. • to tie sth in a knot • to tie your shoelaces* ✪ OPP **untie 2** [T] **tie sb (to sth/to doing sth)** (*usually passive*) to limit sb's freedom and make him/her unable to do everything he/she wants to தன்னிச்சையாகச் செயல்பட முடியாதவாறு ஒருவரது சுதந்திரத்தைக் கட்டுப்படுத்து; எல்லைக்குட்படுத்து *I don't want to be tied to staying in this country permanently.* **3** [I] **tie (with sb) (for sth)** to have the same number of points as another player or team at the end of a game or competition ஒரு விளையாட்டு ஆட்டத்தின் அல்லது போட்டியின் இறுதியில் மற்ற ஆட்டக்காரர் அல்லது அணி பெற்றுள்ள ஆட்டப் புள்ளிகளையே ஈட்டியிரு; வெற்றி தோல்வி அற்ற நிலையில் இரு *England tied with Italy for third place.*

IDM **your hands are tied** ⇨ **hand¹** பார்க்க.

PHR V **tie sb/yourself down** to limit sb's/your freedom ஒருவரது/தனது சுதந்திரத்தைக் கட்டுப்படுத்து; எல்லைக்கு உட்படுத்து *Having young children really ties you down.*

tie in (with sth) to agree with other facts or information that you have; to match தன்னிடமுள்ள மற்ற மெய்ம்மைக் கூறுகளோடு அல்லது தகவல்களோடு ஒத்துப்போ; இயைந்திரு *The new evidence seems to tie in with your theory.*

tie sb/sth up 1 to fix sb/sth in position with rope, string, etc. வடக்கயிறு, மென்கயிறு முதலியவற்றால் ஒருவரை/ஒன்றைக் கட்டி நிலைப்படுத்து; பிணை *The dog was tied up in the back garden.* **2** (*usually passive*) to keep sb busy ஒருவர் செயல் முனைப்புடன்/மிகு வேலை ஈடுபாட்டுடன் இருக்கச்செய்; வேலையில் மும்முரமாக இருக்கச்செய் *Mr Birla is tied up in a meeting.*

tier /tɪə(r)/ *noun* [C] one of a number of levels தள மட்டங்களில் ஒன்று; அடுக்கு; வரிசை; தளம்

tiffin /ˈtɪfɪn/ *noun* [C] (*IndE*) a snack or light meal சிற்றிடையுணவு; சிற்றுண்டி; நொறுக்குத் தீனி

tiffin carrier *noun* [C] (*IndE*) a set of circular metal containers stacked one on top of another for carrying food உணவு கொண்டு செல்லப் பயன்படுத்தப்படும் வட்ட வடிவ உலோகக் கலங்களின் அடுக்குத் தொகுதி; தூக்கு கலம்

tiger /ˈtaɪɡə(r)/ *noun* [C] a large wild cat that has yellow fur with black lines (**stripes**). Tigers live in parts of Asia புலி; வேங்கை

> NOTE பெண் புலி **tigress** என்றும் புலிக்குட்டி **cub** என்றும் அழைக்கப்படுகின்றன. ⇨ **lion** பதிவில் படம் பார்க்க.

tight /taɪt/ *adj., adv.* **1** fixed firmly in position and difficult to move or remove எளிதில் அசைக்க அல்லது அகற்ற முடியாதவாறு ஒரு நிலையில் உறுதியாகப் பொருத்தப்பட்ட/பொருத்தப்பட்டதாக; இறுக்கப் பிடிப்புடைய/பிடிப்புடன் *a tight knot • Keep a* ***tight grip/hold*** *on this rope. •* ***Hold tight*** *so that you don't fall off.*

NOTE இறந்தகால வினையெச்ச வடிவத்திற்கு முன் பயன்படுத்தப்படுவது **tightly** என்ற வடிவமாகும், **tight** வராது—*The van was packed tight with boxes. • The van was tightly packed with boxes.*

2 (used about clothes) fitting very closely in a way that is often uncomfortable (ஆடைகள் வகையில்) பெரும்பாலும் அசௌகரிய உணர்வை உண்டாக்கும் முறையில் இறுக்கமான/இறுக்கமாக; பிடிப்பமுழுத்தமான/பிடிப்பமுழுத்தமாக *These shoes hurt. They're too tight.* ✪ **OPP loose 3** controlled very strictly and firmly கடுமையாகவும் உறுதியாகவும் கட்டுப்பாடு விதிக்கப்பட்டுள்ள/விதிக்கப்பட்டுள்ளதாக; கடும் கண்டிப்பான/கண்டிப்பாக *Security is very tight at the airport.* **4** stretched or pulled hard so that it cannot be stretched further மேலும் நீட்ட முடியாதபடி வலுவுடன் இழுத்து நீட்டப்பட்ட; தளர்ச்சியற்ற/தளர்ச்சியற்று; விறைப்பாயுள்ள *The rope was stretched tight.* **5** not having much free time or space போதுமான பணி விலக்கு நேரம் அல்லது காலி இடம் கிடைக்காத; மிகு வேலை ஈடுபாடுடைய/ஈடுபாடுடன்; இடநெருக்கடியுடைய *My schedule this week is very tight.* **6 -tight** (*used to form compound adjectives*) not allowing sth to get in or out ஒன்று உட்புக அல்லது வெளியேற இடங்கொடாத/இடங்கொடாது *an airtight/watertight container* ▶ **tightly** *adv. Screw the lid on tightly. • She kept her eyes tightly closed.* ▶ **tightness** *noun* [U]

tighten /ˈtaɪtn/ *verb* [I, T] **tighten (sth) (up)** to become or to make sth tight or tighter இறுக்கமாகு/விறைப்பாகு அல்லது மேலும் இறுக்கமாகு/விறைப்பாகு; ஒன்றை இறுக்கு அல்லது மேலும் இறுக்கமாக்கு *His grip on her arm tightened. • He tightened the screws as far as they would go.*

IDM tighten your belt to spend less money because you have less than usual available வழக்கமாகத் தன்னிடம் இருக்கும் பணத்தை விடத் தற்போது குறைவாக உள்ளமையால் செலவைக் குறை; கையிறுக்கம்/சிக்கனம் செய்

PHR V tighten up (on) sth to cause sth to become stricter ஒன்றை மேலும் கடுமையாக்கு *to tighten up security/a law*

tightrope /ˈtaɪtrəʊp/ *noun* [C] a rope or wire that is stretched high above the ground on which people walk, especially as a form of entertainment குறிப்பாக, பொழுதுபோக்கு நிகழ்ச்சியாக அதன் மீது ஆட்கள் நடப்பதற்காகத் தரைக்கு மேல் உயரத்தில் விறைப்பாக இழுத்துக் கட்டப்பட்டிருக்கும் வடக்கயிறு அல்லது கம்பி; கழைக் கூத்தாடி நடக்கும் கயிறு/கம்பி

tights /taɪts/ (*AmE* **pantyhose**) *noun* [*pl.*] a piece of thin clothing, usually worn by women, that fits tightly from the waist over the legs and feet இடுப்பிலிருந்து கால்கள் மற்றும் பாதங்களுக்கு மேல் இறுக்கமாகப் பொருந்தி அமையுமாறு, வழக்கமாகப் பெண்கள் அணிந்துகொள்ளும், மெல்லிய ஆடை; (மகளிர்) உடலிறுக்கக் கீழுடுப்பு *a pair of tights* ➪ **stocking** பார்க்க.

tile /taɪl/ *noun* [C] one of the flat, square objects that are arranged in rows to cover roofs, floors, bathroom walls, etc. மேற்கூரைகள், தரைகள், குளியலறைச் சுவர்கள் முதலியவற்றின் மேல் மூடாக்காக வரிசை வரிசையாகப் பொருத்தப்படும் தட்டையான சதுர வடிவப் பொருள்களுள் ஒன்று; ஓடு ➪ **building** பதிவில் படம் பார்க்க. ▶ **tile** *verb* [T] *a tiled bathroom*

till¹ /tɪl/ (*informal*) = **until**

till² /tɪl/ (*also* **cash register**) *noun* [C] the machine or drawer where money is kept in a shop, etc. கடை முதலியவற்றில் பணம் வைப்பதற்கான பொறியமைப்பு அல்லது இழுப்பறை; கல்லாப்பெட்டி *Please pay at the till.*

tilt /tɪlt/ *verb* [I, T] to move, or make sth move, into a position with one end or side higher than the other ஒரு விளிம்பு அல்லது பக்கம் மற்றதை விட உயர்ந்திருக்குமாறு நிலைபெயர் அல்லது ஒன்றினை நிலைபெயரச் செய்; ஒருக்களி/ஒருக்களிக்கச் செய்; சாய் *The front seats of the car tilt forward. • She tilted her head to one side.* ▶ **tilt** *noun* [*sing.*]

timber /ˈtɪmbə(r)/ *noun* **1** (*AmE* **lumber**) [U] wood that is going to be used for building கட்டடத்தில் பயன்படுத்தப்பட இருக்கும் மரத்துண்டு; கட்டடத்தச்சு வேலைக்குரிய மரத்துண்டு **2** [C] a large piece of wood பெரிய மரத்துண்டு; தூலம்; உத்தரம் *roof timbers*

timbre /ˈtæmbə(r)/ *noun* [C] (*formal*) the quality of sound that is produced by a particular voice or musical instrument குறிப்பிட்ட குரலின் அல்லது இசைக் கருவியின் ஒலி இயல்பு

time¹ /taɪm/ *noun* **1** [U] [*sing.*] a period of minutes, hours, days, etc. நிமிடங்கள், மணிகள், நாட்கள் முதலியவை குறிக்கும் கால அளவு; கால/நேர அளவு; நேரம் *I'll go by car to* ***save time****. • free/spare time • Learnig a language* ***takes time****.* **2** [U, C] **time (to do sth); time (for sth)** the time in hours and minutes shown on a clock; the moment when sth happens or should happen மணிகளாக மற்றும் நிமிடங்களாக மணிப்பொறி காட்டும் நேரம்; கடிகார நேரம்; ஒன்று நிகழ்கின்ற அல்லது நிகழ வேண்டிய நேரம் ***By the time** I get home, Amit will have cooked the dinner.* • ***This time tomorrow** I'll be on the plane.* • *It's time for lunch.* **3** [U, *sing.*] a system for measuring time in a particular part of the world உலகின் குறிப்பிட்ட பகுதியில் உள்ள நேரத்தைக் கணக்கிடும் முறை; உலகின் குறிப்பிட்ட பகுதியின் காலக் கணிப்பு முறை *eleven o'clock **local time*** **4** [C] an occasion when you do sth or when sth happens ஒருவர் ஒரு செயலைச் செய்யும் அல்லது ஒன்று நிகழும் தருணம் *I phoned them three times.* • *I'll do it better **next time**.* • ***Last time** I saw him, he looked ill.* **5** [C] an event or an occasion that you experience in a certain way குறிப்பிட்ட முறையில் ஒருவர் கண்டு, கேட்டு, துய்த்து உணரும் ஒரு நிகழ்வு அல்லது சமயம்; அனுபவம்; இன்ப/துன்ப வேளை ***Have a good time** tonight.* • *We had a terrible time at the hospital.* **6** [C] a period in the past; a part of history கடந்த காலத்தின் ஒரு பகுதி; வரலாற்றுக் காலப்பகுதி *The 19th century was a time of great industrial change.* **7** [C, U] the number of minutes, etc., taken to complete a race or an event ஒரு பந்தயம், போட்டி முதலியவற்றை நிறைவு செய்ய எடுத்துக்கொள்ளப்படும் நிமிடங்கள் முதலியவற்றின் எண்ணிக்கை; நேர எல்லை; நேர வரையறை *What was his time in the hundred metres?*

ahead of your time ➪ **ahead** பார்க்க.

all the time/the whole time during the period that sb was doing sth or that sth was happening ஒருவர் ஒன்றினைச் செய்து-கொண்டிருந்த அல்லது ஒன்று நிகழ்ந்து-கொண்டிருந்த வேளையில் *I searched everywhere for my keys and they were in the door all the time.*

at the same time ➪ **same** பார்க்க.

at a time on each occasion ஒவ்வொரு முறையும்; ஒரு தடவைக்கு/வேளைக்கு *The lift can hold six people at a time.* • *She ran down the stairs two at a time.*

at one time in the past; previously கடந்த காலத்தில்; முன்பொரு வேளையில்

at times sometimes; occasionally சில சமயங்-களில்; சிற்சில வேளைகளில்; அவ்வப்போது *At times I wish we'd never moved house.*

before your time before you were born தான் பிறப்பதற்கு முன்னர்

behind the times not modern or fashionable புதுமைப் பாங்கற்ற; நவ நாகரிகப் பண்பற்ற; பழம்பாணியான

bide your time ➪ **bide** பார்க்க.

buy time ➪ **buy**[1] பார்க்க.

for the time being just for the present; not for long இப்போதைக்கு மட்டுமே; நீண்ட காலத்திற்கு வேண்டியிராது

from time to time sometimes; not often சில வேளைகளில்; அவ்வப்போது; அடிக்கடி அல்லாது

give sb a hard time ➪ **hard**[1] பார்க்க.

have a hard time doing sth ➪ **hard**[1] பார்க்க.

have no time for sb/sth to not like sb/sth ஒருவர்/ஒன்றின் மீது விருப்பம் கொள்ளாதிரு *I have no time for lazy people.*

in the course of time ➪ **course** பார்க்க.

in good time early; at the right time முன்னதாக; சரியான நேரத்தில்; குறித்த நேரத்திற்குள்

in the nick of time ➪ **nick**[1] பார்க்க.

in time (for sth/to do sth) not late; with enough time to be able to do sth தாமதமாக அல்லாது; ஒன்றினைச் செய்வதற்குப் போதிய நேரம் இருக்கும்போதே; குறித்த நேரத்திற்குள் *Don't worry. We'll get to the station in time for your train.*

It's about/high time (*spoken*) used to say that you think sb should do sth very soon உடனடி-யாக ஒருவர் ஒன்றினைச் செய்ய வேண்டும் எனத் தான் கருதுவதைக் கூறப் பயன்படுத்தப்-படுவது; மேலும் தாமதிக்க முடியாத கடைசி நேரமாகத் தான் கருதுவது *It's about time you told him what's going on.*

kill time, an hour, etc. ➪ **kill**[1] பார்க்க.

once upon a time ➪ **once** பார்க்க.

on time not too late or too early; punctual அதிகப்படியாகப் பிந்தியோ முந்தியோ அல்லாது; குறித்த நேரத்தில் *The train left the station on time.*

one at a time ➪ **one**[1] பார்க்க.

take your time to do sth without hurrying பரபரப்பின்றி ஒன்றைச் செய்; நிதானமாகச் செய்

tell the time ➪ **tell** பார்க்க.

time after time; time and (time) again again and again; repeatedly மீண்டும் மீண்டும்; திரும்பத் திரும்ப; பன்முறை

time² /taɪm/ *verb* [T] **1** (*often passive*) to arrange to do sth or arrange for sth to happen at a particular time ஒரு குறிப்பிட்ட நேரத்தில் ஒன்றினைச் செய்ய அல்லது ஒன்று நடைபெறச் செய்யத் திட்டம் இடு; குறித்த நேரத்திற்கென்று ஒன்றினை வகுத்தமை *Their request was badly timed* (= it came at the wrong time). • *She timed her arrival for shortly after three.* **2** to measure how long sb/sth takes ஒருவருக்கு/ஒன்றினுக்குத் தேவையான நேரத்தைக் கணக்கிட்டுக்கொள்; ஒன்றினுக்கான நேர அளவைக் கணித்து அறுதிசெய் *Try timing yourself when you write your essay.* ▶ **time-consuming** *adj.* that takes or needs a lot of time ▶ **time lag** = **lag²**

timeless /ˈtaɪmləs/ *adj.* (*formal*) that does not seem to be changed by time or affected by changes in fashion காலப்போக்கில் மாறுதலுக்கு உள்ளாகாததாக அல்லது நடையுடை மாற்றங்களால் பாதிக்கப்படாததாகக் காணப்படுகிற; நிலைபேறுடைய; சாசுவதமான; காலத்தை வென்று நிற்கிற

time limit *noun* [C] a time during which sth must be done ஒன்றினைச் செய்து முடிக்க வேண்டிய கால எல்லை *We have to* ***set a time limit*** *for the work.*

timely /ˈtaɪmli/ *adj.* happening at exactly the right time துல்லியமாகக் குறித்த நேரத்தில் நிகழ்கிற; காலப் பொருத்தம் உடையதான

timeout /taɪmˈaʊt/ *noun* [C] (*AmE*) a short period of rest during a sports game ஒரு விளையாட்டு ஆட்டத்தின் இடையில் கொள்ளப்படும் சிறு ஓய்வு; ஆட்ட இடை ஓய்வு

timer /ˈtaɪmə(r)/ *noun* [C] a person or machine that measures time நேரத்தை அளவிடும் ஆள் அல்லது பொறி; நேரக் காப்பாளர்; நேர அளவி *an oven timer*

times¹ /taɪmz/ *prep.* used when you are multiplying one figure by another ஓர் இலக்கத்தை மற்றொன்றினால் பெருக்கும்போது பயன்படுத்தப்படுவது; மடங்கு *Three times four is twelve.*

times² /taɪmz/ *noun* [*pl.*] used for comparing things பொருள்களை ஒப்பிடுவதற்காகப் பயன்படுத்தப்படுவது; மடங்கு *Tea is* ***three times as/ more*** *expensive in Chennai than in Guwahati.*

timetable /ˈtaɪmteɪbl/ (*AmE* **schedule**) *noun* [C] a list that shows the times at which sth happens ஒன்று நிகழும் நேரங்கள் குறிப்பிடப்பட்டுள்ள பட்டியல்; கால அட்டவணை *a bus/ train/school timetable*

timid /ˈtɪmɪd/ *adj.* easily frightened; shy and nervous எளிதில் அச்சவுணர்வு கொள்கிற; பயந்து ஒதுங்குகிற; கலவரமடைகிற; பயங்கொள்ளியான ▶ **timidity** *noun* [U] ▶ **timidly** *adv.*

timing /ˈtaɪmɪŋ/ *noun* [U] **1** the time when sth is planned to happen இன்ன நேரத்தில் நிகழ வேண்டுமென முன்திட்டமிடப்பட்ட ஒன்றின் நிகழ்வு நேரம்; ஒன்றின் அறுதி செய்யப்பட்ட நேரம் *The manager was very careful about the timing of his announcement.* **2** the skill of doing sth at exactly the right time சரிப்பொருத்தமான நேரத்தில் ஒன்றினைச் செய்யும் சாமர்த்தியம்; காலம் அறியும் திறம் *The timing of her speech was perfect.*

tin /tɪn/ *noun* **1** [U] (*symbol* **Sn**) a soft silver-white metal that is often mixed with other metals பெரும்பாலும் மற்ற உலோகங்களுடன் கலந்து பயன்படுத்தப்படும் மென்மையான ஒளிர் சாம்பல் நிற உலோக வகை; தகரம்; டின் **2 tin can** (*AmE* **can**) [C] a closed metal container in which food, paint, etc. is stored and sold; the contents of one of these containers உணவு, சாயம் முதலியவற்றை நிரப்பி விற்பனை செய்வதற்கான அடைப்பிடப்பட்ட உலோகக் கொள்கலம்; டின்; அடைப்பிடப்பட்ட தகரக்கலம்; தகரக்கலத்தின் உள்ளீடு *a tin of peas/ beans/soup* • *a tin of paint/varnish* **3** [C] a metal container with a lid for keeping food in உணவுப்பொருளை உள்ளிட்டு வைப்பதற்கான மூடியுடன் கூடிய உலோகக் கொள்கலம்; டின்; தகரப் பெட்டி *a biscuit/cake tin* ▶ **tinned** *adj. tinned peaches/peas/soup*

tinfoil /ˈtɪnfɔɪl/ = **foil¹**

tinge /tɪndʒ/ *noun* [C, *usually sing.*] a small amount of a colour or a feeling சிற்றளவான வண்ணம் அல்லது உணர்ச்சி; மேலீடான வண்ணத் தடம்; உணர்ச்சிக் கீற்று *a tinge of sadness* ▶ **tinged** *adj.* **tinged (with sth)** *Her joy at leaving was tinged with regret.*

tingle /ˈtɪŋgl/ *verb* [I] (used about a part of the body) to feel as if a lot of small sharp points are pushing into it (ஓர் உடற்பகுதி பற்றிக் குறிப்பிடுகையில்) மிகப் பலவான சிறு கூர்முனைகள் உள்ளழுந்துவது போன்ற உணர்வு கொள்; கூரிய கூச்ச உணர்வு கொள் *His cheeks tingled as he came in from the cold.* ▶ **tingle** *noun* [C, *usually sing.*] *a tingle of excitement/anticipation/fear*

tinker /ˈtɪŋkə(r)/ *verb* [I] **tinker (with sth)** to try to repair or improve sth without having the proper skill or knowledge முறையான பயிற்சித் திறம் அல்லது அறிவாற்றல் இன்றி ஒன்றினைப் பழுதுபார்க்க அல்லது செம்மைப்படுத்த முயல்; ஒட்டுவேலை செய்

tinkle /ˈtɪŋkl/ *verb* [I] to make a light high ringing sound, like that of a small bell சிறு மணி ஓசை போன்ற, மெல்லிய ஏற்றத் தொனியிலான அதிர்வொலி செய்; கிணிகிணி ஒலி செய் ▶ **tinkle** *noun* [C, *usually sing.*]

tin-opener (*AmE* **can-opener**) *noun* [C] a tool that you use for opening a tin of food உணவு அடைக்கப்பட்டுள்ள தகரக் கலத்தைத் திறக்கப் பயன்படுத்தப்படும் கருவி; தகர அடைப்புத் திறப்பான் ➪ **kitchen** பதிவில் படம் பார்க்க.

tinsel /ˈtɪnsl/ *noun* [U] long strings of shiny coloured paper, used as a decoration to hang on a Christmas tree கிறிஸ்துமஸ் விழா மரத்தில் ஒப்பனையாகத் தொங்கவிடப்படும் பளபளப்பான நீண்ட வண்ணத்தாள் இழைகள்; குருநாத்தகடுகள்

tint /tɪnt/ *noun* [C] a shade or a small amount of a colour ஒரு நிறத்தின் திரிபுவகை அல்லது

சிற்றளவு; வண்ணச் சாயல்; வண்ணக் கூறு *white paint with a pinkish tint* ▶ **tint** *verb* [T] *tinted glasses* • *She had her hair tinted.*

tiny /'taɪni/ *adj.* (**tinier; tiniest**) very small மிகச் சிறிதான; சின்னஞ் சிறிய; பொடியான *the baby's tiny fingers*

tip[1] /tɪp/ *noun* [C] **1** the thin or pointed end of sth ஒன்றின் மெல்லிய அல்லது கூர்மையான முனை; நுனி *the tips of your toes/fingers* • *the tip of your nose* **2 a tip (on/for sth/doing sth)** a small piece of useful advice about sth practical நடைமுறை சார்ந்த ஒன்று குறித்த பயனுள்ள சிறு அறிவுரை; துணையுதவிக் குறிப்பு *useful tips on how to save money* **3** a small amount of extra money that you give to sb who serves you, for example in a restaurant உணவகம் முதலிய-வற்றில் தனக்கு சேவை செய்யும் ஒருவருக்கு மிகைப்படியாகத் தரப்படும் சிறு பணத்தொகை; சிறு அன்பளிப்பு; நன்மதிப்புத் தொகை; ஊழியக் கைம்மாறு *to leave a tip for the waiter* **4** (*also* **rubbish tip**) a place where you can take rubbish and leave it குப்பை கூளங்களைக் கொண்டு சென்று கொட்டும் இடம்; குப்பை கொட்டுமிடம் ✪ SYN **dump 5** (*BrE informal*) a place that is very dirty or untidy துப்புரவற்ற அல்லது சீர்கேடான இடம்

IDM **(have sth) on the tip of your tongue** to be sure you know sth but to be unable to remember it for the moment ஒன்று தனக்குத் தெரியும் என்பதில் உறுதியாக இருப்பினும் தற்சமயம் அதனை ஞாபகப்படுத்திக்கொள்ள முடியாதிரு

the tip of the iceberg only a small part of a much larger problem பன்மடங்கு பெரிதான ஒரு பிரச்சினையின் (வெளிப்படையாகத் தெரியும்) சிறு பகுதி

tip[2] /tɪp/ *verb* (**tipping; tipped**) **1** [I, T] **tip (sth) (up)** to move so that one side is higher than the other; to make sth move in this way ஒரு பக்கம் மற்றதை விட உயர்ந்திருக்குமாறு அசைவுறு அல்லது ஒன்றை அசைவுறச் செய்; ஒருக்களி/ஒருக்களிக்கச் செய்; சாய் *When I stood up, the bench tipped up and the person on the other end fell off.* **2** [T] to make sth come out of a container by holding or lifting it at an angle ஒரு கொள்கலத்தைச் சாய்த்துப் பிடித்து அல்லது சாய்வாக மேலுயர்த்தி அதிலுள்ள பொருள்கள் வெளியே வரச்செய்; சாய்த்துக் கொட்டு *Tip the dirty water down the drain.* • *The child tipped all the toys onto the floor.* **3** [I, T] to give a waiter, etc. a small amount of extra money (in addition to the normal charge) to thank him/her உணவக ஊழியர் முதலியோருக்கு நன்றி காட்டும் முறையாகக் கட்டணத்திற்கு மேல் மிகைப்படியாகச் சிறு பணத்தொகை கொடு; நன்மதிப்புத் தொகை அளி *She tipped the taxi driver generously.* **4** [T] **tip sb/sth (as sth/to do sth)** to think or say that sb/sth is likely to do sth ஒருவர்/ஒன்று ஒரு செயலைச் செய்ய வாய்ப்புள்ளது என்று கருது அல்லது கூறு *This horse is tipped to win the race.* • *He is widely tipped as the next Prime Minister.*

PHR V **tip sb off** to give sb secret information ஒருவருக்கு இரகசியத் தகவல் அளி

tip (sth) up/over to fall or turn over; to make sth do this சாய்ந்து விழு; கவிழ்; கவிழச்செய் *An enormous wave crashed into the little boat and it tipped over.*

tip-off *noun* [C] secret information that sb gives, for example to the police, about an illegal activity that is going to happen நடக்கப்போகிற, சட்டத்திற்கு மாறான ஒரு செயல் குறித்துக் காவல்துறையினர் முதலியோருக்கு ஒருவர் கொடுக்கும் இரகசியத் தகவல்; துப்பு *Acting on a tip-off, the police raided the house.*

tiptoe[1] /'tɪptəʊ/ *noun*

IDM **on tiptoe** standing or walking on the ends of your toes with your heels off the ground, in order not to make any noise or to reach sth high up ஓசை செய்யாதிருக்கும் பொருட்டு அல்லது உயரத்தில் உள்ள ஒன்றினை எட்டிப் பிடிக்கும் பொருட்டுக் குதிகால்களைத் தரைக்கு மேல் உயர்த்திக் கால் விரல் நுனிகளை ஊன்றி நிற்கிற அல்லது நடக்கிற

tiptoe[2] /'tɪptəʊ/ *verb* [I] to walk on your toes with your heels off the ground குதிகால்களைத் தரைக்கு மேல் உயர்த்திக் கால்விரல் நுனிகளை ஊன்றி நட

tire[1] /'taɪə(r)/ *verb* [I, T] to feel that you need to rest or sleep; to make sb feel like this ஓய்வு அல்லது உறக்கம் தேவை என்ற உணர்வு கொள்; ஒருவர் இவ்வுணர்வு கொள்ளச் செய்; களைப்படை; களைப்பூட்டு; அசதி உண்டாக்கு

PHR V **tire of sth/sb** to become bored or not interested in sth/sb any more ஒருவர்/ஒன்று குறித்துச் சலிப்படை; ஒருவர்/ஒன்றின் மீது உணர்ச்சியார்வம் இல்லாதுபோ

tire sb/yourself out to make sb/yourself very tired; to exhaust sb/yourself ஒருவர்/தான் மிகு களைப்படையச் செய்; அசதிப்படுத்து *The long walk tired us all out.*

tire[2] (*AmE*) = **tyre**

tired /'taɪəd/ *adj.* feeling that you need to rest or sleep ஓய்வு அல்லது உறக்கம் தேவை என்ற உணர்வு கொள்கிற; களைத்துப்போன; சோர்வுற்ற *She was tired after a hard day's work.* • *I was completely* ***tired out*** (= exhausted) *after all that.* ▶ **tiredness** *noun* [U]

IDM **be tired of sb/sth/doing sth** to be bored with or annoyed by sb/sth/doing sth ஒருவர்/ஒன்று குறித்து அல்லது ஒன்றைச் செய்வதில்

சலிப்புணர்ச்சி அல்லது வெறுப்புணர்ச்சி கொள் *I'm* ***sick and tired*** *of listening to the same thing again and again.*

tireless /ˈtaɪələs/ *adj.* putting a lot of hard work and energy into sth over a long period of time without stopping or losing interest நிறுத்தம் செய்யாது அல்லது ஊக்கம் குன்றாது ஒன்றினுக்குக் கடும் உழைப்பையும் ஆற்றலையும் நீடித்து வழங்குகிற; சோர்ந்து விடாத; உழைப்பார்வம் மிக்க

tiresome /ˈtaɪəsəm/ *adj.* (*formal*) that makes you angry or bored; annoying சினம் அல்லது சலிப்பு உண்டாக்குகிற; தொல்லையான

tiring /ˈtaɪərɪŋ/ *adj.* making you want to rest or sleep ஓய்வை அல்லது உறக்கத்தை நாடச் செய்கிற; சோர்வூட்டுகிற; களைப்பூட்டுகிற *a tiring journey/job*

tissue /ˈtɪʃuː/; /ˈtɪsjuː/ *noun* **1** [U] [*pl.*] the mass of cells that form the bodies of humans, animals and plants மனிதர்கள், விலங்குகள் மற்றும் தாவரங்களின் உடல்களாக அமைவுறும் உயிரணுக்களின் திரள்; திசுத்தொகுதி *muscle/brain/nerve/scar tissue* • *Radiation can destroy the body's tissues.* **2** [C] a thin piece of soft paper that you use to clean your nose and throw away after you have used it மூக்கைத் துடைத்துத் துப்புரவு செய்தபின் எறிந்துவிடும் மென்மையான உறிஞ்சும் தன்மையுடைய மெல்லிய தாள்; நீர்ம உறிஞ்சுத் தாள் *a box of tissues* **3** (*also* **tissue paper**) [U] thin soft paper that you use for putting around things that may break உடைந்துவிடக்கூடிய பொருள்களைப் பொதிந்துவைக்கப் பயன்படுத்தப்படும் மென்மையான மெல்லிய தாள்; மெல்லிழைத் தாள்

tit /tɪt/ *noun* [C] a small European bird that eats insects and seeds. There are several types of tit பூச்சிகளையும் விதைகளையும் உண்ணும் சிறு ஐரோப்பியப் பறவை வகை; இதில் பல வகைகள் உள்ளன

IDM **tit for tat** something unpleasant that you do to sb because he/she has done sth to you ஒருவர் இன்னாதது ஒன்றைத் தனக்குச் செய்ததனால் அவருக்கு இன்னா செய்தல்; பழிக்குப் பழி

titanium /tɪˈteɪniəm/ *noun* [U] (*symbol* **Ti**) a hard silver-grey metal that is combined with other metals to make strong, light materials that do not easily **rust** எளிதில் துருப்பிடிக்காத உறுதியான கனமற்ற பொருள்கள் தயாரிக்க மற்ற உலோகங்களுடன் சேர்த்துப் பயன்படுத்தப்படும் கெட்டியான ஒளிர் சாம்பல் நிற உலோக வகை; பொன்மம்; டிட்டேனியம்

titbit /ˈtɪtbɪt/ (*AmE* **tidbit**) *noun* [C] **1** a small but very nice piece of food சுவை மிக்க உணவுத் துணுக்கு **2** an interesting piece of information ஆர்வம் தூண்டும் தகவல் துணுக்கு; சுவையான தகவல்

title /ˈtaɪtl/ *noun* [C] **1** the name of a book, play, film, picture, etc. ஒரு நூல், நாடகம், திரைப்படம், வரைபடம் முதலியவற்றின் பெயர்; தலைப்பு *I know the author's name but I can't remember the title of the book.* **2** a word that shows a person's position, profession, etc. ஓராளின் படிநிலை, தொழில் முதலியவற்றைக் காட்டும் சொல்; பட்டப்பெயர்; பதவிப்பெயர்; சிறப்புப்பெயர்; தொழிற்பெயர் முதலியவை *'Lord', 'Doctor', 'Reverend', 'Mrs' and 'General' are all titles.* **3** the position of being the winner of a competition, especially a sports competition ஒரு போட்டியில், குறிப்பாக ஒரு விளையாட்டுப் போட்டியில், வெற்றியாளராக இருக்கும் நிலை; முதன்மை நிலை *Sri is playing this match to defend her title* (= to remain champion).

titleholder *noun* [C] the person or team who won a sports competition the last time it took place; the current champion ஒரு விளையாட்டுப் போட்டியில் கடந்த முறை வெற்றி பெற்ற விளையாட்டு வீரர் அல்லது அணி; நடப்பு வெற்றி முதன்மையர்

title role *noun* [C] the main character in a film, book, etc. whose name is the same as the title ஒரு திரைப்படம், நூல் முதலியவற்றின் தலைப்பே தனது பெயராக உடைய அதன் முதன்மைப் பாத்திரம்; தலைப்புப் பெயர் தாங்கிய முதன்மைப் பாத்திரம்

titration /taɪˈtreɪʃn/ *noun* [U] (*technical*) the process of finding out how much of a particular substance is in a liquid by measuring how much of another substance is needed to react with it ஒரு திரவத்தில் உள்ள குறிப்பிட்ட பொருளுடன் எதிர்வினை புரிவதற்குத் தேவைப்படும் வேறொரு பொருளின் அளவைக் கணக்கிடுவதன் வாயிலாக அப்பொருளின் அளவைக் கணக்கிடும் செயல்முறை; நீர்ம இணைமக் கூறளவு மதிப்பிடல்

titter /ˈtɪtə(r)/ *verb* [I] to laugh quietly, especially in an embarrassed or nervous way குறிப்பாக, கூச்ச உணர்வை அல்லது பதட்டத்தை வெளிப்படுத்தும் முறையில் மெல்லமைதியுடன் சிரி; அடங்கிய நகைப்பொலி செய் ▶ **titter** *noun* [C]

T-junction *noun* [C] a place where two roads join to form the shape of a T இரண்டு சாலைகள் T வடிவாக அமையுமாறு சந்திக்குமிடம்; T-சந்திப்பு

tn (*AmE*) = **t²**

TNT /ˌtiː en ˈtiː/ *noun* [U] a highly explosive substance பெரு விசையுடன் வெடிக்கும்

தன்மையுடைய ஒரு பொருள்; வீரியத்தன்மையுடைய வெடிபொருள்

to /tə/; *before vowels* /tu/; *strong form* /tu:/ *prep., adv.* **1** in the direction of; as far as நோக்கி; செல்திசையில்; குறிப்பிடப்பட்ட இடத்திற்கு *She's going to Chennai. • Turn to the left. • He has gone to school.* **2** used to show the end or limit of a series of things or period of time ஒரு வரிசைத் தொகுதியின் அல்லது கால அளவின் இறுதியை அல்லது முடிவெல்லையைக் குறிக்கப் பயன்படுத்தப்படுவது: வரைக்கும்; எல்லைவரை ***from*** *Monday* ***to*** *Friday • from beginning to end* **3** used to show the person or thing that receives sth ஒன்றினைப் பெறும் ஆளை அல்லது பொருளைக் குறிக்கப் பயன்படுத்தப்படுவது: பெறும்படியாக *I am very grateful to my parents. • What have you done to your hair? • Sorry, I didn't realize you were talking to me.* **4** (nearly) touching sth; directed towards sth ஒன்றினை (ஏறத்தாழத்) தொடுகிற நிலையில்; பொருந்த; ஒன்றினை நோக்கிச் செல்வதாக *He put his hands to his ears. • They sat back to back.* **5** reaching a particular state குறிப்பிட்ட நிலையை அடைவதாக; குறிப்பிட்ட நிலைக்கு *The meat was cooked to perfection. • His speech reduced her to tears* (= made her cry). **6** used to introduce the second part of a comparison ஓர் ஒப்பீட்டின் இரண்டாவது பகுதியை அறிமுகப்படுத்தப் பயன்படுத்தப்படுவது: (அதனோடு) ஒப்பிடுகையில்; (அதனை) விடுத்து; பதிலாக; (அதனினும்) மேம்பட்ட நிலையில் *I prefer theatre to opera.* **7** (used for expressing quantity) for each unit of money, measurement, etc. (எண்ணிக்கையைக் குறிக்கப் பயன்படுத்தப்படுவது) பணம், அளவு முதலியவற்றின் ஒவ்வோர் அலகிற்கும் *How many rupees are there to the dollar?* **8** (used to say what time it is) before (நேரத்தைக் குறிப்பிடுகையில்) முன்னாக *It's ten to three* (= ten minutes before three o'clock). **9** used to express sb's opinion or feeling about sth ஒன்றினைப் பற்றிய ஒருவரது கருத்தை அல்லது உணர்வைக் குறிப்பிடப் பயன்படுத்தப்படுவது: (ஒருவரைப்) பொருத்தவரை *To me, it was the wrong decision. • It sounded like a good idea to me.* **10** used for expressing a reaction or attitude to sth ஒன்றினுக்கான பதில் குறிப்பை அல்லது ஒன்றினைப் பற்றிய தனது எண்ணத்தைக் குறிப்பிடப் பயன்படுத்தப்படுவது: இணங்க; இயைய; பொருந்த *To my surprise, I saw two strangers coming out of my house. • His paintings aren't really to my taste.* **11** used with verbs to form the **infinitive** 'செய' என்னும் எச்ச வடிவம் ஆக்குவதற்கு வினைச்சொற்களுடன் பயன்படுத்தப்படுவது: செய்ய; செய்வதற்கு *I want to go home now. • Don't forget to write. • I didn't know what to do.* **12** /tu:/ (used about a door) in or into a closed position (கதவு வகையில்) மூடிய நிலையில்; அடைக்கும்படி *Push the door to.*

IDM **to and fro** backwards and forwards பின்னோக்கியும் முன்னோக்கியும்; இரு வழியும்

toad /təʊd/ *noun* [C] a small cold-blooded animal that has a rough skin and lives both on land and in water நிலத்திலும் நீரிலும் வாழுகிற, சொரசொரப்பான தோலுடைய, மற்றும் குளிர்ந்த குருதியுடைய சிறு விலங்கு; தேரை ⇨ **amphibian** பதிவில் படம் பார்க்க.

toadstool /ˈtəʊdstu:l/ *noun* [C] a type of small wild plant (**a fungus**) that is usually poisonous, with a round top and a thin supporting part வட்ட வடிவ மேற்பகுதியும் மென்தண்டும் உடைய, பொதுவாக நச்சுத்தன்மையுள்ள, காளான் வகை ⇨ **mushroom** மற்றும் **fungus** பார்க்க.

toast /təʊst/ *noun* **1** [U] a thin piece of bread that is heated on both sides to make it brown பழுப்பு நிறம் அடையுமாறு இரண்டு பக்கங்களிலும் வாட்டப்பட்ட ரொட்டித் துண்டு; செம்முறுகலான ரொட்டித்துண்டு *a piece/slice of toast* **2** [C] **a toast (to sb/sth)** an occasion at which a group of people wish sb happiness, success, etc., by drinking a glass of wine, etc. at the same time ஒரு குவளை திராட்சை மது முதலியவற்றை ஒரு குழுவினர் ஒருசேர அருந்திக்கொண்டு ஒருவரது மகிழ்ச்சி, வெற்றி முதலியவற்றுக்காக வாழ்த்துத் தெரிவிக்கும் நிகழ்ச்சி; மது அருந்தி நலம் பாராட்டும் நிகழ்ச்சி *I'd like to* ***propose a toast to*** *the bride and groom.* ⇨ **drink** பார்க்க. ▶ **toast** *verb* [T]

toaster /ˈtəʊstə(r)/ *noun* [C] an electrical machine for making bread turn brown by heating it on both sides ரொட்டியை இரு பக்கங்களிலும் வெம்மைப்படுத்திப் பழுப்பு நிறம் பெறச்செய்வதற்கான மின்பொறி; ரொட்டி வாட்டு மின்கலம்

tobacco /təˈbækəʊ/ *noun* [U] the substance that people smoke in cigarettes and pipes (the dried leaves of the tobacco plant) சிகரெட்டுகளிலும், புகைக்குழல்களிலும் இட்டுப் புகைக்கப்படும் புகையிலைத் தாவரத்தின் உலர்ந்த இலைகள்; புகையிலை

tobacconist /təˈbækənɪst/ *noun* **1** [C] a person who sells cigarettes, matches, etc. சிகரெட்டுகள், தீப்பெட்டிகள் முதலியவை விற்பவர் **2** (*also* **the tobacconist's**) [*sing.*] a shop where you can buy cigarettes, matches, etc. சிகரெட்டுகள், தீப்பெட்டிகள் முதலியவை விற்கப்படும் கடை

toboggan /təˈbɒgən/ *noun* [C] a type of flat board with flat pieces of metal underneath, that people use for travelling down hills on snow for fun இன்பப் பொழுதுபோக்காகக் குன்றுகளின் பனிப்பரப்பில் சறுக்கி இறங்கப் பயன்படுத்தப்படும், தட்டையான உலோகத் துண்டுகள் அடிப்பகுதியில் பொருத்தப்பட்ட, சமதளப் பலகை; பனிச் சரிவு சறுக்கு கலம் **NOTE** இது அளவில் சிறிய **sledge** (பனிச்சறுக்கு வண்டி) ஆகும். ➪ **bobsleigh** பார்க்க.

today /tə'deɪ/ *noun* [U], *adv*. **1** (on) this day இந்த நாள்; இன்று; இந்த நாளில்; இன்றைக்கு *Today is Monday.* • *What shall we do today?* • *School ends **a week today*** (= on this day next week). • *Where is today's paper?* **2** (in) the present age; these days இக்காலம்; தற்போது; இக்காலத்தில்; இந்நாட்களில் *Young people today have far more freedom.* ✪ SYN **nowadays**

toddle /'tɒdl/ *verb* [I] **1** to walk with short steps like a very young child இளஞ்சிறார் போன்று சிறுசிறு அடிகளுடன் நட; தளர் நடையிடு **2** (*informal*) to walk or go somewhere ஓரிடத்திற்கு நடந்து செல்; ஓரிடத்திற்குப் போ

toddler /'tɒdlə(r)/ *noun* [C] a young child who has only just learnt to walk தற்போதுதான் நடக்கத் தொடங்கியுள்ள குழந்தை; தளர்நடை நடக்கும் சிறுவன்/சிறுமி

toddy /'tɒdi:/ *noun* [C, U] (in India) the fermented sap of palm trees used as a drink புளிக்க வைத்துக் குடிப்பதற்கு பயன்படுத்தப்படும் தென்னை அல்லது பனை மரத்தின் கள்

toe[1] /təʊ/ *noun* [C] **1** one of the small parts like fingers at the end of each foot கால் விரல் *the big/ little toe* (= the largest/smallest toe) ➪ **body** பதிவில் படம் பார்க்க. **2** the part of a sock, shoe, etc. that covers your toes கால் விரல்களை மறைக்கும் காலுறை, புதைமிதியடி முதலியவற்றின் பகுதி; கால் விரற்பகுதி

toe[2] /təʊ/ *verb* (*pres. part.* **toeing**; *pt, pp* **toed**)

IDM **toe the (party) line** to do what sb in authority tells you to do, even if you do not agree with him/her ஒத்திசைவு இல்லாத நிலையிலும், அதிகாரத்தில் உள்ள ஒருவர் செய்ய வேண்டுமெனச் சொல்வதைச் செய்; (விரும்பாத நிலையிலும்) ஒத்துப்போ

TOEFL /'təʊfl/ *abbr*. Test of English as a Foreign Language; the examination for foreign students who want to study at an American university ஓர் அமெரிக்கப் பல்கலைக்கழகத்தில் கல்வி பயில விரும்பும் அயல்நாட்டு மாணவர்களுக்கான தேர்வான Test of English as a Foreign Language என்பதன் குறுக்கம்

toenail /'təʊneɪl/ *noun* [C] one of the hard flat parts that cover the end of your toes கால் விரல் நகம் ➪ **body** பதிவில் படம் பார்க்க.

toffee /'tɒfi/ *noun* [C, U] a hard sticky sweet that is made by cooking sugar and butter together சர்க்கரையையும், வெண்ணெய்யையும் சேர்த்துக் கொதிக்கவைத்துத் தயாரிக்கப்படும் கெட்டியான ஒட்டும் தன்மையுள்ள இனிப்புப் பண்டம்; இன்பசைப் பண்ட வகை

together[1] /tə'geðə(r)/ *adv*. **1** with or near each other ஒருவரோடு ஒருவராக/ஒன்றுடன் ஒன்றாக; ஒருவர் பக்கத்தில் ஒருவராக/ஒன்றின் பக்கத்தில் ஒன்றாக; ஒருசேர; இணைந்து; கூடி *I'll get all my things together tonight because I want to leave early.* • *Stand with your feet together.* **2** so that two or more things are mixed or joined to each other இரண்டு அல்லது இரண்டுக்கு மேற்பட்ட பொருள்கள் ஒன்றுடன் ஒன்றாகக் கலக்கப்பட்டு அல்லது ஒன்று சேர்க்கப்பட்டு இருக்கும் பொருட்டு; ஒன்று கலந்ததாக; ஒன்று சேர்க்கப்பட்டதாக *Mix the butter and sugar together.* • *Tie the two ends together.* **3** at the same time ஒரே நேரத்தில்; உடன் நிகழ்வாக *Don't all talk together.*

IDM **get your act together** ➪ **act[2]** பார்க்க.

together with in addition to; as well as உடன் சேர்ந்து; கூடுதலாக; துணைச் சேர்க்கையாக *I enclose my order together with a cheque for Rs 1500.*

together[2] /tə'geðə(r)/ *adj*. (*informal*) (used about a person) organized, capable (ஆள் வகையில்) ஒழுங்கமைதியுடைய; நிதானமான; செயல் துணிவுடைய *I'm not very together this morning.*

togetherness /tə'geðənəs/ *noun* [U] a feeling of friendship நட்புணர்ச்சி; தோழமையுணர்ச்சி

toil /tɔɪl/ *verb* [I] (*formal*) to work very hard or for a long time at sth ஒரு செயலில் ஈடுபட்டு மிகக் கடுமையாக அல்லது நீடித்து உழை; வருந்தி வேலை செய் ▶ **toil** *noun* [U]

toilet /'tɔɪlət/ *noun* [C] a large bowl with a seat, connected to a water pipe, that you use when you need to get rid of waste material from your body; the room containing this உடற்கழிவை வெளியேற்றப் பயன்படுத்தப்படும், நீர்க் குழாயுடன் இணைக்கப்பட்ட, அமர்விடத்துடன் கூடிய, பெரிய கலம்; கழிப்புக் கலம்; கழிப்பறை *I need to **go to the toilet*** (= use the toilet).

NOTE வீடுகளில் உள்ள கழிப்பறை **toilet** என்றோ, முறைசார்பற்ற வழக்கில் **loo** என்றோ அழைக்கப்படுகிறது. **Lavatory, WC** ஆகியவை முறைசார்புடைய பழைய வழக்குச் சொற்களாகும். பொது இடங்களில் உள்ள கழிப்பறைகள் **the Ladies** அல்லது **the Gents** என வழங்கப்படுகின்றன. அமெரிக்க வழக்கில் வீட்டிலுள்ள கழிப்பறை **bathroom** எனவும் பொது இடங்களில் உள்ளது **rest-room, ladies' room** அல்லது **men's room** எனவும் அழைக்கப்படுகிறது.

toilet bag (*also* **sponge bag**) *noun* [C] a bag that you use when travelling to carry things such as soap, toothpaste, etc. (**toiletries**) பயணத்தின் போது சோப்பு, பற்பசை முதலிய ஒப்பனைப் பொருள்களை எடுத்துச் செல்லப் பயன்படுத்தப்படும் பை; ஒப்பனைப்பொருள் பை

toilet paper (*also* **toilet tissue**) *noun* [U] soft, thin paper that you use to clean yourself after going to the toilet உடற்கழிவை வெளியேற்றிய பின் தூய்மை செய்துகொள்ளப் பயன்படுத்தப்படும் மிருதுவான, மெல்லிய தாள்; கழிப்பறைத் துடைப்புத் தாள்

toiletries /'tɔɪlətriz/ *noun* [*pl.*] things such as soap or toothpaste that you use for washing, cleaning your teeth, etc. குளித்தல், பல் தேய்த்தல், முதலியவற்றுக்குப் பயன்படுத்தப்படும் சோப்பு, பற்பசை முதலிய பொருள்கள்; ஒப்பனைப் பொருள்கள்

toilet roll *noun* [C] a long piece of toilet paper rolled round a tube ஒரு குழலின் மீது சுற்றி வைக்கப்பட்டுள்ள நீளமான கழிப்புத் துடைப்புத் தாள்; கழிப்புத் துடைப்புத் தாள் சுருள்

token[1] /'təʊkən/ *noun* [C] **1** a round piece of metal, plastic, etc. that you use instead of money to operate some machines or as a form of payment சிலவகைப் பொறிகளை இயக்குவதற்கு அல்லது ஒன்றிற்கான கட்டணமாகப் பணத்திற்குப் பதிலாகப் பயன்படுத்தப்படும் உலோகம், பிளாஸ்டிக் முதலியவற்றாலான வட்ட வடிவத் துண்டு; பணமாற்று வில்லை **2** (*BrE*) a piece of paper that you can use to buy sth of a certain value in a particular shop. Tokens are often given as presents குறிப்பிட்ட கடையில் குறிப்பிட்ட விலை மதிப்புடைய பொருளை வாங்கப் பயன்படுத்தக்கூடிய தாள் துண்டு; பணமாற்றுச் சீட்டு. பணமாற்றுச் சீட்டுகள் பல நேரங்களில் பரிசாகவும் வழங்கப்படுகின்றன *a Rs 100 book/CD/gift token* ➪ **voucher** பார்க்க. **3** something that represents or is a symbol of sth ஒன்றின் அறிகுறியாக, விளக்கமாக அல்லது குறியீடாக அமைவது; அடையாளம்; சின்னம் *Please accept this gift* ***as a token of*** *our gratitude.*

token[2] /'təʊkən/ *adj.* (*only before a noun*) **1** done, chosen, etc. in a very small quantity, and only in order not to be criticized மிகச் சிறிய எண்ணிக்கையில், கண்டன விமர்சனத்தைத் தவிர்க்கும் பொருட்டு மட்டுமே செய்யப்படுகிற அல்லது தேர்வு செய்யப்படுகிற; பெயரளவிலான; கடமைக்காகச் செய்யப்படுகிற *There is a token woman on the board of directors.* **2** small, but done or given to show that you are serious about sth and will keep a promise or an agreement ஒன்று குறித்த தனது உள்ளார்ந்த அக்கறையை அல்லது ஒரு வாக்குறுதியை அல்லது ஓர் ஒப்பந்தத்தை மீறாத நிலைப்பாட்டை வெளிப்படுத்தும் முறையில் செய்யப்படுகிற அல்லது கொடுக்கப்படுகிற; சிற்றளவான; வாய்மைச் சான்றான *a token payment*

told ➪ **tell** என்பதன் இறந்தகால மற்றும் இறந்தகால வினையெச்ச வடிவம்

tolerable /'tɒlərəbl/ *adj.* **1** quite good, but not of the best quality உச்ச உயர்தரமானதல்லாவிடினும் போதுமான அளவு நல்லதான; ஏற்றுக்கொள்ளத் தக்க; மட்டளவாக நிறைவளிக்கக்கூடிய **2** of a level that you can accept or deal with, although unpleasant or painful மகிழ்ச்சியூட்டாததாக அல்லது துன்பம் தருவதாக இருப்பினும் ஏற்றுக்கொள்ளக்கூடிய அல்லது கையாளக்கூடிய நிலையில் உள்ள; பொறுத்துக்கொள்ளத் தக்க; சமாளிக்கக் கூடிய *Drugs can reduce the pain to a tolerable level.* ✪ OPP **intolerable**

tolerant /'tɒlərənt/ *adj.* **tolerant (of/towards sb/sth)** the ability to allow or accept sth that you do not like or agree with தான் விரும்பாத அல்லது தனக்கு உடன்பாடு இல்லாத ஒன்றினை அனுமதிக்கும் அல்லது ஏற்றுக்கொள்ளும் திறனுள்ள; சகிப்புத்தன்மையுடைய; பொறுத்தமைவுப் பண்புடைய; வெறுப்புக் காட்டாதிருக்கிற ✪ OPP **intolerant**
▶ **tolerance** *noun* [U] **tolerance (of/for sb/sth)**: *religious/racial tolerance* ✪ OPP **intolerance**

tolerate /'tɒləreɪt/ *verb* [T] **1** to allow or accept sth that you do not like or agree with தான் விரும்பாத அல்லது தனக்கு உடன்பாடு இல்லாத ஒன்றினைத் தடுக்காமல் விடு அல்லது ஏற்றுக்கொள் *In a democracy we must tolerate opinions that are different from our own.* **2** to accept or be able to deal with sb/sth unpleasant without complaining இன்னாத ஒருவரை/ஒன்றினைக் குறைபட்டுக்கொள்ளாது ஏற்றுக்கொள் அல்லது சமாளிக்கக் கூடியவராகு; பொறுத்துக்கொள் *The noise was more than she could tolerate.*
▶ **toleration** /ˌtɒlə'reɪʃn/ = **tolerance**

toll /təʊl/ *noun* **1** [C] money that you pay to use a road or bridge ஒரு சாலையை அல்லது பாலத்தைப் பயன்படுத்துவதற்காகச் செலுத்தும் பணம்; சாலை வரி; பாலச் சுங்கம் *highway tolls • a toll bridge* **2** [C, *usually sing.*] the amount of damage done or the number of people who were killed or injured by sth ஒன்றினால் ஏற்பட்ட சேதத்தின் அளவு அல்லது ஒன்றினால் கொல்லப்பட்டவர்களின் அல்லது அடிபட்டவர்களின் எண்ணிக்கை; சேதம்; இழப்பு *The official death toll has now reached 5000.*

IDM **take a heavy toll/take its toll (on sth)** to cause great loss, damage, suffering, etc. பெருமளவிலான இழப்பு, சேதம், துன்பம் முதலியவற்றை உண்டாக்கு

tom /tɒm/ = **tomcat**

tomato /tə'mɑ:təʊ/ *noun* [C] (*pl.* **tomatoes**) a soft red fruit that is often eaten without being cooked in salads, or cooked as a vegetable தக்காளிப்பழம் *tomato juice/soup/sauce* ➪ **vegetable** பதிவில் படம் பார்க்க.

tomb /tu:m/ *noun* [C] a large place, usually built of stone under the ground, where the body of an important person is buried வழக்கமாக நிலத்தடியில் கல்லால் கட்டப்படும், முக்கியமான ஒருவரது உடலைப் புதைப்பதற்குரிய, பெரிய இடம்; கல்லறை; சமாதி *the tombs of the Nawabs* ➪ **grave** பார்க்க.

tomboy /'tɒmbɔɪ/ *noun* [C] a young girl who likes the same games and activities that are traditionally considered to be for boys வழிவழியாகச் சிறுவர்களுக்கு உரியதாகக் கருதப்படும் விளையாட்டுகளிலும் செயல்களிலும் ஈடுபாடு காட்டும் இளஞ்சிறுமி

tombstone /'tu:mstəʊn/ *noun* [C] a large flat stone that lies on or stands at one end of a **grave** and shows the name, dates, etc. of the dead person புதைகுழி/கல்லறையின் மேல் கிடத்தப்பட்டுள்ளதும் அல்லது அதன் ஒரு முனையில் நிறுத்தப்பட்டுள்ளதும், இறந்தவரது பெயர், தேதிகள் முதலியவை பொறிக்கப்பட்டுள்ளதுமான பெரிய தட்டையான கல்; கல்லறைக் கல்; நடுகல் ➪ **gravestone** மற்றும் **headstone** பார்க்க.

tomcat /'ɒmkæt/ (*also* **tom**) *noun* [C] a male cat ஆண் பூனை

tomorrow /tə'mɒrəʊ/ *noun* [U], *adv.* **1** (on) the day after today நாளை; நாளைக்கு *Today is Friday so tomorrow is Saturday.* • *See you tomorrow.* **NOTE** 'Tomorrow, in the morning' என்ற முறையில் அல்லாமல், 'tomorrow morning', 'tomorrow afternoon' என்றவாறு வழங்கப்படுவதைக் கருத்தில் கொள்க. **Morning** பதிவிலுள்ள குறிப்பைப் பார்க்க. **2** the future எதிர்காலம்; எதிர்காலத்தில் *The schoolchildren of today are tomorrow's workers.*

tom-tom /'tɒm tɒm/ *noun* [C] a tall narrow drum with a small head, that is played with hands கைகளால் அடித்து ஒலிக்கப்படும் உயரமான ஒடுங்கிய பறை வகை; அறைபறை; தமுக்கு; தண்டோரா

ton /tʌn/ *noun* **1** [C] a measure of weight; 2240 pounds 'டன்' என்னும் நிறுத்தலளவை அலகு; இது 2240 பவுண்டு எடையளவுள்ளது **NOTE** **Ton, tonne** இரண்டும் வேறுவேறானவை. **Ton** என்பது 1.016 tonne எடையளவு கொண்டது. அமெரிக்க வழக்கில் ஒரு **ton** 2,000 பவுண்டு எடைக்குச் சமமானது. **2 tons** [*pl.*] (*informal*) a lot பெருமளவிலான அல்லது பெரும் எண்ணிக்கையிலான ஆட்கள் அல்லது பொருள்கள்; ஏராளம் *I've got tons of homework to do.*

tone¹ /təʊn/ *noun* **1** [C, U] the quality of a sound or of sb's voice, especially expressing a particular emotion குறிப்பாகக் கூறுகையில் ஒரு குறிப்பிட்ட உணர்ச்சியை வெளிப்படுத்துகிற ஓர் ஒலியின் அல்லது ஒரு பேச்சுக் குரலின் தன்மை; உணர்ச்சி நயம்; தொனி *'Do you know each other?' she asked in a casual tone of voice.* **2** [*sing.*] the general quality or style of sth ஒன்றன் பொதுப்படையான இயல்பு அல்லது நடை; பாணி *The tone of the meeting was optimistic.* **3** [C] a shade of a colour ஒரு நிறத்தின் திரிபு வளம் அல்லது சாயல்; வண்ணச் சாயல்; வண்ண நயம் *warm tones of red and orange* **4** [C] a sound that you hear on the telephone தொலைபேசியில் கேட்கும் ஒலி; தொலைபேசி மணி *Please speak after the tone* (= an instruction on an answering machine).

tone² /təʊn/ *verb* [T] **tone sth (up)** to make your muscles, skin, etc. firmer, especially by doing exercise குறிப்பாக உடற்பயிற்சியின் வாயிலாகத் தசைகள், தோல் முதலியவற்றை மேலும் உறுதிப்படுத்து; வலுவடையச் செய்

PHR V **tone sth down** to change sth that you have said, written, etc., to make it less likely to offend எழுத்து, பேச்சு முதலியவற்றின் உணர்ச்சிக் கடுமையைக் குறைக்கும் பொருட்டு அதை மாற்று; முனைப்புக் குறை

tone-deaf *adj.* not able to sing or hear the difference between notes in music இசை ஒலிகளுக்கு (சுரங்களுக்கு) இடையேயான வேறுபாட்டை உணர்ந்து பாட முடியாத அல்லது அதனைக் கேட்டு உணர முடியாத; இசை நயம் உணர மாட்டாத; சுரச் செவிடான

tongs /tɒŋz/ *noun* [*pl.*] a tool that looks like a pair of scissors but that you use for holding or picking things up கத்தரிக்கோல் போன்று காணப்படுகிற ஆனால் பொருள்களைப் பற்றிப் பிடிக்க அல்லது எடுக்கப் பயன்படுத்தப்படுகிற கருவி வகை; பற்று குறடு; இடுக்கி ➪ **laboratory** பதிவில் படம் பார்க்க.

tongue /tʌŋ/ *noun* **1** [C] the soft part inside your mouth that you can move. You use your tongue for speaking, tasting things, etc. நாக்கு; நா ➪ **body** பதிவில் படம் பார்க்க. **2** [C,U] the tongue of some animals, cooked and eaten சமைத்து உண்ணப்படும் சில வகை விலங்குகளின் நாக்கு; நாக்கிறைச்சி **3** [C] (*formal*) a language மொழி *your* ***mother tongue*** (= the language you learned as a child)

IDM **on the tip of your tongue** ➪ **tip¹** பார்க்க.

put/stick your tongue out to put your tongue outside your mouth as a rude sign to sb ஒருவருக்குக் காட்டும் பண்பு நயமற்ற சைகையாக குறிப்பாக நாக்கை வெளியே நீட்டு

a slip of the tongue ➪ **slip**[2] பார்க்க.
(with) tongue in cheek done or said as a joke; not intended seriously சிரிப்பூட்டுவதற்காகச் செய்யப்படுகிற அல்லது கூறப்படுகிற; விளையாட்டியல்புடைய; கருத்தார்ந்ததல்லாத

tongue-tied *adj.* not saying anything because you are shy or nervous வெட்கம் அல்லது பதற்றம் காரணமாகப் பேசாதிருக்கிற; பேச்சடங்கிய

tongue-twister *noun* [C] a phrase or sentence with many similar sounds that is difficult to say correctly when you are speaking quickly விரைவாகப் பேசும்போது திருத்தமுடன் உச்சரிப்பதில் இடர்ப்பாடு உண்டாக்கும் ஒரே மாதிரியான பல ஒலிகளை உடைய தொடர் அல்லது வாக்கியம்; நாப்புரட்டி

tonic /ˈtɒnɪk/ *noun* **1** (*also* **tonic water**) [U,C] a type of water with bubbles in it and a rather bitter taste that is often added to alcoholic drinks பெரும்பாலும் மதுக்குடிகளில் கலக்கப்படும், சற்றே கசப்பான, நீர்க்குமிழிகள் உண்டாகும் தன்மையுடைய நீர் வகை *a gin and tonic* **2** [C,U] a medicine or sth you do that makes you feel stronger, healthier, etc., especially when you are very tired குறிப்பாக மிகுதியாகச் சோர்வுற்றுள்ள நிலையில், உடல்நலம், வலிமை முதலியவை மேம்பட்ட உணர்வை உண்டாக்கும் ஒரு மருந்து அல்லது செயல்; ஊக்க மருந்து; எழுச்சியூட்டும் செயல் *A relaxing holiday is a wonderful tonic.*

tonight /təˈnaɪt/ *noun* [U], *adv.* (on) the evening or night of today இன்று மாலை அல்லது இன்றிரவு; இன்று மாலையில் அல்லது இன்றிரவில் *What's on TV tonight? • We are staying with friends tonight and travelling home tomorrow.*

tonne /tʌn/ (*also* **metric ton**) *noun* [C] (*pl.* **tonnes** or **tonne**) a measure of weight; 1000 kilograms கிலோகிராம் கணக்கில் 1000 எடை மதிப்புள்ள நிறுத்தலளவை அலகு; டன் ➪ **ton** பார்க்க.

tonsil /ˈtɒnsl/ *noun* [C] one of the two soft lumps in your throat at the back of your mouth வாயின் பின்பகுதியில் தொண்டையில் உள்ள இரண்டு மென்மையான கட்டிகளுள் ஒன்று; அடிநாச் சதை *She had to* ***have*** *her* ***tonsils out*** (= removed in a medical operation).

tonsillitis /ˌtɒnsəˈlaɪtɪs/ *noun* [U] an illness in which the tonsils become very sore and swollen அடிநாச் சதைகள் வீக்கமடைந்து வெம்புண்ணாகி மிகுந்த வலி உண்டுபண்ணும் உடல்நலக் கேடு; அடிநா அழற்சி

too /tu:/ *adv.* **1** (*used before adjectives and adverbs*) more than is good, allowed, possible, etc. (நன்னிலை, ஏற்பளவு, இயல்நிலை முதலியவை வகையில்) மிகைப்படியாக; வரம்பு கடந்து; மட்டுமீறி *It's far too cold to go out without a coat. • It's too long a journey for you to make alone.*

NOTE 'It's a too long journey' என்பது தவறானதாகும்.

2 (*not with negative statements*) in addition; also கூட; கூடவே; கூடுதலாக; உடனாக *Red is my favourite colour but I like blue, too. • Pandiyan thinks you're right and I do too.*

NOTE நேர்க்கூற்றோடு ஒத்திசைந்து போக **too**-வும் எதிர்மறைக் கூற்றோடு **either**-உம் தொடர் இறுதியில் பயன்படுத்தப்படுவதைக் கருத்தில் கொள்க—*I like eating out and Rakesh does too. • I don't like cooking and Rakesh doesn't either.*

3 used to add sth which makes a situation even worse ஒரு சூழலை மேலும் மோசமானதாக்கும் ஒன்றினை உடன்சேர்க்கப் பயன்படுத்தப்படுவது: தவிரவும்; மேலும் *Her purse was stolen. And on her birthday too.* **4** (*usually used in negative sentences*) very (வழக்கமாக எதிர்மறை வாக்கியங்களில் பயன்படுத்தப்படுவது) மிகவும்; மிக *The weather is not too bad today.*

took ➪ **take** என்பதன் இறந்தகால வடிவம்

tools

tool /tu:l/ *noun* [C] a piece of equipment such as a hammer, that you hold in your hand(s) and use to do a particular job கையில்/கைகளில் பற்றிப் பிடித்துக் குறிப்பிட்ட பணியைச் செய்யப் பயன்படுத்தப்படும் சுத்தி முதலிய கருவி; கைவினைக் கருவி *Hammers, screwdrivers and saws are all carpenter's tools. • garden tools • a tool kit* (= a set of tools in a box or a bag)

NOTE வழக்கமாக, கையில் பிடித்துப் பயன்படுத்தப்படும் சுத்தி, திருகுமுடுக்கி முதலியவற்றை **tool** என்ற சொல் குறிக்கும். பெரும்பாலும் பண்ணை வேலை, தோட்ட வேலை

முதலிய வெளிப்புறப் பணிகளில் பயன்படுத்தப்படுவது **implement** எனப்படும். இயந்திரம் முதலியவை பொருத்தப்பட்டு மின் ஆற்றலால் இயங்கும் இயங்கு உறுப்புகளைக் கொண்டது **machine** ஆகும். பெரும்பாலும் தொழில் நுட்பம் சார்ந்த அல்லது மிக நுண்ணிய பணிகளுக்கு **instrument** பயன்படுத்தப்படும். பயனுடையதாகக் கருதப்படுவதும் குறிப்பிட்ட ஒரு பணி செய்வதற்காக வடிவமைக்கப்படுவதுமான ஒரு கருவியைக் குறிக்கும் பொது வழக்குச் சொல் **device** எனப்படும்—*The machine has a safety device which switches the power off if there is a fault.*

toolbar /ˈtuːlbɑː(r)/ *noun* [C] a row of symbols on a computer screen that show the different things that the computer can do ஒரு கணிப்பொறி செய்யக்கூடிய பல்வேறு செயல்களைக் காட்டக்கூடிய அதன் திரையில் தோன்றும் குறியீடுகளின் வரிசைத் தொகுதி; பணிச்சட்டம்

toot /tuːt/ *noun* [C] the short high sound that a car horn makes சீருந்து ஒலிப்பான் எழுப்பும் குறுகிய நேர ஓங்கிய ஒலி; ஊதொலி; கீச்சொலி ▶ **toot** *verb* [I, T] *Toot your horn to let them know we're here.*

tooth /tuːθ/ *noun* [C] (*pl.* **teeth** /tiːθ/) **1** one of the hard white things in your mouth that you use for biting பல் *She's got beautiful teeth.*

NOTE உணவுத் துணுக்குகளை அகற்ற நாம் பற்களை **brush** அல்லது **clean** செய்கிறோம் (பல் துலக்குகிறோம்). ஒரு பல் **decay** ஆனால் (சொத்தையானால்) பல் மருத்துவர் பல்லிலுள்ள துளையை **fill** செய்கிறார் (அடைக்கிறார்) அல்லது அதை **extract/takeout** செய்கிறார் (பிடுங்கிவிடுகிறார்). எல்லாப் பற்களும் விழுந்துவிட்டால் அல்லது பிடுங்கப்பட்டுவிட்டால் **false teeth** (பொய்ப்பற்கள்) அல்லது **dentures** கட்டிக்கொள்ளலாம். ➪ **wisdom tooth** பார்க்க. ➪ **body** பதிவில் படம் பார்க்க.

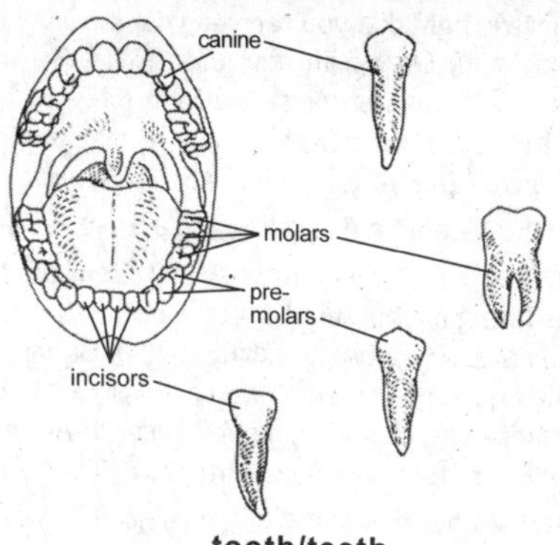

tooth/teeth

2 one of the long narrow pointed parts of an object such as a comb சீப்பு முதலியவற்றிலுள்ள நீண்டு கூம்பிய கூர் முனையுள்ள பகுதிகளுள் ஒன்று; பல்போன்ற பகுதி

IDM by the skin of your teeth ➪ **skin[1]** பார்க்க.
gnash your teeth ➪ **gnash** பார்க்க.
grit your teeth ➪ **grit[2]** பார்க்க.
have a sweet tooth ➪ **sweet[1]** பார்க்க.

toothache /ˈtuːθeɪk/ *noun* [U, C] (*usually sing.*) a pain in your tooth or teeth பல் அல்லது பற்களில் உண்டாகும் நோவு; பல்வலி ➪ **ache** பதிவிலுள்ள குறிப்பைப் பார்க்க.

toothbrush /ˈtuːθbrʌʃ/ *noun* [C] a small brush with a handle that you use for cleaning your teeth பல் துலக்கப் பயன்படுத்தப்படும் கைப்பிடியுடன் கூடிய சிறு இழைக்கற்றை; பல் துலக்கி; பற்குச்சி

toothpaste /ˈtuːθpeɪst/ *noun* [U] a substance that you put on your toothbrush and use for cleaning your teeth பற்களைத் தூய்மை செய்யப் பயன்படுத்தப்படும் பொருள்; பற்பசை

toothpick /ˈtuːθpɪk/ *noun* [C] a short pointed piece of wood that you use for getting pieces of food out from between your teeth பற்களின் இடையில் சிக்கிக்கொள்ளும் உணவுத் துணுக்குகளை அகற்றப் பயன்படுத்தப்படும் குட்டையான கூர் நுனியுடைய மரக் குச்சி; பல் ஈர்க்கு

top[1] /tɒp/ *noun* **1** [C] the highest part or point of sth ஒன்றின் உச்ச உயர்நிலையான பகுதி அல்லது முனை; மேற்பகுதி; உச்சி *The flat is* ***at the top of*** *the stairs.* • *Snow was falling on the mountain tops.* ✪ **OPP foot 2** [C] the flat upper surface of sth ஒன்றின் தட்டையான மேற்பரப்பு *a desk/table/bench top* **3** [*sing.*] **the top (of sth)** the highest or most important position உச்ச உயர்படி நிலை; முதன்மை நிலை; மேல்நிலை *to be at the top of your profession* **4** [C] the cover that you put onto sth in order to close it ஒன்றை மூடுவதற்காக அதன் மீது இடும் மூடி *Put the tops back on the pens or they will dry out.*

NOTE Top அல்லது **cap** என்பது பெரும்பாலும் சிறிய உருள் வடிவப் பொருளாகும். வழக்கமாக அதனைத் திருகி எடுக்கிறோம்—*a bottle top* • *Unscrew cap to open.* இதனை விட **lid** பெரியதாக இருக்கலாம். **Lid**-ஐத் திருகாமல் இழுத்து எடுக்கமுடியும்—*a saucepan lid* • *Put the lid back on the box.*

5 [C] a piece of clothing that you wear on the upper part of your body உடலின் மேற்பகுதியில் அணிந்துகொள்ளும் உடுப்பு வகை; மேலாடை வகை *a tracksuit/bikini/pyjama top* • *I need a top to match my new skirt.* **6** [C] a child's toy that turns round very quickly on a point ஒரு புள்ளியில் நிலைகொண்டு மிக விரைவாகச்

சுழலும் சிறார் விளையாட்டுப் பொருள் வகை; பம்பரம்

IDM **at the top of your voice** as loudly as possible குரல் உச்சத்தில்; உச்சத் தொனியில்; மிக உரத்த குரலில்

on top 1 on or onto the highest point உச்சியில்; முகட்டின் மீது; உச்ச உயர் நிலையில் *a mountain with snow on top* **2** in control; in a leading position (தனது) ஆளுமையில்; ஆதிக்கத்தில்; முன்னிலையில் *Jyotsna always seems to come out on top.*

on top of sb/sth 1 on, over or covering sb/sth else வேறொருவர்/வேறொன்றின் மீது, மேல் அல்லது அவர்/அதன் மேலமைந்து மறைப்பதாக *Books were piled on top of one another.* • *The remote control is on top of the TV.* **2** in addition to sb/sth else வேறொருவருடன்/ வேறொன்றுடன் கூட; மேலும்; மேற்கொண்டு *On top of everything else, the car's broken down.*

top² /tɒp/ *adj.* highest in position or degree உச்ச உயர் நிலையில் உள்ள; மேல்படி நிலையில் உள்ள; உச்சியில் உள்ள *the top floor of the building* • *at top speed* • *She got top marks for her essay.*

top³ /tɒp/ *verb* [T] (**topping; topped**) **1** to be higher or greater than a particular amount குறிப்பிட்ட எண்ணிக்கையை விடக் கூடுதலாக அல்லது மிகைப்படியாக இரு; அதிகமாயிரு **2** to be in the highest position on a list because you are the most important, successful, etc. தனது முக்கியத்துவம், வெற்றி முதலியவை காரணமாக ஒரு பட்டியலில் முதல் இடத்தில் இரு; முதன்மை நிலையில் இரு **3 top sth (with sth)** (*usually passive*) to put sth on the top of sth வேறொன்றின் மேற்பகுதியில் ஒன்றினை வை *cauliflower topped with cheese sauce*

PHR V **top (sth) up** to fill sth that is partly empty பகுதியளவு காலியாக உள்ள ஒன்றினை நிரப்பு; முழுதும் நிரப்பு

topaz /ˈtəʊpæz/ *noun* [C, U] a clear yellow precious stone ஒளி ஊடுருவக்கூடிய மஞ்சள் நிற மணிக்கல் வகை; புட்பராகம்

top hat *noun* [C] the tall black or grey hat that men sometimes wear on formal occasions சில சமயங்களில் வினைமுறை நிகழ்ச்சிகளில் ஆடவர் அணிந்துகொள்ளும் உயரமான கருமை அல்லது சாம்பல் நிறத் தொப்பி; நீள் தொப்பி

top-heavy *adj.* heavier at the top than the bottom and likely to fall over அடிப்பகுதியை விட மேல் பகுதியில் கனத்துக் கவிழ்ந்துவிடக் கூடியதாக உள்ள; குடை கவிழத்தக்க

topic /ˈtɒpɪk/ *noun* [C] a subject that you talk, write or learn about பேசப்படுகிற, எழுதப்படுகிற அல்லது கற்கப்படுகிற பொருள்; தலைப்புப் பொருள்; தலைப்பு

topical /ˈtɒpɪkl/ *adj.* connected with sth that is happening now; that people are interested in at the present time நடப்பு நிகழ்வுகளோடு தொடர்புடைய; தற்பொழுது மக்கள் ஆர்வம் காட்டுகிற; இந்நாளைய கவனத்திற்குரிய

topmost /ˈtɒpməʊst/ *adj.* (*only before a noun*) highest உச்ச உயர்படியில் உள்ள; உச்சியில் உள்ள *the topmost branches of the tree*

topography /təˈpɒgrəfi/ *noun* [U] (*technical*) the physical characteristics of an area of land, especially the position of its rivers, mountains, etc. ஒரு நிலப் பகுதியின், குறிப்பாக நதிகள், மலைகள் முதலியவற்றின் அமைவு நிலையை உள்ளடக்கிய இயற்கூறுகள்; இட அமைப்பியல்

topping /ˈtɒpɪŋ/ *noun* [C, U] something such as cream or a sauce that is put on the top of food to decorate it or make it taste nicer ஒப்பனையாக அல்லது இன்சுவை ஊட்டுவதற்காக உணவின் மேற்பகுதியில் இடப்படும் பாலேடு, கூட்டுச்சாறு முதலிய பொருள்; உணவு மேற்படுகை

topple /ˈtɒpl/ *verb* **1** [I] **topple (over)** to become less steady and fall down நிலையுறுதி தளர்ந்து கீழே விழு; குடை கவிழ்ந்து விழு *Don't add another book to the pile or it will topple over.* **2** [T] to cause a leader of a country, etc. to lose his/her position of power or authority ஒரு நாட்டின் தலைவர் முதலியோர் ஆட்சி அதிகாரத்தை அல்லது பதவியை இழக்கச் செய்; கவிழ்த்து

top secret *adj.* that must be kept very secret, especially from other governments குறிப்பாக வேறு அரசுகளுக்குத் தெரியாதவாறு, மிக இரகசியமாக வைத்திருக்கப்பட வேண்டிய

topsoil /ˈtɒpsɔɪl/ *noun* [U] (in geography) the layer of soil nearest the surface of the ground (புவி இயலில்) தரைப் பரப்பை ஒட்டியுள்ள மண் படுகை; மேல் மண் ⇨ **subsoil** பார்க்க.

torch /tɔːtʃ/ *noun* [C] **1** (*AmE* **flashlight**) a small electric light that you carry in your hand கையில் கொண்டு செல்லும் சிறு மின்விளக்கு; மின்பொறிக் கைவிளக்கு **2** a long piece of wood with burning material at the end that you carry to give light தீப்பந்தம் *the Olympic torch*

tore ⇨ **tear²** என்பதன் இறந்தகால வடிவம்

torment /ˈtɔːment/ *noun* [U, C] great pain and suffering in your mind or body; sb/sth that causes this உடல் அல்லது மனம் சார்ந்த பேரளவான வலியும் துன்பமும்; உடல்/மன வேதனை; வேதனை தரும் ஒருவர்/ஒன்று *to be in torment* ▶ **torment** /tɔːˈment/ *verb* [T]

torn ⇨ **tear²** என்பதன் இறந்தகால வினையெச்ச வடிவம்

tornado /tɔːˈneɪdəʊ/ *noun* [C] (*pl.* **tornadoes**) a violent storm with a very strong wind that blows in a circle பலத்த சுழற்காற்றுடன் கூடிய மிகக் கடுமையான வானிலை; சூறாவளி ➪ **storm** பதிவிலுள்ள குறிப்பைப் பார்க்க.

torpedo /tɔːˈpiːdəʊ/ *noun* [C] (*pl.* **torpedoes**) a bomb, shaped like a long narrow tube, that is fired from a **submarine** and explodes when it hits another ship ஒரு நீர் மூழ்கிக் கப்பலிலிருந்து செலுத்தப்பட்டு வேறொரு கப்பல் மீது மோதும்-போது வெடிக்கும் நீண்டு குறுகலான குழல் வடிவ எறிகுண்டு; நீர்மூழ்கிக் குண்டு

torque /tɔːk/ *noun* [U] (*technical*) a force that causes machinery, etc. to turn round (**rotate**) ஓர் இயந்திரத் தொகுதி முதலியவற்றைச் சுழலச் செய்யும் இயக்க விசை *The more torque an engine has, the bigger the load it can pull in the same gear.*

torrent /ˈtɒrənt/ *noun* [C] a strong fast flow of sth, especially water ஒன்றின், குறிப்பாக நீரின், வலுமிக்க விரைவோட்டம்; பாய் நீரோட்டம் *The rain was coming down **in torrents**.*

torrential /təˈrenʃl/ *adj.* (used about rain) very great in amount (மழை வகையில்) பெருமளவில் பெய்கிற; பலத்த; விசை மாரியான

torsion /ˈtɔːʃn/ *noun* [U] (*technical*) the action of twisting sth, especially one end of sth while the other end is held fixed ஒன்றை, குறிப்பாக, அதன் ஒரு முனை உறுதியாக நிலை நிறுத்தப்-பட்டுள்ள போது அதன் மறு முனையை முறுக்குதல்; முறுக்கு; திருக்கு

torso /ˈtɔːsəʊ/ *noun* [C] (*pl.* **torsos**) the main part of your body, not your head, arms and legs தலை, கைகள் மற்றும் கால்கள் நீங்கலான உடல் முதன்மைப் பகுதி; முண்டப் பகுதி

tortilla /tɔːˈtiːə/ *noun* [C] a type of very thin, round Mexican bread made with eggs and flour. It is usually eaten hot and filled with meat, cheese etc. வழக்கமாக இறைச்சி, பாலடைக்கட்டி முதலியவற்றைப் பூரணமாக இட்டு வெம்மை-யாக உண்ணப்படும் முட்டைகள் மற்றும் மாவில் செய்யப்படுகிற மிக மெலிதான வட்ட வடிவ மெக்சிகோ நாட்டு ரொட்டி வகை

tortoise /ˈtɔːtəs/ (*AmE* **turtle**) *noun* [C] a small animal with a hard shell that moves very slowly. A tortoise can pull its head and legs into its shell to protect them தலை மற்றும் கால்களை உள்ளிழுத்துப் பாதுகாப்பாக வைத்துக்-கொள்ளக்கூடிய கெட்டியான மேலோடு உடையதும் மிக மெதுவாகச் செல்லக்கூடியது-மான சிறு விலங்கு; ஆமை ➪ **reptile** பதிவில் படம் பார்க்க.

tortuous /ˈtɔːtʃuəs/ *adj.* **1** complicated, not clear and simple தெளிவாகவும் எளிமையாகவும் இல்லாது, சிக்கலாக உள்ள; புதிரான **2** (used about a road, etc.) with many bends (சாலை, முதலியவை வகையில்) வளைவுநெளிவு மிக்க; திருப்பங்கள் நிறைந்த

torture /ˈtɔːtʃə(r)/ *noun* [U, C] **1** the action of causing sb great pain either as a punishment or to make him/her say or do sth தண்டனையாகவோ ஒன்றைச் சொல்ல அல்லது செய்ய வைப்-பதற்காகவோ ஒருவரைக் கடுமையான துன்பத்-திற்கு உட்படுத்துதல்; சித்திரவதை *His confession was extracted **under torture**.* **2** mental or physical suffering மனம் அல்லது உடல் சார்ந்த பெரும் துன்பம்; படுவேதனை *It's torture having to sit here and listen to him complaining for hours.* ▶ **torture** *verb* [T] *Most of the prisoners were tortured into making a confession.* • *She was tortured by the thought that the accident was her fault.* ▶ **torturer** *noun* [C]

toss /tɒs/ *verb* **1** [T] to throw sth lightly and carelessly மென்னயமுடன் அலட்சியமாக ஒன்றை எறி; மெல்ல வீசி எறி *Bindu opened the letter and tossed the envelope into the bin.* **2** [I, T] to move, or to make sb/sth move up and down or from side to side முன்னும் பின்னுமாக அல்லது பக்கவாட்டாக அசை; இவ்வாறு ஒருவரை/ஒன்றை அசையச் செய்; அலைந்-தாட்டு; முன்னும் பின்னுமாக/பக்கவாட்டாக ஆட்டு *He lay **tossing and turning** in bed, unable to sleep.* • *The ship was tossed about by huge waves.* **3** [T] to move your head back quickly especially to show you are annoyed or impatient குறிப்பாக வெறுப்புணர்ச்சியை அல்லது பொறுமையின்மையை வெளிப்படுத்தும் முறை-யில் தலையைச் சட்டென மறுபக்கமாகத் திருப்பிக்கொள் *I tried to apologize but she just **tossed** her **head** and walked away.* **4** [I, T] **toss (up) (for sth)** to throw a coin into the air in order to decide sth, by guessing which side of the coin will land facing upwards தரையில் விழுந்த நிலையில் காணப்படும் நாணயத்தின் மேல்பக்கத்தைக் கொண்டு ஒரு தேர்ந்தெடுப்பை முடிவு செய்வதற்காக, அந்நாணயத்தை வானில் எறி; நாணயத்தைச் சுண்டியெறி *to toss a coin* ➪ **heads** மற்றும் **tails** பார்க்க. **NOTE** **Heads** மற்றும் **tails** நாணயத்தின் இரு பக்கங்களைக் குறிக்கும். சுண்டி எறியப்பட்டுத் தரையில் விழும் நிலையில் நாணயத்தின் மேல் பக்கம் இன்னதாக இருக்கும் என்பதை ஊகிக்கும்-போது 'heads or tails?' (தலையா பூவா?) என்று கூறுகிறோம். ▶ **toss** *noun* [C]

IDM **win/lose the toss** to guess correctly/wrongly which side of a coin will face upwards when it lands சுண்டி எறியப்பட்டுத் தரையில் விழும் நாணயத்தின் மேல் பக்கம் இன்னதாக இருக்கும் என்று சரியாக/தவறாக ஊகம் செய்

Sania Mirza won the toss and chose to serve first.

tot /tɒt/ *noun* [C] (*informal*) a very small child இளஞ்சிறுவன்/இளஞ்சிறுமி; பொடிசு

total[1] /ˈtəʊtl/ *adj.* being the amount after everyone or everything is counted or added together; complete ஒவ்வொருவரும்/ஒவ்வொன்றும் கணக்கிடப்பட்ட பின் அல்லது கூட்டிச் சேர்க்கப்பட்ட பின் கிடைக்கும் எண்ணிக்கையான அல்லது தொகையான; மொத்தமான; முழுமையான; கூட்டு மொத்தமான • *a total failure* • *They ate in total silence.*

total[2] /ˈtəʊtl/ *noun* [C] the number that you get when you add two or more numbers or amounts together இரண்டு அல்லது இரண்டுக்கு மேற்பட்ட இலக்கங்களை அல்லது எண்ணிக்கைகளை/தொகைகளைக் கூட்டிச் சேர்க்கும்போது கிடைக்கும் எண்ணிக்கை; மொத்த எண்ணிக்கை/தொகை; மொத்தம் ▶ **total** *verb* [T] (**totalling; totalled**: *AmE* **totaling; totaled**) *His debts totalled more than Rs 10,000.*

IDM **in total** when you add two or more numbers or amounts together இரண்டு அல்லது இரண்டுக்கு மேற்பட்ட இலக்கங்களை அல்லது தொகைகளைக் கூட்டிச் சேர்க்கும்போது கிடைக்கிற; மொத்தத்தில்; கூட்டுமொத்தமாக *The appeal raised Rs 34 lakh in total.*

totally /ˈtəʊtəli/ *adv.* completely முழுமையாக; முற்றும் *I totally agree with you.*

totter /ˈtɒtə(r)/ *verb* [I] to stand or move in a way that is not steady, as if you are going to fall, especially because you are drunk, ill or weak குறிப்பாக மது மயக்கம், உடல் நலக்கேடு அல்லது உடல் நலிவு காரணமாக, விழுந்துவிடப் போவதாகத் தோன்றும் முறையில் நிலையுறுதி இன்றி நில் அல்லது நட; தள்ளாடு

toucan /ˈtuːkæn/ *noun* [C] a tropical American bird with bright feathers and a very large beak பளபளப்பான இறகுகளும் மிகப் பெரிய அலகும் உடைய அமெரிக்க வெப்பமண்டலப் பறவை வகை

touch[1] /tʌtʃ/ *verb* **1** [T] to put your hand or fingers onto sb/sth கையை அல்லது விரல்களை ஒருவர்/ஒன்றின் மேல் வை; தொடு *Don't touch that plate—it's hot!* • *The police asked us not to touch anything.* **2** [I, T] (used about two or more things, surfaces, etc.) to be or move so close together that there is no space between them (இரண்டு அல்லது இரண்டுக்கு மேற்பட்ட பொருள்கள், பரப்புகள் முதலியவை பற்றிக் கூறும்போது) இடைவெளி இல்லாதவாறு ஒன்றுக்கொன்று நெருங்கியிரு அல்லது நெருங்கிவா; தொட்டுக்கொண்டிரு *This bicycle is too big. My feet don't **touch the ground**.* **3** [T] to make sb feel sad, sorry for sb, grateful, etc. துயரம், இரக்கம், நன்றி முதலிய உணர்ச்சிகளுக்கு ஒருவர் உள்ளாகச் செய்; உள்ளம் உருக்கு ⇨ **touched** adjective பார்க்க. **4** [T] (*in negative sentences*) to be as good as sb/sth in skill, quality, etc. செயல் திறம், பண்பு முதலியவற்றில் ஒருவரை/ஒன்றை ஒத்திரு *He's a much better player than all the others. No one else can touch him.*

IDM **touch wood; knock on wood** ⇨ **wood** பார்க்க.

PHR V **touch down** (used about an aircraft) to land (விமானம் வகையில்) தரையிறங்கு

touch on/upon sth to mention or refer to a subject for only a short time சுருக்கமாக ஒரு பொருள் பற்றிக் குறிப்பிடு

touch[2] /tʌtʃ/ *noun* **1** [C, *usually sing.*] the action of putting your hands or fingers onto sb/sth கைகளை அல்லது விரல்களை ஒருவர்/ஒன்றின் மேல் வைக்கும் செயல்; தொடுகை; படுகை *I felt the touch of her hand on my arm.* **2** [U] the way sth feels when you touch it ஒன்றைத் தொடும்போது உண்டாகும் உணர்வு; தொடு உணர்வு *Marble is cold **to the touch**.* **3** [U] one of the five senses; the ability to feel things and know what they are like by putting your hands or fingers on them ஐம்புல உணர்ச்சிகளுள் ஒன்றான தொடு உணர்ச்சி; பொருள்கள் மேல் கைகளை அல்லது விரல்களை வைத்து அவற்றை உணர்ந்தறியும் மற்றும் அவற்றின் தன்மையை அறிந்துகொள்ளும் ஆற்றல்; தொடு உணர்ச்சித் திறன் *The **sense of touch** is very important to blind people.* **4** [C] a small detail that is added to improve sth ஒன்றைச் செம்மைப்படுத்தும் பொருட்டுக் கூடுதலாகச் சேர்க்கப்படும் அல்லது செய்யப்படும் நுட்பக் கூறுகள் அல்லது செயல்கள்; நேர்த்திக் கூறு; மேல் நுட்பம் *The flowers in our room were **a nice touch**.* • *She's just **putting the finishing touches to** the cake.* **5** [*sing.*] a way or style of doing sth ஒன்றைச் செய்யும் முறை அல்லது பாணி; செயற்பாங்கு; செயற் பண்பு; சாயல் *She prefers to write her letters by hand for a more **personal touch**.* **6** [*sing.*] **a touch (of sth)** a small amount of sth ஒன்றின் சிறு அளவு; கூறு

IDM **in/out of touch (with sb)** being/not being in contact with sb by speaking or writing to him/her பேச்சு அல்லது எழுத்து வாயிலாக ஒருவருடன் தொடர்பு கொண்டுள்ள/தொடர்பு கொண்டிராத *During the year she was abroad, they **kept in touch** by letter.*

in/out of touch with sth having/not having recent information about sth ஒன்றைப் பற்றிய அண்மைக் காலத் தகவல்கள் அறிந்துள்ள/அறிந்திராத நிலையில் *We're out of touch with what's going on.*

lose touch ➪ **lose** பார்க்க.
lose your touch ➪ **lose** பார்க்க.

touched /tʌtʃt/ *adj.* (*not before a noun*) **touched (by sth); touched that...** made to feel sad, sorry for sb, grateful, etc. துயரம், இரக்கம், நன்றி முதலிய உணர்ச்சிகளுக்கு உள்ளான; உணர்வு கனிவிக்கப்பட்ட *I was touched that he offered to help.*

touching /ˈtʌtʃɪŋ/ *adj.* that makes you feel sad, sorry for sb, grateful, etc. துயரம், இரக்கம், நன்றி முதலிய உணர்ச்சிகளுக்கு உள்ளாகச் செய்கிற; உள்ளத்தைக் கனிவிக்கிற

touch screen *noun* [C] (*computing*) a computer screen which shows information when you touch it தொடும்போது தகவல் காட்டும் கணினித் திரை; தொடுதிரை

touchy /ˈtʌtʃi/ *adj.* **1 touchy (about sth)** easily upset or made angry எளிதில் மனக்கலக்கத்திற்கு அல்லது சின உணர்ச்சிக்கு ஆட்படுகிற; கூருணர்வுடைய; தொட்டாற் சிணுங்கியான *He's a bit touchy about his weight.* **2** (used about a subject, situation, etc.) that may easily upset people or make them angry (ஒரு பொருள், சூழல் முதலியவை பற்றிக் குறிப்பிடுகையில்) எளிதில் வருத்தம் அல்லது சினம் உண்டாக்கக் கூடிய; கூருணர்ச்சி தூண்டுகிற *Don't mention the exam. It's a very touchy subject.*

tough /tʌf/ *adj.* **1** difficult; having or causing problems கடுமை வாய்ந்த; இடர்ப்பாடான; சிக்கலான; தொல்லை உண்டுபண்ணுகிற *It will be a tough decision to make.* • *He's had* ***a tough time of it*** (= a lot of problems) *recently.* **2 tough (on/with sb/sth)** strict; not feeling sorry for anyone கடுமையான; கண்டிப்பான; இரக்கம் காட்டாத *The government plans to* ***get tough with*** *people who drink and drive.* **3** strong enough to deal with difficult conditions or situations சிக்கலான நிலைமைகளை அல்லது சூழல்களைக் கையாள்வதற்கு வேண்டிய உரமுடைய; நெஞ்சுறுதியுடைய; மனத் திட்பம் வாய்ந்த; உடல் திண்மை வாய்ந்த *You need to be tough to go climbing in winter.* **4** (used especially about meat) difficult to cut and eat (குறிப்பாக இறைச்சி பற்றிய வழக்கு) துண்டுபடுத்துவதற்கும் உண்ணுவதற்கும் கடினமான; உரப்பான **5** not easily broken, torn or cut; very strong எளிதில் உடைபடாத, கிழியாத அல்லது துண்டாகாத; உறுதியான; கெட்டியான *a tough pair of boots* **6** (*informal*) **tough (on sb)** unfortunate for sb in a way that seems unfair நியாயமற்றதாகத் தோன்றும் முறையில் கேடுற்ற; துரதிட்ட நிலைக்கு ஆட்பட்ட *It's tough on her that she lost her job.* ▶ **toughness** *noun* [U]

toughen /ˈtʌfn/ *verb* [I, T] **toughen (sb/sth) (up)** to make sb/sth tough கடுமையாகு; ஒருவரை/ஒன்றைக் கடுமையாக்கு; உறுதிப்படு; உறுதியாக்கு; கெட்டியாகு; கெட்டியாக்கு

toupee /ˈtuːpeɪ/ *noun* [C] a small section of artificial hair, worn by a man to cover an area of his head where hair no longer grows தலையின் வழுக்கைப் பகுதியை மறைக்க ஆடவர் அணிந்துகொள்ளும் செயற்கை முடிக்கற்றை; பொய் மயிர்க்கற்றை

tour /tʊə(r)/ *noun* **1** [C] **a tour (of/round/around sth)** a journey that you make for pleasure during which you visit many places மகிழ்ச்சிக்காகப் பல இடங்களைச் சுற்றிப் பார்க்கச் செல்லும் பயணம்; இன்பச் சுற்றுலா *a sight seeing tour* • *a tour operator* (= a person or company that organizes tours) ➪ **travel** பதிவிலுள்ள குறிப்பைப் பார்க்க. **2** [C] a short visit around a city, famous building, etc. ஒரு நகரம், புகழ்பெற்ற கட்டடம் முதலியவற்றைச் சுற்றிப் பார்க்கச் செல்லும் குறுகிய கால பார்வையீடு; காட்சிப் பயணம்; காட்சியுலா; சுற்றுலா *a* ***guided tour*** *round the Taj Mahal* **3** [C, U] an official series of visits that singers, musicians, sports players, etc. make to different places to perform, play, etc. பாடகர்கள், இசைக் கலைஞர்கள், விளையாட்டு வீரர்கள் முதலியோர் தொழில் முறையில் வெவ்வேறு இடங்களுக்குச் செல்லும் பயணங்களின் தொகுதி; தொழில் முறைப் பயணம் *The band is currently* ***on tour*** *in America.* • *a concert/cricket tour* ▶ **tour** *verb* [I, T] *We toured southern India for three weeks.*

tourism /ˈtʊərɪzəm/ *noun* [U] the business of providing and arranging holidays and services for people who are visiting a place ஓரிடத்திற்கு விடுமுறைப் பயணம்/சுற்றுலாச் செல்வோருக்கு வேண்டிய ஏற்பாடுகள் செய்து தரும் மற்றும் சேவைகள் வழங்கும் வாணிகத் தொழில்; சுற்றுலாத் தொழில் *The country's economy relies heavily on tourism.*

tourist /ˈtʊərɪst/ *noun* [C] a person who visits a place for pleasure ஓரிடத்திற்கு இன்பப் பயணம் மேற்கொள்பவர்; சுற்றுலாச் செல்பவர் ➪ **sightseer** பார்க்க.

tournament /ˈtɔːnəmənt/ *noun* [C] a competition in which many players or teams play games against each other பலவான விளையாட்டு வீரர்கள் அல்லது அணிகள் (படிமுறையில்) பங்குபெறும் விளையாட்டுப் போட்டி

tourniquet /ˈtʊənɪkeɪ/ *noun* [C] a piece of cloth, etc. that is tied tightly around an arm or a leg to stop a cut or an injury from bleeding கையில் அல்லது காலில் உண்டாகும் ஒரு வெட்டுக்காயத்திலிருந்து அல்லது ஓர் அடிபட்ட இடத்திலிருந்து குருதி வடிவதைத் தடுக்கும் பொருட்டு இறுக்கமாகச் சுற்றிக் கட்டப்படும் துணி முதலியவை; குருதித் தடுப்புப் பட்டை

tousled /ˈtaʊzld/ *adj.* (used about hair) untidy, often in an attractive way (தலைமுடி வகையில்) பெரும்பாலும் கவர்ச்சியூட்டும் முறையில் ஒழுங்கற்றுக் காணப்படுகிற; கலைந்த

tout /taʊt/ *verb* **1** [T] **tout sb/sth (as sth)** to try to persuade people that sb/sth is important or valuable by praising them/it ஒருவரை/ஒன்றைப் புகழ்ந்து அவர்/அது முக்கியமானவர்/முக்கியமானது அல்லது மதிக்கத் தக்கவர்/தக்கது என்று மக்கள் மனம் ஒப்பச் செய்ய முயல்; மேல்தரப்படுத்து அல்லது உயர்த்த முயல் *She's being touted as the next leader of the party.* **2** [I, T] **tout (for sth)** (*BrE*) to try to persuade people to buy your goods or services, especially by going to them and asking them directly குறிப்பாக மக்களிடம் நேரடியாகத் தொடர்புகொண்டு தனது பொருள்களை அல்லது சேவைகளை அவர்கள் விரும்பி வாங்க வைக்க முயல்; வாடிக்கை பிடி *the problem of unlicensed taxi drivers touting for business at airports* **3** [I, T] (*AmE* **scalp**) to sell tickets unofficially, at a much higher price than the official price, especially outside a theatre, stadium, railway station etc. குறிப்பாக, திரையரங்கு, விளையாட்டரங்கு, தொடர் வண்டி நிலையம் முதலியவற்றுக்கு வெளியே, அதிகாரபூர்வமாக அல்லாது நுழைவுச்சீட்டுகளை முறையாகக் குறித்ததைக் காட்டிலும் உயர் விலைக்கு விற்க முயல்

tow /təʊ/ *verb* [T] to pull a car or boat behind another vehicle, using a rope or chain வடக் கயிற்றினால் அல்லது சங்கிலியால் வேறோர் ஊர்தியில் பிணைத்து ஒரு சீருந்தை அல்லது படகை இழுத்துச் செல் *My car was towed away by the police.* ▶ **tow** *noun* [*sing.*] [U]

IDM **in tow** (*informal*) following closely behind நெருக்கமாகப் பின்தொடர்ந்து *He arrived with his wife and five children in tow.*

towards /təˈwɔːdz/ (*also* **toward** /təˈwɔːd/) *prep.* **1** in the direction of sb/sth ஒருவர்/ஒன்று உள்ள திசையில்; ஒருவரை/ஒன்றை நோக்கி; பார்த்து *I saw Krishna walking towards the station.* • *a first step towards world peace* **2** near or nearer a time or date (காலம்/நேரம், நாள்/தேதி வகையில்); நெருங்கி; அண்மையில் *It gets cool towards evening.* **3** (used when you are talking about your feelings about sb/sth) in relation to (ஒருவர்/ஒன்று பற்றிய தனது உணர்ச்சிகள் பற்றிக் கூறும்போது) தொடர்பாக; பற்றி; வகையில்; குறித்து *What is your attitude towards this government?* **4** as part of the payment for sth ஒன்றிற்கான கட்டணத்தின் பகுதியாக *The money will* ***go towards*** *the cost of a new minibus.*

towel /ˈtaʊəl/ *noun* [C] a piece of cloth or paper that you use for drying sb/sth/yourself ஒருவரை/ஒன்றை/தன்னை உலர்த்தப் பயன்படுத்தப்படும் துணி அல்லது தாள் துண்டு; துவாலை *a bath/hand/beach towel* • *kitchen/paper towels* ➪ **sanitary towel** மற்றும் **tea towel** பார்க்க.

towelling (*AmE* **toweling**) /ˈtaʊəlɪŋ/ *noun* [U] a thick soft cotton cloth that is used especially for making bath towels குறிப்பாக, குளியல் துவாலைகள் தயாரிக்கப் பயன்படுத்தப்படும் தடிப்பான, மென்மையான பருத்தித் துணி

tower /ˈtaʊə(r)/ *noun* [C] a tall narrow building or part of a building such as a church or castle உயர்ந்து ஒடுக்கமாக உள்ள கட்டடம் அல்லது தேவாலயம், கோட்டை முதலிய கட்டடங்களின் உயர்ந்து ஒடுக்கமான பகுதி; கோபுரம்; தூபி *the Eiffel Tower* • *a church tower*

tower block *noun* [C] (*BrE*) a very tall building consisting of flats or offices அறைக்கட்டுகள் அல்லது அலுவலகங்கள் உள்ளடங்கிய மிக உயரமான கட்டடம்; கோபுர மனை

town /taʊn/ *noun* **1** [C] a place with many streets and buildings. A town is larger than a village but smaller than a city பலவான தெருக்களும் கட்டடங்களும் உடைய, கிராமத்தை விடப் பெரிய, மாநகரத்தை விடச் சிறிய ஊர்; பேரூர்; நகரம் *Vellore is a small market town.* • *After ten years away, she decided to move back to her* ***home town*** (= the town where she was born and spent her childhood). **2 the town** [*sing.*] all the people who live in a town ஒரு நகரத்தில் வாழும் மக்கள் தொகுதி; நகர மக்கள் *The whole town is talking about it.* **3** [U] the main part of a town, where the shops, etc. are கடைகள் முதலியவை அமைந்துள்ள நகரத்தின் முதன்மைப் பகுதி *I've got to go into town this afternoon.*

town hall *noun* [C] a large building that contains the local government offices and often a large room for public meetings, concerts, etc. உள்ளாட்சி அலுவலகங்களும், வழக்கமாகப் பொதுக்கூட்டங்கள், இசை நிகழ்ச்சிகள் முதலியவற்றுக்கான பெரிய அறையும் கொண்ட பெரிய கட்டடம்; நகர மன்றம் ➪ **hall** பார்க்க.

tow truck (*AmE*) = **breakdown truck**

toxic /ˈtɒksɪk/ *adj.* poisonous நச்சுத் தன்மையுடைய; நச்சியலான

toxicity /tɒkˈsɪsəti/ *noun* **1** [U] the quality of being poisonous; the degree to which sth is poisonous நச்சுத்தன்மை உடையதாக இருத்தல்; ஒரு பொருளினுடைய நச்சுத்தன்மையின் அளவு *substances with high/low levels of toxicity* **2** [C] the effect that a poisonous substance has ஒரு நச்சுப் பொருளின் தாக்க

விளைவு; பாதிப்பு *Minor toxicities of this drug include nausea and vomiting.*

toxicology /ˌtɒksɪˈkɒlədʒi/ *noun* [U] the scientific study of poisons நச்சுப்பொருள்கள் பற்றிய அறிவியல் முறையிலான ஆய்வு; நச்சியல் ▶ **toxicological** /ˌtɒksɪkəˈlɒdʒɪkl/ *adj.* ▶ **toxicologist** /ˌtɒksɪˈkɒlədʒɪst/ *noun* [C]

toxin /ˈtɒksɪn/ *noun* [C] a poisonous substance, especially one that is produced by bacteria in plants and animals நச்சுப்பொருள், குறிப்பாகத் தாவரங்களிலும் விலங்குகளிலும் நுண்மங்களால் உண்டாக்கப்படும் நச்சுப்பொருள்

toy¹ /tɔɪ/ *noun* [C] an object for a child to play with இளஞ்சிறார்களுக்கான விளையாட்டுப் பொருள்; பொம்மை *The little boy continued playing with his toys.* • *a toy car/farm/soldier* • *a toyshop*

toy² /tɔɪ/ *verb*

PHR V **toy with sth 1** to think about doing sth, perhaps not very seriously பெரும்பாலும் முழுமையாகக் கருத்தூன்றாது ஒன்றைச் செய்ய எண்ணு *She's **toying with the idea of** going abroad for a year.* **2** to move sth about without thinking about what you are doing, often because you are nervous or upset பொதுவாக அச்சவுணர்வு அல்லது மனக்கவலை காரணமாக, இன்னது செய்கிறோம் என்ற எண்ணமின்றி ஒன்றை அங்கும் இங்கும் நகர்த்து; உற்சாகமின்றி/மனம் சோர்ந்து கவனக் குறைவான முறையில் ஒன்றைச் செய்துகொண்டிரு *He toyed with his food but hardly ate any of it.*

trace¹ /treɪs/ *noun* **1** [C, U] a mark, an object or a sign that shows that sb/sth existed or happened ஒருவர்/ஒன்று இருந்ததை/நிகழ்ந்ததைக் காட்டும் பொருள் அல்லது அறிகுறி; அடையாளம்; தடயம் *traces of an earlier civilization* • *The man **disappeared/vanished without trace**.* **2** [C] **a trace (of sth)** a very small amount of sth ஒன்றின் மிகச் சிறிய அளவு; துணுக்கு *Traces of blood were found under her fingernails.*

trace² /treɪs/ *verb* [T] **1 trace sb/sth (to sth)** to find out where sb/sth is by following marks, signs or other information அடையாளக் குறிகள், தடங்கள் அல்லது பிற தடயங்களைப் பின்பற்றி ஒருவர்/ஒன்று இருக்குமிடத்தைக் கண்டுபிடி *The wanted man was traced to an address in Attur.* **2 trace sth (back) (to sth)** to find out where sth came from or what caused it; to describe the development of sth ஒன்றின் மூலத்தை அல்லது தோற்றத்தைக் கண்டறி; ஒன்றின் வளர்ச்சியை விவரி *She traced her family tree back to the 16th century.* **3** to make a copy of a map, plan, etc. by placing a piece of transparent paper (**tracing paper**) over it and drawing over the lines ஒரு நிலப்படம், திட்ட வரைபடம் முதலியவற்றின் மேல் (உள்ளீடு காட்டும்) படியெடுப்புத்தாளை வைத்து வரைந்து படியெடு; உருவரையைப் பதியவைத்துப் படியெடு

trachea /trəˈkiːə/ *noun* [C] (*pl.* **tracheae** /-kiːiː/ or **tracheas**) (*medical*) the tube in your throat that carries air to the lungs காற்றை நுரையீரல்களுக்குக் கொண்டுசெல்லும் குரல் வளையிலுள்ள குழல்; மூச்சுக்குழல் ✪ SYN **windpipe** இது **trachea** வைக்காட்டிலும் செறிவு குன்றிய புலவழக்குச் சொல் ஆகும் ➪ **body** பதிவில் படம் பார்க்க.

track¹ /træk/ *noun* **1** [C] a natural path or rough road இயற்கையாக அமைந்துள்ள தடம் அல்லது கரடுமுரடான சாலை; அடிபட்ட வழி; வழங்கி உருவான பாதை *Follow the dirt track through the wood.* **2** [C, *usually pl.*] marks that are left on the ground by a person, an animal or a moving vehicle தரையில் படிந்துள்ள ஆள், விலங்கு, ஊர்தி முதலியவற்றின் அடையாளங்கள்; தடம்; சுவடு *The hunter followed the tracks of a deer.* • *tyre tracks* ➪ **footprint** பார்க்க. **3** [C, U] the two metal rails on which a train runs தொடர்வண்டி செல்லும் இரு தண்டவாளங்கள்; தண்டவாளப் பாதை *The train stopped because there was a tree across the track.* **4** [C] a piece of ground, often in a circle, for people, cars, etc. to have races on ஓட்டப் பந்தயம், சீருந்துப் பந்தயம் முதலியவற்றுக்கான பெரும்பாலும் வட்ட வடிவத் தரைப்பகுதி; பந்தயப் பாதை *a running track* **5** [C] one song or piece of music on a cassette, CD or record ஒளி/ஒலிப் பேழை, குறுவட்டு, இசைத்தட்டு ஆகியவற்றில் பதிவு செய்யப்பட்டுள்ள தனிப்பாட்டு அல்லது தனி இசைப்பகுதி *the first track from her latest album* ➪ **soundtrack** பார்க்க.

IDM **keep/lose track of sb/sth** to have/not have information about what is happening or where sb/sth is ஒரு நிகழ்வு அல்லது ஒருவர்/ஒன்று இருக்குமிடம் பற்றிய தகவல் தெரிந்து வைத்திரு/வைத்துக்கொண்டிராதிரு

off the beaten track ➪ **beat¹** பார்க்க.

on the right/wrong track having the right/wrong idea about sth ஒன்றைப் பற்றிய சரியான/தவறான கருத்துடைய *That's not the answer but you're on the right track.*

track² /træk/ *verb* [T] to follow the movements of sb/sth ஒருவருடைய/ஒன்றின் நடமாட்டங்களைப் பின்பற்றிச் செல்; தடம் பின்பற்று *to track enemy planes on a radar screen*

PHR V **track sb/sth down** to find sb/sth after searching for him/her/it ஒருவரை/ஒன்றைத் தேடிக் கண்டுபிடி

track event *noun* [C] a sports event that consists of running round a track in a race, rather than throwing sth or jumping ஒன்றை எறிதல் அல்லது தாண்டுதல் அல்லாது, பந்தயப் பாதையில் சுற்றி ஓடும் விளையாட்டு நிகழ்ச்சி; தடகள நிகழ்ச்சி ➪ **field event** பார்க்க.

track record *noun* [*sing.*] all the past successes or failures of a person or an organization கடந்த காலத்தில் ஓராள் அல்லது ஒரு நிறுவனம் பெற்ற வெற்றிகளின் அல்லது தோல்விகளின் முழுமைத் தொகுதி; கடந்த கால சாதனைகள் அல்லது தோல்விகள்

tracksuit /ˈtræksu:t/ *noun* [C] a warm pair of soft trousers and a matching jacket that you wear for sports practice விளையாட்டுப் பயிற்சிக்காக அணிந்து கொள்ளப்படும் குளிர்க்காப்புடைய மென்மையான காற்சட்டையும் கைப்பகுதியுடைய குறுஞ்சட்டையும்; விளையாட்டுப் பயிற்சி உடுப்பு

tract /trækt/ *noun* [C] a system of organs or tubes in the body that are connected and that have a particular purpose உடலில் குறிப்பிட்ட செயல்பாட்டுக்கான, ஒன்றோடொன்று இணைந்துள்ள உறுப்புகளின் அல்லது குழாய்களின் தொகுதி அமைவு; மண்டலம் *the respiratory/digestive tract*

traction /ˈtrækʃn/ *noun* [U] **1** the action of pulling sth along a surface; the power that is used for doing this ஒரு பரப்பின் ஊடாக ஒன்றை இழுத்துச் செல்லுதல்; இழுவை; இவ்வாறு இழுத்துச் செல்வதற்குப் பயன்படுத்தப்படும் ஆற்றல் *diesel/electric/steam traction* **2** a way of treating a broken bone in the body that involves using special equipment to pull the bone gradually back into its correct place ஒரு தனிவகைக் கருவியைப் பயன்படுத்தி முறிவுற்ற எலும்பைப் படிப்படியாக மீண்டும் சரிநிலைக்கு இழுத்து வைப்பதை உள்ளடக்கிய எலும்பு முறிவுச் சிகிச்சை முறை; இழுவை மருத்துவம் *He spent six weeks* ***in traction*** *after he broke his leg.* **3** the force that stops sth, for example the wheels of a vehicle, from sliding on the ground (ஓர் ஊர்தியின் சக்கரங்கள் தரையில் நழுவிச் செல்லாமல் தடுத்தல் போன்று) ஒன்றைத் தடைப்படுத்தும் விசை; தடை விசை

tractor /ˈtræktə(r)/ *noun* [C] a large vehicle that is used on farms for pulling heavy pieces of machinery கனமான இயந்திரப் பகுதிகளை இழுத்துச் செல்வதற்குப் பண்ணைகளில் பயன்படுத்தப்படும் பெரிய ஊர்தி; இழுவை ஊர்தி

trade[1] /treɪd/ *noun* **1** [U] the buying or selling of goods or services between people or countries மக்களுக்கு அல்லது நாடுகளுக்கு இடையே பொருள்களை அல்லது சேவைகளை வாங்குதல் அல்லது விற்றல்; வாணிகம் *an international trade agreement.* **2** [C] a particular type of business குறிப்பிட்ட வகைப்பட்ட வாணிகத் தொழில் *the tourist/building/retail trade* **3** [C, U] a job for which you need special skill, especially with your hands தனிப் பயிற்சித் திறன் வேண்டப்படும், குறிப்பாகக் கைத்திறன் வேண்டப்படும், பணி; திறத்தொழில்; கைவினை *Velu is a plumber* ***by trade***. • *to learn a trade* ➪ **work** பதிவிலுள்ள குறிப்பைப் பார்க்க.

trade[2] /treɪd/ *verb* **1** [I] **trade (in sth) (with sb)** to buy or sell goods or services பொருள்களை அல்லது சேவைகளை வாங்கு அல்லது விற்பனை செய்; வாணிகம் செய் *to trade in luxury goods • to trade in stocks and shares • We no longer trade with that country.* **2** [T] **trade sth (for sth)** to exchange sth for sth else வேறொன்றைக் கொடுத்து ஒன்றை வாங்கிக்கொள்; கொடுத்து வாங்கு; பரிமாறிக்கொள் *He traded his CD player for his friend's bicycle.*

▶ **trading** *noun* [U]

PHR V **trade sth in (for sth)** to give sth old in part payment for sth new or newer புதிதான அல்லது புத்தம்புதிய ஒன்றின் விலையின் பகுதியாக ஒரு பழைய பொருளைக் கொடு; பொருள் மாற்றீடு செய் *We traded in our old car for a van.*

trade balance = **balance of trade**

trademark /ˈtreɪdmɑ:k/ *noun* [C] (*abbr.* **TM**) a special symbol, design or name that a company puts on its products and that cannot be used by any other company ஒரு வாணிகத் தொழில் நிறுவனம் தனது செய்பொருள்கள் மீது பொறிப்பதும் வேறு நிறுவனங்கள் பயன்படுத்தக் கூடாததுமான ஒரு தனிவகை அடையாளம், வரையுரு அல்லது பெயர்; வாணிக உரிமைக் குறி

trader /ˈtreɪdə(r)/ *noun* [C] a person who buys and sells things, especially goods in a market or company shares பொருள்களை, குறிப்பாகச் சந்தைப் பொருள்களை அல்லது நிறுவனப் பங்குகளை, வாங்கலும் விற்றலுமாகிய தொழில் செய்பவர்; வாணிகர்

trade secret *noun* [C] a piece of information, for example about how a particular product is made, that is known only to the company that makes it தயாரிப்பு நிறுவனத்திற்கு மட்டுமே தெரிந்துள்ள குறிப்பிட்ட பொருள் தயாரிக்கும் முறை முதலிய தகவல்; வாணிக இரகசியம்

tradesman /ˈtreɪdzmən/ *noun* [C] (*pl.* **-men** /-mən/) a person who brings goods to people's homes to sell them or who has a shop வீடு-வீடாகச் சென்று பொருள்களை விற்பனை செய்யும் அல்லது கடை வைத்திருக்கும் ஆள்; கள விற்பனையாளர் அல்லது சில்லறை

விற்பனையாளர்; கடைக்காரர்; சிறு வாணிகர்; வியாபாரி

trade union (*also* **trades union; union**) *noun* [C] an organization for people who all do the same type of work. Trade unions try to get better pay and working conditions for their members தனது உறுப்பினர்களுக்கு மேம்பட்ட ஊதியமும் பணிச் சூழலும் பெற்றுத்தர முயலும், ஒரே வகையான தொழிலில் ஈடுபட்டுள்ளவர்களுக்கான அமைப்பு; தொழிற் சங்கம்

trade wind *noun* [C] a strong wind that blows all the time towards the **equator** and then to the west தொடர்ந்து நில நடுக்கோட்டை நோக்கியும் பின்னர் மேற்கு நோக்கித் திரும்பியும் வீசும் கடும் காற்று

tradition /trəˈdɪʃn/ *noun* [C, U] a custom, belief or way of doing sth that has continued from the past to the present கடந்த காலத்திலிருந்து நிகழ்காலத்திற்குத் தொடர்ந்து வந்திருக்கும் ஒரு வழக்கம், நம்பிக்கை அல்லது செயல் முறை; மரபு *religious/cultural/literary traditions* ▶ **traditional** /-ʃənl/ *adj. A sari is one of the traditional garments of India.* ▶ **traditionally** /-ʃənəli/ *adv.*

traffic /ˈtræfɪk/ *noun* [U] **1** all the vehicles that are on a road at a particular time ஒரு குறிப்பிட்ட சமயத்தில் சாலையில் காணப்படும் அனைத்து ஊர்திகளும்; போக்குவரத்து *heavy/light traffic* • *We got stuck **in traffic** and were late for the meeting.* **2** the movement of ships, aircraft, etc. கப்பல்கள், விமானங்கள் முதலியவற்றின் நடமாட்டம்; போக்குவரத்து நடமாட்டம் *air traffic control* **3 traffic (in sth)** the illegal buying and selling of sth சட்டத்திற்கு மாறாக ஒன்றை வாங்கலும் விற்றலும்; சட்ட மீறிய வாணிகச் செயல் *the traffic in drugs/firearms* ▶ **traffic** *verb* [I] (*pres. part.* **trafficking**; *pt, pp* **trafficked**) **traffic (in sth)** *He was arrested for trafficking in drugs.* ▶ **trafficker** *noun* [C] *a drugs trafficker*

traffic island (*also* **island**) *noun* [C] a higher area in the middle of the road, where you can stand and wait for the traffic to pass when you want to cross சாலையைக் கடக்க விரும்பும்போது போக்குவரத்து ஊர்திகள் கடந்துசெல்லும் வரை ஏறிநின்று காத்திருப்பதற்கான சாலை நடுவில் அமைக்கப்பட்டுள்ள மேடான பகுதி; சாலைத் திட்டு

traffic jam *noun* [C] a long line of cars, etc. that cannot move or that can only move very slowly சாலையில் மேற்செல்ல முடியாத அல்லது மிகவும் மெதுவாக மட்டுமே செல்ல முடிகிற ஊர்திகளின் நீண்ட வரிசை; போக்குவரத்து நெரிசல் *to be stuck in a traffic jam*

traffic light *noun* [C, *usually pl.*] a sign with three coloured lights (**red**, **amber** and **green**) that is used for controlling the traffic where two or more roads meet இரண்டு அல்லது இரண்டுக்கு மேற்பட்ட சாலைகளின் சந்திப்பில் போக்குவரத்தைக் கட்டுப்படுத்துவதற்காக அமைக்கப்படும் (சிவப்பு, மஞ்சள், பச்சை ஆகிய) மூன்று நிறங்களில் விளக்குகள் உள்ள சுட்டுக்குறி; சந்திப் போக்குவரத்து விளக்கு

tragedy /ˈtrædʒədi/ *noun* (*pl.* **tragedies**) **1** [C, U] a very sad event or situation, especially one that involves death குறிப்பாக இறப்புடன் கூடிய துயர நிகழ்வு அல்லது நிலை அல்லது நிகழ்ச்சி; அவல நிலை *It's a tragedy that he died so young.* **2** [C] a serious play that has a sad ending சோக முடிவுடன் கூடிய உணர்ச்சிக் கடுமை வாய்ந்த நாடகம்; துன்பியல் நாடகம் *Shakespeare's 'King Lear' is a tragedy.* ➪ **comedy** பார்க்க.

tragic /ˈtrædʒɪk/ *adj.* **1** that makes you very sad, especially because it involves death குறிப்பாக இறப்பு உள்ளடங்கி, பெரு வருத்தம் உண்டுபண்ணுகிற; துயரமான; சோகமான *It's tragic that she lost her only child.* • *a tragic accident* **2** (*written*) (*only before a noun*) (used about literature) in the style of tragedy (இலக்கியம் பற்றிக் குறிப்பிடுகையில்) துன்பியல் நாடகம் சார்ந்த; துன்பியல் நாடகப் பாணியிலான *a tragic actor/hero* ▶ **tragically** /ˈtrædʒɪkli/ *adv.*

trail[1] /treɪl/ *noun* [C] **1** a series of marks in a long line that is left by sb/sth as he/she/it moves ஒருவர்/ ஒன்று செல்லும்போது விட்டுச்செல்லும் நீள் வரிசையாக அமைந்துள்ள அடையாளக் குறிகள்; நீள்வரைத் தடம் *a trail of blood/footprints* **2** a track, sign or smell that is left behind and that you follow when you are hunting sb/sth ஒருவரை/ஒன்றைக் கண்டுபிடிப்பதற்காக/அகப்படுத்துவதற்காகத் தேடும்போது பின்பற்றிச் செல்லும் அவர்/அது செல்வழியில் விட்டுச்சென்றுள்ள சுவடுகள், அடையாளக் குறிகள் அல்லது மணம்; தடம் *The dogs ran off **on the trail of** the fox.* **3** a path through the country நாட்டுப்புறத்தின் ஊடாகச் செல்லும் பாதை; தடம்

trail[2] /treɪl/ *verb* **1** [I, T] to pull or be pulled along behind sb/sth ஒருவரை/ஒன்றைப் பின்னால் இட்டு(த்தரையில்) இழுத்துச் செல் அல்லது ஒருவருக்கு/ஒன்றுக்குப் பின்னால் (தரையில்) இழுத்துச் செல்லப்படு *The skirt was too long and trailed along the ground.* **2** [I] to move or walk slowly behind sb/sth else, usually because you are tired or bored வழக்கமாக, சோர்வு அல்லது சலிப்புக் காரணமாக வேறொருவர்/வேறொன்றின் பின்னால் மெள்ளச் செல் அல்லது நட *It was impossible to do any shopping* *with the kids trailing around after me.* **3** [I, T] **trail (by/in sth)** (*usually used in the continuous tenses*) to be in the process of losing a game or a competition ஒரு பந்தய விளையாட்டில் அல்லது போட்டியில் தோல்வியை நோக்கிச் செல்; பின்தங்கு *At half-time Chennai were trailing by two goals to three.* **4** [I] (used about plants or sth long and thin) to grow over sth and hang downwards; to lie across a surface (தாவரங்கள் அல்லது நீண்டு மெலிதான ஒரு பொருள் பற்றிக் குறிப்பிடுகையில்) ஒன்றின் மேல் படர்ந்து கீழ்நோக்கித் தொங்கு; ஒரு பரப்பின் ஊடாகப் பரவிக் கிட *Computer wires trailed across the floor.*

PHR V **trail away/off** (used about sb's voice) to gradually become quieter and then stop (ஒருவரது குரல் பற்றிக் குறிப்பிடுகையில்) மெள்ள மெள்ள ஓசை குறைந்து நின்றுவிடு

trailer /ˈtreɪlə(r)/ *noun* [C] **1** a type of container with wheels that is pulled by a vehicle ஓர் ஊர்தியில் பிணைத்து இழுத்துச் செல்லப்படும் சக்கரங்களுடன் கூடிய ஒருவகைப் பெட்டி; இழுவைக் கலம் *a car towing a trailer with a boat on it* **2** (*AmE*) = **caravan 1** **3** (*BrE*) a series of short pieces taken from a film and used to advertise it விளம்பரத்திற்காகப் பயன்படுத்தப்படும் ஒரு திரைப்படத்தினுடைய சிறுசிறு பகுதிகளின் வரிசை முறையிலான தொகுப்பு; திரைப்பட மாதிரித் தொகுப்பு ⇨ **clip** பார்க்க.

train¹ /treɪn/ *noun* [C] **1** a type of transport that is pulled by an engine along a railway line. A train is divided into sections for people (**carriages** and **coaches**) and for goods (**wagons**) பயணப் பெட்டிகள், சரக்குப் பெட்டிகள் எனப் பிரிவினை செய்யப்பட்டுள்ள, தண்டவாளப் பாதையில் ஓர் இயந்திரத்தினால் இழுத்துச் செல்லப்படும் போக்குவரத்து ஊர்தி வகை; இருப்பூர்தி; தொடர்வண்டி *a passenger/goods/freight train • a fast/slow/express train • to get on/off a train • Hurry up or we'll* ***miss the train***.

NOTE பொதுப்படையாக இரயில் பயணம் பற்றிக் குறிப்பிடும்போது **by train** என்ற தொடரைப் பயன்படுத்துகிறோம். **On the train** என்பது ஒரு குறிப்பிட்ட தொடர்வண்டிப் பயணத்தைக் குறிக்கும்—*He travels to work by train. • Yesterday she fell asleep on the train and missed her station.* **2** [*usually sing.*] a series of thoughts or events that are connected ஒன்றோடொன்று தொடர்புடைய எண்ணங்களின் அல்லது நிகழ்வுகளின் தொடர்வரிசை; சங்கிலித் தொடரான எண்ணங்கள்/நிகழ்ச்சிகள்; எண்ணத் தொடர் *A knock at the door interrupted my* ***train of thought***.

train² /treɪn/ *verb* **1** [T] **train sb (as sth/to do sth)** to teach a person to do sth which is difficult or which needs practice கடினமான அல்லது செய்முறைப் பயிற்சி தேவைப்படும் ஒன்றை ஒருவருக்குக் கற்றுக்கொடு; பயிற்சி அளி *The organization trains guide dogs for the blind.* **2** [I, T] **train (as/in sth) (to do sth)** to learn how to do a job ஒரு தொழிலைச் செய்யும் முறையைக் கற்றுக்கொள்; தொழிற்பயிற்சி பெறு *She trained as an engineer. • He's not trained in anything.* **3** [I, T] **train (for sth)** to prepare yourself, especially for a sports event, by practising; to help a person or an animal to do this குறிப்பாக ஒரு விளையாட்டு நிகழ்ச்சிக்கான பயிற்சியில் ஈடுபட்டுத் தன்னை ஆயத்தப்படுத்திக்கொள்; ஓராளுக்கு அல்லது ஒரு விலங்குக்குப் பயிற்சி அளி *I'm training for the Delhi Marathon. • to train racehorses* **4** [T] **train sth (at/on sb/sth)** to point a gun, camera, etc. at sb/sth துப்பாக்கி, நிழற்படக் கருவி முதலியவற்றை ஒருவரை/ஒன்றை நோக்கிக் குறிவை; ஒருவரை/ஒன்றை இலக்காகக் கொள் ▶ **training** *noun* [U] *to be* ***in training*** *for the Olympics*

trainee /ˌtreɪˈniː/ *noun* [C] a person who is being taught how to do a particular job குறிப்பிட்ட தொழில் செய்யும் முறை குறித்துப் பயிற்சி அளிக்கப்படுபவர்; பயிற்சியர்

trainer /ˈtreɪnə(r)/ *noun* [C] **1** (*AmE* **sneaker**) (*usually pl.*) a shoe that you wear for doing sport or as informal clothing விளையாட்டின்போது அல்லது பணிமுறை சாரா உடுப்பாக அணிந்து கொள்ளப்படும் காலணி வகை **2** a person who teaches people or animals how to do a particular job or skill well, or to do a particular sport ஆட்களுக்கு அல்லது விலங்குகளுக்குக் குறிப்பிட்ட தொழிலை அல்லது கைத்திறப் பணியைத் திறம்படச் செய்யும் முறை குறித்து அல்லது குறிப்பிட்ட விளையாட்டுக்கான பயிற்சி அளிப்பவர்; பயிற்சி ஆசிரியர்; பயிற்சியாளர் *teacher trainers • a racehorse trainer*

trait /treɪt/ *noun* [C] a quality that forms part of your character or personality ஒருவரது பண்பின் அல்லது ஆளுமையின் பகுதியாக அமையும் கூறு; பண்புக்கூறு/ஆளுமைக்கூறு

traitor /ˈtreɪtə(r)/ *noun* [C] **a traitor (to sb/sth)** a person who is not loyal to his/her country, friends, etc. தனது நாடு, நண்பர்கள், முதலியவற்றுக்கு/முதலியோருக்கு உண்மையாக இல்லாத ஒருவர்; நம்பிக்கை மோசம் செய்பவர்; நம்பிக்கைத் துரோகி

NOTE ஒரு **traitor** என்பவர் நண்பர்கள், நாடு, முதலியவை வகையில் நம்பிக்கைக் கேடு செய்பவராவார்/பகைவர்களுக்குக் காட்டிக் கொடுப்பவராவார். நாட்டைக் காட்டிக்கொடுக்கும் குற்றம் (தேசத்துரோகம்) **treason** எனப்படும்.

tram /træm/ (*AmE* **streetcar; trolley**) *noun* [C] a type of bus that works by electricity and that moves along special rails in the road சாலையில் அமைக்கப்பட்டிருக்கும் தனிவகைத் தண்டவாளத்தின் மீது செல்லும் மின் பேருந்து வகை; தண்டூர்தி

tramp[1] /træmp/ *noun* **1** [C] a person who has no home or job and who moves from place to place வீடோ வேலையோ இல்லாது இடம் விட்டு இடம் சென்றுகொண்டிருப்பவர்; சுற்றித் திரிபவர்; ஊர்சுற்றி **2** [*sing.*] the sound of people walking with heavy or noisy steps கனத்த அடி வைத்து அல்லது ஓசைப்பட நடக்கும்போது எழும் ஒலி; மிதிப்பொலி; கடுநடை ஓசை

tramp[2] /træmp/ *verb* [I, T] to walk with slow heavy steps, especially for a long time குறிப்பாக நீண்ட நேர அளவுக்கு, மெல்லமான கனத்த அடிவைத்து நட; கால் அழுந்த நட

trample /ˈtræmpl/ *verb* [I, T] **trample on/over sb/sth** to walk on sb/sth and damage or hurt him/her/it ஒருவரை/ஒன்றைக் காலால் மிதித்து அவருக்கு/ அதற்கு ஊறுபாடு அல்லது சேதம் உண்டாக்கு; மிதித்துத் துவை *The boys trampled on the flowers.*

trampoline /ˈtræmpəliːn/ *noun* [C] a piece of equipment for jumping up and down on, made of a piece of strong material fixed to a metal frame by springs மேலும் கீழுமாகக் குதிப்பதற்குரிய, சுருள்வில்களால் ஓர் உலோகச் சட்டத்தில் பொருத்தப்பட்ட உறுதியான பொருளாலான கருவி; குதிப்புப் பயிற்சிக் கருவி

trance /trɑːns/ *noun* [C] a mental state in which you do not notice what is going on around you தன்னைச் சுற்றி நடப்பனவற்றில் கவனம் செல்லாத மன நிலை; மெய்ம்மறதி நிலை; தன்வயமிழந்த நிலை *to go/fall into a trance*

tranquil /ˈtræŋkwɪl/ *adj.* (*formal*) calm and quiet அமைந்தடங்கிய; நிறையமைதியுடைய; சாந்தமான

tranquillize (*also* **-ise**) (*AmE* **tranquilize**) /ˈtræŋkwəlaɪz/ *verb* [T] to make a person or an animal calm or unconscious, especially by giving him/her/it a drug குறிப்பாக மருந்தூட்டி, ஓராளை அல்லது ஒரு விலங்கை அமைதிப்படுத்து அல்லது உணர்விழக்கச் செய்

tranquillizer (*also* **-iser**; *AmE* **tranquilizer**) /ˈtrænkwəlaɪzə(r)/ *noun* [C] a drug that is used for making people feel calm or to help them sleep (நோவு/கவலை தணிந்து) அமைதி கொள்ளச் செய்யும் பொருட்டு அல்லது உறக்கமூட்டுவதற்காகத் தரப்படும் மருந்து; உறக்க மருந்து ⇨ **sedative** பார்க்க.

trans- /trænz; træns/ *prefix* **1** (*used in adjectives*) across; beyond கடந்து; அப்பால்; மறுபுறம் *transatlantic • transcontinental* **2** (*used in verbs*) into another place or state வேறோர் இடத்திற்கு அல்லது வேறொரு நிலைக்கு; இடம்/நிலைமாறி *transplant • transform*

transaction /trænˈzækʃn/ *noun* [C] a piece of business that is done between people ஆட்களுக்கு இடையேயான வாணிகச் செயல்பாடு; வாணிக நடவடிக்கை; வாணிகத் தொடர்பு *financial transactions*

transatlantic /ˌtrænzətˈlæntɪk/ *adj.* to or from the other side of the Atlantic Ocean; across the Atlantic அட்லாண்டிக் மாகடலின் மறுபக்கத்திற்கான அல்லது மறுபக்கத்தில் உள்ள; அட்லாண்டிக் மாகடலைக் கடந்த; அதனுக்கு அப்பாலான *a transatlantic flight/voyage*

transcend /trænˈsend/ *verb* [T] (*formal*) to go further than the usual limits of sth ஒன்றின் வழக்கமான எல்லைகளைக் கடந்து அப்பால் செல்; இயல் வரம்பு கடந்து மேல்செல்

transcribe /trænˈskraɪb/ *verb* [T] **1 transcribe sth (into sth)** to record thoughts, speech or data in a written form, or in a different written form from the original கருத்துகள், சொற்பொழிவு, தகவல்கள் ஆகியவற்றைக் குறிப்பிட்ட வகையான எழுத்து வடிவில் அல்லது மூலத்திலிருந்து வேறான எழுத்து வடிவில் பதிவு செய்; குறிப்பிட்ட வரிவடிவில் படியெடு *Clerks transcribe everything that is said in court. • The interview was recorded and then transcribed.* **2** (*technical*) to show the sounds of speech using a special phonetic alphabet தனிவகையான ஒலிக்குறியீட்டு நெடுங்கணக்கைப் பயன்படுத்திப் பேச்சொலிகளை எழுது; ஒலிபெயர்ப்புச் செய் ⇨ **phonetic** பார்க்க. **3 transcribe sth (for sth)** to write a piece of music in a different form so that it can be played by another musical instrument or sung by another voice வேறொரு வகையான இசைக்கருவியில் வாசிப்பதற்கு அல்லது வேறோர் இசைக்குரலில் பாடுவதற்கு ஏதுவாக ஓர் இசைப்பகுதியை மாறுபட்ட வரிவடிவில் எழுது *a piano piece transcribed for the guitar*

transcript /ˈtrænskrɪpt/ (*also* **transcription**) *noun* [C] a written or printed copy of what sb has said ஒருவரது பேச்சின் எழுத்துப்படி அல்லது அச்சுப்படி *a transcript of the interview/trial*

transcription /trænˈskrɪpʃn/ *noun* **1** [U] the act or process of representing sth in a written or printed form ஒன்றை எழுத்து அல்லது அச்சு வடிவில் உருப்படுத்திக் காட்டும் செயல் அல்லது செயல் முறை; எழுத்துப்படி/அச்சுப்படி எடுத்தல்; பெயர்ப்பு *errors made in* *transcription* • *phonetic transcription* **2** [C] = **transcript** *The full transcription of the interview is attached.* **3** [C] something that is represented in writing எழுத்துப்படி எடுக்கப்பட்ட/எழுத்துப் பெயர்ப்பு செய்யப்பட்ட ஒன்று *This dictionary gives phonetic transcriptions of all headwords.* **4** [C] a change in the written form of a piece of music so that it can be played on a different instrument or sung by a different voice வேறொரு வகையான இசைக்கருவியில் வாசிப்பதற்கு அல்லது வேறோர் இசைக்குரலில் பாடுவதற்கு ஏதுவாக ஓர் இசைப்பகுதியின் வரிவடிவில் செய்யப்படும் மாற்றம்

transducer /ˌtrænzˈdjuːsə(r)/ *noun* [C] (*technical*) a device for producing an electrical signal from another form of energy such as pressure விசையழுத்தம் முதலிய ஆற்றலின் வேற்று வடிவிலிருந்து மின் சமிக்ஞைகளை உண்டு-பண்ணுவதற்கான கருவி; மாற்று விசை மின்னாக்கக் கருவி

transfer¹ /trænsˈfɜː(r)/ *verb* (**transferring; transferred**) **1** [I, T] **transfer (sb/sth) (from...) (to...)** to move, or to make sb/sth move, from one place to another ஓரிடத்திலிருந்து மற்றோர் இடத்திற்குச் செல்/ஒருவரை அல்லது ஒன்றை செல்லச் செய்; இடம் மாறு/மாற்று *He's transferring to our Mumbai branch next month.* • *I'd like to transfer Rs 1000 from my deposit account* (= in a bank). • *Transfer the data onto a disk.* **2** [T] to officially arrange for sth to belong to, or be controlled by, sb else ஒன்று வேறொருவரது உடைமையாவதற்குரிய அல்லது வேறொரு-வரது கட்டுப்பாட்டில் வருவதற்குரிய அதிகார-பூர்வமான ஏற்பாடு செய்; உடைமை/பொறுப்பு/அதிகாரம் மாற்றிக் கொடு *She transferred the property to her son.* ▶ **transferable** /trænsˈfɜːrəbl/ *adj. This ticket is not transferable* (= may only be used by the person who bought it).

transfer² /ˈtrænsfɜː(r)/ *noun* **1** [C, U] moving or being moved from one place, job or state to another ஓரிடம், ஒரு பணி அல்லது நிலையி-லிருந்து வேறொன்றுக்கு மாறுதல் அல்லது மாற்றப்படுதல்; இட மாற்றம்; பணியிட மாற்றம் *Parvati is not happy here and has asked for a transfer.* **2** [U] changing to a different vehicle or route during a journey ஒரு பயணத்தின்போது வேறோர் ஊர்திக்கு அல்லது வேறொரு தடத்திற்கு மாறுதல்; ஊர்தி/தட மாற்றீடு *Transfer from the airport to the hotel is included.* **3** [C] (*AmE*) a ticket that allows you to continue your journey on another bus or train வேறொரு பேருந்தில் அல்லது வேறோர் இருப்பூர்தியில் பயணத்தைத் தொடர வகைசெய்யும் பயணச் சீட்டு **4** [C] (*BrE*) a piece of paper with a picture or writing on it that you can stick onto another surface by pressing or heating it அழுத்தி அல்லது வெம்மையூட்டி வேறொரு பரப்பின் மீது ஒட்டத்தக்க படம் அல்லது எழுத்துரு உடைய தாள் துண்டு; ஒட்டுப் படத்தாள்/ஒட்டுக் குறிப்புத் தாள்

transform /trænsˈfɔːm/ *verb* [T] **transform sb/sth (from sth) (into sth)** to change sb/sth completely, especially in a way which improves him/her/it குறிப்பாக, செப்பம் செய்யும் அல்லது மேம்படுத்தும் முறையில் ஒருவரை/ஒன்றை முற்றிலுமாக மாற்று ▶ **transformation** /ˌtrænsfəˈmeɪʃn/ *noun* [C, U]

transformer /trænsˈfɔːmə(r)/ *noun* [C] a device for reducing or increasing the electrical force (**voltage**) that goes into a piece of electrical equipment ஒரு மின்கருவியினுள் செல்லும் மின்விசையைக் குறைக்க அல்லது கூட்டப் பயன்படுத்தப்படும் கருவி; மின்விசை மாற்றி ➪ **generator** பதிவில் படம் பார்க்க.

transfusion /trænsˈfjuːʒn/ *noun* [C] the action of putting new blood into a person's body instead of his/her own because he/she is ill ஒருவரது உடல் நலக் கோளாறு காரணமாக அவரது உடலினுள் அவரது குருதிக்குப் பதிலாகப் புதுக் குருதி செலுத்தும் செயல்; புதுக் குருதியேற்றம் *a blood transfusion*

transistor /trænˈzɪstə(r); -ˈsɪst-/ *noun* [C] a small piece of electronic equipment that is used in computers, radios, televisions, etc. கணிப்பொறிகள், வானொலிப் பெட்டிகள், தொலைக்காட்சிப் பெட்டிகள் முதலியவற்றில் பயன்படுத்தப்படும் சிறு மின்னணுக் கருவி

transit /ˈtrænzɪt; -ˈsɪt/ *noun* [U] **1** the act of being moved or carried from one place to another இடம் விட்டு இடம் செலுத்தப்படுதல் அல்லது கொண்டுசெல்லப்படுதல்; இட மாற்றம் *The goods had been damaged **in transit**.* **2** going through a place on the way to somewhere else வேறோர் இடத்திற்குச் செல்லும் வழியில் ஓரிடத்தின் ஊடாகச் செல்லுதல்; ஊடுகடப்பு *a **transit visa*** (= permission to pass through a country but not to stay there)

transition /trænˈzɪʃn; -ˈsɪʃn/ *noun* [C, U] **(a) transition (from sth) (to sth)** a change from one state or form to another ஒரு நிலையிலிருந்து அல்லது வடிவிலிருந்து மற்றொன்றாகும் மாற்றம்; நிலை/வடிவ மாற்றம் *the transition from childhood to adolescence* ▶ **transitional** /trænˈzɪʃənl/ *adj. a transitional stage/period*

transition metal (*also* **transition element**) *noun* [C] one of the group of metals in the centre of **the periodic table**. Transition metals are heavy, they melt only at high temperatures, they form coloured compounds, they can combine with another element to form more than one compound, and they often act as a **catalyst** வேதியியல் தனிம அட்டவணையின் மையத்திலுள்ள உலோகங்களின் தொகுதியுள் ஒன்று. இத்தொகுதியின் உலோகங்கள் கனமானவை; உயர் வெப்ப நிலைகளில் மட்டுமே உருகக்கூடியவை. இவை வண்ணக் கூட்டுப் பொருள்களாக்கவும் வேறொரு தனிமத்துடன் சேர்ந்து ஒன்றுக்கு மேற்பட்ட கூட்டுப்பொருள்களை ஆக்கவும் கூடியவை. இவை பெரும்பாலும் வேதியியல் வினை ஊக்கிகளாகச் செயல்படுகின்றன.

transitive /ˈtrænsətɪv/ *adj.* (*grammar*) (*used about a verb*) that has a direct object (வினைச்சொல் வகையில்) செயப்படுபொருள் உடைய; செயப்படுபொருள் குன்றாத *In this dictionary transitive verbs are marked* [T]. ✪ OPP **intransitive**

> **NOTE** Transitive verbs பற்றி மேலும் அறிய, அகராதிப் பகுதியின் பின்புறத்திலுள்ள **Quick Grammar Reference** பகுதியைப் பார்க்க.

translate /trænsˈleɪt; trænz-/ *verb* [I, T] **translate (sth) (from sth) (into sth)** to change sth written or spoken from one language to another எழுத்து அல்லது பேச்சு வடிவிலான ஒன்றை ஒரு மொழியிலிருந்து மற்றொன்றுக்கு மாற்று; மொழிபெயர் *This book has been translated from Hindi into English.* ➪ **interpret** பார்க்க. ▶ **translation** /trænsˈleɪʃn; trænz-/ *noun* [C, U] *a word-for-word translation* • *an error in translation*

translator /trænsˈleɪtə(r); trænz-/ *noun* [C] a person who changes sth that has been written or spoken from one language to another எழுத்து அல்லது பேச்சு வடிவிலான ஒன்றை ஒரு மொழியிலிருந்து மற்றொன்றுக்கு மாற்றுபவர்; மொழிபெயர்ப்பாளர் ➪ **interpreter** பார்க்க.

translucent /trænsˈlu:snt; trænz-/ *adj.* (*written*) allowing light to pass through but not transparent தன்னூடாக ஒளியைச் செல்லவிடுகிற ஆனால் ஊடாகப் பார்க்க முடியாத *The sky was a pale translucent blue.* • *His skin was translucent with age.* ▶ **translucence** /trænsˈlu:sns/ (*also* **translucency** /trænsˈlu:snsi/) *noun* [U]

transmission /trænsˈmɪʃn; trænz-/ *noun* **1** [U] sending sth out or passing sth on from one person, place or thing to another ஒன்றை வெளியே அனுப்புதல்; ஓராள், ஓரிடம் அல்லது ஒரு பொருளிடமிருந்து மற்றொருவருக்கு/ மற்றொன்றுக்கு ஒன்றைச் செலுத்துதல்; கைமாற்றம்; இட மாற்றம் *the transmission of television pictures by satellite* • *the transmission of a disease/virus* **2** [C] a television or radio programme தொலைக்காட்சி அல்லது வானொலி நிகழ்ச்சி; ஒளி/ஒலி பரப்பு **3** [U, C] the system in a car, etc. by which power is passed from the engine to the wheels சீருந்து முதலியவற்றில் இயக்க ஆற்றல் இயந்திரத்திலிருந்து சக்கரங்களுக்கு மாற்றப்பெறும் பொறியமைப்பு; விசைமாற்றமைவு

transmit /trænsˈmɪt; trænz-/ *verb* [T] (**transmitting; transmitted**) **1** to send out television or radio programmes, electronic signals, etc. தொலைக்காட்சி அல்லது வானொலி நிகழ்ச்சிகள், மின்னணுச் சமிக்ஞைகள் முதலியவற்றைப் (பல்வேறு ஆட்களுக்கு அல்லது இடங்களுக்குச் செல்லுமாறு) வெளிச்செலுத்து; ஒளி/ஒலி பரப்பு *The match was transmitted live all over the world.* **2** to send or pass sth from one person or place to another ஒன்றை ஆள்விட்டு ஆள் அல்லது இடம் விட்டு இடம் அனுப்பு அல்லது மாற்று *a sexually transmitted disease*

transmitter /trænsˈmɪtə(r); trænz-/ *noun* [C] a piece of equipment that sends out electronic signals, television or radio programmes, etc. மின்னணுச் சமிக்ஞைகள், தொலைக்காட்சி/ வானொலி நிகழ்ச்சிகள் முதலியவற்றைப் பரவலாக அனுப்பும் கருவி; அனுப்பீட்டுக் கருவி; ஒளி/ஒலி பரப்புக் கருவி

transparency /trænsˈpærənsi/ *noun* [C] (*pl.* **transparencies**) a piece of plastic on which you can write or draw or that has a picture, etc. on it that you look at by putting it on a special machine (**projector**) and shining light through it மேல் எழுதக்கூடிய அல்லது வரையக் கூடிய மெல்லிய பிளாஸ்டிக் தகடு; உருப்படம் முதலியவற்றை உடையதும் ஒளி எறிவுக் கருவியில் இட்டு அதிலிருந்து பாயும் ஒளியின் ஊடாக ஒரு திரையில் அல்லது சுவரில் காட்சிப்படுவதுமான மெல்லிய பிளாஸ்டிக் தகடு; ஒளியுருத் தகடு *a transparency for the overhead projector* ➪ **slide**[2] **4**

transparent /trænsˈpærənt/ *adj.* that you can see through ஊடாகக் காணத்தக்க; ஒளி ஊடுருவுகிற; உள்ளீடு தெளிவாகத் தெரிகிற; படிக இயல்புடைய *Glass is transparent.* ✪ OPP **opaque**

transpiration /ˌtrænspɪˈreɪʃn/ *noun* [U] the process of water passing out from the surface of a plant or leaf தாவரத்தின் அல்லது இலையின் பரப்பிலிருந்து நீர் வெளியேறுதல்; தாவரங்களின் நீர்ம வெளியேற்றம்

transpire /trænˈspaɪə(r)/ *verb* [I] **1** (*not usually used in the progressive tenses*) to become known; to be shown to be true தெரியவா; அறியப்படு; மெய்யானது என்று தெளிவுபடுத்தப்படு ***It transpired that*** *the gang had had a contact inside the bank.* **2** to happen நிகழ்வுறு; சம்பவி *You're* *meeting him tomorrow? Let me know what transpires.* **3** (*technical*) when plants or leaves transpire, water passes out from their surface தாவர/இலைப் பரப்புகளிலிருந்து நீர் வெளிவா; நீர் வெளிப்படு

transplant[1] /træns'plɑːnt; trænz-/ *verb* [T] **1** to take out an organ or other part of sb's body and put it into another person's body ஒருவரது உடலின் ஓர் உறுப்பை அல்லது வேறோர் உடற்பகுதியை வெளியில் எடுத்து அதனை வேறொருவர் உடலினுள் பொருத்து; உடற்கூறு மாற்றீடு செய்; அயலுறுப்புப் பொருத்து **2** to move a growing plant and plant it somewhere else ஓரிடத்திலிருந்து நாற்றைப் பெயர்த்தெடுத்து வேறோர் இடத்தில் நடு; நாற்றைப் பெயர்த்து நடு ➪ **graft** பார்க்க.

transplant[2] /'trænsplɑːnt; 'trænz-/ *noun* [C] a medical operation in which an organ, etc. is taken out of sb's body and put into another person's body ஒருவரது உடலின் ஓர் உறுப்பை அல்லது வேறோர் உடற்பகுதியை வெளியில் எடுத்து அதனை வேறொருவர் உடலினுள் பொருத்தும் அறுவை மருத்துவம்; உடற்கூறு மாற்றீடு அறுவை; உறுப்பு மாற்று அறுவை மருத்துவம் *to have a heart/liver/kidney transplant*

transport /'trænspɔːt/ (*AmE* **transportation** /ˌtrænspɔː'teɪʃn/) *noun* [U] **1** the action of carrying or taking people or goods from one place to another ஆட்களை அல்லது பொருள்களை இடம்விட்டு இடம் கொண்டுசெல்லும் செயற்பாடு; ஆள்/பொருள் போக்குவரத்து *road/rail/sea transport* **2** vehicles that you travel in; a method of travel பயண ஊர்திகள்; பயண முறை; போக்குவரவுச் சாதனம் *I travel to school by* ***public transport.*** • *His bike is his only* ***means of transport.*** ▶ **transport** /træn'spɔːt/ *verb* [T]

transpose /træn'spəʊz/ *verb* [T] (*often passive*) **1** (*formal*) to change the order of two or more things இரண்டு அல்லது இரண்டுக்கு மேற்பட்ட பொருள்களின் வைப்புமுறையை மாற்று; இடமாற்றம் செய் ✪ SYN **reverse** **2** (*formal*) to move or change sth to a different place or environment or into a different form வேறோர் இடத்திற்கு, வேறோர் சூழலுக்கு அல்லது வடிவிற்கு ஒன்றைப் போகச் செய் அல்லது மாற்று; இட/சூழல்/வடிவ மாற்றம் செய் ✪ SYN **transfer** ▶ **transposition** /ˌtrænspə'zɪʃn/ *noun* [C, U]

transverse /'trænzvɜːs; 'træns-/ *adj.* (*usually before a noun*) (*technical*) situated across sth ஒன்றின் குறுக்காக அமைந்துள்ள; ஊடு வெட்டிச் செல்கிற; பக்கத்திற்குப் பக்கமான *A transverse bar joins the two posts.*

transverse wave *noun* [C] (*technical*) a wave that **vibrates** at an angle of 90° to the direction that it is moving தனது செல்திசைக்கு 90° கோணத்தில் அதிர்வுறும் அலை வகை; குறுக்கீட்டு அதிர்வலை ➪ **longitudinal wave** பார்க்க.

trap[1] /træp/ *noun* [C] **1** a piece of equipment that you use for catching animals விலங்குகளைப் பிடிப்பதற்குப் பயன்படுத்தப்படும் கருவி வகை; பொறி; வலைப்பொறி; கண்ணி *a mousetrap* • *The rabbit's leg was caught in the trap.* **2** a clever plan that is designed to trick sb ஒருவரை ஏமாற்றுவதற்காக உருவாக்கப்படும் சாமர்த்தியமான திட்டம்; சூழ்ச்சி *She* ***walked straight into the trap.*** **3** an unpleasant situation from which it is hard to escape எளிதில் தப்பிக்க முடியாத ஓர் இன்னாத சூழ்நிலை; கடுமையான இடர்ப்பாட்டு நிலை ➪ **death trap** பார்க்க.

trap[2] /træp/ *verb* [T] (**trapping; trapped**) **1** (*often passive*) to keep sb in a dangerous place or a bad situation from which he/she cannot escape தப்பிக்க முடியாத ஓர் ஆபத்தான இடத்தில் அல்லது ஒரு மோசமான சூழ்நிலையில் ஒருவரை இருத்து; இடர்ப்பாட்டில் சிக்கவை *The door closed behind them and they were trapped.* • *Many people are trapped in low-paid jobs.* **2** to catch and keep or store sth ஒன்றை அகப்படுத்தி வைத்துக்கொள் அல்லது தேக்கிவை *Special glass panels trap heat from the sun.* **3** to force sb/sth into a place or situation from which he/she/it cannot escape ஒருவர்/ஒன்று தப்பிக்க முடியாத ஓரிடத்தினுள் அல்லது ஒரு சூழ்நிலைக்குள் வலிந்து சிக்கவை; ஒரு சிக்கலில் மாட்டிவிடு *Police believe this new evidence could help trap the killer.* **4** to catch an animal, etc. in a trap பொறி வைத்து ஒரு விலங்கு முதலியவற்றைப் பிடி; கண்ணியில் சிக்கவைத்துப் பிடி **5 trap sb (into sth/into doing sth)** to make sb do sth by tricking him/her தந்திரமாக/ஏமாற்றி ஒருவரை ஒன்றைச் செய்யவை; சூழ்ச்சியால் ஒருவரை வழிப்படுத்து *She had been trapped into revealing her true identity.*

trapdoor /'træpdɔː(r)/ *noun* [C] a small door in a floor or ceiling ஒரு தளத்தில் அல்லது கூரையில் அமைக்கப்பட்டிருக்கும் சிறு கதவு; அடிநிலப் புழைக்கதவு

trapeze /trə'piːz/ *noun* [C] a wooden or metal bar hanging from two ropes high above the ground, used by performers (**acrobats**) கழைக் கூத்தாடிகளால் அல்லது சர்க்கஸ் வீரர்களால் பயன்படுத்தப்படும், தரையிலிருந்து உயரத்தில் இரண்டு வடக்கயிறுகளில் பிணைக்கப்பட்டுத் தொங்கிக்கொண்டிருக்கும் மர அல்லது உலோகப் பலகை; ஊசல் சலாகை

trapezium /trə'piːziəm/ *noun* [C] **1** (*AmE* **trapezoid**) a flat shape with four straight sides, one pair of opposite sides being parallel and the other pair not parallel இரண்டு எதிர்ப்பக்கங்கள் இணைப்பக்கங்களாகவும் மற்ற இரண்டு எதிர்ப்பக்கங்கள் இணையாக இல்லாதும் உள்ள நான்கு நேர்பக்கங்களைக் கொண்ட தட்டை வடிவ உரு; ட்ரபீசியம்; சரிவகம் **2** (*AmE*) = **trapezoid**

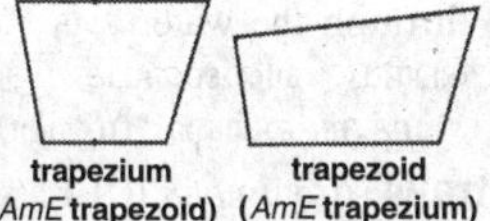

trapezoid /ˈtræpəzɔɪd/ *noun* [C] **1** (*AmE* **trapezium**) a flat shape with four straight sides, none of which are parallel ஒன்றுக்கொன்று இணைப்பக்கங்களாக இல்லாத நான்கு நேர்பக்கங்களைக் கொண்ட தட்டை வடிவ உரு; சரிவகத் திண்மம்; கோடகம் **2** (*AmE*) = **trapezium**

trappings /ˈtræpɪŋz/ *noun* [*pl.*] clothes, possessions, etc. which are signs of a particular social position குறிப்பிட்ட சமுதாயப் படிநிலைக்குரிய அடையாளப் பொருள்களான ஆடைகள், உடைமைகள் முதலியவை; ஒரு மதிப்பு நிலையின் அடையாளச் சின்னங்கள்

trash /træʃ/ (*AmE*) = **rubbish**

trash can (*AmE*) = **dustbin**

trashy /ˈtræʃi/ *adj.* of poor quality தரம் தாழ்ந்த; மட்டமான *trashy novels*

trauma /ˈtrɔːmə/ *noun* [C, U] (an event that causes) a state of great shock or sadness (ஒரு நிகழ்வின் காரணமாகப்) பேரதிர்ச்சிக்கு அல்லது பெரும் வருத்தத்திற்கு உட்பட்டிருக்கும் நிலை; (புறத்தாக்கம் காரணமான) உட்குலைவு நிலை *the trauma of losing your parents* ⇨ **stress** பார்க்க.
▶ **traumatic** /trɔːˈmætɪk/ *adj.*

traumatize (*also* **-ise**) /ˈtrɔːmətaɪz/ *verb* [T] (*usually passive*) to shock and upset sb very much, often making him/her unable to think or work normally பெரும்பாலும் இயல்பாகச் சிந்திக்க அல்லது செயலாற்ற முடியாதவாறு ஒருவருக்குப் பெருமளவு அதிர்ச்சி அல்லது மனக்கலக்கம் உண்டுபண்ணு; நிலைகுலையச் செய்

travel¹ /ˈtrævl/ *verb* (**travelling; travelled** *AmE* **traveling; traveled**) **1** [I] to go from one place to another, especially over a long distance குறிப்பாகத் தொலை தூரப் போக்காக, இடம்விட்டு இடம் செல்; (தொலை தூரப்) பயணம் செய் *Kumar travels a lot on business.* • *to travel abroad* • *to travel by sea/air/car* **2** [T] to make a journey of a particular distance குறிப்பிட்ட தொலைவை உள்ளடக்கிய ஒரு பயணம் மேற்கொள்; குறிப்பிட்ட தூரம் பயணம் செய் *They travelled 60 kilometres to come and see us.*

IDM **travel light** to take very few things with you when you travel மிகக் குறைவான பயணக் கட்டுகளுடன் பயணம் செய்

travel² /ˈtrævl/ *noun* **1** [U] the action of going from one place to another இடம்விட்டு இடம் செல்லும் செயல்; பயணம் *air/rail/space travel* • *a travel bag/clock/iron* (= designed to be used when travelling) **2 travels** [*pl.*] time spent travelling, especially to places that are far away குறிப்பாகத் தொலை தூர இடங்களுக்கான பயணத்திற்குச் செலவிடப்படும் கால அளவு; பயண நேரம்

NOTE **Travel** என்பது எண்ணுதற்கு இயலாத பெயர்ச்சொல்லாகும். இது பொதுப்படையாகப் பயணம் பற்றிக் குறிப்பிட மட்டுமே பயன்படுத்தப்படும்—*Foreign travel is popular these days.* குறிப்பிட்ட ஓரிடத்திலிருந்து மற்றோர் இடத்திற்குச் செல்வதைக் குறிக்க **journey** என்ற சொல் பயன்படுத்தப்படுகிறது. **Journey** என்பது நீண்ட தூரப் பயணமாகவோ (*the journey across Canada*) குறுந்தொலைவுப் பயணமாக மீண்டும் மீண்டும் நிகழ்வதாகவோ இருக்கலாம்—*the journey to work.* **Tour** என்பது இடங்களைப் பார்க்கச் செல்லும் முறையிலான சுற்றுப்பயணத்தை அல்லது நடையைக் குறிக்கும். ஒரு நாடு, மாநகரம், ஆர்வம் தூண்டும் இடம் முதலியவற்றைக் காணச் சுற்றுப்பயணம் (**tour**) செய்யலாம்—*a three-week tour around Italy* • *a guided tour of the castle* பெரும்பாலும் **trip** என்பது (போதல், இடைத்தங்கல், திரும்பி வருதல் ஆகியவை உள்ளடங்கிய) முழுப் பயணத்தைக் குறிக்கும் சொல்லாகும்—*They're just back from a trip to Japan. They had a wonderful time.* (ஆனால் '*trip*'ற்குப் பதில் '*journey*' என்னும் சொல்லைப் பயன்படுத்தி '*How was the journey back?*' '*Awful-the plane was delayed!*' என வரும்). **Trip** குறுந்தொலைவுப் பயணமாகவும் இருக்கலாம்—*a day trip* நெடுந்தொலைவுப் பயணமாகவும் இருக்கலாம்—*a trip around the world* இது தொழில்முறைப் பயணமாகவோ இன்பச் செலவாகவோ இருக்கலாம்—*How about a shopping trip to London this weekend? He's on a business trip to New York to meet a client.* **Excursion** என்ற சொல் ஏற்பாடு செய்யப்பட்டுக் குழுவாகச் செல்லும் குறுந்தொலைவுப் பயணத்தைக் குறிக்கும்—*The holiday includes a full-day excursion by coach to the capital.* **Journey, tour, trip, excursion** ஆகிய அனைத்திற்கும் உரிய வினைத்தொடர் (verb phrase) **go on** என்பதாகும்.

travel agency *noun* [C] (*pl.* **travel agencies**) a company that makes travel arrangements for people (booking tickets, flights, hotels, etc.) (பயணச் சீட்டுகள் வாங்குதல், வானூர்திகள், தங்கு விடுதிகள் முதலியவற்றில் இடப்பதிவு செய்தல் முதலியவற்றை உள்ளடக்கிய

பயண ஏற்பாடுகள் செய்துதரும் வாணிக நிறுவனம்; பயண முகவாண்மை நிறுவனம்

travel agent *noun* **1** [C] a person whose job is to make travel arrangements for people தொழில் முறையில் ஆட்களுக்குப் பயண ஏற்பாடுகள் செய்து தருபவர்; பயண முகவர் **2 the travel agent's** [*sing.*] the shop where you can go to make travel arrangements, buy tickets, etc. பயண ஏற்பாடுகள், பயணச் சீட்டுகள் வாங்குதல் முதலியவற்றைச் செய்துதரும் கடை; பயண முகவாண்மையகம்

traveller (*AmE* **traveler**) /ˈtrævələ(r)/ *noun* [C] **1** a person who is travelling or who often travels பயணம் செய்துகொண்டிருப்பவர் அல்லது அடிக்கடி பயணம் செய்பவர்; பயணி; பிரயாணி **2** (*BrE*) a person who travels around the country in a large vehicle and does not have a permanent home anywhere நிலையான குடியிருப்பிடம் இன்றி நாடு முழுதும் ஒரு பேரூர்தியில் பயணம் செய்பவர் ➪ **gypsy** பார்க்க.

traveller's cheque (*AmE* **traveler's check**) *noun* [C] a cheque that you can change into foreign money when you are travelling in other countries வேறு நாடுகளில் பயணம் செய்யும் போது அயல்நாட்டுப் பணமாக மாற்றிக்கொள்ளத் தக்க காசோலை; பயணர் காசோலை

travel-sick *adj.* feeling sick or vomiting because of the movement of the vehicle you are travelling in பயணம் செய்துகொண்டிருக்கும் ஊர்தியின் இயக்கம் காரணமாகக் குமட்டல் உணர்வு கொள்கிற அல்லது வாந்தி எடுக்கிற ➪ **airsick, carsick** மற்றும் **seasick** பார்க்க.

travesty /ˈtrævəsti/ *noun* [C] (*pl.* **travesties**) **travesty of sth** something that does not have the qualities or values that it should have, and as a result is often shocking or offensive தேவையான பண்புக்கூறுகளை அல்லது மதிப்புக்கூறுகளைக் கொண்டிராது, அதன் காரணமாக அதிர்ச்சியூட்டுவதாக அல்லது மன வருத்தம் உண்டுபண்ணுவதாக உள்ள ஒன்று; போலிமைப் பொருள்; ஏளனப் போலி *The trial was a travesty of justice.*

trawl[1] /trɔːl/ *verb* [I, T] **1 trawl (through sth) (for sth/sb); trawl sth (for sth/sb)** to search through a large amount of information or a large number of people, places, etc. looking for a particular thing or person குறிப்பிட்ட ஒன்றை/ஒருவரைக் கண்டுபிடிக்கவேண்டிப் பெருமளவிலான தகவல் அல்லது பெரும் எண்ணிக்கையிலான ஆட்கள், இடங்கள் முதலியவற்றின் ஊடாகத் தேடு; சல்லடை போட்டுத் தேடு *She trawled the shops for bargains.* • *Major companies trawl the universities for potential employees.* **2 trawl (for sth)** to fish for sth by pulling a large net with a wide opening through the water ஒரு அகலத் திறப்புள்ள பெரிய வலையைத் தண்ணீரின் ஊடாக இழுத்து ஒன்றை (மீனை)ப் பிடிக்கமுயல்

trawl[2] /trɔːl/ *noun* [C] **1** a search through a large amount of information, documents, etc. மிகப் பலவான தகவல்கள், ஆவணங்கள் முதலியவற்றின் ஊடாக ஒன்றைத் தேடுதல்; சல்லடை போட்டுத் தேடுதல் *A trawl through the newspapers yielded two possible jobs.* **2** (*also* **trawl net**) a large net with a wide opening, that is pulled along the bottom of the sea by a boat in order to catch fish மீன் பிடிப்புக்காகப் படகினால் கடலடி ஊடாக இழுத்துவரப்படும் அகன்ற வாயுடைய பெரிய வலை; பார வீச்சிழுப்பு வலை; பெரும் கைவலை

trawler /ˈtrɔːlə(r)/ *noun* [C] a fishing boat that uses large nets that it pulls through the sea behind it பெரும் வலையைப் பின்பக்கமாகக் கடலினுள் இழுத்துவரக்கூடிய மீன்பிடி படகு வகை; பெரும் கைவலை இழுப்புப் படகு ➪ **boat** பதிவில் படம் பார்க்க.

tray /treɪ/ *noun* [C] **1** a flat piece of wood, plastic, metal, etc. with slightly higher edges that you use for carrying food, drink, etc. on உணவு, பானம் முதலியவற்றை வைத்து எடுத்துச் செல்லப் பயன்படுத்தப்படும் சற்று உயரமான விளிம்புகளையுடைய மரம், பிளாஸ்டிக், உலோகம் முதலியவற்றாலான தட்டை வடிவப் பொருள்; தட்டம் **2** a flat container with low edges in which you put papers, etc. on a desk எழுதுமேசையின் மேல் தாள்கள் முதலியவற்றை உள்ளிட்டு வைப்பதற்கான தாழ்வான விளிம்புகளையுடைய தட்டை வடிவக் கொள்கலம்; மேசைத்தட்டு

treacherous /ˈtretʃərəs/ *adj.* **1** (used about a person) that you cannot trust and who may do sth to harm you (ஆள் வகையில்) நம்பத் தகாத மற்றும் தனக்குத் தீமை விளைவிக்கும் ஒன்றைச் செய்யக்கூடிய; நம்பிக்கைக் கேடு செய்யக்கூடிய; நய வஞ்சகமான; கீழறுக்கும் இயல்புடைய *He was weak, cowardly and treacherous.* **2** dangerous, although seeming safe வெளித்தோற்றத்தில் பாதுகாப்பானதாகக் காணப்படினும் உண்மையில் ஆபத்தான; மறைவான ஆபத்தையுடைய; இடர்வரவு உட்பொதிந்துள்ள

treachery /ˈtretʃəri/ *noun* [U] the act of causing harm to sb who trusts you தன்னை நம்புபவருக்குத் தீமை செய்தல்; நம்பிக்கைத் துரோகம்; நய வஞ்சகம்

treacle /ˈtriːkl/ (*AmE* **molasses**) *noun* [U] a thick, dark, sticky liquid that is made from sugar சர்க்கரையிலிருந்து செய்யப்படும் கெட்டியான கரு நிற ஒட்டும் தன்மையுள்ள நீர்மம்; பாகு; ஒட்டு சர்க்கரை ➪ **syrup** பார்க்க.

tread[1] /tred/ *verb* (*pt* **trod** /trɒd/; *pp* **trodden** /ˈtrɒdn/) **1** [I] **tread (on/in/over sb/sth)** to put your foot down while you are walking பாதத்தைக் கீழே வைத்து நட; மிதித்து நட *Don't tread in the puddle!* • *He trod on my foot and didn't even say sorry!* **2** [T] **tread sth (in/into/down)** to press down on sth with your foot பாதத்தினால் ஒன்றை அழுத்து; மிதித்துத் துவை *This wine is still made by treading grapes in the traditional way.*

tread[2] /tred/ *noun* **1** [*sing.*] the sound you make when you walk; the way you walk நடக்கும்போது எழுப்பும் ஒலி; காலடி ஓசை; நடையொலி; நடக்கும் முறை **2** [C, U] the pattern on the surface of a tyre on a vehicle which is slightly higher than the rest of the surface (சாலைப் பிடிப்புக்கு ஏதுவாக அமையும்) ஊர்தியின் இரப்பர் சக்கரத்தின் பரப்பிலுள்ள சற்றே உயர்ந்த கெட்டியான வார்ப்படப் பகுதி

treason /ˈtri:zn/ *noun* [U] the criminal act of causing harm to your country, for example by helping its enemies பகை நாடுகளுக்கு உதவி செய்தல் முதலிய தனது நாட்டிற்குத் தீமை செய்யும் குற்றச் செயல்; தேசத் துரோகம் ➪ **traitor** பதிவிலுள்ள குறிப்பைப் பார்க்க.

treasure[1] /ˈtreʒə(r)/ *noun* **1** [U] a collection of very valuable objects, for example gold, silver, jewellery, etc. பொன், வெள்ளி, அணிமணிகள் முதலிய விலை மதிப்பு மிக்க பொருள்களின் திரட்டு; அரும்பொருட் குவை; கருவூலம்; பொக்கிஷம் *to find buried treasure* **2** [C] something that is very valuable அரும்பொருளாக மதிக்கத்தக்க ஒன்று

treasure[2] /ˈtreʒə(r)/ *verb* [T] to consider sb/sth to be very special or valuable அரும்பொருளாக ஒருவரை/ஒன்றைக் கருது; பெரிதும் மதித்துப் போற்று; ஒருவர்/ஒன்று குறித்து மிக்க பெருமை கொள் *I will treasure those memories forever.*

treasure hunt *noun* [C] a game in which people try to find a hidden prize by following special signs (**clues**) which have been left in different places வெவ்வேறு இடங்களில் இட்டு வைக்கப்பட்டுள்ள அடையாளக் குறிகளைப் பின்பற்றிச் சென்று மறைத்து வைக்கப்பட்டுள்ள ஒரு பரிசுப்பொருளைக் கண்டுபிடிக்கும் போட்டி விளையாட்டு வகை; செல்வத் தேடல் விளையாட்டு

treasurer /ˈtreʒərə(r)/ *noun* [C] the person who looks after the money and accounts of a club or an organization ஒரு கூட்டுக் கழகத்தின் அல்லது நிறுவன அமைப்பின் நிதி மற்றும் கணக்குகளைப் பராமரிப்பவர்; பொருளாளர்

the Treasury /ˈtreʒəri/ *noun* [*sing., with sing. or pl. verb*] the government department that controls public money நாட்டின் பொதுப் பணத்தை மேலாட்சி செய்யும் அரசுத் துறை; நிதித் துறை

treat[1] /tri:t/ *verb* [T] **1 treat sb/sth (with/as/like sth)** to act or behave towards sb/sth in a particular way ஒருவரிடம்/ஒன்றிடம் ஒரு குறிப்பிட்ட முறையில் பழகு அல்லது நடந்துகொள்; ஒருவரை/ஒன்றைக் குறிப்பிட்ட முறையில் நடத்து *You should treat older people with respect.* • *to treat sb badly/fairly/well* **2 treat sth as sth** to consider sth in a paricular way ஒன்றை ஒரு குறிப்பிட்ட முறையில் கருது அல்லது பாவி *I decided to treat his comment as a joke.* **3** to deal with or discuss sth in a particular way ஒன்றை ஒரு குறிப்பிட்ட முறையில் கையாள் அல்லது விவாதி *The article treats this question in great detail.* **4 treat sb/sth (for sth)** to use medicine or medical care to try to make a sick or injured person well again நோய்வாய்ப்பட்ட அல்லது அடிபட்ட ஒருவரை நலமடையச் செய்ய வேண்டி அவருக்கு மருத்துவம் செய் அல்லது மருத்துவக் கவனிப்பு வழங்கு; சிகிச்சை செய் *The boy was treated for burns at the hospital.* **5 treat sth (with sth)** to put a chemical substance onto sth in order to protect it from damage, clean it, etc. சேதத்திலிருந்து ஒன்றைப் பாதுகாத்தல், தூய்மைப்படுத்துதல் முதலியவற்றுக்காக அதன் மீது ஒரு வேதியியல் பொருளை இடு; வேதிமுறைக் காப்புச் செய்/பதனம் செய் **6 treat sb/yourself (to sth)** to pay for sth or give sb/yourself sth that is very special or enjoyable ஒரு சிறப்பான காரணத்தை முன்னிட்டு அல்லது மகிழ்வூட்டும் ஒன்றுக்காகப் பணம் செலவழி; தனிவகையான அல்லது இனிதான ஒன்றை ஒருவருக்கு/தனக்கு அளி; உபசரி *Kanta treated the children to an ice cream* (= she paid for them).

treat[2] /tri:t/ *noun* [C] something special or enjoyable that you pay for or give to sb/yourself செலவைத் தான் ஏற்றுக்கொள்ளும் அல்லது ஒருவருக்கு/தனக்கு அளிக்கும் தனிவகையான அல்லது மகிழ்வூட்டும் ஒன்று; விருந்து; இன்ப நுகர்வுப் பொருள் *I've brought some cream cakes as a treat.* • *It's a real treat for me to stay in bed late.*

IDM **trick or treat** ➪ **trick** பார்க்க.

treatment /ˈtri:tmənt/ *noun* **1** [U, C] **treatment (for sth)** the use of medicine or medical care to cure an illness or injury; sth that is done to make sb feel and look good ஒரு நோயை அல்லது காயத்தைக் குணப்படுத்த வேண்டி மருந்தூட்டுதல் அல்லது மருத்துவப் பராமரிப்பு வழங்குதல்; சிகிச்சை; கவனிப்பு *to require hospital/medical treatment* **2** [U] the way that you behave towards sb or deal with sth ஒருவரிடம்

நடந்துகொள்ளும் முறை அல்லது ஒன்றைக் கையாளும் முறை; நடத்துமுறை; கவனிப்பு *The treatment of the prisoners of war was very harsh.* **3** [U, C] **treatment (for sth)** a process by which sth is cleaned, protected from damage, etc. ஒன்றைத் தூய்மைப்படுத்துதல், சேதத்திலிருந்து பாதுகாத்தல் முதலியவற்றுக்கான வேதிமுறைச் செயற்பாடு; வேதிமுறைக் காப்பு; வேதிப் பதனம்

treaty /'tri:ti/ *noun* [C] (*pl.* **treaties**) a written agreement between two or more countries இரண்டு அல்லது இரண்டுக்கு மேற்பட்ட நாடுகளுக்கு இடையேயான எழுத்து வடிவ ஒப்பந்தம்; உடன்படிக்கை *to sign a peace treaty*

treble[1] /'trebl/ *verb* [I, T] to become or to make sth three times bigger மூன்று மடங்கு பெரிதாகு; ஒன்றை மூன்று மடங்கு பெரிதாக்கு *Prices have trebled in the past ten years.* ▶ **treble** *det. This figure is treble the number five years ago.*

treble[2] /'trebl/ *noun* [C] **1** a high singing voice, especially that of a young boy குறிப்பாக ஓர் இளம் சிறுவனது, ஓங்கி ஒலிக்கும் இசைக்குரல் **2** a boy who has a high singing voice ஓங்கி ஒலிக்கும் இசைக்குரலுடைய சிறுவன்

tree /tri:/ *noun* [C] a tall plant that can live for a long time. Trees have a thick wooden central part from which branches grow மரம் *an oak/apple/elm tree*

trees

tree line *noun* [*sing.*] (in geography) the level of land, for example on a mountain, above which trees will not grow (புவியியலில்) ஒரு மலை முதலியவற்றில், அதற்கும் மேல் மரங்கள் வளராத நில மட்டம்; மர வளர்ச்சி எல்லையாக அமையும் நில மட்டம்

trek /trek/ *noun* [C] **1** a long hard walk, lasting several days or weeks, usually in the mountains வழக்கமாக மலைகளில் மேற்கொள்ளும், பல நாட்கள் அல்லது வாரங்கள் நீடிக்கும் நீண்ட கடினமான நடை; கடுநடைப் பயணம் **2** (*informal*) a long walk தொலை தூர நடை *It's quite a trek to the shops.* ▶ **trek** *verb* [I] **trekking; trekked**

NOTE பொழுதுபோக்காக நீண்ட தூரம் நடப்பதைக் குறிக்க **go trekking** என்ற தொடரைப் பயன்படுத்துகிறோம்.

trellis /'trelɪs/ *noun* [C] a light frame made of long thin pieces of wood that cross each other, used to support climbing plants தழுவு கொடிகளுக்கு ஆதாரமாகப் பயன்படுத்தப்படும் ஒன்றுக்கொன்று குறுக்காகப் பொருத்தப்பட்ட நீண்டு மெலிதான மரக்கம்புகளாலான கனமற்ற சட்டம்; தழுவுகொடிப் பந்தல்

tremble /'trembl/ *verb* [I] **tremble (with sth)** to shake, for example because you are cold, frightened, etc. குளிர், பேரச்சம் முதலியவை காரணமாக அதிர்வுறு; உதறல் கொள்; நடுங்கு *She was pale and trembling with shock.* • *His hand was trembling as he picked up his pen to sign.* ▶ **tremble** *noun* [C]

tremendous /trə'mendəs/ *adj.* **1** very large or great மிகு பேரளவான; மிகப் பெரிய; மிக அதிகமான *a tremendous amount of work* **2** (*informal*) very good மிகச் சிறந்த; குறிப்பிடத்தக்க; உன்னதமான *It was a tremendous experience.*

tremendously /trə'mendəsli/ *adv.* very; very much மிகவும்; மிகுதியாக; பெரிதும்; மிக்க அளவில் *tremendously exciting* • *Prices vary tremendously from one shop to another.*

tremor /'tremə(r)/ *noun* [C] a slight shaking movement இலேசான அதிர்வியக்கம்; சிறு துடிப்பு அல்லது நடுக்கம் *an earth tremor* (= a small earthquake) • *There was a tremor in his voice.*

trench /trentʃ/ *noun* [C] **1** a long narrow hole dug in the ground for water to flow along நீர் ஊடு செல்வதற்காக நிலத்தில் தோண்டப்படும் நீண்டு ஒடுக்கமான குழி; நீர்த்தடம்; அகழி **2** a long deep hole dug in the ground for soldiers to hide in during enemy attacks பகைவர் தாக்குதலின்போது படைவீரர்கள் மறைந்து கொள்வதற்காக நிலத்தில் தோண்டப்படும் நீண்டு ஆழமான குழி; மறைகுழி; பதுங்கு குழி

trend /trend/ *noun* [C] **a trend (towards sth)** a general change or development பொதுப்படையான மாற்றம் அல்லது வளர்ச்சி; பரவலான எண்ணப்போக்கு அல்லது மனப்பாங்கு *The* *current trend is towards smaller families.* • *He always followed the latest trends in fashion.*

IDM **set a/the trend** to start a new style or fashion ஒரு புதுப்பாணியை அல்லது புது நடையுடை வழக்கைத் தொடக்கிவை

trendy /ˈtrendi/ *adj.* (**trendier**; **trendiest**) (*informal*) fashionable புதுநடைப்பாணியுடைய; நவநாகரிகமான

trespass /ˈtrespəs/ *verb* [I] to go onto sb's land or property without permission அனுமதியின்றி ஒருவரது நிலத்தில் அல்லது உடைமையில் இடங்கொள்; வரம்பு கடந்து செல்; எல்லை மீறு ▶ **trespasser** *noun* [C]

tri- /traɪ/ *prefix* (*used in nouns and adjectives*) three; having three மூன்றான; மூன்றுடைய *tricycle* • *triangular*

trial /ˈtraɪəl/ *noun* [C, U] **1** the process in a court of law where a judge, etc. listens to evidence and decides if sb is guilty of a crime or not நீதிமன்றத்தில் நீதிபதி முதலியோர் சான்றாதாரங்களைக் கேட்டறிந்து தீர்ப்பு வழங்கும் நடவடிக்கை; வழக்கு விசாரணை *a fair trial* • *He was **on trial for** murder.* **2** an act of testing sb/sth ஒருவரை/ஒன்றைச் சோதனை செய்தல்; தேர்வாய்வு *New drugs must go through extensive trials.* • *a **trial period** of three months*

IDM **trial and error** trying different ways of doing sth until you find the best one நிறைவான வழிமுறையைக் கண்டறியும் வரை ஒன்றைச் செய்வதற்கான வெவ்வேறு வழிமுறைகளைச் சோதித்துப் பார்த்தல்

trial run *noun* [C] an occasion when you practise doing sth in order to make sure you can do it correctly later on பின்னர் ஒன்றைத் திருத்தமாகச் செய்யமுடியும் என்பதை உறுதி செய்துகொள்ளும் பொருட்டு அதில் பயிற்சி மேற்கொள்ளும் நிகழ்ச்சி; ஒத்திகை

triangle /ˈtraɪæŋgl/ *noun* [C] **1** a shape that has three straight sides மூன்று நேர்பக்கங்களையுடைய வடிவம்; முக்கோணம் *a right-angled triangle* **2** a metal musical instrument in the shape of a triangle that you play by hitting it with a metal stick சிறு உலோகக் கம்பியினால் அடித்து வாசிக்கப்படும் முக்கோண வடிவிலான உலோக இசைக்கருவி வகை ➪ **music** பதிவில் படம் பார்க்க.

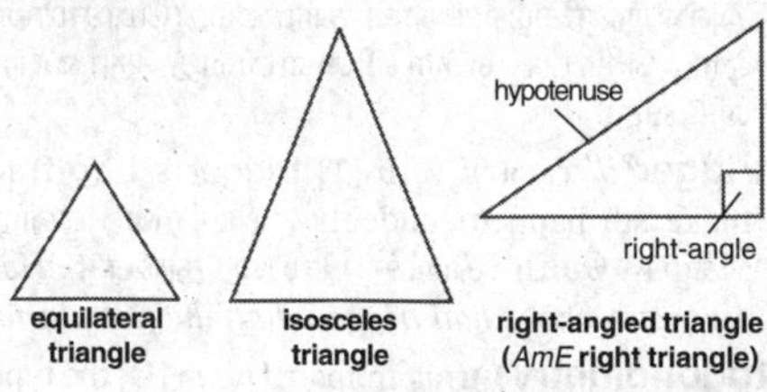

triangles

triangular /traɪˈæŋgjələ(r)/ *adj.* shaped like a triangle முக்கோண வடிவிலான

tribe /traɪb/ *noun* [C] a group of people that have the same language and customs and that have a leader (**a chief**) மொழி மற்றும் பழக்கவழக்கங்கள் ஒன்றான, தனக்கென ஒரு தலைவரையுடைய குழு; இனக்குழு; இன மரபுக்குழு *tribes living in the Andamans* ▶ **tribal** /ˈtraɪbl/ *adj. tribal art*

tribulation /ˌtrɪbjuˈleɪʃn/ *noun* [C, U] (*written*) great trouble or suffering பெரும் தொல்லை அல்லது துன்பம்; வேதனை *the tribulations of modern life*

tribunal /traɪˈbjuːnl/ *noun* [C] a type of court with the authority to decide who is right in particular types of dispute or disagreement குறிப்பிட்ட வகைகளிலான பூசல்களுக்கும் தகராறுகளுக்கும் நியாயமுள்ள தரப்பு எதுவென்று உறுதிசெய்து தீர்வு வழங்கும் அதிகாரமுடைய நீதிமன்ற வகை; தீர்ப்பாயம் *an industrial tribunal*

tributary /ˈtrɪbjətri/ *noun* [C] (*pl.* **tributaries**) a small river that flows into a larger river ஒரு பெரும் நதியினுள் கலக்கும் சிறு நதி; கிளையாறு; உபநதி

tribute /ˈtrɪbjuːt/ *noun* **1** [C, U] **tribute (to sb)** something that you say or do to show that you respect or admire sb/sth, especially sb who has died ஒருவர்/ஒன்று மீதான, குறிப்பாக இறந்துவிட்ட ஒருவர் மீதான, மதிப்பை அல்லது பாராட்டுணர்ச்சியை வெளிப்படுத்தும் முறையில் கூறப்படுவது அல்லது செய்யப்படுவது; புகழுரை; பாராட்டு *A special concert was held as a tribute to the composer.* **2** [*sing.*] **a tribute (to sb/sth)** a sign of how good sb/sth is ஒருவரது/ஒன்றின் சிறப்பை அல்லது செம்மையை எடுத்துக்காட்டும் அடையாளம்; நற்சான்றுக் குறிப்பு *The success of the festival is a tribute to the organizers.*

IDM **pay tribute to sb/sth** ➪ **pay¹** பார்க்க.

triceps /ˈtraɪseps/ *noun* [C] (*pl.* **triceps**) the large muscle at the back of the top part of your arm மேற்கையின் மேற்பகுதிக்குப் பின்புறமுள்ள பெருந் தசை; முத்தலைத் தசை ➪ **biceps** பார்க்க, மேலும் **arm** பதிவில் படம் பார்க்க.

trick¹ /trɪk/ *noun* [C] **1** something that you do to make sb believe sth that is not true or a joke that you play to annoy sb உண்மையல்லாத ஒன்றை அல்லது வெறுப்பூட்டக்கூடிய ஒரு நையாண்டிச் செயலை ஒருவரை நம்ப வைப்பதற்காகத் தான் செய்வது; ஏமாற்று; ஏய்ப்பு *The thieves used a trick to get past the security guards.* **2** something that confuses you so that you see, remember, understand, etc. things in the wrong way தவறான முறையில் ஒன்றைக் காணுதல்,

நினைவில் வைத்துக்கொள்ளுதல், புரிந்துகொள்ளுதல் முதலியவற்றைச் செய்யுமாறு குழப்பமூட்டுவது; குறும்புத்தனமான ஏமாற்று; தந்திரம் *It was a* ***trick question*** (= one in which the answer looks easy, but actually is not). **3** an action that uses special skills to make people believe sth which is not true or real as a form of entertainment கேளிக்கை நிகழ்ச்சியாகத் தனிவகைத் திறங்களைப் பயன்படுத்தி மெய்யானதல்லாத அல்லது உண்மையில் காணப்படாத ஒன்றினை நம்பவைப்பது; தந்திரச் செயல்; மாய மந்திரம்; கண்கட்டு வித்தை *The magician* ***performed a trick*** *in which he made a rabbit disappear.* • *a card trick* **4** [*usually sing.*] a clever or the best way of doing sth ஒன்றைச் செய்வதற்கான அறிவுத்திறம் வாய்ந்த அல்லது மிகச் சிறந்த முறை; தனி உத்தி

IDM **do the job/trick** ⇨ **job** பார்க்க.

play a joke/trick on sb ⇨ **joke¹** பார்க்க.

trick or treat (*AmE*) a tradition in which children dressed as ghosts, etc. go to people's houses on the evening of October 31st (**Hallowe'en**) and threaten to do sth bad to them if they do not give them sweets, etc. (புனிதர் திருநாளான) அக்டோபர் 31-ஆம் நாள் மாலை பேய்கள் முதலியவை போன்று தோற்றம் புனைந்து குழந்தைகள் வீடுவீடாகச் சென்று 'trick or treat' எனக் கூறிக் கெடுதல் செய்துவிடுவதாக அச்சுறுத்தி இனிப்புப் பண்டங்கள் முதலியவற்றைப் பெற்றுச் செல்லும் மரபு *to go trick or treating*

trick² /trɪk/ *verb* [T] to make sb believe sth that is not true உண்மையல்லாத ஒன்றை ஒருவர் நம்புமாறு செய்; ஏமாற்று; ஏய்த்துவிடு *I'd been tricked and I felt like a fool.* ✪ SYN **deceive**

PHR V **trick sb into sth/doing sth** to persuade sb to do sth by making him/her believe sth that is not true உண்மையல்லாத ஒன்றை ஒருவரை நம்பவைத்து ஒரு செயலைச் செய்ய அவரை இணங்கவை; ஏமாற்றி ஒன்றைச் செய்யவை *He tricked me into lending him money.*

trick sb out of sth to get sth from sb by making him/her believe sth that is not true உண்மை அல்லாத ஒன்றை நம்பவைத்து ஒருவரிடமிருந்து ஒன்றைப் பெறு; ஏமாற்றி அல்லது மோசடியாக ஒருவரிடமிருந்து ஒன்றை வாங்கிக்கொள் *Sarla was tricked out of her share of the money.*

trickery /ˈtrɪkəri/ *noun* [U] the use of dishonest methods to trick sb in order to get what you want தனக்கு வேண்டியதை ஒருவரிடமிருந்து ஏமாற்றிப் பெறுவதற்காக நேர்மையற்ற முறைகளைக் கையாளுதல்; ஏய்ப்பு; சூழ்ச்சி

trickle /ˈtrɪkl/ *verb* [I] **1** (used about a liquid) to flow in a thin line (திரவ வகையில்) மெல்லிய தாரையாக ஓடு; துளித்துளியாக ஒழுகு *Raindrops trickled down the window.* **2** to go somewhere slowly and gradually மிக மெள்ள ஓரிடத்திற்குச் செல்; ஊர்ந்து செல் ▶ **trickle** *noun* [C, *usually sing.*] *a trickle of water*

tricky /ˈtrɪki/ *adj.* (**trickier; trickiest**) difficult to do or deal with செய்வதற்கு அல்லது கையாள்வதற்குக் கடினமான; சிக்கலான; கவனமாகவும் திறமையுடனும் கையாளவேண்டிய *a tricky situation*

tricycle /ˈtraɪsɪkl/ *noun* [C] a bicycle that has one wheel at the front and two at the back முன் பக்கத்தில் ஒரு சக்கரமும் பின் பக்கத்தில் இரண்டு சக்கரங்களும் உடைய மிதிவண்டி; முச்சக்கர மிதிவண்டி

trident /ˈtraɪdnt/ *noun* [C] a weapon used in the past that looks like a long pole with three sharp, metal points at one end கடந்த காலத்தில் பயன்படுத்தப்பட்ட, மூன்று கூர் உலோக முனைகளுடன் கூடிய நீண்ட கம்பு போன்ற தோற்றமுடைய, ஆயுதம்; திரிசூலம்; முக்கவர்ச் சூலம்

trifle /ˈtraɪfl/ *noun* **1 a trifle** [*sing.*] (*formal*) slightly; rather குறைந்த அளவு; சொற்பம் **2** [C] something that is of little value or importance சிறிதளவே மதிப்பு அல்லது முக்கியத்துவம் உடைய ஒன்று; அற்பமானது; மிகச் சாதாரணமானது **3** [C, U] (*BrE*) a type of **dessert** made from cake and fruit covered with a sweet yellow sauce (**custard**) and cream கேக் மற்றும் பழங்களைக் கொண்டு தயாரிக்கப்பட்டு மேலுறையாக முட்டையும் பாலும் சேர்ந்த மஞ்சள் நிற இன்குழம்பும் பாலடையும் இட்டு, முக்கிய உணவுக்குப் பின் உண்ணப்படும் இனிப்பு வகை

trifling /ˈtraɪflɪŋ/ *adj.* very small or unimportant மிகச் சிறிதான; சொற்ப அளவான; பொருட்படுத்த வேண்டாத; மதிப்பற்ற; முக்கியமில்லாத

trigger¹ /ˈtrɪɡə(r)/ *noun* [C] **1** the part of a gun that you press to fire it துப்பாக்கியை வெடிக்கச் செய்வதற்காக அமுக்கும் அதன் பகுதி; விசைவில்; துப்பாக்கி விசையிழுப்பு *to pull the trigger* **2** the cause of a particular reaction or event, especially a bad one குறிப்பாக நல்லது அல்லாத, குறிப்பிட்ட ஓர் எதிர்வினைக்கான அல்லது நிகழ்வுக்கான காரணம்; (மோசமான) ஒரு தொடர் எதிர்விளைவைத் தூண்டிவிடுவது

trigger² /ˈtrɪɡə(r)/ *verb* [T] **trigger sth (off)** to make sth happen suddenly திடீரென ஒன்று நிகழச் செய்; திடீர்ச் செயல் தூண்டு *Her cigarette smoke had triggered off the fire alarm.*

trigonometry /ˌtrɪɡəˈnɒmətri/ *noun* [U] the type of mathematics that deals with the relationship between the sides and angles of triangles முக்கோணங்களின் பக்கங்களுக்கும் கோணங்களுக்கும் இடையில் உள்ள தொடர்பு குறித்த கணிதவியற் பிரிவு; கோணவியல் ▶ **trigonometric** /ˌtrɪɡənəˈmetrɪk/ *adj.* ▶ **trigonometrical** /-kl/ *adj.*

trillion /ˈtrɪljən/ *number* one million million நூறாயிரம் கோடி

NOTE வாக்கியங்களில் எண்களைப் பயன்படுத்தும் முறை குறித்த எடுத்துக்காட்டுகள் **six** பதிவில் தரப்பட்டுள்ளன. எண்கள் பற்றி மேலும் அறிய அகராதிப் பகுதியின் பின்புறத்திலுள்ள எண்கள் பற்றிய தனிப்பகுதி பார்க்க.

trilogy /ˈtrɪlədʒi/ *noun* [C] (*pl.* **trilogies**) a group of three novels, plays, etc. that form a set ஓரினக் கூட்டாக அமையும் மூன்று புதினங்கள், நாடகங்கள் முதலியவற்றின் தொகுதி; மூன்றன் தொகுதி

trim¹ /trɪm/ *verb* [T] (**trimming; trimmed**) **1** to cut a small amount off sth so that it is tidy ஒன்றைச் சீர்படுத்தும் பொருட்டு அதிலிருந்து சிறிதளவைத் துண்டித்து எடு; ஒழுங்குபடக் கத்தரி *to trim your hair/fringe/beard • The hedge needs trimming.* **2 trim sth (off sth)** to cut sth off because you do not need it ஒன்று வேண்டாததாகையால் அதனை வெட்டி நீக்கு; தேவையற்றதைத் தறித்து அகற்று *Trim the fat off the meat.* **3 trim sth (with sth)** to decorate the edge of sth with sth ஒன்றைக் கொண்டு ஒரு பொருளின் விளிம்பை அணி செய்; ஓர ஒப்பனை செய் ▶ **trim** *noun* [C, *usually sing.*] *My hair needs a trim.*

trim² /trɪm/ *adj.* **1** (used about a person) looking thin, healthy and attractive (ஆள் வகையில்) ஒடிசலாக நலமுடனும் அழகாகவும் காணப்படுகிற; ஒல்லியான இன்னலத் தோற்றமுடைய; உருச் செப்பமுடைய **2** well cared for; tidy நன்கு பேணப்படுகிற; சீரமைவான

trimming /ˈtrɪmɪŋ/ *noun* **1 trimmings** [*pl.*] extra things which you add to sth to improve its appearance, taste, etc. ஒன்றின் தோற்றம், சுவை முதலியவற்றை மேம்படுத்துவதற்காக உடன் சேர்க்கப்படும் மிகைப்படியான பொருள்கள்; இன்னலத் துணைச் சேர்க்கை **2** [C, U] material that you use for decorating the edge of sth ஒன்றின் விளிம்பை ஒப்பனை செய்வதற்காகப் பயன்படுத்தப்படும் பொருள்; ஓர் ஒப்பனைப் பொருள்

trinket /ˈtrɪŋkɪt/ *noun* [C] a piece of jewellery or small object for decoration that is not worth much money அதிக விலை மதிப்பில்லாததும் ஒப்பனைக்குப் பயன்படுத்தப்படுவதுமான சிறு அணிமணி அல்லது பொருள்; சிற்றணி

trio /ˈtriːəʊ/ *noun* (*pl.* **trios**) **1** [C, *with sing. or pl. verb*] a group of three people who play music or sing together இணைந்து கருவி இசைக்கும் அல்லது பாடும் மூவர் குழு **2** [C] a piece of music for three people to play or sing மூவர் இணைந்து இசைப்பதற்கான அல்லது பாடுவதற்கான இசைக் கூறு; முக்கூட்டிசை

trip¹ /trɪp/ *noun* [C] a journey to a place and back again, either for pleasure or for a particular purpose மகிழ்ச்சிக்காகவோ குறிப்பிட்ட நோக்கத்தை முன்னிட்டோ ஓரிடத்திற்குச் சென்று மீளும் பயணம் *to go on a business/shopping trip* ➪ **travel** பதிவிலுள்ள குறிப்பைப் பார்க்க. ▶ **tripper** *noun* [C] *Agra was full of* ***day trippers*** (= people on trips that last for one day).

trip² /trɪp/ *verb* (**tripping; tripped**) **1** [I] **trip (over/up); trip (over/on sth)** to catch your foot on sth when you are walking and fall or nearly fall நடக்கும்போது ஒன்றில் பாதம் சிக்கி விழு அல்லது தள்ளாடு; கால் இடறு *Don't leave your bag on the floor. Someone might trip over it. • She tripped up on a loose paving stone.* **2** [T] **trip sb (up)** to catch sb's foot and make him/her fall or nearly fall ஒருவரது பாதத்தைப் பிடித்து அவரை விழச்செய் அல்லது தள்ளாடச் செய் *Lata stuck out her foot and tripped Balu up.*

PHR V **trip (sb) up** to make a mistake; to make sb say sth that he/she did not want to say (எதிர்பாராது) பிழை செய்; ஒருவர் கூற விரும்பாத ஒன்றைக் கூறச்செய் *The journalist asked a difficult question to try to trip the politician up.*

tripartite /traɪˈpɑːtaɪt/ *adj.* (*formal*) having three parts or involving three people, groups, etc. மூன்று பிரிவுகள் உடைய; முப்பகுதிகளாக உள்ள; மூன்று ஆட்கள், குழுக்கள் முதலியவை உள்ளடங்கிய *tripartite discussions*

tripe /traɪp/ *noun* [U] (*informal*) something that sb says or writes that you think is nonsense or not of good quality அபத்தமானதாக அல்லது தரம் தாழ்ந்ததாகத் தான் கருதும் ஒருவரது கூற்று அல்லது எழுத்து; கீழ்த்தரமான பேச்சு அல்லது எழுத்து

triple /ˈtrɪpl/ *adj.* (*only before a noun*) having three parts, happening three times or containing three times as much as usual மூன்று பகுதிகள் உடைய; முக்கூறான; முக்கூட்டான; மூன்று முறை நிகழ்கிற; மும்மடங்கான *You'll receive triple pay if you work over the New Year.* ▶ **triple** *verb* [I, T]

triple jump *noun* [*sing.*] a sporting event in which people try to jump as far forward as possible with three jumps. The first jump lands on one foot, the second on the other foot, and the third on both feet முதல் தாவலில் ஒரு பாதமும், இரண்டாவது தாவலில் மறு பாதமும், மூன்றாவது தாவலில் இரண்டு பாதங்களும் தரையில் படும்படியான மூன்று தாவல்களில் முடிந்த அளவான தொலைவு முன்னோக்கித் தாவிக் குதிக்க முயலும் விளையாட்டு நிகழ்ச்சி; மூவடித் தாவல் விளையாட்டு

triplet /ˈtrɪplət/ *noun* [C] one of three children or animals that are born to one mother at the same time ஒரே சமயத்தில் ஒரு தாய்க்குப் பிறந்த மூன்று குழந்தைகளுள் அல்லது விலங்குகளுள் ஒன்று ➪ **twin** பார்க்க.

triplicate /ˈtrɪplɪkət/ *noun* [U]

IDM **in triplicate 1** done three times மும்முறை செய்யப்படுகிற *Each sample was tested in triplicate.* **2** with three copies (for example of an official piece of paper) that are exactly the same (ஆவணம் முதலியவை வகையில்) மூன்று நகல்கள் உள்ள *Fill out the forms in triplicate.* ➪ **duplicate** பார்க்க.

tripod /ˈtraɪpɒd/ *noun* [C] a piece of equipment with three legs that you use for putting a camera, etc. on திரைப்படக் கருவி முதலியவற்றை மேல் வைக்கப் பயன்படுத்தப்படும் மூன்று கால்கள் கொண்ட ஒரு சாதனம்; முக்காலி ➪ **laboratory** பதிவில் படம் பார்க்க.

triumph¹ /ˈtraɪʌmf/ *noun* [C, U] a great success or victory; the feeling of happiness that you have because of this பெரும் வெற்றி; பெரு வெற்றி காரணமாக உண்டாகும் இன்ப உணர்வு; வெற்றிக் களிப்பு *The team returned home* ***in triumph***.

triumph² /ˈtraɪʌmf/ *verb* [I] **triumph (over sb/sth)** to achieve success; to defeat sb/sth வெற்றி பெறு; வாகை சூடு; ஒருவரை/ஒன்றை வெற்றிகொள் *France triumphed over Brazil in the final.*

triumphal /traɪˈʌmfl/ *adj.* (*usually before a noun*) done or made in order to celebrate a great success or victory ஒரு பெரு வெற்றியைக் கொண்டாடுவதற்காகச் செய்யப்படுகிற அல்லது உருவாக்கப்படுகிற; வெற்றி விழாவிற்குரிய

triumphant /traɪˈʌmfənt/ *adj.* feeling or showing great happiness because you have won or succeeded at sth ஒன்றில் பெற்ற வெற்றி காரணமாக பெருமகிழ்ச்சி கொள்கிற அல்லது அதனை வெளிப்படுத்துகிற; வெற்றிக் களிப்புடைய ▶ **triumphantly** *adv.*

trivia /ˈtrɪviə/ *noun* [U] **1** unimportant matters, details or information முக்கியமற்ற செய்திகள், விவரங்கள் அல்லது தகவல்கள்; அற்பமானவை; சிறுதிறமானவை; சாரமற்றவை *We spent the whole evening discussing domestic trivia.* **2** (*usually in compounds*) facts about many subjects that are used in a game to test people's knowledge ஆட்களின் அறிவுத் திறனைச் சோதிப்பதற்காக ஒரு விளையாட்டில் பயன்படுத்தப்படும் பல துறை சார்ந்த உண்மைக் கூறுகள்; கதம்ப அறிவுப் போட்டி வினாக்கள் *a trivia quiz*

trivial /ˈtrɪviəl/ *adj.* of little importance; not worth considering சிறிதே முக்கியத்துவம் உடைய; மதிப்புக் குறைந்த; பொருட்படுத்தத்தகாத *a trivial detail/problem* ▶ **triviality** /ˌtrɪviˈæləti/ *noun* [C, U] (*pl.* **trivialities**)

trivialize (*also* **-ise**) /ˈtrɪviəlaɪz/ *verb* [T] to make sth seem less important, serious, etc. than it really is ஒன்று உண்மையில் உள்ளதை விட மதிப்பு, முக்கியத்துவம் முதலியவை குறைந்து காணப்படச் செய்; சிறுமைப்படுத்து; தாழ்த்து

trod ➪ **tread¹** என்பதன் இறந்தகால வடிவம்

trodden ➪ **tread¹** என்பதன் இறந்தகால வினையெச்ச வடிவம்

trolley /ˈtrɒli/ *noun* [C] **1** (*AmE* **cart**) a piece of equipment on wheels that you use for carrying things பொருள்களை வைத்துக் கொண்டுசெல்லப் பயன்படுத்தப்படும் சக்கரங்கள் உடைய கருவி; தள்ளுவண்டி *a supermarket/shopping/luggage trolley* **2** (*BrE*) a small table with wheels that is used for carrying or serving food and drinks உணவு மற்றும் பானங்களை வைத்துக் கொண்டுசெல்ல அல்லது அவற்றைப் பரிமாறப் பயன்படுத்தப்படும் சக்கரங்கள் கொண்ட சிறு மேசை *a tea/sweet/drinks trolley* **3** (*AmE*) = **tram**

trombone /trɒmˈbəʊn/ *noun* [C] a large metal (**brass**) musical instrument that you play by blowing into it and moving a long tube backwards and forwards அதனுள் காற்றூதி அதன் நீண்ட குழலை முன்னும் பின்னுமாக நகர்த்தி இசை எழுப்பப்படும் பெரிய பித்தளை இசைக்கருவி வகை

troop /truːp/ *noun* **1 troops** [*pl.*] soldiers தரைப்படை வீரர்கள் **2** [C] a large group of people or animals ஆட்கள் அல்லது விலங்குகளின் பெருந்தொகுதி; மக்கள் திரள்; விலங்குக் கூட்டம் ▶ **troop** *verb* [I] *When the bell rang everyone trooped into the hall.*

trophic level /ˌtrɒfɪk ˈlevl/ *noun* [C] each of several levels in an **ecosystem**. Each level consists of living creatures that share the same function in the **food chain** and get their food from the same source குறிப்பிட்ட பகுதியின் தாவரங்கள் மற்றும் விலங்குகளின் முழுமை தொகுதியையும் சுற்றுச் சூழலுடனான அவற்றின் தொடர்பு முறையையும் கொண்டுள்ள சூழலமைதியின் பல படிநிலைகளில் ஒன்று.

சூழலமைதியின் ஒவ்வொரு படிநிலையும் ஒத்த உணவுகொள் முறையும் உணவு மூலமும் கொண்டதாயும் தமக்குக் கீழ்ப்பட்ட உயிரிகளை உண்டு வாழ்வனவுமாகிய உயிரினங்களை உள்ளடக்கியது

trophy /'trəʊfi/ *noun* [C] (*pl.* **trophies**) a large silver cup, etc. that you get for winning a competition or race ஒரு போட்டியில் அல்லது பந்தயத்தில் வெற்றி பெற்றவருக்கு வழங்கப்படும் பெரிய வெள்ளிக் கோப்பை; வெற்றிக் கோப்பை

tropic /'trɒpɪk/ *noun* **1** [C, *usually sing.*] one of the two lines around the earth that are 23º 27' north (**the Tropic of Cancer**) and south (**the Tropic of Capricorn**) of the line around the middle of the earth (**The equator**) நில நடுக்கோட்டிலிருந்து 23º 27' அளவு தொலைவில் வடக்கிலும் (கடக வரை) தெற்கிலும் (மகர வரை) பூமியைச் சுற்றியுள்ள இரண்டு கோடுகளுள் ஒன்று ➪ **earth** பதிவில் படம் பார்க்க. **2 the tropics** [*pl.*] the part of the world that is between these two lines, where the climate is hot and wet மேற்கண்ட இரண்டு கோடுகளுக்கும் இடைப்பட்ட வெப்பம் மற்றும் மழைப்பொழிவு மிகுதியாக உள்ள உலகப் பகுதி; வெப்ப மண்டலம் ▶ **tropical** /'trɒpɪkl/ *adj. tropical fruit*

troposphere /'trɒpəsfɪə(r)/ *noun* [*sing.*] **the troposphere** (*technical*) the lowest layer of the earth's atmosphere, between the surface of the earth and about 6 to 10 kilometres above the surface பூமியின் மேற்பரப்புக்கும் அதிலிருந்து 6 முதல் 10 கிலோமீட்டர் உயரத்திற்கும் இடைப்பட்ட வாயு மண்டல அடுக்கு ➪ **ionosphere** மற்றும் **stratosphere** பார்க்க; மேலும் **mesosphere** பதிவில் படம் பார்க்க.

trot¹ /trɒt/ *verb* (**trotting; trotted**) [I] **1** (used about a horse and its rider) to move forward at a speed that is faster than a walk (குதிரை மற்றும் அதில் சவாரி செய்பவர் பற்றிக் குறிப்பிடுகையில்) நடையை விடக் கூடுதலான வேகத்தில் செல்; மட்டாகக் குதித்தோடு ➪ **canter** மற்றும் **gallop** பார்க்க. **2** (used about a person or an animal) to walk fast, taking short quick steps (ஆள் அல்லது விலங்கு வகையில்) உடனுக்குடனான சிற்றடி வைத்து விரைந்து நட; துள்ளு நடையில் அல்லது தவ்வு நடையில் செல்

trot² /trɒt/ *noun* [*sing.*] a speed that is faster than a walk நடையை விடக் கூடுதலான விரைவு; விரைநடை; மெல்லோட்டம்

trouble¹ /'trʌbl/ *noun* **1** [U, C] **trouble (with sb/sth)** (a situation that causes) a problem, difficulty or worry ஒரு சிக்கல், ஓர் இடர்ப்பாடு அல்லது ஒரு கவலை(க்குக் காரணமான சூழல் அல்லது நேர்வு) *If I don't get home by 11 o'clock I'll* ***be in trouble***. • *I'm* ***having trouble*** *getting the car started.* • *financial troubles* **2** [U] extra work or effort கூடுதல் வேலை அல்லது செயல் முயற்சி; பணிச்சுமை; வேலைப்பளு *Let's eat out tonight. It will* ***save you the trouble*** *of cooking.* • *Why don't you stay the night with us.* ***It's no trouble***. • *I'm sorry to* ***put you to*** *so much* ***trouble***. **3** [C, U] a situation where people are fighting or arguing with each other ஆட்கள் ஒருவரோடொருவர் சண்டையிட்டுக்கொண்டும் வாதிட்டுக்கொண்டும் இருக்கும் நிலை; பூசல் நிலை *There's often trouble in town on Saturday night after the bars have closed.* **4** [U] illness or pain நோய் அல்லது வலி *back/heart trouble*

IDM **ask for trouble** ➪ **ask** பார்க்க.

get into trouble to get into a situation which is dangerous or in which you may be punished ஆபத்தான அல்லது தண்டனைக்குரிய ஒரு சூழலில் சிக்கிக்கொள்

go to a lot of trouble (to do sth) to put a lot of work or effort into sth ஒன்றினுள் மிகைப்படியான உழைப்பு அல்லது முயற்சி செலுத்து; ஒன்றுக்காக மிகவும் சிரமப்படு *They went to a lot of trouble to make us feel welcome.*

take trouble over/with sth; take trouble to do sth/doing sth to do sth with care கருத்துடன் அல்லது அக்கறையுடன் ஒன்றைச் செய்

take the trouble to do sth to do sth even though it means extra work or effort ஒன்று அதிகப்படியான உழைப்பு அல்லது முயற்சி வேண்டுவதாக இருப்பினும் பொருட்படுத்தாது அதனைச் செய்

trouble² /'trʌbl/ *verb* [T] **1** to make sb worried, upset, etc. ஒருவர் கவலை, மனக்கலக்கம் முதலியவை கொள்ளச்செய்; கவலையூட்டு; துன்பப்படுத்து *Is there something troubling you?* **2** (*formal*) **trouble sb (for sth)** (used when you are politely asking sb for sth or to do sth) to disturb sb (பணிவிணக்கமுடன் ஒருவரிடம் ஒன்றைக் கோரும்போது அல்லது ஒன்றைச் செய்யுமாறு கூறும்போது பயன்படுத்தப்படுவது) ஒருவரைத் தொந்தரவு செய்; சிரமப்படுத்து *Sorry to trouble you, but would you mind answering a few questions?* ✪ SYN **bother**

troublemaker /'trʌblmeɪkə(r)/ *noun* [C] a person who often deliberately causes trouble வேண்டுமென்றே அடிக்கடி கலகம் விளைவிப்பவர்; வழக்க முறையாகத் தொந்தரவு செய்பவர்

troubleshoot /'trʌblʃu:t/ *verb* [I, T] **1** to solve problems for an organization ஒரு நிறுவனத்திற்காக அதன் சிக்கல்களைத் தீர்த்துக்கொடு; தொழிலகப் பூசல்கள் முதலியவற்றைத் தீர்த்து வை **2** to find and correct faults in an electronic system or a machine ஒரு மின்னணு அமைப்பில்

அல்லது ஓர் இயந்திரத்தில் உள்ள கோளாறு-களைக் கண்டுபிடித்துச் சரிசெய் ▶ **trouble-shooter** *noun* [C]

troublesome /'trʌblsəm/ *adj*. causing trouble, pain, etc. over a long period of time நீடித்த தொந்தரவு, வலி முதலியவற்றை உண்டு-பண்ணுகிற; தொல்லை தருகிற; இடர்ப்பாடான

trough /trɒf/ *noun* [C] **1** a long narrow container from which farm animals eat or drink பண்ணை விலங்குகள் உணவு உண்ணுவதற்கான அல்லது நீர் அருந்துவதற்கான நீண்டு ஒடுக்கமான கொள்கலம்; தீனித்தொட்டி **2** a low area or point, between two higher areas இரண்டு உயரமான பகுதிகளுக்கு இடைப்பட்ட தாழ்வான பகுதி அல்லது முனை; குழிவு; தாழ்முனை ➪ **glacial** பதிவில் படம் பார்க்க.

trounce /trauns/ *verb* [T] (*written*) to defeat sb completely ஒருவரை முற்றிலுமாகத் தோல்வியுறச் செய்; படுதோல்வி அடையச் செய் *Italy trounced France 6–1 in the World Cup finals.*

trousers /'traʊzəz/ (*AmE* **pants**) *noun* [*pl*.] a piece of clothing that covers the whole of both your legs இரண்டு கால்களையும் முழுமையாக மறைக்கும் ஆடை; (முழுக்) காற்சட்டை

> NOTE **Trousers** என்பது பன்மை வடிவச் சொல்லாகும். எனவே 'a new trouser' என்பது போன்று பயன்படுத்த முடியாது. கீழ்க்கண்ட-வாறு பயன்படுத்தலாம்—*I need some new trousers.* • *I need a new pair of trousers.* வேறொரு பெயர்ச்சொல்லுக்கு முன்னர் **trouser** என வரும்—*a trouser suit* (= a women's suit consisting of a jacket and trousers).

trout /traʊt/ *noun* [C, U] (*pl*. **trout**) a type of fish that lives in rivers and that we eat ஆறுகளில் வாழும் உணவு மீன் வகை

trowel /'traʊəl/ *noun* [C] **1** a small garden tool with a short handle and a curved part for lifting plants, digging small holes, etc. குட்டையான கைப்பிடியும், தாவரங்களைப் பிடுங்குதல், சிறு குழிகள் தோண்டுதல் முதலியவற்றுக்கு ஏற்ற வளை பகுதியும் கொண்ட தோட்டக்கருவி வகை ➪ **gardening** பதிவில் படம் பார்க்க. **2** a small tool with a short handle and a flat metal part used in building for spreading cement, etc. குட்டையான கைப்பிடியும், கட்டட வேலையில் காரை முதலியவற்றை இட்டுப் பரப்புதல் முதலியவற்றுக்கு ஏற்ற தட்டையான உலோகப் பகுதியும் கொண்ட சிறு கருவி வகை; சட்டுவக் கரண்டி

truant /'tru:ənt/ *noun* [C] a child who stays away from school without permission அனுமதி-யின்றிப் பள்ளிக்கு வராதிருக்கும் சிறுவன்/சிறுமி; பள்ளிக்கு மட்டம்போடும் சிறுவன்/சிறுமி ▶ **truancy** /'tru:ənsi/ *noun* [U]

IDM **play truant**; (*AmE* **play hooky**) to stay away from school without permission அனுமதி-யின்றிப் பள்ளிக்கு வராதிரு; பள்ளிக்கு மட்டம் போடு

truce /tru:s/ *noun* [C] an agreement to stop fighting for a period of time ஒரு கால அளவுக்குச் சண்டையை நிறுத்துவதற்கான ஒப்பந்தம்; தற்காலிகச் சண்டை நிறுத்த உடன்பாடு ➪ **ceasefire** பார்க்க.

truck /trʌk/ *noun* [C] **1** (*AmE*) = **lorry** *a truck driver* **2** (*BrE*) a section of a train that is used for carrying goods or animals பொருள்களை அல்லது விலங்குகளை ஏற்றிச் செல்லப் பயன்படுத்தப்படும் தொடர்வண்டியின் பகுதி; இருப்பூர்தி மொட்டைத் தட்டுவண்டி *a cattle truck*

trudge /trʌdʒ/ *verb* [I] to walk with slow, heavy steps, for example because you are very tired மிகு களைப்பு முதலியவை காரணமாக, மெல்ல, கனத்த அடிகளுடன் நட; தளர்நடை நட

true /tru:/ *adj*. **1** right or correct தவறில்லாத; சரியான; திருத்தமான; மெய்யான *Is it true that Arun is leaving?* • *I didn't think the film was at all* ***true to life*** (= it didn't show life as it really is). ✪ OPP **untrue** or **false** **2** real or genuine, often when this is different from how sth seems (பெரும்பாலும் புறத் தோற்றத்திற்கு மாறாக) மெய்யானதான; போலியல்லாத; உண்மையான *The novel was based on* ***a true story***. ✪ OPP **false** **3** having all the typical qualities of the thing mentioned குறிப்பிடப்பட்டுள்ள பொருளுக்குரிய அனைத்துப் பண்புகளையும் கொண்டிருக்கிற; திரிபற்ற; முழு மெய்ம்மைத்தன்மையுடைய *How do you know when you have found* ***true love?*** **4 true (to sb/sth)** behaving as expected or as promised எதிர்பார்க்கப்பட்ட முறையில் அல்லது வாக்குறுதிக்கு ஏற்ப நடந்துகொள்கிற; நேர்மை-யான; விசுவாசமுள்ள *He was* ***true to his word*** (= he did what he had promised). • *She has been a true friend to me.* ➪ **truth** பார்க்க.

IDM **come true** to happen in the way you hoped or dreamed எதிர்பார்க்கப்பட்ட அல்லது கற்பனை செய்யப்பட்ட முறையில் நிகழ்வுறு; எதிர்பார்ப்பு/கற்பனை மெய்யாகு *My dream has come true!*

too good to be true used to say that you cannot believe that sth/sb is as good as it/he/she seems வெளித்தோற்றத்தில் காணப்படும் அளவுக்கு ஒருவர்/ஒன்று நல்லவராக/நல்லதாக இருப்பார்/இருக்கும் என்று நம்ப முடியாது எனக் கூறப் பயன்படுத்தப்படும் தொடர்

true to form typical; as usual எதிர்பார்க்கப்-பட்டதற்கு ஏற்ப; வேறு மாதிரியாக அல்லாத; வழக்கமானதான

true north *noun* [U] (*technical*) north according to the earth's **axis** (பூமியின் மையத்தின் ஊடாக வடக்கு தெற்காகச் செல்லும் கற்பனைக் கோடான) பூமியின் அச்சைக் கொண்டு காணப்படும் வட திசை ⇨ **magnetic north** பார்க்க.

truly /ˈtruːli/ *adv*. **1** (used to emphasize a feeling, statement) really; completely (ஓர் உணர்ச்சி, ஒரு கூற்று முதலியவற்றை வலியுறுத்தப் பயன்படுத்தப்படுவது) உண்மையாகவே; முற்றிலும்; மெய்யாகவே *We are truly grateful to you for your help*. **2** used to emphasize that sth is correct or accurate ஒன்று சரியானது, சரி நுட்பமானது, துல்லியமானது என்பதை வலியுறுத்தப் பயன்படுத்தப்படுவது *I cannot truly say that I was surprised at the news*.

IDM **well and truly** ⇨ **well[1]** பார்க்க.

trump /trʌmp/ *noun* [C] (in some card games) a card of the chosen set (**suit**) that has a higher value than cards of the other three sets during a particular game (சில வகைச் சீட்டாட்டங்களில்) குறிப்பிட்ட ஆட்டத்தின்போது மற்ற மூன்று தொகுதிகளின் சீட்டுகளை விட உயர் மதிப்புடைய தேர்ந்தெடுக்கப்பட்ட ஒரு தொகுதியின் ஒரு சீட்டு; துருப்புச் சீட்டு *Spades are trumps*.

trump card *noun* [C] a special advantage you have over other people that you keep secret until you can surprise them with it இரகசியமாக வைத்திருந்து மற்றவர்கள் வியப்படையுமாறு இறுதியில் வெளிப்படுத்தப்படும், தனக்கு மட்டுமே கிடைக்கப் பெற்ற ஓர் ஆதாய நிலை *It was time for her to* ***play*** *her* ***trump card***.

trumpet[1] /ˈtrʌmpɪt/ *noun* [C] a metal (**brass**) musical instrument that you play by blowing into it. There are three buttons on it which you press to make different notes அமுக்கி வெவ்வேறான சுரங்களை எழுப்புவதற்குரிய மூன்று விரற்கட்டைகளை உடையதும் ஊதி வாசிக்கப்படுவதுமான பித்தளை இசைக்கருவி வகை; ஊதுகொம்பு; எக்காளம் ⇨ **music** பதிவில் படம் பார்க்க.

trumpet[2] /ˈtrʌmpɪt/ *verb* **1** to play a trumpet ஊதுகொம்பை ஊதி இசை; எக்காளமிடு **2** [T] **trumpet sth (as sth)** to talk about sth publicly in a proud or an enthusiatic way ஒன்று குறித்துப் பெருமையாக அல்லது உற்சாகத்துடன் பலர் அறியப் பேசு; ஒன்றை வீறாப்புடன் பறைசாற்று **3** [T] (of a large animal, especially of an elephant) to make a loud noise (பெரிய விலங்கு, குறிப்பாக யானை வகையில்) உரத்த ஒலி செய்; பிளிறு

truncate /trʌŋˈkeɪt/ *verb* [T] (*usually passive*) (*formal*) to make sth shorter, especially by cutting off the top or end குறிப்பாக மேற்பகுதியை அல்லது முனையை வெட்டி நீக்கிவிட்டு, ஒன்றின் நீளத்தைக் குறை; தலை/முனை வெட்டிக் குறை

truncheon /ˈtrʌntʃən/ (*BrE* **baton**) *noun* [C] (*old-fashioned*) a short thick stick that a police officer carries as a weapon தாக்கு கருவியாக காவல்துறை அதிகாரி கையில் கொண்டு செல்லும் குட்டையான தடித்த கழி; குறுந்தடி; குண்டாந்தடி

trundle /ˈtrʌndl/ *verb* [I, T] to move, or make sth heavy move, slowly and noisily மெதுவாக ஓசையுடன் செல்; கனமான ஒன்றை மெல்ல ஓசைபடச் செலுத்து; (குறிப்பாகச் சக்கர வண்டி) இரைச்சலுடன் மெதுவாக உருண்டு செல்; உருட்டு *A lorry trundled down the hill*.

trunk /trʌŋk/ *noun* **1** [C] the thick central part of a tree that the branches grow from கிளைகள் தோன்றி வளர்கிற மரத்தின் தடிப்பான மையப்பகுதி; நடுமரம் **2** [C] (*AmE*) = **boot[1]** **2** **3** [C] an elephant's long nose யானையின் நீண்ட மூக்கு; தும்பிக்கை **4** **trunks** [*pl*.] = **swimming trunks** **5** [C] a large box that you use for storing or transporting things பொருள்களை இட்டு வைப்பதற்கு அல்லது எடுத்துச் செல்வதற்குப் பயன்படுத்தப்படும் பெரிய பெட்டி; சேமப் பெட்டி; பயணப் பேழை **6** [C, *usually sing*.] the main part of your body (not including your head, arms and legs) (தலை, கைகள் மற்றும் கால்கள் நீங்கலான) உடம்பின் முதன்மைப் பகுதி; நடுப்பகுதி; முண்டம்

trunk call *noun* [C] (*old-fashioned*) a long-distance phone call தொலை தூரத் தொலைபேசி அழைப்பு; நெடுந்தொலை அழைப்பு

trunk road *noun* [C] (*BrE*) an important main road; a highway முக்கியமான முதன்மைச் சாலை; பெருவழி

trust[1] /trʌst/ *noun* **1** [U] **trust (in sb/sth)** the belief that sb is good, honest, sincere, etc. and will not try to harm or trick you ஒருவர் நல்லவர், நேர்மையானவர், உண்மையானவர், அவர் தனக்குத் தீமை செய்யமாட்டார் அல்லது தன்னை ஏமாற்ற மாட்டார் என்ற முறையிலான ஒருவர் மீதான நம்பிக்கை; நல்லெண்ணம் *Our marriage is based on love and trust*. • *I should never have* ***put*** *my* ***trust in*** *him*. ⇨ **distrust** மற்றும் **mistrust** பார்க்க. **2** [C, U] a legal arrangement by which a person or organization looks after money and property for sb else until that person is old enough to control it வேறொருவர் பணத்தையும் சொத்தையும், அவர் அவற்றை ஆளுமை செய்யும் வயதை அடையும்வரை, ஓராள் அல்லது ஓரமைப்பு பராமரிப்பதற்கான சட்டப்படியான ஏற்பாடு; பொறுப்பாட்சி ஏற்பாடு

IDM **take sth on trust** to believe what sb says without having proof that it is true அதற்கான

ஆதாரத்தைக் கையில் வைத்திராது ஒருவர் சொல்வதை நம்பிக்கொள்; நம்பிக்கையின் பேரில் ஒருவர் சொல்வதை அப்படியே ஏற்றுக்கொள் *I can't prove it. You must take it on trust.*

trust² /trʌst/ *verb* [T] **trust sb (to do sth); trust sb (with sth)** to believe that sb is good, sincere, honest, etc. and that he/she will not trick you or try to harm you ஒருவர் நல்லவர், நேர்மையானவர், உண்மையானவர், அவர் தனக்குத் தீங்கு புரியமாட்டார் அல்லது தன்னை ஏமாற்றமாட்டார் என்று நம்பு; ஒருவர் மீது நம்பிக்கை அல்லது நல்லெண்ணம் கொள் *He said the car was safe but I just don't trust him.* • *You can't trust her with money.* ➪ **mistrust** மற்றும் **distrust** பார்க்க.

IDM **trust sb (to do sth)** (*spoken*) it is typical of sb to do sth ஒருவருக்கு உரிய செயல்; ஒருவர் வழக்கமாகச் செய்வது; குறிப்பிட்ட முறையில் செய்வார் என்று நம்பலாம் *Trust Anjali to be late. She's never on time!*

trustee /trʌ'sti:/ *noun* [C] a person who looks after money or property for sb else வேறொருவருக்காகப் பணத்தை அல்லது சொத்தைப் பாதுகாத்து வைத்திருப்பவர்; பொறுப்பாளர்; காப்பாளர்

trusting /'trʌstɪŋ/ *adj.* believing that other people are good, sincere, honest, etc. மற்றவர்களது நற்குணம், வாய்மை, நேர்மை முதலியவற்றில் நம்பிக்கை வைத்திருக்கிற; பிறர் மீது நம்பிக்கை கொண்ட

trustworthy /'trʌstwɜ:ði/ *adj.* that you can depend on to be good, sincere, honest, etc. நற்குணம், வாய்மை, நேர்மை முதலியவை கொண்டவராக இருப்பார் என்று நம்பத்தக்க; நம்பகமான

truth /tru:θ/ *noun* (*pl.* **truths** /tru:ðz/) **1 the truth** [*sing.*] what is true; the facts உண்மையானது; உண்மையில் நிகழ்ந்தவை; மெய்ம்மை; உண்மை *Please* ***tell me the truth.*** • *Are you telling me* ***the whole truth*** *about what happened?* **2** [U] the state or quality of being true (ஒன்று) உண்மையாக இருக்கும் நிலை அல்லது தன்மை; உண்மை நிலை; உண்மைத் தன்மை; உண்மை *There's a lot of truth in what she says.* **3** [C] a fact or an idea that is believed by most people to be true உண்மையானதாகப் பெரும்பான்மையினரால் நம்பப்படும் நிகழ்வு, செய்தி அல்லது கருத்து; மெய்ம்மை *scientific/universal truths* ➪ **true** adjective பார்க்க.

truthful /'tru:θfl/ *adj.* **1 truthful (about sth)** (used about a person) who tells the truth; honest (ஆள் வகையில்) உண்மை பேசுகிற; நேர்மையான; நம்பத்தக்க *I don't think you're being truthful with me.* **2** (used about a statement) true or correct (கூற்று வகையில்) உண்மையான; சரியான; பிழையில்லாத *a truthful account* ▶ **truthfully** /'tru:θfəli/ *adv.*

try¹ /traɪ/ *verb* (*pres. part.* **trying**; *3rd person sing. pres* **tries**; *pt, pp* **tried**) **1** [I] **try (to do sth)** to make an effort to do sth ஒன்றைச் செய்ய முயல்; முயற்சி செய் *She was* ***trying hard*** *not to laugh.* • *She'll* ***try her best*** *to help you.*

> NOTE **Try and** என்பது **try to**-ஐ விடப் பெரிதும் முறைசாரா வழக்காகும். இது இறந்தகால வடிவில் வராது—*I'll try and get there on time.* • *I tried to go there on time but I was too late.*

2 [T] **try (doing) sth** to do, use or test sth in order to see how good or successful it is ஒன்றின் நன்னிலையை அல்லது பயன்நிறைவைக் கண்டறிவதற்காக அதனைச் செய்துபார்; பயன்படுத்திப் பார் அல்லது சோதித்துப் பார் *Have you ever tried raw fish?* • *We tried the door but it was locked.* **3** [T] **try sb (for sth)** to examine sb in a court of law in order to decide if he/she is guilty of a crime or not ஒருவர் குற்றம் புரிந்தவரா இல்லையா என்பதை முடிவு செய்யும் பொருட்டு நீதிமன்றத்தில் அவரை விசாரணை செய்; நீதிமன்ற விசாரணைக்கு உட்படுத்து *He was tried for murder.*

IDM **try your hand at sth** to do sth such as an activity or a sport for the first time ஒரு செயல், விளையாட்டு முதலியவற்றில் முதல் முறையாக ஈடுபடு; செயல் முயற்சியில் இறங்கு; முயன்று பார்

PHR V **try sth on** to put on a piece of clothing to see if it fits you properly தனக்குச் சரியாகப் பொருந்துகிறதா என்பதைக் கண்டறிய ஓர் ஆடையை அணிந்து பார் *Can I try these jeans on, please?*

try sb/sth out to test sb/sth to find out if he/she/it is good enough ஒருவர்/ஒன்று தக்கவரா/தக்கதா என்பதைக் கண்டறிய அவரை/அதனைச் சோதித்துப் பார்

try² /traɪ/ *noun* [C] (*pl.* **tries**) an occasion when you try to do sth; an attempt ஒன்றைச் செய்ய முயலும் நிகழ்வு; செயல் முயற்சி; முயற்சி *I don't know if I can move it by myself, but I'll* ***give it a try.***

trying /'traɪɪŋ/ *adj.* that makes you tired or angry சோர்வூட்டுகிற அல்லது சினம் உண்டாக்குகிற; தொல்லையான; சோதனையான *a trying journey*

tryst /trɪst/ *noun.* [C] (*literary* or *humorous*) an appointed meeting especially between lovers குறிப்பாகக் காதலர்களின் முன்னேற்பாடு செய்யப்பட்ட சந்திப்பு

tsar (*also* **tzar; czar**) /zɑ:(r)/ *noun* [C] the title of the **emperor** of Russia in the past கடந்த கால ரஷ்ய நாட்டின் பேரரசரது பட்டப் பெயர்

tsarina (*also* **tzarina; czarina**) /zɑ:ˈri:nə/ *noun* [C] the title of the **empress** of Russia in the past கடந்த கால ரஷ்ய நாட்டுப் பேரரசியின் பட்டப் பெயர்

tsetse /ˈtetsi/ (*also* **tsetsefly**) *noun* [C] an African fly that bites humans and animals and drinks their blood and can spread a serious disease (**sleeping sickness**) மனிதர்களையும் விலங்குகளையும் கடித்துக் குருதியை உறிஞ்சுவதும் தூக்க உணர்வு கொள்ளச் செய்து வழக்கமாக மரணத்தை உண்டாக்கும் நோயைப் பரப்புவதுமான ஆப்பிரிக்க ஈ வகை

T-shirt (*also* **teeshirt**) /ˈti:ʃɜ:t/ *noun* [C] a shirt with short sleeves and without buttons or a collar குட்டையான கைப்பகுதியை உடையதும் பொத்தான்களோ கழுத்துப்பட்டையோ இல்லாததுமான சட்டை வகை; குறுங்கைச் சட்டை

tsp *abbr.* teaspoonful(s) தேக்கரண்டி அளவு என்பதைக் குறிக்கும் teaspoon என்பதன் குறுக்கம் *Add 1 tsp salt.*

T-square *noun* [C] a plastic or metal instrument in the shape of a T for drawing or measuring **right angles** செங்கோணங்களை வரைவதற்கு அல்லது அளவிடுவதற்குப் பயன்படுத்தப்படும் T வடிவிலான பிளாஸ்டிக் அல்லது உலோகக் கருவி; T வடிவக் கோண அளவி

tsunami /tsu:ˈnɑ:mi/ *noun* [C] (*technical*) a very large wave in the sea which destroys things when it reaches the land, and is often caused by movements under the surface of the earth (**an earthquake**) பெரும்பாலும் கடல் அடிப்பரப்பில் உண்டாகும் நில நடுக்கம் காரணமாக நிகழ்வதும் கரையைத் தொடும்போது அழிவு ஏற்படுத்துவதுமான மிகப் பெரிய அலை; ஆழிப் பேரலை

NOTE இதன் செறிவு குன்றிய புல வழக்குச் சொல் **tidal wave** என்பதாகும்.

tub /tʌb/ *noun* [C] **1** a large round container பெரிய வட்ட வடிவக் கொள்கல வகை; கொப்பரைத் தொட்டி; கொப்பரை **2** a small plastic container with a lid that is used for holding food உணவு இட்டு வைப்பதற்கான மூடியுள்ள சிறு பிளாஸ்டிக் கலம் *a tub of margarine/ice cream*

tuba /ˈtju:bə/ *noun* [C] a large metal (**brass**) musical instrument that makes a low sound தாழ்ந்த ஒலி எழுப்பும் பெரிய பித்தளை இசைக்கருவி வகை

tube /tju:b/ *noun* **1** [C] a long empty pipe நீளமான வெற்றுக் குழாய்; குழாய் *the inner tube of a bicycle tyre* ➪ **test tube** பார்க்க. **2** [C] **a tube (of sth)** a long thin container made of soft plastic or metal with a lid at one end. Tubes are used for holding thick liquids that can be squeezed out of them கையால் அமுக்கி வெளியே எடுக்கக்கூடிய கெட்டித் திரவங்களை உள்ளிட்டு வைப்பதற்கான, ஒரு முனையில் மூடியுடைய, மென்மையான பிளாஸ்டிக் அல்லது உலோகத் தகட்டினால் செய்யப்பட்ட நீண்டு மெலிதான கொள்கலம்; பற்பசைக் குழல் முதலியவை *a tube of toothpaste* **3 the tube** [*sing.*] (*BrE informal*) = **underground**[3]

tuber /ˈtju:bə(r)/ *noun* [C] the short thick round part of some plants, such as potatoes, which grows under the ground உருளைக்கிழங்கு முதலிய சில தாவரங்களின் நிலத்தடியில் வளரும் நீளமற்ற கெட்டியான, உருண்டை வடிவப் பகுதி; அடிநிலத் தண்டு; கிழங்கு

tuberculosis /tju:ˌbɜ:kjuˈləʊsɪs/ *noun* [U] (*abbr.* **TB**) a serious disease that affects the lungs நுரையீரல்களைப் பாதிக்கும் கடுமையான நோய் வகை; காச நோய்; காசம்; எலும்புருக்கி நோய்

tubing /ˈtju:bɪŋ/ *noun* [U] a long piece of metal, rubber, etc. in the shape of a tube நீண்ட குழல் வடிவ உலோகம், இரப்பர் முதலியவற்றின் துண்டு; நீள் குழல் ➪ **laboratory** பதிவில் படம் பார்க்க.

tuck /tʌk/ *verb* [T] **1 tuck sth in, under, round, etc. (sth)** to put or fold the ends or edges of sth into or round sth else so that it looks tidy சீரொழுங்குடன் தோன்றச் செய்யும் பொருட்டு ஒன்றின் நுனிகளை அல்லது விளிம்புகளை வேறொன்றினுள் அல்லது வேறொன்றைச் சுற்றிச் செருகு அல்லது மடித்து வை; மடித்துச் செருகி வை *Tuck your shirt in—it looks untidy like that.* **2 tuck sth (away)** to put sth into a small space, especially to hide it or to keep it safe குறிப்பாக ஒன்றை மறைத்து அல்லது பாதுகாப்பாக வைக்கும் பொருட்டு, அதனை ஒரு சிறிய இடத்தினுள் வை; செருகி வை *The letter was tucked behind a pile of books.*

PHR V **tuck sth away 1** (*only in the passive form*) to be situated in a quiet place; to be hidden சந்தடியற்ற அமைதியான ஓரிடத்தில் அமைந்திரு; ஒதுக்கமாயிரு *The house was tucked away among the trees.* **2** to hide sth somewhere; to keep sth in a safe place ஓரிடத்தில் ஒன்றை ஒளித்து வை; பாதுகாப்பான ஓரிடத்தில் ஒன்றை வை *He tucked his wallet away in his inside pocket.*

tuck sb in/up to make sb feel comfortable in bed by pulling the covers up around him/her ஒருவர் மேல் போர்வையை இழுத்து விட்டுப்

படுக்கையில் இன்னல உணர்வு கொள்ளச் செய்

tuck in; tuck into sth (*BrE*, *spoken*) to eat with pleasure மகிழ்ச்சியுடன் உண்

Tue. (*also* **Tues.**) *abbr.* Tuesday செவ்வாய்க் கிழமையைக் குறிக்கம் Tuesday என்பதன் குறுக்கம் *Tue. 9 March*

Tuesday /ˈtju:zdeɪ; -di/ *noun* [C, U] (*abbr.* **Tue.; Tues.**) the day of the week after Monday திங்கட்கிழமைக்கு அடுத்த வார நாள்; செவ்வாய்க் கிழமை; செவ்வாய்

NOTE வார நாட்கள் எப்போதும் முகட்டெழுத்தில் தொடங்குவன. வாக்கியங்களில் வார நாட்களைப் பயன்படுத்தும் முறை குறித்த எடுத்துக்காட்டுகள் **Monday** பதிவில் தரப்பட்டுள்ளன.

tuft /tʌft/ *noun* [C] a small amount of hair, grass, etc. growing together ஒருசேர வளரும் சிறு அளவிலான முடி, புல் முதலியவை. குடுமி; குஞ்சம்; கொத்து; கற்றை

tug¹ /tʌg/ *verb* [I, T] (**tugging; tugged**) **tug (at/on sth)** to pull sth hard and quickly, often several times பெரும்பாலும் பலமுறை ஒன்றை வன்மையாகவும் விரைவாகவும் இழு; வேகமாகப் பற்றி இழு *The little boy tugged at his father's trouser leg.*

tug² /tʌg/ *noun* [C] **1** a sudden hard pull திடீரென விசையுடன் இழுத்தல்; வெட்டிழுப்பு; வலிப்பிழுப்பு *She gave the rope a tug.* **2** (*also* **tugboat**) a small powerful boat that is used for pulling ships into a port, etc. துறைமுகம் முதலியவற்றினுள் கப்பல்களை இழுக்கப் பயன்படுத்தப்படும் ஆற்றல் மிக்க சிறு படகு; இழுவைப் படகு ⇨ **boat** பதிவில் படம் பார்க்க.

tuition /tjuˈɪʃn/ *noun* [U] **tuition (in sth)** teaching, especially to a small group of people குறிப்பாக ஒரு சிறு குழுவினருக்குப் பாடப் பயிற்சி அளித்தல்; கற்பிப்பு; போதனை *private tuition in English • tuition fees*

tulip /ˈtju:lɪp/ *noun* [C] a brightly-coloured flower, shaped like a cup, that grows in the spring இளவேனிற் பருவத்தில் வளரும் கோப்பை வடிவ ஒளிர் வண்ணப் பூ வகை

tulsi *noun* [U] a kind of basil (**herb**) cultivated in India and considered sacred by the Hindus இந்தியாவில் புனிதமானதாகக் கருதி இந்துக்கள் வளர்க்கும் நறுமணத் தாவர வகை; துளசி

tumble /ˈtʌmbl/ *verb* [I] **1** to fall down suddenly but without serious injury கடுமையான காயம் உண்டாகாதவாறு, திடீரெனக் கீழே விழு; உருண்டு விழு *He tripped and tumbled all the way down the steps.* **2** to fall suddenly in value or amount மதிப்பு அல்லது தொகை திடீரென வீழ்ச்சியுறு *House prices have tumbled.* **3** to move in a particular direction in an untidy way ஒழுங்கின்றிக் குறிப்பிட்ட திசையில் செல்; தாறுமாறாக உருண்டோடு *She opened her suitcase and all her things tumbled out of it.*

▶ **tumble** *noun* [C]

PHR V **tumble down** to fall down; to collapse கீழே விழு; தகர்ந்து விழு; நொறுங்கிப்போ *The walls of the old house were tumbling down.*

tumble-dryer (*also* **tumble-drier**) *noun* [C] (*BrE*) a machine that dries clothes by moving them about in hot air ஆடைகளை வெப்பக்காற்றில் சுழற்றி உலர வைப்பதற்கான விசைப்பொறி; ஆடை உலர்த்தி

tumbler /ˈtʌmblə(r)/ *noun* [C] a tall glass for drinking out of with straight sides and no handle நேர் நிமிர்வான பக்கங்களையுடைய கைப்பிடியற்ற உயரமான கண்ணாடிக் குடிகலம்; நீள் கண்ணாடிக் குடிகலம்

tummy /ˈtʌmi/ *noun* [C] (*pl.* **tummies**) (*informal*) = **stomach¹**

tumour (*AmE* **tumor**) /ˈtju:mə(r)/ *noun* [C] a mass of cells that are not growing normally in the body as the result of a disease ஒரு நோய் காரணமாக இயல்பு மீறி வளர்ச்சியுற்றுள்ள உயிரணுக்களின் திரள்; கட்டி *a brain tumour*

tumultuous /tju:ˈmʌltʃuəs/ *adj.* very noisy, because people are excited ஆட்களின் மிகையுணர்ச்சி வெளிப்பாடு காரணமாக இரைச்சலாக உள்ள; ஆரவாரமான; அமளியான *tumultuous applause*

tuna /ˈtju:nə/ (*also* **tuna fish**) *noun* [C, U] (*pl.* **tuna**) a large sea fish that we eat பெரிய கடல்வாழ் உணவு மீன் வகை *a tin of tuna*

tundra /ˈtʌndrə/ *noun* [U] (in geography) the large flat Arctic regions of northern Europe, Asia and North America where no trees grow and where the soil below the surface of the ground is always frozen (புவி இயலில்) மரங்கள் வளராததும் அடிநில மண் எப்போதும் உறைந்த நிலையில் இருப்பதுமான வட ஐரோப்பா, ஆசியா மற்றும் வட அமெரிக்காவின் பரந்த சமதள துருவப் பகுதிகள்

tune¹ /tju:n/ *noun* [C, U] a series of musical notes that are sung or played to form a piece of music ஓர் இசைப்பகுதியாக அமையுமாறு பாடப்படும் அல்லது வாசிக்கப்படும் தனியிசைக் கூறுகளின் (சுரங்களின்) வரிசைத் தொகுதி; சுருதி; சுதி *The children **played us a tune** on their recorders.*

IDM **call the shots/tune** ⇨ **call¹** பார்க்க.

change your tune ⇨ **change¹** பார்க்க.

in/out of tune 1 at/not at the correct musical level (**pitch**) சரியான/சரியானதல்லாத தொனியளவில் *You're singing out of tune.* **2** having/not having the same opinions, interests, feelings, etc. as sb/sth (கருத்துகள், ஆர்வ ஈடுபாடுகள், உணர்ச்சிகள் முதலியவை வகையில்) ஒருவருடன்/ஒன்றுடன் ஒத்திசைவாக/ஒத்திசைவல்லாது

tune[2] /tju:n/ *verb* **1** [T] to make small changes to the sound a musical instrument makes so that it is at the correct musical level (**pitch**) ஓர் இசைக்கருவி எழுப்பும் ஒலி சரியான தொனியளவில் இருக்குமாறு அவ்வொலியில் சிறுசிறு மாற்றங்கள் செய்; சரியான சுருதி சேர் *to tune a piano/guitar* **2** [T] to make small changes to an engine so that it runs well ஓர் இயந்திரம் நல்ல முறையில் இயங்கும் பொருட்டு அதில் சிறு சிறு மாற்றங்கள் செய் **3** [T] (*usually passive*) **tune sth (in) (to sth)** to move the controls on a radio or television so that you can receive a particular station குறிப்பிட்ட நிலைய ஒளி/ஒலி பரப்பைப் பெறும் பொருட்டுத் தொலைக்காட்சி/வானொலிப் பெட்டியிலுள்ள கட்டுப்பாட்டு முனைகளை இயக்கு; சரியான அலைநீளத்தில் வை *(spoken)* ***Stay tuned** for the latest news.*

PHR V **tune in (to sth)** to listen to a radio programme or watch a television programme வானொலி நிகழ்ச்சி கேள்; தொலைக்காட்சி நிகழ்ச்சி பார்

tune (sth) up to make small changes to a group of musical instruments so that they sound pleasant when played together ஒரு தொகுதியான இசைக்கருவிகளை ஒருசேர வாசிக்கும்போது இன்னோசை எழுமாறு அவற்றில் சிறுசிறு மாற்றங்கள் செய்; சுருதி ஒத்திசைவு செய்

tuneful /ˈtju:nfl/ *adj.* (used about music) pleasant to listen to (இசை வகையில்) செவிக்கு இனிமையான; இன்னிசையான

tungsten /ˈtʌŋstən/ *noun* [U] (*symbol* **W**) a very hard silver-grey metal, used especially in making steel and in **filaments** for **light bulbs** குறிப்பாக எ.்கு தயாரிப்பதிலும் மின் விளக்குக் குமிழ்களுக்கான இழைகளிலும் பயன்படுத்தப்படும் உறுதி மிக்க ஒளிர் சாம்பல் நிற உலோக வகை; டங்ஸ்டன் ➪ **bulb** பதிவில் படம் பார்க்க.

tunic /ˈtju:nɪk/ *noun* [C] **1** a piece of women's clothing, usually without sleeves, that is long and not tight வழக்கமாக, கைப்பகுதி இல்லாத, நீண்ட இறுக்கமற்ற மகளிர் ஆடை வகை; மகளிர் தளராடை **2** (*BrE*) the jacket that is part of the uniform of a police officer, soldier, etc. காவல்துறை அதிகாரி, தரைப்படை வீரர் முதலியோரது சீருடையின் பகுதியான குறுஞ்சட்டை

tuning fork *noun* [C] a U-shaped metal device that produces a fixed tone when struck அடிக்கும்போது ஒரே மாதிரியான ஒலியைச் செய்யும் U-வடிவிலுள்ள உலோகச் சாதனம்

tunnel /ˈtʌnl/ *noun* [C] a passage under the ground நிலத்தடியிலுள்ள செல்வழி; சுரங்க வழி *The train disappeared into a tunnel.* ▶ **tunnel** *verb* [I, T] (**tunnelling; tunnelled**, *AmE* **tunneling; tunneled**)

turban /ˈtɜ:bən/ *noun* [C] a covering for the head worn especially by Sikh and Muslim men. A turban is made by folding a long piece of cloth around the head குறிப்பாக சீக்கிய மற்றும் முஸ்லிம் ஆடவர் நீண்ட துணியைத் தலையைச் சுற்றி மடித்து அணிந்துகொள்ளும் உடுப்பு வகை; தலைப்பாகை

turbine /ˈtɜ:baɪn/ *noun* [C] a machine or an engine that receives its power from a wheel that is turned by the pressure of water, air or gas நீர், காற்று அல்லது வாயுவின் அழுத்தத்தினால் சுழலும் சக்கரத்திலிருந்து தனது இயக்க ஆற்றலைப் பெறும் விசைப்பொறி அல்லது இயந்திரம்; விசையாழிப் பொறி *a wind turbine* ➪ **generator** பதிவில் படம் பார்க்க.

turbocharger /ˈtɜ:bəʊtʃɑ:dʒə(r)/ (*also* **turbo** /ˈtɜ:bəʊ/) *noun* [C] a system in a car that sends a mixture of petrol and air into the engine at high pressure, making it more powerful உயர் அழுத்த நிலையில் பெட்ரோல் மற்றும் காற்றின் கலவையை இயந்திரத்தினுள் செலுத்தி அதன் ஆற்றலை மிகுவிக்கும் விசையூர்தியிலுள்ள அமைவு; ஊர்தி விசைப்பெருக்கி

turbot /ˈtɜ:bət/ *noun* [C, U] (*pl.* **turbot** or **turbots**) a large flat European sea fish that some people eat சிலரால் உணவாகக் கொள்ளப்படும் பெரிய தட்டையான ஐரோப்பியக் கடல்மீன் வகை

turbulent /ˈtɜ:bjələnt/ *adj.* **1** in which there is a lot of change, disorder and disagreement, and sometimes violence பெருமளவிலான மாற்றம், குழப்பம், பூசல், சில சமயங்களில் வன்முறை ஆகியவை காணப்படுகிற; கொந்தளிப்பான; குமுறலான; அல்லோலகல்லோலப்படுகிற; கலவரமான **2** (used about water or air) moving in a violent way (நீர் அல்லது காற்று வகையில்) வல்லியக்கமுடைய; கட்டுமீறிய விசையுடன் பாய்கிற/வீசுகிற; மூர்க்கமான ▶ **turbulence** *noun* [U]

turf[1] /tɜ:f/ *noun* [U, C] (a piece of) short thick grass and the layer of soil underneath it குட்டையான அடர்த்தியான புல்லும் அதன்

கீழ் உள்ள மண் படுகையும்; குறும்புல் படுகை *newly laid turf*

turf² /tɜ:f/ *verb* [T] to cover ground with turf தரையில் குறும்புல் படுகை அமை

turkey /ˈtɜ:ki/ *noun* [C, U] a large bird that is kept on farms. Turkeys are usually eaten at Christmas in Britain and at Thanksgiving in the US பண்ணைகளில் வளர்க்கப்படும் பெரிய பறவை வகை; வான்கோழி. வழக்கமாக பிரிட்டனில் கிறிஸ்துமஸ் பண்டிகையின் போதும் அமெரிக்காவில் பயிர் விளைச்சலுக்காக இறைவனுக்கு நன்றி செலுத்தும் நாளன்றும் வான்கோழி இறைச்சி உண்ணப்படுகிறது.

IDM **cold turkey** ⇨ **cold¹** பார்க்க.

turmeric /tɜ:mərɪk/ *noun* [U] [*sing.*] an essential spice used in South-Asian cooking usually sold in dried or powdered form. It lends a yellow colour to the food தென் ஆசியச் சமையலில் உலர்ந்த நிலையில் அல்லது தூளாகப் பயன்படுத்தப்படும் இன்றியமையாத நறுமணப் பொருள்; மஞ்சள் கிழங்கு; மஞ்சள்தூள். இது உணவுக்கு மஞ்சள் நிறமூட்டுகிறது

turmoil /ˈtɜ:mɔɪl/ *noun* [U, *sing.*] a state of great noise or confusion பேரிரைச்சல் அல்லது பெருங்குழப்பம் நிலவும் நிலை; ஆரவாரம்; அமளி; கலவரம் *His mind was* ***in (a) turmoil****.*

turn¹ /tɜ:n/ *verb* **1** [I, T] to move or make sth move round a fixed central point ஒரு நிலையான மையப் புள்ளியைச் சுற்றிச் செல் அல்லது ஒன்று செல்லச் செய்; சுழல்; சுழற்று *She turned the key in the lock.* • *Turn the steering wheel to the right.* **2** [I, T] to move your body, or part of your body, so that you are facing in a different direction வேறொரு திசையை நோக்கியிருக்குமாறு உடல் அல்லது ஓர் உடற்பகுதி நிலைமாறு அல்லது நிலைமாறச் செய்; திரும்பு; திருப்பு *He turned round when he heard my voice.* • *She* ***turned*** *her* ***back on*** *me* (= she deliberately moved her body to face away from me). **3** [I, T] to change the position of sth ஒன்றின் இருப்பு நிலை/கிடைநிலை மாறு அல்லது அதனை மாற்று; திரும்பு; திருப்பு *I turned the box upside down.* • *He turned the page and started the next chapter.* **4** [T] to point or aim sth in a particular direction ஒன்று குறிப்பிட்ட திசை நோக்கி இருக்கச் செய்; ஒன்றைக் குறிப்பிட்ட திசையில் குறிவை *She turned her attention back to the television.* **5** [I, T] to change direction when you are moving சென்று கொண்டிருக்கும் திசை மாறு அல்லது திசை மாற்று *Go straight on and* ***turn left*** *at the church.* • *The car* ***turned the corner****.* **6** [I, T] (to cause) to become ஆகு; ஆக்கு *He* ***turned*** *very* ***red*** *when I asked him about the money.* • *These caterpillars will turn into butterflies.* **7** [T] (*not used in the continuous tenses*) to reach or pass a particular age or time குறிப்பிட்ட வயதை அல்லது கால எல்லையை அடை அல்லது கட *It's turned midnight.*

NOTE **Turn** (verb) சார்ந்த மரபுத்தொடர்கள் இவ்வினையை உள்ளடக்கிய பெயர்ச்சொல், பெயரடை முதலியவற்றின் பதிவுகளில் உள்ளன. எடுத்துக்காட்டாக **turn a blind eye** என்னும் மரபுத்தொடர் **blind** பதிவில் உள்ளது.

PHR V **turn (sth) around/round** to change position or direction in order to face the opposite way, or to return the way you came எதிர்ப்பக்கம் நோக்க வேண்டி அல்லது வந்த வழியில் திரும்ப வேண்டி இருப்பு நிலை அல்லது திசை மாறு/மாற்று; வந்த வழியில் திரும்பு/திருப்பு *This road is a dead end. We'll have to turn round and go back to the main road.*

turn away to stop looking at sb/sth ஒருவரை/ஒன்றைப் பார்ப்பதை நிறுத்து; பார்வையை விலக்கு; வேறுதிசை நோக்கித் திரும்பு *She turned away in horror at the sight of the blood.*

turn sb away to refuse to allow a person to go into a place ஓரிடத்தினுள் ஒருவர் செல்வதை அனுமதிக்க மறு; திருப்பி அனுப்பு

turn back to return the same way that you came வந்த வழியே திரும்பிச் செல் *We've come so far already, we can't turn back now.*

turn sb/sth down to refuse an offer, etc. or the person who makes it உதவி, சலுகை முதலியவற்றை ஏற்க மறுத்துவிடு; அதனை அளிக்க முன்வருபவரை நிராகரி *Why did you turn that job down?*

turn sth down to reduce the sound or heat that sth produces ஒன்றிலிருந்து வெளிவரும் அல்லது உண்டாகும் ஓசையை அல்லது வெப்பத்தைக் குறை *Turn the television down!*

turn off (sth) to leave one road and go on another ஒரு சாலையிலிருந்து விலகி வேறொன்றில் செல்; வழி மாறு

turn sth off to stop the flow of electricity, water, etc. by moving a switch, tap, etc. விசைக்குமிழ், குழாய் முனை முதலியவற்றை நிலை மாற்றி மின்சாரம், நீர் முதலியற்றின் பாய்வைத் தடைப்படுத்து *He turned the TV off.*

turn sth on to start the flow of electricity, water, etc. by moving a switch, tap, etc. விசைக்குமிழ், குழாய் முதலியவற்றை நிலை மாற்றி மின்சாரம், நீர் முதலியவற்றின் பாய்வு தொடங்கச் செய்; திறந்துவிடு; போடு *to turn the lights on*

turn out (for sth) to be present at an event ஒரு நிகழ்ச்சிக்கு வந்திரு

turn out (to be sth) to be in the end (குறிப்பிட்ட ஒன்றாக) இறுதியில் ஆகியிரு; ஒரு நிலையினை அடை *The weather turned out fine.*

turn sth out to move the switch, etc. on a light or a source of heat to stop it ஒரு விளக்கின் அல்லது வெப்பூட்டு அமைவின் விசைக்குமிழ், முதலியவற்றை நிலைமாற்றி விளக்கை அணை அல்லது வெப்பம் வராது நிறுத்து *Turn the lights out before you go to bed.*

turn over 1 to change position so that the other side is facing out or upwards மறுபக்கம் வெளிப்புறம்/மேற்புறம் நோக்கி இருக்குமாறு கிடப்பு-நிலை மாறு; முன்னால் திரும்பு; முன்பக்கமாகத் திரும்பு *He turned over and went back to sleep.* **2** (used about an engine) to start or to continue to run (ஓர் இயந்திரம் பற்றிக் குறிப்பிடுகையில்) இயங்கு/ஓடத் தொடங்கு; தொடர்ந்து இயங்கிக்கொண்டிரு **3** (*BrE*) to change to another programme when you are watching television தொலைக்காட்சியைப் பார்த்துக் கொண்டிருக்கும்போது வேறொரு நிகழ்ச்சிக்கு மாறு

turn sth over 1 to make sth change position so that the other side is facing out or upwards ஒன்றின் மறுபக்கம் வெளிப்புறம்/மேற்புறம் நோக்கியிருக்குமாறு அதன் கிடப்பு நிலை மாறச் செய்; முன்பக்கம் திருப்பு *You may now turn over your exam papers and begin.* **2** to keep thinking about sth carefully ஒன்றைப் பற்றிக் கவனமாகச் சிந்தித்துக்கொண்டிரு *She kept turning over what he'd said in her mind.*

turn to sb/sth to go to sb/sth to get help, advice, etc. உதவி, அறிவுரை முதலியவற்றை நாடி ஒருவரிடம்/ஒன்றிடம் செல்

turn up 1 to arrive; to appear வந்து சேர்; வெளிவந்து தோன்று *What time did they finally turn up?* **2** to be found, especially by chance குறிப்பாக, தற்செயலாக, கண்டுபிடிக்கப்படு *I lost my glasses a week ago and they haven't turned up yet.*

turn sth up to increase the sound or heat that sth produces ஒன்றிலிருந்து வெளிவரும்/உண்டாகும் ஓசையை அல்லது வெப்பத்தை மிகுதிப்படுத்து/உயர்த்து *Turn the heating up—I'm cold.*

turn² /tɜ:n/ *noun* [C] **1** the action of turning sb/sth round ஒருவரை/ஒன்றைச் சுழற்றுதல்; சுழற்சி; திருக்கு; சுற்று *Give the screw another couple of turns to make sure it is really tight.* **2** a change of direction in a vehicle (ஊர்தி வகையில்) திசை மாற்றம்; திசைத் திருப்பம் *to make a left/right turn* • *a U-turn* (= when you turn round in a vehicle and go back in the opposite direction) **3** (*BrE*) (*also* **turning**) a bend or corner in a road, river, etc. சாலை, நதி முதலியவற்றில் காணப்படும் வளைவு அல்லது கோணம்; திருப்பம் *Take the next turn on the left.* **4** [*usually sing.*] the time when sb in a group of people should or is allowed to do sth ஒரு குழுவில் ஒருவர் ஒன்றைச் செய்ய வேண்டிய அல்லது செய்ய அனுமதிக்கப்படும் தருணம்; முறைவரவு; முறை; தவணை முறை; வரிசை முறை *Please wait in the queue until it is your turn.* • *Whose turn is it to do the cleaning?* ✪ **SYN go 5** an unusual or unexpected change வழக்கமீறிய அல்லது எதிர்பாராத மாற்றம் *The patient's condition has **taken a turn for the worse*** (= suddenly got worse).

IDM (do sb) a good turn to do sth helpful for sb ஒருவருக்கு உதவியான ஒன்றைச் செய்; நன்மை செய்

in turn one after the other ஒருவருக்குப் பின் ஒருவராக; ஒன்றுக்குப் பின் ஒன்றாக *I spoke to each of the children in turn.*

take turns (at sth) to do sth one after the other to make sure it is fair நியாயமான முறையாக இருக்க வேண்டி, ஒருவருக்குப் பின் ஒருவராக ஒன்றைச் செய்; அவரவர் வாய்ப்பு முறையில் ஒன்றைச் செய்

the turn of the century/year the time when a new century/year starts ஒரு புது நூற்றாண்டு/வருடம் தொடங்கும் வேளை

wait your turn ⇨ **wait¹** பார்க்க.

turning /ˈtɜ:nɪŋ/ (*BrE* **turn**) *noun* [C] a place where one road leads off from another ஒரு சாலை மற்றொன்றிலிருந்து பிரிந்துசெல்லும் இடம்; சாலைப் பிரிவு *We must have taken a wrong turning.*

turning point *noun* [C] **a turning point (in sth)** a time when an important change happens, usually a good one வழக்கமாக நல்லதாக அமையும், ஒரு முக்கியமான மாற்றம் நிகழும் தருணம்; திரும்பு கட்டம்; திருப்பு முனை

turnip /ˈtɜ:nɪp/ *noun* [C, U] a round white vegetable that grows under the ground நிலத்தடியில் விளையும் உருண்டையான வெண்ணிறக் கறிகாய் வகை; ஒருவகைக் கிழங்கு

turn-off *noun* [C] the place where a road leads away from a larger or more important road பெரிய அல்லது முக்கியமான சாலையிலிருந்து ஒரு சாலை பிரிந்து செல்லும் இடம்; கிளைச்சாலைப் பிரிவு *This is the turn-off for Lucknow.*

turnout /ˈtɜ:naʊt/ *noun* [C, *usually sing.*] the number of people who go to a meeting, sports event, etc. ஒரு கூட்டம், விளையாட்டு நிகழ்ச்சி முதலியவற்றுக்குச் செல்பவர்களின் எண்ணிக்கை; பார்வையாளர் அல்லது கலந்துகொள்வோர் எண்ணிக்கை

turnover /ˈtɜ:nəʊvə(r)/ *noun* [*sing.*] **a turnover (of sth) 1** the amount of business that a company does in a particular period of time குறிப்பிட்ட காலப் பகுதியில் ஒரு வாணிக நிறுவனத்தில் நடைபெற்ற மொத்த விற்பனையளவு; மொத்த

வருவாய் ஈட்டம் *The firm has an annual turnover of Rs 50 lakhs.* **2** the rate at which workers leave a company and are replaced by new ones ஒரு நிறுவனத்திலிருந்து வெளியேறுகிற மற்றும் பதிலாகப் பணியமர்த்தப்படுகிற ஆட்களின் எண்ணிக்கை வீதம்; ஒரு நிறுவனத்தின் பணியமர்வு மற்றும் மாற்றீடு வீதம் *a high turnover of staff*

turnstile /ˈtɜːnstaɪl/ *noun* [C] a metal gate that moves round in a circle when it is pushed, and allows one person at a time to enter a place தள்ளும்போது வட்டமாகச் சுழன்று ஒரு முறைக்கு ஒருவராக உள்ளே செல்லவிடும் உலோக நுழைவாயில்; சுழல் வாயில்

turntable /ˈtɜːnteɪbl/ *noun* [C] **1** the round surface on a **record player** that you place the record on to be played இசைத்தட்டைப் பொருந்த வைப்பதற்கு ஏற்றவாறு இசைத்தட்டு இயக்கியின் மேல் உள்ள வட்டப் பரப்பு; இசைத்தட்டு இயக்கியின் சுழல்பரப்பு **2** a large round surface that is able to move in a circle and onto which a railway engine is driven in order to turn it to go in the opposite direction ஓர் இருப்பூர்தி இயந்திரத்தை அதன் மேல் செலுத்தி எதிர்திசையில் திருப்புவதற்கான சுழல் இயக்கமுடைய பெரிய வட்டப் பரப்பு; வட்டச் சுழல் மேடை

turpentine /ˈtɜːpəntaɪn/ *noun* [U] a clear liquid with a strong smell that you use for removing paint or for making paint thinner ஒரு சாயப்படிவை நீக்குவதற்கு அல்லது அதனை மென்படிவு ஆக்குவதற்குப் பயன்படுத்தப்படும் கடுமுனைப்பான மணமுடைய தெளிவான திரவ வகை

turquoise /ˈtɜːkwɔɪz/ *adj., noun* **1** [C, U] a blue or greenish-blue precious stone நீல நிற அல்லது பச்சை கலந்த நீல நிற மணிக்கல் வகை **2** [U] (of) a greenish-blue colour பச்சை கலந்த நீல நிறம்(உள்ள); பைந்நீல நிறமான; பைந்நீலம்

turret /ˈtʌrət/ *noun* [C] a small tower on the top of a large building ஒரு பெரிய கட்டடத்தின் உச்சியில் உள்ள சிறு தூபி; மணிக்கோபுரம்

turtle /ˈtɜːtl/ *noun* [C] **1** (*AmE* **sea turtle**) a reptile with a thick shell that lives in the sea கெட்டியான மேல் தோடு உடையதும் கடலில் வாழ்வதுமான ஊர்வன இனத்தைச் சார்ந்த உயிரி; கடலாமை ⇨ **reptile** பதிவில் படம் பார்க்க. **2** (*AmE*) = **tortoise**

tusk /tʌsk/ *noun* [C] one of the two very long pointed teeth of an elephant, etc. Tusks are made of a hard, white substance like bone (**ivory**) யானை முதலியவற்றின் தந்தத்தாலான இரண்டு மிக நீண்ட கூர்முனையுடைய பற்களுள் ஒன்று; நீண்ட கூர்ம்பல்

tussle /ˈtʌsl/ *noun* [C] (*informal*) **a tussle (for/over sth)** a fight, for example between two or more people who want to have the same thing இருவர் அல்லது இரண்டுக்கு மேற்பட்டவர்கள் ஒரே பொருளை அடைய விரும்புதல் முதலிய தருணங்களில் நிகழும் கைகலப்பு

tut /tʌt/ (*also* **tut-tut**) *exclamation* the way of writing the sound that people make to show disapproval of sb/sth ஒருவர்/ஒன்று குறித்த கண்டனத்தை/ஏற்பின்மையை வெளிப்படுத்தும் முறையில் செய்யப்படும் ஒலியை எழுத்து வடிவில் குறிக்கும் சொல் ▶ **tut** *verb* [I] (**tutting; tutted**)

tutor /ˈtjuːtə(r)/ *noun* [C] **1** a private teacher who teaches one person or a very small group ஒருவருக்கு அல்லது ஒரு சிறு குழுவினருக்குப் பாடப் பயிற்சி அளிக்கும் தனிமுறையான ஆசிரியர்; தனிமுறைப் பயிற்சி ஆசிரியர் **2** (*BrE*) a teacher who is responsible for a small group of students at school, college or university. A tutor advises students on their work or helps them if they have problems in their private life பள்ளி, கல்லூரி அல்லது பல்கலைக்கழகத்தில் ஒரு சிறு மாணவர் குழுவுக்குப் பொறுப்பான ஆசிரியர்; பொறுப்பாசிரியர். பாடப் பணி தொடர்பான அறிவுரை வழங்குதல் அல்லது மாணவரது தனிவாழ்க்கைப் பிரச்சினைகளில் உதவிபுரிதல் இவரது பணிப்பொறுப்பாகும்

tutorial /tjuːˈtɔːriəl/ *noun* [C] a lesson at a college or university for an individual student or a small group of students கல்லூரியில் அல்லது பல்கலைக்கழகத்தில் ஒரு தனி மாணவருக்கு அல்லது ஒரு சிறு குழுவினருக்கு நடத்தப்படும் பாடம்; தனிமுறைப் பாடப்பயிற்சி; தனிப்பயிற்சி

tuxedo /tʌkˈsiːdəʊ/ (*pl.* **tuxedos** /-dəʊz/) (*informal* **tux**) (*AmE*) = **dinner jacket**

TV /ˌtiː ˈviː/ *abbr.* = **television**

twang /twæŋ/ *noun* [C] the sound that is made when you pull a tight piece of string, wire or elastic and then let it go suddenly கட்டிறுக்கமான கயிறு, கம்பி அல்லது தொய்வு நாடாவை இழுத்துத் திடீரென விடும்போது உண்டாகும் ஒலி; நாண் தெறிப்பொலி; 'டங்' ஒலி; டங்காரம் ▶ **twang** *verb* [I, T]

tweed /twiːd/ *noun* [U] thick woollen cloth with a rough surface used for making clothes ஆடைகள் தயாரிக்கப் பயன்படுத்தப்படும் நயமற்ற மேற்பரப்புடைய தடிப்பான கம்பளித் துணி

tweezers /ˈtwiːzəz/ *noun* [*pl.*] a small tool consisting of two pieces of metal that are joined at one end. You use tweezers for picking up or pulling out very small things சிறு பொருள்களைப் பற்றி எடுப்பதற்கும் பிடுங்குவதற்கும் பயன்படுத்தப்படும், ஒரு முனையில் இணைந்துள்ள

இரு உலோகத் துண்டுகளாலான சிறு கருவி; பற்றிடுக்கி; சிமிட்டா *a pair of tweezers*

twelfth /twelfθ/ *det., adj., adv.* 12th பன்னிரண்டாமவர்; பன்னிரண்டாவது; பன்னிரண்டாவதான; பன்னிரண்டாவதாக ➪ **sixth** பதிவிலுள்ள எடுத்துக்காட்டுகளைப் பார்க்க.

twelve /twelv/ *number* 12 பன்னிரண்டு என்ற எண்; பன்னிரண்டு ➪ **dozen** பார்க்க. **NOTE** வாக்கியங்களில் எண்கள் பயன்படுத்தப்படும் முறை குறித்த எடுத்துக்காட்டுகளுக்கு **six** பதிவைப் பார்க்க.

twentieth /ˈtwentiəθ/ *det., adj., adv.* 20th இருபதாமவர்; இருபதாவது; இருபதாவதான; இருபதாவதாக ➪ **sixth** பதிவிலுள்ள எடுத்துக்காட்டுகள் பார்க்க.

twenty /ˈtwenti/ *number* 20 இருபது என்ற எண்; இருபது

NOTE வாக்கியங்களில் எண்கள் பயன்படுத்தப்படும் முறை குறித்து அறிய **sixty** பதிவைப் பார்க்க.

twice /twaɪs/ *adv.* two times இரு வேளைகளில்; இரு தடவையாக; இரு மடங்காக *The film will be shown twice daily.* • *Take the medicine twice a day.*

twiddle /ˈtwɪdl/ *verb* [I, T] (*BrE*) **twiddle (with) sth** to keep turning or moving sth with your fingers, often because you are nervous or bored பெரும்பாலும் அச்சம் அல்லது சலிப்புணர்ச்சி காரணமாக விரல்களால் ஒன்றைச் சுழற்றிக்கொண்டிரு அல்லது அசைத்துக்கொண்டிரு

twig /twɪg/ *noun* [C] a small thin branch on a tree or bush மரத்தின் அல்லது குத்துச்செடியின் சிறு மெலிதான கிளை; குச்சி; சுள்ளி

twilight /ˈtwaɪlaɪt/ *noun* [U] the time after the sun has set and before it gets completely dark சூரியன் மறைந்த பின் முழுமையாக இருள் சூழ்வதற்கு முற்பட்ட நேரம்; மருள்மாலை நேரம் ➪ **dusk** பார்க்க.

twin /twɪn/ *noun* [C] **1** one of two children or animals that are born to one mother at the same time ஒரே சமயத்தில் ஒரு தாய்க்குப் பிறந்த இரண்டு குழந்தைகளுள் அல்லது விலங்குகளுள் ஒன்று; இரட்டைக் குழந்தைகளுள்/விலங்குகளுள் ஒன்று *a twin brother/sister* • *identical twins* ➪ **Siamese twin** மற்றும் **triplet** பார்க்க. **2** one of a pair of things that are the same or very similar ஒரே வகையான அல்லது பெரிதும் ஒத்திருக்கிற இரண்டு பொருள்களுள் ஒன்று; இரட்டைப் பொருள்களுள்/சோடியுள் ஒன்று *twin engines* • *twin beds*

twinge /twɪndʒ/ *noun* [C] **1** a sudden short pain திடீரென்ற கண நேர வலி; சுரீர் வலி; குத்து வலி; சுரிப்பு வலி *He suddenly felt a twinge in his back.* **2 a twinge (of sth)** a sudden short feeling of an unpleasant emotion ஓர் இன்னா உணர்ச்சி காரணமாகத் திடீரென உண்டாகும் கண நேர உணர்வு; உட்குத்தல் உணர்வு

twinkle /ˈtwɪŋkl/ *verb* [I] **1** to shine with a light that seems to go on and off விட்டுவிட்டு ஒளிர்; மின்னு *Stars twinkled in the night sky.* **2** (used about your eyes) to look bright because you are happy (கண்கள் வகையில்) மகிழ்ச்சி காரணமாக ஒளிர்வுடன் காணப்படு; பளிச்சிடு ▶ **twinkle** *noun* [*sing.*]

twirl /twɜːl/ *verb* [I, T] **twirl (sb/sth) (around/round)** to turn round and round quickly; to make sb/sth do this விரைவாகச் சுழல்; ஒருவரை/ஒன்றை விரைவாகச் சுழற்று

twist¹ /twɪst/ *verb* **1** [I, T] to bend or turn sth into a particular shape, often one it does not go in naturally; to be bent in this way (பெரும்பாலும் ஒன்று அதன் இயல்பு நிலையிலிருந்து மாறுபட்டு அமையத்தக்க வகையில்) குறிப்பிட்ட வடிவாகுமாறு அதனை வளை அல்லது திருப்பு; முறுக்கு; முறுக்கப்படு *Her face twisted in anger.* • *He **twisted** his **ankle** while he was playing squash.* **2** [I, T] to turn a part of your body while the rest stays still உடலின் ஒரு பகுதி மட்டும் திரும்பு; ஒரு பகுதியை மட்டும் திருப்பு *She twisted round to see where the noise was coming from.* • *He kept twisting his head from side to side.* **3** [T] to turn sth around in a circle with your hand கையினால் ஒன்றைச் சுழற்று *She twisted the ring on her finger nervously.* • *Most containers have twist-off caps.* **4** [I] (used about a road, etc.) to change direction often (சாலை முதலியவை வகையில்) அடிக்கடி திசைமாறு; வளைந்து நெளிந்து செல் *a narrow twisting lane* • *The road **twists and turns** along the coast.* **5** [I, T] **twist (sth) (round/around sth)** to put sth round another object; to be round another object வேறொரு பொருள் மீது ஒன்றைச் சுற்று; வேறொரு பொருளில் சுற்றிக்கொள் *The telephone wire has **got twisted** round the table leg.* **6** [T] to change the meaning of what sb has said ஒருவரது கூற்றின் பொருளை மாற்று; திரித்துப் பொருள்கொள் *Journalists often **twist** your **words**.*

IDM **twist sb's arm** (*informal*) to force or persuade sb to do sth ஒன்றைச் செய்யுமாறு ஒருவரைக் கட்டாயப்படுத்து அல்லது பேசி இணங்க வை

twist² /twɪst/ *noun* [C] **1** the action of turning sth with your hand, or of turning part of your body கையால் ஒன்றைத் திருப்புதல் அல்லது உடற்பகுதி ஒன்றைத் திருப்புதல் *She opened the bottle with one twist of its neck.* **2** an unexpected change or development in a story or situation ஒரு கதையில் அல்லது ஒரு சூழலில் நிகழும்

எதிர்பாராத மாற்றம் அல்லது புது நிகழ்வு; திடீர்த் திருப்பம் **3** a place where a road, river, etc. bends or changes direction ஒரு சாலை, நதி முதலியவை வளைந்து திரும்பும் அல்லது திசை மாறும் இடம்; வளைவு; திருப்பம் *the **twists and turns** of the river* **4** something that has become or been bent into a particular shape குறிப்பிட்ட வடிவில் வளைந்துள்ள அல்லது வளைக்கப்பட்டுள்ள ஒன்று; முறுக்கு *Straighten out the wire so that there are no twists in it.*

twit /twɪt/ *noun* [C] (*BrE informal*) a stupid person அறிவிலி; முட்டாள்; மட்டி

twitch /twɪtʃ/ *verb* [I, T] to make a quick sudden movement, often one that you cannot control; to cause sth to make a sudden movement பெரும்பாலும் கட்டுப்படுத்த முடியாதவாறு, திடீரென வேகமாக அசைவுறு அல்லது இவ்வாறு ஒன்றை அசைவுறச் செய்; திடீர்ச் சுரிப்புக்கு அல்லது துடிப்புக்கு உள்ளாகு அல்லது ஒன்றை உள்ளாக்கு *The rabbit twitched and then lay still.* • *He twitched his nose.* ▶ **twitch** *noun* [C] *He has a nervous twitch.*

twitter /ˈtwɪtə(r)/ *verb* [I] (used about birds) to make a series of short high sounds (பறவைகள் வகையில்) தொடர்ந்து தூக்கலான குறுவொலிகள் செய்; கீச்சிடு

two /tuː/ *number* **1** 2 இரண்டு என்னும் எண்; இரண்டு ➪ **second** பார்க்க. வாக்கியங்களில் எண்கள் பயன்படுத்தப்படும் முறை குறித்த எடுத்துக்காட்டுகள் **six** பதிவில் தரப்பட்டுள்ளன. **2 two-** (*used to form compound adjectives*) having two of the thing mentioned குறிப்பிடப்பட்ட ஒன்றின் இரண்டு எண்ணிக்கையை உடைய; இரண்டான *a two-week holiday*

IDM be in two minds (about sth/about doing sth) ➪ **mind¹** பார்க்க.

in two in or into two pieces இரு பகுதிகளாக; இரண்டு துண்டுகளாக *The plate fell on the floor and broke in two.*

two-faced *adj.* (*informal*) not sincere; not acting in a way that supports what you say that you believe; saying different things to different people about a particular subject உண்மையாக இல்லாத; தான் நம்புவதாகக் கூறும் ஒன்றுக்கு ஏற்ற முறையில் நடந்துகொள்ளாத; குறிப்பிட்ட பொருள் பற்றி வெவ்வேறு ஆட்களிடம் வெவ்வேறானவற்றைக் கூறுகிற; வாய்மையற்ற; இரட்டை முகமுடைய ✪ **SYN hypocritical**

two-ply *adj.* (used about wool, wood, etc.) with two threads or thicknesses (ஆட்டுமயிர், மரக்கட்டை முதலியவை வகையில்) ஈரிழையாக நெய்யப்பட்ட; இரண்டு அடுக்குடைய; ஈரடையான

two-way *adj.* (*usually before a noun*) **1** moving in two different directions; allowing sth to move in two different directions இரு வேறு திசைகளில் செல்கிற; இரு வேறு திசைகளில் செல்ல ஒன்றை அனுமதிக்கிற *two-way traffic* **2** (used about communication between people) needing equal effort from both people or groups involved (ஆட்களுக்கு இடையேயான தகவல் தொடர்பு பற்றிக் குறிப்பிடுகையில்) சம்பந்தப்பட்ட இரண்டு ஆட்களும் அல்லது குழுக்களும் சரி சமமாகச் செயல் முனைப்புக் கொள்ள வேண்டிய; பரஸ்பர முயற்சி வேண்டப்படுகிற *Friendship is a two-way process.* **3** (used about radio equipment, etc.) used both for sending and receiving signals (வானொலிக் கருவி முதலியவை வகையில்) சமிக்ஞைகளை அனுப்புதல், பெறுதல் ஆகிய இரண்டுக்கும் பயன்படுத்தப்படுகிற; இருவழிப் பயன்பாடுடைய

tycoon /taɪˈkuːn/ *noun* [C] a person who is very successful in business or industry and who has become rich and powerful வாணிகத்தில் அல்லது உற்பத்தித் தொழிலில் சிறப்பான வெற்றியாக்கமும் அதன் வழிச் செல்வ வளமும் செல்வாக்கும் பெற்றுள்ள ஒருவர்; பெரும் தொழிலதிபர்

type¹ /taɪp/ *noun* **1** [C] **a type (of sth)** a group of people or things that share certain qualities and that are part of a larger group; a kind or sort குறிப்பிட்ட பண்புகளைப் பொதுவாகக் கொண்டுள்ள மற்றும் ஒரு பெரிய தொகுதியின் பகுதியாக அமையும் ஆட்கள் அல்லது பொருள்களின் தொகுதி; இனப்பிரிவு; வகைமாதிரி *Which type of paint should you use on metal?* • *Spaniels are a type of dog.* **2** [C] a person of a particular kind குறிப்பிட்ட வகையான ஆள்; குறிப்பிட்ட வகையான பண்புடையவர் *He's the careful type.* • *She's **not the type to** do anything silly.* ➪ **typical** பார்க்க. **3 -type** (*used to form compound adjectives*) having the qualities, etc. of the group, person or thing mentioned குறிப்பிடப்பட்ட குழு, ஆள் அல்லது பொருளின் பண்புகள் முதலியவற்றைக் கொண்டிருக்கிற *a ceramic-type material* • *a police-type badge* **4** [U] letters that are printed or typed அச்சிடப்பட்ட அல்லது தட்டச்சுச் செய்யப்பட்ட எழுத்துகள்

type² /taɪp/ *verb* [I, T] to write sth by using a **word processor** or **typewriter** சொல் வரைவியை அல்லது தட்டச்சுப் பொறியைப் பயன்படுத்தி ஒன்றை எழுது; தட்டச்சிடு *Can you type?* • *to type a letter* ▶ **typing** *noun* [U] *typing skills*

typeface /ˈtaɪpfeɪs/ *noun* [C] a set of letters, numbers, etc. of a particular design, used in printing அச்சிடுவதில் பயன்படுத்தப்படும், குறிப்பிட்ட வடிவமைப்புடைய எழுத்துகள், எண்கள் முதலியவற்றின் தொகுதி; எழுத்துரு; அச்சுமுகம் *I'd like the heading to be in a different typeface from the text.*

typewriter /ˈtaɪpraɪtə(r)/ *noun* [C] a machine that you use for writing in print அச்சு வடிவில் எழுதப் பயன்படுத்தப்படும் பொறி; தட்டச்சுப் பொறி

typewritten /ˈtaɪprɪtn/ *adj.* written using a typewriter or computer தட்டச்சுப் பொறியை அல்லது கணிப்பொறியைப் பயன்படுத்தி எழுதப்பட்ட; தட்டச்சிடப்பட்ட

typhoid /ˈtaɪfɔɪd/ *noun* [U] a serious disease that can cause death. People get typhoid from bad food or water நலம் கெட்ட உணவு அல்லது நீரால் உண்டாவதும் மரணத்தை ஏற்படுத்தக்கூடியதுமான கடுமையான நோய் வகை; குடற்காய்ச்சல்; நச்சுக்காய்ச்சல்

typhoon /taɪˈfuːn/ *noun* [C] a violent tropical storm with very strong winds கடுமை மிக்க காற்றுடன் கூடிய தாக்காற்றல் கொண்ட வெப்ப மண்டலப் புயல்; கடும் புயல் ⇨ **storm** பதிவிலுள்ள குறிப்பைப் பார்க்க.

typical /ˈtɪpɪkl/ *adj.* **typical (of sb/sth) 1** having or showing the usual qualities of a particular person, thing or type குறிப்பிட்ட ஆள், பொருள் அல்லது வகையின் இயல்பான பண்புகளைக் கொண்டுள்ள அல்லது வெளிப்படுத்துகிற; வகை மாதிரியான; மாதிரி எடுத்துக்காட்டான *a typical Indian village* ✪ OPP **untypical** or **atypical 2** behaving in the way you expect தான் எதிர்பார்க்கும் முறையில் நடந்துகொள்கிற; வழக்க முறையான; இயல்புக் கூறான *It was absolutely typical of him not to reply to my letter.*

typically /ˈtɪpɪkli/ *adv.* **1** in a typical case; that usually happens in this way எதிர்பார்க்கத்தக்கதாக; வழக்க முறையானதாக *Typically it is the girls who offer to help, not the boys.* **2** in a way that shows the usual qualities of a particular person, type or thing குறிப்பிட்ட ஆள், பொருள் அல்லது வகை மாதிரியின் வழக்கமான பண்புகளைப் புலப்படுத்துவதாக; அவரது/அதன் இயல்புக்கு உரியதாக அல்லது தன்மையில் அமைந்த *typically British humour*

typify /ˈtɪpɪfaɪ/ *verb* [T] (*pres. part.* **typifying**; *3rd person sing. pres.* **typifies**; *pt, pp* **typified**) to be a typical mark or example of sb/sth ஒருவரது/ஒன்றின் இயல்புக் கூறாக, வகைமாதிரியாக அல்லது மாதிரி எடுத்துக்காட்டாக இரு *This film typified the Hollywood westerns of that time.*

typist /ˈtaɪpɪst/ *noun* [C] a person who works in an office typing letters, etc. கடிதங்கள் முதலியவற்றைத் தட்டச்சுச் செய்யும் அலுவலகப் பணியாளர்; தட்டச்சாளர்; தட்டெழுத்தாளர்

tyranny /ˈtɪrəni/ *noun* [U] the cruel and unfair use of power by a person or small group to control a country or state ஓராள் அல்லது ஒரு சிறு குழுவினர் ஒரு நாட்டை அல்லது நாட்டரசைத் தனது கட்டுப்பாட்டில் வைத்துக்கொள்ளும் பொருட்டு இரக்கமற்ற, நேர்மையற்ற முறையில் அதிகாரத்தைப் பயன்படுத்துதல்; கொடுங்கோன்மை; வல்லாட்சி; அடக்குமுறை ▶ **tyrannical** /tɪˈrænɪkl/ *adj. a tyrannical ruler* ▶ **tyrannize** (*also* **-ise**) /ˈtɪrənaɪz/ *verb* [I, T]

tyrant /ˈtaɪrənt/ *noun* [C] a cruel ruler who has complete power over the people in his/her country தனது நாட்டின் மக்கள் மீது சர்வாதிகாரம் செலுத்தும் கொடுமனம் படைத்த ஆட்சியாளர்; கொடுங்கோலர் ⇨ **dictator** பார்க்க.

tyre (*AmE* **tire**) /ˈtaɪə(r)/ *noun* [C] the thick rubber ring that fits around the outside of a wheel சக்கரத்தின் வெளிப்புறப் பகுதியைச் சுற்றிப் பொருந்தி அமையும் கெட்டியான ரப்பர் வளையம்; ரப்பர் சக்கரம்; டயர் *a* ***flat tyre*** (= a tyre with no air in it)

tzar = **tsar**

tzarina = **tsarina**

U u

U, u[1] /juː/ *noun* [C, U] (*pl.* **U's; u's** /juːz/; /juːz/) the twenty-first letter of the English alphabet ஆங்கில நெடுங்கணக்கின் இருபத்தொன்றாவது எழுத்து *'University' begins with (a) 'U'*.

U[2] /juː/ *abbr.* (used about films that are suitable for anyone, including children) universal (சிறார் உட்பட அனைவரும் பார்க்கத்தக்க திரைப்படம் பற்றிக் குறிப்பிடுகையில்) எல்லோருக்கும் உரிய; பொதுமுறையான; வரையறைப்படுத்தப்படாத

ubiquitous /juːˈbɪkwɪtəs/ *adj.* (*usually before a noun*) (*formal*) seeming to be everywhere or in several places at the same time; very common ஒரே சமயத்தில் எல்லா இடங்களிலும் அல்லது பல இடங்களில் இருப்பதாகத் தோன்றுகிற; பரவலாகக் காணப்படுகிற; மிகுதியாக வழக்கில் உள்ள; பொதுமுறையான *the ubiquitous bicycles of university towns • the ubiquitous movie star, Rajinikanth* ▶ **ubiquitously** *adv.* ▶ **ubiquity** /juːˈbɪkwəti/ *noun* [U]

udder /ˈʌdə(r)/ *noun* [C] the part of a female cow, etc. that hangs under its body and produces milk பசு முதலியவற்றின் பால் சுரக்கும் உறுப்பு; விலங்கின் பால்மடி

UFO (*also* **ufo**) /ˈjuː ef ˈəʊ/ *abbr.* an unidentified flying object இனம் அறியப்படாத பறக்கும் பொருள் என்பதைக் குறிக்கும் unidentified flying object என்பதன் குறுக்கம் ⇨ **flying saucer** பார்க்க.

UGC /ˈjuː dʒiː ˌsiː/ *abbr* University Grants Commission; a central government body in India that provides funds for government recognized universities and colleges இந்திய மத்திய அரசின் பல்கலைக்கழக மானிய பொறுப்பாண்மைக்குழுவான University Grants Commission என்பதன் குறுக்கம்

ugh /ɜː/ *exclamation* used in writing to express the sound that you make when you think sth is disgusting ஒன்று குறித்த அருவருப்பு உணர்ச்சியை வெளிப்படுத்தப் பயன்படுத்தும் ஒலியின் எழுத்துவடிவம்; வெறுப்புக் குறிப்பு

ugly /ˈʌgli/ *adj.* (**uglier; ugliest**) **1** unpleasant to look at or listen to; not attractive பார்க்கும்போது அல்லது கேட்கும்போது ஒவ்வாமை உணர்ச்சி தோன்றச் செய்கிற; இனிய தோற்றமற்ற; அழகற்ற *The burn left an ugly scar on her face. • an ugly modern office block* **2** (used about a situation) dangerous or threatening (ஒரு சூழல் பற்றிக் குறிப்பிடுகையில்) ஆபத்தான; அச்சுறுத்துகிற; அஞ்சத்தக்க ▶ **ugliness** *noun* [U]

UHF /ˌjuː eɪtʃ ˈef/ *abbr.* ultra-high frequency; radio waves that move up and down at a particular speed and which are used to send out radio and television programmes குறிப்பிட்ட வேகத்தில் மேலும் கீழும் அசைவனவும் நிகழ்ச்சிகளை ஒளி/ஒலி பரப்பப் பயன்படுத்தப்படுவனவுமான மின்காந்த அலைகளைக் குறிக்கும் ultra-high frequency (மிகு உயர் அலைவெண்) என்பதன் குறுக்கம் ⇨ **wavelength** பதிவில் படம் பார்க்க.

UHT /ˌjuː eɪtʃ ˈtiː/ *abbr.* ultra heat treated; used about foods such as milk that are treated to last longer நன்னிலையில் நீடித்து இருக்கச் செய்வதற்காக வேதிமுறைப்படுத்தப்படும் பால் முதலிய உணவுப்பொருள்களைக் குறிக்கும் ultra heat treated (உயர் வெப்ப வேதிப்பாடு உடையது) என்பதன் குறுக்கம் *UHT milk*

UK /ˌjuː ˈkeɪ/ *abbr.* the United Kingdom; England, Scotland, Wales and N Ireland இங்கிலாந்து, ஸ்காத்லாந்து, வேல்ஸ், வட அயர்லாந்து ஆகியவற்றை உள்ளடக்கிய the United Kingdom (ஐக்கிய முடியரசு நாடு) என்பதன் குறுக்கம் *a UK citizen*

ulcer /ˈʌlsə(r)/ *noun* [C] a painful area on your skin or inside your body. Ulcers may produce a poisonous substance and sometimes bleed ஒருவகை நச்சுப்பொருளை உண்டுபண்ணக் கூடியதும் சில சமயங்களில் குருதி வழிவதுமான, தோல் மீது அல்லது உடலின் உட்பகுதியில் உண்டாகும் வலி மிக்க பகுதி; சீழ்ப்புண் *a mouth/stomach ulcer*

ulna /ˈʌlnə/ *noun* [C] (*medical*) the longer bone of the two bones in the lower part of your arm between your wrist and your elbow கை கீழ்ப்பகுதியில் மணிக்கட்டுக்கும் முழங்கைக்கும் இடையில் உள்ள இரண்டு எலும்புகளுள் அதிக நீளமுள்ள எலும்பு; அடிமுழப் பேரெலும்பு ⇨ **radius** பார்க்க; மேலும் **body** மற்றும் **arm** பதிவுகளில் படம் பார்க்க.

ulterior /ʌlˈtɪəriə(r)/ *adj.* that you keep hidden or secret மறைத்து வைத்திருக்கிற; இரகசியமான; உள் மறைவான *Why is he suddenly being so nice to me? He must have an* ***ulterior motive****.*

ultimate[1] /ˈʌltɪmət/ *adj.* (*only before a noun*) **1** being or happening at the end; last or final இறுதியில் இருக்கிற அல்லது நிகழ்கிற; கடைசியான; முடிவான *Our ultimate goal is* *complete independence*. **2** the greatest, best or worst (நன்னிலை, நற்பண்பு, தீமை, கேடு முதலியவற்றின்) உச்ச உயர் நிலையான; மேல் எல்லையான அல்லது அடிமட்டமான

ultimate² /ˈʌltɪmət/ *noun* [*sing.*] (*informal*) **the ultimate (in sth)** the greatest or best உச்ச உயர் சிறப்புடையது; முதன்மை நிலையில் உள்ளது; முழு நிறைவானது *This new car is the ultimate in comfort*.

ultimately /ˈʌltɪmətli/ *adv*. **1** in the end கடைசி முடிவாக; இறுதியாக; முடிவில் *Ultimately, the decision is yours*. **2** at the most basic level; most importantly அடிப்படை நிலையில்; முதன்மை நிலையில்

ultimatum /ˌʌltɪˈmeɪtəm/ *noun* [C] (*pl*. **ultimatums**) a final warning to sb that, if he/she does not do what you ask, you will use force or take action against him/her செய்யுமாறு கூறப்பட்டதைச் செய்யாவிடில் பலவந்தப்படுத்த வேண்டியிருக்கும் அல்லது நடவடிக்கை எடுக்க வேண்டிவரும் என்று ஒருவருக்குத் தரப்படும் இறுதி எச்சரிக்கை *I gave him an ultimatum—either he paid his rent or he was out*.

ultra- /ˈʌltrə/ (*in compounds*) extremely மிக்க அளவில்; பெரும்படியாக; மிகையளவாக; தீவிரமாக *ultra-modern*

ultrasonic /ˌʌltrəˈsɒnɪk/ *adj*. (*usually before a noun*) (used about sounds) higher than human beings can hear (ஒலிகள் வகையில்) மனித செவிப்புல ஆற்றலை விஞ்சிய அளவாக; வரம்பு மீறிய; மீயொலியாக; பேரொலியாக *ultrasonic frequencies/waves/signals*

ultrasound /ˈʌltrəsaʊnd/ *noun* **1** [U] sound that is higher than human beings can hear மனித செவிப்புல ஆற்றலை விஞ்சிய அளவான ஒலி; செவியுணரா ஒலி; மீயொலி **2** [U, C] a medical process that produces an image of what is inside your body உடலின் உட்பகுதியில் உள்ளவற்றை உருப்படிவமாக வெளிக்காட்டும் மருத்துவச் செயல்முறை *Ultrasound showed she was expecting twins*.

ultraviolet /ˌʌltrəˈvaɪələt/ *adj*. (used about light) that causes your skin to turn darker and that can be dangerous in large amounts (ஒளி வகையில்) உடல் தோலின் கருமையை மிகுவிக்கிற மற்றும் அதிக அளவாகும்போது ஆபத்து உண்டாக்கக்கூடிய ➪ **infrared** பார்க்க; மேலும் **wavelength** பதிவில் படம் பார்க்க.

umbilical cord /ʌmˌbɪlɪkl ˈkɔːd/ *noun* [C] the tube that connects a baby to its mother before it is born குழந்தை கருப்பையில் உள்ளபோது அதனைத் தாயுடன் இணைக்கும் குழாய்; கொப்பூழ்க்கொடி

umbra /ˈʌmbrə/ *noun* [C] (*technical*) **1** the central part of a **shadow** where it is completely dark ஒரு நிழற்படிவின் முழுவதும் இருளாக உள்ள மையப்பகுதி; நிழற்படிவின் காரிருள் மையம் **2** a completely dark area on the earth caused by the moon, or a completely dark area on the moon caused by the earth, during an **eclipse** கிரகணத்தின் போது சந்திரனால் உண்டாக்கப்படும் பூமியின் மீதான முழு இருட்பகுதி அல்லது பூமியினால் உண்டாக்கப்படும் சந்திரன் மீதான முழு இருட்பகுதி ➪ **penumbra** பார்க்க; மேலும் **shadow** பதிவில் படம் பார்க்க.

umbrage /ʌmˈbrɪdʒ/ *noun* [U] a sense of slight injury or offence, often without reason பெரும்பாலும் காரணமின்றிச் சற்றே மனம் புண்பட்ட அல்லது சிறுமைப்படுத்தப்பட்ட உணர்வு; உணர்ச்சி ஊறுபாடு

umbrella /ʌmˈbrelə/ *noun* [C] an object that you open and hold over your head to protect yourself from the rain or from the sun குடை *to put an umbrella up/down*

umpire /ˈʌmpaɪə(r)/ *noun* [C] a person who watches a game such as tennis or cricket to make sure that the players obey the rules டென்னிஸ், கிரிக்கெட் முதலிய விளையாட்டுகளில் வீரர்கள் ஆட்ட விதிகளைப் பின்பற்றி விளையாடுவதை உறுதி செய்துகொள்ளும் பொருட்டு ஆட்டத்தை உன்னிப்பாகக் கவனிப்பவர்; ஆட்ட நடுவர் ➪ **referee** பார்க்க. ▶ **umpire** *verb* [I, T]

umpteen /ˌʌmpˈtiːn/ *det*. (*informal*) very many; a lot மிகப்பலர்; மிகப்பல; ஏராளம்; எண்ணிக்கையற்ற ▶ **umpteenth** /ˌʌmpˈtiːnθ/ *det*., *adj*. *For the umpteenth time—phone if you're going to be late!*

UN /ˌjuː ˈen/ *abbr*. the United Nations Organization ஐக்கிய நாடுகள் அமைப்பு என்பதைக் குறிக்கும் United Nations Organization என்பதன் குறுக்கம்

un- /ʌn/ *prefix* **1** (*used in adjectives, adverbs and nouns*) not; the opposite of ஒரு பண்பு அல்லது நிலை இல்லாதிருக்கிற; எதிர்மாறான; மறுதலையான; அல்லாத *unable • unconsciously • untruth* **2** used in verbs that describe the opposite of a process ஒரு செயற்பாட்டின் எதிர்மாறான நிலையை/மறுதலையைக் குறிக்க வினைச்சொற்களுடன் பயன்படுத்தப்படுவது *unlock • undo • unfold*

unable /ʌnˈeɪbl/ *adj*. **unable to do sth** not having the time, knowledge, skill, etc. to do sth; not able to do sth ஒன்றைச் செய்வதற்கு வேண்டிய நேரம், அறிவு, திறமை முதலியவை இல்லாதிருக்கிற; ஒன்றைச் செய்ய முடியாதிருக்கிற; இயலாத; முடியாத *She lay there, unable to move*. ➪ **inability** noun பார்க்க.

unacceptable /ˌʌnəkˈseptəbl/ *adj*. that you cannot accept or allow ஏற்றுக்கொள்ள அல்லது

அனுமதிக்க முடியாத; உடன்பட முடியாத; ஒப்புக்கொள்ளத் தக்கதல்லாத ✪ OPP **acceptable** ▶ **unacceptably** /ʌnəkseptəbli/ *adv.*

unaccompanied /ˌʌnəˈkʌmpənid/ *adj.* alone, without sb/sth else with you தனியான; ஒருவரும்/ஒன்றும் உடன் வராத; தன்னந்தனியான; துணையின்றி வருகிற *Unaccompanied children are not allowed in the bar.*

unaffected /ˌʌnəˈfektɪd/ *adj.* **1** not changed by sth ஒன்றினால் மாற்றப்பட்டிராத; ஒன்றின் பாதிப்புக்கு உள்ளாகாத **2** behaving in a natural way without trying to impress anyone மற்றவர்கள் மதிப்பதை அல்லது பாராட்டுவதை எதிர்நோக்காது இயல்பான முறையில் நடந்துகொள்கிற; இயற்கையான; போலியல்லாத; நடிப்பற்ற ✪ OPP **affected**

unaided /ʌnˈeɪdɪd/ *adv.* without any help எந்தவொரு உதவியுமின்றி; துணையின்றி

unanimous /juˈnænɪməs/ *adj.* **1** (used about a group of people) all agreeing about sth (ஒரு குழு பற்றிக் குறிப்பிடுகையில்) ஒன்று குறித்து குழுவில் உள்ள அனைவரும் ஒத்திசைந்து போகிற; ஒத்த கருத்துடைய; ஒரு மனதுடைய; கருத்து வேறுபாடற்ற *The judges were unanimous in their decision.* **2** (used about a decision, etc.) agreed by everyone (ஒரு முடிவு முதலியவை பற்றிக் குறிப்பிடுகையில்) அனைவராலும் ஒப்புக்கொள்ளப்பட்ட; ஒரு மனதான; ஒருமித்த *The jury reached a unanimous verdict of guilty.* ▶ **unanimously** *adv.*

unarmed /ˌʌnˈɑːmd/ *adj.* having no guns, knives, etc.; not armed துப்பாக்கிகள், கத்திகள் முதலியவற்றை வைத்திராத; நிராயுதபாணியான ✪ OPP **armed**

unashamed /ˌʌnəˈʃeɪmd/ *adj.* not feeling sorry or embarrassed about sth bad that you have done தான் செய்துள்ள மோசமான ஒன்று குறித்து வருத்த உணர்வு அல்லது மனச் சங்கடம் கொள்ளாத; நாணமற்ற; வெட்கங்கெட்ட ✪ OPP **ashamed** ▶ **unashamedly** /ˌʌnəˈʃeɪmidli/ *adv.*

unassuming /ˌʌnəˈsjuːmɪŋ/ *adj.* not wanting people to notice how good, important, etc. you are தனது நற்பண்பு, முக்கியத்துவம் முதலியவை மக்கள் கவனத்தை ஈர்ப்பதை விரும்பாத; தன்னடக்கமுள்ள; தற்பெருமை கொள்ளாத; பகட்டிக்கொள்ளாத

unattached /ˌʌnəˈtætʃt/ *adj.* **1** not connected to sb/sth else வேறொருவருடன்/வேறொன்றுடன் இணைவுற்றிராத; சேராது நிற்கிற; தனித்தியங்குகிற; சுதந்திரமான **2** not married; without a regular partner திருமணம் செய்துகொண்டிராத; நிலையான உடன்துணையற்ற

unattended /ˌʌnəˈtendɪd/ *adj.* not watched or looked after கண்காணிக்கப்படாத; காத்துப் பேணப்படாத; கவனித்துக்கொள்ளப்படாத *unattended laggage / vehicles*

unauthorized (*also* **-ised**) /ʌnˈɔːθəraɪzd/ *adj.* done without permission அனுமதியின்றிச் செய்யப்பட்ட; ஒப்புதல் தரப்படாத; முறைகேடான

unavailable /ˌʌnəˈveɪləbl/ *adj.* (*not usually before a noun*) **unavailable (to sb/sth) 1** that cannot be obtained பெற முடியாத; கிடைக்காத *Such luxury items were unavailable to ordinary people.* **2** not able or not willing to see, meet or talk to sb ஒருவரைப் பார்க்க முடியாத அல்லது பார்க்க விரும்பாத; ஒருவரைச் சந்திக்க அல்லது பார்த்துப் பேச முடியாத; அணுக முடியாத *The minister was unavailable for comment.* ✪ OPP **available** ▶ **unavailability** /ˌʌnəˌveɪləˈbɪləti/ *noun* [U]

unavoidable /ˌʌnəˈvɔɪdəbl/ *adj.* that cannot be avoided or prevented தவிர்க்க முடியாத; விலக்க முடியாத ✪ OPP **avoidable** ▶ **unavoidably** /ˌʌnəˈvɔɪdəbli/ *adv.*

unaware /ˌʌnəˈweə(r)/ *adj.* (*not before a noun*) **unaware (of sb/sth)** not knowing about or not noticing sb/sth ஒருவரை/ஒன்றைப் பற்றி அறிந்திராத அல்லது ஒருவரை/ஒன்றைக் கவனித்திராத; தெரிந்திராத நிலையில் உள்ள *She seemed unaware of all the trouble she had caused.* ✪ OPP **aware**

unawares /ˌʌnəˈweəz/ *adv.* by surprise; without expecting sth or being prepared for it எதிர்பாராத வகையில்; வியப்பூட்டும் முறையில்; திடுமென *I was **taken** completely **unawares** by his suggestion.*

unbalanced /ˌʌnˈbælənst/ *adj.* **1** (used about a person) slightly crazy (ஆள் வகையில்) சற்றே மனம் குழம்பிய; மனத் தடுமாற்றமுற்ற; நல்லறிவு நிலையில் இல்லாத **2** not fair to all ideas or sides of an argument ஒரு விவாதத்தின் அனைத்துக் கருத்துகளையும் அல்லது அனைத்துத் தரப்புகளையும் சமநிலையில் வைத்துப் பார்க்காத; நடுநிலையற்ற; பாரபட்சமான ✪ OPP **balanced**

unbearable /ʌnˈbeərəbl/ *adj.* too unpleasant, painful, etc. for you to accept தொல்லை, வலி முதலியவை தாங்க முடியாத அளவாக உள்ள; பொறுத்துக்கொள்ள முடியாத ✪ SYN **intolerable** ✪ OPP **bearable** ▶ **unbearably** /ʌnˈbeərəbli/ *adv. It was unbearably hot.*

unbeatable /ʌnˈbiːtəbl/ *adj.* that cannot be defeated or improved on தோற்கடிக்க முடியாத; விஞ்சி நிற்கிற; ஒப்புயர்வற்ற; மேலும் செம்மைப்படுத்த முடியாத *unbeatable prices*

unbeaten /ʌnˈbiːtn/ *adj*. that has not been beaten or improved on தோற்கடிக்கப்படாத; வெல்லப்படாத; விஞ்சிய

unbelievable /ˌʌnbɪˈliːvəbl/ *adj*. very surprising; difficult to believe பெரு வியப்புக்குரிய; மலைக்க வைக்கிற; நம்புவதற்குக் கடினமான ✪ OPP **believable** ➪ **incredible** பார்க்க. ▶ **unbelievably** /ˌʌnbɪˈliːvəbli/ *adv*. *His work was unbelievably bad*.

unblemished /ʌnˈblemɪʃt/ *adj*. not spoiled, damaged or marked in any way துளியளவும் சீர்கெடாத, சேதமுறாத அல்லது கறைபடாத; அப்பழுக்கற்ற; தூய; குற்றமற்ற *The new party leader has an unblemished reputation*.

unblock /ˌʌnˈblɒk/ *verb* [T] to clean sth, for example a pipe, by removing sth that is blocking it அடைப்பு நீக்கிக் குழாய் முதலியவற்றைத் தூய்மைப்படுத்து

unborn /ˌʌnˈbɔːn/ *adj*. not yet born இன்னும் பிறந்திராத; பிறவாத

unbreakable /ʌnˈbreɪkəbl/ *adj*. impossible to break உடைக்க முடியாத *unbreakable glasses* ✪ OPP **breakable**

unbroken /ʌnˈbrəʊkən/ *adj*. **1** continuous; not interrupted தொடர்ச்சியான; இடையீடற்ற *a period of unbroken silence* **2** that has not been beaten தோற்கடிக்கப்படாத; விஞ்சப் பெறாத *His record for the 1500 metres remains unbroken*.

uncalled for /ʌnˈkɔːld fɔː(r)/ *adj*. (used about behaviour or comments) not fair and not appropriate (நடத்தை அல்லது விமர்சனக் கூற்றுகள் வகையில்) முறையற்ற மற்றும் பொருத்தமற்ற; வேண்டாத; தகாத *That comment was quite uncalled for*.

uncanny /ʌnˈkæni/ *adj*. very strange; that you cannot easily explain மிகவும் விசித்திரமான; இன்னதென்று விளக்க முடியாத *an uncanny coincidence*

unceasing /ʌnˈsiːsɪŋ/ *adj*. (*written*) continuing all the time விடாது தொடர்கிற; இடைவிடாத; நீடித்த *unceasing efforts • the country's history of unceasing conflict and division* ▶ **unceasingly** *adv*. *The rain fell unceasingly*.

uncertain /ʌnˈsɜːtn/ *adj*. **1 uncertain (about/of sth)** not sure; not able to decide நிச்சயமற்ற; உறுதி இல்லாத; முடிவு செய்ய இயலாத *She was still uncertain of his true feelings for her*. **2** not known exactly or not decided துல்லியமாகத் தெரிந்திராத; முடிவு செய்யப் பெற்றிராத *He's lost his job and his future seems very uncertain*. ✪ OPP **certain** ▶ **uncertainly** *adv*. உறுதியின்றி ▶ **uncertainty** *noun* [C, U] (*pl*. **uncertainties**) *Today's decision will put an end to all the uncertainty*. ✪ OPP **certainty**

unchanged /ʌnˈtʃeɪndʒd/ *adj*. staying the same; not changed மாற்றமற்ற; அதே தன்மையான

uncharacteristic /ˌʌnˌkærəktəˈrɪstɪk/ *adj*. not typical or usual இயல்புக்கு மாறான; வழக்க முறையானதல்லாத ✪ OPP **characteristic** ▶ **uncharacteristically** /ˌʌnˌkærəktəˈrɪstɪkli/ *adv*.

unchecked /ˌʌnˈtʃekt/ *adj*. if sth harmful is unchecked, it is not controlled or stopped from getting worse மேலும் மோசமாகாது கட்டுப்படுத்தப்படாத அல்லது தடுத்து நிறுத்தப்படாத; கட்டின்றி நிகழ்கிற *The rise in violent crime must not* ***go unchecked***. • *The plant will soon choke ponds and waterways if* ***left unchecked***.

uncle /ˈʌŋkl/ *noun* [C] the brother of your father or mother; the husband of your aunt தந்தையின் அல்லது தாயின் சகோதரர்; அத்தையின் கணவர்; சிற்றப்பன்/பெரியப்பன்; மாமன் *Uncle Selvam*

unclean /ˌʌnˈkliːn/ *adj*. **1** dirty துப்புரவற்ற; அழுக்கான **2** considered to be bad, immoral or not pure in a religious sense, and, therefore, not to be touched, eaten, etc. சமயக் கோட்பாட்டின்படி தீயதாக, நெறிகெட்டதாக அல்லது தூய்மையற்றதாகக் கருதப்படுவதும் அதனால் தீண்ட அல்லது பயன்படுத்தத்தகாததுமான; புனிதம் கெட்ட; தீட்டான ✪ OPP பொருள்கள் 1, மற்றும் 2-க்கு **clean**[1]

unclear /ˌʌnˈklɪə(r)/ *adj*. **1** not clear or definite; difficult to understand or be sure about தெளிவற்ற; உறுதியாகத் தெரியாத; புரிந்துகொள்வதற்குக் கடினமான; விளங்காத *His motives are unclear. • Our plans are unclear at the moment*. **2 unclear (about sth); unclear (as to sth)** not fully understanding sth; uncertain about sth ஒன்றை முழுவதுமாகப் புரிந்துகொள்ளாத; ஐயப்பாட்டு நிலையில் உள்ள *I'm unclear about what you want me to do*.

uncomfortable /ʌnˈkʌmftəbl/ *adj*. **1** not pleasant to wear, sit in, lie on, etc. அணிந்துகொள்ளுதல், அமர்தல், படுத்தல் முதலியவற்றுக்கு இனியதாக இல்லாத; அசௌகரியமான *uncomfortable shoes* **2** not able to sit, lie, etc. in a position that is pleasant இன்னமைதியூட்டும் நிலையில் உட்காருவது, படுப்பது முதலியவற்றைச் செய்ய முடியாத; வசதிக் குறைவான **3** feeling or causing worry or embarrassment கவலை அல்லது சங்கட உணர்வு கொள்கிற அல்லது உண்டாக்குகிற *I felt very uncomfortable when they started arguing in front of me*. ✪ OPP **comfortable** ▶ **uncomfortably** /ʌnˈkʌmftəbli/ *adv*.

uncommon /ʌnˈkɒmən/ *adj*. unusual வழக்கத்திற்கு மாறான; பொதுப்படையாயிராத; தனித்தன்மையுடைய ✪ OPP **common**

uncompromising /ʌnˈkɒmprəmaɪzɪŋ/ *adj.* refusing to discuss or change a decision ஒரு முடிவை கலந்தாலோசனை செய்யவோ மாற்றவோ மறுக்கிற; சமரசத்திற்கு இடந்தராத

unconcerned /ˌʌnkənˈsɜːnd/ *adj.* **unconcerned (about/by/with sth)** not interested in sth or not worried about it ஒன்றில் ஆர்வம் அல்லது அக்கறை கொள்ளாத; ஒன்றைப் பற்றிக் கவலைப்படாத ✪ OPP **concerned**

unconditional /ˌʌnkənˈdɪʃənl/ *adj.* without limits or conditions வரையறைகள் அல்லது நிபந்தனைகள் இல்லாத; வரம்பிடப்படாத; நிபந்தனையற்ற *an unconditional surrender* ✪ OPP **conditional** ▶ **unconditionally** /-ʃənəli/ *adv.*

unconscious /ʌnˈkɒnʃəs/ *adj.* **1** in a state that is like sleep, for example because of injury or illness அடிபட்டிருத்தல், உடல் நலமின்மை முதலியவற்றின் காரணமாக, உறக்க நிலை போன்ற நிலையிலுள்ள; உணர்வு இழந்த *He was found lying unconscious on the kitchen floor.* **2 unconscious of sb/sth** not knowing sth; not aware of sb/sth ஒன்றை அறிந்திராத; ஒருவரை/ஒன்றைப் பற்றித் தெரிந்திராத **3** (used about feelings, thoughts, etc.) existing or happening without your realizing; not deliberate (உணர்வுகள், எண்ணங்கள் முதலியவை வகையில்) தான் அறியாதவாறு உளதாயிருக்கிற அல்லது தோன்றுகிற; முன்கருதலுடன் உருவானவை அல்லாத; உள்மனம் சார்ந்த *The article was full of unconscious humour.* ✪ OPP **conscious 4 the unconscious** *noun* [*sing.*] = **subconscious** ▶ **unconsciously** *adv.* ▶ **unconsciousness** *noun* [U]

uncontrollable /ˌʌnkənˈtrəʊləbl/ *adj.* that you cannot control கட்டுப்படுத்த முடியாத; அடக்க முடியாத *I suddenly had an uncontrollable urge to laugh.* ▶ **uncontrollably** /-əbli/ *adv.*

uncountable /ʌnˈkaʊntəbl/ *adj.* (*grammar*) an uncountable noun cannot be counted and so does not have a plural. In this dictionary uncountable nouns are marked '[U]' எண்ண முடியாததும் அதன் காரணமாகப் பன்மை வடிவில் வராததுமான; எண்ணுதற்கு இயலாத. இந்த அகராதியில் எண்ணுதற்கு இயலாத பெயர்ச்சொற்கள் 'U' என்ற குறியிட்டுக் காட்டப்பட்டுள்ளன. ✪ OPP **countable**

> **NOTE** எண்ணுதற்கியலாப் பெயர்ச்சொற்கள் பற்றி மேலும் அறிய, அகராதிப் பகுதியின் பின்னால் உள்ள **Quick Grammar Reference** பகுதியைப் பார்க்க.

uncouth /ʌnˈkuːθ/ *adj.* (used about a person or his/her behaviour) rude or socially unacceptable (ஓர் ஆள் அல்லது அவரது நடத்தை வகையில்) முரட்டுத்தனமான, பண்பு நயமற்ற; திருந்தாத; சமுதாய ஏற்புத்தன்மையற்ற

uncover /ʌnˈkʌvə(r)/ *verb* [T] **1** to remove the cover from sth ஒன்றின் மேல் மூடியை அகற்று; திற ✪ OPP **cover 2** to find out or discover sth ஒன்றைக் கண்டுபிடி அல்லது வெளிப்படுத்து *Police have uncovered a plot to murder a top politician.*

undecided /ˌʌndɪˈsaɪdɪd/ *adj.* **1** not having made a decision ஒருவர்/ஒன்று குறித்து முடிவு செய்யாதிருக்கிற *I'm still undecided about whether to take the job or not.* **2** without any result or decision முடிவு செய்யப்படாத; விளைவு அல்லது முடிவு தெரியாத ✪ OPP **decided**

undemocratic /ˌʌndeməˈkrætɪk/ *adj.* against or not acting according to the principles of a system which supports equal rights for all people (**a democracy**) குடியாட்சிக்கு மாறான; ஜனநாயக விரோதமான; குடியாட்சிக் கோட்பாடுகளுக்கு ஏற்பச் செயல்படாத ✪ OPP **democratic**

undeniable /ˌʌndɪˈnaɪəbl/ *adj.* clear, true or certain தெளிவான; உண்மையான; உறுதியான; மறுக்க முடியாத ▶ **undeniably** /-əbli/ *adv.*

under /ˈʌndə(r)/ *prep., adv.* **1** in or to a position that is below sth ஒன்றின் கீழே உள்ள ஒரு நிலையில் அல்லது நிலைக்கு; கீழாக; கீழே; கீழ்நிலைக்கு; அடியில் *We found him hiding under the table.* • *The dog crawled under the gate and ran into the road.*

> **NOTE** **Under, below, beneath, underneath** ஆகியவற்றை ஒப்பு நோக்குக. வேறொரு பொருளுக்கு நேர் கீழாக ஒரு பொருள் இருப்பதை **under** குறிக்கும். இரண்டு பொருள்களுக்கும் இடையில் ஓர் இடவெளி இருக்கலாம்—*The cat is asleep under the table.* அல்லது ஒரு பொருள் மற்றொன்றைத் தொட்டுக்கொண்டோ ஒன்று மற்றொன்றால் மறைக்கப்பட்டோ இருக்கலாம்—*I think your letter is under the book.* ஒரு பொருள் மற்றொன்றை விடத் தாழ்ந்த நிலையில் இருப்பதைக் கூற **below** பயன்படுத்தப்படும்—*They live on the floor below us.* • *The skirt comes down to just below the knee.* ஒன்றின் ஒரு பக்கத்திலிருந்து மறுபக்கத்திற்குச் செல்வதைக் குறிப்பிட **under** பயன்படுத்தப்படும். இங்கு **below** வராது—*We swam under the bridge.* ஒரு பொருள் மற்றொன்றின் நேர்கீழாக இருப்பதைக் குறிக்க முறைசார் வழக்கில் **beneath** பயன்படுத்தப்படும். எனினும் இங்கு **under** பெருவழக்காகப் பயன்படுத்தப்படுகிறது. ஒரு பொருள் வேறொன்றினால் மூடப்பட்டோ மறைக்கப்பட்டோ இருப்பதை வலியுறுத்த விரும்பும்போது **under**-க்குப் பதிலாக **underneath**-ஐப் பயன்படுத்தலாம்—*Have you looked underneath the sofa as well as behind it?*

2 below the surface of sth; covered by sth ஒன்றின் பரப்புக்குக் கீழே, அடியில் அல்லது உட்புறமாக; ஒன்றால் மூடப்பட்டு/மறைக்கப்பட்டு *Most of an iceberg is under the water.* • *He was wearing a vest under his shirt.* **3** less than a certain number; younger than a certain age குறிப்பிட்ட எண்ணிக்கைக்கு அல்லது வயதுக்குக் குறைவாக *People working under 20 hours a week will pay no extra tax.* • *Nobody under eighteen is allowed to buy alcohol.* **4** governed or controlled by sb/sth ஒருவரது/ஒன்றின் ஆளுமையின் அல்லது கட்டுப்பாட்டின் கீழ்; கீழ்ப்பட்டு; ஆட்பட்டு; கட்டுப்பட்டு *The country is now under martial law.* **5** according to a law, agreement, system, etc. ஒரு சட்டம், ஓர் ஒப்பந்தம், அமைப்பு முறை முதலியவற்றின்படி *Under Indian law you are innocent until you are proved guilty.* **6** experiencing a particular feeling, process or effect குறிப்பிட்ட உணர்ச்சி, செயல்முறை அல்லது விளைவுக்கு ஆட்பட்ட அல்லது உள்ளாகியுள்ள நிலையில் *The manager is* ***under pressure*** *to resign.* • *I was* ***under the impression that*** *Arun was not very happy there.* **7** using a particular name ஒரு குறிப்பிட்ட பெயரைப் பயன்படுத்தி *to travel under a false name* **8** found in a particular part of a book, list, etc. ஒரு நூல், பட்டியல் முதலியவற்றின் குறிப்பிட்ட பகுதியில் காணப்படுவதாக *You'll find some information on Cricket under 'team sports'.*

under- /ˈʌndə(r)/ *prefix* **1** (*used in nouns and adjectives*) below கீழுள்ள; கீழ்ப்பக்கமான; அடியில் *underground* • *undergrowth* **2** (*used in nouns*) lower in age, level or position வயது, மட்டம் அல்லது நிலையில் தாழ்ந்த, குறைந்த அல்லது கீழ்ப்பட்ட *the under-fives* • *an under-secretary* **3** (*used in adjectives and verbs*) not enough போதுமானதாக இல்லாத; குறைவுடைய *undercooked food*

underarm[1] /ˈʌndərɑːm/ *adj.* **1** (*only before a noun*) connected with a person's **armpit** ஓராளின் அக்குள் தொடர்பான; அக்குளுக்குரிய; அக்குளிலிருந்தான *underarm hair/deodorant/sweating* **2** an underarm throw of a ball is done with the hand kept below the level of the shoulder (பந்தெறிவு வகையில்) கையைத் தோள் மட்டத்திற்குக் கீழாக வைத்துக்கொண்டு எறியப்படுகிற

underarm[2] /ˈʌndərɑːm/ *adv.* if you throw, etc. underarm, you throw keeping your hand below the level of your shoulder (பந்தெறிவு, முதலியவை வகையில்) கையைத் தோள் மட்டத்திற்குக் கீழாக வைத்துக்கொண்டு எறிதல் முதலியவை செய்யப்படுவதாக

undercarriage /ˈʌndəkærɪdʒ/ (*also* **landing gear**) *noun* [C] the part of an aircraft, including the wheels, that supports it when it is landing and taking off விமானம் தரையிறங்கும் போதும் மேலெழும்போதும் அதனைத் தாங்கும் சக்கரங்கள் உள்ளடங்கிய அதன் பகுதி; விமானத்தின் அடிக்கட்டு ➪ **plane** பதிவில் படம் பார்க்க.

underclothes /ˈʌndəkləʊðz/ *noun* [*pl.*] = **underwear**

undercook /ˌʌndəˈkʊk/ *verb* [T] to not cook food for long enough வேகுபதம் போதாதவாறு உணவைக் குறைந்த நேரத்திற்கு வேகவை ✪ OPP **overcook**

undercover /ˌʌndəˈkʌvə(r)/ *adj.* working or happening secretly இரகசியமாகச் செயல்படுகிற அல்லது நிகழ்கிற; ஒளிவுமறைவான *an undercover reporter/detective*

undercurrent /ˈʌndəkʌrənt/ *noun* [C] **undercurrent (of sth)** a feeling, especially a negative one, that is hidden but whose effects are felt மறைவடக்கமான, ஆனால் அதன் விளைவுகள் உணரப்படுகிற, ஓர் உணர்ச்சி, குறிப்பாக ஓர் எதிர்மறை உணர்ச்சி; உள்ளடங்கிய எதிர்மறை உணர்ச்சி *I detect an undercurrent of resentment towards the new proposals.*

undercut /ˌʌndəˈkʌt/ *verb* [T] (*pres. part.* **undercutting**; *pt, pp* **undercut**) to sell sth at a lower price than other shops, etc. மற்ற கடைகள் முதலியவற்றை விடக் குறைந்த விலைக்கு ஒரு பொருளைக் கொடு; ஒரு பொருளை அடிவெட்டு விலைக்கு விற்பனை செய்

undercutting /ˌʌndəˈkʌtɪŋ/ *noun* [U] (in geography) the destruction by water of a softer layer of rock below a hard top layer so that after a long period of time the top layer is not supported and falls down (புவி இயலில்) நீண்ட காலத்திற்குப் பின் பாறையின் கடினமான மேல் அடுக்கு அடி ஆதாரமன்றி விழுந்துவிடுமாறு அதன் மென்மையான கீழ் அடுக்கை நீர் அரித்து அழித்தல்; பாறையின் அடி அரிப்பு

underdeveloped /ˌʌndədɪˈveləpt/ *adj.* (used about a country, society, etc.) having few industries and a low standard of living (ஒரு நாடு, சமுதாயம் முதலியவை வகையில்) சிலவான தொழிற்துறைகளும் தாழ்ந்த வாழ்க்கைத் தரமும் உடைய; அதிகம் முன்னேறாத; வளராத

NOTE இப்போது **developing country** (வளரும் நாடு) என்ற தொடர் பொது வழக்காயுள்ளது.

▶ **underdevelopment** *noun* [U]

underdog /ˈʌndədɒɡ/ *noun* [C] a person, team, etc. who is weaker than others, and not expected to be successful மற்றவர்களை/மற்றவற்றை விட வலுக்குறைந்த, வெற்றி வாய்ப்பற்றவராக/

வாய்ப்பற்றதாகக் கருதப்படும் ஆள், அணி முதலியவை; தாழ்ந்தவர்; நலிந்தவர்; கீழ்நிலையர் *East Bengal were the underdogs, but managed to win the game 2-1.*

underestimate /ˌʌndər'estɪmeɪt/ *verb* [T] **1** to guess that the amount, etc. of sth will be less than it really is ஒன்றின் அளவு முதலியவை உண்மையில் உள்ளதை விடக் குறைவாக இருக்கும் என்று ஊகம் செய்; ஒன்றைக் குறைத்து மதிப்பிடு **2** to think that sb/sth is not as strong, good, etc. as he/she/it really is வலிமை, நற்பண்பு முதலியவை வகையில் உண்மையில் உள்ளதை விடக் குறைவுடையவராக/குறைபட்டதாக ஒருவரை/ ஒன்றைக் கருது; தாழ்த்தி மதிப்பிடு *Don't underestimate your opponent. He's a really good player.* ✪ OPP **overestimate** ▶ **underestimate** *noun* [C]

underfoot /ˌʌndə'fʊt/ *adv.* under your feet; where you are walking பாதங்களின் கீழ்; நடக்குமிடத்தில் *It's very wet underfoot.*

undergo /ˌʌndə'gəʊ/ *verb* [T] (*pt* **underwent** /-'went/; *pp* **undergone** /-'gɒn/) to have a difficult or unpleasant experience இடர்ப்பாடான அல்லது இனியதல்லாத ஓர் அனுபவத்திற்கு உள்ளாகு; அனுபவி *She underwent a five-hour operation.*

undergraduate /ˌʌndə'grædʒuət/ *noun* [C] a university student who has not yet taken his/her first degree முதல் பட்டத்திற்காகப் பயின்று கொண்டிருக்கும் பல்கலைக்கழக/கல்லூரி மாணவர்; இளநிலைப்பட்ட பயிற்சி மாணவர் ➪ **graduate** மற்றும் **postgraduate** பார்க்க.

underground[1] /'ʌndəgraʊnd/ *adj.* **1** under the surface of the ground தரையின் மேற்பரப்புக்குக் கீழ் உள்ள; நிலத்தின் கீழான; நிலத்தடியான *an underground car park* **2** secret or illegal இரகசியமான அல்லது சட்ட விரோதமான *an underground radio station*

underground[2] /ˌʌndə'graʊnd/ *adv.* **1** under the surface of the ground தரையின் மேற்பரப்புக்குக் கீழே; நிலத்தடியில் *The cables all run underground.* **2** into a secret place ஓர் இரகசியமான இடத்திற்குள் *She went underground to escape from the police.*

underground[3] /'ʌndəgraʊnd/ (*AmE* **subway**) *noun* [*sing.*] a railway system under the ground நிலத்தின் அடியிலுள்ள இருப்புப்பாதைக் கட்டமைப்பு; அடிநில இருப்புப்பாதை

undergrowth /'ʌndəgrəʊθ/ *noun* [U] bushes and plants that grow around and under trees மரங்களைச் சுற்றி அவற்றின் அடியில் வளரும் குத்துச்செடிகளும் தாவரங்களும்; மரத்தடிப் புதர்கள்

underhand /ˌʌndə'hænd/ *adj.* secret or not honest இரகசியமான; ஒளிவுமறைவான; நேர்மையற்ற; திருட்டுத்தனமான

underlie /ˌʌndə'laɪ/ *verb* [T] (*pres. part.* **underlying**; *pt* **underlay** /-'leɪ/; *pp* **underlain** /-'leɪn/) (*formal*) to be the basis or cause of sth ஒன்றின் அடிப்படையாக அல்லது காரணமாக இரு *It is a principle that underlies all the party's policies.*

underline /ˌʌndə'laɪn/ (*AmE* **underscore**) *verb* [T] **1** to draw a line under a word, etc. ஒரு சொல், முதலியவற்றுக்கு கீழ்க் கோடு வரை; அடிக்கோடு இடு **2** to show sth clearly or to emphasize sth ஒன்றைத் தெளிவாகக் காட்டு அல்லது வலியுறுத்து *This accident underlines the need for alertness while driving.*

underlying /ˌʌndə'laɪɪŋ/ *adj.* important but hidden முக்கியமான ஆனால் மறைபொருளாக உள்ள; மேலீடாகத் தோன்றும் கூறுகளுக்குக் கீழ் உள்ள *the underlying causes of the disaster*

undermine /ˌʌndə'maɪn/ *verb* [T] to make sth, especially sb's confidence or authority, gradually weaker or less effective ஒன்று, குறிப்பாக ஒருவரது நம்பிக்கை அல்லது அதிகாரம், படிப்படியாகக் குறைவுறச் செய் அல்லது முனைப்புக் குன்றச் செய்; வலுவிழக்கச் செய் *The public's confidence in the government has been undermined by the crisis.*

underneath /ˌʌndə'ni:θ/ *prep., adv.* under; below அடியில்; கீழே; கீழாக; அடியூடாக *The coin rolled underneath the chair.* ➪ **under** பதிவிலுள்ள குறிப்பைப் பார்க்க.

the underneath /ˌʌndə'ni:θ/ *noun* [*sing.*] the bottom or lowest part of something ஒன்றின் அடிப்பகுதி அல்லது கீழ்ப்பகுதி *There is a lot of rust on the underneath of the car.*

undernourished /ˌʌndə'nʌrɪʃt/ *adj.* in bad health because of not having enough food or enough of the right type of food போதுமான உணவின்மையால் அல்லது உடல் நலத்திற்கு ஏற்ற உணவு போதுமானதாக இல்லாமையால் உடல் நலம் சீர்கெட்ட; உணவு/ஊட்ட உணவு போதாது மெலிவுற்ற

underpants /'ʌndəpænts/ (*BrE* **pants**) *noun* [*pl.*] a piece of clothing that men or boys wear under their trousers காற்சட்டைக்கு உள்ளாக ஆண்கள் அல்லது சிறுவர்கள் அணிந்து கொள்ளும் உடுப்பு வகை; உட்காற்சட்டை; ஜட்டி

underpass /'ʌndəpɑ:s/ *noun* [C] a road or path that goes under another road, railway, etc. வேறொரு சாலை, இருப்பூர்தி பாதை முதலியவற்றுக்கு அடியில் செல்லும் சாலை அல்லது தடம்; அடிச்சாலை; அடித்தடம்

underpay /ˌʌndəˈpeɪ/ *verb* [T] (*pt, pp* **underpaid**) to pay sb too little ஒருவருக்கு மிகச் சொற்ப அளவாக ஊதியம் கொடு; அடிமட்ட ஊதியம் கொடு ✪ OPP **overpay**

underprivileged /ˌʌndəˈprɪvəlɪdʒd/ *adj.* having less money, and fewer rights, opportunities, etc. than other people in society சமுதாயத்தில் உள்ள மற்றவர்களை விடப் பணம், உரிமைகள், வளவாய்ப்புகள் முதலியவற்றைக் குறைவாகப் பெற்றிருக்கிற; தாழ்நிலையில் உள்ள; வாய்ப்பு வளம் குறைபட்ட ✪ OPP **privileged**

underrate /ˌʌndəˈreɪt/ *verb* [T] to think that sb/sth is less clever, important, good, etc. than he/she/it really is அறிவு, முக்கியத்துவம், நற்பண்பு முதலியவை வகையில் உண்மையில் உள்ளதை விடக் குறைவுற்றவராக/குறைவுற்றதாக ஒருவரை/ஒன்றைக் கருது; தாழ்த்தி மதிப்பிடு ✪ OPP **overrate**

underscore /ˌʌndəˈskɔː(r)/ (*AmE*) = **underline**

undershirt /ˈʌndəʃɜːt/ (*AmE*) = **vest 1**

underside /ˈʌndəsaɪd/ *noun* [C] the side or surface of sth that is underneath ஒன்றின் அடியிலுள்ள பக்கம் அல்லது பரப்பு; அடிப்பக்கம்; அடிப்புறம்; அடிப்பரப்பு ✪ SYN **bottom¹ 2**

the undersigned /ˌʌndəˈsaɪnd/ *noun* [*pl.*] the person or people who have signed a particular legal document குறிப்பிட்ட ஆவணத்தில் கையொப்பம் இட்டுள்ளவர்கள் *We, the undersigned, agree to the terms and conditions mentioned in the contract.*

understand /ˌʌndəˈstænd/ *verb* (*pt, pp* **understood** /-ˈstʊd/) **1** [I, T] to know or realize the meaning of sth ஒன்றின் பொருளை அறிந்துகொள் அல்லது உணர்ந்துகொள் *I'm not sure that I really understand.* • *I didn't understand the instructions.* **2** [T] to know how or why sth happens or why it is important ஒன்று இன்ன முறையில் அல்லது இன்ன காரணத்தினால் நிகழ்கிறது என்பதை அல்லது அது இன்ன காரணத்தினால் முக்கியமானது என்பதை அறிந்துகொள் *I can't understand why the engine won't start.* • *As far as I understand it, the changes won't affect us.* **3** [T] to know sb's character and why he/she behaves in a particular way ஒருவரது இயல்பையும் அவர் குறிப்பிட்ட முறையில் நடந்து கொள்வதற்கான காரணத்தையும் தெரிந்துகொள்; ஒருவரது இயல்பைப் புரிந்துகொள் *It's easy to understand why she felt so angry.* **4** [T] (*formal*) to have heard or been told sth ஒன்றைக் கேட்டறிந்திரு; கேள்விப்பட்டிரு

IDM **give sb to believe/understand (that)** ⇨ **believe** பார்க்க.

make yourself understood to make your meaning clear தான் கூற விரும்புவதைத் தெளிவுபடுத்து *I can just about make myself understood in Russian.*

understandable /ˌʌndəˈstændəbl/ *adj.* that you can understand புரிந்துகொள்ளத்தக்க; அறிந்துகொள்ளக் கூடிய; ஒத்துணர்வு காணப்படத்தக்க ▶ **understandably** /-əbli/ *adv. She was understandably angry at the decision.*

understanding¹ /ˌʌndəˈstændɪŋ/ *noun* **1** [U] [*sing.*] the knowledge that sb has of a particular subject or situation குறிப்பிட்ட துறை/பொருள் அல்லது சூழ்நிலை குறித்த ஒருவரது அறிவு; புரிந்துகொள்ளுகை *A basic understanding of physics is necessary for this course.* • *He has little understanding of how computers work.* **2** [C, *usually sing.*] an informal agreement வினைமுறை சாராத ஒப்பந்தம்; மன ஒத்திசைவு; உடன்பாடு *I'm sure we can* ***come to/reach an understanding*** *about the money I owe him.* **3** [U] the ability to know why people behave in a particular way and to forgive them if they do sth wrong or bad ஆட்கள் குறிப்பிட்ட முறையில் நடந்துகொள்வதற்கான காரணத்தை அறிந்து அவர்கள் தவறான அல்லது மோசமான ஒன்றைச் செய்யும்போது அவர்களை மன்னிக்கும் திறம்; தோழமை உணர்வு; பரிவு **4** [U] the way in which you think sth is meant ஒன்றைத் தான் பொருள்படுத்திக்கொள்ளும் அல்லது புரிந்துகொள்ளும் முறை *My understanding of the arrangement is that he will only phone if there is a problem.*

IDM **on the understanding that...** only if...; because it was agreed that... குறிப்பிடப்பட்ட நிபந்தனைகள் பேரில்; குறிப்பிட்டபடி நிகழ்ந்தால் மட்டுமே; குறிப்பிடப்பட்டது ஏற்றுக்கொள்ளப்பட்ட காரணத்தினால் *We let them stay in our house on the understanding that it was only for a short period.*

understanding² /ˌʌndəˈstændɪŋ/ *adj.* showing kind feelings towards sb; sympathetic ஒருவர் மீது பரிவிரக்கம் காட்டுகிற; ஒத்துணர்வுடைய; கனிவான

understate /ˌʌndəˈsteɪt/ *verb* [T] to say that sth is smaller or less important than it really is ஒன்று உண்மையில் உள்ளதை விடச் சிறியது அல்லது மதிப்புக் குறைந்தது என்று கூறு; குறைத்துக் கூறு ✪ OPP **overstate** ▶ **understatement** *noun* [C] *'Is she pleased?' 'That's an understatement. She's delighted.'*

undertake /ˌʌndəˈteɪk/ *verb* [T] (*pt* **undertook** /-ˈtʊk/; *pp* **undertaken** /-ˈteɪkən/) **1** to decide to do sth and start doing it ஒன்றைச் செய்ய முடிவுசெய்து அதனைச் செய்யத் தொடங்கு; பணிப் பொறுப்பு ஏற்றுக்கொள் *The company is undertaking a major programme of modernization.* **2** to agree or promise to do sth ஒன்றைச் செய்ய ஒப்புக்கொள் அல்லது உறுதியளி

undertaker /ˈʌndəteɪkə(r)/ (*also* **funeral director**, *AmE* **mortician**) *noun* [C] a person whose job is to prepare dead bodies to be buried and to arrange funerals பிணங்களைப் புதைப்பதற்கு வேண்டிய முன்னொருக்கங்கள் செய்து ஈமச்சடங்குகளுக்கு ஏற்பாடு செய்பவர்; சாச்சடங்கு பொறுப்பாளர்; வெட்டியான்

undertaking /ˌʌndəˈteɪkɪŋ/ *noun* [C, *usually sing.*] **1** a piece of work or business செயல்; தொழில்; பணி; பணிப்பொறுப்பு *Buying the company would be a risky undertaking.* **2 undertaking (that.../to do sth)** a formal or legal promise to do sth ஒன்றைச் செய்வதற்கான முறைப்படியான அல்லது சட்ட பூர்வமான உறுதிமொழி; ஒப்பந்தம்; உத்தரவாதம்

undertone /ˈʌndətəʊn/ *noun* [C] a feeling, quality or meaning that is not expressed in a direct way நேர்முகமாகத் தெரிவிக்கப்படாத ஓர் உணர்ச்சி, ஒரு பண்புக் கூறு அல்லது பொருள்; மறை குறிப்பு; குறிப்புப் பொருள்; உட்பொருள் **IDM in an undertone; in undertones** in a quiet voice தாழ் குரலில்; உள்ளடங்கிய குரலில்

undervalue /ˌʌndəˈvæljuː/ *verb* [T] to place too low a value on sb/sth ஒருவரை/ஒன்றை மிகவும் தாழ்த்தி மதிப்பிடு; அடிமட்ட நிலையில் வைத்து மதிப்பிடு

underwater /ˌʌndəˈwɔːtə(r)/ *adj., adv.* existing, happening or used below the surface of water நீர் மேற்பரப்புக்குக் கீழே காணப்படுகிற, நிகழ்கிற அல்லது பயன்படுத்தப்படுகிற; நீரடியில் உள்ள, நிகழ்கிற அல்லது பயன்படுத்தப்படுகிற *underwater exploration • an underwater camera*

underwear /ˈʌndəweə(r)/ *noun* [U] clothing that is worn next to the skin under other clothes மற்ற ஆடைகளுக்கு உள்ளாகத் தோலை ஒட்டி அணிந்து கொள்ளப்படும் உடுப்பு; உள்ளாடை **NOTE Underclothes** என்பது இதே பொருள் தரும் பெயர்ச்சொல்லாகும்.

underweight /ˌʌndəˈweɪt/ *adj.* weighing less than is normal or correct வழக்கமான அல்லது சரியான எடையை விடக் குறைவான; குறை எடையுள்ள ➪ **thin** பதிவிலுள்ள குறிப்பைப் பார்க்க. ✪ OPP **overweight**

the underworld /ˈʌndəwɜːld/ *noun* [*sing.*] people who are involved in organized crime ஒருங்கிணைந்து திட்டமிட்ட குற்றச் செயல்களில் ஈடுபடும் ஆட்களின் தொகுதி; குற்றக் கும்பல்

underwrite /ˌʌndəˈraɪt/ *verb* [T] (*pt* **underwrote** /-ˈrəʊt/; *pp* **underwritten** /-ˈrɪtn/) to accept responsibility for an insurance policy by agreeing to pay if there is any damage or loss சேதம் அல்லது இழப்பு நேரும்போது ஈடு செய்ய ஒப்புக்கொண்டு ஒரு காப்புறுதிக்கான பொறுப்பை ஏற்றுக்கொள்; (ஆவணத்தில் கையொப்பமிட்டுக்) காப்பீட்டு உறுதியளி ▶ **underwriter** *noun* [C]

undesirable /ˌʌndɪˈzaɪərəbl/ *adj.* unpleasant or not wanted; likely to cause problems வெறுப்பூட்டுகிற; வேண்டாத; தொல்லை உண்டாக்கக் கூடிய; விரும்பத்தகாத ✪ OPP **desirable**

undid ➪ **undo** என்பதன் இறந்தகால வடிவம்

undignified /ʌnˈdɪɡnɪfaɪd/ *adj.* causing you to look foolish and to lose the respect of other people மதிப்பிழந்து ஏளனத்திற்கு உரியவராகத் தோன்றச் செய்கிற; மதிப்புக் கேடுற்ற; கண்ணியமற்ற ✪ OPP **dignified**

undisputed /ˌʌndɪˈspjuːtɪd/ *adj.* **1** that cannot be questioned or shown to be false; that cannot be argued against (ஒன்று குறித்துக்) கேள்வி எழுப்ப முடியாத; தவறானது எனக் காட்ட முடியாத; எதிராக வாதிட முடியாத *undisputed facts/evidence* **2** that everyone accepts or recognizes அனைவராலும் ஏற்றுக்கொள்ளப்படுகிற அல்லது அங்கீகரிக்கப்படுகிற *the undisputed champion of the world*

undisturbed /ˌʌndɪˈstɜːbd/ *adj.* **1** (*not usually before a noun*) not moved or touched by anyone or anything எவராலும் அல்லது எதனாலும் அசைக்கப்படாத அல்லது தொடப்படாத; குலைக்கப்படாத ✪ SYN **untouched** **2** not interrupted by anyone எவராலும் குறுக்கீடு செய்யப்படாத; இடையே தடைப்படுத்தப்படாத **3** (*not usually before a noun*) **undisturbed (by sth)** not affected or upset by sth ஒன்றினால் பாதிக்கப்படாத அல்லது அலைக்கழிக்கப்படாத; அமைதி குலையாத ✪ SYN **unconcerned** *He seemed undisturbed by the news of her death.*

undivided /ˌʌndɪˈvaɪdɪd/ *adj.*

IDM get/have sb's undivided attention to receive all of sb's attention ஒருவரது முழுக் கவனமும்/கவனிப்பும் தன்மீது செலுத்தப்பெறு; ஒருவரது முழு ஈடுபாட்டுக்கும் உரியவராகு

give your undivided attention (to sb/sth) to give all your attention to sb/sth ஒருவர்/ஒன்றின் மீது முழுமையான கவனம் செலுத்து அல்லது அக்கறை காட்டு

undo /ʌnˈduː/ *verb* [T] (*3rd person sing. pres.* **undoes**; *pt* **undid**; *pp* **undone**) **1** to open sth that was tied or fastened கட்டப்பட்டுள்ள/பிணைக்கப்பட்டுள்ள அல்லது பொருத்தி வைக்கப்பட்டுள்ள ஒன்றை அவிழ் அல்லது பிரி; முடிச்சவிழ் *to undo a knot/zip/button* **2** to destroy the effect of sth that has already happened ஏற்கனவே நிகழ்ந்துள்ள ஒன்றின் விளைவை இல்லாதாக்கு; ஒரு விளைபயனைக் கெடுத்துவிடு *His mistake has undone all our good work.*

undone /ʌn'dʌn/ *adj.* **1** open; not fastened or tied திறந்துள்ள; அவிழ்ந்துள்ள; கட்டப்பட்டிராத *I realized that my zip was undone.* **2** not done செய்யப்பட்டிராத; செயல் நிறைவு செய்யப்பட்டிராத *I left the housework undone.*

undoubted /ʌn'daʊtɪd/ *adj.* definite; accepted as being true ஐயுறவு கொள்ளப்படாத; உறுதியான; உண்மையானது என்று ஒப்புக்கொள்ளப்பட்ட ▶ **undoubtedly** *adv.*

undress /ʌn'dres/ *verb* **1** [I] to take off your clothes தனது ஆடைகளைக்களை NOTE **Undress** என்ற சொல்லை விட **get undressed** என்பது பரவலான வழக்குடையதாகும்—*He got undressed and had a shower.* **2** [T] to take off sb's clothes ஒருவர் அணிந்துள்ள ஆடைகளைக் கழற்று ✪ OPP **dress** ▶ **undressed** *adj.*

undue /ˌʌn'dju:/ *adj.* more than is necessary or reasonable தேவையானதை அல்லது நியாயமானதை விட அதிகமான; மட்டுமீறிய *The police try not to use undue force when arresting a person.* ▶ **unduly** *adv. She didn't seem unduly worried by their unexpected arrival.*

unearth /ʌn'ɜ:θ/ *verb* [T] to dig sth up out of the ground; to discover sth that was hidden ஒன்றை நிலத்திலிருந்து தோண்டியெடு; மறைத்து வைக்கப்பட்ட ஒன்றைக் கண்டுபிடி *Archaeologists have unearthed a Roman tomb.*

unearthly /ʌn'ɜ:θli/ *adj.* strange or frightening விசித்திரமான; வழக்கமீறிய; அச்சுறுத்துகிற *an unearthly scream*

IDM **at an unearthly hour** (*informal*) extremely early in the morning மிக அதிகாலை நேரத்தில்

unease /ʌn'i:z/ (*also* **uneasiness**) *noun* [U] a worried or uncomfortable feeling சஞ்சல அல்லது அசௌகரிய உணர்வு; மன அமைதியின்மை ✪ OPP **ease**

uneasy /ʌn'i:zi/ *adj.* **1 uneasy (about sth/doing sth)** worried; not feeling relaxed or comfortable கவலையுற்றுள்ள; மன அமைதி குலைந்த; அசௌகரிய உணர்வுடைய **2** not settled; unlikely to last தீர்வு செய்யப்படாத; நிலைத்திருப்பதற்கான வாய்ப்பில்லாத; உறுதியற்ற *an uneasy compromise* ▶ **uneasily** *adv.*

uneconomic /ˌʌni:kə'nɒmɪk; ˌʌnek-/ *adj.* (used about a company, etc.) not making or likely to make a profit (வணிக நிறுவனம் முதலியவை வகையில்) இலாபம் ஈட்டாத அல்லது ஈட்ட வாய்ப்பற்ற; ஆதாயமில்லாத; கட்டுப்படியாகாத ✪ SYN **unprofitable** ✪ OPP **economic**

uneconomical /ˌʌni:kə'nɒmɪkl; ˌʌnek-/ *adj.* wasting money, time, materials, etc. பணம், நேரம், மூலப்பொருள்கள் முதலியவற்றை வீணடிக்கிற; சிக்கனமாயிராத; செட்டாகச் செலவழிக்காத ✪ OPP **economical** ▶ **uneconomically** /-kli/ *adv.*

unemployed /ˌʌnɪm'plɔɪd/ *adj.* **1** not able to find a job; out of work வேலை கிடைக்காத; வேலையில்லாத; வேலையில் இல்லாத *She has been unemployed for over a year.* ✪ SYN **jobless** ✪ OPP **employed** **2 the unemployed** *noun* [*pl.*] people who cannot find a job வேலை கிடைக்காதவர்கள்; வேலை இல்லாதோர்

unemployment /ˌʌnɪm'plɔɪmənt/ *noun* [U] **1** the situation of not being able to find a job வேலை கிடைக்காத நிலை; வேலையின்மை *The number of people claiming* ***unemployment benefit*** (= money given by the state) *has gone up.* ✪ OPP **employment** **2** the number of people who are unemployed வேலையில்லாதோர் எண்ணிக்கை *The economy is doing very badly and unemployment is rising.* ✪ SYN **joblessness** ⇨ **the dole** பார்க்க.

unending /ʌn'endɪŋ/ *adj.* having or seeming to have no end முடிவில்லாத; முடிவில்லாததாகத் தோன்றுகிற

unequal /ʌn'i:kwəl/ *adj.* **1** not fair or balanced நியாயமற்ற; நேர்மையற்ற; இரண்டகமான; நடுநிலையற்ற *an unequal distribution of power* **2** different in size, amount, level, etc. உருவளவு, எண்ணிக்கை, படிநிலை முதலியவை வெவ்வேறான; ஒரே சீராயிராத; சமனற்ற; ஏறுமாறான ✪ OPP **equal** ▶ **unequally** *adv.*

UNESCO (*also* **Unesco**) /ju:'neskəʊ/ *abbr.* United Nations Educational, Scientific and Cultural Organization ஐக்கிய நாடுகள் கல்வி, அறிவியல் மற்றும் கலாச்சார அமைப்பு என்பதைக் குறிக்கும் United Nations Educational, Scientific and Cultural Organization என்பதன் குறுக்கம்

unethical /ʌn'eθɪkl/ *adj.* not morally acceptable ஒழுக்க நியதிப்படி ஏற்கத்தக்கதல்லாத; நெறிகெட்ட *unethical behaviour/conduct* ✪ OPP **ethical** ▶ **unethically** /-kli/ *adv.*

uneven /ʌn'i:vn/ *adj.* **1** not completely smooth, level or regular முற்றிலும் மிருதுவாகவோ சரிமட்டமாகவோ அல்லது ஒழுங்கமைவாகவோ இல்லாத; சரிசம நிலையற்ற; மேடு பள்ளமான; சமதளமற்ற *The sign was painted in rather uneven letters.* ✪ OPP **even** **2** not always of the same level or quality நிலையாக ஒரே நிலையை அல்லது தரத்தை உடையதாயில்லாத; ஒரே சீராயிராத; நிலையுறுதியற்ற ▶ **unevenly** *adv. The country's wealth is unevenly distributed.*

unexceptional /ˌʌnɪk'sepʃənl/ *adj.* not interesting or unusual ஆர்வம் தூண்டாத; வழக்கமான; சாதாரணமான ⇨ **exceptional** பார்க்க.

unexpected /ˌʌnɪkˈspektɪd/ *adj.* not expected and therefore causing surprise எதிர்பார்க்கப்படாததும் அதன் காரணமாக வியப்பூட்டுவதுமான; முன்னறியப்படாத ▶ **unexpectedly** *adv. I got there late because I was unexpectedly delayed.*

unfailing /ʌnˈfeɪlɪŋ/ *adj.* that you can depend on to always be there and always be the same எப்போதும் காணப்படக் கூடியதாகவும் மாறாது இருக்கக் கூடியதாகவும் நம்புதற்குரிய; நிலைத்து நிற்கிற *unfailing devotion/support* • *She fought the disease with unfailing good humour.* ▶ **unfailingly** *adv. unfailingly loyal/polite*

unfair /ˌʌnˈfeə(r)/ *adj.* **1 unfair (on/to sb)** not dealing with people as they deserve; not treating each person equally அவரவர் தகுதிக்கு ஏற்ப ஆட்களிடம் நடந்துகொள்ளாத; ஒவ்வொருவரையும் சரிசமமாக நடத்தாத; இரண்டகமான; நடுநிலையற்ற *This law is unfair to women.* • *The tax is unfair on people with low incomes.* **2** not following the rules and therefore giving an advantage to one person, team, etc. விதிகளைப் பின்பற்றாது ஓர் ஆள், அணி முதலியவற்றுக்குச் சலுகை காட்டுகிற; ஓரவஞ்சனை செய்கிற; நியாயமற்ற ✪ OPP **fair** ▶ **unfairly** *adv.* ▶ **unfairness** *noun* [U]

unfaithful /ʌnˈfeɪθfl/ *adj.* **unfaithful (to sb/sth)** having a sexual relationship with sb who is not your husband, wife or partner தனது கணவன், மனைவி அல்லது காதல் துணைவர் அல்லாத ஒருவருடன் உடலுறவு கொண்டுள்ள; பாலியல் நம்பிக்கைக்கேடு செய்கிற ✪ OPP **faithful** ▶ **unfaithfulness** *noun* [U]

unfamiliar /ˌʌnfəˈmɪliə(r)/ *adj.* **1 unfamiliar (to sb)** that you do not know well நன்றாகத் தெரிந்திராத; பழக்கமற்ற; முன்பின் அறிந்திராத *an unfamiliar part of town* **2 unfamiliar (with sth)** not having knowledge or experience of sth ஒன்றில் அறிவு அல்லது அனுபவம் பெற்றிராத; பயிற்சியற்ற; அறியாத *I'm unfamiliar with this author.* ✪ OPP **familiar**

unfashionable /ʌnˈfæʃnəbl/ *adj.* not popular at a particular time குறிப்பிட்ட காலத்தில் மக்களிடையே பிரபலமாயிராத; பழம் பாணியாகிவிட்ட *unfashionable ideas/clothes* ✪ OPP **fashionable** ⇨ **old-fashioned** பார்க்க.

unfasten /ʌnˈfɑːsn/ *verb* [T] to open sth that was fastened இணைத்துப் பொருத்தப்பட்டுள்ள ஒன்றை அவிழ் அல்லது பிரி *to unfasten a belt/button/chain/lock* ✪ SYN **undo** ✪ OPP **fasten**

unfavourable (*AmE* **unfavorable**) /ʌnˈfeɪvərəbl/ *adj.* **1** showing that you do not like or approve of sb/sth ஒருவரை/ஒன்றைத் தான் விரும்பாததை அல்லது ஏற்றுக்கொள்ளாததைக் காட்டுகிற; சாதகமாக அல்லது ஆதரவாக இல்லாத **2** not good and likely to cause problems or make sth difficult நலம் இல்லாது சிக்கல்கள் அல்லது இடர்ப்பாடு உண்டாக்கக்கூடிய; பாதகமான ✪ OPP **favourable** ⇨ **adverse** பார்க்க.

unfinished /ʌnˈfɪnɪʃt/ *adj.* not complete; not finished முற்றுப்பெறாத; முடிக்கப்படாத *We have some **unfinished business** to settle.* • *an unfinished drink/game/book*

unfit /ʌnˈfɪt/ *adj.* **1 unfit (for sth/to do sth)** not suitable or not good enough for sth ஒன்றுக்கு ஏற்றதாக அல்லது முழு நிறைவளிப்பதாக இல்லாத; தகுதியற்ற; பொருத்தமில்லாத *His criminal past makes him unfit to be a politician.* **2** not in good physical health, especially because you do not get enough exercise குறிப்பாக, போதுமான உடற்பயிற்சியின்மையால் நிறைவான உடல் நலத்துடன் இல்லாத; உடல் தகுதியற்ற; உடல் நலம் குறைபட்ட ✪ OPP **fit**

unfold /ʌnˈfəʊld/ *verb* [I, T] **1** to open out and become flat; to open out sth that was folded விரிந்துத் தட்டையாகு; மடக்கப்பட்டுள்ள ஒன்றை விரி *The sofa unfolds into a spare bed.* • *I unfolded the letter and read it.* ✪ OPP **fold (up)** **2** to become known, or to allow sth to become known, a little at a time சிறிது சிறிதாகத் தெரியவா அல்லது ஒன்று சிறிது சிறிதாகத் தெரியச் செய்; படிப்படியாக வெளிப்படு அல்லது ஒன்றை வெளிப்படுத்து

unforeseen /ˌʌnfɔːˈsiːn/ *adj.* not expected எதிர்பார்க்கப்படாத; முன் அறிகுறியற்ற *an unforeseen problem*

unforgettable /ˌʌnfəˈgetəbl/ *adj.* making such a strong impression that you cannot forget it மனதில் ஆழ்ந்த தாக்கத்தை ஏற்படுத்தி மறக்க முடியாதவாறு செய்கிற; நினைவில் நீடித்து நிலைத்திருக்கிற

unforgivable /ˌʌnfəˈgɪvəbl/ *adj.* if sb's behaviour is unforgivable, it is so bad or unacceptable that you cannot forgive the person (ஒருவரது நடத்தை வகையில்) மன்னிக்க முடியாதவாறு மிக மோசமாக அல்லது ஏற்க முடியாததாக இருக்கிற; மன்னிக்கத்தக்கதல்லாத ✪ SYN **inexcusable** ✪ OPP **forgivable** ▶ **unforgivably** /-əbli/ *adv.*

unfortunate /ʌnˈfɔːtʃənət/ *adj.* **1** not lucky நற்பேறற்ற; துரதிருஷ்டம் வாய்ந்த ✪ OPP **fortunate** **2** that you feel sorry about இரங்கத்தக்க; அவல நிலையில் உள்ள; பரிதாபமான ▶ **unfortunately** *adv. I'd like to help you but unfortunately there's nothing I can do.*

unfounded /ʌnˈfaʊndɪd/ *adj.* not based on or supported by facts மெய்ம்மைக் கூறுகளின் அடிப்படையில் அமைந்திராத; ஆதார அடிப்படையற்ற *unfounded allegations*

unfriendly /ʌn'frendli/ *adj.* **unfriendly (to/towards sb)** unpleasant or not polite to sb ஒருவரிடம் வெறுப்புக் காட்டுகிற; பண்பிணக்கம் கொள்ளாத; தோழமை உணர்வற்ற ✪ OPP **friendly**

ungainly /ʌn'geɪnli/ *adj.* moving in a way that is not smooth or elegant (இயக்கம் வகையில்) மென்னயமற்ற; நேர்த்தியற்ற; கவர்ச்சியற்ற

ungrateful /ʌn'greɪtfl/ *adj.* not feeling or showing thanks to sb ஒருவரிடம் நன்றியுணர்வு கொள்ளாத; நன்றி கெட்ட ✪ OPP **grateful** ▶ **ungratefully** /-fəli/ *adv.*

unguarded /ʌn'gɑːdɪd/ *adj.* **1** not protected or guarded பாதுகாப்புச் செய்யப்படாத; காப்பற்ற; காவலற்ற **2** saying more than you wanted to சொல்ல விரும்பியதை விடக் கூடுதலாகச் சொல்கிற; நா காக்காத; எச்சரிக்கை உணர்வற்ற ✪ OPP **guarded**

unhappily /ʌn'hæpɪli/ *adv.* **1** sadly மகிழ்ச்சியின்றி; வருத்தமுடன்; மனச் சோர்வுடன் **2** unfortunately துரதிட்டவசமாக ✪ OPP **happily**

unhappy /ʌn'hæpi/ *adj.* (**unhappier; unhappiest**) **1 unhappy (about sth)** sad மகிழ்ச்சியற்ற; வருத்தமுற்ற; மனச் சோர்வுற்ற *She's terribly unhappy about losing her job.* • *He had a very unhappy childhood.* **2 unhappy (about/at/with sth)** not satisfied or pleased; worried திருப்திப்படாத; மகிழ்ச்சி அடையாத; கவலையுற்ற *They're unhappy at having to accept a pay cut.* ✪ OPP **happy** ▶ **unhappiness** *noun* [U]

unharmed /ʌn'hɑːmd/ *adj.* not injured or damaged; not harmed காயப்படுத்தப்படாத; தீங்கு செய்யப்படாத; ஊறுபாடு இல்லாத *The hostages were released unharmed.*

unhealthy /ʌn'helθi/ *adj.* **1** not having or showing good health உடல் நலமற்ற; ஆரோக்கியமாக இல்லாத; நோய்வாய்ப்பட்ட *He looks pale and unhealthy.* **2** likely to cause illness or poor health நோய் அல்லது உடல்நலக்கேடு உண்டாக்கக்கூடிய; உடல் நலத்திற்கு உகந்ததாயிராத *unhealthy conditions* **3** not natural இயல்பானதாயிராத; வழக்க மீறிய; அசாதாரணமான *an unhealthy interest in death* ✪ OPP **healthy**

unheard /ʌn'hɜːd/ *adj.* (*not before a noun*) not listened to or given any attention கவனிக்கப்படாத; கருத்துச் செலுத்தப்படாத *My suggestions* ***went unheard***.

unheard-of *adj.* not known; never having happened before தெரிந்திராத; அறியப்பட்டிராத; முன் எப்போதும் நிகழ்ந்திராத

unhelpful /ʌn'helpfl/ *adj.* not helpful or useful; not wanting to help sb உதவியாக இல்லாத; பயனற்ற; ஒருவருக்கு உதவி செய்ய விரும்பாத *an unhelpful response/reply* ✪ OPP **helpful** ▶ **unhelpfully** /-fəli/ *adv.*

unhurt /ʌn'hɜːt/ *adj.* (*not before a noun*) not injured or harmed காயமடையாத; தீங்கு இழைக்கப்படாத; அடிபட்டிராத *He escaped from the crash unhurt.* ✪ SYN **unharmed** ✪ OPP **hurt**

uni- /'juːni/ *prefix* (*used in nouns, adjectives and adverbs*) one; having one ஒன்றான; ஒற்றையான; ஒன்றினை உடைய *uniform* • *unilaterally*

UNICEF /'juːnɪsef/ *abbr.* United Nations Children's Fund; an organization within the United Nations that helps to look after the health and education of children all over the world உலக முழுவதிலுமுள்ள குழந்தைகளின் உடல் நலம் மற்றும் கல்வியைப் பேணுவதற்கு உதவி புரியும் ஐக்கிய நாடுகளின் துணையமைப்பான United Nations Children's Fund என்பதன் குறுக்கம்

unicorn /'juːnɪkɔːn/ *noun* [C] an animal that only exists in stories, that looks like a white horse with one horn growing out of its forehead நெற்றியில் ஒற்றைக் கொம்புடைய வெண்ணிறக் குதிரையைப் போன்ற தோற்றமுடைய, கதைகளில் மட்டுமே உள்ள ஒரு விலங்கு; ஒற்றைக் கொம்புடைய குதிரை வடிவக் கற்பனை விலங்கு

unidentified /ˌʌnaɪ'dentɪfaɪd/ *adj.* whose identity is not known அடையாளம் தெரியாத *An unidentified body has been found in the river.*

uniform[1] /'juːnɪfɔːm/ *noun* [C, U] the set of clothes worn at work by the members of certain organizations or groups and by some schoolchildren சில வகை நிறுவனங்களின் அல்லது குழுக்களின் உறுப்பினர்கள் பணி நேரத்தில் அணிந்து கொள்கிற மற்றும் பள்ளிச் சிறார்கள் அணிந்து கொள்கிற உடைத் தொகுதி; சீருடை *I didn't know he was a policeman because he wasn't* ***in uniform***. ▶ **uniformed** *adj.*

uniform[2] /'juːnɪfɔːm/ *adj.* not varying; the same in all cases or at all times எல்லா நிலைமைகளிலும் அல்லது எல்லா நேரங்களிலும் ஒரே மாதிரியாயுள்ள; மாறாத; ஒரு சீரான ▶ **uniformity** /ˌjuːnɪ'fɔːməti/ *noun* [U]

unify /'juːnɪfaɪ/ *verb* [T] (*pres. part.* **unifying**; *3rd person sing. pres.* **unifies**; *pt, pp* **unified**) to join separate parts together to make one unit, or to make them similar to each other ஒரே அலகாக அமையுமாறு தனித்தனியாயுள்ள பகுதிகளை ஒன்றிணை அல்லது அவை ஒத்த தன்மையுடையனவாக ஆகச் செய்; ஒன்றுசேர் ▶ **unification** /ˌjuːnɪfɪ'keɪʃn/ *noun* [U]

unilateral /ˌjuːnɪ'lætrəl/ *adj.* done or made by one person who is involved in sth without the agreement of the other person or people மற்றவரது/ மற்றவர்களது ஒத்திசைவு இன்றி ஒன்றில் ஈடுபட்டுள்ள ஒருவரால் தனியே செய்யப்பட்ட

அல்லது உருவாக்கப்பட்ட; ஒருசார்பான; ஒருபக்கமான *a unilateral declaration of independence* ➪ **multilateral** பார்க்க. ▶ **unilaterally** /-rəli/ *adv.*

unimportant /ˌʌnɪmˈpɔːtnt/ *adj.* not important முக்கியமற்ற; குறிப்பிடத்தக்கதல்லாத *unimportant details • relatively/comparatively unimportant*

uninhabitable /ˌʌnɪnˈhæbɪtəbl/ *adj.* not possible to live in வாழ்வதற்கு ஏற்றதல்லாத ✪ **OPP habitable**

uninhabited /ˌʌnɪnˈhæbɪtɪd/ *adj.* (used about a place or a building) with nobody living in it (ஓரிடம் அல்லது ஒரு கட்டடம் பற்றிக் குறிப்பிடுகையில்) ஒருவரும் குடியில்லாத அல்லது தங்கி வாழாத ✪ **OPP inhabited**

uninhibited /ˌʌnɪnˈhɪbɪtɪd/ *adj.* behaving in a free and natural way, without worrying what other people think of you மற்றவர்கள் எண்ணுவதைப் பற்றிக் கவலைப்படாமல், தயக்கமின்றி இயல்பான முறையில் நடந்துகொள்கிற; தடைக்கட்டற்ற ✪ **OPP inhibited**

unintelligible /ˌʌnɪnˈtelɪdʒəbl/ *adj.* impossible to understand புரிந்துகொள்ள முடியாத; விளங்காத; தெளிவற்ற ✪ **OPP intelligible**

uninterested /ʌnˈɪntrəstɪd/ *adj.* **uninterested (in sb/sth)** having or showing no interest in sb/sth ஒருவர்/ஒன்று குறித்து ஆர்வம் கொண்டிராத அல்லது ஆர்வம் காட்டாத; அக்கறை கொள்ளாத *She seemed uninterested in anything I had to say.* ✪ **OPP interested** ➪ **disinterested** பார்க்க.

uninteresting /ʌnˈɪntrəstɪŋ/ *adj.* boring; not interesting சலிப்பூட்டுகிற; கவனத்தை அல்லது ஆர்வத்தை ஈர்க்காத *I found the novel uninteresting.* ✪ **OPP interesting**

union /ˈjuːniən/ *noun* **1** [U, *sing.*] the action of joining or the situation of being joined ஒன்றிணைதல்; ஒன்றிணைவு; ஒன்றிணைந்த நிலை **2** [C] a group of states or countries that have joined together to form one country or group ஒரு நாடாக அல்லது குழுமமாக ஒருங்கிணைந்துள்ள அரசுகளின் அல்லது நாடுகளின் தொகுதி; கூட்டமைப்பு; ஒன்றியம் *the European Union* **3** = **trade union 4** [C] an organization for a particular group of people ஒரு குறிப்பிட்ட குழுவினருக்கான அமைப்பு; சங்கம்; கழகம்; குழுமம் *the Athletics Union*

the Union Jack *noun* [*sing.*] the national flag of the United Kingdom, with red and white crosses on a dark blue background கருநீலப் பின்னணியில் சிவப்பு மற்றும் வெண்ணிறக் குறுக்குவெட்டு வரைகளையுடைய பிரிட்டிஷ் கூட்டரசின் தேசியக் கொடி

unique /juˈniːk/ *adj.* **1** not like anything else; being the only one of its type வேறெதனையும் ஒத்திராத; அதன் வகையில் ஒன்றே ஒன்றான; தனியொன்றான; தனித்தன்மை வாய்ந்த *Shakespeare made a unique contribution to the world of literature.* **2 unique to sb/sth** connected with only one place, person or thing ஓரிடம், ஓராள் அல்லது ஒரு பொருளுடன் மட்டுமே தொடர்புடைய; ஒருவருக்கே/ஓரிடத்திற்கே/ஒரு பொருளுக்கே உரிய *This dance is unique to this region.* **3** very unusual பெரிதும் வழக்கத்திற்கு மாறான; விசித்திரமான; அசாதாரணமான

unisex /ˈjuːnɪseks/ *adj.* designed for and used by both sexes (ஆண், பெண் ஆகிய) இருபாலாருக்கும் ஏற்ற முறையில் வடிவமைக்கப்பட்ட மற்றும் இருபாலாரும் பயன்படுத்துகிற; இருபாலாருக்கும் உரிய *unisex fashions*

unison /ˈjuːnɪsn/ *noun*

IDM in unison saying, singing or doing the same thing at the same time as sb else ஒருசேர ஒன்றைச் சொல்கிற, பாடுகிற அல்லது செய்கிற; ஒத்தியைவாக; ஒருங்கிணைந்து *'No, thank you,' they said in unison.*

unit /ˈjuːnɪt/ *noun* [C] **1** a single thing which is complete in itself, although it can be part of sth larger தன்னளவில் முழு நிறைவான, பெரிதான ஒன்றின் பகுதியாகவும் இருக்கக்கூடிய, தனித்த ஒரு பொருள்; தனியொருவர்/தனியொன்று; ஒன்றின் தனிக்கூறு; ஒருமம் *The book is divided into ten units.* **2** a fixed amount or number used as a standard of measurement கட்டளை அளவாகப் பயன்படுத்தப்படும் வரையறுக்கப்பட்ட ஒரு தொகை அல்லது ஓர் எண்ணிக்கை; அலகு *a unit of currency* **3** a group of people who perform a certain function within a larger organization ஒரு பெரிய நிறுவனத்திற்குள் குறிப்பிட்ட பணிபுரியும் ஒரு குழுவினர்; பணிப்பிரிவு; பணிக்குழு *the intensive care unit of a hospital* **4** a small machine that performs a particular task or that is part of a larger machine குறிப்பிட்ட இடுபணிக்கான சிறு பொறி, அல்லது ஒரு பெரிய பொறியமைப்பின் பகுதியாக அமையும் சிறு பொறி; சிறு செயற்கருவி *The heart of a computer is the central processing unit.* **5** a piece of furniture that fits with other pieces of furniture and has a particular use வேறு அறைக்கலங்களுடன் பொருந்தி அமைவதும் குறிப்பிட்ட பயன்பாடு உடையதுமான அறைக்கலம்; அறைக்கலத் தனிக்கூறு அல்லது அலகு *matching kitchen units*

unite /juˈnaɪt/ *verb* **1** [I, T] to join together and act in agreement; to make this happen ஒன்று சேர்ந்து ஒத்திசைவுடன் செயல்படு; ஒன்றுபடு; ஒற்றுமைப்படு; ஒன்றுபடுத்து; ஒற்றுமைப்படுத்து *Unless we unite, our enemies will defeat us.*

2 [I] **unite (in sth/in doing sth)** to join together for a particular purpose குறிப்பிட்ட நோக்கத்திற்காக ஒன்றாகச் சேர்; கூடி ஒரு வினைபுரி *We should all unite in seeking a solution to this terrible problem.*

united /ju'naɪtɪd/ *adj.* joined together by a common feeling or aim ஒரு பொது உணர்வின் அல்லது நோக்கத்தின் அடிப்படையில் ஒன்றிணைந்துள்ள; ஒன்றுபட்ட; ஒற்றுமைப்பட்ட

the United Kingdom *noun* [*sing.*] (*abbr.* **UK**) England, Scotland, Wales and Northern Ireland இங்கிலாந்து, ஸ்காத்லாந்து, வேல்ஸ், வட அயர்லாந்து ஆகியவற்றின் தொகுதி; ஐக்கிய முடியரசு நாடு

NOTE **The UK** என்பது இங்கிலாந்து, ஸ்காத்லாந்து, வேல்ஸ், வட அயர்லாந்து ஆகியவற்றை உள்ளடக்கியது. அயர்லாந்துக் குடியரசு (The Republic of Ireland) இதில் சேராது. அது தனிநாடாகும். **Great Britain** என்பது இங்கிலாந்து, ஸ்காத்லாந்து, வேல்ஸ் ஆகியவற்றை மட்டுமே உள்ளடக்கியது. **The British Isles** இங்கிலாந்து, ஸ்காத்லாந்து, வேல்ஸ், வட அயர்லாந்து, அயர்லாந்துக் குடியரசு ஆகியவற்றின் தொகுதியாகும்.

the United Nations *noun* [*sing., with sing. or pl. verb*] (*abbr.* **UN**) the organization formed to encourage peace in the world and to deal with problems between countries உலகில் அமைதியை ஊக்குவித்தல், நாடுகளுக்கு இடையேயான பிரச்சினைகளைக் கையாளுதல் ஆகிய நோக்கங்களுடன் உருவாக்கப்பட்ட அமைப்பு; ஐக்கிய நாடுகள் அமைப்பு

the United States (of America) *noun* [*sing., with sing. or pl. verb*] (*abbr.* **US; USA**) a large country in North America made up of 50 states and the District of Columbia ஐம்பது மாநிலங்களும் கொலம்பியா மாவட்டமும் உள்ளடங்கிய வட அமெரிக்காவிலுள்ள ஒரு பெரிய நாடு; ஐக்கிய அமெரிக்கக் கூட்டரசு நாடு

unity /'ju:nəti/ *noun* [U] the situation in which people are in agreement and working together மக்கள் ஒத்திசைவுடன் ஒருங்கிணைந்து செயலாற்றும் நிலை; ஒற்றுமை

universal /ˌju:nɪ'vɜ:sl/ *adj.* connected with, done by or affecting everyone in the world or everyone in a particular group உலகில் உள்ள அல்லது குறிப்பிட்ட குழுவின் ஒவ்வொருவரோடும் தொடர்புடைய, ஒவ்வொருவராலும் செய்யப்படுகிற அல்லது ஒவ்வொருவரையும் பாதிக்கிற; உலகளாவிய; எல்லோருக்குமுரிய ▶ **universally** /-səli/ *adv.*

universal indicator *noun* [C] a substance that changes to different colours according to whether another substance that touches it is an acid or an alkali காடிப்பொருள் அல்லது காரப்பொருள் தொடர்புறுவதற்கு ஏற்ப வெவ்வேறு நிறங்களாக மாறும் ஒரு பொருள் ➪ **pH** பதிவில் படம் பார்க்க.

the universe /'ju:nɪvɜ:s/ *noun* [*sing.*] everything that exists, including the planets, stars, space, etc. கோள்கள், விண்மீன்கள், வான்வெளி முதலியவற்றை உள்ளடக்கிய உளதாயிருக்கும் பொருள்கள் அனைத்துமான முழுமைத் தொகுதி; பிரபஞ்சம்

university /ˌju:nɪ'vɜ:səti/ *noun* [C] (*pl.* **universities**) an institution that provides the highest level of education, in which students study for degrees and in which academic research is done கல்விப் பட்டங்கள் பெறுவதற்காக மாணவர்கள் பயிலுகிற மற்றும் கல்வி சார்ந்த ஆராய்ச்சி நடைபெறுகிற உச்ச உயர்நிலைக் கல்விக்குரிய நிறுவனம்; பல்கலைக்கழகம் *I did History at university.* • *a university lecturer*

NOTE மாணவராக ஒருவர் பல்கலைக்கழகத்திற்குச் செல்வதைக் குறிக்க **a** அல்லது **the** சேர்க்காமல் **at university, go to university** ஆகிய தொடர்கள் பயன்படுத்தப்படுகின்றன— *He's hoping to go to university next year.* வேறொரு காரணத்திற்காகப் பல்கலைக்கழகத்திற்குச் செல்வதைக் குறிக்கும்போது **a** அல்லது **the** உடன் வரும்—*I'm going to a conference at the university in July.*

unjust /ˌʌn'dʒʌst/ *adj.* not fair or deserved முறையற்ற; நியாயமற்ற; தகாத *an unjust accusation/law/punishment* • *The system is corrupt and unjust.* ✪ **OPP just** ▶ **unjustly** *adv.*

unkempt /ˌʌn'kempt/ *adj.* (used especially about sb's hair or general appearance) not well cared for; not tidy (குறிப்பாக ஒருவரது முடி அல்லது பொதுத் தோற்றம் பற்றிக் கூறுகையில்) நல்ல முறையில் பராமரிக்கப்படாத; கவனிப்பற்ற; ஒழுங்கற்ற *greasy, unkempt hair*

unkind /ˌʌn'kaɪnd/ *adj.* unpleasant and not friendly நட்பினிமையற்ற; அன்பு காட்டாத; கனிவில்லாத; பரிவுணர்ச்சியற்ற *That was an unkind thing to say.* • *The zoo was accused of being unkind to its animals.* ✪ **OPP kind** ▶ **unkindly** *adv.* ▶ **unkindness** *noun* [U]

unknown[1] /ˌʌn'nəʊn/ *adj.* **1 unknown (to sb)** that sb does not know; without sb knowing ஒருவர் அறிந்திராத; ஒருவருக்குத் தெரியாத; ஒருவர் அறிந்துகொள்ளாத முறையிலான; தெரியாதவாறான *Unknown to the boss, she went home early.* **2** not famous or familiar to other people புகழ் பெற்றிராத; பிரபலமற்ற; மற்றவர்களுக்குப் பழக்கமில்லாத; முன்பின் தெரியாத *an unknown actress* ✪ **OPP well known** or **famous**

IDM **an unknown quantity** a person or thing that you know very little about மிகச்சிறிதளவே

அறியப்பட்டுள்ள ஓர் ஆள் அல்லது ஒரு பொருள்; பிரபலமாக இல்லாதவர்/இல்லாதது

unknown² /ˌʌnˈnəʊn/ *noun* **1** (*usually* **the unknown**) [*sing.*] a place or thing that you know nothing about (அது பற்றி) எதுவுமே அறியப்பட்டிராத இடம் அல்லது பொருள்; இன்னதென்று தெரியாதது *a fear of the unknown* **2** [C] a person who is not well known புகழ் பெற்றிராத அல்லது பிரபலமாக இல்லாத ஆள்

unlawful /ʌnˈlɔːfl/ *adj.* (*formal*) not allowed by the law சட்டத்தினால் அனுமதிக்கப்படாத; சட்டவிரோதமான ✪ SYN **illegal.** இது **unlawful**-ஐ விட முறை சார்பு குறைந்த சொல்லாகும்.

unleaded /ˌʌnˈledɪd/ *adj.* not containing lead ஈயம் உள்ளடங்கியிராத *unleaded petrol*

unleash /ʌnˈliːʃ/ *verb* [T] **unleash sth (on/upon sb/sth)** (*written*) to suddenly let a strong force, emotion, etc. be felt or have an effect ஒரு வலுவான சக்தி, உணர்ச்சி முதலியவற்றை உணரப்படுமாறு அல்லது ஒரு தாக்க விளைவை உண்டுபண்ணுமாறு செய்; ஏவிவிடு; கட்டவிழ்த்துவிடு *The government's proposals unleashed a storm of protest in the press.*

unleavened /ˌʌnˈlevnd/ *adj.* (used about bread) made without any of the substance that makes bread rise (**yeast**) and therefore flat and heavy (ரொட்டி வகையில்) பொங்க வைக்கும் பொருள் சேர்க்கப்படாது, தட்டையாக கெட்டியான மேல் தோடுடன் இருக்குமாறு தயாரிக்கப்படுகிற; புரையூட்டுப் பொருள் சேர்த்து உப்ப வைக்கப்படாத

unless /ənˈles/ *conj.* if... not; except if குறிப்பிடப்பட்ட ஒன்று இருந்தால் அன்றி, அல்லது ஒன்றைச் செய்தால் அன்றி; என்றால் அன்றி; இல்லாவிடில் *I was told that unless my work improved, I would lose the job.* • *'Would you like a cup of coffee?' 'Not unless you've already made some.'*

unlike /ˌʌnˈlaɪk/ *adj., prep.* **1** in contrast to; different from வேறுபட்ட; மாறான; போன்றிராது; ஒத்திராமல் *He's extremely ambitious, unlike me.* • *This is an exciting place to live, unlike my home town.* **2** not typical of; unusual for (ஒருவருக்கு/ஒன்றுக்கு) உரியதாக அல்லாத/அல்லாது; இயல்புக்கு மாறான/மாறாக; வழக்க முறையானதாக அல்லாத/அல்லாது *It's unlike him to be so rude—he's usually very polite.*

unlikely /ʌnˈlaɪkli/ *adj.* (**unlikelier; unlikeliest**) **1 unlikely (to do sth/that...)** not likely to happen; not expected; not probable நிகழ வாய்ப்பில்லாத; எதிர்பார்க்கப்படாத; சாத்தியமானதல்லாத *I suppose she might win but I think it's very unlikely.* • *It's **highly unlikely** that I'll have any free time next week.* ✪ OPP **likely 2** difficult to believe நம்புவதற்குக் கடினமான *an unlikely excuse* ✪ SYN **improbable**

unlimited /ʌnˈlɪmɪtɪd/ *adj.* without limit; as much or as great as you want வரையறையற்ற; வரம்பு மீறிய; வேண்டிய அல்லது அதற்கும் மேலான அளவான ✪ OPP **limited**

unload /ˌʌnˈləʊd/ *verb* **1** [I, T] **unload (sth) (from sth)** to take things that have been transported off or out of a vehicle சரக்கூர்தியில் ஏற்றிவரப்பட்ட பொருள்களை அதிலிருந்து வெளியே எடு; இறக்கிவை *We unloaded the boxes from the back of the van.* **2** [I, T] (used about a vehicle) to have the things removed that have been transported (ஊர்தி வகையில்) ஏற்றி வரப்பட்ட சரக்கை இறக்கி வை அல்லது சரக்கு இறக்கி வைக்கப்படு *Parking here is restricted to vehicles that are loading or unloading.* ✪ OPP **load 3** [T] (*informal*) **unload sb/sth (on/onto sb)** to get rid of sth you do not want or to pass it to sb else விரும்பாத ஒன்றைத் தொலைத்தொழி அல்லது வேறொருவருக்குக் கைமாற்றி விடு *He shouldn't try and unload the responsibility onto you.*

unlock /ˌʌnˈlɒk/ *verb* [I, T] to open the lock on sth using a key; to be opened with a key ஒன்றின் மீதிருக்கும் பூட்டைச் சாவியால் திற; ஒன்று சாவியால் திறக்கப்படு *I can't unlock this door.* • *This door won't unlock.* ✪ OPP **lock**

unlucky /ʌnˈlʌki/ *adj.* (**unluckier; unluckiest**) having or causing bad luck அவப்பேறுற்ற அல்லது அவப்பேறு உண்டுபண்ணுகிற; துரதிருஷ்டம் வாய்ந்த *They were unlucky to lose because they played so well.* • *Thirteen is often thought to be an unlucky number.* ✪ OPP **lucky** ▶ **unluckily** *adv.*

unmanageable /ʌnˈmænɪdʒəbl/ *adj.* difficult or impossible to control or deal with கட்டுப்படுத்துவதற்கு அல்லது கையாள்வதற்குக் கடினமான; கட்டுப்படுத்த அல்லது கையாள முடியாத

unmanned /ˌʌnˈmænd/ *adj.* if a machine, vehicle or place is unmanned, it does not have or need a person to control or operate it (ஒரு பொறி, ஓர் ஊர்தி அல்லது இடம் பற்றிக் குறிப்பிடுகையில்) இயக்க/கட்டுப்படுத்த ஆள் இல்லாத அல்லது ஆள் தேவைப்படாத; ஆளில்லா

unmarried /ˌʌnˈmærid/ *adj.* not married; single திருமணம் செய்துகொண்டிராத; திருமணமாகாத ✪ OPP **married**

unmistakable /ˌʌnmɪˈsteɪkəbl/ *adj.* that cannot be confused with anything else; easy to recognize வேறெதுவாகவும் திரித்துணர முடியாத; எளிதில் உணர்ந்தறியக் கூடிய; தெள்ளத் தெளிவான *She had an unmistakable Malayali accent.* ▶ **unmistakably** /-əbli/ *adv.*

unmoved /ˌʌnˈmuːvd/ *adj.* not affected emotionally உணர்ச்சி பூர்வமாகப் பாதிக்கப்படாத; உணர்ச்சிக்கு இடங்கொடாத; ஆரமைதியுடைய

The judge was unmoved by the boy's sad story, and sent him to jail.

unnatural /ʌnˈnætʃrəl/ *adj.* different from what is normal or expected இயல்பானதிலிருந்து அல்லது எதிர்பார்க்கப்பட்டதிலிருந்து மாறுபட்ட; இயற்கைக்கு மாறான; வழக்கமீறிய; இயல்பு கடந்த ✪ OPP **natural** ▶ **unnaturally** /-rəli/ *adv. It's unnaturally quiet in here.*

unnecessary /ˌʌnˈnesəsəri/ *adj.* more than is needed or acceptable தேவையான அல்லது ஏற்றுக்கொள்ளத்தக்க அளவினும் கூடுதலான; தேவையற்ற; அவசியமில்லாத *We should try to avoid all unnecessary expense.* ➪ **needless** பார்க்க. ✪ OPP **necessary** ▶ **unnecessarily** /ˌʌnˈnesəsərəli; ˌʌnˌnesəˈserəli/ *adv. His explanation was unnecessarily complicated.*

unnerve /ˌʌnˈnɜːv/ *verb* [T] to make sb feel nervous or frightened or lose confidence ஒருவரைப் பதற்றம் அல்லது பேரச்சம் கொள்ளச்செய்; நம்பிக்கை இழக்கச் செய்; கலக்கமூட்டு *His silence unnerved us.* ▶ **unnerving** *adj. an unnerving experience* ▶ **unnervingly** *adv.*

unnoticed /ˌʌnˈnəʊtɪst/ *adj.* not noticed or seen கவனிக்கப்படாத அல்லது பார்க்கப்படாத *He didn't want his hard work to **go unnoticed**.*

unobtrusive /ˌʌnəbˈtruːsɪv/ *adj.* avoiding being noticed; not attracting attention பிறரால் கவனிக்கப்படுவதைத் தவிர்க்கிற; பிறர் கவனத்தை ஈர்க்காத; அமைவடக்கமான ▶ **unobtrusively** *adv. He tried to leave as unobtrusively as possible.*

unofficial /ˌʌnəˈfɪʃl/ *adj.* not accepted or approved by a person in authority அதிகாரப் பொறுப்பில் உள்ள ஒருவரால் ஏற்றுக்கொள்ளப்படாத அல்லது அங்கீகரிக்கப்படாத; அதிகாரபூர்வமற்ற; பணிமுறை சாராத *an unofficial strike • Unofficial reports say that four people died in the explosion.* ✪ OPP **official** ▶ **unofficially** /-ʃəli/ *adv.*

unorthodox /ʌnˈɔːθədɒks/ *adj.* different from what is generally accepted, usual or traditional பொதுநிலையில் ஏற்றுக்கொள்ளப்பட்ட, வழக்கமான அல்லது வழிவழியான ஒன்றிலிருந்து மாறுபட்ட; மரபு வழிப்படாத; வழக்கு மீறிய ✪ OPP **orthodox**

unpack /ˌʌnˈpæk/ *verb* [I, T] to take out the things that were in a bag, suitcase, etc. ஒரு பை, கைப்பெட்டி முதலியவற்றிலுள்ள பொருள்களை வெளியே எடுத்து வை; பெட்டி முதலியவற்றைக் காலிசெய் *When we arrived at the hotel we unpacked and went to the beach.* ✪ OPP **pack**

unpaid /ˌʌnˈpeɪd/ *adj.* **1** not yet paid இதுவரை கட்டணம் செலுத்தப்படாத; பணம் கொடுக்கப்படாத *an unpaid bill* **2** not receiving money for work done செய்த வேலைக்கான ஊதியம் கொடுக்கப்பெறாத *an unpaid assistant* **3** (used about work) done without payment (வேலை வகையில்) ஊதியம் பெறாது செய்யப்பட்ட; ஊதியமற்ற *unpaid overtime*

unpleasant /ʌnˈpleznt/ *adj.* **1** causing you to have a bad feeling; not nice ஒரு மோசமான உணர்வை ஏற்படுத்துகிற; வெறுப்பூட்டுகிற; *This news has come as an unpleasant surprise.* ✪ OPP **pleasant** **2** unfriendly; not polite நட்புணர்வற்ற; கனிவில்லாத; இணக்கவணக்கமற்ற; பண்பினிமையற்ற *There's no need to be unpleasant; we can discuss this in a friendly way.* ▶ **unpleasantly** *adv.*

unplug /ˌʌnˈplʌg/ *verb* [T] (**unplugging; unplugged**) to remove a piece of electrical equipment from the electricity supply ஒரு மின்கருவியை மின் வழங்கீட்டிலிருந்து அகற்று; மின்கருவியின் மின் இணைப்பியை நீக்கு; மின்கருவிக்கான மின்னோட்டத்தைத் தடைப்படுத்து *Could you unplug the cassette recorder, please?* ✪ OPP **plug sth in**

unpopular /ʌnˈpɒpjələ(r)/ *adj.* **unpopular (with sb)** not liked by many people பலரால் விரும்பப்படாத; பிரபலமாயிராத; நற்பெயர் அற்ற *Her methods made her very unpopular with the staff.* ✪ OPP **popular** ▶ **unpopularity** /ˌʌnˌpɒpjuˈlærəti/ *noun* [U]

unprecedented /ʌnˈpresɪdentɪd/ *adj.* never having happened or existed before முன் எப்போதும் நிகழ்ந்திராத அல்லது இருந்திராத; முன்னோடியற்ற; வழக்கமீறிய ➪ **precedent** பார்க்க.

unpredictable /ˌʌnprɪˈdɪktəbl/ *adj.* **1** that cannot be predicted because it changes a lot or depends on too many different things பெருமளவில் மாற்றங்களுக்கு உள்ளாகும் காரணத்தினால் அல்லது வெவ்வேறான மிகப்பல பொருள்களைச் சார்ந்திருப்பதனால் இத்தகையது என்று கணிக்க முடியாத; முன்னறிந்து கூற இயலாத; எதிர்பாராத மாற்றங்களுக்கு உட்படுகிற *unpredictable weather • The result is entirely unpredictable.* **2** if a person is unpredictable, you cannot predict how he/she will behave in a particular situation (ஆள் வகையில்) குறிப்பிட்ட சூழலில் இன்ன முறையில் நடந்துகொள்வார் என்று முன்னறிந்து கூறமுடியாத ✪ OPP **predictable** ▶ **unpredictability** /ˌʌnprɪˌdɪktəˈbɪləti/ *noun* [U] *the unpredictability of the English weather* ▶ **unpredictably** *adv.*

unpretentious /ˌʌnprɪˈtenʃəs/ *adj.* (*approving*) not trying to appear more special or important than you really are (பாராட்டுக் குறிப்புடன்) தனித்தன்மை, முக்கியத்துவம் முதலியவை வகையில் உண்மை நிலையை விட மிகைப்படியாகக் கொண்டுள்ளவராகக் காட்டிக்கொள்ள முயலாத; போலிப் பெருமை கொள்ளாத; தன்னடக்கமுள்ள ✪ OPP **pretentious**

unprofessional /ˌʌnprəˈfeʃənl/ *adj.* not reaching the standard expected in a particular profession குறிப்பிட்ட தொழிலுக்குரிய கட்டளைத் தரநிலையை எட்டாத; குறிப்பிட்ட தொழிலுக்குரிய திறன் கொண்டிராத ✪ OPP **professional**

unprovoked /ˌʌnprəˈvəʊkt/ *adj.* (used especially about an attack) not caused by anything the person who is attacked has said or done (குறிப்பாக ஒரு தாக்குதல் பற்றிக் கூறுகையில்) தாக்கப்படுபவர் கூறிய அல்லது செய்த ஒன்றின் காரணத்தினால் அல்லாத; தாக்கப்படுபவரது தூண்டுதல் அற்ற ✪ OPP **provoked**

unqualified /ˌʌnˈkwɒlɪfaɪd/ *adj.* **1** not having the knowledge or not having passed the exams that you need for sth ஒன்றுக்குத் தேவையான அறிவைப் பெற்றிராத அல்லது அதற்குரிய தேர்வில் வெற்றி பெற்றிராத; உரிய தகுதியற்ற *I'm unqualified to offer an opinion on this matter.* ✪ OPP **qualified 2** complete; absolute முழுமையான; முழு நிறைவான; கலப்பற்ற *an unqualified success*

unquestionable /ʌnˈkwestʃənəbl/ *adj.* certain; that cannot be doubted உறுதியான; நிச்சயமான; மறுக்க முடியாத; ✪ OPP **questionable** ▶ **unquestionably** /-əbli/ *adv. She is unquestionably the most famous opera singer in the world.*

unravel /ʌnˈrævl/ *verb* (**unravelling; unravelled**, *AmE* **unraveling; unraveled**) [I, T] **1** to remove the knots from a piece of string, thread, etc.; to come unfastened in this way ஒரு கயிறு, நூல் முதலியவற்றிலுள்ள முடிச்சுகளை அவிழ்; முடிச்சுகள் அவிழ்க்கப்படு *I unravelled the tangled string and wound it into a ball.* **2** (used about a complicated story, etc.) to become or to make sth become clear (ஒரு சிக்கலான கதை முதலியவை பற்றிக் கூறுகையில்) தெளிவாகு; தெளிவுபடுத்து

unreal /ˌʌnˈrɪəl/ *adj.* **1** very strange and seeming more like a dream than reality மிகவும் விசித்திரமானதும் உண்மை கடந்த கனவு போன்று தோன்றுவதுமான; மாயத் தோற்றமுடைய; கற்பனை வடிவான; புனைவியலான *Her voice had an unreal quality about it* **2** not connected with reality மெய்ம்மை நிலையோடு தொடர்பில்லாத; இயல்நிலை கடந்த; நடைமுறைக்கு ஒவ்வாத *Some people have unreal expectations of marriage.*

unrealistic /ˌʌnrɪəˈlɪstɪk/ *adj.* not showing or accepting things as they are உள்ளவற்றை உள்ளவாறு காட்டாத அல்லது ஏற்றுக்கொள்ளாத; நடைமுறை மெய்ம்மைகள் சாராத *unrealistic expectations* • ***It is unrealistic to*** *expect them to be able to solve the problem immediately.* ✪ OPP **realistic** ▶ **unrealistically** /-kli/ *adv. They're asking unrealistically high prices.*

unreasonable /ʌnˈriːznəbl/ *adj.* unfair; expecting too much நியாயத்திற்கு ஒவ்வாத; முறையற்ற; மிகைப்படியாக எதிர்பார்க்கிற *I think she is being totally unreasonable.* • *He makes unreasonable demands on his staff.* ✪ OPP **reasonable** ▶ **unreasonably** /-əbli/ *adv.*

unrelenting /ˌʌnrɪˈlentɪŋ/ *adj.* continuously strong, not becoming weaker or stopping தளர்வுறாது அல்லது தடைப்படாது தொடர்ந்து உறுதியுடன் இருக்கிற; உறுதி தளராத; கடுமை தணியாத; முனைப்புக் குன்றாத

unreliable /ˌʌnrɪˈlaɪəbl/ *adj.* that cannot be trusted or depended on நம்பிக்கை வைக்கமுடியாத; சார்ந்திருக்க இயலாத; எதிர்பார்க்க முடியாத; நம்பத்தகாத *Trains here are notoriously unreliable.* • *He's totally unreliable as a source of information.* ✪ OPP **reliable** ▶ **unreliability** /ˌʌnrɪˌlaɪəˈbɪləti/ *noun* [U] *the unreliability of some statistics*

unreserved /ˌʌnrɪˈzɜːvd/ *adj.* **1** (used about seats in a theatre, etc.) not kept for the use of a particular person (திரையரங்க இருக்கைகள் முதலியவை வகையில்) ஒருவரது பயன்பாட்டுக்கென ஒதுக்கிவைக்கப்பட்டிராத; முன்பதிவு செய்யப்படாத ✪ OPP **reserved 2** without limit; complete எல்லை இல்லாத; மட்டற்ற; முழுமையான *The government's action received the unreserved support of all parties.* ▶ **unreservedly** /ˌʌnrɪˈzɜːvɪdli/ *adv.*

unrest /ʌnˈrest/ *noun* [U] a situation in which people are angry or not happy and likely to protest or fight மக்களிடையே சினம் அல்லது அதிருப்தி காணப்படுகிற, அதன் காரணமாக அவர்கள் கிளர்ச்சியில் அல்லது போராட்டத்தில் ஈடுபட வாய்ப்புள்ள நிலை; அமைதியின்மை; குழப்ப நிலை; கொந்தளிப்பு *social unrest*

unrivalled (*AmE* **unrivaled**) /ʌnˈraɪvld/ *adj.* much better than any other of the same type அதே வகையைச் சார்ந்த வேறெதனையும் விடப் பெரிதும் மேம்பட்ட; தனது வகையைச் சார்ந்த அனைத்தையும் விஞ்சிய; நிகரில்லாத *His knowledge of Greek theology is unrivalled.*

unroll /ʌnˈrəʊl/ *verb* [I, T] to open (sth) from a rolled position சுற்றுக்கட்டிலிருந்து (ஒன்றைப்) பிரித்து எடு; பிரித்துப் பரப்பிவை *He unrolled the poster and stuck it on the wall.* ✪ OPP **roll (sth) (up)**

unruly /ʌnˈruːli/ *adj.* difficult to control; without discipline எளிதில் கட்டுப்படுத்த முடியாத; கட்டுக்கு அடங்காத; கட்டுப்பாடற்ற; மூர்க்கமான *an unruly crowd* ▶ **unruliness** *noun* [U]

unsafe /ʌnˈseɪf/ *adj.* **1** (used about a thing, a place or an activity) not safe; dangerous (ஒரு பொருள், ஓரிடம் அல்லது ஒரு செய்கை பற்றிக் குறிப்பிடுகையில்) பாதுகாப்பற்ற; ஆபத்தான *The roof* *was declared unsafe.* • *It was considered unsafe to release the prisoners.* **2** (used about people) in danger of being harmed (ஆட்கள் வகையில்) ஊறுபாட்டிற்கு அல்லது தீங்கிற்கு உள்ளாகும் வாய்ப்புள்ள; பாதுகாப்பற்ற நிலையில் உள்ள *He felt unsafe and alone.* **3** (*law*) (used about a decision in a court of law) based on evidence that may be false or is not good enough (நீதிமன்றத் தீர்ப்பு வகையில்) பொய்யானதாக இருக்க வாய்ப்புள்ள அல்லது வலுவற்ற ஆதாரத்தின் அடிப்படையிலான *Their convictions were declared unsafe.* ✪ OPP **safe**

unsaid /ʌnˈsed/ *adj.* (*not before a noun*) thought but not spoken மனத்தில் உள்ள ஆனால் வெளிப்படுத்தப்படாத; கூறப்படாத *Some things are better* ***left unsaid.***

unsatisfactory /ˌʌnˌsætɪsˈfæktəri/ *adj.* not acceptable; not good enough ஏற்கத்தக்கதல்லாத; திருப்தி அளிக்காத ✪ SYN **unacceptable** ▶ **unsatisfactorily** /-tərəli/ *adv.*

unsaturated /ʌnˈsætʃəreɪtɪd/ *adj.* (*technical*) (used about fats in food) that are easily dealt with by the body because of their chemical structure (உணவில் உள்ள கொழுப்புப்பொருள்கள் பற்றிக் குறிப்பிடுகையில்) அவற்றின் வேதியியல் கட்டமைப்பின் (செறிவின்மை) காரணமாக, எளிதில் செரிக்கப்பட்டுவிடுகிற ➪ **polyunsaturated** மற்றும் **saturated** பார்க்க.

unsavoury (*AmE* **unsavory**) /ʌnˈseɪvəri/ *adj.* unpleasant; not morally acceptable இன்னலமற்ற; வெறுப்பூட்டுகிற; ஒழுக்கக் கேடான; நெறிகெட்ட *His friends are all unsavoury characters.*

unscathed /ʌnˈskeɪðd/ *adj.* not hurt, without injury அடிபடாத; ஊறுபாடு இல்லாத; தீங்குறாத *He came out of the fight unscathed.*

unscrew /ˌʌnˈskruː/ *verb* [T] **1** to remove the screws from sth ஒன்றிலிருந்து திருகாணிகளைக் கழற்றி எடு **2** to open or remove sth by turning it திருகி ஒன்றைத் திற அல்லது அகற்று *Could you unscrew the top of this bottle for me?*

unscrupulous /ʌnˈskruːpjələs/ *adj.* being dishonest, cruel or unfair in order to get what you want தனக்கு வேண்டியதைப் பெறும் பொருட்டு நேர்மைக்கேடான, இரக்கமற்ற அல்லது நியாயமற்ற முறையில் நடந்துகொள்கிற; மனசாட்சி இல்லாத; பழிக்கு அஞ்சாத ✪ OPP **scrupulous**

unseemly /ʌnˈsiːmli/ *adj.* (*old-fashioned* or *formal*) (used about behaviour, etc.) not polite; not right in a particular situation (நடத்தை முதலியவை வகையில்) பண்பு நயமற்ற; குறிப்பிட்ட சூழலுக்கு ஒவ்வாத; தகாத

unseen /ˌʌnˈsiːn/ *adj.* **1** that cannot be seen பார்க்க முடியாத; காட்சிக்குப் புலப்படாத; கண்ணுக்குத் தெரியாத *unseen forces/powers* • *I managed to get out of the room unseen.* **2** not seen before முன்னர் பார்த்திராத *unseen dangers/difficulties*

unselfish /ʌnˈselfɪʃ/ *adj.* if you are unselfish you care about other people's feelings and needs more than your own தனதை விடப் பிறரின் உணர்ச்சிகளுக்கும் தேவைகளுக்கும் அதிக கவனிப்பு அல்லது முக்கியத்துவம் தருகிற; தன்னலமற்ற ✪ SYN **selfless** ✪ OPP **selfish** ▶ **unselfishly** *adv.*

unsettle /ˌʌnˈsetl/ *verb* [T] to make sb feel upset or worried, especially because a situation has changed குறிப்பாக ஒரு சூழ்நிலை மாற்றம் காரணமாக ஒருவருக்கு வருத்தம் அல்லது கவலை உண்டுபண்ணு; அமைதி குலை *Changing schools might unsettle the kids.*

unsettled /ʌnˈsetld/ *adj.* **1** (used about a situation) that may change; making people uncertain about what might happen (சூழ்நிலை வகையில்) மாறக்கூடிய; நிலைத்திராத; இன்னது நிகழும் என்று தெரியாத *These were difficult and unsettled times.* • *The weather has been very unsettled* (= it has changed a lot). **2** not calm or relaxed மன அமைதியற்ற; பதற்றமான *They all felt restless and unsettled.* **3** (used about an argument, etc.) that continues without any agreement being reached (விவாதம், முதலியவை வகையில்) கருத்தொற்றுமை எட்டப்படாது தொடர்ந்து கொண்டிருக்கிற; தீர்வு காணப்படாத **4** (used about a bill, etc.) not yet paid (கட்டணப் பட்டி முதலியவை வகையில்) இன்னும் பணம் செலுத்தப்படாத; பணம் செலுத்திக் கணக்குத் தீர்க்கப்படாத

unsettling /ʌnˈsetlɪŋ/ *adj.* making you feel upset, nervous or worried மன அமைதி குலைக்கிற; வருத்தம் அல்லது கவலை உண்டாக்குகிற

unshaven /ˌʌnˈʃeɪvn/ *adj.* not having shaved or been shaved recently மழிக்கப்படாதிருக்கிற அல்லது அண்மையில் மழிக்கப்படாத *He looked pale and unshaven.* • *his unshaven face*

unsightly /ʌnˈsaɪtli/ *adj.* very unpleasant to look at; ugly அருவருப்பான தோற்றமுடைய; அழகில்லாத *an unsightly new building*

unskilled /ˌʌnˈskɪld/ *adj.* not having or needing special skill or training தனித்திறம் அல்லது செயற்பயிற்சி கொண்டிராத அல்லது வேண்டப்படாத; பயிற்சித் திறமையற்ற; பயிற்சித் திறமை வேண்டியிராத *an unskilled job/worker* ✪ OPP **skilled**

unsolicited /ˌʌnsəˈlɪsɪtɪd/ *adj.* not asked for வேண்டிக் கேட்கப்படாத; கோரப்படாத *unsolicited praise/advice*

unsound /ˌʌnˈsaʊnd/ *adj.* **1** in poor condition; weak மோசமான நிலையில் உள்ள; வலுக்குறைந்த; கட்டுறுதியற்ற; திடமற்ற *The building is structurally unsound.* **2** based on wrong ideas and therefore mistaken தவறான கருத்துகளின் அடிப்படையில் அமைந்து அதன் காரணமாகப் பிழைபட்ட; தவறான; ஆதார வலுவற்ற ✪ OPP **sound**

unspoiled /ˌʌnˈspɔɪld/ (*also* **unspoilt** /ˌʌnˈspɔɪlt/) *adj.* **1** (used about a place) beautiful because it has not been changed or built on (இட வகையில்) மாற்றம் செய்யப்படாத அல்லது கட்டடங்கள் கட்டப்படாத காரணத்தினால் கவர்ச்சியுடன் விளங்குகிற; அழகு கெடாத **2** (used about a person) not made unpleasant, bad-tempered, etc. by being treated too well (ஆள் வகையில்) மட்டு மீறிய கவனிப்பு வழங்கிச் சிடுசிடுப்பு, கடுகடுப்பு, முதலிய இயல்புகள் கைக்கொள்ளச் செய்யப்படாத; மிகையான உபசரிப்பினால் அல்லது செல்லத்தினால் கெட்டுப்போகாத *Despite being one of the best-known singers in the world, she has remained unspoiled.* ✪ OPP **spoilt**

unspoken /ˌʌnˈspəʊkən/ *adj.* (*formal*) not stated; not said in words but understood or agreed between people சொல்லப்படாத; வெளிப்படையாகக் கூறப்படாத; சொற்களால் கூறப்படாது, ஆட்கள் தங்களுக்கு இடையே புரிந்துகொள்கிற *an unspoken assumption*

unstable /ʌnˈsteɪbl/ *adj.* **1** likely to fall down or move; not firmly fixed விழுந்துவிடக் கூடிய அல்லது இடம் பெயர்ந்துவிடக் கூடிய; உறுதியாகப் பொருத்தப்படாத; நிலையுறுதியற்ற **2** likely to change or fail நிலை மாறக்கூடிய அல்லது தோல்வியுறக்கூடிய *a period of unstable government* **3** (used about a person's moods or behaviour) likely to change suddenly or often (ஒருவரது உணர்ச்சி நிலைகள் அல்லது நடத்தை பற்றிக் குறிப்பிடுகையில்) திடீரென அல்லது அடிக்கடி மாறக்கூடிய; நிலையற்ற; ஊசலாட்டமான ✪ OPP **stable** ➪ **instability** noun பார்க்க.

unsteady /ʌnˈstedi/ *adj.* **1** not completely in control of your movements so that you might fall விழ நேரிடுமாறு தனது இயக்கங்களை முழுக் கட்டுப்பாட்டில் கொண்டிராத; ஒரு நிலையற்ற; ஊன்றியிராத *She is still a little* ***unsteady on her feet*** *after the operation.* **2** shaking or moving in a way that is not controlled கட்டுப்பாட்டில் இல்லாத வகையில் அதிர்வுறுகிற அல்லது அசைகிற; தள்ளாடுகிற; தடுமாறுகிற *an unsteady hand/voice/step* ✪ OPP **steady** ▶ **unsteadily** /-ɪli/ *adv.* ▶ **unsteadiness** *noun* [U]

unstuck /ˌʌnˈstʌk/ *adj.* no longer stuck together or stuck down ஒட்டிலிருந்து பிரிந்து தனித்தனியான அல்லது தனியாகப் பிரிந்துபோன; ஒட்டு நெகிழ்ந்த *The label on the parcel had* ***come unstuck****.*

unsuccessful /ˌʌnsəkˈsesfl/ *adj.* not successful; not achieving what you wanted to வெற்றி பெறாத; தோல்வியுற்ற; விரும்பியது கைக்கூடாத; நோக்கம் ஈடேறாத *His efforts to get a job proved unsuccessful.* • *They were unsuccessful in meeting their objectives for the year.* ▶ **unsuccessfully** /-fəli/ *adv.*

unsuitable /ʌnˈsuːtəbl/ *adj.* not right or appropriate for sb/sth ஒருவருக்கு/ஒன்றுக்கு ஏற்றதாக அல்லது பொருத்தமானதாக இல்லாத; ஒவ்வாத; பொருத்தமற்ற; இசைவற்ற *This film is unsuitable for children under 12.* ✪ OPP **suitable**

unsure /ˌʌnˈʃɔː(r)/ *adj.* **1 unsure of yourself** not feeling confident about yourself தன்னைப் பற்றி நம்பிக்கை இல்லாத; தன்னம்பிக்கையற்ற *He's young and still quite unsure of himself.* **2 unsure (about/of sth)** not certain; having doubts உறுதியில்லாத; ஐயப்பாட்டு நிலையிலுள்ள; சந்தேகங்கள் கொண்டுள்ள *I didn't argue because I was unsure of the facts.* ✪ OPP **sure** or **certain**

unsuspecting /ˌʌnsəˈspektɪŋ/ *adj.* not realizing that there is danger ஆபத்து இருப்பதை உணராத; தீங்கை எதிர்பாராத; அப்பாவியான ➪ **suspect** மற்றும் **suspicious** பார்க்க.

unsustainable /ˌʌnsəˈsteɪnəbl/ *adj.* (*written*) that cannot be continued at the same level, rate, etc. குறிப்பிட்ட அளவு, வீதம் முதலியவற்றைத் தொடர முடியாத; அதே நிலையில் நீடித்திருக்கச் செய்யமுடியாத ✪ OPP **sustainable**

unsympathetic /ˌʌnˌsɪmpəˈθetɪk/ *adj.* **1 unsympathetic (towards sb)** not feeling or showing any **sympathy** ஒத்துணர்வில்லாத; அனுதாபமற்ற **2 unsympathetic (to/towards sth)** not in agreement with sth; not supporting an idea, aim, etc. ஒன்றுடன் ஒத்திசைந்து போகாத; இணக்கமற்ற; ஒரு கருத்து, நோக்கம் முதலியவற்றை ஆதரிக்காத; சாதகமாக இல்லாத *How can you trust a government that is unsympathetic to public opinion?* **3** (used about a person) not easy to like; unpleasant (ஆள் வகையில்) மனம் கவரும் இயல்பற்ற; எளிதில் விருப்பம் கொள்ளத்தக்கவராக இல்லாத; வெறுப்பூட்டுகிற *I found all the characters in the film unsympathetic.* ✪ OPP **sympathetic**

untangle /ˌʌnˈtæŋgl/ *verb* [T] to separate threads which have become tied together in a confused way குழப்பமான முறையில் பின்னிப் பிணைந்துள்ள இழைகளைப் பிரித்தெடு; சிக்கெடு *The wires got mixed up and it took me ages to untangle them.*

unthinkable /ʌnˈθɪŋkəbl/ *adj.* impossible to imagine or accept கற்பனை செய்ய முடியாத; எண்ணிப்பார்க்க இயலாத; ஏற்க முடியாத; அபத்தமான *It was unthinkable that he would never see her again.*

unthinking /ʌnˈθɪŋkɪŋ/ *adj.* done, said, etc. without thinking carefully தீர எண்ணிப்பார்க்காது செயல்படுகிற அல்லது பேசுகிற; ஆழ்ந்து சிந்திக்காத; முன்பின் யோசிக்காத ▶ **unthinkingly** *adv.*

untidy /ʌnˈtaɪdi/ *adj.* (**untidier**; **untidiest**) **1** not tidy or well arranged ஒழுங்கமைவற்ற; சீர்குலைந்த; அலங்கோலமான *an untidy bedroom* • *untidy hair* **2** (used about a person) not keeping things tidy or in good order (ஆள் வகையில்) பொருள்களை ஒழுங்கமைவாக அல்லது சீரான முறையில் வைத்துக்கொள்ளாத *My flatmate is so untidy!* ✪ OPP **tidy** or **neat** ▶ **untidily** /-ɪli/ *adv.* ▶ **untidiness** *noun* [U]

untie /ʌnˈtaɪ/ *verb* [T] (*pres. part.* **untying**; *3rd person sing. pres.* **unties**; *pt, pp* **untied**) to remove a knot; to free sb/sth that is tied by a rope, etc. ஒரு முடிச்சை அவிழ்; கயிறு முதலியவற்றால் பிணைக்கப்பட்டுள்ள ஒருவரை/ஒன்றை விடுவி ✪ OPP **tie up** or **fasten**

until /ənˈtɪl/ (*also* **till**) *prep., conj.* up to the time or the event mentioned குறிப்பிடப்பட்ட நேரம் அல்லது நிகழ்வு வரை; வரையிலும் *The restaurant is open until midnight.* • *We won't leave until the police get here* (= we won't leave before they come).

> **NOTE** முறைசார்ந்த, முறைசாராத (formal, informal) ஆகிய இரு வழக்குகளிலும் **until** என்ற சொல்லைப் பயன்படுத்தலாம். முறைசாரா வழக்கில் **till** பெரும்பான்மையாகப் பயன்படுத்தப்படுகிறது; எனினும் வாக்கியத்தின் தொடக்கத்தில் பெரும்பாலும் **till** வருவதில்லை. ஒரு நேரம் குறித்துப் பேசும்போது மட்டும் **till/until** பயன்படுத்தப்படுவதைக் கருத்தில் கொள்க. தொலைவு பற்றிப் பேசும்போது **as far as** வரும்—*I walked as far as the shops.* ஓர் எண்ணிக்கையைக் குறிக்க **up to** பயன்படுத்தப்படுகிறது—*You can take up to 20 kilos of luggage.*

untimely /ʌnˈtaɪmli/ *adj.* **1** happening before the normal or expected time வழக்கமான அல்லது எதிர்பார்க்கப்பட்ட காலத்திற்கு/நேரத்திற்கு முன்னதாக நிகழ்கிற; உரிய காலத்திற்கு முந்திய *untimely death* **2** happening at a time or situation that is not suitable பொருந்தாத வேளையில் அல்லது சூழலில் நிகழ்கிற; பருவமல்லாத; அகாலமான *Her interruption was untimely.* ✪ OPP **timely** ✪ SYN **ill-timed**

untold /ˌʌnˈtəʊld/ *adj.* very great; so big, etc. that you cannot count or measure it மிகப்பெரிய; எண்ண அல்லது அளவிட முடியாத அளவுக்குப் பெரும்படியான; கணக்கிட/அளவிட முடியாத *untold suffering*

untouchable /ʌnˈtʌtʃəbl/ *adj.* **1** in a position where sb is unlikely to be punished or criticized கண்டனத்திற்கு அல்லது தண்டனைக்கு உள்ளாகக் கூடாத நிலையில் இருக்கிற *He thought he was untouchable because of his political connections.* **2** which cannot be touched or changed by other people பிறர் தொடவோ மாற்றவோ முடியாத *This year's budget is untouchable.*

untouched /ʌnˈtʌtʃt/ *adj.* (*not usually before a noun*) **1 untouched (by sth)** not affected by sth, especially sth bad or unpleasant; not damaged ஒன்றினால், குறிப்பாக மோசமான அல்லது மகிழ்ச்சியூட்டாத ஒன்றினால், பாதிக்கப்படாத; சேதமுறாத; பழுதுபடாத *The area has remained relatively untouched by commercial development.* **2** (used about food or drink) not eaten or drunk (உணவு அல்லது பானம் வகையில்) உண்ணப்படாது அல்லது குடிக்கப்படாது இருக்கிற *She left her meal untouched.* **3** not changed in any way எவ்வகையிலும் மாற்றப்படாத; தொடப்படாதுள்ள *The final clause in the contract will be left untouched.*

untoward /ˌʌntəˈwɔːd/ *adj.* (used about an event, etc.) unexpected and unpleasant (ஒரு நிகழ்வு, முதலியவை பற்றிக் குறிப்பிடுகையில்) எதிர்பார்க்கப்படாத மற்றும் இன்னாத; எதிர்பாராத மோசமான ஒன்றான; அவக்கேடான *The security guard noticed **nothing untoward**.*

untrue /ʌnˈtruː/ *adj.* **1** not true; not based on facts உண்மையல்லாத; மெய்யாக நிகழ்ந்தவற்றை அடிப்படையாகக் கொண்டிராத; பொய்யான; ஆதாரமற்ற *These accusations are totally untrue.* • *an untrue claim/statement* **2 untrue (to sb/sth)** (*written*) not loyal to sb/sth ஒருவரிடம்/ஒன்றிடம் உண்மையாக நடந்துகொள்ளாத; பற்றுறுதியற்ற; விசுவாசமற்ற; நம்பிக்கைக்கு உரியவரல்லாத *If he agreed to their demands, he would have to be untrue to his principles.* ✪ SYN **unfaithful**

untruth /ˌʌnˈtruːθ/ *noun* [C] (*pl.* **untruths** /-ˈtruːðz/) (*written*) something that is not true; a lie உண்மையல்லாத ஒன்று; பொய் ▶ **untruthful** /-fl/ *adj.*

untypical /ʌnˈtɪpɪkl/ *adj.* not typical or usual வழக்கமுறையானதல்லாத; இயல்புக்கு மாறான; திரிந்த *an untypical example* ✪ OPP **typical** ⇨ **atypical** பார்க்க.

unused[1] /ˌʌnˈjuːzd/ *adj.* that has not been used பயன்படுத்தப்பட்டிராத

unused[2] /ʌnˈjuːst/ *adj.* **unused to sth/to doing sth** not having any experience of sth ஒன்றில் அனுபவம் பெற்றிராத; பழக்கப்பட்டிராத; பட்டறிவற்ற *She was unused to getting such a lot of attention.*

unusual /ʌnˈjuːʒuəl/; /-ʒəl/ *adj.* **1** not expected or normal எதிர்பார்க்கப்படாத; வழக்கத்திற்கு

மாறான; இயல்பு மீறிய *It's unusual for Ram to be late.* ✪ OPP **usual 2** interesting because it is different மாறுபட்டதாக அமைந்து ஆர்வம் தூண்டுகிற; புதுமையான *What an unusual hat!*

unusually /ʌnˈjuːʒuəli/; -ʒəli/ *adv.* **1** in a way that is not normal or typical of sb/sth வழக்கத்திற்கு மாறாக; ஒருவரது/ஒன்றின் இயல்புக்கு மாறாக *Unusually for her, she forgot his birthday.* **2** more than is common; extremely வழக்க மீறியதாக; பொதுநிலைக்கு அப்பாற்பட்டு; அசாதாரணமாக

unveil /ˌʌnˈveɪl/ *verb* [T] to show sth new to the public for the first time புதிதான ஒன்றை முதன்முறையாகப் பொதுமக்கள் பார்வைக்கு வை; சிலை முதலியவற்றைத் திறந்துவை *The President unveiled a memorial to those who died in the war.*

unwanted /ˌʌnˈwɒntɪd/ *adj.* not wanted வேண்டப்படாத; வேண்டாத; தேவையற்ற *an unwanted gift*

unwarranted /ʌnˈwɒrəntɪd/ *adj.* that is not deserved or for which there is no good reason தகாத; சரியான காரணமற்ற; வாத ஆதாரமற்ற *unwarranted criticism*

unwelcome /ʌnˈwelkəm/ *adj.* not wanted நல்வரவாயிராத; வேண்டாத *To avoid attracting unwelcome attention he spoke quietly.* ✪ OPP **welcome**

unwell /ʌnˈwel/ *adj.* (*not before a noun*) ill; sick உடல் நலம் குன்றிய; நோய்வாய்ப்பட்ட; பிணியுற்ற *to feel unwell*

unwieldy /ʌnˈwiːldi/ *adj.* difficult to move or carry because it is too big, heavy, etc. மிகைப்படியான பருமன், கனம் முதலியவை காரணமாக, நகர்த்துவதற்கு அல்லது எடுத்துச் செல்வதற்குக் கடினமான; எளிதில் கையாளமுடியாத

unwilling /ʌnˈwɪlɪŋ/ *adj.* not wanting to do sth but often forced to do it by other people ஒன்றைச் செய்ய விரும்பாத ஆனால் பெரும்பாலும் பிறரால் பலவந்தமாகச் செய்யவைக்கப்படுகிற; செய்யத் தயங்குகிற; அரைகுறை மனத்துடன் இருக்கிற ✪ OPP **willing**

unwind /ˌʌnˈwaɪnd/ *verb* (*pt, pp* **unwound** /-ˈwaʊnd/) **1** [I, T] if you unwind sth or if sth unwinds, it comes away from sth that it had been put round சுற்றுக்கட்டு கழன்றுவா; சுற்றுக்கட்டைக் கழற்று அல்லது பிரி *The bandage had unwound.* **2** [I] (*informal*) to relax, especially after working hard குறிப்பாக, கடின உழைப்புக்குப் பின் இளைப்பாறு; அயர்வகற்று *After a busy day, it takes me a while to unwind.* ⇨ **wind³** பார்க்க.

unwise /ˌʌnˈwaɪz/ *adj.* showing a lack of good judgement; foolish பகுத்தறியும் திறமற்ற; விவேகமற்ற; மதிகெட்ட *It would be unwise to tell anyone about our plan yet.* ✪ OPP **wise** ▶ **unwisely** *adv.*

unwitting /ʌnˈwɪtɪŋ/ *adj.* not realizing sth; not intending to do sth ஒன்றை உணர்ந்துகொள்ளாத; ஒன்றைச் செய்யக் கருதாத; நெஞ்சறிந்து ஒன்றைச் செய்யாத *an unwitting accomplice to the crime* ▶ **unwittingly** *adv.*

unwrap /ʌnˈræp/ *verb* [T] (**unwrapping; unwrapped**) to take off the paper, etc. that covers or protects sth ஒன்றின் மேலுறையாக அல்லது காப்புறையாக உள்ள தாள் முதலியவற்றை அகற்று; உறையைக் கழற்றி எடு

unzip /ˌʌnˈzɪp/ *verb* [I, T] (**unzipping; unzipped**) if a bag, piece of clothing, etc. unzips, or you unzip it, you open it by pulling on the device that fastens the opening (**the zip**) ஆடை முதலியவற்றின் திறப்பில் பொருத்தப்பட்டுள்ள இழைவரிப் பல்லிணையை (ஜிப்பை) இழுத்துப் பையை/ஆடைப்பகுதியைத் திற; இழைவரிப் பல்லிணை இழுக்கப்பட்டு பை/ஆடைப்பகுதி திறந்துகொள் ✪ OPP **zip (up)**

up¹ /ʌp/ *prep., adv.*

NOTE **Pick sth up** முதலிய மரபுச் சேர்க்கை வினைத்தொடர்களில் இதன் தனிவகைப் பயன்பாடு பற்றி அறிய, உரிய வினைச்சொல் பதிவுகளைப் பார்க்க.

1 at or to a high or higher level or position உயர் மட்டத்தில் அல்லது உயர் நிலையில்; உயர் மட்டத்திற்கு அல்லது உயர் நிலைக்கு; மேலும் உயர் மட்டத்தில் அல்லது உயர் மட்டத்திற்கு *The monkey* ***climbed up*** *the tree.* • *I carried her suitcase up to the third floor.* • ***Put*** *your* ***hand up*** *if you know the answer.* **2** in or into a vertical position நேர் நிமிர்வு நிலையில்; நேர் நிமிர்வாக ***Stand up****, please.* • *Is he up* (= out of bed) *yet?* **3** used for showing an increase in sth ஒன்றின் மிகுதிப்பாட்டை அல்லது பெருக்கத்தைக் குறிக்கப் பயன்படுத்தப்படுவது: உயர் தொகைக்கு/அளவுக்கு/விலைக்கு *Prices have* ***gone up****.* • *Turn the volume up.* **4** used with verbs of closing or covering மூடுவதை அல்லது மறைப்பிடுவதைக் குறிக்கும் வினைச்சொற்களுடன் பயன்படுத்தப்படுவது ***Do up*** *your coat. It's cold.* • *I found some wood to* ***cover up*** *the hole.* **5** to the place where sb/sth is ஒருவர்/ஒன்று இருக்கும் இடத்திற்கு *She ran up to her mother and kissed her.* • *A car drove up and two men got out.* **6** coming or being put together ஒன்றுசேர்த்து; ஒன்றுசேர்ந்து; ஒன்றுகூடி; ஒன்றுகூட்டி *The teacher collected up our exam papers.* • *Asif and Javed teamed up in the doubles competition.* **7** (used about a period of time) finished (ஒரு காலப்பகுதி பற்றிக் குறிப்பிடுகையில்) நிறைவு பெற்றதாக; முடிவுற்றதாக *Stop writing. Your time's up.* **8** into pieces துண்டு துண்டாக; கூறு கூறாக *We chopped the old table up and used it for firewood.* • *She* ***tore up*** *the letter and threw it away.* **9** used for showing that an action continues until it is completed ஒரு செயல் நிறைவுபெறும் வரை அது தொடர்ந்து நடைபெறுவதைக் குறிக்கப் பயன்படுத்தப்படுவது ***Eat up**, everybody, I want you to finish everything on the table.* • *Can you help me **clean up** the kitchen?* **10** in a particular direction குறிப்பிட்ட திசையில் *I live just **up the road**.* • ***Move up** a little and let me sit down.* **11** in or to the north வட திசையில்; வட திசைக்கு *My parents have just moved **up north**.* • *When are you going up to Shimla?* **12** (used about computers) working; in operation (கணிப்பொறி வகையில்) செயற்பாட்டு நிலையில்; இயக்கத்தில்; தொழிற்பட்டுக்கொண்டு *Are the computers back up yet?* **13** (*informal*) used for showing that sth is spoiled ஒன்று கெடுக்கப்படுவதை/பயன் அழியச் செய்யப்படுவதைக் குறிக்கப் பயன்படுத்தப்படுவது *I really messed up when I told the interviewer I liked sleeping.*

be up to sb to be sb's responsibility ஒருவருடைய கடமைப் பொறுப்பாயிரு *I can't take the decision. It's not up to me.*

up against sth/sb facing sth/sb that causes problems இடர்ப்பாடு/சிக்கல் உண்டாக்குகிற ஒருவரை/ஒன்றை எதிர்கொண்டு

up and down backwards and forwards, or rising and falling முன்னும் பின்னுமாக அல்லது மேலும் கீழுமாக *He was nervously walking up and down outside the interview room.*

up and running (used about sth new) working well (புதிதான ஒன்று பற்றிக் குறிப்பிடுகையில்) நல்ல முறையில் வேலை செய்வதாக

up to sth 1 as much/many as குறிப்பிடப்பட்ட அளவுவரை; குறிப்பிடப்பட்ட எண்ணிக்கைவரை *We're expecting up to 100 people at the meeting.* **2** as far as now தற்பொழுதுவரை; இன்றுவரை *Up to now, things have been easy.* **3** capable of sth ஒன்றைச் செய்யும் திறனுடையவராக; செயல் தகுதி கொண்டவராக *I don't feel up to cooking this evening. I'm too tired.* **4** doing sth secret and perhaps bad இரகசியமான மற்றும் மோசமானதாக இருக்கக்கூடிய ஒன்றைச் செய்துகொண்டுள்ள அல்லது ஒன்றில் ஈடுபட்டுள்ள *What are the children up to? Go and see.*

what's up? (*informal*) what's the matter? என்ன செய்தி?

up² /ʌp/ *noun*

IDM **ups and downs** the mixture of good and bad things in life or in a particular situation or relationship வாழ்க்கையிலோ, ஒரு குறிப்பிட்ட சூழலிலோ அல்லது உறவிலோ உள்ள நன்மை தீமைகளின் கலவை; வாழ்க்கையின் இன்ப துன்பங்கள் *Every marriage has its ups and downs.*

up- /ʌp/ *prefix* (*used in adjectives, verbs and nouns*) higher; upwards; towards the top of sth மேலும் உயரமாக; மேல் நோக்கி; ஒன்றன் உச்சியை நோக்கி *upland* • *upturned* • *upgrade* • *uphill*

upbringing /ˈʌpbrɪŋɪŋ/ *noun* [*sing.*] the way a child is taught how to behave by his/her parents ஒரு குழந்தையின் பெற்றோர்கள் அதற்குக் கற்பிக்கும் நடத்தை அல்லது ஒழுக்கமுறைகள்; வளர்ப்பு முறை *a strict upbringing*

update /ˌʌpˈdeɪt/ *verb* [T] **1** to make sth more modern ஒன்றை மேலும் புதிதாக அல்லது நவீனமாகச் செய் **2** to put the latest information into sth; to give sb the latest information ஒன்றினுள் மிக அண்மையிலான தகவலைச் சேர்; ஒருவருக்கு மிக அண்மையிலான/நடப்பிலுள்ள தகவலைக் கொடு *Our database of addresses is updated regularly.* ▶ **update** /ˈʌpdeɪt/ *noun* [C] *an update on a news story* (= the latest information)

upgrade /ˌʌpˈgreɪd/ *verb* [T] to change sth so that it is of a higher standard மேலும் உயர்தரமாகுமாறு ஒன்றை மாற்றியமை *Upgrading your computer software can be expensive.* ▶ **upgrade** /ˈʌpgreɪd/ *noun* [C]

upheaval /ʌpˈhiːvl/ *noun* [C, U] a sudden big change, especially one that causes a lot of trouble குறிப்பாக, கடும் தொல்லை உண்டாக்குகிற பெருமளவிலான திடீர் மாற்றம்; பொங்கெழுச்சி

uphill /ˌʌpˈhɪl/ *adj., adv.* **1** going towards the top of a hill மலை உச்சியை நோக்கிச் செல்கிற; மலை உச்சியை நோக்கி ✪ **OPP downhill 2** needing a lot of effort மிகப் பெருமளவிலான முயற்சி வேண்டியிருக்கிற; மிகக் கடினமான *It was an uphill struggle to find a job.*

uphold /ʌpˈhəʊld/ *verb* [T] (*pt, pp* **upheld** /-ˈheld/) to support a decision, etc. especially when other people are against it குறிப்பாக மற்றவர்கள் எதிர்க்கும் நிலையில், ஒரு முடிவுக்கு ஆதரவளி; எதிர்ப்புக்கிடையே ஒரு முடிவை நிலைநிறுத்து

upholstered /ʌpˈhəʊlstəd/ *adj.* (used about a chair, etc.) covered with a soft thick material (நாற்காலி முதலியவை வகையில்) மெத்தென்ற, தடிப்பான பொருளால் பொதியுறை இடப்பட்ட; திண்டுறை வைத்திணைக்கப்பட்ட

upholstery /ʌpˈhəʊlstəri/ *noun* [U] the thick soft materials used to cover chairs, car seats, etc. நாற்காலிகள், சீருந்து இருக்கைகள் முதலியவற்றின் மேலுறையாகப் பயன்படுத்தப்படும் மிருதுவான, தடிப்பான பொருள்கள்; திண்டுறை; மெத்தை; பொதியுறை

upkeep /ˈʌpkiːp/ *noun* [U] **1** the cost or process of keeping sth in a good condition ஒன்றை நன்னிலையில் வைத்திருப்பதற்கான செலவு அல்லது நன்னிலையில் வைத்திருக்கும் செயல் முறை; காப்புச் செலவு; காப்பு நடவடிக்கை *The landlord pays for the upkeep of the building.* **2** the cost or process of providing children or animals with what they need to live குழந்தைகளை

அல்லது விலங்குகளை வைத்துப் பேணுவதற்கான செலவு அல்லது பேணும் செயற்பாடு; பேணுகைச் செலவு; பேணிக்காப்பு

upland /ˈʌplənd/ *noun* [C, *usually pl.*] an area of high land that is situated away from the coast கடலோரத்திலிருந்து தள்ளி உயர் மட்டத்தில் அமைந்துள்ள நிலப்பகுதி; உட்பகுதியிலுள்ள மேட்டு நிலம் ▶ **upland** *adj.* (*only before a noun*) *upland agriculture*

uplifting /ˌʌpˈlɪftɪŋ/ *adj.* producing a feeling of hope and happiness நம்பிக்கை உணர்ச்சியும் மகிழ்ச்சியும் உண்டுபண்ணுகிற; எழுச்சியூட்டுகிற *an uplifting speech*

upload[1] /ˌʌpˈləʊd/ *verb* [T] (*computing*) to copy a computer file from a small computer system to a larger one (கணிப்பொறி வழக்கு) சிறு கணினி அமைப்பிலுள்ள ஒரு கணினிக் கோப்பைப் பெரிய கணினி அமைப்பு ஒன்றினுள் ஏற்று ✪ OPP **download**[1]

upload[2] /ˈʌpləʊd/ *noun* [U] (*computing*) the act or process of copying a computer file from a small computer system to a larger one (கணிப்பொறி வழக்கு) சிறு கணினி அமைப்பில் உள்ள ஒரு கணினிக் கோப்பைப் பெரிய கணினி அமைப்பு ஒன்றினுள் ஏற்றும் செயல் அல்லது நடவடிக்கை; கணினிக் கோப்பேற்றம் ➪ **download**[2] பார்க்க.

upon /əˈpɒn/ *prep.* (*formal*) = **on**

upper /ˈʌpə(r)/ *adj.* (*only before a noun*) in a higher position than sth else; situated above sth வேறொன்றை விட அதிக உயரத்தில் உள்ள; மேல் நிலையில் உள்ள; ஒன்றுக்கு மேலே அமைந்துள்ள; மேலேயுள்ள *He had a cut on his upper lip.* ✪ OPP **lower** ➪ **body** பதிவில் படம் பார்க்க.

IDM **get, have, etc. the upper hand** to get into a stronger position than another person; to gain control over sb வேறொருவரை விட வலுவான நிலையைப் பெறு; கை ஓங்கு; ஒருவரைத் தனது மேலாதிக்கத்திற்கு உட்படுத்து

upper case *noun* [U] letters that are written or printed in their large form; capital letters பெரிய வடிவில் எழுதப்படும் அல்லது அச்சிடப்படும் எழுத்துகள்; முகட்டெழுத்துகள்; தலைப்பெழுத்துகள் *'BBC' is written in upper case.* ✪ OPP **lower case**

the upper class *noun* [*sing.*] (*also* **the upper classes**) [*pl.*] the group of people in a society who are considered to have the highest social position and who have more money and/or power than other people ஒரு சமுதாயத்தில் மேல் படிநிலையில் உள்ளவர்களாகக் கருதப்படுபவர்களும் மற்றவர்களை விட அதிகமான செல்வம் மற்றும்/அல்லது செல்வாக்கு உடையவர்களுமான ஆட்கள் தொகுதி; உயர் வகுப்பினர் *a member of the upper class/upper classes* ▶ **upper class** *adj. They're upper class.* • *an upper-class accent* ➪ **the middle class** மற்றும் **the working class** பார்க்க.

uppermost /ˈʌpəməʊst/ *adj.* in the highest or most important position உச்ச உயர் நிலையில் உள்ள; மேல் நிலையிலான; முதன்மை நிலையிலான; மிக முக்கியமான *Concern for her family was* ***uppermost in her mind****.*

upright /ˈʌpraɪt/ *adj., adv.* **1** in or into a vertical position செங்குத்து நிலையில்/நிலையிலுள்ள; நேர் நிமிர்வாக/நிமிர்வான *I was so tired I could hardly stay upright.* **2** honest and responsible நேர்மையுடனும் பொறுப்புணர்ச்சியுடனும்; நேர்மையும் பொறுப்புணர்ச்சியும் உடைய

IDM **bolt upright** ➪ **bolt**[3] பார்க்க.

uprising /ˈʌpraɪzɪŋ/ *noun* [C] a situation in which a group of people start to fight against the people in power in their country தங்களது நாட்டின் அதிகாரப் பொறுப்பில் உள்ளவர்களுக்கு எதிராக ஒரு குழுவினர் போராடத் தொடங்கும் நிலை; ஆட்சி எதிர்ப்புக் கிளர்ச்சி

uproar /ˈʌprɔː(r)/ *noun* [U] [*sing.*] a lot of noise, confusion, anger, etc.; an angry discussion about sth பெருமளவு கூச்சல், குழப்பம், சினம் முதலியவை காணப்படும் நிலை; ஆரவாரம்; ஆர்ப்பாட்டம்; அமளி *The meeting ended in* ***uproar****.*

uproot /ˌʌpˈruːt/ *verb* [T] to pull up a plant by the roots ஒரு தாவரத்தை வேரோடு இழுத்துத் தள்ளு; கல்லியெறி *Strong winds had uprooted the tree.*

upset[1] /ˌʌpˈset/ *verb* [T] (*pres. part.* **upsetting**; *pt, pp* **upset**) **1** to make sb worry or feel unhappy ஒருவர் கவலை அல்லது வருத்தம் கொள்ளச் செய்; சஞ்சலப்படுத்து; மனக்கலக்கம் உண்டுபண்ணு *The pictures of starving children upset her.* **2** to make sth go wrong ஒன்று தவறாகப் போகச்செய்; குலை; பாழ்படுத்து *to upset someone's plans* **3** to knock sth over ஒன்றைக் கவிழ்த்துத் தலைகீழாக்கு *I upset a cup of tea all over the tablecloth.* **4** to make sb ill in the stomach ஒருவருக்குச் செரிமானத் தொந்தரவு உண்டுபண்ணு; ஒன்றை உண்ட/அருந்திய பிறகு வயிறு புரட்டச் செய்

upset[2] /ˌʌpˈset/ *adj.* **1** worried and unhappy கவலையும் வருத்தமும் கொண்ட; மனக் கலக்கமுற்ற; மன அமைதி கெட்ட *She was looking very upset about something.* **2** slightly ill சற்றே செரிமானக் கோளாறு உடைய; சற்றே நலக் கேடுற்ற *I've got* ***an upset stomach****.*

upset[3] /ˈʌpset/ *noun* **1** [C, U] a situation in which there are unexpected problems or difficulties எதிர்பாராது நேர்ந்த சிக்கல்கள் அல்லது இடர்ப்பாடுகள் காணப்படும் நிலை; நிலைகுலைவு

The company survived the recent upset in share prices. **2** [C] a slight illness in your stomach சிறிதளவான செரிமானக் கோளாறு; வயிறு புரட்டல் *a stomach upset* **3** [C, U] a situation that causes worry and sadness கவலையும் வருத்தமும் உண்டுபண்ணும் நிலை; மனக்கலக்க நிலை; மன அமைதிக் கேடு *She's had a few upsets recently.* • *It had been the cause of much emotional upset.*

upside down /ˌʌpsaɪd ˈdaʊn/ *adv., adj.* with the top part turned to the bottom மேல்பகுதி கீழ்நோக்கித் திரும்பியிருக்குமாறு; தலைகீழாக; தலைகீழான *You're holding the picture upside down.*

IDM turn sth upside down 1 to make a place untidy when looking for sth ஒன்றைத் தேடும்போது ஓரிடத்தை அலங்கோலப்படுத்து அல்லது ஒழுங்கு கெடச்செய்; தாறுமாறாகக் கலைத்துப் போடு *I had to turn the house upside down looking for my keys.* **2** to cause large changes and confusion in a person's life ஒருவரது வாழ்க்கையில் பெரும் மாற்றங்களும் குழப்பமும் உண்டாகச் செய்; சீர்குலையச் செய் *His sudden death turned her world upside down.*

upstairs /ˌʌpˈsteəz/ *adv.* to or on a higher floor of a building ஒரு கட்டடத்தின் மேல் தளத்திற்கு அல்லது மேல் தளத்தில்; மாடிக்கு; மாடியில் *to go upstairs* • *She's sleeping upstairs.* ✪ **OPP downstairs** ▶ **upstairs** /ˈʌpsteəz/ *adj. an upstairs window* ▶ **the upstairs** *noun* [*sing.*] (*informal*) *We're going to paint the upstairs.*

upstream /ˌʌpˈstriːm/ *adv., adj.* in the direction that a river flows from ஆற்றோட்டத்தின் எதிர்த்திசையில்/எதிர்த்திசையிலான *He found it hard work swimming upstream.* ✪ **OPP downstream**

upsurge /ˈʌpsɜːdʒ/ *noun* [C, *usually sing.*] **an upsurge (in sth)** a sudden increase of sth ஒன்றின் திடீர் பெருக்கம்

uptake /ˈʌpteɪk/ *noun*

IDM quick/slow on the uptake quick/slow to understand the meaning of sth ஒன்றின் பொருளை விரைவாக/மெதுவாகப் புரிந்துகொள்கிற; விரைவான/மந்தமான மனப்பற்றுத் திறன் உடைய *I gave him a hint but he's slow on the uptake.*

upthrust /ˈʌpθrʌst/ *noun* [U] (*technical*) the force with which a liquid or gas pushes up against an object that is floating in it ஒரு திரவம் அல்லது வாயுப்பொருள் தன்னுள் மிதக்கும் பொருளுக்கு எதிராக மேல்நோக்கிச் செலுத்தும் விசை; மேல்நோக்கிய உந்து விசை; பொங்கெழுச்சி

uptight /ˌʌpˈtaɪt/ *adj.* (*informal*) nervous and not relaxed இயலமைதியுடன் இல்லாது மனக்கலக்கம் கொண்டுள்ள; மன அமைதியற்ற *He gets uptight before an exam.*

up to date *adj.* **1** modern புத்தம் புதுப் பாணியில் உள்ள; புது நாகரிகப் பண்புடைய; தற்கால அல்லது நடப்பு வழக்கை ஒட்டி ஒழுகுகிற **2** having the most recent information மிக அண்மைக் காலத்திய அல்லது நாளது வரையிலான தகவல்களைக் கொண்டிருக்கிற

up to the minute *adj.* having the most recent information possible முடிந்த அளவில் மிக அண்மைக் காலத்திய அல்லது நாளது வரையிலான தகவல்களைக் கொண்டிருக்கிற

upturn /ˈʌptɜːn/ *noun* [C] **an upturn (in sth)** an improvement in sth ஒன்றில் காணப்படும் முன்னேற்றம்; வளர்ச்சி; அபிவிருத்தி *an upturn in support for the government* ✪ **OPP downturn**

upturned /ˌʌpˈtɜːnd/ *adj.* **1** pointing upwards மேல்நோக்கியிருக்கிற; மேல் நோக்கிய *an upturned nose* **2** turned upside down தலைகீழாகத் திரும்பியிருக்கிற; தலைகீழான

upward /ˈʌpwəd/ *adj.* moving or directed towards a higher place ஓர் உயரமான இடத்தை நோக்கிச் செல்கிற அல்லது உயரமான இடத்தைக் குறிக்கொண்ட; மேல் நோக்கிய உயரிடம் நோக்கிச் செலுத்தப்படுகிற *an upward trend in exports* (= an increase) ✪ **OPP downward** ▶ **upward** (*also* **upwards** /-wədz/) *adv.*

upwards of *prep.* more than the number mentioned குறிப்பிடப்பட்ட எண்ணிக்கையை விடக் கூடுதலான; குறிப்பிடப்பட்டதினும் உயர் எண்ணிக்கையான *They've invited upwards of a hundred guests.*

uranium /juˈreɪniəm/ *noun* [U] (*symbol* **U**) a metal that can be used to produce nuclear energy அணு ஆற்றலை உற்பத்தி செய்யப் பயன்படுத்தக்கூடிய உலோக வகை; யுரேனியம் *Uranium is highly radioactive.*

Uranus /ˈjʊərənəs; jʊˈreɪnəs/ *noun* [*sing.*] the planet that is seventh in order from the sun வரிசை முறையில் சூரியனிலிருந்து ஏழாவதாக உள்ள கோள் ⇨ **the solar system** பதிவில் படம் பார்க்க.

urban /ˈɜːbən/ *adj.* connected with a town or city ஒரு நகரம் அல்லது மாநகரம் தொடர்பான; நகருக்கு/மாநகருக்கு உரிய *urban development* ⇨ **rural** பார்க்க.

urbane /ɜːˈbeɪn/ *adj.* (*written*) (used especially about a man) good at knowing what to say and how to behave in social situations; appearing relaxed and confident (குறிப்பாக ஓர் ஆள் பற்றிக் குறிப்பிடுகையில்) சமூகச் சூழல்களில் இன்னது பேச வேண்டும், இவ்வாறு நடந்துகொள்ள வேண்டும் என்பதை நன்கு அறிந்திருக்கிற; சமுதாய நடத்தை முறைகளில் கைதேர்ந்த;

நய நாகரிகமுடைய ▶ **urbanely** *adv.* ▶ **urbanity** /ɜːˈbænəti/ *noun* [U]

urbanized (*also* **-ised**) /ˈɜːbənaɪzd/ *adj.* (used about an area, a country, etc.) having a lot of towns, streets, factories, etc. rather than countryside (நாட்டுப்பகுதி, நாடு முதலியவை வகையில்) நாட்டுப்புறம் அல்லாது, நகரங்கள், தெருக்கள், தொழிற்சாலைகள் முதலியவை நிறைந்திருக்கிற; நகர மயமாக்கப்பட்ட ▶ **urbanization** (*also* **-isation**) /ˌɜːbənaɪˈzeɪʃn/ *noun* [U]

Urdu *noun* [U] the official language of Pakistan, which is also one of the main languages of India பாகிஸ்தானின் ஆட்சிமொழியும் இந்தியாவின் முக்கிய மொழிகளில் ஒன்றுமான மொழி; உருது மொழி

urea /jʊˈriːə/ *noun* [U] a colourless substance that is found especially in the liquid waste that is passed from your body when you go to the toilet (**urine**) சிறுநீரில் காணப்படும் நிறமற்ற பொருள்; சிறுநீர் உப்பு; மூத்திரை

ureter /juˈriːtə(r); ˈjʊərɪtə(r)/ *noun* [C] (*technical*) the tube that **urine** passes through to get from the **kidneys** to the **bladder** சிறுநீரகத்திலிருந்து சிறுநீர் சிறுநீர்ப்பைக்குச் செல்லும் குழாய்; சிறுநீர்க் குழாய்

urethra /jʊˈriːθrə/ *noun* [C] the tube that carries liquid waste out of the body. In men and male animals male seed (**sperm**) also flows along this tube உடலிலிருந்து சிறுநீரை வெளியேற்றுகிற மற்றும் ஆண்/ஆண் விலங்குகளில் விந்து செல்கிற குழாய்; சிறுநீர் வடிகுழாய் ▶ **urethral** *adj.*

urge[1] /ɜːdʒ/ *verb* [T] **1 urge sb (to do sth); urge sth** to advise or try hard to persuade sb to do sth ஒன்றைச் செய்யுமாறு ஒருவரை அறிவுறுத்து அல்லது ஒன்றைச் செய்ய ஒருவரை இணங்கவைக்கக் கடுமையாக முயல்; வற்புறுத்திக் கூறு; வருந்திச் செயல் தூண்டு *Drivers are urged to take care on icy roads.* • *Police urge caution on the icy roads.* **2** to force sb/sth to go in a certain direction பலவந்தப்படுத்திக் குறிப்பிட்ட திசையில் ஒருவரை/ஒன்றைச் செல்லவை; வலிந்து இயக்கு *He urged his horse over the fence.*

PHR V **urge sb on** to encourage sb ஒருவரை ஊக்கப்படுத்து; துணிவூட்டு *The captain urged his team on.*

urge[2] /ɜːdʒ/ *noun* [C] a strong need or desire அழுத்தமான தேவை அல்லது ஆசை; வேட்கை *sexual/creative urges*

urgent /ˈɜːdʒənt/ *adj.* needing immediate attention உடனடியாகக் கவனிக்கப்பட வேண்டிய; அவசரமான *an urgent message* ▶ **urgency** /-dʒənsi/ *noun* [U] *a matter of the greatest urgency* ▶ **urgently** *adv. I must see you urgently.*

urinary /ˈjʊərɪnəri/ *adj.* (*usually before a noun*) (*medical*) connected with urine or the parts of the body through which it passes சிறுநீர் அல்லது சிறுநீர்க் குழாய்கள் தொடர்பான

urinate /ˈjʊərɪneɪt/ *verb* [I] (*formal*) to pass urine from the body சிறுநீர் கழி

urine /ˈjʊərɪn; -raɪn/ *noun* [U] the yellowish liquid that is passed from your body when you go to the toilet கழிவாக உடலிலிருந்து வெளியேறும் சற்றே மஞ்சள் நிறமான நீர்மம்; சிறுநீர்; மூத்திரம்

URL /ˌjuː ɑːr ˈel/ *abbr.* (*computing*) uniform/universal resource locator (the address of a **World Wide Web** page) உலகம் அளாவிய வலைப்பக்கம் ஒன்றின் முகவரியைக் குறிக்கும் uniform/universal resource locator என்பதன் குறுக்கம்

urn /ɜːn/ *noun* [C] **1** a special container, used especially to hold the powder (**ashes**) that is left when a dead person has been burnt (**cremated**) குறிப்பாக எரியூட்டப்பட்ட பிணத்தின் சாம்பலை உள்ளிட்டு வைப்பதற்கான, தனிவகைக் கொள்கலம்; அஸ்திக் கலசம் **2** a large metal container used for making a large quantity of tea or coffee and for keeping it hot பெருமளவில் தேநீர் அல்லது காப்பி தயாரித்து அதனைச் சூடு குறையாமல் வைத்திருக்கப் பயன்படுத்தப்படும் பெரிய உலோகக் கொள்கலம்; தேநீர்/காப்பி கொதி கெண்டி

US /ˌjuː ˈes/ *abbr.* the United States (of America) (அமெரிக்க) ஐக்கிய மாநிலங்களைக் குறிக்கும் the United States (of America) என்பதன் குறுக்கம்

us /əs; *strong form* ʌs/ *pronoun* (*used as the object of a verb, or after be*) me and another person or other people; me and you எனக்கும் மற்றொருவருக்கும்/என்னையும் மற்றவர்களையும், எனக்கும் உனக்கும்/எனக்கும் உங்களுக்கும்; என்னையும் உன்னையும்; நமக்கு; நம்மை *Come with us.* • *Leave us alone.* • *Will you write to us?*

USA /ˌjuː es ˈeɪ/ *abbr.* the United States of America அமெரிக்க ஐக்கிய மாநிலங்களைக் குறிக்கும் United States of America என்பதன் குறுக்கம்

usable /ˈjuːzəbl/ *adj.* that can be used பயன்படுத்தத்தக்க; பயன்படக் கூடிய

usage /ˈjuːsɪdʒ/ *noun* **1** [U] the way that sth is used; the amount that sth is used ஒன்று பயன்படுத்தப்படும் முறை; பயனீட்டு முறை; ஒன்று பயன்படுத்தப்படும் அளவு; பயனீட்டளவு **2** [C, U] the way that words are normally used in a language ஒரு மொழியில் சொற்கள் வழக்கமாகப் பயன்படுத்தப்படும் முறை; சொல் வழக்காற்று மரபு; சொல் வழக்கு *a guide to English grammar and usage*

use[1] /ju:z/ *verb* [T] (*pres. part.* **using**; *pt, pp* **used** /ju:zd/) **1 use sth (as/for sth); use sth (to do sth)** to do sth with a machine, an object, a method, etc. for a particular purpose குறிப்பிட்ட ஒரு நோக்கத்திற்காக ஒரு கருவி, பொருள், செய்முறை முதலியவற்றைப் பயன்படுத்து; கையாள்; செலவழி *Could I use your phone?* • *The building was used as a shelter for homeless people.* **2** to need or to take sth ஒன்றை தேவையுறு; ஒன்றை எடுத்துக்கொள் *Don't use all the milk.* **3** to treat sb/sth in an unfair way in order to get sth that you want தனக்கு வேண்டிய ஒன்றை அடைவதற்காக ஒருவரை/ஒன்றை நேர்மையற்ற முறையில் நடத்து; கருவியாகப் பயன்படுத்து **PHR V** **use sth up** to use sth until no more is left தீர்ந்துபோகும்வரை ஒன்றைப் பயன்படுத்து; பயன்படுத்தித் தீர்

use[2] /ju:s/ *noun* **1** [U] the action of using sth or of being used ஒன்றைப் பயன்படுத்துதல் அல்லது ஒன்று பயன்படுத்தப்படுதல்; கையாளுதல்/கையாளப்படுதல்; பயன்பாடு *The use of computers is now widespread.* • *She kept the money for use in an emergency.* **2** [C, U] the purpose for which sth is used ஒன்று பயன்படுத்தப்படுவதற்கான நோக்கம்; பயன் நோக்கம்; பயன்பாடு; உபயோகம் *This machine has many uses.* **3** [U] the ability or permission to use sth ஒன்றைப் பயன்படுத்தும் ஆற்றல்; செயலாட்சித் திறம்; ஒன்றைப் பயன்படுத்துவதற்கான அனுமதி; கையாட்சி வாய்ப்பு; வழங்குரிமை *He lost the use of his hand after the accident.* • *She offered them the use of her car.* **4** [U] the advantage of sth; how useful sth is ஒன்றின் பயன் அல்லது பயன் எல்லை; நன்மை; வசதி; உபயோகம் ***It's no use*** *studying for an exam at the last minute.* **IDM** **come into/go out of use** to start/stop being used regularly or by a lot of people வழக்கமுறையாக அல்லது மிகப்பலரால் பயன்படுத்தப்படத் தொடங்கு; பயன்படுத்தாது விடப்படு *Email came into widespread use in the 1990s.* **make use of sth/sb** to use sth/sb in a way that will give you an advantage தனக்கு ஓர் ஆதாயம் கிட்டும் முறையில் ஒருவரை/ஒன்றைப் பயன்படுத்து; கருவியாகப் பயன்படுத்து

used *adj.* **1** /ju:zd/ that has had another owner before இதற்கு முன் வேறொருவரது உடைமையாக இருந்த; பயன்படுத்தப்பட்ட; இரண்டாம் கைப் பொருளான *a garage selling used cars* ✪ SYN **second-hand. 2** /ju:st/ **used to sth/to doing sth** familiar with sth; accustomed to sth ஒன்றை நன்கு தெரிந்துவைத்துள்ளவராக; பழக்கப்பட்ட *He's used to the heat.* • *I'll never* ***get used to*** *getting up so early.*

used to /'ju:st tə/ (*before a vowel and in final position* /'ju:st tu:/) (*modal verb*) for talking about sth that happened often or continuously in the past or about a situation which existed in the past கடந்த காலத்தில் அடிக்கடி அல்லது தொடர்ச்சியாக நிகழ்ந்த ஒன்றைப் பற்றி அல்லது கடந்த காலத்தில் உள்ளதாக இருந்த ஒரு சூழலைப் பற்றிப் பேசப் பயன்படுத்தப்படுவது: கடந்த காலத்தில் ஒரு வழக்கமான செயலாக அல்லது ஒரு வழக்கமுறையாக ஒன்று இருந்திரு அல்லது ஒன்றைக் கொண்டிருந்திரு *She used to live with her parents* (= but she doesn't now). • *You used to live in Delhi, didn't you?*

> **NOTE** **used to** உள்ளடங்கிய எதிர்மறைத் தொடர்களை (negatives) அல்லது வினாக்களை அமைக்க வழக்கமாக **did** பயன்படுத்தப்படுகிறது—*I didn't use to like jazz.* • *Did she use to be in your class?* இறந்த காலத்தை மட்டுமே குறிக்கும் **used to +** வினையெச்சமும் மூன்று காலங்களையும் குறிக்கும் **be used to (doing)sth**-உம் வேறு வேறானவை. கீழ்க்கண்டவற்றை ஒப்பு நோக்குக—*I used to live on my own* (= but now I don't). • *I'm used to living on my own* (= I am accustomed to it).

useful /'ju:sfl/ *adj.* having some practical use; helpful நடைமுறைப் பயன்பாட்டுக்கு உரிய; உபயோகமான; பயனுடைய *a useful tool* • *useful advice* ▶ **usefully** /-fəli/ *adv.* ▶ **usefulness** *noun* [U] **IDM** **come in useful** to be of practical help in a certain situation ஒரு குறிப்பிட்ட சூழலில் ஒன்றைச் செய்யப் பயன்படு; ஒரு காரியத்திற்கு உபயோகமானதாயிரு *Don't throw that box away—it might come in useful for something.*

useless /'ju:sləs/ *adj.* **1** that does not work well, that does not achieve anything நன்றாக வேலை செய்யாத; நன்முறையில் இயங்காத; எந்தவொரு பலனையும் ஈட்டித்தராத; பயனற்ற; வீணான *This new machine is useless.* • *It's useless complaining/to complain—you won't get your money back.* **2** (*informal*) **useless (at sth/at doing sth)** (used about a person) weak or not successful at sth (ஆள் வகையில்) செயலாற்றல் குன்றிய; திறமையற்ற; ஒன்றில் வெற்றிகரமாக இல்லாத; நம்பிக்கைக்கு இடந்தராத *I'm useless at sport.* ▶ **uselessly** *adv.* ▶ **uselessness** *noun* [U]

user /'ju:zə(r)/ *noun* [C] (*often in compounds*) a person who uses a service, machine, place, etc. ஒரு சேவை, கருவி, இடம் முதலியவற்றைப் பயன்படுத்துபவர்; பயன் நுகர்வர்; பயனாளி *users of public transport* • *drug users*

user-friendly *adj.* (used about computers, books, machines, etc.) easy to understand and use (கணிப்பொறி, நூல்கள், கருவிகள் முதலியவை வகையில்) புரிந்துகொள்வதற்கும் பயன்படுத்துவதற்கும் எளிதான; பயனர் தோழமையுள்ள

usher[1] /ˈʌʃə(r)/ *noun* [C] a person who shows people to their seats in a theatre, church, etc. காட்சி அரங்கு, தேவாலயம் முதலியவற்றில் ஆட்கள் இருக்கைகளில் சென்றமரத் துணை செய்பவர்; இட்டுச் சென்று இருக்கை காட்டுபவர்

usher[2] /ˈʌʃə(r)/ *verb* [T] to take or show sb where to go ஒருவர் செல்ல வேண்டிய இடத்திற்கு அழைத்துச் செல்; ஒருவர் செல்ல வேண்டிய இடத்தைக் காட்டு *I was ushered into an office.*

PHR V **usher sth in** to be the beginning of sth new or to make sth new begin புதிதான ஒன்றின் தொடக்கமாக இரு; புதிதாக ஒன்றைத் தொடங்கிவை *The agreement ushered in a new period of peace for the two countries.*

USSR /ˌjuː es es ˈɑː(r)/ *abbr.* Union of Soviet Socialist Republics (until 1991) சோவியத் சோசலிசக் குடியரசு நாடுகளின் ஒன்றியம் (இது 1991 வரை இருந்தது) என்பதைக் குறிக்கும் Union of Soviet Socialist Republics என்பதன் குறுக்கம்

usual /ˈjuːʒuəl; -ʒəl/ *adj.* **usual (for sb/sth) (to do sth)** happening or used most often மிக அடிக்கடி நிகழ்கிற அல்லது பயன்படுத்தப்படுகிற; வழக்க முறையான; வழக்கமான *It's usual for her to work at weekends.* • *He got home later than usual.* ✪ OPP **unusual**

IDM **as usual** in the way that has often happened before முன்னர் வழக்கமாக நிகழ்ந்த அதே முறையில்; வழக்கத்தைப் போலவே *Here's Dinesh, late as usual!*

usually /ˈjuːʒuəli; -ʒəli/ *adv.* in the way that is usual; most often வழக்கமான முறையில்; பெரும்பான்மை வேளைகளில் *She's usually home by six.* • *We usually go out on Saturdays.*

usurp /juːˈzɜːp/ *verb* [T] (*formal*) to take sb's position and/or power without having the right to do this உரிமையின்றி ஒருவரது பதவியை மற்றும்/அல்லது அதிகாரத்தை எடுத்துக்கொள்; பறித்துக்கொள்; தவறான முறையில் கைப்பற்று ▶ **usurpation** /ˌjuːzɜːˈpeɪʃn/ *noun* [U, C] ▶ **usurper** *noun* [C]

utensil /juːˈtensl/ *noun* [C] a type of tool that is used in the home வீட்டில் பயன்படுத்தப்படும் கருவி வகை; அடுக்களைக் கருவி; தட்டுமுட்டுக்கலம் *kitchen/cooking utensils* ⇨ **kitchen** பதிவில் படம் பார்க்க.

uterus /ˈjuːtərəs/ *noun* [C] (*pl.* **uteruses** or **uteri** /-raɪ/) (*formal*) the part of a woman or female animal where a baby develops before it is born பெண்ணின்/பெண் விலங்கின் கருப்பை ✪ SYN **womb** இது செறிவு குன்றிய முறைசார் வழக்கு ஆகும்.

utility /juːˈtɪləti/ *noun* (*pl.* **utilities**) **1** [C] a service provided for the public, such as a water, gas or electricity supply பொதுமக்களுக்கு வழங்கப்படும் தண்ணீர், எரிவாயு, மின்சாரம் முதலிய ஒரு சேவை; பொதுநல வழங்கீடு *the administration of* ***public utilities*** **2** [U] (*formal*) the quality of being useful பயனுடையதாக இருக்கும் தன்மை; பயன்பாடு **3** [C] (*computing*) a program or part of a program that does a particular task குறிப்பிட்ட இடுபணியைச் செய்யும் கணினி நிரல் அல்லது நிரல் பகுதி

utility room *noun* [C] a small room in some houses, often next to the kitchen, where people keep large pieces of kitchen equipment, such as a washing machine சில வீடுகளில் சலவை இயந்திரம் முதலிய பெரிய கருவிகளை வைக்கும், பெரும்பாலும் சமையலறையை அடுத்துள்ள, சிறு அறை; சமையற் சாதன அறை

utilize (*also* **-ise**) /ˈjuːtəlaɪz/ *verb* [T] (*formal*) to make use of sth ஒன்றைப் பயன்படுத்திக்கொள் *to utilize natural resources*

utmost[1] /ˈʌtməʊst/ *adj.* (*formal*) (*only before a noun*) greatest உச்ச உயர் அளவான; மிகப் பெரிய; முதன்மையான *a message* ***of the utmost importance***

utmost[2] /ˈʌtməʊst/ *noun* [*sing.*] the greatest amount possible இயலக்கூடிய உச்ச உயர் அளவு அல்லது மேல் எல்லை; முயற்சியின் மேற்படி நிலை *Resources have been exploited* ***to the utmost.*** • *I will* ***do my utmost*** (= try as hard as possible) *to help.*

Utopia (*also* **utopia**) /juːˈtəʊpɪə/ *noun* [C, U] a place or state that exists only in the imagination, where everything is perfect அனைத்தும் முழுநிறைவானதாக உள்ள, கற்பனையில் மட்டுமே காணக்கூடிய ஓரிடம் அல்லது ஒரு நிலை; (நடைமுறைக்கு அப்பாற்பட்ட) கற்பனை உலகு ▶ **Utopian** (*also* **utopian**) /-pɪən/ *adj.*

utter[1] /ˈʌtə(r)/ *adj.* (*only before a noun*) complete; total முழுமையான; முற்றிலுமான; முழுமொத்தமான *He felt an utter fool.* ▶ **utterly** *adv. It's utterly impossible.*

utter[2] /ˈʌtə(r)/ *verb* [T] to say sth or make a sound with your voice ஒன்றைக் கூறு; பேசு; வாய்விட்டுரை *She did not* ***utter a word*** (= she did not say anything) *in the meeting.* ▶ **utterance** /ˈʌtərəns/ *noun* [C] (*formal*)

U-turn *noun* [C] **1** a type of movement where a car, etc. turns round so that it goes back in the direction it came from சீருந்து முதலியவை வந்த திசையிலேயே மீண்டும் செல்லுமாறு சுற்றித்

திரும்பும் ஓர் இயக்கம்; U-வளைவுத் திருப்பம் **2** (*informal*) a sudden change from one plan or policy to a completely different or opposite one ஒரு திட்டத்திலிருந்து அல்லது கொள்கையிலிருந்து முற்றிலும் வேறான அல்லது நேர் எதிரான வேறொன்றுக்குத் திடீரென மாறுதல்; தலைகீழ் மாற்றம் ➪ **about turn** பார்க்க.

uvula /ˈjuːvjələ/ *noun* [C] (*pl.* **uvulae** /-liː/) a small piece of flesh that hangs from the top of the inside of the mouth just above the throat வாய் உட்புறத்தின் மேல்பகுதியிலிருந்து குரல்வளைக்குச் சற்று மேலே தொங்கும் சிறு தசைப் பகுதி; உள்நாக்கு ➪ **body** பதிவில் படம் பார்க்க.

V v

V, v¹ /viː/ *noun* [C, U] (*pl.* **V's; v's** /viːz/) **1** the twenty-second letter of the English alphabet ஆங்கில நெடுங்கணக்கின் இருபத்து இரண்டாம் எழுத்து *'Velvet' begins with (a) 'V'.* **2** the shape of a V, V வடிவம் *a V-neck sweater*

v² *abbr.* **1** (*also* **vs**) versus; against எதிராக என்பதைக் குறிக்கும் versus என்பதன் குறுக்கம் *Mumbai vs Chennai* **2 V** volt(s) மின் அளவீட்டு அலகான volt(s) என்பதன் குறுக்கம் *a 9V battery* **3** verse செய்யுளைக் குறிக்கும் verse என்பதன் குறுக்கம் **4** (*informal*) very மிகவும் என்பதைக் குறிக்கும் very என்பதன் குறுக்கம் *v good*

vacancy /ˈveɪkənsi/ *noun* [C] (*pl.* **vacancies**) **1 a vacancy (for sb/sth)** a job that is available for sb to do ஆள் நிரப்பப்பட வேண்டிய பணியிடம்; காலிப் பணியிடம் *We have a vacancy for a secretary in our office.* **2** a room in a hotel, etc. that is available தங்குமனை முதலியவற்றில் கிடைக்கக்கூடியதாக உள்ள அறை; காலி அறை *The sign outside the hotel said 'No Vacancies'.*

vacant /ˈveɪkənt/ *adj.* **1** (used about a house, hotel room, seat, etc.) not being used; empty (வீடு, தங்குமனை அறை, இருக்கை முதலியவை வகையில்) பயன்பாட்டில் இல்லாதிருக்கிற; காலியாக உள்ள **2** (used about a job in a company, etc.) that is available for sb to take (ஒரு நிறுவனம் முதலியவற்றிலுள்ள பணியிடம் பற்றிக் குறிப்பிடுகையில்) ஆள் அமர்த்தி நிரப்பப்படக் கூடியதாக உள்ள; பணியாளர் தேவையாக உள்ள; வேலை காலியாக உள்ள *the **'Situations Vacant'** page* (= the page of a newspaper where jobs are advertised) **3** showing no sign of intelligence or understanding அறிவுடைமை அல்லது அறிதிறன் உள்ளதற்கான அறிகுறி காணப்படாத; மனம் வெறுமை நிலையில் உள்ள; மந்தமான *a vacant expression* ▶ **vacantly** *adv. She stared at him vacantly.*

vacate /veɪˈkeɪt; vəˈk-/ *verb* [T] (*formal*) to leave a building, a seat, a job, etc. so that it is available for sb else ஒரு மனை, ஓர் இருக்கை, ஒரு பணி முதலியவை வேறொருவருக்குக் கிடைக்கக் கூடியதாகும் பொருட்டு அதனை விட்டு வெளியேறு; காலி செய்

vacation /vəˈkeɪʃn/ *noun* **1** [C] (*BrE*) any of the periods of time when universities or courts of law are closed பல்கலைக்கழகங்கள் அல்லது நீதிமன்றங்கள் மூடப்பட்டிருக்கும் காலப்பகுதிகளுள் ஒன்று; பருவ விடுமுறைக் காலம் *the Christmas/Summer vacation* **2** [C, U] (*AmE*) (a) holiday விடுமுறை *The boss is **on vacation**.* ➪ **holiday** பதிவிலுள்ள குறிப்பைப் பார்க்க.

vaccinate /ˈvæksɪneɪt/ *verb* [T] **vaccinate sb (against sth)** (*often passive*) to protect a person or an animal against a disease by giving him/her/it a mild form of the disease with a needle which is put under the skin (**an injection**) ஒரு நோயின் ஆற்றல் குறைந்த அணுக்களைக் கொண்ட மருந்தினை ஊசி மூலம் ஒருவர்/ஒரு விலங்கு உடலினுள் செலுத்தி அவருக்கு/அதற்கு அந்நோய் வராமல் தடு; அம்மை குத்துதல் மூலமாக நோய்த் தடுப்பு செய்; அம்மை குத்து *Were you vaccinated against measles as a child?* ✪ SYN **immunize** or **inoculate** ▶ **vaccination** /ˌvæksɪˈneɪʃn/ *noun* [C, U]

vaccine /ˈvæksiːn/ *noun* [C] a mild form of a disease that is put (**injected**) into a person or an animal's blood using a needle (**an injection**) in order to protect the body against that disease ஒரு நோயிலிருந்து மனிதர்களுக்கு அல்லது விலங்குகளுக்குக் காப்பளிக்க வேண்டி அவர்களது/அவற்றின் உடலினுள் ஊசி மூலம் செலுத்தப்படும் அந்நோயின் ஆற்றல் குறைந்த அணுக்களைக் கொண்ட மருந்து; நோய்த் தடைக்காப்பு மருந்து; அம்மைப்பால்

vacillate /ˈvæsəleit/ *verb* to keep changing your ideas or opinions about sth, especially in a way that annoys other people குறிப்பாக மற்றவர்களுக்கு எரிச்சலூட்டும் முறையில் ஒன்று பற்றிய கருத்துகளையும் எண்ணங்களையும் மாற்றிக் கொண்டிரு; ஒருநிலைப்படாது ஊசலாடு ✪ SYN **waver** ▶ **vacillation** /ˌvæsəˈleɪʃn/ *noun* [U, C]

vacuole /ˈvækjuəʊl/ *noun* [C] (*technical*) an empty space inside a living cell ஓர் உயிரணுவின் உட்பகுதியிலுள்ள வெற்றிடம்

vacuum¹ /ˈvækjuəm/ *noun* [C] **1** a space that is completely empty of all substances, including air or other gases காற்று அல்லது பிற வாயுப்பொருள்கள் உட்பட எந்த பொருளும் இல்லாது முற்றிலும் காலியாக உள்ள இடம்; வெற்றிடம் *vacuum-packed foods* (= in a pack from which the air has been removed) **2** [*usually sing.*] a situation from which sth is missing or lacking ஒன்று காணப்படாத அல்லது குறைபட்ட நிலை; இன்மை நிலை; குறைபாட்டு நிலை **3** (*informal*) = **vacuum cleaner 4** [*usually sing.*] the act of cleaning sth with a vacuum cleaner

தூசுறிஞ்சு கருவியைக் கொண்டு ஒன்றைத் துப்புரவு செய்தல் *to give a room a quick vacuum*

vacuum² /ˈvækjuəm/ *verb* [I, T] to clean sth using a vacuum cleaner தூசுறிஞ்சு கருவியினால் ஒன்றைத் துப்புரவு செய் ✪ SYN **hoover**

vacuum cleaner (*informal* **vacuum**) *noun* [C] an electric machine that cleans carpets, etc. by sucking up dirt தரைவிரிப்புகள் முதலியவற்றின் மீதுள்ள மாசுப்பொருள்களை உறிஞ்சி உள்ளிழுத்துக்கொண்டு அவற்றைத் தூய்மைப்படுத்தும் மின்கருவி; தூசுறிஞ்சு கருவி ✪ SYN **Hoover™** ➪ **cleaner** பார்க்க.

vacuum flask (*also* **flask** *AmE* **vacuum bottle**) *noun* [C] a container like a bottle with double walls with an empty space (**vacuum**) between them, used for keeping liquids hot or cold நீர்மங்களைச் சூடாகவோ குளிர்ந்த நிலையிலோ வைத்திருக்கப் பயன்படுத்தப்படும், இடையே வெற்றிடமாக உள்ள இரட்டைச் சுவர்களுடைய கண்ணாடிப் புட்டி போன்ற ஒரு கொள்கலம்; வெப்ப/தட்ப காப்புக்குடுவை ➪ **Thermos** பதிவில் படம் பார்க்க.

vada *noun* [C] an Indian snack made from ground lentils or mashed potatoes, that is deep fried in oil வடை

vagabond /vægəbɒnd/ *noun* (*old-fashioned, disapproving*) a person without a home or a job who keeps travelling from one place to another (கடந்த கால வழக்கு; கண்டனக்குறிப்பாக) நிலையான இருப்பிடமோ வேலையோ இல்லாத, இடம்விட்டு இடம் சென்று கொண்டிருக்கும், ஆள்; நாடோடி

vagina /vəˈdʒaɪnə/ *noun* [C] the passage in the body of a woman or female animal that connects the outer sex organs to the part where a baby grows (**womb**) பெண் அல்லது பெண் விலங்கின் கருப்பையையும் வெளிப்புறப் புணர்ச்சி உறுப்புகளையும் இணைக்கும் ஊடுவழி; புணர் புழை; யோனிக்குழாய்

vagrant /ˈveɪgrənt/ *noun* [C] a person who has no home and no job, especially one who asks people for money உறைவிடமும் தொழிலும் இல்லாத ஆள், குறிப்பாகப் பிறரிடம் பணம் யாசித்துப் பிழைக்கும் ஒருவர்; தெருச்சுற்றி

vague /veɪg/ *adj.* **1** not clear or definite தெளிவற்ற; எளிதில் புலப்படாத; உறுதியாகக் கூறமுடியாத; துல்லியமாக இல்லாத *He was very vague about how much money he'd spent.* • *a vague shape in the distance* **2** (used about a person) not thinking or understanding clearly (ஆள் வகையில்) தெளிவாகச் சிந்திக்காத அல்லது புரிந்துகொள்ளாத; அறிவுத் தெளிவற்ற *She looked vague when I tried to explain.* ▶ **vagueness** *noun* [U]

vaguely /ˈveɪgli/ *adv.* **1** in a way that is not clear; slightly தெளிவற்ற முறையில்; சிறிதளவே; சற்றே *Her name is vaguely familiar.* **2** without thinking about what is happening நடப்புப் பற்றி எண்ணிப்பார்க்காது; மனத் தெளிவின்றி; குழப்பத்துடன் *He smiled vaguely and walked away.*

vain /veɪn/ *adj.* **1** useless; failing to produce the result you want பயன் தராத; உபயோகமற்ற; விரும்பும் விளைபயன் அளிக்காத; வீணான *She turned away* ***in a vain attempt to*** *hide her tears.* **2** (used about a person) too proud of your own appearance, abilities, etc. (ஆள் வகையில்) தனது தோற்றம், ஆற்றல்கள் முதலியவை குறித்து மட்டுமீறிப் பெருமை கொள்கிற; வீண் தற்புகழ்ச்சி செய்கிற *He's so vain—he looks in every mirror he passes.* ➪ **vanity** noun பார்க்க. ▶ **vainly** *adv.*

IDM **in vain** without success வெற்றி பெறாது; ஒரு பயனுமின்றி; வீணாக *The firemen tried in vain to put out the fire.*

vale /veɪl/ *noun* [C] a valley பள்ளத்தாக்கு *the Vale of Kashmir* **NOTE** இடப் பெயர்களிலும் கவிதையிலும் இச்சொல் பயன்படுத்தப்படுகிறது.

valediction /ˌvælɪˈdɪkʃn/ *noun* [C, U] (*formal*) the act of saying goodbye, especially by making a formal speech குறிப்பாக ஒரு வினைமுறை சார்ந்த சொற்பொழிவில் அமையும் விடை பெறும் பகுதி; பிரிவுரை ▶ **valedictory** /ˌvælɪˈdɪktəri/ *adj.* (*usually before a noun*) *a valedictory speech*

valency /ˈveɪlənsi/ *noun* [C, U] (*pl.* **valencies**) (*technical*) **1** a measurement of the power of an atom to combine with others, by the number of hydrogen atoms it can combine with or take the place of தான் இணையும் அல்லது பதிலாகத் தான் இடங்கொள்ளும் ஹைட்ரஜென் அணுக்களின் எண்ணிக்கையைக் கொண்டு கணக்கிடப்படும், ஓர் அணு பிற அணுக்களுடன் சேரும் ஆற்றலின் அளவு; அணுவின் இணைதிறன் அளவு *Carbon has a valency of 4.* **2** the number of elements that a word, especially a verb, combines with in a sentence ஒரு வாக்கியத்தில் ஒரு சொல், குறிப்பாக ஒரு வினைச்சொல், உடன் இணையும் வாக்கியக் கூறுகளின் எண்ணிக்கை

valentine /ˈvæləntaɪn/ *noun* [C] **1** (*also* **valentine card**) a card that you send, usually without putting your name on it, to sb you love தான் காதலிக்கும் ஒருவருக்கு, வழக்கமாக அதில் தனது பெயரைக் குறிப்பிடாமல் ஒருவர் அனுப்பும் அட்டை

NOTE இந்த அட்டைகள் வழக்கமுறையாக **St Valentine's Day** அன்று (14 பிப்ரவரி) அனுப்பப்படுகின்றன.

2 the person you send this card to மேற்கண்ட அட்டை அனுப்பப்பெறுபவர்

valiant /ˈvæliənt/ *adj.* (*formal*) full of courage and not afraid மனத் துணிவு மிக்க மற்றும் அச்ச உணர்வற்ற; மிகுதியான நெஞ்சுரம் கொண்ட; துணிச்சல் வாய்ந்த ▶ **valiantly** *adv.*

valid /ˈvælɪd/ *adj.* **1 valid (for sth)** that is legally or officially acceptable சட்டப்படி அல்லது அதிகாரபூர்வமாக ஏற்கத்தக்க அல்லது செல்லக்கூடிய; முறைமை வாய்ந்த *This passport is valid for one year only.* **2** based on what is logical or true; acceptable காரண காரிய பொருத்தத்தை அல்லது உண்மையை அடிப்படையாகக் கொண்ட; வாத நேர்மையுடைய; ஏற்றுக்கொள்ளத்தக்க *I could raise no valid objections to the plan.* • *a valid point* ✪ OPP **invalid** ▶ **validity** /vəˈlɪdəti/ *noun* [U]

validate /ˈvælɪdeɪt/ *verb* [T] (*formal*) **1** to show that sth is true ஒன்று உண்மையானதெனத் தெளிவுபடுத்து; ஒன்றின் மெய்ம்மைத் தன்மையை உறுதிப்படுத்து *to validate a claim/theory* ✪ OPP **invalidate 2** to make sth legally valid ஒன்றைச் சட்டப்படி, செல்லத்தக்கதாக்கு; சட்ட ஏற்புத்தன்மை அளி *to validate a contract* ✪ OPP **invalidate 3** to state officially that sth is useful and of an acceptable standard ஒன்று பயனுடையது மற்றும் ஏற்கத்தக்கத் தரமுடையது என்று அதிகாரபூர்வமாகக் கூறு; சான்றுறுதி வழங்கு *Check that their courses have been validated by a reputable organization.* ▶ **validation** /ˌvælɪˈdeɪʃn/ *noun* [U]

valley /ˈvæli/ *noun* [C] the low land between two mountains or hills, which often has a river flowing through it இரண்டு மலைகளுக்கு அல்லது குன்றுகளுக்கு இடைப்பட்ட, பெரும்பாலும் ஓர் ஆறு ஊடாகச் செல்கிற தாழ்நிலப் பகுதி; பள்ளத்தாக்கு ⇨ **hanging valley** மற்றும் **rift valley** பார்க்க.

valour (*AmE* **valor**) /ˈvælə(r)/ *noun* [U] (*written, old-fashioned*) great courage and lack of fear, especially in war குறிப்பாக, போரில் வெளிப்படுத்தும், மிக்க அளவிலான மனத் துணிவும் அச்ச உணர்வின்மையும்; பெரும் துணிச்சல்; நெஞ்சுரம் *the soldiers' valour in battle*

valuable /ˈvæljuəbl/ *adj.* **1** worth a lot of money விலை மதிப்பு மிக்க *Is this ring valuable?* **2** very useful மிகவும் பயனுடைய *a valuable piece of information* ✪ OPP **valueless** or **worthless** ⇨ **invaluable** பார்க்க; இதன் பொருள் வேறாகும்.

valuables /ˈvæljuəblz/ *noun* [*pl.*] the small things that you own that are worth a lot of money, such as jewellery, etc. அணிமணிகள் முதலிய ஒருவருக்குச் சொந்தமானவையும் விலை மதிப்பு மிக்கவையுமான சிறு பொருள்கள்; விலை மதிப்புப் பொருள்கள் *Please put your valuables in the hotel safe.*

valuation /ˌvæljuˈeɪʃn/ *noun* [C] a professional judgement about how much money sth is worth திறத்தொழில் முறையில் ஒன்றின் விலை மதிப்பை அறுதியிட்டுக் கூறுதல்; விலை மதிப்பீடு

value[1] /ˈvælju:/ *noun* **1** [U, C] the amount of money that sth is worth ஒரு பொருளின் விலை மதிப்பு *The thieves stole goods with a total value of Rs 10,000.* • *to go up/down in value* ⇨ **face value** பார்க்க. **2** [U] (*BrE*) how much sth is worth compared with its price ஒரு பொருளின் விலையுடன் ஒப்பிடும்போது அதன் மதிப்பு எவ்வளவு என்பது; மதிப்புத் தரம்; மதிப்புத் தகுதி *The hotel was **good/excellent value*** (= well worth the money it cost). • *Package holidays give the best **value for money**.* **3** [U] the importance of sth ஒன்றின் முக்கியத்துவம்; மதிப்பு; தகுதி; அருமை *to be of great/little/no value to sb* • *This bracelet is of great **sentimental value** to me.* **4 values** [*pl.*] beliefs about what is the right and wrong way for people to behave; moral principles நன்னடத்தை மற்றும் தீ நடத்தை குறித்த நம்பிக்கைகள்; ஒழுக்கக் கோட்பாடுகள் *a return to traditional values* • *Young people have a different **set of values**.*

value[2] /ˈvælju:/ *verb* [T] (*pres. part.* **valuing**) **1 value sb/sth (as sth)** to think sb/sth is very importantஒருவர்/ஒன்று மிக முக்கியமானவர்/முக்கியமானது என்று கருது; உயர்வாகக் கருது; பெருமதிப்பளி *Shanta has always valued her independence.* • *I really value her as a friend.* **2** (*usually passive*) **value sth (at sth)** to decide the amount of money that sth is worth ஒன்றின் விலைமதிப்பை முடிவுசெய்; விலை மதிப்பிடு *The house was valued at Rs 150,000.*

valueless /ˈvælju:ləs/ *adj.* without value or use மதிப்பில்லாத; பயனற்ற; ஒன்றிற்கும் உதவாத ✪ SYN **worthless** ✪ OPP **valuable** ⇨ **invaluable** பார்க்க.

valve /vælv/ *noun* [C] **1** a device in a pipe or tube which controls the flow of air, liquid or gas, letting it move in one direction only ஒரு குழாயில்/குழலில் செல்லும் காற்று, திரவம் அல்லது வாயுவின் ஓட்டத்தைக் கட்டுப்படுத்தி, அதனை ஒரு திசையில் மட்டுமே செல்லச் செய்யும் கருவி அமைப்பு *a radiator valve* • *the valve on a bicycle tyre* ⇨ **bicycle** பதிவில் படம் பார்க்க. **2** a structure in your heart or in a **vein** that lets blood flow in one direction only இதயத்தில் அல்லது ஒரு சிரையில் உள்ள குருதியை ஒரு திசையில் மட்டுமே செல்லவிடும் அமைப்பு; ஊடிதழ்; தடுக்கிதழ் ⇨ **heart** பதிவில் படம் பார்க்க.

vampire /ˈvæmpaɪə(r)/ *noun* [C] (in horror stories) a dead person who comes out at night and drinks the blood of living people (திகில் கதைகளில் வரும்) இரவில் தோன்றி உயிருள்ள ஆட்களின் குருதியைக் குடிக்கும் இறந்துபோன ஒருவர்; குருதி உறிஞ்சும் பிசாசம்; இரத்தக் காட்டேரி

van /væn/ *noun* [C] a road vehicle that is used for transporting things பொருள் போக்குவரத்துக்குப் பயன்படுத்தப்படும் சாலையூர்தி வகை; சரக்கூர்தி **NOTE** இவ்வண்டி **lorry**-ஐ (சுமை உந்துவை) விடச் சிறியதாகவும் மேல் மூடாக்குடனும் இருக்கும்.

vanadium /vəˈneɪdiəm/ *noun* [U] (*symbol* **V**) a hard grey metal, used in making special types of steel தனி வகைகளில் எஃகு தயாரிக்கப் பயன்படுத்தப்படும் கடினத் தன்மையுடைய சாம்பல் நிற உலோக வகை; வெனேடியம்

vandal /ˈvændl/ *noun* [C] a person who damages sb else's property deliberately and for no purpose நோக்கம் எதுவுமின்றி வேண்டுமென்றே பிறர் உடைமைகளைச் சேதப்படுத்தும் ஆள்; போக்கிரி ▶ **vandalism** /ˈvændəlɪzm/ *noun* [U] *acts of vandalism* ▶ **vandalize** (*also* **-ise**) /ˈvændəlaɪz/ *verb* [T] (*usually passive*) *All the phone boxes in this area have been vandalized.*

vane /veɪn/ *noun* a flat blade that is a part of a machinery in a **windmill** and is moved by wind or water காற்றாலையில் உள்ள இயந்திரத் தொகுதியின் பகுதியாக அமைவதும் காற்றினால் அல்லது நீரினால் இயக்கப்படுவதுமான தட்டை வடிவ அலகு; விசை விசிறி அலகு

vanguard /ˈvængɑːd/ *noun* [*sing.*] (*usually* **the vanguard**) **1** the leaders of a movement in society, for example in politics, art, industry, etc. அரசியல், கலை, தொழில் முதலிய ஒரு சமுதாய இயக்கத்தின் தலைவர்கள்; முன்னணியினர் *The company is proud to be* ***in the vanguard of*** *scientific progress.* **2** the part of an army, etc. that is at the front when moving forward to attack the enemy பகைவர் மீது தாக்குதல் தொடுக்க முன்னேறும்போது முன்பகுதியில் உள்ள தரைப்படை முதலியவற்றின் பிரிவு; முன்னணிப் படை

vanilla /vəˈnɪlə/ *noun* [U] a substance from a plant that is used for giving flavour to sweet food இனிப்புப் பண்டங்களுக்கு நறுஞ்சுவையூட்டப் பயன்படுத்தப்படும் ஒரு தாவர வகையிலிருந்து பெறப்படும் பொருள்; வனிலா அவரைச் சத்து *vanilla ice cream*

vanish /ˈvænɪʃ/ *verb* [I] **1** to disappear suddenly or in a way that you cannot explain திடீரென அல்லது புதிரான முறையில் மறைந்துபோ; இருந்தாற்போல் இருந்து காணாது போ *When he turned round, the two men had* ***vanished without trace****.* **2** to stop existing இல்லாமற்போ; அழிவுறு *This species of plant is vanishing from our countryside.*

vanity /ˈvænəti/ *noun* [U] the quality of being too proud of your appearance or abilities தனது தோற்றம், அல்லது ஆற்றல்கள் குறித்து ஒருவர் பெருமை கொள்ளுதல்; வீண் தற்பெருமை; டம்பம் ➪ **vain** adjective பார்க்க.

vanquish /ˈvæŋkwɪʃ/ *verb* [T] to defeat sb completely in a competition, war, etc. ஒரு போட்டி, போர் முதலியவற்றில் ஒருவரை முற்றிலும் தோல்வியுறச் செய்; முறியடி; வீழ்த்து *a vanquished enemy/opponent* ✪ SYN **conquer**

vantage point /ˈvæntidʒpɔɪnt/ *noun* [C] a place from which you have a good view of sth அங்கிருந்து பார்க்கும்போது ஒன்று தெளிவாகத் தெரியும் ஓரிடம்; அனுகூலத் தானம் (*figurative*) *From our modern vantage point, we can see why the Roman Empire collapsed.*

vaporize (*also* **-ise**) /ˈveɪpəraɪz/ *verb* [I, T] (*technical*) to change into gas; to make sth change into gas ஆவியாகு; ஒன்றை ஆவியாக்கு ▶ **vaporization** (*also* **-isation**) /ˌveɪpəraɪˈzeɪʃn/ *noun* [U]

vapour (*AmE* **vapor**) /ˈveɪpə(r)/ *noun* [C, U] a mass of very small drops of liquid in the air, for example steam காற்றில் காணப்படும் நீராவி முதலிய மிக நுண்ணிய நீர்மத் துளிகளின் திரள்; ஆவி *water vapour*

variable[1] /ˈveəriəbl/ *adj*. not staying the same; often changing ஒரே நிலையில் நிலையாக இல்லாத; நிலையற்ற; அடிக்கடி மாறுபடுகிற ▶ **variability** /ˌveəriəˈbɪləti/ *noun* [U]

variable[2] /ˈveəriəbl/ *noun* [C] a situation, number or quantity that can vary or be varied மாறக்கூடிய அல்லது மாற்றத்தக்க ஒரு சூழல், ஓர் எண்ணிக்கை அல்லது அளவு; மாறக்கூடியது; மாற்றத்தக்கது; நிலையற்றது *With so many variables to consider, it is difficult to calculate the cost.* • *The temperature was kept constant throughout the experiment while pressure was a variable.*

variance /ˈveəriəns/ *noun* [U, C] (*formal*) the amount by which sth changes or is different from sth else வேறொன்றிலிருந்து ஒன்று மாறுபடும் அளவு; வேறுபாட்டளவு; வித்தியாசம் *variance in temperature/pay*

IDM **at variance (with sb/sth)** (*formal*) disagreeing with sb/sth ஒருவருடன்/ஒன்றுடன் கருத்து வேறுபாடு கொண்டு; முரண்பட்டு; இணக்கமற்ற நிலையில்

variant /ˈveəriənt/ *noun* [C] a slightly different form or type of sth ஒன்றினுடைய சிறிதளவு

மாறுபட்ட வடிவம் அல்லது வகை; திரிபுரு; திரிபு வடிவம்; திரிபு வகை

variation /ˌveəriˈeɪʃn/ *noun* 1 [C, U] (a) **variation (in sth)** a change or difference in the amount or level of sth ஒன்றின் எண்ணிக்கையில் அல்லது அளவில்/படிநிலையில் காணப்படும் மாற்றம் அல்லது வேறுபாடு *There was a lot of variation in the examination results.* • *There may be a slight variation in price from shop to shop.* 2 [C] **a variation (on/of sth)** a thing that is slightly different from another thing in the same general group பொதுவான ஒரே பிரிவைச் சார்ந்த வேறொன்றிலிருந்து சிறிதளவு மாறுபட்டுள்ள ஒன்று; திரிபு வகை; மாற்று வடிவம் *All her films are just variations on a basic theme.*

varicose vein /ˌværɪkəʊs ˈveɪn/ *noun* [C] a **vein** especially one in the leg, which has become swollen and painful வீக்கமுற்று வலியுண்டாகும் ஒரு சிரை, குறிப்பாகக் காலிலுள்ள சிரை; புடைப்புற்ற குருதிநாளம்

varied /ˈveərid/ *adj.* having many different kinds of things or activities பல்வேறு வகையான பொருள்களை அல்லது செயற்பாடுகளைக் கொண்டிருக்கிற; பலவகைப்பட்ட *I try to make my classes as varied as possible.*

variety /vəˈraɪəti/ *noun* (*pl.* **varieties**) 1 [*sing.*] **a variety (of sth)** a number of different types of the same thing ஒரே பொருளின் வெவ்வேறு வகையான பலவற்றின் தொகுதி; ஒன்றின் பல்வேறு வகைகள்; திரிபுவளம் *There is a **wide variety** of dishes to choose from.* 2 [U] the quality of not being or doing the same all the time எல்லா வேளைகளிலும் ஒன்றாக இல்லாத அல்லது ஒன்றையே செய்யாத தன்மை; பல்வகை வேறுபாட்டுப் பண்பு; வேறுபாட்டு நிலை *There's so much variety in my new job. I do something different everyday!* 3 [C] **a variety (of sth)** a type of sth ஒன்றின் வகை அல்லது பிரிவு; துணை வகை; சார்பினம் *a new variety of apple called 'Perfection'*

various /ˈveəriəs/ *adj.* several different பல்வேறு வகைப்பட்ட; பல வகையான *I decided to leave Mumbai for various reasons.*

varnish /ˈvɑːnɪʃ/ *noun* [U] a clear liquid that you paint onto hard surfaces, especially wood, to protect them and make them shine பாதுகாப்புக்காகவும் பளபளப்பூட்டவும் கெட்டியான பரப்புகளின் மீது, குறிப்பாக மரப்பொருள்களின் மீது, வண்ணப் பூச்சிடப் பயன்படுத்தப்படும் தெளிவான நீர்மம்; வண்ண மெருகெண்ணெய் ⇨ **nail varnish** பார்க்க. ▶ **varnish** *verb* [T]

vary /ˈveəri/ *verb* (*pres. part.* **varying**; *3rd person sing. pres.* **varies**; *pt, pp* **varied**) 1 [I] **vary (in sth)** (used about a group of similar things) to be different from each other (ஒத்த தன்மையுள்ள பொருள்களின் ஒரு தொகுதி பற்றிக் குறிப்பிடுகையில்) ஒன்றிலிருந்து ஒன்று மாறுபடு; வேறு வேறாயிரு *The hotel bedrooms vary in size from medium to very large.* 2 [I] **vary (from... to...)** to be different or to change according to the situation, etc. குறிப்பிட்ட சூழல் முதலியவற்றுக்கு ஏற்ப வேறுபட்டிரு அல்லது மாறுபடு *The price of the holiday varies from Rs 5,000 to Rs 12,000, depending on the time of year.* 3 [T] to make sth different by changing it often in some way ஏதோ ஒரு வகையில் ஒன்றில் அடிக்கடி மாற்றம் செய்து அது வேறுபட்டதாக இருக்கச் செய்; ஒன்றுக்கு வேறுபாட்டுக் கவர்ச்சி ஊட்டு *I try to vary my work as much as possible so I don't get bored.*

vascular /ˈvæskjələ(r)/ *adj.* (*usually before a noun*) (*technical*) of or containing **veins** சிரைகள் தொடர்பான அல்லது சிரைகளை உள்ளடக்கிய

vase /vɑːz/ *noun* [C] a container that is used for holding cut flowers பறிக்கப்பட்ட மலர்களை அழகுக்காக வைப்பதற்கான பாத்திரம்; அழகு மலர்க் குவளை

vasectomy /vəˈsektəmi/ *noun* [C] (*pl.* **vasectomies**) (*medical*) a medical operation to stop a man being able to have children ஆணுக்கான கருத்தடை அறுவை மருத்துவம்

vast /vɑːst/ *adj.* extremely big மிகப் பெரிய; பேரளவினதான; பரந்தகன்ற *a vast sum of money* • *a vast country* ▶ **vastly** *adv.* *a vastly improved traffic system*

VAT (*also* **Vat**) /ˌviː eɪ ˈtiː; væt/ *abbr.* value added tax (மதிப்புக்கூட்டு வரி) என்பதன் குறுக்கம் *Prices include VAT.*

vat /væt/ *noun* [C] a large container for storing and mixing liquids, especially used in industrial processes குறிப்பாக, தொழிற்சாலைச் செயல்முறைகளில் திரவங்களைச் சேமித்து வைக்கவும் கலக்கவும் பயன்படுத்தப்படும் பெரிய கொள்கலம்; கொப்பரை; அண்டா *a vat of whisky/distilling vats*

vault[1] /vɔːlt/ *noun* [C] 1 a room with a strong door and thick walls in a bank, etc. that is used for keeping money and other valuable things safe பணம் மற்றும் பிற விலை மதிப்புடைய பொருள்களைப் பாதுகாப்பாக வைத்திருப்பதற்குப் பயன்படுத்தப்படும், வங்கி முதலியவற்றிலுள்ள தடிப்பான சுவர்களும் உறுதி வாய்ந்த கதவும் உடைய அறை; சேமக் காப்பறை; காப்பறை 2 a room under a church where dead people are buried தேவாலயத்தின் அடியிலுள்ள இறந்தவர்களைப் புதைப்பதற்கான அறை; தேவாலயத்தின் அடிநிலக் கல்லறைக் கூடம் *a family vault* 3 a high roof or ceiling in a church, etc., made from a number of arches joined together at the top தேவாலயம் முதலியவற்றின் உச்சியில் பல வில் வளைவுகள் ஒன்றிணைந்து அமைந்துள்ள உயரமான முகடு அல்லது உட்கூரை; கவிகை மாடம்; கவிகை மோடு

vault[2] /vɔ:lt/ *verb* [I, T] **vault (over) sth** to jump over or onto sth in one movement, using your hands or a pole to help you கைகளை அல்லது கழியைப் பயன்படுத்தி ஒரே இயக்கத்தில் ஒன்றைத் தாண்டிக் குதி அல்லது ஒன்றின் மேல் ஏறு; கை/கழி ஊன்றித் தாவிக்குதி/தாவி ஏறு

VCR /ˌvi: si: ˈɑ:(r)/ *abbr.* video cassette recorder ஒளியிழைப் பதிவுக் கருவியைக் குறிக்கும் video cassette recorder என்பதன் குறுக்கம்

VD /ˌvi: ˈdi:/ *abbr.* venereal disease பால்வினை நோயைக் குறிக்கும் venereal disease என்பதன் குறுக்கம்

VDU /ˌvi: di: ˈju:/ *noun* [C] visual display unit; a screen on which you can see information from a computer கணினித் தகவல்களைக் காண்பதற்கான திரையைக் குறிக்கும் visual display unit (ஒளித்தோற்றக் காட்சி முனையம்) என்பதன் குறுக்கம்

veal /vi:l/ *noun* [U] the meat from a young cow (**calf**) இளம்பசுவின் இறைச்சி; கன்றிறைச்சி

vector /ˈvektə(r)/ *noun* [C] **1** (*mathematics*) a measurement or a quantity that has both size and direction உருவளவு, திசை இரண்டையும் உள்ளடக்கிய அளவு அல்லது எண்ணிக்கை

> **NOTE** தொலைவு, வேகம், பொருண்மை முதலியவை அடங்கிய பரிமாணத்தை **scalars** வழங்கும். விரைவு வீதம், முடுக்கம், விசை முதலியவை அடங்கிய பரிமாணம், திசை ஆகிய இரண்டையும் **vectors** தரும்.

2 (*medical*) an insect, etc. that carries a particular disease from one living thing to another ஓர் உயிர்ப்பொருளிலிருந்து மற்றொன்றுக்குக் குறிப்பிட்ட நோயைப் பரப்பும் பூச்சி முதலியவை; தொற்று நுண்மங்களைக் கடத்தும் சிற்றுயிரினம் *Mosquitoes are the vectors in malaria.* **3** (*technical*) the course taken by an aircraft ஒரு விமானம் குறித்த திசையில் செல்லுதல்; விமானத்தின் திசைப் போக்கு

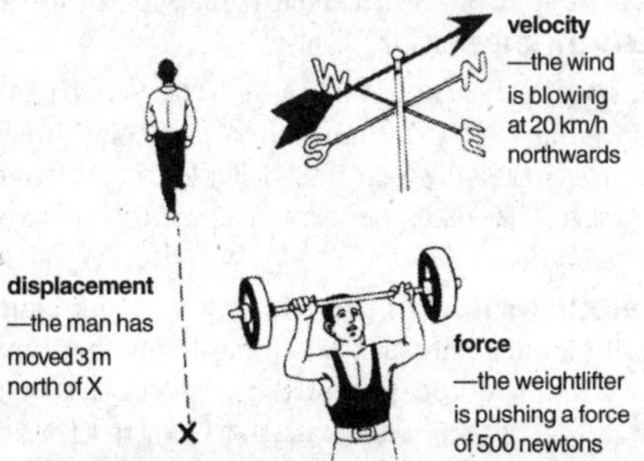

examples of vectors

veena (*also* **vina**) *noun* [C] an Indian stringed instrument with four main and three **subsidiary** strings, especially used in **Carnatic music**. There are several variations of the veena குறிப்பாகக் கர்நாடக சங்கீதத்தில் இசைக்கப்படும், நான்கு முதன்மைத் தந்திகளையும் மூன்று துணைத் தந்திகளையும் கொண்ட இந்திய நரம்பிசைக் கருவி; வீணை. வீணையில் பல வகைகள் உண்டு.

veer /vɪə(r)/ *verb* [I] (used about vehicles) to change direction suddenly (ஊர்திகள் வகையில்) திடீரெனத் திசை மாறு; திடீரெனத் திரும்பு *The car veered across the road and hit a tree.*

veg /vedʒ/ *noun* [U] (*BrE informal*) vegetables காய்கறிகளைக் குறிக்கும் vegetables என்பதன் குறுக்கம் *a fruit and veg stall*

vegan /ˈvi:gən/ *noun* [C] a person who does not eat meat or any other animal products at all இறைச்சியோ வேறெந்த உயிரினச் சார்பான உணவோ கொள்ளாதிருப்பவர்; தீவிர சைவ உணவினர் ➪ **vegetarian** பார்க்க. ▶ **vegan** *adj.*

vegetable /ˈvedʒtəbl/ (*informal* **veg; veggie**) *noun* [C] a plant or part of a plant that we eat. Potatoes, beans and onions are vegetables உருளைக்கிழங்கு, அவரைக்காய், வெங்காயம் முதலிய உணவாகப் பயன்படுத்தப்படும் தாவரம் அல்லது தாவரப் பகுதி; காய்கறி *vegetable soup* ➪ 1546-ஆம் பக்கத்தில் படம் பார்க்க.

vegetarian /ˌvedʒəˈteəriən/ (*BrE informal* **veggie**) *noun* [C] a person who does not eat meat or fish இறைச்சியோ மீனோ உண்ணும் பழக்கம் இல்லாதவர்; புலால் உண்ணாதவர்; சைவ உணவினர் ➪ **vegan** பார்க்க. ▶ **vegetarian** *adj.* *a vegetarian cookery book*

vegetation /ˌvedʒəˈteɪʃn/ *noun* [U] (*formal*) plants in general; all the plants that are found in a particular place தாவரங்கள்; குறிப்பிட்ட இடத்தில் காணப்படும் அனைத்துத் தாவரங்களின் தொகுதி *tropical vegetation*

veggie /ˈvedʒi/ *noun* [C] (*informal*) **1** (*BrE*) = **vegetarian** **2** = **vegetable** ▶ **veggie** *adj.* *a veggie burger*

vehement /ˈvi:əmənt/ *adj.* showing very strong (often negative) feelings, especially anger மிக அழுத்தமான (பெரும்பாலும் எதிர்மறையான) உணர்ச்சிகளை, குறிப்பாகச் சினத்தை, வெளிப்படுத்துகிற; மும்முரமான; ஆவேச மிக்க *a vehement attack on the government*

vehicle /ˈvi:əkl/ *noun* [C] **1** something which transports people or things from place to place, especially on land, for example cars, bicycles, lorries

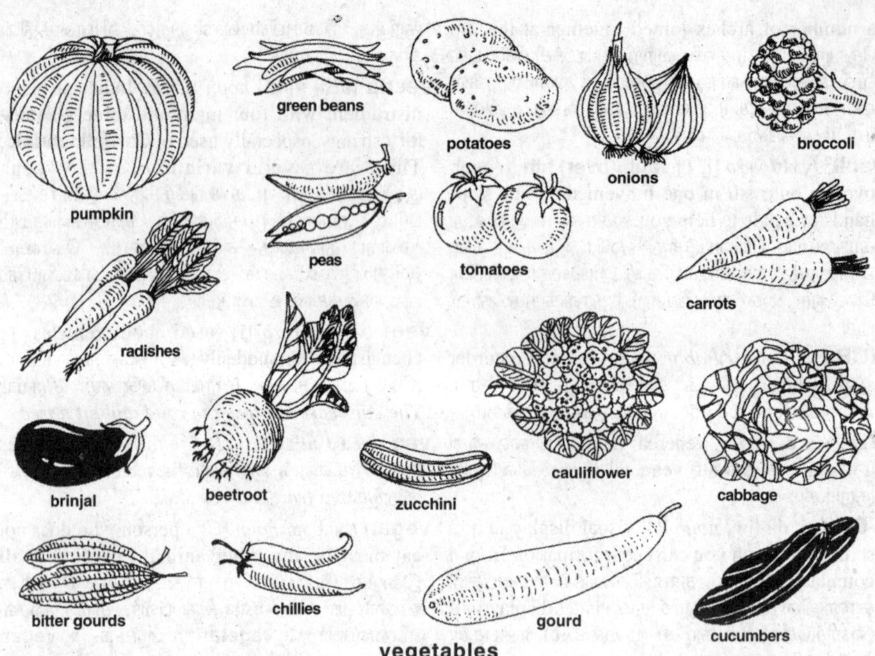

vegetables

and buses குறிப்பாகத் தரைவழியாக, இடம் விட்டு இடம் ஆட்களை அல்லது பொருள்களை ஏற்றிச்செல்லும் சீருந்து, மிதிவண்டி, சுமையுந்து, பேருந்து முதலியவற்றில் ஒன்று; வாகனம்; வண்டி *Are you the owner of this vehicle?* **2** something which is used for communicating particular ideas or opinions குறிப்பிட்ட கருத்துகளை அல்லது எண்ணங்களைப் பரிமாறிக்கொள்ளப் பயன்படுத்தப்படும் ஒன்று; கருத்துத் தொடர்பு சாதனம்; ஊடகம் *This newspaper has become a vehicle for public opinion.*

veil /veɪl/ *noun* [C] a piece of thin material for covering the head and face of a woman மகளிர் தலையை மற்றும் முகத்தை மூடிக்கொள்வதற்கான மெல்லிய துணி; முக்காடு *a bridal veil*

veiled /veɪld/ *adj.* **1** not expressed directly or clearly because you do not want your meaning to be obvious தனது கருத்தை வெளிப்படையாகக் கூற விரும்பாத காரணத்தினால், நேர்முகமாக அல்லது தெளிவுபடக் கூறப்படாத; மறைமுகமான; இலைமறைவு காய்மறைவான; ஒளிவு மறைவான *a thinly **veiled threat**/warning/criticism* **2** wearing a **veil** முகத்திரை அணிந்துள்ள; முக்காடு போட்டுள்ள *a veiled woman*

vein /veɪn/ *noun* **1** [C] one of the tubes which carry blood from all parts of your body to your heart உடலின் அனைத்துப் பகுதிகளிலிருந்தும் இதயத்திற்குக் குருதியைக் கொண்டு செல்லும் குழாய்களில் ஒன்று; சிரை ➪ **artery, jugular** மற்றும் **varicose vein** பார்க்க. **2** [*sing.*, U] a particular style or quality குறிப்பிட்ட பாணி அல்லது பண்பு; பாங்கு; தன்மை; இயல்பு *After a humorous beginning, the programme continued in a more serious vein.*

Velcro™ /ˈvelkrəʊ/ *noun* [U] a material for fastening parts of clothes together. Velcro is made of a man-made material (**nylon**) and is used in small pieces, one rough and one smooth, that can stick together and be pulled apart சேர்ந்து ஒட்டிக்கொள்வனவும் இழுத்துத் தனித்தனியாகப் பிரிக்கக் கூடியனவுமாகிய, ஒன்று சொரசொரப்பாகவும் மற்றது மிருதுவாகவும் உள்ள செயற்கைத் துணித் துண்டுகளாலான, ஆடைப் பகுதிகளைச் சேர்த்துப் பொருத்திக் கொள்ள பயன்படுத்தப்படும் பொருள்; வெல்க்ரோ ➪ **button** பதிவில் படம் பார்க்க.

veld /velt/ *noun* [U] (in geography) flat open land in South Africa with grass and no trees (புவி இயலில்) தென்னாப்பிரிக்காவில் உள்ள மரங்களற்ற சமதளப் புல்வெளி

velocity /vəˈlɒsəti/ *noun* [U] (*technical*) the speed at which sth moves in a particular direction குறிப்பிட்ட திசையில் ஒன்று செல்லும் வேக அளவு; வேகம்; விரைவளவு *a high-velocity rifle/bullet*

velour /vəˈlʊə(r)/ *noun* [U] cotton or silk cloth with a thick soft surface similar to another type of cloth (**velvet**) வெல்வெட் துணி போன்று அடர்த்தி மிக்க, மென்மையான மேற்பரப்புடைய பருத்தி அல்லது பட்டுத் துணி வகை; திண் இழைப் பூந்துகில் வகை

velvet /ˈvelvɪt/ *noun* [U] a kind of cloth made of cotton or other material, with a soft thick surface on one side only ஒரு பக்கத்தில் மட்டும் அடர்த்தி மிக்க மென்மையான மேற்பரப்புடைய பஞ்சு அல்லது வேறொரு பொருளால் நெய்யப்பட்ட துணி வகை; திண் இழைப் பூந்துகில் வகை; வெல்வெட் துணி *black velvet trousers*

vena cava /ˌviːnə ˈkeɪvə/ *noun* [C] (*pl.* **venae cavae** /ˌviːniː ˈkeɪviː/) a **vein** that takes blood without oxygen in it into the heart உயிர்வளி கலவாத குருதியை இருதயத்திற்குக் கொண்டு செல்லும் சிரை; பெருஞ்சிரை ➪ **heart** பதிவில் படம் பார்க்க.

vendetta /venˈdetə/ *noun* [C] a serious argument or dispute between two people or groups which lasts for a long time and in which people are killed on both sides இரண்டு ஆட்கள் அல்லது குழுக்கள் இடையே நீண்ட காலம் தொடர்வதும் இரு தரப்பிலும் ஆட்கள் கொல்லப்படுவதுமான கடும் பூசல்; ஆழ்ந்த பகைமை நிலை

vending machine *noun* [C] a machine from which you can buy drinks, cigarettes, etc. by putting coins in it உலோக நாணயங்களை உள்ளிட்டுப் பானங்கள், புகைச்சுருட்டுகள் முதலியவற்றை விலைக்கு வாங்குவதற்குரிய பொறி வகை; நாணய விற்பனைப் பொறி

vendor /ˈvendə(r)/ *noun* [C] (*formal*) a person who is selling sth ஒரு பொருளை விற்பனை செய்பவர்; விற்பவர் ➪ **purchaser** பார்க்க.

veneer /vəˈnɪə(r)/ *noun* **1** [C, U] a thin layer of wood or plastic that is stuck onto the surface of a cheaper material, especially wood, to give it a better appearance விலை மலிவான ஒரு பொருளுக்கு, குறிப்பாக மரப்பொருளுக்கு, தோற்றக் கவர்ச்சி ஊட்டுவதற்காக அதன் மீது ஒட்டப்படும் மர அல்லது பிளாஸ்டிக் மென்தகடு; ஒப்பனை மெல்லொட்டுத் தகடு **2** [*sing.*] (*formal*) **a veneer (of sth)** a part of sb's behaviour or of a situation which hides what it is really like underneath ஒருவருடைய நடத்தையில் அல்லது ஒரு சூழலில் உட்பொதிந்துள்ள உண்மையான இயல்புக் கூறினை மறைக்கும் அந்நடத்தையின் அல்லது அச்சூழலின் பகுதி; பொய்யான வெளித்தோற்றம்; வேடம்; வெளிப்பூச்சு *a thin veneer of politeness*

venerate /ˈvenəreɪt/ *verb* [T] **venerate sb/sth (as sth)** (*formal*) to have and show a lot of respect for sb/sth that is considered to be old, holy or very important முதுமை, புனிதத்தன்மை அல்லது பெரும் முக்கியத்துவம் உடையவராக/உடையதாகக் கருதப்படும் ஒருவரிடம்/ஒன்றிடம் மிக்க மரியாதை கொண்டிரு; மிக்க மரியாதை காட்டு; போற்றி வணங்கு ✪ SYN **revere** ▶ **veneration** /ˌvenəˈreɪʃn/ *noun* [U] *The relics were objects of veneration.*

venereal disease /vəˌnɪəriəl dɪˈziːz/ *noun* [C, U] (*abbr.* **VD**) any disease caught by having sex with a person who has it அந்நோயுள்ள ஒருவருடன் உடலுறவு கொள்வதால் தனக்குத் தொற்றிக்கொள்ளக்கூடிய ஒரு நோய்; பால்வினை நோய்

venetian blind /vəˌniːʃn ˈblaɪnd/ *noun* [C] a covering for a window that is made of horizontal pieces of flat plastic, etc. which can be turned to let in as much light as you want பிளாஸ்டிக் முதலியவற்றால் செய்யப்பட்ட, வேண்டிய அளவு ஒளியை உள்விடத் தக்கவாறு திருப்பக்கூடிய, கிடை நிலையிலுள்ள தட்டை வடிவச் சன்னல் மறைப்பு; மடக்குவரிச் சட்ட பலகணித் திரை

vengeance /ˈvendʒəns/ *noun* [U] (*written*) **vengeance (on sb)** the act of punishing or harming sb in return for sth bad he/she has done to you, your friends or family தனக்கு, தனது நண்பர்களுக்கு அல்லது குடும்பத்தினருக்கு ஒருவர் செய்துள்ள தீங்கிற்குப் பதிலீடாக அவரைத் தண்டித்தல் அல்லது அவருக்குத் தீங்கு செய்தல்; பழி வாங்குதல்; பழிக்குப் பழி *He felt a terrible desire for vengeance on the people who had destroyed his career.* ➪ **revenge** பார்க்க.

IDM **with a vengeance** to a greater degree than is expected or usual எதிர்பார்க்கப்பட்ட அல்லது வழக்கமான அளவை விடக் கூடுதலாக; மிகு அளவாக *After a week of good weather winter returned with a vengeance.*

venison /ˈvenɪsn/ *noun* [U] the meat from a large wild animal (**deer**) மான் இறைச்சி

venom /ˈvenəm/ *noun* [U] **1** the poisonous liquid that some snakes, spiders, etc. produce when they bite or sting you சிலவகைப் பாம்புகள், சிலந்திப் பூச்சிகள் முதலியவை கடிக்கும்போது அல்லது கொட்டும்போது அவற்றிலிருந்து வெளிப்படும் நச்சுத்திரவம்; நஞ்சு; விஷம் **2** extreme anger or hatred and a desire to hurt sb மிகக் கடுமையான சினம் அல்லது வெறுப்பு மற்றும் ஒருவருக்குத் தீங்கு செய்யும் அவா; நச்சுப் பகைமை; கடும் காழ்ப்பு; வன்மம் *She shot him a look of pure venom.* ▶ **venomous** /ˈvenəməs/ *adj.*

vent /vent/ *noun* [C] an opening in the wall of a room or machine which allows air to come in, and smoke, steam or smells to go out அறையின் சுவரில் அல்லது ஒரு பொறியமைப்பில் உள்ள, காற்று உள்ளே வருவதற்கான மற்றும் புகை, நீராவி அல்லது தீநாற்றம் வெளியேறுவதற்கான திறப்பு; காற்றுப் புழைவாய் *an airvent* • *a heating vent*

ventilate /ˈventɪleɪt/ *verb* [T] to allow air to move freely in and out of a room or building ஓர்

அறையில் அல்லது ஒரு கட்டடத்தில் தடையின்றிக் காற்று உள்ளே வரவும் வெளியே செல்லவும் விடு; காற்றோட்டமாக வைத்திரு *The office is badly ventilated.* ▶ **ventilation** /ˌventɪˈleɪʃn/ *noun* [U] *There was no ventilation in the room except for one tiny window.*

ventilator /ˈventɪleɪtə(r)/ *noun* [C] **1** a device or an opening that allows air to move freely in and out of a building, room, etc. ஒரு கட்டடம், ஓர் அறை முதலியவற்றில் தடையின்றிக் காற்று உள்ளே வரவும் வெளியேறவும் வகை செய்யும் ஒரு கருவி அல்லது துளை; காற்றோட்டப் புழை/சாதனம்; பலகணி **2** a machine in a hospital that helps sb to breathe ஒருவர் சுவாசிக்கத் துணைசெய்யும் மருத்துவமனைக் கருவி; சுவாசக் கருவி

ventral /ˈventrəl/ *adj.* (*technical*) (*only before a noun*) on or connected with the underside of a fish or an animal மீன் அல்லது விலங்கின் அடிப்பகுதியின் மீதுள்ள அல்லது அடிப்பகுதிக்குரிய; அதன் வயிற்றுப்புறம் தொடர்பான ➪ **dorsal** மற்றும் **pectoral** பார்க்க; மேலும் **fish** பதிவில் படம் பார்க்க.

ventricle /ˈventrɪkl/ *noun* [C] **1** either of the two lower spaces in the heart இதயத்திலுள்ள இரண்டு தாழ் பகுதிகளுள் ஒன்று; இதயக் கீழறை ➪ **heart** பதிவில் படம் பார்க்க. **2** any space in the body that does not contain anything, especially one of the four main empty spaces in the brain உள்ளீடாக எதுவும் கொண்டிராத உடற் பகுதிகளுள் ஒன்று, குறிப்பாக மூளையில் உள்ள நான்கு முக்கியமான வெற்றிடங்களுள் ஒன்று

venture[1] /ˈventʃə(r)/ *noun* [C] a project which is new and possibly dangerous, because you cannot be sure that it will succeed அதன் வெற்றி வாய்ப்பைப் பற்றி உறுதியாகத் தெரியாத காரணத்தினால் இடர்ப்பாடானதாகத் தோன்றும் ஒரு புது முயற்சி; துணிகர முயற்சி; ஆபத்து வாய்ப்புடைய செயல் திட்டம் *a business venture*

venture[2] /ˈventʃə(r)/ *verb* [I] to do sth or go somewhere new and dangerous, when you are not sure what will happen இன்னது நிகழக்கூடுமென உறுதியாகத் தெரியாத நிலையில் புதிய மற்றும் இடர்ப்பாடான ஒன்றைச் செய் அல்லது ஓரிடத்திற்குப் போ; ஒரு புது முயற்சியில் துணிந்து இறங்கு *He ventured out into the storm to look for the lost child.* • *The company has decided to venture into computer production as well as design.*

venue /ˈvenju:/ *noun* [C] the place where people meet for an organized event, for example a concert or a sporting event இசை நிகழ்ச்சி, விளையாட்டு நிகழ்ச்சி முதலிய முன்னேற்பாடு செய்யப்பட்ட ஒரு நிகழ்ச்சிக்கு மக்கள் கூடும் இடம்; நிகழ்விடம்

Venus /ˈvi:nəs/ *noun* [*sing.*] the planet that is second in order from the sun and nearest to the earth வரிசை முறையில் சூரியனிலிருந்து இரண்டாவதாக உள்ளதும் பூமிக்கு மிக அண்மையில் இருப்பதுமான கோள்; வெள்ளி ➪ **the solar system** பதிவில் படம் பார்க்க.

veranda (*also* **verandah**) /vəˈrændə/ (*AmE* **porch**) *noun* [C] a platform joined to the side of a house, with a roof and floor but no outside wall மேற்கூரையும் தரைத்தளமும் உடையதும் ஆனால் வெளிப்புறச் சுவர் இல்லாததுமான வீட்டின் பக்கப்பகுதியோடு இணைந்துள்ள மேடை; தாழ்வாரம் ➪ **balcony, patio** மற்றும் **terrace** பார்க்க.

verb /vɜ:b/ *noun* [C] (*grammar*) a word or group of words that is used to indicate that sth happens or exists, for example bring, happen, be, do ஒன்று நிகழ்கிறது அல்லது உளதாயிருக்கிறது என்பதைக் குறிப்பிடப் பயன்படுத்தப்படும் (bring, happen, be, do, முதலிய) ஒரு சொல் அல்லது சொற்களின் தொகுதி; வினைச்சொல்; வினை ➪ **phrasal verb** பார்க்க.

verbal /ˈvɜ:bl/ *adj.* (*formal*) **1** connected with words, or the use of words சொற்கள் அல்லது சொற்களின் பயன்பாடு தொடர்பான *verbal skills* **2** spoken, not written எழுத்து வடிவானதல்லாது, பேச்சு வடிவான; வாய்மொழியான *a verbal agreement/warning* **3** (*grammar*) connected with verbs, or the use of verbs வினைச்சொற்கள் அல்லது வினைச்சொற்களின் பயன்பாடு தொடர்பான ▶ **verbally** /ˈvɜ:bəli/ *adv.*

verbatim /vɜ:ˈbeɪtɪm/ *adj., adv.* exactly as it was spoken or written பேசப்பட்ட அல்லது எழுதப்பட்ட அதுவேயாக/அதுவேயான; எழுத்துக்கு எழுத்தாக/எழுத்தான; சிறிதும் மாற்றமில்லாது/மாற்றமில்லாத *a verbatim report* • *He reported the speech verbatim.*

verdant /ˈvɜ:dnt/ *adj.* (*literary*) (of fields, etc.) covered with green plants or grass (வயல்கள் முதலியன வகையில்) பசும் தாவரங்கள் அல்லது புல் நிறைந்துள்ள; பச்சைப் பசேலென்று இருக்கிற

verdict /ˈvɜ:dɪkt/ *noun* [C] **1** the decision that is made by a specially chosen group of people (**the jury**) in a court of law, which states if a person is guilty of a crime or not ஒரு நீதிமன்றத்தில் முறைகாண் நடுவர் குழு ஒருவர் குற்றவாளி அல்லது குற்றமற்றவர் என்ற முறையில் கூறும் முடிவு; நீதிமன்றத் தீர்ப்பு *The jury* ***returned a verdict*** *of 'not guilty'.* • *Has the jury* ***reached a verdict?*** **2 a verdict (on sb/sth)** a decision that you make or an opinion that you give after testing sth or considering sth carefully ஒன்றைச்

சோதித்து அறிந்தபின் அல்லது கவனமாக எண்ணிப் பார்த்தபின் செய்யப்படும் முடிவு அல்லது கூறப்படும் கருத்து; ஆய்வு முடிவு; கருத்து முடிவு; தீர்மானம் *The general verdict was that the restaurant was too expensive.*

verge[1] /vɜːdʒ/ *noun* [C] (*BrE*) the narrow piece of land at the side of a road, path, etc. that is usually covered in grass வழக்கமாகப் புல் மூடிய, சாலை, நடைபாதை முதலியவற்றின் பக்கப் பகுதி; ஓரம்; விளிம்பு

IDM **on the verge of sth/doing sth** very near to doing sth, or to sth happening கிட்டத்தட்ட ஒன்றைச் செய்யும் நிலையில் அல்லது ஒன்று நிகழும் நிலையில்; செயல் விளிம்பில்; நிகழ்வு எல்லையில்; மிக அண்மையில் *Scientists are on the verge of discovering a cure.*

verge[2] /vɜːdʒ/ *verb*

PHR V **verge on sth** to be very close to an extreme state or condition ஒரு நிலையின் அல்லது நிலைமையின் எல்லைக்கு மிகப் பக்கத்தில் இரு; ஒன்றை ஒட்டிய நிலையில் இரு *What they are doing verges on the illegal.*

verify /ˈverɪfaɪ/ *verb* [T] (*pres. part.* **verifying**; *3rd person sing. pres.* **verifies**; *pt, pp* **verified**) (*formal*) to check or state that sth is true ஒன்றின் உண்மைத் தன்மையைச் சரிபார் அல்லது ஒன்று உண்மை என்று கூறு; உண்மையை உறுதி செய் *to verify a statement* ▶ **verification** /ˌverɪfɪˈkeɪʃn/ *noun* [U]

veritable /ˈverɪtəbl/ *adj.* (*only before a noun*) (*formal*) a word used to emphasize that sb/sth can be compared to sb/sth else that is more exciting, more impressive, etc. மனக்கிளர்ச்சியூட்டும் தன்மை, பாராட்டுக்குரிய இயல்பு முதலியவை அதிகமாக உள்ள வேறொருவருடன்/வேறொன்றுடன் ஒருவர்/ஒன்று ஒப்பிடத்தக்கவர்/ஒப்பிடத்தக்கது என்பதை வலியுறுத்தப் பயன்படுத்தப்படும் சொல்: மெய்யான; உண்மையிலேயே அவ்வாறு கூறத்தக்க *The meal was a veritable banquet.*

vermicelli /ˈvɜːmɪtʃeli; ˈvɜːmɪseli/ *noun* very fine noodle-like things used in cooking சேமியா

vermillion /vəˈmɪliən/ *adj.* of a bright red colour ஒளிர்சிவப்பு நிறமுள்ள; குங்குமச் சிவப்பான ▶ **vermillion** *noun* [U] **1** a bright red colour ஒளிர்சிவப்பு வண்ணம் **2** (*also* **sindoor**) a kind of red-coloured powder used by married women in India இந்தியாவில் திருமணமான பெண்கள் பயன்படுத்தும் செந்நிறப் பொடி வகை; சிந்தூரப்பொடி

vermin /ˈvɜːmɪn/ *noun* [*pl.*] small wild animals (for example rats) that carry disease and destroy plants and food நோய் பரப்பித் தாவரங்கள் மற்றும் உணவுப்பொருள்களைப் பாழ்படுத்தும் எலி முதலிய காட்டியல்புடைய சிறு விலங்குகள்; பயிர்/உணவுப் பகை விலங்குகள்

vernacular /vəˈnækjələ(r)/ *noun* [C] (*usually* **the vernacular**) [*sing.*] the language spoken in a particular area or by a particular group of people, especially one that is not the official or written language குறிப்பிட்ட பகுதியில் அல்லது குறிப்பிட்ட குழுவினரால் பேசப்படுகிற, குறிப்பாக ஆட்சிமொழியாக அல்லது எழுத்து வழக்கு மொழியாக இல்லாத, மொழி; வட்டாரப் பேச்சுமொழி

versatile /ˈvɜːsətaɪl/ *adj.* **1** (used about an object) having many different uses (பொருள் வகையில்) பல்வேறு வகையான பயன்பாடுகளை உடைய; வெவ்வேறான பல செயல்களுக்குப் பயன்படுத்தப்படக்கூடிய *a versatile tool that drills, cuts or polishes* **2** (used about a person) able to do many different things (ஆள் வகையில்) வெவ்வேறான பல செயல்களைச் செய்யும் ஆற்றல் உடைய; பல்திறப் புலமை வாய்ந்த; பல்துறைப் பயிற்சித் திறம் கொண்ட *She's so versatile! She can dance, sing, act and play the guitar!*

verse /vɜːs/ *noun* **1** [U] writing arranged in lines which have a definite rhythm and often finish with the same sound (**rhyme**) தெளிவான ஓசை நயமும், பெரும்பாலும் இறுதியில் ஒலி இயைபும் கொண்ட அடிகளாகக் கட்டமைக்கப்பட்ட எழுத்துத் தொகுதி; செய்யுள்; கவிதை *He wrote his valentine's message in verse.* **2** [C] a group of lines which form one part of a song or poem ஒரு பாட்டின் அல்லது கவிதையின் ஒரு பகுதியாக அமையும் அடிகளின் தொகுதி; பத்தி *This song has five verses.* ✪ SYN **stanza**

version /ˈvɜːʃn/ *noun* [C] **1** a thing which has the same basic contents as sth else but which is presented in a different way அடிப்படையான உள்ளடக்கத்தில் வேறொன்றை ஒத்துள்ளதும் ஆனால் வெளிப்படுத்தும் முறையில் மாறுபட்டுள்ளதுமான ஒன்று; மாற்று வடிவம்; தழுவல் *Have you heard the live version of this song?* **2** a person's description of sth that has happened ஒரு நிகழ்வு பற்றிய குறிப்பிட்ட ஒருவரது நோக்கிலான விளக்கம்; ஒரு தரப்பு விளக்கம் அல்லது கருத்து *The two drivers gave very different versions of the accident.*

versus /ˈvɜːsəs/ *prep.* **1** (*abbr.* **v, vs**) used in sport for showing that two teams or people are playing against each other ஒருவருக்கொருவர்/ஒன்றுக்கொன்று எதிராக இரண்டு ஆட்டக்காரர்கள் அல்லது அணிகள் விளையாடுவதைக் குறிக்கப் பயன்படுத்தும் சொல்; எதிர் நிலையில்; எதிராக *England versus Argentina* **2** used for showing that two ideas or things are opposed to each other, especially when you are trying to choose one of them குறிப்பாக இரண்டில் ஒன்றைத் தான் தேர்வு செய்யவேண்டிய நிலையில், நேர்மாறான பண்புகளை உடைய இரண்டு கருத்துகளை அல்லது பொருள்களைக் குறிக்கப் பயன்படுத்தப்படுவது *It's a question of quality versus price.*

vertebra /'vɜːtɪbrə/ *noun* [C] (*pl.* **vertebrae** /-breɪ; -briː/) any of the small bones that are connected together to form the column of bones down the middle of your back (**spine**) ஒன்றிணைந்து முதுகுத்தண்டாக அமைந்துள்ள சிறு எலும்புகளுள் ஒன்று; முள்ளெலும்பு ➪ **body** பதிவில் படம் பார்க்க. ▶ **vertebral** *adj.*

vertebrate /'vɜːtɪbrət/ *noun* [C] an animal, bird or fish that has a bone along its back (**a backbone**) முதுகெலும்புள்ள விலங்கு, பறவை அல்லது மீன் ✪ OPP **invertebrate**

vertical /'vɜːtɪkl/ *adj.* going straight up at an angle of 90° from the ground தரையிலிருந்து 90° கோணத்தில் நேர் நிமிர்வாகச் செல்கிற; செங்குத்தான *a vertical line • The cliff was almost vertical.* ➪ **horizontal** மற்றும் **perpendicular** பார்க்க. ▶ **vertically** /'vɜːtɪkli/ *adv.*

verve /vɜːv/ *noun* [U, *sing.*] (*written*) energy, excitement or enthusiasm ஆற்றல்; மன எழுச்சி; உற்சாகம் *It was a performance of verve and vitality.*

very[1] /'veri/ *adv.* (*used to emphasize an adjective or an adverb*) extremely; in a high degree (ஒரு பெயரடையை அல்லது வினையடையை அழுத்தம்படக் கூறப் பயன்படுத்தப்படுவது) மிகவும்; மிக்க அளவில்; பெரும்படியாக; பெரிதும்; நிரம்ப *very small • very slowly • I don't like milk very much.*

> **NOTE** மீயளபுப் பெயரடைகளோடு (Superlative adjectives) **very**-யும் (*very best, youngest,* முதலியவை) ஒப்பு அளபுப் பெயரடைகளோடு (comparative adjectives) **much** அல்லது **very much**-உம் பயன்படுத்தப்படுகின்றன—*much better; very much younger.*

very[2] /'veri/ *adj.* (*only before a noun*) **1** used to emphasize that you are talking about a particular thing or person and not about another வேறொருவரை/வேறொன்றை அல்லாது, குறிப்பிட்ட ஓராளை அல்லது ஒரு பொருளைப் பற்றிப் பேசுவதை வலியுறுத்தப் பயன்படுத்தப்படுவது: வேறெவரும் அல்லாது அவரேயான; வேறெதுவும் அல்லாது அதுவேயான *Those were his very words. • You're the very person I wanted to talk to.* **2** extreme மேல் எல்லையான; உச்ச அளவான; கடைசியான *We climbed to the very top of the mountain.* **3** used to emphasize a noun ஒரு பெயர்ச்சொல்லை அழுத்தம்படக் கூறப் பயன்படுத்தப்படுவது *The very thought of drink made her feel sick.*

IDM **before sb's very eyes** ➪ **eye**[1] பார்க்க.

vessel /'vesl/ *noun* [C] **1** (*written*) a ship or large boat கப்பல் அல்லது பெரிய படகு; நாவாய் **2** (*old-fashioned*) a container for liquids, for example a bottle, cup or bowl புட்டி, கோப்பை, கிண்ணம் முதலிய நீர்மக் கொள்கலம்; பாத்திரம் *ancient drinking vessels*

vest /vest/ *noun* [C] **1** (*AmE* **undershirt**) a piece of clothing that you wear under your other clothes, on the top part of your body உடல் மேற்பகுதியில் மற்ற உடுப்புகளுக்கு உள்ளாக அணிந்துகொள்ளப்படும் ஆடை; மேற்சட்டையின் உள்ளாடை **2** (*AmE*) = **waistcoat**

vested interest /ˌvestɪd 'ɪntrest/ *noun* [C] a strong and often secret reason for doing sth that will bring you an advantage of some kind, for example more money or power கூடுதலான பணம், அதிகாரம் முதலிய ஓர் ஆதாயத்தைப் பெற்றுத் தரக்கூடிய ஒன்றைச் செய்வதற்கான அழுத்தமான, பெரும்பாலும் இரகசியமான காரணம்; தன்னலப் பற்று; தன் மேம்பாட்டு நாட்டம்

veshti = **dhoti**

vestige /'vestɪdʒ/ *noun* [C] a small part of sth that is left after the rest of it has gone ஒன்றின் மற்ற பகுதிகள் கழிந்துவிட்ட பிறகு எஞ்சியுள்ள சிறு கூறு; எச்சம்; சுவடு *the last vestige of the old system* ✪ SYN **trace**

vet[1] /vet/ (*formal* **veterinary surgeon** *AmE* **veterinarian**) *noun* [C] a doctor for animals விலங்குகளுக்கு மருத்துவம் செய்பவர்; கால்நடை/விலங்கு மருத்துவர் *We took the cat to the vet/to the vet's.*

vet[2] /vet/ *verb* [T] (**vetting; vetted**) to do careful and secret checks before deciding if sb/sth can be accepted or not ஒருவரை/ஒன்றை ஏற்றுக்கொள்வதா வேண்டாமா என்பது குறித்து முடிவு செய்யுமுன் கருத்துடனும் இரகசியமாகவும் ஆராய்; நுணுகி ஆராய் *All new employees at the Ministry of Defence are carefully vetted* (= somebody examines the details of their past lives).

veteran /'vetərən/ *noun* [C] **1** a person who has served in the army, navy or air force, especially during a war தரைப்படை, கடற்படை அல்லது விமானப்படையில், குறிப்பாக ஒரு போரின்போது, பணியாற்றியவர்; படைத்துறை முதுவர் **2** a person who has very long experience of a particular job or activity குறிப்பிட்ட பணியில் அல்லது செயலில் மிக நீண்ட அனுபவம் உடையவர்

veterinarian /ˌvetərɪˈneəriən/ (*AmE*) = **vet**[1]

veterinary /ˈvetnri/ *adj.* connected with the medical treatment of sick or injured animals நோயுற்ற அல்லது அடிபட்ட விலங்குகளுக்கு மருத்துவம் செய்தல் தொடர்பான; கால்நடை/ விலங்கு மருத்துவம் சார்ந்த *a veterinary practice* ➪ **vet** பார்க்க.

veto /ˈviːtəʊ/ *verb* [T] (*pres. part.* **vetoing**; *3rd person sing. pres.* **vetoes**; *pt, pp* **vetoed**) to refuse to give official permission for an action or plan, when other people have agreed to it ஒரு செயலுக்கு அல்லது திட்டத்திற்கு மற்றவர்கள் இசைவு தந்துள்ள நிலையில், அதிகார-பூர்வமான அனுமதி தர மறு; தனித் தடுப்பு உரிமையைப் பயன்படுத்தி ஒன்றுக்குத் தடை சொல் *The Prime Minister vetoed the proposal to reduce taxation.* ▶ **veto** *noun* [C, U] (*pl.* **vetoes**) *the right of veto*

vex /veks/ *verb* [T] (*old-fashioned*) to annoy or to make sb feel worried ஒருவருக்கு எரிச்சல் அல்லது கவலை உண்டாக்கு; தொல்லை கொடு ▶ **vexing** /ˈveksɪŋ/ *adj.* *a vexing question*

vexation /vekˈseɪʃn/ *noun* **1** [U] (*formal*) the feeling of being annoyed or upset எரிச்சலடைந்த அல்லது கவலை மிகுந்த உணர்ச்சி நிலை **2** [C] (*old-fashioned*) sth that annoys or upsets you எரிச்சல் அல்லது மனக்கலக்கம் உண்டு-பண்ணுவது; அலைக்கழிப்பான ஒன்று

vexed /vekst/ *adj.* causing difficulty, worry, and a lot of discussion இடர்ப்பாடு, மனக்கவலை மற்றும் பெருமளவு விவாதத்திற்கு இடமளிக்கிற; அலைக்கழிப்பு உண்டாக்குகிற; நச்சரிப்பான; தொல்லை தருகிற *the vexed question of our growing prison population*

VHF /ˌviː eɪtʃ ˈef/ *abbr.* very high frequency; a band of radio waves used for sending out a high quality signal உயர்தரமான மின் சமிக்கைகளை அனுப்புவதற்குப் பயன்படுத்தப்படும் மின்காந்த அதிர்வெண் வரிசையைக் குறிக்கும் very high frequency (மிகு உயர் அலைவெண்) என்பதன் குறுக்கம் *a VHF transmitter* ➪ **wavelength** பதிவில் படம் பார்க்க.

via /ˈvaɪə/ *prep.* **1** going through a place ஓரிடத்தின் வழியாக *We flew from Mumbai to Goa via Pune.* **2** by means of sth; using sth ஒன்றைப் பயன்படுத்தி; ஒன்றின் வாயிலாக *These pictures come to you via our satellite link.*

viable /ˈvaɪəbl/ *adj.* that can be done; that will be successful செய்யத்தக்க; வெற்றிக்கு/செயல் நிறைவுக்கு இட்டுச் செல்லக்கூடிய *I'm afraid your idea is just not commercially viable.* ▶ **viability** /ˌvaɪəˈbɪləti/ *noun* [U]

viaduct /ˈvaɪədʌkt/ *noun* [C] a long, high bridge which carries a railway or road across a valley ஒரு பள்ளத்தாக்கின் குறுக்காக அமைக்கப்படும் நீண்ட உயரமான சாலை/இருப்புப்பாதைப் பாலம்; பள்ளத்தாக்கு மேம்பாலம்

via media /ˌviːəˈmiːdiə/ *noun* (*literary*) a middle way; midway between two extremes நடுநிலை; எதிரெதிரான இரு போக்குகளுக்கு இடைப்பட்ட நிலை

vibrant /ˈvaɪbrənt/ *adj.* **1** full of life and energy; exciting உயிர்த்துடிப்பும் ஊக்கமும் நிறைந்த; உள்ளக் கிளர்ச்சி மிக்க; எழுச்சி வாய்ந்த *a vibrant city/atmosphere/personality* **2** (used about colours) bright and strong (வண்ணங்கள் வகையில்) ஒளிர்வு மிக்க மற்றும் முனைப்பான; பளபளப்பான

vibrate /vaɪˈbreɪt/ *verb* [I] to make continuous very small and fast movements from side to side பக்கத்திற்குப் பக்கமாகத் தொடர்ச்சியான விரைந்த சிற்றியக்கங்கள் செய்; அதிர்வுறு; அதிர் *When a guitar string vibrates it makes a sound.* ▶ **vibration** /vaɪˈbreɪʃn/ *noun* [C, U]

vicar /ˈvɪkə(r)/ *noun* [C] a priest of the Church of England. A vicar looks after a church and the people in the surrounding area (**parish**) ஒரு தேவாலயத்திற்கும் அதனைச் சார்ந்த திருச்-சபை வட்டாரத்திற்கும் பொறுப்பான, இங்கி-லாந்து திருச்சபையின் பாதிரியார்; வட்டாரத் திருச்சபைப் பாதிரியார் ➪ **minister** பார்க்க.

vicarage /ˈvɪkərɪdʒ/ *noun* [C] the house where a vicar lives வட்டாரத் திருச்சபைப் பாதிரியாரின் இல்லம்

vicarious /vɪˈkeəriəs/ *adj.* (*only before a noun*) felt or experienced by watching or reading about sb else doing sth, rather than by doing it yourself தானே செய்யாது வேறொருவர் செய்வதைப் பார்த்து அல்லது அதைப்பற்றிப் படித்து உணர்கிற அல்லது அதனைத் துய்க்கிற; அயன்மைநிலைப் புலனுகர்ச்சி கொள்கிற *He got a vicarious thrill out of watching his son score the winning goal.*

vice /vaɪs/ *noun* **1** [U] criminal activities involving sex or drugs பால் புணர்ச்சி அல்லது போதைப்பொருள்கள் தொடர்பான குற்றச் செயல்கள்; காமவெறி அல்லது குடி சார்ந்த கடுங்குற்றம் **2** [C] a moral weakness or bad habit தீயொழுக்கம்; கெட்ட பழக்கம்; பழிச் செயல் *Greed and envy are terrible vices.* ➪ **virtue** பார்க்க. **3** (*AmE* **vise**) [C] a tool that you use to hold a piece of wood, metal, etc. firmly while you are working on it மரத்துண்டு, உலோகத்-துண்டு முதலியவற்றில் வேலை செய்து-கொண்டிருக்கும்போது அதனை உறுதியாகப் பற்றிப் பிடித்துக்கொள்ளப் பயன்படுத்தப்படும் கருவி வகை; நிலைஇடுக்கி; நெரிகுறடு (*figurative*) *He held my arm in a vice-like* (= very firm) *grip.* ➪ 1552-ஆம் பக்கத்தில் படம் பார்க்க.

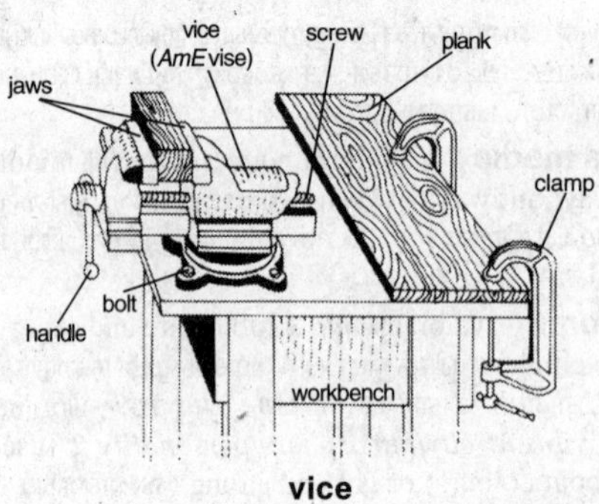

vice

vice- /vaɪs/ (*used to form compound nouns*) having a position second in importance to the position mentioned குறிப்பிடப்பட்ட படிநிலைக்கு/பதவிக்கு அடுத்த கீழ் நிலையிலுள்ள; துணை நிலையிலுள்ள; துணை *Vice-President • the vice-captain*

vice versa /ˌvaɪs ˈvɜːsə/ *adv.* in the opposite way to what has just been said சற்று முன் கூறப்பட்டதற்கு நேர் எதிரான முறையில்; எதிர்மாறாக; எதிரெதிர் நிலையில் *Anupam ordered fish and Mohan chicken—or was it vice versa?*

vicinity /vəˈsɪnəti/ *noun*

IDM **in the vicinity (of sth)** (*formal*) in the surrounding area சுற்றியுள்ள பகுதியில்; சுற்றுவட்டத்தில் *There's no bank in the immediate vicinity.*

vicious /ˈvɪʃəs/ *adj.* **1** cruel; done in order to hurt sb/sth இரக்கமற்ற; கொடுமனம் கொண்ட; ஒருவருக்கு/ஒன்றுக்கு ஊறு செய்யும் நோக்கமுடைய; கேடு விளைவிக்கும் கருத்திலான *a vicious attack* **2** (used about an animal) dangerous; likely to hurt sb (விலங்கு வகையில்) ஆபத்தான; கொடிய; ஊறு செய்யக்கூடிய ▶ **viciously** *adv.*

IDM **a vicious circle** a situation in which one problem leads to another and the new problem makes the first problem worse ஒரு சிக்கல் மற்றொரு சிக்கலுக்கு இட்டுச்செல்கிற மற்றும் அந்தப் புதிய சிக்கல் முதல் சிக்கலை மேலும் மோசமாக்குகிற ஒரு சூழல்; நச்சுச் சூழல்

victim /ˈvɪktɪm/ *noun* [C] a person or animal that is injured, killed or hurt by sb/sth ஒருவரால்/ஒன்றினால் காயப்படுத்தப்பட்ட, கொல்லப்பட்ட அல்லது துன்பத்திற்கு உள்ளாக்கப்பட்ட ஆள் அல்லது விலங்கு; பலியாள்; பலியுயிர்; பாதிக்கப்பட்டவர் *a murder victim • The children are often the innocent victims of a divorce.*

victimize (*also* **-ise**) /ˈvɪktɪmaɪz/ *verb* [T] to punish or make sb suffer unfairly நியாயமற்ற முறையில் ஒருவரைத் தண்டி அல்லது துன்பத்திற்கு உள்ளாக்கு ▶ **victimization** (*also* **-isation**) /ˌvɪktɪmaɪˈzeɪʃn/ *noun* [U]

victor /ˈvɪktə(r)/ *noun* [C] (*formal*) the person who wins a game, competition, battle, etc. ஒரு பந்தய விளையாட்டு, போட்டி, போர் முதலியவற்றில் வெற்றி பெறுபவர்; வெற்றிவீரர்

Victorian /vɪkˈtɔːriən/ *adj.* **1** connected with the time of the British queen Victoria (1837–1901) பிரிட்டன் அரசி விக்டோரியாவின் ஆட்சிக்காலம் (1837–1901) தொடர்பான அல்லது அக்காலத்திற்குரிய *Victorian houses* **2** having attitudes that were typical in the time of Queen Victoria விக்டோரியா அரசி ஆட்சிக்காலத்திற்குரிய எண்ணப்போக்குகளையும் நடத்தை முறைகளையும் கொண்டிருக்கிற ▶ **Victorian** *noun* [C]

victory /ˈvɪktəri/ *noun* [C, U] (*pl.* **victories**) success in winning a battle, game, competition, etc. ஒரு போர், பந்தய விளையாட்டு, போட்டி முதலியவற்றில் ஈட்டும் வெற்றி; கெலிப்பு *Kannan led his team to victory in the final.* ▶ **victorious** /vɪkˈtɔːriəs/ *adj. the victorious team*

IDM **romp home/to victory** ⇨ **romp** பார்க்க.

video /ˈvɪdiəʊ/ *noun* (*pl.* **videos**) **1** [U] the system of recording moving pictures and sound by using a camera, and showing them using a machine (**a video recorder**) connected to a television ஒளிப்படக் கருவியைப் பயன்படுத்தி இயக்க நிலையிலுள்ள படங்களையும் ஒலிகளையும் பதிவுசெய்து அவற்றைத் தொலைக்காட்சிப் பெட்டியுடன் இணைக்கப்பட்ட ஒளிப்பதிவுக் கருவியைப் பயன்படுத்திக் காட்சிப்படுத்தும் பொறியமைப்பு; காணொலி; ஒளிக்காட்சி அமைப்பு *We recorded the wedding **on video**.* **2** (*also* **video cassette**; *formal* **videotape**) [C] a tape or cassette on which you record moving pictures and sound, or on which a film or television programme has been recorded இயங்கு நிலையிலுள்ள படங்களையும் ஒலியையும் அல்லது ஒரு திரைப்படத்தை அல்லது தொலைக்காட்சி நிகழ்ச்சியைப் பதிவுசெய்வதற்கான இழைநாடா அல்லது குறுவட்டு; ஒளிப்பேழை *Would you like to see the video we made on holiday? • to rent a video* **3** = **video recorder** ▶ **video** *verb* [T] (*3rd person sing. pres.* **videos**; *pres. part.* **videoing**; *pt, pp* **videoed**) *We hired a camera to video the school play.*

videoconferencing /ˈvɪdiəʊkɒnfərənsɪŋ/ *noun* [U] a system that allows people in different parts of the world to have a meeting by watching and listening to each other using video screens உலகின் வெவ்வேறு பகுதிகளில் உள்ளவர்கள் ஒளித்திரைகளில் ஒருவரையொருவர் பார்த்தும் கேட்டும் சந்திப்பு நிகழ்த்துவதற்கு வழிசெய்யும் முறை; ஒளிக்காட்சிக் கலந்தாய்வுக் கூட்டம்

video recorder (*also* **video**; **video cassette recorder**) *noun* [C] (*abbr.* **VCR**) a machine that is connected to a television on which you can record or play back a film or television programme ஒரு திரைப்படத்தை அல்லது தொலைக்காட்சி நிகழ்ச்சியைப் பதிவுசெய்வதற்கான அல்லது ஓடவிட்டுக் காட்சிப்படுத்துவதற்கான, தொலைக்காட்சிப் பெட்டியுடன் இணைக்கப்பட்டுள்ள பொறியமைப்பு; ஒளிக்காட்சிப் பதிவி

videotape /ˈvɪdiəʊteɪp/ *noun* [C] = **video 2** ▶ **videotape** *verb* [T] (*formal*) = **video** *a videotaped interview*

view¹ /vjuː/ *noun* **1** [C] **a view (about/on sth)** an opinion or a particular way of thinking about sth ஒரு கருத்து அல்லது ஒன்றைப் பற்றிக் குறிப்பிட்ட முறையில் சிந்தித்தல்; சிந்தனைப்போக்கு; கருத்துக்கோணம் ***In my view****, she has done nothing wrong.* • *She has* ***strong views*** *on the subject.* **2** [U] the ability to see sth or to be seen from a particular place பார்வை சென்று ஒன்றை எட்டுதல் அல்லது குறிப்பிட்ட இடத்திலுள்ள ஒன்று பார்வைக்கு எட்டுதல்; பார்வை; பார்வை எல்லை *Just then, the sea* ***came into view****.* • *to disappear from view* **3** [C] what you can see from a particular place, especially beautiful natural scenery குறிப்பிட்ட இடத்திலிருந்து பார்க்கப்படும் ஒன்று, குறிப்பாக எழில்மிக்க இயற்கைக் காட்சி *There are* ***breathtaking views*** *from the top of the mountain.* • *a room with a sea view* ➪ **scenery** பதிவிலுள்ள குறிப்பைப் பார்க்க.

IDM **have, etc. sth in view** (*formal*) to have sth as a plan or idea in your mind ஒரு திட்டமாக அல்லது கருத்தாக மனதில் ஒன்றை வைத்திரு; மனதில் திட்டமிடு

in full view (of sb/sth) ➪ **full¹** பார்க்க.

in view of sth because of sth; as a result of sth ஒன்றின் காரணமாக; ஒன்றை முன்னிட்டு; ஒன்றின் விளைவாக *In view of her apology we decided to take no further action.*

a point of view ➪ **point¹** பார்க்க.

with a view to doing sth (*formal*) with the aim or intention of doing sth ஒன்றைச் செய்யும் குறிக்கோளுடன் அல்லது நோக்கத்துடன்

view² /vjuː/ *verb* [T] (*formal*) **1 view sth (as sth)** to think about sth in a particular way குறிப்பிட்ட முறையில் ஒன்றைப் பற்றி எண்ணு; ஒன்றைக் குறிப்பிட்டவாறு மதிப்பிடு; குறிப்பிட்ட நோக்கில் பார் *She viewed holidays as a waste of time.* **2** to watch or look at sth ஒன்றைப் பார்; நோக்கு; கவனி *Viewed from this angle, the building looks much taller than it really is.*

viewer /ˈvjuːə(r)/ *noun* [C] a person who watches television தொலைக்காட்சி நிகழ்ச்சிகளைப் பார்ப்பவர்; தொலைக்காட்சி நேயர்

viewpoint /ˈvjuːpɔɪnt/ *noun* [C] a way of looking at a situation; an opinion ஒரு சூழலை நோக்கும் முறை; நோக்குக் கோணம்; கருத்துக் கோணம்; கருத்து *Let's look at this problem from the customer's viewpoint.* ✪ SYN **point of view**

vigil /ˈvɪdʒɪl/ *noun* [C, U] a period when you stay awake all night for a special purpose ஒரு தனிவகையான காரணத்தை முன்னிட்டு இரவு முழுதும் கண் விழித்திருக்கும் காலம்; இரா விழிப்பு *All night she* ***kept vigil*** *over the sick child.*

vigilant /ˈvɪdʒɪlənt/ *adj.* (*formal*) careful and looking out for danger விழிப்புள்ள; கவனமுள்ள; ஆபத்து குறித்து எச்சரிக்கையாயிருக்கிற ▶ **vigilance** /-əns/ *noun* [U]

vigilante /ˌvɪdʒɪˈlænti/ *noun* [C] a member of a group of people who try to prevent crime or punish criminals in a community, especially because they believe the police are not doing this குறிப்பாக, காவல் துறையினர் நடவடிக்கை மேற்கொள்ளவில்லை என்ற கருத்துடன், ஒரு குடியிருப்புப் பகுதியில் குற்றச் செயல்கள் நிகழாது தடுக்க அல்லது குற்றவாளிகளைத் தண்டிக்க முயலும் பொதுநலக் குழுவின் உறுப்பினர்; ஊர்க்காப்புக் குழு உறுப்பினர்

vigour (*AmE* **vigor**) /ˈvɪgə(r)/ *noun* [U] strength or energy வலிமை; ஆற்றல்; ஊக்கம்; திடம் *After the break we started work again with renewed vigour.* ▶ **vigorous** /ˈvɪgərəs/ *adj. vigorous exercise* ▶ **vigorously** *adv.*

vile /vaɪl/ *adj.* very bad or unpleasant மிக மோசமான; வெறுப்பூட்டுகிற; இழிந்த *She's in a vile mood.* • *a vile smell*

villa /ˈvɪlə/ *noun* [C] **1** a house that people rent and stay in on holiday விடுமுறைச் செலவின்போது வாடகைக்கு எடுத்துத் தங்கும் வீடு; விடுமுறைப் பயணர் மனை **2** a large house in the country, especially in Southern Europe குறிப்பாக, தென் ஐரோப்பாவில் காணப்படும், நாட்டுப்புறத்திலுள்ள பெரிய வீடு; நாட்டுப்புற மாளிகை

village /ˈvɪlɪdʒ/ *noun* **1** [C] a group of houses with other buildings, for example a shop, school, etc., in a country area. A village is smaller than a town நாட்டுப்புறத்தில் அமைந்துள்ளதும், நகரத்தை விடச் சிறியதுமான கடை, பள்ளி முதலியவை, உள்ளடங்கிய வீடுகளின் தொகுதி; சிற்றூர்; கிராமம் *a small fishing village* • *the village shop* **2** [*sing., with sing. or pl. verb*] all the people who live in a village ஒரு கிராமத்தில் வசிக்கும் அனைத்து மக்களும்; கிராம மக்கள் *All the village is/are taking part in the carnival.*

villager /ˈvɪlɪdʒə(r)/ *noun* [C] a person who lives in a village ஒரு கிராமத்தில் வசிப்பவர்; கிராமவாசி; கிராமத்தவர்

villain /ˈvɪlən/ *noun* [C] **1** an evil person, especially in a book or play குறிப்பாக ஒரு நூலில் அல்லது நாடகத்தில் காணப்படும் தீயவன்; கெட்டவன்; கொடியவன் *In most of his films he has played villains, but in this one he's a good guy.* ➪ **hero** பார்க்க. **2** (*informal*) a criminal குற்றச் செயல் புரிந்தவன்; குற்றவாளி *The police caught the villains who robbed the bank.*

villus /ˈvɪləs/ *noun* [C] (*pl.* **villi** /ˈvɪlaɪ; -liː/) (*technical*) any one of the many small thin parts that stick out from some surfaces on the inside of the body (for example in the **intestine**). Villi increase the area of these surfaces so that substances can be taken into the body more easily உடலின் உட்பகுதியில், குடல் முதலியவற்றின் பரப்புகளில், வெளியே நீட்டிக்கொண்டிருக்கும் சிறு மென்பகுதிகள் பலவற்றுள் ஒன்று; விரலி. இவ்விரலிகள் அவை அமைந்துள்ள இடத்தின் பரப்பைப் பெரிதுபடுத்திப் பொருள்கள் உடலினுள் எளிதாகச் செல்வதற்குத் துணை செய்கின்றன

vindicate /ˈvɪndɪkeɪt/ *verb* [T] (*formal*) **1** to prove that sth is true or that you were right to do sth, especially when other people thought differently குறிப்பாக, மற்றவர்கள் மாறுபட்ட கருத்துக் கொண்டிருந்த நிலையில் ஒன்று உண்மையானது அல்லது தனது நிலைப்பாடு சரியானது என்று மெய்ப்பித்துக் காட்டு; நிலைநாட்டு; நிறுவு ✪ SYN **justify** *Today's events partially vindicated our fears of conflict.* **2** to prove that sb is not guilty when they have been accused of doing sth wrong or illegal ஒருவரது செயல் தவறானது அல்லது சட்டத்திற்கு மாறானது எனக் குற்றம் சாட்டப்பட்ட நிலையில் அவர் குற்றமற்றவர் என்று நிருபி ▶ **vindication** *noun* [U, C]

vindictive /vɪnˈdɪktɪv/ *adj.* wanting or trying to hurt sb without good reason தக்க காரணமின்றி ஒருவருக்குத் தீங்கு செய்ய விரும்புகிற அல்லது முயல்கிற; பகைமை உள்ளம் கொண்ட; கெடு நோக்குடைய *a vindictive comment/person* ▶ **vindictiveness** *noun* [U]

vine /vaɪn/ *noun* [C] the plant that grapes grow on திராட்சைக் கொடி

vinegar /ˈvɪnɪɡə(r)/ *noun* [U] a liquid with a strong sharp taste that is made from wine. Vinegar is often mixed with oil and put onto salads திராட்சை மதுவிலிருந்து தயாரிக்கப்படும் உறைப்பான கூர்ஞ்சுவை கொண்ட நீர்ம வகை; திராட்சைக் காடி. இந்நீர்மம் பெரும்பாலும் எண்ணெய்யுடன் கலந்து சாலட் மீது பரப்பப்படுகிறது

vineyard /ˈvɪnjəd/ *noun* [C] a piece of land where grapes are grown திராட்சை பயிரிடப்படும் நிலப்பகுதி; திராட்சைத் தோட்டம்

vintage¹ /ˈvɪntɪdʒ/ *noun* [C] the wine that was made in a particular year குறிப்பிட்ட ஆண்டில் தயாரிக்கப்பட்ட திராட்சை மது *1999 was an excellent vintage.*

vintage² /ˈvɪntɪdʒ/ *adj.* (*only before a noun*) **1** vintage wine is of very good quality and has been stored for several years (குறிப்பிட்ட ஆண்டில் தயாரிக்கப்பட்ட திராட்சை மது பற்றிக் குறிப்பிடுகையில்) உயர் தரமானதும் பல ஆண்டுகள் இருப்பு வைக்கப்பட்டிருப்பதுமான *vintage champagne/port/wine* **2** (used about a vehicle) made between 1917 and 1930 and admired for its style and interest (ஊர்தி வகையில்) 1917-க்கும் 1930-க்கும் இடைப்பட்ட காலத்தில் தயாரிக்கப்பட்டதும் அமைப்பு முறைக்கும் கவர்ச்சிக்கும் பெயர்பெற்றதுமான **3** typical of a period in the past and of high quality; the best work of the particular person கடந்த காலத்தின் ஒரு காலப்பகுதிக்கு உரியதும் உயர் தரமானதுமான; குறிப்பிட்ட ஒருவரது முதல் தரமான படைப்பான *a vintage performance by Dilip Kumar*

vinyl /ˈvaɪnl/ *noun* [C, U] a strong plastic that can bend easily and is used for making wall and floor covers, etc. எளிதில் வளையக்கூடியதும் சுவர் மற்றும் தரை மறைப்புகள் முதலியவை தயாரிக்கப் பயன்படுத்தப்படுவதுமான உறுதியான பிளாஸ்டிக் வகை

viola /viˈəʊlə/ *noun* [C] a musical instrument with strings, that you hold under your chin and play with a long thin object (**a bow**) made of wood and hair முகவாய்க்கட்டைக்குக் கீழே பிடித்துக்கொண்டு மரத் துண்டு மற்றும் மயிரினால் செய்யப்பட்ட வில்லைக் கொண்டு மீட்டி வாசிக்கப்படும் நரம்பிசைக் கருவி வகை *A viola is like a large violin.*

violate /ˈvaɪəleɪt/ *verb* [T] (*formal*) **1** to break a rule, an agreement, etc. ஒரு சட்டம், விதி, ஓர் ஒப்பந்தம் முதலியவற்றை மீறு *to violate a peace treaty* **2** to not respect sth; to spoil or damage sth ஒன்றை அவமதி; மானக்கேடு செய்; பாழ்படுத்து *to violate sb's privacy/rights* ▶ **violation** /ˌvaɪəˈleɪʃn/ *noun* [C, U] *(a) violation of human rights*

violence /ˈvaɪələns/ *noun* [U] **1** behaviour which harms or damages sb/sth physically ஒன்றின்/ஒருவரது உடல் கூறுகளுக்குத் தீங்கு அல்லது சேதம் உண்டாக்கும் முறையிலான நடத்தை; வன்னடத்தை; வன்முறைச் செயல்; அழிசெயல் *They threatened to* ***use violence*** *if we didn't give them the money.* • *an* ***act of violence*** **2** great force or energy பெருமளவிலான விசை அல்லது ஆற்றல்; கடுவிசை; தாக்காற்றல் *the violence of the storm*

violent /ˈvaɪələnt/ *adj.* **1** using physical strength to hurt or kill sb; caused by this behaviour ஒருவருக்கு ஊறுசெய்ய அல்லது ஒருவரைக் கொல்ல

உடல் ஆற்றலைப் பயன்படுத்துகிற; வன்செயலில் ஈடுபடுகிற; வன்னடத்தையுடைய; வன்செயல் காரணமாக நிகழ்ந்த *The demonstration started peacefully but later turned violent.* • *a violent death* • *violent crime* **2** very strong and impossible to control மிகத் தீவிரமானதும் கட்டுப்படுத்த முடியாததுமான; கட்டுமீறிய முனைப்புடைய; குமுறலான *He has a violent temper.* • *a violent storm/collision* ▶ **violently** *adv. The ground shook violently and buildings collapsed in the earthquake.*

violet /ˈvaɪələt/ *noun* **1** [C] a small plant that grows wild or in gardens and has purple or white flowers and a pleasant smell ஊதா அல்லது வெள்ளை நிற மலர்களையும் இனிய மணத்தையும் உடையதும் காட்டுச்செடியாக அல்லது தோட்டச்செடியாக வளர்வதுமான சிறு தாவரம்; செங்கருநீல மலர்ச் செடி வகை **2** [U] a bluish purple colour நீலம் கலந்த கருஞ்சிவப்பு நிறம்; செங்கருநீல நிறம் ▶ **violet** *adj.*

violin /ˌvaɪəˈlɪn/ *noun* [C] a musical instrument with strings, that you hold under your chin and play with a long thin object (**a bow**) made of wood and hair முகவாய்க்கட்டைக்குக் கீழே பிடித்துக்கொண்டு மரத்துண்டு மற்றும் மயிரினால் செய்யப்பட்ட நீண்டு மெலிதான வில்லைக் கொண்டு மீட்டி வாசிக்கப்படும் நரம்பிசைக் கருவி வகை; வயலின் ➪ **piano** பதிவிலுள்ள குறிப்பைப் பார்க்க. **NOTE** முறைசாரா வழக்கில் இது சில சமயங்களில் **fiddle** என்று அழைக்கப்படுகிறது. ➪ **music** பதிவில் படம் பார்க்க.

VIP /ˌviː aɪ ˈpiː/ *abbr.* (*informal*) very important person மிக முக்கியமான நபரைக் குறிக்கும் very important person என்பதன் குறுக்கம் *the VIP lounge at the airport* • *give someone the VIP treatment* (= treat sb especially well)

viper /ˈvaɪpə(r)/ *noun* [C] a small poisonous snake சிறு நச்சுப்பாம்பு வகை; விரியன் பாம்பு வகை

viral = **virus**

Vir Chakra *noun* [C] a gallantry award presented by the government of India for great courage and bravery on the battlefield போரில் பெரும் துணிவும் வீரமும் காட்டிய ஒருவருக்கு இந்திய அரசினால் வழங்கப்படும் வீர விருது/பரிசு

virgin[1] /ˈvɜːdʒɪn/ *noun* [C] a person who has never had sex ஒருபோதும் உடலுறவில் ஈடுபட்டிராதவர்; கன்னிமையுடையவர்

virgin[2] /ˈvɜːdʒɪn/ *adj.* that has not yet been used, touched, damaged, etc. இதுவரை பயன்பாடு, கையாட்சி, சேதம் முதலியவற்றுக்கு உட்படுத்தப்பட்டிராத; இன்னும் வழங்காத; புது நிலையில் உள்ள; முதல் நிலையான; தூய *virgin forest*

virginity /vəˈdʒɪnəti/ *noun* [U] the state of never having had sex எப்போதும் உடலுறவு கொண்டிராத நிலை; கன்னிமை

virgin olive oil *noun* [U] good quality oil obtained from olives the first time that they are pressed ஆலிவ் விதைகளிலிருந்து முதற் பிழிவில் எடுக்கப்பட்ட தரமான எண்ணெய்

Virgo /ˈvɜːɡəʊ/ *noun* [U] the sixth sign of the **zodiac**, the Virgin இராசி மண்டலத்தின் ஆறாவது இராசியான கன்னிராசி

virile /ˈvɪraɪl/ *adj.* (used about a man) strong and having great sexual energy (ஆண் வகையில்) வலிமையும் மிகுதியான பாலியல் ஆற்றலும் உடைய; ஆண்மை மிக்க; வீரியம் உடைய

virility /vəˈrɪləti/ *noun* [U] a man's sexual power and energy ஓராணின் பாலியல் திறனும் ஆற்றலும்; ஆண்மை; வீரியம்

virtual /ˈvɜːtʃuəl/ *adj.* (*only before a noun*) **1** being almost or nearly sth குறிப்பிடப்பட்ட நிலைக்கு அல்லது தன்மைக்கு மிக அண்மையில் இருக்கிற; கிட்டத்தட்ட அதுவேயான *The country is in a state of virtual civil war.* **2** made to appear to exist by computer உண்மையில் காணப்படாத ஆனால் கணினி மென்பொருளினால் உண்மையில் இருப்பதாகத் தோற்றுவிக்கப்படுகிற; கணினி மென்பொருள் உருப்படுத்தும் மெய்யுருவான/மெய்ம்மைச் சூழலான

virtually /ˈvɜːtʃuəli/ *adv.* **1** almost, or very nearly, so that any slight difference is not important கிட்டத்தட்ட; ஏறத்தாழ; மிக அண்மை நிலையில்; பொருட்படுத்த வேண்டாத மிகச் சிறிய வேறுபாடு உடையதாக *The building is virtually finished.* **2** (*computing*) by the use of computer programs, etc. that make sth appear to exist (கணிப்பொறி வழக்கு) உண்மையில் இல்லாத ஒன்றினை மெய்யுருவாகக் காட்டும் கணினி நிரல்களைப் பயன்படுத்தி; கணினி மென்பொருள் தோற்றுவிக்கும் மாயத்தோற்ற வடிவில் *Check out our new hotel rooms virtually by visiting our website.*

virtual reality *noun* [U] (*computing*) images created by a computer that appear to surround the person looking at them and seem almost real கிட்டத்தட்ட உண்மையானதாகத் தோன்றுவனவும், காண்பவரைச் சூழ்ந்துகொண்டு இருப்பனவாகக் காணப்படுவனவுமாகிய, கணினி நிரல்களால் உருவாக்கப்படும் உருப்படிவங்கள்; மாயத் தோற்றம்

virtue /ˈvɜːtʃuː/ *noun* **1** [U] behaviour which shows high moral standards உயர்ந்த ஒழுக்க நெறிகளை வெளிப்படுத்தும் நடத்தை; அறநெறிப்பட்ட நடக்கை; நல்லொழுக்கம் *to lead a life of virtue* ✪ SYN **goodness** **2** [C] a good quality or habit நற்குணம்; நற்பண்பு; நற்பழக்கம் *Patience is a great virtue.* ➪ **vice** பார்க்க. **3** [C, U] **the**

virtue (of sth/of being/doing sth) an advantage or a useful quality of sth ஒன்றினால் கிடைக்கும் பயன்; ஒன்றின் பயன்படக் கூடிய தன்மை; ஆதாய நிலை; பயன்பாட்டு நிலை *This new material **has the virtue** of being strong as well as very light.*

IDM **by virtue of sth** (*formal*) by means of sth or because of sth ஒன்றின் வாயிலாக அல்லது ஒன்றின் காரணமாக

virtuoso /ˌvɜːtʃuˈəʊsəʊ/ *noun* [C] (*pl.* **virtuosos** or **virtuosi** /-siː; -ziː/) a person who is extremely skilful at sth, especially playing a musical instrument ஒன்றில், குறிப்பாக ஓர் இசைக்கருவி மீட்டுவதில், தேர்ச்சித் திறன் மிக்க ஒருவர்; இசை மேதை

virtuous /ˈvɜːtʃuəs/ *adj.* behaving in a morally good way ஒழுக்க நெறிக்குட்பட்ட; நல்வழியில் நடக்கிற; நல்லொழுக்கமுடைய; நீதி நேர்மை வாய்ந்த

virulent /ˈvɪrələnt; ˈvɪrjələnt/ *adj.* **1** (used about a poison or a disease) very strong and dangerous (ஒரு நச்சுப்பொருள் அல்லது நோய் பற்றிக் குறிப்பிடுகையில்) கடுமை மிக்க மற்றும் மிகவும் ஆபத்தான; கொடிய *a particularly virulent form of influenza* **2** (*formal*) very strong and full of anger உக்கிரமான; வன்மம் மிக்க; கடுமுனைப்பான *a virulent attack on the leader*

virus /ˈvaɪrəs/ *noun* [C] (*pl.* **viruses**) **1** a living thing, too small to be seen without a special instrument (**microscope**), that causes disease in people, animals and plants மனிதர்கள், விலங்குகள் மற்றும் தாவரங்களுக்கு நோய் உண்டாக்கக்கூடிய, நுண்ணோக்காடி வழியாக மட்டுமே காணக்கூடிய, மிகச் சிறிய உயிர்ப்பொருள்; நோய் நுண்மம் *HIV, the virus that is thought to cause AIDS • to catch a virus* ⇨ **bacteria** மற்றும் **germ**[1] பார்க்க. **2** (*computing*) instructions that are put into a computer program in order to stop it working properly and destroy information கணிப்பொறி சீராகச் செயல்படாதவாறு தடுத்து அதிலுள்ள தகவல்களை அழித்துவிடும் பொருட்டு ஒரு கணினி நிரலினுள் சேர்க்கப்படும் ஆணைகள்; நச்சு நிரல் ▶ **viral** /ˈvaɪrəl/ *adj. a viral infection*

visa /ˈviːzə/ *noun* [C] an official mark or piece of paper that shows you are allowed to enter, leave or travel through a country ஒரு நாட்டினுள் நுழைய, நாட்டை விட்டு நீங்க அல்லது நாட்டில் பயணம் செய்ய அனுமதிக்கும் அதிகாரபூர்வமான பொறிப்பு அல்லது தாள்; நுழைவுரிமை முத்திரை அல்லது நுழைவுரிமை ஆவணம் *His passport was full of visa stamps. • a tourist/work/student visa*

vis-à-vis /ˌviːz ɑː ˈviː/ *prep.* (*from French*) **1** in relation to someone or sth (குறிப்பிட்ட ஒருவர்/ஒன்று) தொடர்பாக *Britain's role vis-à-vis the United states* **2** in comparison with குறிப்பிடப்பட்ட ஒன்றோடு ஒப்பிட்டுக் காணும்போது; ஒப்பீட்டு நோக்கில் *It was felt that the company had an unfair advantage vis-à-vis smaller companies in the country.*

viscous /ˈvɪskəs/ *adj.* (*technical*) (used about liquids) thick and sticky; not flowing easily (திரவங்கள் வகையில்) கெட்டியான மற்றும் ஒட்டும் தன்மையுள்ள; பசைத் தன்மையுடைய; எளிதில் ஓடாத ▶ **viscosity** /vɪˈskɒsəti/ *noun* [U]

vise (*AmE*) = **vice 3**

visibility /ˌvɪzəˈbɪləti/ *noun* [U] the distance that you can see in particular light or weather conditions குறிப்பிட்ட ஒளியில் அல்லது வானிலையின் போது கண்பார்வை செல்லும் தூரம்; ஒளி/வானிலைக்கு உட்பட்ட காட்சி தொலைவெல்லை/வீச்செல்லை *In the fog visibility was down to 50 metres. • poor/good visibility*

visible /ˈvɪzəbl/ *adj.* that can be seen or noticed பார்க்கக் கூடிய; கண்டு அறிந்துகொள்ளத்தக்க *The church tower was visible from the other side of the valley. • a visible improvement in his work* ✪ OPP **invisible** ▶ **visibly** /ˈvɪzəbli/ *adv. Radha was visibly upset.*

vision /ˈvɪʒn/ *noun* **1** [U] the ability to see; sight பார்க்கும் ஆற்றல்; கண் பார்வைத் திறம்; காட்சித் திறம்; காட்சி *to have good/poor/normal/perfect vision* **2** [C] a picture in your imagination கருத்துரு; மனக் காட்சி; கற்பனைத் தோற்றம்; உருவெளித் தோற்றம் *They have a vision of a world without weapons. • I **had visions of** being left behind, but in fact the others had waited for me.* **3** [C] a dream or similar experience often connected with religion பெரும்பாலும் சமயம் தொடர்பான கனவு அல்லது கனவு நிலையிலான அனுபவம்; கனாக் காட்சி; தெய்விகக் காட்சியுரு **4** [U] the ability to make great plans for the future எதிர்காலத்திற்கான பெரும் திட்டங்கள் தீட்டும் ஆற்றல்; தொலை நோக்கு ஆற்றல்; தொலையறிவு *a leader of great vision* **5** [U] the picture on a television or cinema screen தொலைக்காட்சி அல்லது திரைப்படத் திரையில் காணப்படும் படம்; தொலைக்காட்சிப் படம்; திரைப்படம் *a temporary loss of vision*

visionary /ˈvɪʒənri/ *adj.* (*pl.* **-ies**) having great plans for the future எதிர்காலத்திற்கான பெருந்திட்டங்கள் வைத்துள்ள; தொலைநோக்குடைய *a visionary leader* ▶ **visionary** *noun* [C] (*pl.* **visionaries**)

visit /ˈvɪzɪt/ *verb* [I, T] to go to see a person or place for a period of time ஓராளை அல்லது ஓரிடத்தைச் சென்று, கண்டு ஒரு கால அளவுக்கு அங்குத் தங்கியிருந்துவிட்டு வா; வருகை தா *I don't live here. I'm just visiting. • We often visit* *relatives at the weekend.* ▶ **visit** *noun* [C] *The Prime Minister is* ***on a visit*** *to Germany.* • *We had a* ***flying*** (= very short) ***visit*** *from Rahul on Sunday.*

visitor /ˈvɪzɪtə(r)/ *noun* [C] a person who visits sb/sth ஒருவரை/ஒன்றைப் பார்க்கச் செல்பவர்; வருகையாளர் *visitors to London from overseas*

visor /ˈvaɪzə(r)/ *noun* [C] **1** the part of a hard hat (**a helmet**) that you can pull down to protect your eyes or face கண்களுக்கு அல்லது முகத்திற்குக் காப்பாகக் கீழே இழுத்துவிடும் தலைக்கவசத்தின் பகுதி; கவச முகப்பு **2** a piece of plastic, cloth, etc. on a hat or in a car, which stops the sun shining into your eyes சூரிய ஒளிபட்டுக் கண் கூசுவதைத் தடுக்கும் பொருட்டுத் தொப்பியில் அல்லது சீருந்தில் இணைக்கப்படும் பிளாஸ்டிக், துணி முதலியவற்றாலான பொருள்; ஒளிக் காப்புப் பட்டை

vista /ˈvɪstə/ *noun* [C] (*written*) **1** a beautiful view, for example of the countryside, a city, etc. நாட்டுப்புறம், ஒரு நகரம் முதலியவற்றின் கவர்ச்சியான காட்சி; அழகுத் தோற்றம் **2** a variety of things that might happen or be possible in the future எதிர்கால வரவாக அமையத்தக்க பல்வேறு வகையான நிகழ்வுகள் அல்லது பொருள்கள்; வருங்கால வள வகை *This job could open up whole new vistas for her.*

visual /ˈvɪʒuəl/ *adj.* connected with seeing காண்பது தொடர்பான; காட்சி சார்ந்த *the visual arts* (= painting, sculpture, cinema, etc.) ▶ **visually** *adv. The film is visually stunning.*

visual aid *noun* [C] a picture, film, map, etc. that helps a student to learn sth மாணவர்களுக்கு ஒன்றைக் கற்பிக்கப் பயன்படுத்தப்படும் படம், திரைப்படம், நிலப்படம் முதலியவை; காட்சிக் கல்வித் துணைக்கருவி

visualize (*also* **-ise**) /ˈvɪʒuəlaɪz/ *verb* [T] to imagine or have a picture in your mind of sb/sth ஒருவரை/ஒன்றை அகக் காட்சியாக உருவாக்கிக் காண்; ஒருவரை/ஒன்றை மனக்காட்சிப் படிவாகக் கொண்டிரு *It's hard to visualize what this place looked like before the factory was built.*

vital /ˈvaɪtl/ *adj.* **1** very important or necessary மிகவும் முக்கியமான அல்லது தேவையான; இன்றியமையாத *Practice is vital if you want to speak a language well.* • *vital information* **2** full of energy; lively ஆற்றல் நிறைந்த; உயிர்த்துடிப்புள்ள; ஊக்கம் மிகுந்த; மனக்கிளர்ச்சி வாய்ந்த ▶ **vitally** /ˈvaɪtəli/ *adv. vitally important*

vitality /vaɪˈtæləti/ *noun* [U] the state of being full of energy ஆற்றல் நிறைந்துள்ள நிலை; உரம்; உயிர்த்துடிப்பு

vitamin /ˈvɪtəmɪn/ *noun* [C] one of several substances that are found in certain types of food and that are important for growth and good health உணவுப் பொருள்களின் குறிப்பிட்ட வகைகளில் காணப்படுவனவும் உடல் வளர்ச்சிக்கும் உடல் நலத்திற்கும் முக்கியமாகத் தேவைப்படுவனவுமான பல பொருள்களில் ஒன்று; ஊட்டச்சத்து; விட்டமின் *Oranges are rich in vitamin C.*

vivacious /vɪˈveɪʃəs/ *adj.* (used about a person, usually a woman) full of energy; lively and happy (ஆள் வகையில், குறிப்பாகப் பெண் வகையில்) ஊக்கம் நிறைந்த; உயிர்த்துடிப்பும் மகிழ்ச்சியும் உடைய

viva voce /ˌvaɪvə ˈvəʊtʃi/ (*BrE* **viva**) *noun* (*formal*) (from Latin) the oral part of an examination especially in an Indian or British university குறிப்பாக, இந்திய அல்லது பிரிட்டன் பல்கலைக்கழகங்களில் நடத்தப்படும் தேர்வில் வாய்மொழியாகப் பதிலிறுக்கும் பகுதி; வாய்மொழித் தேர்வு

vivid /ˈvɪvɪd/ *adj.* **1** having or producing a strong, clear picture in your mind அழுத்தமான மற்றும் தெளிவான மனக்காட்சியைக் கொண்டுள்ள அல்லது மனக்காட்சியை உண்டுபண்ணுகிற; விளக்கமான, உயிரோட்டமுள்ள மனப்பதிவான *vivid dreams/memories* **2** (used about light or a colour) strong and very bright (ஒளி அல்லது நிறம் வகையில்) முனைப்பான மற்றும் ஒளிர்கிற; கூரொளிர்வுடைய; கண்ணைப் பறிக்கிற *the vivid reds and yellows of the flowers* ▶ **vividly** *adv.*

viviparous /vɪˈvɪpərəs/ *adj.* (*technical*) (used about animals) that produce live babies from their bodies rather than eggs (விலங்குகள் வகையில்) முட்டைகளிலிருந்து அல்லாது உடலிலிருந்து பிறப்பிக்கிற; குட்டி போடுகிற; கன்று ஈனுகிற ⇨ **oviparous** பார்க்க.

vivisection /ˌvɪvɪˈsekʃn/ *noun* [U] doing scientific experiments on live animals உயிருள்ள விலங்குகளைக் கொண்டு அறிவியல் ஆய்வு செய்தல்; அறிவியல் ஆய்வுக்காக உயிருள்ள விலங்குகளைப் பயன்படுத்துதல்

vixen /ˈvɪksn/ *noun* [C] the female of a type of reddish wild dog (**fox**) பெண் நரி

viz. /vɪz/ *abbr.* (often read out as 'namely') that is to say; in other words (பெரும்பாலும் 'namely' என்று வாசிக்கப்படுவது) அதாவது; அஃது என்னவெனில்

vocabulary /vəˈkæbjələri/ *noun* (*pl.* **vocabularies**) **1** [C, U] all the words that sb knows or that are used in a particular book, subject, etc. ஒருவருக்குத் தெரிந்த அல்லது குறிப்பிட்ட நூல், துறை முதலியவற்றில் பயன்படுத்தப்படுகிற அனைத்துச் சொற்களும்; சொல் தொகுதி *He has an amazing vocabulary for a five-year-old.* • *There are many ways to increase* *your English vocabulary.* **2** [*sing.*] all the words in a language ஒரு மொழியில் உள்ள சொற்களின் முழுமைத் தொகுதி *New words are always coming into the vocabulary.*

vocal /ˈvəʊkl/ *adj.* **1** (*only before a noun*) connected with the voice குரல்/பேச்சுக் குரல் தொடர்பான **2** expressing your ideas or opinions loudly or freely உரத்து அல்லது தடையின்றித் தன் கருத்துகளை அல்லது எண்ணங்களை வெளிப்படுத்துகிற *a small but vocal group of protesters*

vocal cords *noun* [C] the thin bands of muscle in the back of your throat that move to produce the voice குரல்வளைக்குப் பின்புறமுள்ள அசைந்து குரலொலி எழுப்பும் மெல்லிய தசைப்பட்டைகள்; குரல்வளை அதிர்வு நாளங்கள்

vocalist /ˈvəʊkəlɪst/ *noun* [C] a singer, especially in a band பாடகர், குறிப்பாக குழுப்பாடகர் *a lead/backing vocalist*

vocally /ˈvəʊkəli/ *adv.* **1** in a way that uses the voice குரல் ஒலியைப் பயன்படுத்தும் முறையில்; வாய்மொழியாக *to communicate vocally* **2** by speaking in a loud and confident way உரத்த குரலில் நம்பிக்கையுடன் பேசப்படுவதாக; ஓசைப்பட பேசும் பேச்சால் *They protested vocally.*

vocation /vəʊˈkeɪʃn/ *noun* [C, U] a type of work or a way of life that you believe to be especially suitable for you தனிப்பட்ட முறையில் தனக்கு ஏற்றதாகத் தான் நம்பும் பணிவகை அல்லது வாழ்க்கை முறை; வாழ்க்கைத் தொழில்; விருப்பீடுபாட்டுத் தொழில் *Pandiyan has finally found his vocation in life.*

vocational /vəʊˈkeɪʃənl/ *adj.* connected with the skills, knowledge, etc. that you need to do a particular job குறிப்பிட்ட பணியைச் செய்வதற்குத் தேவையான கைத்திறன், அறிவு முதலியவை தொடர்பான; தொழிற்கல்வி சார்ந்த *vocational training*

vocative /ˈvɒkətɪv/ *noun* [C] (*grammar*) (in some languages) the form of a noun, a pronoun or an adjective used when addressing a person or thing (சில மொழிகளில் உள்ள) ஒருவரை/ஒன்றை விளித்துப் பேசும்போது பயன்படுத்தப்படும் பெயர்ச்சொல்லின்/மாற்றுப்பெயரின் அல்லது பெயரடையின் வடிவம்; விளி வேற்றுமை வடிவம் ▶ **vocative** *adj.* ➪ **accusative, dative, genitive** மற்றும் **nominative** பார்க்க

vociferous /vəˈsɪfərəs/ *adj.* (*formal*) expressing your opinions or feelings in a loud and confident way உரத்த குரலில் தன்னம்பிக்கையுடன் தனது கருத்துகளை அல்லது உணர்ச்சிகளை வெளிப்படுத்துகிற; உரத்து அழுத்தமாகக் கூறுகிற ▶ **vociferously** *adv.*

vodka /ˈvɒdkə/ *noun* [C, U] a strong clear alcoholic drink originally from Russia முதன்முதலில் ருசிய நாட்டில் தயாரிக்கப்பட்ட வெறியத்தன்மை மிக்க தெளிவான மது வகை; வாட்கா மது

vogue /vəʊg/ *noun* [C, U] **a vogue (for sth)** a fashion for sth ஒன்றின் நடப்புப் பாணி; நடைமுறை வழக்கு *a vogue for large cars* • *That hairstyle is* ***in vogue*** *at the moment.*

voice¹ /vɔɪs/ *noun* **1** [C] the sounds that you make when you speak or sing; the ability to make these sounds பேசும்போது அல்லது பாடும்போது எழுப்பப்படும் ஒலிகள்; குரல்; பேச்சு/பாட்டுக் குரல்; பேசும்/பாடும் திறன் *to speak in a loud/soft/low/hoarse voice* • *to lower/raise your voice* (= speak more quietly/loudly) • *Alok is 13 and his voice is breaking* (= becoming deep and low like a man's). **2 -voiced** (*used to form compound adjectives*) having a voice of the type mentioned குறிப்பிடப்பட்ட வகையான/தன்மையிலான குரலுடைய *husky-voiced* **3** [*sing.*] **a voice (in sth)** (the right to express) your ideas or opinions கருத்துகள், அபிப்பிராயங்கள், எண்ணங்கள் முதலியவற்றை வெளிப்படுத்தும் உரிமை; கருத்துத் தெரிவிப்பு; கருத்துரிமை *The workers want more of a voice in the running of the company.* **4** [C] a particular feeling, attitude or opinion that you have or express தன் மனத்தில் உள்ள அல்லது தான் வெளிப்படுத்துகிற குறிப்பிட்ட உணர்ச்சி, எண்ணப்போக்கு அல்லது கருத்து; குறிப்பிடப்பட்ட விருப்பம், கருத்து, அபிப்பிராயம் முதலியவை *You should listen to the voice of reason and apologize.* **5** [*sing.*] (*grammar*) the form of a verb that shows if a sentence is active or passive ஒரு தொடர் செய்வினை (active) வாக்கியமாக அல்லது செயப்பாட்டு (passive) வினை வாக்கியமாக இருப்பதைக் குறிக்கும் வினை வடிவம் *'Keats wrote this poem' is in the* ***active voice.*** • *'This poem was written by Keats' is in the* ***passive voice.***

> **NOTE** செயப்பாட்டு வினை (passive voice) பற்றி மேலும் அறிய அகராதிப் பகுதியை அடுத்துள்ள **Quick Grammar Reference** பகுதியைப் பார்க்க.

IDM **at the top of your voice** ➪ **top¹** பார்க்க.

voice² /vɔɪs/ *verb* [T] to express your opinions or feelings தனது கருத்துகளை அல்லது உணர்ச்சிகளை வெளிப்படுத்து; குரல் எழுப்பு *to voice complaints/criticisms*

voice box = **larynx**

voicemail /ˈvɔɪsmeɪl/ *noun* [U] an electronic system which can store telephone messages, so that sb can listen to them later பின்பு ஒருவர் கேட்டறிந்து கொள்ளத்தக்கதாகத் தொலைபேசித் தகவல்களைத் தேக்கிவைப்பதற்குரிய மின்னணு அமைப்பு; குரல் அஞ்சல்

void[1] /vɔɪd/ *noun* [C, *usually sing.*] (*formal*) a large empty space பெரும் வெற்றிடம் *Her death left a void in their lives.*

void[2] /vɔɪd/ *adj.* **1** (used about a ticket, contract, decision, etc.) that can no longer be accepted or used (அனுமதிச் சீட்டு, ஒப்பந்தம், முடிவு முதலியவை வகையில்) இனி ஏற்றுக்கொள்ளத்தக்கதல்லாத அல்லது பயன்படுத்தத்தக்கதல்லாத; செல்லத்தக்கதல்லாத; பயன்தீர்ந்து போன *The agreement was declared void.* **2** (*formal*) **void (of sth)** completely lacking sth ஒன்று முற்றிலும் இல்லாது போன; வெறுமையான; வறிதான *This book is totally void of interest for me.*

vol. *abbr.* **1** (*pl.* **vols.**) volume (of a book) (ஒரு நூலின் பகுதியைக் குறிக்கும் volume என்பதன் குறுக்கம் *The Complete Works of Byron, Vol. 2* **2** volume கொள்ளளவைக் குறிக்கும் volume என்பதன் குறுக்கம் *vol. 333 ml*

volatile /ˈvɒlətaɪl/ *adj.* **1** that can change suddenly and unexpectedly திடீரெனவும் எதிர்பாராதும் மாறக் கூடிய; நிலையுறுதியற்ற *a highly volatile situation which could easily develop into rioting* • *a volatile personality* **2** (used about a substance) that can easily change into a gas (பொருள் வகையில்) எளிதில் ஆவியாகக் கூடிய ▶ **volatility** /ˌvɒləˈtɪləti/ *noun* [U]

volcano /vɒlˈkeɪnəʊ/ *noun* [C] (*pl.* **volcanoes; volcanos**) a mountain with a hole (**crater**) at the top through which steam, hot melted rock (**lava**), fire, etc. sometimes come out எரிமலை *an active/dormant/extinct volcano* • *When did the volcano last erupt?* ▶ **volcanic** /vɒlˈkænɪk/ *adj. volcanic rock/ash*

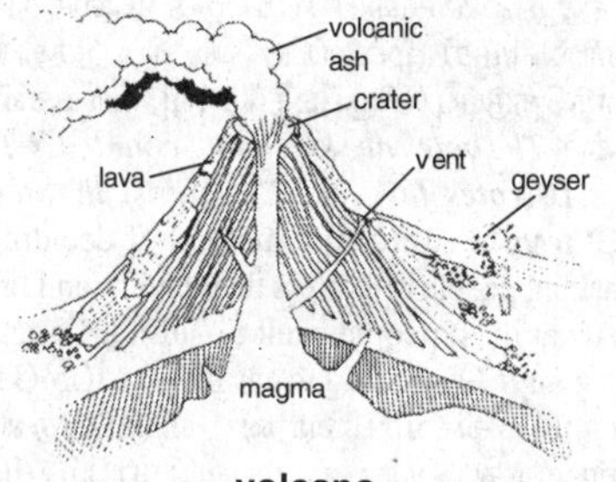

volcano

vole /vəʊl/ *noun* [C] a small animal like a mouse or rat that lives in fields or near rivers வயல்களில் அல்லது ஆற்றோரங்களில் வாழும் சுண்டெலி அல்லது எலி போன்ற உருவுடைய, தாவரங்களை உண்ணும் சிறு விலங்கு; சிறு கொறிவிலங்கு வகை

volition /vəˈlɪʃn/ *noun* [U] (*formal*) the power to choose sth freely or to make your own decisions சுதந்திரமாக ஒன்றைத் தேர்ந்தெடுக்கும் அல்லது தானே முடிவுசெய்யும் திறன்; தன் விருப்பாற்றல்; விருப்பத் துணிவாற்றல் *They left entirely **of their own volition*** (= because they wanted to).

volley /ˈvɒli/ *noun* [C] **1** (in tennis, football, etc.) a hit or kick of the ball before it touches the ground (டென்னிஸ் ஆட்டம், கால் பந்தாட்டம் முதலியவை வகையில்) பந்து தரையைத் தொடுவதற்கு முன் அதனை அடித்து அல்லது உதைத்துச் செலுத்துதல்; நிலம் தொடு முன்னான அடி/உதை *a forehand/backhand volley* **2** a number of stones, bullets, etc. that are thrown or shot at the same time ஒரே சமயத்தில் எறியப்படும்/வெடித்துச் செலுத்தப்படும் பலவான கற்கள், குண்டுகள் முதலியன; எறிதொகுதி; குண்டுமாரி; கணைமாரி முதலியவை *The soldiers fired a volley over the heads of the crowd.* **3** a lot of questions, insults, etc. that are directed at one person very quickly, one after the other அடுத்தடுத்து மிக விரைவாக ஓராள் மீது தொடுக்கப்படும் வினாக்கள், அவமதிப்புகள் முதலியன; சொல்மாரி, வசைமாரி முதலியவை *a volley of abuse* ▶ **volley** *verb* [I, T] *Raju volleyed the ball into the net.*

volleyball /ˈvɒlibɔːl/ *noun* [U] a game in which two teams of six players hit a ball over a high net with their hands while trying not to let the ball touch the ground on their own side அணிக்கு அறுவராக இரு அணிகள் உயர்மட்ட வலைக்கு மேல் கைகளால் பந்தை அடித்துத் தங்கள் பக்கம் பந்து தரையில் விழாது தடுக்க முயலும் பந்தாட்ட வகை; உந்து பந்தாட்டம்

volt /vəʊlt/ *noun* [C] (*abbr.* **V**) a unit for measuring electrical force மின் விசையை அளவிடுவதற்கான ஓர் அலகு; வோல்ட்

voltage /ˈvəʊltɪdʒ/ *noun* [C, U] an electrical force measured in units (**volts**) மின் அலகுக் கூறுகளில் அளவிடப்படும் மின்விசை அளவு

voltmeter /ˈvəʊltmiːtə(r)/ *noun* [C] an instrument for measuring voltage மின்விசை அளவை அளவிடுவதற்கான கருவி வகை; மின்விசை மானி

volume /ˈvɒljuːm/ *noun* **1** [U, C] (*abbr.* **vol.**) the amount of space that sth contains or fills ஒன்றின் உள்ளடக்க அல்லது நிரப்பிட அளவு; கொள்ளளவு *What is the volume of this sphere?* ➪ **area**[2] பார்க்க. **2** [C, U] the large quantity or amount of sth ஒன்றின் பெரும் எண்ணிக்கை அல்லது அளவு; பேரளவு; திரள்; நிறை எண்ணிக்கை; மாவளம் *the **sheer volume*** (= the large amount) *of traffic on the roads* **3** [U, *sing.*] how loud a sound is ஓர் ஒலி இத்துணையளவு உரத்ததாக இருக்கிறது என்பது; ஒலியளவு *to turn the volume on a radio up/down* • *a low/high volume* **4** [C] (*abbr.* **vol.**) a book, especially one of a set or series குறிப்பாக ஒரு கூட்டுத்

தொகுதியின் அல்லது வரிசைத் தொகுதியின் ஒரு நூல்; பகுதி; தொகுதி *The dictionary comes in three volumes.*

voluminous /vəˈluːmɪnəs/ *adj.* (*formal*) **1** (used about clothing) very large; having a lot of cloth (ஆடை வகையில்) மிகப் பெரிய; ஏராளமான துணியை உள்ளடக்கியிருக்கிற *a voluminous skirt* **2** (used about a piece of writing, a book, etc.) very long and detailed (கட்டுரை, நூல் முதலியவை வகையில்) மிக நீண்டதும் விரிவானதுமான **3** (used about a container, piece of furniture, etc.) very large (கொள்கலம், அறைக்கலம் முதலியவை வகையில்) மிகப் பெரிய; அகல் விரிவான *a voluminous armchair*

voluntary /ˈvɒləntri/ *adj.* **1** done or given because you want to do it, not because you have to do it கட்டாயத்தின் பேரில் அல்லாது, விரும்பிச் செய்யப்படுகிற அல்லது கொடுக்கப்படுகிற; தன்னியலான; மனமார்ந்த; புறத் தூண்டுதல் அற்ற *He took* ***voluntary redundancy*** *and left the firm last year.* ✪ **OPP compulsory 2** done or working without payment ஊதியமின்றிச் செய்யப்படுகிற அல்லது பணியாற்றுகிற; தன்னார்வ; தன் விருப்பார்ந்த *She does some* ***voluntary work*** *at the hospital.* **3** (used about movements of the body) that you can control (உடல் இயக்கங்கள் வகையில்) கட்டுப்படுத்தக்கூடிய ✪ **OPP involuntary** ▶ **voluntarily** /ˈvɒləntrəli ˌvɒlənˈterəli/ *adv. She left the job voluntarily; she wasn't sacked.*

volunteer[1] /ˌvɒlənˈtɪə(r)/ *noun* [C] **1** a person who offers or agrees to do sth without being forced or paid to do it கட்டாயப்படுத்தப்படுதலோ ஊதியமோ இன்றி ஒன்றைச் செய்ய முன்வருபவர் அல்லது உடன்படுபவர்; விருப்பார்வத் தொண்டர்; தன்னார்வ ஊழியர் *Are there any volunteers to do the washing up?* **2** a person who joins the armed forces without being ordered to கட்டளையின் பேரில் அல்லாது படைத்துறையில் பணிபுரிய வருபவர்; விருப்பார்வப் படைவீரர் ➪ **conscript**[2] பார்க்க.

volunteer[2] /ˌvɒlənˈtɪə(r)/ *verb* **1** [I, T] **volunteer (sth); volunteer (to do sth)** to offer sth or to do sth which you do not have to do or for which you will not be paid கட்டாயமோ ஊதியமோ இன்றி ஒன்றை வழங்க அல்லது ஒன்றைச் செய்ய முன்வா; விருப்பார்வச் செயலாக ஒன்றை மேற்கொள்; ஒன்றை அளிக்க முன்வா *They volunteered their services free.* • *She frequently volunteers for extra work because she really likes her job.* **2** [I] **volunteer (for sth)** to join the armed forces without being ordered கட்டளையிடப்படாது படைத்துறையில் சேர் **3** [T] to give information, etc. or to make a comment or suggestion without being asked to கோரப்படாது தகவல் முதலியவற்றை அல்லது ஒரு கருத்தை அல்லது ஓர் ஆலோசனையை வழங்கு, தானே அளிக்க முன்வா *I volunteered a few helpful suggestions.*

vomit /ˈvɒmɪt/ *verb* [I, T] to bring food, etc. up from the stomach and out of the mouth உணவு முதலியவற்றை வாய் வழியாக வெளியே தள்ளு; வாந்தியெடு **NOTE** அன்றாட பிரிட்டன் வழக்கில் இச்சொல்லுக்குப் பதிலாக **be sick** என்ற தொடர் பயன்படுத்தப்படுகிறது. ▶ **vomit** *noun* [U]

voracious /vəˈreɪʃəs/ *adj.* (*written*) **1** eating or wanting large amounts of food பெருமளவுகளில் உணவு உண்ணுகிற அல்லது உண்ண விரும்புகிற; பெருந்தீனி தின்னுகிற; தீராப் பெரும்பசியுடைய *a voracious eater* • *to have a* ***voracious appetite*** **2** wanting a lot of new information and knowledge பெருமளவு புதுத் தகவல்களை அல்லது புது அறிவைப் பெற விரும்புகிற; அறிவு வேட்கை மிக்க; தகவல் ஆர்வம் மிக்க *a voracious reader* ▶ **voraciously** *adv.* ▶ **voracity** /vəˈræsəti/ *noun* [U]

vortex /ˈvɔːteks/ *noun* [C] (*pl.* **vortexes** or **vortices** /-tɪsiːz/) a mass of air, water, etc. that turns around very fast and pulls things into its centre மிக விரைவாகச் சுழன்று பொருள்களைத் தன் மையப்பகுதியினுள் இழுத்துக்கொள்ளும் காற்று, நீர் முதலியவற்றின் செறிதொகுதி; நீர்ச்சுழி, சுழல்காற்று முதலியவை

vote[1] /vəʊt/ *noun* **1** [C] **a vote (for/against sb/sth)** a formal choice in an election or at a meeting, which you show by holding up your hand or writing on a piece of paper ஒரு தேர்தலில், அல்லது கூட்டத்தில் கையை உயர்த்தி அல்லது ஒரு தாளில் எழுதி முறைப்படி வெளிப்படுத்தப்படும் தேர்ந்தெடுப்பு/விருப்பத்தேர்வு; வாக்களிப்பு; வாக்கு *The votes are still being counted.* • *There were 10* ***votes for****, and 25* ***against*** *the motion.* **2** [C] **a vote (on sth)** a method of deciding sth by asking people to express their choice and finding out what most people want தங்களது விருப்பத் தேர்வைத் தெரிவிக்குமாறு மக்களிடம் கேட்டு, பெரும்பான்மையினரின் விருப்பத்தைக் கண்டறிந்து ஒன்றை முடிவுசெய்யும் முறை; பெரும்பான்மை வாக்காதரவு *The democratic way to decide this would be to* ***take a vote****.* • ***Let's have a vote/put it to the vote****.* **3 the vote** [*sing.*] the total number of votes in an election ஒரு தேர்தலில் அளிக்கப்படும் வாக்குகளின் மொத்த எண்ணிக்கை *She obtained 30% of the vote.* **4 the vote** [*sing.*] the legal right to vote in political elections அரசியல் தேர்தல்களில் வாக்களிப்பதற்கான சட்டப்படியான உரிமை; வாக்குரிமை *Women did not get the vote in this country until the 1920s.*

IDM **cast a/your vote** ➪ **cast**[1] பார்க்க.

a vote of thanks a short speech to thank sb, usually a guest, at a meeting, dinner, etc. கூட்டம், விருந்து முதலியவற்றில் ஒருவருக்கு, வழக்கமாக ஒரு விருந்தினருக்கு, நன்றி கூற நிகழ்த்தப்படும் சிறு உரை; நன்றி அறிவிப்பு; நன்றி நவிலல் *The club secretary proposed a vote of thanks to the guest speaker.*

vote[2] /vəʊt/ *verb* **1** [I, T] **vote (for/against sb/sth); vote (on sth); vote to do sth** to show formally a choice or opinion by marking a piece of paper or by holding up your hand ஒரு தாளில் குறித்து அல்லது கையை உயர்த்தித் தனது விருப்பத்தேர்வை அல்லது கருத்தை வெளிப்படுத்து; வாக்களி *Forty-six percent* ***voted in favour of*** (= for) *the proposed change.* • *Very few MPs voted against the new law.* **2** [T] (*usually passive*) to choose sb for a particular position or prize ஒரு குறிப்பிட்ட பதவிப்பொறுப்புக்கு அல்லது பரிசுக்கு ஒருவரைத் தேர்ந்தெடு *He was voted best actor at the Oscars.* ▶ **voter** *noun* [C]

vouch /vaʊtʃ/ *verb*

PHR V **vouch for sb/sth** to say that a person is honest or good or that sth is true or genuine ஒருவர் நேர்மையாளர் அல்லது நல்லவர் என்று அல்லது ஒன்று உண்மையானது அல்லது போலியல்லாதது என்று கூறு; ஒருவருக்கு/ ஒன்றுக்கு உறுதிச் சான்று கூறு; உத்தரவாதம் செய் *I can vouch for her ability to work hard.*

voucher /ˈvaʊtʃə(r)/ *noun* [C] (*BrE*) a piece of paper that you can use instead of money to pay for all or part of sth ஒன்றின் முழுமையையும் அல்லது பகுதியளவைச் செலுத்தப் பணத்திற்குப் பதிலாகப் பயன்படுத்தப்படும் தாள் துண்டு; பற்றுச்சீட்டு ➪ **token** பார்க்க.

vouchsafe /ˌvaʊtʃˈseɪf/ *verb* [I, T] (*old-fashioned* or *formal*) to give, offer sth as a favour or tell sth to sb, especially as a privilege குறிப்பாக ஒரு தனிச்சலுகையாக ஒருவருக்கு ஒன்றைக்கொடு, அளிக்க முன் வா அல்லது சொல் *The old servant vouchsafed certain family secrets to the new heir.*

vow /vaʊ/ *noun* [C] a formal and serious promise (especially in a religious ceremony) (குறிப்பாக ஒரு சமயச் சடங்கில் அளிக்கப்படும்) முறைப்படியான மற்றும் கருத்தார்ந்த உறுதிமொழி; சபதம்; சங்கற்பம் *to keep/break your* ***marriage vows*** ▶ **vow** *verb* [T] *We vowed never to discuss the subject again.*

vowel /ˈvaʊəl/ *noun* [C] any of the sounds represented in English by the letters a, e, i, o, or u ஆங்கில மொழியில் உள்ள a, e, i, o, u ஆகிய எழுத்துகள் குறிக்கும் ஒலிகளுள் ஒன்று; உயிரொலி ➪ **consonant** பார்க்க.

voyage /ˈvɔɪɪdʒ/ *noun* [C] a long journey by sea or in space நீண்ட கடற்பயணம் அல்லது விண்வெளிப் பயணம் *a voyage to Jupiter* ▶ **voyager** *noun* [C]

VPP /ˌviː piː ˈpiː/ *abbr.* (in India and Pakistan) value payable post. The postal system in which the cost of the contents of the parcel and the postage must be paid by the receiver (இந்தியாவிலும் பாகிஸ்தானிலும்) பொருட்களின் கட்டைப் பெறுபவர் அதன் விலையையும் அதற்கான அஞ்சல் கட்டணத்தையும் செலுத்த வேண்டிய பணம் செலுத்திப் பெறும் அஞ்சல் முறை

vulgar /ˈvʌlɡə(r)/ *adj.* **1** not having or showing good judgement about what is attractive or appropriate; not polite or well behaved இன்னது அழகானது அல்லது பொருத்தமானது என்று சீர்தூக்கி உணரும் ஆற்றலற்ற அல்லது அவ்வாற்றலை வெளிப்படுத்தாத; நயநாகரிகப் பண்பற்ற; கீழ்த்தரமான *vulgar furnishings* • *a vulgar man/woman* **2** rude or likely to offend people பண்பற்ற; அவமதிக்கிற; பிறர் உணர்ச்சிகளைப் புண்படுத்தக் கூடிய *a vulgar joke* ▶ **vulgarity** /vʌlˈɡærəti/ *noun* [C, U] (*pl.* **vulgarities**)

vulgar fraction *noun* [C] (*BrE*) a **fraction** that is shown as numbers above and below a line ஒரு கோட்டுக்கு மேலும் கீழுமாக எண்களையுடைய பின்னம்; பொதுநிலைப் பின்னம் *¾ and ⅝ are vulgar fractions.* ➪ **decimal fraction** பார்க்க.

vulnerable /ˈvʌlnərəbl/ *adj.* **vulnerable (to sth/sb)** weak and easy to hurt physically or emotionally வலிமை குறைந்த மற்றும் எளிதில் உடல் அல்லது உணர்ச்சி சார்ந்த ஊறுபாட்டுக்கு உள்ளாக்கப்படத்தக்க; எதிர்ப்பாற்றல் குன்றிய; பாதுகாப்பற்ற *Poor organization left the troops vulnerable to enemy attack.* ✪ **invulnerable** ▶ **vulnerability** /ˌvʌlnərəˈbɪləti/ *noun* [U]

vulture /ˈvʌltʃə(r)/ *noun* [C] a large bird with no feathers on its head or neck that eats dead animals தலையிலோ கழுத்திலோ சிறகுகள் இல்லாததும் இறந்துபோன விலங்குகளை உண்ணுவதுமான பெரிய பறவை வகை; கழுகு

W w

W, w[1] /ˈdʌbljuː/ *noun* [C, U] (*pl.* **W's; w's** /ˈdʌbljuːz/) the twenty-third letter of the English alphabet ஆங்கில நெடுங்கணக்கின் இருபத்து மூன்றாவது எழுத்து *'Water' begins with (a) 'W'.*

W[2] *abbr.* **1** watt(s) மின்னாற்றலின் ஓர் அலகைக் குறிக்கும் watt என்பதன் குறுக்கம் *a 60W light bulb* **2** west(ern) மேற்குத் திசையைக் குறிக்கும் west(ern) என்பதன் குறுக்கம் *W Bengal*

wad /wɒd/ *noun* [C] **1** a large number of papers, paper money, etc. folded or rolled together ஒன்றுசேர்த்துப் பொதியப்பட்ட அல்லது சுருளாக்கப்பட்ட பெரும் எண்ணிக்கையிலான தாள்கள், பணத்தாள்கள் முதலியவை; நிறைதாள் கட்டு; திணிசுருள் *He pulled a wad of Rs 20 notes out of his pocket.* **2** a mass of soft material that is used for blocking sth or keeping sth in place ஒன்றுக்கு அடைப்பிடுவதற்கு அல்லது ஒன்றை நிலைநிறுத்துவதற்குப் பயன்படுத்தப்படும் மென் துணித்திரள்; பஞ்சுறை; துணிக்கட்டு *The nurse used a wad of cotton wool to stop the bleeding.*

waddle /ˈwɒdl/ *verb* [I] to walk with short steps, moving the weight of your body from one side to the other, like a duck வாத்துப் போன்று பக்கவாட்டாக உடலை அசைத்தசைத்துச் சிற்றடியிட்டு நட; அசைந்தாடி நட

wade /weɪd/ *verb* [I] to walk with difficulty through fairly deep water, mud, etc. ஓரளவு ஆழமுள்ள நீர், சேறு முதலியவற்றின் ஊடாக சிரமப்பட்டு நட

PHR V **wade through sth** to deal with or read sth that is boring and takes a long time சலிப்பூட்டுகிற மற்றும் நெடுநேரம் பிடிக்கிற ஒன்றைக் கையாள் அல்லது படி

wadi /ˈwɒdi/ *noun* [C] (in geography) a valley or passage in the Middle East and North Africa that is dry except when it rains (புவியியலில்) மையக்கிழக்கு நாடுகளில் மற்றும் வட ஆப்பிரிக்காவில் உள்ள மழைக்காலம் தவிர மற்ற சமயங்களில் வரண்டு காணப்படும் பள்ளத்தாக்கு அல்லது செல்வழி

wafer /ˈweɪfə(r)/ *noun* [C] a very thin, dry biscuit often eaten with ice cream பொதுவாக ஐஸ்கிரீமுடன் சேர்த்து உண்ணப்படும் மிக மெலிதான உலர்ந்த பிஸ்கோத்து

waffle[1] /ˈwɒfl/ *noun* **1** [C] a flat cake with a pattern of squares on it that is often eaten warm with a sweet sauce (**syrup**) பெரும்பாலும் பாகுடன் சேர்ந்து வெதுவெதுப்பாக உண்ணப்படும் மேற்பரப்பில் கட்டங்கட்டமான உருப்பாங்குடைய தட்டையான கேக் வகை **2** [U] (*BrE informal*) language that uses a lot of words but that does not say anything important or interesting ஏராளமான சொற்களைப் பயன்படுத்துகிற ஆனால் முக்கியமான அல்லது ஆர்வமூட்டுகிற எதனையும் வெளிப்படுத்தாத மொழி; வீண்-சொல் பெருக்கம்; வெறுஞ்சொல் மயமான மொழி *The last two paragraphs of your essay are just waffle.*

waffle[2] /ˈwɒfl/ *verb* [I] (*BrE informal*) **waffle (on) (about sth)** to talk or write for much longer than necessary without saying anything important or interesting முக்கியமான அல்லது ஆர்வமூட்டுகிற எதனையும் கூறாது, தேவைக்கு மேல் மிகையளவாக எழுது அல்லது பேசு; சளசள என்று பேசு; வீண் பேச்சு பேசு

waft /wɒft/ *verb* [I, T] to move, or make sth move, gently through the air காற்றின் ஊடாக மெல்லமைதியுடன் செல் அல்லது ஒன்றைச் செலுத்து; காற்றில் மிதந்து செல் *The smell of her perfume wafted across the room.*

wag /wæg/ *verb* [I, T] (**wagging; wagged**) to shake up and down or move from side to side; to make sth do this மேலும் கீழுமாக அல்லது பக்கவாட்டில் ஆடு அல்லது அசைவுறு; ஒன்றை இம்முறையில் ஆட்டு *The dog wagged its tail.*

wage[1] /weɪdʒ/ *noun* [*sing.*] (*also* **wages**; *pl.*) the regular amount of money that you earn for a week's work வழக்கமுறையாக ஒரு வார வேலைக்குத் தான் ஈட்டும் பணத்தொகை; வார ஊதியம் அல்லது கூலி *What's the national **minimum wage*** (= the lowest wage that an employer is allowed to pay by law)*?*

NOTE பெரும்பாலும் ஊதியமாக வழங்கப்படும் பணத்தொகையைக் குறிக்க அல்லது வேறொரு சொல்லுடன் சேர்ந்து கூட்டுச்சொல்லாக வரும்போது **wage** ஒருமை வடிவில் பயன்படுத்தப்படுகிறது—'wage packet', 'wage rise', முதலியவை. **Wages** என்னும் பன்மை வடிவம் ஊதியப் பணத்தைக் குறிப்பது—*I have to pay the rent out of my wages.* ➪ **pay**[2] பதிவிலுள்ள குறிப்பைப் பார்க்க.

wage[2] /weɪdʒ/ *verb* [T] **wage sth (against/on sb/sth)** to begin and then continue a war, battle, etc. சண்டை, போர் முதலியவற்றைத் தொடங்கித் தொடர்ந்து நடத்து; சண்டையில் ஈடுபடு *to wage war on your enemy*

waggle /ˈwægl/ *verb* [I, T] (*informal*) to move up and down or from side to side with quick, short movements; to make sth do this விரைந்த

சிற்றியக்கங்களாக மேலும் கீழும் அல்லது பக்கவாட்டாக அசைவுறு அல்லது ஆடு; ஒன்றை இம்முறையில் ஆடச் செய்

wagon /'wægən/ *noun* [C] (*AmE* **freight car**) an open section of a railway train that is used for carrying goods or animals சரக்குகளை அல்லது விலங்குகளை ஏற்றிச் செல்லப் பயன்படுத்தப்படும் தொடர்வண்டியின் திறந்த நிலைப் பகுப்பு; இருப்பூர்தி சரக்குப் பெட்டி

waif /weɪf/ *noun* [C] a small thin person, usually a child, who seems to have nowhere to live குடியிருப்பிடம் இல்லாதவராகத் தோன்றும், சிறு ஒடிசலான ஆள், வழக்கமாக குழந்தை; வீடற்ற அநாதை; துணையிலாக் குழந்தை

wail /weɪl/ *verb* **1** [I, T] to cry or complain in a loud, high voice, especially because you are sad or in pain குறிப்பாக வருத்தம் அல்லது வலி காரணமாக, உரத்து ஓங்கிய குரலில் அழு அல்லது குறைதெரிவி; ஓலமிடு; புலம்பு **2** [I] (used about things) to make a sound like this (பொருள்கள் வகையில்) ஓலமிடுதல் போன்ற ஒலி எழுப்பு; அலறு *sirens wailing in the streets outside* ▶ **wail** *noun* [C]

waist /weɪst/ *noun* [C, *usually sing.*] **1** the narrowest part around the middle of your body மனித உடலின் நடுப்பகுதியை ஒட்டி மிகக் குறைந்த சுற்றளவு உடையதாக அமைந்துள்ள பகுதி; இடை ⇨ **body** பதிவில் படம் பார்க்க. **2** the part of a piece of clothing that goes round the waist இடையைச் சுற்றி அமைந்துள்ள ஆடைப்பகுதி; ஆடையின் இடைப்பகுதி

waistband /'weɪstbænd/ *noun* [C] the narrow piece of material at the waist of a piece of clothing, especially trousers or a skirt ஓராடையின், குறிப்பாகக் காற்சட்டையின் அல்லது பாவாடையின், இடைப்பகுதியாக அமையும் ஒடுக்கமான துணி; அரைக்கச்சு; இடுப்புப்பட்டி

waistcoat /'weɪskəʊt/ (*AmE* **vest**) *noun* [C] a piece of clothing with buttons down the front and no sleeves that is often worn over a shirt and under a jacket as part of a man's suit முன்பகுதியில் மேலிருந்து கீழாகப் பொத்தான்கள் உடையதும், கைப்பகுதி இல்லாததும், வழக்கமாகச் சம்பிரதாய உடுப்புத்தொகுதியின் பகுதியாக மேற்சட்டையின் மேலாகவும் குறுஞ்சட்டையின் உள்ளாகவும் அணிந்துகொள்ளப்படுவதுமான ஆடை; அரைச்சட்டை

waistline /'weɪstlaɪn/ *noun* [C, *usually sing.*] **1** (used to talk about how fat or thin a person is) the measurement or size of the body around the waist (ஒருவரது பருமன்/உருட்சி பற்றிப் பேசுகையில்) அரையின் சுற்றளவு அல்லது பருமன் **2** the place on a piece of clothing where your waist is அரையில் பொருந்தியுள்ள ஆடைப்பகுதி; ஆடையின் அரைக்கட்டு

wait¹ /weɪt/ *verb* [I] **1 wait (for sb/sth) (to do sth)** to stay in a particular place, and not do anything until sb/sth arrives or until sth happens ஒருவர்/ஒன்று வந்துசேரும் வரை அல்லது ஒன்று நிகழும் வரை எந்தச் செயலிலும் ஈடுபடாது குறிப்பிட்ட இடத்தில் தங்கியிரு; ஒருவரை/ஒன்றை எதிர்நோக்கிக் காத்திரு *Wait here. I'll be back in a few minutes.* • *Have you been waiting long?*

> NOTE **Wait, expect** இரண்டையும் ஒப்பு நோக்குக—*I was expecting him to be there at 7.30 but at 8.30 I was still waiting.* • *I'm waiting for the exam result, but I'm not expecting to pass.* ஒன்று நிகழும்வரை அல்லது ஒருவர் வந்துசேரும்வரை எந்தச் செயலிலும் ஈடுபடாது ஒரே இடத்தில் இருத்தலை **wait** குறிக்கும்—*I waited outside the theatre until they arrived.* **Expect** என்பது, ஒன்று பெரும்பாலும் நிகழும் என்று எண்ணி அல்லது நம்பி அது நிகழும் வரை வேறு செயல்களில் ஈடுபட்டிருத்தலைக் குறிக்கும்—*I'm expecting you to get a good grade in your exam.*

2 to be left or delayed until a later time பிந்தி ஒரு சமயம் வரை ஒன்று கிடக்க விடப்படு அல்லது தாமதப்படுத்தப்படு *Is this matter urgent or* ***can it wait****?*

can't wait/can hardly wait used when you are emphasizing that sb is very excited and enthusiastic about doing sth ஒன்றைச் செய்வது குறித்து ஒருவர் மிக்க மகிழ்ச்சியுடனும் உற்சாகத்துடனும் இருப்பதை வலியுறுத்தும்போது பயன்படுத்தப்படுவது. *The kids can't wait to see their father again.*

keep sb waiting to make sb wait or be delayed, especially because you arrive late குறிப்பாக, தான் நேரம் கடந்து வந்து சேர்வதால், ஒருவரைக் காத்திருக்கவை அல்லது தாமதப்படச் செய்

wait and see used to tell sb to be patient and to wait to find out about sth later ஒன்றைப் பற்றிப் பின்னர் தெரிந்துகொள்ளும் வரை பொறுமையுடன் காத்திருக்குமாறு ஒருவரிடம் கூறப் பயன்படுத்தப்படுவது: பொறுத்திருந்து பார்

wait your turn to wait until the time when you are allowed to do sth ஒன்றைச் செய்யத் தான் அனுமதிக்கப்படும் வேளை வரும்வரை காத்திரு; தனது முறை வரும் வரை பொறுத்திரு

PHR V **wait behind** to stay in a place after others have left it மற்றவர்கள் ஓரிடத்தை விட்டுச் சென்றுவிட்ட பிறகு அங்கேயே தங்கியிரு; பின்தங்கியிரு *She waited behind after class to speak to her teacher.*

wait on sb to serve food, drink etc. to sb, usually in a restaurant வழக்கமாக ஓர் உணவகத்தில், ஒருவருக்கு உணவு, பானம் முதலியவை பரிமாறு

wait up (for sb) to not go to bed because you are waiting for sb to come home வீட்டுக்கு வர இருக்கும் ஒருவருக்காகக் காத்திருப்பதால் படுக்கைக்குப் போகாமல் இரு; உறங்கச் செல்லாது ஒருவருக்காகக் காத்திரு

wait² /weɪt/ *noun* [C, *usually sing.*] **a wait (for sth/sb)** a period of time when you wait காத்திருக்கும் வேளை; காத்திருப்பு நேரம்
IDM **lie in wait (for sb)** ➪ **lie²** பார்க்க.

waiter /ˈweɪtə(r)/ *noun* [C] a man whose job is to serve customers at their tables in a restaurant, etc. உணவகம் முதலியவற்றில் வாடிக்கையாளர் மேசைகளுக்குச் சென்று உணவு பரிமாறும் ஆண் பணியாளர்; உணவு மேசை ஆண் பணியாளர்

waiting list *noun* [C] a list of people who are waiting for sth, for example a service or medical treatment, that will be available in the future ஒரு சேவை, மருத்துவச் சிகிச்சை முதலிய எதிர்காலத்தில் கிடைக்கத் தக்கதாக உள்ள ஒன்றுக்காகக் காத்திருப்பவர்களின் பட்டியல்; காத்திருப்போர் பட்டியல் *to put your name on a waiting list*

waiting room *noun* [C] a room where people can sit while they are waiting, for example for a train, or to see a doctor இருப்பூர்தி, மருத்துவரைப் பார்த்தல் முதலியவற்றுக்காகக் காத்திருக்கும்போது மக்கள் அமர்வதற்குரிய அறை; காத்திருக்கை அறை

waitress /ˈweɪtrəs/ *noun* [C] a woman whose job is to serve customers at their tables in a restaurant, etc. உணவகம் முதலியவற்றில் வாடிக்கையாளர் மேசைகளுக்குச் சென்று உணவு பரிமாறும் பெண் பணியாளர்; உணவு மேசைப் பெண் பணியாளர்

waive /weɪv/ *verb* [T] (*formal*) to say officially that a rule, etc. need not be obeyed; to say officially that you no longer have a right to sth ஒரு விதிமுறை முதலியவை பின்பற்றப்பட வேண்டியதில்லை என்று அதிகாரபூர்வமாகக் கூறு; ஒன்றினைப் பெறுவதற்கு ஒருவருக்கு இனி உரிமையில்லை என்று அதிகாரபூர்வமாகக் கூறு; தேவை நிலை ஒழி; கைவிடு

wake¹ /weɪk/ *verb* [I, T] (*pt* **woke** /wəʊk/; *pp* **woken** /ˈwəʊkən/) **wake (sb) (up)** to stop sleeping; to make sb stop sleeping உறக்கம் கலை; விழிப்புக் கொள்; ஒருவரைத் தூக்கத்திலிருந்து எழுப்பு; விழிப்பூட்டு *I woke early in the morning and got straight out of bed.* • *Wake up! It's nearly 8 o'clock!* • *Could you wake me at 7.30, please?* ➪ **awake** adjective பார்க்க.
PHR V **wake sb up** to make sb become more active or full of energy ஒருவர் மேலும் சுறுசுறுப்புறச் செய்; ஊக்கம் மிகுவி
wake up to sth to realize sth; to notice sth ஒன்றை உணர்ந்துகொள்; ஒன்றில் கவனம் செலுத்து

wake² /weɪk/ *noun* [C] **1** an occasion before a funeral when people meet to remember the dead person, traditionally held at night to watch over the body before it is buried இறந்தவரது உடல் புதைக்கப்படுவதற்கு முன் மரபு முறைப்படி இரவு நேரத்தில் அவ்வுடலுக்குக் காவலாகக் கூடி அமர்ந்து இறந்தவரை நினைவு கூர்கிற ஈமச்சடங்கிற்கு முந்திய நிகழ்வு; பிணக்காவல் விழிப்பு மற்றும் இறந்தவரை நினைவு கூர்தல் **2** the track that a moving ship leaves behind on the surface of the water நீரின் மேற்பரப்பில் காணப்படும் கப்பல் சென்ற தடம்
IDM **in the wake of sb/sth** following or coming after sb/sth ஒருவரை/ஒன்றைத் தொடர்ந்து; ஒருவருக்கு/ஒன்றுக்குப் பின்னால்; பின்தொடர்ந்து; அடுத்து *The earthquake left a trail of destruction in its wake.*

waken /ˈweɪkən/ *verb* [I, T] (*formal*, *old-fashioned*) to stop sleeping or to make sb/sth stop sleeping உறக்கம் கலை; விழிப்புக் கொள்; ஒருவரைத் தூக்கத்திலிருந்து விழிக்கச் செய்; விழிப்பூட்டு *She wakened from a deep sleep.*

walk¹ /wɔːk/ *verb* **1** [I] to move or go somewhere by putting one foot in front of the other on the ground, but without running நட; நடந்து செல் *He walks with a limp.* • *Are the shops* ***within walking distance*** (= near enough to walk to)? **2** [I] to move in this way for exercise or pleasure உடற்பயிற்சிக்காக அல்லது இன்பச் செலவாக நடந்து செல்; நடைப்பயிற்சி செய்

> NOTE உல்லாசமாக நீண்ட தூரம் செல்வதைக் குறிக்க வழக்கமாக நாம் பயன்படுத்தும் தொடர் **go walking** என்பதாகும்—*We often go walking in the park in the summer.* ➪ **walk²** பதிவிலுள்ள குறிப்பைப் பார்க்க.

3 [T] to go somewhere with sb/sth on foot, especially to make sure he/she gets there safely குறிப்பாக ஒருவர்/ஒன்று பாதுகாப்பாக ஓரிடத்திற்குச் சென்று சேர்வதை உறுதிசெய்துகொள்ளும் பொருட்டுக் கால்நடையாக அவருடன்/அதனுடன் செல்; கால்நடையாக ஒருவரை/ஒன்றை உடன் அழைத்துச் செல் *I'll* ***walk you home*** *if you don't want to go on your own.* • *He walked me to my car.* **4** [T] to take a dog out for exercise உடற்பயிற்சிக்காக ஒரு நாயை வெளியே அழைத்துச் செல் *I'm just going to* ***walk the dog****.* ► **walker** *noun* [C] *She's a fast walker.* • *This area is very popular with walkers.*
PHR V **walk off with sth 1** to win sth easily ஒன்றை எளிதாக வென்றடை *She walked off with all the prizes.* **2** to steal sth; to take sth that does not belong to you by mistake ஒன்றைத்

திருடிச் செல்; உனக்கு உரிமையில்லாத ஒன்றைத் தவறுதலாக எடுத்துச் செல்

walk out (of sth) to leave suddenly and angrily திடீரெனச் சினத்துடன் ஓரிடத்தை விட்டு வெளியேறு; வெளிநடப்புச் செய் *She walked out of the meeting in disgust.*

walk out on sb (*informal*) to leave sb forever நிரந்தரமாக ஒருவரை விட்டு நீங்கிச் செல் *He walked out on his wife and children after 15 years of marriage.*

walk (all) over sb (*informal*) **1** to treat sb badly, without considering his/her needs or feelings ஒருவரது தேவைகளை அல்லது உணர்ச்சிகளைக் கருத்தில் கொள்ளாது, அவரை மோசமான முறையில் நடத்து **2** to defeat sb completely ஒருவர் படுதோல்வி அடையச்செய் *He played brilliantly and walked all over his opponent.*

walk up (to sb/sth) to walk towards sb/sth, especially in a confident way குறிப்பாக, தன்னம்பிக்கையை வெளிப்படுத்தும் முறையில், ஒருவரை/ஒன்றை நோக்கிச் செல்

walk² /wɔːk/ *noun* **1** [C] going somewhere on foot for pleasure, exercise, etc. உல்லாசம், உடற்பயிற்சி முதலியவற்றுக்காக ஓரிடத்திற்குக் கால்நடையாகச் செல்லுதல்; நடை; நடைப்பயிற்சி *I'm just going to take the dog for a walk.* • *The beach is five minutes' walk/a five-minute walk from the hotel.*

> **NOTE** உல்லாசமாகக் குறுகிய தூரம் நடந்து செல்வதைக் குறிக்க **go for a walk** என்ற தொடர் பயன்படுத்தப்படுகிறது. பல மணி நேரம் அல்லது பல நாட்கள் நீடிக்கக் கூடிய நீண்ட தூர நடையைக் குறிக்க **go walking** என்று கூறுகிறோம்.

2 [C] a path or route for walking for pleasure உல்லாசச் செலவாக நடப்பதற்குரிய செல்வழி அல்லது தடம்; உல்லாச நடைபாதை *From here there's a lovely walk through the woods.* **3** [*sing.*] a way or style of walking நடந்து செல்லும் முறை; நடைப்பாணி *He has a funny walk.* **4** [*sing.*] the speed of walking நடைவேகம் *She slowed to a walk.*

IDM a walk of life a person's job or position in society ஒருவரது பணி அல்லது சமுதாயப் படிநிலை

walkie-talkie /ˌwɔːki ˈtɔːki/ *noun* [C] (*informal*) a small radio that you can carry with you to send or receive messages தகவல் அனுப்புவதற்கு அல்லது அனுப்பப்படும் தகவல்களைப் பெறுவதற்குப் பயன்படுத்தப்படும், உடன்கொண்டு செல்லத்தக்க சிறு வானொலிப் பெட்டி; நடைபேசி

walking stick (*also* **stick**) *noun* [C] a stick that you carry and use as a support to help you walk நடப்பதற்கு ஆதாரமாகப் பயன்படுத்தப்படும் குச்சி; கைத்தடி; ஊன்றுகோல் ➪ **crutch** பார்க்க.

walkover /ˈwɔːkəʊvə(r)/ *noun* [C] an easy win or victory in a game or competition ஒரு விளையாட்டுப் பந்தயத்தில் அல்லது போட்டியில் எளிதாகப் பெறும் வெற்றி

wall /wɔːl/ *noun* [C] **1** a solid, vertical structure made of stone, brick, etc. that is built round an area of land to protect it or to divide it ஒரு நிலப்பகுதிக்குப் பாதுகாப்பாக அல்லது அதைப் பிரிவினை செய்வதற்காக அதனைச் சுற்றிக் கல், செங்கல் முதலியவற்றைக் கொண்டு எழுப்பப்படும் உறுதி மிக்க செங்குத்தான கட்டமைப்பு; சுவர்; சுற்றுச்சுவர் *There is a high wall all around the prison.* **2** one of the sides of a room or building joining the ceiling and the floor ஓர் அறையின் அல்லது ஒரு கட்டடத்தின் தரையையும் உட்கூரையையும் இணைக்கும் பக்கங்களுள் ஒன்று; பக்கச் சுவர் *He put the picture up* ***on the wall.***

IDM up the wall (*informal*) crazy or angry சினம் கொண்ட; சீற்றமுற்ற *That noise is driving me up the wall.*

wallaby /ˈwɒləbi/ *noun* [C] (*pl.* **wallabies**) an Australian animal that moves by jumping on its strong back legs and keeps its young in a pocket of skin (**a pouch**) on the front of the mother's body. A wallaby looks like a small **kangaroo** சிறு கங்காரு போன்ற தோற்றமுடையதும் உறுதியான பின்னங்கால்களை ஊன்றிக் குதித்துக் குதித்துச் செல்வதும் குட்டியை வைத்துக்கொள்வதற்கான வயிற்றுப் பையை உடையதுமான ஆஸ்திரேலிய விலங்கு வகை; சிறு கங்காரு வகை

walled /wɔːld/ *adj.* surrounded by a wall சுவரால் சூழப்பட்ட; மதில் சூழ்ந்த

wallet /ˈwɒlɪt/ (*AmE* **billfold**) *noun* [C] a small, flat, folding case in which you keep paper money, plastic cards, etc. பணம், பிளாஸ்டிக் அட்டைகள் முதலியவற்றை வைத்துக்கொள்வதற்கான தட்டை வடிவச் சிறு மடக்கு பை; மடக்கு பணப்பை ➪ **purse** பார்க்க.

wallop /ˈwɒləp/ *verb* [T] (*informal*) to hit sb/sth very hard ஒருவரை/ஒன்றை மிக்க விசையுடன் அடி; மொத்து

wallow /ˈwɒləʊ/ *verb* [I] **wallow (in sth) 1** (used about people and large animals) to lie and roll around in water, etc. in order to keep cool or for pleasure (ஆட்கள் மற்றும் பெரும் விலங்குகள் வகையில்) குளிர்ச்சிக்காக அல்லது இன்பச் செயலாக நீர் முதலியவற்றில் படுத்து உருள்; நீரில் கிடந்து புரள் *I spent an hour wallowing in the bath.* **2** to take great pleasure in sth (a feeling, situation, etc.) (ஓர் உணர்ச்சி, ஒரு சூழல் முதலிய) ஒன்றில் மிகு மகிழ்ச்சி காண்;

ஒன்றினில் கிடந்து மகிழ் *to wallow in self-pity* (= to think about your unhappiness all the time and seem to be enjoying it)

wallpaper /ˈwɔːlpeɪpə(r)/ *noun* [U] paper that you stick to the walls of a room to decorate or cover them ஒப்பனையாக அல்லது மறைப்பாக அறைச் சுவர்களுக்கு ஒட்டப்படும் தாள்; சுவர் ஒட்டுத்தாள் ▶ **wallpaper** *verb* [I, T]

wall-to-wall *adj.* (*only before a noun*) (used especially about a carpet) covering the floor of a room completely (குறிப்பாக, தரைவிரிப்புப் பற்றிக் குறிப்பிடுகையில்) அறையின் தரைப்பரப்பு முழுவதையும் மறைத்திருக்கிற; சுவருக்குச் சுவரான

walnut /ˈwɔːlnʌt/ *noun* **1** [C] a nut that we eat, with a hard brown shell that is in two halves இரு பாதிகளாக உள்ள கெட்டியான மேல்தோடு உடையதும் உண்ணுதற்குரிய உள்ளீடு கொண்டதுமான கொட்டை வகை; வாதுமை இனக் கொட்டை ➪ **nut** பதிவில் படம் பார்க்க. **2** (*also* **walnut tree**) [C] the tree on which these nuts grow மேற்கண்ட கொட்டைகள் விளையும் மரம் **3** [U] the wood of the walnut tree, used in making furniture மேற்கண்ட மரத்தின் அறைக்கலங்கள் செய்யப் பயன்படுத்தப்படும் கட்டை

walrus /ˈwɔːlrəs/ *noun* [C] a large animal that lives in or near the sea in Arctic regions. It is similar to another sea animal (**seal**) but the walrus has two long outer teeth (**tusks**) வட துருவப் பகுதிகளின் கடலில் அல்லது கடலை ஒட்டி வாழ்வதும் கடல்நாய் போன்ற ஆனால் நீண்ட கூர்ப்பற்களை உடையதுமான பெரு விலங்கு வகை; கடற்குதிரை

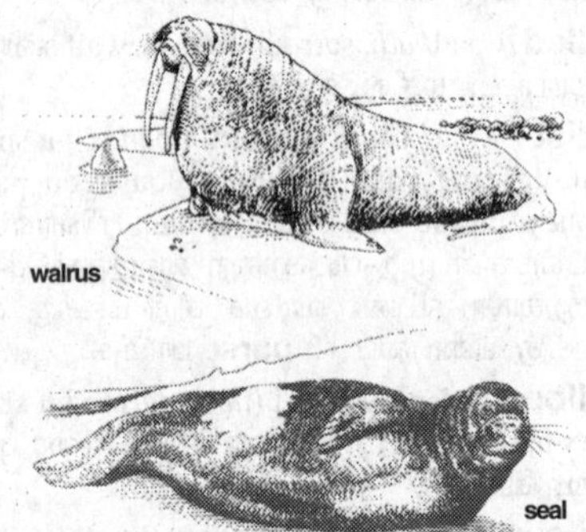

waltz¹ /wɔːls/ *noun* [C] an elegant dance that you do with a partner, to music which has a rhythm of three beats; the music for this dance மூன்று அடிப்புகளாலான சந்தத்தை உடைய இசைக்கேற்ப ஒருவருடன் இணைசேர்ந்து சுழன்று ஆடப்படும் கவர்ச்சியான நடன வகை; இந்நடனத்திற்குரிய இசை *a Strauss waltz*

waltz² /wɔːls/ *verb* **1** [I, T] to dance a waltz சுழற்சி நடனம் ஆடு; மூன்று அடிப்புச் சந்தத்திற்கேற்ப இணை சேர்ந்து ஆடு *They waltzed around the floor.* **2** [I] (*informal*) to go somewhere in a confident way நம்பிக்கை உணர்வுடன் ஓரிடத்திற்குச் செல் *You can't just waltz in and expect your meal to be ready for you.*

WAN /wæn/ *abbr.* (*computing*) wide area network (a system in which computers in different places are connected, usually over a large area) பெரும்பாலும் பரந்து விரிந்த ஒரு பகுதியின், வெவ்வேறு இடங்களிலுள்ள கணிப்பொறிகள் இணைக்கப்பெற்றுள்ள கணினி அமைப்பைக் குறிக்கும் wide area network (பரப்பிட வலையமைப்பு) என்பதன் குறுக்கம் ➪ **LAN** பார்க்க.

wan /wɒn/ *adj.* looking pale and ill or tired நோயுற்று வெளிறிய தோற்றமுடைய அல்லது தளர்வுடன் காணப்படுகிற; சோகை படிந்த; சோர்வுற்ற

wand /wɒnd/ *noun* [C] a thin stick that people hold when they are doing magic tricks மாய மந்திரச் செயல்கள் நிகழ்த்துவோர் கையில் வைத்திருக்கும் மெலிதான குச்சி; மந்திரக் கோல் *I wish I could* ***wave a magic wand*** *and make everything better.*

wander /ˈwɒndə(r)/ *verb* **1** [I, T] to walk somewhere slowly with no particular sense of direction or purpose செல்திசை உணர்வோ நோக்கமோ இன்றி ஓரிடத்திற்கு மெல்ல நட; கால்போன போக்கில் செல்; அலை *We spent a pleasant day wandering around the town.* • *He was found in a confused state, wandering the streets.* **2** [I] **wander (away/off) (from sb/sth)** to walk away from a place where you ought to be or the people you were with இருக்க வேண்டிய இடத்திலிருந்து அல்லது உடனிருந்த ஆட்கள் உள்ள இடத்திலிருந்து விலகிப் போ; பிரிந்து செல் *We must stay together while visiting the town so I don't want anybody to wander off.* **3** [I] (used about sb's mind, thoughts, etc.) to stop paying attention to sth; to be unable to stay on one subject (ஒருவரது மனம், எண்ணங்கள் முதலியவை வகையில்) ஒன்றில் கருத்துச் செலுத்தாதுபோ; ஒரு பொருளில் நிலைகொள்ளாதுபோ; மனம் அலைவுறு *The lecture was so boring that my attention began to wander.*

wane¹ /weɪn/ *verb* [I] **1** (*written*) to become gradually weaker or less important படிப்படியாக வலிமை அல்லது முக்கியத்துவம் குன்று; குறைவுறு; நலிவுறு *My enthusiasm was waning rapidly.* **2** (used about the moon) to appear slightly smaller each day after being full and round (சந்திரன் வகையில்) நிறைமதி நாளுக்குப் பின் ஒவ்வொரு நாளும் சிறிது சிறிதாக அளவில் குறைவதாகத் தோன்று; தேய்வுறுவதாகக் காணப்படு ✪ OPP **wax²**

wane² /weɪn/ *noun*

IDM **on the wane** (*written*) becoming smaller, less important or less common அளவில், முக்கியத்துவத்தில் அல்லது பொது வழக்கில் இருந்து குறைந்துகொண்டிருக்கிற; குறைவுறும் நிலையில்; தேய்கிற

wangle /ˈwæŋgl/ *verb* [T] (*informal*) to get sth that you want by persuading sb or by having a clever plan ஒருவரிடம் பேசி அவரை இணங்கவைத்து அல்லது திறமையான ஒரு திட்டத்தின் மூலமாக வேண்டிய ஒன்றை அடையப்பெறு; சூழ்ச்சித் திறத்தைக் கையாண்டு ஒன்றைப் பெறு *Somehow he wangled a day off to meet me.*

wanna /ˈwɒnə/ a way of writing 'want to' or 'want a', which is considered to be bad style, to show that sb is speaking in an informal way முறைசாரா சூழல்களில் 'want to' அல்லது 'want a' என்ற பொருளில் பயன்படுத்தப்படுவதும் தகா வழக்காகக் கருதப்படுவதுமான எழுத்து வழக்குச் சொல் *I wanna go home now.* ⇨ **gonna** பதிவிலுள்ள குறிப்பைப் பார்க்க.

want¹ /wɒnt/ *verb* [T] (*not used in the continuous tenses*) **1 want sth (for sth); want (sb) to do sth; want sth (to be) done** to have a desire or a wish for sth ஒன்றுக்கு ஆசைப்படு; ஒன்றை விரும்பு *He wants a new bike.* • *What do they want for breakfast?* • *I don't want to discuss it now.*

NOTE **Want, would like** ஆகிய இரண்டும் ஒத்த பொருளுடையவை. ஆயினும், **would like** இணக்க நயம் மிக்கது—*'I want a drink!' screamed the child.* • *'Would you like some more tea, Mrs Agarwal?*

2 (*informal*) used to say that sth needs to be done ஒன்று செய்யப்பட வேண்டும் என்று கூறப் பயன்படுத்தப்படுவது: ஒன்று வேண்டியதாயிரு *The button on my shirt wants sewing on.* • *The house wants a new coat of paint.* **3** (*informal*) (used to give advice to sb) should or ought to (ஒருவருக்கு அறிவுரை கூறப் பயன்படுத்தப்படுவது) வேண்டும்; கட்டாயமாக வேண்டியதாகும் *He wants to be more careful about what he tells people.* **4** (*usually passive*) to need sb to be in a particular place or for a particular reason குறிப்பிட்ட இடத்தில் அல்லது குறிப்பிட்ட காரணத்திற்காக ஒருவர் தேவைப்படு அல்லது வேண்டியிரு *Mrs Raman, you are wanted on the phone.* • *She is* ***wanted by the police*** (= the police are looking for her because she is suspected of committing a crime). **5** to feel sexual desire for sb ஒருவர் மீது உடலுறவு விருப்பம் கொள்; புணர்ச்சி அவாவுறு

NOTE இவ்வினை தொடர்வினையாக (continuous tense-இல்) பயன்படுத்தப்படாவிடினும் இதன் நிகழ்கால வினையெச்ச (present participle) வடிவம் (= -ing வடிவம்) பொதுவழக்காகும்—*She kept her head down, not wanting to attract attention.*

want² /wɒnt/ *noun* (*formal*) **1 wants** [*pl.*] sth you need or want தனக்கு வேண்டியதாக உள்ள அல்லது தான் விரும்பும் ஒன்று; தேவைப்பொருள்; தேவை; விருப்பம் *All our wants were satisfied.* **2** [*sing.*] a lack of sth ஒன்று இல்லாமை அல்லது ஒன்றின் பற்றாக்குறை *He's suffering due to a want of care.*

IDM **for (the) want of sth** because of a lack of sth; because sth is not available ஒன்று இல்லாத காரணத்தினால்; ஒன்றின் குறைபாட்டினால்; ஒன்று கிடைக்கப்பெறாமையினால் *I took the job for want of a better offer.*

wanting /ˈwɒntɪŋ/ *adj.* (*formal*) **wanting (in sth)** (*not before a noun*) **1** not having enough of sth; lacking போதுமான அளவில் ஒன்றைப் பெற்றிராத; போதாக்குறையுடைய; போதாத *The children were certainly not wanting in enthusiasm.* **2** not good enough நிறைவானதாக இல்லாத; குறைபட்ட; நலம் குன்றிய *The new system* ***was found wanting.***

wanton /ˈwɒntən/ *adj.* (*formal*) (used about an action) done in order to hurt sb or damage sth for no good reason (ஒரு செய்கை பற்றிக் குறிப்பிடுகையில்) தக்க காரணமின்றி ஒருவருக்குத் தீங்கு செய்யும் அல்லது ஒன்றுக்குச் சேதம் உண்டாக்கும் நோக்கத்தோடு செய்யப்பட்ட; கட்டுப்பாடற்ற; அடாவடியான; நெறிகெட்ட; மனம் போல நடக்கிற *wanton vandalism*

WAP /wæp/ *abbr.* wireless application protocol; a technology that connects devices such as mobile phones to the Internet. It consists of rules for changing Internet information so that it can be shown on a very small screen செல்பேசி முதலிய கருவிகளை இணையத்துடன் இணைக்கும் தொழில்நுட்பத்தைக் குறிக்கும் wireless application protocol என்பதன் குறுக்கம். இத்தொழில்நுட்பம் இணையத் தகவலைச் சிறு திரையில் காட்டத்தக்கதாக மாற்றுவதற்கான விதிகளை உள்ளடக்கியது *a WAP phone*

war /wɔː(r)/ *noun* **1** [U, C] a state of fighting between different countries or groups within countries using armies and weapons வெவ்வேறு நாடுகள் அல்லது நாடுகளில் உள்ள வெவ்வேறு குழுக்கள் படைகளையும் ஆயுதங்களையும் பயன்படுத்தித் தங்களுக்கு இடையே சண்டையிட்டுக்கொள்ளும் நிலை; போர்; யுத்தம் *The Prime Minister announced that the country was* ***at war.*** • ***to declare war on*** *another country* (= announce that a war has started) **2** [C, U] very aggressive competition

between groups of people, companies, countries, etc. குழுக்கள், வணிக நிறுவனங்கள், நாடுகள் முதலியவற்றுக்கு இடையேயான கடுமுனைப்பான போட்டி *a price war among oil companies* **3** [U] [*sing.*] **war (against/on sb/sth)** efforts to end or get rid of sth ஒன்றை முடிவுக்குக் கொண்டுவர அல்லது இல்லாது ஒழிக்கச் செய்யப்படும் முயற்சிகள்; போராட்டம் *We seem to be winning the war against organized crime.*

warbler /ˈwɔːblə(r)/ *noun* [C] any of the various **species** of small birds, some of which have a musical call இன்னிசை ஒலி எழுப்பும் சில பறவைகள் உள்ளிட்ட பல்வேறு சிறு பறவை இனங்களில் ஒன்று

war crime *noun* [C] a cruel act that is committed during a war and that is against the international rules of war ஒரு போரின்போது செய்யப்படுவதும் போர் சார்ந்த பன்னாட்டு விதிகளுக்கு எதிரானதுமான கொடுஞ்செயல்; போர்க்குற்றம்

ward[1] /wɔːd/ *noun* [C] **1** a separate part or room in a hospital for patients with the same kind of medical condition ஒரே வகையான உடல்நலக் கோளாறு உள்ளவர்களுக்கான மருத்துவமனையிலுள்ள தனிப்பிரிவு அல்லது தனியறை *the maternity/psychiatric/surgical ward* **2** (*BrE*) one of the sections into which a town is divided for elections தேர்தல்களுக்காகப் பகுக்கப்பட்ட ஒரு நகரத்தின் பிரிவுகளுள் ஒன்று; வட்டம் **3** a child who is under the protection of a court of law; a child whose parents are dead and who is cared for by another adult (**guardian**) ஒரு நீதிமன்றத்தின் பாதுகாப்பில் உள்ள குழந்தை; பெற்றோர்கள் இறந்த நிலையில் காப்பாளர் ஒருவரது பாதுகாப்பில் உள்ள குழந்தை *The child was made a ward of court.*

ward[2] /wɔːd/ *verb*

PHR V **ward sb/sth off** to protect or defend yourself against danger, illness, attack, etc. ஓர் ஆபத்து, ஒரு நோய், தாக்குதல் முதலியவற்றிலிருந்து காத்துக்கொள்; தனக்கு வரும் ஆபத்து முதலியவற்றைத் தடுத்து விலக்கு

warden /ˈwɔːdn/ *noun* [C] **1** a person whose job is to check that rules are obeyed or to look after the people in a particular place குறிப்பிட்ட இடத்தில் விதிகள் பின்பற்றப்படுவதைக் கண்காணிக்கும் அல்லது குறிப்பிட்ட இடத்திலுள்ள ஆட்களைக் கவனித்துப் பேணும் பணி செய்பவர்; கண்காணிப்பாளர்; காப்பாளர்; பொறுப்பாளர் *a **traffic warden*** (= a person who checks that cars are not parked in the wrong place) **2** (*AmE*) the person in charge of a prison ஒரு சிறையின் பொறுப்பாளர்; சிறைக்காப்பாளர்

warder /ˈwɔːdə(r)/ *noun* [C] (*BrE*) a person whose job is to guard prisoners சிறைக் கைதிகள் தப்பிச் செல்லாமல் பார்த்துக்கொள்பவர்; சிறைக்காவலர் ➪ **guard** பார்க்க.

wardrobe /ˈwɔːdrəʊb/ *noun* [C] **1** a large cupboard in which you can hang your clothes ஆடைகளைத் தொங்கவிடுவதற்கான பெரிய நிலைப்பேழை; ஆடை அலமாரி **2** a person's collection of clothes ஒருவர் வைத்துள்ள ஆடைகளின் தொகுதி; ஒருவரது துணிமணிகள் *I need a new summer wardrobe.*

ware /weə(r)/ *noun* **1** [U] (*used in compounds*) objects made from a particular type of material or suitable for a particular use குறிப்பிட்ட வகையான மூலப்பொருளிலிருந்து தயாரிக்கப்பட்ட அல்லது குறிப்பிட்ட பயன்பாட்டிற்கு ஏற்ற பொருள்கள்; செய்பொருள்கள் *glassware* • *kitchenware* **2 wares** [*pl.*] (*old-fashioned*) goods offered for sale விற்பனைக்காக வைக்கப்பட்டுள்ள பொருள்கள்; விற்பனைச் சரக்கு

warehouse /ˈweəhaʊs/ *noun* [C] a building where large quantities of goods are stored before being sent to shops கடைகளுக்கு அனுப்பப்படுவதற்கு முன் பொருள்கள் பெருமளவில் இருப்பு வைக்கப்பட்டிருக்கும் கட்டடம்; விற்பனைப் பொருள் சேமவைப்பு மனை; பண்டகசாலை

warfare /ˈwɔːfeə(r)/ *noun* [U] methods of fighting a war; types of war போரில் சண்டையிடும் முறைகள்; போர் வகைகள் *guerrilla warfare*

warhead /ˈwɔːhed/ *noun* [C] the explosive part of a **missile** ஓர் எறிபடையின் வெடிக்கும் பகுதி; வெடிப்பு முனை

warily, wariness ➪ **wary** பார்க்க.

warlike /ˈwɔːlaɪk/ *adj.* liking to fight or good at fighting சண்டையில் நாட்டமுள்ள அல்லது சண்டையில் வல்லமையுள்ள; போர் விருப்புடைய; போர்த்திறன் வாய்ந்த *a warlike nation*

warm[1] /wɔːm/ *adj.* **1** having a pleasant temperature that is fairly high, between cool and hot வெம்மைக்கும் குளிர்ச்சிக்கும் இடைப்பட்ட, சற்றே அதிகப்படியான, மகிழ்வூட்டத்தக்க வெப்பநிலையுடைய; மித வெப்பமுள்ள; வெதுவெதுப்பான; கதகதப்பான *It's quite warm in the sunshine.* • *I jumped up and down to keep my feet warm.* ➪ **cold[1]** பதிவிலுள்ள குறிப்பைப் பார்க்க. **2** (used about clothes) preventing you from getting cold (ஆடைகள் வகையில்) குளிர் காப்பான; உடலைக் கதகதப்பாக வைத்திருப்பதற்கு உதவுகிற *Take plenty of warm clothes.* **3** friendly, kind and pleasant நட்பிணக்கமுடைய, அன்பான மற்றும் இனிமையான; கனிவான *I was given a very warm welcome* **4** creating a pleasant, comfortable feeling இனிமையான, மனம் கொள்ளத்தக்க உணர்ச்சியை உண்டுபண்ணுகிற *warm colours* ▶ **the warm** *noun* [*sing.*] *It's awfully cold out here—I want to go back into the warm.* ▶ **warmly** *adv. warmly dressed • She thanked him warmly for his help.*

warm² /wɔːm/ *verb* [I, T] **warm (sb/sth) (up)** to become or to make sb/sth become warm or warmer சற்றே சூடாகு; வெதுவெதுப்பாகு; ஒருவருக்கு/ஒன்றிற்குச் சற்றே வெம்மையூட்டு; வெதுவெதுப்பாக்கு *It was cold earlier but it's beginning to warm up now. • I sat in front of the fire to warm up.*

PHR V **warm to/towards sb** to begin to like sb that you did not like at first முதலில் தான் விரும்பாதிருந்த ஒருவரை விரும்பத் தொடங்கு; தயக்கத்திற்குப் பின் ஒருவர் மீது விருப்பம் கொள்

warm to sth to become more interested in sth ஒன்றில் மேலும் ஆர்வம் கொள்; ஆர்வ எழுச்சி கொள்

warm up to prepare to do an activity or sport by practising gently மட்டான பயிற்சியில் ஈடுபட்டு ஒரு செயலுக்கு அல்லது விளையாட்டுக்குத் தன்னை ஆயத்தம் செய்துகொள் *The team warmed up before the match.*

warm-blooded *adj.* (used about animals) having a blood temperature that does not change if the temperature of the surroundings changes (விலங்குகள் வகையில்) சுற்றுப்புற வெப்பநிலை மாறுபாட்டிற்கு ஏற்ப மாறாத குருதி வெப்பநிலையுடைய; நிலையான குருதி வெப்பநிலையுடைய ✪ OPP **cold-blooded**

warm-hearted *adj.* kind and friendly அன்பும் நட்பிணக்கமும் உடைய; கனிவான; நட்பார்ந்த

warmonger /ˈwɔːmʌŋɡə(r)/ *noun* [C] (*formal*) a person, especially a politician or leader, who wants to start a war or encourages people to start a war ஒரு போரைத் தொடங்க விரும்புகிற அல்லது போர் தொடங்குமாறு பிறரை ஊக்குவிக்கிற ஆள், குறிப்பாக ஓர் அரசியல்வாதி அல்லது ஒரு தலைவர்; போர் விரும்பி ▶ **warmongering** *noun* [U]

warmth /wɔːmθ/ *noun* [U] **1** a fairly high temperature or the effect created by this, especially when it is pleasant குறிப்பாக மகிழ்ச்சியூட்டத்தக்க, மட்டான உயர் வெப்பநிலை அல்லது இவ்வெப்பநிலையின் விளைபயன்; மித வெப்பம்; கதகதப்பு *She felt the warmth of the sun on her face.* **2** the quality of being kind and friendly அன்பும் நட்பிணக்கமும் உடைய தன்மை; கனிவு; பரிவு; உணர்ச்சியார்வம் *I was touched by the warmth of their welcome.*

warn /wɔːn/ *verb* [T] **1 warn sb (of sth); warn sb (about sb/sth)** to tell sb about sth unpleasant or dangerous that exists or might happen, so that he/she can avoid it உள்ளதாக இருக்கிற அல்லது நிகழ வாய்ப்புள்ள இன்னாத அல்லது ஆபத்தான ஒன்றை ஒருவர் தவிர்க்க ஏதுவாக அதைப்பற்றி அவரிடம் கூறு; முன்னெச்சரிக்கை செய் *When I saw the car coming I tried to warn him, but it was too late. • The government is warning the public of possible terrorist attacks.* **2 warn (sb) against doing sth; warn sb (not to do sth)** to advise sb not to do sth ஒன்றைச் செய்ய வேண்டாமென்று ஒருவரை அறிவுறுத்து அல்லது எச்சரி *The radio warned people against going out during the storm. • I warned you not to trust him.*

warning /ˈwɔːnɪŋ/ *noun* [C, U] something that tells you to be careful or tells you about sth, usually sth bad, before it happens வழக்கமாக மோசமான ஒரு செயல்/சம்பவம் நிகழ்வதற்கு முன் அது குறித்துத் தெரிவிக்கும் அல்லது அது குறித்துக் கவனமாக இருக்கும்படி கூறும் ஒன்று; முன்னறிவிப்பு; எச்சரிக்கை *Your employers can't dismiss you **without warning**.*

warp /wɔːp/ *verb* **1** [I, T] to become bent into the wrong shape, for example as a result of getting hot or wet; to make sth become like this சூடாகுதல், நனைந்துபோதல் முதலியவற்றின் காரணமாக, சீரற்ற வடிவாக வளைவுறு அல்லது ஒன்று இவ்வாறு வளையச் செய்; உருக் கோணலாகு; உருக் கோணலாக்கு *The window frame was badly warped and wouldn't shut.* **2** [T] to influence sb so that he/she starts behaving in an unusual or shocking way ஒருவர் வழக்கமீறிய அல்லது அதிர்ச்சியூட்டும் முறையில் நடந்துகொள்ளத் தொடங்குமாறு அவர்மீது தாக்கம் உண்டுபண்ணு; ஏறுமாறான போக்குடையவராக்கு *His experiences in the war had warped him.* ▶ **warped** *adj.*

warpath /ˈwɔːpɑːθ/ *noun*

IDM **(be/go) on the warpath** (*informal*) to be very angry and want to fight or punish sb மிகு சினம் கொண்டு ஒருவருடன் சண்டையிட அல்லது ஒருவரைத் தண்டிக்க விரும்பு; பகைமை மனப்பான்மை கொள்; வன்ம உணர்வு கொள்

warrant¹ /ˈwɒrənt/ *noun* [C] an official written statement that gives sb permission to do sth ஒன்றைச் செய்ய அனுமதி வழங்கும் அதிகாரபூர்வமான ஆவணம்; செயல் இசைவாணை *a search warrant* (= a document that allows the police to search a house)

warrant² /ˈwɒrənt/ *verb* [T] (*formal*) to make sth seem right or necessary; to deserve sth ஒன்று சரியானதாக அல்லது தேவையானதாகத் தோன்றச் செய்; ஒன்றுக்கு உரியதாயிரு; ஏற்றதாகு; ஒரு செயலுக்கு உத்தரவாதமாயிரு

அல்லது போதிய காரணமாயிரு *I don't think her behaviour warrants such criticism.*

warranty /ˈwɒrənti/ *noun* [C, U] (*pl.* **warranties**) a written statement that you get when you buy sth, which promises to repair or replace it if it is broken or does not work விலைக்கு வாங்கப்படும் ஒரு பொருள் உடைபட்டு அல்லது செயல்படாது இருப்பின் அதனைப் பழுதுபார்ப்பதாக அல்லது மாற்றித் தருவதாக உறுதிகூறும் ஆவணம்; பொறுப்புறுதி ஆவணம்; உத்தரவாதச் சீட்டு *Fortunately my stereo is still* ***under warranty****.* ➪ **guarantee** பார்க்க.

warren /ˈwɒrən/ = **rabbit warren**

warrior /ˈwɒriə(r)/ *noun* [C] (*old-fashioned*) a person who fights in a battle; a soldier போரில் சண்டை செய்பவர்; போர் வீரர்; படைவீரர்

warship /ˈwɔːʃɪp/ *noun* [C] a ship for use in war போரில் பயன்படுத்துவதற்குரிய கப்பல்; போர்க்கப்பல்

wart /wɔːt/ *noun* [C] a small hard dry lump that sometimes grows on the face or body சில சமயங்களில் முகத்தில் அல்லது உடலில் தோன்றும் கெட்டியான, பசையற்ற சிறு கட்டி; பாலுண்ணி; மரு

warthog /ˈwɔːthɒg/ *noun* [C] an African wild pig with two large outer teeth (**tusks**) and lumps on its face இரண்டு பெரிய கூர்மையான பற்களும் முகத்தில் புடைப்புகளும் உடைய ஆப்பிரிக்கக் காட்டுப்பன்றி வகை

wartime /ˈwɔːtaɪm/ *noun* [U] a period of time during which there is a war ஒரு போர் நடந்துகொண்டிருக்கும் காலப்பகுதி; போர்க்காலம்

wary /ˈweəri/ *adj.* **wary (of sb/sth)** careful because you are uncertain or afraid of sb/sth ஒருவர்/ஒன்று குறித்து உறுதியாகத் தெரிந்திராத அல்லது அச்சம் கொள்கிற காரணத்தினால், அவர்/அது வகையில் எச்சரிக்கையாயிருக்கிற அல்லது கவனமாக நடந்துகொள்கிற *Since becoming famous, she has grown wary of journalists.* ▶ **warily** /-rəli/ *adv.*

was /wəz/; *strong form* /wɒz/ = **be**

wash¹ /wɒʃ/ *verb* **1** [I, T] to clean sb/sth/yourself with water and often soap நீர் மற்றும் பெரும்பாலும் சோப்பைப் பயன்படுத்தி ஒருவரை/ஒன்றை/தன்னைத் தூய்மைப்படுத்து; கழுவித் துப்புரவு செய்; அலம்பு *to wash your hands/face/hair • That shirt needs washing.* ➪ **clean²** பதிவிலுள்ள குறிப்பைப் பார்க்க. **2** [I, T] (used about water) to flow or carry sth/sb in the direction mentioned (நீர் வகையில்) குறிப்பிடப்பட்ட திசையில் ஓடு அல்லது ஒன்றை/ஒருவரை அடித்துக்கொண்டு செல் *I let the waves wash over my feet. • The current washed the ball out to sea.* **3** [I] to be able to be washed without being damaged துவைக்கையில் சேதமுறாது நிற்கும் உறுதியுடையதாயிரு *Does this material wash well, or does the colour come out?*

IDM **wash your hands of sb/sth** to refuse to be responsible for sb/sth any longer இனியும் ஒருவருக்கு/ஒன்றுக்குப் பொறுப்பாளியாக இருக்க மறு; கையுதறிவிடு *They washed their hands of their son when he was sent to prison.*

PHR V **wash sb/sth away** (used about water) to carry sb/sth away (நீர் வகையில்) ஒருவரை/ஒன்றை அடித்துக்கொண்டு செல் *The floods had washed away the path.*

wash (sth) off to (make sth) disappear by washing நீர்மம் பட்டு மறைந்துபோ; நீர்விட்டு அழி; ஒன்றைக் கழுவித் துப்புரவுப்படுத்து *The writing has washed off and now I can't read it. • Go and wash that make-up off!*

wash out to be removed from a material by washing துணியிலிருந்து கறை முதலியவை கழுவி நீக்கப்படு *These grease marks won't wash out.*

wash sth out to wash sth or the inside of sth in order to remove dirt அழுக்கை நீக்கும் பொருட்டு ஒன்றை அல்லது ஒன்றின் உட்புறத்தைக் கழுவு *I'll just wash out this bowl and then we can use it.*

wash (sth) up 1 (*BrE*) to wash the plates, knives, forks, etc. after a meal சாப்பிட்ட பின் தட்டங்கள், கத்திகள், முட்கரண்டிகள் முதலிய உண்கலங்களைக் கழுவிவை *Whose turn is it to wash up?* **2** (*AmE*) to wash your face and hands முகம் மற்றும் கைகளை அலம்பு *Go and wash up quickly and put on some clean clothes.* **3** (*often passive*) (used about water) to carry sth to land and leave it there (நீர் வகையில்) ஒன்றை அடித்துக்கொண்டு சென்று ஓரிடத்தில் தரையில் ஒதுக்கிவிடு *Police found the girl's body washed up on the beach.*

wash² /wɒʃ/ *noun* **1** [C, *usually sing.*] an act of cleaning or being cleaned with water நீர் கொண்டு துப்புரவு செய்தல் அல்லது நீரால் துப்புரவு செய்யப்படுதல்; கழுவுதல்; கழுவப்பெறுதல்; துவைப்பு *I'd better go and* ***have a wash*** *before we go out.* **2** [*sing.*] the waves caused by the movement of a ship through water நீரின் ஊடாகக் கப்பல் செல்லும்போது எழும் அலைகள்

washable /ˈwɒʃəbl/ *adj.* that can be washed without being damaged சேதமுறாது வெளுக்கப்படக்கூடியதான; துவைப்பைத் தாங்கக்கூடிய

washbasin /ˈwɒʃbeɪsn/ (*also* **basin**) *noun* [C] a large bowl for water that has taps and is fixed to a wall, in a bathroom, etc. சுவர், குளியலறை

முதலியவற்றில் பொருத்தப்பட்டுள்ளதும் நீர் வடிமுனைகள் கொண்டதுமான பெரிய குழி-தட்டம்; அலம்பு தொட்டி ➪ **sink** பார்க்க.

washed out *adj.* tired and pale சோர்வுற்று உடல் வெளிறிய *They arrived looking washed out after their long journey.*

washer /ˈwɒʃə(r)/ *noun* [C] a small flat ring made of rubber, metal or plastic placed between two surfaces to make a connection tight இரப்பர், உலோகம் அல்லது பிளாஸ்டிக்கால் செய்யப்பட்டதும் இரண்டு பரப்புகள் இறுக்கமாக இணைவுறுவதற்காக அவற்றின் இடையே பொருத்தப்படுவதுமான சிறு தட்டை வடிவ வளையம்; பட்டை வளையம் ➪ **bolt** பதிவில் படம் பார்க்க.

washing /ˈwɒʃɪŋ/ *noun* [U] **1** clothes that need to be washed or are being washed வெளுக்கப்பட வேண்டிய அல்லது வெளுப்பில் உள்ள ஆடைகள்; சலவைக்கு அனுப்பப்படும்/சலவையில் உள்ள ஆடைகள் *Could you put the washing in the machine? • a pile of dirty washing* **2** the act of cleaning clothes, etc. with water ஆடைகள் முதலியவற்றை நீரில் அலம்புதல்; துவைப்பு *I usually* ***do the washing*** *on Mondays.*

washing machine *noun* [C] an electric machine for washing clothes ஆடைகள் வெளுப்பதற்கான மின்கருவி; சலவைப் பொறி

washing powder *noun* [U] soap in the form of powder for washing clothes ஆடைகளை வெளுப்பதற்குப் பயன்படுத்தப்படும் சோப்புத் தூள்; சலவைத் தூள்

washing-up *noun* [U] **1** the work of washing the plates, knives, forks, etc. after a meal சாப்பிட்ட பின் தட்டங்கள், கத்திகள், முட்கரண்டிகள் முதலியவற்றைக் கழுவிவைத்தல்; உண்கலங்களை அலம்புதல் *I'll* ***do the washing-up****. • washing-up liquid* **2** plates, etc. that need washing after a meal சாப்பிட்ட பின் அலம்பி வைக்கவேண்டிய உண்கலங்கள் *Put the washing-up next to the sink.*

washout /ˈwɒʃaʊt/ *noun* [C] (*informal*) an event that is a complete failure, especially because of rain குறிப்பாக மழை காரணமாக, செயல் ஒழிவுற்ற ஒரு நிகழ்ச்சி; ஒழிவுற்ற அல்லது முழுத் தோல்வியுற்ற நிகழ்ச்சி

washroom /ˈwɒʃruːm; -rʊm/ *noun* [C] (*AmE*) a toilet, especially in a public building குறிப்பாக ஒரு பொதுக்கட்டடத்திலுள்ள கழிப்பறை

wasn't /ˈwɒznt/ ➪ **be** பார்க்க.

wasp /wɒsp/ *noun* [C] a small black and yellow flying insect that can sting கொட்டும் இயல்புடைய, கருமையும் மஞ்சளும் கலந்த நிறமுள்ள சிறு பறக்கும் பூச்சி வகை; குளவி ➪ **hornet** பார்க்க, மேலும் **insect** பதிவில் படம் பார்க்க.

wastage /ˈweɪstɪdʒ/ *noun* [U] (*formal*) using too much of sth in a careless way; the amount of sth that is wasted பொறுப்புணர்ச்சி இன்றி ஒரு பொருளை மிகைப்படியாகப் பயன்படுத்துதல்; வீணடிப்பு; வீணாக்கப்பட்ட பொருளின் அளவு; அழிமானம்; சேதாரம்

waste[1] /weɪst/ *verb* [T] **1 waste sth (on sb/sth); waste sth (in doing sth)** to use or spend sth in a careless way or for sth that is not necessary பொறுப்புணர்ச்சி இன்றி அல்லது தேவையற்ற ஒன்றிற்கு ஒரு பொருளைப் பயன்படுத்து அல்லது செலவழி; வீண்செலவு செய் *He wasted his time at university because he didn't work hard. • She wasted no time in decorating her new room* (= she did it immediately). **2** (*usually passive*) to give sth to sb who does not value it ஒரு பொருளின் மதிப்பறியாத ஒருவருக்கு அதனைக் கொடு; வீணாக்கு; பாழடி *Expensive wine is wasted on me. I don't even like it.*

waste[2] /weɪst/ *noun* **1** [*sing.*] **a waste (of sth)** using sth in a careless and unnecessary way பொறுப்பற்ற முறையில் அல்லது தேவையின்றி ஒன்றைப் பயன்படுத்துதல்; வீணடிப்பு; பாழடிப்பு; வீண் செலவு *The seminar was* ***a waste of time****—I'd heard it all before.* **2** [U] material, food, etc. that is not needed and is therefore thrown away தேவையில்லாததும், எறிந்துவிடப்படுவதுமான பொருள், உணவு முதலியவை; பயன் தீர்ந்த பொருள்; கழிவு *nuclear waste • A lot of household waste can be recycled and reused.* ➪ **rubbish** பார்க்க. **3 wastes** [*pl.*] (*formal*) large areas of land that are not lived in and not used குடியிருப்பாகக் கொண்டிராத மற்றும் பயன்படுத்தப்படாத பரந்த நிலப்பகுதிகள்; தரிசு நிலம்; பாழ்நிலம் *the wastes of the Sahara desert*

IDM **go to waste** to not be used and so thrown away and wasted பயன்படுத்தாது எறியப்பட்டு வீணாக்கப்படு; வீணடிக்கப்படு; பாழாகு *I can't bear to see good food going to waste!*

waste[3] /weɪst/ *adj.* (*only before a noun*) **1** (used about land) not used or not suitable for use; not looked after (நில வகையில்) பயன்படுத்தப்படாத; பயன்பாட்டுக்கு ஏற்றதல்லாத; கவனித்துப் பராமரிக்கப்படாத; பாழான; தரிசான *There's an area of waste ground outside the town where people dump their rubbish.* **2** no longer useful; that is thrown away பயன் தீர்ந்த; வேண்டாது எறியப்பட்ட; கழித்து ஒதுக்கப்பட்ட *waste paper • waste material*

wasted /ˈweɪstɪd/ *adj.* **1** not necessary or successful தேவையற்ற; வேண்டாத; பயன் நிறைவு அளிக்காத; பயனற்ற; வீணான *a wasted* *journey* **2** very thin, especially because of illness குறிப்பாக உடல்நலம் குன்றியமையால், மிகவும் மெலிவுற்ற; நலிந்த **3** [*slang*] suffering from the effects of drugs or alcohol போதைப்பொருள்கள் அல்லது மதுவின் பாதிப்பால் துன்பத்திற்கு உள்ளான

wasteful /ˈweɪstfl/ *adj.* using more of sth than necessary; causing waste தேவைக்கு மேல் ஒன்றைப் பயன்படுத்துகிற; வீணடிக்கிற; ஊதாரித்தனமான

wasteland /ˈweɪstlænd/ *noun* [U, C] an area of land that cannot be used or that is no longer used for building or growing things on பயன்பாட்டுக்கு ஏற்றதல்லாத அல்லது கட்ட மனையாகவோ பயிரிடுதலுக்கோ பயன்படுத்தாது விடப்பட்ட நிலப்பகுதி; தரிசு நிலம்; பாழ்நிலம்; பாலை

waste-paper basket *noun* [C] a basket, etc. in which you put paper, etc. which is to be thrown away கழித்தொதுக்கப்பட்ட தாள் முதலியவற்றைப் போடுவதற்கான கூடை முதலியவை; குப்பைக்கூடை

watch[1] /wɒtʃ/ *verb* **1** [I, T] to look at sb/sth for a time, paying attention to what happens கருத்தூன்றி ஒரு கால அளவுக்கு ஒருவரை/ஒன்றினைப் பார்த்துக்கொண்டிரு; கூர்ந்து கவனி *I **watched in horror** as the car swerved and crashed.* • *We **watch television** most evenings.* **2** [T] to take care of sth for a short time சிறிது நேரம் ஒன்றைப் பொறுப்புடன் பார்த்துக்கொள் *Could you watch my bag for a second while I go and get a drink?* **3** [T] **watch sb/sth (for sth)** to be careful about sb/sth; to pay careful attention to sth/sb ஒருவர்/ஒன்று குறித்து விழிப்புடன் இரு; எச்சரிக்கையாயிரு; ஒருவர்/ஒன்றின் மீது கூர்ந்த கவனம் செலுத்து *You'd better **watch what you say** to her. She gets upset very easily.* • *Watch those two boys—they're acting suspiciously.*

IDM **watch your step** ➪ **step[1]** பார்க்க.

watch out to be careful because of possible danger or trouble ஆபத்து அல்லது துன்பம் நேரும் வாய்ப்புள்ளதாகையால் விழிப்புடன் இரு; முன்னெச்சரிக்கையுடன் இரு *Watch out! There's a car coming.* • *If you don't watch out you'll lose your job.*

watch out for sb/sth to look carefully and be ready for sb/sth விழிப்புடன் நோக்கி ஒருவரை/ஒன்றை எதிர்கொள்ள ஆயத்தமாக இரு; ஒருவரை/ஒன்றை எச்சரிக்கையுடன் கூர்ந்து கவனித்துக்கொண்டிரு *Watch out for snakes if you walk through the fields.*

watch over sb/sth to look after or protect sb/sth ஒருவரை/ஒன்றைக் கவனித்துப் பேணு அல்லது பார்த்துக்கொள் *For two weeks she watched over the sick child.*

watch[2] /wɒtʃ/ *noun* **1** [C] a type of small clock that you usually wear around your wrist வழக்கமாக மணிக்கட்டில் சுற்றிக் கட்டிக் கொள்ளப்படும் சிறு மணிப்பொறி வகை; கைக்கடிகாரம் *a digital watch* • *My watch is a bit fast/slow* (= shows a time that is later/earlier than the correct time). ➪ **clock** பார்க்க. **2** [*sing.*, U] the action of watching sb/sth in case of possible danger or problems ஆபத்து அல்லது தொந்தரவு நேரும் வாய்ப்புள்ள சூழலில் ஒருவரை/ஒன்றை விழிப்புடன் கவனித்துக்கொண்டிருத்தல்; உன்னிப்பான கவனிப்பு; கூர்ந்த மேற்பார்வை *Tour companies have to **keep a close watch on** the political situation in the region.*

watchdog /ˈwɒtʃdɒg/ *noun* [C] a person or group whose job is to make sure that large companies respect people's rights பெரும் வாணிக நிறுவனங்கள் மக்களது உரிமைகளை மதித்துச் செயலாற்றுவதை உறுதிசெய்யும் ஆள் அல்லது குழு; கண்காணிப்பாளர்; கண்காணிப்புக் குழு *a consumer watchdog*

watchful /ˈwɒtʃfl/ *adj.* careful to notice things கூர்ந்து கவனிக்கிற; ஒன்று குறித்து விழிப்புடன் இருக்கிற; எச்சரிக்கையாயுள்ள; உன்னிப்பான

watchman /ˈwɒtʃmən/ *noun* (*pl.* **watchmen** /-mən/) (*old-fashioned*) a man whose job is to guard a building, for example, a bank, an office building or a factory, especially at night குறிப்பாக, இரவு நேரத்தில் வங்கி, அலுவலகம் அல்லது தொழிற்சாலை போன்ற ஒரு கட்டடத்தைக் காவல்புரியும் ஆண் பணியாளர்; காவலாள்

water[1] /ˈwɔːtə(r)/ *noun* **1** [U] the clear liquid that falls as rain and is in rivers, seas and lakes மழையாக நிலத்தில் விழுவதும் நதிகள், கடல்கள் மற்றும் ஏரிகளில் உள்ளதுமான தெளிவான நீர்மம்; நீர்; மழைநீர் *drinking water* • *tap water*

NOTE 100° செல்சியஸ் வெப்பநிலைக்கு நீர் கொதிக்கும்போது (**boil**) அது நீராவி (**steam**) ஆகிறது. நீராவி குளிர்ந்து (**condense**) மீண்டும் நீராக மாறுகிறது. 0° செல்சியஸ் வெப்பநிலைக்குக் கீழ் நீரைக் குளிர்விக்கும்போது அது உறைந்து (**freeze**) பனிக்கட்டி (**ice**) ஆகிறது.

2 [U] a large amount of water, especially the water in a lake, river or sea பெருமளவிலான நீர், குறிப்பாக ஏரி, நதி அல்லது கடலில் உள்ள நீர்; பெரு நீர்ப்பரப்பு *After the heavy rain several fields were **under water**.* **3** [U] the surface of an area of water ஒரு நீர்ப்பகுதியின் மேற்பரப்பு *Can you swim **under water**?* • *I can see my reflection in the water.* **4 waters** [*pl.*] the water in a particular sea, lake, etc. or near a particular country குறிப்பிட்ட கடல், ஏரி முதலியவற்றிலுள்ள அல்லது குறிப்பிட்ட நாட்டுக்கு அருகிலுள்ள நீர் *The ship was still in British waters.*

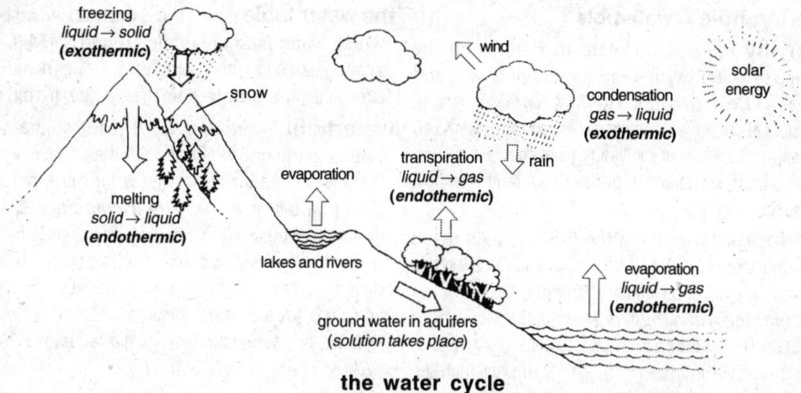

the water cycle

IDM **keep your head above water** ⇨ **head**[1] பார்க்க.

pass water ⇨ **pass**[1] பார்க்க.

water[2] /ˈwɔːtə(r)/ *verb* **1** [T] to give water to plants தாவரங்களுக்கு நீர் ஊற்று; நீர் பாய்ச்சு **2** [I] (used about the eyes or mouth) to fill with liquid (கண்கள் அல்லது வாய் பற்றிக் குறிப்பிடுகையில்) நீர்மம் நிரம்பு; கண்ணீர் ததும்பு; வாயில் நீர் ஊறப்பெறு *The smoke in the room was starting to **make** my **eyes water**. • These menus will really **make** your **mouth water**.*

PHR V **water sth down 1** to add water to a liquid in order to make it weaker ஒரு திரவத்தின் திறனை/செறிவைக் குன்றச்செய்யும் பொருட்டு அதில் நீர் கல; நீர் கலந்து கலப்படம் செய் **2** to change a statement, report, etc. so that the meaning is less strong or direct ஒரு கூற்று, ஓர் அறிக்கை முதலியவற்றினுடைய பொருளின் திட்பம் அல்லது நேர்முகத்தன்மை குறைபடுமாறு, அக்கூற்று, அறிக்கை முதலியவற்றை மாற்று; செறிவு/முனைப்புக் குன்றச் செய்

waterbird /ˈwɔːtəbɜːd/ *noun* [C] a bird that lives near and walks or swims in water, especially rivers or lakes நீர் நிலைகளுக்கு, குறிப்பாக ஆறுகளுக்கு அல்லது ஏரிகளுக்கு அருகில் வாழ்வதும் நீரில் நடப்பதும் அல்லது நீந்துவதுமான பறவை வகை; நீர்ப்பறவை ⇨ **seabird** பார்க்க.

water-borne *adj.* spread or carried by water நீரினால் பரவுகிற அல்லது கொண்டு செல்லப்படுகிற; நீர் வழியான *cholera and other water-borne diseases* ⇨ **airborne** பார்க்க.

water buffalo *noun* [C] a large animal of the cow family, used for pulling vehicles and farm equipment in Asia ஊர்திகள் மற்றும் உழவுக்கருவிகளை இழுத்துச் செல்ல ஆசியாவில் பயன்படுத்தப்படும் மாட்டினத்தைச் சேர்ந்த பெரிய விலங்கு வகை; எருமை

watercolour (*AmE* **watercolor**) /ˈwɔːtəkʌlə(r)/ *noun* **1 watercolours** [*pl.*] paints that are mixed with water, not oil எண்ணெய்யுடன் அல்லாது, நீருடன் கலக்கப்படும் சாயங்கள்; வண்ண நீர்க்கரைசல் **2** [C] a picture that has been painted with watercolours வண்ண நீர்க்கரைசல்களைக் கொண்டு தீட்டப்படும் படம்; நீர்வண்ண ஓவியம்

watercourse /ˈwɔːtəkɔːs/ *noun* [C] (*technical*) a small river (**a stream**) or an artificial passage for water சிற்றாறு; ஓடை; செயற்கை நீர் வழி; வாய்க்கால்

watercress /ˈwɔːtəkres/ *noun* [U] a type of plant with small round green leaves which have a strong taste and are often eaten in salads உறைப்பான சுவையுடையதும் பொதுவாகப் பச்சடிகளில் (சாலட்களில்) பயன்படுத்தப்படுவதுமான வட்ட வடிவப் பச்சை நிறச் சிற்றிலைகளை உடைய நீர்வளர் கீரை வகை

waterfall /ˈwɔːtəfɔːl/ *noun* [C] a river that falls down from a cliff, rock, etc. செங்குத்துப் பாறைப்பகுதிகள், பாறைகள் முதலியவற்றின் ஊடாக விழும் நதி; நீர்வீழ்ச்சி ⇨ **glacial** பதிவில் படம் பார்க்க.

waterfront /ˈwɔːtəfrʌnt/ *noun* [C, *usually sing.*] a part of a town or an area that is next to the sea, a river or a lake கடல், நதி அல்லது ஏரியை அடுத்துள்ள நகரப் பகுதி அல்லது ஓர் இடப்பரப்பின் பகுதி; நீர் முனை; நீர் முகப்புப் பகுதி

waterhole /ˈwɔːtəhəʊl/ (*also* **watering hole**) *noun* [C] a place in a hot country where animals go to drink ஒரு வெப்ப நாட்டில் விலங்குகள் நீர் அருந்தும் இடம்; நீர்க்குட்டை

watering can *noun* [C] a container with a long tube on one side which is used for pouring water on plants செடிகள் மீது நீர் தெளிப்பதற்கான நீண்ட பக்கக் குழாயை உடைய கொள்கலம்; பூவாளி ⇨ **gardening** பதிவில் படம் பார்க்க.

watering hole = **waterhole**

water lily *noun* [C] a plant that floats on the surface of water, with large round flat leaves and white, yellow or pink flowers பெரிய வட்ட வடிவப் பட்டை இலைகளும் வெண்மை, மஞ்சள் அல்லது இளஞ்சிவப்பு நிறப் பூக்களும் உடைய, நீரின் மேற்பரப்பில் மிதக்கும் தாவர வகை; ஆம்பல்; அல்லி

waterlogged /ˈwɔːtəlɒgd/ *adj.* **1** (used about the ground) extremely wet (தரை வகையில்) மிகைப்படியான ஈரத்தோய்வுள்ள; நீர் ஊறிய *Our boots sank into the waterlogged ground.* **2** (used about a boat) full of water and likely to sink (ஒரு படகு பற்றிக் குறிப்பிடுகையில்) நீர் நிரம்பியுள்ளதும் மூழ்கிவிடக்கூடியதுமான; மிதக்க முடியாத அளவு நீர் புகுந்துள்ள

watermark /ˈwɔːtəmɑːk/ *noun* [C] a symbol or design in some types of paper, which can be seen when the paper is held against the light தாள்களின் சில வகைகளில் காணப்படும், ஒளியின் எதிரில் காட்டும்போது கண்ணுக்குப் புலப்படக்கூடிய அடையாளக் குறி அல்லது வரைவுரு; நீர்வரிக் குறி

watermelon /ˈwɔːtəmelən/ *noun* [C, U] a large, round fruit with a thick, green skin. It is pink or red inside with a lot of black seeds திண்ணிய பச்சை நிற மேல்தோலும் ஏராளமான கரு நிற விதைகளுடன் கூடிய இளஞ்சிவப்பு அல்லது சிவப்பு நிறச் சதைப்பகுதியும் உடைய பெரிய உருண்டையான கனி வகை; தர்ப்பூசணி ⇨ **fruit** பதிவில் படம் பார்க்க.

water polo *noun* [U] a game played by two teams of people swimming in a swimming pool. Players try to throw a ball into the other team's goal இரு அணியினர் நீச்சல் குளத்தில் நீந்தி ஓர் அணியினர் மற்றவரது இலக்குக் குறியிடத்தினுள் பந்தை எறிந்து செலுத்த முயலும் விளையாட்டு வகை; நீர்ப்பந்தாட்டம்

waterproof /ˈwɔːtəpruːf/ *adj.* that does not let water go through தன்னூடாக நீர் புகவிடாத; நீர்க்காப்பான *a waterproof jacket*

watershed /ˈwɔːtəʃed/ *noun* [C] an event or time which is important because it marks the beginning of sth new or different புதிதான அல்லது மாறுபட்ட ஒன்றின் தொடக்கத்தைக் குறிக்கும் காரணத்தினால் முக்கியத்துவம் பெற்ற ஒரு நிகழ்வு அல்லது சமயம்; திரும்புகட்டம்; மைல்கல்

waterski /ˈwɔːtəskiː/ *verb* [I] to move across the surface of water standing on narrow boards (**waterskis**) and being pulled by a boat ஒடுக்கமான சறுக்குக் கட்டைகள் மீது நின்றுகொண்டு ஒரு படகினால் இழுக்கப்பட்டு நீர் மேற்பரப்பின் ஊடாகச் செல்; நீர்சறுக்கு விளையாட்டு விளையாடு

the water table *noun* [*sing.*] the level at and below which water is found in the ground நிலத்தினுள் ஒரு நிலையிலும் அதற்குக் கீழாகவும் நீர் காணப்படும் தளமட்டம்; நிலத்தடி நீர்மட்டம்

watertight /ˈwɔːtətaɪt/ *adj.* **1** made so that water cannot get in or out நீர் உட்செல்லவோ வெளியேறவோ முடியாதவாறு உருவாக்கப்பட்ட; நீரிறுக்கமான *a watertight container* **2** (used about an excuse, opinion, etc.) impossible to show to be wrong; without any faults (ஒரு செயற்காரண விளக்கம், கருத்து முதலியவை பற்றிக் குறிப்பிடுகையில்) தவறானதென்று காட்ட முடியாத; குறைபாடற்ற; மறுக்க முடியாத *His alibi was absolutely watertight.*

water vapour *noun* [U] water in the gaseous state resulting from heating water or ice நீர் அல்லது பனிக்கட்டியைச் சூடாக்கும் போது உண்டாகும் நீரின் வாயுப்பொருள் நிலை; நீராவி

waterway /ˈwɔːtəweɪ/ *noun* [C] a canal, river, etc. along which boats can travel படகுகள் செல்லத்தக்க கால்வாய், நதி முதலியவை; நீர்வழி

watery /ˈwɔːtəri/ *adj.* **1** containing mostly water பெரும்பான்மை நீர் உள்ளடங்கியுள்ள *watery soup* • *A watery liquid came out of the wound.* **2** weak and pale வலுக்குறைந்த மற்றும் வெளிறிய; செறிவற்ற; எழுச்சியற்ற *watery sunshine* • *a watery smile*

watt /wɒt/ *noun* [C] (*abbr.* **W**) a unit of elecrical power ஒரு மின்னாற்றல் அலகு; வாட் *a 60-watt light bulb*

wave[1] /weɪv/ *noun* [C] **1** a line of water moving across the surface of water, especially the sea, that is higher than the rest of the surface அலை; குறிப்பாக, கடல் அலை *We watched the waves roll in and break on the shore.* ⇨ **diffract** மற்றும் **tidal wave** பார்க்க. **2** a sudden increase or spread of a feeling or type of behaviour ஓர் உணர்ச்சியின் அல்லது ஒரு நடத்தை வகையின் திடீர் மிகுதிப்பாடு அல்லது பரப்பீடு; எழுச்சி; பெருக்கம் *There has been a wave of sympathy for the refugees.* • *a **crime wave*** • *The pain came **in waves**.* ⇨ **heatwave** பார்க்க. **3** a large number of people or things suddenly moving or appearing somewhere திடீரென ஓரிடத்திற்கு இடம்பெயரும் அல்லது ஓரிடத்தில் தோன்றும் பெரும் எண்ணிக்கையிலான ஆட்கள் அல்லது பொருள்கள்; அலைதிரள் *There is normally a wave of tourists in August.* **4** a movement of sth, especially your hand, from side to side in the air ஒன்றின், குறிப்பாகக் கையின், பக்கவாட்டிலான அசைவு; கையசைவு *With a wave of his hand, he said goodbye and left.* **5** the form that some types of energy such as sound, light, heat, etc. take when they move ஒலி, ஒளி, வெப்பம் முதலிய ஆற்றல் வகைகளின்

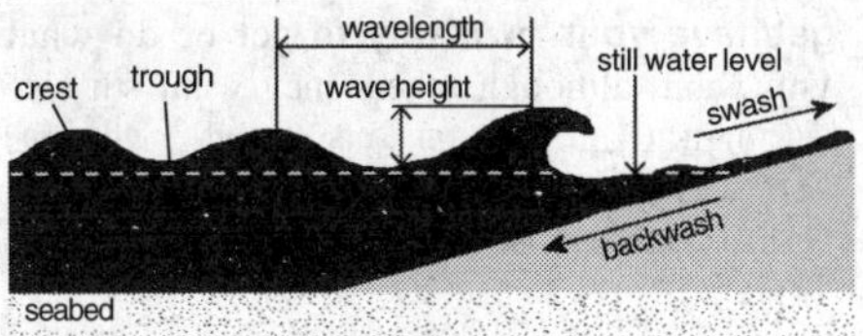

waves

அசைவியக்க வடிவம்; அதிர்வியக்க அலை; அதிர்வலை, ஒலியலை முதலியன *sound waves* ➪ **long wave, medium wave** மற்றும் **short wave** பார்க்க. **6** a gentle curve in your hair முடியின் மென்வளைவு; அலையலையான வளைவுத் தோற்றம் ➪ **perm** பார்க்க.

wave[2] /weɪv/ *verb* **1** [I, T] to move your hand from side to side in the air, usually to attract sb's attention or as you meet or leave sb வழக்கமாக ஒருவரது கவனத்தை ஈர்க்க அல்லது ஒருவரைச் சந்திக்கும்போது அல்லது ஒருவரை விட்டுப் பிரியும்போது கையை மேலுயர்த்திப் பக்கவாட்டாக ஆட்டு; கையசைத்து அழை அல்லது விடைகொடு *I leant out of the window and **waved goodbye** to my friends.* **2** [T] **wave sth (at sb); wave sth (about)** to hold sth in the air and move it from side to side ஒன்றைத் தரையிலிருந்து உயர்த்திப் பிடித்துப் பக்கவாட்டாக ஆட்டு அல்லது அசை *The crowd waved flags as the President came out.* **3** [T] **wave sb/sth away, on, through, etc.** to move your hand in a particular direction to show sb/sth which way to go ஒருவர்/ஒன்று செல்ல வேண்டிய வழியைக் காட்டும் முறையில் குறிப்பிட்ட திசையில் கையை ஆட்டு; கையசைத்து வழிகாட்டு *There was a policeman in the middle of the road, waving us on.* **4** [I] to move gently up and down or from side to side மேலும் கீழுமாக அல்லது பக்கவாட்டாக மெல்ல அசைவுறு; அலை *The branches of the trees waved gently in the breeze.*

PHR V **wave sth aside** to decide not to pay attention to sb/sth because you think he/she/it is not important ஒருவர்/ஒன்று முக்கியத்துவம் அற்றவர்/அற்றது என்று கருதி அவரை/அதனைப் பொருட்படுத்தவேண்டாமென முடிவுசெய்

wave sb off to wave to sb who is leaving கையசைத்து ஒருவருக்கு விடைகொடு

waveband /ˈweɪvbænd/ *noun* [C] a set of radio waves of similar length ஒத்த நீளமுடைய மின் அலைகளின் தொகுதி; அலைப்பட்டை

wave-cut platform *noun* [C] (in geography) an area of land between the cliffs and the sea which is covered by water when the sea is at its highest level (புவியியலில்) உச்ச உயர் அலை எழுச்சியின்போது நீரால் சூழப்படும் செங்குத்துப் பாறைகளுக்கும் கடலுக்கும் இடைப்பட்ட நிலப்பகுதி; அலை அரி மேடை

wavelength /ˈweɪvleŋθ/ *noun* [C] **1** the distance between two sound waves இரண்டு ஒலி அலைகளுக்கு இடைப்பட்ட தூரம் ➪ **amplitude** பதிவில் படம் பார்க்க. **2** the length of wave on which a radio station sends out its programmes ஒரு வானொலி நிலையம் தனது நிகழ்ச்சிகளை ஒலிபரப்பும் ஒலி அலையினுடைய நீளம்; அலைநீளம்

IDM **on the same wavelength** ➪ **same** பார்க்க.

waver /ˈweɪvə(r)/ *verb* [I] **1** to become weak or uncertain, especially when making a decision or choice குறிப்பாக ஒரு முடிவு அல்லது தேர்வு செய்யும்போது, மனவுறுதியற்றிரு; தயக்கம் காட்டு *He never wavered in his support for her.* **2** to move in a way that is not firm or steady உறுதியாக அல்லது ஒரே சீராக நிற்காது ஆடு; தள்ளாடு; தடுமாறு *His hand wavered as he reached for the gun.*

wavy /ˈweɪvi/ *adj.* having curves; not straight வளைவுகளைக் கொண்டுள்ள; நேர்மட்டமாக இல்லாத; அலையலையான *wavy hair • a wavy line*

wax[1] /wæks/ *noun* [U] **1** a substance made from fat or oil that melts easily and is used for making candles, polish, etc. எளிதில் உருகிவிடக் கூடியதும் மெழுகுவர்த்தி, மெருகுப்பொருள் முதலியவை செய்யப் பயன்படுத்தப்படுவதுமான, கொழுப்பு அல்லது எண்ணெய்யிலிருந்து தயாரிக்கப்படும் பொருள்; மெழுகு **2** a yellow substance that is found in your ears காதுகளுள் காணப்படும் மஞ்சள் நிறப் பொருள்; காதுக் குறும்பி

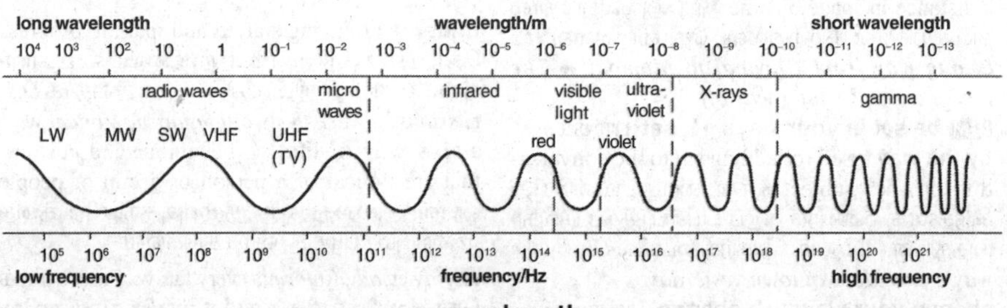

wavelength

wax² /wæks/ *verb* **1** [T] to polish sth with wax மெழுகினால் ஒன்றுக்கு மெருகிடு; மெழுகு மேற்பூச்சிடு **2** [T] (*often passive*) to remove hair from a part of the body using wax மெழுகைப் பயன்படுத்தி உடற்பகுதி ஒன்றிலிருந்து மயிரை நீக்கு; மெழுகுப் பூச்சிட்டு மயிர் எடு *to wax your legs/have your legs waxed* **3** [I] (used about the moon) to seem to get gradually bigger until its full form can be seen நிறைமதி வடிவம் புலப்படும் வரை படிப்படியாகப் பெரிதாகிக் கொண்டிருப்பதாகத் தோன்று; பிறை வளர்ந்துகொண்டுபோவதாகக் காணப்படு ✪ OPP **wane**

wax paper (*AmE*) = **greaseproof paper**

waxwork /ˈwæksw3:k/ *noun* [C] **1** a model of sb/sth, especially of a famous person, made of wax ஒருவரது/ஒன்றின், குறிப்பாகப் புகழ்பெற்ற ஒருவரது, மெழுகினால் செய்யப்பட்ட உருமாதிரி; மெழுகுச் சிலை **2 waxworks** [*sing.*] a place where wax models of famous people are shown to the public புகழ்பெற்றவர்களது மெழுகுச்சிலைகள் பொதுக்காட்சிக்கு வைக்கப்படும் இடம்; மெழுகுச்சிலைக் கண்காட்சி

way¹ /weɪ/ *noun* **1** [C] **a way (to do sth/of doing sth)** a particular method, style or manner of doing sth ஒரு செயலைச் செய்வதற்குரிய குறிப்பிட்ட வழிமுறை, பாணி அல்லது வகைமுறை *What is **the best way** to learn a language?* • *She smiled **in a** friendly **way**.* **2** [C, *usually sing.*] the route you take to reach somewhere; the route you would take if nothing were stopping you ஓரிடத்தைச் சென்றடையப் பயன்படுத்தப்படும் தடம்; இடையூறற்ற சரியான பாதை; வழி *Can you tell me **the way to** Parliament Street?* • *If you **lose** your **way**, phone me.* • *Can I drive you home? It's **on my way**.* **3** [*sing.*] a direction or position குறிப்பிடப்பட்ட திசை அல்லது இருப்பு நிலை; பக்கம் *Look this way!* • *That painting is **the wrong way up*** (= with the wrong edge at the top). • *Shouldn't you be wearing that hat **the other way round*** (= facing in the other direction)? ➪ **back to front** பார்க்க. **4** [C] a path, road, route, etc. that you can travel along போக்குவரத்துக்குரிய பாதை, சாலை, தடம் முதலியவை ➪ **highway, motorway** மற்றும் **railway** பார்க்க. **5** [*sing.*] a distance in space or time இட அல்லது கால வகையிலான தொலைவு; தொலைவளவு ***It's a long way** from Chennai to Mumbai.* • *The exams are still **a long way off**.*

IDM be set in your ways ➪ **set³** பார்க்க.

by the way (used for adding sth to the conversation) on a new subject (ஓர் உரையாடலின்போது கூடுதலாக ஒன்றைக் கூறப் பயன்படுத்தப்படுவது) அத்துடன்; மேலும்; அதற்கிடையில் *Oh, by the way, I saw Mala in town yesterday.*

change your ways ➪ **change¹** பார்க்க.

get/have your own way to get or do what you want, although others may want sth else பிறரது நாட்டம் வேறாக இருப்பினும் அதனைப் பொருட்படுத்தாது, தான் விரும்புவதைக் கைக்கொள் அல்லது செய்; தனக்கு வேண்டியதைப் பெறு

give way to break or fall down முறிவுறு; உடைபடு; கீழே விழு *The branch of the tree suddenly gave way and he fell.*

give way (to sb/sth) 1 to stop or to allow sb/sth to go first நின்று அல்லது விலகி வழிவிடு *Give way to traffic coming from the right.* **2** to allow sb to have what he/she wants although you did not at first agree with it தொடக்கத்தில் ஒருவரது விருப்பத்திற்கு உடன்படாத போதிலும், (இப்போது) அவர் விரும்புவதைப் பெறவிடு; ஒருவரது விருப்பத்திற்கு வழிவிடு *We shall not give way to the terrorists' demands.*

go a long way ➪ **long¹** பார்க்க.

go out of your way (to do sth) to make a special effort to do sth ஒன்றைச் செய்ய வழக்கமீறிய முனைப்புக் காட்டு; அசாதாரண முயற்சி செய்

have a long way to go ➪ **long¹** பார்க்க.

the hard way ➪ **hard¹** பார்க்க.

in a/one/any way; in some ways to a certain degree but not completely முழுவதுமாக அல்லாமல்; ஓரளவிற்கு; ஒருவகையில் *In some ways I prefer working in a small office.*

in a big/small way used for expressing the size or importance of an activity ஒரு செயலின் பரிமாணத்தை அல்லது முக்கியத்துவத்தைக் குறிக்கப் பயன்படுத்தப்படுவது: பெரிய/சிறு அளவில் *'Have you done any acting before?' 'Yes, but in a very small way* (= not very much).*'*

in the way 1 blocking the road or path வழியை/பாதையை அடைத்துக்கொண்டு; வழித்தடையாக *I can't get past. There's a big lorry in the way.* **2** not needed or wanted தேவையற்றதாக/தேவையற்றவராக; வேண்டாததாக/வேண்டாதவராக; இடையூறாக; தடையாக *I felt rather in the way at my daughter's party.*

learn the hard way ➪ **learn** பார்க்க.

no way (*informal*) definitely not உறுதியாக இல்லை; அறவே கிடையாது *'Can I borrow your car?' 'No way!'*

under way having started and making progress தொடங்கப்பட்டு முன்னேற்ற நிலையில் உள்ளதாக; வளர்ச்சி நிலையில்; தொடர்வதாக *Discussions between the two sides are now under way.*

a/sb's way of life the behaviour and customs that are typical of a person or group of people ஓராள் அல்லது ஒரு குழுவுக்குரிய நடத்தை முறையும் பழக்க வழக்கங்களும்

way² /weɪ/ *adv.* (*informal*) very far; very much மிக்க தொலைவில்; மிகு தூரத்தில்; மிக்க அளவில்;

மிகுதியாக *I finally found his name way down at the bottom of the list.*

wayward /ˈweɪwəd/ *adj.* (*written*) difficult to control எளிதில் கட்டுப்படுத்த முடியாத; மூர்க்கமான; ஏறுமாறான *a wayward child/animal* ▶ **waywardness** *noun* [U]

we /wiː/ *pronoun* the subject of a verb; used for talking about the speaker and one or more other people ஒரு வினையின் எழுவாயாக வருவது; பேசுபவரையும் வேறொருவரையும்/வேறு பலரையும் சேர்த்துக் கூறப் பயன்படுத்தப்படுவது; நாம்; நாங்கள் *We're going to the cinema.* • *We are both very pleased with the house.*

weak /wiːk/ *adj.* **1** (used about the body) having little strength or energy; not strong (உடல் வகையில்) வலிமை அல்லது ஆற்றல் குறைபட்டதான; வலுக்குறைந்த; வலிமையற்ற; உரமற்ற *The child was weak with hunger.* • *Her legs felt weak.* **2** that cannot support a lot of weight; likely to break பெரும் பாரத்தைத் தாங்கக்கூடியதல்லாத; மிகு பளு தாங்கும் ஆற்றலற்ற; உறுதியற்ற; உடைந்துவிடக்கூடிய *That bridge is too weak to take heavy traffic.* **3** not having economic success பொருளாதார வகையில் வெற்றிகரமாக இல்லாத; பொருளாதார ஆக்க வளமற்ற; நலிவுற்ற *a weak currency/economy/market* **4** easy to influence; not firm or powerful எளிதில் பிறரது தாக்க விளைவுக்கு உள்ளாகிற; எளிதில் மாற்றம் உண்டுபண்ணத்தக்க; மன உறுதியற்ற; செல்வாக்கற்ற; ஆளுமைத் திறன் குன்றிய *He is too weak to be a good leader.* • *a weak character* **5** (used about an argument, excuse, etc.) not easy to believe (வாதம், செயற்காரண விளக்கம் முதலியவை வகையில்) எளிதில் நம்பத்தகாத; ஆதார வலிமையற்ற *She made some weak excuse about washing her hair tonight.* **6** not easy to see or hear; not definite or strong எளிதாகப் பார்க்க அல்லது கேட்க இயலாத; தெளிவற்ற; திடமாக இல்லாத; முனைப்புக் குன்றிய *a weak voice* • *She gave a weak smile.* **7** (used about liquids) containing a lot of water, not strong in taste (திரவங்கள் வகையில்) பெருமளவு நீர் உள்ளடங்கிய; நீராளமான; செறிவற்ற; உறைப்பான சுவையில்லாத *weak coffee* • *I like my tea quite weak.* **8 weak (at/in/on sth)** not very good at sth ஒன்றில் செயலாற்றல் குன்றிய; வல்லமை போதாத; நிறைவான திறனற்ற *He's weak at maths.* • *His maths is weak.* • *a weak team* ✪ OPP அனைத்துப் பொருள்களுக்கும் **strong** ▶ **weakly** *adv.*

weaken /ˈwiːkən/ *verb* [I, T] **1** to become less strong; to make sb/sth less strong ஆற்றல் அல்லது வலிமை குறைபடு; தளர்வுறு; ஒருவர்/ஒன்று ஆற்றல்/வலிமை குன்றச் செய்; ஊக்கம் இழக்கச் செய் *The illness had left her weakened.* • *The building had been weakened by the earthquake.* ✪ OPP **strengthen 2** to become less certain or firm about sth ஒன்று குறித்த நிச்சயத்தன்மை அல்லது உறுதிப்பாடு குறைபடு; உறுதி தளர்வுறு; ஒருவரது/ஒன்றின் உறுதி தளரச் செய் *She eventually weakened and allowed him to stay.*

weak form *noun* [C] a way of pronouncing a word when it is not emphasized ஒரு சொல்லை அழுத்தமாகக் கூறாதபோது அதனை உச்சரிக்கும் முறை; அசையழுத்தமற்ற சொல் வடிவம்

weakness /ˈwiːknəs/ *noun* **1** [U] the state of being weak வலிமை/ஆற்றல் குன்றிய நிலை; வலிமையின்மை; தளர்வு; நலிவு *He thought that crying was a sign of weakness.* **2** [C] a fault or lack of strength, especially in a person's character குறிப்பாக ஒருவரது பண்பு அல்லது ஆளுமைத் திறன் தொடர்பான குறைபாடு; மன உரமின்மை; உள்ளுறுதியின்மை *It's important to know your own strengths and weaknesses.* ✪ OPP பொருள்கள் **1** மற்றும் **2**-க்கு **strength 3** [C, *usually sing.*] **a weakness for sth/sb** a particular and often foolish liking for sth/sb ஒருவர்/ஒன்றின் மீதான தனிப்பட்ட, பெரும்பாலும் சிறுபிள்ளைத்தனமான, விருப்பம்; விருப்பின்ப நாட்டம் *I have a weakness for chocolate.*

wealth /welθ/ *noun* **1** [U] a lot of money, property, etc. that sb owns; the state of being rich ஒருவருக்குச் சொந்தமான ஏராளமான பணம், சொத்து முதலியவை; செல்வம்; பொருள் வளம் *They were a family of enormous wealth.* ✪ SYN **riches 2** [*sing.*] **a wealth of sth** a large number or amount of sth ஒன்றின் பெரும் எண்ணிக்கை அல்லது அளவு; நிறைவு; மிகுதி *a wealth of information/experience/talent*

wealthy /ˈwelθi/ *adj.* (**wealthier; wealthiest**) having a lot of money, property, etc. ஏராளமான பணம், சொத்து முதலியவற்றை வைத்திருக்கிற; பொருள் வளமுடைய; செல்வச் செழிப்புடைய ✪ SYN **rich**

wean /wiːn/ *verb* [T] to gradually stop feeding a baby or young animal with its mother's milk and start giving it solid food குழந்தைக்கு/குட்டிக்குத் தாய்ப்பால் ஊட்டுவதைப் படிப்படியாக நிறுத்திவிட்டுத் திட உணவு கொடுக்கத் தொடங்கு

weapon /ˈwepən/ *noun* [C] an object which is used for fighting or for killing people, such as a gun, knife, bomb, etc. சண்டையிடுவதற்கு அல்லது கொல்வதற்குப் பயன்படுத்தப்படும் துப்பாக்கி, கத்தி, குண்டு முதலிய ஒரு பொருள்; தாக்குகருவி; படைக்கலம்; ஆயுதம்

wear[1] /weə(r)/ *verb* (*pt* **wore** /wɔː(r)/; *pp* **worn** /wɔːn/) **1** [T] to have clothes, jewellery, etc. on your body உடல் மீது ஆடைகள், அணிமணி முதலியவற்றை அணிந்துகொள்; ஆடை உடுத்துக்கொள்; ஆபரணம் புனைந்துகொள் *He was wearing a suit and tie.* • *I wear glasses for reading.* **2** [T] to have a certain look on your face முகத்தில் குறிப்பிட்ட பார்வை உடையவராயிரு; குறிப்பிட்ட முகத்தோற்றம் கொள் *His face wore a puzzled look.* **3** [I, T] to become or make sth become thinner, smoother or weaker because of being used or rubbed a lot மிகுதியான பயன்பாடு அல்லது உராய்வு காரணமாக மெல்லியதாகு, இழைவாகு அல்லது வலுவிழ; ஒன்றினை வலுவிழக்கச் செய் *These tyres are badly worn.* • *The soles of his shoes had worn smooth.* **4** [T] to make a hole, path, etc. in sth by rubbing, walking, etc. தேய்த்தல், நடத்தல் முதலியவற்றினால் ஒன்றில் துளை, தடம் முதலியவை உண்டாகச் செய் *I'd worn a hole in my sock.* **5** [I] to last for a long time without becoming thinner or damaged தேய்ந்துபோகாது அல்லது சேதமுறாது நெடுங்காலம் நீடித்திரு; நீடித்து உழை *This material wears well.*

IDM **wear thin** to have less effect because of being used too much மிகைப்படியான பயன்பாட்டினால் ஒன்றின் பயன்விளைவு குன்று *We've heard that excuse so often that it's beginning to wear thin.*

PHR V **wear (sth) away** to damage sth or to make it disappear over a period of time, by using or touching it a lot; to disappear or become damaged in this way ஒன்றை மிகைப்படியாகப் பயன்படுத்தி அல்லது தீண்டி காலப்போக்கில் சேதமுறச் செய் அல்லது இல்லாதுபோகச்செய்; மிகைப்படியாகப் பயன்படுத்தப்பட்டு நாளடைவில் சேதமுறு அல்லது இல்லாதுபோ *The wind had worn the soil away.*

wear (sth) down to become or to make sth smaller or smoother சிறிதாகு அல்லது இழைவாகு; ஒன்றைச் சிறிதாக்கு அல்லது இழைவாக்கு *The heels on these shoes have worn right down.*

wear sb/sth down to make sb/sth weaker by attacking, persuading, etc. தாக்குதல், நயச்சொல் முதலியவற்றினால், ஒருவரது/ஒன்றின் உறுதி தளரச்செய் *They wore him down with constant arguments until he changed his mind.*

wear off to become less strong or to disappear completely ஆற்றல்/வலிமை குன்று அல்லது முற்றிலும் இல்லாதுபோ *The effects of the drug wore off after a few hours.*

wear (sth) out to become too thin or damaged to use any more; to cause sth to do this பயனில்லாது போகுமாறு மிகவும் மெல்லியதாகு அல்லது சேதமுறு; ஒன்றைத் தேய்வுறுத்தி அல்லது சேதப்படுத்திப் பயன்படாது போகச்செய் *Children's shoes wear out very quickly.*

wear sb out to make sb very tired ஒருவர் பெரிதும் களைப்படையச் செய்; சோர்வுபடுத்து *She wore herself out walking home with the heavy bags.* ⇨ **worn-out** பார்க்க.

wear² /weə(r)/ *noun* [U] **1** wearing or being worn; use as clothing உடுத்தல்; அணிதல்; அணிவிக்கப்படுதல்; உடுப்பு *You'll need jeans and jumpers for everyday wear.* **2** (*usually in compounds*) used especially in shops to describe clothes for a particular purpose or occasion (குறிப்பாக, கடைகளில் பயன்படுத்தப்படும் வழக்கு) குறிப்பிட்ட நோக்கத்திற்கான அல்லது சமயத்திற்கான ஆடை *casual/evening wear* • *children's wear* **3** long use which damages the quality or appearance of sth ஒன்றின் தரம் அல்லது தோற்றம் கெடும்படியான நீடித்த பயன்பாடு; பயனீட்டுத் தேய்மானம் அல்லது சீர்கேடு *The engine is checked regularly for signs of wear.*

IDM **wear and tear** the damage to objects, furniture, etc. that is the result of normal use வழக்கமான பயன்பாட்டில் பொருள்கள், அறைக்கலங்கள் முதலியவற்றுக்கு உண்டாகும் சேதம்; தேய்மானம்; சீர்குலைவு

the worse for wear ⇨ **worse** பார்க்க.

weary /ˈwɪəri/ *adj.* very tired, especially after you have been doing sth for a long time குறிப்பாக, ஒரு நீண்ட நேர வேலைக்குப் பின், மிகவும் களைப்படைந்துள்ள; சோர்வுற்ற *He gave a weary smile.* ▶ **wearily** /ˈwɪərəli/ *adv.* ▶ **weariness** *noun* [U]

weasel /ˈwiːzl/ *noun* [C] a small wild animal with reddish-brown fur, a long thin body and short legs. Weasels eat smaller animals செம்பழுப்பு நிற மென்மயிர், நீண்டு மெலிதான உடல், குறுங்கால்கள் ஆகியவற்றை உடையதும் தன்னைவிடச் சிறிய விலங்குகளை உண்ணுவதுமான சிறு காட்டு விலங்கு வகை; மரநாய் வகை

weather¹ /ˈweðə(r)/ *noun* [U] the climate at a certain place and time, how much wind, rain, sun, etc. there is and how hot or cold it is குறிப்பிட்ட இடத்தில் மற்றும் வேளையில் காணப்படும் காற்று, மழை, வெயில், வெப்பம், குளிர் முதலியவற்றின் அளவைக் குறிக்கும் தட்பவெப்ப நிலை; வானிலை *hot/warm/sunny/fine weather* • *cold/wet/windy/wintry weather* • *I'm not going for a run* ***in this weather****!*

NOTE மழை (**rain**) என்பது மேகங்களிலிருந்து விழும் நீர்த்துளியாகும். **Snow** உறைந்த மழைத்துளிகளைக் குறிக்கும். மென்மையான வெண்ணிறப் பொருளான இது பொதுவாகத் தரையில் படிவுறும். முழுவதுமாக உறையாத மழைத்துளிகள் **sleet** எனப்படும். பனிக்கட்டியாக உறைந்து பெய்யும் மழை **hail** எனப்படும். மிக இலேசாகப் பெய்யும் மழை **drizzling** ஆகும். மழை கனத்துப் பெய்யும்போது அதை **pouring** என்று குறிப்பிடுகிறோம். **Fog** என்பது தரை மட்டத்தில் மேகம்

போன்று காணப்படும் மூடுபனியாகும். செறிவு குறைந்த மூடுபனி பனிப்படலம் **mist** எனப்படும். ➪ மேலும் **storm** பதிவைப் பார்க்க.

IDM **make heavy weather of sth** ➪ **heavy** பார்க்க.

under the weather (*informal*) not very well உடல் நலம் குன்றி; நிறை நலம் இன்றி

weather² /ˈweðə(r)/ *verb* **1** [I, T] to change or make sth change in appearance because of the effect of the sun, air or wind சூரியன், வாயு அல்லது காற்றின் தாக்கம் காரணமாகத் தோற்றம் மாறுபடு அல்லது ஒன்றின் தோற்றம் மாறுபடச் செய் *This stone weathers to a warm pinkish-brown colour.* ➪ **erode** பதிவில் படம் பார்க்க. **2** [T] to come safely through a difficult time or experience ஓர் இடர்ப்பாடான சூழலை அல்லது அனுபவத்தைக் கடந்து பாதுகாப்பாக வெளிவா *Their company managed to weather the recession and recover.*

weather-beaten *adj.* (used especially about a person's face or skin) made rough and damaged by the sun and wind (குறிப்பாக ஒருவரது முகம் அல்லது தோல் பற்றிக் குறிப்பிடப் பயன்படுத்தப்படுவது) வெயில் மற்றும் காற்றினால் சொரசொரப்படைந்த மற்றும் சீர்கெட்ட; காற்று, மழையில் அடிபட்ட

weather forecast (*also* **forecast**) *noun* [C] a description of the weather that is expected for the next day or next few days அடுத்த நாள் அல்லது அடுத்த சில நாட்களில் எதிர்பார்க்கப்படும் வானிலை பற்றிய விளக்கம்; வானிலை முன்னறிவிப்பு ➪ **weather** பார்க்க.

weathervane /ˈweðəveɪn/ *noun* [C] a metal object on the roof of a building that turns easily in the wind and shows which direction the wind is blowing from கட்டடத்தின் மேற்கூரையின் மேல் அமைக்கப்படும், காற்றில் எளிதாகச் சுழன்று காற்று வீசும் திசையைக் காட்டும் ஓர் உலோகப் பொருள்; காற்றாடித் திசைகாட்டி ➪ **vector** பதிவில் படம் பார்க்க.

weave /wiːv/ *verb* [I, T] (*pt* **wove** /wəʊv/ or in sense **2 weaved**; *pp* **woven** /ˈwəʊvn/ or in sense **2 weaved**) **1** to make cloth, etc. by passing threads under and over a set of threads that is fixed to a frame (**loom**) நெசவுத் தறியில் பொருத்தப்பட்டுள்ள நூல் தொகுதியின் மேலும் கீழுமாக நூல்களைச் செலுத்தித் துணி, முதலியவற்றை உருவாக்கு; நெய் *woven cloth* **2** to change direction often when you are moving so that you are not stopped by anything சென்று கொண்டிருக்கையில், எதனாலும் தடைப்படுத்தப்படாது செல்லும் பொருட்டு அடிக்கடி திசைமாற்று; வளைந்து வளைந்து செல் *The cyclist weaved in and out of the traffic.*

weaver /ˈwiː və(r)/ *noun* [C] **1** a person whose job is weaving fabric துணி நெய்பவர்; நெசவாளர் **2** = **weaver bird**

weaver-bird /ˈwiːvə bɜːd/ *noun* a small bird of tropical Africa and Asia, that builds elaborately woven nests விரிவாகவும் நுட்பமாகவும் பின்னிக் கூடு கட்டும் ஆப்பிரிக்க மற்றும் ஆசிய வெப்பமண்டலச் சிறு பறவை; தூக்கணாங்குருவி

web /web/ *noun* **1** [C] a type of fine net that a spider makes in order to catch small insects சிறு பூச்சிகளை அகப்படுத்துவதற்காகச் சிலந்திப்பூச்சி பின்னும் மிக நுட்பமான வலை; சிலந்தி வலை *A spider spins webs.* ➪ **cobweb** பார்க்க. **2** (*computing*) (*usually* **the Web**) [*sing.*] = **World Wide Web** *a Web browser/page*

webbed /webd/ *adj.* (of the feet of a bird or an animal) having pieces of skin between the toes (பறவையின் அல்லது விலங்கின் பாதம் பற்றிக் குறிப்பிடுகையில்) விரல்களுக்கு இடையே தோல் இணைப்புடைய; தோலடியான

webmaster /ˈwebmɑːstə(r)/ *noun* [C] (*computing*) a person who is responsible for particular pages of information on the **World Wide Web** உலகம் அளாவிய வலையின் குறிப்பிட்ட தகவல் பக்கங்களுக்குப் பொறுப்பானவர்; வலைப்பக்கக் காப்பாளர்

website /ˈwebsaɪt/ *noun* [C] (*computing*) a place connected to the Internet, where a company, organization, etc. puts information that can be found on the **World Wide Web** (கணினி வழக்கு) ஓர் அமைப்பு, ஒரு வாணிக நிறுவனம் முதலியவை உலகம் அளாவிய வலையில் காண்பதற்கு ஏதுவாக தன்னைக் குறித்த தகவலை இட்டு வைக்கும், இணையத்துடன் இணைக்கப்பட்ட ஓரிடம்; வலை முகவரி; வலைத்தளம்

Wed. *abbr.* Wednesday புதன்கிழமையைக் குறிக்கும் Wednesday என்பதன் குறுக்கம்

we'd /wiːd/ ➪ **we had, we would** ஆகியவற்றின் குறுக்க வடிவம்

wedding /ˈwedɪŋ/ *noun* [C] a marriage ceremony and often the meal or party that follows it (**the reception**) திருமணச் சடங்கும் (பெரும்பாலும்) அதனை அடுத்த வரவேற்பு நிகழ்ச்சியும்; மணவினை; திருமணம் *I've been invited to their wedding.* • *a wedding dress/guest/present*

NOTE **Marriage** என்ற சொல் ஒருவரை மணந்துகொண்ட நிலையைக் குறிக்கும். மணவினையைக் குறிக்கும் **wedding** என்பதன் பொருளிலும் இதனைப் பயன்படுத்தலாம். மணம் செய்துகொள்ளும் ஆண் **bridegroom** என்றும் பெண் **bride** என்றும் அழைக்கப்படுவர். ஒரு மண இணையர் தங்களது மண வாழ்வின் 25ஆம் ஆண்டு

நிறைவைத் திருமண வெள்ளிவிழா (**silver wedding**) ஆகவும், 50ஆம் ஆண்டு நிறைவைப் பொன்விழா (**golden wedding**) ஆகவும், 60ஆம் ஆண்டு நிறைவை மணிவிழா (**diamond wedding**) ஆகவும் கொண்டாடுகின்றனர்.

wedge[1] /wedʒ/ *noun* [C] a piece of wood, etc. with one thick and one thin pointed end that you can push into a small space, for example to keep things apart பொருள்களைப் பிரித்துவைத்தல் முதலியவற்றுக்காக ஒரு சிறு இடத்தில் குத்தி வைக்கப்படும், ஒரு முனை தடிப்பாகவும் மறு முனை சிறுத்துக் கூராகவும் உள்ள மரக்கட்டை முதலியவை; செருகுகட்டை; ஆப்பு *The door was kept open with a wedge.*

wedge[2] /wedʒ/ *verb* [T] **1** to force sth apart or to prevent sth from moving by using a wedge செருகுகட்டை இட்டு ஒன்று விலகி இருக்கச் செய் அல்லது நகராமல் ஒரு நிலையில் இருக்கச் செய்; ஆப்பு இட்டுப் பிரித்துவை அல்லது நிலைப்படுத்து *to wedge a door open* **2** to force sth/sb to fit into a small space ஒரு சிறு இடத்தினுள் ஒருவரை/ஒன்றைப் பொருந்தி அமையச்செய்; நுழைத்துவை *The cupboard was wedged between the table and the door.*

Wednesday /ˈwenzdeɪ; -di/ *noun* [C, U] (*abbr.* **Wed.**) the day of the week after Tuesday வார நாட்களில் செவ்வாய்க்கிழமைக்கு அடுத்து வரும் நாள்; புதன்கிழமை

NOTE வார நாட்களின் பெயர்கள் எப்போதும் முகட்டெழுத்தில் தொடங்கும். வாக்கியங்களில் வார நாட்களைப் பயன்படுத்தும் முறை குறித்த எடுத்துக்காட்டுகள் **Monday** பதிவில் தரப்பட்டுள்ளன.

weed[1] /wiːd/ *noun* **1** [C] a wild plant that is not wanted in a garden because it prevents other plants from growing properly தோட்டத்தில் உள்ள மற்ற பயிர்களின் முறையான வளர்ச்சியைத் தடைசெய்கிற, வேண்டாத, தானே முளைத்து வளரும் தாவரம்; களைச்செடி; களை **2** [U] a mass of very small green plants that floats on the surface of an area of water ஒரு நீர்நிலையின் மேற்பரப்பில் மிதந்துகொண்டிருக்கும் மிகச் சிறிய பச்சை நிறத் தாவரங்களின் திரள்; பாசி

weed[2] /wiːd/ *verb* [I, T] to remove weeds from a piece of ground, etc. ஒரு நிலப்பகுதி முதலியவற்றிலிருந்து களைச் செடிகளை அகற்று; களை எடு

PHR V **weed sth/sb out** to remove the things or people that you do not think are good enough குறைபாடு உள்ளவையாக/உள்ளவர்களாகத் தான் கருதும் பொருள்களை/ஆட்களை நீக்கிவிடு; வேண்டாதவற்றை/வேண்டாதவரை விலக்கு *He weeded out all the letters with spelling mistakes in them.*

weedy /ˈwiːdi/ *adj.* (*informal*) small and weak சிறிய மற்றும் வலிமையற்ற; ஒல்லியான; மெலிந்த *a small weedy man*

week /wiːk/ *noun* [C] **1** a period of seven days, especially from Monday to Sunday or from Sunday to Saturday குறிப்பாக, திங்கள் முதல் ஞாயிறு வரையான அல்லது ஞாயிறு முதல் சனி வரையான ஏழு நாட்கள் கொண்ட காலப்பகுதி; வாரம் *We arrived* ***last week****.* • *He left two weeks ago.* • *I haven't seen her for a week.*

NOTE பிரிட்டன் வழக்கில் இரண்டு வார காலப்பகுதி **fortnight** என்று அழைக்கப்படுகிறது.

2 the part of the week when people go to work, etc., usually from Monday to Friday ஆட்கள், வேலை முதலியவற்றுக்குச் செல்லும், வழக்கமாகத் திங்கள் முதல் வெள்ளி வரையிலான வாரப்பகுதி; வார வேலைநாட்கள் *She works hard during the week so that she can enjoy herself at the weekend.*

IDM **today, tomorrow, Monday, etc. week** seven days after today, tomorrow, Monday, etc. இன்று, நாளை, திங்கள் முதலிய குறிப்பிடப்பட்ட நாளை அடுத்து வரும் ஏழு நாட்களுக்குப் பின்

week in, week out every week without a rest or change ஓய்வோ மாற்றமோ இன்றி ஒவ்வொரு வாரமும்; இடைவிடாது வாரந்தோறும் *He's played for the same team week in, week out for 20 years.*

a week yesterday, last Monday, etc. seven days before yesterday, Monday, etc. நேற்று, திங்கள் முதலிய குறிப்பிட்ட நாளுக்கு முந்திய ஏழு நாட்களுக்கு முன்

weekday /ˈwiːkdeɪ/ *noun* [C] any day except Saturday or Sunday சனி அல்லது ஞாயிறு அல்லாத பிற நாட்களுள் ஒன்று; வார நாள் *I only work on weekdays.*

weekend /ˌwiːkˈend/ *noun* [C] Saturday and Sunday சனி, ஞாயிறு ஆகிய இரண்டு நாட்கள்; வார இறுதி *What are you doing* ***at the weekend****?* ✪ **SYN at the weekend** பிரிட்டன் வழக்காகும். **on the weekend** அமெரிக்க வழக்கு.

weekly[1] /ˈwiːkli/ *adj.*, *adv.* happening or appearing once a week or every week வாரம் ஒருமுறை அல்லது ஒவ்வொரு வாரமும் நிகழ்கிற அல்லது வெளிவருகிற; வாரந்தோறும் *a weekly report* • *We are paid weekly.*

weekly[2] /ˈwiːkli/ *noun* [C] (*pl.* **weeklies**) a newspaper or magazine that is published every week வாரம் ஒருமுறை வெளியிடப்படும் செய்தித்தாள் அல்லது பருவ இதழ்; வார வெளியீடு

weep /wi:p/ *verb* [I, T] (*pt, pp* **wept** /wept/) (*formal*) to let tears fall because of strong emotion; to cry அழுத்தமான உணர்ச்சி காரணமாகக் கண்ணீர் விடு; அழு; கதறு *She wept at the news of his death.*

weigh /weɪ/ *verb* **1** [T] to measure how heavy sth is, especially by using a machine (**scales**) குறிப்பாக, தராசைப் பயன்படுத்தி ஒன்றின் எடையை அளந்தறி; நிறுத்து எடைகாண் *I weigh myself every week.* • *Can you weigh this parcel for me, please?* **2** (*linking verb*) to have or show a certain weight குறிப்பிட்ட எடை உடையதாயிரு அல்லது குறிப்பிட்ட எடை காட்டு *I weigh 56 kilos.* • *How much does this weigh?* **3** [T] **weigh sth (up)** to consider sth carefully ஒன்றைக் கவனமுடன் கருதிப்பார்; கூர்ந்து ஆராய் *You need to weigh up your chances of success.* **4** [T] **weigh sth (against sb/sth)** to consider if one thing is better, more important, etc. than another or not நன்னிலை, முக்கியத்துவம் முதலியவை வகையில் ஒன்று மற்றொன்றை விட மேம்பட்டதா என்பதை ஆராய்; சீர்தூக்கிப் பார் *We shall weigh the advantages of the plan against the risks.* **5** [I] **weigh against sb/sth** to be considered as a disadvantage when sb/sth is being judged ஒருவரை/ஒன்றை மதிப்பீடு செய்கையில் குறிப்பிடப்பட்ட ஒன்று பாதகமானதாகக் கருதப்படு *She didn't get the job because her lack of experience weighed against her.*

PHR V **weigh sb down** to make sb feel worried and sad ஒருவரைக் கவலையும் வருத்தமும் அடையச் செய்; கவலையால்/வருத்தத்தால் ஒருவரை அழுத்து *He felt weighed down by all his responsibilities.*

weigh sb/sth down to make it difficult for sb/sth to move (by being heavy) (கனமாக இருந்து) ஒருவர்/ஒன்று இயங்குவதைச் சிரமமானதாக்கு; ஒன்றின் பாரம் அழுத்து *I was weighed down by heavy shopping.*

IDM **weigh on sb/sth** to make sb worry ஒருவரைக் கவலை கொள்ளச்செய்; வருத்து *The problem has been* ***weighing on my mind*** (= I have felt worried about it).

weigh sb/sth up to consider sb/sth carefully and form an opinion ஒருவர்/ஒன்று குறித்துக் கவனமாக எண்ணிப் பார்த்து ஒரு கருத்துக் கொள்; ஒன்றைச் சீர்தூக்கிப் பார்த்து ஒரு முடிவுக்கு வா *I weighed up my chances and decided it was worth applying.*

weight[1] /weɪt/ *noun* **1** [U] how heavy sth/sb is; the fact of being heavy ஒன்றின்/ஒருவரது கனம்; எடை; பளு; பாரம் *The doctor advised him to* ***lose weight*** (= become thinner and less heavy). • *He's* ***put on weight*** (= got fatter). **2** [C] a heavy object கனமான பொருள் *The doctor has told me not to lift heavy weights.* **3** [C] a piece of metal that weighs a known amount that can be used to measure an amount of sth, or that can be lifted as a form of exercise ஒன்றின் அளவைக் கணக்கிட அல்லது ஒருவகை உடற்பயிற்சியாக மேலுயர்த்தப் பயன்படுத்தப்படும் குறிப்பிட்ட எடையளவுடைய உலோகப் பொருள்; நிறைப் படிக்கல்; எடைக்கல் *a 500-gram weight* • *She lifts weights in the gym as part of her daily training.* **4** [*sing.*] something that you are worried about கவலையூட்டும் ஒன்று; கவலைச் சுமை; மனச்சுமை *Telling her the truth took* ***a weight off*** *his* ***mind****.*

IDM **carry weight** ➪ **carry** பார்க்க.

pull your weight ➪ **pull**[1] பார்க்க.

weight[2] /weɪt/ *verb* [T] **1 weight sth (down) (with sth)** to hold sth down with a heavy object or objects ஒரு கனமான பொருளை அல்லது பொருள்களைக் கொண்டு ஒன்றினைக் கீழே அமுக்கு; பாரத்தால் அழுத்து *to weight down a fishing net* **2** (*usually passive*) to organize sth so that a particular person or group has an advantage/disadvantage குறிப்பிட்ட ஒருவருக்கு/ஒரு குழுவுக்கு ஆதாயமாக/பாதகமாக அமையுமாறு ஒன்றைத் திட்டம் செய் *The system is* ***weighted in favour of/against*** *people with children.*

weightless /ˈweɪtləs/ *adj.* having no weight, for example when travelling in space விண்வெளியில் பயணம் செய்தல் முதலியவற்றின்போது கனமற்று இருக்கிற; எடையற்ற; இலேசான ▶ **weightlessness** *noun* [U]

weightlifting /ˈweɪtlɪftɪŋ/ *noun* [U] the sport or activity of lifting heavy metal objects கனமான உலோகப் பொருள்களை மேல் நோக்கி உயர்த்தும் விளையாட்டு வகை அல்லது செயல்; பளுதூக்குதல் ▶ **weightlifter** *noun* [C]

weight training *noun* [U] the activity of lifting heavy objects (**weights**) as a form of exercise உடற்பயிற்சியாகக் கனமான பொருள்களை மேல்நோக்கி உயர்த்தும் செயல்; பளுதூக்கும் பயிற்சி *I do weight training to keep fit.*

weighty /ˈweɪti/ *adj.* (**weightier; weightiest**) serious and important கருத்தார்ந்த; கவனிக்கப்பட வேண்டிய மற்றும் முக்கியமான; மேற்போக்கியல்பற்ற; வினைத்திட்பம் வேண்டப்படுகிற *a weighty question*

weir /wɪə(r)/ *noun* [C] a type of wall that is built across a river to stop or change the direction of the flow of water நீரின் ஓட்டத்தைத் தடுப்பதற்காக அல்லது நீரோட்டத்தின் திசையை மாற்றுவதற்காக ஆற்றின் குறுக்கே எழுப்பப்படும் ஒருவகைச் சுவர்; சிற்றணை

weird /wɪəd/ *adj*. strange and unusual விசித்திரமானதும் வழக்கத்திற்கு மாறானதுமான; தனி மாதிரியான; புதிரான; இயல்பு மீறிய; விளங்காத *a weird noise/experience* ▶ **weirdly** *adv*.

welcome[1] /ˈwelkəm/ *verb* [T] **1** to be friendly to sb when he/she arrives somewhere ஓரிடத்திற்கு ஒருவர் வந்துசேரும்போது அவரிடம் கனிவாகவும் திறந்த மனத்துடனும் நடந்துகொள்; வரவேற்பளி *Everyone came to the door to welcome us*. **2** to be pleased to receive or accept sth ஒன்றைப் பெற்றுக்கொள்வதில் அல்லது ஏற்றுக்கொள்வதில் மகிழ்ச்சியடை; மகிழ்ந்து பெற்றுக்கொள்/ஏற்றுக்கொள் *I've no idea what to do next, so I'd welcome any suggestions*. ▶ **welcome** *noun* [C] *Let's give a warm welcome to our next guest*.

welcome[2] /ˈwelkəm/ *adj*. **1** received with pleasure; giving pleasure மகிழ்வுடன் பெற்றுக்கொள்ளப்படுகிற அல்லது ஏற்றுக்கொள்ளப்படுகிற; மகிழ்ந்து ஏற்றுக்கொள்ளத்தக்க; வரவேற்கத்தக்க *You're always welcome here*. • *welcome news* ✪ OPP **unwelcome 2 welcome to sth/to do sth** allowed to do sth ஒன்றைச் செய்ய அனுமதிக்கப்படுகிற; இசைவு தரப்படுகிற *You're welcome to use my bicycle*. **3** used to say that sb can have sth that you do not want yourself தனக்கு வேண்டாததாக உள்ள ஒன்றை வேறு ஒருவர் எடுத்துக்கொள்ளலாம் என்று கூறப் பயன்படுத்தப்படுவது: உரிமையிலிருந்து விடுவிக்கப்படுவதான *Take the car if you want. You're welcome to it. It's always breaking down*. ▶ **welcome** *exclamation Welcome to Goa!* • *Welcome home!*

IDM **make sb welcome** to receive sb in a friendly way கனிவான முறையில் ஒருவருக்கு வரவேற்பளி

you're welcome (*spoken*) used as a polite reply when sb thanks you for sth ஒன்றுக்காக ஒருவர் தனக்கு நன்றி தெரிவிக்கும் போது பண்பு நயத்துடன் அவருக்குக் கூறும் மறுமொழி; தாங்கள் நன்றிகூற வேண்டியதில்லை *'Thank you for your help.' 'You're welcome.'*

weld /weld/ *verb* [I, T] to join pieces of metal by heating them and pressing them together உலோகத் துண்டுகளைச் சூடுபடுத்தி ஒன்று சேர்த்து அழுத்தி இணை; பற்றவை

welfare /ˈwelfeə(r)/ *noun* [U] **1** the general health, happiness of a person, an animal or a group ஓராள், ஒரு விலங்கு அல்லது ஒரு குழுவின் பொதுநிலையிலான உடல்நலம், மகிழ்ச்சி ஆகியவை; நல நிறைவு நிலை; இன்னிலை; நலம் *The doctor is concerned about the child's welfare*. **2** the help and care that is given to people who have problems with health, money, etc. உடல்நலம், பணம் முதலியவை தொடர்பான இடர்ப்பாட்டில் உள்ளவர்களுக்கு அளிக்கப்படும் உதவியும் கவனிப்பும்; இடர்க்காப்புதவி; பராமரிப்பு *education and welfare services*

welfare state *noun* [*sing*.] a system organized by a government to provide free services and money for people who have no job, who are ill, etc.; a country that has this system வேலையில்லாதோர், உடல்நலம் குன்றியவர்கள் முதலியோருக்கு இலவசச் சேவைகளும் பணமும் வழங்குவதற்கு அரசால் ஏற்பாடு செய்யப்பட்ட அமைப்பு முறை; சமூக நல அமைப்பு; பொதுநல அமைப்பு; சமூகநல அமைப்பினை உடைய நாடு

well[1] /wel/ *adv*. (**better; best**) **1** in a good way நல்ல முறையில்; நன்றாக; சீராக *You passed your exam! **Well done!*** ✪ OPP **badly 2** completely or fully முழு அளவில்; குறைவின்றி; தீர *Shake the bottle well before opening*. • *How well do you know Hema?* **3** very much மிக்க அளவில்; நிரம்ப; பெரிதும் *They arrived home well past midnight*. • *This book is **well worth** reading*. **4** (*used with can, could, may or might*) probably or possibly, நிகழக்கூடியதாக அல்லது ஓரளவு வாய்ப்புள்ளதாக எனப் பொருள்பட can, could, may அல்லது might-உடன் பயன்படுத்தப்படுவது *He might well be right*. **5** (*used with can, could, may or might*) with good reason, நியாயமாக; சரியான காரண காரிய அடிப்படையில் எனப் பொருள்பட can, could, may அல்லது might-உடன் பயன்படுத்தப்படுவது *I can't very well refuse to help them after all they've done for me*. • *'Where's Bunti?' 'You may well ask* (= I don't know either)*!'*

IDM **as well (as sb/sth)** in addition to sb/sth ஒருவருக்கு/ஒன்றுக்கு மேல்; கூடுதலாக; உடன்சேர்த்து *Can I come as well?* • *He's worked in Japan as well as Italy*. ⇨ **also** பதிவிலுள்ள குறிப்பைப் பார்க்க.

augur well/ill for sb/sth ⇨ **augur** பார்க்க.

bode well/ill (for sb/sth) ⇨ **bode** பார்க்க.

do well 1 to be successful ஒன்றை நிறைவாகச் செய்து முடி; ஒன்றில் வெற்றி காண் *Their daughter has done well at university*. **2** to be getting better after an illness ஒரு நோய்க்குப் பின் உடல்நலம் படிப்படியாக மேம்படு; நல்ல முறையில் தேறு *Mr Singh is doing well after his operation*.

do well to do sth used to say that sth is the right and sensible thing to do ஒன்றைச் செய்வது சரியானதும் அறிவுக்கு உகந்ததும் ஆகும் என்று கூறப் பயன்படுத்தப்படுவது; செய்யத்தக்கது; விவேகமானது *He would do well to check the facts before accusing people*.

may/might (just) as well used for saying that sth is the best thing you can do in the situation,

even though you may not want to do it ஒன்றைச் செய்ய மனம் விரும்பாதபோதும், குறிப்பிட்ட சூழலில் அதுவே மிகச் சரியானது என்று கூறப் பயன்படுத்தப்படுவது *I may as well tell you the truth—you'll find out anyway.*

mean well ➪ **mean**[1] பார்க்க.

well and truly completely முழுவதுமாக; முற்றிலுமாக; முழு அளவில் *We were well and truly lost.*

well/badly off ➪ **off**[1] பார்க்க.

well[2] /wel/ *adj.* (**better**; **best**) (*not before a noun*) **1** in good health நல்ல உடல் நலமுடைய; சுகமான; ஆரோக்கியமான *This medicine will make you* ***feel better.*** • ***Get well soon*** (= written in a card that you send to somebody who is ill). **2** in a good state நன்னிலையான; நலமான; இனிதான *I hope all is well with you.*

IDM **all very well (for sb)** (*informal*) used for showing that you are not happy or do not agree with sth ஒன்று குறித்துத் தனக்கு மகிழ்ச்சி அல்லது உடன்பாடு இல்லாமையை வெளிப்படுத்தப் பயன்படுத்தப்படுவது *It's all very well for her to criticize* (= it's easy for her to criticize) *but it doesn't help the situation.*

(just) as well (to do sth) sensible; a good idea நியாயமானதாக; விவேகமானதாக; நடைமுறைக்கு ஒத்ததாக *It would be just as well to ask his permission.*

well[3] /wel/ *exclamation* **1** used for showing surprise வியப்புக் குறிப்பாகப் பயன்படுத்தப்படுவது *Well, thank goodness you've arrived.* **2** used for expressing uncertainty நிச்சயமற்ற தன்மையை அல்லது உறுதியாகக் கூறமுடியாத நிலையைக் குறிப்பிடப் பயன்படுத்தப்படுவது *'Do you like it?' 'Well, I'm not really sure.'* **3** used when you begin the next part of a story or when you are thinking about what to say next ஒரு கதையின் அடுத்த பகுதியைத் தொடங்கும்போது அல்லது அடுத்துக் கூற வேண்டியதைப் பற்றிச் சிந்தித்துக்கொண்டிருக்கும்போது பயன்படுத்தப்படுவது *Well, the next thing that happened was... • Well now, let me see...* **4** used to show that you are waiting for sb to say sth ஒருவர் ஒன்றைக் கூறப்போவதைத் தான் எதிர்நோக்கியிருப்பதைக் காட்டப் பயன்படுத்தப்படுவது *Well? Are you going to tell us what happened?* **5** used to show that you want to finish a conversation ஓர் உரையாடலை முடித்துக்கொள்ளத் தான் விரும்புவதை உணர்த்தப் பயன்படுத்தப்படுவது *Well, it's been nice talking to you.* **6** (*also* **oh well**) used for showing that you know there is nothing you can do to change a situation ஒரு நிலையை மாற்றத் தான் செய்யக்கூடியது ஒன்றுமில்லை என்பதைத் தான் அறிந்திருப்பதைக் காட்டப் பயன்படுத்தப்படுவது *Oh well, there's nothing we can do about it.*

well[4] /wel/ *noun* [C] **1** a deep hole in the ground from which water is obtained கிணறு; கேணி *to draw water from a well* **2** = **oil well**

well[5] /wel/ *verb* [I] **well (out/up)** (used about a liquid) to come to the surface (ஒரு திரவம் பற்றிக் குறிப்பிடுகையில்) மேற்பரப்புக்கு வா; பொங்கி வா *Tears welled up in her eyes.*

we'll /wi:l/ ➪ **we shall, we will** ஆகியவற்றின் குறுக்க வடிவம்

NOTE **Well** முதற்பகுதியாக அமையும் கூட்டுப்பெயரடைகள் (compound adjectives) ஒரு வினைச்சொல்லை அடுத்துத் தனித்து வரும்போது இணைப்புக்குறி (hyphen) இன்றியும் ஒரு பெயர்ச்சொல்லுக்கு முன் வரும்போது இணைப்புக் குறியுடனும் பயன்படுத்தப்படுகின்றன—*She is well dressed. • a well-dressed woman.*

well balanced *adj.* **1** (used about a person) calm and sensible (ஆள் வகையில்) அமைதியான மற்றும் நல்லறிவுள்ள; உணர்ச்சி வசப்படாத; விவேகமுள்ள **2** (used about a meal, etc.) containing enough of the healthy types of food your body needs (உண்டி முதலியவை வகையில்) உடலுக்குத் தேவையான சத்தான உணவு வகைகளைப் போதுமான அளவு உள்ளடக்கியிருக்கிற; சமச்சீர் உணவான *a well-balanced diet*

well behaved *adj.* behaving in a way that most people think is correct பெரும்பான்மையினருக்கு ஏற்புடையதாகத் தோன்றும் முறையில் நடந்துகொள்கிற; நன்னடத்தையுடைய

well-being *noun* [U] a state of being healthy and happy உடல் நலமும் மகிழ்ச்சியும் கொண்டிருக்கும் நிலை; நன்னிலை; இன்னிலை; நலம்

well dressed *adj.* wearing attractive and fashionable clothes கவர்ச்சியான மற்றும் நவநாகரிக உடைகள் அணிந்துள்ள; எடுப்பாக உடையணிந்துள்ள

well earned *adj.* that you deserve, especially because you have been working hard குறிப்பாக, கடின உழைப்பினால் கிடைக்கப் பெற்றமையால், (அதற்குத்) தகுதியுடையவரான; நியாயமாகத் தனக்கு உரியதான; பெறத்தக்கதான *a well-earned holiday*

well fed *adj.* having good food regularly வழக்கமுறையாக நிறைவான உணவு உண்ணுகிற; கொழுத்த

well informed *adj.* knowing a lot about one or several subjects ஒரு துறை அல்லது பல துறைகள் பற்றி ஏராளமாக அறிந்துவைத்துள்ள; மெத்தப் படித்த; கற்றுத் தேர்ந்த

wellington /ˈwelɪŋtən/ (*informal* **welly** /ˈweli/) *noun* [C] (*pl.* **wellingtons; wellies**) (*BrE*) one of a pair of long rubber boots that you wear to keep your feet and the lower part of your legs dry பாதங்களையும் கால்களின் கீழ்ப்பகுதியையும் ஈரமாகாது மறைக்கும் நீளமான இரப்பர் காலணி *a pair of wellingtons*

well kept *adj.* looked after very carefully so that it has a tidy appearance சீரொழுங்குடன் காணப்படுமாறு கருத்துடன் கவனித்துக்கொள்ளப்படுகிற; நன்கு பராமரிக்கப்படுகிற; நன்னிலையில் அல்லது நேர்த்தியாக வைத்துப் பேணப்படுகிற *a well-kept garden*

well known *adj.* known by a lot of people; famous மிகப் பலருக்கு அறிமுகமான; பிரபலமான ✪ OPP **unknown**

well meaning *adj.* (used about a person) wanting to be kind or helpful, but often not having this effect (ஆள் வகையில்) அன்புடன் அல்லது உதவியாக இருக்க விரும்புகிற ஆனால் பெரும்பாலும் அவ்வாறு உணர்ந்துகொள்ளப்படாத; விரும்பிய பலனை உண்டுபண்ணாத நல்லெண்ணம் அல்லது நன்னோக்கம் உடைய

well meant *adj.* intended to be kind or helpful but not having this result அன்பு காட்டும் அல்லது உதவி செய்யும் நோக்கம் கொண்டிருந்த ஆனால் அதன் பயன் (உரியவருக்குச்) சென்று சேராத; விளைபயனற்ற நன்னோக்கம் கொண்டிருந்த

well read *adj.* having read many books and therefore having a lot of knowledge பல நூல்களைக் கற்று ஏராளமான அறிவு பெற்றுள்ள; மெத்தப் படித்த; பெரும் படிப்பாளியான

well-to-do *adj.* having a lot of money, property, etc. ஏராளமான பணம், சொத்து முதலியவற்றை வைத்திருக்கிற; வசதி மிக்க; செல்வ வளமுள்ள ✪ SYN **rich**

well-wisher *noun* [C] somebody who hopes that a person or thing will be successful ஒருவர் மேற்கொண்ட செயல் கைகூட வேண்டுமென்று விரும்புபவர்; ஒருவரது வெற்றியை விரும்புபவர்; நலம் விழைபவர்; நலம்நாடி *She received lots of letters from well-wishers before the competition.*

went ➪ **go**[1] என்பதன் இறந்தகால வடிவம்

wept ➪ **weep** என்பதன் இறந்தகால மற்றும் இறந்தகால வினையெச்ச வடிவம்

were /wə(r)/ ➪ **be** பார்க்க.

we're /wɪə(r)/ ➪ **we are** என்பதன் குறுக்க வடிவம்

west[1] /west/ *noun* [*sing.*] (*abbr.* **W**) **1** (*also* **the west**) the direction you look towards in order to see the sun go down; one of the four main directions that we give names to (**the points of the compass**) சூரியன் மறையும் திசை; திசையறி கருவி காட்டும் நான்கு முதன்மைத் திசைகளுள் ஒன்று; மேற்கு *Rain is spreading from the west.* • *There's a road* ***to the west of*** *here.* ➪ **compass** பதிவில் படம் பார்க்க. **2 the west; the West** the part of any country, city, etc. that is further to the west than other parts ஒரு நாடு, நகரம் முதலியவற்றின் அதன் மற்ற பகுதிகளை விடக் கூடுதலாக மேற்குப் பக்கத்தில் அமைந்துள்ள பகுதி; மேற்குப் பகுதி *I live in the west of India.* • *The climate in the West is much wetter than the East.* **3 the West** [*sing.*] the countries of North America and Western Europe வட அமெரிக்க மற்றும் மேற்கு ஐரோப்பிய நாடுகள்; மேலை நாடுகள் ➪ **north, south** மற்றும் **east** பார்க்க.

west[2] /west/ *adj.*, *adv.* in, to or towards the west மேற்குத் திசையில் உள்ள/மேற்குத் திசையில்; மேற்கு நோக்கிய/நோக்கி; மேற்குப் பக்கமான/மேற்கே *The island is five miles west of here.* • *to travel west* • *West Delhi*

westbound /ˈwestbaʊnd/ *adj.* travelling or leading towards the west மேற்கு நோக்கிய பயணம் செய்கிற; மேற்கு நோக்கிச் செல்கிற *the westbound Goa Express*

westerly /ˈwestəli/ *adj.* **1** to, towards or in the west மேற்குப் பக்கமான; மேற்கு நோக்கிய; மேற்குத் திசையில் உள்ள *in a westerly direction* **2** (used about winds) coming from the west (காற்று வகையில்) மேற்குத் திசையிலிருந்து வீசுகிற; மேலைக் காற்றான

western (*also* **Western**) /ˈwestən/ *adj.* **1** in or of the west மேற்குத் திசையில் உள்ள; மேற்குத் திசை சார்ந்த *western India* **2** from or connected with the western part of the world, especially Europe or North America உலகின் மேற்குப் பகுதி, குறிப்பாக ஐரோப்பா அல்லது வட அமெரிக்கா தொடர்பான அல்லது அப்பகுதிக்குரிய

westerner /ˈwestənə(r)/ *noun* [C] a person who was born or who lives in the western part of the world, especially Europe or North America உலகின் மேற்குப் பகுதியில், குறிப்பாக ஐரோப்பாவில் அல்லது வட அமெரிக்காவில், பிறந்த அல்லது வாழ்கிற ஒருவர்; மேலை நாட்டவர் *Westerners arriving in China usually experience culture shock.*

westernize (*also* **-ise**) /ˈwestənaɪz/ *verb* [T] (*usually passive*) to make a country or people more like Europe and North America ஒரு நாட்டுக்கு அல்லது மக்களுக்கு ஐரோப்பிய மற்றும் வட அமெரிக்கப் பண்பூட்டு; மேலை மயமாக்கு

the West Indies *noun* [*pl.,with sing. or pl. verb*] a group of islands in the Caribbean Sea that consists of the Bahamas, the Antilles and the Leeward and Windward Islands கரிபியக் கடலிலுள்ள பஹாமாஸ், ஆண்டிலீஸ் மற்றும் லீவாட், விண்ட்வாட் தீவுகள் அடங்கிய தீவுகளின் தொகுதி; மேற்கிந்தியத் தீவுகள் ▶ **West Indian** *noun* [C] *The West Indians won their match against Australia.* ▶ **West Indian** *adj.*

westward /ˈwestwəd/ *adj.* towards the west மேற்கு நோக்கிய *in a westward direction* ▶ **westward** (*also* **westwards**) *adv. to fly westwards*

wet[1] /wet/ *adj.* (**wetter; wettest**) **1** covered in a liquid, especially water நீர்மம், குறிப்பாக நீர் ஊடுபரவியுள்ள; நனைந்துள்ள; ஈரமான *wet clothes/hair/grass/roads* • *Don't* ***get*** *your feet* ***wet***.

NOTE **Moist** என்ற சொல் 'இலேசாக நனைந்துள்ள' எனப் பொருள்படும். **Damp** என்பது மகிழ்வுணர்ச்சி ஊட்டாத இலேசான ஈரத் தோய்வைக் குறிக்கும்—*Don't sit on the grass. It's damp.*

2 (used about the weather, etc.) with a lot of rain (வானிலை முதலியவை வகையில்) ஏராளமான மழையுடன் கூடிய *a wet day* **3** (used about paint, etc.) not yet dry or hard (சாயம் முதலியவை வகையில்) உலர்ந்திராத அல்லது கெட்டிப்பட்டிராத; ஈரமாயுள்ள *The ink is still wet.* ✪ OPP பொருள்கள் **1, 2** மற்றும் **3**-க்கு **dry** **4** (*informal*) (used about a person) without energy or enthusiasm (ஆள் வகையில்) ஊக்கமற்ற; உற்சாகமற்ற; சோர்ந்துள்ள; தளர்ந்துள்ள ▶ **the wet** *noun* [*sing.*] *Come in out of the wet* (= the rainy weather).

IDM **a wet blanket** (*informal*) a person who spoils other people's fun, especially because he or she refuses to take part in sth மற்றவர்களது கேளிக்கையில் பங்குகொள்ள மறுத்து அவர்களுடைய மகிழ்ச்சியைக் கெடுக்கும் ஆள்

wet through extremely wet மிக ஈரமாயுள்ள; சொதசொதப்பான

wet[2] /wet/ *verb* [T] (*pres. part.* **wetting**; *pt, pp* **wet** or **wetted**) **1** to make sth wet ஒன்றை நனை; ஈரமாக்கு **2** (used especially of young children) to make yourself or your bed, clothes, etc. wet by urinating (குறிப்பாக இளஞ் சிறார்கள் வகையில்) சிறுநீர் கழித்துத் தன்னை ஈரப்படுத்திக்கொள் அல்லது தனது படுக்கை, ஆடைகள் முதலியவற்றை ஈரமாக்கு

wetland /ˈwetlənd/ *noun* [C] (*also* **wetlands**) [*pl.*] (in geography) an area of land that is always wet (புவியியலில்) எப்போதும் ஈரக்கசிவுள்ள நிலம்; சதுப்பு நிலம்

wet suit *noun* [C] a rubber suit that covers the whole of the body, used by people doing sports in the water or swimming under the water நீர் விளையாட்டுகளில் அல்லது நீரடி நீச்சலில் பயன்படுத்தப்படும் முழு உடலையும் மறைக்கக் கூடிய தனிவகை இரப்பர் உடுப்பு; நீர்க்காப்பு ஆடை

we've /wiːv/ ➪ **we have** என்பதன் குறுக்க வடிவம்

whack /wæk/ *verb* [T] (*informal*) to hit sb/sth hard ஒருவரை/ஒன்றை வலுவுடன் அடி

whacky = **wacky**

whale /weɪl/ *noun* [C] a very large animal that lives in the sea and looks like a very large fish திமிங்கிலம்

whaling /ˈweɪlɪŋ/ *noun* [U] the hunting of whales திமிங்கில வேட்டை

wharf /wɔːf/ *noun* [C] (*pl.* **wharves** /wɔːvz/) a platform made of stone or wood at the side of a river where ships and boats can be tied up கப்பல்கள் மற்றும் படகுகளைக் கட்டி நிலைப்படுத்துவதற்காக ஆற்றோரத்தில் அமைக்கப்படும் கல் அல்லது மர மேடை; கப்பல்துறை மேடை

what /wɒt/ *det., pronoun* **1** used for asking for information about sb/sth ஒருவர்/ஒன்று குறித்துத் தகவல் வினவப் பயன்படுத்தப்படுவது; என்ன; எவை; யாவை; எதனை; எவற்றை *What time is it?* • *What kind of music do you like?* ➪ **which** பதிவிலுள்ள குறிப்பைப் பார்க்க. **2** the thing or things that have been mentioned or said குறிப்பிடப்பட்டது/குறிப்பிட்டவை; சொல்லப்பட்டது/சொல்லப்பட்டவை; குறிப்பிடப்பட்ட/சொல்லப்பட்ட எதுவோ அது/எவையோ அவை *What he says is true.* • *I haven't got much, but you can borrow what money I have.* **3** used for emphasizing sth ஒன்றை அழுத்தமாகக் கூறப் பயன்படுத்தப்படுவது *What strange eyes she's got!* • *What a kind thing to do!* **4** used to express surprise or to tell sb to say or repeat sth வியப்பை வெளிப்படுத்த அல்லது ஒன்றைக் கூறுமாறு அல்லது மீண்டும் கூறுமாறு ஒருவரிடம் சொல்லப் பயன்படுத்தப்படுவது *'I've asked Asha to marry me.' 'What!'*

IDM **how/what about...?** ➪ **about**[2] பார்க்க.

what for for what purpose or reason என்ன நோக்கத்திற்காக அல்லது காரணத்திற்காக; எதற்காக; எதனை முன்னிட்டு *What's this little switch for?* • *What did you say that for* (= why did you say that)?

what if...? what would happen if...? குறிப்பிட்டவாறு நேருமாயின் அதன் விளைவு என்னவாக இருக்கும்?.. என ஆனால் என்ன நிகழும்? *What if the car breaks down?*

whatever /wɒt'evə(r)/ *det., pronoun, adv.* **1** any or every; anything or everything எந்த ஒன்றையும்; எதனையும்; ஒவ்வொன்றையும் *You can say whatever you like.* • *He took whatever help he could get.* **2** used to say that it does not matter what happens or what sb does, because the result will be the same இறுதி முடிவில் மாற்றம் ஏற்படப் போவதில்லையாகையால், என்ன நிகழ்ந்தாலும் அல்லது ஒருவர் என்ன சொன்னாலும் அதனைப் பொருட்படுத்த வேண்டியதில்லை என்று கூறப் பயன்படுத்தப்படுவது; எது ஆயினும்; என்னவாயினும் *I still love you, whatever you may think.* • *Whatever she says, she doesn't really mean it.* **3** (used for expressing surprise or worry) what (வியப்பை அல்லது கவலையை வெளிப்படுத்தப் பயன்படுத்தப்படுவது) என்ன! யாது! *Whatever could have happened to them?* **4** (*also* **whatsoever**) at all அறவே; முற்றிலும் *I've no reason whatever to doubt him.* • *'Any questions?' 'None whatsoever.'*

IDM **or whatever** (*informal*) or any other or others of a similar kind (குறிப்பிடப்பட்டது) அல்லது அது போன்ற எதனையாவது/எவற்றையாவது *You don't need to wear anything smart—jeans and a sweater or whatever.*

whatever you do used to emphasize that sb must not do sth ஒருவர் ஒன்றைச் செய்யக்கூடாது என்பதை உறுதியாகக் கூறப் பயன்படுத்தப்படுவது *Don't touch the red switch, whatever you do.*

wheat /wi:t/ *noun* [U] **1** a type of grain which can be made into flour மாவாக அரைக்கத்தக்க தானிய வகை; கோதுமை **2** the plant which produces this grain கோதுமைப் பயிர் *a field of wheat* ➪ **cereal** பதிவில் படம் பார்க்க.

wheel[1] /wi:l/ *noun* [C] **1** one of the circular objects under a car, bicycle, etc. that turns when it moves சக்கரம்; வண்டிச்சக்கரம் *His favourite toy is a dog on wheels.* **2** [*usually sing.*] = **steering wheel** *Her husband was* ***at the wheel*** (= he was driving) *when the accident happened.* ➪ **bicycle** பதிவில் படம் பார்க்க.

wheel[2] /wi:l/ *verb* **1** [T] to push along an object that has wheels; to move sb about in/on a vehicle with wheels சக்கரங்கள் பொருத்தப்பட்ட ஒரு பொருளை நெடுகத் தள்ளு; சக்கரங்களை உடைய ஓர் ஊர்தியினுள்/ஊர்தியின் மேல் உள்ள ஒருவரை ஒரு திசையில் செலுத்து; ஒரு சக்கர அமைப்பை உருட்டிச் செலுத்து *He wheeled his bicycle up the hill.* • *She was wheeled back to her bed on a trolley.* **2** [I] to fly round in circles வானில் வட்டமிடு; வட்டமாகப் பற *Birds wheeled above the ship.* **3** [I] to turn round suddenly திடீரெனச் சுழன்று திரும்பு *Kamala wheeled round, with a look of horror on her face.*

wheelbarrow /'wi:lbærəʊ/ (*also* **barrow**) *noun* [C] a type of small open container with one wheel and two handles that you use outside for carrying things வெளியிடத்தில் பொருள்களை வைத்துக் கொண்டுசெல்லப் பயன்படுத்தப்படும், ஒற்றைச் சக்கரமும் இரண்டு கைப்பிடிகளும் உடைய மூடாக்கற்ற சிறு கொள்கல வகை; ஒற்றைச் சக்கரக் கைவண்டி/தள்ளுவண்டி ➪ **gardening** பதிவில் படம் பார்க்க.

wheelchair /'wi:ltʃeə(r)/ *noun* [C] a chair with large wheels that a person who cannot walk can move or be pushed about in நடக்க முடியாத ஒருவர் செல்வதற்கான அல்லது அவரை அமர்த்தித் தள்ளிக்கொண்டு செல்வதற்கான பெரிய சக்கரங்கள் பொருத்தப்பட்ட நாற்காலி; சக்கர நாற்காலி

wheeze /wi:z/ *verb* [I] to breathe noisily, for example if you have a chest illness மார்புக் கோளாறு முதலியவற்றின் காரணமாக ஓசைபடச் சுவாசி; ஊதல் ஒலியுடன் மூச்சுவிடு

when /wen/ *adv., conj.* **1** at what time எந்த நேரத்தில்/காலத்தில்; எப்பொழுது *When did she arrive?* • *I don't know when she arrived.* **2** used for talking about the time at which sth happens or happened ஒன்று நிகழ்கிற அல்லது நிகழ்ந்த நேரத்தை/காலத்தைப் பற்றிப் பேசப் பயன்படுத்தப்படுவது; குறிப்பிடப்பட்ட நிகழ்வு நேரத்தில்; என்ற பொழுதில்; அப்பொழுது *Sunday is the day when I can relax.* • *I last saw her in May, when she was in Pune.*

> NOTE வருங்காலத்திற்குரிய ஒரு நேரம் பற்றிப் பேசும்போது **when**-ஐ அடுத்து நிகழ்கால வினை பயன்படுத்தப்படும்—*I'll call you when I'm ready.*

3 since; as; considering that காரணத்தினால்; முன்னிட்டு; பார்க்குமிடத்து; நோக்குகையில் *Why do you want more money when you've got enough already?*

> NOTE நிகழக்கூடியது என்று தான் கருதும் அல்லது அறிந்துள்ள ஒன்றைப் பற்றிப் பேச **when** பயன்படுத்தப்படும். அதனைப் பற்றித் தான் உறுதியாகக் கூறமுடியாத நிலையில் **if** வரும். கீழ்க்கண்டவற்றை ஒப்பு நோக்குக—*I'll ask her when she comes* (= you are sure that she will come). • *I'll ask her if she comes* (= you are not sure whether she will come or not).

whence /wens/ *adv.* (*old-fashioned*) (from) where எந்த இடத்திலிருந்து; எங்கிருந்து *They returned whence they came.*

whenever /wen'evə(r)/ *conj., adv.* **1** at any time; no matter when எப்பொழுதாயினும் *You can borrow my car whenever you want.* • *Don't worry. You can give it back the next time you see me, or whenever.* **2** (used when you are

showing that you are surprised or impatient) when (வியப்பை அல்லது பொறுமையின்மையை வெளிப்படுத்தப் பயன்படுத்தப்படுவது) எப்பொழுது *Whenever did you find time to do all that cooking?*

where /weə(r)/ *adv., conj.* **1** in or to what place or position எந்த இடத்தில் அல்லது இடத்திற்கு; எந்த நிலையில் அல்லது நிலைக்கு; எங்கே; எங்கு *Where can I buy a newspaper?* • *I asked him where he lived.* **2** in or to the place or situation mentioned குறிப்பிடப்பட்ட இடத்தில் அல்லது இடத்திற்கு; குறிப்பிடப்பட்ட நிலையில் அல்லது நிலைக்கு *We came to a village, where we stopped for lunch.* • ***Where** maths **is concerned**, I'm hopeless.*

whereabouts[1] /ˌweərəˈbaʊts/ *adv.* where; in or near what place எங்கே; எந்த இடத்தில்; எந்த இடத்திற்கருகில் *Whereabouts did you lose your purse?*

whereabouts[2] /ˈweərəbaʊts/ *noun* [*pl.*] the place where sb/sth is ஒருவர்/ஒன்று இருக்குமிடம்; இருப்பிடம் *The whereabouts of the stolen painting are unknown.*

whereas /ˌweərˈæz/ *conj.* used for showing a fact that is different மாறுபட்ட ஓர் உண்மையைத் தெளிவுபடுத்தப் பயன்படுத்தப்படுவது: அப்படியிருக்க; அதே சமயத்தில், நேர்மாறாக *He eats meat, whereas she's a vegetarian.* ✪ SYN **while**

whereby /weəˈbaɪ/ *adv.* (*written*) by which; because of which அதன்படி; அதனால்; அது காரணமாக *These countries have an agreement whereby foreign visitors can have free medical care.*

whereupon /ˌweərəˈpɒn/ *conj.* (*written*) after which அதன் பிறகு; அதனை அடுத்து *He fell asleep, whereupon she walked quietly from the room.*

wherever /weərˈevə(r)/ *conj., adv.* **1** in or to any place எந்த இடத்திலும்; எந்த இடத்திற்கும்; எங்காயினும்; எங்கு வேண்டுமானாலும் *You can sit wherever you like.* **2** everywhere, in all places that (குறிப்பிடப்பட்ட) எல்லா இடங்களிலும்; ஒவ்வொரு இடத்திலும் *Wherever I go, he goes.* **3** used for showing surprise வியப்பை வெளிப்படுத்தப் பயன்படுத்தப்படுவது *Wherever did you learn to cook like that?*

IDM **or wherever** or any other place அல்லது வேறோர் இடத்திலிருந்து/இடத்திற்கு *The students might be from Sweden, Denmark or wherever.*

whet /wet/ *verb* (**whetting; whetted**)

IDM **whet sb's appetite** to make sb want more of sth ஒருவர் ஒன்றை மேலும் விரும்பச் செய்; நாட்டம் மிகுவி; அவாப் பெருக்கு *Our short stay in Darjeeling whetted our appetite to spend more time there.*

whether /ˈweðə(r)/ *conj.* **1** (used after verbs like 'ask', 'doubt', 'know', etc.) if உண்டா/ஆமா இல்லையா என்று வினவ 'ask', 'doubt', 'know', முதலிய வினைகளை அடுத்துப் பயன்படுத்தப்படுவது *He asked me whether we would be coming to the party.* **2** used for expressing a choice or doubt between two or more possibilities இரண்டு அல்லது இரண்டுக்கு மேற்பட்ட சாத்தியக் கூறுகளுள் ஒன்றைத் தேர்ந்தெடுக்க அல்லது அது குறித்த ஐயப்பாட்டை வெளிப்படுத்தப் பயன்படுத்தப்படுவது: இரண்டில்/பலவற்றுள் எது என்று *I can't make up my mind **whether** to go or not.*

NOTE மேற்கண்ட முதலாவது பொருள் வகையில் **whether, if** இரண்டையும் பயன்படுத்தலாம். 'To'+வினைச்சொல்லுக்கு முன் **whether** மட்டுமே வரும்—*Have you decided whether to accept the offer yet?* ஒரு முன்னுருபு (preposition)க்குப் பின் **whether** மட்டுமே பயன்படுத்தப்படும்—*the problem of whether to accept the offer*

IDM **whether or not** used to say that sth will be true in either of the situations that are mentioned குறிப்பிடப்பட்டுள்ள இரண்டு சூழல்களிலுமே ஒன்று மெய்யானதாக இருக்கும் என்று கூறப் பயன்படுத்தப்படுவது: எப்படியானாலும் *We shall play on Saturday whether it rains or not.* • *Whether or not it rains, we shall play on Saturday.*

whey /weɪ/ *noun* [U] the thin liquid that is left from sour milk after the solid parts (**curds**) have been removed புளிக்க வைக்கப்பட்ட பாலிலிருந்து தயிர்க்கட்டிகளை எடுத்துவிட்ட பின் எஞ்சியிருக்கும் கெட்டியாக இல்லாத நீர்மம்; உறைபால் தெளிவு; பாற்கட்டி ஊறல்நீர்

which /wɪtʃ/ *det., pronoun* **1** used in questions to ask sb to be exact, when there are a number of people or things to choose from பலவான ஆட்கள் அல்லது பொருள்களிலிருந்து தேர்வு செய்ய வேண்டிய நிலையில், துல்லியமாகக் கூறும்படி ஒருவரிடம் சொல்ல வினாக்களில் பயன்படுத்தப்படுவது: எது; எந்த; எவை; எவர்; எதனை; எவரை *Which hand do you write with?* • *She asked me which book I preferred.*

NOTE **Which, what** ஆகிய இரண்டுக்கும் உள்ள வேறுபாடு பற்றிக் குறிப்பிடுகையில், வரையறைக்கு உட்பட்ட ஒரு தொகுதியிலிருந்து அல்லது எண்ணிக்கையிலிருந்து தேர்வு செய்யவேண்டி இருக்கும்போது **which** பயன்படுத்தப்படுகிறது—*Which car is yours? The Ford or the Volvo* (= there are only two cars there.)*?* வரையறுக்கப்படாத தொகுதி அல்லது எண்ணிக்கையிலிருந்து

தேர்வு செய்ய வேண்டியபோது **what** பயன்படுத்தப்படும்—*What car would you choose* (= of all the makes of car that exist), *if you could have anyone you wanted?* • *What is your name?*

2 used for saying exactly what thing or things you are talking about பேசப்படுவது இன்னது/இன்னவை என்பதைத் துல்லியமாகக் கூறப் பயன்படுத்தப்படுவது *Cars which use unleaded petrol are more eco-friendly.* • (*formal*) *The situation* ***in which*** *he found himself was very difficult.*

NOTE முறைசார்பு குறைந்த வழக்கில் கீழ்க்கண்டவாறு எழுதலாம்—*The situation* ***which*** *he found himself* ***in*** *was very difficult.* இந்த எடுத்துக்காட்டில் உள்ள **'which'** பொதுவாக விடப்பட்டுவிடுகிறது—*The situation he found himself in...*

3 used for giving more information about a thing or animal ஒரு பொருள் அல்லது விலங்கு பற்றிக் கூடுதலான தகவல் அளிக்கப் பயன்படுத்தப்படுவது *My first car, which I bought as a student, was a Maruti 800.* **NOTE** 'Which'-க்கு முன்பாகவும் 'which'-ஆல் முன்வைக்கப்படும் வாக்கியப்பகுதியின் இறுதியிலும் காற்புள்ளிகள் (commas) உள்ளதைக் கவனத்தில் கொள்க. **4** used for making a comment on what has just been said சற்று முன் கூறப்பட்டுள்ளதைப் பற்றிக் கருத்துக் கூறப் பயன்படுத்தப்படுவது *We had to wait 16 hours for our plane, which was really annoying.* **NOTE** 'Which'-க்கு முன் காற்புள்ளி (comma) இருக்கும்.

whichever /wɪtʃˈevə(r)/ *det., pronoun* **1** any person or thing; it does not matter which one you choose (தேர்வு செய்தல் வகையில்) எவராயினும் ஒருவர்/ ஒருவரை; எதுவாயினும் ஒன்று/ஒன்றை; எவராயினும்/எதுவாயினும் ஒரு *You can choose whichever book you want.* **2** used for expressing surprise ஒன்று குறித்து வியப்பை வெளிப்படுத்தப் பயன்படுத்தப்படுவது which எது! எந்த! *You're very late. Whichever way did you come?*

whiff /wɪf/ *noun* [C, *usually sing.*] **a whiff (of sth)** a smell, especially one which only lasts for a short time குறிப்பாக, சிறிது நேரமே நீடித்திருக்கும் ஒரு மணம்; ஒரு வாசத்தின் வீச்சு *He* ***caught a whiff*** *of her perfume.*

while¹ /waɪl/ (*formal* **whilst** /waɪlst/) *conj.* **1** during the time that; when குறிப்பிட்ட ஒரு செயல் நிகழ்வின்போது; அச்சமயத்தில்; அப்பொழுது *He always phones while we're having lunch.* **2** at the same time as உடன் நிகழ்வாக; அதே வேளையிலேயே *He always listens to the radio while he's driving to work.* **3** (*formal*) used when you are contrasting two ideas இரண்டு கருத்துகளை வேறுபடுத்திக் காட்டும்போது பயன்படுத்தப்படுவது: நேர்மாறாக; அதே சமயத்தில் *Some countries are rich, while others are extremely poor.* ✪ SYN **whereas**

while² /waɪl/ *noun* [*sing.*] a (usually short) period of time (பெரும்பாலும் குறுகிய) காலப்பகுதி; சிறிது நேரம்/காலம் *Let's sit down here for a while.*

IDM once in a while ⇨ **once** பார்க்க.
worth sb's while ⇨ **worth¹** பார்க்க.

while³ /waɪl/ *verb*

PHR V while sth away to pass time in a lazy or relaxed way சோம்பலுடன் அல்லது கவலையற்ற முறையில் நேரம் கழி; பொறுப்பின்றிப் பொழுதுபோக்கு *We whiled away the evening chatting and listening to music.*

whim /wɪm/ *noun* [C] a sudden idea or desire to do sth (often sth that is unusual or not necessary) திடீரெனத் தோன்றும் (பெரும்பாலும் வழக்கத்திற்கு மாறான அல்லது வேண்டாத) கருத்து அல்லது விருப்பம்; தற்போக்கெண்ணம்; திடீர் ஆர்வம் *We bought the house* ***on a whim.***

whimper /ˈwɪmpə(r)/ *verb* [I] to cry softly, especially with fear or pain குறிப்பாக அச்சம் அல்லது வலி காரணமாக, தாழ்குரலில் அழு; தேம்பு; விம்மு ► **whimper** *noun* [C]

whine /waɪn/ *verb* **1** [I, T] to complain about sth in an annoying, crying voice வெறுப்பூட்டத்தக்க அழுகைக் குரலில், ஒரு வலி, நோய் முதலியவற்றைப் பற்றித் தெரிவி; சிணுங்கு; அழுது குறை சொல் *The children were whining all afternoon.* **2** [I] to make a long high unpleasant sound because you are in pain or unhappy வலி அல்லது மனக்குறை காரணமாக, நீண்டு ஓங்கிய இனிமையற்ற ஒலி செய்; புலம்பு *The dog is whining to go out.* ► **whine** *noun* [C]

whip¹ /wɪp/ *noun* [C] a long thin piece of leather, etc. with a handle, that is used for making animals go faster and for hitting people as a punishment சாட்டை; கசை; சவுக்கு *He* ***cracked the whip*** *and the horse leapt forward.*

whip² /wɪp/ *verb* (**whipping; whipped**) **1** [T] to hit a person or an animal hard with a whip, as a punishment or to make him/her/it go faster or work harder தண்டனையாக அல்லது துரிதப்படுத்துவதற்காக அல்லது மேலும் கடுமையாக உழைக்கச் செய்வதற்காக ஓராளை அல்லது ஒரு விலங்கைச் சாட்டையினால் பலமாக அடி; கசையடி கொடு **2** [I] (*informal*) to move quickly, suddenly or violently விரைவுடன், திடீரென அல்லது முரட்டுத்தனமாக இயங்கு *She whipped round to see what had made the noise behind her.* **3** [T] to remove or pull sth quickly and suddenly விரைவாகவும் திடீரெனவும் ஒன்றை அகற்று அல்லது இழு *He whipped out a pen* *and made a note of the number.* **4** [T] **whip sth (up)** to mix the white part of an egg or cream until it is light and thick முட்டையின் வெண்கரு அல்லது பாலேடு மென்மையாகவும் கெட்டியாகவும் ஆகும்வரை அதனைக் கலக்கு; அடித்துக் கலக்கு; கடை *whipped cream*

PHR V **whip through sth** (*informal*) to do or finish sth very quickly ஒன்றை மிக விரைவாகச் செய் அல்லது செய்துமுடி

whip sb/sth up to deliberately try to make people excited or feel strongly about sth திட்டமிட்டு ஆட்கள் பதற்றம் அல்லது உணர்ச்சிக் கடுமை கொள்ளச் செய்; உணர்ச்சியைக் கிளறிவிடு *to whip up excitement*

whip sth up (*informal*) to prepare food quickly விரைவாக உணவு தயார் செய் *to whip up a quick snack*

whir (especially *AmE*) = **whirr**

whirl[1] /wɜːl/ *verb* [I, T] to move, or to make sb/sth move, round and round very quickly in a circle ஒரு வட்டப் பாதையில் மிக விரைவாகச் சுற்றிச்சுற்றிச் செல்; ஒருவரை/ஒன்றை இவ்வாறு செல்லச் செய்; விரைவாகச் சுழல் அல்லது சுழற்று *The dancers whirled round the room.* • (*figurative*) *I couldn't sleep. My mind was whirling after all the excitement.*

whirl[2] /wɜːl/ *noun* [*sing.*] **1** the action or sound of sth moving round and round very quickly மிக்க விரைவுடன் ஒன்று சுழலுதல்; சுழற்சி; ஒன்று சுழலும் ஒலி *the whirl of the helicopter's blades* **2** a state of confusion or excitement மனக் குழப்ப நிலை; பதற்றம்; படபடப்பு; பரபரப்பு *My head's **in a whirl**—I'm so excited.* **3** a number of events or activities happening one after the other ஒன்றை அடுத்து ஒன்றாக நிகழும் பலவான நிகழ்ச்சிகள் அல்லது செயல்கள்; தொடர் நிகழ்வுகள்/செயல்கள் *The next few days passed in a whirl of activity.*

IDM **give sth a whirl** (*informal*) to try sth to see if you like it or can do it ஒன்றின் மீதான தனது விருப்பத்தை அல்லது ஒன்றைச் செய்வதற்கான தனது ஆற்றலைக் கண்டறிய அதில் தன்னை ஈடுபடுத்திப் பார்

whirlpool /ˈwɜːlpuːl/ *noun* [C] a place in a river or the sea where currents in the water move very quickly round in a circle நதியில் அல்லது கடலில் நீரோட்டம் மிக விரைவாகச் சுழலும் இடம்; நீர்ச்சுழி, சுழல்

whirlwind /ˈwɜːlwɪnd/ *noun* [C] a very strong circular wind that forms a tall column of air moving round and round in a circle as it travels across the land or the sea நிலத்தின் அல்லது கடலின் ஊடாக வீசும்போது சுழன்று சுழன்று வீசி உயரமான வளித் தூணாகக் காணப்படும் கடுங்காற்று; சுழற்காற்று; சூறாவளி ➪ **storm** பதிவிலுள்ள குறிப்பைப் பார்க்க.

whirr (*AmE* **whir**) /wɜː(r)/ *verb* [I] to make a continuous low sound like the parts of a machine moving இயக்கத்தில் உள்ள இயந்திரப் பகுதிகள் போன்று தொடர் தாழ்வொலி செய்; 'விர்' என்ற ஒலி எழுப்பு *The noise of the fan whirring kept me awake.* ▶ **whirr** (*also AmE* **whir**) *noun* [C, *usually sing.*]

whisk[1] /wɪsk/ *noun* [C] a tool that you use for beating eggs, cream, etc. very fast முட்டைகள், பாலேடு முதலியவற்றை மிக விரைவாகக் கலக்குவதற்குப் பயன்படுத்தப்படும் கருவி; மத்து வகை ➪ **kitchen** பதிவில் படம் பார்க்க.

whisk[2] /wɪsk/ *verb* [T] **1** to beat or mix eggs, cream, etc. very fast using a fork or a whisk முட்கரண்டியை அல்லது மத்தைக் கொண்டு முட்டைகள், பாலேடு முதலியவற்றை மிக விரைவாகக் கலக்கு *Whisk the egg whites until stiff.* **2** to take sb/sth somewhere very quickly மிக விரைவாக ஒருவரை/ஒன்றை ஓரிடத்திற்குக் கொண்டுசெல் *The prince was whisked away in a black limousine.*

whisker /ˈwɪskə(r)/ *noun* [C] one of the long thick hairs that grow near the mouth of some animals such as a mouse, cat, etc. சுண்டெலி, பூனை முதலியவற்றின் வாயருகில் வளரும் நீண்டு தடிப்பான மயிர்களுள் ஒன்று; மீசை மயிர் ➪ **lion** பதிவில் படம் பார்க்க.

whisky /ˈwɪski/ *noun* (*pl.* **whiskies**) **1** [U] a strong alcoholic drink that is made from grain and is sometimes drunk with water and/or ice தானியங்களிலிருந்து தயாரிக்கப்படுவதும் சில சமயங்களில் நீர் மற்றும்/அல்லது பனிக்கட்டிச் சேர்த்து அருந்தப்படுவதுமான வெறியத் தன்மை மிக்க மது வகை; மாத்தேறல் வகை; விஸ்கி *Scotch whisky* **2** [C] a glass of whisky ஒரு கோப்பையளவு விஸ்கி

whisper /ˈwɪspə(r)/ *verb* [I,T] to speak very quietly into sb's ear, so that other people cannot hear what you are saying தான் சொல்வது மற்றவர்களுக்குக் கேட்காத வகையில் ஒருவரது காதருகில் ஓசையின்றிப் பேசு; காதோடு காதாகப் பேசு; கிசுகிசு ▶ **whisper** *noun* [C] *to speak **in a whisper***

whistle[1] /ˈwɪsl/ *noun* [C] **1** a small metal or plastic tube that you blow into to make a long high sound or music நீண்டு ஓங்கிய ஒலி அல்லது இசை எழுமாறு வாயினால் ஊதப்படும் சிறு உலோக அல்லது பிளாஸ்டிக் குழல்; ஊதல் *The referee blew his whistle to stop the game.* **2** the sound made by blowing a whistle or by blowing air out between your lips ஊதலால் ஊதி அல்லது உதடுகளுக்கு இடையே காற்றை

வெளியேற்றி எழுப்பப்படும் ஒலி; சீழ்க்கை ஒலி; சீட்டி *United scored just moments before **the final whistle**.* • *He gave a low whistle of surprise.*

whistle² /ˈwɪsl/ *verb* **1** [I, T] to make a musical or a high sound by forcing air out between your lips or by blowing a whistle உதடுகளுக்கு இடையே காற்றை வெளியேற்றி அல்லது ஊதலால் ஊதி இசையொலி அல்லது ஓங்கொலி எழுப்பு; சீழ்க்கையடி *He whistled a tune to himself.* **2** [I] to move somewhere quickly making a sound like a whistle சீழ்க்கையொலி போன்று ஒலி எழுப்பிக்கொண்டு விரைவாக ஓரிடத்திற்குச் செல் *A bullet whistled past his head.*

whistle-blower *noun* (*informal*) a person who informs on someone engaged in an illicit activity சட்டத்திற்கு விரோதமான நட்வடிக்கையில் ஈடுபட்டுள்ள ஒருவர் பற்றித் தகவல் அளிப்பவர் ▶ **whistle-blowing** *noun, adj.*

whistle-stop *adj.* (*only before a noun*) visiting a lot of different places in a very short time while pausing briefly மிகக்குறுகிய காலத்தில் பல்வேறு இடங்களுக்குச் சிறிய இடை ஓய்வுகளுடன் பயணம் செய்கிற; குறுகிய ஓய்வுகளுடன் கூடிய விரை பயணமான *a whistle-stop election campaign*

white¹ /ˈwaɪt/ *adj.* **1** of the very light colour of fresh snow or milk மாசுபடாத பனியின் அல்லது பாலின் வெளிறிய நிறமான; வெண்ணிறமான *a white shirt* • *white coffee* (= with milk) **2** (used about a person) belonging to or connected with a race of people who have pale skin (ஆள் வகையில்) வெளிறிய நிறமுள்ள தோலுடைய மக்கள் இனத்தைச் சார்ந்த அல்லது அவ்வினம் தொடர்பான; வெள்ளையர் இனம் சார்ந்த **3 white** (**with sth**) (used about a person) very pale because you are ill, afraid, etc. (ஆள் வகையில்) உடல்நலக் குறைவு, அச்சம் முதலியவை காரணமாக மிகவும் வெளிறிக் காணப்படுகிற; வெளிறிய தோற்றமுடைய *to be white with shock/anger/fear* • *She went **white as a sheet** when they told her.*

IDM **black and white** ➪ **black¹** பார்க்க.

white² /waɪt/ *noun* **1** [U] the very light colour of fresh snow or milk மாசுபடாத பனியின் அல்லது பாலின் வெளிறிய நிறம்; வெண்ணிறம்; வெள்ளை நிறம் *She was dressed **in white**.* **2** [C, *usually pl.*] a member of a race of people with pale skin வெளிறிய நிறமுள்ள தோலுடைய மக்கள் இனத்தைச் சார்ந்தவர்; வெள்ளையர் **3** [C, U] the part of an egg that surrounds the yellow part (**yolk**) and that becomes white when it is cooked மஞ்சள் கருவைச் சூழ்ந்துள்ளதும் வேக வைக்கும்போது வெண்ணிறம் பெறுவதுமான முட்டைப் பகுதி; முட்டை வெண்கரு *Beat the whites of four eggs.* **4** [C] the white part of the eye கண்ணின் வெண்ணிறப் பகுதி; வெள்ளை விழி

IDM **in black and white** ➪ **black²** பார்க்க.

whitebait /ˈwaɪtbeɪt/ *noun* [*pl.*] very small young fish of several types that are fried and eaten whole துண்டுபடுத்தாது முழுமையாகப் பொரித்து உண்ணப்படும் பலவகைப்பட்ட சிறு மீன் குஞ்சுகள்

white-collar *adj.* (used about work) done in an office not a factory; (used about people) who work in an office (வேலை வகையில்) தொழிற்சாலையில் அல்லாது அலுவலகத்தில் செய்யப்படுகிற; மேசையடித் தொழிலான; (ஆள் வகையில்) அலுவலகத்தில் வேலை செய்கிற ➪ **bluecollar** பார்க்க.

white elephant *noun* [*sing.*] something that you no longer need and that is not useful any more, although it cost a lot of money மிகு விலை கொடுத்து வாங்கப்பட்டதாயினும், இனி தனக்குத் தேவையற்றதும் பயன்படாததுமான ஒன்று; தண்டமாக உள்ள விலையுயர்ந்த ஒன்று

white-hot *adj.* (of sth burning) so hot that it looks white (எரிந்துகொண்டிருக்கும் ஒன்று பற்றிக் குறிப்பிடுகையில்) மிகு சூடாகி வெண்ணிறமாகத் தோன்றுகிற

the White House *noun* [*sing.*] **1** the large building in Washington D.C. where the US president lives and works (கொலம்பியா மாநிலத்தைச் சார்ந்த) வாஷிங்டனில் உள்ள ஐக்கிய அமெரிக்கக் குடியரசுத் தலைவர் குடியிருக்கும் மற்றும் பணியாற்றும் மாளிகை; வெள்ளை மாளிகை **2** used to refer to the US president and the other people in the government who work with him/her ஐக்கிய அமெரிக்கக் குடியரசுத் தலைவர் மற்றும் உடன் பணியாற்றும் அரசு அலுவலர்கள்

white lie *noun* [C] a lie that is not very harmful or serious, especially one that you tell because the truth would hurt sb அதிகப்படியான தீங்கு விளைவிக்காத அல்லது கடுமையானதாக இல்லாத பொய், குறிப்பாக உண்மை ஒருவருக்கு வருத்தம் உண்டாக்கும் என்ற காரணத்தினால் கூறப்படும் பொய்

white light *noun* [U] ordinary light that is colourless நிறமற்ற சாதாரண ஒளி ➪ **prism** பதிவில் படம் பார்க்க.

whitewash¹ /ˈwaɪtwɒʃ/ *noun* [U] **1** a white liquid that you use for painting walls சுவர்களுக்குச் சாயம் பூசப் பயன்படுத்தப்படும் வெண்ணிற நீர்ம வகை; சுண்ணாம்பு நீர் **2** [*sing.*] trying to hide unpleasant facts about sb/sth ஒருவர்/ஒன்று பற்றிய பாதகமான உண்மைகளை மறைக்க முயல்தல்; பூசிமழுப்புதல் *The opposition claimed the report was a whitewash.*

whitewash² /ˈwaɪtwɒʃ/ *verb* [T] **1** to paint whitewash onto a wall சுவருக்கு வெள்ளையடி; (சுண்ணாம்பு முதலியவை) தீற்று **2** to try to hide sth bad or wrong that you have done தான் செய்துள்ள மோசமான அல்லது தவறான ஒன்றை மறைக்க முயல்; பூசிமழுப்பு

white-water rafting *noun* the sport of travelling down a fast rough section of a river, lake, etc. in a rubber boat ஆறு, ஏரி முதலியவற்றின் கொந்தளிப்பான பகுதியின் ஊடாக இரப்பர் படகில் பயணம் செய்யும் விளையாட்டு; பொங்கு நீர்ப் படகுச் சவாரி

whizz¹ (*AmE* **whiz**) /wɪz/ *verb* [I] (*informal*) to move very quickly, often making a high continuous sound பெரும்பாலும் தூக்கலான தொடர் ஒலியுடன் மிக விரைவாகச் செல்; விர்ரென்ற ஒலியுடன் மிக விரைந்து செல் *The racing cars went whizzing by.*

whizz² (*AmE* **whiz**) /wɪz/ *noun* [*sing.*] (*informal*) a person who is very good and successful at sth ஒன்றில் மிக்க வல்லமையும் வெற்றியாக்கமும் உடைய ஒருவர்; திறமைசாலி; வல்லவர் *She's a whizz at crosswords.* • *He's our new marketing **whizz-kid*** (= a young person who is very good at sth).

WHO /ˌdʌbljuː eɪtʃ ˈəʊ/ *abbr.* World Health Organization; an international organization that tries to fight and control disease நோய்த்தடுப்பு முயற்சியில் ஈடுபட்டுள்ள பன்னாட்டு அமைப்பான World Health Organization (உலக ஆரோக்கிய/உடல்நல அமைப்பு) என்பதன் குறுக்கம்.

who /huː/ *pronoun* **1** used in questions to ask sb's name, identity, position, etc. ஒருவரது பெயர், அடையாளம், பதவி முதலியவற்றை வினவ வினாக்களில் பயன்படுத்தப்படும் சொல்: யார்; எவர்; எப்படிப்பட்டவர் *Who was on the phone?* • *Who's that woman in the grey suit?* • *She wondered who he was.* **2** used for saying exactly which person or what kind of person you are talking about தன்னால் குறிப்பிடப்படுபவர் இன்னார் அல்லது இப்படிப்பட்டவர் என்பதைத் துல்லியமாகக் கூறப் பயன்படுத்தப்படுவது *I like people who say what they think.* (*informal*) • *That's the man who I met at Jaya's party.* • *The woman who I work for is very nice.*

NOTE **Who** செயப்படுபொருளாக அல்லது ஒரு முன்னுருபுடன் வரும் மேற்கண்ட கடைசி இரண்டு எடுத்துக்காட்டுகளில் who-ஐப் பயன்படுத்தாதும் விட்டுவிடலாம்—*That's the man I met at Jaya's party.* • *The woman I work for is very nice.*

3 used for giving extra information about sb ஒருவரைப் பற்றி மிகைப்படியான தகவல் அளிக்கப் பயன்படுத்தப்படுவது *My mother, who's over 80, still drives a car.* **NOTE** மிகைப்படியான தகவல் காற்புள்ளியிட்டு முதன்மைத் தொடரிலிருந்து தனிப்படுத்தப்படும். ⇨ **whom** பதிவிலுள்ள குறிப்பைப் பார்க்க.

who'd /huːd/ ⇨ **who had, who would** ஆகியவற்றின் குறுக்க வடிவம்

whoever /huːˈevə(r)/ *pronoun* **1** the person or people who; any person who யாரேனும் ஒருவர்; எவராகிலும் ஒருவர் *I want to speak to whoever is in charge.* **2** it does not matter who யாராயினும்; எவராயினும் *I don't want to see anybody—whoever it is.* **3** (used for expressing surprise) who (வியப்புக் குறிப்பாகப் பயன்படுத்தப்படுவது) யாரோ! எவரோ! *Whoever could have done that?*

whole¹ /həʊl/ *adj.* **1** complete; full முழுமையான; முழு அளவான; அனைத்துமான; எல்லாமுமான *Let's just forget **the whole thing**.* • *She wasn't telling me **the whole truth**.* **2** not broken or cut உடைபடாத; துண்டாகாத; குறைபடாத; பகுதிகள் அனைத்தும் உள்ளடங்கிய *Snakes swallow their prey whole* (= in one piece). ⇨ **wholly** adverb பார்க்க.

whole² /həʊl/ *noun* [*sing.*] **1** a thing that is complete or full in itself தன்னளவில் முழுமையான அல்லது நிறைவான ஒன்று; முழு நிறைவானது; முழுமை *Two halves make a whole.* **2 the whole of sth** all that there is of sth ஒன்றின் அனைத்துப் பகுதிகளும் சேர்ந்த நிறை தொகுதி; முழுமைத் தொகுதி; முழுமொத்தம் *I spent the whole of the morning cooking.*

IDM **as a whole** as one complete thing or unit and not as separate parts தனித்தனிப் பகுதிகளாக அல்லாமல் முழுமையான ஒன்றாக அல்லது ஒரே அலகாகக் காணும்போது; மொத்தத்தில் *This is true in India, but also in Asia as a whole.*

on the whole generally, but not true in every case தனித்தனியாக ஒவ்வொரு நேர்வுக்கும் பொருந்தியதாக அல்லாமல், பொதுப்படையாக; பொதுநிலையில்; மொத்தத்தில் *On the whole I think it's a very good idea.*

wholefood /ˈhəʊlfuːd/ *noun* [U] **wholefoods** [*pl.*] food that is considered healthy because it does not contain artificial substances and is produced as naturally as possible செயற்கைப் பொருள்களை உள்ளடக்கியிராததும் இயன்ற அளவு இயற்கை முறையில் விளைவிக்கப்பட்டதும் ஆதலால் உடல் நலத்திற்கு உகந்ததாகக் கருதப்படுவதுமான உணவு; வேதியியல் பதனம் செய்யப்படாத உணவு; இயல்நிறை உணவு

wholehearted /ˌhəʊlˈhɑːtɪd/ *adj.* complete and enthusiastic முழுமையான மற்றும் ஆர்வக்

கிளர்ச்சியுடன் கூடிய; முழு மனதார்ந்த; இதய பூர்வமான *to give sb your wholehearted support* ▶ **wholeheartedly** *adv.*

wholemeal /ˈhəʊlmi:l/ (*also* **wholewheat**) *adj.* (made from) flour that contains all the grain including the outside layer (**husk**) உமி நீக்காத முழு தானிய மணியின் மாவினால் செய்யப்பட்ட *wholemeal bread/flour*

wholesale /ˈhəʊlseɪl/ *adv., adj.* (*adjective only before a noun*) **1** connected with buying and selling goods in large quantities, especially in order to sell them again and make a profit (குறிப்பாக மறு விற்பனை செய்து இலாபம் ஈட்டுவதற்கு ஏதுவாகப்) பொருள்களைப் பெருமளவில் வாங்கல், விற்றல் தொடர்பான; மொத்த வாணிகமாக/வாணிகமான *They get all their building materials wholesale.* • *wholesale goods/prices* ➪ **retail** பார்க்க. **2** (usually about sth bad) very great; on a very large scale (வழக்கமாக, பாதகமான ஒன்று குறித்துக் குறிப்பிடுகையில்) மிகப் பெரியதாக/பெரியதான; பேரளவாக/பேரளவான *the wholesale slaughter of wild life*

wholesome /ˈhəʊlsəm/ *adj.* **1** good for your health உடல் நலத்திற்கு ஏற்ற; நலநிறைவு அளிக்கக்கூடிய *simple wholesome food* **2** having a moral effect that is good நன்னெறிப்பட்ட; ஒழுக்க நலம் விளைவிக்கக் கூடிய *clean wholesome fun*

who'll /hu:l/ ➪ **who will** என்பதன் குறுக்க வடிவம்

wholly /ˈhəʊlli/ *adv.* completely; fully முழுமையாக; முழு அளவாக; அனைத்துமாக *Ajit is not wholly to blame for the situation.*

whom /hu:m/ *pronoun* (*formal*) used instead of 'who' as the object of a verb or preposition வினைப்படு பெயராக/செயப்படுபொருளாக அல்லது முன்னுருபை அடுத்து 'who'-க்குப் பதிலாகப் பயன்படுத்தப்படுவது: யாரை; எவரை; எவர்களை; யாருக்கு; யாருடன்; யாருக்காக *Whom did you meet there?* • *He asked me whom I had met.*

NOTE **Who**-க்குப் பதிலாக **whom**-ஐப் பயன்படுத்துதல் முறைசார்பு மிக்க வழக்காகும். வழக்கமாக—*He asked me with whom I had discussed it* என்ற வாக்கியத்திற்குப் பதிலாக—*He asked me who I had discussed it with* என்றே கூறுகிறோம். முன்னுருபின் வைப்புநிலை இறுதியில் இருப்பதை நோக்குக.

whooping cough /ˈhu:pɪŋ kɒf/ *noun* [U] a serious disease, especially of children, which makes them cough loudly and not be able to breathe easily உரத்த இருமலும் மூச்சு விடுவதில் இடர்ப்பாடும் உண்டுபண்ணும், குறிப்பாகச் சிறார்களைத் தாக்கும், ஆபத்தான நோய் வகை; கக்குவான்

whoops /wʊps/ *exclamation* used when you have, or nearly have, a small accident ஒரு சிறு விபத்துக்கு உள்ளாகும்போது அல்லது கிட்டத்தட்ட உள்ளாகும் நிலையில் பயன்படுத்தப்படும் உணர்ச்சிக் குறிப்புச் சொல் *Whoops! I nearly dropped the cup.*

whoosh /wʊʃ/ *noun* [C, *usually sing.*] the sudden movement and sound of air or water going past very fast காற்று அல்லது நீர் மிக்க விரைவுடன் திடீரெனக் கடந்துசெல்லும் இயக்கமும் அதன் ஒலியும்; ஓசையார்ந்த விசைப்பாய்ச்சல் ▶ **whoosh** *verb* [I]

who're /ˈhu:ə(r)/ ➪ **who are** என்பதன் குறுக்க வடிவம்

who's /hu:z/ ➪ **who is, who has** ஆகியவற்றின் குறுக்க வடிவம்

whose /hu:z/ *det., pronoun* **1** (used in questions to ask who sth belongs to) of whom? (ஒன்று யாருக்கு உரிமையானது என்று கேட்க வினாக்களில் பயன்படுத்தப்படுவது) யாருடைய; எவருடைய; எவர்களுடைய; எதனுடைய *Whose is that car?* • *Those are nice shoes—I wonder whose they are.* **2** (used to say exactly which person or thing you mean, or to give extra information about a person or thing) of whom; of which (தான் குறிப்பிடுவது இன்னார்/இன்னது என்று சரிநுட்பமாகக் கூறுவதற்கு அல்லது ஒருவர்/ஒன்று பற்றிக் கூடுதல் தகவல் தருவதற்குப் பயன்படுத்தப்படுவது) அவருடைய; அவர்களுடைய; அதனுடைய *That's the boy whose mother I met.* • *My neighbours, whose house is up for sale, are splitting up.* **NOTE** கூடுதல் தகவலாகத் தரப்படுவது காற்புள்ளியிட்டு முதன்மைத் தொடரிலிருந்து தனிப்படுத்தப்படுகிறது.

who've /hu:v/ ➪ **who have** என்பதன் குறுக்க வடிவம்

why /waɪ/ *adv.* **1** for what reason என்ன காரணத்தினால்; ஏன்; எதனால் *Why was she so late?* • *I wonder why they went.* **2** used for giving or talking about a reason for sth ஒன்றிற்கான காரணம் கூற அல்லது காரணத்தைப் பற்றிப் பேசப் பயன்படுத்தப்படுவது: ஏனென்றால்; காரணம் என்னவென்றால்; குறிப்பிடப்பட்ட காரணத்தினால் *I'm tired and* ***that's why*** *I'm in such a bad mood.*

IDM **why ever** used to show that you are surprised or angry வியப்பை அல்லது சினத்தை வெளிப்படுத்தப் பயன்படுத்தப்படுவது *Why ever didn't you phone?*

why not? used for making or agreeing to a suggestion ஓர் ஆலோசனை கூற அல்லது ஓர் ஆலோசனையை ஏற்றுக்கொள்ளப் பயன்படுத்தப்படுவது *Why not phone her tonight?* • *'Shall we go out tonight?' 'Yes, why not?'*

wick /wɪk/ *noun* [C] the piece of string that burns in the middle of a candle மெழுகுவர்த்தியின் நடுப்பகுதியில் எரியும் கயிறு; திரி; வத்தி

wicked /ˈwɪkɪd/ *adj.* **1** morally bad; evil ஒழுக்கக் கேடான; மோசமான; தீய; கெட்ட **2** (*informal*) slightly bad but in a way that is amusing and/or attractive சற்றே மோசமான ஆனால் வேடிக்கையான மற்றும்/அல்லது கவர்ச்சியூட்டுகிற; குறும்பு செய்கிற; போக்கிரித்தனமான *a wicked sense of humour* ▶ **wickedly** *adv.* ▶ **wickedness** *noun* [U]

wicker /ˈwɪkə(r)/ *noun* [U] long thin sticks of wood that are used to make baskets, furniture, etc. கூடைகள், அறைக்கலங்கள் முதலியவை செய்யப் பயன்படுத்தப்படும் நீண்டு மெலிதான மரக்குச்சிகள்; பிளாச்சு

wicket /ˈwɪkɪt/ *noun* [C] **1** (in cricket) either of the two sets of three upright sticks with pieces of wood lying across the top (கிரிக்கெட் ஆட்டத்தில்) மேல் முனைகளின் ஊடாக இரண்டு சிறு கட்டைகள் பொருத்தி வைக்கப்பட்டுள்ள மூன்று நேர் நிமிர்வான முளைகளின் இரண்டு தொகுதிகளில் ஒரு தொகுதி; இலக்குமுளை **2** the area of ground between the two wickets இரண்டு இலக்குமுளைகளுக்கு இடைப்பட்ட ஆட்டக்களப் பகுதி

wide¹ /waɪd/ *adj.* **1** measuring a lot from one side to the other ஒரு பக்கத்திலிருந்து மறுபக்கம் வரை மிகுதியான இடப்பரப்புள்ள; அகலமான; விசாலமான *The road was not wide enough for two cars to pass.* • *a wide river* ✪ **OPP narrow** ➪ **width** noun பார்க்க; மேலும் **broad** பதிவிலுள்ள குறிப்பைப் பார்க்க. **2** measuring a particular distance from one side to the other ஒரு பக்கத்திலிருந்து மறுபக்கம் வரை குறிப்பிட்ட தூர அளவுள்ள; குறிப்பிட்ட அகலத் தொலைவு இருக்கிற; குறிப்பிட்ட அளவு அகலமுள்ள *The box was only 20 centimetres wide.* • *How wide is the river?* **3** including a large number or variety of different people or things; covering a large area பல்வேறு வகையான ஆட்களை அல்லது பொருள்களை உள்ளடக்கியிருக்கிற; பெரும் பரப்பளவை உள்ளடக்கியுள்ள; அகல் விரிவான; பரந்தகன்ற *a **wide range/choice/variety** of goods* • *a manager with wide experience of industry* **4** fully open முழு அளவிற்குத் திறந்திருக்கிற; அகலத் திறந்துள்ள *The children's eyes were wide with excitement.* **5** not near what you wanted to touch or hit குறியிடத்திலிருந்து அல்லது தாக்கிலக்கிலிருந்து தள்ளிப்போன; எட்டாது விலகிச் சென்ற *His first serve was wide* (= the ball did not land inside the tennis court). ▶ **widely** *adv. Their opinions differ widely.*

wide² /waɪd/ *adv.* as far or as much as possible; completely இயலக்கூடிய உயர் தொலைவுக்கு அல்லது அளவுக்கு; முழு அளவிற்கும்; முற்றும் *It was late but she was still **wide awake**.* • *The front door was **wide open**.*

widen /ˈwaɪdn/ *verb* [I, T] to become wider; to make sth wider மேலும் அகலமாகு அல்லது விரிவடை; ஒன்றை மேலும் அகலமாக்கு அல்லது விரிவுபடுத்து *The road widens just up ahead.*

wide-ranging *adj.* covering a large area or many subjects பெரும் பரப்பை அல்லது பலவான நுதல் பொருள்களை உள்ளடக்கியுள்ள; பரந்தகன்ற; பெரும் பரப்பெல்லையுடைய; பெரும் வீச்சுடைய *a wide-ranging discussion*

widespread /ˈwaɪdspred/ *adj.* found or happening over a large area; affecting a large number of people பெரும் நிலப்பரப்பில் காணப்படுகிற அல்லது நிகழ்கிற; பரவலாக உள்ள; பெரும் எண்ணிக்கையிலான ஆட்களைப் பாதிக்கிற *The storm has caused widespread damage.*

widow /ˈwɪdəʊ/ *noun* [C] a woman whose husband has died and who has not married again கைம்பெண்; விதவை ▶ **widowed** /ˈwɪdəʊd/ *adj. She's been widowed for ten years now.*

widower /ˈwɪdəʊə(r)/ *noun* [C] a man whose wife has died and who has not married again மனைவி இறந்துவிட்ட மற்றும் மீண்டும் திருமணம் செய்துகொண்டிராத ஆண்; மனைவி இழந்தவர்

width /wɪdθ; wɪtθ/ *noun* **1** [C, U] the amount that sth measures from one side or edge to the other ஒன்றின் ஒரு பக்கத்திற்கும் மறுபக்கத்திற்கும் அல்லது ஒரு விளிம்பிற்கும் மறு விளிம்பிற்கும் இடைப்பட்ட தூர அளவு; அகலம் *The room is eight metres **in width**.* • *The carpet is available in two different widths.* ➪ **wide** adjective பார்க்க. **2** [C] the distance from one side of a swimming pool to the other ஒரு நீச்சல் குளத்தின் ஒரு பக்கத்திலிருந்து மறுபக்கம் வரையுள்ள தூரம்; நீச்சல் குளத்தின் அகலம் ➪ **length** மற்றும் **breadth** பார்க்க.

wield /wiːld/ *verb* [T] **1** to have and use power, authority, etc. அதிகாரம், மேலாட்சி உரிமை முதலியவற்றைக் கைக்கொண்டு அதனைப் பயன்படுத்து; அதிகாரம் செலுத்து *She wields enormous power in the company.* **2** to hold and be ready to use a weapon ஓர் ஆயுதத்தைக் கையில் பிடித்துப் பயன்படுத்த ஆயத்தமாயிரு; ஆயுதத்தை வீசு அல்லது சுழற்று *Some of the men were wielding knives.*

wife /waɪf/ *noun* [C] (*pl.* **wives** /waɪvz/) the woman to whom a man is married மனைவி; பெண்டாட்டி

wig /wɪg/ *noun* [C] a covering made of real or false hair that you wear on your head உண்மையான அல்லது செயற்கையான முடியினால்

செய்யப்பட்ட தலையில் அணிந்து கொள்ளும் கவிகை; புனைமுடி

wiggle /ˈwɪɡl/ *verb* [I, T] (*informal*) to move from side to side with small quick movements; to make sth do this விரைவியக்கங்களுடன் பக்கவாட்டாக அசைவுறு; இவ்வாறு ஒன்றை அசையச் செய் *You have to wiggle your hips in time to the music.* ▶ **wiggle** *noun* [C]

wiggly /ˈwɪɡli/ *adj.* (of a line) having many curves in it (கோடு வகையில்) பல வளைவுகளையுடைய; அலையலையான

wild[1] /waɪld/ *adj.* **1** (used about animals or plants) living or growing in natural conditions, not looked after by people (விலங்குகள் அல்லது தாவரங்கள் வகையில்) இயற்கைச் சூழல்களில் வாழ்கிற/வளர்கிற; மனிதர்களால் பராமரிக்கப்படாத; இயற்கையான; காட்டியல்புடைய; பயிரிடப்படாத *wild animals/flowers/strawberries* **2** (used about an area of land) in its natural state; not changed by people (ஒரு நிலப்பகுதி பற்றிக் குறிப்பிடுகையில்) இயற்கையான நிலையில் உள்ள; மனிதர்களால் மாற்றத்திற்கு உள்ளாக்கப்படாத; பயன்படுத்தப்படாத; காடார்ந்த *wild moorland* **3** (used about a person or his/her behaviour or emotions) without control or discipline; slightly crazy (ஓராள் அல்லது அவரது நடத்தை/உணர்ச்சிகள் பற்றிக் குறிப்பிடுகையில்) கட்டுப்பாடற்ற; நெறிமுறைக்கு உட்பட்டிராத; தான்தோன்றியான; சற்றே வெறித்தனமான *The crowd* ***went wild*** *with excitement.* • *They let their children* ***run wild*** (= behave in an uncontrolled way). **4** not carefully planned; not sensible or accurate கவனமுடன் திட்டமிடப்படாத; கண்மூடித்தனமான; விவேகமற்ற; பகுத்தறியாத; துல்லியமாக இல்லாத *She made* ***a wild guess****.* • *wild accusations/rumours* **5** (*informal*) **wild (about sb/sth)** liking sb/sth very much ஒருவர்/ஒன்றின் மீது பெருவிருப்புடைய; உணர்ச்சி ஈடுபாடு மிக்க; வெறியார்வம் கொண்ட *I'm not wild about their new house.* **6** (used about the weather) with strong winds; stormy (வானிலை வகையில்) கடுங்காற்றுடன் கூடிய; கொந்தளிப்பான; புயலார்ந்த; மோசமான *It was a wild night last night.* ▶ **wildly** *adv.* ▶ **wildness** *noun* [U]

wild[2] /waɪld/ *noun* **1 the wild** [*sing.*] a natural environment that is not controlled by people மனிதர்களால் கட்டுப்படுத்தப்படாத இயற்கையான சுற்றுச்சூழல்; இயற்கைச் சூழல்; காடார்ந்த சூழ்நிலை *the thrill of seeing elephants* ***in the wild*** **2 the wilds** [*pl.*] places that are far away from towns, where few people live நகரங்களிலிருந்து தொலை தூரம் தள்ளியுள்ள, மக்கள் குடியிருப்பு அதிகமில்லாத இடங்கள் *They live somewhere out in the wilds.*

wilderness /ˈwɪldənəs/ *noun* [C, *usually sing.*] **1** a large area of land that has never been used for building on or for growing things ஒருபோதும் மக்கள் பயன்பாட்டுக்கு உட்படுத்தப்பட்டிராத பெரும் நிலப்பரப்பு; வன்பாலை *The Antarctic is the world's last great wilderness.* **2** a place that people do not take care of or control ஆட்களால் பராமரிக்கப்படாத அல்லது ஆட்கள் கட்டுப்பாட்டில் இல்லாத இடம்; பாழிடம்; காட்டியல்பான இடம் *Their garden is a wilderness.*

wildlife /ˈwaɪldlaɪf/ *noun* [U] birds, plants, animals, etc. that are wild and live in a natural environment மனிதர்களால் பராமரிக்கப்படாத/பயிரிடப்படாத இயற்கைச் சூழலில் வாழும்/வளரும் பறவைகள், விலங்குகள், தாவரங்கள் முதலியவை; கானக உயிரினங்கள்

wilful (*AmE* **willful**) /ˈwɪlfl/ *adj.* **1** done deliberately although the person doing it knows that it is wrong செய்பவருக்குத் தவறென்று தெரிந்திருந்த நிலையிலும் வேண்டுமென்றே செய்யப்பட்ட; மனதாரத் திட்டமிட்டு இழைக்கப்பட்ட; முன்கருதலுடன் கூடிய *wilful damage/neglect* **2** doing exactly what you want, no matter what other people think or say பிறர் எண்ணுவதை அல்லது சொல்வதைப் பொருட்படுத்தாது தான் எண்ணியதையே செய்கிற; தன்னிச்சையான; விடாப்பிடியான; தான்தோன்றித்தனமான *a wilful child* ▶ **wilfully** /ˈwɪlfəli/ *adv.*

will[1] /wɪl/ *modal verb* (*short form* **'ll**; *negative* **will not**; *short form* **won't** /wəʊnt/) **1** used in forming the future tenses எதிர்காலம் குறிக்கும் வினைவடிவங்கள் ஆக்கப் பயன்படுத்தப்படுவது; எதிர்காலக் குறிப்புச்சொல் *He'll be here soon.* • *I'm sure you'll pass your exam.* **2** used for showing that sb is offering sth or wants to do sth, or that sth is able to do sth ஒருவர் ஒன்றை அளிக்க முன்வருவதை அல்லது ஒருவர் ஒன்றைச் செய்ய விரும்புவதை அல்லது ஒன்று ஒரு செயலைச் செய்ய இயலுவதைக் குறிக்கப் பயன்படுத்தப்படுவது; விருப்பக் குறிப்பு; இயல்திறன் குறிப்பு *'We need some more milk.' 'OK, I'll get it.'* • *Why won't you tell me where you were last night?* **3** used for asking sb to do sth ஒன்றைச் செய்யுமாறு ஒருவரிடம் கூறப் பயன்படுத்தப்படுவது; அறிவுறுத்தல் குறிப்பு *Will you sit down, please?* **4** used for ordering sb to do sth ஒன்றைச் செய்யுமாறு ஒருவருக்குக் கட்டளையிடப் பயன்படுத்தப்படுவது; கட்டளைக் குறிப்பு *Will you all be quiet!* **5** used for saying that you think sth is probably true ஒன்று கிட்டத்தட்ட உண்மையாக இருக்கும் எனத் தான் கருதுவதைக் கூறப் பயன்படுத்தப்படுவது; கருத்துறுதிக் குறிப்பு *That'll be the postman at the door.* • *He'll have left work by now, I suppose.* **6** (*only in positive sentences*) used for talking about sth annoying that sb always or very often does (உடன்பாட்டு வாக்கியங்களில் மட்டும்) ஒருவர் வழக்கமாக அல்லது மீண்டும் மீண்டும் செய்யும், வெறுப்பூட்டக்கூடிய ஒன்றைப் பற்றிக் குறிப்பிடப் பயன்படுத்தப்படுவது

NOTE தனது வெறுப்பை வெளிக்காட்ட விரும்பும்போது **will**-க்கு மிகைப்படியான அசையழுத்தம் தரவேண்டும். இங்குக் குறுக்க வடிவங்களைப் பயன்படுத்த முடியாது—*He will keep interrupting me when I'm trying to work.* வினைநோக்கத் துணைவினைகள் (modal verbs) பற்றி மேலும் அறிய அகராதிப் பகுதியை அடுத்துள்ள **Quick Grammar Reference** பகுதியைப் பார்க்க.

will[2] /wɪl/ *noun* **1** [C, U] the power of the mind to choose what to do; a feeling of strong determination இன்னது செய்யவேண்டுமென விரும்பித் தேரும் மனத்தின் இயல் திறம்; அழுத்தமான உறுதிப்பாடு; விருப்பாற்றல்; துணிவாற்றல்; மன உறுதி; மனத்திட்பம் *Both her children have got very strong wills.* • *My father seems to have lost* ***the will to live***. **2 -willed** (*used to form compound adjectives*) having the type of will mentioned குறிப்பிடப்பட்ட வகையிலான விருப்பாற்றலை அல்லது மனத் துணிவைக் கொண்டுள்ள *a strong-willed/weak-willed person* **3** [*sing.*] what sb wants to happen in a particular situation குறிப்பிட்ட சூழலில் நிகழ வேண்டுமென ஒருவர் விரும்புவது; விருப்பம்; அவா; உட்கருத்து *My mother doesn't want to sell the house and I don't want to* ***go against her will***. **4** [C] a legal document in which you write down who should have your money and property after your death தனது இறப்புக்குப் பின் தன்னுடைய பணம், சொத்து ஆகியவை இன்னாருக்கு உரிமையாக வேண்டுமென்று ஒருவர் எழுதி வைக்கும் சட்டப்படியான ஆவணம்; உயில் *You really ought to* ***make a will***. • *Gran left us some money* ***in her will***.

IDM of your own free will ⇨ **free**[1] பார்க்க.

will[3] /wɪl/ *verb* [T] to use the power of your mind to do sth or to make sth happen ஒரு செயலைச் செய்ய அல்லது ஒன்றை நிகழச் செய்ய மனத் திறனைப் பயன்படுத்து; விருப்புறுதி கொள்; மனத்துணிவு கொள் *He willed himself to carry on to the end of the race.*

willing /ˈwɪlɪŋ/ *adj.* **1 willing (to do sth)** (*not before a noun*) happy to do sth; having no reason for not doing sth ஒன்றைச் செய்ய மனதார விரும்புகிற; விரும்பி முன்வருகிற; ஒன்றைச் செய்யாது விடுவதற்கு ஏதும் காரணம் வைத்திராத; தயங்கி நிற்காத *She's* ***perfectly willing*** *to lend me her car.* • *I'm not willing to take any risks.* **2** ready or pleased to help and not needing to be persuaded; enthusiastic பேசி இணங்க-வைக்க வேண்டியிராது, உதவி புரிவதற்கு ஆயத்தமாக உள்ள அல்லது மகிழ்ந்து முன்வருகிற; உற்சாகம் கொண்ட *a willing helper/volunteer* ✪ OPP **unwilling** ▶ **willingly** *adv.* ▶ **willingness** *noun* [U, *sing.*]

willow /ˈwɪləʊ/ (*also* **willow tree**) *noun* [C] a tree with long thin branches that hang down which grows near water கீழ்நோக்கித் தொங்கும் நீண்டு மெலிதான கிளைகளுடைய, நீர்ப்பக்கத்தில் வளரும் மரவகை; காற்றாடி மரம்

will power *noun* [U] determination to do sth; strength of mind ஒன்றைச் செய்ய வேண்டுமென்ற மன உறுதி; மன உரம் *It takes a lot of will power to give up smoking.*

willy-nilly /ˌwɪli ˈnɪli/ *adv.* (*informal*) **1** in a careless way without planning திட்டமிடாது பொறுப்பற்ற முறையில் செய்யப்படுவதாக; அலட்சியமாக *Don't spend your money willy-nilly.* **2** if you want to or not விரும்பினாலும் விரும்பாவிட்டாலும்; அவசியமாக; தவிர்க்க இயலாது; கட்டாயமாக

wilt /wɪlt/ *verb* [I] (used about a plant or flower) to bend and start to die, because of heat or a lack of water (தாவரம் அல்லது பூ வகையில்) வெம்மை அல்லது நீர்ப் பற்றாக்குறை காரணமாகத் துவண்டு காயத்தொடங்கு; வாடு; வதங்கு

wily /ˈwaɪli/ *adj.* clever at getting what you want விரும்பியதை அடையப்பெறுவதில் திறமை வாய்ந்த; சூழ்ச்சித் திறமுடைய; தந்திரமுடைய ✪ SYN **cunning**

wimp /wɪmp/ *noun* [C] (*informal*) a weak person who has no courage or confidence துணிவோ தன்னம்பிக்கையோ இல்லாத, மனத்திடமற்ற ஒருவர்; நெஞ்சுரமற்றவர் ▶ **wimpish** *adj.*

win /wɪn/ *verb* (*pres. part.* **winning**; *pt, pp* **won** /wʌn/) **1** [I, T] to be the best, first or strongest in a race, game, competition, etc. ஒரு பந்தயம், விளையாட்டுப் போட்டி முதலியவற்றில் தலை சிறந்தவராக, முதன்மையானவராக அல்லது உச்ச உயர் திறன் கொண்டவராக இரு; வெற்றி பெறு *to win a game/match/championship* • *Which party do you think will win the next election?* **2** [T] to get money, a prize, etc. as a result of success in a competition, race, etc. ஒரு போட்டி, பந்தயம் முதலியவற்றில் வெற்றி பெற்றுப் பணம், பரிசு முதலியவை கொடுக்கப்பெறு; வென்று பரிசு பெறு *We won a trip to Australia.* • *Who won the gold medal?* **3** [T] to get sth by hard work, great effort, etc. கடும் உழைப்பு, பெரு முயற்சி முதலியவற்றினால் ஒன்றைப் பெறு; உழைப்பினால்/முயற்சியினால் ஈட்டு *Her brilliant performance won her a great deal of praise.* • *to win support for a plan* ▶ **win** *noun* [C] *We have had two wins and a draw so* *far this season.* ▶ **winning** *adj. The winning ticket is number 65.*

IDM **win/lose the toss** ➪ **toss** பார்க்க.

you can't win (*informal*) there is no way of being completely successful or of pleasing everyone முழு வெற்றி காண அல்லது அனைவரையும் திருப்திப்படுத்த வழியில்லை *Whatever you do you will upset somebody. You can't win.*

PHR V **win sb over/round (to sth)** to persuade sb to support or agree with you தன்னை ஆதரிக்க அல்லது தன்னுடன் உடன்பட ஒருவரை இணங்கச் செய்; தன்பக்கம் சாயச் செய்; தன்வயப்படுத்து *They're against the proposal at the moment, but I'm sure we can win them over.*

wince /wɪns/ *verb* [I] to make a sudden quick movement (usually with a part of your face) to show you are feeling pain or embarrassment வலியை அல்லது சங்கட உணர்ச்சியை வெளிப்படுத்தும் முறையில் (பெரும்பாலும் முகத்தின் ஒரு பகுதியில்) திடீர் விரைவசைவு செய்; துடிப்பதிர்வு கொள்; முகம் சுளி

winch /wɪntʃ/ *noun* [C] a machine that lifts or pulls heavy objects using a thick chain, rope, etc. தடிப்பான சங்கிலி, வடக்கயிறு முதலியவற்றைப் பயன்படுத்திக் கனமான பொருள்களை மேலுயர்த்த அல்லது இழுக்கப் பயன்படுத்தப்படும் பொறியமைப்பு; திருகு உருளை ஏற்றப் பொறி; இழுவைப்பொறி ▶ **winch** *verb* [T] *The injured climber was winched up into a helicopter.*

wind[1] /wɪnd/ *noun* **1** [C, U] air that is moving across the surface of the earth காற்று *A **gust of wind** blew his hat off.* • *gale-force/strong/high winds* **2** [U] the breath that you need for doing exercise or playing a musical instrument உடற்பயிற்சி செய்வதற்கு அல்லது ஓர் இசைக்கருவியை வாசிப்பதற்குத் தேவைப்படும் மூச்சுக்காற்று; மூச்சு *She stopped running to get her wind back.* **3** [U] gas that is formed in your stomach இரைப்பையில் உருவாகும் வளிப்பொருள்; குடல் உள்வளி; உதரவாயு; அசீரண வாயு *The baby cries when he has wind.* **4** [U] the group of instruments in an orchestra that you blow into to produce the sound ஓர் இசை நிகழ்ச்சியில் ஊதி வாசிக்கப்படும் இசைக்கருவிகளின் தொகுதி; துளையிசைக் கருவித் தொகுதி

IDM **get wind of sth** (*informal*) to hear about sth that is secret இரகசியமான ஒன்றைச் செவிவழி அறிந்துகொள்

wind[2] /wɪnd/ *verb* [T] **1** to cause sb to have difficulty in breathing ஒருவர் சுவாசிக்க இடர்ப்படச் செய்; மூச்சுத் திணறடி *The punch in the stomach winded her.* **2** to help a baby get rid of painful gas in the stomach by rubbing or gently hitting its back குழந்தையின் முதுகைத் தேய்த்து அல்லது மெல்லத் தட்டி வலி உண்டாக்கும் அபானவாயு வெளியேறச் செய்

wind[3] /waɪnd/ *verb* (*pt*, *pp* **wound** /waʊnd/) **1** [I] (used about a road, path, etc.) to have a lot of bends or curves in it (சாலை, நடைபாதை முதலியவை வகையில்) ஏராளமான வளைவுகளை/நெளிவுகளைக் கொண்டிரு; வளைந்து வளைந்து செல் *The path winds down the cliff to the sea.* **2** [T] to put sth long round sth else several times நீளமான ஒன்றை வேறொன்றைச் சுற்றிப் பலமுறை செலுத்து; வரிந்து சுற்றிவை *She wound the bandage around his arm.* **3** [T] to make sth work or move by turning a key, handle, etc. சாவி, கைப்பிடி முதலியவற்றைச் சுழற்றி ஒன்றைத் தொழிற்படச் செய் அல்லது இயங்கச் செய் அல்லது நகரச் செய்; (கடிகார வகையில்) சாவிகொடு; (இசைக்கருவி நரம்பை) முறுக்கு; கைப்பிடியைத் திருகி ஒன்றைத் திறக்க/மூடச் செய் *He wound the car window down.* • *Wind the tape on a bit to the next song.*

PHR V **wind down** (about a person) to rest and relax after a period of hardwork, worry, etc. (ஆள் வகையில்) கடின வேலை, கவலை முதலியவற்றுக்குப் பின் ஓய்வமைதி கொள்; ஆசுவாசப்படுத்திக்கொள் ➪ **unwind** பார்க்க.

wind up to find yourself in a place or situation that you did not intend to be in வரக் கருதியிராத ஓரிடத்திற்கு அல்லது ஒரு சூழலுக்கு வந்து சேர்; எதிர்பாராத ஒன்றில் சிக்கிக்கொள் *We got lost and wound up in a dangerous-looking part of town.*

wind sb up to annoy sb until he/she becomes angry ஒருவர் சினம் கொள்ளும்வரை அவரைத் தொல்லைப்படுத்திக் கொண்டிரு; தொந்தரவு செய்து சினமூட்டு

wind sth up to finish, stop or close sth ஒன்று முடிவுறச் செய்; நிறுத்து; மூடு

wind chill /ˈwɪnd tʃɪl/ *noun* [U] the effect of low temperature combined with wind on sb/sth காற்றுடன் கூடிய தாழ்ந்த தட்ப நிலை ஒருவர்/ஒன்றின் மீது ஏற்படுத்தும் தாக்க விளைவு; குளிர்க்காற்றின் தாக்கம் *Take the **wind-chill factor** into account.*

windfall /ˈwɪndfɔːl/ *noun* [C] an amount of money that you win or receive unexpectedly எதிர்பாராது வென்றடையும் அல்லது கிடைக்கப்பெறும் பணத்தொகை

winding /ˈwaɪndɪŋ/ *adj.* with bends or curves in it வளைந்து வளைந்து செல்கிற *a winding road through the hills*

wind instrument *noun* [C] a musical instrument that you play by blowing through it ஊதி இசைக்கப்படும் இசைக்கருவி வகை; துளையிசைக் கருவி

windmill /ˈwɪndmɪl/ *noun* [C] a tall building or structure with long parts (**sails**) that turn in the

wind. In past times windmills were used for making flour from grain, but now they are used mainly for producing electricity காற்றில் சுழலும் நீள் பகுதிகளை (காற்றாடிகளை)க் கொண்ட உயரமான கட்டடம் அல்லது கட்டமைப்பு; காற்றாலை. முற்காலங்களில் காற்றாலைகள் மாவரைக்கப் பயன்படுத்தப்பட்டன. இப்போது இவை முக்கியமாக மின் உற்பத்திக்குப் பயன்படுத்தப்படுகின்றன.

window /ˈwɪndəʊ/ *noun* [C] **1** the opening in a building, car, etc. that you can see through and that lets light in. A window usually has glass in it சன்னல்; பலகணி *Open the window. It's hot in here.* • *a shop window* **2** (*computing*) an area inside a frame on a computer screen, that has a particular program operating in it, or shows a particular type of information கணினித் திரையில் ஒரு வரிச்சட்டத்தினுள் அமைந்துள்ள, குறிப்பிட்ட நிரலை அல்லது குறிப்பிட்ட வகையான தகவலை உள்ளடக்கிய பகுதி; கணினிச் சாளரம் *to create/open/close a window* **3** a time when you have not arranged to do anything and so are free to meet sb, etc. பணிப் பிணைப்பற்ற வேளை

windowpane /ˈwɪndəʊpeɪn/ *noun* [C] one piece of glass in a window சன்னல் சட்டத்திலுள்ள கண்ணாடிப் பொருத்து அல்லது கண்ணாடித் தகடு

window-shopping *noun* [U] looking at things in shop windows without intending to buy anything கடையில் உள்ள பொருள்களுள் எதனையும் வாங்கும் எண்ணமின்றிச் சன்னல்கள் ஊடாக அவற்றை நோட்டமிடுதல்; பலகணி வாங்கீடு

window sill (*also* **window ledge**) *noun* [C] the narrow shelf at the bottom of a window, either inside or outside சன்னலின் அடியில் உட்பகுதியிலோ வெளியிலோ உள்ள ஒடுக்கமான படித்தட்டு; பலகணி அடிக்கட்டை

windpipe /ˈwɪndpaɪp/ *noun* [C] the tube that takes air from your throat to the lungs குரல்வளையிலிருந்து நுரையீரல்களுக்குக் காற்றைக் கொண்டுசெல்லும் குழாய்; மூச்சுக்குழாய் ✪ SYN **trachea** ➪ **body** பதிவில் படம் பார்க்க.

windscreen /ˈwɪndskriːn/ (*AmE* **windshield** /ˈwɪndʃiːld/) *noun* [C] the window in the front of a vehicle ஊர்தியின் முன்பக்கச் சன்னல் அல்லது காற்றுத்தடுப்பு ➪ **car** பதிவில் படம் பார்க்க.

windscreen wiper (*also* **wiper**; *AmE* **windshield wiper**) *noun* [C] one of the two moving arms (**blades**) that remove water, snow, etc. from the front window of a car (**the windscreen**) ஊர்தி முன்பக்கச் சன்னல் மீது படிந்துள்ள நீர், பனித்துளிகள் முதலியவற்றை அகற்றும் இரண்டு அலகுகளுள் ஒன்று; ஊர்தி முன்பக்கச் சன்னல் துடைப்பான் ➪ **car** பதிவில் படம் பார்க்க.

windsurf /ˈwɪndsɜːf/ *verb* [I] to move over water standing on a special board with a sail பாய் பொருத்தப்பட்ட அலைமிதவைப் பலகையின் மேல் நின்றுகொண்டு நீரின் மேல் செல்; பாய் மிதவையில் அலை அளாவிச் செல் **NOTE** இதன் வழக்கமான பயன்பாட்டு வழக்கு **go windsurfing** என்பதாகும்—*Have you ever been windsurfing?* ▶ **windsurfing** *noun* [U]

windsurfer /ˈwɪndsɜːfə(r)/ *noun* [C] **1** (*also* **sailboard**) a board with a sail that you stand on as it moves over the surface of the water, pushed by the wind மேல் நின்றுகொண்டு காற்றினால் தள்ளப்பட்டு நீரின் மேல் செல்லுவதற்குரிய பாய் பொருத்தப்பட்ட அலைமிதவைப் பலகை; காற்றியக்க அலைமிதவைப் பலகை **2** a person who rides on a board like this காற்றியக்க அலைமிதவைப் பலகை மேல் சவாரி செய்பவர்

windswept /ˈwɪndswept/ *adj.* **1** (used about a place) that often has strong winds (இட வகையில்) அடிக்கடி கடுங்காற்று வீசுகிற *a windswept coastline* **2** looking untidy because you have been in a strong wind பெருங்காற்றினால் தோற்றம் சீர்குலைந்து காணப்படுகிற *windswept hair*

windward /ˈwɪndwəd/ *adj.* on the side of a hill, building, etc. towards which the wind is blowing ஒரு குன்று, கட்டடம் முதலியவற்றின் காற்று வரும் பக்கத்திலுள்ள; காற்று நோக்கிய ➪ **lee** மற்றும் **leeward** பார்க்க.

windy /ˈwɪndi/ *adj.* (**windier; windiest**) with a lot of wind பெருமளவு காற்று வீசுகிற; காற்று வீச்சு மிக்க *a windy day*

wine /waɪn/ *noun* [C, U] an alcoholic drink that is made from grapes, or sometimes other fruit திராட்சைப் பழங்களிலிருந்து, அல்லது சில சமயங்களில் வேறு பழங்களிலிருந்து, தயாரிக்கப்படும் வெறிய மது வகை; (திராட்சை) மது *sweet/dry wine* • *German wines*

NOTE சிவப்பு (**red**), வெண்மை (**white**) மற்றும் இளஞ்சிவப்பு (**rosé**) நிறங்களில் திராட்சை மது தயாரிக்கப்படுகிறது.

wing /wɪŋ/ *noun* **1** [C] one of the two parts that a bird, insect, etc. uses for flying பறவை, பூச்சி முதலியவை பறப்பதற்குப் பயன்படுத்தும் இரண்டு உறுப்புகளில் ஒன்று; இறக்கை; சிறகு *The chicken ran around flapping its wings.* ➪ **insect** பதிவில் படம் பார்க்க. **2** [C] one of the two long parts that stick out from the side of a plane and support it in the air விமானத்தின் பக்கப்பகுதியில் நீட்டிக்கொண்டிருப்பவையும் வான்வெளியில் விமானத்திற்குத் தாங்காதாரமாக உள்ளனவுமாகிய அதன் இரண்டு

உறுப்புகளில் ஒன்று; விமான இறக்கை ➪ **plane** பதிவில் படம் பார்க்க. **3** [C] a part of a building that sticks out from the main part or that was added on to the main part ஒரு கட்டடத்தின் முதன்மைப் பகுதியிலிருந்து வெளியே நீட்டிக்கொண்டிருக்கிற அல்லது முதன்மைப் பகுதியின் துணைச் சேர்க்கையாக உள்ள பகுதி; கட்டடச் சிறகம்; பக்கப்பகுதி *the maternity wing of the hospital* **4** (*AmE* **fender**) [C] the part of the outside of a car that covers the top of the wheels விசையூர்திச் சக்கரங்களின் மேற்பகுதியை மூடியுள்ள ஊர்தி வெளிப்புறப் பகுதி; மட்காப்புப் பட்டை *a wing mirror* (= fixed to the side of the car) **5** [C, *usually sing.*] a group of people in a political party that have particular beliefs or opinions ஓர் அரசியல் கட்சியில் குறிப்பிட்ட கோட்பாடுகளை அல்லது கருத்துகளைக் கொண்டுள்ள குழுவினர்; அரசியல் கட்சி தனிக்கொள்கைச் சார்பாளர்; வலதுசாரி, இடதுசாரி முதலியோர் *the right wing of the Conservative Party* ➪ **left-wing** மற்றும் **right-wing** பார்க்க. **6** [C] (in football, etc.) the part at each side of the area where the game is played (கால்பந்தாட்டம் முதலியவற்றில்) ஆட்டக்களத்தின் பக்கப்பகுதிகளில் ஒன்று *to play on the wing* **7** (*also* **winger**) [C] (in football, etc.) a person who plays in an attacking position at one of the sides of the field (கால்பந்தாட்டம் முதலியவற்றில்) ஆட்டக்களப் பக்கப்பகுதி ஒன்றினில் இருந்து தாக்காட்டம் ஆடும் ஆட்டக்காரர் **8 the wings** [*pl.*] (in a theatre) the area at the sides of the stage where you cannot be seen by the audience (நாடக அரங்கிலுள்ள) பார்வையாளர்களால் பார்க்க முடியாத மேடையின் பக்கங்களில் உள்ள பகுதி; பக்கப்பகுதி; புடைவாரம்

IDM take sb under your wing to take care of and help sb who has less experience than you தன்னை விட அனுபவம் குறைந்த ஒருவருக்கு ஆதரவாக இருந்து உதவிபுரி; தனது பாதுகாப்பில் வைத்துத் துணைசெய்

wingspan /ˈwɪŋspæn/ *noun* [C] the distance between the end of one wing and the end of the other when the wings are fully stretched இறக்கைகள் முழுதும் நீண்டிருக்கும் நிலையில் அவற்றின் கடைக்கோடி முனைகளுக்கு இடைப்பட்ட தூரம்; விரிஇறக்கை இடை நீள அளவு

wink /wɪŋk/ *verb* [I] **wink (at sb)** to close and open one eye very quickly, usually as a signal to sb வழக்கமாகச் சாடைக்குறிப்பாக, ஒருவரை நோக்கி ஒரு கண்ணை மிக விரைவாக மூடித்திற; கண் சிமிட்டு; கண் இமைத்துச் சமிக்ஞை செய் ➪ **blink** பார்க்க. ▶ **wink** *noun* [C] *He smiled and gave the little girl a wink.* • *I didn't sleep a wink* (= not at all).

IDM forty winks ➪ **forty** பார்க்க.

winner /ˈwɪnə(r)/ *noun* [C] **1** a person or animal that wins a competition, game, race, etc. ஒரு போட்டி, விளையாட்டு, பந்தயம் முதலியவற்றில் வெற்றி பெறும் ஆள் அல்லது விலங்கு; வெற்றி பெறுபவர்/பெறுவது *The winner of the competition will be announced next week.* **2** (*informal*) something that is likely to be successful வெற்றி வாய்ப்புள்ள அல்லது பயன்நிறைவு அளிக்கத்தக்க ஒன்று *I think your idea is a winner.* **3** (in sport) a goal that wins a match, a hit that wins a point, etc. (விளையாட்டில்) ஆட்ட வெற்றி, ஆட்டப்புள்ளி முதலியவற்றை ஈட்டித் தரக்கூடிய பந்தடிப்பு *Anjali scored the winner in the last minute.*

winning ➪ **win** பார்க்க.

winnings /ˈwɪnɪŋz/ *noun* [*pl.*] money that sb wins in a competition, game, etc. ஒரு போட்டி, விளையாட்டு முதலியவற்றில் வெற்றி பெற்று அடையப்பெறும் பணம்; வெற்றிப் பரிசுத் தொகை

winnow /ˈwɪnəʊ/ *verb* [T] to blow a current of air through grain in order to remove its outer covering தானிய மணிகளின் உமியை நீக்கும் பொருட்டு அவற்றின் ஊடாகக் காற்று வீச்சைச் செலுத்து; தானியத்தைப் புடை

PHR V winnow sb/sth out (of sth) (*written*) to remove people or things from a group so that only the best ones are left முதல்தரமானவர்கள்/தரமானவை மட்டுமே எஞ்சி நிற்குமாறு ஒரு தொகுதியிலிருந்து ஆட்களை/பொருள்களைக் கழி; முதல்தரமானவர்களைப் பொறுக்கி எடு

winter /ˈwɪntə(r)/ *noun* [C, U] the coldest season of the year between autumn and spring இலையுதிர் காலத்திற்கும் வசந்த காலத்திற்கும் இடைப்பட்ட, ஆண்டின் உச்ச உயர் அளவான குளிருள்ள பருவம்; குளிர்ப்பருவம்; பனிக்காலம் *It snows a lot here* ***in winter.*** • *a cold winter's day* ➪ **season** பதிவில் படம் பார்க்க. ▶ **wintry** /ˈwɪntri/ *adj. wintry weather*

winter sports *noun* [*pl.*] sports which take place on snow or ice, for example **skiing** and **skating** பனிப்பரப்பு அல்லது பனிக்கட்டி மீது விளையாடப்படும் பனிச்சறுக்காட்டம், பனிச்சறுக்குக் கட்டையாட்டம் முதலிய விளையாட்டுகள்; பனிக்கால விளையாட்டுகள்

wintertime /ˈwɪntətaɪm/ *noun* [U] the period or season of winter பனிக்காலம் அல்லது பனிப்பருவம்

wipe[1] /waɪp/ *verb* [T] **1** to clean or dry sth by rubbing it with a cloth, etc. ஒன்றைத் துணி முதலியவற்றினால் தேய்த்துத் தூய்மைபடுத்து அல்லது ஈரம் நீக்கு; துடைத்துத் துப்புரவு செய் அல்லது ஈரப்பசை அகற்று *She stopped*

crying and wiped her eyes with a tissue. • *Could you wipe the table, please?* ➪ **clean²** பதிவிலுள்ள குறிப்பைப் பார்க்க. **2 wipe sth from/off sth; wipe sth away/off/up** to remove sth by rubbing it ஒன்றைத் துடைத்து நீக்கு; தேய்த்து அகற்று *He wiped the sweat from his forehead.* • *Wipe up the milk you spilled.* **3 wipe sth (off) (sth)** to remove sound, information or images from sth ஒன்றிலிருந்து ஒலி, தகவல், உருப்படிவங்கள் ஆகியவற்றை நீக்கு; துடைத்தழி *I accidentally wiped the tape.* • *I tried to wipe the memory from my mind.*

PHR V **wipe sth out** to destroy sth completely ஒன்று முற்றிலுமாக இல்லாதுபோகச் செய்; ஒழித்துவிடு *Whole villages were wiped out in the bombing raids.*

wipe² /waɪp/ *noun* [C] **1** the action of wiping துடைப்பு; தேய்ப்பு *He gave the table a quick wipe.* **2** a piece of paper or thin cloth that has been made wet with a special liquid and is used for cleaning sth தனிவகைத் திரவத்தில் தோய்த்துத் துப்புரவு செய்யப் பயன்படுத்தப்படும் தாள், துண்டு அல்லது மெலிதான துணி; துடைப்புத் தாள்; துடைப்புத் துணி *a box of baby wipes*

wiper /ˈwaɪpə(r)/ = **windscreen wiper**

wire¹ /ˈwaɪə(r)/ *noun* [C, U] **1** metal in the form of thin thread; a piece of this மெல்லிய நூல் வடிவான உலோகப் பொருள்; உலோகக் கம்பி; மென்கம்பி; கம்பியிழை *a piece of wire* • *Twist those two wires together.* • *a wire fence* **2** a piece of wire that is used to carry electricity மின்சாரம் செலுத்தப் பயன்படுத்தப்படும் கம்பி; மின்கம்பி; தந்திக் கம்பி *telephone wires*

wire² /ˈwaɪə(r)/ *verb* [T] **1 wire sth (up) (to sth)** to connect sth to a supply of electricity or to a piece of electrical equipment by using wires மின்கம்பிகளைப் பயன்படுத்தி ஒன்றை மின்னோட்டத்துடன் அல்லது ஒரு மின் சாதனத்துடன் இணை; கம்பிவழி மின் இணைப்புச் செய் *to wire a plug* • *The microphone was wired up to a loudspeaker.* **2 wire sth (to sb); wire sb sth** to send money to sb's bank account using an electronic system மின்னணுக் கட்டமைப்பைப் பயன்படுத்தி ஒருவரது வங்கிக் கணக்கிற்குப் பணம் அனுப்பு *The bank's going to wire me the money.* **3** to join two things together using wire கம்பியினால் இரண்டு பொருள்களை ஒன்றிணை, சேர்த்துக்கட்டு

wire wool = **steel wool**

wiring /ˈwaɪərɪŋ/ *noun* [U] the system of wires that supplies electricity to rooms in a building ஒரு கட்டடத்தின் அறைகளுக்கு மின்சாரம் வழங்கும் கம்பி இணைப்பமைவு; மின்கம்பி இணைப்பு

wiry /ˈwaɪəri/ *adj.* (used about a person) small and thin but strong (ஆள் வகையில்) சிறுத்தும் மெலிந்தும் உள்ள ஆனால் வலிமையுடைய; கம்பி போன்று வலிமை வாய்ந்த

wisdom /ˈwɪzdəm/ *noun* [U] the ability to make sensible decisions and judgements because of your knowledge or experience அறிவை அல்லது அனுபவத்தைப் பயன்படுத்தி நடைமுறைக்கு ஒத்த முடிவுகளும் மதிப்பீடுகளும் செய்யும் ஆற்றல்; பகுத்தறிவு; உலகியல் அறிவு; விவேகம்; மெய்யறிவு; மதிநுட்பம் *I don't see the wisdom of this plan* (= I do not think that it is a good idea). ➪ **wise** adjective பார்க்க.

wisdom tooth *noun* [C] one of the four teeth at the back of your mouth that appear when you are about 20 years old இருபது வயதளவில் வாய்ப் பின்பகுதியில் முளைக்கும் நான்கு பற்களுள் ஒன்று; கடைவாய்ப்பல் ➪ **tooth** பதிவிலுள்ள குறிப்பைப் பார்க்க.

wise /waɪz/ *adj.* having the knowledge or experience to make good and sensible decisions and judgements சரியான, நடைமுறைக்கு ஒத்த முடிவுகளும் மதிப்பீடுகளும் செய்யும் அறிவு அல்லது அனுபவம் பெற்றுள்ள; பகுத்தறிவுடைய; விவேகமுள்ள; உலகியல் அறிவுடைய; அனுபவ அறிவுடைய *a wise choice* • *It would be wiser to wait for a few days.*
▶ **wisely** *adv.*

wish¹ /wɪʃ/ *verb* **1** [T] **wish (that)** (*often with a verb in the past tense*) to want sth that cannot now happen or that probably will not happen தற்பொழுது நிகழ முடியாத அல்லது பெரும்பாலும் நிகழும் வாய்ப்பே இல்லாத ஒன்றின்மீது விருப்பம் கொள்; ஆசைப்படு *I wish I had listened more carefully.* • *I wish I was taller.* • *I wish I could help you.*

NOTE முறைசார் வழக்கில் 'I' அல்லது 'he/she' -உடன் **was**-க்குப் பதிலாக **were** பயன்படுத்தப்படுகிறது—*I wish I were rich.* • *She wishes she were in a different class.*

2 [I] **wish for sth** to say to yourself that you want sth that can only happen by good luck or chance நற்பேறாக அல்லது தற்செயல் நேர்வாக மட்டுமே நிகழக்கூடிய ஒன்றை விரும்புவதாகத் தன்னிடம் கூறிக்கொள்; விருப்பம் கொள் *She wished for her mother to become better.* **3** [I, T] (*formal*) **wish (to do sth)** to want to do sth ஒன்றைச் செய்ய விரும்பு *I wish to make a complaint about one of the doctors.* **4** [T] to say that you hope sb will have sth ஒருவர் ஒன்றைப் பெறுவார் எனத் தான் நம்புவதாகக் கூறு; வாழ்த்துக் கூறு *I rang him up to* ***wish him a happy birthday***. • *We* ***wish you all the best*** *for your future career.*

wish² /wɪʃ/ *noun* **1** [C] a feeling that you want to have sth or that sth should happen ஒன்றைப் பெற வேண்டுமென்று அல்லது ஒன்று நிகழ வேண்டுமென்று விரும்புவதாகிய உணர்வு; விருப்பம்; அவா *I have no wish to see her ever again.* • *Doctors should respect the patient's wishes.* **2** [C] a try at making sth happen by thinking hard about it, especially in stories when it often happens by magic (குறிப்பாக, புனைகதைகளில் மாய மந்திரத்தால் நிகழ்வதாகக் காட்டப்படும்) ஒன்று குறித்துக் கடுமையாகச் சிந்தித்து அதனை நிகழச் செய்வதற்கான முயற்சி; விருப்பாணை *Throw a coin into the fountain and* ***make a wish.*** • *My wish came true* (= I got what I asked for). **3 wishes** [*pl.*] a hope that sb will be happy or have good luck ஒருவர் மகிழ்வுடன் இருப்பார் அல்லது நற்பேறு அடைவார் என்னும் நம்பிக்கை; நலவிருப்பம்; வாழ்த்து *Please* ***give*** *your parents* ***my best wishes.*** • *Best wishes* (= at the end of a letter)

wishful thinking *noun* [U] ideas that are based on what you would like, not on facts உண்மைக் கூறுகளை அன்றித் தனது விருப்பங்களை அடிப்படையாகக் கொண்ட கருத்துகள்; விருப்பு-சார் எண்ணம்

wisp /wɪsp/ *noun* [C] **1** a few pieces of hair that are together ஒன்று சேர்ந்துள்ள சிலவான மயிர்கள்; சிறு மயிர்க்கற்றை **2** a small amount of smoke சிறு புகைத்திரள் ▶ **wispy** *adj.*

wistful /ˈwɪstfl/ *adj.* feeling or showing sadness because you cannot have what you want விருப்பம் கைகூட முடியாத நிலையில் வருத்த உணர்வு கொள்கிற அல்லது வருத்தத்தை வெளிப்படுத்துகிற; ஏக்கம் கொண்டுள்ள *a wistful sigh* ▶ **wistfully** /-fəli/ *adv.*

wit /wɪt/ *noun* [U] **1** the ability to use words in a clever and amusing way அறிவுத் திறத்துடனும் சிரிப்பூட்டும் முறையிலும் சொற்களைப் பயன்படுத்தும் ஆற்றல்; அறிவார்ந்த நகைத்திறம்; அறிவு பூர்வமாகக் களிப்பூட்டும் ஆற்றல் ➪ **witty** adjective பார்க்க. **2 -witted** (*used to form compound adjectives*) having a particular type of intelligence குறிப்பிட்ட வகையான/ தன்மையிலான அறிவுத்திறன் கொண்டுள்ள *quick-witted* • *slow-witted* **3** (*also* **wits**) [*pl.*] the fact of being clever; intelligence அறிவுடைமை; மதிநுட்பம் *The game of chess is essentially* ***a battle of wits.***

IDM **at your wits' end** not knowing what to do or say because you are very worried மிகுதியான மனக்கலக்கம் காரணமாக இன்னது கூற வேண்டும் அல்லது செய்ய வேண்டும் என்பது தெரியாதிருக்கிற; மனக்குழப்பமுற்ற

keep your wits about you to be ready to act in a difficult situation ஓர் இடர்ப்பாடான சூழலில் செயல்பட ஆயத்தமாயிரு

witch /wɪtʃ/ *noun* [C] (in past times and in stories) a woman who is thought to have magic powers (கடந்தகால மற்றும் புனைகதை வழக்கு) மாய மந்திர ஆற்றல்கள் கொண்டுள்ளவராகக் கருதப்படும் பெண்; சூனியக்காரி ➪ **wizard** பார்க்க.

witchcraft /ˈwɪtʃkrɑːft/ *noun* [U] the use of magic powers, especially evil ones மாய மந்திர ஆற்றல்களை, குறிப்பாகத் தீங்குத் தரக்கூடியவற்றை, பயன்படுத்துதல்; மாயக்கலை; பில்லி சூனியம்; மாந்திரீகம்

witch-hunt *noun* [C] the activity of trying to find and punish people who hold opinions that are thought to be unacceptable or dangerous to society சமுதாயத்திற்கு ஏற்புடையதாக இல்லாதவையாக அல்லது ஆபத்தானவையாகக் கருதப்படும் கருத்துள்ளவர்களைக் கண்டுபிடித்துத் தண்டிக்க முயலும் செயல்; ஐயுறவு வேட்டை

with /wɪð; wɪθ/ *prep.* **1** in the company of sb/sth; in or to the same place as sb/sth ஒருவருடன்/ ஒன்றுடன் சேர்ந்து அல்லது கூடி; உடன் சேர்ந்து; ஒருவர்/ஒன்று இருக்கும் இடத்திலேயே அல்லது இருக்கும் இடத்திற்கே; உடனாக; உடன்கூட்டாக *I live with my parents.* • *Are you coming with us?* **2** having or carrying sth ஒன்றை உடைமையாகக் கொண்டு அல்லது உடன்கொண்டு; கைவசமாகக் கொண்டு; எடுத்துக்கொண்டு *a girl with red hair* • *a house with a garden* • *the man with the suitcase* **3** using sth ஒன்றைப் பயன்படுத்தி; ஒன்றினைத் துணைகொண்டு; ஒன்றைக் கருவியாகக் கொண்டு *Cut it with a knife.* • *I did it with his help.* **4** used for saying what fills, covers, etc. sth ஒன்றை நிரப்பும் பொருள் மூடும் பொருள் முதலியவை இன்னதென்று கூறப் பயன்படுத்தப்படுவது: ஒன்றினால்; ஒன்றைக் கொண்டு *Fill the bowl with water.* • *His hands were covered with oil.* **5** in competition with sb/sth; against sb/sth ஒருவருடன்/ஒன்றுடன் போட்டியாக; ஒருவருக்கு/ ஒன்றுக்கு எதிராக; ஒருவரை/ஒன்றை எதிர்த்து *He's always arguing with his brother.* • *I usually play tennis with my sister.* **6** towards, concerning or compared with sb/sth ஒருவரை/ஒன்றை நோக்கி; ஒருவர்/ஒன்று தொடர்பாக; ஒருவருடன்/ ஒன்றுடன் ஒப்பிடுகையில்; மீது; பற்றி, வகையில் *Is he angry with us?* • *There's a problem with my visa.* **7** including sth ஒன்றை உள்ளடக்கி; உட்கொண்டு *The price is for two people with all meals.* **8** used to say how sth happens or is done இன்ன முறையில் ஒன்று நிகழ்கிறது அல்லது செய்யப்படுகிறது என்று கூறப் பயன்படுத்தப்படுவது: குறிப்பிடப்பட்ட உணர்ச்சியுடன்/ பண்புடன்/தன்மையில் *Open this parcel with care.* • *to greet sb with a smile* **9** because of sth;

as a result of sth ஒன்றின் காரணமாக அல்லது விளைவாக *We were shivering with cold.* • *With all the problems we've got, we're not going to finish on time.* **10** in the care of sb ஒருவரது பொறுப்பில் அல்லது பாதுகாப்பில் *We left the keys with the neighbours.* **11** agreeing with or supporting sb/sth ஒருவருடன்/ஒன்றுடன் ஒத்திசைந்து அல்லது ஒருவருக்கு/ஒன்றிற்கு ஆதரவாக; உடனொத்து; உடன்சார்பாக *We've got everybody with us on this issue.* ✪ OPP **against** **12** at the same time as sth ஒன்று நிகழும் அதே நேரத்திலேயே; உடன்நிகழ்வாக *I can't concentrate with you watching me all the time.*

IDM **be with sb** to be able to follow what sb is saying ஒருவர் சொல்வதைப் பின்பற்ற இயலு; பொருள் புரிந்துகொள்ளக்கூடியவராகு *I'm not quite with you. Say it again.*

withdraw /wɪð'drɔː/ *verb* (*pt* **withdrew** /-'druː/; *pp* **withdrawn** /-'drɔːn/) **1** [I, T] **withdraw (sb/sth) (from sth)** to move or order sb to move back or away from a place ஓரிடத்திலிருந்து பின்னோக்கி அல்லது வேறுபக்கமாகச் செல்; இவ்வாறு செல்லுமாறு ஒருவருக்கு ஆணையிடு; பின்வாங்கு; பின்வாங்கச் செய் *The troops withdrew from the town.* **2** [T] to remove sth or take sth away ஒன்றை நீக்கிவிடு; ஒதுக்கு; திரும்பப் பெற்றுக்கொள் *to withdraw an offer/a statement* **3** [T] to take money out of a bank account வங்கிக் கணக்கிலிருந்து பணம் எடு *How much would you like to withdraw?* ➪ **deposit** பார்க்க. **4** [I] to decide not to take part in sth ஒன்றில் கலந்துகொள்ள வேண்டாமென்று முடிவுசெய்; ஒன்றிலிருந்து விலகிக்கொள் *Narayan withdrew from the race at the last minute.*

withdrawal /wɪð'drɔːəl/ *noun* **1** [C, U] moving or being moved back or away from a place ஓரிடத்திலிருந்து பின்னோக்கி அல்லது வேறுபக்கமாகச் செல்லுதல் அல்லது செலுத்தப்படுதல்; பின்வாங்கல் *the withdrawal of troops from the war zone* **2** [C] taking money out of your bank account; the amount of money that you take out தனது வங்கிக் கணக்கிலிருந்து பணம் எடுத்தல்; வங்கிக் கணக்கிலிருந்து எடுக்கப்படும் பணத்தொகை *to* ***make a withdrawal*** **3** [U] the act of stopping doing sth, especially taking a drug ஒரு செய்கையை, குறிப்பாகப் போதைப்பொருள் உட்கொள்வதை, நிறுத்துதல்; (போதைப்பொருள்) விலக்கல் *When he gave up alcohol he suffered severe* ***withdrawal symptoms****.*

withdrawn /wɪð'drɔːn/ *adj.* (used about a person) very quiet and not wanting to talk to other people (ஆள் வகையில்) மிகவும் அமைதியான மற்றும் பிறருடன் பேச விரும்பாத; ஒதுங்கி இருக்கிற; கூச்ச இயல்புடைய

wither /'wɪðə(r)/ *verb* **1** [I, T] **wither (sth) (away)** (used about plants) to become dry and die; to make a plant do this (தாவரங்கள் வகையில்) காய்ந்து பட்டுப்போ; வாடி வதங்கு; உலர்ந்து சருகாகு; வாடச்செய் *The plants withered in the hot sun.* **2** [I] **wither (away)** to become weaker then disappear வலுவிழந்து இல்லாதுபோ; நலிவுற்று அழிந்துபோ; தேய்ந்துபோ *This type of industry will wither away in the years to come.*

withering /'wɪðərɪŋ/ *adj.* done to make sb feel silly or embarrassed ஒருவர் இழிவுணர்ச்சி அல்லது வெட்க உணர்வு கொள்ளுமாறு செய்யப்படுகிற; இகழ்ச்சியான; அவமதிக்கிற *a withering look*

withhold /wɪð'həʊld/ *verb* [T] (*pt, pp* **withheld** /-'held/) (*formal*) **withhold sth (from sb/sth)** to refuse to give sth to sb ஒன்றை ஒருவருக்குக் கொடுக்க மறுப்புத்தெரிவி; நிறுத்தி வைத்துக்கொள் *to withhold information from the police*

within /wɪ'ðɪn/ *prep., adv.* **1** in a period not longer than a particular length of time குறிப்பிடப்பட்ட கால அளவிற்குள்ளாக; கால எல்லை முடிவதற்கு முன் *I'll be back within an hour.* • *She got married, found a job and moved house, all within a week.* **2 within sth (of sth)** not further than a particular distance from sth ஒன்றிலிருந்து குறிப்பிடப்பட்ட தொலைவுக்கு உள்ளாக; அத்தொலைவுக்கு மேற்படாது *The house is within a kilometre of the station.* **3** not outside the limits of sb/sth ஒருவரது/ஒன்றின் வரையறையை அல்லது கட்டுப்பாட்டு எல்லையை மீறாது; குறிப்பிடப்பட்ட வரையறைக்கு/எல்லைக்கு உள்ளாக *Each department must keep within its budget.* **4** (*formal*) inside sb/sth ஒருவருக்குள்; ஒன்றிற்குள் *The anger was still there deep within him.*

without /wɪ'ðaʊt/ *prep., adv.* **1** not having or showing sth ஒன்று இல்லாது அல்லது ஒன்றைக் காட்டாது *Don't go out without a coat on.* • *He spoke without much enthusiasm.* **2** not using or being with sb/sth ஒன்றைப் பயன்படுத்தாது; ஒருவருடன் சேர்ந்திருக்காது *I drink my coffee without milk.* • *Can you see without your glasses?* **3** used with a verb in the -ing form to mean 'not' 'இல்லை' என்னும் பொருள் தரும்படியாக -ing வடிவத்திலுள்ள வினைச்சொல்லுடன் பயன்படுத்தப்படுவது *She left without saying goodbye.* • *I used her phone without her knowing.*

withstand /wɪð'stænd/ *verb* [T] (*pt, pp* **withstood** /-'stʊd/) (*formal*) to be strong enough not to break, give up, be damaged, etc. உடைபடுதல், கைவிடுதல், சேதமுறுதல் முதலியவற்றுக்கு உள்ளாகாத அளவுக்கு

வலிமையுடன் இரு; தாங்கும் ஆற்றல் பெற்றிரு *These animals can withstand very high temperatures.*

witness¹ /ˈwɪtnəs/ *noun* [C] **1** (*also* **eyewitness**) **a witness (to sth)** a person who sees sth happen and who can tell other people about it later ஒன்று நிகழும்போது கண்ணால் கண்டு அதனைப் பின்னொரு வேளையில் பிறரிடம் சொல்லக்கூடியவர்; நேரில் கண்டவர்; சான்றாளர்; சாட்சி *There were two witnesses to the accident.* **2** a person who appears in a court of law to say what he/she has seen or what he/she knows about sb/sth தான் கண்ணால் கண்டதை அல்லது ஒருவர்/ஒன்றைப் பற்றித் தனக்குத் தெரிந்ததை நீதிமன்றத்திற்கு வந்து கூறுபவர்; சாட்சி *a witness for the defence/prosecution* **3** a person who sees sb sign an official document and who then signs it himself/herself ஓர் அதிகாரபூர்வமான ஆவணத்தில் தான் காண ஒருவர் கையொப்பமிட்டபின் அதில் தானும் கையொப்பமிடுபவர்; சாட்சிக் கையொப்பமிடுபவர்

IDM **bear witness (to sth)** ➪ **bear²** பார்க்க.

witness² /ˈwɪtnəs/ *verb* [T] **1** to see sth happen and be able to tell other people about it later ஒரு நிகழ்வை நேரில் பார்த்துப் பின்னர் அதைப் பற்றிப் பிறரிடம் சொல்லக் கூடியவராக இரு; சான்றாயிரு; மெய்ப்பிக்கக் கூடியவராயிரு *to witness a murder* **2** to see sb sign an official document and then sign it yourself ஓர் அதிகாரபூர்வமான ஆவணத்தில் தான் காண ஒருவர் கையொப்பமிட்டபின் அதில் தானும் கையொப்பமிடு; சாட்சிக் கையொப்பமிடு *to witness a will*

witness box (*also* **witness-stand**) *noun* [C] the place in a court of law where a witness stands when he/she is giving evidence நீதிமன்றத்தில் சாட்சியம் அளிப்பவர் நிற்கும் இடம்; சாட்சிக் கூண்டு

witty /ˈwɪti/ *adj.* (**wittier**; **wittiest**) clever and amusing; using words in a clever way அறிவாற்றலும் நகைச்சுவைத் திறனும் கொண்ட; சொற்களை அறிவு நுட்பமுடன் பயன்படுத்துகிற; அறிவார்ந்த நகைத்திறன் உடைய; மொழி வழக்கில் வல்லமையுடைய *a very witty speech* ➪ **wit** noun பார்க்க.

wives ➪ **wife** என்பதன் பன்மை வடிவம்

wizard /ˈwɪzəd/ *noun* [C] (in stories) a man who is believed to have magic powers (புனைகதைகளில் வரும்) மாய மந்திர ஆற்றல்கள் உடையவராக நம்பப்படும் ஆண்; சூனியக்காரன்; மாயாவி; மந்திரவாதி ➪ **witch** மற்றும் **magician** பார்க்க.

wk *abbr.* (*pl.* **wks**) week வாரத்தைக் குறிக்கும் week என்பதன் குறுக்கம்

wobble /ˈwɒbl/ *verb* [I, T] to move from side to side in a way that is not steady; to make sb/sth do this நிலையுறுதியின்றிப் பக்கவாட்டில் ஆடு; ஒருவரை/ஒன்றை இவ்வாறு ஆட்டு; அலையாடு; இப்படியும் அப்படியுமாக ஆட்டு *Put something under the leg of the table. It's wobbling.* • *Stop wobbling the desk. I can't write.* ▶ **wobbly** /ˈwɒbli/ *adj.*

woe /wəʊ/ *noun* (*formal*) **1 woes** [*pl.*] the problems that sb has ஒருவர் ஆட்பட்டுள்ள சிக்கல்கள்; தொல்லைகள்; துன்பங்கள் **2** [U] (*old-fashioned*) great unhappiness பெரும் வருத்தம்; மிகு துயர்; வேதனை

IDM **woe betide sb** used as a warning that there will be trouble if sb does/does not do a particular thing குறிப்பிட்ட ஒன்றை ஒருவர் செய்தால்/செய்யாதுபோனால் தொல்லைக்கு ஆளாக நேரிடும் என்ற முறையிலான எச்சரிக்கையாகப் பயன்படுத்தப்படுவது: ஒருவரைக் கேடு சூழும் *Woe betide anyone who yawns while the boss is talking.*

wok /wɒk/ *noun* [C] a large pan that is shaped like a bowl and used for cooking Chinese food சீன உணவு வகைகள் தயாரிக்கப் பயன்படுத்தப்படும் குழிதட்ட வடிவிலான பெரிய கொதிகலம்; சீன உணவு இருப்புச்சட்டி அல்லது வாணலி ➪ **pan** பதிவில் படம் பார்க்க.

woke ➪ **wake¹** என்பதன் இறந்தகால வடிவம்

woken ➪ **wake¹** என்பதன் இறந்தகால வினையெச்ச வடிவம்

wolf /wʊlf/ *noun* [C] (*pl.* **wolves** /wʊlvz/) a wild animal that looks like a dog and that lives and hunts in a group (**pack**) ஓநாய்

woman /ˈwʊmən/ *noun* [C] (*pl.* **women** /ˈwɪmɪn/) **1** an adult female person வயது வந்த பெண் *men, women and children* • *Would you prefer to see a woman doctor?* **2 -woman** (*in compounds*) a woman who does a particular activity குறிப்பிட்ட செயலில்/தொழிலில் ஈடுபட்டுள்ள பெண் *a businesswoman*

womanhood /ˈwʊmənhʊd/ *noun* [U] the state of being a woman பெண்ணாக இருக்கும் நிலை; பெண்மை

womanly /ˈwʊmənli/ *adj.* having qualities considered typical of a woman பெண்ணுக்கு உரியதாகக் கருதப்படும் பண்புகளைக் கொண்டுள்ள; பெண்ணியல்புடைய

womb /wuːm/ *noun* [C] the part of a woman or female animal where a baby grows before it is born பிறப்பதற்கு முன் குழந்தை/குட்டி வளர்ச்சியுறும் பெண்/பெண் விலங்கின் உறுப்பு; கருப்பை ✪ SYN **uterus**

won ➪ **win** என்பதன் இறந்தகால மற்றும் இறந்தகால வினையெச்ச வடிவம்

wonder¹ /ˈwʌndə(r)/ *verb* **1** [I, T] **wonder (about sth)** to want to know sth; to ask yourself questions about sth ஒன்றைத் தெரிந்துகொள்ள விரும்பு; ஒன்று குறித்துத் தன்னிடமே கேள்விகள் கேள்; நினைத்துப் பார் *I wonder what the new teacher will be like.* • *It was something that she had been wondering about for a long time.* **2** [T] used as a polite way of asking a question or of asking sb to do sth ஒன்று குறித்துப் பண்பிணக்கத்துடன் வினவ அல்லது ஒன்றைச் செய்யுமாறு ஒருவரிடம் கூறப் பயன்படுத்தப்படுவது *I wonder if you could help me.* **3** [I, T] **wonder (at sth)** to feel great surprise or admiration பெரு வியப்பு அல்லது பாராட்டுணர்ச்சி கொள்; அதிசயப்படு *We wondered at the speed with which he worked.* • *'She was very angry.' 'I don't wonder* (= I'm not surprised). *She had a right to be.'*

wonder² /'wʌndə(r)/ *noun* **1** [U] a feeling of surprise and admiration வியப்பும் பாராட்டுணர்ச்சியும்; ஆச்சரியம் *The children just stared* ***in wonder*** *at the acrobats.* **2** [C] something that causes you to feel surprise or admiration வியப்புணர்ச்சி அல்லது பாராட்டுணர்ச்சி கொள்ளச் செய்வது; வியக்கத்தக்க அல்லது மெச்சத்தக்க ஒன்று; அதிசயம் *the wonders of modern technology*

IDM do wonders (for sb/sth) to have a very good effect on sb/sth ஒருவர்/ஒன்றின் மீது மிக நல்ல பயன்விளைவு உண்டுபண்ணு, மெச்சத்தக்க பலன் அளி *Working in Chennai did wonders for my Tamil.*

it's a wonder (that)... it's surprising that... (குறிப்பிட்ட ஒன்று) வியப்புக்குரியது அல்லது பாராட்டத்தக்கது *It's a wonder we managed to get here on time, with all the traffic.*

no wonder it is not surprising வியப்பூட்டக் கூடியதல்ல; ஆச்சரியமானதன்று; இயல்பானது; வழக்கமானது *You've been out every evening this week. No wonder you're tired.*

wonderful /'wʌndəfl/ *adj.* extremely good; fantastic பெரிதும் மனநிறைவு அளிக்கிற; மிகச் சிறந்த; பாராட்டத்தக்க; வியக்கத்தக்க *What wonderful weather!* • *It's wonderful to see you again.* ▶ **wonderfully** /'wʌndəfəli/ *adv.*

won't ⇨ **will not** என்பதன் குறுக்க வடிவம்

wood /wʊd/ *noun* **1** [U, C] the hard substance that trees are made of மரங்களின் ஆக்கப்பொருளாக அமையும் கெட்டியான ஒன்று; மரக்கட்டை *He chopped some wood for the fire.* • *Pine is a softwood.* **2** [C, *often plural*] an area of land that is covered with trees. A wood is smaller than a forest மரங்கள் நிறைந்துள்ளதும் காட்டை விடச் சிறியதுமான நிலப்பகுதி; குறுங்காடு; வனம் *a walk in the woods*

IDM touch wood (*AmE*) **knock on wood** an expression that people use (often while touching a piece of wood) to prevent bad luck ஒரு தீங்கை விலக்கும் பொருட்டு (வழக்கமாக ஒரு மரக்கட்டையைத் தொட்டுக்கொண்டு) கூறப்படும் வாசகம் *I've been driving here for 20 years and I haven't had an accident yet—touch wood!*

woodcutter /'wʊdkʌtə(r)/ *noun* [C] (*old-fashioned*) a person whose job is cutting down trees மரம் வெட்டும் தொழில் செய்பவர்; மரம் வெட்டி

wooded /'wʊdɪd/ *adj.* (used about an area of land) having a lot of trees growing on it (நிலப்பகுதி வகையில்) மரங்கள் நிறைந்து வளர்ந்துள்ள; மரம் செறிந்த

wooden /'wʊdn/ *adj.* made of wood மரத்தால் செய்யப்பட்ட

woodland /'wʊdlənd/ *noun* [C, U] land that has a lot of trees growing on it மரங்கள் நிறைந்துள்ள நிலப்பகுதி *The village is surrounded by woodland.* • *woodland birds*

woodpecker /'wʊdpekə(r)/ *noun* [C] a bird with a long beak that it uses to make holes in trees for its home and to look for insects தனக்கு இருப்பிடம் செய்துகொள்வதற்கும் பூச்சிகளைத் தேடித் தின்பதற்கும் மரங்களைக் கொத்தித் துளைக்கும் நீண்ட அலகுடைய பறவை வகை; மரம்கொத்தி

wood pulp *noun* [U] wood that has been broken into small pieces and pressed until it is soft. It is used for making paper காகிதம் தயாரிப்பதற்காகப் பயன்படுத்தப்படும், சிறு துண்டுகளாக நறுக்கி அழுத்திக் குழைவாக்கப்பட்ட மரக்கட்டை; மரக்கூழ்

woodwind /'wʊdwɪnd/ *noun* [*sing., with sing. or pl. verb*] the set of musical instruments that you play by blowing into them வாயினால் ஊதி இசைக்கப்படும் இசைக் கருவிகளின் தொகுதி; வளியிசைக் கருவிகள்

woodwork /'wʊdwɜːk/ *noun* [U] **1** the parts of a building that are made of wood such as the doors, stairs, etc. மரத்தினால் செய்யப்படும் கதவுகள், படிக்கட்டுகள் முதலிய கட்டடப் பகுதிகள்; கட்டடத்தின் மரத்தாலான பகுதிகள் **2** the activity or skill of making things out of wood மரத்தினால் பொருள்களை உருவாக்கும் செயல் அல்லது பயிற்சித்திறம்; மரவேலை; மரவேலைத் திறன்

woodworm /'wʊdwɜːm/ *noun* **1** [C] a small, soft, fat creature, the young form of a **beetle**, that eats wood, making a lot of small holes in it மரக்கட்டையைத் தின்று அதில் ஏராளமான சிறு துளைகள் உண்டாக்கும் சிறிய, மெல்லுடலுடைய தடிப்பான உயிரி; மரம் துளைக்கும் வண்டுப்புழு **2** [U] the damage to wood caused by these creatures வண்டுப்புழுக்களால் மரத்திற்கு உண்டாகும் சேதம்

woof /wʊf/ *noun* [C] (*informal*) used for describing the sound that a dog makes (**a bark**) நாயின் குரைப்பொலியைக் குறிக்கப் பயன்படுத்தப்படும் சொல்

wool /wʊl/ *noun* [U] **1** the soft thick hair of sheep செம்மறியாட்டின் அடர்த்தியான மென்மயிர்; கம்பளி மயிர் **2** thick thread or cloth that is made from wool கம்பளி மயிரினால் செய்யப்பட்ட திண்ணிய இழை அல்லது துணி; கம்பளி இழை; கம்பளித் துணி *The sweater is 50% wool and 50% acrylic.* ➪ **cotton wool** பார்க்க.

woollen (*AmE* **woolen**) /ˈwʊlən/ *adj.* made of wool கம்பளி மயிரினால் நெய்யப்பட்ட; கம்பளி இழையாலான *a warm woollen jumper*

woolly (*AmE* **wooly**) /ˈwʊli/ *adj.* like wool or made of wool கம்பளி மயிர் போன்ற அல்லது கம்பளி மயிரினால் நெய்யப்பட்ட *The dog had a thick woolly coat.* • *long woolly socks*

word¹ /wɜːd/ *noun* **1** [C] a sound or letter or group of sounds or letters that expresses a particular meaning குறிப்பிட்ட பொருளை விவரிக்கும் ஓர் ஒலி அல்லது எழுத்து அல்லது ஒலிகளின் அல்லது எழுத்துகளின் தொகுதி; சொல்; சொல்லின் ஒலி வடிவம் *What does this word mean?* **2** [C] a thing that you say; a short statement or comment சொல்லப்படுவது; சிறு கூற்று; வாசகம்; சிற்றுரை; கருத்து *Could I **have a word** with you in private?* • *Don't say a word about this to anyone.* **3** [*sing.*] a promise வாக்குறுதி; உறுதிமொழி *I **give you my word** that I won't tell anyone.* • *I'll **keep my word** to her and lend her the money.* • *You'll just have to trust him not to **go back on his word**.*

IDM a dirty word ➪ **dirty¹** பார்க்க.

not breathe a word (of/about sth) (to sb) ➪ **breathe** பார்க்க.

not get a word in edgeways to not be able to interrupt when sb else is talking so that you can say sth yourself ஒருவர் பேசும்போது தானும் ஒன்று சொல்வதற்காக இடைமறித்து பேசமுடியாதிரு

have, etc. the last word ➪ **last¹** பார்க்க.

in other words ➪ **other** பார்க்க.

lost for words ➪ **lost²** பார்க்க.

put in a (good) word for sb to say sth good about sb to sb else ஒருவரைப் பற்றி வேறொருவரிடம் நன்மை பயக்கும் ஒன்றைச் சொல்லிவை; சிபாரிசு செய் *If you could put in a good word for me I might stand a better chance of getting the job.*

take sb's word for it to believe what sb says without any proof சான்றுறுதி இன்றி ஒருவர் சொல்வதை நம்பு; அப்படியே ஏற்றுக்கொள்

word for word 1 repeating sth exactly ஒன்றை அப்படியே திரும்பச் சொல்கிற/எழுதுகிற; சிறிதும் மாற்றமின்றிச் சொல்லுக்குச் சொல் மீண்டும் கூறுகிற *Seema repeated word for word what he had told her.* **2** translating each word separately, not looking at the general meaning பொதுப்படையான கருத்தை நோக்காது, ஒவ்வொரு சொல்லையும் தனித்தனியாக மொழிபெயர்க்கிற; சொல்லுக்குச் சொல் மொழிபெயர்ப்பான *a word-for-word translation*

word² /wɜːd/ *verb* [T] (*often passive*) to write or say sth using particular words குறிப்பிட்ட சொற்களைப் பயன்படுத்தி ஒன்றை எழுது அல்லது சொல்; சொற்களைத் தேர்ந்தெடுத்து ஒரு வாசகத்தை அல்லது கூற்றை உருவாக்கு *The statement was carefully worded so that nobody would be offended by it.*

wording /ˈwɜːdɪŋ/ *noun* [*sing.*] the words that you use to express sth ஒன்றைக் கூறுவதற்குப் பயன்படுத்தப்படும் சொற்கள்; சொல்லாட்சி *The wording of the contract was vague.*

word-perfect *adj.* able to say sth that you have learnt from memory, without making a mistake கற்றுள்ள ஒன்றை நினைவிலிருந்து தவறின்றிச் சொல்லக்கூடிய; திருத்தமாக ஒப்பிக்கக்கூடிய

word processing *noun* [U] (*computing*) the use of a computer to write, store and print a piece of text ஓர் உரையை எழுத, தேக்கிவைக்க மற்றும் அச்சிடக் கணிப்பொறியைப் பயன்படுத்துதல்; சொல் வரைவு *I mainly use the computer for word processing.*

word processor *noun* [C] a type of small computer that you can use for writing letters, reports, etc. You can correct or change what you have written before you print it out கடிதங்கள், அறிக்கைகள் முதலியவற்றை எழுதுவதற்கும் அச்சிடுவதற்கு முன் அவற்றில் திருத்தங்கள் அல்லது மாற்றங்கள் செய்வதற்கும் பயன்படுத்தப்படும் சிறு கணிப்பொறி வகை; சொற்செயலி

wore ➪ **wear¹** என்பதன் இறந்தகால வடிவம்

work¹ /wɜːk/ *verb* **1** [I, T] **work (as sth) (for sb); work (at/on sth); work (to do sth)** to do sth which needs physical or mental effort, in order to earn money or to achieve sth பணம் ஈட்டுவதற்காக அல்லது ஒன்றை அடையப்பெறுவதற்காக உடல் உழைப்பு அல்லது அறிவுத்திறன் சார்ந்த ஒரு செயலைச் செய்; உடல்/மூளையை ஈடுபடுத்திச் செயலாற்று; வேலை செய்; பணியாற்று *I'd like to work as a newspaper reporter.* • *Doctors often work extremely long hours.* **2** [T] to make yourself/sb work, especially very hard குறிப்பாக, கடும் முயற்சியுடன் வேலை செய் அல்லது ஒருவரை வேலைசெய்யவை; உழை; உழைக்கச் செய் *The coach works the players very hard in training.* **3** [I, T] (used about a machine, etc.) to function;

to make sth function; to operate (இயந்திரம் முதலியவை வகையில்) இயங்கு; இயக்கு; தொழிற்படு; தொழிற்படுத்து *Our telephone hasn't been working for several days.* • *We still don't really understand how the brain works.* **4** [I] to have the result or effect that you want; to be successful விரும்பிய விளைபயன் அல்லது பலன் அடையப்பெறு; பயன்நிறைவு அடை; வெற்றி காண் *Your idea sounds good but I don't think it will really work.* • *The heat today could work in favour of the African runners.* **5** [I, T] to move gradually to a new position or state படிப்படியாக ஒரு புதிய இருப்பு நிலைக்கு இடம்பெயர்; இடம்பெயரச்செய்; மெல்ல மெல்ல நகர்ந்துபோ *Engineers check the plane daily, because nuts and screws can* ***work loose****.* • *I watched the snail* ***work its way*** *up the wall.* **6** [I, T] to use materials to make a model, a picture, etc. மூலப் பொருள்களைப் பயன்படுத்தி ஓர் உருமாதிரி, ஒரு படம் முதலியவற்றை உருவாக்கு *He worked the clay into the shape of a horse.* • *She usually works in/with oils or acrylics.*

IDM **work/perform miracles** ➪ **miracle** பார்க்க.

work/sweat your guts out ➪ **gut**[1] பார்க்க.

work to rule ➪ **rule**[1] பார்க்க.

PHR V **work out 1** to develop or progress, especially in a good way குறிப்பாக, மனநிறைவு அளிக்கக்கூடிய முறையில் வளர்ச்சியுறு அல்லது முன்னேறு *I hope things work out for you.* **2** to do physical exercises in order to keep your body fit உடலைத் தகு நிலையில் வைத்திருக்கும் பொருட்டு உடற்பயிற்சி செய் *We work out to music at my exercise class.*

work out (at) to come to a particular result or total after everything has been calculated ஒவ்வொன்றாக அனைத்தும் கணக்கிடப்பட்ட பின் குறிப்பிட்ட முடிவை அல்லது மொத்தத் தொகையை அடை *If we divide the work between us it'll work out at about four hours each.*

work sb out to understand sb ஒருவரைப் புரிந்துகொள் *I've never been able to work her out.*

work sth out 1 to find the answer to sth; to solve sth ஒன்றுக்கு விடை காண்; தீர்வு காண்; சிக்கல் விடுவி *I can't work out how to do this.* **2** to calculate sth ஒன்றைக் கணக்கிடு; கணி; மதிப்பிடு *I worked out the total cost.* **3** to plan sth ஒன்றைத் திட்டமிடு; கருத்துரு அமை *Have you worked out the route through France?*

work up to sth to develop or progress to sth ஒரு நிலைக்கு அல்லது ஓர் இலக்கு நோக்கி வளர்ச்சியுறு அல்லது முன்னேறு *Start with 15 minutes' exercise and gradually work up to 30.*

work sth up to develop or improve sth with effort முயற்சியினால் ஒன்றை வளர்ச்சியுறச்செய்; முன்னேற்று அல்லது மேம்படுத்து *I'm trying to work up the energy to go out.*

work sb/yourself up (into sth) to make sb/yourself become angry, excited, upset, etc. சினம், பதற்றம், மனக்கலக்கம் முதலியவற்றுக்கு உள்ளாகு அல்லது ஒருவர் உள்ளாகச் செய் *He had worked himself up into a state of anxiety about his interview.*

work² /wɜːk/ *noun* **1** [U] the job that you do, especially in order to earn money; the place where you do your job குறிப்பாக, பணம் ஈட்டும் பொருட்டு ஒருவர் செய்யும் வேலை; தொழில்; வேலை செய்யும் இடம்; பணியிடம் *It is very difficult to* ***find work*** *in this city.* • *He's been* ***out of work*** (= without a job) *for six months.* • *Police work is not as exciting as it looks on TV.*

NOTE **Work** என்ற சொல் எண்ணுதற்கு இயலாப் பெயர்ச்சொல்லாகும். சில சூழல்களில் **job** என்ற சொல்லைப் பயன்படுத்த வேண்டும்—*I've found work at the hospital.* • *I've got a new job at the hospital.* **Employment** என்பது ஊதியத்திற்குரிய பணியில் இருப்பதைக் குறிக்கும். இச்சொல் **work** அல்லது **job** -ஐ விட முறைசார்பும் அதிகார முறைமையும் மிக்க வழக்காகும்—*Many married women are in part-time employment.* அதிகாரபூர்வமான ஆவணங்களில் ஒருவரது தொழில் பற்றி வினவ **occupation** என்ற சொல் பயன்படுத்தப்படுகிறது—*Occupation: student. Occupation: bus driver.* சிறப்புப் பயிற்சியும் உயர்கல்வித் தகுதியும் வேண்டப்படும் தொழில் **profession** எனப்படும்—*the medical profession.* **Trade** என்பது தனிப்பயிற்சித் திறன் வேண்டப்படும் கைவினைத் தொழிலாகும்—*He's a carpenter by trade.*

2 [U] something that requires physical or mental effort that you do in order to achieve sth ஒன்றை அடைவதற்காக/நிறைவேற்றுவதற்காகச் செய்யப்படுகிற உடல் உழைப்பு அல்லது அறிவுத் திறன் வேண்டப்படும் செயல்; பணி; அலுவல் *Her success is due to sheer* ***hard work****.* • *We hope to* ***start work on*** *the project next week.* **3** [U] something that you are working on or have produced ஒன்றைச் சார்ந்த பணி அல்லது ஒருவரால் விளைவிக்கப்பட்டது; செயற்பாடு; செயல்; ஆக்கம்; செயல் விளைவு; சாதனை *a piece of written work* • *The teacher marked their work.* • *Is this all your own work?* **4** [C] a book, painting, piece of music, etc. ஒரு நூல், ஓர் ஓவியம், இசைப்பகுதி முதலியவை; படைப்பு; ஆக்கப்பொருள் *an early work by Ravi Varma* • *the complete works of Shakespeare* **5 works** [*pl.*] the act of building or repairing sth ஒன்றைக் கட்டி உருவாக்கும் அல்லது பழுதுபார்க்கும் செயல்; கட்டுமான வேலை; வேலைப்பாடு; செப்பனிடுதல் *The roadworks are causing long* *traffic jams.* **6 works** [C, *with sing. or pl. verb*] (*often in compounds*) a factory தொழிற்சாலை *The steelworks is/are closing down.* **7** [U] (*technical*) the use of force to produce movement ஆற்றலை/விசையைப் பயன்படுத்தி இயக்கம் உண்டுபண்ணுதல்; விசையியக்கம்

IDM **get/go/set to work (on sth)** to begin; to make a start (on sth) செய்யத் தொடங்கு; ஒன்றைத் தொடக்கம் செய்

workable /ˈwɜːkəbl/ *adj.* that can be used successfully; practical வெற்றிகரமாகப் பயன்படுத்தத்தக்க; நடைமுறைக்கு ஏற்ற; காரிய சாத்தியமான *a workable plan/solution*

workaholic /ˌwɜːkəˈhɒlɪk/ *noun* [C] a person who loves work and does too much of it வேலை மீது உணர்ச்சிப் பற்றும் மிகைப்படியான ஈடுபாடும் உடையவர்; வேலைக்கு அடிமையானவர்

workbench /ˈwɜːkbentʃ/ *noun* [C] a long heavy table used for doing practical jobs, working with tools, etc. செயல்முறைப் பணிகள் செய்தல், கருவிகளைப் பயன்படுத்தி வேலை செய்தல் முதலியவற்றுக்குப் பயன்படுத்தப்படும் நீண்ட கனமான மேசை; பணிமேசை ➪ **vice** பதிவில் படம் பார்க்க.

workbook /ˈwɜːkbʊk/ *noun* [C] a book with questions and exercises in it that you use when you are studying sth ஒன்றினைக் கற்கும்போது பயன்படுத்தப்படும் வினாக்கள் மற்றும் பயிற்சிப் பாடங்கள் அடங்கிய நூல்; பாடப்பயிற்சி ஏடு

worker /ˈwɜːkə(r)/ *noun* [C] **1** (*often in compounds*) a person who works, especially one who does a particular kind of work பணி செய்பவர்; குறிப்பாகக் கூறுமிடத்து, குறிப்பிட்ட வகையான பணி செய்பவர்; தொழிலாளர் *factory/office/farm workers* • *skilled/manual workers* **2** a person who is employed to do physical work rather than organizing things or managing people திட்டமிடுதல் அல்லது மேலாட்சி செய்தல் அல்லாத, உடல் உழைப்புச் சார்ந்த ஊதியப் பணியாளர்; தொழிலாளி *Workers' representatives will meet management today to discuss the pay dispute.* **3** a person who works in a particular way குறிப்பிட்ட முறையில் வேலை செய்பவர் *a slow/fast worker*

workforce /ˈwɜːkfɔːs/ *noun* [C, *with sing. or pl. verb*] **1** the total number of people who work in a company, factory, etc. ஒரு வாணிக நிறுவனம், தொழிற்சாலை முதலியவற்றில் பணிபுரியும் ஆட்களின் மொத்த எண்ணிக்கை; ஓர் அமைப்பின் பணியாளர் தொகுதி **2** the total number of people in a country who are able to work ஒரு நாட்டின் பணித்திறன்/பணித்தகுதி உடைய ஆட்களின் மொத்த எண்ணிக்கை; ஒரு நாட்டின் மொத்த உழைப்பாளர்கள் *Ten per cent of the workforce is/are unemployed.*

working /ˈwɜːkɪŋ/ *adj.* (*only before a noun*) **1** employed; having a job வேலையில் உள்ள; பணி அமர்வு பெற்றுள்ள *the problems of childcare for working mothers* **2** connected with your job ஒருவர் செய்யும் பணி தொடர்பான; ஒருவரது வேலை சார்ந்த *He stayed with the same company for the whole of his* ***working life.*** • *The company offers excellent working conditions.* **3** good enough to be used, although it could be improved மேலும் செம்மைப்படுத்தக் கூடுமாயினும், பயன்படுத்தத்தக்க நன்னிலையில் உள்ள; செயற்பாட்டு நிலையில் உள்ள *We are looking for someone with* ***a working knowledge*** *of Hindi.*

IDM **in working order** ➪ **order**[1] பார்க்க.

the working class *noun* [*sing.*] (*also* **the working classes**) [*pl.*] the group of people in a society who do not have much money or power and who usually do physical work, especially in industry பெருமளவு செல்வமோ செல்வாக்கோ இல்லாதவர்களும், (குறிப்பாகத் தொழிற்சாலைகளில்) பெரும்பாலும் உடல் உழைப்புச் சார்ந்த பணி செய்பவர்களுமான சமுதாயப் பிரிவினர்; தொழிலாளர் இனம்; உழைக்கும் வர்க்கம் *unemployment among the working class* ▶ **working class** *adj. They're working class.* • *a working class family* ➪ **the middle class** மற்றும் **the upper class** பார்க்க.

workings /ˈwɜːkɪŋz/ *noun* [*pl.*] the way in which a machine, an organization, etc. operates ஒரு பொறியமைப்பு, நிறுவனம் முதலியவை செயற்படும் முறை; செயற்பாட்டு முறை; செயற்பாணி *It's very difficult to understand the workings of the legal system.*

workload /ˈwɜːkləʊd/ *noun* [C] the amount of work that you have to do ஒருவர் செய்ய வேண்டிய வேலையின் அளவு; வேலைப் பளு *She often gets home late when she has a* ***heavy workload.***

workman /ˈwɜːkmən/ *noun* [C] (*pl.* **-men** /-mən/) a man who works with his hands, especially at building or making things கைகளால் வேலை செய்யும் ஆண், குறிப்பாகக் கட்டட வேலை செய்பவர் அல்லது பொருள்கள் செய்பவர்; கைவினைஞர்

workmanlike /ˈwɜːkmənlaɪk/ *adj.* done, made, etc. very well, but not original or exciting (செயற்பாடு, ஒன்றைத் தயாரித்தல் முதலியவை வகையில்) புதிதாகவோ ஆர்வக் கிளர்ச்சி ஊட்டுவதாகவோ இல்லாதுபோயினும் மிக நல்ல முறையில் இருக்கிற; கைத்திறன்/செயலாற்றல் வெளிப்படுகிற *The leading actor gave a workmanlike performance.*

workmanship /ˈwɜːkmənʃɪp/ *noun* [U] the skill with which sth is made ஒன்றின் உருவாக்கத்தில்

வெளிப்படும் கைவினையாற்றல்; வேலைத் திறன்; பயில்திறம்

work of art *noun* [C] (*pl.* **works of art**) a very good painting, book, piece of music, etc. மிகச் சிறந்த முறையில் உருவாக்கப்பட்ட ஓவியம், நூல், இசை முதலியவை; நேர்த்தியான கலைப் படைப்பு ➪ **art** பார்க்க.

workout /ˈwɜːkaʊt/ *noun* [C] a period of physical exercise, for example when you are training for a sport or keeping fit விளையாட்டுப் பயிற்சி, உடற்கட்டு பேணுதல் முதலியவற்றின் பொருட்டு ஒரு கால அளவு செய்யப்படும் உடற்பயிற்சி *She does a twenty-minute workout every morning.*

worksheet /ˈwɜːkʃiːt/ *noun* [C] a piece of paper with questions or exercises on it that you use when you are studying sth ஒன்றினைக் கற்கும்போது பயன்படுத்தப்படும் வினாக்கள் அல்லது பாடப் பயிற்சிகள் அடங்கிய தாள்; பாடப்பயிற்சித் தாள்; பணித்தாள்

workshop /ˈwɜːkʃɒp/ *noun* [C] **1** a place where things are made or repaired பொருள்கள் தயாரிக்கப்படும் அல்லது பழுதுபார்க்கப்படும் இடம்; பணிப் பட்டறை; பட்டறை **2** a period of discussion and practical work on a particular subject, when people share their knowledge and experience குறிப்பிட்ட துறை குறித்து ஆட்கள் தங்களது அறிவையும் அனுபவத்தையும் பகிர்ந்துகொள்ளும் முறையில் கலந்துரையாடலும் செயல்முறைப் பயிற்சியும் நடைபெறும் காலப்பகுதி; பயிலரங்கு *a drama/writing workshop*

workstation /ˈwɜːksteɪʃn/ *noun* [C] (*computing*) the desk and computer that a person works at; one computer that is part of a **network** ஒருவர் முன்னமர்ந்து செயலாற்றும் பணிமேசையும் கணிப்பொறியும்; பணி நிலையக் கணிப்பொறி; வலையமைப்பின் பகுதியான ஒரு கணிப்பொறி

worktop /ˈwɜːktɒp/ (*also* **work surface**) *noun* [C] a flat surface in a kitchen, etc. that you use for preparing food, etc. on சமையலறை முதலியவற்றில் உள்ள, மேல் வைத்து உணவு தயாரித்தல் முதலியவற்றுக்குப் பயன்படுத்தப்படும் சமதளப் பரப்பு; பணி மேடை

work-to-rule *noun* [*usually sing.*] a situation in which workers refuse to do any work that is not in their contracts, in order to protest about sth ஒன்றினுக்கு எதிர்ப்புத் தெரிவிக்கும் பொருட்டுத், தொழிலாளர்கள் தங்களது பணி ஒப்பந்தத்திற்கு அப்பாற்பட்ட எந்த வேலையையும் செய்ய மறுக்கும் நிலை; விதிப்படி வேலை செய்தல்

world /wɜːld/ *noun* **1 the world** [*sing.*] the earth with all its countries and people அனைத்து நாடுகளும் மக்களும் உள்ளடங்கிய பூமி; உலகம் *a map of the world* • *the most beautiful place* ***in the world*** • *She is famous* ***all over the world.*** **2** [*sing.*] a particular part of the earth or group of countries நில உலகின் குறிப்பிட்ட பகுதி அல்லது குறிப்பிட்ட நாடுகளின் தொகுதி *the western world* • *the Arab world* • *the Third World* **3** [*sing.*] the life and activities of people; their experience மக்களது வாழ்க்கை மற்றும் செயற்பாடுகள்; மக்களுடைய அனுபவங்கள்; மனித உலகம்; உலக வாழ்வு *It's time you learned something about the real world!* • *the modern world* **4** [C] (*often in compounds*) a particular area of activity or group of people or things குறிப்பிட்ட செயல் துறை; பணித்துறை; குறிப்பிட்ட செயற்பாட்டில் ஈடுபட்டுள்ள ஆட்களின் அல்லது பொருள்களின் தொகுதி *the world of sport/fashion/politics* • *the medical/business/animal/natural world* **5** [*sing.*] the people in the world உலகில் வாழும் மக்கள்; உலக மக்கள் ***The whole world*** *seemed to know the news before me!* **6** [C] a planet with life on it உயிரினங்கள் வாழும் கோள்; கோள் உலகு *Do you believe there are other worlds out there, like ours?*

IDM **do sb a/the world of good** (*informal*) to have a very good effect on sb ஒருவர் மீது நிறைநலம் வாய்ந்த தாக்கத்தை உண்டுபண்ணு; ஒருவருக்கு நிறைவான நற்பயன் அளி *The holiday has done her the world of good.*

in the world used to emphasize what you are saying ஒன்றினை அழுத்தமாகக் கூறப் பயன்படுத்தப்படுவது *There's no need to rush—we've got all the time in the world.* • *What in the world are you doing?*

the outside world ➪ **outside**[2] பார்க்க.

think the world of sb/sth ➪ **think** பார்க்க.

the World Bank *noun* [*sing.*] an international organization that lends money to countries who are members at times when they are in danger or difficulty and need more money தனது உறுப்பு நாடுகள் ஆபத்துக்கு அல்லது இடர்ப்பாட்டுக்கு உள்ளாகி மிகைப்படியான பணம் வேண்டியிருக்கும் சமயங்களில் அவற்றுக்குக் கடன் வழங்கும் ஒரு பன்னாட்டு நிதியமைப்பு; உலக வங்கி

world-famous *adj.* known all over the world உலகம் முழுவதும் பிரபலமாயுள்ள; உலகப் புகழ் வாய்ந்த

worldly /ˈwɜːldli/ *adj.* **1** connected with ordinary life, not with the spirit ஆன்மா/உள்ளுணர்வு பற்றியதல்லாத, இவ்வுலக வாழ்க்கை தொடர்பான; இயல் உலகு சார்ந்த *He left all his worldly possessions to his nephew.* **2** having a lot of experience and knowledge of life and people

வாழ்க்கை மற்றும் மக்கள் குறித்துப் பேரளவு அறிவும் அனுபவமும் பெற்றுள்ள; உலகியல் அறிவும் அனுபவமும் நிறைந்த *a sophisticated and worldly man*

world power *noun* [C] a powerful country that has a lot of influence in international politics பன்னாட்டு அரசியலில் செல்வாக்கு மிக்க ஒரு வல்லரசு நாடு; உலக வல்லரசு நாடு ➪ **power**[1] **4** மற்றும் **superpower** பார்க்க.

world war *noun* [C] a war that involves a lot of different countries மிகப் பலவான வெவ்வேறு நாடுகள் தொடர்புற்ற போர்; உலகப் போர் *the Second World War • World War One*

worldwide /ˌwɜːldˈwaɪd/ *adv.*, /ˈwɜːldwaɪd/ *adj.* (happening) in the whole world உலகம் முழுவதிலுமாக/முழுவதிலும்; உலகம் அளாவியதாக/அளாவிய *The product will be marketed worldwide. • The situation has caused worldwide concern.*

the World Wide Web (*also* **the Web**) *noun* [*sing.*] (*abbr.* **WWW**) the international system of computers that makes it possible for you to see information from around the world on your computer உலகம் முழுவதிலுமுள்ள தகவலைத் தனது கணிப்பொறியில் காணத்தக்கதாகச் செய்யும் பன்னாட்டுக் கணிப்பொறி இணையம்; உலகம் அளாவிய வலை *a Web browser/page* ➪ **the Internet** பார்க்க.

worm[1] /wɜːm/ *noun* [C] **1** a small animal with a long thin body and no eyes, bones or legs நீண்டு மெலிதான உடல் உடையதும் கண்களோ எலும்புகளோ கால்களோ இல்லாததுமானசிறு விலங்கு; புழு *an earthworm* **2 worms** [*pl.*] one or more worms that live inside a person or an animal and may cause disease மனித அல்லது விலங்கு உடலினுள் வாழ்வதும் நோய் உண்டுபண்ணக் கூடியதுமான புழு அல்லது புழுக்கள்; உடற்புழு/உடற்புழுக்கள் *He's got worms.*

worm[2] /wɜːm/ *verb* [T] **worm your way/yourself along, through, etc.** to move slowly or with difficulty in the direction mentioned குறிப்பிடப்பட்ட திசையில் மெல்ல அல்லது சிரமத்துடன் செல்; ஊர்ந்து செல்; வளைந்து நெளிந்து செல் *I managed to worm my way through the crowd.*

PHR V **worm your way/yourself into sth** to make sb like you or trust you, in order to dishonestly gain an advantage for yourself நேர்மையற்ற முறையில் ஓர் ஆதாயத்தைப் பெற வேண்டி, ஒருவர் தன் மீது விருப்பம் அல்லது நம்பிக்கை கொள்ளச்செய்; பசப்பி ஆதாயம் பெறு; தந்திரமாக நயந்து பேசிக் காரியம் சாதித்துக்கொள்

worn ➪ **wear**[1] என்பதன் இறந்தகால வினையெச்ச வடிவம்

worn-out *adj.* **1** too old or damaged to use any more இனிமேல் பயன்படுத்த முடியாத அளவு பழையதான அல்லது சேதமுற்ற; பழைமை உற்றுப்போன; கந்தலான; நைவுற்ற *My shoes are completely worn-out.* **2** extremely tired மிகவும் களைப்படைந்த; முற்றும் சோர்வுற்ற *I'm absolutely worn-out. I think I'll go to bed early.* ➪ **wear** பார்க்க.

worried /ˈwʌrid/ *adj.* **worried (about sb/sth); worried (that...)** thinking that sth bad might happen or has happened மோசமான ஒன்று நிகழக்கூடும் அல்லது நிகழ்ந்திருக்கிறது என்று எண்ணுகிற; கவலையில் ஆழ்ந்துள்ள; மனக்கலக்கம் கொண்டுள்ள *I'm **worried sick** about the exam. • We were **worried stiff*** (= extremely worried) *that you might have had an accident.*

worry[1] /ˈwʌri/ *verb* (*pres. part.* **worrying**; *3rd person sing. pres.* **worries**; *pt, pp* **worried**) **1** [I] **worry (about sb/sth)** to think that sth bad might happen or has happened மோசமான ஒன்று நிகழக்கூடும் அல்லது நிகழ்ந்திருக்கிறது என்று எண்ணு; மனக்கலக்கம கொள்; கவலைப்படு *Don't worry—I'm sure everything will be all right. • There's nothing to worry about. • He worries if I don't phone every weekend.* **2** [T] **worry sb/yourself (about sb/sth)** to make sb/yourself think that sth bad might happen or has happened மோசமான ஒன்று நிகழக்கூடும் அல்லது நிகழ்ந்திருக்கிறது என்று ஒருவர்/தான் எண்ணுமாறு செய்; கவலைக்கு உள்ளாக்கு *What worries me is how are we going to get home?* **3** [T] **worry sb (with sth)** to disturb sb; to bother sb ஒருவரைத் தொந்தரவு செய்; நச்சரி *I'm sorry to worry you with my problems but I really do need some advice.*

IDM **not to worry** it is not important; it doesn't matter முக்கியமானதன்று; பொருட்படுத்தத் தேவையில்லை; கவலைப்பட வேண்டியதில்லை

▶ **worrying** *adj. a worrying situation*

worry[2] /ˈwʌri/ *noun* (*pl.* **worries**) **1** [U] the state of worrying about sth ஒன்றைப் பற்றிக் கவலைப்படும் நிலை; கவலை; சஞ்சலம்; மனக்கலக்கம் *His son has caused him a lot of worry recently.* **2** [C] something that makes you worry; a problem கவலைக்கு உள்ளாகும் ஒன்று; சிக்கல்; பிரச்சினை *Crime is a real worry for old people. • financial worries*

worse /wɜːs/ *adj., adv.* (*the comparative of* **bad** *or of* **badly**) **1** not as good or as well as sth else வேறொன்றின் அளவுக்கு நல்லதாக அல்லது மனநிறைவு அளிப்பதாக இல்லாத/இல்லாது; வேறொன்றினும் மோசமான அல்லது சீர்கெட்ட நிலையில் *My exam results were **far/much worse** than I thought they would be.* **2** (*not before a noun*) more ill; less well உடல்நலம் மேலும்

மோசமடைந்துள்ள/மோசமடைந்து; பிணி கடுமை மிகுந்த/மிகுந்து *If you **get** any **worse** we'll call the doctor.* ▶ **worse** *noun* [U] *The situation was already bad but there was worse to come.*

IDM **to make matters/things worse** to make a situation, problem, etc. even more difficult or dangerous than before ஒரு சூழல், சிக்கல் முதலியவற்றை மேலும் மோசமானதாக்கு

none the wiser/worse ➪ **none**[2] பார்க்க.

the worse for wear (*informal*) damaged; not in good condition பழுதுபட்ட; சேதமுற்ற; நல்ல நிலையில் இல்லாத *This suitcase looks a bit the worse for wear.*

worse luck! (*spoken*) unfortunately துரதிட்ட வசமாக *The dentist says I need three fillings, worse luck!*

worsen /ˈwɜːsn/ *verb* [I, T] to become worse or to make sth worse மேலும் மோசமாகு; சீர்கெடு; ஒன்றினை மேலும் மோசமாக்கு; சீர்குலையச் செய் *Relations between the two countries have worsened.*

worship /ˈwɜːʃɪp/ *verb* (**worshipping; worshipped**, *AmE* **worshiping; worshiped**) **1** [I, T] to pray to and show respect for God or a god இறைவனை அல்லது ஒரு கடவுளை வழிபட்டுப் போற்று; தொழு; வணங்கு *People travel from all over the world to worship at this shrine.* **2** [T] to love or admire sb/sth very much ஒருவரை/ஒன்றைப் பெரிதும் நேசி; மிக்க அன்புகொள்; மதித்துப் போற்று *She worshipped her husband.* ▶ **worship** *noun* [U] *Different religions have different forms of worship.* ▶ **worshipper** *noun* [C]

worst[1] /wɜːst/ *adj., adv.* (*the superlative of* **bad** *or of* **badly**) the least pleasant or suitable; the least well (இனிமை அல்லது இயைபுத்தன்மை வகையில்) அடிமட்டமான/அடிமட்டமாக; மிக மோசமான/மோசமாக; கீழ்நிலையில் உள்ள/கீழ்நிலையில் *It's been the worst winter that I can remember.*

worst[2] /wɜːst/ *noun* [*sing.*] something that is as bad as it can be படுமோசமான ஒன்று; முற்றிலும் சீர்கெட்டது *My parents always expect the worst if I'm late.*

IDM **at (the) worst** if the worst happens or if you consider sb/sth in the worst way மிக மோசமான ஒன்று நிகழக் கூடுமாயின்; ஒருவரை/ஒன்றை மிக மோசமான நிலையில் வைத்துப் பார்க்கையில் *The problem doesn't look too serious. At worst we'll have to make a few small changes.*

if the worst comes to the worst if the worst possible situation happens மிக மோசமான நிலை வந்து சேருமாயின் *If the worst comes to the worst, we will have to sell the house.*

worth[1] /wɜːθ/ *adj.* **1** having a particular value (in money) (பண வகையில்) குறிப்பிட்ட மதிப்பளவுடைய; குறிப்பிட்ட விலை மதிப்புடைய *How much do you think that house is worth?* **2 worth doing, etc.** used as a way of recommending or advising ஒன்றைப் பரிந்துரைக்கும் அல்லது அறிவுறுத்தும் முறையாகப் பயன்படுத்தப்படுவது: செய்யத்தக்க; ஏற்கத்தக்க *That museum's **well worth** visiting if you have time.* • *The library closes in 5 minutes—it's not worth going in.*

NOTE *It isn't worth repairing the car.* • *The car isn't worth repairing* ஆகிய இரு முறைகளிலும் கூறலாம்.

3 enjoyable or useful to do or have, even if it means extra cost, effort, etc. மிகைப்படியான பணம், முயற்சி முதலியவற்றை வேண்டுவதாயினும், மகிழ்ச்சியூட்டக்கூடிய அல்லது பயனுடைய *It takes a long time to walk to the top of the hill but it's worth the effort.* • *Don't bother cooking a big meal. It isn't **worth it**—we're not hungry.*

IDM **get your money's worth** ➪ **money** பார்க்க.

worth sb's while helpful, useful or interesting to sb ஒருவருக்கு உதவியாக, பயன்படத்தக்க வகையில் அல்லது ஆர்வமூட்டக்கூடியதாக இருக்கிற *It will be worth your while to attend the meeting.*

worth[2] /wɜːθ/ *noun* [U] **1** the value of sb/sth; how useful sb/sth is ஒருவரது/ஒன்றின் மதிப்பு அல்லது முக்கியத்துவம்; பயன் மதிப்பு; மேன்மை *She has proved her worth as a member of the team.* **2** the amount of sth that the money mentioned will buy குறிப்பிடப்பட்ட பணத்தைக் கொண்டு வாங்கக்கூடிய பொருளின் அளவு *two hundred rupees' worth of petrol* **3** the amount of sth that will last for the time mentioned குறிப்பிடப்பட்ட கால அளவுக்கு நீடித்திருக்கும் ஒரு பொருளின் அளவு *two days' worth of food*

worthless /ˈwɜːθləs/ *adj.* **1** having no value or use மதிப்பில்லாத; முக்கியத்துவம் அற்ற; பயனற்ற *It's worthless—it's only a bit of plastic!* **2** (used about a person) having bad qualities (ஆள் வகையில்) மோசமான பண்புக்கூறுகளைக் கொண்டுள்ள; நற்பண்பற்ற; கீழ்த்தரமான; கெட்ட ➪ **priceless, valuable** மற்றும் **invaluable** பார்க்க.

worthwhile /ˌwɜːθˈwaɪl/ *adj.* enjoyable, useful or satisfying enough to be worth the cost or effort கொடுத்த விலைக்கு அல்லது முயற்சிக்குப் போதுமான அளவு மகிழ்வளிப்பதாக, பயனுடையதாக அல்லது மனநிறைவு தருவதாக இருக்கிற; ஆதாயமான; வீணல்லாத

Working for so little money just isn't worthwhile.

worthy /ˈwɜːði/ *adj.* (**worthier; worthiest**) **1 worthy of sth/to do sth** good enough for sth or to have sth ஒன்றுக்கு ஏற்ற நிலையில் உள்ள அல்லது ஒன்றைப் பெறுவதற்குத் தகுதியான; தக்க; இயைந்த *He felt he was not worthy to accept such responsibility.* **2** that should receive respect, support or attention நன்மதிப்பு, ஆதரவு அல்லது ஈடுபாடு வழங்கத்தக்க; மரியாதைக்குரிய; ஆதரிக்கப்பட வேண்டிய; கவனம் செலுத்தத்தக்க *a worthy leader • a worthy cause*

would /wəd/ *strong form* /wʊd/ *modal verb* (*short form* **'d**; *negative* **would not**; *short form* **wouldn't** /ˈwʊdnt/) **1** used when talking about the result of an event that you imagine ஊகமாக/கற்பனையாகக் காணும் ஒரு நிகழ்வின் விளைபயன் பற்றிப் பேசும்போது பயன்படுத்தப்படுவது *He would be delighted if you went to see him.* **2** used for asking sb politely to do sth ஒன்றைச் செய்யுமாறு பண்பிணக்கமுடன் ஒருவரைக் கேட்டுக்கொள்ளப் பயன்படுத்தப்படுவது *Would you come this way, please?* **3** used with 'like' or 'love' as a way of asking or saying what sb wants ஒருவரது விருப்பத்தைக் கேட்டறியும் அல்லது கூறும் முறையாக 'like' அல்லது 'love'-உடன் பயன்படுத்தப்படுவது ***Would you like*** *to come with us?* • ***I'd love*** *a piece of cake.* **4** to agree or be ready to do sth ஒரு செயலைச் செய்ய உடன்படு அல்லது ஆயத்தமாக இரு *She just wouldn't do what I asked her.* **5** used as the past form of 'will' when you report what sb says or thinks (அயற்கூற்றுத் தொடர்களில்) ஒருவர் சொல்வதை அல்லது எண்ணுவதைத் தெரிவிக்கும்போது 'will'-இன் இறந்தகால வடிவமாகப் பயன்படுத்தப்படுவது *They said that they would help us.* • *She didn't think that he would do a thing like that.* **6** used after 'wish' விருப்பப்படுவதைக் குறிக்கும் 'wish' என்னும் வினையை அடுத்துவருவது *I wish the sun would come out.* **7** used for talking about things that often happened in the past கடந்த காலத்தில் வழக்கமுறையாக நிகழ்ந்த நிகழ்வுகளைப் பற்றிப் பேசப் பயன்படுத்தப்படுவது *When he was young he would often walk in these woods.* **8** used for commenting on behaviour that is typical of sb ஒருவரது இயல்பான நடத்தை குறித்துக் கருத்துக் கூறப் பயன்படுத்தப்படுவது *You would say that. You always support him.* **9** used when you are giving your opinion but are not certain that you are right ஐயப்பாட்டிற்குரிய ஒரு கருத்துக் கூறப் பயன்படுத்தப்படுவது *I'd say she's about 40.*

NOTE வினைநோக்கத் துணைவினைகள் (modal verbs) பற்றி மேலும் அறிய அகராதிப் பகுதியை அடுத்துள்ள **Quick Grammar Reference** பகுதியைப் பார்க்க.

would-be *adj.* (*only before a noun*) used to describe sb who is hoping to become the type of person mentioned குறிப்பிடப்பட்ட வகையான ஒருவராக ஆகப்போவதை எதிர்பார்த்துக்கொண்டிருக்கும் ஓராளைப் பற்றிப் பேசப் பயன்படுத்தப்படுவது: ...ஆக ஆகும் நம்பிக்கையுடன் *advice for would-be parents*

wound[1] /wuːnd/ *noun* [C] an injury to part of your body, especially a cut, often one received in fighting பெரும்பாலும் ஒரு சண்டையின்போது உண்டாகும் உடல் ஊறுபாடு; காயம், குறிப்பாக வெட்டுக்காயம் *a bullet wound*

IDM **rub salt into the wound/sb's wounds** ⇨ **rub** பார்க்க.

wound[2] /wuːnd/ *verb* [T] (*usually passive*) **1** to injure sb's body with a weapon ஓர் ஆயுதத்தைப் பயன்படுத்தி ஒருவரது உடலில் காயம் உண்டாக்கு; ஊறுபடுத்து *He was wounded in the leg during the war.* ⇨ **hurt** பதிவிலுள்ள குறிப்பைப் பார்க்க. **2** (*formal*) to hurt sb's feelings deeply ஒருவரது உணர்ச்சிகளுக்கு ஆழமான ஊறுபாடு செய்; மனத்தைப் புண்படுத்து *I was wounded by his criticism.* ▶ **wounded** /ˈwuːndɪd/ *adj. a wounded soldier* ▶ **the wounded** *noun* [*pl.*] *Paramedics tended to the wounded at the scene of the explosion.*

wound[3] ⇨ **wind**[3] என்பதன் இறந்தகால மற்றும் இறந்தகால வினையெச்ச வடிவம்

wove ⇨ **weave** என்பதன் இறந்தகால வடிவம்

woven ⇨ **weave** என்பதன் இறந்தகால வினையெச்ச வடிவம்

wow /waʊ/ *exclamation* (*informal*) used for saying that you are very impressed and surprised by sth ஒன்று குறித்துத் தனது மிகுதியான மெச்சுதலை அல்லது வியப்பை வெளிப்படுத்தப் பயன்படுத்தப்படுவது: பாராட்டு/வியப்புக் குறிப்புச் சொல் *Wow! What a fantastic boat!*

WP *abbr.* word processing; word processor சொல் வரைவு/சொற்செயலி என்பதைக் குறிக்கும் word processing/word processor என்பதன் குறுக்கம்

wrangle /ˈræŋgl/ *noun* [C] a noisy or complicated argument கூச்சலான அல்லது சிக்கலான சொற்போர்; கடும் வாதம்; பூசல்; சச்சரவு *The company is involved in* ***a legal wrangle*** *over copyrights.* ▶ **wrangle** *verb* [I]

wrap /ræp/ *verb* [T] (**wrapping; wrapped**) **1 wrap sth (up) (in sth)** to put paper or cloth around sb/sth as a cover ஒருவரை/ஒன்றைச் சுற்றி மேலுறையாக/போர்வையாகத் தாள் அல்லது துணி இடு; சுற்றி மூடு; போர்த்து *to wrap up a present* • *The baby was found wrapped in a*

blanket. **2 wrap sth round/around sb/sth** to tie sth such as paper or cloth around an object or a part of the body ஒரு பொருளை அல்லது ஓர் உடற்பகுதியைச் சுற்றித் தாள், துணி முதலிய ஒன்றைக் கட்டு; சுற்றுக்கட்டுப் போடு *The man had a bandage wrapped round his head.*

IDM **be wrapped up in sth** to be very involved and interested in sb/sth ஒருவருடன்/ஒன்றுடன் பிணைப்புற்றிரு; நெருக்கமான ஆர்வ ஈடுபாடு கொண்டிரு *They were completely wrapped up in each other. They didn't notice I was there.*

PHR V **wrap (sb/yourself) up** to put warm clothes on sb/yourself வெதுவெதுப்பான ஆடை அணிவி/ அணிந்துகொள்

wrapper /ˈræpə(r)/ *noun* [C] the piece of paper or plastic which covers sth when you buy it ஒரு விலைபொருளைச் சுற்றி மூடி வைப்பதற்கான தாள் அல்லது பிளாஸ்டிக் துண்டு; பொதியுறை *a sweet/chocolate wrapper*

wrapping /ˈræpɪŋ/ *noun* [C, U] paper, plastic, etc. that is used for covering sth in order to protect it பாதுகாப்பாக ஒரு பொருளைச் சுற்றி மூடி வைப்பதற்கான தாள், பிளாஸ்டிக் முதலியவை; மூடுபொருள்; பொதியுறைத் தாள் *Remove the wrapping before heating the pie.*

wrapping paper *noun* [U] paper which is used for putting round presents பரிசுப் பொருள்களைச் சுற்றி மூடுவதற்கான தாள்; பரிசுப்பொருள் மூடுதாள்

wrath /rɒθ/ *noun* [U] (*written*) very great anger கடும் சினம்; சீற்றம்

wreak /riːk/ *verb* [T] (*formal*) **wreak sth (on sb/sth)** to cause great damage or harm to sb/sth ஒருவருக்கு/ஒன்றுக்குப் பெரும் சேதம் அல்லது தீங்கு உண்டாக்கு; அழிவு செய் *Fierce storms **wreak havoc** at this time of year.*

wreath /riːθ/ *noun* [C] (*pl.* **wreaths** /riːðz/) a circle of flowers and leaves, especially one that you give to the family of sb who has died பூக்கள் மற்றும் இலைகளைக் கொண்டு தொடுக்கப்படும் வளையம், குறிப்பாக இறந்துபோன ஒருவரது குடும்பத்தினருக்குத் தரப்படும் வளையம்; மலர் வளையம்

wreck /rek/ *noun* [C] **1** a ship that has sunk or been badly damaged at sea கடலினுள் மூழ்கிப்போன அல்லது மோசமான முறையில் சேதமடைந்த கப்பல்; அழிபாட்டுக்கு உள்ளான கப்பல் *Divers searched the wreck.* **2** a car, plane, etc. which has been badly damaged, especially in an accident குறிப்பாக ஒரு விபத்தில், மோசமான முறையில் சேதமடைந்த சீருந்து, விமானம் முதலியவை; சேதமுற்ற ஊர்தி *The car was a wreck but the lorry escaped almost without damage.* **3** [*usually sing.*] (*informal*) a person or thing that is in a very bad condition மிக மோசமான நிலையிலுள்ள ஆள் அல்லது பொருள்; சீர்குலைவுக்கு உள்ளான ஆள்/ பொருள் *He drove so badly I was **a nervous wreck** when we got there.* ▶ **wreck** *verb* [T] *The strike wrecked all our holiday plans.*

wreckage /ˈrekɪdʒ/ *noun* [U] the broken pieces of sth that has been destroyed முற்றிலும் சேதமுற்ற ஒன்றின் உடைந்த பகுதிகள்; அழிபாடுகள்; சிதைவுகள்; சிதிலங்கள் *Investigators searched the wreckage of the plane for evidence.*

wrench[1] /rentʃ/ *verb* [T] **1 wrench sb/sth (away, off, etc.)** to pull or turn sb/sth strongly and suddenly ஒருவரை/ஒன்றைப் பலமாகவும் திடீரெனவும் இழு அல்லது திருப்பு; பிடித்து இழு; முறுக்கு *They had to wrench the door off the car to get the driver out.* • (*figurative*) *The film was so exciting that I could hardly wrench myself away.* **2** to injure part of your body by turning it suddenly தனது உடற்பகுதியைத் திடீரெனத் திருப்பி ஊறுபடுத்திக்கொள்; உடலை முறுக்கி சுளுக்கச் செய்

wrench[2] /rentʃ/ *noun* **1** [C] a sudden, violent pull or turn திடீரென்ற, வன்மையான இழுப்பு அல்லது முறுக்கு *With a wrench I managed to open the door.* **2** [*sing.*] the sadness you feel because you have to leave sb/sth ஒருவரை/ ஒன்றைப் பிரிந்து செல்ல வேண்டியிருப்பதால் உண்டாகும் வருத்தம்; பிரிவுத் துயர் **3** [C] (*AmE*) = **spanner** ⇨ **monkey wrench** மற்றும் **adjustable spanner** பார்க்க; மேலும் **tool** பதிவில் படம் பார்க்க.

wrestle /ˈresl/ *verb* [I] **1 wrestle (with) sb** to fight by trying to get hold of your opponent's body and throw him/her to the ground. People wrestle as a sport (ஒரு விளையாட்டாக) எதிராளியின் உடலைப் பற்றிப் பிடித்துத் தரையில் வீழ்த்த முயலும் சண்டையில் ஈடுபடு; மற்போரிடு *He managed to wrestle the man to the ground and take the knife from him.* **2 wrestle (with sth)** to try hard to deal with sth that is difficult கடினமான ஒன்றைச் சமாளிக்க வேண்டிக் கடு முயற்சி செய்; போராடு; மல்லாடு

wrestling /ˈreslɪŋ/ *noun* [U] a sport in which two people fight and try to throw each other to the ground சண்டையிட்டு ஒருவரையொருவர் தரையில் வீழ்த்த முயலும் இருவருக்கான விளையாட்டு வகை; மல்யுத்த விளையாட்டு; மற்போர் *a wrestling match* ▶ **wrestler** *noun* [C]

wretch /retʃ/ *noun* [C] (*old-fashioned*) a poor, unhappy person ஏழ்மை மற்றும் துன்பத்திற்கு ஆட்பட்ட ஒருவர்; இரங்கத்தக்கவர்; அதிட்டம் கெட்டவர் *The poor wretch was clearly starving.*

wretched /ˈretʃɪd/ *adj.* **1** very unhappy சிறிதும் மகிழ்ச்சியற்ற; துயர் மிகுந்த; இரங்கத்தக்க **2** (*informal*) used for expressing anger சினத்தை வெளிப்படுத்தப் பயன்படுத்தப்படுவது: சினக் குறிப்பு *That wretched dog has chewed up my slippers again!*

wriggle /ˈrɪɡl/ *verb* [I, T] **1 wriggle (sth) (about/ around)** to move about, or to move a part of your body, with short, quick movements, especially from side to side குறிப்பாகப் பக்கவாட்டில், குறுகிய நேர விரைந்த இயக்கங்களுடன் அசைவுறு அல்லது ஓர் உடற்பகுதியை அசைவுறச் செய்; வளைந்து நெளி *The baby was wriggling around on my lap.* • *She wriggled her fingers about in the hot sand.* **2** to move in the direction mentioned by making quick turning movements விரைவாக வளைந்து நெளிந்து குறிப்பிடப்பட்ட திசையில் செல் *The worm wriggled back into the soil.*

PHR V **wriggle out of sth/doing sth** (*informal*) to avoid sth by making clever excuses திறமையான காரண விளக்கம்/சாக்குப்போக்குக் கூறி ஒன்றைத் தவிர்; பிடிகொடாது தப்பு; நழுவு *It's your turn to wash up—you can't wriggle out of it this time!*

wring /rɪŋ/ *verb* [T] (*pt, pp* **wrung** /rʌŋ/) **wring sth (out)** to press and squeeze sth in order to remove water from it ஒன்றிலிருந்து நீரை அகற்ற வேண்டி அதனை அமுக்கிப் பிசை; பிழிந்தெடு

wringing wet *adj.* extremely wet மிகவும் ஈரமாக உள்ள; பெரிதும் நனைந்துள்ள

wrinkle[1] /ˈrɪŋkl/ *noun* [C] a small line in sth, especially one on the skin of your face which you get as you grow older ஒன்றில் உள்ள, குறிப்பாக வயதாகும்போது முகத்தோலில் தோன்றும், சிறு கோடு; சுருக்கம் *She's got fine wrinkles around her eyes.* • *Smooth out the wrinkles in the fabric.* ➪ **furrow** பார்க்க.

wrinkle[2] /ˈrɪŋkl/ *verb* [I, T] **wrinkle (sth) (up)** to form small lines and folds in sth ஒன்றில் சிறு கோடுகளும் மடிப்புகளும் உண்டாகு அல்லது உண்டாகச் செய்; சுருக்கம் விழு/விழச் செய் *She wrinkled her nose at the nasty smell.* • *My skirt had wrinkled up on the journey.* ► **wrinkled** /ˈrɪŋkld/ *adj.*

wrist /rɪst/ *noun* [C] the narrow part at the end of your arm where it joins your hand மேற்கையின் இறுதி முன்கையுடன் இணையும் இடத்தில் உள்ள ஒடுக்கமான பகுதி; மணிக்கட்டு ➪ **body** பதிவில் படம் பார்க்க.

wristwatch /ˈrɪstwɒtʃ/ *noun* [C] a watch on a strap which you wear round your arm near your hand மணிக்கட்டில் சுற்றி அணிந்துகொள்ளத்தக்க நீண்ட பட்டையுடன் கூடிய மணிப்பொறி; கைக்கடிகாரம்

writ /rɪt/ *noun* [C] a legal order to do or not to do sth, given by a court of law ஒரு செயலைச் செய்ய வேண்டுமென அல்லது செய்ய வேண்டாமெனச் சட்ட முறைப்படி நீதிமன்றம் வழங்கும் ஆணை; நீதிப் பேராணை

write /raɪt/ *verb* (*pt* **wrote** /rəʊt/; *pp* **written** /ˈrɪtn/) **1** [I, T] to make words, letters, etc., especially on paper using a pen or pencil பேனா அல்லது பென்சிலைப் பயன்படுத்தி, குறிப்பாகத் தாளில், சொற்கள், எழுத்துகள் முதலியவற்றைப் பொறி; எழுது *I can't write with this pen.* • *Write your name and address on the form.* **2** [T] to create a book, story, song, etc. in written form for people to read or use பிறர் படிப்பதற்காக அல்லது பயன்படுத்துவதற்காக ஒரு நூல், கதை, பாடல் முதலியவற்றை எழுத்து வடிவில் உருவாக்கு; எழுது *Tolstoy wrote 'War and Peace'.* • *Who wrote the music for that film?* **3** [I, T] **write (sth) (to sb); write (sb) sth** to write and send a letter, etc. to sb கடிதம் முதலியவற்றை எழுதி ஒருவருக்கு அனுப்பு; எழுத்து மூலமாக ஒருவருக்கு ஒன்றைத் தெரிவி *I've written a letter to my son/I've written my son a letter.* • *I've written to him.* **4** [T] **write sth (out) (for sb)** to fill or complete a form, cheque, document, etc. with the necessary information ஒரு படிவம், காசோலை, ஓர் ஆவணம் முதலியவற்றில் வேண்டிய தகவலை எழுதி நிரப்பு *I wrote out a cheque for Rs 1000.*

PHR V **write back (to sb)** to send a reply to sb ஒருவருக்குப் பதில் எழுது

write sth down to write sth on paper, especially so that you can remember it (நினைவூட்டு குறிப்பாக) ஒன்றைத் தாளில் எழுதிவை; எழுத்து வடிவில் குறித்துவை

write in (to sb/sth) (for sth) to write a letter to an organization, etc. to ask for sth, give an opinion, etc. ஒன்றைக் கோருதல், ஒரு கருத்துக் கூறுதல் முதலியவற்றுக்காக ஒரு வாணிக நிறுவனம், ஓர் அமைப்பு முதலியவற்றுக்குக் கடிதம் எழுது

write off/away (to sb/sth) (for sth) to write a letter to an organization, etc. to order sth or ask for sth ஒன்றைக் கோருதல், ஒரு பொருளை வழங்குமாறு கூறுதல் ஆகியவற்றுக்காக ஒரு வாணிக நிறுவனம், ஓர் அமைப்பு முதலியவற்றுக்குக் கடிதம் எழுது

write sb/sth off to accept or decide that sb/sth will not be successful or useful ஒருவர் வெற்றி காண மாட்டார்/உபயோகமாக இருக்கமாட்டார் அல்லது ஒன்று நிறைவேறாது/பயன் தராது என்று ஒப்புக்கொள் அல்லது முடிவு செய் *Don't write him off yet. He could still win.*

write sth off to accept that you will not get back an amount of money you have lost or spent இழந்துவிட்ட அல்லது செலவழித்த பணம் திரும்பக் கிடைக்காது என்று ஒப்புக்கொள்; மீட்க முடியாத பண இழப்பை ஒப்புக்கொள் *to write off a debt*

write sth out to write the whole of sth on paper ஒன்றின் முழுவதையும் தாளில் எழுது; முழுதும் எழுதிவை *Can you write out that recipe for me?*

write sth up to write sth in a complete and final form, often using notes that you have made பெரும்பாலும் எழுதிவைக்கப்பட்டுள்ள குறிப்புகளைப் பயன்படுத்தி ஒன்றை நிறைவான இறுதி வடிவில் எழுது

write-off *noun* [C] a thing, especially a vehicle, that is so badly damaged that it is not worth repairing சீர்திருத்த முடியாதவாறு மோசமாகப் பழுதடைந்த பொருள், குறிப்பாக ஓர் ஊர்தி; கழித்துவிட வேண்டியது

writer /ˈraɪtə(r)/ *noun* [C] a person who writes, especially one whose job is to write books, stories, etc. எழுதுபவர், குறிப்பாக நூல்கள், கதைகள் முதலியவற்றைத் தொழில் முறையில் எழுதுபவர்; எழுத்தாளர்; நூலாசிரியர்

writhe /raɪð/ *verb* [I] to turn and roll your body about இப்படியும் அப்படியுமாக உடலைத் திருப்பி வளை; வளைந்து நெளி *She was writhing in pain.*

writing /ˈraɪtɪŋ/ *noun* **1** [U] words that have been written or printed; the way a person writes எழுதப்பட்டுள்ள அல்லது அச்சிடப்பட்டுள்ள சொற்கள்; எழுத்து; எழுத்துரு; ஒருவர் எழுதும் முறை *This card's got no writing inside. You can put your own message.* • *I can't read your writing, it's too small.* **2** [U] the skill or activity of writing words சொற்களை எழுதும் பயிற்சித் திறன்; எழுத்துத் திறன்; எழுத்துக் கலை *He had problems with his reading and writing at school.* **3** [U] the activity or job of writing books, etc. நூல்கள் முதலியவற்றை எழுதும் செயல் அல்லது தொழில்; எழுத்துப் படைப்பு; எழுத்துத் தொழில் *It's difficult to earn much money from writing.* **4** [U] the books, etc. that sb has written or the style in which sb writes ஒருவரால் எழுதப்பட்டுள்ள நூல்கள் முதலியவை; ஒருவரது படைப்பு; ஏடு; நூல்; ஒருவரது எழுதும் பாணி; எழுத்து நடை *Love is a common theme in his early writing.* **5 writings** [*pl.*] a group of pieces of writing, especially by a particular person or on a particular subject நூல்களின்/கட்டுரைகளின் தொகுதி, குறிப்பாகக் குறிப்பிட்ட ஒருவரால் இயற்றப்பட்ட அல்லது குறிப்பிட்ட துறை சார்ந்த நூல்களின் தொகுதி *the writings of Akilan*

IDM **in writing** in written form எழுத்து வடிவில்; எழுத்து பூர்வமாக *I'll confirm the offer in writing next week.*

writing paper *noun* [U] paper for writing letters on கடிதங்கள் எழுதுவதற்கான தாள்

written¹ ➪ **write** என்பதன் இறந்தகால வினையெச்ச வடிவம்

written² /ˈrɪtn/ *adj.* expressed on paper; not just spoken தாளில் எழுதிவைக்கப்பட்டிருக்கிற; எழுத்து மூலமாகத் தெரிவிக்கப்பட்டுள்ள; பேச்சளவில் அல்லாத *a written agreement*

wrong¹ /rɒŋ/ *adj., adv.* **1** not correct; in a way that is not correct சரியல்லாத; சரியல்லாது; சரியான முறையில் இல்லாத; தவறான; தவறாக *the wrong answer* • *I always pronounce that word wrong.* • *You've got the wrong number* (= on the telephone). ✪ OPP **right 2** not the best; not suitable மிகச் சிறந்ததல்லாத; முதல்தரமானதல்லாத; முற்றிலும் ஏற்புக்குரியதல்லாத; பொருத்தமற்ற; பொருத்தமற்று *That's the wrong way to hold the bat.* • *I like him—I just think he's wrong for the job.* ✪ OPP **right 3** (*not before a noun*) **wrong (with sb/sth)** causing problems or difficulties; not as it should be சிக்கல்கள் அல்லது இடர்ப்பாடுகள் உண்டாக்குகிற; கோளாறான; தொந்தரவான; இருக்க வேண்டிய முறையில் இல்லாத *You look upset. Is something wrong?* • ***What's wrong** with the car this time?* **4 wrong (to do sth)** not morally right or honest ஒழுக்கக்கேடான; முறைகெட்ட; நேர்மையற்ற *It's wrong to tell lies.* • *The man said that he had done nothing wrong.*

IDM **get on the right/wrong side of sb** ➪ **side¹** பார்க்க.

get sb wrong (*informal*) to not understand sb ஒருவரைப் புரிந்துகொள்ளாது போ *Don't get me wrong! I don't dislike him.*

go wrong 1 to make a mistake தவறு செய் *I'm afraid we've gone wrong. We should have taken the other road.* **2** to stop working properly or to stop developing well சரியான முறையில் இயங்காதுபோ அல்லது நல்ல முறையில் வளர்ச்சியுறாதுபோ *My computer's gone wrong and I've lost all my work.*

get/start off on the right/wrong foot (with sb) ➪ **foot¹** பார்க்க.

on the right/wrong track ➪ **track¹** பார்க்க.

wrong² /rɒŋ/ *noun* **1** [U] things that are morally bad or dishonest ஒழுக்கக்கேடானவை; நேர்மையற்றவை; தீமை *Children quickly learn the difference between **right and wrong**.* **2** [C] an action or a situation which is not fair முறைகேடான அல்லது நியாயமற்ற செயல் அல்லது நேர்வு *A terrible wrong has been done. Those men should never have gone to prison.*

IDM **in the wrong** (used about a person) having made a mistake; whose fault sth is (ஆள் வகையில்) தவறு செய்துள்ளவராக; ஒரு பிழைக்குப் பொறுப்பாளியாக

wrong[3] /rɒŋ/ *verb* [T] to do sth to sb which is bad or unfair மோசமான அல்லது நியாயமற்ற ஒன்றை ஒருவருக்குச் செய்; தீங்கு இழை *I wronged her when I said she was lying.*

wrong-foot *verb* [T] (*BrE*) to put sb in a difficult or embarrassing situation by doing sth that he/she does not expect எதிர்பாராத ஒன்றைச் செய்து ஒருவரை ஓர் இக்கட்டான அல்லது ஒரு சங்கடமான நிலைக்கு உள்ளாக்கு

wrongful /ˈrɒŋfl/ *adj.* (*formal*) (*only before a noun*) not fair, not legal or not moral முறையற்ற; அநீதியான; சட்டப்படி இராத *He sued the company for wrongful dismissal.*

wrongly /ˈrɒŋli/ *adv.* in a wrong or mistaken way நியாயமற்ற/நேர்மையற்ற அல்லது தவறான முறையில் *He was wrongly accused of stealing money.*

NOTE **Wrong** என்னும் வினையடை (adverb) வடிவம் குறிப்பாக உரையாடலில், வினைச்சொல்லை அல்லது செயப்படுபொருளை (object-ஐ) அடுத்துப் பயன்படுத்தப்படுகிறது—*He's spelt my name wrong.* **Wrongly** என்னும் வினையடை குறிப்பாக இறந்தகால வினையெச்சத்திற்கு - அல்லது வினைச்சொல்லுக்கு முன் வரும்—*My name's been wrongly spelt.*

wrote ⇨ **write** என்பதன் இறந்தகால வடிவம்

wrought iron /ˌrɔːt ˈaɪən/ *noun* [U] a type of iron that is used for making fences, gates, etc. கம்பி வேலிகள், முன்வாயில்கள் முதலியவை செய்யப் பயன்படுத்தப்படும் இரும்பு வகை; தகடாக்கவும் அடித்து நீட்டவும் தகுதியான இரும்பு; மெல்லிரும்பு

wrung ⇨ **wring** என்பதன் இறந்தகால மற்றும் இறந்தகால வினையெச்ச வடிவம்

wry /raɪ/ *adj.* expressing both disappointment and amusement ஏமாற்றம், நகைச்சுவையுணர்வு ஆகிய இரண்டையும் வெளிப்படுத்துகிற *'Never mind,' she said with a wry grin. 'At least we got one vote.'* ▶ **wryly** *adv.*

wt *abbr.* weight எடையைக் குறிக்கும் weight என்பதன் குறுக்கம் *net wt 500g*

WTO /ˌdʌbljuː tiː ˈəʊ/ *abbr.* the World Trade Organization; an organization that encourages economic development and international **trade** பொருளாதார வளர்ச்சியையும் பன்னாட்டு வாணிகத்தையும் ஊக்குவிக்கும் அமைப்பான World Trade Organization (உலக வாணிக அமைப்பு) என்பதன் குறுக்கம்

WWW /ˌdʌbljuː dʌbljuː ˈdʌbljuː/ *abbr.* the World Wide Web உலகம் அளாவிய வலையைக் குறிக்கும் World Wide Web என்பதன் குறுக்கம்

X x

X, x /eks/ *noun* **1** [C, U] (*pl.* **X's, x's** /ˈeksɪz/) the twenty-fourth letter of the English alphabet ஆங்கில நெடுங்கணக்கின் இருபத்து நான்காம் எழுத்து *'Xylophone' begins with (an) 'X'.* **2** [U] (*mathematics*) used to represent a number whose value is not mentioned (கணித இயல்) குறிப்பிடப்படாத மதிப்பினை உடைய ஓர் எண்ணின் சுட்டுக்குறியாகப் பயன்படுத்தப்படுவது *The equation is impossible for any value of x greater than 2.* **3** [U] a person, number, an influence, etc. that is not known or not named அறியப்படாத அல்லது பெயர் சூட்டப்பெறாத ஓராள், ஓர் எண், ஒரு தாக்கம் முதலியவற்றைக் குறிப்பது *Let's suppose X knows what Y is doing.*

> **NOTE** ரோமானிய எண் குறியீட்டு முறையில் **X** என்பது 10 என்ற எண்ணைக் குறிக்கும். இக்குறி ஒரு விடை தவறானது எனக் காட்டவும் ஆசிரியர்களால் பயன்படுத்தப்படுகிறது.

X chromosome *noun* [C] a part of a **chromosome** that exists in pairs in female cells and that exists by itself in male cells பெண்பால் உயிரணுக்களில் இணைகளாகவும் ஆண்பால் உயிரணுக்களில் தனித்தும் காணப்படும் இனக்கீற்று ⇨ **Y chromosome** பார்க்க.

xenon /ˈziːnɒn; ˈzen-/ *noun* [U] (*symbol* **Xe**) a gas that is present in air and that is sometimes used in electric lamps காற்றில் காணப்படுவதும் சில சமயங்களில் மின் விளக்குகளில் பயன்படுத்தப்படுவதுமான வளி; சீனான்

xenophobia /ˌzenəˈfəʊbiə/ *noun* [U] a fear or hatred of foreign people and cultures அந்நியர்கள் மற்றும் அந்நியக் கலாச்சாரங்கள் குறித்த அச்சம் அல்லது வெறுப்பு ▶ **xenophobic** *adj.*

Xerox™ /ˈzɪərɒks/ *noun* [C] **1** a machine that produces copies of letters, documents, etc. கடிதங்கள், ஆவணங்கள் முதலியவற்றைப் படியெடுக்க உதவும் பொறி; படியெடுப்பான்; நகலம் **2** a copy produced by such a machine படியெடுப்பானில் படியெடுக்கப்பட்ட நகல் ✪ SYN **photocopy** ▶ **xerox** *verb* [T]

XL *abbr.* extra large (size) மிகைப் பேரளவைக் குறிக்கும் extra large என்பதன் குறுக்கம்

Xmas /ˈkrɪsməs; ˈeksməs/ *noun* [C, U] (*informal*) (used as a short form in writing) **Christmas** கிறிஸ்துமஸ் என்பதன் எழுத்து வடிவக் குறுக்கம்

X-ray *noun* [C] **1** [*usually pl.*] a kind of light that makes it possible to see inside solid objects, for example the human body, so that they can be examined and a photograph of them can be made மனித உடல் முதலிய திடப்பொருள்களின் உட்பகுதிகளை ஆராய்ந்து நிழற்படம் எடுப்பதற்கு ஏதுவாக அப்பகுதிகளின் ஊடாகச் செலுத்திக் காண்பதற்குரிய ஒளிக்கதிர் வகை; ஊடுகதிர் **2** a photograph that is made with an X-ray machine ஊடுகதிர் பொறியைப் பயன்படுத்தி எடுக்கப்படும் நிழற்படம்; ஊடுகதிர்ப்படம் *The X-ray showed that the bone was not broken.* ⇨ **ray** பார்க்க; மற்றும் **wavelength** பதிவில் படம் பார்க்க. ▶ **X-ray** *verb* [T] *She had her chest X-rayed.*

xylem /ˈzaɪləm/ *noun* [U] (*technical*) the material in plants that carries water and food upwards from the root வேரிலிருந்து நீர் மற்றும் உணவை மேல் கொண்டுசெல்லும் தாவரங்களில் உள்ள பொருள் ⇨ **flower** பதிவில் படம் பார்க்க.

xylophone /ˈzaɪləfəʊn/ *noun* [C] a musical instrument that usually consists of two rows of wooden bars of different lengths. You play it by hitting these bars with two small hammers வழக்கமாக இரண்டு வரிசைகளாக உள்ள வெவ்வேறு நீளங்களையுடைய மரக்கம்பிகள் கொண்ட இசைக்கருவி வகை. இக்கம்பிகளை இரண்டு சிறு சுத்திகளால் அடித்து இக்கருவி வாசிக்கப்படும். மர அதிர்விசைக் கருவி ⇨ **music** பதிவில் படம் பார்க்க.

Y y

Y, y /waɪ/ *noun* **1** [C, U] (*pl.* **Y's, y's** /waɪz/) the twenty-fifth letter of the English alphabet ஆங்கில நெடுங்கணக்கின் இருபத்து ஐந்தாம் எழுத்து *'Yawn' begins with (a) 'Y'.* **2** [U] (*mathematics*) used to represent a number whose value is not mentioned குறிப்பிடப்படாத மதிப்பினையுடைய ஓர் எண்ணின் சுட்டுக்குறியாகப் பயன்படுத்தப்படுவது *Can the value of y be predicted from the value of x?* **3** [U] a person, a number, an influence, etc. that is not known or not named அறியப்படாத அல்லது பெயர் சுட்டப்பெறாத ஓராள், ஓர் எண், ஒரு தாக்கம் முதலியவற்றைக் குறிப்பது *Let's suppose X knows what Y is doing.*

yacht /jɒt/ *noun* [C] **1** a boat with sails used for pleasure இன்பப் பயணத்திற்கான, பாய்களுடன் கூடிய படகு வகை; பாய்மர உலாப் படகு *a yacht race* **2** a large boat with a motor, used for pleasure இன்பப் பயணத்திற்கான, இயந்திரம் பொருத்தப்பட்ட பெரிய படகு; உலா விசைப்படகு ➪ **dinghy** பார்க்க; மேலும் **boat** பதிவில் படம் பார்க்க.

yachting /'jɒtɪŋ/ *noun* [U] the activity or sport of sailing or racing yachts உலாப் படகோட்டுதல்; படகோட்டும் விளையாட்டு; படகுப் பந்தயம்

yachtsman /'jɒtsmən/ *noun* [C] (*pl.* **-men** /-mən/) a person who sails a yacht in races or for pleasure படகுப் பந்தயங்களில் அல்லது இன்ப உலாவாகப் படகோட்டுபவர்; இன்பப் படகுலாவாணர்; பந்தயப் படகோட்டி

yachtswoman /'jɒtswʊmən/ *noun* [C] (*pl.* **-women** /-wɪmɪn/) a woman who sails a yacht in races or for pleasure படகுப் பந்தயங்களில் அல்லது இன்ப உலாவாகப் படகோட்டும் பெண்

yak /jæk/ *noun* [C] an animal of the cow family, with long horns and long hair, that lives in central Asia நீண்ட கொம்புகளும் நீள் மயிரும் உடையதும் மத்திய ஆசியாவில் காணப்படுவதுமான மாட்டின விலங்கு வகை; கடமா

yam /jæm/ *noun* [C, U] the large brownish root of a tropical plant that is cooked as a vegetable வெப்ப மண்டலத். தாவரம் ஒன்றின் காய்கறியாகச் சமைத்து உண்ணப்படும் பழுப்பு நிறக் கிழங்கு வகை; கருணைக்கிழங்கு

yank /jæŋk/ *verb* [I, T] (*informal*) to pull sth suddenly, quickly and hard திடீரெனவும் விரைவாகவும் வலுவுடனும் ஒன்றை இழு; வலிந்து வெடுக்கென்று இழு ▶ **yank** *noun* [C]

yap /jæp/ *verb* [I] (**yapping; yapped**) (used about dogs, especially small ones) to make short, loud noises in an excited way (நாய்கள் வகையில், குறிப்பாகச் சிறு நாய்கள் வகையில்) உற்சாகத்துடன் உரத்த குறுவொலிகள் எழுப்பு; வள்ளென்று குரை

yard /jɑːd/ *noun* [C] **1** (*BrE*) an area outside a building, usually with a hard surface and a wall or fence around it வழக்கமாக, கெட்டியான தரையும் சுற்றுச் சுவரும் அல்லது சுற்று வேலியும் உடைய கட்டடத்தின் வெளிப்பகுதி; முற்றம் *a school/prison yard* ➪ **courtyard** மற்றும் **churchyard** பார்க்க. **2** (*AmE*) = **garden**[1] **1** **3** (*usually in compounds*) an area, usually without a roof, used for a particular type of work or purpose குறிப்பிட்ட வகையான பணிக்கு அல்லது நோக்கத்திற்குப் பயன்படுத்தப்படும், பெரும்பாலும் மேற்கூரையற்ற, இடப்பகுதி; பணியிடவெளி; பணிக்களம் *a shipyard/boat yard • a builder's yard*

> **NOTE** பிரிட்டன் வழக்கில் வீட்டைச் சார்ந்துள்ள இடம் புல், பூக்கள் முதலியவற்றைக் கொண்டிருப்பின் **garden** என்றும் காரைக்கட்டுடன் அல்லது கற்கள் பாவியதாக இருப்பின் **yard** என்றும் கூறப்படும். அமெரிக்க வழக்கில் மேற்கூறிய இரண்டுக்கும் (புல் இருந்தாலும் இல்லாவிட்டாலும்) **yard** என்ற சொல்லே பயன்படுத்தப்படுகிறது.

4 (*abbr.* **yd**) a measure of length; 0.914 of a metre. There are 3 feet in a yard மூன்று அடிகள் கொண்ட நீட்டலளவை அலகு; கெஜம்; இது 0.914 மீட்டர் நீளத்திற்கு இணையானது *Our house is 100 yards from the supermarket.*

yardstick /'jɑːdstɪk/ *noun* [C] a standard with which things can be compared பொருள்களை ஒப்பிட்டு நோக்குவதற்கான பொதுத்திட்ட அளவை; கட்டளைப் படியளவு; அளவுகோல் *Exam results should not be the only yardstick by which pupils are judged.*

yarn /jɑːn/ *noun* **1** [U] thread (usually of wool or cotton) that has been prepared **(spun)** and is used for knitting, etc. வழக்கமாக, கம்பளி மயிரை அல்லது பஞ்சினை நூற்றுத் தயாரிக்கப்படுவதும் பின்னல் வேலை முதலியவற்றுக்குப் பயன்படுத்தப்படுவதுமான நூல்; இழை **2** [C] (*informal*) a long story that sb tells, especially one that is invented or exaggerated ஒருவரால்

சொல்லப்படும் நீண்ட கதை, குறிப்பாகக் கற்பனையாக அல்லது மிகைப்படுத்திக் கூறப்படும் கதை; புனைவுக் கதை; கட்டுக்கதை

yashmak /ˈjæʃmæk/ *noun* [C] a piece of material covering most of the face, worn by some Muslim women முஸ்லிம் மகளிர் சிலர் முகத்தின் பெரும் பகுதியை மூடுமாறு அணியும் துணி வகை; முக மறைப்புத் துணி; முகத்திரை

yatra *noun* (*IndE*) journey, a procession; pilgrimage பயணம்; ஊர்வலம்; புனிதப் பயணம், யாத்திரை

yawn /jɔːn/ *verb* [I] to open your mouth wide and breathe in deeply, especially when you are tired or bored குறிப்பாக, சோர்வு அல்லது சலிப்புக் காரணமாக, வாயை அகலத் திறந்து ஆழ்ந்து மூச்சிழு; கொட்டாவி விடு ▶ **yawn** *noun* [C] *'How much longer will it take?' he said with a yawn.*

yaws /jɔːz/ *noun* [U] a tropical skin disease that causes large red swellings பெரிய செந்நிற வீக்கங்களை உண்டுபண்ணும் வெப்ப மண்டலத் தோல் நோய் வகை

Y chromosome *noun* [C] a part of a **chromosome** that exists by itself and only in male cells தனித்துள்ளதும் ஆண்பால் உயிரணுக்களில் மட்டுமே காணப்படுவதுமான இனக்கீற்று ➪ **X chromosome** பார்க்க.

yd (*pl.* **yds**) *abbr.* yard, a measure of length நீட்டலளவை அலகான yard (கெஜம்) என்பதன் குறுக்கம்

yeah /jeə/ *exclamation* (*informal*) yes ஆம் என்னும் சொல்லின் உணர்ச்சிக் குறிப்பு; ஆம்

year /jɪə(r); jɜː(r)/ *noun* **1** [C] (**calendar year**) the period from 1 January to 31 December; 365 or 366 days divided into 12 months or 52 weeks சனவரி ஒன்றாம் தேதி முதல் 31 டிசம்பர் வரையான, 12 மாதங்களாக அல்லது 52 வாரங்களாகப் பகுக்கப்பட்ட, 365 அல்லது 366 நாட்கள் கொண்ட காலப்பகுதி; ஆங்கில ஆண்டு *last year/this year/next year • Interest is paid on this account once a year. • a **leap year*** (= one that has 366 days) • *the **New Year*** (= the first days of January) **2** [C] any period of 12 months, measured from any date எந்தவொரு நாளிலிருந்தும் கணக்கிடப்படும் ஓராண்டுக் காலம்; ஆண்டு; வருடம் *She worked here for twenty years. • He left school just over a year ago.* **3** [C] a period of 12 months in connection with schools, the business world, etc. (கல்வியாண்டு, நிதியாண்டு, கணக்கு ஆண்டு, முதலிய) பள்ளிகள், வாணிகம் முதலியவை தொடர்பாகக் கணக்கிடப்படும் 12 மாதக் காலப் பகுதி *the academic/school year • the tax/financial year* **4** [C] (*BrE*) (used in schools, universities, etc.) the level that a particular student is at (பள்ளிகள், பல்கலைக்கழகங்கள் முதலியவை வகையில்) குறிப்பிட்ட ஒரு மாணவரது கல்விப் படிநிலை; முதலாண்டு/இரண்டாம் ஆண்டு (மாணவர்) முதலியவை *He was a year below me at school.* **5** [C, *usually pl.*] (used in connection with the age of sb/sth) a period of 12 months (ஒருவரது/ஒன்றின் வயது குறித்த வழக்கு) 12 மாதக் காலம்; ஆண்டு *He's ten years old today. • The company is now in its fifth year.*

> NOTE *'He's ten.'* என்றோ *'He's ten years old.'* என்றோ கூறலாம். *'He's ten years.'* அல்லது *'a ten-years-old boy'* என்பது தவறாகும். ➪ **age** பதிவிலுள்ள குறிப்பைப் பார்க்க.

6 years [*pl.*] a long time நீண்ட காலம்; நெடுங்காலம் *It happened years ago. • I haven't seen him for years.*

IDM **all year round** for the whole year ஆண்டு முழுவதும்

donkey's years ➪ **donkey** பார்க்க.

year after year; year in year out every year for many years பல ஆண்டுகளாக ஒவ்வோர் ஆண்டும்; ஆண்டுதோறும்

yearly /ˈjɪəli; ˈjɜːli/ *adj., adv.* (happening) every year or once a year ஒவ்வொரு ஆண்டும் அல்லது ஆண்டுக்கு ஒருமுறை (நிகழ்கிற); ஆண்டுதோறுமான; ஆண்டுதோறும் *The conference is held yearly.*

yearn /jɜːn/ *verb* [I] (*written*) **yearn (for sb/sth); yearn (to do sth)** to want sb/sth very much, especially sth that you cannot have ஒருவரை/ஒன்றை குறிப்பாக, பெற முடியாத ஒருவரை/ஒன்றை, மிக்க அளவில் விரும்பு; ஒருவருக்காக/ஒன்றுக்காக ஏங்கு ▶ **yearning** *noun* [C, U]

yeast /jiːst/ *noun* [U] a substance used for making bread rise and for making beer, wine, etc. ரொட்டியை உப்பச் செய்வதற்கும், தானிய மது, திராட்சை மது முதலியவை தயாரிப்பதற்கும் பயன்படுத்தப்படும் பொருள்; நொதி; காடிச்சத்து/புளிப்புச்சத்து

yell /jel/ *verb* [I, T] **yell (out) (sth); yell (sth) (at sb/sth)** to shout very loudly, often because you are angry, excited or in pain பெரும்பாலும் சினம், உற்சாகம் அல்லது வலி காரணமாக, மிக உரத்த குரலில் கத்து; கூக்குரலிடு *She yelled out his name.* ▶ **yell** *noun* [C]

yellow /ˈjeləʊ/ *noun* [C, U], *adj.* (of) the colour of lemons or butter எலுமிச்சம்பழ நிறம்/நிறமான அல்லது வெண்ணெய் நிறம்/நிறமான; மஞ்சள் நிறம்/நிறமான *a pale/light yellow dress • a bright shade of yellow*

yellow card *noun* [C] (used in football) a card that is shown to a player as a warning that he/she will be sent off the field if he/she behaves badly again (கால்பந்தாட்டத்தில்) மீண்டும் மோசமாக நடந்துகொண்டால் களத்திலிருந்து வெளியேற்றப்படுவார் என்னும் எச்சரிக்கையாக ஓர் ஆட்டக்காரருக்குக் காட்டப்படும் அட்டை; மஞ்சள் அட்டை ⇨ **red card** பார்க்க.

yellow fever *noun* [U] a tropical disease that is passed from one person to another and that makes the skin turn yellow and often causes death தோல் மஞ்சள் நிறமாக மாறச் செய்வதும், பெரும்பாலும் மரணம் உண்டாக்குவதுமான வெப்ப மண்டலத் தொற்று நோய் வகை; மஞ்சள் காய்ச்சல் நோய்

yellowish /ˈjeləʊɪʃ/ *adj*. (*also* **yellowy** /ˈjeləʊi/) slightly yellow in colour இலேசான மஞ்சள் நிறமுள்ள; சற்றே மஞ்சளான

Yellow Pages™ *noun* [*pl*.] a telephone book (on yellow paper) that lists all the business companies, etc. in a certain area in sections according to the goods or services they provide குறிப்பிட்ட பகுதியில் உள்ள வாணிக நிறுவனங்கள் முதலியவை வழங்கும் பொருள்கள் அல்லது சேவைகள் அடிப்படையில் அந்நிறுவனங்களைப் பகுதி பகுதியாகப் பட்டியலிடும் (மஞ்சள் நிறத் தாள்கள் கொண்ட) தொலைபேசிப் புத்தகம்; மஞ்சள் பக்கத் தொலைபேசி ஏடு

yelp /jelp/ *verb* [I] to give a sudden short cry, especially of pain குறிப்பாக வலி காரணமாக, திடீரென குறுகிய நேரக் கத்தல் ஒலி செய்; கீச்சொலி செய் ▶ **yelp** *noun* [C]

yeoman /ˈjəʊmən/ *noun* (*pl*. **yeomen**) **1** (in Britain in the past) a farmer who owned the land on which he worked (கடந்தகால பிரிட்டனில்) தான் பயிரிடும் நிலத்திற்கு சொந்தக்காரரான விவசாயி **2** an officer in the US navy who mainly does office work பெரும்பாலும் அலுவலகப் பணிகளையே செய்கிற ஐக்கிய அமெரிக்க நாட்டு கடற்படை அதிகாரி

yes /jes/ *exclamation* **1** used to give a positive answer to a question, for saying that sth is true or correct or for saying that you want sth ஒரு வினாவிற்கு எதிர்மறையல்லாத பதில் கூற, ஒன்று மெய்யானது அல்லது சரியானது என்று சொல்ல அல்லது தான் ஒன்றை விரும்புவதாகக் கூறப் பயன்படுத்தப்படுவது; ஆம்; ஆமாம் *'Are you having a good time?' 'Yes, thank you.'* • *'May I sit here?' 'Yes, of course.'* **2** used for showing you have heard sb or will do what he/she asks ஒருவர் சொன்னது தனக்குக் கேட்டதை அல்லது அவர் கோரியதைத் தான் செய்ய இருப்பதைப் புலப்படுத்தப் பயன்படுத்தப்படுவது *'Waiter!' 'Yes, madam.'* **3** used when saying that a negative statement that sb has made is not true ஒருவர் எதிர்மறைக் கூற்றாகக் கூறியது மெய்யானது அல்ல என்று சொல்லப் பயன்படுத்தப்படுவது *'You don't care about anyone but yourself.' 'Yes I do.'* ✪ OPP **no** ▶ **yes** *noun* [C] (*pl*. **yeses** /ˈjesɪz/) *Was that a yes or a no?*

yesterday /ˈjestədeɪ; ˈjestədi/ *adv*., *noun* [C, U] (on) the day before today நேற்றைக்கு/நேற்று *yesterday morning/afternoon/evening* • *I posted the form* ***the day before yesterday*** (= if I am speaking on Wednesday, I posted it on Monday). • *Have you still got yesterday's paper?*

yet /jet/ *adv*., *conj*. **1** used with negative verbs or in questions for talking about sth that has not happened but that you expect to happen நிகழ்ந்திராத ஆனால் நிகழும் என்று எதிர்பார்க்கப்படுகிற ஒன்றைப் பற்றிப் பேச எதிர்மறை வினைகளுடன் அல்லது வினாக்களில் பயன்படுத்தப்படுவது; இன்னும்; இதுவரையிலும்; இச்சமயத்திலும் *Has it stopped raining yet?* • *I haven't seen that film yet*. **2** (*used with negative verbs*) now; as early as this இப்பொழுது; தற்போது; இத்துணை விரைவாக; இவ்வளவு முன்னாலேயே *You don't have to leave yet—your train isn't for another hour*. **3** from now until the period of time mentioned has passed தற்பொழுதிலிருந்து குறிப்பிட்ட காலப்பகுதி கழியும் வரை; மேலும்; இதற்கு மேலும் *She isn't that old; she'll live for years yet*. **4** (used especially with **may** or **might**) at some time in the future (குறிப்பாக may அல்லது might-உடன் பயன்படுத்தப்படுவது) எதிர்காலத்தில் ஒரு சமயத்தில்; இனியும்; இன்னும் கூட; இனியும் கூட *With a bit of luck, they may yet win*. **5** (used with **superlatives**) until now/until then; so far (மீயளவுச் சொற்களுடன் வருவது) இதுவரையிலும்/அதுவரையிலும்; இதுவரை *This is her best film yet*. **6** used with **comparatives** to emphasize an increase in the degree of sth ஒன்றின் படியளவு மிகுதிப்படுவதை அழுத்தம்படக் கூறப் பயன்படுத்தப்படுவது: இன்னும்; இனியும்; மேலும் *a recent and yet more improbable theory* **7** but; in spite of that எனினும்; இருப்பினும்; இருந்த போதிலும் *He seems pleasant, yet there's something about him I don't like*.

IDM **as yet** until now இதுவரை; இதுவரையிலும் *As yet little is known about the disease*.

yet again (used for expressing surprise or anger that sth happens again) once more; another time (ஒன்று மீண்டும் நிகழ்வது குறித்த வியப்பை அல்லது சினத்தை வெளிப்படுத்தப் பயன்படுத்தப்படுவது) மீண்டும் ஒருமுறை; மற்றொரு தடவை *I found out that he had lied to me yet again*.

yet another used for expressing surprise that there is one more of sth மேலும் ஒரு கூறு ஒன்றுக்கு இருப்பது குறித்து வியப்பை வெளிப்படுத்தப் பயன்படுத்தப்படுவது: இன்னும் ஒன்று; மேலும் ஒன்று; மற்றொன்று *They're opening yet another fast food restaurant in the square.*

yet to do, etc. that has not been done and is still to do in the future இன்னும் செய்யப்படாதிருக்கிற மற்றும் வருங்காலத்தில் செய்யப்பட வேண்டி இருக்கிற *The final decision has yet to be made.*

yew /ju:/ (*also* **yew tree**) *noun* [U] a small tree with dark green leaves and small red berries; the wood of this tree கரும் பச்சை நிற இலைகளும் சிறு செந்நிறச் சதைக்கனிகளும் உடைய சிறு மர வகை; இம்மரத்தின் கட்டை

yield[1] /ji:ld/ *verb* **1** [T] to produce or provide crops, profits or results பயிர் விளைவி; இலாபம் அல்லது ஆதாயம் கொடு; பலனளி *How much wheat does each field yield?* • *Did the experiment yield any new information?* **2** [I] **yield (to sb/sth)** (*formal*) to stop refusing to do sth or to obey sb ஒன்றைச் செய்ய மறுப்பதை அல்லது ஒருவருக்குப் பணிய மறுப்பதை நிறுத்து; இணங்கு; வளைந்துகொடு *The government refused to yield to the hostage takers' demands.* **NOTE** இப்பொருளுடைய **give in** என்ற தொடர் முறைசார்பு குறைந்ததாகும். **3** [T] **yield sb/sth (up) (to sb/sth)** to allow sb to have control of sth that you were controlling தனது கட்டுப்பாட்டில் இருந்த ஒன்றை வேறொருவர் கட்டுப்பாட்டிற்குள் போகவிடு; ஒப்புக்கொடு; கைவிடு *The army has yielded power to the rebels.* **4** [I] (*formal*) to move, bend or break because of pressure அழுத்தம் அல்லது பெரும்பாரம் காரணமாக இடம்பெயர், வளை அல்லது உடைபடு *The dam finally yielded under the weight of the water.*

NOTE இப்பொருளுடைய **give way** என்பது முறைசார்பு குறைந்ததாகும். **5** [I] (*AmE*) **yield (to sb/sth)** to allow other vehicles on a bigger road to go first பெருஞ்சாலை ஒன்றில் மற்ற ஊர்திகளை முதலில் செல்லவிடு; ஒதுங்கி மற்ற ஊர்திகளுக்கு வழிவிடு *You have to yield to traffic from the left here.* **NOTE** பிரிட்டன் வழக்கில் இப்பொருள்பட **give way** பயன்படுத்தப்படுகிறது.

IDM **yield to sth** (*formal*) to be replaced by sth, especially sth newer ஒன்றினால், குறிப்பாகப் புதிய ஒன்றினால் மாற்றீடு செய்யப்படு; புதிய ஒன்றுக்கு இடங்கொடு *Old-fashioned methods have yielded to new technology.* **NOTE** இப்பொருளில் வரும் **give way** முறைசார்பு குறைந்ததாகும்.

yield[2] /ji:ld/ *noun* [C] the amount that is produced விளைவிக்கப்பட்ட/உண்டாக்கப்பட்ட ஒன்றின் அளவு; விளைச்சல்; விளைவு *Wheat yields were down 5% this year.*

yo /jəʊ/ *exclamation* (*AmE slang*) used by some people when they see a friend; hello ஒரு நண்பரைக் காணும்போது சிலரால் பயன்படுத்தப்படும் சொல்; தோழமை விளிக்குறிப்பு

yob /jɒb/ *noun* [C] (*BrE slang*) a boy or young man who is rude, loud and sometimes violent or aggressive இணக்க வணக்கமற்ற, ஆர்ப்பாட்டம் செய்கிற, சில சமயங்களில் வன்செயலில் ஈடுபடுகிற/தாக்கியல்பு உடைய சிறுவன் அல்லது இளைஞன்; போக்கிரி; காட்டான் ➪ **lout** மற்றும் **hooligan** பார்க்க.

yoga /ˈjəʊgə/ *noun* [U] **1** (Indian in origin) a system of exercises for the body that involves breath control and helps relax both your mind and your body (இந்தியாவில் தொடங்கியது) மூச்சிழுப்பதைக் கட்டுப்படுத்தவும் மனம், உடல் இரண்டையும் அமைதிப்படுத்தவும் பயன்படும் உடல் சார்ந்த பயிற்சி முறை; யோகப் பயிற்சி; யோகம் **2** a Hindu philosophy which aims to unite the self with the spirit of the universe ஒருவரின் ஆன்மாவைப் பிரபஞ்சத்தின் உட்பொருளுடன் ஐக்கியப்படுத்த முயலும் இந்துமதத் தத்துவம்

yoghurt (*also* **yogurt**) /ˈjɒgət/ *noun* [C, U] a slightly sour, thick liquid food made from milk தயிர் *plain/banana/strawberry yoghurt*

yoke /jəʊk/ *noun* **1** [C] a long piece of wood fixed across the necks of two animals so that they can pull heavy loads together ஒன்றிணைந்து பெரும் சுமைகளை இழுத்துச் செல்ல ஏதுவாக இரண்டு விலங்குகளினுடைய கழுத்துகளின் மேல் பொருத்தப்படும் நீண்ட மரக்கழி; நுகத்தடி **2** [*sing.*] something that limits your freedom and makes your life difficult ஒருவரது தன்னியக்க உரிமையைக் கட்டுப்படுத்தி அவரது வாழ்க்கையில் சிக்கல்கள் உண்டுபண்ணும் ஒன்று; அடிமைப்பட்ட வாழ்வு; கடுமையான கட்டுப்பாட்டு நிலை

yolk /jəʊk/ *noun* [C, U] the yellow part in the middle of an egg முட்டையின் நடுவில் உள்ள மஞ்சள் பகுதி; முட்டையின் மஞ்சள் கரு

you /jə; ju:/ *pronoun* **1** used as the subject or object of a verb, or after a preposition to refer to the person or people being spoken or written to கேட்குநரை/பெறுநரைக் குறிக்க எழுவாயாக அல்லது செயப்படுபொருளாக அல்லது முன்னுருபிற்குப் பின் பயன்படுத்தப்படுவது: நீ; நீங்கள்; உன்னை, உங்களை *I've told you about this before.* • *Bring your photos with you.* **2** used with a noun, adjective or phrase when calling sb sth ஒருவரை இன்னார்/இப்படிப்பட்டவர் என்று அழைக்கும்போது ஒரு

பெயர்ச்சொல்லுடன், பெயரடையுடன் அல்லது தொடருடன் பயன்படுத்தப்படுவது: இன்னாராகிய நீ/நீங்கள் *You idiot! What do you think you're doing?* **3** used for referring to people in general ஆட்களைப் பற்றிப் பொதுப்படையாகக் குறிப்பிடப் பயன்படுத்தப்படுவது *The more you earn, the more tax you pay.* **NOTE** இதே பொருளில் **one** என்ற சொல்லையும் பயன்படுத்தலாம். எனினும் **one** மிகைப்படியான முறைசார்பு உடையது. மேலும் **one** தற்போது பழம் வழக்காக ஆகிக்கொண்டு வருகிறது. *The more one earns, the more tax one pays.*

you'd /ju:d/ ➪ **you had** அல்லது **you would** என்பதன் குறுக்கம்

you'll /ju:l/ ➪ **you will** என்பதன் குறுக்கம்

young[1] /jʌŋ/ *adj.* (**younger** /'jʌŋgə(r)/, **youngest** /'jʌŋgɪst/) not having lived or existed for very long; not old அதிகமான காலம் வாழ்ந்திராத அல்லது இருந்திராத; முதுமை அடைந்திராத; இளமையான; இளைய *They have two young children.* • *I'm a year younger than her.* ✪ **OPP old**

IDM young at heart behaving or thinking like a young person, although you are old வயதாகியிருந்தபோதிலும் ஓர் இளைஞரைப் போல நடந்துகொள்கிற அல்லது சிந்திக்கிற; உடலால் முதிர்ச்சியுற்றும் மனத்தினால் இளைஞராக உள்ள

young[2] /jʌŋ/ *noun* [*pl.*] **1** young animals இளம் விலங்குகள்; கன்றுகள்/குஞ்சுகள் *Swans will attack to protect their young.* **2 the young** young people considered as a group இளைஞர்கள்; இளம் பருவத்தினர் *The young of today are more ambitious than their parents.*

youngish /'jʌŋɪʃ/ *adj.* quite young ஓரளவு இளமையாக உள்ள

youngster /'jʌŋstə(r)/ *noun* [C] a young person இளம் வயதுடைய ஆள்; இளைஞர்

your /jə(r); jɔ:(r)/ *det.* **1** of or belonging to the person or people being spoken to கேட்குநருடைய; கேட்குநருக்குரிய; உன்னுடைய; உங்களுடைய *What's your flat like?* • *Thanks for all your help.* **2** belonging to or connected with people in general (பொதுப்படையாகக் குறிக்கப்படும்) மக்களுடைய; மக்கள் தொடர்பான *When your life is as busy as mine, you have little time to relax.* **3** (*informal*) used for saying that sth is well known to people in general ஒன்று மக்களிடையே பிரபலமாக உள்ளது, மக்களால் நன்கு அறியப்பட்டுள்ளது என்று கூறப் பயன்படுத்தப்படுவது *So this is your typical English food, is it?* **4** (*also* **Your**) used in some titles சிலவகைப் பட்டப்பெயர்களில்/மதிப்புப் பெயர்களில் பயன்படுத்தப்படுவது *Your Highness*

you're /jɔ:(r); jʊə(r)/ ➪ **you are** என்பதன் குறுக்கம்

yours /jɔ:z/ *pronoun* **1** of or belonging to you உன்னுடையது/உன்னுடையவை; உங்களுடையது/உங்களுடையவை *Is this bag yours or mine?* • *I was talking to a friend of yours the other day.* **2 Yours** used at the end of a letter ஒரு கடிதத்தின் இறுதியில் பயன்படுத்தப்படுவது: உங்கள்; தங்கள் *Yours sincerely.../faithfully...* • *Yours...*

yourself /jɔ:'self; jə'self/ *pronoun* (*pl.* **yourselves** /-'selvz/) **1** used when the person or people being spoken to does/do an action and is/are also affected by it எவருடன் பேசுகிறோமோ அவர் ஒரு செயலைச் செய்து அச்செயலின் விளைபயன்/தாக்கம் அவரைச் சென்று சேர்வதைக் குறிக்கப் பயன்படுத்தப்படுவது: உன்னையே/உங்களையே; உனக்கே/உங்களுக்கே *Be careful or you'll hurt yourself.* • *Here's some money. Buy yourselves a present.* **2** used to emphasize sth ஒன்றை அழுத்தம்படக் கூறப் பயன்படுத்தப்படுவது: நீயே; நீங்களே *You yourself told me there was a problem last week.* • *Did you repair the car yourselves?* (= or did sb else do it for you?) **3** you நீ; நீங்கள் *'How are you?' 'Fine, thanks. And yourself?'* **4** in your normal state; healthy இயல்பு நிலையில்; நலமுடன் *You don't look yourself today.*

IDM (all) by yourself/yourselves 1 alone தனித்து; தனியாக; ஒதுங்கி *Do you live by yourself?* ➪ **alone** பதிவிலுள்ள குறிப்பைப் பார்க்க. **2** without help துணையின்றி; தனிப்பட; தானே *You can't cook dinner for ten people by yourself.*

youth /ju:θ/ *noun* (*pl.* **youths** /ju:ðz/) **1** [U] the period of your life when you are young, especially the time before a child becomes an adult ஒருவர் இளமையாக உள்ள, குறிப்பாக ஒரு சிறுவன்/சிறுமி வயதுக்கு வருவதற்கு முந்திய, வாழ்க்கைப் பகுதி; இளமைப் பருவம் *He was quite a good sportsman **in** his **youth**.* **2** [U] the fact or state of being young இளமையுடைவராக இருத்தல் அல்லது இருக்கும் நிலை; இளமை *I think that her youth will be a disadvantage in this job.* **3** [C] a young person (usually a young man, and often one that you do not have a good opinion of) இளமைப் பருவ ஆள் (பொதுவாக இளைஞன், பெரும்பாலும் நல்லெண்ணத்திற்கு உரியவரல்லாத இளைஞன்; பையன்) *a gang of youths* **4 the youth** [U] young people considered as a group இளைஞர்கள்; இளம் பருவத்தினர் *the youth of today* ➪ **age** மற்றும் **old age** பார்க்க.

youthful /'ju:θfl/ *adj.* **1** typical of young people இளம் பருவத்தினருக்கு உரிய; இளைஞர்களுக்குப் பொருத்தமான *youthful enthusiasm*

2 seeming younger than you are உண்மையான வயதை விட இளையவராகத் தோன்றுகிற; இளமைத் துடிப்புடைய *She's a youthful fifty-year-old.*

youth hostel *noun* [C] a cheap and simple place to stay, especially for young people, when they are travelling குறிப்பாக இளைஞர்கள், பயணத்தின்போது தங்குவதற்கான கட்டணம் குறைந்த, சாதாரணமான தங்குமிடம்; இளைஞர் விடுதி

you've /ju:v/ ➪ **you have** என்பதன் குறுக்க வடிவம்

Yo Yo™ (*also* **yo-yo**) *noun* [C] (*pl.* **Yo Yos; yo-yos**) a toy which is a round piece of wood or plastic with a string round the middle. You put the string round your finger and can make the yo-yo go up and down it நடுப்பகுதியைச் சுற்றி நூல் பொருத்தப்பட்டுள்ள உருண்டையான மர அல்லது பிளாஸ்டிக் விளையாட்டுப் பொருள். நூலை விரலில் சுற்றிப் பிடித்துக்கொண்டு இவ்விளையாட்டுப்பொருளை மேலும் கீழுமாக ஆட்டலாம்

yr (*pl.* **yrs**) *abbr.* year ஆண்டைக் குறிக்கும் year என்பதன் குறுக்கம்

yuck /jʌk/ *exclamation* (*informal*) used for saying that you think sth is disgusting or very unpleasant அருவருக்கத் தக்கதாக அல்லது மிகவும் வெறுப்பூட்டுவதாக ஒன்று இருப்பதாகத் தான் நினைப்பதைக் கூறப் பயன்படுத்தப்படும் வெறுப்பு/ அருவருப்புக் குறிப்பு *It's filthy! Yuck!*
▶ **yucky** *adj. What a yucky colour!*

yummy /ˈjʌmi/ *adj.* (*informal*) tasting very good; delicious நறுஞ்சுவையுடைய; இன்சுவை மிக்க *a yummy cake*

yuppie (*also* **yuppy**) /ˈjʌpi/ *noun* [C] (*pl.* **yuppies**) a successful young professional person who lives in a city, earns a lot of money and spends it on fashionable things நகரத்தில் வாழ்கிற, பெருமளவு பணம் ஈட்டி அதனை நவநாகரிகப் பொருள்கள் வாங்குவதில் செலவிடுகிற, வெற்றியாக்கமுடைய திறத்தொழில் இளைஞன்/யுவதி; நவநாகரிக இளந்தொழிலர்

Z z

Z, z /zed/ *noun* [C, U] (*pl.* **Z's; z's** /zedz/; /zi:z/) the twenty-sixth letter and last letter of the English alphabet ஆங்கில நெடுங்கணக்கின் இருபத்து ஆறாவது மற்றும் இறுதி எழுத்து *'Zero' begins with (a) 'Z'.*

zany /ˈzeɪni/ *adj.* funny in an unusual and crazy way விசித்திரமான மற்றும் கிறுக்குத்தனமான முறையில் வேடிக்கை செய்கிற; கோமாளித்தனமான; கிறுக்குத்தனமான *a zany comedian*

zap /zæp/ *verb* (**zapping; zapped**) (*informal*) **1** [T] **zap sb/sth (with sth)** to destroy, hit or kill sb, usually with a gun or other weapon பொதுவாகத் துப்பாக்கியினால் அல்லது வேறோர் ஆயுதத்தினால் ஒருவரை அழி, தாக்கு அல்லது கொல் *It's a computer game where you have to zap aliens with a laser.* **2** [I, T] to change television programmes very quickly using an electronic device (**remote control**) சேய்மை இயக்கியை இயக்கி மிக விரைவாகத் தொலைக்காட்சி நிகழ்ச்சிகளை மாற்று

zeal /zi:l/ *noun* [U] (*written*) great energy or enthusiasm செயல் முனைப்பு; ஊக்கம்; உற்சாகம் *religious zeal*

zealous /ˈzeləs/ *adj.* using great energy and enthusiasm செயல் முனைப்பு மிக்க; மிகு ஊக்கமுடைய; உற்சாகம் கொண்ட ▶ **zealously** *adv.*

zebra /ˈzebrə/ *noun* [C] (*pl.* **zebra** or **zebras**) an African wild animal that looks like a horse, with black and white lines (**stripes**) all over its body குதிரை போன்ற தோற்றம் கொண்டதும் உடல் முழுதும் கறுப்பு மற்றும் வெள்ளை நிறப் பட்டைக்கோடுகள் உடையதுமான ஆப்பிரிக்கக் காட்டு விலங்கு வகை; வரிக்குதிரை

zebra crossing *noun* [C] (*BrE*) a place where the road is marked with black and white lines and people can cross safely because cars must stop to let them do this ஊர்திகள் நிறுத்தப்பெற்று ஆட்கள் பாதுகாப்பாகச் சாலையைக் கடக்க ஏதுவாகக் கறுப்பு மற்றும் வெள்ளை நிறக் கோடுகள் இடப்பட்டுள்ள இடம்; சாலையைக் கடக்குமிடம் ⇨ **pedestrian crossing** பார்க்க.

Zen /zen/ *noun* [U] a Japanese form of Buddhism புத்த மதத்தின் ஜப்பானிய வகை; ஸென் புத்த மதம்

Zend-Avesta /zend əˈvestə/ *noun* the **Zoroastrian** sacred writings, consisting of the **Avesta** (the text) and the **Zend** (the commentary) அவெஸ்ட எனப்படும் மூல எழுத்துப்பிரதியும் ஸெண்ட் எனப்படும் அதன் உரையும் அடங்கிய ஸோராஸ்ட்ரியரின் (பார்சிகளின்) புனிதச் சமய நூல்கள்

zenith /ˈzenɪθ/ *noun* [*sing.*] (*technical*) the highest point that the sun or moon reaches in the sky, directly above you தலைக்கு நேர் மேலாக வானில் சூரியன் அல்லது சந்திரன் காணப்படும் உச்ச உயர் நிலை; நேர் உச்சி வான்; வான் முகடு ✪ SYN **peak** ✪ OPP **nadir**

zero /ˈzɪərəʊ/ *noun* **1** [C] 0 பூஜ்யம்; சுழி

> **NOTE** வாக்கியங்களில் எண்களைப் பயன்படுத்தும் முறை குறித்த எடுத்துக்காட்டுகள் **six** பதிவில் தரப்பட்டுள்ளன.

2 [U] freezing point; 0ºC நீர் உறைநிலையான 0º செல்சியஸ் *The temperature is likely to fall to five degrees **below zero*** (= –5ºC). **3** [U] the lowest possible amount or level; nothing at all அடிமட்ட அளவு அல்லது நிலை; இன்மை நிலை *zero growth/inflation/profit*

> **NOTE** பிரிட்டன் வழக்கில் 0 என்ற இலக்கம் வெவ்வேறான பல பெயர்களில் வழங்கப்படுகிறது. அறிவியல் அல்லது தொழில்நுட்ப வழக்குகளில் பொதுநிலையில் பயன்படுத்தப்படுவது **zero** என்பதாகும். விளையாட்டில், குறிப்பாகக் கால் பந்தாட்டத்தில் ஆட்டப்புள்ளிகளைக் குறிக்க (பேச்சு வழக்கில்) மிகப்பரவலாகப் பயன்படுத்தப்படுவது **nil** என்ற சொல்லாகும். **Nought** என்பது ஒரு பெரிய எண்ணின் பகுதியாக வரும் 0-ஐக் குறிக்கப் பயன்படுத்தப்படுவது—*A million is one followed by six noughts.* தொலைபேசி எண்கள், வானூர்தித் தட எண்கள் முதலியவற்றைப் பேச்சு வழக்கில் கூறும்போது பெரும்பாலும் பயன்படுத்தப்படுவது 'ஓ' என்னும் உச்சரிப்புடைய 0 ஆகும்.

zero tolerance *noun* [U] the act of following the law very strictly so that people are punished even when what they have done wrong is not very serious சிறு அளவிலான குற்றங்களுக்கும் தண்டனை வழங்கும் முறையில் சட்டத்தை மிகக் கண்டிப்பாகப் பின்பற்றுதல்; சட்ட விலக்களிப்பு இன்மை

zest /zest/ *noun* [U, *sing.*] **zest (for sth)** a feeling of enjoyment, excitement and enthusiasm மகிழ்வீடுபாடு, உணர்ச்சியார்வம் மற்றும் உற்சாகம் *She has a great **zest for life**.*

zigzag /ˈzɪgzæg/ *noun* [C], *adj.* (consisting of) a line with left and right turns, like a lot of letter W's, one after the other ஒன்றையடுத்து ஒன்றாக மிகப்பல W எழுத்துகள் அமைந்துள்ளது

போன்று இடது வலதான வளைவுகளையுடைய ஒரு கோடு/ஒரு கோட்டை உள்ளடக்கியிருக்கிற; வளைந்து வளைந்து செல்லும் கோடு/வளைந்து வளைந்து செல்கிற; அலைவரி/அலைவரியான *The skier came down the slope in a series of zigzags.* • *a zigzag pattern/line* ▶ **zigzag** *verb* [I] (**zigzagging; zigzagged**)

zilla *noun* [C] an administrative district in India (இந்தியாவில்) பல வட்டங்களை (தாலுக்காக்களை) உள்ளடக்கிய ஒரு நிருவாகப் பிரிவு; மாவட்டம்; ஜில்லா

zinc /zɪŋk/ *noun* [U] (*symbol* **Zn**) a whitish metal, often put on the surface of iron and steel as protection against water பெரும்பாலும் இரும்பு மற்றும் எஃகு துருப்பிடிக்காமல் மேற்பூச்சுப் பூசப் பயன்படுத்தப்படும் வெண்ணிற உலோக வகை; துத்தநாகம்; சிங்க்

zip /zɪp/ (*AmE* **zipper** /ˈzɪpə(r)/) *noun* [C] a device for fastening clothes, bags, etc. ஆடைகள், பைகள் முதலியவற்றை மூடப் பயன்படுத்தப்படும் கருவி; இழைவரிப் பல்லிணை; பல்லிணைவுப் பட்டிகை *to do up/undo a zip* ➪ **button** பதிவில் படம் பார்க்க. ▶ **zip** *verb* [T] (**zipping; zipped**) **zip sth (up)** *There was so much in the bag that it was difficult to zip it up.* ✪ OPP **unzip** ▶ **ZIP code** (*also* **zip code**) (*AmE*) = **postcode**

the zodiac /ˈzəʊdiæk/ *noun* [*sing.*] a diagram of the positions of the sun, moon and planets, which is divided into twelve equal parts, each with a special name and **symbol** (**the signs of the zodiac**) ஒவ்வொன்றிலும் ஓர் இராசியை உள்ளடக்கிய பன்னிரண்டு சமக் கட்டங்களாகப் பகுக்கப்பட்டுள்ளதும், சூரியன், சந்திரன், கோள்கள் ஆகியவற்றின் இருப்பு நிலைகளைக் காட்டுவதுமான வரைபடம்; இராசி மண்டலம்; கோள் மண்டலம்

NOTE பொதுவாக **stars** என்று அழைக்கப்படும் **zodiac**-இன் குறிகள். சோதிடக்குறிப்புகளிலும் (**horoscopes**) செய்தித்தாள்களிலும் பருவ இதழ்களிலும் ஒருவரது வாழ்க்கையின் வரும்பொருள் உரைப்பதற்கும் சோதிடக்குறிப்பு (**astrology**) எழுதுவதற்கும் பயன்படுத்தப்படுகின்றன. கோள் நிலைகளும் (இராசிகளும்) ஒருவரது ஆளுமைப் பண்பின் மற்றும் எதிர்கால வாழ்க்கையின் மீதான அவற்றின் தாக்கம் பற்றிய நம்பிக்கையும் மக்களிடையே பரவலாகக் காணப்படும் வழக்காகும்—*Which sign (of the zodiac) are you?*

zone /zəʊn/ *noun* [C] an area that is different from those around it for example because sth special happens there தனிவகையான அல்லது முக்கியமான ஒரு நிகழ்வுக்குரிய ஓரிடமாக அமைந்து சுற்றிலுமுள்ள இடங்களிலிருந்து மாறுபட்டுள்ள ஓர் இடப் பகுதி; மண்டலம் *a war zone*

zoo /zuː/ *noun* [C] (*pl.* **zoos**) a park where many kinds of wild animals are kept so that people can look at them and where they are bred, studied and protected பல வகையான காட்டு விலங்குகள் பொதுக்காட்சிக்காகவும் ஆய்வுக்காகவும் மற்றும் அவற்றின் இனப்பெருக்கம், பாதுகாப்பு ஆகியவற்றுக்காகவும் வைத்துப் பேணப்படும் பூங்கா; விலங்ககம்; விலங்கினக் காட்சியகம்

zoology /zəʊˈɒlədʒi; zuˈɒl-/ *noun* [U] the scientific study of animals விலங்குகள் பற்றிய அறிவியல் முறையிலான ஆய்வு; விலங்கியல் ➪ **botany** மற்றும் **biology** பார்க்க. ▶ **zoological** /ˌzəʊəˈlɒdʒɪkl; ˌzuːəˈl-/ *adj.* ▶ **zoologist** /zəʊˈɒlədʒɪst; zuˈɒl-/ *noun* [C]

zoom /zuːm/ *verb* [I] to move or go somewhere very fast மிக்க விரைவுடன் செல் அல்லது ஓரிடத்திற்குப் போ

PHR V **zoom in (on sb/sth)** (used in photography) to give a closer view of the object/person being photographed by fixing a special device to the camera (**a zoom lens**) (நிழற்படம் எடுத்தல் வகையில்) நிழற்படக் கருவியினுள் தொலைவை அண்மையில் காட்டும் தனிவகைக் கண்ணாடியைப் பொருத்தி, நிழற்படம் எடுக்கப்படும் ஆளின்/பொருளின் அண்மைத் தோற்றத்தை வழங்கு *The camera zoomed in on the actor's face.*

zoom lens *noun* [C] a device on a camera that can make an object being photographed appear gradually bigger or smaller so that it seems to be getting closer or further away நிழற்படம் எடுக்கப்படும் ஒரு பொருள் அருகில் வந்துகொண்டிருப்பதாக அல்லது தொலைவில் சென்றுகொண்டிருப்பதாகத் தோன்றும் முறையில் அப்பொருள் மெல்ல மெல்லப் பெரிதாகி அல்லது சிறிதாகிக் காணப்படச் செய்யும் நிழற்படக் கருவியிலுள்ள பொருள்; சேய்மை/அண்மைக் கண்ணாடி

Zoroaster (*also* **Zarathustra**) *noun* an ancient Persian prophet and founder of **Zoroastrianism** பார்சிகளின் மதத்தைத் தோற்றுவித்த தொன்மையான பாரசீக இறைத்தூதர்

Zoroastrian /ˌzɒrəʊˈæstriən/ *noun* [C] a person who is a follower of **Zoroastrianism** ஸோராஸ்ட்ரிய (பார்சீய) மதத்தைச் சார்ந்தவர் ▶ **Zoroastrian** *adj.* relating to or connected with **Zoroastrianism** பார்சீய மதத்தைச் சார்ந்த அல்லது அம்மதத்துடன் தொடர்புள்ள

Zoroastrianism /ˌzɒrəʊˈæstriənɪzm/ *noun* [U] a religion started in ancient Persia by **Zoroaster**, that teaches that there is one god and a continuing struggle in the world between forces of good and evil ஸோராஸ்டெர் என்பவரால் பண்டைக்

காலத்துப் பாரசீகத்தில் தோற்றுவிக்கப்பட்ட மதம். இம்மதம் இறைவன் ஒருவரே என்றும் உலகில் நல்ல மற்றும் தீய சக்திகளுக்கிடையே தொடர்ந்து போராட்டம் நடைபெறுகிறது என்றும் போதிக்கிறது

zucchini /zu'ki:ni/ *noun* (*pl*. **zucchini** or **zucchinis**) (*AmE*) = **courgette** ➪ **vegetable** பதிவில் படம் பார்க்க.

zygote /'zaɪgəʊt/ *noun* [C] a cell that starts the process of forming a baby person or animal, formed by the joining together of a male and a female **gamete** பெற்றோர் ஒவ்வொருவரிட-மிருந்தும் பெறப்படும் ஆண் மற்றும் பெண் உயிரணுக்களின் சேர்க்கையினால் தோன்றி மனித அல்லது விலங்கின் கருவை உண்டாக்கும் உயிரணு

APPENDIX 1: QUICK GRAMMAR REFERENCE

Verbs (வினைச்சொற்கள்)

The Tenses of Regular Verbs (முறைபடு வினைச்சொற்கள் காட்டும் காலங்கள்)

The Simple Tenses (தனிவினைக் காலங்கள்)

NOTE **I, you, we, they** ஆகியவற்றுடன் பயன்படுத்தப்படும் வினை வடிவங்கள் ஒரே மாதிரியானவை.
He, she, it ஆகியவற்றுடன் பயன்படுத்தப்படும் வினை வடிவங்கள் ஒரே மாதிரியானவை.

The present simple (நிகழ்காலத் தனிவினை)

I look	do I look?	I do not look **(don't look)**
he looks	does he look?	he does not look **(doesn't look)**

The simple past (இறந்தகாலத் தனிவினை)

I looked	did I look?	I did not look **(didn't look)**
he looked	did he look?	he did not look **(didn't look)**

The present perfect (முடிவுற்ற நிகழ்கால வினை)

I have looked **(I've looked)**	have I looked?	I have not looked **(haven't looked)**
he has looked **(he's looked)**	has he looked?	he has not looked **(hasn't looked)**

The past perfect (pluperfect) (முடிவுற்ற இறந்தகால வினை)

I had looked **(I'd looked)**	had I looked?	I had not looked **(hadn't looked)**
he had looked **(he'd looked)**	had he looked?	he had not looked **(hadn't looked)**

The future simple (எதிர்காலத் தனிவினை)

I will look **(I'll look)**	will I look?	I will not look **(won't look)**
he will look **(he'll look)**	will he look?	he will not look **(won't look)**

The future perfect (முழுமையுறு எதிர்கால வினை)

I will have looked **(I'll have looked)**	will I have looked?	I will not have looked **(won't have looked)**
he will have looked **(he'll have looked)**	will he have looked?	he will not have looked **(won't have looked)**

The conditional (நிபந்தனை வினை)

I would look **(I'd look)**	would I look?	I would not look **(wouldn't look)**
he would look **(he'd look)**	would he look?	he would not look **(wouldn't look)**

The conditional perfect (முடிவுற்ற கால நிபந்தனை வினை)

I would have looked **(would've looked)**	would I have looked?	I would not have looked **(wouldn't have looked)**
he would have looked **(would've looked)**	would he have looked?	he would not have looked **(wouldn't have looked)**

The Continuous Tenses (தொடர்வினைக் காலங்கள்)

NOTE **Continuous Tenses** சில நேரங்களில் **progressive tenses** என அழைக்கப்படுகின்றன.
You-உடன் ஒரு மாறுபட்ட வினை வடிவம் பயன்படுத்தப்படும் சூழல்கள் அல்லாத மற்ற நேரங்களில் **I, you, we, they** ஆகியவற்றுடன் வரும் வினை வடிவங்கள் ஒரே மாதிரியானவை.
He, she, it ஆகியவற்றுடன் இயலும் வினை வடிவங்கள் ஒரே மாதிரியானவை.

The present continuous (நிகழ்காலத் தொடர்வினை)

I am looking **(I'm looking)**	am I looking?	I am not looking **(I'm not looking)**
you are looking **(you're looking)**	are you looking?	you are not looking **(aren't looking)**
he is looking **(he's looking)**	is he looking?	he is not looking **(isn't looking)**

The past continuous (இறந்தகாலத் தொடர்வினை)

I was looking	was I looking?	I was not looking **(wasn't looking)**
you were looking	were you looking?	you were not looking **(weren't looking)**
he was looking	was he looking?	he was not looking **(wasn't looking)**

The present perfect continuous (முடிவுற்ற நிகழ்காலத் தொடர்வினை)

I have been looking **(I've been looking)**	have I been looking?	I have not been looking **(haven't been looking)**
he has been looking **(he's been looking)**	has he been looking?	he has not been looking **(hasn't been looking)**

The past perfect continuous (முடிவுற்ற இறந்தகாலத் தொடர்வினை)

I had been looking **(I'd been looking)**	had I been looking?	I had not been looking **(hadn't been looking)**
he had been looking **(he'd been looking)**	had he been looking?	he had not been looking **(hadn't been looking)**

The future continuous (எதிர்காலத் தொடர்வினை)

I will be looking **(I'll be looking)**	will I be looking?	I will not be looking **(won't be looking)**
he will be looking **(he'll be looking)**	will he be looking?	he will not be looking **(won't be looking)**

The future perfect continuous (முழுமையுறு எதிர்காலத் தொடர்வினை)

I will have been looking **(I'll have been looking)**	will I have been looking?	I will not have been looking **(won't have been looking)**
he will have been looking **(he'll have been looking)**	will he have been looking?	he will not have been looking **(won't have been looking)**

The conditional continuous (நிபந்தனைத் தொடர்வினை)

I would be looking **(I'd be looking)**	would I be looking?	I would not be looking **(wouldn't be looking)**
he would be looking **(he'd be looking)**	would he be looking?	he would not be looking **(wouldn't be looking)**

The conditional perfect continuous (முடிவுற்றகால நிபந்தனைத் தொடர்வினை)

I would have been looking **(would've been looking)**	would I have been looking?	I would not have been looking **(wouldn't have been looking)**
he would have been looking **(would've been looking)**	would he have been looking?	he would not have been looking **(wouldn't have been looking)**

Verbs (வினைச்சொற்கள்)

Talking about the present (நிகழ்கால வினையின் பயன்பாட்டுச் சூழல்கள்)

Present continuous (நிகழ்காலத் தொடர்வினை) தற்பொழுது நிகழ்ந்து கொண்டிருக்கும் ஒரு செயலைக் குறிக்கும்.

—*We're just **having** breakfast.*
—*What **are** you **reading**?*
—*She **isn't listening** to me.*

இன்னும் முடிவுற்றிராத ஒரு செயலைக் குறிக்கவும் - இந்தக்கணத்தில் அச்செயல் நடைபெற்றுக்கொண்டிராவிடினும் கூட- நிகழ்காலத் தொடர்வினை பயன்படுத்தப்படுகிறது.

—*I'**m learning** English.*
—*She'**s writing** a book about snails.*

வெறுப்பூட்டும் முறையில் மீண்டும் மீண்டும் நிகழும் ஒரு செயலைக் குறிக்க **always**-உடன் நிகழ்காலத் தொடர்வினை பயன்படுத்தப்படுகிறது.

—*He'**s** always **asking** silly questions.*
—*They'**re** always **coming** round here to borrow something.*

Need, want, know போன்ற சில வினைச்சொற்கள் தொடர்வினை வடிவில் பயன்படுத்தப்படுவதில்லை.
⇨ **Promise, agree, seem, appear, understand, appreciate** ஆகிய வினைகளின் பதிவுகளையும் நோக்குக. இவை இயல்நிலையைச் சுட்டுவன; செயலைக் குறிப்பன அல்ல.

—*I **need** some new shoes.*
—*She **hates** her job.*
—*They love Mexican food.*
—*He **wants** to go home.*
—***Do** you **know** Tania Singh?*

இவையல்லாத ஏனைய வினைகள் **செயலைக்** குறிக்கும்பொழுது நிகழ்காலத் தொடர்வினையாகவும் **நிலையைக்** குறிக்கும்பொழுது நிகழ்காலத் தனிவினையாகவும் பயின்று வரும்.

—*He's **tasting** the soup.*
—*The soup **tastes** salty.*
—*She's **being** difficult again.*
—*She's a difficult child.*
—*What **are** you **thinking** about?*
—*Do you **think** I should leave?*

என்றும் மாறாத மெய்ம்மைகளைக் குறிப்பிட **present simple** (நிகழ்காலத் தனிவினை) பயன்படுத்தப்படுகிறது.

—*Whales* ***are*** *mammals.*
—*Rice* ***doesn't grow*** *in this climate.*
—*He lives in Spain.*
—*What temperature* ***does*** *water* ***boil*** *at?*

வழக்க முறையாக நிகழும் செயல்களும் நிகழ்காலத் தனிவினையில் பயின்று வரும்.

—*She* ***leaves*** *for school at 8 o'clock.*
—***Does*** *he* ***work*** *in a factory?*
—*We* ***don't*** *often* ***go*** *out for a meal.*

Talking About the Past (இறந்தகால வினையின் பயன்பாட்டுச் சூழல்கள்)

Past simple (இறந்தகாலத் தனிவினை) கடந்த காலத்தில் முடிவுற்ற செயலைக் குறிக்கும்.

—*He* ***got*** *up,* ***paid*** *the bill, and* ***left****.*
—*I* ***didn't read*** *the letter.*
—*I just* ***gave*** *it to Leela.*
—*What* ***did*** *you* ***say*** *to him?*

இறந்தகாலத் தனிவினை பெரும்பாலும் கடந்த காலத்தின் ஒரு குறிப்பிட்ட நேரத்தை/சமயத்தைச் சுட்டுவதாக அமையும்.

—***Did*** *you* ***speak*** *to Anu yesterday?*

கடந்த காலத்தில் சிறிது காலம் நீடித்து ஆனால் தற்பொழுது முடிவுற்றுள்ள ஒரு நிலையைக் குறிக்கவும் இறந்தகாலத் தனிவினை பயன்படுத்தப்படுகிறது.

—*I* ***went*** *to school in Delhi.*
—***Did*** *she really* ***work*** *there for ten years?*
—*He* ***didn't grow*** *up in Chennai. —he went there as an adult.*

கடந்த காலத்தில் வழக்க முறையாக நிகழ்ந்த செயல்களும் இறந்த காலத் தனிவினையால் சுட்டப்படும்

—*I often* ***played*** *tennis with her.*
—*She always* ***won****.*
—*They never* ***went*** *to the cinema when they* ***lived*** *in the country.*

கடந்த காலத்தில் தொடங்கி இப்பொழுதும் தொடரும் ஒரு நிலையைக் குறிக்க **present perfect** (முடிவுற்ற நிகழ்கால வினை) பயன்படுத்தப்படும்.

—*They have lived here for ten years, and they don't want to move.*
—*I've* ***worked*** *here since 1998.*
—*I've known Kamala for years.*

காலம் சுட்டப்படாத அல்லது காலக்குறிப்பு முக்கியமானதல்லாத சூழல்களிலும் பெரும்பாலும் முடிவுற்ற நிகழ்கால வினை பயன்படுத்தப்படுகிறது.

—*He's* ***written*** *a book.*
—*We've* ***bought*** *a new computer.*

சில வேளைகளில் செயல் கடந்த காலத்தில் முடிவுற்று அதன் தாக்க விளைவு நிகழ் காலத்தில் உணரப்படும். இந்நிலையைக் குறிக்கவும் முடிவுற்ற நிகழ்கால வினை பயன்படுத்தப்படும்.

—*He's* ***lost*** *his calculator*
(and he still hasn't found it).

கடந்த காலத்தில் தொடங்கி நிகழ்வேளை வரை தொடரும் ஒரு செயலின் அல்லது நிலையின் கால நீட்சியை **since** அல்லது **for**-உடன் சேர்ந்து முடிவுற்ற நிகழ்கால வினை சுட்டுவதைக் கருத்தில் கொள்க.

—*I've* ***known*** *about it since Christmas. How long* ***have*** *you* ***known****?*
—*She* ***hasn't bought*** *any new clothes for years.*

பிரிட்டானிய வழக்கில் முடிவுற்ற நிகழ்கால வினை பெரும்பாலும் **just, over, already, yet** ஆகிய சொற்களுடன் சேர்ந்து வரும்.

—*I've just* ***arrived****.*
—***Have*** *you ever* ***been*** *here before?*
—*He's* ***already packed*** *his suitcases.*
—***Haven't*** *you* ***finished*** *yet?*

இன்னும் முடிவுற்றிராத காலப் பகுதிக்குரிய ஒன்றைக் குறிக்கவும் முடிவுற்ற நிகழ்கால வினை பயன்படுத்தப்படுகிறது.

—*The train* ***has been*** *late three times this week.*
—*He still hasn't visited her.*

கடந்த காலத்தில் தொடங்கி இப்பொழுது தொடர்ந்து நிகழ்ந்து கொண்டிருக்கிற அல்லது கடந்த காலத்தில் தொடங்கி சற்று முன் முடிவுற்று அதன் விளைவுகள் தற்பொழுது காணத் தோன்றுகிற ஒன்றைக் குறிப்பிட **present perfect continuous** (முடிவுற்ற நிகழ்காலத் தொடர்வினை)யைப் பயன்படுத்துகிறோம்.

—*I****'ve been working*** *since eight o'clock. —can I have a break now?*
—*My hands are dirty because I****'ve been gardening***.
—*They* ***haven't been learning*** *English very long.*

கடந்த காலத்தில் வேறொரு நிகழ்வின்போது அதற்கு முன்னரே தொடங்கி நடைபெற்றுக்கொண்டிருந்த ஒன்றைக் குறிக்க **past continuous** (இறந்த காலத் தொடர்வினை) பயன்படுத்தப்படுகிறது.

—*It* ***was raining*** *when I left the house.*
—***Was*** *he* ***cooking*** *dinner when you got home?*
—*I* ***wasn't wearing*** *a coat and I got very wet.*

நிலை/நிலையமைதி குறிக்கும் வினைச்சொற்கள் நிகழ்காலத் தொடர்வினையாகப் பயின்றுவராதது போல இறந்தகாலத் தொடர்வினையாகவும் பயன்படுத்தப்படுவதில்லை.

—*The fresh bread* ***smelled*** *wonderful.*
—(~~*was smelling*~~ அல்ல).

கடந்த காலத்தில் வேறொரு நிகழ்வுக்கு முற்பட்டு நிகழ்ந்த ஒன்றைக் குறிக்க **past perfect** (முடிவுற்ற இறந்தகால வினை) பயன்படுத்தப்படுகிறது.

—*When I got to the station, the train* ***had left****.*
—*I* ***had*** *never* ***met*** *Raman before he came to Pune.*
—*They* ***had moved*** *into the flat three months before Jai lost his job.*

கடந்த காலத்தில் வேறொரு செயலினும் முற்பட்டு ஒரு கால அளவுக்குத் தொடர்ந்து நடைபெற்ற ஒரு செயல்பாட்டைக் குறிக்க **past perfect continuous** (முடிவுற்ற இறந்தகாலத் தொடர்வினை) பயன்படுத்தப்படுகிறது.

—*My hands were dirty because I* ***had been gardening***.
—*She* ***hadn't been working*** *at the shop very very long when they sacked her.*

Talking about the Future (எதிர்கால வினையின் பயன்பாட்டுச் சூழல்கள்)

'The future' எனப்படும் எதிர்காலக் குறிப்பு எதிர்கால வினையால் சுட்டப்படும். ஆனால் வேறு வகைகளிலும் எதிர்கால நிகழ்வுகள் சுட்டப்படுகின்றன.

எதிர்காலச் செயல் திட்டங்களைக் காலக் குறிப்புடன் கூற **present continuous** (நிகழ்காலத் தொடர்வினை)யைப் பயன்படுத்துகிறோம்.

—*What* ***are*** *you* ***doing*** *this evening?*
—*I****'m*** *not* ***starting*** *my new job till next Monday.*

எதிர்காலத்தில் செய்யக் கருதுகிற ஆனால் இன்னும் முன்னேற்பாடு செய்யப்படாத ஒன்றைக் குறிப்பிட **be going to +** வினையடி பயன்படுத்தப்படுகிறது.

—*What* ***are*** *you* ***going to do*** *when you leave school?*
—*I****'m not going to be*** *as strict with my children as my parents were with me.*

மாறாக, பேசிக்கொண்டிருக்கையிலேயே ஒரு முடிவு எடுத்து அம்முடிவைக் குறிப்பிடும்போது நாம் பயன்படுத்துவது **will +** வினையடி ஆகும்.

—*I* ***can't do*** *this. I****'ll ask*** *the teacher.*
—*I'll take the blue one.*
—*We****'ll have*** *the salad, please.*

தனது உட்கருத்துகளை அல்லது திட்டங்களைப் பற்றி அல்லாது, தான் அறிந்திருப்பதை அல்லது எதிர்காலத்தில் நிகழும் என்று தான் எண்ணுவதைப் பற்றிக் கூறுகையில் **will +** வினையடி பயன்படுத்தப்படுகிறது.

—*It* ***will be*** *25° tomorrow.*
—*She****'ll be*** *in the office on Monday.*
—***Will*** *he* ***pass*** *the exam, do you think?*
—*This job* ***won't take*** *long.*

ஆனால் **when, as soon as, before, until** முதலிய-வற்றின் பின், எதிர்காலத்தைக் குறிக்க நாம் பயன்படுத்துவது **present simple** (நிகழ்காலத் தனிவினை)யாகும்.

*—Ring me as soon as you **hear** any news.*
*—I'll look after Jai until you **get** back.*
*—You'll recognize the street when you **see** it.*

வேண்டுகோள், வாக்குறுதி, உதவ முன்வருகை ஆகியவற்றைக் குறிக்கவும் **will +** வினையடி பயன்படுத்தப்படுகிறது.

*—**Will** you **buy** some bread on your way home?*
*—We**'ll be** back early, don't worry.*
*—I**'ll help** you with your maths.*

மிக அருகிலுள்ள எதிர்காலம் பற்றிப் பேச நாம் பயன்படுத்துவது **about to +** வினையடி ஆகும்.

*—He's **about to go** out.*

எதிர்காலத்தில் ஒரு கால அளவுக்குத் தொடர்ந்து நடைபெற இருக்கும் செயல்களைக் குறிக்க **future continuous** (எதிர்காலத் தொடர்வினை) பயன்படுத்தப்படுகிறது.

*—**I'll be waiting** near the ticket office.*
*—**I'll be wearing** a green hat.*
*—This time next week you**'ll be relaxing** in the sun!*

ஒருவரிடம் அவரது எதிர்காலத் திட்டங்கள் அல்லது செயல் நோக்கங்கள் பற்றி வினவ **will be + -ing** வடிவத்தையும் பயன்படுத்துகிறோம்.

*—How many nights **will** you **be staying**?*
*—**Will** you **be flying** back or going by train?*

எதிர்காலத்தில் குறிப்பிட்ட கால எல்லைக்குள் முடிவுற இருக்கும் ஒன்றைக் குறிக்க **future perfect** (முழுமையுறு எதிர்கால வினை) பயன்-படுத்தப்படுகிறது.

*—**I will have finished** this work by 3 o'clock.*
*—They**'ll have lived** here for four years in May.*

கால அட்டவணை, நிகழ்ச்சி நிரல் போன்றவற்றை அறுதி செய்து அதிகாரபூர்வமாக முன்திட்ட-மிடப்பட்ட எதிர்காலச் செயல் திட்டங்கள் பற்றிப் பேச நாம் **present simple** (நிகழ்காலத் தனி-வினை)யைப் பயன்படுத்தலாம்.

*—We **leave** Kasauli at 10 and **arrive** in Chandigarh at 12.30.*
*—School **starts** on 9 January.*

Transitive and Intransitive Verbs (செயப்படுபொருள் குன்றா மற்றும் செயப்படு-பொருள் குன்றிய வினைகள்)

[T] நேர் செயப்படுபொருள் ஏற்கும் வினைகள் **transitive verbs** (செயப்படுபொருள் குன்றா வினைகள்) எனப்படும். இந்த அகராதியில் இவ்வினைகள் [T] குறியிட்டுக் காட்டப்பட்டுள்ளன. **Include** என்னும் வினையின் பதிவை நோக்குக.

—He included four new names on the list.
He included. எனக் கூறுதல் இயலாது.

[I] நேர் செயப்படுபொருள் ஏற்க இயலாத வினைகள் **intransitive verbs** (செயப்படுபொருள் குன்றிய வினைகள்) எனப்படும். இந்த அகராதியில் இவ்வினைகள் [I] குறியிட்டுக் காட்டப்பட்டுள்ளன. **Arrive** என்னும் வினையின் பதிவை நோக்குக.

—We arrived very late at the hotel.
We arrived the hotel. எனக் கூறுதல் இயலாது.

[I,T] செயப்படுபொருள் குன்றாத, செயப்படுபொருள் குன்றிய ஆகிய இரு பண்புகளையுமே கொண்ட வினைச்சொற்கள் பல உண்டு. இந்த அகராதியில் அவை [I, T] எனக் குறியிடப்பட்டுள்ளன.

—[I] He spoke for two hours.
—[I] This door only locks from the outside.
—[T] Do you speak Hindi?
—[T] Have you locked the door?

சில வினைகள் நேர் செயப்படுபொருள், அயல் செயப்படுபொருள் ஆகிய இரு செயப்படுபொருள்களையும் ஏற்கக்கூடியவை. **Give** என்ற வினைச்சொல் பதிவினையும் அவ்வினை பயிலும் தொடரமைப்புகளையும் நோக்குக:

—give sb sth; give sth to sb

வாக்கியத்தில் வரும்பொழுது இவை

—He gave his mother the CDs. அல்லது *—He gave the CDs to his mother.*

என்றவாறு அமையும்.

இந்த இரண்டு செயப்படுபொருள்களுள் ஒன்றோ இரண்டுமோ மாற்றுப்பெயராக இருக்கலாம்:

—He gave her the CDs. *—He gave them to her.*

—He gave the CDs to her. *—He gave her them. (informal)*

—He gave them to his mother.

Conditionals (நிபந்தனை வாக்கியங்கள்)

'If'-உடன் வரும் வாக்கியங்கள் சாத்தியக்கூறுகளைச் சுட்டுபவை. இவற்றுள் மூன்று முக்கிய வகைகள் உண்டு. அவையாவன:

1 **If**-ஐ அடுத்து **present tense** (நிகழ்கால வினை) யும் முற்றுத் தொடரில் **future tense** (எதிர்கால வினை)யும் அமைவது: *If I **write** my essay this afternoon, I **will have** time to go out tonight.* (= It is still morning, and it is probable that I will do this)

2 **If**-ஐ அடுத்து **simple past** (இறந்தகாலத் தனி-வினை)யும் முற்றுத் தொடரில் **conditional tense** (நிபந்தனை வினை)யும் அமைவது: *If I **wrote** my essay this afternoon, I **would have** time to go out tonight.* (= It is still morning, but I think it is less likely that I will do this)

3 **If**-ஐ அடுத்து **past perfect** (முடிவுற்ற இறந்த-கால வினை)யும் முற்றுத் தொடரில் **conditional perfect** (முடிவுற்ற கால நிபந்தனை வினை)யும் அமைவது: *If I **had written** my essay this afternoon, I **would have had** time to go out tonight.* (= It is now evening, and I haven't written my essay: it is now impossible for me to go out)

வேறு பிற **If**-வாக்கிய வகைகளுள் சில கீழே தரப்பட்டுள்ளன. இவை நிகழ் காலத்திற்கு அல்லது இறந்த காலத்திற்கு உரிய மாறாத மெய்ம்மைகளைச் சுட்டுவன:

*—If you **mix** blue and red, you **get** purple.*

(வாக்கியத்தின் இரு பகுதிகளிலும் **present simple** (நிகழ்காலத் தனிவினை) பயின்றுவருவது)

*—If I asked her to come with us, she always **said** no.*

(வாக்கியத்தின் இரண்டு பகுதிகளிலும் **simple past** (இறந்தகாலத் தனிவினை) பயின்றுவருவது)

Reported Speech (அயல் கூற்று)

Direct Speech to Reported Speech (நேர் கூற்றை அயல் கூற்றாக மாற்றுதல்)

ஒரு நேர் கூற்றை **said, asked** முதலிய வினைகளைப் பயன்படுத்தி அயல் கூற்றாக மாற்றும்பொழுது நேர் கூற்றில் பயிலும் காலம் பெரும்பாலும் அதற்கு முற்பட்ட (இறந்த) காலமாக அயல் கூற்றில் மாற்றம் பெறும்:

RAJESH: 'I'm coming home.'

→ *Rajesh said he was coming home.*

'I **don't know** whether Leena **wants** to come.'

→ *He said he **didn't know** whether Leena **wanted** to come.*

'She **is thinking** of staying at home tomorrow.'

→ *He said she **was thinking** of staying at home the following day.*

'**Have** you **booked** your ticket?'

→ *He asked whether she **had booked** her ticket*

'I **finished** my exams yesterday.'

→ *He said he **had finished** his exams the day before.*

*'I'**ll ring** from the station.'*

→ *He told me he **would ring** from the station.*

Should, would, might, could, must, ought ஆகிய வினைநோக்கத் துணைவினைகள் பெரும்பாலும் அயல் கூற்றில் மாற்றத்திற்கு உள்ளாவதில்லை:

'We **might go** to the cinema.'

→ *They said they **might go** to the cinema.*

(**say, ask** முதலிய) அயல் கூற்றாக்க வினைகள் நிகழ்கால வினையாகவோ முடிவுற்ற நிகழ்கால வினையாகவோ இருப்பின் பெரும்பாலும் அயல் கூற்றில் கால மாற்றம் செய்யப்பெறுவதில்லை:

BEN: I'm going home.'

→ *Ben says he's **going** home.*

→ *Ben's just told me he's going home.*

Reporting Requests and Commands (வேண்டுகோள் மற்றும் கட்டளை வாக்கியங்களை அயல் கூற்றாக மாற்றுதல்)

ஒரு வேண்டுகோள் அல்லது கட்டளை வாக்கியத்தை அயல் கூற்றாக மாற்றும்பொழுது, நாம் வழக்கமாகப் பயன்படுத்துவது **infinitive** (வினையெச்ச) தொடரமைப்பாகும்:

'Please will you do the dishes?'
→ *She **asked me to do** the dishes.*
'Don't touch the stove!'
→ *She **told** the children **not to touch** the stove.*

Reporting Questions (வினா வாக்கியங்களை அயல் கூற்றாக மாற்றுதல்)

ஆம்/இல்லை வகை வினாக்களை அயல் கூற்றாக மாற்றும்பொழுது **if** அல்லது **whether** பயன்படுத்தப்படுவதை நோக்குக:

'Are you ready?'
→ *She asked **if/whether I was ready**.*

Wh-வினாக்கள் வகையில், **wh**-சொல் அயல் கூற்றில் மாறாது நிற்கும்:

'When are you leaving?'
→ *She asked me **when I was leaving**.*

அயல் கூற்று வினா வாக்கியங்கள் மற்ற வினா வாக்கியங்கள் போலல்லாது இயல்பான கூற்று வாக்கியத்தின் சொல்லொழுங்கைக் கொண்டவை:

'Did you see them?'
→ *He asked me **if I had seen** them.*

Reporting Verbs (அயல் கூற்றாக்க வினைகள்)

வெவ்வேறு அயல் கூற்றாக்க வினைகளைக் கொண்ட சில அயல் கூற்று வாக்கியங்கள் இங்கு தரப்பட்டுள்ளன:

'Will you come with me?' 'All right.'
→ *She **agreed** to come with me.*
'Sorry I didn't phone you'.
→ *She **apologized** for not phoning me.*
'Did you steal the money?' 'Yes, I did.'
→ *She **admitted** (to) stealing the money.*
→ *She **admitted** that she'd stolen the money.*

'Shall we take a break now?'
→ *She **suggested** taking a break.*
'You should have a holiday.'
→ *She **advised** me to have a holiday.*
'I'm freezing!'
→ *She **complained** that she was freezing.*

The Passive (செயப்பாட்டு வினைப்பாடு)

Active (செய்வினை) வாக்கியங்களில் வினை செய்பவர் அல்லது செய்வது (கருத்தா) எழுவாயாக அமையும்:

*—**Masked thieves** stole a valuable painting from the museum last night.*

இதனை **passive sentences** (செயப்பாட்டு வினை வாக்கியம்)ஆக மாற்றும்பொழுது செயப்படுபொருள் எழுவாயாக ஆகிவிடுகிறது:

*—**A valuable painting** was stolen from the museum last night.*

செயப்பாட்டு வினை வடிவம் **to be + (வினையின்) past participle** (இறந்தகால வினையெச்சம்) என்ற வகையிலான வினைத்தொடராகும்:

*—The painting **is valued** by experts at two million dollars.*
*—The theft **is being investigated** by the police.*
*—Other museums **have been warned** to take extra care.*
*—The painting **was kept** in a special room.*
*—The lock **had been broken** and the cameras **had been switched off**.*
*—This morning everything possible **was being done** to find the thieves.*
*—Staff at the museum **will be questioned** tomorrow.*
*—An international search **is to be started**.*
*—The theft must **have been planned** with the help of someone inside the museum.*

செயல் செய்தவர் தெரிந்திராத நிலையில் அல்லது இத்தகவல் முக்கியமற்றதாக இருக்கும் நிலையில் செயப்பாட்டு வினை பயன்படுத்தப்படுகிறது. அறிவியல் படைப்புகள் போன்ற முறைசார் வழக்கில் செயப்பாட்டு வினை பொது வழக்காகும்:

—The liquid was heated to 60°C and then filtered.

செயப்பாட்டு வினை வாக்கியத்தில் செயல் செய்தவர் கூறப்பட வேண்டிய நிலையில் வாக்கிய இறுதியில் **by**-யும் அதனை அடுத்து செய்தவர் இன்னார் என்பதும் வரும்:

—*The painting was stolen* ***by masked thieves****.*

வாக்கிய இறுதியில் புதிய தகவலுக்கு அழுத்தம் தருவதற்காக அதை கூற விரும்புவதும் செயப்பாட்டு வினையைப் பயன்படுத்துவதற்கான மற்றுமொரு காரணமாகும்:

—*The picture was painted* ***by Constable****.*

இரண்டு செயப்படுபொருள்கள் கொண்ட செய்வினை செயப்பாட்டு வினையாக மாற்றப்பெறும் முறையாவது:

—An American millionaire gave **the museum the painting**.

→***The museum*** *was given* ***the painting*** *by an American millionaire.*

—The director told the **staff the news** this morning.

→***The staff*** *were told* ***the news*** *this morning by the director.*

Modal Verbs (வினைநோக்கத் துணைவினைகள்)

Ability (செயல் திறன்; ஆற்றல்; வல்லமை)

can could be able to

—***Can*** *he swim?*

—*My brother* ***could*** *swim when he was two.*

—*I* ***couldn't*** *find my keys this morning.*

—*I* ***could have*** *run faster, but I didn't want the others to get tired.*

—*She* ***has*** *not* ***been able*** *to walk since the accident.*

—*He* ***was able to*** *speak to Anita before she left.*

—*Will people* ***be able to*** *live on the moon one day?*

➪ **'Could', 'managed to'** ஆகிய இரண்டுக்கும் இடையிலான வேறுபாட்டை அறிய **could** பதிவிலுள்ள வழக்குக் குறிப்பைக் காணவும்.

Possibility (சாத்தியம்; நிகழ் வாய்ப்பு; இயல்தல்)

could may might

—***Could/Might*** *you have lost it on the way home?*

—*She* ***may/might/could*** *be ill. I'll phone her.*

—*I* ***may have/might have*** *left my purse in the shop.*

—*Anita* ***might/may*** *know the answer.*

—*I* ***might/may*** *not go if I'm tired.*

—*He* ***might have*** *enjoyed the party if he'd gone.*

Permission (அனுமதி; இசைவு)

can could may may not must not

—***Can*** *we come in?*

—*You* ***can't*** *get up until you're better.*

—***Could*** *we possibly stay at your flat?*

—*(written) Staff* ***may*** *take their break between 12 and 2.*

—*(formal)* ***May*** *I sit here?*

—*(written) Crockery* ***may not*** *be taken out of the canteen.*

—*(formal) You* ***must not*** *begin until I tell you.*

Obligation (செய்து தீர வேண்டிய நிலை; கட்டாயம்; கடமைப் பொறுப்பு)

ought to/should (mild) **have (got) to/must** (strong)

—*I* ***ought to/should*** *go on a diet.*

—*I* ***ought to have/should have*** *asked her first.*

—*(written) All visitors* ***must*** *report to reception on arrival.*

—*I* ***must*** *get that report finished today.*

—*Do you* ***have to*** *write your name on the form?*

—*She* ***had to*** *throw that burnt cake away.*

—*You* ***will have to*** *wait, I'm afraid.*

Advice (அறிவுரை; அறிவுறுத்தல்)

ought to should

—***Ought I to/Should*** *I write and thank him?*

—*She* ***ought to/should*** *go out more often.*

—*You* ***ought to have/should have*** *gone to bed earlier.*

—*You* ***shouldn't*** *borrow the car without asking.*

No necessity	**don't have to**	**shouldn't have**	**didn't need to**	**needn't have**

—*You **don't have to** pick us up; we can take a taxi.*
—*They **didn't have to** go through customs.*
(தேவையற்ற நிலை; கட்டாயமின்மை; தவிர்க்கக்கூடிய நிலை)
—*You **shouldn't have** bothered making lunch; we could have bought a sandwich.*
—*He **didn't need to** have any fillings at the dentist's.*
—*They **needn't have** waited.*

➪ 'Didn't need to', 'needn't have' ஆகிய இரண்டுக்கும் இடையேயான வேறுபாடு பற்றி அறிய **need²** பதிவின் வழக்குக் குறிப்பு காண்க.

Requests (வேண்டுகோள்; கோரிக்கை)	**can/will** (*informal*) —***Can** you pass me the dictionary?* —***Will** you buy me an ice cream, Mum?*	**could/would** (*formal*) —***Could** you help me with my translation?* —***Would** you type this letter for me, please?*
Offers and Suggestions (உதவ முன்வருகை; யோசனை; பிரேரனை)	**shall** —***Shall** I do the dusting?*	**will** —***I'll** take you to the airport.* —***Shall** we go now?*

Nouns (பெயர்ச்சொற்கள்)

Countable and Uncountable (பன்மை ஏற்புப் பெயர்களும் பன்மை ஏலாப் பெயர்களும்)

[C] பன்மை ஏற்புப் பெயர்கள் ஒருமை வடிவிலோ பன்மை வடிவிலோ அமையும்:
—*a friend/two friends* — *one book/five books*
இந்த அகராதியில் இவை [C] குறியிட்டுக் காட்டப்பட்டுள்ளன.

[U] பன்மை ஏலாப் பெயர்கள் பன்மை வடிவில் வரமாட்டா; இப்பெயர்கள் *a/an*-உடன் பயன்படுத்தப்படுவதில்லை. இவை எண்ணிக்கை முறையில் கணக்கிட முடியாதவை. இந்த அகராதியில் இப்பெயர்கள் [U] குறியிட்டுக் காட்டப்பட்டுள்ளன.
➪ கீழ்க்கண்ட சொற்களின் பதிவுகளை நோக்குக:
rice money water information advice furniture
Some rice என்று நாம் கூறலாம்; ஆனால் ~~***a rice***~~ அல்லது ~~***two-rices***~~ எனக் கூற இயலாது.
Importance, luck, happiness போன்ற கருத்தியற்/பண்பியற் பெயர்கள் பெரும்பாலும் பன்மை ஏலாப் பெயர்களாகும்.

[C,U] சில பெயர்ச்சொற்கள் பன்மை ஏற்பு, பன்மை ஏலாமை ஆகிய இரண்டு பொருண்மைகளும் கொண்டவை. இந்த அகராதியில் இப்பெயர்கள் [C,U] அல்லது [U,C] எனக் குறியிடப்பட்டுள்ளன.
cheese coffee paper friendship
ஆகிய சொற்களின் பதிவுகளை நோக்குக:
—**[U]** *Have some cheese!*
—**[C]** *They sell a variety of cheeses.* (= types of cheese)
—**[U]** *I don't drink much coffee.*
—**[C]** *She ordered too many coffees.* (= cups of coffee)
—**[U]** *I haven't got any more paper.*
—**[C]** *Can you buy me a paper?* (= a newspaper)
—**[U]** *Friendship is more important than wealth.*
—**[C]** *None of these were lasting friendships.* (= relationships)

[*sing.*] சில பெயர்ச்சொற்கள் ஒருமை வடிவில் மட்டுமே வழங்கும். இந்த அகராதியில் இப்பெயர்கள் [*sing.*] எனக் குறிக்கப்பட்டுள்ளன.
➪ **aftermath dearth brink**

ஆகிய சொற்களின் பதிவுகளைக் காண்க. இப்பெயர்கள் பன்மை வடிவில் பயன்படுத்தப்பட மாட்டா; ஆனால் இவை **a/an** அல்லது **the**-உடன் சேர்ந்து வரும்:

—in the aftermath of the earthquake

—There was a dearth of fresh food.

—We are on the brink of disaster.

[*pl.*] சில பெயர்கள் பன்மை வடிவில் மட்டுமே வருவன. இந்த அகராதியில் இவை [*pl.*] எனக் குறிக்கப்பட்டுள்ளன.

➪ **jeans sunglasses scissors**

ஆகிய சொற்களின் பதிவுகளை நோக்குக:

~~a sunglasses~~ எனக் கூறுதல் இயலாது.

இவற்றின் தனி உருப்படிகளைக் குறிக்கையில் ***a pair of*** என்ற தொடரைப் பயன்படுத்தலாம்:

—a pair of sunglasses *—two pairs of sunglasses*

Headphones, clothes, goods போன்றவை பன்மை வடிவில் மட்டுமே வழங்கக்கூடியவை:

—I need to buy some new clothes.

The poor போன்ற மக்கள் குழுக்களைக் குறிக்கும் பெயர்கள் பன்மைப் பொருள் பயப்பன:

—The poor are getting poorer and the rich are getting richer.

The use of articles with nouns (பெயர்ச்சொற்களுடன் பயின்று வரும் சார்படைகள்)

The definite article (குறிப்புடைச் சார்படை)

குறிப்பிட்ட ஓர் ஆளை அல்லது ஒரு பொருளைச் சுட்டிக்கூற குறிப்புடைச் சார்படையாகிய **the** பயன்படுத்தப்படுகிறது:

*—Thank you for **the** flowers* (= the ones that you brought me).

*—**The** teacher said my essay was the best* (= our teacher).

நதிகள் மற்றும் தீவுக் கூட்டங்களின் பெயர்களுடன் **the** பயன்படுத்தப்படுகிறது:

*—Which is longer, **the** Bramhaputra or **the** Ganga?*

*—Where are **the** Seychelles?*

*—Menorca is one of **the** Balearic Islands.*

The indefinite article (குறிப்பிலாச் சார்படை)

ஓர் ஆளை அல்லது ஒரு பொருளைக் குறிப்பாகச் சுட்டிக் கூறாதபோது, அல்லது தனிப்பட்ட ஓர் ஆளை அல்லது ஒரு பொருளைக் குறித்துப் பேசாதபோது குறிப்பிலாச் சார்படை **a** (உயிரொலிகளுக்கு முன் **an**) பயன்படுத்தப்படுகிறது:

*—He's got **a** new bike.* (I haven't mentioned it before.)

*—Could you bring me **a** knife?* (Any knife will be ok.)

ஓர் இனத்தின் அல்லது ஒரு வகையின் எடுத்துக்காட்டாக ஒருவரை/ஒன்றைக் குறிப்பிட **a/an** பயன்படுத்தப்படுகிறது.

—An elephant can live for up to eighty years.

ஒருவரது தொழில், பொருள்களின் விலைகள், வேக அளவுகள் போன்றவற்றுடன் **a/an** பயின்று வரும்:

*—She's **an** accountant.*

*—$100 **a** day* *—50 cents **a** pack*

*—70 kilometres **an** hour* *—three times **a** week*

No article (சார்படை வேண்டாத சூழல்கள்)

பொதுப்படையாகப் பேசுகையில் சார்படை வராது:

—I love flowers (all flowers). *—Honey is sweet (all honey).*

—Are nurses well paid here? (nurses in general)

பெரும்பான்மை நாடுகள், மாநிலங்கள், மாவட்டங்கள், தெருக்கள், ஏரிகள் ஆகியவற்றின் பெயர்களுடன் **the** பயன்படுத்தப்படுவதில்லை:

—I'm going to Paris.
—She's from Kanpur.
—They live in Shimla.
—a house in Park Street
—Lake Chilka

ஒருவரது பெயருடன் சேர்ந்துவரும் அவரது பதவி/பட்டப் பெயர் முன்னும் **the** வராது:

—President Kennedy ஆனால் ***the** President of the United States*

➪ சார்படைகளின் பயன்பாடுகள் பற்றி மேலும் அறிய **school, university, college, hospital, prison, piano** ஆகிய சொற்களின் பதிவுகளைக் காண்க.

The Possessive with 's ('s-உடன் சேர்ந்த உடைமை வேற்றுமை)

ஒரு சொல்லுடன் அல்லது பெயருடன் உடைமைக் குறிப்பாக **'s** சேர்க்கப்படுகிறது. பெரும்பாலும் ஆட்கள், நாடுகள், விலங்குகள் ஆகியவற்றின் பெயர்களுடன் இவ்வுடைமைக் குறிப்பு பயன்படுத்தப்படுகிறது:

*—Amrita**'s** job*
*—the manager**'s** secretary*
*—my brother**'s** computer*
*—the children**'s** clothes*
*—the dog**'s** basket*
*—Goa**'s** beaches*

ஒரு சொல் பன்மை **'s**-இல் முடியும்பொழுது அதனை அடுத்து உடைமை வேற்றுமைக் குறி கீழ்க்கண்டவாறு இடப்படுகிறது:

—the boys' rooms *—the Smiths' house*

The use of determiners with nouns (பெயர்ச்சொற்களுடன் பயின்று வரும் பெயர்க்குறிப்பிகள்)

பெரும்பாலும் எதிர்மறை மற்றும் வினா வாக்கியங்களில், பன்மை ஏலாப் பெயர்களுடன் **much** என்னும் பெயர்க்குறிப்பி பயன்படுத்தப்படுகிறது:

*—I haven't got **much** money left.*
*—Did you watch **much** television?*

தெரிநிலை வாக்கியங்களில் பெரிதும் முறைசார் வழக்காக **much** பயின்று வரும்:

*—There will be **much** discussion before a decision is made.*

பெரும்பாலும் எதிர்மறை மற்றும் வினா வாக்கியங்களில், பன்மை ஏற்புப் பெயர்களுடன் **many** என்னும் பெயர்க்குறிப்பி பயன்படுத்தப்படுகிறது:

*—There aren't **many** tourists here in December.*
*—Are there **many** opportunities for young people?*

தெரிநிலை வாக்கியங்களில் **a lot of**-ஐ விட **many** முறைசார்பு மிக்கதாகும்:

*—**Many** people prefer to stay at home.*

பன்மை ஏற்பு மற்றும் பன்மை ஏலாப் பெயர்களுடன் **a lot of** அல்லது (முறைசாரா வழக்கான) **lots of** என்னும் பெயர்க்குறிப்பி பயன்படுத்தப்படுகிறது:

*—**A lot of** tourists visit the temple.*
*—I've spent **a lot of** money.*
*—He's been here **lots of** times.*
*—You need **lots of** patience to make model aircraft.*

A little பன்மை ஏலாப் பெயர்களுடன் பயின்று வரும்:

*—Add **a little** vinegar.*

A few பன்மை ஏற்புப் பெயர்களுடன் பயன்படுத்தப்படுகிறது:

*—I've got **a few** letters to write.*

NOTE இறுதியில் தரப்பட்டுள்ள இரண்டு வாக்கியங்கள் உடன்பாட்டுப் பொருள் தருவன. **'a'** உடன்சேராத **few, little** ஆகியவை எதிர்மறைப் பொருள் பயக்கும்:

*—**Few** people* (= not many) *have ever seen these animals in the wild.*
*—There is now **little** hope* (= not much) *that they can win the championship.*

Adjectives (பெயரடைகள்)

Comparatives and Superlatives (ஒப்பளவுகளும் மீயளவுகளும்)

கீழே தரப்பட்டுள்ள உரைப்பகுதியை நோக்குக. இதில் பல ஒப்பளவுகளும் மீயளவுகளும் பயின்றுவரக் காணலாம்.

—*Temperatures yesterday were **highest** in the south-east. The **sunniest** place was Chennai, and the **wettest** was Shillong. Tomorrow will be **cooler** than today, but in Delhi it will be a **drier** day. **Better** weather is expected for the weekend, but it will become **more changeable** again next week.*

ஒப்பு அளவு மற்றும் மீ அளவு வடிவங்கள் கீழ்க்கண்டவாறு பெறப்படுகின்றன:

- ஓரசைப் பெயரடைகளுடன் **-er, -est** சேர்ந்து ஒப்பளவு, மீயளவு வடிவங்கள் உருவாகின்றன:
  cool **cooler** **coolest**
  high **higher** **highest**
- **-e**-ஈற்றுப் பெயரடைகள் **-r, -st** ஆகியவற்றை மட்டுமே ஏற்கின்றன:
  nice **nicer** **nicest**
- சில பெயரடைகளில் இறுதி மெய்யெழுத்து இரட்டிக்கிறது:
  wet **wetter** **wettest**
  big **bigger** **biggest**
- மூன்று அல்லது மூன்றுக்கு மேற்பட்ட அசைகள் கொண்ட பெயரடைகள் **more, most** சேர்ந்து ஒப்பளவு, மீயளவு வடிவங்களைப் பெறுகின்றன:
  changeable **more changeable** **most changeable**
  interesting **more interesting** **most interesting**
- இரண்டு அசைகளைக் கொண்ட சில பெயரடைகள், குறிப்பாக **-er, -y** அல்லது **-ly** ஈற்றுப் பெயரடைகள், **-er, -est** பின்னொட்டுகளை ஏற்கின்றன:
  clever **cleverer** **cleverest**
- பெயரடைகளின் ஈற்று **-y, -i** ஆக மாற்றம் அடைகிறது:
  sunny **sunnier** **sunniest**
  friendly **friendlier** **friendliest**
- பிற ஈரசைப் பெயரடைகள் **more, most**-ஐ ஏற்கின்றன:
  harmful **more harmful** **most harmful**
- சில பெயரடைகளின் ஒப்பளவு, மீயளவுகள் முறையல்லா வடிவங்களில் அமைகின்றன:
  good **better** **best**
  bad **worse** **worst**

Adjectives with Nouns (பெயர்ச்சொற்களுடன் பயின்று வரும் பெயரடைகள்)

பெரும்பான்மைப் பெயரடைகள் பெயர்ச்சொல்லுக்கு முன் அதன் விளக்கமாகவோ இணைப்பு வினையை அடுத்தோ அமைகின்றன:

—*I need a **new** bike.* —*This bike isn't **new**.*
—*It's an **interesting** book.* —*She said the film sounded **interesting**.*
—*Don't wake him —he's **asleep**.*

சில பெயரடைகள் பெயர்ச்சொல்லுக்கு முன் வரமுடியாதவை. இவ்வழக்குமுறை பற்றி அறிய **asleep** என்ற சொல்லின் பதிவை நோக்குக.

—*Don't wake him —he is asleep* என்பது சரியான பயன்பாடு. ~~*an asleep child*~~ என்பது தவறு.

⇨ **afraid** **alive** **ashamed** **certain** **pleased**
ஆகிய சொற்களின் பதிவுகளை நோக்குக. சில பெயரடைகள் பெயர்ச்சொல்லுக்கு முன் மட்டுமே வரக்கூடியவை. **Chief** என்ற சொல்லின் பதிவில் இவ்வழக்குமுறை குறிப்பிடப்பட்டுள்ளது.

—*That was the **chief** disadvantage* என்பது சரியான பயன்பாடு. ~~*This disadvantage was chief*~~ என்பது தவறு.

⇨ **downright** **flagrant** **former** **main**
ஆகிய சொற்களின் பதிவுகளைக் காண்க.

Relative Clauses (பெயரெச்சத் தொடர்கள்)

Defining Relative Clauses (இனஞ்சுட்டுப் பெயரெச்சத் தொடர்கள்)

- இனஞ்சுட்டுப் பெயரெச்சத் தொடர்கள் நாம் குறிப்பிடும் ஆளை அல்லது பொருளை அடையாளப்படுத்துகின்றன அல்லது அவரது/அதன் இயல்பை வரையறுத்துத் தெளிவுபடுத்துகின்றன:

  —Which of them is the boss? *—The man **who came in late** is the boss.*

NOTE இனஞ்சுட்டுப் பெயரெச்சத் தொடரின் முன் காற்புள்ளி வராது. இத்தொடர்களில் நாம் பயன்படுத்தும் மாற்றுப்பெயர்கள் **who, whom, that, which** ஆகியனவாகும்.

- **எழுவாய்** ஓர் ஆளாக இருக்கும்பொழுது:

  *—the man **who** came in late* அல்லது *the man **that** came in late*

- **செயப்படுபொருள்** ஓர் ஆளாக இருக்கும்பொழுது:

  *—the girl **that** I saw* அல்லது *the girl I saw* அல்லது *the girl **whom** I saw* (முறைசார் வழக்கு)

- **எழுவாய்** ஒரு பொருளாக இருக்கும்பொழுது:

  *—the chair **that** is in the corner* அல்லது *the chair **which** is in the corner (formal)* (முறைசார் வழக்கு)

- **செயப்படுபொருள்** ஒரு பொருளாக இருக்கும்பொழுது:

  *—the book **that** I'm reading* அல்லது *the book I'm reading* அல்லது *the book which I'm reading (formal)* (முறைசார் வழக்கு)

NOTE பொருள் அல்லது ஆள் வினையின் செயப்படுபொருளாக அமையும்பொழுது **that, who, which** ஆகியன விடுபடுதலும் உண்டு.

- **Whose** என்னும் மாற்றுப்பெயர் ஒரு பொருள் ஒருவரது உடைமையாக இருப்பதைக் குறிக்கும்:

  *—the woman **whose** car broke down* *—the people **whose** house was burgled*

  ஒரு பொருளின் மாற்றுப்பெயராக பெரும்பாலும் **whose** பயன்படுத்தப்படுவதில்லை:

  — ~~*the chair whose leg is broken*~~ என்பது சரியான வழக்கல்ல.

  —the chair with the broken leg என்பதே முன்னதை விட இயல்பான வழக்காகும்.

Non-defining Relative Clauses (இனஞ் சுட்டாப் பெயரெச்சத் தொடர்கள்)

- இனஞ்சுட்டாப் பெயரெச்சத் தொடர்கள் ஒருவர் அல்லது ஒன்று குறித்து மிகைப்படியான தகவல்களை அளிப்பன. இந்த மிகைத் தகவல்கள் விடுபடும் நிலையிலும் வாக்கியத்தின் பொருள் குறைபடாது. இவ்வகைப் பெயரெச்சத் தொடர்கள் **காற்புள்ளிகள்** இடப்பட்டு முற்றுத்தொடரிலிருந்துத் தனிப்படுத்திக் காட்டப்படுகின்றன:

  —The film, which was shot in Mexico, has won an Oscar.

- இனஞ்சுட்டாப் பெயரெச்சத் தொடர்களில் பயன்படுத்தத்தக்க மாற்றுப்பெயர்களாவன: ஆட்கள் வகையில் **who**; பொருள்கள் வகையில் **which**; உடைமை வகையில் **whose**:

  *—My sister, **who** is a vegetarian, ordered a cheese salad.*

  *—The tickets, **which** can be bought at the station, are valid for one day.*

  *—Leena, **whose** car had broken down, arrived by bus.*

APPENDIX 2: PREFIXES AND SUFFIXES

ஒரு சொல்லின்முன் இடம்பெற்று அச்சொல்லின் பொருள் மாற்றத்தை ஏற்படுத்தும் எழுத்து/எழுத்துகள்/மொழிக்கூறு முன்னொட்டு **(prefix)** ஆகும். ஒரு சொல்லின்பின் இடம்பெற்று அதன் இலக்கண வகையில் **(parts of speech)** மாற்றத்தை ஏற்படுத்தும் எழுத்து/எழுத்துகள்/மொழிக்கூறு பின்னொட்டு **(suffix)** ஆகும். முன்னொட்டுகள் மற்றும் பின்னொட்டுகளின் பொருள்கள் மற்றும் பயன்பாடுகள் உள்ளடங்கிய ஒரு முழுமையான பட்டியல் இங்கு தரப்பட்டுள்ளது.

Prefixes (முன்னொட்டுகள்)

a- not; without அல்லாத; புறம்பான; அற்ற *atypical, amoral*

aero- connected with air or aircraft வளி மண்டலம் அல்லது வானூர்தி தொடர்பான; வளி மண்டல; விமான *aerodynamic*

agro-, **agri-** connected with farming வேளாண்மை தொடர்பான; வேளாண் *agro-industry*

all- 1 completely முழுவதுமான; அனைத்து; எல்லா; சர்வ *an all-inclusive price* 2 in the highest degree உச்ச அளவிலான; உச்ச உயர்படியான; சர்வ *all-important, all-powerful*

ambi- referring to both of two இரண்டுமேயான: இரு *ambivalent*

Anglo- connected with England or Britain (and another country or countries) இங்கிலாந்து அல்லது பிரிட்டன் (மற்றும் வேறொரு நாடு/நாடுகள்) சார்ந்த; ஆங்கில *Anglo-American relations*

ante- before; in front of முன்; முற்பட்ட; முந்திய *antenatal, ante-room*

anthropo- connected with human beings மனித; மனித இன; மானிட *anthropology*

anti- against எதிரான; எதிரிடையான; மாறான *anti-war*

arch- main; most important or most extreme முதன்மையான; தலைமையான; முக்கிய; கடுமுனைப்பான; மிகத் தீவிரமான *archbishop*

astro- connected with the stars or outer space விண்மீன்கள்/கோள்கள் தொடர்பான; புறவெளி சார்ந்த; வான்கோள *astrophysics*

audio- connected with hearing or sound செவிவழி அறிதல் தொடர்பான; ஒலி சார்ந்த; செவிப்புல *audio-visual*

auto- 1 about or by yourself தன்னைப் பற்றிய; தன்னால் ஆக்கப்பட்ட; தன்; சுய *autobiography* (= the story of the writer's own life) 2 by itself, without a person to operate it தன்னியக்கமான; தானே இயங்குகிற; தன்னாட்சியான *automatic*

be- 1 to make or treat sb/sth as (குறிப்பிடப்பட்டவாறு)ஆக்கு அல்லது நடத்து *They befriended him.* 2 wearing or covered with (குறிப்பிடப்பட்ட ஒன்றை) அணிந்துள்ள; (குறிப்பிடப்பட்ட ஒன்றால்) மூடப்பட்ட, மறைக்கப்பட்ட அல்லது சூழப்பட்ட *bejewelled*

bi- two; twice; double இரு; இருமடங்கு; இருதடவை; இருமுறை; இரட்டை *bilingual, bicentenary*

biblio- connected with books நூல்கள் தொடர்பான; நூல்கள் தொடர்புடைய *bibliography*

bio- connected with living things or human life உயிர்ப்பொருள்கள் அல்லது மனித வாழ்க்கை தொடர்பான; உயிர் சார்ந்த *biodegradable*

by- 1 less important முதன்மையிற் குறைந்த; துணைமையான; கீழ்ப்படியான; கிளையான *a by-product* 2 near அருகேயுள்ள; அணுக்கமான; பக்கமான *a bystander*

cardio- connected with the heart நெஞ்சு/இதயம் தொடர்பான; இதய *cardiology*

centi- hundred; hundredth நூறு; நூற்றில் ஒரு பகுதியான; நூற்று *centipede, centimetre* (= one hundredth of a metre)

chrono- connected with time காலமுறை தொடர்பான; கால வரிசைமுறை சார்ந்த *chronology*

circum- around சுற்றி; வட்டமாக; சுற்றி வளைந்து *circumnavigate* (= sail around)

co- together with உடன் இணைந்த; உடன்; கூட்டு; சக *co-pilot, coexist*

con- with; together உடன்; ஒன்றுடன் ஒன்றாய்; ஒருசேர; ஒன்றுசேர்ந்து; ஒருங்கே *concurrent*

contra- against; opposite எதிரான; எதிர்மாறான; மறுதலையான; முரணான *contradict* (= say the opposite)

counter- against; opposite எதிரான; எதிர்; எதிர்மாறான; முரணான *counter-terrorism, counterproductive* (= producing the opposite of the desired effect)

cross- involving movement or action from one thing to another or between two things ஒரு பொருளிலிருந்து மற்றொன்றில் அல்லது இரு பொருள்களுக்கு இடையே இயக்கம்/செயற்பாடு உண்டாகிற; குறுக்கான; குறுக்கு வாட்டான *cross-fertilize*

crypto- hidden; secret திரைமறைவான; இரகசிய; மறைமுக *a crypto-communist*

cyber- connected with electronic communication, especially the Internet மின் தொடர்பு சார்ந்த; குறிப்பாக, இணைய; மின் *cybercafe*

de- **1** the opposite of எதிராக; எதிர்மாறாக; எதிர் நிலையாக; எதிர் *decompress* **2** taking sth away ஒன்றை நீக்கி; அகற்றி; விலக்கி *decaffeinated coffee*

deca- ten; having ten பத்து; பத்து உடைய; பதின் *decathlon*

deci- one tenth பத்தில் ஒரு கூறான; பதின்கூறான *decilitre*

demi- half; partly அரை; பகுதியளவான *demigod*

demo- connected with people or population மக்கள் அல்லது மக்கள் தொகை தொடர்பான *democracy*

di- used in chemistry to refer to substances that contain two atoms of the type mentioned (வேதியியல் பொருள்கள் வகையில்) குறிப்பிடப்பட்ட வகையில் இரண்டு அணுக்கள் கொண்ட; ஈரணுவுடைய *dioxide*

dis- not; the opposite of அல்லாத; எதிரான; எதிர்மாறான; எதிர்நிலையான *discontinue, disarmament*

e- connected with the use of electronic communication, especially the Internet, for sending information, doing business, etc. மின்னணுத் தொடர்பு சார்ந்த; குறிப்பாக, தகவல் அனுப்புதல், தொழில் முதலியவற்றில் இணைய வழியான *e-commerce*

eco- connected with the environment சுற்றுச்சூழல் தொடர்பான; சூழல் சார்ந்த *eco-friendly*

electro- connected with electricity மின் ஆற்றல் தொடர்பான; மின் *electromagnetism*

en- (em-) **1** to put into the thing or condition mentioned (குறித்த ஒன்றுக்கு) உட்படுத்து; அமைவி; வழங்கு *endanger, empower* **2** to cause to be (குறித்தவாறு) ஆக்கு; உண்டுபண்ணு; ஊட்டு *enlarge, embolden*

equi- equal; equally சமமான; சம அளவான; ஒரே சீரான *equidistant*

Euro- connected with Europe or the European Union ஐரோப்பா அல்லது ஐரோப்பிய ஒன்றியம் தொடர்பான; ஐரோப்பிய *Euro-elections*

ever- always; continuously என்றும்; எப்போதும்; தொடர்ந்து; இடையறாது *the ever-growing problem of pollution*

ex- former முன்னாள்; முந்திய *ex-wife*

extra- **1** outside; beyond புறஞ்சார்ந்த; புறம்பான; புற; அப்பாலைய *extraterrestrial* (= coming from somewhere beyond the earth) **2** very; more than usual மிக்க; மிகையான; மிகைப்படியான; இயன் மிகையான *extra-thin*

fore- **1** before; in advance முன்பான; முன்னீடான; முன் *foreword* (= at the beginning of a book) **2** in front of முன்னிலையிலான; முன்புற; முன்பக்க *foreground* (= the front part of a picture)

geo- of the earth நிலவுலகுக்குரிய; புவி சார்ந்த; புவி; நில *geoscience*

haemo-, hemo- connected with blood குருதி தொடர்பான; குருதி; இரத்த *haemophilia*

hepta- seven; having seven ஏழு; ஏழுடைய; எழு *heptathlon* (= an athletics competition, usually one for women, that consists of seven different events)

hetero- other; different வேறான; வேறு வகையான; வேறுபட்ட *heterogeneous*

hexa- six; having six ஆறு; ஆறு உடைய; அறு *hexagonal*

homo- the same ஓரின; ஒருபடித்தான; ஒத்திசைவான; ஒத்த *homogeneous*

hydr(o)- **1** connected with water நீர் தொடர்பான; நீர்ம; நீர் *hydroelectricity* **2** connected with or mixed with hydrogen ஹைட்ரஜன் (நீரகம்) தொடர்பான அல்லது ஹைட்ரஜன் கலந்த; நீரக *hydroxide*

hyper- more than normal; too much இயல்பு கடந்த; மட்டுமீறிய; மிகைப்படியான *hypersensitive*

hypo- under; below normal அடிநிலையான; கீழ்ப்பட்ட; இயல்பு நிலையினும் கீழான *hypodermic*

ill- badly or wrongly கேடாக; தவறாக; மோசமாக; தீய *You would be ill-advised to drive until you have fully recovered.*

in-(il-, im-, ir-) not; the opposite of அல்லாத; மாறான; எதிரான; முரணான *incorrect, illegal, immoral, impatient, irregular*

info- connected with information தகவல் தொடர்பான; தகவல் *an infosheet*

infra- below a particular limit (குறித்த வரம்புக்குக்) கீழான; தாழ்ந்த *infrared*

inter- between; from one to another இடையேயான; இடை; ஒன்றிலிருந்து மற்றொன்றுக்கு; பரிமாற்ற *interaction*

intra- inside; within உள்ளான; உட்பட்ட; உள்; அக *intravenous*

iso- equal சமமான; சம; சரிசம *isotope*

kilo- thousand ஆயிரம்; ஆயிர *kilogram*

macro- large; on a large scale விரிவான; பரந்த; பேரளவான *macroeconomics*

mal- bad or badly; not correct or correctly மோசமான/மோசமாக; கேடான/கேடாக; தவறான/தவறாக *malnutrition*

many- having a lot of the thing mentioned ஏராளமான; பலவான; பல;, பல் *a many-sided shape*

mega- **1** very large or great மிகப் பெரிய; பேரளவான; பெரும் *a megastore* **2** one million பத்து இலட்சம்; மில்லியன் *a megawatt*

meta- **1** connected with a change of position or state நிலை மாற்றம் தொடர்பான; மாற்று; மாற்ற *metamorphosis* **2** higher; beyond உயர்படியான; கடந்த; அப்பாற்பட்ட *metaphysics*

micro- small; on a small scale சிறிய; சிற்றளவான; சிறு; நுண் *microchip*

mid- in the middle of இடைப்பட்ட; நடுவிலுள்ள; இடை; நடு *mid-afternoon*

milli- thousandth ஆயிரத்தில் ஒரு கூறான *millisecond*

mini- very small மிகச் சிறிய; சிறு; குறு *miniskirt*

mis- bad or wrong; badly or wrongly மோசமான/மோசமாக; தவறான/தவறாக; கெட்ட; தீய *misbehaviour, misunderstand*

mono- one; single ஒரு; ஒரே; ஒற்றை; தனி *monolingual* (= using one language), *monorail*

multi- many; more than one பல; பல் *multicoloured, a multimillionaire*

nano- (especially in units of measurement) one billionth (= one of one thousand million equal parts of sth) (அளவை அலகுகள் வகையில்) ஆயிரம் மில்லியனில் ஒரு கூறான; நூறு கோடியில் ஒன்றான *nanosecond*

near- almost ஒட்டிய; நெருங்கிய; கிட்டத்தட்ட; ஏறத்தாழ *a near-perfect performance*

neo- new; in a later form புதிய; புது; நவீன; பிற்கால; பின்வடிவ *neo-fascist*

neuro- connected with the nerves நரம்புகள் தொடர்பான *neuroscience*

non- not அல்லாத; அற்ற *non-biodegradable*

nona- nine; having nine ஒன்பது; ஒன்பது கொண்ட *nonagenarian* (a person who is between 90 and 99 years old)

octa-, octo- eight; having eight எட்டு; எட்டு உடைய; எண் *octagon* (= a shape with eight sides), *octogenarian*

off- not on; away from விலகிய; ஒதுங்கிய; அப்பால் உள்ள *offstage*

omni- of all things; in all ways or places அனைத்து; எல்லா; எங்கும் *omnivore*

ortho- correct; standard சரியான; கட்டளை மாதிரியான; வரையளவான *orthography*

osteo- connected with bones எலும்புகள் தொடர்பான *osteopath*

out- **1** greater, better, further, longer, etc. (வேறொன்றினும்) பெரிதான; சிறந்த; விஞ்சிய; மேம்பட்ட *outdo, outrun* **2** outside; away from வெளியே; புறத்தே; அப்பால்; வெளி; புற *outpatient*

over- **1** more than normal; too much அளவு மீறி; மிகையளவாக *overeat* **2** completely முழுமையாக; நிறைவாக; முழு நிறைவாக *overjoyed* **3** upper; outer; extra மேல்; வெளிப்புற; புற; மிகைப்படியான *overcoat, overtime* **4** over; above மேலே; மேலாக *overhang*

paed-, ped- connected with children குழந்தைகள் தொடர்பான *paediatrics*

palaeo-, paleo- connected with ancient times பழங்காலம் தொடர்பான; தொல் *palaeontology*

pan- including all of sth; connected with the whole of sth அனைத்தும் உள்ளடங்கிய; எல்லாமும் கொண்ட; அனைத்து; முழு *pan-African*

para- **1** beyond அப்பாற்பட்ட; மீறிய; கடந்த *paranormal* **2** similar to but not official or not fully qualified ஒத்த ஆனால் பணித்துறை சாராத அல்லது முழுமையான தகுதி பெறாத; துணை நிலையான *a paramedic*

patho- connected with disease நோய் தொடர்பான *pathology*

penta- five; having five ஐந்து; ஐந்து கொண்ட *pentagon, pentathlon* (= a competition involving five different sports)

petro- **1** connected with rocks பாறைகள் தொடர்பான *petrology* **2** connected with petrol பெட்ரோல் தொடர்பான *petrochemical*

philo- liking விருப்புடைய; நாட்டம் கொண்ட *philanthropist*

phono- connected with sound or sounds ஒலி அல்லது ஒலிகள் தொடர்பான *phonetic, phonology*

photo- **1** connected with light ஒளி தொடர்பான *photosynthesis* **2** connected with photography

ஒளிப்படம்/ஒளிப்படமெடுத்தல் தொடர்பான; ஒளிப்பட *photocopier*

physio- 1 connected with nature இயற்கை தொடர்பான 2 connected with physiology (= the way in which living things function, and the scientific study of this) உயிரினங்களின் உறுப்பியக்கங்கள் அல்லது அவை பற்றிய அறிவியல் ஆய்வு தொடர்பான

poly- many பல; பலவற்றை உள்ளடக்கிய *polygamy*

post- after பிற்பட்ட; பின்னான; பின் *post-war*

pre- before முற்பட்ட; முன்னான; முன் *pre-pay, preview*

pro- in favour of; supporting சார்பான; சாதகமான; ஆதரவான *pro-democracy*

proto- original; from which others develop மூல வடிவான; மூல முதலான; மூல முன் மாதிரியான; மூலமான *prototype*

pseudo- not genuine; false or pretended அசல் அல்லாத; போலியான; பாசாங்கான; புனைவான *pseudonym*

psycho- connected with the mind உள்ளம்/மனம் தொடர்பான; உள/மன *psychology*

quad-, quadri- four; having four நான்கு; நான்கு உடைய; நால் *quadruple* (= multiply by four), *quadrilateral*

quasi- 1 that appears to be sth but is not really so மெய் போலத் தோன்றுகிற; வெளித்தோற்றத்திலான *a quasi-scientific explanation* 2 partly; almost பகுதியளவு; பெரும்பாலும்; கிட்டத்தட்ட *a quasi-official body*

radio- 1 connected with radio waves or the activity of sending out radio or television programmes (= broadcasting) மின்காந்த அலைகள் அல்லது ஒலி/ஒளி பரப்பு தொடர்பான *a radio-controlled car* 2 connected with radioactivity (= powerful and very dangerous rays that are produced when atoms are broken up) கதிரியக்கம் தொடர்பான *radiographer*

re- again மீண்டும்; மறுபடியும்; மறுமுறை; திரும்ப; மீண்டும் புதிதாக *rewrite, reappearance*

retro- back or backwards பின்னால்; பின்னுக்கு; பின்னோக்கி *retrospective*

self- of, to or by yourself or itself தன்னுடைய, தனக்கு அல்லது தன்னால்; தன்; சுய *self-control*

semi- half அரை; பாதி *semicircle, semi-final*

septa- seven; having seven ஏழு; ஏழு கொண்ட; எழு

socio- connected with society or the study of society சமுதாயம் அல்லது சமூகவியல் தொடர்பான; சமூக *socio-economic*

step- related as a result of one parent marrying again தாய் அல்லது தந்தை வேறொருவரை மணம் செய்து கொள்வதால் உண்டாகும் உறவு முறையைக் குறிப்பது: மாற்றான்; மாற்றாள்; மாற்றுரிமை; மாற்றுநிலை *stepmother*

sub- 1 below; less than பிறிதினும் குறைந்த மதிப்புடைய; மேலும் தாழ்ந்த *sub-zero* 2 under கீழுள்ள; அடிப்புறமான *subway* 3 making a smaller part of sth உட்பகுப்பு/உட்பிரிவு செய்வதைக் குறிப்பது *subdivide*

super- 1 extremely; more or better than normal மிகைப்படியான; அளவு மீறிய; இயல்பு கடந்த; இயல் நிலைக்கு மேலான/அப்பாற்பட்ட *superhuman* 2 above; over மேல்; மேலே; மேற்புறத்தில் *superstructure, superimpose*

techno- connected with technology தொழில்நுட்பம் தொடர்பான; தொழில்நுட்ப *technophobe* (= a person who is afraid of technology)

tele- 1 over a long distance; far தொலைதூர; தொலைவான *telepathy, telescopic* 2 connected with television தொலைக்காட்சி தொடர்பான *teletext* 3 done using a telephone தொலைபேசி வழியான *telesales*

theo- connected with God or a god இறைவன் அல்லது ஒரு கடவுள் தொடர்பான; இறைமை சார்ந்த *theology*

thermo- connected with heat வெப்பம் தொடர்பான *thermonuclear*

trans- 1 across; beyond அப்பால் உள்ள; கடந்த *transatlantic* 2 into another place or state வேறோர் இடத்திற்கு அல்லது வேறொரு நிலைக்கு; இட/நிலைப் பெயர்வான *transplant*

tri- three; having three மூன்று; மூன்று உடைய *triangle*

ultra- extremely; beyond a certain limit கழிமிகை அளவில்; மட்டுமீறி; கடுந்தீவிரமாக *ultra-modern*

un- not; the opposite of அற்ற; அல்லாத; எதிரான; மறுதலையான *unable, unlock*

under- 1 below கீழுள்ள; அடிப்புறமான *underground* 2 lower in age, level or position (வயது, மட்டம் அல்லது நிலை வகையில்) கீழ்ப்பட்ட; குறைவான *the under-fives* 3 not enough குறையுற்ற; நிறைவு தராத, போதாத *undercooked food*

uni- one; having one ஒன்று; ஒன்று உடைய *uniform, unilaterally*

up- higher; upwards; towards the top of sth உயரே; மேல்நோக்கி; உச்சத்தை நோக்கி *upturned*

Suffixes (பின்னொட்டுகள்)

-able, -ible, -ble (to make adjectives) possible to (பெயரடை ஆக்குவது) இயலுவதாக; கூடியதாக; தக்கதாக *acceptable*, *divisible* (= possible to divide), *irresistible* (= that you cannot resist)

-age (to make nouns) a process or state (பெயர்ச்சொல் ஆக்குவது) செயல்முறை; வழிமுறை; நிலை; இருப்பமைதி *storage, shortage*

-al (to make adjectives) connected with (பெயரடை ஆக்குவது) தொடர்பான; சார்ந்த *experimental, environmental*

-ance, -ence, -ancy, -ency (to make nouns) an action, process or state (பெயர்ச்சொல் ஆக்குவது) செயற்பாடு; செயல்முறை; செயலமைதி; நிலை *appearance, existence, pregnancy, efficiency*

-ant, -ent (to make nouns) a person who does sth (பெயர்ச்சொல் ஆக்குவது) செய்பவர்; தொழில் ஆற்றுபவர் *assistant, student*

-ation (to make nouns) a state or an action (பெயர்ச்சொல் ஆக்குவது) நிலை; செயல்; செயலமைதி *examination, organization*

-ble ➪ **-able** பார்க்க.

-centric (to make adjectives) concerned with or interested in the thing mentioned (பெயரடை ஆக்குவது) (குறிப்பிட்ட ஒன்றில்) அக்கறை அல்லது ஈடுபாடு கொண்டுள்ள *Eurocentric*

-cracy (to make nouns) the government or rule of (பெயர்ச்சொல் ஆக்குவது) (ஒருவரது/ஒன்றின்) ஆட்சி; அரசு *democracy*

-ectomy (to make nouns) a medical operation in which part of the body is removed (பெயர்ச்சொல் ஆக்குவது) உறுப்பு நீக்க அறுவை மருத்துவம் *appendectomy* (= removal of the appendix)

-ed (to make adjectives) having a particular state or quality (பெயரடை ஆக்குவது) (குறித்த) நிலை அல்லது பண்பு உடைய *bored, patterned*

-ee (to make nouns) a person to whom sth is done (பெயர்ச்சொல் ஆக்குவது) பெறுநர்; ஏற்பவர் *employee* (= sb who is employed), *trainee* (= sb who is being trained)

-en (to make verbs) to give sth a particular quality (வினைச்சொல் ஆக்குவது) குறிப்பிட்ட பண்பூட்டு *shorten, blacken, loosen,* (but note lengthen)

-ence, -ency, -ance

-ent ➪ **-ant** பார்க்க.

-er (to make nouns) a person who does sth (பெயர்ச்சொல் ஆக்குவது) செயல் இயற்றுநர்; செய்பவர் *rider, painter, banker, driver, teacher*

-ese (to make adjectives) from a place (பெயரடை ஆக்குவது) (குறித்த) இடத்திலிருந்து; இடத்திற்குரிய *Japanese, Chinese, Viennese*

-ess (to make nouns) a woman who does sth as a job (பெயர்ச்சொல் ஆக்குவது) (குறித்த) பணியாற்றும் பெண் *waitress, actress*

-fold (to make adjectives and adverbs) multiplied by; having the number of parts mentioned (பெயரடை மற்றும் வினையடை ஆக்குவது) (குறிப்பிட்ட எண்ணிக்கையின்) மடங்கான; மடங்கு *to increase tenfold*

-ful (to make adjectives) having a particular quality (பெயரடை ஆக்குவது) குறிப்பிட்ட இயல்பை/பண்பைக் கொண்டுள்ள *helpful, useful, beautiful*

-graphy (to make nouns) **1** a type of art or science (பெயர்ச்சொல் ஆக்குவது) கலை அல்லது அறிவியல் வகை *geography* **2** a method of producing images உருப்படிவம் உண்டுபண்ணும் முறை *radiography* **3** a form of writing or drawing எழுத்து அல்லது சித்திர வகை *biography*

-hood (to make nouns) **1** a state, often during a particular period of time (பெயர்ச்சொல் ஆக்குவது) (குறிப்பிட்ட காலகட்டத்தில் உளதாகும்) நிலை *childhood, motherhood* **2** a group with sth in common பொதுத்தன்மை உடைய குழு *sisterhood, neighbourhood*

-ial (to make adjectives) typical of (பெயரடை ஆக்குவது) வகைமாதிரியான; வகை மாதிரிக்குரிய; உரிய *dictatorial*

-ian (to make nouns) a person who does sth as a job or hobby (பெயர்ச்சொல் ஆக்குவது) தொழிலாக அல்லது ஓய்வுநேர விருப்பார்வப் பணியாக ஒன்றைச் செய்பவர்; பணி செய்பவர் *historian, comedian*

-ible ➪ **-able** பார்க்க.

-ic 1 (to make adjectives and nouns) connected with (பெயரடை மற்றும் பெயர்ச்சொல் ஆக்குவது) தொடர்பான, சார்ந்த *economic, Arabic* **2** (to make adjectives) that performs the action mentioned (பெயரடை ஆக்குவது) குறிப்பிட்ட வினையைச் செய்கிற *horrific*

-ics (to make nouns) the science, art or activity of (பெயர்ச்சொல் ஆக்குவது) அறிவியல், கலை அல்லது செயல் *physics, dramatics, athletics*

-ical (to make adjectives from nouns ending in -y or -ics) connected with (y அல்லது -ics ஈற்றுப்

பெயர்ச்சொற்களைப் பெயரடை ஆக்குவது) தொடர்பான *economical, mathematical, physical*

-ide (to make nouns) (in chemistry) a compound of (பெயர்ச்சொல் ஆக்குவது) (வேதியியலில்) (குறிப்பிட்ட தனிமத்தின்) சேர்மானம் *chloride*

-ify (to make verbs) to produce a state or quality (வினைச்சொல் ஆக்குவது) ஒரு நிலையை அல்லது பண்பை உண்டுபண்ணு *beautify, simplify, purify*

-ing (to make adjectives) producing a particular state or effect (பெயரடை ஆக்குவது) குறிப்பிட்ட நிலையை அல்லது விளைவை உண்டாக்குகிற *interesting*

-ion (to make nouns) a state or process (பெயர்ச்சொல் ஆக்குவது) நிலை; செயல்முறை *action, connection, exhibition*

-ish (to make adjectives) **1** describing nationality or language (பெயரடை ஆக்குவது), மொழியை அல்லது தாய்நாட்டைக் குறிப்பது *English, Polish* **2** like sth போன்ற; ஒத்த *babyish* **3** fairly, sort of ஓரளவு; ஒருவகையில் *longish, brownish*

-ist (to make nouns) **1** a person who has studied sth or does sth as a job (பெயர்ச்சொல் ஆக்குவது) ஒன்றைக் கற்றறிந்தவர் அல்லது தொழிலாகச் செய்பவர் *artist, scientist* **2** a person who believes in sth or belongs to a particular group குறிப்பிட்ட ஒன்றில் நம்பிக்கை உடையவர் அல்லது குறிப்பிட்ட ஒரு பிரிவைச் சார்ந்தவர் *capitalist, pacifist*

-ite (to make nouns and adjectives) a person who follows or supports; following (பெயர்ச்சொல் மற்றும் பெயரடை ஆக்குவது) பின்பற்றுபவர்; ஆதரவாளர்; பின்பற்றுபவர்கள் *socialite*

-ity (to make nouns) the quality or state of (பெயர்ச்சொல் ஆக்குவது) இயல்பு; பண்பு; நிலை *purity*

-ive (to make adjectives) having a particular quality (பெயரடை ஆக்குவது) குறிப்பிட்ட இயல்பை/பண்பை உடைய *attractive, effective*

-ize, -ise (to make verbs) producing a particular state (வினைச்சொல் ஆக்குவது) குறிப்பிட்ட நிலையை உண்டுபண்ணு *magnetize, standardize*

-less (to make adjectives) not having sth (பெயரடை ஆக்குவது) கொண்டிராத; அற்ற; இழந்த *hopeless*

-like (to make adjectives) similar to (பெயரடை ஆக்குவது) போன்ற; ஒத்த *childlike*

-ly (to make adverbs) in a particular way (வினையடை ஆக்குவது) குறிப்பிட்ட முறையில், தன்மையில், வகையில் *badly, beautifully*

-ment (to make nouns) a state, action or quality (பெயர்ச்சொல் ஆக்குவது) நிலை; செயல்; பண்பு *development, arrangement, excitement*

-most (to make adjectives) the furthest (பெயரடை ஆக்குவது) உச்ச உயர் அளவான; தொலைக்கோடியான *southernmost, topmost* (= the furthest up/the nearest to the top)

-ness (to make nouns) a state or quality (பெயர்ச்சொல் ஆக்குவது) நிலை; பண்பு; குணம் *kindness, happiness*

-oid (to make adjectives and nouns) similar to (பெயரடை மற்றும் பெயர்ச்சொல் ஆக்குவது) போன்ற; ஒத்த *humanoid*

-ology (to make nouns) the study of a subject (பெயர்ச்சொல் ஆக்குவது) அறிவு/ஆய்வுத் துறை *biology, zoology*

-or (to make nouns) a person who does sth, often as a job (பெயர்ச்சொல் ஆக்குவது) ஒன்றைத் தொழிலாகச் செய்பவர்; தொழிலர் *actor, conductor*

-ory 1 (to make adjectives) that does (பெயரடை ஆக்குவது) செய்கிற *explanatory* **2** (to make nouns) a place for (பெயர்ச்சொல் ஆக்குவது) செயல் இடம்; செயல் மனை; செயற் கூடம் *observatory*

-ous (to make adjectives) having a particular quality (பெயரடை ஆக்குவது) குறிப்பிட்ட பண்பை/இயல்பைக் கொண்டுள்ள *dangerous, religious*

-phile 1 (to make adjectives) liking a particular thing (பெயரடை ஆக்குவது) குறிப்பிட்ட பொருளில்/துறையில் விருப்புடைய; பற்றார்வம் கொண்ட *Anglophile* **2** (to make nouns) a person who likes a particular thing (பெயர்ச்சொல் ஆக்குவது) விரும்புநர்; பற்றார்வம் கொண்டவர் *bibliophile*

-philia (to make nouns) love of sth (பெயர்ச்சொல் ஆக்குவது) விருப்பம்; பற்று; நாட்டம்

-phobe (to make nouns) a person who dislikes a particular thing or particular people (பெயர்ச்சொல் ஆக்குவது) குறிப்பிட்ட ஆட்களை/பொருளை வெறுப்பவர்; வெறுப்புணர்ச்சி கொண்டவர் *Anglophobe*

-phobia (to make nouns) a fear of the thing mentioned (பெயர்ச்சொல் ஆக்குவது) (குறிப்பிட்ட ஒன்று பற்றிய) அச்ச உணர்வு *claustrophobia*

-proof (to make adjectives) able to protect against the thing mentioned (பெயரடை ஆக்குவது) குறித்த ஒன்றிடமிருந்து பாதுகாப்பு அளிக்கிற; காப்பான *soundproof*

-ship (to make nouns) showing status (பெயர்ச்சொல் ஆக்குவது) நிலை; இயல்நிலை *friendship, membership, citizenship*

-ward, -wards (to make adverbs) in a particular direction (வினையடை ஆக்குவது) குறிப்பிட்ட திசையில்; நோக்கி *backward, upwards*

-ways (to make adjectives and adverbs) in the direction of (பெயரடை மற்றும் வினையடை ஆக்குவது) வாக்கில்; போக்கில் *lengthways*

-wise (to make adjectives and adverbs) **1** in the manner or direction of (பெயரடை மற்றும் வினையடை ஆக்குவது) முறையில் அல்லது திசையில் *clockwise* **2** concerning தொடர்பாக; வகையில் *Things aren't too good businesswise.*

-y (to make adjectives) having the quality of the thing mentioned (பெயரடை ஆக்குவது) குறித்த இயல்பை/பண்பைக் கொண்டுள்ள *rainy, fatty, thirsty*

APPENDIX 3: EXPRESSIONS USING NUMBERS

Cardinal Numbers		Ordinal Numbers	
1	one	**1st**	first
2	two	**2nd**	second
3	three	**3rd**	third
4	four	**4th**	fourth
5	five	**5th**	fifth
6	six	**6th**	sixth
7	seven	**7th**	seventh
8	eight	**8th**	eighth
9	nine	**9th**	ninth
10	ten	**10th**	tenth
11	eleven	**11th**	eleventh
12	twelve	**12th**	twelfth
13	thirteen	**13th**	thirteenth
14	fourteen	**14th**	fourteenth
15	fifteen	**15th**	fifteenth
16	sixteen	**16th**	sixteenth
17	seventeen	**17th**	seventeenth
18	eighteen	**18th**	eighteenth
19	nineteen	**19th**	nineteenth
20	twenty	**20th**	twentieth
21	twenty-one	**21st**	twenty-first
22	twenty-two	**22nd**	twenty-second
30	thirty	**30th**	thirtieth
40	forty	**40th**	fortieth
50	fifty	**50th**	fiftieth
60	sixty	**60th**	sixtieth
70	seventy	**70th**	seventieth
80	eighty	**80th**	eightieth
90	ninety	**90th**	ninetieth
100	a/one hundred*	**100th**	hundredth
101	a/one hundred and one*	**101st**	hundred and first
200	two hundred	**200th**	two hundredth
1000	a/one thousand*	**1000th**	thousandth
10,000	ten thousand	**10,000th**	ten thousandth
100,000	a/one hundred thousand*	**100,000th**	hundred thousandth
1,000,000	a/one million*	**1,000,000th**	millionth

697 six hundred and ninety-seven

3402 three thousand, four hundred and two

80,534 eighty thousand, five hundred and thirty-four

* நூறு, ஆயிரம் முதலிய இலக்கங்களின் எண்ணிக்கை ஒன்று (இரண்டல்ல) என அழுத்தம்படக்கூற **one hundred, one thousand** என்னும் தொடர்களை **a hundred, a thousand** என்பதற்குப் பதில் பயன்படுத்துகிறோம்.

APPENDIX 4: MEASUREMENTS AND SI UNITS

Metric measures (with approximate non-metric equivalents)

	Metric				Non-metric
Length	10 millimetres (mm)	=	1 centimetre (cm)	=	0.394 inch
	100 centimetres	=	1 metre (m)	=	39.4 inches/1.094 yards
	1000 metres	=	1 kilometre (km)	=	0.6214 mile
Area	100 square metres (m^2)	=	1 are (a)	=	0.025 acre
	100 ares	=	1 hectare (ha)	=	2.471 acres
	100 hectares	=	1 square kilometre (km^2)	=	0.386 square mile
Weight	1000 milligrams (mg)	=	1 gram (g)	=	15.43 grains
	1000 grams	=	1 kilogram (kg)	=	2.205 pounds
	1000 kilograms	=	1 tonne	=	19.688 hundredweight
Capacity	10 millilitres (ml)	=	1 centilitre	=	0.018 pint (0.021 US pint)
	100 centilitres (cl)	=	1 litre (l)	=	1.76 pints (2.1 US pints)
	10 litres	=	1 decalitre (dal)	=	2.2 gallons (2.63 US gallons)

SI Units

	Physical Quantity	Name	Symbol
Base units	length	metre	m
	mass	kilogram	kg
	time	second	s
	electric current	ampere	A
	thermodynamic temperature	kelvin	K
	luminous intensity	candela	cd
	amount of substance	mole	mol

APPENDIX 5: ROMAN NUMERALS

I	=	1	XIV	=	14	XC	=	90
II	=	2	XV	=	15	C	=	100
III	=	3	XVI	=	16	CC	=	200
IV	=	4	XVII	=	17	CCC	=	300
V	=	5	XVIII	=	18	CD	=	400
VI	=	6	XIX	=	19	D	=	500
VII	=	7	XX	=	20	DC	=	600
VIII	=	8	XXX	=	30	DCC	=	700
IX	=	9	XL	=	40	DCCC	=	800
X	=	10	L	=	50	CM	=	900
XI	=	11	LX	=	60	M	=	1000
XII	=	12	LXX	=	70	MM	=	2000
XIII	=	13	LXXX	=	80			

APPENDIX 6: CHEMICAL ELEMENTS

Element	Symbol	Atomic Number
actinium	Ac	89
aluminium	Al	13
americium	Am	95
antimony	Sb	51
argon	Ar	18
arsenic	As	33
astatine	At	85
barium	Ba	56
berkelium	Bk	97
beryllium	Be	4
bismuth	Bi	83
boron	B	5
bromine	Br	35
cadmium	Cd	48
caesium	Cs	55
calcium	Ca	20
californium	Cf	98
carbon	C	6
cerium	Ce	58
chlorine	Cl	17
chromium	Cr	24
cobalt	Co	27
copper	Cu	29
curium	Cm	96
dysprosium	Dy	66
einsteinium	Es	99
erbium	Er	68
europium	Eu	63
fermium	Fm	100
fluorine	F	9
francium	Fr	87
gadolinium	Gd	64
gallium	Ga	31
germanium	Ge	32
gold	Au	79
hafnium	Hf	72
hahnium	Ha	105
helium	He	2
holmium	Ho	67
hydrogen	H	1
indium	In	49
iodine	I	53
iridium	Ir	77
iron	Fe	26
krypton	Kr	36
lanthanum	La	57
lawrencium	Lr	103
lead	Pb	82
lithium	Li	3
lutetium	Lu	71
magnesium	Mg	12
manganese	Mn	25
mendelevium	Md	101
mercury	Hg	80
molybdenum	Mo	42
neodymium	Nd	60
neon	Ne	10
neptunium	Np	93
nickel	Ni	28
niobium	Nb	41
nitrogen	N	7
nobelium	No	102
osmium	Os	76
oxygen	O	8
palladium	Pd	46
phosphorus	P	15
platinum	Pt	78
plutonium	Pu	94
polonium	Po	84
potassium	K	19
praseodymium	Pr	59
promethium	Pm	61
protactinium	Pa	91
radium	Ra	88
radon	Rn	86
rhenium	Re	75
rhodium	Rh	45
rubidium`	Rb	37
ruthenium	Ru	44
rutherfordium	Rf	104
samarium	Sm	62
scandium	Sc	21
selenium	Se	34
silicon	Si	14
silver	Ag	47
sodium	Na	11
strontium	Sr	38
sulphur	S	16
tantalum	Ta	73
technetium	Tc	43
tellurium	Te	52
terbium	Tb	65
thallium	Tl	81
thorium	Th	90
thulium	Tm	69
tin	Sn	50
titanium	Ti	22
tungsten	W	74
uranium	U	92
vanadium	V	23
xenon	Xe	54
ytterbium	Yb	70
yttrium	Y	39
zinc	Zn	30
zirconium	Zr	40